कालोऽस्मि लोकक्षयकृत्प्रवृद्धो
लोकान्समाहर्तुमिह प्रवृत्तः । *(11.32)*

ਗੀਤੋਪਨਿਸ਼ਦ

ਭਗਵਦ-ਗੀਤਾ

ਯਥਾਰੂਪ

Books by His Divine Grace
A.C. Bhaktivedanta Swami Prabhupāda:

Bhagavad-gītā As It Is
Śrīmad-Bhāgavatam (1st to 10th Cantos)
Śrī Caitanya-Caritāmṛta (9 vols.)
Kṛṣṇa, The Supreme Personality of Godhead
Teachings of Lord Caitanya
The Nectar of Devotion
The Nectar of Instruction
Śrī Īśopaniṣad
Light of the Bhāgavata
Easy Journey to Other Planets
The Science of Self-Realization
Kṛṣṇa Consciousness: The Topmost Yoga System
Perfect Questions, Perfect Answers
Teachings of Lord Kapila, the Son of Devahuti
Transcendental Teachings of Prahlāda Mahārāja
Teachings of Queen Kuntī
Kṛṣṇa, the Reservoir of Pleasure
The Path of Perfection
Life Comes from Life
Message of Godhead
The Perfection of Yoga
Beyond Birth and Death
On the Way to Kṛṣṇa
Rāja-vidyā: The King of Knowledge
Elevation to Kṛṣṇa Consciousness
Kṛṣṇa Consciousness: The Matchless Gift
Back to Godhead magazine (founder)

ਗੀਤੋਪਨਿਸ਼ਦ

ਭਗਵਦ-ਗੀਤਾ

ਯਥਾਰੂਪ

ਪਹਿਲਾ ਪੰਜਾਬੀ ਸੰਸਕਰਣ

ਮੂਲ ਸੰਸਕ੍ਰਿਤ ਦੇ ਸ਼ਲੋਕ, ਪੰਜਾਬੀ ਸ਼ਬਦ-ਅਰਥ, ਅਨੁਵਾਦ
ਅਤੇ ਵਿਆਖਿਆ

ਵੱਲੋਂ:

ਸ਼੍ਰੀ ਕ੍ਰਿਸ਼ਨਕ੍ਰਿਪਾ ਮੂਰਤੀ
ਸ਼੍ਰੀ ਸ਼੍ਰੀਮਦ ਅਭਯ ਚਰਣਾਰਵਿੰਦ ਭਕਤੀ ਵੇਦਾਂਤ ਸਵਾਮੀ ਪ੍ਰਭੂਪਾਦ
ਸੰਸਥਾਪਕ ਅਚਾਰਿਆ ਅੰਤਰ-ਰਾਸ਼ਟਰੀ ਕ੍ਰਿਸ਼ਨ ਭਾਵਨਾ ਅੰਮ੍ਰਿਤ ਸੰਘ

ਭਕਤੀ ਵੇਦਾਂਤ ਬੁਕ ਟਰੱਸਟ

Readers interested in the subject matter of this book are invited by The Bhaktivedanta Book Trust to correspond with its secretary at the following address:

The Bhaktivedanta Book Trust
Hare Krishna Land,
Juhu, Mumbai 400 049, India

Website / E-mail:
www.indiabbt.com
admin@indiabbt.com

Bhagavad-gītā As It Is (Punjabi)

1st printing, September 2012: 10,000 copies

ISBN 978-93-82176-61-9

Bhagavad-gītā As It Is has also been printed in Arabic, Bengali, Chinese, Danish, French, German, Gujarati, Hindi, Italian, Japanese, Kannada, Malayalam, Marathi, Oriya, Portuguese, Spanish, Swedish, Tamil, Telugu and many other languages.

Published & Printed by
The Bhaktivedanta Book Trust.

XJZ1

ਸਮਰਪਣ

ਸ਼੍ਰੀਲ ਬਲਦੇਵ ਵਿਦਿਆ ਭੂਸ਼ਨ

ਜਿਨ੍ਹਾਂ ਨੇ ਵੇਦਾਂਤ ਦਰਸ਼ਨ ਦੀ ਟੀਕਾ
'ਗੋਵਿੰਦ-ਭਾਸ਼ਯ' ਦੇ ਰੂਪ ਵਿੱਚ ਕੀਤੀ

ਤਤਕਰਾ

ਮੁੱਖਬੰਧ

ਅਸਲ ਵਿਚ ਸਭ ਤੋਂ ਪਹਿਲਾਂ ਮੈਂ *ਭਗਵਦਗੀਤਾ ਯਥਾਰੂਪ* ਇਸੇ ਰੂਪ ਵਿਚ ਲਿਖੀ ਸੀ ਜਿਸ ਰੂਪ ਵਿਚ ਇਹ ਪੇਸ਼ ਕੀਤੀ ਜਾ ਰਹੀ ਹੈ। ਜਦੋਂ ਪਹਿਲੀ ਵਾਰ ਇਸਦਾ ਪ੍ਰਕਾਸ਼ਨ ਹੋਇਆ ਤਾਂ ਬਦਕਿਸਮਤੀ ਨਾਲ ਇਸਦੀ ਮੂਲ ਪਾਂਡੂਲਿਪੀ ਨੂੰ ੪੦੦ ਪੰਨਿਆਂ ਵਿਚ ਸਮੇਟ ਕੇ ਛੋਟਾ ਕਰ ਦਿੱਤਾ ਗਿਆ ਸੀ ਜਿਸ ਵਿਚ ਜਿਆਦਾਤਰ ਸ਼ਲੋਕਾਂ ਦੀਆਂ ਵਿਆਖਿਆਵਾਂ ਰਹਿ ਗਈਆਂ। ਮੇਰੀ ਹੋਰਨਾਂ ਕਿਤਾਬਾਂ ਵਿਚ ਪਹਿਲਾਂ ਮੂਲ ਸ਼ਲੋਕ ਦਿੱਤੇ ਗਏ ਹਨ, ਫਿਰ ਉਹਨਾਂ ਦਾ ਅੰਗ੍ਰੇਜ਼ੀ ਵਿਚ ਲਿਪੀ ਅੰਤਰਨ, ਫਿਰ ਸੰਸਕ੍ਰਿਤ ਸ਼ਬਦਾਂ ਦਾ ਅੰਗ੍ਰੇਜ਼ੀ ਵਿਚ ਅਰਥ, ਫਿਰ ਅਨੁਵਾਦ ਅਤੇ ਅੰਤ ਵਿਚ ਟੀਕਾ ਰਹਿੰਦੀ ਹੈ। ਇਸ ਨਾਲ ਇਹ ਰਚਨਾ ਪ੍ਰਮਾਣਿਤ ਤੇ ਵਿਦਵਤਾਪੂਰਨ ਬਣ ਜਾਂਦੀ ਹੈ ਅਤੇ ਇਸਦਾ ਅਰਥ ਆਪ ਮੁਹਾਂਦਰੇ ਜਾਹਿਰ ਹੋ ਜਾਂਦਾ ਹੈ। ਇਸ ਲਈ ਜਦੋਂ ਮੈਨੂੰ ਮੂਲ ਪਾਂਡੂਲਿਪੀ ਨੂੰ ਛੋਟਾ ਕਰਨਾ ਪਿਆ ਤਾਂ ਮੈਨੂੰ ਕੋਈ ਖੁਸ਼ੀ ਨਹੀਂ ਹੋਈ। ਪਰ ਜਦੋਂ *ਭਗਵਦ ਗੀਤਾ* ਦੀ ਮੰਗ ਵਿਚ ਵਾਧਾ ਹੋਇਆ ਅਤੇ ਤਮਾਮ ਵਿਦਵਾਨਾਂ ਤੇ ਭਗਤਾਂ ਨੇ ਬੇਨਤੀ ਕੀਤੀ ਕੀ ਮੈਂ ਇਸ ਰਚਨਾ ਨੂੰ ਮੂਲ ਰੂਪ ਵਿਚ ਪੇਸ਼ ਕਰਾਂ। ਇਸ ਲਈ ਗਿਆਨ ਦੀ ਇਸ ਮਹਾਨ ਰਚਨਾ ਨੂੰ ਮੇਰੀ ਮੂਲ ਪਾਂਡੂਲਿਪੀ ਦਾ ਰੂਪ ਦੇਣ ਦਾ ਉਪਰਾਲਾ ਕੀਤਾ ਜਾ ਰਿਹਾ ਹੈ ਜਿਹੜਾ ਪੂਰੀ ਤਰ੍ਹਾਂ ਨਾਲ ਪਰੰਪਰਾਗਤ ਤਰੀਕੇ ਨਾਲ ਵਿਆਖਿਆ ਨਾਲ ਲੈਸ ਹੈ, ਤਾਂ ਜੋ ਕ੍ਰਿਸ਼ਨ ਭਾਵਨਾ ਅੰਮ੍ਰਿਤ ਅੰਦੋਲਨ ਦੀ ਸਥਾਪਨਾ ਹੋਰ ਤੇਜ਼ੀ ਨਾਲ ਤੇ ਮਜਬੂਤੀ ਨਾਲ ਹੋ ਸਕੇ।

ਸਾਡਾ ਕ੍ਰਿਸ਼ਨ ਭਾਵਨਾ ਅੰਮ੍ਰਿਤ ਅੰਦੋਲਨ ਖਰਾ, ਇਤਿਹਾਸਕ ਪਖੋਂ ਪ੍ਰਮਾਣਿਤ, ਸਹਿਜ ਅਤੇ ਅਲੌਕਿਕ ਹੈ ਕਿਉਂਕਿ ਇਹ *ਭਗਵਦ ਗੀਤਾ* ਜਿਉਂ ਦੀ ਤਿਉਂ ਹੈ। ਇਹ ਹੌਲੀ ਹੌਲੀ ਸਾਰੇ ਸੰਸਾਰ ਵਿਚ, ਖ਼ਾਸਤੌਰ ਤੇ ਨਵੀਂ ਪੀੜ੍ਹੀ ਵਿਚ, ਹਰਮਨ ਪਿਆਰਾ ਹੋ ਰਿਹਾ ਹੈ। ਇਹ ਪੁਰਾਣੀ ਪੀੜ੍ਹੀ ਵਿਚ ਵੀ ਵਧੇਰੇ ਰੋਚਕ ਬਣ ਰਿਹਾ ਹੈ। ਪੁਰਾਣੀ ਪੀੜ੍ਹੀ ਇਸ ਵਿਚ ਇੰਨ੍ਹੀ ਰੁਚੀ ਲੈ ਰਹੀ ਹੈ ਕਿ ਮੇਰੇ ਚੇਲਿਆਂ ਦੇ ਪਿਉ ਅਤੇ ਦਾਦੇ ਸਾਡੀ ਮਹਾਨ ਸੰਸਥਾ, ਅੰਤਰਰਾਸ਼ਟਰੀ ਕ੍ਰਿਸ਼ਨ ਭਾਵਨਾਮ੍ਰਿਤ ਸੰਘ ਦੇ ਜੀਵਨ ਸਦੱਸ ਬਣਕੇ ਸਾਡਾ ਉਤਸ਼ਾਹ ਵਧਾ ਰਹੇ ਹਨ। ਲਾੱਸ ਏਂਜਲਿਸ ਵਿਖੇ ਕਈ ਮਾਪੇ ਮੇਰੇ ਕੋਲ ਆ ਕੇ ਇਹ ਕ੍ਰਿਤਗਤਾ ਜਤਾਉਂਦੇ ਹਨ ਕਿ ਮੈਂ ਸਾਰੇ ਸੰਸਾਰ ਵਿਚ ਕ੍ਰਿਸ਼ਨ ਭਾਵਨਾ ਅੰਮ੍ਰਿਤ ਅੰਦੋਲਨ ਦੀ ਅਗੁਆਈ ਕਰ ਰਿਹਾ ਹਾਂ। ਉਹਨਾਂ ਵਿਚੋਂ ਕਈਆਂ ਨੇ ਕਿਹਾ ਕਿ ਇਹ ਅਮਰੀਕੀਆਂ ਦਾ ਵੱਡਾ ਸੁਭਾਗ ਹੈ ਕਿ ਮੈਂ ਅੰਤਰਰਾਸ਼ਟਰੀ ਕ੍ਰਿਸ਼ਨ ਭਾਵਨਾ ਅੰਮ੍ਰਿਤ ਅੰਦੋਲਨ ਅਮਰੀਕਾ ਵਿਚ ਕੀਤਾ ਹੈ। ਪਰ ਅਸਲ ਵਿਚ ਇਸਦੇ ਅਸਲੀ ਮੋਢੀ ਤਾਂ ਭਗਵਾਨ ਕ੍ਰਿਸ਼ਨ ਹਨ, ਕਿਉਂਕਿ ਇਹ

ਅੰਦੋਲਨ ਬਹੁਤ ਸਮਾਂ ਪਹਿਲਾਂ ਹੀ ਸਥਾਪਿਤ ਹੋ ਚੁੱਕਾ ਸੀ ਅਤੇ ਪਰੰਪਰਾ ਰਾਹੀਂ ਮਾਨਵ ਸਮਾਜ ਵਿਚ ਚਲਦਾ ਆ ਰਿਹਾ ਹੈ। ਇਸਦਾ ਜੇ ਨਿੱਕਾ ਜਿਹਾ ਵੀ ਮਾਣ ਹੈ ਤਾਂ ਉਹ ਮੈਨੂੰ ਨਹੀਂ ਸਗੋਂ ਮੇਰੇ ਨਿੱਤ ਅਧਿਆਤਮਕ ਗੁਰੂ ਕ੍ਰਿਸ਼ਨ ਕਿਰਪਾ ਮੂਰਤੀ ਓਮ ਵਿਸ਼ਣੂਪਾਦ ਪਰਮਹੰਸ ਪਰਿਵ੍ਰਾਜਕਾਚਾਰਯ ੧੦੮ ਸ਼੍ਰੀ ਸ਼੍ਰੀਮਦ ਭਕਤੀਸਿਧਾਂਤ ਸਰਸਵਤੀ ਗੋਸਵਾਮੀ ਮਹਾਰਾਜ ਪ੍ਰਭੂਪਾਦ ਦੇ ਕਾਰਣ ਹੈ।

ਜੇ ਮੈਨੂੰ ਕੁਝ ਵੀ ਮਾਣ ਹੈ ਤਾਂ ਐਨਾ ਹੀ ਹੈ ਕਿ ਮੈਂ ਇਸਨੂੰ ਬਿਨ੍ਹਾਂ ਕਿਸੇ ਮਿਲਾਵਟ ਦੇ *ਭਗਵਦ ਗੀਤਾ* ਜਿਉਂ ਦੀ ਤਿਉਂ ਪੇਸ਼ ਕਰਨ ਦਾ ਜਤਨ ਕੀਤਾ ਹੈ। ਮੇਰੇ ਇਸ ਉਪਰਾਲੇ ਤੋਂ ਪਹਿਲਾਂ *ਭਗਵਦ ਗੀਤਾ* ਦੇ ਜਿੰਨ੍ਹੇ ਵੀ ਅੰਗ੍ਰੇਜ਼ੀ ਸੰਸਕਰਣ ਹਨ ਉਹਨਾਂ ਵਿਚ ਲਗਭਗ ਸਾਰੇ ਨਿੱਜੀ ਅਕਾਂਖਿਆਵਾਂ ਨੂੰ ਪ੍ਰਗਟਾਉਣ ਲਈ ਹਨ। ਪਰ *ਭਗਵਦ ਗੀਤਾ ਯਥਾਰੂਪ* ਨੂੰ ਪੇਸ਼ ਕਰਨ ਦਾ ਸਾਡਾ ਉਪਰਾਲਾ ਪੂਰਣ ਪੁਰਸ਼ੋਤਮ ਭਗਵਾਨ ਕ੍ਰਿਸ਼ਨ ਦੇ ਮਿਸ਼ਨ ਨੂੰ ਪੇਸ਼ ਕਰਨਾ ਹੈ। ਸਾਡਾ ਕੰਮ ਕ੍ਰਿਸ਼ਨ ਦੀ ਇੱਛਾ ਨੂੰ ਪੇਸ਼ ਕਰਨਾ ਹੈ ਨਾ ਕਿ ਕਿਸੇ ਸਿਆਸਤਦਾਨ, ਦਾਰਸ਼ਨਕ ਜਾਂ ਵਿਗਿਆਨੀ ਦੀ ਸੰਸਾਰੀ ਇੱਛਾ ਨੂੰ, ਕਿਉਂਕਿ ਇਹਨਾਂ ਵਿਚ ਭਾਵੇਂ ਕਿੰਨ੍ਹਾਂ ਵੀ ਗਿਆਨ ਕਿਉਂ ਨਾ ਹੋਵੇ, ਕ੍ਰਿਸ਼ਨ ਸਬੰਧੀ ਗਿਆਨ ਨਾ ਦੇ ਬਰਾਬਰ ਹੁੰਦਾ ਹੈ। ਜਦੋਂ ਕ੍ਰਿਸ਼ਨ ਆਖਦੇ ਹਨ – *ਮਨਮਨਾ ਭਵ ਮਦਭਕਤੋ ਮਦ੍ਯਾਜੀ ਮਾਂ ਨਮਸਕੁਰੁ* – ਤਾਂ ਅਸੀਂ ਦੂਜੇ ਅਖਵਾਏ ਜਾਣ ਵਾਲੇ ਵਿਦਵਾਨਾਂ ਦੀ ਤਰ੍ਹਾਂ ਇਹ ਨਹੀਂ ਕਹਿੰਦੇ ਕਿ ਕ੍ਰਿਸ਼ਨ ਅਤੇ ਉਹਨਾਂ ਦੇ ਅੰਦਰ ਦੀ ਆਤਮਾ ਵੱਖੋ ਵੱਖਰੇ ਹਨ। ਕ੍ਰਿਸ਼ਨ ਪਰਮ ਬ੍ਰਹਮ ਹਨ ਅਤੇ ਕ੍ਰਿਸ਼ਨ ਦੇ ਨਾਮ, ਉਹਨਾਂ ਦੇ ਰੂਪ, ਉਹਨਾਂ ਦੇ ਗੁਣਾਂ ਅਤੇ ਲੀਲਾਵਾਂ ਵਿਚ ਕੋਈ ਫ਼ਰਕ ਨਹੀਂ ਹੈ। ਜਿਹੜਾ ਬੰਦਾ ਪਰੰਪਰਾ ਪ੍ਰਣਾਲੀ ਹੇਠ ਕ੍ਰਿਸ਼ਨ ਭਗਤ ਨਹੀਂ ਹੈ ਉਸਦੇ ਲਈ ਕ੍ਰਿਸ਼ਨ ਦੀ ਇਸ ਪਰਮ ਅਸਥਾਨ ਨੂੰ ਸਮਝਣਾ ਬਹੁਤ ਔਖਾ ਹੈ। ਆਮਤੌਰ ਤੇ ਕਹੇ ਜਾਣ ਵਾਲੇ ਵਿਦਵਾਨ, ਸਿਆਸਤਦਾਨ, ਦਾਰਸ਼ਨਕ ਤੇ ਸਵਾਮੀ ਕ੍ਰਿਸ਼ਨ ਦੇ ਵਿਸ਼ੇ ਵਿਚ ਪੂਰਣ ਗਿਆਨ ਹੋਏ ਬਿਨ੍ਹਾਂ ਭਗਵਦ ਗੀਤਾ ਤੇ ਟੀਕਾ ਲਿਖਦੇ ਸਮੇਂ ਕ੍ਰਿਸ਼ਨ ਨੂੰ ਜਾਂ ਤਾਂ ਉਸ ਤੋਂ ਬਾਹਰ ਕੱਢ ਦਿੰਦੇ ਹਨ ਜਾਂ ਕ੍ਰਿਸ਼ਨ ਦੀ ਹੱਤਿਆ ਕਰ ਦੇਣਾ ਚਾਹੁੰਦੇ ਹਨ। ਅਜਿਹੀਆਂ ਭਗਵਦ ਗੀਤਾ ਤੇ ਗੈਰ-ਪ੍ਰਮਾਣਿਤ ਟੀਕਾਵਾਂ ਮਾਇਆਵਾਦ ਭਾਸ਼ਯ ਅਖਵਾਉਂਦੇ ਹਨ ਅਤੇ ਚੈਤੰਯ ਮਹਾਪ੍ਰਭੂ ਨੇ ਅਜਿਹੇ ਗੈਰ-ਪ੍ਰਮਾਣਿਤ ਲੋਕਾਂ ਤੋਂ ਸਾਨੂੰ ਸਾਵਧਾਨ ਕੀਤਾ ਹੈ। ਭਗਵਾਨ ਚੈਤੰਯ ਨੇ ਸਾਫ਼ ਕਿਹਾ ਹੈ ਕਿ ਜੋ ਕੋਈ ਵੀ *ਭਗਵਦ ਗੀਤਾ* ਨੂੰ ਮਾਇਆਵਾਦੀ ਦ੍ਰਿਸ਼ਟੀਕੋਣ ਤੋਂ ਸਮਝਣ ਦਾ ਜਤਨ ਕਰਦਾ ਹੈ ਉਹ ਬਹੁਤ ਵੱਡੀ ਭੁੱਲ ਕਰੇਗਾ। ਅਜਿਹੀ ਭੁੱਲ ਦਾ ਨਤੀਜਾ ਇਹ ਹੋਵੇਗਾ ਕਿ *ਭਗਵਦ ਗੀਤਾ* ਦਾ ਕੁਰਾਹੇ ਪਿਆ ਸਿਖਿਆਰਥੀ ਨਿਸ਼ਚਿਤ ਹੀ ਅਧਿਆਤਮਕ ਨਿਰਦੇਸ਼ਨ ਤੋਂ ਗੁਮਰਾਹ ਹੋ ਜਾਵੇਗਾ ਅਤੇ ਭਗਵਦ ਧਾਮ ਜਾਣ ਵਿਚ ਸਮਰਥ ਨਹੀਂ ਹੋਵੇਗਾ।

ਭਗਵਦ ਗੀਤਾ ਯਥਾਰੂਪ ਨੂੰ ਪੇਸ਼ ਕਰਨ ਦਾ ਮੰਤਵ ਸਾਡਾ ਸਿਰ.ਫ ਇਹੀ ਹੈ ਕਿ ਬੱਝੇ ਹੋਏ ਸਿਖਿਆਰਥੀਆਂ ਨੂੰ ਉਸੇ ਉਦੇਸ਼ ਦਾ ਮਾਰਗਦਰਸ਼ਨ ਕਰਨਾ ਹੈ ਜਿਸਦੇ ਲਈ ਕ੍ਰਿਸ਼ਨ ਇਸ ਧਰਤੀ ਤੇ ਬ੍ਰਹਮਾ ਦੇ ਇਕ ਦਿਨ ਵਿਚ ਭਾਵ ਹਰ ੮,੬੦,੦੦,੦੦,੦੦੦ ਸਾਲ ਬਾਅਦ ਅਵਤਾਰ ਲੈਂਦੇ ਹਨ। *ਭਗਵਦ ਗੀਤਾ* ਵਿਚ ਇਸ ਉਦੇਸ਼ ਦਾ ਵਰਨਣ ਹੋਇਆ ਹੈ ਅਤੇ ਸਾਨੂੰ ਇਸਨੂੰ ਉਸੇ ਰੂਪ ਵਿਚ ਸਵੀਕਾਰ ਕਰਨਾ ਚਾਹੀਦਾ ਹੈ ਨਹੀਂ ਤਾਂ ਭਗਵਦ ਗੀਤਾ ਅਤੇ ਉਸਦੇ ਬੋਲਣ ਵਾਲੇ ਭਗਵਾਨ ਕ੍ਰਿਸ਼ਨ ਨੂੰ ਸਮਝਣ ਦਾ ਕੋਈ ਅਰਥ ਨਹੀਂ ਹੈ। ਭਗਵਾਨ ਕ੍ਰਿਸ਼ਨ ਨੇ ਸਭ ਤੋਂ ਪਹਿਲਾਂ ਲੱਖਾਂ ਸਾਲ ਪਹਿਲਾਂ ਸੂਰਜਦੇਵ ਨੂੰ ਭਗਵਦ ਗੀਤਾ ਦਾ ਗਿਆਨ ਦਿੱਤਾ ਸੀ। ਸਾਨੂੰ ਇਹ ਸੱਚਾਈ ਸਵੀਕਾਰ ਕਰਨੀ ਪਵੇਗੀ ਅਤੇ ਕ੍ਰਿਸ਼ਨ ਦੇ ਸਬੂਤ ਦੀ ਗਲਤ ਵਿਆਖਿਆ ਕੀਤੇ ਬਿਨ੍ਹਾਂ ਭਗਵਦ ਗੀਤਾ ਦੇ ਇਤਿਹਾਸਕ ਮਹੱਤਵ ਨੂੰ ਸਮਝਣਾ ਹੋਵੇਗਾ। ਕ੍ਰਿਸ਼ਨ ਦੀ ਇੱਛਾ ਦਾ ਹਵਾਲਾ ਦਿੱਤੇ ਬਿਨ੍ਹਾਂ ਭਗਵਦ ਗੀਤਾ ਦੀ ਵਿਆਖਿਆ ਕਰਨਾ ਮਹਾਨ ਅਪਰਾਧ ਹੈ। ਇਸ ਅਪਰਾਧ ਤੋਂ ਬਚਣ ਲਈ ਕ੍ਰਿਸ਼ਨ ਨੂੰ ਪੂਰਣ ਪੁਰਸ਼ੋਤਮ ਭਗਵਾਨ ਦੇ ਰੂਪ ਵਿਚ ਸਮਝਣਾ ਹੋਵੇਗਾ ਜਿਸ ਤਰ੍ਹਾਂ ਕ੍ਰਿਸ਼ਨ ਦੇ ਪਹਿਲੇ ਚੇਲੇ ਅਰਜੁਨ ਨੇ ਉਹਨਾਂ ਨੂੰ ਪ੍ਰਤੱਖ ਉਹਨਾਂ ਤੋਂ ਸਮਝਿਆ ਸੀ। ਭਗਵਦ ਗੀਤਾ ਦਾ ਅਜਿਹਾ ਗਿਆਨ ਅਸਲ ਵਿਚ ਲਾਹੇਵੰਦ ਹੈ ਅਤੇ ਜੀਵਨ ਦੇ ਮਿਸ਼ਨ ਨੂੰ ਪੂਰਾ ਕਰਨ ਲਈ ਮਾਨਵ ਸਮਾਜ ਦੇ ਕਲਿਆਣ ਵਾਸਤੇ ਪ੍ਰਮਾਣਿਤ ਵੀ ਹੋਵੇਗਾ।

ਮਨੁੱਖੀ ਸਮਾਜ ਵਿਚ ਕ੍ਰਿਸ਼ਨ ਭਾਵਨਾ ਅੰਮ੍ਰਿਤ ਅੰਦੋਲਨ ਜਰੂਰੀ ਹੈ ਕਿਉਂਕਿ ਇਹ ਜੀਵਨ ਦੀ ਸਰਬੋਤਮ ਸਿੱਧੀ ਦੇਣ ਵਾਲਾ ਹੈ। ਅਜਿਹਾ ਕਿਉਂ ਹੈ ਇਸਦੀ ਵਿਆਖਿਆ ਭਗਵਦਗੀਤਾ ਵਿਚ ਹੋਈ ਹੈ। ਬਦਕਿਸਮਤੀ ਨਾਲ ਸੰਸਾਰੀ ਝਗੜਾਲੂ ਲੋਕਾਂ ਨੇ ਆਪਣੀ ਰਾਖਸ਼ੀ ਬਿਰਤੀਆਂ ਨੂੰ ਅੱਗੇ ਧੱਕਣ ਲਈ *ਭਗਵਦ ਗੀਤਾ* ਦਾ ਫਾਇਦਾ ਚੁੱਕਿਆ ਹੈ ਅਤੇ ਲੋਕਾਂ ਨੂੰ ਜੀਵਨ ਦੇ ਸਰਲ ਸਿਧਾਂਤਾਂ ਨੂੰ ਸਹੀ ਤਰੀਕੇ ਨਾਲ ਸਮਝਣ ਤੋਂ ਗੁਮਰਾਹ ਕੀਤਾ ਹੈ। ਹਰ ਆਦਮੀ ਨੂੰ ਜਾਨਣਾ ਚਾਹੀਦਾ ਹੈ ਕਿ ਈਸ਼ਵਰ ਜਾਂ ਕ੍ਰਿਸ਼ਨ ਕਿੰਨ੍ਹੇ ਮਹਾਨ ਹਨ ਅਤੇ ਜੀਵਾਤਮਾਵਾਂ ਦੀ ਅਸਲੀ ਸਥਿਤੀ ਕੀ ਹੈ। ਹਰ ਬੰਦੇ ਨੂੰ ਜਾਨਣਾ ਚਾਹੀਦਾ ਹੈ ਕਿ "ਜੀਵ" ਨਿੱਤ ਦਾਸ ਹੈ ਅਤੇ ਜਦੋਂ ਤਕ ਉਹ ਕ੍ਰਿਸ਼ਨ ਦੀ ਸੇਵਾ ਨਹੀਂ ਕਰੇਗਾ, ਉਦੋਂ ਤਕ ਉਸਨੂੰ ਤਿੰਨ ਗੁਣਾਂ ਰੂਪੀ ਭੌਤਿਕ ਪ੍ਰਕਿਰਤੀ ਦੇ ਅਧੀਨ ਮਾਇਆ ਦੀ ਸੇਵਾ ਕਰਨੀ ਪਵੇਗੀ ਅਤੇ ਜਨਮ ਤੇ ਮੌਤ ਦੇ ਚੱਕਰ ਵਿਚ ਉਹ ਪਿਆ ਰਹੇਗਾ ਇੱਥੋਂ ਤੱਕ ਕਿ ਅਖਵਾਉਣ ਵਾਲੇ ਮਾਇਆਵਾਦੀ ਚਿੰਤਕ ਨੂੰ ਵੀ ਇਸੇ ਚੱਕਰ ਵਿਚ ਘੁੰਮਣਾ ਹੋਵੇਗਾ। ਇਹ ਗਿਆਨ ਇਕ ਮਹਾਨ ਵਿਗਿਆਨ ਹੈ ਅਤੇ ਹਰ ਪ੍ਰਾਣੀ ਨੂੰ ਆਪਣੇ ਲਾਭ ਲਈ ਇਸ ਗਿਆਨ ਦਾ ਸਰਵਣ ਕਰਨਾ ਚਾਹੀਦਾ ਹੈ।

ਇਸ ਕਲਜੁਗ ਵਿਚ ਆਮ ਜਨਤਾ ਕ੍ਰਿਸ਼ਨ ਦੀ ਬਹਿਰੰਗਾ ਸ਼ਕਤੀ ਰਾਹੀਂ ਮੋਹਿਤ ਹੈ ਅਤੇ ਇਹ ਗਲਤਫਹਿਮੀ ਹੈ ਕਿ ਭੌਤਿਕ ਸੁਵਿਧਾਵਾਂ ਦੇ ਵਿਕਾਸ ਨਾਲ ਹਰ ਆਦਮੀ ਸੁਖੀ ਬਣ ਜਾਵੇਗਾ। ਉਹਨਾਂ ਇਸਦਾ ਕੋਈ ਗਿਆਨ ਨਹੀਂ ਹੈ ਕਿ ਭੌਤਿਕ ਜਾਂ ਬਹਿਰੰਗਾ ਸ਼ਕਤੀ ਬਹੁਤ ਹੀ ਤਾਕਤਵਰ ਹੈ ਕਿਉਂਕਿ ਹਰ ਜੀਵ ਕੁਦਰਤ ਦੇ ਕਠੋਰ ਨਿਯਮਾਂ ਨਾਲ ਬੰਨ੍ਹਿਆ ਹੋਇਆ ਹੈ। ਸੁਭਾਗਵਸ ਜੀਵ ਭਗਵਾਨ ਦਾ ਅੰਸ਼ ਹੈ ਅਤੇ ਉਸਦਾ ਸੁਭਾਵਤ ਕੰਮ ਹੈ - ਭਗਵਾਨ ਦੀ ਸੇਵਾ ਕਰਨਾ। ਮੋਹਵਸ ਹੋ ਕੇ ਮਨੁੱਖ ਕਈ ਤਰ੍ਹਾਂ ਦੇ ਆਪਣੇ ਇੰਦਰੀਭੋਗ ਰਾਹੀਂ ਸੁਖੀ ਹੋਣਾ ਚਾਹੁੰਦਾ ਹੈ ਪਰ ਇਸ ਨਾਲ ਉਹ ਕਦੇ ਵੀ ਸੁਖੀ ਨਹੀਂ ਹੋਵੇਗਾ। ਆਪਣੀ ਭੌਤਿਕ ਇੰਦਰੀਆਂ ਨੂੰ ਸੰਤੁਸ਼ਟ ਕਰਨ ਦੀ ਬਜਾਏ ਉਸਨੂੰ ਭਗਵਾਨ ਦੀ ਇੰਦਰੀਆਂ ਨੂੰ ਸੰਤੁਸ਼ਟ ਕਰਨਾ ਚਾਹੀਦਾ ਹੈ। ਇਹੀ ਜੀਵਨ ਦੀ ਸਭ ਤੋਂ ਉੱਚੀ ਸਿੱਧੀ ਹੈ। ਭਗਵਾਨ ਇਹੀ ਚਾਹੁੰਦੇ ਹਨ ਅਤੇ ਇਹੀ ਮੰਗਦੇ ਹਨ। ਮਨੁੱਖ ਨੂੰ ਭਗਵਦ ਗੀਤਾ ਦੇ ਇਸ ਕੇਂਦਰ ਬਿੰਦੂ ਨੂੰ ਸਮਝਣਾ ਚਾਹੀਦਾ ਹੈ। ਸਾਡਾ ਕ੍ਰਿਸ਼ਨ ਭਾਵਨਾਮ੍ਰਿਤ ਅੰਦੋਲਨ ਪੂਰੇ ਸੰਸਾਰ ਨੂੰ ਇਸੇ ਕੇਂਦਰ ਬਿੰਦੂ ਦੀ ਸਿੱਖਿਆ ਦਿੰਦਾ ਹੈ ਅਤੇ ਕਿਉਂਕਿ ਅਸੀਂ *ਭਗਵਦ ਗੀਤਾ* ਦੇ ਸਾਰ ਵਿਚ ਕੋਈ ਵੀ ਮਿਲਾਵਟ ਨਹੀਂ ਕਰ ਰਹੇ ਹਾਂ ਇਸ ਲਈ ਜੋ ਵੀ ਬੰਦਾ *ਭਗਵਦ ਗੀਤਾ* ਦੇ ਅਧਿਐਨ ਤੋਂ ਲਾਭ ਲੈਣ ਦਾ ਚਾਹਵਾਨ ਹੈ ਉਹ ਸਾਡੇ ਕ੍ਰਿਸ਼ਨ ਭਾਵਨਾਮ੍ਰਿਤ ਅੰਦੋਲਨ ਤੋਂ ਇਸਨੂੰ ਵਿਹਾਰਕ ਰੂਪ ਵਿਚ ਸਮਝਣ ਲਈ, ਪ੍ਰਤੱਖ ਭਗਵਾਨ ਦੇ ਨਿਰਦੇਸ਼ ਹੇਠ, ਮਦਦ ਲੈ ਸਕਦਾ ਹੈ। ਇਸ ਲਈ ਸਾਨੂੰ ਉਮੀਦ ਹੈ ਕਿ ਅਸੀਂ *ਭਗਵਦ ਗੀਤਾ ਯਥਾਰੂਪ* ਨੂੰ ਜਿਸ ਰੂਪ ਵਿਚ ਪੇਸ਼ ਕਰ ਰਹੇ ਹਾਂ, ਉਸ ਨਾਲ ਲੋਕ ਮਹਾਨ ਲਾਭ ਲੈਣਗੇ ਅਤੇ ਜੇ ਇਕ ਵੀ ਬੰਦਾ ਭਗਵਾਨ ਦਾ ਸ਼ੁੱਧ ਭਗਤ ਬਣ ਜਾਵੇ ਤਾਂ ਅਸੀਂ ਆਪਣੇ ਉਪਰਾਲੇ ਨੂੰ ਕਾਮਯਾਬ ਮੰਨ ਲਵਾਂਗੇ।

ਏ. ਸੀ. ਭਕਤੀਵੇਦਾਂਤ ਸਵਾਮੀ

੧੨ ਮਈ, ੧੯੭੧

ਸਿਡਨੀ, ਅਸਟਰੇਲਿਆ

ਭੂਮਿਕਾ

ਓਮ ਅਗਿਆਨ-ਤਿਮਿਰਾਨ੍ਧਸ੍ਯ ਗਿਆਨ-ਅੰਜਨ-ਸ਼ਲਾਕਯਾ ॥
ਚਕ੍ਸ਼ੁਰ ਓਨ੍ਮੀਲਿਤਮ ਯੇਨ ਤਸਮੈ ਸ਼੍ਰੀ-ਗੁਰਵੇ ਨਮਹ੍ ॥
ਸ਼੍ਰੀ-ਚੈਤੰਯ-ਮਨੋ-ਅਭੀਸ਼ਟਮ ਸਥਾਪਿਤਮ ਯੇਨ ਭੂ-ਤਲੇ ॥
ਸਵਯਮ ਰੂਪਹ੍ ਕਦਾ ਮਹ੍ਯਮ ਦਦਾਤਿ ਸ੍ਵ-ਪਦਾਨ੍ਤਿਕਮ੍ ॥

ਮੈਂ ਘੋਰ ਅਗਿਆਨ ਦੇ ਹਨੇਰੇ ਵਿਚ ਪੈਦਾ ਹੋਇਆ ਸੀ ਅਤੇ ਮੇਰੇ ਅਧਿਆਤਮਕ ਗੁਰੂ ਨੇ ਗਿਆਨ ਰੂਪੀ ਚਾਨਣ ਰਾਹੀ ਮੇਰੀਆ ਅੱਖਾਂ ਖੋਲ੍ਹ ਦਿੱਤੀਆਂ। ਮੈਂ ਉਨ੍ਹਾਂ ਨੂੰ ਸਤਿਕਾਰ ਪੂਰਵਕ ਪ੍ਰਣਾਮ ਕਰਦਾ ਹਾਂ।

ਸ਼੍ਰੀਲ ਰੂਪ ਗੋਸਵਾਮੀ ਪ੍ਰਭੁਪਾਦ ਕਦੋਂ ਮੈਨੂੰ ਆਪਣੇ ਚਰਣਾਂ ਦੀ ਸ਼ਰਨ ਬੱਖਸ਼ਣਗੇ ? ਜਿਨ੍ਹਾਂ ਇਸ ਸੰਸਾਰ ਵਿਚ ਭਗਵਾਨ ਚੈਤੰਯ ਮਹਾਪ੍ਰਭੂ ਦੀ ਇੱਛਾ ਪੂਰੀ ਕਰਨ ਲਈ ਇਸ ਮਿਸ਼ਨ ਦੀ ਸਥਾਪਨਾ ਕੀਤੀ।

ਵੰਦੇ-ਅਹਮ੍ ਸ਼੍ਰੀ-ਗੁਰੋਹ੍ ਸ਼੍ਰੀ-ਯੁਤ-ਪਦ-ਕਮਲਮ੍ ਸ਼੍ਰੀ-ਗੁਰੂਨ੍ ਵੈਸ਼ਣਵਾਂਸ਼੍ ਚ ॥
ਸ਼੍ਰੀ-ਰੂਪਮ੍ ਸਾਗ੍ਰਜਾਤਮ ਸਹ-ਗਣ ਰਘੁਨਾਥਾਨ੍ਵਿਤਮ ਤਮ ਸ-ਜੀਵਮ॥
ਸਾਦ੍ਵੈਤਮ੍ ਸਾਵਧੂਤਮ੍ ਪਰਿਜਨ-ਸਹਿਤਮ ਕ੍ਰਿਸ਼੍ਣ-ਚੈਤੰਯ-ਦੇਵਮ ॥
ਸ਼੍ਰੀ-ਰਾਧਾ-ਕ੍ਰਿਸ਼੍ਣ-ਪਾਦਾਨ ਸਹ-ਗਣ-ਲਲਿਤਾ ਸ਼੍ਰੀ-ਵਿਸ਼ਾਖਾਨ੍-ਵਿਤਾਂਸ਼ ਚ ॥

ਮੈਂ ਆਪਣੇ ਅਧਿਆਤਮਕ ਗੁਰੂ ਅਤੇ ਸਾਰੇ ਵੈਸ਼ਣਵਾਂ ਦੇ ਚਰਣ ਕਮਲਾਂ 'ਚ ਪ੍ਰਣਾਮ ਕਰਦਾ ਹਾਂ। ਸ਼੍ਰੀਲ ਰੂਪ ਗੋਸਵਾਮੀ ਉਨ੍ਹਾਂ ਦੇ ਵੱਡੇ ਭਰਾ ਸਨਾਤਨ ਗੋਸਵਾਮੀ, ਰਘੁਨਾਥ ਦਾਸ, ਰਘੁਨਾਥ ਭੱਟ ਅਤੇ ਸ਼੍ਰੀਲ ਜੀਵ ਗੋਸਵਾਮੀ ਦੇ ਚਰਣਾਂ ਵਿਚ ਮੈਂ ਸਤਿਕਾਰ ਸਹਿਤ ਨਮਸਕਾਰ ਕਰਦਾ ਹਾਂ। ਭਗਵਾਨ ਕ੍ਰਿਸ਼ਨ ਚੈਤੰਯ ਅਤੇ ਭਗਵਾਨ ਨਿਤਿਯਾਨੰਦ ਦੇ ਨਾਲ ਨਾਲ ਅਦਵੈਤ ਆਚਾਰੀਆਂ, ਗਦਾਧਰ, ਸ਼੍ਰੀਵਾਸ ਅਤੇ ਹੋਰਨਾਂ ਸਹਿਯੋਗੀਆਂ (ਸਾਥੀਆਂ) ਨੂੰ ਵੀ ਮੇਰਾ ਪ੍ਰਣਾਮ। ਮੈਂ ਸ਼੍ਰੀਮਤੀ ਰਾਧਾ ਰਾਣੀ ਅਤੇ ਸ਼੍ਰੀ ਕ੍ਰਿਸ਼ਨ ਨੂੰ ਸ਼੍ਰੀ ਲਲਿਤਾ ਅਤੇ ਸ਼੍ਰੀ ਵਿਸ਼ਾਖਾ ਆਦਿ ਸਹੇਲੀਆ ਸਮੇਤ ਆਦਰ ਪੂਰਵਕ, ਸਾਰਿਆਂ ਨੂੰ ਨਮਸਕਾਰ ਕਰਦਾ ਹਾਂ।

ਹੇ ਕ੍ਰਿਸ਼ਣ ਕਰੁਣਾ-ਸਿੰਧੋ ਦੀਨ-ਬੰਧੋ ਜਗਤ੍-ਪਤੇ॥

ਗੋਪੇਸ਼ ਗੋਪਿਕਾ-ਕਾਂਤ ਰਾਧਾ-ਕਾਂਤ ਨਮੋ'ਸਤੁਤੇ ॥

ਹੇ ਕ੍ਰਿਸ਼ਨ! ਤੁਸੀ ਦੁਖੀਆਂ ਦੇ ਮਿੱਤਰ ਅਤੇ ਸੰਸਾਰ ਦੇ ਉਦਗਮ (ਸਰੋਤ) ਹੋ। ਗੋਪੀਆਂ ਅਤੇ ਰਾਧਾ ਰਾਣੀ ਦੇ ਸਵਾਮੀ ਹੋ। ਮੈ ਤੁਹਾਨੂੰ ਆਦਰ ਸਹਿਤ ਪ੍ਰਣਾਮ ਕਰਦਾ ਹਾਂ।

ਤਪ੍ਤ-ਕਾਂਚਨ-ਗੋਰਾਂਗਿ ਰਾਧੇ ਵ੍ਰਿੰਦਾਵਨੇਸ਼੍ਵਰੀ ॥

ਵ੍ਰਿਸ਼ਭਾਨੁ-ਸੁਤੇ ਦੇਵਿ ਪ੍ਰਣਮਾਮਿ ਹਰਿ-ਪ੍ਰਿਯੇ ॥

ਮੈਂ ਉਨ੍ਹਾਂ ਰਾਧਾ ਰਾਣੀ ਨੂੰ ਪ੍ਰਣਾਮ ਕਰਦਾ ਹਾਂ ਜਿਨ੍ਹਾਂ ਦੀ ਸਰੀਰਕ ਸੁੰਦਰਤਾ ਪਿਘਲੇ ਸੋਨੇ ਵਰਗੀ ਹੈ, ਜੋ ਵਰਿੰਦਾਵਨ ਦੀ ਮਹਾਰਾਣੀ ਹਨ। ਤੁਸੀਂ ਰਾਜਾ ਵਰਿਸ਼ਭਾਨੂ ਦੀ ਪੁੱਤਰੀ ਹੋ ਅਤੇ ਭਗਵਾਨ ਕ੍ਰਿਸ਼ਨ ਨੂੰ ਬਹੁਤ ਪਿਆਰੀ ਹੋ।

ਵਾਂਛਾ-ਕਲ੍ਪਤਰੁਭ੍ਯਸ਼੍ ਚ ਕ੍ਰਿਪਾ-ਸਿੰਧੁਭ੍ਯ ਏਵ ਚ ॥

ਪਤਿਤਾਨਾਮ ਪਾਵਨੇਭ੍ਯੋ ਵੈਸ਼੍ਣਵੇਭ੍ਯੋ ਨਮੋ ਨਮਹ੍ ॥

ਮੈਂ ਭਗਵਾਨ ਦੇ ਸਾਰੇ ਵੈਸ਼ਣਵ ਭਗਤਾਂ ਨੂੰ ਸਤਿਕਾਰ ਸਹਿਤ ਪ੍ਰਣਾਮ ਕਰਦਾ ਹਾਂ। ਉਹ ਕਲਪ ਰੁੱਖ ਵਾਂਗ ਸਭਨਾਂ ਦੀ ਇੱਛਾ ਪੂਰਨ ਕਰਨ ਵਿਚ ਸਮਰੱਥ ਹਨ ਅਤੇ ਪਤਿਤ ਜੀਵ ਆਤਮਾਵਾਂ ਪ੍ਰਤੀ ਦਿਆਲੂ ਹਨ।

ਸ਼੍ਰੀ-ਕ੍ਰਿਸ਼੍ਣ-ਚੈਤੰਯ ਪ੍ਰਭੁ-ਨਿਤ੍ਯਾਨੰਦ ॥

ਸ਼੍ਰੀ-ਅਦ੍ਵੈਤ ਗਦਾਧਰ ਸ਼੍ਰੀ ਵਾਸਾਦਿ ਗੋਰ-ਭਕ੍ਤ-ਵ੍ਰਿੰਦ ॥

ਮੈਂ ਸ਼੍ਰੀ ਕ੍ਰਿਸ਼ਨ ਚੈਤੰਯ, ਪ੍ਰਭੂ ਨਿਤਿਯਾਨੰਦ, ਸ਼੍ਰੀ ਅਦਵੈਤ, ਸ਼੍ਰੀ ਗਦਾਧਰ, ਸ਼੍ਰੀ ਵਾਸ ਆਦਿ ਸਾਰੇ ਭਗਤਾਂ ਨੂੰ ਸਤਿਕਾਰ ਪੂਰਵਕ ਪ੍ਰਣਾਮ ਕਰਦਾ ਹਾਂ।

ਹਰੇ ਕ੍ਰਿਸ਼ਨ ਹਰੇ ਕ੍ਰਿਸ਼ਨ ਕ੍ਰਿਸ਼ਨ ਕ੍ਰਿਸ਼ਨ ਹਰੇ ਹਰੇ ।

ਹਰੇ ਰਾਮ ਹਰੇ ਰਾਮ ਰਾਮ ਰਾਮ ਹਰੇ ਹਰੇ ॥

ਭਗਵਤ ਗੀਤਾ ਨੂੰ "ਗੀਤੋਪਨਿਸ਼ਦ" ਵੀ ਕਿਹਾ ਜਾਂਦਾ ਹੈ ਇਹ ਵੈਦਿਕ ਗਿਆਨ ਦਾ ਸਾਰ ਹੈ ਅਤੇ ਵੈਦਿਕ ਸਾਹਿਤ ਦਾ ਸਭ ਤੋਂ ਵੱਧ ਮਹੱਤਵਪੂਰਨ ਉਪਨਿਸ਼ਦ ਹੈ। ਇਸ ਵਿਚ ਕੋਈ ਸ਼ੱਕ ਨਹੀ ਕਿ ਭਗਵਤ ਗੀਤਾ ਦੇ ਬਹੁਤ ਸੰਸਕਰਣ ਪ੍ਰਾਪਤ ਹਨ। ਪਰ ਕੋਈ ਵੀ ਪ੍ਰਮਾਣਿਤ ਨਹੀ। ਸ਼੍ਰੀਲ ਪ੍ਰਭੂਪਾਦ ਜੀ ਨੂੰ ਇੱਕ ਅਮਰੀਕੀ ਔਰਤ ਨੇ ਪ੍ਰਸ਼ਨ ਕੀਤਾ ਕਿ ਗੀਤਾ ਦੇ ਇਕ ਹੋਰ ਅੰਗਰੇਜ਼ੀ ਅਨੁਵਾਦ ਦੀ ਕੀ ਲੋੜ ਹੈ? ਤਾਂ ਉਨ੍ਹਾਂ ਨੇ ਕਿਹਾ ਕਿ ਜਿੱਥੇ

ਤਕ ਮੈਂ ਵੇਖਿਆ ਹੈ ਸਿਰਫ ਅਮਰੀਕਾ ਵਿਚ ਹੀ ਨਹੀ ਸਗੋਂ ਪੂਰੇ ਭਾਰਤ ਵਿਚ ਵੀ ਕੋਈ ਪ੍ਰਮਾਣਿਤ ਸੰਸਕਰਣ ਨਹੀ ਮਿਲਦਾ ਕਿਉਂਕਿ ਸਾਰੇ ਸੰਸਕਰਣਾਂ ਵਿਚ ਟੀਕਾਕਾਰਾਂ ਨੇ ਭਗਵਤ ਗੀਤਾ ਦੇ ਮੂਲ ਰੂਪ ਭਾਵਾਂ ਨੂੰ ਛੂਏ ਬਿਨ੍ਹਾਂ ਹੀ ਆਪਣੇ ਵਿਚਾਰ ਪ੍ਰਗਟ ਕੀਤੇ ਹਨ।

ਭਗਵਤ ਗੀਤਾ ਦਾ ਰਹੱਸ ਭਗਵਤ ਗੀਤਾ ਵਿਚ ਹੀ ਵਰਣਿਤ ਹੈ। ਜੋ ਇਸ ਤਰ੍ਹਾਂ ਹੈ-ਜੇਕਰ ਸਾਨੂੰ ਕੋਈ ਖਾਸ ਦਵਾਈ ਲੈਣੀ ਹੋਵੇ ਤਾਂ ਉਸ ਤੇ ਲਿਖੀਆਂ ਹਦਾਇਤਾਂ ਦੀ ਪਾਲਣਾ ਕਰਨੀ ਹੁੰਦੀ ਹੈ, ਅਸੀਂ ਆਪਣੀ ਮਨਮਰਜ਼ੀ ਨਾਲ ਜਾਂ ਦੋਸਤ ਦੀ ਸਲਾਹ ਨਾਲ ਦਵਾਈ ਨਹੀ ਲੈ ਸਕਦੇ। ਉਸ ਦਾ ਪ੍ਰਯੋਗ ਲਿਖੀਆਂ ਹਦਾਇਤਾਂ ਜਾਂ ਡਾਕਟਰ ਦੇ ਦੱਸੇ ਮੁਤਾਬਿਕ ਕਰਨਾ ਹੁੰਦਾ ਹੈ। ਇਸੇ ਤਰ੍ਹਾਂ ਭਗਵਤ ਗੀਤਾ ਨੂੰ ਇਸ ਦੇ ਵਕਤਾ ਰਾਹੀਂ ਦਿੱਤੀਆਂ ਹਦਾਇਤਾਂ ਮੁਤਾਬਿਕ ਹੀ ਗ੍ਰਹਿਣ ਕਰਨਾ ਜਾਂ ਅਪਨਾਉਣਾ ਚਾਹੀਦਾ ਹੈ। ਭਗਵਤ ਗੀਤਾ ਦੇ ਵਕਤਾ ਭਗਵਾਨ ਸ਼੍ਰੀ ਕ੍ਰਿਸ਼ਨ ਹਨ। ਭਗਵਤ ਗੀਤਾ ਦੇ ਹਰ ਪੰਨੇ ਤੇ ਉਨ੍ਹਾਂ ਦਾ ਵਰਣਨ ਭਗਵਾਨ ਦੇ ਰੂਪ ਵਿਚ ਹੋਇਆ ਹੈ। ਇਸ ਵਿਚ ਕੋਈ ਸ਼ੱਕ ਨਹੀ ਕਿ ਭਗਵਾਨ ਸ਼ਬਦ ਦੀ ਵਰਤੋਂ ਕਦੇ-ਕਦੇ ਕਿਸੇ ਬਹੁਤ ਸ਼ਕਤੀਸ਼ਾਲੀ ਮਨੁੱਖ ਜਾਂ ਕਿਸੇ ਸ਼ਕਤੀਸ਼ਾਲੀ ਦੇਵਤਾ ਲਈ ਕੀਤੀ ਜਾਂਦੀ ਹੈ ਅਤੇ ਇੱਥੇ ਭਗਵਾਨ ਸ਼ਬਦ ਨਿਸ਼ਚਿਤ ਤੌਰ 'ਤੇ ਪੁਰਸ਼ੋਤਮ ਭਗਵਾਨ ਸ਼੍ਰੀ ਕ੍ਰਿਸ਼ਨ ਨੂੰ ਇਕ ਮਹਾਨ ਪੁਰਖ ਦੇ ਰੂਪ ਵਿਚ ਸੂਚਿਤ ਕਰਦਾ ਹੈ। ਪਰ ਨਾਲ ਹੀ ਸਾਨੂੰ ਇਹ ਜਾਣਨਾ ਹੋਵੇਗਾ ਕਿ ਭਗਵਾਨ ਸ਼੍ਰੀ ਕ੍ਰਿਸ਼ਨ ਪਰਮ ਭਗਵਾਨ ਹਨ। ਸ਼ੰਕਰਾਚਾਰੀਆ, ਰਾਮਾਨੁਜਾਚਾਰੀਆ, ਮਧਵਾਚਾਰੀਆ, ਨਿੰਬਾਰਕ ਸਵਾਮੀ, ਸ਼੍ਰੀ ਚੈਤੰਨਯ ਮਹਾਂਪ੍ਰਭੂ ਅਤੇ ਭਾਰਤ ਦੇ ਵੈਦਿਕ ਗਿਆਨ ਦੇ ਦੂਜੇ ਵਿਦਵਾਨ ਆਚਾਰੀਆ ਨੇ ਇਸ ਦੀ ਪੁਸ਼ਟੀ ਕੀਤੀ ਹੈ। ਭਗਵਾਨ ਨੇ ਆਪ ਵੀ ਭਗਵਤ ਗੀਤਾ ਵਿਚ ਆਪਣੇ ਆਪ ਨੂੰ ਪਰਮ ਭਗਵਾਨ ਸਥਾਪਿਤ ਕੀਤਾ ਹੈ। ਬ੍ਰਹਮ ਸੰਹਿਤਾ ਵਿਚ ਅਤੇ ਹੋਰ ਪੁਰਾਣਾ ਵਿਚ ਉਚੇਚੇ ਤੌਰ ਤੇ ਸ਼੍ਰੀ ਮਦ ਭਾਗਵਤ ਵਿਚ ਜੋ ਭਾਗਵਤ ਪੁਰਾਣ ਦੇ ਨਾਂ ਨਾਲ ਪ੍ਰਸਿੱਧ ਹੈ, ਉਸ ਵਿਚ ਉਨ੍ਹਾਂ ਦਾ ਇਹੋ ਰੂਪ ਸਵੀਕਾਰ ਕੀਤਾ ਗਿਆ ਹੈ। *(ਕ੍ਰਿਸ਼੍ਣਸ੍ ਤੁ ਭਗਵਾਨ੍ ਸ੍ਵਯਮ੍)* ਇਸ ਲਈ ਸਾਨੂੰ ਭਗਵਤ ਗੀਤਾ, ਭਗਵਾਨ ਰਾਹੀਂ ਜਿਵੇਂ ਦੱਸੀ ਗਈ ਹੈ,ਉਸੇ ਤਰ੍ਹਾ ਮੰਨਣਾ ਚਾਹੀਦੀ ਹੈ।

ਭਗਵਤ ਗੀਤਾ ਦੇ ਚੌਥੇ ਅਧਿਆਇ ਵਿਚ ਭਗਵਾਨ ਕਹਿੰਦੇ ਹਨ-(4.1-3)

ਇਮਮ੍ ਵਿਵਸ੍ਵਤੇ ਯੋਗਮ੍ ਪ੍ਰੋਕ੍ਤਵਾਨ-ਅਹਮ੍ ਅਵ੍ਯਯਮ੍ ॥
ਵਿਵਸ੍ਵਾਨ੍ ਮਨਵੇ ਪ੍ਰਾਹ ਮਨੁਰ ਇਕ੍ਸ਼੍ਵਾਕਵੇ 'ਬ੍ਰਵੀਤ੍ ॥

ਏਵਮ੍ ਪਰੰਪਰਾ ਪ੍ਰਾਪ੍ਤਮ੍ ਇਮਮ੍ ਰਾਜ ਰਿਸ਼ਯੋ ਵਿਦੁਹ੍ ॥
ਸ ਕਾਲੇਨੇਹ ਮਹਤਾ ਯੋਗੋ ਨਸ਼੍ਟਹ੍ ਪਰੰਤਪ ॥
ਸ ਏਵਾਯਮ੍ ਮਯਾ ਤੇ ਅਦ੍ਯ ਯੋਗਹ੍ ਪ੍ਰੋਕ੍ਤਹ੍ ਪੁਰਾਤਨਹ੍ ॥
ਭਕ੍ਤੋ 'ਸਿ ਮੇ ਸਖਾ ਚੇਤਿ ਰਹਸ੍ਯਮ੍ ਹਿ ਏਤਦ ਉੱਤਮਮ ॥

ਇਥੇ ਭਗਵਾਨ ਅਰਜੁਨ ਨੂੰ ਦੱਸਦੇ ਹਨ ਕਿ ਭਗਵਦ ਗੀਤਾ ਦੀ ਇਹ ਯੋਗ ਪ੍ਰਣਾਲੀ ਸਭ ਤੋਂ ਪਹਿਲਾ ਸੂਰਜ ਦੇਵ ਨੂੰ ਦੱਸੀ ਗਈ, ਉਨ੍ਹਾਂ ਨੇ ਮਨੂ ਨੂੰ ਦੱਸੀ ਅਤੇ ਮਨੂ ਨੇ ਇਸ ਨੂੰ ਇਕਸ਼ਵਾਕੂ ਨੂੰ ਦੱਸਿਆ। ਇਸ ਤਰ੍ਹਾਂ ਗੁਰੂ-ਪਰੰਪਰਾ ਰਾਹੀਂ ਇਹ ਯੋਗ ਪ੍ਰਣਾਲੀ ਇਕ ਵਕਤਾ ਤੋਂ ਦੂਜੇ ਵਕਤਾ ਤਕ ਪਹੁੰਚਦੀ ਰਹੀ। ਪਰ ਕੁਝ ਸਮੇਂ ਪਿੱਛੇ ਇਹ ਖੇਰੂ-ਖੇਰੂ ਹੋ ਗਈ। ਇਸੇ ਕਾਰਨ ਭਗਵਾਨ ਨੂੰ ਇਸ ਵਾਰੀ ਅਰਜੁਨ ਨੂੰ ਕੁਰੂਕਸ਼ੇਤਰ ਦੇ ਜੰਗੀ ਮੈਦਾਨ ਵਿਚ ਦੁਬਾਰਾ ਦੱਸਣਾ ਪੈ ਰਿਹਾ ਹੈ।

ਉਹ ਅਰਜੁਨ ਨੂੰ ਕਹਿੰਦੇ ਹਨ ਕਿ ਮੈਂ ਤੁਹਾਨੂੰ ਇਹ ਪਰਮ ਰਹੱਸ ਇਸ ਲਈ ਦੱਸ ਰਿਹਾ ਹਾਂ ਕਿਉਂਕਿ ਤੁਸੀ ਮੇਰੇ ਭਗਤ ਅਤੇ ਮਿੱਤਰ ਹੋ। ਇਸ ਦਾ ਭਾਵ ਇਹ ਹੈ ਕਿ ਭਗਵਤ ਗੀਤਾ ਅਜਿਹਾ ਗ੍ਰੰਥ ਹੈ, ਜੋ ਉਚੇਚੇ ਤੌਰ ਤੇ ਭਗਵਤ ਭਗਤ ਲਈ ਹੀ ਹੈ। ਅਧਿਆਤਮਵਾਦੀਆਂ ਦੀਆਂ ਤਿੰਨ ਸ਼੍ਰੇਣੀਆਂ ਹਨ- ਗਿਆਨੀ, ਯੋਗੀ ਅਤੇ ਭਗਤ ਜਾਂ ਨਿਰਵਿਸ਼ੇਸ਼ਵਾਦੀ (ਨਿਰਾਕਾਰਵਾਦੀ), ਧਿਆਨੀ ਅਤੇ ਭਗਤ। ਇੱਥੇ ਭਗਵਾਨ ਅਰਜੁਨ ਨੂੰ ਸਾਫ਼ ਕਹਿੰਦੇ ਹਨ ਕਿ ਉਹ ਉਸ ਨੂੰ ਇਸ ਨਵੀਂ ਪਰੰਪਰਾ (ਗੁਰੂ ਪਰੰਪਰਾ) ਦਾ ਪਹਿਲਾ ਪਾਤਰ ਬਣਾ ਰਹੇ ਹਨ ਕਿਉਂਕਿ ਪੁਰਾਣੀ ਪਰੰਪਰਾ ਖੇਰੂ-ਖੇਰੂ ਹੋ ਚੁੱਕੀ ਸੀ। ਇਸ ਲਈ ਇਹ ਭਗਵਾਨ ਦੀ ਇੱਛਾ ਸੀ ਕਿ ਸੂਰਜ ਦੇਵ ਤੋਂ ਚਲੀ ਆ ਰਹੀ ਵਿਚਾਰਧਾਰਾ ਦੀ ਦਿਸ਼ਾ ਵਾਂਗ ਹੀ ਹੋਰ ਪਰੰਪਰਾ ਸਥਾਪਤ ਕੀਤੀ ਜਾਵੇ ਅਤੇ ਇਸ ਸਿੱਖਿਆ ਦਾ ਪ੍ਰਸਾਰ ਅਰਜੁਨ ਰਾਹੀਂ ਨਵੇਂ ਸਿਰੇ ਤੋਂ ਹੋਵੇ। ਉਹ ਚਾਹੁੰਦੇ ਸਨ ਕਿ ਅਰਜੁਨ ਭਗਵਨ ਗੀਤਾ ਦਾ ਪ੍ਰਮਾਣਿਤ ਵਿਦਵਾਨ ਬਣੇ। ਇਸ ਲਈ ਅਸੀ ਵੇਖਦੇ ਹਾਂ ਕਿ ਭਗਵਤ ਗੀਤਾ ਦਾ ਉਪਦੇਸ਼ ਅਰਜੁਨ ਨੂੰ ਖਾਸ ਤੌਰ ਤੇ ਦਿੱਤਾ ਗਿਆ ਕਿਉਂਕਿ ਅਰਜੁਨ ਭਗਵਾਨ ਦਾ ਭਗਤ, ਸਿੱਧਾ ਸ਼ਾਗਿਰਦ ਅਤੇ ਪੱਕਾ ਦੋਸਤ ਸੀ। ਇਸ ਲਈ ਜਿਸ ਮਨੁੱਖ ਵਿਚ ਅਰਜੁਨ ਵਰਗੇ ਗੁਣ ਹੋਣ, ਉਹ ਗੀਤਾ ਨੂੰ ਸਭ ਤੋਂ ਚੰਗੀ ਤਰ੍ਹਾਂ ਸਮਝ ਸਕਦਾ ਹੈ, ਭਾਵ ਭਗਵਾਨ ਦਾ ਭਗਤ ਬਣ ਜਾਂਦਾ ਹੈ, ਉਸ ਦਾ ਭਗਵਾਨ ਨਾਲ ਸਿੱਧਾ ਸਬੰਧ ਹੋ ਜਾਂਦਾ ਹੈ। ਇਹ ਵਿਸ਼ਾ ਬਹੁਤ ਵਿਸ਼ਾਲ ਹੈ, ਪਰ ਸੰਖੇਪ ਰੂਪ ਵਿਚ ਦੱਸਿਆ ਜਾ ਸਕਦਾ ਹੈ ਕਿ ਭਗਤ ਅਤੇ ਭਗਵਾਨ 'ਚ ਪੰਜ ਤਰ੍ਹਾਂ ਦਾ ਸਬੰਧ

ਹੋ ਸਕਦਾ ਹੈ-

1. ਕੋਈ ਸ਼ਾਂਤ ਭਾਵ ਵਿਚ ਭਗਤ ਹੋ ਸਕਦਾ ਹੈ ;
2. ਕੋਈ ਸੇਵਕ ਦੇ ਰੂਪ ਵਿਚ ਭਗਤ ਹੋ ਸਕਦਾ ਹੈ ;
3. ਕੋਈ ਦੋਸਤ ਦੇ ਰੂਪ ਵਿਚ ਭਗਤ ਹੋ ਸਕਦਾ ਹੈ ;
4. ਕੋਈ ਮਾਤਾ ਜਾਂ ਪਿਤਾ ਦੇ ਰੂਪ ਵਿਚ ਭਗਤ ਹੋ ਸਕਦਾ ਹੈ ;
5. ਕੋਈ ਇਸਤਰੀ-ਪ੍ਰੇਮੀ ਦੇ ਰੂਪ ਵਿਚ ਭਗਤ ਹੋ ਸਕਦਾ ਹੈ ।

ਅਰਜੁਨ ਦਾ ਕ੍ਰਿਸ਼ਨ ਨਾਲ ਮਿੱਤਰ ਰੂਪ ਵਿਚ ਸਬੰਧ ਸੀ। ਨਿਸ਼ਚੈ ਹੀ ਇਸ ਮਿੱਤਰਤਾ ਅਤੇ ਭੌਤਿਕ ਸੰਸਾਰ ਵਿਚ ਵੇਖੀ ਜਾਣ ਵਾਲੀ ਮਿੱਤਰਤਾ ਵਿਚ ਜ਼ਮੀਨ-ਅਸਮਾਨ ਦਾ ਫਰਕ ਹੈ। ਇਹ ਅਲੌਕਿਕ ਮਿੱਤਰਤਾ ਹੈ, ਜੋ ਸਭ ਨੂੰ ਪ੍ਰਾਪਤ ਨਹੀਂ ਹੋ ਸਕਦੀ। ਨਿਸ਼ਚੈ ਹੀ ਹਰ ਮਨੁੱਖ ਦਾ ਭਗਵਾਨ ਨਾਲ ਸਿੱਧਾ ਸਬੰਧ ਹੁੰਦਾ ਹੈ ਅਤੇ ਇਹ ਸਬੰਧ ਕੇਵਲ ਭਗਤੀ ਨਾਲ ਹੀ ਜਾਗ੍ਰਿਤ ਹੁੰਦਾ ਹੈ। ਪਰ ਵਰਤਮਾਨ ਜੀਵਨ ਅਵਸਥਾ ਵਿਚ ਅਸੀਂ ਨਾ ਸਿਰਫ ਪਰਮੇਸ਼ਵਰ ਨੂੰ ਭੁਲਾ ਦਿੱਤਾ ਹੈ, ਸਗੋਂ ਭਗਵਾਨ ਨਾਲ ਆਪਣੇ ਸਨਾਤਨ ਸਬੰਧ ਨੂੰ ਵੀ ਭੁੱਲ ਚੁੱਕੇ ਹਾਂ। ਲੱਖਾਂ-ਕਰੋੜਾਂ ਜੀਵਾਂ ਵਿਚੋਂ ਕੋਈ ਇਕ ਜੀਵ ਭਗਵਾਨ ਨਾਲ ਆਪਣਾ ਸਨਾਤਨ ਸਬੰਧ ਸਥਾਪਿਤ ਕਰ ਪਾਂਦਾ ਹੈ। ਇਹ ਸਰੂਪ ਕਹਾਉਂਦਾ ਹੈ। ਭਗਤੀਯੋਗ ਦੀ ਪ੍ਰਕਿਰਿਆ ਰਾਹੀਂ ਇਹ ਸਰੂਪ ਜਾਗ੍ਰਿਤ ਕੀਤਾ ਜਾ ਸਕਦਾ ਹੈ। ਉਦੋਂ ਇਹ ਅਵਸਥਾ *'ਸਰੂਪ ਸਿੱਧੀ'* ਕਹਾਉਂਦੀ ਹੈ-ਇਹ ਸਰੂਪ ਦੀ ਭਾਵ ਸੁਭਾਵਿਕ ਜਾਂ ਮੁੱਢਲੀ ਸਥਿਤੀ ਦੀ ਪੂਰਨਤਾ ਕਹਾਉਂਦੀ ਹੈ- ਇਸ ਲਈ ਅਰਜੁਨ ਭਗਤ ਸੀ ਅਤੇ ਮਿੱਤਰ ਭਾਵ ਵਿਚ ਉਹ ਪਰਮੇਸ਼ਵਰ ਦੇ ਸੰਪਰਕ ਵਿਚ ਸੀ।

ਸਾਨੂੰ ਇਸ ਗੱਲ ਵੱਲ ਖਾਸ ਧਿਆਨ ਦੇਣਾ ਚਾਹੀਦਾ ਹੈ ਕਿ ਅਰਜੁਨ ਨੇ ਭਗਵਤ ਗੀਤਾ ਨੂੰ ਕਿਸ ਤਰ੍ਹਾਂ ਅਪਣਾਇਆ। ਇਸ ਦਾ ਵਰਣਨ ਦੱਸਵੇਂ ਅਧਿਆਇ (10.12-14) ਵਿਚ ਇਸ ਤਰ੍ਹਾਂ ਕੀਤਾ ਹੈ-

ਅਰਜੁਨ ਓਵਾਚ

ਪਰਮ੍ ਬ੍ਰਹਮ੍ ਪਰਮ੍ ਧਾਮ ਪਵਿਤ੍ਰਮ੍ ਪਰਮਮ੍ ਭਵਾਨ੍ ॥

ਪੁਰੁਸ਼ਮ੍ ਸ਼ਾਸ਼੍ਵਤਮ੍ ਦਿਵ੍ਯਮ ਆਦਿ-ਦੇਵਮ੍ ਅਜਮ੍ ਵਿਭੁਮ੍ ॥

ਆਹੁਸ੍ ਤਵਾਮ੍ ਰਿਸ਼ਯਹ੍ ਸਰ੍ਵੇ ਦੇਵਰਿਸ਼ਿਰ੍ ਨਾਰਦਸ੍ ਤਥਾ ॥

ਅਸਿਤੋ ਦੇਵਲੋ ਵ੍ਯਾਸਹ੍ ਸ੍ਵਯਮ੍ ਚੈਵ ਬ੍ਰਵੀਸ਼ਿ ਮੇ ॥

ਸਰਵਮ੍ ਏਤਦ੍ ਰਤਿਮ੍ ਮਨ੍ਯੇ ਯਨ੍ ਮਾਮ੍ ਵਦਸਿ ਕੇਸ਼ਵ ॥
ਨ ਹਿ ਤੇ ਭਗਵਨ੍ ਵ੍ਯਕ੍ਤਿਮ੍ ਵਿਦੁਰ੍ ਦੇਵਾ ਨ ਦਾਨਵਾਹ੍ ॥

ਅਰਜੁਨ ਨੇ ਕਿਹਾ- "ਤੁਸੀ ਪਰਮ ਭਗਵਾਨ, ਪਰਮ ਧਾਮ, ਪਰਮ ਪਵਿੱਤਰ, ਪਰਮ ਸਤਿ ਹੋ। ਤੁਸੀਂ ਸ਼ਾਸਵਤ ਅਲੌਕਿਕ ਆਦਿ-ਪੁਰਖ, ਅਜਨਮਾ ਅਤੇ ਪਰਮ ਮਹਾਨ ਹੋ। ਨਾਰਦ, ਅਸਿਤ, ਦੇਵਲ ਅਤੇ ਵਿਆਸ ਦੇਵ ਵਰਗੇ ਸਾਰੇ ਮਹਾਂਮੁਨੀ ਤੁਹਾਡੇ ਸਬੰਧ ਵਿਚ ਇਸ ਸੱਚ ਦੀ ਹਾਮੀ ਭਰਦੇ ਹਨ ਅਤੇ ਹੁਣ ਤੁਸੀ ਖੁਦ ਮੇਰੇ ਕੋਲ ਇਸ ਦੀ ਪੁਸ਼ਟੀ ਕਰ ਰਹੇ ਹੋ। ਹੇ ਕ੍ਰਿਸ਼ਨ ! ਤੁਸੀਂ ਜੋ ਵੀ ਕਿਹਾ ਹੈ, ਮੈਂ ਉਸ ਨੂੰ ਪੂਰੀ ਤਰ੍ਹਾਂ ਨਾਲ ਸੱਚ ਮੰਨਦਾ ਹਾਂ। ਹੇ ਪ੍ਰਭੂ! ਦੇਵਤਾ ਅਤੇ ਦੈਂਤ ਵੀ ਤੁਹਾਡੇ ਸਰੂਪ ਨੂੰ ਨਹੀਂ ਸਮਝ ਸਕਦੇ।"

ਭਗਵਾਨ ਤੋਂ ਭਗਵਤ ਗੀਤਾ ਸੁਣਨ ਮਗਰੋਂ ਅਰਜੁਨ ਨੇ ਕ੍ਰਿਸ਼ਨ ਨੂੰ ਪਰਮ ਬ੍ਰਹਮ ਮੰਨ ਲਿਆ। ਹਰ ਜੀਵ ਬ੍ਰਹਮ ਹੈ, ਪਰ ਪਰਮ ਪੁਰਸ਼ੋਤਮ ਭਗਵਾਨ ਪਰਮ ਬ੍ਰਹਮ ਹਨ। ਪਰਮ ਧਾਮ ਦਾ ਅਰਥ ਹੈ ਕਿ ਉਹ ਸਾਰਿਆ ਦੇ ਪਰਮ ਆਸਰਾ ਜਾਂ ਧਾਮ ਹਨ। ਪਵਿਤਰਤਮ ਦਾ ਅਰਥ ਹੈ ਕਿ ਉਹ ਸ਼ੁੱਧ (ਖ਼ਾਲਸ) ਹਨ ਅਤੇ ਭੌਤਿਕ ਦੋਸ਼ਾਂ ਤੋਂ ਮੁਕਤ ਹਨ। ਪੁਰਸ਼ਮ ਦਾ ਅਰਥ ਹੈ ਕਿ ਉਹ ਉਤਮ ਭੋਗੀ ਹਨ, ਸ਼ਾਸਵਤਮ ਭਾਵ ਸਨਾਤਨ, ਦਿਵਯਮ ਭਾਵ ਅਲੌਕਿਕ, ਆਦਿਦੇਵਮ -ਭਗਵਾਨ; ਅਜਮ-ਅਜਨਮਾ ਅਤੇ ਵਿਭੁਮ ਭਾਵ ਉਹ ਮਹਾਨ ਹਨ।

ਕੋਈ ਇੰਝ ਸੋਚ ਸਕਦਾ ਹੈ ਕਿ ਕਿਉਂਕਿ ਕ੍ਰਿਸ਼ਨ ਅਰਜੁਨ ਦੇ ਮਿੱਤਰ ਹਨ, ਇਸ ਲਈ ਅਰਜੁਨ ਇਹ ਸਭ ਉਨ੍ਹਾਂ ਦੀ ਚਾਪਲੂਸੀ ਕਰਨ ਲਈ ਕਹਿ ਰਿਹਾ ਸੀ। ਪਰ ਅਰਜੁਨ ਭਗਵਤ ਗੀਤਾ ਦੇ ਪਾਠਕਾਂ ਦੇ ਮਨ 'ਚੋਂ ਇਸ ਤਰ੍ਹਾਂ ਦੇ ਸ਼ੱਕ ਨੂੰ ਦੂਰ ਕਰਨ ਲਈ ਅਗਲੇ ਸ਼ਲੋਕ ਵਿਚ ਇਸ ਪ੍ਰਸ਼ੰਸਾ ਦੀ ਪੁਸ਼ਟੀ ਕਰਦਾ ਹੋਇਆ ਕਹਿੰਦਾ ਹੈ ਕਿ ਕ੍ਰਿਸ਼ਨ ਨੂੰ ਮੈਂ ਹੀ ਭਗਵਾਨ ਨਹੀਂ ਮੰਨਦਾ ਸਗੋਂ ਨਾਰਦ, ਅਸਿਤ, ਦੇਵਲ ਅਤੇ ਵਿਆਸ ਦੇਵ ਵਰਗੇ ਮਹਾਂਪੁਰਖ ਵੀ ਮੰਨਦੇ ਹਨ। ਇਹ ਸਭ ਮਹਾਂਪੁਰਖ ਹਨ, ਜਿਹੜੇ ਸਾਰੇ ਆਚਾਰਿਆਂ ਰਾਹੀ ਮੰਨੇ ਵੈਦਿਕ ਗਿਆਨ ਦਾ ਪ੍ਰਚਾਰ ਪ੍ਰਸਾਰ ਕਰਦੇ ਹਨ। ਇਸ ਲਈ ਅਰਜੁਨ ਕ੍ਰਿਸ਼ਨ ਨੂੰ ਕਹਿੰਦਾ ਹੈ ਕਿ ਉਹ ਜੋ ਕੁਝ ਵੀ ਕਹਿੰਦੇ ਹਨ, ਉਹ ਉਸ ਨੂੰ ਪੂਰਨ ਸੱਚ ਮੰਨਦਾ ਹੈ। *'ਸਰ੍ਵਮੇਤਦ੍ਰਿਤਮ੍ ਮਨ੍ਯੇ'* ਭਾਵ "ਤੁਸੀ ਜੋ ਕੁਝ ਵੀ ਕਹਿੰਦੇ ਹੋ, ਉਸ ਨੂੰ ਮੈਂ ਸੱਚ ਮੰਨਦਾ ਹਾਂ।" ਅਰਜੁਨ ਇਹ ਵੀ ਕਹਿੰਦਾ ਹੈ ਕਿ ਭਗਵਾਨ ਦੇ ਵਿਅਕਤੀਤਵ ਨੂੰ ਸਮਝਣਾ ਬਹੁਤ ਔਖਾ ਹੈ, ਇੱਥੋਂ ਤਕ ਕਿ ਵੱਡੇ-ਵੱਡੇ ਦੇਵਤੇ ਵੀ ਉਨ੍ਹਾਂ ਨੂੰ ਨਹੀ ਸਮਝ ਸਕੇ। ਇਸ ਲਈ ਮਨੁੱਖ, ਭਗਤ ਬਣੇ ਬਿਨ੍ਹਾਂ ਭਗਵਾਨ ਸ਼੍ਰੀ ਕ੍ਰਿਸ਼ਨ ਨੂੰ ਕਿੰਝ ਸਮਝ ਸਕਦਾ ਹੈ ?

ਇਸ ਲਈ ਭਗਵਤ ਗੀਤਾ ਨੂੰ ਭਗਤੀ ਭਾਵ ਨਾਲ ਸਵੀਕਾਰ ਕਰਨਾ ਚਾਹੀਦਾ ਹੈ। ਕਿਸੇ ਨੂੰ ਇਹ ਨਹੀ ਸੋਚਣਾ ਚਾਹੀਦਾ ਕਿ ਉਹ ਕ੍ਰਿਸ਼ਨ ਦੇ ਬਰਾਬਰ ਹੈ, ਨਾ ਹੀ ਇਹ ਸੋਚਣਾ ਚਾਹੀਦਾ ਹੈ ਕਿ ਕ੍ਰਿਸ਼ਨ ਸਧਾਰਨ ਮਨੁੱਖ ਜਾਂ ਕੇਵਲ ਇੱਕ ਮਹਾਨ ਵਿਅਕਤੀ ਹਨ। ਭਗਵਾਨ ਸ਼੍ਰੀ ਕ੍ਰਿਸ਼ਨ (ਪ੍ਰਤੱਖ) ਪੁਰਸ਼ੋਤਮ ਭਗਵਾਨ ਹਨ। ਇਸ ਲਈ ਭਗਵਤ ਗੀਤਾ ਨੂੰ ਸਮਝਣ ਦੀ ਕੋਸ਼ਿਸ ਕਰਨ ਵਾਲੇ ਅਰਜੁਨ ਦੇ ਕਥਨਾਂ ਅਨੁਸਾਰ ਸਾਨੂੰ ਸਿਧਾਂਤ ਰੂਪ ਵਿਚ ਘੱਟੋ-ਘੱਟ ਇਨ੍ਹਾਂ ਤਾਂ ਮੰਨ ਲੈਣਾ ਚਾਹੀਦਾ ਹੈ ਕਿ ਸ਼੍ਰੀ ਕ੍ਰਿਸ਼ਨ ਭਗਵਾਨ ਹਨ ਅਤੇ ਇਸੇ ਵਿਨੀਤ ਭਾਵ ਨਾਲ ਅਸੀਂ ਭਗਵਤ ਗੀਤਾ ਨੂੰ ਸਮਝ ਸਕਦੇ ਹਾਂ। ਜਦੋਂ ਤਕ ਕੋਈ ਵਿਨੀਤ ਭਾਵ ਨਾਲ ਭਗਵਤ ਗੀਤਾ ਦਾ ਪਾਠ ਨਹੀਂ ਕਰਦਾ, ਉਦੋਂ ਤਕ ਉਸ ਨੂੰ ਸਮਝਣਾ ਔਖਾ ਹੈ ਕਿਉਂਕਿ ਇਹ ਇਕ ਮਹਾਨ ਰਹੱਸ ਹੈ।

ਤਾਂ ਭਗਵਤ ਗੀਤਾ ਕੀ ਹੈ? ਭਗਵਤ ਗੀਤਾ ਦਾ ਮੰਤਵ ਮਨੁੱਖ ਨੂੰ ਭੌਤਿਕ ਸੰਸਾਰ ਦੇ ਅਗਿਆਨ ਤੋਂ ਉਪੱਰ ਉਠਾਉਣਾ ਹੈ। ਹਰ ਮਨੁੱਖ ਅਨੇਕਾਂ ਔਕੜਾਂ ਵਿਚ ਫਸਿਆ ਰਹਿੰਦਾ ਹੈ, ਜਿਵੇਂ ਅਰਜੁਨ ਵੀ ਕੁਰੂਕਸ਼ੇਤਰ ਵਿਚ ਜੰਗ ਕਰਨ ਲਈ ਔਕੜ ਵਿਚ ਫਸਿਆ ਸੀ। ਅਰਜੁਨ ਨੇ ਸ਼੍ਰੀ ਕ੍ਰਿਸ਼ਨ ਦਾ ਆਸਰਾ ਲਿਆ, ਸਿੱਟੇ ਵਜੋਂ ਇਸ ਭਗਵਤ ਗੀਤਾ ਦਾ ਪ੍ਰਵਚਨ ਹੋਇਆ। ਸਿਰਫ ਅਰਜੁਨ ਹੀ ਨਹੀਂ ਸਗੋਂ ਸਾਡੇ ਵਿਚੋਂ ਹਰ ਮਨੁੱਖ ਇਸ ਭੌਤਿਕ ਹੋਂਦ ਸਦਕਾ, ਚਿੰਤਾਵਾਂ ਵਿਚ ਘਿਰਿਆ ਹੈ। ਸਾਡੀ ਹੋਂਦ ਹੀ ਅਣਹੋਂਦ ਦਾ ਕਾਰਨ ਹੈ। ਅਸਲ ਵਿਚ ਸਾਨੂੰ ਅਣਹੋਂਦ ਤੋਂ ਡਰਨਾ ਨਹੀਂ ਚਾਹੀਦਾ ਸਾਡੀ ਹੋਂਦ ਯਕੀਨੀ ਹੈ। ਪਰ ਅਸੀ ਕਿਸੇ ਨਾ ਕਿਸੇ ਕਾਰਨ (ਅਸੱਤ) ਝੂਠ ਵਿਚ ਸੁੱਟ ਦਿੱਤੇ ਗਏ ਹਾਂ। ***'ਅਸੱਤ'*** ਦਾ ਅਰਥ ਹੈ ਜਿਸ ਦੀ ਹੋਂਦ ਨਹੀਂ।

ਦੁੱਖ ਭੋਗਣ ਵਾਲੇ ਵਧੇਰੇ ਮਨੁੱਖਾਂ ਵਿਚੋਂ ਕੁੱਝ ਕੁ ਅਜਿਹੇ ਹਨ, ਜਿਹੜੇ ਅਸਲ ਵਿਚ ਇਹ ਜਾਣਨ ਲਈ ਜਿਗਿਆਸੂ ਹਨ ਕਿ ਉਹ ਕੌਣ ਹਨ ਅਤੇ ਇਸ ਵਿਪਰੀਤ ਸਥਿਤੀ ਵਿਚ ਕਿਉਂ ਪਾ ਦਿੱਤੇ ਗਏ ਆਦਿ। ਜਦੋਂ ਤਕ ਮਨੁੱਖ ਨੂੰ ਆਪਣੇ ਦੁੱਖਾਂ ਬਾਰੇ ਜਾਣਨ ਦੀ ਇੱਛਾ ਨਹੀਂ ਹੁੰਦੀ, ਓਦੋਂ ਤਕ ਉਸ ਨੂੰ ਇਹ ਅਨੁਭਵ ਹੀ ਨਹੀਂ ਹੁੰਦਾ ਕਿ ਉਹ ਦੁੱਖ ਭੋਗਣਾ ਨਹੀਂ ਸਗੋਂ ਸਾਰੇ ਦੁੱਖਾਂ ਦਾ ਹੱਲ ਲੱਭਣਾ ਚਾਹੁੰਦਾ ਹੈ, ਉਦੋਂ ਤਕ ਉਸ ਨੂੰ ਸਿੱਧ-ਪੁਰਖ ਨਹੀਂ ਸਮਝਣਾ ਚਾਹੀਦਾ। ਮਨੁੱਖਤਾ ਉਦੋਂ ਸ਼ੁਰੂ ਹੁੰਦੀ ਹੈ, ਜਦੋਂ ਮਨ ਵਿਚ ਇਸ ਤਰ੍ਹਾਂ ਦੀ ਜਿਗਿਆਸਾ ਪੈਦਾ ਹੋ ਜਾਵੇ। ਬ੍ਰਹਮ ਸੂਤਰ ਵਿਚ ਇਸ ਜਿਗਿਆਸਾ ਨੂੰ '***ਬ੍ਰਹਮ***

ਜਿਗਿਆਸਾ' ਕਿਹਾ ਗਿਆ ਹੈ। *'ਅਥਾਤੋ ਬ੍ਰਹਮ-ਜਿਗਯਾਸਾ'*। ਮਨੁੱਖ ਦੇ ਸਾਰੇ ਕੰਮ-ਕਾਰ ਉਦੋਂ ਤਕ ਅਸਫਲ ਮੰਨੇ ਜਾਣੇ ਚਾਹੀਦੇ ਹਨ, ਜਦੋਂ ਤਕ ਉਹ ਪਾਰਬ੍ਰਹਮ ਦੇ ਸੁਭਾਅ ਬਾਰੇ ਜਿਗਿਆਸਾ ਨਾ ਕਰੇ। ਇਸ ਲਈ ਉਹ ਲੋਕ, ਜਿਹੜੇ ਇਹ ਸੋਚਣਾ ਸ਼ੁਰੂ ਕਰ ਦਿੰਦੇ ਹਨ ਕਿ ਉਹ ਕਸ਼ਟ ਕਿਉਂ ਪਾ ਰਹੇ ਹਨ? ਉਹ ਕਿਥੋਂ ਆਏ ਹਨ? ਮਰਣ ਤੋਂ ਬਾਅਦ ਕਿੱਥੇ ਜਾਣਗੇ? ਅਜਿਹੇ ਲੋਕ ਹੀ ਭਗਵਤ ਗੀਤਾ ਨੂੰ ਸਮਝਣ ਦੇ ਸੁਪਾਤਰ ਵਿਦਿਆਰਥੀ ਹਨ। ਨਿਸ਼ਠਾਵਾਨ ਵਿਦਿਆਰਥੀ ਵਿਚ ਭਗਵਾਨ ਪ੍ਰਤੀ ਸਤਿਕਾਰ ਦੀ ਭਾਵਨਾ ਵੀ ਜ਼ਰੂਰੀ ਹੈ। ਅਰਜੁਨ ਅਜਿਹਾ ਹੀ ਵਿਦਿਆਰਥੀ ਸੀ।

ਜਦੋਂ ਮਨੁੱਖ ਜੀਵਨ ਦੇ ਵਾਸਤਵਿਕ ਮੰਤਵ ਨੂੰ ਭੁੱਲ ਜਾਂਦਾ ਹੈ ਤਾਂ ਭਗਵਾਨ ਕ੍ਰਿਸ਼ਨ ਉਚੇਚੇ ਤੌਰ ਤੇ ਉਸ ਮੰਤਵ ਦੀ ਫੇਰ ਤੋਂ ਸਥਾਪਨਾ ਕਰਨ ਲਈ ਅਵਤਾਰ ਲੈਂਦੇ ਹਨ। ਉਦੋਂ ਵੀ ਅਣਗਿਣਤ ਜਾਗ੍ਰਿਤ ਹੋਏ ਲੋਕਾਂ ਵਿਚੋਂ ਕੋਈ ਇਕ ਹੁੰਦਾ ਹੈ, ਜੋ ਅਸਲ ਵਿਚ ਆਪਣੀ ਸਥਿਤੀ ਨੂੰ ਜਾਣ ਸਕਦਾ ਹੈ ਅਤੇ ਇਹ ਭਗਵਤ ਗੀਤਾ ਉਸੇ ਲਈ ਕਹੀ ਗਈ ਹੈ। ਅਸਲ ਗੱਲ ਤਾਂ ਇਹ ਹੈ ਕਿ ਅਸੀ ਸਾਰੇ ਅਵਿਦਿਆ ਰੂਪੀ ਬਘਿਆੜਨ ਰਾਹੀ ਹੜੱਪ ਲਏ ਗਏ ਹਾਂ, ਪਰ ਭਗਵਾਨ ਜੀਵਾਂ ਤੇ, ਖਾਸ ਕਰਕੇ ਮਨੁੱਖਾਂ ਤੇ, ਕ੍ਰਿਪਾ ਕਰਦੇ ਹਨ। ਇਸੇ ਮੰਤਵ ਨਾਲ ਉਨ੍ਹਾਂ ਨੇ ਆਪਣੇ ਮਿੱਤਰ ਅਰਜੁਨ ਨੂੰ ਆਪਣਾ ਸ਼ਾਗਿਰਦ ਬਣਾ ਕੇ ਭਗਵਤ ਗੀਤਾ ਦਾ ਪ੍ਰਵਚਨ ਕੀਤਾ।

ਭਗਵਾਨ ਕ੍ਰਿਸ਼ਨ ਦਾ ਦੋਸਤ ਹੋਣ ਕਰਕੇ ਅਰਜੁਨ ਹਰ ਤਰ੍ਹਾਂ ਦੇ ਅਗਿਆਨ ਤੋਂ ਮੁਕਤ ਸੀ ਪਰ ਕੁਰੂਕਸ਼ੇਤਰ ਦੇ ਜੰਗੀ-ਮੈਦਾਨ ਵਿਚ ਉਹ ਅਗਿਆਨੀ ਬਣ ਕੇ ਭਗਵਾਨ ਕ੍ਰਿਸ਼ਨ ਨੂੰ ਜੀਵਨ ਦੀਆਂ ਸਮੱਸਿਆਵਾਂ ਬਾਰੇ ਪ੍ਰਸ਼ਨ ਕਰਨ ਲੱਗਾ ਤਾਂ ਜੋ ਭਗਵਾਨ ਆਉਣ ਵਾਲੀ ਪੀੜ੍ਹੀਆਂ ਦੇ ਮਨੁੱਖਾਂ ਦੇ ਲਾਭ ਲਈ ਉਨ੍ਹਾਂ ਦੀ ਵਿਆਖਿਆ ਕਰ ਦੇਣ ਅਤੇ ਜੀਵਨ ਦੀ ਯੋਜਨਾ ਨਿਸ਼ਚਿਤ ਕਰ ਦੇਣ। ਇਸ ਤਰ੍ਹਾਂ, ਮਨੁੱਖ ਉਸੇ ਅਨੁਸਾਰ ਕੰਮ ਕਰਕੇ ਮਨੁੱਖੀ ਜੀਵਨ ਦੇ ਮੰਤਵ ਨੂੰ ਪੂਰਾ ਕਰ ਸਕੇਗਾ ।

ਭਗਵਤ ਗੀਤਾ ਦੀ ਵਿਸ਼ੈ-ਵਸਤੂ ਵਿਚ ਪੰਜ ਮੁੱਢਲੀਆਂ ਸੱਚਾਈਆਂ ਦਾ ਗਿਆਨ ਹੈ। ਸਭ ਤੋਂ ਪਹਿਲਾਂ ਈਸ਼ਵਰ ਵਿਗਿਆਨ ਦੀ ਅਤੇ ਫਿਰ ਜੀਵਾਂ ਦੇ ਸਰੂਪ ਦੀ ਵਿਆਖਿਆ ਕੀਤੀ ਗਈ ਹੈ। ਈਸ਼ਵਰ ਦਾ ਅਰਥ ਨਿਯੰਤਰਨ ਕਰਨ ਵਾਲਾ ਅਤੇ ਜੀਵਾਂ ਦਾ ਅਰਥ ਨਿਯੰਤਰਨ ਵਿਚ ਹੋਣ ਵਾਲਾ ਹੈ। ਜੇਕਰ ਮਨੁੱਖ ਇਹ ਕਹੇ ਕਿ ਉਹ ਕਿਸੇ ਦੇ ਅਧੀਨ ਨਹੀ ਸਗੋਂ ਆਜ਼ਾਦ ਹੈ ਤਾਂ ਇਹ ਸਮਝੋ ਕਿ ਉਹ ਪਾਗਲ ਹੈ। ਜੀਵ ਹਰ ਤਰ੍ਹਾਂ ਨਾਲ ਘਟੋਂ-ਘਟ

ਇਸ ਬੱਧ ਅਵਸਥਾ ਵਿਚ, ਉਹ ਨਿਯੰਤਰਤ ਹੈ ਹੀ। ਇਸ ਲਈ ਭਗਵਤ ਗੀਤਾ ਦਾ ਵਿਸ਼ਾ-ਵਸਤੂ-ਈਸ਼ਵਰ ਅਤੇ ਜੀਵ (ਮਨੁੱਖ) ਨਾਲ ਸਬੰਧਿਤ ਹੈ। ਇਸ ਵਿਚ ਪ੍ਰਕਿਰਤੀ, ਕਾਲ (ਸਾਰੇ ਬ੍ਰਹਿਮੰਡ ਦਾ ਸਮਾਂ ਜਾਂ ਪ੍ਰਕਿਰਤੀ ਦੀ ਰਚਨਾ) ਅਤੇ ਕਰਮ ਦੀ ਵੀ ਵਿਆਖਿਆ ਹੈ । ਇਹ ਵਿਖਾਈ ਦੇਣ ਵਾਲਾ ਸੰਸਾਰ ਵੱਖੋ-ਵੱਖਰੇ ਕੰਮ-ਕਾਜਾਂ ਨਾਲ ਭਰਿਆ ਹੈ। ਸਾਰੇ ਮਨੁੱਖ ਵੱਖੋ-ਵੱਖਰੇ ਕਾਰਜਾਂ ਵਿਚ ਲੱਗੇ ਹਨ। ਭਗਵਤ ਗੀਤਾ ਤੋਂ ਸਾਨੂੰ ਇਹ ਜ਼ਰੂਰ ਸਿੱਖਣਾ ਚਾਹੀਦਾ ਹੈ ਕਿ ਈਸ਼ਵਰ ਕੀ ਹੈ, ਜੀਵ ਕੀ ਹੈ, ਵਿਖਾਈ ਦੇਣ ਵਾਲਾ ਸੰਸਾਰ ਕੀ ਹੈ? ਇਹ ਸਮੇਂ ਰਾਹੀਂ ਕਿਸ ਤਰ੍ਹਾਂ ਨਿਯੰਤਰਨ ਕੀਤਾ ਜਾਂਦਾ ਹੈ ਅਤੇ ਮਨੁੱਖਾਂ ਦੇ ਕੰਮ ਕਾਜ ਕੀ ਹਨ?

ਭਗਵਤ ਗੀਤਾ ਦੇ ਇਨ੍ਹਾਂ ਪੰਜ ਮੁੱਢਲਿਆ ਵਿਸ਼ਿਆਂ ਵਿਚੋਂ ਹੀ ਇਸ ਦੀ ਸਥਾਪਨਾ ਕੀਤੀ ਹੈ ਕਿ ਭਗਵਾਨ ਜਾਂ ਕ੍ਰਿਸ਼ਨ ਜਾਂ ਬ੍ਰਹਮ ਜਾਂ ਪਰਮਾਤਮਾ, ਤੁਸੀਂ ਭਾਵੇ ਕੁਝ ਵੀ ਕਹਿ ਲਉ, ਸਭ ਤੋਂ ਉੱਤਮ ਹਨ । ਜੀਵ ਗੁਣਾਂ ਵਿਚ ਪਰਮ-ਨਿਯੰਤਾ ਦੇ ਹੀ ਬਰਾਬਰ ਹੈ। ਉਦਾਹਰਣ ਵਜੋਂ ਜਿਵੇਂ ਕਿ ਭਗਵਤ ਗੀਤਾ ਦੇ ਵੱਖੋ-ਵੱਖਰੇ ਅਧਿਆਇਆ ਵਿਚ ਦੱਸਿਆ ਗਿਆ ਹੈ ਭਗਵਾਨ ਭੌਤਿਕ ਪ੍ਰਕਿਰਤੀ ਦੇ ਸਭ ਕੰਮਾਂ ਤੇ ਨਿਯੰਤਰਨ ਰਖਦੇ ਹਨ। ਭੌਤਿਕ ਪ੍ਰਕਿਰਤੀ ਸੁਤੰਤਰ ਨਹੀਂ, ਉਹ ਪਰਮੇਸ਼ਵਰ ਦੀ ਦੇਖ-ਰੇਖ ਵਿਚ ਕਾਰਜ ਕਰਦੀ ਹੈ। ਜਿਵੇਂ ਕਿ ਭਗਵਾਨ ਕ੍ਰਿਸ਼ਨ ਨੇ ਕਿਹਾ ਹੈ- *'ਮਯਾਧ੍ਯਕ੍ਸ਼ੇਣ ਪ੍ਰਕ੍ਰਿਤਿਹ੍ ਸੂਯਤੇ ਸਚਰਾਚਰਮ'* ਭਾਵ ਭੌਤਿਕ ਪ੍ਰਕਿਰਤੀ ਮੇਰੀ ਦੇਖ-ਰੇਖ ਵਿਚ ਕੰਮ ਕਰਦੀ ਹੈ। ਜਦੋਂ ਅਸੀਂ ਇਸ ਸੰਸਾਰ 'ਚ ਅਜੀਬੋ-ਗਰੀਬ ਘਟਨਾਵਾਂ ਵੇਖਦੇ ਹਾਂ ਤਾਂ ਸਾਨੂੰ ਇਹ ਸਮਝਣਾ ਚਾਹੀਦਾ ਹੈ ਕਿ ਇਸ ਸੰਸਾਰ ਦੇ ਪਿੱਛੇ ਨਿਯੰਤਾ ਦਾ ਹੱਥ ਹੈ। ਨਿਯੰਤਰਨ ਤੋਂ ਬਿਨਾਂ ਕੁੱਝ ਵੀ ਹੋਣਾ ਸੰਭਵ ਨਹੀਂ। ਨਿਯੰਤਰਨ ਕਰਨ ਵਾਲੇ ਦੀ ਹੈਸੀਅਤ ਨਾ ਮੰਨਣਾ ਬਚਪਨਾ ਹੈ। ਉਦਾਹਰਣ ਵਜੋਂ ਕੋਈ ਬੱਚਾ ਇਹ ਸੋਚ ਸਕਦਾ ਹੈ ਕਿ ਆਪਣੇ ਆਪ ਚਲਣ ਵਾਲਾ ਜਹਾਜ਼ ਅਜੀਬ ਹੈ ਕਿਉਂਕਿ ਉਹ ਘੋੜੇ ਜਾਂ ਕਿਸੇ ਹੋਰ ਪਸ਼ੂ ਦੇ ਖਿੱਚੇ ਬਿਨਾਂ ਹੀ ਚਲਦਾ ਹੈ। ਪਰ ਜਾਣਕਾਰ ਆਦਮੀ ਆਪਣੇ ਆਪ ਚਲਣ ਵਾਲੇ ਜਹਾਜ਼ ਦੀ ਸਥਿਤੀ ਤੋਂ ਜਾਣੂ ਹੈ। ਉਹ ਇਹ ਜਾਣਦਾ ਹੈ ਕਿ ਇਸ ਜਹਾਜ਼ ਦੇ ਪਿੱਛੇ ਇਕ ਵਿਅਕਤੀ, ਇਕ ਚਾਲਕ ਹੁੰਦਾ ਹੈ। ਇਸੇ ਤਰ੍ਹਾਂ ਪਰਮੇਸ਼ਵਰ ਉਹ ਚਾਲਕ ਹੈ, ਜਿਸ ਦੀ ਅਗਵਾਈ ਹੇਠ ਸਭ ਕੁੱਝ ਚਲ ਰਿਹਾ ਹੈ। ਭਗਵਾਨ ਨੇ ਮਨੁੱਖਾਂ ਨੂੰ ਆਪਣੇ ਅੰਸ਼ ਰੂਪ ਵਿਚ ਸਵੀਕਾਰ ਕੀਤਾ ਹੈ। ਸੋਨੇ ਦਾ ਇਕ ਕਿਣਕਾ ਵੀ ਸੋਨਾ ਹੀ ਹੈ, ਸਮੁੰਦਰ ਦੇ ਪਾਣੀ ਦੀ ਬੂੰਦ ਵੀ ਖਾਰੀ ਹੁੰਦੀ ਹੈ। ਇਸੇ ਤਰ੍ਹਾਂ ਅਸੀਂ ਮਨੁੱਖ ਵੀ ਪਰਮ

ਨਿਯੰਤਾ ਈਸ਼ਵਰ ਜਾਂ ਭਗਵਾਨ ਸ਼੍ਰੀ ਕ੍ਰਿਸ਼ਨ ਦੇ ਅੰਸ਼ ਹੋਣ ਕਾਰਨ ਅਣੂ ਮਾਤਰਾ ਵਿਚ ਪਰਮੇਸ਼ਵਰ ਦੇ ਸਾਰੇ ਗੁਣਾਂ ਨਾਲ ਭਰਪੂਰ ਹੁੰਦੇ ਹਾਂ, ਕਿਉਂਕਿ ਅਸੀ ਅਣੂ ਈਸ਼ਵਰ ਜਾਂ ਅਧੀਨ ਈਸ਼ਵਰ ਹਾਂ। ਅਸੀਂ ਪ੍ਰਕਿਰਤੀ ਤੇ ਨਿਯੰਤਰਨ ਕਰਨ ਦੀ ਕੋਸ਼ਿਸ਼ ਵਿਚ ਹਾਂ ਅਤੇ ਇਸ ਸਮੇਂ ਅਸੀ ਆਸਮਾਨ ਜਾਂ ਗ੍ਰਹਿ/ ਪੁਲਾੜਾਂ ਨੂੰ ਕਾਬੂ ਕਰਨਾ ਚਾਹੁੰਦੇ ਹਾਂ। ਸਾਡਾ ਇਹ ਨਿਯੰਤਰਨ ਕਰਨ ਦਾ ਸੁਭਾਅ ਇਸ ਲਈ ਹੈ ਕਿਉਂਕਿ ਇਹੋ ਸੁਭਾਅ ਕ੍ਰਿਸ਼ਨ ਵਿਚ ਵੀ ਹੈ। ਭਾਵੇਂ ਪ੍ਰਕਿਰਤੀ ਤੇ ਮਾਲਕੀਅਤ ਵਿਖਾਉਣ ਦਾ ਸਾਡਾ ਸੁਭਾਅ ਬਣ ਗਿਆ ਹੈ, ਪਰ ਸਾਨੂੰ ਇਹ ਸਮਝ ਲੈਣਾ ਜ਼ਰੂਰੀ ਹੈ ਕਿ ਅਸੀਂ ਪਰਮ ਨਿਯੰਤਾ ਨਹੀ ਹਾਂ। ਇਸ ਦੀ ਵਿਆਖਿਆ ਭਗਵਤ ਗੀਤਾ ਵਿਚ ਕੀਤੀ ਗਈ ਹੈ।

ਭੌਤਿਕ ਪ੍ਰਕਿਰਤੀ ਕੀ ਹੈ? ਗੀਤਾ ਵਿਚ ਇਸ ਦੀ ਵਿਆਖਿਆ (ਗੌਣ ਪ੍ਰਕਿਰਤੀ) ਅਪਰਾ ਪ੍ਰਕਿਰਤੀ ਦੇ ਰੂਪ ਵਿਚ ਹੋਈ ਹੈ। ਜੀਵ ਨੂੰ ਪਰਾ ਪ੍ਰਕਿਰਤੀ (ਉੱਤਮ ਪ੍ਰਕਿਰਤੀ) ਕਿਹਾ ਗਿਆ ਹੈ। ਪ੍ਰਕਿਰਤੀ ਭਾਵੇਂ ਪਰਾ ਹੋਵੇ ਜਾਂ ਅਪਰਾ ਹਮੇਸ਼ਾ ਨਿਯੰਤਰਨ ਵਿਚ ਰਹਿੰਦੀ ਹੈ। ਪ੍ਰਕਿਰਤੀ ਇਸਤਰੀ ਸਰੂਪ ਹੈ ਅਤੇ ਇਸ ਦੇ ਕਾਰਜ ਭਗਵਾਨ ਰਾਹੀਂ ਉਸੇ ਤਰ੍ਹਾਂ ਨਿਯੰਤਰਨ ਵਿਚ ਰਖੇ ਜਾਂਦੇ ਹਨ, ਜਿਵੇਂ ਪਤੀ ਰਾਹੀਂ ਪਤਨੀ। ਪ੍ਰਕਿਰਤੀ ਹਮੇਸ਼ਾ ਅਧੀਨ ਰਹਿੰਦੀ ਹੈ, ਉਸ ਤੇ ਭਗਵਾਨ ਦੀ ***ਪ੍ਰਭਤਾ*** ਹੁੰਦੀ ਹੈ ਕਿਉਂਕਿ ਭਗਵਾਨ ਹੀ ਉਸਦੇ ਸੁਵਾਮੀ (ਪ੍ਰਭੂ) ਹਨ। ਮਨੁੱਖ ਅਤੇ ਭੌਤਿਕ ਪ੍ਰਕਿਰਤੀ ਦੋਵਾਂ ਤੇ ਪਰਮੇਸ਼ਵਰ ਦੀ ਪ੍ਰਭੂਤਾ ਅਤੇ ਨਿਯੰਤਰਨ ਰਹਿੰਦਾ ਹੈ। ਗੀਤਾ ਅਨੁਸਾਰ ਭਾਵੇਂ ਸਾਰੇ ਮਨੁੱਖ ਪਰਮੇਸ਼ਵਰ ਦੇ ਅੰਸ਼ ਹਨ ਪਰ ਉਹ ਪ੍ਰਕਿਰਤੀ ਹੀ ਮੰਨੇ ਜਾਂਦੇ ਹਨ। ਭਗਵਤ ਗੀਤਾ ਦੇ ਸੱਤਵੇਂ ਅਧਿਆਇ ਵਿਚ ਇਸ ਦਾ ਵਰਣਨ ਹੈ। ***'ਅਪਰੇਯਮ੍ ਇਤਸ੍ ਤ੍ਵ੍ ਅਨ੍ਯਾਮ੍ ਪ੍ਰਕ੍ਰਿਤਿਮ੍ ਵਿਦ੍ਧਿ ਮੇ ਪਰਾਮ।*** ਭਾਵ ਇਹ ਭੌਤਿਕ ਪ੍ਰਕਿਰਤੀ ਮੇਰੀ ਅਪਰਾ ਪ੍ਰਕਿਰਤੀ ਹੈ। ***ਜੀਵ ਭੂਤਾਮ ਮਹਾਂਬਾਹੋ ਯਯੇਦਮ ਧਾਰਯਤੇ ਜਗਤ ॥*** ਭਾਵ ਪਰੰਤੂ ਇਸ ਤੋਂ ਵੀ ਪਰੇ ਦੂਜੀ ਪ੍ਰਕਿਰਤੀ ਹੈ: ***ਜੀਵ ਭੂਤਾਮ*** ਭਾਵ ਜੀਵ।

ਪ੍ਰਕਿਰਤੀ ਤਿੰਨ ਗੁਣਾਂ ਨਾਲ ਬਣੀ ਹੈ- ਸਤੋਗੁਣ, ਰਜੋਗੁਣ ਅਤੇ ਤਮੋਗੁਣ। ਇਨ੍ਹਾਂ ਗੁਣਾਂ ਤੋਂ ਉਤੇ ਸਨਾਤਨ ਕਾਲ ਹੈ। ਇਨ੍ਹਾਂ ਗੁਣਾਂ ਅਤੇ ਸਨਾਤਨ ਕਾਲ ਦੇ ਸੰਜੋਗ ਨਾਲ ਅਨੇਕਾਂ ਕੰਮ ਕਾਰਜ ਹੁੰਦੇ ਹਨ, ਜਿਹੜੇ ਕਰਮ ਕਹਾਉਂਦੇ ਹਨ। ਇਹ ਕੰਮ ਕਾਰਜ ਆਨਦਿ ਕਾਲ ਤੋਂ ਚਲੇ ਆ ਰਹੇ ਹਨ ਅਤੇ ਅਸੀਂ ਸਾਰੇ ਆਪਣੇ ਕਰਮਾਂ ਕਾਰਣ ਹੀ ਸੁਖ ਜਾਂ ਦੁੱਖ ਭੋਗ ਰਹੇ ਹਾਂ। ਉਦਾਹਰਣ ਵਜੋਂ ਮੰਨ ਲਵੋ ਕਿ ਮੈਂ ਇਕ ਵਪਾਰੀ ਹਾਂ, ਮੈਂ ਆਪਣੀ

ਬੁੱਧੀ ਅਤੇ ਅਣਥੱਕ ਮਿਹਨਤ ਨਾਲ ਬਹੁਤ ਧਨ ਇਕੱਠਾ ਕਰ ਲਿਆ। ਹੁਣ ਮੈਂ ਧਨ ਦੇ ਸੁਖਾਂ ਨੂੰ ਭੋਗਣ ਵਾਲਾ ਹਾਂ ਪਰ ਮੰਨ ਲਵੋ ਕਿ ਵਪਾਰ ਵਿਚ ਮੇਰਾ ਸਾਰਾ ਧਨ ਖਤਮ ਹੋ ਜਾਂਦਾ ਹੈ ਤਾਂ ਮੈ ਦੁਖਾਂ ਨੂੰ ਭੋਗਣ ਵਾਲਾ ਬਣ ਜਾਂਦਾ ਹਾਂ। ਇਸੇ ਤਰ੍ਹਾਂ ਜ਼ਿੰਦਗੀ ਦੇ ਹਰ ਖੇਤਰ ਵਿਚ ਅਸੀਂ ਆਪਣੇ ਕਰਮਾਂ ਦੇ ਫਲ ਦਾ ਸੁੱਖ ਭੋਗਦੇ ਹਾਂ ਜਾਂ ਉਹਨਾਂ ਦਾ ਦੁੱਖ ਭੋਗਦੇ ਹਾਂ। ਇਹੋ ਕਰਮ ਕਹਾਉਂਦਾ ਹੈ।

ਈਸ਼ਵਰ, ਜੀਵ, ਪ੍ਰਕਿਰਤੀ, ਕਾਲ ਅਤੇ ਕਰਮ ਇਹਨਾਂ ਸਰਿਆ ਦੀ ਵਿਆਖਿਆ ਭਗਵਤ ਗੀਤਾ ਵਿਚ ਹੋਈ ਹੈ। ਇਨ੍ਹਾਂ ਪੰਜਾਂ ਵਿਚੋਂ ਈਸ਼ਵਰ, ਜੀਵ, ਪ੍ਰਕਿਰਤੀ ਅਤੇ ਕਾਲ ਸਨਾਤਨ ਹਨ। ਪ੍ਰਕਿਰਤੀ ਦਾ ਪ੍ਰਗਟਾਵਾ ਅਸਥਾਈ ਹੋ ਸਕਦਾ ਹੈ ਪਰ ਭਗਵਤ ਗੀਤਾ ਜਾਂ ਵੈਸ਼ਨਵਾਂ ਦੇ ਦਰਸ਼ਨ ਮੁਤਾਬਿਕ ਅਜਿਹਾ ਨਹੀਂ ਹੈ। ਸੰਸਾਰ ਦੀ ਰਚਨਾ ਨੂੰ ਝੂਠ ਨਹੀ ਮੰਨਿਆ ਜਾਂਦਾ, ਇਸ ਨੂੰ ਅਸਲੀ ਪਰ ਅਸਥਾਈ ਮੰਨਿਆ ਜਾਂਦਾ ਹੈ। ਇਹ ਉਸ ਬਦੱਲ ਵਾਂਗ ਹੈ, ਜਿਹੜਾ ਆਸਮਾਨ ਵਿਚ ਘੁੰਮਦਾ ਰਹਿੰਦਾ ਹੈ, ਹਾਂ ਵਰਖਾ ਰੁੱਤ ਦੇ ਆਉਣ ਵਾਂਗ ਹੈ, ਜਿਹੜੀ ਅਨਾਜ਼ ਨੂੰ ਪਾਲਦੀ ਹੈ, ਜਿਵੇਂ ਵਰਖਾ ਰੁੱਤ ਦੇ ਖਤਮ ਹੋਣ ਤੇ ਬਦੱਲ ਚਲੇ ਜਾਂਦੇ ਹਨ ਅਤੇ ਵਰਖਾ ਰਾਹੀਂ ਪਾਲੀ ਪੋਸੀ ਫਸਲ ਵੀ ਸੁੱਕ ਜਾਂਦੀ ਹੈ। ਇਸ ਤਰ੍ਹਾਂ ਇਹ ਭੌਤਿਕ ਰਚਨਾ ਵੀ ਕਿਸੇ ਸਮੇਂ ਕਿਸੇ ਥਾਂ ਤੇ ਹੁੰਦੀ ਹੈ, ਕੁੱਝ ਦੇਰ ਤਕ ਰਹਿੰਦੀ ਹੈ ਅਤੇ ਫਿਰ ਅਲੋਪ ਹੋ ਜਾਂਦੀ ਹੈ। ਪ੍ਰਕਿਰਤੀ ਇਸੇ ਤਰ੍ਹਾਂ ਕੰਮ ਕਰਦੀ ਹੈ। ਪਰ ਇਹ ਚੱਕਰ ਲਗਾਤਾਰ ਚਲਦਾ ਰਹਿੰਦਾ ਹੈ। ਇਸ ਲਈ ਪ੍ਰਕਿਰਤੀ ਸ਼ਾਸ਼ਵਤ ਹੈ, ਝੂਠ ਨਹੀਂ। ਭਗਵਾਨ ਇਸ ਨੂੰ 'ਮੇਰੀ ਪ੍ਰਕਿਰਤੀ ' ਕਹਿੰਦੇ ਹਨ। ਇਹ ਭੌਤਿਕ ਪ੍ਰਕਿਰਤੀ (ਅਪਰਾ ਪ੍ਰਕਿਰਤੀ) ਪਰਮੇਸ਼ਵਰ ਦੀ ਅਲੱਗ ਸ਼ਕਤੀ ਹੈ, ਇਸੇ ਤਰ੍ਹਾਂ ਜੀਵ ਵੀ ਪਰਮੇਸ਼ਵਰ ਦੀ ਸ਼ਕਤੀ ਹਨ, ਪਰ ਉਹ ਵੱਖਰੇ ਨਹੀ ਸਗੋਂ ਭਗਵਾਨ ਨਾਲ ਸਨਾਤਨ ਸਬੰਧਤ ਹਨ। ਇਸ ਤਰ੍ਹਾਂ ਭਗਵਾਨ, ਜੀਵ, ਪ੍ਰਕਿਰਤੀ ਅਤੇ ਕਾਲ ਇਹ ਸਾਰੇ ਇਕ ਦੂਜੇ ਨਾਲ ਜੁੜੇ ਹਨ ਅਤੇ ਸਾਰੇ ਸ਼ਾਸ਼ਵਤ ਹਨ। ਪਰ ਕਰਮ ਸ਼ਾਸ਼ਵਤ ਨਹੀ ਹਨ। ਹਾਂ, ਕਰਮਾਂ ਦੇ ਫਲ ਜ਼ਿਆਦਾ ਪੁਰਾਣੇ ਹੋ ਸਕਦੇ ਹਨ। ਅਸੀਂ ਆਪਣੇ ਕਰਮਾਂ ਦੇ ਫਲ ਨੂੰ ਬਦਲ ਵੀ ਸਕਦੇ ਹਾਂ ਇਹ ਬਦਲਾਵ ਸਾਡੇ ਗਿਆਨ ਦੀ ਪੂਰਨਤਾ ਤੇ ਨਿਰਭਰ ਕਰਦਾ ਹੈ। ਅਸੀ ਵੰਨ-ਸੁਵੰਨੇ ਕਰਮਾਂ ਵਿਚ ਰੁੱਝੇ ਰਹਿੰਦੇ ਹਾਂ। ਨਿਸ਼ਚੈ ਹੀ ਅਸੀ ਇਹ ਨਹੀ ਜਾਣਦੇ ਕਿ ਕਿਸ ਤਰ੍ਹਾਂ ਦੇ ਕਰਮ ਕਰਨ ਨਾਲ ਕਰਮ ਫਲ ਤੋਂ ਮੁਕਤੀ ਮਿਲ ਸਕਦੀ ਹੈ। ਪਰ ਭਗਵਤ ਗੀਤਾ ਵਿਚ ਇਸ ਦਾ ਵਰਣਨ ਹੈ।

ਈਸ਼ਵਰ ਭਾਵ ਪਰਮ ਈਸ਼ਵਰ, ਪਰਮ ਚੇਤਨਾ-ਸਰੂਪ ਹੈ। ਜੀਵ ਵੀ ਈਸ਼ਵਰ ਦਾ ਅੰਸ਼ ਹੋਣ ਕਾਰਣ ਚੇਤਨ ਹੈ। ਜੀਵ ਅਤੇ ਭੌਤਿਕ ਪ੍ਰਕਿਰਤੀ ਦੋਵਾਂ ਨੂੰ ਪ੍ਰਕਿਰਤੀ ਦੱਸਿਆ ਗਿਆ ਹੈ। ਭਾਵ ਉਹ ਪਰਮੇਸ਼ਵਰ ਦੀਆਂ ਸ਼ਕਤੀਆਂ ਹਨ ਪਰ ਇਨ੍ਹਾਂ ਦੋਵਾਂ ਵਿਚੋਂ ਜੀਵ ਚੇਤਨ ਹਨ, ਦੂਜੀ ਪ੍ਰਕਿਰਤੀ ਚੇਤਨ ਨਹੀਂ। ਦੋਵਾਂ ਵਿਚ ਇਹੋ ਫਰਕ ਹੈ, ਇਸ ਲਈ ਜੀਵ ਪ੍ਰਕਿਰਤੀ ਪਰਾ ਜਾਂ ਉੱਤਮ ਕਹਾਉਂਦੀ ਹੈ, ਕਿਉਂਕਿ ਜੀਵ ਭਗਵਾਨ ਵਾਂਗ ਅਨੂ-ਚੇਤਨ ਵਾਲਾ ਹੈ ਪਰ ਭਗਵਾਨ ਦੀ ਚੇਤਨਾ ਪਰਮ ਹੈ। ਇਸ ਲਈ ਕਿਸੇ ਨੂੰ ਇਹ ਨਹੀ ਕਹਿਣਾ ਚਾਹੀਦਾ ਕਿ ਜੀਵ ਵੀ ਪਰਮ ਚੇਤਨ ਹੈ। ਜੀਵ ਕਦੀ ਵੀ ਇਥੋਂ ਤਕ ਕਿ ਆਪਣੀ ਸਿੱਧ ਅਵਸਥਾ ਵਿਚ ਵੀ, ਪਰਮ ਚੇਤਨ ਨਹੀਂ ਹੋ ਸਕਦਾ। ਇਹ ਸਿਰਫ ਸਿਧਾਂਤਕ ਭਰਮ ਹੈ ਕਿ ਜੀਵ ਪਰਮ ਚੇਤਨ ਹੋ ਸਕਦਾ ਹੈ। ਇਹ ਚੇਤਨ ਤਾਂ ਹੈ, ਪਰ ਪੂਰਨ ਜਾਂ ਪਰਮ ਚੇਤਨ, ਨਹੀਂ।

ਜੀਵ ਅਤੇ ਈਸ਼ਵਰ ਵਿਚ ਅੰਤਰ ਭਗਵਤ ਗੀਤਾ ਦੇ ਤੇਰਵ੍ਹੇਂ ਅਧਿਆਇ ਵਿਚ ਦੱਸਿਆ ਗਿਆ ਹੈ। ਈਸ਼ਵਰ ਸਾਰੇ ਸ਼ਰੀਰਾਂ ਦਾ ਜਾਣੂ ਹੈ, ਪਰ ਜੀਵ ਸਿਰਫ ਆਪਣੇ ਸ਼ਰੀਰ ਪ੍ਰਤੀ ਸੁਚੇਤ ਰਹਿੰਦਾ ਹੈ। ਭਗਵਾਨ ਸਾਰਿਆਂ ਸ਼ਰੀਰਾਂ ਪ੍ਰਤੀ ਸੁਚੇਤ ਰਹਿੰਦੇ ਹਨ, ਕਿਉਂਕਿ ਉਹ ਹਰ ਜੀਵ ਦੇ ਹਿਰਦੇ ਵਿਚ ਵੱਸਦੇ ਹਨ। ਇਸ ਲਈ ਉਹ ਜੀਵ ਦੀ ਮਾਨਸਿਕ ਗਤੀਸ਼ੀਲਤਾ ਤੋਂ ਜਾਣੂ ਰਹਿੰਦੇ ਹਨ। ਸਾਨੂੰ ਇਹ ਨਹੀ ਭੁੱਲਣਾ ਚਾਹੀਦਾ। ਇਹ ਵੀ ਦੱਸਿਆ ਗਿਆ ਹੈ ਕਿ ਪਰਮਾਤਮਾ ਹਰ ਜੀਵ ਦੇ ਹਿਰਦੇ ਵਿਚ ਈਸ਼ਵਰ ਜਾਂ ਨਿਯੰਤਰਨ ਕਰਨ ਵਾਲੇ ਦੇ ਰੂਪ ਵਿਚ ਵੱਸਦੇ ਹਨ, ਜਿਵੇਂ ਜੀਵ ਚਾਹੁੰਦਾ ਹੈ, ਉਸੇ ਤਰ੍ਹਾਂ ਕਰਨ ਲਈ ਉਸ ਨੂੰ ਨਿਦੇਸ਼ਨ ਕਰਦੇ ਰਹਿੰਦੇ ਹਨ, ਜੀਵ ਭੁੱਲ ਜਾਂਦਾ ਹੈ ਕਿ ਉਸ ਨੇ ਕਰਨਾ ਕੀ ਹੈ?

ਪਹਿਲਾਂ ਤਾਂ ਉਹ ਕਿਸੇ ਇਕ ਤਰੀਕੇ ਨਾਲ ਕਰਮ ਕਰਨ ਦਾ ਸੰਕਲਪ ਕਰਦਾ ਹੈ ਪਰ ਫੇਰ ਉਹ ਆਪਣੇ ਹੀ ਕਰਮ ਦੇ ਪਾਪ-ਪੁੰਨ ਵਿਚ ਫਸ ਜਾਂਦਾ ਹੈ, ਉਹ ਇਕ ਦੇਹ ਨੂੰ ਛੱਡ ਕੇ ਦੂਜੀ ਦੇਹ ਪ੍ਰਾਪਤ ਕਰਦਾ ਹੈ ਜਿਵੇਂ ਅਸੀ ਕੱਪੜੇ ਉਤਾਰਦੇ ਅਤੇ ਪਹਿਨਦੇ ਰਹਿੰਦੇ ਹਾਂ। ਕਿਉਂਕਿ ਇਸੇ ਤਰ੍ਹਾਂ ਆਤਮਾ ਇਕ ਦੇਹ ਤੋਂ ਦੂਜੀ ਵਿਚ ਚਲੀ ਜਾਂਦੀ ਹੈ, ਇਸ ਲਈ ਆਪਣੇ ਪਹਿਲੋਂ ਕੀਤੇ ਕਰਮਾਂ ਦਾ ਫਲ ਭੋਗਣਾ ਪੈਂਦਾ ਹੈ; ਇਹ ਕਾਰਜ ਤਾਂ ਹੀ ਬਦਲ ਸਕਦੇ ਹਨ ਜੇ ਜੀਵ ਸੱਤੋ-ਗੁਣ ਵਿਚ ਸਥਿਤ ਹੋਵੇ ਅਤੇ ਇਹ ਸਮਝੇ ਕਿ ਉਸ ਨੂੰ ਕਿਹੜੇ ਕਰਮ ਕਰਨੇ ਚਾਹੀਦੇ ਹਨ। ਜੇਕਰ ਉਹ ਅਜਿਹਾ ਕਰਦਾ ਹੈ ਤਾਂ ਉਸ ਦੇ ਪਿਛਲੇ ਕੀਤੇ

ਸਾਰੇ ਕਰਮਾਂ ਦੇ ਫਲ ਬਦਲ ਜਾਂਦੇ ਹਨ। ਸਿੱਟੇ ਵਜੋਂ ਕਰਮ ਸ਼ਾਸ਼ਵਤ ਨਹੀ। ਇਸ ਲਈ ਅਸੀ ਇਹ ਕਿਹਾ ਹੈ ਕਿ ਪੰਜ ਤੱਤਾਂ-ਈਸ਼ਵਰ, ਜੀਵ, ਪ੍ਰਕਿਰਤੀ, ਕਾਲ ਅਤੇ ਕਰਮ ਵਿਚੋਂ ਚਾਰ ਸ਼ਾਸਵਤ ਹਨ, ਕਰਮ ਸ਼ਾਸ਼ਵਤ ਨਹੀਂ।

ਪਰਮਚੇਤਨ ਈਸ਼ਵਰ ਇਸ ਮਾਮਲੇ ਵਿਚ ਜੀਵ ਦੇ ਬਰਾਬਰ ਹੈ। ਭਗਵਾਨ ਅਤੇ ਜੀਵ ਦੋਵਾਂ ਦੀਆਂ ਚੇਤਨਾਵਾਂ ਅਲੌਕਿਕ ਹਨ। ਇਹ ਚੇਤਨਾ ਪਦਾਰਥਾਂ ਦੇ ਸੰਜੋਗ ਨਾਲ ਪੈਦਾ ਨਹੀਂ ਹੁੰਦੀ। ਅਜਿਹਾ ਸੋਚਣਾ ਸਿਰਫ ਭਰਮ ਹੈ। ਭਗਵਤ ਗੀਤਾ ਇਸ ਸਿਧਾਂਤ ਨੂੰ ਨਹੀ ਮੰਨਦੀ ਕਿ ਚੇਤਨ ਭੌਤਿਕ ਸੰਜੋਗ ਦੀਆਂ ਕੁਝ ਹਾਲਤਾਂ ਵਿਚ ਪੈਦਾ ਹੁੰਦੀ ਹੈ। ਇਹ ਚੇਤਨਾ ਭੌਤਿਕ ਹਾਲਤਾਂ ਦੇ ਆਵਰਣ ਕਾਰਣ ਪ੍ਰਤਿਬਿੰਬਿਤ ਰੂਪ ਵਿਚ ਵਿਖਾਈ ਦੇ ਸਕਦੀ ਹੈ। ਜਿਸ ਤਰ੍ਹਾਂ ਰੰਗੀਨ ਕੱਚ ਤੋਂ ਪਰਿਵਰਤਿਤ ਪ੍ਰਕਾਸ਼ ਉਸੇ ਰੰਗ ਦਾ ਹੀ ਲੱਗਦਾ ਹੈ। ਪਰ ਭਗਵਾਨ ਦੀ ਚੇਤਨ ਭੌਤਿਕਤਾ ਤੋਂ ਪ੍ਰਭਾਵਿਤ ਨਹੀ ਹੁੰਦੀ। ਭਗਵਾਨ ਕਹਿੰਦੇ ਹਨ- *'ਮਯਾਧ੍ਯਕ੍ਸ਼ੇਣ ਪ੍ਰਕ੍ਰਿਤਿਹ੍'* ਜਦੋਂ ਉਹ ਇਸ ਭੌਤਿਕ ਸੰਸਾਰ ਵਿਚ ਅਵਤਾਰ ਧਾਰਨ ਕਰਦੇ ਹਨ ਤਾਂ ਉਨ੍ਹਾਂ ਦੀ ਚੇਤਨਾ ਤੇ ਭੌਤਿਕ ਪ੍ਰਭਾਵ ਨਹੀ ਪੈਦਾ। ਜੇਕਰ ਉਹ ਇਸ ਤਰ੍ਹਾਂ ਪ੍ਰਭਾਵਿਤ ਹੁੰਦੇ ਤਾਂ ਅਲੌਕਿਕ ਵਿਸ਼ਿਆਂ ਬਾਰੇ ਉਸ ਤਰ੍ਹਾਂ ਬੋਲਣ ਦੇ ਅਧਿਕਾਰੀ ਨਾ ਹੁੰਦੇ ਜਿਵੇਂ ਕਿ ਭਗਵਤ ਗੀਤਾ ਵਿਚ ਬੋਲਦੇ ਹਨ। ਭੌਤਿਕ ਦੋਸ਼ਾਂ ਨਾਲ ਯੁਕਤ ਚੇਤਨਾ ਤੋਂ ਮੁਕਤ ਹੋਏ ਬਿਨਾ ਕੋਈ ਅਲੌਕਿਕ ਸੰਸਾਰ ਬਾਰੇ ਕੁੱਝ ਨਹੀ ਕਹਿ ਸਕਦਾ। ਇਸ ਲਈ ਭਗਵਾਨ ਭੌਤਿਕ ਦ੍ਰਿਸ਼ਟੀ ਤੋਂ ਦੂਸ਼ਿਤ ਨਹੀ ਹਨ। ਭਗਵਤ ਗੀਤਾ ਤਾਂ ਸਿੱਖਿਆ ਦਿੰਦੀ ਹੈ ਕਿ ਸਾਨੂੰ ਦੂਸ਼ਿਤ ਚੇਤਨਾ ਨੂੰ ਸ਼ੁੱਧ ਕਰਨਾ ਹੈ। ਸ਼ੁੱਧ ਚੇਤਨ ਹੋਣ ਮਗਰੋਂ ਸਾਡੇ ਸਾਰੇ ਕਰਮ ਈਸ਼ਵਰ ਦੀ ਮਰਜ਼ੀ ਮੁਤਾਬਿਕ ਹੋਣਗੇਂ ਅਤੇ ਇਸ ਨਾਲ ਅਸੀਂ ਸੁਖੀ ਹੋ ਸਕਾਂਗੇ। ਪਰ ਇਸ ਦਾ ਇਹ ਵੀ ਅਰਥ ਨਹੀ ਕਿ ਸਾਨੂੰ ਆਪਣੇ ਸਾਰੇ ਕਾਰਜ ਬੰਦ ਕਰ ਦੇਣੇ ਚਾਹੀਦੇ ਹਨ। ਸਗੋਂ ਸਾਨੂੰ ਆਪਣੇ ਕੰਮਾਂ ਨੂੰ ਸ਼ੁੱਧ ਕਰਨਾ ਚਾਹੀਦਾ ਹੈ ਅਤੇ ਸ਼ੁੱਧ ਕਾਰਜ ਭਗਤੀ ਕਹਾਉਂਦੇ ਹਨ। ਭਗਤੀ ਸਬੰਧਿਤ ਕਾਰਜ ਸਾਧਾਰਨ ਕਾਰਜ ਲੱਗਦੇ ਹਨ ਪਰ ਉਹ ਦੂਸ਼ਿਤ ਨਹੀ ਹੁੰਦੇ। ਇਕ ਅਗਿਆਨੀ ਮਨੁੱਖ, ਭਗਤ ਨੂੰ ਸਾਧਾਰਨ ਮਨੁੱਖ ਵਾਂਗ ਕਾਰਜ਼ ਕਰਦੇ ਵੇਖਦਾ ਹੈ ਪਰ ਅਜਿਹਾ ਮੂਰਖ ਇਹ ਨਹੀ ਸਮਝ ਸਕਦਾ ਕਿ ਭਗਤ ਜਾਂ ਭਗਵਾਨ ਦੇ ਕਾਰਜ ਅਸ਼ੁੱਧ ਚੇਤਨਾ ਜਾਂ ਪਦਾਰਥ ਤੋਂ ਦੂਸ਼ਿਤ ਨਹੀ ਹੁੰਦੇ। ਉਹ ਤਿੰਨੇ ਗੁਣਾਂ (ਸਤ, ਰਜ, ਤਮ) ਤੋਂ ਹੱਟਕੇ ਹੁੰਦੇ ਹਨ। ਜੋ ਵੀ ਹੋਵੇ, ਸਾਨੂੰ ਇਹ ਸਮਝ ਲੈਣਾ ਚਾਹੀਦਾ ਹੈ ਕਿ ਹਾਲੀ ਸਾਡੀ ਚੇਤਨਾ ਦੂਸ਼ਿਤ ਹੈ।

ਜਦੋਂ ਅਸੀਂ ਭੌਤਿਕ ਦ੍ਰਿਸ਼ਟੀ ਤੋਂ ਦੂਸ਼ਿਤ ਹੁੰਦੇ ਹਾਂ ਤਾਂ ਅਸੀਂ ਬੱਧ ਕਹਾਉਂਦੇ ਹਾਂ। ਝੂਠੀ ਚੇਤਨਾ ਦਾ ਪ੍ਰਗਟਾਵਾ ਇਸ ਲਈ ਹੁੰਦਾ ਹੈ ਕਿ ਅਸੀ ਆਪਣੇ ਆਪ ਨੂੰ ਪ੍ਰਕਿਰਤੀ ਤੋਂ ਉਤਪੰਨ ਮੰਨ ਬੈਠਦੇ ਹਾਂ। ਇਹ ਝੂਠੀ ਹਉਮੈ ਹੈ। ਜਿਹੜਾ ਮਨੁੱਖ ਦੇਹਾਤਮ ਬੁੱਧੀ ਵਿਚ ਡੁੱਬਿਆ ਰਹਿੰਦਾ ਹੈ, ਉਹ ਆਪਣੀ ਸਥਿਤੀ (ਸਰੂਪ) ਨੂੰ ਨਹੀਂ ਸਮਝ ਸਕਦਾ। ਭਗਵਤ ਗੀਤਾ ਦਾ ਪ੍ਰਵਚਨ ਦੇਹ-ਆਤਮ ਬੁੱਧੀ ਤੋਂ ਮਨੁੱਖ ਨੂੰ ਮੁਕਤ ਕਰਾਉਣ ਲਈ ਹੋਇਆ ਸੀ ਅਤੇ ਭਗਵਾਨ ਤੋਂ ਇਹ ਗਿਆਨ ਹਾਸਲ ਕਰਨ ਲਈ ਹੀ ਅਰਜੁਨ ਨੇ ਆਪਣੇ ਆਪ ਨੂੰ ਇਸ ਹਾਲਤ ਵਿਚ ਪੇਸ਼ ਕੀਤਾ ਸੀ। ਮਨੁੱਖ ਨੂੰ ਦੇਹ ਧਾਰਣਾ ਤੋਂ ਮੁਕਤ ਹੋਣਾ ਹੈ ਅਤੇ ਅਧਿਆਤਮਵਾਦੀ ਦਾ ਇਹ ਪਹਿਲਾ ਫਰਜ਼ ਹੈ। ਜਿਹੜਾ ਮੁਕਤ ਹੋਣਾ ਚਾਹੁੰਦਾ ਹੈ, ਸਵਛੰਦ ਰਹਿਣਾ ਚਾਹੁੰਦਾ ਹੈ, ਸਭ ਤੋਂ ਪਹਿਲਾਂ ਉਸ ਨੂੰ ਇਹ ਸਮਝ ਲੈਣਾ ਪਵੇਗਾ ਕਿ ਉਹ ਸ਼ਰੀਰ ਨਹੀ ਹੈ। ਮੁਕਤੀ ਦਾ ਅਰਥ ਹੈ-ਭੌਤਿਕ ਚੇਤਨਾ ਤੋਂ ਆਜ਼ਾਦੀ। ਸ਼੍ਰੀਮਦਭਾਗਵਤਮ ਵਿਚ ਵੀ ਮੁਕਤੀ ਦੀ ਪਰਿਭਾਸ਼ਾ ਇੰਝ ਦਿੱਤੀ ਗਈ ਹੈ-*'ਮੁਕਤੀਰ੍ ਹਿਤ੍ਵਾਨਯਥਾ-ਰੂਪਮ੍ ਸਵਰੂਪੇਣ ਵਯਵਸਥਿਤਿਹ੍'*- ਮੁਕਤੀ ਦਾ ਅਰਥ ਹੈ ਇਸ ਭੌਤਿਕ ਸੰਸਾਰ ਦੀ ਦੂਸ਼ਿਤ ਚੇਤਨਾ ਤੋਂ ਮੁਕਤ ਹੋਣਾ ਅਤੇ ਸ਼ੁੱਧ ਚੇਤਨਾ ਵਿਚ ਸਥਿਤ ਹੋਣਾ। ਭਗਵਤ ਗੀਤਾ ਦੇ ਸਾਰੇ ਉਪਦੇਸ਼ਾਂ ਦਾ ਮੰਤਵ ਇਸ ਸ਼ੁੱਧ ਚੇਤਨਾ ਨੂੰ ਜਾਗ੍ਰਿਤ ਕਰਨਾ ਹੈ, ਇਹੋ ਕਾਰਣ ਹੈ ਕਿ ਗੀਤਾ ਦੇ ਅੰਤ ਵਿਚ ਕ੍ਰਿਸ਼ਨ ਅਰਜੁਨ ਨੂੰ ਇਹ ਪ੍ਰਸ਼ਨ ਕਰਦੇ ਹਨ ਕਿ ਉਹ ਵਿਸ਼ੁੱਧ ਚੇਤਨਾ ਨੂੰ ਪ੍ਰਾਪਤ ਹੋਇਆ ਜਾਂ ਨਹੀ? ਸ਼ੁੱਧ ਚੇਤਨਾ ਦਾ ਅਰਥ ਹੈ-ਭਗਵਾਨ ਦੇ ਹੁਕਮ ਅਨੁਸਾਰ ਕੰਮ ਕਰਨਾ। ਸ਼ੁੱਧ ਚੇਤਨਾ ਦਾ ਇਹੋ ਹੀ ਸਾਰ ਹੈ। ਭਗਵਾਨ ਦਾ ਅੰਸ਼ ਹੋਣ ਕਾਰਨ ਸਾਡੇ ਵਿਚ ਚੇਤਨਾ ਪਹਿਲਾਂ ਤੋਂ ਹੀ ਰਹਿੰਦੀ ਹੈ, ਪਰ ਸਾਡੇ ਵਿਚ ਤੁੱਛ ਗੁਣਾਂ ਤੋਂ ਪ੍ਰਭਾਵਿਤ ਹੋਣ ਦੀ ਆਦਤ ਹੁੰਦੀ ਹੈ। ਪਰ ਭਗਵਾਨ ਪਰਮੇਸ਼ਵਰ ਹੋਣ ਕਾਰਨ ਕਦੀ ਵੀ ਪ੍ਰਭਾਵਿਤ ਨਹੀ ਹੁੰਦੇ। ਪਰਮੇਸ਼ਵਰ ਅਤੇ ਸਾਧਾਰਨ ਜੀਵਾਂ ਵਿਚ ਇਹੋ ਫਰਕ ਹੈ।

ਇਹ ਚੇਤਨਾ ਕੀ ਹੈ? ਇਹ ਹੈ "ਮੈਂ ਹਾਂ"। ਤਾਂ ਫਿਰ "ਮੈਂ ਹਾਂ" ਕੀ ਹੈ? ਦੂਸ਼ਿਤ ਚੇਤਨ ਵਿਚ "ਮੈਂ ਹਾਂ" ਦਾ ਅਰਥ ਹੈ ਕਿ ਮੈ ਹੀ ਸਭ ਕੁੱਝ ਹਾਂ, ਮੈਂ ਹੀ ਭੋਗਣ ਵਾਲਾ ਹਾਂ। ਇਹ ਸੰਸਾਰ ਚਲਣਹਾਰ ਹੈ ਕਿਉਂਕਿ ਹਰ ਜੀਵ ਇਹੋ ਸੋਚਦਾ ਹੈ ਕਿ ਉਹੀ ਇਸ ਭੌਤਿਕ ਸੰਸਾਰ ਦਾ ਮਾਲਕ ਅਤੇ ਸਿਰਜਣਹਾਰ ਹੈ। ਭੌਤਿਕ ਚੇਤਨਾ ਦੇ ਦੋ ਮਾਨਸਿਕ ਵਿਭਾਗ ਹਨ। ਇਕ ਮੁਤਾਬਿਕ ਮੈਂ ਹੀ ਸਿਰਜਣਹਾਰ ਹਾਂ ਅਤੇ ਦੂਜੇ ਮੁਤਾਬਿਕ ਮੈ ਹੀ ਭੋਗਣ ਵਾਲਾ ਹਾਂ। ਪਰ ਅਸਲ ਵਿਚ ਪਰਮੇਸ਼ਵਰ ਸਿਰਜਣਹਾਰ ਅਤੇ ਭੋਗਣ ਵਾਲਾ ਹੈ। ਜੀਵ ਪਰਮੇਸ਼ਵਰ ਦਾ

ਅੰਸ਼ ਹੋਣ ਕਾਰਨ ਨਾ ਤਾਂ ਸਿਰਜਣਹਾਰ ਹੈ ਅਤੇ ਨਾ ਹੀ ਭੋਗਣ ਵਾਲਾ। ਉਹ ਸਿਰਫ ਸਹਿਯੋਗੀ ਹੈ। ਉਹ ਸਿਰਜਤ ਅਤੇ ਭੋਗਣ ਯੋਗ ਹੈ। ਉਦਾਹਰਣ ਵਜੋਂ ਮਸ਼ੀਨ ਦਾ ਕੋਈ ਇਕ ਪੁਰਜ਼ਾ ਪੂਰੀ ਮਸ਼ੀਨ ਨਾਲ ਸਹਿਯੋਗ ਕਰਦਾ ਹੈ, ਇਸੇ ਤਰ੍ਹਾਂ ਸ਼ਰੀਰ ਦਾ ਕੋਈ ਇਕ ਅੰਗ ਪੂਰੇ ਸ਼ਰੀਰ ਨਾਲ ਸਹਿਯੋਗ ਕਰਦਾ ਹੈ। ਹੱਥ, ਪੈਰ, ਅੱਖਾਂ ਆਦਿ ਸ਼ਰੀਰ ਦੇ ਅੰਗ ਹਨ, ਪਰ ਇਹ ਅਸਲੀ ਭੋਗਣ ਵਾਲੇ ਨਹੀ। ਭੋਗਣ ਵਾਲਾ ਤਾਂ ਪੇਟ ਹੈ। ਪੈਰ ਚਲਦੇ ਹਨ, ਹੱਥ ਭੋਜਨ ਦਿੰਦੇ ਹਨ, ਦੰਦ ਚੱਬਦੇ ਹਨ ਅਤੇ ਸ਼ਰੀਰ ਦੇ ਸਾਰੇ ਅੰਗ ਪੇਟ ਨੂੰ ਸੰਤੁਸ਼ਟ ਕਰਨ ਵਿਚ ਲੱਗੇ ਰਹਿੰਦੇ ਹਨ ਕਿਉਂਕਿ ਪੇਟ ਹੀ ਪ੍ਰਧਾਨ ਕਾਰਕ ਹੈ, ਜਿਹੜਾ ਸ਼ਰੀਰ ਰੂਪੀ ਸੰਗਠਨ ਨੂੰ ਪਾਲਦਾ ਹੈ। ਇਸੇ ਲਈ ਸਾਰੀਆਂ ਚੀਜ਼ਾਂ ਪੇਟ ਨੂੰ ਦਿੱਤੀਆਂ ਜਾਂਦੀਆਂ ਹਨ। ਜਿਵੇਂ ਜੜ੍ਹ ਨੂੰ ਸਿੰਝ ਕੇ ਰੁੱਖ ਨੂੰ ਪਾਲਿਆ ਜਾਂਦਾ ਹੈ, ਉਵੇਂ ਹੀ ਪੇਟ ਭਰਕੇ ਸ਼ਰੀਰ ਨੂੰ ਪਾਲਿਆ ਜਾਂਦਾ ਹੈ। ਜੇਕਰ ਸ਼ਰੀਰ ਨੂੰ ਨਿਰੋਗ ਰਖਣਾ ਹੈ ਤਾਂ ਸ਼ਰੀਰ ਦੇ ਸਾਰੇ ਅੰਗਾਂ ਨੂੰ ਪੇਟ ਭਰਨ ਲਈ ਸਹਿਯੋਗ ਦੇਣਾ ਪਵੇਗਾ। ਇਸ ਤਰ੍ਹਾਂ ਪਰਮੇਸ਼ਵਰ ਹੀ ਭੋਗਣ ਵਾਲਾ ਅਤੇ ਸਿਰਜਣਹਾਰ ਹੈ ਅਤੇ ਉਸ ਦੇ ਅਧੀਨ ਅਸੀਂ ਉਸ ਨੂੰ ਖੁਸ਼ ਰਖਣ ਲਈ ਸਹਿਯੋਗ ਦੇਣ ਲਈ ਹਾਂ। ਇਸ ਸਹਿਯੋਗ ਨਾਲ ਸਾਨੂੰ ਉਸੇ ਤਰ੍ਹਾਂ ਲਾਭ ਹੁੰਦਾ ਹੈ। ਜੇਕਰ ਹੱਥ ਦੀਆਂ ਉਂਗਲੀਆਂ ਇਹ ਸੋਚਣ ਕਿ ਉਹ ਪੇਟ ਨੂੰ ਭੋਜਨ ਨਾ ਦੇ ਕੇ ਆਪ ਹੀ ਖਾ ਲੈਣ ਤਾਂ ਉਨ੍ਹਾਂ ਨੂੰ ਨਿਰਾਸ਼ ਹੋਣਾ ਪਵੇਗਾ। ਸਿਰਜਣ ਅਤੇ ਭੋਗਣ ਦੇ ਕੇਂਦਰ-ਬਿੰਦੂ ਪਰਮੇਸ਼ਵਰ ਹਨ ਅਤੇ ਸਾਰੇ ਜੀਵ ਉਨ੍ਹਾਂ ਦੇ ਸਹਿਯੋਗੀ ਹਨ। ਸਹਿਯੋਗ ਵਜੋਂ ਹੀ ਉਹ ਭੋਗ ਕਰਦੇ ਹਨ। ਇਹ ਸਬੰਧ ਸਵਾਮੀ ਅਤੇ ਸੇਵਕ ਜਿਹਾ ਹੈ, ਜੇਕਰ ਸਵਾਮੀ ਖੁਸ਼ ਰਹਿੰਦਾ ਹੈ ਤਾ ਸੇਵਕ ਵੀ ਖੁਸ਼ ਹੈ। ਇਸ ਤਰ੍ਹਾਂ ਪਰਮੇਸ਼ਵਰ ਨੂੰ ਖੁਸ਼ ਰੱਖਣਾ ਚਾਹੀਦਾ ਹੈ ਭਾਵੇਂ ਜੀਵਾਂ ਵਿਚ ਸਿਰਜਣਹਾਰ ਬਣਨ ਅਤੇ ਭੌਤਿਕ ਸੰਸਾਰ ਦਾ ਭੋਗ ਕਰਨ ਦੀ ਭਾਵਨਾ ਹੁੰਦੀ ਹੈ ਕਿਉਂਕਿ ਇਸ ਵਿਖਾਈ ਦੇਣ ਵਾਲੇ ਸੰਸਾਰ ਦੇ ਸਿਰਜਣਹਾਰ ਪਰਮੇਸ਼ਵਰ ਦਾ ਇਹ ਸੁਭਾਅ ਹੈ।

ਇਸ ਲਈ ਭਗਵਤ ਗੀਤਾ ਵਿਚ ਅਸੀਂ ਵੇਖਾਂਗੇ ਕਿ ਭਗਵਾਨ ਹੀ ਪੂਰਨ ਹਨ, ਜਿਨ੍ਹਾਂ ਵਿਚ ਪਰਮ ਨਿਯੰਤਰਨ ਕਰਨ ਵਾਲਾ, ਨਿਯੰਤਰਿਤ ਹੋਣ ਵਾਲਾ ਜੀਵ, ਵਿਖਾਈ ਦੇਣ ਵਾਲਾ ਸੰਸਾਰ, ਸ਼ਾਸਵਤ-ਕਾਲ ਅਤੇ ਕਰਮ ਸ਼ਾਮਲ ਹਨ। ਇਨ੍ਹਾਂ ਸਾਰਿਆਂ ਦੀ ਵਿਅਖਿਆ ਇਸ ਦੇ ਮੂਲ ਪਾਠ ਵਿਚ ਕੀਤੀ ਗਈ ਹੈ। ਇਹ ਸਾਰੇ ਮਿਲ ਕੇ ਪਰਮ ਪੂਰਨ ਦਾ ਨਿਰਮਾਣ ਕਰਦੇ ਹਨ ਅਤੇ ਇਹੋ ਪਰਮ ਪੂਰਨ, ਪਰਮ ਬ੍ਰਹਮ ਜਾਂ ਪਰਮ ਸੱਚ ਕਹਾਉਂਦਾ ਹੈ। ਇਹੋ ਪਰਮ ਪੂਰਨ ਅਤੇ ਪਰਮ ਸੱਚ, ਪੂਰਨ-ਪੁਰਸ਼ੋਤਮ ਭਗਵਾਨ ਸ਼੍ਰੀ

ਕ੍ਰਿਸ਼ਨ ਹਨ। ਸਾਰੀਆਂ ਪ੍ਰਗਟ ਚੀਜ਼ਾਂ ਉਨ੍ਹਾਂ ਦੀਆਂ ਵੱਖੋ-ਵੱਖਰੀਆਂ ਸ਼ਕਤੀਆਂ ਸਦਕਾ ਹਨ। ਉਹ ਹੀ ਪੂਰਨ ਹਨ।

ਭਗਵਤ ਗੀਤਾ ਵਿਚ ਇਹ ਦੱਸਿਆ ਗਿਆ ਹੈ ਕਿ ਬ੍ਰਹਮ ਵੀ ਪੂਰਨ ਪਰਮ ਪੁਰਖ਼ ਦੇ ਅਧੀਨ ਹੈ *(ਬ੍ਰਹਮਣੋ ਹਿ ਪ੍ਰਤਿਸ਼ਠਾਹਮ)* ਬ੍ਰਹਮ ਸੂਤਰ ਵਿਚ ਬ੍ਰਹਮ ਦੀ ਵਿਸਥਾਰ ਨਾਲ ਵਿਆਖਿਆ, ਸੂਰਜ ਦੀਆਂ ਕਿਰਣਾਂ ਦੇ ਰੂਪ ਵਿਚ ਕੀਤੀ ਗਈ ਹੈ। ਨਿਰਵਿਸ਼ੇਸ਼ ਬ੍ਰਹਮ ਭਗਵਾਨ ਦੀਆਂ ਪ੍ਰਕਾਸ਼ਮਈ ਕਿਰਣਾਂ ਦਾ ਸਮੂਹ ਹੈ। ਨਿਰਵਿਸ਼ੇਸ਼ ਬ੍ਰਹਮ ਪੂਰਨ ਬ੍ਰਹਮ ਦੀ ਅਧੂਰੀ ਅਨੁਭੂਤੀ ਹੈ ਅਤੇ ਇਸੇ ਤਰ੍ਹਾਂ ਪ੍ਰਮਾਤਮਾ ਦੀ ਧਾਰਨਾ ਵੀ ਹੈ। ਪੰਦਰ੍ਹਵੇਂ ਅਧਿਆਇ ਵਿਚ ਇਹ ਵਰਣਨ ਹੈ ਕਿ ਭਗਵਾਨ ਪੁਰਸ਼ੋਤਮ ਨਿਰਵਿਸ਼ੇਸ਼ ਬ੍ਰਹਮ ਅਤੇ ਪਰਮਾਤਮਾ ਦੀ ਥੋੜ੍ਹੀ ਜਿਹੀ ਅਨੁਭੂਤੀ ਤੋਂ ਵੱਧਕੇ ਹਨ। ਭਗਵਾਨ ਨੂੰ ਸਚਿਦਾਨੰਦ ਸਰੂਪ ਕਿਹਾ ਜਾਂਦਾ ਹੈ। ਬ੍ਰਹਮ ਸੰਹਿਤਾ ਦੀ ਸ਼ੁਰੂਆਤ ਇਸ ਤਰ੍ਹਾਂ ਹੁੰਦੀ ਹੈ-'*ਈਸ਼੍ਵਰਹ੍ ਪਰਮਹ੍ ਕ੍ਰਿਸ਼੍ਣਹ੍ ਸਚ੍-ਚਿਦ੍-ਆਨੰਦ ਵਿਗਰਹਹ੍, ਅਨਾਦਿਰ੍-ਆਦਿਰ੍-ਗੋਵਿੰਦਹ੍ ਸਰ੍ਵ-ਕਾਰਣ-ਕਾਰਣਮ॥*" ਭਾਵ ਗੋਵਿੰਦ ਜਾਂ ਕ੍ਰਿਸ਼ਨ ਸਾਰੇ ਕਾਰਣਾਂ ਦਾ ਕਾਰਣ ਹਨ। ਉਹ ਹੀ ਆਦਿ ਕਾਰਣ ਹਨ ਅਤੇ ਸਤਿ, ਚਿੱਤ ਅਤੇ ਆਨੰਦ ਦੇ ਰੂਪ ਹਨ। ਨਿਰਵਿਸ਼ੇਸ਼ ਬ੍ਰਹਮ ਉਨ੍ਹਾਂ ਦੇ ਸਤਿ (ਸ਼ਾਸਵਤ) ਸਰੂਪ ਦਾ ਅਨੁਭਵ ਹੈ ਪਰਮਾਤਮਾ ਸਤ-ਚਿਤ (ਸ਼ਾਸਵਤ-ਗਿਆਨ) ਦਾ ਅਨੁਭਵ ਹੈ। ਪਰ ਭਗਵਾਨ ਕ੍ਰਿਸ਼ਨ ਸਾਰੇ ਅਲੌਕਿਕ ਸਰੂਪਾਂ ਦਾ ਅਨੁਭਵ ਹਨ-ਸਤਿ-ਚਿਤ-ਆਨੰਦ ਦੇ ਪੂਰਨ ਸਰੂਪ ਹਨ।

ਘੱਟ ਗਿਆਨ ਵਾਲੇ ਲੋਕ ਪਰਮ ਸਤਿ ਨੂੰ ਨਿਰਵਿਸ਼ੇਸ (ਨਿਰਾਕਾਰ) ਮੰਨਦੇ ਹਨ, ਪਰ ਉਹ ਹਨ ਅਲੌਕਿਕ ਪੁਰਖ਼ । ਜਿਸਦੀ ਪੁਸ਼ਟੀ ਸਾਰੇ ਵੈਦਿਕ ਗ੍ਰੰਥਾਂ ਵਿਚ ਹੋਈ ਹੈ। *'ਨਿਤ੍ਯੋ ਨਿਤ੍ਯਾਨਾਮ੍ ਚੇਤਨਸ਼੍ ਚੇਤਨਾਨਾਮ੍'* (ਕਠੋਪਨਿਸ਼ਦ 2.2.13)। ਜਿਸ ਤਰ੍ਹਾਂ ਅਸੀਂ ਸਾਰੇ ਜੀਵ ਹਾਂ ਅਤੇ ਸਾਰਿਆਂ ਦੀ ਆਪੋ ਆਪਣੀ ਸਤਾ ਹੈ, ਉਸੇ ਤਰ੍ਹਾਂ ਪਰਮ ਸਤਿ ਵੀ ਆਖਰਕਾਰ ਪੁਰਖ਼ ਹੈ ਅਤੇ ਭਗਵਾਨ ਦੀ ਅਨੁਭੂਤੀ ਹੈ। ਇਹ ਪੂਰਨਤਾ ਨਿਰਾਕਾਰ ਨਹੀ ਹੈ। ਜੇਕਰ ਉਹ ਨਿਰਾਕਾਰ ਹੈ ਜਾਂ ਕਿਸੇ ਹੋਰ ਚੀਜ਼ ਨਾਲੋ ਘੱਟ ਹੈ, ਤਾਂ ਉਹ ਪੂਰਨ ਨਹੀਂ ਹੋ ਸਕਦਾ। ਜਿਹੜਾ ਪੂਰਨ ਹੈ, ਉਸ ਨੂੰ ਸਾਡੇ ਅਨੁਭਵ ਕੀਤੀ ਜਾਣ ਵਾਲੀ ਅਤੇ ਅਨੁਭਵ ਤੋਂ ਪਰੇ ਹਰ ਚੀਜ਼ ਨਾਲ ਜੁੜੇ ਹੋਣਾ ਚਾਹੀਦਾ ਹੈ, ਨਹੀਂ ਤਾਂ ਉਹ ਪੂਰਨ ਕਿਵੇਂ ਹੋ ਸਕਦਾ ਹੈ?

ਪੂਰਨ ਭਗਵਾਨ ਵਿਚ ਅਥਾਹ ਸ਼ਕਤੀਆਂ ਹਨ *(ਪਰਾਸ੍ਯ ਸ਼ਕ੍ਤਿਰਵਿਵਿਧੈਵ ਸ਼੍ਰੂਯਤੇ)* ਕ੍ਰਿਸ਼ਨ ਕਿਸ ਤਰ੍ਹਾਂ ਆਪਣੀਆਂ ਵੱਖੋ-ਵੱਖਰੀਆਂ ਸ਼ਕਤੀਆਂ ਨਾਲ ਕਾਰਜਸ਼ੀਲ ਹਨ। ਇਸ ਦੀ ਵਿਆਖਿਆ ਭਗਵਤ ਗੀਤਾ ਵਿਚ ਹੋਈ ਹੈ। ਇਸ 'ਚ ਸੰਸਾਰ ਜੋ ਵਿਖਾਈ ਦਿੰਦਾ ਹੈ ਜਾਂ ਜਿਸ ਸੰਸਾਰ ਵਿਚ ਅਸੀਂ ਰਹਿ ਰਹੇ ਹਾਂ, ਇਹ ਵੀ ਆਪਣੇ ਆਪ ਵਿਚ ਪੂਰਨ ਹੈ ਕਿਉਂਕਿ ਜਿਨ੍ਹਾਂ ਚੌਵੀ ਤੱਤਾਂ ਨਾਲ ਇਹ ਨਸ਼ਵਰ ਬ੍ਰਹਿਮੰਡ ਬਣਿਆ ਹੈ, ਉਹ ਸਾਂਖਿਆ ਦਰਸ਼ਨ ਦੇ ਮੁਤਾਬਿਕ ਇਸ ਬ੍ਰਹਿਮੰਡ ਦਾ ਪਾਲਣ ਅਤੇ ਧਾਰਨ ਕਰਨ ਲਈ ਜਰੂਰੀ ਸਾਧਨਾਂ ਤੋਂ ਪੂਰੀ ਤਰ੍ਹਾਂ ਭਰਪੂਰ ਹੈ। ਇਸ ਵਿਚ ਨਾ ਤਾਂ ਕੋਈ ਫਾਲਤੂ ਤੱਤ ਹੈ, ਨਾ ਹੀ ਕਿਸੇ ਚੀਜ਼ ਦੀ ਜ਼ਰੂਰਤ ਹੈ। ਇਸ ਸ੍ਰਿਸ਼ਟੀ ਦਾ ਆਪਣਾ ਨਿਰਧਾਰਤ ਸਮਾਂ ਹੈ, ਜਿਸ ਦਾ ਨਿਰਧਾਰਣ ਪਰਮੇਸ਼ਵਰ ਦੀ ਸ਼ਕਤੀ ਰਾਹੀਂ ਹੋਇਆ ਹੈ ਜਦ ਉਹ ਸਮਾਂ ਪੂਰਾ ਹੋ ਜਾਂਦਾ ਹੈ ਤਾਂ ਉਸ ਪੂਰਨ ਵਿਵਸਥਾ ਦੁਆਰਾ, ਪਲ ਵਿਚ ਖਤਮ ਹੋਣ ਵਾਲੀ ਸ੍ਰਿਸ਼ਟੀ ਦਾ ਨਾਸ਼ ਹੋ ਜਾਂਦਾ ਹੈ। ਤੁੱਛ ਜੀਵਾਂ ਲਈ ਇਹ ਸੁਵਿਧਾ ਪ੍ਰਾਪਤ ਹੈ ਕਿ ਉਹ ਪੂਰਨ ਦੀ ਭਾਲ ਕਰਨ। ਹਰ ਤਰ੍ਹਾਂ ਦੀਆਂ ਅਪੂਰਨਤਾਵਾਂ ਦਾ ਅਨੁਭਵ ਪੂਰਨ ਸਬੰਧੀ ਗਿਆਨ ਦੀ ਅਪੂਰਨਤਾ ਦਾ ਕਾਰਣ ਹੈ। ਇਸ ਤਰ੍ਹਾਂ ਭਗਵਤ ਗੀਤਾ ਵਿਚ ਵੈਦਿਕ ਵਿੱਦਿਆ ਦਾ ਪੂਰਨ ਗਿਆਨ ਪਾਇਆ ਜਾਂਦਾ ਹੈ।

ਸਾਰਾ ਵੈਦਿਕ ਗਿਆਨ ਅਵਿਨਾਸ਼ੀ (ਅਚੂਕ) ਹੈ। ਸਾਰੇ ਹਿੰਦੂ ਇਸ ਗਿਆਨ ਨੂੰ ਪੂਰਨ ਅਤੇ ਅਚੂਕ ਮੰਨਦੇ ਹਨ, ਉਦਾਹਰਨ ਵਜੋਂ ਗੋਬਰ ਪਸ਼ੂ ਮਲ ਹੈ, ਸਮ੍ਰਿਤੀ ਜਾਂ ਵੈਦਿਕ ਨਿਯਮਾਂ ਮੁਤਾਬਿਕ ਜੇ ਕੋਈ ਪਸ਼ੂ ਮਲ ਨੂੰ ਹੱਥ ਲਾਉਂਦਾ ਹੈ ਤਾਂ ਉਸ ਨੂੰ ਸ਼ੁੱਧ ਹੋਣ ਲਈ ਇਸ਼ਨਾਨ ਕਰਨਾ ਪੈਂਦਾ ਹੈ। ਪਰ ਵੈਦਿਕ ਸ਼ਾਸਤਰਾਂ ਵਿਚ ਗੋਬਰ ਨੂੰ ਪਵਿੱਤਰ ਕਰਨ ਵਾਲਾ ਮੰਨਿਆ ਗਿਆ ਹੈ। ਇਹ ਵਿਰੋਧੀ ਗੱਲ ਹੈ ਪਰ ਫਿਰ ਵੀ ਮੰਨੀ ਜਾਂਦੀ ਹੈ ਕਿਉਂਕਿ ਇਹ ਵੈਦਿਕ ਹਦਾਇਤ ਹੈ ਅਤੇ ਇਸ ਵਿਚ ਕੋਈ ਸ਼ੱਕ ਨਹੀ ਹੈ, ਅਤੇ ਇਸ ਨੂੰ ਮੰਨਣ ਵਿਚ ਕਿਸੇ ਤਰ੍ਹਾਂ ਦੀ ਘਾਟ ਨਹੀ ਹੋਵੇਗੀ। ਹੁਣ ਤਾਂ ਆਧੁਨਿਕ ਵਿਗਿਆਨ ਵੀ ਇਹ ਸਾਬਤ ਕਰ ਚੁੱਕਾ ਹੈ ਕਿ ਗਾਂ ਦੇ ਗੋਬਰ ਵਿਚ ਸਾਰੇ ਜੀਵਾਣੂ ਨਾਸ਼ਕ ਗੁਣ ਹੁੰਦੇ ਹਨ। ਇਸ ਲਈ ਵੈਦਿਕ ਗਿਆਨ ਪੂਰਨ ਹੈ ਕਿਉਂਕਿ ਇਹ ਸਾਰੀਆ ਸ਼ੰਕਾਵਾਂ ਅਤੇ ਦੋਸ਼ਾਂ ਤੋਂ ਪਰੇ ਹੈ ਅਤੇ ਭਗਵਤ ਗੀਤਾ ਸਾਰੇ ਵੈਦਿਕ ਗਿਆਨ ਦਾ ਸਾਰ ਹੈ।

ਵੈਦਿਕ ਗਿਆਨ ਅਨੁਸੰਧਾਨ (ਖੋਜ਼) ਦਾ ਵਿਸ਼ਾ ਨਹੀਂ। ਸਾਡੀ ਖੋਜ਼ ਅਧੂਰੀ ਹੈ, ਕਿਉਂਕਿ ਅਸੀ ਅਧੂਰੀਆਂ ਇੰਦਰੀਆਂ ਰਾਹੀਂ ਖੋਜ ਕਰਦੇ ਹਾਂ। ਸਾਨੂੰ ਪਹਿਲਾਂ ਤੋਂ ਚਲੇ ਆ ਰਹੇ ਪੂਰਨ ਗਿਆਨ ਨੂੰ ਪਰੰਪਰਾ ਰਾਹੀ ਮੰਨਣਾ ਹੁੰਦਾ ਹੈ ਜਿਵੇਂ ਭਗਵਤ ਗੀਤਾ ਵਿਚ

ਕਿਹਾ ਹੈ। ਸਾਨੂੰ ਗਿਆਨ ਨੂੰ ਠੀਕ ਸਰੋਤ ਅਤੇ ਪਰੰਪਰਾ ਤੋਂ ਪ੍ਰਾਪਤ ਕਰਨਾ ਹੁੰਦਾ ਹੈ, ਜਿਹੜੀ ਪਰਮ ਗੁਰੂ ਸਰੂਪ ਪ੍ਰਤੱਖ ਭਗਵਾਨ ਤੋਂ ਸ਼ੁਰੂ ਹੁੰਦੀ ਹੈ ਅਤੇ ਇਹ ਗੁਰੂ-ਸ਼ਿਸ਼ ਪਰੰਪਰਾ ਅੱਗੇ ਵੱਧਦੀ ਜਾਂਦੀ ਹੈ। ਅਰਜੁਨ ਸਿੱਖਿਆਰਥੀ ਦੇ ਰੂਪ ਵਿਚ ਭਗਵਾਨ ਕ੍ਰਿਸ਼ਨ ਤੋਂ ਸਿੱਖਿਆ ਲੈਂਦਾ ਹੈ ਅਤੇ ਉਨ੍ਹਾਂ ਦਾ ਵਿਰੋਧ ਕੀਤੇ ਬਿਨਾਂ ਉਹ ਕ੍ਰਿਸ਼ਨ ਦੀਆਂ ਸਾਰੀਆਂ ਗੱਲਾਂ ਮੰਨ ਲੈਂਦਾ ਹੈ। ਕਿਸੇ ਨੂੰ ਵੀ ਭਗਵਤ ਗੀਤਾ ਦੇ ਇਕ ਪੱਖ ਨੂੰ ਮੰਨਣ ਅਤੇ ਦੂਜੇ ਪੱਖ ਨੂੰ ਨਾ ਮੰਨਣ ਦੀ ਆਗਿਆ ਨਹੀ ਦਿੱਤੀ ਜਾਂਦੀ। ਸਾਨੂੰ ਭਗਵਤ ਗੀਤਾ ਨੂੰ ਬਿਨ੍ਹਾਂ ਕਿਸੇ ਤਰ੍ਹਾਂ ਦੀ ਟੀਕਾ-ਟਿੱਪਣੀ, ਬਿਨਾਂ ਘਟਾਏ ਵਧਾਏ ਅਤੇ ਵਿਸ਼ਾ-ਵਸਤੂ ਵਿਚ ਬਿਨ੍ਹਾਂ ਕਿਸੇ ਮਾਨਸਿਕ ਕਲਪਨਾ ਦੇ ਮੰਨਣਾ ਚਾਹੀਦਾ ਹੈ। ਗੀਤਾ ਨੂੰ ਵੈਦਿਕ ਗਿਆਨ ਦੀ ਸਭ ਤੋਂ ਵੱਧ-ਪੂਰਨ ਰਚਨਾ ਸਮਝਣਾ ਚਾਹੀਦਾ ਹੈ। ਵੈਦਿਕ ਗਿਆਨ ਅਲੌਕਿਕ ਵਸੀਲਿਆਂ ਰਾਹੀਂ ਹਾਸਲ ਹੁੰਦਾ ਹੈ ਅਤੇ ਭਗਵਾਨ ਨੇ ਪਹਿਲੋਂ ਆਪ ਪ੍ਰਵਚਨ ਕੀਤਾ ਸੀ। ਭਗਵਾਨ ਰਾਹੀਂ ਕਹੇ ਗਏ ਸ਼ਬਦ ਅਲੌਕਿਕ ਕਹਾਉਂਦੇ ਹਨ, ਜਿਸ ਦਾ ਅਰਥ ਹੈ ਕਿ ਉਹ ਚਾਰ ਦੋਸ਼ਾਂ ਵਾਲੇ ਸੰਸਾਰੀ ਮਨੁੱਖ ਰਾਹੀਂ ਕਹੇ ਗਏ ਸ਼ਬਦਾਂ ਤੋਂ ਹਟਕੇ ਹਨ। ਸੰਸਾਰੀ ਮਨੁੱਖ ਦੇ ਦੋਸ਼ ਇਹ ਹਨ-1. ਉਹ ਗਲਤੀਆਂ ਜ਼ਰੂਰ ਕਰਦਾ ਹੈ, 2. ਉਹ ਲਾਜ਼ਮੀ ਤੌਰ ਤੇ ਮੋਹ ਨਾਲ ਘਿਰਿਆ ਹੁੰਦਾ ਹੈ, 3. ਉਸ ਵਿਚ ਦੂਜਿਆ ਨੂੰ ਧੋਖਾ ਦੇਣ ਦੀ ਆਦਤ ਹੁੰਦੀ ਹੈ, ਅਤੇ 4. ਉਹ ਅਧੂਰੀਆਂ ਇੰਦਰੀਆਂ ਕਾਰਨ ਸੀਮਿਤ ਹੁੰਦਾ ਹੈ। ਇਨ੍ਹਾਂ ਚਾਰ ਦੋਸ਼ਾਂ ਕਾਰਨ ਮਨੁੱਖ ਸਰਵ-ਵਿਆਪੀ ਗਿਆਨ ਨਾਲ ਸਬੰਧਿਤ ਪੂਰੀ ਸੂਚਨਾ ਨਹੀ ਦੇ ਸਕਦਾ।

ਅਜਿਹੇ ਦੋਸ਼ਾਂ ਵਾਲੇ ਮਨੁੱਖਾਂ ਰਾਹੀਂ ਵੈਦਿਕ ਗਿਆਨ ਨਹੀਂ ਦਿੱਤਾ ਜਾ ਸਕਦਾ। ਇਸ ਨੂੰ ਸਭ ਤੋਂ ਪਹਿਲੋ ਪਹਿਲੇ ਸਿਰਜੇ ਜੀਵ, ਬ੍ਰਹਮਾ ਦੇ ਹਿਰਦੇ ਵਿਚ ਦਿੱਤਾ ਗਿਆ, ਫਿਰ ਬ੍ਰਹਮਾ ਨੇ ਇਸ ਗਿਆਨ ਨੂੰ ਆਪਣੇ ਪੁੱਤਰਾਂ ਅਤੇ ਸ਼ਗਿਰਦਾਂ ਨੂੰ ਯਥਾਰੂਪ ਵਿਚ ਦੇ ਦਿੱਤਾ, ਜਿਸ ਰੂਪ ਵਿਚ ਉਨ੍ਹਾਂ ਨੂੰ ਭਗਵਾਨ ਤੋਂ ਮਿਲਿਆ ਸੀ। ਭਗਵਾਨ ਪੂਰਨ ਹਨ ਅਤੇ ਉਨ੍ਹਾਂ ਦਾ ਪ੍ਰਕਿਰਤੀ ਦੇ ਨਿਯਮਾਂ ਦੇ ਅਧੀਨ ਹੋਣ ਦਾ ਸਵਾਲ ਹੀ ਪੈਦਾ ਨਹੀਂ ਹੁੰਦਾ। ਇਸ ਲਈ ਮਨੁੱਖ ਵਿਚ ਇਨ੍ਹੀਂ ਬੁੱਧੀ ਤਾਂ ਹੋਣੀ ਹੀ ਚਾਹੀਦੀ ਹੈ ਕਿ ਭਗਵਾਨ ਹੀ ਇਸ ਬ੍ਰਹਮੰਡ ਦੀਆਂ ਸਾਰੀਆਂ ਚੀਜ਼ਾਂ ਦੇ ਇਕਲੌਤੇ ਮਾਲਕ ਹਨ, ਉਹ ਹੀ ਆਦਿ ਸਿਰਜਣਹਾਰ ਹਨ, ਇਥੋਂ ਤਕ ਕਿ ਬ੍ਰਹਮਾਂ ਦੇ ਵੀ ਸਿਰਜਣਹਾਰ ਹਨ। ਗਿਆਰਵੇਂ ਅਧਿਆਇ ਵਿਚ ਭਗਵਾਨ ਨੂੰ ਪਰਮ ਪਿਤਾਮਹ ਕਹਿ ਕੇ ਸੰਬੋਧਿਤ ਕੀਤਾ ਹੈ ਅਤੇ ਉਹ ਤਾਂ ਇਸ ਪਿਤਾਮਹ ਦੇ ਵੀ ਸਿਰਜਣਹਾਰ ਹਨ। ਇਸ ਲਈ ਕਿਸੇ ਨੂੰ ਆਪਣੇ-ਆਪ ਨੂੰ ਕਿਸੇ ਵੀ ਚੀਜ਼ ਦਾ ਮਾਲਕ

ਨਹੀਂ ਮੰਨਣਾ ਚਾਹੀਦਾ, ਉਸ ਨੂੰ ਸਿਰਫ ਉਨ੍ਹਾਂ ਚੀਜ਼ਾਂ ਨੂੰ ਹੀ ਆਪਣਾ ਮੰਨਣਾ ਚਾਹੀਦਾ ਹੈ, ਜਿਹੜੀਆਂ ਉਸ ਦੇ ਗੁਜਾਰੇ ਲਈ ਭਗਵਾਨ ਨੇ ਅਲੱਗ ਕਰ ਦਿੱਤੀਆਂ ਹਨ।

ਸਾਡੇ ਸਦਉਪਯੋਗ ਲਈ ਭਗਵਾਨ ਰਾਹੀਂ ਜੋ ਚੀਜ਼ਾਂ ਦਿੱਤੀਆਂ ਗਈਆਂ ਹਨ, ਉਨ੍ਹਾਂ ਦੀ ਵਰਤੋਂ ਕਿੰਝ ਕੀਤੀ ਜਾਵੇ, ਇਸ ਦੇ ਅਨੇਕਾਂ ਉਦਾਹਰਣ ਮਿਲਦੇ ਹਨ। ਇਨ੍ਹਾਂ ਦੀ ਵਿਆਖਿਆ ਭਗਵਤ ਗੀਤਾ ਵਿਚ ਹੋਈ ਹੈ। ਸ਼ੁਰੂ ਵਿਚ ਅਰਜੁਨ ਨੇ ਫੈਸਲਾ ਕੀਤਾ ਸੀ ਕਿ ਉਹ ਕੁਰੂਕਸ਼ੇਤਰ ਦੀ ਜੰਗ ਵਿਚ ਨਹੀ ਲੜੇਗਾ। ਇਹ ਉਸ ਦਾ ਆਪਣਾ ਫੈਸਲਾ ਸੀ। ਅਰਜੁਨ ਨੇ ਭਗਵਾਨ ਨੂੰ ਕਿਹਾ ਕਿ ਉਹ ਆਪਣੇ ਰਿਸ਼ਤੇਦਾਰਾਂ ਨੂੰ ਮਾਰ ਕੇ ਰਾਜ ਨਹੀ ਭੋਗਣਾ ਚਾਹੁੰਦਾ । ਇਹ ਫੈਸਲਾ ਸ਼ਰੀਰ ਤੇ ਆਧਾਰਤ ਸੀ, ਕਿਉਂਕਿ ਉਹ ਆਪਣੇ ਆਪ ਨੂੰ ਸ਼ਰੀਰ ਮੰਨ ਰਿਹਾ ਸੀ ਅਤੇ ਆਪਣੇ ਭਾਰਾਵਾਂ, ਭਤੀਜਿਆਂ, ਸਾਲਿਆਂ, ਦਾਦੇ ਆਦਿ ਨੂੰ ਆਪਣੇ ਸ਼ਰੀਰਕ ਸੰਬੰਧ ਜਾਂ ਵਿਸਥਾਰ ਦੇ ਰੂਪ ਵਿਚ ਲੈ ਰਿਹਾ ਸੀ। ਇਸ ਲਈ ਉਹ ਆਪਣੀਆਂ ਸ਼ਰੀਰਕ ਜ਼ਰੂਰਤਾਂ ਨੂੰ ਪੂਰਾ ਕਰਨਾ ਚਾਹੁੰਦਾ ਸੀ। ਭਗਵਤ ਗੀਤਾ ਦਾ ਪ੍ਰਵਚਨ ਇਸੇ ਦ੍ਰਿਸ਼ਟੀਕੋਣ ਨੂੰ ਬਦਲਣ ਲਈ ਹੀ ਕੀਤਾ ਅਤੇ ਅੰਤ ਵਿਚ ਅਰਜੁਨ ਭਗਵਾਨ ਦੇ ਹੁਕਮ ਮੁਤਾਬਿਕ ਜੰਗ ਕਰਨ ਦਾ ਫੈਸਲਾ ਕਰਦੇ ਹੋਏ ਕਹਿੰਦਾ ਹੈ- '*ਕਰਿਸ਼੍ਯੇ ਵਚਨਮ੍ ਤਵ*' ਭਾਵ ਮੈਂ ਤੁਹਾਡੇ ਕਹੇ ਵਚਨਾਂ ਮੁਤਾਬਿਕ ਹੀ ਕਰਾਂਗਾ।

ਇਸ ਸੰਸਾਰ ਵਿਚ ਮਨੁੱਖ ਬਿੱਲੀਆਂ ਅਤੇ ਕੁੱਤਿਆਂ ਵਾਂਗ ਲੜਨ ਲਈ ਨਹੀਂ ਆਇਆ। ਮਨੁੱਖ ਨੂੰ ਮਨੁੱਖੀ ਜੀਵਨ ਦੇ ਮਹੱਤਵ ਨੂੰ ਸਮਝ ਕੇ ਸਧਾਰਨ ਪਸ਼ੂਆਂ ਵਾਂਗ ਵਿਵਹਾਰ ਨਹੀ ਕਰਨਾ ਚਾਹੀਦਾ। ਮਨੁੱਖ ਨੂੰ ਆਪਣੇ ਜੀਵਨ ਦੇ ਮੰਤਵ ਨੂੰ ਸਮਝਣਾ ਚਾਹੀਦਾ ਹੈ। ਇਸ ਬਾਰੇ ਵੈਦਿਕ ਗ੍ਰੰਥਾਂ ਵਿਚ ਦੱਸਿਆ ਗਿਆ ਹੈ, ਜਿਸ ਦਾ ਸਾਰ ਭਗਵਤ ਗੀਤਾ ਵਿਚ ਮਿਲਦਾ ਹੈ। ਵੈਦਿਕ ਗ੍ਰੰਥ ਮਨੁੱਖਾਂ ਲਈ ਹਨ, ਪਸ਼ੂਆਂ ਲਈ ਨਹੀ। ਜੇਕਰ ਇਕ ਪਸ਼ੂ ਦੂਜੇ ਪਸ਼ੂ ਨੂੰ ਮਾਰ ਦੇਵੇ ਤਾਂ ਕੋਈ ਪਾਪ ਨਹੀਂ ਪਰ ਜੇਕਰ ਕੋਈ ਮਨੁੱਖ ਆਪਣੀਆਂ ਬੇਕਾਬੂ ਇੰਦਰੀਆਂ ਦੀ ਸੰਤੁਸ਼ਟੀ ਲਈ ਕਿਸੇ ਪਸ਼ੂ ਨੂੰ ਮਾਰਦਾ ਹੈ ਤਾਂ ਉਹ ਕੁਦਰਤ ਦੇ ਨਿਯਮਾਂ ਨੂੰ ਤੋੜਨ ਲਈ ਜ਼ਿੰਮੇਵਾਰ ਹੈ। ਭਗਵਤ ਗੀਤਾ ਵਿਚ ਸਪਸ਼ਟ ਰੂਪ ਵਿਚ ਪ੍ਰਕਿਰਤੀ ਦੇ ਗੁਣਾਂ ਮੁਤਾਬਿਕ ਤਿੰਨ ਤਰ੍ਹਾਂ ਦੇ ਕਰਮਾਂ ਦਾ ਵਰਣਨ ਹੈ- ਸਾਤਵਿਕ ਕਰਮ, ਰਾਜਸਿਕ ਕਰਮ ਅਤੇ ਤਾਮਸਿਕ ਕਰਮ। ਇਸੇ ਤਰ੍ਹਾਂ ਭੋਜਨ (ਆਹਾਰ) ਵੀ ਤਿੰਨ ਤਰ੍ਹਾਂ ਦਾ ਹੈ- ਸਾਤਵਿਕ ਭੋਜਨ, ਰਾਜਸਿਕ ਭੋਜਨ ਅਤੇ ਤਾਮਸਿਕ ਭੋਜਨ। ਇਨ੍ਹਾਂ ਦਾ ਵਿਸਥਾਰ ਨਾਲ ਵਰਣਨ ਹੈ। ਜੇਕਰ ਅਸੀ ਭਗਵਤ ਗੀਤਾ ਦੇ ਉਪਦੇਸ਼ਾਂ ਨੂੰ ਠੀਕ ਤਰੀਕੇ ਨਾਲ ਅਪਣਾ ਲਈਏ ਤਾਂ ਸਾਡਾ ਸਮੁੱਚਾ ਜੀਵਨ ਸ਼ੁੱਧ ਹੋ ਜਾਵੇ ਅਤੇ ਅਸੀ ਆਪਣੇ ਜੀਵਨ

ਦੀ ਮੰਜ਼ਿਲ ਨੂੰ ਜਿਹੜੀ ਇਸ ਭੌਤਿਕ ਆਕਾਸ਼ ਤੋਂ ਪਰੇ ਹੈ, ਹਾਸਿਲ ਕਰ ਸਕਦੇ ਹਾਂ। ***(ਯਦ੍ਗਤ੍ਵਾ ਨ ਨਿਵਰ੍ਤੰਤੇ ਤਦ੍ਧਾਮ ਪਰਮਮ੍ ਮਮ)***।

ਇਹੋ ਮੰਜ਼ਿਲ (ਮੰਤਵ) ਸਨਾਤਨ ਆਕਾਸ਼ ਜਾਂ ਨਿੱਤ ਚਿਨਮਯ ਆਕਾਸ਼ ਦੇ ਨਾਂ ਨਾਲ ਜਾਣਿਆ ਜਾਂਦਾ ਹੈ। ਅਸ਼ੀਂ ਵੇਖਦੇ ਹਾਂ ਕਿ ਇਸ ਸੰਸਾਰ ਵਿਚ ਹਰ ਪਦਾਰਥ ਨਾਸ਼ਵਾਨ ਹੈ। ਉਹ ਪੈਦਾ ਹੁੰਦਾ ਹੈ, ਕੁੱਝ ਸਮਾਂ ਰਹਿੰਦਾ ਹੈ, ਕੁੱਝ ਗੌਣ ਚੀਜ਼ਾਂ ਪੈਦਾ ਕਰਦਾ ਹੈ, ਘਟਦਾ ਹੈ ਅਤੇ ਅੰਤ ਵਿਚ ਲੁਪਤ ਹੋ ਜਾਂਦਾ ਹੈ। ਭੌਤਿਕ ਸੰਸਾਰ ਦਾ ਇਹੋ ਨਿਯਮ ਹੈ ਭਾਵੇਂ ਅਸੀਂ ਮਨੁੱਖੀ ਸ਼ਰੀਰਾਂ ਦਾ ਉਦਾਹਰਣ ਲਈਐ ਜਾਂ ਫਲ ਦਾ ਜਾਂ ਕਿਸੇ ਹੋਰ ਚੀਜ਼ ਦਾ। ਪਰ ਇਸ ਨਾਸ਼ਵਾਨ ਸੰਸਾਰ ਤੋਂ ਪਰੇ ਇਕ ਹੋਰ ਸੰਸਾਰ ਹੈ, ਜਿਸ ਬਾਰੇ ਸਾਨੂੰ ਜਾਣਕਾਰੀ ਨਹੀਂ ਹੈ । ਜੀਵ ਵੀ ਸਨਾਤਨ ਹੈ ਅਤੇ ਗਿਆਰਵੇਂ ਅਧਿਆਇ ਵਿਚ ਭਗਵਾਨ ਨੂੰ ਵੀ ਸਨਾਤਨ ਦੱਸਿਆ ਗਿਆ ਹੈ। ਸਾਡਾ ਭਗਵਾਨ ਨਾਲ ਡੂੰਘਾ ਸਬੰਧ ਹੈ, ਕਿਉਂਕਿ ਅਸੀਂ ਸਾਰੇ ਗੁਣਾਤਮਕ ਰੂਪ ਵਿਚ ਇਕ ਹਾਂ-ਸਨਾਤਨ ਧਾਮ, ਸਨਾਤਨ ਬ੍ਰਹਮ ਅਤੇ ਸਨਾਤਨ ਜੀਵ- ਇਸ ਲਈ ਗੀਤਾ ਦਾ ਮੁੱਖ ਮੰਤਵ ਸਾਡੇ ਸਨਾਤਨ ਧਰਮ ਨੂੰ ਜਾਗ੍ਰਿਤ ਕਰਨਾ ਹੈ, ਜਿਹੜਾ ਜੀਵ ਦਾ ਸ਼ਾਸਵਤ ਸੁਭਾਵ ਹੈ। ਅਸੀ ਅਸਥਾਈ ਤੌਰ ਤੇ ਵੱਖੋ-ਵੱਖਰੇ ਕਰਮਾਂ ਵਿਚ ਲੱਗੇ ਰਹਿੰਦੇ ਹਾਂ ਪਰ ਜੇ ਅਸੀਂ ਇਨ੍ਹਾਂ ਕਰਮਾਂ ਨੂੰ ਤਿਆਗ ਕੇ ਪਰਮੇਸ਼ਵਰ ਰਾਹੀਂ ਨਿਰਧਾਰਤ ਕਰਮਾਂ ਨੂੰ ਅਪਣਾ ਲਈਐ ਤਾਂ ਸਾਡੇ ਸਾਰੇ ਕਰਮ ਸ਼ੁੱਧ ਹੋ ਜਾਣ। ਇਹੋ ਸ਼ੁੱਧ ਜੀਵਨ ਕਹਾਉਂਦਾ ਹੈ।

ਪਰਮੇਸ਼ਵਰ ਅਤੇ ਉਸ ਦਾ ਅਲੌਕਿ ਧਾਮ ਇਹ ਦੋਵੇਂ ਹੀ ਸਨਾਤਨ ਹਨ ਅਤੇ ਜੀਵ ਵੀ ਸਨਾਤਨ ਹੈ। ਸਨਾਤਨ ਧਾਮ ਵਿਚ ਪਰਮੇਸ਼ਵਰ ਅਤੇ ਜੀਵ ਦਾ ਮੇਲ ਹੀ ਮਾਨਵ ਜੀਵਨ ਦੀ ਸਾਰਥਕਤਾ ਹੈ । ਭਗਵਾਨ ਜੀਵਾਂ ਤੇ ਬਹੁਤ ਦਿਆਲੂ ਰਹਿੰਦੇ ਹਨ ਕਿਉਂਕਿ ਜੀਵ ਉਨ੍ਹਾਂ ਦੀ ਸੰਤਾਨ ਹਨ। ਭਗਵਾਨ ਕ੍ਰਿਸ਼ਨ ਨੇ ਭਗਵਦ ਗੀਤਾ ਵਿਚ ਕਿਹਾ ਹੈ- ***ਸਰ੍ਵਯੋਨਿਸ਼ੁ.....ਅਹਮ੍ ਬੀਜਪ੍ਰਦਹ੍ ਪਿਤਾ......***ਭਾਵ ਮੈਂ ਸਾਰਿਆ ਦਾ ਪਿਤਾ ਹਾਂ। ਨਿਸ਼ਚੇ ਹੀ ਆਪਣੇ-ਆਪਣੇ ਕਰਮਾਂ ਮੁਤਾਬਿਕ ਅਨੇਕਾਂ ਤਰ੍ਹਾਂ ਦੇ ਜੀਵ ਹਨ ਪਰ ਇੱਥੇ ਕ੍ਰਿਸ਼ਨ ਆਪਣੇ ਆਪ ਨੂੰ ਉਹਨਾਂ ਸਾਰਿਆਂ ਦਾ ਪਿਤਾ ਕਹਿੰਦੇ ਹਨ। ਇਸ ਲਈ ਭਗਵਾਨ ਉਨ੍ਹਾਂ ਸਾਰੇ ਪਤਿਤ ਬੱਧ ਜੀਵਾਂ ਦਾ ਕਲਿਆਣ ਕਰਨ ਲਈ ਅਤੇ ਉਨ੍ਹਾਂ ਨੂੰ ਸਨਾਤਨ ਧਾਮ ਵਾਪਸ ਬੁਲਾਉਣ ਲਈ ਅਵਤਾਰ ਲੈਂਦੇ ਹਨ, ਜਿਸ ਨਾਲ ਸਨਾਤਨ ਜੀਵ ਭਗਵਾਨ ਦੇ ਸੰਗ ਰਹਿ ਕੇ ਆਪਣੀ ਸਨਾਤਨ ਸਥਿਤੀ ਨੂੰ ਫਿਰ ਤੋਂ ਹਾਸਲ ਕਰ ਸਕਣ। ਭਗਵਾਨ ਖੁਦ ਅਨੇਕਾਂ ਰੂਪਾਂ ਵਿਚ ਅਵਤਾਰ ਲੈਂਦੇ ਹਨ ਜਾਂ ਫਿਰ ਆਪਣੇ ਭਰੋਸੇਯੋਗ ਸੇਵਕਾਂ ਨੂੰ ਆਪਣੇ

ਪੁੱਤਰਾਂ, ਪਾਰਸ਼ਦਾਂ (ਦੂਤਾਂ) ਜਾਂ ਆਚਾਰੀਆਂ ਦੇ ਰੂਪ ਵਿਚ ਇਨ੍ਹਾਂ ਬੱਧ ਜੀਵਾਂ ਦਾ ਕਲਿਆਣ ਕਰਨ ਲਈ ਭੇਜਦੇ ਹਨ।

ਇਸ ਲਈ ਸਨਾਤਨ ਧਰਮ ਕਿਸੇ ਸੰਪਰਦਾਇਕ ਧਰਮ-ਮਾਰਗ ਦਾ ਸੂਚਕ ਨਹੀ। ਇਹ ਤਾਂ ਸਨਾਤਨ ਪਰਮੇਸ਼ਵਰ ਨਾਲ ਸਨਾਤਨ ਜੀਵਾਂ ਦੇ ਸਨਾਤਨ ਧਰਮ-ਕਰਮ ਦਾ ਸੂਚਕ ਹੈ। ਜਿਵੇਂ ਕਿ ਪਹਿਲੋਂ ਕਿਹਾਂ ਹੈ, ਇਹ ਜੀਵ ਦੇ ਨਿੱਤ ਧਰਮ (ਸੁਭਾਅ) ਨੂੰ ਦੱਸਦਾ ਹੈ। ਸ਼੍ਰੀਪਾਦ ਰਾਮਾਨੁਜਾਚਾਰੀਆ ਨੇ ਸਨਾਤਨ ਸ਼ਬਦ ਦੀ ਵਿਆਖਿਆ ਇਸ ਤਰ੍ਹਾਂ ਕੀਤੀ ਹੈ, "ਉਹ ਜਿਸ ਦਾ ਨਾ ਆਦਿ ਹੈ ਅਤੇ ਨਾ ਅੰਤ", ਇਸ ਲਈ ਜਦੋਂ ਅਸੀ ਸਨਾਤਨ ਧਰਮ ਦੇ ਵਿਸ਼ੇ ਵਿਚ ਗੱਲ ਕਰਦੇ ਹਾਂ ਤਾਂ ਸਾਨੂੰ ਸ਼੍ਰੀਪਾਦ ਰਾਮਾਨੁਜਾਚਾਰੀਆ ਦੇ ਸਬੂਤਾਂ ਦੇ ਆਧਾਰ ਤੇ ਇਹ ਮੰਨ ਲੈਣਾ ਚਾਹੀਦਾ ਹੈ ਕਿ ਇਸ ਦਾ ਆਦਿ ਤੇ ਅੰਤ ਨਹੀਂ।

ਅੰਗਰੇਜ਼ੀ ਦਾ ਰਿਲੀਜ਼ਨ ਸ਼ਬਦ ਸਨਾਤਨ ਧਰਮ ਤੋਂ ਥੋੜ੍ਹਾ ਵੱਖਰਾ ਹੈ। ਰਿਲੀਜ਼ਨ ਤੋਂ ਵਿਸ਼ਵਾਸ ਦਾ ਭਾਵ ਸੂਚਿਤ ਹੁੰਦਾ ਹੈ ਅਤੇ ਵਿਸ਼ਵਾਸ ਟਿਕਾਉ ਨਹੀਂ ਹੁੰਦਾ। ਕਿਸੇ ਨੂੰ ਇਸ ਖਾਸ ਵਿਧੀ (ਵਿਧਾਨ) ਤੇ ਵਿਸ਼ਵਾਸ ਹੋ ਸਕਦਾ ਹੈ ਅਤੇ ਉਹ ਉਸ ਵਿਸ਼ਵਾਸ ਨੂੰ ਬਦਲ ਕੇ ਦੂਜੇ ਨੂੰ ਸਵੀਕਾਰ ਕਰ ਸਕਦਾ ਹੈ। ਪਰ ਸਨਾਤਨ ਧਰਮ ਉਸ ਕਰਮ ਦਾ ਸੂਚਕ ਹੈ, ਜਿਹੜਾ ਬਦਲਿਆ ਨਹੀਂ ਜਾ ਸਕਦਾ, ਉਦਾਹਰਣ ਵਜੋਂ ਜਿਵੇਂ ਪਾਣੀ ਵਿਚੋਂ ਉਸ ਦੀ ਤਰਲਤਾ ਅਤੇ ਅੱਗ ਵਿਚੋਂ ਗਰਮੀ ਨੂੰ ਅਲੱਗ ਨਹੀਂ ਕੀਤਾ ਜਾ ਸਕਦਾ, ਉਸੇ ਤਰ੍ਹਾਂ ਜੀਵ ਤੋਂ ਉਸ ਦੇ ਸਨਾਤਨ ਕਰਮਾਂ ਨੂੰ ਅਲੱਗ ਨਹੀਂ ਕੀਤਾ ਜਾ ਸਕਦਾ। ਸਨਾਤਨ ਧਰਮ ਦੇ ਵਿਸ਼ੇ ਵਿਚ ਗੱਲ ਕਰਦੇ ਹਾਂ ਤਾਂ ਸਾਨੂੰ ਸ਼੍ਰੀਪਾਦ ਰਾਮਾਨੁਜਾਚਾਰੀਆ ਦੇ ਸਬੂਤ ਨੂੰ ਮੰਨਣਾ ਚਾਹੀਦਾ ਹੈ ਕਿ ਉਸ ਦਾ ਆਦਿ-ਅੰਤ ਨਹੀਂ। ਜਿਸ ਦਾ ਆਦਿ ਅੰਤ ਨਾ ਹੋਵੇ, ਉਹ ਸੰਪਰਦਾਇਕ ਨਹੀਂ ਹੋ ਸਕਦਾ ਕਿਉਂਕਿ ਉਸ ਸਨਾਤਨ ਧਰਮ ਨੂੰ ਵੀ ਸੰਪਰਦਾਇਕ ਮੰਨਣ ਦੀ ਗਲਤੀ ਕਰਨਗੇ ਪਰ ਜੇਕਰ ਅਸੀ ਇਸ ਵਿਸ਼ੇ ਤੇ ਗੰਭੀਰਤਾ ਨਾਲ ਵਿਚਾਰ ਕਰੀਏ ਅਤੇ ਆਧੁਨਿਕ ਵਿਗਿਆਨ ਦੇ ਪ੍ਰਕਾਸ਼ ਵਿਚ ਸੋਚੀਏ ਤਾਂ ਅਸੀ ਸਹਿਜੇ ਹੀ ਵੇਖ ਸਕਦੇ ਹਾਂ ਕਿ ਸਨਾਤਨ ਧਰਮ ਦੁਨੀਆ ਦੇ ਸਾਰੇ ਲੋਕਾਂ ਦਾ ਹੀ ਨਹੀ ਸਗੋਂ ਬ੍ਰਹਿਮੰਡ ਦੇ ਸਾਰੇ ਜੀਵਾਂ ਦਾ ਵਾਸਤਵਿਕ ਸੁਭਾਅ ਹੈ।

ਭਾਵੇਂ ਅਸਥਾਈ ਧਾਰਮਿਕ ਵਿਸ਼ਵਾਸ ਦਾ ਮਨੁੱਖੀ ਇਤਿਹਾਸ ਦੇ ਪੰਨਿਆ ਵਿਚ ਕੋਈ ਮੁੱਢ ਹੋਵੇ, ਪਰ ਸਨਾਤਨ ਧਰਮ ਦੇ ਇਤਿਹਾਸ ਦਾ ਕੋਈ ਮੁੱਢ ਨਹੀਂ, ਕਿਉਂਕਿ ਇਹ ਜੀਵਾਂ ਨਾਲ ਸਾਸ਼ਵਤ ਚਲਦਾ ਰਹਿੰਦਾ ਹੈ। ਜਿੱਥੋਂ ਤਕ ਜੀਵਾਂ ਦਾ ਸੰਬੰਧ ਹੈ, ਪ੍ਰਮਾਣਿਤ

ਸ਼ਾਸਤਰਾਂ ਦਾ ਕਹਿਣਾ ਹੈ ਕਿ ਜੀਵ ਦਾ ਨਾ ਤਾਂ ਜਨਮ ਹੁੰਦਾ ਹੈ ਅਤੇ ਨਾ ਮੌਤ। ਗੀਤਾ ਵਿਚ ਕਿਹਾ ਗਿਆ ਹੈ ਕਿ ਜੀਵ ਦਾ ਨਾ ਤਾਂ ਜਨਮ ਹੁੰਦਾ ਹੈ ਅਤੇ ਨਾ ਮੌਤ। ਗੀਤਾ ਵਿਚ ਕਿਹਾ ਗਿਆ ਹੈ ਕਿ ਜੀਵ ਜੰਮਦਾ ਮਰਦਾ ਨਹੀਂ, ਉਹ ਸ਼ਾਸ਼ਵਤ ਅਤੇ ਅਵਿਨਾਸ਼ੀ ਹੈ। ਇਹ ਨਾਸ਼ਵਾਨ ਸ਼ਰੀਰ ਦੇ ਨਸ਼ਟ ਹੋਣ ਤੇ ਵੀ ਰਹਿੰਦਾ ਹੈ। ਸਨਾਤਨ ਧਰਮ ਦੇ ਸਰੂਪ ਦੇ ਪ੍ਰਸੰਗ ਵਿਚ ਸਾਨੂੰ ਧਰਮ ਦੇ ਅਰਥ ਨੂੰ ਸੰਸਕ੍ਰਿਤ ਦੀ ਮੂਲ ਧਾਤੂ ਨਾਲ ਸਮਝਣਾ ਹੋਵੇਗਾ। ਧਰਮ ਦਾ ਅਰਥ ਹੈ, ਜਿਹੜਾ ਪਦਾਰਥ ਵਿਸ਼ੇਸ਼ ਨਾਲ ਹਮੇਸ਼ਾ ਰਹਿੰਦਾ ਹੈ। ਅਸੀ ਇਹ ਸਿੱਟਾ ਕੱਢਦੇ ਹਾਂ ਕਿ ਅੱਗ ਦੇ ਨਾਲ ਗਰਮੀ ਅਤੇ ਰੋਸ਼ਨੀ ਹਮੇਸ਼ਾ ਰਹਿੰਦੇ ਹਨ, ਗਰਮੀ ਅਤੇ ਰੋਸ਼ਨੀ ਤੋਂ ਬਿਨ੍ਹਾਂ ਅੱਗ ਸ਼ਬਦ ਦਾ ਕੋਈ ਅਰਥ ਨਹੀਂ ਹੁੰਦਾ। ਇਸ ਤਰ੍ਹਾਂ ਸਾਨੂੰ ਜੀਵ ਦੇ ਉਸ ਅਨਿੱਖੜਵੇਂ ਸੁਭਾਅ ਨੂੰ ਲੱਭਣਾ ਚਾਹੀਦਾ ਹੈ ਜਿਹੜਾ ਉਸ ਦਾ ਸਨਾਤਨ ਸਾਥੀ ਹੈ। ਇਹ ਸਾਥੀ ਉਸ ਦਾ ਟਿਕਾਊ ਗੁਣ ਹੈ ਅਤੇ ਇਹ ਸ਼ਾਸਵਤ ਗੁਣ ਹੀ ਉਸ ਦਾ ਸਨਾਤਨ ਧਰਮ ਹੈ।

ਜਦੋਂ ਸਨਾਤਨ ਗੋਸਵਾਮੀ ਨੇ ਸ਼੍ਰੀ ਚੈਤੰਯ ਮਹਾਪ੍ਰਭੂ ਤੋਂ ਹਰ ਜੀਵ ਦੇ ਸਰੂਪ ਸੰਬੰਧੀ ਪੁੱਛਿਆ ਤਾਂ ਭਗਵਾਨ ਨੇ ਉੱਤਰ ਦਿੱਤਾ ਕਿ ਜੀਵ ਦਾ ਸਰੂਪ ਜਾਂ ਸੁਭਾਵਕ ਸਥਿਤੀ ਭਗਵਾਨ ਦੀ ਸੇਵਾ ਕਰਨਾ ਹੈ ਜੇਕਰ ਅਸੀ ਮਹਾਂਪ੍ਰਭੂ ਦੇ ਇਨ੍ਹਾਂ ਸ਼ਬਦਾਂ ਦੀ ਘੋਖ ਕਰੀਏ ਤਾਂ ਅਸੀਂ ਵੇਖਾਂਗੇ ਕਿ ਇਕ ਜੀਵ ਦੂਜੇ ਜੀਵ ਦੀ ਸੇਵਾ ਵਿਚ ਸਦਾ ਹੀ ਜੁੱਟਿਆ ਹੋਇਆ ਹੈ। ਇਕ ਜੀਵ ਦੂਜੇ ਦੀ ਸੇਵਾ ਕਈ ਤਰ੍ਹਾਂ ਨਾਲ ਕਰਦਾ ਹੈ। ਅਜਿਹਾ ਕਰਕੇ, ਜੀਵ, ਜੀਵਨ, ਦਾ ਭੋਗ ਭੋਗਦਾ ਹੈ। ਨਿਮਾਣੇ ਜਾਨਵਰ ਮਨੁੱਖਾਂ ਦੀ ਸੇਵਾ ਇੰਝ ਕਰਦੇ ਹਨ ਜਿਵੇਂ ਸੇਵਕ ਆਪਣੇ ਸਵਾਮੀ ਦੀ। ਇਕ ਮਨੁੱਖ 'ੳ' ਆਪਣੇ ਮਾਲਕ 'ਅ' ਦੀ ਸੇਵਾ ਕਰਦਾ ਹੈ ਅਤੇ 'ਅ' ਆਪਣੇ ਮਾਲਕ 'ੲ' ਦੀ ਅਤੇ 'ੲ' ਆਪਣੇ ਮਾਲਕ 'ਸ' ਦੀ। ਇਸੇ ਤਰ੍ਹਾਂ ਅਸੀ ਵੇਖਦੇ ਹਾਂ ਕਿ ਇਕ ਦੋਸਤ ਦੂਜੇ ਦੋਸਤ ਦੀ ਸੇਵਾ ਕਰਦਾ ਹੈ, ਮਾਂ ਪੁੱਤਰ ਦੀ ਸੇਵਾ ਕਰਦੀ ਹੈ, ਪਤਨੀ ਪਤੀ ਦੀ ਸੇਵਾ ਕਰਦੀ ਹੈ, ਪਤੀ ਪਤਨੀ ਦੀ ਸੇਵਾ ਕਰਦਾ ਹੈ। ਜੇਕਰ ਅਸੀ ਇਸੇ ਤਰ੍ਹਾਂ ਖੋਜ ਕਰਦੇ ਜਾਈਏ ਤਾਂ ਵੇਖਾਂਗੇ ਕਿ ਸਮਾਜ ਵਿਚ ਅਜਿਹਾ ਇਕ ਵੀ ਉਦਾਹਰਣ ਨਹੀਂ ਜਿਸ ਵਿਚ ਕੋਈ ਵੀ ਜੀਵ ਸੇਵਾ ਵਿਚ ਨਾ ਲੱਗਿਆ ਹੋਵੇ, ਇਕ ਰਾਜਨੀਤਿਕ ਨੇਤਾ ਜਨਤਾ ਸਾਹਮਣੇ ਆਪਣੀ ਸੇਵਾ ਕਰਨ ਦੀ ਸਮਰੱਥਾ ਨੂੰ ਦਸਦਾ ਹੈ, ਸਿੱਟੇ ਵਜੋਂ ਲੋਕ ਉਸਨੂੰ ਇਹ ਸੋਚ ਕੇ ਵੋਟਾਂ ਪਾਉਂਦੇ ਹਨ ਕਿ ਉਹ ਸਮਾਜ ਦੀ ਮਹੱਤਵਪੂਰਨ ਸੇਵਾ ਕਰੇਗਾ। ਦੁਕਾਨਦਾਰ ਆਪਣੇ ਗਾਹਕ ਦੀ ਸੇਵਾ ਕਰਦਾ ਹੈ ਅਤੇ ਕਾਰੀਗਰ (ਸ਼ਿਲਪੀ) ਪੂੰਜੀਪਤੀਆਂ

ਦੀ ਸੇਵਾ ਕਰਦੇ ਹਨ। ਪੂੰਜੀਪਤੀ ਆਪਣੇ ਪਰਿਵਾਰ ਦੀ ਅਤੇ ਪਰਿਵਾਰ ਸ਼ਾਸਵਤ ਜੀਵ ਦੀ ਸ਼ਾਸਵਤ ਸੇਵਾ ਸਮਰੱਥਾ ਨਾਲ ਰਾਜ ਦੀ ਸੇਵਾ ਕਰਦਾ ਹੈ। ਇਸ ਤਰ੍ਹਾਂ ਅਸੀਂ ਵੇਖਦੇ ਹਾਂ ਕਿ ਕੋਈ ਵੀ ਜੀਵ ਦੂਜੇ ਜੀਵ ਦੀ ਸੇਵਾ ਕਰਨ ਤੋਂ ਮੁਕਤ ਨਹੀਂ। ਇਸ ਤਰ੍ਹਾਂ ਅਸੀਂ ਇਹ ਸਿੱਟਾ ਕੱਢ ਸਕਦੇ ਹਾਂ ਕਿ ਸੇਵਾ, ਜੀਵ ਦੀ ਸੁਭਾਵਿਕ ਸਥਿਤੀ ਹੈ ਅਤੇ ਸੇਵਾ ਕਰਨਾ ਜੀਵ ਦਾ ਸ਼ਾਸਵਤ (ਸਨਾਤਨ) ਧਰਮ ਹੈ।

ਫੇਰ ਵੀ ਮਨੁੱਖ ਸਮੇਂ ਅਤੇ ਖਾਸ ਹਾਲਾਤਾਂ ਵਿਚ ਇਕ ਖਾਸ ਤਰ੍ਹਾਂ ਦੇ ਵਿਸ਼ਵਾਸ ਨੂੰ ਅਪਣਾਉਂਦਾ ਹੈ ਅਤੇ ਇਸ ਤਰ੍ਹਾਂ ਉਹ ਆਪਣੇ ਆਪ ਨੂੰ ਹਿੰਦੂ, ਮੁਸਲਮਾਨ, ਈਸਾਈ, ਬੁੱਧ ਜਾਂ ਕਿਸੇ ਹੋਰ ਸੰਪਰਦਾਇ ਦਾ ਮੰਨਣ ਵਾਲਾ ਦੱਸਦਾ ਹੈ। ਇਹ ਸਾਰੀਆਂ ਉਪਾਧੀਆਂ ਸਨਾਤਨ ਧਰਮ ਨਹੀਂ । ਇੱਕ ਹਿੰਦੂ ਆਪਣਾ ਵਿਸ਼ਵਾਸ ਬਦਲ ਕੇ ਮੁਸਲਮਾਨ ਬਣ ਸਕਦਾ ਹੈ ਜਾਂ ਇਕ ਮੁਸਲਮਾਨ ਆਪਣਾ ਵਿਸ਼ਵਾਸ ਬਦਲ ਕੇ ਹਿੰਦੂ ਬਣ ਸਕਦਾ ਹੈ ਜਾਂ ਕੋਈ ਈਸਾਈ ਆਪਣਾ ਵਿਸ਼ਵਾਸ ਬਦਲ ਸਕਦਾ ਹੈ। ਪਰ ਇਨ੍ਹਾਂ ਸਾਰੇ ਹਾਲਾਤਾਂ ਵਿਚ ਧਾਰਮਿਕ ਵਿਸ਼ਵਾਸ ਵਿਚ ਪਰਿਵਰਤਨ ਹੋਣ ਨਾਲ ਦੂਜਿਆਂ ਦੀ ਸੇਵਾ ਕਰਨ ਦਾ ਸ਼ਾਸਵਤ ਧਰਮ (ਸੁਭਾਅ) ਪ੍ਰਭਾਵਤ ਨਹੀਂ ਹੁੰਦਾ। ਹਿੰਦੂ, ਮੁਸਲਮਾਨ ਜਾਂ ਈਸਾਈ ਸਾਰੇ ਹਾਲਾਤਾਂ ਵਿਚ ਕਿਸੇ ਨਾ ਕਿਸੇ ਦੇ ਸੇਵਕ ਹਨ। ਇਸ ਲਈ ਕਿਸੇ ਖਾਸ ਵਿਸ਼ਵਾਸ ਨੂੰ ਅਪਨਾਉਣਾ ਆਪਣੇ ਸਨਾਤਨ ਧਰਮ ਨੂੰ ਅਪਨਾਉਣਾ ਨਹੀਂ। ਸੇਵਾ ਕਰਨ ਹੀ ਸਨਾਤਨ ਧਰਮ ਹੈ।

ਅਸਲ ਵਿਚ ਭਗਵਾਨ ਨਾਲ ਸਾਡਾ ਸੇਵਾ ਦਾ ਸੰਬੰਧ ਹੈ। ਪਰਮੇਸ਼ਵਰ ਪਰਮ ਭੋਗਤਾ ਹਨ ਅਤੇ ਅਸੀ ਸਾਰੇ ਜੀਵ ਉਨ੍ਹਾਂ ਦੇ ਸੇਵਕ ਹਾਂ। ਅਸੀਂ ਸਾਰੇ ਉਨ੍ਹਾਂ ਦੇ ਭੋਗ (ਸੁਖ) ਲਈ ਪੈਦਾ ਕੀਤੇ ਗਏ ਹਾਂ ਅਤੇ ਜੇਕਰ ਅਸੀਂ ਭਗਵਾਨ ਨਾਲ ਉਸ ਸਨਾਤਨ ਸੁਖਾਂ ਵਿਚ ਭਾਗ ਲੈਂਦੇ ਹਾਂ ਤਾਂ ਅਸੀ ਵੀ ਸੁਖੀ ਹੁੰਦੇ ਹਾਂ। ਹੋਰ ਕਿਸੇ ਵੀ ਤਰ੍ਹਾਂ ਨਾਲ ਅਸੀ ਸੁਖੀ ਨਹੀਂ ਹੋ ਸਕਦੇ। ਸੁਤੰਤਰ ਰੂਪ ਵਿਚ ਸੁਖੀ ਹੋਣਾ ਸੰਭਵ ਨਹੀ, ਜਿਸ ਤਰ੍ਹਾਂ ਸ਼ਰੀਰ ਦਾ ਕੋਈ ਅੰਗ ਪੇਟ ਦੇ ਸਹਿਯੋਗ ਤੋਂ ਬਿਨਾਂ ਸੁਖੀ ਨਹੀਂ ਰਹਿ ਸਕਦਾ। ਪਰਮੇਸ਼ਵਰ ਦੀ ਅਲੌਕਿਕ ਪ੍ਰੇਮ ਭਗਤੀ ਪੂਰਕ ਸੇਵਾ ਕੀਤੇ ਬਿਨਾਂ ਜੀਵ ਸੁਖੀ ਨਹੀ ਹੋ ਸਕਦਾ।

ਭਗਵਾਨ ਗੀਤਾ ਵਿਚ ਵੱਖੋ-ਵੱਖਰੇ ਦੇਵਤਿਆਂ ਦੀ ਪੂਜਾ ਜਾਂ ਸੇਵਾ ਕਰਨ ਦੀ ਹਾਮੀ ਨਹੀ ਭਰੀ ਗਈ, ਉਸ ਵਿਚ ਕਿਹਾ ਗਿਆ ਹੈ :-

ਕਾਮੈਸ੍ ਤੈਸ੍ ਤੈਰ੍ ਹ੍ਰਿਤ-ਗਯਾਨਾਹ੍ ਪ੍ਰਪਦ੍ਯੰਤੇ 'ਨਯ ਦੇਵਤਾਹ੍ ॥
ਤਮ੍ ਤਮ੍ ਨਿਯਮਮ੍ ਆਸਥਾਯ ਪ੍ਰਕ੍ਰਿਤਯਾ ਨਿਯਤਾਹ੍ ਸਵਯਾ ॥

(ਭਗਵਦ ਗੀਤਾ 7-20)

ਭਾਵ- "ਜਿਨ੍ਹਾਂ ਦੀ ਬੁੱਧੀ ਭੌਤਿਕ ਇੱਛਾਵਾਂ ਰਾਹੀਂ ਮਾਰੀ ਗਈ ਹੈ, ਉਹ ਦੇਵਤਾਵਾਂ ਦੀ ਸ਼ਰਣੀ ਜਾਂਦੇ ਹਨ ਅਤੇ ਆਪਣੇ-ਆਪਣੇ ਸੁਭਾਅ ਮੁਤਾਬਿਕ ਖਾਸ ਤਰੀਕਿਆਂ ਨਾਲ ਪੂਜਾ ਕਰਦੇ ਹਨ।" ਇੱਥੇ ਇਹ ਸਪਸ਼ਟ ਕਿਹਾ ਗਿਆ ਹੈ ਕਿ ਜਿਹੜੇ ਕਾਮ-ਵਾਸਨਾ ਦੇ ਅਧੀਨ ਹੁੰਦੇ ਹਨ, ਉਹ ਭਗਵਾਨ ਕ੍ਰਿਸ਼ਨ ਦੀ ਪੂਜਾ ਨਾ ਕਰਕੇ ਦੇਵਤਿਆਂ ਦੀ ਪੂਜਾ ਕਰਦੇ ਹਨ। ਜਦੋਂ ਅਸੀ ਕ੍ਰਿਸ਼ਨ ਦਾ ਨਾਂ ਲੈਂਦੇ ਹਾਂ ਤਾਂ ਅਸੀਂ ਕਿਸੇ ਸੰਪਰਦਾਇਕ ਨਾਂ ਦਾ ਉਲੇਖ ਨਹੀਂ ਕਰਦੇ। ਕ੍ਰਿਸ਼ਨ ਦਾ ਅਰਥ ਹੈ ਉੱਤਮ ਆਨੰਦ ਅਤੇ ਇਸ ਦੀ ਪੁਸ਼ਟੀ ਹੋਈ ਹੈ ਕਿ ਪਰਮੇਸ਼ਵਰ ਸਾਰੇ ਆਨੰਦ ਦਾ ਸਰੋਤ ਹੈ। ਅਸੀਂ ਸਾਰੇ ਆਨੰਦ ਦੀ ਖੋਜ ਵਿਚ ਲੱਗੇ ਹਾਂ। ***ਆਨੰਦ ਮਯੋ 'ਭਯਾਸਾਤ੍(ਵੇਦਾਂਤ ਸੂਤਰ 1.1.12)***। ਭਗਵਾਨ ਦੀ ਤਰ੍ਹਾਂ ਜੀਵ ਚੇਤਨਾ ਨਾਲ ਪੂਰਨ ਹੈ ਅਤੇ ਸੁਖਾਂ ਦੀ ਖੋਜ ਵਿਚ ਰਹਿੰਦਾ ਹੈ। ਭਗਵਾਨ ਤਾਂ ਨਿੱਤ ਸੁਖੀ ਹਨ ਜਿਹੜੇ ਜੀਵ ਉਨ੍ਹਾਂ ਦੀ ਸੰਗਤ ਕਰਦੇ ਹਨ, ਉਨ੍ਹਾਂ ਨਾਲ ਸਹਿਯੋਗ ਕਰਦੇ ਹਨ, ਉਹ ਵੀ ਸੁਖੀ ਬਣ ਜਾਂਦੇ ਹਨ।

ਭਗਵਾਨ ਇਸ ਮ੍ਰਿਤ ਲੋਕ ਵਿਚ ਆਪਣੀਆਂ ਸੁਖ ਪੂਰਨ ਵਰਿੰਦਾਵਨ ਲੀਲਾਵਾਂ ਵਿਖਾਉਣ ਲਈ ਅਵਤਾਰ ਲੈਂਦੇ ਹਨ। ਆਪਣੇ ਗਵਾਲੇ ਮਿੱਤਰਾਂ ਨਾਲ ਆਪਣੀਆਂ ਗੋਪੀਆਂ ਸਹੇਲੀਆਂ ਨਾਲ ਵ੍ਰਿੰਦਾਵਨ ਦੇ ਹੋਰਨਾਂ ਵਾਸੀਆਂ ਨਾਲ ਅਤੇ ਗਊਆਂ ਨਾਲ ਦੀਆਂ ਲੀਲਾਵਾਂ ਸੁਖਾਂਵੀਆਂ ਹਨ। ਵ੍ਰਿੰਦਾਵਨ ਦੀ ਸਾਰੀ ਜਨਤਾ ਕ੍ਰਿਸ਼ਨ ਤੋਂ ਬਿਨਾਂ ਹੋਰ ਕਿਸੇ ਨੂੰ ਨਹੀ ਜਾਣਦੀ ਸੀ। ਪਰ ਭਗਵਾਨ ਕ੍ਰਿਸ਼ਨ ਅਜਿਹੇ ਸਨ ਕਿ ਉਨ੍ਹਾਂ ਆਪਣੇ ਪਿਤਾ ਨੰਦ ਮਹਾਰਾਜ ਨੂੰ ਵੀ ਇੰਦਰਦੇਵ ਦੀ ਪੂਜਾ ਕਰਨ ਤੋਂ ਨਿਰੁਤਸਾਹਿਤ ਕੀਤਾ, ਕਿਉਂਕਿ ਉਹ ਇਸ ਤੱਥ ਨੂੰ ਸਥਾਪਤ ਕਰਨਾ ਚਾਹੁੰਦੇ ਸੀ ਕਿ ਲੋਕਾਂ ਨੂੰ ਕਿਸੇ ਵੀ ਦੇਵਤੇ ਦੀ ਪੂਜਾ ਕਰਨ ਦੀ ਲੋੜ ਨਹੀਂ ਹੈ। ਉਨ੍ਹਾਂ ਨੂੰ ਸਿਰਫ ਇਕ ਪਰਮੇਸ਼ਵਰ ਦੀ ਪੂਜਾ ਕਰਨੀ ਚਾਹੀਦੀ ਹੈ ਕਿਉਂਕਿ ਉਨ੍ਹਾਂ ਦਾ ਆਖਰੀ ਪੜਾਅ ਭਗਵਤ ਧਾਮ ਨੂੰ ਪਰਤਨਾ ਹੈ।

ਭਗਵਤ ਗੀਤਾ ਵਿਚ ਭਗਵਾਨ ਸ਼੍ਰੀ ਕ੍ਰਿਸ਼ਨ ਦੇ ਧਾਮ ਦਾ ਵਰਣਨ ਇੰਝ ਕੀਤਾ ਹੈ:-

ਨ ਤਦ੍ ਭਾਸਯਤੇ ਸੂਰ੍ਯੋ ਨ ਸ਼ਸ਼ਾਂਕੋ ਨ ਪਾਵਕਹ੍ ॥
ਯਦ੍ ਗਤਵਾ ਨ ਨਿਵਰਤੰਤੇ ਤਦ੍ ਧਾਮ ਪਰਮਮ੍ ਮਮ ॥ (15.6)

ਭਾਵ " ਮੇਰਾ ਪਰਮ ਧਾਮ ਸੂਰਜ, ਚੰਨ, ਅੱਗ ਜਾਂ ਬਿਜਲੀ ਨਾਲ ਪ੍ਰਕਾਸ਼ਿਤ ਨਹੀਂ। ਜਿਹੜੇ ਲੋਕ ਉਥੇ ਪਹੁੰਚ ਜਾਂਦੇ ਹਨ, ਉਹ ਇਸ ਭੌਤਿਕ ਸੰਸਾਰ ਵਿਚ ਫੇਰ ਕਦੇ ਨਹੀ ਪਰਤਦੇ।"

ਇਹ ਸ਼ਲੋਕ ਉਸ ਸਨਾਤਨ ਆਕਾਸ਼ (ਪਰਮ ਧਾਮ) ਦਾ ਵਰਣਨ ਪੇਸ਼ ਕਰਦਾ ਹੈ। ਇਸ ਵਿਚ ਕੋਈ ਸ਼ੱਕ ਨਹੀਂ ਕਿ ਸਾਨੂੰ ਸਿਰਫ ਆਕਾਸ਼ ਦੀ ਭੌਤਿਕ ਕਲਪਨਾ ਹੈ ਅਤੇ ਅਸੀਂ ਸੂਰਜ, ਚੰਨ, ਤਾਰਿਆਂ ਆਦਿ ਬਾਰੇ ਸੋਚਦੇ ਹਾਂ। ਪਰ ਇਸ ਸ਼ਲੋਕ ਵਿਚ ਭਾਗਵਾਨ ਦੱਸਦੇ ਹਨ ਕਿ ਨਿੱਤ ਆਕਾਸ਼ ਵਿਚ ਸੂਰਜ, ਚੰਨ, ਅੱਗ ਜਾਂ ਬਿਜਲੀ ਕਿਸੇ ਦੀ ਵੀ ਲੋੜ ਨਹੀਂ ਕਿਉਂਕਿ ਉਹ ਪਰਮੇਸ਼ਵਰ ਤੋਂ ਨਿਕਲਣ ਵਾਲੀ ਬ੍ਰਹਮ ਜੋਤੀ ਰਾਹੀਂ ਪ੍ਰਕਾਸ਼ਿਤ ਹੈ। ਅਸੀਂ ਹੋਰਨਾਂ ਲੋਕਾਂ ਤਕ ਪਹੁੰਚਣ ਦੀ ਅਣਥੱਕ ਕੋਸ਼ਿਸ਼ ਕਰ ਰਹੇ ਹਾਂ ਪਰ ਪਰਮੇਸ਼ਵਰ ਦੇ ਧਾਮ (ਲੋਕ) ਨੂੰ ਜਾਣਨਾ ਔਖਾ ਨਹੀ ਹੈ। ਇਸ ਧਾਮ ਨੂੰ ਗੋਲੋਕ ਕਿਹਾ ਜਾਂਦਾ ਹੈ। ਬ੍ਰਹਮ ਸੰਹਿਤਾ (5.37) ਵਿਚ ਇਸ ਦਾ ਬਹੁਤ ਸੋਹਣਾ ਵਰਣਨ ਮਿਲਦਾ ਹੈ- ***"ਗੋਲੋਕ ਏਵ ਨਿਵਸ੍ਤਯ ਅਖਿਲਾਤਮਾ-ਭੂਤਹ੍"*** ਭਗਵਾਨ ਆਪਣੇ ਧਾਮ ਗੋਲੋਕ ਵਿਚ ਹਮੇਸ਼ਾ ਰਹਿੰਦੇ ਹਨ ਫਿਰ ਵੀ ਇਸ ਲੋਕ ਤੋਂ ਉਨ੍ਹਾਂ ਤਕ ਪਹੁੰਚਿਆ ਜਾ ਸਕਦਾ ਹੈ ਅਤੇ ਅਜਿਹਾ ਕਰਨ ਲਈ ਉਹ ਆਪਣੇ ਸਚਿਦਾਨੰਦ ਸਰੂਪ ਨੂੰ ਪ੍ਰਗਟ ਕਰਦੇ ਹਨ ਜਿਹੜਾ ਉਨ੍ਹਾਂ ਦਾ ਅਸਲੀ ਰੂਪ ਹੈ। ਜਦੋਂ ਉਹ ਇਸ ਸਰੂਪ ਨੂੰ ਪ੍ਰਗਟ ਕਰਦੇ ਹਨ ਤਾਂ ਸਾਨੂੰ ਇਸ ਕਲਪਨਾ ਦੀ ਲੋੜ ਨਹੀਂ ਰਹਿੰਦੀ ਕਿ ਉਨ੍ਹਾਂ ਦਾ ਸਰੂਪ ਕਿਹੋ ਜਿਹਾ ਹੈ? ਅਜਿਹੀ ਸੋਚ ਨੂੰ ਨਿਰਉਤਸਹਿਤ ਕਰਨ ਲਈ ਹੀ ਉਹ ਅਵਤਾਰ ਲੈਂਦੇ ਹਨ ਅਤੇ ਆਪਣੇ ਸ਼ਾਮ ਸੁੰਦਰ ਸਰੂਪ ਨੂੰ ਪ੍ਰਗਟ ਕਰਦੇ ਹਨ। ਬਦਕਿਸਮਤੀ ਨਾਲ ਘੱਟ ਗਿਆਨੀ ਲੋਕ ਉਨ੍ਹਾਂ ਦਾ ਮਜ਼ਾਕ ਉਡਾਉਂਦੇ ਹਨ, ਕਿਉਂਕਿ ਉਹ ਸਾਡੇ ਵਰਗੇ ਬਣਕੇ ਆਉਂਦੇ ਹਨ, ਮਨੁੱਖੀ ਰੂਪ ਧਾਰਨ ਕਰਕੇ ਸਾਡੇ ਨਾਲ ਖੇਡਦੇ-ਕੁੱਦਦੇ ਹਨ। ਪਰ ਇਸ ਤਰ੍ਹਾਂ ਸਾਨੂੰ ਇਹ ਨਹੀਂ ਸੋਚਣਾ ਚਾਹੀਦਾ ਕਿ ਉਹ ਸਾਡੇ ਵਰਗੇ ਹਨ। ਉਹ ਆਪਣੀ ਸਰਵ-ਸ਼ਕਤੀ ਦੇ ਕਾਰਨ ਹੀ ਆਪਣੇ ਅਸਲੀ ਸਰੂਪ ਵਿਚ ਸਾਡੇ ਸਾਹਮਣੇ ਪ੍ਰਗਟ ਹੁੰਦੇ ਹਨ ਅਤੇ ਆਪਣੀਆਂ ਲੀਲਾਵਾਂ ਦਾ ਵਿਖਾਵਾ ਕਰਦੇ ਹਨ।

ਅਧਿਆਤਮਕ ਆਕਾਸ਼ ਦੀਆਂ ਤੇਜਮਯ ਕਿਰਣਾਂ (ਬ੍ਰਹਮਜੋਤੀ) ਵਿਚ ਅਣਗਿਣਤ ਲੋਕ ਤੈਰ ਰਹੇ ਹਨ। ਇਹ ਬ੍ਰਹਮਜੋਤੀ ਪਰਮ ਧਾਮ ਕ੍ਰਿਸ਼ਨ ਲੋਕ ਤੋਂ ਨਿਕਲਦੀ ਹੈ ਆਨੰਦਮਈ ਅਤੇ ਚਿੰਨ੍ਮਈ ਲੋਕ ਜਿਹੜੇ ਭੌਤਿਕ ਨਹੀਂ ਹਨ, ਇਸੇ ਜੋਤ ਵਿਚ ਤੈਰਦੇ ਰਹਿੰਦੇ ਹਨ। ਭਗਵਾਨ ਕਹਿੰਦੇ ਹਨ :-

ਨ ਤਦ੍ਭਾਸਯਤੇ ਸੂਰਯੋ ਨ ਸ਼ਸ਼ਾਂਕੋ ਨ ਪਾਵਕਹ੍ ।
ਯਦ੍ਗਤਵਾ ਨ ਨਿਵਰ੍ਤੰਤੇ ਤਦ੍ਧਾਮ ਪਰਮਮ੍ ਮਮ ॥

ਜਿਹੜਾ ਇਸ ਅਧਿਆਤਮਕ ਆਕਾਸ਼ ਤਕ ਪਹੁੰਚ ਜਾਂਦਾ ਹੈ, ਉਸ ਨੂੰ ਇਸ ਭੌਤਿਕ ਆਕਾਸ਼ ਵਿਚ ਵਾਪਸ ਆਉਣ ਦੀ ਲੋੜ ਨਹੀਂ ਰਹਿੰਦੀ । ਜੇਕਰ ਅਸੀਂ ਭੌਤਿਕ

ਆਕਾਸ਼ ਵਿਚ ਸਭ ਤੋਂ ਉਚੇ ਲੋਕ (ਬ੍ਰਹਮ ਲੋਕ) ਨੂੰ ਵੀ ਹਾਸਲ ਕਰ ਲਈਏ, ਚੰਨ ਲੋਕ ਦਾ ਤਾਂ ਕਹਿਣਾ ਕੀ, ਤਾਂ ਉਥੇ ਵੀ ਉਹੀ ਜੀਵਨ ਦੀਆਂ ਪਰਿਸਥਿਤੀਆਂ-ਜਨਮ, ਮੌਤ, ਰੋਗ ਅਤੇ ਬੁਢਾਪਾ ਹੋਣਗੀਆਂ। ਭੌਤਿਕ ਬ੍ਰਹਮੰਡ ਦਾ ਕੋਈ ਵੀ ਲੋਕ ਸੰਸਾਰ ਦੇ ਇਨ੍ਹਾਂ ਚਾਰ ਨਿਯਮਾਂ ਤੋਂ ਮੁਕਤ ਨਹੀਂ ਹੈ।

ਸਾਰੇ ਜੀਵ ਇਕ ਲੋਕ ਤੋਂ ਦੂਜੇ ਲੋਕ ਵਿਚ ਘੁੰਮਦੇ ਹਨ ਪਰ ਅਜਿਹਾ ਸੰਭਵ ਨਹੀਂ ਕਿ ਅਸੀ ਕਿਸੇ ਯੰਤਰ ਨਾਲ ਆਪਣੀ ਮਰਜੀ ਮੁਤਾਬਿਕ ਕਿਸੇ ਲੋਕ ਵਿਚ ਚਲੇ ਜਾਈਏ। ਜੇਕਰ ਅਸੀਂ ਕਿਸੇ ਹੋਰ ਲੋਕ ਵਿਚ ਜਾਣਾ ਚਾਹੁੰਦੇ ਹਾਂ ਤਾਂ ਉਸ ਦਾ ਢੰਗ ਹੁੰਦਾ ਹੈ। ਇਸ ਦੀ ਵੀ ਚਰਚਾ ਹੋਈ ਹੈ-*" ਯਾਂਤਿ ਦੇਵਵ੍ਰਤਾ ਦੇਵਾਨ ਪਿਤ੍ਰਿਨ ਯਾਂਤਿ ਪਿਤ੍ਰਿਵ੍ਰਤਾਹ੍"*। ਜੇਕਰ ਅਸੀਂ ਇਕ ਲੋਕ ਤੋਂ ਦੂਜੇ ਲੋਕ ਵਿਚ ਘੁੰਮਣਾ ਚਾਹੁੰਦੇ ਹਾਂ ਤਾਂ ਉਸ ਲਈ ਕਿਸੇ ਯੰਤਰ ਪ੍ਰਣਾਲੀ ਦੀ ਜ਼ਰੂਰਤ ਨਹੀਂ। ਗੀਤਾ ਦਾ ਉਪਦੇਸ਼ ਹੈ- *"ਯਾਂਤਿ ਦੇਵਵ੍ਰਤਾ ਦੇਵਾਨ੍"* ਚੰਨ, ਸੂਰਜ ਅਤੇ ਉਪਰਲੇ ਲੋਕ ਸਵਰਗ ਲੋਕ ਕਹਾਉਂਦੇ ਹਨ। ਲੋਕਾਂ ਦੀਆਂ ਤਿੰਨ ਵੱਖੋ-ਵੱਖਰੀਆਂ ਸਥਿਤੀਆਂ ਹਨ- ਉਚੱਤਰ, ਮੱਧ ਅਤੇ ਨਿਮਨ ਲੋਕ। ਧਰਤੀ ਮੱਧ ਲੋਕ ਵਿਚ ਆਉਂਦੀ ਹੈ। ਭਗਵਤ ਗੀਤਾ ਦੱਸਦੀ ਹੈ ਕਿ ਕਿੰਝ ਬਹੁਤ ਹੀ ਸਰਲ ਸੂਤਰ-*ਯਾਂਤਿ ਦੇਵਵ੍ਰਤਾ ਦੇਵਾਨ੍*-ਰਾਹੀਂ ਉਚੱਤਰ ਲੋਕ ਭਾਵ ਦੇਵਲੋਕ ਤਕ ਪਹੁੰਚਿਆ ਜਾ ਸਕਦਾ ਹੈ। ਮਨੁੱਖ ਨੂੰ ਸਿਰਫ ਉਸ ਲੋਕ ਦੇ ਖਾਸ ਦੇਵਤਾ ਦੀ ਪੂਜਾ ਕਰਨ ਦੀ ਲੋੜ ਹੈ ਅਤੇ ਇਸ ਤਰ੍ਹਾਂ ਚੰਨ, ਸੂਰਜ ਜਾਂ ਕੋਈ ਹੋਰ ਕਿਸੇ ਵੀ ਉਚੇਰੇ ਲੋਕ ਤਕ ਪਹੁੰਚਿਆ ਜਾਂ ਸਕਦਾ ਹੈ।

ਫੇਰ ਵੀ ਭਗਵਤ ਗੀਤਾ ਸਾਨੂੰ ਇਸ ਸੰਸਾਰ ਦੇ ਕਿਸੇ ਲੋਕ ਵਿਚ ਜਾਣ ਦੀ ਸਲਾਹ ਨਹੀਂ ਦਿੰਦੀ ਕਿਉਂਕਿ ਭਾਵੇਂ ਅਸੀਂ ਕਿਸੇ ਯੰਤਰ ਵਿੱਧੀ ਅਤੇ (ਕੌਣ ਇੰਨੇ ਸਾਲ ਜੀਵਿਤ ਰਹੇਗਾ) ਨਾਲ ਚਾਲੀ ਹਜ਼ਾਰ ਸਾਲਾਂ ਤਕ ਯਾਤਰਾ ਕਰਕੇ ਸਭ ਤੋਂ ਉਚੇ ਲੋਕ, ਬ੍ਰਹਮਲੋਕ, ਕਿਉਂ ਨਾ ਚਲੇ ਜਾਈਏ ਪਰ ਉਥੇ ਵੀ ਸਾਨੂੰ ਜਨਮ, ਮੌਤ, ਰੋਗ ਅਤੇ ਬੁਢਾਪੇ ਵਰਗੀਆਂ ਭੌਤਿਕ ਔਕੜਾਂ ਤੋਂ ਮੁਕਤੀ ਨਹੀ ਮਿਲ ਸਕਦੀ। ਪਰ ਜਿਹੜਾ ਪਰਮਲੋਕ, ਕ੍ਰਿਸ਼ਨਲੋਕ ਜਾਂ ਅਧਿਆਤਮਕ ਆਕਾਸ਼ ਦੇ ਕਿਸੇ ਵੀ ਹੋਰ ਲੋਕ ਵਿਚ ਪਹੁੰਚਣਾ ਚਾਹੁੰਦਾ ਹੈ, ਉਸ ਨੂੰ ਉਥੇ ਇਹ ਔਕੜਾਂ ਨਹੀ ਹੋਣਗੀਆਂ। ਅਧਿਆਤਮਕ ਆਕਾਸ਼ ਵਿਚ ਜਿੰਨੇ ਵੀ ਲੋਕ ਹਨ, ਉਨ੍ਹਾਂ ਵਿਚੋਂ ਗੋਲੋਕ ਵ੍ਰਿੰਦਾਵਨ ਨਾਂ ਦਾ ਲੋਕ ਸਭ ਤੋਂ ਉੱਤਮ ਹੈ, ਜਿਹੜਾ ਭਗਵਾਨ ਸ਼੍ਰੀ ਕ੍ਰਿਸ਼ਨ ਦਾ ਆਦਿ ਧਾਮ ਹੈ। ਇਹ ਸਾਰੀ ਜਾਣਕਾਰੀ ਭਗਵਤ ਗੀਤਾ ਵਿਚ ਦਿੱਤੀ ਗਈ ਹੈ ਅਤੇ ਇਸ ਵਿਚ ਉਪਦੇਸ਼ ਦਿੱਤਾ ਗਿਆ ਹੈ ਕਿ ਕਿੰਝ ਅਸੀ ਇਸ ਭੌਤਿਕ ਜਗਤ ਨੂੰ ਛੱਡਕੇ ਅਧਿਆਤਮਕ ਆਕਾਸ਼ ਵਿਚ ਅਸਲੀ ਆਨੰਦ ਵਾਲਾ ਜੀਵਨ ਜੀ ਸਕਦੇ ਹਾਂ ।

ਭਗਵਤ ਗੀਤਾ ਦੇ ਪੰਦਰਵੇਂ ਅਧਿਆਇ ਵਿਚ ਭੌਤਿਕ ਸੰਸਾਰ ਦਾ ਜਿਉਂਦਾ ਜਾਗਦਾ ਚਿਤਰਣ ਕਰਦੇ ਕਿਹਾ ਗਿਆ ਹੈ-

ਓਰ੍‌ਧਵ-ਮੂਲਮ੍ ਅਧਹ੍-ਸ਼ਾਖਮ੍ ਅਸ਼ਵਤ੍‌ਥਮ ਪ੍ਰਾਹੁਰ੍ ਅਵ੍‌ਯਯਮ੍ ॥
ਛੰਦਾਂਸਿ ਯਸ੍‌ਯ ਪਰਣਾਨਿ ਯਸ੍ ਤਮ੍ ਵੇਦ ਸ ਵੇਦ-ਵਿਤ੍ ॥

ਇੱਥੇ ਭੌਤਿਕ ਸੰਸਾਰ ਨੂੰ ਉਸ ਰੁੱਖ ਵਾਂਗ ਦੱਸਿਆ ਹੈ ਜਿਸ ਦੀਆਂ ਜੜ੍ਹਾਂ ਉੱਪਰ ਵੱਲ ਅਤੇ ਟਾਹਣੀਆਂ ਹੇਠਾਂ ਨੂੰ ਹਨ। ਸਾਨੂੰ ਅਜਿਹੇ ਰੁੱਖਾਂ ਦਾ ਅਨੁਭਵ ਹੈ ਜਿਨ੍ਹਾਂ ਦੀਆਂ ਜੜ੍ਹਾਂ ਉੱਪਰ ਨੂੰ ਹੋਣ, ਜੇਕਰ ਕੋਈ ਨਦੀ ਜਾਂ ਸਰੋਵਰ ਦੇ ਤੱਟ ਤੇ ਖਲੋ ਕੇ ਪਾਣੀ ਵਿਚ ਰੁੱਖਾਂ ਦਾ ਪਰਛਾਵਾਂ ਵੇਖੇ ਤਾਂ ਉਸ ਨੂੰ ਸਾਰੇ ਰੁੱਖ ਉਲਟੇ ਦਿੱਸਣਗੇ। ਟਾਹਣੀਆਂ ਹੇਠਾਂ ਨੂੰ ਅਤੇ ਜੜ੍ਹਾਂ ਉਪੱਰ ਨੂੰ ਦਿੱਸਣਗੀਆਂ। ਇਸੇ ਤਰ੍ਹਾਂ ਇਹ ਭੌਤਿਕ ਸੰਸਾਰ ਵੀ ਅਧਿਆਤਮਕ ਸੰਸਾਰ ਦਾ ਪਰਛਾਵਾਂ ਹੈ। ਇਹ ਸੰਸਾਰ ਅਸਲੀਅਤ ਦਾ ਸਿਰਫ ਪਰਛਾਵਾਂ ਹੈ। ਪਰਛਾਵੇਂ ਵਿਚ ਕੋਈ ਅਸਲੀਅਤ ਜਾਂ ਸਾਰ ਨਹੀ ਹੁੰਦਾ ਪਰ ਉਸ ਤੋਂ ਅਸੀਂ ਸਮਝ ਲੈਂਦੇ ਹਾਂ ਕਿ ਵਸਤੂ ਅਤੇ ਅਸਲੀਅਤ ਕੀ ਹੈ? ਇਸੇ ਤਰ੍ਹਾਂ ਭਾਵੇਂ ਰੇਗਿਸਤਾਨ ਵਿਚ ਪਾਣੀ ਨਹੀ ਹੁੰਦਾ ਪਰ ਮਿਰਗ ਮਰੀਚਿਕਾ ਦੱਸਦੀ ਹੈ ਕਿ ਪਾਣੀ ਵਰਗੀ ਕੋਈ ਚੀਜ਼ ਹੁੰਦੀ ਹੈ। ਭੌਤਿਕ ਸੰਸਾਰ ਵਿਚ ਨਾ ਤਾਂ ਪਾਣੀ ਹੈ ਨਾ ਹੀ ਸੁੱਖ ਪਰ ਅਧਿਆਤਮਕ ਸੰਸਾਰ ਵਿਚ ਅਸਲੀ ਸੁੱਖ ਰੂਪੀ ਅਸਲੀ ਪਾਣੀ ਹੈ।

ਭਗਵਤ ਗੀਤਾ ਵਿਚ ਭਗਵਾਨ ਨੇ ਸੁਝਾਉ ਦਿੱਤਾ ਹੈ ਕਿ ਅਸੀਂ ਹੇਠ ਲਿਖੇ ਤਰੀਕੇ ਨਾਲ ਅਧਿਆਤਮਕ ਸੰਸਾਰ ਨੂੰ ਹਾਸਲ ਕਰ ਸਕਦੇ ਹਾਂ-

ਨਿਰ੍‌ਮਾਨ-ਮੋਹਾ ਜਿਤ-ਸੰਗ-ਦੋਸ਼ਾ,
ਅਧ੍‌ਯਾਤ੍‌ਮ-ਨਿਤ੍‌ਯਾ ਵਿਨਿਵ੍ਰਿੱਤ-ਕਾਮਾਹ੍ ॥
ਦਵੰਦਵੈਰ੍ ਵਿਮੁਕ੍‌ਤਾਹ੍ ਸੁਖ ਦੁਹ੍‌ਖ ਸੰਗ੍ਯੈਰ,
ਗਛਾਂਤਿ ਅਮੂਢਾਹ੍ ਪਦਮ੍ ਅਵ੍‌ਯਯਮ੍ ਤਤ੍ ॥

'ਪਦਮਅਵ੍‌ਯਯਮ' ਅਰਥਾਤ ਸਨਾਤਨ ਰਾਜ (ਧਾਮ) ਨੂੰ ਉਹੀ ਹਾਸਲ ਕਰਦਾ ਹੈ ਜਿਹੜਾ ਨਿਰਮਾਨ-ਮੋਹ ਹੈ। ਇਸ ਦਾ ਕੀ ਅਰਥ ਹੈ? ਅਸੀਂ ਉਪਾਧੀਆਂ ਪਿੱਛੇ ਭੱਜੇ ਫਿਰਦੇ ਹਾਂ। ਕੋਈ 'ਮਹਾਂਸ਼ਯ' ਬਣਨਾ ਚਾਹੁੰਦਾ ਹੈ, ਕੋਈ 'ਸਵਾਮੀ', ਕੋਈ ਰਾਸ਼ਟਰਪਤੀ, ਧਨਵਾਨ, ਰਾਜਾ ਜਾਂ ਕੁੱਝ ਹੋਰ ਬਣਨਾ ਚਾਹੁੰਦਾ ਹੈ ਪਰ ਜਦੋਂ ਤਕ ਅਸੀਂ ਇਨ੍ਹਾਂ ਉਪਾਧੀਆਂ ਨਾਲ ਚਿਪਕੇ ਰਹਿੰਦੇ ਹਾਂ, ਉਦੋਂ ਤਕ ਅਸੀ ਸ਼ਰੀਰ ਪ੍ਰਤੀ ਆਸਕਤ ਰਹਿੰਦੇ ਹਾਂ ਕਿਉਂ ਜੋ ਇਹ ਉਪਾਧੀਆਂ ਸ਼ਰੀਰ ਨਾਲ ਸਬੰਧਿਤ ਹਨ। ਪਰ ਅਸੀ ਸ਼ਰੀਰ ਨਹੀਂ, ਇਸ ਤਰ੍ਹਾਂ ਦਾ

ਅਨੁਭਵ ਹੋਣਾ ਹੀ ਆਤਮ-ਪ੍ਰਤੱਖੀਕਰਨ ਦੀ ਪਹਿਲੀ ਅਵਸਥਾ ਹੈ। ਅਸੀਂ ਪ੍ਰਕਿਰਤੀ ਦੇ ਤਿੰਨ ਗੁਣਾਂ ਨਾਲ ਜੁੜੇ ਹਾਂ, ਪਰ ਭਗਵਾਨ ਦੀ ਭਗਤੀ ਤੇ ਪ੍ਰੇਮ ਮਈ ਸੇਵਾ ਰਾਹੀਂ ਇਨ੍ਹਾਂ ਤੋਂ ਛੁਟਕਾਰਾ ਪਾਉਣਾ ਹੋਵੇਗਾ। ਜੇਕਰ ਅਸੀ ਭਗਵਾਨ ਦੀ ਭਗਤੀ ਅਤੇ ਪ੍ਰੇਮ ਮਈ ਸੇਵਾ ਪ੍ਰਤੀ ਆਸਕਤ ਨਹੀਂ ਹੁੰਦੇ ਤਾਂ ਪ੍ਰਕਿਰਤੀ ਦੇ ਗੁਣਾਂ ਤੋਂ ਛੁਟਕਾਰਾ ਪਾਉਣਾ ਔਖਾ ਹੈ। ਉਪਾਧੀਆਂ ਅਤੇ ਆਸਕਤੀਆਂ ਸਾਡੀ ਕਾਮ ਵਾਸਨਾ ਅਤੇ ਇੱਛਾ, ਭਾਵ ਪ੍ਰਕਿਰਤੀ ਤੇ ਮਾਲਕੀਅਤ ਜਤਾਉਣ ਦੀ ਇੱਛਾ ਦੇ ਕਾਰਣ ਹਨ। ਜਦੋਂ ਤਕ ਅਸੀਂ ਪ੍ਰਕਿਰਤੀ ਤੇ ਮਾਲਕੀਅਤ ਜਤਾਉਣ ਦੇ ਸੁਭਾਅ ਨੂੰ ਨਹੀਂ ਤਿਆਗ ਦਿੰਦੇ ਤਦੋਂ ਤੱਕ ਪਰਮ ਤੇ ਸਨਾਤਨ ਧਾਮ ਨੂੰ ਵਾਪਸ ਜਾਣ ਦੀ ਕੋਈ ਸੰਭਾਵਨਾ ਨਹੀ ਹੈ। ਇਸ ਨਿੱਤ ਅਵਿਨਾਸ਼ੀ ਧਾਮ ਨੂੰ ਉਹੀ ਪ੍ਰਾਪਤ ਹੁੰਦਾ ਹੈ ਜਿਹੜਾ ਝੂਠੇ ਭੌਤਿਕ ਭੋਗਾਂ ਦੀ ਖਿੱਚ ਰਾਹੀਂ ਮੋਹਿਤ ਨਹੀਂ ਹੁੰਦਾ, ਜਿਹੜਾ ਭਗਵਾਨ ਦੀ ਸੇਵਾ ਵਿਚ ਲਗਾ ਰਹਿੰਦਾ ਹੈ, ਅਜਿਹਾ ਮਨੁੱਖ ਸਹਿਜੇ ਹੀ ਪਰਮ ਧਾਮ ਨੂੰ ਹਾਸਿਲ ਕਰ ਲੈਂਦਾ ਹੈ।

ਗੀਤਾ ਵਿਚ ਹੋਰ ਥਾਂ 'ਤੇ ਕਿਹਾ ਗਿਆ ਹੈ-

ਅਵ੍ਯਕ੍ਤੋ 'ਕ੍ਸ਼ਰ ਇਯ੍ ਉਕ੍ਤਸ ਤਮ੍ ਆਹੁਹ੍ ਪਰਮਮ੍ ਗਤਿਮ੍ ॥
ਯਮ੍ ਪ੍ਰਾਪ੍ਯ ਨ ਨਿਵਰ੍ਤੰਤੇ ਤਦ੍ ਧਾਮ ਪਰਮਮ੍ ਮਮ ॥

'*ਅਵ੍ਯਕ੍ਤ*' ਦਾ ਅਰਥ ਹੈ ਜੋ ਪ੍ਰਗਟ ਨਹੀਂ। ਸਾਡੇ ਸਾਹਮਣੇ ਭੌਤਿਕ ਸੰਸਾਰ ਵੀ ਪ੍ਰਗਟ ਨਹੀਂ ਹੈ। ਸਾਡੀਆਂ ਇੰਦਰੀਆਂ ਇੰਨੀਆਂ ਅਧੂਰੀਆਂ ਹਨ ਕਿ ਅਸੀਂ ਇਸ ਬ੍ਰਹਿਮੰਡ ਵਿਚ ਸਾਰੇ ਨਖਤਰਾਂ ਨੂੰ ਵੀ ਨਹੀ ਵੇਖ ਸਕਦੇ। ਵੈਦਿਕ ਸਾਹਿਤ ਵਿਚ ਸਾਨੂੰ ਸਾਰੇ ਲੋਕਾਂ ਸਬੰਧੀ ਭਰਪੂਰ ਜਾਣਕਾਰੀ ਦਿੱਤੀ ਗਈ ਹੈ। ਉਸਤੇ ਵਿਸ਼ਵਾਸ ਕਰਨਾ ਜਾਂ ਨਾ ਕਰਨਾ ਸਾਡੇ ਉਤੇ ਨਿਰਭਰ ਹੈ। ਵੈਦਿਕ ਗ੍ਰੰਥਾਂ ਵਿਚ ਖਾਸ ਕਰਕੇ ਸ਼੍ਰੀ ਮਦ ਭਾਗਵਤਮ ਵਿਚ ਸਾਰੇ ਮਹੱਤਵਪੂਰਨ ਲੋਕਾਂ ਦਾ ਵਰਣਨ ਹੈ। ਇਸ ਭੌਤਿਕ ਆਕਾਸ਼ ਤੋਂ ਪਰੇ ਅਧਿਆਤਮਕ ਸੰਸਾਰ ਹੈ ਜੋ ਅਵਯਕਤ ਜਾਂ ਅਪ੍ਰਗਟ ਕਹਾਉਂਦਾ ਹੈ। ਮਨੁੱਖ ਨੂੰ ਭਗਵਤ ਧਾਮ ਸੰਸਾਰ ਦੀ ਹੀ ਇੱਛਾ, ਕਾਮਨਾ ਅਤੇ ਲਾਲਸਾ ਕਰਨੀ ਚਾਹੀਦੀ ਹੈ, ਕਿਉਂਕਿ ਜਦੋਂ ਉਸ ਨੂੰ ਉਸ ਧਾਮ ਦੀ ਪ੍ਰਾਪਤੀ ਹੋ ਜਾਂਦੀ ਹੈ ਤਾਂ ਫੇਰ ਉਸ ਨੂੰ ਇਸ ਸੰਸਾਰ ਵਿਚ ਵਾਪਿਸ ਨਹੀਂ ਆਉਣਾ ਪੈਂਦਾ।

ਇਸ ਤੋਂ ਬਾਅਦ ਪ੍ਰਸ਼ਨ ਕੀਤਾ ਜਾ ਸਕਦਾ ਹੈ ਕਿ ਉਸ ਭਗਵਤ ਧਾਮ ਤਕ ਕਿਵੇਂ ਪਹੁੰਚਿਆ ਜਾਂਦਾ ਹੈ? ਇਸ ਸਬੰਧੀ ਭਗਵਤ ਗੀਤਾ ਦੇ ਅੱਠਵੇਂ ਅਧਿਆਇ ਵਿਚ ਇਸ ਤਰ੍ਹਾਂ ਕਿਹਾ ਹੈ-

ਅੰਤਕਾਲੇ ਚ ਮਾਮੇਵ ਸਮਰਨ੍ ਮੁਕ੍ਤਵਾ ਕਲੇਵਰਮ੍ ।
ਯਹ੍ ਪ੍ਰਯਾਤਿ ਸ ਮਦ੍-ਭਾਵਮ ਯਾਤਿ ਨਾਸ੍ਤਿ ਅਤ੍ਰ ਸੰਸ਼ਯਹ੍ ॥

(ਭਗਵਦ ਗੀਤਾ 8.5)

"ਅੰਤ ਕਾਲ ਵਿਚ ਜੋ ਮੈਨੂੰ ਚੇਤੇ (ਸਿਮਰਨ) ਕਰਦਾ ਹੋਇਆ ਦੇਹ ਛੱਡਦਾ ਹੈ, ਉਹ ਤੁਰੰਤ ਮੇਰੇ ਸੁਭਾਅ ਨੂੰ ਪ੍ਰਾਪਤ ਹੁੰਦਾ ਹੈ, ਇਸ ਵਿਚ ਰਤਾ ਵੀ ਸ਼ੱਕ ਨਹੀ।" ਜਿਹੜਾ ਮਨੁੱਖ ਮਰਦੇ ਸਮੇਂ ਕ੍ਰਿਸ਼ਨ ਦਾ ਚਿੰਤਨ ਕਰਦਾ ਹੈ, ਉਹ ਕ੍ਰਿਸ਼ਨ ਨੂੰ ਪ੍ਰਾਪਤ ਹੁੰਦਾ ਹੈ। ਮਨੁੱਖ ਨੂੰ ਚਾਹੀਦਾ ਹੈ ਕਿ ਉਹ ਕ੍ਰਿਸ਼ਨ ਦੇ ਸਰੂਪ ਦਾ ਸਿਮਰਨ ਕਰੇ; ਅਤੇ ਜੇਕਰ ਇਸ ਸਰੂਪ ਨੂੰ ਚੇਤੇ ਕਰਦਿਆਂ ਉਹ ਸ਼ਰੀਰ ਛੱਡਦਾ ਹੈ ਤਾਂ ਉਹ ਭਗਵਤ ਧਾਮ ਨੂੰ ਪ੍ਰਾਪਤ ਹੁੰਦਾ ਹੈ। *'ਮਦ੍ਭਾਵਮ੍'* ਸ਼ਬਦ ਪਰਮ ਪੁਰਖ ਦੇ ਉੱਤਮ ਸੁਭਾਅ ਦਾ ਸੂਚਕ ਹੈ। ਪਰਮ ਪੁਰਖ ਸਚਿਦਾਨੰਦ ਸਰੂਪ ਹਨ – ਭਾਵ ਉਨ੍ਹਾਂ ਦਾ ਸਰੂਪ ਸ਼ਾਸਵਤ, ਗਿਆਨ ਅਤੇ ਆਨੰਦ ਨਾਲ ਪੂਰਨ ਰਹਿੰਦਾ ਹੈ। ਸਾਡਾ ਇਹ ਸ਼ਰੀਰ ਨਾਸ਼ਵਾਨ ਹੈ, ਇਹ ਚਿੱਤ ਭਾਵ ਗਿਆਨ ਨਾਲ ਪੂਰਨ ਨਹੀ ਸਗੋਂ ਅਗਿਆਨ ਨਾਲ ਪੂਰਨ ਹੈ। ਸਾਨੂੰ ਭਗਵਤ ਧਾਮ ਦਾ ਕੋਈ ਗਿਆਨ ਨਹੀਂ, ਇੱਥੋ ਤਕ ਕਿ ਸਾਨੂੰ ਇਸ ਭੌਤਿਕ ਸੰਸਾਰ ਤਕ ਦਾ ਪੂਰਾ ਗਿਆਨ ਨਹੀਂ ਹੈ ਕਿਉਂਕਿ ਅਜਿਹੀਆਂ ਅਨੇਕਾਂ ਵਸਤਾਂ ਹਨ ਜਿਨ੍ਹਾਂ ਸਬੰਧੀ ਸਾਨੂੰ ਪਤਾ ਹੀ ਨਹੀਂ। ਇਹ ਸ਼ਰੀਰ ਆਨੰਦ ਤੋਂ ਰਹਿਤ ਹੈ। ਆਨੰਦ ਤੋਂ ਵਾਂਝਾ ਹੋ ਕੇ ਦੁੱਖਦਾਈ ਹੈ। ਇਸ ਸੰਸਾਰ ਵਿਚ ਜਿੰਨੇ ਵੀ ਦੁੱਖਾਂ ਦਾ ਸਾਨੂੰ ਅਨੁਭਵ ਹੁੰਦਾ ਹੈ, ਉਹ ਸ਼ਰੀਰ ਦੇ ਕਾਰਣ ਪੈਦਾ ਹੁੰਦੇ ਹਨ ਪਰ ਜਿਹੜਾ ਮਨੁੱਖ ਭਗਵਾਨ ਕ੍ਰਿਸ਼ਨ ਦਾ ਚਿੰਤਨ ਕਰਦੇ ਹੋਏ ਇਸ ਦੇਹ ਨੂੰ ਛੱਡਦਾ ਹੈ, ਉਹ ਤੁਰੰਤ ਹੀ ਸਚਿਦਾਨੰਦ ਸ਼ਰੀਰ ਪ੍ਰਾਪਤ ਕਰਦਾ ਹੈ।

ਇਸ ਦੇਹ ਨੂੰ ਛੱਡ ਕੇ ਇਸ ਸੰਸਾਰ ਵਿਚ ਦੂਜੀ ਦੇਹ ਧਾਰਨ ਕਰਨ ਦੀ ਵਿਵਸਥਾ ਹੈ। ਮਨੁੱਖ ਓਦੋਂ ਮਰਦਾ ਹੈ ਜਦੋਂ ਇਹ ਨਿਸ਼ਚਿਤ ਹੋ ਜਾਂਦਾ ਹੈ ਅਗਲੇ ਜੀਵਨ ਵਿਚ ਉਸ ਨੂੰ ਕਿਸ ਤਰ੍ਹਾਂ ਦਾ ਸ਼ਰੀਰ ਮਿਲੇਗਾ। ਇਸ ਦਾ ਨਿਰਣਾ ਉੱਚ ਅਧਿਕਾਰੀ ਕਰਦੇ ਹਨ। ਇਸ ਜੀਵਨ ਵਿਚ ਅਸੀਂ ਆਪਣੇ ਕਰਮਾਂ ਮੁਤਾਬਿਕ ਤਰੱਕੀ ਜਾਂ ਗਿਰਾਵਟ ਵੱਲ ਜਾਂਦੇ ਹਾਂ। ਇਹ ਜੀਵਨ ਅਗਲੇ ਜਨਮ ਦੀ ਤਿਆਰੀ ਹੈ। ਇਸ ਲਈ ਜੇਕਰ ਅਸੀਂ ਇਸ ਜੀਵਨ ਵਿਚ ਭਗਵਤ ਧਾਮ ਪਹੁੰਚਣ ਦੀ ਤਿਆਰੀ ਕਰ ਲੈਂਦੇ ਹਾਂ ਤਾਂ ਇਸ ਦੇਹ ਨੂੰ ਛੱਡਣ ਤੋਂ ਬਾਅਦ ਅਸੀਂ ਭਗਵਾਨ ਵਰਗੇ ਅਧਿਆਤਮਕ ਸ਼ਰੀਰ ਨੂੰ ਪ੍ਰਾਪਤ ਕਰਦੇ ਹਾਂ।

ਜਿਵੇਂ ਪਹਿਲਾਂ ਕਿਹਾ ਜਾ ਚੁੱਕਾ ਹੈ ਕਿ ਅਧਿਆਤਮਵਾਦੀ ਕਈ ਤਰ੍ਹਾਂ ਦੇ ਹਨ- ਬ੍ਰਹਮਵਾਦੀ, ਪਰਮਾਤਮਾਵਾਦੀ ਅਤੇ ਭਗਤ। ਜਿਵੇਂ ਦੱਸਿਆ ਗਿਆ ਹੈ ਬ੍ਰਹਮਜੋਤੀ (ਅਧਿਆਤਮਕ ਆਕਾਸ਼) ਵਿਚ ਅਣਗਿਤ ਅਧਿਆਤਮਕ ਲੋਕ ਹਨ। ਇਨ੍ਹਾਂ ਲੋਕਾਂ ਦੀ ਗਿਣਤੀ ਭੌਤਿਕ ਸੰਸਾਰ ਦੇ ਲੋਕਾਂ ਦੀ ਗਿਣਤੀ ਤੋਂ ਕਿਤੇ ਵਧੇਰੇ ਹੈ। ਇਹ ਭੌਤਿਕ ਸੰਸਾਰ ਸਾਰੀ ਸ੍ਰਿਸ਼ਟੀ ਦਾ ਸਿਰਫ ਚੌਥਾ ਹਿੱਸਾ ਹੈ ***(ਏਕਾਂਸ਼ੇਣ ਸਥਿਤੋ ਜਗਤ)*** । ਇਸ ਭੌਤਿਕ ਸ੍ਰਿਸ਼ਟੀ ਵਿਚ ਲੱਖਾ ਕਰੋੜਾਂ ਬ੍ਰਹਮੰਡ ਹਨ, ਜਿਨ੍ਹਾਂ ਵਿਚ ਅਰਬਾਂ ਸੂਰਜ, ਤਾਰੇ ਅਤੇ ਚੰਨ ਹਨ। ਪਰ ਇਹ ਭੌਤਿਕ ਸ੍ਰਿਸ਼ਟੀ ਸਾਰੀ ਸ੍ਰਿਸ਼ਟੀ ਦਾ ਇਕ ਹਿੱਸਾ ਹੈ। ਜ਼ਿਆਦਾਤਰ ਸ੍ਰਿਸ਼ਟੀ ਤਾਂ ਅਧਿਆਤਮਕ ਆਕਾਸ਼ ਵਿਚ ਹੈ। ਜਿਹੜਾ ਮਨੁੱਖ ਪਾਰਬ੍ਰਹਮ ਨਾਲ ਇਕ-ਮਿਕ ਹੋਣਾ ਚਾਹੁੰਦਾ ਹੈ, ਉਹ ਤੁਰੰਤ ਹੀ ਪਰਮੇਸ਼ਵਰ ਦੀ ਬ੍ਰਹਮਜੋਤੀ ਵਿਚ ਭੇਜ ਦਿੱਤਾ ਜਾਂਦਾ ਹੈ, ਅਤੇ ਇਸ ਤਰ੍ਹਾਂ ਉਹ ਅਧਿਆਤਮਕ ਅਕਾਸ਼ ਨੂੰ ਪ੍ਰਾਪਤ ਹੁੰਦਾ ਹੈ। ਜਿਹੜੇ ਭਗਤ ਭਗਵਾਨ ਦੇ ਸੰਗ ਦਾ ਸੁੱਖ ਲੈਣਾ ਚਾਹੁੰਦੇ ਹਨ। ਉਹ ਵੈਕੁੰਠ ਲੋਕ ਵਿਚ ਪ੍ਰਵੇਸ਼ ਕਰਦੇ ਹਨ, ਜਿਨ੍ਹਾਂ ਦੀ ਗਿਣਤੀ ਅਨੰਤ ਹੈ, ਜਿੱਥੇ ਪਰਮੇਸ਼ਵਰ ਆਪਣੇ ਪੂਰੇ ਅੰਸ਼ਾਂ, ਜਿਵੇਂ ਚਤੁਰਭੁਜ ਨਾਰਾਇਣ ਦੇ ਰੂਪ ਵਿਚ ਵੱਖੋ-ਵੱਖਰੇ ਨਾਵਾਂ ਜਿਵੇਂ ਪ੍ਰਦਯੁਮਨ, ਅਨਿਰੁੱਧ ਅਤੇ ਗੋਵਿੰਦ ਦੇ ਰੂਪ ਵਿਚ ਭਗਤਾਂ ਨਾਲ ਰਹਿੰਦੇ ਹਨ। ਇਸ ਲਈ ਜੀਵਨ ਦੇ ਅੰਤ ਵਿਚ ਅਧਿਆਤਮਵਾਦੀ ਬ੍ਰਹਮ-ਜੋਤੀ, ਪਰਮਾਤਮਾ ਜਾਂ ਭਗਵਾਨ ਸ਼੍ਰੀ ਕ੍ਰਿਸ਼ਨ ਦਾ ਚਿੰਤਨ ਕਰਦੇ ਹਨ। ਹਰ ਹਾਲਤ ਵਿਚ ਉਹ ਅਧਿਆਤਮਕਤਾ ਨਾਲ ਸਬੰਧਿਤ ਰਹਿਣ ਵਾਲਾ ਹੀ ਬੈਕੁੰਠ ਲੋਕ ਵਿਚ ਜਾਂ ਗੋਲੋਕ ਵ੍ਰਿੰਦਾਬਨ ਵਿਚ ਪ੍ਰਵੇਸ਼ ਕਰਦਾ ਹੈ। ਭਗਵਾਨ ਇਹ ਵੀ ਕਹਿੰਦੇ ਹਨ ਕਿ "ਇਸ ਵਿਚ ਕੋਈ ਸ਼ੱਕ ਨਹੀ।" ਇਸ ਤੇ ਪੱਕਾ ਵਿਸ਼ਵਾਸ ਕਰਨਾ ਚਾਹੀਦਾ ਹੈ। ਸਾਨੂੰ ਚਾਹੀਦਾ ਹੈ ਕਿ ਜਿਹੜਾ ਸਾਡੀ ਕਲਪਨਾ ਨਾਲ ਮੇਲ ਨਹੀਂ ਖਾਂਦਾ, ਉਸ ਨੂੰ ਛੱਡੀਏ ਨਾ। ਸਾਡੀ ਮਾਨਸਿਕਤਾ ਅਰਜੁਨ ਵਰਗੀ ਹੋਣੀ ਚਾਹੀਦੀ ਹੈ ਕਿ-"ਤੁਸੀ ਜੋ ਵੀ ਕਿਹਾ, ਉਸਤੇ ਮੈ ਵਿਸ਼ਵਾਸ ਕਰਦਾ ਹਾਂ।" ਇਸ ਲਈ ਜਦੋਂ ਭਗਵਾਨ ਇਹ ਕਹਿੰਦੇ ਹਨ ਕਿ ਮੌਤ ਦੇ ਸਮੇਂ ਜਿਹੜਾ ਵੀ ਬ੍ਰਹਮ, ਪਰਮਾਤਮਾ ਜਾਂ ਭਗਵਾਨ ਦੇ ਰੂਪ ਵਿਚ ਉਨ੍ਹਾਂ ਦਾ ਚਿੰਤਨ ਕਰਦਾ ਹੈ ਉਹ ਨਿਸ਼ਚੇ ਹੀ ਅਧਿਆਤਮਕ ਆਕਾਸ਼ ਵਿਚ ਪ੍ਰਵੇਸ਼ ਕਰਦਾ ਹੈ, ਇਸ ਵਿਚ ਰਤਾ ਵੀ ਸ਼ੱਕ ਨਹੀਂ । ਇਸ ਤੇ ਭਰੋਸਾ ਨਾ ਕਰਨ ਦਾ ਸਵਾਲ ਹੀ ਨਹੀ ਉਠਦਾ ।

ਭਗਵਤ ਗੀਤਾ ਵਿਚ ਉਸ ਸਾਧਾਰਨ ਸਿਧਾਂਤ ਦੀ ਵੀ ਵਿਆਖਿਆ ਹੈ ਜਿਹੜੀ ਮੌਤ ਦੇ ਸਮੇਂ ਬ੍ਰਹਮ ਦਾ ਚਿੰਤਨ ਕਰਨ ਨਾਲ ਅਧਿਆਤਮਕ ਧਾਮ ਵਿਚ ਜਾਣਾ ਸੋਖਾ ਬਣਾਉਂਦੀ ਹੈ-

ਯਮ੍ ਯਮ੍ ਵਾਪਿ ਸਮਰਨ੍ ਭਾਵਮ੍ ਤਯਜਤਯ੍ ਅੰਤੇ ਕਲੇਵਰਮ੍ ॥
ਤਮ੍ ਤਮ੍ ਏਵੈਤਿ ਕੌਂਤੇਯ ਸਦਾ ਤਦ੍-ਭਾਵ-ਭਾਵਿਤਹ੍ ॥

(ਭਗਵਦ ਗੀਥਾ 8.6)

"ਆਪਣੀ ਇਸ ਦੇਹ ਨੂੰ ਛੱਡਦੇ ਹੋਏ ਮਨੁੱਖ ਜਿਸ ਭਾਵ ਨੂੰ ਚੇਤੇ ਕਰਦਾ ਹੈ, ਉਹ ਅਗਲੇ ਜਨਮ ਵਿਚ ਉਸੇ ਭਾਵ ਨੂੰ ਨਿਸ਼ਚਿਤ ਹੀ ਪ੍ਰਾਪਤ ਹੁੰਦਾ ਹੈ।"

ਹੁਣ ਸਭ ਤੋਂ ਪਹਿਲਾਂ ਸਾਨੂੰ ਇਹ ਸਮਝਣਾ ਚਾਹੀਦਾ ਹੈ ਕਿ ਭੌਤਿਕ ਪ੍ਰਕਿਰਤੀ ਪਰਮੇਸ਼ਵਰ ਦੀ ਇਕ ਸ਼ਕਤੀ ਦਾ ਰੂਪ (ਵਿਖਾਵਾ) ਹੈ। ਵਿਸ਼ਨੂੰ ਪੁਰਾਣ ਵਿਚ ਭਗਵਾਨ ਦੀਆਂ ਸਾਰੀਆਂ ਸ਼ਕਤੀਆਂ ਦਾ ਵਰਨਣ ਹੋਇਆ ਹੈ-

ਵਿਸ਼ਨੂ-ਸ਼ਕ੍ਤੀਹ੍ ਪਰਾ ਪਰੋਕ੍ਤਾ ਕ੍ਸ਼ੇਤਰਾ-ਗਯਾਖਯਾ ਤਥਾ ਪਰਾ ॥
ਅਵਿਦ੍ਯਾ-ਕਰ੍ਮ-ਸੰਗਯਨਯਾ ਤ੍ਰਿਤੀਯਾ ਸ਼ਕ੍ਤੀਰਿ ਇਸ਼ਯਤੇ ॥

(ਵਿਸ਼ਨੂ ਪੁਰਾਣ 6.7.61)

ਪਰਮੇਸ਼ਵਰ ਦੀਆਂ ਸ਼ਕਤੀਆਂ ਵੱਖੋ-ਵੱਖਰੀਆਂ ਅਤੇ ਅਣਗਿਣਤ ਹਨ ਅਤੇ ਉਹ ਸਾਡੀ ਬੁੱਧੀ ਤੋਂ ਪਰੇ ਹਨ ਪਰ ਵੱਡੇ-ਵੱਡੇ ਮੁਨੀ ਜਾਂ ਮੁਕਤ ਆਤਮਾਵਾਂ ਨੇ ਇਨ੍ਹਾਂ ਸ਼ਕਤੀਆਂ ਦਾ ਅਧਿਐਨ ਕਰਕੇ ਇਨ੍ਹਾਂ ਨੂੰ ਤਿੰਨ ਹਿੱਸਿਆਂ ਵਿਚ ਵੰਡਿਆ ਹੈ। ਸਾਰੀਆਂ ਸ਼ਕਤੀਆਂ ਵਿਸ਼ਨੂੰ ਸ਼ਕਤੀਆਂ ਹਨ ਭਾਵ ਉਹ ਭਗਵਾਨ ਵਿਸ਼ਨੂੰ ਦੀਆਂ ਵੱਖੋ-ਵੱਖਰੀਆਂ ਸ਼ਕਤੀਆਂ ਹਨ। ਪਹਿਲੀ ਸ਼ਕਤੀ ਪਰਾ ਜਾਂ ਅਧਿਆਤਮਕ ਹੈ। ਜੀਵ ਵੀ ਪਰਾ ਸ਼ਕਤੀ ਹੈ, ਜਿਵੇਂ ਕਿ ਪਹਿਲਾਂ ਕਿਹਾ ਜਾ ਚੁੱਕਾ ਹੈ। ਦੂਜੀਆਂ ਸ਼ਕਤੀਆਂ ਜਾਂ ਭੌਤਿਕ ਸ਼ਕਤੀਆਂ ਤਾਮਸੀ ਹਨ। ਮੌਤ ਦੇ ਸਮੇਂ ਅਸੀ ਜਾਂ ਤਾਂ ਇਸ ਸੰਸਾਰ ਦੀ ਅਪਰਾ ਸ਼ਕਤੀ ਵਿਚ ਰਹਿੰਦੇ ਹਾਂ ਜਾਂ ਫੇਰ ਅਧਿਆਤਮਕ ਸੰਸਾਰ ਦੀ ਸ਼ਕਤੀ ਵਿਚ ਚਲੇ ਜਾਂਦੇ ਹਾਂ।

ਜ਼ੀਵਨ ਵਿਚ ਅਸੀਂ ਭੌਤਿਕ ਜਾਂ ਅਧਿਆਤਮਕ ਸ਼ਕਤੀ ਬਾਰੇ ਸੋਚਣ ਦੇ ਆਦੀ ਹਾਂ। ਅਸੀ ਆਪਣੇ ਵਿਚਾਰਾਂ ਨੂੰ ਭੌਤਿਕ ਸ਼ਕਤੀ ਤੋਂ ਅਧਿਆਤਮਕ ਸ਼ਕਤੀ ਵਿਚ ਕਿਝ ਲੈ ਜਾ ਸਕਦੇ ਹਾਂ। ਅਜਿਹਾ ਸਾਹਿਤ ਬਹੁਤ ਜਿਆਦਾ ਹੈ। ਜਿਹੜਾ ਸਾਡੇ ਵਿਚਾਰਾਂ ਨੂੰ ਭੌਤਿਕ ਸ਼ਕਤੀ ਨਾਲ ਭਰ ਦਿੰਦਾ ਹੈ ਜਿਵੇਂ ਅਖਬਾਰ, ਪਤ੍ਰਿਕਾਵਾਂ, ਨਾਵਲ ਆਦਿ। ਇਸ ਵਕਤ ਸਾਨੂੰ ਅਜਿਹੇ ਸਾਹਿਤ ਵਿਚ ਲੱਗੇ ਆਪਣੇ ਚਿੰਤਨ ਨੂੰ ਵੈਦਿਕ ਸਾਹਿਤ ਵੱਲ ਮੋੜਨਾ ਹੈ। ਇਸੇ ਲਈ ਮਹਾਂਰਿਸ਼ੀਆਂ ਨੇ ਅਨੇਕਾਂ ਵੈਦਿਕ ਗ੍ਰੰਥ ਲਿਖੇ ਹਨ ਜਿਵੇਂ ਪੁਰਾਣ। ਇਹ ਪੁਰਾਣ ਕੋਰੀ ਕਲਪਨਾ ਨਹੀ ਸਗੋਂ, ਇਤਿਹਾਸਕ ਲੇਖ ਹਨ। ਚੈਤੰਨਯ ਚਰਿਤਾਮ੍ਰਿਤ ਵਿਚ ਹੇਠ ਲਿਖਿਆ ਕਥਨ ਹੈ -

ਮਾਯਾਮੁਗ੍ਧ ਜੀਵੇਰ ਨਾਹਿ ਸਵਤਹ੍ ਕ੍ਰਿਸ਼ਣ੍ ਗ੍ਯਾਨ ॥
ਜੀਵੇਰੇ ਕ੍ਰਿਪਾਯ ਕੈਲਾ ਕ੍ਰਿਸ਼ਣ ਵੇਦ-ਪੁਰਾਣ ॥ (ਮੱਧ 20.122)

ਭੁਲੱਕੜ ਜਾਂ ਬੱਧ ਜੀਵਾਂ ਨੇ ਪਰਮੇਸ਼ਵਰ ਨਾਲ ਆਪਣੇ ਸਬੰਧ ਨੂੰ ਭੁਲਾ ਦਿੱਤਾ ਹੈ ਅਤੇ ਉਹ ਸਾਰੇ ਭੌਤਿਕ ਕਾਰਜਾਂ ਬਾਰੇ ਸੋਚਣ ਵਿਚ ਮਸਤ ਰਹਿੰਦੇ ਹਨ। ਇਨ੍ਹਾਂ ਦੀ ਸੋਚ ਨੂੰ ਅਧਿਆਤਮਕ ਆਕਾਸ਼ ਵੱਲ ਮੋੜਨ ਲਈ ਹੀ ਕ੍ਰਿਸ਼ਨਦਵੈਪਾਯਨ ਵਿਆਸ ਦੇਵ ਜੀ ਨੇ ਬਹੁਤ ਵੈਦਿਕ ਸਾਹਿਤ ਪ੍ਰਦਾਨ ਕੀਤਾ ਹੈ। ਸਭ ਤੋਂ ਪਹਿਲਾਂ ਉਨ੍ਹਾਂ ਵੇਦ ਦੇ ਚਾਰ ਹਿੱਸੇ ਕੀਤੇ ਫੇਰ ਉਨ੍ਹਾਂ ਦੀ ਵਿਆਖਿਆ ਪੁਰਾਣਾਂ ਵਿਚ ਕੀਤੀ ਅਤੇ ਘੱਟ ਗਿਆਨੀਆਂ ਲਈ ਮਹਾਭਾਰਤ ਦੀ ਰਚਨਾ ਕੀਤੀ। ਮਹਾਭਾਰਤ ਵਿਚ ਹੀ ਭਗਵਦ ਗੀਤਾ ਦਿੱਤੀ ਗਈ ਹੈ। ਇਸ ਤੋਂ ਮਗਰੋਂ ਵੈਦਿਕ ਸਾਹਿਤ ਦਾ ਨਿਚੋੜ ਵੇਦਾਂਤ ਸੂਤਰ ਵਿਚ ਦਿੱਤਾ ਅਤੇ ਭਵਿੱਖ ਵਿਚ ਰਸਤਾ ਵਿਖਾਉਣ ਲਈ ਉਨ੍ਹਾਂ ਵੇਦਾਂਤ ਸੂਤਰ ਦੀ ਸਰਲ ਵਿਆਖਿਆ ਵੀ ਕੀਤੀ, ਜਿਹੜੀ ਸ਼੍ਰੀਮਦ ਭਾਗਵਤਮ ਨਾਂ ਨਾਲ ਜਾਣੀ ਜਾਂਦੀ ਹੈ। ਸਾਨੂੰ ਆਪਣਾ ਮਨ ਇਨ੍ਹਾਂ ਵੈਦਿਕ ਗ੍ਰੰਥਾਂ ਦੇ ਅਧਿਅਨ ਵਿਚ ਲਾਉਣਾ ਚਾਹੀਦਾ ਹੈ। ਜਿਵੇਂ ਭੌਤਿਕਵਾਦੀ ਲੋਕ ਅਨੇਕਾਂ ਤਰ੍ਹਾਂ ਦੀਆਂ ਅਖਬਾਰਾਂ, ਪਤ੍ਰਿਕਾਵਾਂ ਅਤੇ ਹੋਰ ਸੰਸਾਰੀ ਸਾਹਿਤ ਪੜ੍ਹਨ ਵਿਚ ਧਿਆਨ ਲਗਾਉਂਦੇ ਹਨ, ਉਸੇ ਤਰ੍ਹਾਂ ਸਾਨੂੰ ਵੀ ਵਿਆਸ ਦੇਵ ਰਾਹੀਂ ਦਿੱਤੇ ਸਾਹਿਤ ਦੇ ਅਧਿਐਨ ਵਿਚ ਧਿਆਨ ਲਗਾਉਣਾ ਚਾਹੀਦਾ ਹੈ। ਇਸ ਤਰ੍ਹਾਂ ਅਸੀਂ ਮਰਨ ਸਮੇਂ ਪਰਮੇਸ਼ਵਰ ਨੂੰ ਚੇਤੇ ਕਰ ਸਕਾਂਗੇ। ਭਗਵਾਨ ਰਾਹੀਂ ਦੱਸਿਆ ਇਹੋ ਇਕ ਤਰੀਕਾ ਹੈ ਅਤੇ ਉਹ ਇਸ ਦੇ ਸਿੱਟੇ ਦੀ ਗਾਰੰਟੀ ਦਿੰਦੇ ਹਨ, "ਇਸ ਵਿਚ ਕੋਈ ਸ਼ੱਕ ਨਹੀਂ।"

ਤਸ੍ਮਾਤ੍ ਸਰਵੇਸ਼ੁ ਕਾਲੇਸ਼ੁ ਮਾਮਨੁਸਮਰ ਯੁਧ੍ਯ ਚ ॥
ਮਯ੍ਯ੍ ਅਰ੍ਪਿਤ ਮਨੋ ਬੁੱਧੀਰ੍ ਮਾਮ ਏਵੈਸ਼੍ਯਸੀ ਅਸੰਸ਼ਯਹ੍ ॥

(ਭਗਵਤ ਗੀਤਾ-8.7)

"ਇਸ ਲਈ ਹੇ ਅਰਜੁਨ! ਤੁਸੀਂ ਕ੍ਰਿਸ਼ਨ ਦੇ ਰੂਪ ਵਿਚ ਮੇਰਾ ਹਮੇਸ਼ਾ ਚਿੰਤਨ ਕਰੋ ਅਤੇ ਨਾਲ ਆਪਣਾ ਯੁੱਧ ਕਰਮ ਕਰਦੇ ਰਹੋ। ਆਪਣੇ ਕਰਮਾਂ ਨੂੰ ਮੈਨੂੰ ਅਰਪਿਤ ਕਰਕੇ ਆਪਣੇ ਮਨ ਅਤੇ ਬੁੱਧੀ ਨੂੰ ਮੇਰੇ ਤੇ ਸਥਿਰ ਕਰਕੇ, ਯਕੀਨੀ ਤੌਰ ਤੇ ਤੁਸੀਂ ਮੈਨੂੰ ਪਾ ਲਵੋਗੇ।"

ਉਹ ਅਰਜੁਨ ਨੂੰ ਉਸ ਦੇ ਕਰਮ (ਬਿਰਤੀ) ਨੂੰ ਛੱਡ ਕੇ ਸਿਰਫ ਆਪਣਾ ਸਿਮਰਨ ਕਰਨ ਲਈ ਨਹੀ ਕਹਿੰਦੇ। ਭਗਵਾਨ ਕਦੀ ਵੀ ਕੋਈ ਵਿਵਹਾਰ ਦੇ ਉਲਟ ਗੱਲ ਦੀ ਸਲਾਹ ਨਹੀ ਦਿੰਦੇ। ਇਸ ਸੰਸਾਰ ਵਿਚ ਸ਼ਰੀਰ ਨੂੰ ਪਾਲਣ ਲਈ ਮਨੁੱਖ ਨੂੰ ਕਰਮ ਕਰਨਾ ਪੈਂਦਾ ਹੈ। ਕਰਮ ਦੇ ਆਧਾਰ ਤੇ ਮਨੁੱਖੀ ਸਮਾਜ ਚਾਰ ਵਰਣਾਂ ਵਿਚ ਵੰਡਿਆ ਹੈ-

ਬ੍ਰਾਹਮਣ, ਖੱਤਰੀ, ਵੈਸ਼ ਅਤੇ ਸ਼ੂਦਰ। ਬ੍ਰਾਹਮਣ ਭਾਵ ਬੁੱਧੀਮਾਨ ਵਰਗ ਇਕ ਤਰ੍ਹਾਂ ਕੰਮ ਕਰਦਾ ਹੈ, ਖੱਤਰੀ ਜਾਂ ਪ੍ਰਸ਼ਾਸਕ ਵਰਗ ਦੂਜੀ ਤਰ੍ਹਾਂ। ਇਸੇ ਤਰ੍ਹਾਂ ਵੈਸ਼ ਅਤੇ ਮਜ਼ਦੂਰ ਵਰਗ ਵੀ ਆਪੋ-ਆਪਣੇ ਫਰਜਾਂ ਦੀ ਪਾਲਣਾ ਕਰਦੇ ਹਨ। ਮਨੁੱਖੀ ਸਮਾਜ ਵਿਚ ਭਾਵੇਂ ਕੋਈ ਮਜ਼ਦੂਰ ਹੋਵੇ, ਵਪਾਰੀ ਹੋਵੇ, ਪ੍ਰਸ਼ਾਸਕ ਜਾਂ ਕਿਸਾਨ ਹੋਵੇ ਜਾਂ ਫੇਰ ਭਾਵੇਂ ਸਭ ਤੋਂ ਉਤਮ ਵਰਣ ਦਾ ਅਤੇ ਸਾਹਿਤਕ ਹੋਵੇ, ਵਿਗਿਆਨਕ ਜਾਂ ਧਰਮ ਸ਼ਾਸਤਰਾਂ ਤੋਂ ਜਾਣੂ ਹੋਵੇ, ਉਨ੍ਹਾਂ ਨੂੰ ਆਪਣੀ ਜ਼ਿੰਦਗੀ ਜੀਣ ਲਈ ਕੰਮ ਕਰਨਾ ਪੈਂਦਾ ਹੈ। ਇਸ ਲਈ ਭਗਵਾਨ ਅਰਜੁਨ ਨੂੰ ਕਹਿੰਦੇ ਹਨ ਕਿ ਉਸ ਨੂੰ ਆਪਣੇ ਕੰਮਾਂ ਨੂੰ ਨਹੀਂ ਛੱਡਣਾ ਚਾਹੀਦਾ ਸਗੋਂ ਕੰਮਾਂ ਵਿਚ ਲੱਗਿਆਂ ਕ੍ਰਿਸ਼ਨ ਦਾ ਸਿਮਰਨ ਕਰਨਾ ਚਾਹੀਦਾ ਹੈ। *(ਮਾਮਨੁਸੑਮਰ)* ਜੇਕਰ, ਉਹ ਜ਼ਿੰਦਗੀ ਵਿਚ ਜੱਦੋ-ਜਹਿਦ ਕਰਦੇ ਹੋਏ ਕ੍ਰਿਸ਼ਨ ਦਾ ਸਿਮਰਨ ਕਰਨ ਦਾ ਅਭਿਆਸ ਨਹੀਂ ਕਰਦਾ ਤਾਂ ਉਹ ਮਰਨ ਸਮੇਂ ਕ੍ਰਿਸ਼ਨ ਦਾ ਸਿਮਰਨ ਨਹੀ ਕਰ ਸਕੇਗਾ। ਭਗਵਾਨ ਚੈਤੰਨਯ ਵੀ ਇਹੋ ਉਪਦੇਸ਼ ਦਿੰਦੇ ਹਨ। ਉਹ ਕਹਿੰਦੇ ਹਨ-*ਕੀਰਤਨੀਯਹ੍ ਸਦਾ ਹਰਿ*- ਮਨੁੱਖ ਨੂੰ ਚਾਹੀਦਾ ਹੈ ਕਿ ਭਗਵਾਨ ਦੇ ਨਾਂਵਾਂ ਦਾ ਉਚਾਰਣ ਕਰਨ ਦਾ ਹਮੇਸ਼ਾ ਅਭਿਆਸ ਕਰੇ । ਭਗਵਾਨ ਦਾ ਨਾਂ ਅਤੇ ਭਗਵਾਨ ਇਕੋ ਹਨ। ਇਸੇ ਤਰ੍ਹਾਂ ਅਰਜੁਨ ਨੂੰ ਭਗਵਾਨ ਦੀ ਸਿੱਖਿਆ ਹੈ ਕਿ "ਮੇਰਾ ਸਿਮਰਨ ਕਰੋ" ਅਤੇ ਚੈਤੰਯ ਮਹਾਪ੍ਰਭੂ ਦਾ ਇਹ ਹੁਕਮ ਹੈ ਕਿ "ਭਗਵਾਨ ਕ੍ਰਿਸ਼ਨ ਦੇ ਨਾਂਵਾਂ ਦਾ ਲਗਾਤਾਰ ਕੀਰਤਨ ਕਰੋ।" ਇਹ ਸਭ ਇਕੋ ਹਨ। ਇਨ੍ਹਾਂ ਵਿਚ ਕੋਈ ਫਰਕ ਨਹੀ ਕਿਉਂਕਿ ਕ੍ਰਿਸ਼ਨ ਅਤੇ ਕ੍ਰਿਸ਼ਨ ਦੇ ਨਾਂ ਵਿਚ ਕੋਈ ਫਰਕ ਨਹੀ। ਚਰਮ ਅਵਸਥਾ ਵਿਚ *'ਨਾਂ'* ਅਤੇ *'ਨਾਂ ਵਾਲੇ'* ਵਿਚ ਕੋਈ ਫਰਕ ਨਹੀ ਹੁੰਦਾ। ਇਸ ਲਈ ਸਾਨੂੰ ਚੌਵੀ ਘੰਟੇ ਭਗਵਾਨ ਦੇ ਨਾਂਵਾਂ ਦਾ ਕੀਰਤਨ ਕਰਕੇ ਸਿਮਰਨ ਦਾ ਅਭਿਆਸ ਕਰਨਾ ਹੁੰਦਾ ਹੈ ਅਤੇ ਆਪਣੀ ਜਿੰਦਗੀ ਨੂੰ ਇੰਝ ਢਾਲਣਾ ਹੁੰਦਾ ਹੈ, ਕਿ ਅਸੀ ਹਮੇਸ਼ਾਂ ਉਨ੍ਹਾਂ ਦਾ ਹੀ ਸਿਮਰਨ ਕਰਦੇ ਰਹੀਏ।

ਇਹ ਕਿੰਝ ਸੰਭਵ ਹੈ? ਆਚਾਰੀਆਂ ਨੇ ਇਹ ਉਦਾਹਰਣ ਦਿੱਤੀ ਹੈ ਕਿ ਜੇਕਰ ਕੋਈ ਵਿਆਹੀ ਇਸਤਰੀ ਦੂਜੇ ਪੁਰਸ਼ ਵਿਚ ਆਸਕਤ ਹੋ ਜਾਂਦੀ ਹੈ ਜਾਂ ਕੋਈ ਪੁਰਸ਼ ਆਪਣੀ ਇਸਤਰੀ ਨੂੰ ਛੱਡ ਕੇ ਦੂਜੀ ਇਸਤਰੀ ਪ੍ਰਤੀ ਮੋਹ ਵਿਖਾਉਂਦਾ ਹੈ ਤਾਂ ਇਹ ਆਸਕਤੀ (ਖਿਚ) ਬਹੁਤ ਮਜ਼ਬੂਤ ਹੁੰਦੀ ਹੈ। ਅਜਿਹੀ ਖਿੱਚ ਵਾਲਾ ਆਪਣੇ ਪ੍ਰੇਮੀ ਬਾਰੇ ਲਗਾਤਾਰ ਸੋਚਦਾ ਰਹਿੰਦਾ ਹੈ। ਜਿਹੜੀ ਇਸਤਰੀ ਆਪਣੇ ਪ੍ਰੇਮੀ ਬਾਰੇ ਸੋਚਦੀ ਹੈ, ਉਹ ਆਪਣੇ ਘਰੇਲੂ ਕੰਮ ਕਾਰ ਕਰਦਿਆਂ ਵੀ ਉਸ ਨੂੰ ਮਿਲਣ ਬਾਰੇ ਹੀ ਸੋਚਦੀ ਰਹਿੰਦੀ ਹੈ। ਅਸਲ ਵਿਚ ਉਹ ਆਪਣਾ ਘਰੇਲੂ ਕੰਮਕਾਰ ਇੰਨੇ ਸੁਚੱਜੇ ਢੰਗ ਨਾਲ ਕਰਦੀ ਹੈ ਕਿ ਉਸ

ਦਾ ਪਤੀ ਉਸ ਦੀ ਖਿੱਚ ਪ੍ਰਤੀ ਸ਼ੱਕ ਨਾ ਕਰ ਸਕੇ। ਇਸੇ ਤਰ੍ਹਾਂ ਸਾਨੂੰ ਪਰਮ ਪ੍ਰੇਮੀ ਸ੍ਰੀ ਕ੍ਰਿਸ਼ਨ ਨੂੰ ਹਮੇਸ਼ਾ ਚੇਤੇ ਰਖਣਾ ਚਾਹੀਦਾ ਹੈ ਅਤੇ ਨਾਲੋ ਨਾਲ ਆਪਣੇ ਫਰਜ਼ਾਂ ਨੂੰ ਵੀ ਸੁਚੱਜੇ ਢੰਗ ਨਾਲ ਨਿਭਾਉਂਦੇ ਰਹਿਣਾ ਚਾਹੀਦਾ ਹੈ। ਇਸ ਲਈ ਵਧੇਰੇ ਪ੍ਰੀਤ ਭਾਵਨਾ ਦੀ ਲੋੜ ਹੈ। ਜੇਕਰ ਸਾਨੂੰ ਪਰਮੇਸ਼ਵਰ ਨਾਲ ਵਧੇਰੇ ਪ੍ਰੀਤ ਹੈ ਤਾਂ ਅਸੀਂ ਆਪਣਾ ਕੰਮ ਕਰਦੇ ਹੋਏ ਉਸ ਦਾ ਸਿਮਰਨ ਕਰ ਸਕਦੇ ਹਾਂ। ਪਰ ਸਾਨੂੰ ਪ੍ਰੇਮ ਭਾਵ ਪੈਦਾ ਕਰਨਾ ਪਵੇਗਾ। ਉਦਾਹਰਣ ਵਜੋਂ ਅਰਜੁਨ ਹਮੇਸ਼ਾ ਕ੍ਰਿਸ਼ਨ ਦਾ ਚਿੰਤਨ ਕਰਦਾ ਸੀ, ਉਹ ਕ੍ਰਿਸ਼ਨ ਦੇ ਹਮੇਸ਼ਾਂ ਨਾਲ ਰਹਿੰਦਾ ਸੀ ਅਤੇ ਉਹ ਜੋਧਾ ਵੀ ਸੀ। ਕ੍ਰਿਸ਼ਨ ਨੇ ਉਸ ਨੂੰ ਜੰਗ ਛੱਡਕੇ ਜੰਗਲ ਵਿਚ ਜਾ ਕੇ ਧਿਆਨ ਕਰਨ ਦੀ ਕਦੀ ਵੀ ਸਲਾਹ ਨਹੀਂ ਦਿੱਤੀ। ਜਦੋਂ ਭਗਵਾਨ ਕ੍ਰਿਸ਼ਨ, ਅਰਜੁਨ ਨੂੰ ਯੋਗ ਵਿਧੀ ਬਾਰੇ ਦੱਸਦੇ ਹਨ ਤਾਂ ਅਰਜੁਨ ਕਹਿੰਦਾ ਹੈ ਕਿ ਇਸ ਵਿਧੀ ਦਾ ਅਭਿਆਸ ਕਰਨਾ ਉਸ ਲਈ ਸੰਭਵ ਨਹੀਂ।

ਅਰਜੁਨ ਓਵਾਚ

ਯੋ 'ਯਮ ਯੋਗਸ੍ ਤ੍ਵਯਾ ਪਰੋਕ੍ਤਹ੍ ਸਾਮ੍ਯੇਨ ਮਧੁਸੁਦਨ ॥
ਏਤਸਯਾਹਮ੍ ਨ ਪਸ਼੍ਯਾਮਿ ਚੰਚਲਤ੍ਵਾਤ੍ ਸਥਿਤਿਮ ਸਥਿਰਾਮ੍ ॥

(ਭਗਵਤ ਗੀਤਾ-6.33)

ਅਰਜੁਨ ਨੇ ਕਿਹਾ-"ਹੇ ਮਧੁਸੂਦਨ ! ਤੁਸੀਂ ਜਿਹੜੇ ਯੋਗ ਮਾਰਗ ਦਾ ਸੰਖੇਪ ਵਿਚ ਵਰਣਨ ਕੀਤਾ ਹੈ, ਉਹ ਮੇਰੇ ਲਈ ਅਵਿਵਹਾਰਕ ਅਤੇ ਨਾ ਸਹਿਣਯੋਗ ਲੱਗਦਾ ਹੈ ਕਿਉਂਕਿ ਮੇਰਾ ਮਨ ਅਸਥਿਰ ਅਤੇ ਚੰਚਲ ਹੈ।"

ਪਰ ਭਗਵਾਨ ਕਹਿੰਦੇ ਹਨ-

ਯੋਗਿਨਾਮ੍ ਅਪਿ ਸਰ੍ਵੇਸ਼ਾਮ ਮਦ੍-ਗਤੇਨਾਂਤਰਆਤਮਨਾ ॥
ਸ਼ਰਧਾਵਾਨ ਭਜਤੇ ਯੋ ਮਾਮ ਸ ਮੇ ਯੁਕ੍ਤਤਮੋ ਮਤਹ੍ ॥

(ਭਗਵਤ ਗੀਤਾ-6.47)

"ਭਾਵ ਸਾਰੇ ਯੋਗੀਆਂ ਵਿਚ ਜਿਹੜਾ ਸ਼ਰਧਾਵਾਨ ਯੋਗੀ ਭਗਤੀ ਯੋਗ ਰਾਹੀਂ ਮੇਰੇ ਹੁਕਮ ਦੀ ਪਾਲਣਾ ਕਰਦਾ ਹੈ, ਆਪਣੇ ਚਿੱਤ ਵਿਚ ਮੇਰੇ ਬਾਰੇ ਸੋਚਦਾ ਹੈ, ਮੇਰੀ ਅਲੌਕਿਕ ਪ੍ਰੇਮ-ਭਗਤੀ ਵਾਲੀ ਸੇਵਾ ਕਰਦਾ ਹੈ, ਉਹ ਯੋਗ ਵਿਚ ਮੇਰੇ ਨਾਲ ਚੰਗੀ ਤਰ੍ਹਾਂ ਜੁੜਿਆ ਹੁੰਦਾ ਹੈ ਅਤੇ ਸਭ ਤੋਂ ਉਤਮ ਹੁੰਦਾ ਹੈ। "ਇਸ ਲਈ, ਜਿਹੜਾ ਹਮੇਸ਼ਾ ਪਰਮੇਸ਼ਵਰ ਦਾ ਚਿੰਤਨ ਕਰਦਾ ਹੈ, ਉਹ ਇਕੋ ਸਮੇਂ ਵਿਚ ਸਭ ਤੋਂ ਵੱਡਾ ਯੋਗੀ, ਗਿਆਨੀ ਅਤੇ ਮਹਾਨ

ਭਗਤ ਹੁੰਦਾ ਹੈ। ਭਗਵਾਨ ਅਰਜੁਨ ਨੂੰ ਅੱਗੇ ਕਹਿੰਦੇ ਹਨ ਕਿ ਖੱਤਰੀ ਹੋਣ ਕਾਰਨ ਉਹ ਜੰਗ ਨੂੰ ਨਹੀ ਛੱਡ ਸਕਦਾ, ਪਰ ਜੇਕਰ ਉਹ ਕ੍ਰਿਸ਼ਨ ਦਾ ਸਿਮਰਨ ਕਰਦਿਆਂ ਜੰਗ ਕਰਦਾ ਹੈ ਤਾਂ ਉਹ ਮਰਨ ਵਕਤ ਕ੍ਰਿਸ਼ਨ ਦਾ ਸਿਮਰਨ ਕਰ ਸਕੇਗਾ। ਪਰ ਇਸ ਲਈ ਮਨੁੱਖ ਨੂੰ ਭਗਵਾਨ ਦੀ ਅਲੌਕਿਕ ਪ੍ਰੇਮ ਭਗਤੀ ਵਾਲੀ ਸੇਵਾ ਵਿਚ ਪੂਰੀ ਤਰ੍ਹਾਂ ਸਮਰਪਿਤ ਹੋਣਾ ਪਵੇਗਾ।

ਅਸਲ ਵਿਚ ਅਸੀ ਆਪਣੇ ਦੇਹ ਨਾਲ ਨਹੀ ਸਗੋਂ ਆਪਣੇ ਮਨ ਅਤੇ ਬੁੱਧੀ ਨਾਲ ਕਰਮ ਕਰਦੇ ਹਾਂ। ਇਸ ਲਈ ਜੇਕਰ ਮਨ ਅਤੇ ਬੁੱਧੀ ਹਮੇਸ਼ਾ ਪਰਮੇਸ਼ਵਰ ਦੇ ਧਿਆਨ ਵਿਚ ਮਗਨ ਰਹੇ ਤਾਂ ਸੁਭਾਵਿਕ ਹੈ ਕਿ ਇੰਦਰੀਆਂ ਵੀ ਉਨ੍ਹਾਂ ਦੀ ਸੇਵਾ ਵਿਚ ਲੱਗੀਆ ਰਹਿਣਗੀਆਂ। ਇੰਦਰੀਆਂ ਦੇ ਕੰਮ ਘੱਟੋ-ਘੱਟ ਬਾਹਰੋਂ ਉਹੀ ਰਹਿੰਦੇ ਹਨ ਪਰ ਚੇਤਨਾ ਬਦਲ ਜਾਂਦੀ ਹੈ। ਭਗਵਤ ਗੀਤਾ ਸਾਨੂੰ ਸਿਖਾਉਂਦੀ ਹੈ ਕਿ ਕਿਵੇਂ ਮਨ ਅਤੇ ਬੁੱਧੀ ਨੂੰ ਭਗਵਾਨ ਦੇ ਖਿਆਲਾਂ ਵਿਚ ਲੀਨ ਰਖਿਆਂ ਜਾਵੇ। ਅਜਿਹੀ ਲਗਨ ਨਾਲ ਮਨੁੱਖ ਭਗਵਤਧਾਮ ਨੂੰ ਜਾਂਦਾ ਹੈ। ਜੇਕਰ ਮਨ ਕ੍ਰਿਸ਼ਨ ਦੀ ਸੇਵਾ ਵਿਚ ਲੱਗ ਜਾਂਦਾ ਹੈ ਤਾਂ ਸਾਰੀਆਂ ਇੰਦਰੀਆਂ ਆਪਣੇ ਆਪ ਹੀ ਉਸ ਦੀ ਸੇਵਾ ਵਿਚ ਲੱਗ ਜਾਂਦੀਆਂ ਹਨ। ਇਹੋ ਕਲਾ ਹੈ ਅਤੇ ਇਹੋ ਭਗਵਤ ਗੀਤਾ ਦਾ ਰਹੱਸ ਵੀ ਹੈ ਕਿ ਸ਼੍ਰੀ ਕ੍ਰਿਸ਼ਨ ਦੇ ਖਿਆਲਾਂ ਵਿਚ ਪੂਰੀ ਤਰ੍ਹਾਂ ਮਗਨ ਰਿਹਾ ਜਾਵੇ।

ਆਧੁਨਿਕ ਮਨੁੱਖ ਨੇ ਚੰਨ ਤੱਕ ਪਹੁੰਚਣ ਲਈ ਕਠਿਨ ਸੰਘਰਸ਼ ਕੀਤਾ ਹੈ ਪਰ ਉਸ ਨੇ ਆਪਣੀ ਅਧਿਆਤਮਕ ਤਰੱਕੀ ਲਈ ਕਠਿਨ ਯਤਨ ਨਹੀ ਕੀਤਾ। ਜੇਕਰ ਮਨੁੱਖ ਨੇ ਪੰਜਾਹ ਸਾਲ ਜਿਉਣਾ ਹੈ ਤਾਂ ਉਸ ਨੂੰ ਚਾਹੀਦਾ ਹੈ ਕਿ ਉਹ ਆਪਣਾ ਥੋੜ੍ਹਾਂ ਸਮਾਂ ਭਗਵਾਨ ਦਾ ਸਿਮਰਨ ਕਰਨ ਦੇ ਅਭਿਆਸ ਵਿੱਚ ਲਗਾਵੇ । ਇਹੋ ਅਭਿਆਸ, ਭਗਤੀ ਯੋਗ ਹੈ।

ਸ਼੍ਵਣਮ੍ ਕੀਰ੍ਤਨਮ ਵਿਸ਼੍ਣੋਹ੍ ਸ੍ਮਰਣਮ੍ ਪਾਦਸੇਵਨਮ੍ ॥
ਅਰ੍ਚਨਮ੍ ਵੰਦਨਮ੍ ਦਾਸ੍ਯਮ੍ ਸਖ੍ਯਮ੍-ਆਤ੍ਮ-ਨਿਵੇਦਨਮ੍ ॥

(ਸ਼੍ਰੀਮਦ ਭਾਗਵਤਮ - 7.5.23)

ਇਹ ਨੌਂ ਤਰੀਕੇ ਹਨ, ਜਿਨ੍ਹਾਂ ਵਿਚੋਂ ਸਰੂਪ ਸਿੱਧ ਮਨੁੱਖ ਰਾਹੀਂ ਭਗਵਤ ਗੀਤਾ ਨੂੰ ਸੁਣਨਾ ਸਭ ਤੋਂ ਸੌਖਾ ਹੈ। ਇਸ ਨਾਲ ਮਨੁੱਖ ਭਗਵਤ ਚਿੰਤਨ ਵੱਲ ਮੁੜੇਗਾ। ਪਰਮੇਸ਼ਵਰ ਦਾ ਸਿਮਰਨ ਹੋਵੇਗਾ ਅਤੇ ਦੇਹ ਛੱਡਣ ਤੇ ਅਧਿਆਤਮਕ ਦੇਹ ਪ੍ਰਾਪਤ ਹੋਵੇਗੀ, ਜਿਹੜੀ ਪਰਮੇਸ਼ਵਰ ਦੀ ਸੰਗਤ ਲਈ ਠੀਕ ਹੈ।

ਭਗਵਾਨ ਅੱਗੇ ਵੀ ਕਹਿੰਦੇ ਹਨ-

ਅਭ੍ਯਾਸ-ਯੋਗ-ਯੁਕ੍ਤੇਨ ਚੇਤਸਾ ਨਾਨ੍ਯ-ਗਾਮਿਨਾ ।

ਪਰਮਮ੍ ਪੁਰੁਸ਼ਮ ਦਿਵ੍ਯਮ ਯਾਤਿ ਪਾਰਥਾਨੁਚਿੰਤਯਨ੍ ॥

(ਭਗਵਤ ਗੀਤਾ - 8.8)

"ਹੇ ਅਰਜੁਨ ! ਜਿਹੜਾ ਮਨੁੱਖ ਆਪਣੇ ਰਸਤੇ ਤੇ ਚਲਦਾ ਹੋਇਆ ਆਪਣੇ ਮਨ ਨੂੰ ਲਗਾਤਾਰ ਮੇਰੇ ਸਿਮਰਨ ਵਿਚ ਰੁਝਾਈ ਰਖਦਾ ਹੈ ਅਤੇ ਭਗਵਾਨ ਦੇ ਰੂਪ ਵਿਚ ਮੇਰਾ ਧਿਆਨ ਕਰਦਾ ਹੈ, ਉਹ ਜ਼ਰੂਰ ਮੈਨੂੰ ਪਾ ਲੈਂਦਾ ਹੈ।"

ਇਹ ਕੋਈ ਔਖਾ ਮਾਰਗ ਨਹੀਂ ਹੈ ਪਰ ਫੇਰ ਵੀ ਕਿਸੇ ਅਨੁਭਵੀ ਮਨੁੱਖ ਤੋਂ ਸਿਖਣਾ ਚਾਹੀਦਾ ਹੈ। *ਤਦ੍-ਵਿਗ੍ਯਾਨ-ਅਰ੍ਥਮ੍ ਸ ਗੁਰੁਮ੍-ਏਵ-ਅਭਿਗਚਛੇਤ੍-* ਮਨੁੱਖ ਨੂੰ ਚਾਹੀਦਾ ਹੈ ਕਿ ਜਿਹੜਾ ਪਹਿਲਾਂ ਤੋਂ ਅਭਿਆਸ ਕਰ ਰਿਹਾ ਹੈ, ਉਸ ਕੋਲ ਜਾਵੇ। ਮਨ ਹਮੇਸ਼ਾ ਇੱਧਰ ਉਧੱਰ ਦੌੜਦਾ ਰਹਿੰਦਾ ਹੈ, ਪਰ ਮਨੁੱਖ ਨੂੰ ਚਾਹੀਦਾ ਹੈ ਕਿ ਮਨ ਨੂੰ ਭਗਵਾਨ ਸ਼੍ਰੀ ਕ੍ਰਿਸ਼ਨ ਦੇ ਸਰੂਪ ਤੇ ਜਾਂ ਨਾਮ ਉਚਾਰਣ ਤੇ ਟਿਕਾਉਣ ਦਾ ਅਭਿਆਸ ਕਰੇ। ਮਨ ਸੁਭਾਅ ਤੋਂ ਹੀ ਚੰਚਲ ਹੈ, ਇੱਧਰ ਉਧੱਰ ਜਾਂਦਾ ਰਹਿੰਦਾ ਹੈ ਪਰ ਇਹ ਕ੍ਰਿਸ਼ਨ ਨਾਮ ਦੀ ਧੁਨੀ ਤੇ ਟਿਕ ਸਕਦਾ ਹੈ। ਇਸ ਤਰ੍ਹਾਂ ਮਨੁੱਖ ਨੂੰ *ਪਰਮਮ੍ ਪੁਰੁਸ਼ਮ੍* ਭਾਵ ਦਿਵਯਲੋਕ ਵਿਚ ਭਗਵਾਨ ਦਾ ਚਿੰਤਨ ਕਰਕੇ, ਉਸ ਨੂੰ ਪ੍ਰਾਪਤ ਕਰਨਾ ਚਾਹੀਦਾ ਹੈ। ਉਚੇਰੇ ਅਨੁਭਵ ਜਾਂ ਉਚੇਰੀ ਪ੍ਰਾਪਤੀ ਦੇ ਸਾਧਨ ਭਗਵਤ ਗੀਤਾ ਵਿਚ ਦੱਸੇ ਗਏ ਹਨ ਅਤੇ ਇਸ ਗਿਆਨ ਦੇ ਦਰਵਾਜ਼ੇ ਸਭਨਾਂ ਲਈ ਖੁੱਲੇ ਹਨ। ਕਿਸੇ ਲਈ ਕੋਈ ਰੋਕ ਟੋਕ ਨਹੀ। ਸਾਰੇ ਵਰਗਾਂ ਦੇ ਲੋਗ ਭਗਵਾਨ ਕ੍ਰਿਸ਼ਨ ਦਾ ਚਿੰਤਨ ਕਰਕੇ ਉਨ੍ਹਾਂ ਤੱਕ ਪਹੁੰਚ ਸਕਦੇ ਹਨ ਕਿਉਂਕਿ ਉਨ੍ਹਾਂ ਬਾਰੇ ਸੁਣਨਾ ਅਤੇ ਚਿੰਤਨ ਕਰਨਾ ਹਰ ਇਕ ਲਈ ਸੰਭਵ ਹੈ ।

ਭਗਵਾਨ ਅੱਗੇ ਕਹਿੰਦੇ ਹਨ-

ਮਾਮ੍ ਹਿ ਪਾਰ੍ਥ ਵ੍ਯਪਾਸ਼੍ਰਿਤਵ੍ਯ ਯੇ 'ਪਿ ਸ੍ਯੁਹ੍ ਪਾਪ-ਯੋਨਯਹ੍ ॥

ਸਤ੍ਰਯੋ ਵੈਸ਼੍ਯਾਸ੍ ਤਥਾ ਸ਼ੂਦਰਾਸ੍ ਤੇ ਅਪਿ ਯਾਂਤਿ ਪਰਮ ਗਤਿਮ੍ ॥

ਕਿਮ੍ ਪੁਨਰ੍ ਬ੍ਰਾਹਮਣਾਹ੍ ਪੁਣ੍ਯਾ ਭਕ੍ਤਾ ਰਾਜਰਸ਼੍ਯਸ੍ ਤਥਾ ॥

ਅਨਿਤ੍ਯਮ੍ ਅਸੁਖਮ ਲੋਕਮ੍ ਇਮਮ੍ ਪ੍ਰਾਪ੍ਯ ਭਜਸ੍ਵ ਮਾਮ੍ ॥

(ਭਗਵਤ ਗੀਤਾ-9.32-33)

ਇਸ ਤਰ੍ਹਾਂ ਭਗਵਾਨ ਕਹਿੰਦੇ ਹਨ ਕਿ ਵੈਸ਼੍ਯ, ਪਤਿਤ ਇਸਤਰੀ ਜਾਂ ਮਜ਼ਦੂਰ ਜਾਂ ਨਿਚਲੀ ਯੋਨੀ ਵਾਲਾ ਮਨੁੱਖ ਵੀ ਪਰਮ (ਬ੍ਰਹਮ) ਨੂੰ ਪਾ ਸਕਦਾ ਹੈ। ਉਸ ਨੂੰ ਵਧੇਰੇ

ਕ੍ਰਿਸ਼ਨ ਕਿਰਪਾ ਮੂਰਤੀ

ਸ਼੍ਰੀਮਦ੍ ਏ.ਸੀ. ਭਕਤੀ ਵੇਦਾਂਤ ਸਵਾਮੀ ਪ੍ਰਭੁਪਾਦ

ਮੋਢੀ ਅਚਾਰਜ: ਅੰਤਰਰਾਸ਼ਟਰੀ ਕ੍ਰਿਸ਼ਨ ਭਾਵਨਾ ਅੰਮ੍ਰਿਤ ਸੰਘ (ਇਸਕਾੱਨ) ਅਤੇ

ਪੂਰੇ ਸੰਸਾਰ ਵਿਚ ਵੈਦਿਕ ਗਿਆਨ ਦੇ ਅਦੁੱਤੀ ਪ੍ਰਚਾਰਕ

ਸ਼੍ਰੀਲ ਜਗਨਨਾਥ ਦਾਸ
ਬਾਬਾ ਜੀ ਮਹਾਰਾਜ

ਸ਼੍ਰੀਲ ਭਕਤੀਵਿਨੋਦ ਠਾਕੁਰ ਦੇ ਅਧਿਆਤਮਕ ਗੁਰੂ

ਸ਼੍ਰੀਲ ਭਕਤੀਵਿਨੋਦ ਠਾਕੁਰ

ਕ੍ਰਿਸ਼ਨ ਭਾਵਨਾ ਅੰਮ੍ਰਿਤ ਨਾਲ ਸਾਰੇ ਸੰਸਾਰ ਦਾ ਕਲਿਆਣ ਕਰਨ ਵਾਲੇ ਕਾਰਜ ਦੇ ਆਗੂ

ਸ਼੍ਰੀਲ ਭਕਤੀਸਿਧਾਂਤ ਸਰਸਵਤੀ
ਗੋਸਵਾਮੀ ਮਹਾਰਾਜ

ਸ਼੍ਰੀਲ ਭਕਤੀਵੇਦਾਂਤ ਸਵਾਮੀ ਪ੍ਰਭੂਪਾਦ ਦੇ ਅਧਿਆਤਮਕ ਗੁਰੂ

ਸ਼੍ਰੀਲ ਗੌਰਕਿਸ਼ੋਰ ਦਾਸ
ਬਾਬਾ ਜੀ ਮਹਾਰਾਜ

ਸ਼੍ਰੀਲ ਭਕਤੀਸਿਧਾਂਤ ਸਰਸਵਤੀ ਗੋਸਵਾਮੀ ਮਹਾਰਾਜ ਦੇ ਅਧਿਆਤਮਕ ਗੁਰੂ ਅਤੇ ਸ਼੍ਰੀਲ ਭਕਤੀਵਿਨੋਦ ਦੇ ਅੰਤਰੰਗ ਚੇਲੇ

ਕਲਜੁਗ ਵਿਚ ਚੰਗੀ ਬੁੱਧੀ ਵਾਲੇ ਲੋਕ, ਆਪਣੇ ਪਾਰਸ਼ਦਾਂ ਨਾਲ ਘਿਰੇ ਭਗਵਾਨ ਦੀ ਪੂਜਾ ਸੰਕੀਰਤਨ ਯੱਗ ਨਾਲ ਕਰਨਗੇ ।(3.10 ਭਾਵ)

ਧ੍ਰਿਤਰਾਸ਼ਟਰ ਨੇ ਕਿਹਾ – ਹੇ ਸੰਜੇ ! ਧਰਮ ਭੂਮੀ ਕੁਰੂਕਸ਼ੇਤਰ ਵਿਚ ਜੰਗ ਦੇ ਇਰਾਦੇ ਨਾਲ ਇੱਕਠੇ ਹੋਏ, ਮੇਰੇ ਅਤੇ ਪਾਂਡੂ ਦੇ ਪੁੱਤਰਾਂ ਨੇ ਕੀ ਕੀਤਾ ? (1.1)

ਭਗਵਾਨ ਕ੍ਰਿਸ਼ਨ ਨੇ ਕਿਹਾ : ਜਿਵੇਂ ਮਨੁੱਖ ਪੁਰਾਣੇ ਕੱਪੜੇ ਉਤਾਰਕੇ ਨਵੇਂ ਕੱਪੜੇ ਪਾ ਲੈਂਦਾ ਹੈ, ਉਸੇ ਤਰ੍ਹਾਂ ਆਤਮਾ ਪੁਰਾਣੇ ਅਤੇ ਬੇਕਾਰ ਸ਼ਰੀਰਾਂ ਨੂੰ ਛੱਡਕੇ ਨਵਾਂ ਭੌਤਿਕ ਸ਼ਰੀਰ ਧਾਰਨ ਕਰਦਾ ਹੈ। (2.22)

ਹਰ ਮਨੁੱਖ ਇਸ ਭੌਤਿਕ ਸ਼ਰੀਰ ਰੂਪੀ ਰੱਥ ਤੇ ਚੜ੍ਹਿਆ ਹੈ ਅਤੇ ਇਸਦਾ ਸਤਰਥੀ ਹੈ। ਮਨ ਲਗਾਮ ਹੈ ਅਤੇ ਇੰਦਰੀਆਂ ਘੋੜੇ ਹਨ। ਇੰਝ ਮਨ ਅਤੇ ਇੰਦਰੀਆਂ ਦੀ ਸੰਗਤ ਨਾਲ ਇਹ ਆਤਮਾ ਸੁਖ ਅਤੇ ਦੁੱਖ ਦਾ ਭੋਗਣਹਾਰ ਹੈ।(6.34 ਭਾਵ)

ਸੰਸਾਰ ਦੇ ਸਤਰੇ ਭੌਤਿਕ ਕੰਮ-ਕਾਰਜ ਪ੍ਰਕ੍ਰਿਤੀ ਦੇ ਗੁਣਾਂ ਦੇ ਅਧੀਨ ਸੰਪੰਨ ਹੁੰਦੇ ਹਨ। ਹਤਲਾਂਕਿ ਪ੍ਰਕ੍ਰਿਤੀ ਦੇ ਗੁਣ ਪਰਮੇਸ਼ਵਰ ਕ੍ਰਿਸ਼ਨ ਤੋਂ ਪੈਦਾ ਹੁੰਦੇ ਹਨ, ਪਰ ਭਗਵਾਨ ਉਨ੍ਹਾਂ ਦੇ ਅਧੀਨ ਨਹੀਂ ਹੁੰਦੇ।(7.12 ਭਾਵ)

ਘੱਟ ਬੁੱਧੀ ਵਾਲੇ ਲੋਕ ਦੇਵਤਾਵਾਂ ਤੋਂ ਵਰਦਾਨ ਚਾਹੁੰਦੇ ਹਨ ਅਤੇ ਅਜਿਹੀਆਂ ਵਸਤਾਂ ਪ੍ਰਾਪਤ ਕਰਦੇ ਹਨ ਜਿਹੜੀਆਂ ਛਿਣ ਭਗੁੰਰ ਹਨ ਅਤੇ ਮੌਤ ਦੇ ਸਮੇਂ ਖਤਮ ਹੋ ਜਾਂਦੀਆ ਹਨ। ਅਸਲ ਵਿਚ ਇਹ ਸਾਰੇ ਲਾਭ ਭਗਵਾਨ ਰਾਹੀਂ ਹੀ ਦਿੱਤੇ ਜਾਂਦੇ ਹਨ। (7.22 ਭਾਵ)

ਯੋਗ ਵਿਚ ਸਿੱਧ ਯੋਗੀ ਆਪਣੇ ਸ਼ਰੀਰ ਨੂੰ ਤਿਆਗਣ ਦੇ ਸਮੇਂ ਅਤੇ ਅਸਥਾਨ ਦੀ ਵਿਵਸਥਾ ਕਰ ਸਕੇ ਹਨ। ਹੋਰਨਾਂ ਦਾ ਇਸ ਤੇ ਕੋਈ ਵੱਸ ਨਹੀਂ ਹੁੰਦਾ। (8.24 ਭਾਵ)

ਮੈਂ ਸਾਰੇ ਅਧਿਆਤਮਕ ਅਤੇ ਭੌਤਿਕ ਸੰਸਾਰ ਦਾ ਕਾਰਨ ਹਾਂ। ਹਰ ਚੀਜ਼ ਮੇਰੇ ਤੋਂ ਹੀ ਪੈਦਾ ਹੋਈ ਹੈ। ਜਿਹੜੇ ਬੁੱਧੀਮਾਨ ਇਹ ਚੰਗੀ ਤਰ੍ਹਾਂ ਜਾਣੇ ਹਨ, ਉਹ ਮੇਰੀ ਪ੍ਰੇਮ ਭਗਤੀ ਵਿਚ ਲਗਦੇ ਹਨ ਅਤੇ ਹਿਰਦੇ ਨਾਲ ਪੂਰੀ ਤਰ੍ਹਾਂ ਮੇਰੀ ਪੂਜਾ ਵਿਚ ਲਗੇ ਹੁੰਦੇ ਹਨ। (10.8)

ਕ੍ਰਿਸ਼ਨ ਦਾ ਵਿਰਾਟ ਰੂਪ ਵੇਖਕੇ ਅਰਜੁਨ ਨੇ ਹੈਰਾਨ ਹੁੰਦੇ ਹੋਏ ਕਿਹਾ: ਹੇ ਵਿਸ਼ਵੇਸ਼ਵਰ! ਹੇ ਵਿਰਾਟ ਰੂਪ! ਮੈਂ ਤੁਹਾਡੇ ਸ਼ਰੀਰ ਵਿਚ ਅਨੇਕਾਂ ਬਾਹਵਾਂ, ਪੇਟ, ਮੂੰਹ ਅਤੇ ਅੱਖਾਂ ਵੇਖ ਰਿਹਾ ਹਾਂ। ਜਿਹੜੇ ਹਰ ਥਾਈਂ ਫ਼ੈਲੇ ਹਨ ਅਤੇ ਜਿਨ੍ਹਾਂ ਦਾ ਅੰਤ ਨਹੀਂ ਹੈ, ਤੁਹਾਡਾ ਨਾ ਅੰਤ ਵਿਖਾਈ ਦੇ ਰਿਹਾ ਹੈ, ਨਾ ਮੱਧ ਅਤੇ ਨਾ ਆਦਿ। (11.16)

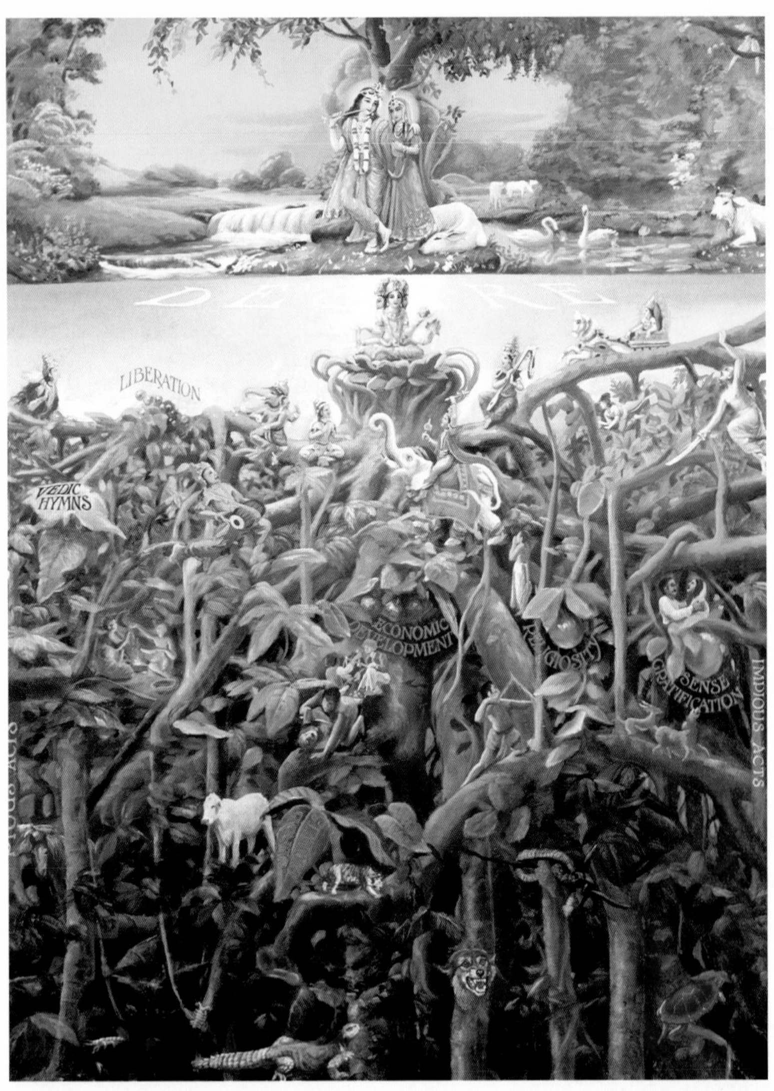

ਸੰਸਾਰ ਰੂਪੀ ਰੁੱਖ ਅਧਿਆਤਮਕ ਸੰਸਾਰ ਦਾ ਪਰਛਾਵਾਂ ਹੈ। ਜਿਹੜਾ ਇਸ ਰੁੱਖ ਵਿਚ ਆਸਕਤ ਹੈ, ਉਸਦੀ ਮੁਕਤੀ ਦੀ ਕੋਈ ਸੰਭਾਵਨਾ ਨਹੀਂ ਹੈ। ਜੇ ਕੋਈ ਇਸ ਮੋਹ-ਰੂਪੀ ਅਵਿਨਾਸ਼ੀ ਰੁੱਖ ਨੂੰ ਸਮਝ ਲੈਂਦਾ ਹੈ, ਤਾਂ ਉਹ ਵਿਰਕਤੀ ਦੇ ਹਥਿਆਰ ਰਾਹੀਂ ਇਸਨੂੰ ਵੱਢ ਕੇ ਇਸ ਤੋਂ ਬਾਹਰ ਨਿਕਲ ਸਕਦਾ ਹੈ। (15.1 ਭਾਵ)

ਮੌਤ ਦੇ ਸਮੇਂ ਜੀਵ ਰਾਹੀਂ ਵਿਕਸਤ ਚੇਤਨਾ ਉਸਨੂੰ ਦੂਜੇ ਸਰੀਰ ਵਿਚ ਲੈ ਜਾਂਦੀ ਹੈ।(15.8 ਭਾਵ)

ਜੇਕਰ ਜੀਵ ਨੇ ਆਪਣੀ ਚੇਤਨਾ ਪਸੂ ਦੀ ਤਰ੍ਹਾਂ ਬਣਾਈ ਹੋਈ ਹੈ ਤਾਂ ਉਸਨੂੰ ਪਸੂ ਦਾ ਸਰੀਰ ਮਿਲਣਾ ਨਿਸ਼ਚਿਤ ਹੈ।(15.9 ਭਾਵ)

ਮੈਂ ਹਰ ਜੀਵ ਦੇ ਹਿਰਦੇ ਵਿਚ ਬੈਠਾ ਹਾਂ ਅਤੇ ਮੇਰੇ ਤੋਂ ਹੀ ਯਾਦ ਸ਼ਕਤੀ, ਗਿਆਨ ਅਤੇ ਭੁੱਲਣਾ ਆਉਂਦਾ ਹੈ। ਮੈਂ ਹੀ ਵੇਦਾਂ ਰਾਹੀਂ ਜਾਣਨ ਯੋਗ ਹਾਂ। ਨਿਸ਼ਚੈ ਹੀ ਮੈਂ ਵੇਦਾਂਤ ਦਾ ਸੰਕਲਨ ਕਰਤਾ ਅਤੇ ਸਾਰੇ ਵੇਦਾਂ ਨੂੰ ਜਾਣਨ ਵਾਲਾ ਹਾਂ। (15.15)

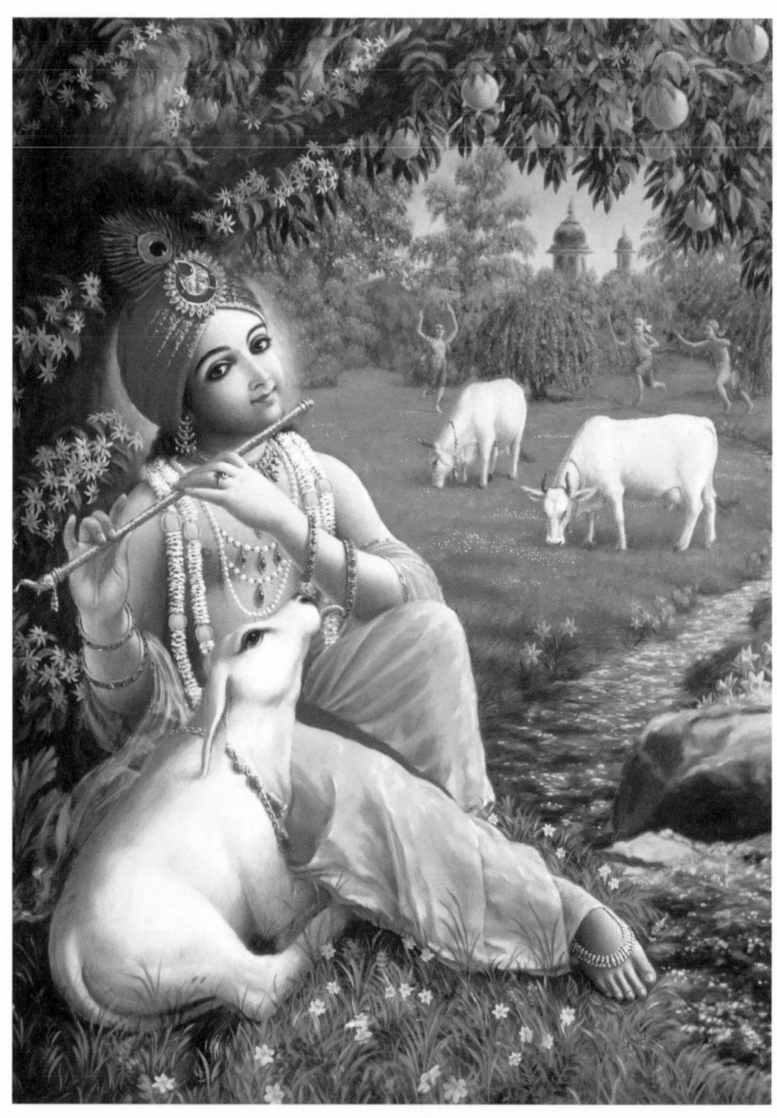

ਹਮੇਸ਼ਾ ਮੇਰਾ ਚਿੰਤਨ ਕਰੋ, ਮੇਰੇ ਭਗਤ ਬਣੋ, ਮੇਰੀ ਪੂਜਾ ਕਰੋ ਅਤੇ ਮੈਨੂੰ ਨਮਸਕਾਰ ਕਰੋ। ਇੰਝ ਤੁਸੀ ਯਕੀਨੀ ਤੌਰ ਤੇ ਮੇਰੇ ਕੋਲ ਆਉਗੇ। ਮੈਂ ਤੁਹਾਨੂੰ ਵਚਨ ਦਿੰਦਾ ਹਾਂ, ਕਿਉਂਕਿ ਤੁਸੀ ਮੇਰੇ ਪਿਆਰੇ ਮਿੱਤਰ ਹੋ।(18.65)

ਵਿਕਸਿਤ ਬੁੱਧੀ ਦੀ ਜ਼ਰੂਰਤ ਨਹੀ ਪੈਂਦੀ। ਗੱਲ ਇਹ ਹੈ ਕਿ ਜੇਕਰ ਕੋਈ ਭਗਤੀ ਯੋਗ ਦੇ ਸਿੱਧਾਂਤ ਨੂੰ ਮੰਨਦਾ ਹੈ ਅਤੇ ਪਰਮੇਸ਼ਵਰ ਨੂੰ ਜੀਵਨ ਦੇ ਸਹਾਰੇ ਦੇ ਰੂਪ ਵਿਚ ਸਭ ਤੋਂ ਉਚੇ ਟੀਚੇ ਜਾਂ ਅੰਤਿਮ ਟੀਚੇ ਦੇ ਰੂਪ ਵਿਚ ਮੰਨਦਾ ਹੈ, ਉਹ ਆਪਣਾ ਜੀਵਨ ਪੂਰਨ ਬਣਾ ਸਕਦਾ ਹੈ ਅਤੇ ਜੀਵਨ ਦੀਆਂ ਸਾਰੀਆਂ ਸਮੱਸਿਆਵਾਂ ਦਾ ਪੱਕਾ ਹੱਲ ਲੱਭ ਲੈਂਦਾ ਹੈ। ਇਹ ਭਗਵਤ ਗੀਤਾ ਦਾ ਸਾਰਾ ਨਿਚੋੜ ਹੈ।

ਸਾਰ ਇਹ ਹੈ ਕਿ ਭਗਵਤ ਗੀਤਾ ਅਲੌਕਿਕ ਸਾਹਿਤ ਹੈ ਜਿਸ ਨੂੰ ਧਿਆਨ ਨਾਲ ਪੜ੍ਹਨਾ ਚਾਹੀਦਾ ਹੈ। ***ਗੀਤਾ ਸ਼ਾਸਤ੍ਰਮ ਇਦਮ੍ ਪੁਣ੍ਯਮ੍ ਯਹ੍ ਪਠੇਤ੍ ਪ੍ਰਯਤਹ੍ ਪੁਮਾਨ***-ਜੇਕਰ ਕੋਈ ਭਗਵਤ ਗੀਤਾ ਦੇ ਉਪਦੇਸ਼ਾਂ ਦਾ ਪਾਲਨ ਕਰ ਲਵੇ ਤਾਂ ਉਹ ਜ਼ਿੰਦਗੀ ਦੇ ਦੁੱਖਾਂ ਅਤੇ ਕਸ਼ਟਾਂ ਤੋਂ ਮੁਕਤ ਹੋ ਸਕਦਾ ਹੈ। ***ਭਯ ਸ਼ੋਕਾਦਿ ਵਰ੍ਜਿਤਹ੍***। ਭਾਵ ਉਹ ਇਸ ਜੀਵਨ ਵਿਚ ਹਰ ਤਰਾਂ ਦੇ ਡਰ ਤੋਂ ਮੁਕਤ ਹੋ ਜਾਵੇਗਾ ਅਤੇ ਉਸ ਦਾ ਅਗਲਾ ਜੀਵਨ ਅਧਿਆਤਮਕ ਹੋਵੇਗਾ (ਗੀਤਾ ਮਹਾਤਮ-1)।

ਇਕ ਹੋਰ ਲਾਭ ਵੀ ਹੁੰਦਾ ਹੈ-

ਗੀਤਾਧ੍ਯਯਨ-ਸ਼ੀਲਸ੍ਯ ਪ੍ਰਾਣਾਯਾਮ-ਪਰਸ੍ਯ ਚ ॥
ਨੈਵ ਸੰਤਿ ਹਿ ਪਾਪਾਨਿ ਪੂਰ੍ਵ-ਜਨਮ-ਕ੍ਰਿਤਾਨਿ ਚ ॥

(ਗੀਤਾ ਮਹਾਤਮ-2)

"ਜੇਕਰ ਕੋਈ ਭਗਵਤ ਗੀਤਾ ਨੂੰ ਸ਼ਰਧਾ ਅਤੇ ਗੰਭੀਰਤਾ ਨਾਲ ਪੜ੍ਹਦਾ ਹੈ, ਤਾਂ ਭਗਵਾਨ ਦੀ ਕ੍ਰਿਪਾ ਨਾਲ ਉਸ ਦੇ ਪਹਿਲੋਂ ਕੀਤੇ ਸਾਰੇ ਬੁਰੇ ਕਰਮਾਂ ਦੇ ਫਲਾਂ ਦਾ ਉਸ ਉਤੇ ਕੋਈ ਅਸਰ ਨਹੀ ਪੈਂਦਾ।" ਭਗਵਾਨ ਭਗਵਦ ਗੀਤਾ ਦੇ ਆਖਰੀ ਅੰਸ਼ ਵਿਚ ਜ਼ੋਰ ਦੇ ਕੇ ਕਹਿੰਦੇ ਹਨ-

ਸਰ੍ਵ-ਧਰ੍ਮਾਨ੍ ਪਰਿਤ੍ਯਜ੍ਯ ਮਾਮ੍ ਏਕਮ੍ ਸ਼ਰਣਮ੍ ਵ੍ਰਜ ॥
ਅਹਮ੍ ਤਵਾਮ੍ ਸਰ੍ਵ-ਪਾਪੇਭਯੋ ਮੋਕ੍ਸ਼ਯਿਸ਼ਯਾਮਿ ਮਾ ਸ਼ੁਚਹ੍ ॥

(ਭਗਵਤ ਗੀਤਾ-18.66)

"ਸਾਰੇ ਧਰਮਾਂ ਨੂੰ ਛੱਡ ਕੇ ਸਿਰਫ ਮੇਰੀ ਸ਼ਰਣ ਵਿਚ ਆਉ। ਮੈ ਤੁਹਾਨੂੰ ਸਾਰੇ ਪਾਪਾਂ ਤੋਂ ਮੁਕਤ ਕਰ ਦੇਵਾਂਗਾ। ਤੁਸੀ ਡਰੋ ਨਾ।" ਇਸ ਤਰ੍ਹਾਂ ਆਪਣੀ ਸ਼ਰਣ ਵਿਚ ਆਏ ਭਗਤ ਦੀ ਸਾਰੀ ਜ਼ਿੰਮੇਵਾਰੀ ਭਗਵਾਨ ਆਪਣੇ ਉਪੱਰ ਲੈ ਲੈਂਦੇ ਹਨ ਅਤੇ ਉਨ੍ਹਾਂ ਦੇ ਸਾਰੇ ਪਾਪਾਂ ਨੂੰ ਖਿਮਾਂ ਕਰ ਦਿੰਦੇ ਹਨ।

ਮਲ-ਨਿਰਮੋਚਨਮ੍ ਪੁੰਸਾਂ ਜਲ-ਸਨਾਨਮ੍ ਦਿਨੇ ਦਿਨੇ ॥
ਸਕ੍ਰਿਦ੍-ਗੀਤਾਮ੍ਰਿਤ-ਸ੍ਨਾਨਮ੍ ਸੰਸਾਰ-ਮਲ-ਨਾਸ਼ਨਮ੍ ॥

(ਗੀਤਾ ਮਹਾਤਮ-3)

"ਮਨੁੱਖ ਪਾਣੀ ਵਿਚ ਇਸ਼ਨਾਨ ਕਰਕੇ ਹਰ ਰੋਜ਼ ਆਪਣੇ ਆਪ ਨੂੰ ਸਾਫ ਸੁੱਥਰਾ ਕਰ ਸਕਦਾ ਹੈ ਪਰ ਜੇਕਰ ਕੋਈ ਭਗਵਤ ਗੀਤਾ ਰੂਪੀ ਪਵਿੱਤਰ ਗੰਗਾ ਜਲ ਵਿਚ ਇਕ ਵਾਰੀ ਵੀ ਇਸ਼ਨਾਨ ਕਰ ਲਵੇ ਤਾਂ ਉਹ ਭਵ ਸਾਗਰ ਦੀ ਮੈਲ ਤੋਂ ਹਮੇਸ਼ਾ ਲਈ ਮੁਕਤ ਹੋ ਜਾਂਦਾ ਹੈ।"

ਗੀਤਾ ਸੁਗੀਤਾ ਕਰ੍ਤਵਯਾ ਕਿਮ੍ ਅਨ੍ਯੇਹ੍ ਸ਼ਾਸ੍ਤਰ-ਵਿਸ੍ਤਰੈਹ੍ ॥
ਯਾ ਸਵ੍ਯਮ੍ ਪਦ੍ਮਨਾਭਸ੍ਯ ਮੁਖ-ਪਦ੍ਮਾਦ੍-ਵਿਨਿਹ੍ਸ੍ਰਿਤਾ ॥

(ਗੀਤਾ ਮਹਾਤਮ-4)

ਕਿਉਂਕਿ ਭਗਵਤ ਗੀਤਾ ਭਗਵਾਨ ਦੇ ਮੂੰਹੋਂ ਨਿਕਲੀ ਹੈ, ਇਸ ਲਈ ਕਿਸੇ ਨੂੰ ਹੋਰ ਵੈਦਿਕ ਸਾਹਿਤ ਪੜ੍ਹਨ ਦੀ ਲੋੜ ਨਹੀ ਰਹਿੰਦੀ। ਉਸ ਨੂੰ ਸਿਰਫ ਭਗਵਤ ਗੀਤਾ ਨੂੰ ਹੀ ਧਿਆਨ ਅਤੇ ਮਨੋਯੋਗ ਨਾਲ ਸੁਣਨਾ ਅਤੇ ਪੜ੍ਹਨਾ ਚਾਹੀਦਾ ਹੈ। ਵਰਤਮਾਨ ਸਮੇਂ ਵਿਚ ਲੋਕੀ ਸੰਸਾਰਕ ਕਾਰਜਾਂ ਵਿਚ ਇੰਨੇ ਰੁੱਝੇ ਹਨ ਕਿ ਉਨ੍ਹਾਂ ਲਈ ਸਾਰੇ ਵੈਦਿਕ ਸਾਹਿਤ ਦਾ ਅਧਿਐਨ ਕਰਨਾ ਸੰਭਵ ਨਹੀ ਹੈ। ਪਰ ਇਸ ਦੀ ਜਰੂਰਤ ਵੀ ਨਹੀ ਹੈ। ਸਿਰਫ ਇਕ ਪੁਸਤਕ ਭਗਵਤ ਗੀਤਾ ਹੀ ਕਾਫ਼ੀ ਹੈ, ਕਿਉਂਕਿ ਇਹ ਸਾਰੇ ਵੈਦਿਕ ਗ੍ਰੰਥਾਂ ਦਾ ਸਾਰ ਹੈ ਅਤੇ ਇਸ ਦਾ ਪ੍ਰਵਚਨ ਭਗਵਾਨ ਨੇ ਕੀਤਾ ਹੈ।

ਜਿਵੇਂ ਕਿ ਕਿਹਾ ਗਿਆ ਹੈ-

ਭਾਰਤਾਮ੍ਰਿਤ-ਸਰ੍ਵਸਵਮ ਵਿਸ਼੍ਣੂ-ਵਕ੍ਤ੍ਰਾਦ ਵਿਨੀਹ੍ਸ੍ਰਤਾਮ੍ ।
ਗੀਤਾ-ਗੰਗੋਦਕਮ੍ ਪੀਤ੍ਵਾ ਪੁਨਰ੍ ਜਨ੍ਮ ਨ ਵਿਦ੍ਯਤੇ ॥

(ਗੀਤਾ ਮਹਾਤਮ-5)

ਭਾਵ- "ਜਿਹੜਾ ਗੰਗਾ ਜਲ ਪੀਂਦਾ ਹੈ, ਉਸ ਨੂੰ ਯਕੀਨੀ ਮੁਕਤੀ ਮਿਲਦੀ ਹੈ, ਪਰ ਉਸ ਬਾਰੇ ਕੀ ਕਿਹਾ ਜਾਵੇ ਜਿਹੜਾ ਭਗਵਤ ਗੀਤਾ ਰੂਪੀ ਅੰਮ੍ਰਿਤ ਪੀਂਦਾ ਹੋਵੇ? ਭਗਵਦ ਗੀਤਾ ਮਹਾਂਭਾਰਤ ਦਾ ਅੰਮ੍ਰਿਤ ਰੂਪੀ ਸਾਰ ਹੈ, ਭਗਵਾਨ ਕ੍ਰਿਸ਼ਨ ਜੋ ਮੂਲ ਵਿਸ਼ਨੂੰ ਹਨ, ਦੁਆਰਾ ਕਹੀ ਗਈ ਹੈ । (ਗੀਤਾ ਮਹਾਤਮ -5) ਭਗਵਤ ਗੀਤਾ ਪਰਮ ਪੁਰਖ਼ ਭਗਵਾਨ ਸ਼੍ਰੀ ਕ੍ਰਿਸ਼ਨ ਦੇ ਮੁੱਖੋਂ ਨਿਕਲੀ ਹੈ ਅਤੇ ਗੰਗਾ ਉਨ੍ਹਾਂ ਦੇ ਚਰਨ ਕਮਲਾਂ ਤੋਂ ਨਿਕਲੀ ਹੈ । ਨਿਸ਼ਚੇ ਹੀ ਭਗਵਾਨ ਦੇ ਮੂੰਹ ਅਤੇ ਚਰਣਾਂ ਵਿਚ ਕੋਈ ਫਰਕ ਨਹੀ ਹੈ ਪਰ ਨਿਰਪੱਖ

ਅਧਿਐਨ ਨਾਲ ਅਸੀਂ ਵੇਖਦੇ ਹਾਂ ਕਿ ਭਗਵਤ ਗੀਤਾ, ਗੰਗਾ ਜਲ ਤੋਂ ਜ਼ਿਆਦਾ ਮਹੱਤਵ ਪੂਰਨ ਹੈ-

ਸਰਵੋਪਨਿਸ਼ਦੋ ਗਾਵੋ ਦੋਗਧਾ ਗੋਪਾਲਨੰਦਨਹ੍ ।
ਪਾਰ੍ਥੋ ਵਤਸਹ੍ ਸੁਧੀਰ੍ਭੋਕਤਾ ਦੁਗ੍ਧਮ ਗੀਤਾਮ੍ਰਿਤਮ ਮਹਤ੍ ॥

(ਗੀਤਾ ਮਹਾਤਮ-6)

ਭਾਵ-" ਇਹ ਗੀਤੋ-ਉਪਨਿਸ਼ਦ, ਭਗਵਤ ਗੀਤਾ, ਜਿਹੜਾ ਸਾਰੇ ਉਪਨਿਸ਼ਦਾਂ ਦਾ ਨਿਚੋੜ ਹੈ, ਗਾਂ ਵਾਂਗ ਹੈ ਅਤੇ ਗਵਾਲਾ ਬਣ ਕੇ ਭਗਵਾਨ ਕ੍ਰਿਸ਼ਨ ਇਸ ਗਾਂ ਨੂੰ ਚੋ ਰਹੇ ਹਨ। ਅਰਜੁਨ ਵੱਛੜੇ ਵਾਂਗ ਹੈ, ਸਾਰੇ ਵਿਦਵਾਨ ਅਤੇ ਸ਼ੁੱਧ ਭਗਤ ਭਗਵਤ ਗੀਤਾ ਦੇ ਅੰਮ੍ਰਿਤ ਵਰਗੇ ਦੁੱਧ ਨੂੰ ਪੀ ਰਹੇ ਹਨ।"

ਏਕਮ੍ ਸ਼ਾਸਤ੍ਰਮ ਦੇਵਕੀ-ਪੁਤ੍ਰ-ਗੀਤਮ੍ ॥
ਏਕੋ ਦੇਵੋ ਦੇਵਕੀ-ਪੁਤ੍ਰ ਏਵ ॥
ਏਕੋ ਮੰਤ੍ਰਸ-ਤਸ੍ਯ ਨਾਮਾਨਿ ਯਾਨਿ ॥
ਕਰਮਾਪਿ ਏਕਮ ਤਸ੍ਯ ਦੇਵਸ੍ਯ ਸੇਵਾ ॥ (ਗੀਤਾ ਮਹਾਤਮ-7)

ਗੁਰੂ ਪਰੰਪਰਾ

ਏਵਮ ਪਰੰਪਰਾ ਪ੍ਰਾਪਤਮ ਇਮਮ ਰਾਜ-ਰਿਸ਼ੀਯੋ-ਵਿਦੂਹ (ਭਗਵਦ-ਗੀਤਾ 4.2) ਇਸ ਭਗਵਦ-ਗੀਤਾ ਦਾ ਗਿਆਨ ਇਸ ਗੁਰੂ ਪਰੰਪਰਾ ਦੁਆਰਾ ਪ੍ਰਾਪਤ ਹੋਇਆ :

---

1. ਭਗਵਾਨ ਸ਼੍ਰੀ ਕ੍ਰਿਸ਼ਨ
2. ਬ੍ਰਹਮਾ
3. ਨਾਰਦ
4. ਵਿਆਸ ਦੇਵ
5. ਮਾਧਵ
6. ਪਦਮਨਾਭ
7. ਨਰਹਰੀ
8. ਮਾਧਵ
9. ਅਕਸ਼ੋਭਿਆ
10. ਜਯ ਤੀਰਥ
11. ਗਿਆਨਸਿੰਧੂ
12. ਦਯਾਨਿਧੀ
13. ਵਿਦਿਯਾਨਿਧੀ
14. ਰਜੇਂਦਰ
15. ਜੈਧਰਮ
16. ਪੁਰੁਸ਼ੋਤਮ
17. ਬ੍ਰਹਮਣਯ ਤੀਰਥ
18. ਵਿਆਸ ਤੀਰਥ
19. ਲਕਸ਼ਮੀ ਪਤੀ
20. ਮਾਧਵੇਂਦਰ ਪੁਰੀ
21. ਇਸ਼ਵਰ ਪੁਰੀ
    (ਨਿਤਯਨੰਦ, ਅਦਵੈਤ ਅਚਾਰਿਆ)
22. ਭਗਵਾਨ ਚੈਤੰਨਯ ਮਹਾਂਪ੍ਰਭੂ
23. ਸ਼੍ਰੀਲ ਰੂਪ ਗੋਸਵਾਮੀ
    (ਸਵਰੂਪ, ਸਨਾਤਨ ਗੋਸਵਾਮੀ)
24. ਰਘੁਨਾਥ, ਜੀਵ ਗੋਸਵਾਮੀ
25. ਕ੍ਰਿਸ਼ਨ ਦਾਸ ਕਵੀ ਰਾਜ
26. ਨਰੋਤਮ ਠਾਕੁਰ
27. ਵਿਸ਼ਵਨਾਥ ਚੱਕਰਵਤੀ ਠਾਕੁਰ
28. (ਬਲਦੇਵ) ਜਗਨਨਾਥ
29. ਭਕਤੀ ਵਿਨੋਦ ਠਾਕੁਰ
30. ਗੌਰ ਕਿਸ਼ੋਰ
31. ਭਕਤੀਸਿਧਾਂਤ ਸਰਸਵਤੀ ਠਾਕੁਰ
32. ਏ.ਸੀ. ਭਕਤੀਵੇਦਾਂਤ ਸਵਾਮੀ ਪ੍ਰਭੂਪਾਦ

ਅਧਿਆਇ ਪਹਿਲਾ

ਕੁਰੂਕਸ਼ੇਤਰ ਦੇ ਜੰਗੀ ਮੈਦਾਨ ਵਿਚ ਫੌਜਾਂ ਦਾ ਨਿਰੀਖਣ

धृतराष्ट्र उवाच

धर्मक्षेत्रे कुरुक्षेत्रे समवेता युयुत्सवः ।
मामकाः पाण्डवाश्चैव किमकुर्वत सञ्जय ॥ १ ॥

ਧ੍ਰਿਤਰਾਸ਼ਟਰ ਉਵਾਚ
ਧਰਮ-ਕਸ਼ੇਤਰੇ ਕੁਰੂ-ਕਸ਼ੇਤਰੇ ਸਮ-ਵੇਤਾ ਯੁਯਤਸਵਹ ।
ਮਾਮ-ਕਾਹ੍ ਪਾਂਡਵਾਸ਼-ਚੈਵ ਕਿਮ ਕੁਰਵਤ ਸੰਜਯ ॥ 1 ॥

ਧ੍ਰਿਤਰਾਸ਼ਟਰ ਉਵਾਚ - ਰਾਜਾ ਧ੍ਰਿਤਰਾਸ਼ਟਰ ਨੇ ਕਿਹਾ ; **ਧਰਮ-ਕਸ਼ੇਤਰੇ**-ਧਰਮਭੂਮੀ (ਤੀਰਥ ਸਥਾਨ) ਵਿਚ ; **ਕੁਰੂ-ਕਸ਼ੇਤਰੇ**-ਕੁਰੂਕਸ਼ੇਤਰ ਨਾਂ ਦੀ ਥਾਂ ਤੇ ; **ਸਮ-ਵੇਤਾਹ੍**-ਇੱਕਠੇ ; **ਯੁਯੁਤਸਵਹ੍**-ਜੰਗ ਕਰਨ ਦੇ ਇਰਾਦੇ ਨਾਲ ; **ਮਾਮ-ਕਾਹ੍**-ਮੇਰੇ ਪੱਖੀਂ (ਪੁਤਰਾਂ) ; **ਪਾਂਡਵਾਹ੍**-ਪਾਂਡੂ ਦੇ ਪੁਤਰਾਂ ਨੇ ; **ਚ**-ਅਤੇ ; **ਏਵ**-ਨਿਸ਼ਚੈ ਹੀ ; **ਕਿਮ**-ਕੀ ; **ਅਕੁਰਵਤ**-ਕੀਤਾ ; **ਸੰਜਯ**-ਹੇ ਸੰਜੇ ।

ਅਨੁਵਾਦ

ਧ੍ਰਿਤਰਾਸ਼ਟਰ ਨੇ ਕਿਹਾ-ਹੇ ਸੰਜੇ ! ਧਰਮ ਭੂਮੀ ਕੁਰੂਕਸ਼ੇਤਰ ਵਿਚ ਜੰਗ ਦੇ ਇਰਾਦੇ ਨਾਲ ਇੱਕਠੇ ਹੋਏ, ਮੇਰੇ ਅਤੇ ਪਾਂਡੂ ਦੇ ਪੁੱਤਰਾਂ ਨੇ ਕੀ ਕੀਤਾ ?

ਭਾਵ

ਭਗਵਤ ਗੀਤਾ ਵਧੇਰੇ ਪੜ੍ਹਿਆ ਜਾਣ ਵਾਲਾ ਆਸਤਕ ਵਿਗਿਆਨ ਹੈ, ਜਿਹੜਾ ਗੀਤਾ ਮਹਾੱਤਮ ਵਿਚ ਸੰਖੇਪ ਵਿਚ ਦਿੱਤਾ ਹੋਇਆ ਹੈ । ਇਸ ਵਿਚ ਇਹ ਵਰਨਣ ਹੈ ਕਿ ਮਨੁੱਖ ਨੂੰ ਚਾਹੀਦਾ ਹੈ ਕਿ ਉਹ ਸ਼੍ਰੀ ਕ੍ਰਿਸ਼ਨ ਦੇ ਭਗਤ ਦੀ ਮਦਦ ਨਾਲ ਛਾਣਬੀਣ ਕਰਕੇ ਭਗਵਤ ਗੀਤਾ ਨੂੰ ਪੜ੍ਹੇ ਅਤੇ ਇੱਕ ਪੱਖੀ ਸਵਾਰਥ ਪੂਰਨ ਵਿਆਖਿਆਵਾਂ ਤੋਂ ਹੱਟਕੇ ਉਸ ਨੂੰ ਸਮਝਣ ਦਾ ਯਤਨ ਕਰੇ ।

ਅਰਜੁਨ ਨੇ ਜਿਸ ਰੂਪ ਵਿਚ ਗੀਤਾ ਨੂੰ ਪ੍ਰੱਤਖ ਭਗਵਾਨ ਕ੍ਰਿਸ਼ਨ ਦੇ ਮੂੰਹੋਂ ਸੁਣਿਆ, ਉਸਦਾ ਉਪਦੇਸ਼ ਗ੍ਰਹਿਣ ਕੀਤਾ ਉਸੇ ਰੂਪ ਵਿਚ ਭਗਵਤ ਗੀਤਾ ਪ੍ਰੱਤਖ ਸਪਸ਼ਟ ਗਿਆਨ ਦਾ ਉਦਾਹਰਣ ਹੈ। ਜੇਕਰ ਉਸੇ ਗੁਰੂ ਪਰੰਪਰਾ ਮੁਤਾਬਿਕ ਨਿੱਜੀ ਸਵਾਰਥਾਂ ਨੂੰ ਲਾਹਮੇ ਕਰਕੇ ਕਿਸੇ ਨੂੰ ਭਗਵਤ ਗੀਤਾ ਸਮਝਣ ਦਾ ਸੁਭਾਗ ਮਿਲ ਜਾਵੇ ਤਾਂ ਉਹ ਸਾਰੇ ਵੈਦਿਕ ਗਿਆਨ ਅਤੇ ਸੰਸਾਰ ਦੇ ਸਾਰੇ ਸ਼ਾਸ਼ਤਰਾਂ ਦੇ ਅਧਿਐਨ ਨੂੰ ਮਾਤ ਕਰ ਦਿੰਦਾ ਹੈ, ਪਾਠਕ ਨੂੰ ਭਗਵਤ ਗੀਤਾ ਵਿਚ ਸਿਰਫ ਹੋਰਨਾ ਸ਼ਾਸ਼ਤਰਾਂ ਦੀਆਂ ਸਾਰੀਆਂ ਗੱਲਾਂ ਹੀ ਨਹੀਂ ਮਿਲਣਗੀਆਂ, ਸਗੋਂ ਅਜਿਹੀਆਂ ਗੱਲਾਂ ਵੀ ਮਿਲਣਗੀਆਂ ਜੋ ਕਿਧਰੇ ਹੋਰ ਨਹੀਂ ਮਿਲਦੀਆਂ। ਇਹੋ ਗੀਤਾ ਦੀ ਖ਼ਾਸੀਅਤ ਹੈ। ਆਪ ਪਰਮ-ਪੁਰਖ ਭਗਵਾਨ ਸ੍ਰੀ ਕ੍ਰਿਸ਼ਨ ਰਾਹੀਂ, ਪ੍ਰੱਤਖ ਕਹੇ ਜਾਣ ਕਾਰਨ ਇਹ ਸੰਪੂਰਣ ਆਸਤਕ ਵਿਗਿਆਨ ਹੈ। ਮਹਾਂਭਾਰਤ ਵਿਚ ਵਰਣਿਤ ਧ੍ਰਿਤਰਾਸ਼ਟਰ ਅਤੇ ਸੰਜੇ ਦੀ ਗੱਲਬਾਤ ਇਸ ਮਹਾਨ ਦਰਸ਼ਨ ਦੇ ਮੂਲ ਸਿਧਾਂਤ ਵਜੋਂ ਕੰਮ ਕਰਦੀ ਹੈ। ਅਜੋਕੀ ਧਾਰਨਾ ਹੈ ਕਿ ਇਸ ਦਰਸ਼ਨ ਦੀ ਪ੍ਰਸਤੁਤੀ ਕੁਰੂਕਸ਼ੇਤਰ ਦੇ ਜੰਗੀ ਮੈਦਾਨ ਵਿਚ ਹੋਈ। ਜਿਹੜਾ ਵੈਦਿਕ ਯੁਗ ਤੋਂ ਹੀ ਪਵਿੱਤਰ ਤੀਰਥ ਸਥਾਨ ਰਿਹਾ ਹੈ। ਇਹ ਪ੍ਰਵਚਨ ਭਗਵਾਨ ਨੇ ਮਨੁੱਖ ਜਾਤੀ ਦੀ ਰਹਿਨੁਮਾਈ ਲਈ ਉਸ ਸਮੇਂ ਕਿਹਾ ਜਦੋਂ ਉਹ ਇਸ ਸੰਸਾਰ ਵਿਚ ਆਪ ਮੌਜੂਦ ਸਨ।

ਧਰਮਖੇਤਰ-ਜਿੱਥੇ ਧਾਰਮਿਕ ਰੀਤੀਆਂ ਦੀ ਪਾਲਣਾ ਕੀਤੀ ਜਾਂਦੀ ਹੈ, ਸ਼ਬਦ ਮਹਤੱਵਪੂਰਣ ਹੈ, ਕਿਉਂਕਿ ਕੁਰੂਕਸ਼ੇਤਰ ਦੇ ਜੰਗ ਦੇ ਮੈਦਾਨ ਵਿਚ ਅਰਜੁਨ ਦੇ ਪੱਖ ਵਿਚ ਸ੍ਰੀ ਭਗਵਾਨ ਖੁਦ ਆਪ ਹਾਜ਼ਰ ਸਨ। ਕੌਰਵਾਂ ਦੇ ਪਿਤਾ ਧ੍ਰਿਤਰਾਸ਼ਟਰ ਆਪਣੇ ਪੁੱਤਰਾਂ ਦੀ ਜਿੱਤ ਦੀ ਸੰਭਾਵਨਾ ਨੂੰ ਲੈ ਕੇ ਵਧੇਰੇ ਸ਼ੱਕੀ ਸੀ। ਇਸੇ ਲਈ ਇਸ ਸ਼ੱਕ ਵਜੋਂ ਉਸਨੇ ਆਪਣੇ ਸਕੱਤਰ ਤੋਂ ਪੁੱਛਿਆ, "ਮੇਰੇ ਤੇ ਪਾਂਡੂ ਪੁੱਤਰਾਂ ਨੇ ਕੀ ਕੀਤਾ ਹੈ?" ਉਸ ਨੂੰ ਯਕੀਨ ਸੀ ਕਿ ਉਸ ਦੇ ਆਪਣੇ ਪੁੱਤਰ ਅਤੇ ਉਸ ਦੇ ਛੋਟੇ ਭਰਾ ਦੇ ਪੁੱਤਰ ਕੁਰੂਕਸ਼ੇਤਰ ਦੇ ਜੰਗੀ ਮੈਦਾਨ ਵਿਚ ਜੰਗ ਕਰਨ ਦਾ ਫੈਸਲਾ ਕਰਨ ਲਈ ਇੱਕਠੇ ਹੋਏ ਹਨ। ਫਿਰ ਵੀ ਉਸ ਦਾ ਪ੍ਰਸ਼ਨ ਮਹੱਤਵਪੂਰਨ ਹੈ, ਉਹ ਨਹੀਂ ਸੀ ਚਾਹੁੰਦਾ ਕਿ ਭਰਾਵਾਂ ਦਾ ਆਪਸ ਵਿਚ ਕੋਈ ਸਮਝੌਤਾ ਹੋਵੇ, ਇਸੇ ਲਈ ਉਹ ਲੜਾਈ ਦੇ ਮੈਦਾਨ ਵਿਚ ਆਪਣੇ ਪੁੱਤਰਾਂ ਦੇ ਭਵਿੱਖ ਬਾਰੇ ਯਕੀਨੀ ਹੋਣਾ ਚਾਹੁੰਦਾ ਸੀ। ਕਿਉਂਕਿ ਇਹ ਜੰਗ ਕੁਰੂਕਸ਼ੇਤਰ ਵਿਚ ਲੜੀ ਜਾਣੀ ਸੀ, ਜਿਸ ਦਾ ਵਰਨਣ ਵੇਦਾਂ ਵਿਚ ਸਵਰਗ ਦੇ ਨਿਵਾਸੀਆਂ ਲਈ ਵੀ ਤੀਰਥ ਸਥਾਨ ਦੇ ਤੌਰ ਤੇ ਹੋਇਆ ਹੈ। ਧ੍ਰਿਤਰਾਸ਼ਟਰ ਨੂੰ ਇਸੇ ਲਈ ਵਧੇਰੇ ਡਰ ਸੀ ਕਿ ਇਸ ਪਵਿਤਰ ਥਾਂ ਦਾ, ਜੰਗ ਦੇ ਨਤੀਜੇ ਤੇ ਪਤਾ ਨਹੀਂ ਕਿਹੋ ਜਿਹਾ ਅਸਰ ਪਵੇਗਾ। ਉਸ ਨੂੰ ਚੰਗੀ ਤਰ੍ਹਾਂ ਪਤਾ ਸੀ ਕਿ ਇਸ ਦਾ ਅਸਰ ਅਰਜੁਨ ਅਤੇ ਪਾਂਡੂ ਦੇ ਦੂਜਿਆ ਪੁੱਤਰਾਂ ਤੇ ਚੰਗਾ ਪਵੇਗਾ, ਕਿਉਂਕਿ ਉਹ ਸਾਰੇ ਸੁਭਾਅ ਤੋਂ ਹੀ ਪੁੰਨ ਆਤਮਾ ਸਨ। ਸੰਜੇ ਸ੍ਰੀ ਵਿਆਸ ਦੇਵ ਜੀ ਦਾ ਸ਼ਾਗਿਰਦ ਸੀ, ਉਨ੍ਹਾਂ ਦੀ ਕ੍ਰਿਪਾ ਸੱਦਕਾ ਹੀ ਸੰਜੇ, ਧ੍ਰਿਤਰਾਸ਼ਟਰ ਦੇ ਕਮਰੇ ਵਿਚ ਬੈਠੇ-ਬੈਠੇ ਕੁਰੂਕਸ਼ੇਤਰ ਦੇ ਜੰਗੀ ਮੈਦਾਨ ਨੂੰ ਵੇਖ ਸਕਦਾ ਸੀ। ਇਸੇ ਲਈ ਧ੍ਰਿਤਰਾਸ਼ਟਰ ਨੇ ਉਸ ਤੋਂ ਜੰਗ ਦੇ ਮੈਦਾਨ ਦੀ ਹਾਲਤ ਬਾਰੇ ਪੁਛਿਆ।

ਪਾਂਡਵ ਅਤੇ ਧ੍ਰਿਤਰਾਸ਼ਟਰ ਦੇ ਪੁੱਤਰ ਦੋਵੇਂ ਇੱਕੋ ਪਰਿਵਾਰ ਦੇ ਹਨ, ਪਰ ਇਥੇ ਧ੍ਰਿਤਰਾਸ਼ਟਰ ਦੇ ਸ਼ਬਦਾਂ ਤੋਂ ਉਸਦੀ ਮਾਨਸਿਕ ਦਸ਼ਾ ਸਾਫ ਨਜ਼ਰ ਆਉਂਦੀ ਹੈ। ਉਸਨੇ ਜਾਣ-ਬੁਝ ਕੇ ਆਪਣੇ

ਪੁੱਤਰਾਂ ਨੂੰ ਕੌਰਵ ਕਿਹਾ ਅਤੇ ਪਾਂਡੂ ਦੇ ਪੁੱਤਰਾਂ ਨੂੰ ਖਾਨਦਾਨੀ ਅਧਿਕਾਰ ਤੋਂ ਵਾਂਝੇ ਕਰ ਦਿੱਤਾ। ਇਸੇ ਤਰ੍ਹਾਂ ਪਾਂਡੂ ਦੇ ਪੁੱਤਰਾਂ ਭਾਵ ਆਪਣੇ ਭਤੀਜਿਆਂ ਨਾਲ ਧ੍ਰਿਤਰਾਸ਼ਟਰ ਦੀ ਵੱਖਰੀ ਮਾਨਸਿਕ ਦਸ਼ਾ ਸਮਝੀ ਜਾ ਸਕਦੀ ਹੈ। ਜਿਸ ਤਰ੍ਹਾਂ ਕਥਾ ਦੇ ਮੁੱਢ ਤੋਂ ਹੀ ਇਹੋ ਆਸ ਕੀਤੀ ਜਾਂਦੀ ਹੈ ਕਿ ਜਿਥੇ ਧਰਮ ਦੇ ਪਿਤਾ ਸ੍ਰੀ ਕ੍ਰਿਸ਼ਨ ਹਾਜ਼ਰ ਹੋਣ, ਉਥੇ ਹੀ ਕੁਰੂਕਸ਼ੇਤਰ ਰੂਪੀ ਖੇਤ ਵਿੱਚੋਂ ਦੁਰਯੋਧਨ ਆਦਿ ਧ੍ਰਿਤਰਾਸ਼ਟਰ ਦੇ ਪੁੱਤਰ ਰੂਪੀ ਬੇਲੋੜੀਂਦੇ ਪੌਦਿਆਂ ਨੂੰ ਮੂਲੋਂ ਨਸ਼ਟ ਕਰਕੇ, ਯੁਧਿਸ਼ਟਰ ਦੀ ਅਗਵਾਈ ਹੇਠ ਧਾਰਮਿਕ ਪੁਰਸ਼ਾਂ ਦੀ ਅਸਥਾਪਨਾ ਕੀਤੀ ਜਾਵੇਗੀ। ਇੱਥੇ ਧਰਮਕਸ਼ੇਤਰੇ ਅਤੇ ਕੁਰੂਕਸ਼ੇਤਰੇ ਸ਼ਬਦਾਂ ਦੀ ਵੈਦਿਕ ਅਤੇ ਇਤਿਹਾਸਕ ਮਹਤੱਤਾ ਤੋਂ ਬਿਨ੍ਹਾਂ ਇਹੋ ਸਾਰਥਕਤਾ ਹੈ।

सञ्जय उवाच

दृष्ट्वा तु पाण्डवानीकं व्यूढं दुर्योधनस्तदा।
आचार्यमुपसङ्गम्य राजा वचनमब्रवीत् ॥ २ ॥

ਸੰਜਯ ਉਵਾਚ

ਦ੍ਰਿਸ਼ਟ੍ਵਾ ਤੁ ਪਾਂਡਵਾਨੀਕਮ ਵ੍ਯੂੜਮ੍ ਦੁਰਯੋਧਨਸ੍-ਤਦਾ।
ਆਚਾਰਯਮ ਉਪਸੰਗਮ੍ਯ ਰਾਜਾ ਵਚਨਮ ਅਬ੍ਰਵੀਤ੍ ॥ 2 ॥

ਸੰਜਯ ਉਵਾਚ-ਸੰਜੇ ਨੇ ਕਿਹਾ ; **ਦ੍ਰਿਸ਼ਟ੍ਵਾ**-ਵੇਖਕੇ ; **ਤੁ**-ਪਰ ; **ਪਾਂਡਵ ਅਨੀਕਮ**-ਪਾਂਡਵਾਂ ਦੀ ਫੌਜ ਨੂੰ ; **ਵ੍ਯੂੜਮ੍**-ਵਯੂਹ ਰਚਨਾ ਨੂੰ ; **ਦੁਰਯੋਧਨਹ੍**-ਦੁਰਯੋਧਨ ਨੇ ; **ਤਦਾ**-ਉਸੇ ਸਮੇਂ ; **ਆਚਾਰਯਮ੍**-ਗੁਰੂ ਦੇ ; **ਉਪਸੰਗਮ੍ਯ**-ਕੋਲ ਜਾ ਕੇ ; **ਰਾਜਾ**-ਰਾਜਾ ; **ਵਚਨਮ੍**-ਸ਼ਬਦ ; **ਅਬ੍ਰਵੀਤ੍**-ਕਿਹਾ।

ਅਨੁਵਾਦ

ਸੰਜੇ ਨੇ ਕਿਹਾ – ਹੇ ਰਾਜਨ। ਪਾਂਡੂ ਪੁੱਤਰਾਂ ਰਾਹੀਂ ਫੌਜ ਦੀ ਵਯੂਹ ਰਚਨਾ ਵੇਖਕੇ ਰਾਜਾ ਦੁਰਯੋਧਨ ਆਪਣੇ ਗੁਰੂ ਕੋਲ ਗਿਆ ਅਤੇ ਉਸਨੇ ਇਹ ਸ਼ਬਦ ਕਹੇ।

ਭਾਵ

ਧ੍ਰਿਤਰਾਸ਼ਟਰ ਜਨਮ ਤੋਂ ਹੀ ਅੰਨ੍ਹਾ ਸੀ। ਬਦਕਿਸਮਤੀ ਨਾਲ ਉਹ ਅਧਿਆਤਮਕ ਨਜ਼ਰਾਂ ਤੋਂ ਵੀ ਸੱਖਣਾ ਸੀ। ਉਸ ਨੂੰ ਇਹ ਵੀ ਪਤਾ ਸੀ ਕਿ ਧਾਰਮਿਕ ਮਾਮਲੇ ਵਿਚ ਉਸ ਦੇ ਪੁੱਤਰ ਉਸੇ ਵਾਂਗ ਅੰਨ੍ਹੇ ਹਨ। ਉਸ ਨੂੰ ਇਹ ਵੀ ਯਕੀਨ ਸੀ ਕਿ ਉਹ ਪਾਂਡਵਾਂ ਨਾਲ ਕਦੀ ਵੀ ਸਮਝੌਤਾ ਨਹੀਂ ਕਰਨਗੇ ਕਿਉਂਕਿ ਪੰਜੇ ਪਾਂਡਵ ਜਨਮ ਤੋਂ ਹੀ ਪਵਿੱਤਰ ਸਨ। ਫਿਰ ਵੀ ਉਹ ਤੀਰਥ ਸਥਾਨ ਦੇ ਪ੍ਰਭਾਵ ਤੋਂ ਸ਼ੱਕੀ ਸੀ। ਇਸੇ ਲਈ ਜੰਗੀ ਮੈਦਾਨ ਦੀ ਹਾਲਤ ਸੰਬੰਧੀ ਉਸ ਦੇ ਪ੍ਰਸ਼ਨ ਦੇ ਮੰਤਵ ਨੂੰ ਸੰਜੇ ਨੇ ਸਮਝ ਲਿਆ। ਇਸੇ ਕਾਰਣ ਉਹ ਨਿਰਾਸ਼ ਰਾਜੇ ਨੂੰ ਹੌਂਸਲਾ ਦੇਣਾ ਚਾਹੁੰਦਾ ਸੀ। ਉਸਨੇ ਉਸ ਨੂੰ ਯਕੀਨ ਦਵਾਇਆ ਕਿ ਉਸ ਦੇ ਪੁੱਤਰ ਪਵਿੱਤਰ ਸਥਾਨ ਦੇ ਪ੍ਰਭਾਵ ਵਿਚ ਆ ਕੇ ਕਿਸੇ

ਤਰਾਂ ਦਾ ਵੀ ਸਮਝੌਤਾ ਨਹੀਂ ਕਰ ਰਹੇ । ਉਸਨੇ ਰਾਜੇ ਨੂੰ ਦੱਸਿਆ ਕਿ ਉਸ ਦਾ ਪੁੱਤਰ ਦੁਰਯੋਧਨ ਪਾਂਡਵਾਂ ਦੀ ਫੌਜ ਨੂੰ ਵੇਖਕੇ ਉਸੇ ਵਕਤ ਆਪਣੇ ਸੈਨਾਪਤੀ ਦ੍ਰੋਣਾਚਾਰੀਆ ਨੂੰ ਅਸਲ ਹਾਲਤ ਤੋਂ ਜਾਣੂ ਕਰਵਾਉਣ ਲਈ ਗਿਆ । ਭਾਵੇਂ ਦੁਰਯੋਧਨ ਨੂੰ ਰਾਜਾ ਕਹਿਕੇ ਸੰਬੋਧਿਤ ਕੀਤਾ ਗਿਆ ਹੈ, ਫਿਰ ਵੀ ਹਾਲਾਤ ਦੀ ਗੰਭੀਰਤਾ ਕਾਰਣ ਉਸ ਨੂੰ ਸੈਨਾਪਤੀ ਕੋਲ ਜਾਣਾ ਪਿਆ । ਇਸ ਤਰ੍ਹਾਂ ਦੁਰਯੋਧਨ ਰਾਜਨੀਤਕ ਸਿਆਸੀ ਬਣਨ ਦੇ ਯੋਗ ਸੀ, ਪਰ ਜਦੋਂ ਉਸਨੇ ਪਾਂਡਵਾਂ ਦੀ ਵਯੂਹ ਰਚਨਾ ਵੇਖੀ ਤਾਂ ਉਸ ਦਾ ਇਹ ਸਿਆਸੀ ਵਿਵਹਾਰ ਵੀ ਉਸਦੇ ਡਰ ਨੂੰ ਨਹੀਂ ਛਿਪਾ ਸਕਿਆ ।

पश्यैतां पाण्डुपुत्राणामाचार्य महतीं चमूम् ।
व्यूढां द्रुपदपुत्रेण तव शिष्येण धीमता ॥ ३ ॥

ਪਸ਼੍ਯੈਤਾਮ੍ ਪਾਂਡੂ-ਪੁਤ੍ਰਾਣਾਮ-ਆਚਾਰਯ੍ ਮਹੀਤੀਮ੍ ਚਮੂਮ੍ ।
ਵ੍ਯੂਢਾਮ੍ ਦ੍ਰੂਪਦ-ਪੁਤ੍ਰੇਣ ਤਵ ਸ਼ਿਸ੍ਯੇਣ ਧੀਮਤਾ ॥ 3 ॥

ਪਸ਼੍ਯ-ਵੇਖੋ ; **ਏਤਾਮ**-ਇਸ ; **ਪਾਂਡੂ-ਪੁਤ੍ਰਾਣਾਮ੍**-ਪਾਂਡੂ ਦੇ ਪੁੱਤਰਾਂ ਦੀ ; **ਆਚਾਰ੍ਯ**-ਹੇ ਆਚਾਰੀਆ (ਗੁਰੂ) ; **ਮਹੀਤਮ੍**-ਵੱਡੀ ; **ਚਮੂਮ੍**-ਫੌਜ ਨੂੰ ; **ਵ੍ਯੂਢਾਮ੍**-ਸੁਚੱਜੇ ; **ਦੁਰੁਪਦ-ਪੁਤ੍ਰੇਣ**-ਦਰੁਪਦ ਦੇ ਪੁੱਤਰ ਰਾਹੀਂ ; **ਤਵ**-ਤੁਹਾਡੇ ; **ਸ਼ਿਸ੍ਯੇਣ**-ਸ਼ਾਗਿਰਦ ਰਾਹੀਂ ; **ਧੀ-ਮਤਾ**-ਬਹੁਤ ਬੁੱਧੀਮਾਨ ।

ਅਨੁਵਾਦ

ਹੇ ਆਚਾਰੀਆ ! ਪਾਂਡੂ ਪੁੱਤਰਾਂ ਦੀ ਵੱਡੀ ਫੌਜ ਨੂੰ ਵੇਖੋ, ਜਿਸ ਨੂੰ ਤੁਹਾਡੇ ਬੁੱਧੀਮਾਨ ਸ਼ਾਗਿਰਦ, ਦਰੁਪਦ ਦੇ ਪੁੱਤਰ ਨੇ ਵੱਡੀ ਨਿਪੁੰਨਤਾ ਨਾਲ ਸੁੱਚਜੇ ਢੰਗ ਨਾਲ ਵਿਓਂਤਬੱਧ ਕੀਤਾ ਹੈ ।

ਭਾਵ

ਸਿਆਸੀ ਦੁਰਯੋਧਨ, ਯੋਗ ਬ੍ਰਾਹਮਣ ਸੈਨਾਪਤੀ ਦ੍ਰੋਣਾਚਾਰੀਆਂ ਦੇ ਦੋਸ਼ਾਂ ਵੱਲ ਇਸ਼ਾਰਾ ਕਰਨਾ ਚਾਹੁੰਦਾ ਸੀ । ਅਰਜੁਨ ਦੀ ਪਤਨੀ ਦਰੋਪਦੀ ਦੇ ਪਿਤਾ ਰਾਜਾ ਦਰੁਪਦ ਨਾਲ ਦ੍ਰੋਣਾਚਾਰੀਆ ਦਾ ਕੋਈ ਸਿਆਸੀ ਝਗੜਾ ਸੀ । ਇਸੇ ਝਗੜੇ ਸੱਦਕਾ ਦਰੁਪਦ ਨੇ ਇੱਕ ਵੱਡਾ ਯੱਗ ਕੀਤਾ, ਜਿਸ ਤੋਂ ਉਸਨੂੰ ਅਜਿਹੇ ਪੁੱਤਰ ਦੀ ਪ੍ਰਾਪਤੀ ਦਾ ਵਰ ਮਿਲਿਆ ਜਿਹੜਾ ਦ੍ਰੋਣਾਚਾਰੀਆ ਨੂੰ ਮਾਰ ਸਕੇ । ਦ੍ਰੋਣਾਚਾਰੀਆ ਇਸਤੋਂ ਚੰਗੀ ਤਰਾਂ ਜਾਣੂ ਸੀ, ਪਰ ਜਦੋਂ ਦਰੁਪਦ ਦੇ ਪੁੱਤਰ ਧ੍ਰਿਸ਼ਟਦਯੁਮਨ ਨੂੰ ਜੰਗੀ ਸਿੱਖਿਆ ਲਈ ਸੌਂਪਿਆ ਗਿਆ ਤਾਂ ਦ੍ਰੋਣਾਚਾਰੀਆ ਨੇ ਆਪਣੇ ਸਾਰੇ ਫੌਜੀ ਭੇਦ ਦੱਸਣ ਤੋਂ ਰਤਾ ਵੀ ਗੁਰੇਜ਼ ਨਹੀਂ ਕੀਤੀ । ਹੁਣ ਧ੍ਰਿਸ਼ਟਦਯੁਮਨ ਕੁਰੂਕਸ਼ੇਤਰ ਦੇ ਜੰਗੀ ਮੈਦਾਨ ਵਿਚ ਪਾਂਡਵ ਪੱਖੀ ਸੀ ਅਤੇ ਦ੍ਰੋਣਾਚਾਰੀਆ ਤੋਂ ਜੋ ਸਿੱਖਿਆ ਲਈ ਸੀ ਉਸੇ ਦੇ ਆਧਾਰ ਤੇ ਉਸਨੇ ਇਹ ਵਯੂਹ ਰਚਨਾ ਕੀਤੀ ਸੀ । ਦੁਰਯੋਧਨ ਨੇ ਦ੍ਰੋਣਾਚਾਰੀਆ ਦੀ ਇਸ ਕਮਜ਼ੋਰੀ ਵੱਲ ਇਸ਼ਾਰਾ ਕੀਤਾ ਤਾਂ ਜੋ ਉਹ ਜੰਗ ਵਿਚ ਸਾਵਧਾਨ ਰਹੇ ਅਤੇ ਸਮਝੌਤਾ ਨਾ ਕਰੇ । ਇਸ ਰਾਹੀਂ ਉਹ ਦ੍ਰੋਣਾਚਾਰੀਆ ਨੂੰ ਇਹ ਵੀ ਦੱਸਣਾ ਚਾਹੁੰਦਾ ਸੀ ਕਿ ਉਹ ਆਪਣੇ ਪਿਆਰੇ ਸ਼ਗਿਰਦ ਪਾਂਡਵਾਂ ਪ੍ਰਤੀ ਜੰਗ ਵਿਚ

ਖੁਲ੍ਹਦਿੱਲੀ ਨਾ ਵਰਤਣ। ਖ਼ਾਸ ਤੌਰ ਤੇ ਅਰਜੁਨ ਉਨ੍ਹਾਂ ਦਾ ਚਹੇਤਾ ਅਤੇ ਤੇਜਸਵੀ ਸ਼ਗਿਰਦ ਸੀ। ਦੁਰਯੋਧਨ ਨੇ ਇਹ ਵੀ ਚਿਤਾਵਨੀ ਦਿੱਤੀ ਕਿ ਜੰਗ ਵਿਚ ਇਸ ਤਰ੍ਹਾਂ ਦੀ ਖੁਲ੍ਹਦਿੱਲੀ ਨਾਲ ਹਾਰ ਹੋ ਸਕਦੀ ਹੈ।

अत्र शूरा महेष्वासा भीमार्जुनसमा युधि ।
युयुधानो विराटश्च द्रुपदश्च महारथः ॥४॥

ਅਤ੍ਰ ਸ਼ੂਰਾ ਮਹੇਸ਼੍ਵਾਸਾ ਭੀਮਾਰ੍ਜੁਨ-ਸਮਾ ਯੁਧਿ ।
ਯੁਯੁਧਾਨੋ ਵਿਰਾਟਸ਼੍ਚ ਦੁਰੁਪਦਸ਼੍ਚ ਮਹਾ-ਰਥਾਹ ॥ 4 ॥

ਅਤ੍ਰ-ਇਥੇ ; **ਸ਼ੂਰਾਹ੍**-ਯੋਧਾ ; **ਮਹੇਸ਼੍ਵਾਸਾਹ੍**-ਮਹਾਨ ਧਨੁਸ਼ਧਾਰੀ ; **ਭੀਮ-ਅਰ੍ਜੁਨ**-ਭੀਮ ਅਤੇ ਅਰਜੁਨ ; **ਸਮਾਹ੍**-ਦੇ ਬਰਾਬਰ ; **ਯੁਧਿ**-ਜੰਗ ਵਿਚ ; **ਯੁਯੁਧਾਨਹ੍**-ਯੁਯੁਧਾਨ ; **ਵਿਰਾਟਹ੍**-ਵਿਰਾਟ ; **ਚ**-ਅਤੇ ; **ਦੁਰੁਪਦਹ੍**-ਦਰੁਪਦ ; **ਚ**-ਅਤੇ ; **ਮਹਾਰਥਾਹ੍**-ਮਹਾਨ ਯੋਧਾ।

ਅਨੁਵਾਦ

ਇਸ ਫ਼ੌਜ ਵਿਚ ਭੀਮ ਅਤੇ ਅਰਜੁਨ ਵਾਂਗ ਜੰਗ ਕਰਨ ਵਾਲੇ ਅਨੇਕਾਂ ਧਨੁੱਖਧਾਰੀ ਯੋਧਾ ਹਨ- ਜਿਵੇਂ ਮਹਾਰਥੀ ਯੁਯਧਾਨ, ਵਿਰਾਟ ਅਤੇ ਦਰੁਪਦ।

ਭਾਵ

ਭਾਵੇਂ ਜੰਗ ਵਿਚ ਦ੍ਰੋਣਾਚਾਰੀਆ ਦੀ ਮਹਾਨ ਸ਼ਕਤੀ ਸਾਹਮਣੇ ਧ੍ਰਿਸ਼ਟਦਯੁਮਨ ਵੱਡੀ ਰੁਕਾਵਟ ਨਹੀਂ ਸੀ, ਪਰ ਅਜਿਹੇ ਅਨੇਕਾਂ ਯੋਧਾ ਸਨ ਜਿਨ੍ਹਾਂ ਤੋਂ ਡਰ ਸੀ। ਦੁਰਯੋਧਨ ਇਨ੍ਹਾਂ ਨੂੰ ਜਿੱਤ ਦੇ ਰਸਤੇ ਵਿਚ ਵੱਡੀ ਰੁਕਾਵਟ ਦੱਸਦਾ ਹੈ, ਕਿਉਂਕਿ ਇਨ੍ਹਾਂ ਵਿਚੋਂ ਹਰ ਯੋਧਾ ਨੂੰ ਭੀਮ ਅਤੇ ਅਰਜੁਨ ਵਾਂਗ ਜਿੱਤਣਾ ਮੁਸ਼ਕਲ ਸੀ। ਉਸਨੂੰ ਭੀਮ ਅਤੇ ਅਰਜੁਨ ਦੀ ਤਾਕਤ ਦਾ ਪਤਾ ਸੀ, ਇਸੇ ਲਈ ਉਹ ਹੋਰਨਾਂ ਦੀ ਤੁਲਨਾ ਇਨ੍ਹਾਂ ਦੋਵਾਂ ਨਾਲ ਕਰਦਾ ਸੀ।

धृष्टकेतुश्चेकितानः काशिराजश्च वीर्यवान् ।
पुरुजित्कुन्तिभोजश्च शैब्यश्च नरपुङ्गवः ॥५॥

ਧ੍ਰਿਸ਼੍ਟਕੇਤੁਸ਼੍ ਚੇਕਿਤਾਨਹ ਕਾਸ਼ਿਰਾਜਸ਼੍ 'ਚ ਵੀਰ੍ਯਵਾਨ੍ ।
ਪੁਰੁਜਿਤ੍ ਕੁੰਤਿਭੋਜਸ਼੍ ਚ ਸ਼ੈਬ੍ਯਸ਼੍ ਚ ਨਰ-ਪੁੰਗਵਹ੍ ॥ 5 ॥

ਧ੍ਰਿਸ਼੍ਟਕੇਤੁਹ੍-ਧ੍ਰਿਸ਼ਟਕੇਤੁ ; **ਚੇਕਿਤਾਨਹ੍**-ਚੇਕਿਤਾਨ ; **ਕਾਸ਼ਿਰਾਜਹ੍**-ਕਾਸ਼ਿਰਾਜ ; **ਚ**-ਅਤੇ ; **ਵੀਰ੍ਯਵਾਨ੍**-ਵਧੇਰੇ ਤਾਕਤਵਰ ; **ਪੁਰੁਜਿਤ੍** - ਪੁਰੁਜਿਤ ; **ਕੁੰਤਿਭੋਜਹ੍** - ਕੁੰਤਿਭੋਜ ; **ਚ**-ਅਤੇ; **ਸ਼ੈਬ੍ਯਸ਼੍**-ਸ਼ੈਬਯ ; **ਚ**-ਅਤੇ ; **ਨਰਪੁੰਗਵਹ੍** - ਮਨੁੱਖੀ ਸਮਾਜ ਵਿਚ ਯੋਧਾ।

ਅਨੁਵਾਦ

ਇਸ ਦੇ ਨਾਲ ਹੀ ਧ੍ਰਿਸ਼ਟਕੇਤ, ਚੇਕਿਤਾਨ, ਕਾਸ਼ਿਰਾਜ, ਪੁਰਜਿਤ, ਕੁੰਤੀਭੋਜ ਅਤੇ ਸ਼ੈਬਯ ਵਰਗੇ ਵਧੇਰੇ ਤਾਕਤਵਰ ਯੋਧਾ ਵੀ ਹਨ ।

युधामन्युश्च विक्रान्त उत्तमौजाश्च वीर्यवान् ।
सौभद्रो द्रौपदेयाश्च सर्व एव महारथाः ॥ ६ ॥

ਯੁਧਾਮਨਯੁਸ਼੍ ਚ ਵਿਕ੍ਰਾਂਤ ਉਤੱਮੌਜਾਸ਼੍ਚ ਵੀਰ੍ਯਵਾਨ ।
ਸੌਭਦ੍ਰੋ ਦ੍ਰੋਪਦੇਯਾਸ਼੍ ਚ ਸਰਵ ਏਵ ਮਹਾ-ਰਥਾਹ੍ ॥ 6 ॥

ਯੁਧਾਮਨ੍ਯੁਹ੍-ਯੁਧਾਮਨਯੁ ; ਚ-ਅਤੇ ; ਵਿਕ੍ਰਾਂਤ-ਪਰਾਕਰਮੀ ; ਉਤੱਮੌਜਾਹ੍-ਉਤੱਮੌਜਾ ; ਚ-ਅਤੇ ; ਵੀਰ੍ਯਵਾਨ-ਵਧੇਰੇ ਤਾਕਤਵਰ ; ਸੌਭਦ੍ਰਹ੍-ਸੁਭਦਰਾ ਦਾ ਪੁੱਤਰ ; ਦ੍ਰੋਪਦਯਾਹ੍-ਦ੍ਰੋਪਦੀ ਦੇ ਪੁੱਤਰ ; ਸਰਵੇ-ਸਾਰੇ ; ਏਵ-ਨਿਸ਼ਚੈ ਹੀ ; ਮਹਾ-ਰਥਾਹ੍-ਮਹਾਰਥੀ।

ਅਨੁਵਾਦ

ਪਰਾਕਰਮੀ ਯੁਧਾਮਨਯੁ, ਵਧੇਰੇ ਤਾਕਤਵਰ ਉਤੱਮੌਜਾ, ਸੁਭੱਦਰਾ ਦਾ ਪੁੱਤਰ ਅਤੇ ਦ੍ਰੋਪਦੀ ਦੇ ਪੁੱਤਰ-ਇਹ ਸਾਰੇ ਹੀ ਮਹਾਰਥੀ ਹਨ ।

अस्माकं तु विशिष्टा ये तान्निबोध द्विजोत्तम ।
नायका मम सैन्यस्य संज्ञार्थं तान्ब्रवीमि ते ॥ ७ ॥

ਅਸ੍ਮਾਕਮ੍ ਤੁ ਵਿਸ਼ਿਸ਼੍ਟਾ ਯੇ ਤਾਨ ਨਿ੍ਬੋਧ ਦ੍ਵਿਜੋਤੱਮ ।
ਨਾਯਕਾ ਮਮ ਸੈਨ੍ਯਸ੍ਯ ਸੰਗਿਆਰ੍ਥਮ੍ ਤਾਨ੍ ਬ੍ਰਵੀਮਿ ਤੇ ॥ 7 ॥

ਅਸ੍ਮਾਕਮ੍-ਸਾਡੇ ; ਤੁ-ਪਰ ; ਵਿਸ਼ਿਸ਼੍ਟਾਹ੍-ਖਾਸ ਤਾਕਤਵਰ ; ਯੇ-ਜਿਹੜੇ ; ਤਾਨ-ਉਨ੍ਹਾਂ ਨੂੰ ; ਨਿਬੋਧ-ਰਤਾ ਜਾਣ ਲਵੋ,ਜਾਣਕਾਰੀ ਲੈ ਲਵੋ ; ਦ੍ਵਿਜ-ਉਤੱਮ-ਹੇ ਬ੍ਰਾਹਮਣ ਸ੍ਰੇਸ਼ਠ ; ਨਾਇਕਾ-ਸੇਨਾਪਤੀ,ਕਪਤਾਨ ; ਮਮ-ਮੇਰੀ ; ਸੈਨ੍ਯਸ੍ਯ-ਫੌਜਾ ਦੇ ; ਸੰਗਿਆ-ਅਰਥਮ੍-ਸੂਚਨਾ ਲਈ ; ਤਾਨ-ਉਨ੍ਹਾਂ ਨੂੰ ; ਬ੍ਰਵੀਮਿ-ਦੱਸ ਰਿਹਾ ਹਾਂ ; ਤੇ-ਤੁਹਾਨੂੰ ।

ਅਨੁਵਾਦ

ਪਰ ਹੇ ਬ੍ਰਾਹਮਣ ਸ਼੍ਰੇਸ਼ਠ ! ਤੁਹਾਡੀ ਸੂਚਨਾ ਲਈ ਮੈਂ ਆਪਣੀ ਫੌਜ ਦੇ ਉਨ੍ਹਾਂ ਨਾਇਕਾਂ (ਸੈਨਾਪਤੀਆਂ) ਬਾਰੇ ਦੱਸਣਾ ਚਾਹੁੰਦਾ ਹਾਂ, ਜਿਹੜੇ ਮੇਰੀ ਫੌਜ ਦੇ ਸੰਚਾਲਨ ਵਿਚ ਖ਼ਾਸ ਤੌਰ ਤੇ ਮਾਹਿਰ ਹਨ ।

भवान्भीष्मश्च कर्णश्च कृपश्च समितिञ्जयः ।
अश्वत्थामा विकर्णश्च सौमदत्तिस्तथैव च ॥ ८ ॥

ਭਵਾਨ੍ ਭੀਸ਼੍ਮਸ਼੍ ਚ ਕਰਣਸ਼੍ ਚ ਕ੍ਰਿਪਸ਼੍ ਚ ਸਮਿਤਿਜੰਗਹ੍ ।
ਅਸ਼੍ਵਤ੍ਥਾਮਾ ਵਿਕਰ੍ਣਸ਼੍ ਚ ਸੌਮਦੱਤਿਸ੍ ਤਥੈਵ ਚ ॥ 8 ॥

ਭਵਾਨ੍-ਤੁਸੀਂ ;ਭੀਸ਼੍ਮਹ੍-ਪਿਤਾਮਹ ਭੀਸ਼ਮ ; ਚ-ਵੀ ; ਕਰਣਹ੍-ਕਰਣ ; ਕ੍ਰਿਪਹ੍-ਕ੍ਰਿਪਾਚਾਰੀਆ ; ਚ-ਅਤੇ ; ਸਮਿਤਿਜੰਗਹ੍-ਹਮੇਸ਼ਾਂ ਲੜਾਈ ਜੇਤੂ ;ਅਸ਼੍ਵਤ੍ਥਾਮਾ-ਅਸ਼ਵਤਥਾਮਾ ; ਵਿਕਰ੍ਣਹ੍-ਵਿਕਰਣ ; ਚ-ਅਤੇ ; ਸੌਮਦੱਤਿਹ੍-ਸੋਮਦੱਤ ਦਾ ਪੁੱਤਰ ; ਤਥਾ-ਅਤੇ ; ਏਵ-ਨਿਸ਼ਚੈ ਹੀ ; ਚ-ਅਤੇ ।

ਅਨੁਵਾਦ

ਮੇਰੀ ਫੌਜ ਵਿਚ ਤੁਸੀਂ ਖੁਦ, ਭੀਸ਼ਮ, ਕਰਣ, ਕ੍ਰਿਪਾਚਾਰੀਆ, ਅਸ਼ਵਤਥਾਮਾ, ਵਿਕਰਣ ਅਤੇ ਸੋਮਦੱਤ ਦਾ ਪੁੱਤਰ ਭੁਰਿਸ਼ਰਵਾ ਆਦਿ ਹਨ ਜੋ ਜੰਗ ਵਿਚ ਹਮੇਸ਼ਾਂ ਜੇਤੂ ਰਹੇ ਹਨ ।

ਭਾਵ

ਦੁਰਯੋਧਨ ਉਨ੍ਹਾਂ ਵਿੱਲਖਣ ਜੋਧਿਆਂ ਦੀ ਚਰਚਾ ਕਰਦਾ ਹੈ, ਜਿਹੜੇ ਹਮੇਸ਼ਾਂ ਹੀ ਜੇਤੂ ਰਹੇ ਹਨ । ਵਿਕਰਣ ਦੁਰਯੋਧਨ ਦਾ ਭਰਾ ਹੈ, ਅਸ਼ਵਤਥਾਮਾ ਦ੍ਰੋਣਾਚਾਰੀਆ ਦਾ ਪੁੱਤਰ ਹੈ ਅਤੇ ਸੋਮਦਤ ਜਾਂ ਭੁਰਿਸ਼ਰਵਾ ਬਾਹਲੀਕਾਂ ਦੇ ਰਾਜੇ ਦਾ ਪੁੱਤਰ ਹੈ । ਕਰਣ ਅਰਜੁਨ ਦਾ ਅੱਧਾ ਭਰਾ ਹੈ, ਕਿਉਂਕਿ ਉਹ ਕੁੰਤੀ ਦੀ ਕੁੱਖੋਂ ਰਾਜਾ ਪਾਂਡੂ ਨਾਲ ਵਿਆਹ ਹੋਣ ਤੋਂ ਪਹਿਲੋਂ ਪੈਦਾ ਹੋਇਆ ਸੀ । ਕ੍ਰਿਪਾਚਾਰੀਆ ਦੀ ਜੁੜਵਾਂ ਭੈਣ ਦ੍ਰੋਣਾਚਾਰੀਆ ਨੂੰ ਵਿਆਹੀ ਸੀ ।

अन्ये च बहवः शूरा मदर्थे त्यक्तजीविताः ।
नानाशस्त्रप्रहरणाः सर्वे युद्धविशारदाः ॥ ९ ॥

ਅਨਯੇ ਚ ਬਹਾਵਹ੍ ਸ਼ੂਰਾ ਮਦ-ਅਰਥੇ ਤ੍ਯਕ੍ਤ-ਜੀਵਿਤਾਹ੍ ।
ਨਾਨਾ-ਸ਼ਸ੍ਤ੍ਰ-ਪ੍ਰਹਰਣਾਹ੍ ਸਰਵੇ ਯੁੱਧ-ਵਿਸ਼ਾਰਦਾਹ੍ ॥ 9 ॥

ਅਨਯੇ-ਹੋਰ ਸਾਰੇ ; ਚ-ਵੀ ; ਬਹਾਵਹ੍-ਵਧੇਰੇ ; ਸ਼ੂਰਾਹ੍-ਯੋਧੇ ; ਮਤ-ਅਰਥੇ-ਮੇਰੇ ਲਈ ; ਤ੍ਯਕ੍ਤਜੀਵਿਤਾ-ਜੀਵਨ ਦਾ ਤਿਆਗ ਕਰਨ ਵਾਲੇ ; ਨਾਨਾ-ਅਨੇਕ ; ਸ਼ਸ੍ਤ੍ਰ-ਹਥਿਆਰ ; ਪਰਾਹਰਣਾਹ੍-ਨਾਲ ਲੈਸ ; ਸਰਵੇ-ਸਾਰੇ ; ਯੁੱਧ-ਵਿਸ਼ਾਰਦਾਹ੍-ਜੰਗ ਵਿਦਿਆ ਵਿਚ ਮਾਹਿਰ ।

ਅਨੁਵਾਦ

ਅਜਿਹੇ ਹੋਰ ਅਨੇਕਾਂ ਯੋਧੇ ਵੀ ਹਨ ਜੋ ਮੇਰੇ ਲਈ ਜਿੰਦ ਵਾਰਨ ਨੂੰ ਤਿਆਰ ਹਨ । ਉਹ ਵੱਖੋ ਵੱਖਰੇ ਹਥਿਆਰਾਂ ਨਾਲ ਲੈਸ ਹਨ ਅਤੇ ਯੁੱਧ ਵਿੱਦਿਆ 'ਚ ਮਾਹਿਰ ਹਨ ।

ਭਾਵ

ਜਿਥੋਂ ਤਕ ਜੈਦਰਥ, ਕ੍ਰਿਤਵਰਮਾ ਅਤੇ ਸ਼ਲੈ ਦਾ ਸੰਬੰਧ ਹੈ, ਉਹ ਸਾਰੇ ਦੁਰਯੋਧਨ ਲਈ ਜਿੰਦ

ਵਾਰਨ ਨੂੰ ਤਿਆਰ ਰਹਿੰਦੇ ਸੀ। ਦੂਜੇ ਸ਼ਬਦਾਂ ਵਿਚ ਇਹ ਪਹਿਲੋਂ ਹੀ ਨਿਸ਼ਚਿਤ ਹੈ ਕਿ ਉਹ ਪਾਪੀ ਦੁਰਯੋਧਨ ਦੇ ਦਲ ਵਿਚ ਸ਼ਾਮਿਲ ਹੋਣ ਕਾਰਨ ਕੁਰੂਕਸ਼ੇਤਰ ਦੇ ਜੰਗ ਵਿਚ ਮਾਰੇ ਜਾਣਗੇ। ਇਸ ਵਿਚ ਕੋਈ ਸ਼ੱਕ ਨਹੀਂ ਕਿ ਆਪਣੇ ਮਿੱਤਰਾਂ ਦੀ ਤਾਕਤ ਸਦਕਾ ਦੁਰਯੋਧਨ ਆਪਣੀ ਜਿੱਤ ਯਕੀਨੀ ਸਮਝਦਾ ਸੀ।

अपर्याप्तं तदस्माकं बलं भीष्माभिरक्षितम् ।
पर्याप्तं त्विदमेतेषां बलं भीमाभिरक्षितम् ॥ १० ॥

ਅਪਰ੍ਯਾਪ੍ਤਮ੍ ਤਦ੍ ਅਸ੍ਮਾਕਮ੍ ਬਲਮ੍ ਭੀਸ਼ਮਾਭਿਰਕ੍ਸ਼ਿਤਮ੍।
ਪਰਯਾਪ੍ਤਮ ਤ੍ਵਾ ਇਦਮ ਏਤੇਸ਼ਾਮ੍ ਬਲਮ੍ ਭੀਮਾਭਿਰਕ੍ਸ਼ਿਤਮ੍ ॥ 10 ॥

ਅਪਰ੍ਯਾਪ੍ਤਮ੍-ਮਾਪੀ ਨਾ ਜਾਣ ਵਾਲੀ ; **ਤਤ੍**-ਉਹ ; **ਅਸ੍ਮਾਕਮ੍**-ਸਾਡੀ ; **ਬਲਮ੍**-ਤਾਕਤ ; **ਭੀਸ਼ਮ**-ਭੀਸ਼ਮ ਪਿਤਾਮਹ ਰਾਹੀਂ ; **ਅਭਿਰਕ੍ਸ਼ਿਤਮ੍**-ਚੰਗੀ ਤਰ੍ਹਾਂ ਸੁਰੱਖਿਅਤ ; **ਪਰ੍ਯਾਪ੍ਤਮ੍**-ਸੀਮਿਤ ; **ਤੁ**-ਪਰ ; **ਇਦਮ੍**-ਇਹ ਸਭ ; **ਏਤੇਸ਼ਾਮ੍**-ਪਾਂਡਵਾਂ ਦੀ ; **ਬਲਮ੍**-ਤਾਕਤ ; **ਭੀਮ**-ਭੀਮ ਰਾਹੀਂ ; **ਅਭਿਰਕ੍ਸ਼ਿਤਮ੍**-ਚੰਗੀ ਤਰ੍ਹਾਂ ਸੁਰੱਖਿਅਤ।

ਅਨੁਵਾਦ

ਸਾਡੀ ਤਾਕਤ ਮਾਪੀ ਨਹੀਂ ਜਾ ਸਕਦੀ ਅਤੇ ਅਸੀਂ ਸਾਰੇ ਪਿਤਾਮਹ ਰਾਹੀਂ ਚੰਗੀ ਤਰ੍ਹਾਂ ਸੁਰੱਖਿਅਤ ਹਾਂ, ਜਦੋਂ ਕਿ ਪਾਂਡਵਾਂ ਦੀ ਤਾਕਤ ਭੀਮ ਰਾਹੀਂ ਚੰਗੀ ਤਰ੍ਹਾਂ ਸੁੱਰਖਿਅਤ ਹੋ ਕੇ ਵੀ ਸੀਮਿਤ ਹੈ।

ਭਾਵ

ਇਥੇ ਦੁਰਯੋਧਨ ਨੇ ਤੁਲਨਾਤਮਕ ਤਾਕਤ ਦਾ ਅੰਦਾਜ਼ਾ ਪੇਸ਼ ਕੀਤਾ ਹੈ। ਉਹ ਸੋਚਦਾ ਹੈ ਕਿ ਬਹੁਤ ਅਨੁਭਵੀ ਸੈਨਾਪਤੀ ਪਿਤਾਮਹ ਭੀਸ਼ਮ ਰਾਹੀਂ ਖ਼ਾਸ ਤੌਰ ਤੇ ਸੁਰੱਖਿਅਤ ਹੋਣ ਕਾਰਨ ਉਸਦੀ ਹੱਥਿਆਰਾਂ ਨਾਲ ਲੈਸ ਫੌਜਾਂ ਦੀ ਤਾਕਤ ਮਾਪੀ ਨਹੀਂ ਜਾ ਸਕਦੀ। ਦੂਜੇ ਪਾਸੇ ਪਾਂਡਵਾਂ ਦੀਆਂ ਫੌਜਾਂ ਸੀਮਿਤ ਹਨ, ਕਿਉਂਕਿ ਉਨ੍ਹਾਂ ਦੀ ਸੁਰੱਖਿਆ ਇੱਕ ਘੱਟ ਤਜਰਬੇਕਾਰ ਭੀਮ ਰਾਹੀਂ ਕੀਤੀ ਜਾ ਰਹੀ ਹੈ। ਜਿਹੜਾ ਭੀਸ਼ਮ ਦੇ ਮੁਕਾਬਲੇ ਕੁਝ ਵੀ ਨਹੀਂ ਹੈ। ਦੁਰਯੋਧਨ ਹਮੇਸ਼ਾਂ ਭੀਮ ਤੋਂ ਈਰਖਾ ਕਰਦਾ ਸੀ, ਕਿਉਂਕਿ ਉਹ ਜਾਣਦਾ ਸੀ ਕਿ ਜੇ ਉਸ ਦੀ ਮੌਤ ਕਦੇ ਹੋਈ ਤਾਂ ਉਹ ਭੀਮ ਹੱਥੋਂ ਹੀ ਹੋਵੇਗੀ। ਪਰ ਨਾਲ ਹੀ ਉਸ ਨੂੰ ਇਹ ਪੱਕਾ ਯਕੀਨ ਸੀ ਕਿ ਭੀਸ਼ਮ ਦੀ ਹਾਜ਼ਰੀ ਵਿਚ ਉਸਦੀ ਜਿੱਤ ਯਕੀਨੀ ਹੈ, ਕਿਉਂਕਿ ਭੀਸ਼ਮ ਉਨ੍ਹਾਂ ਤੋਂ ਕਿਧਰੇ ਜ਼ਿਆਦਾ ਸੁੱਚਜੇ ਸੈਨਾਪਤੀ ਹਨ। ਉਹ ਜੰਗ ਵਿਚ ਜੇਤੂ ਹੋਵੇਗਾ ਇਹ ਉਸ ਨੂੰ ਪੱਕਾ ਯਕੀਨ ਸੀ।

अयनेषु च सर्वेषु यथाभागमवस्थिताः ।
भीष्ममेवाभिरक्षन्तु भवन्तः सर्व एव हि ॥ ११ ॥

ਅਯਨੇਸ਼ੁ ਚ ਸਰ੍ਵੇਸ਼ੁ ਯਥਾ-ਭਾਗਮ੍ ਅਵਸ੍ਥਿਤਾਹ੍ ।
ਭੀਸ਼੍ਮਮ ਏਵਾਭਿਰਕ੍ਸ਼ੰਤੁ ਭਵੰਤਹ੍ ਸਰ੍ਵ ਏਵ ਹਿ ॥ 11 ॥

ਅਯਨੇਸ਼ੁ-ਮੋਰਚਿਆ ਵਿਚ ; **ਚ**-ਵੀ ; **ਸਰ੍ਵੇਸ਼ੁ**-ਹਰ ਥਾਂ ਤੇ ; **ਯਥਾਭਾਗਮ੍**-ਆਪਣੀ ਆਪਣੀ ਥਾਂ ਤੇ ; **ਅਵਸ੍ਥਿਤਾਹ੍**-ਖਲੋ ਕੇ ; **ਭੀਸ਼ਮਮ੍**-ਭੀਸ਼ਮ ਪਿਤਾਮਹ ਦੀ ; **ਏਵ**-ਨਿਸ਼ਚੈ ਹੀ ; **ਅਭਿਰਕ੍ਸ਼ੰਤੁ**-ਸਹਾਇਤਾ ਕਰਨੀ ਚਾਹੀਦੀ ਹੈ ; **ਭਵੰਤਹ੍**-ਤੁਸੀਂ ; **ਸਰਵੇ**-ਸਾਰੇ ਦੇ ਸਾਰੇ ; **ਏਵ ਹਿ**-ਨਿਸ਼ਚੈ ਹੀ ।

ਅਨੁਵਾਦ

ਇਸ ਲਈ ਇਸ ਫ਼ੌਜੀ ਵਯੂਹ ਵਿਚ ਤੁਸੀਂ ਆਪਣੇ-ਆਪਣੇ ਮੋਰਚਿਆਂ ਤੇ ਤੈਨਾਤ ਹੋ ਕੇ ਪਿਤਾਮਹ ਭੀਸ਼ਮ ਨੂੰ ਪੂਰੀ ਪੂਰੀ ਸਹਾਇਤਾ ਦਿਉ ।

ਭਾਵ

ਭੀਸ਼ਮ ਪਿਤਾਮਹ ਦੀ ਬਹਾਦਰੀ ਦੀ ਪ੍ਰਸ਼ੰਸਾ ਕਰਨ ਤੋਂ ਬਾਅਦ ਦੁਰਯੋਧਨ ਨੇ ਸੋਚਿਆ ਕਿ ਕਿਧਰੇ ਹੋਰ ਯੋਧਾ ਇਹ ਨਾ ਸਮਝ ਲੈਣ ਕਿ ਉਨ੍ਹਾਂ ਨੂੰ ਘੱਟ ਮਹਤੱਤਾ ਦਿੱਤੀ ਜਾ ਰਹੀ ਹੈ । ਇਸ ਲਈ ਦੁਰਯੋਧਨ ਨੇ ਆਪਣੇ ਸੁਭਾਵਕ ਸਿਆਸੀ ਢੰਗ ਨਾਲ ਮੌਕੇ ਨੂੰ ਸੰਭਾਲਣ ਦੇ ਮੰਤਵ ਲਈ ਉਪਰ ਲਿਖੇ ਸ਼ਬਦ ਕਹੇ । ਉਸਨੇ ਜ਼ੋਰ ਦੇ ਕੇ ਕਿਹਾ ਕਿ ਭੀਸ਼ਮ ਨਿਸ਼ਚੈ ਹੀ ਸੱਭ ਤੋਂ ਵੱਡੇ ਯੋਧਾ ਹਨ, ਪਰ ਹੁਣ ਉਹ ਬੁੱਢੇ ਹੋ ਚੁੱਕੇ ਹਨ । ਇਸ ਲਈ ਹਰ ਫੌਜੀ ਨੂੰ ਚਾਹੀਦਾ ਹੈ ਕਿ ਚਾਰੇ ਪਾਸੇ ਉਨ੍ਹਾਂ ਦੀ ਸੁਰੱਖਿਆ ਦਾ ਖ਼ਾਸ ਧਿਆਨ ਰਖੇ । ਹੋ ਸਕਦਾ ਹੈ ਕਿ ਉਹ ਕਿਸੇ ਇੱਕ ਦਿਸ਼ਾ ਵੱਲ ਜੰਗ ਕਰਨ ਲਗ ਜਾਣ ਅਤੇ ਦੁਸ਼ਮਣ ਇਸ ਰੁਝੇਵੇਂ ਦਾ ਫਾਇਦਾ ਉਠਾ ਲਵੇ । ਇਸ ਲਈ ਜ਼ਰੂਰੀ ਹੈ ਕਿ ਹੋਰ ਯੋਧਾ ਮੋਰਚਿਆਂ ਤੇ ਆਪਣੀ ਆਪਣੀ ਜਗ੍ਹਾਂ ਤੈਨਾਤ ਰਹਿਣ ਅਤੇ ਦੁਸ਼ਮਣ ਨੂੰ ਵਯੂਹ ਨਾ ਤੋੜਨ ਦੇਣ ।

ਦੁਰਯੋਧਨ ਨੂੰ ਪੂਰਾ ਯਕੀਨ ਸੀ ਕਿ ਕੌਰਵਾਂ ਦੀ ਜਿੱਤ ਭੀਸ਼ਮ ਦੇਵ ਦੀ ਹਾਜ਼ਰੀ ਤੇ ਨਿਰਭਰ ਹੈ । ਉਸਨੂੰ ਜੰਗ ਵਿਚ ਭੀਸ਼ਮ ਦੇਵ ਅਤੇ ਦ੍ਰੋਣਾਚਾਰੀਆ ਦੀ ਪੂਰੀ ਮਦਦ ਦੀ ਆਸ ਸੀ । ਕਿਉਂਕਿ ਉਹ ਚੰਗੀ ਤਰ੍ਹਾਂ ਜਾਣਦਾ ਸੀ ਕਿ ਇਨ੍ਹਾਂ ਦੋਵਾਂ ਨੇ ਉਸ ਸਮੇਂ ਇਕ ਸ਼ਬਦ ਵੀ ਨਹੀਂ ਕਿਹਾ ਜਦੋਂ ਅਰਜੁਨ ਦੀ ਪਤਨੀ ਦ੍ਰੋਪਦੀ ਨੂੰ ਅਸਹਾਇਕ ਹਾਲਤ ਵਿਚ ਭਰੀ ਸਭਾ ਵਿਚ ਜਬਰਦਸਤੀ ਨੰਗਾ ਕੀਤਾ ਜਾ ਰਿਹਾ ਸੀ । ਅਤੇ ਉਸਨੇ ਉਨ੍ਹਾਂ ਤੋਂ ਨਿਆਂ ਦੀ ਭੀਖ ਮੰਗੀ ਸੀ । ਇਹ ਜਾਣਦੇ ਹੋਏ ਵੀ ਕਿ ਇਨ੍ਹਾਂ ਦੋਵਾਂ ਸੈਨਾਪਤੀਆਂ ਦੇ ਦਿਲ ਵਿਚ ਪਾਂਡਵਾਂ ਲਈ ਪਿਆਰ ਹੈ, ਦੁਰਯੋਧਨ ਆਸਵੰਦ ਸੀ ਕਿ ਉਹ ਇਸ ਪਿਆਰ ਨੂੰ ਉਸੇ ਤਰ੍ਹਾਂ ਤਿਆਗ ਦੇਣਗੇ, ਜਿਸ ਤਰ੍ਹਾਂ ਉਨ੍ਹਾਂ ਨੇ ਜੂਏ ਦੇ ਮੌਕੇ ਤੇ ਕੀਤਾ ਸੀ ।

तस्य सञ्जनयन्हर्षं कुरुवृद्धः पितामहः ।
सिंहनादं विनद्योच्चैः शङ्खं दध्मौ प्रतापवान् ॥ १२ ॥

ਤਸ੍ਯ ਸੰਜਨਯਨ੍ ਹਰਸ਼ਮ੍ ਕੁਰੂ-ਵ੍ਰਿਧਹ੍ ਪਿਤਾਮਾਹਹ੍ ।
ਸਿੰਹ-ਨਾਦਮ੍ ਵਿਨਦ੍ਯੋਚ੍ਚੈਹ੍ ਸ਼ੰਖਮ੍ ਦਧ੍ਮੌ ਪ੍ਰਤਾਪਵਾਨ੍ ॥ 12 ॥

ਤਸ੍ਯ-ਉਸਦਾ ; ਸੰਜਨਯਨ-ਵਧਾਉਂਦੇ ਹੋਏ ; ਹਰ੍ਸ਼ਮ-ਖੁਸ਼ੀ ; ਕੁਰੂ-ਵ੍ਰਿਧਹ-ਕੌਰਵ ਖਾਨਦਾਨ ਦੇ ਵੱਡੇ ਵਡੇਰੇ (ਭੀਸ਼ਮ) ; ਪਿਤਾਮਾਹਹ-ਪਿਤਾਮਹ, ਦਾਦਾ ; ਸਿੰਹ-ਨਾਦਮ੍-ਸ਼ੇਰ ਵਾਂਗ ਗਰਜਨਾ ; ਵਿਨਦ੍ਯ-ਗਰਜਕੇ ; ਉਚ੍ਚੈ-ਉਚੀ ਆਵਾਜ਼ ਨਾਲ ; ਸ਼ੰਖਮ-ਸ਼ੰਖ ; ਦਧ੍ਮੌ-ਵਜਾਇਆ ; ਪ੍ਰਤਾਪ-ਵਾਨ੍-ਸ਼ਕਤੀਸ਼ਾਲੀ ।

ਅਨੁਵਾਦ

ਇਸ ਤੋਂ ਬਾਅਦ ਕੌਰਵ ਖ਼ਾਨਦਾਨ ਦੇ ਵੱਡੇ ਵਡੇਰੇ ਪ੍ਰਤਾਪੀ ਅਤੇ ਬੁੱਢੇ ਪਿਤਾਮਹ ਨੇ ਸ਼ੰਖ ਨੂੰ ਉਚੀ ਆਵਾਜ਼ ਨਾਲ ਵਜਾਇਆ ਜਿਸ ਤੋਂ ਸ਼ੇਰ ਦੀ ਗਰਜਨਾ ਵਾਂਗ ਅਵਾਜ਼ ਸੁਣ ਕੇ ਦੁਰਯੋਧਨ ਨੂੰ ਖ਼ੁਸ਼ੀ ਹੋਈ ।

ਭਾਵ

ਕੌਰਵ ਖ਼ਾਨਦਾਨ ਦੇ ਵੱਡੇ ਵਡੇਰੇ ਪਿਤਾਮਹ ਆਪਣੇ ਪੋਤਰੇ ਦੇ ਮਨ ਦਾ ਭਾਵ ਸਮਝ ਗਏ; ਉਸਦੇ ਪ੍ਰਤੀ ਆਪਣੀ ਸੁਭਾਵਿਕ ਹਰਮਦਰਦੀ ਕਾਰਨ ਉਨ੍ਹਾਂ ਨੇ ਉਸ ਨੂੰ ਖ਼ੁਸ਼ ਕਰਨ ਲਈ ਬਹੁਤ ਹੀ ਉਚੀ ਅਵਾਜ਼ ਨਾਲ ਆਪਣਾ ਸ਼ੰਖ ਵਜਾਇਆ; ਜੋ ਉਨ੍ਹਾਂ ਦੀ ਸ਼ੇਰ ਵਰਗੀ ਸਥਿਤੀ ਦੇ ਯੋਗ ਸੀ । ਦੂਜੇ ਰੂਪ ਵਿਚ ਸ਼ੰਖ ਰਾਹੀਂ ਪ੍ਰਤੀਕਾਤਮਕ ਢੰਗ ਰਾਹੀਂ ਉਨ੍ਹਾਂ ਨੇ ਆਪਣੇ ਉਦਾਸ ਪੋਤਰੇ ਦੁਰਯੋਧਨ ਨੂੰ ਦੱਸ ਦਿੱਤਾ ਸੀ ਕਿ ਉਨ੍ਹਾਂ ਨੂੰ ਜੰਗ ਵਿਚ ਜਿੱਤ ਦੀ ਉਮੀਦ ਨਹੀਂ ਕਿਉਂਕਿ ਦੂਜੇ ਪੱਖ ਵਿਚ ਭਗਵਾਨ ਸ਼੍ਰੀ ਕ੍ਰਿਸ਼ਨ ਪ੍ਰਤੱਖ ਰੂਪ ਵਿਚ ਹਾਜ਼ਰ ਹਨ । ਫ਼ੌਜਾਂ ਦੀ ਅਗਵਾਈ ਕਰਨਾ ਉਨ੍ਹਾਂ ਦਾ ਫਰਜ ਸੀ ਅਤੇ ਇਸ ਫ਼ਰਜ਼ ਤੋਂ ਉਹ ਗੁਰੇਜ਼ ਨਹੀਂ ਕਰਨਗੇ ।

ततः शङ्खाश्च भेर्यश्च पणवानकगोमुखाः ।
सहसैवाभ्यहन्यन्त स शब्दस्तुमुलोऽभवत् ॥ १३ ॥

ਤਤਹ੍ ਸ਼ੰਖਾਸ਼੍ ਚ ਭੇਰ੍ਯਸ਼੍ ਚ ਪਣਵਾਨਕ-ਗੋਮੁਖਾਹ ।
ਸਹਸੈਵਾਭ੍ਯਹੰਯੰਤ ਸ ਸ਼ਬ੍ਦਸ੍ ਤੁਮਲੋ 'ਭਵਾਤ੍ ॥ 13 ॥

ਤਤਹ੍-ਉਸ ਤੋਂ ਬਾਦ ; ਸ਼ੰਖਾਹ੍-ਸ਼ੰਖ ; ਚ-ਵੀ ; ਭੇਰ੍ਯਹ੍-ਬੜੇ ਬੜੇ ਢੋਲ ਨਗਾਰੇ ; ਚ-ਅਤੇ ; ਪਣਵ-ਆਨਕ-ਢੋਲ ਅਤੇ ਮ੍ਰਿਦੰਗ ; ਗੋਮੁਖਾਹ੍-ਸ੍ਰਿੰਗ ; ਸਹਸਾ-ਅਚਾਨਕ ; ਏਵ-ਨਿਸ਼ਚੈ ਹੀ ; ਅਭ੍ਯਹੰਯੰਤ-ਇੱਕਠੇ ਵਜਾਏ ਗਏ ; ਸਹ-ਉਹ ; ਸ਼ਬ੍ਦਹ੍-ਇੱਕਠਾ ਸੁਰ ; ਤੁਮਲੋ-ਰੌਲਾ ਰੱਪਾ ; ਅਭਵਾਤ੍-ਹੋ ਗਿਆ ।

ਅਨੁਵਾਦ

ਉਸ ਤੋਂ ਬਾਅਦ ਸ਼ੰਖ, ਨਗਾਰੇ, ਬਿਗੁਲ ਤੁਰਹੀ ਅਤੇ ਸਿੰਗ ਅਚਾਨਕ ਹੀ ਇਕੱਠੇ ਵੱਜਣ ਲਗੇ । ਉਨ੍ਹਾਂ ਦਾ ਇੱਕਠਾ ਸੁਰ ਬਹੁਤ ਹੀ ਰੌਲੇ ਰੱਪੇ ਵਾਲਾ ਸੀ ।

ततः श्वेतैर्हयैर्युक्ते महति स्यन्दने स्थितौ ।
माधवः पाण्डवश्चैव दिव्यौ शङ्खौ प्रदध्मतुः ॥ १४ ॥

ਤਤਹ੍ ਸ੍ਵੇਤੈਰ੍ ਹਯੈਰ੍ ਯੁਕਤੇ ਮਹਤਿ ਸ੍ਯੰਦਨੇ ਸਥਿਤੌ ।
ਮਾਧਵਹ੍ ਪਾਂਡਵਸ਼੍ ਚੈਵ ਦਿਵ੍ਯੌ ਸ਼ੰਖੌ ਪ੍ਰਦਧ੍ਮਤੁਹ ॥ 14 ॥

ਤਤਹ੍-ਉਸ ਤੋਂ ਬਾਦ ; **ਸ਼੍ਵੇਤੈਹ੍**-ਚਿੱਟੇ ; **ਹਯੈਹ੍**-ਘੋੜਿਆ ਨਾਲ ; **ਯੁਕਤੇ**-ਖਿੱਚੇ ਜਾਣ ਵਾਲੇ ; **ਮਹਤਿ**-ਮਹਾਨ ; **ਸ੍ਯੰਦਨੇ**-ਰੱਥ ਵਿਚ ; **ਸ੍ਥਿਤੌ**-ਸਵਾਰ ਹੋ ਕੇ ; **ਮਾਧਵਹ੍**-ਕ੍ਰਿਸ਼ਨ (ਲਕਸ਼ਮੀ ਪਤੀ) ਨੇ ; **ਪਾਂਡਵਹ੍**-ਅਰਜੁਨ (ਪਾਂਡੂ ਪੁੱਤਰ) ਨੇ ; **ਚ**-ਅਤੇ ; **ਏਵ**-ਨਿਸ਼ਚੈ ਹੀ ; **ਦਿਵ੍ਯੌ**-ਦਿਵਯ(ਅਲੌਕਿਕ) ; **ਸ਼ੰਖੌ**-ਸ਼ੰਖ ; **ਪ੍ਰਦਧ੍ਮਤੁਹ**-ਵਜਾਏ ।

ਅਨੁਵਾਦ

ਦੂਜੇ ਪਾਸੇ ਚਿੱਟੇ ਘੋੜਿਆਂ ਨਾਲ ਖਿੱਚੇ ਜਾਣ ਵਾਲੇ ਮਹਾਨ ਰੱਥ ਤੇ ਸਵਾਰ ਹੋ ਕੇ ਕ੍ਰਿਸ਼ਨ ਅਤੇ ਅਰਜੁਨ ਨੇ ਆਪਣੇ ਆਪਣੇ ਅਲੌਕਿਕ ਸ਼ੰਖ ਵਜਾਏ ।

ਭਾਵ

ਭੀਸ਼ਮਦੇਵ ਦੇ ਵਜਾਏ ਗਏ ਸ਼ੰਖ ਦੀ ਤੁਲਨਾ ਵਿਚ ਕ੍ਰਿਸ਼ਨ ਅਤੇ ਅਰਜੁਨ ਦੇ ਸ਼ੰਖਾਂ ਨੂੰ ਅਲੌਕਿਕ ਕਿਹਾ ਗਿਆ ਹੈ । ਅਲੌਕਿਕ ਸ਼ੰਖਾਂ ਦੀ ਅਵਾਜ਼ ਤੋਂ ਇਹ ਲਗ ਰਿਹਾ ਸੀ ਕਿ ਸੂਚਿਤ ਕੀਤਾ ਕਿ ਦੂਜੇ ਪੱਖ ਦੀ ਜਿੱਤ ਦੀ ਕੋਈ ਆਸ ਨਹੀਂ ਸੀ ਕਿਉਂਕਿ ਸ੍ਰੀ ਕ੍ਰਿਸ਼ਨ ਪਾਂਡਵਾਂ ਦੇ ਪੱਖ ਵਿਚ ਸਨ । "ਜਯਸਤੁ ਪਾਂਡੂ ਪੁਤਰਾਣਾਂ ਯੇਸ਼ਾਂ ਪਕਸੇ ਜਨਾਰਦਨਹ੍"-ਜਿੱਤ ਹਮੇਸ਼ਾਂ ਪਾਂਡੂ ਪੁੱਤਰਾਂ ਵਰਗਿਆਂ ਦੀ ਹੁੰਦੀ ਹੈ, ਕਿਉਂਕਿ ਭਗਵਾਨ ਕ੍ਰਿਸ਼ਨ ਉਨ੍ਹਾਂ ਨਾਲ ਹਨ । ਜਦੋਂ-ਜਦੋਂ ਅਤੇ ਜਿੱਥੇ-ਜਿੱਥੇ ਭਗਵਾਨ ਹਾਜ਼ਰ ਹਨ, ਉਥੇ-ਉਥੇ ਲਕਸ਼ਮੀ ਵੀ ਰਹਿੰਦੀ ਹੈ, ਕਿਉਂਕਿ ਉਹ ਆਪਣੇ ਪਤੀ ਤੋਂ ਬਿਨ੍ਹਾਂ ਨਹੀਂ ਰਹਿ ਸਕਦੀ । ਇਸ ਲਈ ਵਿਸ਼ਨੂੰ ਜਾਂ ਭਗਵਾਨ ਕ੍ਰਿਸ਼ਨ ਦੇ ਸ਼ੰਖ ਤੋਂ ਨਿਕਲੀ ਅਲੌਕਿਕ ਧੁਨੀ ਤੋਂ ਇਹ ਸੂਚਿਤ ਹੋ ਰਿਹਾ ਸੀ ਕਿ ਜਿੱਤ ਅਤੇ ਸ੍ਰੀ ਲਕਸ਼ਮੀ ਦੋਵੇ ਹੀ ਅਰਜੁਨ ਦੀ ਉਡੀਕ ਵਿਚ ਸਨ । ਇਸ ਤੋਂ ਇਲਾਵਾ ਜਿਸ ਰੱਥ ਵਿਚ ਦੋਵੇਂ ਦੋਸਤ ਸਵਾਰ ਸਨ, ਉਹ ਰੱਥ ਅਰਜੁਨ ਨੂੰ ਅਗਨੀ ਦੇਵਤਾ ਨੇ ਦਿੱਤਾ ਸੀ । ਇਸ ਤਰ੍ਹਾਂ ਇਹ ਗੱਲ ਸਾਫ਼ ਸੀ ਕਿ ਤਿੰਨਾਂ ਲੋਕਾਂ ਵਿਚ ਜਿਥੇ ਕਿਧਰੇ ਵੀ ਰੱਥ ਜਾਵੇਗਾ, ਉਥੇ ਹੀ ਜਿੱਤ ਯਕੀਨੀ ਹੈ ।

पाञ्चजन्यं हृषीकेशो देवदत्तं धनञ्जयः ।
पौण्ड्रं दध्मौ महाशङ्खं भीमकर्मा वृकोदरः ॥ १५ ॥

ਪਾਂਚਜੰਯਮ੍ ਹ੍ਰਿਸ਼ੀਕੇਸ਼ੋ ਦੇਵਦੱਤਮ੍ ਧਨੰਜਯਹ੍ ।
ਪੌਂਣ੍ਡ੍ਰਮ੍ ਦਧ੍ਮੌ ਮਹਾ-ਸ਼ੰਖਮ੍ ਭੀਮ-ਕਰ੍ਮਾ ਵ੍ਰਿਕੋਦਰਹ੍ ॥ 15 ॥

ਪਾਂਚਜਨਯਮ੍-ਪੰਚਜਨਯ ਨਾਂ ਦਾ ; **ਹ੍ਰਿਸ਼ੀਕੇਸ਼ਹ੍**-ਹ੍ਰਿਸ਼ੀਕੇਸ਼ (ਕ੍ਰਿਸ਼ਨ, ਜਿਹੜੇ ਭਗਤਾਂ ਦੀਆਂ ਇੰਦਰੀਆਂ ਨੂੰ ਨਿਰਦੇਸ਼ ਕਰਦੇ ਹਨ) ; **ਦੇਵਦੱਤਮ੍** -ਦੇਵਦੱਤ ਨਾਂ ਦਾ ਸ਼ੰਖ ; **ਧਨਮ੍-ਜਯਹ੍**-ਧਨਜੰਯ(ਅਰਜੁਨ, ਧੰਨ ਨੂੰ ਜਿੱਤਣ ਵਾਲਾ) ; **ਪੌਨ੍ਡ੍ਰਮ੍**-ਪੌਂਡਰ ਨਾਂ ਦਾ ਸ਼ੰਖ ; **ਦਧ੍ਮੌ**-ਵਜਾਇਆ ; **ਮਹਾਸ਼ੰਖਮ੍**-ਭਿਆਨਕ ਸ਼ੰਖ ; **ਭੀਮਕਰ੍ਮਾ**-ਅਤਿਮਾਨਵੀਯ ਕਰਮ ਕਰਨ ਵਾਲੇ ; **ਵ੍ਰਿਕ-ਉਦਰਹ**-(ਪੇਟੂ) ਭੀਮ ਨੇ ।

ਅਨੁਵਾਦ

ਭਗਵਾਨ ਸ਼੍ਰੀ ਕ੍ਰਿਸ਼ਨ ਨੇ ਆਪਣਾ ਪੰਚਜਨਯ ਸ਼ੰਖ ਵਜਾਇਆ, ਅਰਜੁਨ ਨੇ ਦੇਵਦੱਤ ਸ਼ੰਖ ਅਤੇ ਅਤਿਭੋਜੀ ਅਤੇ ਅਤਿਮਾਨਵੀਯ ਕਾਰਜ ਕਰਨ ਵਾਲੇ ਭੀਮ ਨੇ ਪੌਂਡਰ ਨਾਂ ਦਾ ਆਪਣਾ ਭਿਆਨਕ ਸ਼ੰਖ ਵਜਾਇਆ ।

ਭਾਵ

ਇਸ ਸ਼ਲੋਕ ਵਿਚ ਭਗਵਾਨ ਸ਼੍ਰੀ ਕ੍ਰਿਸ਼ਨ ਨੂੰ ਹ੍ਰਿਸ਼ੀਕੇਸ਼ ਕਿਹਾ ਗਿਆ ਹੈ ਕਿਉਂਕਿ ਉਹ ਹੀ ਸਾਰੀਆਂ ਇੰਦਰੀਆਂ ਦੇ ਮਾਲਕ ਹਨ । ਸਾਰੇ ਜੀਵ ਉਨ੍ਹਾਂ ਦਾ ਭਿੰਨ-ਅੰਸ਼ ਹਨ । ਇਸ ਲਈ ਜੀਵਾਂ ਦੀਆਂ ਇੰਦਰੀਆਂ ਵੀ ਉਨ੍ਹਾਂ ਦੀਆਂ ਇੰਦਰੀਆਂ ਦਾ ਅੰਸ਼ ਹਨ । ਕਿਉਂਕਿ ਮਾਇਆਵਾਦੀ, ਜੀਵਾਂ ਦੀਆਂ ਇੰਦਰੀਆਂ ਦਾ ਕਾਰਨ ਨਹੀਂ ਦੱਸ ਸਕਦੇ । ਇਸੇ ਲਈ ਉਹ ਜੀਵਾਂ ਨੂੰ ਇੰਦਰੀਆਂ ਰਹਿਤ ਜਾਂ ਨਿਰਵਿਸ਼ੇਸ਼ ਕਹਿਣ ਲਈ ਉਤਾਵਲੇ ਰਹਿੰਦੇ ਹਨ । ਭਗਵਾਨ ਸਾਰੇ ਜੀਵਾਂ ਦੇ ਦਿਲਾਂ ਵਿਚ ਰਹਿੰਦੇ ਹੋਏ, ਉਨ੍ਹਾਂ ਦੀਆਂ ਇੰਦਰੀਆਂ ਦਾ ਮਾਰਗ-ਦਰਸ਼ਨ ਕਰਦੇ ਹਨ । ਪਰ ਉਹ ਇਸ ਤਰ੍ਹਾਂ ਅਗਵਾਈ ਕਰਦੇ ਹਨ ਕਿ ਜੀਵ ਉਨ੍ਹਾਂ ਦੀ ਸ਼ਰਣ ਵਿਚ ਆ ਜਾਵੇ ਅਤੇ ਸ਼ੁੱਧ ਭਗਤ ਦੀਆਂ ਇੰਦਰੀਆਂ ਦੀ ਤਾਂ ਉਹ ਪ੍ਰਤੱਖ ਰੂਪ ਵਿਚ ਹੀ ਅਗਵਾਈ ਕਰਦੇ ਹਨ । ਇੱਥੇ ਕੁਰੂਕਸ਼ੇਤਰ ਦੇ ਜੰਗੀ ਮੈਦਾਨ ਵਿਚ ਭਗਵਾਨ ਸ਼੍ਰੀ ਕ੍ਰਿਸ਼ਨ, ਅਰਜੁਨ ਦੀਆਂ ਅਲੌਕਿਕ ਇੰਦਰੀਆਂ ਦੀ ਪ੍ਰਤੱਖ ਰੂਪ ਵਿਚ ਅਗਵਾਈ ਕਰਦੇ ਹਨ । ਇਸੇ ਕਾਰਣ ਉਨ੍ਹਾਂ ਨੂੰ ਹ੍ਰਿਸ਼ੀਕੇਸ਼ ਕਿਹਾ ਗਿਆ ਹੈ । ਭਗਵਾਨ ਦੇ ਵੱਖੋ ਵੱਖਰੇ ਕਾਰਜਾਂ ਅਨੁਸਾਰ ਉਨ੍ਹਾਂ ਦੇ ਵੱਖੋ ਵੱਖਰੇ ਨਾਂ ਹਨ । ਉਦਾਹਰਣ ਵਜੋਂ ਉਨ੍ਹਾਂ ਦਾ ਇੱਕ ਨਾਂ ਮਧੂਸੂਦਨ ਹੈ, ਕਿਉਂਕਿ ਉਨ੍ਹਾਂ ਮਧੂ ਨਾਂ ਦੇ ਦੈਂਤ ਨੂੰ ਮਾਰਿਆ ਸੀ । ਗਊਆਂ ਅਤੇ ਇੰਦਰੀਆਂ ਨੂੰ ਅਨੰਦ ਦੇਣ ਕਾਰਨ ਗੋਵਿੰਦ ਕਹਾਉਂਦੇ ਹਨ । ਵਾਸੁਦੇਵ ਦੇ ਪੁੱਤਰ ਹੋਣ ਵਜੋਂ ਇਨ੍ਹਾਂ ਦਾ ਨਾਂ ਵਾਸੁਦੇਵ ਹੈ । ਦੇਵਕੀ ਨੂੰ ਮਾਂ ਰੂਪ ਵਿਚ ਗ੍ਰਹਿਣ ਕਰਨ ਕਾਰਨ ਦੇਵਕੀ-ਨੰਦਨ, ਵ੍ਰਿੰਦਾਵਨ ਵਿਚ ਯਸ਼ੋਦਾ ਨਾਲ ਬਾਲ ਲੀਲਾਵਾਂ ਕਾਰਨ ਯਸ਼ੋਦਾ-ਨੰਦਨ, ਆਪਣੇ ਦੋਸਤ ਅਰਜੁਨ ਦਾ ਸਾਰਥੀ ਬਣਨ ਕਾਰਨ ਪਾਰਥ-ਸਾਰਥੀ ਨਾਂ ਨਾਲ ਜਾਣੇ ਜਾਂਦੇ ਹਨ । ਇਸੇ ਤਰ੍ਹਾਂ ਉਨ੍ਹਾਂ ਦਾ ਇਕ ਨਾਂ ਹ੍ਰਿਸ਼ੀਕੇਸ਼ ਹੈ, ਕਿਉਂਕਿ ਉਨ੍ਹਾਂ ਨੇ ਕੁਰੂਕਸ਼ੇਤਰ ਦੇ ਜੰਗੀ ਮੈਦਾਨ ਵਿਚ ਅਰਜੁਨ ਦਾ ਮਾਰਗ-ਦਰਸ਼ਨ ਕੀਤਾ ।

ਇਸ ਸ਼ਲੋਕ ਵਿਚ ਅਰਜੁਨ ਨੂੰ ਧੰਨਜਯ ਕਿਹਾ ਗਿਆ ਹੈ, ਕਿਉਂਕਿ ਜਦੋਂ ਇਨ੍ਹਾਂ ਦੇ ਵੱਡੇ ਭਰਾ ਨੂੰ ਵੱਖੋ ਵੱਖਰੇ ਯੱਗ ਕਰਨ ਲਈ ਦੌਲਤ (ਧੰਨ) ਦੀ ਲੋੜ ਪਈ ਤਾਂ ਉਸਨੂੰ ਪੂਰਾ ਕਰਨ ਲਈ ਇਨ੍ਹਾਂ ਨੇ ਉਸ ਦੀ ਮਦੱਦ ਕੀਤੀ ਸੀ । ਇਸੇ ਤਰ੍ਹਾਂ ਭੀਮ ਨੂੰ ਵ੍ਰਿਕੋਦਰ ਕਿਹਾ ਗਿਆ ਹੈ, ਕਿਉਂਕਿ

ਜਿਵੇਂ ਉਹ ਜ਼ਿਆਦਾ ਖਾਂਦੇ ਹਨ, ਉਸੇ ਤਰ੍ਹਾਂ ਹੀ ਉਹ ਗੈਰ ਮਨੁੱਖੀ ਕੰਮ ਕਰਨ ਵਾਲੇ ਹਨ, ਉਦਾਹਰਣ ਵਜੋਂ ਹਿਡਿੰਬਾਸੁਰ ਨੂੰ ਮਾਰਣਾ। ਇਸ ਲਈ ਪਾਂਡਵਾਂ ਦੇ ਪੱਖ ਵਿਚ ਸ਼੍ਰੀ ਕ੍ਰਿਸ਼ਨ ਆਦਿ ਵੱਖੋ ਵੱਖਰੇ ਸ਼ਖ਼ਸੀਅਤਾਂ ਦਾ ਆਪੋ ਆਪਣੇ ਖ਼ਾਸ ਸ਼ੰਖਾਂ ਨੂੰ ਵਜਾਇਆ ਜਾਣਾ ਜੰਗ ਲਈ ਤਿਆਰ ਫੌਜੀਆਂ ਲਈ ਵਧੇਰੇ ਉਕਸਾਊ ਸੀ। ਦੂਜੇ ਪੱਖ ਵਿਚ ਅਜਿਹਾ ਕੁਝ ਵੀ ਨਹੀਂ ਸੀ। ਨਾ ਤਾਂ ਯੋਗ ਮਾਰਗ-ਦਰਸ਼ਨ ਕਰਨ ਵਾਲੇ ਸ਼੍ਰੀ ਕ੍ਰਿਸ਼ਨ ਅਤੇ ਨਾ ਹੀ ਕਿਸਮਤ ਦੀ ਦੇਵੀ (ਸ਼੍ਰੀ ਲਕਸ਼ਮੀ) ਸਨ। ਇਸ ਲਈ ਜੰਗ ਵਿਚ ਉਨ੍ਹਾਂ ਦੀ ਹਾਰ ਪਹਿਲੋਂ ਹੀ ਨਿਸ਼ਚਿਤ ਸੀ, ਇੰਝ ਲਗਦਾ ਸੀ ਜਿਵੇਂ ਸ਼ੰਖਾਂ ਦੀ ਧੁਨੀ ਇਹ ਸੁਨੇਹਾ ਦੇ ਰਹੀ ਹੋਵੇ।

अनन्तविजयं राजा कुन्तीपुत्रो युधिष्ठिरः ।
नकुलः सहदेवश्च सुघोषमणिपुष्पकौ ॥ १६ ॥
काश्यश्च परमेष्वासः शिखण्डी च महारथः ।
धृष्टद्युम्नो विराटश्च सात्यकिश्चापराजितः ॥ १७ ॥
द्रुपदो द्रौपदेयाश्च सर्वशः पृथिवीपते ।
सौभद्रश्च महाबाहुः शङ्खान्दध्मुः पृथक्पृथक् ॥ १८ ॥

ਅਨੰਤਵਿਜਯਮ੍ ਰਾਜਾ ਕੁੰਤੀ-ਪੁਤਰੋ ਯੁਧਿਸ਼ਠਿਰਹ੍ ।
ਨਕੁਲਹ੍ ਸਹਦੇਵਸ਼੍ ਚ ਸੁਘੋਸ਼-ਮਣਿਪੁਸ਼ਪਕੌ ॥ 16 ॥
ਕਾਸ਼੍ਯਸ਼੍ ਚ ਪਰਮੇਸ਼੍ਵਾਸਹ੍ ਸ਼ਿਖੰਡੀ ਚ ਮਹਾ-ਰਥਾਹ੍ ॥
ਧ੍ਰਿਸ਼੍ਟਦ੍ਯੁਮ੍ਨੋ ਵਿਰਾਟਸ਼੍ ਚ ਸਾਤ੍ਯਕਿਸ਼੍ ਚਾਪਰਾਜਿਤਹ੍ ॥ 17 ॥
ਦਰੁਪਦੋ ਦ੍ਰੌਪਦੇਯਾਸ਼੍ ਚ ਸਰ੍ਵਸ਼ਹ੍ ਪ੍ਰਿਥਿਵੀ-ਪਤੇ ।
ਸੌਭਦਰਸ਼੍ ਚ ਮਹਾ-ਬਾਹੁਹ੍ ਸ਼ੰਖਾਨ੍ ਦਧ੍ਮੁਹ੍ ਪ੍ਰਿਥਕ੍ ਪ੍ਰਿਥਕ੍ ॥ 18 ॥

ਅਨੰਤ-ਵਿਜਯਮ੍-ਅਨੰਤ ਵਿਜੈ ਨਾਂ ਦਾ ਸ਼ੰਖ ; **ਰਾਜਾ**-ਰਾਜਾ ; **ਕੁੰਤੀ-ਪੁਤਰਹ੍**-ਕੁੰਤੀ ਦਾ ਪੁੱਤਰ ; **ਯੁਧਿਸ਼ਠਿਰਹ੍**-ਯੁਧਿਸ਼ਠਰ ; **ਨਕੁਲਹ੍**-ਨਕੁਲ ; **ਸਹਦੇਵਹ੍**-ਸਹਦੇਵ ਨੇ ; **ਚ**-ਅਤੇ ; **ਸੁਘੋਸ਼ਮਣਿ-ਪੁਸ਼੍ਪਕੌ**-ਸੁਘੋਸ਼ ਅਤੇ ਮਣਿਪੁਸ਼ਪਕ ਨਾਂ ਦੇ ਸ਼ੰਖ ; **ਕਾਸ਼੍ਯਹ੍**-ਕਾਸ਼ੀ (ਬਨਾਰਸ) ਦੇ ਰਾਜੇ ਨੇ ; **ਚ**-ਅਤੇ ; **ਪਰਮਈਸ਼-ਆਸਹ੍**-ਵੱਡੇ ਧਨੁਰਧਰ ; **ਸ਼ਿਖੰਡੀ**-ਸ਼ਿਖੰਡੀ ਨੇ ; **ਚ**-ਵੀ ; **ਮਹਾ-ਰਥਾਹ੍**-ਹਜ਼ਾਰਾਂ ਨਾਲ ਇੱਕਲਾ ਲੜਣ ਵਾਲਾ ; **ਧ੍ਰਿਸ਼੍ਟਦ੍ਯੁਮ੍ਨਹ੍**-ਧ੍ਰਿਸ਼ਟਦਯੁਮਨ (ਰਾਜੇ ਦਰੁਪਦ ਦਾ ਪੁੱਤਰ) ਨੇ ; **ਵਿਰਾਟਹ੍**-ਵਿਰਾਟ (ਰਾਜਕੁਮਾਰ ਜਿਸਨੇ ਪਾਂਡਵਾਂ ਨੂੰ ਅਗਿਆਤ ਵਾਸ ਸਮੇਂ ਸ਼ਰਣ ਦਿੱਤੀ ਸੀ) ਨੇ ; **ਚ**-ਵੀ ; **ਸਾਤ੍ਯਕਿਤ**-ਸਾਤਯਕਿ (ਯੁਯੁਧਾਨ, ਸ਼੍ਰੀ ਕ੍ਰਿਸ਼ਨ ਦਾ ਸਾਰਥੀ) ਨੇ ; **ਚ**-ਅਤੇ ; **ਅਪਰਾਜਿਤਹ੍**-ਕਦੀ ਜਿੱਤਿਆ ਨਾ ਜਾਣ ਵਾਲਾ, ਹਮੇਸ਼ਾਂ ਜੇਤੂ ; **ਦਰੁਪਦਹ੍**-ਦਰੁਪਦ, ਪੰਚਾਲ ਦੇ ਰਾਜੇ ਨੇ ; **ਦ੍ਰੌਪਦੇਯਾਹ੍**-ਦ੍ਰੋਪਦੀ ਦੇ ਪੁੱਤਰਾਂ ਨੇ ; **ਚ**-ਵੀ ; **ਸਰ੍ਵਸ਼ਹ੍**-ਸਾਰੇ ; **ਪ੍ਰਿਥਿਵੀ-ਪਤੇ**-ਹੇ ਰਾਜਾ ; **ਸੌਭਦ੍ਰਹ੍**-ਸੁਭੱਦਰਾ ਦੇ ਪੁੱਤਰ ਅਭਿਮਨਯੂ ਨੇ ; **ਚ**-ਵੀ ; **ਮਹਾਬਾਹੁਹ੍**-ਲੰਮੀਆਂ ਬਾਹਾਂ ਵਾਲਾ ; **ਸ਼ੰਖਾਨ੍**-ਸ਼ੰਖ ; **ਦਧ੍ਮੁਹ੍**-ਵਜਾਏ ; **ਪ੍ਰਿਥਕ੍-ਪ੍ਰਿਥਕ੍**-ਵੱਖੋ ਵੱਖਰੇ।

ਅਨੁਵਾਦ

ਹੇ ਰਾਜਨ, ਕੁੰਤੀ ਪੁੱਤਰ ਰਾਜਾ ਯੁਧਿਸ਼ਟਰ ਨੇ ਆਪਣਾ ਅਨੰਤ-ਵਿਜੈ ਨਾਂ ਦਾ ਸ਼ੰਖ ਵਜਾਇਆ ਅਤੇ ਨਕੁਲ ਅਤੇ ਸਹਦੇਵ ਨੇ ਸੁਘੋਸ਼ ਅਤੇ ਮਣਿਪੁਸ਼ਪਕ ਸ਼ੰਖ ਵਜਾਏ। ਮਹਾਨ ਧਨੁਰਧਰ ਕਾਸ਼ੀਰਾਜ, ਪਰਮ ਯੋਧਾ ਸ਼ਿਖੰਡੀ, ਧ੍ਰਿਸ਼ਟਧਯੁਮਨ, ਵਿਰਾਟ, ਅਜੈ ਸਾਤਿਕੀ, ਦਰੁਪਦ, ਦਰੋਪਦੀ ਦੇ ਪੁੱਤਰਾਂ ਅਤੇ ਸੁਭੱਦਰਾ ਦੇ ਮਹਾਬਾਹੁ ਪੁੱਤਰ ਨੇ ਆਪੋ ਆਪਣੇ ਸ਼ੰਖ ਵਜਾਏ।

ਭਾਵ

ਸੰਜੈ ਨੇ ਰਾਜਾ ਧ੍ਰਿਤਰਾਸ਼ਟਰ ਨੂੰ ਬਹੁਤ ਚਲਾਕੀ ਨਾਲ ਦੱਸ ਦਿੱਤਾ ਸੀ ਕਿ ਪਾਂਡੂ ਪੁੱਤਰਾਂ ਨੂੰ ਧੋਖਾ ਦੇਣ ਅਤੇ ਰਾਜ ਗੱਦੀ ਤੇ ਆਪਣੇ ਪੁੱਤਰਾਂ ਨੂੰ ਬਿਠਾਉਣ ਦੀ ਇਹ ਨੀਤੀ ਸਲਾਹੁਣ ਯੋਗ ਨਹੀਂ ਸੀ। ਲੱਛਣਾ ਤੋਂ ਪਹਿਲਾਂ ਹੀ ਇਹ ਲਗਦਾ ਸੀ ਕਿ ਇਸ ਮਹਾਨ ਜੰਗ ਵਿਚ ਸਾਰਾ ਕੌਰਵ ਖਾਨਦਾਨ ਖਤਮ ਹੋ ਜਾਵੇਗਾ। ਪਿਤਾਮਹ ਭੀਸ਼ਮ ਤੋਂ ਲੈ ਕੇ ਅਭਿਮਨਯੂ ਅਤੇ ਪੋਤਰਿਆਂ ਤੱਕ ਸੰਸਾਰ ਦੇ ਅਨੇਕਾਂ ਲੋਕਾਂ ਤੇ ਰਾਜਿਆਂ ਸਮੇਤ, ਜੋ ਉਥੇ ਹਾਜ਼ਰ ਸਨ, ਸਾਰਿਆਂ ਦਾ ਨਾਸ਼ ਯਕੀਨੀ ਸੀ। ਇਸ ਸਾਰੀ ਮੰਦਭਾਗੀ ਗੱਲ ਲਈ ਰਾਜਾ ਧ੍ਰਿਤਰਾਸ਼ਟਰ ਜ਼ਿੰਮੇਵਾਰ ਸਨ, ਕਿਉਂਕਿ ਉਸ ਨੇ ਹੀ ਆਪਣੇ ਪੁੱਤਰਾਂ ਦੀ ਨੀਤੀ ਦੀ ਸ਼ਲਾਘਾ ਕੀਤੀ ਸੀ।

स घोषो धार्तराष्ट्राणां हृदयानि व्यदारयत् ।
नभश्च पृथिवीं चैव तुमुलोऽभ्यनुनादयन् ॥ १९ ॥

ਸ ਘੋਸ਼ੋ ਧਾਰ੍ਤਰਾਸ਼੍ਟ੍ਰਾਣਾਂ ਹ੍ਰਿਦਯਾਨਿ ਵ੍ਯਦਾਰਯਤ੍ ।
ਨਭਸ਼੍ ਚ ਪ੍ਰਿਥਿਵੀਂ ਚੈਵ ਤੁਮੁਲੋ 'ਭ੍ਯਨੁਨਾਦਯਨ੍ ॥ 19 ॥

ਸਹ੍-ਉਸ ; ਘੋਸ਼ਹ੍-ਸ਼ਬਦ ਨੇ ; ਧਾਰ੍ਤਰਾਸ਼੍ਟ੍ਰਾਣਾਮ੍-ਧ੍ਰਿਤਰਾਸ਼ਟਰ ਦੇ ਪੁੱਤਰਾਂ ਦੇ ; ਹ੍ਰਿਦਯਾਨਿ-ਦਿਲਾਂ ਨੂੰ ; ਵ੍ਯਦਾਰਯਤ੍-ਚੀਰ ਦਿੱਤਾ ; ਨਭਹ੍-ਆਸਮਾਨ ; ਚ-ਵੀ ; ਪ੍ਰਿਥਿਵੀਮ੍-ਧਰਤੀ ਨੂੰ ; ਚ-ਅਤੇ ; ਏਵ-ਨਿਸ਼ਚੈ ਹੀ ; ਤੁਮੁਲਹ੍-ਰੌਲੇ ਰੱਪੇ ਵਾਲਾ ; ਅਭ੍ਯਨੁਨਾਦਯਨ੍-ਪ੍ਰਤਿਧੁਨੀ ਕਰਦਾ, ਗੂੰਜਦਾ ਹੋਇਆ।

ਅਨੁਵਾਦ

ਇਨ੍ਹਾਂ ਵੱਖੋ-ਵੱਖਰੇ ਸ਼ੰਖਾਂ ਦੀ ਧੁਨੀ ਨੇ ਗਰਜਣਾ ਪੈਦਾ ਕਰ ਦਿੱਤੀ, ਅਸਮਾਨ ਅਤੇ ਧਰਤੀ ਤੇ ਇਨ੍ਹਾਂ ਦੀਆਂ ਅਵਾਜ਼ਾਂ ਗੂੰਜਦੀਆਂ ਹੋਈਆਂ ਧ੍ਰਿਤਰਾਸ਼ਟਰ ਦੇ ਪੁੱਤਰਾਂ ਦੇ ਦਿਲਾਂ ਨੂੰ ਚੀਰਣ ਲਗੀਆਂ।

ਭਾਵ

ਜਦੋਂ ਭੀਸ਼ਮ ਅਤੇ ਦੁਰਯੋਧਨ ਪੱਖੀ ਹੋਰਨਾਂ ਯੋਧਿਆਂ ਨੇ ਆਪਣੇ ਆਪਣੇ ਸ਼ੰਖ ਵਜਾਏ ਤਾਂ ਪਾਂਡਵਾਂ ਦੇ ਦਿਲ ਨਹੀਂ ਡੋਲੇ। ਅਜੋਕੀਆਂ ਘਟਨਾਵਾਂ ਦਾ ਵਰਣਨ ਨਹੀਂ ਮਿਲਦਾ, ਪਰ ਇਸ ਸ਼ਲੋਕ ਵਿਚ ਇਹ

ਖ਼ਾਸ ਤੌਰ ਤੇ ਕਿਹਾ ਗਿਆ ਹੈ ਕਿ ਪਾਂਡਵ ਪੱਖੀ ਸ਼ੰਖਨਾਦ ਤੋਂ ਧ੍ਰਿਤਰਾਸ਼ਟਰ ਦੇ ਪੁੱਤਰਾਂ ਦੇ ਦਿਲ ਦਹਿਲ ਗਏ। ਇਸ ਦਾ ਕਾਰਨ ਖੁਦ ਪਾਂਡਵ ਅਤੇ ਭਗਵਾਨ ਸ਼੍ਰੀ ਕ੍ਰਿਸ਼ਨ ਵਿਚ ਉਨ੍ਹਾਂ ਦਾ ਵਿਸ਼ਵਾਸ ਹੈ। ਪਰਮੇਸ਼ਵਰ ਦੀ ਸ਼ਰਣ ਲੈਣ ਵਾਲੇ ਨੂੰ ਕਿਸੇ ਤਰ੍ਹਾਂ ਦਾ ਡਰ ਨਹੀਂ ਰਹਿ ਜਾਂਦਾ, ਭਾਵੇਂ ਉਹ ਕਿੰਨੀ ਮੁਸੀਬਤ ਵਿਚ ਹੀ ਕਿਉਂ ਨਾ ਹੋਵੇ।

अथ व्यवस्थितान्दृष्ट्वा धार्तराष्ट्रान्कपिध्वजः ।
प्रवृत्ते शस्त्रसम्पाते धनुरुद्यम्य पाण्डवः ।
हृषीकेशं तदा वाक्यमिदमाह महीपते ॥ २० ॥

ਅਥ ਵ੍ਯਵਸ੍ਥਿਤਾਨ ਦ੍ਰਿਸ਼੍ਟ੍ਵਾ ਧਾਰ੍ਤਰਾਸ਼੍ਟ੍ਰਾਨ੍ ਕਪਿ-ਧ੍ਵਜਹ੍ ।
ਪਰ੍ਵ੍ਰਿਤੇ ਸ਼ਸ੍ਤ੍ਰ-ਸਮ੍ਪਾਤੇ ਧਨੁਰ ਉਦ੍ਯਮ੍ਯ ਪਾਂਡਵਹ੍ ।
ਹ੍ਰਿਸ਼ੀਕੇਸ਼ਮ੍ ਤਦਾ ਵਾਕ੍ਯਮ੍ ਇਦਮ ਆਹ ਮਹੀਪਤੇ ॥ 20 ॥

ਅਥ-ਉਸ ਤੋਂ ਬਾਦ ; **ਵ੍ਯਵਸ੍ਥਿਤਾਨ**-ਸਥਿਤ ; **ਦ੍ਰਿਸ਼੍ਟ੍ਵਾ**-ਵੇਖਕੇ ; **ਧਾਰ੍ਤਰਾਸ਼੍ਟ੍ਰਾਨ**-ਧ੍ਰਿਤਰਾਸ਼ਟਰ ਦੇ ਪੁੱਤਰਾਂ ਨੂੰ ; **ਕਪਿ-ਧ੍ਵਜਹ**-ਜਿਸ ਦੇ ਝੰਡੇ ਤੇ ਹਨੁਮਾਨ ਅੰਕਿਤ ਹਨ ; **ਪਰ੍ਵ੍ਰਿਤੇ**-ਤਿਆਰ ; **ਸ਼ਸ੍ਤ੍ਰਸਮ੍ਪਾਤੇ**-ਤੀਰ ਚਲਾਉਣ ਲਈ ; **ਧਨੁਹ੍**-ਧਨੁਸ਼ ; **ਉਦ੍ਯਮ੍ਯ**-ਚੁੱਕਕੇ ; **ਪਾਂਡਵਹ੍**-ਪਾਂਡੂ ਪੁੱਤਰ (ਅਰਜੁਨ) ਨੇ ; **ਹ੍ਰਿਸ਼ੀਕੇਸ਼ਮ੍**-ਭਗਵਾਨ ਕ੍ਰਿਸ਼ਨ ਨਾਲ ; **ਤਦਾ**-ਉਸ ਸਮੇਂ ; **ਵਾਕ੍ਯਮ੍**-ਵਚਨ ; **ਇਦਮ੍**-ਇਹ ; **ਆਹ**-ਕਹੇ ; **ਮਹੀਪਤੇ**-ਹੇ ਰਾਜਾ।

ਅਨੁਵਾਦ

ਉਸ ਸਮੇਂ ਪਾਂਡੂ ਪੁੱਤਰ ਅਰਜੁਨ ਉਸ ਰੱਥ ਤੇ ਸਵਾਰ ਹੋ ਕੇ, ਜਿਸ ਉਤੇ ਹਨੁਮਾਨ ਜੀ ਦੇ ਚਿੱਤਰ ਵਾਲਾ ਝੰਡਾ ਸੀ, ਧਨੁਸ਼ ਚੁੱਕਕੇ ਤੀਰ ਚਲਾਉਣ ਲਈ ਤਿਆਰ ਹੋਇਆ। ਹੇ ਰਾਜਨ ! ਧ੍ਰਿਤਰਾਸ਼ਟਰ ਦੇ ਪੁੱਤਰਾਂ ਨੂੰ ਇਕੱਠ ਵਿਚ ਖਲੋਤਾ ਵੇਖਕੇ ਅਰਜੁਨ ਨੇ ਸ਼੍ਰੀ ਕ੍ਰਿਸ਼ਨ ਨੂੰ ਇਹ ਵਚਨ ਕਹੇ !

ਭਾਵ

ਜੰਗ ਸ਼ੁਰੂ ਹੋਣ ਵਾਲੀ ਸੀ, ਉਪਰ ਦੱਸੇ ਗਏ ਕਥਨ ਤੋਂ ਪਤਾ ਲਗਦਾ ਹੈ ਕਿ ਪਾਡਵਾਂ ਦੀ ਫੌਜ ਦੀ ਸੁੱਚਜੀ ਵਿਵਸਥਾ ਤੋਂ ਧ੍ਰਿਤਰਾਸ਼ਟਰ ਦੇ ਪੁੱਤਰ ਬਹੁਤ ਮਾਯੂਸ ਸਨ, ਕਿਉਂਕਿ ਜੰਗੀ ਮੈਦਾਨ ਵਿਚ ਪਾਂਡਵਾਂ ਦਾ ਮਾਰਗ-ਦਰਸ਼ਨ ਭਗਵਾਨ ਸ਼੍ਰੀ ਕ੍ਰਿਸ਼ਨ ਦੇ ਨਿਰਦੇਸ਼ਾਂ ਮੁਤਾਬਿਕ ਹੋ ਰਿਹਾ ਸੀ। ਅਰਜੁਨ ਦੇ ਝੰਡੇ ਤੇ ਹਨੁਮਾਨ ਦਾ ਚਿੰਨ੍ਹ ਵੀ ਜਿੱਤ ਦਾ ਸੂਚਕ ਹੈ, ਕਿਉਂਕਿ ਹਨੁਮਾਨ ਨੇ ਰਾਮ ਅਤੇ ਰਾਵਣ ਦੀ ਜੰਗ ਵਿਚ ਰਾਮ ਜੀ ਦੀ ਮਦਦ ਕੀਤੀ ਅਤੇ ਭਗਵਾਨ ਰਾਮ ਜੇਤੂ ਹੋਏ ਸਨ। ਇਸ ਸਮੇਂ ਅਰਜੁਨ ਦੀ ਮਦਦ ਲਈ ਉਨ੍ਹਾਂ ਦੇ ਰੱਥ ਤੇ ਰਾਮ ਅਤੇ ਹਨੁਮਾਨ ਦੋਵੇਂ ਹਾਜ਼ਰ ਸਨ। ਭਗਵਾਨ ਸ਼੍ਰੀ ਕ੍ਰਿਸ਼ਨ ਖੁਦ ਰਾਮ ਹਨ ਅਤੇ ਜਿਥੇ ਵੀ ਰਾਮ ਰਹਿੰਦੇ ਹਨ ਉਥੇ ਉਨ੍ਹਾਂ ਦਾ ਸਨਾਤਨ ਸੇਵਕ ਹਨੁਮਾਨ ਹੁੰਦਾ ਹੈ ਅਤੇ ਉਨ੍ਹਾਂ ਦੀ ਨਿੱਤ ਸੰਗਨੀ, ਵੈਭਵ ਦੀ ਦੇਵੀ ਸੀਤਾ ਜੀ ਹਾਜ਼ਰ ਰਹਿੰਦੀ ਹੈ। ਇਸ ਲਈ

ਅਰਜੁਨ ਨੂੰ ਕਿਸੇ ਵੀ ਦੁਸ਼ਮਨ ਤੋਂ ਕੋਈ ਡਰ ਨਹੀਂ ਸੀ। ਸਭ ਤੋਂ ਵੱਧ, ਇੰਦਰੀਆਂ ਦੇ ਸਵਾਮੀ ਭਗਵਾਨ ਸ਼੍ਰੀ ਕ੍ਰਿਸ਼ਨ ਉਸਦਾ ਮਾਰਗ ਦਰਸ਼ਨ ਕਰਨ ਲਈ ਆਪ ਹਾਜ਼ਰ ਸਨ। ਇਸ ਤਰ੍ਹਾਂ ਅਰਜੁਨ ਨੂੰ ਜੰਗ ਲੜਨ ਦੇ ਮਾਮਲੇ ਵਿਚ ਸਾਰੀ ਚੰਗੀ ਸਲਾਹ ਪ੍ਰਾਪਤ ਸੀ। ਅਜੋਕੀ ਹਾਲਤ ਵਿੱਚ, ਜਿਨ੍ਹਾਂ ਦੀ ਸਾਰੀ ਵਿਵਸਥਾ ਭਗਵਾਨ ਨੇ ਆਪਣੇ ਸੱਚੇ ਭਗਤ ਲਈ ਕੀਤੀ ਸੀ, ਉਨ੍ਹਾਂ ਦੀ ਯਕੀਨੀ ਜਿੱਤ ਦੇ ਆਸਾਰ ਸਾਫ਼ ਸਨ।

अर्जुन उवाच ।
सेनयोरुभयोर्मध्ये रथं स्थापय मेऽच्युत ॥ २१ ॥
यावदेतान्निरीक्षेऽहं योद्धुकामानवस्थितान् ।
कैर्मया सह योद्धव्यमस्मिन्रणसमुद्यमे ॥ २२ ॥

ਅਰਜੁਨ ਉਵਾਚ
ਸੇਨਯੋਰ ਉਭਯੋਰ੍ ਮਧ੍ਯੇ ਰਥਮ੍ ਸ੍ਥਾਪਯ ਮੇ 'ਚ੍ਯੁਤ ॥ 21 ॥
ਯਾਵਦ੍ ਏਤਾਨ੍ ਨਿਰੀਕ੍ਸ਼ੇ 'ਹਮ ਯੋਦ੍ਧੁ-ਕਾਮਾਨ੍ ਅਵਸ੍ਥਿਤਾਨ੍ ।
ਕੈਰ੍ ਮਯਾ ਸਹ ਯੋਦ੍ਧਵ੍ਯਮ ਅਸ੍ਮਿਨ੍ ਰਣਾ-ਸਮੁਦ੍ਯਮੇ ॥ 22 ॥

ਅਰਜੁਨਹ੍ ਉਵਾਚ-ਅਰਜੁਨ ਨੇ ਕਿਹਾ ; **ਸੇਨਯੋਹ**-ਫੌਜਾਂ ਵਿਚ ; **ਉਭਯੋਹ੍**-ਦੋਵੇਂ ; **ਮਧ੍ਯੇ**-ਵਿਚਕਾਰ ; **ਰਥਮ**-ਰੱਥ ਨੂੰ ; **ਸਥਾਪਯ**-ਕ੍ਰਿਪਾ ਕਰਕੇ ਖਲੋਂ ਦਿਓ ; **ਮੇ**-ਮੇਰੇ ; **ਅਚ੍ਯੁਤ**-ਹੇ ਅਚਯੁਤ ; **ਯਾਵਤ੍**-ਜਦੋਂ ਤਕ; **ਏਤਾਨ੍**-ਇਹ ਸਾਰੇ ; **ਨਿਰੀਕ੍ਸ਼ੇ**-ਵੇਖ ਲਵਾਂ ; **ਅਹਮ੍**-ਮੈਂ ; **ਯੋਦ੍ਧੁ-ਕਾਮਾਨ੍**-ਜੰਗ ਦੀ ਇੱਛਾ ਰੱਖਣ ਵਾਲਿਆਂ ਨੂੰ ; **ਅਵਸ੍ਥਿਤਾਨ੍**-ਜੰਗ ਮੈਦਾਨ ਵਿਚ ਇੱਕਠੇ ; **ਕੈਹ੍**-ਕਿੰਨਾਂ ਕਿੰਨ੍ਹਾਂ ਨਾਲ ; **ਮਯਾ**-ਮੇਰੇ ਰਾਹੀਂ ; **ਸਹ**-ਇੱਕਠੇ ; **ਯੋਦ੍ਧਵ੍ਯਮ੍**-ਜੰਗ ਕੀਤਾ ਜਾਣਾ ਹੈ ; **ਅਸ੍ਮਿਨ੍**-ਇਸ ; **ਰਣ**-ਝਗੜੇ ਦੇ ; **ਸਮੁਦ੍ਯਮੇ**-ਕੋਸ਼ਿਸ਼ ਵਿਚ।

ਅਨੁਵਾਦ

ਅਰਜੁਨ ਨੇ ਕਿਹਾ - ਹੇ ਅਚਯੁਤ ! ਕਿਰਪਾ ਕਰਕੇ ਮੇਰਾ ਰਥ ਦੋਨਾਂ ਸੇਨਾਵਾਂ ਦੇ ਮੱਧ ਵਿਚ ਲੈ ਚਲੋ ਤਾਂ ਜੋ ਮੈਂ ਇੱਥੇ ਹਾਜ਼ਰ ਜੰਗ ਦੀ ਇੱਛਾ ਰੱਖਣ ਵਾਲਿਆਂ ਨੂੰ ਅਤੇ ਹਥਿਆਰਾਂ ਦੀ ਇਸ ਮਹਾਨ ਪਰੀਖਿਆ ਵਿਚ, ਜਿਹਨਾਂ ਨਾਲ ਮੈਨੂੰ ਸੰਘਰਸ਼ ਕਰਨਾ ਹੈ, ਉਹਨਾਂ ਨੂੰ ਮੈਂ ਵੇਖ ਸਕਾਂ।

ਭਾਵ

ਭਾਵੇਂ ਸ੍ਰੀ ਕ੍ਰਿਸ਼ਨ ਖ਼ੁਦ ਭਗਵਾਨ ਹਨ - ਪਰ ਉਹ ਅਕਾਰਨ ਕਿਰਪਾ ਕਾਰਨ ਆਪਣੇ ਮਿੱਤਰ ਦੀ ਸੇਵਾ ਵਿਚ ਲਗੇ ਹੋਏ ਸਨ। ਉਹ ਆਪਣੇ ਭਗਤਾਂ ਤੇ ਸਨੇਹ ਵਿਖਾਉਣ ਵਿਚ ਕਦੀ ਗੁਰੇਜ਼ ਨਹੀਂ ਕਰਦੇ, ਇਸੇ ਲਈ ਅਰਜੁਨ ਨੇ ਉਨ੍ਹਾਂ ਨੂੰ ਅਚਯੁਤ (ਭੁੱਲ ਨਾ ਕਰਨ ਯੋਗ) ਕਿਹਾ ਹੈ। ਬਤੌਰ ਸਾਰਥੀ ਉਨ੍ਹਾਂ ਨੂੰ ਅਰਜੁਨ ਦਾ ਹੁਕਮ ਮੰਨਣਾ ਸੀ ਅਤੇ ਉਨ੍ਹਾਂ ਨੇ ਇਸ ਵਿਚ ਕੋਈ ਸੰਕੋਚ ਨਹੀਂ

ਕੀਤਾ। ਇਸੇ ਲਈ ਉਨ੍ਹਾਂ ਨੂੰ ਅਚਯੁਤ ਕਹਿ ਕੇ ਸੰਬੋਧਿਤ ਕੀਤਾ ਗਿਆ ਹੈ, ਭਾਵੇਂ ਉਨ੍ਹਾਂ ਦੀ ਸਰਵੋਤਮ ਸਥਿਤੀ ਪੂਰੀ ਬਰਕਰਾਰ ਰਹੀ। ਹਰ ਸਥਿਤੀ ਵਿਚ ਉਹ ਇੰਦਰੀਆਂ ਦੇ ਮਾਲਕ, ਸ਼੍ਰੀ ਭਗਵਾਨ ਹ੍ਰਿਸ਼ੀਕੇਸ਼ ਹਨ। ਭਗਵਾਨ ਅਤੇ ਸੇਵਕ ਦਾ ਸੰਬੰਧ ਬਹੁਤ ਨਿੱਘਾ ਅਤੇ ਅਲੌਕਿਕ ਹੁੰਦਾ ਹੈ ਸੇਵਕ ਸਵਾਮੀ ਦੇ ਸੇਵਾ ਲਈ ਹਮੇਸ਼ਾ ਤਿਆਰ ਰਹਿੰਦਾ ਹੈ ਅਤੇ ਭਗਵਾਨ ਵੀ ਭਗਤ ਦੀ ਕੁੱਝ ਨਾ ਕੁੱਝ ਸੇਵਾ ਕਰਨ ਦੀ ਤਾਕ ਵਿਚ ਰਹਿੰਦੇ ਹਨ। ਉਹ ਇਸ ਵਿਚ ਖ਼ਾਸ ਆਨੰਦ ਅਨੁਭਵ ਕਰਦੇ ਹਨ ਕਿ ਉਹ ਆਪ ਹੁਕਮ ਦਾਤਾ ਨਾ ਬਨਣ ਸਗੋਂ ਉਨਾਂ ਦੇ ਸੱਚੇ ਭਗਤ ਉਨ੍ਹਾਂ ਨੂੰ ਹੁਕਮ ਦੇਣ ਦੀ ਚੰਗੀ ਸਥਿਤੀ ਗ੍ਰਹਿਣ ਕਰਨ। ਕਿਉਂਕਿ ਉਹ ਸਵਾਮੀ ਹਨ ਇਸੇ ਲਈ ਸਾਰੇ ਲੋਕੀ ਉਨ੍ਹਾਂ ਦਾ ਹੁਕਮ ਮੰਨਦੇ ਹਨ ਉਨ੍ਹਾਂ ਨੂੰ ਹੁਕਮ ਦੇਣ ਵਾਲਾ, ਉਨ੍ਹਾਂ ਤੋਂ ਵੱਡਾ ਕੋਈ ਨਹੀਂ। ਪਰ ਜਦੋਂ ਉਹ ਵੇਖਦੇ ਹਨ ਕਿ ਉਨ੍ਹਾਂ ਨੂੰ ਉਨ੍ਹਾਂ ਦਾ ਭਗਤ ਹੁਕਮ ਦੇ ਰਿਹਾ ਹੈ ਤਾਂ ਉਨ੍ਹਾਂ ਨੂੰ ਅਲੌਕਿਕ ਆਨੰਦ ਮਿਲਦਾ ਹੈ, ਭਾਵੇਂ ਉਹ ਹਰ ਸਥਿਤੀ ਵਿਚ ਅਡਿੱਗ ਰਹਿਣ ਵਾਲੇ ਹਨ।

ਭਗਵਾਨ ਦਾ ਪੱਕਾ ਭਗਤ ਹੋਣ ਸਦਕਾ ਅਰਜੁਨ ਨੂੰ ਆਪਣੇ ਭਰਾਵਾਂ ਰਿਸ਼ਤੇਦਾਰਾਂ ਨਾਲ ਜੰਗ ਦੀ ਰਤਾ ਵੀ ਚਾਹ ਨਹੀਂ ਸੀ, ਪਰ ਦੁਰਯੋਧਨ ਦੇ ਸ਼ਾਂਤੀਪੂਰਣ ਸਮਝੌਤਾ ਨਾ ਮੰਨਣ ਅਤੇ ਜ਼ਿੱਦੀ ਹੋਣ ਕਾਰਨ, ਉਸ ਨੂੰ ਜੰਗ ਦੇ ਮੈਦਾਨ ਵਿਚ ਆਉਣਾ ਪਿਆ। ਇਸ ਲਈ ਉਹ ਇਹ ਜਾਨਣ ਲਈ ਬਹੁਤ ਉਤਾਵਲਾ ਸੀ ਕਿ ਜੰਗ ਦੇ ਮੈਦਾਨ ਵਿਚ ਕਿਹੜੇ ਕਿਹੜੇ ਮੋਢੀ ਯੋਧਾ ਖਲੋਤੇ ਸਨ। ਭਾਵੇਂ ਜੰਗੀ ਮੈਦਾਨ ਵਿਚ ਸ਼ਾਂਤੀ ਲਈ ਯਤਨਾਂ ਦਾ ਕੋਈ ਸਵਾਲ ਹੀ ਨਹੀਂ ਉਠਦਾ, ਫਿਰ ਵੀ ਅਰਜੁਨ ਉਨ੍ਹਾਂ ਨੂੰ ਦੋਬਾਰਾ ਵੇਖਣਾ ਚਾਹੁੰਦਾ ਸੀ ਕਿ ਉਹ ਇਸ ਬੇਲੋੜੇ ਜੰਗ ਲਈ ਕਿਥੋਂ ਤਕ ਤਿਆਰ ਸਨ।

योत्स्यमानानवेक्षेऽहं य एतेऽत्र समागताः ।
धार्तराष्ट्रस्य दुर्बुद्धेर्युद्धे प्रियचिकीर्षवः ॥ २३ ॥

ਯੋਤ੍ਸ੍ਯਮਾਨਾਨ੍ ਅਵੇਕ੍ਸ਼ੇ 'ਹਮ੍ ਯ ਏਤੇ 'ਤ੍ਰ ਸਮਾਗਤਾਹ੍ ।
ਧਾਰ੍ਤਰਾਸ਼੍ਟ੍ਰਸ੍ਯ ਦੁਰ੍ਬੁਦ੍ਧੇਰ੍ ਯੁਦ੍ਧੇ ਪ੍ਰਿਯ-ਚਿਕੀਰ੍ਸ਼ਵਹ੍ ॥ 23॥

ਯੋਤ੍ਸ੍ਯਮਾਨਾਨ੍-ਜੰਗ ਲੜਣ ਵਾਲਿਆਂ ਨੂੰ ; **ਅਵੇਕਸ਼ੇ**-ਵੇਖਾਂ ; **ਅਹਮ੍**-ਮੈਂ ; **ਯੇ**-ਜਿਹੜੇ ; **ਏਤੇ**-ਉਹ ; **ਅਤ੍ਰ**-ਇਥੇ ; **ਸਮਾਗਤਾ**-ਇੱਕਠੇ ; **ਧਾਰ੍ਤਰਾਸ਼੍ਟ੍ਰਸ੍ਯ**-ਧ੍ਰਿਤਰਾਸ਼ਟਰ ਦੇ ਪੁੱਤਰਾਂ ਦੀ ; **ਦੁਰ੍ਬੁਦ੍ਧੇਹ੍**-ਕੁਮੱਤ ; **ਯੁਦ੍ਧੇ**-ਜੰਗ ਵਿਚ ; **ਪ੍ਰਿਯ**-ਭਲਾ ; **ਚਿਕੀਰ੍ਸ਼ਵਹ੍**-ਚਾਹੁਣ ਵਾਲੇ ।

ਅਨੁਵਾਦ

ਮੈਨੂੰ ਉਨ੍ਹਾਂ ਲੋਕਾਂ ਨੂੰ ਵੇਖਣ ਦਿਉ ਜੋ ਇੱਥੇ ਧ੍ਰਿਤਰਾਸ਼ਟਰ ਦੇ ਕੁਮੱਤ ਵਾਲੇ ਪੁੱਤਰ ਦੁਰਯੋਧਨ ਨੂੰ ਖ਼ੁਸ਼ ਕਰਨ ਦੇ ਇਰਾਦੇ ਨਾਲ ਲੜਨ ਲਈ ਆਏ ਹਨ।

ਭਾਵ

ਇਹ ਪਹਿਲਾਂ ਹੀ ਪਤਾ ਸੀ ਕਿ ਦੁਰਯੋਧਨ ਆਪਣੇ ਪਿਤਾ ਧ੍ਰਿਤਰਾਸ਼ਟਰ ਦੀ ਰਜ਼ਾ ਨਾਲ ਪਾਪ ਪੂਰਣ ਯੋਜਨਾਵਾਂ ਬਣਾਕੇ ਪਾਂਡਵਾਂ ਦੇ ਰਾਜ ਨੂੰ ਹੜੱਪਣਾਂ ਚਾਹੁੰਦਾ ਸੀ। ਇਸ ਲਈ ਜਿਹੜੇ ਲੋਕ ਦੁਰਯੋਧਨ ਪੱਖੀ ਹਨ, ਉਨ੍ਹਾਂ ਦੀ ਸੋਚ ਵੀ ਉਸ ਵਰਗੀ ਹੀ ਹੋਵੇਗੀ। ਅਰਜੁਨ ਜੰਗ ਸ਼ੁਰੂ ਹੋਣ ਤੋਂ ਪਹਿਲਾਂ ਇਹ ਜਾਨਣਾ ਚਾਹੁੰਦਾ ਸੀ ਕਿ ਕਿਹੜੇ ਕਿਹੜੇ ਲੋਕੀ ਆਏ ਹਨ। ਪਰ ਉਨ੍ਹਾਂ ਅੱਗੇ ਸਮਝੌਤੇ ਦਾ ਮਤਾ ਰੱਖਣ ਦੀ ਉਸ ਦੀ ਕੋਈ ਯੋਜਨਾ ਨਹੀਂ ਸੀ। ਇਹ ਵੀ ਕਾਰਨ ਸੀ ਕਿ ਉਹ ਉਨ੍ਹਾਂ ਦੀ ਸ਼ਕਤੀ ਦਾ ਜਿਸਦਾ ਉਸ ਨੇ ਮੁਕਾਬਲਾ ਕਰਨਾ ਸੀ ਅੰਦਾਜ਼ਾ ਲਗਾਉਣ ਲਈ ਉਨ੍ਹਾਂ ਨੂੰ ਵੇਖਣਾ ਚਾਹੁੰਦਾ ਸੀ। ਭਾਵੇਂ ਉਸ ਨੂੰ ਆਪਣੀ ਜਿੱਤ ਦਾ ਭਰੋਸਾ ਸੀ, ਕਿਉਂਕਿ ਸ਼੍ਰੀ ਕ੍ਰਿਸ਼ਨ ਉਸ ਦੇ ਨਾਲ ਬਿਰਾਜਮਾਨ ਸਨ।

सञ्जय उवाच

एवमुक्तो हृषीकेशो गुडाकेशेन भारत ।
सेनयोरुभयोर्मध्ये स्थापयित्वा रथोत्तमम् ॥ २४॥

ਸੰਜੇ ਓਵਾਚ

ਏਵਮ੍ ਉਕਤੋ ਹ੍ਰਿਸ਼ੀਕੇਸ਼ੋ ਗੁਡਾਕੇਸ਼ੇਨ ਭਾਰਤ।
ਸੇਨਯੋਰ ਉਭਯੋਰ੍ ਮਧ੍ਯੇ ਸ੍ਥਾਪਯਿਤ੍ਵਾ ਰਥੋੱਤਮਮ੍ ॥ 24 ॥

ਸੰਜਯ ਉਵਾਚ-ਸੰਜੇ ਨੇ ਕਿਹਾ ; **ਏਵਮ੍**-ਇਸ ਤਰ੍ਹਾਂ ; **ਉਕ੍ਤਹ੍**-ਕਹੇ ਗਏ ; **ਹ੍ਰਿਸ਼ੀਕੇਸ਼ਹ੍**-ਭਗਵਾਨ ਕ੍ਰਿਸ਼ਨ ਨੇ ; **ਗੁਡਾਕੇਸ਼ੇਨ**-ਅਰਜੁਨ ਰਾਹੀਂ ; **ਭਾਰਤ**-ਹੇ ਭਰਤ ਵੰਸ਼ੀ ; **ਸੇਨਯੋਹ੍**-ਫੌਜਾਂ ਦੇ ; **ਉਭਯੋਹ੍**-ਦੋਵੇਂ ; **ਮਧ੍ਯੇ**-ਵਿੱਚਕਾਰ ; **ਸ੍ਥਾਪਯਿਤ੍ਵਾ**-ਖੜਾ ਕਰਕੇ ; **ਰਥ-ਉੱਤਮਮ੍**-ਉਸ ਉੱਤਮ ਰੱਥ ਨੂੰ।

ਅਨੁਵਾਦ

ਸੰਜੇ ਨੇ ਕਿਹਾ-ਹੇ ਭਰਤ ਵੰਸ਼ੀ ! ਅਰਜੁਨ ਰਾਹੀਂ ਇਸ ਤਰ੍ਹਾਂ ਸੰਬੋਧਿਤ ਕਰਨ ਤੇ ਭਗਵਾਨ ਸ੍ਰੀ ਕ੍ਰਿਸ਼ਨ ਨੇ ਦੋਵਾਂ ਧੜ੍ਹਿਆ ਦੇ ਵਿਚਕਾਰ ਉਸ ਸੁੰਦਰ ਰੱਥ ਨੂੰ ਲਿਆ ਖੜ੍ਹਾ ਕੀਤਾ।

ਭਾਵ

ਇਸ ਸ਼ਲੋਕ ਵਿਚ ਅਰਜੁਨ ਨੂੰ ਗੁਡਾਕੇਸ਼ ਕਿਹਾ ਗਿਆ ਹੈ। **ਗੁਡਾਕਾ** ਦਾ ਅਰਥ ਹੈ ਨੀਂਦਰ ਅਤੇ ਜੋ ਨੀਂਦਰ ਨੂੰ ਜਿੱਤ ਲੈਂਦਾ ਹੈ ਉਹ **ਗੁਡਾਕੇਸ਼** ਹੈ। ਨੀਂਦਰ ਦਾ ਅਰਥ ਅਗਿਆਨ ਵੀ ਹੈ। ਇਸ ਲਈ ਅਰਜੁਨ ਨੇ ਸ੍ਰੀ ਕ੍ਰਿਸ਼ਨ ਦੀ ਦੋਸਤੀ ਕਾਰਨ ਨੀਂਦਰ ਅਤੇ ਅਗਿਆਨ ਦੋਵਾਂ ਨੂੰ ਜਿੱਤ ਲਿਆ ਸੀ। ਕ੍ਰਿਸ਼ਨ ਦੇ ਮਹਾਨ ਭਗਤ ਦੇ ਰੂਪ ਵਿਚ ਉਹ ਕ੍ਰਿਸ਼ਨ ਨੂੰ ਇਕ ਪਲ ਵੀ ਨਹੀਂ ਭੁੱਲਦਾ,

ਕਿਉਂਕਿ ਭਗਤ ਦਾ ਸੁਭਾਅ ਹੀ ਅਜਿਹਾ ਹੁੰਦਾ ਹੈ। ਇਥੋਂ ਤਕ ਕਿ ਜਾਗਦੇ ਜਾਂ ਸੌਂਦੇ ਹੋਏ ਵੀ ਭਗਤ ਸ੍ਰੀ ਕ੍ਰਿਸ਼ਨ ਦੇ ਨਾਂ, ਰੂਪ, ਗੁਣਾਂ ਅਤੇ ਲੀਲਾਵਾਂ ਦੇ ਚਿੰਤਨ ਤੋਂ ਕਦੇ ਵੀ ਮੁਕਤ ਨਹੀਂ ਰਹਿ ਸਕਦਾ। ਇਸ ਲਈ ਕ੍ਰਿਸ਼ਨ ਦਾ ਭਗਤ ਲਗਾਤਾਰ ਉਨ੍ਹਾਂ ਦਾ ਚਿੰਤਨ ਕਰਦੇ ਹੋਏ, ਨੀਂਦਰ ਅਤੇ ਅਗਿਆਨ ਦੋਵਾਂ ਨੂੰ ਜਿੱਤ ਸਕਦਾ ਹੈ। ਇਸ ਨੂੰ ਕ੍ਰਿਸ਼ਨਭਾਵਨਾਮ੍ਰਿਤ ਜਾਂ ਸਮਾਧੀ ਕਹਿੰਦੇ ਹਨ। ਹਰ ਜੀਵ ਦੀਆਂ ਇੰਦਰੀਆਂ ਅਤੇ ਮਨ ਦੇ ਮਾਰਗ-ਦਰਸ਼ਕ ਭਾਵ ਹ੍ਰਿਸ਼ੀਕੇਸ਼ ਦੇ ਰੂਪ ਵਿਚ ਕ੍ਰਿਸ਼ਨ ਅਰਜੁਨ ਦੇ ਮੰਤਵ ਨੂੰ ਸਮਝ ਗਏ ਕਿ ਉਹ ਫੌਜਾਂ ਦੇ ਵਿਚਕਾਰ ਕਿਉਂ ਰੱਥ ਨੂੰ ਖੜਾ ਕਰਨਾ ਚਾਹੁੰਦਾ ਹੈ। ਇਸੇ ਲਈ ਉਨ੍ਹਾਂ ਨੇ ਉਹੀ ਕੀਤਾ ਅਤੇ ਫਿਰ ਉਹ ਇਸ ਤਰ੍ਹਾਂ ਬੋਲੇ।

भीष्मद्रोणप्रमुखतः सर्वेषां च महीक्षिताम् ।
उवाच पार्थ पश्यैतान्समवेतान्कुरूनिति ॥ २५ ॥

ਭੀਸ਼ਮ-ਦ੍ਰੋਣ-ਪ੍ਰਮੁਖਤਹ੍ ਸਰ੍ਵੇਸ਼ਾਮ੍ ਚ ਮਹੀਕ੍ਸ਼ਿਤਾਮ੍ ।
ਉਵਾਚ ਪਾਰ੍ਥ ਪਸ਼੍ਯੈਤਾਨ੍ ਸਮਵੇਤਾਨ੍ ਕੁਰੂਨਿਤੀ ॥ 25 ॥

ਭੀਸ਼੍ਮ-ਭੀਸ਼ਮ ਪਿਤਾਹਮ ; **ਦ੍ਰੋਣ**-ਗੁਰੂ ਦ੍ਰੋਣ ; **ਪ੍ਰਮੁਖਤਹ੍**-ਸਾਹਮਣੇ ; **ਸਰ੍ਵੇਸ਼ਾਮ੍**-ਸਾਰਿਆਂ ਦੇ ; **ਚ**-ਵੀ ; **ਮਹੀਕ੍ਸ਼ਿਤਾਮ੍**-ਸੰਸਾਰ ਦੇ ਰਾਜਾ ; **ਉਵਾਚ**-ਕਿਹਾ; **ਪਾਰ੍ਥ**-ਹੇ ਪ੍ਰਿਥਾ ਦੇ ਪੁੱਤਰ ; **ਪਸ਼੍ਯ**-ਵੇਖੋ ; **ਏਤਾਨ੍**-ਇਨ੍ਹਾਂ ਸਾਰੀਆਂ ਨੂੰ ; **ਸਮਵੇਤਾਨ੍**-ਇੱਕਠੇ ; **ਕੁਰੁਨ**-ਕੌਰਵ ਖ਼ਾਨਦਾਨ ਦੇ ਬੰਦਿਆਂ ਨੂੰ ; **ਇਤਿ**-ਇਸ ਤਰ੍ਹਾਂ।

ਅਨੁਵਾਦ

ਭੀਸ਼ਮ, ਦ੍ਰੋਣ ਅਤੇ ਸੰਸਾਰ ਦੇ ਸਾਰਿਆਂ ਰਾਜਿਆਂ ਦੇ ਸਾਹਮਣੇ ਭਗਵਾਨ ਨੇ ਕਿਹਾ ਕਿ ਹੇ ਪਾਰਥ! ਇੱਥੇ ਇਕੱਠੇ ਹੋਏ ਸਾਰੇ ਕੌਰਵਾਂ ਨੂੰ ਵੇਖੋ।

ਭਾਵ

ਸਭ ਜੀਵਾਂ ਦੇ ਪ੍ਰਮਾਤਮਾ-ਸਰੂਪ ਭਗਵਾਨ ਸ੍ਰੀ ਕ੍ਰਿਸ਼ਨ ਇਹ ਜਾਣਦੇ ਸਨ ਕਿ ਅਰਜੁਨ ਦੇ ਮਨ ਤੇ ਕੀ ਬੀਤ ਰਿਹਾ ਹੈ। ਇਸ ਪ੍ਰਸੰਗ ਵਿਚ ਹ੍ਰਿਸ਼ੀਕੇਸ਼ ਸ਼ਬਦ ਦੀ ਵਰਤੋਂ ਇਹ ਸੂਚਿਤ ਕਰਦੀ ਹੈ ਕਿ ਉਹ ਸਭ ਕੁਝ ਜਾਣਦੇ ਸਨ। ਇਸੇ ਤਰ੍ਹਾਂ ਅਰਜੁਨ ਲਈ ਪਾਰਥ (ਪ੍ਰਿਥਾ ਜਾਂ ਕੁੰਤੀ ਪੁੱਤਰ) ਸ਼ਬਦ ਦੀ ਵਰਤੋਂ ਮਹੱਤਵ ਪੂਰਨ ਹੈ। ਮਿੱਤਰ ਦੇ ਰੂਪ ਵਿਚ ਉਹ ਅਰਜੁਨ ਨੂੰ ਦੱਸ ਦੇਣਾ ਚਾਹੁੰਦੇ ਸਨ ਕਿ ਅਰਜੁਨ ਉਨ੍ਹਾਂ ਦੇ ਪਿਤਾ ਵਾਸੁਦੇਵ ਦੀ ਭੈਣ ਪ੍ਰਿਥਾ ਦਾ ਪੁੱਤਰ ਸੀ, ਇਸ ਲਈ ਉਨ੍ਹਾਂ ਅਰਜੁਨ ਦਾ ਸਾਰਥੀ ਬਣਨਾ ਸਵੀਕਾਰ ਕੀਤਾ ਸੀ। ਪਰ ਜਦੋਂ ਉਨ੍ਹਾਂ ਨੇ ਅਰਜੁਨ ਨੂੰ; ਕੌਰਵਾਂ ਨੂੰ ਵੇਖੋ ਕਿਹਾ, ਤਾਂ ਉਨ੍ਹਾਂ ਦਾ ਕੀ ਮੱਤਲਬ ਸੀ ? ਕਿ ਅਰਜੁਨ ਉਥੇ ਹੀ ਰੁਕ ਕੇ ਜੰਗ ਨਹੀਂ ਸੀ ਕਰਨਾ ਚਾਹੁੰਦਾ ? ਕ੍ਰਿਸ਼ਨ ਨੂੰ ਆਪਣੀ ਭੂਆ ਪ੍ਰਿਥਾ ਦੇ ਪੁੱਤਰਾਂ ਤੋਂ ਅਜਿਹੀ ਬਿਲਕੁੱਲ ਆਸ ਨਹੀਂ ਸੀ। ਇਸੇ ਤਰ੍ਹਾਂ ਕ੍ਰਿਸ਼ਨ ਨੇ ਆਪਣੇ ਮਿੱਤਰ ਦੀ ਮਾਨਸਿਕ ਹਾਲਤ ਦਾ ਵਰਨਣ ਮਜ਼ਾਕੀਆ ਤੌਰ ਤੇ ਪਹਿਲੋਂ ਹੀ ਕਰ ਦਿੱਤਾ।

तत्रापश्यत्स्थितान्पार्थः पितॄनथ पितामहान् ।
आचार्यान्मातुलान्भ्रातॄन्पुत्रान्पौत्रान्सखींस्तथा ।
श्वशुरान्सुहृदश्चैव सेनयोरुभयोरपि ॥ २६ ॥

ਤਤ੍ਰਾਪਸ਼ਯਤ੍ ਸ੍ਥਿਤਾਨ੍ ਪਾਰ੍ਥਹ੍ ਪਿਤ੍ਰਿਨ੍ ਅਥ ਪਿਤਾਮਹਾਨ੍ ।
ਆਚਾਰ੍ਯਾਨ੍ ਮਾਤੁਲਾਨ੍ ਭਰਾਤ੍ਰਿਨ ਪੁਤ੍ਰਾਨ੍ ਪੌਤ੍ਰਾਨ੍ ਸਖੀਂਸ੍ ਤਥਾ ।
ਸ੍ਵਸ਼ੁਰਾਨ੍ ਸੁਹ੍ਰਿਦਸ਼੍ ਚੈਵ ਸੇਨਯੋਰ ਉਭਯੋਰ੍ ਅਪਿ ॥ 26 ॥

ਤਤ੍ਰ-ਉਥੇ ; **ਅਪਸ਼੍ਯਾਤ੍**-ਵੇਖਿਆ ; **ਸ੍ਥਿਤਾਨ੍**-ਖੜ੍ਹੇ ; **ਪਾਰ੍ਥ**-ਪਾਰਥ ਨੇ ; **ਪ੍ਰਿਤ੍ਰਿਨ੍**-ਪਿਤਰਾਂ(ਚਾਚਾ ਤਾਇਆ)ਨੂੰ ; **ਅਥ**-ਵੀ ; **ਪਿਤਾਮਹਾਨ੍**-ਪਿਤਾਮਹਾਂ ਨੂੰ ; **ਆਚਾਰ੍ਯਾਨ੍**-ਅਧਿਆਪਕਾਂ ਨੂੰ ; **ਮਾਤੁਲਾਨ੍**-ਮਾਮਿਆਂ ਨੂੰ ; **ਭਰਾਤ੍ਰਿਨ**-ਭਾਈਆਂ ਨੂੰ ; **ਪੁਤ੍ਰਾਨ੍**-ਪੁੱਤਰਾਂ ਨੂੰ ; **ਪੌਤ੍ਰਾਨ੍**-ਪੋਤਰਿਆਂ ਨੂੰ ; **ਸਖੀਨ੍**-ਮਿੱਤਰਾਂ ਨੂੰ ; **ਤਥਾ**-ਅਤੇ ; **ਸ਼੍ਵਸ਼ੁਰਾਨ੍**-ਸੁਹਰਿਆ ਨੂੰ ; **ਸੁਹ੍ਰਿਦਹ੍**-ਸ਼ੁਭਚਿੰਤਕਾਂ ਨੂੰ ; **ਚ**-ਵੀ ; **ਏਵ**-ਨਿਸ਼ਚੈ ਹੀ ; **ਸੇਨਯੋਹ੍**-ਫ਼ੌਜਾਂ ਦੇ ; **ਉਭਯੋਹ੍**-ਦੋਵਾਂ ਪੱਖਾਂ ਦੀ ; **ਅਪਿ**-ਸਮੇਤ ।

ਅਨੁਵਾਦ

ਅਰਜੁਨ ਨੇ ਉਥੇ ਦੋਵੇਂ ਪੱਖਾਂ ਦੀਆਂ ਫ਼ੌਜਾਂ ਦੇ ਵਿਚਕਾਰ ਆਪਣੇ ਚਾਚੇ-ਤਾਇਆਂ, ਪਿਤਾਮਹਾਂ, ਗੁਰੂਆਂ, ਮਾਮਿਆਂ, ਭਾਈਆਂ, ਪੁਤੱਰਾਂ, ਪੋਤਰਿਆਂ, ਮਿੱਤਰਾਂ, ਸੁਹਰਿਆਂ ਅਤੇ ਸ਼ੁਭ ਚਿੰਤਕਾਂ ਨੂੰ ਵੇਖਿਆ ।

ਭਾਵ

ਅਰਜੁਨ ਨੇ ਜੰਗ ਦੇ ਮੈਦਾਨ ਵਿਚ ਆਪਣੇ ਸਾਰੇ ਸੰਬੰਧੀਆਂ ਨੂੰ ਵੇਖਿਆ । ਉਸ ਨੇ ਆਪਣੇ ਪਿਤਾ ਦੇ ਮਾਮੇ ਭੂਰਿਸ਼ਰਵਾ ਵਰਗੇ ਆਦਮੀ, ਭੀਸ਼ਮ ਅਤੇ ਸੋਮਦੱਤ ਵਰਗੇ ਬਾਬੇ, ਦ੍ਰੋਣਾਚਾਰੀਆਂ ਅਤੇ ਕ੍ਰਿਪਾਚਾਰੀਆਂ ਵਰਗੇ ਗੁਰੂਆਂ, ਸ਼ਲੈ ਅਤੇ ਸ਼ਕੁਨੀ ਵਰਗੇ ਮਾਮਿਆਂ, ਦੁਰਯੋਧਨ ਵਰਗੇ ਭਰਾਵਾਂ, ਲੱਛਮਣ ਵਰਗੇ ਪੁੱਤਰਾਂ, ਅਸ਼ਵੱਥਾਮਾਂ ਵਰਗੇ ਮਿੱਤਰਾਂ ਅਤੇ ਕ੍ਰਿਤਵਰਮਾ ਵਰਗੇ ਸ਼ੁਭਚਿੰਤਕਾਂ ਨੂੰ ਵੇਖਿਆ । ਉਸਨੇ ਉਨ੍ਹਾਂ ਫੌਜਾਂ ਨੂੰ ਵੀ ਵੇਖਿਆ ਜਿਨ੍ਹਾਂ ਵਿਚ ਉਸਦੇ ਅਨੇਕ ਮਿੱਤਰ ਸਨ ।

तान्समीक्ष्य स कौन्तेयः सर्वान्बन्धूनवस्थितान् ।
कृपया परयाविष्टो विषीदन्निदमब्रवीत् ॥ २७ ॥

ਤਾਨ੍ ਸਮੀਕ੍ਸ਼੍ਯ ਸ ਕੌਨ੍ਤੇਯਹ੍ ਸਰ੍ਵਾਨ੍ ਬਨ੍ਧੂਨ ਅਵਸ੍ਥਿਤਾਨ੍ ।
ਕ੍ਰਿਪਯਾ ਪਰਯਾਵਿਸ਼ਟੋ ਵਿਸ਼ੀਦਨ੍ ਇਦਮ੍ ਅਬਰ੍ਵੀਤ੍ ॥ 27 ॥

ਤਾਨ੍-ਉਨ੍ਹਾਂ ਸਾਰਿਆਂ ਨੂੰ ; **ਸਮੀਕ੍ਸ਼੍ਯ**-ਵੇਖਕੇ ; **ਸਹ੍**-ਉਹ ; **ਕੌਨ੍ਤੇਯਹ੍**-ਕੁੰਤੀ ਪੁੱਤਰ ;

ਸਰਵਾਨ੍-ਹਰ ਤਰ੍ਹਾਂ ਤੇ ; ਬੰਨ੍ਧੂਨ੍-ਸੰਬੰਧੀਆਂ ਨੂੰ ; ਅਵਸ੍ਥਿਤਾਨ੍-ਖੜੇ ; ਕ੍ਰਿਪਯਾ-ਰਹਿਮ ਕਾਰਣ ; ਪਰਯਾ-ਬਹੁਤ ਜਿਆਦਾ ; ਅਵਿਸ਼੍ਟ-ਖੁਭ ਗਿਆ ; ਵਿਸ਼ੀਦਨ੍-ਸ਼ੋਗ ਕਰਦਾ ਹੋਇਆ ; ਇਦਮ੍-ਇਸ ਤਰ੍ਹਾਂ ; ਅਬਰ੍ਵੀਤ੍-ਬੋਲਿਆ ।

ਅਨੁਵਾਦ

ਜਦੋਂ ਕੁੰਤੀ ਪੁੱਤਰ ਅਰਜੁਨ ਨੇ ਮਿੱਤਰਾਂ ਅਤੇ ਸੰਬੰਧੀਆਂ ਦੀਆਂ ਇਨ੍ਹਾਂ ਵੱਖੋ ਵੱਖਰੀਆਂ ਟੋਲੀਆਂ ਨੂੰ ਵੇਖਿਆਂ ਤਾਂ ਉਹ ਤਰਸ ਨਾਲ ਭਰਕੇ ਇਸ ਤਰ੍ਹਾਂ ਬੋਲਿਆ ।

अर्जुन उवाच

दृष्ट्वेमं स्वजनं कृष्ण युयुत्सुं समुपस्थितम् ।
सीदन्ति मम गात्राणि मुखं च परिशुष्यति ॥ २८ ॥

ਅਰਜੁਨ ਓਵਾਚ

ਦ੍ਰਿਸ਼੍ਟ੍ਵੇਮਮ੍ ਸ੍ਵਜਨਮ੍ ਕ੍ਰਿਸ਼੍ਣ ਯੁਯੁਤ੍ਸੁਮ੍ ਸਮੁਪਸ੍ਥਿਤਮ੍ ।
ਸੀਦੰਤਿ ਮਮ ਗਤ੍ਰਾਣਿ ਮੁਖਮ੍ ਚ ਪਰਿਸ਼ੁਸ਼੍ਯਤਿ ॥28॥

ਅਰਜੁਨਹ੍ ਓਵਾਚ-ਅਰਜੁਨ ਨੇ ਕਿਹਾ ; ਦ੍ਰਿਸ਼੍ਟ੍ਵਾ-ਵੇਖਕੇ ; ਇਮਮ੍-ਇਨ੍ਹਾਂ ਸਾਰੇ ; ਸ੍ਵਜਨਮ੍-ਸੰਬੰਧੀਆਂ ਨੂੰ ; ਕ੍ਰਿਸ਼੍ਣ-ਹੇ ਕ੍ਰਿਸ਼ਨ ; ਯੁਯੁਤ੍ਸੁਮ੍-ਜੰਗ ਦੀ ਇੱਛਾ ਰੱਖਣ ਵਾਲੇ ; ਸਮੁਪਸ੍ਥਿਤਮ੍-ਹਾਜ਼ਰ ; ਸੀਦੰਤਿ-ਕੰਬ ਰਹੇ ਹਨ ; ਮਮ-ਮੇਰੇ ; ਗਾਤ੍ਰਾਣਿ-ਸ਼ਰੀਰ ਦੇ ਅੰਗ ; ਮੁਖਮ੍-ਮੂੰਹ ; ਚ-ਅਤੇ ; ਪਰਿਸ਼ੁਸ੍ਯਤਿ-ਸੁੱਕ ਰਿਹਾ ਹੈ ।

ਅਨੁਵਾਦ

ਅਰਜੁਨ ਨੇ ਕਿਹਾ-ਹੇ ਕ੍ਰਿਸ਼ਨ ! ਇਸ ਤਰ੍ਹਾਂ ਜੰਗ ਦੀ ਇੱਛਾ ਰੱਖਣ ਵਾਲੇ ਆਪਣੇ ਸੱਕੇ-ਸੰਬੰਧੀਆਂ ਨੂੰ ਆਪਣੇ ਸਾਹਮਣੇ ਖਲੋਤਾ ਵੇਖਕੇ ਮੇਰੇ ਸਰੀਰ ਦੇ ਅੰਗ ਕੰਬ ਰਹੇ ਹਨ ਅਤੇ ਮੇਰਾ ਮੂੰਹ ਸੁੱਕਦਾ ਜਾ ਰਿਹਾ ਹੈ ।

ਭਾਵ

ਸਹੀ ਭਗਤੀ ਨਾਲ ਜੁੜੇ ਮਨੁੱਖ ਵਿਚ ਉਹ ਸਾਰੇ ਚੰਗੇ ਗੁਣ ਰਹਿੰਦੇ ਹਨ ਜੋ ਮਹਾਂਪੁਰਸ਼ਾਂ ਜਾਂ ਦੇਵਤਿਆਂ ਵਿਚ ਮਿਲਦੇ ਹਨ । ਜਦੋਂ ਕਿ ਅਭਗਤ ਆਪਣੀ ਸਿੱਖਿਆ ਅਤੇ ਸੰਸਕ੍ਰਿਤੀ ਰਾਹੀਂ ਭੌਤਿਕ ਯੋਗਤਾਵਾਂ ਵਿਚ ਭਾਵੇਂ ਕਿੰਨਾਂ ਹੀ ਵੱਡਾ ਕਿਉਂ ਨਾ ਹੋਵੇ ਇਨ੍ਹਾਂ ਈਸ਼ਵਰੀ ਗੁਣਾਂ ਤੋਂ ਸੱਖਣਾ ਹੁੰਦਾ ਹੈ । ਇਸ ਲਈ ਆਪਣਿਆਂ, ਮਿੱਤਰਾਂ ਅਤੇ ਸੰਬੰਧੀਆਂ ਨੂੰ ਜੰਗ ਦੇ ਮੈਦਾਨ ਵਿਚ ਵੇਖਦਿਆਂ ਸਾਰ ਹੀ ਅਰਜੁਨ ਉਨ੍ਹਾਂ ਸਾਰਿਆਂ ਲਈ ਰਹਿਮ ਦਿਲ ਹੋ ਗਿਆ, ਜਿਨ੍ਹਾਂ ਨੇ ਆਪਸ ਵਿਚ ਲੜਨ ਦਾ ਨਿਸ਼ਚੈ ਕੀਤਾ ਸੀ । ਜਿਥੋਂ ਤਕ ਉਸਦੇ ਆਪਣੇ ਫੌਜੀਆਂ ਦਾ ਸੰਬੰਧ ਸੀ ਉਹ ਉਨ੍ਹਾਂ ਪ੍ਰਤੀ ਸ਼ੁਰੂ ਤੋਂ ਹੀ ਤਰਸ ਨਾਲ ਭਰਿਆ ਹੋਇਆ ਸੀ । ਪਰ ਦੂਜੇ ਪੱਖ ਦੇ ਫੌਜੀਆਂ ਦੀ ਮੌਤ ਨੂੰ ਯਕੀਨੀ ਵੇਖਕੇ ਉਹ ਉਨ੍ਹਾਂ ਤੇ ਵੀ ਰਹਿਮ ਕਰ ਰਿਹਾ ਸੀ । ਜਦੋਂ ਉਹ ਇਸ ਤਰ੍ਹਾਂ ਸੋਚ ਰਿਹਾ ਸੀ ਤਾਂ ਉਸਦੇ ਅੰਗ

ਕੰਬਣ ਲਗੇ ਅਤੇ ਮੂੰਹ ਸੁੱਕ ਗਿਆ। ਉਨ੍ਹਾਂ ਸਾਰਿਆਂ ਦਾ ਜੰਗ ਲਈ ਉਤਸਾਹ ਵੇਖਕੇ ਉਸ ਨੂੰ ਹੈਰਾਨੀ ਵੀ ਹੋਈ। ਲਗਭਗ ਸਾਰਾ ਪਰਿਵਾਰ, ਅਰਜੁਨ ਦੇ ਸਗੇ ਸੰਬੰਧੀ ਉਸ ਨਾਲ ਜੰਗ ਕਰਨ ਆਏ ਸਨ। ਭਾਵੇਂ ਇਥੇ ਇਸ ਦਾ ਉਲੇਖ ਨਹੀਂ ਹੈ ਪਰ ਤਾਂ ਵੀ ਇਹ ਅੰਦਾਜ਼ਾ ਸਹਿਜੇ ਹੀ ਲਗਾਇਆ ਜਾ ਸਕਦਾ ਹੈ ਕਿ ਨਾ ਸਿਰਫ ਉਸਦੇ ਅੰਗ ਕੰਬ ਰਹੇ ਸਨ ਅਤੇ ਮੂੰਹ ਸੁੱਕ ਰਿਹਾ ਸੀ, ਸਗੋਂ ਦਇਆ ਕਾਰਨ ਉਹ ਰੋ ਵੀ ਰਿਹਾ ਸੀ। ਅਰਜੁਨ ਵਿਚ ਅਜਿਹੇ ਲੱਛਣ ਕਿਸੇ ਕਮਜ਼ੋਰੀ ਕਾਰਨ ਨਹੀਂ, ਸਗੋਂ ਉਸਦੇ ਦਿਲ ਦੀ ਕੋਮਲਤਾ ਕਾਰਨ ਸਨ ਜੋ ਭਗਵਾਨ ਦੇ ਪੱਕੇ ਭਗਤਾਂ ਦਾ ਗੁਣ ਹੈ। ਇਸ ਲਈ ਕਿਹਾ ਗਿਆ ਹੈ -

ਯਸ੍ਯਾਸ੍ਤਿ ਭਕ੍ਤਿਰ੍ ਭਗਵਤ੍ਯ ਅਕਿੰਚਨਾ ਸਰ੍ਵੈਰ੍ ਗੁਣੈਸ੍ ਤਤ੍ਰ ਸਮਾਸਤੇ ਸੁਰਾਹ੍
ਹਰਾਵ੍ ਅਭਕ੍ਤਸ੍ਯ ਕੁਤੋ ਮਹਦ੍-ਗੁਣਾ ਮਨੋ-ਰਥੇਨਾਸਤਿ ਧਾਵਤੋ ਬਹਿਹ੍।

(ਭਗਵਤ 5.18.12)

ਭਾਵ ਜਿਹੜਾ ਭਗਵਾਨ ਪ੍ਰਤੀ ਅਖੰਡ ਭਗਤੀ ਰਖਦਾ ਹੈ, ਉਸ ਵਿਚ ਦੇਵਤਿਆਂ ਦੇ ਸਾਰੇ ਗੁਣ ਪਾਏ ਜਾਂਦੇ ਹਨ। ਪਰ ਜਿਹੜਾ ਭਗਵਾਨ ਦਾ ਭਗਤ ਨਹੀਂ, ਉਸ ਕੋਲ ਭੌਤਿਕ ਯੋਗਤਾਵਾਂ ਹੀ ਰਹਿੰਦੀਆਂ ਹਨ, ਜਿਨ੍ਹਾਂ ਦਾ ਕੋਈ ਮੁੱਲ ਨਹੀਂ ਹੁੰਦਾ। ਇਸਦਾ ਕਾਰਨ ਇਹ ਹੈ ਕਿ ਉਹ ਮਾਨਸਿਕ ਧਰਾਤਲ ਤੇ ਮੰਡਰਾਉਂਦਾ ਰਹਿੰਦਾ ਹੈ ਅਤੇ ਨਿਸ਼ਚੈ ਹੀ ਸੰਸਾਰਿਕ ਮੋਹ ਮਾਇਆ ਵੱਲ ਖਿਚਿਆ ਜਾਵੇਗਾ।

वेपथुश्च शरीरे मे रोमहर्षश्च जायते ।
गाण्डीवं स्रंसते हस्तात्त्वक्चैव परिदह्यते ॥ २९ ॥

ਵੇਪਥੁਸ਼੍ ਚ ਸ਼ਰੀਰੇ ਮੇ ਰੋਮ-ਹਰ੍ਸ਼ਸ਼੍ ਚ ਜਾਯਤੇ ।
ਗਾਂਡੀਵਮ੍ ਸਰੰਸਤੇ ਹਸ੍ਤਾਤ੍ ਤ੍ਵਕ੍ ਚੈਵ ਪਰਿਦਹ੍ਯਤੇ ॥ 29 ॥

ਵੇਪਥੁਹ੍-ਸਰੀਰ ਦਾ ਕੰਬਨਾ ; **ਚ**-ਅਤੇ ; **ਸ਼ਰੀਰੇ**-ਸ਼ਰੀਰ ਵਿਚ ; **ਮੇ**-ਮੇਰੇ ; **ਰੋਮਹਰ੍ਸ਼ਹ੍**-ਰੋਮਾਂਚ ; **ਚ**-ਅਤੇ ; **ਜਾਯਤੇ**-ਪੈਦਾ ਹੋ ਰਿਹਾ ਹੈ ; **ਗਾਂਡੀਵਮ੍**-ਅਰਜੁਨ ਦਾ ਧਨੁੱਖ, ਗਾਂਡੀਵ ; **ਸਰੰਸਤੇ**-ਸਰਕ ਰਿਹਾ ਹੈ ; **ਹਸ੍ਤਾਤ੍**-ਹੱਥ ਵਿਚੋਂ ; **ਤ੍ਵਕ੍**-ਚਮੜੀ ; **ਚ**-ਅਤੇ ; **ਏਵ**-ਨਿਸ਼ਚੈ ਹੀ ; **ਪਰਿਦਹ੍ਯਤੇ**-ਜਲ ਰਹੀ ਹੈ।

ਅਨੁਵਾਦ

ਮੇਰਾ ਸਾਰਾ ਸ਼ਰੀਰ ਕੰਬ ਰਿਹਾ ਹੈ, ਮੇਰੇ ਰੋਂਗਟੇ ਖੜੇ ਹੋ ਰਹੇ ਹਨ, ਮੇਰਾ ਗਾਂਡੀਵ ਧਨੁੱਖ ਮੇਰੇ ਹੱਥੋਂ ਸਰਕ ਰਿਹਾ ਹੈ ਅਤੇ ਮੇਰੀ ਚਮੜੀ ਜਲ ਰਹੀ ਹੈ।

ਭਾਵ

ਸਰੀਰ ਵਿਚ ਦੋ ਤਰ੍ਹਾਂ ਦੀ ਕੰਬਨੀ ਹੁੰਦੀ ਹੈ ਅਤੇ ਰੋਂਗਟੇ ਵੀ ਦੋ ਤਰ੍ਹਾਂ ਨਾਲ ਖੜੇ ਹੁੰਦੇ ਹਨ।

ਅਜਿਹਾ ਜਾਂ ਤਾਂ ਆਧਿਆਤਮਕ ਪਰਮ ਆਨੰਦ ਦੇ ਸਮੇਂ ਜਾਂ ਭੌਤਿਕ ਹਾਲਾਤਾਂ ਵਿਚ ਵਧੇਰੇ ਡਰ ਨਾਲ ਹੁੰਦਾ ਹੈ। ਅਲੌਕਿਕ ਮਿਲਣੀ ਵਿਚ ਕੋਈ ਡਰ ਨਹੀਂ ਹੁੰਦਾ। ਇਸ ਹਾਲਤ ਵਿਚ ਅਰਜੁਨ ਦੇ ਜਿਹੜੇ ਲੱਛਣ ਹਨ ਉਹ ਭੌਤਿਕ ਡਰ ਭਾਵ ਜ਼ਿੰਦਗੀ ਦੇ ਨੁਕਸਾਨ ਕਾਰਨ ਹਨ। ਹੋਰਨਾਂ ਲੱਛਣਾਂ ਤੋਂ ਵੀ ਇਹ ਸਪਸ਼ਟ ਹੈ ਉਹ ਇੰਨਾ ਘਬਰਾ ਗਿਆ ਕਿ ਉਸ ਦਾ ਮਸ਼ਹੂਰ ਧਨੁੱਖ, ਗਾਂਡੀਵ ਉਸਦੇ ਹੱਥੋਂ ਸਰਕ ਰਿਹਾ ਸੀ ਅਤੇ ਉਸਦੀ ਚਮੜੀ ਵਿਚ ਜਲਣ ਪੈਦਾ ਹੋ ਰਹੀ ਸੀ। ਇਸ ਸਾਰੇ ਲੱਛਣ ਦੇਹਬੁੱਧੀ ਤੋਂ ਪੈਦਾ ਹੁੰਦੇ ਹਨ।

न च शक्नोम्यवस्थातुं भ्रमतीव च मे मनः ।
निमित्तानि च पश्यामि विपरीतानि केशव ॥ ३० ॥
ਨ ਚ ਸ਼ਕ੍ਨੋਮ੍ਯ ਅਵਸ੍ਥਾਤੁਮ੍ ਭ੍ਰਮਤੀਵ ਚ ਮੇ ਮਨਹ੍ ।
ਨਿਮਿਤ੍ਤਾਨਿ ਚ ਪਸ਼੍ਯਾਮਿ ਵਿਪਰੀਤਾਨਿ ਕੇਸ਼ਵ ॥ 30 ॥

ਨ-ਨਹੀਂ ; ਚ-ਅਤੇ ; ਸ਼ਕਨੋਮਿ-ਸਮਰੱਥ ਹਾਂ ; ਅਵਸ੍ਥਾਤੁਮ-ਖਲੋਣ ਵਿਚ ; ਭ੍ਰਮਤਿ-ਭੁੱਲਦਾ ਹੋਇਆ ; ਇਵ-ਵਾਂਗ ; ਚ-ਅਤੇ ; ਮੇ-ਮੇਰਾ ; ਮਨਹ੍-ਮਨ ; ਨਿਮਿਤ੍ਤਾਨਿ-ਕਾਰਨ ; ਚ-ਅਤੇ ਪਸ਼੍ਯਾਮਿ-ਵੇਖਦਾ ਹਾਂ ; ਵਿਪਰੀਤਾਨਿ-ਬਿਲਕੁਲ ਉਲਟਾ ; ਕੇਸ਼ਵ-ਹੇ ਕੇਸ਼ੀ ਦੈਂਤ ਨੂੰ ਮਾਰਨ ਵਾਲੇ (ਕ੍ਰਿਸ਼ਨ)।

ਅਨੁਵਾਦ

ਮੈਂ ਇੱਥੇ ਹੁਣ ਹੋਰ ਜ਼ਿਆਦਾ ਨਹੀਂ ਖਲੋ ਸਕਦਾ। ਮੈਂ ਆਪਣੇ ਆਪ ਨੂੰ ਭੁੱਲ ਰਿਹਾ ਹਾਂ ਅਤੇ ਮੇਰਾ ਸਿਰ ਚਕਰਾ ਰਿਹਾ ਹੈ। ਹੇ ਕ੍ਰਿਸ਼ਨ ! ਕੇਸ਼ੀ ਅਸੁਰ ਨੂੰ ਮਾਰਨ ਵਾਲੇ ! ਮੈਨੂੰ ਤਾਂ ਸਿਰਫ ਅਮੰਗਲ ਦਾ ਸਬਬ ਹੀ ਨਜ਼ਰ ਆ ਰਿਹਾ ਹੈ।

ਭਾਵ

ਆਪਣੀ ਅਧੀਰਤਾ ਕਾਰਨ ਅਰਜੁਨ ਜੰਗ ਦੇ ਮੈਦਾਨ ਵਿਚ ਖਲੋਣ ਤੋਂ ਅਸਮਰਥ ਸੀ ਆਪਣੇ ਮਨ ਦੀ ਕਮਜ਼ੋਰੀ ਕਾਰਨ ਉਸਨੂੰ ਆਪਾ ਭੁੱਲ ਗਿਆ ਸੀ। ਭੌਤਿਕ ਪਦਾਰਥਾਂ ਪ੍ਰਤੀ ਵਧੇਰੇ ਲਗਾਵ ਵਾਲਾ ਮਨੁੱਖ ਅਜਿਹੀ ਮੋਹ ਵਾਲੀ ਸਥਿਤੀ ਵਿਚ ਪੈ ਜਾਂਦਾ ਹੈ।

ਭਯੰ ਦ੍ਵਿਤੀਯਾ ਭਿਨਿਵੇਸ਼ਤਹ੍ ਸ੍ਯਾਤ੍ (ਭਾਗਵਤ 11.2.37)

ਅਜਿਹਾ ਡਰ ਜਾਂ ਮਾਨਸਿਕ ਅਸੰਤੁਲਨ ਉਨ੍ਹਾਂ ਮਨੁੱਖਾਂ ਵਿਚ ਪੈਦਾ ਹੁੰਦਾ ਹੈ ਜਿਹੜੇ ਭੌਤਿਕ ਹਾਲਾਤਾਂ ਨਾਲ ਘਿਰੇ ਹੁੰਦੇ ਹਨ। ਅਰਜੁਨ ਨੂੰ ਜੰਗ ਦੇ ਮੈਦਾਨ ਵਿਚ ਸਿਰਫ ਦੁਖਦਾਈ ਨਤੀਜੇ ਦਾ ਅਹਿਸਾਸ ਹੋ ਰਿਹਾ ਸੀ, ਉਹ ਦੁਸ਼ਮਣ ਨੂੰ ਜਿੱਤ ਕੇ ਵੀ ਸੁਖੀ ਨਹੀਂ ਹੋਵੇਗਾ। 'ਨਿਮਿਤ੍ਤਾਨਿ ਵਿਪਰੀਤਾਨਿ' ਸ਼ਬਦ ਮਹੱਤਵਪੂਰਣ ਹਨ। ਜਦੋਂ ਮਨੁੱਖ ਨੂੰ ਆਪਣੀਆਂ ਉਮੀਦਾਂ ਵਿਚ ਸਿਰਫ

ਨਿਰਾਸ਼ਾਂ ਵਿਖਾਈ ਦਿੰਦੀ ਹੈ ਤਾਂ ਉਹ ਸੋਚਦਾ ਹੈ "ਮੈਂ ਇਥੇ ਕਿਉਂ ਹਾਂ" ਹਰ ਮਨੁੱਖ ਆਪਣੇ ਅਤੇ ਆਪਣੇ ਸਵਾਰਥ ਵਿਚ ਰੁੱਚੀ ਰਖਦਾ ਹੈ ਕਿਸੇ ਦੀ ਵੀ ਪਰਮਾਤਮਾ ਵਿਚ ਰੁਚੀ ਨਹੀਂ ਹੁੰਦੀ। ਕ੍ਰਿਸ਼ਨ ਦੀ ਇੱਛਾ ਨਾਲ ਅਰਜੁਨ ਆਪਣੇ ਸਵਾਰਥ ਪ੍ਰਤੀ ਅਗਿਆਨਤਾ ਵਿਖਾ ਰਿਹਾ ਹੈ। ਮਨੁੱਖ ਦਾ ਅਸਲੀ ਸਵਾਰਥ ਤਾਂ ਵਿਸ਼ਨੂੰ ਜਾਂ ਕ੍ਰਿਸ਼ਨ ਵਿਚ ਹੀ ਹੈ। ਸੰਸਾਰੀ ਜੀਵ ਇਸਨੂੰ ਭੁੱਲ ਜਾਂਦਾ ਹੈ ਇਸ ਲਈ ਉਸਨੂੰ ਭੌਤਿਕ ਕਸ਼ਟ ਝੱਲਣੇ ਪੈਂਦੇ ਹਨ। ਅਰਜੁਨ ਨੇ ਸੋਚਿਆ ਕਿ ਉਸਦੀ ਜਿੱਤ ਸਿਰਫ ਉਸਦੇ ਸ਼ੋਕ ਦਾ ਕਾਰਨ ਹੀ ਬਣੇਗੀ।

न च श्रेयोऽनुपश्यामि हत्वा स्वजनमाहवे ।
न काङ्क्षे विजयं कृष्ण न च राज्यं सुखानि च ॥ ३१ ॥

ਨ ਚ ਸ਼੍ਰੇਯੋ 'ਨੁਪਸ੍ਯਾਮਿ ਹਤ੍ਵਾ ਸ੍ਵਜਨ ਮਾਹਵੇ ।
ਨ ਕਾਂਕ੍ਸ਼ੇ ਵਿਜਯੰ ਕ੍ਰਿਸ਼ਣ ਨ ਚ ਰਾਜ੍ਯੰ ਸੁਖਾਨਿ ਚ ॥ 31 ॥

ਨ-ਨਾ ਤਾਂ ; ਚ-ਅਤੇ ; ਸ਼੍ਰੇਯਹ੍-ਕਲਿਆਣ ; ਅਨੁਪਸ਼੍ਯਾਮਿ-ਪਹਿਲਾਂ ਹੀ ਵੇਖ ਰਿਹਾ ਹਾਂ ; ਹਤ੍ਵਾ-ਮਾਰਕੇ ; ਸਵਜਨਮ੍-ਆਪਣੇ ਸੰਬੰਧੀਆਂ ਨੂੰ ; ਆਹਵੇ-ਜੰਗ ਵਿਚ ; ਨ-ਨਾ ਤਾਂ ; ਕਾਂਕ੍ਸ਼ੇ-ਚਾਹੁੰਦਾ ਹਾਂ ; ਵਿਜਯਮ੍-ਜਿੱਤ ; ਕ੍ਰਿਸ਼ਣ-ਹੇ ਕ੍ਰਿਸ਼ਨ ; ਨ-ਨਾ ਤਾਂ ; ਚ-ਅਤੇ ; ਰਾਜ੍ਯਮ੍-ਰਾਜ ; ਸੁਖਾਨਿ-ਉਸਦਾ ਸੁੱਖ ; ਚ-ਅਤੇ ।

ਅਨੁਵਾਦ

ਹੇ ਕ੍ਰਿਸ਼ਨ ! ਇਸ ਜੰਗ ਵਿਚ ਆਪਣੇ ਹੀ ਸੰਬੰਧੀਆਂ ਨੂੰ ਮਾਰਨ ਤੇ ਨਾ ਤਾਂ ਮੈਨੂੰ ਕੋਈ ਚੰਗਿਆਈ ਵਿਖਾਈ ਦਿੰਦੀ ਹੈ ਅਤੇ ਨਾ ਹੀ ਮੈਂ ਉਸ ਨਾਲ ਕਿਸੇ ਤਰ੍ਹਾਂ ਦੀ ਜਿੱਤ, ਰਾਜ ਜਾਂ ਸੁੱਖ ਚਾਹੁੰਦਾ ਹਾਂ।

ਭਾਵ

ਇਹ ਜਾਣੇ ਬਗ਼ੈਰ ਕਿ ਮਨੁੱਖ ਦਾ ਸਵਾਰਥ ਵਿਸ਼ਨੂੰ ਜਾਂ (ਕ੍ਰਿਸ਼ਨ) ਵਿਚ ਹੈ, ਸਾਰੇ ਸੰਸਾਰੀ ਜੀਵ ਸਰੀਰਕ ਸੰਬੰਧਾਂ ਪ੍ਰਤੀ ਇਹ ਸੋਚਦੇ ਰਹਿੰਦੇ ਹਨ ਕਿ ਉਹ ਅਜਿਹੀ ਹਾਲਤ ਵਿਚ ਖ਼ੁਸ਼ ਰਹਿਣਗੇ। ਅਜਿਹੀ ਦੇਹ ਬੁੱਧੀ ਕਾਰਨ ਉਹ ਭੌਤਿਕ ਸੁੱਖਾਂ ਦੇ ਕਾਰਣਾਂ ਨੂੰ ਵੀ ਭੁੱਲ ਜਾਂਦੇ ਹਨ। ਅਰਜੁਨ ਤਾਂ ਖੱਤਰੀ ਦਾ ਨੈਤਿਕ ਧਰਮ ਵੀ ਭੁੱਲ ਗਿਆ ਲਗਦਾ ਸੀ। ਕਿਹਾ ਜਾਂਦਾ ਹੈ ਕਿ ਦੋ ਤਰ੍ਹਾਂ ਦੇ ਮਨੁੱਖ ਪਰਮ ਸ਼ਕਤੀਸ਼ਾਲੀ ਅਤੇ ਚਮਕਦੇ ਹੋਏ ਸੂਰਜ ਮੰਡਲ ਵਿਚ ਪ੍ਰਵੇਸ਼ ਕਰਨ ਦੇ ਹੱਕਦਾਰ ਹੁੰਦੇ ਹਨ। ਇਕ ਤਾਂ ਖੱਤਰੀ ਜਿਹੜਾ ਕ੍ਰਿਸ਼ਨ ਦੀ ਆਗਿਆ ਨਾਲ ਜੰਗ ਵਿਚ ਮਰਦਾ ਹੈ ਅਤੇ ਦੂਜਾ ਸੰਨਿਆਸੀ ਜਿਹੜਾ ਆਧਿਆਤਮਕ ਚਿੰਤਨ ਵਿਚ ਲਗਿਆ ਰਹਿੰਦਾ ਹੈ। ਅਰਜੁਨ ਆਪਣੇ ਦੁਸ਼ਮਣਾਂ ਨੂੰ ਵੀ ਮਾਰਨ ਤੋਂ ਗੁਰੇਜ਼ ਕਰ ਰਿਹਾ ਹੈ ਆਪਣੇ ਸੰਬੰਧੀਆਂ ਦੀ ਤਾਂ ਗੱਲ ਛੱਡ ਦਿਉ। ਉਹ ਸੋਚਦਾ ਹੈ ਕਿ ਆਪਣਿਆਂ ਨੂੰ ਮਾਰਕੇ ਉਸ ਨੂੰ ਜ਼ਿੰਦਗੀ ਵਿਚ ਸੁੱਖ ਨਹੀਂ ਮਿਲ ਸਕਦਾ, ਇਸ ਲਈ ਉਹ ਲੜਣਾ ਨਹੀਂ ਚਾਹੁੰਦਾ, ਜਿਸ ਤਰ੍ਹਾਂ ਭੁੱਖ ਨਾ ਹੋਣ ਤੇ ਕੋਈ ਭੋਜਨ ਬਣਾਉਣ ਲਈ ਤਿਆਰ ਨਹੀਂ ਹੁੰਦਾ। ਉਸਨੇ ਤਾਂ ਜੰਗਲਾਂ ਵਿਚ ਜਾਣ ਦਾ ਨਿਸ਼ਚੇ ਕਰ ਲਿਆ ਹੈ, ਜਿੱਥੇ ਉਹ

ਇਕਾਂਤ ਵਿਚ ਨਿਰਾਸ਼ਾ ਪੂਰਣ ਜ਼ਿੰਦਗੀ ਕੱਟ ਸਕੇ। ਪਰ ਖੱਤਰੀ ਹੋਣ ਕਰਕੇ ਉਸ ਨੂੰ ਆਪਣੇ ਜੀਵਨ ਗੁਜ਼ਾਰਣ ਲਈ ਰਾਜ ਚਾਹੀਦਾ ਹੈ, ਕਿਉਂਕਿ ਖੱਤਰੀ ਕੋਈ ਹੋਰ ਕੰਮ ਨਹੀਂ ਕਰ ਸਕਦਾ। ਪਰ ਅਰਜੁਨ ਕੋਲ ਰਾਜ ਕਿਥੇ ? ਉਸ ਲਈ ਤਾਂ ਰਾਜ ਪ੍ਰਾਪਤ ਕਰਨ ਦਾ ਸਿਰਫ ਇਕੋ ਮੌਕਾ ਹੈ ਕਿ ਆਪਣੇ ਸਗੇ ਸੰਬੰਧੀਆਂ ਨਾਲ ਲੜਾਈ ਲੈ ਕੇ ਆਪਣੇ ਪਿਤਾ ਦੇ ਰਾਜ ਦਾ ਹੱਕ ਪ੍ਰਾਪਤ ਕਰੇ ਅਜਿਹਾ ਉਹ ਕਰਨਾ ਨਹੀਂ ਚਾਹੁੰਦਾ। ਇਸੇ ਲਈ ਉਹ ਆਪਣੇ ਆਪ ਨੂੰ ਜੰਗਲ ਵਿਚ ਇਕਾਂਤ ਵਾਸ ਕਰਕੇ ਨਿਰਾਸ਼ਾ ਦੀ ਇਕਾਂਤ ਜ਼ਿੰਦਗੀ ਹੰਡਾਉਣ ਦੇ ਯੋਗ ਸਮਝਦਾ ਹੈ।

किं नो राज्येन गोविन्द किं भोगैर्जीवितेन वा ।
येषामर्थे काङ्क्षितं नो राज्यं भोगाः सुखानि च ॥ ३२ ॥
त इमेऽवस्थिता युद्धे प्राणांस्त्यक्त्वा धनानि च ।
आचार्याः पितरः पुत्रास्तथैव च पितामहाः ॥ ३३ ॥
मातुलाः श्वशुराः पौत्राः श्यालाः सम्बन्धिनस्तथा ।
एतान्न हन्तुमिच्छामि घ्नतोऽपि मधुसूदन ॥ ३४ ॥
अपि त्रैलोक्यराज्यस्य हेतोः किं नु महीकृते ।
निहत्य धार्तराष्ट्रान्नः का प्रीतिः स्याज्जनार्दन ॥ ३५ ॥

ਕਿਮ੍ ਨੋ ਰਾਜ੍ਯੇਨ ਗੋਵਿੰਦ ਕਿਮ੍ ਭੋਗੈਰ੍ ਜੀਵਿਤੇਨ ਵਾ ।
ਯੇਸ਼ਾਮ੍ ਅਰ੍ਥੇ ਕਾਂਕਿਸ਼ਤਮ੍ ਨੋ ਰਾਜ੍ਯਮ੍ ਭੋਗਾਹ੍ ਸੁਖਾਨਿ ਚ ॥ 32 ॥
ਤ ਇਮੇ 'ਵਸ੍ਥਿਤਾ ਯੁਦ੍ਧੇ ਪ੍ਰਾਣਾਂਸ੍ਤ੍ਯਕ੍ਤ੍ਵਾ ਧਨਾਨਿ ਚ ।
ਆਚਾਰ੍ਯਾਹ੍ ਪਿਤਰਹ੍ ਪੁਤ੍ਰਾਸ੍ ਤਥੈਵ ਚ ਪਿਤਾਮਹਾਹ੍ ॥ 33 ॥
ਮਾਤੁਲਾਹ੍ ਸ਼੍ਵਸ਼ੁਰਾਹ੍ ਪੌਤ੍ਰਾਹ ਸ਼੍ਯਾਲਾਹ ਸੰਬੰਧਿਨਸ੍ ਤਥਾ
ਏਤਾਨ੍ ਨ ਹੰਤੁਮ ਇਚ੍ਛਾਮਿ ਘ੍ਨਤੋ 'ਪਿ ਮਧੁਸੂਦਨ ॥ 34 ॥
ਅਪਿ ਤ੍ਰੈਲੋਕ੍ਯ-ਰਾਜ੍ਯਸ੍ਯ ਹੇਤੋਹ੍ ਕਿਮ੍ ਨੁ ਮਹੀਕ੍ਰਿਤੇ ।
ਨਿਹਤ੍ਯ ਧਾਰ੍ਤਰਾਸ਼੍ਟ੍ਰਾਨ੍ ਨਹ੍ ਕਾ ਪ੍ਰੀਤਿਹ੍ ਸ੍ਯਾਜ੍ ਜਨਾਰ੍ਦਨ ॥ 35 ॥

ਕਿਮ੍-ਕਿ ਲਾਭ ; ਨਹ੍-ਸਾਨੂੰ ; ਰਾਜ੍ਯੇਨ-ਰਾਜ ਤੋਂ ; ਗੋਵਿੰਦ-ਹੇ ਕ੍ਰਿਸ਼ਨ ; ਕਿਮ੍-ਕੀ ; ਭੋਗੈਹ੍-ਭੋਗ ਤੋਂ ; ਜੀਵਿਤੇਨ-ਜਿੰਦਾ ਰਹਿਣ ਨਾਲ ; ਵਾ-ਜਾਂ ; ਯੇਸ਼ਾਮ੍-ਜਿਨ੍ਹਾਂ ਦੇ ; ਅਰ੍ਥੇ-ਲਈ; ਕਾਂਕਸ਼ਿਤਮ੍-ਚਾਹੁੰਦੇ ਹਾਂ ; ਨਹ੍-ਸਾਡੇ ਰਾਹੀਂ ; ਰਾਜ੍ਯਮ੍-ਰਾਜ ; ਭੋਗਾਹ੍-ਭੌਤਿਕ ਭੋਗ ; ਸੁਖਾਨਿ-ਸਾਰੇ ਸੁੱਖ ; ਚ-ਅਤੇ ; ਤੇ-ਉਹ ; ਇਮੇ-ਇਹ ; ਅਵਸ੍ਥਿਤਾਹ੍-ਸਥਿਤ (ਖੜੇ) ; ਯੁਦ੍ਧੇ-ਜੰਗ ਦੇ ਮੈਦਾਨ ਵਿਚ ; ਪ੍ਰਾਣਾਨ੍-ਜ਼ਿੰਦਗੀ ਨੂੰ ; ਤ੍ਯਕ੍ਤ੍ਵਾ-ਛੱਡਕੇ ; ਧਨਾਨਿ-ਧੰਨ ਨੂੰ ; ਚ-ਅਤੇ ; ਆਚਾਰ੍ਯਾਹ੍-ਗੁਰੂ ਲੋਕ ; ਪਿਤਰਹ੍-ਪਿਤਰ ; ਪੁਤ੍ਰਾਹ੍-ਪੁੱਤਰ ; ਤਥਾ-ਅਤੇ ; ਏਵ-ਨਿਸ਼ਚੈ ; ਚ-ਅਤੇ ; ਪਿਤਾਮਹਾਹ੍-ਦਾਦਾ ; ਮਾਤੁਲਾਹ੍-ਮਾਮੇ ; ਸ਼੍ਵਸ਼ੁਰਾਹ੍-ਸੋਹਰਾ ; ਪੌਤ੍ਰਾਹ੍-ਪੋਤੇ ; ਸ਼੍ਯਾਲਾਹ੍-ਸਾਲੇ ; ਸੰਬੰਧਿਨਹ੍-ਸੰਬੰਧੀ ; ਤਥਾ-ਅਤੇ ; ਏਤਾਨ੍-ਇਹ ਸਭ ;

ਨ-ਕਦੀ ਨਹੀ ; ਹੰਤੁਮ੍-ਮਾਰਨਾ ; ਇਚ੍ਛਾਮਿ-ਚਾਹੁੰਦਾ ਹਾਂ ; ਘ੍ਨਤਹ੍-ਮਾਰੇ ਜਾਣ ਤੇ ; ਅਪਿ-ਵੀ ; ਮਧੁਸੂਦਨ-ਹੇ ਮਧੁ ਦੈਂਤ ਨੂੰ ਮਾਰਣ ਵਾਲੇ (ਕ੍ਰਿਸ਼ਨ) ; ਅਪਿ-ਤਾਂ ਵੀ ; ਤ੍ਰੈਲੋਕ੍ਯ-ਤਿੰਨਾਂ ਲੋਕਾਂ ਦੇ ; ਰਾਜ੍ਯਸ੍ਯ-ਰਾਜ ਦੇ ; ਹੇਤੋਹ੍-ਬਦਲੇ ਵਿਚ ; ਕਿਮ੍ ਨੁ - ਕਿ ਕਿਹਾ ਜਾਵੇ ; ਮਹੀ ਕ੍ਰਿਤੇ-ਧਰਤੀ ਦੇ ਲਈ ; ਨਿਹਤ੍ਯ-ਮਾਰਕੇ ; ਧ੍ਰਿਤਰਾਸ਼੍ਟ੍ਰਾਨ੍-ਧ੍ਰਿਤਰਾਸ਼ਟਰ ਦੇ ਪੁੱਤਰਾਂ ਨੂੰ ; ਨਹ੍-ਸਾਡੀ ; ਕਾ-ਕੀ ; ਪ੍ਰੀਤਿਹ੍-ਖੁਸ਼ੀ ; ਸ੍ਯਾਤ੍-ਹੋਵੇਗੀ ; ਜਨਾਰ੍ਦਨ-ਹੇ ਜੀਵਾਂ ਦੇ ਪਾਲਣਹਾਰ ।

ਅਨੁਵਾਦ

ਹੇ ਗੋਵਿੰਦ ! ਸਾਨੂੰ ਰਾਜ, ਸੁੱਖ ਅਤੇ ਇਸ ਜ਼ਿੰਦਗੀ ਦਾ ਕੀ ਫ਼ਾਇਦਾ ? ਕਿਉਂਕਿ ਜਿਨ੍ਹਾਂ ਸਾਰੇ ਲੋਕਾਂ ਲਈ, ਅਸੀਂ ਉਨ੍ਹਾਂ ਨੂੰ ਚਾਹੁੰਦੇ ਹਾਂ ਉਹੀ ਇਸ ਜੰਗ ਦੇ ਮੈਦਾਨ ਵਿਚ ਖਲੋਤੇ ਹਨ । ਹੇ ਮਧੁਸੂਦਨ ! ਜਦੋਂ ਗੁਰੂ ਲੋਕ, ਪਿੱਤਰ, ਪੁੱਤਰ, ਦਾਦੇ, ਮਾਮੇ, ਸੌਹਰਾ, ਪੋਤਰੇ, ਸਾਲੇ ਅਤੇ ਸਾਰੇ ਸੰਬੰਧੀ ਆਪੋ-ਆਪਣਾ ਧੰਨ ਅਤੇ ਜਾਨ ਦੇਣ ਲਈ ਤਿਆਰ ਹਨ ਅਤੇ ਮੇਰੇ ਸਾਹਮਣੇ ਖਲੋਤੇ ਹਨ ਤਾਂ ਫਿਰ ਮੈਂ ਇਨ੍ਹਾਂ ਸਾਰਿਆਂ ਨੂੰ ਕਿਉਂ ਮਾਰਨਾ ਚਾਹਾਂਗਾ ਭਾਵੇਂ ਉਹ ਮੈਨੂੰ ਹੀ ਕਿਉਂ ਨਾ ਮਾਰ ਦੇਣ ? ਹੇ ਜੀਵਾਂ ਦੇ ਪਾਲਣ ਹਾਰ ! ਮੈਂ ਇਨ੍ਹਾਂ ਸਾਰਿਆਂ ਨਾਲ ਲੜਨ ਨੂੰ ਤਿਆਰ ਨਹੀਂ ਭਾਵੇਂ ਇਸ ਦੇ ਬਦਲੇ ਵਿਚ ਮੈਨੂੰ ਤਿੰਨੋ ਲੋਕ ਕਿਉਂ ਨਾ ਮਿਲਦੇ ਹੋਣ, ਇਸ ਧਰਤੀ ਦੀ ਤਾਂ ਗੱਲ ਹੀ ਕੀ ਹੈ । ਭਲਾ ਧ੍ਰਿਤਰਾਸ਼ਟਰ ਦੇ ਪੁੱਤਰਾਂ ਨੂੰ ਮਾਰਕੇ ਸਾਨੂੰ ਕਿਹੜੀ ਖ਼ੁਸ਼ੀ ਮਿਲੇਗੀ ।

ਭਾਵ

ਅਰਜੁਨ ਨੇ ਭਗਵਾਨ ਕ੍ਰਿਸ਼ਨ ਨੂੰ ਗੋਵਿੰਦ ਕਹਿਕੇ ਸੰਬੋਧਿਤ ਕੀਤਾ, ਕਿਉਂਕਿ ਉਹ ਗਊਆਂ ਅਤੇ ਇੰਦਰੀਆਂ ਦੇ ਆਨੰਦ ਦਾ ਸਰੋਤ ਹਨ । ਇਸ ਖ਼ਾਸ ਸ਼ਬਦ ਦੀ ਵਰਤੋਂ ਕਰਕੇ ਅਰਜੁਨ ਇਸ਼ਾਰਾ ਕਰਦਾ ਹੈ ਕਿ ਕ੍ਰਿਸ਼ਨ ਇਹ ਸਮਝਣ ਕਿ ਅਰਜੁਨ ਦੀਆਂ ਇੰਦਰੀਆਂ ਕਿਵੇਂ ਸੰਤੁਸ਼ਟ ਹੋਣਗੀਆਂ। ਪਰ ਗੋਵਿੰਦ ਸਾਡੀਆਂ ਇੰਦਰੀਆਂ ਨੂੰ ਸੰਤੁਸ਼ਟ ਕਰਨ ਲਈ ਨਹੀਂ ਹਨ । ਹਾਂ ਜੇਕਰ ਅਸੀਂ ਗੋਵਿੰਦ ਦੀਆਂ ਇੰਦਰੀਆਂ ਨੂੰ ਸੰਤੁਸ਼ਟ ਕਰਨ ਦਾ ਯਤਨ ਕਰਾਂਗੇ ਤਾਂ ਸਾਡੀਆਂ ਇੰਦਰੀਆਂ ਆਪਣੇ ਆਪ ਹੀ ਸੰਤੁਸ਼ਟ ਹੋ ਜਾਂਦੀਆਂ ਹਨ । ਭੌਤਿਕ ਦ੍ਰਿਸ਼ਟੀ ਤੋਂ ਹਰ ਮਨੁੱਖ ਆਪਣੀਆਂ ਇੰਦਰੀਆਂ ਨੂੰ ਸੰਤੁਸ਼ਟ ਕਰਨਾ ਚਾਹੁੰਦਾ ਹੈ ਅਤੇ ਚਾਹੁੰਦਾ ਹੈ ਕਿ ਈਸ਼ਵਰ ਉਸਦੇ ਆਗਿਆਕਾਰੀ ਸੇਵਕ ਵਾਂਗ ਕੰਮ ਕਰੇ। ਪਰ ਈਸ਼ਵਰ ਉਨ੍ਹਾਂ ਦੀ ਸਤੁੰਸ਼ਟੀ ਸਿਰਫ਼ ਉਨ੍ਹੀ ਹੀ ਕਰਦੇ ਹਨ ਜਿੰਨੀ ਦੇ ਉਹ ਹੱਕਦਾਰ ਹੁੰਦੇ ਹਨ । ਉਸ ਹੱਦ ਤਕ ਨਹੀਂ ਜਿਹਨਾਂ ਉਹ ਚਾਹੁੰਦੇ ਹਨ । ਪਰ ਜਦੋਂ ਕੋਈ ਇਸਦੇ ਉਲਟ ਰਸਤਾ ਅਖ਼ਤਿਆਰ ਕਰਦਾ ਹੈ ਭਾਵ ਜਦੋਂ ਉਹ ਆਪਣੀਆਂ ਇੰਦਰੀਆਂ ਦੀ ਸਤੰਸ਼ੁਟੀ ਦੀ ਪਰਵਾਹ ਨਾ ਕਰਕੇ ਗੋਵਿੰਦ ਦੀਆਂ ਇੰਦਰੀਆਂ ਦੀ ਸੰਤਸ਼ੁਟੀ ਕਰਨ ਦਾ ਯਤਨ ਕਰਦਾ ਹੈ ਤਾਂ ਗੋਵਿੰਦ ਦੀ ਕ੍ਰਿਪਾ ਨਾਲ ਜੀਵ ਦੀਆਂ ਸਾਰੀਆਂ ਮੁਰਾਦਾਂ ਪੂਰੀਆਂ ਹੋ ਜਾਂਦੀਆਂ ਹਨ । ਇਥੇ ਜਾਤ ਅਤੇ ਪਰਿਵਾਰ ਪ੍ਰਤੀ ਅਰਜੁਨ ਦਾ ਗਹਿਰਾ ਪਿਆਰ ਅੰਸ਼ਿਕ ਰੂਪ ਨਾਲ ਇਨ੍ਹਾਂ ਸਾਰਿਆਂ ਪ੍ਰਤੀ ਉਸਦੇ ਸੁਭਾਵਕ ਰਹਿਮ ਕਾਰਨ ਹੈ । ਇਸ ਲਈ ਉਹ ਜੰਗ ਕਰਨ ਲਈ ਤਿਆਰ ਨਹੀਂ ਹੈ । ਹਰ ਮਨੁੱਖ ਆਪਣੀ ਸ਼ਾਨ-ਸ਼ੌਕਤ ਦਾ ਵਿਖਾਵਾ ਆਪਣੇ ਦੋਸਤਾਂ ਜਾਂ ਰਿਸ਼ਤੇਦਾਰਾਂ ਅੱਗੇ

ਕਰਨਾ ਚਾਹੁੰਦਾ ਹੈ, ਪਰ ਅਰਜੁਨ ਨੂੰ ਡਰ ਹੈ ਕਿ ਉਸਦੇ ਸਾਰੇ ਦੋਸਤ ਅਤੇ ਰਿਸ਼ਤੇਦਾਰ ਜੰਗ ਵਿਚ ਮਾਰੇ ਜਾਣਗੇ ਅਤੇ ਉਹ ਜਿੱਤਣ ਮਗਰੋਂ ਉਨ੍ਹਾਂ ਨਾਲ ਆਪਣੀ ਸ਼ਾਨ-ਸ਼ੌਕਤ ਨੂੰ ਮਾਣ ਨਹੀਂ ਸਕੇਗਾ। ਭੌਤਿਕ ਜੀਵਨ ਵਿਚ ਇਹ ਸਾਧਾਰਣ ਗੱਲ ਹੈ । ਪਰ ਆਧਿਆਤਮਕ ਜੀਵਨ ਇਸ ਤੋਂ ਵੱਖਰਾ ਹੁੰਦਾ ਹੈ, ਕਿਉਂਕਿ ਭਗਤ ਭਗਵਾਨ ਦੀਆਂ ਇਛਾਵਾਂ ਦੀ ਪੂਰਤੀ ਕਰਨਾ ਚਾਹੁੰਦਾ ਹੈ ਇਸ ਲਈ ਭਗਵਾਨ ਦੀ ਮਰਜ਼ੀ ਹੋਣ ਤੇ ਹੀ ਉਹ ਭਗਵਾਨ ਦੀ ਸੇਵਾ ਲਈ ਸਾਰੀਆਂ ਸੁੱਖ ਸੁਵਿਧਾਵਾਂ ਅੰਗੀਕਾਰ ਕਰ ਸਕਦਾ ਹੈ । ਪਰ ਜੇਕਰ ਭਗਵਾਨ ਦੀ ਮਰਜ਼ੀ ਨਾ ਹੋਵੇ ਤਾਂ ਉਹ ਇਕ ਤਿਨਕਾ ਵੀ ਨਹੀਂ ਪਾ ਸਕਦਾ । ਅਰਜੁਨ ਆਪਣੇ ਸੰਬੰਧੀਆਂ ਨੂੰ ਮਾਰਨਾ ਨਹੀਂ ਚਾਹੁੰਦਾ ਸੀ ਅਤੇ ਜੇਕਰ ਉਨ੍ਹਾਂ ਨੂੰ ਮਾਰਨ ਦੀ ਜਰੂਰਤ ਹੋਵੇ ਤਾਂ ਅਰਜੁਨ ਦੀ ਇੱਛਾ ਸੀ ਕਿ ਕ੍ਰਿਸ਼ਨ ਖ਼ੁਦ ਉਨ੍ਹਾਂ ਨੂੰ ਮਾਰਨ । ਇਸ ਸਮੇਂ ਉਸ ਨੂੰ ਇਹ ਪਤਾ ਨਹੀਂ ਸੀ ਕਿ ਕ੍ਰਿਸ਼ਨ ਉਨ੍ਹਾਂ ਸਾਰਿਆ ਨੂੰ ਜੰਗ ਦੇ ਮੈਦਾਨ ਵਿਚ ਆਉਣ ਤੋਂ ਪਹਿਲਾਂ ਹੀ ਮਾਰ ਚੁੱਕੇ ਹਨ ਅਤੇ ਹੁਣ ਉਸਨੇ ਤਾਂ ਸਿਰਫ ਨਿਮਿੱਤ ਬਣਨਾ ਹੈ । ਇਸ ਦਾ ਖੁਲਾਸਾ ਅਗਲੇ ਆਧਿਆਇਆਂ ਵਿਚ ਹੋਵੇਗਾ । ਭਗਵਾਨ ਦਾ ਅਸਲੀ ਭਗਤ ਹੋਣ ਕਾਰਨ ਅਰਜੁਨ ਆਪਣੇ ਅਤਿਆਚਾਰੀ ਸੱਕੇ ਸੰਬੰਧੀਆਂ ਤੋਂ ਬਦਲਾ ਨਹੀਂ ਲੈਣਾ ਚਾਹੁੰਦਾ ਸੀ, ਪਰ ਇਹ ਤਾਂ ਭਗਵਾਨ ਦੀ ਯੋਜਨਾ ਸੀ ਕਿ ਸਾਰੇ ਮਾਰੇ ਜਾਣ । ਭਗਵਾਨ ਦਾ ਭਗਤ ਦੁਸ਼ਟਾਂ ਨਾਲ ਬਦਲਾ ਨਹੀਂ ਲੈਣਾ ਚਾਹੁੰਦੇ । ਪਰ ਭਗਵਾਨ ਦੁਸ਼ਟਾਂ ਰਾਹੀਂ ਭਗਤ ਨੂੰ ਤੰਗ ਕਰਨਾ ਸਹਿ ਨਹੀਂ ਸਕਦੇ । ਭਗਵਾਨ ਕਿਸੇ ਮਨੁੱਖ ਨੂੰ ਆਪਣੀ ਮਰਜ਼ੀ ਨਾਲ ਖਿਮਾਂ ਕਰ ਸਕਦੇ ਹਨ, ਪਰ ਜੇਕਰ ਕੋਈ ਉਨ੍ਹਾਂ ਦੇ ਭਗਤਾਂ ਨੂੰ ਨੁਕਸਾਨ ਪਹੁੰਚਾਂਦਾ ਹੈ ਤਾਂ ਉਹ ਉਸਨੂੰ ਖਿਮਾਂ ਨਹੀਂ ਕਰਦੇ । ਇਸ ਲਈ ਭਗਵਾਨ ਇਨ੍ਹਾਂ ਦੁਰਾਚਾਰੀਆਂ ਨੂੰ ਮਾਰਨ ਲਈ ਤਿਆਰ ਸਨ, ਭਾਵੇਂ ਅਰਜੁਨ ਉਨ੍ਹਾਂ ਨੂੰ ਖਿਮਾਂ ਕਰਨਾ ਚਾਹੁੰਦਾ ਸੀ ।

पापमेवाश्रयेदस्मान्हत्वैतानाततायिनः ।
तस्मान्नार्हा वयं हन्तुं धार्तराष्ट्रान्सबान्धवान् ।
स्वजनं हि कथं हत्वा सुखिनः स्याम माधव ॥ ३६ ॥

ਪਾਪਮ੍ ਏਵਾਸ਼੍ਰਯੇਦ ਅਸ੍ਮਾਨ੍ ਹਤ੍ਵੈਤਾਨ ਅਤਾਤਾਯਿਨਹ੍ ।
ਤਸ੍ਮਾਨ੍ ਨਾਰ੍ਹਾ ਵਯੰ ਹੰਤੁੰ ਧਾਰ੍ਤਰਾਸ਼੍ਟ੍ਰਾਨ੍ ਸਬਾਨ੍ਧਵਾਨ੍
ਸ੍ਵਜਨਮ੍ ਹਿ ਕਥਮ੍ ਹਤ੍ਵਾ ਸੁਖਿਨਹ੍ ਸ੍ਯਾਮ ਮਾਧਵ ॥36॥

ਪਾਪਮ੍-ਪਾਪ ; **ਏਵ**-ਨਿਸ਼ਚੇ ਹੀ ; **ਆਸ਼੍ਰਯੇਤ੍**-ਲਗੇਗਾ ; **ਅਸ੍ਮਾਨ**-ਸਾਨੂੰ ; **ਹਤ੍ਵਾ**-ਮਾਰਕੇ ; **ਏਤਾਨ੍**-ਇਨਾਂ ਸਾਰੇ ; **ਆਤਤਾਯਿਨਹ੍**-ਅਤਿਆਚਾਰੀਆ ਨੂੰ ; **ਤਸ੍ਮਾਤ੍**-ਇਸ ਲਈ ; **ਨ**-ਕਦੀ ਨਹੀਂ ; **ਅਰ੍ਹਾਹ੍**-ਯੋਗ ; **ਵਯਮ੍**-ਅਸੀ ; **ਹਤੁੰਮ੍**-ਮਾਰਨ ਲਈ ; **ਧਾਰ੍ਤਰਾਸ਼੍ਟ੍ਰਾਨ**-ਧ੍ਰਿਤਰਾਸ਼ਟਰ ਦੇ ਪੁੱਤਰਾਂ ਨੂੰ ; **ਸ-ਬਾਂਧਵਾਨ੍**-ਉਨ੍ਹਾਂ ਦੇ ਦੋਸਤਾਂ ਨਾਲ ; **ਸ੍ਵ-ਜਨਮ੍**-ਪਰਿਵਾਰ ਵਾਲਿਆਂ ਨੂੰ ; **ਹਿ**-ਨਿਸ਼ਚੈ ਹੀ ; **ਕਥਮ੍**-ਕਿਵੇਂ ; **ਹਤ੍ਵਾ**-ਮਾਰਕੇ ; **ਸੁਖਿਨਹ੍**-ਸੁੱਖੀ ; **ਸ੍ਯਾਮ**-ਅਸੀਂ ਹੋਵਾਂਗੇ ; **ਮਾਧਵ**-ਹੇ ਲਕਸ਼ਮੀ ਪਤੀ ਕ੍ਰਿਸ਼ਨ।

ਅਨੁਵਾਦ

ਜੇਕਰ ਅਸੀਂ ਅਜਿਹੇ ਅਤਿਆਚਾਰੀਆਂ ਨੂੰ ਮਾਰਦੇ ਹਾਂ ਤਾਂ ਸਾਨੂੰ ਪਾਪ ਲਗੇਗਾ, ਇਸ ਲਈ ਇਹ ਠੀਕ ਨਹੀਂ ਹੋਵੇਗਾ ਕਿ ਅਸੀਂ ਧ੍ਰਿਤਰਾਸ਼ਟਰ ਦੇ ਪੁੱਤਰਾਂ ਅਤੇ ਉਨ੍ਹਾਂ ਦੇ ਦੋਸਤਾਂ ਨੂੰ ਮਾਰੀਏ । ਹੇ ਲਕਸ਼ਮੀ ਪਤੀ, ਕ੍ਰਿਸ਼ਨ ! ਇਸ ਨਾਲ ਸਾਨੂੰ ਕੀ ਫ਼ਾਇਦਾ ਹੋਵੇਗਾ ? ਅਤੇ ਆਪਣੇ ਹੀ ਪਰਿਵਾਰ ਦੇ ਲੋਕਾਂ ਨੂੰ ਮਾਰਕੇ ਅਸੀਂ ਸੁੱਖੀ ਕਿੰਝ ਰਹਿ ਸਕਦੇ ਹਾਂ ?

ਭਾਵ

ਵੈਦਿਕ ਆਦੇਸ਼ ਅਨੁਸਾਰ ਅਤਿੱਆਚਾਰੀ ਛੇ ਤਰ੍ਹਾਂ ਦੇ ਹੁੰਦੇ ਹਨ - 1. ਜ਼ਹਿਰ ਦੇਣ ਵਾਲਾ 2. ਘਰ ਵਿਚ ਅੱਗ ਲਾਉਣ ਵਾਲਾ 3. ਮਾਰੂ ਹਥਿਆਰਾਂ ਨਾਲ ਹਮਲਾ ਕਰਨ ਵਾਲਾ 4. ਪੈਸਾ ਲੁਟਣ ਵਾਲਾ 5. ਦੂਜੇ ਦੀ ਜ਼ਮੀਨ ਹੜੱਪਣ ਵਾਲਾ 6. ਪਰਾਈ ਇਸਤਰੀ ਚੁਰਾਉਣ ਵਾਲਾ । ਅਜਿਹੇ ਅਤਿਆਚਾਰੀਆਂ ਨੂੰ ਤੁਰੰਤ ਮਾਰ ਦੇਣਾ ਚਾਹੀਦਾ ਹੈ, ਕਿਉਂਕਿ ਇਨ੍ਹਾਂ ਨੂੰ ਮਾਰਨ ਨਾਲ ਕੋਈ ਪਾਪ ਨਹੀਂ ਲਗਦਾ । ਅਤਿਆਚਾਰੀਆਂ ਨੂੰ ਇੰਝ ਮਾਰਨਾ ਕਿਸੇ ਸਾਧਾਰਣ ਮਨੁੱਖ ਨੂੰ ਨਹੀਂ ਸੋਭਦਾ ਪਰ ਅਰਜੁਨ ਕੋਈ ਸਾਧਾਰਣ ਮਨੁੱਖ ਨਹੀਂ ਹੈ । ਉਹ ਸੁਭਾਅ ਤੋਂ ਸੱਜਣ ਹੈ ਇਸ ਲਈ ਉਨ੍ਹਾਂ ਨਾਲ ਸੱਜਣਾਂ ਵਾਂਗ ਵਿਵਹਾਰ ਕਰਨਾ ਚਾਹੁੰਦਾ ਹੈ । ਪਰ ਇਸ ਤਰ੍ਹਾਂ ਦਾ ਵਿਵਹਾਰ ਖੱਤਰੀ ਲਈ ਠੀਕ ਨਹੀਂ ਹੈ ਭਾਵੇਂ ਰਾਜ ਦੇ ਪ੍ਰਸ਼ਾਸ਼ਨ ਦੇ ਲਈ ਹੱਕਦਾਰ ਮਨੁੱਖ ਨੂੰ ਸੱਜਣ ਸੁਭਾਅ ਦਾ ਹੋਣਾ ਲੋੜੀਂਦਾ ਹੈ ਪਰ ਉਸਨੂੰ ਡਰਪੋਕ ਨਹੀਂ ਹੋਣਾ ਚਾਹੀਦਾ । ਉਦਾਹਰਣ ਵਜੋਂ ਰਾਮ ਇੰਨੇ ਸੱਜਣ ਸਨ ਕਿ ਅੱਜ ਵੀ ਲੋਕ ਰਾਮ ਰਾਜ ਵਿਚ ਰਹਿਣਾ ਚਾਹੁੰਦੇ ਹਨ ਪਰ ਉਨ੍ਹਾਂ ਕਦੀ ਡਰਪੋਕਪਨ ਨਹੀਂ ਵਿਖਾਇਆ। ਰਾਵਣ ਅਤਿੱਆਚਾਰੀ ਸੀ ਕਿਉਂਕਿ ਉਹ ਰਾਮ ਦੀ ਪਤਨੀ ਸੀਤਾ ਨੂੰ ਚੁੱਕ ਕੇ ਲੈ ਗਿਆ ਸੀ, ਪਰ ਰਾਮ ਨੇ ਉਸਨੂੰ ਅਜਿਹਾ ਸਬਕ ਸਿਖਾਇਆ ਜੋ ਸੰਸਾਰ ਦੇ ਇਤਿਹਾਸ ਵਿਚ ਬੇਜੋੜ ਹੈ । ਅਰਜੁਨ ਦੇ ਪ੍ਰਸੰਗ ਵਿਚ ਖ਼ਾਸ ਤਰ੍ਹਾਂ ਦੇ ਅਤਿੱਆਚਾਰੀਆਂ ਨਾਲ ਮੁਲਾਕਾਤ ਹੁੰਦੀ ਹੈ ਇਹ ਹਨ, ਉਸਦੇ ਆਪਣੇ ਦਾਦਾ, ਆਚਾਰੀਆ, ਦੋਸਤ, ਪੁੱਤਰ ਅਤੇ ਪੋਤੇ ਆਦਿ । ਇਸ ਲਈ ਅਰਜੁਨ ਨੇ ਵਿਚਾਰ ਕੀਤਾ ਕਿ ਉਹ ਇਨ੍ਹਾਂ ਨਾਲ ਸਾਧਾਰਣ ਅਤਿਆਚਾਰੀਆਂ ਵਰਗਾ ਸਖਤ ਵਿਵਹਾਰ ਨਾ ਕਰੇ । ਇਸ ਤੋਂ ਬਿਨ੍ਹਾਂ ਸੱਜਣ ਮਨੁੱਖਾਂ ਨੂੰ ਤਾਂ ਖ਼ਿਮਾ ਕਰਨ ਦੀ ਸਲਾਹ ਦਿੱਤੀ ਜਾਂਦੀ ਹੈ । ਸੱਜਣਾਂ ਲਈ ਅਜਿਹੇ ਹੁਕਮ ਕਿਸੇ ਰਾਜਨੀਤਿਕ ਮੁਸੀਬਤ ਤੋਂ ਵਧੇਰੇ ਮਹੱਤਵ ਰਖਦੇ ਹਨ । ਇਸ ਲਈ ਅਰਜੁਨ ਨੇ ਵਿਚਾਰ ਕੀਤਾ ਕਿ ਰਾਜਨੀਤਿਕ ਕਾਰਨਾਂ ਕਰਕੇ ਸੱਕੇ ਸੰਬੰਧੀਆਂ ਨੂੰ ਮਾਰਨ ਦੀ ਬਜਾਏ ਧਰਮ ਅਤੇ ਸਦਾਚਾਰ ਦੇ ਪੱਖੋਂ ਉਨ੍ਹਾਂ ਨੂੰ ਖ਼ਿਮਾ ਕਰਨਾ ਲਾਹੇਵੰਦ ਹੋਵੇਗਾ । ਇਸ ਲਈ ਥੋੜੇ ਜਿਹੇ ਸਰੀਰਕ ਸੁੱਖ ਲਈ ਇਸ ਤਰ੍ਹਾਂ ਮਾਰਨਾ ਲਾਹੇਵੰਦਨਹੀਂ ਆਖਿਰ ਜਦੋਂ ਸਾਰਾ ਰਾਜ ਅਤੇ ਉਸ ਤੋਂ ਪ੍ਰਾਪਤ ਸੁੱਖ ਟਿਕਾਊ ਨਹੀਂ ਹਨ ਤਾਂ ਫਿਰ ਆਪਣੇ ਸੱਕੇ ਸੰਬੰਧੀਆਂ ਨੂੰ ਮਾਰਕੇ ਉਹ ਆਪਣੇ ਹੀ ਜੀਵਨ ਅਤੇ ਸਦੀਵੀ ਮੁਕਤੀ ਨੂੰ ਸੰਕਟ ਕਿਉਂ ਪਾਵੇ ? ਅਰਜੁਨ ਰਾਹੀਂ ਕ੍ਰਿਸ਼ਨ ਨੂੰ 'ਮਾਧਵ' ਜਾਂ 'ਲਕਸ਼ਮੀ ਪਤੀ' ਦੇ ਰੂਪ ਵਿਚ ਸੰਬੋਧਿਤ ਕਰਨਾ ਵੀ ਸਾਰਥਕ ਹੈ, ਉਹ ਲਕਸ਼ਮੀ ਪਤੀ ਕ੍ਰਿਸ਼ਨ ਨੂੰ ਇਹ ਦਸਣਾ ਚਾਹ ਰਿਹਾ ਸੀ ਕਿ ਉਹ ਉਸਨੂੰ ਅਜਿਹਾ ਕੰਮ ਕਰਨ ਲਈ ਪ੍ਰੇਰਿਤ ਨਾ ਕਰਨ ਜਿਸ ਨਾਲ ਕਿਸੇ ਦਾ ਮੰਦਾ ਹੋਵੇ । ਪਰ ਕ੍ਰਿਸ਼ਨ ਕਦੀ ਵੀ ਕਿਸੇ ਦਾ ਮੰਦਾ ਨਹੀਂ ਚਾਹੁੰਦੇ, ਭਗਤਾਂ ਦਾ ਤਾਂ ਕਦੇ ਵੀ ਨਹੀਂ ।

यद्यप्येते न पश्यन्ति लोभोपहतचेतसः ।
कुलक्षयकृतं दोषं मित्रद्रोहे च पातकम् ॥ ३७ ॥
कथं न ज्ञेयमस्माभिः पापादस्मान्निवर्तितुम् ।
कुलक्षयकृतं दोषं प्रपश्यद्भिर्जनार्दन ॥ ३८ ॥

ਯਦ੍ਯਪ੍ ਯੇਤੇ ਨ ਪਸ਼੍ਯੰਤਿ ਲੋਭੋਪਹਤ-ਚੇਤਸਹ੍ ।
ਕੁਲ-ਕਸ਼੍ਯ-ਕ੍ਰਿਤੰ ਦੋਸ਼ੰ ਮਿਤ੍ਰ-ਦ੍ਰੋਹੇ ਚ ਪਾਤਕਮ੍ ॥37॥
ਕਥੰ ਨਾ ਗ੍ਯੇਯਮ੍ ਅਸ੍ਮਾਭਿਹ੍ ਪਾਪਾਦ੍ ਅਸ੍ਮਾਨ੍ ਨਿਵਰ੍ਤਿਤੁਮ੍ ।
ਕੁਲ-ਕ੍ਸ਼ਯ-ਕ੍ਰਿਤੰ ਦੋਸ਼ੰ ਪ੍ਰਪਸ਼੍ਯਦ੍ਭਿਰ੍ ਜਨਾਰ੍ਦਨ ॥38॥

ਯਦਿ-ਜੇਕਰ ; **ਅਪਿ**-ਵੀ ; **ਏਤੇ** -ਉਹ ; ਨ-ਨਹੀ ; **ਪਸ਼੍ਯੰਤਿ**-ਵੇਖਦੇ ਹਨ ; **ਲੋਭ**-ਲਾਲਚ ਨਾਲ ; **ਉਪਹਤ**-ਭਰੇ ਹੋਏ ; **ਚੇਤਸਹ੍**-ਚਿੱਤ ਵਾਲੇ ; **ਕੁਲਕ੍ਸ਼ਯ**-ਕੁਲ ਦਾ ਨਾਸ਼ ; **ਕ੍ਰਿਤਮ੍**-ਕੀਤਾ ਹੋਇਆ ; **ਦੋਸ਼ਮ੍**-ਦੋਸ਼ ਨੂੰ ; **ਮਿਤ੍ਰ ਦ੍ਰੋਹੇ**-ਮਿੱਤਰਾਂ ਨਾਲ ਵਿਰੋਧ ਕਰਨ ਵਿਚ ; **ਚ**-ਵੀ ; **ਪਾਤਕਮ੍**-ਪਾਪ ਨੂੰ ; **ਕਥਮ੍**-ਕਿਉਂ ; ਨ-ਨਹੀਂ ; **ਗ੍ਯੇਯਮ੍**-ਜਾਨਣਾ ਚਾਹੀਦਾ ; **ਅਸ੍ਮਾਭਿਹ੍**-ਸਾਡੇ ਰਾਹੀਂ ; **ਪਾਪਾਤ੍**-ਪਾਪਾਂ ਨਾਲ ; **ਅਸ੍ਮਾਤ੍**-ਇਨ੍ਹਾਂ ; **ਨਿਵਰ੍ਤਿਤੁਮ੍**-ਬੰਦ ਕਰਨ ਲਈ ; **ਕੁਲਕ੍ਸ਼ਯ**-ਖ਼ਾਨਦਾਨ ਦਾ ਨਾਸ਼ ; **ਕ੍ਰਿਤਮ੍**-ਹੋ ਜਾਣ ਤੇ ; **ਦੋਸ਼ਮ੍**-ਅਪਰਾਧ ; **ਪ੍ਰਪਸ਼੍ਯਦ੍ਭਿਹ੍**-ਵੇਖਣ ਵਾਲਿਆਂ ਰਾਹੀਂ ; **ਜਨਾਰ੍ਦਨ**-ਹੇ ਕ੍ਰਿਸ਼ਨ।

ਅਨੁਵਾਦ

ਹੇ ਜਨਾਰਦਨ ! ਭਾਵੇਂ ਲੋਭੀ ਚਿੱਤ ਵਾਲੇ ਇਹ ਲੋਕ ਆਪਣੇ ਪਰਿਵਾਰ ਨੂੰ ਮਾਰਨ ਜਾਂ ਆਪਣੇ ਮਿੱਤਰਾਂ ਨਾਲ ਦੱਗਾ ਕਮਾਉਣ ਵਿਚ ਕੋਈ ਦੋਸ਼ ਨਹੀਂ ਵੇਖਦੇ ਪਰ ਅਸੀਂ ਜਿਹੜੇ ਖ਼ਾਨਦਾਨ ਦੇ ਖਤਮ ਕਰਨ ਵਿਚ ਅਪਰਾਧ ਵੇਖਦੇ ਹਾਂ ਅਜਿਹੇ ਪਾਪਕਰਮਾਂ ਵਿਚ ਕਿਉਂ ਲਗੀਏ ?

ਭਾਵ

ਖ਼ੱਤਰੀ ਤੋਂ ਇਹ ਆਸ ਨਹੀਂ ਕੀਤੀ ਜਾਂਦੀ ਕਿ ਉਹ ਆਪਣੇ ਵਿਰੋਧੀ ਪੱਖ ਰਾਹੀਂ ਜੰਗ ਕਰਨ ਜਾਂ ਜੂਆ ਖੇਡਣ ਦਾ ਸੱਦਾ ਦਿੱਤੇ ਜਾਣ ਤੇ ਨਾਂਹ ਕਰੇ । ਅਜਿਹੀ ਹਾਲਤ ਵਿਚ ਅਰਜੁਨ ਲੜਣ ਤੋਂ ਨਾਂਹ ਨਹੀਂ ਕਰ ਸਕਦਾ, ਕਿਉਂਕਿ ਉਸਨੂੰ ਦੁਰਯੋਧਨ ਦੇ ਪੱਖ ਨੇ ਲਲਕਾਰਿਆ ਸੀ । ਇਸ ਪ੍ਰਸੰਗ ਵਿਚ ਅਰਜੁਨ ਨੇ ਵਿਚਾਰ ਕੀਤਾ ਕਿ ਹੋ ਸਕਦਾ ਹੈ ਕਿ ਦੂਜਾ ਪੱਖ ਇਸ ਲਲਕਾਰ ਦੇ ਨਤੀਜਿਆਂ ਤੋਂ ਜਾਣੂ ਨਾ ਹੋਵੇ । ਪਰ ਅਰਜੁਨ ਨੂੰ ਤਾਂ ਬੁਰੇ ਨਤੀਜੇ ਵਿਖਾਈ ਦੇ ਰਹੇ ਸਨ, ਇਸ ਲਈ ਉਹ ਇਸ ਲਲਕਾਰ ਨੂੰ ਸਵੀਕਾਰ ਨਹੀਂ ਕਰ ਸਕਦਾ । ਜੇਕਰ ਨਤੀਜੇ ਚੰਗੇ ਹੋਣ ਤਾਂ ਫਰਜ ਅਸਲ ਵਿਚ ਪਾਲਣਯੋਗ ਹੈ, ਪਰ ਜੇਕਰ ਨਤੀਜੇ ਉਲਟ ਹੋਣ ਤਾਂ ਅਸੀਂ ਉਨ੍ਹਾਂ ਲਈ ਬੰਨ੍ਹੇ ਨਹੀਂ ਹੁੰਦੇ । ਇਨ੍ਹਾਂ ਦੋਵੇਂ ਪੱਖਾਂ ਤੇ ਵਿਚਾਰ ਕਰਕੇ ਅਰਜੁਨ ਨੇ ਜੰਗ ਨਾ ਕਰਨ ਦਾ ਨਿਸ਼ਚਾ ਕੀਤਾ ।

कुलक्षये प्रणश्यन्ति कुलधर्माः सनातनाः ।
धर्मे नष्टे कुलं कृत्स्नमधर्मोऽभिभवत्युत ॥ ३९ ॥

ਕੁਲ-ਕ੍ਸ਼ਯੇ ਪ੍ਰਣਸ਼੍ਯੰਤਿ ਕੁਲ-ਧਰ੍ਮਾਹ੍ ਸਨਾਤਨਾਹ੍ ।
ਧਰ੍ਮੇ ਨਸ਼੍ਟੇ ਕੁਲੰ ਕ੍ਰਿਤ੍ਸ੍ਨਮ ਅਧਰਮੋ 'ਭਿਭਵਤ੍ਯ ਉਤ ॥39॥

ਕੁਲ-ਕ੍ਸ਼ਯੇ-ਖ਼ਾਨਦਾਨ ਦਾ ਨਾਸ਼ ਹੋਣ ਤੇ ; **ਪ੍ਰਣਸ਼੍ਯੰਤਿ**-ਨਸ਼ਟ ਹੋ ਜਾਂਦੀਆਂ ਹਨ ; **ਕੁਲ-ਧਰ੍ਮਾਹ੍**-ਪਰਿਵਾਰਕ ਪਰੰਪਰਾਵਾਂ ; **ਸਨਾਤਨਾਹ੍**-ਸ਼ਾਸਵਤ ; **ਧਰ੍ਮੇ**-ਧਰਮ ; **ਨਸ਼੍ਟੇ**-ਨਸ਼ਟ ਹੋਣ ਤੇ ; **ਕੁਲਮ੍**-ਕੁਲ (ਖ਼ਾਨਦਾਨ) ਨੂੰ ; **ਕ੍ਰਿਤਸਨਮ੍**-ਪੂਰਾ ; **ਅਧਰਮਹ੍**-ਅਧਰਮ ; **ਅਭਿਭਵਤਿ**-ਬਦਲ ਦਿੰਦਾ ਹੈ ; **ਉਤ**-ਕਿਹਾ ਜਾਂਦਾ ਹੈ ।

ਅਨੁਵਾਦ

ਖ਼ਾਨਦਾਨ ਦੇ ਖਤਮ ਹੋਣ ਤੇ ਸਨਾਤਨ ਖ਼ਾਨਦਾਨੀ ਪਰੰਪਰਾ ਖਤਮ ਹੋ ਜਾਂਦੀ ਹੈ ਅਤੇ ਇਸ ਤਰ੍ਹਾਂ ਬਾਕੀ ਖ਼ਾਨਦਾਨ ਵੀ ਅਧਰਮ ਵਿਚ ਪੈ ਜਾਂਦਾ ਹੈ ।

ਭਾਵ

ਵਰਣ-ਆਸ਼ਰਮ ਵਿਵਸਥਾ ਵਿਚ ਧਾਰਮਿਕ ਪਰੰਪਰਾਵਾਂ ਦੇ ਅਨੇਕਾਂ ਨਿਯਮ ਹਨ, ਜਿਨ੍ਹਾਂ ਦੀ ਸਹਾਇਤਾ ਨਾਲ ਪਰਿਵਾਰ ਦੇ ਲੋਕ ਠੀਕ ਤਰ੍ਹਾਂ ਨਾਲ ਤਰੱਕੀ ਕਰਕੇ ਅਧਿਆਤਮਕ ਮੂਲ ਨੂੰ ਹਾਸਲ ਕਰ ਸਕਦੇ ਹਨ । ਪਰਿਵਾਰ ਵਿਚ ਜਨਮ ਤੋਂ ਲੈ ਕੇ ਮੌਤ ਤਕ ਦੇ ਸਾਰੇ ਸੰਸਕਾਰਾਂ ਲਈ ਘਰ ਦੇ ਵੱਡੇ ਲੋਕ (ਬਜ਼ੁਰਗ) ਜ਼ਿੰਮੇਵਾਰ ਹੁੰਦੇ ਹਨ । ਪਰ ਇਨ੍ਹਾਂ ਬਜ਼ੁਰਗਾਂ ਦੀ ਮੌਤ ਮਗਰੋਂ ਸੰਸਕਾਰ ਸੰਬੰਧੀ ਪਰਿਵਾਰਕ ਪਰੰਪਰਾਵਾਂ ਰੁਕ ਜਾਂਦੀਆਂ ਹਨ ਅਤੇ ਪਰਿਵਾਰ ਦੇ ਜਿਹੜੇ ਛੋਟੇ ਲੋਕ ਬੱਚੇ ਰਹਿੰਦੇ ਹਨ ਉਹ ਅਧਰਮ ਵਾਲੇ ਵਿਅਸਨਾਂ ਵਿਚ ਲਗਣ ਕਰਕੇ ਮੁਕਤੀ ਦੇ ਲਾਭ ਤੋਂ ਲਾਭੋਂ ਰਹਿ ਸਕਦੇ ਹਨ । ਇਸ ਲਈ ਕਿਸੇ ਕਾਰਨ ਵਜੋਂ ਪਰਿਵਾਰ ਦੇ ਵਡੇਰਿਆਂ ਨੂੰ ਨਹੀਂ ਮਾਰਨਾ ਚਾਹੀਦਾ ।

अधर्माभिभवात्कृष्ण प्रदुष्यन्ति कुलस्त्रियः ।
स्त्रीषु दुष्टासु वार्ष्णेय जायते वर्णसङ्करः ॥ ४० ॥

ਅਧਰ੍ਮਾ ਅਭਿਭਵਾਤ੍ ਕ੍ਰਿਸ਼੍ਣ ਪ੍ਰਦੁਸ਼੍ਯੰਤਿ ਕੁਲ-ਸ੍ਤ੍ਰਿਯਹ੍ ।
ਸ਼੍ਤ੍ਰੀਸ਼ੁ ਦੁਸ਼੍ਟਾਸੁ ਵਾਰ੍ਸ਼੍ਣੇਯ ਜਾਯਤੇ ਵਰ੍ਣ-ਸੰਕਰਹ੍ ॥ 40 ॥

ਅਧਰਮ-ਅਧਰਮ ; **ਅਭਿਭਵਾਤ੍**-ਪ੍ਰਮੁੱਖ ਹੋਣ ਤੇ ; **ਕ੍ਰਿਸ਼ਣ**-ਹੇ ਕ੍ਰਿਸ਼ਨ ; **ਪ੍ਰਦੁਸ਼੍ਯੰਤਿ**-ਦੂਸ਼ਿਤ ਹੋ ਜਾਂਦੀਆਂ ਹਨ ; **ਕੁਲ-ਸ਼ਤ੍ਰਿਯਹ**-ਖ਼ਾਨਦਾਨ ਦੀਆਂ ਇਸਤਰੀਆਂ ; **ਸਤ੍ਰੀਸ਼ੁ**-ਇਸਤਰੀਤਵ ਦੇ **ਦੁਸ਼ਟਾਸੁ**-ਦੂਸ਼ਿਤ ਹੋਣ ਤੇ ; **ਵਾਰਸ਼ਣੇਯ**-ਹੇ ਵ੍ਰਿਸ਼ਣੀ ਵੰਸ਼ੀ ; **ਜਾਯੇਤ**-ਪੈਦਾ ਹੁੰਦੀ ਹੈ ; **ਵਰਣ-ਸ਼ੰਕਰਹ**-ਬੇ-ਲੋੜੀਂਦੀ ਔਲਾਦ ।

ਅਨੁਵਾਦ

ਹੇ ਕ੍ਰਿਸ਼ਨ ! ਜਦੋਂ ਖ਼ਾਨਦਾਨ ਵਿਚ ਅਧਰਮ ਮੁੱਖ ਹੋ ਜਾਂਦਾ ਹੈ ਤਾਂ ਉਸ ਖ਼ਾਨਦਾਨ ਦੀਆਂ ਇਸਤਰੀਆਂ ਦੂਸ਼ਿਤ ਹੋ ਜਾਂਦੀਆਂ ਹਨ ਅਤੇ ਇਸਤਰੀਤਵ ਦੇ ਪਤਨ ਨਾਲ ਹੇ ਵ੍ਰਿਸ਼ਣੀ ਵੰਸ਼ੀ, ਬੇਲੋੜੀਂਦੇ ਬੱਚੇ ਪੈਦਾ ਹੁੰਦੇ ਹਨ ।

ਭਾਵ

ਜੀਵਨ ਵਿਚ ਸ਼ਾਂਤੀ, ਸੁੱਖ ਅਤੇ ਅਧਿਆਤਮਕ ਉਨੱਤੀ ਦਾ ਮੁੱਖ ਸਿਧਾਂਤ ਮਾਨਵ ਸਮਾਜ ਵਿਚ ਚੰਗੇਰੀ ਔਲਾਦ ਦਾ ਹੋਣਾ ਹੈ । ਵਰਣ-ਆਸ਼ਰਮ ਦੇ ਅਜੋਕੇ ਨਿਯਮ ਰਾਜ ਅਤੇ ਜਾਤੀ ਦੀ ਆਧਿਆਤਮਕ ਤਰੱਕੀ ਲਈ ਸਮਾਜ ਵਿਚ ਚੰਗੇਰੀ ਜਨ-ਸੰਖਿਆ ਲਈ ਬਣਾਏ ਗਏ ਸਨ। ਅਜਿਹੀ ਅਬਾਦੀ ਸਮਾਜ ਵਿਚ ਇਸਤਰੀ ਦੇ ਸਤੀਤੱਵ ਅਤੇ ਉਸਦੀ ਨਿਸ਼ਠਾ ਤੇ ਨਿਰਭਰ ਕਰਦੀ ਹੈ, ਜਿਸ ਤਰ੍ਹਾਂ ਬੰਦੇ ਅਸਾਨੀ ਨਾਲ ਕੁਰਾਹੇ ਪੈ ਜਾਂਦੇ ਹਨ, ਉਸੇ ਤਰ੍ਹਾਂ ਇਸਤਰੀਆਂ ਵੀ ਕੁਲੱਛਣੀਆਂ ਹੁੰਦੀਆਂ ਹਨ। ਇਸ ਲਈ ਬੱਚਿਆਂ ਅਤੇ ਇਸਤਰੀਆਂ ਦੋਵਾਂ ਨੂੰ ਵੀ ਸਮਾਜ ਦੇ ਵਡੇਰਿਆਂ ਦੀ ਸੁਰੱਖਿਆ ਦੀ ਲੋੜ ਹੈ । ਇਸਤਰੀਆਂ ਵੱਖੋ-ਵੱਖਰੀਆਂ ਧਾਰਮਿਕ ਪ੍ਰਥਾਵਾਂ ਵਿਚ ਰੁਝੀਆਂ ਰਹਿਣ ਤੇ ਕੁਲੱਛਣੀਆਂ ਨਹੀਂ ਹੋਣਗੀਆਂ । ਪੰਡਿਤ ਚਾਣਕਯ ਮੁਤਾਬਿਕ ਸਾਧਾਰਣ ਤੌਰ ਤੇ ਇਸਤਰੀਆਂ ਵਧੇਰੇ ਬੁੱਧੀਮਾਨ ਨਹੀਂ ਹੁੰਦੀਆਂ, ਇਸ ਲਈ ਉਹ ਵਿਸ਼ਵਾਸ ਯੋਗ ਨਹੀਂ ਹਨ । ਇਸ ਲਈ ਉਨ੍ਹਾਂ ਨੂੰ ਵੱਖੋ-ਵੱਖਰੀਆਂ ਖ਼ਾਨਦਾਨੀ ਪਰੰਪਰਾਵਾਂ ਵਿਚ ਰੁਝੀਆਂ ਰਹਿਣਾ ਚਾਹੀਦਾ ਹੈ । ਅਤੇ ਇਸ ਤਰ੍ਹਾਂ ਉਨ੍ਹਾਂ ਦੇ ਸਤੀਤੱਵ ਅਤੇ ਭਗਤੀ ਸਦਕਾ ਅਜਿਹੀ ਔਲਾਦ ਜਨਮ ਲਵੇਗੀ ਜਿਹੜੀ ਵਰਣ-ਆਸ਼ਰਮ ਧਰਮ ਵਿਚ ਭਾਗ ਲੈਣ ਦੇ ਯੋਗ ਹੋਵੇਗੀ । ਅਜਿਹੇ ਵਰਣ-ਆਸ਼ਰਮ ਦੇ ਨਸ਼ਟ ਹੋਣ ਤੇ ਇਹ ਸੁਭਾਵਿਕ ਹੈ ਕਿ ਇਸਤਰੀਆਂ ਆਜ਼ਾਦੀ ਨਾਲ ਦੂਜੇ ਪੁਰਖਾਂ ਨੂੰ ਮਿਲ ਸਕਣਗੀਆਂ ਅਤੇ ਗਲਤ ਆਚਾਰਣ ਨੂੰ ਸਹਾਰਾ ਮਿਲੇਗਾ, ਜਿਸ ਕਰਕੇ ਨਜਾਇਜ਼ ਔਲਾਦ ਪੈਦਾ ਹੋਵੇਗੀ । ਨਿਚਲੇ ਲੋਕ ਵੀ ਸਮਾਜ ਵਿਚ ਗਲਤ ਆਚਰਣ ਨੂੰ ਪ੍ਰੇਰਿਤ ਕਰਦੇ ਹਨ ਅਤੇ ਇਸ ਤਰ੍ਹਾਂ ਬੇਲੋੜੇ ਬੱਚਿਆਂ ਦਾ ਹੜ੍ਹ ਆ ਜਾਂਦਾ ਹੈ, ਜਿਸ ਕਰਕੇ ਮਾਨਵ ਜਾਤੀ ਉਤੇ ਜੰਗ ਅਤੇ ਮਹਾਂਮਾਰੀ (ਅਕਾਲ) ਦਾ ਸੰਕਟ ਛਾ ਜਾਂਦਾ ਹੈ ।

सङ्करो नरकायैव कुलघ्नानां कुलस्य च ।
पतन्ति पितरो ह्येषां लुप्तपिण्डोदकक्रियाः ॥ ४१ ॥

ਸੰਕਰੋ ਨਰਕਾਯੈਵ ਕੁਲਘ੍ਨਾਨਾਮ੍ ਕੁਲਸ੍ਯ ਚ ।
ਪਤੰਤਿ ਪਿਤਰੋ ਹਿ ਏਸ਼ਾਮ੍ ਲੁਪ੍ਤ-ਪਿੰਡੋਦਕ-ਕ੍ਰਿਯਾਹ੍ ॥ 41 ॥

ਸੰਕਰਹ੍-ਅਜਿਹੇ ਬੇ-ਲੋੜੀਂਦੇ ਬੱਚੇ ; **ਨਰਕਾਯ**-ਨਰਕੀ ਜੀਵਨ ਲਈ ; **ਏਵ**-ਨਿਸ਼ਚੈ ਹੀ ; **ਕੁਲ-ਘ੍ਨਾਨਾਮ੍**-ਖ਼ਾਨਦਾਨ ਨੂੰ ਮਾਰਨ ਵਾਲਿਆਂ ਦੇ ; **ਕੁਲਸ੍ਯ**-ਖ਼ਾਨਦਾਨ ਦੇ ; **ਚ**-ਵੀ ; **ਪਤੰਤਿ**-ਡਿੱਗ ਪੈਂਦੇ ਹਨ ; **ਪਿਤਰਹ੍**-ਪਿਤਰ ਲੋਕ ; **ਹਿ** - ਨਿਸ਼ਚੈ ਹੀ ; **ਏਸ਼ਾਮ੍**-ਇਨ੍ਹਾਂ ਦੇ ; **ਲੁਪਤ**-ਖ਼ਤਮ ; **ਪਿੰਡ**-ਪਿੰਡ ਅਰਪਣ ਦੀ ; **ਉਦਕ**-ਅਤੇ ਪਾਣੀ ਦੀ ; **ਕ੍ਰਿਯਾ**-ਕਿਰਿਆ-ਕਰਮ ।

ਅਨੁਵਾਦ

ਬੇਲੋੜੀਂਦੀ (ਨਾਜਾਇਜ਼) ਔਲਾਦ ਦੇ ਵੱਧਣ ਨਾਲ ਨਿਸ਼ਚੈ ਹੀ ਪਰਿਵਾਰ ਲਈ ਅਤੇ ਪਰਿਵਾਰਕ ਪਰੰਪਰਾ ਨੂੰ ਖਤਮ ਕਰਨ ਵਾਲਿਆਂ ਲਈ ਨਰਕ ਵਰਗਾ ਜੀਵਨ ਪੈਦਾ ਹੁੰਦਾ ਹੈ। ਅਜਿਹੇ ਪਤਿਤ ਖ਼ਾਨਦਾਨਾਂ ਦੇ ਪੁਰੱਖੇ (ਪਿੱਤਰ) ਡਿੱਗ ਜਾਂਦੇ ਹਨ, ਕਿਉਂਕਿ ਉਨ੍ਹਾਂ ਨੂੰ ਜਲ ਅਤੇ ਪਿੰਡਦਾਨ ਦੇਣ ਦੀਆਂ ਰਸਮਾਂ ਖ਼ਤਮ ਹੋ ਜਾਂਦੀਆਂ ਹਨ।

ਭਾਵ

ਸਕਾਮ ਕਰਮ ਦੇ ਵਿਧੀ ਵਿਧਾਨ ਮੁਤਾਬਿਕ ਖ਼ਾਨਦਾਨ ਦੇ ਪਿੱਤਰਾਂ ਨੂੰ ਸਮੇਂ ਸਮੇਂ ਤੇ ਜਲ ਅਤੇ ਪਿੰਡਦਾਨ ਦਿੱਤਾ ਜਾਣਾ ਚਾਹੀਦਾ ਹੈ, ਇਹ ਦਾਨ ਵਿਸ਼ਨੂੰ ਪੂਜਾ ਰਾਹੀਂ ਕੀਤਾ ਜਾਂਦਾ ਹੈ, ਕਿਉਂਕਿ ਵਿਸ਼ਨੂੰ ਨੂੰ ਅਰਪਿਤ ਭੋਜਨ ਦੇ ਬਾਕੀ ਹਿੱਸੇ (ਪ੍ਰਸ਼ਾਦ) ਨੂੰ ਖਾਣ ਨਾਲ ਸਾਰੇ ਪਾਪ ਕਰਮਾਂ ਤੋਂ ਛੁਟਕਾਰਾ ਹੋ ਜਾਂਦਾ ਹੈ। ਕਦੀ ਕਦੀ ਪਿੱਤਰ ਲੋਕ ਵੱਖੋ-ਵੱਖਰੇ ਪਾਪ ਕਰਮਾਂ ਨਾਲ ਘਿਰੇ ਹੋ ਸਕਦੇ ਹਨ। ਕਦੀ-ਕਦੀ ਉਨ੍ਹਾਂ ਵਿਚੋਂ ਕੁਝ ਨੂੰ ਸਥੂਲ ਸਰੀਰ ਹਾਸਲ ਨਾ ਹੋਣ ਕਾਰਨ ਉਨ੍ਹਾਂ ਨੂੰ ਪ੍ਰੇਤ ਰੂਪ ਵਿਚ ਸੂਖਮ ਸਰੀਰ ਧਾਰਣ ਕਰਨ ਲਈ ਮਜ਼ਬੂਰ ਹੋਣਾ ਪੈਂਦਾ ਹੈ। ਇਸ ਲਈ ਜਦੋਂ ਖ਼ਾਨਦਾਨ ਦੇ ਲੋਕਾਂ ਰਾਹੀਂ ਪਿਤਰਾਂ ਨੂੰ ਬੱਚਿਆ ਪ੍ਰਸ਼ਾਦ ਅਰਪਿਤ ਕੀਤਾ ਜਾਂਦਾ ਹੈ ਤਾਂ ਉਨ੍ਹਾਂ ਦਾ ਪ੍ਰੇਤ ਜੂਨ ਜਾਂ ਹੋਰ ਤਰ੍ਹਾਂ ਦੇ ਕਸ਼ਟਕਾਰੀ ਜੀਵਨ ਤੋਂ ਛੁਟਕਾਰਾ ਹੁੰਦਾ ਹੈ। ਪਿੱਤਰਾਂ ਨੂੰ ਇਸ ਤਰ੍ਹਾਂ ਸਹਾਇਤਾ ਪਹੁੰਚਾਣਾ ਖ਼ਾਨਦਾਰੀ ਪਰੰਪਰਾ ਹੈ ਅਤੇ ਜਿਹੜੇ ਲੋਕ ਭਗਤੀ ਦਾ ਜੀਵਨ ਨਹੀਂ ਜਿਉਂਦੇ ਉਨ੍ਹਾਂ ਨੂੰ ਇਹ ਅਨੁਸ਼ਠਾਨ ਕਰਨੇ ਹੁੰਦੇ ਹਨ। ਸਿਰਫ਼ ਅਨੁਸ਼ਠਾਨ ਕਰਨ ਨਾਲ ਮਨੁੱਖ ਸੈਂਕੜਿਆਂ, ਹਜ਼ਾਰਾਂ ਪਿੱਤਰਾਂ ਨੂੰ ਅਜਿਹੇ ਸੰਕਟ ਤੋਂ ਪਾਰ ਉਤਾਰ ਸਕਦਾ ਹੈ। ਭਾਗਵਤ ਵਿਚ ਕਿਹਾ ਗਿਆ ਹੈ -

ਦੇਵਰ੍ਸ਼ਿ ਭੂਤਾਪ੍ਤ-ਨ੍ਰਿਣਾਮ ਪਿਤ੍ਰਿਣਾਮ੍ ਨ ਕਿੰਕਰੋ ਨਾਯਮ੍ਰਿਣੀ ਚ ਰਾਜਨ੍ ।
ਸਰ੍ਵਾਤ੍ਮਨਾ ਯਹ੍ ਸ਼ਰਣਮ੍ ਸ਼ਰਣ੍ਯਮ੍ ਗਤੋ ਮੁਕੁੰਦੰ ਪਰਿਹ੍ਰਿਤ੍ਯ ਕਰ੍ਤਮ੍ ॥

(ਸ਼੍ਰੀਮਦ ਭਾਗਵਤ 11.5.41)

"ਜਿਹੜਾ ਮਨੁੱਖ ਹੋਰ ਸਾਰੀਆਂ ਜ਼ਿੰਮੇਵਾਰੀਆਂ ਨੂੰ ਛੱਡਕੇ, ਮੁਕਤੀ ਦੇਣ ਵਾਲੇ ਮੁਕੰਦ ਦੇ ਚਰਣੀ ਲੱਗ ਜਾਂਦਾ ਹੈ ਅਤੇ ਇਸ ਰਸਤੇ ਨੂੰ ਸੰਜੀਦਗੀ ਨਾਲ ਅਪਣਾਉਂਦਾ ਹੈ, ਉਹ ਦੇਵਤਿਆਂ, ਮੁਨੀਆਂ, ਆਮ ਲੋਕਾਂ, ਆਪਣੇ ਮਨੁੱਖਾਂ ਜਾਂ ਪਿੱਤਰਾਂ ਪ੍ਰਤੀ ਆਪਣੀਆਂ ਜ਼ਿੰਮੇਵਾਰੀਆਂ ਤੋਂ ਮੁਕਤ ਹੋ ਜਾਂਦਾ ਹੈ ਸ਼੍ਰੀ ਭਗਵਾਨ ਦੀ ਸੇਵਾ ਸਦਕਾ ਅਜਿਹੀਆਂ ਜ਼ਿੰਮੇਵਾਰੀਆਂ ਆਪਣੇ ਆਪ ਪੂਰੀਆਂ ਹੋ ਜਾਂਦੀਆਂ ਹਨ।"

दोषैरेतैः कुलघ्नानां वर्णसङ्करकारकैः ।
उत्साद्यन्ते जातिधर्माः कुलधर्माश्च शाश्वताः ॥ ४२ ॥

ਦੋਸ਼ੈਰ੍ ਏਤੈਹ ਕੁਲ-ਘ੍ਨਾਨਾਮ੍ ਵਰ੍ਣ-ਸੰਕਰਾ-ਕਾਰਕੈਹ੍ ।
ਉਤ੍ਸਾਦ੍ਯੰਤੇ ਜਾਤਿ-ਧਰ੍ਮਾਹ੍ ਕੁਲ-ਧਰ੍ਮਾਸ਼੍ ਚ ਸਾਸ਼੍ਵਤਾਹ੍ ॥42॥

ਦੋਸ਼ੈਹ੍-ਅਜਿਹੇ ਦੋਸ਼ਾਂ ਨਾਲ ; **ਏਤੈਹ੍**-ਇਨ੍ਹਾਂ ਸਾਰੀਆਂ ; **ਕੁਲ-ਘ੍ਨਾਨਾਮ੍**-ਪਰਿਵਾਰ ਨੂੰ ਖ਼ਤਮ ਕਰਨ ਵਾਲਿਆਂ ਦਾ ; **ਵਰਣ-ਸੰਕਰ**-ਨਜਾਇਜ਼ ਜਾਤੀ ਔਲਾਦਾਂ ਦੇ ; **ਕਾਰਕੈਹ੍**-ਕਾਰਨਾਂ ਨਾਲ ; **ਉਤ੍ਸਾਦ੍ਯੰਤੇ**-ਖ਼ਤਮ ਹੋ ਜਾਂਦੇ ਹਨ ; **ਜਾਤਿ-ਧਰ੍ਮਾਹ੍**-ਪਰਿਵਾਰਕ ਯੋਜਨਾਵਾਂ ; **ਕੁਲ-ਧਰ੍ਮਾਹ੍**-ਪਰਿਵਾਰਕ ਪਰੰਪਰਾਵਾਂ ; **ਚ**-ਵੀ ; **ਸਾਸ਼੍ਵਤਾਹ੍**-ਸਨਾਤਨ ।

ਅਨੁਵਾਦ

ਜਿਹੜੇ ਲੋਕ ਖ਼ਾਨਦਾਨੀ ਪਰੰਪਰਾਵਾਂ ਨੂੰ ਨਸ਼ਟ ਕਰਦੇ ਹਨ ਅਤੇ ਹੋਰ ਇਸ ਤਰ੍ਹਾਂ ਨਜਾਇਜ਼ ਔਲਾਦ ਨੂੰ ਜਨਮ ਦਿੰਦੇ ਹਨ ਉਨ੍ਹਾਂ ਦੇ ਬੁਰੇ ਕਰਮਾਂ ਨਾਲ ਹਰ ਤਰ੍ਹਾਂ ਦੀਆਂ ਜਾਤੀ- ਪਰਿਵਾਰਕ ਯੋਜਨਾਵਾਂ ਅਤੇ ਪਰਿਵਾਰ ਭਲਾਈ ਦੇ ਕਾਰਜ ਨਸ਼ਟ ਹੋ ਜਾਂਦੇ ਹਨ ।

ਭਾਵ

ਸਨਾਤਨ ਧਰਮ ਜਾਂ ਵਰਣ-ਆਸ਼ਰਮ ਧਰਮ ਰਾਹੀਂ ਨਿਰਧਾਰਤ ਮਨੁੱਖੀ ਸਮਾਜ ਦੇ ਚਾਰੇ ਵਰਣਾਂ (ਜਾਤਾਂ) ਲਈ ਜਾਤੀ ਪਰਿਵਾਰਕ ਯੋਜਨਾਵਾਂ ਅਤੇ ਪਰਿਵਾਰ ਭਲਾਈ ਦੇ ਕਾਰਜ ਇਸ ਲਈ ਨਿਰਧਾਰਤ ਕੀਤੇ ਜਾਂਦੇ ਹਨ ਕਿ ਮਨੁੱਖ ਮੁਕਤੀ ਪਾ ਸਕੇ । ਇਸ ਲਈ ਸਮਾਜ ਦੇ ਗੈਰ ਜ਼ਿੰਮੇਵਾਰ ਨਾਇਕਾਂ ਰਾਹੀਂ ਸਨਾਤਨ ਧਰਮ ਪਰੰਪਰਾ ਨੂੰ ਤੋੜਨ ਕਾਰਨ, ਉਸ ਸਮਾਜ ਵਿਚ ਅਵਿਵਸਥਾ ਫੈਲਦੀ ਹੈ । ਨਤੀਜੇ ਵਜੋਂ ਲੋਕ ਜੀਵਨ ਦੇ ਮੰਤਵ, ਵਿਸ਼ਨੂੰ ਨੂੰ ਭੁਲ ਜਾਂਦੇ ਹਨ । ਅਜਿਹੇ ਆਗੂ ਅੰਨ੍ਹੇ ਕਹਾਉਂਦੇ ਹਨ ਅਤੇ ਜਿਹੜੇ ਲੋਗ ਇਨ੍ਹਾਂ ਮਗਰ ਲਗਦੇ ਹਨ ਉਹ ਨਿਸ਼ਚੇ ਹੀ ਭੈੜੀ ਵਿਵਸਥਾ ਵੱਲ ਚਲਦੇ ਹਨ ।

उत्पन्नकुलधर्माणां मनुष्याणां जनार्दन ।
नरके नियतं वासो भवतीत्यनुशुश्रुम ॥ ४३ ॥

ਉਤ੍ਸਨ੍ਨ-ਕੁਲ-ਧਰ੍ਮਾਣਾਂ ਮਨੁਸ਼੍ਯਾਣਾਂ ਜਨਾਰ੍ਦਨ ।
ਨਰਕੇ ਨਿਯਤੰ ਵਾਸੋ ਭਵਤਿਤਿ ਅਨੁਸ਼ੁਸ਼੍ਰੁਮ ॥43 ॥

ਉਤਸਨ੍ਨ-ਨਸ਼ਟ ; **ਕੁਲ-ਧਰ੍ਮਾਣਾਮ੍**-ਪਰਿਵਾਰਕ ਪਰੰਪਰਾਵਾਂ ਵਾਲੇ ; **ਮਨੁਸ਼੍ਯਾਣਾਮ੍**-ਮਨੁੱਖਾਂ ਦਾ ; **ਜਨਾਰ੍ਦਨ**-ਹੇ ਕ੍ਰਿਸ਼ਨ ; **ਨਰਕੇ**-ਨਰਕ ਵਿਚ ; **ਨਿਯਤਮ੍**-ਹਮੇਸ਼ਾਂ ; **ਵਾਸਹ੍**-ਨਿਵਾਸ ; **ਭਵਤਿ**-ਹੁੰਦਾ ਹੈ ; **ਇਤਿ**-ਇਸ ਤਰ੍ਹਾਂ ; **ਅਨੁਸ਼ੁਸ਼੍ਰੁਮ**-ਗੁਰੂ ਪਰੰਪਰਾ ਤੋਂ ਮੈਂ ਸੁਣਿਆ ਹੈ ।

ਅਨੁਵਾਦ

ਹੇ ਪਰਜਾ ਦੇ ਪਾਲਣਹਾਰ ਕ੍ਰਿਸ਼ਨ ! ਮੈਂ ਗੁਰੂ ਪਰੰਪਰਾ ਰਾਹੀਂ ਸੁਣਿਆ ਹੈ ਕਿ ਜਿਹੜੇ ਲੋਕ ਖ਼ਾਨਦਾਨੀ (ਕੁਲ) ਧਰਮ ਨੂੰ ਨਸ਼ਟ ਕਰਦੇ ਹਨ ਉਹ ਹਮੇਸ਼ਾਂ ਨਰਕ ਵਿਚ ਨਿਵਾਸ ਕਰਦੇ ਹਨ।

ਭਾਵ

ਅਰਜੁਨ ਆਪਣੀਆਂ ਦਲੀਲਾਂ ਨੂੰ ਆਪਣੇ ਅਨੁਭਵ ਤੇ ਆਧਾਰਿਤ ਨਾ ਕਰਕੇ ਆਚਾਰਿਆਂ ਤੋਂ ਜਿਹੜਾ ਕੁਝ ਸੁਣ ਰੱਖਿਆ ਹੈ, ਉਸ ਤੇ ਆਧਾਰਿਤ ਕਰਦਾ ਹੈ । ਅਸਲੀ ਗਿਆਨ ਪ੍ਰਾਪਤ ਕਰਨ ਦਾ ਇਹੋ ਤਰੀਕਾ ਹੈ । ਜਿਹੜੇ ਮਨੁੱਖ ਨੇ ਪਹਿਲਾਂ ਗਿਆਨ ਹਾਸਿਲ ਕਰ ਰਖਿਆ ਹੈ, ਉਸ ਮਨੁੱਖ

ਦੀ ਸਹਾਇਤਾ ਤੋਂ ਬਿਨ੍ਹਾਂ ਕੋਈ ਵੀ ਅਸਲੀ ਗਿਆਨ ਤਕ ਨਹੀਂ ਪਹੁੰਚ ਸਕਦਾ। ਵਰਣ-ਆਸ਼ਰਮ ਧਰਮ ਦੇ ਇਕ ਤਰੀਕੇ ਮੁਤਾਬਿਕ ਮਰਨ ਤੋਂ ਪਹਿਲਾਂ ਮਨੁੱਖ ਨੂੰ ਪਾਪ ਕਰਮਾਂ ਲਈ ਪਛਤਾਵਾ ਕਰਨਾ ਹੁੰਦਾ ਹੈ। ਜਿਹੜੇ ਪਾਪ-ਆਤਮਾ ਹਨ, ਉਨ੍ਹਾਂ ਨੂੰ ਇਸ ਤਰੀਕੇ ਦੀ ਜ਼ਰੂਰ ਵਰਤੋਂ ਕਰਨੀ ਚਾਹੀਦੀ ਹੈ। ਅਜਿਹਾ ਕੀਤੇ ਬਿਨ੍ਹਾਂ ਮਨੁੱਖ ਨਿਸ਼ਚੈ ਹੀ ਨਰਕ ਵਿਚ ਭੇਜਿਆ ਜਾਵੇਗਾ ਜਿੱਥੇ ਉਸ ਨੂੰ ਆਪਣੇ ਪਾਪ ਕਰਮਾਂ ਦੇ ਲਈ ਦੁੱਖੀ ਜੀਵਨ ਬਿਤਾਉਣਾ ਹੋਵੇਗਾ।

अहो बत महत्पापं कर्तुं व्यवसिता वयम् ।
यद्राज्यसुखलोभेन हन्तुं स्वजनमुद्यताः ॥ ४४ ॥

ਅਹੋ ਬਤ ਮਹਤ੍-ਪਾਪਮ੍ ਕਰਤੁਮ੍ ਵ੍ਯਵਸਿਤਾ ਵਯਮ੍ ।
ਯਦ੍ ਰਾਜ੍ਯ-ਸੁਖ-ਲੋਭੇਨ ਹੰਤੁੰ ਸ੍ਵਜਨਮ੍ ਉਦ੍ਯਤਾਹ੍ ॥ 44 ॥

ਅਹੋ-ਓਹ ; **ਬਤ**-ਇਹ ਕਿੰਨੀ ਹੈਰਾਨੀ ਹੈ ; **ਮਹਤ੍**-ਮਹਾਨ ; **ਪਾਪਮ੍**-ਪਾਪ ਕਰਮ ; **ਕਰ੍ਤਮ੍**-ਕਰਨ ਲਈ ; **ਵ੍ਯਵਸਿਤਾ**-ਨਿਸ਼ਚੈ ਕੀਤਾ ਹੈ ; **ਵਯਮ੍**-ਅਸੀਂ ; **ਯਤ੍**-ਕਿਉਂ ਕਿ ; **ਰਾਜ੍ਯ-ਸੁਖ-ਲੋਭੇਨ**-ਰਾਜ ਸੁੱਖ ਦੇ ਲਾਲਚ ਵਿਚ ਆਕੇ ; **ਹੰਤੁਮ੍**-ਮਾਰਨ ਲਈ ; **ਸ੍ਵਜਨਮ੍**-ਆਪਣੇ ਸਬੰਧੀਆਂ ਨੂੰ ; **ਉਦ੍ਯਤਾਹ੍**-ਤਿਆਰ।

ਅਨੁਵਾਦ

ਓਹ ! ਕਿੰਨੀ ਹੈਰਾਨੀ ਦੀ ਗੱਲ ਹੈ ਕਿ ਅਸੀਂ ਸਾਰੇ ਘਿਨੋਣੇ ਪਾਪ ਕਰਨ ਲਈ ਉਤਾਵਲੇ ਹੋ ਰਹੇ ਹਾਂ। ਰਾਜ ਸੁੱਖ ਭੋਗਣ ਦੀ ਇੱਛਾ ਕਾਰਨ ਅਸੀਂ ਆਪਣੇ ਹੀ ਰਿਸ਼ਤੇਦਾਰਾਂ ਨੂੰ ਮਾਰਨ ਤੇ ਤੁਲੇ ਹਾਂ।

ਭਾਵ

ਸਵਾਰਥ ਕਾਰਨ ਮਨੁੱਖ ਆਪਣੇ ਸੱਕੇ ਭਰਾ, ਬਾਪ ਜਾਂ ਮਾਂ ਨੂੰ ਮਾਰਨ ਵਰਗੇ ਪਾਪ ਕਰਮਾਂ ਵੱਲ ਤੁਰ ਸਕਦਾ ਹੈ। ਸੰਸਾਰ ਦੇ ਇਤਿਹਾਸ ਵਿਚ ਅਜਿਹੇ ਅਨੇਕਾਂ ਉਦਾਹਰਣ ਮਿਲਦੇ ਹਨ। ਪਰ ਭਗਵਾਨ ਦਾ ਸੱਜਣ ਭਗਤ ਹੋਣ ਕਾਰਨ ਅਰਜੁਨ ਸਦਾਚਾਰ ਪ੍ਰਤੀ ਸੁਚੇਤ ਹੈ। ਇਸ ਲਈ ਉਹ ਅਜਿਹੇ ਕਾਰਜਾਂ ਤੋਂ ਗੁਰੇਜ਼ ਕਰਦਾ ਹੈ।

यदि मामप्रतीकारमशस्त्रं शस्त्रपाणयः ।
धार्तराष्ट्रा रणे हन्युस्तन्मे क्षेमतरं भवेत् ॥ ४५ ॥

ਯਦਿ ਮਾਮ੍ ਅਪ੍ਰਤੀਕਾਰਮ੍ ਅਸ਼ਸਤ੍ਰੰ ਸ਼ਸਤ੍ਰ-ਪਾਣਯਹ੍ ।
ਧਾਰ੍ਤਰਾਸ਼੍ਟਰਾ ਰਣੇ ਹਨ੍ਯੁਸ ਤਨ੍ ਮੇ ਕ੍ਸ਼ੇਮਤਰੰ ਭਵੇਤ੍ ॥ 45 ॥

ਯਦਿ-ਜੇਕਰ ; **ਮਾਮ੍**-ਮੈਨੂੰ ; **ਅਪ੍ਰਤੀਕਰਮ੍**-ਵਿਰੋਧ ਨਾ ਕਰਨ ਕਾਰਨ ; **ਅਸ਼ਸ੍ਤ੍ਰਮ੍**-ਹਥਿਆਰ ਤੋਂ ਬਿਨ੍ਹਾਂ ; **ਸ਼ਸ੍ਤਰ-ਪਾਣਯਹ੍**-ਸ਼ਸਤਰਧਾਰੀ ; **ਧਾਰ੍ਤਰਾਸ਼੍ਟ੍ਰਾਹ੍**-ਧ੍ਰਿਤਰਾਸ਼ਟਰ ਦੇ ਪੁੱਤਰ ; **ਰਣੇ**-ਜੰਗੀ ਮੈਦਾਨ ਵਿਚ ; **ਹਨ੍ਯੁਹ੍**-ਮਾਰਨ ; **ਤਤ੍**-ਉਹ ; **ਮੇ**-ਮੇਰੇ ਲਈ ; **ਕ੍ਸ਼ੇਮ-ਤਰਮ੍**-ਉੱਤਮ : **ਭਵੇਤ੍**-ਹੋਵੇਗਾ।

ਅਨੁਵਾਦ

ੇਕਰ ਸ਼ਸ਼ਤਰਧਾਰੀ ਧ੍ਰਿਤਰਾਸ਼ਟਰ ਦੇ ਪੁੱਤਰ ਨਿਹੱਥੇ ਅਤੇ ਜੰਗ ਦੇ ਮੈਦਾਨ ਵਿਚ ਵਿਰੋਧ ਨਾ ਕਰਨ ਵਾਲੇ ਮੈਨੂੰ ਮਾਰਨ ਤਾਂ, ਇਹ ਮੇਰੇ ਲਈ ਉੱਤਮ ਹੋਵੇਗਾ ।

ਭਾਵ

ੱਤਰੀਆਂ ਦੇ ਜੰਗੀ ਨਿਯਮਾਂ ਮੁਤਾਬਿਕ ਅਜਿਹੀ ਪ੍ਰਥਾ ਹੈ ਕਿ ਨਿਹੱਥੇ ਅਤੇ ਜੰਗ ਨਾ ਕਰ ਰਹੇ ਦੁਸ਼ਮਣ ਤੇ ਹਮਲਾ ਨਾ ਕੀਤਾ ਜਾਵੇ । ਪਰ ਅਰਜੁਨ ਨੇ ਨਿਸ਼ਚੈ ਕੀਤਾ ਹੈ ਦੁਸ਼ਮਣ ਭਾਵੇਂ ਇਸ ਅਣਢੁਕੱਵੀ ਹਾਲਤ ਵਿਚ ਉਸਤੇ ਹਮਲਾ ਕਰ ਦੇਵੇ ਪਰ ਉਹ ਜੰਗ ਨਹੀਂ ਕਰੇਗਾ । ਉਸ ਨੇ ਇਸ ਤੇ ਵਿਚਾਰ ਨਹੀਂ ਕੀਤਾ ਕਿ ਦੂਜਾ ਪੱਖ ਜੰਗ ਲਈ ਕਿੰਨਾ ਉਤਾਵਲਾ ਹੈ, ਇਨ੍ਹਾਂ ਸਾਰੇ ਲਛਣਾਂ ਦਾ ਕਾਰਨ ਉਸਦੀ ਰਹਿਮ ਦਿਲੀ ਹੈ । ਜਿਹੜੀ ਭਗਵਾਨ ਦੇ ਮਹਾਨ ਭਗਤ ਹੋਣ ਕਾਰਨ ਪੈਦਾ ਹੁੰਦੀ ਹੈ ।

सञ्जय उवाच

एवमुक्त्वार्जुनः सङ्ख्ये रथोपस्थ उपाविशत् ।
विसृज्य सशरं चापं शोकसंविग्नमानसः ॥ ४६ ॥

ਸੰਜੇ ਓਵਾਚ

ਏਵਮ ਓਕ੍ਤ੍ਵਾਰਜੁਨਹ੍ ਸੰਖ੍ਯੇ ਰਥੋਪਾਸ੍ਥ ਉਪਾਵਿਸ਼ਤ੍ ।
ਵਿਸ੍ਰਿਜ੍ਯ ਸ-ਸ਼ਰੰ ਚਾਪੰ ਸ਼ੋਕ-ਸੰਵਿਗ੍ਨ-ਮਾਨਸਾਹ੍ ॥46॥

ੰਜਯ ਓਵਾਚ-ਸੰਜੇ ਨੇ ਕਿਹਾ ; ਏਵਮ੍-ਇਸ ਤਰ੍ਹਾਂ ; ਓਕ੍ਤ੍ਵਾ-ਕਹਿਕੇ ; ਅਰਜੁਨਹ੍-ਅਰਜੁਨ ਸੰਖ੍ਯੇ-ਜੰਗ ਦੇ ਮੈਦਾਨ ਵਿਚ ; ਰੱਥ-ਰੱਥ ਦੇ ; ਉਪਸ੍ਥੇ-ਆਸਨ ਤੇ ; ਓਪਾਵਿਸ਼ਤ੍-ਦੁਬਾਰਾ ਬੈਠ ਗਿਆ ; ਵਿਸ੍ਰਿਜ੍ਯ-ਇਕ ਪਾਸੇ ਰੱਖ ਕੇ ; ਸ-ਸ਼ਰਮ੍-ਬਾਣਾ ਸਮੇਤ ; ਚਾਪਮ੍-ਧਨੁੱਖ ਨੂੰ ; ਸ਼ੋਕ-ਸ਼ੋਕ ਨਾਲ ; ਸੰਵਿਗ੍ਨ-ਸੰਤਪਤ ; ਮਾਨਸਾਹ੍-ਮਨ ਦੇ ਅੰਦਰ ।

ਅਨੁਵਾਦ

ੰਜੇ ਨੇ ਕਿਹਾ - ਜੰਗ ਦੇ ਮੈਦਾਨ ਵਿੱਚ, ਇਸ ਤਰ੍ਹਾਂ ਕਹਿਕੇ ਅਰਜੁਨ ਨੇ ਆਪਣਾ ਧਨੁੱਖ ਅਤੇ ਬਾਣ ਇੱਕ ਪਾਸੇ ਰੱਖ ਦਿੱਤਾ ਅਤੇ ਦੁੱਖੀ ਮਨ ਨਾਲ ਰੱਥ ਦੇ ਆਸਣ ਤੇ ਬੈਠ ਗਿਆ।

ਭਾਵ

ਆਪਣੇ ਦੁਸ਼ਮਣ ਦੀ ਸਥਿਤੀ ਨੂੰ ਵੇਖਣ ਲਈ ਅਰਜੁਨ ਰੱਥ ਤੇ ਖਲੋ ਗਿਆ ਸੀ ਪਰ ਉਹ ਸ਼ੋਕ ਨਾਲ ਇੰਨਾ ਦੁੱਖੀ ਹੋ ਗਿਆ ਕਿ ਆਪਣਾ ਧਨੁੱਖ-ਬਾਣ ਇਕ ਪਾਸੇ ਰਖਕੇ ਰੱਥ ਦੇ ਆਸਨ ਤੇ ਦੁਬਾਰਾ ਬੈਠ ਗਿਆ । ਅਜਿਹਾ ਦਿਆਲੂ ਅਤੇ ਕੋਮਲ ਹਿਰਦੇ ਵਾਲਾ ਆਦਮੀ ਜਿਹੜਾ ਭਗਵਾਨ ਦੀ ਸੇਵਾ ਵਿਚ ਲਗਿਆ ਹੋਵੇ ਆਤਮ ਗਿਆਨ ਪ੍ਰਾਪਤ ਕਰਨ ਦੇ ਯੋਗ ਹੈ ।

ਇਸ ਤਰ੍ਹਾਂ ਭਗਵਤ ਗੀਤਾ ਦਾ ਪਹਿਲਾ ਅਧਿਆਇ "ਕੁਰੂਕਸ਼ੇਤਰ ਦੇ ਜੰਗੀ ਮੈਦਾਨ ਵਿਚ ਫ਼ੌਜਾਂ ਦਾ ਨਿਰੀਖਣ" ਦਾ ਭਕਤੀਵੇਦਾਂਤ ਭਾਵ-ਅਰਥ ਪੂਰਨ ਹੋਇਆ ।

ਅਧਿਆਇ ਦੂਜਾ

ਗੀਤਾ ਦਾ ਸਾਰ

सञ्जय उवाच

तं तथा कृपयाविष्टमश्रुपूर्णाकुलेक्षणम्।
विषीदन्तमिदं वाक्यमुवाच मधुसूदनः॥ १॥

ਸੰਜਯ ਉਵਾਚ

ਤਮ੍ ਤਥਾ ਕ੍ਰਿਪਯਾਵਿਸ਼ਟਮ੍ ਅਸ਼ਰੁ-ਪੂਰ੍ਣਾ ਕੁਲੇਕਸ਼ਣਮ੍ ।
ਵਿਸ਼ੀਦੰਤਮ੍ ਇਦੰ ਵਾਕ੍ਯਮ ਉਵਾਚ ਮਧੁਸੂਦਨਹ੍ ॥ 1 ॥

ਸੰਜਯ ਓਵਾਚ-ਸੰਜੇ ਨੇ ਕਿਹਾ ; **ਤਮ੍**-ਅਰਜੁਨ ਨੂੰ ; **ਤਥਾ**-ਇਸ ਤਰ੍ਹਾਂ ; **ਕ੍ਰਿਪਯਾ**-ਕਰੁਣਾ ਨਾਲ **ਆਵਿਸ਼ਟਮ੍**-ਭਰਪੂਰ ; **ਅਸ਼ਰੁ-ਪੂਰਨਾਕੁਲ**-ਹੰਝੂਆਂ ਨਾਲ ਭਰੇ ; **ਈਕਸ਼ਣਮ੍**-ਨੇਤਰ,ਅੱਖਾਂ ; **ਵਿਸ਼ੀਦੰਤਮ੍**-ਸ਼ੋਕ ਵਾਲੇ ; **ਇਦਮ੍**-ਇਹ ; **ਵਾਕ੍ਯਮ**-ਵਚਨ ; **ਓਵਾਚ**-ਕਿਹਾ; **ਮਧੁ-ਸੂਦਨਹ੍**-ਮਧੂ ਨਾਂ ਦੇ ਅਸੁਰ ਨੂੰ ਮਾਰਣ ਵਾਲੇ (ਕ੍ਰਿਸ਼ਨ) ਨੇ ।

ਅਨੁਵਾਦ

ਸੰਜੇ ਨੇ ਕਿਹਾ-ਦਇਆ ਨਾਲ ਭਰੇ, ਦੁੱਖੀ ਅਤੇ ਹੰਝੂਆਂ ਨਾਲ ਭਰੀਆਂ ਅੱਖਾਂ ਵਾਲੇ ਅਰਜੁਨ ਨੂੰ ਵੇਖਕੇ, ਮਧੁਸੂਦਨ (ਕ੍ਰਿਸ਼ਨ) ਨੇ ਇਹ ਸ਼ਬਦ ਕਹੇ ।

ਭਾਵ

ਭੌਤਿਕ ਪਦਾਰਥਾਂ ਪ੍ਰਤੀ ਦਇਆ, ਸ਼ੋਕ ਅਤੇ ਹੰਝੂ-ਇਹ ਸਾਰੇ ਵਾਸਤਵਿਕ ਆਤਮਾ ਨੂੰ ਨਾ ਜਾਣਨ ਦੇ ਲੱਛਣ ਹਨ । ਸਨਾਤਨ ਆਤਮਾ ਪ੍ਰਤੀ ਦਇਆ ਹੀ ਆਤਮ-ਪ੍ਰਤੱਖੀਕਰਨ ਹੈ। ਇਸ ਸ਼ਲੋਕ ਵਿਚ ਮਧੁਸੂਦਨ ਸ਼ਬਦ ਮਹੱਤਵਪੂਰਨ ਹੈ । ਕ੍ਰਿਸ਼ਨ ਨੇ ਮਧੂ ਨਾਂ ਦੇ ਦੈਂਤ ਨੂੰ ਮਾਰਿਆ ਸੀ ਅਤੇ ਹੁਣ ਅਰਜੁਨ ਦੀ ਇੱਛਾ ਹੈ ਕਿ ਕ੍ਰਿਸ਼ਨ ਉਸ ਅਗਿਆਨ ਰੂਪੀ ਦੈਂਤ ਨੂੰ ਮਾਰਨ ਜਿਸਨੇ ਉਸਨੂੰ ਫਰਜ਼ਾਂ ਤੋਂ ਲਾਂਭੇ ਕਰ ਰੱਖਿਆ ਹੈ । ਇਹ ਕੋਈ ਨਹੀਂ ਜਾਣਦਾ ਕਿ ਦਇਆ ਦੀ ਵਰਤੋਂ ਕਿਥੇ

ਹੋਣੀ ਚਾਹੀਦੀ ਹੈ। ਡੁੱਬਦੇ ਹੋਏ ਮਨੁੱਖ ਦੀ ਕਪੜਿਆਂ ਲਈ ਦਇਆ ਮੂਰਖਤਾ ਹੋਵੇਗੀ। ਅਗਿਆਨ ਸਾਗਰ ਵਿਚ ਡਿੱਗੇ ਹੋਏ ਮਨੁੱਖ ਨੂੰ ਸਿਰਫ਼ ਉਸਦੇ ਬਾਹਰੀ ਪਹਿਰਾਵੇ, ਭਾਵ ਸਥੂਲ ਸ਼ਰੀਰ ਦੀ ਰਖਿਆ, ਕਰਕੇ ਨਹੀਂ ਬਚਾਇਆ ਜਾ ਸਕਦਾ। ਜਿਹੜਾ ਇਸ ਨੂੰ ਨਹੀਂ ਜਾਣਦਾ ਤੇ ਉਹ ਬਾਹਰੀ ਪਹਿਰਾਵੇ ਲਈ ਸ਼ੋਕ ਕਰਦਾ ਹੈ, ਉਹ ਸ਼ੂਦਰ ਕਹਾਉਂਦਾ ਹੈ, ਜਾਂ ਜੋ ਵਿਅਰਥ ਹੀ ਸ਼ੋਕ ਕਰਦਾ ਹੈ। ਅਰਜੁਨ ਤਾਂ ਖੱਤਰੀ ਸੀ, ਇਸ ਲਈ ਉਸ ਤੋਂ ਅਜਿਹੇ ਵਤੀਰੇ ਦੀ ਆਸ ਨਹੀਂ ਸੀ। ਪਰ ਭਗਵਾਨ ਕ੍ਰਿਸ਼ਨ ਅਗਿਆਨੀ ਮਨੁੱਖ ਦੇ ਸ਼ੋਕ ਨੂੰ ਖਤਮ ਕਰ ਸਕਦੇ ਹਨ ਅਤੇ ਇਸ ਮੰਤਵ ਨਾਲ ਉਨ੍ਹਾਂ ਨੇ ਭਗਵਤ ਗੀਤਾ ਦਾ ਉਪਦੇਸ਼ ਦਿੱਤਾ। ਇਹ ਅਧਿਆਇ ਸਾਨੂੰ ਭੌਤਿਕ ਸ਼ਰੀਰ ਅਤੇ ਆਤਮਾ ਦੀ ਵਿਸ਼ਲੇਸ਼ਣਾਤਮਕ ਅਧਿਐਨ ਰਾਹੀਂ ਆਤਮ-ਪ੍ਰਤੱਖੀਕਰਨ ਦਾ ਉਪਦੇਸ਼ ਦਿੰਦਾ ਹੈ, ਜਿਸਦੀ ਵਿਆਖਿਆ ਪਰਮ ਅਧਿਕਾਰੀ ਭਗਵਾਨ ਕ੍ਰਿਸ਼ਨ ਰਾਹੀਂ ਕੀਤੀ ਗਈ ਹੈ। ਇਹ ਅਨਭੂਤੀ ਤਾਂ ਹੀ ਸੰਭਵ ਹੈ ਜਦੋਂ ਮਨੁੱਖ ਨਿਸ਼ਕਾਮ ਭਾਵ ਨਾਲ ਕਰਮ ਕਰੇ ਅਤੇ ਆਤਮ ਗਿਆਨ ਨੂੰ ਪ੍ਰਾਪਤ ਹੋਵੇ।

श्रीभगवानुवाच
कुतस्त्वा कश्मलमिदं विषमे समुपस्थितम्।
अनार्यजुष्टमस्वर्ग्यमकीर्तिकरमर्जुन॥ २॥

ਸ਼੍ਰੀ ਭਗਵਾਨ ਓਵਾਚ
ਕੁਤਸ੍ ਤ੍ਵਾ ਕਸ਼੍ਮਲਮ੍ ਇਦਮ੍ ਵਿਸ਼ਮੇ ਸਮ-ਉਪਸਥਿਤਮ੍।
ਅਨਾਰ੍ਯ ਜੁਸ਼੍ਟਮ ਅਸ੍ਵਰ੍ਗ੍ਯਮ੍ ਅਕੀਰ੍ਤੀ-ਕਰਮ੍ ਅਰਜੁਨ ॥ 2 ॥

ਸ਼੍ਰੀ ਭਗਵਾਨ ਓਵਾਚ-ਭਗਵਾਨ ਨੇ ਕਿਹਾ ; **ਕੁਤਹ੍**-ਕਿਥੋਂ ; **ਤ੍ਵਾ**-ਤੁਹਾਨੂੰ ; **ਕਸ਼੍ਮਲਮ੍**-ਗੰਦਗੀ, ਅਗਿਆਨ ; **ਇਦਮ੍**-ਇਹ ਸ਼ੋਕ ; **ਵਿਸ਼ਮੇ**-ਇਸ ਬੇ ਮੌਕੇ ਤੇ ; **ਸਮੁਪਸ੍ਥਿਤਮ੍**-ਪ੍ਰਾਪਤ ਹੋਇਆ ; **ਅਨਾਰ੍ਯ**-ਉਹ ਲੋਕ, ਜਿਹੜੇ ਜੀਵਨ ਦੇ ਮੁੱਲ ਨੂੰ ਨਹੀਂ ਸਮਝਦੇ ; **ਜੁਸ਼੍ਟਮ੍**-ਆਚਰਿਤ ; **ਅਸ੍ਵਰ੍ਗ੍ਯਮ੍**-ਉਚੇਰੇ ਲੋਕਾਂ ਨੂੰ ਜਿਹੜਾ ਨਾ ਲੈ ਜਾਣ ਵਾਲਾ ; **ਅਕੀਰ੍ਤਿ**-ਅਪਯਸ਼ ਦਾ ; **ਕਰਮ੍**-ਕਾਰਨ ; **ਅਰ੍ਜੁਨ**-ਹੇ ਅਰਜੁਨ।

ਅਨੁਵਾਦ

ਸ਼੍ਰੀ ਭਗਵਾਨ ਨੇ ਕਿਹਾ – ਹੇ ਅਰਜੁਨ ! ਤੁਹਾਡੇ ਮਨ ਵਿਚ ਇਹ ਅਗਿਆਨ ਕਿਵੇਂ ਆਇਆ ? ਇਹ ਉਸ ਮਨੁੱਖ ਲਈ ਰਤਾ ਵੀ ਠੀਕ ਨਹੀਂ ਜਿਹੜਾ ਜੀਵਨ ਦੇ ਮੁੱਲਾਂ ਨੂੰ ਜਾਣਦਾ ਹੋਵੇ। ਇਸ ਨਾਲ ਉਚੇਰੇ ਲੋਕ ਦੀ ਨਹੀਂ ਸਗੋਂ ਅਪਯਸ਼ ਦੀ ਪ੍ਰਾਪਤੀ ਹੁੰਦੀ ਹੈ।

ਭਾਵ

ਸ਼੍ਰੀ ਕ੍ਰਿਸ਼ਨ ਅਤੇ ਭਗਵਾਨ ਇਕ ਹਨ ਇਸ ਲਈ ਸ਼੍ਰੀ ਕ੍ਰਿਸ਼ਨ ਨੂੰ ਸੰਪੂਰਨ ਗੀਤਾ ਵਿਚ ਭਗਵਾਨ ਹੀ ਕਿਹਾ ਗਿਆ ਹੈ। ਭਗਵਾਨ ਪਰਮ ਸਤਿ ਦੀ ਪੂਰਣਤਾ ਹਨ। ਪਰਮ ਸਤਿ ਦਾ ਗਿਆਨ ਤਿੰਨ

ਅਵਸਥਾਵਾਂ ਵਿਚ ਹੁੰਦਾ ਹੈ ਬ੍ਰਹਮ ਜਾਂ ਨਿਰਵਿਸ਼ੇਸ ਸਰਵ ਵਿਆਪਕ ਆਤਮਾ, ਪਰਮਾਤਮਾ ਜਾਂ ਭਗਵਾਨ ਦਾ ਅੰਤਰਜਾਮੀ ਰੂਪ ਜਿਹੜਾ ਜੀਵਾਂ ਦੇ ਹਿਰਦੇ ਵਿਚ ਰਹਿੰਦਾ ਹੈ ਅਤੇ ਭਗਵਾਨ ਜਾਂ ਸ੍ਰੀ ਭਗਵਾਨ ਕ੍ਰਿਸ਼ਨ। ਸ੍ਰੀ ਮਦਭਾਗਵਤ ਵਿਚ ਪਰਮ ਸਤਿ ਦੀ ਇਹ ਧਾਰਨਾ-ਇੰਝ ਦੱਸੀ ਗਈ ਹੈ।

ਵਦੰਤਿ ਤਤ੍ ਤੱਤ੍ਵ-ਵਿਦਸ੍ ਤੱਤ੍ਵਮ੍ ਯਜ੍ ਗ੍ਯਾਨਮ੍ ਅਦ੍ਵਯਮ੍।
ਬ੍ਰਹ੍ਮੇਤਿ ਪਰਮਾਤ੍ਮੇਤਿ ਭਗਵਾਨਿਤਿ ਸ਼ਬ੍ਦ੍ਯਤੇ ॥

(ਸ੍ਰੀ ਮਦਭਾਗਵਤ 1.2.11)

"ਪਰਮ ਸਤਿ ਦਾ ਜਾਣੂੰ ਪਰਮ ਸਤਿ ਦਾ ਅਨੁਭਵ ਗਿਆਨ ਦੀਆਂ ਤਿੰਨ ਅਵਸਥਾਵਾਂ ਵਿਚ ਕਰਦਾ ਹੈ ਅਤੇ ਇਹ ਸਾਰੀਆਂ ਅਵਸਥਾਵਾਂ ਇਕ ਰੂਪ ਹਨ। ਇਹ ਬ੍ਰਹਮ, ਪਰਮਾਤਮਾ ਅਤੇ ਭਗਵਾਨ ਰੂਪ ਵਿਚ ਵਿਅਕਤ ਕੀਤੀਆਂ ਜਾਂਦੀਆਂ ਹਨ।"

ਇਨ੍ਹਾਂ ਤਿੰਨ ਅਲੌਕਿਕ ਪੱਖਾਂ ਨੂੰ ਸੂਰਜ ਦੇ ਦ੍ਰਿਸ਼ਟਾਂਤ ਰਾਹੀਂ ਸਮਝਾਇਆ ਜਾ ਸਕਦਾ ਹੈ ਕਿਉਂਕਿ ਉਸਦੇ ਵੀ ਤਿੰਨ ਵੱਖੋ-ਵੱਖਰੇ ਪੱਖ ਹੁੰਦੇ ਹਨ – ਜਿਵੇਂ ਧੁੱਪ (ਪ੍ਰਕਾਸ਼), ਸੂਰਜ ਦੀ ਪਰਤ ਅਤੇ ਸੂਰਜ ਲੋਕ। ਜਿਹੜਾ ਸੂਰਜ ਦੇ ਪ੍ਰਕਾਸ਼ ਦਾ ਅਧਿਐਨ ਕਰਦਾ ਹੈ ਉਹ ਨਵਾਂ ਸਿੱਖਣ ਵਾਲਾ ਹੈ। ਜਿਹੜਾ ਸੂਰਜ ਦੀ ਪਰਤ ਨੂੰ ਸਮਝਦਾ ਹੈ, ਉਹ ਕੁਝ ਅੱਗੇ ਵੱਧਿਆ ਹੋਇਆ ਹੈ ਅਤੇ ਜਿਹੜਾ ਸੂਰਜ ਲੋਕ ਵਿਚ ਪ੍ਰਵੇਸ਼ ਕਰ ਸਕਦਾ ਹੈ, ਉਹ ਉਚੇਰਾ ਪਰਮ ਗਿਆਨੀ ਹੈ। ਆਮ ਸ਼ਿਸ਼ ਜਿਹੜਾ ਸੂਰਜ ਦੇ ਪ੍ਰਕਾਸ਼-ਉਸਦਾ ਸੰਸਾਰ ਵਿਚ ਫੈਲਾਉ ਅਤੇ ਉਸਦੀ ਨਿਰਵਿਸ਼ੇਸ਼ ਪ੍ਰਕਿਤੀ ਦੇ ਅਖੰਡ ਤੇਜ-ਦੇ ਗਿਆਨ ਨਾਲ ਹੀ ਸੰਤੁਸ਼ਟ ਹੋ ਜਾਂਦਾ ਹੈ, ਉਹ ਉਸ ਮਨੁੱਖ ਵਾਂਗ ਹੈ ਜਿਹੜਾ ਪਰਮ ਸਤਿ ਦੇ ਬ੍ਰਹਮ ਰੂਪ ਨੂੰ ਹੀ ਸਮਝ ਸਕਦਾ ਹੈ, ਜਿਹੜਾ ਮਨੁੱਖ ਕੁਝ ਵਧੇਰੇ ਜਾਣਕਾਰ ਹੈ, ਉਹ ਸੂਰਜ ਗੋਲ ਹੈ ਇਸ ਸੰਬੰਧ ਵਿਚ ਜਾਣ ਸਕਦਾ ਹੈ, ਜਿਸਦੀ ਤੁਲਨਾ ਪਰਮ ਸਤਿ ਦੇ ਪਰਮਾਤਮਾ ਸਰੂਪ ਨਾਲ ਕੀਤੀ ਜਾਂਦੀ ਹੈ। ਜਿਹੜਾ ਮਨੁੱਖ ਸੂਰਜ ਲੋਕ ਦੇ ਅੰਦਰ ਪ੍ਰਵੇਸ਼ ਕਰ ਸਕਦਾ ਹੈ, ਉਸਦੀ ਤੁਲਨਾ ਉਸ ਨਾਲ ਕੀਤੀ ਜਾਂਦੀ ਹੈ ਜਿਹੜਾ ਪਰਮ ਸਤਿ ਦੇ ਪ੍ਰਤੱਖ ਰੂਪ ਦਾ ਅਨੁਭਵ ਪ੍ਰਾਪਤ ਕਰਦਾ ਹੈ, ਇਸ ਲਈ ਜਿਨ੍ਹਾਂ ਭਗਤਾਂ ਨੇ ਪਰਮ ਸਤਿ ਦੇ ਭਗਵਾਨ ਸਰੂਪ ਨੂੰ ਵੇਖਿਆ ਹੈ, ਉਹ ਉਚੇਰੇ ਅਧਿਆਤਮਵਾਦੀ ਹਨ ਭਾਵੇਂ ਪਰਮ ਸੱਤ ਦੇ ਅਧਿਐਨ ਵਾਲੇ ਸਾਰੇ ਵਿਦਿਆਰਥੀ ਇਕੋ ਵਿਸ਼ੇ ਦੇ ਅਧਿਐਨ ਵਿਚ ਲਗੇ ਹੋਏ ਹਨ। ਸੂਰਜ ਦਾ ਪ੍ਰਕਾਸ਼, ਸੂਰਜ ਦਾ ਗੋਲਾ ਅਤੇ ਸੂਰਜ ਲੋਕ ਦੀਆਂ ਅੰਦਰੂਨੀ ਗੱਲਾਂ-ਇਨ੍ਹਾਂ ਤਿੰਨਾਂ ਨੂੰ ਇਕ ਦੂਜੇ ਤੋਂ ਅਲੱਗ ਨਹੀਂ ਕੀਤਾ ਜਾ ਸਕਦਾ, ਫਿਰ ਵੀ ਤਿੰਨੋਂ ਅਵਸਥਾਵਾਂ ਦੇ ਅਧਿਐਨ ਕਰਨ ਵਾਲੇ ਇਕੋ ਸ਼੍ਰੇਣੀ ਦੇ ਨਹੀਂ ਹੁੰਦੇ।

ਸੰਸਕ੍ਰਿਤ ਸ਼ਬਦ ਭਗਵਾਨ ਦੀ ਵਿਆਖਿਆ ਵਿਆਸਦੇਵ ਦੇ ਪਿਤਾ ਪਰਾਸ਼ਰ ਮੁਨੀ ਨੇ ਕੀਤੀ ਹੈ। ਪੂਰਨ ਧਨ, ਸ਼ਕਤੀ, ਯਸ਼, ਸੁੰਦਰਤਾ, ਗਿਆਨ ਅਤੇ ਤਿਆਗ ਵਾਲਾ ਪਰਮ ਪੁਰਖ ਭਗਵਾਨ ਕਹਾਉਂਦਾ ਹੈ। ਅਜਿਹੇ ਅਨੇਕਾਂ ਮਨੁੱਖ ਹਨ ਜਿਹੜੇ ਵਧੇਰੇ ਧਨੀ, ਸ਼ਕਤੀਸ਼ਾਲੀ, ਸੋਹਣੇ, ਬਹੁਤ ਪ੍ਰਸਿੱਧ ਵਿਦਵਾਨ ਅਤੇ ਤਿਆਗੀ ਵੀ ਹਨ ਪਰ ਕੋਈ ਅਧਿਕਾਰ ਪੂਰਵਕ ਇਹ ਨਹੀਂ ਕਹਿ ਸਕਦਾ ਕਿ ਉਸ ਕੋਲ ਸਾਰਾ ਧੰਨ, ਸ਼ਕਤੀ ਆਦਿ ਹੈ। ਸਿਰਫ ਕ੍ਰਿਸ਼ਨ ਹੀ ਅਜਿਹਾ ਦਾਵਾ ਕਰ

ਸਕਦੇ ਹਨ ਕਿਉਂ ਕਿ ਉਹ ਭਗਵਾਨ ਹਨ। ਬ੍ਰਹਮਾ, ਸ਼ਿਵ ਜਾਂ ਨਾਰਾਇਣ ਸਮੇਤ ਕੋਈ ਵੀ ਜੀਵ ਕ੍ਰਿਸ਼ਨ ਵਾਂਗ ਵੈਭਵਸ਼ਾਲੀ ਨਹੀਂ ਹੈ, ਇਸ ਲਈ ਬ੍ਰਹਮ ਸੰਹਿਤਾ ਵਿਚ ਖੁਦ ਬ੍ਰਹਮਾ ਜੀ ਦਾ ਤੱਥ ਹੈ ਕਿ ਕ੍ਰਿਸ਼ਨ ਖ਼ੁਦ ਭਗਵਾਨ ਹਨ, ਨਾਂ ਤਾਂ ਕੋਈ ਉਨ੍ਹਾਂ ਦੇ ਬਰਾਬਰ ਹੈ ਨਾ ਉਨ੍ਹਾਂ ਤੋ ਵੱਧਕੇ। ਉਹ ਆਦਿ ਸਵਾਮੀ ਜਾਂ ਭਗਵਾਨ ਹਨ, ਗੋਵਿੰਦ ਰੂਪ ਵਿਚ ਜਾਣੇ ਜਾਂਦੇ ਹਨ ਅਤੇ ਸਾਰੇ ਕਾਰਨਾਂ ਦਾ ਪਰਮ ਕਾਰਨ ਹਨ।

ਈਸ਼੍ਵਰਹ੍ ਪਰਮਹ੍ ਕ੍ਰਿਸ਼ਨਹ੍ ਸਚ੍-ਚਿਦ੍-ਆਨੰਦ ਵਿਗ੍ਰਹਹ੍।
ਅਨਾਦਿਰ੍-ਆਦਿਰ੍ ਗੋਵਿੰਦਹ੍ ਸਰਵ-ਕਾਰਣ-ਕਾਰਣਮ੍ ॥

(ਬ੍ਰਹਮ ਸੰਹਿਤਾ 5.1)

"ਅਜਿਹੀਆਂ ਕਈ ਹਸਤੀਆਂ ਹਨ ਜਿਹੜੇ ਭਗਵਾਨ ਦੇ ਗੁਣਾਂ ਵਾਲੀਆਂ ਹਨ, ਪਰ ਕ੍ਰਿਸ਼ਨ ਪਰਮ ਹਨ ਕਿਉਂਕਿ ਉਨ੍ਹਾਂ ਤੋਂ ਵੱਧਕੇ ਕੋਈ ਨਹੀਂ ਹੈ। ਉਹ ਪਰਮ ਪੁਰਖ ਹਨ ਅਤੇ ਉਨ੍ਹਾਂ ਦਾ ਸ਼ਰੀਰ ਸਤਿ, ਚਿੱਤ ਤੇ ਆਨੰਦ ਦਾ ਰੂਪ ਹੈ (ਸਚ-ਚਿਦ-ਅਨੰਦ ਮਈ) ਹੈ। ਉਹ ਆਦਿ ਭਗਵਾਨ ਗੋਵਿੰਦ ਹਨ ਅਤੇ ਸਾਰੇ ਕਾਰਨਾਂ ਦੇ ਕਾਰਨ ਹਨ।"

ਭਾਗਵਤ ਵਿਚ ਵੀ ਭਗਵਾਨ ਦੇ ਅਨੇਕਾਂ ਅਵਤਾਰਾਂ ਦੀ ਸੂਚੀ ਹੈ ਪਰ ਕ੍ਰਿਸ਼ਨ ਨੂੰ ਆਦਿ ਭਗਵਾਨ ਕਿਹਾ ਗਿਆ ਹੈ, ਜਿਨ੍ਹਾਂ ਤੋਂ ਅਨੇਕਾਂ ਅਵਤਾਰ ਅਤੇ ਈਸ਼ਵਰ ਵਿਸਥਾਰ ਕਰਦੇ ਹਨ।

ਏਤੇ ਚਾਂਸ਼-ਕਲਾਹ੍ ਪੁੰਸਹ੍ ਕ੍ਰਿਸ਼੍ਣਸ੍ ਤੁ ਭਗਵਾਨ੍ ਸ੍ਵਯਮ੍।
ਇੰਦਰਾਰਿ-ਵ੍ਯਾਕੁਲਮ੍ ਲੋਕਮ੍ ਮ੍ਰਿਡਯੰਤਿ ਯੁਗੇ-ਯੁਗੇ ॥

(ਭਾਗਵਤ 1.3.28)

"ਇਥੇ ਵਰਨਣ ਕੀਤੇ ਸਾਰੇ ਅਵਤਾਰਾਂ ਦੀਆਂ ਸੂਚੀਆਂ ਜਾਂ ਤਾਂ ਭਗਵਾਨ ਦੀ ਅੰਸ਼ ਕਲਾਵਾਂ ਜਾਂ ਪੂਰਨ ਕਲਾਵਾਂ ਦੀ ਹੈ, ਪਰ ਕ੍ਰਿਸ਼ਨ ਤਾਂ ਖ਼ੁਦ ਭਗਵਾਨ ਹਨ।"

ਇਸ ਲਈ ਕ੍ਰਿਸ਼ਨ ਆਦਿ ਭਗਵਾਨ, ਪਰਮ ਸਤਿ ਪਰਮਾਤਮਾ ਅਤੇ ਨਿਰਵਿਸ਼ੇਸ ਬ੍ਰਹਮ ਦੋਵੇਂ ਦੇ ਉਦਗਮ ਹਨ।

ਭਗਵਾਨ ਦੀ ਹਾਜ਼ਰੀ ਵਿਚ ਅਰਜੁਨ ਰਾਹੀਂ ਆਪਣਿਆਂ ਲਈ ਸ਼ੋਕ ਕਰਨਾ ਸ਼ੋਭਦਾ ਨਹੀਂ, ਇਸ ਲਈ ਕ੍ਰਿਸ਼ਨ ਨੇ ਕੁਤਹ ਸ਼ਬਦ ਨਾਲ ਆਪਣੀ ਹੈਰਾਨੀ ਪ੍ਰਗਟ ਕੀਤੀ ਹੈ। ਆਰਿਆ ਵਰਗੀ ਸਭਯ ਜਾਤੀ ਦੇ ਕਿਸੇ ਮਨੁੱਖ ਤੋਂ ਅਜਿਹੀ ਮਲੀਨਤਾ ਦੀ ਉਮੀਦ ਨਹੀਂ ਕੀਤੀ ਜਾਂਦੀ। ਆਰਿਆ ਸ਼ਬਦ ਉਨ੍ਹਾਂ ਤੇ ਲਾਗੂ ਹੁੰਦਾ ਹੈ ਜਿਹੜੇ ਜੀਵਨ ਦੀਆਂ ਕਦਰਾਂ ਕੀਮਤਾਂ ਜਾਣਦੇ ਹਨ ਅਤੇ ਜਿਨ੍ਹਾਂ ਦੀ ਸਭਿੱਅਤਾ ਆਤਮ-ਪ੍ਰਤੱਖੀਕਰਨ ਤੇ ਨਿਰਭਰ ਕਰਦੀ ਹੈ। ਦੇਹ-ਆਤਮ ਬੁੱਧੀ ਨਾਲ ਪ੍ਰੇਰਿਤ ਮਨੁੱਖ ਨੂੰ ਇਹ ਗਿਆਨ ਨਹੀਂ ਹੁੰਦਾ ਕਿ ਜੀਵਨ ਦਾ ਮੰਤਵ ਪਰਮ ਸਤਿ, ਵਿਸ਼ਨੂੰ ਜਾਂ ਭਗਵਾਨ ਦੇ ਦਰਸ਼ਨ ਕਰਨਾ ਹੈ। ਉਹ ਤਾਂ ਭੌਤਿਕ ਸੰਸਾਰ ਦੇ ਬਾਹਰੀ ਸਰੂਪ ਤੋਂ ਮੋਹਿਤ ਹੋ ਜਾਂਦੇ ਹਨ, ਇਸ ਲਈ ਉਹ ਇਹ ਨਹੀਂ ਸਮਝ ਸਕਦੇ ਕਿ ਮੁਕਤੀ ਕੀ ਹੈ। ਜਿਨ੍ਹਾਂ ਮਨੁੱਖਾਂ ਨੂੰ ਭੌਤਿਕ ਬੰਧਨਾਂ ਤੋਂ

ਮੁਕਤੀ ਦਾ ਗਿਆਨ ਨਹੀਂ ਹੁੰਦਾ ਉਹ ਅਨਾਰੀਆ ਕਹਾਉਂਦੇ ਹਨ। ਭਾਵੇਂ ਅਰਜੁਨ ਖਤਰੀ ਸੀ, ਪਰ ਜੰਗ ਤੋਂ ਡਾਵਾਂ-ਡੋਲ ਹੋਕੇ ਉਹ ਆਪਣੇ ਫਰਜ਼ ਤੋਂ ਪਿਛਾਂਹ ਹੱਟ ਰਿਹਾ ਸੀ। ਉਸਦੀ ਇਹ ਕਾਇਰਤਾ ਅਨਾਰੀਆ ਲਈ ਸੋਭਦੀ ਹੈ। ਫਰਜ਼ਾਂ ਤੋਂ ਇੰਝ ਡਾਵਾਂ ਡੋਲ ਹੋਣਾ ਨਾ ਤਾਂ ਆਧਿਆਤਮਕ ਜੀਵਨ ਵਿਚ ਪ੍ਰਗਤੀ ਲਈ ਸਹਾਈ ਹੁੰਦਾ ਹੈ ਨਾ ਹੀ ਇਸ ਨਾਲ ਇਸ ਸੰਸਾਰ ਵਿਚ ਪ੍ਰਸਿੱਧੀ ਪ੍ਰਾਪਤ ਕੀਤੀ ਜਾ ਸਕਦੀ ਹੈ। ਭਗਵਾਨ ਕ੍ਰਿਸ਼ਨ ਨੇ ਅਰਜੁਨ ਦੀ ਆਪਣਿਆਂ ਦੇ ਪ੍ਰਤੀ ਇਸ ਤਰ੍ਹਾਂ ਦੀ ਦਇਆ ਦਿਖਾਣ ਦੀ ਹਾਮੀ ਨਹੀਂ ਭਰੀ।

क्लैब्यं मा स्म गमः पार्थ नैतत्त्वय्युपपद्यते ।
क्षुद्रं हृदयदौर्बल्यं त्यक्त्वोत्तिष्ठ परन्तप ॥ ३ ॥

ਕ੍ਲੈਬ੍ਯਮ੍ ਮਾ ਸ੍ਮ ਗਮਹ੍ ਪਾਰ੍ਥ ਨੈਤਤ੍ ਤ੍ਵਯ੍ਯ ਉਪਪਦ੍ਯਤੇ।
ਕ੍ਸ਼ੁਦ੍ਰਮ੍ ਹ੍ਰਿਦਯ-ਦੌਰ੍ਬਲ੍ਯਮ੍ ਤ੍ਯਕ੍ਤ੍ਵੋਤ੍ਤਿਸ਼੍ਠ ਪਰੰਤਪ ॥ 3 ॥

ਕ੍ਲੈਬ੍ਯਮ੍-ਨਿਪੁੰਸਕਤਾ ; **ਮਾ ਸ੍ਮ**-ਨਾ ; **ਗਮਹ੍**-ਪ੍ਰਾਪਤ ਹੋਵੇ ; **ਪਾਰ੍ਥ**-ਹੇ ਪ੍ਰਿਥਾ ਪੁੱਤਰ ; **ਨ**-ਕਦੀ ਨਹੀਂ ; **ਏਤਤ੍**-ਇਹ ; **ਤ੍ਵਯਿ**-ਤੁਹਾਨੂੰ ; **ਉਪਪਦ੍ਯਤੇ**-ਸ਼ੋਭਾ ਦਿੰਦਾ ਹੈ ; **ਕ੍ਸ਼ੁਦ੍ਰਮ੍**-ਤੁੱਛ ; **ਹ੍ਰਿਦਯ**-ਹਿਰਦੇ ਦੀ ; **ਦੌਰ੍ਬਲਯਮ੍**-ਕਮਜ਼ੋਰੀ ; **ਤ੍ਯਕ੍ਤ੍ਵਾ**-ਤਿਆਗ ਕੇ ; **ਉਤ੍ਤਿਸ਼੍ਠ**-ਖੜਾ ਹੋ ; **ਪਰਮ੍-ਤਪ**-ਹੇ ਦੁਸ਼ਮਣਾਂ ਨੂੰ ਦਮਨ ਕਰਨ ਵਾਲੇ।

ਅਨੁਵਾਦ

ਹੇ ਪ੍ਰਿਥਾ ਪੁੱਤਰ ! ਇਸ ਹੀਨ ਨਿਪੁੰਸਕਤਾ ਨੂੰ ਛੱਡ। ਇਹ ਤੈਨੂੰ ਨਹੀਂ ਸੋਭਦੀ। ਹੇ ਦੁਸ਼ਮਣਾਂ ਦਾ ਦਮਨ ਕਰਨ ਵਾਲੇ ! ਹਿਰਦੇ ਦੀ ਤੁੱਛ ਕਮਜ਼ੋਰੀ ਨੂੰ ਤਿਆਗ ਕੇ ਜੰਗ ਲਈ ਖੜੇ ਹੋ ਜਾਓ।

ਭਾਵ

ਅਰਜੁਨ ਨੂੰ ਪ੍ਰਿਥਾ ਪੁੱਤਰ ਦੇ ਰੂਪ ਵਿਚ ਸੰਬੋਧਿਤ ਕੀਤਾ ਗਿਆ ਹੈ, ਪ੍ਰਿਥਾ ਕ੍ਰਿਸ਼ਨ ਦੇ ਪਿਤਾ ਵਾਸਦੇਵ ਦੀ ਭੈਣ ਸੀ, ਇਸ ਲਈ ਕ੍ਰਿਸ਼ਨ ਨਾਲ ਅਰਜੁਨ ਦਾ ਖ਼ੂਨ ਦਾ ਰਿਸ਼ਤਾ ਸੀ। ਜੇਕਰ ਖੱਤਰੀ-ਪੁੱਤਰ ਲੜਨ ਤੋਂ ਮਨ੍ਹਾ ਕਰਦਾ ਹੈ ਤਾਂ ਉਹ ਨਾਂ ਦਾ ਹੀ ਖੱਤਰੀ ਹੈ ਅਤੇ ਜੇਕਰ ਬ੍ਰਾਹਮਣ ਪੁੱਤਰ ਅਪਵਿੱਤਰ ਕਾਰਜ ਕਰਦਾ ਹੈ ਤਾਂ ਉਹ ਨਾਂ ਦਾ ਹੀ ਬ੍ਰਾਹਮਣ ਹੈ। ਅਜਿਹੇ ਖੱਤਰੀ ਅਤੇ ਬ੍ਰਾਹਮਣ ਆਪਣੇ ਪਿਤਾ ਦੇ ਅਯੋਗ ਪੁੱਤਰ ਹੁੰਦੇ ਹਨ, ਇਸ ਲਈ ਕ੍ਰਿਸ਼ਨ ਇਹ ਨਹੀਂ ਚਾਹੁੰਦੇ ਸਨ ਕਿ ਅਰਜੁਨ ਅਯੋਗ ਖੱਤਰੀ ਪੁੱਤਰ ਕਹਾਵੇ। ਅਰਜੁਨ ਕ੍ਰਿਸ਼ਨ ਦਾ ਪੱਕਾ ਦੋਸਤ ਸੀ ਅਤੇ ਕ੍ਰਿਸ਼ਨ ਪ੍ਰਤੱਖ ਰੂਪ ਵਿਚ ਉਸਦੇ ਰੱਥ ਨੂੰ ਚਲਾ ਰਹੇ ਸਨ, ਪਰ ਇਨ੍ਹਾਂ ਸਾਰੇ ਗੁਣਾਂ ਦੇ ਹੁੰਦੇ ਹੋਏ ਵੀ ਜੇਕਰ ਅਰਜੁਨ ਜੰਗ ਦੇ ਮੈਦਾਨ ਨੂੰ ਛੱਡਦਾ ਹੈ ਤਾਂ ਉਹ ਵਧੇਰੇ ਨਿੰਦਾ ਵਾਲਾ ਕਾਰਜ ਕਰੇਗਾ। ਇਸ ਲਈ ਕ੍ਰਿਸ਼ਨ ਨੇ ਕਿਹਾ ਕਿ ਅਜਿਹੀ ਗੱਲ ਅਰਜੁਨ ਦੇ ਵਿਅਕਤੀਤਵ ਨੂੰ ਨਹੀਂ ਸੋਭਦੀ। ਅਰਜੁਨ ਇਹ ਦਲੀਲ ਦੇ ਸਕਦਾ ਸੀ ਕਿ ਉਹ ਪਰਮ ਪੂਜਣਯੋਗ ਭੀਸ਼ਮ ਅਤੇ ਆਪਣਿਆਂ ਪ੍ਰਤੀ ਉਦਾਰ ਦ੍ਰਿਸ਼ਟੀਕੋਣ ਕਾਰਨ ਜੰਗ ਦਾ ਮੈਦਾਨ ਛੱਡ ਰਿਹਾ ਹੈ, ਪਰ ਕ੍ਰਿਸ਼ਨ ਅਜਿਹੀ ਉਦਾਰਤਾ ਨੂੰ ਸਿਰਫ

ਹਿਰਦੇ ਦੀ ਕਮਜ਼ੋਰੀ ਮੰਨਦੇ ਹਨ। ਅਜਿਹੀ ਝੂਠੀ ਉਦਾਰਤਾ ਦੀ ਹਾਮੀ ਇਕ ਵੀ ਸ਼ਾਸ਼ਤਰ ਨਹੀਂ ਭਰਦਾ। ਇਸ ਲਈ ਅਰਜੁਨ ਵਰਗੇ ਮਨੁੱਖ ਨੂੰ ਕ੍ਰਿਸ਼ਨ ਦੀ ਪ੍ਰਤੱਖ ਅਗਵਾਈ ਹੇਠ ਅਜਿਹੀ ਉਦਾਰਤਾ ਜਾਂ ਅਖਾਉਤੀ ਅਹਿੰਸਾ ਦਾ ਤਿਆਗ ਕਰ ਦੇਣਾ ਚਾਹੀਦਾ ਹੈ।

अर्जुन उवाच

कथं भीष्ममहं सङ्ख्ये द्रोणं च मधुसूदन।
इषुभिः प्रतियोत्स्यामि पूजार्हावरिसूदन॥ ४॥

ਅਰਜੁਨ ਓਵਾਚ

ਕਥਮ੍ ਭੀਸ਼੍ਮਮ੍ ਅਹਮ੍ ਸੰਖ੍ਯੇ ਦ੍ਰੋਣਮ੍ ਚ ਮਧੁਸੂਦਨ।
ਇਸ਼ੁਭਿਹ੍ ਪ੍ਰਤਿਯੋਤ੍ਸ੍ਯਾਮਿ ਪੂਜਾਰ੍ਹਾਵ੍ ਅਰਿਸੂਦਨ ॥ 4 ॥

ਅਰ੍ਜੁਨਹ੍ ਓਵਾਚ-ਅਰਜੁਨ ਨੇ ਕਿਹਾ ; **ਕਥਮ੍**-ਕਿੰਝ ; **ਭੀਸ਼੍ਮਮ੍**-ਭੀਸ਼ਮ ਨੂੰ ; **ਅਹਮ੍**-ਮੈਂ ; **ਸੰਖ੍ਯੇ**-ਜੰਗ ਵਿਚ ; **ਦ੍ਰੋਣਮ੍**-ਦ੍ਰੋਣ ਨੂੰ ; **ਚ**-ਵੀ ; **ਮਧੁਸੂਦਨ**-ਹੇ ਮਧੁ ਨਾਂ ਦੇ ਦੈਂਤ ਦੇ ਸੰਘਾਰਕਰਤਾ; **ਇਸ਼ੁਭਿਹ੍**-ਤੀਰਾਂ ਨਾਲ ; **ਪ੍ਰਤਿਯੋਤ੍ਸ੍ਯਾਮਿ**-ਉਲਟ ਕੇ ਵਾਰ ਕਰਾਂਗਾ ; **ਪੂਜਾ-ਅਰ੍ਹੌ**-ਪੂਜਣ ਯੋਗ ; **ਅਰਿਸੂਦਨ**-ਹੇ ਦੁਸ਼ਮਣਾਂ ਦੇ ਸੰਘਾਰਕ।

ਅਨੁਵਾਦ

ਅਰਜੁਨ ਨੇ ਕਿਹਾ-ਹੇ ਸ਼ਤਰੂ ਹੰਤਾ ! (ਦੁਸ਼ਮਣਾਂ ਨੂੰ ਮਾਰਨ ਵਾਲੇ) ਹੇ ਮਧੁਸੂਦਨ ! ਮੈਂ ਜੰਗ ਦੇ ਮੈਦਾਨ ਵਿਚ ਕਿੰਝ ਭੀਸ਼ਮ ਅਤੇ ਦ੍ਰੋਣ ਵਰਗੇ ਪੂਜਣ ਯੋਗ ਵਿਅਕਤੀਆਂ ਤੇ ਉਲਟ ਕੇ ਬਾਣ ਚਲਾਵਾਂਗਾਂ ?

ਭਾਵ

ਭੀਸ਼ਮ ਪਿਤਾਮਹ ਅਤੇ ਦ੍ਰੋਣਾਚਾਰੀਆ ਵਰਗੇ ਸਨਮਾਨਿਤ ਮਨੁੱਖ ਹਮੇਸ਼ਾਂ ਹੀ ਪੂਜਣ ਯੋਗ ਹਨ। ਜੇਕਰ ਉਹ ਹਮਲਾ ਵੀ ਕਰ ਦੇਣ ਤਾਂ ਵੀ ਉਨ੍ਹਾਂ ਤੇ ਉਲਟਾ ਹਮਲਾ ਨਹੀਂ ਕਰਨਾ ਚਾਹੀਦਾ। ਇਹ ਸਾਧਾਰਨ ਸ਼ਿਸ਼ਟਾਚਾਰ ਹੈ ਕਿ ਗੁਰੂਆਂ ਨਾਲ ਗਲੀਂ-ਬਾਤੀਂ ਵੀ ਜੰਗ ਨਾ ਕੀਤੀ ਜਾਵੇ , ਇਥੋਂ ਤਕ ਕਿ ਜੇ ਕਦੇ ਉਹ ਰੁੱਖਾ ਵਰਤਾਓ ਵੀ ਕਰਨ ਤਾਂ ਵੀ ਉਨ੍ਹਾਂ ਨਾਲ ਰੁੱਖਾ ਵਰਤਾਉ ਨਾ ਕੀਤਾ ਜਾਵੇ ਤਾਂ ਫਿਰ ਭਲਾ ਅਰਜੁਨ ਉਨ੍ਹਾਂ ਤੇ ਬਾਣ ਕਿੰਝ ਛੱਡ ਸਕਦਾ ਸੀ ? ਕਿ ਕ੍ਰਿਸ਼ਨ ਕਦੇ ਆਪਣੇ ਪਿਤਾਮਹ (ਦਾਦਾ) ਨਾਲ, ਉਗਰਸੇਣ ਜਾਂ ਆਪਣੇ ਆਚਾਰੀਆ (ਗੁਰੂ) ਸੰਦਿਪਨਿ ਤੇ ਹੱਥ ਚੁੱਕ ਸਕਦੇ ਸਨ ? ਅਰਜੁਨ ਨੇ ਕ੍ਰਿਸ਼ਨ ਸਾਹਮਣੇ ਅਜਿਹੀਆਂ ਦਲੀਲਾਂ ਦਿੱਤੀਆਂ।

गुरूनहत्वा हि महानुभावान्
श्रेयो भोक्तुं भैक्ष्यमपीह लोके।

हत्वार्थकामांस्तु गुरूनिहैव
भुञ्जीय भोगान्रुधिरप्रदिग्धान् ॥ ५ ॥

ਗੁਰੂਨ੍ ਅਹਤ੍ਵਾ ਹਿ ਮਹਾਨੁਭਾਵਾਨ੍
ਸ਼੍ਰੇਯੋ ਭੋਕਤੁਮ੍ ਭੈਕ੍ਸ਼੍ਯਮ੍ ਅਪੀਹ ਲੋਕੇ ।
ਹਤ੍ਵਾਰ੍ਥ-ਕਾਮਾਂਸ੍ ਤੁ ਗੁਰੂ ਨਿਹੈਵ
ਭੁੰਜੀਯ ਭੋਗਾਨ੍ ਰੁਧਿਰ-ਪ੍ਰਦਿਗ੍ਧਾਨ੍ ॥ 5 ॥

ਗੁਰੂਨ੍-ਗੁਰੂ ਜਨਾਂ ਨੂੰ ; **ਅਹਤ੍ਵਾ**-ਨਾ ਮਾਰਕੇ ; **ਹਿ**-ਨਿਸ਼ਚੈ ਹੀ ; **ਮਹਾ-ਅਨੁਭਾਵਾਨ**-ਮਹਾਪੁਰਖਾਂ ਨੂੰ ; **ਸ਼੍ਰੇਯਹ੍**-ਚੰਗਾ ਹੈ ; **ਭੋਕ੍ਤੁਮ੍**-ਭੋਗਣਾ ; **ਭੈਕ੍ਸ਼੍ਯਮ੍**-ਭੀਖ ਮੰਗਕੇ ; **ਅਪਿ**-ਵੀ ; **ਇਹ**-ਇਸ ਜੀਵਨ ਵਿਚ ; **ਲੋਕੇ**-ਇਸ ਸੰਸਾਰ ਵਿਚ ; **ਹਤ੍ਵਾ**-ਮਾਰਕੇ ; **ਅਰਥ**-ਲਾਭ ਦੀ ; **ਕਾਮਾਨ੍**-ਇੱਛਾ ਨਾਲ ; **ਤੁ**-ਪਰ ; **ਗੁਰੂਨ੍**-ਗੁਰੂਆਂ ਨੂੰ ; **ਇਹ**-ਇਸ ਸੰਸਾਰ ਵਿਚ ; **ਏਵ**-ਨਿਸ਼ਚੈ ਹੀ ; **ਭੁੰਜੀਯ**-ਭੋਗਣ ਲਈ ਮਜ਼ਬੂਰ ; **ਭੋਗਾਨ੍**-ਭੋਗਣ ਯੋਗ ਵਸਤਾਂ ; **ਰੁਧਿਰ**-ਖ਼ੂਨ ਨਾਲ ; **ਪ੍ਰਦਿਗ੍ਧਾਨ੍**-ਲਿਬੜੇ ।

ਅਨੁਵਾਦ

ਅਜਿਹੇ ਮਹਾਪੁਰਖਾਂ ਨੂੰ ਜਿਹੜੇ ਮੇਰੇ ਗੁਰੂ ਹਨ ਉਨ੍ਹਾਂ ਨੂੰ ਮਾਰਕੇ ਜੀਉਣ ਦੀ ਬਜਾਏ ਇਸ ਸੰਸਾਰ ਵਿੱਚ ਭੀਖ ਮੰਗ ਕੇ ਖਾਣਾ ਚੰਗਾ ਹੈ, ਬੇਸ਼ੱਕ ਉਹ ਸੰਸਾਰਿਕ ਲਾਭ ਦੇ ਇੱਛੁਕ ਹੋਣ ਪਰ ਹਨ ਤਾਂ ਗੁਰੂ ਹੀ । ਜੇਕਰ ਉਹ ਮਰਦੇ ਹਨ ਤਾਂ ਸਾਡੇ ਰਾਹੀਂ ਭੋਗੀ ਜਾਣ ਵਾਲੀ ਹਰ ਚੀਜ਼ ਉਨ੍ਹਾਂ ਦੇ ਖ਼ੂਨ ਨਾਲ ਲਿਬੜੀ ਹੋਵੇਗੀ ।

ਭਾਵ

ਸ਼ਾਸ਼ਤਰਾਂ ਮੁਤਾਬਿਕ ਅਜਿਹਾ ਗੁਰੂ ਜਿਹੜਾ ਨਿੰਦਾਯੋਗ ਕਰਮਾਂ ਵਿਚ ਲਗਿਆ ਹੋਇਆ ਹੋਵੇ ਅਤੇ ਜਿਹੜਾ ਅਗਿਆਨੀ ਹੋਵੇ, ਤਿਆਗਣ-ਯੋਗ ਹੈ । ਦੁਰਯੋਧਨ ਤੋਂ ਆਰਿਥਕ ਸਹਾਇਤਾ ਲੈਣ ਕਾਰਨ ਭੀਸ਼ਮ ਅਤੇ ਦ੍ਰੋਣ ਉਸਦਾ ਪੱਖ ਲੈਣ ਲਈ ਮਜ਼ਬੂਰ ਸਨ, ਭਾਵੇਂ ਸਿਰਫ਼ ਆਰਥਿਕ ਲਾਭ ਨਾਲ ਅਜਿਹਾ ਕਰਨਾ ਉਨ੍ਹਾਂ ਲਈ ਠੀਕ ਨਹੀਂ ਸੀ । ਅਜਿਹੀ ਹਾਲਤ ਵਿਚ ਉਹ ਅਚਾਰਿਆ ਦਾ ਸਨਮਾਨ ਖੋ ਬੈਠੇ ਸਨ । ਪਰ ਅਰਜੁਨ ਸੋਚਦਾ ਹੈ ਕਿ ਇਹ ਸਭ ਹੋਣ ਦੇ ਬਾਵਜੂਦ ਵੀ ਉਹ ਉਸਦੇ ਗੁਰੂ ਹਨ ; ਇਸ ਲਈ ਉਨ੍ਹਾਂ ਨੂੰ ਮਾਰਕੇ ਭੌਤਿਕ ਲਾਭਾਂ ਦਾ ਭੋਗ ਕਰਨ ਦਾ ਅਰਥ ਹੋਵੇਗਾ ਕਿ ਉਨ੍ਹਾਂ ਦੇ ਖ਼ੂਨ ਨਾਲ ਲਿਬੜੇ ਖੰਡਰਾਂ ਦਾ ਭੋਗ ।

न चैतद्विद्मः कतरन्नो गरीयो
यद्वा जयेम यदि वा नो जयेयुः ।
यानेव हत्वा न जिजीविषाम-
स्तेऽवस्थिताः प्रमुखे धार्तराष्ट्राः ॥ ६ ॥

ਨ ਚੈਤਦ੍ ਵਿਦ੍ਮਹ੍ ਕਤਰਨ੍ ਨੋ ਗਰੀਯੋ
ਯਦ੍ ਵਾ ਜਯੇਮ ਯਦਿ ਵਾ ਨੋ ਜਯੇਯੁਹ੍ ।
ਯਾਨ ਏਵ ਹਤ੍ਵਾ ਨ ਜਿਜੀਵਿਸ਼ਾਮਸ
ਤੇ 'ਵਸ੍ਥਿਤਾਹ ਪ੍ਰਮੁੱਖੇ ਧਾਰ੍ਤਰਾਸ਼੍ਟ੍ਰਾਹ ॥ 6 ॥

ਨ-ਨਹੀਂ ; ਚ-ਵੀ ; ਏਤਤ੍-ਇਹ ; ਵਿਦ੍ਮਹ੍-ਅਸੀਂ ਜਾਣਦੇ ਹਾਂ ; ਕਤਰਤ੍-ਜਿਹੜੇ ; ਨਹ੍-ਸਾਡੇ ਲਈ ; ਗਰੀਯਹ੍-ਸ੍ਰੇਸ਼ਟ ; ਯਤ੍ਵਾ-ਜਾਂ ; ਜਯੇਮ-ਅਸੀ ਜਿੱਤ ਜਾਈਏ ; ਯਦਿ-ਜੇਕਰ ; ਵਾ-ਜਾਂ ; ਨਹ੍-ਸਾਨੂੰ ; ਜਯੇਯੁਹ੍-ਉਹ ਜਿੱਤਣ ; ਯਾਨ੍-ਜਿਨ੍ਹਾਂ ਨੂੰ ; ਏਵ-ਨਿਸ਼ਚੈ ਹੀ ; ਹਤ੍ਵਾ-ਮਾਰਕੇ ; ਨ-ਕਦੀ ਨਹੀਂ ; ਜਿਜੀਵਿਸ਼ਾਮਹ੍-ਅਸੀਂ ਜੀਣਾਂ ਨਹੀਂ ਚਾਹੁੰਦੇ ; ਤੇ-ਉਹ ਸਾਰੇ ; **ਅਵਸ੍ਥਿਤਾਹ੍**-ਖਲੋਤੇ ਹਨ ; **ਪ੍ਰਮੁੱਖੇ**-ਸਾਹਮਣੇ ; **ਧਾਰਤਰਾਸ਼੍ਟ੍ਰਾਹ੍**-ਧ੍ਰਿਤਰਾਸ਼ਟਰ ਦੇ ਪੁੱਤਰ ।

ਅਨੁਵਾਦ

ਅਸੀਂ ਇਹ ਵੀ ਨਹੀਂ ਜਾਣਦੇ ਕਿ ਸਾਡੇ ਲਈ ਕੀ ਚੰਗਾ ਹੈ ਅਸੀਂ ਜਿੱਤੀਏ ਜਾਂ ਉਹ ਸਾਨੂੰ ਜਿੱਤਣ। ਜੇਕਰ ਅਸੀਂ ਧ੍ਰਿਤਰਾਸ਼ਟਰ ਦੇ ਪੁੱਤਰਾਂ ਨੂੰ ਮਾਰ ਦਿੰਦੇ ਹਾਂ ਤਾਂ ਸਾਨੂੰ ਜਿਉਣ ਦੀ ਲੋੜ ਨਹੀਂ । ਫਿਰ ਵੀ ਉਹ ਜੰਗ ਦੇ ਮੈਦਾਨ ਵਿਚ ਸਾਡੇ ਸਾਹਮਣੇ ਖਲੋਤੇ ਹਨ ।

ਭਾਵ

ਅਰਜੁਨ ਨੂੰ ਸਮਝ ਨਹੀਂ ਆਉਂਦਾ ਕਿ ਉਹ ਕੀ ਕਰੇ, ਜੰਗ ਕਰੇ ਅਤੇ ਬੇਲੋੜੀਂਦੇ ਖੂਨ ਖਰਾਬੇ ਦਾ ਕਾਰਨ ਬਣੇ, ਭਾਵੇਂ ਖੱਤਰੀ ਹੋਣ ਕਾਰਨ ਜੰਗ ਕਰਨਾ ਉਸਦਾ ਧਰਮ ਹੈ, ਜਾਂ ਫਿਰ ਜੰਗ ਨੂੰ ਛੱਡ ਕੇ ਭੀਖ ਮੰਗ ਕੇ ਜੀਵਨ ਦਾ ਗੁਜ਼ਾਰਾ ਕਰੇ । ਜੇਕਰ ਉਹ ਦੁਸ਼ਮਣ ਨੂੰ ਨਹੀਂ ਜਿੱਤਦਾ ਤਾਂ ਰੋਜ਼ੀ ਦਾ ਇੱਕੋ ਇੱਕ ਸਾਧਨ ਭੀਖ ਹੀ ਰਹਿ ਜਾਂਦਾ ਹੈ । ਫਿਰ ਜਿੱਤ ਵੀ ਤਾਂ ਯਕੀਨੀ ਨਹੀਂ ਕਿਉਂਕਿ ਕੋਈ ਵੀ ਪੱਖ ਜਿੱਤ ਸਕਦਾ ਹੈ । ਜੇਕਰ ਉਹ ਜਿੱਤ ਵੀ ਜਾਵੇ (ਕਿਉਂਕਿ ਉਸਦਾ ਪੱਖ ਇਨਸਾਫ ਤੇ ਹੈ) ਤਾਂ ਵੀ ਜੇਕਰ ਧ੍ਰਿਤਰਾਸ਼ਟਰ ਦੇ ਪੁੱਤਰ ਮਰਦੇ ਹਨ, ਤਾਂ ਉਨ੍ਹਾਂ ਬਗੈਰ ਰਹਿਣਾ ਵਧੇਰੇ ਔਖਾ ਹੋ ਜਾਵੇਗਾ । ਉਸ ਹਾਲਤ ਵਿਚ ਇਹ ਉਸਦੀ ਦੂਜੀ ਤਰ੍ਹਾਂ ਦੀ ਹਾਰ ਹੋਵੇਗੀ । ਅਰਜੁਨ ਰਾਹੀਂ ਪ੍ਰਗਟ ਕੀਤੇ ਇਸ ਤਰ੍ਹਾਂ ਦੇ ਵਿਚਾਰ ਸਾਬਿਤ ਕਰਦੇ ਹਨ ਕਿ ਉਹ ਨਾ ਸਿਰਫ ਭਗਵਾਨ ਦਾ ਮਹਾਨ ਭਗਤ ਸੀ, ਸਗੋਂ ਵਧੇਰੇ ਸਮਝਦਾਰ ਅਤੇ ਆਪਣੇ ਮਨ ਅਤੇ ਇੰਦਰੀਆਂ ਤੇ ਪੂਰੀ ਤਰ੍ਹਾਂ ਨਿਯੰਤਰਣ ਰੱਖਣ ਵਾਲਾ ਸੀ । ਰਾਜ ਪਰਿਵਾਰ ਵਿਚ ਜਨਮ ਲੈ ਕੇ ਵੀ ਭਿੱਖਿਆ ਰਾਹੀਂ ਜਿਉਣ ਦੀ ਇੱਛਾ ਉਸ ਦੇ ਵਿਅਕਤੀਤਵ ਦਾ ਦੂਜਾ ਲੱਛਣ ਹੈ । ਇਹ ਸਾਰੇ ਗੁਣ ਅਤੇ ਆਪਣੇ ਅਧਿਆਤਮਕ ਗੁਰੂ ਸ਼੍ਰੀ ਕ੍ਰਿਸ਼ਨ ਦੇ ਉਪਦੇਸ਼ਾਂ ਵਿਚ ਉਸਦੀ ਸ਼ਰਧਾ, ਇਹ ਸਾਰੇ ਮਿਲਕੇ ਸੂਚਿਤ ਕਰਦੇ ਹਨ ਕਿ ਉਹ ਸੱਚ ਮੁੱਚ ਪੁੰਨ-ਆਤਮਾ ਸੀ । ਇਸ ਤਰ੍ਹਾਂ ਇਹ ਨਿਚੋੜ ਨਿਕਲਦਾ ਹੈ ਕਿ ਅਰਜੁਨ ਮੁਕਤੀ ਦੇ ਬਿਲਕੁਲ ਯੋਗ ਸੀ । ਜਦੋਂ ਤਕ ਇੰਦਰੀਆਂ ਸੰਜਮ ਵਿਚ ਨਾ ਹੋਣ, ਗਿਆਨ ਦੇ ਪਦ ਤਕ ਉਠਣਾ ਔਖਾ ਹੈ । ਅਤੇ ਬਿਨ੍ਹਾਂ ਗਿਆਨ ਅਤੇ ਭਗਤੀ ਦੇ ਮੁਕਤੀ ਨਹੀਂ ਹੁੰਦੀ । ਅਰਜੁਨ ਆਪਣੇ ਭੌਤਿਕ ਗੁਣਾਂ ਤੋਂ ਇਲਾਵਾ ਇਨ੍ਹਾਂ ਸਾਰੇ ਦੈਵੀ ਗੁਣਾ ਵਿਚ ਵੀ ਮਾਹਿਰ ਸੀ।

कार्पण्यदोषोपहतस्वभावः
पृच्छामि त्वां धर्मसम्मूढचेताः।
यच्छ्रेयः स्यान्निश्चितं ब्रूहि तन्मे
शिष्यस्तेऽहं शाधि मां त्वां प्रपन्नम्॥ ७॥

ਕਾਰ੍ਪਣ੍ਯ-ਦੋਸ਼ੋਪਹਤ-ਸ੍ਵਭਾਵਹ੍
ਪ੍ਰਿਚ੍ਛਾਮਿ ਤ੍ਵਾਮ੍ ਧਰ੍ਮ-ਸਮ੍ਮੂਢ-ਚੇਤਾਹ੍ ।
ਯ੍ਚ ਚ੍ਰੇਯਹ੍ ਸ੍ਯਾਨ੍-ਨਿਸ਼੍ਚਿਤਮ੍ ਬ੍ਰੂਹਿ ਤਨ੍ ਮੇ
ਸ਼ਿਸ਼੍ਯਸ ਤੇ ਅਹਮ੍ ਸ਼ਾਧਿ ਮਾਮ੍ ਤ੍ਵਾਮ੍ ਪ੍ਰਪਨ੍ਨਮ੍ ॥ 7 ॥

ਕਾਰ੍ਪਣ੍ਯ-ਸੂਮਪੁਣਾ (ਬੁੱਧੀ ਦੀ ਕਮਜ਼ੋਰੀ) ; **ਦੋਸ਼**-ਦੁਰਬਲਤਾ ਨਾਲ ; **ਉਪਹਤ**-ਗ੍ਰਸਤ ; **ਸ੍ਵਭਾਵਹ੍**-ਗੁਣ, ਵਿਸ਼ੇਸ਼ਤਾਵਾਂ ; **ਪ੍ਰਿਚ੍ਛਾਮਿ**-ਪੁੱਛ ਰਿਹਾ ਹਾਂ ; **ਤ੍ਵਾਮ੍**-ਤੁਹਾਨੂੰ : **ਧਰਮ**-ਧਰਮ ; **ਸੰਮੂਢ**-ਮੋਹ ਵਿਚ ਫਸਿਆ ; **ਚੇਤਾਹ੍**-ਹਿਰਦੇ ਵਿਚ ; **ਯਤ੍**-ਜਿਹੜੇ ; **ਸ਼੍ਰੇਯਹ੍**-ਕਲਿਆਣਕਾਰੀ ; **ਸ੍ਯਾਤ੍**-ਹੋਵੇ ; **ਨਿਸ਼੍ਚਿਤਮ੍**-ਵਿਸ਼ਵਾਸ ਨਾਲ ; **ਬਰੂਹਿ**-ਕਹੋ ; **ਤਤ੍**-ਉਹ ; **ਮੇ**-ਮੈਨੂੰ ; **ਸ਼ਿਸ਼੍ਯਹ੍**-ਸ਼ਾਗਿਰਦ ; **ਤੇ**-ਤੁਹਾਡਾ ; **ਅਹਮ੍**-ਮੈਂ ; **ਸ਼ਾਧਿ**-ਉਪਦੇਸ਼ ਦਿਉ ; **ਮਾਮ੍**-ਮੈਨੂੰ ; **ਤ੍ਵਾਮ੍**-ਤੁਹਾਡਾ ; **ਪ੍ਰਪਨ੍ਨਮ੍**-ਸ਼ਰਨੀ ਆਇਆ ।

ਅਨੁਵਾਦ

ਹੁਣ ਮੈਂ ਆਪਣੀ ਬੁੱਧੀ ਦੀ ਕਮਜ਼ੋਰੀ ਕਾਰਨ ਆਪਣਾ ਫਰਜ ਭੁੱਲ ਗਿਆ ਹਾਂ ਅਤੇ ਸਾਰਾ ਹੌਂਸਲਾ ਖੋ ਚੁੱਕਾ ਹਾਂ । ਅਜਿਹੀ ਹਾਲਤ ਵਿਚ ਮੈਂ ਤੁਹਾਨੂੰ ਪੁੱਛ ਰਿਹਾ ਹਾਂ ਕਿ ਜਿਹੜਾ ਮੇਰੇ ਲਈ ਸ੍ਰੇਸ਼ਠ ਹੋਵੇ ਨਿਸ਼ਚਿਤ ਰੂਪ ਤੇ ਉਹੀ ਦਸੋ । ਹੁਣ ਮੈਂ ਤੁਹਾਡਾ ਸ਼ਾਗਿਰਦ ਹਾਂ ਅਤੇ ਤੁਹਾਡੀ ਸ਼ਰਨੀ ਆਇਆ ਹਾਂ । ਕ੍ਰਿਪਾ ਕਰਕੇ ਮੈਨੂੰ ਉਪਦੇਸ਼ ਦਿਉ ।

ਭਾਵ

ਇੱਹ ਕੁਦਰਤ ਦਾ ਨਿਯਮ ਹੈ ਕਿ ਭੌਤਿਕ ਕੰਮਕਾਰ ਦੀ ਪ੍ਰਣਾਲੀ ਹੀ ਹਰ ਇਕ ਲਈ ਚਿੰਤਾ ਦਾ ਕਾਰਨ ਹੈ । ਕਦਮ ਕਦਮ ਤੇ ਉਲਝਣ ਮਿਲਦੀ ਹੈ ਇਸ ਲਈ ਪ੍ਰਮਾਣਿਤ ਗੁਰੂ ਕੋਲ ਜਾਣ ਦੀ ਲੋੜ ਹੈ, ਜਿਹੜਾ ਜੀਵਨ ਦੇ ਉਦੇਸ਼ ਨੂੰ ਪੂਰਾ ਕਰਨ ਲਈ ਸਮੁੱਚੀ ਅਗਵਾਈ ਕਰ ਸਕੇ । ਸਾਰੇ ਵੈਦਿਕ ਗ੍ਰੰਥ ਸਾਨੂੰ ਇਹ ਉਪਦੇਸ਼ ਦਿੰਦੇ ਹਨ ਕਿ ਜੀਵਨ ਦੀਆਂ ਅਣਚਾਹੀਆਂ ਉਲਝਣਾਂ ਤੋਂ ਮੁਕਤ ਹੋਣ ਲਈ ਪ੍ਰਮਾਣਿਤ ਗੁਰੂ ਕੋਲ ਜਾਣਾ ਚਾਹੀਦਾ ਹੈ । ਇਹ ਉਲਝਣਾਂ ਉਸ ਜੰਗਲ ਦੀ ਅੱਗ ਵਾਂਗ ਹਨ ਜਿਹੜੀ ਕਿਸੇ ਰਾਹੀਂ ਬਿਨ੍ਹਾਂ ਲਗਾਏ ਹੀ ਭੜਕ ਉਠਦੀ ਹੈ । ਇਸ ਤਰ੍ਹਾਂ ਸੰਸਾਰ ਦੀ ਸਥਿਤੀ ਅਜਿਹੀ ਹੈ ਕਿ ਬਿਨ੍ਹਾਂ ਚਾਹੇ ਜੀਵਨ ਦੀਆਂ ਉਲਝਣਾਂ ਆਪਣੇ ਆਪ ਪੈਦਾ ਹੋ ਜਾਂਦੀਆਂ ਹਨ, ਕੋਈ ਨਹੀ ਚਾਹੁੰਦਾ ਕਿ ਅੱਗ ਲਗੇ, ਪਰ ਫਿਰ ਵੀ ਉਹ ਲਗਦੀ ਹੈ ਅਤੇ ਅਸੀਂ ਬਹੁਤ ਘਬਰਾ ਜਾਂਦੇ ਹਾਂ। ਇਸ ਲਈ ਵੈਦਿਕ ਸਾਹਿਤ ਉਪਦੇਸ਼ ਦਿੰਦਾ ਹੈ ਕਿ ਜੀਵਨ ਦੀਆਂ ਉਲਝਣਾਂ ਨੂੰ ਸਮਝਣ ਅਤੇ ਉਨ੍ਹਾਂ ਦਾ ਹਲ ਲੱਭਣ ਲਈ ਪਰੰਪਰਾਗਤ ਗੁਰੂ ਕੋਲ ਜਾਣਾ ਚਾਹੀਦਾ ਹੈ । ਜਿਸ ਮਨੁੱਖ ਦਾ

ਪ੍ਰਮਾਣਿਤ ਗੁਰੂ ਹੈ ਉਹ ਸਭ ਕੁਝ ਜਾਣਦਾ ਹੈ, ਇਸ ਲਈ ਮਨੁੱਖ ਨੂੰ ਭੌਤਿਕ ਉਲਝਣਾਂ ਵਿਚ ਨਾ ਰਹਿਕੇ ਗੁਰੂ ਕੋਲ ਜਾਣਾ ਚਾਹੀਦਾ ਹੈ ਇਹੋ, ਇਸ ਸ਼ਲੋਕ ਦਾ ਭਾਵ ਹੈ।

ਆਖ਼ਿਰ ਭੌਤਿਕ ਉਲਝਣਾਂ ਵਿਚ ਕਿਹੜਾ ਮਨੁੱਖ ਪੈਂਦਾ ਹੈ, ਉਹ ਜਿਹੜਾ ਜੀਵਨ ਦੀਆਂ ਸਮੱਸਿਆਵਾਂ ਨੂੰ ਨਹੀਂ ਸਮਝਦਾ। ਬ੍ਰਹਦ ਅਰਣਯਕ ਉਪਨਿਸ਼ਦ ਵਿਚ (3.8.10) ਵਿਆਕੁਲ ਮਨੁੱਖ ਦਾ ਵਰਣਨ ਇੰਝ ਕੀਤਾ ਹੈ- **ਯੋ ਵ ਏਤਦ੍ ਅਕ੍ਸ਼ਰੰ ਗਾਰ੍ਗਿ ਅਵਿਦਿਤ੍ਵਾਸ੍ਮਾਲ੍ ਲੋਕਾਤ੍ ਪ੍ਰੈਤਿ ਸ ਕ੍ਰਿਪਣਹ** - "ਕੰਜੂਸ ਉਹ ਹੈ ਜਿਹੜਾ ਮਨੁੱਖੀ ਜੀਵਨ ਦੀਆਂ ਸਮੱਸਿਆਵਾਂ ਨੂੰ ਹੱਲ ਨਹੀਂ ਕਰਦਾ ਅਤੇ ਆਤਮ੍ ਪ੍ਰੁਤਖੀਕਰਨ ਦੇ ਵਿਗਿਆਨ ਨੂੰ ਬਿਨ੍ਹਾਂ ਸਮਝੇ ਕੁੱਤੇ ਅਤੇ ਸੂਅਰ ਵਾਂਗ ਇਸ ਸੰਸਾਰ ਨੂੰ ਤਿਆਗ ਕੇ ਚਲਾ ਜਾਂਦਾ ਹੈ।" ਜੀਵ ਲਈ ਇਹ ਮਨੁੱਖ ਜੀਵਨ ਵਧੇਰੇ ਕੀਮਤੀ ਖ਼ਜਾਨਾ ਹੈ, ਜਿਸਦੀ ਵਰਤੋਂ ਉਹ ਆਪਣੇ ਜੀਵਨ ਦੀਆਂ ਸਮੱਸਿਆਵਾਂ ਨੂੰ ਹੱਲ ਕਰਨ ਵਿਚ ਕਰ ਸਕਦਾ ਹੈ। ਇਸ ਲਈ ਜਿਹੜੇ ਇਸ ਮੌਕੇ ਦਾ ਲਾਭ ਨਹੀਂ ਉਠਾਉਂਦੇ, ਉਹ ਕੰਜੂਸ ਹਨ। ਬ੍ਰਾਹਮਣ ਇਸਦੇ ਉਲਟ ਹੁੰਦਾ ਹੈ, ਜਿਹੜਾ ਸ਼ਰੀਰ ਦੀ ਵਰਤੋਂ ਜੀਵਨ ਦੀਆਂ ਸਾਰੀਆਂ ਸਮੱਸਿਆਵਾਂ ਨੂੰ ਹੱਲ ਕਰਨ ਲਈ ਕਰਦਾ ਹੈ। **ਯ ਏਤਦ੍ ਅਕ੍ਸ਼ਰਮ ਗਾਰ੍ਗਿ ਵਿਦਿਤ੍ਵਾਸ੍ਮਾਲ੍ ਲੋਕਾਤ੍ ਪ੍ਰੈਤਿ ਸ ਬ੍ਰਾਹਮਣਹ੍**।

ਦੇਹ ਆਤਮ ਬੁੱਧੀ ਵਸ਼ ਕ੍ਰਿਪਣ ਜਾਂ ਕੰਜੂਸ ਲੋਕ ਆਪਣਾ ਸਾਰਾ ਸਮਾਂ ਪਰਿਵਾਰ, ਸਮਾਜ, ਦੇਸ਼ ਆਦਿ ਦੇ ਵਧੇਰੇ ਮੋਹ ਵਿਚ ਗਵਾਂ ਦਿੰਦੇ ਹਨ। ਮਨੁੱਖ ਅਕਸਰ ਚਮੜੀ ਰੋਗ ਦੇ ਆਧਾਰ ਤੇ ਆਪਣੇ ਪਰਿਵਾਰਕ ਜੀਵਨ ਭਾਵ ਪਤਨੀ, ਬੱਚਿਆਂ ਅਤੇ ਰਿਸ਼ਤੇਦਾਰਾਂ ਵਿਚ ਆਸਕਤ ਬੱਝਿਆ ਰਹਿੰਦਾ ਹੈ। ਕ੍ਰਿਪਣ ਇਹ ਸੋਚਦਾ ਹੈ ਕਿ ਉਹ ਆਪਣੇ ਪਰਿਵਾਰ ਨੂੰ ਮੌਤ ਤੋਂ ਬਚਾ ਸਕਦਾ ਹੈ ਜਾਂ ਉਹ ਸੋਚਦਾ ਹੈ ਕਿ ਉਸਦਾ ਪਰਿਵਾਰ ਜਾਂ ਸਮਾਜ ਉਸ ਨੂੰ ਮੌਤ ਤੋਂ ਬਚਾ ਸਕਦਾ ਹੈ। ਅਜਿਹੀ ਪਰਿਵਾਰਕ ਆਸਕਤੀ ਛੋਟੇ ਪਸ਼ੂਆਂ ਵਿਚ ਵੀ ਪਾਈ ਜਾਂਦੀ ਹੈ, ਕਿਉਂਕਿ ਉਹ ਵੀ ਬੱਚਿਆਂ ਦੀ ਦੇਖਭਾਲ ਕਰਦੇ ਹਨ। ਬੁੱਧੀਮਾਨ ਹੋਣ ਕਾਰਨ ਅਰਜੁਨ ਇਹ ਸਮਝ ਗਿਆ ਸੀ ਕਿ ਪਰਿਵਾਰਕ ਜੀਆਂ ਪ੍ਰਤੀ ਉਸਦਾ ਅਨੁਰਾਗ ਅਤੇ ਮੌਤ ਤੋਂ ਉਨ੍ਹਾਂ ਦੀ ਰੱਖਿਆ ਕਰਨ ਦੀ ਇੱਛਾ ਹੀ ਉਸਦੀ ਉਲਝਣ ਦਾ ਕਾਰਨ ਹੈ। ਭਾਵੇਂ ਉਹ ਸਮਝ ਰਿਹਾ ਸੀ ਕਿ ਜੰਗ ਕਰਨ ਦਾ ਫ਼ਰਜ਼ ਉਸਦੀ ਉਡੀਕ ਕਰ ਰਿਹਾ ਸੀ, ਪਰ ਕ੍ਰਿਪਣ-ਦੁਰਬਲਤਾ (**ਕਾਰ੍ਪਣ੍ਯ ਦੋਸ਼**) ਕਾਰਨ ਉਹ ਆਪਣਾ ਫ਼ਰਜ਼ ਨਹੀਂ ਨਿਭਾ ਰਿਹਾ ਸੀ। ਇਸ ਲਈ ਉਹ ਪਰਮ ਗੁਰੂ ਭਗਵਾਨ ਕ੍ਰਿਸ਼ਨ ਤੋਂ ਕੋਈ ਪੱਕਾ ਹੱਲ ਕੱਢਣ ਲਈ ਬੇਨਤੀ ਕਰ ਰਿਹਾ ਹੈ। ਉਹ ਕ੍ਰਿਸ਼ਨ ਦੀ ਸ਼ਾਗਿਰਦੀ ਗ੍ਰਹਿਣ ਕਰਦਾ ਹੈ। ਉਹ ਦੋਸਤੀ ਦੀਆਂ ਗੱਲਾਂ ਬੰਦ ਕਰਨਾ ਚਾਹੁੰਦਾ ਹੈ। ਗੁਰੂ ਅਤੇ ਸ਼ਾਗਿਰਦ ਦੀਆਂ ਗੱਲਾਂ ਗੰਭੀਰ ਹੁੰਦੀਆਂ ਹਨ ਅਤੇ ਹੁਣ ਅਰਜੁਨ ਆਪਣੇ ਸਵੀਕਾਰ ਕੀਤੇ ਗੁਰੂ ਸਾਹਮਣੇ ਗੰਭੀਰਤਾ ਪੂਰਨ ਗੱਲਾਂ ਕਰਨਾ ਚਾਹੁੰਦਾ ਹੈ। ਇਸ ਲਈ ਕ੍ਰਿਸ਼ਨ ਭਗਵਤ ਗੀਤਾ - ਗਿਆਨ ਦੇ ਬਾਨੀ ਗੁਰੂ ਹੈ ਅਤੇ ਅਰਜੁਨ ਗੀਤਾ ਸਮਝਣ ਵਾਲਾ ਪਹਿਲਾ ਸ਼ਾਗਿਰਦ ਹੈ। ਅਰਜੁਨ ਗੀਤਾ ਨੂੰ ਕਿੰਝ ਸਮਝਦਾ ਹੈ, ਇਹ ਗੀਤਾ ਵਿਚ ਵਰਣਿਤ ਹੈ ਤਾਂ ਵੀ ਮੂਰਖ ਸੰਸਾਰੀ ਵਿਦਵਾਨ ਦੱਸਦੇ ਹਨ ਕਿਸੇ ਨੂੰ ਦੇਹਧਾਰੀ ਕ੍ਰਿਸ਼ਨ ਦੀ ਨਹੀਂ ਸਗੋਂ 'ਕ੍ਰਿਸ਼ਨ ਦੇ ਵਿਚ ਅਜਨਮਾਂ ਕ੍ਰਿਸ਼ਨ' ਦੀ ਸ਼ਰਨ ਗ੍ਰਹਿਣ ਕਰਨੀ ਚਾਹੀਦੀ ਹੈ।

ਕ੍ਰਿਸ਼ਨ ਅੰਦਰੋ ਬਾਹਰੋਂ ਇਕ ਹਨ। ਇਸ ਗਿਆਨ ਤੋਂ ਬਿਨ੍ਹਾਂ, ਜਿਹੜਾ ਭਗਵਤ ਗੀਤਾ ਨੂੰ ਸਮਝਣ ਦਾ ਯਤਨ ਕਰਦਾ ਹੈ ਉਹ ਸਭ ਤੋਂ ਵੱਡਾ ਮੂਰਖ ਹੈ।

न हि प्रपश्यामि ममापनुद्याद्
यच्छोकमुच्छोषणमिन्द्रियाणाम्।
अवाप्य भूमावसपत्नमृद्धं
राज्यं सुराणामपि चाधिपत्यम्॥ ८॥

ਨ ਹਿ ਪ੍ਰਪਸ਼ਯਾਮਿ ਮਮਾਪਨੁਦ੍ਯਾਦ
ਯਤ੍ ਸ਼ੋਕਮ੍ ਉਚ੍ਛੋਸ਼ਣਮਿ ਇੰਦ੍ਰਯਾਣਾਮ।
ਅਵਾਪ੍ਯ ਭੂਮਾਵ ਅਸਪਤ੍ਨਮ ਰਿਧਮ
ਰਾਜ੍ਯਮ੍ ਸੁਰਾਣਾਮ੍ ਅਪਿ ਚਾਧਿਪਤ੍ਯਮ ॥ 8 ॥

ਨ-ਨਹੀਂ ; ਹਿ-ਨਿਸ਼ਚੈ ਹੀ ; ਪ੍ਰਪਸ਼੍ਯਾਮਿ-ਵੇਖਦਾ ਹਾਂ ; ਮਮ-ਮੇਰਾ ; ਅਪਨੁਦ੍ਯਾਤ੍-ਦੂਰ ਕਰ ਸਕੇ ; ਯਤ੍-ਜਿਹੜਾ ; ਸ਼ੋਕਮ੍-ਸੋਕ ; ਉਚ੍ਛੋਸ਼ਣਮ੍-ਸੁਕਾਉਣ ਵਾਲਾ ; ਇੰਦਰੀਯਾਣਾਮ੍-ਇੰਦਰੀਆਂ ਦਾ ; ਅਵਾਪ੍ਯ-ਪ੍ਰਾਪਤ ਕਰਕੇ ; ਭੂਮੌ-ਧਰਤੀ ਤੇ ; ਅਸਪਤ੍ਨਮ੍-ਦੁਸ਼ਮਣਾਂ ਤੋਂ ਬਿਨ੍ਹਾਂ ; ਰਿਦ੍ਧਮ੍-ਸਮਰਿਧ ; ਰਾਜ੍ਯਮ੍-ਰਾਜ ; ਸੁਰਾਣਾਮ੍-ਦੇਵਤਿਆਂ ਦਾ ; ਅਪਿ-ਭਾਵੇਂ ; ਚ-ਵੀ ; ਆਧਿਪਤ੍ਯਮ੍-ਉਚੇਰਾ।

ਅਨੁਵਾਦ

ਮੈਨੂੰ ਅਜਿਹਾ ਕੋਈ ਸਾਧਨ ਨਜ਼ਰ ਨਹੀਂ ਆਉਂਦਾ ਜਿਹੜਾ ਮੇਰੀ ਇੰਦਰੀਆਂ ਨੂੰ ਸੁਕਾਉਣ ਵਾਲੇ ਇਸ ਸ਼ੋਕ ਨੂੰ ਦੂਰ ਕਰ ਸਕੇ। ਸਵਰਗ ਤੇ ਦੇਵਤਿਆਂ ਦੇ ਰਾਜ ਵਾਂਗ ਇਸ ਧਨ - ਦੋਲਤ ਨਾਲ ਭਰੀ ਸਾਰੀ ਧਰਤੀ ਤੇ ਅਦੁੱਤੀ ਰਾਜ ਪ੍ਰਾਪਤ ਕਰਕੇ ਵੀ ਮੈਂ ਇਸ ਸ਼ੋਕ ਨੂੰ ਦੂਰ ਨਹੀਂ ਕਰ ਸਕਾਂਗਾ।

ਭਾਵ

ਭਾਵੇਂ ਅਰਜੁਨ ਧਰਮ ਅਤੇ ਸਦਾਚਾਰ ਦੇ ਨਿਯਮਾਂ ਤੇ ਆਧਾਰਿਤ ਅਨੇਕ ਦਲੀਲਾਂ ਪੇਸ਼ ਕਰਦਾ ਹੈ ਪਰ ਅਜਿਹਾ ਲਗਦਾ ਹੈ ਕਿ ਉਸਨੂੰ ਆਪਣੇ ਗੁਰੂ ਭਗਵਾਨ ਸ੍ਰੀ ਕ੍ਰਿਸ਼ਨ ਦੀ ਮਦਦ ਤੋਂ ਬਿਨ੍ਹਾਂ ਅਸਲੀ ਸਮੱਸਿਆ ਦਾ ਹੱਲ ਨਹੀਂ ਲੱਭ ਰਿਹਾ। ਉਹ ਸਮਝ ਗਿਆ ਸੀ ਕਿ ਉਸਦਾ ਅਖਾਉਤੀ ਗਿਆਨ ਉਸਦੀਆਂ ਉਨ੍ਹਾਂ ਸਮੱਸਿਆਵਾਂ ਨੂੰ ਦੂਰ ਕਰਨ ਵਿਚ ਬੇਕਾਰ ਹੈ, ਜਿਹੜੀਆਂ ਉਸ ਦੇ ਸਾਰੇ ਵਜੂਦ ਨੂੰ ਸੁੱਕਾ ਰਹੀਆਂ ਸਨ। ਉਸਨੂੰ ਇਨ੍ਹਾਂ ਉਲਝਣਾਂ ਨੂੰ ਭਗਵਾਨ ਕ੍ਰਿਸ਼ਨ ਵਰਗੇ ਅਧਿਆਤਮਕ ਗੁਰੂ ਦੀ ਮਦਦ ਬਿਨ੍ਹਾਂ ਹੱਲ ਕਰਨਾ ਅਸੰਭਵ ਲਗ ਰਿਹਾ ਸੀ। ਵਿਦਿਅਕ ਗਿਆਨ, ਵਿਦਵੱਤਾ, ਉਚੀ ਪਦਵੀ-ਇਹ ਸਾਰੇ ਜੀਵਨ ਦੀਆਂ ਸਮੱਸਿਆਵਾਂ ਦਾ ਹੱਲ ਕਰਨ ਵਿਚ ਵਿਅਰਥ ਹਨ। ਜੇਕਰ ਕੋਈ ਇਨ੍ਹਾਂ ਵਿਚ ਮੱਦਦ ਕਰ ਸਕਦਾ ਹੈ ਤਾਂ ਉਹ ਹੈ ਸਿਰਫ ਗੁਰੂ

ਇਸ ਲਈ ਨਿਚੋੜ ਇਹ ਹੈ ਕਿ ਗੁਰੂ ਜਿਹੜਾ ਸ਼ਤ ਪ੍ਰਤੀਸ਼ਤ ਕ੍ਰਿਸ਼ਨ ਭਾਵਨਾ ਭਾਵਿਤ ਹੁੰਦਾ ਹੈ, ਉਹੀ ਸਿਰਫ ਪ੍ਰਮਾਣਿਤ ਗੁਰੂ ਹੈ ਅਤੇ ਉਹੀ ਜੀਵਨ ਦੀਆਂ ਸਮੱਸਿਆਵਾਂ ਨੂੰ ਹੱਲ ਕਰ ਸਕਦਾ ਹੈ ਭਗਵਾਨ ਚੈਤੰਯ ਨੇ ਕਿਹਾ ਹੈ ਕਿ ਜਿਹੜਾ ਕ੍ਰਿਸ਼ਨ ਭਾਵਨ ਅੰਮ੍ਰਿਤ ਦੇ ਵਿਗਿਆਨ ਵਿਚ ਮਾਹਿਰਹੋਵੇ, ਕ੍ਰਿਸ਼ਨ ਤੱਥ ਨੂੰ ਜਾਨਣ ਵਾਲਾ ਹੋਵੇ, ਭਾਵੇਂ ਉਹ ਕਿਸੇ ਜਾਤ ਦਾ ਹੋਵੇ ਉਹੀ ਅਸਲੀ ਗੁਰੂ ਹੈ ।

ਕਿਬਾ ਵਿਪ੍ਰ, ਕਿਬਾ ਨ੍ਯਾਸੀ, ਸ਼ੂਦ੍ਰ ਕੇਨੇ ਨਯ ।
ਯੇਇ ਕ੍ਰਿਸ਼ਣ ਤੱਤ੍ਵ ਵੇਤੱਾ, ਸੇਇ ਗੁਰੁ ਹਯ ॥

(ਚੈਤੰਨਯ-ਚਰਿਤਾਮ੍ਰਿਤ ਮੱਧ 8.128)

"ਕੋਈ ਮਨੁੱਖ ਭਾਵੇਂ ਉਹ ਵਿਪਰ (ਬ੍ਰਾਹਮਣ) ਵੈਦਿਕ ਗਿਆਨ ਵਿਚ ਮਾਹਿਰ ਹੋਵੇ, ਹੇਠਲੀ ਜਾਤ ਵਿਚ ਜੰਮਿਆ ਸ਼ੂਦਰ ਹੋਵੇ ਜਾਂ ਫਿਰ ਸੰਨਿਆਸੀ, ਜੇਕਰ ਉਹ ਕ੍ਰਿਸ਼ਨ ਦੇ ਵਿਗਿਆਨ ਵਿਚ ਮਾਹਿਰ (ਕ੍ਰਿਸ਼ਨ ਤੱਤ ਦਾ ਜਾਣੂੰ) ਹੈ ਤਾਂ ਉਹ ਅਸਲੀ ਪ੍ਰਮਾਣਿਤ ਗੁਰੂ ਹੈ ।" ਇਸ ਲਈ ਕ੍ਰਿਸ਼ਨ ਤੱਥ ਨੂੰ ਜਾਣੇ ਬਿਨ੍ਹਾਂ ਕੋਈ ਵੀ ਪ੍ਰਮਾਣਿਤ ਗੁਰੂ ਨਹੀਂ ਹੋ ਸਕਦਾ । ਵੈਦਿਕ ਸਾਹਿਤ ਵਿਚ ਇਹ ਕਿਹਾ ਗਿਆ ਹੈ ।

ਸ਼ਟ੍-ਕਰ੍ਮ-ਨਿਪੁਣੋ ਵਿਪ੍ਰੋ ਮੰਤਰ-ਤੰਤਰ-ਵਿਸ਼ਾਰਦਹ੍
ਅਵੈਸ਼ਣਵੋ ਗੁਰੁਰ੍ ਨ ਸ੍ਯਾਦ੍ ਵੈਸ਼੍ਣਵਹ੍ ਸ਼੍ਵਪਚੋ ਗੁਰੁਹ੍ ।

(ਪਦਮ ਪੁਰਾਣ)

"ਵਿਦਵਾਨ ਬ੍ਰਾਹਮਣ, ਭਾਵੇਂ ਉਹ ਸਾਰੇ ਵੈਦਿਕ ਗਿਆਨ ਵਿਚ ਮਾਹਿਰ ਕਿਉਂ ਨਾ ਹੋਵੇ, ਜੇਕਰ ਉਹ ਵੈਸ਼ਣਵ ਨਹੀਂ ਜਾਂ ਕ੍ਰਿਸ਼ਨ ਭਾਵਨਾ ਅੰਮ੍ਰਿਤ ਵਿਚ ਮਾਹਿਰ ਨਹੀਂ ਤਾਂ ਉਹ ਗੁਰੂ ਬਣਨ ਦੇ ਯੋਗ ਨਹੀਂ ਹੈ । ਪਰ ਸ਼ੂਦਰ, ਜੇਕਰ ਉਹ ਵੈਸ਼ਨਵ ਜਾਂ ਕ੍ਰਿਸ਼ਨ ਭਗਤ ਹੈ ਤਾਂ ਗੁਰੂ ਬਣ ਸਕਦਾਹੈ"

ਸੰਸਾਰ ਦੀਆਂ ਸਮੱਸਿਆਵਾਂ-ਜਨਮ, ਬੁਢਾਪਾ, ਰੋਗ ਅਤੇ ਮੌਤ ਨੂੰ ਧੰਨ ਇਕੱਠਾ ਕਰਕੇ ਅਤੇ ਆਰਥਿਕ ਵਿਕਾਸ ਨਾਲ ਰੋਕਣਾ ਸੰਭਵ ਨਹੀਂ । ਸੰਸਾਰ ਵਿਚ ਵਧੇਰੇ ਹਿੱਸਿਆਂ ਵਿਚ ਅਜਿਹੇ ਰਾਜ ਹਨ ਜਿਹੜੇ ਜੀਵਨ ਦੀਆਂ ਸਾਰੀਆਂ ਸੁਵਿਧਾਵਾਂ, ਸੰਪਤੀ ਅਤੇ ਆਰਥਿਕ ਵਿਕਾਸ ਪੱਖੋਂ ਪੂਰੇ ਹਨ, ਪਰ ਫਿਰ ਵੀ ਉਨ੍ਹਾਂ ਦੇ ਸੰਸਾਰਿਕ ਜੀਵਨ ਦੀਆਂ ਸਮੱਸਿਆਵਾਂ ਉਸੇ ਤਰ੍ਹਾਂ ਬਣੀਆਂ ਹੋਈਆਂ ਹਨ । ਉਹ ਵੱਖੋ-ਵੱਖਰੇ ਸਾਧਨਾਂ ਰਾਹੀਂ ਸ਼ਾਂਤੀ ਲਭਦੇ ਹਨ, ਪਰ ਅਸਲੀ ਸੁੱਖ ਉਨ੍ਹਾਂ ਨੂੰ ਉਦੋਂ ਮਿਲਦਾ ਹੈ ਜਦੋਂ ਉਹ ਕ੍ਰਿਸ਼ਨ ਭਾਵਨਾ ਅੰਮ੍ਰਿਤ ਵਾਲੇ ਕ੍ਰਿਸ਼ਨ ਦੇ ਪ੍ਰਮਾਣਿਕ ਪ੍ਰਤੀਨਿੱਧੀ ਰਾਹੀਂ ਕ੍ਰਿਸ਼ਨ ਜਾਂ ਕ੍ਰਿਸ਼ਨ ਤੱਤ ਪੂਰਨ ਭਗਵਤ ਗੀਤਾ ਅਤੇ ਸ਼੍ਰੀਮਦ ਭਾਗਵਤ ਦੀ ਸਲਾਹ ਸਵੀਕਾਰ ਕਰਦੇ ਹਨ

ਜੇਕਰ ਆਰਥਿਕ ਵਿਕਾਸ ਅਤੇ ਭੌਤਿਕ ਸੁੱਖ ਕਿਸੇ ਦੇ ਪਰਿਵਾਰ, ਸਮਾਜਿਕ, ਰਾਸ਼ਟਰੀ ਜਾਂ ਅੰਤਰਰਾਸ਼ਟਰੀ ਅਵਿਵਸਥਾ ਤੋਂ ਪੈਦਾ ਹੋਏ ਸ਼ੋਕ ਨੂੰ ਦੂਰ ਕਰ ਸਕਦੇ ਤਾਂ ਅਰਜੁਨ ਇਹ ਨਾ ਕਹਿੰਦਾ ਕਿ ਅਸੀਮ ਰਾਜ ਜਾਂ ਸਵਰਗ ਲੋਕ ਵਿਚ ਦੇਵਤਿਆਂ ਦੀ ਉਚੱਤਾ ਵੀ ਉਸਦੇ ਸ਼ੋਕਾਂ ਨੂੰ ਦੂਰ

ਨਹੀਂ ਕਰ ਸਕਦੀ। ਇਸ ਲਈ ਉਸਨੇ ਕ੍ਰਿਸ਼ਨ ਭਾਵਨਾ ਅੰਮ੍ਰਿਤ ਦਾ ਸਹਾਰਾ ਲਿਆ ਅਤੇ ਇਹੋ ਸ਼ਾਂਤੀ ਅਤੇ ਸਮਰਸਤਾ ਦਾ ਠੀਕ ਰਸਤਾ ਹੈ। ਆਰਥਿਕ ਵਿਕਾਸ ਜਾਂ ਸੰਸਾਰ ਦੀ ਮਾਲਕੀ ਅਤੇ ਕੁਦਰਤੀ ਪ੍ਰਲਯ ਰਾਹੀਂ ਕਿਸੇ ਵੀ ਸਮੇਂ ਖਤਮ ਹੋ ਸਕਦਾ ਹੈ। ਇਥੋਂ ਤਕ ਕਿ ਚੰਨ ਲੋਕ ਵਰਗੇ ਉਚੇ ਲੋਕਾਂ ਦੀ ਯਾਤਰਾ ਵੀ ਜਿਸ ਲਈ ਮਨੁੱਖ ਯਤਨਸ਼ੀਲ ਹਨ, ਇਕ ਝਟਕੇ ਵਿਚ ਖਤਮ ਹੋ ਸਕਦੀ ਹੈ। ਭਗਵਤ ਗੀਤਾ ਇਸ ਦੀ ਪੁਸ਼ਟੀ ਕਰਦੀ ਹੈ-**ਕ੍ਸ਼ੀਣੇ ਪੁਣ੍ਯੇ ਮਰ੍ਤ੍ਯਲੋਕਮ੍ ਵਿਸ਼ੰਤਿ**-ਜਦੋਂ ਪੁੰਨ ਕਰਮਾਂ ਦੇ ਫਲ ਖਤਮ ਹੋ ਜਾਂਦੇ ਹਨ ਤਾਂ ਮਨੁੱਖ ਸੁੱਖ ਦੀ ਚੋਟੀ ਤੋਂ ਜੀਵਨ ਦੇ ਹੇਠਲੇ ਪੱਧਰ ਤੇ ਡਿੱਗ ਜਾਂਦਾ ਹੈ। ਇੰਝ ਸੰਸਾਰ ਦੇ ਅਨੇਕਾਂ ਰਾਜਨੀਤੀਵਾਨਾਂ ਦਾ ਪਤਨ ਹੋਇਆ ਹੈ। ਅਜਿਹੀ ਗਿਰਾਵਟ ਸ਼ੋਕ ਦਾ ਕਾਰਨ ਬਣਦੀ ਹੈ।

ਇਸ ਲਈ ਜੇਕਰ ਅਸੀਂ ਹਮੇਸ਼ਾਂ ਲਈ ਸ਼ੋਕ ਨੂੰ ਦੂਰ ਕਰਨਾ ਚਾਹੁੰਦੇ ਹਾਂ ਤਾਂ ਸਾਨੂੰ ਕ੍ਰਿਸ਼ਨ ਦੀ ਸ਼ਰਨ ਆਉਣਾ ਹੋਵੇਗਾ, ਜਿਵੇਂ ਅਰਜੁਨ ਨੇ ਕੀਤਾ। ਅਰਜੁਨ ਨੇ ਕ੍ਰਿਸ਼ਨ ਅੱਗੇ ਪ੍ਰਾਰਥਨਾ ਕੀਤੀ ਕਿ ਉਸਦੀ ਸਮੱਸਿਆ ਦਾ ਪੱਕਾ ਹੱਲ ਕਰ ਦੇਣ ਅਤੇ ਇਹ ਕ੍ਰਿਸ਼ਨ ਭਾਵਨਾ ਅੰਮ੍ਰਿਤ ਦੀ ਵਿਧੀ ਹੈ

सञ्जय उवाच

एवमुक्त्वा हृषीकेशं गुडाकेशः परन्तपः।
न योत्स्य इति गोविन्दमुक्त्वा तूष्णीं बभूव ह॥ ९॥

ਸੰਜਯ ਉਵਾਚ

ਏਵਮ੍-ਉਕ੍ਤ੍ਵਾ ਹ੍ਰਿਸ਼ੀਕੇਸ਼ਮ੍ ਗੁਡਾਕੇਸ਼ਹ੍ ਪਰੰਤਪਹ੍ ।
ਨ ਯੋਤ੍ਸ੍ਯ ਇਤਿ ਗੋਵਿੰਦਮ੍ ਉਕ੍ਤ੍ਵਾ ਤੂਸ਼੍ਣੀਮ੍ ਬਭੂਵ ਹ ॥ 9 ॥

ਸੰਜਯ ਉਵਾਚ-ਸੰਜੇ ਨੇ ਕਿਹਾ ; **ਏਵਮ੍**-ਇੰਝ ; **ਉਕ੍ਤ੍ਵਾ**-ਕਹਿਕੇ ; **ਹ੍ਰਿਸ਼ੀਕੇਸ਼ਮ੍**-ਕ੍ਰਿਸ਼ਨ, ਇੰਦਰੀਆਂ ਦੇ ਮਾਲਕ ; **ਗੁਡਾਕੇਸ਼ਹ੍**-ਅਰਜੁਨ, ਜਿਹੜਾ ਅਗਿਆਨ ਖਤਮ ਕਰਨ ਵਾਲਾ ਹੈ ; **ਪਰੰਤਪਹ੍**-ਅਰਜੁਨ, ਦੁਸ਼ਮਣਾਂ ਨੂੰ ਦਬਾਉਣ ਵਾਲੇ ; **ਨਯੋਤ੍ਸ੍ਯੇ**-ਨਹੀਂ ਲੜਾਂਗਾ ; **ਇਤਿ**-ਇੰਝ ; **ਗੋਵਿੰਦਮ੍**-ਇੰਦਰੀਆਂ ਨੂੰ ਆਨੰਦ ਦੇਣ ਵਾਲੇ ਕ੍ਰਿਸ਼ਨ ਨੂੰ ; **ਉਕ੍ਤ੍ਵਾ**-ਕਹਿਕੇ ; **ਤੂਸ਼੍ਣੀਮ੍**-ਚੁੱਪ ; **ਬਭੂਵ**-ਹੋ ਗਿਆ ; **ਹ**-ਨਿਸ਼ਚੇ ਹੀ।

ਅਨੁਵਾਦ

ਸੰਜੇ ਨੇ ਕਿਹਾ - ਇੰਝ ਕਹਿਣ ਮਗਰੋਂ ਦੁਸ਼ਮਣਾਂ ਨੂੰ ਦਬਾਉਣ ਵਾਲੇ ਅਰਜੁਨ ਨੇ ਕ੍ਰਿਸ਼ਨ ਨੂੰ ਕਿਹਾ' ਹੇ ਗੋਵਿੰਦ ! ਮੈਂ ਜੰਗ ਨਹੀਂ ਕਰਾਂਗਾ ਅਤੇ ਚੁੱਪ ਹੋ ਗਿਆ।

ਭਾਵ

ਧ੍ਰਿਤਰਾਸ਼ਟਰ ਨੂੰ ਇਹ ਜਾਣਕੇ ਬੜੀ ਖ਼ੁਸ਼ੀ ਹੋਈ ਕਿ ਅਰਜੁਨ ਜੰਗ ਨਾ ਕਰਕੇ ਜੰਗ ਮੈਦਾਨ ਛੱਡ ਕੇ ਭੀਖ ਮੰਗਣ ਜਾ ਰਿਹਾ ਹੈ। ਪਰ ਸੰਜੇ ਨੇ ਉਸ ਨੂੰ ਫਿਰ ਇਹ ਕਹਿ ਕੇ ਨਿਰਾਸ਼ ਕਰ ਦਿੱਤਾ ਕਿ

ਅਰਜੁਨ ਆਪਣੇ ਦੁਸ਼ਮਣਾਂ ਨੂੰ ਮਾਰਨ ਦੀ ਸਮਰਥਾ ਰਖਦਾ ਹੈ ਪਰੰਤੂ ਭਾਵੇਂ ਕੁਝ ਸਮੇਂ ਲਈ ਅਰਜੁਨ ਆਪਣੇ ਪਰਿਵਾਰਕ ਸਨੇਹ ਕਾਰਨ ਝੂਠੇ ਸ਼ੋਕ ਨਾਲ ਘਿਰਿਆ ਸੀ, ਪਰ ਉਸਨੇ ਸ਼ਾਗਿਰਦ ਰੂਪ ਵਿਚ ਗੁਰੂ ਸ੍ਰੀ ਕ੍ਰਿਸ਼ਨ ਦੀ ਸ਼ਰਨ ਲੈ ਲਈ। ਇਸ ਤੋਂ ਸੂਚਿਤ ਹੁੰਦਾ ਹੈ ਕਿ ਜਲਦੀ ਹੀ ਉਹ ਇਸ ਸ਼ੋਕ ਤੋਂ ਮੁਕਤ ਹੋ ਜਾਵੇਗਾ ਅਤੇ ਆਤਮ-ਪ੍ਰਤੱਖੀਕਰਨ ਜਾਂ ਕ੍ਰਿਸ਼ਨ ਭਾਵਨਾ ਦੇ ਪੂਰਨ ਗਿਆਨ ਨਾਲ ਪ੍ਰਕਾਸ਼ਿਤ ਹੋ ਕੇ ਫਿਰ ਜੰਗ ਜ਼ਰੂਰ ਕਰੇਗਾ। ਇਸ ਤਰ੍ਹਾਂ ਧ੍ਰਿਤਰਾਸ਼ਟਰ ਦੀ ਖ਼ੁਸ਼ੀ ਖੇਰੂ ਖੇਰੂ ਹੋ ਜਾਵੇਗੀ ਜਦੋਂ ਅਰਜੁਨ ਸ੍ਰੀ ਕ੍ਰਿਸ਼ਨ ਰਾਹੀਂ ਪ੍ਰਬੁੱਧ ਹੋ ਕੇ ਅੰਤ ਵਿਚ ਯੁੱਧ ਕਰੇਗਾ।

तमुवाच हृषीकेशः प्रहसन्निव भारत।
सेनयोरुभयोर्मध्ये विषीदन्तमिदं वचः॥ १०॥

ਤਮ-ਓਵਾਚ ਹ੍ਰਿਸ਼ੀਕੇਸ਼ਹ੍ ਪ੍ਰਹਸਨ੍ਨ੍ ਇਵ ਭਾਰਤ।
ਸੇਨਯੋਰ੍ ਉਭਯੋਰ੍ ਮਧ੍ਯੇ ਵਿਸ਼ੀਦੰਤੰ ਇਦਮ੍ ਵਚਹ੍ ॥ 10 ॥

ਤਮ੍-ਉਸਨੂੰ, ਓਵਾਚ-ਕਿਹਾ ; **ਹ੍ਰਿਸ਼ੀਕੇਸ਼ਹ੍**-ਇੰਦਰੀਆਂ ਦੇ ਮਾਲਕ ਕ੍ਰਿਸ਼ਨ ਨੇ ; **ਪ੍ਰਹਸਨ੍**-ਹੱਸਦੇ ਹੋਏ ; **ਇਵ**-ਮੰਨੋ ; **ਭਾਰਤ**-ਹੇ ਭਰਤਵੰਸ਼ੀ ਧ੍ਰਿਤਰਾਸ਼ਟਰ ; **ਸੇਨਯੋਹ੍**-ਫੌਜਾਂ ਦੇ ; **ਉਭਯੋਹ੍**-ਦੋਵਾਂ ਪੱਖਾਂ ਦੀ ; **ਮਧ੍ਯੇ**-ਵਿਚਕਾਰ ; **ਵਿਸ਼ੀਦੰਤਮ੍**-ਸ਼ੋਕ ਵਿਚ ਡੁੱਬਿਆ ; **ਇਦਮ੍**-ਇਹ ; **ਵਚਹ੍**-ਸ਼ਬਦ।

ਅਨੁਵਾਦ

ਹੇ ਭਰਤ ਵੰਸ਼ੀ (ਧ੍ਰਿਤਰਾਸ਼ਟਰ) ! ਉਸ ਸਮੇਂ ਦੋਵਾਂ ਫੌਜਾਂ ਦੇ ਵਿਚਕਾਰ ਸ਼ੋਕ ਵਿਚ ਡੁੱਬੇ ਅਰਜੁਨ ਨੂੰ ਕ੍ਰਿਸ਼ਨ ਨੇ ਮੰਨੋ ਹੱਸਦੇ ਹੋਏ ਇਹ ਸ਼ਬਦ ਕਹੇ।

ਭਾਵ

ਦੋ ਪੱਕੇ ਦੋਸਤਾਂ ਭਾਵ ਹ੍ਰਿਸ਼ੀਕੇਸ਼ ਅਤੇ ਗੁਡਾਕੇਸ਼ ਵਿਚਕਾਰ ਗੱਲਬਾਤ ਚਲ ਰਹੀ ਸੀ। ਦੋਸਤ ਦੇ ਰੂਪ ਵਿਚ ਦੋਵਾਂ ਦੀ ਪਦਵੀ ਬਰਾਬਰ ਸੀ, ਪਰ ਇਨ੍ਹਾਂ ਵਿਚੋਂ ਇਕ ਆਪਣੀ ਮਰਜੀ ਨਾਲ ਦੂਜੇ ਦਾ ਸ਼ਾਗਿਰਦ ਬਣ ਗਿਆ। ਕ੍ਰਿਸ਼ਨ ਹੱਸ ਰਹੇ ਸਨ, ਕਿਉਂਕਿ ਉਨ੍ਹਾਂ ਦਾ ਦੋਸਤ ਹੁਣ ਉਨ੍ਹਾਂ ਦਾ ਸ਼ਾਗਿਰਦ ਬਣ ਗਿਆ ਸੀ। ਸਭਨਾਂ ਦੇ ਸਵਾਮੀ ਹੋਣ ਕਾਰਨ ਉਹ ਹਮੇਸ਼ਾਂ ਉਚੀ ਪਦਵੀ ਤੇ ਰਹਿੰਦੇ ਹਨ ਪਰ ਫਿਰ ਵੀ ਭਗਵਾਨ ਆਪਣੇ ਭਗਤਾਂ ਲਈ ਦੋਸਤ, ਪੁੱਤਰ ਜਾਂ ਪ੍ਰੇਮੀ ਬਣਨਾ ਸਵੀਕਾਰ ਕਰਦੇ ਹਨ। ਪਰ ਜਦੋਂ ਉਨ੍ਹਾਂ ਦੇ ਗੁਰੂ ਰੂਪ ਵਿਚ ਅੰਗੀਕਾਰ ਕਰ ਲਿਆ ਗਿਆਂ ਤਾਂ ਉਨ੍ਹਾਂ ਝੱਟ ਗੁਰੂ ਦੀ ਭੂਮਿਕਾ ਨਿਭਾਉਣ ਲਈ ਗੁਰੂ ਵਾਂਗ ਗੰਭੀਰਤਾ ਪੂਰਨ ਗੱਲਾਂ ਕੀਤੀਆਂ, ਜਿਸ ਤਰ੍ਹਾਂ ਲੋੜੀਂਦਾ ਸੀ। ਅਜਿਹਾ ਲਗਦਾ ਹੈ ਕਿ ਗੁਰੂ ਅਤੇ ਸ਼ਾਗਿਰਦ ਦੀ ਇਹ ਗੱਲਬਾਤ ਦੋਵਾਂ ਫੌਜਾਂ ਦੀ ਹਾਜਰੀ ਵਿਚ ਹੋਈ, ਜਿਸ ਨਾਲ ਸਾਰੇ ਲੋਕਾਂ ਨੂੰ ਲਾਭ ਹੋਇਆ। ਇਸ ਲਈ ਭਗਵਤ ਗੀਤਾ ਦਾ ਸੰਵਾਦ ਕਿਸੇ ਇਕ ਮਨੁੱਖ ਸਮਾਜ ਜਾਂ ਜਾਤ ਲਈ ਨਹੀਂ ਸਗੋਂ ਸਭਨਾਂ ਲਈ ਹੈ ਅਤੇ ਉਸਨੂੰ ਸੁਣਨ ਲਈ ਦੁਸ਼ਮਣ ਜਾਂ ਦੋਸਤ ਬਰਾਬਰ ਦੇ ਅਧਿਕਾਰੀ ਹਨ।

श्रीभगवानुवाच
अशोच्यानन्वशोचस्त्वं प्रज्ञावादांश्च भाषसे।
गतासूनगतासूंश्च नानुशोचन्ति पण्डिताः ॥ ११ ॥

ਸ਼੍ਰੀ ਭਗਵਾਨ੍ ਉਵਾਚ
ਅਸ਼ੋਚ੍ਯਾਨ੍ ਅਨਵਸ਼ੋ ਚਸ੍ ਤ੍ਵਮ੍ ਪ੍ਰਗਯਾ-ਵਾਦੰਸ਼੍ ਚ ਭਾਸ਼ਸੇ ।
ਗਤਾਸੂਨ੍ ਅਗਤਾਸੂਨਸ਼੍ਚ ਨਾਨੁਸ਼ੋਚੰਤਿ ਪੰਡਿਤਾਹ੍ ॥ 11 ॥

ਸ਼੍ਰੀ ਭਗਵਾਨ੍ ਉਵਾਚ-ਸ਼੍ਰੀ ਭਗਵਾਨ ਨੇ ਕਿਹਾ ; **ਅਸ਼ੋਚ੍ਯਾਨ**-ਜਿਹੜੇ ਸ਼ੋਕ ਦੇ ਯੋਗ ਨਹੀਂ ਹਨ ; **ਅੰਵਸ਼ੋਚਹ੍**-ਤੁਸੀਂ ਸ਼ੋਕ ਕਰਦੇ ਹੋ ; **ਤ੍ਵਮ੍**-ਤੁਸੀਂ ; **ਪ੍ਰਗਯਾਵਾਦਾਨ੍**-ਪੰਡਤਾਈ ਪੂਰਨ ਗੱਲਾਂ ; **ਚ**-ਵੀ; **ਭਾਸ਼ਮੇ**-ਕਹਿੰਦੇ ਹੋ ; **ਗਤ**-ਚਲੇ ਗਏ ; **ਅਸੂਨ੍**-ਪ੍ਰਾਣ ; **ਅਗਤ**-ਨਹੀਂ ਗਏ ; **ਅਸੂਨ੍**-ਪ੍ਰਾਣ ; **ਚ**-ਵੀ ; **ਨ**-ਕਦੀ ਨਹੀਂ ; **ਅਨੁਸ਼ੋਚੰਤਿ**-ਸ਼ੋਕ ਕਰਦੇ ਹਨ ; **ਪੰਡਿਤਾਹ੍**-ਵਿਦਵਾਨ ਲੋਕ।

ਅਨੁਵਾਦ

ਸ਼੍ਰੀ ਭਗਵਾਨ ਨੇ ਕਿਹਾ-ਤੁਸੀਂ ਪੰਡਤਾਈ ਪੂਰਨ ਗੱਲਾਂ ਕਹਿੰਦੇ ਹੋਏ ਉਨ੍ਹਾਂ ਲਈ ਸ਼ੋਕ ਕਰ ਰਹੇ ਹੋ ਜਿਹੜੇ ਸ਼ੋਕ ਕਰਨ ਦੇ ਯੋਗ ਨਹੀਂ ਹਨ । ਜਿਹੜੇ ਵਿਦਵਾਨ ਹੁੰਦੇ ਹਨ, ਉਹ ਨਾਂ ਤਾਂ ਜਿਉਂਦਿਆਂ ਲਈ ਨਾ ਹੀ ਮਰਿਆਂ ਲਈ ਸ਼ੋਕ ਕਰਦੇ ਹਨ ।

ਭਾਵ

ਭਗਵਾਨ ਨੇ ਤੱਤਕਾਲ ਗੁਰੂ ਦਾ ਅਹੁਦਾ ਸੰਭਾਲਿਆ ਅਤੇ ਆਪਣੇ ਸ਼ਾਗਿਰਦ ਨੂੰ ਅਪ੍ਰਤੱਖ ਰੂਪ ਵਿਚ ਮੂਰਖ ਕਹਿੰਦੇ ਝਾੜ ਪਾਈ । ਉਨ੍ਹਾਂ ਕਿਹਾ " ਤੁਸੀ ਵਿਦਵਾਨ ਵਾਂਗ ਗੱਲਾਂ ਕਰਦੇ ਹੋ , ਪਰ ਤੁਸੀਂ ਇਹ ਨਹੀਂ ਜਾਣਦੇ ਕਿ ਜਿਹੜਾ ਵਿਦਵਾਨ ਹੁੰਦਾ ਹੈ, ਭਾਵ ਜਿਹੜਾ ਇਹ ਜਾਣਦਾ ਹੈ ਕਿ ਸ਼ਰੀਰ ਅਤੇ ਆਤਮਾ ਕੀ ਹਨ - ਉਹ ਕਿਸੇ ਵੀ ਹਾਲਤ ਵਿਚ ਸ਼ਰੀਰ ਲਈ, ਭਾਵੇਂ ਉਹ ਜਿਉਂਦਾ ਹੋਵੇ ਜਾਂ ਮਰਿਆ ਹੋਵੇ ਸ਼ੋਕ ਨਹੀਂ ਕਰਦਾ । ਅਗਲੇ ਅਧਿਆਇਆਂ ਵਿਚ ਇਹ ਸਪਸ਼ਟ ਹੋ ਜਾਵੇਗਾ ਕਿ ਗਿਆਨ ਦਾ ਅਰਥ, ਪਦਾਰਥ ਅਤੇ ਆਤਮਾ ਅਤੇ ਇਨ੍ਹਾਂ ਦੋਵਾਂ ਨੂੰ ਨਿਯੰਤਰਣ ਕਰਨ ਵਾਲੇ ਨੂੰ ਜਾਣਨਾ ਹੈ । ਅਰਜੁਨ ਦੀ ਦਲੀਲ ਸੀ ਕਿ ਰਾਜਨੀਤੀ ਜਾਂ ਸਮਾਜ ਨੀਤੀ ਦੀ ਬਜਾਏ ਧਰਮ ਨੂੰ ਵੱਧ ਮਹੱਤਵ ਮਿਲਨਾ ਚਾਹੀਦਾ ਹੈ, ਪਰ ਉਸਨੂੰ ਨਹੀਂ ਸੀ ਪਤਾ ਕਿ ਪਦਾਰਥ, ਆਤਮਾ ਅਤੇ ਪਰਮੇਸ਼ਵਰ ਦਾ ਗਿਆਨ ਧਾਰਮਿਕ ਸੂਤਰਾਂ ਤੋਂ ਵੀ ਵੱਧ ਮਹੱਤਵਪੂਰਨ ਹੈ ਕਿਉਂਕਿ ਉਸ ਵਿਚ ਇਸ ਗਿਆਨ ਦੀ ਕਮੀ ਸੀ, ਇਸ ਲਈ ਉਸ ਨੂੰ ਵਿਦਵਾਨ ਨਹੀਂ ਸੀ ਬਣਨਾ ਚਾਹੀਦਾ ਕਿਉਂਕਿ ਉਹ ਜਿਆਦਾ ਵਿਦਵਾਨ ਨਹੀਂ ਸੀ, ਇਸੇ ਲਈ ਉਹ ਸ਼ੋਕ ਦੇ ਅਯੋਗ ਵਸਤੂ ਲਈ ਸ਼ੋਕ ਕਰ ਰਿਹਾ ਸੀ । ਇਹ ਸ਼ਰੀਰ ਜੰਮਦਾ ਹੈ ਅਤੇ ਅੱਜ ਜਾਂ ਕੱਲ੍ਹ ਵਿਨਾਸ਼ ਯਕੀਨੀ ਹੈ, ਇਸ ਲਈ ਸ਼ਰੀਰ ਉਨਾਂ ਮਹੱਤਵਪੂਰਨ ਨਹੀਂ ਹੈ ਜਿੰਨੀ ਕਿ ਆਤਮਾ ਹੈ । ਜਿਹੜਾ ਇਸ ਤੱਥ ਨੂੰ ਜਾਣਦਾ ਹੈ ਉਹੀ ਅਸਲੀ ਵਿਦਵਾਨ ਹੈ ਅਤੇ ਉਸ ਲਈ ਸ਼ੋਕ ਦਾ ਕੋਈ ਕਾਰਨ ਨਹੀਂ ਹੋ ਸਕਦਾ ।

न त्वेवाहं जातु नासं न त्वं नेमे जनाधिपाः ।
न चैव न भविष्यामः सर्वे वयमतः परम् ॥ १२ ॥

ਨ ਤੁਵ੍ ਏਵਾਹਮ੍ ਜਾਤੁ ਨਾਸ਼ਮ੍ ਨ ਤ੍ਵਮ੍ ਨੇਮੇ ਜਨਾਧਿਪਾਹ੍
ਨ ਚੈਵ ਨ ਭਵਿਸ਼੍ਯਾਮਹ੍ ਸਰ੍ਵੇ ਵਯਮ੍ ਅਤਹ੍ ਪਰਮ੍ ॥ 12 ॥

ਨ-ਨਹੀਂ ; ਤੁ-ਪਰ ; ਏਵ-ਨਿਸ਼ਚੈ ਹੀ ; ਅਹਮ੍-ਮੈਂ ; ਜਾਤੁ-ਕਿਸੇ ਕਾਲ ਵਿਚ ; ਨ-ਨਹੀਂ; ਆਸਮ੍-ਸੀ ; ਨ-ਨਹੀਂ ; ਤ੍ਵਮ੍-ਤੁਸੀਂ, ਨ-ਨਹੀਂ ; ਇਮੇ-ਇਹ ਸਾਰੇ; ਜਨ-ਅਧਿਪਾਹ੍-ਰਾਜਾ ਲੋਕ (ਰਾਜੇ) ; ਨ-ਕਦੀ ਨਹੀਂ ; ਚ-ਵੀ ; ਏਵ-ਨਿਸ਼ਚੈ ਹੀ; ਨ-ਨਹੀਂ ; ਭਵਿਸ਼੍ਯਾਮਹ੍-ਰਹਿਣਗੇ ; ਸਰ੍ਵੇ ਵਯਮ੍-ਅਸੀਂ ਸਾਰੇ ; ਅਤਹ ਪਰਮ੍-ਇਸ ਤੋਂ ਅੱਗੇ ।

ਅਨੁਵਾਦ

ਅਜਿਹਾ ਕਦੀ ਨਹੀਂ ਹੋਇਆ ਕਿ ਮੈਂ ਨਾ ਰਿਹਾ ਹੋਵਾਂ ਜਾਂ ਤੁਸੀਂ ਨਾ ਰਹੇ ਹੋਵੇ ਜਾਂ ਇਹ ਸਾਰੇ ਰਾਜੇ ਨਾ ਰਹੇ ਹੋਣ, ਅਤੇ ਨਾ ਅਜਿਹਾ ਹੈ ਕਿ ਭਵਿੱਖ ਵਿਚ ਅਸੀਂ ਲੋਕ ਨਹੀਂ ਰਹਾਂਗੇ।

ਭਾਵ

ਵੇਦਾਂ ਵਿੱਚ, ਕਠੋਪਨਿਸ਼ਦ ਵਿਚ ਅਤੇ ਸ਼ਵੇਤਾਸ਼ਵਤਰ ਉਪਨਿਸ਼ਦ ਵਿਚ ਕਿਹਾ ਗਿਆ ਹੈ ਕਿ ਜਿਹੜੇ ਭਗਵਾਨ ਅਣਗਿਣਤ ਜੀਵਾਂ ਦੇ ਕਰਮ ਅਤੇ ਕਰਮ ਫਲ ਮੁਤਾਬਿਕ ਉਨ੍ਹਾਂ ਦੀਆਂ ਆਪੋ-ਆਪਣੀਆਂ ਪਰਸਥਿਤੀਆਂ ਵਿਚ ਪਾਲਣ ਕਰਦੇ ਹਨ, ਉਹੀ ਭਗਵਾਨ ਅੰਸ਼ ਰੂਪ ਵਿਚ ਹਰ ਜੀਵ ਦੇ ਹਿਰਦੇ ਅੰਦਰ ਨਿਵਾਸ ਕਰ ਰਹੇ ਹਨ । ਸਿਰਫ਼ ਸਾਧੂ ਪੁਰਸ਼ ਜਿਹੜੇ ਇਕੋ ਈਸ਼ਵਰ ਨੂੰ ਅੰਦਰ ਬਾਹਰ ਵੇਖ ਸਕਦੇ ਹਨ, ਪੂਰਨ ਅਤੇ ਸਨਾਤਨ ਸ਼ਾਂਤੀ ਪ੍ਰਾਪਤ ਕਰਦੇ ਹਨ ।

ਨਿਤ੍ਯੋ ਨਿਤ੍ਯਾਨਾਮ੍ ਚੇਤਨਸ਼ ਚੇਤਨਾਨਾਮ ਏਕੋ ਬਹੂਨਾਮ ਯੋ ਵਿਦਧਾਤਿ ਕਾਮਾਨ੍ ।
ਤਮ ਆਤਮਸਥਮ ਯੇ 'ਨੁਪਸ਼ਯੰਤਿ ਧੀਰਾਸ ਤੇਸ਼ਾਮ ਸ਼ਾਂਤੀਹ੍ ਸ਼ਾਸ਼ਵਤੀ ਨੇਤਰੇਸ਼ਾਮ॥

(ਕਠੋਪਨਿਸ਼ਦ 2.2.13)

ਜਿਹੜਾ ਵੈਦਿਕ ਗਿਆਨ ਅਰਜੁਨ ਨੂੰ ਦਿੱਤਾ ਗਿਆ, ਉਹੀ ਸੰਸਾਰ ਦੇ ਉਨ੍ਹਾਂ ਸਾਰੇ ਮਨੁੱਖਾਂ ਨੂੰ ਦਿੱਤਾ ਜਾਂਦਾ ਹੈ ਜਿਹੜੇ ਵਿਦਵਾਨ ਤਾਂ ਹਨ ਪਰ ਅਸਲ ਵਿਚ ਜਿਨ੍ਹਾਂ ਕੋਲ ਗਿਆਨ ਸੰਪਤੀ ਘੱਟ ਹੈ । ਭਗਵਾਨ ਇਹ ਸ਼ਪਸ਼ਟ ਕਹਿੰਦੇ ਹਨ ਕਿ ਉਹ ਖ਼ੁਦ, ਅਰਜੁਨ ਅਤੇ ਜੰਗ ਮੈਦਾਨ ਵਿਚ ਇਕੱਠੇ ਸਾਰੇ ਰਾਜੇ ਸਨਾਤਨ ਪ੍ਰਾਣੀ ਹਨ ਅਤੇ ਇਨ੍ਹਾਂ ਜੀਵਾਂ ਦੀ ਬੱਧ ਅਤੇ ਮੁਕਤ ਅਵਸਥਾਵਾਂ ਵਿਚ ਸਿਰਫ ਭਗਵਾਨ ਹੀ ਉਨ੍ਹਾਂ ਦੇ ਪਾਲਣਹਾਰ ਹਨ । ਭਗਵਾਨ ਪਰਮ ਪੁਰਖ ਹਨ ਅਤੇ ਭਗਵਾਨ ਦਾ ਪੁਰਾਣਾ ਦੋਸਤ ਅਰਜੁਨ ਅਤੇ ਉਥੇ ਇਕੱਠੇ ਹੋਏ ਸਾਰੇ ਰਾਜੇ ਸਨਾਤਨ ਹਨ । ਅਜਿਹਾ ਨਹੀਂ ਕਿ ਇਹ ਭੂਤਕਾਲ ਵਿਚ ਪ੍ਰਾਣੀਆਂ ਦੇ ਰੂਪ ਵਿਚ ਵੱਖੋ-ਵੱਖਰੇ ਹਾਜ਼ਰ ਨਹੀਂ ਸਨ ਅਤੇ ਅਜਿਹਾ ਵੀ ਨਹੀਂ ਕਿ ਇਹ ਸਨਾਤਨ ਮਨੁੱਖ ਹਮੇਸ਼ਾਂ ਨਹੀਂ ਰਹਿਣਗੇ । ਉਨ੍ਹਾਂ ਦਾ ਵਜੂਦ ਭੂਤਕਾਲ ਵਿਚ ਸੀ ਅਤੇ ਭਵਿੱਖ ਵਿਚ ਵੀ ਬਿਨ੍ਹਾਂ ਰੁਕਾਵਟ ਦੇ ਬਣਿਆਂ ਰਹੇਗਾ । ਇਸ ਲਈ ਕਿਸੇ ਲਈ ਸ਼ੋਕ ਕਰਨ ਦੀ ਕੋਈ ਗੱਲ ਨਹੀਂ ।

ਇਹ ਮਾਇਆਵਾਦੀ ਸਿਧਾਂਤ ਹੈ ਕਿ ਮੁਕਤੀ ਤੋਂ ਬਾਅਦ ਆਤਮਾ ਮਾਇਆ ਦੇ ਪਰਦੇ ਤੋਂ ਵੱਖਰੀ ਹੋ ਕੇ ਨਿਰਾਕਾਰ ਬ੍ਰਹਮ ਵਿਚ ਲੀਨ ਹੋ ਜਾਵੇਗੀ ਅਤੇ ਆਪਣੀ ਹੋਂਦ ਨੂੰ ਖੋ ਦੇਵੇਗੀ, ਇਥੇ ਪਰਮ ਅਧਿਕਾਰੀ ਭਗਵਾਨ ਕ੍ਰਿਸ਼ਨ ਰਾਹੀਂ ਇਸਦੀ ਪੁਸ਼ਟੀ ਨਹੀਂ ਹੋਈ। ਨਾ ਹੀ ਇਸ ਸਿਧਾਂਤ ਦਾ ਸਮਰਥਨ ਹੁੰਦਾ ਹੈ ਕਿ ਬੱਧ ਅਵਸਥਾ ਵਿਚ ਅਸੀਂ ਹੋਂਦ ਦਾ ਚਿੰਤਨ ਕਰਦੇ ਹਾਂ। ਇਥੇ ਕ੍ਰਿਸ਼ਨ ਸਾਫ ਕਹਿੰਦੇ ਹਨ ਕਿ ਭਗਵਾਨ ਅਤੇ ਹੋਰਨਾਂ ਦੀ ਹੋਂਦ ਭਵਿੱਖ ਵਿਚ ਵੀ ਅਖੰਡ ਰਹੇਗੀ ਜਿਸਦੀ ਪੁਸ਼ਟੀ ਉਪਨਿਸ਼ਦਾਂ ਰਾਹੀਂ ਵੀ ਹੋਈ ਹੈ। ਕ੍ਰਿਸ਼ਨ ਦੇ ਇਹ ਸ਼ਬਦ ਪ੍ਰਮਾਣਿਤ ਹਨ, ਕਿਉਂਕਿ ਕ੍ਰਿਸ਼ਨ ਮਾਇਆ ਦੇ ਵੱਸ ਵਿਚ ਨਹੀਂ ਹਨ। ਜੇਕਰ ਹੋਂਦ ਤੱਥ ਨਾ ਹੁੰਦਾ ਤਾਂ ਫਿਰ ਕ੍ਰਿਸ਼ਨ ਇਨ੍ਹਾਂ ਜੋਰ ਕਿਉਂ ਦਿੰਦੇ, ਉਹ ਵੀ ਭਵਿੱਖ ਲਈ। ਮਾਇਆਵਾਦੀ ਇਹ ਦਲੀਲ ਦੇ ਸਕਦੇ ਹਨ ਕਿ ਕ੍ਰਿਸ਼ਨ ਰਾਹੀਂ ਕਹੀ ਹੋਂਦ ਅਧਿਆਤਮਕ ਨਾ ਹੋਕੇ ਭੌਤਿਕ ਹੈ। ਜੇਕਰ ਅਸੀਂ ਇਸ ਦਲੀਲ ਨੂੰ ਕਿ ਵਜੂਦ ਭੌਤਿਕ ਹੁੰਦਾ ਹੈ ਮੰਨ ਵੀ ਲਈਏ ਤਾਂ ਫਿਰ ਕੋਈ ਕ੍ਰਿਸ਼ਨ ਦੀ ਹੋਂਦ ਨੂੰ ਕਿੰਝ ਪਛਾਣੇਗਾ। ਕ੍ਰਿਸ਼ਨ ਭੂਤਕਾਲ ਵਿਚ ਵੀ ਆਪਣੀ ਹੋਂਦ ਦੀ ਪੁਸ਼ਟੀ ਕਰਦੇ ਹਨ ਅਤੇ ਭਵਿੱਖ ਵਿਚ ਵੀ ਆਪਣੀ ਹੋਂਦ ਦੀ ਪੁਸ਼ਟੀ ਕਰਦੇ ਹਨ। ਉਨ੍ਹਾਂ ਆਪਣੀ ਹੋਂਦ ਦੀ ਪੁਸ਼ਟੀ ਕਈ ਤਰ੍ਹਾਂ ਨਾਲ ਕੀਤੀ ਹੈ ਅਤੇ ਨਿਰਾਕਾਰ ਬ੍ਰਹਮ ਉਨ੍ਹਾਂ ਅਧੀਨ ਘੋਸ਼ਿਤ ਕੀਤਾ ਜਾ ਚੁੱਕਾ ਹੈ, ਕ੍ਰਿਸ਼ਨ ਹਮੇਸ਼ਾਂ ਲਈ ਆਪਣੀ ਹੋਂਦ ਬਣਾ ਕੇ ਰਖਦੇ ਹਨ। ਜੇਕਰ ਉਨ੍ਹਾਂ ਨੂੰ ਸਾਧਾਰਣ ਚੇਤਨਾ ਵਾਲੇ ਸਾਧਾਰਣ ਮਨੁੱਖ ਦੇ ਰੂਪ ਵਿਚ ਮੰਨਿਆਂ ਜਾਂਦਾ ਹੈ ਤਾਂ ਪ੍ਰਮਾਣਿਤ ਸ਼ਾਸ਼ਤਰ ਦੇ ਰੂਪ ਵਿਚ ਉਨ੍ਹਾਂ ਦੀ ਭਗਵਤ ਗੀਤਾ ਦਾ ਕੋਈ ਮਹੱਤਵ ਨਹੀਂ ਹੋਵੇਗਾ। ਇੱਕ ਆਮ ਵਿਅਕਤੀ ਮਨੁੱਖ ਦੇ ਚਾਰ ਔਗੁਣਾਂ ਕਾਰਨ ਸੁਣਨ-ਯੋਗ ਸਿੱਖਿਆ ਦੇਣ ਤੋਂ ਅਸਮਰਥ ਰਹਿੰਦਾ ਹੈ। ਗੀਤਾ ਅਜਿਹੇ ਸਾਹਿਤ ਤੋਂ ਉਪਰ ਹੈ, ਕੋਈ ਵੀ ਸੰਸਾਰੀ ਗ੍ਰੰਥ ਗੀਤਾ ਦੀ ਤੁਲਨਾ ਨਹੀਂ ਕਰ ਸਕਦਾ। ਸ਼੍ਰੀ ਕ੍ਰਿਸ਼ਨ ਨੂੰ ਸਾਧਾਰਣ ਮਨੁੱਖ ਮੰਨ ਲੈਣ ਨਾਲ ਗੀਤਾ ਦੀ ਸਾਰੀ ਮਹੱਤਤਾ ਖਤਮ ਹੋ ਜਾਂਦੀ ਹੈ। ਮਾਇਆਵਾਦੀਆਂ ਦੀ ਦਲੀਲ ਹੈ ਕਿ ਇਸ ਸ਼ਲੋਕ ਵਿਚ ਵਰਣਿਤ ਦਵੈਤ ਸੰਸਾਰੀ ਹੈ ਅਤੇ ਸ਼ਰੀਰ ਲਈ ਪ੍ਰਯੋਗ ਹੋਇਆ ਹੈ ਪਰ ਇਸ ਦੇ ਪਹਿਲੇ ਸ਼ਲੋਕ ਵਿਚ ਅਜਿਹੀ ਦੇਹਆਤਮ ਬੁਧੀ ਦੀ ਨਿੰਦਾ ਕੀਤੀ ਗਈ ਹੈ। ਇਕ ਵਾਰੀ ਜੀਵਾਂ ਦੀ ਦੇਹਆਤਮ ਬੁੱਧੀ ਦੀ ਨਿੰਦਾ ਕਰਨ ਤੋਂ ਬਾਅਦ ਇਹ ਕਿਵੇਂ ਸੰਭਵ ਹੈ ਕਿ ਕ੍ਰਿਸ਼ਨ ਫੇਰ ਤੋਂ ਸਰੀਰ ਤੇ ਉਸੇ ਕਥਨੀ ਨੂੰ ਦੁਹਰਾਉਂਦੇ ? ਇਸ ਲਈ ਹੋਂਦ ਅਧਿਆਤਮਕ ਆਧਾਰ ਤੇ ਸਥਾਪਿਤ ਹੈ ਅਤੇ ਇਸ ਦੀ ਪੁਸ਼ਟੀ ਰਾਮਾਨੁਜ ਆਚਾਰੀਆ ਅਤੇ ਹੋਰ ਆਚਾਰੀਆ ਨੇ ਵੀ ਕੀਤੀ ਹੈ। ਗੀਤਾ ਵਿਚ ਕਈ ਥਾਈਂ ਇਸਦਾ ਉਲੇਖ ਹੈ ਕਿ ਅਧਿਆਤਮਕ ਹੋਂਦ ਸਿਰਫ ਭਗਵਾਨ ਦੇ ਭਗਤ ਹੀ ਜਾਣ ਸਕਦੇ ਹਨ। ਜਿਹੜੇ ਲੋਕ ਭਗਵਾਨ ਕ੍ਰਿਸ਼ਨ ਦਾ ਵਿਰੋਧ ਕਰਦੇ ਹਨ, ਉਨ੍ਹਾਂ ਦੀ ਇਹ ਮਹਾਨ ਸਾਹਿਤ ਤਕ ਪਹੁੰਚ ਨਹੀਂ ਹੋ ਸਕਦੀ। ਜਿਹੜੇ ਭਗਤ ਨਹੀਂ, ਉਨ੍ਹਾਂ ਰਾਹੀਂ ਗੀਤਾ ਦੇ ਉਪਦੇਸ਼ ਨੂੰ ਸਮਝਣ ਦਾ ਯਤਨ ਮਧੂ ਮੱਖੀ ਰਾਹੀਂ ਸ਼ਹਿਦ ਦੇ ਭਾਂਡੇ ਨੂੰ ਬਾਹਰੋਂ ਚੱਟਣ ਵਾਂਗ ਹੈ। ਭਾਂਡੇ ਨੂੰ ਬਾਹਰੋਂ ਖੋਲ੍ਹੇ ਬਿਨ੍ਹਾਂ ਸ਼ਹਿਦ ਨੂੰ ਨਹੀਂ ਚੱਟਿਆ ਜਾ ਸਕਦਾ। ਇਸੇ ਤਰ੍ਹਾਂ ਭਗਵਤ ਗੀਤਾ ਦੇ ਰਹੱਸਵਾਦ ਨੂੰ ਸਿਰਫ ਭਗਤ ਹੀ ਸਮਝ ਸਕਦੇ ਹਨ ਹੋਰ ਕੋਈ ਨਹੀਂ, ਜਿਵੇਂ ਕਿ ਇਸਦੇ ਚੌਥੇ ਅਧਿਆਇ ਵਿਚ ਕਿਹਾ ਗਿਆ ਹੈ। ਗੀਤਾ ਦਾ ਸਪਰਸ਼ ਅਜਿਹੇ ਲੋਕ ਨਹੀਂ ਕਰ ਸਕਦੇ ਜਿਹੜੇ ਭਗਵਾਨ ਦੀ ਹੋਂਦ ਦਾ ਹੀ ਵਿਰੋਧ ਕਰਦੇ ਹਨ। ਇਸ ਲਈ ਮਾਇਆਵਾਦੀਆਂ ਰਾਹੀਂ ਗੀਤਾ ਦੀ

ਵਿਆਖਿਆ ਮੰਨੋ ਸਾਰੇ ਸੱਚ ਦਾ ਸਰਾਸਰ ਭਰਮ ਵਾਲਾ ਸਰੂਪ ਹੈ। ਭਗਵਾਨ ਚੈਤੰਨਯ ਨੇ ਮਾਇਆਵਾਦੀਆਂ ਰਾਹੀਂ ਕੀਤੀ ਗਈ ਗੀਤਾ ਦੀ ਵਿਆਖਿਆ ਪੜ੍ਹਣ ਤੋਂ ਮਨਾਹੀ ਕੀਤੀ ਹੈ ਅਤੇ ਚੇਤਾਵਨੀ ਦਿੱਤੀ ਹੈ ਕਿ ਜਿਹੜਾ ਅਜਿਹੇ ਮਾਇਆਵਾਦੀ ਦਰਸ਼ਨ ਨੂੰ ਗ੍ਰਹਿਣ ਕਰਦਾ ਹੈ ਉਹ ਗੀਤਾ ਦੇ ਅਸਲੀ ਰਹੱਸ ਨੂੰ ਸਮਝਣ ਵਿਚ ਅਸਮਰਥ ਰਹਿੰਦਾ ਹੈ। ਜੇ ਹੋਂਦ ਦਾ ਮਤਲਬ ਅਨੁਭਵ ਰਾਹੀਂ ਸਮਝੇ ਬ੍ਰਹਿਮੰਡ ਨਾਲ ਹੈ ਤਾਂ ਭਗਵਾਨ ਨੂੰ ਉਪਦੇਸ਼ ਦੇਣ ਦੀ ਕੋਈ ਲੋੜ ਨਹੀਂ ਸੀ ਆਤਮਾ ਅਤੇ ਪਰਮਾਤਮਾ ਦਵੈਤ ਸਨਾਤਨ ਤੱਥ ਹੈ ਅਤੇ ਇਸ ਦੀ ਪੁਸ਼ਟੀ ਵੇਦਾਂ ਰਾਹੀਂ ਹੁੰਦੀ ਹੈ ਜਿਵੇਂ ਉਪਰ ਕਿਹਾ ਜਾ ਚੁੱਕਾ ਹੈ।

देहिनोऽस्मिन्यथा देहे कौमारं यौवनं जरा।
तथा देहान्तरप्राप्तिर्धीरस्तत्र न मुह्यति॥ १३॥

ਦੇਹਿਨੋ 'ਸ੍ਮਿਨ੍ ਯਥਾ ਦੇਹੇ ਕੌਮਾਰਮ੍ ਯੌਵਨਮ੍ ਜਰਾ।
ਤਥਾ ਦੇਹਾਂਤਰ-ਪ੍ਰਾਪਤਿਰ੍ ਧੀਰਸ੍ ਤਤ੍ਰ ਨ ਮੁਹ੍ਯਤਿ ॥ 13 ॥

ਦੇਹਿਨਹ੍-ਸ਼ਰੀਰਧਾਰੀ ਦੀ ; ਅਸ੍ਮਿਨ੍-ਇਸ ਵਿਚ ; ਯਥਾ-ਜਿਵੇਂ ; ਦੇਹੇ-ਸ਼ਰੀਰ ਵਿਚ ; ਕੌਮਾਰਮ੍-ਬਚਪਨ ; ਯੌਵਨਮ੍-ਜੁਆਨੀ ; ਜ਼ਰਾ-ਬੁਢਾਪਾ ; ਤਥਾ-ਉਸੇ ਤਰ੍ਹਾਂ ; ਦੇਹ-ਅੰਤਰ-ਸ਼ਰੀਰ ਦੀ ਬਦਲੀ ਦੀ ; ਪ੍ਰਾਪਤਿਹ੍ - ਪ੍ਰਾਪਤੀ ; ਧੀਰਹ੍-ਸੰਜਮੀ ਮਨੁੱਖ ; ਤਤ੍ਰ-ਉਸੇ ਵਿਸ਼ੇ ਵਿਚ ; ਨ-ਕਦੀ ਨਹੀਂ ; ਮੁਹ੍ਯਤਿ-ਮੋਹਿਆ ਜਾਂਦਾ ਹੈ।

ਅਨੁਵਾਦ

ਜਿਵੇਂ ਸ਼ਰੀਰਧਾਰੀ ਆਤਮਾ ਲਗਾਤਾਰ ਵਰਤਮਾਨ ਸ਼ਰੀਰ ਵਿਚ ਬਚਪਨ, ਜੁਆਨੀ ਅਤੇ ਬੁਢਾਪੇ ਵੱਲ ਵੱਧਦਾ ਹੈ, ਉਸੇਂ ਤਰ੍ਹਾਂ ਮੌਤ ਹੋਣ ਤੇ ਆਤਮਾ ਦੂਜੇ ਸ਼ਰੀਰ ਵਿਚ ਚਲੀ ਜਾਂਦੀ ਹੈ, ਸੰਜਮੀ ਮਨੁੱਖ ਅਜਿਹੇ ਪਰਿਵਰਤਨ ਤੋਂ ਮੋਹੇ ਨਹੀਂ ਜਾਂਦੇ।

ਭਾਵ

ਹਰ ਜੀਵ ਇਕ ਵਿਅਕਤੀਗਤ ਆਤਮਾ ਹੈ, ਉਹ ਹਰ ਪਲ ਆਪਣਾ ਸ਼ਰੀਰ ਬਦਲਦਾ ਰਹਿੰਦਾ ਹੈ ਕੱਦੀ ਬੱਚੇ ਦੇ ਰੂਪ ਵਿੱਚ, ਕਦੀ ਜਵਾਨ ਅਤੇ ਕਦੇ ਬੁੱਢੇ ਮਨੁੱਖ ਦੇ ਰੂਪ ਵਿੱਚ, ਤਾਂ ਵੀ ਆਤਮਾ ਉਹੀ ਰਹਿੰਦੀ ਹੈ ਉਸ ਵਿਚ ਕੋਈ ਪਰਿਵਰਤਨ ਨਹੀਂ ਹੁੰਦਾ। ਇਹ ਵਿਅਕਤੀਗਤ ਆਤਮਾ ਮੌਤ ਹੋਣ ਤੇ ਅਖੀਰ ਵਿਚ ਇਕ ਸ਼ਰੀਰ ਬਦਲ ਕੇ ਦੂਜੇ ਸ਼ਰੀਰ ਵਿਚ ਚਲੀ ਜਾਂਦੀ ਹੈ ਅਤੇ ਅਗਲੇ ਜਨਮ ਵਿਚ ਇਸਨੂੰ ਸ਼ਰੀਰ ਮਿਲਣਾ ਯਕੀਨੀ ਹੈ - ਭਾਵੇਂ ਉਹ ਸ਼ਰੀਰ ਅਧਿਆਤਮਕ ਹੋਵੇ ਜਾਂ ਭੌਤਿਕ ਇਸ ਲਈ ਅਰਜੁਨ ਲਈ ਨਾਂ ਤਾਂ ਭੀਸ਼ਮ, ਨਾ ਹੀ ਦ੍ਰੋਣ ਲਈ ਸ਼ੋਕ ਕਰਨ ਦਾ ਕੋਈ ਕਾਰਨ ਸੀ। ਸਗੋਂ ਉਸਨੂੰ ਖੁਸ਼ ਹੋਣਾ ਚਾਹੀਦਾ ਸੀ ਕਿ ਉਹ ਆਪਣੇ ਪੁਰਾਣੇ ਸ਼ਰੀਰਾਂ ਨੂੰ ਬਦਲਕੇ ਨਵੇਂ ਸਰੀਰ ਪ੍ਰਾਪਤ ਕਰਨਗੇ ਅਤੇ ਇਸ ਤਰ੍ਹਾਂ ਉਹ ਨਵੀਂ ਸ਼ਕਤੀ ਪ੍ਰਾਪਤ ਕਰਨਗੇ। ਅਜਿਹੇ ਪਰਿਵਰਤਨ ਨਾਲ ਜੀਵਨ 'ਚ ਕੀਤੇ ਕਰਮਾਂ ਮੁਤਾਬਿਕ ਅਨੇਕਾਂ ਤਰ੍ਹਾਂ ਦੇ ਸੁਖ ਭੋਗ ਜਾਂ ਕਸ਼ਟਾਂ ਦਾ ਲੇਖਾ ਜੋਖਾ

ਹੋ ਜਾਂਦਾ ਹੈ । ਕਿਉਂਕਿ ਭੀਸ਼ਮ ਅਤੇ ਦ੍ਰੋਣ ਸੱਜਣ ਪੁਰਸ਼ ਸਨ, ਇਸ ਲਈ ਅਗਲੇ ਜਨਮ ਵਿਚ ਉਨ੍ਹਾਂ ਨੂੰ ਅਧਿਆਤਮਕ ਸ਼ਰੀਰ ਪ੍ਰਾਪਤ ਹੋਵੇਗਾ । ਨਹੀਂ ਤਾਂ ਘੱਟੋ ਘੱਟ ਉਨ੍ਹਾਂ ਨੂੰ ਸਵਰਗ ਵਿਚ ਭੋਗ ਕਰਨ ਦੇ ਯੋਗ ਸ਼ਰੀਰ ਮਿਲਣਗੇ ਇਸ ਲਈ ਦੋਵਾਂ ਸਥਿਤੀਆਂ ਵਿਚ ਸ਼ੋਕ ਦਾ ਕੋਈ ਕਾਰਨ ਨਹੀਂ ਸੀ ।

ਜਿਹੜੇ ਮਨੁੱਖ ਨੂੰ ਵਿਅਕਤੀਗਤ ਆਤਮਾ, ਪਰਮਾਤਮਾ ਅਤੇ ਭੌਤਿਕ ਅਤੇ ਅਧਿਆਤਮਕ ਪ੍ਰਕ੍ਰਿਤੀ ਦਾ ਪੂਰਾ ਗਿਆਨ ਹੁੰਦਾ ਹੈ ਉਹ ਸੱਭ ਤੋਂ ਵੱਡਾ ਧੀਰ ਕਹਾਉਂਦਾ ਹੈ ਅਜਿਹਾ ਮਨੁੱਖ ਸ਼ਰੀਰਕ ਪਰਿਵਰਤਨ ਰਾਹੀਂ ਠੱਗਿਆ ਨਹੀਂ ਜਾਂਦਾ ।

ਆਤਮਾ ਦੇ ਇਕਾਤਮਵਾਦ ਦਾ ਮਾਇਆਵਾਦੀ ਸਿੱਧਾਂਤ ਮੰਨਿਆ ਨਹੀਂ ਜਾ ਸਕਦਾ, ਕਿਉਂ ਕਿ ਆਤਮਾ ਦੇ ਇੰਝ ਵਿਖੰਡਨ ਨਾਲ ਪਰਮੇਸ਼ਵਰ ਵਿਖੰਡਨੀਯ ਜਾਂ ਪਰਿਵਰਤਨਸ਼ੀਲ ਹੋ ਜਾਵੇਗਾ ਜਿਹੜਾ ਪਰਮਾਤਮਾ ਦੇ ਪਰਿਵਰਤਨ-ਰਹਿਤ ਹੋਣ ਦੇ ਸਿਧਾਂਤ ਦੇ ਵਿਰੁੱਧ ਹੋਵੇਗਾ । ਗੀਤਾ ਵਿਚ ਪੁਸ਼ਟੀ ਹੋਈ ਹੈ ਕਿ ਪਰਮਾਤਮਾ ਦੇ ਖੰਡਾਂ ਦੀ ਸਦੀਵੀਂ ਹੋਂਦ ਹੈ, ਜਿਨ੍ਹਾਂ ਨੂੰ ਕ੍ਸ਼ਰ ਕਿਹਾ ਜਾਂਦਾ ਹੈ ਭਾਵ ਉਨ੍ਹਾਂ ਅੰਦਰ ਭੌਤਿਕ ਪ੍ਰਕ੍ਰਿਤੀ ਵਿਚ ਹੇਠਾਂ ਡਿੱਗਣ ਦੀ ਪ੍ਰਵਿਰਤੀ ਹੁੰਦੀ ਹੈ । ਇਹ ਵੱਖਰੇ ਅੰਸ਼ ਹਮੇਸ਼ਾਂ ਵੱਖਰੇ ਰਹਿੰਦੇ ਹਨ, ਇੱਥੋਂ ਤਕ ਕਿ ਮੁਕਤੀ ਤੋਂ ਬਾਅਦ ਵੀ ਵਿਅਕਤੀਗਤ ਆਤਮਾ ਉਸੇ ਤਰ੍ਹਾਂ ਵੱਖਰਾ ਅੰਸ਼ ਬਣਿਆ ਰਹਿੰਦਾ ਹੈ ਪਰ ਇਕ ਵਾਰ ਮੁਕਤ ਹੋਣ ਤੇ ਉਹ ਸ਼੍ਰੀ ਭਗਵਾਨ ਦੇ ਨਾਲ ਸੱਚਿਦਾ-ਨੰਦ ਸਰੂਪ ਵਿਚ ਰਹਿੰਦਾ ਹੈ । ਪਰਮਾਤਮਾ ਤੇ ਪ੍ਰਤੀਬਿੰਬਵਾਦ ਦਾ ਇਹ ਸਿਧਾਂਤ ਲਾਗੂ ਕੀਤਾ ਜਾ ਸਕਦਾ ਹੈ ਜਿਹੜਾ ਹਰ ਸ਼ਰੀਰ ਵਿਚ ਹਾਜ਼ਰ ਰਹਿੰਦਾ ਹੈ । ਉਹ ਵਿਅਕਤੀਗਤ ਜੀਵ ਤੋਂ ਵੱਖਰਾ ਹੁੰਦਾ ਹੈ ਜਦੋਂ ਅਕਾਸ਼ ਦਾ ਪਰਛਾਵਾਂ ਪਾਣੀ ਵਿਚ ਪੈਂਦਾ ਹੈ ਪਰਛਾਵੇਂ ਵਿਚ ਸੂਰਜ ਜਾਂ ਚੰਨ ਅਤੇ ਤਾਰੇ ਸਭ ਕੁਝ ਰਹਿੰਦੇ ਹਨ । ਤਾਰਿਆਂ ਦੀ ਤੁਲਨਾ ਜੀਵਾਂ ਨਾਲ ਅਤੇ ਸੂਰਜ ਜਾਂ ਚੰਨ ਦੀ ਪਰਮੇਸ਼ਵਰ ਨਾਲ ਕੀਤੀ ਜਾ ਸਕਦੀ ਹੈ, ਵਿਅਕਤੀਗਤ ਅੰਸ਼ ਆਤਮਾ ਨੂੰ ਅਰਜੁਨ ਦੇ ਰੂਪ ਵਿਚ ਅਤੇ ਪਰਮਾਤਮਾ ਨੂੰ ਸ਼੍ਰੀ ਭਗਵਾਨ ਦੇ ਰੂਪ ਵਿਚ ਪ੍ਰਦਰਸ਼ਿਤ ਕੀਤਾ ਜਾਂਦਾ ਹੈ । ਜਿਵੇਂ ਕਿ ਚੌਥੇ ਅਧਿਆਇ ਦੇ ਸ਼ੁਰੂ ਵਿਚ ਸਪਸ਼ਟ ਹੈ ਉਹ ਇਕੋ ਪੱਧਰ ਤੇ ਨਹੀਂ ਹੁੰਦੇ । ਜੇਕਰ ਅਰਜੁਨ ਕ੍ਰਿਸ਼ਨ ਦੇ ਬਰਾਬਰ ਦੇ ਪੱਧਰ ਤੇ ਹੋਵੇ ਅਤੇ ਕ੍ਰਿਸ਼ਨ ਅਰਜੁਨ ਨਾਲੋਂ ਉਚੇਰੇ ਨਾ ਹੋਣ ਤਾਂ ਉਨ੍ਹਾਂ ਵਿਚ ਉਪਦੇਸ਼ ਦੇਣ ਵਾਲੇ ਅਤੇ ਉਪਦੇਸ਼ ਸੁਨਣ ਵਾਲੇ ਦਾ ਸੰਬੰਧ ਦਾ ਕੋਈ ਅਰਥ ਨਹੀਂ ਰਹੇਗਾ । ਜੇਕਰ ਇਹ ਦੋਵੇਂ ਮਾਇਆ ਰਾਹੀਂ ਮੋਹਿਤ ਹੁੰਦੇ ਹਨ ਤਾਂ ਇਕ ਨੂੰ ਉਪਦੇਸ਼ਕ ਅਤੇ ਦੂਜੇ ਨੂੰ ਉਪਦੇਸ਼ ਸੁਣਨ ਵਾਲਾ ਹੋਣ ਦੀ ਕੋਈ ਲੋੜ ਨਹੀਂ ਹੈ । ਅਜਿਹਾ ਉਪਦੇਸ਼ ਬੇਕਾਰ ਹੋਵੇਗਾ ਕਿਉਂਕਿ ਮਾਇਆ ਦੇ ਚੁੰਗਲ ਵਿਚ ਰਹਿਕੇ ਕੋਈ ਵੀ ਪ੍ਰਮਾਣਿਤ ਉਪਦੇਸ਼ਕ ਨਹੀਂ ਬਣ ਸਕਦਾ । ਅਜਿਹੇ ਹਾਲਾਤ ਵਿਚ ਇਹ ਮੰਨ ਲਿਆ ਜਾਂਦਾ ਹੈ ਕਿ ਭਗਵਾਨ ਕ੍ਰਿਸ਼ਨ ਪਰਮੇਸ਼ਵਰ ਹਨ, ਜਿਹੜੇ ਪਦਵੀ ਵਿਚ ਮਾਇਆ ਰਾਹੀਂ ਭੁੱਲੇ ਅਰਜੁਨ ਰੂਪੀ ਜੀਵ ਤੋਂ ਉੱਤਮ ਹਨ ।

मात्रास्पर्शास्तु कौन्तेय शीतोष्णसुखदुःखदाः ।
आगमापायिनोऽनित्यास्तांस्तितिक्षस्व भारत ॥ १४ ॥

ਮਾਤਰਾ-ਸ੍ਪਰ੍ਸ਼ਾਸ੍ ਤੁ ਕੌਂਤੇਯ ਸ਼ੀਤੋਸ਼੍ਣ ਸੁਖ-ਦੁਹ੍ਖ-ਦਾਹ੍ ।
ਆਗਮਾਪਯਿਨੋ 'ਨਿਤ੍ਯਾਸ੍ ਤਾਂਸ੍ ਤਿਤਿਕ੍ਸ਼ਸ੍ਵ ਭਾਰਤ ॥ 14 ॥

ਮਾਤ੍ਰਾ-ਸਪਰਸ਼ਾਹ੍-ਇੰਦਰੀਆਂ ਦੇ ਵਿਸ਼ੇ ; ਤੁ-ਸਿਰਫ਼ ; ਕੌਂਤੇਯ-ਹੇ ਕੁੰਤੀ ਪੁੱਤਰ ; ਸ਼ੀਤ-ਸਰਦੀ ; ਉਸ਼੍ਣ-ਗਰਮੀ ; ਸੁਖ-ਸੁੱਖ : ਦੁਹਖ-ਅਤੇ ਦੁੱਖ ; ਦਾਹ੍-ਦੇਣ ਵਾਲੇ ; ਆਗਮ-ਆਉਣਾ ਅਪਾਯਿਨੁਹ੍-ਜਾਣਾ ; ਅਨਿਤ੍ਯਾਹ੍-ਪੱਲ ਭਰ ; ਤਾਨ੍-ਉਨ੍ਹਾਂ ਨੂੰ ; ਤਿਤਿਕਸ਼ਸਵ-ਸਹਿਣ ਕਰਨ ਦਾ ਯਤਨ ਕਰੋ ; ਭਾਰਤ - ਹੇ ਭਰਤ ਵੰਸ਼ੀ ।

ਅਨੁਵਾਦ

ਹੇ ਕੁੰਤੀ ਪੁੱਤਰ ! ਸੁਖ ਅਤੇ ਦੁੱਖ ਦਾ ਪਲ ਭਰ ਵਿਚ ਆਉਣਾ ਅਤੇ ਸਮੇਂ ਨਾਲ ਚਲੇ ਜਾਣਾ ਸਰਦੀ ਅਤੇ ਗਰਮੀ ਦੀਆਂ ਰੁੱਤਾਂ ਦੇ ਆਉਣ ਜਾਣ ਵਾਂਗ ਹੈ । ਹੇ ਭਰਤਵੰਸ਼ੀ ! ਉਹ ਇੰਦਰੀਆਂ ਦੀ ਛੋਹ ਨਾਲ ਪੈਦਾ ਹੁੰਦੇ ਹਨ ਅਤੇ ਮਨੁੱਖ ਨੂੰ ਚਾਹੀਦਾ ਹੈ ਕਿ ਬਿਨ੍ਹਾਂ ਡਾਵਾਂ -ਡੋਲ ਹੋਏ ਉਨ੍ਹਾਂ ਨੂੰ ਸਹਿਣ ਕਰਨਾ ਸਿੱਖੇ ।

ਭਾਵ

ਫਰਜ਼ ਨਿਭਾਉਂਦੇ ਹੋਏ ਮਨੁੱਖ ਨੂੰ ਥੋੜ੍ਹੀ ਦੇਰ ਆਉਣ ਜਾਣ ਵਾਲੇ ਸੁਖ ਦੁੱਖ ਨੂੰ ਸਹਿਣ ਕਰਨ ਦਾ ਅਭਿਆਸ ਕਰਨਾ ਚਾਹੀਦਾ ਹੈ । ਵੈਦਿਕ ਹੁਕਮਾਂ ਮੁਤਾਬਿਕ ਮਨੁੱਖ ਨੂੰ ਮਾਘ (ਜਨਵਰੀ-ਫਰਵਰੀ) ਦੇ ਮਹੀਨੇ ਵਿਚ ਵੀ ਅੰਮ੍ਰਿਤ ਵੇਲੇ ਇਸ਼ਨਾਨ ਕਰਨਾ ਚਾਹੀਦਾ ਹੈ । ਉਸ ਸਮੇਂ ਵਧੇਰੇ ਠੰਡ ਪੈਂਦੀ ਹੈ ਪਰ ਜਿਹੜਾ ਧਾਰਮਿਕ ਨਿਯਮਾਂ ਦੀ ਪਾਲਣਾ ਕਰਨ ਵਾਲਾ ਹੈ, ਉਹ ਇਸ਼ਨਾਨ ਕਰਨ ਤੋਂ ਰਤਾ ਵੀ ਗੁਰੇਜ਼ ਨਹੀਂ ਕਰਦਾ । ਇਸੇ ਤਰ੍ਹਾਂ ਇਕ ਸੁਆਣੀ ਸਭ ਤੋਂ ਵੱਧ ਗਰਮੀ ਦੀ ਰੁੱਤ ਵਿਚ (ਮਈ-ਜੂਨ ਦੇ ਮਹੀਨੇ ਵਿੱਚ) ਭੋਜਨ ਪਕਾਉਂਦੀ ਹੈ । ਜਲਵਾਯੂ ਸੰਬੰਧੀ ਅਸੁਵਿਧਾਵਾਂ ਹੁੰਦੇ ਹੋਏ ਵੀ ਮਨੁੱਖ ਨੂੰ ਆਪਣਾ ਫਰਜ਼ ਨਿਭਾਉਣਾ ਹੁੰਦਾ ਹੈ । ਇਸੇ ਤਰ੍ਹਾਂ ਜੰਗ ਕਰਨਾ ਖਤਰੀ ਦਾ ਧਰਮ ਹੈ, ਇਸ ਲਈ ਉਸਨੂੰ ਆਪਣੇ ਕਿਸੇ ਮਿੱਤਰ ਜਾਂ ਸੰਬੰਧੀ ਨਾਲ ਵੀ ਜੰਗ ਕਰਨਾ ਪਵੇ ਤਾਂ ਉਸਨੂੰ ਆਪਣੇ ਧਰਮ ਤੋਂ ਡਾਵਾਂ ਡੋਲ ਨਹੀਂ ਹੋਣਾ ਚਾਹੀਦਾ । ਮਨੁੱਖ ਨੂੰ ਗਿਆਨ ਹਾਸਲ ਕਰਨ ਲਈ ਧਰਮ ਦੇ ਵਿੱਧੀ ਵਿਧਾਨਾਂ ਦੀ ਪਾਲਣਾ ਕਰਨੀ ਹੁੰਦੀ ਹੈ, ਕਿਉਂਕਿ ਗਿਆਨ ਅਤੇ ਭਗਤੀ ਨਾਲ ਹੀ ਮਨੁੱਖ ਆਪਣੇ ਆਪ ਨੂੰ ਮਾਇਆ ਦੇ ਬੰਧਨ ਤੋਂ ਛੁਡਾ ਸਕਦਾ ਹੈ ।

ਅਰਜੁਨ ਨੂੰ ਜਿਨ੍ਹਾਂ ਦੋ ਨਾਵਾਂ ਨਾਲ ਸੰਬੋਧਿਤ ਕੀਤਾ ਗਿਆ ਹੈ, ਇਹ ਵੀ ਮਹੱਤਵਪੂਰਨ ਹਨ ਕੌਂਤੇਯ ਕਹਿਕੇ ਸੰਬੋਧਿਤ ਕਰਨ ਨਾਲ ਉਹ ਆਪਣੀ ਮਾਂ ਦੇ ਵਲੋਂ (ਮਾਂ ਦਾ ਖ਼ਾਨਦਾਨ) ਸੰਬੰਧਿਤ ਹਨ ਅਤੇ ਭਾਰਤ ਕਹਿਣ ਨਾਲ ਉਸਦੇ ਪਿਤਾ ਵਲੋਂ (ਪਿਤਾ ਦਾ ਖ਼ਾਨਦਾਨ) ਮਹਾਨ ਸੰਬੰਧ ਪ੍ਰਗਟ ਹੁੰਦਾ ਹੈ । ਦੋਵੇਂ ਪਾਸਿਉਂ ਉਸ ਨੂੰ ਮਹਾਨ ਵਿਰਾਸਤ ਪ੍ਰਾਪਤ ਹੈ । ਮਹਾਨ ਵਿਰਾਸਤ ਪ੍ਰਾਪਤ ਸਦਕਾ ਫਰਜ਼ ਨਿਭਾਉਣ ਦੀ ਜ਼ਿੰਮੇਵਾਰੀ ਆ ਜਾਂਦੀ ਹੈ ਇਸ ਲਈ ਅਰਜੁਨ ਜੰਗ ਤੋਂ ਮੂੰਹ ਨਹੀਂ ਮੋੜ ਸਕਦਾ ।

यं हि न व्यथयन्त्येते पुरुषं पुरुषर्षभ।
समदु:खसुखं धीरं सोऽमृतत्वाय कल्पते ॥ १५ ॥

ਯਮ੍ ਹਿ ਨ ਵਯਥਯੰਤ੍ਯ੍ ਏਤੇ ਪੁਰੁਸ਼ਮ੍ ਪੁਰੁਸ਼ਰ੍ਸ਼ਭ ।
ਸਮ-ਦੁਹ੍ਖ-ਸੁਖਮ੍ ਧੀਰਮ੍ ਸੋ 'ਮ੍ਰਿਤਤ੍ਵਾਯ ਕਲ੍ਪਤੇ ॥ 15 ॥

ਯਮ੍-ਜਿਸ ; ਹਿ-ਯਕੀਨੀ ਤੌਰ ਤੇ ; ਨ-ਕਦੀ ਨਹੀਂ ; **ਵ੍ਯਥਯੰਤਿ**-ਡਾਵਾਂ ਡੋਲ ਨਹੀਂ ਕਰਦੇ ; **ਏਤੇ**-ਇਹ ਸਾਰੇ ; **ਪੁਰੁਸ਼ਮ੍**-ਮਨੁੱਖਾਂ ਨੂੰ ; **ਪੁਰੁਸ਼-ਰ੍ਰਿਸ਼ਭ**-ਹੇ ਪੁਰਸ਼ ਸ੍ਰੇਸ਼ਠ ; **ਸਮ**-ਅਪਰਿਵਰਤਨ ਯੋਗ ; **ਦੁਹ੍ਖ**-ਦੁੱਖ ਵਿਚ ; **ਸੁਖਮ੍**-ਅਤੇ ਸੁੱਖ ਵਿਚ ; **ਧੀਰਮ੍**-ਧੀਰ ਪੁਰਸ਼ : **ਸਹ੍**-ਉਹ ; **ਅਮ੍ਰਿਤਤ੍ਵਾਯ**-ਮੁਕਤੀ ਲਈ ; **ਕਲ੍ਪਤੇ**-ਯੋਗ ਹੈ ।

ਅਨੁਵਾਦ

ਹੇ ਪੁਰਸ਼ ਸ੍ਰੇਸ਼ਠ (ਅਰਜੁਨ) ! ਜਿਹੜਾ ਮਨੁੱਖ ਸੁਖ ਅਤੇ ਦੁੱਖ ਵਿਚ ਡਾਵਾਂ ਡੋਲ ਨਹੀਂ ਹੁੰਦਾ ਅਤੇ ਇਨ੍ਹਾਂ ਦੋਵਾਂ ਵਿਚ ਸਮਭਾਵ ਰਹਿੰਦਾ ਹੈ ਉਹ ਯਕੀਨੀ ਤੌਰ ਤੇ ਮੁਕਤੀ ਦੇ ਯੋਗ ਹੈ।

ਭਾਵ

ਜਿਹੜਾ ਮਨੁੱਖ ਆਤਮ-ਪ੍ਰਤੱਖੀਕਰਨ ਦੀ ਉਚੀ ਅਵਸਥਾ ਪ੍ਰਾਪਤ ਕਰਨ ਲਈ ਪੱਕਾ ਇਰਾਦਾ ਕਰ ਲੈਂਦਾ ਹੈ ਅਤੇ ਸੁਖ ਅਤੇ ਦੁੱਖ ਦੀਆਂ ਚਪੇੜਾਂ ਨੂੰ ਸਮਭਾਵ ਨਾਲ ਬਰਦਾਸ਼ਤ ਕਰ ਸਕਦਾ ਹੈ ਉਹ ਯਕੀਨੀ ਤੌਰ ਤੇ ਮੁਕਤੀ ਦੇ ਯੋਗ ਹੈ । ਵਰਣ ਆਸ਼ਰਮ-ਧਰਮ ਵਿਚ ਚੌਥੀ ਅਵਸਥਾ ਭਾਵ ਸੰਨਿਆਸ ਆਸ਼ਰਮ ਕਸ਼ਟ ਵਾਲੀ ਅਵਸਥਾ ਹੈ । ਪਰ ਜਿਹੜਾ ਆਪਣੇ ਜੀਵਨ ਨੂੰ ਅਸਲ ਵਿਚ ਪੂਰਨ ਬਨਾਉਣਾ ਪ੍ਰਤੀ ਗੰਭੀਰ ਹੈ, ਉਹ ਸਾਰੀਆਂ ਔਕੜਾਂ ਜੋ ਪਰਿਵਾਰਕ ਸੰਬੰਧ ਛੱਡਣ, ਪਤਨੀ ਅਤੇ ਔਲਾਦ ਨਾਲੋਂ ਸੰਬੰਧ ਤੋੜਨ ਕਰਕੇ ਪੈਂਦਾ ਹੁੰਦੀਆਂ ਹਨ, ਨੂੰ ਸਹਿਣ ਕਰਦਾ ਹੈ । ਪਰ ਜੇਕਰ ਕੋਈ ਇਨ੍ਹਾਂ ਔਕੜਾਂ ਨੂੰ ਬਰਦਾਸ਼ਤ ਕਰ ਲੈਂਦਾ ਹੈ ਤਾਂ ਉਸਦੇ ਆਤਮ-ਪ੍ਰਤੱਖੀਕਰਨ ਦਾ ਰਸਤਾ ਸਾਫ ਹੋ ਜਾਂਦਾ ਹੈ । ਇਸ ਲਈ ਅਰਜੁਨ ਨੂੰ ਖਤਰੀ-ਧਰਮ ਨਿਭਾਉਣ ਵਿਚ ਪੱਕੇ ਰਹਿਣ ਲਈ ਕਿਹਾ ਜਾ ਰਿਹਾ ਹੈ ਭਾਵੇਂ ਆਪਣੀਆਂ ਜਾਂ ਹੋਰ ਸਨੇਹੀ ਮਨੁੱਖਾਂ ਨਾਲ ਜੰਗ ਕਰਨਾ ਕਿੰਨਾਂ ਵੀ ਔਖਾ ਕਿਉਂ ਨਾ ਹੋਵੇ । ਭਗਵਾਨ ਚੈਤੰਨਯ ਮਹਾਂਪ੍ਰਭੂ ਨੇ ਚੌਵ੍ਹੀ ਸਾਲ ਦੀ ਉਮਰ ਵਿਚ ਸੰਨਿਆਸ ਲੈ ਲਿਆ ਸੀ, ਜਦੋਂ ਕਿ ਉਨ੍ਹਾਂ ਤੇ ਨਿਰਭਰ ਉਨ੍ਹਾਂ ਦੀ ਜ਼ੁਆਨ ਪਤਨੀ ਅਤੇ ਬੁੱਢੀ ਮਾਂ ਦੀ ਦੇਖਭਾਲ ਕਰਨ ਵਾਲਾ ਹੋਰ ਕੋਈ ਨਹੀਂ ਸੀ । ਫਿਰ ਵੀ ਉਚੱ ਆਦਰਸ਼ ਖ਼ਾਤਿਰ ਉਨ੍ਹਾਂ ਨੇ ਸੰਨਿਆਸ ਲਿਆ ਅਤੇ ਆਪਣੇ ਫਰਜ਼ਾਂ ਦੀ ਪਾਲਣਾ ਕਰਨ ਵਿਚ ਸਥਿਰ ਬਣੇ ਰਹੇ । ਸੰਸਾਰ ਬੰਧਨ ਤੋਂ ਮੁਕਤੀ ਪਾਉਣ ਦਾ ਸਿਰਫ ਇਹ ਉਪਾਅ ਹੈ ।

नासतो विद्यते भावो नाभावो विद्यते सत: ।
उभयोरपि दृष्टोऽन्तस्त्वनयोस्तत्त्वदर्शिभि: ॥ १६ ॥

ਨਾਸਤੋ ਵਿਦ੍ਯਤੇ ਭਾਵੋ ਨਾਭਾਵੋ ਵਿਦ੍ਯਤੇ ਸਤਹ੍ ।
ਉਭਯੋਰ੍ ਅਪਿ ਦ੍ਰਿਸ਼੍ਟੋ 'ਨ੍ਤਸ੍ ਤ੍ਵ ਅਨਯੋਸ੍ ਤੱਤ੍ਵ-ਦਰ੍ਸ਼ਿਭਿਹ੍ ॥ 16 ॥

ਨ-ਨਹੀਂ ; **ਅਸਤਹ੍**-ਅਸਤ ਦਾ ; **ਵਿਦ੍ਯਤੇ**-ਹੈ ; **ਭਾਵਹ੍**-ਹਸਤੀ ; ਨ-ਕਦੀ ਨਹੀਂ ; **ਅਭਾਵਹ੍**-ਪਰਿਵਰਤਨਸ਼ੀਲ ਗੁਣ ; **ਵਿਦ੍ਯਤੇ** - ਹੈ; **ਸਤਹ੍**-ਸ਼ਾਸ਼ਵਤ ਦਾ ; **ਉਭਯੋਹ੍**-ਦੋਵਾਂ ਦਾ ; **ਅਪਿ**-ਹੀ ; **ਦ੍ਰਿਸ਼ਟਹ੍**-ਵੇਖਿਆ ਗਿਆ ; **ਅੰਤਹ੍**-ਨਿਚੋੜ; **ਤੁ**-ਬੇਸ਼ਕ ; **ਅਨਯੋਹ੍**-ਇੰਨ੍ਹਾ ਦਾ ; **ਤੱਤ੍ਵ**-ਸੱਚ ਦੇ ; **ਦਰ੍ਸ਼ਿਭਿਹ੍**-ਭਵਿੱਖ ਜਾਣੂ ਰਾਹੀਂ ।

ਅਨੁਵਾਦ

ਤੱਤ-ਦਰਸ਼ੀਆਂ ਨੇ ਇਹ ਸਿੱਟਾ ਕੱਢਿਆ ਕਿ ਭੌਤਿਕ ਸ਼ਰੀਰ ਦੀ ਕੋਈ ਹਸਤੀ ਨਹੀਂ ਹੈ ਪਰ ਸਤਿ (ਆਤਮਾ) ਬਿਨ੍ਹਾਂ ਪਰਿਵਰਤਨ ਤੋਂ ਰਹਿੰਦਾ ਹੈ । ਉਨ੍ਹਾਂ ਦੋਵਾਂ ਦੀ ਪ੍ਰਕ੍ਰਿਤੀ ਦੇ ਅਧਿਐਨ ਰਾਹੀਂ ਇਹ ਨਿਚੋੜ ਕੱਢਿਆ ਹੈ ।

ਭਾਵ

ਪਰਿਵਰਤਨਸ਼ੀਲ ਸ਼ਰੀਰ ਕੋਈ ਟਿਕਾਉ ਨਹੀਂ । ਆਧੁਨਿਕ ਚਿਕਿਤਸਾ ਵਿਗਿਆਨ ਨੇ ਵੀ ਇਹ ਮੰਨ ਲਿਆ ਹੈ ਕਿ ਵੱਖੋ-ਵੱਖਰੀਆਂ ਕੋਸ਼ਿਕਾਵਾਂ ਦੀ ਕਿਰਿਆ ਪ੍ਰਤੀਕਿਰਿਆ ਨਾਲ ਹਰ ਪਲ ਸ਼ਰੀਰ ਬਦਲਦਾ ਰਹਿੰਦਾ ਹੈ । ਇੰਝ ਸ਼ਰੀਰ ਵਿਚ ਵਾਧਾ ਅਤੇ ਬੁਢਾਪਾ ਆਉਂਦਾ ਰਹਿੰਦਾ ਹੈ ਪਰ ਸ਼ਰੀਰ ਅਤੇ ਮਨ ਵਿਚ ਲਗਾਤਾਰ ਪਰਿਵਰਤਨ ਹੋਣ ਤੇ ਵੀ ਆਤਮਾ ਸਥਾਈ ਰਹਿੰਦੀ ਹੈ । ਇਹੋ ਪਦਾਰਥ ਅਤੇ ਆਤਮਾ ਦਾ ਫਰਕ ਹੈ । ਸੁਭਾਉ ਤੋਂ ਹੀ ਸ਼ਰੀਰ ਹਮੇਸ਼ਾ ਪਰਿਵਰਤਨਸ਼ੀਲ ਹੈ ਅਤੇ ਆਤਮਾ ਸ਼ਾਸਵਤ ਹੈ ਤੱਤ ਦਰਸ਼ਿਆਂ ਨੇ ਭਾਵੇਂ ਉਹ ਨਿਰਗੁਣਵਾਦੀ ਹੋਣ ਜਾਂ ਸਗੁਣਵਾਦੀ, ਇਸੇ ਸਿੱਟੇ ਦੀ ਸਥਾਪਨਾ ਕੀਤੀ ਹੈ, ਵਿਸ਼ਨੂੰ ਪੁਰਾਣ ਵਿਚ (2-12-38) ਕਿਹਾ ਗਿਆ ਹੈ ਕਿ ਵਿਸ਼ਨੂੰ ਅਤੇ ਉਨ੍ਹਾਂ ਦੇ ਧਾਮ ਉਨ੍ਹਾਂ ਦੇ ਪ੍ਰਕਾਸ਼ ਤੋਂ ਹੀ ਪ੍ਰਕਾਸ਼ਿਤ ਹਨ-(**ਜ੍ਯੋਤੀਮ੍ਸ਼ਿ ਵਿਸ਼੍ਨੂਰ੍ਭੁਵਨਾਨਿ ਵਿਸ਼੍ਨੂਹ੍**) । ਸਤਿ ਅਤੇ ਅਸੱਤ ਸ਼ਬਦ ਆਤਮਾ ਅਤੇ ਭੌਤਿਕ ਪਦਾਰਥ ਦੇ ਸੰਕੇਤਕ ਹਨ । ਸਾਰੇ ਤੱਤ-ਦਰਸ਼ੀਆਂ ਦਾ ਇਹੋ ਮੱਤ ਹੈ ।

ਇਥੋਂ ਹੀ ਭਗਵਾਨ ਰਾਹੀਂ ਅਗਿਆਨ ਨਾਲ ਮੋਹੇ ਜੀਵਾਂ ਨੂੰ ਉਪਦੇਸ਼ ਦੇਣ ਦੀ ਸ਼ੁਭ ਸ਼ੁਰੂਆਤ ਹੁੰਦੀ ਹੈ । ਅਗਿਆਨ ਨੂੰ ਮਿਟਾਉਣ ਲਈ ਅਰਾਧਨਾ ਕਰਨ ਵਾਲੇ ਅਤੇ ਅਰਾਧਨਾ ਕੀਤੀ ਜਾਣ ਵਾਲੇ ਵਿਚਕਾਰ ਫਿਰ ਤੋਂ ਸ਼ਾਸਵਤ (ਆਂਤਰਿਕ) ਸੰਬੰਧ ਸਥਾਪਿਤ ਕਰਨਾ ਹੁੰਦਾ ਹੈ ਅਤੇ ਫਿਰ ਅੰਸ਼ਰੂਪ ਜੀਵਾਂ ਅਤੇ ਸ੍ਰੀ ਭਗਵਾਨ ਦੇ ਅੰਤਰ ਨੂੰ ਸਮਝਣਾ ਹੁੰਦਾ ਹੈ । ਕੋਈ ਵੀ ਮਨੁੱਖ ਆਤਮਾ ਦੇ ਡੂੰਘੇ ਅਧਿਐਨ ਰਾਹੀਂ ਪਰਮੇਸ਼ਵਰ ਦੇ ਸੁਭਾ ਨੂੰ ਸਮਝ ਸਕਦਾ ਹੈ ਆਤਮਾ ਅਤੇ ਪਰਮਾਤਮਾ ਦਾ ਫਰਕ ਅੰਸ਼ ਅਤੇ ਪੂਰਨ ਦੇ ਫਰਕ ਦੇ ਰੂਪ ਵਿਚ ਹੈ । ਵੇਦਾਂਤ ਸੂਤਰ ਅਤੇ ਸ੍ਰੀਮਦਭਾਗਵਤ ਵਿਚ ਪਰਮੇਸ਼ਵਰ ਨੂੰ ਸਾਰੇ ਉਦਭਵ (ਪ੍ਰਕਾਸ਼) ਦਾ ਮੂਲ (ਜੜ੍ਹ) ਮੰਨਿਆ ਗਿਆ ਹੈ । ਅਜਿਹੇ ਉਦਭਵਾਂ ਦਾ ਅਨੁਭਵ ਪਰਾ ਅਤੇ ਅਪਰਾ ਕੁਦਰਤੀ ਕਰਮ ਰਾਹੀਂ ਕੀਤਾ ਜਾਂਦਾ ਹੈ । ਜੀਵ ਦਾ ਸੰਬੰਧ ਪਰਾ ਪ੍ਰਕਿਰਤੀ ਨਾਲ ਹੈ । ਜਿਵੇਂ ਕਿ ਸਤਵੇਂ ਅਧਿਆਇ ਤੋਂ ਸ਼ਪਸ਼ਟ ਹੋਵੇਗਾ । ਭਾਵੇਂ ਸ਼ਕਤੀ ਅਤੇ

ਸ਼ਕਤੀਮਾਨ ਵਿਚ ਕੋਈ ਫਰਕ ਨਹੀਂ ਹੈ ਪਰ ਸ਼ਕਤੀਮਾਨ ਨੂੰ ਪਰਮ ਮੰਨਿਆ ਜਾਂਦਾ ਹੈ ਅਤੇ ਸ਼ਕਤੀ ਜਾਂ ਪ੍ਰਕ੍ਰਿਤੀ ਨੂੰ ਗੌਣ। ਇਸ ਲਈ ਸਾਰੇ ਜੀਵ ਉਸੇ ਤਰ੍ਹਾਂ ਪਰਮੇਸ਼ਵਰ ਦੇ ਹਮੇਸ਼ਾਂ ਅਧੀਨ ਰਹਿੰਦੇ ਹਨ ਜਿਵੇਂ ਸੇਵਕ ਸਵਾਮੀ ਦੇ ਜਾਂ ਸ਼ਾਗਿਰਦ ਗੁਰੂ ਦੇ ਅਧੀਨ ਰਹਿੰਦਾ ਹੈ। ਅਗਿਆਨ ਦੀ ਅਵਸਥਾ ਵਿਚ ਅਜਿਹੇ ਸ਼ਪਸ਼ਟ ਗਿਆਨ ਨੂੰ ਸਮਝਣਾ ਅਸੰਭਵ ਹੈ। ਇਸ ਲਈ ਅਜਿਹੇ ਅਗਿਆਨ ਨੂੰ ਦੂਰ ਕਰਨ ਲਈ ਹਮੇਸ਼ਾਂ ਹਮੇਸ਼ਾਂ ਲਈ ਜੀਵਾਂ ਨੂੰ ਗਿਆਨੀ ਬਨਾਉਣ ਲਈ ਭਗਵਾਨ ਭਗਵਤ ਗੀਤਾ ਦਾ ਉਪਦੇਸ਼ ਦਿੰਦੇ ਹਨ।

अविनाशि तु तद्विद्धि येन सर्वमिदं ततम्।
विनाशमव्ययस्यास्य न कश्चित्कर्तुमर्हति॥ १७॥

ਅਵਿਨਾਸ਼ਿ ਤੁ ਤਦ੍ ਵਿੱਧੀ ਯੇਨ ਸਰ੍ਵਮ੍ ਇਦਮ੍ ਤਤਮ੍।
ਵਿਨਾਸ਼ਮ੍ ਅਵ੍ਯਯਸ੍ਯਾਸ੍ਯ ਨ ਕਸ਼੍ਚਿਤ੍ ਕਰ੍ਤੁਮ ਅਰ੍ਹਤਿ ॥ 17 ॥

ਅਵਿਨਾਸ਼ਿ-ਨਾਸ਼ ਰਹਿਤ ; **ਤੁ**-ਪਰ ; **ਤਤ੍**-ਉਸਨੂੰ ; **ਵਿਦ੍ਧਿ**-ਸਮਝੋ ; **ਯੇਨ**-ਜਿਸ ਨਾਲ ; **ਸਰ੍ਵਮ੍**-ਸਾਰਾ ਸ਼ਰੀਰ ; **ਇਦਮ੍**-ਇਹ ; **ਤਤਮ੍**-ਫੈਲਿਆ ਹੋਇਆ ; **ਵਿਨਾਸ਼ਮ੍**-ਨਾਸ਼ ; **ਅਵ੍ਯਯਸ੍ਯ**-ਅਵਿਨਾਸ਼ੀ ਦਾ ; **ਅਸ੍ਯ**-ਇਸ ; **ਨ ਕਸ਼੍ਚਿਤ੍**-ਕੋਈ ਵੀ ਨਹੀਂ ; **ਕਰ੍ਤੁਮ੍**-ਕਰਨ ਲਈ ; **ਅਰ੍ਹਤਿ**-ਸਮਰਥ ਹੈ।

ਅਨੁਵਾਦ

ਜਿਹੜਾ ਸਾਰੇ ਸ਼ਰੀਰ ਵਿਚ ਵਿਆਪਕ ਹੈ, ਉਸਨੂੰ ਹੀ ਤੁਸੀਂ ਅਵਿਨਾਸ਼ੀ ਸਮਝੋ। ਉਸ ਅਮਿੱਟ ਆਤਮਾ ਨੂੰ ਨਸ਼ਟ ਕਰਨ ਵਿਚ ਕੋਈ ਵੀ ਸਮਰਥ ਨਹੀਂ ਹੈ।

ਭਾਵ

ਇਸ ਸ਼ਲੋਕ ਵਿਚ ਸੰਪੂਰਨ ਸ਼ਰੀਰ ਵਿਚ ਵਿਆਪਕ ਆਤਮਾ ਦੀ ਪ੍ਰਕਿਰਤੀ ਦਾ ਵਧੇਰੇ ਸਪਸ਼ਟ ਵਰਨਣ ਹੋਇਆ ਹੈ। ਸਾਰੇ ਲੋਕ ਸਮਝਦੇ ਹਨ ਕਿ ਜਿਹੜਾ ਸਾਰੇ ਸ਼ਰੀਰ ਵਿਚ ਵਿਆਪਕ ਹੈ, ਉਹ ਚੇਤਨਾ ਹੈ। ਹਰ ਮਨੁੱਖ ਨੂੰ ਸ਼ਰੀਰ ਦੇ ਕਿਸੇ ਅੰਸ਼ ਜਾਂ ਪੂਰੇ ਹਿੱਸੇ ਵਿਚ ਸੁਖ ਦੁੱਖ ਦਾ ਅਨੁਭਵ ਹੁੰਦਾ ਹੈ, ਪਰ ਚੇਤਨਾ ਦੀ ਇਹ ਵਿਆਪਕਤਾ ਕਿਸੇ ਦੇ ਸ਼ਰੀਰ ਤਕ ਹੀ ਸੀਮਿਤ ਰਹਿੰਦੀ ਹੈ। ਇਕ ਸ਼ਰੀਰ ਦੇ ਸੁਖ ਅਤੇ ਦੁੱਖ ਦਾ ਅਨੁਭਵ ਦੂਜੇ ਸ਼ਰੀਰ ਨੂੰ ਨਹੀਂ ਹੁੰਦਾ। ਫਲਸਰੂਪ ਹਰ ਸ਼ਰੀਰ ਵਿਚ ਵਿਅਕਤੀਗਤ ਆਤਮਾ ਹੈ ਅਤੇ ਇਸ ਆਤਮਾ ਦੀ ਹਾਜ਼ਰੀ ਦਾ ਲੱਛਣ ਵਿਅਕਤੀਗਤ ਚੇਤਨਾ ਰਾਹੀਂ ਹੁੰਦਾ ਹੈ। ਇਸ ਆਤਮਾ ਨੂੰ ਬਾਲ ਦੇ ਅਗਲੇ ਹਿੱਸੇ ਦੇ ਦਸ ਹਜ਼ਾਰਵੇਂ ਹਿੱਸੇ ਦੇ ਬਰਾਬਰ ਦੱਸਿਆ ਜਾਂਦਾ ਹੈ। ਸ਼ਵੇਤਾਸ਼ਵਤਰ ਉਪਨਿਸ਼ਦ ਵਿਚ ਇਸ ਦੀ ਪੁਸ਼ਟੀ ਹੁੰਦੀ ਹੈ।

ਬਾਲਾਗਰ-ਸ਼ਤ-ਭਾਗਸ੍ਯ ਸ਼ਤਧਾ ਕਲਪਿਤਸ੍ਯ ਚ।
ਭਾਗੋ ਜੀਵਹ੍ ਸ ਵਿਗਯੇਯਹ੍ ਸ ਚਾਨਨ੍ਤਯਾਯ ਕਲ੍ਪਤੇ ॥

(ਸ਼ਵੇਤਾਸ਼ਵਤਰ ਉਪਨਿਸ਼ਦ 5.9)

"ਜੇਕਰ ਬਾਲ ਦੇ ਅਗਲੇ ਹਿੱਸੇ ਨੂੰ ਇਕ ਸੌ ਹਿੱਸਿਆਂ ਵਿਚ ਵੰਡਿਆ ਜਾਵੇ ਅਤੇ ਫਿਰ ਉਨ੍ਹਾਂ ਵਿੱਚੋਂ ਹਰ ਹਿੱਸੇ ਦੇ ਸੌ-ਸੌ ਹਿੱਸੇ ਕੀਤੇ ਜਾਣ ਤਾਂ ਇੰਝ ਹਰ ਹਿੱਸੇ ਦਾ ਮਾਪ ਆਤਮਾ ਦਾ ਮਾਪ ਹੈ।" ਇਸੇ ਤਰ੍ਹਾਂ ਇਹ ਗੱਲ ਹੇਠਲੇ ਸ਼ਲੋਕ ਵਿਚ ਮਿਲਦੀ ਹੈ।

ਕੇਸ਼ਾਗ੍ਰ-ਸ਼ਤ-ਭਾਗਸ੍ਯ ਸ਼ਤਾਂਸ਼ਹ੍ ਸਾਦ੍ਰਿਸ਼ਾਤਮਕਹ੍ ।
ਜੀਵਹ੍ ਸੂਕ੍ਸ਼੍ਮ-ਸ੍ਵਰੂਪੋ 'ਯਮ ਸੰਖਯਾਤੀਤੋ ਹਿ ਚਿਤ-ਕਣਹ੍ ॥

"ਆਤਮਾ ਦੇ ਪਰਮਾਣੂਆਂ ਦੇ ਅਨੰਤ ਕਾਰਨ ਹਨ ਜਿਹੜੇ ਮਾਪ ਵਿਚ ਬਾਲ ਦੇ ਅਗਲੇ ਹਿੱਸੇ (ਨੋਕ) ਦੇ ਦਸ ਹਜ਼ਾਰਵੇਂ ਭਾਗ ਦੇ ਬਰਾਬਰ ਹਨ।"

ਇੰਝ ਆਤਮਾ ਦਾ ਹਰ ਕਣ ਭੌਤਿਕ ਪਰਮਾਣੂਆਂ ਤੋਂ ਵੀ ਛੋਟਾ ਹੈ ਅਤੇ ਅਜਿਹੇ ਅਣਗਣਿਤ ਕਣ ਹਨ। ਇਹ ਅਤਿ ਛੋਟਾ ਆਤਮ ਚਿੰਗਾਰੀ ਦਾ ਕਿਣਕਾ ਭੌਤਿਕ ਸ਼ਰੀਰ ਦਾ ਮੂਲ ਅਧਾਰ ਹੈ ਅਤੇ ਇਸ ਆਤਮ ਚਿੰਗਾਰੀ ਦੇ ਕਿਣਕੇ ਦਾ ਪ੍ਰਭਾਵ ਸਾਰੇ ਸ਼ਰੀਰ ਵਿਚ ਇੰਝ ਫੈਲਿਆ ਰਹਿੰਦਾ ਹੈ ਜਿਵੇਂ ਕਿਸੇ ਦਵਾਈ ਦਾ ਅਸਰ ਫੈਲਿਆ ਹੁੰਦਾ ਹੈ। ਆਤਮਾ ਦੀ ਇਹ ਧਾਰਾ ਸਾਰੇ ਸ਼ਰੀਰ ਵਿਚ ਚੇਤਨਾ ਰੂਪ ਵਿਚ ਅਨੁਭਵ ਕੀਤੀ ਜਾਂਦੀ ਹੈ ਅਤੇ ਇਹੋ ਆਤਮਾ ਦੀ ਹੋਂਦ ਦਾ ਪ੍ਰਮਾਣ ਹੈ। ਸਧਾਰਨ ਤੋਂ ਸਧਾਰਨ ਮਨੁੱਖ ਵੀ ਸਮਝ ਸਕਦਾ ਹੈ ਕਿ ਭੌਤਿਕ ਸ਼ਰੀਰ ਚੇਤਨਾ ਰਹਿਤ ਹੋਣ ਤੇ ਮਰ ਜਾਂਦਾ ਹੈ ਅਤੇ ਸ਼ਰੀਰ ਵਿਚ ਇਸ ਚੇਤਨਾ ਨੂੰ ਵੀ ਭੌਤਿਕ ਇਲਾਜ ਨਾਲ ਵਾਪਸ ਨਹੀਂ ਲਿਆਇਆ ਜਾ ਸਕਦਾ। ਇਸ ਲਈ ਇਹ ਚੇਤਨਾ ਭੌਤਿਕ ਸੰਜੋਗ ਕਾਰਨ ਨਹੀਂ ਹੈ ਸਗੋਂ ਆਤਮਾ ਕਾਰਨ ਹੈ। ਮੁੰਡਕ ਉਪਨਿਸ਼ਦ ਵਿਚ ਸੂਖਮ ਆਤਮਾ ਦੀ ਹੋਰ ਵੀ ਵਧੇਰੇ ਵਿਆਖਿਆ ਹੋਈ ਹੈ।

ਏਸ਼ੋ 'ਣੁਰਾਤ੍ਮਾ ਚੇਤਸਾ ਵੇਦਿਤ੍ਵਯੋ ਯਸ੍ਮਿਨ੍ ਪ੍ਰਾਣਹ ਪੰਚਧਾ ਸਮਵਿਵੇਸ਼ ।
ਪ੍ਰਾਣੈਸ਼੍ ਚਿਤ੍ਤਮ੍ ਸਰ੍ਵਮ ਓਤਮ੍ ਪ੍ਰਜਾਨਾਮ੍ ਯਸਮਿਨ੍ ਵਿਸ਼ੁੱਧੇ ਵਿਭਵਤਿ ਏਸ਼ ਆਤਮਾ ॥

(ਮੁੰਡਕ ਉਪਨਿਸ਼ਦ 3.1.9)

ਆਤਮਾ ਆਕਾਰ ਵਿਚ ਅਣੂ ਬਰਾਬਰ ਹੈ, ਜਿਸਨੂੰ ਪੂਰਨ ਬੁੱਧੀ ਰਾਹੀਂ ਜਾਣਿਆ ਜਾ ਸਕਦਾ ਹੈ, ਇਹ ਅਣੂ ਆਤਮਾ ਪੰਜ ਤਰ੍ਹਾਂ ਦੇ ਪ੍ਰਾਣਾਂ ਵਿਚ ਤੈਰ ਰਿਹਾ ਹੈ (ਪ੍ਰਾਣ, ਅਪਾਨ, ਵਯਾਨ, ਸਮਾਨ ਅਤੇ ਉਦਾਨ), ਇਹ ਹਿਰਦੇ ਅੰਦਰ ਸਥਿੱਤ ਹੈ ਅਤੇ ਦੇਹਧਾਰੀ ਜੀਵ ਦੇ ਪੂਰੇ ਸ਼ਰੀਰ ਵਿਚ ਆਪਣੇ ਪ੍ਰਭਾਵ ਦਾ ਵਿਸਥਾਰ ਕਰਦਾ ਹੈ, ਜਦੋਂ ਆਤਮਾ ਨੂੰ ਪੰਜ ਵਾਯੂਆਂ ਦੇ ਦੂਸ਼ਣਾਂ ਤੋਂ ਨਿਖਾਰਿਆਂ ਜਾਂਦਾ ਹੈ ਤਾਂ ਇਸ ਦਾ ਅਧਿਆਤਮਕ ਪ੍ਰਭਾਵ ਪ੍ਰਗਟ ਹੁੰਦਾ ਹੈ।

ਹਠ ਯੋਗ ਦਾ ਪ੍ਰਯੋਜਨ ਅਨੇਕਾਂ ਤਰ੍ਹਾਂ ਦੇ ਆਸਨਾਂ ਰਾਹੀਂ ਉਨ੍ਹਾਂ ਪੰਜ ਤਰ੍ਹਾਂ ਦੇ ਪ੍ਰਾਣਾਂ ਨੂੰ ਨਿਯੰਤਰਿਤ ਕਰਨਾ ਹੈ ਜਿਹੜੇ ਆਤਮਾ ਨੂੰ ਘੇਰੇ ਹੋਏ ਹਨ। ਇਹ ਯੋਗ ਕਿਸੇ ਭੌਤਿਕ ਲਾਭ ਲਈ ਨਹੀਂ ਸਗੋਂ ਭੌਤਿਕ ਵਾਤਾਵਰਣ ਦੇ ਬੰਧਨ ਨਾਲ ਅਣੂ ਆਤਮਾ ਦੀ ਮੁਕਤੀ ਲਈ ਕੀਤਾ ਜਾਂਦਾ ਹੈ।

ਇੰਝ ਅਣੂ ਆਤਮਾ ਨੂੰ ਸਾਰੇ ਵੈਦਿਕ ਸਾਹਿਤ ਨੇ ਮੰਨਿਆ ਹੈ ਅਤੇ ਹਰ ਬੁੱਧੀਮਾਨ ਮਨੁੱਖ ਆਪਣੇ ਵਿਵਹਾਰਕ ਅਨੁਭਵ ਨਾਲ ਇਸਦਾ ਪ੍ਰਤੱਖ ਅਨੁਭਵ ਕਰਦਾ ਹੈ। ਸਿਰਫ ਮੂਰਖ ਮਨੁੱਖ

ਹੀ ਇਸ ਅਣੂ ਆਤਮਾ ਨੂੰ ਸਰਵ ਵਿਆਪੀ ਵਿਸ਼ਨੂੰ ਤੱਤ ਦੇ ਰੂਪ ਵਿਚ ਸੋਚ ਸਕਦਾ ਹੈ।

ਅਣੂ ਆਤਮਾ ਦਾ ਪ੍ਰਭਾਵ ਪੂਰੇ ਸ਼ਰੀਰ ਵਿਚ ਵਿਆਪਕ ਹੋ ਸਕਦਾ ਹੈ। ਮੁੰਡਕ ਉਪਨਿਸ਼ਦ ਮੁਤਾਬਿਕ ਇਹ ਅਣੂ ਆਤਮਾ ਹਰ ਜੀਵ ਦੇ ਹਿਰਦੇ ਵਿਚ ਸਥਿਤ ਹੈ ਅਤੇ ਭੌਤਿਕ-ਵਿਗਿਆਨੀ ਇਸ ਅਣੂ ਆਤਮਾ ਨੂੰ ਮਾਪਨ ਵਿਚ ਅਸਮਰਥ ਹਨ, ਇਸ ਲਈ ਉਨ੍ਹਾਂ ਵਿਚੋਂ ਕੁਝ ਮੂਰਖਤਾ ਕਾਰਨ ਇਹ ਅਨੁਭਵ ਕਰਦੇ ਹਨ ਕਿ ਆਤਮਾ ਹੈ ਹੀ ਨਹੀਂ। ਵਿਅਕਤੀਗਤ ਆਤਮਾ ਤਾਂ ਬਿਨ੍ਹਾਂ ਸ਼ੱਕ ਪਰਮਾਤਮਾ ਦੇ ਨਾਲ ਨਾਲ ਹਿਰਦੇ ਵਿਚ ਹੈ ਅਤੇ ਇਸ ਲਈ ਸ਼ਰੀਰਕ ਗਤੀਆਂ ਦੀ ਸਾਰੀ ਸ਼ਕਤੀ ਸ਼ਰੀਰ ਦੇ ਇਸੇ ਹਿੱਸੇ ਤੋਂ ਪੈਦਾ ਹੁੰਦੀ ਹੈ। ਜਿਹੜੇ ਲਾਲ ਖ਼ੂਨ ਦੇ ਕਣ ਫੇਫੜਿਆਂ ਤੋਂ ਆਕਸੀਜਨ ਲੈ ਜਾਂਦੇ ਹਨ ਉਹ ਆਤਮਾ ਤੋਂ ਹੀ ਸ਼ਕਤੀ ਪ੍ਰਾਪਤ ਕਰਦੇ ਹਨ। ਇਸ ਲਈ ਜਦੋਂ ਆਤਮਾ ਇਸ ਥਾਂ ਤੋਂ ਨਿਕਲ ਜਾਂਦੀ ਹੈ ਤਾਂ ਖ਼ੂਨ ਦਾ ਬਣਨਾ ਬੰਦ ਹੋ ਜਾਂਦਾ ਹੈ। ਔਸ਼ਧ ਵਿਗਿਆਨ ਖ਼ੂਨ ਦੇ ਲਾਲ ਕਣਾਂ ਦੇ ਮਹੱਤਵ ਨੂੰ ਤਾਂ ਮੰਨਦਾ ਹੈ ਪਰ ਉਹ ਇਹ ਨਿਰਣਾ ਨਹੀਂ ਕਰ ਸਕਿਆ ਕਿ ਸ਼ਕਤੀ ਦਾ ਸਰੋਤ ਆਤਮਾ ਹੈ। ਜੋ ਵੀ ਹੋਵੇ ਔਸ਼ਧ ਵਿਗਿਆਨ ਇਹ ਮੰਨਦਾ ਹੈ ਕਿ ਸ਼ਰੀਰ ਦੀ ਸਾਰੀ ਸ਼ਕਤੀ ਹਿਰਦੇ ਤੋਂ ਪੈਦਾ ਹੁੰਦੀ ਹੈ।

ਪੂਰਨ ਆਤਮਾ ਦੇ ਅਜਿਹੇ ਅਣੂ ਕਣਾਂ ਦੀ ਤੁਲਨਾ ਸੂਰਜ ਦੇ ਪ੍ਰਕਾਸ਼ ਦੇ ਕਣਾਂ ਨਾਲ ਕੀਤੀ ਜਾਂਦੀ ਹੈ। ਇਸ ਸੂਰਜ ਦੇ ਪ੍ਰਕਾਸ਼ ਵਿਚ ਅਣਗਿਣਤ ਤੇਜ ਵਾਲੇ ਅਣੂ ਹੁੰਦੇ ਹਨ। ਇਸੇ ਤਰ੍ਹਾਂ ਪਰਮੇਸ਼ਵਰ ਦੇ ਅੰਸ਼ ਉਨ੍ਹਾਂ ਦੀਆਂ ਕਿਰਨਾਂ ਦੇ ਪਰਮਾਣੂ ਕਿਣਕੇ ਹਨ ਅਤੇ ਪ੍ਰਭਾ ਜਾਂ ਪਰਾਸ਼ਕਤੀ ਕਹਾਉਂਦੇ ਹਨ। ਇਸ ਲਈ ਭਾਵੇਂ ਕੋਈ ਵੈਦਿਕ ਗਿਆਨ ਨੂੰ ਮੰਨਣ ਵਾਲਾ ਹੋਵੇ ਜਾਂ ਆਧੁਨਿਕ ਵਿਗਿਆਨ ਦਾ ਉਹ ਸ਼ਰੀਰ ਵਿਚ ਆਤਮਾ ਦੀ ਹੋਂਦ ਨੂੰ ਨਕਾਰ ਨਹੀਂ ਸਕਦਾ। ਭਗਵਾਨ ਨੇ ਭਗਵਤ ਗੀਤਾ ਵਿਚ ਆਪ ਆਤਮਾ ਦੇ ਇਸ ਵਿਗਿਆਨ ਦਾ ਵਿਸਥਾਰ ਨਾਲ ਵਰਨਣ ਕੀਤਾ ਹੈ

अन्तवन्त इमे देहा नित्यस्योक्ताः शरीरिणः।
अनाशिनोऽप्रमेयस्य तस्माद्युध्यस्व भारत॥ १८॥

ਅੰਤਵੰਤ ਇਮੇ ਦੇਹਾ ਨਿਤ੍ਯਸ੍ਯੋਕ੍ਤਾਹ੍ ਸ਼ਰੀਰਿਨਹ੍ ।
ਅਨਾਸ਼ਿਨੋ 'ਪ੍ਰਮੇਯਸ੍ਯ ਤਸ੍ਮਾਦ੍ ਯੁਧ੍ਯਸ੍ਵ ਭਾਰਤ ॥ 18 ॥

ਅੰਤਵੰਤ-ਨਾਸ਼ਵਾਨ ; ਇਮੇ-ਇਹ ਸਾਰੇ ; ਦੇਹਾਹ੍-ਭੌਤਿਕ ਸ਼ਰੀਰ ; ਨਿਤ੍ਯਸ੍ਯ-ਨਿੱਤ ਸਰੂਪ ; ਓਕਤਾਹ੍-ਕਹਿ ਗਏ ਹਨ ; ਸ਼ਰੀਰਿਨਹ੍-ਦੇਹਧਾਰੀ ਜੀਵ ਦਾ ; ਅਨਾਸ਼ਿਨਹ੍-ਕਦੀ ਨਸ਼ਟ ਨਾ ਹੋਣ ਵਾਲਾ ; ਅਪ੍ਰਮੇਯਸ੍ਯ-ਨਾ ਮਾਪਿਆ ਜਾ ਸਕਣ ਯੋਗ ; ਤਸ੍ਮਾਤ੍-ਇਸ ਲਈ ; ਯੁਧ੍ਯਸ੍ਵ-ਜੰਗ ਕਰੋ ; ਭਾਰਤ-ਹੇ ਭਰਤ ਵੰਸ਼ੀ।

ਅਨੁਵਾਦ

ਅਵਿਨਾਸ਼ੀ, ਅਮਿੱਤ ਅਤੇ ਨਿੱਤ ਰਹਿਣ ਵਾਲੇ ਸਨਾਤਨ (ਆਂਤਰਿਕ) ਜੀਵ ਦੇ ਭੌਤਿਕ ਸ਼ਰੀਰ ਦਾ ਅੰਤ ਯਕੀਨੀ ਹੈ, ਇਸ ਲਈ ਹੇ ਭਰਤ ਵੰਸ਼ੀ ! ਜੰਗ ਕਰੋ।

ਭਾਵ

ਭੌਤਿਕ ਸ਼ਰੀਰ ਸੁਭਾਅ ਤੋਂ ਨਾਸ਼ਵਾਨ ਹੈ ਇਹ ਇਕ ਪਲ ਵਿਚ ਨਸ਼ਟ ਹੋ ਸਕਦਾ ਹੈ ਅਤੇ ਸੌ ਸਾਲਾਂ ਬਾਅਦ ਵੀ। ਇਹ ਸਿਰਫ ਸਮੇਂ ਦੀ ਗੱਲ ਹੈ। ਇਸਨੂੰ ਅੰਤ ਕਾਲ ਤਕ ਬਣਾਏ ਰੱਖਣ ਦੀ ਕੋਈ ਸੰਭਾਵਨਾ ਨਹੀਂ ਹੈ। ਪਰ ਆਤਮਾ ਇੰਨੀ ਸੂਖਮ ਹੈ ਕਿ ਦੁਸ਼ਮਣ ਇਸ ਨੂੰ ਵੇਖ ਵੀ ਨਹੀਂ ਸਕਦਾ, ਮਾਰਨਾ ਤਾਂ ਦੂਰ ਰਿਹਾ। ਜਿਵੇਂ ਕਿ ਪਿਛਲੇ ਸ਼ਲੋਕ ਵਿਚ ਕਿਹਾ ਗਿਆ ਹੈ ਕਿ ਇਹ ਇੰਨਾ ਸੂਖਮ ਹੈ ਕਿ ਕੋਈ ਇਸਨੂੰ ਮਾਪਣ ਦੀ ਗੱਲ ਸੋਚ ਵੀ ਨਹੀਂ ਸਕਦਾ। ਇਸ ਲਈ ਦੋਵਾਂ ਪੱਖਾਂ ਤੋਂ ਸ਼ੋਕ ਦਾ ਕੋਈ ਕਾਰਨ ਨਹੀਂ ਹੈ, ਕਿਉਂਕਿ ਜੀਵ ਜਿਸ ਰੂਪ ਵਿਚ ਹੈ ਨਾ ਤਾਂ ਉਸਨੂੰ ਮਾਰਿਆ ਜਾ ਸਕਦਾ ਹੈ ਨਾ ਹੀ ਸ਼ਰੀਰ ਨੂੰ ਕੁਝ ਸਮੇਂ ਤਕ ਜਾਂ ਪੱਕੀ ਤਰ੍ਹਾਂ ਬਚਾਇਆ ਜਾ ਸਕਦਾ ਹੈ। ਪੂਰਨ ਆਤਮਾ ਦੇ ਸੂਖਮ ਕਣ ਆਪਣੇ ਕਰਮ ਮੁਤਾਬਿਕ ਹੀ ਇਹ ਸ਼ਰੀਰ ਧਾਰਨ ਕਰਦੇ ਹਨ, ਇਸ ਲਈ ਧਾਰਮਿਕ ਨਿਯਮਾਂ ਦਾ ਪਾਲਨ ਕਰਨਾ ਚਾਹੀਦਾ ਹੈ। ਵੇਦਾਂਤ ਸੂਤਰ ਵਿਚ ਜੀਵ ਨੂੰ ਪ੍ਰਕਾਸ਼ ਦੱਸਿਆ ਗਿਆ ਹੈ, ਕਿਉਂਕਿ ਉਹ ਪਰਮ ਪ੍ਰਕਾਸ਼ ਦਾ ਅੰਸ਼ ਹੈ। ਜਿਵੇਂ ਸੂਰਜ ਦਾ ਪ੍ਰਕਾਸ਼ ਸਾਰੇ ਬ੍ਰਹਿਮੰਡ ਦਾ ਪੋਸ਼ਣ ਕਰਦਾ ਹੈ, ਉਸੇ ਤਰ੍ਹਾਂ ਆਤਮਾ ਦੇ ਪ੍ਰਕਾਸ਼ ਨਾਲ ਇਸ ਭੌਤਿਕ ਦੇਹ ਦਾ ਪੋਸ਼ਣ ਹੁੰਦਾ ਹੈ, ਜਿਉਂ ਹੀ ਆਤਮਾ ਭੌਤਿਕ ਸ਼ਰੀਰ ਤੋਂ ਬਾਹਰ ਨਿਕਲ ਜਾਂਦਾ ਹੈ, ਸ਼ਰੀਰ ਸੜਨ ਲੱਗ ਪੈਂਦਾ ਹੈ, ਇਸ ਲਈ ਆਤਮਾ ਹੀ ਸ਼ਰੀਰ ਦਾ ਪੋਸ਼ਕ (ਪੋਸ਼ਣ ਕਰਨ ਵਾਲਾ) ਹੈ। ਸ਼ਰੀਰ ਦਾ ਆਪਣੇ ਆਪ ਵਿਚ ਕੋਈ ਮਹੱਤਵ ਨਹੀਂ ਹੈ। ਇਸ ਲਈ ਅਰਜੁਨ ਨੂੰ ਇਹ ਉਪਦੇਸ਼ ਦਿੱਤਾ ਗਿਆ ਹੈ ਕਿ ਉਹ ਜੰਗ ਕਰੇ ਅਤੇ ਭੌਤਿਕ ਸ਼ਰੀਰਕ ਕਾਰਨਾਂ ਕਰਕੇ ਧਰਮ ਦੀ ਬਲੀ ਨਾ ਹੋਣ ਦੇਵੇ।

य एनं वेत्ति हन्तारं यश्चैनं मन्यते हतम्।
उभौ तौ न विजानीतो नायं हन्ति न हन्यते॥ १९॥

ਯ ਏਨਮ੍ ਵੇਤ੍ਤਿ ਹੰਤਾਰਮ੍ ਯਸ਼੍ਚੈਨਮ੍ ਮੰਨਯਤੇ ਹਤਮ੍।
ਉਭੌ ਤੌ ਨ ਵਿਜਾਨੀਤੋ ਨਾਯਮ੍ ਹੰਤਿ ਨ ਹਨ੍ਯਤੇ ॥ 19 ॥

ਯਹ੍-ਜਿਹੜਾ ; **ਏਨਮ**-ਇਸ ਨੂੰ ; **ਵੇਤਿ**-ਜਾਣਦਾ ਹੈ ; **ਹੰਤਾਰਮ੍**-ਮਾਰਨ ਵਾਲਾ ; **ਯਹ੍**-ਜਿਹੜਾ ; **ਚ**-ਵੀ ; **ਏਨਮ**-ਇਸ ਨੂੰ ; **ਮੰਨਯਤੇ**-ਮੰਨਦਾ ਹੈ ; **ਹਤਮ੍**-ਮਰਿਆ ਹੋਇਆ ; **ਉਭੌ**-ਦੋਵੇਂ ; **ਤੌ**-ਉਹ; **ਨ**-ਕਦੀ ਨਹੀਂ ; **ਵਿਜਾਨੀਤਹ**-ਜਾਣਦੇ ਹਨ ; **ਨ**-ਕਦੀ ਨਹੀਂ ; **ਅਯਮ**-ਇਹ; **ਹੰਤਿ**-ਮਾਰਦਾ ਹੈ ; **ਨ**-ਨਹੀਂ ; **ਹਨ੍ਯਤੇ**-ਮਾਰਿਆ ਜਾਂਦਾ ਹੈ।

ਅਨੁਵਾਦ

ਜਿਹੜਾ ਇਸ ਜੀਵ ਆਤਮਾ ਨੂੰ ਮਾਰਨ ਵਾਲਾ ਸਮਝਦਾ ਹੈ ਅਤੇ ਜਿਹੜਾ ਇਸਨੂੰ ਮਰਿਆ ਹੋਇਆ ਸਮਝਦਾ ਹੈ ਉਹ ਦੋਵੇਂ ਹੀ ਅਗਿਆਨੀ ਹਨ, ਕਿਉਂਕਿ ਆਤਮਾ ਨਾ ਤਾਂ ਮਰਦੀ ਹੈ ਅਤੇ ਨਾ ਹੀ ਮਾਰਿਆ ਜਾਂਦਾ ਹੈ।

ਭਾਵ

ਜਦੋਂ ਦੇਹਧਾਰੀ ਜੀਵ ਨੂੰ ਕਿਸੇ ਮਾਰੂ ਹਥਿਆਰ ਨਾਲ ਜਖ਼ਮੀ ਕੀਤਾ ਜਾਂਦਾ ਹੈ ਤਾਂ ਇਹ ਸਮਝ ਲੈਣਾ ਚਾਹੀਦਾ ਹੈ ਕਿ ਸ਼ਰੀਰ ਦੇ ਅੰਦਰ ਦੀ ਜੀਵ ਆਤਮਾ ਨਹੀਂ ਮਰਿਆ। ਆਤਮਾ ਏਨ੍ਹਾ ਸੂਖ਼ਮ ਹੈ ਕਿ ਇਸਨੂੰ ਕਿਸੇ ਤਰ੍ਹਾਂ ਦੇ ਭੌਤਿਕ ਹਥਿਆਰ ਨਾਲ ਮਾਰਨਾ ਅਸੰਭਵ ਹੈ, ਜਿਵੇਂ ਕਿ ਅਗਲੇ ਸ਼ਲੋਕ ਤੋਂ ਸਪਸ਼ਟ ਹੋ ਜਾਵੇਗਾ ਨਾਂ ਤਾਂ ਜੀਵ ਆਤਮਾ ਆਪਣੇ ਅਧਿਆਤਮਕ ਸਰੂਪ ਕਾਰਨ ਮਾਰਨ ਯੋਗ ਹੈ। ਜਿਸਨੂੰ ਮਾਰਿਆ ਜਾਂਦਾ ਹੈ ਜਾਂ ਜਿਸਨੂੰ ਮਰਿਆ ਹੋਇਆ ਸਮਝਿਆ ਜਾਂਦਾ ਹੈ ਉਹ ਸਿਰਫ ਸ਼ਰੀਰ ਹੁੰਦਾ ਹੈ। ਪਰ ਇਸ ਦਾ ਭਾਵ ਸ਼ਰੀਰ ਨੂੰ ਮਾਰਨ ਨੂੰ ਹੱਲਾਸ਼ੇਰੀ ਦੇਣਾ ਨਹੀਂ। ਵੈਦਿਕ ਹੁਕਮ ਹੈ ਮਾ ਹਿੰਸ੍ਯਾਤ ਸਰ੍ਵਾ ਭੂਤਾਨਿ-ਕਿਸੇ ਵੀ ਜੀਵ ਦੀ ਹਿੰਸਾ ਨਾ ਕਰੋ ਨਾ ਹੀ "ਜੀਵ ਮਾਰਨ ਯੋਗ ਨਹੀਂ ਹੈ" ਦਾ ਅਰਥ ਇਹ ਹੈ। ਕਿ ਪਸ਼ੂ ਹਿੰਸਾ ਨੂੰ ਹੱਲਾਸ਼ੇਰੀ ਦਿੱਤੀ ਜਾਵੇ। ਕਿਸੇ ਵੀ ਜੀਵ ਨੂੰ ਫਜ਼ੂਲ ਮਾਰਨਾ ਨਿੰਦਾਯੋਗ ਹੈ ਅਤੇ ਰਾਜ ਅਤੇ ਭਗਵਾਨ ਦੇ ਵਿਧਾਨ ਰਾਹੀਂ ਸਜਾਯੋਗ ਹੈ। ਪਰ ਅਰਜੁਨ ਨੂੰ ਤਾਂ ਧਰਮ ਦੇ ਨਿਯਮਾਂ ਮੁਤਾਬਿਕ ਮਾਰਨ ਲਈ ਨਿਯੁਕਤ ਕੀਤਾ ਜਾ ਰਿਹਾ ਸੀ ਕਿਸੇ ਪਾਗਲਪਣ ਕਾਰਨ ਨਹੀਂ।

न जायते म्रियते वा कदाचि-
न्नायं भूत्वा भविता वा न भूयः।
अजो नित्यः शाश्वतोऽयं पुराणो
न हन्यते हन्यमाने शरीरे॥ २०॥

ਨ ਜਾਯਤੇ ਮ੍ਰਿਯਤੇ ਵਾ ਕਦਾਚਿਨ੍
ਨਾਯਮ੍ ਭੂਤ੍ਵਾ ਭਵਿਤਾ ਵਾ ਨ ਭੂਯਹ।
ਅਜੋ ਨਿਤ੍ਯਹ੍ ਸ਼ਾਸ਼੍ਵਤੋ 'ਯਮ੍ ਪੁਰਾਣੋ
ਨ ਹਨ੍ਯਤੇ ਹਨ੍ਯਮਾਨੇ ਸ਼ਰੀਰੇ ॥ 20 ॥

ਨ-ਕਦੀ ਨਹੀਂ ; ਜਾਯਤੇ-ਜੰਮਦਾ ਹੈ ; ਮ੍ਰਿਯਤੇ-ਮਰਦਾ ਹੈ ; ਵਾ-ਜਾਂ ; ਕਦਾਚਿਤ੍-ਕਦੀ ਵੀ (ਭੂਤ, ਵਰਤਮਾਨ ਜਾਂ ਭਵਿੱਖ) ; ਨ-ਕਦੀ ਨਹੀਂ ; ਅਯਮ੍-ਇਹ; ਭੂਤ੍ਵਾ-ਹੋਕੇ ; ਭਵਿਤਾ-ਹੋਣਵਾਲਾ ; ਵਾ-ਜਾਂ ; ਨ-ਨਹੀ ; ਭੂਯਹ੍-ਜਾਂ ਫਿਰ ਹੋਣ ਵਾਲਾ ਹੈ ; ਅਜਹ੍-ਅਜਨਮਾ ; ਨਿਤ੍ਯਹ੍-ਨਿਤ ; ਸ਼ਾਸਵਤਹ੍-ਸਥਾਈ ; ਅਯਮ-ਇਹ ; ਪੁਰਾਣਹ੍-ਸਭ ਤੋਂ ਪੁਰਾਣੀ ; ਨ-ਨਹੀਂ ; ਹਨ੍ਯਤੇ-ਮਾਰਿਆ ਜਾਂਦਾ ਹੈ ; ਹਨ੍ਯਮਾਨੇ-ਮਾਰੇ ਜਾ ਕੇ ; ਸ਼ਰੀਰੇ-ਸ਼ਰੀਰ ਵਿਚ।

ਅਨੁਵਾਦ

ਆਤਮਾ ਲਈ ਕਿਸੇ ਵੀ ਸਮੇਂ ਨਾ ਤਾਂ ਜਨਮ ਹੈ ਨਾ ਮੌਤ। ਉਹ ਨਾ ਤਾਂ ਕਦੀ ਜੰਮਿਆ ਹੈ, ਨਾ ਜਨਮ ਲੈਂਦਾ ਹੈ ਅਤੇ ਨਾ ਜਨਮ ਲਵੇਗਾ। ਉਹ ਅਜਨਮਾ, ਨਿੱਤ, ਸ਼ਾਸਵਤ ਅਤੇ ਪੁਰਾਤਨ ਹੈ। ਸ਼ਰੀਰ ਦੇ ਮਾਰਨ ਤੇ ਵੀ ਉਹ ਮਾਰਿਆ ਨਹੀਂ ਜਾਂਦਾ।

ਭਾਵ

ਗੁਣਾਤਮਕ ਦ੍ਰਿਸ਼ਟੀ ਤੋਂ ਪਰਮਾਤਮਾ ਦਾ ਅਣੂ-ਅੰਸ਼ ਪਰਮ ਤੋਂ ਅਭਿੰਨ ਹੈ। ਉਹ ਸ਼ਰੀਰ ਵਾਂਗ ਵਿਕਾਰੀ ਨਹੀਂ ਹੈ। ਕਦੀ ਕਦੀ ਆਤਮਾ ਨੂੰ ਸਥਾਈ ਜਾਂ ਕੂਟਸਥ ਕਿਹਾ ਜਾਂਦਾ ਹੈ। ਸਰੀਰ ਵਿਚ ਛੇ ਤਰ੍ਹਾਂ ਦੇ ਪਰਿਵਰਤਨ ਹੁੰਦੇ ਹਨ। ਉਹ ਮਾਂ ਦੀ ਕੁੱਖੋਂ ਜਨਮ ਲੈਂਦਾ ਹੈ , ਕੁਝ ਸਮਾਂ ਰਹਿੰਦਾ ਹੈ, ਵੱਧਦਾ ਹੈ, ਕੁਝ ਪ੍ਰਭਾਵ ਪੈਦਾ ਕਰਦਾ ਹੈ, ਹੌਲੀ ਹੌਲੀ ਕਮਜ਼ੋਰ ਹੁੰਦਾ ਹੈ ਅਤੇ ਅਖੀਰ ਵਿਚ ਖ਼ਤਮ ਹੋ ਜਾਂਦਾ ਹੈ। ਪਰ ਆਤਮਾ ਵਿਚ ਅਜਿਹੇ ਪਰਿਵਰਤਨ ਨਹੀਂ ਹੁੰਦੇ। ਆਤਮਾ ਅਜਨਮਾ ਹੈ ਕਿਉਂਕਿ ਉਹ ਭੌਤਿਕ ਸ਼ਰੀਰ ਧਾਰਨ ਕਰਦਾ ਹੈ, ਇਸ ਲਈ ਸ਼ਰੀਰ ਜਨਮ ਲੈਂਦਾ ਹੈ। ਆਤਮਾ ਨਾ ਤਾਂ ਜੰਮਦਾ ਹੈ ਨਾ ਮਰਦਾ ਹੈ। ਜਿਸਦਾ ਜਨਮ ਹੁੰਦਾ ਹੈ ਉਸਦਾ ਮਰਨ ਵੀ ਹੁੰਦਾ ਹੈ ਕਿਉਂਕਿ ਆਤਮਾ ਜਨਮ ਨਹੀਂ ਲੈਂਦਾ, ਇਸ ਲਈ ਉਸਦਾ ਨਾ ਤਾਂ ਭੂਤ, ਨਾ ਵਰਤਮਾਨ ਜਾਂ ਭਵਿੱਖ ਹੈ। ਉਹ ਨਿੱਤ, ਸ਼ਾਸਵਤ (ਅਨੰਤ) ਅਤੇ ਸਨਾਤਨ ਹੈ ਭਾਵ ਉਸਦੇ ਜਨਮ ਲੈਣ ਦਾ ਕੋਈ ਇਤਿਹਾਸ ਨਹੀਂ। ਅਸੀ ਸ਼ਰੀਰ ਦੇ ਪ੍ਰਭਾਵ ਹੇਠਾਂ ਰਹਿਕੇ ਆਤਮਾ ਦੇ ਜਨਮ, ਮਰਨ ਦਾ ਇਤਿਹਾਸ ਖੋਜਦੇ ਹਾਂ। ਆਤਮਾ ਸ਼ਰੀਰ ਵਾਂਗ ਕਦੀ ਬੁੱਢਾ ਨਹੀਂ ਹੁੰਦਾ, ਇਸ ਲਈ ਅਖਾਉਤੀ ਬੁੱਢਾ ਮਨੁੱਖ ਵੀ ਆਪਣੇ ਵਿਚ ਬਚਪਨ ਜਾਂ ਜੁਆਨੀ ਵਰਗੇ ਅਨੁਭਵ ਕਰਦਾ ਹੈ। ਸ਼ਰੀਰ ਦੇ ਪਰਿਵਰਤਨਾਂ ਦਾ ਆਤਮਾ ਤੇ ਕੋਈ ਅਸਰ ਨਹੀਂ ਪੈਂਦਾ। ਆਤਮਾ ਰੁੱਖ ਜਾਂ ਕਿਸੇ ਹੋਰ ਭੌਤਿਕ ਚੀਜ਼ ਵਾਂਗ ਕਮਜ਼ੋਰ ਨਹੀਂ ਹੁੰਦਾ। ਆਤਮਾ ਦੀ ਕੋਈ ਉਪਸ੍ਰਿਸਟੀ ਨਹੀਂ ਹੁੰਦੀ। ਸ਼ਰੀਰ ਦੀ ਉਪਸ੍ਰਿਸਟੀ ਔਲਾਦ ਹੈ ਅਤੇ ਉਹ ਵੀ ਵਿਅਕਤੀਗਤ ਆਤਮਾਵਾਂ ਹਨ ਸ਼ਰੀਰ ਕਾਰਨ ਉਹ ਕਿਸੇ ਨਾ ਕਿਸੇ ਦੀ ਔਲਾਦ ਪ੍ਰਤੀਤ ਹੁੰਦੇ ਹਨ। ਸ਼ਰੀਰ ਵਿਚ ਵਾਧਾ (ਵਿਕਾਸ) ਆਤਮਾ ਦੀ ਹਾਜ਼ਰੀ ਕਾਰਨ ਹੁੰਦਾ ਹੈ, ਪਰ ਆਤਮਾ ਦਾ ਨਾ ਤਾ ਕੋਈ ਵਿਕਾਸ ਹੁੰਦਾ ਹੈ ਨਾ ਹੀ ਉਸ ਵਿਚ ਕੋਈ ਪਰਿਵਰਤਨ ਹੁੰਦਾ ਹੈ। ਇਸ ਲਈ ਆਤਮਾ ਸ਼ਰੀਰ ਦੇ ਛੇ ਤਰ੍ਹਾਂ ਦੇ ਪਰਿਵਰਤਨਾਂ ਤੋਂ ਮੁਕਤ ਹੈ। ਕਠੋਪਨਿਸ਼ਦ ਵਿਚ ਇਸੇ ਤਰ੍ਹਾਂ ਦਾ ਇਕ ਸ਼ਲੋਕ ਆਇਆ ਹੈ।

> ਨ ਜਾਯਤੇ ਮ੍ਰਿਯਤੇ ਵਾ ਵਿਪਸ਼੍ਚਿਨ ਨਾਯਮ੍ ਕੁਤਸ਼੍ਚਿਨ੍ ਨਾ ਬਭੂਵ ਕਸ਼੍ਚਿਤ੍
> ਅਜੋ ਨਿਤਯਹ੍ ਸ਼ਾਸ਼ਵਤੋ 'ਯਮ ਪੁਰਾਣੋ ਨ ਹਨ੍ਯਤੇ ਹਨ੍ਯਮਾਨੇ ਸ਼ਰੀਰੇ ॥

ਇਸ ਸਲੋਕ ਦਾ ਅਰਥ ਅਤੇ ਭਾਵ ਭਗਵਤ ਗੀਤਾ ਦੇ ਸ਼ਲੋਕ ਵਰਗਾ ਹੀ ਹੈ, ਪਰ ਇਸ ਸ਼ਲੋਕ ਵਿਚ ਖ਼ਾਸ ਸ਼ਬਦ ਦਾ **ਵਿਪਸ਼੍ਚਿਨ੍** ਪ੍ਰਯੋਗ ਹੋਇਆ ਹੈ, ਜਿਸਦਾ ਅਰਥ ਹੈ ਵਿਦਵਾਨ ਜਾਂ ਗਿਆਨਵਾਨ।

ਆਤਮਾ ਗਿਆਨ ਅਤੇ ਚੇਤਨਾ ਨਾਲ ਹਮੇਸ਼ਾਂ ਪੂਰਨ ਰਹਿੰਦਾ ਹੈ, ਇਸ ਲਈ ਚੇਤਨਾ ਹੀ ਆਤਮਾ ਦਾ ਲੱਛਣ ਹੈ। ਜੇਕਰ ਕੋਈ ਹਿਰਦੇ ਵਿਚ ਰਹਿਣ ਵਾਲੀ ਆਤਮਾ ਨੂੰ ਨਹੀਂ ਲੱਭ ਸਕਦਾ ਕਿ ਉਹ ਕਿੱਥੇ ਸਥਿਤ ਹੈ ਤਾਂ ਵੀ ਉਹ ਆਤਮਾ ਦੀ ਹੋਂਦ ਨੂੰ ਚੇਤਨਾ ਦੀ ਹੋਂਦ ਨਾਲ ਜਾਣ ਸਕਦਾ ਹੈ। ਕਦੀ ਕਦੀ ਅਸੀਂ ਬੱਦਲ ਜਾਂ ਹੋਰਨਾਂ ਕਾਰਨਾਂ ਕਾਰਨ ਆਸਮਾਨ ਵਿਚ ਸੂਰਜ ਨਹੀਂ ਵੇਖ ਸਕਦੇ, ਪਰ ਸੂਰਜ ਦੀ ਰੋਸ਼ਨੀ ਹਮੇਸ਼ਾਂ ਰਹਿੰਦੀ ਹੈ, ਇਸ ਲਈ ਸਾਨੂੰ ਯਕੀਨ ਹੋ ਜਾਂਦਾ ਹੈ ਕਿ

ਇਹ ਦਿਨ ਦਾ ਸਮਾਂ ਹੈ ਸਵੇਰ ਵੇਲੇ ਜਿਵੇਂ ਹੀ ਆਸਮਾਨ ਤੋਂ ਥੋੜ੍ਹਾ ਜਿਹਾ ਸੂਰਜ ਵਿਖਾਈ ਦਿੰਦਾ ਹੈ ਤਾਂ ਅਸੀਂ ਸਮਝ ਜਾਂਦੇ ਹਾਂ ਕਿ ਸੂਰਜ ਅਸਮਾਨ ਵਿਚ ਹੈ। ਇਸੇ ਤਰ੍ਹਾਂ ਸ਼ਰੀਰਾਂ ਵਿਚ ਭਾਵੇਂ ਪਸ਼ੂ ਦਾ ਹੋਵੇ ਜਾਂ ਮਨੁੱਖਾਂ ਦਾ, ਕੁਝ ਨਾ ਕੁਝ ਚੇਤਨਾ ਰਹਿੰਦੀ ਹੈ, ਇਸ ਤਰ੍ਹਾਂ ਅਸੀਂ ਆਤਮਾ ਦੀ ਹੋਂਦ ਨੂੰ ਸਮਝ ਸਕਦੇ ਹਾਂ, ਪਰ ਜੀਵ ਦੀ ਇਹ ਚੇਤਨਾ ਪਰਮੇਸ਼ਵਰ ਦੀ ਚੇਤਨਾ ਤੋਂ ਬਿਲਕੁਲ ਵੱਖਰੀ ਹੈ ਕਿਉਂਕਿ ਪਰਮੇਸ਼ਵਰ ਤਾਂ ਸਭ ਕੁਝ ਜਾਣਦਾ ਹੈ ਉਹ ਭੂਤ, ਵਰਤਮਾਨ ਅਤੇ ਭਵਿੱਖ ਦੇ ਗਿਆਨ ਤੋਂ ਪੂਰਨ ਹੈ। ਵਿਅਕਤੀਗਤ ਜੀਵ ਦੀ ਚੇਤਨਾ ਭੁੱਲਣਹਾਰ ਹੈ, ਜਦੋਂ ਉਹ ਆਪਣੇ ਅਸਲੀ ਸਰੂਪ ਨੂੰ ਭੁੱਲ ਜਾਂਦਾ ਹੈ, ਤਾਂ ਉਸਨੂੰ ਕ੍ਰਿਸ਼ਨ ਦੇ ਉਪਦੇਸ਼ਾਂ ਤੋਂ ਸਿੱਖਿਆ ਅਤੇ ਪ੍ਰਕਾਸ਼ ਦਾ ਗਿਆਨ ਪ੍ਰਾਪਤ ਹੁੰਦਾ ਹੈ। ਪਰ ਕ੍ਰਿਸ਼ਨ ਭੁੱਲਣਹਾਰ ਜੀਵ ਨਹੀਂ ਹਨ। ਜੇਕਰ ਉਹ ਅਜਿਹੇ ਹੁੰਦੇ ਤਾਂ ਉਨ੍ਹਾਂ ਰਾਹੀਂ ਦਿੱਤੇ ਗਏ ਭਗਵਤ ਗੀਤਾ ਦੇ ਉਪਦੇਸ਼ ਵਿਅਰਥ ਹੁੰਦੇ।

ਆਤਮਾ ਦੇ ਦੋ ਪ੍ਰਕਾਰ ਹਨ – ਇਕ ਤਾਂ ਅਣੂ-ਆਤਮਾ ਅਤੇ ਦੂਜੀ ਵਿਭੂ-ਆਤਮਾ ਕਠੋਪਨਿਸ਼ਦ ਵਿਚ ਇਸ ਦੀ ਪੁਸ਼ਟੀ ਇੰਝ ਕੀਤੀ ਗਈ ਹੈ।

ਅਣੋਰ੍ ਅਣੀਯਾਨ੍ ਮਹਤੋ ਮਹੀਯਾਨ੍ ਆਤਮਾਸ੍ਯ ਜੰਤੋਰ੍ ਨਿਹਿਤੋ ਗੁਹਾਯਾਮ੍ ।
ਤਮ੍ ਅਕ੍ਰਤੁਹ੍ ਪਸ਼੍ਯਤਿ ਵੀਤ-ਸ਼ੋਕੋ ਧਾਤੁਹ੍ ਪ੍ਰਸਾਦਾਨ੍ ਮਹਿਮਾਨਮ੍ ਆਤ੍ਮਨਹ੍ ॥

"ਪਰਮਾਤਮਾ ਅਤੇ ਅਣੂ ਆਤਮਾ ਦੋਵੇਂ ਸ਼ਰੀਰ ਰੂਪੀ ਉਸੇ ਰੁੱਖ ਵਿਚ ਜੀਵ ਦੇ ਹਿਰਦੇ ਵਿਚ ਰਹਿੰਦੇ ਹਨ ਅਤੇ ਇਨ੍ਹਾਂ ਵਿਚੋਂ ਜਿਹੜਾ ਸਾਰੀਆਂ ਇੱਛਾਵਾਂ ਅਤੇ ਸ਼ੋਕਾਂ ਤੋਂ ਮੁਕਤ ਹੋ ਚੁੱਕਿਆ ਹੈ ਉਹੀ ਭਗਵਤ ਕ੍ਰਿਪਾ ਨਾਲ ਆਤਮਾ ਦੀ ਮਹਿਮਾ ਨੂੰ ਸਮਝ ਸਕਦਾ ਹੈ" ਕ੍ਰਿਸ਼ਨ ਪਰਮਾਤਮਾ ਦੇ ਵੀ ਸਰੋਤ ਹਨ, ਜਿਵੇਂ ਕਿ ਅਗਲੇ ਅਧਿਆਇ ਵਿਚ ਦੱਸਿਆ ਜਾਵੇਗਾ ਅਤੇ ਅਰਜੁਨ ਅਣੂ-ਆਤਮਾ ਵਾਂਗ ਹਨ ਜਿਹੜਾ ਆਪਣੇ ਅਸਲੀ ਸਰੂਪ ਨੂੰ ਭੁੱਲ ਗਿਆ ਹੈ, ਇਸ ਲਈ ਉਸਨੂੰ ਕ੍ਰਿਸ਼ਨ ਰਾਹੀਂ ਜਾਂ ਉਨ੍ਹਾਂ ਦੇ ਪ੍ਰਮਾਣਿਤ ਪ੍ਰਤੀਨਿਧ ਗੁਰੂਆਂ ਰਾਹੀਂ ਗਿਆਨੀ ਬਣਾਉਣ ਦੀ ਲੋੜ ਹੈ।

वेदाविनाशिनं नित्यं य एनमजमव्ययम्।
कथं स पुरुषः पार्थ कं घातयति हन्ति कम्॥ २१॥

ਵੇਦਾਵਿਨਾਸ਼ਿਨਮ੍ ਨਿਤ੍ਯਮ੍ ਯ ਏਨਮ੍ ਅਜਮ੍ ਅਵ੍ਯਯਮ੍
ਕਥਮ੍ ਸ ਪੁਰੁਸ਼ਹ੍ ਪਾਰ੍ਥ ਕਮ੍ ਘਾਤਯਤਿ ਹੰਤਿ ਕਮ੍ ॥ 21 ॥

ਵੇਦ-ਜਾਣਦਾ ਹੈ ; **ਅਵਿਨਾਸ਼ਿਨਮ੍**-ਅਵਿਨਾਸ਼ੀ ਨੂੰ ; **ਨਿਤ੍ਯਮ**-ਸ਼ਾਸ਼ਵਤ ; **ਯਹ੍**-ਜਿਹੜਾ ; **ਏਨਮ੍**-ਇਸ (ਆਤਮਾ) ; **ਅਜਮ੍**-ਅਜਨਮਾ ; **ਅਵ੍ਯਯਮ੍**-ਨਿਰਵਿਕਾਰ; **ਕਥਮ੍**-ਕਿਵੇਂ ; **ਸਹ੍**-ਉਹ ; **ਪੁਰੁਸ਼ਹ੍**-ਮਨੁੱਖ ; **ਪਾਰ੍ਥ**-ਹੇ ਪਾਰਥ (ਅਰਜੁਨ) ; **ਕਮ੍**-ਕਿਸ ਨੂੰ ; **ਘਾਤਯਤਿ**-ਮਰਵਾਉਂਦਾ ਹੈ ; **ਹੰਤਿ**-ਮਾਰਦਾ ਹੈ ; **ਕਮ੍**-ਕਿਸਨੂੰ।

ਅਨੁਵਾਦ

ਹੇ ਪਾਰਥ ! ਜਿਹੜਾ ਮਨੁੱਖ ਇਹ ਜਾਣਦਾ ਹੈ ਕਿ ਆਤਮਾ ਅਵਿਨਾਸ਼ੀ, ਅਜਨਮਾ, ਸ਼ਾਸ਼ਵਤ ਅਤੇ ਅਪਰਿਵਰਤਨਸ਼ੀਲ ਹੈ, ਉਹ ਭਲਾ ਕਿੰਝ ਕਿਸੇ ਨੂੰ ਮਾਰ ਸਕਦਾ ਹੈ ਜਾਂ ਮਰਵਾ ਸਕਦਾ ਹੈ

ਭਾਵ

ਹਰ ਵਸਤੂ ਦੀ ਸਮੁੱਚੀ ਉਪਯੋਗਿਤਾ ਹੁੰਦੀ ਹੈ ਅਤੇ ਜਿਹੜਾ ਗਿਆਨੀ ਹੁੰਦਾ ਹੈ ਉਹ ਜਾਣਦਾ ਹੈ ਕਿ ਕਿਸੇ ਵਸਤੂ ਨੂੰ ਕਿੱਥੇ ਅਤੇ ਕਿਵੇਂ ਪ੍ਰਯੋਗ ਕੀਤਾ ਜਾਵੇ । ਇਸੇ ਤਰ੍ਹਾਂ ਹਿੰਸਾ ਦੀ ਵੀ ਆਪਣੀ ਉਪਯੋਗਿਤਾ ਹੈ ਅਤੇ ਇਸ ਦਾ ਪ੍ਰਯੋਗ ਇਸ ਨੂੰ ਜਾਣਨ ਵਾਲੇ ਤੇ ਨਿਰਭਰ ਕਰਦਾ ਹੈ । ਭਾਵੇਂ ਹਿੰਸਾ ਕਰਨ ਵਾਲੇ ਮਨੁੱਖ ਨੂੰ ਨਿਆਂ ਸੰਹਿਤਾ ਮੁਤਾਬਿਕ ਮੌਤ ਦੀ ਸਜਾ ਦਿੱਤੀ ਜਾਂਦੀ ਹੈ ਪਰ ਜੱਜ ਨੂੰ ਦੋਸ਼ੀ ਨਹੀਂ ਮੰਨਿਆ ਜਾਂਦਾ ਕਿਉਂ ਕਿ ਉਹ ਨਿਆਂ ਸੰਹਿਤਾ ਮੁਤਾਬਿਕ ਹੀ ਦੂਜੇ ਮਨੁੱਖ ਦੇ ਹਿੰਸਾ ਕਰਨ ਦਾ ਹੁਕਮ ਦਿੰਦਾ ਹੈ । ਮਨੁੱਖਾਂ ਦੇ ਵਿਧੀ ਗ੍ਰੰਥ ਮਨੂ-ਸੰਹਿਤਾ ਵਿਚ ਇਸ ਦਾ ਸਮਰਥਨ ਕੀਤਾ ਗਿਆ ਹੈ ਕਿ ਹਤਿਆਰੇ ਨੂੰ ਮੌਤ ਦੀ ਸਜਾ ਦੇਣੀ ਚਾਹੀਦੀ ਹੈ, ਜਿਸ ਨਾਲ ਉਸ ਨੂੰ ਅਗਲੇ ਜੀਵਨ ਵਿਚ ਆਪਣੇ ਪਾਪ ਕਰਮ ਦਾ ਫਲ ਨਾ ਭੋਗਣਾ ਪਵੇ । ਇਸ ਲਈ ਰਾਜੇ ਰਾਹੀਂ ਹਤਿਆਰੇ ਨੂੰ ਫਾਂਸੀ ਦੀ ਸਜਾ ਇਕ ਤਰ੍ਹਾਂ ਨਾਲ ਫਾਇਦੇਮੰਦ ਹੈ । ਇਸ ਤਰ੍ਹਾਂ ਜਦੋਂ ਕ੍ਰਿਸ਼ਨ ਜੰਗ ਕਰਨ ਦਾ ਹੁਕਮ ਦਿੰਦੇ ਹਨ ਤਾਂ ਇਹ ਸਮਝਣਾ ਚਾਹੀਦਾ ਹੈ ਕਿ ਇਹ ਹਿੰਸਾ ਪਰਮ ਨਿਆਂ ਲਈ ਹੈ ਅਤੇ ਇਸ ਤਰ੍ਹਾਂ ਅਰਜੁਨ ਨੂੰ ਇਸ ਹੁਕਮ ਦਾ ਪਾਲਨ ਇਹ ਸਮਝ ਕੇ ਕਰਨਾ ਚਾਹੀਦਾ ਹੈ ਕਿ ਕ੍ਰਿਸ਼ਨ ਲਈ ਕੀਤੀ ਜੰਗ ਹਿੰਸਾ ਨਹੀਂ ਕਿਉਂਕਿ ਮਨੁੱਖ ਜਾਂ ਦੂਜੇ ਸ਼ਬਦਾਂ ਵਿਚ ਆਤਮਾ ਨੂੰ ਮਾਰਿਆ ਨਹੀਂ ਜਾ ਸਕਦਾ । ਇਸ ਲਈ ਨਿਆਂ ਲਈ ਅਖੌਤੀ ਹਿੰਸਾ ਦੀ ਇਜ਼ਾਜਤ ਹੈ । ਚੀਰਫਾੜ (ਉਪਰੇਸ਼ਨ) ਦਾ ਪ੍ਰਯੋਜਨ ਰੋਗੀ ਨੂੰ ਮਾਰਨਾ ਨਹੀਂ ਸਗੋਂ ਉਸਨੂੰ ਤੰਦਰੁਸਤ ਕਰਨਾ ਹੈ । ਇਸ ਲਈ ਕ੍ਰਿਸ਼ਨ ਦੇ ਹੁਕਮਾਂ ਤੇ ਅਰਜੁਨ ਰਾਹੀਂ ਕੀਤੀ ਜਾਣ ਵਾਲੀ ਜੰਗ ਪੂਰੀ ਸੂਝ-ਬੂਝ ਨਾਲ ਹੋ ਰਹੀ ਹੈ, ਉਸ ਤੋਂ ਪਾਪ ਫਲ ਦੀ ਕੋਈ ਸੰਭਾਵਨਾ ਨਹੀਂ ।

वासांसि जीर्णानि यथा विहाय
नवानि गृह्णाति नरोऽपराणि।
तथा शरीराणि विहाय जीर्णा-
न्यन्यानि संयाति नवानि देही॥ २२॥

ਵਾਸਾਂਸਿ ਜੀਰਣਾਨਿ ਯਥਾ ਵਿਹਾਯ
ਨਵਾਨਿ ਗ੍ਰਿਹ੍ਣਾਤਿ ਨਰੋ 'ਪਰਾਣਿ ।
ਤਥਾ ਸ਼ਰੀਰਾਣਿ ਵਿਹਾਯ ਜੀਰਣਾਨਿ
ਅਨ੍ਯਾਨਿ ਸੰਯਾਤਿ ਨਵਾਨਿ ਦੇਹੀ ॥ 22 ॥

ਵਾਸਾਂਸਿ-ਕੱਪੜਿਆਂ ਨੂੰ ; **ਜੀਰ੍ਣਾਨਿ**-ਪੁਰਾਣੇ ਅਤੇ ਫਟੇ ; **ਯਥਾ**-ਜਿਵੇਂ ; **ਵਿਹਾਯ**-ਤਿਆਗ ਕੇ (ਉਤਾਰਕੇ) ; **ਨਵਾਨਿ**-ਨਵੇਂ ਕੱਪੜੇ ; **ਗ੍ਰਿਹ੍ਣਾਤਿ**-ਗ੍ਰਹਿਣ ਕਰਦਾ ਹੈ ; **ਨਰਹ੍**-ਮਨੁੱਖ ; **ਅਪਰਾਣਿ**-ਹੋਰ ; **ਤਥਾ**-ਉਸੇ ਤਰ੍ਹਾਂ ; **ਸ਼ਰੀਰਾਣਿ**-ਸ਼ਰੀਰ ਨੂੰ ; **ਵਿਹਾਯ**-ਤਿਆਗ ਕੇ ; **ਜੀਰ੍ਣਾਨਿ**-ਬੁੱਢਾ ਅਤੇ ਬੇਕਾਰ ; **ਅਨ੍ਯਾਨਿ**-ਹੋਰ ; **ਸੰਯਾਤਿ**-ਸਵੀਕਾਰ ਕਰਦਾ ਹੈ ; **ਨਵਾਨਿ**-ਨਵੇਂ ; **ਦੇਹੀ**-ਦੇਹਧਾਰੀ ।

ਅਨੁਵਾਦ

ਜਿਵੇਂ ਮਨੁੱਖ ਪੁਰਾਣੇ ਕੱਪੜੇ ਉਤਾਰਕੇ ਨਵੇਂ ਕੱਪੜੇ ਪਾ ਲੈਂਦਾ ਹੈ, ਉਸੇ ਤਰ੍ਹਾਂ ਆਤਮਾ ਪੁਰਾਣੇ ਅਤੇ ਬੇਕਾਰ ਸ਼ਰੀਰਾਂ ਨੂੰ ਛੱਡਕੇ ਨਵਾਂ ਭੌਤਿਕ ਸ਼ਰੀਰ ਧਾਰਨ ਕਰਦਾ ਹੈ ।

ਭਾਵ

ਅਣੂ-ਆਤਮਾ ਰਾਹੀਂ ਸ਼ਰੀਰ ਦਾ ਪਰਿਵਰਤਨ ਇਕ ਮੰਨਿਆ ਤੱਥ ਹੈ । ਆਧੁਨਿਕ ਵਿਗਿਆਨੀ ਤਕ ਜਿਹੜੇ ਆਤਮਾ ਦੀ ਹੋਂਦ ਤੇ ਵਿਸ਼ਵਾਸ ਨਹੀਂ ਕਰਦੇ, ਪਰ ਨਾਲ ਹੀ ਹਿਰਦੇ ਤੋਂ ਸ਼ਕਤੀ-ਸਾਧਨ ਦੀ ਵਿਆਖਿਆ ਵੀ ਨਹੀਂ ਕਰ ਸਕਦੇ, ਉਨ੍ਹਾਂ ਪਰਿਵਰਤਨਾਂ ਨੂੰ ਮੰਨਣ ਲਈ ਮਜ਼ਬੂਰ ਹਨ ਜਿਹੜੇ ਬਚਪਨ ਤੋਂ ਜੁਆਨੀ ਅਤੇ ਫਿਰ ਜੁਆਨੀ ਅਤੇ ਬੁਢਾਪੇ ਵਿਚ ਹੁੰਦੇ ਰਹਿੰਦੇ ਹਨ । ਬੁੱਢਾਪੇ ਤੋਂ ਇਹੋ ਪਰਿਵਰਤਨ ਦੂਜੇ ਸ਼ਰੀਰ ਵਿਚ ਬਦਲ ਜਾਂਦਾ ਹੈ, ਇਸ ਦੀ ਵਿਆਖਿਆ ਪਿੱਛੇ ਇੱਕ ਸ਼ਲੋਕ (2-13) ਵਿਚ ਕੀਤੀ ਜਾ ਚੁੱਕੀ ਹੈ । ਅਣੂ-ਆਤਮਾ ਦਾ ਦੂਜੇ ਸ਼ਰੀਰ ਵਿਚ ਬਦਲੀ ਪਰਮਾਤਮਾ ਦੀ ਕ੍ਰਿਪਾ ਨਾਲ ਸੰਭਵ ਹੋ ਸਕਦੀ ਹੈ । ਪਰਮਾਤਮਾ ਅਣੂ-ਆਤਮਾ ਦੀਆਂ ਇੱਛਾਵਾਂ ਦੀ ਪੂਰਤੀ ਉਸ ਤਰ੍ਹਾਂ ਕਰਦੇ ਹਨ, ਜਿਵੇਂ ਇਕ ਦੋਸਤ ਦੂਜੇ ਦੀ ਇੱਛਾ ਪੂਰੀ ਕਰਦਾ ਹੈ । ਮੁੰਡਕ ਅਤੇ ਸ਼ਵੇਤਾਸ਼ਵਤਰ ਉਪਨਿਸ਼ਦਾਂ ਵਿਚ ਆਤਮਾ ਅਤੇ ਪਰਮਾਤਮਾ ਦੀ ਉਪਮਾ ਦੋ ਦੋਸਤ ਪੰਛੀਆਂ ਨਾਲ ਦਿੱਤੀ ਗਈ ਹੈ, ਜਿਹੜੇ ਇੱਕੋ ਰੁੱਖ ਤੇ ਬੈਠੇ ਹਨ । ਇਨ੍ਹਾਂ ਵਿੱਚੋਂ ਇੱਕ ਪੰਛੀ (ਅਣੂ ਆਤਮਾ) ਰੁੱਖ ਦੇ ਫਲ ਨੂੰ ਖਾ ਰਿਹਾ ਹੈ ਅਤੇ ਦੂਜਾ ਪੰਛੀ (ਕ੍ਰਿਸ਼ਨ) ਆਪਣੇ ਦੋਸਤ ਨੂੰ ਵੇਖ ਰਿਹਾ ਹੈ । ਹਾਲਾਂਕਿ ਦੋਵੇਂ ਪੰਛੀ ਬਰਾਬਰ ਗੁਣਾਂ ਵਾਲੇ ਹਨ, ਪਰ ਇਨ੍ਹਾਂ ਵਿਚ ਇਕ ਭੌਤਿਕ ਰੁੱਖ ਦੇ ਫਲਾਂ ਤੇ ਮੋਹਿਤ ਹੈ ਪਰ ਦੂਜਾ ਆਪਣੇ ਦੋਸਤ ਦੇ ਕੰਮ-ਕਾਰਜਾਂ ਦਾ ਸਿਰਫ਼ ਗਵਾਹ ਹੈ । ਕ੍ਰਿਸ਼ਨ ਗਵਾਹ ਰੂਪੀ ਪੰਛੀ ਹਨ ਅਤੇ ਅਰਜੁਨ ਫਲ ਭੋਗਤਾ ਪੰਛੀ । ਭਾਵੇਂ ਦੋਵੇਂ ਦੋਸਤ ਹਨ, ਪਰ ਫਿਰ ਵੀ ਇੱਕ ਸਵਾਮੀ ਅਤੇ ਦੂਜਾ ਸੇਵਕ ਹੈ । ਅਣੂ-ਆਤਮਾ ਰਾਹੀਂ ਇਸ ਸੰਬੰਧ ਨੂੰ ਭੁੱਲਣਾ ਹੀ ਉਸ ਦਾ ਇੱਕ ਰੁੱਖ ਤੋਂ ਦੂਜੇ ਤੇ ਜਾਣ ਜਾਂ ਇਕ ਸ਼ਰੀਰ ਤੋਂ ਦੂਜੇ ਸ਼ਰੀਰ ਵਿਚ ਜਾਣ ਦਾ ਕਾਰਨ ਹੈ । ਜੀਵ ਆਤਮਾ ਭੌਤਿਕ ਸ਼ਰੀਰ ਰੂਪੀ ਰੁੱਖ ਤੇ ਵਧੇਰੇ ਸੰਘਰਸ਼ ਸ਼ੀਲ ਹੈ, ਪਰ ਜਿਵੇਂ ਹੀ ਉਹ ਦੂਜੇ ਪੰਛੀ ਨੂੰ ਪਰਮ ਗੁਰੂ ਦੇ ਰੂਪ ਵਿਚ ਸਵੀਕਾਰ ਕਰਦਾ ਹੈ-ਜਿਸ ਤਰ੍ਹਾਂ ਅਰਜੁਨ ਕ੍ਰਿਸ਼ਨ ਦਾ ਉਪਦੇਸ਼ ਗ੍ਰਹਿਣ ਕਰਨ ਲਈ ਆਪਣੀ ਮਰਜੀ ਨਾਲ ਉਨ੍ਹਾਂ ਦੀ ਸ਼ਰਨ ਵਿਚ ਜਾਂਦਾ ਹੈ - ਉਦੋਂ ਹੀ ਸ਼ਰਨ ਵਿਚ ਆਇਆ ਪੰਛੀ ਸਾਰੇ ਸ਼ੋਕਾਂ ਤੋਂ ਮੁਕਤ ਹੋ ਜਾਂਦਾ ਹੈ । **ਮੁੰਡਕ ਉਪਨਿਸ਼ਦ** (3-1-2) ਅਤੇ **ਸ਼ਵੇਤਾਸਵਤਰ ਉਪਨਿਸ਼ਦ** (4,7) ਦੋਵੇਂ ਹੀ ਇਸਦੀ ਪੁਸ਼ਟੀ ਕਰਦੇ ਹਨ :-

ਸਮਾਨੇ ਵ੍ਰਿਕ੍ਸ਼ੇ ਪੁਰੁਸ਼ੋ ਨਿਮਗ੍ਨੋ 'ਨੀਸ਼ਯਾ ਸ਼ੋਚਤਿ ਮੁਹ੍ਯਮਾਨਹ੍।
ਜੁਸ਼੍ਟਮ੍ ਯਦਾ ਪਸ਼੍ਯਤਿ ਅਨ੍ਯਮ੍ ਈਸ਼ਮ੍ ਅਸ੍ਯ ਮਹਿਮਾਨਮ੍ ਇਤਿ ਵੀਤ-ਸ਼ੋਕਹ੍॥

"ਭਾਵੇਂ ਦੋਵੇਂ ਪੰਛੀ ਇੱਕੋ ਰੁੱਖ ਤੇ ਬੈਠੇ ਹਨ, ਪਰ ਫਲ ਖਾਣ ਵਾਲਾ ਪੰਛੀ ਰੁੱਖ ਦੇ ਫਲ ਦੇ ਭੋਗਤਾ ਦੇ ਰੂਪ ਵਿਚ ਚਿੰਤਾ ਅਤੇ ਦੁੱਖ ਵਿਚ ਡੁੱਬਿਆ ਹੈ। ਜੇਕਰ ਕਿਸੇ ਤਰ੍ਹਾਂ ਉਹ ਆਪਣੇ ਦੋਸਤ ਭਗਵਾਨ ਵੱਲ ਵੱਧਦਾ ਹੈ ਅਤੇ ਉਨ੍ਹਾਂ ਦੀ ਮਹਿਮਾ ਸਮਝ ਲੈਂਦਾ ਹੈ ਤਾਂ ਉਹ ਕਸ਼ਟ ਭੋਗਣ ਵਾਲਾ ਪੰਛੀ ਤੁਰੰਤ ਸਾਰੀਆਂ ਚਿੰਤਾਵਾਂ ਤੋਂ ਮੁਕਤ ਹੋ ਜਾਂਦਾ ਹੈ" ਹੁਣ ਅਰਜੁਨ ਨੇ ਆਪਣਾ ਮੂੰਹ ਆਪਣੇ ਸਨਾਤਨ ਦੋਸਤ ਕ੍ਰਿਸ਼ਨ ਵੱਲ ਘੁੰਮਾਇਆ ਅਤੇ ਉਨ੍ਹਾਂ ਤੋਂ ਭਗਵਤ ਗੀਤਾ ਸਮਝ ਰਿਹਾ ਹੈ, ਇੰਝ ਉਹ ਕ੍ਰਿਸ਼ਨ ਤੋਂ ਸੁਣਕੇ ਭਗਵਾਨ ਦੀ ਪਰਮ ਮਹਿਮਾ ਨੂੰ ਸਮਝ ਸ਼ੋਕ ਮੁਕਤ ਹੋ ਸਕਦਾ ਹੈ।

ਇਥੇ ਭਗਵਾਨ ਨੇ ਅਰਜੁਨ ਨੂੰ ਉਪਦੇਸ਼ ਦਿੱਤਾ ਹੈ ਕਿ ਉਹ ਆਪਣੇ ਪਿਤਾਮਹ (ਦਾਦਾ) ਅਤੇ ਗੁਰੂ ਦੀ ਮੌਤ ਤੇ ਸ਼ੋਕ ਪ੍ਰਗਟ ਨਾ ਕਰੇ, ਸਗੋਂ ਉਸਨੂੰ ਇਸ ਧਰਮ ਜੰਗ ਵਿਚ ਉਨ੍ਹਾਂ ਦੇ ਸ਼ਰੀਰ ਨੂੰ ਮਾਰ ਕੇ ਪ੍ਰਸੰਨ ਹੋਣਾ ਚਾਹੀਦਾ ਹੈ, ਜਿਸ ਨਾਲ ਉਹ ਸਾਰੇ ਵੱਖੋ-ਵੱਖਰੇ ਸ਼ਰੀਰਕ ਕਰਮ ਫਲਾਂ ਨਾਲ ਤੁਰੰਤ ਮੁਕਤ ਹੋ ਜਾਣ। ਬਲੀਵੇਦੀ ਤੇ ਜਾਂ ਧਰਮ ਜੰਗ ਵਿਚ ਪ੍ਰਾਣ ਦੇਣ ਵਾਲਾ ਮਨੁੱਖ ਤੁਰੰਤ ਸ਼ਰੀਰਕ ਪਾਪਾਂ ਤੋਂ ਮੁਕਤ ਹੋ ਜਾਂਦਾ ਹੈ ਅਤੇ ਉਚੇਰੇ ਲੋਕ ਨੂੰ ਪ੍ਰਾਪਤ ਹੁੰਦਾ ਹੈ, ਇਸ ਲਈ ਅਰਜੁਨ ਦਾ ਸ਼ੋਕ ਕਰਨਾ ਠੀਕ ਨਹੀਂ ਹੈ।

नैनं छिन्दन्ति शस्त्राणि नैनं दहति पावकः।
न चैनं क्लेदयन्त्यापो न शोषयति मारुतः॥ २३॥

ਨੈਨਮ੍ ਛਿੰਦੰਤਿ ਸ਼ਸ੍ਤ੍ਰਾਣਿ ਨੈਨਮ੍ ਦਹਤਿ ਪਾਵਕਹ੍।
ਨ ਚੈਨਮ੍ ਕ੍ਲੇਦਯੰਤਿ ਅਪੋ ਨ ਸ਼ੋਸ਼ਯਤਿ ਮਾਰੁਤਹ੍॥ 23॥

ਨ-ਕਦੀ ਨਹੀਂ ; ਏਨਮ-ਇਸ ਆਤਮਾ ਨੂੰ ; ਛਿੰਦੰਤਿ-ਟੁਕੜੇ-ਟੁਕੜੇ ਕਰ ਸਕਦੇ ਹਨ ; ਸ਼ਸ੍ਤ੍ਰਾਣਿ-ਹਥਿਆਰ ; ਨ-ਕਦੀ ਨਹੀਂ ; ਏਨਮ-ਇਸ ਆਤਮਾ ਨੂੰ ; ਦਹਤਿ-ਜਲਾ ਸਕਦੇ ; ਪਾਵਕਹ੍-ਅੱਗ ; ਨ-ਕਦੀ ਨਹੀਂ ; ਚ- ਅਤੇ; ਏਨਮ-ਇਸ ਆਤਮਾ ਨੂੰ ; ਕ੍ਲੇਦਯੰਤਿ-ਭਿਗੋ ਸਕਦਾ ਹੈ ; ਆਪਹ੍-ਪਾਣੀ ; ਨ-ਕਦੀ ਨਹੀਂ ; ਸ਼ੋਸ਼ਯਤਿ-ਸੁੱਕਾ ਸਕਦਾ ਹੈ ; ਮਾਰੁਤਹ੍-ਹਵਾ।

ਅਨੁਵਾਦ

ਇਹ ਆਤਮਾ ਨਾ ਕਦੀ ਕਿਸੇ ਹਥਿਆਰ ਰਾਹੀਂ ਟੁੱਕੜਿਆਂ ਵਿਚ ਵੰਡੀ ਜਾ ਸਕਦਾ ਹੈ, ਨਾ ਇਸਨੂੰ ਅੱਗ ਰਾਹੀਂ ਜਲਾਇਆ ਜਾ ਸਕਦਾ ਹੈ, ਨਾ ਪਾਣੀ ਰਾਹੀਂ ਗਿੱਲਾ ਕੀਤਾ ਜਾ ਸਕਦਾ ਅਤੇ ਨਾ ਹੀ ਹਵਾ ਰਾਹੀਂ ਸੁਕਾਇਆ ਜਾ ਸਕਦਾ ਹੈ।

ਭਾਵ

ਸਾਰੇ ਹਥਿਆਰ-ਤਲਵਾਰ, ਅਗਨੀ-ਅਸਤਰ, ਵਰਖਾ-ਅਸਤਰ, ਚੱਕਰਵਾਤ ਆਦਿ ਆਤਮਾ ਨੂੰ ਮਾਰਨ ਵਿਚ ਅਸਮਰਥ ਹਨ। ਅਜਿਹਾ ਲਗਦਾ ਹੈ ਕਿ ਆਧੁਨਿਕ ਅਗਨੀ ਸ਼ਾਸਤਰਾਂ ਤੋਂ

ਇਲਾਵਾ ਮਿੱਟੀ, ਪਾਣੀ, ਹਵਾ, ਅਕਾਸ਼ ਆਦਿ ਦੇ ਵੀ ਅਨੇਕਾਂ ਤਰ੍ਹਾਂ ਦੇ ਹਥਿਆਰ ਹੁੰਦੇ ਸਨ। ਇਥੋਂ ਤਕ ਕਿ ਆਧੁਨਿਕ ਯੁਗ ਦੇ ਪ੍ਰਮਾਣੂ ਹਥਿਆਰਾਂ ਦੀ ਗਿਣਤੀ ਵੀ ਅਗਨੀ-ਅਸਤਰਾਂ ਵਿਚ ਕੀਤੀ ਜਾਂਦੀ ਹੈ, ਪਰ ਪਹਿਲੇ ਸਮੇਂ ਵਿਚ ਵੱਖੋ ਵੱਖਰੇ ਧਾਤੂਆਂ ਤੋਂ ਬਣੇ ਹਥਿਆਰ ਹੁੰਦੇ ਸਨ। ਅੱਗ ਦੇ ਹਥਿਆਰਾਂ ਦਾ ਮੁਕਾਬਲਾ ਪਾਣੀ ਦੇ (ਵਰੁਣ) ਹਥਿਆਰਾਂ ਨਾਲ ਕੀਤਾ ਜਾਂਦਾ ਸੀ, ਜਿਨ੍ਹਾਂ ਨੂੰ ਆਧੁਨਿਕ ਵਿਗਿਆਨ ਨਹੀਂ ਜਾਣਦਾ। ਆਧੁਨਿਕ ਵਿਗਿਆਨ ਨੂੰ ਚੱਕਰਵਾਤ ਹਥਿਆਰਾਂ ਦਾ ਵੀ ਪਤਾ ਨਹੀਂ। ਕੁਝ ਵੀ ਹੋਵੇ ਆਤਮਾ ਨੂੰ ਨਾ ਤਾਂ ਟੁਕੜੇ-ਟੁਕੜੇ ਕੀਤਾ ਜਾ ਸਕਦਾ ਹੈ, ਨਾ ਕਿਸੇ ਵਿਗਿਆਨਕ ਹਥਿਆਰਾਂ ਨਾਲ ਮਾਰਿਆ ਜਾ ਸਕਦਾ ਹੈ, ਭਾਵੇਂ ਉਨ੍ਹਾਂ ਦੀ ਕਿੰਨੀ ਵੀ ਗਿਣਤੀ ਕਿਉਂ ਨਾ ਹੋਵੇ।

ਮਾਇਆਵਾਦੀ ਇਸਦੀ ਵਿਆਖਿਆ ਨਹੀਂ ਕਰ ਸਕਦੇ ਕਿ ਜੀਵ ਕਿੰਝ ਆਪਣੇ ਅਗਿਆਨ ਕਾਰਨ ਪੈਦਾ ਹੋਇਆ ਅਤੇ ਉਸ ਤੋਂ ਬਾਅਦ ਮਾਇਆ ਦੀ ਸ਼ਕਤੀ ਨਾਲ ਘਿਰ ਗਿਆ। ਨਾ ਹੀ ਆਦਿ ਪਰਮਾਤਮਾ ਤੋਂ ਜੀਵਾਂ ਨੂੰ ਅਲੱਗ ਕਰਨਾ ਸੰਭਵ ਸੀ, ਸਗੋਂ ਸਾਰੇ ਜੀਵ ਪਰਮਾਤਮਾ ਤੋਂ ਅਲੱਗ ਹੋਏ ਉਨ੍ਹਾਂ ਦੇ ਸਨਾਤਨ ਅੰਸ਼ ਹਨ। ਕਿਉਂਕਿ ਉਹ ਸਨਾਤਨ ਅਣੂ-ਆਤਮਾ ਹਨ, ਇਸ ਲਈ ਮਾਇਆ ਰਾਹੀਂ ਘਿਰਨ ਦੀ ਉਨ੍ਹਾਂ ਦੀ ਪ੍ਰਵਿਰਤੀ ਸੁਭਾਵਿਕ ਹੈ ਅਤੇ ਇੰਝ ਉਹ ਭਗਵਾਨ ਦੀ ਸੰਗਤ ਤੋਂ ਵੱਖਰੇ ਹੋ ਜਾਂਦੇ ਹਨ, ਜਿਵੇਂ ਅੱਗ ਦੇ ਅੰਗਾਰੇ ਅੱਗ ਤੋਂ ਵੱਖਰੇ ਹੁੰਦਿਆ ਹੀ ਬੁਝ ਜਾਂਦੇ ਹਨ, ਜਦੋਂ ਕਿ ਇੰਨਾਂ ਦੋਵਾਂ ਦੇ ਗੁਣ ਬਰਾਬਰ ਹੁੰਦੇ ਹਨ। ਵਰਾਹ ਪੁਰਾਣ ਵਿਚ ਜੀਵਾਂ ਨੂੰ ਪਰਮਾਤਮਾ ਦਾ ਅਨਿਖੜਵਾਂ ਅੰਸ਼ ਕਿਹਾ ਗਿਆ ਹੈ। ਭਗਵਤ ਗੀਤਾ ਮੁਤਾਬਿਕ ਵੀ ਉਹ ਸਨਾਤਨ ਰੂਪ ਵਿਚ ਇਹੋ ਜਿਹੇ ਹੀ ਹਨ। ਇਸ ਲਈ ਮੋਹ ਤੋਂ ਮੁਕਤ ਹੋ ਕੇ ਵੀ ਜੀਵ ਵੱਖਰੀ ਹੋਂਦ ਰਖਦਾ ਹੈ, ਜਿਵੇਂ ਕਿ ਕ੍ਰਿਸ਼ਨ ਰਾਹੀਂ ਅਰਜੁਨ ਨੂੰ ਦਿੱਤੇ ਗਏ ਉਪਦੇਸ਼ਾਂ ਤੋਂ ਸਪਸ਼ਟ ਹੈ। ਅਰਜੁਨ ਕ੍ਰਿਸ਼ਨ ਦੇ ਉਪਦੇਸ਼ ਕਾਰਨ ਮੁਕਤ ਤਾਂ ਹੋ ਗਿਆ, ਪਰ ਕਦੀ ਵੀ ਕ੍ਰਿਸ਼ਨ ਨਾਲ ਇੱਕ ਮਿੱਕ ਨਹੀਂ ਹੋਇਆ।

अच्छेद्योऽयमदाह्योऽयमक्लेद्योऽशोष्य एव च।
नित्यः सर्वगतः स्थाणुरचलोऽयं सनातनः॥ २४॥

ਅਚ੍ਛੇਦ੍ਯੋ 'ਯਮ੍ ਅਦਾਹ੍ਯੋ 'ਯਮ੍ ਅਕ੍ਲੇਦ੍ਯੋ 'ਸ਼ੋਸ਼੍ਯ ਏਵ ਚ।
ਨਿਤ੍ਯਹ੍ ਸਰ੍ਵ-ਗਤਹ੍ ਸ੍ਥਾਣੁਰ੍ ਅਚਲੋ 'ਯਮ੍ ਸਨਾਤਨਹ੍ ॥ 24 ॥

ਅਚ੍ਛੇਦ੍ਯਹ੍-ਨਾ ਟੁੱਟਣ ਵਾਲਾ ; **ਅਯਮ੍**-ਇਹ ਆਤਮਾ, **ਅਦਾਹ੍ਯਹ੍**-ਨਾ ਜਲਾਇਆ ਜਾ ਸਕਣ ਵਾਲਾ ; **ਅਯਮ੍**-ਇਹ ਆਤਮਾ ; **ਅਕ੍ਲੇਦ੍ਯਹ੍**-ਜੋ ਘੁਲਦਾ ਨਹੀਂ ; **ਅਸ਼ੋਸ਼੍ਯਹ੍**-ਨਾ ਸੁੱਕਾਇਆ ਜਾ ਸਕਣ ਵਾਲਾ ; **ਏਵ**-ਨਿਸ਼ਚੈ ਹੀ ; **ਚ**-ਅਤੇ ; **ਨਿਤ੍ਯਹ੍**-ਸ਼ਾਸ਼ਵਤ ; **ਸਰ੍ਵ-ਗਤਹ੍**-ਸਰਬਵਿਆਪੀ ; **ਸ੍ਥਾਣੁਹ੍**-ਜਿਸ ਵਿਚ ਪਰਿਵਰਤਨ ਨਹੀਂ ਹੁੰਦਾ, ਅਵਿਕਾਰੀ ; **ਅਚਲਹ੍**-ਜੜ੍ਹ ; **ਅਯਮ੍**-ਇਹ ਆਤਮਾ ; **ਸਨਾਤਨ**-ਹਮੇਸ਼ਾਂ ਇਕੋ ਜਿਹਾ।

ਅਨੁਵਾਦ

ਇਹ ਆਤਮਾ ਅਖੰਡਿਤ ਅਤੇ ਅਘੁਲਣਸ਼ੀਲ ਹੈ। ਇਸ ਨੂੰ ਨਾ ਤਾਂ ਜਲਾਇਆ ਜਾ ਸਕਦਾ ਹੈ ਨਾ ਹੀ ਸੁੱਕਾਇਆ ਜਾ ਸਕਦਾ ਹੈ। ਇਹ ਸ਼ਾਸਵਤ, ਸਰਵ-ਵਿਆਪੀ, ਵਿਕਾਰ ਰਹਿਤ, ਸਥਿਰ ਅਤੇ ਹਮੇਸ਼ਾਂ ਇਕੋ ਜਿਹਾ ਰਹਿਣ ਵਾਲੀ ਹੈ।

ਭਾਵ

ਅਣੂ ਆਤਮਾ ਦੇ ਏਨੇ ਗੁਣ ਇਹ ਸਾਬਿਤ ਕਰਦੇ ਹਨ ਕਿ ਆਤਮਾ ਪੂਰਨ ਆਤਮਾ ਦਾ ਅਣੂ-ਅੰਸ਼ ਹੈ ਅਤੇ ਬਿਨ੍ਹਾਂ ਕਿਸੇ ਪਰਿਵਰਤਨ ਦੇ ਲਗਾਤਾਰ ਸਨਾਤਨ ਰੂਪ ਵਿਚ ਉਂਝ ਹੀ ਬਣਿਆ ਰਹਿੰਦਾ ਹੈ। ਇਸ ਪ੍ਰਸੰਗ ਵਿਚ ਅਦਵੈਤਵਾਦ ਨੂੰ ਵਿਵਹਾਰ ਵਿਚ ਲਿਆਉਣਾ ਔਖਾ ਹੈ, ਕਿਉਂਕਿ ਅਣੂ-ਆਤਮਾ ਕਦੀ ਵੀ ਪਰਮ ਆਤਮਾ ਨਾਲ ਮਿਲਕੇ ਇਕ ਨਹੀਂ ਹੋ ਸਕਦਾ। ਭੌਤਿਕ ਪਾਪਾਂ ਤੋਂ ਮੁਕਤ ਹੋਕੇ ਅਣੂ ਆਤਮਾ ਭਗਵਾਨ ਦੇ ਤੇਜ਼ ਦੀਆਂ ਕਿਰਨਾਂ ਦਾ ਅਧਿਆਤਮਕ ਕਣ ਬਣਕੇ ਰਹਿਣਾ ਚਾਹੁੰਦਾ ਹੈ, ਪਰ ਬੁੱਧੀਮਾਨ ਜੀਵ ਤਾਂ ਭਗਵਾਨ ਦੀ ਸੰਗਤ ਕਰਨ ਲਈ ਬੈਕੁੰਠ ਲੋਕ ਵਿਚ ਪ੍ਰਵੇਸ਼ ਕਰਦਾ ਹੈ।

ਸਰ੍ਵਗਤ (ਸਰਬਵਿਆਪੀ) ਸ਼ਬਦ ਮਹੱਤਵਪੂਰਣ ਹੈ, ਕਿਉਂਕਿ ਇਸ ਵਿਚ ਕੋਈ ਸ਼ੱਕ ਨਹੀਂ ਹੈ ਕਿ ਜੀਵ ਭਗਵਾਨ ਦੀ ਸਾਰੀ ਸ੍ਰਿਸ਼ਟੀ ਵਿਚ ਫੈਲੇ ਹੋਏ ਹਨ, ਉਹ ਜਲ, ਥਲ, ਹਵਾ, ਧਰਤੀ ਦੇ ਅੰਦਰ ਅਤੇ ਅੱਗ ਵਿਚ ਰਹਿੰਦੇ ਹਨ, ਜਿਹੜੇ ਇਹ ਮੰਨਦੇ ਹਨ ਕਿ ਉਹ ਅੱਗ ਵਿਚ ਸੜ ਜਾਂਦੇ ਹਨ, ਉਹ ਠੀਕ ਨਹੀਂ ਹਨ ਕਿਉਂਕਿ ਇੱਥੇ ਸਾਫ ਕਿਹਾ ਗਿਆ ਹੈ ਕਿ ਆਤਮਾ ਨੂੰ ਅੱਗ ਵਿਚ ਸਾੜਿਆ ਨਹੀਂ ਜਾ ਸਕਦਾ। ਇਸ ਲਈ ਇਸ ਵਿਚ ਕੋਈ ਸ਼ੱਕ ਨਹੀਂ ਕਿ ਸੂਰਜਲੋਕ ਵਿਚ ਵੀ ਯੋਗ ਪ੍ਰਾਣੀ ਰਹਿੰਦੇ ਹਨ। ਜੇਕਰ ਸੂਰਜ ਲੋਕ ਸੁੰਨਾ ਹੋਵੇ ਤਾਂ **ਸਰ੍ਵਗਤ** (ਸਰਬਵਿਆਪੀ) ਸ਼ਬਦ ਬੇਅਰਥ ਬਣ ਜਾਂਦਾ ਹੈ।

अव्यक्तोऽयमचिन्त्योऽयमविकार्योऽयमुच्यते।
तस्मादेवं विदित्वैनं नानुशोचितुमर्हसि॥ २५॥

ਅਵ੍ਯਕ੍ਤੋ 'ਯਮ੍ ਅਚਿੰਤ੍ਯੋ 'ਯਮ੍ ਅਵਿਕਾਰ੍ਯੋ 'ਯਮ੍ ਉਚ੍ਯਤੇ ।
ਤਸ੍ਮਾਦ ਏਵਮ੍ ਵਿਦਿਤ੍ਵੈਨਮ੍ ਨਾਨੁਸ਼ੋਚਿਤੁਮ੍ ਅਰ੍ਹਸਿ ॥ 25 ॥

ਅਵ੍ਯਕ੍ਤਹ-ਜਿਹੜਾ ਵਿਖਾਈ ਨਹੀਂ ਦਿੰਦਾ ; **ਅਯਮ**-ਇਹ ਆਤਮਾ ; **ਅਚਿਨਤ੍ਯਹ**-ਜਿਸਦੀ ਕਲਪਨਾ ਨਹੀਂ ਕੀਤੀ ਜਾ ਸਕਦੀ ; **ਅਯਮ**-ਇਹ ਆਤਮਾ ; **ਅਵਿਕਾਰ੍ਯਹ**-ਜਿਸ ਵਿਚ ਪਰਿਵਰਤਨ ਨਹੀਂ ; **ਅਯਮ੍**-ਇੰਝ ; **ਉਚ੍ਯਤੇ**-ਕਹਾਉਂਦਾ ਹੈ ; **ਤਸ੍ਮਾਤ੍**-ਇਸ ਲਈ ; **ਏਵਮ੍**-ਇਸ ਤਰ੍ਹਾਂ ; **ਵਿਦਿਤ੍ਵਾ**-ਚੰਗੀ ਤਰ੍ਹਾਂ ਜਾਣ ਕੇ ; **ਏਨਮ੍**-ਇਸ ਆਤਮਾ ਦੇ ਵਿਸ਼ੇ ਵਿਚ ; **ਨ**-ਨਹੀਂ **ਅਨੁਸ਼ੋਚਿਤੁਮ**-ਸ਼ੋਕ ਕਰਨ ਲਈ ; **ਅਰ੍ਹਸਿ**-ਯੋਗ ਹੋ।

ਅਨੁਵਾਦ

ਇਹ ਆਤਮਾ ਅਦਿੱਖ, ਕਲਪਨਾ ਤੋਂ ਪਰੇ ਅਤੇ ਅਪਰਿਵਰਤਨ ਯੋਗ ਕਿਹਾ ਜਾਂਦਾ ਹੈ ਇਹ ਸਮਝਕੇ ਤੁਹਾਨੂੰ ਸ਼ਰੀਰ ਲਈ ਸ਼ੋਕ ਨਹੀਂ ਕਰਨਾ ਚਾਹੀਦਾ।

ਭਾਵ

ਜਿਵੇਂ ਕਿ ਪਹਿਲਾਂ ਕਿਹਾ ਜਾ ਚੁੱਕਿਆ ਹੈ ਆਤਮਾ ਐਨਾ ਸੂਖਮ ਹੈ ਕਿ ਇਸਨੂੰ ਸਭ ਤੋਂ ਵੱਡੇ ਸ਼ਕਤੀਸ਼ਾਲੀ ਸੂਖਮਦਰਸ਼ੀ ਜੰਤਰਾਂ ਨਾਲ ਵੀ ਨਹੀਂ ਵੇਖਿਆ ਜਾ ਸਕਦਾ, ਇਸ ਲਈ ਇਹ ਅਦਿੱਖ ਹੈ। ਜਿਥੋਂ ਤਕ ਆਤਮਾ ਦੀ ਹੋਂਦ ਦਾ ਸੰਬੰਧ ਹੈ ਸ਼ਰੁਤੀ ਜਾਂ ਵੈਦਿਕ ਗਿਆਨ ਦੇ ਸਬੂਤ ਤੋਂ ਬਿਨ੍ਹਾਂ ਹੋਰ ਕਿਸੇ ਪ੍ਰਯੋਗ ਰਾਹੀਂ ਇਸਦੀ ਹੋਂਦ ਨੂੰ ਸਿੱਧ ਨਹੀਂ ਕੀਤਾ ਜਾ ਸਕਦਾ। ਸਾਨੂੰ ਇਸ ਸੱਚ ਨੂੰ ਮੰਨਣਾ ਪੈਂਦਾ ਹੈ, ਕਿਉਂਕਿ ਅਨੁਭਵ ਦੀ ਸਚਾਈ ਹੁੰਦੇ ਵੀ ਆਤਮਾ ਦੀ ਹੋਂਦ ਨੂੰ ਸਮਝਣ ਲਈ ਕੋਈ ਹੋਰ ਸਾਧਨ ਨਹੀਂ ਹੈ। ਸਾਨੂੰ ਵਧੇਰੀਆਂ ਗੱਲਾਂ ਸਿਰਫ ਉੱਤਮ ਸਬੂਤਾਂ ਦੇ ਆਧਾਰ ਤੇ ਮੰਨਣੀਆ ਪੈਂਦੀਆਂ ਹਨ। ਕੋਈ ਵੀ ਆਪਣੀ ਮਾਂ ਦੇ ਆਧਾਰ ਤੇ ਆਪਣੇ ਪਿਤਾ ਦੀ ਹੋਂਦ ਨੂੰ ਨਕਾਰ ਨਹੀਂ ਸਕਦਾ। ਪਿਤਾ ਨੂੰ ਜਾਣਨ ਲਈ ਸਿਰਫ ਸਬੂਤ ਮਾਂ ਹੈ। ਇੰਝ ਹੀ ਵੇਦਾਂ ਦੇ ਅਧਿਐਨ ਤੋਂ ਬਿਨ੍ਹਾਂ ਆਤਮਾ ਨੂੰ ਸਮਝਣ ਦਾ ਹੋਰ ਉਪਾਅ ਨਹੀਂ। ਦੂਜੇ ਸ਼ਬਦਾਂ ਵਿਚ ਆਤਮਾ ਮਨੁੱਖੀ ਵਿਵਹਾਰਕ ਗਿਆਨ ਰਾਹੀਂ ਕਲਪਨਾ ਤੋਂ ਪਰੇ ਹੈ। ਆਤਮਾ ਚੇਤਨਾ ਹੈ ਅਤੇ ਚੇਤੰਨ ਹੈ - ਵੇਦਾਂ ਦੇ ਇਸ ਕਥਨ ਨੂੰ ਸਾਨੂੰ ਮੰਨਣਾ ਹੋਵੇਗਾ ਆਤਮਾ ਵਿਚ ਸ਼ਰੀਰ ਵਰਗੇ ਪਰਿਵਰਤਨ ਨਹੀਂ ਹੁੰਦੇ। ਮੂਲ ਰੂਪ ਵਿਚ ਅਵਿਕਾਰੀ ਹੁੰਦੇ ਹੋਏ ਆਤਮਾ ਆਖੀਰ ਪਰਮਾਤਮਾ ਦੀ ਤੁਲਨਾ ਵਿਚ ਅਣੂ-ਰੂਪ ਹੈ। ਪਰਮਾਤਮਾ ਅਨੰਤ ਹੈ ਅਤੇ ਅਣੂ-ਆਤਮਾ ਬਹੁਤ ਸੂਖਮ ਹੈ। ਇਸ ਲਈ ਬਹੁਤ ਸੂਖਮ ਆਤਮਾ ਅਵਿਕਾਰੀ ਹੋਣ ਕਾਰਨ ਅੰਤ ਰਹਿਤ (ਅਨੰਤ) ਆਤਮਾ ਭਗਵਾਨ ਦੇ ਬਰਾਬਰ ਨਹੀਂ ਹੋ ਸਕਦਾ। ਇਹੋ ਭਾਵ ਵੇਦਾਂ ਵਿਚ ਵੱਖੋ ਵੱਖਰੀ ਤਰ੍ਹਾਂ ਨਾਲ ਆਤਮਾ ਦੇ ਸਥਾਈ ਹੋਣ ਦੀ ਪੁਸ਼ਟੀ ਕਰਨ ਲਈ ਦੁਹਰਾਇਆ ਗਿਆ ਹੈ, ਕਿਸੇ ਗੱਲ ਨੂੰ ਦੁਹਰਾਉਣਾ, ਉਸ ਤੱਥ ਨੂੰ ਬਿਨ੍ਹਾਂ ਕਿਸੇ ਤਰੁੱਟੀ ਦੇ ਸਮਝਣ ਲਈ ਜਰੂਰੀ ਹੈ।

अथ चैनं नित्यजातं नित्यं वा मन्यसे मृतम्।
तथापि त्वं महाबाहो नैनं शोचितुमर्हसि॥ २६॥

ਅਥ ਚੈਨਮ੍ ਨਿਤ੍ਯ-ਜਾਤਮ੍ ਨਿਤ੍ਯਮ੍ ਵਾ ਮੰਨ੍ਯਸੇ ਮ੍ਰਿਤਮ੍।
ਤਥਾਪਿ ਤਵਮ੍ ਮਹਾਬਾਹੋ ਨੈਨਮ੍ ਸ਼ੋਚਿਤੁਮ੍ ਅਰ੍ਹਸਿ ॥ 26 ॥

ਅਥ-ਜੇਕਰ, ਫਿਰ ਵੀ ; **ਚ**-ਵੀ; **ਏਨਮ**-ਇਸ ਆਤਮਾ ਨੂੰ ; **ਨਿਤ੍ਯ ਜਾਤੁਮ**-ਪੈਦਾ ਹੋਣ ਵਾਲਾ **ਨਿਤ੍ਯਮ੍**-ਹਮੇਸ਼ਾਂ ਲਈ ; **ਵਾ**-ਜਾਂ ; **ਮੰਨ੍ਯਸੇ**-ਤੁਸੀਂ ਅਜਿਹਾ ਸੋਚਦੇ ਹੋ ; **ਮ੍ਰਿਤਮ੍**-ਮਰਿਆ ਹੋਇਆ ; **ਤਥਾ ਅਪਿ**-ਫਿਰ ਵੀ ; **ਤ੍ਵਮ**-ਤੁਸੀਂ ; **ਮਹਾਬਾਹੋ**-ਹੇ ਜੋਰਾਵਰ ; **ਨ**-ਕਦੀ ਨਹੀਂ ; **ਏਨਮ੍**-ਆਤਮਾ ਦੇ ਵਿਸ਼ੇ ਵਿਚ ; **ਸ਼ੋਚਿਤੁਮ੍**-ਸ਼ੋਕ ਕਰਨ ਲਈ ; **ਅਰ੍ਹਸਿ**-ਯੋਗ ਹੋ।

ਅਨੁਵਾਦ

ਪਰ ਜੇਕਰ ਤੁਸੀਂ ਇਹ ਸੋਚਦੇ ਹੋ ਕਿ ਆਤਮਾ (ਜਾਂ ਜੀਵਨ ਦੇ ਲੱਛਣ) ਹਮੇਸ਼ਾਂ ਜਨਮ ਲੈਂਦਾ ਹੈ ਅਤੇ ਹਮੇਸ਼ਾ ਮਰਦਾ ਹੈ, ਤਾਂ ਵੀ ਹੇ ਮਹਾਬਾਹੂ ! ਤੁਹਾਡੇ ਸ਼ੋਕ ਕਰਨ ਦਾ ਕੋਈ ਕਾਰਨ ਨਹੀਂ ਹੈ ।

ਭਾਵ

ਹਮੇਸ਼ਾਂ ਤੋਂ ਦਾਰਸ਼ਨਿਕਾਂ ਦਾ ਇਕ ਅਜਿਹਾ ਵਰਗ ਚਲਿਆ ਆ ਰਿਹਾ ਹੈ ਜਿਹੜਾ ਬੁੱਧਾ ਵਾਂਗ ਇਹ ਨਹੀਂ ਮੰਨਦਾ ਕਿ ਸ਼ਰੀਰ ਦੇ ਪਰੇ ਵੀ ਆਤਮਾ ਦੀ ਅਲੱਗ ਹੋਂਦ ਹੈ । ਅਜਿਹਾ ਲਗਦਾ ਹੈ ਕਿ ਜਦੋਂ ਭਗਵਾਨ ਕ੍ਰਿਸ਼ਨ ਨੇ ਭਗਵਤ ਗੀਤਾ ਦਾ ਉਪਦੇਸ਼ ਦਿੱਤਾ ਤਾਂ ਅਜਿਹੇ ਦਾਰਸ਼ਨਿਕ ਮੌਜੂਦ ਸਨ ਅਤੇ ਲੋਕਾਯਤਿਕ ਅਤੇ ਵੈਭਾਸ਼ਿਕ ਨਾਂ ਨਾਲ ਜਾਣੇ ਜਾਂਦੇ ਸਨ । ਅਜਿਹੇ ਦਾਰਸ਼ਨਿਕਾਂ ਦਾ ਮਤ ਹੈ ਕਿ ਜੀਵਨ ਦੇ ਲੱਛਣ ਭੌਤਿਕ ਸੰਜੋਗ ਦੀ ਇਕ ਪ੍ਰੌੜ੍ਹ ਅਵਸਥਾ ਵਿਚ ਘੱਟਦੇ ਹਨ । ਆਧੁਨਿਕ ਭੌਤਿਕ ਵਿਗਿਆਨੀ ਅਤੇ ਭੌਤਿਕਤਾਵਾਦੀ ਦਾਰਸ਼ਨਿਕ ਵੀ ਅਜਿਹਾ ਹੀ ਸੋਚਦੇ ਹਨ । ਉਨ੍ਹਾਂ ਮੁਤਾਬਿਕ ਸ਼ਰੀਰ ਭੌਤਿਕ ਤੱਤਾਂ ਦਾ ਸੰਜੋਗ ਹੈ ਅਤੇ ਇਕ ਅਵਸਥਾ ਅਜਿਹੀ ਆਉਂਦੀ ਹੈ ਜਦੋਂ ਭੌਤਿਕ ਅਤੇ ਰਸਾਇਣਿਕ ਤੱਤਾਂ ਦੇ ਸੰਜੋਗ ਨਾਲ ਜੀਵਨ ਦੇ ਲੱਛਣ ਵਿਕਸਿਤ ਹੋ ਉਠਦੇ ਹਨ, ਮਾਨਵ ਵਿਗਿਆਨ (ਐਨਥਰੋਪੋਲੋਜੀ) ਇਸੇ ਦਰਸ਼ਨ ਤੇ ਆਧਾਰਿਤ ਹੈ । ਹੁਣ ਅਨੇਕ ਬਣਾਉਟੀ ਧਰਮ ਜਿਨ੍ਹਾਂ ਦਾ ਅਮਰੀਕਾ ਵਿਚ ਪ੍ਰਚਾਰ ਹੋ ਰਿਹਾ ਹੈ, ਇਸੇ ਦਰਸ਼ਨ ਦਾ ਪਾਲਣ ਕਰਦੇ ਹਨ ਅਤੇ ਨਾਲ ਹੀ ਸ਼ੂਨਯਵਾਦੀ ਨਾਸਤਿਕ ਬੁੱਧਾ ਦਾ ਅਨੁਸਰਣ ਕਰਦੇ ਹਨ ।

ਜੇਕਰ ਅਰਜੁਨ ਨੂੰ ਆਤਮਾ ਦੀ ਹੋਂਦ ਵਿਚ ਯਕੀਨ ਨਹੀਂ ਸੀ, ਜਿਵੇਂ ਕਿ ਵੈਭਾਸ਼ਿਕ ਦਰਸ਼ਨ ਵਿਚ ਹੁੰਦਾ ਹੈ, ਤਾਂ ਵੀ ਉਸਦੇ ਸ਼ੋਕ ਕਰਨ ਦਾ ਕੋਈ ਕਾਰਨ ਨਹੀਂ ਸੀ । ਕੋਈ ਵੀ ਮਨੁੱਖ ਥੋੜ੍ਹੇ ਜਿਹੇ ਰਸਾਇਣਾਂ ਦੇ ਨੁਕਸਾਨ ਲਈ ਸ਼ੋਕ ਨਹੀਂ ਕਰਦਾ ਅਤੇ ਆਪਣੇ ਫਰਜਾਂ ਦੀ ਪਾਲਣਾ ਕਰਨ ਵਿਚ ਪਿੱਛੇ ਨਹੀਂ ਹੱਟਦਾ । ਦੂਜੇ ਪਾਸੇ ਆਧੁਨਿਕ ਵਿਗਿਆਨ ਅਤੇ ਵਿਗਿਆਨਕ ਜੰਗ ਵਿਚ ਦੁਸ਼ਮਣ ਤੇ ਜਿੱਤ ਹਾਸਲ ਕਰਨ ਲਈ ਪਤਾ ਨਹੀਂ ਕਿੰਨੇ ਟਨ ਰਸਾਇਣ ਬਰਬਾਦ ਕੀਤਾ ਜਾਂਦਾ ਹੈ ਵੈਭਾਸ਼ਿਕ ਦਰਸ਼ਨ ਮੁਤਾਬਿਕ ਅਖੌਤੀ ਆਤਮਾ ਸ਼ਰੀਰ ਦੇ ਨਸ਼ਟ ਹੁੰਦੇ ਹੀ ਲੋਪ ਹੋ ਜਾਂਦਾ ਹੈ । ਇਸ ਲਈ ਹਰ ਹਾਲਤ ਵਿਚ ਭਾਵੇਂ ਅਰਜੁਨ ਇਸ ਵੈਦਿਕ ਮੱਤ ਨੂੰ ਮੰਨਦਾ ਹੈ ਕਿ ਅਣੂ-ਆਤਮਾ ਦੀ ਹੋਂਦ ਹੈ ਜਾਂ ਆਤਮਾ ਦੀ ਹੋਂਦ ਨੂੰ ਨਹੀਂ ਮੰਨਦਾ ਉਸ ਲਈ ਸ਼ੋਕ ਕਰਨ ਦਾ ਕੋਈ ਕਾਰਨ ਨਹੀਂ ਸੀ । ਇਸ ਸਿਧਾਂਤ ਮੁਤਾਬਿਕ ਪਦਾਰਥ ਤੋਂ ਹਰ ਪਲ ਅਣਗਿਣਤ ਜੀਵ ਪੈਦਾ ਹੁੰਦੇ ਹਨ ਅਤੇ ਨਸ਼ਟ ਹੁੰਦੇ ਰਹਿੰਦੇ ਹਨ ਇਸ ਲਈ ਅਜਿਹੀਆਂ ਘਟਨਾਵਾਂ ਲਈ ਸ਼ੋਕ ਕਰਨ ਦੀ ਕੋਈ ਲੋੜ ਨਹੀਂ ਹੈ । ਜੇਕਰ ਆਤਮਾ ਦਾ ਮੁੜ ਜਨਮ ਨਹੀਂ ਹੁੰਦਾ ਤਾਂ ਅਰਜੁਨ ਨੂੰ ਆਪਣੇ ਪਿਤਾਮਹ (ਦਾਦਾ) ਅਤੇ ਗੁਰੂ ਨੂੰ ਮਾਰਨ ਕਰਕੇ ਪਾਪ ਫਲਾਂ ਤੋਂ ਡਰਨ ਦਾ ਕੋਈ ਕਾਰਨ ਨਹੀਂ ਸੀ । ਪਰ ਨਾਲ ਹੀ ਕ੍ਰਿਸ਼ਨ ਨੇ ਅਰਜੁਨ ਨੂੰ ਵਿਅੰਗ ਪੂਰਣ **ਮਹਾਬਾਹੂ** ਕਹਿਕੇ ਸੰਬੋਧਿਤ ਕੀਤਾ ਕਿਉਂਕਿ ਉਸਨੂੰ ਵੈਭਾਸ਼ਿਕ ਸਿਧਾਂਤ ਸਵੀਕਾਰ ਨਹੀਂ ਸੀ, ਜਿਹੜਾ ਵੈਦਿਕ ਗਿਆਨ ਦੇ ਉਲਟ ਹੈ । ਖੱਤਰੀ ਹੋਣ ਕਾਰਨ

ਅਰਜੁਨ ਦਾ ਸੰਬੰਧ ਵੈਦਿਕ ਸੰਸਕ੍ਰਿਤੀ ਨਾਲ ਸੀ ਅਤੇ ਵੈਦਿਕ ਸਿਧਾਂਤ ਦੀ ਪਾਲਣਾ ਕਰਦੇ ਰਹਿਣਾ ਹੀ ਉਸਨੂੰ ਸ਼ੋਭਦਾ ਸੀ ।

जातस्य हि ध्रुवो मृत्युर्ध्रुवं जन्म मृतस्य च।
तस्मादपरिहार्येऽर्थे न त्वं शोचितुमर्हसि॥ २७॥

ਜਾਤਸ੍ਯ ਹਿ ਧ੍ਰੁਵੋ ਮ੍ਰਿਤ੍ਯੁਰ੍ ਧਰੁਵਮ੍ ਜਨ੍ਮ ਮ੍ਰਿਤਸ੍ਯ ਚ ।
ਤਸ੍ਮਾਦ੍ 'ਪਰਿਹਾਰ੍ਯ ਅਰ੍ਥੇ ਨ ਤ੍ਵਮ੍ ਸ਼ੋਚਿਤੁਮ੍ ਅਰ੍ਹਸਿ ॥ 27 ॥

ਜਾਤਸ੍ਯ-ਜਨਮ ਲੈਣ ਵਾਲਿਆਂ ਦੀ ; **ਹਿ**-ਨਿਸ਼ਚੈ ਹੀ ; **ਧ੍ਰੁਵਹ੍**-ਤੱਥ ਹੈ ; **ਮ੍ਰਿਤ੍ਯੁਹ੍**-ਮੌਤ ; **ਧ੍ਰੁਵਮ੍**-ਇਹ ਵੀ ਤੱਥ ਹੈ ; **ਜਨ੍ਮ**-ਜਨਮ ; **ਮ੍ਰਿਤਸ੍ਯ**-ਮਰੇ ਪ੍ਰਾਣੀ ਦਾ ; **ਚ**-ਵੀ ; **ਤਸ੍ਮਾਤ੍**-ਇਸ ਲਈ ; **ਅਪਰਿਹਾਰ੍ਯ**-ਜਿਸ ਤੋਂ ਬਚਿਆ ਨਾ ਜਾ ਸਕੇ, ਉਸਦਾ; **ਅਰ੍ਥੇ**-ਦੇ ਵਿਸ਼ੇ ਵਿਚ ; **ਨ**-ਨਹੀਂ ; **ਤ੍ਵਮ੍**-ਤੁਸੀਂ ; **ਸ਼ੋਚਿਤੁਮ੍**-ਸ਼ੋਕ ਕਰਨ ਲਈ ; **ਅਰ੍ਹਸਿ**-ਯੋਗ ਹੋ ।

ਅਨੁਵਾਦ

ਜੋ ਜੰਮਿਆ ਹੈ ਉਸ ਦੀ ਮੌਤ ਯਕੀਨੀ ਹੈ ਅਤੇ ਮੌਤ ਤੋਂ ਬਾਅਦ ਫੇਰ ਜਨਮ ਵੀ ਯਕੀਨੀ ਹੈ । ਇਸ ਲਈ ਤੁਹਾਨੂੰ ਆਪਣੇ ਉਸ ਫ਼ਰਜ਼ ਨੂੰ ਨਿਭਾਉਣ ਲਈ, ਜਿਸ ਤੋਂ ਬੱਚਿਆ ਨਹੀਂ ਜਾ ਸਕਦਾ, ਸ਼ੋਕ ਨਹੀਂ ਕਰਨਾ ਚਾਹੀਦਾ ।

ਭਾਵ

ਮਨੁੱਖ ਨੂੰ ਆਪਣੇ ਕਰਮਾਂ ਮੁਤਾਬਿਕ ਜਨਮ ਲੈਣਾ ਹੁੰਦਾ ਹੈ ਅਤੇ ਇਕ ਕਰਮ ਦਾ ਸਮਾਂ ਖ਼ਤਮ ਹੋਣ ਤੇ ਉਸਨੇ ਮਰਨਾ ਹੁੰਦਾ ਹੈ, ਜਿਸ ਨਾਲ ਉਹ ਦੂਜਾ ਜਨਮ ਲੈ ਸਕੇ । ਇੰਝ ਮੁਕਤੀ ਪ੍ਰਾਪਤ ਕੀਤੇ ਬਿਨ੍ਹਾਂ ਜਨਮ ਮੌਤ ਦਾ ਇਹ ਚੱਕਰ ਚਲਦਾ ਰਹਿੰਦਾ ਹੈ । ਜਨਮ ਮੌਤ ਦੇ ਇਸ ਚੱਕਰ ਨਾਲ ਬੇਕਾਰ ਹੱਤਿਆ, ਕਤਲੇਆਮ ਅਤੇ ਜੰਗ ਦਾ ਸਮਰਥਨ ਨਹੀਂ ਹੁੰਦਾ । ਪਰ ਮਾਨਵ ਸਮਾਜ ਵਿਚ ਸ਼ਾਤੀ ਅਤੇ ਵਿਵਸਥਾ ਬਣਾਈ ਰੱਖਣ ਲਈ ਹਿੰਸਾ ਅਤੇ ਜੰਗ ਤੋਂ ਨਹੀਂ ਬੱਚਿਆ ਜਾ ਸਕਦਾ ।

ਕੁਰੂਕਸ਼ੇਤਰ ਦੀ ਜੰਗ ਭਗਵਾਨ ਦੀ ਮਰਜ਼ੀ ਕਾਰਨ ਹੋਣ ਸਦਕਾ ਇਸ ਤੋਂ ਬੱਚਿਆ ਨਹੀਂ ਜਾ ਸਕਦਾ ਸੀ ਅਤੇ ਸੱਚ ਲਈ ਜੰਗ ਕਰਨਾ ਖੱਤਰੀ ਦਾ ਧਰਮ ਹੈ । ਇਸ ਲਈ ਆਪਣੇ ਫ਼ਰਜ ਨੂੰ ਨਿਭਾਉਂਦੇ ਹੋਏ ਉਹ ਆਪਣਿਆਂ ਦੀ ਮੌਤ ਤੋਂ ਡਰਿਆ ਜਾਂ ਸ਼ੋਕ ਵਿਚ ਕਿਉਂ ਡੁਬਿਆ ਸੀ ? ਵਿਧੀ (ਕਾਨੂੰਨ) ਨੂੰ ਤੋੜਨਾ ਉਸਨੂੰ ਸ਼ੋਭਦਾ ਨਹੀਂ ਸੀ, ਕਿਉਂਕਿ ਅਜਿਹਾ ਕਰਨ ਨਾਲ ਉਸਨੂੰ ਉਨ੍ਹਾਂ ਪਾਪ ਕਰਮਾਂ ਦਾ ਫਲ ਭੋਗਣਾ ਪਵੇਗਾ ਜਿਨ੍ਹਾਂ ਤੋਂ ਉਹ ਬਹੁਤ ਡਰਿਆ ਸੀ । ਆਪਣੇ ਫਰਜ਼ ਨੂੰ ਛੱਡਕੇ ਉਹ ਆਪਣਿਆ ਦੀ ਮੌਤ ਨੂੰ ਨਹੀਂ ਰੋਕ ਸਕਦਾ ਸੀ, ਜੇਕਰ ਉਹ ਝੂਠੇ ਫਰਜ਼ ਦੇ ਰਸਤੇ ਨੂੰ ਚੁਣੇ ਤਾਂ ਉਸ ਨੂੰ ਨੀਵੇਂ ਡਿੱਗਣਾ ਹੋਵੇਗਾ ।

अव्यक्तादीनि भूतानि व्यक्तमध्यानि भारत।
अव्यक्तनिधनान्येव तत्र का परिदेवना॥ २८॥

ਅਵ੍ਯਕ੍ਤਾਦੀਨਿ ਭੂਤਾਨਿ ਵ੍ਯਕ੍ਤ-ਮਧ੍ਯਾਨਿ ਭਾਰਤ ।
ਅਵ੍ਯਕ੍ਤ-ਨਿਧਨਾਨੇ ਏਵ ਤਤ੍ਰ ਕਾ ਪਰਿਦੇਵਨਾ ॥ 28 ॥

ਅਵ੍ਯਕ੍ਤ-ਆਦੀਨਿ-ਸ਼ੁਰੂ ਵਿਚ ਅਪ੍ਰਗਟ ; **ਭੂਤਾਨਿ**-ਸਾਰੇ ਪ੍ਰਾਣੀ; **ਵ੍ਯਕ੍ਤ**-ਪ੍ਰਗਟ ; **ਮਧ੍ਯਾਨਿ**-ਵਿਚਕਾਰ ਵਿਚ ; **ਭਾਰਤ**-ਹੇ ਭਰਤ ਵੰਸ਼ੀ ; **ਅਵ੍ਯਕ੍ਤ**-ਅਪ੍ਰਗਟ ; **ਨਿਧਨਾਨਿ**-ਵਿਨਾਸ਼ ਹੋਣ ਤੇ ; **ਏਵ**-ਇੰਝ ; **ਤਤ੍ਰ**-ਇਸ ਲਈ ; **ਕਾ**-ਕਿ ; **ਪਰਿਦੇਵਨਾ**-ਸ਼ੋਕ ।

ਅਨੁਵਾਦ

ਸਾਰੇ ਜੀਵ ਸ਼ੁਰੂ ਵਿਚ ਅਪ੍ਰਗਟ ਰਹਿੰਦੇ ਹਨ, ਵਿਚਕਾਰਲੀ ਅਵਸਥਾ ਵਿਚ ਪ੍ਰਗਟ ਹੁੰਦੇ ਹਨ ਅਤੇ ਸੰਘਾਰ ਹੋਣ ਤੇ ਫੇਰ ਅਪ੍ਰਗਟ ਹੋ ਜਾਂਦੇ ਹਨ । ਇਸ ਲਈ ਸ਼ੋਕ ਕਰਨ ਦੀ ਕਿਹੜੀ ਲੋੜ ਹੈ ?

ਭਾਵ

ਇਹ ਮੰਨਦਿਆ ਹੋਇਆਂ ਕਿ ਦੋ ਤਰ੍ਹਾਂ ਦੇ ਦਾਰਸ਼ਨਿਕ ਹਨ-ਇਕ ਤਾਂ ਉਹ ਜਿਹੜੇ ਆਤਮਾ ਦੀ ਹੋਂਦ ਨੂੰ ਮੰਨਦੇ ਹਨ ਅਤੇ ਦੂਜੇ ਉਹ ਜਿਹੜੇ-ਆਤਮਾ ਦੀ ਹੋਂਦ ਨੂੰ ਨਹੀਂ ਮੰਨਦੇ ਕਿਹਾ ਜਾ ਸਕਦਾ ਹੈ ਕਿ ਕਿਸੇ ਹਾਲਤ ਵਿਚ ਸ਼ੋਕ ਕਰਨ ਦਾ ਕੋਈ ਕਾਰਨ ਨਹੀਂ । ਆਤਮਾ ਦੀ ਹੋਂਦ ਨੂੰ ਨਾ ਮੰਨਣ ਵਾਲਿਆਂ ਨੂੰ ਵੇਦਾਂਤਵਾਦੀ ਨਾਸਤਿਕ ਕਹਿੰਦੇ ਹਨ । ਜੇਕਰ ਅਸੀਂ ਦਲੀਲ ਵਜੋਂ ਇਸ ਨਾਸਤਿਕਤਾਵਾਦੀ ਸਿਧਾਂਤ ਨੂੰ ਮੰਨ ਲਈਏ ਤਾਂ ਸ਼ੋਕ ਕਰਨ ਦਾ ਕੋਈ ਕਾਰਨ ਨਹੀਂ । ਆਤਮਾ ਦੀ ਅਲੱਗ ਹੋਂਦ ਤੋਂ ਵੱਖਰੇ ਸਾਰੇ ਤੱਤ ਸ੍ਰਿਸ਼ਟੀ ਤੋਂ ਪਹਿਲਾਂ ਵਿਖਾਈ ਨਹੀਂ ਦਿੰਦੇ । ਇਸ ਛੁੱਪੇ ਰਹਿਣ ਦੀ ਸੂਖਮ ਅਵਸਥਾ ਤੋਂ ਹੀ ਵਿਖਾਈ ਦੇਣ ਵਾਲੀ ਅਵਸਥਾ ਆਉਂਦੀ ਹੈ, ਜਿਵੇਂ ਅਸਮਾਨ ਤੋਂ ਹਵਾ ਪੈਦਾ ਹੁੰਦੀ ਹੈ, ਹਵਾ ਤੋਂ ਅੱਗ, ਅੱਗ ਤੋਂ ਜਲ ਅਤੇ ਜਲ ਤੋਂ ਧਰਤੀ ਪੈਦਾ ਹੁੰਦੀ ਹੈ । ਧਰਤੀ ਤੋਂ ਅਨੇਕਾਂ ਪਦਾਰਥ ਪ੍ਰਗਟ ਹੁੰਦੇ ਹਨ - ਜਿਵੇਂ ਅਸਮਾਨ ਨੂੰ ਛੂਹਣ ਵਾਲਾ ਇੱਕ ਉਚਾ ਮਹੱਲ ਧਰਤੀ ਤੋਂ ਪ੍ਰਗਟ ਹੁੰਦਾ ਹੈ । ਜਦੋਂ ਇਸ ਨੂੰ ਢੇਰੀ ਕਰ ਦਿੱਤਾ ਜਾਂਦਾ ਹੈ ਤਾਂ ਇਹ ਵਿਖਾਈ ਨਹੀਂ ਦਿੰਦਾ ਪਰ ਆਖਿਰਕਾਰ ਪਰਮਾਣੂ ਰੂਪ ਵਿਚ ਬਣਿਆ ਰਹਿੰਦਾ ਹੈ । ਸ਼ਕਤੀ ਸੰਗ੍ਰਿਹ ਦਾ ਨਿਯਮ ਬਣਿਆ ਰਹਿੰਦਾ ਹੈ, ਪਰ ਸਮੇਂ ਨਾਲ ਵਸਤਾਂ ਪ੍ਰਗਟ ਅਤੇ ਅਪ੍ਰਗਟ ਹੁੰਦੀਆਂ ਰਹਿੰਦੀਆਂ ਹਨ - ਫਰਕ ਸਿਰਫ ਏਨਾ ਹੀ ਹੈ । ਇਸ ਲਈ ਦਿੱਖਣ ਅਤੇ ਅਦਿੱਖ ਹੋਣ ਤੇ ਸ਼ੋਕ ਕਰਨ ਦਾ ਕੋਈ ਕਾਰਨ ਨਹੀਂ ਹੈ । ਇੱਥੋਂ ਤਕ ਕਿ ਅਦਿੱਖ ਅਵਸਥਾ ਵਿਚ ਵੀ ਵਸਤਾਂ ਖ਼ਤਮ ਨਹੀਂ ਹੁੰਦੀਆ । ਸ਼ੁਰੂ ਅਤੇ ਅੰਤ ਦੋਵੇਂ ਅਵਸਥਾਵਾਂ ਵਿਚ ਹੀ ਸਾਰੇ ਤੱਤ ਅਦਿੱਖ ਰਹਿੰਦੇ ਹਨ, ਸਿਰਫ ਵਿੱਚਕਾਰ ਹੀ ਉਹ ਪ੍ਰਗਟ ਹੁੰਦੇ ਹਨ ਅਤੇ ਇੰਝ ਇਸ ਨਾਲ ਕੋਈ ਫਰਕ ਨਹੀਂ ਪੈਂਦਾ ।

ਜੇਕਰ ਅਸੀਂ ਭਗਵਤ ਗੀਤਾ ਦੇ ਇਸ ਵੈਦਿਕ ਸਿੱਟੇ ਨੂੰ ਮੰਨਦੇ ਹਾਂ ਕਿ ਇਹ ਭੌਤਿਕ ਸ਼ਰੀਰ ਸਮੇਂ ਨਾਲ ਨਾਸ਼ਵਾਨ ਹੈ (ਅੰਤਵੰਤ ਇਮੇ ਦੇਹਾਹ੍) ਪਰ ਆਤਮਾ ਸਦੀਵੀ ਹੈ। (ਨਿਤ੍ਯਸ੍ਯੋਕ੍ਤਾਹ੍ ਸ਼ਰੀਰਿਣਹ੍) ਤਾਂ ਸਾਨੂੰ ਹਮੇਸ਼ਾ ਇਹ ਚੇਤੇ ਰਖਣਾ ਹੋਵੇਗਾ ਕਿ ਇਹ ਸ਼ਰੀਰ ਕਪੜਿਆਂ ਵਾਂਗ ਹੈ ਫੇਰ ਕਪੜੇ ਬਦਲਣ ਤੇ ਸ਼ੋਕ ਕਿਉਂ ? ਸ਼ਾਸ਼ਵਤ (ਅਨੰਤ) ਆਤਮਾ ਦੀ ਤੁਲਨਾ ਵਿਚ ਭੌਤਿਕ ਸ਼ਰੀਰ ਦੀ ਕੋਈ ਅਸਲੀ ਹੋਂਦ ਨਹੀਂ ਹੁੰਦੀ। ਇਹ ਸੁਪਨੇ ਵਾਂਗ ਹੈ ਸੁਪਨੇ ਵਿਚ ਅਸੀਂ ਅਸਮਾਨ ਵਿਚ ਉਡੱਦੇ ਜਾਂ ਰਾਜੇ ਵਾਂਗ ਰੱਥ ਤੇ ਸਵਾਰ ਹੋ ਸਕਦੇ ਹਾਂ, ਪਰ ਜਾਗਣ ਤੇ ਵੇਖਦੇ ਹਾਂ ਕਿ ਨਾ ਤਾਂ ਅਸੀਂ ਅਸਮਾਨ ਵਿਚ ਹਾਂ ਅਤੇ ਨਾ ਹੀ ਰੱਥ ਤੇ ਹਾਂ। ਵੈਦਿਕ ਗਿਆਨ ਆਤਮ ਪ੍ਰਤੱਖੀਕਰਨ ਨੂੰ ਭੌਤਿਕ ਸ਼ਰੀਰ ਦੀ ਅਣਹੋਂਦ ਦੇ ਆਧਾਰ ਤੇ ਹੱਲਾਸ਼ੇਰੀ ਦਿੰਦਾ ਹੈ। ਇਸ ਲਈ ਭਾਵੇਂ ਅਸੀਂ ਆਤਮਾ ਦੀ ਹੋਂਦ ਨੂੰ ਮੰਨੀਏ ਜਾਂ ਨਾ ਮੰਨੀਏ, ਸ਼ਰੀਰ-ਨਾਸ਼ ਹੋਣ ਲਈ ਸ਼ੋਕ ਦਾ ਕੋਈ ਕਾਰਨ ਨਹੀਂ ਹੈ।

आश्चर्यवत्पश्यति कश्चिदेन-
माश्चर्यवद्वदति तथैव चान्यः।
आश्चर्यवच्चैनमन्यः शृणोति
श्रुत्वाप्येनं वेद न चैव कश्चित्॥ २९॥

ਆਸ਼੍ਚਰ੍ਯਵਤ੍ ਪਸ਼੍ਯਤਿ ਕਸ਼੍ਚਿਦ੍ ਏਨਮ੍
ਆਸ਼੍ਚਰ੍ਯਵਦ ਵਦਤਿ ਤਥੈਵ ਚਾਨਯਹ੍।
ਆਸ਼੍ਚਰ੍ਯਵਚ੍ ਚੈਨਮ੍ ਅਨਯਹ੍ ਸ਼੍ਰਿਣੋਤਿ
ਸ਼੍ਰੁਤ੍ਵਾਪੀ ਏਨਮ੍ ਵੇਦ ਨ ਚੈਵ ਕਸ਼੍ਚਿਤ੍ ॥ 29 ॥

ਆਸ਼੍ਚਰ੍ਯਵਤ੍-ਹੈਰਾਨੀ ਨਾਲ ; **ਪਸ਼੍ਯਤਿ**-ਵੇਖਦਾ ਹੈ ; **ਕਸ਼੍ਚਿਤ੍**-ਕੋਈ ; **ਏਨਮ੍**-ਇਸਆਤਮਾ ਨੂੰ ; **ਆਸ਼੍ਚਰ੍ਯਵਤ੍**-ਹੈਰਾਨੀ ਨਾਲ ; **ਵਦਤਿ**-ਕਹਿੰਦਾ ਹੈ ; **ਤਥਾ**-ਜਿਵੇਂ ; **ਏਵ**-ਨਿਸ਼ਚੈ ਹੀ ; **ਚ**-ਵੀ ; **ਅੰਨਯਹ੍**-ਦੂਜਾ ; **ਸ਼੍ਰਿਣੋਤਿ**-ਸੁਣਦਾ ਹੈ ; **ਸ਼੍ਰੁਤ੍ਵਾ**-ਸੁਣਕੇ ; **ਅਪਿ**-ਵੀ ; **ਏਨਮ**-ਇਸ ਆਤਮਾ ਨੂੰ ; **ਵੇਦ**-ਜਾਣਦਾ ਹੈ ; **ਨ**-ਕਦੀ ਨਹੀਂ ; **ਚ**-ਅਤੇ; **ਏਵ**-ਨਿਸ਼ਚੈ ਹੀ ; **ਕਸ਼੍ਚਿਤ੍**-ਕੋਈ।

ਅਨੁਵਾਦ

ਕੋਈ ਆਤਮਾ ਨੂੰ ਹੈਰਾਨੀ ਨਾਲ ਵੇਖਦਾ ਹੈ, ਕੋਈ ਇਸਨੂੰ ਹੈਰਾਨੀ ਨਾਲ ਦਸਦਾ ਹੈ ਅਤੇ ਕੋਈ ਇਸਨੂੰ ਹੈਰਾਨੀ ਨਾਲ ਸੁਣਦਾ ਹੈ, ਪਰ ਦੂਜੇ ਇਸ ਬਾਰੇ ਸੁਣਕੇ ਵੀ ਕੁਝ ਨਹੀਂ ਸਮਝ ਸਕਦੇ।

ਭਾਵ

ਕਿਉਂਕਿ ਗੀਤਾ ਉਪਨਿਸ਼ਦ, ਉਪਨਿਸ਼ਦਾਂ ਦੇ ਸਿਧਾਂਤ ਤੇ ਆਧਾਰਿਤ ਹੈ, ਇਸ ਲਈ ਕਠੋਪਨਿਸ਼ਦ ਵਿਚ ਹੇਠਲੇ ਸ਼ਲੋਕ ਦਾ ਹੋਣਾ ਕੋਈ ਹੈਰਾਨੀ ਯੋਗ ਗੱਲ ਨਹੀਂ ਹੈ।

ਸ਼੍ਰਵਣਾਯਾਪਿ ਬਹੁਭਿਰ੍ਯੋ ਨ ਲਭ੍ਯਹ੍ ਸ਼੍ਰਿਣ੍ਵੰਤੋ 'ਪਿ ਬਹਵੋ ਯਮ੍ ਨ ਵਿਦ੍ਯੁਹ੍।
ਆਸ਼੍ਚਰ੍ਯੋ ਵਕਤਾ ਕੁਸ਼ਲੋ 'ਸ੍ਯ ਲਬ੍ਧਾ ਆਸ਼੍ਚਰ੍ਯੋ 'ਸਯ ਗ੍ਯਾਤਾ ਕੁਸ਼ਲਾਨੁਸ਼ਿਸ਼੍ਟਹ੍ ॥

(ਕਠੋਪਨਿਸ਼ਦ 1.2.7)

ਵੱਡੇ ਪਸ਼ੂ , ਵੱਡੇ ਪੇੜ (ਬਰੋਟੇ) ਅਤੇ ਇਕ ਇੰਚ ਥਾਂ ਵਿਚ ਲੱਖਾਂ ਕਰੋੜਾਂ ਦੀ ਗਿਣਤੀ ਵਿਚ ਹਾਜ਼ਰ ਸੂਖਮ ਕੀਟਾਣੂਆਂ ਦੇ ਅੰਦਰ ਅਣੂ-ਆਤਮਾ ਦੀ ਹਾਜ਼ਰੀ ਯਕੀਨੀ ਤੌਰ ਤੇ ਹੈਰਾਨੀ ਯੋਗ ਹੈ। ਥੋੜੇ ਗਿਆਨ ਵਾਲੇ ਅਤੇ ਦੁਰਾਚਾਰੀ ਮਨੁੱਖ ਅਣੂ ਆਤਮਾ ਦੇ ਕਣਾਂ ਦੇ ਚਮਤਕਾਰਾਂ ਨੂੰ ਨਹੀਂ ਸਮਝ ਸਕਦੇ ਭਾਵੇਂ ਉਸਨੂੰ ਵੱਡੇ ਤੋਂ ਵੱਡਾ ਗਿਆਨੀ ਜਿਸਨੇ ਸੰਸਾਰ ਦੇ ਪਹਿਲੇ ਪ੍ਰਾਣੀ ਬ੍ਰਹਮਾਂ ਨੂੰ ਵੀ ਸਿੱਖਿਆ ਦਿੱਤੀ ਹੋਵੇ, ਉਹ ਕਿਉਂ ਨਾ ਸਮਝਾਵੇ। ਵਸਤਾਂ ਦੇ ਸਥੂਲ ਭੌਤਿਕ ਗਿਆਨ ਕਾਰਨ ਇਸ ਯੁਗ ਦੇ ਜਿਆਦਾਤਰ ਮਨੁੱਖ ਇਸਦੀ ਕਲਪਨਾ ਨਹੀਂ ਕਰ ਸਕਦੇ ਕਿ ਏਨਾ ਸੂਖਮ ਕਣ ਕਿੰਝ ਵਿਰਾਟ ਅਤੇ ਐਨਾ ਛੋਟਾ ਬਣ ਸਕਦਾ ਹੈ। ਇਸ ਲਈ ਲੋਕ ਆਤਮਾ ਨੂੰ ਉਸਦੀ ਰਚਨਾ ਜਾਂ ਉਸਦੇ ਵਿਵਰਣ ਦੇ ਆਧਾਰ ਤੇ ਹੀ ਹੈਰਾਨੀ ਨਾਲ ਵੇਖਦੇ ਹਨ। ਇੰਦਰੀਆਂ ਦੀ ਤ੍ਰਿਪਤੀ ਦੀਆਂ ਗੱਲਾਂ ਵਿਚ ਫਸਕੇ ਲੋਕ ਭੌਤਿਕ ਸ਼ਕਤੀ (ਮਾਇਆ) ਨਾਲ ਇੰਝ ਮੋਹਿਤ ਹੁੰਦੇ ਹਨ ਕਿ ਉਨ੍ਹਾਂ ਕੋਲ ਆਤਮ ਗਿਆਨ ਨੂੰ ਸਮਝਣ ਦਾ ਸਮਾਂ ਹੀ ਨਹੀਂ ਰਹਿੰਦਾ, ਭਾਵੇਂ ਇਹ ਸੱਚ ਹੈ ਕਿ ਆਤਮ-ਗਿਆਨ ਤੋਂ ਬਿਨ੍ਹਾਂ ਸਾਰੇ ਕਾਰਜਾਂ ਦਾ ਬੁਰਾ ਨਤੀਜਾ ਜੀਵਨ ਸੰਘਰਸ਼ ਵਿਚ ਹਾਰ ਦੇ ਰੂਪ ਵਿਚ ਹੁੰਦਾ ਹੈ। ਲਗਦਾ ਹੈ ਕਿ ਉਨ੍ਹਾਂ ਨੂੰ ਇਸਦਾ ਕੋਈ ਅਨੁਮਾਨ ਨਹੀਂ ਹੁੰਦਾ ਕਿ ਮਨੁੱਖ ਨੂੰ ਆਤਮਾ ਦੇ ਵਿਸ਼ੇ ਵਿਚ ਚਿੰਤਨ ਕਰਨਾ ਅਤੇ ਇੰਝ ਦੁੱਖਾਂ ਦਾ ਹੱਲ ਲੱਭਣਾ ਚਾਹੀਦਾ ਹੈ।

ਅਜਿਹੇ ਥੋੜ੍ਹੇ ਜਿਹੇ ਲੋਕ ਜਿਹੜੇ ਆਤਮਾ ਦੇ ਵਿਸ਼ੇ ਵਿਚ ਸੁਣਨ ਦੇ ਚਾਹਵਾਨ ਹਨ, ਚੰਗੀ ਸੰਗਤ ਪਾ ਕੇ ਭਾਸ਼ਣ ਸੁਣਦੇ ਹਨ, ਪਰ ਕਦੀ ਕਦੀ ਅਗਿਆਨ ਕਾਰਨ ਉਹ ਪਰਮਾਤਮਾ ਅਤੇ ਅਣੂ ਆਤਮਾ ਨੂੰ ਇਕ ਸਮਝ ਬੈਠਦੇ ਹਨ। ਅਜਿਹਾ ਮਨੁੱਖ ਭਾਲਣਾ ਔਖਾ ਹੈ, ਜਿਹੜਾ ਪਰਮਾਤਮਾ, ਅਣੂ ਆਤਮਾ, ਉਨ੍ਹਾਂ ਦੇ ਵੱਖੋ ਵੱਖਰੇ ਕਾਰਜਾਂ ਸੰਬੰਧਾਂ ਅਤੇ ਹੋਰਨਾਂ ਵਿਸਤਾਰਾਂ ਨੂੰ ਸਹੀ ਤਰੀਕੇ ਨਾਲ ਸਮਝ ਸਕੇ। ਇਸ ਤੋਂ ਵੀ ਔਖਾ ਹੈ ਅਜਿਹਾ ਮਨੁੱਖ ਲੱਭਣਾ ਜਿਸਨੇ ਆਤਮਾ ਦੇ ਗਿਆਨ ਤੋਂ ਪੂਰਾ ਪੂਰਾ ਲਾਭ ਉਠਾਇਆ ਹੋਵੇ ਅਤੇ ਜਿਹੜਾ ਸਾਰੇ ਪੱਖਾਂ ਤੋਂ ਆਤਮਾ ਦੀ ਸਥਿਤੀ ਦਾ ਸਹੀ ਨਿਰਣਾ ਕਰ ਸਕੇ। ਪਰ ਜੇਕਰ ਕੋਈ ਕਿਸੇ ਤਰ੍ਹਾਂ ਨਾਲ ਆਤਮਾ ਦੇ ਇਸ ਵਿਸ਼ੇ ਨੂੰ ਸਮਝ ਲੈਂਦਾ ਹੈ ਤਾਂ ਉਸਦਾ ਜੀਵਨ ਸਫਲ ਹੋ ਜਾਂਦਾ ਹੈ।

ਇਸ ਆਤਮ ਗਿਆਨ ਨੂੰ ਸਮਝਣ ਦਾ ਸੌਖਾ ਤਰੀਕਾ ਇਹ ਹੈ ਕਿ ਹੋਰਨਾ ਮਤਾਂ ਤੋਂ ਡਾਵਾਂ ਡੋਲ ਹੋਏ ਬਿਨ੍ਹਾਂ ਪਰਮ ਪ੍ਰਮਾਣਿਕ ਅਧਿਕਾਰੀ ਭਗਵਾਨ ਕ੍ਰਿਸ਼ਨ ਰਾਹੀਂ ਕਹੇ ਗਏ ਭਗਵਤ ਗੀਤਾ ਦੇ ਉਪਦੇਸ਼ਾਂ ਨੂੰ ਗ੍ਰਹਿਣ ਕਰ ਲਿਆ ਜਾਵੇ। ਪਰ ਇਸ ਲਈ ਵੀ ਇਸ ਜਨਮ ਵਿਚ ਜਾਂ ਪਿਛਲੇ ਜਨਮਾਂ ਵਿਚ ਬਹੁਤ ਤਪੱਸਿਆ ਦੀ ਲੋੜ ਹੁੰਦੀ ਹੈ, ਤਾਂ ਹੀ ਕ੍ਰਿਸ਼ਨ ਨੂੰ ਸ਼੍ਰੀ ਭਗਵਾਨ ਦੇ ਰੂਪ ਵਿਚ ਸਵੀਕਾਰ ਕੀਤਾ ਜਾ ਸਕਦਾ ਹੈ। ਪਰ ਕ੍ਰਿਸ਼ਨ ਨੂੰ ਇਸ ਰੂਪ ਵਿਚ ਸਮਝਣਾ ਸ਼ੁੱਧ ਭਗਤਾਂ ਦੀ ਸੁਭਾਵਿਕ ਕ੍ਰਿਪਾ ਨਾਲ ਹੀ ਹੁੰਦਾ ਹੈ ਹੋਰ ਕਿਸੇ ਉਪਾਅ ਨਾਲ ਨਹੀਂ।

देही नित्यमवध्योऽयं देहे सर्वस्य भारत।
तस्मात्सर्वाणि भूतानि न त्वं शोचितुमर्हसि॥ ३०॥

ਦੇਹੀ ਨਿਤ੍ਯਮਵਧ੍ਯੋ 'ਅਯਮ੍ ਦੇਹੇ ਸਰ੍ਵਸ੍ਯ ਭਾਰਤ ।
ਤਸ੍ਮਾਤ੍ ਸਰ੍ਵਾਣਿ ਭੂਤਾਨਿ ਨ ਤ੍ਵਮ੍ ਸ਼ੋਚਿਤੁਮ ਅਰ੍ਹਸਿ ॥ 30 ॥

ਦੇਹੀ-ਭੌਤਿਕ ਸ਼ਰੀਰ ਦਾ ਸਵਾਮੀ ; **ਨਿਤ੍ਯਮ੍**-ਸ਼ਾਸ਼ਵਤ (ਅਨੰਤ); **ਅਵਧ੍ਯਹ੍**-ਮਾਰਿਆ ਨਹੀਂ ਜਾ ਸਕਦਾ ; **ਅਯਮ੍**-ਇਹ ਆਤਮਾ ; **ਦੇਹੇ**-ਸ਼ਰੀਰ ਵਿਚ ; **ਸਰ੍ਵਸ੍ਯ**-ਹਰ ਇਕ ਦੇ ; **ਭਾਰਤ**-ਹੇ ਭਰਤ ਵੰਸ਼ੀ ; **ਤਸ੍ਮਾਤ੍**-ਇਸ ਲਈ ; **ਸਰ੍ਵਾਣਿ**-ਸਾਰੇ; **ਭੂਤਾਨਿ**-ਜੀਵਾਂ (ਜਨਮ ਲੈਣ ਵਾਲਿਆਂ) ਨੂੰ ; **ਨ**-ਕਦੀ ਨਹੀਂ; **ਤ੍ਵਮ੍**-ਤੁਸੀਂ ; **ਸ਼ੋਚਿਤੁਮ੍**-ਸ਼ੋਕ ਕਰਨ ਲਈ ; **ਅਰ੍ਹਸਿ**-ਯੋਗ ਹੈ ।

ਅਨੁਵਾਦ

ਹੇ ਭਰਤ ਵੰਸ਼ੀ ! ਸ਼ਰੀਰ ਵਿਚ ਰਹਿਣ ਵਾਲੇ (ਦੇਹੀ) ਦੀ ਕਦੀ ਵੀ ਹੱਤਿਆ ਨਹੀਂ ਕੀਤੀ ਜਾ ਸਕਦੀ । ਇਸ ਲਈ ਤੁਹਾਨੂੰ ਕਿਸੇ ਵੀ ਜੀਵ ਲਈ ਸ਼ੋਕ ਕਰਨ ਦੀ ਲੋੜ ਨਹੀਂ ਹੈ ।

ਭਾਵ

ਹੁਣ ਭਗਵਾਨ ਅਵਿਕਾਰੀ (ਸਥਿਰ) ਆਤਮਾ ਵਿਸ਼ੇ ਨਾਲ ਸੰਬੰਧਿਤ ਆਪਣਾ ਉਪਦੇਸ਼ ਖਤਮ ਕਰ ਰਹੇ ਹਨ । ਅਮਰ ਆਤਮਾ ਦਾ ਅਨੇਕਾਂ ਤਰ੍ਹਾਂ ਨਾਲ ਵਰਨਣ ਕਰਦੇ ਹੋਏ ਭਗਵਾਨ ਕ੍ਰਿਸ਼ਨ ਨੇ ਆਤਮਾ ਨੂੰ ਅਮਰ ਅਤੇ ਸ਼ਰੀਰ ਨੂੰ ਨਾਸ਼ਵਾਨ ਸਿੱਧ ਕੀਤਾ ਹੈ । ਇਸ ਲਈ ਖੱਤਰੀ ਹੋਣ ਕਾਰਨ ਅਰਜੁਨ ਨੂੰ ਇਸ ਡਰ ਕਰਕੇ ਕਿ ਜੰਗ ਵਿਚ ਉਸਦੇ ਪਿਤਾਮਹ ਭੀਸ਼ਮ ਅਤੇ ਗੁਰੂ ਦ੍ਰੋਣ ਮਰ ਜਾਣਗੇ, ਆਪਣੇ ਫਰਜ਼ ਤੋਂ ਕੁਤਾਹੀ ਨਹੀਂ ਕਰਨੀ ਚਾਹੀਦੀ । ਕ੍ਰਿਸ਼ਨ ਨੂੰ ਪ੍ਰਮਾਣਿਕ ਅਧਿਕਾਰੀ ਮੰਨ ਕੇ ਭੌਤਿਕ ਦੇਹ ਤੋਂ ਵੱਖਰੀ ਆਤਮਾ ਦੀ ਵੱਖਰੀ ਹੋਂਦ ਨੂੰ ਮੰਨਣਾ ਹੀ ਹੋਵੇਗਾ, ਇਹ ਨਹੀਂ ਕਿ ਆਤਮਾ ਵਰਗੀ ਕੋਈ ਵਸਤੂ ਨਹੀਂ ਹੈ ਜਾਂ ਕਿ ਜੀਵਨ ਦੇ ਲੱਛਣ ਰਸਾਇਣਾਂ ਦੀ ਅੰਦਰੂਨੀ ਕਿਰਿਆ ਕਾਰਨ ਇਕ ਅਵਸਥਾ ਵਿਚ ਪ੍ਰਗਟ ਹੁੰਦੇ ਹਨ । ਭਾਵੇਂ ਆਤਮਾ ਅਮਰ ਹੈ ਪਰ ਇਸ ਨਾਲ ਹਿੰਸਾ ਨੂੰ ਹੱਲਾ ਸ਼ੇਰੀ ਨਹੀਂ ਦਿੱਤੀ ਜਾਂਦੀ । ਫਿਰ ਵੀ ਜੰਗ ਦੇ ਸਮੇਂ ਹਿੰਸਾ ਦੀ ਮਨਾਹੀ ਨਹੀਂ ਕਿਉਂਕਿ ਉਦੋਂ ਇਸਦੀ ਲੋੜ ਰਹਿੰਦੀ ਹੈ । ਅਜਿਹੀ ਲੋੜ ਨੂੰ ਭਗਵਾਨ ਦੀ ਆਗਿਆ ਨਾਲ ਹੀ ਠੀਕ ਮੰਨਿਆ ਜਾ ਸਕਦਾ ਹੈ ਆਪਣੀ ਮਰਜ਼ੀ ਨਾਲ ਨਹੀਂ ।

स्वधर्ममपि चावेक्ष्य न विकम्पितुमर्हसि।
धर्म्याद्धि युद्धाच्छ्रेयोऽन्यत्क्षत्रियस्य न विद्यते॥ ३१॥

ਸ੍ਵਧਰ੍ਮਮ੍ ਅਪਿ ਚਾਵੇਕ੍ਸ਼੍ਯ ਨ ਵਿਕਮ੍ਪਿਤੁਮ੍ ਅਰ੍ਹਸਿ ।
ਧਰ੍ਮ੍ਯਾਦ੍ਧਿ ਯੁਦ੍ਧਾਚ੍ ਛ੍ਰੇਯੋ 'ਨ੍ਯਤ੍ ਕ੍ਸ਼ਤ੍ਰਿਯਸ੍ਯ ਨ ਵਿਦ੍ਯਤੇ ॥ 31 ॥

ਸਵ੍ਧਰ੍ਮਮ੍-ਆਪਣੇ ਧਰਮ ਨੂੰ ; **ਅਪਿ**-ਵੀ; **ਚ**-ਬਿਨ੍ਹਾਂ ਸ਼ੱਕ ; **ਅਵੇਕ੍ਸ਼੍ਯ**-ਵਿਚਾਰ ਕਰਕੇ ; **ਨ**-ਕਦੀ ਨਹੀਂ ; **ਵਿਕਮ੍ਪਿਤਮ੍**-ਸੰਕੋਚ ਕਰਨ ਲਈ ; **ਅਰ੍ਹਸਿ**-ਤੁਸੀਂ ਯੋਗ ਹੋ ; **ਧਰ੍ਮ੍ਯਾਤ੍**-ਧਰਮ ਲਈ ; **ਹਿ**-ਬਿਨ੍ਹਾਂ ਸ਼ੱਕ ; **ਯੁਦ੍ਧਾਤ੍**-ਜੰਗ ਕਰਨ ਦੀ ਬਜਾਏ ; **ਸ਼੍ਰੇਯਹ੍**-ਉੱਤਮ ਸਾਧਨ ; **ਅਨਯਤ੍**-ਕੋਈ ਹੋਰ ; **ਕਸ਼੍ਤ੍ਰੀਯਸ੍ਯ**-ਖੱਤਰੀ ਦਾ ; **ਨ**-ਨਹੀਂ; **ਵਿਦ੍ਯਤੇ**-ਹੈ ।

ਅਨੁਵਾਦ

ਖੱਤਰੀ ਹੋਣ ਕਾਰਨ ਆਪਣੇ ਵਿਸ਼ੇਸ਼ ਧਰਮ ਦਾ ਵਿਚਾਰ ਕਰਦੇ ਹੋਏ ਤੁਹਾਨੂੰ ਸਮਝਣਾ ਚਾਹੀਦਾ ਹੈ ਕਿ ਧਰਮ ਲਈ ਜੰਗ ਕਰਨ ਤੋਂ ਵੱਧਕੇ ਤੁਹਾਡੇ ਲਈ ਹੋਰ ਕੋਈ ਕਾਰਜ ਨਹੀਂ ਹੈ । ਇਸ ਲਈ ਤੁਹਾਨੂੰ ਸੰਕੋਚ ਕਰਨ ਦੀ ਕੋਈ ਲੋੜ ਨਹੀਂ ਹੈ ।

ਭਾਵ

ਸਮਾਜਿਕ ਵਿਵਸਥਾ ਦੇ ਚਾਰ ਵਰਣਾਂ ਵਿਚ ਦੂਜਾ ਵਰਣ ਉੱਤਮ ਰਾਜ ਲਈ ਹੈ ਅਤੇ ਖੱਤਰੀ ਕਹਾਉਂਦਾ ਹੈ । **ਕਸ਼ਤ੍** ਦਾ ਅਰਥ ਹੈ ਸੱਟ ਖਾਇਆ ਹੋਇਆ । ਜਿਹੜਾ ਨੁਕਸਾਨ ਤੋਂ ਰੱਖਿਆ ਕਰੇ ਉਹ ਖੱਤਰੀ ਕਹਾਉਂਦੇ ਹਨ । (ਤ੍ਰਾਯਤੇ-ਰੱਖਿਆ ਦੇਣਾ) ਖੱਤਰੀਆਂ ਨੂੰ ਜੰਗਲ ਵਿਚ ਸ਼ਿਕਾਰ ਖੇਡਣ ਦੀ ਸਿਖਲਾਈ ਦਿੱਤੀ ਜਾਦੀ ਹੈ, ਖੱਤਰੀ ਜੰਗਲ ਵਿਚ ਜਾਕੇ ਚੀਤੇ ਨੂੰ ਲਲਕਾਰਦਾ ਅਤੇ ਉਸਦੇ ਆਮ੍ਹਣੇ-ਸਾਹਮਣੇ ਆਪਣੀ ਤਲਵਾਰ ਨਾਲ ਲੜਦਾ ਸੀ । ਚੀਤੇ ਦੀ ਮੌਤ ਹੋਣ ਤੇ ਰਾਜਸੀ ਤਰੀਕੇ ਨਾਲ ਉਸਦਾ ਅੰਤਮ ਸੰਸਕਾਰ ਕੀਤਾ ਜਾਂਦਾ ਸੀ । ਅੱਜ ਵੀ ਜੈਪੁਰ ਰਿਆਸਤ ਦੇ ਖੱਤਰੀ ਰਾਜੇ ਇਸ ਰਿਵਾਜ ਦੀ ਪਾਲਣਾ ਕਰਦੇ ਹਨ । ਖੱਤਰੀਆਂ ਨੂੰ ਖ਼ਾਸ ਤਰੀਕੇ ਨਾਲ ਲਲਕਾਰਨ ਅਤੇ ਮਾਰਨ ਦੀ ਸਿੱਖਿਆ ਦਿੱਤੀ ਜਾਂਦੀ ਹੈ, ਕਿਉਂਕਿ ਕਦੀ-ਕਦੀ ਧਾਰਮਿਕ ਹਿੰਸਾ ਲਾਜ਼ਮੀ ਹੁੰਦੀ ਹੈ ਇਸ ਲਈ ਖੱਤਰੀਆਂ ਨੂੰ ਸਿੱਧੇ ਸੰਨਿਆਸ ਆਸ਼ਰਮ ਲੈਣ ਦਾ ਵਿਧਾਨ ਨਹੀਂ ਹੈ ਰਾਜਨੀਤੀ ਵਿਚ ਅਹਿੰਸਾ ਕੂਟਨੀਤਕ ਚਾਲ ਹੋ ਸਕਦੀ ਹੈ, ਪਰ ਇਹ ਕਦੇ ਵੀ ਕਾਰਨ ਜਾਂ ਸਿਧਾਂਤ ਨਹੀਂ ਰਹੇ । ਧਾਰਮਿਕ ਸੰਹਿਤਾਵਾਂ ਵਿਚ ਉਲੇਖ ਮਿਲਦਾ ਹੈ ;

> **ਆਹਵੇਸ਼ੁ ਮਿਥੋ 'ਨਯੋਨ੍ਯਮ੍ ਜਿਘਾਂਸੰਤੋ ਮਹੀਕ੍ਸ਼ਿਤਹ੍ ।**
> **ਯੁਦ੍ਧਮਾਨਾਹ੍ ਪਰਮ੍ ਸ਼ਕ੍ਤ੍ਯਾ ਸ੍ਵਰ੍ਗਮ੍ ਯਾਂਤਿ ਅਪਰਾਂਮੁਖਾਹ੍ ॥**
> **ਯਗ੍ਯੇਸ਼ੁ ਪਸ਼ਵੋ ਬ੍ਰਹਮਨ੍ ਹਨਯੰਤੇ ਸਤਤਮ੍ ਦ੍ਵਿਜੈਹ੍ ।**
> **ਸੰਸ੍ਕ੍ਰਿਤਾਹ੍ ਕਿਲ ਮੰਤ੍ਰੈਸ਼੍ ਚ ਤੇ 'ਪਿ ਸ੍ਵਰ੍ਗਮ੍ ਅਵਾਪ੍ਨੁਵਨ੍ ॥**

"**ਜੰਗ ਵਿਚ ਵਿਰੋਧੀ ਈਰਖਾਲੂ ਰਾਜਾ ਨਾਲ ਲੜਾਈ ਕਰਦੇ ਹੋਏ ਮਰਨ ਵਾਲੇ ਰਾਜਾ ਜਾਂ ਖੱਤਰੀ ਨੂੰ ਮੌਤ ਤੋਂ ਬਾਅਦ ਉਹੀ ਉਚੇਰੇ ਲੋਕ ਮਿਲਦੇ ਹਨ, ਜਿਨ੍ਹਾਂ ਦੀ ਪ੍ਰਾਪਤੀ ਯੱਗ ਦੀ ਅੱਗ ਵਿਚ ਬਲੀ ਦਿੱਤੇ ਗਏ ਪਸ਼ੂਆ ਨੂੰ ਹੁੰਦੀ ਹੈ।**" ਇਸ ਲਈ ਧਰਮ ਲਈ ਜੰਗ ਦੇ ਮੈਦਾਨ ਵਿਚ ਮਾਰਨਾ ਅਤੇ ਯੱਗ ਦੀ ਅੱਗ ਲਈ ਪਸ਼ੂਆਂ ਦੀ ਬਲੀ ਚੜ੍ਹਾਉਣਾ ਹਿੰਸਾ ਦਾ ਕਾਰਜ ਨਹੀਂ ਮੰਨਿਆ ਜਾਂਦਾ, ਕਿਉਂਕਿ ਇਸ ਧਾਰਮਿਕ ਸਿਧਾਂਤ ਕਾਰਨ ਹਰ ਮਨੁੱਖ ਨੂੰ ਲਾਭ ਪਹੁੰਚਦਾ ਹੈ ਅਤੇ ਯੱਗ ਵਿਚ

ਬਲੀ ਦਿੱਤੇ ਗਏ ਪਸ਼ੂ ਨੂੰ ਬਿਨ੍ਹਾਂ ਵਿਕਾਸ ਪ੍ਰਕ੍ਰਿਆ ਦੇ ਹੀ, ਤੁਰੰਤ ਮਨੁੱਖੀ ਸ਼ਰੀਰ ਪ੍ਰਾਪਤ ਹੋ ਜਾਂਦਾ ਹੈ। ਇਸੇ ਤਰ੍ਹਾਂ ਜੰਗ ਦੇ ਮੈਦਾਨ ਵਿਚ ਮਾਰੇ ਗਏ ਖੱਤਰੀ, ਯੱਗ ਪੂਰਾ ਕਰਨ ਵਾਲੇ ਬ੍ਰਾਹਮਣਾਂ ਨੂੰ ਪ੍ਰਾਪਤ ਹੋਣ ਵਾਲੇ ਸਵਰਗ ਲੋਕ ਵਿਚ ਜਾਂਦੇ ਹਨ।

ਆਪਣਾ ਧਰਮ (ਸਵੈਧਰਮ) ਦੋ ਤਰ੍ਹਾਂ ਦਾ ਹੁੰਦਾ ਹੈ, ਜਦੋਂ ਤਕ ਮਨੁੱਖ ਮੁਕਤ ਨਹੀਂ ਹੋ ਜਾਂਦਾ ਉਦੋਂ ਤਕ ਮੁਕਤੀ ਪ੍ਰਾਪਤ ਕਰਨ ਲਈ, ਧਰਮ ਮੁਤਾਬਿਕ ਸ਼ਰੀਰਕ ਕਰਤੱਵ ਕਰਨੇ ਹੁੰਦੇ ਹਨ। ਜਦੋਂ ਉਹ ਮੁਕਤ ਹੋ ਜਾਂਦਾ ਹੈ, ਤਾਂ ਉਸਦਾ ਖਾਸ ਫਰਜ਼ ਜਾਂ ਸਵੈਧਰਮ ਅਧਿਆਤਮਕ ਹੋ ਜਾਂਦਾ ਹੈ ਅਤੇ ਦੇਹ-ਆਤਮਕ ਬੁੱਧੀ ਵਿਚ ਨਹੀਂ ਰਹਿੰਦਾ। ਜਦੋਂ ਤਕ ਦੇਹ-ਆਤਮਕ ਬੁੱਧੀ ਹੈ, ਉਦੋਂ ਤਕ ਬ੍ਰਾਹਮਣਾਂ ਅਤੇ ਖੱਤਰੀਆਂ ਲਈ ਸਵੈਧਰਮ ਦਾ ਪਾਲਣ ਕਰਨਾ ਲਾਜ਼ਮੀ ਹੁੰਦਾ ਹੈ।

ਸਵੈ-ਧਰਮ (ਆਪਣੇ ਧਰਮ) ਦਾ ਵਿਧਾਨ ਭਗਵਾਨ ਰਾਹੀਂ ਹੁੰਦਾ ਹੈ, ਜਿਸਦਾ ਸਪਸ਼ਟੀਕਰਨ ਚੌਥੇ ਆਧਿਆਇ ਵਿਚ ਕੀਤਾ ਜਾਵੇਗਾ। ਸ਼ਰੀਰਕ ਪੱਧਰ ਤੇ ਸਵੈ-ਧਰਮ ਨੂੰ ਵਰਣ- ਆਸ਼ਰਮ ਧਰਮ ਜਾਂ ਅਧਿਆਤਮਕ ਗਿਆਨ ਦੀ ਪਹਿਲੀ ਪੌੜੀ ਕਹਿੰਦੇ ਹਨ, ਵਰਣ- ਆਸ਼ਰਮ ਧਰਮ ਭਾਵ ਪ੍ਰਾਪਤ ਸ਼ਰੀਰ ਦੇ ਖ਼ਾਸ ਗੁਣਾਂ ਤੇ ਆਧਾਰਿਤ ਸਵੈ-ਧਰਮ ਦੀ ਅਵਸਥਾ ਨਾਲ ਮਨੁੱਖੀ ਸਭਿਅਤਾ ਦੀ ਸ਼ੁਰੂਆਤ ਹੁੰਦੀ ਹੈ। ਵਰਣ-ਆਸ਼ਰਮ ਧਰਮ ਮੁਤਾਬਿਕ ਕਿਸੇ ਕਾਰਜ਼ ਖੇਤਰ ਵਿਚ ਸਵੈ-ਧਰਮ ਨੂੰ ਨਿਭਾਉਣ ਨਾਲ ਜੀਵਨ ਦੀ ਉਚੇਰੀ ਪਦਵੀਂ ਨੂੰ ਪ੍ਰਾਪਤ ਕੀਤਾ ਜਾ ਸਕਦਾ ਹੈ।

यदृच्छया चोपपन्नं स्वर्गद्वारमपावृतम्।
सुखिनः क्षत्रियाः पार्थ लभन्ते युद्धमीदृशम्॥ ३२॥

ਯਦ੍ਰਿਚ੍ਛਯਾ ਚੋਪਪਨ੍ਨਮ੍ ਸ੍ਵਰ੍ਗ-ਦ੍ਵਾਰਮ੍ ਅਪਾਵ੍ਰਿਤਮ੍ ।
ਸੁਖਿਨਹ੍ ਕਸ਼ਤ੍ਰਿਯਾਹ ਪਾਰ੍ਥ ਲਭੰਤੇ ਯੁੱਧਮ ਈਦ੍ਰਿਸ਼ਮ੍ ॥ 32 ॥

ਯਦ੍ਰਿਚ੍ਛਯਾ-ਆਪਣੇ ਆਪ ; **ਚ**-ਵੀ; **ਉਪਪਨ੍ਨਮ੍**-ਪ੍ਰਾਪਤ ਹੋਏ ; **ਸ੍ਵਰ੍ਗ**-ਸਵਰਗ ਲੋਕ ਦਾ ; **ਦ੍ਵਾਰਮ੍**-ਦਰਵਾਜ਼ਾ ; **ਅਪਾਵ੍ਰਿਤਮ੍**-ਖੁੱਲ੍ਹਿਆ ਹੋਇਆ ; **ਸੁਖਿਨਹ੍**-ਬਹੁਤ ਸੁਖੀ ; **ਕਸ਼ਤ੍ਰਿਯਾਹ੍**-ਰਾਜ ਪਰਿਵਾਰ ਦੇ ਜੀਅ ; **ਪਾਰ੍ਥ**-ਹੇ ਪ੍ਰਿਥਾ ਪੁੱਤਰ ; **ਲਭੰਤੇ**-ਪ੍ਰਾਪਤ ਕਰਦੇ ਹਨ ; **ਯੁੱਧਮ੍**-ਜੰਗ ਨੂੰ ; **ਈਦ੍ਰਿਸ਼ਮ੍**-ਇੰਝ।

ਅਨੁਵਾਦ

ਹੇ ਪਾਰਥ ! ਉਹ ਖੱਤਰੀ ਸੁਖੀ ਹਨ, ਜਿਨ੍ਹਾਂ ਨੂੰ ਅਜਿਹੇ ਜੰਗ ਦੇ ਮੌਕੇ ਆਪਣੇ ਆਪ ਪ੍ਰਾਪਤ ਹੁੰਦੇ ਹਨ, ਜਿਸ ਨਾਲ ਉਨ੍ਹਾਂ ਲਈ ਸਵਰਗ ਲੋਕ ਦੇ ਦਰਵਾਜ਼ੇ ਖੁੱਲ੍ਹ ਜਾਂਦੇ ਹਨ।

ਭਾਵ

ਸੰਸਾਰ ਦੇ ਧਰਮ ਗੁਰੂ ਭਗਵਾਨ ਕ੍ਰਿਸ਼ਨ, ਅਰਜੁਨ ਦੀ ਇਸ ਪ੍ਰਵ੍ਰਿਤੀ ਨੂੰ ਨਿੰਦਦੇ ਹਨ, ਜਦੋਂ ਉਹ ਕਹਿੰਦਾ ਹੈ ਕਿ ਉਸਨੂੰ ਇਸ ਜੰਗ ਵਿਚ ਕੁਝ ਵੀ ਲਾਭ ਵਿਖਾਈ ਨਹੀਂ ਦੇ ਰਿਹਾ, ਇਸ ਨਾਲ ਨਿੱਤ ਨਰਕ ਵਿਚ ਨਿਵਾਸ ਕਰਨਾ ਹੋਵੇਗਾ। ਅਰਜੁਨ ਰਾਹੀਂ ਅਜਿਹੀਆਂ ਗੱਲਾਂ ਸਿਰਫ ਅਗਿਆਨ

ਕਾਰਨ ਸੀ। ਉਹ ਆਪਣੇ ਸਵੈ-ਧਰਮ ਦੇ ਆਚਰਣ ਵਿਚ ਅਹਿੰਸਕ ਬਣਨਾ ਚਾਹੁੰਦਾ ਸੀ। ਪਰ ਇਕ ਖੱਤਰੀ ਲਈ ਜੰਗੀ ਮੈਦਾਨ ਵਿਚ ਖਲੋ ਕੇ ਇੰਝ ਅਹਿੰਸਕ ਬਣਨਾ ਮੂਰਖਾਂ ਦਾ ਦਰਸ਼ਨ ਹੈ। ਪਰਾਸ਼ਰ ਸਮ੍ਰਿਤਿ ਵਿਚ ਵਿਆਸ ਦੇਵ ਦੇ ਪਿਤਾ ਪਰਾਸ਼ਰ ਨੇ ਕਿਹਾ ਹੈ -

ਕਸ਼ੱਤ੍ਰਿਯੋ ਹਿ ਪ੍ਰਜਾ ਰਕਸ਼ਨ੍ ਸ਼ਸਤ੍ਰ-ਪਾਣਿਹ੍ ਪ੍ਰਦੰਡਯਨ੍।
ਨਿਰ੍ਜਿਤ੍ਯ ਪਰਸੈਨਯਾਦਿ ਕ੍ਸ਼ਿਤਿਮ੍ ਧਰ੍ਮੇਣ ਪਾਲੇਯਤ੍॥

"ਖੱਤਰੀ ਦਾ ਧਰਮ ਹੈ ਕਿ ਉਹ ਸਾਰੇ ਕਲੇਸ਼ਾਂ ਤੋਂ ਨਾਗਰਿਕਾਂ ਦੀ ਰੱਖਿਆ ਕਰੇ। ਇਸ ਲਈ ਉਸਨੂੰ ਸ਼ਾਂਤੀ ਅਤੇ ਵਿਵਸਥਾ ਬਣਾਉਣ ਲਈ ਹਿੰਸਾ ਕਰਨੀ ਪੈਂਦੀ ਹੈ। ਇਸ ਲਈ ਉਸਨੂੰ ਦੁਸ਼ਮਣਾਂ ਰਾਜਿਆਂ ਦੀਆਂ ਫੌਜ਼ਾਂ ਨੂੰ ਜਿੱਤਕੇ ਧਰਮ ਪੂਰਵਕ ਸੰਸਾਰ ਤੇ ਰਾਜ ਕਰਨਾ ਚਾਹੀਦਾ ਹੈ"

ਜੇਕਰ ਸਾਰੇ ਪੱਖਾਂ ਤੇ ਵਿਚਾਰ ਕਰੀਏ ਤਾਂ ਅਰਜੁਨ ਦਾ ਜੰਗ ਤੋਂ ਟਲਣ ਦਾ ਕੋਈ ਕਾਰਨ ਨਹੀਂ ਸੀ। ਜੇਕਰ ਉਹ ਦੁਸ਼ਮਣਾਂ ਨੂੰ ਜਿੱਤਦਾ ਹੈ ਤਾਂ ਰਾਜ ਭੋਗੇਗਾ ਅਤੇ ਜੇਕਰ ਉਹ ਜੰਗੀ ਮੈਦਾਨ ਵਿਚ ਮਰਦਾ ਹੈ ਤਾਂ ਸਵਰਗ ਨੂੰ ਜਾਵੇਗਾ, ਜਿਸਦੇ ਦਰਵਾਜੇ ਉਸ ਲਈ ਖੁੱਲ੍ਹੇ ਹਨ। ਜੰਗ ਕਰਨ ਨਾਲ ਉਸਨੂੰ ਦੋਵੇ ਤਰ੍ਹਾਂ ਨਾਲ ਲਾਭ ਹੋਵੇਗਾ।

अथ चेत्त्वमिमं धर्म्यं सङ्ग्रामं न करिष्यसि।
ततः स्वधर्मं कीर्तिं च हित्वा पापमवाप्स्यसि॥ ३३॥

ਅਥ ਚੇਤ੍ ਤ੍ਵਮ ਇਮਮ੍ ਧਰ੍ਮ੍ਯਮ੍ ਸੰਗ੍ਰਾਮਮ੍ ਨ ਕਰਿਸ਼੍ਯਸਿ।
ਤਤਹ੍ ਸ੍ਵਧਰਮਮ੍ ਕੀਰ੍ਤਿਮ ਚ ਹਿਤ੍ਵਾ ਪਾਪਮ੍ ਅਵਾਪ੍ਸ੍ਯਸਿ॥ 33॥

ਅਥ-ਇਸ ਲਈ ; **ਚੇਤ੍**-ਜੇਕਰ; **ਤ੍ਵਮ੍**-ਤੁਸੀਂ ; **ਇਮਮ੍**-ਇਸ ; **ਧਰ੍ਮ੍ਯਮ੍**-ਧਰਮ ਰੂਪੀ ; **ਸੰਗ੍ਰਾਮਮ੍**-ਜੰਗ ਨੂੰ ; **ਨ**-ਨਹੀਂ ; **ਕਰਿਸ਼੍ਯਸਿ**-ਕਰੋਗੇ ; **ਤਤਹ੍**-ਤਾਂ ; **ਸ੍ਵਧਰਮਮ੍**-ਆਪਣੇ ਧਰਮ ਨੂੰ ; **ਕੀਰ੍ਤਿਮ੍**-ਯਸ਼ ਨੂੰ; **ਚ**-ਵੀ ; **ਹਿਤ੍ਵਾ**-ਗਵਾਕੇ ; **ਪਾਪਮ੍**-ਪਾਪ ਪੂਰਨ ਫਲ ਨੂੰ ; **ਅਵਾਪ੍ਸ੍ਯਸਿ**-ਪ੍ਰਾਪਤ ਕਰੋਗੇ।

ਅਨੁਵਾਦ

ਪਰ ਜੇਕਰ ਤੁਸੀਂ ਜੰਗ ਕਰਨ ਦੇ ਆਪਣੇ ਧਰਮ ਨੂੰ ਪੂਰਾ ਨਹੀਂ ਕਰਦੇ ਤਾਂ ਤੁਹਾਨੂੰ ਯਕੀਨੀ ਤੌਰ ਤੇ ਆਪਣੇ ਫਰਜ਼ ਤੋਂ ਕੁਤਾਹੀ ਕਰਨ ਦਾ ਪਾਪ ਲਗੇਗਾ ਅਤੇ ਤੁਸੀਂ ਯੋਧਾ ਦੇ ਰੂਪ ਵਿਚ ਆਪਣਾ ਯਸ਼ ਗਵਾ ਦੇਵੋਗੇ।

ਭਾਵ

ਅਰਜੁਨ ਨਾਮੀ ਯੋਧਾ ਸੀ, ਜਿਸਨੇ ਸ਼ਿਵ ਆਦਿ ਅਨੇਕਾਂ ਦੇਵਤਿਆਂ ਨਾਲ ਜੰਗ ਕਰਕੇ ਨਾਮ ਖੱਟਿਆ ਸੀ। ਸ਼ਿਕਾਰੀ ਦੇ ਭੇਖ ਵਿਚ ਸ਼ਿਵ ਜੀ ਨਾਲ ਜੰਗ ਕਰਕੇ ਅਤੇ ਉਨ੍ਹਾਂ ਨੂੰ ਹਰਾਕੇ ਅਰਜੁਨ ਨੇ ਉਨ੍ਹਾਂ ਨੂੰ ਪ੍ਰਸੰਨ ਕੀਤਾ ਸੀ ਅਤੇ ਵਰਦਾਨ ਦੇ ਰੂਪ ਵਿਚ ਪਸ਼ੁਪਤ-ਅਸਤਰ ਪ੍ਰਾਪਤ ਕੀਤਾ ਸੀ।

ਸਾਰੇ ਲੋਕੀ ਇਹ ਜਾਣਦੇ ਸਨ ਕਿ ਉਹ ਇਕ ਮਹਾਨ ਯੋਧਾ ਸੀ। ਦ੍ਰੋਣਾਚਾਰੀਆਂ ਨੇ ਆਪ ਉਸਨੂੰ ਆਸ਼ੀਰਵਾਦ ਦਿੱਤਾ ਸੀ ਅਤੇ ਇਕ ਖ਼ਾਸ ਸ਼ਸਤਰ ਦਿੱਤਾ ਸੀ ਜਿਸ ਨਾਲ ਉਹ ਆਪਣੇ ਗੁਰੂ ਨੂੰ ਵੀ ਮਾਰ ਸਕਦਾ ਸੀ। ਇੰਝ ਉਹ ਆਪਣੇ ਧਰਮਪਿਤਾ ਅਤੇ ਸਵਰਗ ਦੇ ਰਾਜਾ ਇੰਦਰ ਸਮੇਤ ਅਨੇਕਾਂ ਅਧਿਕਾਰੀਆਂ ਤੋਂ ਅਨੇਕਾਂ ਜੰਗਾਂ ਵਿਚ ਪ੍ਰਮਾਣ ਪੱਤਰ ਲੈ ਚੁੱਕਾ ਸੀ, ਪਰ ਜੇਕਰ ਉਹ ਇਸ ਵਕਤ ਜੰਗ ਛੱਡਦਾ ਹੈ ਤਾਂ ਉਹ ਨਾ ਸਿਰਫ ਖੱਤਰੀ ਧਰਮ ਦੀ ਉਲੰਘਣਾ ਦਾ ਦੋਸ਼ੀ ਹੋਵੇਗਾ, ਸਗੋਂ ਉਸਦੇ ਯਸ਼ ਨੂੰ ਵੀ ਨੁਕਸਾਨ ਹੋਵੇਗਾ ਅਤੇ ਉਹ ਨਰਕ ਜਾਣ ਲਈ ਆਪਣਾ ਰਾਜ ਮਾਰਗ ਤਿਆਰ ਕਰ ਲਵੇਗਾ। ਦੂਜੇ ਸ਼ਬਦਾਂ ਵਿਚ ਉਹ ਜੰਗ ਕਰਨ ਨਾਲ ਨਹੀਂ ਸਗੋਂ ਜੰਗ ਤੋਂ ਭੱਜਣ ਕਰਕੇ ਨਰਕ ਦਾ ਭਾਗੀ ਹੋਵੇਗਾ।

अकीर्तिं चापि भूतानि कथयिष्यन्ति तेऽव्ययाम्।
सम्भावितस्य चाकीर्तिर्मरणादतिरिच्यते॥ ३४॥

ਅਕੀਰ੍ਤਿਮ੍ ਚਾਪਿ ਭੂਤਾਨਿ ਕਥਯਿਸ਼੍ਯੰਤਿ ਤੇ 'ਵ੍ਯਯਮ੍ ।
ਸੰਭਾਵਿਤਸ੍ਯ ਚਾਕੀਰ੍ਤਿਰ੍ਮਰਣਾਦ੍ ਅਤਿਰਿਚ੍ਯਤੇ ॥ 34 ॥

ਅਕੀਰ੍ਤਿਮ-ਅਪਯਸ਼ ; **ਚ**-ਵੀ; **ਅਪਿ**-ਇਸ ਤੋਂ ਇਲਾਵਾ ; **ਭੂਤਾਨਿ**-ਸਾਰੇ ਲੋਕ; **ਕਥਯਿਸ਼੍ਯੰਤਿ**-ਕਹਿਣਗੇ ; **ਤੇ**-ਤੁਹਾਡੇ ;**ਅਵ੍ਯਯਾਮ੍**-ਹਮੇਸ਼ਾਂ ਲਈ ; **ਸੰਭਾਵਿਤਸ੍ਯ**-ਸਨਮਾਨਿਤ ਮਨੁੱਖਾਂ ਲਈ ; **ਚ**-ਵੀ ; **ਅਕੀਰ੍ਤਿਹ੍**-ਅਪਯਸ਼ ; **ਮਰਣਾਤ੍**-ਮੌਤ ਤੋਂ ; **ਅਤਿਰਿਚ੍ਯਤੇ**-ਵਧੇਰੇ ਹੁੰਦੀ ਹੈ।

ਅਨੁਵਾਦ

ਲੋਕ ਹਮੇਸ਼ਾਂ ਤੁਹਾਡੇ ਅਪਯਸ਼ ਦਾ ਵਰਨਣ ਕਰਨਗੇ ਅਤੇ ਸਨਮਾਨਿਤ ਮਨੁੱਖ ਲਈ ਅਪਯਸ਼ ਤਾਂ ਮੌਤ ਤੋਂ ਵੀ ਵੱਧ ਕੇ ਹੈ।

ਭਾਵ

ਹੁਣ ਅਰਜੁਨ ਦੇ ਦੋਸਤ ਅਤੇ ਗੁਰੂ ਦੇ ਰੂਪ ਵਿਚ ਭਗਵਾਨ ਕ੍ਰਿਸ਼ਨ ਅਰਜੁਨ ਨੂੰ ਜੰਗ ਤੋਂ ਨਾ ਟਲਣ ਦਾ ਅੰਤਿਮ ਫੈਸਲਾ ਦਿੰਦੇ ਹਨ। ਉਹ ਕਹਿੰਦੇ ਹਨ, "ਅਰਜੁਨ! ਜੇਕਰ ਤੁਸੀਂ ਜੰਗ ਸ਼ੁਰੂ ਹੋਣ ਤੋਂ ਪਹਿਲੇ ਹੀ ਜੰਗ ਦਾ ਮੈਦਾਨ ਛੱਡ ਦਿੰਦਾ ਹੋ ਤਾਂ ਲੋਕ ਤੁਹਾਨੂੰ ਕਾਇਰ ਕਹਿਣਗੇ ਅਤੇ ਜੇਕਰ ਤੁਸੀਂ ਸੋਚਦੇ ਹੋ ਕਿ ਲੋਕ ਗਾਲਾਂ ਦਿੰਦੇ ਰਹਿਣ ਪਰ ਤੁਸੀਂ ਜੰਗ ਦੇ ਮੈਦਾਨ ਤੋਂ ਨੱਸ ਕੇ ਆਪਣੀ ਜਾਨ ਬਚਾ ਲਵੋਗੇ ਤਾਂ ਮੇਰੀ ਸਲਾਹ ਹੈ ਕਿ ਤੁਹਾਨੂੰ ਜੰਗ ਵਿਚ ਮਰ ਜਾਣਾ ਹੀ ਬੇਹਤਰ ਹੋਵੇਗਾ। ਤੁਹਾਡੇ ਵਰਗੇ ਸਨਮਾਨਿਤ ਮਨੁੱਖ ਲਈ ਅਪਯਸ਼ ਮੌਤ ਤੋਂ ਵੀ ਬੁਰਾ ਹੈ। ਇਸ ਲਈ ਤੁਹਾਨੂੰ ਜਾਨ ਦੇ ਡਰ ਕਾਰਨ ਨੱਸਣਾ ਨਹੀਂ ਚਾਹੀਦਾ, ਜੰਗ ਵਿਚ ਮਰ ਜਾਣਾ ਹੀ ਚੰਗਾ ਹੋਵੇਗਾ। ਇਸ ਨਾਲ ਤੁਸੀਂ ਮੇਰੀ ਦੋਸਤੀ ਦੀ ਦੁਰਵਰਤੋਂ ਕਰਨ ਅਤੇ ਸਮਾਜ ਵਿਚ ਆਪਣੀ ਇੱਜਤ ਖੋਹਣ ਦੇ ਅਪਯਸ਼ ਤੋਂ ਬਚ ਜਾਵੋਗੇ।"

ਇਸ ਲਈ ਅਰਜੁਨ ਲਈ ਭਗਵਾਨ ਦਾ ਅੰਤਿਮ ਨਿਰਣਾ ਸੀ ਕਿ ਉਹ ਜੰਗ ਤੋਂ ਨਾ ਨੱਸੇ ਸਗੋਂ ਜੰਗ ਵਿਚ ਮਰੇ।

भयाद्रणादुपरतं मंस्यन्ते त्वां महारथा:।
येषां च त्वं बहुमतो भूत्वा यास्यसि लाघवम्॥ ३५॥

ਭਯਾਦ੍ ਰਣਾਦ ਓਪਰਤਮ੍ ਮੰਸ੍ਯਨਤੇ ਤਵਾਮ੍ ਮਹਾ-ਰਥਾਹ੍ ।
ਯੇਸ਼ਾਮ੍ ਚ ਤ੍ਵਮ੍ ਬਹੁ-ਮਤੋ ਭੂਤ੍ਵਾ ਯਾਸ੍ਯਸਿ ਲਾਘਵਮ੍ ॥ 35 ॥

ਭਯਾਤ੍-ਡਰ ਨਾਲ ; ਰਣਾਤ੍-ਜੰਗ ਮੈਦਾਨ ਤੋਂ ; ਓਪਰਤਮ੍-ਵਿਮੁੱਖ ; ਮੰਸ੍ਯੰਨਤੇ-ਮੰਨਣ ਲਗੇ ; ਤ੍ਵਾਮ੍-ਤੁਹਾਨੂੰ ; ਮਹਾਰਥਾਹ੍-ਵੱਡੇ ਵੱਡੇ ਯੋਧਾ ; ਯੇਸ਼ਾਮ੍-ਜਿਨ੍ਹਾਂ ਲਈ; ਚ-ਵੀ; ਤਵਮ੍-ਤੁਸੀਂ ; ਬਹੁਮਤਹ੍-ਵਧੇਰੇ ਸਨਮਾਨਿਤ ; ਭੂਤ੍ਵਾ-ਹੋਕੇ ; ਯਾਸ਼੍ਯਸਿ-ਜਾਵੋਗੇ ; ਲਾਘਵਮ੍-ਤੁੱਛਤਾ ਨੂੰ ।

ਅਨੁਵਾਦ

ਜਿਹੜੇ-ਜਿਹੜੇ ਮਹਾਨ ਯੋਧਿਆਂ ਨੇ ਤੁਹਾਡੇ ਨਾਂ ਅਤੇ ਯਸ਼ ਨੂੰ ਸਨਮਾਨ ਦਿੱਤਾ ਹੈ, ਉਹ ਸੋਚਣਗੇ ਕਿ ਤੁਸੀਂ ਡਰ ਦੇ ਮਾਰੇ ਜੰਗੀ ਮੈਦਾਨ ਛੱਡ ਦਿੱਤਾ ਹੈ ਅਤੇ ਇੰਝ ਉਹ ਤੁਹਾਨੂੰ ਤੁੱਛ ਸਮਝਣਗੇ ।

ਭਾਵ

ਭਗਵਾਨ ਕ੍ਰਿਸ਼ਨ ਅਰਜੁਨ ਨੂੰ ਆਪਣਾ ਫੈਸਲਾ ਸੁਣਾ ਰਹੇ ਹਨ "ਤੁਸੀਂ ਇਹ ਨਾ ਸੋਚੋ ਕਿ ਦੁਰਯੋਧਨ ਕਰਣ ਅਤੇ ਹੋਰ ਉਸ ਸਮੇਂ ਦੇ ਮਹਾਰਥੀ ਇਹ ਸੋਚਣਗੇ ਕਿ ਤੁਸੀਂ ਆਪਣੇ ਭਾਈਆਂ ਅਤੇ ਪਿਤਾਮਹ (ਦਾਦਾ) ਤੇ ਰਹਿਮ ਕਰਕੇ ਜੰਗੀ ਮੈਦਾਨ ਛੱਡਿਆ ਹੈ । ਉਹ ਤਾਂ ਇਹ ਸੋਚਣਗੇ ਕਿ ਤੁਸੀਂ ਆਪਣੀ ਜਾਨ ਦੇ ਡਰ ਤੋਂ ਜੰਗੀ ਮੈਦਾਨ ਛੱਡਿਆ ਹੈ । ਇੰਝ ਉਨ੍ਹਾਂ ਦੀਆਂ ਨਜ਼ਰਾਂ ਵਿਚ ਤੁਹਾਡੇ ਲਈ ਜੋ ਸਤਿਕਾਰ ਹੈ ਉਹ ਮਿੱਟੀ ਵਿਚ ਮਿਲ ਜਾਵੇਗਾ।"

अवाच्यवादांश्च बहून्वदिष्यन्ति तवाहिता:।
निन्दन्तस्तव सामर्थ्यं ततो दु:खतरं नु किम्॥ ३६॥

ਅਵਾਚ੍ਯ-ਵਾਦਾਂਸ਼੍ ਚ ਬਹੂਨ੍ ਵਦਿਸ਼੍ਯੰਤਿ ਤਵਾਹਿਤਾਹ੍ ।
ਨਿੰਦੰਤਸ੍ ਤਵ ਸਾਮਰ੍ਥ੍ਯਮ੍ ਤਤੋ ਦੁਹ੍ਖਤਰਮ੍ ਨੁ ਕਿਮ੍ ॥ 36 ॥

ਅਵਾਚ੍ਯ-ਕੌੜੇ ; ਵਾਦਾਨ੍-ਝੂਠੇ ਸ਼ਬਦ ; ਚ-ਵੀ ; ਬਹੂਨ੍-ਅਨੇਕ ; ਵਦਿਸ਼੍ਯੰਤਿ-ਕਹਿਣਗੇ ; ਤਵ-ਤੁਹਾਡੇ ;ਅਹਿਤਾਹ੍-ਦੁਸ਼ਮਣ ;ਨਿੰਦੰਤਹ੍-ਨਿੰਦਾ ਕਰਦੇ ਹੋਏ ;ਤਵ-ਤੁਹਾਡੀ ;ਸਾਮਰ੍ਥ੍ਯਮ੍-ਸਮਰਥਾ ਨੂੰ ; ਤਤਹ੍-ਉਨ੍ਹਾਂ ਦੀ ਬਜਾਏ ; ਦੁਹ੍ਖਤਰਮ੍-ਵਧੇਰੇ ਦੁੱਖਦਾਈ ; ਨੁ-ਬਿਨ੍ਹਾਂ ਸ਼ੱਕ ; ਕਿਮ੍-ਹੋਰ ਕੀ ਹੈ ।

ਅਨੁਵਾਦ

ਤੁਹਾਡੇ ਦੁਸ਼ਮਣ ਅਨੇਕਾਂ ਤਰ੍ਹਾਂ ਨਾਲ ਕੌੜੇ ਬੋਲਾਂ ਰਾਹੀਂ ਤੁਹਾਡਾ ਵਰਣਨ ਕਰਨਗੇ ਅਤੇ ਤੁਹਾਡੀ ਸਮਰਥਾ ਦਾ ਮਜ਼ਾਕ ਉਡਾਉਣਗੇ। ਤੁਹਾਡੇ ਲਈ ਇਸ ਤੋਂ ਦੁੱਖਦਾਈ ਹੋਰ ਕੀ ਹੋ ਸਕਦਾ ਹੈ।

ਭਾਵ

ਸ਼ੁਰੂ ਵਿਚ ਹੀ ਭਗਵਾਨ ਕ੍ਰਿਸ਼ਨ ਨੂੰ ਅਰਜੁਨ ਦੇ ਬਿਨ੍ਹਾਂ ਮੰਗੇ ਰਹਿਮ ਭਾਵ ਤੇ ਹੈਰਾਨੀ ਹੋਈ ਸੀ ਅਤੇ ਉਨ੍ਹਾਂ ਨੇ ਰਹਿਮ ਭਾਵ ਨੂੰ ਅਨਾੜੀਆਂ ਲਈ ਉਚਿਤ ਦੱਸਿਆ ਸੀ। ਹੁਣ ਉਨਾਂ ਨੇ ਵਿਸਥਾਰ ਨਾਲ ਅਰਜੁਨ ਦੇ ਅਖੌਤੀ ਰਹਿਮ ਭਾਵ ਦੇ ਵਿਰੋਧ ਵਿਚ ਕਹੇ ਗਏ ਆਪਣੇ ਵੱਚਨਾਂ ਨੂੰ ਸਿੱਧ ਕਰ ਦਿੱਤਾ ਹੈ।

हतो वा प्राप्स्यसि स्वर्गं जित्वा वा भोक्ष्यसे महीम्।
तस्मादुत्तिष्ठ कौन्तेय युद्धाय कृतनिश्चयः॥ ३७॥

ਹਤੋ ਵਾ ਪ੍ਰਾਪ੍ਸ੍ਯਸਿ ਸ੍ਵਰ੍ਗਮ੍ ਜਿਤ੍ਵਾ ਵਾ ਭੋਕ੍ਸ਼੍ਯਸੇ ਮਹੀਮ੍।
ਤਸ੍ਮਾਦ੍ ਉਤਿਸ਼ਠ ਕੌਂਤੇਯ ਯੁਦ੍ਧਾਯ ਕ੍ਰਿਤ ਨਿਸ਼੍ਚਯਹ ॥37॥

ਹਤਹ੍-ਮਰਿਆ ਜਾ ਕੇ ; ਵਾ-ਜਾਂ ਤਾਂ ; ਪ੍ਰਾਪ੍ਸ੍ਯਸਿ-ਪ੍ਰਾਪਤ ਕਰੋਗੇ ; ਸ੍ਵਰ੍ਗਮ੍-ਸਵਰਗ ਲੋਕ ਨੂੰ ; ਜਿਤ੍ਵਾ-ਜਿੱਤਕੇ ; ਵਾ-ਜਾਂ ; ਭੋਕਸ਼੍ਯਸੇ-ਭੋਗੋਗੇ ; ਮਹੀਮ੍-ਧਰਤੀ ਨੂੰ ; ਤਸ੍ਮਾਤ੍-ਇਸ ਲਈ ; ਉਤਿਸ਼੍ਠ-ਉੱਠੋ ; ਕੌਂਤੇਯ-ਹੇ ਕੁੰਤੀ ਪੁੱਤਰ ; ਯੁੱਧਾਯ-ਲੜਨ ਲਈ ; ਕ੍ਰਿਤ-ਪੱਕੇ ਨਿਸ਼੍ਚਯਹ੍-ਸੰਕਲਪ ਨਾਲ।

ਅਨੁਵਾਦ

ਹੇ ਕੁੰਤੀ ਪੁੱਤਰ ! ਤੁਸੀਂ ਜੇਕਰ ਜੰਗ ਵਿਚ ਮਰ ਗਏ ਤਾਂ ਸਵਰਗ ਪ੍ਰਾਪਤ ਕਰੋਗੇ ਅਤੇ ਜੇਕਰ ਤੁਸੀ ਜਿੱਤ ਗਏ ਤਾਂ ਧਰਤੀ ਤੇ ਰਾਜ ਭੋਗੋਗੇ। ਇਸ ਲਈ ਪੱਕਾ ਇਰਾਦਾ ਕਰਕੇ ਖੜੇ ਹੋਵੋ ਅਤੇ ਜੰਗ ਕਰੋ।

ਭਾਵ

ਭਾਵੇਂ ਅਰਜੁਨ ਦੇ ਪੱਖ ਵਿਚ ਜਿੱਤ ਯਕੀਨੀ ਨਹੀਂ ਸੀ, ਫੇਰ ਵੀ ਉਸਨੂੰ ਜੰਗ ਕਰਨੀ ਸੀ ਜੇਕਰ ਉਹ ਜੰਗ ਵਿਚ ਮਾਰਿਆ ਗਿਆ ਤਾਂ ਉਹ ਸਵਰਗਲੋਕ ਨੂੰ ਜਾਵੇਗਾ।

सुखदुःखे समे कृत्वा लाभालाभौ जयाजयौ।
ततो युद्धाय युज्यस्व नैवं पापमवाप्स्यसि॥ ३८॥

ਸੁਖ-ਦੁਹ੍ਖੇ ਸਮੇ ਕ੍ਰਿਤ੍ਵਾ ਲਾਭਾਲਾਭੌ ਜਯਾਜਯੌ ।
ਤਤੋ ਯੁਦ੍ਧਾਯ ਯੁਜ੍ਯਸ੍ਵ ਨੈਵਮ੍ ਪਾਪਮ੍ ਅਵਾਪ੍ਸ੍ਯਸਿ ॥ 38 ॥

ਸੁਖ-ਸੁਖ; **ਦੁਹ੍ਖੇ**-ਅਤੇ ਦੁੱਖ ਵਿਚ ; **ਸਮੇ**-ਬਰਾਬਰ ; **ਕ੍ਰਿਤ੍ਵਾ**-ਕਰਕੇ ; **ਲਾਭਾਲਾਭੌ**-ਲਾਭ ਅਤੇ ਹਾਨੀ ਦੋਵੇਂ ; **ਜਯ-ਅਜਯੌ**-ਜਿੱਤ ਅਤੇ ਹਾਰ ਦੋਵੇਂ ; **ਤਤਹ੍**-ਇਸ ਤੋਂ ਬਾਅਦ; **ਯੁਦ੍ਧਾਯ**-ਜੰਗ ਕਰਨ ਲਈ ; **ਯੁਜ੍ਯਸ੍ਵ**-ਲੜੋ ; **ਨ**-ਕਦੀ ਨਹੀਂ ; **ਏਵਮ**-ਇੰਝ ; **ਪਾਪਮ੍**-ਪਾਪ,ਫਲ ; **ਅਵਾਪ੍ਸ੍ਯਸਿ**-ਪ੍ਰਾਪਤ ਕਰੋਗੇ ।

ਅਨੁਵਾਦ

ਤੁਸੀ ਸੁਖ ਜਾਂ ਦੁੱਖ, ਹਾਨੀ ਜਾਂ ਲਾਭ, ਜਿੱਤ ਜਾਂ ਹਾਰ ਦਾ ਵਿਚਾਰ ਕੀਤੇ ਬਿਨ੍ਹਾਂ ਜੰਗ ਲਈ ਜੰਗ ਕਰੋ । ਇੰਝ ਕਰਨ ਨਾਲ ਤੁਹਾਨੂੰ ਕੋਈ ਪਾਪ ਨਹੀਂ ਲਗੇਗਾ ।

ਭਾਵ

ਹੁਣ ਭਗਵਾਨ ਕ੍ਰਿਸ਼ਨ ਪ੍ਰਤੱਖ ਰੂਪ ਵਿਚ ਇਹ ਕਹਿੰਦੇ ਹਨ ਕਿ ਅਰਜੁਨ ਨੂੰ ਜੰਗ ਲਈ ਜੰਗ ਕਰਨੀ ਚਾਹੀਦੀ ਹੈ, ਕਿਉਂਕਿ ਇਹ ਉਨ੍ਹਾਂ ਦੀ ਇੱਛਾ ਹੈ । ਕ੍ਰਿਸ਼ਨ ਭਾਵਨਾ ਅੰਮ੍ਰਿਤ ਕਾਰਜਾਂ ਵਿਚ ਸੁਖ ਜਾਂ ਦੁੱਖ, ਹਾਨੀ ਜਾਂ ਲਾਭ, ਜਿੱਤ ਜਾਂ ਹਾਰ ਨੂੰ ਕੋਈ ਮਹੱਤਵ ਨਹੀਂ ਦਿੱਤਾ ਜਾਂਦਾ । ਦਿੱਵ ਚੇਤਨਾ ਤਾਂ ਇਹੋ ਹੋਵੇਗੀ ਕਿ ਹਰ ਕਾਰਜ ਕ੍ਰਿਸ਼ਨ ਦੇ ਨਿਮਿੱਤ ਕੀਤਾ ਜਾਵੇ, ਇਸ ਲਈ ਭੌਤਿਕ ਕਾਰਜਾਂ ਦਾ ਕੋਈ ਬੰਧਨ (ਫਲ) ਨਹੀਂ ਹੁੰਦਾ । ਜਿਹੜਾ ਕੋਈ ਸਤੋਗੁਣ ਜਾਂ ਰਜੋਗੁਣ ਦੇ ਅਧੀਨ ਹੋ ਕੇ ਆਪਣੀ ਇੰਦਰੀਆਂ ਦੀ ਤ੍ਰਿਪਤੀ ਲਈ ਕਰਮ ਕਰਦਾ ਹੈ ਉਸ ਨੂੰ ਚੰਗੇ ਜਾਂ ਮਾੜੇ ਫਲ ਪ੍ਰਾਪਤ ਹੁੰਦੇ ਹਨ, ਪਰ ਜਿਹੜਾ ਕ੍ਰਿਸ਼ਨ ਭਾਵਨ ਅੰਮ੍ਰਿਤ ਦੇ ਕਾਰਜਾਂ ਵਿਚ ਆਪਣੇ ਆਪ ਨੂੰ ਸਮਰਪਿਤ ਕਰ ਦਿੰਦਾ ਹੈ ਉਹ ਸਾਧਾਰਨ ਕਰਮ ਕਰਨ ਵਾਲਿਆਂ ਵਾਂਗ ਕਿਸੇ ਦਾ ਅਹਿਸਾਨਮੰਦ ਜਾਂ ਰਿਣੀ ਨਹੀਂ ਹੁੰਦਾ । ਭਾਗਵਤਮ੍ ਵਿਚ ਕਿਹਾ ਗਿਆ ਹੈ :-

ਦੇਵਰ੍ਸ਼ਿ-ਭੂਤਾਪ੍ਤ-ਨ੍ਰਿਣਾਮ੍ ਪਿਤ੍ਰਿਣਾਮ੍ ਨ ਕਿੰਕਰੋ ਨਾਯਮ੍ਰਿਣੀ ਚ ਰਾਜਨ੍ ।
ਸਰ੍ਵਾਤ੍ਮਨਾ ਯਹ੍ ਸ਼ਰਣਮ੍ ਸ਼ਰਣ੍ਯਮ੍ ਗਤੋ ਮੁਕੁੰਦਮ੍ ਪਰਿਹ੍ਰਿਤ੍ਯ ਕਰ੍ਤਮ ॥

(ਭਾਗਵਤ 11.5.41)

"ਜਿਸਨੇ ਹੋਰਨਾਂ ਸਾਰੇ ਕਾਰਜਾਂ ਨੂੰ ਤਿਆਗ ਕੇ ਮੁਕੰਦ ਸ਼੍ਰੀ ਕ੍ਰਿਸ਼ਨ ਦੀ ਸ਼ਰਨ ਲੈ ਲਈ ਹੈ ਉਹ ਨਾ ਤਾਂ ਕਿਸੇ ਦਾ ਰਿਣੀ ਹੈ ਅਤੇ ਨਾ ਹੀ ਕਿਸੇ ਦਾ ਅਹਿਸਾਨਮੰਦ ਹੈ ਭਾਵੇਂ ਉਹ ਦੇਵਤਾ, ਸਾਧੂ, ਸਾਧਾਰਨ ਲੋਕ ਜਾਂ ਸੇਵਕ, ਮਾਨਵ ਜਾਤੀ ਜਾਂ ਉਸਦੇ ਪਿੱਤਰ ਹੀ ਕਿਉਂ ਨਾ ਹੋਣ।" ਇਸ ਸ਼ਲੋਕ ਵਿਚ ਕ੍ਰਿਸ਼ਨ ਨੇ ਅਰਜੁਨ ਨੂੰ ਅਪ੍ਰੱਤਖ ਰੂਪ ਨਾਲ ਇਸੇ ਦਾ ਇਸ਼ਾਰਾ ਕੀਤਾ ਹੈ । ਇਸਦੀ ਵਿਆਖਿਆ ਅਗਲੇ ਸ਼ਲੋਕ ਵਿਚ ਹੋਰ ਸਪਸ਼ਟ ਕੀਤੀ ਜਾਵੇਗੀ ।

एषा तेऽभिहिता साङ्ख्ये बुद्धिर्योगे त्विमां शृणु।
बुद्ध्या युक्तो यया पार्थ कर्मबन्धं प्रहास्यसि॥ ३९॥

ਏਸ਼ਾ ਤੇ 'ਭਿਹਿਤਾ ਸਾਂਖ੍ਯੇ ਬੁੱਧੀਰ੍ਯੋਗੇ ਤ੍ਵ ਇਮਾਮ੍ ਸ਼੍ਰਿਣੂ ।
ਬੁੱਧ੍ਯਾ ਯੁਕ੍ਤੋ ਯਯਾ ਪਾਰ੍ਥ ਕਰ੍ਮਬੰਧਮ੍ ਪ੍ਰਹਾਸ੍ਯਸਿ ॥ 39 ॥

ਏਸ਼ਾ-ਇਹ ਸਾਰੇ ; **ਤੇ**-ਤੁਹਾਡੇ ਲਈ ;**ਅਭਿਹਿਤਾ**-ਵਰਣਨ ਕੀਤਾ ਗਿਆ ਹੈ; **ਸਾਂਖ੍ਯੇ**-ਵੈਸ਼ਲੈਸ਼ਿਕ ਅਧਿਐਨ ਰਾਹੀਂ ; **ਬੁੱਧੀਹ੍**-ਬੁੱਧੀ ਰਾਹੀਂ ; **ਯੋਗੇ**-ਨਿਸ਼ਕਾਮ ਕਰਮ ਵਿਚ ; **ਤੁ**-ਪਰ ; **ਇਮਾਮ੍**-ਇਸਨੂੰ ; **ਸ਼੍ਰਿਣੂ**-ਸੁਣੋ ; **ਬੁੱਧ੍ਯਾ**-ਬੁੱਧੀ ਤੋਂ ; **ਯੁਕਤਹ੍**-ਨਾਲ ਨਾਲ; **ਯਯਾ**-ਜਿਸ ਨਾਲ ; **ਪਾਰ੍ਥ**-ਹੇ ਪ੍ਰਿਥਾ ਪੁੱਤਰ ; **ਕਰਮ ਬੰਧਮ੍**-ਕਰਮ ਦੇ ਬੰਧਨ ਤੋਂ; **ਪ੍ਰਹਾਸ੍ਯਸਿ**-ਮੁਕਤ ਹੋ ਜਾਵੋਗੇ ।

ਅਨੁਵਾਦ

ਇਥੇ ਮੈਂ ਵੈਸ਼ਲੈਸ਼ਿਕ ਅਧਿਐਨ (ਸਾਂਖ੍ਯ) ਰਾਹੀਂ ਇਸ ਗਿਆਨ ਦਾ ਵਰਣਨ ਕੀਤਾ ਹੈ । ਹੁਣ ਨਿਸ਼ਕਾਮ ਭਾਵ ਨਾਲ ਕਰਮ ਕਰਨਾ ਦੱਸ ਰਿਹਾ ਹਾਂ ਉਸਨੂੰ ਸੁਣੋ । ਹੇ ਪ੍ਰਿਥਾ ਪੁੱਤਰ! ਤੁਸੀਂ ਜੇਕਰ ਅਜਿਹੇ ਗਿਆਨ ਨਾਲ ਕਰਮ ਕਰੋਗੇ ਤਾਂ ਤੁਸੀਂ ਕਰਮਾਂ ਦੇ ਬੰਧਨ ਤੋਂ ਆਪਣੇ ਆਪ ਨੂੰ ਮੁਕਤ ਕਰ ਸਕਦੇ ਹੋ ।

ਭਾਵ

ਵੈਦਿਕ ਕੋਸ਼ **ਨਿਰੁਕਤੀ** ਮੁਤਾਬਿਕ ਸਾਂਖਯ (ਵਿਸ਼ਲੇਸ਼ਣ) ਦਾ ਅਰਥ ਹੈ ਵਿਸਥਾਰ ਨਾਲ ਵਸਤਾਂ ਦਾ ਵਰਣਨ ਕਰਨ ਵਾਲਾ ਅਤੇ ਸਾਂਖਯ (ਵਿਸ਼ਲੇਸ਼ਣ) ਉਸ ਦਰਸ਼ਨ ਲਈ ਵਰਤਿਆ ਗਿਆ ਹੈ ਜਿਹੜਾ ਆਤਮਾ ਦੀ ਅਸਲੀ ਪ੍ਰਕ੍ਰਿਤੀ ਦਾ ਵਰਣਨ ਕਰਦਾ ਹੈ । ਅਤੇ ਯੋਗ ਦਾ ਅਰਥ ਹੈ ਇੰਦਰੀਆਂ ਨੂੰ ਕਾਬੂ ਕਰਨਾ ਅਰਜੁਨ ਦਾ ਜੰਗ ਨਾ ਕਰਨ ਦਾ ਪ੍ਰਸਤਾਵ ਇੰਦਰੀਆਂ ਦੀ ਤ੍ਰਿਪਤੀ ਤੇ ਆਧਾਰਿਤ ਸੀ । ਉਹ ਆਪਣੇ ਮੁੱਢਲੇ ਫਰਜ਼ ਨੂੰ ਭੁੱਲਾਕੇ ਜੰਗ ਤੋਂ ਦੂਰ ਰਹਿਣਾ ਚਾਹੁੰਦਾ ਸੀ, ਕਿਉਂਕਿ ਉਸਨੇ ਸੋਚਿਆ ਕਿ ਧ੍ਰਿਤਰਾਸ਼ਟਰ ਦੇ ਪੁੱਤਰਾਂ, ਭਾਵ ਆਪਣੇ ਸੱਕੇ ਸੰਬੰਧੀਆਂ ਨੂੰ ਹਰਾ ਕੇ ਰਾਜ ਭੋਗ ਕਰਨ ਦੀ ਬਜਾਏ ਆਪਣੇ ਸੰਬੰਧੀਆਂ ਅਤੇ ਸੱਜਣਾਂ ਨੂੰ ਨਾ ਮਾਰਕੇ ਉਹ ਵਧੇਰੇ ਸੁੱਖੀ ਰਹੇਗਾ । ਦੋਵੇਂ ਤਰ੍ਹਾਂ ਨਾਲ ਮੂਲ ਸਿਧਾਂਤ ਤਾਂ ਇੰਦਰੀਆਂ ਦੀ ਤ੍ਰਿਪਤੀ ਸੀ । ਉਨ੍ਹਾਂ ਨੂੰ ਜਿੱਤਕੇ ਪ੍ਰਾਪਤ ਹੋਣ ਵਾਲਾ ਸੁਖ ਅਤੇ ਆਪਣਿਆਂ ਨੂੰ ਜਿਉਂਦਾ ਵੇਖਣ ਦਾ ਸੁਖ ਇਹ ਦੋਵੇਂ ਇੰਦਰੀਆਂ ਦੀ ਤ੍ਰਿਪਤੀ ਦੇ ਧਰਾਤਲ ਤੇ ਇਕ ਹਨ, ਇਥੋਂ ਤਕ ਗਿਆਨ ਅਤੇ ਫਰਜ਼ ਦੋਵਾਂ ਦਾ ਅੰਤ ਕਰਨ ਤੇ ਵੀ। ਇਸ ਲਈ ਕ੍ਰਿਸ਼ਨ ਨੇ ਅਰਜੁਨ ਨੂੰ ਦੱਸਣਾ ਚਾਹਿਆ ਕਿ ਉਹ ਆਪਣੇ ਪਿਤਾਮਹ ਦੇ ਸ਼ਰੀਰ ਨੂੰ ਮਾਰਕੇ ਉਨ੍ਹਾਂ ਦੀ ਆਤਮਾ ਨੂੰ ਨਹੀਂ ਮਾਰੇਗਾ । ਉਨ੍ਹਾਂ ਇਹ ਵੀ ਦੱਸਿਆ ਕਿ ਉਸ ਸਮੇਤ ਸਾਰੇ ਜੀਵ ਸ਼ਾਸ਼ਵਤ ਪ੍ਰਾਣੀ ਹਨ । ਉਹ ਭੂਤਕਾਲ ਵਿਚ ਪ੍ਰਾਣੀ ਸੀ, ਵਰਤਮਾਨ ਵਿਚ ਵੀ ਪ੍ਰਾਣੀ ਹਨ ਅਤੇ ਭਵਿੱਖ ਵਿਚ ਵੀ ਉਹ ਪ੍ਰਾਣੀ ਬਣੇ ਰਹਿਣਗੇ, ਕਿਉਂਕਿ ਅਸੀਂ ਸਾਰੇ ਸ਼ਾਸ਼ਵਤ ਆਤਮਾ ਹਨ। ਅਸੀਂ ਵੱਖੋ-ਵੱਖਰੀ ਤਰ੍ਹਾਂ ਸਿਰਫ ਆਪਣੇ ਸ਼ਰੀਰਕ ਕਪੜੇ ਬਦਲਦੇ ਰਹਿੰਦੇ ਹਾਂ ਅਤੇ ਇਸ ਭੌਤਿਕ ਕਪੜਿਆਂ ਦੇ ਬੰਧਨ ਤੋਂ ਮੁਕਤੀ ਤੋਂ ਬਾਅਦ ਵੀ ਸਾਡੀ ਅਲੱਗ ਸੱਤਾ ਬਣੀ ਰਹਿੰਦੀ ਹੈ । ਭਗਵਾਨ ਕ੍ਰਿਸ਼ਨ ਰਾਹੀਂ ਆਤਮਾ ਅਤੇ ਸ਼ਰੀਰ ਦਾ ਬਹੁਤ ਵਿਸਥਾਰ ਵੈਸ਼ਲੇਸ਼ਿਕ ਅਧਿਐਨ ਪੇਸ਼ ਕੀਤਾ ਗਿਆ ਹੈ ਅਤੇ **ਨਿਰੁਕਤੀ** ਕੋਸ਼ ਦੀ ਸ਼ਬਦਾਵਲੀ ਵਿਚ ਇਸ ਵਿਸਥਾਰ ਅਧਿਐਨ ਨੂੰ ਇਥੇ

ਸਾਂਖਯ (ਵਿਸ਼ਲੇਸ਼ਣ) ਕਿਹਾ ਗਿਆ ਹੈ। ਇਸ ਸਾਂਖਯ (ਵਿਸ਼ਲੇਸ਼ਣ) ਦਾ ਨਾਸਤਿਕ-ਕਪਿਲ ਦੇ ਸਾਂਖਯ (ਵਿਸ਼ਲੇਸ਼ਣ) ਦਰਸ਼ਨ ਨਾਲ ਕੋਈ ਸਰੋਕਾਰ ਨਹੀਂ ਹੈ। ਇਸ ਨਾਸਤਿਕ-ਕਪਿਲ ਦੇ ਸਾਂਖਯ (ਵਿਸ਼ਲੇਸ਼ਣ) ਦਰਸ਼ਨ ਤੋਂ ਬਹੁਤ ਪਹਿਲਾਂ ਭਗਵਾਨ ਕ੍ਰਿਸ਼ਨ ਦੇ ਅਵਤਾਰ ਭਗਵਾਨ ਕਪਿਲ ਨੇ ਆਪਣੀ ਮਾਂ ਦੇਵਹੂਤਿ ਨੂੰ ਸ਼੍ਰੀਮਦ ਭਾਗਵਤਮ੍ ਵਿਚ ਅਸਲੀ ਸਾਂਖਯ (ਵੈਸਲੈਸ਼ਿਕ)ਦਰਸ਼ਨ ਤੇ ਪ੍ਰਵਚਨ ਕੀਤਾ ਸੀ। ਉਨ੍ਹਾਂ ਸਪਸ਼ਟ ਦੱਸਿਆ ਹੈ ਕਿ ਪੁਰਸ਼ ਜਾਂ ਪਰਮੇਸ਼ਵਰ ਕਿਰਿਆਸ਼ੀਲ ਹਨ ਅਤੇ ਉਹ ਪ੍ਰਕ੍ਰਿਤੀ ਵੱਲ ਵੇਖਕੇ ਸ੍ਰਿਸ਼ਟੀ ਦੀ ਉਤਪੱਤੀ ਕਰਦੇ ਹਨ। ਇਸ ਨੂੰ ਵੇਦਾਂ ਨੇ ਅਤੇ ਗੀਤਾ ਨੇ ਸਵੀਕਾਰ ਕੀਤਾ ਹੈ। ਵੇਦਾਂ ਵਿਚ ਵਰਣਨ ਮਿਲਦਾ ਹੈ ਕਿ ਭਗਵਾਨ ਨੇ ਪ੍ਰਕ੍ਰਿਤੀ ਵੱਲ ਵੇਖਿਆ ਅਤੇ ਉਸ ਵਿਚ ਆਣਵਿਕ (ਨਿਊਕਲੀਅਰ) ਜੀਵਾਤਮਾਵਾਂ ਪ੍ਰਵੇਸ਼ ਕਰ ਦਿੱਤੀਆਂ। ਇਹ ਸਾਰੇ ਜੀਵ ਭੌਤਿਕ ਜਗਤ ਵਿਚ ਇੰਦਰੀਆਂ ਦੀ ਤ੍ਰਿਪਤੀ ਲਈ ਕਰਮ ਕਰਦੇ ਰਹਿੰਦੇ ਹਨ ਅਤੇ ਮਾਇਆ ਦੇ ਅਧੀਨ ਹੋ ਕੇ ਆਪਣੇ ਆਪ ਨੂੰ ਭੋਗਣ ਵਾਲਾ ਮੰਨਦੇ ਹਨ। ਇਸ ਮਾਨਸਿਕਤਾ ਦੀ ਉਚੀ ਹੱਦ ਭਗਵਾਨ ਨਾਲ ਇਕ-ਮਿੱਕ ਹੋਣਾ ਹੈ। ਇਹ ਮਾਇਆ ਜਾਂ ਇੰਦਰੀਆਂ ਤ੍ਰਿਪਤੀ ਤੋਂ ਪੈਦਾ ਹੋਏ ਮੋਹ ਦਾ ਅੰਤਿਮ ਜਾਲ ਹੈ ਅਤੇ ਅਨੇਕਾਂ ਜਨਮਾਂ ਤਕ ਇੰਝ ਇੰਦਰੀਆਂ ਦੀ ਤ੍ਰਿਪਤੀ ਕਰਦੇ ਹੋਏ ਕੋਈ ਮਹਾਤਮਾ ਭਗਵਾਨ ਕ੍ਰਿਸ਼ਨ, ਭਾਵ ਵਾਸੂਦੇਵ ਦੀ ਸ਼ਰਨ ਵਿਚ ਜਾਂਦਾ ਹੈ, ਜਿਸ ਨਾਲ ਪਰਮ ਸਤਿ ਦੀ ਖੋਜ ਪੂਰੀ ਹੁੰਦੀ ਹੈ।

ਅਰਜੁਨ ਨੇ ਕ੍ਰਿਸ਼ਨ ਦੀ ਸ਼ਰਨ ਲੈ ਕੇ ਪਹਿਲੋਂ ਹੀ ਉਨ੍ਹਾਂ ਨੂੰ ਗੁਰੂ ਰੂਪ ਵਿਚ ਸਵੀਕਾਰ ਕਰ ਲਿਆ ਹੈ - **ਸ਼ਿਸ਼੍ਯਸ੍ਤੇ 'ਹਮ੍ ਸ਼ਾਧਿ ਮਾਮ੍ ਤ੍ਵਾਮ੍ ਪ੍ਰਪੰਨਮ**। ਸਿੱਟੇ ਵਜੋਂ ਕ੍ਰਿਸ਼ਨ ਹੁਣ ਉਸਨੂੰ ਬੁੱਧੀਯੋਗ ਜਾਂ ਕਰਮਯੋਗ ਦੀ ਕਾਰਜ ਵਿਧੀ ਦੱਸਣਗੇ ਜਿਹੜੀ ਕ੍ਰਿਸ਼ਨ ਦੀਆਂ ਇੰਦਰੀਆਂ ਦੀ ਤ੍ਰਿਪਤੀ ਲਈ ਕੀਤਾ ਗਿਆ ਭਗਤੀ ਯੋਗ ਹੈ। ਇਹ ਬੁੱਧੀ ਯੋਗ ਦਸਵੇਂ ਅਧਿਆਇ ਦੇ ਦਸਵੇਂ ਸ਼ਲੋਕ ਵਿਚ ਵਰਣਿਤ ਹੈ, ਜਿਸ ਵਿਚ ਇਸ ਨੂੰ ਉਸ ਭਗਵਾਨ ਨਾਲ ਪ੍ਰਤੱਖ ਸੰਪਰਕ ਦੱਸਿਆ ਗਿਆ ਹੈ, ਜਿਹੜੇ ਸਭਨਾਂ ਦੇ ਹਿਰਦੇ ਵਿਚ ਪਰਮਾਤਮਾ ਰੂਪ ਵਿਚ ਰਹਿੰਦੇ ਹਨ। ਪਰ ਅਜਿਹਾ ਸੰਪਰਕ ਭਗਤੀ ਤੋਂ ਬਿਨ੍ਹਾਂ ਸੰਭਵ ਨਹੀਂ ਹੈ। ਇਸ ਲਈ ਜਿਹੜਾ ਭਗਵਾਨ ਦੀ ਭਗਤੀ ਜਾਂ ਅਲੌਕਿਕ ਪ੍ਰੇਮ ਭਗਤੀ ਵਿਚ ਜਾਂ ਕ੍ਰਿਸ਼ਨ ਭਾਵਨਾ ਅੰਮ੍ਰਿਤ ਵਿਚ ਸਥਿਤ ਹੁੰਦਾ ਹੈ, ਉਹੀ ਭਗਵਾਨ ਦੀ ਵਿਸ਼ੇਸ ਕਿਰਪਾ ਨਾਲ ਬੁੱਧੀਯੋਗ ਦੀ ਇਹ ਅਵਸਥਾ ਪ੍ਰਾਪਤ ਕਰਦਾ ਹੈ। ਇਸ ਲਈ ਭਗਵਾਨ ਕਹਿੰਦੇ ਹਨ ਕਿ ਜਿਹੜੇ ਲੋਕ ਅਲੌਕਿਕ ਪ੍ਰੇਮ ਕਾਰਨ ਭਗਤੀ ਵਿਚ ਲਗਾਤਾਰ ਲਗੇ ਰਹਿੰਦੇ ਹਨ ਉਨ੍ਹਾਂ ਨੂੰ ਹੀ ਉਹ ਭਗਤੀ ਦਾ ਸ਼ੁੱਧ ਗਿਆਨ ਦਿੰਦੇ ਹਨ। ਇੰਝ ਭਗਤ ਅਸਾਨੀ ਨਾਲ ਉਨ੍ਹਾਂ ਦੇ ਚਿਦਾਨੰਦਮਯ ਧਾਮ ਵਿਚ ਪਹੁੰਚ ਸਕਦੇ ਹਨ।

ਇਸ ਤਰ੍ਹਾਂ ਇਸ ਸ਼ਲੋਕ ਵਿਚ ਵਰਣਿਤ ਬੁੱਧੀਯੋਗ ਭਗਵਾਨ ਕ੍ਰਿਸ਼ਨ ਦੀ ਭਗਤੀ ਹੈ ਅਤੇ ਇੱਥੇ ਉਲੇਖ ਕੀਤੇ ਸ਼ਾਂਖਯ ਸ਼ਬਦ ਦਾ ਨਾਸਤਿਕ-ਕਪਿਲ ਰਾਹੀਂ ਵਰਣਿਤ ਨਾਸਤਕ ਸ਼ਾਂਖਯ ਯੋਗ ਨਾਲ ਕੁਝ ਵੀ ਸੰਬੰਧ ਨਹੀਂ ਹੈ। ਇਸ ਲਈ ਕਿਸੇ ਨੂੰ ਇਹ ਭਰਮ ਨਹੀਂ ਹੋਣਾ ਚਾਹੀਦਾ ਕਿ ਇਥੇ ਉਲੇਖ ਕੀਤੇ ਸ਼ਾਂਖਯ ਯੋਗ ਦਾ ਨਾਸਤਕ ਸ਼ਾਂਖਯ ਨਾਲ ਕਿਸੇ ਤਰ੍ਹਾਂ ਦਾ ਸੰਬੰਧ ਹੈ, ਨਾ ਹੀ ਉਸ ਸਮੇਂ ਉਸਦੇ ਦਰਸ਼ਨ ਦਾ ਕੋਈ ਪ੍ਰਭਾਵ ਸੀ, ਅਤੇ ਨਾ ਕ੍ਰਿਸ਼ਨ ਨੇ ਅਜਿਹੀ ਈਸ਼ਵਰ ਹੀਨ ਦਾਰਸ਼ਨਿਕ

ਕਲਪਨਾ ਦਾ ਉਲੇਖ ਕਰਨ ਦੀ ਪ੍ਰਵਾਹ ਕੀਤੀ। ਅਸਲੀ ਸ਼ਾਂਖਯ ਦਰਸ਼ਨ ਦਾ ਵਰਣਨ ਭਗਵਾਨ ਕਪਿਲ ਰਾਹੀਂ ਸ੍ਰੀਮਦਭਾਗਵਤਮ੍ ਵਿਚ ਹੋਇਆ ਹੈ, ਪਰ ਵਰਤਮਾਨ ਪ੍ਰਕਰਣਾਂ ਵਿਚ ਉਸ ਸ਼ਾਂਖਯ ਨਾਲ ਵੀ ਕੋਈ ਸਰੋਕਾਰ ਨਹੀਂ ਹੈ। ਇਥੇ ਸ਼ਾਂਖਯ ਦਾ ਅਰਥ ਹੈ ਸ਼ਰੀਰ ਅਤੇ ਆਤਮਾ ਦਾ ਵੈਸ਼ਲੈਸ਼ਿਕ ਅਧਿਐਨ। ਭਗਵਾਨ ਕ੍ਰਿਸ਼ਨ ਨੇ ਆਤਮਾ ਦਾ ਵੈਸ਼ਲੈਸ਼ਿਕ ਵਰਨਣ ਅਰਜੁਨ ਨੂੰ ਬੁੱਧੀਯੋਗ ਜਾਂ ਕਰਮਯੋਗ ਤਕ ਲਿਆਉਣ ਲਈ ਕੀਤਾ। ਇਸ ਲਈ ਕ੍ਰਿਸ਼ਨ ਦਾ ਸ਼ਾਂਖਯ ਅਤੇ ਭਾਗਵਤਮ੍ ਵਿਚ ਭਗਵਾਨ ਕਪਿਲ ਰਾਹੀਂ ਵਰਣਿਤ ਸ਼ਾਂਖਯ ਇਕੋ ਹਨ। ਇਹ ਦੋਵੇਂ ਭਗਤੀ ਯੋਗ ਹਨ। ਇਸ ਲਈ ਭਗਵਾਨ ਕ੍ਰਿਸ਼ਨ ਨੇ ਕਿਹਾ ਹੈ ਕਿ ਸਿਰਫ ਘੱਟ ਗਿਆਨੀ ਹੀ ਸ਼ਾਂਖਯ-ਯੋਗ ਅਤੇ ਭਗਤੀ ਯੋਗ ਵਿਚ ਭੇਦਭਾਵ ਮੰਨਦੇ ਹਨ। (ਸ਼ਾਂਖ੍ਯ ਯੋਗੌ ਪ੍ਰਿਥਗ੍ਬਾਲਾਹ੍ ਪ੍ਰਵਦੰਤਿ ਨ ਪੰਡਿਤਾਹ੍)

ਇਸ ਵਿਚ ਕੋਈ ਸ਼ੱਕ ਨਹੀਂ ਕਿ ਨਾਸਤਕ ਸ਼ਾਂਖਯਯੋਗ ਦਾ ਭਗਤੀਯੋਗ ਨਾਲ ਕੋਈ ਸੰਬੰਧ ਨਹੀਂ ਹੈ ਫੇਰ ਵੀ ਬੁੱਧੀਹੀਨ ਮਨੁੱਖਾਂ ਦਾ ਦਾਵਾ ਹੈ ਕਿ ਭਗਵਤ ਗੀਤਾ ਵਿਚ ਅਨੀਸ਼ਵਰਵਾਦੀ ਸਾਂਖਯ ਦਾ ਹੀ ਵਰਨਣ ਹੋਇਆ ਹੈ।

ਇਸ ਲਈ ਮਨੁੱਖ ਨੂੰ ਇਹ ਸਮਝ ਲੈਣਾ ਚਾਹੀਦਾ ਹੈ ਕਿ ਬੁੱਧੀਯੋਗ ਦਾ ਅਰਥ ਕ੍ਰਿਸ਼ਨ ਭਾਵਨਾ ਅੰਮ੍ਰਿਤ ਵਿੱਚ, ਪੂਰਨ ਆਨੰਦ ਅਤੇ ਭਗਤੀ ਦੇ ਗਿਆਨ ਵਿਚ ਕਰਮ ਕਰਨਾ ਹੈ। ਜਿਹੜਾ ਮਨੁੱਖ ਭਗਵਾਨ ਦੀ ਸੰਤੁਸ਼ਟੀ ਲਈ ਕਰਮ ਕਰਦਾ ਹੈ, ਭਾਵੇਂ ਉਹ ਕਰਮ ਕਿੰਨਾ ਵੀ ਔਖਾ ਕਿਉਂ ਨਾ ਹੋਵੇ, ਉਹ ਬੁੱਧੀਯੋਗ ਦੇ ਸਿਧਾਂਤ ਮੁਤਾਬਿਕ ਕਾਰਜ ਕਰਦਾ ਹੈ ਅਤੇ ਅਲੌਕਿਕ ਆਨੰਦ ਦਾ ਅਨੁਭਵ ਕਰਦਾ ਹੈ। ਅਜਿਹੇ ਅਲੌਕਿਕ ਰੁਝੇਵਿਆਂ ਕਾਰਨ ਉਸਨੂੰ ਭਗਵਾਨ ਦੀ ਕ੍ਰਿਪਾ ਨਾਲ ਆਪਣੇ ਆਪ ਸੰਪੂਰਣ ਅਲੌਕਿਕ ਗਿਆਨ ਪ੍ਰਾਪਤ ਹੋ ਜਾਂਦਾ ਹੈ ਅਤੇ ਗਿਆਨ ਪ੍ਰਾਪਤੀ ਲਈ ਹੋਰ ਮਿਹਨਤ ਕੀਤੇ ਬਿਨ੍ਹਾਂ ਹੀ ਉਸਦੀ ਪੂਰਨ ਮੁਕਤੀ ਹੋ ਜਾਂਦੀ ਹੈ। ਕ੍ਰਿਸ਼ਨ ਭਾਵਨਾ ਭਾਵਿਤ ਕਰਮ ਫਲ ਪ੍ਰਾਪਤੀ ਦੀ ਇੱਛਾ ਨਾਲ ਕੀਤੇ ਗਏ ਕਰਮਾਂ ਵਿੱਚ, ਖਾਸ ਕਰਕੇ ਪਰਿਵਾਰਕ ਜਾਂ ਭੌਤਿਕ ਸੁਖ ਪ੍ਰਾਪਤ ਕਰਨ ਦੀ ਇੰਦਰੀਆਂ ਦੀ ਤ੍ਰਿਪਤੀ ਲਈ ਕੀਤੇ ਗਏ ਕਰਮਾਂ ਵਿੱਚ, ਬਹੁਤ ਫਰਕ ਹੁੰਦਾ ਹੈ। ਇਸ ਲਈ ਬੁੱਧੀਯੋਗ ਸਾਡੇ ਰਾਹੀਂ ਪੂਰੇ ਕੀਤੇ ਕਾਰਜ ਦਾ ਅਲੌਕਿਕ ਗੁਣ ਹੈ।

नेहाभिक्रमनाशोऽस्ति प्रत्यवायो न विद्यते।
स्वल्पमप्यस्य धर्मस्य त्रायते महतो भयात्॥४०॥

ਨੇਹਾਭਿਕ੍ਰਮ-ਨਾਸ਼ੋ 'ਸ੍ਤਿ ਪ੍ਰਤ੍ਯਵਾਯੋ ਨ ਵਿਦ੍ਯਤੇ।
ਸ੍ਵਲ੍ਪਮ੍ ਅਪਿ ਅਸ੍ਯ ਧਰ੍ਮਸ੍ਯ ਤ੍ਰਾਯਤੇ ਮਹਤੋ ਭਯਾਤ੍॥ 40॥

ਨ-ਨਹੀਂ ; ਈਹ-ਇਸ ਯੋਗ ਵਿਚ ; ਅਭਿਕ੍ਰਮ-ਯਤਨ ਕਰਨ ਵਿਚ ; ਨਾਸ਼ਹ੍-ਨੁਕਸਾਨ; ਅਸ੍ਤਿ-ਹੈ ; ਪ੍ਰਤ੍ਯਵਾਯਹ੍-ਘਾਟ ; ਨ-ਕਦੀ ਨਹੀ; ਵਿਦ੍ਯਤੇ-ਹੈ ; ਸੁ-ਅਲਪਮ੍-ਥੋੜ੍ਹਾ; ਅਪਿ-

ਭਾਵੇਂ ; ਅਸ੍ਯ-ਇਸ ; ਧਰਮਸ੍ਯ-ਧਰਮ ਦਾ ; ਤ੍ਰਾਯਤੇ-ਮੁਕਤ ਕਰਦਾ ਹੈ ; ਮਹਤਹ੍-ਬਹੁਤ ਮਹਾਨ ; ਭਯਾਤ੍-ਡਰ ਨਾਲ ।

ਅਨੁਵਾਦ

ਇਸ ਯਤਨ ਵਿਚ ਨਾ ਤਾਂ ਨੁਕਸਾਨ ਹੁੰਦਾ ਹੈ ਨਾ ਹੀ ਘਾਟ ਸਗੋਂ ਇਸ ਰਸਤੇ ਤੇ ਕੀਤੀ ਗਈ ਥੋੜ੍ਹੀ ਤਰੱਕੀ ਵੀ ਮਹਾਨ ਡਰ ਤੋਂ ਰੱਖਿਆ ਕਰ ਸਕਦੀ ਹੈ ।

ਭਾਵ

ਕਰਮ ਦਾ ਸਭ ਤੋਂ ਉੱਚਾ ਅਲੌਕਿਕ ਗੁਣ ਹੈ, ਕ੍ਰਿਸ਼ਨ ਭਾਵਨਾ ਅੰਮ੍ਰਿਤ ਵਿਚ ਕਰਮ ਜਾਂ ਇੰਦਰੀਆਂ ਦੀ ਤ੍ਰਿਪਤੀ ਦੀ ਆਸ ਨਾ ਕਰਕੇ ਕ੍ਰਿਸ਼ਨ ਦੇ ਹਿਤ ਵਿਚ ਕਰਮ ਕਰਨਾ । ਅਜਿਹੇ ਕੰਮ ਦੀ ਛੋਟੀ ਸ਼ੁਰੂਆਤ ਹੋਣ ਤੇ ਵੀ ਕੋਈ ਰੁਕਾਵਟ ਨਹੀਂ ਆਉਂਦੀ ਨਾ ਕਦੀ ਇਸ ਸ਼ੁਰੂਆਤ ਦਾ ਨਾਸ਼ ਹੁੰਦਾ ਹੈ। ਭੌਤਿਕ ਪੱਧਰ ਤੇ ਸ਼ੁਰੂ ਕੀਤੇ ਜਾਣ ਵਾਲੇ ਕਿਸੇ ਵੀ ਕਾਰਜ ਨੂੰ ਪੂਰਾ ਕਰਨਾ ਹੁੰਦਾ ਹੈ ਨਹੀਂ ਤਾਂ ਸਾਰਾ ਯਤਨ ਬੇਕਾਰ ਹੋ ਜਾਂਦਾ ਹੈ । ਪਰ ਕ੍ਰਿਸ਼ਨ ਭਾਵਨਾ ਅੰਮ੍ਰਿਤ ਵਿਚ ਸ਼ੁਰੂ ਕੀਤਾ ਜਾਣ ਵਾਲਾ ਕੋਈ ਕਾਰਜ ਅਧੂਰਾ ਰਹਿਕੇ ਵੀ ਸਥਾਈ ਪ੍ਰਭਾਵ ਪਾਉਂਦਾ ਹੈ । ਇਸ ਲਈ ਅਜਿਹੇ ਕਰਮ ਕਰਨ ਵਾਲੇ ਨੂੰ ਕੋਈ ਨੁਕਸਾਨ ਨਹੀਂ ਹੁੰਦਾ, ਭਾਵੇਂ ਇਹ ਕਰਮ ਅਧੂਰਾ ਹੀ ਕਿਉਂ ਨਾ ਰਹਿ ਜਾਵੇ । ਜੇਕਰ ਕ੍ਰਿਸ਼ਨ ਭਾਵਨਾ ਅੰਮ੍ਰਿਤ ਦਾ ਇਕ ਪ੍ਰਤੀਸ਼ਤ ਵੀ ਕਾਰਜ ਪੂਰਾ ਹੋ ਗਿਆ ਹੋਵੇ ਤਾਂ ਉਸਦਾ ਸਥਾਈ ਫਲ ਹੁੰਦਾ ਹੈ । ਇਸ ਲਈ ਅਗਲੀ ਵਾਰੀ ਦੋ ਪ੍ਰਤੀਸ਼ਤ ਤੋਂ ਸ਼ੁਰੂਆਤ ਹੋਵੇਗੀ ਪਰ ਭੌਤਿਕ ਕਰਮ ਵਿਚ ਜਦੋਂ ਤਕ ਸੌ ਫੀਸਦੀ ਸਫਲਤਾ ਨਾ ਪ੍ਰਾਪਤ ਹੋਵੇ ਉਦੋਂ ਤਕ ਕੋਈ ਲਾਭ ਨਹੀਂ ਹੁੰਦਾ ਅਜਾਮਿਲ ਨੇ ਕ੍ਰਿਸ਼ਨ ਭਾਵਨਾ ਅੰਮ੍ਰਿਤ ਵਿਚ ਆਪਣੇ ਫਰਜ਼ ਦਾ ਕੁਝ ਹੀ ਪ੍ਰਤੀਸ਼ਤ ਪੂਰਾ ਕੀਤਾ ਸੀ, ਪਰ ਭਗਵਾਨ ਦੀ ਕ੍ਰਿਪਾ ਨਾਲ ਉਸਨੂੰ ਸੌ ਫੀਸਦੀ ਲਾਭ ਮਿਲਿਆ । ਇਸ ਸੰਬੰਧ ਵਿਚ ਸ਼੍ਰੀਮਦ ਭਾਗਵਤਮ੍ ਵਿਚ ਇਕ ਬਹੁਤ ਸੋਹਣਾ ਸ਼ਲੋਕ ਆਇਆ ਹੈ :-

ਤ੍ਯਕਤ੍ਵਾ ਸਵ-ਧਰਮਮ ਚਰਣਮ੍ਬੁਜਮ ਹਰੇਰ ਭਜਨ ਨ ਅਪਕਵੋ 'ਥ ਪਤੇਤ੍ ਤਤੋ ਯਦਿ ।
ਯਤ੍ਰ ਕਵ ਵਾਭਦ੍ਰਮ ਅਭੂਦ ਅਮੁਸ਼੍ਯ ਕਿਮ ਕੋ ਵਾਰਥ ਆਪਤੋ 'ਭਜਾਤਮ ਸਵ-ਧਰਮਤਹ ॥

(ਸ਼੍ਰੀਮਦ ਭਾਗਵਤ 1.5.17)

"ਜੇਕਰ ਕੋਈ ਆਪਣਾ ਧਰਮ ਛੱਡਕੇ ਕ੍ਰਿਸ਼ਨ ਭਾਵਨਾ ਅੰਮ੍ਰਿਤ ਵਿਚ ਕੰਮ ਕਰਦਾ ਹੈ ਅਤੇ ਫੇਰ ਕੰਮ ਪੂਰਾ ਨਾ ਹੋਣ ਕਾਰਨ ਹੇਠਾਂ ਡਿੱਗ ਪੈਂਦਾ ਹੈ ਤਾਂ ਇਸ ਵਿਚ ਉਸਨੂੰ ਕੀ ਨੁਕਸਾਨ ? ਅਤੇ ਜੇਕਰ ਕੋਈ ਆਪਣੇ ਭੌਤਿਕ ਕਾਰਜਾਂ ਨੂੰ ਪੂਰਾ ਕਰਦਾ ਹੈ ਤਾਂ ਇਸ ਨਾਲ ਉਸਨੂੰ ਕੀ ਲਾਭ ਹੋਵੇਗਾ? ਜਾਂ ਜਿਵੇਂ ਕਿ ਈਸਾਈ ਕਹਿੰਦੇ ਹਨ "ਜੇਕਰ ਕੋਈ ਆਪਣੀ ਸ਼ਾਸ਼ਵਤ ਆਤਮਾ ਨੂੰ ਗਵਾਂ ਕੇ ਸਾਰੇ ਸੰਸਾਰ ਨੂੰ ਪਾ ਲਵੇ ਤਾਂ ਮਨੁੱਖ ਨੂੰ ਇਸ ਤੋਂ ਕੀ ਲਾਭ ਹੋਵੇਗਾ ?"

ਭੌਤਿਕ ਕਾਰਜ ਅਤੇ ਉਨ੍ਹਾਂ ਦੇ ਫਲ ਸ਼ਰੀਰ ਨਾਲ ਹੀ ਖਤਮ ਹੋ ਜਾਂਦੇ ਹਨ, ਪਰ ਕ੍ਰਿਸ਼ਨ

ਭਾਵਨਾ ਅੰਮ੍ਰਿਤ ਵਿਚ ਕੀਤਾ ਗਿਆ ਕਾਰਜ ਮਨੁੱਖ ਨੂੰ ਇਸ ਸ਼ਰੀਰ ਦੇ ਨਸ਼ਟ ਹੋਣ ਤੋਂ ਬਾਅਦ ਵੀ ਫੇਰ ਕ੍ਰਿਸ਼ਨ ਭਾਵਨਾ ਅੰਮ੍ਰਿਤ ਤਕ ਲੈ ਜਾਂਦਾ ਹੈ। ਘੱਟੋ ਘੱਟ ਐਨਾ ਤਾਂ ਯਕੀਨੀ ਹੈ ਕਿ ਅਗਲੇ ਜਨਮ ਵਿਚ ਉਸਨੂੰ ਚੰਗੇ ਸੱਭਿਅਕ ਬ੍ਰਾਹਮਣ ਪਰਿਵਾਰ ਜਾਂ ਧੰਨਵਾਨ ਕੁਲ ਵਿਚ ਮਨੁੱਖ ਦਾ ਸ਼ਰੀਰ ਪ੍ਰਾਪਤ ਹੋ ਸਕੇਗਾ ਜਿਸ ਨਾਲ ਉਸਨੂੰ ਭਵਿੱਖ ਵਿਚ ਉਪਰ ਉਠੱਣ ਦਾ ਮੌਕਾ ਮਿਲ ਸਕੇਗਾ। ਕ੍ਰਿਸ਼ਨ ਭਾਵਨਾ ਅੰਮ੍ਰਿਤ ਵਿਚ ਸੰਪੰਨ ਕਾਰਜ ਦਾ ਇਹੋ ਅਨੋਖਾ ਗੁਣ ਹੈ।

व्यवसायात्मिका बुद्धिरेकेह कुरुनन्दन।
बहुशाखा ह्यनन्ताश्च बुद्धयोऽव्यवसायिनाम्॥ ४१॥

ਵ੍ਯਵਸਾਯਾਤ੍ਮਿਕਾ ਬੁੱਧਿਰ ਏਕੈਹ ਕੁਰੂ-ਨੰਦਨ।
ਬਹੁ-ਸ਼ਾਖਾ ਹਿ ਅਨੰਤਾਸ਼੍ ਚ ਬੁੱਧਯੋ ਅਵ੍ਯਵਸਾਯਿਨਾਮ੍ ॥ 41 ॥

ਵ੍ਯਵਸਾਯ-ਆਤ੍ਮਿਕਾ-ਕ੍ਰਿਸ਼ਨ ਭਾਵਨਾ ਅੰਮ੍ਰਿਤ ਵਿਚ ਦ੍ਰਿੜ ; **ਬੁੱਧਿਹ੍**-ਬੁੱਧੀ ; **ਏਕਾ**-ਸਿਰਫ ਇਕ ; **ਇਹ**-ਇਸ ਸੰਸਾਰ ਵਿਚ ; **ਕੁਰੁਨੰਦਨ**-ਹੇ ਕੌਰਵਾਂ ਦੇ ਪਿਆਰੇ ਪੁੱਤਰ ; **ਬਹੁਸ਼ਾਖਾਹ੍**-ਅਨੇਕਾਂ ਸ਼ਾਖਾਵਾਂ ਵਿਚ ਵੰਡੇ ; **ਹਿ**-ਬਿਨ੍ਹਾਂ ਸ਼ੱਕ (ਨਿਸ਼ਚੈ ਹੀ) ; **ਅਨੰਤਾਹ੍**-ਅਸੀਮ ; **ਚ**-ਵੀ ; **ਬੁੱਧਯਹ੍**-ਬੁੱਧੀ ; **ਅਵ੍ਯਵਸਾਯਿਨਾਮ੍**-ਜਿਹੜੇ ਕ੍ਰਿਸ਼ਨ ਭਾਵਨਾਮ੍ਰਿਤ ਵਿਚ ਨਹੀਂ ਹਨ, ਉਨ੍ਹਾਂ ਦੀ।

ਅਨੁਵਾਦ

ਜਿਹੜੇ ਇਸ ਰਸਤੇ ਤੇ ਚਲਦੇ ਹਨ ਉਹ ਪ੍ਰਯੋਜਨ ਵਿਚ ਪੱਕੇ ਰਹਿੰਦੇ ਹਨ ਅਤੇ ਉਨ੍ਹਾਂ ਦਾ ਟੀਚਾ ਵੀ ਇਕੋ ਹੁੰਦਾ ਹੈ। ਹੇ ਕੁਰੁਨੰਦਨ ! ਜਿਹੜੇ ਪੱਕੇ ਇਰਾਦੇ ਵਾਲੇ ਨਹੀਂ ਹਨ ਉਨ੍ਹਾਂ ਦੀ ਬੁੱਧੀ ਅਨੇਕ ਸ਼ਾਖਾਵਾਂ ਵਿਚ ਵੰਡੀ ਰਹਿੰਦੀ ਹੈ।

ਭਾਵ

ਇਹ ਪੱਕੀ ਸ਼ਰਧਾ ਕਿ ਕ੍ਰਿਸ਼ਨ ਭਾਵਨਾ ਅੰਮ੍ਰਿਤ ਰਾਹੀਂ ਮਨੁੱਖ ਜੀਵਨ ਦੀ ਸਭ ਤੋਂ ਉਚੀ ਸਿੱਧੀ ਪਾ ਸਕੇਗਾ, **ਵ੍ਯਵਸਾਯਤਮਿਕਾ** (ਕ੍ਰਿਸ਼ਨ ਭਾਵਨਾਮ੍ਰਿਤ ਵਿਚ ਦ੍ਰਿੜ)ਬੁੱਧੀ ਕਹਾਉਂਦੀ ਹੈ। ਚੈਤੰਨਯ-ਚਰਿਤਾਮ੍ਰਿਤ ਵਿਚ ਕਿਹਾ ਗਿਆ ਹੈ :-

'ਸ਼੍ਰੱਧਾ' - ਸ਼ਬ੍ਦੇ-ਵਿਸ਼੍ਵਾਸ ਕਹੇ ਸੁਦ੍ਰਿੜ ਨਿਸ਼੍ਚਯ।
ਕ੍ਰਿਸ਼੍ਣੇ ਭਕ੍ਤਿ ਕੈਲੇ ਸਰ੍ਵ ਕਰ੍ਮ ਕ੍ਰਿਤ ਹਯ ॥

(ਚੈਤੰਨਯ ਚਰਿਤਾਮ੍ਰਿਤ ਮੱਧ 22-62

ਸ਼ਰਧਾ ਦਾ ਅਰਥ ਹੈ ਕਿਸੇ ਅਲੌਕਿਕ ਵਸਤੂ ਵਿਚ ਅਟੁੱਟ ਵਿਸ਼ਵਾਸ। ਜਦੋਂ ਕੋਈ ਕ੍ਰਿਸ਼ਨ ਭਾਵਨਾ ਅੰਮ੍ਰਿਤ ਦੇ ਕਾਰਜਾਂ ਵਿਚ ਲਗਿਆ ਹੁੰਦਾ ਹੈ ਤਾਂ ਉਸਨੂੰ ਪਰਿਵਾਰ, ਮਾਨਵਤਾ ਜਾਂ ਕੌਮੀਅਤ ਨਾਲ ਬੰਨਕੇ ਕਾਰਜ-ਕਰਨ ਲੋੜ ਨਹੀਂ ਹੁੰਦੀ। ਪਹਿਲਾਂ ਕੀਤਾ ਗਏ ਚੰਗੇ ਜਾਂ ਮੰਦੇ ਕੰਮਾਂ ਦੇ ਫਲ ਹੀ ਉਸਨੂੰ ਸਕਾਮ ਕੰਮਾਂ ਵਿਚ ਲਗਾਉਂਦੇ ਹਨ। ਜਦੋਂ ਕੋਈ ਕ੍ਰਿਸ਼ਨ ਭਾਵਨਾ ਅੰਮ੍ਰਿਤ ਵਿ

ਲਗਿਆ ਹੋਵੇ ਤਾਂ ਉਸਨੂੰ ਆਪਣੇ ਕਾਰਜਾਂ ਦੇ ਸ਼ੁਭ ਫਲ ਲਈ ਯਤਨਸ਼ੀਲ ਨਹੀਂ ਰਹਿਣਾ ਚਾਹੀਦਾ। ਜਦੋਂ ਕੋਈ ਕ੍ਰਿਸ਼ਨ ਭਾਵਨਾ ਅੰਮ੍ਰਿਤ ਵਿਚ ਲੀਨ ਹੁੰਦਾ ਹੈ, ਉਸਦੇ ਸਾਰੇ ਕਾਰਜ ਅਧਿਆਤਮਕ ਧਰਾਤਲ ਤੇ ਹੁੰਦੇ ਹਨ, ਕਿਉਂਕਿ ਉਨ੍ਹਾਂ ਵਿਚ ਚੰਗੇ ਜਾਂ ਮੰਦੇ ਦਾ ਫਰਕ ਨਹੀਂ ਰਹਿੰਦਾ। ਕ੍ਰਿਸ਼ਨ ਭਾਵਨਾ ਅੰਮ੍ਰਿਤ ਦੀ ਸਭ ਤੋਂ ਉਚੀ ਸਿੱਧੀ ਦੇਹ-ਆਤਮ ਬੁੱਧੀ ਦਾ ਤਿਆਗ ਹੈ। ਕ੍ਰਿਸ਼ਨ ਭਾਵਨਾ ਅੰਮ੍ਰਿਤ ਦੀ ਪ੍ਰਗਤੀ ਨਾਲ ਹੌਲੀ ਹੌਲੀ ਇਹ ਅਵਸਥਾ ਆਪੇ ਪ੍ਰਾਪਤ ਹੋ ਜਾਂਦੀ ਹੈ।

ਕ੍ਰਿਸ਼ਨ ਭਾਵਨਾਮ੍ਰਿਤ ਮਨੁੱਖ ਦਾ ਪੱਕਾ ਨਿਸ਼ਚਾ ਗਿਆਨ ਤੇ ਆਧਾਰਿਤ ਹੈ। **ਵਾਸੁਦੇਵਹ੍ ਸਰ੍ਵਮ੍ ਇਤਿ ਸ ਮਹਾਤਮਾ ਸੁਦੁਰ੍ਲਭਹ੍** – ਕ੍ਰਿਸ਼ਨ ਭਾਵਨਾਭਾਵਿਤ ਮਨੁੱਖ ਬਹੁਤ ਹੀ ਦੁਰਲੱਭ ਜੀਵ ਹੈ, ਜਿਹੜਾ ਚੰਗੀ ਤਰ੍ਹਾਂ ਜਾਣਦਾ ਹੈ ਕਿ ਵਾਸੁਦੇਵ ਜਾਂ ਕ੍ਰਿਸ਼ਨ ਸਾਰੇ ਪ੍ਰਗਟ ਕਾਰਨਾਂ ਦੇ ਮੂਲ ਕਾਰਨ ਹਨ। ਜਿਵੇਂ ਰੁੱਖ ਦੀ ਜੜ੍ਹ ਸਿੰਜਣ ਨਾਲ ਆਪਣੇ ਆਪ ਹੀ ਪੱਤਿਆਂ ਅਤੇ ਟਾਹਣੀਆਂ ਵਿਚ ਪਾਣੀ ਪਹੁੰਚ ਜਾਂਦਾ ਹੈ, ਉਸੇ ਤਰ੍ਹਾਂ ਕ੍ਰਿਸ਼ਨ ਭਾਵਨਾ ਭਾਵਿਤ ਹੋਣ ਤੇ ਮਨੁੱਖ ਹਰ ਪ੍ਰਾਣੀ ਦੀ ਭਾਵ; ਆਪਣੀ, ਪਰਿਵਾਰ ਦੀ, ਸਮਾਜ ਦੀ, ਮਾਨਵਤਾ ਦੀ ਸੇਵਾ ਕਰ ਸਕਦਾ ਹੈ। ਜੇਕਰ ਮਨੁੱਖ ਦੇ ਕੰਮਾਂ ਤੋਂ ਕ੍ਰਿਸ਼ਨ ਪ੍ਰਸੰਨ ਹੋ ਜਾਣ ਤਾਂ ਹਰ ਮਨੁੱਖ ਸੰਤੁਸ਼ਟ ਹੋਵੇਗਾ।

ਪਰ ਕ੍ਰਿਸ਼ਨ ਭਾਵਨਾ ਅੰਮ੍ਰਿਤ-ਸੇਵਾ ਗੁਰੂ ਦੀ ਯੋਗ ਅਗਵਾਈ ਹੇਠ ਹੀ ਠੀਕ ਤਰ੍ਹਾਂ ਹੋ ਸਕਦੀ ਹੈ, ਕਿਉਂਕਿ ਗੁਰੂ ਕ੍ਰਿਸ਼ਨ ਦਾ ਪ੍ਰਮਾਣਿਤ ਪ੍ਰਤੀਨਿਧੀ ਹੁੰਦਾ ਹੈ ਜਿਹੜਾ ਸ਼ਾਗਿਰਦ ਦੇ ਸੁਭਾਅ ਤੋਂ ਜਾਣੂੰ ਹੁੰਦਾ ਹੈ ਅਤੇ ਉਸਨੂੰ ਕ੍ਰਿਸ਼ਨ ਭਾਵਨਾ ਅੰਮ੍ਰਿਤ ਦੀ ਦਿਸ਼ਾ ਵੱਲ ਕਾਰਜ ਕਰਨ ਲਈ ਰਸਤਾ ਵਿਖਾ ਸਕਦਾ ਹੈ। ਇਸ ਲਈ ਕ੍ਰਿਸ਼ਨ ਭਾਵਨਾ ਅੰਮ੍ਰਿਤ ਵਿਚ ਮਾਹਿਰ ਹੋਣ ਲਈ ਮਨੁੱਖ ਨੂੰ ਪੱਕੇ ਇਰਾਦੇ ਨਾਲ ਕੰਮ ਕਰਨਾ ਹੋਵੇਗਾ ਅਤੇ ਕ੍ਰਿਸ਼ਨ ਦੇ ਪ੍ਰਤੀਨਿਧੀ ਦੀ ਆਗਿਆ ਦੀ ਪਾਲਣਾ ਕਰਨੀ ਹੋਵੇਗੀ। ਉਸਨੂੰ ਗੁਰੂ ਦੇ ਉਪਦੇਸ਼ਾਂ ਨੂੰ ਜੀਵਨ ਦਾ ਟੀਚਾ ਮੰਨ ਲੈਣਾ ਹੋਵੇਗਾ। ਸ਼੍ਰੀਲ ਵਿਸ਼ਵਨਾਥ ਚੱਕਰਵਤੀ ਠਾਕੁਰ ਨੇ ਗੁਰੂਆਂ ਦੀ ਪ੍ਰਸਿੱਧ ਪ੍ਰਾਰਥਨਾ ਵਿਚ ਉਪਦੇਸ਼ ਦਿੱਤਾ ਹੈ :-

ਯਸ੍ਯ ਪ੍ਰਸਾਦਾਦ੍ ਭਗਵਤ੍ ਪ੍ਰਸਾਦੋ ਯਸ੍ਯ ਪ੍ਰਸਾਦਾਨ੍ ਨ ਗਤਿਹ੍ ਕੁਤੋ 'ਪਿ।
ਧ੍ਯਾਯੰਸ੍ਤੁਵੰਸ੍ ਤਸ੍ਯ ਯਸ਼ਸ੍ ਤ੍ਰਿਸੰਧ੍ਯਮ੍ ਵੰਦੇ ਗੁਰੋਹ੍ ਸ਼੍ਰੀ ਚਰਣਾਰਵਿੰਦਮ੍॥

"ਗੁਰੂ ਦੀ ਸੰਤੁਸ਼ਟੀ ਨਾਲ ਭਗਵਾਨ ਵੀ ਪ੍ਰਸੰਨ ਹੁੰਦੇ ਹਨ। ਗੁਰੂ ਨੂੰ ਪ੍ਰਸੰਨ ਕੀਤੇ ਬਿਨ੍ਹਾਂ ਕ੍ਰਿਸ਼ਨ ਭਾਵਨਾ ਅੰਮ੍ਰਿਤ ਦੇ ਪੱਧਰ ਤੇ ਪਹੁੰਚਣ ਦੀ ਕੋਈ ਸੰਭਾਵਨਾ ਨਹੀਂ ਰਹਿੰਦੀ। ਇਸ ਲਈ ਮੈਨੂੰ ਉਨ੍ਹਾਂ ਦਾ ਚਿੰਤਨ ਕਰਨਾ ਚਾਹੀਦਾ ਹੈ ਅਤੇ ਦਿਨ ਵਿਚ ਤਿੰਨ ਵਾਰੀ ਉਨ੍ਹਾ ਦੀ ਕ੍ਰਿਪਾ ਦੀ ਮੰਗ ਕਰਨੀ ਚਾਹੀਦੀ ਹੈ ਅਤੇ ਆਪਣੇ ਗੁਰੂ ਨੂੰ ਆਦਰ ਸਹਿਤ ਨਮਸਕਾਰ ਕਰਨਾ ਚਾਹੀਦਾ ਹੈ।"

ਪਰ ਇਹ ਸਾਰੀ ਵਿਧੀ ਦੇਹ-ਆਤਮ ਬੁੱਧੀ ਤੋਂ ਪਰੇ ਸਿੱਧਾਂਤਕ ਰੂਪ ਵਿਚ ਨਹੀਂ ਸਗੋਂ ਵਿਵਹਾਰਕ ਰੂਪ ਵਿਚ ਪੂਰਨ ਆਤਮ ਗਿਆਨ ਤੇ ਨਿਰਭਰ ਕਰਦੀ ਹੈ। ਜਦੋਂ ਸਕਾਮ ਕੰਮਾਂ ਨਾਲ ਇੰਦਰੀਆਂ ਦੀ ਤ੍ਰਿਪਤੀ ਦੀ ਕੋਈ ਸੰਭਾਵਨਾ ਨਹੀਂ ਰਹਿੰਦੀ। ਜਿਸਦਾ ਮਨ ਪੱਕਾ ਨਹੀਂ ਉਹੀ ਵੱਖ-ਵੱਖ ਤਰ੍ਹਾਂ ਦੇ ਸਕਾਮ ਕੰਮ ਵੱਲ ਖਿੱਚਿਆ ਜਾਂਦਾ ਹੈ।

यामिमां पुष्पितां वाचं प्रवदन्त्यविपश्चितः।
वेदवादरताः पार्थ नान्यदस्तीति वादिनः॥ ४२॥
कामात्मानः स्वर्गपरा जन्मकर्मफलप्रदाम्।
क्रियाविशेषबहुलां भोगैश्वर्यगतिं प्रति॥ ४३॥

ਯਾਮ੍-ਇਮਾਮ੍ ਪੁਸ਼੍ਪਿਤਾਮ੍ ਵਾਚਮ੍ ਪ੍ਰਵਦੰਤ੍ ਅਵਿਪਾਸ਼੍ਚਿਤਹ ।
ਵੇਦ-ਵਾਦ-ਰਤਾਹ ਪਾਰਥ ਨਾਨਯਦ੍ ਅਸਤੀਤਿ ਵਾਦਿਨਹ ॥ 42 ॥
ਕਾਮਾਤ੍ਮਾਨਹ ਸ੍ਵਰ੍ਗ ਪਰਾ ਜਨ੍ਮ-ਕਰ੍ਮ-ਫਲ ਪ੍ਰਦਾਮ੍ ।
ਕ੍ਰਿਯਾ-ਵਿਸ਼ੇਸ਼-ਬਹੁਲਾਮ੍ ਭੋਗੈਸ਼੍ਵਰ੍ਯ-ਗਤਿਮ੍ ਪ੍ਰਤਿ ॥ 43 ॥

ਯਾਮ੍-ਇਮਾਮ੍-ਇਹ ਸਭ ; **ਪੁਸ਼੍ਪਿਤਾਮ੍**-ਵਿਖਾਵੇ ਦੇ ; **ਵਾਚਮ੍**-ਸ਼ਬਦ ; **ਪ੍ਰਵਦੰਤਿ**-ਕਹਿੰਦੇ ਹਨ ; **ਅਵਿਪਸ਼੍ਚਿਤਹ੍**-ਥੋੜੇ ਗਿਆਨ ਵਾਲੇ ; **ਵੇਦ-ਵਾਦ-ਰਤਾਹ੍**-ਵੇਦਾਂ ਦੇ ਅਨੁਆਈ ; **ਪਾਰ੍ਥ**-ਹੇ ਪਾਰਥ ; **ਨ**-ਕਦੀ ਨਹੀਂ ; **ਅੰਨਯਤ੍**-ਹੋਰ ਕੁਝ ; **ਅਸ੍ਤਿ**-ਹੈ ; **ਇਤਿ**-ਇੰਝ ; **ਵਾਦਿਨਹ੍**-ਬੋਲਣ ਵਾਲੇ ; **ਕਾਮ-ਆਤ੍ਮਨਹ੍**-ਇੰਦਰੀਆਂ ਦੀ ਤ੍ਰਿਪਤੀ ਦੇ ਚਾਹਵਾਨ ; **ਸ੍ਵਰ੍ਗ ਪਰਾਹ੍**-ਸਵਰਗ ਪ੍ਰਾਪਤੀ ਦੇ ਚਾਹਵਾਨ ; **ਜਨ੍ਮ-ਕਰ੍ਮ-ਫਲ- ਪ੍ਰਦਾਮ੍**-ਉੱਤਮ ਜਨਮ ਅਤੇ ਹੋਰ ਸਕਾਮ ਕਰਮ ਦੇਣ ਵਾਲਾ ; **ਕ੍ਰਿਯਾਵਿਸ਼ੇਸ਼**-ਦਿਖਾਵਟੀ ਤਿਉਹਾਰ ; **ਬਹੁਲਾਮ੍**-ਵੱਖੋ ਵੱਖਰੇ ; **ਭੋਗ**-ਇੰਦਰੀਆਂ ਦੀ ਤ੍ਰਿਪਤੀ ; **ਏਸ਼੍ਵਰ੍ਯ**-ਅਤੇ ਸੁਖ ; **ਗਤਿਮ੍**-ਪ੍ਰਗਤੀ ; **ਪ੍ਰਤਿ**-ਦੇ ਵੱਲ ।

ਅਨੁਵਾਦ

ਘੱਟ ਗਿਆਨੀ ਵੇਦਾਂ ਦੇ ਉਨ੍ਹਾਂ ਅਲੰਕਾਰਿਕ ਸ਼ਬਦਾਂ ਵੱਲ ਵਧੇਰੇ ਆਸਕਤ ਰਹਿੰਦੇ ਹਨ, ਜਿਹੜੇ ਸਵਰਗ ਪ੍ਰਾਪਤੀ ਲਈ ਚੰਗੇ ਜਨਮ, ਸ਼ਕਤੀ ਆਦਿ ਲਈ ਵੱਖੋ ਵੱਖਰੇ ਸਕਾਮ ਕਰਮ ਕਰਨ ਦੀ ਵਡਿਆਈ ਕਰਦੇ ਹਨ । ਇੰਦਰੀਆਂ ਦੀ ਤ੍ਰਿਪਤੀ ਲਈ ਅਤੇ ਧੰਨਵਾਨ ਜੀਵਨ ਦੀ ਚਾਹ ਕਾਰਨ ਉਹ ਕਹਿੰਦੇ ਹਨ ਕਿ ਇਸ ਤੋਂ ਵੱਧਕੇ ਹੋਰ ਕੁਝ ਨਹੀਂ ਹੈ ।

ਭਾਵ

ਆਮਤੌਰ ਤੇ ਸਾਰੇ ਲੋਕ ਵਧੇਰੇ ਬੁੱਧੀਮਾਨ ਨਹੀਂ ਹੁੰਦੇ ਅਤੇ ਉਹ ਅਗਿਆਨ ਕਾਰਨ ਵੇਦਾਂ ਦੇ ਕਰਮਕਾਂਡ ਹਿੱਸੇ ਵਿਚ ਦੱਸੇ ਗਏ ਸਕਾਮ ਕੰਮਾਂ ਪ੍ਰਤੀ ਵਧੇਰੇ ਆਸਕਤ (ਬੱਝੇ) ਰਹਿੰਦੇ ਹਨ । ਉਹ ਸਵਰਗ ਵਿਚ ਜੀਵਨ ਦਾ ਆਨੰਦ ਲੈਣ ਲਈ ਇੰਦਰੀਆਂ ਦੀ ਤ੍ਰਿਪਤੀ ਕਰਾਉਣ ਵਾਲੇ ਪ੍ਰਸਤਾਵਾਂ ਤੋਂ ਵੱਧਕੇ ਹੋਰ ਕੁਝ ਨਹੀਂ ਚਾਹੁੰਦੇ, ਜਿਥੇ ਸ਼ਰਾਬ ਅਤੇ ਨੌਜਵਾਨ ਇਸਤਰੀਆਂ ਮਿਲਦੀਆਂ ਹਨ ਅਤੇ ਭੌਤਿਕ ਸੁਖ ਸਾਧਾਰਨ ਹੈ । ਵੇਦਾਂ ਵਿਚ ਸਵਰਗਲੋਕ ਪਹੁੰਚਣ ਲਈ ਅਨੇਕਾਂ ਯੱਗਾਂ ਦਾ ਵਰਣਨ ਹੈ, ਜਿਨ੍ਹਾਂ ਵਿਚ ਜਯੋਤਿਸ਼ਟੋਮ ਯੱਗ ਪ੍ਰਮੁੱਖ ਹੈ । ਅਸਲ ਵਿਚ ਵੇਦਾਂ ਵਿਚ ਕਿਹਾ ਗਿਆ ਹੈ ਕਿ ਜਿਹੜਾ ਸਵਰਗ ਜਾਣਾ ਚਾਹੁੰਦਾ ਹੈ, ਉਸਨੂੰ ਇਹ ਯੱਗ ਸੰਪੰਨ ਕਰਨੇ ਚਾਹੀਦੇ ਹਨ ਅਤੇ ਘੱਟ ਗਿਆਨ ਵਾਲੇ ਮਨੁੱਖ ਸੋਚਦੇ ਹਨ ਕਿ ਵੈਦਿਕ ਗਿਆਨ ਦਾ ਸਮੁੱਚਾ ਮਤਲਬ ਐਨਾ ਹੀ ਹੈ ।

ਅਜਿਹੇ ਲੋਕਾਂ ਲਈ ਕ੍ਰਿਸ਼ਨ ਭਾਵਨਾ ਅੰਮ੍ਰਿਤ ਦੇ ਪੱਕੇ ਕਰਮ ਵਿਚ ਸਥਿਤ ਹੋਣਾ ਬਹੁਤ ਔਖਾ ਹੈ। ਜਿਵੇਂ ਮੂਰਖ ਲੋਕ ਜਹਿਰੀਲੇ ਰੁੱਖਾਂ ਦੇ ਫੁੱਲਾਂ ਵੱਲ ਬਿਨ੍ਹਾਂ ਇਹ ਸਮਝੇ ਖਿੱਚਦਾ ਹੈ ਕਿ ਇਸਦਾ ਕੀ ਨਤੀਜਾ ਹੋਵੇਗਾ ਆਸਕਤ (ਬੱਝੇ) ਰਹਿੰਦੇ ਹਨ ਉਸੇ ਤਰ੍ਹਾਂ ਅਗਿਆਨੀ ਸਵਰਗ ਦੇ ਸੁਖਾਂ ਤੋਂ ਮਿਲਣ ਵਾਲੇ ਇੰਦਰੀਆਂ ਦੇ ਭੋਗ ਪ੍ਰਤੀ ਖਿੱਚੇ ਰਹਿੰਦੇ ਹਨ।

ਵੇਦਾਂ ਦੇ ਕਰਮਕਾਂਡ ਭਾਗ ਵਿਚ ਕਿਹਾ ਗਿਆ ਹੈ- **ਅਪਾਮ ਸੋਮਮ੍ਰਿਤਾ ਅਭੂਮ ਅਤੇ ਅਕ੍ਸ਼ਯਯਮ੍ ਹ ਵੈ ਚਾਤੁਰ੍ਮਾਸ੍ਯਯਾਜਿਨਹ ਸੁਕ੍ਰਿਤਮ੍ ਭਵਤਿ**। ਦੂਜੇ ਸ਼ਬਦਾਂ ਵਿਚ ਜਿਹੜੇ ਲੋਕ ਚਾਤੁਰ੍ਮਾਸ (ਚਾਰ ਮਹੀਨੇ) ਤਪ ਕਰਦੇ ਹਨ ਉਹ ਅਮਰ ਅਤੇ ਹਮੇਸ਼ਾਂ ਸੁਖੀ ਰਹਿਣ ਲਈ ਸੋਮਰਸ ਪੀਣ ਦੇ ਅਧਿਕਾਰੀ ਹੋ ਜਾਂਦੇ ਹਨ। ਇੱਥੋਂ ਤਕ ਕਿ ਇਸ ਧਰਤੀ ਤੇ ਵੀ ਕੁਝ ਲੋਕ ਸੋਮ ਰਸ ਲਈ ਵਧੇਰੇ ਚਾਹਵਾਨ ਰਹਿੰਦੇ ਹਨ, ਜਿਸ ਨਾਲ ਉਹ ਤਾਕਤਵਾਰ ਬਣਨ ਅਤੇ ਇੰਦਰੀਆਂ ਦੀ ਤ੍ਰਿਪਤੀ ਦਾ ਸੁਖ ਹਾਸਲ ਕਰਨ ਵਿਚ ਸਮਰਥ ਹੋਣ। ਅਜਿਹੇ ਲੋਕਾਂ ਨੂੰ ਸੰਸਾਰ ਬੰਧਨ ਤੋਂ ਮੁਕਤੀ ਵਿਚ ਕੋਈ ਸ਼ਰਧਾ ਨਹੀਂ ਹੁੰਦੀ ਅਤੇ ਉਹ ਵੈਦਿਕ ਹਵਨਾਂ ਦੀ ਵਿਖਾਵੇਬਾਜੀ ਵਿਚ ਖਾਸ ਆਸਕਤ (ਬੱਝੇ) ਰਹਿੰਦੇ ਹਨ। ਉਹ ਆਮਤੌਰ ਤੇ ਵਿੱਸ਼ਿਆ ਵਿਚ ਆਸਕਤ (ਬੱਝੇ) ਹੁੰਦੇ ਹਨ ਅਤੇ ਜ਼ਿੰਦਗੀ ਵਿਚ ਸਵਰਗ ਵਰਗੇ ਆਨੰਦ ਤੋਂ ਬਿਨ੍ਹਾਂ ਹੋਰ ਕੁਝ ਨਹੀਂ ਚਾਹੁੰਦੇ। ਕਿਹਾ ਜਾਂਦਾ ਹੈ ਕਿ ਸਵਰਗ ਵਿਚ ਨੰਦਨ-ਕਾਨਨ ਨਾਂ ਦੇ ਅਨੇਕਾਂ ਬਗੀਚੇ ਹਨ, ਜਿਨ੍ਹਾਂ ਵਿਚ ਦੈਵੀ ਸੁੰਦਰ ਇਸਤਰੀਆਂ ਦਾ ਸੰਗ ਅਤੇ ਵਧੇਰੀ ਮਾਤਰਾ ਵਿਚ ਸੋਮਰਸ ਮਿਲਦਾ ਹੈ। ਅਜਿਹਾ ਸ਼ਰੀਰਕ ਸੁਖ ਪੱਕੇ ਤੌਰ ਤੇ ਵਿਸ਼ੇ ਵਾਸਨਾ ਵਾਲਾ ਹੈ, ਇਸ ਲਈ ਇਹ ਉਹ ਲੋਕ ਜਿਹੜੇ ਭੌਤਿਕ ਸੰਸਾਰ ਦੇ ਮਾਲਕ ਬਣਕੇ ਅਜਿਹੇ ਭੌਤਿਕ ਅਸਥਾਈ ਸੁੱਖਾਂ ਪ੍ਰਤੀ ਪੂਰੀ ਤਰ੍ਹਾਂ ਆਸਕਤ ਹਨ।

भोगैश्वर्यप्रसक्तानां तयापहृतचेतसाम्।
व्यवसायात्मिका बुद्धिः समाधौ न विधीयते॥ ४४॥

ਭੋਗੈਸ਼੍ਵਰ੍ਯ ਪ੍ਰਸਕ੍ਤਾਨਾਮ੍ ਤਯਾਪਹ੍ਰਿਤ ਚੇਤਸਾਮ੍ ।
ਵ੍ਯਵਸਾਯਾਤ੍ਮਿਕਾ ਬੁੱਧਿਹ੍ ਸਮਾਧੌ ਨ ਵਿਧੀਯਤੇ ॥ 44 ॥

ਭੋਗ-ਭੌਤਿਕ ਭੋਗ ; **ਏਸ਼੍ਵਰ੍ਯ**-ਅਤੇ ਸੁਖਾਂ ਪ੍ਰਤੀ ; **ਪ੍ਰਸਕ੍ਤਾਨਾਮ੍**-ਆਸਕਤਾਂ (ਬੱਝੇ ਰਹਿਣ) ਲਈ ; **ਤਯਾ**-ਅਜਿਹੀਆਂ ਵਸਤਾਂ ਨਾਲ ; **ਅਪਹ੍ਰਿਤ-ਚੇਤਸਾਮ੍**-ਮੋਹੇ ਚਿੱਤ ਵਾਲੇ ; **ਵ੍ਯਵਸਾਯਆਤ੍ਮਿਕਾਹ੍**-ਪੱਕੇ ਨਿਸ਼ਚੈ ਵਾਲੀ ; **ਬੁੱਧਿਹ੍**-ਈਸ਼ਵਰ ਦੀ ਭਗਤੀ ; **ਸਮਾਧੌ**-ਕਾਬੂ ਮਨ ਵਿਚ ; **ਨ**-ਕਦੀ ਨਹੀ ; **ਵਿਧੀਯਤੇ**-ਘਟਿਤ ਹੁੰਦਾ ਹੈ।

ਅਨੁਵਾਦ

ਜਿਹੜੇ ਲੋਕ ਇੰਦਰੀਆਂ ਦੇ ਭੋਗ ਅਤੇ ਭੌਤਿਕ ਸੁਖਾਂ ਪ੍ਰਤੀ ਵਧੇਰੇ ਆਸਕਤ (ਬੱਝੇ) ਹੋਣ ਨਾਲ ਅਜਿਹੀਆਂ ਵਸਤਾਂ ਤੋਂ ਮੋਹੇ ਜਾਂਦੇ ਹਨ, ਉਨ੍ਹਾਂ ਦੇ ਮਨਾਂ ਵਿਚ ਪਰਮੇਸ਼ਵਰ ਲਈ ਭਗਤੀ ਦਾ ਪੱਕਾ ਨਿਸ਼ਚਾ ਨਹੀਂ ਹੁੰਦਾ।

ਭਾਵ

ਸਮਾਧੀ ਦਾ ਅਰਥ ਹੈ 'ਸਥਿਰ ਮਨ'। ਵੈਦਿਕ ਕੋਸ਼ ਨਿਰੁਕਤੀ ਮੁਤਾਬਿਕ - **ਸਮ੍ਯਗ ਆਧੀਯਤੇ ਅਸ੍ਮਿਨ੍ ਆਤ੍ਮਾਤਤ੍ਵ ਯਥਾਤ੍ਮ੍ਯਮ੍** - ਜਦੋਂ ਮਨ ਆਤਮਾ ਨੂੰ ਸਮਝਣ ਵਿਚ ਸਥਿਰ ਰਹਿੰਦਾ ਹੈ ਤਾਂ ਉਸਨੂੰ ਸਮਾਧੀ ਕਹਿੰਦੇ ਹਨ। ਜਿਹੜੇ ਲੋਕ ਇੰਦਰੀਆਂ ਦੇ ਭੋਗ ਵਿਚ ਰੁਚੀ ਰੱਖਦੇ ਹਨ ਜਾਂ ਜਿਹੜੇ ਅਜਿਹੀਆਂ ਪਲ-ਭਰ ਰਹਿਣ ਵਾਲੀਆਂ ਵਸਤਾਂ ਤੋਂ ਮੋਹੇ ਜਾਂਦੇ ਹਨ, ਉਨ੍ਹਾਂ ਲਈ ਸਮਾਧੀ ਕੋਈ ਸੰਭਵ ਨਹੀਂ ਹੈ। ਮਾਇਆ ਦੇ ਚੱਕਰ ਵਿਚ ਪੈ ਕੇ ਉਹ ਥੋੜ੍ਹੇ ਬਹੁਤ ਤਿਰਸਕਾਰੇ ਜਾਂਦੇ ਹਨ।

त्रैगुण्यविषया वेदा निस्त्रैगुण्यो भवार्जुन।
निर्द्वन्द्वो नित्यसत्त्वस्थो निर्योगक्षेम आत्मवान्॥ ४५॥

ਤ੍ਰੈਗੁਣ੍ਯ-ਵਿਸ਼ਯਾ ਵੇਦਾ ਨਿਸ੍ਤ੍ਰੈਗੁਣ੍ਯੋ ਭਵਾਰ੍ਜੁਨ।
ਨਿਰ੍ਦਵੰਦ੍ਵੋ ਨਿਤ੍ਯ-ਸਤ੍ਤ੍ਵ-ਸ੍ਥੋ ਨਿਰ੍ਯੋਗ-ਕ੍ਸ਼ੇਮ ਆਤ੍ਮਵਾਨ੍ ॥ 45 ॥

ਤ੍ਰੈ-ਗੁਣ੍ਯ - ਭੌਤਿਕ ਪ੍ਰਕ੍ਰਿਤੀ ਦੇ ਤਿੰਨ ਗੁਣਾਂ ਨਾਲ ਸੰਬੰਧਿਤ ; **ਵਿਸ਼ਯਾਹ੍** - ਵਿਸ਼ਿਆਂ ਵਿਚ ; **ਵੇਦਾਹ੍** - ਵੈਦਿਕ ਸਾਹਿਤ ; **ਨਿਸ੍ਤ੍ਰੈ-ਗੁਣ੍ਯਹ੍** - ਭੌਤਿਕ ਪ੍ਰਕ੍ਰਿਤੀ ਦੇ ਤਿੰਨਾਂ ਗੁਣਾਂ ਤੋਂ ਪਰ੍ਹੇ ; **ਭਵ** - ਹੋਵੇ ; **ਅਰ੍ਜੁਨ** - ਹੇ ਅਰਜੁਨ ; **ਨਿਰ੍ਦਵੰਦ੍ਵਹ੍** - ਦ੍ਵੈਤ ਭਾਵ ਤੋਂ ਮੁਕਤ ; **ਨਿਤ੍ਯ-ਸਤ੍ਤ੍ਵ-ਸ੍ਥਹ੍** - ਨਿੱਤ ਸ਼ੁੱਧ ਭਾਵ ਵਿਚ ਸਥਿਤ ; **ਨਿਰ੍ਯੋਗਕ੍ਸ਼ੇਮਹ੍** - ਲਾਭ ਅਤੇ ਰੱਖਿਆ ਦੇ ਭਾਵਾਂ ਤੋਂ ਮੁਕਤ ; **ਆਤ੍ਮ-ਵਾਨ੍** - ਆਤਮਾ ਵਿਚ ਸਥਿਤ।

ਅਨੁਵਾਦ

ਵੇਦਾਂ ਵਿਚ ਮੁੱਖ ਰੂਪ ਵਿਚ ਪ੍ਰਕ੍ਰਿਤੀ ਦੇ ਤਿੰਨ ਗੁਣਾਂ ਦਾ ਵਰਣਨ ਕੀਤਾ ਗਿਆ ਹੈ। ਹੇ ਅਰਜੁਨ! ਇਨ੍ਹਾਂ ਤਿੰਨਾਂ ਗੁਣਾਂ ਤੋਂ ਉਪਰ ਉਠੋ। ਸਾਰੇ ਦ੍ਵੈਤ, ਲਾਭ ਅਤੇ ਸੁਰੱਖਿਆ ਦੀਆਂ ਸਾਰੀਆਂ ਚਿੰਤਾਵਾਂ ਤੋਂ ਮੁਕਤ ਹੋ ਕੇ ਆਤਮ ਗਿਆਨੀ ਬਣੋ।

ਭਾਵ

ਸਾਰੇ ਭੌਤਿਕ ਕਾਰਜਾਂ ਵਿਚ ਪ੍ਰਕ੍ਰਿਤੀ ਦੇ ਤਿੰਨਾਂ ਗੁਣਾਂ ਦੀਆਂ ਕਿਰਿਆਵਾਂ ਅਤੇ ਪ੍ਰਤੀ-ਕਿਰਿਆਵਾਂ ਰਲੀਆਂ ਹੁੰਦੀਆਂ ਹਨ। ਇਨ੍ਹਾਂ ਦਾ ਮੰਤਵ ਕਰਮਫਲ ਹੁੰਦਾ ਹੈ, ਜਿਹੜਾ ਭੌਤਿਕ ਸੰਸਾਰ ਵਿਚ ਬੰਧਨ ਦਾ ਕਾਰਨ ਹੈ। ਵੇਦਾਂ ਵਿਚ ਮੁੱਖ ਤੌਰ ਤੇ ਸਕਾਮ ਕਰਮ ਦਾ ਵਰਣਨ ਹੈ। ਜਿਸ ਨਾਲ ਸਧਾਰਣ ਲੋਕ ਹੌਲੀ-ਹੌਲੀ ਇੰਦਰੀਆਂ ਦੀ ਤ੍ਰਿਪਤੀ ਦੇ ਖੇਤਰ ਤੋਂ ਉਠਕੇ ਅਧਿਆਤਮਕ ਧਰਾਤਲ ਤਕ ਪਹੁੰਚ ਸਕਣ। ਕ੍ਰਿਸ਼ਨ ਆਪਣੇ ਸ਼ਾਗਿਰਦ ਅਤੇ ਦੋਸਤ ਦੇ ਰੂਪ ਵਿਚ ਅਰਜੁਨ ਨੂੰ ਸਲਾਹ ਦਿੰਦੇ ਹਨ ਕਿ ਉਹ ਵੇਦਾਂਤ ਦਰਸ਼ਨ ਦੀ ਅਧਿਆਤਮਕ ਪਦਵੀ ਤਕ ਉਪਰ ਉਠੇ ਜਿਸਦੀ ਸ਼ੁਰੂਆਤ ਬ੍ਰਹਮ ਜਿਗਿਆਸਾ ਜਾਂ ਪਰਮ ਅਧਿਆਤਮਕਤਾ ਦੇ ਪ੍ਰਸ਼ਨਾਂ ਨਾਲ ਹੁੰਦੀ ਹੈ। ਇਸ ਭੌਤਿਕ ਸੰਸਾਰ ਦੇ ਸਾਰੇ ਮਨੁੱਖ ਆਪਣੀ ਹੋਂਦ ਲਈ ਕਠਿਨ ਸੰਘਰਸ਼ ਕਰਦੇ ਰਹਿੰਦੇ ਹਨ। ਉਨ੍ਹਾਂ

ਲਈ ਭਗਵਾਨ ਨੇ ਇਸ ਭੌਤਿਕ ਸੰਸਾਰ ਦੀ ਸ੍ਰਿਸ਼ਟੀ ਕਰਨ ਮਗਰੋਂ ਵੈਦਿਕ ਗਿਆਨ ਦਿੱਤਾ ਜਿਹੜਾ ਜੀਵਨ ਗੁਜ਼ਾਰਨ ਅਤੇ ਸੰਸਾਰ ਬੰਧਨ ਤੋਂ ਛੁੱਟਣ ਦਾ ਉਪਦੇਸ਼ ਦਿੰਦਾ ਹੈ। ਜਦੋਂ ਇੰਦਰੀਆਂ ਦੀ ਤ੍ਰਿਪਤੀ ਦੇ ਕਾਰਜ ਜਿਵੇਂ ਕਰਮ ਕਾਂਡ ਖਤਮ ਹੋ ਜਾਂਦੇ ਹਨ ਤਾਂ ਉਪਨਿਸ਼ਦਾਂ ਦੇ ਰੂਪ ਵਿਚ ਭਗਵਤ੍ ਪ੍ਰਤੱਖੀਕਰਨ ਦਾ ਮੌਕਾ ਦਿੱਤਾ ਜਾਂਦਾ ਹੈ। ਇਹ ਉਪਨਿਸ਼ਦ ਵੱਖੋ-ਵੱਖਰੇ ਵੇਦਾਂ ਦਾ ਹਿੱਸਾ ਹਨ, ਉਸੇ ਤਰ੍ਹਾਂ ਜਿਵੇਂ ਭਗਵਤ ਗੀਤਾ ਪੰਜਵੇਂ ਵੇਦ ਮਹਾਭਾਰਤ ਦਾ ਇੱਕ ਅੰਗ ਹੈ। ਉਪਨਿਸ਼ਦਾਂ ਤੋਂ ਅਧਿਆਤਮਕ ਜੀਵਨ ਦੀ ਸ਼ੁਰੂਆਤ ਹੁੰਦੀ ਹੈ।

ਜਦੋਂ ਤਕ ਭੌਤਿਕ ਸ਼ਰੀਰ ਦੀ ਹੋਂਦ ਹੈ, ਉਦੋਂ ਤਕ ਭੌਤਿਕ ਗੁਣਾਂ ਦੀਆਂ ਕਿਰਿਆਵਾਂ-ਪ੍ਰਤੀਕਿਰਿਆਵਾਂ ਹੁੰਦੀਆਂ ਰਹਿੰਦੀਆਂ ਹਨ। ਮਨੁੱਖ ਨੂੰ ਚਾਹੀਦਾ ਹੈ ਕਿ ਸੁਖ-ਦੁੱਖ ਜਾਂ ਗਰਮੀ-ਸਰਦੀ ਵਰਗੀਆਂ ਦ੍ਵੈਤਤਾਵਾਂ ਨੂੰ ਸਹਿਣ ਕਰਨਾ ਸਿੱਖੇ ਅਤੇ ਇੰਝ ਹਾਨੀ ਅਤੇ ਲਾਭ ਦੀ ਚਿੰਤਾ ਤੋਂ ਮੁਕਤ ਹੋ ਜਾਵੇ। ਜਦੋਂ ਮਨੁੱਖ ਕ੍ਰਿਸ਼ਨ ਦੀ ਮਰਜ਼ੀ ਤੇ ਪੂਰੀ ਤਰ੍ਹਾਂ ਨਿਰਭਰ ਰਹਿੰਦਾ ਹੈ ਤਾਂ ਇਹ ਅਲੌਕਿਕ ਅਵਸਥਾ ਪ੍ਰਾਪਤ ਹੁੰਦੀ ਹੈ।

यावानर्थ उदपाने सर्वतः सम्प्लुतोदके ।
तावान्सर्वेषु वेदेषु ब्राह्मणस्य विजानतः ॥ ४६ ॥

ਯਾਵਾਨ੍ ਅਰ੍ਥ ਉਦਪਾਨੇ ਸਰ੍ਵਤਹ੍ ਸੰਪ੍ਲ੍ਤੋਦਕੇ ।
ਭਾਵਾਨ੍ ਸਰ੍ਵੇਸ਼ੁ ਵੇਦੇਸ਼ੁ ਬ੍ਰਾਹ੍ਮਣਸ੍ਯ ਵਿਜਾਨਤਹ੍ ॥ 46 ॥

ਯਾਵਾਨ੍ - ਜਿਨਾ ਸਾਰਾ ; **ਅਰਥਹ੍** - ਪ੍ਰਯੋਜਨ ਹੁੰਦਾ ਹੈ ; **ਉਦਪਾਨੇ** - ਖੂਹਾਂ ਵਿਚ ; **ਸਰ੍ਵਤਹ੍** - ਹਰ ਤਰ੍ਹਾਂ ਨਾਲ ; **ਸੰਪ੍ਲ੍ਤ-ਓਦਕੇ** - ਵੱਡੇ ਸਰੋਵਰ ਵਿਚ ; **ਭਾਵਾਨ੍** - ਉਸੇ ਤਰ੍ਹਾਂ ; **ਸਰ੍ਵੇਸ਼ੁ** - ਸਾਰੇ ; **ਵੇਦੇਸ਼ੁ** - ਵੇਦਾਂ ਵਿਚ ; **ਬ੍ਰਾਹ੍ਮਣਸ੍ਯ** - ਪਾਰਬ੍ਰਹਮ ਨੂੰ ਜਾਣਨ ਵਾਲਿਆਂ ਦਾ ; **ਵਿਜਾਨਤਹ੍** - ਪੂਰੇ ਗਿਆਨੀ ਦਾ।

ਅਨੁਵਾਦ

ਇੱਕ ਛੋਟੇ ਜਿਹੇ ਖੂਹ ਦਾ ਸਾਰਾ ਮੰਤਵ ਇੱਕ ਵੱਡੇ ਸਰੋਵਰ ਤੋਂ ਤੁਰੰਤ ਪੂਰਾ ਹੋ ਜਾਂਦਾ ਹੈ। ਇੰਝ ਵੇਦਾਂ ਦੇ ਅੰਦਰੂਨੀ ਭਾਵ ਨੂੰ ਜਾਣਨ ਵਾਲਿਆਂ ਦੇ ਸਾਰੇ ਪ੍ਰਯੋਜਨ ਸਿੱਧ ਹੋ ਜਾਂਦੇ ਹਨ।

ਭਾਵ

ਵੇਦਾਂ ਦੇ ਕਰਮ ਕਾਂਡ ਹਿੱਸੇ ਵਿਚ ਵਰਣਿਤ ਅਨੁਸ਼ਠਾਨਾਂ ਅਤੇ ਯੱਗਾਂ ਦਾ ਮੰਤਵ ਆਤਮ-ਪ੍ਰਤੱਖੀਕਰਨ ਦੇ ਕ੍ਰਮਿਕ ਵਿਕਾਸ ਨੂੰ ਉਤਸਾਹਿਤ ਕਰਨਾ ਹੈ ਅਤੇ ਆਤਮ-ਪ੍ਰਤੱਖੀਕਰਨ ਦਾ ਮੰਤਵ ਭਗਵਤ ਗੀਤਾ ਦੇ ਪੰਦਰ੍ਹਵੇਂ ਅਧਿਆਇ ਵਿਚ (15-15) ਇੰਝ ਸਪਸ਼ਟ ਕੀਤਾ ਗਿਆ ਹੈ - ਇਸ ਲਈ ਆਤਮ-ਪ੍ਰਤੱਖੀਕਰਨ ਦਾ ਅਰਥ ਹੈ ਕ੍ਰਿਸ਼ਨ ਨੂੰ ਅਤੇ ਉਨ੍ਹਾਂ ਨਾਲ ਆਪਣੇ ਸਨਾਤਨ ਸੰਬੰਧਾਂ ਨੂੰ ਸਮਝਣਾ। ਕ੍ਰਿਸ਼ਨ ਨਾਲ ਜੀਵਾਂ ਦੇ ਸੰਬੰਧਾਂ ਦਾ ਉਲੇਖ ਵੀ ਭਗਵਤ ਗੀਤਾ ਦੇ ਪੰਦਰ੍ਹਵੇਂ ਅਧਿਆਇ ਵਿਚ (15-7) ਹੋਇਆ ਹੈ। ਜੀਵ ਆਤਮਾਵਾਂ ਭਗਵਾਨ ਦੇ ਅੰਸ਼ ਸਰੂਪ ਹਨ, ਇਸ ਲਈ ਹਰ ਜੀਵ ਰਾਹੀਂ

ਕ੍ਰਿਸ਼ਨ ਭਾਵਨਾ ਅੰਮ੍ਰਿਤ ਨੂੰ ਜਾਗ੍ਰਿਤ ਕਰਨਾ ਵੈਦਿਕ ਗਿਆਨ ਦੀ ਉਚੇਰੀ ਪੂਰਨ ਅਵਸਥਾ ਹੈ, ਸ਼੍ਰੀਮਦ ਭਾਗਵਤਮ੍ ਵਿਚ ਇਸ ਦੀ ਪੁਸ਼ਟੀ ਇੰਝ ਕੀਤੀ ਹੈ -

ਅਹੋ ਬਤ ਸ਼੍ਵਪਚੋ 'ਤੋ ਗਰੀਯਾਨ੍ ਯਜ੍-ਜਿਹਵਾਗ੍ਰੇ ਵਰ੍ਤਤੇ ਨਾਮ ਤੁਭ੍ਯਮ੍ ।
ਤੇਪੁਸ੍ ਤਪਸ੍ ਤੇ ਜੁਹੁਵੁਹ੍ ਸਸ੍ਨੁਰ ਆਰ੍ਯਾ ਬ੍ਰਹਮਾਨੂਚੁਰ੍ ਨਾਮ ਗ੍ਰਿਣੰਤਿ ਯੇ ਤੇ ॥

(ਸ਼੍ਰੀ ਮਦ ਭਾਗਵਤਮ 3.33.7)

"ਹੇ ਪ੍ਰਭੂ, ਤੁਹਾਡੇ ਪਵਿੱਤਰ ਨਾਮ ਦਾ ਜਾਪ ਕਰਨ ਵਾਲਾ ਭਾਵੇਂ ਚੰਡਾਲ ਵਰਗੇ ਹੇਠਲੇ ਪਰਿਵਾਰ ਵਿਚ ਵੀ ਕਿਉਂ ਨਾ ਜੰਮਿਆ ਹੋਵੇ, ਪਰ ਉਹ ਆਤਮ-ਪ੍ਰਤੱਖੀਕਰਨ ਦੀ ਉਚੀ ਪਦਵੀ ਤੇ ਸਥਿਤ ਹੁੰਦਾ ਹੈ। ਅਜਿਹੇ ਮਨੁੱਖ ਨੇ ਯਕੀਨੀ ਤੌਰ ਤੇ ਵੈਦਿਕ ਅਨੁਸ਼ਠਾਨਾਂ ਮੁਤਾਬਿਕ ਸਾਰੀਆਂ ਤਪੱਸਿਆਵਾਂ ਸੰਪੰਨ ਕਰਕੇ ਅਤੇ ਅਨੇਕਾਂ ਤੀਰਥ ਅਸਥਾਨਾਂ ਤੇ ਇਸ਼ਨਾਨ ਕਰਕੇ ਵੇਦਾਂ ਦਾ ਅਧਿਐਨ ਕੀਤਾ ਹੁੰਦਾ ਹੈ। ਅਜਿਹਾ ਮਨੁੱਖ ਆਰੀਆ ਕੁਲ ਵਿਚ ਸਭ ਤੋਂ ਉੱਤਮ ਮੰਨਿਆ ਜਾਂਦਾ ਹੈ।"

ਇਸ ਲਈ ਮਨੁੱਖ ਨੂੰ ਏਨਾ ਬੁੱਧੀਮਾਨ ਤਾਂ ਹੋਣਾ ਚਾਹੀਦਾ ਹੈ ਕਿ ਸਿਰਫ ਅਨੁਸ਼ਠਾਨਾਂ ਵੱਲ ਆਸਕਤ (ਬੱਝਿਆ) ਨਾ ਰਹਿਕੇ ਵੇਦਾਂ ਦੇ ਮੰਤਵ ਨੂੰ ਸਮਝੇ ਅਤੇ ਵੱਧ ਤੋਂ ਵੱਧ ਇੰਦਰੀਆਂ ਦੀ ਤ੍ਰਿਪਤੀ ਲਈ ਹੀ ਸਵਰਗ ਲੋਕ ਵਿਚ ਜਾਣ ਦੀ ਕਾਮਨਾ ਨਾ ਕਰੇ। ਇਸ ਯੁੱਗ ਵਿਚ ਸਾਧਾਰਨ ਮਨੁੱਖ ਲਈ ਨਾ ਤਾਂ ਵੈਦਿਕ ਅਨੁਸ਼ਠਾਨਾਂ ਦੇ ਸਾਰੇ ਵਿਧੀ-ਵਿਧਾਨਾਂ ਦੀ ਪਾਲਣਾ ਕਰਨਾ ਸੰਭਵ ਹੈ ਅਤੇ ਸਾਰੇ ਵੇਦਾਂਤਾਂ ਅਤੇ ਉਪਨਿਸ਼ਦਾਂ ਦਾ ਪੂਰਾ ਅਧਿਐਨ ਕਰਨਾ ਵੀ ਸੰਭਵ ਨਹੀਂ। ਵੇਦਾਂ ਦੇ ਮੰਤਵ ਨੂੰ ਸੰਪੰਨ ਕਰਨ ਲਈ ਵਧੇਰੇ ਸਮਾਂ, ਸ਼ਕਤੀ, ਗਿਆਨ ਅਤੇ ਸਾਧਨ ਦੀ ਲੋੜ ਹੁੰਦੀ ਹੈ। ਇਸ ਯੁਗ ਵਿਚ ਅਜਿਹਾ ਕਰ ਸਕਣਾ ਸੰਭਵ ਨਹੀਂ ਹੈ,ਪਰ ਵੈਦਿਕ ਸੰਸਕ੍ਰਿਤੀ ਦਾ ਪਰਮ ਟੀਚਾ ਭਗਵਾਨ ਦੇ ਨਾਂ ਦੇ ਕੀਰਤਨ ਰਾਹੀਂ ਪ੍ਰਾਪਤ ਹੋ ਜਾਂਦਾ ਹੈ, ਜਿਸਦੀ ਹਾਮੀ ਪਤਿਤ ਆਤਮਾਵਾਂ ਦਾ ਕਲਿਆਣ ਕਰਨ ਵਾਲੇ ਭਗਵਾਨ ਚੈਤੰਨਯ ਨੇ ਭਰੀ ਹੈ। ਜਦੋਂ ਚੈਤੰਨਯ ਤੋਂ ਮਹਾਨ ਵੈਦਿਕ ਪੰਡਤ ਪ੍ਰਕਾਸ਼ਾਨੰਦ ਸਰਸਵਤੀ ਨੇ ਪੁੱਛਿਆ ਕਿ ਤੁਸੀਂ ਵੇਦਾਂਤ ਦਰਸ਼ਨ ਦਾ ਅਧਿਐਨ ਨਾ ਕਰਕੇ ਇਕ ਭਾਵੁਕ ਵਾਂਗ ਪਵਿੱਤਰ ਨਾਮ ਦਾ ਕਿਉਂ ਕੀਰਤਨ ਕਰਦੇ ਰਹਿੰਦੇ ਹੋ, ਤਾਂ ਉਨ੍ਹਾਂ ਉਤਰ ਦਿੱਤਾ ਕਿ ਮੇਰੇ ਗੁਰੂ ਨੇ ਮੈਨੂੰ ਵੱਡਾ ਮੂਰਖ ਸਮਝਕੇ ਭਗਵਾਨ ਕ੍ਰਿਸ਼ਨ ਦੇ ਨਾਮ ਦਾ ਕੀਰਤਨ ਕਰਨ ਦੀ ਆਗਿਆ ਦਿੱਤੀ। ਇਸ ਲਈ ਉਨ੍ਹਾਂ ਇੰਝ ਹੀ ਕੀਤਾ ਅਤੇ ਉਹ ਪਾਗਲਾਂ ਵਾਂਗ ਅਧਿਆਤਮਕ ਹੋ ਗਏ। ਇਸ ਕਲਯੁਗ ਵਿਚ ਵਧੇਰੇ ਜਨਤਾ ਮੂਰਖ ਹੈ ਅਤੇ ਵੇਦਾਂਤ ਦਰਸ਼ਨ ਸਮਝਣ ਲਈ ਪੜ੍ਹੀ-ਲਿਖੀ ਨਹੀਂ ਹੈ। ਵੇਦਾਂਤ ਦਰਸ਼ਨ ਦੇ ਪਰਮ ਮੰਤਵ ਦੀ ਪੂਰਤੀ ਭਗਵਾਨ ਦੇ ਪਵਿੱਤਰ ਨਾਮ ਦਾ ਕੀਰਤਨ, ਅਪਰਾਧ ਰਹਿਤ ਕਰਨ ਨਾਲ ਹੋ ਜਾਂਦੀ ਹੈ। ਵੇਦਾਂਤ ਵੈਦਿਕ ਗਿਆਨ ਦੀ ਹੱਦ ਹੈ ਅਤੇ ਵੇਦਾਂਤ ਦਰਸ਼ਨ ਦੇ ਰਚਨਹਾਰੇ ਅਤੇ ਜਾਣਨ ਵਾਲੇ ਭਗਵਾਨ ਕ੍ਰਿਸ਼ਨ ਹਨ। ਸਭ ਤੋਂ ਵੱਡਾ ਵੇਦਾਂਤੀ ਤਾਂ ਉਹ ਮਹਾਤਮਾ ਹੈ ਜਿਹੜਾ ਭਗਵਾਨ ਦੇ ਪਵਿੱਤਰ ਨਾਮ ਦਾ ਜਾਪ ਕਰਨ ਵਿਚ ਆਨੰਦ ਲੈਂਦਾ ਹੈ। ਪੂਰੇ ਵੈਦਿਕ ਰਹੱਸ ਦਾ ਇਹੋ ਵੱਡਾ ਮੰਤਵ ਹੈ।

कर्मण्येवाधिकारस्ते मा फलेषु कदाचन।
मा कर्मफलहेतुर्भूर्मा ते सङ्गोऽस्त्वकर्मणि ॥ ४७ ॥

ਕਰ੍ਮਣ੍ਯ੍ ਏਵਾਧਿਕਾਰਸ੍ ਤੇ ਮਾ ਫਲੇਸ਼ੁ ਕਦਾਚਨ ।
ਮਾ ਕਰ੍ਮ-ਫਲ-ਹੇਤੁਰ੍ ਭੂਰ੍ ਮਾ ਤੇ ਸੰਗੋ 'ਸ੍ਤ੍ਵ ਅਕਰ੍ਮਣਿ ॥ 47 ॥

ਕਰ੍ਮਣਿ - ਕਰਮ ਕਰਨ ਵਿਚ ; **ਏਵ** - ਨਿਸ਼ਚੈ ਹੀ ; **ਅਧਿਕਾਰਹ੍** - ਅਧਿਕਾਰ ; **ਤੇ** - ਤੁਹਾਡਾ ; **ਮਾ** - ਕਦੀ ਨਹੀਂ ; **ਫਲੇਸ਼ੁ** - ਫਲਾਂ ਵਿਚ ; **ਕਦਾਚਨ** - ਕਦੀ ਵੀ ; **ਮਾ** - ਕਦੀ ਨਹੀਂ; **ਕਰ੍ਮਫਲ** - ਕੰਮ ਦਾ ਫਲ ; **ਹੇਤੁਹ੍** - ਕਾਰਨ ; **ਭੂਹ੍** - ਹੋਵੇ ; **ਮਾ** - ਕਦੀ ਨਹੀਂ ; **ਤੇ** - ਤੁਹਾਡਾ ; **ਸੰਗਹ੍** - ਆਸਕਤੀ (ਬੱਝਿਆ) ; **ਅਸ੍ਤੁ** - ਹੋ ; **ਅਕਰ੍ਮਣਿ** - ਕੰਮ ਨਾ ਕਰਨ ਵਿਚ ।

ਅਨੁਵਾਦ

ਤੁਹਾਨੂੰ ਆਪਣੇ ਕੰਮ (ਫ਼ਰਜ਼) ਕਰਨ ਦਾ ਅਧਿਕਾਰ ਹੈ, ਪਰ ਕੰਮ ਦੇ ਫਲਾਂ ਦੇ ਤੁਸੀਂ ਅਧਿਕਾਰੀ ਨਹੀਂ ਹੋ । ਤੁਸੀ ਨਾ ਤਾਂ ਕਦੀ ਆਪਣੇ-ਆਪਨੂੰ ਕੰਮਾਂ ਦੇ ਫਲਾਂ ਦਾ ਕਾਰਨ ਸਮਝੋ ਨਾ ਹੀ ਕੰਮ ਕਰਨ ਤੋਂ ਗੁਰੇਜ਼ ਕਰੋ ।

ਭਾਵ

ਇਥੇ ਵਿਚਾਰ ਯੋਗ ਤਿੰਨ ਗੱਲਾਂ ਹਨ - ਕਰਮ (ਕਰਤੱਵ), ਵਿਕਰਮ ਅਤੇ ਅਕਰਮ । ਕਰਮ (ਆਪਣਾ ਕਰਤੱਵ) ਉਹ ਕਾਰਜ ਹਨ ਜਿਨ੍ਹਾਂ ਦਾ ਹੁਕਮ ਪ੍ਰਕ੍ਰਿਤੀ ਦੇ ਗੁਣਾਂ ਅਨੁਸਾਰ ਪ੍ਰਾਪਤ ਕੀਤਾ ਜਾਂਦਾ ਹੈ । ਅਧਿਕਾਰੀ ਦੀ ਮਰਜ਼ੀ ਤੋਂ ਬਗੈਰ ਕੀਤੇ ਗਏ ਕਰਮ ਵਿਕਰਮ ਕਹਾਉਂਦੇ ਹਨ ਅਤੇ ਅਕਰਮ ਦਾ ਅਰਥ ਆਪਣੇ ਕਰਮਾਂ ਨੂੰ ਨਾ ਕਰਨਾ । ਭਗਵਾਨ ਨੇ ਅਰਜੁਨ ਨੂੰ ਉਪਦੇਸ਼ ਦਿੱਤਾ ਕਿ ਉਹ ਨਿਕੰਮਾ ਨਾ ਬਣੇ ਸਗੋਂ ਫਲ ਦੀ ਚਾਹ ਤੋਂ ਬਿਨ੍ਹਾਂ ਆਪਣਾ ਕਰਮ ਕਰੇ । ਕਰਮਫਲ ਦੀ ਚਾਹਤ ਰੱਖਣ ਵਾਲਾ ਵੀ ਕਰਮ ਦਾ ਕਾਰਨ ਹੈ । ਇੰਝ ਉਹ ਅਜਿਹੇ ਕਰਮ ਫਲਾਂ ਨੂੰ ਭੋਗਣ ਵਾਲਾ ਹੁੰਦਾ ਹੈ ।

ਜਿਥੋਂ ਤਕ ਨਿਰਧਾਰਿਤ ਕਰਮਾਂ ਦਾ ਸੰਬੰਧ ਹੈ, ਉਨ੍ਹਾਂ ਦੀਆਂ ਤਿੰਨ ਉਪ-ਸ਼੍ਰੇਣੀਆਂ ਹੋ ਸਕਦੀਆਂ ਹਨ - ਜਿਵੇਂ ਨਿੱਤ-ਕਰਮ, ਆਪਾਤਕਾਲ ਦੇ ਕਰਮ ਅਤੇ ਮਰਜ਼ੀ ਮੁਤਾਬਿਕ ਕੀਤੇ ਕਰਮ । ਨਿੱਤ ਕਰਮ, ਫਲ ਦੀ ਇੱਛਾ ਤੋਂ ਬਿਨ੍ਹਾਂ ਸ਼ਾਸ਼ਤਰਾਂ ਮੁਤਾਬਿਕ ਸਤੋਗੁਣ ਵਿਚ ਰਹਿਕੇ ਕੀਤੇ ਜਾਂਦੇ ਹਨ । ਫਲ ਵਾਲੇ ਕਰਮ, ਬੰਧਨ ਦਾ ਕਾਰਨ ਬਣਦੇ ਹਨ, ਇਸ ਲਈ ਅਜਿਹੇ ਕਰਮ ਅਸ਼ੁਭ ਹਨ । ਹਰ ਮਨੁੱਖ ਨੂੰ ਆਪਣੇ ਕਰਮ ਤੇ ਅਧਿਕਾਰ ਪ੍ਰਾਪਤ ਹੈ ਪਰ ਉਸਨੂੰ ਫਲ ਦੀ ਚਾਹਤ ਛੱਡਕੇ ਕਰਮ ਕਰਨਾ ਚਾਹੀਦਾ ਹੈ । ਅਜਿਹੇ ਨਿਸ਼ਕਾਮ ਕਰਮ ਯਕੀਨੀ ਤੌਰ ਤੇ ਮੁਕਤੀ ਦੇ ਰਸਤੇ ਵੱਲ ਲੈ ਜਾਂਦੇ ਹਨ ।

ਇਸ ਲਈ ਭਗਵਾਨ ਨੇ ਅਰਜੁਨ ਨੂੰ ਫਲ ਦੀ ਚਾਹਤ ਛੱਡਕੇ ਕਰਮ (ਆਪਣਾ ਧਰਮ) ਦੇ ਰੂਪ ਵਿਚ ਜੰਗ ਕਰਨ ਦੀ ਆਗਿਆ ਦਿੱਤੀ । ਉਸਦਾ ਜੰਗ ਤੋਂ ਟਲਣਾ ਆਸਕਤੀ ਦਾ ਦੂਜਾ ਪੱਖ

ਹੈ । ਅਜਿਹੀ ਆਸਕਤੀ ਕਦੀ ਮੁਕਤੀ ਦੇ ਰਸਤੇ ਦੀ ਪ੍ਰਾਪਤੀ ਨਹੀਂ ਹੁੰਦੀ । ਆਸਕਤੀ ਭਾਵੇਂ ਸਵੀਕਾਰ ਕਰਨ ਯੋਗ ਹੋਵੇ ਭਾਵੇਂ ਨਕਾਰਨ ਯੋਗ, ਬੰਧਨ ਦਾ ਕਾਰਨ ਹੈ । ਅਕਰਮ ਪਾਪ ਯੁਕਤ ਹੈ । ਇਸ ਲਈ ਫਰਜ਼ ਦੇ ਰੂਪ ਵਿਚ ਜੰਗ ਕਰਨਾ ਹੀ ਅਰਜੁਨ ਲਈ ਮੁਕਤੀ ਦਾ ਇਕੋ-ਇਕ ਕਲਿਆਣ ਕਾਰੀ ਰਸਤਾ ਸੀ ।

योगस्थ: कुरु कर्माणि सङ्गं त्यक्त्वा धनञ्जय।
सिद्ध्यसिद्ध्यो: समो भूत्वा समत्वं योग उच्यते ॥ ४८ ॥

ਯੋਗਸ੍ਥਹ੍ ਕੁਰੁ ਕਰ੍ਮਾਣਿ ਸੰਗਮ੍ ਤ੍ਯਕ੍ਤ੍ਵਾ ਧਨੰਜਯ ।
ਸਿੱਧਿ-ਅਸਿੱਧਯੋਹ੍ ਸਮੋ ਭੂਤ੍ਵਾ ਸਮਤ੍ਵਮ੍ ਯੋਗ ਉਚ੍ਯਤੇ ॥ 48 ॥

ਯੋਗਸ੍ਥਹ੍ -ਇਕਾਗਰ ਹੋਕੇ (ਇਕ ਚਿੱਤ) ; **ਕੁਰੁ** - ਕਰੋ ; **ਕਰ੍ਮਾਣਿ** - ਆਪਣੇ ਕੰਮ ; **ਸੰਗਮ੍** - ਆਸਕਤੀ ਨੂੰ ; **ਤ੍ਯਕ੍ਤ੍ਵਾ** - ਤਿਆਗ ਕੇ ; **ਧਨੰਜਯ** - ਹੇ ਅਰਜੁਨ ; **ਸਿੱਧਿ-ਅਸਿੱਧਯੋਹ੍** - ਸਫਲਤਾ ਜਾਂ ਅਸਫਲਤਾ ਵਿਚ ; **ਸਮਹ੍** - ਇਕ ਚਿੱਤ ; **ਭੂਤ੍ਵਾ** - ਹੋ ਕੇ ; **ਸਮਤ੍ਵਮ੍** - ਸਮਤਾ **ਯੋਗਹ੍** - ਯੋਗ ; **ਉਚ੍ਯਤੇ** - ਕਿਹਾ ਜਾਂਦਾ ਹੈ ।

ਅਨੁਵਾਦ

ਹੇ ਅਰਜੁਨ! ਜਿੱਤ ਅਤੇ ਹਾਰ ਦੀ ਸਾਰੀ ਆਸਕਤੀ ਛੱਡਕੇ ਇਕ ਚਿੱਤ ਹੋ ਕੇ ਆਪਣਾ ਕਰਮ ਕਰੋ। ਅਜਿਹੀ ਸਮਤਾ ਯੋਗ ਕਹਾਉਂਦੀ ਹੈ ।

ਭਾਵ

ਕ੍ਰਿਸ਼ਨ ਅਰਜੁਨ ਨੂੰ ਕਹਿੰਦੇ ਹਨ ਕਿ ਯੋਗ ਵਿਚ ਸਥਿਤ ਹੋ ਕੇ ਕਰਮ ਕਰੇ ਅਤੇ ਇਹ ਯੋਗ ਕੀ ਹੈ? ਯੋਗ ਦਾ ਅਰਥ ਹੈ ਹਮੇਸ਼ਾਂ ਚੰਚਲ ਰਹਿਣ ਵਾਲੀਆਂ ਇੰਦਰੀਆਂ ਨੂੰ ਕਾਬੂ ਵਿਚ ਰੱਖਦੇ ਹੋਏ ਪਰਮ ਤੱਤ ਵਿਚ ਮਨ ਨੂੰ ਇਕ ਚਿੱਤ ਕਰਨਾ । ਅਤੇ ਪਰਮ ਤੱਤ ਕੌਣ ਹੈ ? ਈਸ਼ਵਰ ਹੀ ਪਰਮ ਤੱਤ ਹਨ ਅਤੇ ਉਹ ਆਪ ਅਰਜੁਨ ਨੂੰ ਜੰਗ ਕਰਨ ਲਈ ਕਹਿ ਰਹੇ ਹਨ, ਇਸ ਲਈ ਅਰਜੁਨ ਨੂੰ ਜੰਗ ਦੇ ਫਲ ਤੋਂ ਕੋਈ ਸਰੋਕਾਰ ਨਹੀਂ ਹੈ । ਜਿੱਤ ਜਾਂ ਹਾਰ ਕ੍ਰਿਸ਼ਨ ਲਈ ਵਿਚਾਰਣ ਯੋਗ ਹਨ, ਅਰਜੁਨ ਨੇ ਤਾਂ ਸਿਰਫ ਸ਼੍ਰੀ ਕ੍ਰਿਸ਼ਨ ਦੇ ਹੁਕਮਾਂ ਮੁਤਾਬਿਕ ਕਰਮ ਕਰਨਾ ਹੈ । ਕ੍ਰਿਸ਼ਨ ਦੇ ਹੁਕਮਾਂ ਦੀ ਪਾਲਣਾ ਹੀ ਅਸਲੀ ਯੋਗ ਹੈ ਅਤੇ ਇਸਦਾ ਅਭਿਆਸ ਕ੍ਰਿਸ਼ਨ ਭਾਵਨਾ ਅੰਮ੍ਰਿਤ ਨਾਂ ਦੀ ਵਿਧੀ ਰਾਹੀਂ ਕੀਤਾ ਜਾਂਦਾ ਹੈ । ਸਿਰਫ ਕ੍ਰਿਸ਼ਨ ਭਾਵਨਾ ਅੰਮ੍ਰਿਤ ਰਾਹੀਂ ਮਾਲਕੀਅਤ ਭਾਵਨਾ ਦਾ ਤਿਆਗ ਕੀਤਾ ਜਾ ਸਕਦਾ ਹੈ । ਇਸ ਲਈ ਉਸਨੂੰ ਕ੍ਰਿਸ਼ਨ ਦਾ ਸੇਵਕ ਜਾਂ ਫਿਰ ਉਸਦੇ ਸੇਵਾਦਾਰਾਂ ਦਾ ਸੇਵਕ ਬਣਨਾ ਹੁੰਦਾ ਹੈ । ਕ੍ਰਿਸ਼ਨ ਭਾਵਨਾ ਅੰਮ੍ਰਿਤ ਵਿਚ ਕਰਮ ਕਰਨ ਦੀ ਇਹੋ ਵਿਧੀ ਹੈ ਜਿਸ ਨਾਲ ਯੋਗ ਵਿਚ ਸਥਿਤ ਹੋ ਕੇ ਕਰਮ ਕੀਤਾ ਜਾ ਸਕਦਾ ਹੈ ।

ਅਰਜੁਨ ਖੱਤਰੀ ਹੈ ਅਤੇ 'ਵਰਣਾਸ਼ਰਮ ਧਰਮ' ਦਾ ਅਨੁਯਾਈ ਹੈ । ਵਿਸ਼ਨੂੰ ਪੁਰਾਣ ਵਿਚ ਕਿਹਾ ਗਿਆ ਹੈ ਕਿ ਵਰਣਾਸ਼ਰਮ ਦਾ ਇਕ ਮਾਤਰ ਉਦੇਸ਼ ਵਿਸ਼ਨੂੰ ਨੂੰ ਸੰਤੁਸ਼ਟ ਕਰਨਾ ਹੈ । ਕਿਸੇ

ਨੂੰ ਆਪਣੇ ਆਪ ਨੂੰ ਸੰਤੁਸ਼ਟ ਨਹੀਂ ਕਰਨਾ ਚਾਹੀਦਾ, ਜਿਵੇਂ ਕਿ ਭੌਤਿਕ ਸੰਸਾਰ ਦਾ ਨਿਯਮ ਹੈ, ਸਗੋਂ ਕ੍ਰਿਸ਼ਨ ਨੂੰ ਸੰਤੁਸ਼ਟ ਕਰਨਾ ਚਾਹੀਦਾ ਹੈ। ਇਸ ਲਈ ਕ੍ਰਿਸ਼ਨ ਨੂੰ ਸੰਤੁਸ਼ਟ ਕੀਤੇ ਬਿਨ੍ਹਾਂ ਕੋਈ ਵੀ ਸਹੀ ਰੂਪ ਵਿਚ ਵਰਣਾਸ਼ਰਮ ਧਰਮ ਦਾ ਪਾਲਨ ਨਹੀਂ ਕਰ ਸਕਦਾ। ਅਪ੍ਰਤੱਖ ਰੂਪ ਵਿਚ ਅਰਜੁਨ ਨੂੰ ਕ੍ਰਿਸ਼ਨ ਰਾਹੀਂ ਦਿੱਤੇ ਉਪਦੇਸ਼ ਅਨੁਸਾਰ ਕਰਮ ਕਰਨ ਦਾ ਹੁਕਮ ਹੈ।

दूरेण ह्यवरं कर्म बुद्धियोगाद्धनञ्जय।
बुद्धौ शरणमन्विच्छ कृपणाः फलहेतवः ॥४९॥

ਦੂਰੇਣ ਹਿ ਅਵਰਮ੍ ਕਰ੍ਮ ਬੁੱਧਿ-ਯੋਗਾਦ੍ ਧਨੰਜਯ।
ਬੁੱਧੌ ਸ਼ਰਣਮ੍ ਅਨ੍ਵਿੱਛ ਕ੍ਰਿਪਣਾਹ੍ ਫਲ-ਹੇਤਵਹ੍ ॥ 49 ॥

ਦੂਰੇਣ – ਦੂਰੋਂ ਹੀ ਤਿਆਗ ਦਿਓ ; **ਹਿ** – ਨਿਸ਼ਚੈ ਹੀ ; **ਅਵਰਮ੍** – ਨਿੰਦਾ ਯੋਗ ; **ਕਰ੍ਮ** – ਕਰਮ ; **ਬੁੱਧਿ-ਯੋਗਾਤ੍** – ਕ੍ਰਿਸ਼ਨ ਭਾਵਨਾ ਅੰਮ੍ਰਿਤ ਦੇ ਜ਼ੋਰ ਤੇ ; **ਧਨੰਜਯ** – ਹੇ ਧੰਨ ਨੂੰ ਜਿੱਤਣ ਵਾਲੇ ; **ਬੁੱਧੌ** – ਅਜਿਹੀ ਚੇਤਨਾ ਵਿਚ ; **ਸ਼ਰਣਮ੍** – ਪੂਰਨ ਸਮਰਪਣ ; **ਅਨ੍ਵਿਚ੍ਛ** – ਯਤਨ ਕਰੋ ; **ਕ੍ਰਿਪਣਾਹ੍** – ਕੰਜੂਸ ਮਨੁੱਖ ; **ਫਲਹੇਤਵਹ੍** – ਸਕਾਮ ਕਰਮ ਦੀ ਇੱਛਾ ਵਾਲੇ।

ਅਨੁਵਾਦ

ਹੇ ਧਨੰਜੇ! ਭਗਤੀ ਦੇ ਸਹਾਰੇ ਨਿੰਦਾ ਯੋਗ ਕਰਮਾਂ ਤੋਂ ਦੂਰ ਰਹੋ ਅਤੇ ਉਸੇ ਭਾਵ ਨਾਲ ਭਗਵਾਨ ਦੀ ਸ਼ਰਨ ਲਉ। ਜਿਹੜੇ ਮਨੁੱਖ ਆਪਣੇ ਸਕਾਮ ਕਰਮਾਂ ਦੇ ਫਲਾਂ ਨੂੰ ਭੋਗਣਾ ਚਾਹੁੰਦੇ ਹਨ, ਉਹ ਕੰਜੂਸ ਹਨ।

ਭਾਵ

ਜਿਹੜਾ ਮਨੁੱਖ ਭਗਵਾਨ ਦੇ ਦਾਸ ਰੂਪ ਵਿਚ ਆਪਣੇ ਮੂਲ ਰੂਪ ਨੂੰ ਸਮਝ ਲੈਂਦਾ ਹੈ ਉਹ ਕ੍ਰਿਸ਼ਨ ਭਾਵਨਾ ਅੰਮ੍ਰਿਤ ਵਿਚ ਸਥਿਤ ਰਹਿਣ ਤੋਂ ਇਲਾਵਾ ਸਾਰੇ ਕਰਮਾਂ ਨੂੰ ਛੱਡ ਦਿੰਦਾ ਹੈ। ਜਿਵੇਂ ਕਿ ਪਹਿਲਾਂ ਹੀ ਵਿਆਖਿਆ ਕੀਤੀ ਜਾ ਚੁੱਕੀ ਹੈ ਕਿ ਬੁੱਧੀ ਯੋਗ ਦਾ ਅਰਥ ਹੈ ਈਸ਼ਵਰ ਦੀ ਪ੍ਰੇਮ ਪੂਰਵਕ ਅਲੌਕਿਕ ਸੇਵਾ, ਜੀਵ ਲਈ ਅਜਿਹੀ ਭਗਤੀ ਕਰਮ ਦਾ ਸਹੀ ਮਾਰਗ ਹੈ। ਸਿਰਫ ਕੰਜੂਸ ਹੀ ਆਪਣੇ ਸਕਾਮ ਕਰਮਾਂ ਦਾ ਫਲ ਭੋਗਣਾ ਚਾਹੁੰਦੇ ਹਨ ਪਰ ਇਸ ਨਾਲ ਉਹ ਸੰਸਾਰਿਕ ਬੰਧਨ ਵਿਚ ਹੋਰ ਵਧੇਰੇ ਫੱਸਦੇ ਜਾਂਦੇ ਹਨ, ਕ੍ਰਿਸ਼ਨ ਭਾਵਨਾ ਅੰਮ੍ਰਿਤ ਤੋਂ ਇਲਾਵਾ ਜਿੰਨੇ ਵੀ ਕਰਮ ਸੰਪੰਨ ਕੀਤੇ ਜਾਂਦੇ ਹਨ ਉਹ ਨਿੰਦਾ ਯੋਗ ਹਨ, ਕਿਉਂਕਿ ਇਸ ਨਾਲ ਕਰਤਾ ਜਨਮ-ਮਰਣ ਦੇ ਚੱਕਰ ਵਿਚ ਲਗਾਤਾਰ ਫੱਸਿਆ ਰਹਿੰਦਾ ਹੈ। ਇਸ ਲਈ ਕਦੀ ਇਹ ਇੱਛਾ ਨਹੀਂ ਕਰਨੀ ਚਾਹੀਦੀ ਕਿ ਮੈਂ ਕਰਮ ਦਾ ਕਾਰਨ ਬਣਾ। ਕ੍ਰਿਸ਼ਨ ਭਾਵਨਾ ਅੰਮ੍ਰਿਤ ਵਿਚ ਹਰ ਕਾਰਜ ਕ੍ਰਿਸ਼ਨ ਦੀ ਸੰਤੁਸ਼ਟੀ ਲਈ ਕੀਤਾ ਜਾਣਾ ਚਾਹੀਦਾ ਹੈ। ਕੰਜੂਸਾਂ ਨੂੰ ਇਹ ਨਹੀਂ ਪਤਾ ਕਿ ਭਾਗਾਂ ਨਾਲ ਜਾਂ ਸਖ਼ਤ ਮਿਹਨਤ ਨਾਲ ਇਕੱਠੀ ਕੀਤੀ ਸੰਪਤੀ ਦਾ ਕਿੰਝ ਸਦ-ਉਪਯੋਗ ਕਰੀਏ। ਮਨੁੱਖ ਨੂੰ ਆਪਣੀ ਸਾਰੀ ਤਾਕਤ ਕ੍ਰਿਸ਼ਨ ਭਾਵਨਾ ਅੰਮ੍ਰਿਤ ਨੂੰ ਇਕੱਠਾ ਕਰਨ ਵਿਚ ਲਾਉਣੀ ਚਾਹੀਦੀ ਹੈ।

ਇਸ ਨਾਲ ਉਸਦਾ ਜੀਵਨ ਸਫਲ ਹੋ ਸਕੇਗਾ। ਕੰਜੂਸ, ਮੰਦ-ਭਾਗੇ ਮਨੁੱਖ ਆਪਣੀ ਮਨੁੱਖੀ ਸ਼ਕਤੀ ਨੂੰ ਭਗਵਾਨ ਦੀ ਸੇਵਾ ਵਿਚ ਨਹੀਂ ਲਾਉਂਦੇ।

बुद्धियुक्तो जहातीह उभे सुकृतदुष्कृते।
तस्माद्योगाय युज्यस्व योगः कर्मसु कौशलम्॥ ५०॥

ਬੁੱਧਿ-ਯੁਕ੍ਤੋ ਜਹਾਤੀਹ੍ ਉਭੇ ਸੁਕ੍ਰਿਤ-ਦੁਸ਼੍ਕ੍ਰਿਤੇ ।
ਤਸ੍ਮਾਦ੍ ਯੋਗਾਯ ਯੁਜ੍ਯਸ੍ਵ ਯੋਗਹ੍ ਕਰ੍ਮਸੁ ਕੌਸ਼ਲਮ੍ ॥ 50 ॥

ਬੁੱਧਿ-ਯੁਕ੍ਤਹ੍ - ਭਗਤੀ ਵਿਚ ਲਗਿਆ ਰਹਿਣ ਵਾਲਾ ; **ਜਹਾਤਿ** - ਮੁਕਤ ਹੋ ਸਕਦਾ ਹੈ ; **ਇਹ** - ਇਸ ਜੀਵਨ ਵਿਚ ; **ਉਭੇ** - ਦੋਵੇਂ ; **ਸੁਕ੍ਰਿਤ-ਦੁਸ਼੍ਕ੍ਰਿਤੇ** - ਚੰਗੇ ਜਾਂ ਮੰਦੇ ਫਲ ; **ਤਸ੍ਮਾਤ੍** - ਇਸ ਲਈ ; **ਯੋਗਾਯ** - ਭਗਤੀ ਦੇ ਲਈ ; **ਯੁਜ੍ਯਸ੍ਵ** - ਇੰਝ ਲਗ ਜਾਵੇ ; **ਯੋਗਹ੍** - ਕ੍ਰਿਸ਼ਨ ਭਾਵਨਾ ਅੰਮ੍ਰਿਤ ; **ਕਰ੍ਮਸੁ** - ਸਾਰੇ ਕਾਰਜਾਂ ਵਿਚ ; **ਕੌਸ਼ਲਮ੍** - ਕੁਸ਼ਲਤਾ , ਕਲਾ।

ਅਨੁਵਾਦ

ਭਗਤੀ ਵਿਚ ਜੁਟਿਆ ਮਨੁੱਖ ਇਸ ਜੀਵਨ ਵਿਚ ਹੀ ਚੰਗੇ ਅਤੇ ਮੰਦੇ ਕਾਰਜਾਂ ਤੋਂ ਆਪਣੇ ਆਪ ਨੂੰ ਮੁਕਤ ਕਰ ਲੈਂਦਾ ਹੈ। ਇਸ ਲਈ ਯੋਗ ਲਈ ਯਤਨ ਕਰੋ ਕਿਉਂਕਿ ਸਾਰਾ ਕਾਰਜ-ਕੁਸ਼ਲ ਇਹੀਹੈ।

ਭਾਵ

ਜੀਵ ਆਤਮਾ ਅਨਾਦਿ ਕਾਲ ਤੋਂ ਆਪਣੇ ਚੰਗੇ ਅਤੇ ਮੰਦੇ ਕਰਮਾਂ ਦੇ ਫਲ ਨੂੰ ਸੰਚਿਤ ਕਰਦਾ ਹੈ। ਸਿੱਟੇ ਵਜੋਂ ਉਹ ਲਗਾਤਾਰ ਆਪਣੇ ਸਰੂਪ ਤੋਂ ਅਨਜਾਣ ਬਣਿਆ ਰਿਹਾ ਹੈ। ਇਸ ਅਗਿਆਨ ਨੂੰ ਭਗਵਤ ਗੀਤਾ ਦੇ ਉਪਦੇਸ਼ ਨਾਲ ਦੂਰ ਕੀਤਾ ਜਾ ਸਕਦਾ ਹੈ। ਇਹ ਸਾਨੂੰ ਪੂਰੀ ਤਰ੍ਹਾਂ ਭਗਵਾਨ ਸ੍ਰੀ ਕ੍ਰਿਸ਼ਨ ਦੀ ਸ਼ਰਨ ਵਿਚ ਜਾਣ ਅਤੇ ਜਨਮ-ਜਨਮਾਂਤਰਾਂ ਦੇ ਕਰਮ ਫਲਾਂ ਦੀ ਲੜੀ ਦਾ ਸ਼ਿਕਾਰ ਹੋਣ ਤੋਂ ਮੁਕਤ ਹੋਣ ਦਾ ਉਪਦੇਸ਼ ਦਿੰਦੀ ਹੈ। ਇਸੇ ਲਈ ਅਰਜੁਨ ਨੂੰ ਕ੍ਰਿਸ਼ਨ ਭਾਵਨਾ ਅੰਮ੍ਰਿਤ ਵਿਚ ਕਾਰਜ ਕਰਨ ਲਈ ਕਿਹਾ ਗਿਆ ਹੈ, ਕਿਉਂਕਿ ਕਰਮ ਫਲ ਦੇ ਸ਼ੁੱਧ ਹੋਣ ਦੀ ਇਹੋ ਪ੍ਰਕ੍ਰਿਆ ਹੈ।

कर्मजं बुद्धियुक्ता हि फलं त्यक्त्वा मनीषिणः।
जन्मबन्धविनिर्मुक्ताः पदं गच्छन्त्यनामयम्॥ ५१॥

ਕਰ੍ਮ-ਜਮ੍ ਬੁੱਧਿ-ਯੁਕ੍ਤਾ ਹਿ ਫਲਮ੍ ਤ੍ਯਕ੍ਤ੍ਵਾ ਮਨੀਸ਼ਿਣਹ੍ ।
ਜਨ੍ਮ-ਬੰਧ-ਵਿਨਿਰ੍ਮੁਕ੍ਤਾਹ੍ ਪਦਮ੍ ਗਛੰਤੀ ਅਨਾਮਯਮ੍ ॥ 51 ॥

ਕਰ੍ਮ-ਜਮ੍ - ਸਕਾਮ ਕਰਮਾਂ ਕਾਰਨ ; **ਬੁੱਧਿ-ਯੁਕ੍ਤਾਹ੍** - ਭਗਤੀ ਵਿਚ ਲਗੇ ; ਹਿ - ਨਿਸ਼ਚੇ ਹੀ ; **ਫਲਮ੍** - ਫਲ ; **ਤ੍ਯਕ੍ਤ੍ਵਾ** - ਤਿਆਗ ਕੇ ; **ਮਨੀਸ਼ਿਣਹ੍** - ਵੱਡੇ-ਵੱਡੇ ਰਿਸ਼ੀ ਮੁਨੀ ਜਾਂ ਭਗਤ ਗਣ ; **ਜਨ੍ਮ-ਬੰਧ** - ਜਨਮ ਅਤੇ ਮੌਤ ਦੇ ਬੰਧਨ ਨਾਲ ; **ਵਿਨਿਰ੍ ਮੁਕ੍ਤਾਹ੍** - ਮੁਕਤ ; **ਪਦਮ੍** - ਪਦਵੀ ਤੇ ; **ਗਛੰਤੀ** - ਪਹੁੰਚਦੇ ਹਨ ; **ਅਨਾਮਯਮ੍** - ਬਿਨ੍ਹਾਂ ਕਸ਼ਟ ਦੇ।

ਅਨੁਵਾਦ

ਇੰਝ ਭਗਵਾਨ ਦੀ ਭਗਤੀ ਵਿਚ ਲਗੇ ਰਹਿਕੇ ਵੱਡੇ-ਵੱਡੇ ਰਿਸ਼ੀ, ਮੁਨੀ ਜਾਂ ਭਗਤ ਲੋਕ ਆਪਣੇ ਆਪ ਨੂੰ ਇਸ ਭੌਤਿਕ ਸੰਸਾਰ ਵਿਚ ਕਰਮ ਦੇ ਫਲਾਂ ਤੋਂ ਮੁਕਤ ਕਰ ਲੈਂਦੇ ਹਨ। ਇੰਝ ਉਹ ਜਨਮ ਅਤੇ ਮੌਤ ਦੇ ਚੱਕਰ ਤੋਂ ਛੁੱਟ ਜਾਂਦੇ ਹਨ ਅਤੇ ਭਗਵਾਨ ਕੋਲ ਜਾਕੇ ਉਹ ਅਵਸਥਾ ਪ੍ਰਾਪਤ ਕਰਦੇ ਹਨ ਜਿਹੜੀ ਸਾਰੇ ਦੁੱਖਾਂ ਤੋਂ ਪਰ੍ਹੇ ਹੈ।

ਭਾਵ

ਮੁਕਤ ਜੀਵਾਂ ਦਾ ਸੰਬੰਧ ਉਸ ਥਾਂ ਨਾਲ ਹੁੰਦਾ ਹੈ ਜਿਥੇ ਭੌਤਿਕ ਕਸ਼ਟ ਨਹੀਂ ਹੁੰਦੇ। ਭਾਗਵਤਮ੍ ਵਿਚ ਕਿਹਾ ਗਿਆ ਹੈ -

> ਸਮਾਸ਼੍ਰਿਤਾ ਯੇ ਪਦਪਲਲਵ-ਪਲਵਮ ਮਹਤ੍-ਪਦਮ ਪਣ੍ਯ-ਯਸ਼ੋ ਮੁਰਾਰੇਹ੍।
> ਭਵਾਮਬੁਧਿਰ ਵਤ੍ਸ-ਪਦਮ ਪਰਮ੍ ਪਦਮ ਪਰਮ ਪਦਮ ਯਦ੍ ਵਿਪਦਾਮ ਨ ਤੇਸ਼ਾਮ॥

(ਭਾਗਵਤਮ 10.14.58)

"ਜਿਸਨੇ ਉਸ ਭਗਵਾਨ ਦੇ ਚਰਣ ਕਮਲਾਂ ਰੂਪੀ ਕਿਸ਼ਤੀ ਨੂੰ ਸਵੀਕਾਰ ਕਰ ਲਿਆ ਹੈ, ਜਿਹੜੇ ਵਿਖਾਈ ਦੇਣ ਵਾਲੇ ਸੰਸਾਰ ਦਾ ਸਹਾਰਾ ਹਨ ਅਤੇ ਮੁਕੰਦ ਨਾਂ ਨਾਲ ਪ੍ਰਸਿੱਧ ਹਨ, ਭਾਵ ਮੁਕਤੀ ਦੇਣ ਵਾਲੇ ਹਨ, ਉਸ ਲਈ ਇਹ ਸੰਸਾਰ ਸਾਗਰ ਗਊ ਦੇ ਖੁਰ ਵਿਚ ਸਮਾਏ ਪਾਣੀ ਵਾਂਗ ਹੈ। ਉਸਦਾ ਟੀਚਾ, '**ਪਰਮ੍ ਪਦਮ੍**' ਹੈ। ਭਾਵ ਉਹ ਥਾਂ ਜਿਥੇ ਭੌਤਿਕ ਦੁੱਖ ਨਹੀਂ ਹੈ ਜਾਂ ਕਿ ਬੈਕੁੰਠ ਹੈ; ਉਹ ਥਾਂ ਨਹੀਂ ਜਿਥੇ ਹਰ ਥਾਂ ਤੇ ਸੰਕਟ ਹੋਣ।"

ਅਗਿਆਨਤਾ ਕਾਰਨ ਮਨੁੱਖ ਇਹ ਨਹੀਂ ਸਮਝ ਸਕਦਾ ਕਿ ਇਹ ਭੌਤਿਕ ਸੰਸਾਰ ਅਜਿਹੀ ਦੁੱਖ ਭਰੀ ਥਾਂ ਹੈ, ਜਿਥੇ ਹਰ ਕਦਮ ਤੇ ਸੰਕਟ ਹਨ। ਸਿਰਫ ਅਗਿਆਨਤਾ ਕਾਰਨ ਘੱਟ ਗਿਆਨ ਵਾਲੇ ਮਨੁੱਖ ਇਹ ਸੋਚਕੇ ਕਿ ਕੰਮਾਂ ਨਾਲ ਉਹ ਸੁਖੀ ਰਹਿ ਸਕਣਗੇ ਸਕਾਮ ਕਰਮ ਕਰਦੇ ਹੋਏ ਸਥਿਤੀ ਨੂੰ ਸਹਿਣ ਕਰਦੇ ਹਨ। ਉਨ੍ਹਾਂ ਨੂੰ ਇਹ ਪਤਾ ਨਹੀਂ ਕਿ ਇਸ ਸੰਸਾਰ ਵਿਚ ਕਿਤੇ ਵੀ ਕੋਈ ਮਨੁੱਖ ਦੁੱਖਾਂ ਤੋਂ ਬਿਨ੍ਹਾਂ ਨਹੀਂ ਹੈ। ਸੰਸਾਰ ਵਿਚ ਹਰ ਥਾਈਂ ਜੀਵਨ ਦੇ ਦੁੱਖ; ਜਨਮ, ਮੌਤ, ਬੁਢਾਪਾ ਅਤੇ ਰੋਗ - ਰਹਿੰਦੇ ਹਨ। ਪਰ ਜਿਹੜਾ ਈਸ਼ਵਰ ਦੇ ਦਾਸ ਦੇ ਰੂਪ ਵਿਚ ਆਪਣੇ ਅਸਲੀ ਸਰੂਪ ਨੂੰ ਸਮਝ ਲੈਂਦਾ ਹੈ ਅਤੇ ਇਸ ਤਰ੍ਹਾਂ ਭਗਵਾਨ ਦੀ ਸਥਿਤੀ ਨੂੰ ਸਮਝ ਲੈਂਦਾ ਹੈ ਉਹੀ ਭਗਵਾਨ ਦੀ ਅਲੌਕਿਕ ਪ੍ਰੇਮ ਭਗਤੀ ਵਿਚ ਲਗਦਾ ਹੈ। ਸਿੱਟੇ ਵਜੋਂ ਉਹ ਬੈਕੁੰਠ ਜਾਣ ਦਾ ਹੱਕਦਾਰ ਬਣ ਜਾਂਦਾ ਹੈ, ਜਿਥੇ ਨਾ ਤਾਂ ਭੌਤਿਕ ਕਸ਼ਟਾਂ ਵਾਲਾ ਜੀਵਨ ਹੈ, ਨਾ ਹੀ ਕਾਲ ਦਾ ਪ੍ਰਭਾਵ ਅਤੇ ਮੌਤ ਹੈ। ਆਪਣੇ ਸਰੂਪ ਨੂੰ ਜਾਣਨ ਦਾ ਅਰਥ ਹੈ, ਭਗਵਾਨ ਦੀ ਅਲੌਕਿਕ ਸਥਿਤੀ ਨੂੰ ਜਾਣ ਲੈਣਾ। ਜਿਸਨੂੰ ਇਹ ਭਰਮ ਹੈ ਕਿ ਜੀਵ ਅਤੇ ਭਗਵਾਨ ਦੀ ਸਥਿਤੀ ਇਕੋ ਬਰਾਬਰ ਹੈ, ਸਮਝੋ ਉਹ ਹਨੇਰੇ ਵਿਚ ਹੈ ਅਤੇ ਆਪ ਭਗਵਾਨ ਦੀ ਭਗਤੀ ਕਰਨ ਵਿਚ ਯੋਗ ਨਹੀਂ ਹੈ। ਉਹ ਆਪਣੇ ਆਪ ਨੂੰ ਪ੍ਰਭੂ ਮੰਨ ਲੈਂਦਾ ਹੈ ਅਤੇ ਇੰਝ ਜਨਮ ਮੌਤ ਦੇ ਚੱਕਰ ਦੇ ਰਸਤੇ ਨੂੰ ਚੁਣ ਲੈਂਦਾ ਹੈ। ਪਰ ਜਿਹੜਾ ਇਹ ਸਮਝਦੇ ਹੋਏ ਕਿ ਉਸਦੀ ਸਥਿਤੀ ਸੇਵਕ ਵਾਂਗ ਹੈ ਆਪਣੇ ਆਪ ਨੂੰ ਭਗਵਾਨ ਦੀ

ਸੇਵਾ ਵਿਚ ਲਗਾ ਦਿੰਦਾ ਹੈ, ਉਹ ਤੁਰੰਤ ਹੀ ਬੈਕੁੰਠ ਜਾਣ ਦਾ ਅਧਿਕਾਰੀ ਬਣ ਜਾਂਦਾ ਹੈ। ਭਗਵਾਨ ਦੀ ਸੇਵਾ ਕਰਮ-ਯੋਗ ਜਾਂ ਬੁੱਧੀ-ਯੋਗ ਕਹਾਉਂਦੀ ਹੈ, ਜਿਸ ਨੂੰ ਸਾਫ ਲਫਜਾਂ ਵਿਚ ਭਗਵਤ ਭਗਤੀ ਕਹਿੰਦੇ ਹਨ।

यदा ते मोहकलिलं बुद्धिर्व्यतितरिष्यति।
तदा गन्तासि निर्वेदं श्रोतव्यस्य श्रुतस्य च॥ ५२॥

ਯਦਾ ਤੇ ਮੋਹ-ਕਲਿਲਮ੍ ਬੁੱਧਿਰ੍ ਵ੍ਯਤਿਤਰਿਸ਼੍ਯਤਿ ।
ਤਦਾ ਗੰਤਾਸਿ ਨਿਰ੍ਵੇਦਮ੍ ਸ਼੍ਰੋਤਵਯਸ੍ਯ ਸ਼ਰੁਤਸ੍ਯ ਚ ॥ 52 ॥

ਯਦਾ - ਜਦੋਂ ; **ਤੇ** - ਤੁਹਾਡਾ ; **ਮੋਹ** - ਮੋਹ ਦੇ ; **ਕਲਿਲਮ੍** - ਸੰਘਣੇ ਜੰਗਲ ਨੂੰ ; **ਬੁੱਧਿਹ੍** - ਬੁੱਧੀ ਨਾਲ ਅਲੌਕਿਕ ਸੇਵਾ ; **ਵਯਤਿਤ੍ਰਿਸ਼੍ਯਤਿ** - ਪਾਰ ਕਰ ਜਾਂਦੀ ਹੈ ; **ਤਦਾ** - ਉਸ ਵਕਤ; **ਗੰਤਾ ਅਸਿ** - ਤੁਸੀਂ ਜਾਓਗੇ ; **ਨਿਰ੍ਵੇਦਮ੍** - ਵਿਰਕਤੀ ਨੂੰ ; **ਸ਼੍ਰੋਤਵਯਸ੍ਯ** - ਸੁਣਨ ਯੋਗ ਲਈ; **ਸ਼ਰੁਤਸ੍ਯ** - ਸੁਣੇ ਹੋਏ ਦਾ ; **ਚ** - ਵੀ।

ਅਨੁਵਾਦ

ਜਦੋਂ ਤੁਹਾਡੀ ਬੁੱਧੀ ਮੋਹ ਰੂਪੀ ਸੰਘਣੇ ਜੰਗਲ ਨੂੰ ਪਾਰ ਕਰ ਜਾਵੇਗੀ ਤਾਂ ਤੁਹਾਨੂੰ ਸੁਣੇ ਹੋਏ ਅਤੇ ਸੁਣਨ ਯੋਗ ਸਾਰਿਆਂ ਪ੍ਰਤੀ ਵਿਰਕਤੀ (ਉਦਾਸੀਨਤਾ) ਹੋ ਜਾਵੇਗੀ।

ਭਾਵ

ਭਗਵਾਨ ਦੇ ਭਗਤਾਂ ਦੇ ਜੀਵਨ ਵਿਚ ਅਜਿਹੇ ਅਨੇਕਾਂ ਉਦਾਹਰਣ ਮਿਲਦੇ ਹਨ, ਜਿਨ੍ਹਾਂ ਨੂੰ ਭਗਵਾਨ ਦੀ ਭਗਤੀ ਸਦਕਾ ਵੈਦਿਕ ਕਰਮਕਾਂਡ ਤੋਂ ਵਿਰਕਤੀ (ਉਦਾਸੀਨਤਾ) ਹੋ ਗਈ। ਜਦੋਂ ਮਨੁੱਖ ਸ਼੍ਰੀ ਕ੍ਰਿਸ਼ਨ ਨੂੰ ਅਤੇ ਉਨ੍ਹਾਂ ਨਾਲ ਆਪਣੇ ਸੰਬੰਧਾਂ ਨੂੰ ਅਸਲੀ ਰੂਪ ਵਿਚ ਸਮਝ ਲੈਂਦਾ ਹੈ ਤਾਂ ਉਹ ਸਕਾਮ ਕਰਮਾਂ ਦੇ ਅਨੁਸ਼ਠਾਨਾਂ ਪ੍ਰਤੀ ਪੂਰੀ ਤਰ੍ਹਾਂ ਵਿਰਕਤ ਹੋ ਜਾਂਦਾ ਹੈ, ਭਾਵੇਂ ਉਹ ਅਨੁਭਵੀ ਬ੍ਰਾਹਮਣ ਵੀ ਕਿਉਂ ਨਾ ਹੋਵੇ। ਭਗਤ ਪਰੰਪਰਾ ਦੇ ਮਹਾਨ ਭਗਤ ਅਤੇ ਆਚਾਰੀਆ ਸ਼੍ਰੀ ਮਾਧਵੇਂਦਰਪੁਰੀ ਦਾ ਕਹਿਣਾ ਹੈ ;

ਸੰਧ੍ਯਾ-ਵੰਦਨ ਭਦ੍ਰਮ ਅਸ੍ਤੁ ਭਵਤੋ ਭੋਹ੍ ਸ੍ਨਾਨ ਤੁਭ੍ਯਮ੍ ਨਮੋ ।
ਭੋ ਦੇਵਾਹ੍ ਪਿਤਰਸ਼੍ ਚ ਤਰ੍ਪਣ ਵਿਧੌ ਨਾਹਮ੍ ਕਸ਼ਮਹ ਕਸ਼ਮ੍ਯਤਾਮ੍ ॥
ਯਤ੍ਰ ਕ੍ਵਾਪਿ ਨਿਸ਼ਦ੍ਯ ਯਾਦਵ-ਕੁਲੋਤ੍ਤਮਸਸ੍ਯ ਕੰਸ-ਦ੍ਵਿਸ਼ਹ੍ ।
ਸ੍ਮਾਰਮ੍ ਸ੍ਮਾਰਮ ਅਘਮ੍ ਹਰਾਮਿ ਤਦਲਮ੍ ਮਨ੍ਯੇ ਕਿਮ ਅਨ੍ਯੇਨ ਮੇ ॥

"ਹੇ ਮੇਰੀਆਂ ਤਿੰਨ ਕਾਲਾਂ ਵਿਚ ਕੀਤੀਆਂ ਪ੍ਰਾਥਨਾਵਾਂ, ਤੁਹਾਡੀ ਜੈ ਹੋਵੇ, ਹੇ ਇਸ਼ਨਾਨ ਤੈਨੂੰ ਪ੍ਰਣਾਮ ਹੈ, ਹੇ ਦੇਵ, ਪਿੱਤਰ ਗਣ, ਹੁਣ ਮੈਨੂੰ ਮਾਫ ਕਰੋ। ਕਿਉਂਕਿ ਮੈਂ ਤੁਹਾਡੇ ਲਈ ਪੂਜਾ ਅਰਪਣ ਕਰਨ ਵਿਚ ਅਸਰਮਥ ਹਾਂ। ਹੁਣ ਜਿਥੇ ਵੀ ਬੈਠਦਾ ਹਾਂ, ਯਾਦਵ ਕੁਲਵੰਸ਼ੀ, ਕੰਸ ਨੂੰ

ਮਾਰਨ ਵਾਲੇ ਸ਼੍ਰੀ ਕ੍ਰਿਸ਼ਨ ਨੂੰ ਹੀ ਚੇਤੇ ਕਰਦਾ ਹਾਂ, ਇੰਝ ਮੈਂ ਆਪਣੇ ਪਾਪ ਵਾਲੇ ਕਰਮ-ਬੰਧਨਾਂ ਤੋਂ ਮੁਕਤ ਹੋ ਸਕਦਾ ਹਾਂ। ਮੈਂ ਸੋਚਦਾ ਹਾਂ ਕਿ ਇਹੋ ਮੇਰੇ ਲਈ ਕਾਫੀ ਹੈ।"

ਵੈਦਿਕ ਰਸਮਾਂ ਅਤੇ ਅਨੁਸ਼ਠਾਨ ਜਿਵੇਂ ਤਿੰਨ ਪਹਿਰ ਸੰਧਿਆ, ਸਵੇਰੇ ਇਸ਼ਨਾਨ, ਪਿੱਤਰਾਂ ਨੂੰ ਅਰਪਣ ਆਦਿ ਨਵ ਸਿੱਖਿਆਰਥੀਆਂ ਲਈ ਜਰੂਰੀ ਹਨ। ਪਰ ਜਦੋਂ ਕੋਈ ਪੂਰੀ ਤਰ੍ਹਾਂ ਕ੍ਰਿਸ਼ਨ ਭਾਵਨਾ ਭਾਵਿਤ ਹੋਵੇ ਅਤੇ ਕ੍ਰਿਸ਼ਨ ਦੀ ਅਲੌਕਿਕ ਪ੍ਰੇਮ ਭਗਤੀ ਵਿਚ ਲਗਿਆ ਹੋਵੇ ਤਾਂ ਉਹ ਇਨ੍ਹਾਂ ਵਿਧੀ-ਵਿਧਾਨਾਂ ਪ੍ਰਤੀ ਉਦਾਸੀਨ ਹੋ ਜਾਂਦਾ ਹੈ, ਕਿਉਂਕਿ ਉਸਨੂੰ ਪਹਿਲੋਂ ਹੀ ਸਿੱਧੀ ਪ੍ਰਾਪਤ ਹੋ ਚੁੱਕੀ ਹੁੰਦੀ ਹੈ। ਜੇਕਰ ਕੋਈ ਪਰਮੇਸ਼ਵਰ ਕ੍ਰਿਸ਼ਨ ਦੀ ਸੇਵਾ ਕਰਕੇ ਗਿਆਨ ਪ੍ਰਾਪਤ ਕਰਦਾ ਹੈ ਤਾਂ ਉਸਨੂੰ ਸ਼ਾਸ਼ਤਰਾਂ ਵਿਚ ਦੱਸਿਆ ਵੱਖੋ-ਵੱਖਰੇ ਤਰ੍ਹਾਂ ਦੀਆਂ ਤਪੱਸਿਆਵਾਂ ਅਤੇ ਯੱਗ ਕਰਨ ਦੀ ਲੋੜ ਨਹੀਂ ਰਹਿ ਜਾਂਦੀ। ਇੰਝ ਜਿਹੜਾ ਇਹ ਨਹੀਂ ਸਮਝਦਾ ਕਿ ਵੇਦਾਂ ਦਾ ਮੰਤਵ ਕ੍ਰਿਸ਼ਨ ਤਕ ਪਹੁੰਚਣਾ ਹੈ ਅਤੇ ਆਪਣੇ-ਆਪ ਨੂੰ ਅਨੁਸ਼ਠਾਨ ਆਦਿ ਵਿਚ ਰੁੱਝਿਆ ਰਖਦਾ ਹੈ ਉਹ ਸਿਰਫ ਆਪਣਾ ਸਮਾਂ ਨਸ਼ਟ ਕਰਦਾ ਹੈ। ਕ੍ਰਿਸ਼ਨ ਭਾਵਨਾ ਭਾਵਿਤ ਮਨੁੱਖ ਸ਼ਬਦ-ਬ੍ਰਹਮ ਦੀ ਹੱਦ ਜਾਂ ਵੇਦਾਂ ਅਤੇ ਉਪਨਿਸ਼ਦਾਂ ਦੇ ਚੱਕਰ ਨੂੰ ਵੀ ਪਾਰ ਕਰ ਜਾਂਦੇ ਹਨ।

श्रुतिविप्रतिपन्ना ते यदा स्थास्यति निश्चला।
समाधावचला बुद्धिस्तदा योगमवाप्स्यसि॥ ५३॥

ਸ਼੍ਰੁਤਿ-ਵਿਪ੍ਰਤਿਪਨ੍ਨਾ ਤੇ ਯਦਾ ਸ੍ਥਾਸ੍ਯਤਿ ਨਿਸ਼੍ਚਲਾ।
ਸਮਾਧਾਵ੍ ਅਚਲਾ ਬੁੱਧਿਸ੍ ਤਦਾ ਯੋਗਮ੍ ਅਵਾਪ੍ਸ੍ਯਸਿ ॥ 53 ॥

ਸ਼੍ਰੁਤਿ – ਵੈਦਿਕ ਗਿਆਨ ਦੇ ; **ਵਿਪ੍ਰਤਿਪਨ੍ਨਾ** – ਕਰਮ ਫਲਾਂ ਤੋਂ ਪ੍ਰਭਾਵਿਤ ਹੋਏ ਬਿਨ੍ਹਾਂ ; **ਤੇ** – ਤੁਹਾਡਾ ; **ਯਦਾ** – ਜਦੋਂ ; **ਸ੍ਥਾਸ੍ਯਤਿ** – ਸਥਿਰ ਹੋ ਜਾਵੇਗਾ ; **ਨਿਸ਼੍ਚਲਾ** – ਇੱਕਚਿੱਤ ; **ਸਮਾਧੌ** – ਅਲੌਕਿਕ ਚੇਤਨਾ ਜਾਂ ਕ੍ਰਿਸ਼ਨ ਭਾਵਨਾ ਅੰਮ੍ਰਿਤ ਵਿਚ ; **ਅਚਲਾ** – ਸਥਿਰ ; **ਬੁੱਧਿਹ੍** – ਬੁੱਧੀ ; **ਤਦਾ** – ਉਦੋਂ ; **ਯੋਗਮ੍** – ਆਤਮ ਪ੍ਰਤੱਖੀਕਰਨ ; **ਅਵਾਪ੍ਸ੍ਯਸਿ** –ਤੁਸੀਂ ਪ੍ਰਾਪਤ ਕਰੋਗੇ।

ਅਨੁਵਾਦ

ਜਦੋਂ ਤੁਹਾਡਾ ਮਨ ਵੇਦਾਂ ਦੀ ਅਲੰਕਾਰਮਈ ਭਾਸ਼ਾ ਤੋਂ ਵਿਚਲਿਤ ਨਾ ਹੋਵੇ ਅਤੇ ਉਹ ਆਤਮ ਪ੍ਰਤੱਖੀਕਰਨ ਦੀ ਸਮਾਧੀ ਵਿਚ ਸਥਿਰ ਹੋ ਜਾਵੇ ਉਦੋਂ ਤੁਹਾਨੂੰ ਅਲੌਕਿਕ ਚੇਤਨਾ ਪ੍ਰਾਪਤ ਹੋ ਜਾਵੇਗੀ।

ਭਾਵ

'ਕੋਈ ਸਮਾਧੀ ਵਿਚ ਹੈ' ਇਸ ਕਥਨ ਦਾ ਅਰਥ ਹੁੰਦਾ ਹੈ ਕਿ ਉਹ ਪੂਰੀ ਤਰ੍ਹਾਂ ਕ੍ਰਿਸ਼ਨ ਭਾਵਨਾਭਾਵਿਤ ਹੈ, ਭਾਵ ਉਸਨੇ ਪੂਰਨ ਸਮਾਧੀ ਵਿਚ ਬ੍ਰਹਮ, ਪਰਮਾਤਮਾ ਅਤੇ ਭਗਵਾਨ ਨੂੰ ਪ੍ਰਾਪਤ ਕਰ ਲਿਆ ਹੈ। ਆਤਮ ਪ੍ਰਤੱਖੀਕਰਨ ਦੀ ਉਚੇਰੀ ਸਿੱਧੀ ਇਹ ਸਮਝਣਾ ਹੈ ਕਿ ਮਨੁੱਖ ਕ੍ਰਿਸ਼ਨ ਦਾ ਸਨਾਤਨ ਦਾਸ ਹੈ ਅਤੇ ਉਸਦਾ ਇਕੋ ਫਰਜ ਕ੍ਰਿਸ਼ਨ ਭਾਵਨਾ ਅੰਮ੍ਰਿਤ ਵਿਚ ਆਪਣੇ

ਸਾਰੇ ਕਰਮ ਕਰਨਾ ਹੈ। ਕ੍ਰਿਸ਼ਨ ਭਾਵਨਾ ਭਾਵਿਤ ਮਨੁੱਖ ਜਾਂ ਭਗਵਾਨ ਦੇ ਪੱਕੇ ਭਗਤ ਨੂੰ ਨਾ ਤਾਂ ਵੇਦਾਂ ਦੀ ਅਲੰਕਾਰਮਈ ਬਾਣੀ ਨਾਲ ਵਿਚਲਿਤ ਹੋਣਾ ਚਾਹੀਦਾ ਹੈ। ਨਾ ਹੀ ਸਵਰਗ ਜਾਣ ਦੇ ਮੰਤਵ ਨਾਲ ਸਕਾਮ ਕਰਮਾਂ ਵਿਚ ਲਗਣਾ ਚਾਹੀਦਾ ਹੈ। ਕ੍ਰਿਸ਼ਨ ਭਾਵਨਾ ਅੰਮ੍ਰਿਤ ਵਿਚ ਮਨੁੱਖ ਕ੍ਰਿਸ਼ਨ ਦੇ ਅੰਗ-ਸੰਗ ਰਹਿੰਦਾ ਹੈ ਅਤੇ ਕ੍ਰਿਸ਼ਨ ਤੋਂ ਪ੍ਰਾਪਤ ਸਾਰੇ ਹੁਕਮ ਉਸ ਅਲੌਕਿਕ ਅਵਸਥਾ ਵਿਚ ਸਮਝੇ ਜਾ ਸਕਦੇ ਹਨ। ਅਜਿਹੇ ਕਾਰਜਾਂ ਦੇ ਸਿੱਟੇ ਵਜੋਂ ਨਿਸ਼ਕਰਸ਼ਕ ਗਿਆਨ ਦੀ ਪ੍ਰਾਪਤੀ ਯਕੀਨੀ ਹੈ। ਉਸ ਨੇ ਕ੍ਰਿਸ਼ਨ ਜਾਂ ਉਨ੍ਹਾਂ ਦੇ ਪ੍ਰਤੀਨਿਧ ਅਧਿਆਤਮਕ ਗੁਰੂ ਦੇ ਸਿਰਫ ਹੁਕਮਾਂ ਦੀ ਪਾਲਣਾ ਕਰਨੀ ਹੈ।

अर्जुन उवाच

स्थितप्रज्ञस्य का भाषा समाधिस्थस्य केशव।
स्थितधीः किं प्रभाषेत किमासीत व्रजेत किम्॥ ५४॥

ਅਰਜੁਨ ਓਵਾਚ

ਸ੍ਥਿਤ-ਪ੍ਰਗ੍ਯਸ੍ਯ ਕਾ ਭਾਸ਼ਾ ਸਮਾਧਿ-ਸ੍ਥਸ੍ਯ ਕੇਸ਼ਵ।
ਸ੍ਥਿਤ-ਧੀਹ੍ ਕਿਮ੍ ਪ੍ਰਭਾਸ਼ੇਤ ਕਿਮ੍-ਆਸੀਤ ਵ੍ਰਜੇਤ ਕਿਮ੍ ॥ 54 ॥

ਅਰਜੁਨਹ ਓਵਾਚ – ਅਰਜੁਨ ਨੇ ਕਿਹਾ ; **ਸਥਿਤ-ਪ੍ਰਗਜਸਯ** – ਕ੍ਰਿਸ਼ਨ ਭਾਵਨਾ ਅੰਮ੍ਰਿਤ ਵਿਚ ਸਥਿਰ ਹੋਏ ਮਨੁੱਖ ਦੀ ; **ਕਾ** – ਕੀ ; **ਭਾਸ਼ਾ** – ਭਾਸ਼ਾ ; **ਸਮਾਧਿ-ਸਥਸਯ** – ਸਮਾਧੀ ਵਿਚ ਸਥਿਤ ਮਨੁੱਖ ਦਾ ; **ਕੇਸ਼ਵ** – ਹੇ ਕ੍ਰਿਸ਼ਨ ; **ਸਥਿਤ-ਧੀਹ** – ਕ੍ਰਿਸ਼ਨਭਾਵਨਾ ਵਿਚ ਸਥਿਰ ਮਨੁੱਖ **ਕਿਮ੍** – ਕਿਵੇਂ ; **ਪ੍ਰਭਾਸ਼ੇਤ** – ਬੋਲਦਾ ਹੈ ; **ਕਿਮ੍** – ਕਿਵੇਂ ; **ਆਸੀਤ** – ਰਹਿੰਦਾ ਹੈ ; **ਵ੍ਰਜੇਤ** – ਤੁਰਦਾ ਹੈ ; **ਕਿਮ੍** – ਕਿਵੇਂ।

ਅਨੁਵਾਦ

ਅਰਜੁਨ ਨੇ ਕਿਹਾ – ਹੇ ਕ੍ਰਿਸ਼ਨ! ਅਧਿਆਤਮ ਵਿਚ ਲੀਨ ਚੇਤਨਾ ਵਾਲੇ ਮਨੁੱਖ (ਸਥਿਤ ਪ੍ਰਗੈ) ਦੇ ਕੀ ਲੱਛਣ ਹਨ? ਉਹ ਕਿਵੇਂ ਬੋਲਦਾ ਹੈ ਅਤੇ ਉਸਦੀ ਭਾਸ਼ਾ ਕੀ ਹੈ? ਉਹ ਕਿਂਝ ਬੈਠਦਾ ਅਤੇ ਤੁਰਦਾ ਹੈ।

ਭਾਵ

ਜਿਵੇਂ ਹਰ ਮਨੁੱਖ ਦੇ ਉਸਦੀ ਖ਼ਾਸ ਸਥਿਤੀ ਮੁਤਾਬਿਕ ਕੁਝ ਲੱਛਣ ਹੁੰਦੇ ਹਨ, ਉਸੇ ਤਰ੍ਹਾਂ ਕ੍ਰਿਸ਼ਨ ਭਾਵਨਾਭਾਵਿਤ ਮਨੁੱਖ ਦਾ ਵੀ ਖ਼ਾਸ ਸੁਭਾਅ ਹੁੰਦਾ ਹੈ। ਜਿਵੇਂ ਉਸਦਾ ਬੋਲਣਾ, ਤੁਰਨਾ, ਸੋਚਣਾ ਆਦਿ। ਜਿਵੇਂ ਧਨੀ ਮਨੁੱਖ ਦੇ ਕੁਝ ਲੱਛਣ ਹੁੰਦੇ ਹਨ, ਜਿਸ ਨਾਲ ਉਹ ਧੰਨਵਾਨ ਸਮਝਿਆ ਜਾਂਦਾ ਹੈ। ਜਿਵੇਂ ਬਿਮਾਰ ਆਪਣੇ ਰੋਗਾਂ ਦੇ ਲੱਛਣਾਂ ਨਾਲ ਰੋਗੀ ਸਮਝਿਆ ਜਾਂਦਾ ਹੈ ਜਾਂ ਵਿਦਵਾਨ ਆਪਣੇ ਗੁਣਾਂ ਰਾਹੀਂ ਵਿਦਵਾਨ ਸਮਝਿਆ ਜਾਂਦਾ ਹੈ। ਉਂਝ ਹੀ ਕ੍ਰਿਸ਼ਨ ਦੀ ਅਲੌਕਿਕ ਚੇਤਨਾ ਵਾਲਾ ਮਨੁੱਖ ਆਪਣੇ ਖ਼ਾਸ ਲੱਛਣਾਂ ਨਾਲ ਪਹਿਚਾਣਿਆ ਜਾਂਦਾ ਹੈ। ਇਨ੍ਹਾਂ ਲੱਛਣਾ ਨੂੰ ਭਗਵਤ

ਗੀਤਾ ਤੋਂ ਸਮਝਿਆ ਜਾ ਸਕਦਾ ਹੈ। ਪਰ ਸਭ ਤੋਂ ਮਹਤੱਵਪੂਰਨ ਗੱਲ ਇਹ ਹੈ ਕਿ ਕ੍ਰਿਸ਼ਨ ਭਾਵਨਾ ਭਾਵਿਤ ਮਨੁੱਖ ਕਿੰਝ ਬੋਲਦਾ ਹੈ, ਕਿਉਂਕਿ ਬਾਣੀ ਹੀ ਕਿਸੇ ਮਨੁੱਖ ਦਾ ਸੱਭ ਤੋਂ ਮਹਤੱਵਪੂਰਣ ਗੁਣ ਹੈ। ਕਿਹਾ ਜਾਂਦਾ ਹੈ ਕਿ ਮੂਰਖ ਦਾ ਪਤਾ ਉਦੋਂ ਤਕ ਨਹੀਂ ਲਗਦਾ ਜਦੋਂ ਤਕ ਉਹ ਬੋਲਦਾ ਨਹੀਂ, ਪਰ ਬੋਲਦਿਆਂ ਹੀ ਉਸਦਾ ਅਸਲੀ ਰੂਪ ਪ੍ਰਗਟ ਹੋ ਜਾਂਦਾ ਹੈ। ਕ੍ਰਿਸ਼ਨ ਭਾਵਨਾ ਭਾਵਿਤ ਮਨੁੱਖ ਦਾ ਸਭ ਤੋਂ ਪ੍ਰਮੁੱਖ ਲੱਛਣ ਇਹ ਹੈ ਕਿ ਉਹ ਸਿਰਫ ਕ੍ਰਿਸ਼ਨ ਅਤੇ ਉਨ੍ਹਾਂ ਨਾਲ ਸੰਬੰਧਿਤ ਵਿਸ਼ਿਆਂ ਬਾਰੇ ਸੋਚਦਾ ਹੈ ਫੇਰ ਹੋਰ ਲੱਛਣ ਤਾਂ ਆਪਣੇ ਆਪ ਪ੍ਰਗਟ ਹੋ ਜਾਂਦੇ ਹਨ ਜਿਨ੍ਹਾਂ ਦਾ ਉਲੇਖ ਅੱਗੇ ਕੀਤਾ ਗਿਆ ਹੈ।

श्रीभगवानुवाच
प्रजहाति यदा कामान्सर्वान्पार्थ मनोगतान्।
आत्मन्येवात्मना तुष्टः स्थितप्रज्ञस्तदोच्यते॥ ५५॥

ਸ਼੍ਰੀ ਭਗਵਾਨ੍ ਓਵਾਚ
ਪ੍ਰਜਹਾਤਿ ਯਦਾ ਕਾਮਾਨ੍ ਸਰ੍ਵਾਨ੍ ਪਾਰ੍ਥ ਮਨੋ-ਗਤਾਨ੍ ।
ਆਤ੍ਮਨਯ੍ ਏਵਾਤ੍ਮਨਾ ਤੁਸ਼੍ਟਹ੍ ਸ੍ਥਿਤਪ੍ਰਗ੍ਯਾਸ੍ ਤਦੋਚ੍ਯਤੇ ॥ 55 ॥

ਸ਼੍ਰੀ ਭਗਵਾਨ੍ ਓਵਾਚ – ਸ਼੍ਰੀ ਭਗਵਾਨ ਨੇ ਕਿਹਾ ; **ਪ੍ਰਜਹਾਤਿ**-ਤਿਆਗਦਾ ਹੈ ; **ਯਦਾ**-ਜਦੋਂ ; **ਕਾਮਾਨ੍**-ਇੰਦਰੀਆਂ ਦੀ ਤ੍ਰਿਪਤੀ ਦੀ ਇੱਛਾ ; **ਸਰ੍ਵਾਨ੍**-ਸਾਰੇ ਤਰ੍ਹਾਂ ਦੀਆਂ ; **ਪਾਰਥ੍**-ਹੇ ਪ੍ਰਿਥਾ ਪੁੱਤਰ ; **ਮਨਹ੍-ਗਤਾਨ੍**-ਮਨੋ ਕਲਪਤ ਦਾ ; **ਆਤ੍ਮਨਿ**-ਆਤਮਾ ਦੀ ਸ਼ੁੱਧ ਅਵਸਥਾ ਵਿਚ ; **ਏਵ**-ਨਿਸ਼ਚੈ ਹੀ ; **ਆਤ੍ਮਨਾ**-ਵਿਸ਼ੁੱਧ ਮਨ ਨਾਲ ; **ਤੁਸ਼੍ਟਹ੍**-ਸੰਤੁਸ਼ਟ, ਪ੍ਰਸੰਨ ; **ਸ੍ਥਿਤ-ਪ੍ਰਗ੍ਯਹ੍**-ਅਧਿਆਤਮ ਵਿਚ ਸਥਿਤ ; **ਤਦਾ**-ਉਸ ਵੇਲੇ ; **ਓਚ੍ਯਤੇ**-ਕਿਹਾ ਜਾਂਦਾ ਹੈ।

ਅਨੁਵਾਦ

ਸ਼੍ਰੀ ਭਗਵਾਨ ਨੇ ਕਿਹਾ – ਹੇ ਪਾਰਥ! ਜਦੋਂ ਮਨੁੱਖ ਮਨ ਤੋਂ ਪੈਦਾ ਹੋਣ ਵਾਲੀਆਂ, ਇੰਦਰੀਆਂ ਦੀ ਤ੍ਰਿਪਤੀ ਦੀਆਂ ਸਾਰੀਆਂ ਇੱਛਾਵਾਂ ਨੂੰ ਛੱਡ ਦਿੰਦਾ ਹੈ ਅਤੇ ਜਦੋਂ ਇੰਝ ਵਿਸ਼ੁੱਧ ਹੋਇਆ ਉਸਦਾ ਮਨ ਆਪਣੇ ਆਪ ਵਿਚ ਸੰਤੋਖ ਪ੍ਰਾਪਤ ਕਰਦਾ ਹੈ ਤਾਂ ਉਹ ਵਿਸ਼ੁੱਧ ਅਲੌਕਿਕ ਚੇਤਨਾ ਨੂੰ ਪ੍ਰਾਪਤ (ਸਥਿਤ ਪ੍ਰਗੈ) ਕਿਹਾ ਜਾਂਦਾ ਹੈ।

ਭਾਵ

ਸ਼੍ਰੀਮਦ ਭਾਗਵਤਮ੍ ਵਿਚ ਪੁਸ਼ਟੀ ਹੋਈ ਹੈ ਕਿ ਜਿਹੜਾ ਮਨੁੱਖ ਪੂਰੀ ਤਰ੍ਹਾਂ ਕ੍ਰਿਸ਼ਨ ਭਾਵਨਾ ਭਾਵਿਤ ਜਾਂ ਭਗਵਾਨ ਦਾ ਭਗਤ ਹੁੰਦਾ ਹੈ, ਉਸ ਵਿਚ ਮਹਾਂਰਿਸ਼ੀ ਦੇ ਸਾਰੇ ਗੁਣ ਪਾਏ ਜਾਂਦੇ ਹਨ, ਪਰ ਜਿਹੜਾ ਮਨੁੱਖ ਅਧਿਆਤਮ ਵਿਚ ਸਥਿਤ ਨਹੀਂ ਹੁੰਦਾ, ਉਸ ਵਿਚ ਇਕ ਵੀ ਯੋਗਤਾ ਨਹੀਂ ਹੁੰਦੀ ਕਿਉਂਕਿ ਉਹ ਆਪਣੇ ਮਨੋਧਰਮ ਵਿਚ ਹੀ ਨਿਰਭਰ ਰਹਿੰਦਾ ਹੈ। ਸਿੱਟੇ ਵਜੋਂ ਇਥੇ ਇਹ ਠੀਕ ਹੀ ਕਿਹਾ ਗਿਆ ਹੈ ਕਿ ਮਨੁੱਖ ਨੂੰ ਮਨ ਰਾਹੀਂ ਕਲਪਨਾ ਕੀਤੀਆਂ ਸਾਰੀਆਂ ਵਿਸ਼ੇ ਵਾਸਨਾਵਾਂ ਦਾ

ਤਿਆਗ ਕਰਨਾ ਹੁੰਦਾ ਹੈ। ਬਣਾਉਟੀ ਸਾਧਨਾਂ ਰਾਹੀਂ ਇਸਨੂੰ ਰੋਕਣਾ ਸੰਭਵ ਨਹੀਂ। ਪਰ ਜੇਕਰ ਕੋਈ ਕ੍ਰਿਸ਼ਨ ਭਾਵਨਾ ਅੰਮ੍ਰਿਤ ਵਿਚ ਲਗਿਆ ਹੋਵੇ ਤਾਂ ਸਾਰੀਆਂ ਵਿਸ਼ੇ-ਵਾਸਨਾਵਾਂ ਆਪਣੇ ਆਪ ਹੀ ਬਿਨ੍ਹਾਂ ਕਿਸੇ ਯਤਨ ਦੇ ਦਬ ਜਾਂਦੀਆਂ ਹਨ। ਇਸ ਲਈ ਮਨੁੱਖ ਨੂੰ ਬਿਨ੍ਹਾਂ ਕਿਸੇ ਝਿਜਕ ਤੋਂ ਕ੍ਰਿਸ਼ਨ ਭਾਵਨਾ ਅੰਮ੍ਰਿਤ ਵਿਚ ਲਗਣਾ ਹੋਵੇਗਾ, ਕਿਉਂਕਿ ਇਹ ਭਗਤੀ ਉਸਨੂੰ ਅਲੌਕਿਕ ਚੇਤਨਾ ਪ੍ਰਾਪਤ ਕਰਨ ਵਿਚ ਤੁਰੰਤ ਸਹਾਈ ਹੋਵੇਗੀ। ਵਧੇਰੇ ਉਨੱਤ ਆਤਮਾ ਆਪਣੇ ਆਪ ਨੂੰ ਪਰਮੇਸ਼ਵਰ ਦਾ ਸਨਾਤਨ ਦਾਸ ਮੰਨ ਕੇ ਖੁਦ ਨੂੰ ਸੰਤੁਸ਼ਟ ਰੱਖਦਾ ਹੈ। ਅਜਿਹੇ ਅਧਿਆਤਮਕ ਮਨੁੱਖ ਕੋਲ ਭੌਤਿਕਤਾ ਤੋਂ ਪੈਦਾ ਹੋਈ ਇਕ ਵੀ ਵਿਸ਼ੇ-ਵਾਸਨਾ ਫਟਕ ਨਹੀਂ ਪਾਉਂਦੀ, ਉਹ ਆਪਣੇ ਆਪ ਨੂੰ ਲਗਾਤਾਰ ਸਨਾਤਨ ਭਗਵਾਨ ਦਾ ਸੁਭਾਵਕ ਸੇਵਕ ਮੰਨਦੇ ਹੋਏਸਹਿਜੇ ਹੀ ਹਮੇਸ਼ਾਂ ਪ੍ਰਸੰਨ ਰਹਿੰਦਾ ਹੈ।

दुःखेष्वनुद्विग्नमनाः सुखेषु विगतस्पृहः।
वीतरागभयक्रोधः स्थितधीर्मुनिरुच्यते॥ ५६॥

ਦੁਹ੍ਖੇਸ਼੍ਵ੍ ਅਨੁਦ੍ਵਿਗ੍ਨ-ਮਨਾਹ੍ ਸੁਖੇਸ਼ੁ ਵਿਗਤ-ਸ੍ਪ੍ਰਿਹਹ੍ ।
ਵੀਤ-ਰਾਗ-ਭਯ-ਕ੍ਰੋਧਹ ਸ੍ਥਿਤ-ਧੀਰ੍ ਮੁਨਿਰ ਉਚ੍ਯਤੇ ॥ 56 ॥

ਦੁਹ੍ਖੇਸ਼ੁ - ਤਿੰਨਾਂ ਤਾਪਾਂ ਵਿਚ (ਰਾਗ, ਭੈ ਅਤੇ ਗੁੱਸਾ) ; **ਅਨੁਦ੍ਵਿਗ੍ਨ-ਮਨਾਹ੍** - ਮਨ ਵਿਚ ਡਾਵਾਂ ਡੋਲ ਹੋਏ ਬਿਨ੍ਹਾਂ ; **ਸੁਖੇਸ਼ੁ** - ਸੁੱਖ ਵਿਚ ; **ਵਿਗਤਸ੍ਪ੍ਰਿਹਹ੍** - ਬਿਨ੍ਹਾਂ ਰੁਚੀ ਹੋਣ ; **ਵੀਤ** - ਮੁਕਤ ; **ਰਾਗ** - ਆਸਕਤੀ (ਬੱਝਣਾ) ; **ਭਯ** - ਡਰ ; **ਕ੍ਰੋਧਹ੍** - ਅਤੇ ਗੁੱਸੇ ਨਾਲ ; **ਸ੍ਥਿਤ-ਧੀਰ** - ਸਥਿਰ ਮਨ ਵਾਲਾ ; **ਮੁਨਿਹ੍** - ਮੁਨੀ ; **ਉਚ੍ਯਤੇ** - ਕਹਾਉਂਦਾ ਹੈ।

ਅਨੁਵਾਦ

ਜਿਹੜਾ ਤਿੰਨ ਤਰ੍ਹਾਂ ਦੇ ਤਾਪਾਂ ਦੇ ਹੋਣ ਤੋਂ ਵੀ ਮਨ ਵਿਚ ਵਿਚਲਿਤ ਨਹੀਂ ਹੁੰਦਾ ਜਾਂ ਸੁਖ ਵਿਚ ਪ੍ਰਸੰਨ ਨਹੀਂ ਹੁੰਦਾ ਅਤੇ ਜਿਹੜਾ ਆਸਕਤੀ, ਡਰ ਅਤੇ ਗੁੱਸੇ ਤੋਂ ਮੁਕਤ ਹੈ ਉਹ ਸਥਿਰ ਮਨ ਵਾਲਾ ਮੁਨੀ ਕਹਾਉਂਦਾ ਹੈ।

ਭਾਵ

ਮੁਨੀ ਸ਼ਬਦ ਦਾ ਅਰਥ ਹੈ - ਜਿਹੜਾ ਸੁੱਕੇ ਹੀ ਚਿੰਤਨ ਲਈ ਮਨ ਨੂੰ ਅਨੇਕਾਂ ਤਰ੍ਹਾਂ ਰਿੜਕਕੇ ਪਰ ਕਿਸੇ ਅਸਲ ਸਿੱਟੇ ਤੇ ਨਾ ਪਹੁੰਚ ਸਕੇ। ਕਿਹਾ ਜਾਂਦਾ ਹੈ ਕਿ ਹਰ ਮੁਨੀ ਦਾ ਆਪਣਾ-ਆਪਣਾ ਮੱਤ ਹੁੰਦਾ ਹੈ ਅਤੇ ਜਦੋਂ ਤਕ ਇਕ ਮੁਨੀ ਹੋਰਨਾਂ ਮੁਨੀਆਂ ਤੋਂ ਵੱਖਰਾ ਨਾ ਹੋਵੇ ਉਦੋਂ ਤਕ ਉਸਨੂੰ ਅਸਲੀ ਮੁਨੀ ਨਹੀਂ ਕਿਹਾ ਜਾ ਸਕਦਾ। **ਨਾਸਾਵ੍ਰਿਸ਼ਿਰ ਯਸ੍ਯ ਮਤਮ੍ ਨ ਭਿੰਨਮ੍** (ਮਹਾਂਭਾਰਤ, ਵਨ ਪਰਵ 313-117) ਪਰ ਜਿਹੜੇ **ਸ੍ਥਿਤਧੀਰ** ਮੁਨੀ ਦਾ ਭਗਵਾਨ ਨੇ ਇੱਥੇ ਉਲੇਖ ਕੀਤਾ ਹੈ, ਉਹ ਸਧਾਰਨ ਮੁਨੀ ਤੋਂ ਵੱਖਰੇ ਹਨ। **ਸ੍ਥਿਤਧੀਰ** ਮੁਨੀ ਹਮੇਸ਼ਾਂ ਕ੍ਰਿਸ਼ਨ ਭਾਵਨਾ ਭਾਵਿਤ ਰਹਿੰਦੇ ਹਨ। ਕਿਉਂਕਿ ਉਹ ਸਾਰੇ ਸਿਰਜਣਾਤਮਕ ਚਿੰਤਨ ਪੂਰੇ ਕਰ ਚੁੱਕੇ ਹੁੰਦੇ ਹਨ। ਉਹ **ਪ੍ਰਸ਼ਾਂਤਿ ਨਿਸ਼ੇਸ ਮਨੋਰਥਾਂਤਰ** (ਸਤੋਤਰ ਰਤਨ 43) ਕਹਾਉਂਦਾ ਹੈ, ਜਾਂ ਜਿਸਨੇ ਮਾਨਸਿਕ ਚਿੰਤਨ ਦੀ

ਅਵਸਥਾ ਪਾਰ ਕਰ ਲਈ ਹੈ ਅਤੇ ਇਸ ਸਿੱਟੇ ਤੇ ਪਹੁੰਚਿਆ ਹੈ ਕਿ ਭਗਵਾਨ ਸ਼੍ਰੀ ਕ੍ਰਿਸ਼ਨ ਜਾਂ ਵਾਸਦੇਵ ਹੀ ਸਭ ਕੁਝ ਹਨ (ਵਾਸੁਦੇਵਹ੍ ਸਰ੍ਵਮਿਤਿ ਸ ਮਹਾਤਮਾ ਸੁਦੁਰ੍ਲਭਹ੍) ਉਹ ਸਥਿਰ ਚਿੱਤ ਮੁਨੀ ਕਹਾਉਂਦਾ ਹੈ, ਅਜਿਹਾ ਕ੍ਰਿਸ਼ਨ ਭਾਵਨਾ ਭਾਵਿਤ ਮਨੁੱਖ ਤਿੰਨਾਂ ਤਾਪਾਂ ਦੇ ਪ੍ਰਭਾਵ ਤੋਂ ਰਤਾ ਵੀ ਡਾਵਾਂ-ਡੋਲ ਨਹੀਂ ਹੁੰਦਾ, ਕਿਉਂਕਿ ਉਹ ਇਨ੍ਹਾਂ (ਤਾਪਾਂ) ਨੂੰ ਭਗਵਾਨ ਦੀ ਕਿਰਪਾ ਦੇ ਰੂਪ ਵਿਚ ਲੈਂਦਾ ਹੈ ਅਤੇ ਪਹਿਲੇ ਪਾਪਾਂ ਕਾਰਨ ਆਪਣੇ ਆਪ ਨੂੰ ਵਧੇਰੇ ਕਸ਼ਟਾਂ ਲਈ ਯੋਗ ਮੰਨਦਾ ਹੈ ਅਤੇ ਉਹ ਵੇਖਦਾ ਹੈ ਕਿ ਉਸਦੇ ਸਾਰੇ ਦੁੱਖ ਭਗਵਾਨ ਦੀ ਕਿਰਪਾ ਨਾਲ ਰਤਾ ਜਿਹੇ ਰਹਿ ਜਾਂਦੇ ਹਨ। ਇੰਝ ਹੀ ਜਦੋਂ ਉਹ ਸੁੱਖੀ ਹੁੰਦਾ ਹੈ ਤਾਂ ਆਪਣੇ ਆਪ ਨੂੰ ਸੁਖ ਦੇ ਅਯੋਗ ਸਮਝਕੇ ਇਸਦਾ ਸਿਹਰਾ ਵੀ ਭਗਵਾਨ ਨੂੰ ਦਿੰਦਾ ਹੈ। ਉਹ ਸੋਚਦਾ ਹੈ ਕਿ ਭਗਵਾਨ ਦੀ ਕਿਰਪਾ ਸਦਕਾ ਹੀ ਉਹ ਅਜਿਹੀ ਸੁਖੀ ਸਥਿਤੀ ਵਿਚ ਹੈ ਅਤੇ ਭਗਵਾਨ ਦੀ ਸੇਵਾ ਹੋਰ ਚੰਗੀ ਤਰ੍ਹਾਂ ਕਰ ਸਕਦਾ ਹੈ ਅਤੇ ਭਗਵਾਨ ਦੀ ਸੇਵਾ ਲਈ ਤਾਂ ਉਹ ਹਮੇਸ਼ਾਂ ਹਿੰਮਤ ਕਰਨ ਲਈ ਤਿਆਰ ਰਹਿੰਦਾ ਹੈ। ਉਹ ਰਾਗ ਜਾਂ ਵੈਰਾਗ ਤੋਂ ਪ੍ਰਭਾਵਿਤ ਨਹੀਂ ਹੁੰਦਾ। ਰਾਗ ਦਾ ਅਰਥ ਹੁੰਦਾ ਹੈ, ਆਪਣੀਆਂ ਇੰਦਰੀਆਂ ਦੀ ਤ੍ਰਿਪਤੀ ਲਈ ਚੀਜ਼ਾਂ ਨੂੰ ਗ੍ਰਹਿਣ ਕਰਨਾ ਅਤੇ ਵੈਰਾਗ ਦਾ ਅਰਥ ਹੈ, ਅਜਿਹੀ ਇੰਦਰੀ-ਆਸਕਤੀ ਦਾ ਨਾ ਹੋਣਾ। ਪਰ ਕ੍ਰਿਸ਼ਨ ਭਾਵਨਾ ਅੰਮ੍ਰਿਤ ਵਿਚ ਸਥਿਰ ਮਨੁੱਖ ਵਿਚ ਨਾ ਰਾਗ ਹੁੰਦਾ ਹੈ, ਨਾ ਵੈਰਾਗ, ਕਿਉਂਕਿ ਉਸਦਾ ਪੂਰਾ ਜੀਵਨ ਹੀ ਭਗਵਤ ਸੇਵਾ ਵਿਚ ਅਰਪਿਤ ਰਹਿੰਦਾ ਹੈ। ਸਿੱਟੇ ਵਜੋਂ, ਸਾਰੇ ਯਤਨ ਸਫਲ ਨਾ ਹੋਣ ਤੇ ਵੀ ਉਸਨੂੰ ਗੁੱਸਾ ਨਹੀਂ ਆਉਂਦਾ। ਭਾਵੇਂ ਸਫਲਤਾ ਮਿਲੇ ਜਾਂ ਨਾ ਮਿਲੇ ਕ੍ਰਿਸ਼ਨ ਭਾਵਨਾ ਭਾਵਿਤ ਮਨੁੱਖ ਆਪਣੇ ਸੰਕਲਪ ਦਾ ਪੱਕਾ ਹੁੰਦਾ ਹੈ।

यः सर्वत्रानभिस्नेहस्तत्तत्प्राप्य शुभाशुभम्।
नाभिनन्दति न द्वेष्टि तस्य प्रज्ञा प्रतिष्ठिता॥ ५७॥

ਯਹ੍ ਸਰ੍ਵਤ੍ਰਾਨਭਿਸ੍ਨੇਹਸ੍ ਤਤ੍ ਤਤ੍ ਪ੍ਰਾਪਯ ਸ਼ੁਭਾਸ਼ੁਭਮ੍ ।
ਨਾਭਿਨੰਦਤਿ ਨ ਦ੍ਵੇਸ਼੍ਟਿ ਤਸ੍ਯ ਪ੍ਰਗ੍ਯਾ ਪ੍ਰਤਿਸ਼੍ਠਿਤਾ ॥ 57 ॥

ਯਹ੍ – ਜਿਹੜਾ ; **ਸਰ੍ਵਤ੍ਰ** – ਹਰ ਥਾਂ ਤੇ ; **ਅਨਭਿਸ੍ਨੇਹਹ** – ਪ੍ਰੀਤ ਤੋਂ ਸੱਖਣਾ ; **ਤਤ੍** – ਉਸ ; **ਤਤ੍** – ਉਸ ; **ਪ੍ਰਾਪ੍ਯ** – ਪ੍ਰਾਪਤ ਕਰਕੇ ; **ਸ਼ੁਭ** – ਚੰਗਾ ; **ਅਸ਼ੁਭਮ੍** – ਬੁਰਾ ; **ਨ** – ਕਦੀ ਨਹੀਂ **ਅਭਿਨੰਦਤਿ** – ਪ੍ਰਸ਼ੰਸਾ ਕਰਦਾ ਹੈ ; **ਨ** – ਕਦੀ ਨਹੀਂ ; **ਦ੍ਵੇਸ਼੍ਟਿ** – ਦਵੇਸ਼ ਕਰਦਾ ਹੈ ; **ਤਸ੍ਯ** – ਉਸਦਾ ; **ਪ੍ਰਗ੍ਯਾ** – ਪੂਰਾ ਗਿਆਨ ; **ਪ੍ਰਤਿਸ਼੍ਠਿਤਾ** – ਅਚਲ।

ਅਨੁਵਾਦ

ਇਸ ਭੌਤਿਕ ਸੰਸਾਰ ਵਿਚ ਜਿਹੜਾ ਮਨੁੱਖ ਨਾ ਤਾਂ ਸ਼ੁਭ (ਚੰਗੇ) ਦੀ ਪ੍ਰਾਪਤੀ ਨਾਲ ਖ਼ੁਸ਼ ਹੁੰਦਾ ਹੈ ਅਤੇ ਨਾ ਅਸ਼ੁਭ (ਬੁਰੇ) ਦੀ ਪ੍ਰਾਪਤੀ ਹੋਣ ਤੇ ਉਸ ਨਾਲ ਘ੍ਰਿਣਾ ਕਰਦਾ ਹੈ ਉਹ ਪੂਰਨ ਗਿਆਨ ਵਿਚ ਸਥਿਰ ਹੁੰਦਾ ਹੈ।

ਭਾਵ

ਭੌਤਿਕ ਸੰਸਾਰ ਵਿਚ ਹਮੇਸ਼ਾਂ ਕੁਝ ਨਾ ਕੁਝ ਉਥੱਲ-ਪੁਥੱਲ ਹੁੰਦੀ ਰਹਿੰਦੀ ਹੈ ਉਸਦਾ ਨਤੀਜਾ ਚੰਗਾ ਹੋਵੇ ਭਾਵੇਂ ਮੰਦਾ। ਜਿਹੜਾ ਅਜਿਹੀ ਉਥੱਲ-ਪੁਥੱਲ ਤੋਂ ਡਾਵਾਂ-ਡੋਲ ਨਹੀਂ ਹੁੰਦਾ, ਜਿਹੜਾ ਚੰਗੇ (ਸ਼ੁਭ) ਜਾਂ ਮੰਦੇ (ਅਸ਼ੁਭ) ਤੋਂ ਅਪ੍ਰਭਾਵਿਤ ਰਹਿੰਦਾ ਹੈ, ਉਸਨੂੰ ਕ੍ਰਿਸ਼ਨ ਭਾਵਨਾ ਅੰਮ੍ਰਿਤ ਵਿਚ ਸਥਿਰ ਸਮਝਣਾ ਚਾਹੀਦਾ ਹੈ। ਜਦੋਂ ਤਕ ਮਨੁੱਖ ਇਸ ਭੌਤਿਕ ਸੰਸਾਰ ਵਿਚ ਹੈ, ਉਦੋਂ ਤਕ ਚੰਗਿਆਈ ਜਾਂ ਬੁਰਾਈ ਦੀ ਸੰਭਾਵਨਾ ਰਹਿੰਦੀ ਹੈ, ਕਿਉਂਕਿ ਇਹ ਸੰਸਾਰ ਦ੍ਵੈਤ (ਦਵੰਦ) ਨਾਲ ਪੂਰਨ ਹੈ। ਪਰ ਜਿਹੜਾ ਕ੍ਰਿਸ਼ਨ ਭਾਵਨਾ ਅੰਮ੍ਰਿਤ ਵਿਚ ਸਥਿਰ ਹੈ, ਉਹ ਚੰਗਿਆਈ ਜਾਂ ਬੁਰਾਈ ਤੋਂ ਅਣ-ਛੋਹਿਆ ਰਹਿੰਦਾ ਹੈ, ਕਿਉਂਕਿ ਉਸਦਾ ਸਰੋਕਾਰ ਕ੍ਰਿਸ਼ਨ ਨਾਲ ਰਹਿੰਦਾ ਹੈ, ਜਿਹੜੇ ਸਰਬ-ਮੰਗਲਕਾਰੀ ਹਨ। ਅਜਿਹੇ ਕ੍ਰਿਸ਼ਨ ਭਾਵਨਾ ਅੰਮ੍ਰਿਤ ਨਾਲ ਮਨੁੱਖ ਪੂਰੇ ਗਿਆਨ ਦੀ ਸਥਿਤੀ ਪ੍ਰਾਪਤ ਕਰ ਲੈਂਦਾ ਹੈ। ਜਿਸਨੂੰ ਸਮਾਧੀ ਕਹਿੰਦੇ ਹਨ।

यदा संहरते चायं कूर्मोऽङ्गानीव सर्वशः।
इन्द्रियाणीन्द्रियार्थेभ्यस्तस्य प्रज्ञा प्रतिष्ठिता ॥ ५८ ॥

ਯਦਾ ਸੰਹਰਤੇ ਚਾਯਮ੍ ਕੂਰ੍ਮੋ 'ਙੰਗਾਨੀਵ ਸਰ੍ਵਸ਼ਹ੍ ।
ਇੰਦ੍ਰਿਯਾਣੀ ਇੰਦ੍ਰਯਾਰ੍ਥੇਭ੍ਯਸ੍ ਤਸ੍ਯ ਪ੍ਰਗ੍ਯਾ ਪ੍ਰਤਿਸ਼੍ਠਿਤਾ ॥ 58 ॥

ਯਦਾ - ਜਦੋਂ ; **ਸੰਹਰਤੇ** - ਸਮੇਟ ਲੈਂਦਾ ਹੈ ; **ਚ** - ਵੀ ; **ਅਯਮ੍** - ਇਹ ; **ਕੂਰਮਹ੍** - ਕਛੂਕੁੱਮਾਂ; **ਅੰਗਾਨਿ** - ਅੰਗ ; **ਇਵ** - ਬਰਾਬਰ ; **ਸਰਵਸ਼ਹ੍** - ਇਕੋ ਨਾਲ ; **ਇੰਦ੍ਰਿਯਾਣਿ** - ਇੰਦਰੀਆਂ; **ਇੰਦ੍ਰਿਯਅਰਥੇਭ੍ਯਹ੍** - ਇੰਦਰੀਆਂ ਦੇ ਵਿੱਸ਼ਿਆਂ ਤੋਂ ; **ਤਸ੍ਯ** - ਉਸਦੀ ; **ਪ੍ਰਗ੍ਯਾ** - ਚੇਤਨਾ; **ਪ੍ਰਤਿਸ਼ਠਿਤਾ** - ਸਥਿਰ ।

ਅਨੁਵਾਦ

ਜਿਵੇਂ ਕਛੂਕੁੱਮਾਂ ਆਪਣੇ ਅੰਗਾਂ ਨੂੰ ਖ਼ੋਲ ਵਿਚ ਸਮੇਟ ਲੈਂਦਾ ਹੈ, ਉਂਝ ਹੀ ਜਿਹੜਾ ਮਨੁੱਖ ਆਪਣੀਆਂ ਇੰਦਰੀਆਂ ਨੂੰ ਇੰਦਰੀਆਂ ਦੇ ਵਿਸ਼ਿਆਂ ਤੋਂ ਖਿੱਚ ਲੈਂਦਾ ਹੈ, ਉਹ ਪੂਰਨ ਚੇਤਨਾ ਵਿਚ ਦ੍ਰਿੜਤਾ ਨਾਲ ਸਥਿਰ ਹੁੰਦਾ ਹੈ।

ਭਾਵ

ਕਿਸੇ ਯੋਗੀ, ਭਗਤ ਜਾਂ ਆਤਮ ਸਿੱਧ ਮਨੁੱਖ ਦੀ ਕਸੌਟੀ ਇਹ ਹੈ ਕਿ ਉਹ ਆਪਣੀ ਯੋਜਨਾ ਮੁਤਾਬਿਕ ਇੰਦਰੀਆਂ ਨੂੰ ਕਾਬੂ ਵਿਚ ਕਰ ਸਕੇ, ਪਰ ਜਿਆਦਾਤਰ ਮਨੁੱਖ ਆਪਣੀਆਂ ਇੰਦਰੀਆਂ ਦੇ ਦਾਸ ਬਣੇ ਰਹਿੰਦੇ ਹਨ ਅਤੇ ਇੰਦਰੀਆਂ ਦੇ ਆਖੇ ਲਗਦੇ ਹਨ। ਯੋਗੀ ਕਿਝ ਸਥਿਤ ਹੁੰਦਾ ਹੈ, ਇਹ ਇਸ ਪ੍ਰਸ਼ਨ ਦਾ ਉੱਤਰ ਹੈ। ਇੰਦਰੀਆਂ ਦੀ ਤੁਲਨਾ ਜ਼ਹਰੀਲੇ ਸੱਪਾਂ ਨਾਲ ਕੀਤੀ ਗਈ ਹੈ ਉਹ ਆਪ ਮੁਹਾਰੇ ਬਿਨ੍ਹਾਂ ਕਿਸੇ ਰੋਕ-ਟੋਕ ਤੋਂ ਕੰਮ ਕਰਨਾ ਚਾਹੁੰਦੀਆਂ ਹਨ। ਯੋਗੀ ਜਾਂ ਭਗਤ ਨੂੰ ਇਨ੍ਹਾਂ ਸੱਪਾਂ ਨੂੰ ਕਾਬੂ ਕਰਨ ਲਈ ਇਕ ਸਪੇਰੇ ਵਾਂਗ ਤਕੜਾ ਹੋਣਾ ਚਾਹੀਦਾ ਹੈ। ਉਹ ਉਨ੍ਹਾਂ ਨੂੰ

ਕਦੀ ਵੀ ਸੁਤੰਤਰਤਾ ਨਾਲ ਕਾਰਜ ਕਰਨ ਦੀ ਖੁੱਲ੍ਹ ਨਹੀਂ ਦਿੰਦਾ। ਸ਼ਾਸ਼ਤਰਾਂ ਵਿਚ ਅਨੇਕਾਂ ਹੁਕਮ ਹਨ ਇਨ੍ਹਾਂ ਵਿਚੋਂ ਕੁਝ 'ਕਰੋ' ਅਤੇ ਕੁਝ 'ਨਾ ਕਰੋ' ਨਾਲ ਸੰਬੰਧਿਤ ਹਨ। ਜਦੋਂ ਤਕ ਕੋਈ ਇਹ 'ਕਰੋ, ਜਾਂ ਨਾ ਕਰੋ' ਦੀ ਪਾਲਨਾ ਨਹੀਂ ਕਰਦਾ ਅਤੇ ਇੰਦਰੀਆਂ ਦੇ ਭੋਗ ਤੇ ਸੰਜਮ ਨਹੀਂ ਵਰਤਦਾ ਉਦੋਂ ਤਕ ਉਸਦਾ ਕ੍ਰਿਸ਼ਨ ਭਾਵਨਾ ਅੰਮ੍ਰਿਤ ਵਿਚ ਸਥਿਰ ਹੋ ਸਕਣਾ ਸੰਭਵ ਨਹੀਂ। ਇਥੇ ਸਭ ਤੋਂ ਵਧੀਆ ਉਦਾਹਰਣ ਕਛੂਕੁੰਮੇ ਦਾ ਹੈ। ਉਹ ਕਿਸੇ ਵੀ ਵਕਤ ਆਪਣੇ ਅੰਗ ਸਮੇਟ ਸਕਦਾ ਹੈ ਅਤੇ ਦੁਬਾਰਾ ਖ਼ਾਸ ਮੰਤਵ ਨਾਲ ਉਨ੍ਹਾਂ ਨੂੰ ਪ੍ਰਗਟ ਕਰ ਸਕਦਾ ਹੈ। ਇੰਞ ਹੀ ਕ੍ਰਿਸ਼ਨ ਭਾਵਨਾ ਭਾਵਿਤ ਮਨੁੱਖ ਦੀਆਂ ਇੰਦਰੀਆਂ ਵੀ ਸਿਰਫ਼ ਭਗਵਾਨ ਦੀ ਖਾਸ ਸੇਵਾ ਲਈ ਕੰਮ ਆਉਂਦੀਆਂ ਹਨ, ਨਹੀਂ ਤਾਂ ਉਨ੍ਹਾਂ ਨੂੰ ਸਮੇਟ ਲਿਆ ਜਾਂਦਾ ਹੈ। ਅਰਜੁਨ ਨੂੰ ਉਪਦੇਸ਼ ਦਿੱਤਾ ਜਾ ਰਿਹਾ ਹੈ ਕਿ ਉਹ ਆਪਣੀਆਂ ਇੰਦਰੀਆਂ ਨੂੰ ਆਪਣੇ ਆਪ ਵਿਚ ਹੀ ਸੰਤੁਸ਼ਟ ਨਾ ਕਰਕੇ ਭਗਵਾਨ ਦੀ ਸੇਵਾ ਵਿਚ ਲਗਾਵੇ। ਆਪਣੀਆਂ ਇੰਦਰੀਆਂ ਨੂੰ ਹਮੇਸ਼ਾਂ ਭਗਵਾਨ ਦੀ ਸੇਵਾ ਵਿਚ ਲਗਾਈ ਰੱਖਣਾ ਕਛੂਕੁੰਮੇ ਰਾਹੀਂ ਪੇਸ਼ ਕੀਤੇ ਦ੍ਰਿਸ਼ਟਾਂਤ ਦੇ ਅਨੁਰੂਪ ਹੈ ਜਿਹੜਾ ਆਪਣੀਆਂ ਇੰਦਰੀਆਂ ਨੂੰ ਸਮੇਟੀ ਰੱਖਦਾ ਹੈ।

विषया विनिवर्तन्ते निराहारस्य देहिनः।
रसवर्जं रसोऽप्यस्य परं दृष्ट्वा निवर्तते॥ ५९॥

ਵਿਸ਼ਯਾ ਵਿਨਿਵਰ੍ਤੰਤੇ ਨਿਰਾਹਾਰਸ੍ਯ ਦੇਹਿਨਹ੍ ।
ਰਸ-ਵਰਜਮ੍ ਰਸੋ 'ਪਿ 'ਸ੍ਯ ਪਰਮ ਦ੍ਰਿਸ਼ਟ੍ਵਾ ਨਿਵਰ੍ਤਤੇ ॥ 59 ॥

ਵਿਸ਼ਯਾਹ੍ - ਇੰਦਰੀਆਂ ਦੇ ਭੋਗ ਦੀਆਂ ਵਸਤਾਂ ; **ਵਿਨਿਵਰ੍ਤੰਤੇ** - ਦੂਰ ਰਹਿਣ ਲਈ ਅਭਿਆਸ ਕੀਤੀਆਂ ਜਾਂਦੀਆਂ ਹਨ ; **ਨਿਰਾਹਾਰਸ੍ਯ** - ਰੋਕਣ ਵਾਲੇ ਪ੍ਰਤੀਬੰਧਾਂ ਨਾਲ ; **ਦੇਹਿਨਹ੍** - ਦੇਹਧਾਰੀ ਜੀਵਾਂ ਲਈ ; **ਰਸਵਰ੍ਜਮ੍** - ਸੁਆਦ ਦਾ ਤਿਆਗ ਕਰਦਾ ਹੈ ; **ਰਸਹ੍** - ਭੋਗ ਦੀ ਇੱਛਾ ; **ਅਪਿ** - ਭਾਵੇਂ ਹੈ ; **ਅਸ੍ਯ** - ਉਸਦਾ ; **ਪਰਮ੍** - ਬਹੁਤ ਵਧੀਆ ਵਸਤਾਂ ; **ਦ੍ਰਿਸ਼ਟ੍ਵਾ** - ਅਨੁਭਵ ਹੋਣ ਤੇ ; **ਨਿਵਰ੍ਤਤੇ** - ਉਹ ਖ਼ਤਮ ਹੋ ਜਾਂਦਾ।

ਅਨੁਵਾਦ

ਦੇਹਧਾਰੀ ਜੀਵ ਇੰਦਰੀਆਂ ਦੇ ਭੋਗ ਤੋਂ ਭਾਵੇਂ ਨਿਵੇਕਲਾ ਹੋ ਜਾਵੇ, ਪਰ ਉਸ ਵਿਚ ਇੰਦਰੀਆਂ ਦੇ ਭੋਗ ਦੀ ਇੱਛਾ ਬਣੀ ਰਹਿੰਦੀ ਹੈ। ਪਰ ਉੱਤਮ ਰਸ ਦਾ ਅਨੁਭਵ ਹੋਣ ਨਾਲ ਅਜਿਹੇ ਕਾਰਜ ਬੰਦ ਕਰਨ ਤੇ ਉਹ ਭਗਤੀ ਵਿਚ ਸਥਿਰ ਹੋ ਜਾਂਦਾ ਹੈ।

ਭਾਵ

ਜਦੋਂ ਤਕ ਕੋਈ ਅਧਿਆਤਮ ਨੂੰ ਪ੍ਰਾਪਤ ਨਾ ਹੋਵੇ ਉਦੋਂ ਤਕ ਇੰਦਰੀਆਂ ਦੇ ਭੋਗ ਤੋਂ ਵਿਰਕਤ (ਉਦਾਸੀਨ)ਹੋਣਾ ਸੰਭਵ ਨਹੀਂ ਹੈ। ਵਿਧੀ ਵਿਧਾਨਾਂ ਰਾਹੀਂ ਇੰਦਰੀਆਂ ਦੇ ਭੋਗ ਨੂੰ ਸੰਜਮਿਤ ਕਰਨ ਦੀ ਉਸੇ ਤਰ੍ਹਾਂ ਦੀ ਵਿਧੀ ਹੈ, ਜਿਵੇਂ ਕਿਸੇ ਰੋਗੀ ਦੇ ਖਾਣ-ਪੀਣ ਤੇ ਰੋਕ ਲਾਉਣਾ। ਪਰ ਇੰਞ ਰੋਗੀ ਦੀ ਨਾ ਤਾਂ ਖਾਣ-ਪੀਣ ਦੀ ਰੁਚੀ ਖ਼ਤਮ ਹੁੰਦੀ ਹੈ ਅਤੇ ਨਾ ਹੀ ਉਹ ਰੋਕ ਚਾਹੁੰਦਾ ਹੈ।

ਇੰਝ ਹੀ ਘੱਟ ਗਿਆਨੀ ਮਨੁੱਖਾਂ ਲਈ ਇੰਦਰੀਆਂ ਦੇ ਸੰਜਮ ਲਈ ਅਸ਼ਟਾਂਗ ਯੋਗ ਵਰਗੀ ਵਿੱਧੀ ਦੀ ਪ੍ਰਸ਼ੰਸਾ ਕੀਤੀ ਜਾਂਦੀ ਹੈ। ਜਿਸ ਵਿਚ ਯਮ, ਨਿਯਮ, ਆਸਨ, ਪ੍ਰਾਣਾਯਾਮ, ਪ੍ਰਤ੍ਯਾਹਾਰ, ਧਾਰਨਾ, ਧਿਆਨ ਆਦਿ ਸ਼ਾਮਿਲ ਹਨ। ਪਰ ਜਿਸਨੇ ਕ੍ਰਿਸ਼ਨ ਭਾਵਨਾ ਅੰਮ੍ਰਿਤ ਦੇ ਰਸਤੇ ਤੇ ਪ੍ਰਗਤੀ ਕਰਦਿਆਂ ਪਰਮੇਸ਼ਵਰ ਕ੍ਰਿਸ਼ਨ ਦੀ ਸੁੰਦਰਤਾ ਦੇ ਰਸ ਦਾ ਸੁਆਦ ਲੈ ਲਿਆ, ਉਸ ਨੂੰ ਜੜ੍ਹ ਭੌਤਿਕ ਵਸਤਾਂ ਪ੍ਰਤੀ ਕੋਈ ਰੁਚੀ ਨਹੀਂ ਰਹਿੰਦੀ। ਇਸ ਲਈ ਅਧਿਆਤਮਕ ਜੀਵਨ ਵਿਚ ਇਹ ਸਾਰੀਆਂ ਬੰਦਸ਼ਾਂ ਘੱਟ ਗਿਆਨ ਵਾਲੇ ਨਵੇਂ ਸਿੱਖਿਆਰਥੀਆਂ ਲਈ ਹਨ। ਅਜਿਹੀਆਂ ਰੋਕਾਂ ਉਦੋਂ ਤਕ ਠੀਕ ਹਨ, ਜਦੋਂ ਤਕ ਕ੍ਰਿਸ਼ਨ ਭਾਵਨਾ ਅੰਮ੍ਰਿਤ ਵਿਚ ਰੁਚੀ ਜਾਗ੍ਰਿਤ ਨਹੀਂ ਹੋ ਜਾਂਦੀ, ਅਤੇ ਜਦੋਂ ਰੁਚੀ ਜਾਗ੍ਰਿਤ ਹੋ ਜਾਂਦੀ ਹੈ ਤਾਂ ਮਨੁੱਖ ਵਿਚ ਆਪਣੇ-ਆਪ ਹੀ ਅਜਿਹੀਆਂ ਵਸਤਾਂ ਪ੍ਰਤੀ ਰੁਚੀ ਖ਼ਤਮ ਹੋ ਜਾਂਦੀ ਹੈ।

यततो ह्यपि कौन्तेय पुरुषस्य विपश्चितः।
इन्द्रियाणि प्रमाथीनि हरन्ति प्रसभं मनः॥ ६०॥

ਯਤਤੋ ਹਿ ਅਪਿ ਕੌਂਤੇਯ ਪੁਰੁਸ਼ਸ੍ਯ ਵਿਪਸ਼੍ਚਿਤਹ੍ ।
ਇੰਦ੍ਰਿਯਾਣਿ ਪ੍ਰਮਾਥੀਨਿ ਹਰੰਤਿ ਪ੍ਰਸਭਮ੍ ਮਨਹ੍ ॥ 60 ॥

ਯਤਤਹ੍ – ਯਤਨ ਕਰਦੇ ਹੋਏ – **ਹਿ** – ਨਿਸ਼ਚੈ ਹੀ ; **ਅਪਿ** – ਦੇ ਬਾਵਜੂਦ ; **ਕੌਂਤੇਯ** – ਹੇ ਕੁੰਤੀ ਪੁੱਤਰ ; **ਪੁਰੁਸ਼ਸ੍ਯ** – ਮਨੁੱਖ ਦੀ ; **ਵਿਪਸ਼੍ਚਿਤਹ੍** – ਵਿਵੇਕ ਵਾਲੀ ; **ਇੰਦ੍ਰਿਯਾਣਿ** – ਇੰਦਰੀਆਂ ; **ਪ੍ਰਮਾਥੀਨਿ** – ਉਤੇਜਿਤ ; **ਹਰੰਤਿ** – ਸੁਣਦੀਆਂ ਹਨ ; **ਪ੍ਰਸਭਮ੍** – ਤਾਕਤ ਨਾਲ ; **ਮਨਹ੍** – ਮਨ ਨੂੰ।

ਅਨੁਵਾਦ

ਹੇ ਅਰਜੁਨ ! ਇੰਦਰੀਆਂ ਏਨੀਆਂ ਤਾਕਤਵਰ ਅਤੇ ਤੀਬਰ ਹਨ ਕਿ ਉਸ ਵਿਵੇਕੀ ਮਨੁੱਖ ਦੇ ਮਨ ਨੂੰ ਵੀ ਜ਼ਬਰਦਸਤੀ ਖਿੱਚ ਲੈਂਦੀਆਂ ਹਨ ਜਿਹੜਾ ਉਨ੍ਹਾਂ ਨੂੰ ਕਾਬੂ ਕਰਨ ਦਾ ਯਤਨ ਕਰਦਾ ਹੈ।

ਭਾਵ

ਅਨੇਕਾਂ ਵਿਦਵਾਨ, ਰਿਸ਼ੀ, ਦਾਰਸ਼ਨਿਕ ਅਤੇ ਅਧਿਆਤਮਵਾਦੀ ਇੰਦਰੀਆਂ ਨੂੰ ਕਾਬੂ ਕਰਨ ਦਾ ਯਤਨ ਕਰਦੇ ਹਨ, ਪਰ ਉਨ੍ਹਾਂ ਵਿਚੋਂ ਵੱਡੇ ਤੋਂ ਵੱਡੇ ਵੀ ਕਦੀ-ਕਦੀ ਉਤੇਜਿਤ ਮਨ ਕਾਰਨ ਇੰਦਰੀਆਂ ਦੇ ਭੋਗ ਦਾ ਨਿਸ਼ਾਨਾ ਬਣ ਜਾਂਦਾ ਹੈ। ਇਥੋਂ ਤਕ ਕਿ ਵਿਸ਼ਵਾਮਿੱਤਰ ਵਰਗੇ ਮਹਾਰਿਸ਼ੀ ਅਤੇ ਪੂਰਨ ਯੋਗੀ ਨੂੰ ਵੀ ਮੇਨਕਾ ਨਾਲ ਵਿਸ਼ੇ ਭੋਗ ਕਰਨ ਵਿਚ ਲਗਣਾ ਪਿਆ, ਜਦੋਂ ਕਿ ਉਹ ਇੰਦਰੀਆਂ ਨੂੰ ਕਾਬੂ ਕਰਨ ਲਈ ਕਠਿਨ ਤਪ ਅਤੇ ਯੋਗ ਕਰ ਰਹੇ ਸਨ। ਦੁਨੀਆਂ ਦੇ ਇਤਿਹਾਸ ਵਿਚ ਇਹੋ ਜਿਹੇ ਅਨੇਕਾਂ ਦ੍ਰਿਸ਼ਟਾਂਤ ਹਨ। ਇਸ ਲਈ ਪੂਰੀ ਤਰ੍ਹਾਂ ਕ੍ਰਿਸ਼ਨ ਭਾਵਨਾ ਭਾਵਿਤ ਹੋਏ ਬਿਨ੍ਹਾਂ ਮਨ ਅਤੇ ਇੰਦਰੀਆਂ ਨੂੰ ਕਾਬੂ ਕਰਨਾ ਬਹੁਤ ਔਖਾ ਹੈ। ਮਨ ਨੂੰ ਕ੍ਰਿਸ਼ਨ

ਵਿਚ ਲਗਾਏ ਬਿਨ੍ਹਾਂ ਮਨੁੱਖ ਅਜਿਹੇ ਭੌਤਿਕ ਕਾਰਜਾਂ ਨੂੰ ਬੰਦ ਨਹੀਂ ਕਰ ਸਕਦਾ। ਪਰਮ ਸਾਧੂ ਅਤੇ ਭਗਤ ਯਾਮੁਨਾਚਾਰੀਆ ਨੇ ਇਕ ਵਿਵਹਾਰਕ ਉਦਾਹਰਣ ਪੇਸ਼ ਕੀਤਾ ਹੈ ਉਹ ਕਹਿੰਦੇ ਹਨ-

ਯਦਵਧਿ ਮਮ ਚੇਤਹ੍ ਕ੍ਰਿਸ਼੍ਣਪਾਦਾਰਵਿੰਦੇ
ਨਵਨਵਰਸਧਾਮੰਯੁਦ੍ਯਤਮ੍ ਰੰਤੁਮਾਸੀਤ੍।
ਤਦਵਧਿ ਬਤ ਨਾਰੀਸੰਗਮੇ ਸ੍ਮਰਯਮਾਨੇ
ਭਵਤਿ ਮੁਖਵਿਕਾਰਹ੍ ਸੁਸ਼੍ਠੁ ਨਿਸ਼੍ਠੀਵਨਮ੍ ਚ ॥

"ਜਦੋਂ ਤੋਂ ਮੇਰਾ ਮਨ ਭਗਵਾਨ ਕ੍ਰਿਸ਼ਨ ਦੇ ਚਰਨ ਕਮਲਾਂ ਦੀ ਸੇਵਾ ਵਿਚ ਲੱਗ ਗਿਆ ਹੈ ਅਤੇ ਜਦੋਂ ਤੋਂ ਮੈਂ ਨਿੱਤ ਨਵੇਂ ਅਲੌਕਿਕ ਰਸ ਦਾ ਅਨੁਭਵ ਕਰ ਰਿਹਾ ਹਾਂ, ਉਦੋਂ ਤੋਂ ਇਸਤਰੀ ਪ੍ਰਸੰਗ ਦਾ ਵਿਚਾਰ ਆਉਂਦਿਆਂ ਹੀ ਮੇਰਾ ਮਨ ਉਧਰੋਂ ਮੁੜ ਜਾਂਦਾ ਹੈ ਅਤੇ ਮੈਂ ਅਜਿਹੇ ਵਿਚਾਰ ਤੇ ਥੁੱਕਦਾ ਹਾਂ।"

ਕ੍ਰਿਸ਼ਨ ਭਾਵਨਾ ਅੰਮ੍ਰਿਤ ਐਨੀ ਅਲੌਕਿਕ ਸੁੰਦਰ ਚੀਜ਼ ਹੈ ਕਿ ਇਸਦੇ ਪ੍ਰਭਾਵ ਤੋਂ ਭੌਤਿਕ ਭੋਗ ਆਪਣੇ ਆਪ ਨੀਰਸ ਹੋ ਜਾਂਦੇ ਹਨ। ਇਹ ਉਹੋ ਜਿਹਾ ਹੀ ਹੈ ਜਿਵੇਂ ਕੋਈ ਭੁੱਖਾ ਮਨੁੱਖ ਕਾਫ਼ੀ ਭੋਜਨ ਕਰਕੇ ਆਪਣੀ ਭੁੱਖ ਮਿਟਾ ਲਵੇ। ਮਹਾਰਾਜ ਅੰਬਰੀਸ਼ ਵੀ ਪਰਮ ਯੋਗੀ ਦੁਰਵਾਸ਼ਾ ਮੁਨੀ ਤੇ ਇਸੇ ਲਈ ਜਿੱਤ ਪਾ ਸਕੇ ਕਿਉਂਕਿ ਉਨ੍ਹਾਂ ਦਾ ਮਨ ਲਗਾਤਾਰ ਕ੍ਰਿਸ਼ਨ ਭਾਵਨਾਮ੍ਰਿਤ ਵਿਚ ਲਗਿਆ ਰਹਿੰਦਾ ਸੀ। (ਸ ਵੈ ਮਨਹ ਕ੍ਰਿਸ਼ਨਪਦਾਰਵਿੰਦਯੋਹ ਵਚਾਂਸਿ ਵੈਕੁੰਠਗੁਣਾਨੁਵਰ੍ਣਨੇ)।

तानि सर्वाणि संयम्य युक्त आसीत मत्परः।
वशे हि यस्येन्द्रियाणि तस्य प्रज्ञा प्रतिष्ठिता॥ ६१॥

ਤਾਨਿ ਸਰ੍ਵਾਣਿ ਸੰਯਮ੍ਯ ਯੁਕਤ੍ ਆਸੀਤ ਮਤ੍ਪਰਹ੍ ।
ਵਸ਼ੇ ਹਿ ਯਸ੍ਯੇਂਦ੍ਰਿਯਾਣਿ ਤਸ੍ਯ ਪ੍ਰਗ੍ਯਾ ਪ੍ਰਤਿਸ਼੍ਠਿਤਾ ॥ 61 ॥

ਤਾਨਿ - ਉਨ੍ਹਾਂ ਇੰਦਰੀਆਂ ਨੂੰ ; **ਸਰਵਾਣਿ** - ਸਾਰੇ ; **ਸੰਯਮ੍ਯ** - ਕਾਬੂ ਵਿਚ ਕਰਕੇ ; **ਯੁਕਤਹ੍**- ਲਗਿਆ ਹੋਇਆ ; **ਆਸੀਤ** - ਸਥਿਤ ਹੋਣਾ ਚਾਹੀਦਾ ਹੈ ; **ਮਤ੍-ਪਰਹ੍** - ਮੇਰੇ ਸੰਬੰਧ ਵਿਚ; **ਵਸ਼ੇ** - ਪੂਰੀ ਤਰ੍ਹਾਂ ਕਾਬੂ ਵਿਚ ; **ਹਿ** - ਨਿਸ਼ਚੈ ਹੀ ; **ਯਸ੍ਯ** - ਜਿਸਦੀ ; **ਇੰਦ੍ਰਿਯਾਣਿ** - ਇੰਦਰੀਆਂ ; **ਤਸ੍ਯ** - ਉਸ ਦੀ ; **ਪ੍ਰਗ੍ਯਾ** - ਚੇਤਨਾ ; **ਪ੍ਰਤਿਸ਼੍ਠਿਤਾ** - ਸਥਿਰ।

ਅਨੁਵਾਦ

ਜਿਹੜਾ ਇੰਦਰੀਆਂ ਨੂੰ ਪੂਰੀ ਤਰ੍ਹਾਂ ਕਾਬੂ ਵਿਚ ਰਖਦੇ ਹੋਏ ਇੰਦਰੀਆਂ ਦਾ ਸੰਜਮ ਕਰਦਾ ਹੈ ਅਤੇ ਆਪਣੀ ਚੇਤਨਾ ਨੂੰ ਮੇਰੇ ਵਿਚ ਸਥਿਰ ਕਰ ਦਿੰਦਾ ਹੈ ਉਹ ਮਨੁੱਖ ਸਥਿਰ ਬੁੱਧੀ ਕਹਾਉਂਦਾ ਹੈ।

ਭਾਵ

ਇਸ ਸ਼ਲੋਕ ਵਿਚ ਦੱਸਿਆ ਗਿਆ ਹੈ ਕਿ ਯੋਗ ਸਿੱਧੀ ਦੀ ਉਚੇਰੀ ਅਨੁਭੂਤੀ ਕ੍ਰਿਸ਼ਨ ਭਾਵਨਾ

ਅੰਮ੍ਰਿਤ ਹੀ ਹੈ। ਜਦੋਂ ਤਕ ਕੋਈ ਕ੍ਰਿਸ਼ਨ ਭਾਵਨਾ ਭਾਵਿਤ ਨਹੀਂ ਹੁੰਦਾ ਉਦੋਂ ਤਕ ਇੰਦਰੀਆਂ ਨੂੰ ਕਾਬੂ ਕਰਨਾ ਸੰਭਵ ਨਹੀਂ ਹੈ। ਜਿਵੇਂ ਪਹਿਲੋਂ ਕਿਹਾ ਜਾ ਚੁੱਕਾ ਹੈ, ਦੁਰਵਾਸ਼ਾ ਮੁਨੀ ਦਾ ਝਗੜਾ ਮਹਾਰਾਜ ਅੰਬਰੀਸ਼ ਨਾਲ ਹੋਇਆ, ਕਿਉਂਕਿ ਉਹ ਹਉਮੈ ਕਾਰਨ ਮਹਾਰਾਜ ਅੰਬਰੀਸ਼ ਤੇ ਗੁੱਸੇ ਹੋ ਗਏ, ਜਿਸ ਨਾਲ ਆਪਣੀਆਂ ਇੰਦਰੀਆਂ ਨੂੰ ਕਾਬੂ ਨਹੀਂ ਕਰ ਸਕੇ। ਦੂਜੇ ਪਾਸੇ ਭਾਵੇਂ ਰਾਜਾ ਮੁਨੀ ਦੇ ਬਰਾਬਰ ਦਾ ਯੋਗੀ ਨਹੀਂ ਸੀ। ਪਰ ਉਹ ਭਗਵਤ ਭਗਤ ਸੀ ਅਤੇ ਉਸਨੇ ਮੁਨੀ ਦੀਆਂ ਸਾਰੀਆਂ ਜਿਆਦਤੀਆਂ ਸਹਿ ਲਈਆਂ ਜਿਸ ਕਰਕੇ ਉਹ ਜੇਤੂ ਹੋਏ। ਰਾਜਾ ਆਪਣੀਆਂ ਇੰਦਰੀਆਂ ਨੂੰ ਕਾਬੂ ਕਰ ਸਕਿਆ, ਕਿਉਂਕਿ ਉਸ ਵਿਚ ਹੇਠ ਲਿਖੇ ਗੁਣ ਸਨ ਜਿਨ੍ਹਾਂ ਦਾ ਸ਼੍ਰੀਮਦ ਭਾਗਵਤਮ੍ ਵਿਚ ਉਲੇਖ ਹੋਇਆ ਹੈ –

> ਸ ਵੈ ਮਨਹ੍ ਕ੍ਰਿਸ਼੍ਣ-ਪਦਾਰਵਿੰਦਯੋਰ੍ ਵਚਾਂਸਿ ਵੈਕੁੰਠ-ਗੁਣਾਨੁਵਰਣਨੇ ।
> ਕਰੌ ਹਰੇਰ੍ ਮੰਦਿਰ-ਮਾਰ੍ਜਨਾਦਿਸ਼ੁ ਸ਼੍ਰੁਤਿੰ ਚਕਾਰਆਚਯੁਤ-ਸਤ੍-ਕਥੋਦਯੇ ॥
> ਮੁਕੁੰਦ-ਲਿੰਗਾਲਯ-ਦਰ੍ਸ਼ਨੇ ਦ੍ਰਿਸ਼ੌ ਤਦ੍-ਭ੍ਰਿਤ੍ਯ-ਗਾਤ੍ਰ-ਸਪਰਸ਼ੇ-ਅੰਗ-ਸੰਗਮਮ੍ ।
> ਘ੍ਰਾਣਮ੍ ਚਾਤਤ੍-ਪਾਦ-ਸਰੋਜ-ਸੌਰਭੇ ਸ਼੍ਰੀਮਤ੍-ਤੁਲਸ੍ਯਾ ਰਸਨਾਮ੍ ਤਦ-ਅਰ੍ਪਿਤੇ ॥
> ਪਾਦੌ ਹਰੇਹ ਕਸ਼ੇਤ੍ਰ-ਪਦਾਨੁਸਰ੍ਪਣੇ ਸ਼ਿਰੋ ਹ੍ਰਿਸ਼ੀਕੇਸ਼-ਪਦਾਅਭਿਵੰਦਨੇ ।
> ਕਾਮਮ੍ ਚ ਦਾਸ੍ਯੇ ਨ ਤੁ ਕਾਮ-ਕਾਮ੍ਯਯਾ ਯਥੋਤ੍ਤਮਸ਼੍ਲੋਕ-ਜਾਸ਼੍ਰਯਾ ਰਤਿਹ੍ ॥

"ਰਾਜਾ ਅੰਬਰੀਸ਼ ਨੇ ਆਪਣਾ ਮਨ ਭਗਵਾਨ ਕ੍ਰਿਸ਼ਨ ਦੇ ਚਰਨ ਕਮਲਾਂ ਤੇ ਸਥਿਰ ਕਰ ਦਿੱਤਾ, ਆਪਣੀ ਬਾਣੀ ਭਗਵਾਨ ਦੇ ਧਾਮ(ਘਰ) ਦੀ ਚਰਚਾ ਕਰਨ ਵਿਚ ਲਗਾ ਦਿੱਤੀ, ਆਪਣੇ ਹੱਥਾਂ ਨੂੰ ਭਗਵਾਨ ਦੇ ਮੰਦਿਰ ਸਾਫ ਕਰਨ ਵਿੱਚ, ਆਪਣੇ ਕੰਨਾਂ ਨੂੰ ਭਗਵਾਨ ਦੀਆਂ ਲੀਲਾਵਾਂ ਸੁਣਨ ਵਿੱਚ, ਆਪਣੀਆਂ ਅੱਖਾਂ ਨੂੰ ਭਗਵਾਨ ਦਾ ਸਰੂਪ ਵੇਖਣ ਵਿੱਚ, ਆਪਣੇ ਸ਼ਰੀਰ ਨੂੰ ਭਗਤ ਦੇ ਸ਼ਰੀਰ ਛੋਹ ਲੈਣ ਵਿੱਚ, ਆਪਣੇ ਨੱਕ ਨੂੰ ਭਗਵਾਨ ਦੇ ਚਰਨਾਂ ਵਿਚ ਭੇਂਟ ਕੀਤੇ ਫੁੱਲਾਂ ਨੂੰ ਸੁੰਘਣ ਵਿੱਚ, ਆਪਣੀ ਜੀਭ ਨੂੰ ਭਗਵਾਨ ਨੂੰ ਅਰਪਿਤ ਤੁਲਸੀ ਦੇ ਸੁਆਦ ਵਿੱਚ, ਆਪਣੇ ਪੈਰਾਂ ਨੂੰ ਜਿੱਥੇ ਜਿੱਥੇ ਭਗਵਾਨ ਦੇ ਮੰਦਿਰ ਹਨ ਉਨ੍ਹਾਂ ਥਾਵਾਂ ਦੀ ਯਾਤਰਾ ਕਰਨ ਵਿੱਚ, ਆਪਣੇ ਸਿਰ ਨੂੰ ਭਗਵਾਨ ਨੂੰ ਨਮਸਕਾਰ ਕਰਨ ਵਿਚ ਅਤੇ ਆਪਣੀ ਭੌਤਿਕ ਇੱਛਾਵਾਂ ਨੂੰ ਭਗਵਾਨ ਦੀਆਂ ਇੱਛਾਵਾਂ ਨੂੰ ਪੂਰਾ ਕਰਨ ਵਿਚ ਲਗਾ ਦਿੱਤਾ ਅਤੇ ਇਨ੍ਹਾਂ ਗੁਣਾਂ ਕਾਰਨ ਉਹ ਭਗਵਾਨ ਦੇ 'ਮਤਪਰ' ਭਗਤ ਬਣਨ ਦੇ ਯੋਗ ਹੋ ਗਏ।"

ਇਸ ਪ੍ਰਸੰਗ ਵਿਚ 'ਮਤਪਰ' ਸ਼ਬਦ ਬਹੁਤ ਸਾਰਥਕ ਹੈ। ਕੋਈ ਮਤਪਰ ਕਿਝ ਹੋ ਸਕਦਾ ਹੈ ਇਸਦਾ ਵਰਣਨ ਮਹਾਰਾਜ ਅੰਬਰੀਸ਼ ਦੇ ਜੀਵਨ ਵਿਚ ਦੱਸਿਆ ਗਿਆ ਹੈ। ਮਤਪਰ ਪਰੰਪਰਾ ਦੇ ਮਹਾਨ ਵਿਦਵਾਨ ਅਤੇ ਅਚਾਰੀਆ ਸ਼੍ਰੀਲ ਬਲਦੇਵ ਵਿਦਿਆਭੂਸ਼ਣ ਦਾ ਕਹਿਣਾ ਹੈ – **ਮਦ੍-ਭਕ੍ਤਿ-ਪ੍ਰਭਾਵੇਨ ਸਰ੍ਵੇਂਦ੍ਰਿਯ-ਵਿਜਯਪੂਰ੍ਵਿਕਾ ਸ੍ਵਾਤ੍ਮਾ ਦ੍ਰਿਸ਼੍ਟਿਹ੍ ਸੁਲਭੇਤਿ ਭਾਵਹ੍** – ਇੰਦਰੀਆਂ ਨੂੰ ਸਿਰਫ ਕ੍ਰਿਸ਼ਨ ਦੀ ਭਗਤੀ ਦੀ ਤਾਕਤ ਨਾਲ ਹੀ ਕਾਬੂ ਕੀਤਾ ਜਾ ਸਕਦਾ ਹੈ। ਕਦੀ-ਕਦੀ ਅੱਗ ਦਾ ਉਦਾਹਰਣ ਵੀ ਦਿੱਤਾ ਜਾਂਦਾ ਹੈ – ਜਿਵੇਂ ਬਲਦੀ ਅੱਗ ਕਮਰੇ ਦੇ ਅੰਦਰ ਦੀਆਂ ਸਾਰੀਆਂ ਚੀਜ਼ਾਂ ਜਲਾ ਦਿੰਦੀ ਹੈ, ਉਸੇ ਤਰ੍ਹਾਂ ਯੋਗੀ ਦੇ ਹਿਰਦੇ ਵਿਚ ਸਥਿਤ ਭਗਵਾਨ

ਵਿਸ਼ਨੂੰ ਸਾਰੀਆਂ ਖੋਟਾਂ ਨੂੰ ਜਲਾ ਦਿੰਦੇ ਹਨ। ਯੋਗ ਸੂਤਰ ਵੀ ਵਿਸ਼ਨੂੰ ਦਾ ਧਿਆਨ ਜਰੂਰੀ ਦੱਸਦਾ ਹੈ, ਸ਼ੂਨਯ ਦਾ ਨਹੀਂ। ਅਖੌਤੀ ਯੋਗੀ ਜਿਹੜੇ ਵਿਸ਼ਨੂੰ ਪਦ ਨੂੰ ਛੱਡਕੇ ਹੋਰ ਕਿਸੇ ਚੀਜ਼ ਦਾ ਧਿਆਨ ਕਰਦੇ ਹਨ ਉਹ ਸਿਰਫ਼ ਮ੍ਰਿਗਤ੍ਰਿਸ਼ਨਾ ਦੀ ਭਾਲ ਵਿਚ ਬੇਕਾਰ ਆਪਣਾ ਸਮਾਂ ਗਵਾਉਂਦੇ ਹਨ। ਸਾਨੂੰ ਕ੍ਰਿਸ਼ਨ ਭਾਵਨਾ ਭਾਵਿਤ ਹੋਣਾ ਚਾਹੀਦਾ ਹੈ - ਭਗਵਾਨ ਪ੍ਰਤੀ ਸਮਰਪਿਤ ਹੋਣਾ ਚਾਹੀਦਾ ਹੈ ਯੋਗ ਦਾ ਅਸਲੀ ਮੰਤਵ ਹੀ ਇਹੋ ਹੈ।

ध्यायतो विषयान्पुंसः सङ्गस्तेषूपजायते।
सङ्गात्सञ्जायते कामः कामात्क्रोधोऽभिजायते॥६२॥

ਧ੍ਯਾਯਤੋ ਵਿਸ਼ਯਾਂ ਪੁੰਸਹ੍ ਸੰਗਸ੍ ਤੇਸ਼ੂਪਜਾਯਤੇ।
ਸੰਗਾਤ੍ ਸੰਜਾਯਤੇ ਕਾਮਹ੍ ਕਾਮਾਤ੍ ਕ੍ਰੋਧੋ ਅਭਿਜਾਯਤੇ ॥ 62 ॥

ਧ੍ਯਾਯਤਹ੍ - ਚਿੰਤਨ ਕਰਦੇ ਹੋਏ ; **ਵਿਸ਼ਯਾਨ੍** - ਇੰਦਰੀਆਂ ਦੇ ਵਿਸ਼ਿਆਂ ਨੂੰ ; **ਪੁੰਸਹ੍** - ਮਨੁੱਖ ਦੀ ; **ਸੰਗਹ੍** - ਆਸਕਤੀ (ਬੰਧਨ) ; **ਤੇਸ਼ੂ** - ਉਨ੍ਹਾਂ ਇੰਦਰੀਆਂ ਦੇ ਵਿਸ਼ਿਆਂ ਵਿਚ ; **ਉਪਜਾਯਤੇ** - ਵਿਕਸਿਤ ਹੁੰਦੀ ਹੈ ; **ਸੰਗਾਤ੍** - ਆਸਕਤੀ (ਬੰਧੇਜ) ਨਾਲ ; **ਸੰਜਾਯਤੇ** - ਵਿਕਸਿਤ ਹੁੰਦੀ ਹੈ; **ਕਾਮਹ੍** - ਇੱਛਾ ; **ਕਾਮਾਤ੍** - ਕਾਮ ਨਾਲ ; **ਕ੍ਰੋਧਹ੍** - ਗੁੱਸਾ ; **ਅਭਿਜਾਯਤੇ** - ਪ੍ਰਗਟ ਹੁੰਦਾ ਹੈ।

ਅਨੁਵਾਦ

ਇੰਦਰੀਆਂ ਦੇ ਵਿਸ਼ਿਆਂ ਦਾ ਚਿੰਤਨ ਕਰਦਿਆਂ ਮਨੁੱਖ ਦੀ ਉਨ੍ਹਾਂ ਵਿਚ ਆਸਕਤੀ (ਰੁਚੀ) ਪੈਦਾ ਹੋ ਜਾਂਦੀ ਹੈ ਅਤੇ ਅਜਿਹੀ ਆਸਕਤੀ ਨਾਲ ਕਾਮ ਪੈਦਾ ਹੁੰਦਾ ਹੈ ਅਤੇ ਫਿਰ ਕਾਮ ਨਾਲ ਕ੍ਰੋਧ ਪ੍ਰਗਟ ਹੁੰਦਾ ਹੈ।

ਭਾਵ

ਜਿਹੜਾ ਮਨੁੱਖ ਕ੍ਰਿਸ਼ਨ ਭਾਵਨਾ ਭਾਵਿਤ ਨਹੀਂ ਹੈ ਉਸ ਵਿਚ ਇੰਦਰੀਆਂ ਦੇ ਵਿਸ਼ਿਆਂ ਦੇ ਚਿੰਤਨ ਨਾਲ ਭੌਤਿਕ ਇੱਛਾਵਾਂ ਪੈਦਾ ਹੁੰਦੀਆਂ ਹਨ। ਇੰਦਰੀਆਂ ਨੂੰ ਕਿਸੇ ਨਾ ਕਿਸੇ ਕਾਰਜ ਵਿਚ ਲਗਿਆ ਰਹਿਣਾ ਚਾਹੀਦਾ ਹੈ ਅਤੇ ਉਹ ਭਗਵਾਨ ਦੀ ਅਲੌਕਿਕ ਪ੍ਰੇਮ ਭਗਤੀ ਵਿਚ ਨਹੀਂ ਲਗੀਆਂ ਰਹਿਣਗੀਆਂ ਤਾਂ ਨਿਸ਼ਚੈ ਹੀ ਭੌਤਿਕਤਾਵਾਦ ਵਿਚ ਲਗਣਾ ਚਾਹੁੰਣਗੀਆਂ। ਇਸ ਭੌਤਿਕ ਸੰਸਾਰ ਵਿਚ ਹਰ ਪ੍ਰਾਣੀ ਇੰਦਰੀਆਂ ਦੇ ਵਿਸ਼ਿਆਂ ਦੇ ਅਧੀਨ ਹੈ ਇਥੋਂ ਤਕ ਕਿ ਬ੍ਰਹਮਾ ਅਤੇ ਸ਼ਿਵ ਜੀ ਵੀ। ਤਾਂ ਸਵਰਗ ਦੇ ਹੋਰਨਾਂ ਦੇਵਤਿਆਂ ਬਾਰੇ ਕੀ ਕਿਹਾ ਜਾ ਸਕਦਾ ਹੈ! ਇਸ ਸੰਸਾਰ ਦੇ ਜੰਜਾਲ ਤੋਂ ਨਿਕਲਣ ਦਾ ਇੱਕੋ-ਇੱਕ ਉਪਾਅ ਹੈ, ਕ੍ਰਿਸ਼ਨ ਭਾਵਨਾ ਭਾਵਿਤ ਹੋਣਾ। ਸ਼ਿਵ ਧਿਆਨ ਮਗਨ ਸੀ, ਪਰ ਜਦੋਂ ਪਾਰਵਤੀ ਨੇ ਵਿਸ਼ੇ ਭੋਗ ਲਈ ਉਨ੍ਹਾਂ ਨੂੰ ਉਕਸਾਇਆ ਤਾਂ ਉਹ ਸਹਿਮਤ ਹੋ ਗਏ ਜਿਸਦੇ ਸਿੱਟੇ ਵਜੋਂ ਕਾਰਤਿਕੇਯ ਦਾ ਜਨਮ ਹੋਇਆ। ਇੰਝ ਹੀ ਨੌਜਵਾਨ ਭਗਵਤ ਭਗਤ ਹਰਿਦਾਸ ਠਾਕੁਰ ਨੂੰ ਮਾਇਆ ਦੇਵੀ ਦੇ ਅਵਤਾਰ ਨੇ ਮੋਹਿਤ ਕਰਨ ਦਾ ਯਤਨ ਕੀਤਾ, ਪਰ ਵਿਸ਼ੁੱਧ ਕ੍ਰਿਸ਼ਨ ਭਗਤੀ ਸਦਕਾ ਉਹ ਇਸ ਕਸਵੱਟੀ ਤੇ ਖਰ੍ਹੇ ਉਤਰੇ, ਜਿਵੇਂਕਿ

ਯਾਮੁਨਾਚਾਰੀਆ ਦੇ ਉਪਰਲੇ ਸ਼ਲੋਕ ਵਿਚ ਦੱਸਿਆ ਜਾ ਚੁੱਕਾ ਹੈ, ਭਗਵਾਨ ਦਾ ਪੱਕਾ ਭਗਤ ਭਗਵਾਨ ਦੀ ਸੰਗਤ ਦੇ ਅਧਿਆਤਮਕ ਸੁੱਖ ਦਾ ਸੁਆਦ ਲੈਣ ਕਾਰਨ ਸਾਰੇ ਭੌਤਿਕ ਇੰਦਰੀਆਂ ਦੇ ਸੁਖ ਨੂੰ ਤਿਆਗ ਦਿੰਦਾ ਹੈ। ਇਹੋ ਹੀ ਸਫਲਤਾ ਦਾ ਰਹੱਸ ਹੈ। ਇਸ ਲਈ ਜਿਹੜਾ ਕ੍ਰਿਸ਼ਨ ਭਾਵਨਾ ਭਾਵਿਤ ਨਹੀਂ ਹੈ, ਉਹ ਬਨਾਵਟੀ ਦਮਨ ਰਾਹੀਂ ਆਪਣੀਆਂ ਇੰਦਰੀਆਂ ਨੂੰ ਕਾਬੂ ਕਰਨ ਵਿਚ ਕਿੰਨਾ ਵੀ ਤਾਕਤਵਰ ਕਿਉਂ ਨਾ ਹੋਵੇ ਆਖ਼ਿਰ ਉਹ ਜਰੂਰ ਅਸਫਲ ਹੋਵੇਗਾ, ਕਿਉਂਕਿ ਵਿੱਸ਼ਿਆਂ ਦੇ ਸੁਖ ਦਾ ਰਤਾ ਕੁ ਵਿਚਾਰ ਵੀ ਉਸਨੂੰ ਇੰਦਰੀਆਂ ਦੀ ਤ੍ਰਿਪਤੀ ਲਈ ਉਕਸਾ ਦੇਵੇਗਾ।

क्रोधाद्भवति सम्मोहः सम्मोहात्स्मृतिविभ्रमः।
स्मृतिभ्रंशाद्बुद्धिनाशो बुद्धिनाशात्प्रणश्यति॥ ६३॥

ਕ੍ਰੋਧਾਦ੍ ਭਵਤਿ ਸਮ੍ਮੋਹਹ੍ ਸਮ੍ਮੋਹਾਤ੍ ਸਮ੍ਰਿਤਿ-ਵਿਭ੍ਰਮਹ੍ ।
ਸਮ੍ਰਿਤਿ-ਭ੍ਰਮਸ਼ਾਦ੍ ਬੁੱਧਿ-ਨਾਸ਼ੋ ਬੁੱਧਿ-ਨਾਸ਼ਾਤ੍ ਪ੍ਰਣਸ਼੍ਯਤਿ ॥ 63 ॥

ਕ੍ਰੋਧਾਤ੍ - ਗੁੱਸੇ ਤੋਂ ; **ਭਵਤਿ** - ਹੁੰਦਾ ਹੈ ; **ਸੰਮੋਹਹ੍** - ਪੂਰਾ ਮੋਹ ; **ਸੰਮੋਹਾਤ੍** - ਮੋਹ ਨਾਲ ; **ਸਮ੍ਰਿਤਿ** - ਯਾਦਾਸ਼ਤ ਸ਼ਕਤੀ ਦਾ ; **ਵਿਭ੍ਰਮਹ੍** - ਮੋਹ ; **ਸਮ੍ਰਿਤਿ-ਭ੍ਰਮਸ਼ਾਤ੍** - ਯਾਦਦਾਸ਼ਤ ਦੇ ਮੋਹ ਨਾਲ ; **ਬੁੱਧਿਨਾਸ਼ਹ੍** - ਬੁੱਧੀ ਦਾ ਵਿਨਾਸ਼ ; **ਬੁੱਧਿ-ਨਾਸ਼ਾਤ੍** - ਅਤੇ ਬੁੱਧੀ ਨਾਸ਼ ਨਾਲ ; **ਪ੍ਰਣਸ਼੍ਯਤਿ** - ਗਿਰਾਵਟ ਹੁੰਦੀ ਹੈ।

ਅਨੁਵਾਦ

ਗੁੱਸੇ ਨਾਲ ਪੂਰਾ ਮੋਹ ਪੈਦਾ ਹੁੰਦਾ ਹੈ ਅਤੇ ਮੋਹ ਨਾਲ ਯਾਦਾਸ਼ਤ ਸ਼ਕਤੀ ਵਿਚ ਭਰਮ ਪੈਦਾ ਹੋ ਜਾਂਦਾ ਹੈ, ਜਦੋਂ ਯਾਦਾਸ਼ਤ ਸ਼ਕਤੀ ਭਰਮ ਵਾਲੀ ਹੋ ਜਾਵੇ ਤਾਂ ਬੁੱਧੀ ਨਸ਼ਟ ਹੋ ਜਾਂਦੀ ਹੈ ਅਤੇ ਬੁੱਧੀ ਦੇ ਨਸ਼ਟ ਹੋਣ ਤੇ ਮਨੁੱਖ ਸੰਸਾਰੀ-ਖੂਹ ਵਿਚ ਫਿਰ ਡਿੱਗ ਪੈਂਦਾ ਹੈ।

ਭਾਵ

ਸ਼੍ਰੀਲ ਰੂਪ ਗੋਸਵਾਮੀ ਨੇ ਸਾਨੂੰ ਇਹ ਦਰਸ਼ਾਇਆ ਹੈ :

ਪ੍ਰਾਪੰਚਿਕਤਯਾ ਬੁਦ੍ਧ੍ਯਾ ਹਰਿਸੰਬੰਧਿਵਸ੍ਤੁਨਹ੍ ।
ਮੁਮੁਕ੍ਸ਼ੁਭਿਹ੍ ਪਰਿਤ੍ਯਾਗੋ ਵੈਰਾਗ੍ਯੰ ਫਲਗੁ ਕਥ੍ਯਤੇ ॥

(ਭਗਤੀ ਰਸਾਮ੍ਰਿਤ ਸਿੰਧੂ 1.2.258)

ਕ੍ਰਿਸ਼ਨ ਭਾਵਨਾ ਅੰਮ੍ਰਿਤ ਦੇ ਵਿਕਾਸ ਨਾਲ ਮਨੁੱਖ ਜਾਣ ਸਕਦਾ ਹੈ ਕਿ ਹਰ ਵਸਤੂ ਦਾ ਪ੍ਰਯੋਗ ਭਗਵਾਨ ਦੀ ਸੇਵਾ ਲਈ ਕੀਤਾ ਜਾ ਸਕਦਾ ਹੈ। ਜਿਹੜੇ ਕ੍ਰਿਸ਼ਨ ਭਾਵਨਾ ਅੰਮ੍ਰਿਤ ਗਿਆਨ ਤੋਂ ਸੱਖਣੇ ਹਨ, ਉਹ ਬਨਾਵਟੀ ਤਰੀਕੇ ਨਾਲ ਭੌਤਿਕ ਵਿੱਸ਼ਿਆਂ ਤੋਂ ਬਚਣ ਦਾ ਯਤਨ ਕਰਦੇ ਹਨ, ਸਿੱਟੇ ਵਜੋਂ ਉਹ ਸੰਸਾਰ ਬੰਧਨ ਤੋਂ ਮੁਕਤੀ (ਮੋਖ) ਦੀ ਇੱਛਾ ਕਰਦੇ ਹੋਏ ਵੀ ਵੈਰਾਗ ਦੀ ਉਚੇਰੀ ਅਵਸਥਾ ਨੂੰ ਪ੍ਰਾਪਤ ਨਹੀਂ ਕਰ ਸਕਦੇ। ਉਨ੍ਹਾਂ ਦਾ ਅਖੌਤੀ ਵੈਰਾਗ ਫਲਗੁ ਭਾਵ ਗੌਣ ਕਹਾਉਂਦਾ ਹੈ। ਇਸ ਤੋਂ ਉਲਟ ਕ੍ਰਿਸ਼ਨ ਭਾਵਨਾ ਭਾਵਿਤ ਮਨੁੱਖ ਜਾਣਦਾ ਹੈ ਕਿ ਹਰ ਵਸਤੂ ਦੀ ਵਰਤੋਂ

ਭਗਵਾਨ ਦੀ ਸੇਵਾ ਵਿਚ ਕਿੰਝ ਕੀਤੀ ਜਾਵੇ, ਇਸੇ ਕਾਰਨ ਉਹ ਭੌਤਿਕ ਚੇਤਨਾ ਦਾ ਸ਼ਿਕਾਰ ਨਹੀਂ ਹੁੰਦਾ। ਉਦਾਹਰਣ ਵਜੋਂ ਨਿਰਵਿਸ਼ੇਸ਼ਵਾਦੀ ਮੁਤਾਬਿਕ ਭਗਵਾਨ ਨਿਰਾਕਾਰ ਹੋਣ ਕਾਰਨ ਭੋਜਨ ਨਹੀਂ ਖਾ ਸਕਦੇ, ਇਸ ਲਈ ਉਹ ਚੰਗੀਆਂ ਖਾਣ ਵਾਲੀਆਂ ਚੀਜ਼ਾਂ ਤੋਂ ਬਚਦਾ ਰਹਿੰਦਾ ਹੈ ਪਰ ਭਗਤ ਜਾਣਦਾ ਹੈ ਕਿ ਕ੍ਰਿਸ਼ਨ ਪਰਮ ਭੋਗਤਾ ਹਨ ਅਤੇ ਭਗਤੀ ਨਾਲ ਉਨ੍ਹਾਂ ਨੂੰ ਜੋ ਵੀ ਭੇਂਟ ਕੀਤੀ ਜਾਂਦੀ ਹੈ ਉਸਨੂੰ ਉਹ ਸਵੀਕਾਰ ਕਰਦੇ ਹਨ। ਇਸ ਲਈ ਭਗਵਾਨ ਨੂੰ ਚੰਗਾ ਭੋਜਨ ਭੇਂਟ ਕਰਨ ਉਪਰੰਤ ਭਗਤ ਪ੍ਰਸਾਦਮ੍ ਗ੍ਰਹਿਣ ਕਰਦਾ ਹੈ। ਇੰਝ ਹਰ ਵਸਤੂ ਅਧਿਆਤਮਕ ਬਣ ਜਾਂਦੀ ਹੈ ਅਤੇ ਗਿਰਾਵਟ ਦਾ ਕੋਈ ਡਰ ਨਹੀਂ ਰਹਿੰਦਾ। ਭਗਤ ਕ੍ਰਿਸ਼ਨ ਭਾਵਨਾ ਅੰਮ੍ਰਿਤ ਵਿਚ ਰਹਿਕੇ ਪ੍ਰਸਾਦਮ੍ ਗ੍ਰਹਿਣ ਕਰਦਾ ਹੈ, ਜਦੋਂਕਿ ਅਭਗਤ ਇਸ ਦਾ ਪਦਾਰਥ ਦੇ ਰੂਪ ਵਿਚ ਨਿਰਾਦਰ ਕਰ ਦਿੰਦਾ ਹੈ। ਇਸ ਲਈ ਨਿਰਵਿਸ਼ੇਸ਼ਵਾਦੀ ਆਪਣੇ ਬਨਾਵਟੀ ਤਿਆਗ ਕਾਰਨ ਜੀਵਨ ਨੂੰ ਨਹੀਂ ਭੋਗ ਪਾਂਦਾ ਅਤੇ ਇਹੋ ਕਾਰਨ ਹੈ ਕਿ ਮਨ ਦੇ ਥੋੜ੍ਹੇ ਜਿਵੇ ਡਾਵਾਂ-ਡੋਲ ਹੋਣ ਨਾਲ ਉਹ ਸੰਸਾਰੀ ਖੂਹ ਵਿਚ ਫਿਰ ਆ ਡਿੱਗਦਾ ਹੈ। ਕਿਹਾ ਜਾਂਦਾ ਹੈ ਕਿ ਮੁਕਤੀ ਦੇ ਪੱਧਰ ਤਕ ਪਹੁੰਚ ਜਾਣ ਤੇ ਵੀ ਅਜਿਹਾ ਜੀਵ ਥੱਲੇ ਡਿੱਗ ਜਾਂਦਾ ਹੈ, ਕਿਉਂਕਿ ਉਸਨੂੰ ਭਗਤੀ ਦਾ ਕੋਈ ਸਹਾਰਾ ਨਹੀਂ ਮਿਲਦਾ।

रागद्वेषविमुक्तैस्तु विषयानिन्द्रियैश्चरन्।
आत्मवश्यैर्विधेयात्माप्रसादमधिगच्छति॥६४॥

ਰਾਗ-ਦ੍ਵੇਸ਼-ਵਿਮੁਕ੍ਤੈਸ੍ ਤੁ ਵਿਸ਼ਯਾਨ ਇੰਦ੍ਰਿਯੈਸ਼੍ ਚਰਨ੍।
ਆਤ੍ਮ-ਵਸ਼੍ਯੈਰ੍ ਵਿਧੇਯਾਤਮਾ ਪ੍ਰਸਾਦਮ੍ ਅਧਿਗਚ੍ਛਤਿ ॥ 64 ॥

ਰਾਗ – ਆਸਕਤੀ (ਬੱਝਣਾ) ; **ਦ੍ਵੇਸ਼** – ਅਤੇ ਵੈਰਾਗ ਨਾਲ ; **ਵਿਮੁਕ੍ਤੈਹ੍** – ਮੁਕਤ ਰਹਿਣ ਵਾਲੇ ਨਾਲ ; **ਤੁ** – ਪਰ ; **ਵਿਸ਼ਯਾਨ੍** – ਇੰਦਰੀਆਂ ਦੇ ਵਿਸ਼ਿਆਂ ਨੂੰ ; **ਇੰਦ੍ਰਿਯੈਹ੍** – ਇੰਦਰੀਆਂ ਰਾਹੀਂ ; **ਚਰਨ੍** – ਭੋਗਦਾ ਹੋਇਆ ; **ਆਤ੍ਮਵਸ਼੍ਯੈਹ੍** – ਆਪਣੇ ਕਾਬੂ ਵਿਚ ; **ਵਿਧੇਯ-ਆਤਮਾ** – ਨਿਯਮਿਤ ਅਜ਼ਾਦੀ ਦਾ ਪਾਲਣ ਕਰਨ ਵਾਲੇ ; **ਪ੍ਰਸਾਦਮ੍** – ਭਗਵਾਨ ਦੀ ਕ੍ਰਿਪਾ ਨੂੰ ; **ਅਧਿਗਚ੍ਛਤਿ** – ਪ੍ਰਾਪਤ ਕਰਦਾ ਹੈ।

ਅਨੁਵਾਦ

ਪਰ ਸਾਰੇ ਰਾਗ ਅਤੇ ਦਵੈਸ਼ਾਂ ਤੋਂ ਮੁਕਤ ਅਤੇ ਆਪਣੀਆਂ ਇੰਦਰੀਆਂ ਨੂੰ ਸੰਜਮ ਰਾਹੀਂ ਕਾਬੂ ਕਰਨ ਵਿਚ ਸਮਰਥ ਮਨੁੱਖ ਭਗਵਾਨ ਦੀ ਕਿਰਪਾ ਪ੍ਰਾਪਤ ਕਰ ਸਕਦਾ ਹੈ।

ਭਾਵ

ਇਹ ਪਹਿਲੋਂ ਹੀ ਦੱਸਿਆ ਜਾ ਚੁੱਕਾ ਹੈ ਕਿ ਬਨਾਵਟੀ ਤਰੀਕੇ ਰਾਹੀਂ ਇੰਦਰੀਆਂ ਨੂੰ ਬਾਹਰੀ ਰੂਪ ਨਾਲ ਕਾਬੂ ਕੀਤਾ ਜਾ ਸਕਦਾ ਹੈ ਪਰ ਜਦੋਂ ਤਕ ਇੰਦਰੀਆਂ ਨੂੰ ਭਗਵਾਨ ਦੀ ਅਲੌਕਿਕ ਸੇਵਾ ਵਿਚ ਨਹੀਂ ਲਗਾਇਆ ਜਾਂਦਾ ਉਦੋਂ ਤਕ ਥੱਲੇ ਡਿੱਗਣ ਦੀ ਸੰਭਾਵਨਾ ਬਣੀ ਰਹਿੰਦੀ ਹੈ। ਭਾਵੇਂ ਪੂਰੀ ਤਰ੍ਹਾਂ ਕ੍ਰਿਸ਼ਨ ਭਾਵਨਾ ਭਾਵਿਤ ਮਨੁੱਖ ਬਾਹਰੋਂ ਵਿਸ਼ਈ ਪੱਧਰ ਤੇ ਵਿਖਾਈ ਦੇਵੇ ਪਰ ਕ੍ਰਿਸ਼ਨ

ਭਾਵਨਾ ਭਾਵਿਤ ਹੋਣ ਕਾਰਨ ਉਹ ਵਿਸ਼ਈ-ਕਰਮਾਂ ਵਿਚ ਬੱਝਾ ਨਹੀਂ ਹੁੰਦਾ । ਉਸਦਾ ਇੱਕੋ-ਇੱਕ ਮੰਤਵ ਤਾਂ ਕ੍ਰਿਸ਼ਨ ਨੂੰ ਪ੍ਰਸੰਨ ਕਰਨਾ ਰਹਿੰਦਾ ਹੈ ਹੋਰ ਕੁਝ ਨਹੀਂ । ਇਸ ਲਈ ਉਹ ਸਾਰੀ ਆਸਕਤੀ ਅਤੇ ਵਿਰਕਤੀ ਲਈ ਮੁਕਤ ਹੁੰਦਾ ਹੈ ਕ੍ਰਿਸ਼ਨ ਦੀ ਮਰਜ਼ੀ ਹੋਣ ਤੇ ਭਗਤ ਆਮ ਤੌਰ ਤੇ ਅਣ-ਇੱਛਕ ਕਾਰਜ ਵੀ ਕਰ ਸਕਦਾ ਹੈ, ਪਰ ਜੇ ਕ੍ਰਿਸ਼ਨ ਦੀ ਮਰਜ਼ੀ ਨਹੀਂ ਹੈ ਤਾਂ ਉਹ ਉਸ ਕਾਰਜ ਨੂੰ ਵੀ ਨਹੀਂ ਕਰੇਗਾ ਜਿਸ ਨੂੰ ਉਹ ਸਧਾਰਣ ਰੂਪ ਵਿਚ ਉਹ ਆਪਣੇ ਲਈ ਕਰਦਾ ਹੋਵੇ। ਇਸ ਲਈ ਕੰਮ ਕਰਨਾ ਜਾਂ ਨਾ ਕਰਨਾ ਉਸਦੇ ਅਧੀਨ ਰਹਿੰਦਾ ਹੈ, ਕਿਉਂਕਿ ਉਹ ਸਿਰਫ ਕ੍ਰਿਸ਼ਨ ਦੇ ਹੁਕਮ ਮੁਤਾਬਿਕ ਹੀ ਕਾਰਜ ਕਰਦਾ ਹੈ । ਇਹੋ ਚੇਤਨਾ ਭਗਵਾਨ ਦੀ ਸੁਭਾਵਿਕ ਕਿਰਪਾ ਹੈ, ਜਿਸਦੀ ਪ੍ਰਾਪਤੀ ਭਗਤ ਨੂੰ ਇੰਦਰੀਆਂ ਵਿਚ ਆਸਕਤ (ਬੱਝੇ) ਹੁੰਦੇ ਹੋਏ ਵੀ ਹੋ ਸਕਦੀ ਹੈ ।

प्रसादे सर्वदुःखानां हानिरस्योपजायते।
प्रसन्नचेतसो ह्याशु बुद्धिः पर्यवतिष्ठते॥ ६५॥

ਪ੍ਰਸਾਦੇ ਸਰਵ-ਦੁਹਖਾਨਾਮ੍ ਹਾਨਿਰ 'ਸ੍ਯੋਪਜਾਯਤੇ ।
ਪ੍ਰਸੰਨ-ਚੇਤਸੋ ਹ੍ਯਾਸ਼ੁ ਬੁੱਧਿਹ੍ ਪਰ੍ਯਵਤਿਸ਼੍ਠਤੇ ॥ 65 ॥

ਪ੍ਰਸਾਦੇ - ਈਸ਼ਵਰ ਦੀ ਸੁਭਾਵਿਕ ਕਿਰਪਾ ਪ੍ਰਾਪਤ ਹੋਣ ਤੇ ; **ਸਰਵ** - ਸਾਰੇ ; **ਦੁਹਖਾਨਾਮ** - ਭੌਤਿਕ ਦੁੱਖਾਂ ਦਾ ; **ਹਾਨਿਹ੍** - ਨਾਸ਼ ; **ਅਸ੍ਯ** - ਉਸਦੇ ; **ਉਪਜਾਯਤੇ** - ਹੁੰਦਾ ਹੈ ; **ਪ੍ਰਸੰਨਚੇਤਸਹ**- ਪ੍ਰਸੰਨ ਚਿੱਤ ਵਾਲੇ ਦੀ ; **ਹਿ** - ਨਿਸ਼ਚੈ ਹੀ ; **ਆਸ਼ੁ** - ਤੁਰੰਤ ; **ਬੁੱਧਿਹ** - ਬੁੱਧੀ ; **ਪਰਿ**-ਕਾਫੀ; **ਅਵਤਿਸ਼ਠਤੇ** - ਸਥਿਰ ਹੋ ਜਾਂਦੀ ਹੈ ।

ਅਨੁਵਾਦ

ਇੰਝ (ਕ੍ਰਿਸ਼ਨ ਭਾਵਨਾ ਅੰਮ੍ਰਿਤ ਵਿੱਚ) ਸੰਤੁਸ਼ਟ ਮਨੁੱਖ ਲਈ ਸੰਸਾਰ ਦੇ ਤਿੰਨੋਂ ਤਾਪ ਖਤਮ ਹੋ ਜਾਂਦੇ ਹਨ ਅਤੇ ਅਜਿਹੀ ਸੰਤੁਸ਼ਟ ਚੇਤਨਾ ਹੋਣ ਤੇ ਉਸਦੀ ਬੁੱਧੀ ਜਲਦੀ ਹੀ ਸਥਿਰ ਹੋ ਜਾਂਦੀ ਹੈ ।

नास्ति बुद्धिरयुक्तस्य न चायुक्तस्य भावना।
न चाभावयतः शान्तिरशान्तस्य कुतः सुखम्॥ ६६॥

ਨਾਸ੍ਤਿ ਬੁੱਧਿਰ ਯੁਕ੍ਤਸ੍ਯ ਨ ਚਾਯੁਕ੍ਤਸ੍ਯ ਭਾਵਨਾ ।
ਨ ਚਾਭਾਵ੍ਯਤਹ੍ ਸ਼ਾਂਤਿਰ੍ ਅਸ਼ਾਂਤਸ੍ਯ ਕੁਤਹ੍ ਸੁਖਮ੍ ॥ 66 ॥

ਨ-ਅਸ੍ਤਿ - ਨਹੀਂ ਹੋ ਸਕਦੀ ; **ਬੁੱਧਿਹ੍** - ਅਲੌਕਿਕ ਬੁੱਧੀ ; **ਅਯੁਕ੍ਤਸ੍ਯ** - ਸੰਬੰਧਿਤ ਨ ਰਹਿਣ ਵਾਲੇ ਵਿਚ (ਕ੍ਰਿਸ਼ਨਭਾਵਨਾ ਨਾਲ) ; **ਨ** - ਨਹੀਂ ; **ਚ** - ਅਤੇ ; **ਅਯੁਕ੍ਤਸ੍ਯ** - ਕ੍ਰਿਸ਼ਨ ਭਾਵਨਾ ਤੋਂ ਸੱਖਣੇ ਮਨੁੱਖ ਦਾ ; **ਭਾਵਨਾ** - ਸਥਿਰ ਚਿੱਤ (ਸੁੱਖ ਵਿੱਚ) ; **ਨ** - ਨਹੀਂ ; **ਚ** - ਅਤੇ ; **ਅਭਾਵ੍ਯਤਹ੍** - ਜਿਹੜਾ ਸਥਿਰ ਨਹੀਂ ਹੈ ਉਸਦੇ ; **ਸ਼ਾਂਤਿਹ੍** - ਸ਼ਾਤੀ ; **ਅਸ਼ਾਂਤਸ੍ਯ** - ਅਸ਼ਾਂਤ ਦਾ ; **ਕੁਤਹ੍** - ਕਿੱਥੇ ਹੈ ; **ਸੁਖਮ੍** - ਸੁੱਖ ।

ਅਨੁਵਾਦ

ਜਿਹੜਾ ਪਰਮੇਸ਼ਵਰ (ਕ੍ਰਿਸ਼ਨ ਭਾਵਨਾ ਅੰਮ੍ਰਿਤ ਵਿੱਚ) ਨਾਲ ਸੰਬੰਧਿਤ ਨਹੀਂ ਹੈ ਉਸਦੀ ਨਾ ਬੁੱਧੀ ਅਲੌਕਿਕ ਹੁੰਦੀ ਹੈ ਅਤੇ ਨਾ ਹੀ ਮਨ ਸਥਿਰ ਹੁੰਦਾ ਹੈ। ਜਿਸ ਤੋਂ ਬਿਨ੍ਹਾਂ ਸ਼ਾਂਤੀ ਦੀ ਕੋਈ ਸੰਭਾਵਨਾ ਨਹੀਂ ਹੈ। ਸ਼ਾਂਤੀ ਤੋਂ ਬਿਨ੍ਹਾਂ ਸੁਖ ਹੋ ਵੀ ਕਿਵੇਂ ਸਕਦਾ ਹੈ ?

ਭਾਵ

ਕ੍ਰਿਸ਼ਨ ਭਾਵਨਾ ਭਾਵਿਤ ਹੋਏ ਬਿਨ੍ਹਾਂ ਸ਼ਾਂਤੀ ਦੀ ਕੋਈ ਸੰਭਾਵਨਾ ਨਹੀਂ ਹੋ ਸਕਦੀ, ਇਸ ਲਈ ਪੰਜਵੇਂ ਅਧਿਆਇ ਵਿਚ (5-29) ਇਸਦੀ ਪੁਸ਼ਟੀ ਕੀਤੀ ਗਈ ਹੈ ਕਿ ਜਦੋਂ ਮਨੁੱਖ ਇਹ ਸਮਝ ਲੈਂਦਾ ਹੈ ਕਿ ਕ੍ਰਿਸ਼ਨ ਹੀ ਸਾਰੇ ਯੱਗ ਅਤੇ ਤਪ ਦੇ ਉੱਤਮ ਫਲਾਂ ਦੇ ਭੋਗਤਾ ਹਨ ਅਤੇ ਸਾਰੇ ਬ੍ਰਹਿਮੰਡ ਦੇ ਸਵਾਮੀ ਹਨ ਅਤੇ ਉਹ ਸਾਰੇ ਜੀਵਾਂ ਦੇ ਅਸਲੀ ਮਿੱਤਰ ਹਨ ਤਾਂ ਹੀ ਉਸਨੂੰ ਅਸਲੀ ਸ਼ਾਂਤੀ ਮਿਲ ਸਕਦੀ ਹੈ। ਇਸ ਲਈ ਜੇ ਕੋਈ ਕ੍ਰਿਸ਼ਨ ਭਾਵਨਾ ਭਾਵਿਤ ਨਹੀਂ ਹੈ ਤਾਂ ਉਸਦੇ ਮਨ ਦਾ ਕੋਈ ਅੰਤਿਮ ਟਿਕਾਣਾ ਨਹੀਂ ਹੋ ਸਕਦਾ ਹੈ। ਮੰਨ ਦੀ ਚੰਚਲਤਾ, ਇੱਕੋ-ਇੱਕ ਕਾਰਨ ਅੰਤਿਮ ਟੀਚੇ ਦੀ ਘਾਟ ਹੈ। ਜਦੋਂ ਮਨੁੱਖ ਨੂੰ ਇਹ ਪਤਾ ਲਗ ਜਾਂਦਾ ਹੈ ਕਿ ਕ੍ਰਿਸ਼ਨ ਹੀ ਪਰਮ-ਭੋਗਤਾ, ਸਵਾਮੀ ਅਤੇ ਸਭਨਾਂ ਦੇ ਮਿੱਤਰ ਹਨ ਤਾਂ ਸਥਿਰ ਚਿੱਤ ਹੋ ਕੇ ਸ਼ਾਂਤੀ ਦਾ ਅਨੁਭਵ ਕੀਤਾ ਜਾ ਸਕਦਾ ਹੈ। ਇਸ ਲਈ ਜਿਹੜਾ ਕ੍ਰਿਸ਼ਨ ਨਾਲ ਸੰਬੰਧ ਨਾ ਰਖਕੇ, ਕਾਰਜਾਂ ਵਿਚ ਲਗਿਆ ਰਹਿੰਦਾ ਹੈ, ਉਹ ਨਿਸ਼ਚੈ ਹੀ ਹਮੇਸ਼ਾਂ ਦੁੱਖੀ ਅਤੇ ਅਸ਼ਾਂਤ ਰਹੇਗਾ ਭਾਵੇਂ ਉਹ ਜੀਵਨ ਵਿਚ ਸ਼ਾਂਤੀ ਅਤੇ ਅਧਿਆਤਮਕ ਉਨੱਤੀ ਦਾ ਕਿੰਨ੍ਹਾ ਵੀ ਵਿਖਾਵਾ ਕਿਉਂ ਨਾ ਕਰੇ। ਕ੍ਰਿਸ਼ਨ ਭਾਵਨਾ ਅੰਮ੍ਰਿਤ ਆਪ ਮੁਹਾਰੇ ਪ੍ਰਗਟ ਹੋਣ ਵਾਲੀ ਸ਼ਾਂਤੀ ਵਾਲੀ ਅਵਸਥਾ ਹੈ, ਜਿਸਦੀ ਪ੍ਰਾਪਤੀ ਕ੍ਰਿਸ਼ਨ ਦੇ ਸੰਬੰਧ ਨਾਲ ਹੋ ਸਕਦੀ ਹੈ।

इन्द्रियाणां हि चरतां यन्मनोऽनुविधीयते।
तदस्य हरति प्रज्ञां वायुर्नावमिवाम्भसि॥ ६७॥

ਇੰਦ੍ਰਿਯਾਣਾਂ ਹਿ ਚਰਤਾਮ੍ ਯਨ ਮਨੋ 'ਨੁਵਿਧੀਯਤੇ ।
ਤਦ੍ ਅਸ੍ਯ ਹਰਤਿ ਪ੍ਰਗ੍ਯਾਮ੍ ਵਾਯੁਰ੍ ਨਾਵਮ ਇਵਾਮ੍ਭਸਿ ॥ 67 ॥

ਇੰਦ੍ਰਿਯਾਣਾਮ੍ - ਇੰਦਰੀਆਂ ਦੇ ; ਹਿ - ਨਿਸ਼ਚੈ ਹੀ ; **ਚਰਤਾਮ੍** - ਵਿਚਰਦੇ ਹੋਏ ; **ਯਤ੍** - ਜਿਸਦੇ ਨਾਲ ; **ਮਨਹ੍** - ਮਨ ; **ਅਨੁਵਿਧੀਯਤੇ** - ਲਗਾਤਾਰ ਲਗਿਆ ਰਹਿੰਦਾ ਹੈ ; **ਤਤ੍** - ਉਹ; **ਅਸ੍ਯ** - ਇਸ ਦੀ ; **ਹਰਤਿ** - ਖਿੱਚ ਕੇ ਲੈ ਜਾਂਦੀ ਹੈ ; **ਪ੍ਰਗ੍ਯਾਮ੍** - ਬੁੱਧੀ ਨੂੰ ; **ਵਾਯੁਹ੍** - ਹਵਾ; **ਨਾਵਮ੍** - ਕਿਸ਼ਤੀ ਨੂੰ ; **ਇਵ** - ਜਿਵੇਂ ; **ਅੰਭਸਿ** - ਪਾਣੀ ਵਿੱਚ।

ਅਨੁਵਾਦ

ਜਿਵੇਂ ਪਾਣੀ ਵਿਚ ਤੈਰਦੀ ਕਿਸ਼ਤੀ ਨੂੰ ਤੇਜ ਹਵਾ ਦੂਰ ਬਹਾਕੇ ਲੈ ਜਾਂਦੀ ਹੈ, ਉਵੇਂ ਹੀ ਵਿਚਰਣਸ਼ੀਲ

ਇੰਦਰੀਆਂ ਵਿੱਚੋਂ ਕੋਈ ਇੱਕ ਜਿਸ ਨਾਲ ਮਨ ਲਗਾਤਾਰ ਲਗਿਆ ਰਹਿੰਦਾ ਹੈ, ਮਨੁੱਖ ਦੀ ਬੁੱਧੀ ਨੂੰ ਖਿੱਚਕੇ ਲੈ ਜਾਂਦੀ ਹੈ।

ਭਾਵ

ਜੇ ਸਾਰੀਆਂ ਇੰਦਰੀਆਂ ਭਗਵਾਨ ਦੀ ਸੇਵਾ ਵਿਚ ਲਗੀਆਂ ਰਹਿਣ, ਜੇ ਇਨ੍ਹਾਂ ਵਿੱਚੋਂ ਇਕ ਵੀ ਆਪਣੀ ਤ੍ਰਿਪਤੀ ਵਿਚ ਲਗੀ ਰਹਿੰਦੀ ਹੈ ਤਾਂ ਉਹ ਭਗਤ ਨੂੰ ਅਲੌਕਿਕ ਪ੍ਰਗਤੀ ਦੇ ਰਸਤੇ ਤੋਂ ਭਟਕਾ ਸਕਦੀ ਹੈ। ਜਿਵੇਂ ਕਿ ਮਹਾਰਾਜ ਅੰਬਰੀਸ਼ ਦੇ ਜੀਵਨ ਵਿਚ ਦੱਸਿਆ ਗਿਆ ਹੈ ਸਾਰੀਆਂ ਇੰਦਰੀਆਂ ਨੂੰ ਕ੍ਰਿਸ਼ਨ ਭਾਵਨਾ ਅੰਮ੍ਰਿਤ ਵਿਚ ਲਗਿਆ ਰਹਿਣਾ ਚਾਹੀਦਾ ਹੈ, ਕਿਉਂਕਿ ਮਨ ਨੂੰ ਕਾਬੂ ਕਰਨ ਦਾ ਇਹੋ ਸਹੀ ਤਰੀਕਾ ਹੈ।

तस्माद्यस्य महाबाहो निगृहीतानि सर्वशः।
इन्द्रियाणीन्द्रियार्थेभ्यस्तस्य प्रज्ञा प्रतिष्ठिता ॥ ६८ ॥

ਤਸਮਾਦ੍ ਯਸ੍ਯ ਮਹਾਬਾਹੋ ਨਿਗ੍ਰਹੀਤਾਨਿ ਸਰ੍ਵਸ਼ਹ੍।
ਇੰਦ੍ਰਯਾਣੀਂਦ੍ਰਯਾਰ੍ਥੇਭ੍ਯਸ੍ ਤਸ੍ਯ ਪ੍ਰਗ੍ਯਾ ਪ੍ਰਤਿਸ਼੍ਠਿਤਾ ॥ 68 ॥

ਤਸਮਾਤ੍ - ਇਸ ਲਈ ; **ਯਸ੍ਯ** - ਜਿਸ ਦੀ ; **ਮਹਾਬਾਹੋ** - ਹੇ ਜੋਰਾਵਰ ; **ਨਿਗ੍ਰਹੀਤਾਨਿ** - ਇੰਝ ਕਾਬੂ ਵਿਚ ; **ਸਰ੍ਵਸ਼ਹ੍** - ਸਭ ਤਰ੍ਹਾਂ ਨਾਲ ; **ਇੰਦ੍ਰਯਾਣਿ** - ਇੰਦਰੀਆਂ ; **ਇੰਦ੍ਰਿਯਅਰ੍ਥੇਭ੍ਯਹ** - ਇੰਦਰੀਆਂ ਦੇ ਵਿੱਸ਼ਿਆਂ ਤੋਂ ; **ਤਸ੍ਯ** - ਉਸਦੀ ; **ਪ੍ਰਗ੍ਯਾ** - ਬੁੱਧੀ ; **ਪ੍ਰਤਿਸ਼੍ਠਿਤਾ** - ਸਥਿਰ।

ਅਨੁਵਾਦ

ਇਸ ਲਈ ਹੇ ਮਹਾਬਾਹੂ (ਜੋਰਾਵਰ) ! ਜਿਸ ਮਨੁੱਖ ਦੀਆਂ ਇੰਦਰੀਆਂ ਆਪਣੇ-ਆਪਣੇ ਵਿਸ਼ਿਆਂ ਤੋਂ ਹਰ ਤਰ੍ਹਾਂ ਵਿਰਕਤ (ਉਦਾਸੀਨ)ਹੋ ਕੇ ਉਸਦੇ ਕਾਬੂ ਵਿਚ ਹਨ, ਉਸਦੀ ਬੁੱਧੀ ਯਕੀਨੀ ਤੌਰ ਤੇ ਸਥਿਰ ਹੈ।

ਭਾਵ

ਕ੍ਰਿਸ਼ਨ ਭਾਵਨਾ ਅੰਮ੍ਰਿਤ ਰਾਹੀਂ ਜਾਂ ਸਾਰੀਆਂ ਇੰਦਰੀਆਂ ਨੂੰ ਭਗਵਾਨ ਦੀ ਅਲੌਕਿਕ ਪ੍ਰੇਮ ਭਗਤੀ ਵਿਚ ਲਗਾਕੇ ਇੰਦਰੀਆਂ ਦੀ ਤ੍ਰਿਪਤੀ ਦੀ ਭੜਕਦੀਆਂ ਤਾਕਤਾਂ ਨੂੰ ਵੱਸ ਵਿਚ ਕੀਤਾ ਜਾ ਸਕਦਾ ਹੈ। ਜਿਵੇਂ ਦੁਸ਼ਮਣਾਂ ਨੂੰ ਵੱਡੀ ਫੌਜ ਰਾਹੀਂ ਵੱਸ ਵਿਚ ਕੀਤਾ ਜਾਂਦਾ ਹੈ, ਉਸੇ ਤਰ੍ਹਾਂ ਇੰਦਰੀਆਂ ਨੂੰ ਕਿਸੇ ਮਨੁੱਖੀ ਯਤਨ ਰਾਹੀਂ ਵੱਸ ਵਿਚ ਨਹੀਂ ਕੀਤਾ ਜਾ ਸਕਦਾ, ਸਗੋਂ ਉਨ੍ਹਾਂ ਨੂੰ ਭਗਵਾਨ ਦੀ ਸੇਵਾ ਵਿਚ ਲਗਾ ਕੇ ਵੱਸ ਵਿਚ ਕੀਤਾ ਜਾ ਸਕਦਾ ਹੈ। ਜਿਹੜਾ ਮਨੁੱਖ ਇਹ ਚਿੱਤ ਵਿਚ ਧਾਰ ਲੈਂਦਾ ਹੈ ਕਿ ਕ੍ਰਿਸ਼ਨ ਭਾਵਨਾ ਅੰਮ੍ਰਿਤ ਰਾਹੀਂ ਬੁੱਧੀ ਸਥਿਰ ਹੁੰਦੀ ਹੈ ਅਤੇ ਇਸ ਕਲਾ ਦਾ ਅਭਿਆਸ ਪ੍ਰਮਾਣਿਕ ਗੁਰੂ ਦੀ ਅਗਵਾਈ ਵਿਚ ਕਰਦਾ ਹੈ ਉਸ ਨੂੰ ਸਾਧਕ ਜਾਂ ਮੁਕਤੀ (ਮੋਖ) ਦਾ ਅਧਿਕਾਰੀ ਕਿਹਾ ਜਾ ਸਕਦਾ ਹੈ।

या निशा सर्वभूतानां तस्यां जागर्ति संयमी।
यस्यां जाग्रति भूतानि सा निशा पश्यतो मुनेः॥ ६९॥

ਯਾ ਨਿਸ਼ਾ ਸਰ੍ਵ-ਭੂਤਾਨਾਮ੍ ਤਸਯਾਮ੍ ਜਾਗਰ੍ਤਿ ਸੰਯਮੀ ।
ਯਸ੍ਯਾਮ੍ ਜਾਗ੍ਰਤਿ ਭੂਤਾਨਿ ਸਾ ਨਿਸ਼ਾ ਪਸ਼੍ਯਤੋ ਮੁਨੇਹ੍ ॥ 69 ॥

ਯਾ - ਜਿਹੜੀ ; ਨਿਸ਼ਾ - ਰਾਤ ਹੈ ; ਸਰ੍ਵ - ਸਾਰੇ ; ਭੂਤਾਨਾਮ੍ - ਜੀਵਾਂ ਦੀ ; ਤਸ੍ਯਾਮ੍ - ਉਸ ਵਿਚ ; ਜਾਗਰ੍ਤਿ - ਜਾਗਦਾ ਹੈ ; ਸੰਯਮੀ - ਆਤਮ ਸੰਜਮੀ ਮਨੁੱਖ ; ਯਸ੍ਯਾਮ੍ - ਜਿਸ ਵਿਚ ; ਜਾਗ੍ਰਤਿ - ਜਾਗਦੇ ਹਨ ; ਭੂਤਾਨਿ - ਸਾਰੇ ਮਨੁੱਖ ; ਸਾ - ਉਹ ; ਨਿਸ਼ਾ - ਰਾਤ ; ਪਸ਼੍ਯਤਹ੍ - ਆਤਮ ਨਿਰੀਖਣ ਕਰਨ ਵਾਲੇ ; ਮੁਨੇਹ੍ - ਮੁਨੀ ਲਈ ।

ਅਨੁਵਾਦ

ਜਿਹੜੀ ਸਾਰੇ ਜੀਵਾਂ ਲਈ ਰਾਤ ਹੈ, ਉਹ ਆਤਮ ਸੰਜਮੀ ਦੇ ਜਾਗਣ ਦਾ ਵੇਲਾ ਹੈ ਅਤੇ ਜਿਹੜਾ ਸਾਰੇ ਜੀਵਾਂ ਦੇ ਜਾਗਣ ਦਾ ਵੇਲਾ ਹੈ ਉਹ ਆਤਮ ਨਿਰੀਖਕ ਮੁਨੀ ਲਈ ਰਾਤ ਹੈ।

ਭਾਵ

ਬੁੱਧੀਮਾਨ ਮਨੁੱਖਾਂ ਦੀਆਂ ਦੋ ਸ਼੍ਰੇਣੀਆਂ ਹਨ । ਇੱਕ ਸ਼੍ਰੇਣੀ ਦੇ ਮਨੁੱਖ ਇੰਦਰੀਆਂ ਦੀ ਤ੍ਰਿਪਤੀ ਲਈ ਭੌਤਿਕ ਕਾਰਜ ਕਰਨ ਵਿਚ ਮਾਹਿਰ ਹੁੰਦੇ ਹਨ ਅਤੇ ਦੂਜੀ ਸ਼੍ਰੇਣੀ ਦੇ ਮਨੁੱਖ ਆਤਮ ਨਿਰੀਖਕ ਹਨ, ਜਿਹੜੇ ਆਤਮ-ਪ੍ਰਤੱਖੀਕਰਨ ਦੇ ਚਿੰਤਨ ਲਈ ਜਾਗਦੇ ਹਨ । ਵਿਚਾਰਵਾਨ ਮਨੁੱਖਾਂ ਜਾਂ ਆਤਮ-ਨਿਰੀਖਕ ਮੁਨੀ ਦੇ ਕਾਰਜ ਭੌਤਿਕਤਾ ਵਿਚ ਡੁੱਬੇ ਮਨੁੱਖਾਂ ਲਈ ਰਾਤ ਵਰਗੇ ਹਨ । ਭੌਤਿਕਤਾਵਾਦੀ ਮਨੁੱਖ ਅਜਿਹੀ ਰਾਤ ਵਿਚ ਬੇ-ਸਮਝੀ ਸਦਕਾ ਆਤਮ-ਪ੍ਰਤੱਖੀਕਰਨ ਪ੍ਰਤੀ ਸੁੱਤੇ ਰਹਿੰਦੇ ਹਨ । ਮੁਨੀ ਨੂੰ ਅਧਿਆਤਮਕ ਚਿੰਤਨ ਦੀ ਲਗਾਤਾਰ ਤਰੱਕੀ ਵਿਚ ਅਲੌਕਿਕ ਆਨੰਦ ਦਾ ਅਨੁਭਵ ਹੁੰਦਾ ਹੈ, ਪਰ ਭੌਤਿਕਤਾਵਾਦੀ ਕਾਰਜਾਂ ਵਿਚ ਲਗਿਆ ਮਨੁੱਖ, ਆਤਮ-ਪ੍ਰਤੱਖੀਕਰਨ ਪ੍ਰਤੀ ਸੁੱਤਾ ਰਹਿਕੇ ਅਨੇਕ ਤਰ੍ਹਾਂ ਦੇ ਇੰਦਰੀਆਂ ਦੇ ਸੁੱਖਾਂ ਦਾ ਸੁਪਨਾ ਵੇਖਦਾ ਹੈ ਅਤੇ ਉਸੇ ਸੁੱਤੀ ਅਵਸਥਾ ਵਿਚ ਕਦੀ ਸੁਖ ਤੇ ਕਦੀ ਦੁੱਖ ਦਾ ਅਨੁਭਵ ਕਰਦਾ ਹੈ । ਆਤਮ ਨਿਰੀਖਕ ਮਨੁੱਖ ਭੌਤਿਕ ਸੁੱਖ ਅਤੇ ਦੁੱਖ ਪ੍ਰਤੀ ਦੁਚਿੱਤੇ ਰਹਿੰਦਾ ਹੈ । ਉਹ ਭੌਤਿਕ ਔਕੜਾਂ ਤੋਂ ਡਾਵਾਂ-ਡੋਲ ਨਾ ਹੋ ਕੇ ਆਤਮ-ਪ੍ਰਤੱਖੀਕਰਨ ਦੇ ਕਾਰਜਾਂ ਵਿਚ ਲਗਿਆ ਰਹਿੰਦਾ ਹੈ ।

आपूर्यमाणमचलप्रतिष्ठं
समुद्रमापः प्रविशन्ति यद्वत्।
तद्वत्कामा यं प्रविशन्ति सर्वे
स शान्तिमाप्नोति न कामकामी॥ ७०॥

ਆਪੂਰ੍ਯਮਾਣਮ੍ 'ਚਲ-ਪ੍ਰਤਿਸ਼੍ਠਮ੍ ਸਮੁਦ੍ਰਮ੍ ਆਪਹ੍ ਪ੍ਰਵਿਸ਼ੰਤਿ ਯਦ੍ਵਤ੍ ।
ਤਦ੍ਵਤ੍ ਕਾਮਾ ਯਮ੍ ਪ੍ਰਵਿਸ਼ੰਤਿ ਸਰ੍ਵੇ ਸ ਸ਼ਾਂਤਿਮ ਅਪ੍ਨੋਤਿ ਨ ਕਾਮ-ਕਾਮੀ ॥ 70 ॥

ਆਪੂਰ੍ਯਮਾਣਮ੍ - ਨਿੱਤ ਪੂਰੇ ; **ਅਚਲ-ਪ੍ਰਤਿਸ਼੍ਠਮ੍** - ਪੱਕੇ ਤੌਰ ਤੇ ਸਥਿਤ ; **ਸਮੁਦ੍ਰਮ੍** - ਸਮੁੰਦਰ ਵਿਚ ; **ਆਪਹ੍** - ਨਦੀਆਂ ; **ਪ੍ਰਵਿਸ਼ੰਤਿ** - ਪ੍ਰਵੇਸ਼ ਕਰਦੀਆਂ ਹਨ ; **ਯਦ੍ਵਤ੍** - ਜਿਵੇਂ; **ਤਦ੍ਵਤ੍** - ਉਸੇ ਤਰ੍ਹਾਂ ; **ਕਾਮਾਹ੍** - ਇੱਛਾਵਾਂ ; **ਯਮ੍** - ਜਿਸ ਵਿਚ ; **ਪ੍ਰਵਿਸ਼ੰਤਿ** - ਪ੍ਰਵੇਸ਼ ਕਰਦੀਆਂ ਹਨ ; **ਸਰ੍ਵੇ** - ਸਾਰੇ ; **ਸਹ੍** - ਉਹ ਮਨੁੱਖ ; **ਸ਼ਾਂਤਿਮ੍** - ਸ਼ਾਂਤੀ ; **ਆਪ੍ਨੋਤਿ** - ਪ੍ਰਾਪਤ ਕਰਦਾ ਹੈ ; **ਨ** - ਨਹੀਂ ; **ਕਾਮ-ਕਾਮੀ** - ਇੱਛਾਵਾਂ ਨੂੰ ਪੂਰਾ ਕਰਨ ਦਾ ਇੱਛੁਕ ।

ਅਨੁਵਾਦ

ਜਿਹੜਾ ਮਨੁੱਖ ਸਮੁੰਦਰ ਵਿਚ ਲਗਾਤਾਰ ਪ੍ਰਵੇਸ਼ ਕਰਦੀਆਂ ਨਦੀਆਂ ਵਾਂਗ ਇੱਛਾਵਾਂ ਦੇ ਲਗਾਤਾਰ ਵਹਾਓ ਨਾਲ ਵਿਚਲਿਤ ਨਹੀਂ ਹੁੰਦਾ ਅਤੇ ਜਿਹੜਾ ਹਮੇਸ਼ਾਂ ਸਥਿਰ ਰਹਿੰਦਾ ਹੈ, ਉਹ ਸ਼ਾਂਤੀ ਪ੍ਰਾਪਤ ਕਰ ਸਕਦਾ ਹੈ, ਉਹ ਨਹੀਂ ਜਿਹੜਾ ਅਜਿਹੀਆਂ ਇੱਛਾਵਾਂ ਨੂੰ ਸੰਤੁਸ਼ਟ ਕਰਨ ਦੀ ਕੋਸ਼ਿਸ਼ ਕਰਦਾ ਹੋਵੇ ।

ਭਾਵ

ਭਾਵੇਂ ਵੱਡੇ ਸਾਗਰ ਵਿਚ ਹਮੇਸ਼ਾਂ ਪਾਣੀ ਰਹਿੰਦਾ ਹੈ ਪਰ, ਵਰਖਾ ਰੁੱਤ ਵਿਚ ਖਾਸ ਤੌਰ ਤੇ ਇਹ ਹੋਰ ਵਧੇਰੇ ਪਾਣੀ ਨਾਲ ਭਰ ਜਾਂਦਾ ਹੈ ਤਾਂ ਵੀ ਸਾਗਰ ਉਥੇ ਹੀ ਸਥਿਰ ਰਹਿੰਦਾ ਹੈ ਨਾ ਤਾਂ ਉਹ ਬੇ-ਚੈਨ ਹੁੰਦਾ ਹੈ ਅਤੇ ਨਾ ਹੀ ਕਿਨਾਰਿਆਂ ਦੀਆਂ ਸੀਮਾਵਾਂ ਦਾ ਉਲੰਘਣ ਕਰਦਾ ਹੈ । ਇਹੋ ਸਥਿਤੀ ਕ੍ਰਿਸ਼ਨ ਭਾਵਨਾ ਭਾਵਿਤ ਮਨੁੱਖ ਦੀ ਹੈ । ਜਦੋਂ ਤਕ ਮਨੁੱਖੀ ਸ਼ਰੀਰ ਹੈ, ਉਦੋਂ ਤਕ ਇੰਦਰੀਆਂ ਦੀ ਤ੍ਰਿਪਤੀ ਲਈ ਸ਼ਰੀਰ ਦੀ ਮੰਗ ਬਣੀ ਰਹੇਗੀ । ਪਰ ਭਗਤ ਆਪਣੀ ਪੂਰਣਤਾ ਕਾਰਨ ਅਜਿਹੀਆਂ ਇੱਛਾਵਾਂ ਤੋਂ ਡਾਵਾਂ-ਡੋਲ ਨਹੀਂ ਹੁੰਦਾ । ਕ੍ਰਿਸ਼ਨ ਭਾਵਨਾਭਾਵਿਤ ਮਨੁੱਖ ਨੂੰ ਕਿਸੇ ਚੀਜ਼ ਦੀ ਲੋੜ ਨਹੀਂ ਹੁੰਦੀ, ਕਿਉਂਕਿ ਭਗਵਾਨ ਉਸਦੀਆਂ ਸਾਰੀਆਂ ਲੋੜਾਂ ਨੂੰ ਪੂਰਾ ਕਰਦੇ ਰਹਿੰਦੇ ਹਨ । ਇਸ ਲਈ ਉਹ ਸਾਗਰ ਵਰਗਾ ਹੁੰਦਾ ਹੈ - ਆਪਣੇ ਆਪ ਵਿਚ ਪੂਰਨ । ਸਾਗਰ ਵਿਚ ਡਿੱਗਣ ਵਾਲੀਆਂ ਨਦੀਆਂ ਵਾਂਗ ਇੱਛਾਵਾਂ ਉਸ ਕੋਲ ਆ ਸਕਦੀਆਂ ਹਨ, ਪਰ ਉਹ ਆਪਣੇ ਕਾਰਜ ਵਿਚ ਸਥਿਰ ਰਹਿੰਦਾ ਹੈ ਅਤੇ ਇੰਦਰੀਆਂ ਦੀ ਤ੍ਰਿਪਤੀ ਦੀ ਇੱਛਾ ਨਾਲ ਰਤਾ ਭਰ ਵੀ ਡਾਵਾਂ-ਡੋਲ ਨਹੀਂ ਹੁੰਦਾ । ਕ੍ਰਿਸ਼ਨ ਭਾਵਨਾ ਭਾਵਿਤ ਮਨੁੱਖ ਦਾ ਇਹੋ ਸਬੂਤ ਹੈ - ਇੱਛਾਵਾਂ ਦੇ ਹੁੰਦਿਆਂ ਵੀ ਉਹ ਕਦੀ ਇੰਦਰੀਆਂ ਦੀ ਤ੍ਰਿਪਤੀ ਵੱਲ ਨਹੀਂ ਜਾਂਦਾ । ਕਿਉਂਕਿ ਉਹ ਈਸ਼ਵਰ ਦੀ ਅਲੌਕਿਕ ਪ੍ਰੇਮ ਭਗਤੀ ਵਿਚ ਸੰਤੁਸ਼ਟ ਰਹਿੰਦਾ ਹੈ, ਇਸ ਲਈ ਉਹ ਸਮੁੰਦਰ ਵਾਂਗ ਸਥਿਰ ਰਹਿਕੇ ਪੂਰਨ ਸ਼ਾਂਤੀ ਦਾ ਆਨੰਦ ਮਾਣ ਸਕਦਾ ਹੈ । ਪਰ ਦੂਜੇ ਲੋਕ ਜਿਹੜੇ ਮੁਕਤੀ ਪ੍ਰਾਪਤ ਕਰਨ ਤਕ ਇੱਛਾਵਾਂ ਦੀ ਪੂਰਤੀ ਕਰਨਾ ਚਾਹੁੰਦੇ ਹਨ, ਉਨ੍ਹਾਂ ਨੂੰ ਕਦੀ ਸ਼ਾਂਤੀ ਨਹੀ ਮਿਲਦੀ । ਕਰਮੀ, ਮੁਮੁਕਸ਼ੂ (ਮੁਕਤੀ ਦਿਵਾਣ ਵਾਲਾ) ਅਤੇ ਯੋਗੀ - ਇਹ ਸਾਰੇ ਸਿੱਧੀ ਚਾਹੁੰਦੇ ਹਨ, ਇਸ ਲਈ

ਸਾਰੇ ਅਧੂਰੀਆਂ ਇੱਛਾਵਾਂ ਕਾਰਨ ਦੁੱਖੀ ਰਹਿੰਦੇ ਹਨ। ਪਰ ਕ੍ਰਿਸ਼ਨ ਭਾਵਨਾ ਭਾਵਿਤ ਮਨੁੱਖ ਭਗਵਾਨ ਦੀ ਸੇਵਾ ਵਿਚ ਸੁਖੀ ਰਹਿੰਦਾ ਹੈ ਅਤੇ ਉਸਦੀ ਕੋਈ ਇੱਛਾ ਨਹੀਂ ਹੁੰਦੀ ਅਸਲ ਵਿਚ ਉਹ ਅਖੌਤੀ ਸੰਸਾਰ ਬੰਧਨ ਤੋਂ ਮੁਕਤੀ (ਮੋਖ) ਦੀ ਵੀ ਇੱਛਾ ਨਹੀਂ ਕਰਦਾ। ਕ੍ਰਿਸ਼ਨ ਦੇ ਭਗਤਾਂ ਦੀ ਕੋਈ ਭੌਤਿਕ ਇੱਛਾ ਨਹੀਂ ਰਹਿੰਦੀ। ਇਸ ਲਈ ਉਹ ਪੂਰੀ ਤਰ੍ਹਾਂ ਸ਼ਾਂਤ ਰਹਿੰਦੇ ਹਨ।

विहाय कामान्यः सर्वान्पुमांश्चरति निःस्पृहः।
निर्ममो निरहङ्कारः स शान्तिमधिगच्छति॥ ७१॥

ਵਿਹਾਯ ਕਾਮਾਨ੍ ਯਹ੍ ਸਰ੍ਵਾਨ੍ ਪੁਮਾਂਸ਼੍ ਚਰਤਿ ਨਿਹਸਪ੍ਰਿਹ।
ਨਿਰ੍ਮਮੋ ਨਿਰਹੰਕਾਰਹ੍ ਸ ਸ਼ਾਂਤਿਮ ਅਧਿਗਚ੍ਛਤਿ ॥ 71 ॥

ਵਿਹਾਯ - ਛੱਡਕੇ ; **ਕਾਮਾਨ੍** - ਇੰਦਰੀਆਂ ਦੀ ਤ੍ਰਿਪਤੀ ਦੀਆਂ ਭੌਤਿਕ ਇੱਛਾਵਾਂ ; **ਯਹ੍** - ਜਿਹੜਾ ; **ਸਰ੍ਵਾਨ** - ਸਾਰੇ ; **ਪੁਮਾਨ੍** - ਮਨੁੱਖ ; **ਚਰਤਿ** - ਰਹਿੰਦਾ ਹੈ ; **ਨਿਸਪ੍ਰਿਹ** - ਇੱਛਾ ਰਹਿਤ ; **ਨਿਰਮਮਹ** - ਮਾਲਕੀਅਤ ਦੀ ਇੱਛਾ ਤੋਂ ਰਹਿਤ ; **ਨਿਰਹੰਕਾਰ** - ਹਉਮੈ ਤੋਂ ਰਹਿਤ; **ਸਹ੍** - ਉਹ ; **ਸ਼ਾਂਤਿਮ੍** - ਪੂਰਣ ਸ਼ਾਂਤੀ ਨੂੰ ; **ਅਧਿਗਚ੍ਛਤਿ** - ਪ੍ਰਾਪਤ ਕਰਦਾ ਹੈ।

ਅਨੁਵਾਦ

ਜਿਸ ਮਨੁੱਖ ਨੇ ਇੰਦਰੀਆਂ ਦੀ ਤ੍ਰਿਪਤੀ ਦੀਆਂ ਸਾਰੀਆਂ ਇੱਛਾਵਾਂ ਦਾ ਤਿਆਗ ਕਰ ਦਿੱਤਾ, ਜਿਹੜਾ ਇੱਛਾਵਾਂ ਤੋਂ ਰਹਿਤ ਹੈ ਅਤੇ ਜਿਸਨੇ ਮਾਲਕੀਅਤ ਦੀ ਸਾਰੀ ਇੱਛਾ ਤਿਆਗ ਦਿੱਤੀ ਅਤੇ ਝੂਠੀ ਹਉਮੈ ਤੋਂ ਰਹਿਤ ਹੈ, ਉਹ ਮਨੁੱਖ ਅਸਲੀ ਸ਼ਾਂਤੀ ਪ੍ਰਾਪਤ ਕਰ ਸਕਦਾ ਹੈ।

ਭਾਵ

ਨਿਸਪ੍ਰਿਹ (ਇੱਛਾ ਰਹਿਤ) ਹੋਣ ਦਾ ਅਰਥ ਹੈ ਇੰਦਰੀਆਂ ਦੀ ਤ੍ਰਿਪਤੀ ਲਈ ਕੁਝ ਵੀ ਇੱਛਾ ਨਾ ਕਰਨਾ। ਦੂਜੇ ਸ਼ਬਦਾਂ ਵਿਚ, ਕ੍ਰਿਸ਼ਨ ਭਾਵਨਾ ਭਾਵਿਤ ਹੋਣ ਦੀ ਇੱਛਾ ਅਸਲ ਵਿਚ ਇੱਛਾਵਾਂ ਦਾ ਖ਼ਾਤਮਾ ਹੈ ਜਾਂ ਨਿਸਪ੍ਰਿਹਤਾ (ਇੱਛਾ ਰਹਿਤ ਹੋਣਾ)ਹੈ। ਇਸ ਸ਼ਰੀਰ ਨੂੰ ਝੂਠੇ (ਮਿਥਿਆ) ਹੀ ਆਤਮਾ ਮੰਨੇ ਬਿਨ੍ਹਾਂ ਅਤੇ ਸੰਸਾਰ ਦੀ ਕਿਸੇ ਵਸਤੂ ਵਿਚ ਕਲਪਿਤ ਮਾਲਕੀਅਤ ਰੱਖੇ ਬਿਨ੍ਹਾਂ ਸ਼੍ਰੀਕ੍ਰਿਸ਼ਨ ਦੇ ਨਿੱਤ ਦਾਸ ਦੇ ਰੂਪ ਵਿਚ ਆਪਣੀ ਅਸਲੀ ਸਥਿਤੀ ਨੂੰ ਸਮਝ ਲੈਣਾ ਹੀ ਕ੍ਰਿਸ਼ਨ ਭਾਵਨਾ ਅੰਮ੍ਰਿਤ ਦੀ ਸਿੱਧ ਅਵਸਥਾ ਹੈ। ਜਿਹੜਾ ਇਸ ਸਿੱਧ ਅਵਸਥਾ ਵਿਚ ਸਥਿਤ ਹੈ ਉਹ ਜਾਣਦਾ ਹੈ ਕਿ ਕ੍ਰਿਸ਼ਨ ਹੀ ਹਰ ਚੀਜ਼ ਦੇ ਮਾਲਕ ਹਨ, ਇਸ ਲਈ ਹਰੇਕ ਚੀਜ਼ ਦੀ ਵਰਤੋਂ ਉਨ੍ਹਾਂ ਦੀ ਸੰਤੁਸ਼ਟੀ ਲਈ ਕੀਤੀ ਜਾਣੀ ਬਣਦੀ ਹੈ , ਅਰਜੁਨ ਆਤਮ ਸੰਤੁਸ਼ਟੀ ਲਈ ਜੰਗ ਨਹੀਂ ਕਰਨਾ ਚਾਹੁੰਦਾ ਸੀ, ਪਰ ਜਦੋਂ ਉਹ ਪੂਰੀ ਤਰ੍ਹਾਂ ਨਾਲ ਕ੍ਰਿਸ਼ਨ ਭਾਵਨਾ ਭਾਵਿਤ ਹੋ ਗਿਆ ਤਾਂ ਉਸਨੇ ਜੰਗ ਕੀਤੀ, ਕਿਉਂਕਿ ਕ੍ਰਿਸ਼ਨ ਚਾਹੁੰਦੇ ਸਨ ਕਿ ਉਹ ਜੰਗ ਕਰੇ। ਉਸ ਨੂੰ ਆਪਣੇ ਲਈ ਜੰਗ ਕਰਨ ਦੀ ਕੋਈ ਇੱਛਾ ਨਹੀਂ ਸੀ, ਪਰ ਉਹੀ ਅਰਜੁਨ ਕ੍ਰਿਸ਼ਨ ਲਈ ਆਪਣੀ ਪੂਰੀ ਸ਼ਕਤੀ ਨਾਲ ਲੜਿਆ। ਅਸਲੀ ਇੱਛਾਵਾਂ ਦਾ ਖ਼ਾਤਮਾ ਕ੍ਰਿਸ਼ਨ ਦੀ ਸੰਤੁਸ਼ਟੀ ਲਈ ਇੱਛਾ ਹੈ, ਇਹ ਇੱਛਾਵਾਂ ਨੂੰ ਨਸ਼ਟ

ਕਰਨ ਦਾ ਕੋਈ ਬਣਾਵਟੀ ਯਤਨ ਨਹੀਂ ਹੈ। ਜੀਵ ਕਦੀ ਵੀ ਇੱਛਾ ਰਹਿਤ ਜਾਂ ਇੰਦ੍ਰਿਯ ਰਹਿਤ ਨਹੀਂ ਹੋ ਸਕਦਾ ਪਰ ਉਸਨੂੰ ਆਪਣੀ ਇੱਛਾਵਾਂ ਦੇ ਗੁਣਾਂ ਦੀ ਜਾਂਚ ਬਦਲਣੀ ਹੁੰਦੀ ਹੈ ਭੌਤਿਕ ਦ੍ਰਿਸ਼ਟੀ ਨਾਲ ਇੱਛਾ ਰਹਿਤ ਮਨੁੱਖ ਜਾਣਦਾ ਹੈ ਕਿ ਹਰ ਚੀਜ਼ ਕ੍ਰਿਸ਼ਨ ਦੀ ਹੈ।(**ਈਸ਼ਾਵਾਸ੍ਯਮਿਦਮ੍ ਸਰ੍ਵਮ੍**), ਇਸ ਲਈ ਉਹ ਕਿਸੇ ਚੀਜ ਤੇ ਆਪਣੀ ਮਾਲਕੀਅਤ ਨਹੀਂ ਜਤਾਉਂਦਾ। ਇਹ ਅਲੌਕਿਕ ਗਿਆਨ ਆਤਮ-ਪ੍ਰਤੱਖੀਕਰਨ ਤੇ ਅਧਾਰਿਤ ਹੈ, ਭਾਵ ਇਸ ਗਿਆਨ ਤੇ ਕਿ ਹਰ ਜੀਵ ਕ੍ਰਿਸ਼ਨ ਦਾ ਅਧਿਆਤਮਕ ਅੰਸ਼ ਸਰੂਪ ਹੈ ਅਤੇ ਜੀਵ ਦੀ ਸ਼ਾਸਵਤ (ਅਨੰਤ) ਸਥਿਤੀ ਕਦੀ ਨਾ ਤਾਂ ਕ੍ਰਿਸ਼ਨ ਦੇ ਬਰਾਬਰ ਹੁੰਦੀ ਹੈ ਨਾ ਉਨ੍ਹਾਂ ਤੋਂ ਵੱਧਕੇ। ਇੰਝ ਕ੍ਰਿਸ਼ਨ ਭਾਵਨਾ ਅੰਮ੍ਰਿਤ ਦਾ ਗਿਆਨ ਹੀ ਅਸਲੀ ਸ਼ਾਂਤੀ ਦਾ ਮੂਲ ਸਿੱਧਾਂਤ ਹੈ।

एषा ब्राह्मी स्थितिः पार्थ नैनां प्राप्य विमुह्यति।
स्थित्वास्यामन्तकालेऽपि ब्रह्मनिर्वाणमृच्छति॥७२॥

ਏਸ਼ਾ ਬ੍ਰਾਹ੍ਮੀ ਸ੍ਥਿਤਿਹ੍ ਪਾਰ੍ਥ ਨੈਨਾਮ੍ ਪ੍ਰਾਪ੍ਯ ਵਿਮੁਹ੍ਯਤਿ।
ਸ੍ਥਿਤ੍ਵਾਸ੍ਯਾਮ ਅੰਤਕਾਲੇ ਅਪਿ ਬ੍ਰਹਮ-ਨਿਰ੍ਵਾਣਮ ਮ੍ਰਿਚ੍ਛਤਿ ॥ 72 ॥

ਏਸ਼ਾ - ਇਹ ; **ਬ੍ਰਾਹ੍ਮੀ** - ਅਧਿਆਤਮਕ ; **ਸਥਿਤਿਹ** - ਸਥਿਤੀ ; **ਪਾਰਥ** - ਹੇ ਪ੍ਰਿਥਾ ਪੁੱਤਰ; **ਨ** - ਕਦੀ ਨਹੀਂ ; **ਏਨਾਮ੍** - ਇਸ ਨੂੰ ; **ਪ੍ਰਾਪ੍ਯ** - ਪ੍ਰਾਪਤ ਕਰਕੇ ; **ਵਿਮੁਹਯਤਿ** - ਮੋਹਿਤ ਹੁੰਦਾ ਹੈ ; **ਸਥਿਤਵਾ** - ਸਥਿਤ ਹੋ ਕੇ ; **ਅਸ੍ਯਾਮ੍** - ਇਸ ਵਿਚ ; **ਅੰਤਕਾਲੇ** - ਜੀਵਨ ਦੇ ਅੰਤਿਮ ਵੇਲੇ ; **ਅਪਿ** - ਵੀ ; **ਬ੍ਰਹਮਨਿਰਵਾਨਮ** - ਭਗਵਤ ਧਾਮ ਨੂੰ ; **ਰਿਚਛਤਿ** - ਪ੍ਰਾਪਤ ਹੁੰਦਾ ਹੈ।

ਅਨੁਵਾਦ

ਇਹ ਅਧਿਆਤਮਕ ਅਤੇ ਦੈਵੀ ਜੀਵਨ ਦਾ ਰਸਤਾ ਹੈ, ਜਿਸਨੂੰ ਪ੍ਰਾਪਤ ਕਰਕੇ ਮਨੁੱਖ ਮੋਹਿਤ ਨਹੀਂ ਹੁੰਦਾ ਜੇ ਕੋਈ ਜੀਵਨ ਦੇ ਅੰਤਿਮ ਵੇਲੇ ਵੀ ਇੰਝ ਸਥਿਤ ਹੋਵੇ ਤਾਂ ਉਹ ਭਗਵਤ ਧਾਮ ਵਿਚ ਪ੍ਰਵੇਸ਼ ਕਰ ਸਕਦਾ ਹੈ।

ਭਾਵ

ਮਨੁੱਖ ਕ੍ਰਿਸ਼ਨ ਭਾਵਨਾ ਅੰਮ੍ਰਿਤ ਜਾਂ ਦੈਵੀ ਜੀਵਨ ਨੂੰ ਇਕ ਪਲ ਵਿਚ ਵੀ ਪ੍ਰਾਪਤ ਕਰ ਸਕਦਾ ਹੈ ਅਤੇ ਹੋ ਸਕਦਾ ਹੈ ਕਿ ਉਸ ਨੂੰ ਲੱਖਾਂ ਜਨਮਾਂ ਬਾਅਦ ਵੀ ਨਾ ਮਿਲੇ, ਇਹ ਤਾਂ ਸਤਿ ਨੂੰ ਸਮਝਣ ਅਤੇ ਮੰਨਣ ਦੀ ਗੱਲ ਹੈ। ਖਟ੍ਵਾਂਗ ਮਹਾਰਾਜ ਨੇ ਆਪਣੀ ਮੌਤ ਤੋਂ ਕੁਝ ਮਿੰਟ ਪਹਿਲਾਂ ਕ੍ਰਿਸ਼ਨ ਦੀ ਸ਼ਰਣੀ ਆ ਕੇ ਅਜਿਹੀ ਜੀਵਨ ਅਵਸਥਾ ਪ੍ਰਾਪਤ ਕੀਤੀ। ਨਿਰਵਾਣ ਦਾ ਅਰਥ ਹੈ; ਭੌਤਿਕਤਾਵਾਦੀ ਜੀਵਨ ਸ਼ੈਲੀ ਦਾ ਅੰਤ। ਬੋਧ ਦਰਸ਼ਨ ਮੁਤਾਬਿਕ ਇਸ ਭੌਤਿਕ ਜੀਵਨ ਦੇ ਪੂਰੇ ਹੋਣ ਤੇ ਸਿਰਫ ਸ਼ੂਨਯ ਬਾਕੀ ਰਹਿੰਦਾ ਹੈ, ਪਰ ਭਗਵਤ ਗੀਤਾ ਦੀ ਸਿੱਖਿਆ ਇਸ ਤੋਂ ਵੱਖਰੀ ਹੈ।

ਅਸਲੀ ਜੀਵਨ ਦੀ ਸ਼ੁਰੂਆਤ ਇਸ ਭੌਤਿਕ ਜੀਵਨ ਦੇ ਪੂਰੇ ਹੋਣ ਤੇ ਹੁੰਦੀ ਹੈ, ਸਥੂਲ ਭੌਤਿਕਤਾਵਾਦੀ ਲਈ ਇਹ ਜਾਣਨਾ ਕਾਫੀ ਹੋਵੇਗਾ ਕਿ ਇਸ ਭੌਤਿਕ ਜੀਵਨ ਦਾ ਅੰਤ ਨਿਸ਼ਚਿਤ ਹੈ, ਪਰ ਅਧਿਆਤਮਕ ਦ੍ਰਿਸ਼ਟੀ ਨਾਲ ਉਨੱਤ ਮਨੁੱਖਾਂ ਲਈ ਇਸ ਜੀਵਨ ਤੋਂ ਮਗਰੋਂ ਹੋਰ ਜੀਵਨ ਸ਼ੁਰੂ ਹੁੰਦਾ ਹੈ। ਇਸ ਜੀਵਨ ਦੇ ਅੰਤ ਤੋਂ ਪਹਿਲਾਂ ਜੇ ਕੋਈ ਕ੍ਰਿਸ਼ਨ ਭਾਵਨਾ ਭਾਵਿਤ ਹੋ ਜਾਵੇ ਤਾਂ ਉਸਨੂੰ ਤੁਰੰਤ ਬ੍ਰਹਮਨਿਰਵਾਣ ਅਵਸਥਾ ਪ੍ਰਾਪਤ ਹੋ ਜਾਂਦੀ ਹੈ। ਭਗਵਤ ਧਾਮ ਅਤੇ ਭਗਵਤ ਭਗਤੀ ਵਿਚ ਕੋਈ ਫਰਕ ਨਹੀਂ ਹੈ। ਕਿਉਂਕਿ ਦੋਵੇਂ ਉਚੇਰੇ ਪਦ ਹਨ ਇਸ ਲਈ ਭਗਵਾਨ ਦੀ ਅਲੌਕਿਕ ਪ੍ਰੇਮ ਭਗਤੀ ਵਿਚ ਰੁੱਝੇ ਰਹਿਣ ਦਾ ਅਰਥ ਹੈ - ਭਗਵਤ ਧਾਮ ਨੂੰ ਪ੍ਰਾਪਤ ਕਰਨਾ। ਭੌਤਿਕ ਸੰਸਾਰ ਵਿਚ ਇੰਦਰੀਆਂ ਦੀ ਤ੍ਰਿਪਤੀ ਸੰਬੰਧੀ ਕਾਰਜ ਹੁੰਦੇ ਹਨ ਅਤੇ ਅਧਿਆਤਮਕ ਸੰਸਾਰ ਵਿਚ ਕ੍ਰਿਸ਼ਨ ਭਾਵਨਾ ਅੰਮ੍ਰਿਤ ਸੰਬੰਧੀ। ਇਸੇ ਜੀਵਨ ਵਿਚ ਹੀ ਕ੍ਰਿਸ਼ਨ ਭਾਵਨਾ ਅੰਮ੍ਰਿਤ ਦੀ ਪ੍ਰਾਪਤੀ ਝੱਟ ਬ੍ਰਹਮ ਪ੍ਰਾਪਤੀ ਵਰਗੀ ਹੈ ਅਤੇ ਜਿਹੜਾ ਕ੍ਰਿਸ਼ਨ ਭਾਵਨਾ ਅੰਮ੍ਰਿਤ ਵਿਚ ਸਥਿਤ ਹੁੰਦਾ ਹੈ। ਉਹ ਯਕੀਨੀ ਤੌਰ ਤੇ ਪਹਿਲੋਂ ਹੀ ਭਗਵਤ ਧਾਮ ਵਿਚ ਜਾ ਚੁੱਕਾ ਹੁੰਦਾ ਹੈ।

ਬ੍ਰਹਮ ਅਤੇ ਭੌਤਿਕ ਪਦਾਰਥ ਇਕ ਦੂਜੇ ਦੇ ਬਿਲਕੁਲ ਉਲਟ ਹਨ। ਇਸ ਲਈ ਬ੍ਰਹਮ ਸਥਿਤੀ ਦਾ ਅਰਥ ਹੈ, "ਭੌਤਿਕ ਕਾਰਜਾਂ ਦੇ ਪਦ ਤੇ ਨਾ ਹੋਣਾ", ਭਗਵਤ ਗੀਤਾ ਵਿਚ ਭਗਵਤ ਭਗਤੀ ਨੂੰ ਮੁਕਤ ਅਵਸਥਾ ਮੰਨਿਆ ਗਿਆ ਹੈ (ਸ ਗੁਣਸਿਮਤੀਤ੍ਯੈਤਾਨ੍ ਬ੍ਰਹਮਭੁਯਾਯ ਕਲ੍ਪਤੇ) ਇਸ ਲਈ ਬ੍ਰਾਹ੍ਮ ਸਥਿਤੀ ਭੌਤਿਕ ਬੰਧਨ ਤੋਂ ਮੁਕਤੀ ਹੈ।

ਸ਼੍ਰੀਲ ਭਕਤੀ ਵਿਨੋਦ ਠਾਕੁਰ ਨੇ ਭਗਵਤ ਗੀਤਾ ਦੇ ਇਸ ਦੂਜੇ ਅਧਿਆਇ ਨੂੰ ਪੂਰੇ ਗ੍ਰੰਥ ਦੇ ਕਹਿਣ ਯੋਗ ਵਿਸ਼ੇ ਦੇ ਰੂਪ ਵਿਚ ਸੰਖੇਪ ਕੀਤਾ ਹੈ। ਭਗਵਤ ਗੀਤਾ ਵਿਚ ਇਹ ਵਿਸ਼ੇ ਹਨ - ਕਰਮ ਯੋਗ, ਗਿਆਨ ਯੋਗ ਅਤੇ ਭਗਤੀ ਯੋਗ। ਇਸ ਦੂਜੇ ਅਧਿਆਇ ਵਿਚ ਕਰਮ ਯੋਗ ਅਤੇ ਗਿਆਨ ਯੋਗ ਦੀ ਸਪਸ਼ਟ ਵਿਆਖਿਆ ਕੀਤੀ ਗਈ ਹੈ ਅਤੇ ਭਗਤੀ ਯੋਗ ਦੀ ਵੀ ਝਾਕੀ ਦੇ ਦਿੱਤੀ ਗਈ ਹੈ।

ਇੰਝ ਸ਼੍ਰੀਮਦ ਭਗਵਤ ਗੀਤਾ ਦਾ ਦੂਜਾ ਅਧਿਆਇ 'ਗੀਤਾ ਦਾ ਸਾਰ' ਦਾ ਭਕਤੀਵੇਦਾਂਤ ਭਾਵ-ਅਰਥ ਪੂਰਨ ਹੋਇਆ।

ਅਧਿਆਇ ਤੀਜਾ

ਕਰਮ ਯੋਗ

अर्जुन उवाच

ज्यायसी चेत्कर्मणस्ते मता बुद्धिर्जनार्दन ।
तत्किं कर्मणि घोरे मां नियोजयसि केशव ॥ १ ॥

ਅਰਜੁਨ ਉਵਾਚ

ਜ੍ਯਾਯਸੀ ਚੇਤ੍ ਕਰ੍ਮਣਸ੍ ਤੇ ਮਤਾ ਬੁੱਧੀਰ੍ ਜਨਾਰ੍ਦਨ ।
ਤਤ੍ ਕਿਮ੍ ਕਰ੍ਮਣਿ ਘੋਰੇ ਮਾਮ੍ ਨਿਯੋਜਯਸਿ ਕੇਸ਼ਵ ॥ 1 ॥

ਅਰਜੁਨਹ੍ ਉਵਾਚ – ਅਰਜਨ ਨੇ ਕਿਹਾ ; **ਜ੍ਯਾਯਸੀ** – ਉੱਤਮ ; **ਚੇਤ੍** – ਜੇਕਰ ; **ਕਰ੍ਮਣਹ੍** – ਸਕਾਮ ਕਰਮ ਦੀ ਬਜਾਏ ; **ਤੇ** – ਤੁਹਾਡੇ ਰਾਹੀਂ ; **ਮਤਾ** – ਮੰਨੀ ਜਾਂਦੀ ਹੈ ; **ਬੁੱਧੀਹ੍** – ਬੁੱਧੀ ; **ਜਨਾਰ੍ਦਨ** – ਹੇ ਕ੍ਰਿਸ਼ਨ ; **ਤਤ੍** – ਇਸ ਲਈ ; **ਕਿਮ੍** – ਕਿਉਂ ਫਿਰ ; **ਕਰ੍ਮਣਿ** – ਕਰਮ ਵਿਚ ; **ਘੋਰੇ** – ਭਿਆਨਕ, ਹਿੰਸਾਤਮਕ ; **ਮਾਮ੍** – ਮੈਨੂੰ ; **ਨਿਯੋਜਯਸਿ** – ਨਿਯੁਕਤ ਕਰਦੇ ਹੋ ; **ਕੇਸ਼ਵ** – ਹੇ ਕ੍ਰਿਸ਼ਨ ।

ਅਨੁਵਾਦ

ਅਰਜੁਨ ਨੇ ਕਿਹਾ – ਹੇ ਜਨਾਰਦਨ, ਹੇ ਕੇਸ਼ਵ ! ਜੇਕਰ ਤੁਸੀਂ ਬੁੱਧੀ ਨੂੰ ਸਕਾਮ ਕਰਮ ਤੋਂ ਉੱਤਮ ਸਮਝਦੇ ਹੋ ਤਾਂ ਫਿਰ ਤੁਸੀਂ ਮੈਨੂੰ ਇਸ ਘੋਰ (ਭਿਆਨਕ) ਜੰਗ ਵਿਚ ਕਿਉਂ ਲਾਉਣਾ ਚਾਹੁੰਦੇ ਹੋ ?

ਭਾਵ

ਭਗਵਾਨ ਸ੍ਰੀ ਕ੍ਰਿਸ਼ਨ ਨੇ ਪਿਛਲੇ ਅਧਿਆਇ ਵਿਚ ਆਪਣੇ ਜਿਗਰੀ ਦੋਸਤ ਅਰਜੁਨ ਨੂੰ ਸੰਸਾਰ ਦੇ ਸ਼ੋਕ ਸਾਗਰ ਤੋਂ ਪਾਰ ਉਤਾਰਨ ਦੇ ਮੰਤਵ ਨਾਲ ਆਤਮਾ ਦੇ ਸਰੂਪ ਦਾ ਵਿਸਥਾਰ ਨਾਲ ਵਰਣਨ ਕੀਤਾ ਅਤੇ ਆਤਮਾ ਨੂੰ ਜਾਣਨ ਦੇ ਜਿਸ ਰਸਤੇ ਦੀ ਮੁਨਹਾਰ ਕੀਤੀ ਹੈ, ਉਹ ਹੈ ਬੁੱਧੀਯੋਗ ਜਾਂ ਕ੍ਰਿਸ਼ਨ ਭਾਵਨਾ ਅੰਮ੍ਰਿਤ । ਕਦੀ-ਕਦੀ ਕ੍ਰਿਸ਼ਨ ਭਾਵਨਾ ਅੰਮ੍ਰਿਤ ਨੂੰ ਭੁੱਲਕੇ ਜੜ੍ਹ ਸਮਝ ਲਿਆ

ਜਾਂਦਾ ਹੈ ਅਤੇ ਅਜਿਹੇ ਭਰਮ ਵਾਲਾ ਮਨੁੱਖ ਭਗਵਾਨ ਕ੍ਰਿਸ਼ਨ ਦੇ ਨਾਮ-ਜਪ ਰਾਹੀਂ ਪੂਰੀ ਤਰ੍ਹਾਂ ਕ੍ਰਿਸ਼ਨ ਭਾਵਨਾ ਮਈ ਹੋਣ ਲਈ ਅਕਸਰ ਇਕਾਂਤ ਸਥਾਨ ਤੇ ਚਲਿਆ ਜਾਂਦਾ ਹੈ।

ਪਰ ਕ੍ਰਿਸ਼ਨ ਭਾਵਨਾ ਅੰਮ੍ਰਿਤ ਦਰਸ਼ਨ ਵਿਚ ਸਿੱਖਿਅਤ ਹੋਏ ਬਿਨ੍ਹਾਂ ਇਕਾਂਤ ਥਾਂ ਤੇ ਕ੍ਰਿਸ਼ਨ ਨਾਮ ਦਾ ਜਾਪ ਕਰਨਾ ਠੀਕ ਨਹੀਂ। ਇਸ ਰਾਹੀਂ ਅਗਿਆਨੀ ਜਨਤਾ ਤੋਂ ਸਿਰਫ ਸਸਤੀ ਪ੍ਰਸ਼ੰਸਾ ਪ੍ਰਾਪਤ ਹੋ ਸਕੇਗੀ। ਅਰਜੁਨ ਨੂੰ ਵੀ ਕ੍ਰਿਸ਼ਨ ਭਾਵਨਾ ਅੰਮ੍ਰਿਤ ਜਾਂ ਬੁੱਧੀਯੋਗ ਅਜਿਹਾ ਲਗਿਆ ਜਿਵੇਂ ਕਰਮ ਵਾਲੇ ਜੀਵਨ ਤੋਂ ਸੰਨਿਆਸ ਲੈ ਕੇ ਇਕਾਂਤ ਥਾਂ ਤੇ ਤਪ ਦਾ ਅਭਿਆਸ ਹੋਵੇ। ਦੂਜੇ ਸ਼ਬਦਾਂ ਵਿਚ ਉਹ ਕ੍ਰਿਸ਼ਨ ਭਾਵਨਾ ਅੰਮ੍ਰਿਤ ਨੂੰ ਬਹਾਨਾ ਬਣਾਕੇ ਚਲਾਕੀ ਨਾਲ ਜੰਗ ਤੋਂ ਜੀਅ ਚੁਰਾਣਾ ਚਾਹੁੰਦਾ ਸੀ। ਪਰ ਇਕ ਸੱਚਾ ਸ਼ਾਗਿਰਦ ਹੋਣ ਦੇ ਨਾਤੇ ਉਸਨੇ ਇਹ ਗੱਲ ਆਪਣੇ ਗੁਰੂ ਦੇ ਸਾਹਮਣੇ ਰੱਖੀ ਅਤੇ ਕ੍ਰਿਸ਼ਨ ਤੋਂ ਸਭ ਤੋਂ ਉੱਤਮ ਕਾਰਜਵਿਧੀ ਸੰਬੰਧੀ ਪ੍ਰਸ਼ਨ ਕੀਤਾ। ਉੱਤਰ ਵਿਚ ਭਗਵਾਨ ਕ੍ਰਿਸ਼ਨ ਨੇ ਇਸ ਤੀਜੇ ਅਧਿਆਇ ਵਿਚ ਕਰਮ ਯੋਗ ਭਾਵ ਕ੍ਰਿਸ਼ਨ ਭਾਵਨਾ ਅੰਮ੍ਰਿਤ ਦੀ ਵਿਸਥਾਰ ਨਾਲ ਵਿਆਖਿਆ ਕੀਤੀ।

व्यामिश्रेणेव वाक्येन बुद्धिं मोहयसीव मे ।
तदेकं वद निश्चित्य येन श्रेयोऽहमाप्नुयाम् ॥ २ ॥

ਵ੍ਯਾਮਿਸ਼੍ਰੇਣੇਵ ਵਾਕ੍ਯੇਨ ਬੁੱਧੀਮ੍ ਮੋਹਯਸੀਵ ਮੇ।
ਤਦ੍ ਏਕਮ੍ ਵਦ ਨਿਸ਼੍ਚਿਤ੍ਯ ਯੇਨ ਸ਼੍ਰੇਯੋ'ਹਮ੍ ਆਪ੍ਨੁਯਾਮ੍ ॥ 2 ॥

ਵ੍ਯਾਮਿਸ਼੍ਰੇਣੇ-ਅਨੇਕ ਅਰਥਾਂ ਵਾਲੇ ; **ਇਵ**-ਨਿਸ਼ਚੈ ਹੀ ਮੰਨੋ ; **ਵਾਕ੍ਯੇਨ**-ਸ਼ਬਦਾਂ ਰਾਹੀਂ ; **ਬੁੱਧੀਮ੍**-ਬੁੱਧੀ ; **ਮੋਹਯਸਿ**-ਮੋਹ ਰਹੇ ਹੋ ; **ਇਵ**-ਨਿਸ਼ਚੈ ਕਰਕੇ ; **ਮੇ**-ਮੇਰਾ ; **ਤਤ੍**-ਇਸ ਲਈ ; **ਏਕਮ੍**-ਸਿਰਫ ਇਕ ; **ਵਦ**-ਕਹੋ ; **ਨਿਸ਼੍ਚਿਤ੍ਯ**-ਨਿਸ਼ਚੈ ਕਰਕੇ ; **ਯੇਨ**-ਜਿਸ ਨਾਲ ; **ਸ਼੍ਰੇਯਹ੍**-ਅਸਲੀ ਲਾਭ ਜਾਂ ਵਾਸਤਵਿਕ ਕਲਿਆਣ ; **ਅਹਮ੍**-ਮੈਂ ; **ਆਪ੍ਨੁਯਾਮ੍**-ਪਾ ਸਕਾਂ।

ਅਨੁਵਾਦ

ਤੁਹਾਡੇ ਅਨੇਕ ਅਰਥਾਂ ਵਾਲੇ ਉਪਦੇਸ਼ਾਂ ਨਾਲ ਮੇਰੀ ਬੁੱਧੀ ਮੋਹਿਤ ਹੋ ਗਈ ਹੈ। ਇਸ ਲਈ ਕਿਰਪਾ ਕਰਕੇ ਨਿਸ਼ਚੈ ਨਾਲ ਮੈਨੂੰ ਦੱਸੋ ਕਿ ਇਨ੍ਹਾਂ ਵਿਚੋਂ ਮੇਰੇ ਲਈ ਸਭ ਤੋਂ ਵੱਧ ਲਾਭਦਾਇਕ (ਕਲਿਆਣਕਾਰੀ) ਕੀ ਹੋਵੇਗਾ ?

ਭਾਵ

ਪਿਛਲੇ ਅਧਿਆਇ ਵਿਚ ਭਗਵਤਗੀਤਾ ਦੇ ਪਰਿਚੈ ਰੂਪ ਵਿਚ ਸਾਂਖਯ ਯੋਗ, ਬੁੱਧੀਯੋਗ, ਬੁੱਧੀ ਰਾਹੀਂ ਇੰਦਰੀਆਂ ਨੂੰ ਕਾਬੂ ਕਰਨਾ, ਨਿਸ਼ਕਾਮ ਕਰਮ ਯੋਗ ਅਤੇ ਨਵ-ਸਿੱਖਿਅਕ ਮਨੁੱਖ ਦੀ ਸਥਿਤੀ ਵਰਗੇ ਵੱਖੋ ਵੱਖਰੇ ਮਾਰਗਾਂ ਦਾ ਵਰਨਣ ਕੀਤਾ ਗਿਆ ਹੈ। ਪਰ ਇਹ ਸਭ ਬੇਤਰਤੀਬੇ ਰੂਪ ਵਿਚ ਪੇਸ਼ ਕੀਤਾ ਗਿਆ ਸੀ। ਕਰਮ ਕਰਨ ਅਤੇ ਸਮਝਣ ਲਈ ਵਧੇਰੇ ਸੁਚੱਜੇ ਮਾਰਗ ਦੀ ਲੋੜ ਹੁੰਦੀ ਹੈ। ਇਸ ਲਈ ਅਰਜੁਨ ਇਨ੍ਹਾਂ ਭਰਮ ਵਾਲੇ ਵਿਸ਼ਿਆ ਨੂੰ ਸਪਸ਼ਟ ਕਰ ਲੈਣਾ ਚਾਹੁੰਦਾ

ਸੀ, ਜਿਸ ਨਾਲ ਸਾਧਾਰਨ ਮਨੁੱਖ ਬਿਨ੍ਹਾਂ ਕਿਸੇ ਭਰਮ ਦੇ ਉਨ੍ਹਾਂ ਨੂੰ ਸਵੀਕਾਰ ਕਰ ਸਕੇ। ਭਾਵੇਂ ਸ਼੍ਰੀ ਕ੍ਰਿਸ਼ਨ ਸ਼ਬਦ-ਜਾਲ ਰਾਹੀਂ ਅਰਜੁਨ ਨੂੰ ਚਕਰਾਣਾ ਨਹੀਂ ਚਾਹੁੰਦੇ ਸਨ, ਪਰ ਅਰਜੁਨ ਇਹ ਨਹੀਂ ਸਮਝ ਸਕਿਆ ਕਿ ਕ੍ਰਿਸ਼ਨ ਭਾਵਨਾ ਅੰਮ੍ਰਿਤ ਕੀ ਹੈ - ਜੜ੍ਹਤਾ ਹੈ ਜਾਂ ਕਿ ਕਾਰਜ਼ਸ਼ੀਲ ਸੇਵਾ। ਦੂਜੇ ਸ਼ਬਦਾਂ ਵਿਚ ਆਪਣੇ ਪ੍ਰਸ਼ਨਾਂ ਰਾਹੀਂ ਉਹ ਸਾਰੇ ਸ਼ਾਗਿਰਦਾਂ ਲਈ ਜਿਹੜੇ ਭਗਵਤਗੀਤਾ ਦੇ ਰਹੱਸ ਨੂੰ ਗੰਭੀਰਤਾ ਨਾਲ ਸਮਝਣਾ ਚਾਹੁੰਦੇ ਹਨ, ਕ੍ਰਿਸ਼ਨ ਭਾਵਨਾ ਅੰਮ੍ਰਿਤ ਦਾ ਮਾਰਗ ਸਾਫ ਕਹਿ ਰਿਹਾ ਹੈ।

श्रीभगवानुवाच

लोकेऽस्मिन्द्विविधा निष्ठा पुरा प्रोक्ता मयानघ ।
ज्ञानयोगेन साङ्ख्यानां कर्मयोगेन योगिनाम् ॥ ३ ॥

ਸ਼੍ਰੀ ਭਗਵਾਨ੍ ਉਵਾਚ

ਲੋਕੇ'ਸ੍ਮਿਨ੍ ਦ੍ਵਿ-ਵਿਧਾ ਨਿਸ਼੍ਠਾ ਪੁਰਾ ਪ੍ਰੋਕ੍ਤਾ ਮਯਾਨਘ।
ਗ੍ਯਾਨ-ਯੋਗੇਨ ਸਾਂਖ੍ਯਾਨਾਮ੍ ਕਰ੍ਮ-ਯੋਗੇਨ ਯੋਗਿਨਾਮ੍ ॥ 3 ॥

ਸ਼੍ਰੀ ਭਗਵਾਨ ਉਵਾਚ-ਪਰਮ ਪੁਰਖ ਭਗਵਾਨ ਨੇ ਕਿਹਾ ; **ਲੋਕੇ**-ਸੰਸਾਰ ਵਿਚ ; **ਅਸ੍ਮਿਨ**-ਇਸ; **ਦਵਿਵਿਧਾ**-ਦੋ ਪ੍ਰਕਾਰ ਦੀ ; **ਨਿਸ਼ਠਾ**-ਸ਼ਰਧਾ ; **ਪੁਰਾ**-ਪਹਿਲਾ ; **ਪ੍ਰੋਕਤਾ**-ਕਹੀ ਗਈ ; **ਮਯਾ**-ਮੇਰੇ ਰਾਹੀਂ ; **ਅਨਘ**-ਹੇ ਨਿਸ਼ਪਾਪ ; **ਗਯਾਨ-ਯੋਗੇਨ**-ਗਿਆਨ ਯੋਗ ਰਾਹੀਂ ; **ਸਾਂਖ੍ਯਾਨਾਮ੍**-ਗਿਆਨੀਆਂ ਦਾ ; **ਕਰ੍ਮਯੋਗੇਨ**-ਭਗਤੀ ਯੋਗ ; **ਯੋਗਿਨਾਮ੍**-ਭਗਤਾਂ ਦਾ।

ਅਨੁਵਾਦ

ਪਰਮ ਪੁਰਖ ਭਗਵਾਨ ਨੇ ਕਿਹਾ - ਹੇ ਨਿਸ਼ਪਾਪ ਅਰਜੁਨ ! ਮੈਂ ਪਹਿਲਾਂ ਹੀ ਦਸ ਚੁੱਕਾ ਹਾਂ ਕਿ ਆਤਮਾ ਨੂੰ ਜਾਣਨ ਦਾ ਯਤਨ ਕਰਨ ਵਾਲੇ ਦੋ ਤਰ੍ਹਾਂ ਦੇ ਮਨੁੱਖ ਹੁੰਦੇ ਹਨ। ਕੁਝ ਇਸਨੂੰ ਗਿਆਨ ਯੋਗ ਰਾਹੀਂ ਸਮਝਣ ਦਾ ਯਤਨ ਕਰਦੇ ਹਨ ਅਤੇ ਕੁਝ ਭਗਤੀ ਮਈ ਸੇਵਾ ਰਾਹੀਂ।

ਭਾਵ

ਦੂਜੇ ਅਧਿਆਇ ਦੇ ਉਨਤਾਲੀਵੇਂ ਸ਼ਲੋਕ ਵਿਚ ਭਗਵਾਨ ਨੇ ਦੋ ਤਰ੍ਹਾਂ ਦੇ ਮਾਰਗਾਂ ਦਾ ਵਰਣਨ ਕੀਤਾ ਹੈ - ਸਾਂਖਯਯੋਗ ਅਤੇ ਕਰਮਯੋਗ ਜਾਂ ਬੁੱਧੀਯੋਗ। ਇਸ ਸ਼ਲੋਕ ਵਿਚ ਉਨ੍ਹਾਂ ਨੂੰ ਹੋਰ ਵਧੇਰੇ ਸਪਸ਼ਟ ਕੀਤਾ ਗਿਆ ਹੈ। ਸਾਂਖਯਯੋਗ ਜਾਂ ਆਤਮਾ ਅਤੇ ਪਦਾਰਥ ਦੀ ਪ੍ਰਕਿਰਤੀ ਦਾ ਵਿਸਥਾਰ ਨਾਲ ਅਧਿਐਨ ਉਨ੍ਹਾਂ ਲੋਕਾਂ ਲਈ ਹੈ ਜਿਹੜੇ ਵਿਵਹਾਰਕ ਗਿਆਨ ਅਤੇ ਦਰਸ਼ਨ ਰਾਹੀਂ ਵਸਤਾਂ ਦਾ ਚਿੰਤਨ ਅਤੇ ਮਨਨ ਕਰਨਾ ਚਾਹੁੰਦੇ ਹਨ। ਦੂਸਰੀ ਤਰ੍ਹਾਂ ਦੇ ਲੋਕ ਕ੍ਰਿਸ਼ਨ ਭਾਵਨਾ ਅੰਮ੍ਰਿਤ ਵਿਚ ਕਾਰਜ਼ ਕਰਦੇ ਹਨ, ਜਿਵੇਂ ਕਿ ਦੂਜੇ ਅਧਿਆਇ ਦੇ ਇਕਹਤਰਵੇਂ ਸ਼ਲੋਕ ਵਿਚ ਦੱਸਿਆ ਗਿਆ ਹੈ। ਉਨਤਾਲੀਵੇਂ ਸ਼ਲੋਕ ਵਿਚ ਵੀ ਭਗਵਾਨ ਨੇ ਦੱਸਿਆ ਹੈ ਕਿ ਬੁੱਧੀ ਯੋਗ ਜਾਂ ਕ੍ਰਿਸ਼ਨ ਭਾਵਨਾ ਅੰਮ੍ਰਿਤ ਦੇ ਸਿਧਾਂਤਾਂ ਤੇ ਚਲਦੇ ਹੋਏ ਮਨੁੱਖ ਕਰਮਾਂ ਦੇ ਬੰਧਨਾਂ ਤੋਂ ਛੁੱਟ ਸਕਦਾ ਹੈ ਅਤੇ ਇਸ ਮਾਰਗ ਵਿਚ ਕੋਈ ਦੋਸ਼ ਨਹੀਂ ਹੈ। ਇਕਾਹਠਵੇਂ ਸ਼ਲੋਕ ਵਿਚ ਇਸੇ ਸਿਧਾਂਤ ਨੂੰ ਵਧੇਰੇ

ਸਪਸ਼ਟ ਕੀਤਾ ਗਿਆ ਹੈ ਕਿ ਬੁੱਧੀਯੋਗ ਪੂਰੀ ਤਰਾਂ ਪਾਰਬ੍ਰਹਮ (ਖ਼ਾਸਤੌਰ ਤੇ ਕ੍ਰਿਸ਼ਨ) ਤੇ ਨਿਰਭਰ ਹੈ ਅਤੇ ਇਸ ਤਰ੍ਹਾਂ ਨਾਲ ਸਾਰੀਆਂ ਇੰਦਰੀਆਂ ਨੂੰ ਆਸਾਨੀ ਨਾਲ ਕਾਬੂ ਕੀਤਾ ਜਾ ਸਕਦਾ ਹੈ। ਇਸ ਲਈ ਦੋਵੇਂ ਤਰ੍ਹਾਂ ਦੇ ਯੋਗ ਧਰਮ ਅਤੇ ਦਰਸ਼ਨ ਦੇ ਰੂਪ ਵਿਚ ਇਕ ਦੂਜੇ ਤੇ ਨਿਰਭਰ ਹਨ। ਦਰਸ਼ਨ ਤੋਂ ਸੱਖਣਾ ਧਰਮ ਸਿਰਫ਼ ਭਾਵੁਕਤਾ ਜਾਂ ਕਦੀ ਕਦੀ ਧਰਮ ਕਟੜਤਾ ਅਤੇ ਧਰਮ ਤੋਂ ਸੱਖਣਾ ਦਰਸ਼ਨ ਮਾਨਸਿਕ ਕਲਪਨਾ ਹੈ। ਆਖਰੀ ਮੰਤਵ ਤਾਂ ਸ਼੍ਰੀ ਕ੍ਰਿਸ਼ਨ ਹੈ, ਕਿਉਂਕਿ ਜਿਹੜੇ ਦਾਰਸ਼ਨਿਕ ਲੋਕ ਪਰਮ ਸਤਿ ਦੀ ਖੋਜ ਕਰਦੇ ਰਹਿੰਦੇ ਹਨ, ਉਹ ਆਖ਼ਿਰਕਾਰ ਕ੍ਰਿਸ਼ਨ ਭਾਵਨਾ ਅੰਮ੍ਰਿਤ ਨੂੰ ਪ੍ਰਾਪਤ ਹੁੰਦੇ ਹਨ। ਇਸਦਾ ਉਲੇਖ ਵੀ ਭਗਵਤਗੀਤਾ ਵਿਚ ਮਿਲਦਾ ਹੈ। ਸਾਰੇ ਮਾਰਗਾਂ ਦਾ ਮੰਤਵ ਪਰਮਾਤਮਾ ਦੇ ਸੰਬੰਧ ਵਿਚ ਆਪਣੀ ਅਸਲੀ ਸਥਿਤੀ ਨੂੰ ਸਮਝ ਲੈਣਾ ਹੈ। ਇਸਦਾ ਅਪ੍ਰਤੱਖ ਮਾਰਗ ਦਾਰਸ਼ਨਿਕ ਚਿੰਤਨ ਹੈ, ਜਿਸ ਰਾਹੀਂ ਕ੍ਰਮਵਾਰ ਕ੍ਰਿਸ਼ਨ ਭਾਵਨਾ ਅੰਮ੍ਰਿਤ ਤਕ ਪਹੁੰਚਿਆ ਜਾ ਸਕਦਾ ਹੈ। ਪ੍ਰਤੱਖ ਮਾਰਗ ਵਿਚ ਕ੍ਰਿਸ਼ਨ ਭਾਵਨਾ ਅੰਮ੍ਰਿਤ ਵਿਚ ਹੀ ਹਰ ਵਸਤੂ ਨਾਲ ਆਪਣਾ ਸੰਬੰਧ ਜੋੜਨਾ ਹੁੰਦਾ ਹੈ। ਇਨ੍ਹਾਂ ਦੋਵਾਂ ਵਿੱਚੋਂ ਕ੍ਰਿਸ਼ਨ ਭਾਵਨਾ ਅੰਮ੍ਰਿਤ ਦਾ ਮਾਰਗ ਉੱਤਮ ਹੈ, ਕਿਉਂਕਿ ਇਸ ਵਿਚ ਦਾਰਸ਼ਨਿਕ ਤਰੀਕੇ ਰਾਹੀਂ ਇੰਦਰੀਆਂ ਨੂੰ ਨਿਰਮਲ ਨਹੀਂ ਕਰਨਾ ਹੁੰਦਾ। ਕ੍ਰਿਸ਼ਨ ਭਾਵਨਾ ਅੰਮ੍ਰਿਤ ਆਪ ਹੀ ਸ਼ੁੱਧ ਕਰਨ ਵਾਲੀ ਪ੍ਰਕ੍ਰਿਆ ਹੈ ਅਤੇ ਭਗਤੀ ਦੀ ਪ੍ਰਤੱਖ ਵਿਧੀ ਆਸਾਨ ਅਤੇ ਅਲੌਕਿਕ ਹੁੰਦੀ ਹੈ।

न कर्मणामनारम्भान्नैष्कर्म्यं पुरुषोऽश्नुते ।
न च सन्न्यसनादेव सिद्धिं समधिगच्छति ॥ ४॥

ਨ ਕਰ੍ਮਣਾਮ੍ ਅਨਾਰਮ੍ਭਾਨ੍ ਨੈਸ਼੍ਕਰਮਯਮ੍ ਪੁਰੁਸ਼ੋ'ਸ਼੍ਨੁਤੇ ।
ਨ ਚ ਸੰਨ੍ਯਸਨਾਦ੍ ਏਵ ਸਿੱਧੀਮ੍ ਸਮਧਿਗਚ੍ਛਤਿ ॥ 4 ॥

ਨ-ਨਹੀਂ ; **ਕਰ੍ਮਣਾਮ੍**-ਨਿਰਧਾਰਤ ਕਰਮਾਂ ਦੇ ; **ਅਨਾਰਮ੍ਭਾਤ੍**-ਨਾ ਕਰਨ ਤੇ ; **ਨੈਸ਼੍ਕਰਮ੍ਯਮ੍**-ਕਰਮ ਬੰਧਨ ਦੀ ਮੁਕਤੀ ਨੂੰ ; **ਪੁਰੁਸ਼ਹ੍**-ਮਨੁੱਖ ; **ਅਸ਼੍ਨੁਤੇ**-ਪ੍ਰਾਪਤ ਕਰਦਾ ਹੈ ; **ਨ**-ਨਹੀਂ ; **ਚ**-ਵੀ ; **ਸੰਨ੍ਯਸਨਾਤ੍**-ਤਿਆਗ ਨਾਲ ; **ਏਵ**-ਸਿਰਫ਼ ; **ਸਿਦ੍ਧਿਮ੍**-ਸਫਲਤਾ ; **ਸਮਧਿਗਚ੍ਛਤਿ**-ਪ੍ਰਾਪਤ ਕਰਦਾ ਹੈ।

ਅਨੁਵਾਦ

ਨਾ ਤਾਂ ਕਰਮ ਤੋਂ ਮੂੰਹ ਮੋੜਕੇ ਹੋਕੇ ਕੋਈ ਕਰਮਾਂ ਦੇ ਫਲ ਤੋਂ ਛੁਟਕਾਰਾ ਪਾ ਸਕਦਾ ਹੈ ਅਤੇ ਨਾ ਸਿਰਫ਼ ਸੰਨਿਆਸ ਨਾਲ ਸਿੱਧੀ ਹਾਸਲ ਕੀਤੀ ਜਾ ਸਕਦੀ ਹੈ।

ਭਾਵ

ਭੌਤਿਕਤਾਵਾਦੀ ਮਨੁੱਖਾਂ ਦੇ ਦਿਲਾਂ (ਹਿਰਦੇ) ਨੂੰ ਨਿਰਮਲ ਕਰਨ ਲਈ ਜਿਨ੍ਹਾਂ ਕਰਮਾਂ ਦਾ ਵਿਧਾਨ ਕੀਤਾ ਗਿਆ ਹੈ, ਉਨ੍ਹਾਂ ਰਾਹੀਂ ਸ਼ੁੱਧ ਹੋਇਆ ਮਨੁੱਖ ਹੀ ਸੰਨਿਆਸ ਲੈ ਸਕਦਾ ਹੈ। ਸ਼ੁੱਧੀ ਤੋਂ ਬਿਨਾਂ ਗਿਆਨ ਯੋਗੀਆਂ ਅਨੁਸਾਰ ਸੰਨਿਆਸ ਇਕਦਮ ਲੈਣ ਤੇ ਸਫਲਤਾ ਨਹੀਂ ਮਿਲਦੀ। ਗਿਆਨ

ਯੋਗੀਆਂ ਦੇ ਅਨੁਸਾਰ ਸੰਨਿਆਸ ਲੈ ਕੇ ਜਾਂ ਸਕਾਮ ਕਰਮ ਕਰਨ ਤੋਂ ਵਿਰਕਤ (ਉਦਾਸੀਨ) ਹੋ ਕੇ ਹੀ ਮਨੁੱਖ ਨਾਰਾਇਣ ਵਰਗਾ ਹੋ ਸਕਦਾ ਹੈ। ਪਰ ਭਗਵਾਨ ਕ੍ਰਿਸ਼ਨ ਇਸ ਮਤ ਦੀ ਹਾਮੀਂ ਨਹੀ ਭਰਦੇ। ਹਿਰਦੇ ਦੀ ਸ਼ੁੱਧੀ ਤੋਂ ਬਿਨ੍ਹਾਂ ਸੰਨਿਆਸ ਸਮਾਜਿਕ ਵਿਵਸਥਾ ਵਿਚ ਰੁਕਾਵਟ ਪੈਦਾ ਕਰਦਾ ਹੈ। ਦੂਜੇ ਪਾਸੇ ਜੇਕਰ ਕੋਈ ਨਿਰਧਾਰਤ ਕਰਮਾਂ ਨੂੰ ਨਾ ਕਰਕੇ ਵੀ ਭਗਵਾਨ ਦੀ ਅਲੌਕਿਕ ਸੇਵਾ ਦੇ ਉਸ ਮਾਰਗ ਵਿਚ ਜਿਹੜੀ ਵੀ ਤਰੱਕੀ ਕਰਦਾ ਹੈ, ਉਸਨੂੰ ਭਗਵਾਨ ਸਵੀਕਾਰ ਕਰ ਲੈਂਦੇ ਹਨ (ਬੁੱਧੀਯੋਗ) **ਸ੍ਵ੍ ਅਲ੍ਪਮ੍ ਅਪਿ ਅਸ੍ਯ ਧਰ੍ਮਸ੍ਯ ਤ੍ਰਾਯਤੇ ਮਹਤੋ ਭਯਾਤ੍।** ਅਜਿਹੇ ਸਿਧਾਂਤ ਦੀ ਥੋੜ੍ਹੀ ਜਿਹੀ ਸੰਪੰਨਤਾ ਵੀ ਵੱਡੀਆਂ ਔਕੜਾ ਨੂੰ ਪਾਰ ਕਰਨ ਵਿਚ ਸਹਾਇਕ ਹੁੰਦੀ ਹੈ।

न हि कश्चित्क्षणमपि जातु तिष्ठत्यकर्मकृत् ।
कार्यते ह्यवशः कर्म सर्वः प्रकृतिजैर्गुणैः ॥ ५ ॥

ਨ ਹਿ ਕਸ਼੍ਚਿਤ੍ ਕ੍ਸ਼ਣਮ੍ ਅਪਿ ਜਾਤੁ ਤਿਸ਼੍ਠਤ੍ਯ ਅਕਰ੍ਮਕ੍ਰਿਤ੍।
ਕਾਰ੍ਯਤੇ ਹਿ ਅਵਸ਼ਹ੍ ਕਰ੍ਮ ਸਰ੍ਵਹ੍ ਪ੍ਰਕ੍ਰਿਤਿ-ਜੈਰ੍ ਗੁਣੈਹ੍॥ 5 ॥

ਨ-ਨਹੀਂ ; ਹਿ-ਨਿਸ਼ਚੈ ਹੀ ; **ਕਸ਼੍ਚਿਤ੍**-ਕੋਈ ; **ਕ੍ਸ਼ਣਮ੍**-ਪਲ ਭਰ ; **ਅਪਿ**-ਵੀ ; **ਜਾਤੁ**-ਕਿਸੇ ਕਾਲ ਵਿਚ ; **ਤਿਸ਼੍ਠਤਿ**-ਰਹਿੰਦਾ ਹੈ ; **ਅਕਰ੍ਮ-ਕ੍ਰਿਤ**-ਬਿਨ੍ਹਾਂ ਕੁਝ ਕੀਤੇ ; **ਕਾਰ੍ਯਤੇ**-ਕਰਨ ਲਈ ਮਜਬੂਰ ਹੁੰਦਾ ਹੈ ; ਹਿ-ਨਿਸ਼ਚੈ ਹੀ ; **ਅਵਸ਼ਹ੍**-ਮਜਬੂਰ ਹੋ ਕੇ ; **ਕਰ੍ਮ**-ਕਰਮ ; **ਸਰ੍ਵਹ੍**-ਸਾਰੇ ; **ਪ੍ਰਕ੍ਰਿਤਿ-ਜੈਹ੍**-ਪ੍ਰਕ੍ਰਿਤੀ ਦੇ ਗੁਣਾਂ ਤੋਂ ਪੈਦਾ ; **ਗੁਣੈਹ੍**-ਗੁਣਾਂ ਰਾਹੀਂ ।

ਅਨੁਵਾਦ

ਹਰ ਮਨੁੱਖ ਨੂੰ ਪ੍ਰਕ੍ਰਿਤੀ ਤੋਂ ਪ੍ਰਾਪਤ ਗੁਣਾਂ ਮੁਤਾਬਿਕ ਮਜਬੂਰ ਹੋਕੇ ਕਰਮ ਕਰਨਾ ਪੈਂਦਾ ਹੈ, ਇਸ ਲਈ ਕੋਈ ਵੀ ਇਕ ਪਲ ਲਈ ਵੀ ਬਿਨ੍ਹਾਂ ਕਰਮ ਕੀਤੇ ਨਹੀਂ ਰਹਿ ਸਕਦਾ।

ਭਾਵ

ਇਹ ਦੇਹਧਾਰੀ ਜੀਵਨ ਦਾ ਸਵਾਲ ਨਹੀਂ ਹੈ, ਸਗੋਂ ਆਤਮਾ ਦਾ ਇਹ ਸੁਭਾਅ ਹੈ ਕਿ ਉਹ ਹਮੇਸ਼ਾ ਗਤੀਸ਼ੀਲ ਰਹਿੰਦਾ ਹੈ। ਆਤਮਾ ਦੀ ਗੈਰ ਹਾਜ਼ਰੀ ਵਿਚ ਭੌਤਿਕ ਸ਼ਰੀਰ ਹਿੱਲ ਵੀ ਨਹੀਂ ਸਕਦਾ। ਇਹ ਸ਼ਰੀਰ ਬੇਜਾਨ ਵਾਹਨ ਵਾਂਗ ਹੈ, ਜਿਹੜਾ ਆਤਮਾ ਰਾਹੀਂ ਚਲਦਾ ਹੈ ਕਿਉਂਕਿ ਆਤਮਾ ਹਮੇਸ਼ਾ ਗਤੀਸ਼ੀਲ ਰਹਿੰਦੀ ਹੈ ਅਤੇ ਇਕ ਪਲ ਲਈ ਵੀ ਨਹੀਂ ਰੁਕ ਸਕਦੀ। ਇਸ ਲਈ ਆਤਮਾ ਨੂੰ ਕ੍ਰਿਸ਼ਨ ਭਾਵਨਾ ਅੰਮ੍ਰਿਤ ਦੇ ਚੰਗੇ ਕਰਮਾਂ ਵਿਚ ਲਗਾਈ ਰੱਖਣਾ ਚਾਹੀਦਾ ਹੈ। ਨਹੀਂ ਤਾਂ ਉਹ ਮਾਇਆ ਰਾਹੀਂ ਦਿੱਤੇ ਹੁਕਮਾਂ ਅਧੀਨ ਕਾਰਜਾਂ ਵਿਚ ਲਗਾ ਰਹੇਗਾ। ਮਾਇਆ ਦੀ ਸੰਗਤ ਵਿਚ ਆ ਕੇ ਆਤਮਾ ਭੌਤਿਕ ਗੁਣ ਹਾਸਲ ਕਰ ਲੈਂਦਾ ਹੈ ਅਤੇ ਆਤਮਾ ਨੂੰ ਅਜਿਹੇ ਆਕਰਸ਼ਣ ਤੋਂ ਸ਼ੁੱਧ ਕਰਨ ਲਈ ਇਹ ਜਰੂਰੀ ਹੈ ਕਿ ਸ਼ਾਸ਼ਤਰਾਂ ਰਾਹੀਂ ਦੱਸੇ ਕੰਮਾਂ ਵਿਚ ਲਗਾਇਆ ਜਾਵੇ। ਪਰ ਜੇਕਰ ਆਤਮਾ ਕ੍ਰਿਸ਼ਨ ਭਾਵਨਾ ਅੰਮ੍ਰਿਤ ਦੇ ਆਪਣੇ ਸੁਭਾਵਿਕ ਕੰਮ ਵਿਚ ਲਗਿਆ ਰਹਿੰਦਾ ਹੈ

ਤਾਂ ਉਹ ਜੋ ਕੁਝ ਵੀ ਕਰਦਾ ਹੈ ਉਹ ਵੀ ਕਲਿਆਣਕਾਰੀ ਹੁੰਦਾ ਹੈ। ਸ਼੍ਰੀ ਮਦ ਭਾਗਵਤਮ੍ ਰਾਹੀਂ ਇਸਦੀ ਪੁਸ਼ਟੀ ਹੋਈ ਹੈ :-

ਤ੍ਯਕ੍ਤ੍ਵਾ ਸ੍ਵ ਧਰਮਮ੍ ਚਰਣਾਮ੍ਬੁਜਮ੍ ਹਰੇਰ੍
ਭਜਨ੍ ਅਪਕ੍ਵੋ'ਥ ਪਤੇਤ੍ ਤਤੋ ਯਦਿ ।
ਯਤ੍ਰ ਕ੍ਵ ਵਾਭਦ੍ਰਮ੍ ਅਭੂਦ੍ ਅਮੁਸ਼ਯ ਕਿਮ੍
ਕੋ ਵਾਰ੍ਥ ਆਪ੍ਤੋ ਅਭਜਤਾਮ੍ ਸ੍ਵ-ਧਰਮਤਹ੍ ॥

(ਸ਼੍ਰੀਮਦ ਭਾਗਵਤਮ੍ 1.5.17)

"ਜੇਕਰ ਕੋਈ ਕ੍ਰਿਸ਼ਨ ਭਾਵਨਾ ਅੰਮ੍ਰਿਤ ਅੰਗੀਕਾਰ ਕਰ ਲੈਂਦਾ ਹੈ ਤਾਂ ਉਹ ਭਾਵੇਂ ਸ਼ਾਸ਼ਤਰਾਂ ਰਾਹੀਂ ਸਰਾਹੇ ਕਰਮਾਂ ਨੂੰ ਨਾ ਕਰੇ ਜਾਂ ਠੀਕ ਤਰ੍ਹਾਂ ਨਾਲ ਭਗਤੀ ਨਾ ਕਰੇ ਅਤੇ ਭਾਵੇਂ ਉਹ ਪਤਿਤ ਵੀ ਹੋ ਜਾਵੇ ਤਾਂ ਇਸ ਵਿਚ ਉਸਦਾ ਕੋਈ ਨੁਕਸਾਨ ਜਾਂ ਬੁਰਾਈ ਨਹੀਂ ਹੋਵੇਗੀ। ਪਰ ਜੇਕਰ ਉਹ ਸ਼ਾਸ਼ਤਰਾਂ ਰਾਹੀਂ ਸਰਾਹੇ ਸਾਰੇ ਕੰਮ ਕਰੇ ਅਤੇ ਕ੍ਰਿਸ਼ਨ ਭਾਵਨਾ ਭਾਵਿਤ ਨਾ ਹੋਵੇ ਤਾਂ ਉਸਦੇ ਇਹ ਸਾਰੇ ਕੰਮਾਂ ਦਾ ਕੀ ਲਾਭ ? ਇਸ ਲਈ ਕ੍ਰਿਸ਼ਨ ਭਾਵਨਾ ਅੰਮ੍ਰਿਤ ਦੇ ਇਸ ਦਰਜੇ ਤਕ ਪਹੁੰਚਣ ਲਈ ਸ਼ੁੱਧੀਕਰਣ ਦੀ ਪ੍ਰਕ੍ਰਿਆ ਜਰੂਰੀ ਹੈ। ਇਸ ਲਈ ਸੰਨਿਆਸ ਜਾਂ ਕੋਈ ਵੀ ਸ਼ੁੱਧੀਕਰਣ ਦਾ ਮਾਰਗ ਕ੍ਰਿਸ਼ਨ ਭਾਵਨਾ ਅੰਮ੍ਰਿਤ ਦੇ ਅੰਤਿਮ ਨਤੀਜੇ ਤਕ ਪਹੁੰਚਣ ਵਿਚ ਮਦਦ ਦੇਣ ਲਈ ਹੈ ਕਿਉਂਕਿ ਉਸ ਤੋਂ ਬਿਨ੍ਹਾਂ ਸਭ ਕੁਝ ਵਿਅਰਥ ਹੈ।

कर्मेन्द्रियाणि संयम्य य आस्ते मनसा स्मरन् ।
इन्द्रियार्थान्विमूढात्मा मिथ्याचारः स उच्यते ॥ ६ ॥

ਕਰ੍ਮੇਨ੍ਦ੍ਰਿਯਾਣਿ ਸੰਯਮ੍ਯ ਯ ਆਸ੍ਤੇ ਮਨਸਾ ਸ੍ਮਰਨ੍ ।
ਇੰਦ੍ਰਿਯਾਰ੍ਥਾਨ੍ ਵਿਮੂਢਾਤ੍ਮਾ ਮਿਥ੍ਯਾਚਾਰਹ੍ ਸ ਉਚ੍ਯਤੇ ॥ 6 ॥

ਕਰ੍ਮਇਨ੍ਦ੍ਰਿਯਾਣਿ-ਪੰਜ ਕਰਮ ਇੰਦਰੀਆਂ ਨੂੰ ; ਸੰਯਮ੍ਯ-ਕਾਬੂ ਕਰਕੇ ; ਯ-ਜਿਹੜਾ ; ਆਸ੍ਤੇ-ਰਹਿੰਦਾ ਹੈ ; ਮਨਸਾ-ਮਨ ਤੋਂ ; ਸ੍ਮਰਨ੍-ਸੋਚਦਾ ਹੋਇਆ ; ਇੰਦ੍ਰਿਯ-ਅਰ੍ਥਾਨ੍-ਇੰਦਰੀਆਂ ਦੇ ਵਿਸ਼ੇ ਨੂੰ ; ਵਿਮੂਢ-ਮੂਰਖ ; ਆਤ੍ਮਾ-ਆਤਮਾ ; ਮਿਥ੍ਯਾ-ਆਚਾਰਹ੍-ਢੌਂਗੀ ; ਸਹ੍-ਉਹ ; ਉਚ੍ਯਤੇ-ਕਹਾਉਂਦਾ ਹੈ।

ਅਨੁਵਾਦ

ਜਿਹੜਾ ਕਰਮ ਇੰਦਰੀਆਂ ਨੂੰ ਤਾਂ ਕਾਬੂ ਕਰ ਲੈਂਦਾ ਹੈ, ਪਰ ਜਿਸਦਾ ਮਨ ਇੰਦਰੀਆਂ ਦੇ ਵਿਸ਼ਿਆਂ ਦਾ ਚਿੰਤਨ ਕਰਦਾ ਰਹਿੰਦਾ ਹੈ, ਉਹ ਨਿਸ਼ਚੈ ਹੀ ਆਪਣੇ ਆਪ ਨੂੰ ਧੋਖਾ ਦਿੰਦਾ ਹੈ ਅਤੇ ਢੌਂਗੀ ਕਹਾਉਂਦਾ ਹੈ।

ਭਾਵ

ਅਜਿਹੇ ਅਨੇਕ ਢੌਂਗੀ ਮਨੁੱਖ ਹੁੰਦੇ ਹਨ ਜਿਹੜੇ ਕ੍ਰਿਸ਼ਨ ਭਾਵਨਾ ਅੰਮ੍ਰਿਤ ਵਿਚ ਕਾਰਜ ਨਹੀਂ ਕਰਦੇ ਪਰ ਧਿਆਨ ਦਾ ਵਿਖਾਵਾ ਕਰਦੇ ਹਨ, ਜਦੋਂ ਕਿ ਅਸਲ ਵਿਚ ਉਹ ਮਨ ਵਿਚ ਇੰਦਰੀਆਂ ਦੇ ਭੋਗ ਦਾ ਚਿੰਤਨ ਕਰਦੇ ਰਹਿੰਦੇ ਹਨ। ਅਜਿਹੇ ਲੋਕ ਆਪਣੇ ਅਗਿਆਨੀ ਸ਼ਾਗਿਰਦਾਂ ਨੂੰ ਬਹਿਕਾਉਣ ਲਈ ਸੁਸ਼ਕ (ਰੁੱਖੇ) ਦਰਸ਼ਨ ਦੇ ਵਿਸ਼ੇ ਤੇ ਵੀ ਭਾਸ਼ਣ ਦੇ ਸਕਦੇ ਹਨ, ਪਰ ਇਸ ਸ਼ਲੋਕ ਮੁਤਾਬਿਕ ਉਹ ਸਭ ਤੋਂ ਵੱਡੇ ਧੋਖੇਬਾਜ ਹਨ। ਇੰਦਰੀਆਂ ਦੇ ਸੁਖ ਲਈ ਕਿਸੇ ਵੀ ਆਸ਼ਰਮ ਵਿਚ ਰਹਿਕੇ ਕਰਮ ਕੀਤਾ ਜਾ ਸਕਦਾ ਹੈ ਪਰ ਜੇਕਰ ਉਸ ਖ਼ਾਸ ਪਦ ਦੀ ਵਰਤੋਂ ਵਿਧੀ ਵਿਧਾਨਾਂ ਨਾਲ ਕੀਤੀ ਜਾਵੇ ਤਾਂ ਮਨੁੱਖ ਦੀ ਕ੍ਰਮਵਾਰ ਆਤਮ ਸ਼ੁੱਧੀ ਹੋ ਸਕਦੀ ਹੈ। ਪਰ ਜਿਹੜਾ ਆਪਣੇ ਆਪ ਨੂੰ ਯੋਗੀ ਦੱਸਦਾ ਹੋਇਆ ਇੰਦਰੀਆਂ ਦੀ ਤ੍ਰਿਪਤੀ ਦੇ ਵਿਸ਼ਿਆ ਦੀ ਖੋਜ ਵਿਚ ਲਗਿਆ ਰਹਿੰਦਾ ਹੈ, ਉਹ ਸਭ ਤੋਂ ਵੱਡਾ ਧੋਖੇਬਾਜ ਹੈ, ਭਾਵੇਂ ਉਹ ਕਦੀ ਕਦੀ ਦਰਸ਼ਨ ਦਾ ਉਪਦੇਸ਼ ਵੀ ਕਿਉਂ ਨਾ ਦਿੰਦਾ ਹੋਵੇ। ਉਸਦਾ ਗਿਆਨ ਵਿਅਰਥ ਹੈ, ਕਿਉਂਕਿ ਅਜਿਹੇ ਪਾਪੀ ਪੁਰਸ਼ ਦੇ ਗਿਆਨ ਦੇ ਸਾਰੇ ਫਲ ਭਗਵਾਨ ਮਾਇਆ ਰਾਹੀਂ ਖਤਮ ਕਰ ਦਿੰਦੇ ਹਨ। ਅਜਿਹੇ ਧੋਖੇਬਾਜ ਦਾ ਚਿੱਤ ਹਮੇਸ਼ਾਂ ਅਸ਼ੁੱਧ ਰਹਿੰਦਾ ਹੈ, ਇਸ ਲਈ ਉਸਦੇ ਯੋਗਿਕ ਧਿਆਨ ਦਾ ਕੋਈ ਅਰਥ ਨਹੀਂ ਹੁੰਦਾ।

यस्त्विन्द्रियाणि मनसा नियम्यारभतेऽर्जुन ।
कर्मेन्द्रियैः कर्मयोगमसक्तः स विशिष्यते ॥ ७॥

ਯਸ੍ ਤ੍ਵ ਇਨ੍ਦ੍ਰਿਯਾਣਿ ਮਨਸਾ ਨਿਯਮ੍ਯਾਰਭਤੇ 'ਰ੍ਜੁਨ ।
ਕਰ੍ਮੇਂਦ੍ਰਿਯੈਹ੍ ਕਰ੍ਮ-ਯੋਗਮ੍ ਆਸਕ੍ਤਹ੍ ਸ ਵਿਸ਼ਿਸ਼੍ਯਤੇ ॥ 7 ॥

ਯਹ੍-ਜਿਹੜਾ ; **ਤੁ**-ਪਰ ; **ਇਨ੍ਦ੍ਰਿਯਾਣਿ**-ਇੰਦਰੀਆਂ ਨੂੰ ; **ਮਨਸਾ**-ਮਨ ਰਾਹੀਂ ; **ਨਿਯਮ੍ਯ**-ਕਾਬੂ ਵਿਚ ਕਰਕੇ ; **ਆਰਭਤੇ**-ਸ਼ੁਰੂ ਕਰਦਾ ਹੈ ; **ਅਰ੍ਜੁਨ**-ਹੇ ਅਰਜੁਨ ; **ਕਰ੍ਮ-ਇੰਦ੍ਰਿਯੈਹ**-ਕਰਮ ਇੰਦਰੀਆਂ ਨਾਲ ; **ਕਰ੍ਮਯੋਗਮ੍**-ਭਗਤੀ ; **ਅਸਕ੍ਤਹ੍**-ਅਨਾਸਕਤ (ਵਿਰਕਤ) ਜਾਂ (ਬਿਨ੍ਹਾਂ ਮੋਹ ਤੋਂ) ; **ਸਹ੍**-ਉਹ ; **ਵਿਸ਼ਿਸ਼੍ਯਤੇ**-ਉੱਤਮ ਹੈ।

ਅਨੁਵਾਦ

ਦੂਜੇ ਪਾਸੇ ਜੇਕਰ ਕੋਈ ਨਿਸ਼ਠਾਵਾਨ ਮਨੁੱਖ ਆਪਣੇ ਮਨ ਰਾਹੀਂ ਕਰਮ ਇੰਦਰੀਆਂ ਨੂੰ ਕਾਬੂ ਕਰਨ ਦਾ ਯਤਨ ਕਰਦਾ ਹੈ ਅਤੇ ਆਸਕਤੀ ਤੋਂ ਬਿਨਾਂ ਕਰਮਯੋਗ (ਕ੍ਰਿਸ਼ਨ ਭਾਵਨਾ ਅੰਮ੍ਰਿਤ ਵਿੱਚ) ਸ਼ੁਰੂ ਕਰਦਾ ਹੈ, ਤਾਂ ਉਹ ਬਹੁਤ ਉੱਤਮ ਹੈ।

ਭਾਵ

ਲੰਪਟ (ਵਿਲਾਸੀ) ਜੀਵਨ ਅਤੇ ਇੰਦਰੀਆਂ ਦੇ ਸੁਖ ਲਈ ਬਨਾਉਟੀ ਯੋਗੀ ਅਤੇ ਝੂਠਾ ਭੇਖ ਧਾਰਨ ਦੀ ਬਜਾਏ ਆਪਣੇ ਕੰਮ ਵਿਚ ਲਗੇ ਰਹਿ ਕੇ ਜ਼ਿੰਦਗੀ ਦੇ ਮਨੋਰਥ ਨੂੰ, ਜਿਹੜਾ ਸੰਸਾਰ ਬੰਧਨ ਤੋਂ ਮੁਕਤ ਹੋ ਕੇ ਭਗਵਾਨ ਦੇ ਧਾਮ ਜਾਣਾ ਹੈ, ਉਸਨੂੰ ਪ੍ਰਾਪਤ ਕਰਨ ਲਈ ਕਰਮ ਕਰਦੇ ਰਹਿਣਾ ਜਿਆਦਾ ਉੱਤਮ ਹੈ। ਮੁੱਖ ਸੁਆਰਥ-ਗਤੀ ਜਾਂ ਸਵੈ-ਲਾਭ ਦਾ ਅੰਤਿਮ ਪੜਾਅ ਤਾਂ ਵਿਸ਼ਨੂੰ ਲੋਕ ਜਾਣਾ ਹੈ। ਸਾਰੀ ਵਰਣ-ਆਸ਼ਰਮ ਪ੍ਰਣਾਲੀ ਦੀ ਰਚਨਾ ਇਸ ਜੀਵਨ ਦੇ ਮੰਤਵ ਨੂੰ ਪ੍ਰਾਪਤ ਕਰਨ ਲਈ ਹੀ ਕੀਤੀ ਗਈ ਹੈ। ਇਕ ਗ੍ਰਹਿਸਥੀ ਵੀ ਕ੍ਰਿਸ਼ਨ ਭਾਵਨਾ ਅੰਮ੍ਰਿਤ ਵਿਚ ਨਿਯਮਿਤ ਸੇਵਾ ਕਰਕੇ ਇਸ ਮੰਤਵ ਤਕ ਪਹੁੰਚ ਸਕਦਾ ਹੈ। ਆਤਮਾ ਨੂੰ ਜਾਣਨ ਲਈ ਸ਼ਾਸ਼ਤਰਾਂ ਵਿਚ ਸਰਾਹੇ ਸੰਜਮਿਤ ਜੀਵਨ ਬਿਤਾ ਸਕਦਾ ਹੈ ਅਤੇ ਅਨਾਸਕਤ ਭਾਵ ਨਾਲ ਆਪਣਾ ਕਾਰਜ ਕਰਦਾ ਰਹਿ ਸਕਦਾ ਹੈ। ਇਸ ਤਰ੍ਹਾਂ ਉਹ ਪ੍ਰਗਤੀ ਕਰ ਸਕਦਾ ਹੈ, ਜਿਹੜਾ ਨਿਸ਼ਠਾਵਾਨ ਮਨੁੱਖ ਇਸ ਤਰੀਕੇ ਦਾ ਪਾਲਣ ਕਰਦਾ ਹੈ ਉਹ ਉਸ ਪਖੰਡੀ ਤੋਂ ਕਿਧਰੇ ਵਧੀਆ ਹੈ, ਜਿਹੜਾ ਭੋਲੀ ਭਾਲੀ ਜਨਤਾ ਨੂੰ ਠਗਣ ਲਈ ਵਿਖਾਵੇ ਦੀ ਅਧਿਆਤਮਕਤਾ ਦਾ ਜਾਮਾ ਧਾਰਨ ਕਰਦਾ ਹੈ। ਰੋਜ਼ੀ ਰੋਟੀ ਲਈ ਧਿਆਨ ਲਗਾਉਣ ਵਾਲੇ ਠਗ ਧਿਆਨੀ ਦੀ ਬਜਾਏ, ਸੜਕ ਤੇ ਝਾੜੂ ਲਗਾਉਣ ਵਾਲਾ ਨਿਸ਼ਠਾਵਾਨ ਮਨੁੱਖ ਵਧੇਰੇ ਚੰਗਾ ਹੈ।

नियतं कुरु कर्म त्वं कर्म ज्यायो ह्यकर्मण: ।
शरीरयात्रापि च ते न प्रसिद्ध्येदकर्मण: ॥ ८ ॥

ਨਿਯਤਮ੍ ਕੁਰੁ ਕਰ੍ਮ ਤ੍ਵਮ੍ ਕਰ੍ਮ ਜ੍ਯਾਯੋ ਹਿ ਅਕਰ੍ਮਣਹ੍ ।
ਸ਼ਰੀਰਾ-ਯਾਤ੍ਰਾਪਿ 'ਚ ਤੇ ਨ ਪ੍ਰਸਿੱਧਯੇਦ੍ ਅਕਰ੍ਮਣਹ੍ ॥ 8 ॥

ਨਿਯਤਮ੍-ਨਿਰਧਾਰਿਤ ; ਕੁਰੁ-ਕਰੋ ; ਕਰ੍ਮ-ਫਰਜ਼ ; ਤ੍ਵਮ੍-ਤੁਸੀਂ ; ਕਰ੍ਮ-ਕਰਮ ਕਰਨਾ ; ਜ੍ਯਾਯਹ੍-ਉੱਤਮ ; ਹਿ-ਨਿਸ਼ਚੈ ਹੀ ; ਅਕਰ੍ਮਣਹ੍-ਕੰਮ ਕਰਨ ਦੀ ਬਜਾਏ ; ਸ਼ਰੀਰ-ਸ਼ਰੀਰ ਦਾ ; ਯਾਤ੍ਰਾ- ਗੁਜ਼ਾਰਾ ; ਅਪਿ-ਵੀ ; ਚ-ਵੀ ; ਤੇ-ਤੁਹਾਡਾ ; ਨ-ਕਦੀ ਨਹੀਂ ; ਪ੍ਰਸਿੱਧ੍ਯੇਤ੍-ਸਿੱਧ ਹੁੰਦਾ ; ਅਕਰ੍ਮਣਹ੍-ਬਿਨ੍ਹਾਂ ਕੰਮ ਦੇ।

ਅਨੁਵਾਦ

ਆਪਣਾ ਨਿਰਧਾਰਿਤ ਕਰਮ ਕਰੋ, ਕਿਉਂਕਿ ਕਰਮ ਨਾ ਕਰਨ ਦੀ ਬਜਾਏ ਕਰਮ ਕਰਨਾ ਉੱਤਮ ਹੈ। ਕਰਮ ਤੋਂ ਬਿਨਾਂ ਸ਼ਰੀਰ ਦਾ ਗੁਜਾਰਾ ਵੀ ਨਹੀਂ ਹੋ ਸਕਦਾ।

ਭਾਵ

ਅਜਿਹੇ ਅਨੇਕਾਂ ਢੌਂਗੀ ਯੋਗੀ ਧਿਆਨੀ ਹਨ, ਜਿਹੜੇ ਆਪਣੇ ਆਪ ਨੂੰ ਉਚੇਰੇ ਖ਼ਾਨਦਾਨ ਦਾ ਦੱਸਦੇ ਹਨ ਅਤੇ ਅਜਿਹੇ ਵੱਡੇ ਵੱਡੇ ਪੇਸ਼ੇਵਾਰ ਮਨੁੱਖ ਹਨ ਜਿਹੜੇ ਇਹ ਝੂਠਾ ਵਿਖਾਵਾ ਕਰਦੇ ਹਨ ਕਿ

ਉਨ੍ਹਾਂ ਆਧਿਆਤਮਕ ਜੀਵਨ ਵਿਚ ਪ੍ਰਗਤੀ ਕਰਨ ਲਈ ਸਭ ਕੁੱਝ ਛੱਡ ਦਿੱਤਾ। ਸ਼੍ਰੀ ਕ੍ਰਿਸ਼ਨ ਇਹ ਨਹੀਂ ਚਾਹੁੰਦੇ ਕਿ ਅਰਜੁਨ ਢੌਂਗੀ ਬਣੇ, ਸਗੋਂ ਇਹ ਚਾਹੁੰਦੇ ਸਨ ਕਿ ਅਰਜੁਨ ਖਤਰੀਆਂ ਲਈ ਦੱਸੇ ਧਰਮ ਦਾ ਪਾਲਣ ਕਰੇ। ਅਰਜੁਨ ਗ੍ਰਿਹਸਥੀ ਅਤੇ ਇਕ ਸੈਨਾ ਨਾਇਕ ਸੀ, ਇਸ ਲਈ, ਉਸ ਲਈ ਉੱਤਮ ਸੀ ਕਿ ਉਹ ਉਸੇ ਰੂਪ ਵਿਚ ਗ੍ਰਿਹਸਥੀ ਖਤਰੀ ਲਈ ਦੱਸੇ ਧਾਰਮਿਕ ਫਰਜ਼ਾਂ ਦੀ ਪਾਲਣਾ ਕਰੇ। ਅਜਿਹੇ ਕਾਰਜਾਂ ਵਿਚ ਸੰਸਾਰੀ ਮਨੁੱਖ ਦਾ ਹਿਰਦਾ ਹੌਲੀ-ਹੌਲੀ ਨਿਰਮਲ ਹੋ ਜਾਂਦਾ ਹੈ ਅਤੇ ਉਹ ਭੌਤਿਕ ਦੂਸ਼ਨ ਤੋਂ ਮੁਕਤ ਹੋ ਜਾਂਦਾ ਹੈ। ਸ਼ਰੀਰ ਨੂੰ ਪਾਲਣ ਲਈ ਕੀਤੇ ਗਏ ਅਖੌਤੀ ਤਿਆਗ (ਸੰਨਿਆਸ) ਦੀ ਨਾ ਤਾਂ ਭਗਵਾਨ ਸਲਾਹੁਣਾ ਕਰਦੇ ਹਨ ਅਤੇ ਨਾ ਹੀ ਕੋਈ ਧਰਮ ਸ਼ਾਸ਼ਤਰ। ਆਖਿਰ ਸ਼ਰੀਰ ਨੂੰ ਪਾਲਣ ਲਈ ਕੁਝ ਨਾ ਕੁਝ ਕਰਨਾ ਹੁੰਦਾ ਹੈ। ਸੰਸਾਰੀ ਵਾਸਨਾਵਾਂ ਦੀ ਸ਼ੁੱਧੀ ਤੋਂ ਬਿਨ੍ਹਾਂ ਆਪਣੀ ਮਰਜ਼ੀ ਮੁਤਾਬਿਕ ਕਰਮ ਦਾ ਤਿਆਗ ਕਰਨਾ ਠੀਕ ਨਹੀਂ। ਇਸ ਸੰਸਾਰ ਦਾ ਹਰ ਮਨੁੱਖ ਨਿਸ਼ਚੈ ਹੀ ਪ੍ਰਕ੍ਰਿਤੀ ਤੇ ਮਾਲਕੀਅਤ ਜਤਾਉਣ ਲਈ ਭਾਵ ਇੰਦਰੀਆਂ ਦੀ ਸੰਤੁਸ਼ਟੀ ਲਈ ਮੰਦੀ ਸੋਚ ਨਾਲ ਗ੍ਰਸਤ ਰਹਿੰਦਾ ਹੈ। ਅਜਿਹੀਆਂ ਦੂਸ਼ਤ ਬਿਰਤੀਆਂ ਨੂੰ ਸ਼ੁੱਧ ਕਰਨ ਦੀ ਲੋੜ ਹੈ। ਨਿਰਧਾਰਤ ਕਰਮਾਂ ਰਾਹੀਂ ਅਜਿਹਾ ਕੀਤੇ ਬਿਨ੍ਹਾਂ ਮਨੁੱਖ ਨੂੰ ਚਾਹੀਦਾ ਹੈ ਅਖੌਤੀ ਅਧਿਆਤਮਵਾਦੀ (ਯੋਗੀ) ਬਣਨ ਅਤੇ ਸਾਰਾ ਕੰਮ ਛੱਡਕੇ ਦੂਜਿਆਂ ਦੇ ਸਹਾਰੇ ਜਿਉਂਦੇ ਰਹਿਣ ਦਾ ਯਤਨ ਨਾ ਕਰੇ।

यज्ञार्थात्कर्मणोऽन्यत्र लोकोऽयं कर्मबन्धनः।
तदर्थं कर्म कौन्तेय मुक्तसङ्गः समाचर ॥ ९ ॥

ਯਗ੍ਯਾਰ੍ਥਾਤ੍ ਕਰ੍ਮਣੋ 'ਨ੍ਯਤ੍ਰ ਲੋਕੋ 'ਯਮ੍ ਕਰ੍ਮ-ਬੰਧਨਹ੍ ।
ਤਦ੍-ਅਰਥਮ੍ ਕਰ੍ਮ ਕੌਂਤੇਯ ਮੁਕ੍ਤ-ਸੰਗਹ੍ ਸਮਾਚਰ ॥ 9 ॥

ਯਗਯ-ਅਰਥਾਤ੍-ਸਿਰਫ ਯੱਗ ਜਾਂ ਵਿਸ਼ਨੂੰ ਲਈ ਕੀਤਾ ਗਿਆ ; **ਕਰ੍ਮਣਹ**-ਕਰਮ ਦੀ ਬਜਾਏ; **ਅਨਯਤ੍ਰ**-ਨਹੀਂ ਤਾਂ ; **ਲੋਕਹ੍**-ਸੰਸਾਰ ; **ਅਯਮ੍**-ਇਹ ; **ਕਰ੍ਮ-ਬੰਧਨਹ**-ਕਰਮ ਦੇ ਕਾਰਨ ਬੰਧਨ ; **ਤਤ੍**-ਉਸ ; **ਅਰਥਮ੍**-ਲਈ ; **ਕਰ੍ਮ**-ਕਰਮ ; **ਕੌਂਤੇਯ**-ਹੇ ਕੁੰਤੀ ਪੁੱਤਰ ; **ਮੁਕ੍ਤ-ਸੰਗਹ**-ਸੰਗ ਤੋਂ ਮੁਕਤ ; **ਸਮਾਚਰ**-ਚੰਗੀ ਤਰ੍ਹਾਂ ਆਚਰਣ ਕਰੋ।

ਅਨੁਵਾਦ

ਸ਼੍ਰੀ ਵਿਸ਼ਨੂੰ ਲਈ ਯੱਗ ਰੂਪ ਵਿਚ ਕਰਮ ਕਰਨਾ ਚਾਹੀਦਾ ਹੈ, ਨਹੀਂ ਤਾਂ ਕਰਮ ਰਾਹੀਂ ਇਸ ਭੌਤਿਕ ਸੰਸਾਰ ਵਿਚ ਬੰਧਨ ਪੈਦਾ ਹੁੰਦਾ ਹੈ। ਇਸ ਲਈ ਹੇ ਕੁੰਤੀ ਪੁੱਤਰ ! ਉਨ੍ਹਾਂ ਦੀ ਪ੍ਰਸੰਨਤਾ ਲਈ ਆਪਣੇ ਨਿਰਧਾਰਤ ਕਰਮ ਕਰੋ। ਇਸ ਤਰ੍ਹਾਂ ਤੁਸੀਂ ਬੰਧਨ ਤੋਂ ਹਮੇਸ਼ਾਂ ਮੁਕਤ ਰਹੋਗੇ।

ਭਾਵ

ਕਿਉਂਕਿ ਮਨੁੱਖ ਨੂੰ ਸ਼ਰੀਰ ਨਿਰਬਾਹ ਲਈ ਵੀ ਕਰਮ ਕਰਨਾ ਹੁੰਦਾ ਹੈ, ਇਸ ਲਈ ਖਾਸ ਸਮਾਜਿਕ ਸਥਿਤੀ ਅਤੇ ਗੁਣਾਂ ਨੂੰ ਧਿਆਨ ਵਿਚ ਰੱਖਕੇ ਨਿਰਧਾਰਤ ਕਰਮ ਇੰਝ ਬਣਾਏ ਗਏ

ਹਨ ਕਿ ਉਸ ਮੰਤਵ ਦੀ ਪੂਰਤੀ ਹੋ ਸਕੇ । ਯੱਗ ਦਾ ਅਰਥ ਭਗਵਾਨ ਵਿਸ਼ਨੂੰ ਹੈ ਸਾਰੇ ਯੱਗ ਭਗਵਾਨ ਵਿਸ਼ਨੂੰ ਦੀ ਪ੍ਰਸੰਨਤਾ ਲਈ ਹਨ । ਵੇਦਾਂ ਦਾ ਹੁਕਮ ਹੈ - **ਯਗ੍ਯੋ ਵੈ ਵਿਸ਼ਣੁਹ੍** । ਦੂਜੇ ਸ਼ਬਦਾਂ ਵਿਚ ਭਾਵੇਂ ਕੋਈ ਖ਼ਾਸ ਯੱਗ ਪੂਰਾ ਕਰੇ ਜਾਂ ਪ੍ਰਤੱਖ ਰੂਪ ਵਿਚ ਭਗਵਾਨ ਵਿਸ਼ਨੂੰ ਦੀ ਸੇਵਾ ਕਰੇ ਦੋਵਾਂ ਨਾਲ ਇਕੋ ਪ੍ਰਯੋਜਨ ਪੂਰਾ ਹੁੰਦਾ ਹੈ । ਇਸ ਲਈ ਜਿਵੇਂ ਕਿ ਇਸ ਸ਼ਲੋਕ ਵਿਚ ਦਸਿਆ ਗਿਆ ਹੈ, ਕ੍ਰਿਸ਼ਨ ਭਾਵਨਾ ਅੰਮ੍ਰਿਤ ਕੰਮ ਯੱਗ ਹੀ ਹੈ । ਵਰਣ-ਆਸ਼ਰਮ ਧਰਮ ਦਾ ਵੀ ਮੰਤਵ ਭਗਵਾਨ ਵਿਸ਼ਨੂੰ ਨੂੰ ਪ੍ਰਸੰਨ ਕਰਨਾ ਹੈ ।

ਵਰ੍ਣਾਸ਼੍ਰਮਾਚਾਰ-ਵਤਾ ਪੁਰੁਸ਼ੇਣ ਪਰਹ੍ ਪੁਮਾਨ੍ ਵਿਸ਼ਣੁਰ੍ ਅਰਾਧ੍ਯਤੇ...

(ਵਿਸ਼ਣੂ ਪੁਰਾਣ 3.8.8)

ਇਸ ਲਈ ਭਗਵਾਨ ਵਿਸ਼ਨੂੰ ਦੀ ਪ੍ਰਸੰਨਤਾ ਲਈ ਕਰਮ ਕਰਨਾ ਚਾਹੀਦਾ ਹੈ । ਇਸ ਸੰਸਾਰ ਵਿਚ ਕੀਤਾ ਜਾਣ ਵਾਲਾ ਹੋਰ ਕੋਈ ਕਰਮ ਬੰਧਨ ਦਾ ਕਾਰਨ ਹੋਵੇਗਾ, ਕਿਉਂਕਿ ਚੰਗੇ ਮਾੜੇ ਕਰਮਾਂ ਦੇ ਫਲ ਹੁੰਦੇ ਹਨ ਅਤੇ ਕੋਈ ਵੀ ਫਲ ਕਰਮ ਕਰਨ ਵਾਲੇ ਨੂੰ ਬੰਨ੍ਹ ਲੈਂਦਾ ਹੈ । ਇਸ ਲਈ ਕ੍ਰਿਸ਼ਨ (ਵਿਸ਼ਨੂੰ) ਨੂੰ ਪ੍ਰਸੰਨ ਕਰਨ ਲਈ ਕ੍ਰਿਸ਼ਨ ਭਾਵਨਾ ਵਿਚ ਰਹਿ ਕੇ ਕੰਮ ਕਰਨਾ ਹੋਵੇਗਾ ਅਤੇ ਜਦੋਂ ਕੋਈ ਅਜਿਹਾ ਕਰਮ ਕਰਦਾ ਹੈ ਤਾਂ ਉਹ ਮੁਕਤ ਦਸ਼ਾ ਨੂੰ ਪ੍ਰਾਪਤ ਰਹਿੰਦਾ ਹੈ । ਇਹੋ ਮਹਾਨ ਕਰਮ ਕਰਨ ਦਾ ਹੁਨਰ ਹੈ ਅਤੇ ਸ਼ੁਰੂ-ਸ਼ੁਰੂ ਵਿਚ ਇਸ ਵਿਧੀ (ਤਰੀਕੇ) ਵਿਚ ਵਧੇਰੇ ਸੁਚੱਜੀ ਅਗਵਾਈ ਦੀ ਲੋੜ ਹੁੰਦੀ ਹੈ । ਇਸ ਲਈ ਭਗਵਾਨ ਦੇ ਭਗਤ ਦੇ ਨਿਰਦੇਸ਼ਨ ਵਿਚ ਜਾਂ ਪ੍ਰਤੱਖ ਭਗਵਾਨ ਕ੍ਰਿਸ਼ਨ ਦੇ ਪ੍ਰਤੱਖ ਹੁਕਮਾਂ ਅਧੀਨ (ਜਿਨ੍ਹਾਂ ਅਧੀਨ ਅਰਜੁਨ ਨੂੰ ਕਰਮ ਕਰਨ ਦਾ ਮੌਕਾ ਮਿਲਿਆ ਸੀ) ਮਨੁੱਖ ਨੂੰ ਮਿਹਨਤ ਨਾਲ ਕਰਮ ਕਰਨਾ ਚਾਹੀਦਾ ਹੈ । ਇੰਦਰੀਆਂ ਦੀ ਤ੍ਰਿਪਤੀ ਲਈ ਕੁਝ ਵੀ ਨਹੀਂ ਕਰਨਾ ਚਾਹੀਦਾ ਸਗੋਂ ਹਰ ਕੰਮ ਕ੍ਰਿਸ਼ਨ ਦੀ ਪ੍ਰਸੰਨਤਾ ਲਈ ਹੋਣਾ ਚਾਹੀਦਾ ਹੈ । ਇਸ ਤਰੀਕੇ ਨਾਲ ਨਾ ਸਿਰਫ ਕਰਮ ਬੰਧਨ ਤੋਂ ਹੀ ਬਚਿਆ ਜਾ ਸਕਦਾ ਹੈ, ਸਗੋਂ ਇਸ ਨਾਲ ਮਨੁੱਖ ਨੂੰ ਹੌਲੀ-ਹੌਲੀ ਭਗਵਾਨ ਦੀ ਉਹ ਪ੍ਰੇਮ ਭਗਤੀ ਪ੍ਰਾਪਤ ਹੋ ਸਕੇਗੀ ਜਿਹੜੀ ਭਗਵਤ੍ ਧਾਮ ਨੂੰ ਲੈ ਜਾਣ ਵਾਲੀ ਹੈ ।

सहयज्ञाः प्रजाः सृष्ट्वा पुरोवाच प्रजापतिः ।
अनेन प्रसविष्यध्वमेष वोऽस्त्विष्टकामधुक् ॥१०॥

ਸਹ-ਯਗ੍ਯਾਹ੍ ਪ੍ਰਜਾਹ ਸ੍ਰਿਸ਼ਟਵਾ ਪੁਰੋਵਾਚ ਪ੍ਰਜਾਪਤਿਹ੍ ।
ਅਨੇਨ ਪ੍ਰਸਵਿਸ਼੍ਯਧ੍ਵਮ੍ ਏਸ਼ਾ ਵੋ'ਸ੍ਤ੍ਵ ਇਸ਼੍ਟ੍-ਕਾਮ-ਧੁਕ੍ ॥ 10 ॥

ਸਹ-ਨਾਲ ; **ਯਗ੍ਯਾਹ**-ਯੱਗਾਂ ; **ਪ੍ਰਜਾਹ੍**-ਸੰਤਾਨ ; **ਸ੍ਰਿਸ਼ਟਵਾ**-ਰਚਕੇ ; **ਪੁਰਾ**-ਪੁਰਾਣੇ ਸਮੇਂ ਵਿਚ; **ਉਵਾਚ**-ਕਿਹਾ ; **ਪ੍ਰਜਾਪਤਿਹ੍**-ਜੀਵਾਂ ਦੇ ਸਵਾਮੀ ਨੇ ; **ਅਨੇਨ**-ਇਸ ਲਈ ; **ਪ੍ਰਸਵਿਸ਼੍ਯਧਵਮ**-ਵਧੇਰੇ ਵਧੋ ਫੁਲੋ ; **ਏਸ਼ਹ੍**-ਇਹ ; **ਵਹ੍**-ਤੁਹਾਡਾ ; **ਅਸਤੁ**-ਹੋਵੇ ; **ਇਸ਼ਟ**-ਸਭ ਇੱਛਿਤ ਵਸਤਾਂਦਾ ; **ਕਾਮਧੁਕ**-ਦੇਣ ਵਾਲਾ ।

ਅਨੁਵਾਦ

ਸ੍ਰਿਸ਼ਟੀ ਦੇ ਸ਼ੁਰੂ ਵਿਚ ਸਾਰੇ ਪ੍ਰਾਣੀਆਂ ਦੇ ਸਵਾਮੀ (ਪ੍ਰਜਾਪਤੀ) ਨੇ ਵਿਸ਼ਨੂੰ ਲਈ ਯੱਗ ਸਮੇਤ ਮਨੁੱਖਾਂ ਅਤੇ ਦੇਵਤਿਆਂ ਦੀ ਸੰਤਾਨ ਦੀ ਰਚਨਾ ਕੀਤੀ ਅਤੇ ਉਨ੍ਹਾਂ ਨੂੰ ਕਿਹਾ,"ਤੁਸੀਂ ਇਸ ਯੱਗ ਨਾਲ ਸੁਖੀ ਰਹੋ, ਕਿਉਂਕਿ ਇਸਦੇ ਕਰਨ ਨਾਲ ਤੁਹਾਨੂੰ ਸੁਖ ਨਾਲ ਰਹਿਣ ਅਤੇ ਮੁਕਤੀ ਪ੍ਰਾਪਤ ਕਰਨ ਲਈ ਸਾਰੀਆਂ ਇੱਛਤ ਵਸਤਾਂ ਮਿਲ ਸਕਣਗੀਆਂ।

ਭਾਵ

ਪ੍ਰਾਣੀਆਂ ਦੇ ਸਵਾਮੀ (ਵਿਸ਼ਨੂੰ) ਰਾਹੀਂ ਭੌਤਿਕ ਸ੍ਰਿਸ਼ਟੀ ਦੀ ਰਚਨਾ ਬੱਧਜੀਵਾਂ ਲਈ ਭਗਵਤ ਧਾਮ ਵਾਪਸ ਜਾਣ ਦਾ ਚੰਗਾ ਮੌਕਾ ਹੈ। ਇਸ ਸ੍ਰਿਸ਼ਟੀ ਦੇ ਸਾਰੇ ਜੀਵ ਪ੍ਰਕ੍ਰਿਤੀ ਰਾਹੀਂ ਬੰਨੇ ਹਨ, ਕਿਉਂਕਿ ਉਨ੍ਹਾਂ ਸ੍ਰੀ ਭਗਵਾਨ ਵਿਸ਼ਨੂੰ ਜਾਂ ਕ੍ਰਿਸ਼ਨ ਦੇ ਨਾਲ ਆਪਣੇ ਸੰਬੰਧਾਂ ਨੂੰ ਭੁੱਲਾ ਦਿੱਤਾ ਹੈ। ਇਸ ਸ਼ਾਸ਼ਵਤ (ਅਨੰਤ) ਸੰਬੰਧ ਨੂੰ ਸਮਝਣ ਵਿਚ ਵੈਦਿਕ ਨਿਯਮ ਸਾਡੀ ਮਦਦ ਲਈ ਹਨ, ਜਿਵੇਂ ਕਿ ਭਗਵਤਗੀਤਾ ਵਿਚ ਕਿਹਾ ਗਿਆ ਹੈ; **ਵੇਦੈਸ਼੍ ਚ ਸਰ੍ਵੈਰ੍ ਅਹਮ ਏਵ ਵੇਦ੍ਯਹ੍**। ਭਗਵਾਨ ਦਾ ਕਥਨ ਹੈ ਕਿ ਵੇਦਾਂ ਦਾ ਮੰਤਵ ਮੈਨੂੰ ਸਮਝਣਾ ਹੈ। ਵੈਦਿਕ ਅਸਤੁਤਿਆਂ (ਪ੍ਰਸੰਸ਼ਾ ਜਾ ਭਜਨਾਂ) ਵਿਚ ਕਿਹਾ ਗਿਆ ਹੈ – **ਪਤਿਮ੍ ਵਿਸ਼੍ਵਸ੍ਯਾਤ੍ਮੇਸ਼੍ਵਰਮ੍**। ਇਸ ਲਈ ਜੀਵਾਂ ਦੇ ਸਵਾਮੀ (ਪ੍ਰਜਾਪਤੀ) ਸ੍ਰੀ ਭਗਵਾਨ ਵਿਸ਼ਨੂੰ ਹਨ। ਸ੍ਰੀਮਦ ਭਾਗਵਤਮ੍ ਵਿਚ ਵੀ ਸ੍ਰੀ ਸ਼ੁਕਦੇਵ ਗੋਸਵਾਮੀ ਨੇ ਭਗਵਾਨ ਨੂੰ ਅਨੇਕਾਂ ਰੂਪਾਂ ਵਿਚ ਪਤੀ ਕਿਹਾ ਹੈ :-

ਸ਼੍ਰਿਯਹ ਪਤਿਰ੍ ਯਗਯ ਪਤਿਹ੍ ਪ੍ਰਜਾ-ਪਤਿਰ੍ ਧਿਯਾਮ ਪਤਿਰ੍ ਲੋਕ ਪਤਿਰ੍ ਧਰਾ-ਪਤਿਹ੍।
ਪਤਿਰ੍ ਗਤਿਸ਼ ਚਾਂਦਕ-ਵ੍ਰਿਸ਼ਣੀ-ਸਾਤਵਤਾਮ ਪ੍ਰਸਿੱਧਤਾਮ ਮੇ ਭਗਵਾਨ ਸਤਾਮ ਪਤੀਹ੍ ॥

(ਸ਼੍ਰੀਮਦ ਭਾਗਵਤ 2.4.20)

ਪ੍ਰਜਾਪਤੀ ਤਾਂ ਭਗਵਾਨ ਵਿਸ਼ਨੂੰ ਹਨ ਅਤੇ ਉਹ ਸਾਰੇ ਪ੍ਰਾਣੀਆਂ ਦੇ ਲੋਕਾਂ ਦੇ ਅਤੇ ਸੁੰਦਰਤਾ ਦੇ ਸਵਾਮੀ (ਪਤੀ) ਹਨ ਹਰ ਇਕ ਦੇ ਰਖਵਾਲੇ ਹਨ। ਭਗਵਾਨ ਨੇ ਇਸ ਭੌਤਿਕ ਸੰਸਾਰ ਨੂੰ ਇਸ ਲਈ ਰਚਿਆ ਕਿ ਬੱਧਜੀਵ ਇਹ ਸਿੱਖ ਸਕਣ ਕਿ ਵਿਸ਼ਨੂੰ ਨੂੰ ਪ੍ਰਸੰਨ ਕਰਨ ਲਈ ਕਿਸ ਤਰ੍ਹਾਂ ਯੱਗ ਕਰਨ, ਜਿਸ ਨਾਲ ਉਹ ਇਸ ਸੰਸਾਰ ਵਿਚ ਚਿੰਤਾ ਰਹਿਤ ਹੋਕੇ ਸੁਖ ਨਾਲ ਰਹਿ ਸਕਣ ਅਤੇ ਇਸ ਭੌਤਿਕ ਦੇਹ ਦਾ ਅੰਤ ਹੋਣ ਤੇ ਭਗਵਤ ਧਾਮ ਨੂੰ ਜਾ ਸਕਣ। ਬੱਧਜੀਵਾਂ ਲਈ ਇਹੋ ਸੰਪੂਰਨ ਕੰਮ ਕਾਰ ਹੈ। ਯੱਗ ਕਰਨ ਨਾਲ ਬੱਧਜੀਵ ਕ੍ਰਮਵਾਰ ਕ੍ਰਿਸ਼ਨ ਭਾਵਨਾ ਭਾਵਿਤ ਹੁੰਦੇ ਹਨ ਅਤੇ ਹਰ ਤਰ੍ਹਾਂ ਨਾਲ ਦੈਵੀ (ਦਿੱਵ) ਬਣਦੇ ਹਨ। ਕਲਜੁੱਗ ਵਿਚ ਵੈਦਿਕ ਸ਼ਾਸ਼ਤਰਾਂ ਨੇ ਸੰਕੀਰਤਨ ਯੱਗ (ਭਗਵਾਨ ਦੇ ਨਾਵਾਂ ਦਾ ਕੀਰਤਨ) ਦਾ ਵਿਧਾਨ ਕੀਤਾ ਹੈ ਅਤੇ ਇਸ ਅਲੌਕਿਕ ਵਿਧੀ ਨੂੰ ਚੈਤੰਨਯ ਮਹਾਂਪ੍ਰਭੂ ਰਾਹੀਂ ਇਸ ਯੁਗ ਦੇ ਸਾਰੇ ਲੋਕਾਂ ਦੇ ਕਲਿਆਣ ਲਈ ਚਾਲੂ ਕੀਤਾ ਗਿਆ। ਸੰਕੀਰਤਨ ਅਤੇ ਕ੍ਰਿਸ਼ਨ ਭਾਵਨਾ ਅੰਮ੍ਰਿਤ ਵਿਚ ਚੰਗਾ ਤਾਲਮੇਲ ਹੈ। ਸ਼੍ਰੀਮਦ ਭਾਗਵਤਮ੍ ਵਿਚ ਸੰਕੀਰਤਨ ਯੱਗ ਦੇ ਵਿਸ਼ੇਸ਼ ਪ੍ਰਸੰਗ ਵਿਚ ਭਗਵਾਨ ਕ੍ਰਿਸ਼ਨ ਦਾ ਆਪਣੇ ਭਗਤ ਰੂਪ (ਚੈਤੰਨਯ

ਮਹਾਂਪ੍ਰਭੂ ਰੂਪ) ਵਿਚ ਹੇਠ ਲਿਖੇ ਅਨੁਸਾਰ ਉਲੇਖ ਹੋਇਆ ਹੈ :-

ਕ੍ਰਿਸ਼ਣ ਵਰਣਮ੍ ਤ੍ਵਿਸ਼ਾਕ੍ਰਿਸ਼੍ਣਮ੍ ਸਾਂਗੋਪਾਂਗਾਸ੍ਤ੍ਰ-ਪਾਰ੍ਸ਼ਦਮ੍ ।
ਯਗ੍ਯੈਹ੍ ਸੰਕੀਰ੍ਤਨ-ਪ੍ਰਾਯੈਰ੍ ਯਜਨ੍ਤਿ ਹਿ ਸੁ-ਮੇਧਸਹ੍ ॥

(ਸ਼੍ਰੀ ਮਦ ਭਾਗਵਤ 11.5.32)

"ਇਸ ਕਲਜੁੱਗ ਵਿਚ ਜਿਹੜੇ ਲੋਕ ਭਰਪੂਰ ਬੁੱਧੀਮਾਨ ਹਨ, ਉਹ ਭਗਵਾਨ ਦੀ ਉਨ੍ਹਾਂ ਦੇ ਪਾਰਸ਼ਦਾਂ ਸਮੇਤ ਸੰਕੀਰਤਨ ਯੱਗ ਰਾਹੀਂ ਪੂਜਾ ਕਰਨਗੇ ।" ਵੇਦਾਂ ਵਿਚ ਵਰਣਤ ਹੋਰਨਾਂ ਯੱਗਾਂ ਨੂੰ ਕਲਿਕਾਲ ਵਿਚ ਕਰਨਾ ਸੌਖਾ ਨਹੀਂ, ਪਰ ਸੰਕੀਰਤਨ ਯੱਗ ਆਸਾਨ ਹੈ ਅਤੇ ਹਰ ਪੱਖੋਂ ਪਰਮ ਹੈ, ਜਿਵੇਂ ਕਿ ਭਗਵਤਗੀਤਾ ਵਿਚ ਵੀ (9-14) ਇਸ ਦਾ ਵਰਣਨ ਹੈ ।

देवान्भावयतानेन ते देवा भावयन्तु वः।
परस्परं भावयन्तः श्रेयः परमवाप्स्यथ ॥ ११ ॥

ਦੇਵਾਨ੍ ਭਾਵਯਤਾਨੇਨ ਤੇ ਦੇਵਾ ਭਾਵਯੰਤੂ ਵਹ੍ ।
ਪਰਸ੍ਪਰਮ੍ ਭਾਵਯੰਤਹ ਸ਼੍ਰੇਯਹ੍ ਪਰਮ੍ ਅਵਾਪ੍ਸ਼੍ਯਥ ॥ 11 ॥

ਦੇਵਾਨ੍-ਦੇਵਤਿਆਂ ਨੂੰ ; **ਭਾਵਯਤਾ**-ਪ੍ਰਸੰਨ ਕਰਕੇ ; **ਅਨੇਨ**-ਇਸ ਯੱਗ ਰਾਹੀਂ ; **ਤੇ**-ਉਹ ; **ਦੇਵਾਹ੍**-ਦੇਵਤਾ ; **ਭਾਵਯੰਤੁ**-ਪ੍ਰਸੰਨ ਕਰਨਗੇ ; **ਵਹ੍**-ਤੁਹਾਨੂੰ ; **ਪਰਸ੍**-ਪਰਮ੍-ਆਪਸ ਵਿਚ ; **ਭਾਵਯੰਤਹ੍**-ਇਕ ਦੂਜੇ ਨੂੰ ਪ੍ਰਸੰਨ ਕਰਦੇ ਹੋਏ ; **ਸ਼੍ਰੇਯਹ੍**-ਵਰ,ਮੰਗਲ ; **ਪਰਮ੍**-ਪਰਮ ; **ਅਵਾਪ੍ਸ਼੍ਯਥ**-ਤੁਸੀਂ ਪ੍ਰਾਪਤ ਕਰੋਗੇ ।

ਅਨੁਵਾਦ

ਯੱਗਾਂ ਰਾਹੀਂ ਪ੍ਰਸੰਨ ਹੋਕੇ ਦੇਵਤੇ ਤੁਹਾਨੂੰ ਵੀ ਪ੍ਰਸੰਨ ਕਰਨਗੇ ਅਤੇ ਇਸ ਤਰ੍ਹਾਂ ਮਨੁੱਖਾਂ ਅਤੇ ਦੇਵਤਿਆਂ ਵਿਚਕਾਰ ਸਹਿਯੋਗ ਨਾਲ ਸਾਰਿਆਂ ਨੂੰ ਸੰਪੰਨਤਾ ਪ੍ਰਾਪਤ ਹੋਵੇਗੀ ।

ਭਾਵ

ਦੇਵਤਾ ਲੋਕ ਸੰਸਾਰਿਕ ਕਾਰਜਾਂ ਲਈ ਅਧਿਕਾਰ ਪ੍ਰਾਪਤ ਪ੍ਰਸ਼ਾਸਕ ਹਨ । ਹਰ ਜੀਵ ਰਾਹੀਂ ਸ਼ਰੀਰ ਧਾਰਨ ਕਰਨ ਲਈ ਲੋੜੀਂਦੀ ਹਵਾ, ਪ੍ਰਕਾਸ਼, ਜਲ ਅਤੇ ਹੋਰ ਸਾਰੇ ਵਰ ਉਨ੍ਹਾਂ ਦੇਵਤਿਆਂ ਦੇ ਅਧਿਕਾਰ ਵਿਚ ਹਨ, ਜਿਹੜੇ ਪਰਮ ਪੁਰਖ ਭਗਵਾਨ ਦੇ ਸ਼ਰੀਰ ਦੇ ਵੱਖੋ ਵੱਖਰੇ ਹਿੱਸਿਆ ਵਿਚ ਅਣਗਿਣਤ ਸਹਾਇਤਾ ਦੇ ਰੂਪ ਵਿਚ ਸਥਿਤ ਹਨ । ਉਨ੍ਹਾਂ ਦੀ ਪ੍ਰਸੰਨਤਾ ਜਾਂ ਅਪ੍ਰਸੰਨਤਾ ਮਨੁੱਖਾਂ ਰਾਹੀਂ ਯੱਗਾਂ ਦੀ ਸੰਪੰਨਤਾ ਤੇ ਨਿਰਭਰ ਹੈ । ਕੁਝ ਯੱਗ ਕਿਸੇ ਖ਼ਾਸ ਦੇਵਤਿਆਂ ਨੂੰ ਪ੍ਰਸੰਨ ਕਰਨ ਲਈ ਹੁੰਦੇ ਹਨ ਪਰ ਤਾਂ ਵੀ ਸਾਰੇ ਯੱਗਾਂ ਵਿਚ ਭਗਵਾਨ ਵਿਸ਼ਨੂੰ ਨੂੰ ਪ੍ਰਮੁੱਖ ਭੋਗਤਾ ਵਾਂਗ ਪੂਜਿਆ ਜਾਂਦਾ ਹੈ । ਭਗਵਤਗੀਤਾ ਵਿਚ ਇਹ ਵੀ ਕਿਹਾ ਗਿਆ ਹੈ ਕਿ ਭਗਵਾਨ ਕ੍ਰਿਸ਼ਨ ਆਪ ਸਾਰੇ ਤਰ੍ਹਾਂ ਦੇ ਯੱਗਾਂ ਦੇ ਭੋਗਤਾ ਹਨ - **ਭੋਕ੍ਤਾਰਮ੍ ਯਗ੍ਯਤਪਸਾਮ੍** । ਇਸ ਲਈ ਸਾਰੇ ਯੱਗਾਂ ਦਾ

ਮੁੱਖ ਮੰਤਵ ਯੱਗਪਤੀ ਨੂੰ ਪ੍ਰਸੰਨ ਕਰਨਾ ਹੈ ਜਦੋਂ ਇਹ ਯੱਗ ਸੁਚੱਜੇ ਢੰਗ ਨਾਲ ਸੰਪੰਨ ਕੀਤੇ ਜਾਂਦੇ ਹਨ ਤਾਂ ਵੱਖੋ ਵੱਖਰੇ ਵਿਭਾਗਾਂ ਦੇ ਅਧਿਕਾਰੀ ਦੇਵਤਾ ਪ੍ਰਸੰਨ ਹੁੰਦੇ ਹਨ ਅਤੇ ਪ੍ਰਾਕ੍ਰਿਤਕ ਪਦਾਰਥਾਂ ਦੀ ਥੋੜ ਨਹੀਂ ਰਹਿੰਦੀ ।

ਯੱਗਾਂ ਨੂੰ ਸੰਪੰਨ ਕਰਨ ਨਾਲ ਹੋਰ ਵੀ ਲਾਭ ਹੁੰਦੇ ਹਨ, ਜਿਨ੍ਹਾਂ ਨਾਲ ਅੰਤ ਵਿਚ ਸੰਸਾਰ ਬੰਧਨਾਂ ਤੋਂ ਮੁਕਤੀ ਮਿਲ ਜਾਂਦੀ ਹੈ । ਯੱਗ ਨਾਲ ਸਾਰੇ ਕਰਮ ਪਵਿੱਤਰ ਹੋ ਜਾਂਦੇ ਹਨ, ਜਿਵੇਂ ਵੇਦਾਂ ਦਾ ਵਚਨ ਹੈ - **ਆਹਾਰ ਸ਼ੁਦ੍ਧੌ ਸਤ੍ਤ੍ ਵਸ਼ੁਦ੍ਧਿਹ੍ ਸਤ੍ਤ੍ਵ-ਸ਼ੁਦ੍ਧੌ ਧ੍ਰੁਵਾ ਸ੍ਮ੍ਰਿਤਿਹ੍ ਸ੍ਮ੍ਰਿਤਿ ਲਮ੍ਭੇ ਸਰ੍ਵ ਗ੍ਰੰਥੀਨਾਮ੍ ਵਿਪ੍ਰਮੋਕ੍ਸ਼ਹ੍** । ਯੱਗ ਨਾਲ ਮਨੁੱਖ ਦਾ ਖਾਣ-ਪਾਣ ਸ਼ੁੱਧ ਹੁੰਦਾ ਹੈ ਅਤੇ ਸ਼ੁੱਧ ਭੋਜਨ ਕਰਨ ਨਾਲ ਮਨੁੱਖ ਜੀਵਨ ਸ਼ੁੱਧ ਹੋ ਜਾਂਦਾ ਹੈ ਜੀਵਨ ਸ਼ੁੱਧ ਹੋਣ ਤੇ ਨਾਲ ਯਾਦਦਾਸ਼ਤ ਦੇ ਸੂਖਮ ਤੰਤੂ ਸ਼ੁੱਧ ਹੁੰਦੇ ਹਨ ਯਾਦਦਾਸ਼ਤ ਤੰਤੂਆਂ ਦੇ ਸ਼ੁੱਧ ਹੋਣ ਤੇ ਮਨੁੱਖ ਮੁਕਤੀ ਮਾਰਗ ਦਾ ਚਿੰਤਨ ਕਰ ਸਕਦਾ ਅਤੇ ਇਹ ਸਾਰੇ ਮਿਲਕੇ ਕ੍ਰਿਸ਼ਨ ਭਾਵਨਾ ਅੰਮ੍ਰਿਤ ਤਕ ਪਹੁੰਚਦੇ ਹਨ, ਜਿਹੜਾ ਅੱਜ ਦੇ ਸਮਾਜ ਲਈ ਵਧੇਰੇ ਜਰੂਰੀ ਹੈ ।

इष्टान्भोगान्हि वो देवा दास्यन्ते यज्ञभाविताः ।
तैर्दत्तानप्रदायैभ्यो यो भुङ्क्ते स्तेन एव सः ॥ १२॥

ਇਸ਼੍ਟਾਨ੍ ਭੋਗਾਨ੍ ਹਿ ਵੋ ਦੇਵਾ ਦਾਸ੍ਯੰਤੇ ਯਗ੍ਯ-ਭਾਵਿਤਾਹ੍ ।
ਤੈਰ੍ ਦਤ੍ਤਾਨ੍ ਅਪ੍ਰਦਾਯੈਭ੍ਯੋ ਯੋ ਭੁੰਕ੍ਤੇ ਸ੍ਤੇਨ ਏਵ ਸਹ੍ ॥ 12 ॥

ਇਸ਼੍ਟਾਨ-ਚਾਹਿਆ ਹੋਇਆ ; **ਭੋਗਾਨ੍**-ਜੀਵਨ ਦੀਆਂ ਲੋੜਾਂ ; ਹਿ-ਨਿਸ਼ਚੈ ਹੀ ; **ਵਹ੍**-ਤੁਹਾਨੂੰ; **ਦੇਵਾਹ੍**-ਦੇਵਤਾ ਲੋਕ ; **ਦਾਸਯੰਤੇ**-ਦੇਣਗੇ ; **ਯਗ੍ਯਭਾਵਿਤਾਹ੍**-ਯੱਗ ਸੰਪੰਨ ਕਰਨ ਨਾਲ ਪ੍ਰਸੰਨਹੋਕੇ ; **ਤੈਹ੍**-ਉਨਾਂ ਰਾਹੀਂ ; **ਦਤ੍ਤਾਨ**-ਦਿੱਤੀਆਂ ਚੀਜਾਂ ; **ਅਪ੍ਰਦਾਯ**-ਬਿਨਾਂ ਭੇਟ ਕੀਤੇ ; **ਏਭ੍ਯਹ੍**-ਇਨ੍ਹਾਂ ਦੇਵਤਿਆਂ ਨੂੰ ; **ਯਹ੍**-ਜਿਹੜਾ ; **ਭੁੰਕਤੇ**-ਭੋਗ ਸਕਦਾ ਹੈ ; **ਸ੍ਤੇਨ**-ਚੋਰ ; **ਏਵ**-ਨਿਸ਼ਚੈ ਹੀ; **ਸਹ੍**-ਉਹ ।

ਅਨੁਵਾਦ

ਜੀਵਨ ਦੀ ਵੱਖੋ ਵੱਖਰੀਆਂ ਲੋੜਾਂ ਦੀ ਪੂਰਤੀ ਕਰਨ ਵਾਲੇ ਵੱਖੋ ਵੱਖਰੇ ਦੇਵਤਾ ਯੱਗ ਸੰਪੰਨ ਹੋਣ ਤੇ ਪ੍ਰਸੰਨ ਹੋ ਕੇ ਤੁਹਾਡੀਆਂ ਸਾਰੀਆਂ ਲੋੜਾਂ ਦੀ ਪੂਰਤੀ ਕਰਨਗੇ । ਪਰ ਜਿਹੜਾ ਇਨ੍ਹਾਂ ਭੇਟਾਂ ਨੂੰ ਦੇਵਤਿਆਂ ਨੂੰ ਭੇਂਟ ਕੀਤੇ ਬਿੰਨ੍ਹਾਂ ਭੋਗਦਾ ਹੈ ਉਹ ਨਿਸ਼ਚੈ ਹੀ ਚੋਰ ਹੈ ।

ਭਾਵ

ਭਗਵਾਨ ਵਿਸ਼ਨੂੰ ਰਾਹੀਂ ਭੋਗ ਸਮਗਰੀ ਪ੍ਰਦਾਨ ਕਰਨ ਲਈ ਦੇਵਤਿਆਂ ਨੂੰ ਅਧਿਕਾਰ ਦਿੱਤੇ ਹਨ। ਇਸ ਲਈ ਨਿਰਧਾਰਤ ਯੱਗਾਂ ਰਾਹੀਂ ਉਨ੍ਹਾਂ ਨੂੰ ਜਰੂਰ ਸੰਤੁਸ਼ਟ ਕਰਨਾ ਚਾਹੀਦਾ ਹੈ । ਵੇਦਾਂ ਵਿਚ

ਵੱਖੋ ਵੱਖਰੇ ਦੇਵਤਿਆਂ ਲਈ ਵੱਖੋ ਵੱਖਰੇ ਤਰ੍ਹਾਂ ਦੇ ਯੱਗਾਂ ਦਾ ਵਰਣਨ ਹੈ ਪਰ ਉਹ ਅੰਤ ਵਿਚ ਸਾਰੇ ਭਗਵਾਨ ਨੂੰ ਹੀ ਅਰਪਿਤ (ਭੇਂਟ) ਕੀਤੇ ਜਾਂਦੇ ਹਨ। ਪਰ ਜਿਹੜਾ ਇਹ ਨਹੀਂ ਸਮਝ ਸਕਦਾ ਕਿ ਭਗਵਾਨ ਕੀ ਹਨ ? ਉਸ ਲਈ ਦੇਵ ਯੱਗ ਦਾ ਵਿਧਾਨ ਹੈ । ਅਨੁਸ਼ਠਾਨ ਕਰਤਾ ਦੇ ਭੌਤਿਕ ਗੁਣਾਂ ਮੁਤਾਬਿਕ ਵੇਦਾਂ ਵਿਚ ਵੱਖੋ ਵੱਖਰੇ ਤਰ੍ਹਾਂ ਦੇ ਯੱਗਾਂ ਦਾ ਵਿਧਾਨ ਹੈ ਵੱਖੋ ਵੱਖਰੇ ਦੇਵਤਿਆਂ ਦੀ ਪੂਜਾ ਵੀ ਉਸੇ ਆਧਾਰ ਤੇ ਭਾਵ ਗੁਣਾਂ ਮੁਤਾਬਿਕ ਕੀਤੀ ਜਾਂਦੀ ਹੈ । ਉਦਾਹਰਣ ਵਜੋਂ ਮਾਸਾਹਾਰੀ ਨੂੰ ਦੇਵੀ ਕਾਲੀ ਦੀ ਪੂਜਾ ਕਰਨ ਲਈ ਕਿਹਾ ਜਾਂਦਾ ਹੈ, ਜਿਹੜੀ ਸ਼ਕਤੀ ਦਾ ਭਿਅੰਕਰ ਰੂਪ ਹਨ ਅਤੇ ਦੇਵੀ ਦੇ ਸਾਹਮਣੇ ਪਸ਼ੂ ਬਲੀ ਦਾ ਹੁਕਮ ਹੈ । ਪਰ ਜਿਹੜੇ ਸਤੋਗੁਣੀ ਹਨ, ਉਨ੍ਹਾਂ ਲਈ ਵਿਸ਼ਨੂੰ ਦੀ ਅਲੌਕਿਕ ਪੂਜਾ ਦੱਸੀ ਗਈ ਹੈ । ਆਖ਼ਿਰ ਸਾਰੇ ਯੱਗਾਂ ਦਾ ਮੰਤਵ ਅੱਗੇ ਤੋਂ ਅੱਗੇ ਅਲੌਕਿਕ ਪਦ ਪ੍ਰਾਪਤ ਕਰਨਾ ਹੈ । ਸਾਧਾਰਣ ਮਨੁੱਖਾਂ ਲਈ ਘਟੋ ਘੱਟ ਪੰਜ ਯੱਗ ਜਰੂਰੀ ਹਨ, ਜਿਹਨਾਂ ਨੂੰ ਪੰਚ ਮਹਾਯੱਗ ਕਹਿੰਦੇ ਹਨ ।

ਪਰ ਮਨੁੱਖ ਨੂੰ ਇਹ ਸਮਝਣਾ ਚਾਹੀਦਾ ਹੈ ਕਿ ਜੀਵਨ ਦੀਆਂ ਸਾਰੀਆਂ ਲੋੜਾਂ ਭਗਵਾਨ ਦੇ ਦੇਵਤਿਆਂ (ਪ੍ਰਤੀਨਿਧਾਂ) ਰਾਹੀਂ ਹੀ ਪੂਰੀਆਂ ਕੀਤੀਆਂ ਜਾਂਦੀਆਂ ਹਨ । ਕੋਈ ਕੁਝ ਨਹੀਂ ਬਣਾ ਸਕਦਾ । ਉਦਾਹਰਣ ਵਜੋਂ ਮਨੁੱਖੀ ਸਮਾਜ ਦੇ ਖਾਣ ਵਾਲੇ ਪਦਾਰਥਾਂ ਨੂੰ ਹੀ ਲਓ । ਇਨ੍ਹਾਂ ਖਾਣ ਵਾਲੇ ਪਦਾਰਥਾਂ ਵਿਚ ਸਤੋਗੁਣੀਆਂ ਲਈ ਅੰਨ, ਫਲ, ਸ਼ਾਕ, ਦੁੱਧ, ਚੀਨੀ ਆਦਿ ਹਨ ਅਤੇ ਮਾਸਾਹਾਰੀਆਂ ਲਈ ਮਾਸ ਆਦਿ ਜਿਨ੍ਹਾਂ ਵਿਚੋਂ ਕੋਈ ਪਦਾਰਥ ਮਨੁੱਖ ਨਹੀਂ ਬਣਾ ਸਕਦਾ । ਇਕ ਹੋਰ ਉਦਾਹਰਣ ਲਓ - ਜਿਵੇਂ ਗਰਮੀ, ਪ੍ਰਕਾਸ਼, ਜਲ, ਹਵਾ ਆਦਿ ਜਿਹੜੇ ਜੀਵਨ ਲਈ ਲੋੜੀਂਦੇ ਹਨ, ਇਨ੍ਹਾਂ ਵਿਚੋਂ ਕਿਸੇ ਨੂੰ ਬਣਾਇਆ ਨਹੀਂ ਜਾ ਸਕਦਾ । ਪਰਮੇਸ਼ਵਰ ਤੋਂ ਬਿਨ੍ਹਾਂ ਨਾ ਵਧੇਰੇ ਪ੍ਰਕਾਸ਼ ਮਿਲ ਸਕਦਾ ਹੈ ਨਾ ਚਾਂਦਨੀ, ਵਰਖਾ ਜਾਂ ਹਵਾ ਹੀ ਜਿਨ੍ਹਾਂ ਬਿਨ੍ਹਾਂ ਮਨੁੱਖ ਜਿਉਂਦਾ ਨਹੀਂ ਰਹਿ ਸਕਦਾ। ਸਪੱਸ਼ਟ ਹੈ ਕਿ ਸਾਡਾ ਜੀਵਨ ਭਗਵਾਨ ਰਾਹੀਂ ਦਿੱਤੀਆਂ ਵਸਤਾਂ ਤੇ ਨਿਰਭਰ ਹੈ। ਇਥੋਂ ਤਕਕਿ ਸਾਨੂੰ ਆਪਣੇ ਉਤਪਾਦਨ ਉਦਮਾਂ ਲਈ ਅਨੇਕਾਂ ਤਰ੍ਹਾਂ ਦੇ ਕੱਚੇ ਮਾਲ ਦੀ ਜਰੂਰਤ ਹੁੰਦੀ ਹੈ ਜਿਵੇਂ ਧਾਤੂ, ਗੰਧਕ, ਪਾਰਾ, ਮੈਗਨੀਜ਼ ਅਤੇ ਹੋਰ ਅਨੇਕਾਂ ਵਸਤਾਂ ਜਿਨ੍ਹਾਂ ਦੀ ਪੂਰਤੀ ਭਗਵਾਨ ਦੇ ਪ੍ਰਤੀਨਿਧ ਇਸ ਮੰਤਵ ਨਾਲ ਕਰਦੇ ਹਨ ਕਿ ਅਸੀਂ ਇਨ੍ਹਾਂ ਦੀ ਸਮੁੱਚੀ ਵਰਤੋਂ ਕਰਕੇ ਆਤਮਾ ਨੂੰ ਜਾਣਨ ਲਈ ਆਪਣੇ ਆਪ ਨੂੰ ਤੰਦਰੁਸਤ ਅਤੇ ਪੁਸ਼ਟ ਬਣਾਈਏ, ਜਿਸ ਨਾਲ ਜੀਵਨ ਦਾ ਉਚੇਰਾ ਮੰਤਵ ਭਾਵ ਭੌਤਿਕ ਜੀਵਨ ਸੰਘਰਸ਼ ਤੋਂ ਮੁਕਤੀ ਪ੍ਰਾਪਤ ਹੋ ਸਕੇ । ਯੱਗ ਸੰਪੰਨ ਕਰਨ ਨਾਲ ਮਨੁੱਖੀ ਜੀਵਨ ਦਾ ਇਹ ਮੰਤਵ ਪ੍ਰਾਪਤ ਹੋ ਜਾਂਦਾ ਹੈ ਜੇਕਰ ਅਸੀਂ ਜੀਵਨ ਮੰਤਵ ਨੂੰ ਭੁੱਲਕੇ ਭਗਵਾਨ ਦੇ ਪ੍ਰਤੀਨਿਧਾਂ ਤੋਂ ਆਪਣੀਆਂ ਇੰਦਰੀਆਂ ਦੀ ਤ੍ਰਿਪਤੀ ਲਈ ਵਸਤਾਂ ਲੈ ਕੇ ਰਹਾਂਗੇ ਅਤੇ ਇਸ ਸੰਸਾਰ ਵਿਚ ਵਧੇਰੇ ਫਸਦੇ ਜਾਵਾਂਗੇ ਜਿਹੜਾ ਕਿ ਸ੍ਰਿਸ਼ਟੀ ਦਾ ਮੰਤਵ ਨਹੀਂ, ਤਾਂ ਨਿਸ਼ਚੈ ਹੀ ਅਸੀਂ ਚੋਰ ਬਣਾਂਗੇ ਅਤੇ ਇਸ ਤਰਾਂ ਅਸੀਂ ਪ੍ਰਕ੍ਰਿਤੀ ਦੇ ਨਿਯਮਾਂ ਰਾਹੀਂ ਸਜਾ ਪਾਵਾਂਗੇ । ਚੋਰਾਂ ਦਾ ਸਮਾਜ ਕਦੀ ਸੁਖੀ ਨਹੀਂ ਰਹਿ ਸਕਦਾ, ਕਿਉਂਕਿ ਉਨ੍ਹਾਂ ਦਾ ਕੋਈ ਜੀਵਨ ਮੰਤਵ ਨਹੀਂ ਹੁੰਦਾ । ਪਦਾਰਥਵਾਦੀ ਚੋਰਾਂ ਦਾ ਕਦੀ ਕੋਈ ਜੀਵਨ ਮੰਤਵ ਨਹੀਂ ਹੁੰਦਾ । ਉਨ੍ਹਾਂ ਨੂੰ ਤਾਂ ਸਿਰਫ ਇੰਦਰੀਆਂ ਦੀ ਤ੍ਰਿਪਤੀ ਦੀ ਫਿਕਰ ਰਹਿੰਦੀ ਹੈ ਉਹ ਨਹੀਂ ਜਾਣਦੇ ਕਿ ਯੱਗ ਕਿਵੇਂ ਕੀਤੇ ਜਾਂਦੇ ਹਨ । ਪਰ

ਚੈਤੰਨਯ ਮਹਾਂਪ੍ਰਭੂ ਨੇ ਯੱਗ ਸੰਪੰਨ ਕਰਨ ਦੀ ਸੌਖੀ ਵਿਧੀ ਨੂੰ ਚਾਲੂ ਕੀਤਾ ਹੈ। ਇਹ ਹੈ ਸੰਕੀਰਤਨ ਯੱਗ ਜਿਹੜਾ ਸੰਸਾਰ ਦੇ ਕਿਸੇ ਵੀ ਮਨੁੱਖ ਰਾਹੀਂ, ਜਿਹੜਾ ਕ੍ਰਿਸ਼ਨ ਭਾਵਨਾ ਅੰਮ੍ਰਿਤ ਦੇ ਸਿਧਾਤਾਂ ਨੂੰ ਅੰਗੀਕਾਰ ਕਰਦਾ ਹੈ, ਸੰਪੰਨ ਕੀਤਾ ਜਾ ਸਕਦਾ ਹੈ।

यज्ञशिष्टाशिनः सन्तो मुच्यन्ते सर्वकिल्बिषैः ।
भुञ्जते ते त्वघं पापा ये पचन्त्यात्मकारणात् ॥ १३ ॥

ਯਗ੍ਯ-ਸ਼ਿਸ਼੍ਟਾਸ਼ਿਨਹ੍ ਸੰਤੋ ਮੁਚ੍ਯੰਤੇ ਸਰਵ-ਕਿਲ੍ਬਿਸ਼ੈਹ੍ ।
ਭੁਜੰਤੇ ਤੇ ਤ੍ਵ੍ ਅਘਮ੍ ਪਾਪਾ ਯੇ ਪਚੰਤ੍ਯ੍ ਆਤ੍ਮ-ਕਾਰਣਾਤ੍ ॥ 13 ॥

ਯਗ੍ਯ-ਸ਼ਿਸ਼ਟ-ਯੱਗ ਸੰਪੰਨ ਕਰਨ ਤੋਂ ਮਗਰੋਂ ਗ੍ਰਹਿਣ ਕੀਤੇ ਜਾਣ ਵਾਲੇ ਭੋਜਨ ਨੂੰ ; **ਅਸ਼ਿਨਹ**-ਖਾਣ ਵਾਲੇ ; **ਸੰਤਹ੍**-ਭਗਤ ਲੋਕ ; **ਮੁਚ੍ਯੰਤੇ**-ਛੁਟਕਾਰਾ ਪਾਉਂਦੇ ਹਨ ; **ਸਰ੍ਵ**-ਹਰ ਤਰ੍ਹਾਂ ਦੇ ; **ਕਿਲ੍ਬਿਸ਼ੈਹ੍**-ਪਾਪਾਂ ਤੋਂ ; **ਭੁਜੰਤੇ**-ਭੋਗਦੇ ਹਨ ; **ਤੇ**-ਉਹ ; **ਤੁ**-ਪਰ ; **ਅਘਮ੍**-ਘੋਰ ਪਾਪ ; **ਪਾਪਾਹ੍**-ਪਾਪੀ ਲੋਕ ; **ਯੇ**-ਜਿਹੜੇ ; **ਪਚੰਤਿ**-ਭੋਜਨ ਬਣਾਉਂਦੇ ਹਨ ; **ਆਤਮ-ਕਾਰਣਾਤ੍**-ਇੰਦਰੀਆਂ ਦੇ ਸੁਖ ਲਈ।

ਅਨੁਵਾਦ

ਭਗਵਾਨ ਦੇ ਭਗਤ ਹਰ ਤਰ੍ਹਾਂ ਦੇ ਪਾਪਾਂ ਤੋਂ ਮੁਕਤ ਹੋ ਜਾਂਦੇ ਹਨ ਕਿਉਂਕਿ ਉਹ ਯੱਗ ਵਿਚ ਅਰਪਿਤ ਕੀਤੇ ਭੋਜਨ (ਪ੍ਰਸਾਦ) ਨੂੰ ਹੀ ਖਾਂਦੇ ਹਨ। ਦੂਜੇ ਲੋਕ ਜਿਹੜੇ ਇੰਦਰੀਆਂ ਦੇ ਸੁਖ ਲਈ ਭੋਜਨ ਬਣਾਉਂਦੇ ਹਨ, ਉਹ ਅਸਲ ਵਿਚ ਸਿਰਫ਼ ਪਾਪ ਖਾਂਦੇ ਹਨ।

ਭਾਵ

ਭਗਵਤ ਭਗਤਾਂ ਰਾਹੀਂ ਕ੍ਰਿਸ਼ਨ ਭਾਵਨਾ ਭਾਵਿਤ ਹੋਏ ਪੁਰਸ਼ਾਂ ਨੂੰ ਸੰਤ ਕਿਹਾ ਜਾਂਦਾ ਹੈ ਉਹ ਹਮੇਸ਼ਾਂ ਭਗਵਾਨ ਦੇ ਪ੍ਰੇਮ ਵਿਚ ਮਸਤ ਰਹਿੰਦੇ ਹਨ, ਜਿਵੇਂ ਕਿ ਬ੍ਰਹਮ ਸੰਹਿਤਾ ਵਿਚ (5-38) ਕਿਹਾ ਗਿਆ ਹੈ - **ਪ੍ਰੇਮਾਂਜਨਚ੍ਛੁਰਿਤ ਭਕ੍ਤਿ ਵਿਲੋਚਨੇਨ ਸੰਤਹ ਸਦੈਵ ਹ੍ਰਿਦਯੇਸ਼ੁ ਵਿਲੋਕਯੰਤਿ**। ਸੰਤ ਲੋਕ ਸ਼੍ਰੀ ਭਗਵਾਨ ਗੋਵਿੰਦ (ਸਾਰੇ ਅਨੰਦ ਦੇ ਦਾਤਾ) ਜਾਂ ਮੁਕੰਦ (ਮੁਕਤੀ ਦੇਣ ਵਾਲੇ) ਜਾਂ ਕ੍ਰਿਸ਼ਨ (ਸਭ ਨੂੰ ਆਕਰਸ਼ਿਤ ਕਰਨ ਵਾਲੇ ਮਨੁੱਖ) ਦੇ ਡੂੰਘੇ ਪ੍ਰੇਮ ਵਿਚ ਮਗਨ ਰਹਿਣ ਕਾਰਣ ਕੋਈ ਵੀ ਚੀਜ਼ ਪਰਮ ਪੁਰਖ ਨੂੰ ਅਰਪਿਤ (ਭੇਟਾਂ) ਕੀਤੇ ਬਿਨ੍ਹਾਂ ਗ੍ਰਹਿਣ ਨਹੀਂ ਕਰਦੇ। ਫਲਸਰੂਪ ਅਜਿਹੇ ਭਗਤ ਵੱਖੋ-ਵੱਖਰੇ ਭਗਤੀ ਸਾਧਨਾਂ ਰਾਹੀਂ ਜਿਵੇਂ ਸ਼੍ਰਵਣ, ਕੀਰਤਨ, ਸਿਮਰਣ, ਅਰਚਨ ਆਦਿ ਰਾਹੀਂ ਯੱਗ ਕਰਦੇ ਰਹਿੰਦੇ ਹਨ। ਜਿਸ ਨਾਲ ਉਹ ਸੰਸਾਰ ਦੀ ਸਾਰੀ ਪਾਪ ਵਾਲੀ ਸੰਗਤੀ ਦੇ ਦੂਸ਼ਨ ਤੋਂ ਦੂਰ ਰਹਿੰਦੇ ਹਨ। ਦੂਜੇ ਲੋਕ ਜਿਹੜੇ ਆਪਣੇ ਲਈ ਜਾਂ ਇੰਦਰੀਆਂ ਦੀ ਤ੍ਰਿਪਤੀ ਲਈ ਭੋਜਨ ਬਣਾਉਂਦੇ ਹਨ, ਉਹ ਨਾ ਸਿਰਫ਼ ਚੋਰ ਹਨ ਸਗੋਂ ਹਰ ਤਰ੍ਹਾਂ ਦੇ ਪਾਪਾਂ ਨੂੰ ਖਾਣ ਵਾਲੇ ਹਨ। ਜਿਹੜੇ ਮਨੁੱਖ ਚੋਰ ਅਤੇ ਪਾਪੀ ਦੋਵੇਂ ਹਨ ਭਲਾ ਉਹ ਕਿੰਝ ਸੁਖੀ ਰਹਿ ਸਕਦੇ ਹਨ। ਇਹ ਸੰਭਵ

ਨਹੀਂ। ਇਸ ਲਈ ਹਰ ਤਰ੍ਹਾਂ ਨਾਲ ਸੁਖੀ ਰਹਿਣ ਲਈ ਮਨੁੱਖਾਂ ਨੂੰ ਪੂਰੀ ਤਰ੍ਹਾਂ ਕ੍ਰਿਸ਼ਨ ਭਾਵਨਾ ਅੰਮ੍ਰਿਤ ਵਿਚ ਸੰਕੀਰਤਨ ਯੱਗ ਕਰਨ ਦੀ ਆਸਾਨ ਵਿਧੀ ਦੱਸਣੀ ਚਾਹੀਦੀ ਹੈ, ਨਹੀਂ ਤਾਂ ਸੰਸਾਰ ਵਿਚ ਸ਼ਾਂਤੀ ਜਾਂ ਸੁਖ ਨਹੀਂ ਹੋ ਸਕਦਾ।

अन्नाद्भवन्ति भूतानि पर्जन्यादन्नसम्भवः ।
यज्ञाद्भवति पर्जन्यो यज्ञः कर्मसमुद्भवः ॥ १४॥

ਅੰਨਾਦ੍ ਭਵੰਤਿ ਭੂਤਾਨਿ ਪਰ੍ਜੰਨਯਾਦ ਅੰਨ-ਸੰਭਵਹ੍ ।
ਯਗ੍ਯਾਦ੍ ਭਵਤਿ ਪਰ੍ਜੰਨਯੋ ਯਗ੍ਯਹ੍ ਕਰ੍ਮ-ਸਮੁਦ੍ਭਵਹ੍ ॥ 14 ॥

ਅੰਨਾਤ੍-ਅੰਨ ਨਾਲ ; **ਭਵੰਤਿ**-ਪੈਦਾ ਹੁੰਦੇ ਹਨ ; **ਭੂਤਾਨਿ**-ਭੌਤਿਕ ਸ਼ਰੀਰ ; **ਪਰ੍ਜੰਨਯਾਤ੍**-ਵਰਖਾ ਨਾਲ ; **ਅੰਨ**-ਅੰਨ ਦਾ ; **ਸੰਭਵਹ੍**-ਪੈਦਾਵਾਰ ; **ਯਗ੍ਯਾਤ੍**-ਯੱਗ ਸੰਪੰਨ ਕਰਨ ਨਾਲ ; **ਭਵਤਿ**-ਸੰਭਵ ਹੁੰਦੀ ਹੈ ; **ਪਰ੍ਜੰਨਯਹ੍**-ਵਰਖਾ ; **ਯਗ੍ਯਹ੍**-ਯੱਗ ਦਾ ਸੰਪੰਨ ਹੋਣਾ; **ਕਰ੍ਮ**-ਨਿਰਧਾਰਤ ਫਰਜ਼ ਨਾਲ ; **ਸਮੁਦ੍ਭਵਹ੍**-ਪੈਦਾ ਹੁੰਦਾ ਹੈ।

ਅਨੁਵਾਦ

ਸਾਰੇ ਪ੍ਰਾਣੀ ਅੰਨ ਤੇ ਨਿਰਭਰ ਹਨ ਜਿਹੜਾ ਵਰਖਾ (ਮੀਂਹ) ਨਾਲ ਪੈਦਾ ਹੁੰਦਾ ਹੈ। ਵਰਖਾ ਯੱਗ ਕਰਨ ਨਾਲ ਹੁੰਦੀ ਹੈ ਅਤੇ ਯੱਗ ਨਿਰਧਾਰਤ ਕਰਮਾਂ ਨਾਲ ਹੁੰਦਾ ਹੈ।

ਭਾਵ

ਭਗਵਤਗੀਤਾ ਦੇ ਮਹਾਨ ਟੀਕਾਕਾਰ ਸ਼੍ਰੀਲ ਬਲਦੇਵ ਵਿਦਿਆਭੂਸ਼ਣ ਇੰਝ ਲਿਖਦੇ ਹਨ- **ਯੇ ਇੰਦਰਾਦਿ ਅੰਗ ਤਯਾਵਸਥਿਤਮ ਯਗਯਮ ਸਰਵੇਸ਼੍ਵਰਮ ਵਿਸ਼੍ਣੂੰ ਅਭ੍ਯਰਚ੍ਯ ਤਚ੍ ਛੇਸ਼ਮ੍ ਅਸ਼ਨੰਤਿ ਤੇਨ ਤਦਦੇਹ ਯਾਂਤਰਮ ਸੰਪਾਦਯੰਤਿ ਤੇ ਸੰਤਹ੍ ਸਰ੍ਵੇਸ਼੍ਵਰਸ੍ਯ ਭਕ੍ਤਾਹ੍ ਸਰ੍ਵ ਕਿਲ੍ਬਿਸ਼ੈਰ੍ ਅਨਾਦਿ ਕਾਲ ਵਿਵ੍ਰਿਦ੍ਧੈਰ ਆਤ੍ਮਾਨੁਭਵ ਪ੍ਰਤੀਬੰਧਕੈਰ ਨਿਖਿਲੈਹ੍ ਪਾਪੈਰ੍ ਵਿਮੁਚ੍ਯੰਤੇ।**

ਪਰਮੇਸ਼ਵਰ ਜਿਹੜੇ ਯੱਗ ਪੁਰਸ਼ ਜਾਂ ਸਾਰੇ ਯੱਗਾਂ ਦੇ ਭੋਗਤਾ ਕਹਾਉਂਦੇ ਹਨ, ਸਾਰੇ ਦੇਵਤਿਆਂ ਦੇ ਸਵਾਮੀ ਹਨ ਅਤੇ ਜਿਸ ਤਰ੍ਹਾਂ ਸ਼ਰੀਰ ਦੇ ਅੰਗ ਪੂਰੇ ਸ਼ਰੀਰ ਦੀ ਸੇਵਾ ਕਰਦੇ ਹਨ, ਉਸੇ ਤਰ੍ਹਾਂ ਸਾਰੇ ਦੇਵਤਾ ਉਨ੍ਹਾਂ ਦੀ ਸੇਵਾ ਕਰਦੇ ਹਨ। ਇੰਦਰ, ਚੰਦਰ ਅਤੇ ਵਰੁਣ ਵਰਗੇ ਦੇਵਤਾ ਭਗਵਾਨ ਰਾਹੀਂ ਨਿਯੁਕਤ ਅਧਿਕਾਰੀ ਹਨ, ਜਿਹੜੇ ਸੰਸਾਰਿਕ ਕੰਮ ਕਾਰਾਂ ਦੀ ਦੇਖ ਰੇਖ ਕਰਦੇ ਹਨ। ਸਾਰੇ ਵੇਦ ਇਨ੍ਹਾਂ ਦੇਵਤਿਆਂ ਨੂੰ ਪ੍ਰਸੰਨ ਕਰਨ ਲਈ ਯੱਗ ਦਾ ਵਰਣਨ ਕਰਦੇ ਹਨ, ਜਿਸ ਨਾਲ ਉਹ ਅੰਨ ਪੈਦਾ ਕਰਨ ਲਈ ਵਧੇਰੇ ਹਵਾ, ਪ੍ਰਕਾਸ਼ ਅਤੇ ਜਲ ਦੇਣ। ਜਦੋਂ ਕ੍ਰਿਸ਼ਨ ਦੀ ਪੂਜਾ ਕੀਤੀ ਜਾਂਦੀ ਹੈ ਤਾਂ ਉਨ੍ਹਾਂ ਦੇ ਅੰਗ ਸਰੂਪ ਦੇਵਤਿਆਂ ਦੀ ਵੀ ਆਪਣੇ ਆਪ ਪੂਜਾ ਹੋ ਜਾਂਦੀ ਹੈ, ਇਸ ਲਈ ਦੇਵਤਿਆਂ ਦੀ ਵੱਖਰੇ ਤੌਰ ਤੇ ਪੂਜਾ ਕਰਨ ਦੀ ਜਰੂਰਤ ਨਹੀਂ ਹੁੰਦੀ। ਇਸੇ ਕਾਰਨ ਕ੍ਰਿਸ਼ਨ

ਭਾਵਨਾ ਭਾਵਿਤ ਭਗਵਾਨ ਦੇ ਭਗਤ ਸਭ ਤੋਂ ਪਹਿਲਾਂ ਕ੍ਰਿਸ਼ਨ ਨੂੰ ਭੋਜਨ ਅਰਪਿਤ ਕਰਦੇ ਹਨ ਅਤੇ ਫਿਰ ਖਾਂਦੇ ਹਨ - ਇਹ ਅਜਿਹੀ ਵਿਧੀ ਹੈ ਜਿਸ ਨਾਲ ਸ਼ਰੀਰ ਦਾ ਅਧਿਆਤਮਕ ਪੋਸ਼ਣ ਹੁੰਦਾ ਹੈ। ਅਜਿਹਾ ਕਰਨ ਨਾਲ ਸਿਰਫ ਸ਼ਰੀਰ ਦੇ ਪਿਛਲੇ ਪਾਪ ਯੁਕਤ ਕਰਮਾਂ ਦੇ ਫਲ ਹੀ ਨਸ਼ਟ ਨਹੀਂ ਹੁੰਦੇ, ਸਗੋਂ ਸ਼ਰੀਰ ਪ੍ਰਕ੍ਰਿਤੀ ਦੇ ਸਾਰੇ ਮਲੀਨਤਾਵਾਂ ਤੋਂ ਮੁਕਤ ਹੋ ਜਾਂਦਾ ਹੈ। ਜਦੋਂ ਕੋਈ ਛੂਤ ਦਾ ਰੋਗ ਫੈਲਦਾ ਹੈ ਤਾਂ ਇਸਦੇ ਹਮਲੇ ਤੋਂ ਬਚਣ ਲਈ ਰੋਗ ਨਿਰੋਧਕ ਟੀਕਾ ਲਗਾਇਆ ਜਾਂਦਾ ਹੈ। ਇਸੇ ਤਰ੍ਹਾਂ ਭਗਵਾਨ ਵਿਸ਼ਨੂੰ ਨੂੰ ਅਰਪਿਤ ਕਰਕੇ ਗ੍ਰਹਿਣ ਕੀਤਾ ਗਿਆ ਭੋਜਨ ਸਾਨੂੰ ਭੌਤਿਕ ਮੋਹ ਨਾਲ ਲੜਨ ਲਈ ਯੋਗ ਬਣਾਉਂਦਾ ਹੈ ਅਤੇ ਜਿਹੜਾ ਇਸ ਵਿਧੀ ਦੇ ਅਭਿਆਸੀ ਹੈ, ਉਹ ਭਗਵਾਨ ਦਾ ਭਗਤ ਕਹਾਉਂਦਾ ਹੈ। ਇਸ ਲਈ ਕ੍ਰਿਸ਼ਨ ਭਾਵਨਾ ਭਾਵਿਤ ਮਨੁੱਖ ਜਿਹੜਾ ਕ੍ਰਿਸ਼ਨ ਨੂੰ ਅਰਪਿਤ ਕੀਤਾ ਗਿਆ ਭੋਜਨ ਖਾਂਦਾ ਹੈ, ਉਹ ਉਨ੍ਹਾਂ ਸਾਰੇ ਪਿਛਲੇ ਭੌਤਿਕ ਦੂਸ਼ਣਾਂ ਦੇ ਫਲਾਂ ਦਾ ਸਾਹਮਣਾ ਕਰਨ ਵਿਚ ਸਮਰਥ ਹੁੰਦਾ ਹੈ, ਜਿਹੜੇ ਆਤਮ ਪ੍ਰਤੱਖੀਕਰਨ ਦੇ ਰਸਤੇ ਵਿਚ ਰੁਕਾਵਟ ਬਣਦੇ ਹਨ। ਇਸਦੇ ਉਲਟ ਜਿਹੜਾ ਅਜਿਹਾ ਨਹੀਂ ਕਰਦਾ ਉਹ ਆਪਣੇ ਪਾਪ ਪੂਰਨ ਕਰਮਾਂ ਨੂੰ ਵਧਾਉਂਦਾ ਰਹਿੰਦਾ ਹੈ ਜਿਸ ਨਾਲ ਉਸਨੂੰ ਸਾਰੇ ਪਾਪ ਫਲਾਂ ਨੂੰ ਭੋਗਣ ਲਈ ਅਗਲਾ ਸ਼ਰੀਰ ਕੁੱਤਿਆਂ, ਸੂਰਾਂ ਵਾਂਗ ਮਿਲਦਾ ਹੈ। ਇਹ ਭੌਤਿਕ ਸੰਸਾਰ ਮਲੀਨਤਾਵਾਂ ਨਾਲ ਭਰਿਆ ਹੈ ਅਤੇ ਬੰਦਾ ਭਗਵਾਨ ਦੇ ਪ੍ਰਸਾਦ (ਵਿਸ਼ਨੂੰ ਨੂੰ ਅਰਪਿਤ ਕੀਤਾ ਭੋਜਨ) ਨੂੰ ਗ੍ਰਹਿਣ ਕਰਕੇ ਉਨ੍ਹਾਂ ਮਲੀਨਤਾਵਾਂ ਦੇ ਹਮਲੇ ਤੋਂ ਬੱਚ ਜਾਂਦਾ ਹੈ, ਪਰ ਜਿਹੜਾ ਅਜਿਹਾ ਨਹੀਂ ਕਰਦਾ ਉਹ ਪਾਪਾਂ ਦਾ ਨਿਸ਼ਾਨਾ ਬਣਦਾ ਹੈ।

ਅੰਨ ਜਾਂ ਸ਼ਾਕ ਅਸਲ ਵਿਚ ਖਾਣਯੋਗ ਹਨ। ਮਨੁੱਖ ਵੱਖੋ ਵੱਖਰੇ ਤਰ੍ਹਾਂ ਦੇ ਅੰਨ ਸ਼ਾਕ ਫਲ ਆਦਿ ਖਾਂਦੇ ਹਨ ਜਦੋਂ ਕਿ ਪਸ਼ੂ ਇਨ੍ਹਾਂ ਪਦਾਰਥਾਂ ਦੇ ਛੱਡੇ ਗਏ ਹਿੱਸੇ ਹਰਿਆਲੀ, ਘਾਹ ਅਤੇ ਪੌਦੇ ਆਦਿ ਖਾਂਦੇ ਹਨ। ਜਿਹੜੇ ਮਨੁੱਖ ਮਾਸ ਖਾਣ ਦੇ ਆਦੀ ਹਨ, ਉਨ੍ਹਾਂ ਨੂੰ ਵੀ ਸ਼ਾਕ ਦੇ ਉਤਪਾਦਨ ਤੇ ਨਿਰਭਰ ਰਹਿਣਾ ਪੈਂਦਾ ਹੈ, ਕਿਉਂਕਿ ਪਸ਼ੂ ਸ਼ਾਕ ਹੀ ਖਾਂਦੇ ਹਨ, ਇਸ ਲਈ ਸਾਨੂੰ ਆਖਿਰ ਖੇਤਾਂ ਦੀ ਪੈਦਾਵਾਰ ਤੇ ਨਿਰਭਰ ਰਹਿਣਾ ਹੈ। ਵੱਡੀਆਂ ਵੱਡੀਆਂ ਫੈਕਟਰੀਆਂ ਦੇ ਉਤਪਾਦਨ ਤੇ ਨਹੀਂ। ਖੇਤਾਂ ਦੀ ਇਹ ਪੈਦਾਵਰ ਆਕਾਸ਼ ਤੋਂ ਹੋਣ ਵਾਲੀ ਵਧੇਰੇ ਵਰਖਾ ਤੇ ਨਿਰਭਰ ਕਰਦੀ ਹੈ ਅਤੇ ਅਜਿਹੀ ਵਰਖਾ ਇੰਦਰ, ਸੂਰਜ, ਚੰਨ ਆਦਿ ਦੇਵਤਿਆਂ ਰਾਹੀਂ ਨਿਯੰਤਰਿਤ ਹੁੰਦੀ ਹੈ, ਇਹ ਦੇਵਤਾ ਭਗਵਾਨ ਦੇ ਦਾਸ ਹਨ। ਭਗਵਾਨ ਨੂੰ ਯੱਗਾਂ ਰਾਹੀਂ ਸੰਤੁਸ਼ਟ ਰਖਿਆ ਜਾ ਸਕਦਾ ਹੈ, ਇਸ ਲਈ ਜਿਹੜਾ ਇਨ੍ਹਾਂ ਯੱਗਾਂ ਨੂੰ ਸੰਪੰਨ ਨਹੀਂ ਕਰਦਾ ਉਸਨੂੰ ਥੋੜ (ਘਾਟ) ਦਾ ਸਾਹਮਣਾ ਕਰਨਾ ਹੋਵੇਗਾ - ਇਹੋ ਪ੍ਰਕ੍ਰਿਤੀ ਦਾ ਨਿਯਮ ਹੈ। ਇਸ ਲਈ ਭੋਜਨ ਦੀ ਥੋੜ (ਘਾਟ) ਤੋਂ ਬਚਣ ਲਈ ਯੱਗ ਅਤੇ ਖ਼ਾਸਤੌਰ ਤੇ ਇਸ ਯੁੱਗ ਲਈ ਸਰਾਹੁਣ ਯੋਗ ਸੰਕੀਰਤਨ ਯੱਗ ਨੂੰ ਸੰਪੰਨ ਕਰਨਾ ਚਾਹੀਦਾ ਹੈ।

कर्म ब्रह्मोद्भवं विद्धि ब्रह्माक्षरसमुद्भवम् ।
तस्मात्सर्वगतं ब्रह्म नित्यं यज्ञे प्रतिष्ठितम् ॥ १५॥

ਕਰ੍ਮ ਬ੍ਰਹ੍ਮੋਦ੍ਭਵਮ੍ ਵਿੱਧਿ ਬ੍ਰਹ੍ਮਾਕਸ਼ਰ ਸਮੁਦ੍ਭਵਮ੍ ।
ਤਸ੍ਮਾਤ੍ ਸਰ੍ਵ-ਗਤਮ੍ ਬ੍ਰਹ੍ਮ ਨਿਤ੍ਯਮ੍ ਯਗ੍ਯੇ ਪ੍ਰਤਿਸ਼੍ਠਿਤਮ੍ ॥ 15 ॥

ਕਰ੍ਮ-ਕਰਮ ; ਬ੍ਰਹ੍ਮ-ਵੇਦਾਂ ਨਾਲ ; ਉਦ੍ਭਵਮ੍-ਪੈਦਾ ; ਵਿੱਧਿ-ਸਮਝੋ ; ਬ੍ਰਹ੍ਮ-ਵੇਦ ; ਅਕ੍ਸ਼ਰ-ਪਾਰ ਬ੍ਰਹਮ ਨਾਲ ; ਸਮੁਦ੍ਭਵਮ੍-ਪ੍ਰਤੱਖ ਪ੍ਰਗਟ ਹੋਇਆ ; ਤਸ੍ਮਾਤ੍-ਇਸ ਲਈ ; ਸਰ੍ਵਗਤਮ੍-ਸਰਬਵਿਆਪੀ ; ਬ੍ਰਹ੍ਮ-ਬ੍ਰਹਮ ; ਨਿਤ੍ਯਮ੍-ਸ਼ਾਸਵਤ (ਅਨੰਤ) ਰੂਪ ਨਾਲ ; ਯਗ੍ਯੇ-ਯੱਗ ਵਿਚ ; ਪ੍ਰਤਿਸ਼੍ਠਿਤਮ੍-ਸਥਿਤ ।

ਅਨੁਵਾਦ

ਵੇਦਾਂ ਵਿਚ ਨਿਯਮਿਤ ਕਰਮਾਂ ਦਾ ਵਿਧਾਨ ਹੈ ਅਤੇ ਇਹ ਵੇਦ ਪ੍ਰਤੱਖ ਸ਼੍ਰੀ ਭਗਵਾਨ (ਪਾਰਬ੍ਰਹਮ) ਤੋਂ ਪ੍ਰਗਟ ਹੋਏ ਹਨ । ਫਲਸਰੂਪ ਸਰਬਵਿਆਪੀ ਬ੍ਰਹਮ ਯੱਗ ਕਰਮਾਂ ਵਿਚ ਹਮੇਸ਼ਾਂ ਸਥਿਤ ਰਹਿੰਦੇ ਹਨ ।

ਭਾਵ

ਇਸ ਸ਼ਲੋਕ ਵਿਚ ਯੱਗ ਲਈ ਕੀਤੇ ਕਰਮ, ਭਾਵ ਕ੍ਰਿਸ਼ਨ ਨੂੰ ਪ੍ਰਸੰਨ ਕਰਨ ਲਈ ਕੰਮਾਂ ਦੀ ਲੋੜ ਨੂੰ ਚੰਗੀ ਤਰ੍ਹਾਂ ਦੱਸਿਆ ਗਿਆ ਹੈ । ਜੇਕਰ ਸਾਨੂੰ ਯੱਗ ਪੁਰਖ ਵਿਸ਼ਨੂੰ ਨੂੰ ਪ੍ਰਸੰਨ ਕਰਨ ਲਈ ਕਰਮ ਕਰਨਾ ਹੈ ਤਾਂ ਸਾਨੂੰ ਬ੍ਰਹਮ ਜਾਂ ਅਲੌਕਿਕ ਵੇਦਾਂ ਅਨੁਸਾਰ ਕਰਮ ਦੀ ਦਿਸ਼ਾ ਪ੍ਰਾਪਤ ਕਰਨੀ ਹੋਵੇਗੀ । ਇਸ ਲਈ ਸਾਰੇ ਵੇਦ ਕਰਮਾਂ ਦੇ ਆਦੇਸ਼ ਦੀਆਂ ਸੰਹਿਤਾਵਾਂ ਹਨ। ਵੇਦਾਂ ਦੇ ਨਿਰਦੇਸ਼ ਤੋਂ ਬਿਨ੍ਹਾਂ ਕੀਤਾ ਗਿਆ ਕੋਈ ਕਰਮ ਵਿਕਰਮ ਜਾਂ ਗੈਰ ਅਧਿਕਾਰਕ ਜਾਂ ਪਾਪ ਪੂਰਨ ਕਰਮ ਕਹਾਉਂਦਾ ਹੈ । ਇਸ ਲਈ ਕਰਮ ਫਲ ਤੋਂ ਬਚਣ ਲਈ ਹਮੇਸ਼ਾਂ ਵੇਦਾਂ ਤੋਂ ਨਿਰਦੇਸ਼ ਲੈਣਾ ਚਾਹੀਦਾ ਹੈ । ਜਿਸ ਤਰ੍ਹਾਂ ਸਾਧਾਰਣ ਜੀਵਨ ਵਿਚ ਰਾਜ ਦੇ ਨਿਰਦੇਸ਼ ਦੇ ਅਧੀਨ ਕੰਮ ਕਰਨਾ ਹੁੰਦਾ ਹੈ, ਉਸੇ ਤਰ੍ਹਾਂ ਭਗਵਾਨ ਦੇ ਪਰਮ ਰਾਜ ਦੇ ਨਿਰਦੇਸ਼ਨ ਵਿਚ ਕਾਰਜ ਕਰਨਾ ਚਾਹੀਦਾ ਹੈ । ਵੇਦਾਂ ਵਿਚ ਅਜਿਹੇ ਨਿਰਦੇਸ਼ ਭਗਵਾਨ ਦੇ ਸੁਆਸਾਂ ਤੋਂ ਪ੍ਰਤੱਖ ਪ੍ਰਗਟ ਹੁੰਦੇ ਹਨ । ਕਿਹਾ ਗਿਆ ਹੈ - ਅਸ੍ਯ ਮਹਤੋ ਭੂਤਸ੍ਯ ਨਿਸ਼੍ਵਸਿਤਮ੍ ਏਤਦ੍ ਯਦ੍ ਰਿਗ ਵੇਦੋ ਯਜੁਰ੍ਵੇਦਹ੍ ਸਾਮਵੇਦੋ ਅਥਰ੍ਵਾਗਿਰਸਹ੍ । "ਚਾਰੇ ਵੇਦ ਰਿਗਵੇਦ, ਯਜੁਰਵੇਦ, ਸਾਮਵੇਦ, ਅਥਰਵ ਵੇਦ ਭਗਵਾਨ ਦੇ ਸੁਆਸਾਂ ਤੋਂ ਪੈਦਾ ਹੋਏ ਹਨ ।" (ਬ੍ਰਿਹਦਾਰਣ੍ਯਕ ਉਪਨਿਸ਼ਦ 4-5-11) ਬ੍ਰਹਮ ਸੰਹਿਤਾ ਤੋਂ ਪ੍ਰਮਾਣਿਤ ਹੁੰਦਾ ਹੈ ਕਿ ਸਰਬ ਸ਼ਕਤੀਮਾਨ ਹੋਣ ਕਾਰਨ ਭਗਵਾਨ ਆਪਣੇ ਸੁਆਸਾਂ ਰਾਹੀਂ ਬੋਲ ਸਕਦੇ ਹਨ, ਆਪਣੀ ਹਰ ਇੰਦਰੀ ਰਾਹੀਂ ਹੋਰਨਾ ਇੰਦਰੀਆਂ ਦੇ ਕੰਮ ਪੂਰੇ ਕਰ ਸਕਦੇ ਹਨ, ਦੂਜੇ ਸ਼ਬਦਾਂ ਵਿਚ, ਭਗਵਾਨ ਆਪਣੇ ਸੁਆਸਾਂ ਰਾਹੀਂ ਬੋਲ ਸਕਦੇ ਹਨ, ਉਹ ਆਪਣੀਆਂ ਅੱਖਾਂ ਰਾਹੀਂ ਗਰਭ ਪ੍ਰਦਾਨ ਕਰ ਸਕਦੇ ਹਨ । ਅਸਲ ਵਿਚ ਕਿਹਾ ਜਾਂਦਾ ਹੈ ਕਿ ਉਨ੍ਹਾਂ ਨੇ ਭੌਤਿਕ ਪ੍ਰਕ੍ਰਿਤੀ ਤੇ ਨਜ਼ਰ ਮਾਰੀ ਅਤੇ ਸਾਰੇ ਜੀਵਾਂ ਨੂੰ ਗਰਭ ਵਿਚ ਸਥਾਪਿਤ ਕਰ ਦਿੱਤਾ । ਇਸ ਤਰ੍ਹਾਂ ਭੌਤਿਕ ਪ੍ਰਕ੍ਰਿਤੀ ਦੇ ਗਰਭ ਵਿਚ ਬੱਧ ਜੀਵਾਂ ਨੂੰ ਪ੍ਰਵੇਸ਼ ਕਰਵਾਉਣ ਮਗਰੋਂ ਭਗਵਾਨ ਨੇ ਉਨ੍ਹਾਂ ਨੂੰ ਵੈਦਿਕ ਗਿਆਨ ਦੇ ਰੂਪ ਵਿਚ ਆਦੇਸ਼ ਦਿੱਤਾ ਜਿਸ ਨਾਲ ਉਹ ਭਗਵਤ -ਧਾਮ ਵਾਪਸ ਜਾ ਸਕਣ । ਸਾਨੂੰ ਇਹ ਹਮੇਸ਼ਾਂ ਚੇਤੇ

ਰਖਣਾ ਚਾਹੀਦਾ ਹੈ ਕਿ ਪ੍ਰਕ੍ਰਿਤੀ ਵਿਚ ਸਾਰੇ ਬੱਧ ਜੀਵ ਭੌਤਿਕ ਭੋਗ ਲਈ ਚਾਹਵਾਨ ਰਹਿੰਦੇ ਹਨ। ਪਰ ਵੈਦਿਕ ਆਦੇਸ਼ ਇਸ ਤਰ੍ਹਾਂ ਬਣਾਏ ਗਏ ਹਨ ਕਿ ਮਨੁੱਖ ਆਪਣੀਆਂ ਦੂਸ਼ਿਤ ਇੱਛਾਵਾਂ ਦੀ ਪੂਰਤੀ ਕਰ ਸਕਦਾ ਹੈ ਅਤੇ ਅਖੌਤੀ ਸੁਖ ਭੋਗ ਪੂਰਾ ਕਰਕੇ ਭਗਵਾਨ ਕੋਲ ਵਾਪਸ ਜਾ ਸਕਦਾ ਹੈ। ਬੱਧਜੀਵਾਂ ਲਈ ਮੁਕਤੀ ਪ੍ਰਾਪਤ ਕਰਨ ਦਾ ਇਹ ਸੁਨਹਿਰਾ ਮੌਕਾ ਹੁੰਦਾ ਹੈ, ਇਸ ਲਈ ਉਨ੍ਹਾਂ ਨੂੰ ਚਾਹੀਦਾ ਹੈ ਕਿ ਕ੍ਰਿਸ਼ਨ ਭਾਵਨਾ ਭਾਵਿਤ ਹੋਕੇ ਯੱਗ ਵਿਧੀ ਦਾ ਪਾਲਣ ਕਰਨ। ਇਥੋਂ ਤਕ ਕਿ ਜਿਹੜੇ ਵੈਦਿਕ ਆਦੇਸ਼ਾਂ ਦਾ ਪਾਲਨ ਨਹੀਂ ਕਰਦੇ ਉਹ ਵੀ ਕ੍ਰਿਸ਼ਨ ਭਾਵਨਾ ਅੰਮ੍ਰਿਤ ਦੇ ਸਿਧਾਂਤਾ ਨੂੰ ਗ੍ਰਹਿਣ ਕਰ ਸਕਦੇ ਹਨ ਜਿਸ ਨਾਲ ਵੈਦਿਕ ਯੱਗਾਂ ਜਾਂ ਕਰਮਾਂ ਦੀ ਪੂਰਤੀ ਹੋ ਜਾਵੇਗੀ।

एवं प्रवर्तितं चक्रं नानुवर्तयतीह यः ।
अघायुरिन्द्रियारामो मोघं पार्थ स जीवति ॥१६॥

ਏਵਮ੍ ਪ੍ਰਵਰ੍ਤਿਤਮ੍ ਚਕ੍ਰਮ੍ ਨਾਨੁਵਰ੍ਤਯਤੀਹ ਯਹ੍ ।
ਅਘਾਯੁਰ ਇੰਦ੍ਰਯਾਰਾਮੋ ਮੋਘਮ੍ ਪਾਰਥ੍ ਸ ਜੀਵਤਿ ॥ 16 ॥

ਏਵਮ੍-ਇਸ ਤਰ੍ਹਾਂ ; **ਪ੍ਰਵਰ੍ਤਿਤਮ੍**-ਵੇਦਾਂ ਰਾਹੀਂ ਸਥਾਪਿਤ ; **ਚਕ੍ਰਮ੍**-ਚੱਕਰ ; **ਨ**-ਨਹੀਂ ; **ਅਨੁਵਰ੍ਤਯਤਿ**-ਗ੍ਰਹਿਣ ਕਰਦਾ ; **ਇਹ**-ਇਸ ਜੀਵਨ ਵਿਚ ; **ਯਹ੍**-ਜਿਹੜਾ ; **ਅਘ-ਆਯੁਹ੍**-ਪਾਪ ਪੂਰਨ ਜੀਵਨ ਹੈ ਜਿਸਦਾ ; **ਇੰਦ੍ਰਿਯ-ਆਗਮਹ੍**-ਇੰਦਰੀਆਂ ਵਿਚ ਸੰਤੁਸ਼ਟ ; **ਮੋਘਮ੍**-ਫਜ਼ੂਲ ; **ਪਾਰਥ੍**-ਹੇ ਪ੍ਰਿਥਾ ਪੁੱਤਰ (ਅਰਜੁਨ) ; **ਸਹ੍**-ਉਹ ; **ਜੀਵਤਿ**-ਜੀਉਂਦਾ ਰਹਿੰਦਾ ਹੈ।

ਅਨੁਵਾਦ

ਹੇ ਪਿਆਰੇ ਅਰਜੁਨ ! ਜਿਹੜਾ ਮਨੁੱਖ ਜੀਵਨ ਵਿਚ ਇਸ ਤਰ੍ਹਾਂ ਵੇਦਾਂ ਰਾਹੀਂ ਸਥਾਪਿਤ ਯੱਗ-ਚੱਕਰ ਦੀ ਪਾਲਣਾ ਨਹੀਂ ਕਰਦਾ ਉਹ ਨਿਸ਼ਚੈ ਹੀ ਪਾਪ ਪੂਰਨ ਜੀਵਨ ਬਿਤਾਉਂਦਾ ਹੈ। ਅਜਿਹਾ ਮਨੁੱਖ ਸਿਰਫ਼ ਇੰਦਰੀਆਂ ਦੀ ਸੰਤੁਸ਼ਟੀ ਲਈ ਵਿਅਰਥ ਹੀ ਜਿਉਂਦਾ ਹੈ।

ਭਾਵ

ਇਸ ਸ਼ਲੋਕ ਵਿਚ ਭਗਵਾਨ ਨੇ "ਸਖ਼ਤ ਮਿਹਨਤ ਕਰੋ ਅਤੇ ਇੰਦਰੀਆਂ ਦੀ ਸੰਤੁਸ਼ਟੀ ਦਾ ਆਨੰਦ ਲਵੋ," ਇਸ ਧੰਨ ਦੀ ਲਾਲਚੀ ਵਿਚਾਰ ਧਾਰਾ ਦਾ ਖੰਡਨ ਕੀਤਾ ਹੈ। ਇਸ ਲਈ ਜਿਹੜੇ ਲੋਕ ਇਸ ਸੰਸਾਰ ਵਿਚ ਭੋਗ ਕਰਨਾ ਚਾਹੁੰਦੇ ਹਨ ਉਨ੍ਹਾਂ ਨੂੰ ਉਪੱਰ ਦੱਸੇ ਯੱਗ ਚੱਕਰ ਦਾ ਅਨੁਸਰਨ ਕਰਨਾ ਵਧੇਰੇ ਜਰੂਰੀ ਹੈ। ਜਿਹੜਾ ਅਜਿਹੇ ਵਿਧੀ ਵਿਧਾਨਾਂ ਦਾ ਪਾਲਨ ਨਹੀਂ ਕਰਦਾ ਵੱਧ ਤੋਂ ਵੱਧ ਘਿਰਣਿਤ ਹੋਣ ਕਾਰਨ ਉਸਦਾ ਜੀਵਨ ਵਧੇਰੇ ਸੰਕਟ ਪੂਰਨ ਰਹਿੰਦਾ ਹੈ। ਪ੍ਰਕ੍ਰਿਤੀ ਦੇ ਨਿਯਮ ਮੁਤਾਬਿਕ ਮਨੁੱਖੀ ਸ਼ਰੀਰ ਖ਼ਾਸ ਤੌਰ ਤੇ ਆਤਮਾ ਨੂੰ ਜਾਨਣ ਲਈ ਮਿਲਿਆ ਹੈ ਜਿਸਨੂੰ ਕਰਮਯੋਗ, ਗਿਆਨਯੋਗ ਜਾਂ ਭਗਤੀਯੋਗ ਵਿਚੋਂ ਕਿਸੇ ਇਕ ਵਿਧੀ ਨਾਲ ਪ੍ਰਾਪਤ ਕੀਤਾ ਜਾ ਸਕਦਾ ਹੈ। ਜੋਗੀਆਂ ਲਈ ਯੱਗ ਸੰਪੰਨ ਕਰਨ ਦੀ ਕੋਈ ਲੋੜ ਨਹੀਂ ਰਹਿੰਦੀ, ਕਿਉਂਕਿ ਉਹ

ਪਾਪ ਪੁੰਨ ਤੋਂ ਪਰੇ ਹੁੰਦੇ ਹਨ, ਪਰ ਜਿਹੜੇ ਲੋਕ ਇੰਦਰੀਆਂ ਦੀ ਤ੍ਰਿਪਤੀ ਵਿਚ ਜੁੱਟੇ ਹੋਏ ਹਨ, ਉਨ੍ਹਾਂ ਨੂੰ ਪਹਿਲਾਂ ਦੱਸੇ ਯੱਗ-ਚੱਕਰ ਰਾਹੀਂ ਸ਼ੁੱਧੀਕਰਣ ਦੀ ਲੋੜ ਰਹਿੰਦੀ ਹੈ। ਕਰਮ ਦੇ ਅਨੇਕ ਭੇਦ ਹੁੰਦੇ ਹਨ। ਜਿਹੜੇ ਲੋਕ ਕ੍ਰਿਸ਼ਨ ਭਾਵਨਾ ਭਾਵਿਤ ਨਹੀਂ ਹੁੰਦੇ ਉਹ ਨਿਸ਼ਚੈ ਹੀ ਵਿਸ਼ੇ ਚੇਤਨਾ ਵਿਚ ਲੱਗੇ ਹੁੰਦੇ ਹਨ ਇਸ ਲਈ ਉਨ੍ਹਾਂ ਨੂੰ ਪੁੰਨ ਕਰਮ ਕਰਨ ਦੀ ਲੋੜ ਹੁੰਦੀ ਹੈ। ਯੱਗ ਪਧੱਤੀ ਇਸ ਤਰ੍ਹਾਂ ਸੁਚੱਜੀ ਵਿਧੀ ਹੈ ਕਿ ਵਿਸ਼ਿਆਂ ਦੀ ਚੇਤਨਾ ਵਾਲੇ ਵਿਸ਼ਿਆਂ ਦੇ ਫਲ ਵਿਚ ਫਸੇ ਬਿਨ੍ਹਾਂ ਆਪਣੀਆਂ ਇੱਛਾਵਾਂ ਦੀ ਪੂਰਤੀ ਕਰ ਸਕਦੇ ਹਨ। ਸੰਸਾਰ ਦੀ ਸੰਪੰਨਤਾ ਸਾਡੇ ਯਤਨਾਂ ਤੇ ਨਹੀਂ ਸਗੋਂ ਪਰਮੇਸ਼ਵਰ ਦੀ ਪਿਛੋਕੜ ਯੋਜਨਾ ਤੇ ਨਿਰਭਰ ਹੈ, ਜਿਸਨੂੰ ਦੇਵਤਾ ਪੂਰਾ ਕਰਦੇ ਹਨ। ਇਸ ਲਈ ਵੇਦਾਂ ਵਿਚ ਵਰਣਿਤ ਦੇਵਤਿਆਂ ਨੂੰ ਮੁੱਖ ਮੰਨਕੇ ਯੱਗ ਕੀਤੇ ਜਾਂਦੇ ਹਨ। ਅਪ੍ਰਤੱਖ ਰੂਪ ਵਿਚ ਇਹ ਕ੍ਰਿਸ਼ਨ ਭਾਵਨਾ ਅੰਮ੍ਰਿਤ ਦਾ ਹੀ ਅਭਿਆਸ ਰਹਿੰਦਾ ਹੈ, ਕਿਉਂਕਿ ਜਦੋਂ ਕੋਈ ਇਨ੍ਹਾਂ ਯੱਗਾਂ ਵਿਚ ਮਾਹਿਰਤਾ ਪ੍ਰਾਪਤ ਕਰ ਲੈਂਦਾ ਹੈ ਤਾਂ ਉਹ ਯਕੀਨੀ ਤੌਰ ਤੇ ਕ੍ਰਿਸ਼ਨ ਭਾਵਨਾ ਭਾਵਿਤ ਹੋ ਜਾਂਦਾ ਹੈ। ਪਰ ਜੇਕਰ ਅਜਿਹੇ ਯੱਗ ਕਰਨ ਨਾਲ ਕੋਈ ਕ੍ਰਿਸ਼ਨ ਭਾਵਨਾ ਭਾਵਿਤ ਨਹੀਂ ਹੁੰਦਾ ਤਾਂ ਇਸ ਨੂੰ ਕੋਰੀ ਆਚਾਰ ਸੰਹਿਤਾ ਸਮਝਣਾ ਚਾਹੀਦਾ ਹੈ। ਇਸ ਲਈ ਮਨੁੱਖਾਂ ਨੂੰ ਚਾਹੀਦਾ ਹੈ ਕਿ ਉਹ ਆਚਾਰ ਸੰਹਿਤਾ ਤਕ ਹੀ ਆਪਣੀ ਪ੍ਰਗਤੀ ਨੂੰ ਸੀਮਿਤ ਨਾ ਕਰਨ ਸਗੋਂ ਉਸਨੂੰ ਪਾਰ ਕਰਕੇ ਕ੍ਰਿਸ਼ਨ ਭਾਵਨਾ ਅੰਮ੍ਰਿਤ ਨੂੰ ਪ੍ਰਾਪਤ ਹੋਣ।

यस्त्वात्मरतिरेव स्यादात्मतृप्तश्च मानवः ।
आत्मन्येव च सन्तुष्टस्तस्य कार्यं न विद्यते ॥ १७॥

ਯਸ ਤਵ ਆਤ੍ਮ-ਰਤਿਰ ਏਵ ਸ੍ਯਾਦ ਆਤਮ੍-ਤ੍ਰਿਪਤਸ਼੍ 'ਚ ਮਾਨਵਹ੍ ।
ਆਤ੍ਮਨਿ ਏਵ ਚ ਸੰਤੁਸ਼੍ਟਸ੍ ਤਸ੍ਯ ਕਾਰ੍ਯਮ੍ ਨ ਵਿਦ੍ਯਤੇ ॥ 17 ॥

ਯਹ੍-ਜਿਹੜਾ ; ਤੁ-ਪਰ ; ਆਤ੍ਮ ਰਤਿਹ੍ - ਆਤਮਾ ਵਿਚ ਹੀ ਆਨੰਦ ਲੈਂਦਾ ਹੋਵੇ ; ਏਵ-ਨਿਸ਼ਚੈ ਹੀ ; ਸ੍ਯਾਤ੍-ਰਹਿੰਦਾ ਹੈ ; ਆਤਮ-ਤ੍ਰਿਪਤਹ੍-ਖੁਦ ਪ੍ਰਕਾਸ਼ਿਤ ; ਚ-ਅਤੇ ; ਮਾਨਵਹ੍-ਮਨੁੱਖ ; ਆਤ੍ਮਨਿ-ਆਪਣੇ ਵਿਚ ; ਏਵ-ਸਿਰਫ਼ ; ਚ-ਅਤੇ ; ਸੰਤੁਸ਼੍ਟਹ੍-ਪੂਰੀ ਤਰ੍ਹਾਂ ਸੰਤੁਸ਼ਟ ; ਤਸ੍ਯ-ਉਸਦਾ ; ਕਾਰ੍ਯਮ੍-ਫਰਜ਼ ; ਨ-ਨਹੀਂ ; ਵਿਦ੍ਯਤੇ-ਰਹਿੰਦਾ ਹੈ।

ਅਨੁਵਾਦ

ਪਰ ਜਿਹੜਾ ਮਨੁੱਖ ਆਤਮਾ ਵਿਚ ਹੀ ਆਨੰਦ ਲੈਂਦਾ ਹੈ ਅਤੇ ਜਿਸਦਾ ਜੀਵਨ ਆਤਮ-ਪ੍ਰਤੱਖੀਕਰਨ ਯੁਕਤ ਹੈ ਅਤੇ ਜਿਹੜਾ ਆਪਣੇ ਵਿਚ ਹੀ ਪੂਰੀ ਤਰ੍ਹਾਂ ਸੰਤੁਸ਼ਟ ਰਹਿੰਦਾ ਹੈ, ਉਸ ਲਈ ਕੁਝ ਵੀ ਕਰਨਯੋਗ ਨਹੀਂ ਹੁੰਦਾ।

ਭਾਵ

ਜਿਹੜਾ ਮਨੁੱਖ ਪੂਰੀ ਤਰ੍ਹਾਂ ਕ੍ਰਿਸ਼ਨ ਭਾਵਨਾ ਭਾਵਿਤ ਹੈ ਅਤੇ ਆਪਣੇ ਆਪ 'ਚ ਕ੍ਰਿਸ਼ਨ ਭਾਵਨਾ ਦੇ ਕਾਰਜਾਂ ਤੋਂ ਪੂਰੀ ਤਰ੍ਹਾਂ ਸੰਤੁਸ਼ਟ ਰਹਿੰਦਾਂ ਹੈ ਉਸਨੂੰ ਕੁਝ ਵੀ ਨਿਰਧਾਰਤ ਕਰਮ ਨਹੀਂ ਕਰਨਾ

ਹੁੰਦਾ। ਕ੍ਰਿਸ਼ਨ ਭਾਵਨਾ ਭਾਵਿਤ ਹੋਣ ਕਾਰਨ ਉਸਦੇ ਹਿਰਦੇ ਦੀ ਸਾਰੀ ਮੈਲ ਤੁਰੰਤ ਧੁਲ ਜਾਂਦੀ ਹੈ, ਜਿਹੜੀ ਹਜ਼ਾਰਾਂ ਯੱਗਾਂ ਨੂੰ ਸੰਪੰਨ ਕਰਨ ਤੇ ਵੀ ਸੰਭਵ ਨਹੀਂ ਹੁੰਦੀ ਗੈਇਸ ਤਰ੍ਹਾਂ ਚੇਤਨਾ ਦੇ ਸ਼ੁੱਧ ਹੋਣ ਨਾਲ ਮਨੁੱਖ ਪਰਮੇਸ਼ਵਰ ਨਾਲ ਆਪਣੇ ਸ਼ਾਸ਼ਵਤ ਸੰਬੰਧਾਂ ਪ੍ਰਤੀ ਪੂਰੀ ਤਰ੍ਹਾਂ ਯਕੀਨੀ ਹੋ ਜਾਂਦਾ ਹੈ। ਭਗਵਤ ਕ੍ਰਿਪਾ ਨਾਲ ਉਸਦਾ ਫਰਜ ਆਪੇ ਪ੍ਰਕਾਸ਼ਿਤ ਹੋ ਜਾਂਦਾ ਹੈ। ਇਸ ਲਈ ਅਜਿਹੇ ਮਨੁੱਖ ਦੀ ਵੈਦਿਕ ਹਦਾਇਤਾਂ ਪ੍ਰਤੀ ਕੋਈ ਜਿੰਮੇਵਰੀ ਨਹੀਂ ਰਹਿ ਜਾਂਦੀ। ਅਜਿਹਾ ਕ੍ਰਿਸ਼ਨ ਭਾਵਨਾ ਭਾਵਿਤ ਮਨੁੱਖ ਕਦੀ ਵੀ ਭੌਤਿਕ ਕਾਰਜਾਂ ਪ੍ਰਤੀ ਦਿਲਚਸਪੀ ਨਹੀਂ ਲੈਂਦਾ ਅਤੇ ਨਾ ਹੀ ਉਸਨੂੰ ਸ਼ਰਾਬ, ਸੁੰਦਰੀ ਅਤੇ ਹੋਰ ਲਾਲਚਾਂ ਵਿਚ ਆਨੰਦ ਮਿਲਦਾ ਹੈ।

नैव तस्य कृतेनार्थो नाकृतेनेह कश्चन।
न चास्य सर्वभूतेषु कश्चिदर्थव्यपाश्रय: ॥ १८॥

ਨੈਵ ਤਸ੍ਯ ਕ੍ਰਿਤੇਨਾਰ੍ਥੋ ਨਾਕ੍ਰਿਤੇਨੇਹ ਕਸ਼੍ਚਨ।
ਨ ਚਾਸ੍ਯ ਸਰ੍ਵ-ਭੂਤੇਸ਼ੁ ਕਸ਼੍ਚਿਦ੍ ਅਰ੍ਥ-ਵ੍ਯਪਾਸ਼੍ਰਯਹ੍ ॥ 18 ॥

ਨ-ਕਦੀ ਨਹੀਂ ; **ਏਵ**-ਨਿਸ਼ਚੈ ਹੀ ; **ਤਸ੍ਯ**-ਉਸਦਾ ; **ਕ੍ਰਿਤੇਨ**-ਕਾਰਜ ਸੰਪਾਦਨ ਨਾਲ **ਅਰ੍ਥਹ੍**-ਪ੍ਰਯੋਜਨ ; ਨ-ਨਾ ਤਾਂ ; **ਅਕ੍ਰਿਤੇਨ**-ਕਾਰਜ ਨਾ ਕਰਨ ਨਾਲ ; **ਇਹ**-ਇਸ ਸੰਸਾਰ ਵਿਚ ; **ਕਸ਼੍ਚਨ੍**-ਜਿਹੜਾ ਕੁਝ ਵੀ ; ਨ-ਕਦੀ ਨਹੀਂ ; **ਚ**-ਅਤੇ ; **ਅਸ੍ਯ**-ਉਸਦਾ ; **ਸਰ੍ਵਭੂਤੇਸ਼ੂ**-ਸਾਰੇ ਜੀਵਾਂ ਵਿਚ ; **ਕਸ਼੍ਚਿਤ੍**-ਕੋਈ ; **ਅਰਥ**-ਪ੍ਰਯੋਜਨ ; **ਵ੍ਯਪਾਸ਼੍ਰਯਹ੍**-ਸ਼ਰਨ ਵਿਚ ਆਇਆ।

ਅਨੁਵਾਦ

ਸਰੂਪ ਸਿੱਧ ਮਨੁੱਖ ਲਈ ਨਾ ਤਾਂ ਆਪਣੇ ਨਿਰਧਾਰਿਤ ਕਰਮ ਕਰਨ ਦੀ ਲੋੜ ਰਹਿੰਦੀ ਹੈ, ਨਾ ਅਜਿਹਾ ਕਰਮ ਕਰਨ ਦਾ ਕੋਈ ਕਾਰਨ ਰਹਿੰਦਾ ਹੈ। ਉਸਨੂੰ ਕਿਸੇ ਹੋਰ ਜੀਵ ਤੇ ਨਿਰਭਰ ਰਹਿਣ ਦੀ ਵੀ ਲੋੜ ਨਹੀਂ ਰਹਿੰਦੀ।

ਭਾਵ

ਸਰੂਪ ਸਿੱਧ ਮਨੁੱਖ ਨੂੰ ਕ੍ਰਿਸ਼ਨ ਭਾਵਨਾ ਭਾਵਿਤ ਕਰਮ ਤੋਂ ਇਲਾਵਾ ਕੁਝ ਵੀ ਨਹੀਂ ਕਰਨਾ ਹੁੰਦਾ, ਪਰ ਇਹ ਕ੍ਰਿਸ਼ਨ ਭਾਵਨਾ ਅੰਮ੍ਰਿਤ ਨਿਕੰਮਾਪਣ ਵੀ ਨਹੀਂ ਹੈ, ਜਿਵੇਂ ਕਿ ਅਗਲੇ ਸ਼ਲੋਕ ਵਿਚ ਵਿਆਖਿਆ ਕੀਤੀ ਜਾਵੇਗੀ। ਕ੍ਰਿਸ਼ਨ ਭਾਵਨਾ ਭਾਵਿਤ ਮਨੁੱਖ ਕਿਸੇ ਦੀ ਸ਼ਰਨ ਨਹੀਂ ਲੈਂਦਾ ਭਾਵੇਂ ਉਹ ਮਨੁੱਖ ਹੋਵੇ ਜਾਂ ਦੇਵਤਾ। ਕ੍ਰਿਸ਼ਨ ਭਾਵਨਾ ਅੰਮ੍ਰਿਤ ਵਿਚ ਉਹ ਜੋ ਕੁਝ ਵੀ ਕਰਦਾ ਹੈ ਉਹੀ ਉਸਦੇ ਫਰਜ਼ ਪੂਰੇ ਕਰਨ ਲਈ ਕਾਫੀ ਹੈ।

तस्मादसक्त: सततं कार्यं कर्म समाचर।
असक्तो ह्याचरन्कर्म परमाप्नोति पूरुष: ॥ १९॥

ਤਸ੍ਮਾਦ੍ ਅਸਕ੍ਤਹ੍ ਸਤਤਮ੍ ਕਾਰ੍ਯਮ੍ ਕਰ੍ਮ ਸਮਾਚਰ ।
ਅਸਕ੍ਤੋ ਹਿ ਆਚਰਨ੍ ਕਰ੍ਮ ਪਰਮ੍ ਆਪ੍ਨੋਤਿ ਪੂਰੁਸ਼ਹ੍ ॥ 19 ॥

ਤਸ੍ਮਾਤ੍-ਇਸ ਲਈ ; ਅਸਕ੍ਤਹ੍-ਅਸਕਤੀ ਰਹਿਤ ; ਸਤਤਮ੍-ਲਗਾਤਾਰ ; ਕਾਰ੍ਯਮ੍-ਫਰਜ਼ ਦੇ ਰੂਪ ਵਿਚ ; ਕਰ੍ਮ-ਕਾਰਜ ; ਸਮਾਚਾਰ-ਕਰੋ ; ਅਸਕ੍ਤਹ੍-ਅਸਕਤੀ ਰਹਿਤ ; ਹਿ-ਨਿਸ਼ਚੈ ਹੀ ; ਆਚਰਨ੍-ਕਰਦੇ ਹੋਏ ; ਕਰਮ-ਕਾਰਜ ; ਪਰਮ੍-ਪਾਰਬ੍ਰਹਮ ਨੂੰ ; ਆਪ੍ਨੋਤਿ-ਪ੍ਰਾਪਤ ਕਰਦਾ ਹੈ ; ਪੂਰੁਸ਼ਹ੍-ਮਨੁੱਖ ।

ਅਨੁਵਾਦ

ਇਸ ਲਈ ਕਰਮਫਲ ਵਿਚ ਆਸਕਤ ਹੋਏ ਬਿਨ੍ਹਾਂ ਮਨੁੱਖ ਨੂੰ ਆਪਣਾ ਫਰਜ਼ ਸਮਝ ਕੇ ਲਗਾਤਾਰ ਕਰਮ ਕਰਦੇ ਰਹਿਣਾ ਚਾਹੀਦਾ ਹੈ, ਕਿਉਂਕਿ ਆਸਕਤੀ ਰਹਿਤ ਹੋ ਕੇ ਕਰਮ ਕਰਨ ਨਾਲ ਉਸਨੂੰ ਪਰਮ ਗਤੀ ਦੀ ਪ੍ਰਾਪਤੀ ਹੁੰਦੀ ਹੈ ।

ਭਾਵ

ਭਗਤਾਂ ਲਈ ਸ਼੍ਰੀ ਭਗਵਾਨ ਪਰਮ ਹਨ ਅਤੇ ਨਿਰਗੁਣ ਵਾਦੀਆਂ ਲਈ ਮੁਕਤੀ ਪਰਮ ਹੈ । ਇਸ ਲਈ ਜਿਹੜਾ ਮਨੁੱਖ ਸਮੁੱਚੇ ਨਿਰਦੇਸ਼ਨ ਲੈ ਕੇ ਕਰਮ ਫਲ ਤੋਂ ਅਸਕਤੀ ਰਹਿਤ ਹੋ ਕੇ ਕ੍ਰਿਸ਼ਨ ਲਈ ਜਾਂ ਕ੍ਰਿਸ਼ਨ ਭਾਵਨਾ ਵਿਚ ਕਾਰਜ ਕਰਦਾ ਹੈ, ਉਹ ਨਿਸ਼ਚੈ ਹੀ ਜੀਵਨ ਦੇ ਪਰਮ ਮੰਤਵ ਵੱਲ ਤਰੱਕੀ ਕਰਦਾ ਹੈ । ਅਰਜੁਨ ਨੂੰ ਕਿਹਾ ਜਾ ਰਿਹਾ ਹੈ ਕਿ ਉਹ ਕ੍ਰਿਸ਼ਨ ਲਈ ਕੁਰਕੁਸ਼ੇਤਰ ਦੇ ਜੰਗ ਵਿਚ ਲੜੇ ਕਿਉਂਕਿ ਕ੍ਰਿਸ਼ਨ ਦੀ ਇੱਛਾ ਹੈ ਕਿ ਉਹ ਅਜਿਹਾ ਕਰੇ । ਉੱਤਮ ਮਨੁੱਖ ਹੋਣਾ ਜਾਂ ਹਿੰਸਕ ਨਾ ਹੋਣਾ ਵਿਅਕਤੀਗਤ ਆਸਕਤੀ ਹੈ, ਪਰ ਫਲ ਦੀ ਆਸਕਤੀ ਤੋਂ ਬਿਨ੍ਹਾਂ ਕਾਰਜ ਕਰਨਾ ਪਾਰਬ੍ਰਹਮ ਲਈ ਕਾਰਜ ਕਰਨਾ ਹੈ । ਇਹ ਉਚੇਰੀ ਤਰ੍ਹਾਂ ਦਾ ਪੂਰਨ ਕਰਮ ਹੈ, ਜਿਸਦੀ ਹਾਮੀ ਭਗਵਾਨ ਨੇ ਭਰੀ ਹੈ ।

ਨਿਰਧਾਰਤ ਯੱਗ, ਜਿਵੇਂ ਵੈਦਿਕ ਅਨੁਸ਼ਠਾਨ, ਉਨ੍ਹਾਂ ਪਾਪ ਕਰਮਾਂ ਦੀ ਸ਼ੁੱਧੀ ਲਈ ਕੀਤੇ ਜਾਂਦੇ ਹਨ, ਜਿਹੜੇ ਇੰਦਰੀਆਂ ਦੀ ਤ੍ਰਿਪਤੀ ਦੇ ਮੰਤਵ ਨਾਲ ਕੀਤੇ ਗਏ ਹੋਣ । ਪਰ ਕ੍ਰਿਸ਼ਨ ਭਾਵਨਾ ਅੰਮ੍ਰਿਤ ਵਿਚ ਜਿਹੜਾ ਕਰਮ ਕੀਤਾ ਜਾਂਦਾ ਹੈ, ਉਹ ਚੰਗੇ ਜਾਂ ਮਾੜੇ ਕਰਮਾਂ ਤੋਂ ਪਰੇ ਹੈ । ਕ੍ਰਿਸ਼ਨ ਭਾਵਨਾ ਭਾਵਿਤ ਮਨੁੱਖ ਵਿਚ ਫਲ ਲਈ ਰਤਾ ਵੀ ਆਸ ਨਹੀਂ ਰਹਿੰਦੀ, ਉਹ ਤਾਂ ਸਿਰਫ ਕ੍ਰਿਸ਼ਨ ਕਈ ਕਾਰਜ ਕਰਦਾ ਹੈ । ਉਹ ਹਰ ਤਰ੍ਹਾਂ ਦੇ ਕਾਰਜਾਂ ਵਿਚ ਰੁੱਝਕੇ ਵੀ ਪੂਰੀ ਤਰ੍ਹਾਂ ਨਾਲ ਉਦਾਸੀਨ ਰਹਿੰਦਾ ਹੈ ।

कर्मणैव हि संसिद्धिमास्थिता जनकादयः ।
लोकसङ्ग्रहमेवापि सम्पश्यन्कर्तुमर्हसि ॥ २० ॥

ਕਰ੍ਮਣੈਵ ਹਿ ਸੰਸਿੱਧਿਮ੍ ਅਸ੍ਥਿਤਾ ਜਨਕਾਦਯਹ੍ ।
ਲੋਕ-ਸੰਗ੍ਰਹਮ੍ ਏਵਾਪਿ ਸੰਪਸ਼੍ਯਨ੍ ਕਰ੍ਤੁਮ੍ ਅਰ੍ਹਸਿ ॥ 20 ॥

ਕਰ੍ਮਣਾ-ਕਰਮ ਨਾਲ ; **ਏਵ**-ਹੀ ; **ਹਿ**-ਨਿਸ਼ਚੈ ਹੀ ; **ਸੰਸਿੱਧਿਮ੍**-ਪੂਰਣਤਾ ਵਿਚ ; **ਅਸ੍ਥਿਤਹ੍**-ਸਥਿਤ ; **ਜਨਕ-ਆਦਯਹ੍**-ਜਨਕ ਅਤੇ ਹੋਰ ਰਾਜੇ ; **ਲੋਕਸੰਗ੍ਰਹਮ੍**-ਸਾਧਾਰਨ ਲੋਕ ; **ਏਵ ਅਪਿ**-ਵੀ ; **ਸੰਪਸ਼੍ਯਨ੍**-ਵਿਚਾਰ ਕਰਦੇ ਹੋਏ ; **ਕਰ੍ਤੁਮ੍**-ਕਰਨ ਲਈ ; **ਅਰ੍ਹਸਿ**-ਯੋਗ ਹੋ ।

ਅਨੁਵਾਦ

ਜਨਕ ਵਰਗੇ ਰਾਜਿਆਂ ਨੇ ਸਿਰਫ਼ ਨਿਰਧਾਰਿਤ ਕਰਮਾਂ ਨੂੰ ਕਰਕੇ ਹੀ ਸਿੱਧੀ ਪ੍ਰਾਪਤ ਕੀਤੀ। ਇਸ ਲਈ ਸਾਧਾਰਨ ਲੋਕਾਂ ਨੂੰ ਸਿੱਖਿਆ ਦੇਣ ਲਈ ਤੁਹਾਨੂੰ ਕਰਮ ਕਰਨਾ ਚਾਹੀਦਾ ਹੈ ।

ਭਾਵ

ਜਨਕ ਵਰਗੇ ਰਾਜਾ ਸਰੂਪ ਸਿੱਧ ਜੀਵ ਸਨ, ਇਸ ਲਈ ਉਹ ਵੇਦਾਂ ਵਿਚ ਸਰਾਹੇ ਕਰਮ ਕਰਨ ਲਈ ਮਜਬੂਰ ਨਹੀਂ ਸਨ । ਤਾਂ ਵੀ ਉਹ ਲੋਕ ਸਾਧਾਰਨ ਲੋਕਾਂ ਦੇ ਸਾਹਮਣੇ ਆਦਰਸ਼ ਪੇਸ਼ ਕਰਨ ਦੇ ਮੰਤਵ ਲਈ ਸਾਰੇ ਨਿਰਧਾਰਤ ਕਰਮ ਕਰਦੇ ਰਹੇ । ਜਨਕ ਸੀਤਾ ਜੀ ਦੇ ਪਿਤਾ ਅਤੇ ਭਗਵਾਨ ਸ਼੍ਰੀ ਰਾਮ ਦੇ ਸਹੁਰੇ ਸਨ । ਭਗਵਾਨ ਦੇ ਮਹਾਨ ਭਗਤ ਹੋਣ ਕਾਰਨ ਉਨ੍ਹਾਂ ਦੀ ਸਥਿਤੀ ਅਲੌਕਿਕ ਸੀ, ਪਰ ਕਿਉਂਕਿ ਉਹ ਮਿਥਿਲਾ (ਜਿਹੜਾ ਭਾਰਤ ਦੇ ਬਿਹਾਰ ਰਾਜ ਵਿਚ ਹੈ) ਦੇ ਰਾਜੇ ਸਨ ਇਸ ਲਈ ਉਨ੍ਹਾਂ ਆਪਣੀ ਪ੍ਰਜਾ ਨੂੰ ਇਹ ਸਿੱਖਿਆ ਦੇਣੀ ਸੀ ਕਿ ਕਰਤੱਵ ਪਾਲਣ ਕਿਵੇਂ ਕੀਤਾ ਜਾਂਦਾ ਹੈ । ਭਗਵਾਨ ਕ੍ਰਿਸ਼ਨ ਅਤੇ ਉਹਨਾਂ ਦੇ ਸ਼ਾਸਵਤ ਦੋਸਤ ਅਰਜੁਨ ਨੂੰ ਕੁਰੂਕਸ਼ੇਤਰ ਦੇ ਜੰਗ ਵਿਚ ਲੜਣ ਦੀ ਕੋਈ ਲੋੜ ਨਹੀਂ ਸੀ ਪਰ ਉਨ੍ਹਾਂ ਜਨਤਾ ਨੂੰ ਇਹ ਸਿਖਾਉਣ ਲਈ ਜੰਗ ਕੀਤਾ ਕਿ ਜਦੋਂ ਚੰਗੀਆਂ ਸਲਾਹਾਂ ਅਸਫਲ ਹੋ ਜਾਂਦੀਆਂ ਹਨ ਤਾਂ ਅਜਿਹੀ ਸਥਿਤੀ ਵਿਚ ਹਿੰਸਾ ਜਰੂਰੀ ਹੋ ਜਾਂਦੀ ਹੈ । ਕੁਰੂਕਸ਼ੇਤਰ ਦੇ ਜੰਗ ਤੋਂ ਪਹਿਲਾਂ ਜੰਗ ਰੋਕਣ ਲਈ ਭਗਵਾਨ ਤਕ ਨੇ ਸਾਰੇ ਯਤਨ ਕੀਤੇ ਪਰ ਦੂਜਾ ਪੱਖ ਲੜਣ ਤੇ ਉਤਾਰੂ ਸੀ । ਇਸ ਲਈ ਅਜਿਹੇ ਸਤਿ ਧਰਮ ਲਈ ਜੰਗ ਕਰਨਾ ਜਰੂਰੀ ਸੀ । ਭਾਵੇਂ ਕ੍ਰਿਸ਼ਨ ਭਾਵਨਾ ਭਾਵਿਤ ਮਨੁੱਖ ਨੂੰ ਸੰਸਾਰ ਵਿਚ ਕੋਈ ਦਿਲਚਸਪੀ ਨਹੀਂ ਹੋ ਸਕਦੀ ਤਾਂ ਵੀ ਉਹ ਜਨਤਾ ਨੂੰ ਇਹ ਸਿਖਾਉਣ ਲਈ ਕਿ ਕਿਵੇਂ ਰਹਿਣਾ ਅਤੇ ਕਾਰਜ ਕਰਨਾ ਚਾਹੀਦਾ ਹੈ, ਕਰਮ ਕਰਦਾ ਰਹਿੰਦਾ ਹੈ । ਕ੍ਰਿਸ਼ਨ ਭਾਵਨਾ ਅੰਮ੍ਰਿਤ ਵਿਚ ਅਨੁਭਵੀ ਮਨੁੱਖ ਇਸ ਤਰ੍ਹਾਂ ਕਾਰਜ ਕਰਦੇ ਹਨ ਕਿ ਹੋਰ ਲੋਕ ਉਨ੍ਹਾਂ ਦਾ ਅਨੁਸਰਣ ਕਰ ਸਕਣ ਅਤੇ ਇਸ ਦੀ ਵਿਆਖਿਆ ਅਗਲੇ ਸ਼ਲੋਕ ਵਿਚ ਕੀਤੀ ਗਈ ਹੈ ।

यद्यदाचरति श्रेष्ठस्तत्तदेवेतरो जनः ।
स यत्प्रमाणं कुरुते लोकस्तदनुवर्तते ॥ २१ ॥

ਯਦ੍ ਯਦ੍ ਆਚਰਤਿ ਸ਼੍ਰੇਸ਼ਠਸ੍ ਤਤ੍ ਤਦ੍ ਏਵੇਤਰੋ ਜਨਹ੍ ।
ਸ ਯਤ੍ ਪ੍ਰਮਾਣਮ੍ ਕੁਰੁਤੇ ਲੋਕਸ੍ ਤਦ੍ ਅਨੁਵਰ੍ਤਤੇ ॥ 21 ॥

ਯਤ੍ ਯਤ੍ – ਜਿਹੜਾ-ਜਿਹੜਾ ; **ਆਚਰਤਿ** – ਕਰਦਾ ਹੈ ; **ਸ਼੍ਰੇਸ਼ਠਹ** – ਸਤਿਕਾਰ ਯੋਗ ਨੇਤਾ; **ਤਤ੍** – ਉਹੀ; **ਤਤ੍** – ਅਤੇ ਸਿਰਫ ਉਹੀ ; **ਏਵ** – ਨਿਸ਼ਚੈ ਹੀ ; **ਇਤਰਹ੍** – ਸਧਾਰਨ ; **ਜਨਹ੍**

– ਮਨੁੱਖ ; ਸਹ੍ – ਉਹ ; ਯਤ੍ – ਜਿਹੜਾ ਕੁਝ ; ਪ੍ਰਮਾਣਮ੍ – ਉਦਾਹਰਣ ; ਕੁਰੁਤੇ- ਕਰਦਾ ਹੈ; ਲੋਕਹ੍ – ਸਾਰਾ ਸੰਸਾਰ ; ਤਤ੍ – ਉਸਦੇ ; ਅਨੁਵਰ੍ਤਤੇ – ਕਰਮਾਂ ਦਾ ਅਨੁਸਰਣ ਕਰਦਾ ਹੈ ।

ਅਨੁਵਾਦ

ਮਹਾਪੁਰਸ਼ ਜਿਹੋ-ਜਿਹਾ ਆਚਰਣ ਕਰਦਾ ਹੈ ਸਧਾਰਨ ਮਨੁੱਖ ਉਸੇ ਦਾ ਅਨੁਸਰਣ ਕਰਦੇ ਹਨ, ਉਹ ਆਪਣੇ ਕਾਰਜਾਂ ਰਾਹੀਂ ਜਿਹੜੇ ਆਦਰਸ਼ ਸਥਾਪਿਤ ਕਰਦਾ ਹੈ, ਸਾਰਾ ਸੰਸਾਰ ਉਸੇ ਦਾ ਅਨੁਸਰਣ ਕਰਦਾ ਹੈ ।

ਭਾਵ

ਸਾਧਾਰਨ ਲੋਕਾਂ ਨੂੰ ਹਮੇਸ਼ਾਂ ਇਕ ਅਜਿਹੇ ਨੇਤਾ ਦੀ ਲੋੜ ਹੁੰਦੀ ਹੈ ਜਿਹੜਾ ਵਿਵਹਾਰਕ ਆਚਰਣ ਰਾਹੀਂ ਜਨਤਾ ਨੂੰ ਸਿੱਖਿਆ ਦੇ ਸਕੇ । ਜੇਕਰ ਨੇਤਾ ਖ਼ੁਦ ਸਿਗਰਟ ਦੀ ਵਰਤੋਂ ਕਰਦਾ ਹੈ ਤਾਂ ਉਹ ਜਨਤਾ ਨੂੰ ਉਸਦੀ ਵਰਤੋਂ ਨਾ ਕਰਨ ਦੀ ਸਿੱਖਿਆ ਨਹੀਂ ਦੇ ਸਕਦਾ । ਚੈਤੰਨਯ ਮਹਾਂਪ੍ਰਭੂ ਨੇ ਕਿਹਾ ਹੈ ਕਿ ਸਿੱਖਿਆ ਦੇਣ ਤੋਂ ਪਹਿਲਾਂ ਸਿੱਖਿਅਕ ਨੂੰ ਉਚਿੱਤ ਆਚਰਣ ਕਰਨਾ ਚਾਹੀਦਾ ਹੈ । ਜਿਹੜਾ ਇਸ ਤਰ੍ਹਾਂ ਸਿੱਖਿਆ ਦਿੰਦਾ ਹੈ ਉਹ ਆਚਾਰੀਆ ਜਾਂ ਆਦਰਸ਼ ਸਿੱਖਿਅਕ ਕਹਾਉਂਦਾ ਹੈ । ਇਸ ਲਈ ਸਿੱਖਿਅਕ ਨੂੰ ਚਾਹੀਦਾ ਹੈ ਕਿ ਸਧਾਰਨ ਲੋਕਾਂ ਨੂੰ ਸਿੱਖਿਆ ਦੇਣ ਲਈ ਖ਼ੁਦ ਸ਼ਾਸ਼ਤਰਾਂ ਦੇ ਸਿਧਾਂਤਾਂ ਦੀ ਪਾਲਣਾ ਕਰੇ । ਕੋਈ ਵੀ ਸਿੱਖਿਅਕ ਪੁਰਾਣੇ ਪ੍ਰਮਾਣਿਕ ਗ੍ਰੰਥਾਂ ਦੇ ਨਿਯਮਾਂ ਦੇ ਉਲਟ ਕੋਈ ਨਿਯਮ ਨਹੀਂ ਬਣਾ ਸਕਦਾ । ਮਨੂ-ਸੰਹਿਤਾ ਵਰਗੇ ਪ੍ਰਮਾਣਿਕ ਗ੍ਰੰਥ ਮਨੁੱਖੀ ਸਮਾਜ ਲਈ ਅਨੁਸਰਣ ਕਰਨ ਯੋਗ ਆਦਰਸ਼ ਗ੍ਰੰਥ ਹਨ, ਇਸ ਲਈ ਨੇਤਾ ਦਾ ਉਪਦੇਸ਼ ਅਜਿਹੇ ਆਦਰਸ਼ ਸ਼ਾਸ਼ਤਰਾਂ ਦੇ ਨਿਯਮਾਂ ਤੇ ਅਧਾਰਿਤ ਹੋਣਾ ਚਾਹੀਦਾ ਹੈ । ਜਿਹੜਾ ਮਨੁੱਖ ਆਪਣੀ ਤਰੱਕੀ ਚਾਹੁੰਦਾ ਹੈ, ਉਸਨੂੰ ਮਹਾਨ ਸਿੱਖਿਅਕਾਂ ਰਾਹੀਂ ਅਭਿਆਸ ਕੀਤੇ ਜਾਣ ਵਾਲੇ ਆਦਰਸ਼ ਨਿਯਮਾਂ ਦਾ ਪਾਲਨ ਕਰਨਾ ਚਾਹੀਦਾ ਹੈ । ਸ਼੍ਰੀਮਦ ਭਾਗਵਤਮ੍ ਵੀ ਇਸਦੀ ਪੁਸ਼ਟੀ ਕਰਦਾ ਹੈ ਕਿ ਮਨੁੱਖ ਨੂੰ ਮਹਾਨ ਭਗਤਾਂ ਦੇ ਕਦਮਾਂ ਦਾ ਅਨੁਸਰਣ ਕਰਨਾ ਚਾਹੀਦਾ ਹੈ ਅਤੇ ਅਧਿਆਤਮਕ ਗਿਆਨ ਦੇ ਰਸਤੇ ਵਿਚ ਪ੍ਰਗਤੀ ਦਾ ਇਹੋ ਸਾਧਨ ਹੈ । ਭਾਵੇਂ ਰਾਜਾ ਹੋਵੇ ਜਾਂ ਰਾਜ ਦੇ ਪ੍ਰਸ਼ਾਸਨ ਦਾ ਅਧਿਕਾਰੀ, ਭਾਵੇਂ ਪਿਤਾ ਹੋਵੇ ਜਾਂ ਸਿੱਖਿਅਕ – ਇਹ ਸਾਰੇ ਭੋਲੀ-ਭਾਲੀ ਜਨਤਾ ਦੇ ਸੁਭਾਵਿਕ ਨੇਤਾ ਮੰਨੇ ਜਾਂਦੇ ਹਨ, ਇਨ੍ਹਾਂ ਦੀ ਆਪਣੇ ਤੇ ਨਿਰਭਰ ਲੋਕਾਂ ਪ੍ਰਤੀ ਵੱਡੀ ਜ਼ਿੰਮੇਵਾਰੀ ਰਹਿੰਦੀ ਹੈ ਇਸ ਲਈ ਇਨ੍ਹਾਂ ਨੂੰ ਨੈਤਿਕ ਅਤੇ ਅਧਿਆਤਮਕ ਸੰਹਿਤਾ ਸੰਬੰਧੀ ਆਦਰਸ਼ ਗ੍ਰੰਥਾਂ ਤੋਂ ਚੰਗੀ ਤਰ੍ਹਾਂ ਜਾਣੂ ਹੋਣਾ ਚਾਹੀਦਾ ਹੈ ।

न मे पार्थास्ति कर्तव्यं त्रिषु लोकेषु किञ्चन ।
नानवाप्तमवाप्तव्यं वर्त एव च कर्मणि ॥ २२॥

ਨ ਮੇ ਪਾਰ੍ਥਾਸ੍ਤਿ ਕਰ੍ਤਵ੍ਯਮ੍ ਤ੍ਰਿਸ਼ੁ ਲੋਕੇਸ਼ੁ ਕਿੰਚਨ ।
ਨਾਨਵਾਪ੍ਤਮ੍ ਅਵਾਪ੍ਤਵ੍ਯਮ੍ ਵਰ੍ਤ ਏਵ 'ਚ ਕਰ੍ਮਣਿ ॥ 22 ॥

ਨ - ਨਹੀਂ ; ਮੇ - ਮੈਨੂੰ ; **ਪਾਰ੍ਥ** - ਹੇ ਪ੍ਰਿਥਾ ਪੁੱਤਰ ; **ਅਸ੍ਤਿ** - ਹੈ ; **ਕਰ੍ਤਵ੍ਯਮ੍** - ਨਿਰਧਾਰਤ ਕਾਰਜ ; **ਤ੍ਰਿਸ਼ੁ** - ਤਿੰਨੋਂ ; **ਲੋਕੇਸ਼ੁ** - ਲੋਕਾਂ ਵਿਚ ; **ਕਿੰਚਨ** - ਕੋਈ ; ਨ - ਕੁਝ ਨਹੀਂ ; **ਅਨਵਾਪ੍ਤਮ੍** - ਇੱਛਤ ; **ਅਵਾਪ੍ਤਵ੍ਯਮ੍** - ਪ੍ਰਾਪਤ ਕਰਨ ਲਈ ; **ਵਰ੍ਤ** - ਲਗਿਆ ਰਹਿੰਦਾ ਹਾਂ ; **ਏਵ** - ਨਿਸ਼ਚੈ ਹੀ ; 'ਚ - ਵੀ ; **ਕਰ੍ਮਣਿ** - ਨਿਰਧਾਰਤ ਕਰਮਾਂ ਵਿਚ ।

ਅਨੁਵਾਦ

ਹੇ ਪ੍ਰਿਥਾ ਪੁੱਤਰ! ਤਿੰਨਾਂ ਲੋਕਾਂ ਵਿਚ ਮੇਰੇ ਲਈ ਕੋਈ ਵੀ ਕਰਮ ਨਿਰਧਾਰਤ ਨਹੀਂ ਹੈ, ਨਾ ਹੀ ਮੈਨੂੰ ਕਿਸੇ ਵਸਤੂ ਦੀ ਥੋੜ (ਘਾਟ) ਹੈ ਅਤੇ ਨਾ ਹੀ ਲੋੜ ਹੈ । ਤਾਂ ਵੀ ਮੈਂ ਨਿਰਧਾਰਤ ਕਰਮ ਕਰਨ ਨੂੰ ਤਿਆਰ ਰਹਿੰਦਾ ਹਾਂ ।

ਭਾਵ

ਵੈਦਿਕ ਸਾਹਿਤ ਵਿਚ ਭਗਵਾਨ ਦਾ ਵਰਣਨ ਇੰਝ ਹੋਇਆ ਹੈ : -

> **ਤਮ੍ ਈਸ਼੍ਵਰਾਣਾਮ੍ ਪਰਮਮ੍ ਮਹੇਸ਼੍ਵਰਮ੍ ਤਮ੍ ਦੇਵਤਾਨਾਮ੍ ਪਰਮਮ੍ ਚ ਦੈਵਤਮ੍ ।**
> **ਪਤਿਮ੍ ਪਤੀਨਾਮ੍ ਪਰਮਮ੍ ਪਰਸ੍ਤਾਦ੍ ਵਿਦਾਮ ਦੇਵਮ੍ ਭੁਵਨੇਸ਼ਮ ਈਦ੍ਯਮ੍ ॥**
> **ਨ ਤਸ੍ਯ ਕਾਰ੍ਯਮ੍ ਕਰਣਮ੍ ਚ ਵਿਦ੍ਯਤੇ ਨ ਤਤ੍ ਸਮਸ਼੍ ਚਾਭ੍ਯਧਿਕਸ਼੍ ਚ ਦ੍ਰਿਸ਼੍ਯਤੇ ।**
> **ਪਰਾਸ੍ਯ ਸ਼ਕ੍ਤਿਰ੍ ਵਿਵਿਧੈਵ ਸ਼੍ਰੂਯਤੇ ਸ੍ਵਾਭਾਵਿਕੀ ਗ੍ਯਾਨ ਬਲ ਕ੍ਰਿਯਾ ਚ ॥**

"ਪਰਮੇਸ਼ਵਰ ਸਾਰੇ ਨਿਯੰਤਰਕਾਂ ਦੇ ਨਿਯੰਤਰਕ ਹਨ ਅਤੇ ਵੱਖੋ-ਵੱਖਰੇ ਲੋਕ-ਪਾਲਾਂ ਵਿਚ ਮਹਾਨ ਹਨ । ਸਾਰੇ ਉਸਦੇ ਅਧੀਨ ਹਨ । ਸਾਰੇ ਜੀਵਾਂ ਨੂੰ ਪਰਮੇਸ਼ਵਰ ਤੋਂ ਹੀ ਵਿਸ਼ੇਸ਼ ਸ਼ਕਤੀ ਮਿਲਦੀ ਹੈ, ਜੀਵ ਆਪ ਸ੍ਰੇਸ਼ਠ ਨਹੀਂ ਹੈ । ਉਹ ਸਾਰੇ ਦੇਵਤਿਆਂ ਲਈ ਪੂਜਣ ਯੋਗ ਹਨ ਅਤੇ ਸਾਰੇ ਸੰਚਾਲਕਾਂ ਦੇ ਵੀ ਸੰਚਾਲਕ ਹਨ । ਇਸ ਲਈ ਉਹ ਸਾਰੇ ਭੌਤਿਕ ਨੇਤਾਵਾਂ ਅਤੇ ਨਿਯੰਤਰਕਾਂ ਤੋਂ ਪਰੇ ਹਨ ਅਤੇ ਸਭ ਰਾਹੀਂ ਪੂਜਣ ਯੋਗ ਹਨ । ਉਨ੍ਹਾਂ ਤੋਂ ਵਧਕੇ ਕੋਈ ਨਹੀਂ ਅਤੇ ਉਹੀ ਸਾਰੇ ਕਾਰਨਾਂ ਦਾ ਕਾਰਨ ਹਨ ।"

"ਉਨ੍ਹਾਂ ਦਾ ਸ਼ਰੀਰਕ ਸਰੂਪ ਸਾਧਾਰਨ ਜੀਵ ਵਰਗਾ ਨਹੀਂ ਹੁੰਦਾ । ਉਨ੍ਹਾਂ ਦੇ ਸ਼ਰੀਰ ਅਤੇ ਆਤਮਾ ਵਿਚ ਕੋਈ ਫਰਕ ਨਹੀਂ । ਉਹ ਪਰਮ ਹਨ । ਉਨ੍ਹਾਂ ਦੀਆਂ ਸਾਰੀਆਂ ਇੰਦਰੀਆਂ ਅਲੌਕਿਕ ਹਨ । ਉਨ੍ਹਾਂ ਦੀ ਕੋਈ ਵੀ ਇੰਦਰੀ ਕਿਸੇ ਹੋਰ ਇੰਦਰੀ ਦੇ ਕਾਰਜ ਪੂਰੇ ਕਰ ਸਕਦੀ ਹੈ । ਇਸ ਲਈ ਨਾ ਉਨ੍ਹਾਂ ਤੋਂ ਕੋਈ ਵੱਧਕੇ ਹੈ ਅਤੇ ਨਾ ਹੀ ਉਨ੍ਹਾਂ ਦੇ ਬਰਾਬਰ । ਉਨ੍ਹਾਂ ਦੀਆਂ ਸ਼ਕਤੀਆਂ ਬਹੁਰੂਪੀ ਹਨ, ਫਲਸਰੂਪ ਉਨ੍ਹਾਂ ਦੇ ਸਾਰੇ ਕਾਰਜ ਪ੍ਰਕ੍ਰਿਤੀ ਵਿਧਾਨ ਮੁਤਾਬਿਕ ਪੂਰੇ ਹੋ ਜਾਂਦੇ ਹਨ ।" **(ਸ਼੍ਵੇਤਾਸ਼੍ਵਤਰ ਉਪਨਿਸ਼ਦ - 6-7-8)**

ਕਿਉਂਕਿ ਭਗਵਾਨ੍ ਵਿਚ ਹਰ ਵਸਤੂ ਆਪਣੇ ਵੈਭਵਾਂ ਵਿਚ ਪੂਰੀ ਸੱਚਾਈ ਨਾਲ ਭਰਪੂਰ ਰਹਿੰਦੀ ਹੈ ਇਸ ਲਈ ਉਨ੍ਹਾਂ ਨੂੰ ਕੋਈ ਕਰਮ ਕਰਨ ਦੀ ਲੋੜ ਨਹੀਂ ਰਹਿੰਦੀ। ਜਿਸਨੇ ਆਪਣੇ ਕਰਮਾਂ ਦਾ ਫਲ ਪ੍ਰਾਪਤ ਕਰਨਾ ਹੈ ਉਸ ਲਈ ਕੁਝ ਕਰਮ ਨਿਰਧਾਰਤ ਰਹਿੰਦਾ ਹੈ, ਪਰ ਜਿਹੜਾ

ਤਿੰਨਾਂ ਲੋਕਾਂ ਵਿਚ ਕੁਝ ਵੀ ਪ੍ਰਾਪਤ ਨਹੀਂ ਕਰਦਾ, ਨਿਸ਼ਚੈ ਹੀ ਉਸ ਲਈ ਕੋਈ ਕਰਮ ਨਹੀਂ ਰਹਿੰਦਾ। ਫਿਰ ਵੀ ਖਤਰੀਆਂ ਦੇ ਨਾਇਕ ਰੂਪ ਵਿਚ ਭਗਵਾਨ ਕ੍ਰਿਸ਼ਨ ਕੁਰੂਕਸ਼ੇਤਰ ਦੇ ਜੰਗੀ ਮੈਦਾਨ ਵਿਚ ਕਾਰਜ ਵਿਚ ਲਗੇ ਹਨ, ਕਿਉਂਕਿ ਖਤਰੀਆਂ ਦਾ ਧਰਮ ਹੈ ਕਿ ਦੁਖੀਆਂ ਨੂੰ ਸਹਾਰਾ ਦੇਣਾ, ਭਾਵੇਂ ਉਹ ਸ਼ਾਸ਼ਤਰਾਂ ਦੇ ਵਿਧੀ ਵਿਧਾਨ ਤੋਂ ਉਤੇ ਹਨ ਫਿਰ ਵੀ ਉਹ ਅਜਿਹਾ ਕੁਝ ਨਹੀਂ ਕਰਦੇ ਜਿਹੜਾ ਸ਼ਾਸ਼ਤਰਾਂ ਦੀ ਉਲੰਘਣਾ ਕਰਦਾ ਹੋਵੇ।

यदि ह्यहं न वर्तेयं जातु कर्मण्यतन्द्रितः ।
मम वर्त्मानुवर्तन्ते मनुष्याः पार्थ सर्वशः ॥ २३॥

ਯਦਿ ਹਿ ਅਹਮ੍ ਨ ਵਰ੍ਤੇਯਮ੍ ਜਾਤੁ ਕਰ੍ਮਣਿ ਅਤਨ੍ਦ੍ਰਿਤਹ੍ ।
ਮਮ ਵਰ੍ਤ੍ਮਾਨੁਵਰ੍ਤੰਤੇ ਮਨੁਸ਼੍ਯਾਹ੍ ਪਾਰ੍ਥ ਸਰ੍ਵਸ਼ਹ੍ ॥ 23 ॥

ਯਦਿ – ਜੇਕਰ ; **ਹਿ** – ਨਿਸ਼ਚੈ ਹੀ ; **ਅਹਮ੍** – ਮੈਂ ; **ਨ** – ਨਹੀਂ ; **ਵਰ੍ਤੇਯਮ੍** – ਇਸ ਤਰ੍ਹਾਂ ਰੁਝਿਆ ਰਹਾਂ ; **ਜਾਤੁ** – ਕਦੀ ; **ਕਰ੍ਮਣਿ** – ਨਿਰਧਾਰਤ ਕਰਮਾਂ ਦੇ ਸੰਪਾਦਨ ਵਿਚ ; **ਅਤਨ੍ਦ੍ਰਿਤਹ੍** – ਸਾਵਧਾਨੀ ਨਾਲ ; **ਮਮ** – ਮੇਰਾ ; **ਵਰ੍ਤ੍ਮ** – ਰਸਤਾ ; **ਅਨੁਵਰ੍ਤੰਤੇ** – ਅਨੁਸਰਨ ਕਰਨਗੇ ; **ਮਨੁਸ਼੍ਯਾਹ੍** – ਸਾਰੇ ਮਨੁੱਖ ; **ਪਾਰ੍ਥ** – ਹੇ ਪ੍ਰਿਥਾ ਪੁੱਤਰ ; **ਸਰ੍ਵਸ਼ਹ੍** – ਹਰ ਤਰ੍ਹਾਂ ਨਾਲ।

ਅਨੁਵਾਦ

ਕਿਉਂਕਿ ਜੇਕਰ ਮੈਂ ਨਿਰਧਾਰਤ ਕਰਮਾਂ ਨੂੰ ਸਾਵਧਾਨੀ ਨਾਲ ਨਾ ਕਰਾਂ ਤਾਂ ਹੇ ਪਾਰਥ! ਇਹ ਯਕੀਨੀ ਹੈ ਕਿ ਸਾਰੇ ਮਨੁੱਖ ਮੇਰੇ ਰਸਤੇ ਤੇ ਚਲਣਗੇ।

ਭਾਵ

ਅਧਿਆਤਮਕ ਜੀਵਨ ਦੀ ਤਰੱਕੀ ਲਈ ਅਤੇ ਸਮਾਜਿਕ ਸ਼ਾਂਤੀ ਵਿਚ ਸੰਤੁਲਨ ਬਣਾਏ ਰਖਣ ਲਈ ਕੁਲ ਪਰੰਪਰਾ ਤੋਂ ਚਲੇ ਆ ਰਹੇ ਨਿਯਮ ਹਨ। ਜਿਹੜੇ ਹਰ ਸਭਿਅਕ ਮਨੁੱਖ ਲਈ ਹੁੰਦੇ ਹਨ। ਅਜਿਹੇ ਵਿੱਧੀ ਵਿਧਾਨ ਸਿਰਫ ਬੱਧਜੀਵਾਂ ਲਈ ਹਨ, ਭਗਵਾਨ ਕ੍ਰਿਸ਼ਨ ਲਈ ਨਹੀਂ, ਪਰ ਕਿਉਂਕਿ ਉਨ੍ਹਾਂ ਨੇ ਧਰਮ ਦੀ ਸਥਾਪਨਾ ਲਈ ਅਵਤਾਰ ਲਿਆ ਸੀ, ਇਸ ਲਈ ਉਨ੍ਹਾਂ ਦੱਸੇ ਨਿਯਮਾਂ ਦਾ ਪਾਲਨ ਕੀਤਾ, ਨਹੀਂ ਤਾਂ ਸਾਧਾਰਣ ਮਨੁੱਖ ਵੀ ਉਨ੍ਹਾਂ ਦਾ ਅਨੁਸਰਣ ਕਰਦੇ, ਕਿਉਂਕਿ ਕ੍ਰਿਸ਼ਨ ਪਰਮ ਅਧਿਕਾਰੀ ਹਨ। ਸ੍ਰੀਮਦ ਭਾਗਵਤਮ੍ ਤੋਂ ਇਹ ਪਤਾ ਚਲਦਾ ਹੈ ਕਿ ਸ੍ਰੀ ਕ੍ਰਿਸ਼ਨ ਆਪਣੇ ਘਰ ਵਿਚ ਅਤੇ ਬਾਹਰ ਗ੍ਰਹਿਸਥੀ ਦੇ ਧਰਮ ਦਾ ਪਾਲਨ ਕਰਦੇ ਰਹੇ ;

उत्सीदेयुरिमे लोका न कुर्यां कर्म चेदहम् ।
सङ्करस्य च कर्ता स्यामुपहन्यामिमाः प्रजाः ॥ २४॥

ਉਤ੍ਸੀਦੇਯੁਰ੍ ਇਮੇ ਲੋਕਾ ਨ ਕੁਰ੍ਯਾਮ੍ ਕਰ੍ਮ ਚੇਦ੍ ਅਹਮ੍ ।
ਸੰਕਰਸ੍ਯ 'ਚ ਕਰਤਾ ਸ੍ਯਾਮ੍ ਉਪਹੰਯਾਮ੍ ਇਮਾਹ੍ ਪ੍ਰਜਾਹ੍ ॥ 24 ॥

ਉਤ੍ਸੀਦੇਯੁਹ੍ - ਨਸ਼ਟ ਹੋ ਜਾਣ ; ਇਮੇ - ਇਹ ਸਾਰੇ ; ਲੋਕਾਹ੍ - ਸੰਸਾਰ ; ਨ - ਨਹੀਂ ; ਕੁਰ੍ਯਾਮ੍ - ਮੈ ਕਰਾਂ ; ਕਰ੍ਮ - ਨਿਰਧਾਰਤ ਕਰਮ ; ਚੇਤ੍ - ਜੇਕਰ ; ਅਹਮ੍ - ਮੈਂ ; ਸੰਕਰਸ੍ਯ - ਬੇ-ਲੋੜੀਂਦੀ ਔਲਾਦ ਦਾ ; ਚ - ਅਤੇ ; ਕਰਤਾ - ਬਣਾਉਣ ਵਾਲਾ ; ਸ੍ਯਾਮ੍ - ਹੋਵਾਂਗਾ ; ਉਪਹੰਨਯਾਮ੍ - ਨਸ਼ਟ ਕਰਾਂਗਾ ; ਇਮਾਹ੍ - ਇਨ੍ਹਾਂ ਸਾਰਿਆਂ ; ਪ੍ਰਜਾਹ੍ - ਜੀਵਾਂ ਨੂੰ।

ਅਨੁਵਾਦ

ਜੇਕਰ ਮੈਂ ਨਿਰਧਾਰਤ ਕਰਮ ਨਾ ਕਰਾਂ ਤਾਂ ਇਹ ਸਾਰਾ ਸੰਸਾਰ ਨਸ਼ਟ ਹੋ ਜਾਵੇਗਾ, ਤਾਂ ਮੈਂ ਬੇ-ਲੋੜੀਂਦੀ ਅਬਾਦੀ (ਵਰਣ ਸ਼ੰਕਰ) ਨੂੰ ਪੈਦਾ ਕਰਨ ਦਾ ਕਾਰਨ ਬਣ ਜਾਵਾਂਗਾ ਅਤੇ ਇਸ ਤਰ੍ਹਾਂ ਸਾਰਿਆਂ ਪ੍ਰਾਣੀਆਂ ਦੀ ਸ਼ਾਂਤੀ ਨੂੰ ਨਸ਼ਟ ਕਰਨ ਵਾਲਾ ਬਣਾਂਗਾ ।

ਭਾਵ

ਵਰਣ ਸ਼ੰਕਰ ਬੇ-ਲੋੜੀਂਦੀ ਜਨ ਸੰਖਿਆ ਹੈ । ਜਿਹੜੇ ਸਧਾਰਨ ਸਮਾਜ ਦੀ ਸ਼ਾਂਤੀ ਨੂੰ ਭੰਗ ਕਰਦੀ ਹੈ । ਇਸ ਸਮਾਜਿਕ ਅਸ਼ਾਂਤੀ ਨੂੰ ਰੋਕਣ ਲਈ ਅਨੇਕ ਤਰੀਕੇ ਹਨ ਜਿਨ੍ਹਾਂ ਰਾਹੀਂ ਆਪਣੇ ਆਪ ਹੀ ਜਨਤਾ ਅਧਿਆਤਮਕ ਤਰੱਕੀ ਲਈ ਸ਼ਾਂਤ ਅਤੇ ਸੁਚੱਜੀ ਹੋ ਜਾਂਦੀ ਹੈ । ਜਦੋਂ ਭਗਵਾਨ ਕ੍ਰਿਸ਼ਨ ਅਵਤਾਰ ਲੈਂਦੇ ਹਨ ਤਾਂ ਸੁਭਾਵਿਕ ਹੈ, ਕਿ ਉਹ ਅਜਿਹੇ ਮਹੱਤਵਪੂਰਣ ਕਾਰਜਾਂ ਦੀ ਪ੍ਰਤਿਸ਼ਠਾ ਅਤੇ ਜਰੂਰਤ ਬਨਾਉਣ ਲਈ ਇਨ੍ਹਾਂ ਵਿਧੀ ਵਿਧਾਨਾਂ ਮੁਤਾਬਿਕ ਆਚਰਣ ਕਰਦੇ ਹਨ । ਭਗਵਾਨ ਸਾਰੇ ਜੀਵਾਂ ਦੇ ਪਿਤਾ ਹਨ ਅਤੇ ਜੇਕਰ ਉਹ ਜੀਵ ਰਸਤੇ ਤੋਂ ਭਟਕ ਜਾਣ ਤਾਂ ਅਪ੍ਰੱਤਖ ਰੂਪ ਵਿਚ ਇਹ ਜ਼ਿੰਮੇਵਾਰੀ ਉਨ੍ਹਾਂ ਦੀ ਹੈ । ਇਸ ਲਈ ਜਦੋਂ ਵੀ ਵਿੱਧੀ ਵਿਧਾਨਾਂ ਦੀ ਉਲੰਘਣਾਂ ਹੁੰਦੀ ਹੈ ਤਾਂ ਭਗਵਾਨ ਸਮਾਜ ਨੂੰ ਸੁਧਾਰਣ ਲਈ ਆਪ ਅਵਤਾਰ ਲੈਂਦੇ ਹਨ । ਪਰ ਸਾਨੂੰ ਧਿਆਨ ਦੇਣਾ ਹੋਵੇਗਾ ਕਿ ਭਾਵੇਂ ਸਾਨੂੰ ਭਗਵਾਨ ਦੇ ਕਰਮਾਂ ਦਾ ਅਨੁਸਰਣ ਕਰਨਾ ਹੈ ਤਾਂ ਵੀ ਅਸੀਂ ਉਨ੍ਹਾਂ ਦਾ ਅਨੁਕਰਨ ਨਹੀਂ ਕਰ ਸਕਦੇ । ਅਨੁਸਰਣ ਅਤੇ ਅਨੁਕਰਣ ਇਕੋ ਜਿਹੇ ਨਹੀਂ ਹੁੰਦੇ । ਅਸੀਂ ਗੋਵਰਧਨ ਪਰਬਤ ਚੁੱਕ ਕੇ ਭਗਵਾਨ ਦਾ ਅਨੁਕਰਣ ਨਹੀਂ ਕਰ ਸਕਦੇ, ਜਿਵੇਂ ਕਿ ਭਗਵਾਨ ਨੇ ਆਪਣੇ ਬਚਪਨ ਵਿਚ ਕੀਤਾ ਸੀ । ਅਜਿਹਾ ਕਰਨਾ ਕਿਸੇ ਵੀ ਮਨੁੱਖ ਲਈ ਸੰਭਵ ਨਹੀਂ, ਸਾਨੂੰ ਉਨ੍ਹਾਂ ਦੇ ਉਪਦੇਸ਼ਾਂ ਦਾ ਪਾਲਣ ਕਰਨਾ ਚਾਹੀਦਾ ਹੈ, ਪਰ ਕਿਸੇ ਵੀ ਸਮੇਂ ਸਾਨੂੰ ਉਨ੍ਹਾਂ ਦਾ ਅਨੁਕਰਣ ਨਹੀਂ ਕਰਨਾ ਚਾਹੀਦਾ । ਸ਼੍ਰੀਮਦ ਭਾਗਵਤਮ੍ ਵਿਚ ਇਸਦੀ ਪੁਸ਼ਟੀ ਇੰਝ ਕੀਤੀ ਗਈ ਹੈ:-

ਨੈਤਤ੍ ਸਮਾਚਰੇਜ੍ ਜਾਤੁ ਮਨਸਾਪਿ ਹਿ ਅਨੀਸ਼੍ਵਰਹ੍ ।
ਵਿਨਸ਼੍ਯਤਿ ਆਚਰਨ੍ ਮੌਢਯਾਦ ਯਥਾਰੁਦ੍ਰੋ'ਬ੍ਧਿਜਮ ਵਿਸ਼ਮ੍ ॥

ਈਸ਼੍ਵਰਾਣਾਮ੍ ਵਚਹ੍ ਸਤ੍ਯਮ੍ ਤਥੈਵਾਚਰਿਤਮ੍ ਕ੍ਵਚਿਤ੍ ।
ਤੇਸ਼ਾਮ੍ ਯਤ੍ ਸ੍ਵ-ਵਚੋ ਯੁਕਤਮ੍ ਬੁੱਧੀਮਾਂਸ੍ ਤਤ੍ ਸਮਾਚਰੇਤ੍ ॥

(ਸ੍ਰੀਮਦ ਭਾਗਵਤਮ੍ 10.33.30-31)

"ਮਨੁੱਖ ਨੂੰ ਭਗਵਾਨ ਅਤੇ ਉਨ੍ਹਾਂ ਦੇ ਰਾਹੀਂ ਸ਼ਕਤੀ ਬਖਸ਼ੇ ਸੇਵਕਾਂ ਦੇ ਉਪਦੇਸ਼ਾਂ ਦਾ ਹੀ ਸਿਰਫ਼ ਪਾਲਣ ਕਰਨਾ ਚਾਹੀਦਾ ਹੈ । ਉਨ੍ਹਾਂ ਦੇ ਉਪਦੇਸ਼ ਸਾਡੇ ਲਈ ਚੰਗੇ ਹਨ ਅਤੇ ਕੋਈ ਵੀ ਬੁੱਧੀਮਾਨ ਮਨੁੱਖ ਦੱਸੀ ਗਈ ਵਿੱਧੀ ਮੁਤਾਬਿਕ ਉਨ੍ਹਾਂ ਨੂੰ ਕਰ ਸਕਦਾ ਹੈ ਫਿਰ ਵੀ ਮਨੁੱਖ ਨੂੰ ਸਾਵਧਾਨ ਰਹਿਣਾ ਚਾਹੀਦਾ ਹੈ ਕਿ ਉਨ੍ਹਾਂ ਦੇ ਕੰਮਾਂ ਦਾ ਅਨੁਕਰਣ ਨਾ ਕਰੇ । ਉਸਨੂੰ ਸ਼ਿਵਜੀ ਦੇ ਅਨੁਕਰਣ ਵਿਚ ਜ਼ਹਿਰ ਦਾ ਸਮੁੰਦਰ ਨਹੀਂ ਪੀ ਲੈਣਾ ਚਾਹੀਦਾ ।"

ਸਾਨੂੰ ਹਮੇਸ਼ਾਂ ਈਸ਼ਵਰਾਂ ਦੀ ਜਾਂ ਸੂਰਜ ਅਤੇ ਚੰਨ ਦੀ ਗਤੀਆਂ ਨੂੰ ਅਸਲ ਵਿਚ ਨਿਯੰਤਰਣ ਕਰ ਸਕਣ ਵਾਲਿਆਂ ਦੀ ਸਥਿਤੀ ਨੂੰ ਸ੍ਰੇਸ਼ਠ ਮੰਨਣਾ ਚਾਹੀਦਾ ਹੈ । ਅਜਿਹੀ ਸ਼ਕਤੀ ਤੋਂ ਬਿਨ੍ਹਾਂ ਕੋਈ ਵੀ ਸਰਬ ਸ਼ਕਤੀਮਾਨ ਈਸ਼ਵਰ ਦਾ ਅਨੁਕਰਣ ਨਹੀਂ ਕਰ ਸਕਦਾ। ਸ਼ਿਵਜੀ ਨੇ ਸਾਗਰ ਤਕ ਦੇ ਜਹਿਰ ਨੂੰ ਪੀ ਲਿਆ, ਪਰ ਜੇਕਰ ਕੋਈ ਸਧਾਰਨ ਮਨੁੱਖ ਜ਼ਹਿਰ ਦੀ ਇਕ ਬੂੰਦ ਵੀ ਪੀਣ ਦਾ ਯਤਨ ਕਰੇ ਤਾਂ ਉਹ ਮਰ ਜਾਵੇਗਾ । ਸ਼ਿਵ ਜੀ ਦੇ ਅਨੇਕਾਂ ਧੋਖੇਬਾਜ ਭਗਤ ਹਨ ਜਿਹੜੇ ਗਾਂਜਾ ਅਤੇ ਅਜਿਹੀਆਂ ਹੀ ਹੋਰ ਨਸ਼ੀਲੀਆਂ ਵਸਤਾਂ ਦਾ ਪ੍ਰਯੋਗ ਕਰਦੇ ਰਹਿੰਦੇ ਹਨ । ਪਰ ਉਹ ਇਹ ਭੁੱਲ ਜਾਂਦੇ ਹਨ ਕਿ ਇਸ ਤਰ੍ਹਾਂ ਸ਼ਿਵ ਜੀ ਦਾ ਅਨੁਕਰਣ ਕਰਕੇ ਉਹ ਆਪਣੀ ਮੌਤ ਨੂੰ ਨੇੜੇ ਸੱਦ ਰਹੇ ਹਨ । ਇਸੇ ਤਰ੍ਹਾਂ ਭਗਵਾਨ ਕ੍ਰਿਸ਼ਨ ਦੇ ਵੀ ਵਧੇਰੇ ਧੋਖੇਬਾਜ ਭਗਤ ਹਨ ਜਿਹੜੇ ਭਗਵਾਨ ਦੀ ਰਾਸਲੀਲਾ ਜਾਂ ਪ੍ਰੇਮ ਨਾਚ ਦਾ ਅਨੁਕਰਣ ਕਰਨਾ ਚਾਹੁੰਦੇ ਹਨ, ਪਰ ਉਹ ਇਹ ਭੁੱਲ ਜਾਂਦੇ ਹਨ ਕਿ ਉਹ ਗੋਵਰਧਨ ਪਰਬਤ ਨੂੰ ਨਹੀਂ ਚੁੱਕ ਸਕਦੇ । ਇਸ ਲਈ ਸਭ ਤੋਂ ਚੰਗਾ ਤਾਂ ਇਹ ਹੋਵੇਗਾ ਕਿ ਲੋਕ ਸ਼ਕਤੀਮਾਨ ਦਾ ਅਨੁਕਰਣ ਨਾ ਕਰਕੇ ਸਿਰਫ਼ ਉਨ੍ਹਾਂ ਦੇ ਉਪਦੇਸ਼ਾਂ ਦਾ ਪਾਲਨ ਕਰਨ । ਨਾ ਹੀ ਬਿਨ੍ਹਾਂ ਯੋਗਤਾ ਕਿਸੇ ਨੂੰ ਉਨ੍ਹਾਂ ਦੀ ਥਾਂ ਲੈਣ ਦਾ ਯਤਨ ਕਰਨਾ ਚਾਹੀਦਾ ਹੈ । ਅਜਿਹੇ ਅਨੇਕਾਂ ਈਸ਼ਵਰ ਦੇ 'ਅਵਤਾਰ' ਹਨ ਜਿਨ੍ਹਾਂ ਵਿਚ ਪੂਰਨ ਪੁਰਸ਼ੋਤਮ ਦੀ ਸ਼ਕਤੀ ਨਹੀਂ ਹੁੰਦੀ ।

सक्ताः कर्मण्यविद्वांसो यथा कुर्वन्ति भारत ।
कुर्याद्विद्वांस्तथासक्तश्चिकीर्षुर्लोकसङ्ग्रहम् ॥ २५ ॥

ਸਕ੍ਤਾਹ੍ ਕਰ੍ਮਣਿ ਅਵਿਦ੍ਵਾਂਸੋ ਯਥਾ ਕੁਰ੍ਵੰਤਿ ਭਾਰਤ ।
ਕੁਰ੍ਯਾਦ੍ ਵਿਦ੍ਵਾਂਸ੍ ਤਥਾਸਕ੍ਤਸ਼੍ ਚਿਕੀਰ੍ਸ਼ੁਰ੍ ਲੋਕ ਸੰਗ੍ਰਹਮ੍॥ 25 ॥

ਸਕ੍ਤਾਹ੍ – ਆਸਕਤ ਸੁਸਤ ; **ਕਰ੍ਮਣਿ** – ਨਿਰਧਾਰਿਤ ਕਰਮਾਂ ਵਿਚ ; **ਅਵਿਦ੍ਵਾਂਸਹ੍** – ਅਗਿਆਨੀ ; **ਯਥਾ** – ਜਿਸ ਤਰ੍ਹਾਂ ; **ਕੁਰ੍ਵੰਤਿ** – ਕਰਦੇ ਹਨ ; **ਭਾਰਤ** – ਹੇ ਭਾਰਤ ਵੰਸ਼ੀ ; **ਕੁਰ੍ਯਾਤ੍** – ਕਰਨਾ ਚਾਹੀਦਾ ਹੈ ; **ਵਿਦ੍ਵਾਨ** – ਵਿਦਵਾਨ ; **ਤਥਾ** – ਉਸੇ ਤਰ੍ਹਾਂ ; **ਅਸਕ੍ਤਹ੍** –

ਅਨਾਸਕਤ (ਵਿਰਕਤ ਕਾਂ ਮੋਹ ਰਹਿਤ) ; **ਚਿਕੀਰ੍ਸ਼ੁਹ੍** - ਚਾਹੁੰਦੇ ਹੋਏ ਵੀ ; **ਲੋਕਸੰਗ੍ਰਹਮ੍** - ਸਧਾਰਨ ਲੋਕ ।

ਅਨੁਵਾਦ

ਜਿਵੇਂ ਅਗਿਆਨੀ ਲੋਕ ਫਲ ਦੀ ਆਸਕਤੀ ਕਾਰਨ ਕਾਰਜ਼ ਕਰਦੇ ਹਨ, ਉਸੇ ਤਰ੍ਹਾਂ ਵਿਦਵਾਨ ਲੋਕਾਂ ਨੂੰ ਚਾਹੀਦਾ ਹੈ ਕਿ ਉਹ ਲੋਕਾਂ ਨੂੰ ਠੀਕ ਰਸਤੇ ਤੇ ਲੈ ਜਾਣ ਲਈ ਆਸਕਤੀ (ਮੋਹ ਰਹਿਤ) ਤੋਂ ਬਿਨ੍ਹਾਂ ਕਾਰਜ ਕਰਨ ।

ਭਾਵ

ਇਕ ਕ੍ਰਿਸ਼ਨ ਭਾਵਨਾ ਭਾਵਿਤ ਮਨੁੱਖ ਅਤੇ ਇਕ ਕ੍ਰਿਸ਼ਨ ਭਾਵਨਾ ਤੋਂ ਰਹਿਤ ਮਨੁੱਖ ਵਿਚ ਸਿਰਫ ਇੱਛਾਵਾਂ ਦਾ ਫਰਕ ਹੁੰਦਾ ਹੈ । ਕ੍ਰਿਸ਼ਨ ਭਾਵਨਾ ਭਾਵਿਤ ਮਨੁੱਖ ਕਦੀ ਅਜਿਹਾ ਕੋਈ ਕਾਰਜ ਨਹੀਂ ਕਰਦਾ ਜਿਹੜਾ ਕ੍ਰਿਸ਼ਨ ਭਾਵਨਾ ਦੇ ਵਿਕਾਸ ਵਿਚ ਸਹਾਈ ਨਾ ਹੋਵੇ । ਇਥੋਂ ਤਕ ਕਿ ਉਹ ਉਸ ਅਗਿਆਨੀ ਵਾਂਗ ਕਰਮ ਕਰ ਸਕਦਾ ਹੈ, ਜਿਹੜਾ ਭੌਤਿਕ ਕਾਰਜਾਂ ਵਿਚ ਵਧੇਰੇ ਆਸਕਤ ਰਹਿੰਦਾ ਹੈ । ਪਰ ਇਨ੍ਹਾਂ ਵਿਚੋਂ ਇਕ ਅਜਿਹੇ ਕਾਰਜ ਆਪਣੀਆਂ ਇੰਦਰੀਆਂ ਦੀ ਤ੍ਰਿਪਤੀ ਲਈ ਕਰਦਾ ਹੈ, ਜਦੋਂ ਕਿ ਦੂਜਾ ਕ੍ਰਿਸ਼ਨ ਦੀ ਸੰਤੁਸ਼ਟੀ ਲਈ । ਇਸ ਲਈ ਕ੍ਰਿਸ਼ਨ ਭਾਵਨਾ ਭਾਵਿਤ ਮਨੁੱਖ ਨੂੰ ਚਾਹੀਦਾ ਹੈ ਕਿ ਉਹ ਲੋਕਾਂ ਨੂੰ ਇਹ ਦੱਸੇ ਕਿ ਕਿੰਝ ਕਾਰਜ ਕੀਤਾ ਜਾਂਦਾ ਹੈ ਅਤੇ ਕਿੰਝ ਕਰਮ ਫਲਾਂ ਨੂੰ ਕ੍ਰਿਸ਼ਨ ਭਾਵਨਾ ਮ੍ਰਿਤ ਕਾਰਜਾਂ ਵਿਚ ਲਗਾਇਆ ਜਾਂਦਾ ਹੈ ।

न बुद्धिभेदं जनयेदज्ञानां कर्मसङ्गिनाम् ।
जोषयेत्सर्वकर्माणि विद्वान्युक्तः समाचरन् ॥ २६ ॥

ਨ ਬੁੱਧੀ ਭੇਦਮ੍ ਜਨਯੇਦ੍ ਅਗ੍ਯਾਨਾਮ ਕਰਮ-ਸੰਗਿਨਾਮ੍ ।
ਜੋਸ਼ਯੇਤ੍ ਸਰ੍ਵ ਕਰ੍ਮਾਣਿ ਵਿਦ੍ਵਾਨ ਯੁਕ੍ਤਹ ਸਮਾਚਰਨ੍ ॥ 26 ॥

ਨ - ਨਹੀਂ ; **ਬੁੱਧੀਭੇਦਮ੍** - ਬੁੱਧੀ ਦਾ ਵਿਚਲਣ ; **ਜਨਯੇਤ੍** - ਪੈਦਾ ਕਰੇ ; **ਅਗ੍ਯਾਨਾਮ੍** - ਮੂਰਖਾਂ ਦਾ ; **ਕਰਮ-ਸੰਗਿਨਾਮ੍** - ਸਕਾਮ ਕੰਮਾਂ ਵਿਚ ਆਸਕਤ ; **ਜੋਸ਼ਯੇਤ੍** - ਲਗਾਵੇ ; **ਸਰ੍ਵ** - ਸਾਰੇ ; **ਕਰ੍ਮਾਣਿ** - ਕਰਮ ; **ਵਿਦ੍ਵਾਨ੍** - ਵਿਦਵਾਨ ਮਨੁੱਖ ; **ਯੁਕ੍ਤਹ੍** - ਲਗਿਆ ਹੋਇਆ ; **ਸਮਾਚਰਨ੍** - ਅਭਿਆਸ ਕਰਦਾ ਹੋਇਆ ।

ਅਨੁਵਾਦ

ਵਿਦਵਾਨ ਮਨੁੱਖ ਨੂੰ ਚਾਹੀਦਾ ਹੈ ਕਿ ਉਹ ਸਕਾਮ ਕਰਮਾਂ ਵਿਚ ਆਸਕਤ ਅਗਿਆਨੀ ਮਨੁੱਖਾਂ ਨੂੰ ਕਰਮ ਕਰਨ ਤੋਂ ਨਾ ਰੋਕੇ, ਜਿਸ ਨਾਲ ਉਨ੍ਹਾਂ ਦਾ ਮਨ ਡਾਵਾਂ-ਡੋਲ ਨਾ ਹੋਵੇ । ਸਗੋਂ ਭਗਤੀ ਭਾਵ ਨਾਲ ਕਾਰਜ ਕਰਦੇ ਹੋਏ ਉਹ ਉਨ੍ਹਾਂ ਨੂੰ ਹਰ ਤਰ੍ਹਾਂ ਦੇ ਕਾਰਜਾਂ ਵਿਚ ਲਗਾਵੇ । (ਜਿਸ ਨਾਲ ਕ੍ਰਿਸ਼ਨ ਭਾਵਨਾ ਅੰਮ੍ਰਿਤ ਦਾ ਦਰਜੇਵਾਰ ਵਿਕਾਸ ਹੋਵੇ)

ਭਾਵ

ਵੇਦੈਸ਼੍ ਚ ਸਰ੍ਵੈਰ੍ ਅਹਮ੍ ਏਵ ਵੇਦ੍ਯਹ੍ । ਇਹ ਸਿਧਾਂਤ ਸਾਰੇ ਵੈਦਿਕ ਅਨੁਸ਼ਠਾਨਾਂ ਦੀ ਹੱਦ ਹੈ। ਸਾਰੇ ਅਨੁਸ਼ਠਾਨ, ਸਾਰੇ ਯੱਗਾਂ ਦੇ ਕੰਮ ਅਤੇ ਵੇਦਾਂ ਵਿਚ ਭੌਤਿਕ ਕਾਰਜਾਂ ਲਈ ਜਿਹੜੇ ਵੀ ਨਿਰਦੇਸ਼ ਹਨ, ਉਨ੍ਹਾਂ ਸਾਰਿਆਂ ਸਮੇਤ ਸਾਰੀਆਂ ਵਸਤਾਂ ਕ੍ਰਿਸ਼ਨ ਨੂੰ ਜਾਣਨ ਲਈ ਹਨ, ਜਿਹੜੇ ਸਾਡੇ ਜੀਵਨ ਦਾ ਉਚੇਰਾ ਮੰਤਵ ਹੈ । ਪਰ ਕਿਉਂਕਿ ਬੱਧਜੀਵ ਇੰਦਰੀਆਂ ਦੀ ਤ੍ਰਿਪਤੀ ਤੋਂ ਬਿਨ੍ਹਾਂ ਹੋਰ ਕੁਝ ਨਹੀਂ ਜਾਣਦੇ ਇਸ ਲਈ ਉਹ ਵੇਦਾਂ ਦਾ ਅਧਿਐਨ ਇਸੇ ਦ੍ਰਿਸ਼ਟੀ ਨਾਲ ਕਰਦੇ ਹਨ। ਪਰ ਸਕਾਮ ਕਰਮ ਅਤੇ ਵੈਦਿਕ ਅਨੁਸ਼ਠਾਨਾਂ ਰਾਹੀਂ ਨਿਯਮਿਤ ਇੰਦਰੀਆਂ ਦੀ ਤ੍ਰਿਪਤੀ ਰਾਹੀਂ ਮਨੁੱਖ ਹੌਲੀ-ਹੌਲੀ ਕ੍ਰਿਸ਼ਨ ਭਾਵਨਾ ਨੂੰ ਪ੍ਰਾਪਤ ਹੁੰਦਾ ਹੈ । ਇਸ ਲਈ ਕ੍ਰਿਸ਼ਨ ਭਾਵਨਾ ਵਿਚ ਸਰੂਪ ਸਿੱਧ ਜੀਵ ਨੂੰ ਚਾਹੀਦਾ ਹੈ ਕਿ ਹੋਰਨਾਂ ਨੂੰ ਆਪਣਾ ਕਾਰਜ ਕਰਨ ਜਾਂ ਸਮਝਾਉਣ ਵਿਚ ਰੁਕਾਵਟ ਨਾ ਪਾਵੇ । ਸਗੋਂ ਉਨ੍ਹਾਂ ਨੂੰ ਇਹ ਦੱਸੇ ਕਿ ਕਿੰਝ ਸਾਰੇ ਕਰਮਫਲਾਂ ਨੂੰ ਕ੍ਰਿਸ਼ਨ ਦੀ ਸੇਵਾ ਵਿਚ ਸਮਰਪਿਤ ਕੀਤਾ ਜਾ ਸਕਦਾ ਹੈ । ਕ੍ਰਿਸ਼ਨ ਭਾਵਨਾ ਭਾਵਿਤ ਵਿਦਵਾਨ ਮਨੁੱਖ ਇੰਝ ਕਾਰਜ ਕਰ ਸਕਦਾ ਹੈ, ਕਿ ਇੰਦਰੀਆਂ ਦੀ ਤ੍ਰਿਪਤੀ ਲਈ ਕਾਰਜ ਕਰਨ ਵਾਲੇ ਅਗਿਆਨੀ ਮਨੁੱਖ ਇਹ ਸਿੱਖ ਲੈਣ ਕਿ ਕਿੰਝ ਕਾਰਜ ਅਤੇ ਆਚਰਨ ਕਰਨਾ ਚਾਹੀਦਾ ਹੈ । ਭਾਵੇਂ ਅਗਿਆਨੀ ਮਨੁੱਖ ਨੂੰ ਉਸਦੇ ਕਾਰਜਾਂ ਵਿਚ ਛੱਡਣਾ ਠੀਕ ਨਹੀਂ ਹੁੰਦਾ ਫਿਰ ਵੀ ਜੇਕਰ ਉਹ ਰਤਾ ਕੁ ਵੀ ਕ੍ਰਿਸ਼ਨ ਭਾਵਨਾ ਭਾਵਿਤ ਹੈ ਤਾਂ ਉਹ ਵੈਦਿਕ ਵਿਧੀਆਂ ਦੀ ਪ੍ਰਵਾਹ ਨਾ ਕਰਦੇ ਹੋਏ ਸਿੱਧਾ ਭਗਵਾਨ ਦੀ ਸੇਵਾ ਵਿਚ ਲਗ ਸਕਦਾ ਹੈ । ਅਜਿਹੇ ਸੁਭਾਗੇ ਮਨੁੱਖ ਨੂੰ ਵੈਦਿਕ ਅਨੁਸ਼ਠਾਨ ਕਰਨ ਦੀ ਲੋੜ ਨਹੀਂ ਰਹਿੰਦੀ, ਕਿਉਂਕਿ ਪ੍ਰਤੱਖ ਕ੍ਰਿਸ਼ਨ ਭਾਵਨਾ ਅੰਮ੍ਰਿਤ ਰਾਹੀਂ ਉਸਨੂੰ ਸਾਰੇ ਫਲ ਪ੍ਰਾਪਤ ਹੋ ਜਾਂਦੇ ਹਨ, ਜਿਹੜੇ ਉਸਨੂੰ ਆਪਣੇ ਫਰਜ਼ਾਂ ਦੀ ਪਾਲਣਾ ਕਰਨ ਨਾਲ ਪ੍ਰਾਪਤ ਹੁੰਦੇ ਹਨ ।

प्रकृतेः क्रियमाणानि गुणैः कर्माणि सर्वशः ।
अहङ्कारविमूढात्मा कर्ताहमिति मन्यते ॥ २७॥

ਪ੍ਰਕ੍ਰਿਤੇਹ੍ ਕ੍ਰਿਯਮਾਣਾਨਿ ਗੁਣੈਹ੍ ਕਰ੍ਮਾਣਿ ਸਰ੍ਵਸ਼ਹ੍ ।
ਅਹੰਕਾਰ ਵਿਮੂਢਾਤ੍ਮਾ ਕਰ੍ਤਾਹਮ੍ ਇਤਿ ਮਨ੍ਯਤੇ ॥ 27 ॥

ਪ੍ਰਕ੍ਰਿਤੇਹ੍ - ਭੌਤਿਕ ਪ੍ਰਕ੍ਰਿਤੀ ਦਾ ; **ਕ੍ਰਿਯਮਾਣਾਨਿ** - ਕੀਤੇ ਜਾਂਦੇ ; **ਗੁਣੈਹ੍**-ਗੁਣਾਂ ਰਾਹੀਂ ; **ਕਰ੍ਮਾਣਿ** - ਕਰਮ ; **ਸਰ੍ਵਸ਼ਹ੍** - ਹਰ ਤਰ੍ਹਾਂ ਦੇ ; **ਅਹੰਕਾਰ-ਵਿਮੂਢ** - ਹੰਕਾਰ ਨਾਲ ਮੋਹਿਤ ; **ਆਤ੍ਮਾ** - ਆਤਮਾ ; **ਕਰ੍ਤਾ** - ਕਰਨ ਵਾਲਾ ; **ਅਹਮ੍** - ਮੈਂ ਹਾਂ ; **ਇਤਿ** - ਇਸ ਤਰ੍ਹਾਂ (ਇੰਝ) ; **ਮਨ੍ਯਤੇ** - ਸੋਚਦਾ ਹੈ ।

ਅਨੁਵਾਦ

ਜੀਵ ਆਤਮਾ ਹੰਕਾਰ ਕਾਰਨ ਮੋਹ ਵਿਚ ਫ਼ਸਿਆ ਆਪਣੇ ਆਪ ਨੂੰ ਸਾਰੇ ਕਾਰਜਾਂ ਦਾ ਕਰਤਾ ਮੰਨ ਲੈਂਦਾ ਹੈ, ਜਦੋਂ ਕਿ ਅਸਲ ਵਿਚ ਉਹ ਭੌਤਿਕ ਪ੍ਰਕ੍ਰਿਤੀ ਦੇ ਤਿੰਨਾਂ ਗੁਣਾਂ ਰਾਹੀਂ ਕੀਤੇ ਜਾਂਦੇ ਹਨ ।

ਭਾਵ

ਦੋ ਮਨੁੱਖ ਜਿਨ੍ਹਾਂ ਵਿਚ ਇਕ ਕ੍ਰਿਸ਼ਨ ਭਾਵਨਾ ਭਾਵਿਤ ਹੈ ਅਤੇ ਦੂਜਾ ਭੌਤਿਕ ਚੇਤਨਾ ਵਾਲਾ ਹੈ, ਇਕੋ ਪੱਧਰ ਤੇ ਕਾਰਜ ਕਰਦੇ ਹੋਏ ਇਕੋ ਪਦ ਤੇ ਲਗ ਸਕਦੇ ਹਨ, ਪਰ ਦੋਵਾਂ ਦੀ ਸਥਿਤੀ ਵਿਚ ਜ਼ਮੀਨ-ਅਸਮਾਨ ਦਾ ਫਰਕ ਰਹਿੰਦਾ ਹੈ। ਭੌਤਿਕ ਚੇਤਨਾ ਵਾਲਾ ਮਨੁੱਖ ਹੰਕਾਰ ਕਾਰਨ ਇਹ ਸੋਚਦਾ ਹੈ ਕਿ ਉਹੀ ਸਾਰੀਆਂ ਵਸਤਾਂ ਦਾ ਕਰਤਾ ਹੈ, ਉਹ ਇਹ ਨਹੀਂ ਜਾਣਦਾ ਕਿ ਸ਼ਰੀਰ ਦੀ ਰਚਨਾ ਭੌਤਿਕ ਪ੍ਰਕ੍ਰਿਤੀ ਰਾਹੀਂ ਹੋਈ ਹੈ ਜਿਹੜੀ ਪਰਮੇਸ਼ਵਰ ਦੀ ਪ੍ਰਧਾਨਗੀ ਹੇਠ ਕਾਰਜ ਕਰਦੀ ਹੈ। ਭੌਤਿਕਤਾਵਾਦੀ ਮਨੁੱਖ ਇਹ ਨਹੀਂ ਜਾਣਦਾ ਕਿ ਆਖ਼ਿਰ ਉਹ ਕ੍ਰਿਸ਼ਨ ਦੇ ਅਧੀਨ ਹੈ, ਹਉਮੈ ਕਾਰਨ ਅਜਿਹਾ ਮਨੁੱਖ ਹਰ ਕਾਰਜ ਨੂੰ ਸੁਤੰਤਰ ਰੂਪ ਨਾਲ ਕਰਨ ਦਾ ਸਿਹਰਾ ਲੈਣਾ ਚਾਹੁੰਦਾ ਹੈ ਅਤੇ ਇਹੋ ਉਸਦੇ ਅਗਿਆਨ ਦਾ ਲੱਛਣ ਹੈ। ਉਸਨੂੰ ਇਹ ਨਹੀਂ ਪਤਾ ਕਿ ਉਸਦੇ ਇਸ ਸਥੂਲ ਅਤੇ ਸੂਖਮ ਸ਼ਰੀਰ ਦੀ ਰਚਨਾ ਪ੍ਰਕ੍ਰਿਤੀ ਰਾਹੀਂ ਭਗਵਾਨ ਦੀ ਪ੍ਰਧਾਨਗੀ ਵਿਚ ਕੀਤੀ ਗਈ ਹੈ, ਇਸ ਲਈ ਉਸਦੇ ਸਾਰੇ ਸ਼ਰੀਰਕ ਅਤੇ ਮਾਨਸਿਕ ਕਾਰਜ ਕ੍ਰਿਸ਼ਨ ਭਾਵਨਾ ਅੰਮ੍ਰਿਤ ਵਿਚ ਲੀਨ ਰਹਿ ਕੇ ਕ੍ਰਿਸ਼ਨ ਦੀ ਸੇਵਾ ਕਰਨ ਲਈ ਹੋਣੇ ਚਾਹੀਦੇ ਹਨ। ਅਗਿਆਨੀ ਮਨੁੱਖ ਇਹ ਭੁੱਲ ਜਾਂਦਾ ਹੈ ਕਿ ਭਗਵਾਨ 'ਹ੍ਰਿਸ਼ੀਕੇਸ਼' ਕਹਾਉਂਦੇ ਹਨ, ਭਾਵ ਉਹ ਸ਼ਰੀਰ ਦੀਆਂ ਇੰਦਰੀਆਂ ਦੇ ਸਵਾਮੀ ਹਨ। ਇੰਦਰੀਆਂ ਦੀ ਤ੍ਰਿਪਤੀ ਲਈ ਇੰਦਰੀਆਂ ਦੀ ਲਗਾਤਾਰ ਦੁਰਵਰਤੋਂ ਕਰਨ ਕਾਰਨ ਅਸਲ ਵਿਚ ਹਉਮੈ ਕਾਰਨ ਉਹ ਮੋਹ ਵਿਚ ਫਸਿਆ ਰਹਿੰਦਾ ਹੈ, ਜਿਸ ਕਰਕੇ ਉਹ ਕ੍ਰਿਸ਼ਨ ਨਾਲ ਆਪਣੇ ਸ਼ਾਸਵਤ ਸੰਬੰਧ ਨੂੰ ਭੁੱਲ ਜਾਂਦਾ ਹੈ।

तत्त्ववित्तु महाबाहो गुणकर्मविभागयो: ।
गुणा गुणेषु वर्तन्त इति मत्वा न सज्जते ॥२८॥

ਤਤ੍ਵ-ਵਿਤ੍ ਤੁ ਮਹਾ-ਬਾਹੋ ਗੁਣ-ਕਰ੍ਮ-ਵਿਭਾਗਯੋਹ੍ ।
ਗੁਣਾ ਗੁਣੇਸ਼ੁ ਵਰ੍ਤੰਤ ਇਤਿ ਮਤ੍ਵਾ ਨ ਸੱਜਤੇ ॥ 28 ॥

ਤਤ੍ਵ-ਵਿਤ੍ – ਪਰਮ ਸਤਿ ਨੂੰ ਜਾਣਨ ਵਾਲਾ ; **ਤੁ** – ਪਰ ; **ਮਹਾਬਾਹੋ** – ਹੇ ਤਾਕਤਵਰ ਬਾਹਾਂ ਵਾਲੇ ; **ਗੁਣਕਰ੍ਮ** – ਭੌਤਿਕ ਪ੍ਰਭਾਵ ਦੇ ਅਧੀਨ ਕਰਮ ਦੇ ; **ਵਿਭਾਗਯੋਹ੍** – ਭੇਦ ਦੇ ; **ਗੁਣਾਹ੍** – ਇੰਦਰੀਆਂ ; **ਗੁਣੇਸ਼ੁ** – ਇੰਦਰੀਆਂ ਦੀ ਤ੍ਰਿਪਤੀ ਵਿਚ ; **ਵਰ੍ਤੰਤੇ** – ਲੱਗੇ (ਰੁਝੇ) ਰਹਿੰਦੀਆਂ ਹਨ ; **ਇਤਿ** – ਇੰਝ ; **ਮਤ੍ਵਾ** – ਮੰਨਕੇ ; **ਨ** – ਕਦੀ ਨਹੀਂ ; **ਸੱਜਤੇ** – ਆਸਕਤ ਹੁੰਦਾ ਹੈ।

ਅਨੁਵਾਦ

ਹੇ ਮਹਾਬਾਹੋ! ਭਗਤੀ ਭਾਵ ਵਾਲੇ ਕਰਮ ਅਤੇ ਸਕਾਮ ਕਰਮ ਦੇ ਭੇਦ ਨੂੰ ਚੰਗੀ ਤਰ੍ਹਾਂ ਜਾਣਦੇ ਹੋਏ ਜਿਹੜਾ ਪਰਮ ਸਤਿ ਨੂੰ ਜਾਣਨ ਵਾਲਾ ਹੈ ਉਹ ਕਦੀ ਵੀ ਆਪਣੇ ਆਪ ਨੂੰ ਇੰਦਰੀਆਂ ਵਿਚ ਅਤੇ ਇੰਦਰੀਆਂ ਦੀ ਤ੍ਰਿਪਤੀ ਵਿਚ ਨਹੀਂ ਲਾਉਂਦਾ।

ਭਾਵ

ਪਰਮ ਸਤਿ ਨੂੰ ਜਾਣਨ ਵਾਲਾ ਭੌਤਿਕ ਸੰਗਤੀ ਵਿਚ ਆਪਣੀ ਮੁਸ਼ਕਿਲ ਸਥਿਤੀ ਨੂੰ ਜਾਣਦਾ ਹੈ, ਉਹ ਜਾਣਦਾ ਹੈ ਕਿ ਉਹ ਭਗਵਾਨ ਕ੍ਰਿਸ਼ਨ ਦਾ ਅੰਸ਼ ਹੈ ਅਤੇ ਉਸਦੀ ਥਾਂ ਇਸ ਭੌਤਿਕ ਸ੍ਰਿਸ਼ਟੀ ਵਿਚ ਨਹੀਂ ਹੋਣੀ ਚਾਹੀਦੀ। ਉਹ ਆਪਣੇ ਅਸਲੀ ਸਰੂਪ ਨੂੰ ਭਗਵਾਨ ਦੇ ਅੰਸ਼ ਦੇ ਰੂਪ ਵਿਚ ਜਾਣਦਾ ਹੈ ਜਿਹੜਾ ਸਤਿ-ਚਿੱਤ-ਆਨੰਦ ਹੈ ਅਤੇ ਉਸ ਨੂੰ ਇਹ ਅਨੁਭਵ ਹੁੰਦਾ ਰਹਿੰਦਾ ਹੈ ਕਿ, "ਮੈਂ ਕਿਸੇ ਕਾਰਨ ਦੇਹ ਆਤਮਾ ਬੁੱਧੀ ਵਿਚ ਫਸ ਚੁੱਕਾ ਹਾਂ।" ਆਪਣੇ ਵਜੂਦ ਦੀ ਸ਼ੁੱਧ ਅਵਸਥਾ ਵਿਚ ਉਸ ਨੂੰ ਸਾਰੇ ਕਾਰਜ ਪਰਮ ਪੁਰਖ ਭਗਵਾਨ ਕ੍ਰਿਸ਼ਨ ਦੀ ਸੇਵਾ ਵਿਚ ਲਗਾਉਣੇ ਚਾਹੀਦੇ ਹਨ। ਫਲਸਰੂਪ ਉਹ ਆਪਣੇ ਆਪ ਨੂੰ ਕ੍ਰਿਸ਼ਨ ਭਾਵਨਾ ਦੇ ਕਾਰਜਾਂ ਵਿਚ ਲਗਾਉਂਦਾ ਹੈ ਅਤੇ ਭੌਤਿਕ ਇੰਦਰੀਆਂ ਦੇ ਕਾਰਜਾਂ ਪ੍ਰਤੀ ਸੁਭਾਵਿਕ ਅਨਾਸਕਤ ਹੋ ਜਾਂਦਾ ਹੈ, ਕਿਉਂਕਿ ਇਹ ਹਾਲਾਤ ਤੋਂ ਪੈਦਾ ਹੋਏ ਅਤੇ ਅਸਥਾਈ ਹਨ। ਉਹ ਜਾਣਦਾ ਹੈ ਕਿ ਉਸਦੇ ਜੀਵਨ ਦੀ ਭੌਤਿਕ ਹਾਲਾਤ ਭਗਵਾਨ ਦੇ ਨਿਯੰਤਰਣ ਵਿਚ ਹੈ; ਫਲਸਰੂਪ ਉਹ ਹਰ ਤਰ੍ਹਾਂ ਦੇ ਭੌਤਿਕ ਬੰਧਨਾਂ ਤੋਂ ਨਹੀਂ ਵਿਚਲਦਾ ਕਿਉਂਕਿ ਉਹ ਇਨ੍ਹਾਂ ਨੂੰ ਭਗਵਾਨ ਦੀ ਕਿਰਪਾ ਮੰਨਦਾ ਹੈ। ਸ੍ਰੀਮਦ ਭਾਗਵਤਮ੍ ਮੁਤਾਬਿਕ ਜਿਹੜਾ ਮਨੁੱਖ ਪਰਮਸਤਿ ਨੂੰ ਉਨ੍ਹਾਂ ਦੇ ਤਿੰਨ ਰੂਪ - ਬ੍ਰਹਮ, ਪਰਮਾਤਮਾ ਅਤੇ ਸ੍ਰੀਭਗਵਾਨ - ਵਿਚ ਜਾਣਦਾ ਹੈ ਉਹ ਤੱਥ ਗਿਆਨੀ ਕਹਾਉਂਦਾ ਹੈ, ਕਿਉਂਕਿ ਉਹ ਪਰਮੇਸ਼ਵਰ ਨਾਲ ਆਪਣੇ ਅਸਲੀ ਸੰਬੰਧਾਂ ਤੋਂ ਵੀ ਜਾਣੂ ਹੈ।

प्रकृतेर्गुणसम्मूढाः सज्जन्ते गुणकर्मसु ।
तानकृत्स्नविदो मन्दान्कृत्स्नविन्न विचालयेत् ॥२९॥

ਪ੍ਰਕ੍ਰਿਤੇਰ੍ ਗੁਣ ਸੰਮੁਢਾਹ੍ ਸਜੰਤੇ ਗੁਣ ਕਰ੍ਮਸੁ ।
ਤਾਨ੍ ਅਕ੍ਰਿਤ੍ਸ੍ਨ੍-ਵਿਦੋ ਮੰਦਾਨ੍ ਕ੍ਰਿਤਸ੍ਨ-ਵਿੰਨ ਨ ਵਿਚਾਲਯੇਤ੍ ॥ 29 ॥

ਪ੍ਰਕ੍ਰਿਤੇਹ੍ - ਭੌਤਿਕ ਪ੍ਰਕ੍ਰਿਤੀ ਦੇ ; **ਗੁਣ** - ਗੁਣਾਂ ਨਾਲ ; **ਸੰਮੁਢਾਹ੍** - ਭੌਤਿਕ ਪਹਿਚਾਣ ਨਾਲ ਮੂਰਖ ਬਣਿਆ ; **ਸਜੰਤੇ** - ਲਗ ਜਾਂਦੇ ਹਨ ; **ਗੁਣ ਕਰ੍ਮਸੁ** - ਭੌਤਿਕ ਕਾਰਜਾਂ ਵਿਚ ; **ਤਾਨ੍** - ਉਨ੍ਹਾਂ ; **ਅਕ੍ਰਿਤ੍ਸ੍ਨ੍ ਵਿਦਹ੍** - ਥੋੜੇ ਗਿਆਨ ਵਾਲੇ ਮਨੁੱਖ ; **ਮੰਦਾਨ੍** - ਆਤਮ-ਸਾਖਿਆਤਕਾਰ (ਪ੍ਰਤੱਖੀਕਰਨ) ਨੂੰ ਸਮਝਣ ਵਿਚ ਆਲਸੀਆਂ ਨੂੰ ; **ਕ੍ਰਿਤਸ੍ਨ-ਵਿਤ੍** - ਗਿਆਨੀ ; **ਨ** - ਨਹੀਂ ; **ਵਿਚਾਲਯੇਤ੍** - ਵਿਚਲਿਤ ਹੋਣ ਦਾ ਯਤਨ ਕਰਨਾ ਚਾਹੀਦਾ ਹੈ।

ਅਨੁਵਾਦ

ਮਾਇਆ ਦੇ ਗੁਣਾਂ ਨਾਲ ਮੋਹੇ ਹੋਣ ਤੇ ਅਗਿਆਨੀ ਮਨੁੱਖ ਪੂਰੀ ਤਰ੍ਹਾਂ ਭੌਤਿਕ ਕਾਰਜਾਂ ਵਿਚ ਲਗਕੇ ਉਨ੍ਹਾਂ ਵਿਚ ਆਸਕਤ (ਮੋਹਿਤ) ਹੋ ਜਾਂਦੇ ਹਨ। ਹਾਲਾਂਕਿ ਉਨ੍ਹਾਂ ਦੇ ਇਹ ਕਾਰਜ ਉਨ੍ਹਾਂ ਵਿਚ ਗਿਆਨ ਦੀ ਘਾਟ ਕਾਰਨ ਹੀਣ ਹੁੰਦੇ ਹਨ, ਪਰ ਗਿਆਨੀ ਨੂੰ ਚਾਹੀਦਾ ਹੈ ਕਿ ਉਨ੍ਹਾਂ ਨੂੰ ਅਸਥਿਰ ਨਾ ਕਰੇ।

ਭਾਵ

ਅਗਿਆਨੀ ਮਨੁੱਖ, ਸਥੂਲ ਭੌਤਿਕ ਚੇਤਨਾ ਨਾਲ ਅਤੇ ਭੌਤਿਕ ਉਪਾਧੀਆਂ ਨਾਲ ਭਰੇ ਰਹਿੰਦੇ ਹਨ। ਇਹ ਸ਼ਰੀਰ ਪ੍ਰਕ੍ਰਿਤੀ ਦੀ ਦੇਣ ਹੈ ਅਤੇ ਜਿਹੜਾ ਮਨੁੱਖ ਸ਼ਰੀਰਕ ਚੇਤਨਾ ਵਿਚ ਵਧੇਰੇ ਆਸਕਤ (ਮੋਹਿਆ) ਹੁੰਦਾ ਹੈ ਉਹ ਮੰਦ, ਭਾਵ ਆਲਸੀ ਕਿਹਾ ਜਾਂਦਾ ਹੈ। ਅਗਿਆਨੀ ਮਨੁੱਖ ਸ਼ਰੀਰ ਨੂੰ ਆਤਮ ਸਰੂਪ ਮੰਨਦੇ ਹਨ, ਉਹ ਹੋਰਨਾਂ ਨਾਲ ਸ਼ਰੀਰਕ ਸੰਬੰਧਾਂ ਨੂੰ ਭਾਈਚਾਰਾ ਮੰਨਦੇ ਹਨ, ਜਿਹੜੇ ਦੇਸ਼ ਵਿਚ ਇਹ ਸ਼ਰੀਰ ਮਿਲਿਆ ਹੈ ਉਸਨੂੰ ਉਹ ਪੂਜਣ ਯੋਗ ਮੰਨਦੇ ਹਨ ਅਤੇ ਉਹ ਧਾਰਮਿਕ ਅਨੁਸ਼ਠਾਨਾਂ ਦੇ ਵਿਖਾਵਿਆਂ ਨੂੰ ਹੀ ਆਪਣਾ ਟੀਚਾ ਮੰਨਦੇ ਹਨ। ਅਜਿਹੇ ਭੌਤਿਕਤਾ ਵਿਚ ਫਸੇ ਉਪਾਧੀਆਂ ਵਾਲੇ ਮਨੁੱਖਾਂ ਦੇ ਕੁਝ ਤਰ੍ਹਾਂ ਦੇ ਕਾਰਜਾਂ ਵਿਚ ਸਮਾਜਿਕ ਸੇਵਾ, ਰਾਸ਼ਟਰੀਅਤਾ ਅਤੇ ਪਰਉਪਕਾਰ ਹੈ। ਅਜਿਹੀਆਂ ਉਪਾਧੀਆਂ ਦੇ ਚੱਕਰ ਵਿਚ ਉਹ ਹਮੇਸ਼ਾਂ ਭੌਤਿਕ ਖੇਤਰ ਵਿਚ ਰੁੱਝੇ ਰਹਿੰਦੇ ਹਨ, ਉਨ੍ਹਾਂ ਲਈ ਅਧਿਆਤਮਕ ਗਿਆਨ ਝੂਠ ਹੈ, ਇਸ ਲਈ ਉਹ ਇਸ ਵਿਚ ਦਿਲਚਸਪੀ ਨਹੀਂ ਲੈਂਦੇ। ਪਰ ਜਿਹੜੇ ਲੋਕ ਅਧਿਆਤਮਕ ਜੀਵਨ ਵਿਚ ਜਾਗਰੂਕ ਹਨ, ਉਨ੍ਹਾਂ ਨੂੰ ਚਾਹੀਦਾ ਹੈ ਕਿ ਇਸ ਤਰ੍ਹਾਂ ਭੌਤਿਕਤਾ ਵਿਚ ਮਸਤ ਮਨੁੱਖਾਂ ਨੂੰ ਵਿਚਲਿਤ ਨਾ ਕਰਨ। ਚੰਗਾ ਤਾਂ ਇਹੋ ਹੋਵੇਗਾ ਕਿ ਉਹ ਸ਼ਾਂਤ ਭਾਵ ਨਾਲ ਆਪਣੇ ਅਧਿਆਤਮਕ ਕਾਰਜਾਂ ਨੂੰ ਕਰਨ। ਅਜਿਹੇ ਮੋਹੇ ਮਨੁੱਖ ਅਹਿੰਸਾ ਵਰਗੇ ਜੀਵਨ ਦੇ ਮੁੱਢਲੇ ਨੈਤਿਕ ਸਿਧਾਂਤਾਂ ਅਤੇ ਇਸੇ ਤਰ੍ਹਾਂ ਦੇ ਭੌਤਿਕ ਪਰਉਪਕਾਰੀ ਕਾਰਜਾਂ ਵਿਚ ਲਗੇ ਹੋ ਸਕਦੇ ਹਨ।

ਜਿਹੜੇ ਲੋਕ ਅਗਿਆਨੀ ਹਨ ਉਹ ਕ੍ਰਿਸ਼ਨ ਭਾਵਨਾ ਅੰਮ੍ਰਿਤ ਦੇ ਕਾਰਜਾਂ ਨੂੰ ਸਮਝ ਨਹੀਂ ਸਕਦੇ, ਇਸ ਲਈ ਭਗਵਾਨ ਕ੍ਰਿਸ਼ਨ ਸਾਨੂੰ ਉਪਦੇਸ਼ ਦਿੰਦੇ ਹਨ ਕਿ ਅਜਿਹੇ ਲੋਕਾਂ ਨੂੰ ਵਿਚਲਿਤ ਨਾ ਕੀਤਾ ਜਾਵੇ ਅਤੇ ਬੇਕਾਰ ਵਿਚ ਕੀਮਤੀ ਸਮਾਂ ਜਾਇਆ ਨਾ ਕੀਤਾ ਜਾਵੇ। ਪਰ ਭਗਵਾਨ ਦੇ ਭਗਤ ਭਗਵਾਨ ਤੋਂ ਵੀ ਵਧੇਰੇ ਦਿਆਲੂ ਹੁੰਦੇ ਹਨ, ਕਿਉਂਕਿ ਉਹ ਭਗਵਾਨ ਦੇ ਮੰਤਵ ਨੂੰ ਸਮਝਦੇ ਹਨ। ਇਸੇ ਕਾਰਨ ਉਹ ਹਰ ਤਰ੍ਹਾਂ ਦੀ ਮੁਸੀਬਤ ਝਲਦੇ ਹਨ, ਇਥੋਂ ਤਕ ਕਿ ਉਹ ਇਨ੍ਹਾਂ ਅਗਿਆਨੀ ਮਨੁੱਖਾਂ ਕੋਲ ਜਾ ਕੇ ਉਨ੍ਹਾਂ ਨੂੰ ਕ੍ਰਿਸ਼ਨ ਭਾਵਨਾ ਅੰਮ੍ਰਿਤ ਦੇ ਕਾਰਜਾਂ ਵਿਚ ਲਗਾਉਣ ਦਾ ਜਤਨ ਕਰਦੇ ਹਨ। ਜਿਹੜਾ ਮਨੁੱਖ ਲਈ ਅਤਿ ਜਰੂਰੀ ਹੈ।

मयि सर्वाणि कर्माणि सन्न्यस्याध्यात्मचेतसा ।
निराशीर्निर्ममो भूत्वा युध्यस्व विगतज्वरः ॥ ३० ॥

ਮਯਿ ਸਰ੍ਵਾਣਿ ਕਰ੍ਮਾਣਿ ਸੰਨ੍ਯਸ੍ਯਾਧ੍ਯਾਤ੍ਮ-ਚੇਤਸਾ ।
ਨਿਰਾਸ਼ੀਰ੍ ਨਿਰਮਮੋ ਭੂਤ੍ਵਾ ਯੁਧ੍ਯਸ੍ਵ ਵਿਗਤ-ਜ੍ਵਰਹ੍ ॥ 30 ॥

ਮਯਿ - ਮੇਰੇ ਵਿਚ ; **ਸਰ੍ਵਾਣਿ** - ਹਰ ਤਰ੍ਹਾਂ ਦੇ ; **ਕਰ੍ਮਾਣਿ** - ਕਰਮਾਂ ਨੂੰ ; **ਸੰਨ੍ਯਸ੍ਯ** - ਪੂਰੀ ਤਰ੍ਹਾਂ ਤਿਆਗ ਕਰਕੇ ; **ਅਧ੍ਯਾਤ੍ਮ** - ਪੂਰੇ ਆਤਮ ਗਿਆਨ ਵਾਲਾ ; **ਚੇਤਸਾ** - ਚੇਤਨਾ ਨਾਲ ; **ਨਿਰਾਸ਼ੀਹ੍** - ਲਾਭ ਤੋਂ ਬੇ-ਆਸ, ਨਿਸ਼ਕਾਮ ; **ਨਿਰ੍ਮਮ** - ਮਾਲਕੀਅਤ ਦੀ ਭਾਵਨਾ ਤੋਂ ਬਿਨ੍ਹਾਂ ;

ਭੂਤ੍ਵਾ- ਹੋ ਕੇ ; ਯੁਧ੍ਯਸ੍ਵ- ਲੜੋ ; ਵਿਗਤ-ਜ੍ਵਰਹ੍ - ਆਲਸ ਤੋਂ ਬਿਨ੍ਹਾਂ ।

ਅਨੁਵਾਦ

ਇਸ ਲਈ ਹੇ ਅਰਜੁਨ ! ਆਪਣੇ ਸਾਰੇ ਕੰਮਾਂ ਨੂੰ ਮੈਨੂੰ ਸਮਰਪਿਤ ਕਰਕੇ, ਮੇਰੇ ਪੂਰੇ ਗਿਆਨ ਨੂੰ ਪ੍ਰਾਪਤ ਕਰਕੇ, ਲਾਭ ਦੀ ਇੱਛਾ ਤੋਂ ਬਿਨ੍ਹਾਂ, ਮਾਲਕੀਅਤ ਦੇ ਕਿਸੇ ਦਾਅਵੇ ਤੋਂ ਬਿਨ੍ਹਾਂ ਅਤੇ ਆਲਸ ਛੱਡਕੇ ਜੰਗ ਕਰੋ ।

ਭਾਵ

ਇਹ ਸ਼ਲੋਕ ਭਗਵਤ ਗੀਤਾ ਦੇ ਪ੍ਰਯੋਜਨ ਨੂੰ ਸਾਫ਼ ਦੱਸਣ ਵਾਲਾ ਹੈ । ਭਗਵਾਨ ਦੀ ਸਿੱਖਿਆ ਹੈ ਕਿ ਆਪਣੇ ਧਰਮ ਦੀ ਪਾਲਣਾ ਲਈ ਫੌਜੀ ਅਨੁਸ਼ਾਸਨ ਵਾਂਗ ਪੂਰੀ ਤਰ੍ਹਾਂ ਕ੍ਰਿਸ਼ਨ ਭਾਵਨਾ ਭਾਵਿਤ ਹੋਣਾ ਜਰੂਰੀ ਹੈ, ਅਜਿਹੇ ਹੁਕਮ ਨਾਲ ਕੁਝ ਔਕੜਾਂ ਪੈਦਾ ਹੋ ਸਕਦੀਆਂ ਹਨ, ਫਿਰ ਵੀ ਕ੍ਰਿਸ਼ਨ ਤੇ ਨਿਰਭਰ ਹੋ ਕੇ ਆਪਣੇ ਕਰਤੱਵ ਦਾ ਪਾਲਨ ਕਰਨਾ ਹੀ ਚਾਹੀਦਾ ਹੈ, ਕਿਉਂਕਿ ਇਹ ਜੀਵ ਦੀ ਸੁਭਾਵਿਕ ਸਥਿਤੀ ਹੈ, ਜੀਵ ਭਗਵਾਨ ਦੇ ਸਹਿਯੋਗ ਬਿਨ੍ਹਾਂ ਸੁਖੀ ਨਹੀਂ ਹੋ ਸਕਦਾ ਕਿਉਂਕਿ ਜੀਵ ਦੀ ਨਿੱਤ ਸੁਭਾਵਿਕ ਸਥਿਤੀ ਅਜਿਹੀ ਹੈ ਕਿ ਭਗਵਾਨ ਦੀ ਮਰਜ਼ੀ ਅਧੀਨ ਰਿਹਾ ਜਾਵੇ । ਇਸ ਲਈ ਸ਼੍ਰੀ ਕ੍ਰਿਸ਼ਨ ਨੇ ਅਰਜੁਨ ਨੂੰ ਜੰਗ ਕਰਨ ਦਾ ਇੰਝ ਹੁਕਮ ਦਿੱਤਾ ਜਿਵੇਂ ਭਗਵਾਨ ਉਸਦੇ ਸੈਨਾ ਨਾਇਕ ਹੋਣ । ਪਰਮੇਸ਼ਵਰ ਦੀ ਮਰਜ਼ੀ ਲਈ ਮਨੁੱਖ ਨੂੰ ਸਭ ਕੁਝ ਵਾਰਨਾ ਪੈਂਦਾ ਹੈ ਅਤੇ ਨਾਲ ਹੀ ਮਾਲਕੀਅਤ ਜਤਾਏ ਬਗੈਰ ਆਪਣੇ ਨਿਰਧਾਰਿਤ ਕਰਤੱਵ ਦਾ ਪਾਲਣ ਕਰਨਾ ਹੁੰਦਾ ਹੈ । ਅਰਜੁਨ ਨੂੰ ਭਗਵਾਨ ਦੇ ਹੁਕਮ ਨੂੰ ਵਿਚਾਰਨਾ ਨਹੀਂ ਸੀ, ਉਸਨੂੰ ਸਿਰਫ਼ ਪਾਲਣ ਕਰਨਾ ਸੀ । ਪਰਮੇਸ਼ਵਰ ਸਾਰੀਆਂ ਆਤਮਾਵਾਂ ਦੇ ਆਤਮਾ ਹਨ ਇਸ ਲਈ ਜਿਹੜਾ ਪੂਰੀ ਤਰ੍ਹਾਂ ਪਰਮੇਸ਼ਵਰ ਤੇ ਨਿਰਭਰ ਰਹਿੰਦਾ ਹੈ ਜਾਂ ਦੂਜੇ ਸ਼ਬਦਾਂ ਵਿਚ ਜਿਹੜਾ ਪੂਰੀ ਤਰ੍ਹਾਂ ਕ੍ਰਿਸ਼ਨ ਭਾਵਨਾ ਭਾਵਿਤ ਹੈ ਉਹ ਅਧਿਆਤਮ ਚਿੱਤ ਵਾਲਾ ਕਹਾਉਂਦਾ ਹੈ। **ਨਿਰਾਸੀਹ** ਦਾ ਅਰਥ ਹੈ ਮਾਲਕ ਦੇ ਹੁਕਮ ਮੁਤਾਬਿਕ ਕੰਮ ਕਰਨਾ ਪਰ ਫਲ ਦੀ ਆਸ ਨਾ ਕਰਨਾ । ਖਜ਼ਾਨਚੀ ਆਪਣੇ ਮਾਲਕ ਲਈ ਲੱਖਾਂ ਰੁਪਏ ਗਿਣ ਸਕਦਾ ਹੈ, ਪਰ ਇਸ ਵਿੱਚੋਂ ਉਹ ਆਪਣੇ ਲਈ ਇਕ ਪੈਸਾ ਵੀ ਨਹੀਂ ਚਾਹੁੰਦਾ । ਇਸੇ ਤਰ੍ਹਾਂ ਮਨੁੱਖ ਨੂੰ ਇਹ ਸਮਝਣਾ ਚਾਹੀਦਾ ਹੈ ਕਿ ਇਸ ਸੰਸਾਰ ਵਿਚ ਕਿਸੇ ਮਨੁੱਖ ਦਾ ਕੁਝ ਵੀ ਨਹੀਂ ਹੈ । ਸਾਰੀਆਂ ਵਸਤਾਂ ਪਰਮੇਸ਼ਵਰ ਦੀਆਂ ਹਨ । **ਮਯਿ** ਭਾਵ ਮੇਰੇ ਵਿਚ ਦਾ ਅਸਲ ਅਰਥ ਇਹੋ ਹੈ । ਅਤੇ ਜਦੋਂ ਮਨੁੱਖ ਇਸ ਤਰ੍ਹਾਂ ਨਾਲ ਕ੍ਰਿਸ਼ਨ ਭਾਵਨਾ ਅੰਮ੍ਰਿਤ ਵਿਚ ਕਾਰਜ ਕਰਦਾ ਹੈ ਤਾਂ ਉਹ ਕਿਸੇ ਚੀਜ਼ ਤੇ ਮਾਲਕੀਅਤ ਦਾ ਦਾਵਾ ਨਹੀਂ ਕਰਦਾ । ਇਹ ਭਾਵਨਾ ਅੰਮ੍ਰਿਤ **ਨਿਰ੍ਮਮ** ਭਾਵ 'ਮੇਰਾ ਕੁਝ ਨਹੀਂ ਹੈ' ਕਹਾਉਂਦਾ ਹੈ ਜੇਕਰ ਅਜਿਹੇ ਸਖ਼ਤ ਹੁਕਮ ਨੂੰ ਜਿਹੜਾ ਸ਼ਰੀਰਕ ਸੰਬੰਧਾਂ ਵਿਚ ਅਖੌਤੀ ਭਾਈਚਾਰਾ ਦੀ ਭਾਵਨਾ ਤੋਂ ਬਿਨ੍ਹਾਂ ਹੈ, ਪੂਰਾ ਕਰਨ ਵਿਚ ਕੋਈ ਝਿਜਕ ਹੋਵੇ ਤਾਂ ਉਸਨੂੰ ਦੂਰ ਕਰ ਦੇਣਾ ਚਾਹੀਦਾ ਹੈ । ਇਸ ਤਰ੍ਹਾਂ ਮਨੁੱਖ **ਵਿਗਤ ਜ੍ਵਰ** ਭਾਵ ਆਲਸਹੀਨ ਹੋ ਸਕਦਾ ਹੈ । ਆਪਣੇ ਗੁਣ ਅਤੇ ਸਥਿਤੀ ਮੁਤਾਬਿਕ ਹਰ ਮਨੁੱਖ ਨੂੰ ਖ਼ਾਸ ਤਰ੍ਹਾਂ ਦਾ ਕਾਰਜ ਕਰਨਾ ਹੁੰਦਾ ਹੈ ਅਤੇ ਅਜਿਹੇ ਫਰਜ਼ਾਂ ਦਾ ਪਾਲਨ ਕ੍ਰਿਸ਼ਨ ਭਾਵਨਾ ਭਾਵਿਤ ਹੋ ਕੇ ਕੀਤਾ ਜਾ ਸਕਦਾ ਹੈ ।

ਇਸ ਨਾਲ ਮੁਕਤੀ ਦਾ ਰਸਤਾ ਸਾਫ ਹੋ ਜਾਵੇਗਾ।

ये मे मतमिदं नित्यमनुतिष्ठन्ति मानवाः ।
श्रद्धावन्तोऽनसूयन्तो मुच्यन्ते तेऽपि कर्मभिः ॥३१॥

ਯੇ ਮੇ ਮਤਮ੍ ਇਦਮ੍ ਨਿਤ੍ਯਮ੍ ਅਨੁਤਿਸ਼੍ਠੰਤਿ ਮਾਨਵਾਹ੍ ।
ਸ੍ਰਦ੍ਧਾਵੰਤੋ ਅਨਸੂਯੰਤੋ ਮੁਚ੍ਯੰਤੇ ਤੇ ਅਪਿ ਕਰ੍ਮਭਿਹ੍ ॥ 31 ॥

ਯੇ – ਜਿਹੜੇ ; **ਮੇ** – ਮੇਰੇ ; **ਮਤਮ੍** – ਹੁਕਮਾਂ ਨੂੰ ; **ਇਦਮ੍** – ਇਨ੍ਹਾਂ ; **ਨਿਤ੍ਯਮ੍** – ਨਿੱਤ ਕਾਰਜ ਦੇ ਰੂਪ ਵਿਚ ; **ਅਨੁਤਿਸ਼੍ਠੰਤਿ** – ਨਿਯਮਿਤ ਰੂਪ ਨਾਲ ਪਾਲਣ ਕਰਦੇ ਹਨ ; **ਮਾਨਵਾਹ੍** – ਮਾਨਵ ਪ੍ਰਾਣੀ ; **ਸ਼੍ਰਦ੍ਧਾਵੰਤਹ੍** – ਸ਼ਰਧਾ ਅਤੇ ਭਗਤੀ ਸਮੇਤ ; **ਅਨਸੂਯੰਤਹ੍** – ਈਰਖਾ ਤੋਂ ਬਿਨ੍ਹਾਂ ; **ਮੁਚ੍ਯੰਤੇ** – ਮੁਕਤ ਹੋ ਜਾਂਦੇ ਹਨ ; **ਤੇ** – ਉਹ ; **ਅਪਿ**- ਵੀ ; **ਕਰ੍ਮਭਿਹ੍** – ਸਕਾਮ ਕਰਮਾਂ ਦੇ ਨਿਯਮ ਰੂਪੀ ਬੰਧਨ ਨਾਲ।

ਅਨੁਵਾਦ

ਜਿਹੜੇ ਮਨੁੱਖ ਮੇਰੇ ਹੁਕਮਾਂ ਮੁਤਾਬਿਕ ਆਪਣੇ ਕੰਮ ਕਰਦੇ ਹਨ ਅਤੇ ਈਰਖਾ ਛੱਡਕੇ ਇਸ ਉਪਦੇਸ਼ ਦਾ ਸ਼ਰਧਾ ਨਾਲ ਪਾਲਣ ਕਰਦੇ ਹਨ, ਉਹ ਸਕਾਮ ਕਰਮਾਂ ਦੇ ਬੰਧਨ ਤੋਂ ਮੁਕਤ ਹੋ ਜਾਂਦੇ ਹਨ।

ਭਾਵ

ਭਗਵਾਨ ਸ਼੍ਰੀ ਕ੍ਰਿਸ਼ਨ ਦਾ ਉਪਦੇਸ਼ ਸਾਰੇ ਵੈਦਿਕ ਗਿਆਨ ਦਾ ਸਾਰ ਹੈ ਇਸ ਲਈ ਕਿਸੇ ਅਪਵਾਦ ਤੋਂ ਬਿਨ੍ਹਾਂ ਇਹ ਸਨਾਤਨ ਸੱਚ ਹੈ। ਜਿਸ ਤਰ੍ਹਾਂ ਵੇਦ ਸ਼ਾਸਵਤ ਹਨ ਉਸੇ ਤਰ੍ਹਾਂ ਕ੍ਰਿਸ਼ਨ ਭਾਵਨਾ ਅੰਮ੍ਰਿਤ ਦਾ ਇਹ ਸੱਚ ਵੀ ਸ਼ਾਸਵਤ ਹੈ। ਮਨੁੱਖ ਨੂੰ ਚਾਹੀਦਾ ਹੈ ਕਿ ਭਗਵਾਨ ਨਾਲ ਈਰਖਾ ਕੀਤੇ ਬਿਨ੍ਹਾਂ ਇਸ ਹੁਕਮ ਵਿਚ ਪੱਕਾ ਵਿਸ਼ਵਾਸ਼ ਰੱਖੇ। ਅਜਿਹੇ ਅਨੇਕਾਂ ਦਾਰਸ਼ਨਿਕ ਹਨ, ਜਿਹੜੇ ਭਗਵਤ ਗੀਤਾ ਤੇ ਟੀਕਾ ਲਿਖਦੇ ਹਨ, ਪਰ ਕ੍ਰਿਸ਼ਨ ਪ੍ਰਤੀ ਕੋਈ ਸ਼ਰਧਾ ਨਹੀਂ। ਉਹ ਕਦੀ ਵੀ ਸਕਾਮ ਕਰਮਾਂ ਦੇ ਬੰਧਨ ਤੋਂ ਮੁਕਤ ਨਹੀਂ ਹੋ ਸਕਦੇ, ਪਰ ਇਕ ਸਧਾਰਨ ਮਨੁੱਖ ਭਗਵਾਨ ਦੀਆਂ ਇਨ੍ਹਾਂ ਹਦਾਇਤਾਂ ਵਿਚ ਪੱਕਾ ਵਿਸ਼ਵਾਸ਼ ਕਰਕੇ ਕਰਮ ਨਿਯਮ ਦੇ ਬੰਧਨ ਤੋਂ ਮੁਕਤ ਹੋ ਜਾਂਦਾ ਹੈ, ਭਾਵੇਂ ਉਹ ਇਨ੍ਹਾਂ ਹੁਕਮਾਂ ਦੀ ਇੰਨ-ਬਿੰਨ ਪਾਲਣਾ ਨਾ ਕਰ ਸਕੇ। ਕ੍ਰਿਸ਼ਨ ਭਾਵਨਾਮ੍ਰਿਤ ਦੇ ਸ਼ੁਰੂ ਵਿਚ ਭਾਵੇਂ ਕ੍ਰਿਸ਼ਨ ਦੇ ਹੁਕਮਾਂ ਦੀ ਇੰਨ-ਬਿੰਨ ਪਾਲਣਾ ਨਾ ਹੋਵੇ ਪਰ ਕਿਉਂਕਿ ਮਨੁੱਖ ਇਸ ਨਿਯਮ ਤੋਂ ਨਾ ਖ਼ੁਸ਼ ਨਹੀਂ ਹੁੰਦਾ ਉਹ ਹਾਰ ਅਤੇ ਨਿਰਾਸ਼ਾ ਦਾ ਵਿਚਾਰ ਕੀਤੇ ਬਿਨ੍ਹਾਂ ਲਗਨ ਨਾਲ ਕਾਰਜ ਕਰਦਾ ਹੈ, ਇਸ ਲਈ ਉਹ ਸ਼ੁੱਧ ਕ੍ਰਿਸ਼ਨ ਭਾਵਨਾ ਅੰਮ੍ਰਿਤ ਨੂੰ ਪ੍ਰਾਪਤ ਹੁੰਦਾ ਹੈ।

ये त्वेतदभ्यसूयन्तो नानुतिष्ठन्ति मे मतम् ।
सर्वज्ञानविमूढांस्तान्विद्धि नष्टानचेतसः ॥३२॥

ਯੇ ਤ੍ਵ ਏਤਦ੍ ਅਭ੍ਯਸੂਯੰਤੋ ਨਾਨੁਤਿਸ਼੍ਠੰਤਿ ਮੇ ਮਤਮ੍ ।
ਸਰ੍ਵ-ਗ੍ਯਾਨ ਵਿਮੂਢਾਂਸ੍ ਤਾਨ੍ ਵਿਦ੍ਧਿ ਨਸ਼੍ਟਾਨ੍ ਅਚੇਤਸਹ੍॥ 32 ॥

ਯ-ਜਿਹੜਾ; ਤੁ-ਪਰ; ਏਤਤ੍-ਇਸ ; ਅਭ੍ਯਸੂਯੰਤਹ੍ - ਈਰਖ਼ਾ ਕਾਰਣ ; ਨ - ਨਹੀਂ; ਅਨੁਤਿਸ਼੍ਠੰਤਿ-ਨਿਯਮਿਤ ਤਰੀਕੇ ਨਾਲ ਪੂਰਾ ਕਰਦੇ ਹਨ; ਮੇ- ਮੇਰਾ; ਮਤਮ੍ - ਹੁਕਮ ; ਸਰ੍ਵ-ਗ੍ਯਾਨ- ਹਰ ਤਰ੍ਹਾਂ ਦੇ ਗਿਆਨ ਵਿਚ ; ਵਿਮੂਢਾਨ੍ - ਪੂਰੀ ਤਰ੍ਹਾਂ ਭੱਟਕੇ ; ਤਾਨ੍ - ਉਨ੍ਹਾਂ ਨੂੰ ; ਵਿਦ੍ਧਿ-ਠੀਕ ਤਰ੍ਹਾਂ ਸਮਝੋ ; ਨਸ਼੍ਟਾਨ੍- ਨਸ਼ਟ ਹੋਏ ; ਅਚੇਤਸਹ੍- ਕ੍ਰਿਸ਼ਨ ਭਾਵਨਾ ਅੰਮ੍ਰਿਤ ਤੋਂ ਬਿਨ੍ਹਾਂ ।

ਅਨੁਵਾਦ

ਪਰ ਜਿਹੜੇ ਈਰਖ਼ਾ ਕਾਰਨ ਇਨ੍ਹਾਂ ਉਪਦੇਸ਼ਾਂ ਦੀ ਪਰਵਾਹ ਨਹੀਂ ਕਰਦੇ ਅਤੇ ਇਨ੍ਹਾਂ ਦੀ ਪਾਲਣਾ ਨਹੀਂ ਕਰਦੇ ਉਨ੍ਹਾਂ ਨੂੰ ਹਰ ਤਰ੍ਹਾਂ ਦੇ ਗਿਆਨ ਤੋਂ ਹੀਣ, ਭੱਟਕੇ ਹੋਏ ਅਤੇ ਸਿੱਧੀ ਦੇ ਯਤਨਾਂ ਵਿਚ ਤਬਾਹ ਸਮਝਣਾ ਚਾਹੀਦਾ ਹੈ ।

ਭਾਵ

ਇਥੇ ਕ੍ਰਿਸ਼ਨ ਭਾਵਨਾ ਭਾਵਿਤ ਨਾ ਹੋਣ ਦੇ ਦੋਸ਼ ਨੂੰ ਸਾਫ਼ ਕਿਹਾ ਹੈ । ਜਿਸ ਤਰ੍ਹਾਂ ਉੱਚ ਅਧਿਕਾਰੀ ਦਾ ਹੁਕਮ ਨਾ ਮੰਨਣ ਦੀ ਸਜਾ ਹੁੰਦੀ ਹੈ, ਉਸੇ ਤਰ੍ਹਾਂ ਭਗਵਾਨ ਦੇ ਹੁਕਮ ਨੂੰ ਨਾ ਮੰਨਣ ਤੇ ਵੀ ਸਜਾ ਹੈ । ਹਦਾਇਤਾਂ ਦੀ ਪਾਲਣਾ ਨਾ ਕਰਨ ਵਾਲਾ ਮਨੁੱਖ ਭਾਵੇਂ ਕਿੰਨਾ ਵੀ ਵੱਡਾ ਕਿਉਂ ਨਾ ਹੋਵੇ ਖਾਲੀ ਹਿਰਦੇ ਹੋਣ ਨਾਲ ਆਤਮਾ ਪ੍ਰਤੀ ਅਤੇ ਪਾਰਬ੍ਰਹਮ, ਪਰਮਾਤਮਾ ਅਤੇ ਸ਼੍ਰੀ ਭਗਵਾਨ ਪ੍ਰਤੀ ਅਨਜਾਣ ਰਹਿੰਦਾ ਹੈ । ਇਸ ਲਈ ਅਜਿਹੇ ਮਨੁੱਖ ਤੋਂ ਜੀਵਨ ਦੀ ਸਾਰਥਕਤਾ ਦੀ ਆਸ ਨਹੀਂ ਕੀਤੀ ਜਾ ਸਕਦੀ ।

सदृशं चेष्टते स्वस्याः प्रकृतेर्ज्ञानवानपि ।
प्रकृतिं यान्ति भूतानि निग्रहः किं करिष्यति ॥ ३३ ॥

ਸਦ੍ਰਿਸ਼ਮ੍ ਚੇਸ਼੍ਟਤੇ ਸ੍ਵਸ੍ਯਾਹ੍ ਪ੍ਰਕ੍ਰਿਤੇਰ੍ ਗ੍ਯਾਨਵਾਨ੍ ਅਪਿ ।
ਪ੍ਰਕ੍ਰਿਤਿਮ੍ ਯਾਂਤਿ ਭੂਤਾਨਿ ਨਿਗ੍ਰਹ੍ ਕਿਮ੍ ਕਰਿਸ਼੍ਯਤਿ ॥ 33 ॥

ਸਦ੍ਰਿਸ਼ਮ੍ - ਮੁਤਾਬਿਕ ; ਚੇਸ਼੍ਟਤੇ - ਯਤਨ ਕਰਦਾ ਹੈ ; ਸ੍ਵਸ੍ਯਾਹ੍ - ਆਪਣੇ ; ਪ੍ਰਕ੍ਰਿਤੇਹ੍ - ਗੁਣਾਂ ਨਾਲ ; ਗ੍ਯਾਨ ਵਾਨ - ਵਿਦਵਾਨ ; ਅਪਿ - ਭਾਵੇਂ ; ਪ੍ਰਕ੍ਰਿਤਿਮ੍ - ਪ੍ਰਕ੍ਰਿਤੀ ਨੂੰ ; ਯਾਂਤਿ - ਪ੍ਰਾਪਤ ਹੁੰਦੇ ਹਨ ; ਭੂਤਾਨਿ - ਸਾਰੇ ਪ੍ਰਾਣੀ ; ਨਿਗਰਹ੍ - ਦਮਨ ; ਕਿਮ੍ - ਕਿ ; ਕਰਿਸ਼੍ਯਤਿ - ਕਰ ਸਕਦਾ ਹੈ ।

ਅਨੁਵਾਦ

ਗਿਆਨੀ ਮਨੁੱਖ ਵੀ ਆਪਣੇ ਸੁਭਾਅ ਮੁਤਾਬਿਕ ਕਾਰਜ ਕਰਦਾ ਹੈ, ਕਿਉਂਕਿ ਸਾਰੇ ਪ੍ਰਾਣੀ ਤਿੰਨਾਂ ਗੁਣਾਂ ਤੋਂ ਪ੍ਰਾਪਤ ਆਪਣੀ ਪ੍ਰਕ੍ਰਿਤੀ ਦਾ ਹੀ ਅਨੁਸਰਣ ਕਰਦੇ ਹਨ। ਭਲਾ ਜਬਰ ਨਾਲ ਕੀ ਹੋ ਸਕਦਾ ਹੈ ?

ਭਾਵ

ਕ੍ਰਿਸ਼ਨ ਭਾਵਨਾ ਅੰਮ੍ਰਿਤ ਦੇ ਅਲੌਕਿਕ ਪਦ ਤੇ ਸਥਿਤ ਹੋਏ ਬਿਨ੍ਹਾਂ ਪ੍ਰਕ੍ਰਿਤੀ ਦੇ ਗੁਣਾਂ ਦੇ ਪ੍ਰਭਾਵ ਤੋਂ ਮੁਕਤ ਨਹੀਂ ਹੋਇਆ ਜਾ ਸਕਦਾ, ਜਿਵੇਂ ਕਿ ਭਗਵਾਨ ਨੇ ਆਪ ਸਤਵੇਂ ਅਧਿਆਇ ਵਿਚ (7-14) ਕਿਹਾ ਹੈ। ਇਸ ਲਈ ਸੰਸਾਰਿਕ ਧਰਾਤਲ ਤੇ ਵੱਡੇ ਤੋਂ ਵੱਡੇ ਸਿੱਖਿਅਤ ਮਨੁੱਖ ਲਈ ਸਿਰਫ ਕਿਤਾਬੀ ਗਿਆਨ ਨਾਲ ਆਤਮਾ ਨੂੰ ਸ਼ਰੀਰ ਤੋਂ ਵੱਖਰਾ ਕਰਕੇ ਮਾਇਆ ਦੇ ਬੰਧਨ ਤੋਂ ਨਿਕਲਣਾ ਅਸੰਭਵ ਹੈ। ਅਜਿਹੇ ਅਨੇਕਾਂ ਅਖੌਤੀ ਅਧਿਆਤਮਵਾਦੀ ਜਿਹੜੇ ਆਪਣੇ ਆਪ ਨੂੰ ਵਿਗਿਆਨ ਵਿਚ ਮਾਹਿਰ ਮੰਨਦੇ ਹਨ, ਪਰ ਅੰਦਰੋਂ-ਅੰਦਰੀ ਉਹ ਪੂਰੀ ਤਰ੍ਹਾਂ ਪ੍ਰਕ੍ਰਿਤੀ ਦੇ ਗੁਣਾਂ ਦੇ ਅਧੀਨ ਰਹਿੰਦੇ ਹਨ, ਜਿਨ੍ਹਾਂ ਨੂੰ ਜਿੱਤਣਾ ਔਖਾ ਹੈ। ਗਿਆਨ ਪੱਖੋਂ ਕੋਈ ਕਿੰਨਾ ਵੀ ਵਿਦਵਾਨ ਕਿਉਂ ਨਾ ਹੋਵੇ ਪਰ ਭੌਤਿਕ ਪ੍ਰਕ੍ਰਿਤੀ ਦੀ ਲੰਮੀ ਸੰਗਤ ਕਾਰਨ ਉਹ ਬੰਧਨ ਵਿਚ ਰਹਿੰਦਾ ਹੈ। ਕ੍ਰਿਸ਼ਨ ਭਾਵਨਾ ਅੰਮ੍ਰਿਤ ਉਸਨੂੰ ਭੌਤਿਕ ਬੰਧਨਾਂ ਤੋਂ ਛੁਡਾਉਣ ਵਿਚ ਸਹਾਈ ਹੁੰਦਾ ਹੈ, ਭਾਵੇਂ ਕੋਈ ਆਪਣੇ ਨਿਰਧਾਰਤ ਕਰਮਾਂ ਨੂੰ ਕਰਨ ਵਿਚ ਲਗਿਆ ਰਹੇ। ਇਸ ਲਈ ਪੂਰੀ ਤਰ੍ਹਾਂ ਕ੍ਰਿਸ਼ਨ ਭਾਵਨਾ ਭਾਵਿਤ ਹੋਏ ਬਿਨ੍ਹਾਂ ਨਿਰਧਾਰਤ ਕਰਮਾਂ ਦਾ ਤਿਆਗ ਨਹੀਂ ਕਰਨਾ ਚਾਹੀਦਾ। ਕਿਸੇ ਨੂੰ ਵੀ ਅਚਾਨਕ ਆਪਣੇ ਨਿਰਧਾਰਤ ਕਰਮ ਤਿਆਗ ਕੇ ਅਖੌਤੀ ਯੋਗੀ ਜਾਂ ਬਨਾਉਟੀ ਅਧਿਆਤਮਵਾਦੀ ਨਹੀਂ ਬਣਨਾ ਚਾਹੀਦਾ। ਚੰਗਾ ਤਾਂ ਇਹ ਹੋਵੇਗਾ ਕਿ ਉਸੇ ਸਥਿਤੀ ਵਿਚ ਰਹਿਕੇ ਉੱਤਮ ਸਿੱਖਿਆ ਰਾਹੀਂ ਕ੍ਰਿਸ਼ਨ ਭਾਵਨਾ ਪ੍ਰਾਪਤ ਕਰਨ ਦਾ ਯਤਨ ਕੀਤਾ ਜਾਵੇ। ਇਸ ਤਰ੍ਹਾਂ ਕ੍ਰਿਸ਼ਨ ਦੀ ਮਾਇਆ ਦੇ ਬੰਧਨ ਤੋਂ ਮੁਕਤ ਹੋਇਆ ਜਾ ਸਕਦਾ ਹੈ।

इन्द्रियस्येन्द्रियस्यार्थे रागद्वेषौ व्यवस्थितौ ।
तयोर्न वशमागच्छेत्तौ ह्यस्य परिपन्थिनौ ॥ ३४॥

ਇਨ੍ਦ੍ਰਿਯਸ੍ਯੇਨ੍ਦ੍ਰਿਯਸ੍ਯਾਰ੍ਥੇ ਰਾਗ ਦ੍ਵੇਸ਼ੌ ਵ੍ਯਵਸ੍ਥਿਤੌ ।
ਤਯੋਰ੍ ਨ ਵਸ਼ਮ੍ ਆਗਚ੍ਛੇਤ੍ ਤੌ ਹਿ ਅਸ੍ਯ ਪਰਿਪੰਥਿਨੌ ॥ 34 ॥

ਇਨ੍ਦ੍ਰਿਯਸ੍ਯ - ਇੰਦਰੀਆਂ ਦਾ ; **ਇਨ੍ਦ੍ਰਿਯਸ੍ਯ-ਅਰ੍ਥੇ** - ਇੰਦਰੀਆਂ ਦੇ ਵਿਸ਼ਿਆਂ ਵਿਚ ; **ਰਾਗ** - ਅਨੁਰਕਤੀ ; **ਦ੍ਵੇਸ਼ੌ** - ਅਤੇ ਵਿਰਕਤੀ, ਉਦਾਸੀਨਤਾ ; **ਵ੍ਯਵਸ੍ਥਿਤੌ** - ਨਿਯਮਾਂ ਦੇ ਅਧੀਨ ਸਥਿਤ ; **ਤਯੋਹ੍** - ਉਨ੍ਹਾਂ ਦੇ ; **ਨ** - ਕਦੀ ਨਹੀਂ ; **ਵਸ਼ਮ੍** - ਨਿਯੰਤਰਣ ਵਿਚ ; **ਆਗਚ੍ਛੇਤ੍** - ਆਉਣਾ ਚਾਹੀਦਾ ਹੈ ; **ਤੌ** - ਉਹ ਦੋਵੇਂ ; **ਹਿ** - ਨਿਸ਼ਚੈ ਹੀ ; **ਅਸ੍ਯ** - ਉਸਦਾ ; **ਪਰਿਪੰਥਿਨੌ** - ਰੁਕਾਵਟ।

ਅਨੁਵਾਦ

ਹਰ ਇੰਦਰੀ ਅਤੇ ਉਸਦੇ ਵਿਸ਼ੇ ਨਾਲ ਸੰਬੰਧਿਤ ਰਾਗ ਦ੍ਵੈਸ਼ ਨੂੰ ਵਿਵਸਥਿਤ ਕਰਨ ਦੇ ਨਿਯਮ ਹੁੰਦੇ ਹਨ। ਮਨੁੱਖ ਨੂੰ ਅਜਿਹੇ ਰਾਗ ਦ੍ਵੈਸ਼ ਦੇ ਵਸ ਨਹੀਂ ਹੋਣਾ ਚਾਹੀਦਾ, ਕਿਉਂਕਿ ਇਹ ਆਤਮ-ਪ੍ਰਤੱਖੀਕਰਨ ਦੇ ਰਸਤੇ ਵਿਚ ਰੁਕਾਵਟ ਹਨ।

ਭਾਵ

ਜਿਹੜੇ ਲੋਕ ਕ੍ਰਿਸ਼ਨ ਭਾਵਨਾ ਭਾਵਿਤ ਹਨ, ਉਹ ਸਹਿਜੇ ਹੀ ਭੌਤਿਕ ਇੰਦਰੀਆਂ ਦੀ ਤ੍ਰਿਪਤੀ ਵਿਚ ਲਗਣ ਤੋਂ ਝਿਜਕਦੇ ਹਨ। ਪਰ ਜਿਨ੍ਹਾਂ ਲੋਕਾਂ ਦੀ ਅਜਿਹੀ ਭਾਵਨਾ ਨਾ ਹੋਵੇ ਉਨ੍ਹਾਂ ਨੂੰ ਸ਼ਾਸ਼ਤਰਾਂ ਦੇ ਯਮ ਨਿਯਮਾਂ ਦੀ ਪਾਲਣਾ ਕਰਨੀ ਚਾਹੀਦੀ ਹੈ। ਬੇਕਾਬੂ ਇੰਦਰੀਆਂ ਦਾ ਭੋਗ ਹੀ ਭੌਤਿਕ ਬੰਧਨਾਂ ਦਾ ਕਾਰਨ ਹੈ ਪਰ ਜਿਹੜਾ ਸ਼ਾਸ਼ਤਰਾਂ ਦੇ ਯਮ ਨਿਯਮਾਂ ਦੀ ਪਾਲਣਾ ਕਰਦਾ ਹੈ ਉਹ ਇੰਦਰੀਆਂ ਦੇ ਵਿਸ਼ਿਆਂ ਵਿਚ ਨਹੀਂ ਫਸਦਾ। ਉਦਾਹਰਣ ਵਜੋਂ ਸੰਭੋਗ ਸੁਖ ਬੱਧ ਜੀਵਾਂ ਲਈ ਜਰੂਰੀ ਹੈ, ਅਤੇ ਵਿਵਾਹਕ ਸੰਬੰਧਾਂ ਵਿਚ ਸੰਭੋਗ ਸੁਖ ਦੀ ਇਜਾਜ਼ਤ ਦਿੱਤੀ ਜਾਂਦੀ ਹੈ। ਸ਼ਾਸ਼ਤਰਾਂ ਦੇ ਹੁਕਮ ਮੁਤਾਬਿਕ ਆਪਣੀ ਪਤਨੀ ਤੋਂ ਬਿਨ੍ਹਾਂ ਹੋਰ ਕਿਸੇ ਇਸਤਰੀ ਨਾਲ ਸੰਭੋਗ ਸੰਬੰਧ ਦੀ ਮਨਾਹੀ ਹੈ, ਬਾਕੀ ਸਾਰੀਆਂ ਇਸਤਰੀਆਂ ਨੂੰ ਆਪਣੀ ਮਾਂ ਦੀ ਤਰ੍ਹਾਂ ਸਮਝਣਾ ਚਾਹੀਦਾ ਹੈ। ਪਰ ਇਨ੍ਹਾਂ ਹਿਦਾਇਤਾਂ ਦੇ ਬਾਵਜੂਦ ਵੀ ਮਨੁੱਖ ਹੋਰਨਾਂ ਇਸਤਰੀਆਂ ਨਾਲ ਸੰਭੋਗ ਸੰਬੰਧ ਸਥਾਪਿਤ ਕਰਨਾ ਚਾਹੁੰਦਾ ਹੈ। ਇਨ੍ਹਾਂ ਭਾਵਨਾਵਾਂ ਨੂੰ ਦਬਾਉਣਾ ਚਾਹੀਦਾ ਹੈ, ਨਹੀਂ ਤਾਂ ਉਹ ਆਤਮ-ਪ੍ਰਤੱਖੀਕਰਨ ਦੇ ਰਸਤੇ ਵਿਚ ਰੁਕਾਵਟਾਂ ਹੋਣਗੀਆਂ। ਜਦੋਂ ਤਕ ਇਹ ਭੌਤਿਕ ਸ਼ਰੀਰ ਰਹਿੰਦਾ ਹੈ ਉਦੋਂ ਤਕ ਸ਼ਰੀਰ ਦੀਆਂ ਲੋੜਾਂ ਨੂੰ ਯਮ-ਨਿਯਮਾਂ ਅਧੀਨ ਪੂਰੀ ਕਰਨ ਦੀ ਖੁੱਲ੍ਹ ਦਿੱਤੀ ਜਾਂਦੀ ਹੈ। ਪਰ ਫਿਰ ਵੀ ਸਾਨੂੰ ਅਜਿਹੀਆਂ ਖੁੱਲ੍ਹਾਂ ਦੇ ਨਿਯੰਤਰਣ ਤੇ ਵਿਸ਼ਵਾਸ਼ ਨਹੀਂ ਕਰਨਾ ਚਾਹੀਦਾ। ਮਨੁੱਖ ਨੂੰ ਅਨਾਸਕਤ ਰਹਿਕੇ ਇਨ੍ਹਾਂ ਯਮ ਨਿਯਮਾਂ ਦੀ ਪਾਲਣਾ ਕਰਨੀ ਹੁੰਦੀ ਹੈ, ਕਿਉਂਕਿ ਨਿਯਮਾਂ ਦੇ ਅਧੀਨ ਇੰਦਰੀਆਂ ਦੀ ਤ੍ਰਿਪਤੀ ਦਾ ਅਭਿਆਸ ਵੀ ਉਸਨੂੰ ਭਟਕਾ ਸਕਦਾ ਹੈ। ਜਿਵੇਂ ਕਿ ਰਾਜ ਮਾਰਗ ਤੇ ਵੀ ਦੁਰਘਟਨਾ ਦੀ ਸੰਭਾਵਨਾ ਬਣੀ ਰਹਿੰਦੀ ਹੈ। ਭਾਵੇਂ ਇਨ੍ਹਾਂ ਰਸਤਿਆਂ ਦੀ ਕਿੰਨੀ ਵੀ ਸਾਂਭ-ਸੰਭਾਲ ਕਿਉਂ ਨਾ ਕੀਤੀ ਜਾਵੇ ਪਰ ਇਸ ਦਾ ਕੋਈ ਵਚਨ ਨਹੀਂ ਦੇ ਸਕਦਾ ਕਿ ਸਭ ਤੋਂ ਸੁਰੱਖਿਅਤ ਰਸਤੇ ਤੇ ਕੋਈ ਖ਼ਤਰਾ ਨਹੀਂ ਹੋਵੇਗਾ। ਭੌਤਿਕ ਸੰਗਤ ਕਾਰਨ ਬਹੁਤ ਲੰਮੇ ਸਮੇਂ ਤੋਂ ਇੰਦਰੀਆਂ ਦੇ ਸੁਖ ਦੀ ਭਾਵਨਾ ਕੰਮ ਕਰਦੀ ਰਹੀ ਹੈ। ਇਸ ਲਈ ਨਿਯਮਿਤ ਇੰਦਰੀਆਂ ਦੇ ਭੋਗ ਦੇ ਬਾਵਜੂਦ ਡਿੱਗਣ ਦੀ ਹਰ ਸੰਭਾਵਨਾ ਬਣੀ ਰਹਿੰਦੀ ਹੈ, ਇਸ ਲਈ ਹਰ ਤਰ੍ਹਾਂ ਦੇ ਨਿਯਮਿਤ ਇੰਦਰੀਆਂ ਦੇ ਭੋਗ ਲਈ ਕਿਸੇ ਵੀ ਆਸਕਤੀ (ਮੋਹ) ਤੋਂ ਬਚਣਾ ਚਾਹੀਦਾ ਹੈ। ਪਰ ਕ੍ਰਿਸ਼ਨ ਭਾਵਨਾ ਅੰਮ੍ਰਿਤ ਅਜਿਹਾ ਹੈ ਕਿ ਇਸਦੇ ਪ੍ਰਤੀ ਆਸਕਤੀ ਨਾਲ ਜਾਂ ਹਮੇਸ਼ਾ ਕ੍ਰਿਸ਼ਨ ਦੀ ਪ੍ਰੇਮ ਭਗਤੀ ਵਿਚ ਕਾਰਜ ਕਰਦੇ ਰਹਿਣ ਨਾਲ ਹਰ ਤਰ੍ਹਾਂ ਦੇ ਇੰਦਰੀਆਂ ਦੇ ਕੰਮਾਂ ਤੋਂ ਵਿਰਕਤੀ ਹੋ ਜਾਂਦੀ ਹੈ। ਇਸ ਲਈ ਮਨੁੱਖ ਨੂੰ ਚਾਹੀਦਾ ਹੈ ਕਿ ਉਹ ਕਿਸੇ ਵੀ ਹਾਲਾਤ ਵਿਚ ਕ੍ਰਿਸ਼ਨ ਭਾਵਨਾ ਅੰਮ੍ਰਿਤ ਤੋਂ ਵਿਰਕਤ ਹੋਣ ਦੀ ਕੋਸ਼ਿਸ਼ ਨਾ ਕਰੇ। ਹਰ ਤਰ੍ਹਾਂ ਦੀ ਇੰਦਰੀਆਂ

ਦੀ ਆਸਕਤੀ ਤੋਂ ਵਿਰਕਤ ਹੋਣ ਦਾ ਮੰਤਵ ਆਖਿਰ ਕ੍ਰਿਸ਼ਨ ਭਾਵਨਾ ਅੰਮ੍ਰਿਤ ਦੀ ਪਦਵੀ ਤੇ ਬੈਠਣਾ ਹੈ।

श्रेयान्स्वधर्मो विगुणः परधर्मात्स्वनुष्ठितात् ।
स्वधर्मे निधनं श्रेयः परधर्मो भयावहः ॥ ३५ ॥

ਸ਼੍ਰੇਯਾਨ੍ ਸ੍ਵ-ਧਰ੍ਮੋ ਵਿਗੁਣਹ੍ ਪਰ-ਧਰ੍ਮਾਤ੍ ਸ੍ਵ-ਅਨੁਸ਼੍ਠਿਤਾਤ੍ ।
ਸ੍ਵ-ਧਰ੍ਮੇ ਨਿਧਨਮ੍ ਸ਼੍ਰੇਯਹ੍ ਪਰ-ਧਰ੍ਮੋ ਭਯਾਵਹਹ੍ ॥ 35 ॥

ਸ਼੍ਰੇਯਾਨ੍ - ਬਹੁਤ ਵਧੀਆ ; **ਸ੍ਵ ਧਰ੍ਮਹ੍** - ਆਪਣੇ ਨਿਰਧਾਰਤ ਕਰਮ ; **ਵਿਗੁਣਹ੍** - ਦੋਸ਼ ਭਰੇ ਵੀ ; **ਪਰ ਧਰ੍ਮਾਤ੍** - ਹੋਰਨਾਂ ਲਈ ਦੱਸੇ ਕਾਰਜਾਂ ਦੇ ਬਦਲੇ ; **ਸ-ਅਨੁਸ਼੍ਠਿਤਾਤ੍** - ਚੰਗੀ ਤਰ੍ਹਾਂ ਕੀਤੇ ; **ਸ੍ਵ-ਧਰ੍ਮੇ** - ਆਪਣੇ ਨਿਰਧਾਰਤ ਕਰਮਾਂ ਵਿਚ ; **ਨਿਧਨਮ੍** - ਨਾਸ਼, ਮੌਤ ; **ਸ਼੍ਰੇਯਹ੍** - ਵਧੀਆ ; **ਪਰ-ਧਰ੍ਮਹ੍** - ਹੋਰਨਾਂ ਲਈ ਨਿਰਧਾਰਤ ਕਰਮ ; **ਭਯ-ਆਵਹਹ੍** - ਖ਼ਤਰਨਾਕ, ਡਰਾਉਣੇ।

ਅਨੁਵਾਦ

ਆਪਣੇ ਨਿਰਧਾਰਤ ਕਰਮਾਂ ਨੂੰ ਦੋਸ਼ੀ ਤਰੀਕੇ ਨਾਲ ਪੂਰਾ ਕਰਨਾ ਵੀ ਹੋਰਨਾਂ ਦੇ ਕਰਮਾਂ ਨੂੰ ਚੰਗੇਰੀ ਤਰ੍ਹਾਂ ਕਰਨ ਤੋਂ ਕਿਤੇ ਵਧੀਆ ਹੈ। ਆਪਣੇ ਕਰਮਾਂ ਨੂੰ ਕਰਦੇ ਹੋਏ ਪਰਾਏ ਕਰਮਾਂ ਵਿਚ ਲਗਣ ਦੀ ਬਜਾਏ ਮਰਨਾ ਜਿਆਦਾ ਵਧੀਆ ਹੈ, ਕਿਉਂਕਿ ਹੋਰ ਕਿਸੇ ਦੇ ਰਸਤੇ ਤੇ ਚਲਣਾ ਖ਼ਤਰਨਾਕ ਹੁੰਦਾ ਹੈ।

ਭਾਵ

ਇਸ ਲਈ ਮਨੁੱਖ ਨੂੰ ਚਾਹੀਦਾ ਹੈ ਕਿ ਉਹ ਹੋਰਨਾਂ ਲਈ ਨਿਰਧਾਰਤ ਕਰਮਾਂ ਦੀ ਬਜਾਏ ਆਪਣੇ ਨਿਰਧਾਰਤ ਕਰਮਾਂ ਨੂੰ ਕ੍ਰਿਸ਼ਨ ਭਾਵਨਾ ਅੰਮ੍ਰਿਤ ਵਿਚ ਸਥਿਤ ਹੋ ਕੇ ਕਰੇ। ਭੌਤਿਕ ਪੱਖ ਤੋਂ ਨਿਰਧਾਰਤ ਕਰਮ ਮਨੁੱਖ ਦੀ ਮਨੋਵਿਗਿਆਨਕ ਹਾਲਤ ਅਨੁਸਾਰ ਭੌਤਿਕ ਪ੍ਰਕ੍ਰਿਤੀ ਦੇ ਗੁਣਾਂ ਦੇ ਅਧੀਨ ਦੱਸੇ ਕਰਮ ਹਨ। ਅਧਿਆਤਮਕ ਕਰਮ ਗੁਰੂ ਰਾਹੀਂ ਕ੍ਰਿਸ਼ਨ ਦੀ ਅਲੌਕਿਕ ਸੇਵਾ ਲਈ ਦੱਸੇ ਹੁੰਦੇ ਹਨ। ਪਰ ਭਾਵੇਂ ਭੌਤਿਕ ਕਰਮ ਹੋਣ ਜਾਂ ਅਧਿਆਤਮਕ ਕਰਮ, ਮਨੁੱਖ ਨੂੰ ਮਰਨ ਤਕ ਆਪਣੇ ਨਿਰਧਾਰਤ ਕਰਮਾਂ ਵਿਚ ਪੱਕਾ ਰਹਿਣਾ ਚਾਹੀਦਾ ਹੈ। ਹੋਰਨਾਂ ਦੇ ਨਿਰਧਾਰਤ ਕਰਮਾਂ ਦਾ ਅਨੁਕਰਣ ਨਹੀਂ ਕਰਨਾ ਚਾਹੀਦਾ। ਅਧਿਆਤਮਕ ਅਤੇ ਭੌਤਿਕ ਪੱਧਰ ਤੇ ਇਹ ਕਰਮ ਵੱਖੋ-ਵੱਖਰੇ ਹੋ ਸਕਦੇ ਹਨ ਪਰ ਕਰਤਾ ਲਈ ਕਿਸੇ ਪ੍ਰਮਾਣਿਕ ਨਿਰਦੇਸ਼ਨ ਦੀ ਪਾਲਣਾ ਦਾ ਸਿਧਾਂਤ ਉੱਤਮ ਹੋਵੇਗਾ, ਜਦੋਂ ਮਨੁੱਖ ਪ੍ਰਕ੍ਰਿਤੀ ਦੇ ਗੁਣਾਂ ਦੇ ਵਸ ਹੋਵੇ ਤਾਂ ਉਸਨੂੰ ਉਸ ਖ਼ਾਸ ਅਵਸਥਾ ਲਈ ਨਿਯਮਾਂ ਦੀ ਪਾਲਣਾ ਕਰਨੀ ਚਾਹੀਦੀ ਹੈ, ਉਸ ਨੂੰ ਹੋਰਨਾਂ ਦਾ ਅਨੁਕਰਣ ਨਹੀਂ ਕਰਨਾ ਚਾਹੀਦਾ। ਉਦਾਹਰਣ ਵਜੋਂ ਸਤੋਗੁਣੀ ਬ੍ਰਾਹਮਣ ਕਦੀ ਹਿੰਸਕ ਨਹੀਂ ਹੁੰਦਾ, ਪਰ ਰਜੋਗੁਣੀ ਖਤਰੀ ਨੂੰ ਹਿੰਸਕ ਹੋਣ ਦੀ ਇਜਾਜ਼ਤ ਹੈ। ਇਸੇ ਤਰ੍ਹਾਂ ਖਤਰੀ ਲਈ ਹਿੰਸਾ ਦੇ ਨਿਯਮਾਂ ਦੀ

ਪਾਲਣਾ ਕਰਦੇ ਹੋਏ ਮਰਣਾ, ਜਿੰਨਾ ਚੰਗਾ ਹੈ, ਉਨਾ ਅਹਿੰਸਾ ਦੇ ਨਿਯਮਾਂ ਦਾ ਪਾਲਣ ਕਰਨ ਵਾਲੇ ਬ੍ਰਾਹਮਣ ਦਾ ਅਨੁਕਰਣ ਨਹੀਂ । ਹਰ ਮਨੁੱਖ ਨੂੰ ਇਕ ਦਮ ਨਹੀਂ ਸਗੋਂ ਹੌਲੀ-ਹੌਲੀ ਆਪਣੇ ਹਿਰਦੇ ਨੂੰ ਸਾਫ ਬਨਾਉਣਾ ਚਾਹੀਦਾ ਹੈ । ਪਰ ਜਦੋਂ ਮਨੁੱਖ ਪ੍ਰਕ੍ਰਿਤੀ ਦੇ ਗੁਣਾਂ ਨੂੰ ਲੰਘਕੇ ਕ੍ਰਿਸ਼ਨ ਭਾਵਨਾ ਅੰਮ੍ਰਿਤ ਵਿਚ ਪੂਰੀ ਤਰ੍ਹਾਂ ਖੁੱਭ ਜਾਂਦਾ ਹੈ ਤਾਂ ਉਹ ਪ੍ਰਮਾਣਿਤ ਗੁਰੂ ਦੀ ਅਗਵਾਈ ਹੇਠ ਸਭ ਕੁਝ ਕਰ ਸਕਦਾ ਹੈ । ਕ੍ਰਿਸ਼ਨ ਭਾਵਨਾ ਅੰਮ੍ਰਿਤ ਦੀ ਪੂਰੀ ਸਥਿਤੀ ਵਿਚ ਇਕ ਖਤਰੀ, ਬ੍ਰਾਹਮਣ ਵਾਂਗ ਅਤੇ ਇਕ ਬ੍ਰਾਹਮਣ, ਖਤਰੀ ਵਾਂਗ ਕਰਮ ਕਰ ਸਕਦਾ ਹੈ । ਅਲੌਕਿਕ ਅਵਸਥਾ ਵਿਚ ਭੌਤਿਕ ਸੰਸਾਰ ਦਾ ਭੇਦ-ਭਾਵ ਨਹੀਂ ਰਹਿੰਦਾ । ਉਦਾਹਰਣ ਵਜੋਂ ਵਿਸ਼ਵਾਮਿੱਤਰ ਮੁੱਖ ਤੌਰ ਤੇ ਖਤਰੀ ਸਨ, ਪਰ ਬਾਅਦ ਵਿਚ ਉਹਨਾਂ ਨੇ ਬ੍ਰਾਹਮਣ ਵਾਂਗ ਕਾਰਜ ਕੀਤਾ । ਇਸੇ ਤਰ੍ਹਾਂ ਪਰਸ਼ੂਰਾਮ ਪਹਿਲਾਂ ਬ੍ਰਾਹਮਣ ਸਨ, ਪਰ ਬਾਅਦ ਵਿਚ ਉਹਨਾਂ ਨੇ ਖਤਰੀ ਵਾਂਗ ਕਾਰਜ ਕੀਤੇ । ਬ੍ਰਹਮ ਵਿਚ ਸਥਿਤ ਹੋਣ ਕਾਰਨ ਹੀ ਉਹ ਅਜਿਹਾ ਕਰ ਸਕੇ, ਪਰ ਜਦੋਂ ਤਕ ਕੋਈ ਭੌਤਿਕ ਪੱਧਰ ਤੇ ਰਹਿੰਦਾ ਹੈ ਉਸਨੂੰ ਪ੍ਰਕ੍ਰਿਤੀ ਦੇ ਗੁਣਾਂ ਮੁਤਾਬਿਕ ਆਪਣੇ ਕਰਮ ਕਰਨੇ ਚਾਹੀਦੇ ਹਨ, ਅਤੇ ਉਸਨੂੰ ਕ੍ਰਿਸ਼ਨ ਭਾਵਨਾ ਅੰਮ੍ਰਿਤ ਦਾ ਪੂਰਾ ਗਿਆਨ ਹੋਣਾ ਚਾਹੀਦਾ ਹੈ ।

अर्जुन उवाच

अथ केन प्रयुक्तोऽयं पापं चरति पूरुषः ।
अनिच्छन्नपि वार्ष्णेय बलादिव नियोजितः ॥ ३६ ॥

ਅਰਜੁਨ ਉਵਾਚ

ਅਥ ਕੇਨ ਪ੍ਰਯੁਕ੍ਤੋ'ਯਮ੍ ਪਾਪਮ੍ ਚਰਤਿ ਪੂਰੁਸ਼ਹ੍ ।
ਅਨਿਚ੍ਛੰਨ੍ ਅਪਿ ਵਾਰਸ਼੍ਣੇਯ ਬਲਾਦ੍ ਇਵ ਨਿਯੋਜਿਤਹ੍ ॥ 36 ॥

ਅਰਜੁਨ ਉਵਾਚ - ਅਰਜੁਨ ਨੇ ਕਿਹਾ ; **ਅਥ** - ਤਾਂ ; **ਕੇਨ** - ਕਿਸ ਰਾਹੀਂ ; **ਪ੍ਰਯੁਕ੍ਤਹ੍** - ਪ੍ਰੇਰਿਤ ; **ਅਯਮ੍** - ਇਹ ; **ਪਾਪਮ੍** - ਪਾਪ ; **ਚਰਤਿ** - ਕਰਦਾ ਹੈ ; **ਪੂਰੁਸ਼ਹ੍** - ਮਨੁੱਖ ; **ਅਨਿਚ੍ਛਨ੍** - ਨਾ ਚਾਹੁੰਦੇ ਹੋਏ ; **ਅਪਿ** - ਭਾਵੇਂ ; **ਵਾਰਸ਼੍ਣੇਯ** - ਹੇ ਵ੍ਰਿਸ਼ਣੀ ਵੰਸੀ ; **ਬਲਾਤ੍** - ਜਬਰਦਸਤੀ ; **ਇਵ** - ਮਨੋ ; **ਨਿਯੋਜਿਤਹ੍** - ਲਗਾਇਆ ਗਿਆ ।

ਅਨੁਵਾਦ

ਅਰਜੁਨ ਨੇ ਕਿਹਾ - ਹੇ ਵ੍ਰਿਸ਼ਣੀ ਵੰਸ਼ੀ! ਮਨੁੱਖ ਨਾ ਚਾਹੁੰਦੇ ਹੋਏ ਵੀ ਪਾਪ ਕਰਮਾਂ ਲਈ ਕਿਉਂ ਪ੍ਰੇਰਿਤ ਹੁੰਦਾ ਹੈ ! ਇੰਝ ਲਗਦਾ ਹੈ ਕਿ ਉਸਨੂੰ ਜਬਰਦਸਤੀ ਉਨ੍ਹਾਂ ਵਿਚ ਲਗਾਇਆ ਜਾ ਰਿਹਾ ਹੋਵੇ ।

ਭਾਵ

ਜੀਵਾਤਮਾ, ਪਰਮੇਸ਼ਵਰ ਦਾ ਅੰਸ਼ ਹੋਣ ਕਾਰਨ ਮੂਲ ਰੂਪ ਵਿਚ ਅਧਿਆਤਮਕ, ਸ਼ੁੱਧ ਅਤੇ ਸਾਰੇ ਭੌਤਿਕ ਦੂਸ਼ਣਾਂ ਤੋਂ ਮੁਕਤ ਰਹਿੰਦਾ ਹੈ । ਨਤੀਜੇ ਵਜੋਂ ਸੁਭਾਅ ਤੋਂ ਉਹ ਭੌਤਿਕ ਸੰਸਾਰ ਦੇ ਪਾਪਾਂ

ਵੱਲ ਨਹੀਂ ਲਗਦਾ। ਪਰ ਜਦੋਂ ਉਹ ਮਾਇਆ ਦੇ ਸੰਪਰਕ ਵਿਚ ਆਉਂਦਾ ਹੈ ਤਾਂ ਉਹ ਬਿਨ੍ਹਾਂ ਝਿਜਕ ਅਤੇ ਕਦੀ-ਕਦੀ ਮਰਜ਼ੀ ਦੇ ਉਲਟ ਅਨੇਕਾਂ ਤਰ੍ਹਾਂ ਦੇ ਪਾਪ ਕਰਮ ਕਰਦਾ ਹੈ। ਇਸ ਲਈ ਕ੍ਰਿਸ਼ਨ ਨਾਲ ਅਰਜੁਨ ਦਾ ਪ੍ਰਸ਼ਨ ਵਧੇਰੇ ਆਸ਼ਾ ਵਾਲਾ ਹੈ ਕਿ ਜੀਵਾਂ ਦੀ ਪ੍ਰਕ੍ਰਿਤੀ ਵਿਰਕਤ (ਉਦਾਸੀਨ) ਕਿਉਂ ਹੋ ਜਾਂਦੀ ਹੈ। ਭਾਵੇਂ ਕਦੀ-ਕਦੀ ਜੀਵ ਕੋਈ ਪਾਪ ਨਹੀਂ ਕਰਨਾ ਚਾਹੁੰਦਾ, ਪਰ ਉਸਨੂੰ ਅਜਿਹਾ ਕਰਨ ਲਈ ਮਜਬੂਰ ਹੋਣਾ ਪੈਂਦਾ ਹੈ। ਪਰ ਇਹ ਪਾਪ ਕਰਮ ਅੰਤਰਜਾਮੀ ਪਰਮਾਤਮਾ ਰਾਹੀਂ ਪ੍ਰੇਰਿਤ ਨਹੀਂ ਹੁੰਦੇ ਸਗੋਂ ਹੋਰਨਾਂ ਕਾਰਨਾਂ ਕਰਕੇ ਹੁੰਦੇ ਹਨ, ਜਿਵੇਂ ਕਿ ਭਗਵਾਨ ਅਗਲੇ ਸ਼ਲੋਕ ਵਿਚ ਦੱਸਦੇ ਹਨ।

श्रीभगवानुवाच

काम एष क्रोध एष रजोगुणसमुद्भवः ।
महाशनो महापाप्मा विद्ध्येनमिह वैरिणम् ॥ ३७॥

ਸ਼੍ਰੀ ਭਗਵਾਨ ਓਵਾਚ

ਕਾਮ ਏਸ਼ ਕ੍ਰੋਧ ਏਸ਼ ਰਜੋ ਗੁਣ ਸਮੁਦ੍ਭਵਹ੍ ।
ਮਹਾਸ਼ਨੋ ਮਹਾ-ਪਾਪ੍ਮਾ ਵਿਦ੍ਧਿ ਏਨਮ੍ ਇਹ ਵੈਰਿਣਮ੍ ॥ 37 ॥

ਸ਼੍ਰੀ ਭਗਵਾਨ ਓਵਾਚ - ਸ਼੍ਰੀ ਭਗਵਾਨ ਨੇ ਕਿਹਾ ; **ਕਾਮਹ** - ਵਿਸ਼ੇ ਵਾਸ਼ਨਾ ; **ਏਸ਼ਹ੍**- ਇਹ ; **ਕ੍ਰੋਧਹ੍** - ਕ੍ਰੋਧ ; **ਏਸ਼ਹ੍** - ਇਹ ; **ਰਜਹ੍-ਗੁਣ** - ਰਜੋ ਗੁਣ ਨਾਲ ; **ਸਮੁਦ੍ਭਵਹ੍** - ਪੈਦਾ ; **ਮਹਾ ਆਸ਼ਨਹ੍** - ਸਭ ਕੁਝ ਖਾਣ ਵਾਲਾ ; **ਮਹਾ ਪਾਪ੍ਮਾ** - ਵੱਡਾ ਪਾਪੀ ; **ਵਿਦ੍ਧਿ** - ਸਮਝੋ ; **ਏਨਮ੍** - ਇਸਨੂੰ ; **ਇਹ** - ਇਸ ਸੰਸਾਰ ਵਿਚ ; **ਵੈਰਿਣਾਮ੍** - ਵੱਡਾ ਦੁਸ਼ਮਣ।

ਅਨੁਵਾਦ

ਸ਼੍ਰੀ ਭਗਵਾਨ ਨੇ ਕਿਹਾ - ਹੇ ਅਰਜੁਨ! ਇਸਦਾ ਕਾਰਨ ਰਜੋਗੁਣ ਦੇ ਸੰਪਰਕ ਨਾਲ ਪੈਦਾ ਹੋਇਆ ਕਾਮ ਹੈ, ਜਿਹੜਾ ਬਾਅਦ ਵਿਚ ਕ੍ਰੋਧ ਦਾ ਰੂਪ ਧਾਰ ਲੈਂਦਾ ਹੈ ਅਤੇ ਜਿਹੜਾ ਇਸ ਸੰਸਾਰ ਦਾ ਸਭ ਕੁਝ ਖਾਣ ਵਾਲਾ ਪਾਪੀ ਦੁਸ਼ਮਣ ਹੈ।

ਭਾਵ

ਜਦੋਂ ਜੀਵਾਤਮਾ ਭੌਤਿਕ ਸ੍ਰਿਸ਼ਟੀ ਦੇ ਸੰਪਰਕ ਵਿਚ ਆਉਂਦਾ ਹੈ ਤਾਂ ਉਸਦਾ ਸ਼ਾਸਵਤ ਕ੍ਰਿਸ਼ਨ ਪ੍ਰੇਮ ਰਜੋ ਗੁਣ ਦੀ ਸੰਗਤ ਨਾਲ ਕਾਮ ਵਿਚ ਬਦਲ ਜਾਂਦਾ ਹੈ। ਜਾਂ ਦੂਜੇ ਸ਼ਬਦਾਂ ਵਿਚ, ਈਸ਼ਵਰ-ਪ੍ਰੇਮ ਦਾ ਭਾਵ ਕਾਮ ਵਿਚ ਉਸੇ ਤਰ੍ਹਾਂ ਬਦਲ ਜਾਂਦਾ ਹੈ, ਜਿਵੇਂ ਖੱਟੀ ਇਮਲੀ ਦੇ ਸੰਪਰਕ ਨਾਲ ਦੁੱਧ; ਦਹੀਂ ਵਿਚ ਬਦਲ ਜਾਂਦਾ ਹੈ ਅਤੇ ਜਦੋਂ ਕਾਮ ਦੀ ਸੰਤੁਸ਼ਟੀ ਨਹੀਂ ਹੁੰਦੀ ਤਾਂ ਇਹ ਕ੍ਰੋਧ ਵਿਚ ਬਦਲ ਜਾਂਦਾ ਹੈ, ਕ੍ਰੋਧ ਮੋਹ ਵਿਚ ਅਤੇ ਮੋਹ ਇਸ ਸੰਸਾਰ ਵਿਚ ਲਗਾਤਾਰ ਬਣਿਆ ਰਹਿੰਦਾ ਹੈ। ਇਸ ਲਈ ਜੀਵਾਤਮਾ ਦਾ ਸਭ ਤੋਂ ਵੱਡਾ ਦੁਸ਼ਮਣ ਕਾਮ ਹੈ ਅਤੇ ਇਹ ਕਾਮ ਹੀ ਹੈ ਜਿਹੜਾ ਵਿਸ਼ੁੱਧ ਜੀਵਾਤਮਾ ਨੂੰ ਇਸ ਸੰਸਾਰ ਵਿਚ ਫਸੇ ਰਹਿਣ ਲਈ ਪ੍ਰੇਰਿਤ ਕਰਦਾ ਹੈ, ਕ੍ਰੋਧ ਤਮੋ ਗੁਣ ਨੂੰ

ਪ੍ਰਗਟ ਕਰਦਾ ਹੈ। ਇਹ ਗੁਣ ਆਪਣੇ ਆਪ ਨੂੰ ਕ੍ਰੋਧ ਅਤੇ ਹੋਰਨਾਂ ਰੂਪਾਂ ਵਿਚ ਪ੍ਰਗਟ ਕਰਦੇ ਹਨ। ਇਸ ਲਈ ਜੇਕਰ ਰਹਿਣ ਅਤੇ ਕਾਰਜ ਕਰਨ ਦੀਆਂ ਵਿਧੀਆਂ ਰਾਹੀਂ ਰਜੋ ਗੁਣ ਨੂੰ ਤਮੋ ਗੁਣ ਵਿਚ ਨਾ ਡਿੱਗਣ ਦੇ ਕੇ ਸਤੋਗੁਣ ਤਕ ਉਪਰ ਚੁੱਕਿਆ ਜਾਵੇ ਤਾਂ ਮਨੁੱਖ ਨੂੰ ਕ੍ਰੋਧ ਵਿਚ ਡਿੱਗਣ ਤੋਂ ਅਧਿਆਤਮਕ ਆਸਕਤੀ ਰਾਹੀਂ ਬਚਾਇਆ ਜਾ ਸਕਦਾ ਹੈ।

ਆਪਣੇ ਨਿੱਤ ਵੱਧਣ ਵਾਲੇ ਚਿਦਾਨੰਦ ਲਈ ਭਗਵਾਨ ਨੇ ਆਪਣੇ ਆਪ ਨੂੰ ਅਨੇਕਾਂ ਰੂਪਾਂ ਵਿਚ ਵਿਸਤ੍ਰਿਤ ਕੀਤਾ ਅਤੇ ਜੀਵਾਤਮਾਵਾਂ ਉਨ੍ਹਾਂ ਦੇ ਇਸ ਚਿਦਾਨੰਦ ਦੇ ਹੀ ਅੰਸ਼ ਹਨ। ਉਨ੍ਹਾਂ ਨੂੰ ਵੀ ਅੰਸ਼ਕ ਅਜਾਦੀ ਪ੍ਰਾਪਤ ਹੈ ਪਰ ਆਪਣੀ ਇਸ ਅਜਾਦੀ ਦੀ ਦੁਰਵਰਤੋਂ ਕਰਕੇ ਜਦੋਂ ਉਹ ਸੇਵਾ ਨੂੰ ਇੰਦਰੀਆਂ ਦੇ ਸੁਖ ਵਿਚ ਬਦਲ ਦਿੰਦੀਆਂ ਹਨ ਤਾਂ ਉਹ ਕਾਮ ਦੀ ਲਪੇਟ ਵਿਚ ਆ ਜਾਂਦੀਆਂ ਹਨ, ਭਗਵਾਨ ਨੇ ਇਸ ਸ੍ਰਿਸ਼ਟੀ ਦੀ ਰਚਨਾ ਜੀਵਾਤਮਾਵਾਂ ਲਈ ਇਨ੍ਹਾਂ ਕਾਮਪੂਰਨ ਰੁਚੀਆਂ ਦੀ ਪੂਰਤੀ ਲਈ ਸੁਵਿਧਾ ਦੇਣ ਕਾਰਨ ਕੀਤੀ ਅਤੇ ਜਦੋਂ ਜੀਵਾਤਮਾਵਾਂ ਲੰਮੇ ਸਮੇਂ ਤਕ ਕਾਮ-ਕਰਮਾਂ ਵਿਚ ਫਸੇ ਰਹਿਣ ਕਾਰਨ ਪੂਰੀ ਤਰ੍ਹਾਂ ਅੱਕ ਜਾਂਦੀਆਂ ਹਨ, ਤਾਂ ਉਹ ਆਪਣਾ ਅਸਲੀ ਸਰੂਪ ਜਾਣਨ ਲਈ ਜਿਗਿਆਸਾ ਕਰਨ ਲਗਦੀਆਂ ਹਨ।

ਇਹੋ ਜਿਗਿਆਸਾ ਵੇਦਾਂਤ ਸੂਤਰ ਦੀ ਸ਼ੁਰੂਆਤ ਹੈ ਜਿਸ ਵਿਚ ਕਿਹਾ ਗਿਆ ਹੈ - **ਅਥਾਤੋ ਬ੍ਰਹ੍ਮ ਜਿਗ੍ਯਾਸਾ** - ਮਨੁੱਖ ਨੂੰ ਪਰਮ ਤੱਥ ਦੀ ਜਿਗਿਆਸਾ ਕਰਨੀ ਚਾਹੀਦੀ ਹੈ। ਇਸ ਪਰਮ ਤੱਤ ਦੀ ਪਰਿਭਾਸ਼ਾ ਸ਼੍ਰੀਮਦ ਭਾਗਵਤਮ੍ ਵਿਚ ਇੰਝ ਕੀਤੀ ਗਈ ਹੈ - **ਜਨ੍ਮਾਦਿ ਅਸ੍ਯ ਯਤੋ 'ਨ੍ਵਯਾਦ੍ ਇਤਰਤਸ਼੍ ਚ** - ਸਾਰੀਆਂ ਵਸਤਾਂ ਦੀ ਉਤਪਤੀ ਪਾਰਬ੍ਰਹਮ ਤੋਂ ਹੁੰਦੀ ਹੈ। ਇਸ ਲਈ ਕਾਮ ਦੀ ਉਤਪਤੀ ਵੀ ਪਾਰਬ੍ਰਹਮ ਤੋਂ ਹੋਈ। ਇਸ ਲਈ ਜੇਕਰ ਕਾਮ ਨੂੰ ਭਗਵਤ ਪ੍ਰੇਮ ਵਿਚ ਜਾਂ ਕ੍ਰਿਸ਼ਨ ਭਾਵਨਾ ਵਿਚ ਬਦਲ ਲਿਆ ਜਾਵੇ ਜਾਂ ਦੂਜੇ ਸ਼ਬਦਾਂ ਵਿਚ ਕ੍ਰਿਸ਼ਨ ਦੀ ਸੇਵਾ ਲਈ ਹੀ ਸਾਰੀਆਂ ਇੱਛਾਵਾਂ ਹੋਣ ਤਾਂ ਕਾਮ ਅਤੇ ਕ੍ਰੋਧ ਦੋਵੇਂ ਅਧਿਆਤਮਕ ਬਣ ਸਕਣਗੇ। ਭਗਵਾਨ ਰਾਮ ਦੇ ਪੱਕੇ ਸੇਵਕ ਹਨੁਮਾਨ ਨੇ ਰਾਵਣ ਦੀ ਸਵਰਨਪੁਰੀ ਨੂੰ ਜਲਾਕੇ ਆਪਣਾ ਕ੍ਰੋਧ ਪ੍ਰਗਟ ਕੀਤਾ, ਪਰ ਅਜਿਹਾ ਕਰਨ ਨਾਲ ਉਹ ਭਗਵਾਨ ਦੇ ਸਭ ਤੋਂ ਵੱਡੇ ਭਗਤ ਬਣ ਗਏ। ਇਥੇ ਵੀ ਸ਼੍ਰੀ ਕ੍ਰਿਸ਼ਨ ਅਰਜੁਨ ਨੂੰ ਪ੍ਰੇਰਿਤ ਕਰਦੇ ਹਨ ਕਿ ਉਹ ਦੁਸ਼ਮਣਾਂ ਤੇ ਕ੍ਰੋਧ ਭਗਵਾਨ ਨੂੰ ਖੁਸ਼ ਕਰਨ ਲਈ ਵਿਖਾਉਣ, ਇਸ ਲਈ ਕਾਮ ਅਤੇ ਕ੍ਰੋਧ ਕ੍ਰਿਸ਼ਨ ਭਾਵਨਾ ਅੰਮ੍ਰਿਤ ਵਿਚ ਵਰਤੇ ਜਾਣ ਤੇ ਸਾਡੇ ਦੁਸ਼ਮਣ ਨਾ ਰਹਿ ਕੇ ਦੋਸਤ ਬਣ ਜਾਂਦੇ ਹਨ

धूमेनाव्रियते वह्निर्यथादर्शो मलेन च ।
यथोल्बेनावृतो गर्भस्तथा तेनेदमावृतम् ॥ ३८ ॥

ਧੂਮੇਨਾਵ੍ਰਿਯਤੇ ਵਹ੍ਨਿਰ੍ ਯਥਾਦਰ੍ਸ਼ੋ ਮਲੇਨ ਚ ।
ਯਥੋਲ੍ਬੇਨਾਵ੍ਰਿਤੋ ਗਰ੍ਭਸ੍ ਤਥਾ ਤੇਨੇਦਮ੍ ਆਵ੍ਰਿਤਮ੍ ॥ 38 ॥

ਧੂਮੇਨ - ਧੂੰਏ ਨਾਲ ; **ਆਵ੍ਰਿਯਤੇ** - ਢੱਕ ਜਾਂਦੀ ਹੈ ; **ਵਹ੍ਨਿਹ੍** - ਅੱਗ ; **ਯਥਾ** - ਜਿਵੇਂ ; **ਆਦਰ੍ਸ਼ਹ੍** - ਸ਼ੀਸ਼ਾ, ਦਰਪਨ ; **ਮਲੇਨ** - ਧੂੜ ਨਾਲ ; **ਚ** - ਵੀ ; **ਯਥਾ** - ਜਿਵੇਂ ; **ਉਲ੍ਬੇਨ**

– ਗਰਭਾਸ਼ਯ (ਝਿੱਲੀ) ਰਾਹੀਂ ; **ਆਵ੍ਰਿਤਹ੍** – ਢੱਕਿਆ ਰਹਿੰਦਾ ਹੈ ; **ਗਰ੍ਭਹ੍** – ਭਰੂਣ ; **ਤਥਾ** – ਉਸੇ ਤਰ੍ਹਾਂ ; **ਤੇਨ** – ਕਾਮ ਨਾਲ ; **ਇਦਮ੍** – ਉਹ ; **ਆਵ੍ਰਿਤਮ੍** – ਢੱਕਿਆ ਹੈ ।

ਅਨੁਵਾਦ

ਜਿਸ ਤਰ੍ਹਾਂ ਅੱਗ ਧੂੰਏਂ ਨਾਲ, ਸ਼ੀਸ਼ਾ ਧੂੜ ਨਾਲ ਜਾਂ ਭਰੂਣ ਝਿੱਲੀ ਨਾਲ ਢਕਿਆ ਰਹਿੰਦਾ ਹੈ । ਉਸੇ ਤਰ੍ਹਾਂ ਜੀਵਾਤਮਾ ਇਸ ਕਾਮ ਦੀਆਂ ਵੱਖੋ-ਵੱਖਰੀਆਂ ਮਾਤਰਾਵਾਂ ਨਾਲ ਢੱਕਿਆ ਰਹਿੰਦਾ ਹੈ ।

ਭਾਵ

ਜੀਵਾਤਮਾ ਨੂੰ ਢੱਕਣ ਵਾਲੇ ਪਰਦੇ ਦੀਆਂ ਤਿੰਨ ਪਰਤਾਂ ਹਨ, ਜਿਨ੍ਹਾਂ ਨਾਲ ਉਸਦੀ ਸ਼ੁੱਧ ਚੇਤਨਾ ਧੁੰਦਲੀ ਹੁੰਦੀ ਹੈ । ਇਹ ਪਰਦਾ ਕਾਮ ਹੀ ਹੈ, ਜਿਹੜਾ ਵੱਖੋ-ਵੱਖਰੇ ਸਰੂਪ ਵਿਚ ਹੁੰਦਾ ਹੈ, ਜਿਵੇਂ ਅੱਗ ਵਿਚ ਧੂੰਆਂ, ਸ਼ੀਸ਼ੇ ਤੇ ਧੂੜ ਅਤੇ ਭਰੂਣ ਤੇ ਕੁੱਖ । ਜਦੋਂ ਕਾਮ ਦੀ ਉਪਮਾ ਧੂੰਏਂ ਨਾਲ ਦਿੱਤੀ ਜਾਂਦੀ ਹੈ ਤਾਂ ਇਹ ਸਮਝਣਾ ਚਾਹੀਦਾ ਹੈ ਕਿ ਜਿਉਂਦੇ ਚਿੰਗਾਰ ਦੀ ਅੱਗ ਕੁਝ-ਕੁਝ ਅਨੁਭਵ ਕਰਨ ਯੋਗ ਹੈ । ਦੂਜੇ ਸ਼ਬਦਾਂ ਵਿਚ ਜਦੋਂ ਜੀਵਾਤਮਾ ਆਪਣੇ ਕ੍ਰਿਸ਼ਨ ਭਾਵਨਾ ਅੰਮ੍ਰਿਤ ਨੂੰ ਕੁਝ-ਕੁਝ ਪ੍ਰਗਟ ਕਰਦਾ ਹੈ ਤਾਂ ਉਸਦੀ ਉਪਮਾ ਧੂੰਏ ਨਾਲ ਢਕੀ ਅੱਗ ਨਾਲ ਦਿੱਤੀ ਜਾ ਸਕਦੀ ਹੈ । ਭਾਵੇਂ ਜਿੱਥੇ ਕਿਤੇ ਧੂੰਆਂ ਹੁੰਦਾ ਹੈ ਉਥੇ ਅੱਗ ਦਾ ਹੋਣਾ ਜ਼ਰੂਰੀ ਹੈ ਪਰ ਮੁੱਢਲੀ ਹਾਲਤ ਵਿਚ ਅੱਗ ਪ੍ਰਤੱਖ ਵਿਖਾਈ ਨਹੀਂ ਦਿੰਦੀ । ਇਹ ਅਵਸਥਾ ਕ੍ਰਿਸ਼ਨ ਭਾਵਨਾ ਅੰਮ੍ਰਿਤ ਦੇ ਸ਼ੁਭ ਆਰੰਭ ਵਰਗੀ ਹੈ । ਸ਼ੀਸ਼ੇ ਤੇ ਧੂੜ ਦਾ ਉਦਾਹਰਣ ਮਨ ਰੂਪੀ ਸ਼ੀਸ਼ੇ ਨੂੰ ਅਨੇਕਾਂ ਅਧਿਆਤਮਕ ਵਿਧੀਆਂ ਨਾਲ ਸਾਫ ਕਰਨ ਦੀ ਪ੍ਰਕ੍ਰਿਆ ਵਾਂਗ ਹੈ । ਇਸ ਦੀ ਸਭ ਤੋਂ ਉੱਤਮ ਵਿਧੀ ਹੈ ਭਗਵਾਨ ਦੇ ਪਵਿੱਤਰ ਨਾਮ ਦਾ ਸੰਕੀਰਤਨ । ਕੁੱਖ ਰਾਹੀਂ ਢੱਕੇ ਭਰੂਣ ਦਾ ਦ੍ਰਿਸ਼ਟਾਂਤ ਅਸਥਾਈ ਅਵਸਥਾ ਨਾਲ ਦਿੱਤਾ ਗਿਆ ਹੈ, ਕਿਉਂਕਿ ਗਰਭ ਵਿਚ ਬੱਚਾ ਇਧਰ-ਉਧਰ ਹਿੱਲਣ ਲਈ ਵੀ ਅਜ਼ਾਦ ਨਹੀਂ ਹੁੰਦਾ । ਜੀਵਨ ਦੀ ਇਹ ਅਵਸਥਾ ਰੁੱਖਾਂ ਵਾਂਗ ਹੈ । ਰੁੱਖ ਵੀ ਜੀਵਾਤਮਾਵਾਂ ਹਨ ਪਰ ਉਨ੍ਹਾਂ ਵਿਚ ਕਾਮ ਦੀ ਪ੍ਰਬਲਤਾ ਨੂੰ ਵੇਖਦੇ ਹੋਏ ਉਨ੍ਹਾਂ ਨੂੰ ਅਜਿਹੀ ਜੂਨ ਮਿਲੀ ਕਿ ਉਹ ਲਗਭਗ ਚੇਤਨਾ ਰਹਿਤ ਹੁੰਦੇ ਹਨ । ਧੁੰਦਲਾ ਸ਼ੀਸ਼ਾ ਪਸ਼ੂ-ਪੰਛੀਆਂ ਵਾਂਗ ਹੈ ਅਤੇ ਧੂੰਏ ਨਾਲ ਢਕੀ ਅੱਗ ਮਨੁੱਖ ਵਾਂਗ ਹੈ । ਮਨੁੱਖ ਦੇ ਰੂਪ ਵਿਚ ਜੀਵਾਤਮਾ ਵਿਚ ਥੋੜ੍ਹਾ ਬਹੁਤ ਕ੍ਰਿਸ਼ਨ ਭਾਵਨਾ ਅੰਮ੍ਰਿਤ ਦੀ ਜਾਗ੍ਰਿਤੀ ਹੁੰਦੀ ਹੈ ਅਤੇ ਜੇਕਰ ਉਹ ਹੋਰ ਪ੍ਰਗਤੀ ਕਰਦਾ ਹੈ ਤਾਂ ਅਧਿਆਤਮਕ ਜੀਵਨ ਦੀ ਅੱਗ ਮਨੁੱਖੀ ਜੀਵਨ ਵਿਚ ਹੀ ਬਲ ਸਕਦੀ ਹੈ । ਜੇ ਅੱਗ ਦੇ ਧੂੰਏ ਨੂੰ ਠੀਕ ਤਰ੍ਹਾਂ ਨਿਯੰਤਰਤ ਕੀਤਾ ਜਾਵੇ ਤਾਂ ਅੱਗ ਬਲ ਸਕਦੀ ਹੈ, ਇਸ ਲਈ ਇਹ ਮਨੁੱਖ ਜੀਵਨ ਜੀਵਾਤਮਾ ਲਈ ਚੰਗੇਰਾ ਮੌਕਾ ਹੈ, ਜਿਸ ਨਾਲ ਉਹ ਸੰਸਾਰ ਦੇ ਬੰਧਨਾਂ ਤੋਂ ਛੁੱਟ ਸਕਦਾ ਹੈ । ਮਨੁੱਖੀ ਜੀਵਨ ਵਿਚ ਕਾਮ ਰੂਪੀ ਦੁਸ਼ਮਣ ਨੂੰ ਯੋਗ ਅਗਵਾਈ ਵਿਚ ਕ੍ਰਿਸ਼ਨ ਭਾਵਨਾ ਅੰਮ੍ਰਿਤ ਦੇ ਅਨੁਸ਼ੀਲਨ ਰਾਹੀਂ ਜਿੱਤਿਆ ਜਾ ਸਕਦਾ ਹੈ ।

आवृतं ज्ञानमेतेन ज्ञानिनो नित्यवैरिणा ।
कामरूपेण कौन्तेय दुष्पूरेणानलेन च ॥३९॥

ਆਵ੍ਰਿਤਮ੍ ਗ੍ਯਾਨਮ ਏਤੇਨ ਗ੍ਯਾਨਿਨੋ ਨਿਤ੍ਯ ਵੈਰਿਣਾ।
ਕਾਮ-ਰੂਪੇਣ ਕੌਂਤੇਯ ਦੁਸ਼੍ਪੂਰੇਣਾਨਲੇਨ ਚ ॥ 39 ॥

ਆਵ੍ਰਿਤਮ੍ - ਢਕਿਆ ਹੋਇਆ ; **ਗ੍ਯਾਨਮ੍** - ਸ਼ੁੱਧ ਚੇਤਨਾ ; **ਏਤੇਨ** - ਇਸ ਨਾਲ ; **ਗ੍ਯਾਨਿਨਹ੍** - ਜਾਣਦਾ ; **ਨਿਤ੍ਯ-ਵੈਰਿਣਾ**- ਨਿੱਤ ਦੁਸ਼ਮਣ ਰਾਹੀਂ ; **ਕਾਮ ਰੂਪੇਣ** - ਕਾਮ ਦੇ ਰੂਪ ਵਿਚ ; **ਕੌਂਤੇਯ** - ਹੇ ਕੁੰਤੀ ਪੁੱਤਰ ; **ਦੁਸ਼੍ਪੂਰੇਣ** - ਕਦੀ ਵੀ ਸੰਤੁਸ਼ਟ ਨਾ ਹੋਣ ਵਾਲੀ ; **ਅਨਲੇਨ** - ਅੱਗ ਰਾਹੀਂ ; **ਚ** - ਵੀ ।

ਅਨੁਵਾਦ

ਇੰਞ ਗਿਆਨ ਮਈ ਜੀਵਾਤਮਾ ਦੀ ਸ਼ੁੱਧ ਚੇਤਨਾ, ਉਸਦੇ ਕਾਮ ਰੂਪੀ ਨਿੱਤ ਦੁਸ਼ਮਣ ਨਾਲ ਢੱਕੀ ਰਹਿੰਦੀ ਹੈ ਜਿਹੜੀ ਕਦੀ ਵੀ ਸੰਤੁਸ਼ਟ ਨਹੀਂ ਹੁੰਦੀ ਅਤੇ ਅੱਗ ਵਾਂਗ ਬਲਦੀ ਰਹਿੰਦੀ ਹੈ ।

ਭਾਵ

ਮਨੂ ਸਮ੍ਰਿਤੀ ਵਿਚ ਕਿਹਾ ਗਿਆ ਹੈ ਕਿ ਕਿੰਨ੍ਹਾ ਵੀ ਵਿਸ਼ਿਆਂ ਦਾ ਭੋਗ ਕਿਉਂ ਨਾ ਕੀਤਾ ਜਾਵੇ ਕਾਮ ਦੀ ਤ੍ਰਿਪਤੀ ਨਹੀਂ ਹੁੰਦੀ । ਜਿਵੇਂ ਲਗਾਤਾਰ ਬਾਲਣ ਪਾਇਆ ਜਾਵੇ, ਅੱਗ ਕਦੇ ਨਹੀਂ ਬੁੱਝਦੀ । ਭੌਤਿਕ ਸੰਸਾਰ ਵਿਚ ਸਾਰੇ ਕੰਮਕਾਰਾਂ ਦਾ ਕੇਂਦਰ ਬਿੰਦੂ ਮੈਥੁਨ (ਕਾਮ ਸੁਖ) ਹੈ, ਇਸ ਲਈ ਇਸ ਸੰਸਾਰ ਨੂੰ ਮੈਥੁਨ-ਆਗਾਜ ਜਾਂ ਵਿਸ਼ਯੀ-ਜੀਵਨ ਦੀ ਹਥਕੜੀ ਕਿਹਾ ਗਿਆ ਹੈ । ਇਕ ਸਧਾਰਨ ਕੈਦ ਘਰ ਵਿਚ ਦੋਸ਼ੀਆਂ ਨੂੰ ਸਲਾਖਾਂ ਪਿੱਛੇ ਰੱਖਿਆ ਜਾਂਦਾ ਹੈ, ਇਸੇ ਤਰ੍ਹਾਂ ਜਿਹੜੇ ਅਪਰਾਧੀ ਭਗਵਾਨ ਦੀਆਂ ਹਦਾਇਤਾਂ ਦੀ ਉਲੰਘਣਾ ਕਰਦੇ ਹਨ, ਉਹ ਮੈਥੁਨ ਜੀਵਨ ਰਾਹੀਂ ਕੈਦੀ ਬਣਾਏ ਜਾਂਦੇ ਹਨ । ਇੰਦਰੀਆਂ ਦੀ ਤ੍ਰਿਪਤੀ ਦੇ ਆਧਾਰ ਤੇ ਭੌਤਿਕ ਸਭਿੱਅਤਾ ਦੀ ਪ੍ਰਗਤੀ ਦਾ ਅਰਥ ਹੈ, ਇਸ ਸੰਸਾਰ ਵਿਚ ਜੀਵਾਤਮਾ ਦੇ ਸਮੇਂ ਨੂੰ ਵਧਾਉਣਾ । ਇਸ ਲਈ ਇਹ ਕਾਮ ਅਗਿਆਨ ਦਾ ਪ੍ਰਤੀਕ ਹੈ, ਜਿਸ ਰਾਹੀਂ ਜੀਵਾਤਮਾ ਨੂੰ ਇਸ ਸੰਸਾਰ ਵਿਚ ਰਖਿਆ ਜਾਂਦਾ ਹੈ । ਇੰਦਰੀਆਂ ਦੀ ਤ੍ਰਿਪਤੀ ਦਾ ਭੋਗ ਕਰਦੇ ਸਮੇਂ ਹੋ ਸਕਦਾ ਹੈ ਕਿ ਕੁਝ ਖੁਸ਼ੀ ਦਾ ਅਹਿਸਾਸ ਹੋਵੇ ਪਰ ਇਹ ਖੁਸ਼ੀ ਦਾ ਅਹਿਸਾਸ ਹੀ ਇੰਦਰੀਆਂ ਦੇ ਸੁਖ ਭੋਗਣ ਵਾਲੇ ਦਾ ਵੱਡਾ ਦੁਸ਼ਮਣ ਹੈ ।

इन्द्रियाणि मनो बुद्धिरस्याधिष्ठानमुच्यते ।
एतैर्विमोहयत्येष ज्ञानमावृत्य देहिनम् ॥ ४० ॥

ਇੰਦ੍ਰਿਯਾਣਿ ਮਨੋ ਬੁੱਧੀਰ੍ ਅਸ੍ਯਾਧਿਸ਼੍ਠਾਨਮ੍ ਓਚ੍ਯਤੇ ।
ਏਤੈਰ੍ ਵਿਮੋਹਯਤਿ ਏਸ਼ ਗ੍ਯਾਨਮ੍ ਆਵ੍ਰਿਤ੍ਯ ਦੇਹਿਨਮ੍ ॥ 40 ॥

ਇੰਦ੍ਰਿਯਾਣਿ - ਇੰਦਰੀਆਂ ; **ਮਨਹ੍** - ਮਨ ; **ਬੁੱਧੀਹ੍** - ਬੁੱਧੀ ; **ਅਸ੍ਯ** - ਇਹ ਕਾਮ ਦਾ ; **ਅਧਿਸ਼੍ਠਾਨਮ੍** - ਨਿਵਾਸ ਸਥਾਨ ; **ਓਚ੍ਯਤੇ** - ਕਿਹਾ ਜਾਂਦਾ ਹੈ ; **ਏਤੈਹ੍** - ਇਨ੍ਹਾਂ ਸਾਰਿਆਂ ਨਾਲ ; **ਵਿਮੋਹਯਤਿ** - ਮੋਹਿਤ ਕਰਦਾ ਹੈ ; **ਏਸ਼ਹ੍** - ਇਹ ਕਾਮ ; **ਗ੍ਯਾਨਮ੍** - ਗਿਆਨ ਨੂੰ ; **ਆਵ੍ਰਿਤ੍ਯ** - ਢੱਕ ਕੇ ; **ਦੇਹਿਨਮ੍** - ਸ਼ਰੀਰਧਾਰੀ ਨੂੰ ।

ਅਨੁਵਾਦ

ਇੰਦਰੀਆਂ, ਮਨ ਅਤੇ ਬੁੱਧੀ ਇਸ ਕਾਮ ਦੇ ਨਿਵਾਸ ਸਥਾਨ ਹਨ। ਇਨ੍ਹਾਂ ਰਾਹੀਂ ਇਹ ਕਾਮ, ਜੀਵਾਤਮਾ ਦੇ ਅਸਲ ਗਿਆਨ ਨੂੰ ਢੱਕ ਕੇ ਉਸ ਨੂੰ ਮੋਹਿਤ ਕਰ ਲੈਂਦਾ ਹੈ।

ਭਾਵ

ਕਿਉਂਕਿ ਦੁਸ਼ਮਣ ਨੂੰ ਬੱਧ-ਜੀਵ ਦੇ ਸ਼ਰੀਰ ਦੀਆਂ ਵੱਖੋ-ਵੱਖਰੀਆਂ ਸਾਮਰਿਕ (ਮਹੱਤਵਪੂਰਣ) ਥਾਵਾਂ ਤੇ ਆਪਣਾ ਕਬਜ਼ਾ ਕਰ ਲਿਆ ਹੈ, ਇਸ ਲਈ ਭਗਵਾਨ ਕ੍ਰਿਸ਼ਨ ਉਨ੍ਹਾਂ ਥਾਵਾਂ ਦਾ ਸੰਕੇਤ ਕਰ ਰਹੇ ਹਨ, ਜਿਸ ਨਾਲ ਦੁਸ਼ਮਣ ਨੂੰ ਜਿੱਤਣ ਵਾਲਾ ਇਹ ਸਮਝ ਲਵੇ ਕਿ ਦੁਸ਼ਮਣ ਕਿੱਥੇ ਹੈ। ਮਨ ਸਾਰੀਆਂ ਇੰਦਰੀਆਂ ਦੇ ਕੰਮ-ਕਾਰ ਦਾ ਕੇਂਦਰ ਬਿੰਦੂ ਹੈ, ਇਸ ਲਈ ਜਦੋਂ ਅਸੀਂ ਇੰਦਰੀਆਂ ਦੇ ਵਿਸ਼ਿਆਂ ਦੇ ਸੰਬੰਧ ਵਿਚ ਸੁਣਦੇ ਹਾਂ ਤਾਂ ਮਨ ਇੰਦਰੀਆਂ ਦੀ ਤ੍ਰਿਪਤੀ ਦੇ ਸਾਰੇ ਭਾਵਾਂ ਦਾ ਘਰ ਬਣ ਜਾਂਦਾ ਹੈ। ਇਸ ਤਰ੍ਹਾਂ ਮਨ ਅਤੇ ਇੰਦਰੀਆਂ ਕਾਮ ਦੀ ਸ਼ਰਨ ਦੀ ਥਾਂ ਬਣ ਜਾਂਦੇ ਹਨ। ਇਸ ਤੋਂ ਮਗਰੋਂ ਬੁੱਧੀ ਅਜਿਹੀਆਂ ਕਾਮ ਪੂਰਨ ਰੁਚੀਆਂ ਦੀ ਰਾਜਧਾਨੀ ਬਣ ਜਾਂਦੀ ਹੈ। ਬੁੱਧੀ ਆਤਮਾ ਦੇ ਨੇੜੇ ਦੀ ਪੜੋਸਣ ਹੈ। ਕਾਮ ਵਾਲੀ ਬੁੱਧੀ ਤੋਂ ਆਤਮਾ ਪ੍ਰਭਾਵਿਤ ਹੁੰਦੀ ਹੈ, ਜਿਸ ਨਾਲ ਉਸ ਵਿਚ ਝੂਠਾ ਹਉਮੈ ਪੈਦਾ ਹੁੰਦਾ ਹੈ ਅਤੇ ਉਹ ਪਦਾਰਥ ਨਾਲ ਅਤੇ ਇਸ ਤਰ੍ਹਾਂ ਮਨ ਅਤੇ ਇੰਦਰੀਆਂ ਨਾਲ ਆਪਣਾ ਮੇਲ-ਜੋਲ ਕਰ ਲੈਂਦਾ ਹੈ। ਆਤਮਾ ਨੂੰ ਭੌਤਿਕ ਇੰਦਰੀਆਂ ਦਾ ਭੋਗ ਕਰਨ ਦੀ ਆਦਤ ਪੈ ਜਾਂਦੀ ਹੈ, ਜਿਸ ਨੂੰ ਉਹ ਅਸਲੀ ਸੁਖ ਮੰਨ ਬੈਠਦਾ ਹੈ। ਸ਼੍ਰੀਮਦ੍ ਭਾਗਵਤਮ੍ ਵਿਚ ਆਤਮਾ ਦੇ ਇਸ ਮਿਥਿਆ ਸਰੂਪ ਦੀ ਬਹੁਤ ਸੁੰਦਰ ਵਿਆਖਿਆ ਕੀਤੀ ਗਈ ਹੈ :-

ਯਸ੍ਯਾਤ੍ਮ-ਬੁੱਧੀਹ੍ ਕੁਣਪੇ ਤ੍ਰੀ-ਧਾਤੁਕੇ ਸ੍ਵ-ਧੀਹ੍ ਕਲਤ੍ਰਾਦਿਸ਼ੁ ਭੌਮ ਇਧ੍ਯਧੀਹ੍।
ਯਤ੍-ਤੀਰ੍ਥ-ਬੁੱਧੀਹ੍ ਸਲਿਲੇ ਨ ਕਰ੍ਹਿਚਿਜ੍ ਜਨੇਸ਼੍ਵ੍ ਅਭਿਗ੍ਯੇਸ਼ੁ ਸ ਏਵ ਗੋ-ਖਰਹ੍ ॥

(ਸ਼੍ਰੀਮਦ ਭਾਗਵਤਮ 10.84.13)

"ਜਿਹੜਾ ਮਨੁੱਖ ਇਸ ਤਿੰਨ ਧਾਤਾਂ ਨਾਲ ਬਣੇ ਸ਼ਰੀਰ ਨੂੰ ਆਤਮ ਸਰੂਪ ਮੰਨ ਬੈਠਦਾ ਹੈ, ਜਿਹੜਾ ਦੇਹ ਦੇ ਵਿਕਾਰਾਂ ਨੂੰ ਸਵਜਨ ਸਮਝਦਾ ਹੈ, ਜਿਹੜਾ ਜਨਮ ਭੂਮੀ ਨੂੰ ਪੂਜਣ ਯੋਗ ਮੰਨਦਾ ਹੈ ਅਤੇ ਜਿਹੜਾ ਤੀਰਥ ਸਥਾਨਾਂ ਦੀ ਯਾਤਰਾ ਅਲੌਕਿਕ ਗਿਆਨ ਵਾਲੇ ਮਨੁੱਖਾਂ ਨਾਲ ਭੇਂਟ ਕਰਨ ਲਈ ਨਹੀਂ, ਸਗੋਂ ਇਸ਼ਨਾਨ ਕਰਨ ਲਈ ਕਰਦਾ ਹੈ, ਉਸਨੂੰ ਖੋਤਾ ਜਾਂ ਗਾਂ ਸਮਝਣਾ ਚਾਹੀਦਾ ਹੈ।"

तस्मात्त्वमिन्द्रियाण्यादौ नियम्य भरतर्षभ ।
पाप्मानं प्रजहि ह्येनं ज्ञानविज्ञाननाशनम् ॥४१॥

ਤਸ੍ਮਾਤ੍ ਤ੍ਵਮ੍ ਇੰਦ੍ਰਿਯਾਣਿ ਆਦੌ ਨਿਯਮ੍ਯ ਭਰਤਰ੍ਸ਼ਭ ।
ਪਾਪ੍ਮਾਨਮ੍ ਪ੍ਰਜਹੀ ਹਿ ਏਨਮ੍ ਗ੍ਯਾਨ-ਵਿਗ੍ਯਾਨ-ਨਾਸ਼ਨਮ੍ ॥ 41 ॥

ਤਸਮਾਤ - ਇਸ ਲਈ ; **ਤ੍ਵਮ** - ਤੁਸੀਂ ; **ਇੰਦ੍ਰਿਯਾਣਿ** - ਇੰਦਰੀਆਂ ਨੂੰ ; **ਆਦੌ** -ਸ਼ੁਰੂ ਵਿਚ; **ਨਿਯਮ੍ਯ** - ਨਿਯਮਿਤ ਕਰਕੇ ; **ਭਰਤ-ਰਿਸ਼ਭ**- ਹੇ ਭਰਤ ਵੰਸ਼ੀਆਂ ਵਿਚ ਉਤਮ ; **ਪਾਪ੍ਮਾਨਮ**

– ਪਾਪ ਦੇ ਮਹਾਨ ਪ੍ਰਤੀਕ ਨੂੰ ; **ਪ੍ਰਜਹੀ** – ਲਗਾਮ ਦਿਓ ; **ਹਿ**– ਨਿਸ਼ਚੈ ਹੀ : **ਏਨਮ੍** – ਇਸ ; **ਗ੍ਯਾਨ** – ਗਿਆਨ ; **ਵਿਗ੍ਯਾਨ** – ਅਤੇ ਸ਼ੁੱਧ ਆਤਮਾ ਦੇ ਵਿਗਿਆਨਕ ਗਿਆਨ ਦਾ ; **ਨਾਸ਼ਨਮ੍** – ਨਾਸ਼ ਕਰਨ ਵਾਲਾ ।

ਅਨੁਵਾਦ

ਇਸ ਲਈ ਹੇ ਭਰਤ ਵੰਸ਼ੀਆਂ ਵਿਚ ਸ੍ਰੇਸ਼ਠ ਅਰਜੁਨ! ਸ਼ੁਰੂ ਵਿਚ ਹੀ ਇੰਦਰੀਆਂ ਨੂੰ ਵਸ ਵਿਚ ਕਰਕੇ ਇਸ ਪਾਪ ਦੇ ਵੱਡੇ ਪ੍ਰਤੀਕ ਕਾਮ ਨੂੰ ਲਗਾਮ ਦਿਓ ਅਤੇ ਗਿਆਨ ਅਤੇ ਆਤਮ-ਪ੍ਰਤੱਖੀਕਰਨ ਨੂੰ ਖਤਮ ਕਰਨ ਵਾਲੇ ਨੂੰ ਮਾਰ ਸੁੱਟੋ।

ਭਾਵ

ਭਗਵਾਨ ਨੇ ਅਰਜੁਨ ਨੂੰ ਮੁੱਢ ਤੋਂ ਹੀ ਇੰਦਰੀਆਂ ਨੂੰ ਕਾਬੂ ਕਰਨ ਦਾ ਉਪਦੇਸ਼ ਦਿੱਤਾ । ਜਿਸ ਨਾਲ ਉਹ ਸਭ ਤੋਂ ਪਾਪੀ ਦੁਸ਼ਮਣ ਕਾਮ ਨੂੰ ਦਬਾ ਸਕੇ । ਜਿਹੜਾ ਆਤਮ-ਪ੍ਰਤੱਖੀਕਰਨ ਅਤੇ ਆਤਮ ਗਿਆਨ ਦੀ ਚੇਸ਼ਟਾ ਨੂੰ ਖਤਮ ਕਰਨ ਵਾਲਾ ਹੈ । ਗਿਆਨ ਦਾ ਅਰਥ ਹੈ ਆਤਮ ਅਤੇ ਗੈਰ-ਆਤਮ ਦੇ ਭੇਦ ਦਾ ਗਿਆਨ, ਭਾਵ ਇਹ ਗਿਆਨ ਕਿ ਆਤਮਾ ਸ਼ਰੀਰ ਨਹੀਂ ਹੈ । ਵਿਗਿਆਨ ਨਾਲ ਆਤਮਾ ਦੀ ਸੁਭਾਵਿਕ ਸਥਿਤੀ ਅਤੇ ਪਰਮਾਤਮਾ ਦੇ ਨਾਲ ਉਸਦੇ ਸੰਬੰਧਾਂ ਦਾ ਵਿਸ਼ੇਸ਼ ਗਿਆਨ ਸੂਚਿਤ ਹੁੰਦਾ ਹੈ । ਸ਼੍ਰੀਮਦ੍ ਭਾਗਵਤਮ੍ ਵਿਚ ਇਸਦੀ ਵਿਆਖਿਆ ਇੰਝ ਹੋਈ ਹੈ : –

ਗ੍ਯਾਨਮ੍ ਪਰਮ-ਗੁਹਯਮ੍ ਮੇ ਯਦ੍-ਵਿਗ੍ਯਾਨ-ਸਮਨ੍ਵਿਤਮ੍ ।
ਸ-ਰਹਸ੍ਯਮ੍ ਤਦ੍-ਅੰਗਮ੍ ਚ ਗ੍ਰਿਹਾਣ ਗਦਿਤਮ੍ ਮਯਾ ॥

(ਸ਼੍ਰੀਮਦ ਭਾਗਵਤਮ 2.9.31)

"ਆਤਮਾ ਅਤੇ ਪਰਮਾਤਮਾ ਦਾ ਗਿਆਨ ਵਧੇਰੇ ਗੁਪਤ ਅਤੇ ਰਹੱਸ ਵਾਲਾ ਹੈ, ਪਰ ਜਦੋਂ ਆਪ ਭਗਵਾਨ ਰਾਹੀਂ ਇਸਦੇ ਵੱਖੋ-ਵੱਖਰੇ ਪੱਖਾਂ ਦੀ ਵਿਆਖਿਆ ਕੀਤੀ ਜਾਂਦੀ ਹੈ ਤਾਂ ਅਜਿਹਾ ਗਿਆਨ, ਵਿਗਿਆਨ ਸਮਝਿਆ ਜਾ ਸਕਦਾ ਹੈ ।" ਭਗਵਦ ਗੀਤਾ ਸਾਨੂੰ ਆਤਮਾ ਦਾ ਸਧਾਰਨ ਅਤੇ ਵਿਸ਼ੇਸ਼ ਗਿਆਨ (ਗਿਆਨ ਅਤੇ ਵਿਗਿਆਨ) ਦਿੰਦੀ ਹੈ । ਜੀਵ ਭਗਵਾਨ ਦੇ ਅਨਿੱਖੜਵੇਂ ਅੰਗ ਹਨ ਇਸ ਲਈ ਉਹ ਭਗਵਾਨ ਦੀ ਸੇਵਾ ਲਈ ਹਨ । ਇਸ ਤਰ੍ਹਾਂ ਦੀ ਚੇਤਨਾ ਕ੍ਰਿਸ਼ਨ ਭਾਵਨਾ ਅੰਮ੍ਰਿਤ ਕਹਾਉਂਦੀ ਹੈ । ਇਸ ਲਈ ਮਨੁੱਖ ਨੂੰ ਜੀਵਨ ਦੇ ਸ਼ੁਰੂ ਵਿਚ ਇਸ ਕ੍ਰਿਸ਼ਨ ਭਾਵਨਾ ਅੰਮ੍ਰਿਤ ਨੂੰ ਸਿੱਖਣਾ ਹੁੰਦਾ ਹੈ । ਜਿਸ ਨਾਲ ਉਹ ਪੂਰੀ ਤਰ੍ਹਾਂ ਕ੍ਰਿਸ਼ਨ ਭਾਵਨਾ ਭਾਵਿਤ ਹੋ ਕੇ ਉਸ ਮੁਤਾਬਿਕ ਕਰਮ ਕਰੇ ।

ਕਾਮ, ਈਸ਼ਵਰ ਪ੍ਰੇਮ ਦਾ ਵਿਕ੍ਰਿਤ ਹੋਇਆ ਪ੍ਰਤੀਬਿੰਬ ਹੈ ਅਤੇ ਹਰ ਜੀਵ ਲਈ ਸੁਭਾਵਿਕ ਹੈ । ਪਰ ਜੇਕਰ ਕਿਸੇ ਨੂੰ ਸ਼ੁਰੂ ਤੋਂ ਹੀ ਕ੍ਰਿਸ਼ਨ ਭਾਵਨਾ ਅੰਮ੍ਰਿਤ ਦੀ ਸਿੱਖਿਆ ਦਿੱਤੀ ਜਾਵੇ ਤਾਂ ਸੁਭਾਵਿਕ ਈਸ਼ਵਰ ਪ੍ਰੇਮ ਕਾਮ ਦੇ ਰੂਪ ਵਿਚ ਵਿਕ੍ਰਿਤ ਨਹੀਂ ਹੋ ਸਕਦਾ । ਇਕ ਵਾਰ ਈਸ਼ਵਰ ਪ੍ਰੇਮ ਦੇ ਕਾਮ ਰੂਪ ਵਿਚ ਵਿਕ੍ਰਿਤ ਹੋ ਜਾਣ ਤੇ ਇਸਦੇ ਮੌਲਿਕ ਸਰੂਪ ਨੂੰ ਫਿਰ ਪ੍ਰਾਪਤ ਕਰਨਾ ਔਖਾ ਹੋ ਜਾਂਦਾ ਹੈ, ਫਿਰ ਵੀ ਕ੍ਰਿਸ਼ਨ ਭਾਵਨਾ ਅੰਮ੍ਰਿਤ ਇੰਨਾ ਸ਼ਕਤੀਸ਼ਾਲੀ ਹੁੰਦਾ ਹੈ ਕਿ ਦੇਰ ਨਾਲ

ਸ਼ੁਰੂ ਕਰਨ ਵਾਲਾ ਵੀ ਭਗਤੀ ਦੇ ਵਿਧੀ ਵਿਧਾਨਾਂ ਦੀ ਪਾਲਣਾ ਕਰਕੇ ਈਸ਼ਵਰ ਪ੍ਰੇਮੀ ਬਣ ਸਕਦਾ ਹੈ। ਇਸ ਲਈ ਜੀਵਨ ਦੀ ਕਿਸੇ ਵੀ ਅਵਸਥਾ ਵਿਚ ਜਾਂ ਜਦੋਂ ਵੀ ਇਸਦੀ ਜਰੂਰਤ ਸਮਝੀ ਜਾਵੇ ਮਨੁੱਖ ਕ੍ਰਿਸ਼ਨ ਭਾਵਨਾ ਅੰਮ੍ਰਿਤ ਜਾਂ ਭਗਵਾਨ ਦੀ ਭਗਤੀ ਰਾਹੀਂ ਇੰਦਰੀਆਂ ਨੂੰ ਵੱਸ ਵਿਚ ਕਰਨਾ ਸ਼ੁਰੂ ਕਰ ਸਕਦਾ ਹੈ ਅਤੇ ਕਾਮ ਨੂੰ ਭਗਵਾਨ ਦੇ ਪ੍ਰੇਮ ਵਿਚ ਬਦਲ ਸਕਦਾ ਹੈ, ਜਿਹੜਾ ਮਨੁੱਖੀ ਜੀਵਨ ਦੀ ਪੂਰਣਤਾ ਦੀ ਉਚੇਰੀ ਅਵਸਥਾ ਹੈ।

इन्द्रियाणि पराण्याहुरिन्द्रियेभ्यः परं मनः ।
मनसस्तु परा बुद्धिर्यो बुद्धेः परतस्तु सः ॥ ४२॥

ਇੰਦ੍ਰਿਯਾਣਿ ਪਰਾਣਿ ਆਹੁਰ੍ ਇੰਦ੍ਰਿਯੇਭ੍ਯਹ੍ ਪਰਮ੍ ਮਨਹ੍।
ਮਨਸਸ੍ ਤੁ ਪਰਾ ਬੁੱਧਿਰ੍ ਯੋ ਬੁੱਧੇਹ੍ ਪਰਤਸ੍ ਤੁ ਸਹ੍ ॥ 42 ॥

ਇੰਦ੍ਰਿਯਾਣਿ - ਇੰਦਰੀਆਂ ਨੂੰ ; **ਪਰਾਣਿ** - ਸ੍ਰੇਸ਼ਠ ; **ਆਹੁਹ੍** - ਕਿਹਾ ਜਾਂਦਾ ਹੈ ; **ਇੰਦ੍ਰਿਯੇਭ੍ਯਹ੍** - ਇੰਦਰੀਆਂ ਤੋਂ ਵੱਧਕੇ ; **ਪਰਮ੍** - ਸ੍ਰੇਸ਼ਠ ; **ਮਨਹ੍** - ਮਨ ; **ਮਨਸਹ੍** - ਮਨ ਦੀ ਬਜਾਏ ; **ਤੁ** - ਵੀ ; **ਪਰਾ** - ਸ੍ਰੇਸ਼ਠ ; **ਬੁੱਧਿਹ੍** - ਬੁੱਧੀ ; **ਯਹ੍** - ਜਿਹੜਾ ; **ਬੁੱਧੇਹ੍** - ਬੁੱਧੀ ਤੋਂ ਵੀ ; **ਪਰਤਹ੍** - ਸ੍ਰੇਸ਼ਠ ; **ਤੁ** - ਪਰ ; **ਸਹ੍** - ਉਹ।

ਅਨੁਵਾਦ

ਕਰਮ ਇੰਦਰੀਆਂ ਜੜ੍ਹ ਪਦਾਰਥ ਤੋਂ ਸ਼੍ਰੇਸ਼ਠ ਹਨ, ਮਨ ਇੰਦਰੀਆਂ ਤੋਂ ਵੱਧ ਕੇ ਹੈ, ਬੁੱਧੀ ਮਨ ਤੋਂ ਵੀ ਉਚੀ ਹੈ ਅਤੇ ਉਹ (ਆਤਮਾ) ਬੁੱਧੀ ਤੋਂ ਵੀ ਵੱਧਕੇ ਹੈ।

ਭਾਵ

ਇੰਦਰੀਆਂ ਕਾਮ ਦੇ ਕੰਮ-ਕਾਰ ਦੇ ਵੱਖੋ-ਵੱਖਰੇ ਦਰਵਾਜ਼ੇ ਹਨ। ਕਾਮ ਦਾ ਨਿਵਾਸ ਸ਼ਰੀਰ ਵਿਚ ਹੈ, ਪਰ ਉਸ ਨੂੰ ਇੰਦਰੀਆਂ ਰੂਪੀ ਝਰੋਖੇ ਪ੍ਰਾਪਤ ਹਨ। ਇਸ ਲਈ ਕੁੱਲ ਮਿਲਾਕੇ ਇੰਦਰੀਆਂ ਸ਼ਰੀਰ ਨਾਲੋਂ ਸ਼੍ਰੇਸ਼ਠ ਹਨ। ਸ਼੍ਰੇਸ਼ਠ ਚੇਤਨਾ ਜਾਂ ਕ੍ਰਿਸ਼ਨ ਭਾਵਨਾ ਅੰਮ੍ਰਿਤ ਹੋਣ ਤੇ ਇਹ ਦਰਵਾਜ਼ੇ ਕੰਮ ਨਹੀਂ ਆਉਂਦੇ। ਕ੍ਰਿਸ਼ਨ ਭਾਵਨਾ ਅੰਮ੍ਰਿਤ ਵਿਚ ਆਤਮਾ ਭਗਵਾਨ ਦੇ ਨਾਲ ਸਿੱਧਾ ਸੰਬੰਧ ਸਥਾਪਿਤ ਕਰਦਾ ਹੈ, ਇਸ ਲਈ ਇਥੇ ਵਰਣਨ ਕੀਤੇ ਸ਼ਰੀਰਕ ਕਾਰਜਾਂ ਦੀ ਸ਼੍ਰੇਸ਼ਠਤਾ ਪਰਮਾਤਮਾ ਵਿਚ ਆ ਕੇ ਖਤਮ ਹੋ ਜਾਂਦੀ ਹੈ। ਸ਼ਰੀਰਕ ਕਰਮ ਦਾ ਅਰਥ ਹੈ ਇੰਦਰੀਆਂ ਦੇ ਕਾਰਜ ਅਤੇ ਇਨ੍ਹਾਂ ਇੰਦਰੀਆਂ ਦੇ ਅਵਰੋਧ ਦਾ ਅਰਥ ਹੈ ਸਾਰੇ ਸ਼ਰੀਰਕ ਕਰਮਾਂ ਦਾ ਅਵਰੋਧ। ਪਰ ਕਿਉਂਕਿ ਮਨ ਕਿਰਿਆਸ਼ੀਲ ਰਹਿੰਦਾ ਹੈ ਇਸ ਲਈ ਸ਼ਰੀਰ ਦੇ ਸ਼ਾਂਤ ਅਤੇ ਸਥਿਰ ਰਹਿਣ ਤੇ ਵੀ ਮਨ ਕਾਰਜ ਕਰਦਾ ਰਹਿੰਦਾ ਹੈ - ਜਿਵੇਂ ਸੁੱਪਨੇ ਦੇ ਸਮੇਂ ਮਨ ਕਾਰਜਸ਼ੀਲ ਰਹਿੰਦਾ ਹੈ। ਪਰ ਮਨ ਦੇ ਉਪਰ ਵੀ ਬੁੱਧੀ ਦੀ ਸੰਕਲਪ ਸ਼ਕਤੀ ਹੁੰਦੀ ਹੈ ਅਤੇ ਬੁੱਧੀ ਦੇ ਉਪਰ ਖ਼ੁਦ ਆਤਮਾ ਹੈ। ਇਸ ਲਈ ਜੇਕਰ ਆਤਮਾ ਪ੍ਰਤੱਖ ਰੂਪ ਵਿਚ ਪਰਮਾਤਮਾ ਵਿਚ ਲਗੀ ਰਹੇ ਤਾਂ ਹੋਰ ਸਾਰੇ ਅਧੀਨ ਰਹਿਣ ਵਾਲੇ, ਜਿਵੇਂ - ਬੁੱਧੀ, ਮਨ ਅਤੇ ਇੰਦਰੀਆਂ - ਆਪਣੇ ਆਪ ਲੱਗ ਜਾਣਗੇ। ਕਠੋਪਨਿਸ਼ਦ ਵਿਚ ਇਕ ਅਜਿਹਾ ਹੀ ਅੰਸ਼ ਹੈ, ਜਿਸ

ਵਿਚ ਕਿਹਾ ਗਿਆ ਹੈ ਕਿ ਇੰਦਰੀਆਂ ਦੇ ਵਿਸ਼ੇ ਇੰਦਰੀਆਂ ਤੋਂ ਸ੍ਰੇਸ਼ਠ ਹਨ ਅਤੇ ਮਨ ਇੰਦਰੀਆਂ ਦੇ ਵਿਸ਼ਿਆਂ ਤੋਂ ਸ੍ਰੇਸ਼ਠ ਹੈ। ਇਸ ਲਈ ਜੇਕਰ ਮਨ ਭਗਵਾਨ ਦੀ ਸੇਵਾ ਵਿਚ ਲਗਾਤਾਰ ਲਗਿਆ ਰਹਿੰਦਾ ਹੈ ਤਾਂ ਇਨ੍ਹਾਂ ਇੰਦਰੀਆਂ ਦੇ ਹੋਰ ਥਾਂ ਲੱਗਣ ਦੀ ਸੰਭਾਵਨਾ ਨਹੀਂ ਰਹਿ ਜਾਂਦੀ। ਇਸ ਮਾਨਸਿਕਤਾ ਦੀ ਵਿਆਖਿਆ ਕੀਤੀ ਜਾ ਚੁੱਕੀ ਹੈ। ਪਰਮ੍ ਦ੍ਰਿਸ਼੍ਟ੍ਵਾ ਨਿਵਰ੍ਤਤੇ - ਜੇਕਰ ਮਨ ਭਗਵਾਨ ਦੀ ਅਲੌਕਿਕ ਸੇਵਾ ਵਿਚ ਲੱਗਿਆ ਰਹੇ ਤਾਂ ਤੁੱਛ ਵਿਸ਼ਿਆਂ ਵਿਚ ਉਸਦੇ ਲੱਗਣ ਦੀ ਸੰਭਾਵਨਾ ਨਹੀਂ ਰਹਿੰਦੀ। ਕਠੋਪਨਿਸ਼ਦ ਵਿਚ ਆਤਮਾ ਨੂੰ ਮਹਾਨ ਕਿਹਾ ਗਿਆ ਹੈ। ਇਸ ਲਈ ਆਤਮਾ ਇੰਦਰੀਆਂ ਦੇ ਵਿਸ਼ੇ, ਇੰਦਰੀਆਂ, ਮਨ ਅਤੇ ਬੁੱਧੀ ਇਨ੍ਹਾਂ ਸਾਰਿਆਂ ਤੋਂ ਉਪਰ ਹੈ। ਇਸ ਲਈ ਸਾਰੀ ਸਮੱਸਿਆ ਦਾ ਹੱਲ ਇਹ ਹੈ ਕਿ ਆਤਮਾ ਦੇ ਸਰੂਪ ਨੂੰ ਪ੍ਰਤੱਖ ਸਮਝਿਆ ਜਾਵੇ

ਮਨੁੱਖ ਨੂੰ ਚਾਹੀਦਾ ਹੈ ਕਿ ਬੁੱਧੀ ਰਾਹੀਂ ਆਤਮਾ ਦੀ ਸੁਭਾਵਿਕ ਸਥਿਤੀ ਨੂੰ ਲੱਭੇ ਅਤੇ ਫਿਰ ਮਨ ਨੂੰ ਲਗਾਤਾਰ ਕ੍ਰਿਸ਼ਨ ਭਾਵਨਾ ਅੰਮ੍ਰਿਤ ਵਿਚ ਲਗਾਕੇ ਰੱਖੇ। ਇਸ ਨਾਲ ਸਾਰੀ ਸਮੱਸਿਆ ਹੱਲ ਹੋ ਜਾਂਦੀ ਹੈ। ਆਮ ਤੌਰ ਤੇ ਨਵੇਂ ਅਧਿਆਤਮਵਾਦੀ ਨੂੰ ਇੰਦਰੀਆਂ ਦੇ ਵਿਸ਼ਿਆਂ ਤੋਂ ਦੂਰ ਰਹਿਣ ਦੀ ਸਲਾਹ ਦਿੱਤੀ ਜਾਂਦੀ ਹੈ। ਪਰ ਇਸ ਦੇ ਨਾਲੋਂ ਨਾਲ ਮਨੁੱਖ ਨੂੰ ਆਪਣੀ ਬੁੱਧੀ ਦਾ ਪ੍ਰਯੋਗ ਕਰਕੇ ਮਨ ਨੂੰ ਮਜਬੂਤ ਬਨਾਉਣਾ ਹੁੰਦਾ ਹੈ। ਜੇਕਰ ਕੋਈ ਬੁੱਧੀ ਨਾਲ ਆਪਣੇ ਮਨ ਨੂੰ ਭਗਵਾਨ ਦੀ ਸ਼ਰਣ ਵਿਚ ਲਾ ਕੇ ਕ੍ਰਿਸ਼ਨ ਭਾਵਨਾ ਅੰਮ੍ਰਿਤ ਵਿਚ ਲਗਾਉਂਦਾ ਹੈ ਤਾਂ ਮਨ ਆਪਣੇ ਆਪ ਹੀ ਮਜ਼ਬੂਤ ਹੋ ਜਾਂਦਾ ਹੈ ਅਤੇ ਭਾਵੇਂ ਇੰਦਰੀਆਂ ਸੱਪ ਵਾਂਗ ਵਧੇਰੇ ਤਾਕਤਵਰ ਹੁੰਦੀਆਂ ਹਨ। ਪਰ ਅਜਿਹਾ ਕਰਨ ਤੇ ਉਹ ਦੰਦਾਂ ਤੋਂ ਬਿਨ੍ਹਾਂ ਸੱਪਾਂ ਵਾਂਗ ਸ਼ਕਤੀ ਹੀਨ ਹੋ ਜਾਣਗੀਆਂ। ਭਾਵੇਂ ਆਤਮਾ ਬੁੱਧੀ, ਮਨ ਅਤੇ ਇੰਦਰੀਆਂ ਦਾ ਵੀ ਸਵਾਮੀ ਹੈ, ਤਾਂ ਵੀ ਜਦੋਂ ਤਕ ਇਸਨੂੰ ਕ੍ਰਿਸ਼ਨ ਦੀ ਸੰਗਤੀ ਰਾਹੀਂ ਕ੍ਰਿਸ਼ਨ ਭਾਵਨਾ ਅੰਮ੍ਰਿਤ ਵਿਚ ਪੱਕਾ ਨਹੀਂ ਕਰ ਦਿੱਤਾ ਜਾਂਦਾ ਉਦੋਂ ਤਕ ਚੰਚਲ ਮਨ ਕਾਰਨ ਥੱਲੇ ਡਿੱਗਣ ਦੀ ਪੂਰੀ-ਪੂਰੀ ਸੰਭਾਵਨਾ ਬਣੀ ਰਹਿੰਦੀ ਹੈ।

एवं बुद्धेः परं बुद्ध्वा संस्तभ्यात्मानमात्मना ।
जहि शत्रुं महाबाहो कामरूपं दुरासदम् ॥ ४३ ॥

ਏਵਮ੍ ਬੁੱਧੇਹ੍ ਪਰਮ੍ ਬੁੱਧਵਾ ਸੰਸ੍ਤਭਯਾਤ੍ਮਾਨਮ੍ ਆਤ੍ਮਨਾ।
ਜਹਿ ਸ਼ਤ੍ਰੁਮ੍ ਮਹਾ-ਬਾਹੋ ਕਾਮ-ਰੂਪਮ੍ ਦੁਰਾਸਦਮ੍ ॥ 43 ॥

ਏਵਮ੍ - ਇਸ ਤਰ੍ਹਾਂ ; **ਬੁੱਧੇਹ੍** - ਬੁੱਧੀ ਨਾਲ ; **ਪਰਮ੍** - ਸ੍ਰੇਸ਼ਠ ; **ਬੁਦੁਧ੍ਵਾ** - ਜਾਣਕੇ ; **ਸੰਸ੍ਤਭ੍ਯ** - ਸਥਿਰ ਕਰਕੇ ; **ਆਤ੍ਮਾਨਮ੍** - ਮਨ ਨੂੰ ; **ਆਤ੍ਮਨਾ** - ਚੰਗੇ ਵਿਚਾਰਾਂ ਵਾਲੀ ਬੁੱਧੀ ਰਾਹੀਂ ; **ਜਹਿ** - ਜਿੱਤੋ ; **ਸ਼ਤ੍ਰੁਮ੍** - ਦੁਸ਼ਮਣ ਨੂੰ ; **ਮਹਾਬਾਹੋ** - ਹੇ ਮਹਾਬਾਹੁ ; **ਕਾਮ-ਰੂਪਮ੍** - ਕਾਮ ਦੇ ਰੂਪ ਵਿਚ ; **ਦੁਰਾਸਦਮ੍** - ਅਸਾਨੀ ਨਾਲ ਨਾ ਜਿੱਤਿਆ ਜਾਣ ਵਾਲਾ।

ਅਨੁਵਾਦ

ਇਸ ਤਰ੍ਹਾਂ ਮਹਾਬਾਹੂ ਅਰਜੁਨ! ਆਪਣੇ ਆਪ ਨੂੰ ਭੌਤਿਕ ਇੰਦਰੀਆਂ, ਮਨ ਅਤੇ ਬੁੱਧੀ ਤੋਂ ਪਰ੍ਹੇ ਸਮਝ ਕੇ ਅਤੇ ਮਨ ਨੂੰ ਸਾਵਧਾਨ ਅਧਿਆਤਮਕ ਬੁੱਧੀ (ਕ੍ਰਿਸ਼ਨ ਭਾਵਨਾ ਅੰਮ੍ਰਿਤ) ਨਾਲ ਸਥਿਰ ਕਰਕੇ ਅਧਿਆਤਮਕ ਸ਼ਕਤੀ ਰਾਹੀਂ ਇਸ ਕਾਮ ਰੂਪੀ ਆਸਾਨੀ ਨਾਲ ਨਾ ਜਿੱਤੇ ਜਾਣ ਵਾਲੇ ਦੁਸ਼ਮਣ ਨੂੰ ਜਿੱਤੋ।

ਭਾਵ

ਭਗਵਤ ਗੀਤਾ ਦਾ ਇਹ ਤੀਜਾ ਅਧਿਆਇ ਸਾਰ ਰੂਪ ਵਿਚ ਮਨੁੱਖ ਨੂੰ ਨਿਰਦੇਸ਼ ਦਿੰਦਾ ਹੈ ਕਿ ਉਹ ਨਿਰਵਿਸ਼ੇਸ਼ ਸ਼ੂਨਯਵਾਦ ਨੂੰ ਉਚੇਰਾ ਟੀਚਾ ਨਾ ਮੰਨਕੇ ਆਪਣੇ ਆਪ ਨੂੰ ਭਗਵਾਨ ਦਾ ਸ਼ਾਸਵਤ ਸੇਵਕ ਸਮਝਦੇ ਹੋਏ ਕ੍ਰਿਸ਼ਨ ਭਾਵਨਾ ਅੰਮ੍ਰਿਤ ਵਿਚ ਲੱਗਣ। ਭੌਤਿਕ ਜੀਵਨ ਵਿਚ ਮਨੁੱਖ ਕਾਮ ਅਤੇ ਪ੍ਰਕ੍ਰਿਤੀ ਤੇ ਮਾਲਕੀਅਤ ਪਾਉਣ ਦੀ ਇੱਛਾ ਨਾਲ ਪ੍ਰਭਾਵਿਤ ਹੁੰਦਾ ਹੈ। ਮਾਲਕੀਅਤ ਅਤੇ ਇੰਦਰੀਆਂ ਦੀ ਤ੍ਰਿਪਤੀ ਦੀ ਇੱਛਾਵਾਂ ਬੱਧਜੀਵ ਦੀਆਂ ਵੱਡੀਆਂ ਦੁਸ਼ਮਣ ਹਨ, ਪਰ ਕ੍ਰਿਸ਼ਨ ਭਾਵਨਾ ਅੰਮ੍ਰਿਤ ਦੀ ਸ਼ਕਤੀ ਨਾਲ ਮਨੁੱਖ ਇੰਦਰੀਆਂ ਮਨ ਅਤੇ ਬੁੱਧੀ ਤੇ ਨਿਯੰਤਰਣ ਰੱਖ ਸਕਦਾ ਹੈ। ਇਸ ਲਈ ਮਨੁੱਖ ਨੂੰ ਅਚਾਨਕ ਨਿਰਧਾਰਤ ਕਰਮਾਂ ਨੂੰ ਬੰਦ ਕਰਨ ਦੀ ਲੋੜ ਨਹੀਂ ਸਗੋਂ ਹੌਲੀ-ਹੌਲੀ ਕ੍ਰਿਸ਼ਨ ਭਾਵਨਾ ਅੰਮ੍ਰਿਤ ਵਿਕਸਿਤ ਕਰਕੇ ਭੌਤਿਕ ਇੰਦਰੀਆਂ ਅਤੇ ਮਨ ਤੋਂ ਪ੍ਰਭਾਵਿਤ ਹੋਏ ਬਿਨ੍ਹਾਂ ਆਪਣੇ ਸ਼ੁੱਧ ਸਰੂਪ ਪ੍ਰਤੀ ਲਗੀ ਸਥਿਰ ਬੁੱਧੀ ਨਾਲ ਅਲੌਕਿਕ ਸਥਿਤੀ ਨੂੰ ਪ੍ਰਾਪਤ ਹੋਇਆ ਜਾ ਸਕਦਾ ਹੈ। ਇਹੋ ਇਸ ਅਧਿਆਇ ਦਾ ਸਾਰ ਹੈ। ਸੰਸਾਰ ਦੀ ਕੱਚੀ ਅਵਸਥਾ ਵਿਚ ਦਾਰਸ਼ਨਿਕ ਚਿੰਤਨ ਅਤੇ ਯੋਗ ਦੇ ਆਸਨਾਂ ਦੇ ਅਭਿਆਸ ਨਾਲ ਇੰਦਰੀਆਂ ਨੂੰ ਵਸ ਵਿਚ ਕਰਨ ਦੇ ਬਨਾਵਟੀ ਕੋਸ਼ਿਸ਼ਾਂ ਨਾਲ ਅਧਿਆਤਮਕ ਜੀਵਨ ਪ੍ਰਾਪਤ ਕਰਨ ਵਿਚ ਮਦਦ ਨਹੀਂ ਮਿਲਦੀ। ਉਸ ਨੂੰ ਸ਼੍ਰੇਸ਼ਠ ਬੁੱਧੀ ਰਾਹੀਂ ਕ੍ਰਿਸ਼ਨ ਭਾਵਨਾ ਅੰਮ੍ਰਿਤ ਵਿਚ ਸਿੱਖਿਅਤ ਹੋਣਾ ਚਾਹੀਦਾ ਹੈ।

ਇਸ ਤਰ੍ਹਾਂ ਸ਼੍ਰੀਮਦ ਭਗਵਤ ਗੀਤਾ ਦਾ ਤੀਜਾ ਅਧਿਆਇ **'ਕਰਮ ਯੋਗ'** ਜਾਂ ਕ੍ਰਿਸ਼ਨ ਭਾਵਨਾ ਅੰਮ੍ਰਿਤ ਵਿਚ ਨਿਰਧਾਰਤ ਕਰਮ ਕਰਨ ਦਾ ਭਕਤੀਵੇਦਾਂਤ ਭਾਵ-ਅਰਥ ਪੂਰਨ ਹੋਇਆ।

ਅਧਿਆਇ ਚੌਥਾ

ਦੈਵੀ ਗਿਆਨ

श्रीभगवानुवाच

इमं विवस्वते योगं प्रोक्तवानहमव्ययम् ।
विवस्वान्मनवे प्राह मनुरिक्ष्वाकवेऽब्रवीत् ॥१॥

ਸ਼੍ਰੀ ਭਗਵਾਨ ਓਵਾਚ

ਇਮਮ੍ ਵਿਵਸ੍ਵਤੇ ਯੋਗਮ੍ ਪ੍ਰੋਕ੍ਤਵਾਨ੍ ਅਹਮ੍ ਅਵ੍ਯਯਮ੍ ।
ਵਿਵਸ੍ਵਾਨ੍ ਮਨਵੇ ਪ੍ਰਾਹ ਮਨੁਰ੍ ਇਕ੍ਸ਼੍ਵਾਕਵੇ 'ਬ੍ਰਵੀਤ੍ ॥1॥

ਸ਼੍ਰੀ ਭਗਵਾਨ ਓਵਾਚ :- ਸ਼੍ਰੀ ਭਗਵਾਨ ਨੇ ਕਿਹਾ ; **ਇਮਮ੍** - ਇਸ ; **ਵਿਵਸ੍ਵਤੇ** - ਸੂਰਜ ਦੇਵ ਨੂੰ ; **ਯੋਗਮ੍** - ਪਰਮੇਸ਼ਵਰ ਨਾਲ ਆਪਣੇ ਸੰਬੰਧ ਦੀ ਵਿਦਿਆ ਨੂੰ ; **ਪ੍ਰੋਕਤਵਾਨ੍** - ਉਪਦੇਸ਼ ਦਿੱਤਾ ; **ਅਹਮ੍**-ਮੈ ; **ਅਵ੍ਯਯਮ੍** - ਅਮਰ ; **ਵਿਵਸ੍ਵਾਨ** - ਵਿਵਸਵਾਨ (ਸੂਰਜ ਦੇਵ ਦਾ ਨਾਂ) ਨੇ ; **ਮਨਵੇ** - ਮਨੁੱਖਾਂ ਦੇ ਪਿਤਾ (ਵੈਵਸਵ੍ਤ) ਨੂੰ ; **ਪ੍ਰਾਹ** - ਕਿਹਾ ; **ਮਨੁਹ੍** - ਮਨੁੱਖਾਂ ਦੇ ਪਿਤਾ ਨੇ ; **ਇਕ੍ਸ਼੍ਵਾਕਵੇ** - ਰਾਜਾ ਇਕਸ਼ਵਾਕੁ ਨੂੰ ; **ਅਬ੍ਰਵੀਤ੍** -ਕਿਹਾ ।

ਅਨੁਵਾਦ

ਭਗਵਾਨ ਸ਼੍ਰੀ ਕ੍ਰਿਸ਼ਨ ਨੇ ਕਿਹਾ - ਮੈਂ ਇਸ ਅਮਰ ਯੋਗ ਵਿਦਿਆ ਦਾ ਉਪਦੇਸ਼ ਸੂਰਜਦੇਵ ਵਿਵਸਵਾਨ ਨੂੰ ਦਿੱਤਾ ਅਤੇ ਵਿਵਸਵਾਨ ਨੇ ਮਨੁੱਖਾਂ ਦੇ ਪਿਤਾ ਮਨੁ ਨੂੰ ਉਪਦੇਸ਼ ਦਿੱਤਾ ਅਤੇ ਮਨੁ ਨੇ ਇਸਦਾ ਉਪਦੇਸ਼ ਇਕਸ਼ਵਾਕੁ ਨੂੰ ਦਿੱਤਾ ।

ਭਾਵ

ਇਥੇ ਸਾਨੂੰ ਭਗਵਤ ਗੀਤਾ ਦਾ ਇਤਿਹਾਸ ਮਿਲਦਾ ਹੈ । ਇਹ ਬਹੁਤ ਪੁਰਾਣਾ ਹੈ , ਜਦੋਂ ਇਸਨੂੰ ਸੂਰਜਲੋਕ ਤੋਂ ਆਰੰਭ ਕਰਕੇ ਸਾਰੇ ਲੋਕਾਂ ਦੇ ਰਾਜਿਆਂ ਨੂੰ ਦਿੱਤਾ ਗਿਆ ਸੀ, ਸਾਰੇ ਲੋਕਾਂ (ਜਗਤਾਂ) ਦੇ ਰਾਜੇ, ਖ਼ਾਸ ਤੌਰ ਤੇ ਉਥੋਂ ਦੇ ਨਿਵਾਸੀਆਂ ਦੀ ਰੱਖਿਆ ਲਈ ਹੁੰਦੇ ਹਨ, ਇਸ ਲਈ

ਰਾਜਸੀ ਵਰਗ ਨੂੰ ਭਗਵਤ ਗੀਤਾ ਦੀ ਵਿਦਿਆ ਨੂੰ ਸਮਝਣਾ ਚਾਹੀਦਾ ਹੈ, ਜਿਸ ਨਾਲ ਉਹ ਪ੍ਰਜਾ ਤੇ ਰਾਜ ਕਰ ਸਕਣ ਅਤੇ ਉਨ੍ਹਾਂ ਨੂੰ ਕਾਮ-ਰੂਪੀ ਸੰਸਾਰੀ ਬੰਧਨ ਤੋਂ ਬਚਾ ਸਕਣ। ਮਨੁੱਖੀ ਜੀਵਨ ਦਾ ਮੰਤਵ ਭਗਵਾਨ ਨਾਲ ਆਪਣੇ ਸ਼ਾਸ਼ਵਤ ਸੰਬੰਧਾਂ ਦੇ ਅਧਿਆਤਮਕ ਗਿਆਨ ਦਾ ਵਿਕਾਸ ਹੈ ਅਤੇ ਸਾਰੇ ਰਾਜਾਂ ਅਤੇ ਸਾਰੇ ਲੋਕਾਂ ਦੇ ਸ਼ਾਸਨ ਅਧਿਕਾਰੀਆਂ ਨੂੰ ਚਾਹੀਦਾ ਹੈ ਕਿ ਸਿੱਖਿਆ, ਸੰਸਕ੍ਰਿਤੀ ਅਤੇ ਭਗਤੀ ਰਾਹੀਂ ਨਾਗਰਿਕਾਂ ਨੂੰ ਇਹ ਪਾਠ ਪੜ੍ਹਾਉਣ। ਦੂਜੇ ਸ਼ਬਦਾਂ ਵਿੱਚ, ਸਾਰੇ ਰਾਜ ਦੇ ਸ਼ਾਸਨ ਅਧਿਕਾਰੀ ਕ੍ਰਿਸ਼ਨ ਭਾਵਨਾ ਅੰਮ੍ਰਿਤ ਵਿਦਿਆ ਦਾ ਪ੍ਰਚਾਰ ਕਰਨ ਲਈ ਹੁੰਦੇ ਹਨ, ਜਿਸ ਨਾਲ ਜਨਤਾ ਇਸ ਮਹਾਨ ਵਿਦਿਆ ਦਾ ਲਾਭ ਲੈ ਸਕੇ ਅਤੇ ਮਨੁੱਖੀ ਜੀਵਨ ਦਾ ਲਾਭ ਲੈਂਦਿਆਂ ਸਫਲ ਮਾਰਗ ਦਾ ਅਨੁਸਰਣ ਕਰ ਸਕੇ।

ਇਸ ਕਲਪ ਵਿਚ ਸੂਰਜਦੇਵ, ਵਿਵਸਵਾਨ ਕਹਾਉਂਦਾ ਹੈ, ਸੂਰਜ ਦਾ ਰਾਜਾ, ਜਿਹੜਾ ਸੌਰ ਮੰਡਲ ਵਿਚ ਸਾਰੇ ਗ੍ਰਹਿਆਂ (ਲੋਕਾਂ) ਨੂੰ ਪੈਦਾ ਕਰਦਾ ਹੈ। ਬ੍ਰਹਮ ਸੰਹਿਤਾ ਵਿਚ ਕਿਹਾ ਹੈ :-

ਯਚ੍ ਚਕਸ਼ੁਰ੍ ਏਸ਼ ਸਵਿਤਾ ਸਕਲ-ਗ੍ਰਹਾਣਾਮ੍ ਰਾਜਾ ਸਮਸ੍ਤ-ਸੁਰ-ਮੂਰ੍ਤਿਰ ਅਸ਼ੇਸ਼ਤ-ਤੇਜਾਹ੍।
ਯਸ੍ਸਗ੍ਯਾਯਾ ਭ੍ਰਮਤਿ ਸੰਭ੍ਰਤ-ਕਾਲਚਕ੍ਰੋ ਗੋਵਿੰਦਮ੍ ਆਦਿ-ਪੁਰੁਸ਼ਮ੍ ਤਮ੍-ਅਹਮ੍ ਭਜਾਮਿ ॥

(ਬ੍ਰਹਮ ਸੰਹਿਤਾ 5-52)

ਬ੍ਰਹਮਾ ਨੇ ਕਿਹਾ "ਮੈਂ ਉਸ ਸ਼੍ਰੀ ਭਗਵਾਨ ਗੋਵਿੰਦ ਦੀ ਪੂਜਾ ਕਰਦਾ ਹਾਂ, ਜਿਹੜੇ ਆਦਿ ਪੁਰਖ਼ ਹਨ ਅਤੇ ਜਿਨ੍ਹਾਂ ਦੇ ਹੁਕਮਾਂ ਨਾਲ ਸਾਰੇ ਗ੍ਰਹਿਆਂ ਦਾ ਰਾਜਾ ਸੂਰਜ ਵਧੇਰੇ ਸ਼ਕਤੀ ਅਤੇ ਤੇਜ ਧਾਰਨ ਕਰਦਾ ਹੈ। ਇਹ ਸੂਰਜ, ਭਗਵਾਨ ਦੀ ਅੱਖ ਵਰਗਾ ਹੈ ਅਤੇ ਇਹ ਉਨ੍ਹਾਂ ਦੀ ਆਗਿਆ ਮੁਤਾਬਿਕ ਆਪਣੀ ਹੱਦ ਨੂੰ ਤੈਅ ਕਰਦਾ ਹੈ।"

ਸੂਰਜ ਸਾਰੇ ਲੋਕਾਂ ਦਾ ਰਾਜਾ ਹੈ ਅਤੇ ਸੂਰਜ ਦੇਵ (ਵਿਵਸਵਾਨ) ਸੂਰਜ ਗ੍ਰਹਿ ਤੇ ਰਾਜ ਕਰਦਾ ਹੈ, ਜਿਹੜਾ ਗਰਮੀ ਅਤੇ ਰੋਸ਼ਨੀ ਦੇ ਕੇ ਹੋਰ ਸਾਰੇ ਲੋਕਾਂ ਨੂੰ ਆਪਣੇ ਕਾਬੂ ਵਿਚ ਰੱਖਦਾ ਹੈ। ਸੂਰਜ ਕ੍ਰਿਸ਼ਨ ਦੇ ਹੁਕਮ ਤੇ ਘੁੰਮਦਾ ਹੈ ਅਤੇ ਭਗਵਾਨ ਕ੍ਰਿਸ਼ਨ ਨੇ ਵਿਵਸਵਾਨ ਨੂੰ ਭਗਵਤ ਗੀਤਾ ਦੀ ਵਿਦਿਆ ਸਮਝਾਉਣ ਲਈ ਆਪਣਾ ਪਹਿਲਾ ਸ਼ਾਗਿਰਦ ਚੁਣਿਆ। ਇਸ ਲਈ ਗੀਤਾ ਕਿਸੇ ਮਾਮੂਲੀ ਸੰਸਾਰਿਕ ਵਿਦਿਆਰਥੀ ਲਈ ਕੋਈ ਕਾਲਪਨਿਕ ਟੀਕਾ - ਟਿੱਪਣੀ ਨਹੀਂ ਸਗੋਂ ਗਿਆਨ ਦਾ ਪ੍ਰਮਾਣਿਤ ਗ੍ਰੰਥ ਹੈ ਜਿਹੜਾ ਆਦਿ-ਕਾਲ ਤੋਂ ਚਲਿਆ ਆ ਰਿਹਾ ਹੈ।

ਮਹਾਂਭਾਰਤ ਵਿਚ ਸਾਨੂੰ ਗੀਤਾ ਦਾ ਇਤਿਹਾਸ ਇਸ ਰੂਪ ਵਿਚ ਪ੍ਰਾਪਤ ਹੁੰਦਾ ਹੈ :-

ਤ੍ਰੇਤਾ ਯੁਗਾਦੌ ਚ ਤਤੋ ਵਿਵਸ੍ਵਾਨ੍ ਮਨਵੇ ਦਦੌ।
ਮਨੁਸ਼੍ ਚ ਲੋਕ-ਭ੍ਰਿਤਿ-ਅਰ੍ਥਮ੍ ਸੁਤਾਯੇਕ੍ਸ਼੍ਵਾਕਵੇ ਦਦੌ।
ਇਕ੍ਸ਼੍ਵਾਕੁਣਾ ਚ ਕਥਿਤੋ ਵ੍ਯਾਪ੍ਯ ਲੋਕਾਨ੍ ਅਵਸ੍ਥਿਤਹ੍ ॥

(ਸ਼ਾਂਤੀ-ਪਰਵ 348.51-52)

"ਤ੍ਰੇਤਾ ਯੁੱਗ ਦੇ ਸ਼ੁਰੂ ਵਿਚ ਵਿਵਸਵਾਨ ਨੇ ਪਰਮੇਸ਼ਵਰ ਸੰਬੰਧੀ ਇਸ ਵਿਗਿਆਨ ਦਾ ਉਪਦੇਸ਼ ਮਨੂ ਨੂੰ ਦਿੱਤਾ ਅਤੇ ਮਨੁੱਖਾਂ ਦੇ ਪਿਤਾ ਨੇ ਇਸ ਨੂੰ ਆਪਣੇ ਪੁੱਤਰ ਇਕਸ਼ਵਾਕੂ ਨੂੰ ਦਿੱਤਾ। ਇਕਸ਼ਵਾਕੂ ਇਸ ਧਰਤੀ ਦੇ ਸ਼ਾਸਕ ਸਨ ਅਤੇ ਉਸ ਰਘੂ ਕੁਲ ਦੇ ਪੁਰਖੇ (ਵੱਡੇਰੇ) ਸਨ, ਜਿਸ ਵਿਚ ਭਗਵਾਨ ਸ਼੍ਰੀਰਾਮ ਨੇ ਜਨਮ ਲਿਆ", ਇਸ ਤੋਂ ਸਾਬਿਤ ਹੁੰਦਾ ਹੈ ਕਿ ਮਾਨਵ ਸਮਾਜ ਵਿਚ ਮਹਾਰਾਜ ਇਕਸ਼ਵਾਕੂ ਦੇ ਸਮੇਂ ਤੋਂ ਹੀ ਭਗਵਤ ਗੀਤਾ ਹੋਂਦ ਵਿਚ ਸੀ।

ਇਸ ਵੇਲੇ ਕਲਯੁਗ ਦੇ ਸਿਰਫ਼ ਲਗਭਗ 5,000 ਸਾਲ ਬੀਤੇ ਹਨ, ਜਦੋਂ ਕਿ ਇਸ ਦੀ ਪੂਰੀ ਉਮਰ 4,32,000 ਸਾਲ ਹੈ। ਇਸ ਤੋਂ ਪਹਿਲੋਂ ਦਵਾਪਰਯੁਗ (8,64,000 ਸਾਲ) ਸੀ ਅਤੇ ਇਸ ਤੋਂ ਵੀ ਪਹਿਲੋਂ ਤ੍ਰੇਤਾ ਯੁੱਗ (12,96,000 ਸਾਲ) ਸੀ। ਇੰਝ ਲਗਭਗ 21,65,000 ਸਾਲ ਪਹਿਲੋਂ ਮਨੂ ਨੇ ਆਪਣੇ ਸ਼ਾਗਿਰਦ ਅਤੇ ਇਕਸ਼ਵਾਕੂ ਜਿਹੜੇ ਇਸ ਧਰਤੀ ਦੇ ਰਾਜਾ ਸਨ, ਨੂੰ ਸ਼੍ਰੀਮਦ ਭਗਵਤ ਗੀਤਾ ਕਹੀ। ਵਰਤਮਾਨ ਮਨੂ ਦੀ ਉਮਰ ਲਗਭਗ 30,53,00,000 ਸਾਲ ਅਨੁਮਾਨਿਤ ਕੀਤੀ ਜਾਂਦੀ ਹੈ ਜਿਸ ਵਿੱਚੋਂ 12,04,00,000 ਸਾਲ ਬੀਤ ਚੁੱਕੇ ਹਨ। ਇਹ ਮੰਨਦੇ ਹੋਏ ਕਿ ਮਨੂ ਨੇ ਜਨਮ ਤੋਂ ਪਹਿਲੋਂ ਭਗਵਾਨ ਨੇ ਆਪਣੇ ਸ਼ਾਗਿਰਦ ਸੂਰਜ ਦੇਵ ਵਿਵਸਵਾਨ ਨੂੰ ਗੀਤਾ ਸੁਣਾਈ, ਮੋਟੇ ਤੌਰ ਤੇ ਇਹ ਅੰਦਾਜ਼ਾ ਹੈ ਕਿ ਗੀਤਾ ਘੱਟੋ ਘੱਟ 12,04,00,000 ਸਾਲ ਪਹਿਲੋਂ ਕਹੀ ਗਈ ਅਤੇ ਮਨੁੱਖੀ ਸਮਾਜ ਵਿਚ ਇਹ ਲਗਭਗ 21 ਲੱਖ ਸਾਲਾਂ ਤੋਂ ਮੌਜੂਦ ਰਹੀ। ਇਸਨੂੰ ਭਗਵਾਨ ਨੇ ਲਗਭਗ 5000 ਸਾਲ ਪਹਿਲੋਂ ਅਰਜੁਨ ਨੂੰ ਫੇਰ ਕਿਹਾ। ਗੀਤਾ ਦੇ ਮੁਤਾਬਿਕ ਅਤੇ ਉਸਦੇ ਕਹਿਣ ਵਾਲੇ ਭਗਵਾਨ ਕ੍ਰਿਸ਼ਨ ਮੁਤਾਬਿਕ ਗੀਤਾ ਦੇ ਇਤਿਹਾਸ ਦਾ ਇਹ ਮੋਟਾ ਜਿਹਾ ਅਨੁਮਾਨ ਹੈ। ਸੂਰਜਦੇਵ ਵਿਵਸਮਾਨ ਨੂੰ ਗੀਤਾ ਇਸ ਲਈ ਸੁਣਾਈ ਗਈ ਕਿਉਂਕਿ ਉਹ ਖ਼ਤਰੀ ਸੀ ਅਤੇ ਉਹ ਸਾਰੇ ਖ਼ਤਰੀਆਂ ਦੇ ਪਿਤਾ ਸਨ, ਜਿਹੜੇ ਸੂਰਜ ਵੰਸ਼ੀ ਹਨ। ਕਿਉਂਕਿ ਭਗਵਤ ਗੀਤਾ ਵੇਦਾਂ ਸਮਾਨ ਹੀ ਹੈ, ਅਤੇ ਇਸ ਨੂੰ ਪੂਰਨ ਪੁਰਸ਼ੋਤਮ ਭਗਵਾਨ ਨੇ ਕਿਹਾ। ਇਸ ਲਈ ਇਹ **ਅਪੋਰੁਸ਼ਯ** (ਈਸ਼ਵਰੀ) ਹੈ। ਕਿਉਂਕਿ ਵੈਦਿਕ ਹੁਕਮਾਂ ਨੂੰ ਬਿਨ੍ਹਾਂ ਕਿਸੇ ਮਨੁੱਖੀ ਆਲੋਚਨਾ ਦੇ ਮੰਨਿਆ ਜਾਂਦਾ ਹੈ, ਸਿੱਟੇ ਵਜੋਂ ਗੀਤਾ ਨੂੰ ਵੀ ਕਿਸੇ ਸੰਸਾਰਿਕ ਵਿਵੇਚਨਾ ਤੋਂ ਬਿਨ੍ਹਾਂ ਮੰਨਿਆ ਜਾਣਾ ਚਾਹੀਦਾ ਹੈ। ਸੰਸਾਰੀ ਤਰਕ ਵਾਲੇ ਲੋਕ ਆਪੋ ਆਪਣੇ ਤਰੀਕੇ ਨਾਲ ਗੀਤਾ ਦੇ ਵਿਸ਼ੇ ਸੰਬੰਧੀ ਚਿੰਤਨ ਕਰ ਸਕਦੇ ਹਨ। ਪਰ ਇਹ ਯਥਾਰੂਪ ਭਗਵਤ ਗੀਤਾ ਨਹੀਂ ਹੈ। ਇਸ ਲਈ ਭਗਵਤ ਗੀਤਾ ਨੂੰ ਗੁਰੂ ਪਰੰਪਰਾ ਤੋਂ ਯਥਾਰੂਪ ਗ੍ਰਹਿਣ ਕਰਨਾ ਚਾਹੀਦਾ ਹੈ। ਇਥੇ ਇਹ ਵਰਣਨ ਹੋਇਆ ਹੈ ਕਿ ਭਗਵਾਨ ਨੇ ਸੂਰਜ ਦੇਵ ਨੂੰ ਕਿਹਾ, ਸੂਰਜਦੇਵ ਨੇ ਆਪਣੇ ਪੁੱਤਰ ਮਨੂ ਨੂੰ ਅਤੇ ਮਨੂ ਨੇ ਆਪਣੇ ਪੁੱਤਰ ਇਕਸ਼ਵਾਕੂ ਨੂੰ ਕਿਹਾ।

एवं परम्पराप्राप्तमिमं राजर्षयो विदुः ।
स कालेनेह महता योगो नष्टः परन्तप ॥ २॥

ਏਵਮ੍ ਪਰੰਪਰਾ ਪ੍ਰਾਪ੍ਤਮ ਇਮਮ੍ ਰਾਜਰਸ਼ਯੋ ਵਿਦੁਹ੍।
ਸ ਕਾਲੇਨੇਹ ਮਹਤਾ ਯੋਗੋ ਨਸ਼੍ਟਹ੍ ਪਰੰਤਪ ॥ 2॥

ਏਵਮ੍-ਇੰਝ ; **ਪਰੰਪਰਾ**- ਗੁਰੂ ਪਰੰਪਰਾ ਨਾਲ ; **ਪ੍ਰਾਪਤਮ੍**-ਪ੍ਰਾਪਤ ; **ਇਮਮ੍**-ਇਸ ਵਿਗਿਆਨ ਨੂੰ ; **ਰਾਜ-ਰਿਸ਼ਯਹ੍**-ਸਾਧੂ ਰਾਜਾਵਾਂ ਨੇ ; **ਵਿਦੁਹ੍**-ਜਾਣਿਆ; **ਸਹ**-ਉਹ ਗਿਆਨ ; **ਕਾਲੇਨ**-ਸਮਾਂ ਪਾ ਕੇ ; **ਇਹ**-ਇਸ ਸੰਸਾਰ ਵਿਚ ; **ਮਹਤਾ**-ਮਹਾਨ ; **ਯੋਗਹ੍**-ਪਰਮੇਸ਼ਵਰ ਨਾਲ ਆਪਣੇ ਸੰਬੰਧ ਦਾ ਗਿਆਨ, ਯੋਗਵਿਦਿਆ ; **ਨ੍ਸ਼ਟਹ**- ਖੇਰੂ-ਖੇਰੂ ਹੋ ਗਿਆ ; **ਪਰੰਤਪ**-ਹੇ ਦੁਸ਼ਮਣਾਂ ਦਾ ਦਮਨ ਕਰਨ ਵਾਲੇ, ਅਰਜੁਨ ।

ਅਨੁਵਾਦ

ਇੰਝ ਇਹ ਪਰਮ ਵਿਗਿਆਨ ਗੁਰੂ ਪਰੰਪਰਾ ਰਾਹੀਂ ਪ੍ਰਾਪਤ ਕੀਤਾ ਗਿਆ ਅਤੇ ਰਾਜ ਰਿਸ਼ੀਆਂ ਨੇ ਇਸੇ ਤਰੀਕੇ ਨਾਲ ਇਸਨੂੰ ਸਮਝਿਆ । ਪਰ ਸਮਾਂ ਪਾ ਕੇ ਇਹ ਪਰੰਪਰਾ ਖੇਰੂ-ਖੇਰੂ ਹੋ ਗਈ ਇਸ ਲਈ ਇਹ ਵਿਗਿਆਨ ਯਥਾਰੂਪ ਵਿਚ ਲੁਪਤ ਹੋ ਗਿਆ ਜਾਪਦਾ ਹੈ ।

ਭਾਵ

ਇੱਥੇ ਇਹ ਸਪਸ਼ਟ ਕਿਹਾ ਗਿਆ ਹੈ ਕਿ ਗੀਤਾ ਖ਼ਾਸਤੌਰ ਤੇ ਰਾਜ-ਰਿਸ਼ੀਆਂ ਲਈ ਸੀ ਕਿਉਂਕਿ ਉਹ ਇਸਦੀ ਵਰਤੋਂ ਪ੍ਰਜਾ ਤੇ ਸਾਸ਼ਨ ਕਰਨ ਲਈ ਕਰਦੇ ਸਨ । ਯਕੀਨੀ ਤੌਰ ਤੇ ਭਗਵਤ ਗੀਤਾ ਕਦੀ ਵੀ ਅਸੁਰ ਮਨੁੱਖਾਂ ਲਈ ਨਹੀਂ ਸੀ, ਜਿਨ੍ਹਾਂ ਤੋਂ ਇਸਦਾ ਫ਼ਾਇਦਾ ਨਾ ਹੁੰਦਾ ਅਤੇ ਜਿਹੜੇ ਆਪੋ ਆਪਣੀ ਸਨਕ (ਬੁੱਧੀ) ਮੁਤਾਬਿਕ ਵੱਖੋ-ਵੱਖਰੀ ਤਰ੍ਹਾਂ ਇਸ ਦੀ ਆਲੋਚਨਾ ਕਰਦੇ ਹਨ । ਇਸ ਲਈ ਜਿਵੇਂ ਹੀ ਅਸਾਧੂ ਟੀਕਾਕਾਰਾਂ ਦੇ ਆਪਣੇ ਸਵਾਰਥ ਕਾਰਨ ਗੀਤਾ ਦਾ ਮੁੱਖ ਮੰਤਵ ਖੇਰੂ-ਖੇਰੂ ਹੋਇਆ, ਉਦੋਂ ਹੀ ਫੇਰ ਗੁਰੂ ਪਰੰਪਰਾ ਸਥਾਪਿਤ ਕਰਨ ਦੀ ਲੋੜ ਮਹਿਸੂਸ ਹੋਈ । ਪੰਜ ਹਜ਼ਾਰ ਸਾਲ ਪਹਿਲਾਂ ਭਗਵਾਨ ਨੇ ਖ਼ੁਦ ਵੇਖਿਆ ਕਿ ਗੁਰੂ ਪਰੰਪਰਾ ਟੁੱਟ ਚੁੱਕੀ ਹੈ, ਇਸ ਲਈ ਉਨਾਂ ਐਲਾਨ ਕੀਤਾ ਕਿ ਗੀਤਾ ਦਾ ਮੰਤਵ ਨਸ਼ਟ ਹੋ ਚੁੱਕਾ ਹੈ । ਇੰਝ ਹੀ ਇਸ ਸਮੇਂ ਗੀਤਾ ਦੇ ਏਨੇ ਸੰਸਕਰਣ ਮਿਲਦੇ ਹਨ (ਖ਼ਾਸ ਤੌਰ ਤੇ ਅੰਗਰੇਜ਼ੀ ਵਿੱਚ) ਕਿ ਉਨ੍ਹਾਂ ਵਿੱਚੋਂ ਲਗਭਗ ਸਾਰੇ ਪ੍ਰਮਾਣਿਤ ਗੁਰੂ ਪਰੰਪਰਾ ਮੁਤਾਬਿਕ ਨਹੀਂ ਹਨ । ਵਧੇਰੇ ਸੰਸਾਰੀ ਵਿਦਵਾਨਾਂ ਨੇ ਗੀਤਾ ਦੀਆਂ ਅਣਗਿਣਤ ਟੀਕਾਵਾਂ ਕੀਤੀਆਂ ਹਨ ਪਰ ਉਹ ਅਕਸਰ ਸਾਰੇ ਸ਼੍ਰੀ ਕ੍ਰਿਸਨ ਨੂੰ ਪੂਰਨ ਪੁਰਸ਼ੋਤਮ ਭਗਵਾਨ ਨਹੀਂ ਮੰਨਦੇ, ਭਾਵੇਂ ਉਹ ਕ੍ਰਿਸ਼ਨ ਦੇ ਸ਼ਬਦਾਂ ਤੇ ਚੰਗਾ ਵਪਾਰ ਚਲਾਉਂਦੇ ਹਨ । ਇਹ ਆਸੁਰੀ ਬਿਰਤੀ ਹੈ, ਕਿਉਂਕਿ ਅਸੁਰ ਈਸ਼ਵਰ ਵਿਚ ਯਕੀਨ ਨਹੀਂ ਕਰਦੇ ਉਹ ਸਿਰਫ਼ ਪਰਮੇਸ਼ਵਰ ਦੇ ਗੁਣਾਂ ਦਾ ਲਾਭ ਉਠਾਉਂਦੇ ਹਨ । ਇਸ ਲਈ ਅੰਗਰੇਜ਼ੀ ਵਿਚ ਗੀਤਾ ਦੇ ਇਕ ਪ੍ਰਮਾਣਿਕ ਸੰਸਕਰਣ ਦੀ ਵਧੇਰੇ ਲੋੜ ਸੀ । ਜਿਹੜੀ ਗੁਰੂ ਪਰੰਪਰਾ ਤੋਂ ਪ੍ਰਾਪਤ ਹੋਵੇ । ਇਥੇ ਇਸ ਲੋੜ ਨੂੰ ਪੂਰੀ ਕਰਨ ਦਾ ਯਤਨ ਕੀਤਾ ਗਿਆ ਹੈ । ਭਗਵਤ ਗੀਤਾ ਯਥਾਰੂਪ ਮਨੁੱਖਤਾ ਲਈ ਮਹਾਨ ਵਰਦਾਨ ਹੈ, ਪਰ ਜੇਕਰ ਇਸ ਨੂੰ ਮਾਨਸਿਕ ਚਿੰਤਨ ਸਮਝਿਆ ਜਾਵੇ ਤਾਂ ਇਹ ਸਮੇਂ ਦੀ ਬਰਬਾਦੀ ਹੈ ।

स एवायं मया तेऽद्य योगः प्रोक्तः पुरातनः ।
भक्तोऽसि मे सखा चेति रहस्यं ह्येतदुत्तमम् ॥ ३ ॥

ਸ ਏਵਾਯਮ੍ ਮਯਾ ਤੇ 'ਦ੍ਯ ਯੋਗਾਹ੍ ਪ੍ਰੋਕ੍ਤਹ੍ ਪੁਰਾਤਨਹ੍ ।
ਭਕ੍ਤੋ 'ਸੀ ਮੇ ਸਖਾ ਚੇਤਿ ਰਹਸ੍ਯਮ੍ ਹਿ ਏਤਦ੍ ਓੱਤਮਮ੍ ॥ 3 ॥

ਸਹ੍-ਉਹੀ ; ਏਵ-ਨਿਸ਼ਚੈ ਹੀ; ਅਯਮ੍-ਇਹ ; ਮਯਾ-ਮੇਰੇ ਰਾਹੀਂ ; ਤੇ-ਤੁਹਾਨੂੰ ; ਅਦ੍ਯ-ਅੱਜ ; ਯੋਗਹ੍-ਯੋਗ ਵਿਦਿਆ ; ਪ੍ਰੋਕ੍ਤਹ੍-ਕਹੀ ਗਈ ; ਪੁਰਾਤਨਹ੍-ਵਧੇਰੇ ਪੁਰਾਣੀ ; ਭਕ੍ਤਹ੍-ਭਗਤ ; ਅਸਿ-ਹੋ ; ਮੇ-ਮੇਰੇ ; ਸਖਾ-ਮਿੱਤਰ ; ਚ-ਵੀਂ ; ਇਤਿ-ਇਸ ਲਈ ; ਰਹਸ੍ਯਮ੍-ਰਹੱਸ ; ਹਿ-ਯਕੀਨੀ ਤੌਰ ਤੇ ; ਏਤਤ੍-ਇਹ ; ਓੱਤਮਮ੍- ਅਲੌਕਿਕ ।

ਅਨੁਵਾਦ

ਅੱਜ ਮੇਰੇ ਰਾਹੀਂ ਉਹੀ ਇਹ ਪੁਰਾਤਨ ਯੋਗ ਭਾਵ ਪਰਮੇਸ਼ਵਰ ਨਾਲ ਆਪਣੇ ਸੰਬੰਧਾਂ ਦਾ ਵਿਗਿਆਨ ਤੁਹਾਨੂੰ ਕਿਹਾ ਜਾ ਰਿਹਾ ਹੈ, ਕਿਉਂਕਿ ਤੁਸੀਂ ਮੇਰੇ ਭਗਤ ਅਤੇ ਦੋਸਤ ਹੋ ਇਸ ਲਈ ਤੁਸੀਂ ਇਸ ਵਿਗਿਆਨ ਦੇ ਅਲੌਕਿਕ ਰਹੱਸ ਨੂੰ ਸਮਝ ਸਕਦੇ ਹੋ ।

ਭਾਵ

ਮਨੁੱਖ ਦੀਆਂ ਦੋ ਸ਼੍ਰੇਣੀਆਂ ਹਨ - ਭਗਤ ਅਤੇ ਅਸੁਰ । ਭਗਵਾਨ ਨੇ ਅਰਜੁਨ ਨੂੰ ਇਸ ਵਿਦਿਆ ਦਾ ਪਾਤਰ ਇਸ ਲਈ ਚੁਣਿਆ ਕਿ ਉਹ ਉਨਾਂ ਦਾ ਭਗਤ ਸੀ । ਪਰ ਅਸੁਰ ਲਈ ਇਹ ਵਧੇਰੇ ਗੁਪਤ ਵਿਦਿਆ ਨੂੰ ਸਮਝਣਾ ਸੰਭਵ ਨਹੀਂ ਹੈ । ਇਸ ਪਰਮ ਗਿਆਨ ਗ੍ਰੰਥ ਦੇ ਅਨੇਕਾਂ ਸੰਸਕਰਣ ਮਿਲਦੇ ਹਨ, ਇਨ੍ਹਾਂ ਵਿੱਚ ਕੁੱਝ ਭਗਤਾਂ ਦੀਆਂ ਟੀਕਾਵਾਂ ਹਨ ਅਤੇ ਕੁਝ ਅਸੁਰਾਂ ਦੀਆਂ । ਜਿਹੜੀਆਂ ਭਗਤਾਂ ਰਾਹੀਂ ਕੀਤੀਆਂ ਗਈਆਂ ਹਨ, ਉਹ ਅਸਲੀ ਹਨ, ਪਰ ਜਿਹੜੀਆਂ ਅਸੁਰਾਂ ਰਾਹੀਂ ਕੀਤੀਆਂ ਹਨ, ਉਹ ਬੇਕਾਰ ਹਨ । ਅਰਜੁਨ ਕ੍ਰਿਸ਼ਨ ਨੂੰ ਭਗਵਾਨ ਰੂਪ ਵਿਚ ਮੰਨਦਾ ਹੈ, ਇਸ ਲਈ ਜਿਹੜੀ ਗੀਤਾ ਟੀਕਾ ਅਰਜੁਨ ਦੇ ਪਦ ਚਿੰਨ੍ਹਾਂ ਦਾ ਅਨੁਸਰਣ ਕਰਦਿਆਂ ਕੀਤੀ ਗਈ ਹੈ, ਉਹ ਇਸ ਪਰਮ ਵਿਦਿਆ ਦੇ ਪੱਖ ਵਿਚ ਅਸਲੀ ਸੇਵਾ ਹੈ । ਪਰ ਅਸੁਰ ਭਗਵਾਨ ਕ੍ਰਿਸ਼ਨ ਨੂੰ ਉਸ ਰੂਪ ਵਿਚ ਨਹੀਂ ਮੰਨਦੇ । ਉਹ ਕ੍ਰਿਸ਼ਨ ਬਾਰੇ ਤਰ੍ਹਾਂ-ਤਰ੍ਹਾਂ ਦੀਆਂ ਮਨ ਘੜਤ ਗੱਲਾਂ ਕਰਦੇ ਹਨ ਅਤੇ ਉਹ ਕ੍ਰਿਸ਼ਨ ਦੇ ਉਪਦੇਸ਼ ਮਾਰਗ ਤੋਂ ਸਾਧਾਰਨ ਪਾਠਕਾਂ ਨੂੰ ਗੁਮਰਾਹ ਕਰਦੇ ਹਨ ਅਜਿਹੇ ਕੁਰਾਹਾਂ ਤੋਂ ਬਚਣ ਲਈ ਇਹ ਇੱਕ ਚੇਤਾਵਨੀ ਹੈ । ਮਨੁੱਖ ਨੂੰ ਚਾਹੀਦਾ ਹੈ ਕਿ ਅਰਜੁਨ ਦੀ ਪਰੰਪਰਾ ਦਾ ਅਨੁਸਰਣ ਕਰੇ ਅਤੇ ਸ਼੍ਰੀਮਦ੍ ਭਗਵਤ ਗੀਤਾ ਦੇ ਇਸ ਪਰਮ ਵਿਗਿਆਨ ਤੋਂ ਫਾਇਦਾ ਲਵੇ ।

अर्जुन उवाच

अपरं भवतो जन्म परं जन्म विवस्वतः ।
कथमेतद्विजानीयां त्वमादौ प्रोक्तवानिति ॥४॥

ਅਰਜੁਨ ਉਵਾਚ

ਅਪਰਮ੍ ਭਵਤੋ ਜਨਮ ਪਰਮ੍ ਜਨਮ ਵਿਵਸਵਤਹ੍ ।
ਕਥਮ੍ ਏਤਦ੍ ਵਿਜਾਨੀਯਾਮ ਤ੍ਵਮ ਆਦੌ ਪ੍ਰੋਕਤਾਵਾਨ੍ ਇਤਿ ॥ 4 ॥

ਅਰਜੁਨਹ੍ ਉਵਾਚ- ਅਰਜੁਨ ਨੇ ਕਿਹਾ ; ਅਪਰਮ੍- ਛੋਟਾ ; ਭਵਤਹ੍-ਤੁਹਾਡਾ ; ਜਨਮ-ਜਨਮ ; ਪਰਮ੍-ਉੱਤਮ(ਵੱਡਾ) ; ਜਨਮ-ਜਨਮ ; ਵਿਵਸ੍ਵਤਹ੍-ਸੂਰਜ ਦੇਵ ਦਾ ; ਕਥਮ੍-ਕਿਵੇਂ ; ਏਤਤ੍-ਇਹ ; ਵਿਜਾਨੀਯਾਮ੍-ਮੈਂ ਸਮਝਾਂ ; ਤ੍ਵਮ੍-ਤੁਸੀਂ ; ਆਦੌ-ਸ਼ੁਰੂ ਵਿਚ; ਪ੍ਰੋਕ੍ਤਵਾਨ੍-ਉਪਦੇਸ਼ ਦਿੱਤਾ ; ਇਤਿ-ਇੰਝ ।

ਅਨੁਵਾਦ

ਅਰਜੁਨ ਨੇ ਕਿਹਾ – ਸੂਰਜਦੇਵ ਵਿਵਸਵਾਨ ਤੁਹਾਡੇ ਤੋਂ ਪਹਿਲੋਂ ਹੋ ਚੁੱਕੇ ਹਨ ਤਾਂ ਫੇਰ ਮੈਂ ਕਿੰਝ ਸਮਝਾਂ ਕਿ ਸ਼ੁਰੂ ਵਿਚ ਵੀ ਤੁਸੀਂ ਉਨ੍ਹਾਂ ਨੂੰ ਵਿਦਿਆ ਦਾ ਉਪਦੇਸ਼ ਦਿੱਤਾ ਸੀ ?

ਭਾਵ

ਜਦੋਂ ਅਰਜੁਨ ਭਗਵਾਨ ਦਾ ਮੰਨਿਆ ਪਰਮੰਨਿਆਂ ਭਗਤ ਹੈ ਤਾਂ ਫਿਰ ਉਸਨੂੰ ਕ੍ਰਿਸ਼ਨ ਦੇ ਵਚਨਾਂ ਤੇ ਯਕੀਨ ਕਿਉਂ ਨਹੀਂ ਹੋ ਰਿਹਾ ਸੀ ? ਅਸਲ ਗੱਲ ਇਹ ਹੈ ਕਿ ਅਰਜੁਨ ਇਹ ਜਿਗਿਆਸਾ ਆਪਣੇ ਲਈ ਨਹੀਂ ਕਰ ਰਿਹਾ, ਸਗੋਂ ਉਨ੍ਹਾਂ ਸਾਰਿਆਂ ਲਈ ਹੈ ਜਿਹੜੇ ਭਗਵਾਨ ਵਿਚ ਯਕੀਨ ਨਹੀਂ ਕਰਦੇ ਜਾਂ ਉਨ੍ਹਾਂ ਅਸੁਰਾਂ ਲਈ ਜਿਨ੍ਹਾਂ ਨੂੰ ਇਹ ਵਿੱਚਾਰ ਪਸੰਦ ਨਹੀਂ ਹੈ ਕਿ ਕ੍ਰਿਸ਼ਨ ਨੂੰ ਭਗਵਾਨ ਮੰਨਿਆ ਜਾਵੇ । ਉਨ੍ਹਾਂ ਲਈ ਅਰਜੁਨ ਇਹ ਗੱਲ ਇੰਝ ਪੁੱਛ ਰਿਹਾ ਹੈ ਜਿਵੇਂ ਉਹ ਆਪ ਭਗਵਾਨ ਜਾਂ ਕ੍ਰਿਸ਼ਨ ਨੂੰ ਨਾ ਜਾਣਦਾ ਹੋਵੇ । ਜਿਵੇਂ ਕਿ ਦਸਵੇਂ ਅਧਿਆਇ ਵਿਚ ਸਪਸ਼ਟ ਹੋ ਜਾਵੇਗਾ ਅਰਜੁਨ ਚੰਗੀ ਤਰ੍ਹਾਂ ਜਾਣਦਾ ਸੀ ਕਿ ਕ੍ਰਿਸ਼ਨ ਭਗਵਾਨ ਹਨ ਅਤੇ ਉਹ ਹਰ ਵਸਤੂ ਦੇ ਮੂਲ ਸਰੋਤ ਹਨ ਅਤੇ ਬ੍ਰਹਮ ਦੀ ਚਰਮ ਸੀਮਾ ਹਨ । ਬੇਸ਼ੱਕ ਕ੍ਰਿਸ਼ਨ ਨੇ ਇਸ ਧਰਤੀ ਤੇ ਦੇਵਕੀ ਦੇ ਪੁੱਤਰ ਦੇ ਰੂਪ ਵਿਚ ਵੀ ਅਵਤਾਰ ਲਿਆ । ਸਾਧਾਰਨ ਮਨੁੱਖ ਲਈ ਇਹ ਸਮਝਣਾ ਬਹੁਤ ਔਖਾ ਹੈ ਕਿ ਕ੍ਰਿਸ਼ਨ ਕਿੰਝ ਉਸੇ ਸ਼ਾਸਵਤ (ਅਨੰਤ) ਆਦਿ-ਪੁਰਖ ਸ਼੍ਰੀ ਭਗਵਾਨ ਦੇ ਰੂਪ ਵਿਚ ਬਣੇ ਰਹੇ । ਇਸ ਲਈ ਇਸ ਗੱਲ ਨੂੰ ਸਪਸ਼ਟ ਕਰਨ ਲਈ ਹੀ ਅਰਜੁਨ ਨੇ ਕ੍ਰਿਸ਼ਨ ਤੋਂ ਇਹ ਸਵਾਲ ਪੁੱਛਿਆ ਜਿਸ ਨਾਲ ਉਹ ਆਪ ਪ੍ਰਮਾਣਿਕ ਰੂਪ ਵਿਚ ਦੱਸਣ । ਕ੍ਰਿਸ਼ਨ ਆਪ ਸਭ ਤੋਂ ਵੱਡਾ ਸਬੂਤ ਹਨ, ਇਹ ਤੱਥ ਅੱਜ ਹੀ ਨਹੀਂ ਅਨੰਤ ਕਾਲ ਤੋਂ ਸਾਰੇ ਸੰਸਾਰ ਰਾਹੀਂ ਮੰਨਿਆਂ ਜਾਂਦਾ ਰਿਹਾ ਹੈ । ਸਿਰਫ ਅਸੁਰ ਹੀ ਇਸਨੂੰ ਨਹੀਂ ਮੰਨਦੇ । ਜੋ ਵੀ ਹੋਵੇ ਕਿਉਂਕਿ ਕ੍ਰਿਸ਼ਨ ਸਾਰਿਆਂ ਦੇ ਮੰਨੇ ਪ੍ਰਮੰਨੇ ਪਰਮ ਪ੍ਰਮਾਣ ਹਨ, ਇਸ ਲਈ ਅਰਜੁਨ ਉਨ੍ਹਾਂ ਨੂੰ ਹੀ ਪ੍ਰਸ਼ਨ ਕਰਦਾ ਹੈ, ਜਿਸ ਨਾਲ ਕ੍ਰਿਸ਼ਨ ਖ਼ੁਦ

ਦੱਸਣ ਕਿ ਅਸੁਰ ਜਿਸ ਤਰੀਕੇ ਨਾਲ ਉਨ੍ਹਾਂ ਨੂੰ ਤੋੜ ਮਰੋੜ ਕੇ ਪੇਸ਼ ਕਰਦੇ ਹਨ, ਉਹਨਾਂ ਦੇ ਅਨੁਆਈ ਉਸ ਤੋਂ ਬੱਚ ਸਕਣ। ਇਹ ਹਰ ਮਨੁੱਖ ਲਈ ਜ਼ਰੂਰੀ ਹੈ ਕਿ ਆਪਣੇ ਕਲਿਆਣ ਲਈ ਉਹ ਕ੍ਰਿਸ਼ਨ ਵਿਦਿਆ ਨੂੰ ਸਮਝੇ। ਇਸ ਲਈ ਜਦੋਂ ਕ੍ਰਿਸ਼ਨ ਆਪਣੇ ਸੰਬੰਧ ਵਿਚ ਬੋਲ ਰਹੇ ਹੋਣ ਤਾਂ ਇਹ ਸਾਰੇ ਸੰਸਾਰ ਲਈ ਸ਼ੁਭ ਹੈ। ਕ੍ਰਿਸ਼ਨ ਰਾਹੀਂ ਕੀਤੀਆਂ ਗਈਆਂ ਅਜਿਹੀਆਂ ਵਿਆਖਿਆਵਾਂ ਅਸੁਰਾਂ ਨੂੰ ਭਾਂਵੇਂ ਅਜੀਬ ਲਗਣ, ਕਿਉਂਕਿ ਉਹ ਆਪਣੇ ਹੀ ਦ੍ਰਿਸ਼ਟੀਕੋਣ ਨਾਲ ਕ੍ਰਿਸ਼ਨ ਦਾ ਅਧਿਐਨ ਕਰਦੇ ਹਨ, ਪਰ ਜਿਹੜੇ ਭਗਤ ਹਨ, ਉਹ ਪ੍ਰਤੱਖ ਕ੍ਰਿਸ਼ਨ ਰਾਹੀਂ ਕਹੇ ਗਏ ਵਚਨਾਂ ਦਾ ਦਿਲੋਂ ਸਵਾਗਤ ਕਰਦੇ ਹਨ। ਭਗਤ, ਕ੍ਰਿਸ਼ਨ ਦੇ ਅਜਿਹੇ ਪ੍ਰਮਾਣਿਕ ਵਚਨਾਂ ਦੀ ਹਮੇਸ਼ਾਂ ਪੂਜਾ ਕਰਨਗੇ, ਕਿਉਂਕਿ ਉਹ ਲੋਕ ਉਨ੍ਹਾਂ ਬਾਰੇ ਵੱਧ ਤੋਂ ਵੱਧ ਜਾਣਨ ਲਈ ਉਤਾਵਲੇ ਰਹਿੰਦੇ ਹਨ। ਇੰਝ ਨਾਸਤਿਕ ਲੋਕ ਜਿਹੜੇ ਕ੍ਰਿਸ਼ਨ ਨੂੰ ਸਾਧਾਰਨ ਮਨੁੱਖ ਮੰਨਦੇ ਹਨ ਉਹ ਵੀ ਕ੍ਰਿਸ਼ਨ ਨੂੰ ਅਤਿਮਾਨਵ, ਸਚਿੱਦਾਨੰਦ ਸਰੂਪ, ਅਲੌਕਿਕ, ਤ੍ਰਿਗੁਣਾਤੀਤ ਅਤੇ ਦਿਕ ਕਾਲ (ਦਿਸ਼ਾ ਅਤੇ ਸਮਾਂ) ਦੇ ਪ੍ਰਭਾਵ ਤੋਂ ਪਰੇ ਸਮਝ ਸਕਣਗੇ। ਅਰਜੁਨ ਦੀ ਕੋਟੀ ਦੇ ਸ਼੍ਰੀ ਕ੍ਰਿਸ਼ਨ ਭਗਤ ਨੂੰ ਕਦੀ ਵੀ ਸ਼੍ਰੀ ਕ੍ਰਿਸ਼ਨ ਦੇ ਅਲੌਕਿਕ ਸਰੂਪ ਦੇ ਵਿਸ਼ੇ ਵਿਚ ਕੋਈ ਭਰਮ ਨਹੀਂ ਹੋ ਸਕਦਾ। ਅਰਜੁਨ ਰਾਹੀਂ ਭਗਵਾਨ ਸਾਹਮਣੇ ਅਜਿਹਾ ਪ੍ਰਸ਼ਨ ਪੇਸ਼ ਕਰਨ ਦਾ ਮੰਤਵ ਉਨ੍ਹਾਂ ਮਨੁੱਖਾਂ ਦੀ ਨਾਸਤਿਕਤਾ ਵਾਦੀ ਪ੍ਰਵ੍ਰਿਤੀ ਨੂੰ ਚੁਣੌਤੀ ਦੇਣਾ ਸੀ, ਜਿਹੜੇ ਕ੍ਰਿਸ਼ਨ ਨੂੰ ਭੌਤਿਕ ਪ੍ਰਕ੍ਰਿਤੀ ਦੇ ਗੁਣਾਂ ਅਧੀਨ ਇਕ ਸਾਧਾਰਨ ਮਨੁੱਖ ਮੰਨਦੇ ਹਨ।

श्रीभगवानुवाच

बहूनि मे व्यतीतानि जन्मानि तव चार्जुन ।
तान्यहं वेद सर्वाणि न त्वं वेत्थ परन्तप ॥ ५ ॥

ਸ਼੍ਰੀ ਭਗਵਾਨ ਉਵਾਚ

ਬਹੂਨਿ ਮੇ ਵ੍ਯਤੀਤਾਨਿ ਜਨ੍ਮਾਨਿ ਤਵ ਚਾਰ੍ਜੁਨ ।
ਤਾਨਿ ਅਹਮ੍ ਵੇਦ ਸਰ੍ਵਾਣਿ ਨ ਤ੍ਵਮ੍ ਵੇਤ੍ਥ ਪਰੰਤਪ ॥ 5 ॥

ਸ਼੍ਰੀ ਭਗਵਾਨ ਉਵਾਚ-ਸ਼੍ਰੀ ਭਗਵਾਨ ਨੇ ਕਿਹਾ ; **ਬਹੂਨਿ**-ਅਨੇਕ ; **ਮੇ**-ਮੇਰੇ ; **ਵ੍ਯਤੀਤਾਨਿ**-ਬੀਤ ਚੁੱਕੇ ; **ਜਨ੍ਮਾਨਿ**-ਜਨਮ ; **ਤਵ**-ਤੁਹਾਡੇ ; **ਚ**-ਵੀ ; **ਅਰਜੁਨ**-ਹੇ ਅਰਜੁਨ ; **ਤਾਨਿ**-ਉਨ੍ਹਾਂ ; **ਅਹਮ੍**-ਮੈਂ ; **ਵੇਦ**-ਜਾਣਦਾ ਹਾਂ ; **ਸਰ੍ਵਾਣਿ**- ਸਾਰੀਆਂ ਨੂੰ ; **ਨ**-ਨਹੀਂ ; **ਤ੍ਵਮ੍**- ਤੁਸੀ ; **ਵੇਤ੍ਥ**-ਜਾਣਦੇ ਹੋ ; **ਪਰੰਤਪ**-ਹੇ ਦੁਸ਼ਮਣਾਂ ਦਾ ਦਮਨ ਕਰਨ ਵਾਲੇ।

ਅਨੁਵਾਦ

ਸ਼੍ਰੀ ਭਗਵਾਨ ਨੇ ਕਿਹਾ - ਤੁਹਾਡੇ ਅਤੇ ਮੇਰੇ ਅਨੇਕਾਂ ਜਨਮ ਹੋ ਚੁੱਕੇ ਹਨ। ਮੈਨੂੰ ਤਾਂ ਉਹ ਸਾਰੇ ਚੇਤੇ ਰਹਿ ਸਕਦੇ ਹਨ ਪਰ ਹੇ ਪਰੰਤਪ (ਦੁਸ਼ਮਣਾਂ ਦਾ ਦਮਨ ਕਰਨ ਵਾਲੇ)! ਤੁਹਾਨੂੰ ਉਹ ਚੇਤੇ ਨਹੀਂ ਰਹਿ ਸਕਦੇ।

ਭਾਵ

ਬ੍ਰਹਮ ਸੰਹਿਤਾ ਵਿਚ ਸਾਨੂੰ ਭਗਵਾਨ ਦੇ ਅਨੇਕਾਂ ਅਵਤਾਰਾਂ ਦੀ ਸੂਚਨਾ ਮਿਲਦੀ ਹੈ ਜਿਸ ਵਿਚ ਕਿਹਾ ਗਿਆ ਹੈ :-

ਅਦ੍ਵੈਤਮ੍ ਅਚ੍ਯੁਤਮ੍ ਅਨਾਦਿਮ੍ ਅਨੰਤ-ਰੂਪਮ੍ ਆਦ੍ਯਮ੍ ਪੁਰਾਣ-ਪੁਰੁਸ਼ਮ੍ ਨਵ-ਯੌਵਨਮ੍ ਚ ।
ਵੇਦੇਸ਼ੁ ਦੁਰ੍ਲਭਮ੍ ਅਦੁਰ੍ਲਭਮ੍ ਆਤਮ-ਭਕਤੌ ਗੋਵਿੰਦਮ੍ ਆਦਿ-ਪੁਰੁਸ਼ਮ੍ ਤਮ੍ ਅਹਮ੍ ਭਜਾਮਿ ॥

(ਬ੍ਰਹਮ ਸੰਹਿਤਾ -5-33)

"ਮੈਂ ਉਨ੍ਹਾਂ ਆਦਿ ਪੁਰਖ ਸ਼੍ਰੀ ਭਗਵਾਨ ਗੋਵਿੰਦ ਦੀ ਪੂਜਾ ਕਰਦਾ ਹਾਂ ਜਿਹੜੇ ਅਦਵੈਤ, ਅਡਿੱਗ ਅਤੇ ਅਨਾਦਿ ਹਨ, ਭਾਂਵੇਂ ਅਨੰਤ ਰੂਪਾਂ ਵਿਚ ਉਨ੍ਹਾਂ ਦਾ ਵਿਸਤਾਰ ਹੈ ਪਰ ਤਾਂ ਵੀ ਉਹ ਆਦਿ, ਪੁਰਾਤਨ ਅਤੇ ਨਿੱਤ ਨਵੇਂ ਜੋਬਨ ਵਾਲੇ ਰਹਿੰਦੇ ਹਨ। ਸ਼੍ਰੀ ਭਗਵਾਨ ਦੇ ਅਜਿਹੇ ਸਚਿਦਾਨੰਦ ਸਰੂਪ ਨੂੰ ਅਕਸਰ ਉੱਚ ਵੈਦਿਕ ਵਿਦਵਾਨ ਵੀ ਨਹੀਂ ਜਾਣਦੇ, ਪਰ ਵਿਸ਼ੁੱਧ ਅਤੇ ਦ੍ਰਿੜ ਭਗਤਾਂ ਨੂੰ ਤਾਂ ਉਨ੍ਹਾਂ ਦੇ ਦਰਸ਼ਨ ਹਮੇਸ਼ਾਂ ਹੀ ਹੁੰਦੇ ਰਹਿੰਦੇ ਹਨ"।

ਬ੍ਰਹਮ ਸੰਹਿਤਾ ਵਿਚ ਇਹ ਵੀ ਕਿਹਾ ਗਿਆ ਹੈ :-

ਰਾਮਾਦਿ ਮੂਰ੍ਤਿਸ਼ੂ ਕਲਾ ਨਿਯਮੇਨ ਤਿਸ਼੍ਠਨ੍
ਨਾਨਾਵਤਾਰਮ ਅਕਰੋਦ੍ ਭੁਵਨੇਸ਼ੁ ਕਿੰਤੁ
ਕ੍ਰਿਸ਼੍ਣਹ੍ ਸ੍ਵਯਮ੍ ਸਮਭਵਤ੍ ਪਰਮਹ੍ ਪੁਮਾਨ੍ ਯੋ
ਗੋਵਿੰਦਮ੍ ਆਦਿ ਪੁਰੁਸ਼ਮ੍ ਤਮ੍ ਅਹਮ੍ ਭਜਾਮਿ ॥

(ਬ੍ਰਹਮਸੰਹਿਤਾ 5-39)

"ਮੈ ਉਸ ਸ਼੍ਰੀ ਭਗਵਾਨ ਗੋਵਿੰਦ ਦੀ ਪੂਜਾ ਕਰਦਾ ਹਾਂ ਜਿਹੜੇ ਰਾਮ, ਨਰਸਿੰਘ ਆਦਿ ਅਵਤਾਰਾਂ ਅਤੇ ਅੰਸ਼ ਅਵਤਾਰਾਂ ਵਿਚ ਨਿੱਤ ਸਥਿਤ ਰਹਿੰਦੇ ਹੋਏ ਵੀ ਕ੍ਰਿਸ਼ਨ ਨਾਂ ਨਾਲ ਪ੍ਰਸਿੱਧ ਆਦਿ ਪੁਰਖ ਹਨ ਅਤੇ ਜਿਹੜੇ ਖ਼ੁਦ ਵੀ ਅਵਤਾਰ ਲੈਂਦੇ ਹਨ।"

ਵੇਦਾਂ ਵਿਚ ਕਿਹਾ ਗਿਆ ਹੈ ਕਿ ਅਦਵੈਤ ਹੁੰਦੇ ਹੋਏ ਵੀ ਭਗਵਾਨ ਅਣਗਿਣਤ ਰੁਪਾਂ ਵਿਚ ਪ੍ਰਗਟ ਹੁੰਦੇ ਹਨ। ਉਹ ਉਸ **ਵੈਦੂਰਯ ਮਣੀ** ਵਾਂਗ ਹਨ, ਜਿਹੜੀ ਆਪਣਾ ਰੰਗ ਬਦਲਦੇ ਹੋਏ ਵੀ ਇੱਕੋ ਰਹਿੰਦੀ ਹੈ। ਇਨਾਂ ਸਾਰੇ ਰੂਪਾਂ ਨੂੰ ਵਿਸ਼ੁੱਧ ਨਿਸ਼ਕਾਮ ਭਗਤ ਹੀ ਸਮਝ ਸਕਦੇ ਹਨ ; ਸਿਰਫ਼ ਵੇਦਾਂ ਦੇ ਅਧਿਐਨ ਨਾਲ ਉਨ੍ਹਾਂ ਨੂੰ ਨਹੀਂ ਸਮਝਿਆ ਜਾ ਸਕਦਾ। (**ਵੇਦੇਸ਼ੁ ਦੁਰ੍ਲਭਮ ਅਦੁਰ੍ਲਭਮ੍ ਆਤਮ੍ ਭਕੁਤੌ**)। ਅਰਜੁਨ ਵਰਗੇ ਭਗਤ ਕ੍ਰਿਸ਼ਨ ਦੇ ਪੱਕੇ ਦੋਸਤ ਹਨ ਅਤੇ ਜਦੋਂ ਵੀ ਭਗਵਾਨ ਅਵਤਾਰ ਲੈਂਦੇ ਹਨ ਤਾਂ ਉਨ੍ਹਾਂ ਦੇ ਪਾਰਸ਼ਦ ਭਗਤ ਵੀ ਵੱਖੋ-ਵੱਖਰੇ ਰੂਪਾਂ ਵਿਚ ਉਨ੍ਹਾ ਦੀ ਸੇਵਾ ਕਰਨ ਲਈ ਉਨ੍ਹਾਂ ਦੇ ਨਾਲ-ਨਾਲ ਅਵਤਾਰ ਲੈਂਦੇ ਹਨ। ਅਰਜੁਨ ਅਜਿਹਾ ਹੀ ਭਗਤ ਹੈ। ਇਸ ਸ਼ਲੋਕ ਤੋਂ ਇਹ ਪਤਾ ਲਗਦਾ ਹੈ ਕਿ ਲੱਖਾਂ ਸਾਲ ਪਹਿਲਾਂ ਜਦੋਂ ਕ੍ਰਿਸ਼ਨ ਨੇ ਭਗਵਤ ਗੀਤਾ ਦਾ ਪ੍ਰਵਚਨ ਸੂਰਜਦੇਵ ਵਿਵਸਵਾਨ ਨੂੰ ਦਿੱਤਾ ਸੀ ਤਾਂ ਉਸ ਸਮੇਂ ਅਰਜੁਨ ਵੀ ਕਿਸੇ ਹੋਰ ਰੂਪ ਵਿਚ

ਉਥੇ ਹਾਜ਼ਰ ਸੀ। ਪਰ ਭਗਵਾਨ ਅਤੇ ਅਰਜੁਨ ਵਿਚ ਇਹ ਫਰਕ ਹੈ ਕਿ ਭਗਵਾਨ ਨੇ ਇਹ ਘਟਨਾ ਚੇਤੇ ਰਖੀ, ਪਰ ਅਰਜੁਨ ਇਸਨੂੰ ਚੇਤੇ ਨਹੀਂ ਰਖ ਸਕਿਆ। ਇਹੋ ਪ੍ਰਮਾਤਮਾ ਦੇ ਅੰਸ਼ ਰੂਪ ਜੀਵਾਤਮਾ ਅਤੇ ਪਰਮੇਸ਼ਵਰ ਵਿਚ ਫਰਕ ਹੈ। ਭਾਵੇਂ ਅਰਜੁਨ ਨੂੰ ਇਥੇ ਵੱਡੇ ਵੀਰ ਯੋਧੇ ਦੇ ਰੂਪ ਵਿਚ ਸੰਬੋਧਿਤ ਕੀਤਾ ਗਿਆ ਹੈ, ਜਿਹੜਾ ਦੁਸ਼ਮਣਾਂ ਦਾ ਦਮਨ ਕਰ ਸਕਦਾ ਹੈ, ਪਰ ਪਹਿਲੇ ਜਨਮਾਂ ਵਿਚ ਜੋ ਜੋ ਘਟਨਾਵਾਂ ਘਟੀਆਂ ਉਨ੍ਹਾਂ ਨੂੰ ਚੇਤੇ ਰੱਖਣ ਦੀ ਯੋਗ ਤਾਕਤ ਉਸ ਕੋਲ ਨਹੀਂ। ਇਸ ਲਈ ਭੌਤਿਕ ਦ੍ਰਿਸ਼ਟੀ ਨਾਲ ਜੀਵ ਭਾਵੇਂ ਕਿੰਨਾ ਹੀ ਤਾਕਤਵਰ ਕਿਉਂ ਨਾ ਹੋ ਜਾਵੇ ਪਰ ਉਹ ਕਦੀ ਵੀ ਪਰਮੇਸ਼ਵਰ ਦੀ ਬਰਾਬਰੀ ਨਹੀਂ ਕਰ ਸਕਦਾ। ਭਗਵਾਨ ਦੇ ਸੰਗ ਰਹਿਣ ਵਾਲਾ ਮਨੁੱਖ ਯਕੀਨੀ ਤੌਰ ਤੇ ਮੁਕਤ ਜੀਵ ਹੁੰਦਾ ਹੈ, ਪਰ ਉਹ ਭਗਵਾਨ ਦੇ ਬਰਾਬਰ ਨਹੀਂ ਹੁੰਦਾ। ਬ੍ਰਹਮ ਸੰਹਿਤਾ ਵਿਚ ਭਗਵਾਨ ਨੂੰ **ਅਚ੍ਯੁਤ** (ਥੱਲੇ ਨਾ ਡਿੱਗਣ ਵਾਲਾ) ਕਿਹਾ ਗਿਆ ਹੈ, ਜਿਸਦਾ ਅਰਥ ਹੁੰਦਾ ਹੈ ਕਿ ਉਹ ਭੌਤਿਕ ਸੰਪਰਕ ਵਿਚ ਰਹਿੰਦੇ ਹੋਏ ਵੀ ਆਪਣੇ ਆਪ ਨੂੰ ਨਹੀਂ ਭੁੱਲਦੇ। ਇਸ ਲਈ ਭਗਵਾਨ ਅਤੇ ਜੀਵ ਕਦੀ ਵੀ ਹਰ ਪੱਖੋਂ ਇਕ ਬਰਾਬਰ ਨਹੀਂ ਹੋ ਸਕਦੇ ਭਾਵੇਂ ਜੀਵ ਅਰਜੁਨ ਵਾਂਗ ਮੁਕਤ ਮਨੁੱਖ ਹੀ ਕਿਉਂ ਨਾ ਹੋਵੇ। ਭਾਵੇਂ ਅਰਜੁਨ, ਭਗਵਾਨ ਦਾ ਭਗਤ ਹੈ, ਪਰ ਕਈ ਵਾਰ ਉਹ ਵੀ ਭਗਵਾਨ ਦੇ ਪ੍ਰਕ੍ਰਿਤੀ ਨੂੰ ਭੁੱਲ ਜਾਂਦਾ ਹੈ। ਪਰ ਰੱਬੀ ਕਿਰਪਾ ਸਦਕਾ ਭਗਤ ਤੁਰੰਤ ਭਗਵਾਨ ਦੀ **ਅਚ੍ਯੁਤ** (ਅਡਿੱਗ) ਸਥਿਤੀ ਨੂੰ ਸਮਝ ਜਾਂਦਾ ਹੈ, ਜਦੋਂਕਿ ਅਭਗਤ ਅਤੇ ਅਸੁਰ ਇਸ ਅਲੌਕਿਕ ਪ੍ਰਕ੍ਰਿਤੀ ਨੂੰ ਨਹੀਂ ਸਮਝ ਸਕਦੇ। ਫਲਸਰੂਪ ਅਸੁਰੀ ਦਿਮਾਗਾਂ ਵਿਚ ਗੀਤਾ ਦੇ ਵੇਰਵੇ ਨਹੀਂ ਬੈਠ ਸਕਦੇ। ਕ੍ਰਿਸ਼ਨ ਨੂੰ ਲੱਖਾਂ ਸਾਲ ਪਹਿਲੋਂ ਪੂਰੇ ਕੀਤੇ ਕਾਰਜ ਚੇਤੇ ਹਨ, ਪਰ ਅਰਜੁਨ ਨੂੰ ਚੇਤੇ ਨਹੀਂ, ਜਦੋਂ ਕਿ ਅਰਜੁਨ ਅਤੇ ਕ੍ਰਿਸ਼ਨ ਦੋਵੇਂ ਸ਼ਾਸ਼ਵਤ ਸੁਭਾਅ ਦੇ ਹਨ। ਇੱਥੇ ਸਾਨੂੰ ਇਹ ਵੀ ਵੇਖਣ ਵਿਚ ਆਉਂਦਾ ਹੈ ਕਿ ਸ਼ਰੀਰ ਪਰਿਵਰਤਨ ਦੇ ਨਾਲ ਨਾਲ ਜੀਵਾਤਮਾ ਸਭ ਕੁਝ ਭੁੱਲ ਜਾਂਦਾ ਹੈ, ਪਰ ਕ੍ਰਿਸ਼ਨ ਸਭ ਚੇਤੇ ਰੱਖਦੇ ਹਨ, ਕਿਉਂਕਿ ਉਹ ਸਚਿਦਾਨੰਦ ਸ਼ਰੀਰ ਨੂੰ ਨਹੀਂ ਬਦਲਦੇ ਉਹ **ਅਦਵੈਤ** ਹਨ, ਜਿਸਦਾ ਅਰਥ ਹੈ ਕਿ ਉਨ੍ਹਾਂ ਦੇ ਸ਼ਰੀਰ ਅਤੇ ਉਨ੍ਹਾਂ ਵਿਚ (ਆਤਮਾ ਵਿੱਚ) ਕੋਈ ਫਰਕ ਨਹੀਂ ਹੈ। ਕਿਉਂਕਿ ਭਗਵਾਨ ਦੇ ਸ਼ਰੀਰ ਅਤੇ ਆਤਮਾ ਇੱਕੋ ਹਨ, ਇਸ ਲਈ ਉਨ੍ਹਾਂ ਦੀ ਸਥਿਤੀ ਤਾਂ ਵੀ ਸਾਧਾਰਨ ਜੀਵ ਤੋਂ ਵੱਖਰੀ ਬਣੀ ਰਹਿੰਦੀ ਹੈ, ਜਦੋਂ ਉਹ ਭੌਤਿਕ ਪੱਧਰ ਤੇ ਅਵਤਾਰ ਲੈਂਦੇ ਹਨ। ਅਸੁਰ ਲੋਕ ਭਗਵਾਨ ਦੀ ਇਸ ਅਲੌਕਿਕ ਪ੍ਰਕ੍ਰਿਤੀ ਨਾਲ ਤਾਲਮੇਲ ਨਹੀਂ ਬੈਠਾ ਪਾਉਂਦੇ ਜਿਸ ਦੀ ਵਿਆਖਿਆ ਅਗਲੇ ਸ਼ਲੋਕ ਵਿਚ ਭਗਵਾਨ ਖ਼ੁਦ ਕਰਦੇ ਹਨ।

अजोऽपि सन्नव्ययात्मा भूतानामीश्वरोऽपि सन् ।
प्रकृतिं स्वामधिष्ठाय सम्भवाम्यात्ममायया ॥ ६ ॥

ਅਜੋ'ਪਿ ਸੰਨ੍ ਅਵ੍ਯਯਾਤ੍ਮਾ ਭੂਤਾਨਾਮ੍ ਈਸ਼ਵਰੋ'ਪਿ ਸਨ੍ ।
ਪ੍ਰਕ੍ਰਿਤਿਮ੍ ਸ੍ਵਾਮ੍ ਅਧਿਸ਼੍ਠਾਯ ਸੰਭਵਾਮਿ ਆਤ੍ਮ-ਮਾਯਯਾ ॥ 6 ॥

ਅਜਹ੍-ਅਜਨਮਾ ; **ਅਪਿ**-ਫੇਰ ਵੀ ; **ਸਨ੍**-ਹੁੰਦੇ ਹੋਏ ; **ਅਵ੍ਯਯ**-ਅਵਿਨਾਸ਼ੀ ; **ਆਤ੍ਮਾ** -ਸ਼ਰੀਰ ; **ਭੂਤਾਨਾਮ੍**-ਜਨਮ ਲੈਣ ਵਾਲਿਆਂ ਦੇ ; **ਈਸ਼ਵਰਹ੍**-ਪਰਮੇਸ਼ਵਰ ; **ਅਪਿ**-ਭਾਵੇਂ ; **ਸਨ੍** -ਹੋਣ ਤੇ ; **ਪ੍ਰਕ੍ਰਿਤਿਮ੍**-ਅਲੌਕਿਕ ਰੂਪ ਵਿਚ ; **ਸ੍ਵਾਮ**-ਆਪਣੇ ; **ਅਧਿਸ਼੍ਠਾਯ**-ਇੰਝ ਸਥਿਤ ; **ਸੰਭਵਾਮਿ**-ਮੈਂ ਅਵਤਾਰ ਲੈਂਦਾ ਹਾਂ ; **ਆਤਮ-ਮਾਯਯਾ**-ਆਪਣੀ ਅੰਦਰੂਨੀ ਤਾਕਤ ਨਾਲ ।

ਅਨੁਵਾਦ

ਭਾਵੇਂ ਮੈਂ ਅਜਨਮਾ ਅਤੇ ਅਵਿਨਾਸ਼ੀ ਹਾਂ ਅਤੇ ਭਾਵੇਂ ਮੈ ਸਾਰੇ ਜੀਵਾਂ ਦਾ ਸਵਾਮੀ ਹਾਂ ਤਾਂ ਵੀ ਹਰ ਯੁਗ ਵਿਚ ਮੈਂ ਆਪਣੇ ਅਲੌਕਿਕ ਰੂਪ ਵਿਚ ਪ੍ਰਗਟ ਹੁੰਦਾ ਹਾਂ ।

ਭਾਵ

ਭਗਵਾਨ ਨੇ ਆਪਣੇ ਜਨਮ ਦੀ ਵਿਲੱਖਣਤਾ ਦੱਸੀ ਹੈ । ਹਾਲਾਂਕਿ ਉਹ ਸਧਾਰਨ ਮਨੁੱਖ ਵਾਂਗ ਪ੍ਰਗਟ ਹੋ ਸਕਦੇ ਹਨ, ਪਰ ਉਨ੍ਹਾਂ ਨੂੰ ਬੀਤੇ ਅਨੇਕਾਂ ਜਨਮਾਂ ਦੀ ਪੂਰੀ ਯਾਦ ਬਣੀ ਰਹਿੰਦੀ ਹੈ ਜਦੋਂ ਕਿ ਸਾਧਾਰਨ ਮਨੁੱਖ ਨੂੰ ਕੁਝ ਘੰਟੇ ਪਹਿਲੋਂ ਦੀ ਘਟਨਾ ਵੀ ਚੇਤੇ ਨਹੀਂ ਰਹਿੰਦੀ । ਜੇ ਕੋਈ ਪੁੱਛੇ ਕਿ ਇਕ ਦਿਨ ਪਹਿਲੋਂ ਇਸ ਸਮੇਂ ਤੁਸੀਂ ਕੀ ਕਰ ਰਹੇ ਸੀ ਤਾਂ ਸਾਧਾਰਨ ਮਨੁੱਖ ਲਈ ਇਸਦਾ ਇਕਦਮ ਉੱਤਰ ਦੇਣਾ ਔਖਾ ਹੋਵੇਗਾ । ਉਸ ਨੂੰ ਚੇਤੇ ਕਰਨ ਲਈ ਦਿਮਾਗ ਨੂੰ ਕੁਰੇਦਨਾ ਪਵੇਗਾ ਕਿ ਉਹ ਕੱਲ ਇਸ ਸਮੇਂ ਕੀ ਕਰ ਰਿਹਾ ਸੀ । ਫਿਰ ਵੀ ਲੋਕ ਆਪਣੇ ਆਪ ਨੂੰ ਰੱਬ ਜਾਂ ਕ੍ਰਿਸ਼ਨ ਕਹਿੰਦੇ ਰਹਿੰਦੇ ਹਨ । ਮਨੁੱਖ ਨੂੰ ਅਜਿਹੀਆਂ ਗੱਲਾਂ ਤੇ ਭਰਮ ਵਿਚ ਨਹੀਂ ਆਉਣਾ ਚਾਹੀਦਾ । ਤਾਂ ਭਗਵਾਨ ਰਾਹੀਂ ਆਪਣੀ ਪ੍ਰਕ੍ਰਿਤੀ ਜਾਂ ਸਰੂਪ ਦੀ ਵਿਆਖਿਆ ਕਰਦੇ ਹਨ । ਪ੍ਰਕ੍ਰਿਤੀ ਦਾ ਅਰਥ ਸੁਭਾਅ ਜਾਂ ਸਰੂਪ ਦੋਵੇਂ ਹਨ । ਭਗਵਾਨ ਕਹਿੰਦੇ ਹਨ ਕਿ ਉਹ ਆਪਣੇ ਹੀ ਸ਼ਰੀਰ ਵਿਚ ਪ੍ਰਗਟ ਹੁੰਦੇ ਹਨ ਉਹ ਸਾਧਾਰਨ ਮਨੁੱਖ ਵਾਂਗ ਸ਼ਰੀਰ ਪਰਿਵਰਤਨ ਨਹੀਂ ਕਰਦੇ । ਇਸ ਜਨਮ ਵਿਚ ਬੱਧ ਜੀਵ ਦਾ ਇੱਕੋ ਤਰ੍ਹਾਂ ਦਾ ਸ਼ਰੀਰ ਹੋ ਸਕਦਾ ਹੈ ਪਰ ਅਗਲੇ ਜਨਮ ਵਿਚ ਦੂਜਾ ਸ਼ਰੀਰ ਰਹਿੰਦਾ ਹੈ । ਭੌਤਿਕ ਸੰਸਾਰ ਵਿਚ ਜੀਵ ਦਾ ਕੋਈ ਸਥਾਈ ਸ਼ਰੀਰ ਨਹੀਂ ਹੈ ਸਗੋਂ ਉਹ ਇਕ ਸ਼ਰੀਰ ਤੋਂ ਦੂਜੇ ਵਿਚ ਜਾਂਦਾ ਰਹਿੰਦਾ ਹੈ । ਪਰ ਭਗਵਾਨ ਅਜਿਹਾ ਨਹੀਂ ਕਰਦੇ ਜਦੋਂ ਵੀ ਉਹ ਪ੍ਰਗਟ ਹੁੰਦੇ ਹਨ ਤਾਂ ਆਪਣੀ ਅੰਤਰੰਗ ਸ਼ਕਤੀ ਨਾਲ ਉਹ ਆਪਣੇ ਉਸ ਆਦਿ ਸ਼ਰੀਰ ਨਾਲ ਹੀ ਪ੍ਰਗਟ ਹੁੰਦੇ ਹਨ । ਦੂਜੇ ਸ਼ਬਦਾਂ ਵਿਚ ਸ਼੍ਰੀ ਕ੍ਰਿਸ਼ਨ ਇਸ ਸੰਸਾਰ ਵਿਚ ਆਪਣੇ ਆਦਿ ਸ਼ਾਸ਼ਵਤ(ਅਨੰਤ) ਸਰੂਪ ਵਿਚ ਦੋਵੇਂ ਬਾਹਾਂ ਵਿਚ ਬੰਸਰੀ ਧਾਰਨ ਕਰਕੇ ਅਵਤਾਰ ਲੈਂਦੇ ਹਨ ਉਹ ਇਸ ਭੌਤਿਕ ਸੰਸਾਰ ਵਿਚ ਦੂਸ਼ਣ ਰਹਿਤ ਆਪਣੇ ਸ਼ਾਸ਼ਵਤ(ਅਨੰਤ) ਸ਼ਰੀਰ ਸਹਿਤ ਪ੍ਰਗਟ ਹੁੰਦੇ ਹਨ । ਹਾਲਾਂਕਿ ਉਹ ਅਲੌਕਿਕ ਸ਼ਰੀਰ ਵਿਚ ਪ੍ਰਗਟ ਹੁੰਦੇ ਹਨ ਅਤੇ ਬ੍ਰਹਿਮੰਡ ਦੇ ਮਾਲਕ ਹੁੰਦੇ ਹਨ ਤਾਂ ਵੀ ਇੰਝ ਲਗਦਾ ਹੈ ਕਿ ਉਹ ਸਧਾਰਨ ਮਨੁੱਖ ਵਾਂਗ ਪ੍ਰਗਟ ਹੋ ਰਹੇ ਹਨ । ਹਾਲਾਂਕਿ ਉਨ੍ਹਾਂ ਦਾ ਸ਼ਰੀਰ ਭੌਤਿਕ ਸ਼ਰੀਰ ਵਾਂਗ ਕਮਜ਼ੋਰ ਨਹੀਂ ਹੁੰਦਾ ਫੇਰ ਵੀ ਇੰਝ ਲਗਦਾ ਹੈ ਕਿ ਭਗਵਾਨ ਕ੍ਰਿਸ਼ਨ ਬਚਪਨ ਤੋਂ ਕੁਮਾਰ ਅਵਸਥਾ ਵਿਚ ਅਤੇ ਕੁਮਾਰ ਅਵਸਥਾ ਤੋਂ ਜਵਾਨੀ ਪ੍ਰਾਪਤ ਕਰਦੇ ਹਨ । ਪਰ ਹੈਰਾਨੀ ਤਾਂ ਇਹ ਹੈ ਕਿ ਉਹ ਕਦੀ ਵੀ ਜਵਾਨੀ ਤੋਂ ਅੱਗੇ ਨਹੀਂ ਵਧਦੇ ਕੁਰੂਕਸ਼ੇਤਰ ਜੰਗ ਦੇ ਸਮੇਂ ਉਨ੍ਹਾਂ ਦੇ ਅਨੇਕ ਪੋਤਰੇ ਸਨ ਜਾਂ ਦੂਜੇ ਸ਼ਬਦਾਂ ਵਿਚ ਉਹ ਭੌਤਿਕ

ਗਣਤੀ ਮੁਤਾਬਿਕ ਕਾਫ਼ੀ ਬੁੱਢੇ ਸਨ। ਫੇਰ ਵੀ ਉਹ ਸੋਲਾਂ-ਸਤਾਰਾਂ ਸਾਲ ਦੇ ਨੌਜੁਆਨ ਵਰਗੇ ਲਗਦੇ ਸੀ। ਸਾਨੂੰ ਕ੍ਰਿਸ਼ਨ ਦੀ ਕੋਈ ਵੀ ਬਿਰਧ ਅਵਸਥਾ ਦੀ ਤਸਵੀਰ ਵਿਖਾਈ ਨਹੀਂ ਦਿੰਦੀ ਕਿਉਂਕਿ ਉਹ ਕਦੀ ਵੀ ਸਾਡੇ ਵਾਂਗ ਬੁੱਢੇ ਨਹੀਂ ਹੁੰਦੇ ਭਾਵੇਂ ਉਹ ਤਿੰਨਾ ਕਾਲਾਂ ਵਿਚ ਭੂਤ, ਵਰਤਮਾਨ ਅਤੇ ਭਵਿੱਖ ਕਾਲ ਵਿਚ ਸਭ ਤੋਂ ਵਡੇਰੇ ਮਨੁੱਖ ਹਨ। ਉਨ੍ਹਾਂ ਦਾ ਸ਼ਰੀਰ ਅਤੇ ਬੁੱਧੀ ਕਦੀ ਵੀ ਕਮਜ਼ੋਰ ਨਹੀਂ ਹੁੰਦੀ ਅਤੇ ਨਾ ਹੀ ਬਦਲਦੇ ਹਨ। ਇਸ ਲਈ ਇਹ ਸਪਸ਼ਟ ਹੈ ਕਿ ਇਸ ਸੰਸਾਰ ਵਿਚ ਰਹਿੰਦੇ ਹੋਏ ਵੀ ਉਹ ਅਜਨਮਾ ਸਚਿੱਦਾਨੰਦ ਸਰੂਪ ਹਨ ; ਜਿਨ੍ਹਾਂ ਦੇ ਅਲੌਕਿਕ ਸ਼ਰੀਰ ਅਤੇ ਬੁੱਧੀ ਵਿਚ ਕੋਈ ਪਰਿਵਰਤਨ ਨਹੀਂ ਹੁੰਦਾ। ਅਸਲ ਵਿਚ ਉਨ੍ਹਾਂ ਦਾ ਪ੍ਰਗਟ ਹੋਣਾ ਅਤੇ ਅਲੋਪ ਹੋਣਾ ਸੂਰਜ ਦੇ ਚੜਣ ਵਾਂਗ ਹੈ ਜਿਹੜਾ ਸਾਡੇ ਸਾਹਮਣੇ ਘੁੰਮਦਾ ਹੋਇਆ ਸਾਡੀਆਂ ਅੱਖੋਂ ਓਹਲੇ ਹੋ ਜਾਂਦਾ ਹੈ। ਜਦੋਂ ਸੂਰਜ ਸਾਡੀਆਂ ਅੱਖੋਂ ਓਹਲੇ ਰਹਿੰਦਾ ਹੈ ਤਾਂ ਅਸੀ ਸੋਚਦੇ ਹਾਂ ਕਿ ਸੂਰਜ ਛਿੱਪ ਗਿਆ ਅਤੇ ਜਦੋਂ ਉਹ ਸਾਡੇ ਸਾਹਮਣੇ ਹੁੰਦਾ ਹੈ ਤਾਂ ਅਸੀ ਸੋਚਦੇ ਹਾਂ ਕਿ ਉਹ ਆਸਮਾਨ ਵਿਚ ਹੈ। ਅਸਲ ਵਿਚ ਸੂਰਜ ਸਥਿਰ ਹੈ, ਪਰ ਆਪਣੀਆਂ ਅਧੂਰੀਆਂ ਅਤੇ ਦੋਸ਼ ਪੂਰਨ ਇੰਦਰੀਆਂ ਕਾਰਨ ਅਸੀਂ ਸੂਰਜ ਦੇ ਚੜਣ ਅਤੇ ਛਿਪਣ ਦੀ ਕਲਪਨਾ ਕਰਦੇ ਹਾਂ, ਕਿਉਂਕਿ ਭਗਵਾਨ ਦਾ ਪ੍ਰਗਟ ਹੋਣਾ ਅਤੇ ਅਲੋਪ ਹੋਣਾ ਸਾਧਾਰਨ ਮਨੁੱਖ ਤੋਂ ਵੱਖਰਾ ਹੈ। ਇਸ ਲਈ ਸਪਸ਼ਟ ਹੈ ਕਿ ਉਹ ਸ਼ਾਸ਼ਵਤ (ਅਨੰਤ) ਹਨ ਆਪਣੀ ਅੰਤਰੰਗ ਸ਼ਕਤੀ ਸਦਕਾ ਆਨੰਦ ਸਰੂਪ ਹਨ ਅਤੇ ਇਸ ਭੌਤਿਕ ਪ੍ਰਕ੍ਰਿਤੀ ਰਾਹੀਂ ਕਦੀ ਦੂਸ਼ਿਤ ਨਹੀਂ ਹੁੰਦੇ। ਵੇਦਾਂ ਰਾਹੀਂ ਵੀ ਪੁਸ਼ਟੀ ਕੀਤੀ ਜਾਂਦੀ ਹੈ ਕਿ ਭਗਵਾਨ ਅਜਨਮਾ ਹੋ ਕੇ ਵੀ ਅਨੇਕਾਂ ਰੂਪਾਂ ਵਿਚ ਅਵਤਾਰ ਲੈਂਦੇ ਰਹਿੰਦੇ ਹਨ। ਵੇਦਾਂਤਾਂ ਤੋਂ ਵੀ ਪੁਸ਼ਟੀ ਹੁੰਦੀ ਹੈ ਕਿ ਭਾਵੇਂ ਭਗਵਾਨ ਜਨਮ ਲੈਂਦੇ ਲਗਦੇ ਹਨ, ਪਰ ਤਾਂ ਵੀ ਉਹ ਸ਼ਰੀਰ ਨਹੀਂ ਬਦਲਦੇ। ਸ਼੍ਰੀਮਦ੍ ਭਾਗਵਤਮ੍ ਵਿਚ ਉਹ ਆਪਣੀ ਮਾਂ ਦੇ ਸਾਹਮਣੇ ਨਾਰਾਇਣ ਰੂਪ ਵਿਚ ਚਾਰ ਬਾਹਾਂ ਅਤੇ ਛੇ ਵਿਭੂਤੀਆਂ ਨਾਲ ਪ੍ਰਗਟ ਹੁੰਦੇ ਹਨ। ਉਨ੍ਹਾਂ ਦਾ ਆਦਿ ਸ਼ਾਸ਼ਵਤ(ਅਨੰਤ) ਰੂਪ ਵਿਚ ਪ੍ਰਗਟ ਹੋਣਾ ਉਨ੍ਹਾਂ ਦੀ ਸੁਭਾਵਿਕ ਕਿਰਪਾ ਹੈ, ਜਿਹੜੀ ਜੀਵਾਂ ਨੂੰ ਦਿੱਤੀ ਜਾਂਦੀ ਹੈ। ਜਿਸ ਨਾਲ ਉਹ ਭਗਵਾਨ ਦੇ ਯਥਾਰੂਪ ਵਿਚ ਆਪਣਾ ਧਿਆਨ ਕੇਂਦਰਿਤ ਕਰ ਸਕਣ ਨਾ ਕਿ ਨਿਰਵਿਸ਼ੇਸ਼ਵਾਦੀਆਂ ਰਾਹੀਂ ਮਨੋਧਰਮ ਜਾਂ ਕਲਪਨਾ ਤੇ ਆਧਾਰਿਤ ਰੂਪ ਵਿਚ। ਵਿਸ਼ਵ ਕੋਸ਼ ਮੁਤਾਬਿਕ ਮਾਇਆ ਜਾਂ ਆਤਮ ਮਾਇਆ, ਸ਼ਬਦ ਭਗਵਾਨ ਦੀ ਬਿਨ੍ਹਾਂ ਕਾਰਨ ਕਿਰਪਾ ਦਾ ਸੂਚਕ ਹੈ। ਭਗਵਾਨ ਆਪਣੇ ਸਾਰੇ ਪਹਿਲੇ ਜਨਮ-ਮਰਨ ਤੋਂ ਜਾਣੂ ਰਹਿੰਦੇ ਹਨ, ਪਰ ਸਾਧਾਰਨ ਮਨੁੱਖ ਨੂੰ ਜਿਵੇਂ ਹੀ ਨਵਾਂ ਸ਼ਰੀਰ ਮਿਲਦਾ ਹੈ ਉਹ ਆਪਣੇ ਪੁਰਾਣੇ ਸ਼ਰੀਰ ਬਾਰੇ ਸਭ ਕੁਝ ਭੁੱਲ ਜਾਂਦਾ ਹੈ। ਉਹ ਸਾਰੇ ਜੀਵਾਂ ਦੇ ਸਵਾਮੀ ਹਨ, ਕਿਉਂਕਿ ਇਸ ਧਰਤੀ ਤੇ ਰਹਿੰਦੇ ਹੋਏ ਉਹ ਹੈਰਾਨੀ ਭਰੀਆਂ ਅਨੋਖੀਆਂ ਲੀਲਾਵਾਂ ਕਰਦੇ ਰਹਿੰਦੇ ਹਨ। ਇਸ ਲਈ ਭਗਵਾਨ ਹਮੇਸ਼ਾਂ ਉਹੀ ਪਰਮ ਸਤਿ ਸਰੂਪ ਹਨ ਅਤੇ ਉਨ੍ਹਾਂ ਦੇ ਸਰੂਪ ਅਤੇ ਆਤਮਾ ਵਿਚ ਜਾਂ ਉਨ੍ਹਾਂ ਦੇ ਗੁਣ ਅਤੇ ਸ਼ਰੀਰ ਵਿਚ ਕੋਈ ਫਰਕ ਨਹੀਂ ਹੁੰਦਾ। ਹੁਣ ਇਹ ਸਵਾਲ ਕੀਤਾ ਜਾ ਸਕਦਾ ਹੈ ਕਿ ਸੰਸਾਰ ਵਿਚ ਭਗਵਾਨ ਪ੍ਰਗਟ ਅਤੇ ਅਪ੍ਰਗਟ ਕਿਉਂ ਹੁੰਦੇ ਹਨ ? ਅਗਲੇ ਸ਼ਲੋਕ ਵਿਚ ਇਸਦੀ ਵਿਆਖਿਆ ਕੀਤੀ ਗਈ ਹੈ।

यदा यदा हि धर्मस्य ग्लानिर्भवति भारत ।
अभ्युत्थानमधर्मस्य तदात्मानं सृजाम्यहम् ॥ ७॥

ਯਦਾ ਯਦਾ ਹਿ ਧਰ੍ਮਸ੍ਯ ਗ੍ਲਾਨਿਰ੍ ਭਵਤਿ ਭਾਰਤ ।
ਅਭ੍ਯੁਤ੍ਥਾਨਮ੍ ਅਧਰ੍ਮਸ੍ਯ ਤਦਾਤ੍ਮਾਨਮ੍ ਸ੍ਰਿਜਾਮਿ੍ ਅਹਮ੍ ॥ 7 ॥

ਯਦਾ ਯਦਾ-ਜਦੋਂ ਵੀ ਅਤੇ ਜਿੱਥੇ ਵੀ ; **ਹਿ**-ਨਿਸ਼ਚੈ ਹੀ ; **ਧਰ੍ਮਸ੍ਯ**-ਧਰਮ ਦੀ ; **ਗ੍ਲਾਨਿ**-ਨੁਕਸਾਨ,ਪਤਨ ; **ਭਵਤਿ**-ਹੁੰਦਾ ਹੈ ; **ਭਾਰਤ**-ਹੇ ਭਰਤਵੰਸ਼ੀ ; **ਅਭ੍ਯੁਤ੍ਥਾਨਮ੍**-ਪ੍ਰਧਾਨਤਾ **ਅਧਰ੍ਮਸ੍ਯ**-ਅਧਰਮ ਦੀ ; **ਤਦਾ**-ਉਸ ਵੇਲੇ ; **ਆਤ੍ਮਾਨਮ੍**-ਆਪਣੇ ਆਪ ਨੂੰ ; **ਸ੍ਰਿਜਾਮਿ੍**-ਪ੍ਰਗਟ ਕਰਦਾ ਹਾਂ ; **ਅਹਮ੍**-ਮੈਂ ।

ਅਨੁਵਾਦ

ਹੇ ਭਰਤਵੰਸ਼ੀ ! ਜਦੋਂ ਵੀ ਅਤੇ ਜਿਥੇ ਵੀ ਧਰਮ ਦਾ ਪਤਨ ਹੁੰਦਾ ਹੈ ਅਤੇ ਅਧਰਮ ਦੀ ਪ੍ਰਧਾਨਤਾ ਹੋਣ ਲਗਦੀ ਹੈ, ਉਦੋਂ-ਉਦੋਂ ਮੈਂ ਅਵਤਾਰ ਲੈਂਦਾ ਹਾਂ ।

ਭਾਵ

ਇਥੇ **ਸ੍ਰਿਜਾਮਿ** ਸ਼ਬਦ ਮਹਤੱਵਪੂਰਨ ਹੈ । **ਸ੍ਰਿਜਾਮਿ** ਸ਼੍ਰਿਸ਼ਟੀ ਦੇ ਅਰਥ ਵਿਚ ਨਹੀਂ ਵਰਤਿਆ ਜਾ ਸਕਦਾ, ਕਿਉਂਕਿ ਪਿਛਲੇ ਸ਼ਲੋਕਾਂ ਮੁਤਾਬਿਕ ਭਗਵਾਨ ਦਾ ਸਰੂਪ ਜਾਂ ਸ਼ਰੀਰ ਦੀ ਸ਼੍ਰਿਸ਼ਟੀ ਨਹੀਂ ਹੁੰਦੀ, ਕਿਉਂਕਿ ਉਨ੍ਹਾਂ ਦੇ ਸਾਰੇ ਸਰੂਪ ਸ਼ਾਸ਼ਵਤ(ਅਨੰਤ) ਰੂਪ ਵਿਚ ਬਿਰਾਜਮਾਨ ਰਹਿੰਦੇ ਹਨ। ਇਸ ਲਈ **ਸ੍ਰਿਜਾਮਿ** ਦਾ ਅਰਥ ਹੈ ਕਿ ਭਗਵਾਨ ਆਪ ਉਸੇ ਰੂਪ ਵਿਚ ਪ੍ਰਗਟ ਹੁੰਦੇ ਹਨ ਹਾਲਾਂਕਿ ਭਗਵਾਨ ਕ੍ਰਮਵਾਰ ਭਾਵ ਬ੍ਰਹਮਾ ਦੇ ਇੱਕ ਦਿਨ ਦੇ ਸਤਵੇਂ ਮਨੁ ਦੇ ਅਠਾਈਵੇਂ ਯੁੱਗ ਵਿਚ ਦਵਾਪਰ ਦੇ ਅਖ਼ੀਰ ਵਿਚ ਪ੍ਰਗਟ ਹੁੰਦੇ ਹਨ, ਪਰ ਉਹ ਇਸ ਨਿਯਮ ਦੀ ਪਾਲਣਾ ਕਰਨ ਲਈ ਮਜਬੂਰ ਨਹੀਂ ਹਨ, ਕਿਉਂਕਿ ਉਹ ਆਪਣੀ ਮਰਜ਼ੀ ਮੁਤਾਬਿਕ ਕਰਮ ਕਰਨ ਲਈ ਸੁਤੰਤਰ ਹਨ । ਇਸ ਲਈ ਜਦੋਂ ਵੀ ਅਧਰਮ ਦੀ ਪ੍ਰਧਾਨਤਾ ਅਤੇ ਅਸਲੀ ਧਰਮ ਅਲੋਪ ਹੋਣ ਲਗਦਾ ਹੈ ਤਾਂ ਉਹ ਆਪਣੀ ਮਰਜ਼ੀ ਮੁਤਾਬਿਕ ਪ੍ਰਗਟ ਹੁੰਦੇ ਹਨ । ਧਰਮ ਦੇ ਨਿਯਮ ਵੇਦਾਂ ਵਿਚ ਦਿੱਤੇ ਗਏ ਹਨ ਅਤੇ ਜੇ ਇਨ੍ਹਾਂ ਨਿਯਮਾਂ ਦੀ ਪਾਲਣਾ ਵਿਚ ਕੋਈ ਖ਼ਾਮੀ ਆਉਂਦੀ ਹੈ ਤਾਂ ਮਨੁੱਖ ਅਧਾਰਮਿਕ ਹੋ ਜਾਂਦਾ ਹੈ ਭਾਗਵਤਮ੍ ਵਿਚ ਕਿਹਾ ਗਿਆ ਹੈ ਕਿ ਅਜਿਹੇ ਨਿਯਮ ਰੱਬ ਦੇ ਕਾਨੂੰਨ ਹਨ । ਸਿਰਫ਼ ਭਗਵਾਨ ਹੀ ਕਿਸੇ ਧਰਮ ਦੀ ਵਿਵਸਥਾ ਕਰ ਸਕਦੇ ਹਨ । ਵੇਦ ਵੀ ਮੁੱਢਲੇ ਰੂਪ ਵਿਚ ਬ੍ਰਹਮਾ ਦੇ ਦਿਲੋਂ ਭਗਵਾਨ ਰਾਹੀਂ ਉਚਾਰਨ ਕੀਤੇ ਮੰਨੇ ਜਾਂਦੇ ਹਨ । ਇਸ ਲਈ ਧਰਮ ਦੇ ਨਿਯਮ ਭਗਵਾਨ ਦੇ ਪ੍ਰਤੱਖ ਹੁਕਮ ਹਨ । **ਧਰਮਮ੍ ਤੁ ਸਾਕ੍ਸ਼ਾਦ੍ ਭਗਵਤ੍ ਪ੍ਰਣੀਤਮ੍** ਭਗਵਤ ਗੀਤਾ ਵਿਚ ਸ਼ੁਰੂ ਤੋਂ ਲੈ ਕੇ ਅਖ਼ੀਰ ਤਕਇਸੇ ਨਿਯਮ ਵੱਲ ਸੰਕੇਤ ਹੈ । ਵੇਦਾਂ ਦਾ ਮੰਤਵ ਪਰਮੇਸ਼ਵਰ ਦੇ ਹੁਕਮਾਂ ਮੁਤਾਬਿਕ ਅਜਿਹੇ ਨਿਯਮਾਂ ਦੀ ਸਥਾਪਨਾ ਕਰਨਾ ਹੈ ਅਤੇ ਗੀਤਾ ਦੇ ਅੰਤ ਵਿਚ ਭਗਵਾਨ ਆਪ ਹੁਕਮ ਦਿੰਦੇ ਹਨ ਕਿ ਸਭ ਤੋਂ ਉੱਚਾ ਧਰਮ ਉਨਾਂ ਦੀ ਸ਼ਰਨੀ ਆਉਣਾ ਹੈ । ਵੈਦਿਕ ਨਿਯਮ ਜੀਵ

ਨੂੰ ਪੂਰੀ ਤਰ੍ਹਾਂ ਸ਼ਰਨੀ ਲਗਣ ਵੱਲ ਲੈ ਜਾਣ ਵਾਲੇ ਹਨ ਅਤੇ ਜਦੋਂ ਵੀ ਅਸੁਰਾਂ ਰਾਹੀਂ ਇਸ ਨਿਯਮ ਵਿਚ ਰੁਕਾਵਟ ਆਉਂਦੀ ਹੈ ਤਾਂ ਭਗਵਾਨ ਪ੍ਰਗਟ ਹੁੰਦੇ ਹਨ। ਸ੍ਰੀਮਦ ਭਾਗਵਤਮ੍ ਪੁਰਾਣ ਵਿਚ ਅਸੀਂ ਜਾਣਦੇ ਹਾਂ ਕਿ ਬੁੱਧ ਕ੍ਰਿਸ਼ਨ ਦੇ ਅਵਤਾਰ ਹਨ, ਜੋ ਉਸ ਸਮੇਂ ਪ੍ਰਗਟ ਹੋਏ ਜਦੋਂ ਪਦਾਰਥਵਾਦੀਆਂ ਦਾ ਬੋਲਵਾਲਾ ਸੀ ਅਤੇ ਪਦਾਰਥਵਾਦੀ ਲੋਕ ਵੇਦਾਂ ਨੂੰ ਪ੍ਰਮਾਣ ਬਣਾਕੇ ਉਨ੍ਹਾਂ ਦੀ ਆੜ ਲੈ ਰਹੇ ਸਨ। ਹਾਲਾਂਕਿ ਵੇਦਾਂ ਵਿਚ ਖ਼ਾਸ ਕਾਰਜਾਂ ਲਈ ਪਸ਼ੂ ਬਲੀ ਦੇ ਵਿਸ਼ੇ ਵਿਚ ਕੁਝ ਸੀਮਿਤ ਵਿਧਾਨ ਸਨ, ਪਰ ਅਸੁਰ ਬਿਰਤੀ ਲੋਕ ਵੈਦਿਕ ਨਿਯਮਾਂ ਦੀ ਆੜ੍ਹ ਵਿਚ ਪਸ਼ੂ ਬਲੀ ਨੂੰ ਅਪਣਾਏ ਹੋਏ ਸੀ। ਭਗਵਾਨ ਬੁੱਧ ਨੇ ਇਸ ਅਤਿਆਚਾਰ ਨੂੰ ਰੋਕਣ ਲਈ ਅਤੇ ਅਹਿੰਸਾ ਦੇ ਵੈਦਿਕ ਨਿਯਮਾਂ ਦੀ ਸਥਾਪਨਾ ਕਰਨ ਲਈ ਅਵਤਾਰ ਲਿਆ। ਇੰਝ ਭਗਵਾਨ ਦੇ ਹਰ ਅਵਤਾਰ ਦਾ ਖ਼ਾਸ ਮੰਤਵ ਹੁੰਦਾ ਹੈ ਅਤੇ ਉਨ੍ਹਾਂ ਸਾਰਿਆਂ ਦਾ ਵਰਣਨ ਸ਼ਾਸ਼ਤਰਾਂ ਵਿਚ ਹੋਇਆ ਹੈ। ਕਿਸੇ ਨੂੰ ਵੀ ਅਵਤਾਰ ਨਹੀਂ ਮੰਨ ਲੈਣਾ ਚਾਹੀਦਾ ਜਦੋਂ ਤਕ ਉਸਦਾ ਵਰਣਨ ਸ਼ਾਸ਼ਤਰਾਂ ਵਿਚ ਨਾ ਹੋਵੇ। ਇਹ ਤੱਥ ਨਹੀਂ ਕਿ ਸਿਰਫ ਭਾਰਤ ਦੀ ਧਰਤੀ ਤੇ ਭਗਵਾਨ ਅਵਤਾਰ ਲੈਂਦੇ ਹਨ, ਉਹ ਕਿਸੇ ਵੀ ਸਮੇਂ, ਮਰਜ਼ੀ ਹੋਣ ਤੇ ਕਿੱਤੇ ਵੀ ਅਤੇ ਹਰ ਥਾਂ ਤੇ ਪ੍ਰਗਟ ਹੋ ਸਕਦੇ ਹਨ। ਉਹ ਹਰ ਅਵਤਾਰ ਲੈਣ ਤੇ ਧਰਮ ਦੇ ਵਿਸ਼ੇ ਵਿਚ ਲੋੜ ਮੁਤਾਬਿਕ ਹੀ ਕਹਿੰਦੇ ਹਨ, ਜਿੰਨਾ ਕਿ ਉਸ ਹਾਲਾਤ ਵਿਚ ਲੋਕ ਸਮਝ ਸਕਦੇ ਹਨ। ਪਰ ਮੰਤਵ ਇਕੋ ਰਹਿੰਦਾ ਹੈ - ਲੋਕਾਂ ਨੂੰ ਈਸ਼-ਭਾਵਨਾਭਾਵਿਤ ਕਰਨਾ ਅਤੇ ਧਾਰਮਿਕ ਨਿਯਮਾਂ ਪ੍ਰਤੀ ਆਗਿਆਕਾਰੀ ਬਨਾਉਣਾ। ਕਦੀ ਉਹ ਆਪ ਪ੍ਰਗਟ ਹੁੰਦੇ ਹਨ ਅਤੇ ਕਦੀ ਆਪਣੇ ਪ੍ਰਮਾਣਿਤ ਪ੍ਰਤੀਨਿਧਾਂ ਨੂੰ ਆਪਣੇ ਪੁੱਤਰ ਜਾਂ ਦਾਸ ਦੇ ਰੂਪ ਵਿਚ ਘੱਲਦੇ ਹਨ ਜਾਂ ਰੂਪ ਬਦਲਕੇ ਆਪ ਪ੍ਰਗਟ ਹੁੰਦੇ ਹਨ।

ਭਗਵਤ ਗੀਤਾ ਦੇ ਸਿਧਾਂਤ ਅਰਜੁਨ ਨੂੰ ਕਹੇ ਗਏ ਸਨ, ਉਹ ਕਿਸੇ ਵੀ ਮਹਾਂਪੁਰਖ ਪ੍ਰਤੀ ਹੋ ਸਕਦੇ ਸਨ, ਪਰ ਅਰਜੁਨ ਸੰਸਾਰ ਦੇ ਹੋਰਨਾਂ ਹਿੱਸਿਆਂ ਦੇ ਸਾਧਾਰਨ ਮਨੁੱਖਾਂ ਦੀ ਬਜਾਏ ਵਧੇਰੇ ਜਾਗਰੁਕ ਸੀ। ਦੋ ਅਤੇ ਦੋ ਚਾਰ ਹੁੰਦੇ ਹਨ ਇਹ ਹਿਸਾਬ ਦਾ ਨਿਯਮ ਪਹਿਲੀ ਜਮਾਤ ਦੇ ਵਿਦਿਆਰਥੀ ਲਈ ਉਨਾਂ ਹੀ ਪੱਕਾ ਹੈ ਜਿੰਨਾ ਵੱਡੀ ਜਮਾਤ ਦੇ ਵਿਦਿਆਰਥੀ ਲਈ। ਤਾਂ ਵੀ ਹਿਸਾਬ ਛੋਟੇ ਪੱਧਰ ਅਤੇ ਵੱਡੇ ਪੱਧਰ ਦਾ ਹੁੰਦਾ ਹੈ, ਇਸ ਲਈ ਭਗਵਾਨ ਹਰ ਅਵਤਾਰ ਵਿਚ ਇੱਕੋ ਵਰਗੇ ਸਿਧਾਂਤਾਂ ਦੀ ਸਿੱਖਿਆ ਦਿੰਦੇ ਹਨ, ਜਿਹੜੀ ਹਾਲਾਤ ਮੁਤਾਬਿਕ ਛੋਟੇ ਜਾਂ ਵੱਡੇ ਲਗਦੇ ਹਨ। ਜਿਵੇਂ ਅਗੇ ਦੱਸਿਆ ਜਾਵੇਗਾ ਕਿ ਧਰਮ ਦੇ ਉਚੇਰੇ ਸਿਧਾਂਤ ਚਾਰ ਵਰਣ ਆਸ਼ਰਮਾਂ ਨੂੰ ਮੰਨਣ ਤੋਂ ਸ਼ੁਰੂ ਹੁੰਦੇ ਹਨ ਅਵਤਾਰਾਂ ਦਾ ਇੱਕੋ-ਇੱਕ ਮੰਤਵ ਹਰ ਥਾਂ ਕ੍ਰਿਸ਼ਨ ਭਾਵਨਾ ਅੰਮ੍ਰਿਤ ਜਾਗ੍ਰਿਤ ਕਰਨਾ ਹੈ। ਹਾਲਾਤ ਮੁਤਾਬਿਕ ਇਹ ਚੇਤਨਾ ਪ੍ਰਗਟ ਅਤੇ ਅਪ੍ਰਗਟ ਹੁੰਦੀ ਹੈ।

परित्राणाय साधूनां विनाशाय च दुष्कृताम् ।
धर्मसंस्थापनार्थाय सम्भवामि युगे युगे ॥ ८ ॥

ਪਰਿਤ੍ਰਾਣਾਯ ਸਾਧੂਨਾਮ੍ ਵਿਨਾਸ਼ਾਯ ਚ ਦੁਸ਼੍ਕ੍ਰਿਤਾਮ੍ ।
ਧਰਮ-ਸੰਸ੍ਥਾਪਨਾਰ੍ਥਾਯ ਸੰਭਵਾਮਿ ਯੁਗੇ ਯੁਗੇ ॥ 8 ॥

ਪਰਿਤ੍ਰਾਣਾਯ-ਤਾਰਣ ਲਈ ; ਸਾਧੂਨਾਮ੍-ਭਗਤਾਂ ਦਾ ; ਵਿਨਾਸ਼ਾਯ-ਸੰਘਾਰ ਕਰਨ ਲਈ ; ਚ-ਅਤੇ ; ਦੁਸ਼੍ਕ੍ਰਿਤਾਮ੍-ਦੁਸ਼ਟਾਂ ਦੇ ; ਧਰਮ-ਧਰਮ ਦੇ ਸਿੱਧਾਂਤਾਂ ਦਾ ; ਸੰਸ੍ਥਾਪਨ-ਅਰ੍ਥਾਯ-ਫੇਰ ਸਥਾਪਿਤ ਕਰਨ ਲਈ ; ਸੰਭਵਾਮਿ-ਪ੍ਰਗਟ ਹੁੰਦਾ ਹਾਂ ; ਯੁਗੇ ਯੁਗੇ- ਹਰ ਯੁੱਗ ਵਿਚ ।

ਅਨੁਵਾਦ

ਭਗਤਾਂ ਦਾ ਪਾਰ ਉਤਾਰਾ ਕਰਨ ਲਈ, ਦੁਸ਼ਟਾਂ ਦਾ ਨਾਸ਼ ਕਰਨ ਲਈ ਅਤੇ ਧਰਮ ਦੀ ਮੁੜ ਸਥਾਪਨਾ ਕਰਨ ਲਈ ਮੈਂ ਹਰ ਯੁੱਗ ਵਿਚ ਪ੍ਰਗਟ ਹੁੰਦਾ ਹਾਂ।

ਭਾਵ

ਭਗਵਤ ਗੀਤਾ ਮੁਤਾਬਿਕ ਸਾਧੂ (ਪਵਿੱਤਰ ਮਨੁੱਖ) ਕ੍ਰਿਸ਼ਨ ਭਾਵਨਾ ਭਾਵਿਤ ਮਨੁੱਖ ਹੈ। ਅਧਾਰਮਿਕ ਲਗਣ ਵਾਲੇ ਮਨੁੱਖ ਵਿਚ ਵੀ ਜੇ ਪੂਰੀ ਕ੍ਰਿਸ਼ਨ ਚੇਤਨਾ ਹੋਵੇ ਤਾਂ ਉਸਨੂੰ ਸਾਧੂ ਸਮਝਣਾ ਚਾਹੀਦਾ ਹੈ। ਦੁਸ਼੍ਕ੍ਰਿਤਾਮ੍ ਸ਼ਬਦ ਉਨ੍ਹਾਂ ਲਈ ਆਇਆ ਹੈ ਜਿਹੜੇ ਕ੍ਰਿਸ਼ਨ ਭਾਵਨਾ ਅੰਮ੍ਰਿਤ ਦੀ ਪਰਵਾਹ ਨਹੀਂ ਕਰਦੇ। ਅਜਿਹੇ ਦੁਸ਼ਕ੍ਰਿਤਾਮ੍ ਜਾਂ ਦੁਸ਼ਟ ਮੂਰਖ ਅਤੇ ਨੀਚ ਕਹਾਉਂਦੇ ਹਨ। ਭਾਵੇਂ ਉਹ ਸੰਸਾਰੀ ਸਿੱਖਿਆ ਪ੍ਰਾਪਤ ਕਿਉ ਨਾ ਹੋਣ। ਇਸਦੇ ਉਲਟ ਜੇ ਕੋਈ ਸੌ ਫੀਸਦੀ ਕ੍ਰਿਸ਼ਨ ਭਾਵਨਾ ਅੰਮ੍ਰਿਤ ਵਿਚ ਲਗਿਆ ਰਹਿੰਦਾ ਹੈ ਤਾਂ ਉਹ ਵਿਦਵਾਨ ਜਾਂ ਸੱਭਿਆ ਨਾ ਵੀ ਹੋਵੇ ਤਾਂ ਵੀ ਉਹ ਸਾਧੂ ਮੰਨਿਆ ਜਾਂਦਾ ਹੈ। ਜਿਥੋਂ ਤਕ ਨਾਸਤਕਾਂ ਦਾ ਸਵਾਲ ਹੈ, ਭਗਵਾਨ ਲਈ ਇਹ ਜਰੂਰੀ ਨਹੀਂ ਕਿ ਉਹ ਉਨ੍ਹਾਂ ਦੇ ਖ਼ਾਤਮੇ ਲਈ ਉਸ ਤਰ੍ਹਾਂ ਅਵਤਾਰ ਲੈਣ ਜਿਵੇਂ ਰਾਵਣ ਅਤੇ ਕੰਸ ਨੂੰ ਖ਼ਤਮ ਕਰਨ ਲਈ ਲਿਆ ਸੀ। ਭਗਵਾਨ ਦੇ ਅਜਿਹੇ ਅਨੇਕਾਂ ਪ੍ਰਤੀਨਿਧੀ ਹੁੰਦੇ ਹਨ, ਜਿਹੜੇ ਅਸੁਰਾਂ ਨੂੰ ਮਾਰਨ ਲਈ ਕਾਫੀ ਹਨ। ਪਰ ਭਗਵਾਨ ਤਾਂ ਆਪਣੇ ਉਨ੍ਹਾਂ ਨਿਸ਼ਕਾਮ ਭਗਤਾਂ ਨੂੰ ਪ੍ਰਸੰਨ ਕਰਨ ਲਈ ਖ਼ਾਸਤੌਰ ਤੇ ਅਵਤਾਰ ਲੈਂਦੇ ਹਨ, ਜਿਨ੍ਹਾਂ ਨੂੰ ਅਸੁਰ ਲਗਾਤਾਰ ਤੰਗ ਕਰਦੇ ਹਨ। ਭਾਵੇਂ ਉਹ ਉਨ੍ਹਾਂ ਦਾ ਸੱਕਾ ਸੰਬੰਧੀ ਹੀ ਕਿਉਂ ਨਾ ਹੋਵੇ। ਹਾਲਾਂਕਿ ਪ੍ਰਹਿਲਾਦ, ਹਿਰਨਯਕਸ਼ਿਪੂ ਦਾ ਪੁੱਤਰ ਸੀ, ਪਰ ਤਾਂ ਵੀ ਆਪਣੇ ਪਿਤਾ ਤੋਂ ਤੰਗ ਸੀ। ਇੰਝ ਹੀ ਕ੍ਰਿਸ਼ਨ ਦੀ ਮਾਂ ਦੇਵਕੀ ਭਾਵੇਂ ਕੰਸ ਦੀ ਭੈਣ ਸੀ, ਪਰ ਉਸ ਨੂੰ ਅਤੇ ਉਸਦੇ ਪਤੀ ਨੂੰ ਇਸ ਲਈ ਤੰਗ ਕੀਤਾ ਗਿਆ, ਕਿਉਂਕਿ ਉਨ੍ਹਾਂ ਕ੍ਰਿਸ਼ਨ ਨੂੰ ਜਨਮ ਦਿੱਤਾ। ਇਸ ਲਈ ਭਗਵਾਨ ਕ੍ਰਿਸ਼ਨ ਮੁੱਖ-ਤੌਰ ਤੇ ਦੇਵਕੀ ਨੂੰ ਤਾਰਣ ਲਈ ਪ੍ਰਗਟ ਹੋਏ ਸਨ, ਕੰਸ ਨੂੰ ਮਾਰਨ ਲਈ ਨਹੀਂ ! ਪਰ ਇਹ ਦੋਵੇਂ ਕਾਰਜ ਨਾਲੋ-ਨਾਲ ਪੂਰੇ ਹੋ ਗਏ। ਇਸ ਲਈ ਇਹ ਕਿਹਾ ਜਾਂਦਾ ਹੈ ਕਿ ਭਗਵਾਨ ਭਗਤਾਂ ਨੂੰ ਤਾਰਨ ਲਈ ਅਤੇ ਦੁਸ਼ਟ ਅਸੁਰਾਂ ਨੂੰ ਮਾਰਨ ਲਈ ਵੱਖੋ-ਵੱਖਰੇ ਅਵਤਾਰ ਲੈਂਦੇ ਹਨ।

ਕ੍ਰਿਸ਼ਨਦਾਸ ਕਵੀਰਾਜ ਦੇ ਹੇਠਲੇ ਸ਼ਲੋਕ ਤੋਂ ਅਵਤਾਰ ਦੇ ਸਿਧਾਂਤ ਦਾ ਸਾਰ ਪ੍ਰਗਟ ਹੁੰਦਾ ਹੈ;

ਸ੍ਰਿਸ਼ਟੀ-ਹੇਤੂ ਯੇਇ ਮੂਰਤਿ ਪ੍ਰਪੰਚੇ ਅਵਤਰੇ।
ਸੇਇ ਈਸ਼ਵਰ ਮੂਰਤਿ 'ਅਵਤਾਰ' ਨਾਮ ਧਰੇ॥
ਮਾਯਾਤੀਤ ਪਰਵ੍ਯੋਮੇ ਸਬਾਰ ਅਵਸਥਾਨ।
ਵਿਸ਼੍ਵੇ 'ਅਵਤਰਿ' ਧਰੇ 'ਅਵਤਾਰ' ਨਾਮ॥

(ਚੈਤੰਨਯ ਚਰਿਤਾਮ੍ਰਿਤ ਮੱਧ 20.263-264)

"ਅਵਤਾਰ ਜਾਂ ਈਸ਼ਵਰ ਅਵਤਾਰ ਭਗਵਤਧਾਮ ਤੋਂ ਭੌਤਿਕ ਸ੍ਰਿਸ਼ਟੀ ਕਾਰਨ ਹੁੰਦਾ ਹੈ। ਈਸ਼ਵਰ ਦਾ ਇਹ ਖ਼ਾਸ ਰੂਪ ਜਿਹੜਾ ਇੰਝ ਅਵਤਰਿਤ ਹੁੰਦਾ ਹੈ ਅਵਤਾਰ ਕਹਾਉਂਦਾ ਹੈ। ਅਜਿਹੇ ਅਵਤਾਰ ਅਧਿਆਤਮਕ ਭਗਵਤਧਾਮ ਵਿਚ ਸਥਿਤ ਰਹਿੰਦੇ ਹਨ। ਜਦੋਂ ਉਹ ਭੌਤਿਕ ਸ੍ਰਿਸ਼ਟੀ ਵਿਚ ਉਤਰਦੇ ਹਨ ਤਾਂ ਉਨ੍ਹਾਂ ਨੂੰ ਅਵਤਾਰ ਕਿਹਾ ਜਾਂਦਾ ਹੈ।"

ਅਵਤਾਰ ਕਈ ਤਰ੍ਹਾਂ ਦੇ ਹੁੰਦੇ ਹਨ ਜਿਵੇਂ ਪੁਰਸ਼ਾਵਤਾਰ, ਗੁਣਾਵਤਾਰ, ਲੀਲਾਵਤਾਰ, ਸ਼ਕਤਯਾਵੇਸ਼ ਅਵਤਾਰ, ਮਨਵੰਤਰ ਅਵਤਾਰ ਅਤੇ ਯੁੱਗ-ਅਵਤਾਰ। ਇਹ ਸਾਰੇ ਇਸ ਬ੍ਰਹਿਮੰਡ ਵਿਚ ਕ੍ਰਮਵਾਰ ਅਵਤਾਰ ਲੈਂਦੇ ਹਨ। ਪਰ ਭਗਵਾਨ ਸ੍ਰੀ ਕ੍ਰਿਸ਼ਨ ਆਦਿ ਭਗਵਾਨ ਹਨ ਅਤੇ ਸਾਰੇ ਅਵਤਾਰਾਂ ਦੇ ਉਦਗਮ (ਸਰੋਤ) ਹਨ। ਭਗਵਾਨ ਸ੍ਰੀ ਕ੍ਰਿਸ਼ਨ ਸ਼ੁੱਧ ਭਗਤਾਂ ਦੀਆਂ ਚਿੰਤਾਵਾ ਨੂੰ ਦੂਰ ਕਰਨ ਲਈ, ਖ਼ਾਸ ਮੰਤਵ ਨਾਲ ਅਵਤਾਰ ਲੈਂਦੇ ਹਨ, ਜਿਹੜੇ ਉਨ੍ਹਾਂ ਨੂੰ ਉਨ੍ਹਾਂ ਦੀਆਂ ਮੂਲ ਵ੍ਰਿੰਦਾਵਨ ਲੀਲਾਵਾਂ ਦੇ ਰੂਪ ਵਿਚ ਵੇਖਣ ਲਈ ਉਤਾਵਲੇ ਰਹਿੰਦੇ ਹਨ। ਇਸ ਲਈ ਕ੍ਰਿਸ਼ਨ ਅਵਤਾਰ ਦਾ ਮੁੱਖ ਮੰਤਵ ਆਪਣੇ ਨਿਸ਼ਕਾਮ ਭਗਤਾਂ ਨੂੰ ਪ੍ਰਸੰਨ ਕਰਨਾ ਹੈ।

ਭਗਵਾਨ ਦਾ ਵਾਕ ਹੈ ਕਿ ਉਹ ਹਰ ਯੁੱਗ ਵਿਚ ਅਵਤਾਰ ਲੈਂਦੇ ਰਹਿੰਦੇ ਹਨ। ਇਸ ਤੋਂ ਸੂਚਿਤ ਹੁੰਦਾ ਹੈ ਕਿ ਉਹ ਕਲਜੁਗ ਵਿਚ ਵੀ ਅਵਤਾਰ ਲੈਂਦੇ ਹਨ। ਜਿਵੇਂਕਿ ਸ੍ਰੀਮਦ੍ ਭਾਗਵਤਮ੍ ਵਿਚ ਕਿਹਾ ਗਿਆ ਹੈ ਕਿ ਕਲਜੁੱਗ ਦੇ ਅਵਤਾਰ ਚੈਤੰਨਯ ਮਹਾਂਪ੍ਰਭੁ ਹਨ। ਜਿਨ੍ਹਾਂ ਸੰਕੀਰਤਨ ਅੰਦੋਲਨ ਰਾਹੀਂ ਕ੍ਰਿਸ਼ਨ ਭਗਤੀ ਦਾ ਪ੍ਰਸਾਰ ਕੀਤਾ ਅਤੇ ਪੂਰੇ ਭਾਰਤ ਵਿਚ ਕ੍ਰਿਸ਼ਨ ਭਾਵਨਾ ਅੰਮ੍ਰਿਤ ਦਾ ਵਿਸਥਾਰ ਕੀਤਾ। ਉਨ੍ਹਾਂ ਇਹ ਭਵਿੱਖਬਾਣੀ ਕੀਤੀ ਕਿ ਸੰਕੀਰਤਨ ਦੀ ਇਹ ਸੰਸਕ੍ਰਿਤੀ ਸਾਰੇ ਸੰਸਾਰ ਦੇ ਸ਼ਹਿਰ-ਸ਼ਹਿਰ ਅਤੇ ਪਿੰਡ-ਪਿੰਡ ਵਿਚ ਫੈਲੇਗੀ। ਭਗਵਾਨ ਚੈਤੰਨਯ ਨੂੰ ਗੁਪਤ ਰੂਪ ਵਿੱਚ, ਪਰ ਸਿੱਧੇ ਤੌਰ ਤੇ ਨਹੀਂ, ਉਪਨਿਸ਼ਦਾਂ, ਮਹਾਂਭਾਰਤ ਅਤੇ ਭਾਗਵਤ ਵਰਗੇ ਸ਼ਾਸ਼ਤਰਾਂ ਦੇ ਗੁਪਤ ਭਾਗਾਂ ਵਿਚ ਵਰਣਿਤ ਕੀਤਾ ਗਿਆ ਹੈ। ਭਗਵਾਨ ਕ੍ਰਿਸ਼ਨ ਦੇ ਭਗਤਾਂ ਦਾ ਭਗਵਾਨ ਚੈਤੰਨਯ ਦੇ ਸੰਕੀਰਤਨ ਅੰਦੋਲਨ ਵੱਲ ਵਧੇਰੇ ਝੁਕਾਅ ਰਹਿੰਦਾ ਹੈ। ਭਗਵਾਨ ਦਾ ਇਹ ਅਵਤਾਰ ਦੁਸ਼ਟਾਂ ਦਾ ਨਾਸ਼ ਨਹੀਂ ਕਰਦਾ, ਸਗੋਂ ਆਪਣੀ ਸੁਭਾਵਿਕ ਕਿਰਪਾ ਨਾਲ ਉਨ੍ਹਾਂ ਦਾ ਨਿਸਤਾਰਾ ਕਰਦਾ ਹੈ।

जन्म कर्म च मे दिव्यमेवं यो वेत्ति तत्त्वतः ।
त्यक्त्वा देहं पुनर्जन्म नैति मामेति सोऽर्जुन ॥ ९ ॥

ਜਨ੍ਮ ਕਰ੍ਮ ਚ ਮੇ ਦਿਵ੍ਯਮ੍ ਏਵਮ੍ ਯੋ ਵੇੱਤਿ ਤਤ੍ਵਤਹ੍ ।
ਤ੍ਯਕ੍ਤ੍ਵਾ ਦੇਹਮ੍ ਪੁਨਰ੍ ਜਨਮ ਨੈਤਿ ਮਾਮ੍ ਏਤਿ ਸੋ ਅਰਜੁਨ ॥ 9 ॥

ਜਨ੍ਮ-ਜਨਮ ; ਕਰ੍ਮ-ਕਰਮ ; ਚ-ਵੀ ; ਮੇ-ਮੇਰੇ ; ਦਿਵ੍ਯਮ੍-ਅਲੌਕਿਕ ; ਏਵਮ੍-ਇੰਝ ; ਯਹ੍-ਜਿਹੜਾ ਕੋਈ ; ਵੇਤਿ-ਜਾਣਦਾ ਹੈ ; ਤਤ੍ਵਤਹ੍-ਅਸਲੀਅਤ ਵਿਚ ; ਤ੍ਯਕ੍ਤ੍ਵਾ-ਛੱਡਕੇ ; ਦੇਹਮ੍-ਇਸ ਸ਼ਰੀਰ ਨੂੰ ; ਪੁਨਹ੍-ਫੇਰ ; ਜਨਮ-ਜਨਮ ; ਨ-ਕਦੀ ਨਹੀਂ ; ਏਤਿ-ਪ੍ਰਾਪਤ ਕਰਦਾ ਹੈ ; ਮਾਮ੍-ਮੈਨੂੰ ; ਏਤਿ-ਪ੍ਰਾਪਤ ਕਰਦਾ ਹੈ ; ਸਹ੍-ਉਹ ; ਅਰਜੁਨ - ਹੇ ਅਰਜੁਨ ।

ਅਨੁਵਾਦ

ਹੇ ਅਰਜੁਨ ! ਜਿਹੜਾ ਮੇਰੀ ਜਨਮ ਅਤੇ ਕੰਮਾਂ ਦੀ ਅਲੌਕਿਕ ਪ੍ਰਕ੍ਰਿਤੀ ਨੂੰ ਜਾਣਦਾ ਹੈ, ਉਹ ਇਸ ਸ਼ਰੀਰ ਨੂੰ ਛੱਡਣ ਤੋਂ ਬਾਅਦ ਇਸ ਭੌਤਿਕ ਸੰਸਾਰ ਵਿਚ ਫੇਰ ਜਨਮ ਨਹੀਂ ਲੈਂਦਾ, ਸਗੋਂ ਮੇ ਸਨਾਤਨ ਧਾਮ ਨੂੰ ਪ੍ਰਾਪਤ ਹੁੰਦਾ ਹੈ ।

ਭਾਵ

ਛੇਵੇਂ ਸ਼ਲੋਕ ਵਿਚ ਭਗਵਾਨ ਦੇ ਅਲੌਕਿਕ ਧਾਮ ਤੋਂ ਉਨਾਂ ਦੇ ਅਵਤਾਰ ਲੈਣ ਦੀ ਵਿਆਖਿਆ ਹੋ ਚੁੱਕੀ ਹੈ । ਜਿਹੜਾ ਮਨੁੱਖ ਭਗਵਾਨ ਦੀ ਪ੍ਰਗਟਾਉ ਦੀ ਸੱਚਾਈ ਨੂੰ ਸਮਝ ਲੈਂਦਾ ਹੈ, ਉਹ ਇਸ ਸੰਸਾਰ ਬੰਧਨ ਤੋਂ ਮੁਕਤ ਹੋ ਜਾਂਦਾ ਹੈ ਅਤੇ ਇਸ ਸ਼ਰੀਰ ਨੂੰ ਛੱਡਦੇ ਹੀ ਉਹ ਤੁਰੰਤ ਭਗਵਾਨ ਦੇ ਧਾਮ ਚਲਿਆ ਜਾਂਦਾ ਹੈ । ਸੰਸਾਰ ਬੰਧਨ ਤੋਂ ਜੀਵ ਦੀ ਅਜਿਹੀ ਮੁਕਤੀ ਆਸਾਨ ਨਹੀਂ ਨਿਰਵਿਸ਼ੇਸ਼ਵਾਦੀ (ਗੈਰਸ਼ਖਸੀ) ਅਤੇ ਯੋਗੀ ਲੋਕ ਵਧੇਰੇ ਦੁੱਖ ਅਤੇ ਅਨੇਕਾਂ ਜਨਮਾਂ ਤੋਂ ਬਾਅਦ ਹੀ ਮੁਕਤੀ ਪ੍ਰਾਪਤ ਕਰ ਪਾਂਦੇ ਹਨ । ਇਨ੍ਹਾਂ ਹੋਣ ਦੇ ਬਾਵਜੂਦ ਵੀ ਜਿਹੜੀ ਮੁਕਤੀ ਭਗਵਾਨ ਦੇ ਨਿਰਾਕਾਰ ਬ੍ਰਹਮ ਜੋਤ ਵਿਚ ਵਿਲੀਨ ਹੋਣ ਦੇ ਰੂਪ ਵਿਚ ਮਿਲਦੀ ਹੈ, ਉਹ ਅੰਸ਼ਿਕ ਹੁੰਦੀ ਹੈ ਅਤੇ ਇਸ ਭੌਤਿਕ ਸੰਸਾਰ ਵਿਚ ਪਰਤ ਆਉਣ ਦਾ ਡਰ ਬਣਿਆ ਰਹਿੰਦਾ ਹੈ । ਪਰ ਭਗਵਾਨ ਦੇ ਸ਼ਰੀਰ ਦੀ ਅਲੌਕਿਕ ਪ੍ਰਕ੍ਰਿਤੀ ਅਤੇ ਉਨ੍ਹਾਂ ਦੇ ਕੰਮ ਕਾਰਜਾਂ ਨੂੰ ਸਿਰਫ ਸਮਝ ਲੈਣ ਨਾਲ ਹੀ ਭਗਤ ਇਸ ਸ਼ਰੀਰ ਦਾ ਅੰਤ ਹੋਣ ਤੇ ਭਗਵਤ ਧਾਮ ਨੂੰ ਪ੍ਰਾਪਤ ਕਰਦਾ ਹੈ ਅਤੇ ਇਸ ਸੰਸਾਰ ਵਿ ਮੁੜ ਪਰਤਣ ਦਾ ਡਰ ਨਹੀਂ ਰਹਿੰਦਾ । ਬ੍ਰਹਮ ਸੰਹਿਤਾ ਵਿਚ (5.33) ਇਹ ਦੱਸਿਆ ਗਿਆ ਹੈ ਕਿ ਭਗਵਾਨ ਦੇ ਅਨੇਕ ਰੂਪ ਅਤੇ ਅਵਤਾਰ ਹਨ -

ਅਦਵੈਤਮ੍ ਅਚ੍ਯੁਤਮ੍ ਅਨਾਦਿਮ੍ ਅਨੰਤ-ਰੂਪਮ੍ । ਭਾਵੇਂ ਭਗਵਾਨ ਦੇ ਅਨੇਕਾਂ ਅਲੌਕਿਕ ਰੂਪ ਹਨ, ਪਰ ਫੇਰ ਵੀ ਉਹ ਇੱਕ ਉਹੀ ਭਗਵਾਨ ਹਨ । ਇਸ ਤੱਥ ਨੂੰ ਵਿਸ਼ਵਾਸ਼ ਨਾਲ ਸਮਝਣ ਚਾਹੀਦਾ ਹੈ, ਹਾਲਾਂਕਿ ਇਹ ਸੰਸਾਰੀ ਵਿਦਵਾਨਾਂ ਅਤੇ ਗਿਆਨ ਯੋਗੀਆਂ ਲਈ ਸਮਝ ਤੋ ਪ ਹੈ । ਜਿਵੇਂ ਕਿ ਵੇਦਾਂ (ਪੁਰੁਸ਼ ਬੋਧਿਨੀ ਉਪਨਿਸ਼ਦ) ਵਿਚ ਕਿਹਾ ਗਿਆ ਹੈ:-

ਏਕੋ ਦੇਵੋ ਨਿਤ੍ਯ ਲੀਲਾਨੁਰਕ੍ਤੋ ਭਕ੍ਤ ਵ੍ਯਾਪੀ ਹ੍ਰਿਦਿ ਅੰਤਰ੍-ਆਤ੍ਮਾ ॥

"ਇਕ ਭਗਵਾਨ ਆਪਣੇ ਨਿਸ਼ਕਾਮ ਭਗਤਾਂ ਨਾਲ ਅਨੇਕਾਂ ਅਲੌਕਿਕ ਰੂਪਾਂ ਵਿਚ ਹਮੇਸ਼ਾਂ ਰੁੱ ਹਨ ।" ਇਸ ਵੇਦ ਵਾਕ ਦੀ ਆਪ ਭਗਵਾਨ ਨੇ ਗੀਤਾ ਦੇ ਇਸ ਸ਼ਲੋਕ ਵਿਚ ਪੁਸ਼ਟੀ ਕੀਤੀ ਹੈ ਜਿਹੜਾ ਇਸ ਸੱਚ ਨੂੰ ਵੇਦ ਅਤੇ ਭਗਵਾਨ ਦੇ ਪ੍ਰਮਾਣ ਦੇ ਆਧਾਰ ਤੇ ਮੰਨਦਾ ਹੈ ਅਤੇ ਖੁਸ਼ਕ ਚਿੰਤਨ ਵਿਚ ਹੀ ਸਮਾਂ ਨਹੀਂ ਗਵਾਉਂਦਾ, ਉਹ ਮੁਕਤੀ ਦੀ ਉਚੱ ਸਿੱਧੀ ਪ੍ਰਾਪਤ ਕਰਦਾ ਹੈ । ਇਸ ਸੱਚ ਨੂੰ ਸ਼ਰਧਾ ਨਾਲ ਮੰਨਕੇ ਮਨੁੱਖ ਯਕੀਨੀ ਤੌਰ ਤੇ ਮੁਕਤੀ ਲਾਭ ਲੈ ਸਕਦਾ ਹੈ । ਇਸ ਪ੍ਰਸੰਗ ਵਿਚ ਵੈਦਿਕ ਵਾਕ **ਤਤ੍ ਤ੍ਵਮ ਅਸਿ** ਲਾਗੂ ਹੁੰਦਾ ਹੈ । ਜਿਹੜਾ ਕੋਈ ਭਗਵਾਨ ਕ੍ਰਿਸ਼ਨ ਨੂੰ ਪਾਰਬ੍ਰਹਮ ਸਮਝਦਾ ਹੈ ਜਾਂ ਉਨ੍ਹਾਂ ਨੂੰ ਇਹ ਕਹਿੰਦਾ ਹੈ ਕਿ "ਤੁਸੀਂ ਉਹੀ ਪਾਰਬ੍ਰਹਮ ਸ਼੍ਰੀ ਭਗਵਾਨ ਹੋ" ਉਹ ਯਕੀਨੀ ਤੌਰ ਤੇ ਜਲਦੀ ਹੀ ਮੁਕਤ ਹੋ ਜਾਂਦਾ ਹੈ, ਸਿੱਟੇ ਵਜੋਂ ਉਸ ਨੂੰ ਭਗਵਾਨ ਦ

ਅਲੌਕਿਕ ਸੰਗਤ ਦੀ ਪ੍ਰਾਪਤੀ ਯਕੀਨੀ ਹੋ ਜਾਂਦੀ ਹੈ । ਦੂਜੇ ਸ਼ਬਦਾਂ ਵਿਚ ਅਜਿਹਾ ਸ਼ਰਧਾਲੂ ਭਗਵਤ ਭਗਤ ਸਿੱਧੀ ਪ੍ਰਾਪਤ ਕਰਦਾ ਹੈ । ਇਸ ਦੀ ਪੁਸ਼ਟੀ ਹੇਠਲੇ ਵੇਦ ਵਾਕ ਤੋਂ ਹੁੰਦੀ ਹੈ :-

ਤਮ੍ ਏਵ ਵਿਦਿਤ੍-ਵਾਤਿ-ਮ੍ਰਿਤਯੁਮ੍-ਏਤਿ ਨਾਨ੍ਯਹ੍ ਪੰਥਾ ਵਿਦ੍ਯਤੇ 'ਯਨਾਯ ।

(ਸ਼ਵੇਤਸ਼੍ਵਤਰ ਉਪਨਿਸ਼ਦ੍ 3-8)

"ਸ਼੍ਰੀ ਭਗਵਾਨ ਨੂੰ ਸਮਝ ਲੈਣ ਨਾਲ ਹੀ ਮਨੁੱਖ ਜਨਮ ਅਤੇ ਮੌਤ ਤੋਂ ਮੁਕਤੀ ਦੀ ਪੂਰਨ ਅਵਸਥਾ ਪ੍ਰਾਪਤ ਕਰਦਾ ਹੈ । ਇਸ ਸਿੱਧੀ ਨੂੰ ਪ੍ਰਾਪਤ ਕਰਨ ਦਾ ਹੋਰ ਕੋਈ ਤਰੀਕਾ ਨਹੀਂ ਹੈ" ਇਸਦਾ ਕੋਈ ਵਿਕਲਪ ਨਹੀਂ, ਇਸਦਾ ਇਹੋ ਅਰਥ ਹੈ ਕਿ ਜਿਹੜਾ ਸ਼੍ਰੀ ਕ੍ਰਿਸ਼ਨ ਨੂੰ ਸ਼੍ਰੀ ਭਗਵਾਨ ਦੇ ਰੂਪ ਵਿਚ ਨਹੀਂ ਮੰਨਦਾ ਉਹ ਯਕੀਨੀ ਤੌਰ ਤੇ ਤਮੋਗੁਣੀ ਹੈ ਅਤੇ ਸ਼ਹਿਦ ਦੇ ਭਾਂਡੇ ਨੂੰ ਸਿਰਫ ਬਾਹਰੋਂ ਚੱਟਕੇ ਜਾਂ ਭਗਵਤ ਗੀਤਾ ਦੀ ਵਿਦਵੱਤਾ ਪੂਰਨ ਸੰਸਾਰੀ ਵਿਆਖਿਆ ਕਰਕੇ ਮੁਕਤੀ ਪ੍ਰਾਪਤ ਨਹੀਂ ਕੀਤੀ ਜਾ ਸਕਦੀ । ਅਜਿਹੇ ਗਿਆਨ ਯੋਗੀ ਭੌਤਿਕ ਸੰਸਾਰ ਵਿਚ ਮਹਤੱਵਪੂਰਨ ਭੂਮਿਕਾ ਨਿਭਾਉਣ ਵਾਲੇ ਹੋ ਸਕਦੇ ਹਨ, ਪਰ ਉਹ ਮੁਕਤੀ ਦੇ ਅਧਿਕਾਰੀ ਨਹੀਂ ਹੁੰਦੇ । ਅਜਿਹੀ ਹਉਮੈ ਵਾਲੇ ਸੰਸਾਰੀ ਵਿਦਵਾਨ ਨੂੰ ਭਗਵਾਨ ਦੇ ਭਗਤ ਦੀ ਸੁਭਾਵਿਕ ਕਿਰਪਾ ਦੀ ਉਡੀਕ ਕਰਨੀ ਪੈਂਦੀ ਹੈ । ਇਸ ਲਈ ਮਨੁੱਖ ਨੂੰ ਚਾਹੀਦਾ ਹੈ ਕਿ ਸ਼ਰਧਾ ਅਤੇ ਗਿਆਨ ਦੇ ਨਾਲ ਕ੍ਰਿਸ਼ਨ ਭਾਵਨਾ ਅੰਮ੍ਰਿਤ ਦਾ ਅਧਿਐਨ ਕਰੇ ਅਤੇ ਪੂਰਨਤਾ ਪ੍ਰਾਪਤ ਕਰਨ ਦਾ ਇਹੋ ਉਪਾਅ ਹੈ ।

वीतरागभयक्रोधा मन्मया मामुपाश्रिताः ।
बहवो ज्ञानतपसा पूता मद्भावमागताः ॥१०॥

ਵੀਤ-ਰਾਗ-ਭਯ-ਕ੍ਰੋਧਾ ਮਨ੍-ਮਯਾ ਮਾਮ੍ ਉਪਾਸ਼੍ਰਿਤਾਹ੍ ।
ਬਹਵੋ ਗ੍ਯਾਨ-ਤਪਸਾ ਪੂਤਾ ਮਦ੍-ਭਾਵਮ ਆਗਤਾਹ੍ ॥ 10 ॥

ਵੀਤ-ਮੁਕਤ ; **ਰਾਗ**-ਆਸਕਤੀ ; **ਭਯ**-ਡਰ ; **ਕ੍ਰੋਧਾਹ੍**- ਅਤੇ ਕ੍ਰੋਧ ਨਾਲ ; **ਮਤ੍-ਮਯਾ**-ਪੂਰੀ ਤਰ੍ਹਾਂ ਮੇਰੇ ਵਿਚ ; **ਮਾਮ੍**-ਮੇਰੇ ਵਿਚ ; **ਉਪਾਸ਼੍ਰਿਤਾਹ੍**-ਪੂਰੀ ਤਰ੍ਹਾਂ ਸਥਿਤ ; **ਬਹਵਹ੍**-ਅਨੇਕ ; **ਗ੍ਯਾਨ**-ਗਿਆਨ ਦੀ ; **ਤਪਸਾ**-ਤਪੱਸਿਆ ਨਾਲ ; **ਪੂਤਾਹ੍**-ਪਵਿੱਤਰ ਹੋਇਆ ; **ਮਤ੍ਭਾਵਮ**-ਮੇਰੇ ਪ੍ਰਤੀ ਅਲੌਕਿਕ ਪ੍ਰੇਮ ਨੂੰ ; **ਆਗਤਾਹ੍**-ਪ੍ਰਾਪਤ ।

ਅਨੁਵਾਦ

ਭੂਤਕਾਲ ਵਿਚ ਮੋਹ, ਡਰ ਅਤੇ ਕ੍ਰੋਧ ਤੋਂ ਮੁਕਤ ਹੋ ਕੇ, ਮੇਰੇ ਵਿਚ ਪੂਰੀ ਤਰ੍ਹਾਂ ਮਗਨ ਅਤੇ ਮੇਰੀ ਸ਼ਰਨ ਵਿਚ ਆ ਕੇ ਬਹੁਤ ਸਾਰੇ ਲੋਕ ਮੇਰੇ ਗਿਆਨ ਨਾਲ ਪਵਿੱਤਰ ਹੋ ਚੁੱਕੇ ਹਨ । ਇੰਝ ਉਨ੍ਹਾਂ ਸਾਰਿਆਂ ਨੇ ਮੇਰੇ ਪ੍ਰਤੀ ਅਲੌਕਿਕ ਪ੍ਰੇਮ ਨੂੰ ਪ੍ਰਾਪਤ ਕੀਤਾ ਹੈ ।

ਭਾਵ

ਜਿਵੇਂ ਕਿ ਪਹਿਲੋਂ ਕਿਹਾ ਜਾ ਚੁਕਾ ਹੈ ਕਿ ਵਿਸ਼ਿਆ ਵੱਲ ਲੱਗੇ ਮਨੁੱਖ ਲਈ ਪਰਮ ਸਤਿ ਦੇ ਸਰੂਪ ਨੂੰ ਸਮਝਣਾ ਬਹੁਤ ਔਖਾ ਹੈ । ਸਾਧਾਰਨ ਤੌਰ ਤੇ ਜਿਹੜੇ ਮਨੁੱਖ ਦੇਹ ਆਤਮ ਬੁੱਧੀ ਵਿਚ ਮੋਹਿਤ ਹੁੰਦੇ ਹਨ, ਉਹ ਭੌਤਿਕਤਾਵਾਦ ਵਿਚ ਏਨੇ ਖੁੱਭੇ ਰਹਿੰਦੇ ਹਨ ਕਿ ਉਨ੍ਹਾਂ ਲਈ ਇਹ

ਸਮਝਣਾ ਲਗਭਗ ਔਖਾ ਹੈ ਕਿ ਪਰਮਾਤਮਾ ਮਨੁੱਖ ਵੀ ਹੋ ਸਕਦਾ ਹੈ । ਅਜਿਹੇ ਭੌਤਿਕਤਾਵਾਦੀ ਮਨੁੱਖ ਇਸਦੀ ਕਲਪਨਾ ਤਕ ਨਹੀਂ ਕਰ ਸਕਦੇ ਕਿ ਅਜਿਹਾ ਵੀ ਅਲੌਕਿਕ ਸ਼ਰੀਰ ਹੈ ਜਿਹੜਾ ਸਦੀਵੀ ਅਤੇ ਸਚਿੱਦਾਨੰਦਮਈ ਹੈ । ਭੌਤਿਕਤਾਵਾਦੀ ਕਲਪਨਾ ਮੁਤਾਬਿਕ ਸ਼ਰੀਰ ਨਾਸ਼ਵਾਨ,ਅਗਿਆਨ ਯੁਕਤ ਅਤੇ ਬਹੁਤ ਦੁੱਖਾਂ ਭਰਿਆ ਹੁੰਦਾ ਹੈ । ਇਸ ਲਈ ਜਦੋਂ ਲੋਕਾਂ ਨੂੰ ਭਗਵਾਨ ਦੇ ਸਾਕਾਰ ਰੂਪ ਬਾਰੇ ਦੱਸਿਆ ਜਾਂਦਾ ਹੈ ਤਾਂ ਉਨ੍ਹਾਂ ਦੇ ਮਨ ਵਿਚ ਇਹੋ ਸੋਚ ਬਣੀ ਰਹਿੰਦੀ ਹੈ । ਅਜਿਹੇ ਭੌਤਿਕਤਾਵਾਦੀ ਮਨੁੱਖਾਂ ਲਈ ਵਿਰਾਟ ਭੌਤਿਕ ਸੰਸਾਰ ਦਾ ਸਰੂਪ ਹੀ ਪਰਮ ਤੱਤ ਹੈ । ਸਿੱਟੇ ਵਜੋਂ ਉਹ ਪ੍ਰਮੇਸ਼ਵਰ ਨੂੰ ਨਿਰਾਕਾਰ ਮੰਨਦੇ ਹਨ ਅਤੇ ਭੌਤਿਕਤਾ ਵਿਚ ਇੰਨੇ ਖੁੱਭੇ ਰਹਿੰਦੇ ਹਨ ਕਿ ਭੌਤਿਕ ਪਦਾਰਥਾਂ ਤੋਂ ਮੁਕਤੀ ਦੇ ਬਾਅਦ ਵੀ ਆਪਣਾ ਸਰੂਪ ਬਣਾਏ ਰੱਖਣ ਦੇ ਵਿਚਾਰ ਤੋਂ ਡਰਦੇ ਹਨ । ਜਦੋਂ ਉਨ੍ਹਾਂ ਨੂੰ ਇਹ ਦੱਸਿਆ ਜਾਂਦਾ ਹੈ ਕਿ ਅਧਿਆਤਮਕ ਜੀਵਨ ਵੀ ਵਿਅਕਤੀਗਤ ਅਤੇ ਸਾਕਾਰ ਹੁੰਦਾ ਹੈ ਤਾਂ ਉਹ ਮੁੜ ਮਨੁੱਖ ਬਣਨ ਤੋਂ ਡਰ ਜਾਂਦੇ ਹਨ, ਸਿੱਟੇ ਵਜੋਂ ਉਹ ਨਿਰਾਕਾਰ ਖ਼ਲਾਅ ਵਿਚ ਲੀਨ ਹੋਣਾ ਪਸੰਦ ਕਰਦੇ ਹਨ । ਸਧਾਰਨ ਤੌਰ ਤੇ ਉਹ ਜੀਵਾਂ ਦੀ ਤੁਲਨਾ ਉਨ੍ਹਾਂ ਸਮੁੰਦਰ ਦੇ ਬੁਲਬੁਲਿਆਂ ਨਾਲ ਕਰਦੇ ਹਨ, ਜਿਹੜੇ ਫੁਟਣ ਮਗਰੋਂ ਸਮੁੰਦਰ ਵਿਚ ਹੀ ਮਿਲ ਜਾਂਦੇ ਹਨ, ਵੱਖਰੇ ਵਿਅਕਤੀਤਵ ਤੋਂ ਬਿਨ੍ਹਾਂ ਅਧਿਆਤਮਕ ਜੀਵਨ ਦੀ ਇਹ ਉੱਤਮ ਸਿੱਧੀ ਹੈ । ਇਹ ਜੀਵਨ ਦੀ ਡਰਾਉਣੀ ਅਵਸਥਾ ਹੈ, ਜਿਹੜੀ ਅਧਿਆਤਮਕ ਜੀਵਨ ਦੇ ਪੂਰੇ ਗਿਆਨ ਤੋਂ ਸੱਖਣੀ ਹੈ । ਇਸ ਤੋਂ ਇਲਾਵਾ ਹੋਰ ਅਜਿਹੇ ਬਹੁਤ ਸਾਰੇ ਮਨੁੱਖ ਹਨ ਜਿਹੜੇ ਅਧਿਆਤਮਕ ਜੀਵਨ ਨੂੰ ਰਤਾ ਵੀ ਨਹੀਂ ਸਮਝ ਸਕਦੇ । ਅਨੇਕਾਂ ਵਾਦਾਂ ਅਤੇ ਦਾਰਸ਼ਨਿਕ ਚਿੰਤਨਾਂ ਦੀਆਂ ਅਨੇਕਾਂ ਭਗਤੀਆਂ ਤੋਂ ਪਰੇਸ਼ਾਨ ਉਹ ਅੱਕ ਜਾਂਦੇ ਹਨ ਜਾਂ ਗੁੱਸੇ ਹੋ ਜਾਂਦੇ ਹਨ ਅਤੇ ਮੂਰਖਮੱਤੀ ਕਾਰਨ ਇਹ ਸਿੱਟਾ ਕੱਢਦੇ ਹਨ ਕਿ ਪਰਮ ਕਾਰਨ ਵਰਗਾ ਕੁਝ ਵੀ ਨਹੀਂ ਹੈ ਅਤੇ ਹਰ ਚੀਜ਼ ਆਖ਼ਿਰਕਾਰ ਖ਼ਲਾਅ ਹੈ । ਅਜਿਹੇ ਲੋਕ ਜੀਵਨ ਦੀ ਬਿਮਾਰੀ ਦੀ ਹਾਲਤ ਵਿਚ ਹੁੰਦੇ ਹਨ । ਕੁਝ ਲੋਕ ਭੌਤਿਕਤਾ ਵਾਦ ਵਿਚ ਏਨੇ ਰੁੱਝੇ ਰਹਿੰਦੇ ਹਨ ਕਿ ਅਧਿਆਤਮਕ ਜੀਵਨ ਵੱਲ ਕੋਈ ਧਿਆਨ ਨਹੀਂ ਦਿੰਦੇ ਅਤੇ ਕੁਝ ਲੋਕ ਤਾਂ ਨਿਰਾਸ਼ਾ ਕਾਰਨ ਹਰ ਤਰ੍ਹਾਂ ਦੇ ਅਧਿਆਤਮਕ ਚਿੰਤਨ ਤੋਂ ਗੁੱਸੇ ਹੋ ਕੇ ਕਿਸੇ ਚੀਜ਼ ਤੇ ਵੀ ਵਿਸ਼ਵਾਸ਼ ਨਹੀਂ ਕਰਦੇ । ਇਹ ਆਖ਼ਰੀ ਵਰਗ ਦੇ ਲੋਕ ਕਿਸੇ ਨਾ ਕਿਸੇ ਨਸ਼ੀਲੀ ਚੀਜ਼ ਦਾ ਸਹਾਰਾ ਲੈਂਦੇ ਹਨ ਅਤੇ ਉਨ੍ਹਾਂ ਦੀ ਮਨੋ-ਭ੍ਰਾਂਤਿ ਨੂੰ ਕਦੀ-ਕਦੀ ਅਧਿਆਤਮਕ ਦ੍ਰਿਸ਼ਟੀ ਮੰਨ ਲਿਆ ਜਾਂਦਾ ਹੈ । ਮਨੁੱਖ ਨੂੰ ਭੌਤਿਕ ਸੰਸਾਰ ਪ੍ਰਤੀ ਮੋਹ ਦੀਆਂ ਤਿੰਨ ਅਵਸਥਾਵਾਂ ਤੋਂ ਛੁਟਕਾਰਾ ਪਾਉਣਾ ਹੁੰਦਾ ਹੈ । ਇਹ ਹਨ : ਅਧਿਆਤਮਕ ਜੀਵਨ ਦੀ ਉਪੇਖਿਆ, ਅਧਿਆਤਮਕ ਸਾਕਾਰ ਰੂਪ ਦਾ ਡਰ ਅਤੇ ਜੀਵਨ ਦੀ ਨਿਰਾਸ਼ਾ ਤੋਂ ਪੈਦਾ ਹੋਈ ਖ਼ਲਾਅ ਦਾ ਵਿਚਾਰ । ਜੀਵਨ ਦੀਆਂ ਇਨ੍ਹਾਂ ਤਿੰਨਾਂ ਅਵਸਥਾਵਾਂ ਤੋਂ ਛੁੱਟਣ ਲਈ ਪ੍ਰਮਾਣਿਤ ਗੁਰੂ ਦੀ ਅਗਵਾਈ ਵਿਚ ਭਗਵਾਨ ਦੀ ਸ਼ਰਨ ਗ੍ਰਹਿਣ ਕਰਨਾ ਅਤੇ ਭਗਤੀ ਭਾਵ ਵਾਲੇ ਜੀਵਨ ਦੇ ਨਿਯਮਾਂ ਅਤੇ ਵਿਧੀ ਵਿਧਾਨਾਂ ਦੀ ਪਾਲਣਾ ਕਰਨਾ ਜਰੂਰੀ ਹੈ, ਭਗਤੀ ਭਾਵ ਵਾਲੇ ਜੀਵਨ ਦੀ ਅੰਤਿਮ ਅਵਸਥਾ **'ਭਾਵ'** ਜਾਂ **'ਅਲੌਕਿਕ ਪਰਮਾਤਮਾ ਦਾ ਪ੍ਰੇਮ'** ਕਹਾਉਂਦੀ ਹੈ ।

ਭਗਤੀ ਰਸਾਮ੍ਰਿਤ ਸਿੰਧੂ (1.4.15-16) ਮੁਤਾਬਿਕ ਭਗਤੀ ਦਾ ਵਿਗਿਆਨ ਇੰਝ ਹੈ:-

ਆਦੌ ਸ਼੍ਰਧਾ ਤਤਹ੍ ਸਾਧੁ-ਸੰਗੋ 'ਥ ਭਜਨ-ਕ੍ਰਿਯਾ
ਤਤੋ 'ਨਰਥ-ਨਿਵ੍ਰਿਤ੍ਤਿਹ੍ ਸਯਾਤ੍ ਤਤੋ ਨਿਸ਼੍ਠਾ ਰੁਚਿਸ੍ ਤਤਹ੍ ।
ਅਥਾਸਕ੍ਤਿਸ੍ ਤਤੋ ਭਾਵਸ੍ ਤਤਹ੍ ਪ੍ਰੇਮਾਭ੍ ਯੁਦੰਚਤਿ
ਸਾਧਕਾਨਾਮ੍ ਅਯਮ੍ ਪ੍ਰੇਮ੍ਣਹ੍ ਪ੍ਰਾਦੁਰਭਾਵੇ ਭਵੇਤ੍ ਕ੍ਰਮਹ੍ ॥

"ਸ਼ੁਰੂ ਵਿਚ ਆਤਮ-ਪ੍ਰਤੱਖੀਕਰਨ ਲਈ ਸ਼ਰਧਾ ਹੋਣੀ ਚਾਹੀਦੀ ਹੈ । ਇਸ ਨਾਲ ਮਨੁੱਖ ਅਜਿਹੇ ਮਨੁੱਖਾਂ ਦੀ ਸੰਗਤ ਕਰਨ ਦਾ ਯਤਨ ਕਰਦਾ ਹੈ ਜਿਹੜੇ ਅਧਿਆਤਮਕ ਪੱਖੋਂ ਉਚੇ ਹਨ । ਅਗਲੀ ਅਵਸਥਾ ਵਿਚ ਗੁਰੂ ਤੋਂ ਸਿੱਖਿਆ ਲੈ ਕੇ ਨਵ-ਦੀਖਿਅਤ ਭਗਤ, ਉਸਦੇ ਹੁਕਮਾਂ ਮੁਤਾਬਿਕ ਭਗਤੀ ਯੋਗ ਸ਼ੁਰੂ ਕਰਦਾ ਹੈ । ਇੰਝ ਸਮਰਥ ਗੁਰੂ ਦੀ ਅਗਵਾਈ ਵਿਚ ਭਗਤੀ ਕਰਦੇ ਹੋਏ ਉਹ ਸਾਰੇ ਭੌਤਿਕ ਮੋਹ ਤੋਂ ਮੁਕਤ ਹੋ ਜਾਂਦਾ ਹੈ । ਉਸਦੇ ਆਤਮ-ਪ੍ਰਤੱਖੀਕਰਨ ਵਿਚ ਸਥਿਰਤਾ ਆਉਂਦੀ ਹੈ ਅਤੇ ਉਹ ਪੂਰਨ ਪੁਰਸ਼ੋਤਮ ਭਗਵਾਨ ਸ਼੍ਰੀ ਕ੍ਰਿਸ਼ਨ ਦੇ ਵਿਸ਼ੇ ਵਿਚ ਸੁਣਨ ਲਈ ਰਸ ਵਿਕਸਿਤ ਕਰਦਾ ਹੈ । ਇਸ ਰਸ ਤੋਂ ਅੱਗੇ ਚਲਕੇ ਕ੍ਰਿਸ਼ਨ ਭਾਵਨਾ ਵਿਚ ਰੁਚੀ ਪੈਦਾ ਹੁੰਦੀ ਹੈ, ਜਿਹੜੀ 'ਭਾਵ' ਜਾਂ 'ਭਗਵਾਨ ਦੇ ਪ੍ਰੇਮ' ਦੀ ਪਹਿਲੀ ਪੌੜੀ ਵਿਚ ਪੱਕੀ ਹੁੰਦੀ ਹੈ । ਈਸ਼ਵਰ ਪ੍ਰਤੀ ਅਸਲੀ ਪ੍ਰੇਮ ਹੀ ਜੀਵਨ ਦੀ ਸਾਰਥਕਤਾ ਹੈ ।" ਪ੍ਰੇਮ ਅਵਸਥਾ ਵਿਚ ਭਗਤ, ਭਗਵਾਨ ਦੀ ਅਲੌਕਿਕ ਪ੍ਰੇਮ ਭਗਤੀ ਵਿਚ ਲਗਾਤਾਰ ਲੀਨ ਰਹਿੰਦਾ ਹੈ । ਇਸ ਲਈ ਭਗਤੀ ਦੀ ਮੰਦ ਵਿਧੀ ਨਾਲ ਪ੍ਰਮਾਣਿਤ ਗੁਰੂ ਦੀ ਅਗਵਾਈ ਵਿਚ ਸਭ ਤੋਂ ਉਚੇਰੀ ਅਵਸਥਾ ਹਾਸਿਲ ਕੀਤੀ ਜਾ ਸਕਦੀ ਹੈ ਅਤੇ ਸਾਰੇ ਭੌਤਿਕ ਮੋਹ ਵਿਅਕਤੀਗਤ ਅਧਿਆਤਮਕ ਸਰੂਪ ਦੇ ਡਰ ਅਤੇ ਸ਼ੂਨਯਵਾਦ ਨਾਲ ਪੈਦਾ ਹੋਈ ਨਿਰਾਸ਼ਾ ਤੋਂ ਮੁਕਤ ਹੋਇਆ ਜਾ ਸਕਦਾ ਹੈ । ਤਾਂ ਹੀ ਮਨੁੱਖ ਨੂੰ ਅੰਤ ਵਿਚ ਭਗਵਾਨ ਦੇ ਧਾਮ ਦੀ ਪ੍ਰਾਪਤੀ ਹੋ ਸਕਦੀ ਹੈ ।

ये यथा मां प्रपद्यन्ते तांस्तथैव भजाम्यहम् ।
मम वर्त्मानुवर्तन्ते मनुष्याः पार्थ सर्वशः ॥ ११ ॥

ਯੇ ਯਥਾ ਮਾਮ੍ ਪ੍ਰਪਦ੍ਯੰਤੇ ਤਾਂਸ ਤਥੈਵ ਭਜਾਮਿ ਅਹਮ੍ ।
ਮਮ੍ ਵਰ੍ਤ੍ਮਾਨੁਵਰ੍ਤੰਤੇ ਮਨੁਸ਼੍ਯਾਹ ਪਾਰਥ ਸਰਵਸ਼ਹ ॥ 11 ॥

ਯੇ-ਜਿਹੜੇ ; ਯਥਾ-ਜਿਵੇਂ ; ਮਾਮ੍-ਮੇਰੀ ; ਪ੍ਰਪਦ੍ਯੰਤੇ-ਸ਼ਰਨ ਵਿਚ ਜਾਂਦੇ ਹਨ ; ਤਾਨ੍-ਉਨ੍ਹਾਂ ਨੂੰ ; ਤਥਾ-ਉਂਝ ਹੀ ; ਏਵ-ਯਕੀਨੀ ਤੌਰ ਤੇ ; ਭਜਾਮਿ-ਫਲ ਦਿੰਦਾ ਹਾਂ ; ਅਹਮ੍-ਮੈਂ ; ਮਮ੍-ਮੇਰੇ ; ਵਰ੍ਤ੍ਮ-ਰਸਤੇ ਦਾ ; ਅਨੁਵਰ੍ਤੰਤੇ-ਅਨੁਗਮਨ (ਅਗਵਾਈ ਨਾਲ) ਕਰਦੇ ਹਨ ; ਮਨੁਸ਼੍ਯਾਹ੍-ਸਾਰੇ ਮਨੁੱਖ ; ਪਾਰ੍ਥ-ਹੇ ਪ੍ਰਿਥਾ ਪੁੱਤਰ ; ਸਰ੍ਵਸ਼ਹ੍-ਹਰ ਤਰ੍ਹਾਂ ਨਾਲ ।

ਅਨੁਵਾਦ

ਜਿਸ ਭਾਵ ਨਾਲ ਸਾਰੇ ਜੀਵ ਮੇਰੀ ਸ਼ਰਨ ਗ੍ਰਹਿਣ ਕਰਦੇ ਹਨ, ਉਸੇ ਤਰ੍ਹਾਂ ਮੈਂ ਉਨਾਂ ਨੂੰ ਫਲ ਦਿੰਦਾ ਹਾਂ ਹੇ ਪਾਰਥ ! ਹਰ ਮਨੁੱਖ ਹਰ ਤਰ੍ਹਾਂ ਨਾਲ ਮੇਰੇ ਰਸਤੇ ਦਾ ਅਨੁਸਰਣ ਕਰਦਾ ਹੈ ।

ਭਾਵ

ਹਰ ਮਨੁੱਖ ਕ੍ਰਿਸ਼ਨ ਨੂੰ ਉਨ੍ਹਾਂ ਦੇ ਵੱਖੋ-ਵੱਖਰੇ ਰੂਪਾਂ ਵਿਚ ਭਾਲ ਰਿਹਾ ਹੈ । ਭਗਵਾਨ ਕ੍ਰਿਸ਼ਨ ਨੂੰ ਅੰਸ਼ ਰੂਪ ਵਿਚ ਉਨ੍ਹਾਂ ਦੇ ਨਿਰਵਿਸ਼ੇਸ਼ (ਵਿਅਕਤੀਤਵ ਹੀਣ) ਬ੍ਰਹਮ ਜੋਤੀ ਤੇਜ਼ ਵਿਚ ਅਤੇ ਹਰ ਵਸਤੂ ਦੇ ਕਣ-ਕਣ ਵਿਚ ਵਾਸ ਕਰਨ ਵਾਲੇ ਸਰਬਵਿਆਪੀ ਪਰਮਾਤਮਾ ਦੇ ਰੂਪ ਵਿਚ ਅਨੁਭਵ ਕੀਤਾ ਜਾਂਦਾ ਹੈ, ਪਰ ਕ੍ਰਿਸ਼ਨ ਦਾ ਪੂਰੀ ਤਰ੍ਹਾਂ ਪ੍ਰਤੱਖੀਕਰਨ ਤਾਂ ਉਨ੍ਹਾਂ ਦੇ ਸ਼ੁੱਧ ਭਗਤ ਹੀ ਕਰ ਸਕਦੇ ਹਨ । ਸਿੱਟੇ ਵਜੋਂ ਕ੍ਰਿਸ਼ਨ ਹਰ ਮਨੁੱਖ ਦੀ ਅਨੁਭੂਤੀ ਦਾ ਵਿਸ਼ਾ ਹਨ ਅਤੇ ਇੰਝ ਕੋਈ ਵੀ ਅਤੇ ਸਾਰੇ ਆਪਣੀ-ਆਪਣੀ ਮਰਜ਼ੀ ਮੁਤਾਬਿਕ ਸੰਤੁਸ਼ਟ ਹੁੰਦੇ ਹਨ । ਅਲੌਕਿਕ ਸੰਸਾਰ ਵਿਚ ਵੀ ਕ੍ਰਿਸ਼ਨ ਆਪਣੇ ਸ਼ੁੱਧ ਭਗਤਾਂ ਜਿਵੇਂ ਭਗਤ ਉਨ੍ਹਾਂ ਨੂੰ ਚਾਹੁੰਦਾ ਹੈ, ਨਾਲ ਅਲੌਕਿਕ ਅਦਾਨ-ਪ੍ਰਦਾਨ ਕਰਦੇ ਹਨ । ਕੋਈ ਭਗਤ ਕ੍ਰਿਸ਼ਨ ਦੀ ਪਰਮ ਸਵਾਮੀ ਰੂਪ ਵਿਚ ਚਾਹਨਾ ਕਰ ਸਕਦਾ ਹੈ ਦੂਜਾ ਆਪਣੇ ਦੋਸਤ ਦੇ ਰੂਪ ਵਿੱਚ, ਤੀਜਾ ਆਪਣੇ ਪੁੱਤਰ ਦੇ ਰੂਪ ਵਿਚ ਅਤੇ ਚੌਥਾ ਆਪਣੇ ਪ੍ਰੇਮੀ ਦੇ ਰੂਪ ਵਿਚ । ਕ੍ਰਿਸ਼ਨ ਸਾਰੇ ਭਗਤਾਂ ਨੂੰ ਉਨ੍ਹਾਂ ਦੇ ਪ੍ਰੇਮ ਦੇ ਮੁਤਾਬਿਕ ਬਰਾਬਰ ਫਲ ਦਿੰਦੇ ਹਨ । ਭੌਤਿਕ ਸੰਸਾਰ ਵਿਚ ਵੀ ਅਜਿਹੇ ਵਟਾਂਦਰੇ ਦੀਆਂ ਅਨੁਭੂਤੀਆਂ ਹੁੰਦੀਆਂ ਹਨ ਅਤੇ ਉਹ ਅਲੱਗ-ਅਲੱਗ ਤਰ੍ਹਾਂ ਦੇ ਭਗਤਾਂ ਮੁਤਾਬਿਕ ਭਗਵਾਨ ਰਾਹੀਂ ਸਮਭਾਵ ਨਾਲ ਅਦਲਾ ਬਦਲੀਆਂ ਕੀਤੀਆਂ ਜਾਂਦੀਆਂ ਹਨ । ਸ਼ੁੱਧ ਭਗਤ ਇੱਥੇ ਵੀ ਅਤੇ ਅਲੌਕਿਕ ਧਾਮ ਵਿਚ ਵੀ ਕ੍ਰਿਸ਼ਨ ਦਾ ਸੰਗ ਪ੍ਰਾਪਤ ਕਰਦੇ ਹਨ ਅਤੇ ਭਗਵਾਨ ਦੀ ਨਿੱਜੀ ਸੇਵਾ ਕਰਦੇ ਹਨ । ਇੰਝ ਉਹ ਉਨ੍ਹਾਂ ਦੀ ਪ੍ਰੇਮ ਭਗਤੀ ਦਾ ਅਲੌਕਿਕ ਆਨੰਦ ਪ੍ਰਾਪਤ ਕਰਦੇ ਹਨ । ਪਰ ਜਿਹੜੇ ਨਿਰਵਿਸ਼ੇਸ਼ਵਾਦੀ ਹਨ ਅਤੇ ਜਿਹੜੇ ਜੀਵਆਤਮਾ ਦੀ ਹੋਂਦ ਨੂੰ ਮਿਟਾਕੇ ਅਧਿਆਤਮਕ ਆਤਮ ਘਾਤ ਕਰਨਾ ਚਾਹੁੰਦੇ ਹਨ, ਕ੍ਰਿਸ਼ਨ ਉਨ੍ਹਾਂ ਨੂੰ ਵੀ ਆਪਣੇ ਤੇਜ਼ ਵਿਚ ਮਿਲਾਕੇ ਉਨ੍ਹਾਂ ਦੀ ਮਦਦ ਕਰਦੇ ਹਨ । ਅਜਿਹੇ ਨਿਰਵਿਸ਼ੇਸ਼ਵਾਦੀ ਸਚਿਦਾਨੰਦ ਭਗਵਾਨ ਨੂੰ ਸਵੀਕਾਰ ਨਹੀਂ ਕਰਦੇ, ਸਿੱਟੇ ਵਜੋਂ ਉਹ ਆਪਣੇ ਵਿਅਕਤੀਤੱਵ ਨੂੰ ਮਿਟਾ ਕੇ ਭਗਵਾਨ ਦੀ ਅਲੌਕਿਕ ਸਗੁਣ ਭਗਤੀ ਦੇ ਆਨੰਦ ਨੂੰ ਪ੍ਰਾਪਤ ਨਹੀਂ ਕਰਦੇ । ਉਨ੍ਹਾਂ ਵਿੱਚੋਂ ਕੁਝ ਜਿਹੜੇ ਨਿਰਵਿਸ਼ੇਸ਼ ਸੱਤਾ ਵਿਚ ਦ੍ਰਿੜਤਾ ਨਾਲ ਸਥਿਤ ਨਹੀਂ ਹੋ ਸਕਦੇ, ਉਹ ਆਪਣੇ ਕੰਮ ਕਰਨ ਦੀਆਂ ਸੁੱਤੀਆਂ ਇੱਛਾਵਾਂ ਨੂੰ ਵਿਖਾਉਣ ਲਈ ਇਸ ਭੌਤਿਕ ਸ਼ਰੀਰ ਵਿਚ ਵਾਪਸ ਪਰਤ ਆਉਂਦੇ ਹਨ । ਉਨ੍ਹਾਂ ਨੂੰ ਬੈਕੁੰਠ ਲੋਕ ਵਿਚ ਪ੍ਰਵੇਸ਼ ਨਹੀਂ ਕਰਨ ਦਿੱਤਾ ਜਾਂਦਾ, ਪਰ ਉਨ੍ਹਾਂ ਨੂੰ ਭੌਤਿਕ ਲੋਕ ਵਿਚ ਕੰਮ ਕਰਨ ਦਾ ਮੌਕਾ ਦਿੱਤਾ ਜਾਂਦਾ ਹੈ । ਜਿਹੜੇ ਸਕਾਮ ਕੰਮ ਕਰਨ ਵਾਲੇ ਹਨ, ਭਗਵਾਨ ਉਨ੍ਹਾਂ ਨੂੰ ਯੱਗ ਈਸ਼ਵਰ ਦੇ ਰੂਪ ਵਿਚ ਉਨ੍ਹਾਂ ਦੇ ਕੰਮਾਂ ਦਾ ਇੱਛਤ ਫਲ ਦਿੰਦੇ ਹਨ । ਜਿਹੜੇ ਯੋਗੀ ਹਨ ਅਤੇ ਯੋਗ ਸ਼ਕਤੀ ਦੀ ਭਾਲ ਵਿਚ ਰਹਿੰਦੇ ਹਨ ਉਨ੍ਹਾਂ ਨੂੰ ਯੋਗਸ਼ਕਤੀ ਦਿੰਦੇ ਹਨ । ਦੂਜੇ ਸ਼ਬਦਾਂ ਵਿਚ ਹਰ ਮਨੁੱਖ ਦੀ ਸਫਲਤਾ ਭਗਵਾਨ ਦੀ ਕਿਰਪਾ ਤੇ ਆਧਾਰਿਤ ਰਹਿੰਦੀ ਹੈ ਅਤੇ ਹਰ ਤਰ੍ਹਾਂ ਦੀਆਂ ਅਧਿਆਤਮਕ ਵਿਧੀਆਂ ਇੱਕੋ ਰਸਤੇ ਵਿਚ ਸਫਲਤਾ ਦੀਆਂ

ਖੋ-ਵੱਖਰੀਆਂ ਸ਼੍ਰੇਣੀਆਂ ਹਨ। ਇਸ ਲਈ ਜਦੋਂ ਤਕ ਕੋਈ ਕ੍ਰਿਸ਼ਨ ਭਾਵਨਾ ਅੰਮ੍ਰਿਤ ਦੀ ਉਚੇਰੀ ਸੰਧੀ ਤਕ ਨਹੀਂ ਅਪੜ ਜਾਂਦਾ ਉਦੋਂ ਤਕ ਸਾਰੇ ਯਤਨ ਅਧੂਰੇ ਰਹਿੰਦੇ ਹਨ, ਜਿਵੇਂ ਸ਼੍ਰੀਮਦ੍ ਾਗਵਤਮ੍ (2.3.10)'ਚ ਕਿਹਾ ਗਿਆ ਹੈ :-

ਅਕਾਮਹ੍ ਸਰ੍ਵ-ਕਾਮੋ ਵਾ ਮੋਕ੍ਸ਼-ਕਾਮ ਓਦਾਰ-ਧੀਹ੍ ।
ਤੀਵ੍ਰੇਣ ਭਕ੍ਤਿ-ਯੋਗੇਨ ਯਜੇਤ ਪੁਰੁਸ਼ਮ੍ ਪਰਮ੍ ॥

ਮਨੁੱਖ ਭਾਵੇਂ ਨਿਸ਼ਕਾਮ (ਭਗਤ ਦੀ ਇੱਕ ਸਥਿਤੀ) ਹੋਵੇ ਜਾਂ ਫਲ ਦਾ ਇੱਛੁਕ ਹੋਵੇ ਜਾਂ ਮੁਕਤੀ ਾ ਇੱਛੁਕ ਵੀ ਕਿਉਂ ਨਾ ਹੋਵੇ, ਉਸ ਨੂੰ ਪੂਰੀ ਸਮਰਥਾ ਨਾਲ ਭਗਵਾਨ ਦੀ ਸੇਵਾ ਕਰਨੀ ਾਹੀਦੀ ਹੈ ਜਿਸ ਨਾਲ ਉਸਨੂੰ ਪੂਰਨ ਸਿੱਧੀ ਪ੍ਰਾਪਤ ਹੋ ਸਕੇ, ਜਿਸ ਦਾ ਅੰਤ ਕ੍ਰਿਸ਼ਨ ਭਾਵਨਾ ਮ੍ਰਿਤ ਵਿਚ ਹੁੰਦਾ ਹੈ।"

काङ्क्षन्तः कर्मणां सिद्धिं यजन्त इह देवताः ।
क्षिप्रं हि मानुषे लोके सिद्धिर्भवति कर्मजा ॥ १२॥

ਕਾਂਕ੍ਸ਼ੰਤਹ੍ ਕਰ੍ਮਣਾਮ੍ ਸਿਦ੍ਧਿਮ੍ ਯਜੰਤਾ ਇਹ ਦੇਵਤਾਹ੍ ।
ਕ੍ਸ਼ਿਪ੍ਰਮ੍ ਹਿ ਮਾਨੁਸ਼ੇ ਲੋਕੇ ਸਿਦ੍ਧਿਰ੍ ਭਵਤਿ ਕਰ੍ਮਜਾ ॥ 12 ॥

ਾਂਕ੍ਸ਼ੰਤਹ੍-ਚਾਹੁੰਦੇ ਹੋਏ ; ਕਰ੍ਮਣਾਮ੍-ਸਕਾਮ ਕਰਮਾਂ ਦੀ : ਸਿਦ੍ਧਿਮ੍-ਸਿੱਧੀ ; ਯਜੰਤੇ-ਯੱਗਾਂ ਾਹੀਂ ਪੂਜਾ ਕਰਦੇ ਹਨ ; ਇਹ-ਇਸ ਭੌਤਿਕ ਸੰਸਾਰ ਵਿਚ ; ਦੇਵਤਾਹ੍-ਦੇਵਤਾ ਲੋਕ ; ਕ੍ਸ਼ਿਪ੍ਰਮ੍-ਤੁਰੰਤ ਹੀ ; ਹਿ-ਨਿਸ਼ਚੈ ਹੀ ; ਮਾਨੁਸ਼ੇ-ਮਨੁੱਖੀ ਸਮਾਜ ਵਿਚ ; ਲੋਕੇ-ਇਸ ਸੰਸਾਰ ਵਚ ; ਸਿਦ੍ਧਿਹ੍-ਸਿੱਧੀ,ਸਫਲਤਾ ; ਭਵਤਿ-ਹੁੰਦੀ ਹੈ ; ਕਰ੍ਮ-ਜਾ-ਸਕਾਮ ਕਰਮ ਨਾਲ।

ਅਨੁਵਾਦ

ਇਸ ਸੰਸਾਰ ਵਿਚ ਮਨੁੱਖ ਸਕਾਮ ਕਰਮਾਂ ਵਿਚ ਸਿੱਧੀ ਚਾਹੁੰਦੇ ਹਨ, ਸਿੱਟੇ ਵਜੋਂ ਉਹ ਦੇਵਤਿਆਂ ੀ ਪੂਜਾ ਕਰਦੇ ਹਨ। ਬੇਸ਼ੱਕ ਇਸ ਸੰਸਾਰ ਵਿਚ ਮਨੁੱਖਾਂ ਨੂੰ ਸਕਾਮ ਕਰਮਾਂ ਦਾ ਫਲ ਜਲਦੀ ਮਲਦਾ ਹੈ।

ਭਾਵ

ਇਸ ਸੰਸਾਰ ਵਿਚ ਦੇਵਤਿਆਂ ਸੰਬੰਧੀ ਭਰਮ ਵਾਲੀ ਧਾਰਨਾ ਹੈ ਅਤੇ ਵਿੱਦਵਤਾ ਦਾ ਹੰਕਾਰ ਕਰਨ ਾਲੇ ਘੱਟ ਗਿਆਨੀ ਮਨੁੱਖ ਇਨ੍ਹਾਂ ਦੇਵਤਿਆਂ ਨੂੰ ਪਰਮੇਸ਼ਵਰ ਦੇ ਵੱਖੋ-ਵੱਖਰੇ ਰੂਪ ਮੰਨ ਬੈਠਦੇ ਨ। ਅਸਲ ਵਿਚ ਇਹ ਦੇਵਤਾ ਈਸ਼ਵਰ ਦੇ ਵੱਖਰੇ ਰੂਪ ਨਹੀਂ ਹੁੰਦੇ ਸਗੋਂ ਉਹ ਈਸ਼ਵਰ ਦੇ ਖੋ-ਵੱਖਰੇ ਅੰਸ਼ ਹੁੰਦੇ ਹਨ। ਈਸ਼ਵਰ ਤਾਂ ਇਕ ਹੈ ਪਰ ਅੰਸ਼ ਵਧੇਰੇ ਹਨ। ਵੇਦ ਦਾ ਵਾਕ ਹੈ:- ਤ੍ਯੋ ਨਿਤ੍ਯਾਨਾਮ। ਈਸ਼ਵਰ ਇੱਕ ਹੈ। ਈਸ਼ਵਰ੍ ਪਰਮਹ੍ ਕ੍ਰਿਸ਼੍ਣਹ੍। ਕ੍ਰਿਸ਼ਨ ਹੀ ਸਿਰਫ ਰਮੇਸ਼ਵਰ ਹਨ ਅਤੇ ਸਾਰੇ ਦੇਵਤਿਆਂ ਨੂੰ ਇਸ ਭੌਤਿਕ ਸੰਸਾਰ ਦਾ ਪ੍ਰਬੰਧ ਕਰਨ ਲਈ ਸ਼ਕਤੀਆਂ ਮਲੀਆਂ ਹਨ। ਇਹ ਦੇਵਤਾ ਜੀਵਆਤਮਾਵਾਂ ਹਨ (ਨਿਤ੍ਯਾਨਾਮ੍) ਜਿਨ੍ਹਾਂ ਨੂੰ ਵੱਖਰੀ ਮਾਤਰਾ

ਵਿਚ ਭੌਤਿਕ ਸ਼ਕਤੀ ਪ੍ਰਾਪਤ ਹੈ। ਉਹ ਕਦੀ ਵੀ ਪਰਮੇਸ਼ਵਰ- ਨਾਰਾਇਣ, ਵਿਸ਼ਨੂੰ ਜਾਂ ਕ੍ਰਿਸ਼ ਦੇ ਬਰਾਬਰ ਨਹੀਂ ਹੋ ਸਕਦੇ। ਜਿਹੜਾ ਮਨੁੱਖ ਈਸ਼ਵਰ ਅਤੇ ਦੇਵਤਿਆਂ ਨੂੰ ਇਕ ਪੱਧਰ ਤੇ ਸਮਝਦਾ ਹੈ ਉਹ ਨਾਸਤਕ ਜਾਂ ਪਖੰਡੀ ਕਹਾਉਂਦਾ ਹੈ। ਇਥੋਂ ਤਕ ਕਿ ਬ੍ਰਹਮਾ ਅਤੇ ਸ਼ਿਵਜ ਵਰਗੇ ਵੱਡੇ-ਵੱਡੇ ਦੇਵਤਾ ਵੀ ਪਰਮੇਸ਼ਵਰ ਦੀ ਬਰਾਬਰੀ ਨਹੀਂ ਕਰ ਸਕਦੇ। ਅਸਲ ਵਿ ਭਗਵਾਨ ਦੀ ਪੂਜਾ, ਬ੍ਰਹਮਾ ਅਤੇ ਸ਼ਿਵ ਵਰਗੇ ਦੇਵਤੇ ਵੀ ਕਰਦੇ ਹਨ। (**ਸ਼ਿਵ ਵਿਰਿੰਚਿ ਨੁਤਮ**) ।ਹੈਰਾਨੀ ਦੀ ਗੱਲ ਇਹ ਹੈ ਕਿ ਤਾਂ ਵੀ ਅਨੇਕਾਂ ਮੂਰਖ ਲੋਕ ਮਨੁੱਖਾਂ ਦੇ ਨੇਤਾਵਾਂ ਦੀ ਪੂਜਾ ਉਨ੍ਹ ਨੂੰ ਅਵਤਾਰ ਮੰਨਕੇ ਕਰਦੇ ਹਨ। ਇਹ ਦੇਵਤਾਹ੍ ਪਦ ਇਸ ਸੰਸਾਰ ਦੇ ਸ਼ਕਤੀਸ਼ਾਲੀ ਮਨੁੱਖ ਜ ਦੇਵਤਾ ਲਈ ਆਇਆ ਹੈ, ਪਰ ਨਾਰਾਇਣ, ਵਿਸ਼ਨੂੰ ਜਾਂ ਕ੍ਰਿਸ਼ਨ ਵਰਗੇ ਭਗਵਾਨ ਇਸ ਸੰਸਾ ਦੇ ਨਹੀਂ ਹਨ। ਉਹ ਤਾਂ ਭੌਤਿਕ ਸ੍ਰਿਸ਼ਟੀ ਤੋਂ ਪਰ੍ਹੇ ਰਹਿਣ ਵਾਲੇ ਹਨ। ਨਿਰਵਿਸ਼ੇਸ਼ਵਾਦੀਆਂ ਦ ਆਗੂ ਸ਼੍ਰੀਪਾਦ ਸ਼ੰਕਰਾਚਾਰੀਆ ਤਕ ਇਹ ਮੰਨਦੇ ਹਨ ਕਿ ਨਾਰਾਇਣ ਜਾਂ ਕ੍ਰਿਸ਼ਨ ਇਸ ਭੌਤਿਕ ਸ੍ਰਿਸ਼ਟੀ ਤੋਂ ਪਰ੍ਹੇ ਹਨ ਫੇਰ ਵੀ ਮੂਰਖ ਲੋਕ (ਹ੍ਰਿਤ ਗ੍ਯਾਨ) ਦੇਵਤਿਆਂ ਦੀ ਪੂਜਾ ਕਰਦੇ ਹਨ ਕਿਉਂਕਿ ਉਹ ਉਸੇ ਸਮੇਂ ਫਲ ਚਾਹੁੰਦੇ ਹਨ। ਉਨ੍ਹਾਂ ਨੂੰ ਫਲ ਮਿਲਦਾ ਵੀ ਹੈ, ਪਰ ਉਹ ਇਹ ਨਹੀ ਜਾਣਦੇ ਕਿ ਅਜਿਹੇ ਫਲ ਕੁਝ ਦੇਰ ਲਈ ਹੁੰਦੇ ਹਨ ਅਤੇ ਘੱਟ ਗਿਆਨੀ ਮਨੁੱਖਾਂ ਲਈ ਹਨ ਬੁੱਧੀਮਾਨ ਮਨੁੱਖ ਕ੍ਰਿਸ਼ਨ ਭਾਵਨਾ ਅੰਮ੍ਰਿਤ ਵਿਚ ਸਥਿਤ ਰਹਿੰਦਾ ਹੈ, ਉਸ ਨੂੰ ਕਿਸੇ ਤਤਕਾਲ ਪਲ ਭਰ ਦੇ ਲਾਭ ਲਈ ਕਿਸੇ ਦੇਵਤਾ ਦੀ ਪੂਜਾ ਕਰਨ ਦੀ ਲੋੜ ਨਹੀਂ ਰਹਿੰਦੀ। ਇਸ ਸੰਸਾਰ ਦ ਦੇਵਤੇ ਅਤੇ ਉਨ੍ਹਾਂ ਨੂੰ ਪੂਜਣ ਵਾਲੇ ਇਸ ਸੰਸਾਰ ਦੇ ਪਰਲੋ ਨਾਲ ਹੀ ਖਤਮ ਹੋ ਜਾਣਗੇ। ਦੇਵਤਿਆ ਦੇ ਵਰਦਾਨ ਵੀ ਭੌਤਿਕ ਅਤੇ ਅਸਥਾਈ ਹੁੰਦੇ ਹਨ। ਇਹ ਭੌਤਿਕ ਸੰਸਾਰ ਅਤੇ ਇੱਥੋਂ ਦੇ ਵਾਸ ਜਿਨ੍ਹਾਂ ਵਿਚ ਦੇਵਤੇ ਅਤੇ ਉਨ੍ਹਾਂ ਦੀ ਪੂਜਾ ਕਰਨ ਵਾਲੇ ਵੀ ਸ਼ਾਮਿਲ ਹਨ, ਅਥਾਹ ਸਾਗਰ ਦ ਬੁਲਬੁਲਿਆਂ ਵਾਂਗ ਹੈ। ਪਰ ਇਸ ਸੰਸਾਰ ਵਿਚ ਮਨੁੱਖੀ ਸਮਾਜ ਪਲਭਰ ਰਹਿਣ ਵਾਲੀਆ ਵਸਤਾਂ:- ਜਿਵੇਂ ਧੰਨ, ਪਰਿਵਾਰ ਅਤੇ ਭੋਗ ਦੀ ਸਮੱਗਰੀ ਲਈ ਪਾਗਲ ਹੋਇਆ ਰਹਿੰਦਾ ਹੈ ਅਜਿਹੀਆਂ ਪਲ ਭਰ ਰਹਿਣ ਵਾਲੀਆਂ ਵਸਤਾਂ ਦੀ ਪ੍ਰਾਪਤੀ ਲਈ ਲੋਕ ਦੇਵਤਿਆਂ ਜਾਂ ਮਨੁੱਖ ਸਮਾਜ ਦੇ ਸ਼ਕਤੀਸ਼ਾਲੀ ਮਨੁੱਖਾਂ ਦੀ ਪੂਜਾ ਕਰਦੇ ਹਨ। ਜੇ ਕੋਈ ਮਨੁੱਖ ਕਿਸੇ ਰਾਜਨੀਤਿਕ ਨੇਤ ਦੀ ਪੂਜਾ ਕਰਕੇ ਸਰਕਾਰ ਵਿਚ ਮੰਤਰੀ ਬਣ ਜਾਂਦਾ ਹੈ ਤਾਂ ਉਹ ਸੋਚਦਾ ਹੈ ਕਿ ਉਸਨੇ ਮਹਾ ਵਰਦਾਨ ਪ੍ਰਾਪਤ ਕਰ ਲਿਆ ਹੈ। ਇਹੋ ਕਾਰਨ ਹੈ ਕਿ ਸਾਰੇ ਮਨੁੱਖ ਅਖੌਤੀ ਨੇਤਾਵਾਂ ਨੂੰ ਸਾਸ਼ਟਾਂ ਪ੍ਰਣਾਮ ਕਰਦੇ ਹਨ, ਜਿਸ ਨਾਲ ਉਹ ਅਸਥਾਈ ਰਹਿਣ ਵਾਲੇ ਵਰਦਾਨ ਪਾ ਸਕਣ ਅਤੇ ਸੱਚ ਗੱਲ ਤਾਂ ਇਹ ਹੈ ਕਿ ਉਨ੍ਹਾਂ ਨੂੰ ਅਜਿਹੀਆਂ ਵਸਤਾਂ ਮਿਲ ਵੀ ਜਾਂਦੀਆਂ ਹਨ। ਅਜਿਹੇ ਮੂਰਖ ਲੋ ਦੁਨਿਆਵੀ ਕਸ਼ਟਾਂ ਨੂੰ ਪੱਕੇ ਤੌਰ ਤੇ ਦੂਰ ਕਰਨ ਲਈ ਕ੍ਰਿਸ਼ਨ ਭਾਵਨਾ ਅੰਮ੍ਰਿਤ ਵਿਚ ਰੁਚੀ ਨਹੀ ਵਿਖਾਉਂਦੇ। ਉਹ ਸਾਰੇ, ਇੰਦਰੀਆਂ ਦੇ ਭੋਗ ਲਈ ਦੀਵਾਨੇ ਰਹਿੰਦੇ ਹਨ ਅਤੇ ਥੋੜ੍ਹੇ ਜਿ ਇੰਦਰੀਆਂ ਦੇ ਸੁਖ ਲਈ ਉਹ ਤਾਕਤਵਾਰ ਜੀਵਾਂ ਦੀ ਪੂਜਾ ਕਰਦੇ ਹਨ, ਜਿਨ੍ਹਾਂ ਨੂੰ ਉਹ ਦੇਵਤ ਕਹਿੰਦੇ ਹਨ। ਇਹ ਸ਼ਲੋਕ ਇਸ ਗੱਲ ਵੱਲ ਇਸ਼ਾਰਾ ਕਰਦਾ ਹੈ ਕਿ ਬਹੁਤ ਘੱਟ ਲੋਕ ਕ੍ਰਿਸ਼ ਭਾਵਨਾ ਅੰਮ੍ਰਿਤ ਵਿਚ ਰੁਚੀ ਲੈਂਦੇ ਹਨ। ਵਧੇਰੇ ਲੋਕ ਭੌਤਿਕ ਭੋਗਾਂ ਵਿਚ ਰੁਚੀ ਲੈਂਦੇ ਹਨ, ਸਿੱ ਵਜੋਂ ਉਹ ਕਿਸੇ ਨਾ ਕਿਸੇ ਸ਼ਕਤੀਸ਼ਾਲੀ ਮਨੁੱਖ ਦੀ ਪੂਜਾ ਕਰਦੇ ਹਨ।

चातुर्वर्ण्यं मया सृष्टं गुणकर्मविभागशः ।
तस्य कर्तारमपि मां विद्ध्यकर्तारमव्ययम् ॥ १३ ॥

ਚਾਤੁਰ੍-ਵਰ੍ਣ੍ਯਮ੍ ਮਯਾ ਸ੍ਰਿਸ਼੍ਟਮ੍ ਗੁਣ-ਕਰ੍ਮ-ਵਿਭਾਗਸ਼ਹ੍ ।
ਤਸ੍ਯ ਕਰ੍ਤਾਰ੍ਮ੍ ਅਪਿ ਮਾਮ੍ ਵਿਦ੍ਧਿ ਅਕਰ੍ਤਾਰ੍ਮ੍ ਅਵ੍ਯਯਮ੍ ॥13॥

ਚਾਤੁਰ੍ਵਰ੍ਣ੍ਯਮ੍-ਮਨੁੱਖੀ ਸਮਾਜ ਦੇ ਚਾਰ ਹਿੱਸੇ ; **ਮਯਾ**-ਮੇਰੇ ਰਾਹੀਂ ; **ਸ੍ਰਿਸ਼੍ਟਮ੍**-ਪੈਦਾ ਕੀਤੇ ਹੋਏ ; **ਗੁਣ** - ਗੁਣ ; **ਕਰ੍ਮ** - ਅਤੇ ਕਰਮ ਦਾ ; **ਵਿਭਾਗਸ਼ਹ੍**-ਵੰਡ ਦੇ ਰੂਪ ਵਿਚ ; **ਤਸ੍ਯ**-ਉਸਦਾ ; **ਕਰ੍ਤਾਰ੍ਮ੍**-ਜਨਕ, ਬਨਾਉਣ ਵਾਲਾ ; **ਅਪਿ**-ਭਾਂਵੇਂ ; **ਮਾਮ੍**-ਮੈਨੂੰ ; **ਵਿਦ੍ਧਿ**-ਸਮਝੋ ; **ਅਕਰ੍ਤਾਰ੍ਮ੍**-ਨਾ ਕਰਨ ਵਾਲੇ ਰੂਪ ਵਿਚ ; **ਅਵ੍ਯਯਮ੍**-ਅਪਰਿਵਰਤਨਸ਼ੀਲ ਨੂੰ ।

ਅਨੁਵਾਦ

ਪ੍ਰਕ੍ਰਿਤੀ ਦੇ ਤਿੰਨਾਂ ਗੁਣਾਂ ਅਤੇ ਉਨ੍ਹਾਂ ਨਾਲ ਸੰਬੰਧਿਤ ਕਰਮਾਂ ਮੁਤਾਬਿਕ ਮੇਰੇ ਰਾਹੀਂ ਮਨੁੱਖੀ ਸਮਾਜ ਦੇ ਚਾਰ ਹਿੱਸਿਆਂ ਦੀ ਰਚਨਾ ਕੀਤੀ ਗਈ । ਭਾਵੇਂ ਮੈਂ ਇਸ ਵਿਵਸਥਾ ਦਾ ਰਚਨਹਾਰ ਹਾਂ, ਪਰ ਤੁਸੀਂ ਇਹ ਸਮਝੋ ਕਿ ਇਸ ਦੇ ਬਾਵਜੂਦ ਵੀ ਮੈਂ ਅਵਿਨਾਸ਼ੀ ਅਕਰਤਾ ਹਾਂ ।

ਭਾਵ

ਭਗਵਾਨ ਹਰ ਚੀਜ਼ ਦੇ ਸਿਰਜਣਹਾਰ ਹਨ । ਹਰ ਚੀਜ਼ ਉਨ੍ਹਾਂ ਤੋਂ ਪੈਦਾ ਹੋਈ ਹੈ, ਉਨ੍ਹਾਂ ਰਾਹੀਂ ਪਾਲੀ ਪੋਸੀ ਜਾਂਦੀ ਹੈ ਅਤੇ ਪਰਲੋਂ ਤੋਂ ਮਗਰੋਂ ਉਨ੍ਹਾਂ ਵਿਚ ਹੀ ਸਮਾ ਜਾਂਦੀ ਹੈ । ਇਸ ਲਈ ਉਹੀ ਵਰਣ ਆਸ਼ਰਮ-ਵਿਵਸਥਾ ਨੂੰ ਬਣਾਉਣ ਵਾਲੇ ਹਨ, ਜਿਨ੍ਹਾਂ ਵਿੱਚੋਂ ਸਭ ਤੋਂ ਪਹਿਲੋਂ ਬੁੱਧੀਮਾਨ ਮਨੁੱਖਾਂ ਦਾ ਵਰਗ ਆਉਂਦਾ ਹੈ, ਜਿਹੜੇ ਸਤੋ ਗੁਣੀ ਹੋਣ ਕਾਰਨ ਬ੍ਰਾਹਮਣ ਕਹਾਉਂਦੇ ਹਨ । ਦੂਜਾ ਵਰਗ ਪ੍ਰਸ਼ਾਸਕ ਵਰਗ ਹੈ । ਜਿਨ੍ਹਾਂ ਨੂੰ ਰਜੋ ਗੁਣੀ ਹੋਣ ਕਾਰਨ ਖਤਰੀ ਕਿਹਾ ਜਾਂਦਾ ਹੈ । ਵਪਾਰਕ ਵਰਗ ਜਾਂ ਵੈਸ਼ ਕਹਾਉਣ ਵਾਲੇ ਲੋਕਾਂ ਵਿਚ ਰਜੋਗੁਣ ਅਤੇ ਤਮੋਗੁਣ ਦਾ ਮਿਸ਼ਰਨ ਹੁੰਦਾ ਹੈ ਅਤੇ ਸ਼ੂਦਰ ਜਾਂ ਮਜਦੂਰ ਵਰਗ ਦੇ ਲੋਕ ਤਮੋਗੁਣੀ ਹੁੰਦੇ ਹਨ । ਮਨੁੱਖੀ ਸਮਾਜ ਦੇ ਇਨ੍ਹਾਂ ਚਾਰ ਹਿੱਸਿਆਂ ਦੀ ਰਚਨਾ ਕਰਨ ਤੇ ਵੀ ਭਗਵਾਨ ਸ਼੍ਰੀ ਕ੍ਰਿਸ਼ਨ ਇਨ੍ਹਾਂ ਵਿੱਚੋ ਕਿਸੇ ਵਰਗ ਵਿਚ ਨਹੀਂ ਆਉਂਦੇ, ਕਿਉਂਕਿ ਉਹ ਉਨ੍ਹਾਂ ਬੱਧਜੀਵਾਂ ਵਿੱਚੋਂ ਨਹੀਂ ਹਨ ਜਿਨ੍ਹਾਂ ਦਾ ਇਕ ਅੰਸ਼ ਮਾਨਵ ਸਮਾਜ ਦੇ ਰੂਪ ਵਿਚ ਹੈ । ਮਨੁੱਖੀ ਸਮਾਜ ਵੀ ਕਿਸੇ ਹੋਰ ਪਸ਼ੂ ਸਮਾਜ ਦੇ ਬਰਾਬਰ ਹੈ, ਪਰ ਮਨੁੱਖਾਂ ਨੂੰ ਪਸ਼ੂ ਸਮਾਜ ਤੋਂ ਉਚਾ ਚੁੱਕਣ ਲਈ ਵੀ ਉਪੱਰ ਦੱਸੀ ਵਰਣ ਆਸ਼ਰਮ ਪ੍ਰਣਾਲੀ ਦੀ ਰਚਨਾ ਕੀਤੀ ਗਈ, ਜਿਸ ਨਾਲ ਲਗਾਤਾਰ ਕ੍ਰਿਸ਼ਨ ਚੇਤਨਾ ਵਿਕਸਿਤ ਹੋ ਸਕੇ । ਕਿਸੇ ਖ਼ਾਸ ਮਨੁੱਖ ਦੀ ਕਿਸੇ ਖ਼ਾਸ ਕੰਮ ਪ੍ਰਤੀ ਪ੍ਰਵ੍ਰਿਤੀ ਦਾ ਨਿਰਧਾਰਣ ਉਸ ਰਾਹੀਂ ਇੱਕਠੇ ਕੀਤੇ ਪ੍ਰਕਿਰਤੀ ਦੇ ਗੁਣਾਂ ਰਾਹੀਂ ਕੀਤਾ ਜਾਂਦਾ ਹੈ । ਗੁਣਾਂ ਮੁਤਾਬਿਕ ਜੀਵਣ ਦੇ ਲੱਛਣਾਂ ਦਾ ਵਰਣਨ ਇਸ ਗ੍ਰੰਥ ਦੇ ਅਠਾਰਵੇਂ ਅਧਿਆਇ ਵਿਚ ਹੋਇਆ ਹੈ । ਪਰ ਕ੍ਰਿਸ਼ਨ ਭਾਵਨਾ ਅੰਮ੍ਰਿਤ ਮਨੁੱਖ ਬ੍ਰਾਹਮਣ ਤੋਂ ਵੀ ਵਧੇਰੇ ਹੁੰਦਾ ਹੈ । ਹਾਲਾਂਕਿ ਗੁਣਾਂ ਮੁਤਾਬਿਕ ਬ੍ਰਾਹਮਣ ਨੂੰ ਬ੍ਰਹਮ ਜਾਂ ਪਰਮ ਸਤਿ ਬਾਰੇ ਗਿਆਨ ਹੋਣਾ ਚਾਹੀਦਾ ਹੈ, ਪਰ ਉਨ੍ਹਾਂ

ਵਿਚ ਵਧੇਰੇ ਭਗਵਾਨ ਕ੍ਰਿਸ਼ਨ ਦੇ ਨਿਰਵਿਸ਼ੇਸ਼ ਬ੍ਰਹਮਸਰੂਪ ਨੂੰ ਹੀ ਪ੍ਰਾਪਤ ਕਰ ਸਕਦੇ ਹਨ, ਪਰ ਜਿਹੜਾ ਮਨੁੱਖ ਬ੍ਰਾਹਮਣ ਦੇ ਸੀਮਿਤ ਗਿਆਨ ਨੂੰ ਲੰਘ ਕੇ ਭਗਵਾਨ ਸ਼੍ਰੀ ਕ੍ਰਿਸ਼ਨ ਦੇ ਗਿਆਨ ਤਕ ਪੁੱਜ ਜਾਂਦਾ ਹੈ, ਉਹੀ ਕ੍ਰਿਸ਼ਨ ਭਾਵਨਾ ਭਾਵਿਤ ਹੁੰਦਾ ਹੈ, ਭਾਵ ਵੈਸ਼ਨਵ ਹੁੰਦਾ ਹੈ। ਕ੍ਰਿਸ਼ਨ ਭਾਵਨਾ ਅੰਮ੍ਰਿਤ ਵਿਚ ਕ੍ਰਿਸ਼ਨ ਦੇ ਵੱਖੋ-ਵੱਖਰੇ ਅੰਸ਼ਾਂ ਜਿਵੇਂ ਰਾਮ, ਨਰਸਿੰਘ, ਵਰਾਹ ਆਦਿ ਦਾ ਗਿਆਨ ਸ਼ਾਮਿਲ ਰਹਿੰਦਾ ਹੈ, ਅਤੇ ਕ੍ਰਿਸ਼ਨ ਮਨੁੱਖ ਸਮਾਜ ਦੀ ਇਸ ਚਾਰ ਹਿੱਸਿਆਂ ਵਿਚ ਵੰਡੀ ਪ੍ਰਣਾਲੀ ਤੋਂ ਪਰ੍ਹੇ ਹਨ, ਉਸੇ ਤਰ੍ਹਾਂ ਕ੍ਰਿਸ਼ਨ ਭਾਵਨਾ ਭਾਵਿਤ ਮਨੁੱਖ ਵੀ ਇਸ ਵੰਡ ਤੋਂ ਪਰ੍ਹੇ ਹੁੰਦਾ ਹੈ, ਭਾਵੇਂ ਇਸ ਨੂੰ ਜਾਤ ਦੀ ਵੰਡ ਆਖੀਏ ਭਾਵੇਂ ਰਾਸ਼ਟਰ ਜਾਂ ਸੰਪਰਦਾਈ ਦੀ।

न मां कर्माणि लिम्पन्ति न मे कर्मफले स्पृहा ।
इति मां योऽभिजानाति कर्मभिर्न स बध्यते ॥ १४॥

ਨ ਮਾਮ੍ ਕਰ੍ਮਾਣਿ ਲਿੰਪੰਤਿ ਨ ਮੇ ਕਰ੍ਮ-ਫਲੇ ਸ੍ਪ੍ਰਿਹਾ ।
ਇਤਿ ਮਾਮ੍ ਯੋ 'ਭਿਜਾਨਾਤਿ ਕਰ੍ਮਭਿਰ੍ ਨ ਸ ਬਧ੍ਯਤੇ ॥ 14 ॥

ਨ-ਕਦੀ ਨਹੀਂ ; ਮਾਮ੍-ਮੈਨੂੰ ; ਕਰ੍ਮਾਣਿ-ਹਰ ਤਰ੍ਹਾਂ ਦੇ ਕਰਮ ; ਲਿੰਪੰਤਿ-ਪ੍ਰਭਾਵਿਤ ਕਰਦੇ ਹਨ ; ਨ-ਨਾ ਹੀ ; ਮੇ-ਮੇਰੀ ; ਕਰਮ-ਫਲੇ-ਸਕਾਮ ਕਰਮ ਵਿਚ ; ਸ੍ਪ੍ਰਿਹਾ-ਲਾਲਸਾ ; ਇਤਿ-ਇੰਝ ; ਮਾਮ੍-ਮੈਨੂੰ ; ਯਹ੍-ਜਿਹੜੀ ; 'ਭਿਜਾਨਾਤਿ-ਜਾਣਦਾ ਹੈ ; ਕਰ੍ਮਭਿਹ੍-ਅਜਿਹੇ ਕਰਮ ਦੇ ਫਲ ਨਾਲ ; ਨ-ਕਦੀ ਨਹੀਂ ; ਸਹ੍-ਉਹ ; ਬਧ੍ਯਤੇ-ਬੰਧਨ ਵਿਚ ਆਉਂਦਾ ਹੈ।

ਅਨੁਵਾਦ

ਮੇਰੇ ਤੇ ਕਿਸੇ ਦਾ ਪ੍ਰਭਾਵ ਨਹੀਂ ਪੈਂਦਾ, ਨਾ ਹੀ ਮੈਂ ਕਰਮਫਲ ਦੀ ਲਾਲਸਾ ਕਰਦਾ ਹਾਂ। ਜਿਹੜਾ ਮੇਰੇ ਬਾਰੇ ਇਸ ਸਚਾਈ ਨੂੰ ਜਾਣਦਾ ਹੈ, ਉਹ ਵੀ ਕਰਮਾਂ ਦੇ ਜਾਲ ਵਿਚ ਨਹੀਂ ਬੰਨ੍ਹਿਆਂ ਜਾਂਦਾ।

ਭਾਵ

ਇਸ ਭੌਤਿਕ ਸੰਸਾਰ ਵਿਚ ਸੰਵਿਧਾਨ ਦੇ ਨਿਯਮ ਹਨ, ਜਿਹੜੇ ਇਹ ਦੱਸਦੇ ਹਨ ਕਿ ਰਾਜਾ ਸਜਾ ਦੇ ਯੋਗ ਨਹੀਂ, ਨਾ ਹੀ ਕਿਸੇ ਰਾਜ ਨਿਯਮਾਂ ਦੇ ਅਧੀਨ ਰਹਿੰਦਾ ਹੈ, ਉਸੇ ਤਰ੍ਹਾਂ ਭਾਵੇਂ ਭਗਵਾਨ ਇਸ ਭੌਤਿਕ ਸੰਸਾਰ ਦੇ ਸਿਰਜਣਹਾਰ ਹਨ, ਪਰ ਉਹ ਭੌਤਿਕ ਸੰਸਾਰ ਦੇ ਕਾਰਜਾਂ ਤੋਂ ਪ੍ਰਭਾਵਿਤ ਨਹੀਂ ਹੁੰਦੇ। ਸ੍ਰਿਸ਼ਟੀ ਕਰਨ ਦੇ ਬਾਵਜੂਦ ਵੀ ਉਹ ਇਸ ਤੋਂ ਪਰ੍ਹੇ ਰਹਿੰਦੇ ਹਨ, ਜਦੋਂ ਕਿ ਜੀਵ-ਆਤਮਾਵਾਂ ਭੌਤਿਕ ਕੰਮ ਕਾਰਜਾਂ ਕਾਰਨ ਸਕਾਮ ਕਰਮਫਲਾਂ ਵਿਚ ਬਣੀਆਂ ਰਹਿੰਦੀਆਂ ਹਨ, ਕਿਉਂਕਿ ਪ੍ਰਕਿਰਤਿਕ ਸਾਧਨਾਂ ਤੇ ਮਾਲਕੀਅਤ ਵਿਖਾਉਣ ਦੀ ਆਦਤ ਰਹਿੰਦੀ ਹੈ। ਕਿਸੇ ਸੰਸਥਾ ਦਾ ਮੁੱਖੀ, ਕਰਮਚਾਰੀਆਂ ਦੇ ਚੰਗੇ ਮੰਦੇ ਕਾਰਜਾਂ ਲਈ ਜਿੰਮੇਵਾਰ ਨਹੀਂ, ਇਸ ਲਈ ਕਰਮਚਾਰੀ ਆਪ ਜਿੰਮੇਵਾਰ ਹੁੰਦੇ ਹਨ। ਜੀਵ-ਆਤਮਾਵਾਂ ਆਪੋ ਆਪਣੀਆਂ ਇੰਦਰੀਆਂ ਦੀ ਤ੍ਰਿਪਤੀ ਦੇ ਕਾਰਜਾਂ ਵਿਚ ਲਗੀਆਂ ਰਹਿੰਦੀਆਂ ਹਨ, ਪਰ ਇਨ੍ਹਾਂ ਕਾਰਜਾਂ ਦੀ ਆਗਿਆ ਭਗਵਾਨ ਤੋਂ ਨਹੀਂ ਲਈ ਹੁੰਦੀ। ਇੰਦਰੀਆਂ ਦੀ ਤ੍ਰਿਪਤੀ ਲਈ ਲਗਾਤਾਰ ਤਰੱਕੀ ਲਈ ਜੀਵ-ਆਤਮਾਵਾਂ

ਇਸ ਸੰਸਾਰ ਦੇ ਕਰਮਾਂ ਵਿਚ ਲੱਗੀਆਂ ਹੋਈਆਂ ਹਨ ਅਤੇ ਮੌਤ ਤੋਂ ਮਗਰੋਂ ਸਵਰਗ ਸੁਖ ਦੀ ਕਾਮਨਾਂ ਕਰਦੀਆਂ ਰਹਿੰਦੀਆਂ ਹਨ। ਆਪਣੇ ਆਪ ਵਿਚ ਪੂਰਨ ਭਗਵਾਨ ਨੂੰ ਅਖੌਤੀ ਸਵਰਗ ਸੁਖ ਪ੍ਰਤੀ ਕੋਈ ਖਿੱਚ ਨਹੀਂ। ਸਵਰਗ ਦੇ ਦੇਵਤਾ ਉਨ੍ਹਾਂ ਰਾਹੀਂ ਨਿਯੁਕਤ ਕੀਤੇ ਸੇਵਕ ਹਨ। ਸਵਾਮੀ ਕਦੀ ਵੀ ਕਰਮਚਾਰੀਆਂ ਵਰਗਾ ਹੇਠਲੇ ਪੱਧਰ ਦਾ ਸੁਖ ਨਹੀਂ ਚਾਹੁੰਦਾ। ਉਹ ਭੌਤਿਕ ਕ੍ਰਿਆ ਪ੍ਰਤਿਕ੍ਰਿਆ ਤੋਂ ਵੱਖਰਾ ਰਹਿੰਦਾ ਹੈ। ਉਦਾਹਰਣ ਵਜੋਂ ਧਰਤੀ ਤੇ ਉਗੱਣ ਵਾਲੀਆਂ ਵੱਖੋ-ਵੱਖਰੀਆਂ ਬਨਸਪਤੀਆਂ ਲਈ ਵਰਖਾ ਜ਼ਿੰਮੇਵਾਰ ਨਹੀਂ ਹੈ, ਭਾਂਵੇਂ ਵਰਖਾ ਤੋਂ ਬਿਨ੍ਹਾਂ ਬਨਸਪਤੀਆਂ ਉਗ ਨਹੀਂ ਸਕਦੀਆਂ। ਵੈਦਿਕ ਸਮ੍ਰਿਤੀ ਦੇ ਇਸ ਤੱਥ ਦੀ ਪੁਸ਼ਟੀ ਇੰਝ ਹੁੰਦੀ ਹੈ :-

ਨਿਮਿਤੱ-ਮਾਤ੍ਰਮੇ੍-ਏਵਾਸੌ ਸ੍ਰਿਜਯਾਨਾਮ੍ ਸਰ੍ਗ-ਕਰ੍ਮਣਿ।
ਪ੍ਰਧਾਨ-ਕਾਰਣੀ-ਭੂਤਾ ਯਤੋ ਵੈ ਸ੍ਰਿਜ੍ਯ-ਸ਼ਕਤਯਹ੍ ॥

"ਭੌਤਿਕ ਸ਼੍ਰਿਸ਼ਟੀ ਲਈ ਭਗਵਾਨ ਹੀ ਸਭ ਤੋਂ ਵੱਡਾ ਕਾਰਨ ਹਨ। ਪ੍ਰਕ੍ਰਿਤੀ ਤਾਂ ਸਿਰਫ ਨਿਮਿੱਤ ਕਾਰਨ ਹੈ, ਜਿਸ ਨਾਲ ਵਿਰਾਟ ਸੰਸਾਰ ਵਿਖਾਈ ਦੇਂਦਾ ਹੈ।" ਪ੍ਰਾਣੀਆਂ ਦੀਆਂ ਅਨੇਕ ਜਾਤਾਂ ਹੁੰਦੀਆਂ ਹਨ ਜਿਵੇਂ ਦੇਵਤਾ, ਮਨੁੱਖ ਅਤੇ ਹੇਠਲੇ ਪਸ਼ੂ। ਇਹ ਸਾਰੇ ਪਹਿਲੋਂ ਕੀਤੇ ਚੰਗੇ-ਮੰਦੇ ਕਰਮਾਂ ਦਾ ਫਲ ਭੋਗਣ ਲਈ ਮਜਬੂਰ ਹਨ। ਭਗਵਾਨ ਉਨ੍ਹਾਂ ਨੂੰ ਸਿਰਫ ਅਜਿਹੇ ਕਰਮ ਕਰਨ ਲਈ ਲੋੜੀਦੀਆਂ ਸੁਵਿਧਾਵਾਂ ਅਤੇ ਪ੍ਰਕਿਰਤੀ ਦੇ ਗੁਣਾਂ ਦੇ ਨਿਯਮ ਮੁਹਈਆ ਕਰਾਉਂਦੇ ਹਨ, ਪਰ ਉਹ ਉਨ੍ਹਾਂ ਦੇ ਕਿਸੇ ਭੂਤਕਾਲ ਅਤੇ ਵਰਤਮਾਨ ਕਰਮਾਂ ਲਈ ਜ਼ਿੰਮੇਵਾਰ ਨਹੀਂ ਹੁੰਦੇ। ਵੇਦਾਂਤ ਸੂਤਰ ਵਿਚ (2-1-34) ਇਸ ਦੀ ਪੁਸ਼ਟੀ ਕੀਤੀ ਗਈ ਹੈ - **ਵੈਸ਼ਮ੍ਯ ਨੈਰ੍ਘ੍ਰਿਣ੍ਯੇ ਨ ਸਾਪੇਕ੍ਸ਼ਤ੍ਵਾਤ੍** - ਭਗਵਾਨ ਕਿਸੇ ਵੀ ਜੀਵ ਪ੍ਰਤੀ ਪੱਖਪਾਤ ਨਹੀਂ ਕਰਦੇ। ਜੀਵ ਆਤਮਾ ਆਪਣੇ ਕਰਮਾਂ ਲਈ ਆਪ ਜ਼ਿੰਮੇਵਾਰ ਹੈ। ਭਗਵਾਨ ਉਸਨੂੰ ਪ੍ਰਕਿਰਤੀ ਜਾਂ ਬਹੁਰੰਗੀ ਸ਼ਕਤੀ ਰਾਹੀਂ ਸਿਰਫ ਸਹੂਲਤਾਂ ਦੇਣ ਵਾਲੇ ਹਨ। ਜਿਹੜਾ ਮਨੁੱਖ ਕਰਮ ਨਿਯਮ ਦੀ ਸਾਰੀਆਂ ਬਾਰੀਕੀਆਂ ਤੋਂ ਭਲੀਭਾਂਤ ਜਾਣੂ ਹੁੰਦਾ ਹੈ ਉਹ ਆਪਣੇ ਕਰਮਾਂ ਦੇ ਫਲ ਤੋਂ ਪ੍ਰਭਾਵਿਤ ਨਹੀਂ ਹੁੰਦਾ। ਦੂਜੇ ਸ਼ਬਦਾਂ ਵਿਚ ਜਿਹੜਾ ਮਨੁੱਖ ਭਗਵਾਨ ਦੇ ਅਲੌਕਿਕ ਸੁਭਾਅ ਤੋਂ ਜਾਣੂ ਹੁੰਦਾ ਹੈ, ਉਹ ਕ੍ਰਿਸ਼ਨ ਭਾਵਨਾ ਅੰਮ੍ਰਿਤ ਵਿਚ ਅਨੁਭਵੀ ਹੁੰਦਾ ਹੈ, ਇਸ ਲਈ ਉਸ ਤੇ ਕਰਮ ਦੇ ਨਿਯਮ ਲਾਗੂ ਨਹੀਂ ਹੁੰਦੇ। ਜਿਹੜਾ ਮਨੁੱਖ ਭਗਵਾਨ ਦੇ ਅਲੌਕਿਕ ਸੁਭਾਅ ਨਹੀਂ ਜਾਣਦਾ, ਉਹ ਸੋਚਦਾ ਹੈ ਕਿ ਭਗਵਾਨ ਦੇ ਕੰਮ ਕਾਜ ਸਾਧਾਰਨ ਮਨੁੱਖ ਵਾਂਗ ਕਰਮ ਫਲ ਲਈ ਹੁੰਦੇ ਹਨ, ਉਹ ਯਕੀਨੀ ਤੌਰ ਤੇ ਕਰਮ ਦੇ ਫਲਾਂ ਵਿਚ ਬੰਨਿਆ ਜਾਂਦਾ ਹੈ। ਪਰ ਪਰਮ ਸਤਿ ਨੂੰ ਜਾਣਦਾ ਹੈ, ਉਹ ਕ੍ਰਿਸ਼ਨ ਭਾਵਨਾ ਅੰਮ੍ਰਿਤ ਵਿਚ ਸਥਿਰ ਮੁਕਤ ਜੀਵ ਹੈ।

एवं ज्ञात्वा कृतं कर्म पूर्वैरपि मुमुक्षुभिः ।
कुरु कर्मैव तस्मात्त्वं पूर्वैः पूर्वतरं कृतम् ॥ १५ ॥

ਏਵਮ ਗ੍ਯਾਤ੍ਵਾ ਕ੍ਰਿਤਮ੍ ਕਰ੍ਮ ਪੂਰ੍ਵੈਰ ਅਪਿ ਮੁਮੁਕ੍ਸ਼ੁਭਿਹ੍ ।
ਕੁਰੁ ਕਰ੍ਮੈਵ ਤਸ੍ਮਾਤ੍ ਤ੍ਵਮ੍ ਪੂਰ੍ਵੈਹ੍ ਪੂਰ੍ਵਤਰਮ੍ ਕ੍ਰਿਤਮ੍ ॥ 15 ॥

ਏਵਮ੍-ਇੰਝ ; **ਗ੍ਯਾਤ੍ਵਾ**-ਚੰਗੀ ਤਰ੍ਹਾਂ ਜਾਣਕੇ ; **ਕ੍ਰਿਤਮ੍**-ਕੀਤਾ ਗਿਆ ; **ਕਰ੍ਮ**-ਕਰਮ ; **ਪੂਰ੍ਵੈਰ**-ਪਹਿਲਾਂ ; **ਅਪਿ**-ਨਿਸ਼ਚੈ ਹੀ ; **ਮੁਮੁਕਸ਼ੁਭਿਹ੍**-ਮੋਖ ਪ੍ਰਾਪਤ ਮਨੁੱਖਾਂ ਰਾਹੀਂ ; **ਕੁਰੁ**-ਕਰੋ ; **ਕਰਮ**-ਆਪਣੇ ਧਰਮ,ਨਿਰਧਾਰਤ ਕਾਰਜ ; **ਏਵ**-ਨਿਸ਼ਚੈ ਹੀ ; **ਤਸ੍ਮਾਤ੍**-ਇਸ ਲਈ ; **ਤਵਮ੍**-ਤੁਸੀਂ ; **ਪੂਰ੍ਵੈਹ੍**-ਪਹਿਲਿਆਂ ਰਾਹੀਂ ; **ਪੂਰਵ-ਤਰਮ੍**-ਪ੍ਰਾਚੀਨ ਕਾਲ ਵਿਚ ; **ਕ੍ਰਿਤਮ੍**-ਸੰਪੰਨ ਕੀਤਾ ਗਿਆ ।

ਅਨੁਵਾਦ

ਪ੍ਰਾਚੀਨ ਕਾਲ (ਪੁਰਾਤਨ ਸਮੇਂ) ਵਿਚ ਸਾਰੀਆਂ ਮੁਕਤ ਆਤਮਾਵਾਂ ਨੇ ਮੇਰੇ ਅਲੌਕਿਕ ਸੁਭਾਅ ਨੂੰ ਸਮਝ ਕੇ ਕਰਮ ਕੀਤੇ, ਇਸ ਲਈ ਤੁਹਾਨੂੰ ਚਾਹੀਦਾ ਹੈ ਕਿ ਉਨ੍ਹਾਂ ਦੇ ਨਕਸ਼ੇ ਕਦਮਾਂ ਦਾ ਅਨੁਸਰਨ ਕਰਦੇ ਹੋਏ ਆਪਣੇ ਫਰਜ਼ ਨੂੰ ਨਿਭਾਉ ।

ਭਾਵ

ਮਨੁੱਖ ਦੀਆਂ ਦੋ ਸ਼੍ਰੇਣੀਆਂ ਹਨ । ਕੁਝ ਕੁ ਦੇ ਮਨਾਂ ਵਿਚ ਬੁਰੇ ਵਿੱਚਾਰ ਰਹਿੰਦੇ ਹਨ ਅਤੇ ਕੁਝ ਕੁ ਭੌਤਿਕ ਦ੍ਰਿਸ਼ਟੀ ਤੋਂ ਆਜ਼ਾਦ ਰਹਿੰਦੇ ਹਨ । ਕ੍ਰਿਸ਼ਨ ਭਾਵਨਾ ਅੰਮ੍ਰਿਤ ਇਨ੍ਹਾਂ ਦੋਵਾਂ ਸ਼੍ਰੇਣੀਆਂ ਦੇ ਮਨੁੱਖਾਂ ਲਈ ਬਰਾਬਰ ਤੌਰ ਤੇ ਲਾਹੇਮੰਦ ਹੈ । ਜਿਨ੍ਹਾਂ ਦੇ ਮਨਾਂ ਵਿਚ ਬੁਰੇ ਵਿਚਾਰ ਭਰੇ ਰਹਿੰਦੇ ਹਨ, ਉਨ੍ਹਾਂ ਨੂੰ ਚਾਹੀਦਾ ਹੈ ਕਿ ਭਗਤੀ ਦੇ ਅਨੁਸ਼ਠਾਨਾਂ ਦੀ ਪਾਲਣਾ ਕਰਦੇ ਹੋਏ ਲਗਾਤਾਰ ਸ਼ੁੱਧੀਕਰਣ ਲਈ ਕ੍ਰਿਸ਼ਨ ਭਾਵਨਾ ਅੰਮ੍ਰਿਤ ਨੂੰ ਗ੍ਰਹਿਣ ਕਰਨ । ਜਿਨ੍ਹਾਂ ਦੇ ਮਨ ਪਹਿਲੋਂ ਹੀ ਅਜਿਹੀਆਂ ਅਸ਼ੁੱਧੀਆਂ ਤੋਂ ਨਿਰਮਲ ਹੋ ਚੁੱਕੇ ਹਨ, ਉਹ ਉਸੇ ਕ੍ਰਿਸ਼ਨ ਭਾਵਨਾ ਅੰਮ੍ਰਿਤ ਵਿਚ ਅੱਗੇ ਵੱਧਣ ਜਿਸ ਨਾਲ ਹੋਰ ਲੋਕ ਉਨ੍ਹਾਂ ਦੇ ਆਦਰਸ਼ ਕਾਰਜਾਂ ਦਾ ਅਨੁਸਰਨ ਕਰਕੇ ਲਾਭ ਲੈ ਸਕਣ । ਮੂਰਖ ਲੋਕ ਜਾਂ ਕ੍ਰਿਸ਼ਨ ਭਾਵਨਾ ਅੰਮ੍ਰਿਤ ਦੇ ਨਵੇਂ ਸਿੱਖਿਆਰਥੀ ਅਕਸਰ ਕ੍ਰਿਸ਼ਨ ਭਾਵਨਾ ਅੰਮ੍ਰਿਤ ਦਾ ਪੂਰਾ ਗਿਆਨ ਲਏ ਬਿਨ੍ਹਾਂ ਕਾਰਜ ਤੋਂ ਹੱਟਣਾ ਚਾਹੁੰਦੇ ਹਨ । ਪਰ ਭਗਵਾਨ ਨੇ ਜੰਗੀ ਮੈਦਾਨ ਦੇ ਕਾਰਜ ਤੋਂ ਅਰਜੁਨ ਦੇ ਹੱਟਣ ਦੀ ਇੱਛਾ ਦਾ ਸਮਰਥਨ ਨਹੀਂ ਕੀਤਾ । ਲੋੜ ਇਸ ਗੱਲ ਦੀ ਹੈ ਕਿ ਇਹ ਸਮਝਿਆ ਜਾਵੇ ਕਿ ਕਰਮ ਕਿੰਝ ਕੀਤਾ ਜਾਵੇ । ਕ੍ਰਿਸ਼ਨ ਭਾਵਨਾ ਅੰਮ੍ਰਿਤ ਦੇ ਕਾਰਜਾਂ ਤੋਂ ਹਟਕੇ ਇਕਾਂਤ ਵਿਚ ਬੈਠਕੇ ਕ੍ਰਿਸ਼ਨ ਭਾਵਨਾ ਅੰਮ੍ਰਿਤ ਦਾ ਵਿਖਾਵਾ ਕਰਨਾ ਕ੍ਰਿਸ਼ਨ ਦੇ ਕਾਰਜਾਂ ਵਿਚ ਜੁੱਟੇ ਰਹਿਣ ਦੀ ਬਜਾਏ ਘੱਟ ਮਹੱਤਵ ਪੂਰਨ ਹੈ । ਇਥੇ ਅਰਜੁਨ ਨੂੰ ਸਲਾਹ ਦਿੱਤੀ ਜਾ ਰਹੀ ਹੈ ਕਿ ਉਹ ਭਗਵਾਨ ਦੇ ਪਹਿਲੇ ਸ਼ਾਗਿਰਦਾਂ, ਜਿਵੇਂ ਸੂਰਜ ਦੇਵ ਵਿਵਸਵਾਨ ਦੇ ਨਕਸ਼ੇ ਕਦਮਾਂ ਦਾ ਅਨੁਸਰਣ ਕਰਦਿਆਂ ਕ੍ਰਿਸ਼ਨ ਭਾਵਨਾ ਅੰਮ੍ਰਿਤ ਵਿਚ ਕਾਰਜ ਕਰਨ । ਪਰਮ ਭਗਵਾਨ, ਭੂਤਕਾਲ ਵਿਚ ਆਪਣੇ ਅਤੇ ਕ੍ਰਿਸ਼ਨ ਭਾਵਨਾ ਅੰਮ੍ਰਿਤ ਵਿਚ ਜਿਨ੍ਹਾਂ ਨੇ ਕਾਰਜ ਕੀਤੇ ਹਨ, ਉਨ੍ਹਾਂ ਬਾਰੇ ਜਾਣਦੇ ਹਨ । ਇਸ ਲਈ ਉਹ ਉਸਨੂੰ ਸੂਰਜ ਦੇਵ ਦੇ ਕਾਰਜਾਂ ਨੂੰ ਪੂਰਾ ਕਰਨ ਲਈ ਹੁਕਮ ਦਿੰਦੇ ਹਨ, ਜਿਸਨੂੰ ਲੱਖਾਂ ਸਾਲ ਪਹਿਲੋਂ ਸੂਰਜ ਦੇਵ ਨੇ ਉਨ੍ਹਾਂ ਤੋਂ ਸਿੱਖਿਆ ਸੀ ।ਇਸੇ ਭਗਵਾਨ ਕ੍ਰਿਸ਼ਨ ਦੇ ਅਜਿਹੇ ਸਾਰੇ ਸ਼ਾਗਿਰਦਾਂ ਦਾ ਉਲੇਖ ਪਹਿਲੋਂ ਮੁਕਤ ਹੋਏ ਮਨੁੱਖਾਂ ਦੇ ਰੂਪ ਵਿਚ ਹੋਇਆ ਹੈ, ਜਿਹੜੇ ਕ੍ਰਿਸ਼ਨ ਰਾਹੀਂ ਨਿਰਧਾਰਤ ਕਰਮਾਂ ਨੂੰ ਸੰਪੰਨ ਕਰਨ ਵਿਚ ਲਗੇ ਹੋਏ ਹਨ ।

किं कर्म किमकर्मेति कवयोऽप्यत्र मोहिताः ।
तत्ते कर्म प्रवक्ष्यामि यज्ज्ञात्वा मोक्ष्यसेऽशुभात् ॥१६॥

ਕਿਮ੍ ਕਰ੍ਮ ਕਿਮ੍ ਅਕਰ੍ਮੇਤਿ ਕਵਯੋ 'ਪਿ ਅਤ੍ਰ ਮੋਹਿਤਾਹ੍ ।
ਤਤ੍ ਤੇ ਕਰ੍ਮ ਪ੍ਰਵਕ੍ਸ਼੍ਯਾਮਿ ਯਜ੍ ਗ੍ਯਾਤ੍ਵਾ ਮੋਕ੍ਸ਼੍ਯਸੇ 'ਸ਼ੁਭਾਤ੍ ॥16॥

ਕਿਮ੍-ਕਿ ਹੈ ; **ਕਰ੍ਮ**-ਕਰਮ ; **ਕਿਮ੍**-ਕੀ ਹੈ ; **ਅਕਰ੍ਮੇ**-ਅਕਰਮ ; **ਇਤਿ**-ਇੰਝ ; **ਕਵਯਹ੍**-ਬੁੱਧੀਮਾਨ ; **ਅਪਿ**-ਵੀ ; **ਅਤ੍ਰ**-ਇਸ ਵਿਸ਼ੇ ਵਿਚ ; **ਮੋਹਿਤਾਹ੍**-ਮੋਹ ਗ੍ਰਸਤ ਰਹਿੰਦੇ ਹਨ ; **ਤਤ੍**-ਉਹ ; **ਤੇ**-ਤੁਹਾਡੇ ; **ਕਰ੍ਮ**-ਕਰਮ ; **ਪ੍ਰਵਕ੍ਸ਼੍ਯਾਮਿ**-ਦੱਸਾਂਗਾ ; **ਯਤ੍**-ਜਿਸਨੂੰ ; **ਗ੍ਯਾਤ੍ਵਾ**-ਜਾਣਦੇ ; **ਮੋਕ੍ਸ਼੍ਯਸੇ**-ਤੁਹਾਡਾ ਕਲਿਆਣ ਹੋਵੇਗਾ ; **ਅਸ਼ੁਭਾਤ੍**-ਬਦਨਸੀਬੀ, ਅਸ਼ੁਭ ਤੋਂ ।

ਅਨੁਵਾਦ

ਕਰਮ ਕੀ ਹੈ ਅਤੇ ਅਕਰਮ ਕੀ ਹੈ, ਇਸ ਨੂੰ ਨਿਸ਼ਚਿਤ ਕਰਨ ਵਿਚ ਬੁੱਧੀਮਾਨ ਮਨੁੱਖ ਵੀ ਮੋਹੇ ਜਾਂਦੇ ਹਨ । ਇਸ ਲਈ ਮੈਂ ਤੁਹਾਨੂੰ ਦੱਸਾਂਗਾਂ ਕਿ ਕਰਮ ਕੀ ਹੈ, ਜਿਸਨੂੰ ਸਮਝਕੇ ਤੁਸੀਂ ਸਾਰੀ ਬਦਨਸੀਬੀ ਤੋਂ ਮੁਕਤ ਹੋ ਸਕੋਗੇ ।

ਭਾਵ

ਕ੍ਰਿਸ਼ਨ ਭਾਵਨਾ ਅੰਮ੍ਰਿਤ ਵਿਚ ਜਿਹੜਾ ਕਰਮ ਕੀਤਾ ਜਾਵੇ ਉਹ ਪਹਿਲੇ ਪ੍ਰਮਾਣਿਤ ਭਗਤਾਂ ਦੇ ਆਦਰਸ਼ਾਂ ਮੁਤਾਬਿਕ ਹੋਣਾ ਚਾਹੀਦਾ ਹੈ । ਇਸ ਦਾ ਨਿਰਦੇਸ਼ ਪੰਦਰਵੇ ਸ਼ਲੋਕ ਵਿਚ ਕੀਤਾ ਗਿਆ ਹੈ । ਅਜਿਹਾ ਕਰਮ ਸੁਤੰਤਰ ਕਿਉਂ ਨਹੀਂ ਹੋਣਾ ਚਾਹੀਦਾ, ਇਸ ਦੀ ਵਿਆਖਿਆ ਅਗਲੇ ਸ਼ਲੋਕ ਵਿਚ ਕੀਤੀ ਗਈ ਹੈ । ਕ੍ਰਿਸ਼ਨ ਭਾਵਨਾ ਅੰਮ੍ਰਿਤ ਵਿਚ ਕਰਮ ਕਰਨ ਲਈ ਮਨੁੱਖ ਨੂੰ ਉਨ੍ਹਾਂ ਪ੍ਰਮਾਣਿਤ ਮਨੁੱਖਾਂ ਦੀ ਅਗਵਾਈ ਮੁਤਾਬਿਕ ਚਲਣਾ ਹੁੰਦਾ ਹੈ ਜਿਹੜੇ ਗੁਰੂ ਪਰੰਪਰਾ ਵਿੱਚੋਂ ਹੋਣ, ਜਿਵੇਂ ਇਸ ਅਧਿਆਇ ਦੇ ਸ਼ੁਰੂ ਵਿਚ ਹੀ ਕਿਹਾ ਜਾ ਚੁੱਕਾ ਹੈ । ਕ੍ਰਿਸ਼ਨ ਭਾਵਨਾ ਅੰਮ੍ਰਿਤ ਪੱਧਤੀ ਦਾ ਉਪਦੇਸ਼ ਸਭ ਤੋਂ ਪਹਿਲੋਂ ਸੂਰਜ ਦੇਵ ਨੂੰ ਦਿੱਤਾ ਗਿਆ, ਉਨ੍ਹਾਂ ਆਪਣੇ ਪੁੱਤਰ ਮਨੂ ਨੂੰ ਦਿੱਤਾ, ਮਨੂ ਨੇ ਆਪਣੇ ਪੁੱਤਰ ਇਕਸ਼ਵਾਕੂ ਨੂੰ ਦਿੱਤਾ ਅਤੇ ਉਦੋਂ ਤੋਂ ਹੀ ਇਹ ਪੱਧਤੀ ਧਰਤੀ ਤੇ ਚਲੀ ਆ ਰਹੀ ਹੈ । ਇਸ ਲਈ ਪਰੰਪਰਾ ਦੇ ਪਹਿਲੇ ਅਧਿਕਾਰੀਆਂ ਦੇ ਨਕਸ਼ੇ ਕਦਮਾਂ ਦਾ ਅਨੁਸਰਨ ਕਰਨਾ ਜਰੂਰੀ ਹੈ । ਨਹੀਂ ਤੇ ਵੱਡੇ ਤੋਂ ਵੱਡੇ ਬੁੱਧੀਮਾਨ ਮਨੁੱਖ ਵੀ ਕ੍ਰਿਸ਼ਨ ਭਾਵਨਾ ਅੰਮ੍ਰਿਤ ਦੇ ਆਦਰਸ਼ ਕਰਮਾਂ ਬਾਰੇ ਮੋਹੇ ਜਾਂਦੇ ਹਨ । ਇਸੇ ਲਈ ਭਗਵਾਨ ਨੇ ਆਪ ਹੀ ਅਰਜੁਨ ਨੂੰ ਕ੍ਰਿਸ਼ਨ ਭਾਵਨਾ ਅੰਮ੍ਰਿਤ ਦਾ ਉਪਦੇਸ਼ ਦੇਣ ਦਾ ਨਿਸ਼ਚੇ ਕੀਤਾ । ਅਰਜੁਨ ਨੂੰ ਭਗਵਾਨ ਨੇ ਪ੍ਰਤੱਖ ਸਿੱਖਿਆ ਦਿੱਤੀ,ਇਸ ਲਈ ਜਿਹੜਾ ਵੀ ਅਰਜੁਨ ਦੇ ਨਕਸ਼ੇ ਕਦਮਾਂ ਤੇ ਚਲੇਗਾ, ਉਹ ਕਦੀ ਵੀ ਮੋਹਿਆ ਨਹੀਂ ਜਾਵੇਗਾ ।

ਕਿਹਾ ਜਾਂਦਾ ਹੈ ਕਿ ਅਧੂਰੇ ਪ੍ਰਯੋਗਿਕ ਗਿਆਨ ਰਾਹੀਂ ਧਰਮ-ਮਾਰਗ ਦਾ ਨਿਰਣਾ ਨਹੀਂ ਕੀਤਾ ਜਾ ਸਕਦਾ । ਅਸਲ ਵਿਚ ਧਰਮ ਨੂੰ ਸਿਰਫ਼ ਭਗਵਾਨ ਹੀ ਨਿਸ਼ਚਿਤ ਕਰ ਸਕਦੇ ਹਨ । **ਧਰਮਮ੍ ਤੁ ਸਾਕ੍ਸ਼ਾਤ੍ ਭਗਵਤ੍ ਪ੍ਰਣੀਤਮ੍** (ਭਾਗਵਤ 6-3-19)। ਅਧੂਰੇ ਚਿੰਤਨ ਨਾਲ ਕੋਈ

ਧਾਰਮਿਕ ਸਿਧਾਂਤ ਦਾ ਨਿਰਮਾਣ ਨਹੀਂ ਕਰ ਸਕਦਾ। ਮਨੁੱਖ ਨੂੰ ਚਾਹੀਦਾ ਹੈ ਕਿ ਬ੍ਰਹਮਾ, ਸ਼ਿਵ, ਨਾਰਦ, ਮਨੁ, ਚਾਰੋਂ ਕੁਮਾਰ, ਕਪਿਲ, ਪ੍ਰਹਿਲਾਦ, ਭੀਸ਼ਮ, ਸ਼ੁਕਦੇਵ ਗੋਸਵਾਮੀ, ਯਮਰਾਜ, ਜਨਕ ਅਤੇ ਬਲੀ ਮਹਾਰਾਜ ਵਰਗੇ ਮਹਾਨ ਅਧਿਕਾਰੀਆਂ ਦੇ ਨਕਸ਼ੇ ਕਦਮਾਂ ਦਾ ਅਨੁਸਰਨ ਕਰੇ। ਸਿਰਫ ਮਾਨਸਿਕ ਚਿੰਤਨ ਰਾਹੀਂ ਇਹ ਨਿਰਧਾਰਤ ਕਰਨਾ ਔਖਾ ਹੈ ਕਿ ਧਰਮ ਜਾਂ ਆਤਮ-ਸਾਖਿਆਤਕਾਰ ਕੀ ਹੈ। ਇਸ ਲਈ ਭਗਵਾਨ ਆਪਣੇ ਭਗਤਾਂ ਤੇ ਬਿਨ੍ਹਾਂ ਕਾਰਨ ਕ੍ਰਿਪਾ ਕਰਕੇ ਆਪ ਹੀ ਅਰਜੁਨ ਨੂੰ ਦੱਸ ਰਹੇ ਹਨ ਕਿ ਕਰਮ ਕੀ ਹੈ ਅਤੇ ਅਕਰਮ ਕੀ ਹੈ। ਸਿਰਫ ਕ੍ਰਿਸ਼ਨ ਭਾਵਨਾ ਅੰਮ੍ਰਿਤ ਵਿਚ ਕੀਤਾ ਗਿਆ ਕਰਮ ਹੀ ਮਨੁੱਖ ਦਾ ਸੰਸਾਰੀ ਬੰਧਨਾਂ ਤੋਂ ਪਾਰ ਉਤਾਰਾ ਕਰ ਸਕਦਾ ਹੈ।

कर्मणो ह्यपि बोद्धव्यं बोद्धव्यं च विकर्मणः ।
अकर्मणश्च बोद्धव्यं गहना कर्मणो गतिः ॥१७॥

ਕਰ੍ਮਣੋ ਹਿ ਅਪਿ ਬੋਦ੍ਧਵ੍ਯਮ੍ ਬੋਦ੍ਧਵ੍ਯਮ੍ ਚ ਵਿਕਰ੍ਮਣਹ੍।
ਅਕਰ੍ਮਣਸ਼੍ ਚ ਬੋਦ੍ਧਵ੍ਯਮ੍ ਗਹਨਾ ਕਰ੍ਮਣੋ ਗਤਿਹ੍ ॥ 17 ॥

ਕਰ੍ਮਣਹ੍-ਕਰਮ ਦਾ ; **ਹਿ**-ਨਿਸ਼ਚੈ ਹੀ ; **ਅਪਿ**-ਵੀ ; **ਬੋਦ੍ਧਵ੍ਯਮ੍**-ਸਮਝਣਾ ਚਾਹੀਦਾ ਹੈ ; **ਚ**-ਵੀ ; **ਵਿਕਰ੍ਮਣਹ੍**-ਵਰਜਿਤ ਕਰਮ ਕਰਨ ਦਾ ; **ਅਕਰ੍ਮਣਹ੍**-ਅਕਰਮ ਦਾ ; **ਚ**-ਵੀ ; **ਬੋਦ੍ਧਵ੍ਯਮ੍**-ਸਮਝਣਾ ਚਾਹੀਦਾ ਹੈ ; **ਗਹਨਾ**-ਬਹੁਤ ਔਖਾ ; **ਕਰ੍ਮਣਹ੍**-ਕਰਮ ਦੀ ; **ਗਤਿਹ੍**-ਪ੍ਰਵੇਸ਼, ਗਤੀ।

ਅਨੁਵਾਦ

ਕਰਮ ਦੀਆਂ ਬਾਰੀਕੀਆਂ ਨੂੰ ਸਮਝਣਾ ਬਹੁਤ ਔਖਾ ਹੈ। ਇਸ ਲਈ ਮਨੁੱਖ ਨੂੰ ਚਾਹੀਦਾ ਹੈ ਕਿ ਉਹ ਇਹ ਚੰਗੀ ਤਰ੍ਹਾਂ ਸਮਝੇ ਕਿ ਕਰਮ ਕੀ ਹੈ, ਵਿਕਰਮ ਕੀ ਹੈ ਅਤੇ ਅਕਰਮ ਕੀ ਹੈ।

ਭਾਵ

ਜੇ ਕੋਈ ਸੱਚਮੁੱਚ ਹੀ ਸੰਸਾਰੀ ਬੰਧਨ ਤੋਂ ਮੁਕਤੀ ਚਾਹੁੰਦਾ ਹੈ ਤਾਂ ਉਸਨੂੰ ਕਰਮ, ਅਕਰਮ ਅਤੇ ਵਿਕਰਮ ਦੇ ਫਰਕ ਨੂੰ ਸਮਝਣਾ ਹੋਵੇਗਾ। ਕਰਮ, ਅਕਰਮ ਅਤੇ ਵਰਜਿਤ ਕਰਮ ਦੇ ਵਿਸ਼ਲੇਸ਼ਣ ਦੀ ਲੋੜ ਹੈ, ਕਿਉਂਕਿ ਇਹ ਬਹੁਤ ਡੂੰਘਾ ਵਿਸ਼ਾ ਹੈ। ਕ੍ਰਿਸ਼ਨ ਭਾਵਨਾ ਅੰਮ੍ਰਿਤ ਨੂੰ ਅਤੇ ਗੁਣਾ ਮੁਤਾਬਿਕ ਕਰਮ ਨੂੰ ਸਮਝਣ ਲਈ ਪਰਮੇਸ਼ਵਰ ਨਾਲ ਆਪਣੇ ਸੰਬੰਧਾਂ ਨੂੰ ਸਮਝਣਾ ਹੋਵੇਗਾ। ਦੂਜੇ ਸ਼ਬਦਾਂ ਵਿਚ ਜਿਸਨੇ ਇਹ ਚੰਗੀ ਤਰ੍ਹਾਂ ਸਮਝ ਲਿਆ ਹੈ, ਉਹ ਜਾਣਦਾ ਹੈ ਕਿ ਜੀਵ-ਆਤਮਾ ਭਗਵਾਨ ਦਾ ਨਿੱਤ ਦਾਸ ਹੈ ਅਤੇ ਸਿੱਟੇ ਵਜੋਂ ਉਸਨੂੰ ਕ੍ਰਿਸ਼ਨ ਭਾਵਨਾ ਅੰਮ੍ਰਿਤ ਵਿਚ ਕਾਰਜ ਕਰਨਾ ਹੈ। ਸਾਰੀ ਭਗਵਤ ਗੀਤਾ ਦਾ ਇਹੋ ਟੀਚਾ ਹੈ। ਇਸ ਭਾਵਨਾ ਅੰਮ੍ਰਿਤ ਦੇ ਵਿਰੁੱਧ ਸਾਰੇ ਨਿਚੋੜ ਅਤੇ ਨਤੀਜੇ ਵਰਜਿਤ ਕੰਮ ਹਨ। ਇਸਨੂੰ ਸਮਝਣ ਲਈ ਮਨੁੱਖ ਨੂੰ ਕ੍ਰਿਸ਼ਨ ਭਾਵਨਾ ਅੰਮ੍ਰਿਤ ਦੇ ਅਧਿਕਾਰੀਆਂ ਦੀ ਸੰਗਤ

ਕਰਨੀ ਹੁੰਦੀ ਹੈ ਅਤੇ ਉਨ੍ਹਾਂ ਤੋਂ ਰਹੱਸ ਨੂੰ ਸਮਝਣਾ ਹੁੰਦਾ ਹੈ। ਇਹ ਪ੍ਰਤੱਖ ਭਗਵਾਨ ਤੋਂ ਸਮਝਣ ਦੇ ਬਰਾਬਰ ਹੈ, ਨਹੀਂ ਤਾਂ ਵੱਡੇ ਤੋਂ ਵੱਡਾ ਬੁੱਧੀਮਾਨ ਮਨੁੱਖ ਵੀ ਮੋਹਿਆ ਜਾਂਦਾ ਹੈ।

कर्मण्यकर्म यः पश्येदकर्मणि च कर्म यः ।
स बुद्धिमान्मनुष्येषु स युक्तः कृत्स्नकर्मकृत् ॥१८॥

ਕਰ੍ਮਣਿ ਅਕਰ੍ਮ ਯਹ੍ ਪਸ਼੍ਯੇਦ੍ ਅਕਰ੍ਮਣਿ ਚ ਕਰ੍ਮ ਯਹ੍ ।
ਸ ਬੁੱਧੀਮਾਨ੍ ਮਨੁਸ਼੍ਯੇਸ਼ੁ ਸ ਯੁਕਤਹ੍ ਕ੍ਰਿਤ੍ਸ੍ਨ-ਕਰ੍ਮ-ਕ੍ਰਿਤ੍ ॥ 18 ॥

ਕਰ੍ਮਣਿ-ਕਰਮ ਵਿਚ ; **ਅਕਰ੍ਮ**-ਅਕਰਮ ; **ਯਹ੍**-ਜਿਹੜਾ ; **ਪਸ਼੍ਯੇਤ੍**-ਵੇਖਦਾ ਹੈ ; **ਅਕਰ੍ਮਣਿ**-ਅਕਰਮ ਵਿਚ ; **ਚ**-ਵੀ ; **ਕਰਮ**-ਸਕਾਮ ਕਰਮ ; **ਯਹ੍**-ਜਿਹੜਾ ; **ਸਹ੍**-ਉਹ ; **ਬੁੱਧੀਮਾਨ੍**-ਬੁੱਧੀਮਾਨ ਹੈ ; **ਮਨੁਸ਼੍ਯੇਸ਼ੁ**-ਮਾਨਵ ਸਮਾਜ ਵਿਚ ; **ਸਹ੍**-ਉਹ ; **ਯੁਕ੍ਤਹ੍**-ਅਲੌਕਿਕ ਸਥਿਤੀ ਨੂੰ ਪ੍ਰਾਪਤ ; **ਕ੍ਰਿਤ੍-ਸ੍ਨ-ਕਰ੍ਮ-ਕ੍ਰਿਤ੍**-ਸਾਰੇ ਕਰਮਾਂ ਵਿਚ ਲਗਿਆ ਰਹਿਕੇ ਵੀ।

ਅਨੁਵਾਦ

ਜਿਹੜਾ ਮਨੁੱਖ ਕਰਮ ਵਿਚ ਅਕਰਮ ਅਤੇ ਅਕਰਮ ਵਿਚ ਕਰਮ ਵੇਖਦਾ ਹੈ, ਉਹ ਸਾਰੇ ਮਨੁੱਖਾਂ 'ਚੋਂ ਬੁੱਧੀਮਾਨ ਹੈ ਅਤੇ ਹਰ ਤਰ੍ਹਾਂ ਦੇ ਕਰਮਾਂ ਵਿਚ ਜੁਟਿਆ ਰਹਿਕੇ ਵੀ ਅਲੌਕਿਕ ਸਥਿਤੀ ਵਿਚ ਰਹਿੰਦਾ ਹੈ।

ਭਾਵ

ਕ੍ਰਿਸ਼ਨ ਭਾਵਨਾ ਅੰਮ੍ਰਿਤ ਵਿਚ ਕੰਮ ਕਰਨ ਵਾਲਾ ਮਨੁੱਖ ਸੁਭਾਵਿਕ ਹੀ ਕਰਮ ਬੰਧਨ ਤੋਂ ਮੁਕਤ ਹੁੰਦਾ ਹੈ। ਉਸਦੇ ਸਾਰੇ ਕਰਮ ਕ੍ਰਿਸ਼ਨ ਲਈ ਹੁੰਦੇ ਹਨ, ਇਸ ਲਈ ਕਰਮ ਦੇ ਫਲ ਨਾਲ ਉਸ ਨੂੰ ਕੋਈ ਲਾਭ ਜਾਂ ਹਾਨੀ ਨਹੀਂ ਹੁੰਦੀ। ਸਿੱਟੇ ਵਜੋਂ ਉਹ ਮਨੁੱਖੀ ਸਮਾਜ ਵਿਚ ਬੁੱਧੀਮਾਨ ਹੁੰਦਾ ਹੈ, ਹਾਲਾਂਕਿ ਉਹ ਕ੍ਰਿਸ਼ਨ ਲਈ ਹਰ ਤਰ੍ਹਾਂ ਦੇ ਕਰਮਾਂ ਵਿਚ ਲਗਿਆ ਰਹਿੰਦਾ ਹੈ। ਅਕਰਮ ਦਾ ਅਰਥ ਹੈ ਕਰਮ ਦੇ ਫਲ ਤੋਂ ਬਿਨ੍ਹਾਂ। ਨਿਰਵਿਸ਼ੇਸ਼ਵਾਦੀ ਇਸ ਡਰ ਨਾਲ ਸਾਰੇ ਕਰਮ ਕਰਨਾ ਬੰਦ ਕਰ ਦਿੰਦਾ ਹੈ, ਕਿ ਕਰਮ ਫਲ ਉਸਦੇ ਆਤਮ -ਪ੍ਰਤੱਖੀਕਰਨ ਦੇ ਰਸਤੇ ਵਿਚ ਰੁਕਾਵਟ ਨਾ ਹੋਵੇ, ਪਰ ਸਗੁਣਵਾਦੀ ਆਪਣੀ ਇਸ ਸਥਿਤੀ ਤੋਂ ਚੰਗੀ ਤਰ੍ਹਾਂ ਜਾਣੂ ਰਹਿੰਦਾ ਹੈ ਕਿ ਉਹ ਪੂਰਨ ਪੁਰਸ਼ੋਤਮ ਭਗਵਾਨ ਦਾ ਨਿੱਤ ਦਾਸ ਹੈ। ਇਸ ਲਈ ਉਹ ਆਪਣੇ ਆਪ ਨੂੰ ਕ੍ਰਿਸ਼ਨ ਭਾਵਨਾ ਅੰਮ੍ਰਿਤ ਦੇ ਕਾਰਜਾਂ ਵਿਚ ਲਗਾਈ ਰਖਦਾ ਹੈ। ਕਿਉਂਕਿ ਸਾਰੇ ਕਰਮ ਕ੍ਰਿਸ਼ਨ ਲਈ ਕੀਤੇ ਜਾਂਦੇ ਹਨ, ਇਸ ਲਈ ਇਸ ਸੇਵਾ ਦੇ ਕਰਨ ਵਿਚ ਉਸਨੂੰ ਅਲੌਕਿਕ ਸੁਖ ਮਿਲਦਾ ਹੈ। ਜਿਹੜੇ ਇਸ ਵਿਧੀ ਵਿਚ ਲਗੇ ਰਹਿੰਦੇ ਹਨ ਉਹ ਵਿਅਕਤੀਗਤ ਇੰਦਰੀਆਂ ਦੀ ਤ੍ਰਿਪਤੀ ਦੀ ਇੱਛਾ ਤੋਂ ਰਹਿਤ ਹੁੰਦੇ ਹਨ। ਕ੍ਰਿਸ਼ਨ ਪ੍ਰਤੀ ਉਸਦਾ ਨਿੱਤ ਸੇਵਾ ਭਾਵ ਉਸਨੂੰ ਹਰ ਤਰ੍ਹਾਂ ਦੇ ਕਰਮਫਲਾਂ ਤੋਂ ਮੁਕਤ ਕਰਦਾ ਹੈ।

यस्य सर्वे समारम्भाः कामसङ्कल्पवर्जिताः ।
ज्ञानाग्निदग्धकर्माणं तमाहुः पण्डितं बुधाः ॥ १९ ॥

ਯਸ੍ਯ ਸਰ੍ਵੇ ਸਮਾਰਮ੍ਭਾਹ੍ ਕਾਮ-ਸੰਕਲ੍ਪ-ਵਰ੍ਜਿਤਾਹ੍ ।
ਗ੍ਯਾਨਾਗ੍ਨਿ-ਦਗ੍ਧ-ਕਰ੍ਮਾਣਮ੍ ਤਮ੍ ਆਹੁਹ੍ ਪੰਡਿਤਮ੍ ਬੁਧਾਹ੍ ॥ 19 ॥

ਯਸ੍ਯ-ਜਿਸਦੇ ; ਸਰ੍ਵੇ-ਹਰ ਤਰ੍ਹਾਂ ਦੇ ; ਸਮਾਰਮ੍ਭਾਹ੍-ਯਤਨ ; ਕਾਮ-ਇੰਦਰੀਆਂ ਦੀ ਤ੍ਰਿਪਤੀ ਲਈ ਇੱਛਾ ਤੇ ਆਧਾਰਿਤ ; ਸੰਕਲ੍ਪ-ਨਿਸ਼ਚੈ ; ਵਰ੍ਜਿਤਾਹ੍-ਤੋਂ ਬਿਨ੍ਹਾਂ ਹਨ ; ਗ੍ਯਾਨ-ਪੂਰਨ ਗਿਆਨ ਦੀ ; ਅਗ੍ਨਿ-ਅੱਗ ਰਾਹੀਂ ; ਦਗ੍ਧਹ-ਭਸਮ ਹੋਏ ; ਕਰ੍ਮਾਣਮ੍-ਜਿਸਦਾ ਕਰਮ ; ਤਮ੍-ਉਸਨੂੰ ; ਆਹੁਹ੍-ਕਹਿੰਦੇ ਹਨ ; ਪੰਡਿਤਮ੍-ਬੁੱਧੀਮਾਨ ; ਬੁਧਾਹ੍-ਗਿਆਨੀ ।

ਅਨੁਵਾਦ

ਜਿਸ ਮਨੁੱਖ ਦਾ ਹਰ ਯਤਨ ਇੰਦਰੀਆਂ ਦੀ ਤ੍ਰਿਪਤੀ ਦੀ ਕਾਮਨਾ ਤੋਂ ਬਿਨ੍ਹਾਂ ਹੁੰਦਾ ਹੈ ਉਸਨੂੰ ਪੂਰਨ ਗਿਆਨੀ ਸਮਝਿਆ ਜਾਂਦਾ ਹੈ । ਉਸਨੂੰ ਹੀ ਸਾਧੂ (ਸੱਜਣ) ਲੋਕ ਅਜਿਹਾ ਕਰਤਾ ਕਹਿੰਦੇ ਹਨ, ਜਿਸਨੇ ਪੂਰਨ ਗਿਆਨ ਦੀ ਅੱਗ ਨਾਲ ਕਰਮਫ਼ਲਾਂ ਨੂੰ ਭਸਮ ਕਰ ਦਿੱਤਾ ਹੈ ।

ਭਾਵ

ਸਿਰਫ ਪੂਰਨ ਗਿਆਨੀ ਹੀ ਕ੍ਰਿਸ਼ਨ ਭਾਵਨਾ ਭਾਵਿਤ ਮਨੁੱਖ ਦੇ ਕੰਮ ਕਾਰਜਾਂ ਨੂੰ ਸਮਝ ਸਕਦਾ ਹੈ । ਅਜਿਹੇ ਮਨੁੱਖ ਵਿਚ ਇੰਦਰੀਆਂ ਦੀ ਸੰਤੁਸ਼ਟੀ ਦੀ ਆਦਤ ਨਹੀਂ ਹੁੰਦੀ, ਇਸ ਨਾਲ ਇਹ ਸਮਝਿਆ ਜਾਂਦਾ ਹੈ ਕਿ ਭਗਵਾਨ ਦੇ ਨਿੱਤ ਦਾਸ ਦੇ ਰੂਪ ਵਿਚ ਉਸਨੂੰ ਆਪਣੇ ਸੁਭਾਵਿਕ ਸਰੂਪ ਦਾ ਪੂਰਨ ਗਿਆਨ ਹੈ, ਜਿਸ ਰਾਹੀਂ ਉਸਨੇ ਆਪਣੇ ਕਰਮ ਫਲਾਂ ਨੂੰ ਭਸਮ ਕਰ ਦਿੱਤਾ ਹੈ । ਜਿਹਨੇ ਅਜਿਹਾ ਪੂਰਨ ਗਿਆਨ ਪ੍ਰਾਪਤ ਕਰ ਲਿਆ ਉਹੀ ਵਿਦਵਾਨ ਹੈ । ਭਗਵਾਨ ਦੀ ਨਿੱਤ ਦਾਸਤਾ ਦੇ ਇਸ ਗਿਆਨ ਦੇ ਵਿਕਾਸ ਦੀ ਤੁਲਨਾ ਅੱਗ ਨਾਲ ਕੀਤੀ ਗਈ ਹੈ । ਅਜਿਹੀ ਅੱਗ ਇਕ ਵਾਰ ਬਲਕੇ ਕਰਮ ਦੇ ਸਾਰੇ ਫਲਾਂ ਨੂੰ ਭਸਮ ਕਰ ਸਕਦੀ ਹੈ ।

त्यक्त्वा कर्मफलासङ्गं नित्यतृप्तो निराश्रयः ।
कर्मण्यभिप्रवृत्तोऽपि नैव किञ्चित्करोति सः ॥ २० ॥

ਤ੍ਯਕ੍ਤ੍ਵਾ ਕਰ੍ਮ-ਫਲਾਸੰਗਮ੍ ਨਿਤ੍ਯ-ਤ੍ਰਿਪਤੋ ਨਿਰਾਸ਼੍ਰਯਹ੍ ।
ਕਰ੍ਮਣਿ ਅਭਿਪ੍ਰਵ੍ਰਿਤ੍ਤੋ 'ਪਿ ਨੈਵ ਕਿੰਚਿਤ੍ ਕਰੋਤਿ ਸਹ੍ ॥ 20 ॥

ਤ੍ਯਕ੍ਤ੍ਵਾ-ਤਿਆਗ ਕੇ ; ਕਰ੍ਮ ਫਲ-ਆਸੰਗਮ੍-ਕਰਮ ਫਲ ਦੀ ਆਸਕਤੀ(ਲਗਾਵ) ; ਨਿਤ੍ਯ-ਹਮੇਸ਼ਾ ; ਤ੍ਰਿਪਤਹ੍-ਤ੍ਰਿਪਤ ; ਨਿਰਾਸ਼੍ਰਯਹ੍-ਬਿਨ੍ਹਾਂ ਸਹਾਰੇ ; ਕਰ੍ਮਣਿ-ਕਰਮ ਵਿਚ ; ਅਭਿਪ੍ਰਵ੍ਰਿਤ੍ਤਹ੍-ਪੂਰੀ ਤਰ੍ਹਾਂ ਤਿਆਰ ਰਹਿਕੇ ; ਅਪਿ-ਵੀ ; ਨ-ਨਹੀਂ ; ਏਵ-ਨਿਸ਼ਚੈ ਹੀ ; ਕਿੰਚਿਤ੍-ਕੁਝ ਵੀ ; ਕਰੋਤਿ-ਕਰਦਾ ਹੈ ; ਸਹ੍-ਉਹ ।

ਅਨੁਵਾਦ

ਆਪਣੇ ਕਰਮਫਲਾਂ ਦੇ ਸਾਰੇ ਮੋਹ ਨੂੰ ਛੱਡਕੇ ਹਮੇਸ਼ਾਂ ਸੰਤੁਸ਼ਟ ਅਤੇ ਆਜਾਦ ਰਹਿਕੇ ਉਹ ਹਰ ਤਰ੍ਹਾਂ ਦੇ ਕਾਰਜਾਂ ਵਿਚ ਰੁਝਿਆ ਰਹਿਕੇ ਵੀ ਕੋਈ ਸਕਾਮ ਕਰਮ ਨਹੀਂ ਕਰਦਾ ।

ਭਾਵ

ਕਰਮਾਂ ਦੇ ਬੰਧਨ ਤੋਂ ਇਸ ਤਰ੍ਹਾਂ ਦੀ ਮੁਕਤੀ ਤਾਂ ਹੀ ਸੰਭਵ ਹੈ ਜੇ ਮਨੁੱਖ ਕ੍ਰਿਸ਼ਨ ਭਾਵਨਾ ਭਾਵਿਤ ਹੋ ਕੇ ਹਰ ਕਾਰਜ ਕ੍ਰਿਸ਼ਨ ਲਈ ਕਰੇ । ਕ੍ਰਿਸ਼ਨ ਭਾਵਨਾ ਭਾਵਿਤ ਮਨੁੱਖ ਭਗਵਾਨ ਦੇ ਸ਼ੁੱਧ ਪ੍ਰੇਮ ਕਾਰਨ ਹੀ ਕਰਮ ਕਰਦਾ ਹੈ । ਸਿੱਟੇ ਵਜੋਂ ਉਸਨੂੰ ਕਰਮ ਫਲਾਂ ਪ੍ਰਤੀ ਕੋਈ ਖਿੱਚ ਨਹੀਂ ਰਹਿੰਦੀ । ਇਥੋਂ ਤਕ ਕਿ ਉਸਨੂੰ ਆਪਣੇ ਸ਼ਰੀਰ ਨਿਰਵਾਹ ਪ੍ਰਤੀ ਵੀ ਕੋਈ ਲਗਨ ਨਹੀਂ ਰਹਿੰਦੀ, ਕਿਉਂਕਿ ਉਹ ਪੂਰੀ ਤਰ੍ਹਾਂ ਕ੍ਰਿਸ਼ਨ ਤੇ ਨਿਰਭਰ ਰਹਿੰਦਾ ਹੈ । ਉਹ ਨਾਂ ਤਾਂ ਕਿਸੇ ਚੀਜ਼ ਨੂੰ ਪ੍ਰਾਪਤ ਕਰਨਾ ਚਾਹੁੰਦਾ ਹੈ ਅਤੇ ਨਾ ਹੀ ਆਪਣੀਆਂ ਚੀਜ਼ਾਂ ਦੀ ਰੱਖਿਆ ਕਰਨਾ ਚਾਹੁੰਦਾ ਹੈ । ਉਹ ਆਪਣੀ ਪੂਰਨ ਸਮਰਥਾ ਨਾਲ ਆਪਣਾ ਫਰਜ਼ ਨਿਭਾਉਂਦਾ ਹੈ ਅਤੇ ਕ੍ਰਿਸ਼ਨ ਤੇ ਸਭ ਕੁਝ ਛੱਡ ਦਿੰਦਾ ਹੈ । ਅਜਿਹਾ ਮੋਹ-ਰਹਿਤ ਮਨੁੱਖ ਚੰਗੇ-ਮੰਦੇ ਕਰਮ ਫਲਾਂ ਤੋਂ ਮੁਕਤ ਰਹਿੰਦਾ ਹੈ । ਜਿਵੇਂ ਉਹ ਕੁਝ ਵੀ ਨਾ ਕਰ ਰਿਹਾ ਹੋਵੇ । ਇਹ ਅਕਰਮ ਭਾਵ ਨਿਸ਼ਕਾਮ ਕਰਮ ਦਾ ਲੱਛਣ ਹੈ। ਇਸ ਲਈ ਕ੍ਰਿਸ਼ਨ ਭਾਵਨਾ ਅੰਮ੍ਰਿਤ ਤੋਂ ਬਿਨ੍ਹਾਂ ਕੋਈ ਵੀ ਕਾਰਜ ਕਰਤਾ ਲਈ ਬੰਧਨ ਦੀ ਤਰ੍ਹਾਂ ਹੀ ਹੁੰਦਾ ਹੈ ਅਤੇ ਵਿਕਰਮ ਦਾ ਇਹੋ ਅਸਲੀ ਰੂਪ ਹੈ, ਜਿਵੇਂ ਕਿ ਪਹਿਲੋਂ ਦੱਸਿਆ ਜਾ ਚੁੱਕਿਆ ਹੈ ।

निराशीर्यतचित्तात्मा त्यक्तसर्वपरिग्रहः ।
शारीरं केवलं कर्म कुर्वन्नाप्नोति किल्बिषम् ॥ २१ ॥

ਨਿਰਾਸ਼ੀਰ੍ ਯਤ-ਚਿੱਤਾਤ੍ਮਾ ਤ੍ਯਕ੍ਤਾ-ਸਰ੍ਵ-ਪਰਿਗ੍ਰਹਹ੍ ।
ਸ਼ਾਰੀਰਮ੍ ਕੇਵਲਮ੍ ਕਰ੍ਮ ਕੁਰ੍ਵਨ ਨਾਪ੍ਨੋਤਿ ਕਿਲ੍ਬਿਸ਼ਮ੍ ॥ 21॥

ਨਿਰਾਸੀਰ੍-ਫਲ ਦੀ ਇੱਛਾ ਤੋਂ ਬਿਨ੍ਹਾਂ, ਨਿਸ਼ਕਾਮ ; ਯਤ-ਸੰਜਮਿਤ ; ਚਿੱਤ-ਆਤ੍ਮਾ-ਮਨ ਅਤੇ ਬੁੱਧੀ ; ਤ੍ਯਕ੍ਤ-ਛੱਡਿਆ ; ਸਰ੍ਵ-ਸਾਰੇ ; ਪਰਿਗ੍ਰਹਹ-ਮਾਲਕੀਅਤ ; ਸ਼ਾਰੀਰਮ੍ -ਪ੍ਰਾਣਾਂ ਦੀ ਰੱਖਿਆ ; ਕੇਵਲਮ੍-ਸਿਰਫ ; ਕਰ੍ਮ-ਕਰਮ ; ਕੁਰ੍ਵਨ੍-ਕਰਦੇ ਹੋਏ ; ਨ-ਕਦੀ ਨਹੀਂ ; ਆਪ੍ਨੋਤਿ-ਪ੍ਰਾਪਤ ਕਰਦਾ ਹੈ ; ਕਿਲ੍ਬਿਸ਼ਮ੍-ਪਾਪ ਪੂਰਨ ਫਲ।

ਅਨੁਵਾਦ

ਅਜਿਹਾ ਗਿਆਨੀ ਮਨੁੱਖ ਪੂਰੀ ਤਰ੍ਹਾਂ ਨਾਲ ਸੰਜਮਿਤ ਮਨ ਅਤੇ ਬੁੱਧੀ ਨਾਲ ਕਾਰਜ ਕਰਦਾ ਹੈ, ਆਪਣੀ ਸੰਪਤੀ ਦੀ ਸਾਰੀ ਮਲਕੀਅਤ ਨੂੰ ਛੱਡ ਦਿੰਦਾ ਹੈ ਅਤੇ ਸਿਰਫ਼ ਸ਼ਰੀਰ ਨਿਰਬਾਹ ਲਈ ਕਰਮ ਕਰਦਾ ਹੈ । ਇੰਝ ਕਾਰਜ ਕਰਦਾ ਹੋਇਆ ਉਹ ਪਾਪ ਰੂਪੀ ਫ਼ਲਾਂ ਤੋਂ ਪ੍ਰਭਾਵਿਤ ਨਹੀਂ ਹੁੰਦਾ ।

ਭਾਵ

ਕ੍ਰਿਸ਼ਨ ਭਾਵਨਾ ਭਾਵਿਤ ਮਨੁੱਖ ਕਰਮ ਕਰਦੇ ਸਮੇਂ ਕਦੀ ਵੀ ਚੰਗੇ ਜਾਂ ਮੰਦੇ ਫਲਾਂ ਦੀ ਆਸ ਨਹੀਂ ਰਖਦਾ। ਉਸਦੇ ਮਨ ਅਤੇ ਬੁੱਧੀ ਪੂਰੀ ਤਰ੍ਹਾਂ ਕਾਬੂ ਵਿਚ ਹੁੰਦੇ ਹਨ। ਉਹ ਜਾਣਦਾ ਹੈ ਕਿ ਉਹ ਪਰਮੇਸ਼ਵਰ ਦਾ ਅੰਸ਼ ਹੈ ਇਸ ਲਈ ਅੰਸ਼ ਰੂਪ ਵਿਚ ਉਸ ਰਾਹੀਂ ਸੰਪੰਨ ਕੋਈ ਵੀ ਕਰਮ ਉਸਦਾ ਨਾ ਹੋ ਕੇ ਉਸ ਰਾਹੀਂ ਨਾ ਹੋ ਕੇ ਪਰਮੇਸ਼ਵਰ ਰਾਹੀ ਸੰਪੰਨ ਹੋਇਆ ਹੁੰਦਾ ਹੈ। ਜਦੋਂ ਹੱਥ ਹਿਲਦਾ ਹੈ ਤਾਂ ਉਹ ਆਪਣੀ ਮਰਜ਼ੀ ਨਾਲ ਨਹੀਂ ਹਿਲਦਾ, ਸਗੋਂ ਸ਼ਰੀਰ ਦੀ ਹਰਕਤ ਨਾਲ ਹਿਲਦਾ ਹੈ। ਕ੍ਰਿਸ਼ਨ ਭਾਵਨਾ ਭਾਵਿਤ ਮਨੁੱਖ ਭਗਵਾਨ ਦੀ ਇੱਛਾ ਮੁਤਾਬਿਕ ਚਲਦਾ ਹੈ, ਕਿਉਂਕਿ ਉਸ ਵਿਚ ਆਪਣੀਆਂ ਇੰਦਰੀਆਂ ਦੀ ਤ੍ਰਿਪਤੀ ਦੀ ਕੋਈ ਲਾਲਸਾ ਨਹੀਂ ਹੁੰਦੀ। ਉਹ ਯੰਤਰ ਦੇ ਇਕ ਪੁਰਜ਼ੇ ਵਾਂਗ ਹਿਲਦਾ ਜੁਲਦਾ ਹੈ। ਜਿਵੇਂ ਠੀਕ ਰੱਖਣ ਲਈ ਪੁਰਜ਼ੇ ਨੂੰ ਤੇਲ ਅਤੇ ਸਫਾਈ ਦੀ ਲੋੜ ਰਹਿੰਦੀ ਹੈ, ਉਵੇਂ ਹੀ ਕ੍ਰਿਸ਼ਨ ਭਾਵਨਾ ਭਾਵਿਤ ਮਨੁੱਖ ਕਰਮ ਰਾਹੀਂ ਆਪਣਾ ਨਿਰਬਾਹ ਕਰਦਾ ਰਹਿੰਦਾ ਹੈ, ਜਿਸ ਨਾਲ ਉਹ ਭਗਵਾਨ ਦੀ ਅਲੌਕਿਕ ਪ੍ਰੇਮ ਭਗਤੀ ਕਰਨ ਲਈ ਠੀਕ-ਠਾਕ ਰਹੇ। ਇਸ ਲਈ ਉਹ ਆਪਣੇ ਯਤਨਾਂ ਦੇ ਫਲਾਂ ਪ੍ਰਤੀ ਬੇਪਰਵਾਹੀਆ ਰਹਿੰਦਾ ਹੈ। ਪਸ਼ੂ ਵਾਂਗ ਉਸਦਾ ਆਪਣੇ ਸ਼ਰੀਰ ਤੇ ਕੋਈ ਹੱਕ ਨਹੀਂ ਹੁੰਦਾ। ਕਦੀ ਕਦੀ ਜ਼ਾਲਿਮ ਮਾਲਕ ਆਪਣੇ ਅਧੀਨ ਪਸ਼ੂ ਨੂੰ ਮਾਰਦਾ ਵੀ ਹੈ ਤਾਂ ਵੀ ਪਸ਼ੂ ਉਸਦਾ ਵਿਰੋਧ ਨਹੀਂ ਕਰਦਾ ਨਾਂ ਹੀ ਉਸਨੂੰ ਕੋਈ ਆਜ਼ਾਦੀ ਹੁੰਦੀ ਹੈ। ਆਤਮ-ਪ੍ਰਤੱਖੀਕਰਨ ਵਿਚ ਪੂਰੀ ਤਰ੍ਹਾਂ ਲਗੇ ਕ੍ਰਿਸ਼ਨ ਭਾਵਨਾ ਭਾਵਿਤ ਮਨੁੱਖ ਕੋਲ ਐਨਾ ਵਕਤ ਨਹੀਂ ਰਹਿੰਦਾ ਕਿ ਉਹ ਆਪਣੇ ਕੋਲ ਕੋਈ ਭੌਤਿਕ ਚੀਜ਼ ਰੱਖ ਸਕੇ। ਆਪਣੇ ਜੀਵਨ ਨਿਰਾਬਾਹ ਲਈ ਉਸਨੂੰ ਗਲਤ ਸਾਧਨਾਂ ਰਾਹੀਂ ਪੈਸਾ ਇਕੱਠਾ ਕਰਨ ਦੀ ਲੋੜ ਨਹੀਂ ਰਹਿੰਦੀ। ਇਸ ਲਈ ਉਹ ਅਜਿਹੇ ਪਾਪਾਂ ਨਾਲ ਦੂਸ਼ਿਤ ਨਹੀਂ ਹੁੰਦਾ। ਉਹ ਆਪਣੇ ਸਾਰੇ ਕਰਮ ਫਲਾਂ ਤੋਂ ਮੁਕਤ ਰਹਿੰਦਾ ਹੈ।

यदृच्छालाभसन्तुष्टो द्वन्द्वातीतो विमत्सरः ।
समः सिद्धावसिद्धौ च कृत्वापि न निबध्यते ॥ २२ ॥

ਯਦ੍ਰਿਛਾ-ਲਾਭ-ਸੰਤੁਸ਼੍ਟੋ ਦ੍ਵੰਦ੍ਵਾਤੀਤੋ ਵਿਮਤ੍ਸਰਹ੍ ।
ਸਮਹ੍ ਸਿੱਧਾਹਵ੍ ਅਸਿੱਧੌ ਚ ਕ੍ਰਿਤਵਾਪਿ ਨ ਨਿਬਧ੍ਯਤੇ ॥ 22 ॥

ਯਦ੍ਰਿਛਾ- ਆਪਣੇ ਆਪ ; **ਲਾਭ** - ਲਾਭ ਨਾਲ ; **ਸੰਤੁਸ਼੍ਟਹ੍** - ਸੰਤੁਸ਼ਟ ; **ਦ੍ਵੰਦ੍ਵ** - ਦਵੈਸ਼ ਤੋਂ ; **ਅਤੀਤਹ੍** - ਪਰੇ ; **ਵਿਮਤ੍ਸਰਹ੍** - ਈਰਖਾ ਰਹਿਤ ; **ਸਮਹ੍** - ਸਥਿਰ ਚਿੱਤ ; **ਸਿੱਧੋ** - ਸਫਲਤਾ ਵਿਚ ; **ਅਸਿੱਧੌ** - ਅਸਫਲਤਾ ਵਿਚ ; **ਚ** - ਵੀ ; **ਕ੍ਰਿਤਵਾ** - ਕਰਕੇ ; **ਅਪਿ** - ਭਾਵੇਂ ; **ਨ** - ਕਦੀ ਨਹੀਂ ; **ਨਿਬਧ੍ਯਤੇ** - ਪ੍ਰਭਾਵਿਤ ਹੁੰਦਾ ਹੈ।

ਅਨੁਵਾਦ

ਜਿਹੜਾ ਆਪਣੇ ਆਪ ਹੋਣ ਵਾਲੇ ਲਾਭ ਤੋਂ ਸੰਤੁਸ਼ਟ ਰਹਿੰਦਾ ਹੈ, ਜਿਹੜਾ ਦਵੰਦ ਤੋਂ ਮੁਕਤ ਹੈ ਅਤੇ ਈਰਖਾ ਨਹੀਂ ਕਰਦਾ, ਜਿਹੜਾ ਸਫਲਤਾ ਅਤੇ ਅਸਫਲਤਾ ਦੋਵਾਂ ਵਿਚ ਸਥਿਰ ਰਹਿੰਦਾ ਹੈ, ਉਹ ਕੰਮ ਕਰਦਿਆਂ ਵੀ ਬੰਧਨ ਵਿਚ ਨਹੀਂ ਬੱਝਦਾ।

ਭਾਵ

ਕ੍ਰਿਸ਼ਨ ਭਾਵਨਾ ਭਾਵਿਤ ਮਨੁੱਖ ਆਪਣੇ ਸ਼ਰੀਰ ਨਿਰਬਾਹ ਲਈ ਬਹੁਤ ਯਤਨ ਨਹੀਂ ਕਰਦਾ। ਉਹ ਆਪਣੇ ਆਪ ਹੋਣ ਵਾਲੇ ਲਾਭ ਤੋਂ ਹੀ ਸੰਤੁਸ਼ਟ ਰਹਿੰਦਾ ਹੈ। ਉਹ ਨਾ ਤਾਂ ਮੰਗਦਾ ਹੈ, ਨਾ ਉਧਾਰ ਲੈਂਦਾ ਹੈ ਪਰ ਆਪਣੀ ਸਮਰਥਾ ਮੁਤਾਬਿਕ ਉਹ ਸੱਚਾਈ ਨਾਲ ਕੰਮ ਕਰਦਾ ਹੈ ਅਤੇ ਆਪਣੀ ਮਿਹਨਤ ਨਾਲ ਜੋ ਕੁਝ ਪ੍ਰਾਪਤ ਹੁੰਦਾ ਹੈ, ਉਸੇ ਤੋਂ ਸੰਤੁਸ਼ਟ ਰਹਿੰਦਾ ਹੈ। ਇਸ ਤਰ੍ਹਾਂ ਉਹ ਆਪਣੀ ਜੀਵਕਾ ਦੇ ਵਿਸ਼ੇ ਵਿਚ ਸੁਤੰਤਰ ਰਹਿੰਦਾ ਹੈ। ਉਹ ਹੋਰ ਕਿਸੇ ਦੀ ਸੇਵਾ ਕਰਕੇ ਕ੍ਰਿਸ਼ਨ ਭਾਵਨਾ ਅੰਮ੍ਰਿਤ ਸੰਬੰਧੀ ਆਪਣੀ ਸੇਵਾ ਵਿਚ ਕਿਸੇ ਕਿਸਮ ਦੀ ਰੁਕਾਵਟ ਨਹੀਂ ਆਉਣ ਦਿੰਦਾ। ਪਰ ਭਗਵਾਨ ਦੀ ਸੇਵਾ ਲਈ ਉਹ ਸੰਸਾਰ ਦੀ ਦ੍ਵੈਤ ਤੋਂ ਡਾਵਾਂ-ਡੋਲ ਹੋਏ ਬਿਨ੍ਹਾਂ ਕੋਈ ਵੀ ਕਰਮ ਕਰ ਸਕਦਾ ਹੈ। ਸੰਸਾਰ ਦੇ ਇਹ ਦ੍ਵੈਤ, ਗਰਮੀ-ਸਰਦੀ ਜਾਂ ਸੁਖ-ਦੁੱਖ ਦੇ ਰੂਪ ਵਿਚ ਅਨੁਭਵ ਕੀਤੇ ਜਾ ਸਕਦੇ ਹਨ। ਕ੍ਰਿਸ਼ਨ ਭਾਵਨਾ ਭਾਵਿਤ ਮਨੁੱਖ ਇਸ ਦ੍ਵੈਤ ਤੋਂ ਪਰ੍ਹੇ ਰਹਿੰਦਾ ਹੈ, ਕਿਉਂਕਿ ਕ੍ਰਿਸ਼ਨ ਨੂੰ ਖੁਸ਼ ਕਰਨ ਲਈ ਉਹ ਕੋਈ ਵੀ ਕਰਮ ਕਰਨ ਤੋਂ ਨਹੀਂ ਝਿਜਕਦਾ। ਇੰਝ ਉਹ ਸਫਲਤਾ ਅਤੇ ਅਸਫਲਤਾ ਦੋਵਾਂ ਵਿਚ ਸਮ-ਭਾਵ ਰਹਿੰਦਾ ਹੈ। ਇਹ ਸਾਰੇ ਲੱਛਣ ਤਾਂ ਹੀ ਵਿਖਾਈ ਦਿੰਦੇ ਹਨ, ਜਦੋਂ ਕੋਈ ਅਲੌਕਿਕ ਗਿਆਨ ਵਿਚ ਪੂਰੀ ਤਰ੍ਹਾਂ ਸਥਿਤ ਹੋਵੇ।

ਗਤਸङ्गਸ੍ਯ ਮੁਕ੍ਤਸ੍ਯ ਜ਼੍ਞਾਨਾਵਸ੍ਥਿਤਚੇਤਸः ।
ਯਜ਼੍ਞਾਯਾਚਰਤः ਕਰ੍ਮ ਸਮਗ੍ਰੰ ਪ੍ਰਵਿਲੀਯਤੇ ॥ २३ ॥

ਗਤ-ਸੰਗਸ੍ਯ ਮੁਕਤਸ੍ਯ ਗ੍ਯਾਨਾਵਸ੍ਥਿਤ-ਚੇਤਸਹ੍ ।
ਯਗ੍ਯਾਯਾਚਰਤਹ ਕਰ੍ਮ ਸਮਗ੍ਰਮ੍ ਪ੍ਰਵਿਲੀਯਤੇ ॥ 23 ॥

ਗਤ-ਸੰਗਸ੍ਯ-ਪ੍ਰਕਿਰਤੀ ਦੇ ਗੁਣਾਂ ਪ੍ਰਤੀ ਆਸਕਤੀ (ਲਗਾਵ) ਰਹਿਤ ; **ਮੁਕ੍ਤਸ੍ਯ**-ਮੁਕਤ ਮਨੁੱਖ ਦਾ ; **ਗ੍ਯਾਨਾਵਸ੍ਥਿਤ**- ਬ੍ਰਹਮ ਵਿਚ ਸਥਿਤ ; **ਚੇਤਸਹ੍**-ਜਿਸਦਾ ਗਿਆਨ; **ਯਗ੍ਯਾਯ**-ਯੱਗ (ਕ੍ਰਿਸ਼ਨ) ਲਈ; **ਆਚਰਤਹ੍**-ਕਰਦੇ ਹੋਏ; **ਕਰ੍ਮ**-ਕਰਮ ; **ਸਮਗ੍ਰਮ੍**-ਸਾਰੇ; **ਪ੍ਰਵਿਲੀਯਤੇ**-ਪੂਰੀ ਤਰ੍ਹਾਂ ਵਿਲੀਨ ਹੋ ਜਾਂਦਾ ਹੈ।

ਅਨੁਵਾਦ

ਜਿਹੜਾ ਮਨੁੱਖ ਪ੍ਰਕਿਰਤੀ ਦੇ ਗੁਣਾਂ ਪ੍ਰਤੀ ਮੋਹ ਤੋਂ ਰਹਿਤ ਹੈ ਜਿਹੜਾ ਅਲੌਕਿਕ ਗਿਆਨ ਵਿਚ ਪੂਰੀ ਤਰ੍ਹਾਂ ਸਥਿਤ ਹੈ ਉਸਦੇ ਸਾਰੇ ਕਰਮ ਬ੍ਰਹਮ ਵਿਚ ਮਿਲ ਜਾਂਦੇ ਹਨ।

ਭਾਵ

ਪੂਰੀ ਤਰ੍ਹਾਂ ਕ੍ਰਿਸ਼ਨ ਭਾਵਨਾ ਭਾਵਿਤ ਹੋਣ ਤੇ ਮਨੁੱਖ ਸਾਰੇ ਦ੍ਵੈਤਾਂ ਤੋਂ ਮੁਕਤ ਹੋ ਜਾਂਦਾ ਹੈ ਅਤੇ ਇਸ ਭੌਤਿਕ ਗੁਣਾਂ ਦੇ ਪਾਪ ਤੋਂ ਮੁਕਤ ਹੋ ਜਾਂਦਾ ਹੈ, ਉਹ ਇਸ ਲਈ ਮੁਕਤ ਹੋ ਸਕਦਾ ਹੈ, ਕਿਉਂਕਿ ਉਹ ਕ੍ਰਿਸ਼ਨ ਨਾਲ ਆਪਣੇ ਸੰਬੰਧਾਂ ਦੀ ਸੁਭਾਵਿਕ ਸਥਿਤੀ ਨੂੰ ਜਾਣਦਾ ਹੈ। ਸਿੱਟੇ ਵਜੋਂ ਉਸਦਾ ਚਿੱਤ ਕ੍ਰਿਸ਼ਨ ਭਾਵਨਾ ਅੰਮ੍ਰਿਤ ਵਿਚ ਡਾਵਾਂ ਡੋਲ ਨਹੀਂ ਹੁੰਦਾ। ਇਸ ਲਈ ਉਹ ਜੋ ਕੁਝ ਵੀ ਕਰਦਾ ਹੈ, ਉਹ ਆਦਿ ਵਿਸ਼ਨੂੰ (ਕ੍ਰਿਸ਼ਨ) ਲਈ ਹੁੰਦਾ ਹੈ, ਇਸ ਲਈ ਉਸਦਾ ਸਾਰਾ ਕਰਮ ਯੱਗ ਰੂਪ ਹੁੰਦਾ ਹੈ, ਕਿਉਂਕਿ ਯੱਗ ਦਾ ਮੰਤਵ ਪਰਮ ਪੁਰਖ ਵਿਸ਼ਨੂੰ ਭਾਵ ਕ੍ਰਿਸ਼ਨ ਨੂੰ ਪ੍ਰਸੰਨ ਕਰਨਾ ਹੈ। ਅਜਿਹੇ ਯੱਗ ਵਾਲੇ ਕਰਮ ਦਾ ਫਲ ਨਿਸ਼ਚੈ ਹੀ ਬ੍ਰਹਮ ਵਿਚ ਵਿਲੀਨ ਹੋ ਜਾਂਦਾ ਹੈ ਅਤੇ ਮਨੁੱਖ ਨੂੰ ਕੋਈ ਭੌਤਿਕ ਫਲ ਨਹੀਂ ਭੋਗਣਾ ਪੈਂਦਾ।

ब्रह्मार्पणं ब्रह्म हविर्ब्रह्माग्नौ ब्रह्मणा हुतम् ।
ब्रह्मैव तेन गन्तव्यं ब्रह्मकर्मसमाधिना ॥ २४॥

ਬ੍ਰਹ੍ਮਾਰ੍ਪਣਮ੍ ਬ੍ਰਹ੍ਮ ਹਵਿਰ੍ ਬ੍ਰਹ੍ਮਾਗ੍ਨੌ ਬ੍ਰਹ੍ਮਣਾ ਹੁਤਮ੍ ।
ਬ੍ਰਹ੍ਮੈਵ ਤੇਨ ਗੰਤਵ੍ਯਮ੍ ਬ੍ਰਹ੍ਮ-ਕਰ੍ਮ-ਸਮਾਧਿਨਾ ॥ 24 ॥

ਬ੍ਰਹ੍ਮ – ਅਧਿਆਤਮਿਕ ; **ਅਰ੍ਪਣਮ੍** – ਅਰਪਨ ; **ਬ੍ਰਹ੍ਮ** – ਬ੍ਰਹਮ ; **ਹਵਿਹ੍** – ਘੀ; **ਬ੍ਰਹ੍ਮ** – ਅਧਿਆਤਮਿਕ ; **ਅਗ੍ਨੌ** – ਹਵਨ ਰੂਪੀ ਅੱਗ ਵਿਚ ; **ਬ੍ਰਹ੍ਮਣਾ** – ਆਤਮਾ ਰਾਹੀਂ ; **ਹੁਤਮ੍** – ਅਰਪਿਤ ; **ਬ੍ਰਹ੍ਮ** – ਅਧਿਆਤਮਕ ਰਾਜ ; **ਏਵ** – ਨਿਸਚੈ ਹੀ ; **ਤੇਨ** – ਉਸ ਰਾਹੀਂ ; **ਗੰਤਵ੍ਯਮ੍** – ਪਹੁੰਚਣ ਯੋਗ ; **ਬ੍ਰਹ੍ਮ**– ਅਧਿਆਤਮਕ ; **ਕਰ੍ਮ** – ਕਰਮ ਵਿਚ ; **ਸਮਾਧਿਨਾ**– ਪੂਰਨ ਇਕਾਗਰਤਾ ਰਾਹੀਂ ।

ਅਨੁਵਾਦ

ਜਿਹੜਾ ਮਨੁੱਖ ਕ੍ਰਿਸ਼ਨ ਭਾਵਨਾ ਅੰਮ੍ਰਿਤ ਵਿਚ ਪੂਰੀ ਤਰ੍ਹਾਂ ਲੀਨ ਰਹਿੰਦਾ ਹੈ, ਉਸਦੇ ਆਪਣੇ ਅਧਿਆਤਮਕ ਕਰਮਾਂ ਦੇ ਯੋਗਦਾਨ ਸਦਕਾ, ਉਸਨੂੰ ਭਗਵਾਨ ਦੇ ਧਾਮ ਦੀ ਪ੍ਰਾਪਤੀ ਹੁੰਦੀ ਹੈ, ਕਿਉਂਕਿ ਉਸ ਵਿਚ ਹਵਨ ਅਤੇ ਹਵਿ ਦੋਵੇਂ ਅਧਿਆਤਮਕ ਹੁੰਦੇ ਹਨ।

ਭਾਵ

ਇੱਥੇ ਇਸਦਾ ਵਰਣਨ ਕੀਤਾ ਗਿਆ ਹੈ ਕਿ ਕਿੰਝ ਕ੍ਰਿਸ਼ਨ ਭਾਵਨਾ ਭਾਵਿਤ ਕਰਮ ਕਰਦੇ ਹੋਏ ਆਖਿਰਕਾਰ ਅਧਿਆਤਮਕ ਟੀਚਾ ਪ੍ਰਾਪਤ ਹੁੰਦਾ ਹੈ। ਕ੍ਰਿਸ਼ਨ ਭਾਵਨਾ ਅੰਮ੍ਰਿਤ ਸੰਬੰਧੀ ਅਨੇਕਾਂ ਕਰਮ ਹੁੰਦੇ ਹਨ, ਜਿਨ੍ਹਾਂ ਦਾ ਵਰਣਨ ਅਗਲੇ ਸ਼ਲੋਕਾਂ ਵਿਚ ਕੀਤਾ ਗਿਆ ਹੈ, ਪਰ ਇਸ ਸਲੋਕ ਵਿਚ ਤਾਂ ਸਿਰਫ ਕ੍ਰਿਸ਼ਨ ਭਾਵਨਾ ਅੰਮ੍ਰਿਤ ਦਾ ਸਿਧਾਂਤ ਵਰਣਿਤ ਹੈ। ਭੌਤਿਕ ਪਾਪਾਂ ਨਾਲ ਗ੍ਰਸਤ ਬੱਧਜੀਵਾਂ ਨੂੰ ਭੌਤਿਕ ਵਾਤਾਵਰਣ ਵਿਚ ਹੀ ਕਾਰਜ਼ ਕਰਨਾ ਪੈਂਦਾ ਹੈ, ਪਰ ਫਿਰ ਵੀ ਉਸਨੂੰ

ਅਜਿਹੇ ਵਾਤਾਵਰਣ ਤੋਂ ਨਿਕਲਣਾ ਹੀ ਪਵੇਗਾ। ਜਿਸ ਤਰੀਕੇ ਨਾਲ ਉਹ ਇਸ ਵਾਤਾਵਰਣ ਤੋਂ ਨਿਕਲ ਸਕੇਗਾ, ਉਹ ਹੈ ਕ੍ਰਿਸ਼ਨ ਭਾਵਨਾ ਅੰਮ੍ਰਿਤ। ਉਦਾਹਰਣ ਵਜੋਂ ਜੇ ਕੋਈ ਰੋਗੀ ਨੂੰ ਦੁੱਧ ਦੀਆਂ ਬਣੀਆਂ ਚੀਜ਼ਾਂ ਦੇ ਜ਼ਿਆਦਾ ਖਾਣ ਨਾਲ ਪੇਟ ਵਿਚ ਗੜਬੜ ਹੋ ਜਾਂਦੀ ਹੈ ਤਾਂ ਉਸ ਨੂੰ ਦਹੀਂ ਦਿੱਤਾ ਜਾਂਦਾ ਹੈ, ਜਿਹੜੀ ਦੁੱਧ ਦਾ ਹੀ ਦੂਜਾ ਰੂਪ ਹੈ। ਭੌਤਿਕਤਾ ਵਿਚ ਫਸੇ ਬੱਧਜੀਵਾਂ ਦਾ ਇਲਾਜ ਕ੍ਰਿਸ਼ਨ ਭਾਵਨਾ ਅੰਮ੍ਰਿਤ ਰਾਹੀਂ ਕੀਤਾ ਜਾ ਸਕਦਾ ਹੈ, ਜਿਹੜਾ ਇਥੇ ਗੀਤਾ ਵਿਚ ਦਿੱਤਾ ਗਿਆ ਹੈ। ਇਹ ਵਿਧੀ ਯੱਗ ਜਾਂ ਵਿਸ਼ਨੂੰ ਜਾਂ ਕ੍ਰਿਸ਼ਨ ਨੂੰ ਖੁਸ਼ ਕਰਨ ਲਈ ਕੀਤੇ ਕਾਰਜ ਕਹਾਉਂਦੀ ਹੈ। ਭੌਤਿਕ ਸੰਸਾਰ ਦੇ ਜਿੰਨ੍ਹੇ ਵੀ ਵਧੇਰੇ ਕਾਰਜ ਪੂਰੀ ਲਗਨ ਨਾਲ ਕ੍ਰਿਸ਼ਨ ਭਾਵਨਾ ਅੰਮ੍ਰਿਤ ਵਿਚ ਜਾਂ ਸਿਰਫ ਵਿਸ਼ਨੂੰ ਲਈ ਕੀਤੇ ਜਾਂਦੇ ਹਨ, ਵਾਤਾਵਰਣ ਉਨਾ ਹੀ ਵੱਧ ਅਧਿਆਤਮਕ ਬਣਦਾ ਰਹਿੰਦਾ ਹੈ। ਬ੍ਰਹਮ ਸ਼ਬਦ ਦਾ ਅਰਥ ਹੈ "ਅਧਿਆਤਮਿਕ", ਭਗਵਾਨ ਅਧਿਆਤਮਿਕ ਹਨ ਅਤੇ ਉਨ੍ਹਾਂ ਦੇ ਅਲੌਕਿਕ ਸ਼ਰੀਰ ਦੀਆਂ ਕਿਰਨਾਂ ਬ੍ਰਹਮਜੋਤੀ ਵਿਚ ਸਥਿਤ ਕਹਾਉਂਦੀਆਂ ਹਨ - ਇਹੋ ਉਨ੍ਹਾਂ ਦਾ ਅਧਿਆਤਮਕ ਤੇਜ਼ ਹੈ, ਹਰ ਚੀਜ਼ ਇਸੇ ਬ੍ਰਹਮਜੋਤੀ ਵਿਚ ਸਥਿਤ ਰਹਿੰਦੀ ਹੈ, ਪਰ ਜਦੋਂ ਇਹ ਜੋਤੀ ਮਾਇਆ ਜਾਂ ਇੰਦਰੀਆਂ ਦੀ ਤ੍ਰਿਪਤੀ ਰਾਹੀਂ ਢੱਕੀ ਜਾਂਦੀ ਹੈ ਤਾਂ ਇਹ ਭੌਤਿਕ ਜੋਤੀ ਕਹਾਉਂਦੀ ਹੈ। ਇਹ ਭੌਤਿਕ ਪਰਦਾ ਕ੍ਰਿਸ਼ਨ ਭਾਵਨਾ ਅੰਮ੍ਰਿਤ ਰਾਹੀਂ ਤੁਰੰਤ ਹਟਾਇਆ ਜਾ ਸਕਦਾ ਹੈ। ਇਸ ਲਈ ਕ੍ਰਿਸ਼ਨ ਭਾਵਨਾ ਅੰਮ੍ਰਿਤ ਲਈ ਅਰਪਿਤ ਹਵਿ, ਗ੍ਰਹਿਣ ਕਰਨ ਵਾਲਾ, ਹਵਨ, ਹੋਤਾ ਅਤੇ ਫਲ - ਇਹ ਸਾਰੇ ਮਿਲਕੇ ਬ੍ਰਹਮ ਜਾਂ ਪਰਮ-ਸਤਿ ਹਨ। ਮਾਇਆ ਰਾਹੀਂ ਢੱਕਿਆ ਪਰਮ-ਸਤਿ ਪਦਾਰਥ ਕਹਾਉਂਦਾ ਹੈ, ਜਦੋਂ ਇਹੋ ਪਦਾਰਥ ਪਰਮ-ਸਤਿ ਦੇ ਲਈ ਵਰਤਿਆ ਜਾਂਦਾ ਹੈ ਤਾਂ ਇਸ ਵਿਚ ਫਿਰ ਤੋਂ ਅਧਿਆਤਮਕ ਗੁਣ ਆ ਜਾਂਦੇ ਹਨ। ਕ੍ਰਿਸ਼ਨ ਭਾਵਨਾ, ਮੋਹੀ ਹੋਈ ਚੇਤਨਾ ਨੂੰ ਬ੍ਰਹਮ ਜਾਂ ਪਰਮੇਸ਼ਵਰ ਵੱਲ ਮੋੜਨ ਦੀ ਵਿਧੀ ਹੈ। ਜਦੋਂ ਮਨ ਕ੍ਰਿਸ਼ਨ ਭਾਵਨਾਮ੍ਰਿਤ ਵਿਚ ਪੂਰੀ ਤਰ੍ਹਾਂ ਲਗਿਆ ਰਹਿੰਦਾ ਹੈ ਤਾਂ ਉਸਨੂੰ ਸਮਾਧੀ ਕਹਿੰਦੇ ਹਨ। ਅਜਿਹੀ ਅਲੌਕਿਕ ਚੇਤਨਾ ਵਿਚ ਸੰਪੰਨ ਕੋਈ ਵੀ ਕਾਰਜ ਯੱਗ ਕਹਾਉਂਦਾ ਹੈ। ਅਧਿਆਤਮਕ ਚੇਤਨਾ ਦੀ ਅਜੇਕੀ ਸਥਿਤੀ ਵਿਚ ਹੋਤਾ, ਹਵਨ, ਅੱਗ, ਯੱਗ ਕਰਨ ਵਾਲਾ ਅਤੇ ਆਖ਼ਰੀ ਫਲ - ਇਹ ਸਭ ਪਾਰਬ੍ਰਹਮ ਨਾਲ ਇੱਕ ਹੋ ਜਾਂਦਾ ਹੈ। ਇਹੋ ਕ੍ਰਿਸ਼ਨ ਭਾਵਨਾ ਅੰਮ੍ਰਿਤ ਦੀ ਵਿਧੀ ਹੈ।

दैवमेवापरे यज्ञं योगिनः पर्युपासते ।
ब्रह्माग्नावपरे यज्ञं यज्ञेनैवोपजुह्वति ॥ २५ ॥

ਦੈਵਮ੍ ਏਵਾਪਰੇ ਯਗ੍ਯਮ੍ ਯੋਗਿਨਹ੍ ਪਰ੍ਯੁਪਾਸਤੇ ।
ਬ੍ਰਹਮਾਗਨਾਵ੍ ਅਪਰੇ ਯਗ੍ਯਮ੍ ਯਗ੍ਯੇਨੈਵੋਪਜੁਹ੍ਵਤਿ ॥ 25॥

ਦੈਵਮ੍ - ਦੇਵਤਿਆਂ ਦੀ ਪੂਜਾ ਕਰਨ ਵਿਚ ; **ਏਵ** - ਇੰਝ ; **ਅਪਰੇ** - ਹੋਰ ; **ਯਗ੍ਯਮ੍** - ਯੱਗਨੂੰ ; **ਯੋਗਿਨਹ੍** - ਯੋਗੀ ਪੁਰਖ ; **ਪਰ੍ਯੁਪਾਸਤੇ** - ਚੰਗੀ ਤਰ੍ਹਾਂ ਪੂਜਾ ਕਰਦੇ ਹਨ ; **ਬ੍ਰਹਮ** - ਪਰਮਸਤ ਦਾ ; **ਅਗਨੌ** - ਅੱਗ ਨੇ ; **ਅਪਰੇ** - ਹੋਰ ; **ਯਗ੍ਯਮ੍** - ਯੱਗ ਨੂੰ ; **ਯਗ੍ਯੇਨ** - ਯੱਗ ਨਾਲ; **ਏਵ** - ਇੰਝ **ਉਪਜੁਹ੍ਵਤਿ** - ਅਰਪਿਤ ਕਰਦੇ ਹਨ।

ਅਨੁਵਾਦ

ਕੁਝ ਯੋਗੀ ਵੱਖੋ-ਵੱਖਰੇ ਤਰ੍ਹਾਂ ਦੇ ਯੱਗਾਂ ਰਾਹੀਂ ਦੇਵਤਿਆਂ ਦੀ ਭਲੀ-ਭਾਂਤ ਪੂਜਾ ਕਰਦੇ ਹਨ ਅਤੇ ਕੁਝ ਪਾਰਬ੍ਰਹਮ ਰੂਪੀ ਅੱਗ ਵਿਚ ਆਹੂਤੀ ਪਾਉਂਦੇ ਹਨ।

ਭਾਵ

ਜਿਵੇਂ ਕਿ ਪਹਿਲਾਂ ਕਿਹਾ ਜਾ ਚੁੱਕਾ ਹੈ, ਜਿਹੜਾ ਮਨੁੱਖ ਕ੍ਰਿਸ਼ਨ ਭਾਵਨਾ ਅੰਮ੍ਰਿਤ ਹੋ ਕੇ ਆਪਣਾ ਕਰਮ ਕਰਨ ਵਿਚ ਮਸਤ ਰਹਿੰਦਾ ਹੈ, ਉਹ ਪੂਰਨ ਯੋਗੀ ਹੈ। ਪਰ ਅਜਿਹੇ ਵੀ ਮਨੁੱਖ ਹਨ, ਜਿਹੜੇ ਦੇਵੀ ਦੇਵਤਿਆਂ ਦੀ ਪੂਜਾ ਕਰਨ ਲਈ ਯੱਗ ਕਰਦੇ ਹਨ ਅਤੇ ਕੁਝ ਪਰਮ ਬ੍ਰਹਮ ਜਾਂ ਪਰਮੇਸ਼ਵਰ ਦੇ ਨਿਰਾਕਾਰ ਸਰੂਪ ਲਈ ਯੱਗ ਕਰਦੇ ਹਨ। ਇੰਝ ਯੱਗ ਕਈ ਤਰ੍ਹਾਂ ਦੇ ਹਨ। ਵੱਖੋ-ਵੱਖਰੇ ਯੱਗ ਕਰਤਾਵਾਂ ਰਾਹੀਂ ਸੰਪੰਨ ਯੱਗਾਂ ਦੇ ਇਹ ਫਰਕ ਸਿਰਫ ਬਾਹਰੀ ਹਨ। ਅਸਲ ਵਿਚ ਯੱਗ ਦਾ ਅਰਥ ਹੈ, ਭਗਵਾਨ ਵਿਸ਼ਨੂੰ ਨੂੰ ਖੁਸ਼ ਕਰਨਾ ਅਤੇ ਵਿਸ਼ਨੂੰ ਨੂੰ ਵੀ ਯੱਗ ਕਹਿੰਦੇ ਹਨ। ਵੱਖੋ-ਵੱਖਰੇ ਯੱਗਾਂ ਨੂੰ ਦੋ ਵਰਗਾਂ ਵਿਚ ਰਖਿਆ ਜਾ ਸਕਦਾ ਹੈ। ਸੰਸਾਰੀ ਚੀਜ਼ ਲਈ ਯੱਗ (ਪਦਾਰਥ ਯੱਗ) ਅਤੇ ਅਲੌਕਿਕ ਗਿਆਨ ਲਈ ਕੀਤੇ ਗਏ ਯੱਗ (ਗਿਆਨ ਯੱਗ)। ਜਿਹੜੇ ਕ੍ਰਿਸ਼ਨ ਭਾਵਨਾ ਅੰਮ੍ਰਿਤ ਹਨ, ਉਨ੍ਹਾਂ ਦੀ ਸਾਰੀ ਸੰਸਾਰੀ ਸੰਪਤੀ ਪਰਮੇਸ਼ਵਰ ਨੂੰ ਖੁਸ਼ ਕਰਨ ਲਈ ਹੁੰਦੀ ਹੈ, ਪਰ ਜਿਹੜੇ ਅਸਥਾਈ ਸੰਸਾਰੀ ਸੁਖ ਦੀ ਕਾਮਨਾ ਕਰਦੇ ਹਨ, ਉਹ ਇੰਦਰ, ਸੂਰਜ ਆਦਿ ਦੇਵਤਿਆਂ ਨੂੰ ਖੁਸ਼ ਕਰਨ ਲਈ ਆਪਣੀ ਸੰਸਾਰੀ ਸੰਪਤੀ ਦੀ ਆਹੂਤੀ ਦਿੰਦੇਹਨ। ਪਰ ਹੋਰ ਲੋਕ ਜਿਹੜੇ ਨਿਰਵਿਸ਼ੇਸ਼ਵਾਦੀ ਹਨ, ਉਹ ਨਿਰਾਕਾਰ ਬ੍ਰਹਮ ਵਿਚ ਆਪਣੇ ਸਰੂਪ ਨੂੰ ਸਵਾਹਾ ਕਰ ਦਿੰਦੇ ਹਨ। ਦੇਵਤਾ ਲੋਕ ਅਜਿਹੀਆਂ ਸ਼ਕਤੀਸ਼ਾਲੀ ਜੀਵ-ਆਤਮਾਵਾਂ ਹਨ, ਜਿਨ੍ਹਾਂ ਨੂੰ ਬ੍ਰਹਿਮੰਡ ਨੂੰ ਉਸ਼ਮਾ (ਗਰਮੀ) ਦੇਣ, ਜਲ ਦੇਣ ਅਤੇ ਪਰਕਾਸ਼ਿਤ ਕਰਨ ਵਰਗੇ ਸੰਸਾਰੀ ਕਾਰਜਾਂ ਦੀ ਦੇਖ-ਰੇਖ ਲਈ ਪਰਮੇਸ਼ਵਰ ਨੇ ਨਿਯੁਕਤ ਕੀਤਾ ਹੈ। ਜਿਹੜੇ ਲੋਕ ਸੰਸਾਰੀ ਲਾਭ ਚਾਹੁੰਦੇ ਹਨ ਉਹ ਵੈਦਿਕ ਅਨੁਸ਼ਠਾਨਾਂ ਮੁਤਾਬਿਕ ਵੱਖੋ-ਵੱਖਰੇ ਦੇਵਤਿਆਂ ਦੀ ਪੂਜਾ ਕਰਦੇ ਹਨ। ਅਜਿਹੇ ਲੋਕ ਬਹੁ-ਈਸ਼ਵਰਵਾਦੀ ਕਹਾਉਂਦੇ ਹਨ। ਪਰ ਜਿਹੜੇ ਲੋਕ ਪਰਮ-ਸਤਿ ਦੇ ਨਿਰਗੁਣ ਸਰੂਪ ਦੀ ਪੂਜਾ ਕਰਦੇ ਹਨ ਅਤੇ ਦੇਵਤਿਆਂ ਦੇ ਸਰੂਪਾਂ ਨੂੰ ਛਿਣ ਭੰਗੁਰ ਮੰਨਦੇ ਹਨ, ਉਹ ਬ੍ਰਹਮ ਦੀ ਅੱਗ ਵਿਚ ਆਪਣੀ ਹੋਂਦ ਦੀ ਹੀ ਆਹੂਤੀ ਦੇ ਦਿੰਦੇ ਹਨ ਅਤੇ ਪਰਮੇਸ਼ਵਰ ਵਿਚ ਲੀਨ ਹੋ ਜਾਂਦੇ ਹਨ। ਅਜਿਹੇ ਨਿਰਵਿਸ਼ੇਸ਼ਵਾਦੀ ਪਰਮੇਸ਼ਵਰ ਦੀ ਅਲੌਕਿਕ ਪ੍ਰਕਿਰਤੀ ਨੂੰ ਸਮਝਣ ਲਈ ਦਾਰਸ਼ਨਿਕ ਚਿੰਤਨ ਵਿਚ ਆਪਣਾ ਸਾਰਾ ਸਮਾਂ ਲਗਾਉਂਦੇ ਹਨ। ਦੂਜੇ ਸ਼ਬਦਾਂ ਵਿਚ ਸਕਾਮ ਕਰਮੀ ਸੰਸਾਰੀ ਸੁਖ ਲਈ ਆਪਣੀ ਭੌਤਿਕ ਸੰਪਤੀ ਦਾ ਹਵਨ ਕਰਦੇ ਹਨ। ਪਰ ਨਿਰਵਿਸ਼ੇਸ਼ਵਾਦੀ ਪਾਰਬ੍ਰਹਮ ਵਿਚ ਲੀਨ ਹੋਣ ਲਈ ਆਪਣੀਆਂ ਸੰਸਾਰੀ ਉਪਾਧੀਆਂ ਦਾ ਹਵਨ ਕਰਦੇ ਹਨ। ਨਿਰਵਿਸ਼ੇਸ਼ਵਾਦੀਆਂ ਲਈ ਯੱਗ ਦੀ ਅੱਗ ਹੀ ਪਾਰਬ੍ਰਹਮ ਹੈ, ਜਿਸ ਵਿਚ ਆਤਮ ਸਰੂਪ ਦਾ ਮਿਲ ਜਾਣਾ ਵੀ ਆਹੂਤੀ ਹੈ। ਪਰ ਅਰਜੁਨ ਵਰਗਾ ਕ੍ਰਿਸ਼ਨ ਭਾਵਨਾ ਭਾਵਿਤ ਮਨੁੱਖ ਕ੍ਰਿਸ਼ਨ ਨੂੰ ਖੁਸ਼ ਕਰਨ ਲਈ ਸਭ ਕੁਝ ਅਰਪਿਤ ਕਰ ਦਿੰਦਾ ਹੈ। ਇੰਝ ਉਸ ਦੀ ਸਾਰੀ ਸੰਸਾਰੀ ਸੰਪਤੀ ਦੇ ਨਾਲ-ਨਾਲ ਆਪਣੀ ਹੋਂਦ ਨੂੰ ਵੀ ਕ੍ਰਿਸ਼ਨ ਲਈ ਅਰਪਿਤ ਕਰ ਦਿੰਦਾ ਹੈ। ਉਹ ਪਹਿਲੇ ਦਰਜੇ ਦਾ ਯੋਗੀ ਹੈ। ਪਰ ਉਸ ਦੀ ਵੱਖਰੀ ਹੋਂਦ ਖ਼ਤਮ ਨਹੀਂ ਹੁੰਦੀ।

श्रोत्रादीनीन्द्रियाण्यन्ये संयमाग्निषु जुह्वति ।
शब्दादीन्विषयानन्य इन्द्रियाग्निषु जुह्वति ॥ २६ ॥

ਸ਼੍ਰੋਤ੍ਰਾਦੀਨੀਂਦ੍ਰਿਯਾਣਿ ਅਨ੍ਯ ਸੰਯਮਾਗ੍ਨਿਸ਼ੁ ਜੁਹ੍ਵਤਿ ।
ਸ਼ਬ੍ਦਾਦੀਨ੍ ਵਿਸ਼ਯਾਨ੍ ਅਨ੍ਯ ਇੰਦ੍ਰਿਯਾਗ੍ਨਿਸ਼ੁ ਜੁਹ੍ਵਤਿ ॥ 26 ॥

ਸ਼੍ਰੋਤਰ-ਆਦੀਨੀ-ਜਿਵੇਂ ਸੁਣਨ ਦੀ ਪ੍ਰਕ੍ਰਿਆ ਆਦਿ ; **ਇੰਦ੍ਰਿਯਾਣਿ**-ਇੰਦਰੀਆਂ ; **ਅਨ੍ਯ** - ਹੋਰ ; **ਸੰਯਮ** - ਸੰਜਮ ਦੀ ; **ਅਗ੍ਨਿਸ਼ੁ**- ਅੱਗ ਵਿਚ ; **ਜੁਹ੍ਵਤਿ** - ਅਰਪਿਤ ਕਰਦੇ ਹਨ ; **ਸ਼ਬ੍ਦ-ਆਦੀਨ੍** - ਸ਼ਬਦ ਆਦਿ ; **ਵਿਸ਼ਯਾਨ** - ਇੰਦਰੀਆਂ ਦੀ ਤ੍ਰਿਪਤੀ ਦੇ ਵਿਸ਼ੇ ; **ਅਨ੍ਯ** - ਦੂਜੇ ; **ਇੰਦ੍ਰਿਯ** - ਇੰਦਰੀ ਦੀ ; **ਅਗ੍ਨਿਸ਼ੁ** - ਅੱਗ ਵਿਚ ; **ਜੁਹ੍ਵਤਿ** - ਹਵਨ ਕਰਦੇ ਹਨ ।

ਅਨੁਵਾਦ

ਇਨ੍ਹਾਂ ਵਿੱਚੋਂ ਕੁਝ (ਵਿਸ਼ੁੱਧ ਬ੍ਰਹਮਚਾਰੀ) ਸੁਣਨ ਆਦਿ ਕਿਰਿਆਵਾਂ ਅਤੇ ਇੰਦਰੀਆਂ ਨੂੰ ਮਨ ਦੀ ਨਿਯੰਤਰਣ ਰੂਪੀ ਅੱਗ ਵਿਚ ਸਵਾਹਾ ਕਰ ਦਿੰਦੇ ਹਨ ਤਾਂ ਦੂਜੇ ਲੋਕ (ਨਿਯਮ-ਬੱਧ ਗ੍ਰਹਿਸਥ) ਇੰਦਰੀਆਂ ਦੇ ਵਿਸ਼ਿਆਂ ਨੂੰ ਇੰਦਰੀਆਂ ਰੂਪੀ ਅੱਗ ਵਿਚ ਸਵਾਹਾ ਕਰ ਦਿੰਦੇ ਹਨ ।

ਭਾਵ

ਮਨੁੱਖੀ ਜੀਵਨ ਦੇ ਚਾਰੇ ਆਸ਼ਰਮ, ਜਿਨ੍ਹਾਂ ਦੇ ਨਾਮ ਹਨ - ਬ੍ਰਹਮਚਾਰੀ, ਗ੍ਰਹਿਸਥ, ਵਾਨਪ੍ਰਸਥ ਅਤੇ ਸੰਨਿਆਸ - ਪੂਰਨ ਯੋਗੀ ਜਾਂ ਅਲੌਕਿਕ ਬਣਨ ਦੇ ਨਿਮਿੱਤ ਹਨ । ਮਨੁੱਖੀ ਜੀਵਨ ਪਸ਼ੂਆਂ ਵਾਂਗ ਇੰਦਰੀਆਂ ਦੀ ਤ੍ਰਿਪਤੀ ਲਈ ਨਹੀਂ ਬਣਿਆ, ਇਸ ਲਈ ਮਨੁੱਖੀ ਜੀਵਨ ਦੇ ਚਾਰੋਂ ਆਸ਼ਰਮ ਇੰਝ ਵਿਵਸਥਿਤ ਹਨ ਕਿ ਮਨੁੱਖ ਅਧਿਆਤਮਕ ਜੀਵਨ ਵਿਚ ਪੂਰਨਤਾ ਪਾ ਸਕੇ । ਬ੍ਰਹਮਚਾਰੀ ਜਾਂ ਸਿਖਿਆਰਥੀ ਪ੍ਰਮਾਣਿਤ ਗੁਰੂ ਦੀ ਦੇਖ-ਰੇਖ ਵਿਚ ਇੰਦਰੀਆਂ ਦੀ ਤ੍ਰਿਪਤੀ ਤੋਂ ਦੂਰ ਰਹਿਕੇ ਮਨ ਨੂੰ ਕਾਬੂ ਕਰਦੇ ਹਨ । ਬ੍ਰਹਮਚਾਰੀ ਸਿਰਫ ਕ੍ਰਿਸ਼ਨ ਭਾਵਨਾ ਅੰਮ੍ਰਿਤ ਨਾਲ ਸੰਬੰਧਿਤ ਸ਼ਬਦਾਂ ਨੂੰ ਹੀ ਸੁਣਦੇ ਹਨ ; ਸ਼ਰਵਣ (ਸੁਣਨਾ) ਗਿਆਨ ਦਾ ਮੂਲ ਅਧਾਰ ਹੈ, ਇਸ ਲਈ ਸ਼ੁੱਧ ਬ੍ਰਹਮਚਾਰੀ ਪੂਰੀ ਤਰ੍ਹਾਂ ਹਰੇਰ੍ਨਾਮਾਨੁਕੀਰਤਨਮ੍ - ਭਾਵ : ਭਗਵਾਨ ਦੇ ਜੱਸ ਦੇ ਕੀਰਤਨ ਅਤੇ ਸੁਣਣ ਵਿਚ ਹੀ ਲਗਿਆ ਰਹਿੰਦਾ ਹੈ । ਉਹ ਸੰਸਾਰਿਕ ਸ਼ਬਦ-ਧੁਨੀਆਂ ਤੋਂ ਦੂਰ ਰਹਿੰਦਾ ਹੈ ਅਤੇ ਉਸਦੀਆਂ ਸੁਣਨ ਵਾਲੀਆਂ ਇੰਦਰੀਆਂ ਹਰੇ ਕ੍ਰਿਸ਼ਨ-ਹਰੇ ਕ੍ਰਿਸ਼ਨ ਦੀ ਅਧਿਆਤਮਿਕ ਧੁਨੀ ਨੂੰ ਸੁਣਨ ਵਿਚ ਲਗੀਆਂ ਰਹਿੰਦੀਆਂ ਹਨ । ਇਸੇ ਤਰ੍ਹਾਂ ਗ੍ਰਹਿਸਥ ਵੀ, ਜਿਨ੍ਹਾਂ ਨੂੰ ਇੰਦਰੀਆਂ ਦੀ ਤ੍ਰਿਪਤੀ ਦੀ ਛੋਟ ਹੈ, ਬੜੇ ਸੰਜਮ ਨਾਲ ਇਨ੍ਹਾਂ ਕਾਰਜਾਂ ਨੂੰ ਪੂਰਾ ਕਰਦੇ ਹਨ । ਕਾਮ ਜੀਵਨ, ਨਸ਼ੀਲੇ ਪਦਾਰਥਾਂ ਦੀ ਵਰਤੋਂ ਅਤੇ ਮਾਸਾਹਾਰ, ਮਨੁੱਖੀ ਸਮਾਜ ਦੀਆਂ ਸਾਧਾਰਨ ਬਿਰਤੀਆਂ ਹਨ, ਪਰ ਸੰਜਮਿਤ ਗ੍ਰਹਿਸਥ ਕਦੀ ਵੀ ਮੈਥੁਨ ਜੀਵਨ ਅਤੇ ਹੋਰ ਇੰਦਰੀਆਂ ਦੀ ਤ੍ਰਿਪਤੀ ਦੇ ਕਾਰਜਾਂ ਵਿਚ ਅਨਿਯੰਤਰਿਤ ਨਹੀਂ ਲਗੇ ਰਹਿੰਦੇ । ਇਸੇ ਮੰਤਵ ਲਈ ਹਰ ਸੱਭਿਅਕ ਮਨੁੱਖੀ ਸਮਾਜ ਵਿਚ ਧਰਮ ਵਿਆਹ ਦਾ ਪ੍ਰਚਲਨ ਹੈ । ਇਹ ਸੰਜਮਿਤ, ਅਣ-

ਆਸਕਤ ਕਾਮ ਜੀਵਨ ਵੀ ਇਕ ਤਰ੍ਹਾਂ ਦਾ ਯੋਗ ਹੈ। ਕਿਉਂਕਿ ਸੰਜਮਿਤ ਗ੍ਰਹਿਸਥ ਉਚੇਰੇ ਅਲੌਕਿਕ ਜੀਵਨ ਲਈ ਆਪਣੀਆਂ ਇੰਦਰੀਆਂ ਦੀ ਤ੍ਰਿਪਤੀ ਦੀ ਇੱਛਾ ਦੀ ਆਹੂਤੀ ਦੇ ਦਿੰਦਾ ਹੈ

सर्वाणीन्द्रियकर्माणि प्राणकर्माणि चापरे ।
आत्मसंयमयोगाग्नौ जुह्वति ज्ञानदीपिते ॥ २७॥

ਸਰ੍ਵਾਣੀਇੰਦ੍ਰਿਯ-ਕਰ੍ਮਾਣਿ ਪ੍ਰਾਣ ਕਰ੍ਮਾਣਿ ਚਾਪਰੇ ।
ਆਤ੍ਮ-ਸੰਯਮ-ਯੋਗਾਗ੍ਨੌ ਜੁਹ੍ਵਤਿ ਗ੍ਯਾਨ-ਦੀਪਿਤੇ ॥ 27 ॥

ਸਰ੍ਵਾਣੀ-ਸਾਰੀਆਂ ; **ਇੰਦ੍ਰਿਯ** - ਇੰਦਰੀਆਂ ਦੇ ; **ਕਰ੍ਮਾਣਿ** - ਕੰਮ ; **ਪ੍ਰਾਣ-ਕਰ੍ਮਾਣਿ** - ਪ੍ਰਾਣਵਾਯੂ ਦੇ ਕਾਰਜ਼ ਨੂੰ ; **ਚ** - ਵੀ ; **ਅਪਰੇ** - ਹੋਰ ; **ਆਤਮ-ਸੰਜਮ** - ਮਨ ਨੂੰ ਕਾਬੂ ਵਿਚ ; **ਯੋਗ** - ਜੁੜਨ ਦੀ ਵਿਧੀ ; **ਅਗ੍ਨੌ** - ਅੱਗ ਵਿਚ ; **ਜੁਹ੍ਵਤਿ** - ਅਰਪਿਤ ਕਰਦੇ ਹਨ ; **ਗ੍ਯਾਨ-ਦੀਪਿਤੇ** - ਆਤਮ ਸਾਖਿਆਤਕਾਰ(ਪ੍ਰਤੱਖੀਕਰਨ) ਦੀ ਲਾਲਸਾ ਕਾਰਨ।

ਅਨੁਵਾਦ

ਦੂਜੇ, ਜਿਹੜੇ ਮਨ ਅਤੇ ਇੰਦਰੀਆਂ ਨੂੰ ਕਾਬੂ ਵਿਚ ਕਰਕੇ ਆਤਮ-ਪ੍ਰਤੱਖੀਕਰਨ ਕਰਨਾ ਚਾਹੁੰਦੇ ਹਨ, ਸਾਰੀਆਂ ਇੰਦਰੀਆਂ ਅਤੇ ਪ੍ਰਾਣ ਵਾਯੂ ਦੇ ਕਾਰਜਾਂ ਦੀ ਸੰਜਮਿਤ ਮਨ ਰੂਪੀ ਅੱਗ ਵਿਚ ਆਹੂਤੀ ਦੇ ਦਿੰਦੇ ਹਨ।

ਭਾਵ

ਇੱਥੇ ਪਤੰਜਲੀ ਰਾਹੀਂ ਸੂਤਰਬੱਧ ਯੋਗ ਪੱਧਤੀ ਵੱਲ ਸੰਕੇਤ ਹੈ। ਪਤੰਜਲੀ ਯੋਗ ਸੂਤਰ ਵਿਚ ਆਤਮਾ ਨੂੰ ਪ੍ਰਤ੍ਯਗ੍-ਆਤਮਾ ਅਤੇ ਪਰਾਗ੍-ਆਤਮਾ ਕਿਹਾ ਗਿਆ ਹੈ। ਜਦੋਂ ਤਕ ਜੀਵ-ਆਤਮਾ ਇੰਦਰੀਆਂ ਦੇ ਭੋਗ ਵਿਚ ਲਗਿਆ ਰਹਿੰਦਾ ਹੈ, ਉਦੋਂ ਤਕ ਉਹ ਪਰਾਗ੍-ਆਤਮਾ ਕਹਾਉਂਦਾ ਹੈ ਅਤੇ ਜਿਵੇਂ ਹੀ ਉਹ ਇੰਦਰੀ ਭੋਗ ਤੋਂ ਹੱਟ ਜਾਂਦਾ ਹੈ, ਉਹ ਪ੍ਰਤ੍ਯਾਗ੍-ਆਤਮਾ ਕਹਾਉਣ ਲੱਗ ਜਾਂਦਾ ਹੈ। ਜੀਵ-ਆਤਮਾ ਦੇ ਸ਼ਰੀਰ ਵਿਚ ਦੱਸ ਤਰ੍ਹਾਂ ਦੀ ਵਾਯੂ ਕਾਰਜਸ਼ੀਲ ਰਹਿੰਦੀ ਹੈ ਅਤੇ ਇਸ ਨੂੰ ਸੁਆਸ ਕਿਰਿਆ (ਪ੍ਰਾਣਾਯਾਮ) ਰਾਹੀਂ ਅਨੁਭਵ ਕੀਤਾ ਜਾ ਸਕਦਾ ਹੈ। ਪਤੰਜਲੀ ਦੀ ਯੋਗ ਪਧੱਤੀ ਦੱਸਦੀ ਹੈ ਕਿ, ਕਿਝ ਸ਼ਰੀਰ ਦੀ ਵਾਯੂ ਦੇ ਕਾਰਜਾਂ ਨੂੰ ਤਕਨੀਕੀ ਉਪਾਅ ਨਾਲ ਨਿਯੰਤਰਿਤ ਕੀਤਾ ਜਾਵੇ, ਜਿਸ ਨਾਲ ਅਖੀਰ ਵਿਚ ਵਾਯੂ ਦੇ ਸਾਰੇ ਅੰਦਰੂਨੀ ਕਾਰਜ਼ ਆਤਮਾ ਨੂੰ ਭੌਤਿਕ ਮੋਹ ਤੋਂ ਸ਼ੁੱਧ ਕਰਨ ਵਿਚ ਸਹਾਈ ਬਣ ਜਾਣ। ਇਸ ਯੋਗ ਪਧੱਤੀ ਮੁਤਾਬਿਕ ਪ੍ਰਤ੍ਯਾਗ੍-ਆਤਮਾ ਹੀ ਉੱਚ ਮੰਤਵ ਹੈ। ਇਹ ਪ੍ਰਤ੍ਯਾਗ੍-ਆਤਮਾ ਪਦਾਰਥ ਦੀਆਂ ਕਿਰਿਆਵਾਂ ਤੋਂ ਪਿੱਛੇ ਖਿਚ ਲਈ ਜਾਂਦੀ ਹੈ। ਇੰਦਰੀਆਂ, ਇੰਦਰੀਆਂ ਦੇ ਵਿਸ਼ਿਆਂ ਨਾਲ ਪ੍ਰਤੀਕਿਰਿਆ ਕਰਦੀਆਂ ਹਨ, ਜਿਵੇਂ ਕੰਨ ਸੁਣਨ ਲਈ, ਅੱਖ ਵੇਖਣ ਲਈ, ਨੱਕ ਸੁੰਘਣ ਲਈ, ਜੀਭ ਸੁਆਦ ਲਈ ਅਤੇ ਹੱਥ ਛੋਹਣ ਲਈ ਹਨ ਅਤੇ ਇਹ ਸਾਰੀਆਂ ਇੰਦਰੀਆਂ ਮਿਲਕੇ ਆਤਮਾ

ਤੋਂ ਬਾਹਰ ਦੇ ਕਾਰਜਾਂ ਵਿਚ ਲਗੀਆਂ ਰਹਿੰਦੀਆਂ ਹਨ। ਇਹ ਸਾਰੇ ਕਾਰਜ ਪ੍ਰਾਣਵਾਯੂ ਦੀਆਂ ਕਿਰਿਆਵਾਂ ਹਨ। ਅਪਾਨ ਵਾਯੂ ਥੱਲੇ ਵੱਲ ਜਾਂਦੀ ਹੈ, ਵਯਾਨ ਵਾਯੂ ਨਾਲ ਸੁੰਗੜਨ ਅਤੇ ਫੈਲਣ ਪ੍ਰਕ੍ਰਿਆ ਹੁੰਦੀ ਹੈ। ਸਮਾਨ ਵਾਯੂ ਨਾਲ ਸੰਤੁਲਨ ਬਣਿਆ ਰਹਿੰਦਾ ਹੈ ਅਤੇ ਉਦਾਨ ਵਾਯੂ ਉਪਰ ਵੱਲ ਜਾਂਦੀ ਹੈ ਅਤੇ ਜਦੋਂ ਮਨੁੱਖ ਗਿਆਨੀ ਬਣ ਜਾਂਦਾ ਹੈ ਤਾਂ ਉਹ ਇਨ੍ਹਾਂ ਸਾਰੀਆਂ ਹਵਾਵਾਂ ਨੂੰ ਆਤਮ-ਪ੍ਰਤੱਖੀਕਰਨ ਵਿਚ ਲਗਾਉਂਦਾ ਹੈ।

द्रव्ययज्ञास्तपोयज्ञा योगयज्ञास्तथापरे।
स्वाध्यायज्ञानयज्ञाश्च यतयः संशितव्रताः ॥२८॥

ਦ੍ਰਵ੍ਯ-ਯਗ੍ਯਾਸ੍-ਤਪੋ-ਯਗ੍ਯਾ ਯੋਗ-ਯਗ੍ਯਾਸ੍-ਤਥਾਪਰੇ।
ਸ੍ਵਾਧ੍ਯਾਯ-ਗ੍ਯਾਨ-ਯਗ੍ਯਾਸ਼੍-ਚ ਯਤਯਹ੍ ਸੰਸ਼ਿਤ-ਵ੍ਰਤਾਹ੍ ॥28॥

ਦ੍ਰਵ੍ਯ ਯਗ੍ਯਾਹ੍ - ਆਪਣੀ ਸੰਪਤੀ ਦਾ ਯੱਗ ; ਤਪਹ੍-ਯਗ੍ਯਾਹ੍-ਤਪੱਸਿਆ ਦਾ ਯੱਗ ; ਯੋਗ-ਯਗ੍ਯਾਹ੍ - ਅਸ਼ਟਾਂਗ ਯੋਗ ਵਿਚ ਯੱਗ ; ਤਥਾ - ਇੰਝ ; ਅਪਰੇ - ਹੋਰ ; ਸ੍ਵਾਧ੍ਯਾਯ - ਵੇਦ ਅਧਿਐਨ ਰੂਪੀ ਯੱਗ ; ਗ੍ਯਾਨ ਯਗ੍ਯਾਹ੍ - ਅਲੌਕਿਕ ਗਿਆਨ ਦੀ ਪ੍ਰਗਤੀ ਲਈ ਯੱਗ ; ਚ - ਵੀ ; ਯਤਯਹ੍ - ਗਿਆਨੀ ਮਨੁੱਖ ; ਸੰਸ਼ਿਤ-ਵ੍ਰਤਾਹ੍ - ਪੱਕੇ ਵਰਤਧਾਰੀ।

ਅਨੁਵਾਦ

ਕਠੋਰ ਵਰਤਾਂ ਨੂੰ ਅੰਗੀਕਾਰ ਕਰਕੇ, ਕੁਝ ਲੋਕ ਆਪਣੀ ਸੰਪਤੀ ਨੂੰ ਛੱਡਕੇ, ਕੁਝ ਕਠੋਰ ਤਪੱਸਿਆ ਰਾਹੀਂ, ਕੁਝ ਅਸ਼ਟਾਂਗ ਯੋਗ ਪੱਧਤੀ ਦੇ ਅਭਿਆਸ ਰਾਹੀਂ ਜਾਂ ਅਲੌਕਿਕ ਗਿਆਨ ਵਿਚ ਤਰੱਕੀ ਕਰਨ ਲਈ ਵੇਦਾਂ ਦੇ ਅਧਿਐਨ ਨਾਲ ਪ੍ਰਬੁੱਧ ਬਣਦੇ ਹਨ।

ਭਾਵ

ਇਨ੍ਹਾਂ ਯੱਗਾਂ ਦੇ ਕਈ ਹਿੱਸੇ ਕੀਤੇ ਜਾ ਸਕਦੇ ਹਨ। ਬਹੁਤ ਸਾਰੇ ਲੋਕ ਅਨੇਕ ਤਰ੍ਹਾਂ ਦੇ ਦਾਨ ਪੁੰਨ ਰਾਹੀਂ ਆਪਣੀ ਸੰਪਤੀ ਦਾ ਯੱਗ ਕਰਦੇ ਹਨ। ਭਾਰਤ ਵਿਚ ਪੈਸੇ ਵਾਲੇ ਵਿਉਪਾਰੀ ਜਾਂ ਰਾਜ ਵੰਸ਼ੀ ਅਨੇਕਾਂ ਤਰ੍ਹਾਂ ਦੀਆਂ ਉਪਕਾਰੀ ਸੰਸਥਾਵਾਂ ਖੋਲ੍ਹ ਦਿੰਦੇ ਹਨ - ਜਿਵੇਂ ਧਰਮਸ਼ਾਲਾ, ਅੰਨ ਖੇਤਰ (ਲੰਗਰ), ਸਰਾਵਾਂ, ਅਨਾਥ ਘਰ ਅਤੇ ਵਿਦਿਆਪੀਠ। ਹੋਰਨਾਂ ਦੇਸ਼ਾਂ ਵਿਚ ਵੀ ਅਨੇਕ ਹਸਪਤਾਲ, ਬੁੱਢਿਆਂ ਲਈ ਆਸ਼ਰਮ ਅਤੇ ਗਰੀਬਾਂ ਨੂੰ ਭੋਜਨ, ਸਿੱਖਿਆ ਅਤੇ ਚਿਕਿਤਸਾ ਸੁਵਿਧਾਵਾਂ ਦੇਣ ਲਈ ਦਾਨੀ ਸੰਸਥਾਵਾਂ ਹਨ। ਇਹ ਸਾਰੇ ਦਾਨ ਕਾਰਜ ਪਦਾਰਥ ਯੱਗ ਹਨ। ਹੋਰ ਲੋਕ ਜੀਵਨ ਵਿਚ ਤਰੱਕੀ ਕਰਨ ਜਾਂ ਉੱਚ ਲੋਕ ਵਿਚ ਜਾਣ ਲਈ ਚੰਦਰਾਯਣ ਅਤੇ ਚੋਮਾਸਾ ਵਰਗੇ ਤਪ ਕਰਦੇ ਹਨ। ਇਨ੍ਹਾਂ ਤਰੀਕਿਆਂ ਦੇ ਅੰਦਰ ਕਦੀ ਕਦੀ ਕਠੋਰ ਨਿਯਮ ਦੇ ਅਧੀਨ ਕਠੋਰ ਵਰਤ ਕਰਨੇ ਹੁੰਦੇ ਹਨ। ਉਦਾਹਰਣ ਵਜੋਂ ਚੋਮਾਸਾ ਵਰਤ ਰੱਖਣ ਵਾਲਾ ਸਾਲ ਦੇ ਚਾਰ ਮਹੀਨਿਆਂ ਵਿਚ (ਜੁਲਾਈ ਤੋਂ ਅਕਤੂਬਰ ਤੱਕ) ਵਾਲ ਨਹੀਂ ਕਟਾਉਂਦਾ ਨਾ ਹੀ ਕੁਝ ਵਿਸ਼ੇਸ਼ ਚੀਜ਼ਾਂ ਖਾਂਦਾ ਹੈ ਅਤੇ ਨਾ ਦਿਨ ਵਿਚ ਦੋ ਵਾਰ ਖਾਂਦਾ ਹੈ, ਨਾ ਨਿਵਾਸ ਸਥਾਨ ਛੱਡਕੇ ਕਿਤੇ ਜਾਂਦਾ ਹੈ। ਜੀਵਨ ਦੇ ਸੁਖਾਂ

ਦਾ ਅਜਿਹਾ ਤਿਆਗ ਤਪੋਮਈ ਯੱਗ ਕਹਾਉਂਦਾ ਹੈ। ਕੁਝ ਲੋਕ ਅਜਿਹੇ ਵੀ ਹਨ, ਜਿਹੜੇ ਅਨੇਕ ਯੋਗ-ਪੱਧਤੀਆਂ ਦਾ ਅਨੁਸਰਣ ਕਰਦੇ ਹਨ, ਜਿਵੇਂ ਪਤੰਜਲੀ ਪਧੱਤੀ (ਬ੍ਰਹਮ ਵਿਚ ਮਿਲ ਜਾਣ ਲਈ) ਜਾਂ ਹਠਯੋਗ ਜਾਂ ਅਸ਼ਟਾਂਗਯੋਗ (ਖ਼ਾਸ ਸਿੱਧੀਆਂ ਲਈ)। ਕੁਝ ਲੋਕ ਸਾਰੇ ਤੀਰਥ ਸਥਾਨਾਂ ਦੀ ਯਾਤਰਾ ਕਰਦੇ ਹਨ। ਇਸ ਸਾਰੇ **ਅਨੁਸ਼ਠਾਨ ਯੋਗ** ਯੱਗ ਕਹਾਉਂਦੇ ਹਨ , ਜਿਹੜੇ ਭੌਤਿਕ ਸੰਸਾਰ ਵਿਚ ਕਿਸੇ ਖ਼ਾਸ ਸਿੱਧੀ ਲਈ ਕੀਤੇ ਜਾਂਦੇ ਹਨ। ਕੁਝ ਲੋਕ ਅਜਿਹੇ ਹਨ ਜੋ ਵੱਖੋ-ਵੱਖਰੇ ਵੈਦਿਕ ਸਾਹਿਤ ਜਿਵੇਂ ਉਪਨਿਸ਼ਦ ਅਤੇ ਵੇਦਾਂਤਸੂਤਰ ਜਾਂ ਸਾਂਖਯ ਦਰਸ਼ਨ ਦੇ ਅਧਿਐਨ ਵਿਚ ਆਪਣਾ ਧਿਆਨ ਲਗਾਉਂਦੇ ਹਨ। ਇਸਨੂੰ **ਸਵੈ-ਅਧਿਆਇ ਯੱਗ** ਕਿਹਾ ਜਾਂਦਾ ਹੈ। ਇਹ ਸਾਰੇ ਯੋਗੀ ਵੱਖੋ-ਵੱਖਰੇ ਤਰ੍ਹਾਂ ਦੇ ਯੱਗਾਂ ਵਿਚ ਲੱਗੇ ਰਹਿੰਦੇ ਹਨ ਅਤੇ ਉੱਚ ਜੀਵਨ ਦੀ ਭਾਲ ਵਿਚ ਰਹਿੰਦੇ ਹਨ। ਪਰ ਕ੍ਰਿਸ਼ਨ ਭਾਵਨਾ ਅੰਮ੍ਰਿਤ ਇਸ ਤੋਂ ਵੱਖਰਾ ਹੈ, ਕਿਉਂਕਿ ਇਹ ਪਰਮੇਸ਼ਵਰ ਦੀ ਪ੍ਰਤੱਖ ਸੇਵਾ ਹੈ। ਇਸਨੂੰ ਉਪਰ ਦੱਸੇ ਕਿਸੇ ਵੀ ਯੱਗ ਰਾਹੀਂ ਪ੍ਰਾਪਤ ਨਹੀਂ ਕੀਤਾ ਜਾ ਸਕਦਾ, ਸਗੋਂ ਭਗਵਾਨ ਜਾਂ ਉਨ੍ਹਾਂ ਦੇ ਪ੍ਰਮਾਣਿਤ ਭਗਤਾਂ ਦੀ ਕਿਰਪਾ ਨਾਲ ਹੀ ਪ੍ਰਾਪਤ ਕੀਤਾ ਜਾ ਸਕਦਾ ਹੈ। ਸਿੱਟੇ ਵਜੋਂ ਕ੍ਰਿਸ਼ਨ ਭਾਵਨਾ ਅੰਮ੍ਰਿਤ ਅਲੌਕਿਕ ਹੈ।

अपाने जुह्वति प्राणं प्राणेऽपानं तथापरे ।
प्राणापानगती रुद्ध्वा प्राणायामपरायणाः ।
अपरे नियताहाराः प्राणान्प्राणेषु जुह्वति ॥ २९ ॥

ਅਪਾਨੇ ਜੁਹ੍ਵਤਿ ਪ੍ਰਾਣਮ੍ ਪ੍ਰਾਣੇ'ਪਾਨਮ੍ ਤਥਾਪਰੇ ।
ਪ੍ਰਾਣਾਪਾਨ-ਗਤੀ ਰੁਦ੍ਧ੍ਵਾ ਪ੍ਰਾਣਾਯਾਮ ਪਰਾਯਣਾਹ੍ ।
ਅਪਰੇ ਨਿਯਤਾਹਾਰਾਹ੍ ਪ੍ਰਾਣਾਨ੍ ਪ੍ਰਾਣੇਸ਼ੁ ਜੁਹ੍ਵਤਿ ॥ 29 ॥

ਅਪਾਨੇ - ਥੱਲੇ ਨੂੰ ਜਾਣ ਵਾਲੀ ਹਵਾ ਵਿਚ ; **ਜੁਹਵਤਿ** - ਅਰਪਿਤ ਕਰਦੇ ਹਨ ; **ਪ੍ਰਾਣਮ੍** - ਹਵਾ ਜਿਹੜੀ ਬਾਹਰ ਵੱਲ ਜਾਂਦੀ ਹੈ ; **ਪ੍ਰਾਣੇ** - ਬਾਹਰ ਜਾਣ ਵਾਲੀ ਹਵਾ ਵਿਚ ; **ਅਪਾਨਮ੍** - ਥੱਲੇ ਜਾਣ ਵਾਲੀ ਹਵਾ ਨੂੰ ; **ਤਥਾ** - ਇੰਝ ਹੀ ; **ਅਪਰੇ** - ਹੋਰ ; **ਪ੍ਰਾਣ** - ਬਾਹਰ ਜਾਣ ਵਾਲੀ ਹਵਾ ; **ਅਪਾਨ** - ਥੱਲੇ ਨੂੰ ਜਾਣ ਵਾਲੀ ਹਵਾ ; **ਗਤੀ** - ਗਤੀ ਨੂੰ ; **ਰੁਦ੍ਧ੍ਵਾ** - ਰੋਕਕੇ ; **ਪ੍ਰਾਣਆਯਮ**-ਸਾਹ ਰੋਕ ਕੇ ਸਮਾਧੀ ਵਿਚ ; **ਪਰਾਯਣਾਹ੍** - ਰੁਚੀ ਰੱਖਣਾ ; **ਅਪਰੇ** - ਹੋਰ ; **ਨਿਯਤ**- ਸੰਜਮਿਤ, ਥੋੜਾ ; **ਆਹਾਰਾਹ੍** - ਖਾ ਕੇ ; **ਪ੍ਰਾਣਾਨ੍** - ਬਾਹਰ ਜਾਣ ਵਾਲੀ ਹਵਾ ਨੂੰ ; **ਪ੍ਰਾਣੇਸ਼੍** - ਬਾਹਰ ਜਾਣ ਵਾਲੀ ਹਵਾ ਵਿਚ ; **ਜੁਹ੍ਵਤਿ** - ਹਵਨ ਕਰਦੇ ਹਨ, ਅਰਪਿਤ ਕਰਦੇ ਹਨ।

ਅਨੁਵਾਦ

ਹੋਰ ਲੋਕ ਵੀ ਹਨ ਜਿਹੜੇ ਸਮਾਧੀ ਵਿਚ ਰਹਿਣ ਲਈ ਸੁਆਸਾਂ ਨੂੰ ਰੋਕੀ ਰੱਖਦੇ ਹਨ (ਪ੍ਰਾਣਯਾਮ) ਉਹ ਅਪਾਨ ਵਿਚ ਪ੍ਰਾਣ ਨੂੰ ਅਤੇ ਪ੍ਰਾਣ ਵਿਚ ਅਪਾਨ ਨੂੰ ਰੋਕਣ ਦਾ ਅਭਿਆਸ ਕਰਦੇ ਹਨ ਅਤੇ

ਅੰਤ ਵਿਚ ਪ੍ਰਾਣ-ਅਪਾਨ ਨੂੰ ਰੋਕ ਕੇ ਸਮਾਧੀ ਵਿਚ ਰਹਿੰਦੇ ਹਨ। ਹੋਰ ਯੋਗੀ ਘੱਟ ਭੋਜਨ ਖਾਕੇ ਪ੍ਰਾਣ ਦੀ ਪ੍ਰਾਣ ਵਿਚ ਹੀ ਆਹੂਤੀ ਦਿੰਦੇ ਹਨ।

ਭਾਵ

ਸੁਆਸ ਰੋਕਣ ਦੀ ਯੋਗ ਦੀ ਵਿਧੀ **ਪ੍ਰਾਣਾਯਾਮ** ਕਹਾਉਂਦੀ ਹੈ ਅਤੇ ਸ਼ੁਰੂ-ਸ਼ੁਰੂ ਵਿਚ ਹੱਠਯੋਗ ਦੇ ਵੱਖੋ-ਵੱਖਰੇ ਆਸਨਾਂ ਦੀ ਸਹਾਇਤਾ ਨਾਲ ਇਸਦਾ ਅਭਿਆਸ ਕੀਤਾ ਜਾਂਦਾ ਹੈ। ਇਹ ਸਾਰੀਆਂ ਵਿਧੀਆਂ ਇੰਦਰੀਆਂ ਨੂੰ ਕਾਬੂ ਵਿਚ ਕਰਨ ਲਈ ਅਤੇ ਆਤਮ-ਪ੍ਰਤੱਖੀਕਰਨ ਦੀ ਤਰੱਕੀ ਲਈ ਦੱਸੀਆਂ ਜਾਂਦੀਆਂ ਹਨ। ਇਸ ਵਿੱਧੀ ਵਿਚ ਸਰੀਰ ਵਿਚ ਹੀ ਸਵਾਸ ਨੂੰ ਰੋਕਿਆ ਜਾਂਦਾ ਹੈ, ਜਿਸ ਨਾਲ ਸਵਾਸਾਂ ਦੀ ਗਤੀ ਦੀ ਦਿਸ਼ਾ ਉਲਟ ਸਕੇ। ਅਪਾਨ ਹਵਾ ਥੱਲੇ ਵਲ ਜਾਂਦੀ ਹੈ ਅਤੇ ਪ੍ਰਾਣ ਹਵਾ ਉੱਪਰ ਵਲ। **ਪ੍ਰਾਣਾਯਾਮ** ਵਿਚ ਯੋਗੀ ਉਲਟ ਦਿਸ਼ਾ ਵਿਚ ਸੁਆਸ ਲੈਣ ਦਾ ਉਦੋਂ ਤਕ ਅਭਿਆਸ ਕਰਦਾ ਹੈ ਜਦੋਂ ਤਕ ਦੋਵੇਂ ਹਵਾ ਉਦਾਸੀਨ ਹੋਕੇ ਪੂਰਕ ਭਾਵ ਸਮ ਨਹੀਂ ਹੋ ਜਾਂਦੀਆਂ। ਜਦੋਂ ਅਪਾਨ ਹਵਾ ਨੂੰ ਪ੍ਰਾਣ ਹਵਾ ਵਿਚ ਅਰਪਿਤ ਕਰ ਦਿੱਤਾ ਜਾਂਦਾ ਹੈ ਤਾਂ ਇਸ ਨੂੰ **ਰੇਚਕ** ਕਹਿੰਦੇ ਹਨ। ਜਦੋਂ ਪ੍ਰਾਣ ਅਤੇ ਅਪਾਨ ਹਵਾਵਾਂ ਨੂੰ ਪੂਰੀ ਤਰ੍ਹਾਂ ਰੋਕ ਦਿੱਤਾ ਜਾਂਦਾ ਹੈ ਤਾਂ ਇਸਨੂੰ **ਕੁੰਭਕ ਯੋਗ** ਕਹਿੰਦੇ ਹਨ। ਕੁੰਭਕ ਯੋਗ ਅਭਿਆਸ ਰਾਹੀਂ ਮਨੁੱਖ ਆਤਮ ਸਿੱਧੀ ਪ੍ਰਾਪਤ ਕਰਨ ਦਾ ਇੱਛੁਕ ਰਹਿੰਦਾ ਹੈ, ਉਹ ਦੂਜੇ ਜੀਵਨ ਦੀ ਇੰਤਜ਼ਾਰ ਨਹੀਂ ਕਰਦਾ। ਕੁੰਭਕ ਯੋਗ ਦੇ ਅਭਿਆਸ ਰਾਹੀਂ ਯੋਗੀ ਜੀਵਨ ਨੂੰ ਅਨੇਕਾਂ ਸਾਲਾਂ ਲਈ ਵਧਾ ਸਕਦਾ ਹੈ। ਪਰ ਭਗਵਾਨ ਦੀ ਅਲੌਕਿਕ ਪ੍ਰੇਮ ਭਗਤੀ ਵਿਚ ਸਥਿਤ ਰਹਿਣ ਕਾਰਨ ਕ੍ਰਿਸ਼ਨ ਭਾਵਨਾ ਭਾਵਿਤ ਮਨੁੱਖ ਆਪ ਹੀ ਇੰਦਰੀਆਂ ਦਾ ਨਿਯੰਤਰਨ ਕਰਨ ਵਾਲਾ ਬਣ ਜਾਂਦਾ ਹੈ। ਉਸ ਦੀਆਂ ਇੰਦਰੀਆਂ ਨੂੰ ਕ੍ਰਿਸ਼ਨ ਦੀ ਸੇਵਾ ਵਿਚ ਲਗਿਆਂ ਰਹਿਣ ਕਾਰਨ ਹੋਰ ਕਿਸੇ ਕਾਰਜ ਵਿਚ ਲਗਣ ਦਾ ਮੌਕਾ ਨਹੀਂ ਮਿਲਦਾ। ਸਿੱਟੇ ਵਜੋਂ ਜੀਵਨ ਦੇ ਅੰਤ ਵਿਚ ਉਨ੍ਹਾਂ ਨੂੰ ਆਪ ਹੀ ਭਗਵਾਨ ਕ੍ਰਿਸ਼ਨ ਦੇ ਅਲੌਕਿਕ ਪਦ ਤੇ ਬਦਲ ਦਿੱਤਾ ਜਾਂਦਾ ਹੈ, ਇਸ ਲਈ ਉਹ ਲੰਮੀ ਉਮਰ ਲੈਣ ਲਈ ਯਤਨ ਨਹੀਂ ਕਰਦਾ। ਉਹ ਤੁਰੰਤ ਮੁਕਤੀ-ਪੱਦ ਨੂੰ ਪਾ ਲੈਂਦਾ ਹੈ, ਜਿਵੇਂ ਕਿ ਕਿਹਾ ਗਿਆ ਹੈ :-

ਮਾਮ੍ ਚ ਯੋ'ਵ੍ਯਭਿਚਾਰੇਣ ਭਕ੍ਤਿ-ਯੋਗੇਨ ਸੇਵਤੇ ।
ਸ ਗੁਣਾਨ੍ ਸਮਤੀਤ੍ਯੈਤਾਨ੍ ਬ੍ਰਹਮ-ਭੂਯਾਯ ਕਲ੍ਪਤੇ ॥

(ਭਗਵਤ ਗੀਤਾ - 14-26)

"ਜਿਹੜਾ ਮਨੁੱਖ ਭਗਵਾਨ ਦੀ ਨਿਸ਼ਫਲ ਭਗਤੀ ਵੱਲ ਲਗਿਆ ਹੁੰਦਾ ਹੈ ਉਹ ਪ੍ਰਕਿਰਤੀ ਦੇ ਗੁਣਾਂ ਨੂੰ ਲੰਘ (ਪਾਰ ਕਰ) ਜਾਂਦਾ ਹੈ ਅਤੇ ਤੁਰੰਤ ਅਧਿਆਤਮਿਕ ਪਦ ਨੂੰ ਪ੍ਰਾਪਤ ਹੁੰਦਾ ਹੈ।" ਕ੍ਰਿਸ਼ਨ ਭਾਵਨਾ ਭਾਵਿਤ ਮਨੁੱਖ ਅਲੌਕਿਕ ਅਵਸਥਾ ਤੋਂ ਸ਼ੁਰੂ ਕਰਦਾ ਹੈ ਅਤੇ ਲਗਾਤਾਰ ਉਸੇ ਚੇਤਨਾ ਵਿਚ ਰਹਿੰਦਾ ਹੈ, ਇਸ ਲਈ ਉਸਦੀ ਗਿਰਾਵਟ ਨਹੀਂ ਹੁੰਦੀ ਅਤੇ ਆਖਿਰਕਾਰ ਉਹ ਬਿਨ੍ਹਾਂ ਦੇਰੀ ਦੇ ਭਗਵਾਨ ਦੇ ਧਾਮ ਨੂੰ ਜਾਂਦਾ ਹੈ। ਕ੍ਰਿਸ਼ਨ ਪ੍ਰਸ਼ਾਦ ਨੂੰ ਹੀ ਖਾਂਦੇ ਰਹਿਣ ਨਾਲ ਆਪਣੇ ਆਪ ਘੱਟ ਖਾਣ ਦੀ ਆਦਤ ਪੈ ਜਾਂਦੀ ਹੈ। ਇੰਦਰੀਆਂ ਨੂੰ ਕਾਬੂ ਵਿਚ ਕਰਨ ਦੇ ਮਾਮਲੇ ਵਿਚ ਘੱਟ ਭੋਜਨ

ਕਰਨਾ (ਅਲਪ ਅਹਾਰ) ਵਧੇਰੇ ਫਾਇਦੇਮੰਦ ਹੁੰਦਾ ਹੈ ਅਤੇ ਇੰਦਰੀਆਂ ਨੂੰ ਕਾਬੂ ਕੀਤੇ ਬਿਨ੍ਹਾਂ ਸੰਸਾਰ ਬੰਧਨ ਤੋਂ ਨਿਕਲਣਾ ਸੰਭਵ ਨਹੀਂ ਹੈ।

सर्वेऽप्येते यज्ञविदो यज्ञक्षपितकल्मषाः ।
यज्ञशिष्टामृतभुजो यान्ति ब्रह्म सनातनम् ॥ ३० ॥

ਸਰ੍ਵੇ ਅਪਿ ਏਤੇ ਯਗ੍ਯ-ਵਿਦੋ ਯਗ੍ਯ-ਕ੍ਸ਼ਪਿਤ-ਕਲ੍ਮਸ਼ਾਹ੍।
ਯਗ੍ਯ-ਸ਼ਿਸ਼ਟਾਮ੍ਰਿਤ-ਭੁਜੋ ਯਾਂਤਿ ਬ੍ਰਹਮ ਸਨਾਤਨਮ੍ ॥ 30 ॥

ਸਰ੍ਵੇ - ਸਾਰੇ ; **ਅਪਿ**-ਬਾਹਰੋਂ ਵੱਖਰੇ ਹੋਕੇ ਵੀ ; **ਏਤੇ**-ਇਹ ; **ਯਗ੍ਯ-ਵਿਦਹ੍** - ਯੱਗ ਕਰਨ ਦੇ ਪ੍ਰਯੋਜਨ ਹੋ ਜਾਣ ; **ਯਗ੍ਯ-ਕ੍ਸ਼ਪਿਤ**- ਯੱਗ ਕਰਨ ਕਾਰਨ ਸ਼ੁੱਧ ਹੋਈਆਂ ; **ਕਲ੍ਮਸ਼ਾਹ੍** - ਪਾਪ ਕਰਮਾਂ ਨਾਲ ; **ਯਗ੍ਯ-ਸ਼ਿਸ਼ਟ** - ਅਜਿਹੇ ਯੱਗ ਦੇ ਫਲ ਦਾ ; **ਅੰਮ੍ਰਿਤ-ਭੁਜਹ੍**- ਅਜਿਹਾ ਅੰਮ੍ਰਿਤ ਛੱਕਣ ਵਾਲਾ ; **ਯਾਂਤਿ**- ਜਾਂਦੇ ਹਨ ; **ਬ੍ਰਹਮ**- ਪਾਰਬ੍ਰਹਮ ; **ਸਨਾਤਨਮ੍** - ਨਿੱਤ ਅਕਾਸ਼ ਨੂੰ।

ਅਨੁਵਾਦ

ਇਹ ਸਾਰੇ ਯੱਗ ਕਰਨ ਵਾਲੇ, ਯੱਗਾਂ ਦਾ ਅਰਥ ਜਾਣਨ ਕਾਰਨ ਪਾਪ ਕਰਮਾਂ ਤੋਂ ਮੁਕਤ ਹੋ ਜਾਂਦੇ ਹਨ ਅਤੇ ਯੱਗਾਂ ਦੇ ਫਲ ਰੂਪੀ ਅੰਮ੍ਰਿਤ ਨੂੰ ਚੱਖ ਕੇ ਪਰਮ ਸ਼ਾਸਵਤ (ਅਨੰਤ) ਆਕਾਸ਼ ਵੱਲ ਵੱਧਦੇ ਹਨ।

ਭਾਵ

ਵੱਖੋ-ਵੱਖਰੀ ਤਰ੍ਹਾਂ ਦੇ ਯੱਗਾਂ (ਜਿਵੇਂ ਪਦਾਰਥ ਯੱਗ, ਸਵੈ-ਅਧਿਆਇ ਯੱਗ ਅਤੇ ਯੋਗ-ਯੱਗ) ਦੀ ਉਪਰਲੀ ਵਿਆਖਿਆ ਤੋਂ ਇਹ ਵੇਖਿਆ ਜਾਂਦਾ ਹੈ ਕਿ ਇਨ੍ਹਾਂ ਸਾਰਿਆਂ ਦਾ ਇਕੋ ਮੰਤਵ ਹੈ ਅਤੇ ਉਹ ਹੈ ਇੰਦਰੀਆਂ ਨੂੰ ਕਾਬੂ ਕਰਨਾ। ਇੰਦਰੀਆਂ ਦਾ ਭੋਗ ਹੀ ਭੌਤਿਕ ਹੋਂਦ ਦਾ ਮੁਢਲਾ ਕਾਰਨ ਹੈ। ਇਸ ਲਈ ਜਦੋਂ ਤਕ ਇੰਦਰੀਆਂ ਦੇ ਭੋਗ ਤੋਂ ਵੱਖਰੇ ਧਰਾਤਲ ਤੇ ਨਾ ਖਲੋਤਾ ਜਾਵੇ, ਉਦੋਂ ਤਕ ਸੱਚਿਦਾਨੰਦ ਦੇ ਨਿਤ ਧਰਾਤਲ ਤਕ ਉਠੱਣਾ ਸੰਭਵ ਨਹੀਂ ਹੈ। ਇਹ ਧਰਾਤਲ ਨਿਤ ਅਕਾਸ਼ ਜਾਂ ਬ੍ਰਹਮ ਅਕਾਸ਼ ਵਿਚ ਹੈ। ਉਪਰਲੇ ਸਾਰੇ ਯੱਗਾਂ ਨਾਲ ਸੰਸਾਰ ਦੇ ਪਾਪ ਕਰਮਾਂ ਤੋਂ ਸ਼ੁੱਧ ਹੋਇਆ ਜਾ ਸਕਦਾ ਹੈ। ਜੀਵਨ ਵਿਚ ਇਸ ਤਰੱਕੀ ਨਾਲ ਮਨੁੱਖ ਨਾ ਸਿਰਫ ਸੁਖੀ ਅਤੇ ਸੁਖ ਸੁਵਿਧਾਵਾਂ ਵਾਲਾ ਬਣਦਾ ਹੈ, ਸਗੋਂ ਅੰਤ ਵਿਚ ਉਹ ਨਿਰਾਕਾਰ ਬ੍ਰਹਮ ਨਾਲ ਇੱਕ ਹੋ ਕੇ ਜਾਂ ਸ਼੍ਰੀ ਭਗਵਾਨ ਕ੍ਰਿਸ਼ਨ ਦੀ ਸੰਗਤ ਪ੍ਰਾਪਤ ਕਰਕੇ ਭਗਵਾਨ ਦੇ ਸ਼ਾਸਵਤ(ਅਨੰਤ) ਧਾਮ ਨੂੰ ਪ੍ਰਾਪਤ ਕਰਦਾ ਹੈ।

नायं लोकोऽस्त्ययज्ञस्य कुतोऽन्यः कुरुसत्तम ॥ ३१ ॥

ਨਾਯਮ੍ ਲੋਕੋ'ਸ੍ਤਿ ਅਯਗ੍ਯਸ੍ਯ ਕੁਤੋ'ਨ੍ਯਹ ਕੁਰੁ-ਸਤ੍ਤਮ ॥ 31॥

ਨ- ਕਦੀ ਨਹੀਂ ; **ਅਯਮ੍** - ਇਹ ; **ਲੋਕਹ੍** - ਲੋਕ ; **ਅਸ੍ਤਿ** - ਹੈ ; **ਅਯਗ੍ਯਸ੍** - ਯੱਗ ਨਾ ਕਰਨ ਵਾਲਿਆਂ ਦਾ ; **ਕੁਤਹ੍** - ਕਿੱਥੇ ਹੈ ; **ਅਨ੍ਯਹ੍** - ਹੋਰ ; **ਕੁਰੁ-ਸਤ੍-ਤਮ** - ਹੇ ਕੁਰੂਸ੍ਰੇਸ਼ਠ।

ਅਨੁਵਾਦ

ਹੇ ਕੁਰੂਸ੍ਰੇਸ਼ਠ ! ਜਦੋਂ ਯੱਗ ਤੋਂ ਬਿਨ੍ਹਾਂ ਮਨੁੱਖ ਇਸ ਲੋਕ ਵਿਚ ਜਾਂ ਇਸ ਜੀਵਨ ਵਿਚ ਹੀ ਸੁਖ ਨਾਲ ਨਹੀਂ ਰਹਿ ਸਕਦਾ, ਤਾਂ ਫੇਰ ਅਗਲੇ ਜਨਮ ਵਿਚ ਕਿਵੇਂ ਰਹਿ ਸਕੇਗਾ ?

ਭਾਵ

ਮਨੁੱਖ ਇਸ ਲੋਕ ਵਿਚ ਭਾਵੇਂ ਕਿਸੇ ਭੌਤਿਕ ਰੂਪ ਵਿਚ ਰਹੇ, ਉਹ ਆਪਣੇ ਬਾਰੇ ਕਈ ਤਰ੍ਹਾਂ ਤੋਂ ਅਣਜਾਣ ਹੁੰਦਾ ਹੈ । ਦੂਜੇ ਸ਼ਬਦਾਂ ਵਿਚ ਭੌਤਿਕ ਸੰਸਾਰ ਵਿਚ ਸਾਡੀ ਹੋਂਦ ਸਾਡੇ ਪਾਪ ਪੂਰਨ ਜੀਵਨ ਦੇ ਬਹੁਤ ਗੁਣਾਂ ਵਾਲੇ ਫਲਾਂ ਕਾਰਨ ਹੈ । ਅਗਿਆਨ ਹੀ ਪਾਪ ਪੂਰਨ ਜੀਵਨ ਦਾ ਕਾਰਨ ਹੈ ਅਤੇ ਪਾਪ ਪੂਰਨ ਜੀਵਨ ਹੀ ਇਸ ਭੌਤਿਕ ਸੰਸਾਰ ਵਿਚ ਹੋਂਦ ਦਾ ਕਾਰਨ ਹੈ । ਮਨੁੱਖੀ ਜੀਵਨ ਹੀ ਅਜਿਹਾ ਦਰਵਾਜ਼ਾ ਹੈ, ਜਿਸ ਵਿੱਚੋਂ ਹੋ ਕੇ ਇਸ ਬੰਧਨ ਤੋਂ ਬਾਹਰ ਨਿਕਲਿਆ ਜਾ ਸਕਦਾ ਹੈ । ਇਸ ਲਈ ਵੇਦ ਸਾਨੂੰ ਧਰਮ, ਅਰਥ, ਕਾਮ ਅਤੇ ਮੋਖ ਦਾ ਰਸਤਾ ਵਿਖਾਕੇ ਬਾਹਰ ਨਿਕਲਣ ਦਾ ਮੌਕਾ ਦਿੰਦੇ ਹਨ । ਧਰਮ ਜਾਂ ਉਪਰ ਦੱਸੇ ਅਨੇਕ ਤਰ੍ਹਾਂ ਦੇ ਯੱਗ ਸਾਡੀ ਆਰਥਿਕ ਸਮੱਸਿਆਵਾਂ ਨੂੰ ਆਪਣੇ ਆਪ ਹੱਲ ਕਰ ਦਿੰਦੇ ਹਨ । ਕਹੀ ਜਾਣ ਵਾਲੀ ਜਨਸੰਖਿਆ ਵੱਧਣ ਤੇ ਵੀ ਯੱਗ ਪੂਰਾ ਕਰਨ ਨਾਲ ਸਾਨੂੰ ਭਰਪੂਰ ਭੋਜਨ, ਦੁੱਧ ਆਦਿ ਮਿਲਦਾ ਰਹਿੰਦਾ ਹੈ । ਜਦੋਂ ਸ਼ਰੀਰ ਦੀ ਲੋੜ ਪੂਰੀ ਹੁੰਦੀ ਰਹਿੰਦੀ ਹੈ ਤਾਂ ਇੰਦਰੀਆਂ ਨੂੰ ਸੰਤੁਸ਼ਟ ਕਰਨ ਦੀ ਵਾਰੀ ਆਉਂਦੀ ਹੈ । ਇਸ ਲਈ ਵੇਦਾਂ ਵਿਚ ਨਿਯਮਿਤ ਇੰਦਰੀਆਂ ਦੀ ਤ੍ਰਿਪਤੀ ਲਈ ਪਵਿੱਤਰ ਵਿਆਹ ਦਾ ਵਿਧਾਨ ਹੈ । ਇੰਝ ਮਨੁੱਖ ਭੌਤਿਕ ਬੰਧਨਾਂ ਤੋਂ ਹੋਲੀ-ਹੋਲੀ ਛੁੱਟ ਕੇ ਉੱਚ ਪਦਵੀ ਵੱਲ ਵਧਦਾ ਹੈ । ਮੁਕਤ ਜੀਵਨ ਦੀ ਪੂਰਨਤਾ, ਪਰਮੇਸ਼ਵਰ ਦਾ ਸੰਗ ਪ੍ਰਾਪਤ ਕਰਨ ਵਿਚ ਹੈ, ਇਹ ਪੂਰਨਤਾ ਯੱਗ ਪੂਰੇ ਕਰਕੇ ਪ੍ਰਾਪਤ ਕੀਤੀ ਜਾਂਦੀ ਹੈ, ਜਿਵੇਂ ਪਹਿਲਾਂ ਦੱਸਿਆ ਗਿਆ ਹੈ । ਫਿਰ ਵੀ ਜੇ ਕੋਈ ਮਨੁੱਖ ਵੇਦਾਂ ਮੁਤਾਬਿਕ ਯੱਗ ਕਰਨ ਲਈ ਤਿਆਰ ਨਹੀਂ ਹੁੰਦਾ ਤਾਂ ਉਹ ਇਸ ਸ਼ਰੀਰ ਵਿਚ ਸੁਖੀ ਜੀਵਨ ਦੀ ਆਸ ਕਿੰਝ ਕਰ ਸਕਦਾ ਹੈ ? ਦੂਜੇ ਲੋਕ ਵਿਚ ਦੂਜੇ ਸ਼ਰੀਰ ਨਾਲ ਸੁੱਖੀ ਜੀਵਨ ਦੀ ਆਸ ਤਾਂ ਬੇਕਾਰ ਹੀ ਹੈ । ਵੱਖੋ-ਵੱਖਰੇ ਸਵਰਗਾਂ ਵਿੱਚੋ ਅਲੱਗ-ਅਲੱਗ ਤਰ੍ਹਾਂ ਦੀਆਂ ਜੀਵਨ ਦੀਆਂ ਸਹੂਲਤਾਂ ਹਨ ਅਤੇ ਜਿਹੜੇ ਲੋਕ ਯੱਗ ਕਰਨ ਵਿਚ ਲਗੇ ਹਨ, ਉਨ੍ਹਾਂ ਲਈ ਤਾਂ ਹਰ ਥ਼ਾਂ ਤੇ ਪਰਮ ਸੁਖ ਮਿਲਦਾ ਹੈ । ਪਰ ਸਭ ਤੋਂ ਵਧੀਆ ਸੁਖ ਉਹ ਹੈ, ਜਿਸਨੂੰ ਮਨੁੱਖ ਕ੍ਰਿਸ਼ਨ ਭਾਵਨਾ ਅੰਮ੍ਰਿਤ ਦੇ ਅਭਿਆਸ ਰਾਹੀਂ ਬੈਕੁੰਠ ਵਿਚ ਜਾਕੇ ਪ੍ਰਾਪਤ ਕਰਦਾ ਹੈ । ਇਸ ਲਈ ਕ੍ਰਿਸ਼ਨ ਭਾਵਨਾ ਭਾਵਿਤ ਜੀਵਨ ਹੀ ਇਸ ਭੌਤਿਕ ਸੰਸਾਰ ਦੀਆਂ ਸਾਰੀਆਂ ਸਮੱਸਿਆਵਾਂ ਦਾ ਇਕੋ ਹੱਲ ਹੈ ।

एवं बहुविधा यज्ञा वितता ब्रह्मणो मुखे ।
कर्मजान्विद्धि तान्सर्वानेवं ज्ञात्वा विमोक्ष्यसे ॥ ३२ ॥

ਏਵਮ੍ ਬਹੁ-ਵਿਧਾ ਯਗ੍ਯਾ ਵਿਤਤਾ ਬ੍ਰਹ੍ਮਣੋ ਮੁਖੇ ।
ਕਰ੍ਮ-ਜਾਨ੍ ਵਿਦ੍ਧਿ ਤਾਨ੍-ਸਰ੍ਵਾਨ੍ ਏਵਮ੍ ਗ੍ਯਾਤ੍ਵਾ ਵਿਮੋਕ੍ਸ਼੍ਯਸੇ ॥32॥

ਏਵਮ੍ - ਇੰਝ ; **ਬਹੁਵਿਧਾਹ੍** - ਕਈ ਤਰ੍ਹਾਂ ਦੇ ; **ਯਗ੍ਯਾਹ੍** - ਯੱਗ ; **ਵਿਤਤਾਹ੍** - ਫੈਲੇ ਹੋਏ

ਹਨ ; **ਬ੍ਰਹ੍ਮਣਹ੍** - ਵੇਦਾਂ ਦੇ ; **ਮੁਖੇ** - ਮੂੰਹ ਰਾਹੀਂ ; **ਕਰ੍ਮਜਾਨ੍** - ਕਰਮ ਤੋਂ ਪੈਦਾ ; **ਵਿਦ੍ਧਿ** - ਸਮਝੋ ; **ਤਾਨ੍** - ਉਨ੍ਹਾਂ ; **ਸਰ੍ਵਾਨ੍** - ਸਭ ਨੂੰ ; **ਏਵਮ੍** - ਇੰਝ ; **ਗ੍ਯਾਤ੍ਵਾ** - ਸਮਝਕੇ ; **ਵਿਮੋਕ੍ਸ਼੍ਯਸੇ** - ਮੁਕਤ ਹੋ ਜਾਵੋਗੇ ।

ਅਨੁਵਾਦ

ਇਹ ਵੱਖੋ-ਵੱਖਰੇ ਯੱਗ ਵੇਦਾਂ ਮੁਤਾਬਿਕ ਹਨ ਅਤੇ ਇਸ ਸਾਰੇ ਅਲੱਗ-ਅਲੱਗ ਤਰ੍ਹਾਂ ਦੇ ਕਰਮਾਂ ਤੋਂ ਪੈਦਾ ਹੁੰਦੇ ਹਨ । ਇਨ੍ਹਾਂ ਨੂੰ ਇਸ ਰੂਪ ਵਿਚ ਸਮਝਣ ਨਾਲ ਤੁਸੀਂ ਮੁਕਤ ਹੋ ਜਾਵੋਗੇ ।

ਭਾਵ

ਜਿਵੇਂ ਪਹਿਲਾਂ ਦੱਸਿਆ ਜਾ ਚੁੱਕਿਆ ਹੈ ਕਿ ਵੇਦਾਂ ਵਿਚ ਕਰਤਾ ਭੇਦ ਮੁਤਾਬਿਕ ਵੱਖੋ-ਵੱਖਰੇ ਤਰ੍ਹਾਂ ਦੇ ਯੱਗਾਂ ਦਾ ਉਲੇਖ ਹੈ । ਕਿਉਂਕਿ ਲੋਕ ਦੇਹ-ਆਤਮ ਬੁੱਧੀ ਵਿਚ ਮਗਨ ਰਹਿੰਦੇ ਹਨ ਇਸ ਲਈ ਇਨ੍ਹਾਂ ਯੱਗਾਂ ਦੀ ਵਿਵਸਥਾ ਇੰਝ ਕੀਤੀ ਗਈ ਹੈ ਕਿ ਮਨੁੱਖ ਉਨ੍ਹਾਂ ਨੂੰ ਆਪਣੇ ਸ਼ਰੀਰ, ਮਨ ਜਾਂ ਬੁੱਧੀ ਮੁਤਾਬਿਕ ਪੂਰਾ ਕਰ ਸਕੇ । ਪਰ ਦੇਹ ਤੋਂ ਮੁਕਤ ਹੋਣ ਲਈ ਹੀ ਇਨ੍ਹਾਂ ਦਾ ਵਿਧਾਨ ਹੈ । ਇਸ ਦੀ ਇੱਥੇ ਪੁਸ਼ਟੀ ਭਗਵਾਨ ਨੇ ਆਪਣੀ ਸ਼੍ਰੀ ਮੁੱਖ ਨਾਲ ਕੀਤੀ ਹੈ ।

श्रेयान्द्रव्यमयाद्यज्ञाज्ज्ञानयज्ञः परन्तप ।
सर्वं कर्माखिलं पार्थ ज्ञाने परिसमाप्यते ॥ ३३ ॥

ਸ਼੍ਰੇਯਾਨ ਦ੍ਰਵ੍ਯ-ਮਯਾਦ ਯਗ੍ਯਾਜ੍-ਗ੍ਯਾਨ-ਯਗ੍ਯਹ ਪਰੰਤਪ ।
ਸਰ੍ਵਮ੍ ਕਰ੍ਮਾਖਿਲਮ੍ ਪਾਰ੍ਥ ਗ੍ਯਾਨੇ ਪਰਿਸਮਾਪ੍ਯਤੇ ॥ 33 ॥

ਸ਼੍ਰੇਯਾਨ੍ - ਸ਼੍ਰੇਸ਼ਠ ; **ਦ੍ਰਵ੍ਯ-ਮਯ੍ਾਤ** - ਸੰਪਤੀ ਦੇ ; **ਯਗ੍ਯਾਤ੍** - ਯੱਗ ਨਾਲ ; **ਗ੍ਯਾਨ-ਯਗ੍ਯਹ੍** - ਗਿਆਨ ਯੱਗ ; **ਪਰੰਤਪ** - ਹੇ ਦੁਸ਼ਮਣਾਂ ਨੂੰ ਸਜਾ ਦੇਣ ਵਾਲੇ ; **ਸਰ੍ਵਮ੍** - ਸਾਰੇ ; **ਕਰ੍ਮ**- ਕਰਮ ; **ਅਖਿਲਮ੍** - ਪੂਰੀ ਤਰ੍ਹਾਂ ; **ਪਾਰ੍ਥ** - ਹੇ ਪ੍ਰਿਥਾ ਪੁੱਤਰ ; **ਗ੍ਯਾਨੇ** - ਗਿਆਨ ਵਿਚ ; **ਪਰਿਸਮਾਪ੍ਯਤੇ** - ਖ਼ਤਮ ਹੁੰਦੇ ਹਨ।

ਅਨੁਵਾਦ

ਹੇ ਪਰੰਤਪ! ਪਦਾਰਥ-ਯੱਗ ਨਾਲੋਂ ਗਿਆਨ ਯੱਗ ਸ੍ਰੇਸ਼ਠ ਹੈ । ਹੇ ਪਾਰਥ! ਆਖ਼ਿਰਕਾਰ ਸਾਰੇ ਕਰਮ ਯੱਗਾਂ ਦਾ ਸਿਖਰ ਅਲੌਕਿਕ ਗਿਆਨ ਹੁੰਦਾ ਹੈ ।

ਭਾਵ

ਸਾਰੇ ਯੱਗਾਂ ਦਾ ਇਹੋ ਮੰਤਵ ਹੈ ਕਿ ਜੀਵ ਨੂੰ ਪੂਰਨ ਗਿਆਨ ਪ੍ਰਾਪਤ ਹੋਵੇ, ਇਸ ਨਾਲ ਉਸ ਸੰਸਾਰੀ ਦੁੱਖਾਂ ਤੋਂ ਛੁਟਕਾਰਾ ਪਾਕੇ ਅੰਤ ਵਿਚ ਪਰਮੇਸ਼ਵਰ ਦੀ ਪ੍ਰੇਮ ਮਈ ਅਲੌਕਿਕ ਸੇਵਾ ਕਰ ਸਕੇ । ਤਾਂ ਵੀ ਇਨ੍ਹਾਂ ਸਾਰੇ ਯੱਗਾਂ ਦੀਆਂ ਵੱਖੋ-ਵੱਖਰੀਆਂ ਕਿਰਿਆਵਾਂ ਵਿਚ ਰਹੱਸ ਭਰਿਆ ਹੈ

ਅਤੇ ਮਨੁੱਖ ਨੂੰ ਇਹ ਰਹੱਸ ਸਮਝ ਲੈਣਾ ਚਾਹੀਦਾ ਹੈ। ਕਦੀ-ਕਦੀ ਕਰਤਾ ਦੀ ਸ਼ਰਧਾ ਮੁਤਾਬਿਕ ਯੱਗ ਵੱਖੋ-ਵੱਖਰੇ ਰੂਪ ਧਾਰਨ ਕਰ ਲੈਂਦੇ ਹਨ। ਜਦੋਂ ਯੱਗ ਕਰਨ ਵਾਲੇ ਦੀ ਸ਼ਰਧਾ ਅਲੌਕਿਕ ਗਿਆਨ ਦੇ ਪੱਧਰ ਤਕ ਪਹੁੰਚ ਜਾਂਦੀ ਹੈ ਤਾਂ ਉਸਨੂੰ ਗਿਆਨ ਰਹਿਤ ਪਦਾਰਥ ਯੱਗ ਕਰਨ ਵਾਲੇ ਨਾਲੋਂ ਸ੍ਰੇਸ਼ਠ ਮੰਨਿਆ ਜਾਂਦਾ ਹੈ, ਕਿਉਂਕਿ ਗਿਆਨ ਤੋਂ ਬਿਨ੍ਹਾਂ ਯੱਗ ਸੰਸਾਰ ਪੱਧਰ ਤੇ ਰਹਿ ਜਾਂਦੇ ਹਨ ਅਤੇ ਇਨ੍ਹਾਂ ਨਾਲ ਕੋਈ ਅਧਿਆਤਮਕ ਲਾਭ ਨਹੀਂ ਹੁੰਦਾ। ਅਸਲੀ ਗਿਆਨ ਦਾ ਅੰਤ ਕ੍ਰਿਸ਼ਨ ਭਾਵਨਾ ਅੰਮ੍ਰਿਤ ਵਿਚ ਹੁੰਦਾ ਹੈ, ਜਿਹੜੀ ਅਲੌਕਿਕ ਗਿਆਨ ਦੀ ਉਚੇਰੀ ਅਵਸਥਾ ਹੈ। ਗਿਆਨ ਦੀ ਤਰੱਕੀ ਤੋਂ ਬਿਨ੍ਹਾਂ ਯੱਗ ਸਿਰਫ ਸੰਸਾਰੀ ਕਰਮ ਬਣਿਆ ਰਹਿੰਦਾ ਹੈ, ਪਰ ਜਦੋਂ ਉਸਨੂੰ ਅਲੌਕਿਕ ਗਿਆਨ ਦੇ ਪੱਧਰ ਤੇ ਪਹੁੰਚਾ ਦਿੱਤਾ ਜਾਂਦਾ ਹੈ ਤਾਂ ਅਜਿਹੇ ਸਾਰੇ ਕਰਮ ਅਧਿਆਤਮਕ ਪੱਧਰ ਤੇ ਪਹੁੰਚ ਜਾਂਦੇ। ਚੇਤਨਾ ਦੇ ਭੇਦ ਮੁਤਾਬਿਕ ਅਜਿਹੇ ਯੱਗ ਕਰਮ ਕਦੀ-ਕਦੀ ਕਰਮਕਾਂਡ ਕਹਾਉਂਦੇ ਹਨ ਅਤੇ ਕਦੀ ਗਿਆਨ ਕਾਂਡ। ਯੱਗ ਉਹੋ ਉੱਤਮ ਹੈ ਜਿਸਦੀ ਸਮਾਪਤੀ ਗਿਆਨ ਵਿਚ ਹੋਵੇ।

तद्विद्धि प्रणिपातेन परिप्रश्नेन सेवया ।
उपदेक्ष्यन्ति ते ज्ञानं ज्ञानिनस्तत्त्वदर्शिनः ॥ ३४ ॥

ਤਦ੍ ਵਿਦ੍ਧਿ ਪ੍ਰਣਿਪਾਤੇਨ ਪਰਿਪ੍ਰਸ਼ਨੇਨ ਸੇਵਯਾ ।
ਉਪਦੇਕਸ਼੍ਯੰਤਿ ਤੇ ਗ੍ਯਾਨਮ੍ ਗ੍ਯਾਨਿਨਸ੍ ਤਤ੍ਵ ਦਰ੍ਸ਼ਿਨਹ੍ ॥ 34 ॥

ਤਦ੍ - ਵੱਖੋ-ਵੱਖਰੇ ਯੱਗਾਂ ਦੇ ਉਸ ਗਿਆਨ ਨੂੰ ; **ਵਿਦ੍ਧਿ**- ਜਾਣਨ ਦਾ ਯਤਨ ਕਰੋ ; **ਪ੍ਰਣਿਪਾਤੇਨ** - ਗੁਰੂ ਕੋਲ ਜਾਕੇ ; **ਪਰਿਪ੍ਰਸ਼ਨੇਨ** - ਵਿਨੀਤ (ਨਿਮਰ) ਜਿਗਿਆਸਾ ਨਾਲ ; **ਸੇਵਯਾ** - ਸੇਵਾ ਰਾਹੀਂ ; **ਉਪਦੇਕ੍ਸ਼੍ਯੰਤਿ** - ਉਹ ਦੀਖਿਅਤ ਕਰਨਗੇ ; **ਤੇ** - ਤੁਹਾਨੂੰ ; **ਗ੍ਯਾਨਮ੍** - ਗਿਆਨ ਵਿਚ ; **ਗ੍ਯਾਨਿਨਹ੍** - ਸਰੂਪ ਸਿੱਧ ; **ਤਤ੍ਵ** - ਤੱਤ ਦੇ ; **ਦਰ੍ਸ਼ਿਨਹ੍** - ਵੇਖਣ ਵਾਲੇ।

ਅਨੁਵਾਦ

ਤੁਸੀਂ ਗੁਰੂ ਕੋਲ ਜਾ ਕੇ ਸੱਚ ਨੂੰ ਜਾਣਨ ਦਾ ਯਤਨ ਕਰੋ। ਉਨ੍ਹਾਂ ਅੱਗੇ ਵਿਨੀਤ(ਨਿਮਰ) ਹੋ ਕੇ ਜਿਗਿਆਸਾ ਕਰੋ ਅਤੇ ਉਨ੍ਹਾਂ ਦੀ ਸੇਵਾ ਕਰੋ। ਸਰੂਪ ਸਿੱਧ ਮਨੁੱਖ ਤੁਹਾਨੂੰ ਗਿਆਨ ਦੇ ਸਕਦੇ ਹਨ, ਕਿਉਂਕਿ ਉਨ੍ਹਾਂ ਨੇ ਸਤਿ ਨੂੰ ਵੇਖਿਆ ਹੈ।

ਭਾਵ

ਨਿਸ਼ਚੈ ਹੀ ਆਤਮ-ਪ੍ਰਤੱਖੀਕਰਨ ਦਾ ਮਾਰਗ ਔਖਾ ਹੈ, ਇਸ ਲਈ ਭਗਵਾਨ ਦਾ ਉਪਦੇਸ਼ ਹੈ ਕਿ ਉਨ੍ਹਾਂ ਤੋਂ ਸ਼ੁਰੂ ਹੋਣ ਵਾਲੀ ਪਰੰਪਰਾ ਨਾਲ ਪ੍ਰਮਾਣਿਤ ਗੁਰੂ ਦੀ ਸ਼ਰਨ ਲਈ ਜਾਵੇ। ਇਸ ਪਰੰਪਰਾ ਦੇ ਸਿਧਾਂਤ ਦੀ ਪਾਲਣਾ ਕੀਤੇ ਬਿਨ੍ਹਾਂ ਕੋਈ ਪ੍ਰਮਾਣਿਤ ਗੁਰੂ ਨਹੀਂ ਬਣ ਸਕਦਾ। ਭਗਵਾਨ ਆਦਿ ਗੁਰੂ ਹਨ, ਇਸ ਲਈ ਗੁਰੂ ਪਰੰਪਰਾ ਦਾ ਮਨੁੱਖ ਹੀ ਆਪਣੇ ਸ਼ਾਗਿਰਦ ਨੂੰ ਭਗਵਾਨ ਦਾ ਸੰਦੇਸ਼ ਦੇ ਸਕਦਾ ਹੈ। ਕੋਈ ਆਪਣੀ ਵਿਧੀ ਦਾ ਨਿਰਮਾਣ ਕਰਕੇ ਸਰੂਪ ਸਿੱਧ ਨਹੀਂ ਬਣ ਸਕਦਾ, ਜਿਵੇਂ ਕਿ ਅੱਜਕਲ ਦੇ ਮੂਰਖ ਪਾਖੰਡੀ ਕਰਨ ਲਗੇ ਹਨ। ਭਾਗਵਤਮ੍ ਦਾ (6-3-19) ਵਾਕ ਹੈ -

ਧਰਮਮ੍-ਤੁ ਸਾਕਸ਼ਾਦ੍ ਤ ਭਗਵਤ੍ ਪ੍ਰਣੀਤਮ੍ ਧਰਮ ਮਾਰਗ ਦਾ ਨਿਰਮਾਣ ਆਪ ਭਗਵਾਨ ਨੇ ਕੀਤਾ ਹੈ। ਇਸ ਲਈ ਮਨਘੜੰਤ ਧਰਮ ਜਾਂ ਖ਼ੁਸ਼ਕ ਦਲੀਲਾਂ ਨਾਲ ਸਹੀ ਰਸਤਾ ਨਹੀਂ ਮਿਲਦਾ। ਨਾ ਹੀ ਗਿਆਨ ਗ੍ਰੰਥਾਂ ਦੇ ਸੁਤੰਤਰ ਸਵੈ ਅਧਿਐਨ ਨਾਲ ਹੀ ਕੋਈ ਅਧਿਆਤਮਕ ਜੀਵਨ ਵਿਚ ਤਰੱਕੀ ਕਰ ਸਕਦਾ ਹੈ। ਗਿਆਨ ਪ੍ਰਾਪਤੀ ਲਈ ਉਸਨੂੰ ਪ੍ਰਮਾਣਿਤ ਗੁਰੂ ਦੀ ਸ਼ਰਨ ਵਿਚ ਜਾਣਾ ਹੀ ਪਵੇਗਾ। ਅਜਿਹੇ ਗੁਰੂ ਨੂੰ ਪੂਰਨ ਸਮਰਪਣ ਕਰਕੇ ਹੀ ਸਵੀਕਾਰ ਕਰਨਾ ਚਾਹੀਦਾ ਹੈ ਅਤੇ ਹਉਮੈ ਨੂੰ ਛੱਡਕੇ ਦਾਸ ਵਾਂਗ ਗੁਰੂ ਦੀ ਸੇਵਾ ਕਰਨੀ ਚਾਹੀਦੀ ਹੈ। ਸਰੂਪ ਸਿੱਧ ਗੁਰੂ ਦੀ ਪ੍ਰਸੰਨਤਾ ਹੀ ਅਧਿਆਤਮਕ ਜੀਵਨ ਦੀ ਤਰੱਕੀ ਦਾ ਰਾਜ ਹੈ। ਜਿਗਿਆਸਾ ਅਤੇ ਨਿਮਰਤਾ ਭਾਵ ਦੇ ਨਾਲ ਅਧਿਆਤਮਕ ਗਿਆਨ ਪ੍ਰਾਪਤ ਹੁੰਦਾ ਹੈ। ਨਿਮਰ ਭਾਵ ਅਤੇ ਸੇਵਾ ਤੋਂ ਬਿਨ੍ਹਾਂ ਵਿਦਵਾਨ ਗੁਰੂ ਕੋਲ ਕੀਤੀ ਗਈ ਜਿਗਿਆਸਾ ਪ੍ਰਭਾਵਸ਼ਾਲੀ ਨਹੀਂ ਹੁੰਦੀ। ਸ਼ਾਗਿਰਦ ਨੂੰ ਗੁਰੂ ਦੇ ਇਮਤਿਹਾਨ ਵਿਚ ਪਾਸ ਹੋਣਾ ਚਾਹੀਦਾ ਹੈ ਅਤੇ ਜਦੋਂ ਗੁਰੂ ਸ਼ਾਗਿਰਦ ਵਿਚ ਅਸਲੀ ਇੱਛਾ ਵੇਖਦਾ ਹੈ ਤਾਂ ਖ਼ੁਦ ਹੀ ਸ਼ਾਗਿਰਦ ਨੂੰ ਅਧਿਆਤਮਕ ਗਿਆਨ ਦਾ ਅਸ਼ੀਰਵਾਦ ਦਿੰਦਾ ਹੈ। ਇਸ ਸ਼ਲੋਕ ਵਿਚ ਬਿਨ੍ਹਾਂ ਸੋਚੇ ਪਿੱਛੇ ਲਗਣਾ ਅਤੇ ਬਿਨ੍ਹਾਂ ਕਾਰਨ ਦੀ ਜਿਗਿਆਸਾ ਦੋਵਾਂ ਨੂੰ ਨਿੰਦਿਆ ਗਿਆ ਹੈ। ਸ਼ਾਗਿਰਦ ਨਾ ਸਿਰਫ ਗੁਰੂ ਕੋਲੋਂ ਨਿਮਰਤਾ ਭਾਵ ਨਾਲ ਸੁਣੇ, ਸਗੋਂ ਨਿਮਰਤਾ ਭਾਵ ਨਾਲ ਸੇਵਾ ਅਤੇ ਜਿਗਿਆਸਾ ਰਾਹੀਂ ਗੁਰੂ ਤੋਂ ਸਪਸ਼ਟ ਗਿਆਨ ਪ੍ਰਾਪਤ ਕਰੇ। ਪ੍ਰਮਾਣਿਤ ਗੁਰੂ ਸੁਭਾਅ ਤੋਂ ਹੀ ਸ਼ਾਗਿਰਦ ਪ੍ਰਤੀ ਦਿਆਲੂ ਹੁੰਦਾ ਹੈ, ਇਸ ਲਈ ਜੇ ਸ਼ਾਗਿਰਦ ਆਗਿਆਕਾਰੀ ਹੋਵੇ ਅਤੇ ਸੇਵਾ ਵਿਚ ਲਗਿਆ ਰਹੇ ਤਾਂ ਗਿਆਨ ਅਤੇ ਜਿਗਿਆਸਾ ਦਾ ਮੇਲ ਪੂਰਨ ਹੋ ਜਾਂਦਾ ਹੈ।

यज्ज्ञात्वा न पुनर्मोहमेवं यास्यसि पाण्डव ।
येन भूतान्यशेषाणि द्रक्ष्यस्यात्मन्यथो मयि ॥३५॥

ਯਜ੍ ਗ੍ਯਾਤ੍ਵਾ ਨ ਪੁਨਰ੍ ਮੋਹਮ੍ ਏਵਮ੍ ਯਾਸ੍ਯਸਿ ਪਾਂਡਵ।
ਯੇਨ ਭੂਤਾਨਿ ਅਸ਼ੇਸ਼ਾਣਿ ਦ੍ਰਕ੍ਸ਼੍ਯਸਿ ਆਤ੍ਮਨਿ ਅਥੋ ਮਯਿ ॥35॥

ਯਤ੍ – ਜਿਸਨੂੰ ; **ਗ੍ਯਾਤ੍ਵਾ** – ਸਮਝਕੇ ; **ਨ** – ਕਦੀ ਨਹੀਂ ; **ਪੁਨਹ੍** – ਫੇਰ ; **ਮੋਹਮ੍** – ਮੋਹ ਨੂੰ ; **ਏਵਮ੍** –ਇੰਝ ; **ਯਾਸ੍ਯਸਿ** – ਪ੍ਰਾਪਤ ਹੋਣਗੇ ; **ਪਾਂਡਵ** – ਹੇ ਪਾਂਡਵ ਪੁੱਤਰ ; **ਯੇਨ** – ਜਿਸ ਨਾਲ ; **ਭੂਤਾਨਿ** – ਜੀਵਾਂ ਨੂੰ ; **ਅਸ਼ੇਸ਼ਾਣਿ** – ਸਾਰੇ ; **ਦ੍ਰਕ੍ਸ਼੍ਯਸਿ** – ਵੇਖੋਗੇ ; **ਆਤਮਨਿ**– ਪਰਮਾਤਮਾ ਵਿਚ ; **ਅਥੋ** – ਜਾਂ ਦੂਜੇ ਸ਼ਬਦਾਂ ਵਿਚ ; **ਮਯਿ** – ਮੇਰੇ ਵਿਚ।

ਅਨੁਵਾਦ

ਸਰੂਪ ਸਿੱਧ ਵਿਅਕਤੀ ਤੋਂ ਅਸਲੀ ਗਿਆਨ ਪ੍ਰਾਪਤ ਕਰ ਲੈਣ ਪਿਛੋਂ ਤੁਸੀਂ ਫਿਰ ਕਦੀ ਅਜਿਹੇ ਮੋਹ ਵਿਚ ਨਹੀਂ ਫਸੋਗੇ, ਕਿਉਂਕਿ ਇਸ ਗਿਆਨ ਰਾਹੀਂ ਤੁਸੀਂ ਵੇਖ ਸਕੋਗੇ ਕਿ ਸਾਰੇ ਜੀਵ ਪਰਮਾਤਮਾ ਦੇ ਅੰਸ਼ ਰੂਪ ਹਨ, ਭਾਵ ਉਹ ਸਾਰੇ ਮੇਰੇ ਹਨ।

ਭਾਵ

ਸਰੂਪ ਸਿੱਧ ਵਿਅਕਤੀ ਜਾਂ ਜਿਹੜਾ ਵਸਤਾਂ ਨੂੰ ਯਥਾਰੂਪ ਜਾਣਦਾ ਹੈ, ਤੋਂ ਗਿਆਨ ਪ੍ਰਾਪਤ ਕਰਨ ਦਾ ਨਤੀਜਾ ਇਹ ਹੁੰਦਾ ਹੈ ਕਿ ਇਹ ਪਤਾ ਲਗ ਜਾਂਦਾ ਹੈ ਕਿ ਸਾਰੇ ਜੀਵ ਪੂਰਨ ਪੁਰਸ਼ੋਤਮ ਸ਼੍ਰੀ ਕ੍ਰਿਸ਼ਨ ਦੇ ਅੰਸ਼ ਹਨ। ਕ੍ਰਿਸ਼ਨ ਤੋਂ ਵੱਖਰੀ ਹੋਂਦ ਦਾ ਭਾਵ ਮਾਇਆ (ਮਾ-ਨਹੀਂ, ਯਾ-ਇਹ) ਕਹਾਉਂਦੀ ਹੈ। ਕੁਝ ਲੋਕ ਸੋਚਦੇ ਹਨ ਕਿ ਸਾਨੂੰ ਕ੍ਰਿਸ਼ਨ ਨਾਲ ਕੀ ਮਤਲਬ ਹੈ, ਉਹ ਤਾਂ ਸਿਰਫ ਇਕ ਮਹਾਨ ਇਤਿਹਾਸਕ ਪੁਰਖ ਹਨ ਅਤੇ ਪਾਰਬ੍ਰਹਮ ਤਾਂ ਨਿਰਾਕਾਰ ਹੈ। ਅਸਲ ਵਿਚ ਭਗਵਤ ਗੀਤਾ ਵਿਚ ਕਿਹਾ ਗਿਆ ਹੈ ਕਿ ਇਹ ਨਿਰਾਕਾਰ ਬ੍ਰਹਮ ਕ੍ਰਿਸ਼ਨ ਦਾ ਹੀ ਵਿਅਕਤੀਗਤ ਤੇਜ਼ ਹੈ। ਪੂਰਨ ਪੁਰਸ਼ੋਤਮ ਭਗਵਾਨ ਸ਼੍ਰੀ ਕ੍ਰਿਸ਼ਨ ਸਾਰੇ ਕਾਰਨਾਂ ਦੇ ਕਾਰਨ ਹਨ। ਬ੍ਰਹਮ ਸੰਹਿਤਾ ਵਿਚ ਸਪਸ਼ਟ ਕਿਹਾ ਗਿਆ ਹੈ ਕਿ ਕ੍ਰਿਸ਼ਨ ਸ਼੍ਰੀ ਭਗਵਾਨ ਹਨ ਅਤੇ ਸਾਰੇ ਕਾਰਨਾਂ ਦੇ ਕਾਰਨ ਹਨ। ਇੱਥੋਂ ਤਕ ਕਿ ਲੱਖਾਂ ਅਵਤਾਰ ਉਨ੍ਹਾਂ ਦੇ ਵੱਖੋ-ਵੱਖਰੇ ਵਿਸਥਾਰ ਹੀ ਹਨ। ਇਸੇ ਤਰ੍ਹਾਂ ਸਾਰੇ ਜੀਵ ਵੀ ਕ੍ਰਿਸ਼ਨ ਦੇ ਅੰਸ਼ ਹਨ। ਮਾਇਆਵਾਦੀਆਂ ਦੀ ਇਹ ਝੂਠੀ ਧਾਰਨਾ ਹੈ ਕਿ ਕ੍ਰਿਸ਼ਨ ਆਪਣੇ ਅਨੇਕਾਂ ਅੰਸ਼ਾਂ ਵਿਚ ਆਪਣੀ ਨਿਜੀ ਵੱਖਰੀ ਹੋਂਦ ਨੂੰ ਮੇਟ ਦਿੰਦੇ ਹਨ। ਇਹ ਵਿਚਾਰ ਸਰਾਸਰ ਭੌਤਿਕ ਹੈ। ਭੌਤਿਕ ਸੰਸਾਰ ਵਿਚ ਸਾਡਾ ਅਨੁਭਵ ਹੈ ਕਿ ਜੇ ਕਿਸੇ ਚੀਜ਼ ਨੂੰ ਤੋੜਿਆ ਜਾਵੇ ਤਾਂ ਉਸਦਾ ਮੂਲ ਖਤਮ ਹੋ ਜਾਂਦਾ ਹੈ, ਪਰ ਮਾਇਆਵਾਦੀ ਇਹ ਨਹੀਂ ਸਮਝ ਸਕਦੇ ਕਿ ਪਰਮ ਪੂਰਨ ਦਾ ਅਰਥ ਹੈ ਕਿ ਇੱਕ ਅਤੇ ਇੱਕ ਮਿਲਕੇ ਇੱਕ ਹੀ ਹੁੰਦਾ ਹੈ ਅਤੇ ਇੱਕ ਵਿੱਚੋਂ ਇਕ ਘਟਾਉਣ ਤੇ ਇਕ ਹੀ ਬਚਦਾ ਹੈ। ਪਾਰਬ੍ਰਹਮ ਦਾ ਇਹੋ ਸਰੂਪ ਹੈ।

ਬ੍ਰਹਮ ਵਿਦਿਆ ਦਾ ਪੂਰਾ ਗਿਆਨ ਨਾ ਹੋਣ ਕਾਰਨ ਅਸੀਂ ਮਾਇਆ ਨਾਲ ਘਿਰੇ ਹਾਂ। ਇਸੇ ਲਈ ਅਸੀਂ ਆਪਣੇ ਆਪ ਨੂੰ ਕ੍ਰਿਸ਼ਨ ਤੋਂ ਵੱਖਰਾ ਸਮਝਦੇ ਹਾਂ। ਜੀਵਾਂ ਦਾ ਸ਼ਰੀਰਕ ਫਰਕ ਮਾਇਆ ਹੈ ਜਾਂ ਫੇਰ ਅਸਲੀ ਨਹੀਂ ਹੈ। ਅਸੀਂ ਸਾਰੇ ਕ੍ਰਿਸ਼ਨ ਨੂੰ ਪ੍ਰਸੰਨ ਕਰਨ ਲਈ ਹਾਂ। ਸਿਰਫ ਮਾਇਆ ਕਾਰਨ ਹੀ ਅਰਜੁਨ ਨੇ ਸੋਚਿਆ ਕਿ ਉਸਦੇ ਸੱਕੇ-ਸੰਬੰਧੀਆਂ ਨਾਲ ਉਸਦਾ ਛਿਣ-ਭੰਗਰ ਸ਼ਰੀਰਕ ਸੰਬੰਧ ਕ੍ਰਿਸ਼ਨ ਦੇ ਸਨਾਤਨ ਅਧਿਆਤਮਕ ਸੰਬੰਧਾਂ ਤੋਂ ਵਧੇਰੇ ਮਹੱਤਵਪੂਰਨ ਹੈ। ਗੀਤਾ ਦੇ ਸਾਰੇ ਉਪਦੇਸ਼ ਵਿਚ ਇਸੇ ਗੱਲ ਵੱਲ ਇਸ਼ਾਰਾ ਹੈ ਕਿ ਕ੍ਰਿਸ਼ਨ ਦਾ ਨਿੱਤ ਦਾਸ ਹੋਣ ਕਾਰਨ ਜੀਵ ਉਨ੍ਹਾਂ ਤੋਂ ਵੱਖਰਾ ਨਹੀਂ ਹੋ ਸਕਦਾ, ਕ੍ਰਿਸ਼ਨ ਨਾਲੋਂ ਆਪਣੇ ਆਪ ਨੂੰ ਵੱਖਰਾ ਮੰਨਣਾ ਹੀ ਮਾਇਆ ਕਹਾਉਂਦੀ ਹੈ। ਪਰ ਬ੍ਰਹਮ ਦੇ ਵੱਖਰੇ ਅੰਸ਼ ਦੇ ਰੂਪ ਵਿਚ ਜੀਵਾਂ ਨੂੰ ਇਕ ਖਾਸ ਮੰਤਵ ਪੂਰਾ ਕਰਨਾ ਹੁੰਦਾ ਹੈ। ਉਸ ਮੰਤਵ ਨੂੰ ਭੁੱਲਣ ਕਾਰਨ ਹੀ ਉਹ ਅਨਾਦੀ ਕਾਲ ਤੋਂ ਮਨੁੱਖ , ਪਸ਼ੂ, ਦੇਵਤਾ ਆਦਿ ਦੇਹਾਂ ਵਿਚ ਰਹਿ ਰਹੇ ਹਨ। ਅਜਿਹੇ ਸ਼ਰੀਰਕ ਫਰਕ ਭਗਵਾਨ ਦੀ ਅਲੌਕਿਕ ਸੇਵਾ ਨੂੰ ਭੁੱਲਣ ਕਾਰਨ ਪੈਦਾ ਹੁੰਦੇ ਹਨ। ਪਰ ਜਦੋਂ ਕੋਈ ਕ੍ਰਿਸ਼ਨ ਭਾਵਨਾ ਅੰਮ੍ਰਿਤ ਰਾਹੀਂ ਅਲੌਕਿਕ ਸੇਵਾ ਵਿਚ ਜੁੱਟ ਜਾਂਦਾ ਹੈ ਤਾਂ ਉਹ ਤੁਰੰਤ ਮੁਕਤ ਹੋ ਜਾਂਦਾ ਹੈ। ਅਜਿਹਾ ਗਿਆਨ ਸਿਰਫ ਪ੍ਰਮਾਣਿਤ ਗੁਰੂ ਤੋਂ ਹੀ ਮਿਲ ਸਕਦਾ ਹੈ ਅਤੇ ਇੰਝ ਉਹ ਇਸ ਭਰਮ ਨੂੰ ਦੂਰ ਕਰ ਸਕਦਾ ਹੈ ਕਿ ਜੀਵ ਕ੍ਰਿਸ਼ਨ ਦੇ ਬਰਾਬਰ ਹੈ। ਪੂਰਨ ਗਿਆਨ ਤਾਂ ਇਹ ਹੈ ਕਿ ਪਰਮਾਤਮਾ ਕ੍ਰਿਸ਼ਨ ਸਾਰੇ ਜੀਵਾਂ ਦਾ ਪਰਮ ਆਸਰਾ ਹਨ ਅਤੇ ਇਸ ਆਸਰੇ ਨੂੰ ਛੱਡ ਦੇਣ ਨਾਲ ਜੀਵ ਮਾਇਆ ਰਾਹੀਂ

ਮੋਹਿਤ ਹੁੰਦੇ ਹਨ, ਕਿਉਂਕਿ ਉਹ ਆਪਣੀ ਹੋਂਦ ਵੱਖਰੀ ਸਮਝਦੇ ਹਨ। ਇੰਝ ਵੱਖੋ-ਵੱਖਰੇ ਭੌਤਿਕ ਸਰੂਪ ਦੇ ਮਾਨਦੰਡਾਂ ਦੇ ਅਧੀਨ ਉਹ ਕ੍ਰਿਸ਼ਨ ਨੂੰ ਭੁੱਲ ਜਾਂਦੇ ਹਨ। ਪਰ ਜਦੋਂ ਅਜਿਹੇ ਮੋਹ ਵਿਚ ਫਸੇ ਜੀਵ ਕ੍ਰਿਸ਼ਨ ਭਾਵਨਾ ਅੰਮ੍ਰਿਤ ਵਿਚ ਸਥਿਤ ਹੁੰਦੇ ਹਨ ਤਾਂ ਇਹ ਸਮਝਿਆ ਜਾਂਦਾ ਹੈ ਕਿ ਉਹ ਮੁਕਤੀ ਦੇ ਮਾਰਗ ਤੇ ਹਨ ਜਿਸਦੀ ਪੁਸ਼ਟੀ ਭਾਗਵਤਮ੍ ਵਿਚ (2-10-6) ਕੀਤੀ ਗਈ ਹੈ - **ਮੁਕ੍ਤਿਰ੍ ਹਿਤ੍ਵਾਨ੍ਯਥਾ-ਰੂਪਮ੍ ਸ੍ਵਰੂਪੇਣ ਵ੍ਯਵਸਥਿਤਿਹ੍**। ਮੁਕਤੀ ਦਾ ਅਰਥ ਹੈ ਕ੍ਰਿਸ਼ਨ ਦੇ ਨਿੱਤ ਦਾਸ ਰੂਪ ਵਿਚ (ਕ੍ਰਿਸ਼ਨ ਭਾਵਨਾ ਅੰਮ੍ਰਿਤ ਵਿੱਚ) ਆਪਣੀ ਸੁਭਾਵਿਕ ਸਥਿਤੀ ਤੇ ਹੋਣਾ।

अपि चेदसि पापेभ्यः सर्वेभ्यः पापकृत्तमः ।
सर्वं ज्ञानप्लवेनैव वृजिनं सन्तरिष्यसि ॥ ३६ ॥

ਅਪਿ ਚੇਦ੍ ਅਸਿ ਪਾਪੇਭ੍ਯਹ੍ ਸਰ੍ਵੇਭ੍ਯਹ੍ ਪਾਪ-ਕ੍ਰਿਤ੍-ਤਮਹ੍।
ਸਰ੍ਵਮ੍ ਗ੍ਯਾਨ-ਪ੍ਲਵੇਨੈਵ ਵ੍ਰਿਜਿਨਮ੍ ਸੰਤਰਿਸ਼੍ਯਸਿ ॥ 36 ॥

ਅਪਿ-ਵੀ ; **ਚੇਤ੍**- ਜੇ ; **ਅਸਿ**-ਤੁਸੀਂ ਹੋ ; **ਪਾਪੇਭ੍ਯਹ੍**-ਪਾਪੀਆਂ ਨਾਲ ; **ਸਰ੍ਵੇਭ੍ਯਹ੍**- ਸਾਰੇ ; **ਪਾਪ-ਕ੍ਰਿਤ੍-ਤਮਹ੍**- ਸਭ ਤੋਂ ਵੱਧ ਪਾਪੀ ; **ਸਰ੍ਵਮ੍**-ਅਜਿਹੇ ਸਾਰੇ ਪਾਪ ਕਰਮ ਦੇ ਪ੍ਰਭਾਵ ; **ਗ੍ਯਾਨ-ਪ੍ਲ-ਵੇਨ**-ਅਲੌਕਿਕ ਗਿਆਨ ਦੀ ਕਿਸ਼ਤੀ ਰਾਹੀਂ ; **ਏਵ**- ਨਿਸ਼ਚੈ ਹੀ ; **ਵ੍ਰਿਜਿਨਮ੍**-ਦੁੱਖਾਂ ਦੇ ਸਾਗਰ ਨੂੰ ; **ਸੰਤਰਿਸ਼੍ਯਸਿ** - ਪੂਰੀ ਤਰ੍ਹਾਂ ਪਾਰ ਕਰ ਜਾਵੋਗੇ।

ਅਨੁਵਾਦ

ਜੇਕਰ ਤੁਹਾਨੂੰ ਸਾਰੇ ਪਾਪੀਆਂ ਵਿਚੋਂ ਵੀ ਸਭ ਤੋਂ ਵੱਡਾ ਪਾਪੀ ਸਮਝਿਆ ਜਾਵੇ ਤਾਂ ਵੀ ਤੁਸੀਂ ਅਲੌਕਿਕ ਗਿਆਨ ਰੂਪੀ ਕਿਸ਼ਤੀ ਵਿਚ ਸਵਾਰ ਹੋ ਕੇ ਦੁੱਖ-ਸਾਗਰ ਨੂੰ ਪਾਰ ਕਰਨ ਵਿਚ ਸਮਰਥ ਬਣ ਜਾਵੋਗੇ।

ਭਾਵ

ਸ੍ਰੀ ਕ੍ਰਿਸ਼ਨ ਦੇ ਸੰਬੰਧ ਵਿਚ ਆਪਣੀ ਸੁਭਾਵਿਕ ਸਥਿਤੀ ਦਾ ਸਹੀ-ਸਹੀ ਗਿਆਨ ਏਨਾ ਉੱਤਮ ਹੁੰਦਾ ਹੈ ਕਿ ਅਗਿਆਨ ਦੇ ਸਾਗਰ ਵਿਚ ਚਲਣ ਵਾਲੇ ਜੀਵਨ - ਸੰਘਰਸ਼ ਤੋਂ ਮਨੁੱਖ ਤੁਰੰਤ ਹੀ ਉਪਰ ਉਠ ਸਕਦਾ ਹੈ। ਇਹ ਭੌਤਿਕ ਸੰਸਾਰ ਕਦੀ-ਕਦੀ ਅਗਿਆਨ ਦਾ ਸਾਗਰ ਮੰਨ ਲਿਆ ਜਾਂਦਾ ਹੈ ਤਾਂ ਕਦੀ ਬਲਦਾ ਹੋਇਆ ਜੰਗਲ। ਸਾਗਰ ਵਿਚ ਕੋਈ ਕਿੰਨਾ ਵੀ ਤੈਰਾਕ ਕਿਉਂ ਨਾ ਹੋਵੇ ਜੀਵਨ ਸੰਘਰਸ਼ ਬਹੁਤ ਔਖਾ ਹੈ। ਜੇ ਕੋਈ ਸੰਘਰਸ਼ ਕਰਦੇ ਤੈਰਨ ਵਾਲੇ ਨੂੰ ਅੱਗੇ ਵੱਧਕੇ ਸਮੁੰਦਰ ਵਿੱਚੋਂ ਕੱਢ ਲੈਂਦਾ ਹੈ ਤਾਂ ਉਹ ਸਭ ਤੋਂ ਵੱਡਾ ਰੱਖਿਅਕ ਹੈ। ਭਗਵਾਨ ਤੋਂ ਪ੍ਰਾਪਤ ਗਿਆਨ ਪੂਰਨ ਗਿਆਨ ਮੁਕਤੀ ਦਾ ਰਸਤਾ ਹੈ। ਕ੍ਰਿਸ਼ਨ ਭਾਵਨਾ ਅੰਮ੍ਰਿਤ ਦੀ ਕਿਸ਼ਤੀ ਬਹੁਤ ਸਹਿਜ ਤਾਂ ਹੈ ਹੀ ਪਰ ਉਸਦੇ ਨਾਲ-ਨਾਲ ਬਹੁਤ ਉੱਤਮ ਵੀ ਹੈ।

यथैधांसि समिद्धोऽग्निर्भस्मसात्कुरुतेऽर्जुन ।
ज्ञानाग्निः सर्वकर्माणि भस्मसात्कुरुते तथा ॥ ३७ ॥

ਯਥੈਧਾਂਸਿ ਸਮਿਦ੍ਧੋ 'ਗ੍ਨਿਰ੍ ਭਸ੍ਮ-ਸਾਤ੍ ਕੁਰੁਤੇ 'ਰ੍ਜੁਨ ।
ਗ੍ਯਾਨਾਗ੍ਨਿਹ੍ ਸਰ੍ਵ-ਕਰ੍ਮਾਣਿ ਭਸ੍ਮ-ਸਾਤ੍ ਕੁਰੁਤੇ ਤਥਾ ॥ 37 ॥

ਯਥਾ - ਜਿਵੇਂ ; **ਏਧਾਂਸਿ** - ਬਾਲਣ ਨੂੰ ; **ਸਮਿਦ੍ਧਹ੍** - ਬਲਦੀ ਹੋਈ ; **ਅਗ੍ਨਿਹ੍** - ਅੱਗ ; **ਭਸ੍ਮ-ਸਾਤ੍**- ਰਾਖ ; **ਕੁਰੁਤੇ** - ਕਰ ਦਿੰਦੀ ਹੈ ; **ਅਰ੍ਜੁਨ** - ਹੇ ਅਰਜੁਨ ; **ਗ੍ਯਾਨ-ਅਗ੍ਨਿਹ੍** - ਗਿਆਨ ਰੂਪੀ ਅੱਗ ; **ਸਰ੍ਵ-ਕਰ੍ਮਾਣਿ**-ਭੌਤਿਕ ਕਰਮਾਂ ਦੇ ਸਾਰੇ ਫਲਾਂ ਨੂੰ ; **ਭਸ੍ਮ-ਸਾਤ੍**- ਰਾਖ ; **ਕੁਰੁਤੇ** - ਕਰਦੀ ਹੈ ; **ਤਥਾ** - ਉਸੇ ਤਰ੍ਹਾਂ ਨਾਲ ।

ਅਨੁਵਾਦ

ਜਿਵੇਂ ਬਲਦੀ ਅੱਗ ਬਾਲਣ ਨੂੰ ਭਸਮ ਕਰ ਦਿੰਦੀ ਹੈ, ਉਸੇ ਤਰ੍ਹਾਂ ਹੇ ਅਰਜੁਨ! ਗਿਆਨ ਰੂਪੀ ਅੱਗ ਭੌਤਿਕ ਕਰਮਾਂ ਦੇ ਸਾਰੇ ਫਲਾਂ ਨੂੰ ਜਲਾ ਦਿੰਦੀ ਹੈ ।

ਭਾਵ

ਆਤਮਾ ਅਤੇ ਪਰਮਾਤਮਾ ਸੰਬੰਧੀ ਪੂਰਨ ਗਿਆਨ ਅਤੇ ਉਨ੍ਹਾਂ ਦੇ ਸੰਬੰਧਾਂ ਦੀ ਤੁਲਨਾ ਇੱਥੇ ਅੱਗ ਨਾਲ ਕੀਤੀ ਗਈ ਹੈ । ਇਹ ਅੱਗ ਸਿਰਫ ਸਾਰੇ ਪਾਪ ਕਰਮਾਂ ਦੇ ਪ੍ਰਭਾਵ ਨੂੰ ਹੀ ਨਹੀਂ ਸਾੜਦੀ ਸਗੋਂ ਪੁੰਨ ਕਰਮਾਂ ਦੇ ਫਲਾਂ ਨੂੰ ਵੀ ਭਸਮ ਕਰਨ ਵਾਲੀ ਹੈ । ਕਰਮ ਫਲਾਂ ਦੀਆਂ ਕਈ ਅਵਸਥਾਵਾਂ ਹਨ - ਕੂਟ-ਆਰੰਭ, ਬੀਜ, ਸੰਚਿਤ ਆਦਿ । ਪਰ ਜੀਵ ਨੂੰ ਆਤਮ ਸਿੱਧੀ ਹੋਣ ਤੇ ਸਭ ਕੁਝ ਭਸਮ ਹੋ ਜਾਂਦਾ ਹੈ, ਭਾਵੇਂ ਉਹ ਪਹਿਲਾ ਹੋਵੇ ਜਾਂ ਬਾਅਦ ਵਾਲਾ । ਵੇਦਾਂ ਵਿਚ (ਬ੍ਰਹਦਾਰਣ੍ਯਕ ਉਪਨਿਸ਼ਦ 4-4-22) ਕਿਹਾ ਗਿਆ ਹੈ - **ਉਭੇ ਉਹੈਵੈਸ਼ ਏਤੇ ਤਰਤਿਅਮ੍ਰਿਤਹ ਸਾਧ੍ਵ੍ ਅਸਧੂਨੀ** - "ਮਨੁੱਖ ਪਾਪ ਅਤੇ ਪੁੰਨ ਦੋਵਾਂ ਤਰ੍ਹਾਂ ਦੇ ਹੀ ਕਰਮਫਲਾਂ ਨੂੰ ਜਿੱਤ ਲੈਂਦਾ ਹੈ ।"

न हि ज्ञानेन सदृशं पवित्रमिह विद्यते ।
तत्स्वयं योगसंसिद्धः कालेनात्मनि विन्दति ॥३८॥

ਨ ਹਿ ਗ੍ਯਾਨੇਨ ਸਦ੍ਰਿਸ਼ਮ੍ ਪਵਿਤ੍ਰਮ੍ ਇਹ ਵਿਦ੍ਯਤੇ ।
ਤਤ੍ ਸ੍ਵਯਮ੍ ਯੋਗ-ਸੰਸਿਦ੍ਧਹ੍ ਕਾਲੇਨਾਤ੍ਮਨਿ ਵਿੰਦਤਿ ॥ 38 ॥

ਨ-ਕੁਝ ਵੀ ਨਹੀਂ ; **ਹਿ**-ਨਿਸ਼ਚੈ ਹੀ ; **ਗ੍ਯਾਨੇਨ**-ਗਿਆਨ ਨਾਲ ; **ਸਦ੍ਰਿਸ਼ਮ੍**-ਤੁਲਨਾ ਵਿਚ ; **ਪਵਿਤ੍ਰਮ**-ਪਵਿੱਤਰ ; **ਇਹ**-ਇਸ ਸੰਸਾਰ ਵਿਚ ; **ਵਿਦ੍ਯਤੇ**-ਹੈ ; **ਤਤ੍**-ਉਸ ; **ਸ੍ਵਯਮ੍**-ਆਪਣੇ ਆਪ ; **ਯੋਗ**-ਭਗਤੀ ਵਿਚ ; **ਸੰਸਿਦ੍ਧਹ**-ਪੱਕਾ ਹੋਣ ਤੇ ; **ਕਾਲੇਨ**- ਸਮੇਂ ਸਿਰ ; **ਆਤ੍ਮਨਿ**- ਆਪਣੇ ਆਪ ਵਿਚ ; **ਵਿੰਦਤਿ** - ਸੁਆਦ ਲੈਂਦਾ ਹੈ ।

ਅਨੁਵਾਦ

ਇਸ ਸੰਸਾਰ ਵਿਚ ਅਲੌਕਿਕ ਗਿਆਨ ਤੋਂ ਬਿਨ੍ਹਾਂ ਕੁਝ ਵੀ ਉੱਤਮ ਅਤੇ ਸ਼ੁੱਧ ਨਹੀਂ ਹੈ । ਅਜਿਹਾ ਗਿਆਨ ਸਾਰੇ ਯੋਗ ਦਾ ਪੱਕਿਆ ਹੋਇਆ ਫਲ ਹੈ, ਜਿਹੜਾ ਮਨੁੱਖ ਭਗਤੀ ਵਿਚ ਸਿੱਧ ਹੋ ਜਾਂਦਾ ਹੈ, ਉਹ ਸਮੇਂ ਸਿਰ ਆਪਣੇ ਅੰਦਰ ਗਿਆਨ ਦਾ ਸੁਆਦ ਲੈਂਦਾ ਹੈ ।

ਭਾਵ

ਜਦੋਂ ਅਸੀਂ ਅਲੌਕਿਕ ਗਿਆਨ ਦੀ ਗੱਲ ਕਰਦੇ ਹਾਂ ਤਾਂ ਸਾਡਾ ਮੰਤਵ ਅਧਿਆਤਮਕ ਗਿਆਨ ਨਾਲ ਹੁੰਦਾ ਹੈ। ਨਿਸ਼ਚੈ ਹੀ ਅਲੌਕਿਕ ਗਿਆਨ ਵਰਗਾ ਕੁਝ ਵੀ ਉੱਤਮ ਅਤੇ ਸ਼ੁੱਧ ਨਹੀਂ। ਅਗਿਆਨ ਹੀ ਸਾਡੇ ਬੰਧਨ ਦਾ ਕਾਰਨ ਹੈ ਅਤੇ ਗਿਆਨ ਸਾਡੀ ਮੁਕਤੀ ਦਾ। ਇਹ ਗਿਆਨ ਭਗਤੀ ਦਾ ਪੱਕਿਆ ਹੋਇਆ ਫਲ ਹੈ। ਜਦੋਂ ਕੋਈ ਅਲੌਕਿਕ ਗਿਆਨ ਦੀ ਅਵਸਥਾ ਪ੍ਰਾਪਤ ਕਰ ਲੈਂਦਾ ਹੈ ਤਾਂ ਉਸਨੂੰ ਹੋਰ ਕਿਧਰੇ ਸ਼ਾਂਤੀ ਭਾਲਣ ਦੀ ਲੋੜ ਨਹੀਂ ਰਹਿੰਦੀ, ਕਿਉਂਕਿ ਉਹ ਮਨੋ-ਮਨੀ ਸ਼ਾਂਤੀ ਦਾ ਆਨੰਦ ਲੈਂਦਾ ਰਹਿੰਦਾ ਹੈ। ਦੂਜੇ ਸ਼ਬਦਾਂ ਵਿੱਚ, ਗਿਆਨ ਅਤੇ ਸ਼ਾਂਤੀ ਦੀ ਸਮਾਪਤੀ ਕ੍ਰਿਸ਼ਨ ਭਾਵਨਾਮ੍ਰਿਤ ਵਿਚ ਹੁੰਦੀ ਹੈ। ਭਗਵਤ ਗੀਤਾ ਦੇ ਸੰਦੇਸ਼ ਦੀ ਇਹੋ ਚਰਮ ਅਵਸਥਾ ਹੈ।

श्रद्धावाँल्लभते ज्ञानं तत्परः संयतेन्द्रियः ।
ज्ञानं लब्ध्वा परां शान्तिमचिरेणाधिगच्छति ॥ ३९ ॥

ਸ਼੍ਰੱਦਧਾਵਾਨ੍ ਲ੍ਲਭਤੇ ਗ੍ਯਾਨਮ੍ ਤਤ੍-ਪਰਹ ਸੰਯਤੇਂਦ੍ਰਿਯਹ।
ਗ੍ਯਾਨਮ੍ ਲਬ੍ਧ੍ਵਾ ਪਰਾਮ੍ ਸ਼ਾਂਤਿਮ੍ ਅਚਿਰੇਣਾਧਿਗਚ੍ਛਤਿ ॥39॥

ਸ਼੍ਰੱਦ੍ਯਾ-ਵਾਨ੍-ਸ਼ਰਧਾਲੂ ; **ਲਭਤੇ** - ਪ੍ਰਾਪਤ ਕਰਦਾ ਹੈ ; **ਗ੍ਯਾਨਮ੍** - ਗਿਆਨ ; **ਤਤ੍-ਪਰਹ੍** - ਉਸ ਵਿਚ ਵਧੇਰੇ ਅਨੁਕਰਤ ; **ਸੰਯਤ** - ਸੰਜਮਿਤ ; **ਇੰਦ੍ਰਿਯਹ੍** - ਇੰਦਰੀਆਂ ; **ਗ੍ਯਾਨਮ੍** - ਗਿਆਨ ; **ਲਬ੍ਧ੍ਵਾ** - ਪ੍ਰਾਪਤ ਕਰਕੇ ; **ਪਰਾਮ੍** - ਅਲੌਕਿਕ ; **ਸ਼ਾਂਤਿਮ੍** - ਸ਼ਾਂਤੀ ; **ਅਚਿਰੇਣ** - ਜਲਦੀ ਹੀ ; **ਅਧਿਗਚ੍ਛਤਿ** - ਪ੍ਰਾਪਤ ਕਰਦਾ ਹੈ।

ਅਨੁਵਾਦ

ਜਿਹੜਾ ਸ਼ਰਧਾਲੂ ਅਲੌਕਿਕ ਗਿਆਨ ਵਿਚ ਸਮਰਪਿਤ ਹੈ ਅਤੇ ਜਿਸਨੇ ਇੰਦਰੀਆਂ ਨੂੰ ਕਾਬੂ ਕਰ ਲਿਆ ਹੈ, ਉਹ ਇਸ ਗਿਆਨ ਨੂੰ ਪ੍ਰਾਪਤ ਕਰਨ ਦਾ ਅਧਿਕਾਰੀ ਹੈ ਅਤੇ ਇਸ ਨੂੰ ਪ੍ਰਾਪਤ ਕਰਦੇ ਹੀ ਉਹ ਤੁਰੰਤ ਪਰਮ ਅਧਿਆਤਮਿਕ ਸ਼ਾਂਤੀ ਨੂੰ ਪ੍ਰਾਪਤ ਕਰ ਲੈਂਦਾ ਹੈ।

ਭਾਵ

ਸ਼੍ਰੀ ਕ੍ਰਿਸ਼ਨ ਵਿਚ ਪੱਕਾ ਵਿਸ਼ਵਾਸ਼ ਰੱਖਣ ਵਾਲਾ ਮਨੁੱਖ ਇੰਝ ਹੀ ਕ੍ਰਿਸ਼ਨ ਭਾਵਨਾ ਭਾਵਿਤ ਗਿਆਨ ਪ੍ਰਾਪਤ ਕਰ ਸਕਦਾ ਹੈ। ਉਹੀ ਮਨੁੱਖ ਸ਼ਰਧਾਵਾਨ ਕਹਾਉਂਦਾ ਹੈ, ਜਿਹੜਾ ਇਹ ਸੋਚਦਾ ਹੈ ਕਿ ਕ੍ਰਿਸ਼ਨ ਭਾਵਨਾ ਭਾਵਿਤ ਹੋ ਕੇ ਕਰਮ ਕਰਨ ਨਾਲ ਉਹ ਪਰਮ ਸਿੱਧੀ ਪਾ ਸਕਦਾ ਹੈ। ਇਹ ਸ਼ਰਧਾ ਭਗਤੀ ਰਾਹੀਂ ਅਤੇ "ਹਰੇ ਕ੍ਰਿਸ਼ਨ ਹਰੇ ਕ੍ਰਿਸ਼ਨ ਕ੍ਰਿਸ਼ਨ ਕ੍ਰਿਸ਼ਨ ਹਰੇ-ਹਰੇ। ਹਰੇ ਰਾਮ ਹਰੇ ਰਾਮ ਰਾਮ ਰਾਮ ਹਰੇ ਹਰੇ" ਮੰਤਰ ਦੇ ਜਾਪ ਰਾਹੀਂ ਪ੍ਰਾਪਤ ਕੀਤੀ ਜਾਂਦੀ ਹੈ। ਕਿਉਂਕਿ ਇਸ ਦੇ ਨਾਲ ਹਿਰਦੇ ਦੀ ਸਾਰੀ ਭੌਤਿਕ ਮੈਲ ਦੂਰ ਹੋ ਜਾਂਦੀ ਹੈ। ਇਸ ਤੋਂ ਇਲਾਵਾ ਮਨੁੱਖ ਨੂੰ ਚਾਹੀਦਾ ਹੈ ਕਿ ਉਹ ਆਪਣੀਆਂ ਇੰਦਰੀਆਂ ਤੇ ਸੰਜਮ ਰੱਖੇ। ਜਿਹੜਾ ਮਨੁੱਖ ਕ੍ਰਿਸ਼ਨ ਪ੍ਰਤੀ

ਸ਼ਰਧਾਵਾਨ ਹੈ ਅਤੇ ਜਿਹੜਾ ਇੰਦਰੀਆਂ ਨੂੰ ਸੰਜਮ ਵਿਚ ਰਖਦਾ ਹੈ, ਉਹ ਜਲਦੀ ਹੀ ਕ੍ਰਿਸ਼ਨ ਭਾਵਨਾ ਅੰਮ੍ਰਿਤ ਦੇ ਗਿਆਨ ਵਿਚ ਪੂਰਨਤਾ ਪ੍ਰਾਪਤ ਕਰ ਲੈਂਦਾ ਹੈ।

अज्ञश्चाश्रद्दधानश्च संशयात्मा विनश्यति ।
नायं लोकोऽस्ति न परो न सुखं संशयात्मनः ॥ ४० ॥

ਅਗ੍ਯਸ਼੍ ਚਾਸ਼੍ਰੱਦਧਾਨਸ਼੍ ਚ ਸੰਸ਼ਯਾਤ੍ਮਾ ਵਿਨਸ਼੍ਯਤਿ।
ਨਾਯਮ੍ ਲੋਕੋ 'ਸ੍ਤਿ ਨ ਪਰੋ ਨ ਸੁਖਮ ਸੰਸ਼ਯਾਤ੍ਮਨਹ੍ ॥ 40 ॥

ਅਗ੍ਯਹ–ਮੂਰਖ, ਜਿਸਨੂੰ ਸ਼ਾਸ਼ਤਰ ਦਾ ਗਿਆਨ ਨਹੀਂ ; **ਚ**–ਅਤੇ ; **ਅਸ਼੍ਰੱਦਧਾਨਹ੍** – ਸ਼ਾਸ਼ਤਰਾਂ ਵਿਚ ਸ਼ਰਧਾ ਨਾ ਰੱਖਣ ਵਾਲਾ ; **ਚ**–ਵੀ ; **ਸੰਸ਼ਯ**–ਸ਼ੰਕਾ ਯੁਕਤ ; **ਆਤ੍ਮਾ**– ਮਨੁੱਖ ; **ਵਿਨਸ਼੍ਯਤਿ**–ਡਿੱਗ ਜਾਂਦਾ ਹੈ ; **ਨ**– ਨਾ ; **ਅਯਮ੍**–ਇਸ ; **ਲੋਕਹ੍**–ਸੰਸਾਰ ਵਿਚ ; **ਅਸ੍ਤਿ**–ਹੈ ; **ਨ**–ਨਾ ਤਾਂ ; **ਪਰਹ੍**–ਅਗਲੇ ਜੀਵਨ ਵਿਚ ; **ਨ**–ਨਹੀਂ ; **ਸੁਖਮ੍** - ਸੁਖ ; **ਸੰਸ਼ਯ**–ਸ਼ੰਕਾ ਯੁਕਤ ; **ਆਤ੍ਮਨਹ੍**–ਮਨੁੱਖ ਲਈ।

ਅਨੁਵਾਦ

ਪਰ ਜਿਹੜੇ ਅਗਿਆਨੀ ਅਤੇ ਸ਼ਰਧਾਹੀਨ ਮਨੁੱਖ ਸ਼ਾਸ਼ਤਰਾਂ ਵਿਚ ਸ਼ੱਕ ਕਰਦੇ ਹਨ, ਉਹ ਭਗਵਤ ਚੇਤਨਾ ਨੂੰ ਪ੍ਰਾਪਤ ਨਹੀਂ ਕਰ ਸਕਦੇ ਸਗੋਂ ਥੱਲੇ ਡਿੱਗ ਪੈਂਦੇ ਹਨ। ਸ਼ੱਕੀ ਆਤਮਾ ਲਈ ਨਾ ਤਾਂ ਇਸ ਲੋਕ ਵਿੱਚ, ਨਾ ਹੀ ਪਰਲੋਕ ਵਿਚ ਕੋਈ ਸੁਖ ਹੈ।

ਭਾਵ

ਭਗਵਤ ਗੀਤਾ ਸਾਰੇ ਪ੍ਰਮਾਣਿਤ ਅਤੇ ਮਾਨਤਾ ਪ੍ਰਾਪਤ ਸ਼ਾਸ਼ਤਰਾਂ ਵਿਚ ਸੱਭ ਤੋਂ ਉਤਮ ਹੈ। ਜਿਹੜੇ ਲੋਕ ਪਸ਼ੂਆਂ ਵਰਗੇ ਹਨ, ਉਨ੍ਹਾਂ ਵਿਚ ਨਾ ਤਾਂ ਪ੍ਰਮਾਣਿਤ ਸ਼ਾਸ਼ਤਰਾਂ ਪ੍ਰਤੀ ਕੋਈ ਸ਼ਰਧਾ ਹੈ ਅਤੇ ਨਾ ਉਨ੍ਹਾਂ ਦਾ ਗਿਆਨ ਹੁੰਦਾ ਹੈ। ਕੁਝ ਲੋਕਾਂ ਨੂੰ ਹਾਲਾਂਕਿ ਉਨ੍ਹਾਂ ਦਾ ਗਿਆਨ ਹੁੰਦਾ ਹੈ ਅਤੇ ਉਨ੍ਹਾਂ ਵਿੱਚੋਂ ਉਹ ਉਦਾਹਰਨਾਂ ਵੀ ਦਿੰਦੇ ਰਹਿੰਦੇ ਹਨ, ਪਰ ਉਨ੍ਹਾਂ ਵਿਚ ਅਸਲੀ ਵਿਸ਼ਵਾਸ਼ ਨਹੀਂ ਕਰਦੇ। ਕੁਝ ਲੋਕ ਜਿਨ੍ਹਾਂ ਵਿਚ ਭਗਵਤ ਗੀਤਾ ਵਰਗੇ ਸ਼ਾਸ਼ਤਰਾਂ ਵਿਚ ਸ਼ਰਧਾ ਹੁੰਦੀ ਵੀ ਹੈ ਤਾਂ ਵੀ ਨਾ ਤਾਂ ਉਹ ਭਗਵਾਨ ਸ੍ਰੀ ਕ੍ਰਿਸ਼ਨ ਵਿਚ ਵਿਸ਼ਵਾਸ਼ ਕਰਦੇ ਹਨ ਨਾ ਉਨ੍ਹਾਂ ਦੀ ਪੂਜਾ ਕਰਦੇ ਹਨ। ਅਜਿਹੇ ਲੋਕਾਂ ਨੂੰ ਅਸਲ ਵਿਚ ਕ੍ਰਿਸ਼ਨ ਭਾਵਨਾ ਅੰਮ੍ਰਿਤ ਦਾ ਕੋਈ ਗਿਆਨ ਨਹੀਂ ਹੁੰਦਾ। ਉਹ ਥੱਲੇ ਡਿਗਦੇ ਹਨ। ਉਪਰ ਦੱਸੇ ਸਾਰੇ ਤਰ੍ਹਾਂ ਦੇ ਮਨੁੱਖਾਂ ਵਿੱਚੋਂ ਜਿਹੜੇ ਸ਼ਰਧਾਲੂ ਨਹੀਂ ਹਨ ਅਤੇ ਹਮੇਸ਼ਾਂ ਸ਼ੱਕ ਵਿਚ ਫਸੇ ਰਹਿੰਦੇ ਹਨ, ਉਹ ਰਤਾ ਵੀ ਤਰੱਕੀ ਨਹੀਂ ਕਰ ਸਕਦੇ। ਜਿਹੜੇ ਲੋਕ ਈਸ਼ਵਰ ਅਤੇ ਉਨ੍ਹਾਂ ਦੇ ਵਚਨਾਂ ਵਿਚ ਸ਼ਰਧਾ ਨਹੀਂ ਰੱਖਦੇ, ਉਨ੍ਹਾਂ ਲਈ ਕਿਸੇ ਵੀ ਤਰ੍ਹਾਂ ਦਾ ਸੁਖ ਨਹੀਂ ਹੈ। ਇਸ ਲਈ ਮਨੁੱਖ ਨੂੰ ਚਾਹੀਦਾ ਹੈ ਕਿ ਸ਼ਰਧਾਭਾਵ ਨਾਲ ਸ਼ਾਸ਼ਤਰਾਂ ਦੇ ਸਿਧਾਂਤਾਂ ਦੀ ਪਾਲਣਾ ਕਰਕੇ ਗਿਆਨ ਪ੍ਰਾਪਤ ਕਰੇ। ਇਸੇ ਗਿਆਨ ਨਾਲ ਮਨੁੱਖ ਅਧਿਆਤਮਕ ਗਿਆਨ ਦੇ ਅਲੌਕਿਕ ਪਦ ਤਕ ਪਹੁੰਚ ਸਕਦਾ ਹੈ। ਦੂਜੇ ਸ਼ਬਦਾਂ ਵਿੱਚ, ਅਧਿਆਤਮਕ ਉਨੱਤੀ ਵਿਚ ਸ਼ੱਕ ਵਾਲੇ ਮਨੁੱਖਾਂ

ਦੀ ਕੋਈ ਥਾਂ ਨਹੀਂ । ਇਸ ਲਈ ਮਨੁੱਖ ਨੂੰ ਚਾਹੀਦਾ ਹੈ ਕਿ ਪਰੰਪਰਾ ਤੋਂ ਚਲੇ ਆ ਰਹੇ ਮਹਾਨ ਅਚਾਰੀਆਂ ਦੇ ਨਕਸ਼ੇ ਕਦਮਾਂ ਦਾ ਅਨੁਸਰਨ ਕਰੇ ਅਤੇ ਸਫਲਤਾ ਪ੍ਰਾਪਤ ਕਰੇ ।

योगसन्न्यस्तकर्माणं ज्ञानसञ्छिन्नसंशयम् ।
आत्मवन्तं न कर्माणि निबध्नन्ति धनञ्जय ॥ ४१ ॥

ਯੋਗ ਸੰਨ੍ਯਸ੍ਤ-ਕਰ੍ਮਾਣਮ੍ ਗ੍ਯਾਨ-ਸੰਛਿਨ੍ਨ-ਸੰਸ਼ਯਮ੍ ।
ਆਤ੍ਮਵਨ੍ਤਮ੍ ਨ ਕਰ੍ਮਾਣਿ ਨਿਬਧ੍ਨੰਤਿ ਧਨੰਜਯ ॥ 41 ॥

ਯੋਗ-ਕਰਮ ਯੋਗ ਵਿਚ ਭਗਤੀ ਨਾਲ ; **ਸੰਨ੍ਯਸ੍ਤ**- ਸੰਨਿਆਸੀ ; **ਕਰ੍ਮਾਣਮ੍** - ਕਰਮ ਫਲਾਂ ਨੂੰ ; **ਗ੍ਯਾਨ** - ਗਿਆਨ ਨਾਲ ; **ਸੰਛਿਨ੍ਨ** - ਕਰਦੇ ਹਨ ; **ਸੰਸ਼ਯਮ੍** - ਸ਼ੱਕ ਨੂੰ ; **ਆਤ੍ਮਵਨ੍ਤਮ੍** - ਆਤਮ ਸਥਿਤ ਨੂੰ ; **ਨ**-ਕਦੀ ਨਹੀਂ ; **ਕਰ੍ਮਾਣਿ**- ਕਰਮ ; **ਨਿਬਧ੍ਨੰਤਿ** - ਬੰਨਦੇ ਹਨ ; **ਧਨੰਜਯ** - ਹੇ ਸੰਪਤੀ ਦੇ ਜੇਤੂ ।

ਅਨੁਵਾਦ

ਜਿਹੜਾ ਮਨੁੱਖ ਆਪਣੇ ਕਰਮਫਲਾਂ ਦਾ ਤਿਆਗ ਕਰਦੇ ਹੋਏ ਭਗਤੀ ਕਰਦਾ ਹੈ ਅਤੇ ਜਿਸ ਦੇ ਸ਼ੱਕ ਅਲੌਕਿਕ ਗਿਆਨ ਰਾਹੀਂ ਖਤਮ ਹੋ ਚੁੱਕੇ ਹੁੰਦੇ ਹਨ, ਉਹੀ ਅਸਲ ਵਿਚ ਆਤਮ ਸਥਿਤ ਹੈ। ਹੇ ਧਨੰਜੇ! ਉਹ ਕਰਮਾਂ ਦੇ ਬੰਧਨ ਨਾਲ ਨਹੀਂ ਬੱਝਦਾ।

ਭਾਵ

ਜਿਹੜਾ ਮਨੁੱਖ ਭਗਵਤ ਗੀਤਾ ਦੀ ਸਿੱਖਿਆ ਦੀ ਉਸੇ ਰੂਪ ਵਿਚ ਪਾਲਣਾ ਕਰਦਾ ਹੈ ਜਿਵੇਂ ਪੂਰਨ ਪੁਰਸ਼ੋਤਮ ਭਗਵਾਨ ਨੇ ਆਪ ਦਿੱਤੀ ਸੀ, ਤਾਂ ਉਹ ਅਲੌਕਿਕ ਗਿਆਨ ਦੀ ਕਿਰਪਾ ਸਦਕਾ ਸਾਰੇ ਸ਼ੱਕਾਂ ਤੋਂ ਮੁਕਤ ਹੋ ਜਾਂਦਾ ਹੈ । ਪੂਰੀ ਤਰ੍ਹਾਂ ਕ੍ਰਿਸ਼ਨ ਭਾਵਨਾ ਭਾਵਿਤ ਹੋਣ ਕਾਰਨ, ਉਸਨੂੰ ਸ੍ਰੀ ਭਗਵਾਨ ਦੇ ਅੰਸ਼ ਰੂਪ ਵਿਚ ਆਪਣੇ ਸਰੂਪ ਦਾ ਗਿਆਨ ਪਹਿਲੇ ਹੀ ਹੋ ਜਾਂਦਾ ਹੈ । ਇਸ ਲਈ ਯਕੀਨੀ ਤੌਰ ਤੇ ਉਹ ਕਰਮ ਬੰਧਨ ਤੋਂ ਮੁਕਤ ਹੈ ।

तस्मादज्ञानसम्भूतं हृत्स्थं ज्ञानासिनात्मनः ।
छित्त्वैनं संशयं योगमातिष्ठोत्तिष्ठ भारत ॥ ४२ ॥

ਤਸ੍ਮਾਦ੍ ਅਗ੍ਯਾਨ ਸਮ੍ਭੂਤਮ ਹ੍ਰਿਤ੍-ਸ੍ਥਮ੍ ਗ੍ਯਾਨਾਸਿਨਾਤ੍ਮਨਹ੍ ।
ਛਿਤ੍ਤ੍ਵੈਨਮ ਸੰਸ਼ਯਮ੍ ਯੋਗਮ੍ ਆਤਿਸ਼੍ਠੋਤਿਸ਼੍ਠਾ ਭਾਰਤ ॥ 42 ॥

ਤਸ੍ਮਾਤ੍ - ਇਸ ਲਈ ; **ਅਗ੍ਯਾਨ-ਸਮ੍ਭੂਤਮ**-ਅਗਿਆਨ ਤੋਂ ਪੈਦਾ ; **ਹ੍ਰਿਤ੍ਸ੍ਥਮ੍** - ਹਿਰਦੇ ਵਿਚ ਸਥਿਤ ; **ਗ੍ਯਾਨ**-ਗਿਆਨ ਰੂਪੀ ; **ਅਸਿਨਾ**-ਸ਼ਾਸ਼ਤਰ ਨਾਲ ; **ਆਤ੍ਮਨਹ** -ਆਪਣੇ ; **ਛਿਤ੍ਤ੍ਵਾ**- ਕੱਟ ਕੇ ; **ਏਨਮ** -ਇਸ ; **ਸੰਸ਼ਯਮ੍** - ਸ਼ੱਕ ਨੂੰ ; **ਯੋਗਮ੍** - ਯੋਗ ਵਿਚ ; **ਅਤਿਸ਼੍ਠਹ੍** - ਸਥਿਤ ਹੋਵੇ ; **ਉਤ੍ਤਿਸ਼੍ਠ** - ਜੰਗ ਕਰਨ ਲਈ ਉਠੋ ; **ਭਾਰਤ** - ਹੇ ਭਰਤ ਵੰਸ਼ੀ ।

ਅਨੁਵਾਦ

ਇਸ ਲਈ ਤੁਹਾਡੇ ਹਿਰਦੇ ਵਿਚ ਅਗਿਆਨ ਸਦਕਾ ਜਿਹੜੇ ਸ਼ੱਕ ਪੈਦਾ ਹੋਏ ਹਨ, ਉਨ੍ਹਾਂ ਨੂੰ ਗਿਆਨ ਰੂਪੀ ਸ਼ਾਸ਼ਤਰ ਨਾਲ ਕੱਟ ਦਿਓ । ਹੇ ਭਾਰਤ! ਤੁਸੀਂ ਯੋਗ ਵਿਚ ਸਥਿਰ ਹੋਕੇ ਖੜ੍ਹੇ ਹੋਵੋ ਅਤੇ ਜੰਗ ਕਰੋ ।

ਭਾਵ

ਇਸ ਅਧਿਆਇ ਵਿਚ ਜਿਸ ਯੋਗ ਪੱਧਤੀ ਦਾ ਉਪਦੇਸ਼ ਦਿੱਤਾ ਗਿਆ ਹੈ ਉਹ ਸਨਾਤਨ ਯੋਗ ਕਹਾਉਂਦੀ ਹੈ । ਇਸ ਯੋਗ ਵਿਚ ਦੋ ਤਰ੍ਹਾਂ ਦੇ ਯੱਗ ਕਰਮ ਕੀਤੇ ਜਾਂਦੇ ਹਨ – ਇਕ ਤਾਂ ਪਦਾਰਥ ਯੱਗ ਅਤੇ ਦੂਜਾ ਆਤਮ ਗਿਆਨ ਯੱਗ ਜਿਹੜਾ ਵਿਸ਼ੁੱਧ ਅਧਿਆਤਮਕ ਕਰਮ ਹੈ । ਜੇ ਆਤਮ-ਪ੍ਰਤੱਖੀਕਰਨ ਲਈ ਪਦਾਰਥ ਯੱਗ ਨਹੀਂ ਕੀਤਾ ਜਾਂਦਾ ਤਾਂ ਅਜਿਹਾ ਯੱਗ ਭੌਤਿਕ ਬਣ ਜਾਂਦਾ ਹੈ । ਪਰ ਜਦੋਂ ਕੋਈ ਅਧਿਆਤਮਕ ਮੰਤਵ ਜਾਂ ਭਗਤੀ ਨਾਲ ਅਜਿਹਾ ਯੱਗ ਕਰਦਾ ਹੈ । ਉਹ ਪੂਰਨ ਯੱਗ ਹੁੰਦਾ ਹੈ । ਅਧਿਆਤਮਕ ਕਿਰਿਆਵਾਂ ਵੀ ਦੋ ਤਰ੍ਹਾਂ ਦੀਆਂ ਹੁੰਦੀਆਂ ਹਨ – ਆਤਮ ਬੋਧ (ਜਾਂ ਆਪਣੇ ਸਰੂਪ ਨੂੰ ਸਮਝਣਾ) ਅਤੇ ਸ੍ਰੀ ਭਗਵਾਨ ਨਾਲ ਸੰਬੰਧਿਤ ਸੱਚ । ਜਿਹੜਾ ਭਗਵਤ ਗੀਤਾ ਦੇ ਰਸਤੇ ਦੀ ਪਾਲਣਾ ਕਰਦਾ ਹੈ ਉਹ ਗਿਆਨ ਦੀਆਂ ਇਨ੍ਹਾਂ ਦੋਵਾਂ ਸ਼੍ਰੇਣੀਆਂ ਨੂੰ ਸਮਝ ਸਕਦਾ ਹੈ । ਉਸ ਲਈ ਭਗਵਾਨ ਦੇ ਅੰਸ਼ ਰੂਪ ਆਤਮ-ਗਿਆਨ ਦੇ ਸਮਝ ਵਿਚ ਕੋਈ ਔਕੜ ਨਹੀਂ ਹੁੰਦੀ । ਅਜਿਹਾ ਗਿਆਨ ਲਾਹੇਵੰਦ ਹੈ, ਕਿਉਂਕਿ ਅਜਿਹਾ ਮਨੁੱਖ ਭਗਵਾਨ ਦੇ ਅਲੌਕਿਕ ਕੰਮ ਕਾਰਜਾਂ ਨੂੰ ਸਮਝ ਸਕਦਾ ਹੈ । ਇਸ ਅਧਿਆਇ ਦੇ ਸ਼ੁਰੂ ਵਿਚ ਹੀ ਭਗਵਾਨ ਨੇ ਆਪ-ਆਪਣੇ ਅਲੌਕਿਕ ਕੰਮ ਕਾਰਜਾਂ ਦਾ ਵਰਣਨ ਕੀਤਾ ਹੈ । ਜਿਹੜਾ ਮਨੁੱਖ ਗੀਤਾ ਦੇ ਉਪਦੇਸ਼ਾਂ ਨੂੰ ਨਹੀਂ ਸਮਝਦਾ, ਉਹ ਸ਼ਰਧਾਹੀਨ ਹੈ ਅਤੇ ਇਹ ਸਮਝਣਾ ਚਾਹੀਦਾ ਹੈ ਕਿ ਉਹ ਰੱਬ ਦੁਆਰਾ ਦਿੱਤੀ ਅੰਸ਼ਿਕ ਸੁਤੰਤਰਤਾ ਦਾ ਦੁਰਉਪਯੋਗ ਕਰ ਰਿਹਾ ਹੈ । ਜਿਹੜਾ ਭਗਵਾਨ ਰਾਹੀਂ ਉਪਦੇਸ਼ ਦੇਣ ਤੇ ਵੀ ਭਗਵਾਨ ਦੇ ਸਚਿਦਾਨੰਦ ਸਰੂਪ ਨੂੰ ਨਹੀਂ ਸਮਝ ਸਕਦਾ ਤਾਂ ਇਹ ਸਮਝਣਾ ਚਾਹੀਦਾ ਹੈ ਕਿ ਉਹ ਨਿਰਾ ਮੂਰਖ ਹੈ । ਕ੍ਰਿਸ਼ਨ ਭਾਵਨਾ ਅੰਮ੍ਰਿਤ ਦੇ ਸਿਧਾਂਤ ਨੂੰ ਮੰਨਕੇ ਅਗਿਆਨ ਸਦਾ ਲਈ ਦੂਰ ਕੀਤਾ ਜਾ ਸਕਦਾ ਹੈ । ਇਹ ਕ੍ਰਿਸ਼ਨ ਭਾਵਨਾ ਅੰਮ੍ਰਿਤ ਵੱਖੋ-ਵੱਖਰੇ ਦੇਵ-ਯੱਗ, ਬ੍ਰਹਮ-ਯੱਗ, ਬ੍ਰਹਮਚਾਰੀਆ-ਯੱਗ, ਗ੍ਰਹਿਸਥ-ਯੱਗ, ਇੰਦਰੀਆ ਦੇ ਸੰਜਮ ਦਾ ਯੱਗ, ਯੋਗਸਾਧਨਾ-ਯੱਗ, ਤਪੱਸਿਆ-ਯੱਗ, ਪਦਾਰਥ-ਯੱਗ, ਸਵੈ-ਅਧਿਐਨ -ਯੱਗ, ਅਤੇ ਵਰਣ-ਆਸ਼ਰਮ ਧਰਮ ਵਿਚ ਹਿੱਸਾ ਲੈ ਕੇ ਜਾਗ੍ਰਿਤ ਕੀਤਾ ਜਾ ਸਕਦਾ ਹੈ । ਇਹ ਸਾਰੇ ਯੱਗ ਕਹਾਉਂਦੇ ਹਨ ਅਤੇ ਇਹ ਸਾਰੇ ਨਿਯਮਿਤ ਕਰਮਾਂ ਤੇ ਅਧਾਰਿਤ ਹਨ । ਪਰ ਇਨ੍ਹਾਂ ਸਾਰਿਆਂ ਕੰਮ ਕਾਰਜਾਂ ਵਿੱਚੋਂ ਸੱਭ ਤੋਂ ਮਹੱਤਵਪੂਰਨ ਕਾਰਨ ਆਤਮ-ਪ੍ਰਤੱਖੀਕਰਨ ਹੈ । ਜਿਹੜਾ ਇਸ ਮੰਤਵ ਨੂੰ ਲੱਭ ਲੈਂਦਾ ਹੈ, ਉਹ ਹੀ ਭਗਵਤ ਗੀਤਾ ਦਾ ਅਸਲੀ ਵਿਦਿਆਰਥੀ ਹੈ, ਪਰ ਜਿਹੜਾ ਕ੍ਰਿਸ਼ਨ ਨੂੰ ਪ੍ਰਮਾਣ ਨਹੀਂ ਮੰਨਦਾ ਉਹ ਥੱਲੇ ਡਿੱਗ ਜਾਂਦਾ ਹੈ । ਇਸ ਲਈ ਮਨੁੱਖ ਨੂੰ ਚਾਹੀਦਾ ਹੈ ਕਿ ਉਹ ਸੇਵਾ ਅਤੇ ਸਮਰਪਣ ਸਮੇਤ ਕਿਸੇ ਪ੍ਰਮਾਣਿਤ ਗੁਰੂ ਦੀ ਅਗਵਾਈ ਵਿਚ ਭਗਵਤ ਗੀਤਾ ਜਾਂ ਹੋਰ ਕਿਸੇ ਸ਼ਾਸ਼ਤਰ ਦਾ ਅਧਿਐਨ ਕਰੇ । ਪ੍ਰਮਾਣਿਤ ਗੁਰੂ, ਸ਼ੁਰੂ ਤੋਂ ਚਲੀ ਆ ਰਹੀ ਪਰੰਪਰਾ ਵਿੱਚੋਂ ਹੁੰਦਾ ਹੈ ਅਤੇ ਉਹ ਪਰਮੇਸ਼ਵਰ ਦੇ ਉਨ੍ਹਾਂ ਉਪਦੇਸ਼ਾਂ ਨਾਲੋਂ ਰਤਾ ਵੀ

ਅਲੱਗ ਨਹੀਂ ਹੱਟਦਾ, ਜਿਨ੍ਹਾਂ ਨੂੰ ਉਨ੍ਹਾਂ ਨੇ ਲੱਖਾਂ ਵਰ੍ਹੇ ਪਹਿਲੋਂ ਸੂਰਜ ਦੇਵ ਨੂੰ ਦਿੱਤਾ ਸੀ, ਜਿਸ ਨਾਲ ਭਗਵਤ ਗੀਤਾ ਦੇ ਉਪਦੇਸ਼ ਇਸ ਧਰਤੀ ਲੋਕ ਤੇ ਆਇਆ। ਇਸ ਲਈ ਗੀਤਾ ਵਿਚ ਹੀ ਦੱਸੇ ਭਗਵਤ ਗੀਤਾ ਦੇ ਮਾਰਗ ਦਾ ਅਨੁਸਰਨ ਕਰਨਾ ਚਾਹੀਦਾ ਹੈ ਅਤੇ ਉਨ੍ਹਾਂ ਲੋਕਾਂ ਤੋਂ ਸਾਵਧਾਨ ਰਹਿਣਾ ਚਾਹੀਦਾ ਹੈ ਜਿਹੜੇ ਆਤਮ-ਪ੍ਰਸ਼ੰਸਾ ਕਾਰਨ ਹੋਰਨਾਂ ਨੂੰ ਅਸਲੀ ਰਸਤੇ ਤੋਂ ਅਲੱਗ ਕਰਦੇ ਹਨ। ਭਗਵਾਨ ਯਕੀਨੀ ਤੌਰ ਤੇ ਪਰਮ-ਪੁਰਖ ਹਨ ਅਤੇ ਉਨ੍ਹਾਂ ਦੇ ਕੰਮ-ਕਾਰਜ ਅਲੌਕਿਕ ਹਨ, ਜਿਹੜਾ ਇਸ ਨੂੰ ਸਮਝਦਾ ਹੈ ਉਹ ਭਗਵਤ ਗੀਤਾ ਦਾ ਸ਼ੁਭ-ਆਰੰਭ ਕਰਦੇ ਹੀ ਮੁਕਤ ਹੁੰਦਾ ਹੈ।

ਇੰਝ ਸ਼੍ਰੀ ਭਗਵਤ ਗੀਤਾ ਦੇ ਚੌਥੇ ਅਧਿਆਇ 'ਦੈਵੀ ਗਿਆਨ' ਦਾ ਭਕਤੀਵੇਦਾਂਤ ਭਾਵ-ਅਰਥ ਪੂਰਨ ਹੋਇਆ।

ਅਧਿਆਇ ਪੰਜਵਾਂ

ਕਰਮ ਯੋਗ

ਸ਼੍ਰੀ ਕ੍ਰਿਸ਼ਨ ਭਾਵਨਾ ਭਾਵਿਤ ਕਰਮ

अर्जुन उवाच

सन्न्यासं कर्मणां कृष्ण पुनर्योगं च शंससि ।
यच्छ्रेय एतयोरेकं तन्मे ब्रूहि सुनिश्चितम् ॥ १ ॥

ਅਰਜੁਨ ਓਵਾਚ

ਸੰਨ੍ਯਾਸਮ੍ ਕਰਮਣਾਮ੍ ਕ੍ਰਿਸ਼ਣ ਪੁਨਰ ਯੋਗਮ੍ ਚ ਸ਼ੰਸਸਿ ।
ਯਚ੍ ਛ੍ਰੇਯ ਏਤਯੋਰ ਏਕਮ੍ ਤਨ ਮੇ ਬਰੂਹਿ ਸੁ ਨਿਸ਼ਚਿਤਮ ॥ 1 ॥

ਅਰ੍ਜੁਨਹ੍ ਓਵਾਚ–ਅਰਜੁਨ ਨੇ ਕਿਹਾ ; ਸੰਨ੍ਯਾਸਮ੍–ਸੰਨਿਆਸ ; ਕਰ੍ਮਣਾਮ੍–ਸਾਰੇ ਕਰਮਾਂ ਦੇ ; ਕ੍ਰਿਸ਼ਨ–ਹੇ ਕ੍ਰਿਸ਼ਨ ; ਪੁਨਹ੍–ਫੇਰ ; ਯੋਗਮ੍ – ਭਗਤੀ ; ਚ–ਵੀ ; ਸ਼ੰਸਸਿ–ਪ੍ਰਸ਼ੰਸਾ ਕਰਦੇ ਹੋ ; ਯਤ੍–ਜਿਹੜਾ ; ਸ਼੍ਰੇਯਹ੍–ਵਧੇਰੇ ਲਾਭ ਵਾਲਾ ਹੈ ; ਏਤਯੋਹ–ਇਨ੍ਹਾਂ ਦੋਵਾਂ ਵਿੱਚੋਂ ; ਏਕਮ੍ –ਇੱਕ ; ਤਤ੍–ਉਹ ; ਮੇ–ਮੇਰੇ ਲਈ ; ਬਰੂਹਿ–ਕਹੋ ; ਸੁਨਿਸ਼ਚਿਤਮ੍ –ਨਿਸ਼ਚਿਤ ਰੂਪ ਨਾਲ ।

ਅਨੁਵਾਦ

ਅਰਜੁਨ ਨੇ ਕਿਹਾ – ਹੇ ਕ੍ਰਿਸ਼ਨ ! ਪਹਿਲੋਂ ਤੁਸੀਂ ਮੈਨੂੰ ਕਰਮ ਤਿਆਗਣ ਲਈ ਕਹਿੰਦੇ ਹੋ ਅਤੇ ਫੇਰ ਭਗਤੀ ਪੂਰਵਕ ਕਰਮ ਕਰਨ ਦਾ ਹੁਕਮ ਦਿੰਦੇ ਹੋ । ਕਿਰਪਾ ਕਰਕੇ ਤੁਸੀਂ ਮੈਨੂੰ ਯਕੀਨੀ ਤੌਰ ਤੇ ਦੱਸੋ ਕਿ ਇਨ੍ਹਾਂ ਦੋਵਾਂ ਵਿੱਚੋਂ ਕਿਹੜਾ ਵਧੇਰੇ ਲਾਭਦਾਇਕ ਹੈ ?

ਭਾਵ

ਭਗਵਤ ਗੀਤਾ ਦੇ ਪੰਜਵੇਂ ਅਧਿਆਇ ਵਿਚ ਭਗਵਾਨ ਦੱਸਦੇ ਹਨ ਕਿ ਭਗਤੀ ਪੂਰਵਕ ਕੀਤਾ ਗਿਆ ਕਰਮ ਖੁਸ਼ਕ ਚਿੰਤਨ ਤੋਂ ਉੱਤਮ ਹੈ । ਭਗਤੀ ਦਾ ਮਾਰਗ ਵਧੇਰੇ ਸੁਗਮ ਹੈ, ਕਿਉਂਕਿ ਅਲੌਕਿਕ ਸਰੂਪ ਵਾਲੀ ਭਗਤੀ ਮਨੁੱਖ ਨੂੰ ਕਰਮ ਬੰਧਨਾਂ ਤੋਂ ਮੁਕਤ ਕਰਦੀ ਹੈ । ਦੂਜੇ ਅਧਿਆਇ

ਵਿਚ ਆਤਮਾ ਅਤੇ ਉਸਦੇ ਸ਼ਰੀਰ ਬੰਧਨ ਦਾ ਮੁੱਢਲਾ ਗਿਆਨ ਦੱਸਿਆ ਗਿਆ ਹੈ । ਉਸੇ ਵਿਚ ਬੁੱਧੀ ਯੋਗ ਭਾਵ ਭਗਤੀ ਰਾਹੀਂ ਇਸ ਭੌਤਿਕ ਬੰਧਨ ਤੋਂ ਨਿਕਲਣ ਦਾ ਵੀ ਵਰਣਨ ਹੋਇਆ ਹੈ । ਤੀਜੇ ਅਧਿਆਇ ਵਿਚ ਇਹ ਦੱਸਿਆ ਗਿਆ ਹੈ ਕਿ ਗਿਆਨੀ ਨੂੰ ਕੋਈ ਕਾਰਜ ਨਹੀਂ ਕਰਨੇ ਪੈਂਦੇ । ਚੌਥੇ ਅਧਿਆਇ ਵਿਚ ਭਗਵਾਨ ਨੇ ਅਰਜੁਨ ਨੂੰ ਦੱਸਿਆ ਹੈ ਕਿ ਸਾਰੇ ਯੱਗਾਂ ਦੀ ਸਮਾਪਤੀ ਗਿਆਨ ਵਿਚ ਹੁੰਦੀ ਹੈ, ਪਰ ਚੌਥੇ ਅਧਿਆਇ ਦੇ ਅੰਤ ਵਿਚ ਭਗਵਾਨ ਨੇ ਅਰਜੁਨ ਨੂੰ ਸਲਾਹ ਦਿੱਤੀ ਕਿ ਉਹ ਪੂਰਨ ਗਿਆਨ ਯੁਕਤ ਹੋ ਕੇ ਉਠੱਕੇ ਜੰਗ ਕਰੇ । ਇਸ ਲਈ ਇਸ ਤਰ੍ਹਾਂ ਨਾਲੋਂ ਨਾਲ ਭਗਤੀ ਵਾਲੇ ਕਰਮ ਅਤੇ ਗਿਆਨ ਵਿਚ ਸਥਿਰ ਹੋ ਕੇ ਅਕਰਮ ਦੇ ਮਹੱਤਵ ਤੇ ਜ਼ੋਰ ਦਿੰਦੇ ਹੋਏ ਕ੍ਰਿਸ਼ਨ ਨੇ ਅਰਜੁਨ ਨੂੰ ਉਲਝਾ ਦਿੱਤਾ ਅਤੇ ਉਸ ਦੇ ਸੰਕਲਪ ਨੂੰ ਭੰਬਲ ਭੂਸੇ ਵਿਚ ਪਾ ਦਿੱਤਾ। ਅਰਜੁਨ ਇਹ ਸਮਝਦਾ ਹੈ ਕਿ ਗਿਆਨ 'ਚ ਤਿਆਗ ਦਾ ਅਰਥ ਹੈ, ਇੰਦਰੀਆਂ ਦੇ ਹਰ ਤਰ੍ਹਾਂ ਦੇ ਕੰਮ ਕਾਰਜਾਂ ਦਾ ਤਿਆਗ । ਪਰ ਜੇਕਰ ਕੋਈ ਭਗਤੀ ਯੋਗ ਵਿਚ ਕੰਮ ਕਰਦਾ ਹੈ ਤਾਂ ਫੇਰ ਕਰਮ ਦਾ ਤਿਆਗ ਕਿੰਝ ਹੋਇਆ ? ਦੂਜੇ ਸ਼ਬਦਾਂ ਵਿਚ ਉਹ ਸੋਚਦਾ ਹੈ ਕਿ ਗਿਆਨ ਯੁਕਤ ਤਿਆਗ ਨੂੰ ਹਰ ਤਰ੍ਹਾਂ ਦੇ ਕਾਰਜਾਂ ਤੋਂ ਮੁਕਤ ਹੋਣਾ ਚਾਹੀਦਾ ਹੈ, ਕਿਉਂਕਿ ਉਸਨੂੰ ਕਰਮ ਅਤੇ ਗਿਆਨ ਦਾ ਕੋਈ ਮੇਲ ਨਹੀਂ ਲਗਦਾ । ਅਜਿਹਾ ਲਗਦਾ ਹੈ ਕਿ ਉਹ ਇਹ ਨਹੀਂ ਸਮਝ ਸਕਿਆ ਕਿ ਗਿਆਨ ਦੇ ਨਾਲ ਕੀਤਾ ਗਿਆ ਕਰਮ ਬੰਧਨਕਾਰੀ ਨਾ ਹੋਣ ਕਾਰਨ ਅਕਰਮ ਦੇ ਹੀ ਬਰਾਬਰ ਹੈ । ਇਸੇ ਲਈ ਉਹ ਪੁੱਛਦਾ ਹੈ ਕਿ ਉਹ ਹਰ ਤਰ੍ਹਾਂ ਦੇ ਕੰਮ ਤਿਆਗ ਦੇਵੇ ਜਾਂ ਪੂਰਨ ਗਿਆਨ ਨਾਲ ਕਾਰਜ ਕਰੇ ।

श्रीभगवानुवाच

सन्न्यासः कर्मयोगश्च निःश्रेयसकरावुभौ ।
तयोस्तु कर्मसन्न्यासात्कर्मयोगो विशिष्यते ॥ २ ॥

ਸ਼੍ਰੀ ਭਗਵਾਨ ਓਵਾਚ

ਸੰਨ੍ਯਾਸਹ੍ ਕਰ੍ਮ ਯੋਗਸ਼੍ ਚ ਨਿਰਸ਼੍ਰੇਯਸ-ਕਰਾਵ੍ ਉਭੌ ।
ਤਯੋਸ੍ ਤੁ ਕਰ੍ਮ ਸੰਨ੍ਯਾਸਾਤ੍ ਕਰ੍ਮ ਯੋਗੋ ਵਿਸ਼ਿਸ਼੍ਯਤੇ ॥2॥

ਸ਼੍ਰੀ ਭਗਵਾਨ ਓਵਾਚ-ਸ਼੍ਰੀ ਭਗਵਾਨ ਨੇ ਕਿਹਾ ; **ਸੰਨ੍ਯਾਸਹ੍**-ਕਰਮ ਦਾ ਤਿਆਗ ; **ਕਰ੍ਮਯੋਗਹ੍**-ਨਿਸ਼ਠਾ ਵਾਲਾ ਕਰਮ ; **ਚ**-ਵੀ ; **ਨਿਰਸ਼੍ਰੇਯਸ-ਕਰੌ**-ਮੁਕਤੀ ਦੇ ਰਸਤੇ ਤੇ ਲੈ ਜਾਣ ਵਾਲੇ ; **ਉਭੌ**-ਦੋਵੇਂ ; **ਤਯੋਹ੍**-ਦੋਵਾਂ ਵਿੱਚੋਂ ; **ਤੁ**-ਪਰ ; **ਕਰ੍ਮ ਸੰਨ੍ਯਾਸਾਤ੍**-ਸਕਾਮ ਕਰਮਾਂ ਦੇ ਤਿਆਗ ਨਾਲ ; **ਕਰ੍ਮਯੋਗਹ੍**-ਨਿਸ਼ਠਾਵਾਲਾ ਕਰਮ ; **ਵਿਸ਼ਿਸ਼੍ਯਤੇ**-ਉੱਤਮ ਹੈ ।

ਅਨੁਵਾਦ

ਸ਼੍ਰੀ ਭਗਵਾਨ ਨੇ ਉੱਤਰ ਦਿੱਤਾ - ਮੁਕਤੀ ਲਈ ਤਾਂ ਕਾਰਜ ਦਾ ਤਿਆਗ ਅਤੇ ਭਗਤੀ ਵਾਲੇ ਕੰਮ (ਕਰਮ ਯੋਗ) ਦੋਵੇਂ ਹੀ ਉੱਤਮ ਹਨ । ਪਰ ਇਨ੍ਹਾਂ ਦੋਵਾਂ ਵਿੱਚੋਂ ਕੰਮ ਦੇ ਤਿਆਗ ਨਾਲੋਂ ਭਗਤੀ ਵਾਲਾ ਕਾਰਜ ਉੱਤਮ ਹੈ ।

ਭਾਵ

ਸਕਾਮ ਕੰਮ (ਇੰਦਰੀਆਂ ਦੇ ਭੋਗ ਵਿਚ ਲਗਣਾ) ਹੀ ਸੰਸਾਰ ਬੰਧਨ ਦਾ ਕਾਰਨ ਹੈ। ਜਦੋਂ ਤਕ ਮਨੁੱਖ ਸ਼ਰੀਰਕ ਸੁਖ ਦਾ ਪਧੱਰ ਵਧਾਉਣ ਦੇ ਮੰਤਵ ਨਾਲ ਕੰਮ ਕਰਦਾ ਰਹਿੰਦਾ ਹੈ, ਉਦੋਂ ਤਕ ਉਹ ਵੱਖਰੇ ਤਰ੍ਹਾਂ ਦੇ ਸ਼ਰੀਰਾਂ ਵਿਚ ਬਦਲਕੇ ਸੰਸਾਰ ਬੰਧਨ ਨੂੰ ਬਣਾਈ ਰੱਖਦਾ ਹੈ । ਇਸਦੀ ਪੁਸ਼ਟੀ ਇੰਝ ਹੋਈ ਹੈ :-

ਨੂਨਮ੍ ਪ੍ਰਮ੍ਤਹ੍ ਕੁਰੁਤੇ ਵਿਕਰ੍ਮ ਯਦ੍ ਇੰਦਰਿਯ-ਪ੍ਰੀਤਯ ਆਪ੍ਰਿਣੋਤਿ ।
ਨ ਸਾਧੁ ਮਨ੍ਯੇ ਯਤ ਆਤ੍ਮਨੋ 'ਯਮ੍ ਅਸਨ੍ਨ ਅਪਿ ਕ੍ਲੇਸ਼-ਦ-ਆਸ ਦੇਹਹ੍ ॥
ਪਰਾਭਵਸ੍ ਤਾਵਦ੍ ਅਬੋਧ ਜਾਤੋ ਯਾਵਨ੍ ਨ ਜਿਗ੍ਯਾਸਤ ਆਤ੍ਮ ਤੱਤ੍ਵਮ੍ ।
ਯਾਵਤ੍ ਕ੍ਰਿਯਾਸ੍ ਤਾਵਦ੍ ਇਦਮ੍ ਮਨੋ ਵੈ ਕਰ੍ਮਾਤ੍ਮਕਮ੍ ਯੇਨ ਸ਼ਰੀਰ-ਬੰਧਹ੍॥
ਏਵਮ੍ ਮਨਹ੍ ਕਰ੍ਮ-ਵਸ਼ਮ੍ ਪ੍ਰਯੁੰਕ੍ਤੇ ਅਵਿਦ੍ਯਾਯਾਤ੍ਮ ਨਿ ਉਪਧੀਯਮਾਨੇ ।
ਪ੍ਰੀਤਿਰ੍ ਨ ਯਾਵਨ੍ ਮਯਿ ਵਾਸੁਦੇਵੇ ਨ ਮੁਚ੍ਯਤੇ ਦੇਹ-ਯੋਗੇਨ ਤਾਵਤ੍ ॥

(ਭਾਗਵਤ-5.5.4-6)

"ਲੋਕ ਇੰਦਰੀਆਂ ਦੀ ਤ੍ਰਿਪਤੀ ਲਈ ਪਾਗਲ ਹੋਏ ਫਿਰਦੇ ਹਨ । ਉਹ ਇਹ ਨਹੀਂ ਜਾਣਦੇ ਕਿ ਉਨ੍ਹਾਂ ਦਾ ਕਲੇਸ਼ਾਂ ਭਰਿਆ ਇਹ ਸ਼ਰੀਰ ਉਨ੍ਹਾਂ ਦੇ ਪਿੱਛਲੇ ਸਕਾਮ ਕੰਮਾਂ ਦਾ ਫਲ ਹੈ। ਹਾਲਾਂਕਿ ਇਹ ਸ਼ਰੀਰ ਨਾਸ਼ਵਾਨ ਹੈ, ਪਰ ਇਹ ਤਰ੍ਹਾਂ-ਤਰ੍ਹਾਂ ਦੇ ਕਸ਼ਟ ਦਿੰਦਾ ਰਹਿੰਦਾ ਹੈ। ਇਸ ਲਈ ਇੰਦਰੀਆਂ ਦੀ ਤ੍ਰਿਪਤੀ ਲਈ ਕੰਮ ਕਰਨਾ ਚੰਗਾ ਨਹੀਂ ਹੈ । ਜਦੋਂ ਮਨੁੱਖ ਆਪਣੇ ਅਸਲੀ ਸਰੂਪ ਸੰਬੰਧੀ ਜਿਗਿਆਸਾ ਨਹੀਂ ਕਰਦਾ ਤਾਂ ਉਸਦਾ ਜੀਵਨ ਬੇਕਾਰ ਹੈ । ਅਤੇ ਜਦੋਂ ਤਕ ਉਹ ਆਪਣੇ ਸਰੂਪ ਨੂੰ ਨਹੀਂ ਜਾਣਦਾ ਉਦੋਂ ਤਕ ਉਸਨੂੰ ਇੰਦਰੀਆਂ ਦੀ ਤ੍ਰਿਪਤੀ ਲਈ ਸਕਾਮ ਕਰਮ ਕਰਨਾ ਪੈਂਦਾ ਹੈ ਅਤੇ ਜਦੋਂ ਤਕ ਉਹ ਇੰਦਰੀਆਂ ਦੀ ਤ੍ਰਿਪਤੀ ਦੀ ਇਸ ਚੇਤਨਾ ਵਿਚ ਫਸਿਆ ਰਹਿੰਦਾ ਹੈ, ਉਦੋਂ ਤਕ ਉਸਦਾ ਇੱਕ ਦੇਹ ਤੋਂ ਦੂਜੀ ਦੇਹ ਵਿਚ ਜਾਣਾ ਬਣਿਆ ਰਹਿੰਦਾ ਹੈ । ਭਾਵੇਂ ਉਸਦਾ ਮਨ ਸਕਾਮ ਕਰਮਾਂ ਵਿਚ ਰੁਝਿਆ ਰਹੇ ਅਤੇ ਅਗਿਆਨ ਤੋਂ ਪ੍ਰਭਾਵਿਤ ਹੋਵੇ ਪਰ ਉਸਨੂੰ ਵਾਸੁਦੇਵ ਦੀ ਭਗਤੀ ਪ੍ਰਤੀ ਪ੍ਰੇਮ ਪੈਦਾ ਕਰਨਾ ਚਾਹੀਦਾ ਹੈ ਤਾਂ ਹੀ ਉਹ ਸੰਸਾਰੀ ਬੰਧਨਾਂ ਤੋਂ ਪਾਰ ਹੋ ਸਕਦਾ ਹੈ ।"

ਇਸ ਲਈ ਇਹ ਗਿਆਨ ਹੀ (ਕਿ ਉਹ ਆਤਮਾ ਹੈ ਸ਼ਰੀਰ ਨਹੀਂ) ਮੁਕਤੀ ਲਈ ਕਾਫੀ ਨਹੀਂ ਹੈ । ਚੇਤਨ ਆਤਮਾ ਦੇ ਪੱਧਰ ਤੇ ਮਨੁੱਖ ਨੂੰ ਕਰਮ ਕਰਨਾ ਹੋਵੇਗਾ ਨਹੀਂ ਤਾਂ ਸੰਸਾਰ ਬੰਧਨ ਤੋਂ ਪਾਰ ਉਤਰਨ ਦਾ ਹੋਰ ਕੋਈ ਉਪਾਅ ਨਹੀਂ ਹੈ । ਪਰ ਕ੍ਰਿਸ਼ਨ ਭਾਵਨਾ ਵਿਚ ਕੰਮ ਕਰਨਾ ਸਕਾਮ ਕੰਮ ਨਹੀਂ ਹੈ । ਪੂਰਨ ਗਿਆਨ ਨਾਲ ਕੀਤੇ ਗਏ ਕੰਮ ਅਸਲੀ ਗਿਆਨ ਨੂੰ ਵਧਾਉਣ ਵਾਲੇ ਹਨ । ਕ੍ਰਿਸ਼ਨ ਭਾਵਨਾ ਅੰਮ੍ਰਿਤ ਤੋਂ ਬਿਨ੍ਹਾਂ ਸਿਰਫ ਕੰਮਾਂ ਦੇ ਤਿਆਗ ਨਾਲ ਬੱਧਜੀਵ ਦਾ ਹਿਰਦਾ ਸ਼ੁੱਧ ਨਹੀਂ ਹੁੰਦਾ । ਜਦੋਂ ਤਕ ਹਿਰਦਾ ਸ਼ੁੱਧ ਨਹੀਂ ਹੁੰਦਾ, ਉਦੋਂ ਤਕ ਸਕਾਮ ਕੰਮ ਕਰਨਾ ਪਵੇਗਾ । ਪਰ ਕ੍ਰਿਸ਼ਨ ਭਾਵਨਾ ਭਾਵਿਤ ਕਰਮ, ਕਰਤਾ ਨੂੰ ਆਪ ਸਕਾਮ ਕੰਮਾਂ ਦੇ ਫਲ ਤੋਂ ਮੁਕਤ ਬਣਾਉਂਦਾ ਹੈ, ਜਿਸ ਕਾਰਨ ਉਸਨੂੰ ਭੌਤਿਕ ਪੱਧਰ ਤਕ ਉਤਰਨਾ ਨਹੀਂ ਪੈਂਦਾ । ਇਸ ਲਈ

ਕ੍ਰਿਸ਼ਨ ਭਾਵਨਾ ਕਰਮ ਤਿਆਗ ਨਾਲੋਂ ਹਮੇਸ਼ਾਂ ਉੱਤਮ ਹੁੰਦਾ ਹੈ, ਕਿਉਂਕਿ ਸੰਨਿਆਸ ਵਿਚ ਥੱਲੇ ਡਿੱਗਣ ਦੀ ਸੰਭਾਵਨਾ ਬਣੀ ਰਹਿੰਦੀ ਹੈ। ਕ੍ਰਿਸ਼ਨ ਭਾਵਨਾ ਅੰਮ੍ਰਿਤ ਤੋਂ ਬਿਨ੍ਹਾਂ ਤਿਆਗ ਅਧੂਰਾ ਹੈ, ਜਿਵੇਂ ਕਿ ਸ਼੍ਰੀਲ ਰੂਪ ਗੋਸਵਾਮੀ ਨੇ ਇਸ ਦੀ ਪੁਸ਼ਟੀ ਇੰਞ ਕੀਤੀ ਹੈ :-

ਪ੍ਰਾਪੰਚਿਕਤਯਾ ਬੁਦ੍ਧ੍ਯਾ ਹਰਿ-ਸੰਬੰਧਿ-ਵਸ੍ਤੁਨਹ੍ ।
ਮੁਮੁਕ੍ਸ਼ੁਭਿਹ੍ ਪਰਿਤ੍ਯਾਗੋ ਵੈਰਾਗ੍ਯਮ੍ ਫਲ੍ਗੁ ਕਥ੍ਯਤੇ ॥

(ਭਗਤੀ ਰਸਾਮ੍ਰਿਤ ਸਿੰਧੂ 1-2-258)

"ਜਦੋਂ ਮੁਕਤੀ ਦੀ ਕਾਮਨਾ ਵਾਲੇ ਮਨੁੱਖ ਸ਼੍ਰੀ ਭਗਵਾਨ ਨਾਲ ਸੰਬੰਧਿਤ ਵਸਤਾਂ ਨੂੰ ਭੌਤਿਕ ਸਮਝਕੇ ਉਨ੍ਹਾਂ ਦਾ ਤਿਆਗ ਕਰ ਦਿੰਦੇ ਹਨ, ਤਾਂ ਉਨ੍ਹਾਂ ਦਾ ਤਿਆਗ ਅਧੂਰਾ ਕਹਾਉਂਦਾ ਹੈ।" ਤਿਆਗ ਉਦੋਂ ਹੀ ਪੂਰਨ ਮੰਨਿਆਂ ਜਾਂਦਾ ਹੈ, ਜਦੋਂ ਇਹ ਪਤਾ ਹੋਵੇ ਕਿ ਸੰਸਾਰ ਦੀ ਹਰ ਚੀਜ਼ ਭਗਵਾਨ ਦੀ ਹੈ ਅਤੇ ਕੋਈ ਕਿਸੇ ਵੀ ਚੀਜ਼ ਦੀ ਮਾਲਕੀਅਤ ਗ੍ਰਹਿਣ ਨਹੀਂ ਕਰ ਸਕਦਾ। ਅਸਲ ਵਿਚ ਮਨੁੱਖ ਨੂੰ ਇਹ ਸਮਝਣ ਦਾ ਯਤਨ ਕਰਨਾ ਚਾਹੀਦਾ ਹੈ ਕਿ ਉਸਦਾ ਆਪਣਾ ਕੁਝ ਵੀ ਨਹੀਂ ਹੈ। ਤਾਂ ਫੇਰ ਤਿਆਗ ਦਾ ਸਵਾਲ ਹੀ ਕਿੱਥੇ ਪੈਦਾ ਹੁੰਦਾ ਹੈ। ਜਿਹੜਾ ਮਨੁੱਖ ਇਹ ਸਮਝਦਾ ਹੈ ਕਿ ਸਾਰੀ ਸੰਪਤੀ ਕ੍ਰਿਸ਼ਨ ਦੀ ਹੈ, ਉਹ ਪੱਕਾ ਤਿਆਗੀ ਹੈ, ਹਰ ਚੀਜ਼ ਕ੍ਰਿਸ਼ਨ ਦੀ ਹੈ, ਇਸ ਲਈ ਉਸਦੀ ਵਰਤੋਂ ਕ੍ਰਿਸ਼ਨ ਲਈ ਕੀਤੀ ਜਾਣੀ ਚਾਹੀਦੀ ਹੈ। ਕ੍ਰਿਸ਼ਨ ਭਾਵਨਾ ਭਾਵਿਤ ਹੋ ਕੇ ਇਸ ਤਰ੍ਹਾਂ ਦਾ ਪੂਰਨ ਕਾਰਜ਼ ਕਰਨਾ ਮਾਇਆਵਾਦੀ ਸੰਨਿਆਸੀਆਂ ਦੇ ਬਨਾਉਟੀ ਵੈਰਾਗ ਤੋਂ ਕਿਤੇ ਉੱਤਮ ਹੈ।

ज्ञेयः स नित्यसन्न्यासी यो न द्वेष्टि न काङ्क्षति ।
निर्द्वन्द्वो हि महाबाहो सुखं बन्धात्प्रमुच्यते ॥ ३ ॥

ਗ੍ਯੇਯਹ੍ ਸ ਨਿਤ੍ਯ-ਸੰਨ੍ਯਾਸੀ ਯੋ ਨ ਦ੍ਵੇਸ਼੍ਟਿ ਨ ਕਾਂਕਸ਼੍ਤਿ ।
ਨਿਰ੍ਦ੍ਵੰਦੋ ਹਿ ਮਹਾ-ਬਾਹੋ ਸੁਖਮ੍ ਬੰਧਾਤ੍-ਪ੍ਰਮੁਚ੍ਯਤੇ ॥ 3 ॥

ਗ੍ਯੇਯਹ੍-ਸਮਝਣਾ ਚਾਹੀਦਾ ਹੈ ; **ਸਹ੍**-ਉਹ ; **ਨਿਤ੍ਯ**-ਹਮੇਸ਼ਾਂ ; **ਸੰਨ੍ਯਾਸੀ**-ਸੰਨਿਆਸੀ; **ਯਹ੍**-ਜਿਹੜਾ ; **ਨ**-ਕਦੀ ਨਹੀਂ ; **ਦ੍ਵੇਸ਼੍ਟਿ**-ਘ੍ਰਿਣਾ ਕਰਦਾ ਹੈ ; **ਨ**-ਨਾ ਤਾਂ ; **ਕਾਂਕਸ਼੍ਤਿ**-ਇੱਛਾ ਕਰਦਾ ਹੈ ; **ਨਿਰ੍ਦ੍ਵੰਦ੍ਹ**-ਸਾਰੀਆਂ ਦਵੇਸ਼ਾਂ ਤੋਂ ਮੁਕਤ ; **ਹਿ**-ਨਿਸ਼ਚੈ ਹੀ ; **ਮਹਾ.ਬਾਹੋ**-ਹੇ ਤਕੜੀਆਂ (ਤਾਕਤਵਾਰ) ਬਾਂਵਾਂ ਵਾਲੇ ; **ਸੁਖਮ੍**-ਸੁਖਪੂਰਵਕ ; **ਬੰਧਾਤ**-ਬੰਧਨ ਨਾਲ ; **ਪ੍ਰਮੁਚ੍ਯਤੇ**-ਪੂਰੀ ਤਰ੍ਹਾਂ ਮੁਕਤ ਹੋ ਜਾਂਦਾ ਹੈ।

ਅਨੁਵਾਦ

ਜਿਹੜਾ ਮਨੁੱਖ ਨਾ ਤਾਂ ਕਰਮ ਫਲਾਂ ਤੋਂ ਨਫਰਤ ਕਰਦਾ ਹੈ ਅਤੇ ਨਾ ਕਰਮ ਫਲ ਦੀ ਇੱਛਾ ਕਰਦਾ ਹੈ, ਉਹ ਨਿੱਤ ਵੈਰਾਗੀ ਸਮਝਿਆ ਜਾਂਦਾ ਹੈ। ਹੇ ਮਾਹਾਬਾਹੂ ਅਰਜੁਨ ! ਅਜਿਹਾ ਮਨੁੱਖ ਸਾਰੇ ਦਵੈਤਾਂ ਤੋਂ ਰਹਿਤ ਹੋ ਕੇ ਸੰਸਾਰ ਬੰਧਨ ਨੂੰ ਪਾਰ ਕਰਕੇ ਪੂਰੀ ਤਰ੍ਹਾਂ ਮੁਕਤ ਹੋ ਜਾਂਦਾ ਹੈ।

ਭਾਵ

ਪੂਰੀ ਤਰ੍ਹਾਂ ਕ੍ਰਿਸ਼ਨ ਭਾਵਨਾ ਭਾਵਿਤ ਪੁਰਖ ਨਿੱਤ ਵੈਰਾਗੀ ਹੈ, ਕਿਉਂਕਿ ਉਹ ਆਪਣੇ ਕਰਮ ਫਲਾਂ ਤੋਂ ਨਾ ਤਾਂ ਨਫਰਤ ਕਰਦਾ ਹੈ ਨਾ ਹੀ ਉਸਦੀ ਇੱਛਾ ਕਰਦਾ ਹੈ। ਅਜਿਹਾ ਸੰਨਿਆਸੀ, ਭਗਵਾਨ ਦੀ ਪ੍ਰੇਮ ਭਗਤੀ ਵਿਚ ਸਮਰਪਿਤ ਪੂਰਨ ਗਿਆਨੀ ਹੁੰਦਾ ਹੈ, ਕਿਉਂਕਿ ਉਹ ਕ੍ਰਿਸ਼ਨ ਦੇ ਨਾਲ ਆਪਣੇ ਸੰਵਿਧਾਨਿਕ ਸੰਬੰਧ ਨੂੰ ਜਾਣਦਾ ਹੈ। ਉਹ ਚੰਗੀ ਤਰ੍ਹਾ ਜਾਣਦਾ ਹੈ ਕਿ ਕ੍ਰਿਸ਼ਨ ਪੂਰਨ (ਅੰਸ਼ੀ) ਹਨ ਅਤੇ ਉਹ ਆਪ ਕ੍ਰਿਸ਼ਨ ਦਾ ਸਿਰਫ ਅੰਸ਼ ਹੈ। ਅਜਿਹਾ ਗਿਆਨ ਪੂਰਨ ਹੁੰਦਾ ਹੈ ਕਿਉਂਕਿ ਇਹ ਗੁਣਾਤਮਕ ਅਤੇ ਸਕਾਰਾਤਮਕ ਪੱਖੋਂ ਸਹੀ ਹੈ। ਕ੍ਰਿਸ਼ਨ ਨਾਲ ਇੱਕ-ਮਿੱਕ ਦੀ ਭਾਵਨਾ ਗਲਤ ਹੈ, ਕਿਉਂਕਿ ਅੰਸ਼, ਅੰਸ਼ੀ ਦੇ ਬਰਾਬਰ ਨਹੀਂ ਹੋ ਸਕਦਾ। ਇਹ ਗਿਆਨ ਹੀ, ਕਿ ਏਕਤਾ ਗੁਣਾਂ ਦੀ ਹੈ ਨਾ ਕਿ ਪਰਿਮਾਣ ਦੀ, ਸਹੀ ਅਲੌਕਿਕ ਗਿਆਨ ਹੈ, ਜਿਸ ਨਾਲ ਮਨੁੱਖ ਪੂਰਨ ਬਣਦਾ ਹੈ, ਜਿਸ ਨੂੰ ਨਾ ਤਾਂ ਕਿਸੇ ਚੀਜ਼ ਦੀ ਇੱਛਾ ਰਹਿੰਦੀ ਹੈ ਨਾ ਕਿਸੇ ਦਾ ਸ਼ੋਕ। ਉਸਦੇ ਮਨ ਵਿਚ ਕਿਸੇ ਤਰ੍ਹਾਂ ਦਾ ਦਵੈਤ ਨਹੀਂ ਰਹਿੰਦਾ ਕਿਉਂਕਿ ਉਹ ਜੋ ਕੁਝ ਵੀ ਕਰਦਾ ਹੈ, ਕ੍ਰਿਸ਼ਨ ਲਈ ਕਰਦਾ ਹੈ। ਇੰਝ ਦਵੈਤ ਤੋਂ ਬਿਨ੍ਹਾਂ ਉਹ ਇਸ ਭੌਤਿਕ ਸੰਸਾਰ ਤੋਂ ਮੁਕਤ ਹੋ ਜਾਂਦਾ ਹੈ।

साङ्ख्ययोगौ पृथग्बालाः प्रवदन्ति न पण्डिताः ।
एकमप्यास्थितः सम्यगुभयोर्विन्दते फलम् ॥ ४॥

ਸਾਂਖ੍ਯ-ਯੋਗੌ ਪ੍ਰਿਥਗ੍-ਬਾਲਾਹ੍ ਪ੍ਰਵਦੰਤਿ ਨ ਪੰਡਿਤਾਹ੍ ।
ਏਕਮ੍ ਅਪਿ ਆਸਥਿਤਹ੍ ਸਮ੍ਯਗ ਉਭਯੋਰ੍ ਵਿੰਦਤੇ ਫਲਮ੍ ॥ 4 ॥

ਸਾਂਖ੍ਯ-ਭੌਤਿਕ ਸੰਸਾਰ ਦਾ ਵਿਸ਼ਲੇਸ਼ਣਾਤਮਕ ਅਧਿਐਨ ; **ਯੋਗੌ**-ਭਗਤੀ ਪੂਰਨ ਕਰਮ ; **ਪ੍ਰਿਥਕ**-ਵੱਖਰੇ ; **ਬਾਲਾਹ੍**-ਥੋੜ੍ਹੇ ਗਿਆਨ ਵਾਲੇ ; **ਪ੍ਰਵਦੰਤਿ**-ਕਹਿੰਦੇ ਹਨ ; **ਨ**-ਕਦੀ ਨਹੀਂ ; **ਪੰਡਿਤਾਹ੍**-ਵਿਦਵਾਨ ਲੋਕ ; **ਏਕਮ੍**-ਇੱਕ ਵਿਚ ; **ਅਪਿ**-ਵੀ ; **ਆਸ੍ਥਿਤਹ੍**-ਸਥਿਤ ; **ਸਮ੍ਯਕ੍**-ਪੂਰੀ ਤਰ੍ਹਾਂ ; **ਉਭਯੋਹ੍**-ਦੋਵਾਂ ਦਾ ; **ਵਿੰਦਤੇ**-ਭੋਗ ਕਰਦਾ ਹੈ ; **ਫਲਮ੍**-ਫਲ।

ਅਨੁਵਾਦ

ਅਗਿਆਨੀ ਹੀ ਭਗਤੀ (ਕਰਮਯੋਗ) ਨੂੰ ਭੌਤਿਕ ਸੰਸਾਰ ਦੇ ਵਿਸ਼ਲੇਸ਼ਣਾਤਮਕ ਅਧਿਐਨ (ਸਾਂਖ੍ਯ) ਤੋਂ ਵੱਖਰਾ ਕਹਿੰਦੇ ਹਨ। ਜਿਹੜੇ ਅਸਲ ਵਿਚ ਵਿਦਵਾਨ ਹਨ, ਉਹ ਕਹਿੰਦੇ ਹਨ ਕਿ ਜਿਹੜਾ ਇਨ੍ਹਾਂ ਵਿੱਚੋਂ ਕਿਸੇ ਇਕ ਰਸਤੇ ਦਾ ਚੰਗੀ ਤਰ੍ਹਾਂ ਅਨੁਸਰਨ ਕਰਦਾ ਹੈ, ਉਹ ਦੋਵਾਂ ਦੇ ਫਲ ਪਾ ਲੈਂਦਾ ਹੈ।

ਭਾਵ

ਭੌਤਿਕ ਸੰਸਾਰ ਦੇ ਵਿਸ਼ਲੇਸ਼ਣਾਤਮਕ ਅਧਿਐਨ (ਸਾਂਖਯ) ਦਾ ਮੰਤਵ ਆਤਮਾ ਦੀ ਹੋਂਦ ਨੂੰ ਜਾਣਨਾ ਹੈ। ਭੌਤਿਕ ਸੰਸਾਰ ਦੀ ਆਤਮਾ ਵਿਸ਼ਨੂੰ ਜਾਂ ਪਰਮਾਤਮਾ ਹਨ। ਭਗਵਾਨ ਦੀ ਭਗਤੀ ਦਾ ਅਰਥ ਪਰਮਾਤਮਾ ਦੀ ਸੇਵਾ ਹੈ। ਇਕ ਤਰੀਕੇ ਨਾਲ ਰੁੱਖ ਦੀ ਜੜ੍ਹ ਖੋਜੀ ਜਾਂਦੀ ਹੈ ਅਤੇ ਦੂਜੇ

ਤਰੀਕੇ ਨਾਲ ਉਸਨੂੰ ਸਿੰਜਿਆ ਜਾਂਦਾ ਹੈ, ਸਾਂਖਯ ਦਰਸ਼ਨ ਦਾ ਅਸਲੀ ਵਿਦਿਆਰਥੀ ਸੰਸਾਰ ਦੇ ਮੂਲ ਭਾਵ ਵਿਸ਼ਨੂੰ ਨੂੰ ਲੱਭਦਾ ਹੈ ਅਤੇ ਫੇਰ ਪੂਰਨ ਗਿਆਨ ਨਾਲ ਆਪਣੇ ਆਪ ਨੂੰ ਭਗਵਾਨ ਦੀ ਸੇਵਾ ਵਿਚ ਲਾ ਦਿੰਦਾ ਹੈ। ਇਸ ਲਈ ਮੁਖ ਤੌਰ ਤੇ ਇਨ੍ਹਾਂ ਵਿਚ ਕੋਈ ਫਰਕ ਨਹੀਂ ਹੈ, ਕਿਉਂਕਿ ਦੋਵਾਂ ਦਾ ਮੰਤਵ ਵਿਸ਼ਨੂੰ ਦੀ ਪ੍ਰਾਪਤੀ ਹੈ। ਜਿਹੜੇ ਲੋਕ ਚਰਮ ਮੰਤਵ ਨੂੰ ਨਹੀਂ ਜਾਣਦੇ ਉਹ ਕਹਿੰਦੇ ਹਨ ਕਿ ਸਾਂਖਯ ਅਤੇ ਕਰਮ ਯੋਗ ਇੱਕ ਨਹੀਂ ਹਨ, ਪਰ ਜਿਹੜਾ ਵਿਦਵਾਨ ਹੈ, ਉਹ ਜਾਣਦਾ ਹੈ ਕਿ ਇਨ੍ਹਾਂ ਦੋਵਾਂ ਵੱਖਰੀਆਂ ਵਿਧੀਆਂ ਦਾ ਮੰਤਵ ਇੱਕ ਹੈ।

यत्साङ्ख्यैः प्राप्यते स्थानं तद्योगैरपि गम्यते ।
एकं साङ्ख्यं च योगं च यः पश्यति स पश्यति ॥ ५ ॥

ਯਤ੍ ਸਾਂਖ੍ਯੈਹ੍ ਪ੍ਰਾਪ੍ਯਤੇ ਸ੍ਥਾਨਮ੍ ਤਦ੍ ਯੋਗੈਰ੍ ਅਪਿ ਗਮ੍ਯਤੇ ।
ਏਕਮ੍ ਸਾਂਖ੍ਯਮ ਚ ਯੋਗਮ੍ ਚ ਯਹ੍ ਪਸ਼੍ਯਤਿ ਸ ਪਸ਼੍ਯਤਿ ॥ 5 ॥

ਯਤ੍-ਜਿਹੜਾ ; **ਸਾਂਖ੍ਯੈਹ੍**-ਸਾਂਖਯ ਦਰਸ਼ਨ ਰਾਹੀਂ ; **ਪ੍ਰਾਪ੍ਯਤੇ**-ਪ੍ਰਾਪਤ ਕੀਤਾ ਜਾਂਦਾ ਹੈ ; **ਸ੍ਥਾਨਮ੍**-ਥਾਂ ; **ਤਤ੍**-ਉਹੀ ; **ਯੋਗੈਰ੍**-ਭਗਤੀ ਰਾਹੀਂ ; **ਅਪਿ**-ਵੀ ; **ਗਮ੍ਯਤੇ**-ਪ੍ਰਾਪਤ ਕਰ ਸਕਦਾ ਹੈ ; **ਏਕਮ੍**-ਇੱਕ ; **ਸਾਂਖ੍ਯਮ**-ਵਿਸ਼ਲੇਸ਼ਣਾਤਮਕ ਅਧਿਐਨ ਨੂੰ ; **ਚ**-ਅਤੇ ; **ਯੋਗਮ੍**-ਭਗਤੀ ਵਾਲੇ ਕਰਮ ਨੂੰ ; **ਚ**-ਅਤੇ ; **ਯਹ੍**-ਜਿਹੜਾ ; **ਪਸ਼੍ਯਤਿ**-ਵੇਖਦਾ ਹੈ ; **ਸਹ੍**-ਉਹ ; **ਪਸ਼੍ਯਤਿ**-ਅਸਲ ਵਿਚ ਵੇਖਦਾ ਹੈ।

ਅਨੁਵਾਦ

ਜਿਹੜਾ ਇਹ ਜਾਣਦਾ ਹੈ ਕਿ ਵਿਸ਼ਲੇਸ਼ਣਾਤਮਕ ਅਧਿਐਨ (ਸਾਂਖਯ) ਰਾਹੀਂ ਪ੍ਰਾਪਤ ਥਾਂ ਭਗਤੀ ਰਾਹੀਂ ਵੀ ਪ੍ਰਾਪਤ ਕੀਤਾ ਜਾ ਸਕਦੀ ਹੈ, ਅਤੇ ਇੰਝ ਜਿਹੜਾ ਸਾਂਖਯ ਯੋਗ ਅਤੇ ਭਗਤੀ ਯੋਗ ਨੂੰ ਇਕੋ ਬਰਾਬਰ ਵੇਖਦਾ ਹੈ, ਉਹੀ ਵਸਤਾਂ ਨੂੰ ਉਨ੍ਹਾਂ ਦੇ ਅਸਲੀ ਰੂਪ ਵਿਚ ਵੇਖਦਾ ਹੈ।

ਭਾਵ

ਦਾਰਸ਼ਨਿਕ ਸ਼ੋਧ (ਸਾਂਖਯ) ਦਾ ਅਸਲੀ ਮੰਤਵ ਜੀਵਨ ਦੇ ਚਰਮ ਟੀਚੇ ਦੀ ਭਾਲ ਹੈ। ਕਿਉਂਕਿ ਜੀਵਨ ਦਾ ਚਰਮ ਮੰਤਵ ਆਤਮ-ਪ੍ਰਤੱਖੀਕਰਨ ਹੈ, ਇਸ ਲਈ ਇਨ੍ਹਾਂ ਦੋਵਾਂ ਤਰੀਕਿਆਂ ਨਾਲ ਪ੍ਰਾਪਤ ਹੋਣ ਵਾਲੇ ਨਤੀਜਿਆਂ ਵਿਚ ਕੋਈ ਫਰਕ ਨਹੀਂ ਹੈ। ਸਾਂਖਯ ਦਾਰਸ਼ਨਿਕ ਸ਼ੋਧ ਰਾਹੀਂ ਇਸ ਸਿੱਟੇ ਤੇ ਪਹੁੰਚਿਆ ਹੈ ਕਿ ਜੀਵ ਭੌਤਿਕ ਸੰਸਾਰ ਦਾ ਨਹੀਂ, ਸਗੋਂ ਪੂਰਨ ਪਰਮਾਤਮਾ ਦਾ ਅੰਸ਼ ਹੈ। ਸਿੱਟੇ ਵਜੋਂ ਜੀਵਆਤਮਾ ਦਾ ਭੌਤਿਕ ਸੰਸਾਰ ਨਾਲ ਕੋਈ ਸਰੋਕਾਰ ਨਹੀਂ ਹੁੰਦਾ, ਉਸਦੇ ਸਾਰੇ ਕਾਰਜ਼ ਪਰਮੇਸ਼ਵਰ ਨਾਲ ਸੰਬੰਧਿਤ ਹੋਣੇ ਚਾਹੀਦੇ ਹਨ। ਜਦੋਂ ਉਹ ਕ੍ਰਿਸ਼ਨ ਭਾਵਨਾ ਅਧੀਨ ਕੰਮ ਕਰਦਾ ਹੈ ਤਾਂ ਹੀ ਉਹ ਆਪਣੀ ਸੁਭਾਵਿਕ ਸਥਿਤੀ ਵਿਚ ਹੁੰਦਾ ਹੈ, ਸਾਂਖਯ ਵਿਧੀ ਵਿਚ ਮਨੁੱਖ ਨੂੰ ਪਦਾਰਥ ਤੋਂ ਅਲੱਗ ਹੋਣਾ ਪੈਂਦਾ ਹੈ, ਅਤੇ ਭਗਤੀ ਯੋਗ ਵਿਚ ਉਸਨੂੰ ਕ੍ਰਿਸ਼ਨ ਭਾਵਨਾ ਭਾਵਿਤ ਕਰਮ ਵਿਚ ਅਕਰਸ਼ਿਤ ਹੋਣਾ ਹੁੰਦਾ ਹੈ। ਅਸਲ ਵਿਚ ਦੋਵੇਂ ਵਿਧੀਆਂ ਇਕੋ ਹਨ,

ਹਾਲਾਂਕਿ ਉਪਰੋਂ ਇਕ ਵਿੱਧੀ ਵਿਚ ਅਲਗਾਵ ਵਿਖਾਈ ਦਿੰਦਾ ਹੈ ਅਤੇ ਦੂਜੀ ਵਿਚ ਲਗਾਵ ਹੈ, ਜਿਹੜਾ ਪਦਾਰਥ ਤੋਂ ਵਿਰਕਤੀ ਅਤੇ ਕ੍ਰਿਸ਼ਨ ਵਿਚ ਆਸਕਤੀ ਨੂੰ ਇਕੋ ਤਰ੍ਹਾਂ ਵੇਖਦਾ ਹੈ, ਉਹੀ ਤੀਜ਼ਾਂ ਨੂੰ ਯਥਾਰੂਪ ਵਿਚ ਵੇਖਦਾ ਹੈ ।

सन्न्यासस्तु महाबाहो दुःखमाप्तुमयोगतः ।
योगयुक्तो मुनिर्ब्रह्म नचिरेणाधिगच्छति ॥ ६ ॥

ਸੰਨ੍ਯਾਸਸ੍ ਤੁ ਮਹਾ-ਬਾਹੋ ਦੁਹ੍ਖਮ੍ ਆਪਤੁਮ੍ ਅਯੋਗਤਹ੍ ।
ਯੋਗ-ਯੁਕਤੋ ਮੁਨਿਰ੍ ਬ੍ਰਹਮ੍ ਨ ਚਿਰੈਣਾਧਿਗਚ੍ਛਤਿ ॥ 6 ॥

ਸੰਨ੍ਯਾਸਹ੍-ਸੰਨਿਆਸ ਆਸ਼ਰਮ ; **ਤੁ**-ਪਰ ; **ਮਹਾਬਾਹੋ**-ਹੇ ਤਾਕਤਵਰ ਬਾਹਾਂ ਵਾਲੇ ; **ਦੁਹ੍ਖਮ੍**-ਦੁੱਖ ; **ਆਪ੍ਤੁਮ੍**-ਨਾਲ ਪ੍ਰਭਾਵਿਤ ; **ਅਯੋਗਤਹ੍**-ਭਗਤੀ ਤੋਂ ਬਿਨ੍ਹਾਂ ; **ਯੋਗਯੁਕਤਹ੍**-ਭਗਤੀ ਵਿਚ ਲਗਿਆ ਹੋਇਆ ; **ਮੁਨਿਹ੍**-ਚਿੰਤਨ ; **ਬ੍ਰਹਮ**-ਪਰਮੇਸ਼ਵਰ ਨੂੰ ; **ਨ ਚਿਰੇਣ**-ਜਲਦੀ ਹੀ ; **ਅਧਿਗਚ੍ਛਤਿ**-ਪ੍ਰਾਪਤ ਕਰਦਾ ਹੈ ।

ਅਨੁਵਾਦ

ਭਗਤੀ ਵਿਚ ਲਗੇ ਬਿਨ੍ਹਾਂ ਸਿਰਫ਼ ਸਾਰੇ ਕਰਮਾਂ ਨੂੰ ਤਿਆਗਣ ਨਾਲ ਕੋਈ ਸੁਖੀ ਨਹੀਂ ਬਣ ਸਕਦਾ । ਪਰ ਭਗਤੀ ਵਿਚ ਲਗਿਆ ਹੋਇਆ ਵਿਚਾਰਵਾਨ ਮਨੁੱਖ ਜਲਦੀ ਹੀ ਪਰਮੇਸ਼ਵਰ ਨੂੰ ਪਾ ਲੈਂਦਾ ਹੈ ।

ਭਾਵ

ਸੰਨਿਆਸੀ ਦੋ ਤਰ੍ਹਾਂ ਦੇ ਹੁੰਦੇ ਹਨ । ਮਾਇਆਵਾਦੀ ਸੰਨਿਆਸੀ ਸਾਂਖਯ-ਦਰਸ਼ਨ ਦੇ ਅਧਿਐਨ ਵਿਚ ਲਗੇ ਰਹਿੰਦੇ ਹਨ ਅਤੇ ਵੈਸ਼ਨਵ ਸੰਨਿਆਸੀ ਵੇਦਾਂਤ ਦੀ ਅਸਲੀ ਟੀਕਾ ਭਾਗਵਤ ਦਰਸ਼ਨ ਦੇ ਅਧਿਐਨ ਵਿਚ ਲਗੇ ਰਹਿੰਦੇ ਹਨ । ਮਾਇਆਵਾਦੀ ਸੰਨਿਆਸੀ ਵੀ ਵੇਦਾਂਤ ਸੂਤਰਾਂ ਦਾ ਅਧਿਐਨ ਕਰਦੇ ਹਨ, ਪਰ ਉਹ ਸ਼ੰਕਰਾਚਾਰੀਆ ਰਾਹੀਂ ਲਿਖੀ ਸ਼ਰੀਰਕ ਟੀਕਾ ਦੀ ਵਰਤੋਂ ਕਰਦੇ ਹਨ । ਭਾਗਵਤ ਸੰਪ੍ਰਦਾਈ ਦੇ ਵਿਦਿਆਰਥੀ ਪੰਚ ਰਾਤਰਿਕੀ ਵਿਧੀ ਨਾਲ ਭਗਵਾਨ ਦੀ ਭਗਤੀ ਕਰਨ ਵਿਚ ਲਗੇ ਰਹਿੰਦੇ ਹਨ ਅਤੇ ਇਸ ਲਈ ਵੈਸ਼ਨਵ ਸੰਨਿਆਸੀਆਂ ਨੂੰ ਭਗਵਾਨ ਦੀ ਅਲੌਕਿਕ ਸੇਵਾ ਲਈ ਅਨੇਕਾਂ ਤਰ੍ਹਾਂ ਦੇ ਕਾਰਜ਼ ਕਰਨੇ ਪੈਂਦੇ ਹਨ । ਉਨ੍ਹਾਂ ਨੂੰ ਭੌਤਿਕ ਕਾਰਜਾਂ ਨਾਲ ਕੋਈ ਸਰੋਕਾਰ ਨਹੀਂ ਰਹਿੰਦਾ, ਪਰ ਤਾਂ ਵੀ ਉਹ ਭਗਵਾਨ ਦੀ ਭਗਤੀ ਵਿਚ ਅਨੇਕਾਂ ਤਰ੍ਹਾਂ ਦੇ ਕਾਰਜ਼ ਕਰਦੇ ਹਨ । ਪਰ ਮਾਇਆਵਾਦੀ ਸੰਨਿਆਸੀ, ਜਿਹੜੇ ਸਾਂਖਯ ਅਤੇ ਵੇਦਾਂਤ ਦੇ ਅਧਿਐਨ ਅਤੇ ਚਿੰਤਨ ਵਿਚ ਲਗੇ ਰਹਿੰਦੇ ਹਨ, ਉਹ ਭਗਵਾਨ ਦੀ ਅਲੌਕਿਕ ਭਗਤੀ ਦਾ ਆਨੰਦ ਨਹੀਂ ਮਾਣ ਸਕਦੇ । ਕਿਉਂਕਿ ਉਨ੍ਹਾਂ ਦਾ ਅਧਿਐਨ ਬਹੁਤ ਉਕਤਾਉਣ ਵਾਲਾ ਹੋ ਜਾਂਦਾ ਹੈ, ਇਸ ਲਈ ਉਹ ਕਦੀ-ਕਦੀ ਬ੍ਰਹਮ ਚਿੰਤਨ ਤੋਂ ਅੱਕ ਕੇ ਸਹੀ ਸਮਝ ਤੋਂ ਬਿਨ੍ਹਾਂ ਭਾਗਵਤ ਦੀ ਸ਼ਰਨ ਗ੍ਰਹਿਣ ਕਰਦੇ ਹਨ । ਸਿੱਟੇ ਵਜੋਂ ਸ਼੍ਰੀਮਦ੍ ਭਾਗਵਤਮ੍ ਦਾ ਅਧਿਐਨ ਵੀ ਉਨ੍ਹਾਂ ਲਈ ਦੁੱਖ ਦੇਣ ਵਾਲਾ ਹੁੰਦਾ ਹੈ ।

ਮਾਇਆਵਾਦੀ ਸੰਨਿਆਸੀਆਂ ਦਾ ਖੁਸ਼ਕ ਚਿੰਤਨ ਅਤੇ ਬਨਾਵਟੀ ਸਾਧਨਾਂ ਰਾਹੀਂ ਨਿਰਗੁਣ ਵਿਵੇਚਨਾ ਉਨ੍ਹਾਂ ਲਈ ਬੇਕਾਰ ਹੁੰਦੀ ਹੈ। ਭਗਤੀ ਵਿਚ ਲਗੇ ਵੈਸ਼ਨਵ ਸੰਨਿਆਸੀ ਆਪਣੇ ਅਲੌਕਿਕ ਕਰਮਾਂ ਨੂੰ ਕਰਦੇ ਹੋਏ ਖੁਸ਼ ਰਹਿੰਦੇ ਹਨ ਅਤੇ ਇਹ ਵੀ ਯਕੀਨੀ ਰਹਿੰਦਾ ਹੈ ਕਿ ਉਹ ਭਗਵਾਨ ਦੇ ਧਾਮ ਨੂੰ ਪਾ ਲੈਣਗੇ। ਮਾਇਆਵਾਦੀ ਸੰਨਿਆਸੀ ਕਦੀ-ਕਦੀ ਆਤਮ-ਪ੍ਰਤੱਖੀਕਰਨ ਦੇ ਮਾਰਗ ਤੋਂ ਥੱਲੇ ਡਿੱਗ ਜਾਂਦੇ ਹਨ ਅਤੇ ਫੇਰ ਤੋਂ ਸਮਾਜ ਸੇਵਾ, ਪਰਉਪਕਾਰ ਵਰਗੇ ਭੌਤਿਕ ਕਰਮਾਂ ਵਿਚ ਲਗਦੇ ਹਨ। ਇਸ ਲਈ ਸਿੱਟਾ ਇਹ ਨਿਕਲਦਾ ਹੈ, ਕਿ ਕ੍ਰਿਸ਼ਨ ਭਾਵਨਾ ਅੰਮ੍ਰਿਤ ਦੇ ਕਾਰਜਾਂ ਵਿਚ ਲਗੇ ਰਹਿਣ ਵਾਲੇ ਲੋਕ ਬ੍ਰਹਮ-ਅਬ੍ਰਹਮ ਬਾਰੇ ਸਾਧਾਰਨ ਚਿੰਤਨ ਵਿਚ ਲਗੇ ਸੰਨਿਆਸੀਆਂ ਨਾਲੋਂ ਉੱਤਮ ਹਨ, ਹਾਲਾਂਕਿ ਉਹ ਵੀ ਅਨੇਕਾਂ ਜਨਮਾਂ ਪਿਛੋਂ ਕ੍ਰਿਸ਼ਨ ਭਾਵਨਾ ਭਾਵਿਤ ਹੋ ਜਾਂਦੇ ਹਨ।

योगयुक्तो विशुद्धात्मा विजितात्मा जितेन्द्रियः ।
सर्वभूतात्मभूतात्मा कुर्वन्नपि न लिप्यते ॥ ७॥

ਯੋਗ-ਯੁਕ੍ਤੋ ਵਿਸ਼ੁਦ੍ਧਾਤ੍ਮਾ ਵਿਜਿਤਾਤ੍ਮਾ ਜਿਤੇਂਦ੍ਰਿਯਹ੍।
ਸਰਵ-ਭੂਤਾਤ੍ਮ-ਭੂਤਾਤ੍ਮਾ ਕੁਰ੍ਵਨ੍ਨ੍ ਅਪਿ ਨ ਲਿਪ੍ਯਤੇ ॥ 7 ॥

ਯੋਗਯੁਕ੍ਤਹ੍-ਭਗਤੀ ਵਿਚ ਲਗੇ ਹੋਏ ; **ਵਿਸ਼ੁਦ੍ਧ ਆਤ੍ਮਾ**-ਸ਼ੁੱਧ ਆਤਮਾ ; **ਵਿਜਿਤਾਤਮਾ**-ਆਤਮ ਸੰਜਮੀ ; **ਜਿੰਤ-ਇੰਦ੍ਰਿਯਹ੍**-ਇੰਦਰੀਆਂ ਨੂੰ ਜਿੱਤਣ ਵਾਲਾ ; **ਸਰਵ-ਭੂਤ**-ਸਾਰੇ ਜੀਵਾਂ ਪ੍ਰਤੀ ; **ਆਤ੍ਮ-ਭੂਤ**-**ਆਤ੍ਮਾ**-ਦਿਆਲੂ ; **ਕੁਰ੍ਵਨ੍ ਅਪਿ**-ਕਰਮ ਵਿਚ ਲਗੇ ਰਹਿਣ ਵੀ ; **ਨ**-ਕਦੀ ਨਹੀਂ ; **ਲਿਪ੍ਯਤੇ**-ਬੱਝਦਾ ਹੈ।

ਅਨੁਵਾਦ

ਜਿਹੜਾ ਭਗਤੀ ਭਾਵ ਨਾਲ ਕੰਮ ਕਰਦਾ ਹੈ, ਜਿਹੜਾ ਵਿਸ਼ੁੱਧ ਆਤਮਾ ਹੈ ਅਤੇ ਆਪਣੇ ਮਨ ਅਤੇ ਇੰਦਰੀਆਂ ਨੂੰ ਕਾਬੂ ਵਿਚ ਰਖਦਾ ਹੈ, ਉਹ ਸਾਰਿਆਂ ਨੂੰ ਪਿਆਰਾ ਹੁੰਦਾ ਹੈ ਅਤੇ ਸਾਰੇ ਲੋਕ ਉਸ ਨੂੰ ਪਿਆਰੇ ਹੁੰਦੇ ਹਨ। ਅਜਿਹਾ ਮਨੁੱਖ ਕੰਮ ਕਰਦਾ ਹੋਇਆ ਵੀ ਕਦੀ ਨਹੀਂ ਬੱਝਦਾ।

ਭਾਵ

ਜਿਹੜੇ ਕ੍ਰਿਸ਼ਨ ਭਾਵਨਾ ਰਾਹੀਂ ਮੁਕਤੀ ਦੇ ਰਸਤੇ ਤੇ ਹਨ ਉਹ ਹਰ ਜੀਵ ਨੂੰ ਪਿਆਰੇ ਹੁੰਦੇ ਹਨ ਅਤੇ ਹਰ ਜੀਵ ਉਨ੍ਹਾਂ ਲਈ ਪਿਆਰਾ ਹੈ। ਇਹ ਉਸਦੀ ਕ੍ਰਿਸ਼ਨ ਭਾਵਨਾ ਸਦਕਾ ਹੁੰਦਾ ਹੈ ਅਜਿਹਾ ਮਨੁੱਖ ਕਿਸੇ ਵੀ ਜੀਵ ਨੂੰ ਕ੍ਰਿਸ਼ਨ ਨਾਲੋਂ ਵੱਖਰਾ ਨਹੀਂ ਸਮਝਦਾ, ਜਿਵੇਂ ਰੁੱਖ ਦੀਆਂ ਪੱਤੀਆਂ ਅਤੇ ਟਾਹਣੀਆਂ ਰੁੱਖ ਤੋਂ ਵੱਖਰੀਆਂ ਨਹੀਂ ਹੁੰਦੀਆਂ। ਉਹ ਚੰਗੀ ਤਰ੍ਹਾਂ ਜਾਣਦਾ ਹੈ ਕਿ ਰੁੱਖ ਦੀ ਜੜ੍ਹ ਵਿੱਚ ਪਾਣੀ ਪਾਇਆਂ ਸਾਰੀਆਂ ਪੱਤੀਆਂ ਅਤੇ ਟਾਹਣੀਆਂ ਵਿਚ ਫੈਲ ਜਾਂਦਾ ਹੈ ਜਾਂ ਢਿੱਡ ਨੂੰ ਭੋਜਨ ਦੇਣ ਨਾਲ ਸ਼ਕਤੀ ਆਪਣੇ-ਆਪ ਹੀ ਸਾਰੇ ਸ਼ਰੀਰ ਵਿਚ ਫੈਲ ਜਾਂਦੀ ਹੈ ਕਿਉਂਕਿ ਕ੍ਰਿਸ਼ਨ ਭਾਵਨਾ ਵਿਚ ਕੰਮ ਕਰਨ ਵਾਲਾ ਸਾਰਿਆਂ ਦਾ ਸੇਵਕ ਹੁੰਦਾ ਹੈ, ਇਸ ਲਈ

ਉਹ ਹਰ ਇਕ ਨੂੰ ਪਿਆਰਾ ਹੁੰਦਾ ਹੈ। ਕਿਉਂਕਿ ਹਰ ਮਨੁੱਖ ਉਸਦੇ ਕਰਮਾਂ ਤੋਂ ਖੁਸ਼ ਰਹਿੰਦਾ ਹੈ, ਇਸ ਲਈ ਉਸਦੀ ਚੇਤਨਾ ਸ਼ੁੱਧ ਰਹਿੰਦੀ ਹੈ। ਕਿਉਂਕਿ ਉਸਦੀ ਚੇਤਨਾ ਸ਼ੁੱਧ ਰਹਿੰਦੀ ਹੈ, ਇਸ ਲਈ ਉਸਦਾ ਮਨ ਪੂਰੀ ਤਰ੍ਹਾਂ ਕਾਬੂ ਵਿਚ ਰਹਿੰਦਾ ਹੈ। ਮਨ ਦੇ ਕਾਬੂ ਹੋਣ ਤੇ ਉਸਦੀਆਂ ਇੰਦਰੀਆਂ ਸੰਜਮਿਤ ਰਹਿੰਦੀਆਂ ਹਨ। ਕਿਉਂਕਿ ਉਸਦਾ ਮਨ ਹਮੇਸ਼ਾ ਕ੍ਰਿਸ਼ਨ ਵਿਚ ਸਥਿਰ ਰਹਿੰਦਾ ਹੈ, ਇਸ ਲਈ ਉਸਦੇ ਡਾਵਾਂ ਡੋਲ ਹੋਣ ਦਾ ਪ੍ਰਸ਼ਨ ਹੀ ਨਹੀਂ ਉਠਦਾ। ਨਾਂ ਹੀ ਉਸਨੂੰ ਕ੍ਰਿਸ਼ਨ ਨਾਲ ਸੰਬੰਧਿਤ ਵਿਸ਼ੇ ਤੋਂ ਬਿਨ੍ਹਾਂ ਹੋਰ ਕਾਰਜਾਂ ਵਿਚ ਆਪਣੀਆਂ ਇੰਦਰੀਆਂ ਲਾਉਣ ਦਾ ਮੌਕਾ ਮਿਲਦਾ ਹੈ। ਉਹ ਕ੍ਰਿਸ਼ਨ ਕਥਾ ਤੋਂ ਬਿਨ੍ਹਾਂ ਹੋਰ ਕੁਝ ਨਹੀਂ ਸੁਣਨਾ ਚਾਹੁੰਦਾ, ਉਹ ਕ੍ਰਿਸ਼ਨ ਨੂੰ ਅਰਪਿਤ ਕੀਤੇ ਬਿਨ੍ਹਾਂ ਭੋਜਨ ਤੋਂ ਬਿਨ੍ਹਾਂ ਹੋਰ ਕੁਝ ਖਾਣਾ ਨਹੀਂ ਚਾਹੁੰਦਾ ਅਤੇ ਨਾ ਅਜਿਹੀ ਥਾਂ ਤੇ ਜਾਣ ਦੀ ਇੱਛਾ ਰੱਖਦਾ ਹੈ, ਜਿਥੇ ਕ੍ਰਿਸ਼ਨ ਸੰਬੰਧੀ ਕਾਰਜ ਨਾ ਹੁੰਦਾ ਹੋਵੇ। ਇਸ ਲਈ ਉਸਦੀ ਇੰਦਰੀਆਂ ਕਾਬੂ ਵਿਚ ਰਹਿੰਦੀਆਂ ਹਨ ਅਜਿਹਾ ਮਨੁੱਖ ਜਿਸਦੀਆਂ ਇੰਦਰੀਆਂ ਸੰਜਮਿਤ ਹੋਣ, ਉਹ ਕਿਸੇ ਪ੍ਰਤੀ ਅਪਰਾਧ ਨਹੀਂ ਕਰ ਸਕਦਾ। ਇਥੇ ਕੋਈ ਇਹ ਸਵਾਲ ਕਰ ਸਕਦਾ ਹੈ ਕਿ ਫੇਰ ਅਰਜੁਨ, ਹੋਰਨਾਂ ਲਈ ਜੰਗ ਵਿਚ ਹਮਲਾਵਰ ਕਿਉਂ ਸੀ ? ਕੀ ਉਹ ਕ੍ਰਿਸ਼ਨ ਭਾਵਨਾ ਭਾਵਿਤ ਨਹੀਂ ਸੀ ? ਅਸਲ ਵਿਚ ਅਰਜੁਨ ਉਪਰੋਂ ਉਪਰੋਂ ਹੀ ਹਮਲਾਵਰ ਸੀ, ਕਿਉਂਕਿ (ਜਿਵੇਂ ਦੂਜੇ ਅਧਿਆਇ ਵਿਚ ਦੱਸਿਆ ਜਾ ਚੁੱਕਾ ਹੈ), ਆਤਮਾ ਦੇ ਅਮਰ (ਨਾ ਮਰਨ ਵਾਲਾ) ਹੋਣ ਕਾਰਨ ਜੰਗ ਮੈਦਾਨ ਵਿਚ ਇਕੱਠੇ ਹੋਏ ਸਾਰੇ ਮਨੁੱਖ ਆਪਣੇ ਆਪਣੇ ਸਰੂਪ ਵਿਚ ਜਿਉਂਦੇ ਰਹਿਣਗੇ। ਇਸ ਲਈ ਅਧਿਆਤਮਿਕ ਪੱਖੋਂ ਕੁਰੂਕਸ਼ੇਤਰ ਦੇ ਜੰਗੀ ਮੈਦਾਨ ਵਿਚ ਕੋਈ ਨਹੀਂ ਮਾਰਿਆ ਗਿਆ। ਉਥੇ ਸਥਿਤ ਕ੍ਰਿਸ਼ਨ ਦੇ ਹੁਕਮਾਂ ਨਾਲ ਸਿਰਫ ਉਨ੍ਹਾਂ ਦੇ ਕਪੜੇ ਬਦਲੇ ਗਏ। ਇਸ ਲਈ ਅਰਜੁਨ ਕੁਰੂਕਸ਼ੇਤਰ ਦੇ ਜੰਗੀ ਮੈਦਾਨ ਵਿਚ ਜੰਗ ਕਰਦਾ ਹੋਇਆ ਵੀ ਅਸਲ ਵਿਚ ਜੰਗ ਨਹੀਂ ਕਰ ਰਿਹਾ ਸੀ। ਉਹ ਤਾਂ ਪੂਰਨ ਕ੍ਰਿਸ਼ਨ ਭਾਵਨਾ ਅੰਮ੍ਰਿਤ ਵਿਚ ਸਿਰਫ ਕ੍ਰਿਸ਼ਨ ਦੇ ਹੁਕਮਾਂ ਦੀ ਪਾਲਣਾ ਕਰ ਰਿਹਾ ਸੀ। ਅਜਿਹਾ ਮਨੁੱਖ ਕਦੀ ਕਰਮ ਬੰਧਨ ਨਾਲ ਨਹੀਂ ਬੱਝਦਾ।

नैव किञ्चित्करोमीति युक्तो मन्येत तत्त्ववित् ।
पश्यञ्शृण्वन्स्पृशञ्जिघ्रन्नश्नन्गच्छन्स्वपञ्श्वसन् ॥ ८ ॥
प्रलपन्विसृजन्गृह्णन्नुन्मिषन्निमिषन्नपि ।
इन्द्रियाणीन्द्रियार्थेषु वर्तन्त इति धारयन् ॥ ९ ॥

ਨੈਵ ਕਿੰਚਿਤ੍ ਕਰੋਮੀਤਿ ਯੁਕ੍ਤੋ ਮਨ੍ਯੇਤ ਤੱਤਵ-ਵਿਤ੍।
ਪਸ਼੍ਯੰ ਸ਼੍ਰਿਣ੍ਵਨ੍ ਸ੍ਪ੍ਰਿਸ਼੍ ਜਿਘ੍ਰਨਨ੍ ਅਸ਼੍ਨਨ੍ ਗਚਛਨ੍ ਸਵਪਨ੍ ਸ਼੍ਵਸਨ੍ ॥8॥
ਪ੍ਰਲਪਨ੍ ਵਿਸ੍ਰਿਜਨ੍ ਗ੍ਰਿਹ੍ਣਨਨ੍ ਉਨ੍ਮਿਸ਼ਨ੍ ਨਿਮਿਸ਼ਨਨ੍ ਅਪਿ।
ਇੰਦ੍ਰਿਯਾਣੀਦ੍ਰਿਯਾਰ੍ਥੇਸ਼ੁ ਵਰ੍ਤੰਤ ਇਤਿ ਧਾਰਯਨ੍ ॥ 9 ॥

ਨ-ਨਹੀਂ ; **ਏਵ**-ਨਿਸ਼ਚੈ ਹੀ ; **ਕਿੰਚਿਤ੍**-ਕੁਝ ਵੀ ; **ਕਰੋਮੀ**-ਕਰਦਾ ਹਾਂ ; **ਇਤਿ**-ਇੰਝ ; **ਯੁਕਤਹ੍**-ਅਲੌਕਿਕ ਚੇਤਨਾ ਵਿਚ ਲਗਿਆ ਹੋਇਆ ; **ਮਨ੍ਯੇਤ**-ਸੋਚਦਾ ਹੈ ; **ਤੱਤ੍ਵ-ਵਿਤ੍**-ਸੱਚ ਨੂੰ ਜਾਣਨ ਵਾਲਾ ; **ਪਸ਼੍ਯਨ੍**-ਵੇਖਦਾ ਹੈ ; **ਸ਼੍ਰਿਣ੍ਵਨ੍**-ਸੁਣਦਾ ਹੈ ; **ਸ੍ਪ੍ਰਿਸ਼ਨ੍**-ਸਪਰਸ਼ ਕਰਦਾ ਹੋਇਆ ; **ਜਿਘ੍ਰਿਨ੍**-ਸੁੰਘਦਾ ਹੋਇਆ ; **ਅਸ਼ਨੰ**-ਖਾਂਦਾ ਹੋਇਆ ; **ਗਚ੍ਛਨ੍**-ਜਾਂਦਾ ਹੋਇਆ ; **ਸ੍ਵਪਨ੍**-ਸੁਪਨਾ ਵੇਖਦਾ ਹੋਇਆ ; **ਸ਼੍ਵਸਨ੍**-ਸਾਹ ਲੈਂਦਾ ਹੋਇਆ ; **ਪ੍ਰਲਪਨ੍**-ਗੱਲ ਕਰਦਾ ਹੋਇਆ ; **ਵਿਸ੍ਰਿਜਨ੍**-ਤਿਆਗਦਾ ਹੋਇਆ ; **ਗ੍ਰਿਹਣਨ੍**-ਸਵੀਕਾਰ ਕਰਦਾ ਹੋਇਆ ; **ਉਨਿਮਿਸ਼ਨ੍**-ਖੋਲ੍ਹਦਾ ਹੋਇਆ ; **ਨਿਮਿਸ਼ਨ੍**-ਬੰਦ ਕਰਦਾ ਹੋਇਆ ; **ਅਪਿ**-ਤਾਂ ਵੀ ; **ਇੰਦ੍ਰਿਯਾਣਿ**-ਇੰਦਰੀਆਂ ਨੂੰ ; **ਇੰਦ੍ਰਿਯ-ਅਰ੍ਥੇਸ਼ੁ**-ਇੰਦਰੀਆਂ ਦੀ ਤ੍ਰਿਪਤੀ ਵਿੱਚ; **ਵਰ੍ਤੰਤੇ**-ਲਗੀਆਂ ਰਹਿਣ ਦੇ ਕੇ ; **ਇਤਿ**-ਇੰਝ ; **ਧਾਰਯਨ੍**-ਵਿਚਾਰ ਕਰਦੇ ਹੋਏ।

ਅਨੁਵਾਦ

ਅਲੌਕਿਕ ਭਾਵਨਾ ਅੰਮ੍ਰਿਤ ਵਾਲਾ ਮਨੁੱਖ ਵੇਖਦੇ, ਸੁਣਦੇ, ਛੂੰਹਦੇ, ਸੁੰਘਦੇ, ਖਾਂਦੇ, ਚਲਦੇ-ਫਿਰਦੇ, ਸੌਂਦੇ ਅਤੇ ਸਾਹ ਲੈਂਦੇ ਹੋਏ ਵੀ ਆਪਣੇ ਅੰਦਰ ਹਮੇਸ਼ਾਂ ਇਹੋ ਸਮਝਦਾ ਹੈ ਕਿ ਅਸਲ ਵਿਚ ਉਹ ਕੁਝ ਨਹੀਂ ਕਰਦਾ। ਕਿਉਂਕਿ ਬੋਲਦੇ, ਛੱਡਦੇ, ਗ੍ਰਹਿਣ ਕਰਦੇ ਜਾਂ ਅੱਖਾਂ ਖੋਲ੍ਹਦੇ-ਬੰਦ ਕਰਦੇ ਹੋਏ ਵੀ ਉਹ ਇਹ ਸਮਝਦਾ ਰਹਿੰਦਾ ਹੈ ਕਿ ਭੌਤਿਕ ਇੰਦਰੀਆਂ ਆਪਣੇ-ਆਪਣੇ ਵਿਸ਼ਿਆ ਵਿਚ ਲਗੀਆਂ ਹਨ ਅਤੇ ਉਹ ਇਨ੍ਹਾਂ ਸਭ ਤੋਂ ਵੱਖਰਾ ਹੈ।

ਭਾਵ

ਕਿਉਂਕਿ ਕ੍ਰਿਸ਼ਨ ਭਾਵਨਾ ਭਾਵਿਤ ਮਨੁੱਖ ਦਾ ਜੀਵਨ ਸ਼ੁੱਧ ਹੁੰਦਾ ਹੈ, ਸਿੱਟੇ ਵਜੋਂ ਉਸਨੂੰ ਪ੍ਰਤੱਖ ਜਾਂ ਅਪ੍ਰਤੱਖ ਦੇ ਪੰਜ ਕਾਰਨ- ਕਰਤਾ, ਕਰਮ, ਸਥਿਤੀ, ਯਤਨ ਅਤੇ ਕਿਸਮਤ ਤੇ ਨਿਰਭਰ ਕਿਸੇ ਕਾਰਜ਼ ਨਾਲ ਲੈਣ-ਦੇਣ ਨਹੀਂ ਰਹਿੰਦਾ। ਇਸਦਾ ਇਹੋ ਕਾਰਨ ਹੈ ਕਿ ਉਹ ਭਗਵਾਨ ਦੀ ਅਲੌਕਿਕ ਸੇਵਾ ਵਿਚ ਲਗਾ ਰਹਿੰਦਾ ਹੈ। ਹਾਲਾਂਕਿ ਇੰਝ ਲਗਦਾ ਹੈ ਕਿ ਉਹ ਆਪਣੇ ਸ਼ਰੀਰ ਅਤੇ ਇੰਦਰੀਆਂ ਨਾਲ ਕੰਮ ਕਰ ਰਿਹਾ ਹੈ, ਪਰ ਉਹ ਆਪਣੀ ਅਸਲੀ ਸਥਿਤੀ ਪ੍ਰਤੀ ਸਚੇਤ ਰਹਿੰਦਾ ਹੈ ਅਤੇ ਜਿਹੜੀ ਕਿ ਅਧਿਆਤਮਕ ਰੁਝੇਵਾਂ ਹੈ। ਭੌਤਿਕ ਚੇਤਨਾ ਵਿਚ ਇੰਦਰੀਆਂ ਇੰਦਰੀਆਂ ਦੀ ਤ੍ਰਿਪਤੀ ਵਿਚ ਲਗੀਆਂ ਰਹਿੰਦੀਆਂ ਹਨ। ਪਰ ਕ੍ਰਿਸ਼ਨ ਭਾਵਨਾ ਅੰਮ੍ਰਿਤ ਵਿਚ ਉਹ ਕ੍ਰਿਸ਼ਨ ਦੀਆਂ ਇੰਦਰੀਆਂ ਦੀ ਸੰਤੁਸ਼ਟੀ ਵਿਚ ਲਗੀਆਂ ਰਹਿੰਦੀਆਂ ਹਨ, ਇਸ ਲਈ ਕ੍ਰਿਸ਼ਨ ਭਾਵਨਾ ਭਾਵਿਤ ਮਨੁੱਖ ਹਮੇਸ਼ਾਂ ਮੁਕਤ ਰਹਿੰਦਾ ਹੈ, ਭਾਵੇਂ ਉਹ ਉਪਰੋਂ ਭੌਤਿਕ ਕਾਰਜ ਵਿਚ ਲਗੀਆਂ ਵਿਖਾਈ ਦੇਣ। ਵੇਖਣ ਅਤੇ ਸੁਣਨ ਦੇ ਕਾਰਜ਼ ਗਿਆਨ ਇੰਦਰੀਆਂ ਦੇ ਕਰਮ ਹਨ, ਜਦੋਂ ਕਿ ਤੁਰਨਾ, ਬੋਲਣਾ, ਮਲ ਤਿਆਗਣਾ ਆਦਿ ਕਰਮ ਇੰਦਰੀਆਂ ਦੇ ਕਾਰਜ ਹਨ। ਕ੍ਰਿਸ਼ਨ ਭਾਵਨਾ ਭਾਵਿਤ ਮਨੁੱਖ ਕਦੀ ਵੀ ਇੰਦਰੀਆਂ ਦੇ ਕਾਰਜਾਂ ਤੋਂ ਪ੍ਰਭਾਵਿਤ ਨਹੀਂ ਹੁੰਦਾ। ਉਹ ਭਗਵਾਨ ਦੀ ਸੇਵਾ ਤੋਂ ਬਿਨ੍ਹਾਂ ਕੋਈ ਦੂਜਾ ਕਾਰਜ਼ ਨਹੀਂ ਕਰ ਸਕਦਾ, ਕਿਉਂਕਿ ਉਸਨੂੰ ਪਤਾ ਹੈ ਕਿ ਉਹ ਭਗਵਾਨ ਦਾ ਨਿੱਤ ਅਨਿੰਨ ਦਾਸ ਹੈ।

ब्रह्मण्याधाय कर्माणि सङ्गं त्यक्त्वा करोति यः ।
लिप्यते न स पापेन पद्मपत्रमिवाम्भसा ॥ १० ॥

ਬ੍ਰਹ੍ਮਣਿ ਆਧਾਯ ਕਰ੍ਮਣਿ ਸੰਗਮ੍ ਤ੍ਯਕ੍ਤ੍ਵਾ ਕਰੋਤਿ ਯਹ੍ ।
ਲਿਪ੍ਯਤੇ ਨ ਸ ਪਾਪੇਨ ਪਦ੍ਮ ਪਤ੍ਰਮ੍ ਇਵਾਮ੍ਭਸਾ ॥ 10 ॥

ਬ੍ਰਹ੍ਮਣਿ-ਭਗਵਾਨ ਵਿਚ ; **ਆਧਾਯ**-ਸਮਰਪਿਤ ਕਰਕੇ ; **ਕਰ੍ਮਾਣਿ**-ਸਾਰੇ ਕਾਰਜਾਂ ਨੂੰ ; **ਸੰਗਮ੍**-ਆਸਕਤੀ (ਮੋਹੇ) ; **ਤ੍ਯਕਤ੍ਵਾ**-ਤਿਆਗ ਕੇ ; **ਕਰੋਤਿ**-ਕਰਦਾ ਹੈ ; **ਯਹ੍**-ਜਿਹੜਾ ; **ਲਿਪ੍ਯਤੇ**-ਪ੍ਰਭਾਵਿਤ ਹੁੰਦਾ ਹੈ ; **ਨ**-ਕਦੀ ਨਹੀਂ ; **ਸਹ੍**-ਉਹ ; **ਪਾਪੇਨ**-ਪਾਪ ਨਾਲ ; **ਪਦ੍ਮ-ਪਤਰਮ੍**-ਕਮਲ ਦੇ ਪੱਤੇ ; **ਇਵ**-ਵਰਗੇ ; **ਅਮ੍ਭਸਾ**-ਪਾਣੀ ਤੋਂ ।

ਅਨੁਵਾਦ

ਜਿਹੜਾ ਮਨੁੱਖ ਕਰਮ ਫਲਾਂ ਨੂੰ ਪਰਮੇਸ਼ਵਰ ਨੂੰ ਸਮਰਪਿਤ ਕਰਕੇ ਮੋਹ ਤੋਂ ਬਿਨ੍ਹਾਂ ਆਪਣਾ ਕਰਮ ਕਰਦਾ ਹੈ । ਉਹ ਪਾਪ ਕਰਮਾਂ ਤੋਂ ਉਵੇਂ ਹੀ ਪ੍ਰਭਾਵਿਤ ਨਹੀਂ ਹੁੰਦਾ ਜਿਵੇਂ ਕਮਲ ਦਾ ਪੱਤਾ ਪਾਣੀ ਦੀ ਛੋਹ ਤੋਂ ਪਰ੍ਹੇ ਰਹਿੰਦਾ ਹੈ ।

ਭਾਵ

ਇਥੇ ਬ੍ਰਹਮਣਿ ਦਾ ਅਰਥ "ਕ੍ਰਿਸ਼ਨ ਭਾਵਨਾ ਅੰਮ੍ਰਿਤ ਵਿੱਚ" ਹੈ । ਭੌਤਿਕ ਸੰਸਾਰ, ਪ੍ਰਕਿਰਤੀ ਦੇ ਤਿੰਨ ਗੁਣਾਂ ਦਾ ਮੇਲ ਹੈ, ਜਿਸਨੂੰ ਪ੍ਰਧਾਨ ਦਾ ਨਾਂ ਦਿਤਾ ਜਾਂਦਾ ਹੈ । ਵੇਦ ਮੰਤਰ **ਸਰ੍ਵਮ੍ ਹਿ ਏਤਦ੍ ਬ੍ਰਹ੍ਮ** (ਮੁੰਡਕ ਉਪਨਿਸ਼ਦ 2) **ਤਸਮਾਦ੍ ਏਤਦ੍ ਬ੍ਰਹਮ ਨਾਮ-ਰੂਪਮ ਅੰਨਮ੍ ਚ ਜਾਯਤੇ** (ਮੁੰਡਕ ਉਪਨਿਸ਼ਦ 1.2.10) ਅਤੇ ਭਗਵਦ ਗੀਤਾ ਵਿਚ (14.3) **ਮਮ ਯੋਨਿਰ੍ ਮਹਦ੍ ਬ੍ਰਹ੍ਮ** ਤੋਂ ਸਪਸ਼ਟ ਹੈ, ਕਿ ਸੰਸਾਰ ਦੀ ਹਰ ਚੀਜ਼ ਬ੍ਰਹਮ ਦਾ ਵਿਸਥਾਰ ਹੈ ਅਤੇ ਹਾਲਾਂਕਿ ਪ੍ਰਭਾਵ ਵੱਖੋ-ਵੱਖਰੇ ਰੂਪਾਂ ਵਿਚ ਪ੍ਰਗਟ ਹੁੰਦੇ ਹਨ, ਪਰ ਫੇਰ ਵੀ ਉਹ ਕਾਰਨ ਤੋਂ ਵੱਖਰੇ ਨਹੀਂ ਹਨ । ਈਸ਼ੋਪਨਿਸ਼ਦ ਵਿਚ ਕਿਹਾ ਗਿਆ ਹੈ ਕਿ ਸਾਰੀਆਂ ਚੀਜ਼ਾ ਪਾਰਬ੍ਰਹਮ ਜਾਂ ਕ੍ਰਿਸ਼ਨ ਨਾਲ ਸੰਬੰਧਿਤ ਹਨ, ਇਸ ਲਈ ਉਹ ਸਿਰਫ ਉਨਾਂ ਦੀਆਂ ਹੀ ਹਨ, ਜਿਹੜਾ ਇਹ ਚੰਗੀ ਤਰ੍ਹਾਂ ਜਾਣਦਾ ਹੈ ਕਿ ਹਰ ਚੀਜ਼ ਕ੍ਰਿਸ਼ਨ ਦੀ ਹੈ ਅਤੇ ਉਹੀ ਹਰ ਚੀਜ਼ ਦੇ ਮਾਲਕ ਹਨ, ਇਸ ਲਈ ਹਰ ਚੀਜ਼ ਭਗਵਾਨ ਦੀ ਸੇਵਾ ਵਿਚ ਲਗੀ ਹੈ, ਉਸਨੂੰ ਸਹਿਜੇ ਹੀ ਚੰਗੇ ਮੰਦੇ ਕਰਮ ਫਲਾਂ ਤੋਂ ਕੋਈ ਲੈਣਾ-ਦੇਣਾ ਨਹੀਂ ਰਹਿੰਦਾ । ਇੱਥੋਂ ਤਕ ਕਿ ਖ਼ਾਸ ਤਰ੍ਹਾਂ ਦੇ ਕਰਮ ਪੂਰੇ ਕਰਨ ਲਈ ਭਗਵਾਨ ਦੀ ਦਾਤ ਮਨੁੱਖੀ ਸ਼ਰੀਰ ਵੀ ਕ੍ਰਿਸ਼ਨ ਭਾਵਨਾ ਵਿਚ ਲਗਾਇਆ ਜਾ ਸਕਦਾ ਹੈ । ਉਦੋਂ ਇਹ ਪਾਪ ਕਰਮਾਂ ਦੇ ਦੂਸ਼ਣਾਂ ਤੋਂ ਉਸੇ ਤਰ੍ਹਾਂ ਪਰੇ ਰਹਿੰਦਾ ਹੈ, ਜਿਵੇਂ ਕਿ ਕਮਲ ਦਾ ਪੱਤਾ ਪਾਣੀ ਵਿਚ ਰਹਿੰਦਿਆਂ ਵੀ ਨਹੀਂ ਭਿੱਜਦਾ । ਭਗਵਾਨ ਵੀ ਗੀਤਾ ਵਿਚ (3.30) ਕਹਿੰਦੇ ਹਨ - **ਮਯਿ ਸਰ੍ਵਾਣਿ ਕਰ੍ਮਣਿ ਸੰਨ੍ਯਸ੍ਯ**- ਸਾਰੇ ਕਰਮਾਂ ਨੂੰ ਮੈਨੂੰ (ਕ੍ਰਿਸ਼ਨ ਨੂੰ) ਸਮਰਪਿਤ ਕਰੋ । ਭਾਵ ਇਹ ਕਿ ਕ੍ਰਿਸ਼ਨ ਭਾਵਨਾ ਅੰਮ੍ਰਿਤ ਤੋਂ ਸੱਖਣਾ ਮਨੁੱਖ ਸ਼ਰੀਰ ਅਤੇ ਇੰਦਰੀਆਂ ਨੂੰ ਆਪਣਾ ਸਰੂਪ ਸਮਝਕੇ ਕਰਮ ਕਰਦਾ ਹੈ, ਪਰ ਕ੍ਰਿਸ਼ਨ ਭਾਵਨਾ

ਭਾਵਿਤ ਮਨੁੱਖ ਇਹ ਸਮਝਕੇ ਕਰਮ ਕਰਦਾ ਹੈ ਕਿ ਇਹ ਦੇਹ ਕ੍ਰਿਸ਼ਨ ਦੀ ਸੰਪਤੀ ਹੈ ਅਤੇ ਇਸ ਨੂੰ ਕ੍ਰਿਸ਼ਨ ਦੀ ਸੇਵਾ ਵਿਚ ਲਗਣਾ ਚਾਹੀਦਾ ਹੈ।

कायेन मनसा बुद्ध्या केवलैरिन्द्रियैरपि ।
योगिनः कर्म कुर्वन्ति सङ्गं त्यक्त्वात्मशुद्धये ॥ ११ ॥

ਕਾਯੇਨ ਮਨਸਾ ਬੁਦ੍ਧ੍ਯਾ ਕੇਵਲੈਰ੍ ਇੰਦ੍ਰਿਯੈਰ੍ ਅਪਿ ।
ਯੋਗਿਨਹ੍ ਕਰ੍ਮ ਕੁਰ੍ਵੰਤਿ ਸੰਗਮ੍ ਤ੍ਯਕ੍ਤ੍ਵਾਤ੍ਮ-ਸ਼ੁਦ੍ਧਯੇ ॥ 11 ॥

ਕਾਯੇਨ-ਸ਼ਰੀਰ ਨਾਲ ; **ਮਨਸਾ**-ਮਨ ਨਾਲ ; **ਬੁਦ੍ਧ੍ਯਾ**-ਬੁੱਧੀ ਨਾਲ ; **ਕੇਵਲੈਹ੍**-ਸ਼ੁੱਧ ; **ਇੰਦ੍ਰਿਯੈਹ੍**-ਇੰਦਰੀਆਂ ਨਾਲ ; **ਅਪਿ**-ਵੀ ; **ਯੋਗਿਨਹ੍**-ਕ੍ਰਿਸ਼ਨ ਭਾਵਨਾ ਭਾਵਿਤ ਮਨੁੱਖ ; **ਕਰ੍ਮ**-ਕਰਮ ; **ਕੁਰ੍ਵੰਤਿ**-ਕਰਦੇ ਹਨ ; **ਸੰਗਮ੍**-ਆਸਕਤੀ(ਮੋਹ) ; **ਤ੍ਯਕ੍ਤ੍ਵਾ**-ਤਿਆਗ ਕੇ ; **ਆਤ੍ਮ**-ਆਤਮਾ ਦੀ ; **ਸ਼ੁਦ੍ਧਯੇ**-ਸ਼ੁੱਧੀ ਲਈ ।

ਅਨੁਵਾਦ

ਯੋਗੀ ਲੋਕ ਆਸਕਤੀ(ਮੋਹ) ਨੂੰ ਛੱਡਕੇ ਸ਼ਰੀਰ, ਮਨ, ਬੁੱਧੀ ਅਤੇ ਇੰਦਰੀਆਂ ਰਾਹੀਂ ਵੀ ਸਿਰਫ ਸ਼ੁੱਧੀ ਲਈ ਕਰਮ ਕਰਦੇ ਹਨ।

ਭਾਵ

ਜਦੋਂ ਕੋਈ ਕ੍ਰਿਸ਼ਨ ਭਾਵਨਾ ਅੰਮ੍ਰਿਤ ਵਿਚ ਕ੍ਰਿਸ਼ਨ ਦੀਆਂ ਇੰਦਰੀਆਂ ਦੀ ਤ੍ਰਿਪਤੀ ਲਈ ਸ਼ਰੀਰ, ਮਨ, ਬੁੱਧੀ ਜਾਂ ਇੰਦਰੀਆਂ ਰਾਹੀਂ ਕੰਮ ਕਰਦਾ ਹੈ, ਤਾਂ ਉਹ ਭੌਤਿਕ ਪਾਪਾਂ ਤੋਂ ਮੁਕਤ ਹੋ ਜਾਂਦਾ ਹੈ। ਕ੍ਰਿਸ਼ਨ ਭਾਵਨਾ ਭਾਵਿਤ ਮਨੁੱਖ ਦੇ ਕਾਰਜ ਨਾਲ ਕੋਈ ਭੌਤਿਕ ਫਲ ਪ੍ਰਗਟ ਨਹੀਂ ਹੁੰਦਾ। ਇਸ ਲਈ ਸਾਧਾਰਨ ਤੌਰ ਤੇ ਸਦਾਚਾਰ ਕਹੇ ਜਾਣ ਵਾਲੇ ਸ਼ੁੱਧ ਕਰਮ, ਕ੍ਰਿਸ਼ਨ ਭਾਵਨਾ ਅੰਮ੍ਰਿਤ ਵਿਚ ਰਹਿੰਦੇ ਹੋਏ ਸਰਲ ਤਰੀਕੇ ਨਾਲ ਸੰਪੰਨ ਕੀਤੇ ਜਾ ਸਕਦੇ ਹਨ। ਸ਼੍ਰੀਲ ਰੂਪ ਗੋਸਵਾਮੀ ਨੇ ਇਸਦਾ ਵਰਣਨ ਇੰਝ ਕੀਤਾ ਹੈ:-

ਈਹਾ ਯਸ੍ਯ ਹਰੇਰ੍ ਦਾਸ੍ਯੇ ਕਰ੍ਮਣਾ ਮਨਸਾ ਗਿਰਾ ।
ਨਿਖਿਲਾਸ੍ਵ੍ ਅਪਿ ਅਵਸਥਾਸੁ ਜੀਵਨ-ਮੁਕਤਹ੍ ਸ ਓਚ੍ਯਤੇ ॥

(ਭਗਤੀ ਰਸਾਮ੍ਰਿਤ ਸਿੰਧੂ 1-2-187)

"ਆਪਣੇ ਸ਼ਰੀਰ, ਮਨ, ਬੁੱਧੀ ਅਤੇ ਬਾਣੀ ਨਾਲ ਕ੍ਰਿਸ਼ਨ ਭਾਵਨਾ ਅੰਮ੍ਰਿਤ ਵਿਚ ਕਰਮ ਕਰਦਾ ਹੋਇਆ (ਕ੍ਰਿਸ਼ਨ ਸੇਵਾ ਵਿੱਚ) ਮਨੁੱਖ ਇਸ ਸੰਸਾਰ ਵਿਚ ਵੀ ਮੁਕਤ ਰਹਿੰਦਾ ਹੈ, ਭਾਵੇਂ ਉਹ ਅਖੌਤੀ ਅਨੇਕਾਂ ਭੌਤਿਕ ਕੰਮ ਕਾਰਜਾਂ ਵਿਚ ਰੁਝਿਆ ਹੋਇਆ ਵੀ ਕਿਉਂ ਨਾ ਹੋਵੇ।" ਉਸ ਵਿਚ ਹਉਮੈ ਨਹੀਂ ਰਹਿੰਦੀ, ਕਿਉਂਕਿ ਉਹ ਇਸ ਵਿਚ ਵਿਸ਼ਵਾਸ ਨਹੀਂ ਰੱਖਦਾ ਕਿ ਉਹ ਭੌਤਿਕ ਸ਼ਰੀਰ ਹੈ ਜਾਂ ਸ਼ਰੀਰ ਉਸਦਾ ਹੈ। ਉਹ ਜਾਣਦਾ ਹੈ ਕਿ ਉਹ ਇਹ ਸ਼ਰੀਰ ਨਹੀਂ ਹੈ ਅਤੇ ਨਾ ਹੀ

ਇਹ ਸ਼ਰੀਰ ਹੀ ਉਸਦਾ ਹੈ। ਉਹ ਆਪ ਕ੍ਰਿਸ਼ਨ ਦਾ ਹੈ ਅਤੇ ਉਸਦਾ ਇਹ ਸ਼ਰੀਰ ਵੀ ਕ੍ਰਿਸ਼ਨ ਦੀ ਸੰਪਤੀ ਹੈ। ਜਦੋਂ ਉਹ ਸ਼ਰੀਰ, ਮਨ, ਬੁਧੀ, ਬਾਣੀ, ਜੀਵਨ, ਸੰਪਤੀ ਆਦਿ ਤੋਂ ਪੈਦਾ ਹੋਈ ਹਰ ਚੀਜ਼ ਨੂੰ, ਜਿਹੜੀ ਵੀ ਉਸਦੇ ਅਧਿਕਾਰ ਵਿਚ ਹੈ, ਕ੍ਰਿਸ਼ਨ ਦੀ ਸੇਵਾ ਵਿਚ ਲਗਾ ਦਿੰਦਾ ਹੈ ਤਾਂ ਉਹ ਤੁਰੰਤ ਕ੍ਰਿਸ਼ਨ ਨਾਲ ਜੁੜ ਜਾਂਦਾ ਹੈ। ਉਹ ਕ੍ਰਿਸ਼ਨ ਨਾਲ ਇੱਕ ਹੋ ਜਾਂਦਾ ਹੈ ਅਤੇ ਉਸ ਵਿਚ ਉਹ ਹਉਮੈ ਨਹੀਂ ਰਹਿੰਦੀ ਜਿਸ ਕਾਰਨ ਮਨੁੱਖ ਇਹ ਸੋਚਦਾ ਹੈ ਕਿ ਮੈਂ ਸ਼ਰੀਰ ਹਾਂ। ਇਹੋ ਕ੍ਰਿਸ਼ਨ ਭਾਵਨਾ ਅੰਮ੍ਰਿਤ ਦੀ ਪੂਰਨ ਅਵਸਥਾ ਹੈ।

युक्तः कर्मफलं त्यक्त्वा शान्तिमाप्नोति नैष्ठिकीम् ।
अयुक्तः कामकारेण फले सक्तो निबध्यते ॥ १२ ॥

ਯੁਕਤਹ੍ ਕਰਮ-ਫਲਮ੍ ਤ੍ਯਕ੍ਤ੍ਵਾ ਸ਼ਾਂਤਿਮ੍ ਆਪ੍ਨੋਤਿ ਨੈਸ਼ਠਿਕੀਮ੍ ।
ਅਯੁਕ੍ਤਹ੍ ਕਾਮ-ਕਾਰੇਣ ਫਲੇ ਸਕ੍ਤੋ ਨਿਬਧ੍ਯਤੇ ॥ 12 ॥

ਯੁਕਤਹ੍-ਭਗਤੀ ਵਿਚ ਲਗਿਆ ਹੋਇਆ ; **ਕਰਮ-ਫਲਮ੍** - ਸਾਰੇ ਕਰਮਾਂ ਦੇ ਫਲ ; **ਤ੍ਯਕ੍ਤ੍ਵਾ**-ਤਿਆਗ ਕੇ ; **ਸ਼ਾਂਤਿਮ੍**-ਪੂਰਨ ਸ਼ਾਂਤੀ ਨੂੰ ; **ਆਪ੍ਨੋਤਿ**-ਪ੍ਰਾਪਤ ਕਰਦਾ ਹੈ ; **ਨੈਸ਼ਠਿਕਮ੍**-ਅਚਲ ; **ਅਯੁਕ੍ਤਹ੍**-ਕ੍ਰਿਸ਼ਨ ਭਾਵਨਾ ਤੋਂ ਬਿਨ੍ਹਾਂ ; **ਕਾਮ-ਕਾਰੇਣ**-ਕਰਮਫਲ ਨੂੰ ਭੋਗਣ ਕਾਰਨ; **ਫਲੇ**-ਫਲ ਵਿੱਚ; **ਸਕ੍ਤਹ੍**-ਆਸਕਤ(ਮੋਹ); **ਨਿਬਧ੍ਯਤੇ**-ਬੱਝਦਾ ਹੈ।

ਅਨੁਵਾਦ

ਅਚੱਲ ਭਗਤ ਸ਼ੁੱਧ ਸ਼ਾਂਤੀ ਪ੍ਰਾਪਤ ਕਰਦਾ ਹੈ, ਕਿਉਂਕਿ ਉਹ ਸਾਰੇ ਕਰਮ ਫਲ ਮੈਨੂੰ ਅਰਪਿਤ ਕਰ ਦਿੰਦਾ ਹੈ, ਪਰ ਜਿਹੜਾ ਮਨੁੱਖ ਰੱਬ ਨਾਲ ਨਹੀਂ ਜੁੜਿਆ ਅਤੇ ਜਿਹੜਾ ਆਪਣੀ ਮਿਹਨਤ ਦੇ ਫਲ ਨੂੰ ਚਾਹੁੰਦਾ ਹੈ, ਉਹ ਬੱਝ ਜਾਂਦਾ ਹੈ।

ਭਾਵ

ਇਕ ਕ੍ਰਿਸ਼ਨ ਭਾਵਨਾ ਭਾਵਿਤ ਮਨੁੱਖ ਅਤੇ ਦੇਹ ਧਾਰਣਾ ਬੁੱਧੀ ਵਾਲੇ ਮਨੁੱਖ ਵਿਚ ਇਹ ਫਰਕ ਹੈ ਕਿ ਪਹਿਲਾ ਤਾਂ ਕ੍ਰਿਸ਼ਨ ਪ੍ਰਤੀ ਆਸਕਤ ਰਹਿੰਦਾ ਹੈ, ਜਦੋਂ ਕਿ ਦੂਜਾ ਆਪਣੇ ਕਰਮ ਫਲਾਂ ਪ੍ਰਤੀ ਮੋਹਿਆ ਰਹਿੰਦਾ ਹੈ। ਜਿਹੜਾ ਮਨੁੱਖ ਕ੍ਰਿਸ਼ਨ ਪ੍ਰਤੀ ਆਸਕਤ ਰਹਿਕੇ ਉਨ੍ਹਾਂ ਲਈ ਕੰਮ ਕਰਦਾ ਹੈ ਉਹ ਯਕੀਨੀ ਤੌਰ ਤੇ ਮੁਕਤ ਮਨੁੱਖ ਹੈ ਅਤੇ ਉਸਨੂੰ ਆਪਣੇ ਕਰਮ ਫਲਾਂ ਦੀ ਕੋਈ ਚਿੰਤਾ ਨਹੀਂ ਰਹਿੰਦੀ। ਭਾਗਵਤਮ੍ ਵਿਚ ਕਿਸੇ ਕਰਮ ਦੇ ਫਲ ਦੀ ਚਿੰਤਾ ਦਾ ਕਾਰਨ ਪਰਮ-ਸਤਿ ਦੇ ਗਿਆਨ ਤੋਂ ਬਿਨ੍ਹਾਂ ਦਵੈਤ ਭਾਵ ਵਿਚ ਰਹਿਕੇ ਕਰਮ ਕਰਨਾ ਦੱਸਿਆ ਗਿਆ ਹੈ। ਕ੍ਰਿਸ਼ਨ ਪਰਮ-ਸਤਿ ਪਰਮ-ਪੁਰਖ ਭਗਵਾਨ ਹਨ। ਕ੍ਰਿਸ਼ਨ ਭਾਵਨਾ ਅੰਮ੍ਰਿਤ ਵਿਚ ਕੋਈ ਦਵੈਤ ਨਹੀਂ ਰਹਿੰਦਾ। ਜੋ ਕੁਝ ਮੌਜੂਦ ਹੈ, ਉਹ ਕ੍ਰਿਸ਼ਨ ਦੀ ਸ਼ਕਤੀ ਦਾ ਫਲ ਹੈ ਅਤੇ ਕ੍ਰਿਸ਼ਨ ਸਰਬ-ਮੰਗਲ ਹਨ। ਇਸ ਲਈ ਕ੍ਰਿਸ਼ਨ ਭਾਵਨਾ ਅੰਮ੍ਰਿਤ ਵਿਚ ਸੰਪੰਨ ਸਾਰੇ ਕਾਰਜ ਪਰਮ ਪਦ ਤੇ ਹਨ। ਉਹ ਅਲੌਕਿਕ ਹੁੰਦੇ ਹਨ ਅਤੇ ਉਨ੍ਹਾਂ ਦਾ ਭੌਤਿਕ ਪ੍ਰਭਾਵ ਨਹੀਂ ਪੈਂਦਾ। ਇਸ ਕਾਰਨ ਕ੍ਰਿਸ਼ਨ ਭਾਵਨਾ ਅੰਮ੍ਰਿਤ

ਵਿਚ ਜੀਵ ਸ਼ਾਂਤੀ ਨਾਲ ਭਰਿਆ ਰਹਿੰਦਾ ਹੈ। ਪਰ ਜਿਹੜਾ ਇੰਦਰੀਆਂ ਦੀ ਤ੍ਰਿਪਤੀ ਲਈ ਫਾਇਦੇ ਦੇ ਲਾਲਚ ਵਿਚ ਫਸਿਆ ਰਹਿੰਦਾ ਹੈ, ਉਸਨੂੰ ਸ਼ਾਂਤੀ ਨਹੀਂ ਮਿਲ ਸਕਦੀ। ਇਹੋ ਕ੍ਰਿਸ਼ਨ ਭਾਵਨਾ ਅੰਮ੍ਰਿਤ ਦਾ ਰਹੱਸ ਹੈ - ਇਹ ਅਨੁਭਵ ਕਿ ਕ੍ਰਿਸ਼ਨ ਤੋਂ ਬਿਨ੍ਹਾਂ ਕੁਝ ਵੀ ਨਹੀਂ, ਸ਼ਾਂਤੀ ਅਤੇ ਨਿਰਭੈ ਦਾ ਪਦ ਹੈ।

सर्वकर्माणि मनसा सन्न्यस्यास्ते सुखं वशी ।
नवद्वारे पुरे देही नैव कुर्वन्न कारयन् ॥ १३ ॥

ਸਰ੍ਵ-ਕਰ੍ਮਾਣਿ ਮਨਸਾ ਸੰਨ੍ਯਸ੍ਯਾਸ੍ਤੇ ਸੁਖਮ੍ ਵਸ਼ੀ।
ਨਵ-ਦ੍ਵਾਰੇ ਪੁਰੇ ਦੇਹੀ ਨੈਵ ਕੁਰੁਵਨ੍-ਨ ਕਾਰਯਨ੍ ॥ 13 ॥

ਸਰ੍ਵ-ਸਾਰੇ ; **ਕਰ੍ਮਾਣਿ**-ਕਰਮਾਂ ਦਾ ; **ਮਨਸਾ**-ਮਨ ਨਾਲ ; **ਸੰਨ੍ਯਸ੍ਯ**-ਤਿਆਗ ਕੇ ; **ਆਸ੍ਤੇ**-ਰਹਿੰਦਾ ਹੈ ; **ਸੁਖਮ੍**-ਸੁਖ ਵਿਚ ; **ਵਸ਼ੀ**-ਸੰਜਮੀ ; **ਨਵ-ਦ੍ਵਾਰੇ**-ਨੌਂ ਦਰਵਾਜ਼ਿਆਂ ਵਾਲੇ ; **ਪੁਰੇ**-ਨਗਰ ਵਿਚ ; **ਦੇਹੀ**-ਦੇਹਵਾਨ ਆਤਮਾਂ ; **ਨ**-ਕਦੇ ਨਹੀਂ ; **ਏਵ**-ਨਿਸ਼ਚੈ ਹੀ ; **ਕੁਰ੍ਵਨ੍**-ਕਰਦਾ ਹੋਇਆ ; **ਨ**-ਨਹੀਂ ; **ਕਾਰਯਨ੍**-ਕਰਾਉਂਦਾ ਹੋਇਆ।

ਅਨੁਵਾਦ

ਜਦੋਂ ਦੇਹਧਾਰੀ ਜੀਵਆਤਮਾ ਆਪਣੀ ਪ੍ਰਕਿਰਤੀ ਨੂੰ ਕਾਬੂ ਕਰ ਲੈਂਦਾ ਹੈ ਅਤੇ ਮਨ ਦੇ ਸਾਰੇ ਕਰਮਾਂ ਦਾ ਤਿਆਗ ਕਰ ਦਿੰਦਾ ਹੈ ਤਾਂ ਉਹ ਨੌਂ ਦਰਵਾਜ਼ਿਆਂ ਵਾਲੇ ਨਗਰ(ਭੌਤਿਕ ਸ਼ਰੀਰ) ਵਿਚ ਬਿਨ੍ਹਾਂ ਕੁਝ ਕੀਤੇ ਕਰਾਏ ਸੁਖ ਨਾਲ ਰਹਿੰਦਾ ਹੈ।

ਭਾਵ

ਦੇਹਧਾਰੀ ਜੀਵ ਆਤਮਾ ਨੌਂ ਦਰਵਾਜ਼ਿਆਂ ਵਾਲੇ ਨਗਰ ਵਿਚ ਰਹਿੰਦਾ ਹੈ। ਸ਼ਰੀਰ ਜਾਂ ਨਗਰ ਰੂਪੀ ਸ਼ਰੀਰ ਦੇ ਕਾਰਜ ਪ੍ਰਕਿਰਤਕ ਗੁਣਾਂ ਰਾਹੀਂ ਆਪਣੇ ਆਪ ਸੰਪੰਨ ਹੁੰਦੇ ਹਨ। ਸ਼ਰੀਰ ਦੀਆਂ ਪਰਸਥਿਤੀਆਂ ਮੁਤਾਬਿਕ ਰਹਿੰਦੇ ਹੋਏ ਵੀ ਜੀਵ ਮਰਜ਼ੀ ਮੁਤਾਬਿਕ ਇਨ੍ਹਾਂ ਪਰਸਥਿਤੀਆਂ ਤੋਂ ਪਰ੍ਹੇ ਵੀ ਹੋ ਸਕਦਾ ਹੈ। ਆਪਣੀ ਪਰਾ ਪ੍ਰਕਿਰਤੀ ਨੂੰ ਭੁੱਲਣ ਸਦਕਾ ਹੀ ਉਹ ਆਪਣੇ ਆਪ ਨੂੰ ਸ਼ਰੀਰ ਸਮਝ ਲੈਂਦਾ ਹੈ ਅਤੇ ਇਸੇ ਲਈ ਦੁੱਖ ਪਾਉਂਦਾ ਹੈ। ਕ੍ਰਿਸ਼ਨ ਭਾਵਨਾ ਅੰਮ੍ਰਿਤ ਰਾਹੀਂ ਆਪਣੀ ਅਸਲੀ ਸਥਿਤੀ ਨੂੰ ਫੇਰ ਪ੍ਰਾਪਤ ਕਰ ਸਕਦਾ ਹੈ ਅਤੇ ਇਸ ਦੇਹ-ਬੰਧਨ ਤੋਂ ਮੁਕਤ ਹੋ ਸਕਦਾ ਹੈ। ਇਸ ਲਈ ਜਿਵੇਂ ਹੀ ਕੋਈ ਕ੍ਰਿਸ਼ਨ ਭਾਵਨਾ ਨੂੰ ਪ੍ਰਾਪਤ ਹੁੰਦਾ ਹੈ, ਉਹ ਤੁਰੰਤ ਸ਼ਰੀਰਕ ਕਾਰਜਾਂ ਤੋਂ ਅਲੱਗ ਹੋ ਜਾਂਦਾ ਹੈ। ਅਜਿਹੇ ਸੰਜਮਿਤ ਜੀਵਨ ਵਿਚ ਜਿਸ ਵਿਚ ਉਸਦੀ ਕਾਰਜ ਪ੍ਰਣਾਲੀ ਵਿਚ ਪਰਿਵਰਤਨ ਆ ਜਾਂਦਾ ਹੈ ਉਹ ਨੌਂ ਦਰਵਾਜ਼ਿਆਂ ਵਾਲੇ ਨਗਰ ਵਿਚ ਸੁਖ ਨਾਲ ਰਹਿੰਦਾ ਹੈ, ਇਹ ਨੌਂ ਦਰਵਾਜ਼ੇ ਇੰਝ ਹਨ :-

ਨਵ-ਦ੍ਵਾਰੇ ਪੁਰੇ ਦੇਹੀ ਹੰਸੋ ਲੇਲਾਯਤੇ ਬਹਿਹ੍।
ਵਸ਼ੀ ਸਰ੍ਵਸ੍ਯ ਲੋਕਸ੍ਯ ਸ੍ਥਾਵਰਸ੍ਯ ਚਰਸ੍ਯ ਚ ॥

(ਸ਼ਵੇਤਾਸ਼ਵਤਰ ਉਪਨਿਸ਼ਦ 3-18)

"ਜੀਵ ਦੇ ਸ਼ਰੀਰ ਅੰਦਰ ਨਿਵਾਸ ਕਰਨ ਵਾਲੇ ਭਗਵਾਨ ਬ੍ਰਹਿਮੰਡ ਦੇ ਸਾਰੇ ਜੀਵਾਂ ਨੂੰ ਨਿਯਤੰਰਨ ਵਿਚ ਰੱਖਣ ਵਾਲੇ ਹਨ। ਇਹ ਸ਼ਰੀਰ ਨੌਂ ਦਰਵਾਜ਼ਿਆਂ (ਦੋ ਅੱਖਾਂ, ਦੋ ਨਾਸਾਂ, ਦੋ ਕੰਨ, ਇਕ ਮੂੰਹ, ਮਲ ਤਿਆਗ ਦੇ ਦੋ ਅਸਥਾਨ) ਵਾਲਾ ਹੈ। ਬੱਧ ਅਵਸਥਾ ਵਿਚ ਜੀਵ ਆਪਣੇ ਆਪ ਨੂੰ ਸ਼ਰੀਰ ਮੰਨਦਾ ਹੈ, ਪਰ ਜਦੋਂ ਉਹ ਆਪਣੀ ਪਹਿਚਾਣ ਆਪਣੇ ਅੰਦਰਲੇ ਭਗਵਾਨ ਨਾਲ ਕਰਦਾ ਹੈ ਤਾਂ ਉਹ ਸ਼ਰੀਰ ਵਿਚ ਰਹਿੰਦੇ ਹੋਏ ਵੀ ਭਗਵਾਨ ਵਾਂਗ ਮੁਕਤ ਹੋ ਜਾਂਦਾ ਹੈ"। ਇਸ ਲਈ ਕ੍ਰਿਸ਼ਨ ਭਾਵਨਾ ਭਾਵਿਤ ਮਨੁੱਖ ਸ਼ਰੀਰ ਦੇ ਬਾਹਰੀ ਅਤੇ ਅੰਦਰੂਨੀ ਕਾਰਜਾਂ ਦੋਵਾਂ ਤੋਂ ਮੁਕਤ ਰਹਿੰਦਾ ਹੈ।

न कर्तृत्वं न कर्माणि लोकस्य सृजति प्रभुः ।
न कर्मफलसंयोगं स्वभावस्तु प्रवर्तते ॥ १४॥

ਨ ਕਰ੍ਤ੍ਰਿਤ੍ਵਮ੍ ਨ ਕਰ੍ਮਾਣਿ ਲੋਕਸ੍ਯ ਸ੍ਰਿਜਤਿ ਪ੍ਰਭੁਹ੍।
ਨ ਕਰ੍ਮ-ਫਲ-ਸੰਯੋਗਮ੍ ਸ੍ਵਭਾਵਸ੍ ਤੁ ਪ੍ਰਵਰ੍ਤਤੇ ॥ 14 ॥

ਨ-ਨਹੀਂ ; **ਕਰ੍ਤ੍ਰਿਤ੍ਵਮ੍**-ਮਾਲਕੀਅਤ ਨੂੰ ; ਨ-ਨਾ ਤਾਂ ; **ਕਰ੍ਮਾਣਿ**-ਕਰਮਾਂ ਨੂੰ ; **ਲੋਕਸ੍ਯ**-ਲੋਕਾਂ ਦੇ ; **ਸ੍ਰਿਜਤਿ**-ਪੈਦਾ ਕਰਦਾ ਹੈ ; **ਪ੍ਰਭੁਹ੍**-ਸ਼ਰੀਰ ਰੂਪੀ ਨਗਰ ਦਾ ਮਾਲਕ ; ਨ-ਨਾ ਤਾਂ ; **ਕਰ੍ਮ-ਫਲ**-ਕਰਮਾਂ ਦੇ ਫਲਾਂ ਨਾਲ ; **ਸੰਯੋਗਮ੍**-ਸੰਬੰਧ ਨੂੰ ; **ਸ੍ਵਭਾਵਹ੍**-ਪ੍ਰਕਿਰਤੀ ਦੇ ਗੁਣ ; **ਤੁ**-ਪਰ ; **ਪ੍ਰਵਰ੍ਤਤੇ**-ਕਾਰਜ਼ ਕਰਦੇ ਹਨ।

ਅਨੁਵਾਦ

ਸ਼ਰੀਰ ਰੂਪੀ ਨਗਰ ਦਾ ਸਵਾਮੀ ਦੇਹਧਾਰੀ ਜੀਵਆਤਮਾ ਨਾ ਤਾਂ ਕਰਮ ਦੀ ਸਿਰਜਣਾ ਕਰਦਾ ਹੈ, ਨਾ ਲੋਕਾਂ ਨੂੰ ਕਰਮ ਕਰਨ ਲਈ ਪ੍ਰੇਰਦਾ ਹੈ, ਨਾ ਹੀ ਕਰਮਫਲ ਦੀ ਰਚਨਾ ਕਰਦਾ ਹੈ। ਇਹ ਸਭ ਕੁਝ ਤਾਂ ਭੌਤਿਕ ਪ੍ਰਕਿਰਤੀ ਦੇ ਗੁਣਾਂ ਰਾਹੀਂ ਹੀ ਕੀਤਾ ਜਾਂਦਾ ਹੈ।

ਭਾਵ

ਜਿਵੇਂ ਕਿ ਸਤਵੇਂ ਅਧਿਆਇ ਵਿਚ ਦੱਸਿਆ ਜਾਵੇਗਾ ਕਿ ਜੀਵ ਤਾਂ ਪਰਮੇਸ਼ਵਰ ਦੀਆਂ ਸ਼ਕਤੀਆਂ ਵਿੱਚੋਂ ਇਕ ਹੈ, ਪਰ ਉਹ ਭਗਵਾਨ ਦੀ ਮਾਤੈਹਤ ਪ੍ਰਕਿਰਤੀ ਹੈ, ਜਿਹੜੀ ਪਦਾਰਥ ਤੋਂ ਵੱਖਰੀ ਹੈ। ਸੰਜੋਗ ਵੱਸ ਪਰਾ ਪ੍ਰਕਿਰਤੀ ਜਾਂ ਜੀਵ ਅਨਾਦਿ ਕਾਲ ਤੋਂ ਗੌਣ ਪ੍ਰਕਿਰਤੀ ਅਪਰਾ ਦੇ ਸੰਪਰਕ ਵਿਚ ਰਿਹਾ ਹੈ। ਜਿਸ ਨਾਸ਼ਵਾਨ ਸ਼ਰੀਰ ਜਾਂ ਭੌਤਿਕ ਨਿਵਾਸ ਨੂੰ ਉਹ ਪ੍ਰਾਪਤ ਕਰਦਾ ਹੈ, ਉਹ ਅਨੇਕਾਂ ਕਰਮਾਂ ਅਤੇ ਉਨ੍ਹਾਂ ਦੇ ਫਲਾਂ ਦਾ ਕਾਰਨ ਹੈ। ਅਜਿਹੇ ਬੱਧ ਵਾਤਾਵਰਨ ਵਿਚ ਰਹਿੰਦੇ ਹੋਏ ਮਨੁੱਖ ਆਪਣੇ ਆਪ ਨੂੰ (ਅਗਿਆਨ ਵੱਸ) ਸ਼ਰੀਰ ਮੰਨਕੇ ਸ਼ਰੀਰ ਦੇ ਕਰਮ ਫਲਾਂ ਦਾ ਭੋਗ ਕਰਦਾ ਹੈ। ਅਨੰਤ ਕਾਲ ਤੋਂ ਇਕੱਠਾ ਕੀਤਾ ਇਹ ਅਗਿਆਨ ਹੀ ਸ਼ਰੀਰਕ ਕਸ਼ਟ ਅਤੇ ਸੁਖ-ਦੁੱਖ ਦਾ ਕਾਰਨ ਹੈ। ਜਿਵੇਂ ਹੀ ਜੀਵ ਸ਼ਰੀਰ ਦੇ ਕਾਰਜਾਂ ਤੋਂ ਵੱਖਰਾ ਹੋ ਜਾਂਦਾ ਹੈ, ਉਵੇਂ ਹੀ ਉਹ ਕਰਮ ਬੰਧਨ ਤੋਂ ਮੁਕਤ ਹੋ ਜਾਂਦਾ ਹੈ। ਜਦੋਂ ਤਕ ਉਹ ਸ਼ਰੀਰ ਰੂਪੀ ਨਗਰ ਵਿਚ ਨਿਵਾਸ ਕਰਦਾ ਹੈ, ਉਦੋਂ ਤਕ ਉਹ ਇਸਦਾ ਮਾਲਕ ਲਗਦਾ ਹੈ, ਪਰ ਅਸਲ ਵਿਚ ਉਹ ਨਾ ਤਾਂ ਇਸਦਾ ਮਾਲਕ ਹੁੰਦਾ

ਹੈ ਅਤੇ ਨਾ ਹੀ ਇਸਦੇ ਕਰਮਾਂ ਅਤੇ ਫਲਾਂ ਨੂੰ ਨਿਯੰਤਰਨ ਕਰਨ ਵਾਲਾ । ਉਹ ਤਾਂ ਇਸ ਸੰਸਾਰ ਸਾਗਰ ਵਿਚ ਆਪਣੀ ਪਹਿਚਾਣ ਬਣਾਏ ਰੱਖਣ ਵਿਚ ਲੱਗਾ ਹੋਇਆ ਹੈ । ਸਾਗਰ ਦੀਆਂ ਲਹਿਰਾਂ ਉਸਨੂੰ ਉਛਾਲਦੀਆਂ ਰਹਿੰਦੀਆਂ ਹਨ ਪਰ ਉਨ੍ਹਾਂ ਤੇ ਉਸਦਾ ਕੋਈ ਜ਼ੋਰ ਨਹੀਂ ਚਲਦਾ । ਉਸਦੇ ਕਲਿਆਣ ਦਾ ਸਿਰਫ ਇਕੋ ਸਾਧਨ ਹੈ ਕਿ ਅਲੌਕਿਕ ਕ੍ਰਿਸ਼ਨ ਭਾਵਨਾ ਅੰਮ੍ਰਿਤ ਰਾਹੀਂ ਸਾਗਰ ਤੋਂ ਬਾਹਰ ਨਿਕਲੇ । ਇਸੇ ਨਾਲ ਸਾਰੀ ਅਸ਼ਾਂਤੀ ਤੋਂ ਉਸਦੀ ਰੱਖਿਆ ਹੋ ਸਕਦੀ ਹੈ ।

नादत्ते कस्यचित्पापं न चैव सुकृतं विभुः ।
अज्ञानेनावृतं ज्ञानं तेन मुह्यन्ति जन्तवः ॥१५॥

ਨਾਦਤ੍ਤੇ ਕਸ੍ਯਚਿਤ੍ ਪਾਪਮ੍ ਨ ਚੈਵ ਸੁਕ੍ਰਿਤਮ੍ ਵਿਭੁਹ੍ ।
ਅਗ੍ਯਾਨੇਨਾਵ੍ਰਿਤਮ੍ ਗ੍ਯਾਨਮ੍ ਤੇਨ ਮੁਹਯੰਤਿ ਜੰਤਵਹ੍ ॥ 15 ॥

ਨ – ਕਦੀ ਨਹੀਂ ; **ਆਦਤ੍ਤੇ** – ਸਵੀਕਾਰ ਕਰਦਾ ਹੈ ; **ਕਸ੍ਯਚਿਤ੍** – ਕਿਸੇ ਦਾ ; **ਪਾਪਮ੍** – ਪਾਪ ; **ਨ** – ਨਾ ਤਾਂ ; **ਚ** – ਵੀ ; **ਏਵ** – ਨਿਸ਼ਚੇ ਹੀ ; **ਸੁਕ੍ਰਿਤਮ੍** – ਪੁੰਨ ਨੂੰ ; **ਵਿਭੁਹ੍** – ਪਰਮੇਸ਼ਵਰ ; **ਅਗ੍ਯਾਨੇਨ** – ਅਗਿਆਨ ਨਾਲ ; **ਆਵ੍ਰਿਤਮ੍** – ਢੱਕਿਆ ; **ਗ੍ਯਾਨਮ੍** – ਗਿਆਨ; **ਤੇਨ** – ਉਸ ਨਾਲ ; **ਮੁਹਯੰਤਿ** – ਮੋਹੇ ਹੁੰਦੇ ਹਨ; **ਜੰਤਵਹ੍** – ਜੀਵਆਤਮਾ ।

ਅਨੁਵਾਦ

ਪਰਮੇਸ਼ਵਰ ਨਾ ਤਾਂ ਕਿਸੇ ਦੇ ਪਾਪਾਂ ਨੂੰ ਗ੍ਰਹਿਣ ਕਰਦਾ ਹੈ, ਨਾ ਪੁੰਨ ਨੂੰ । ਪਰ ਸਾਰੇ ਦੇਹਧਾਰੀ ਜੀਵ ਉਸ ਅਗਿਆਨ ਸਦਕਾ ਮੋਹੇ ਰਹਿੰਦੇ ਹਨ, ਜਿਹੜਾ ਉਨ੍ਹਾਂ ਦੇ ਅਸਲੀ ਗਿਆਨ ਨੂੰ ਢੱਕੀ ਰਖਦਾ ਹੈ ।

ਭਾਵ

ਵਿਭੂ ਦਾ ਅਰਥ ਹੈ ਪਰਮੇਸ਼ਵਰ ਜਿਹੜੇ ਅਸੀਮ ਗਿਆਨ, ਧੰਨ, ਬਲ, ਜੱਸ, ਸੁੰਦਰਤਾ ਅਤੇ ਤਿਆਗ ਵਾਲੇ ਹਨ । ਉਹ ਹਮੇਸ਼ਾਂ ਆਤਮ-ਤ੍ਰਿਪਤ ਅਤੇ ਪਾਪ-ਪੁੰਨ ਤੋਂ ਡਾਵਾਂ-ਡੋਲ ਨਹੀਂ ਨਹੀਂ ਹੁੰਦੇ । ਉਹ ਕਿਸੇ ਜੀਵ ਲਈ ਖ਼ਾਸ ਪਰਸਥਿਤੀ ਪੈਦਾ ਨਹੀਂ ਕਰਦੇ, ਸਗੋਂ ਜੀਵ ਅਗਿਆਨ ਨਾਲ ਮੋਹਿਤ ਹੋ ਕੇ ਜੀਵਨ ਦੀ ਅਜਿਹੀ ਪਰਸਥਿਤੀ ਦੀ ਕਾਮਨਾ ਕਰਦਾ ਹੈ, ਜਿਸ ਨਾਲ ਕਰਮ ਅਤੇ ਪ੍ਰਤੀਕਰਮ ਦੀ ਲੜੀ ਸ਼ੁਰੂ ਹੁੰਦੀ ਹੈ । ਜੀਵ ਪਰਾ ਪ੍ਰਕਿਰਤੀ ਦੇ ਕਾਰਨ ਗਿਆਨ ਨਾਲ ਪੂਰਨ ਹੈ, ਤਾਂ ਵੀ ਉਹ ਆਪਣੀ ਸੀਮਿਤ ਸ਼ਕਤੀ ਕਾਰਨ ਅਗਿਆਨ ਦੇ ਵੱਸ ਪੈ ਜਾਂਦਾ ਹੈ । ਭਗਵਾਨ ਸਰਬ-ਸ਼ਕਤੀਮਾਨ ਹਨ, ਪਰ ਜੀਵ ਨਹੀਂ ਹੈ । ਭਗਵਾਨ **ਵਿਭੂ** ਭਾਵ ਸਭ ਕੁੱਝ ਜਾਣਦੇ ਹਨ ਪਰ ਜੀਵ ਅਣੂ ਹੈ । ਜੀਵਆਤਮਾ ਇੱਛਾ ਕਰਨ ਦੀ ਤਾਕਤ ਹੈ, ਪਰ ਅਜਿਹੀ ਇੱਛਾ ਦੀ ਪੂਰਤੀ ਸਰਬ-ਸ਼ਕਤੀਮਾਨ ਭਗਵਾਨ ਰਾਹੀਂ ਕੀਤੀ ਜਾਂਦੀ ਹੈ । ਇਸ ਲਈ ਜਦੋਂ ਜੀਵ ਆਪਣੀਆਂ ਇੱਛਾਵਾਂ ਨਾਲ ਮੋਹਿਆ ਜਾਂਦਾ ਹੈ, ਤਾਂ ਭਗਵਾਨ ਉਸਨੂੰ ਆਪਣੀ ਇੱਛਾ ਪੂਰਤੀ ਕਰਨ ਦਿੰਦੇ ਹਨ, ਪਰ ਕਿਸੇ ਖ਼ਾਸ ਪਰਸਥਿਤੀ ਵਿਚ ਇੱਛਿਤ ਕਰਮਾਂ ਅਤੇ ਫਲਾਂ ਲਈ ਉਹ ਜ਼ਿੰਮੇਵਾਰ ਨਹੀਂ ਹੁੰਦੇ ।

ਇਸ ਲਈ ਮੋਹਿਆ ਹੋਣ ਦੇ ਕਾਰਨ ਦੇਹਧਾਰੀ ਜੀਵ ਆਪਣੇ ਆਪ ਨੂੰ ਪਰਸਥਿਤੀਆਂ ਤੋਂ ਪੈਦਾ ਹੋਇਆ ਸ਼ਰੀਰ ਮੰਨ ਲੈਂਦਾ ਹੈ ਅਤੇ ਜੀਵਨ ਦੇ ਅਸਥਿਰ ਰਹਿਣ ਵਾਲੇ ਦੁੱਖ ਅਤੇ ਸੁਖ ਨੂੰ ਭੋਗਦਾ ਹੈ। ਭਗਵਾਨ ਪਰਮਾਤਮਾ ਰੂਪ ਵਿਚ ਜੀਵ ਦੇ ਚਿਰਸੰਗੀ ਰਹਿੰਦੇ ਹਨ, ਸਿੱਟੇ ਵਜੋਂ ਉਹ ਹਰ ਜੀਵ ਦੀਆਂ ਇੱਛਾਵਾਂ ਨੂੰ ਉਂਝ ਹੀ ਸਮਝਦੇ ਹਨ, ਜਿਵੇਂ ਫੁੱਲ ਦੇ ਨੇੜੇ ਰਹਿਣ ਵਾਲਾ ਫੁੱਲ ਦੀ ਸੁਗੰਧੀ ਨੂੰ। ਇੱਛਾ ਜੀਵ ਨੂੰ ਬੰਨਣ ਲਈ ਸੂਖਮ ਬੰਧਨ ਹੈ। ਭਗਵਾਨ ਮਨੁੱਖ ਦੀ ਯੋਗਤਾ ਮੁਤਾਬਿਕ ਉਸਦੀ ਇੱਛਾ ਨੂੰ ਪੂਰਾ ਕਰਦੇ ਹਨ :- ਬੰਦਾ ਜੋੜੇ ਪਲੀ ਪਲੀ, ਰਾਮ ਰੁੜ੍ਹਾਵੇ ਕੁੱਪਾ। ਇਸ ਲਈ ਮਨੁੱਖ ਆਪਣੀਆਂ ਇੱਛਾਵਾਂ ਨੂੰ ਪੂਰਾ ਕਰਨ ਲਈ ਸਰਬ-ਸ਼ਕਤੀਮਾਨ ਨਹੀਂ ਹੁੰਦਾ। ਪਰ ਭਗਵਾਨ ਇੱਛਾਵਾਂ ਦੀ ਪੂਰਤੀ ਕਰ ਸਕਦੇ ਹਨ। ਉਹ ਨਿਰਪੱਖ ਹੋਣ ਕਾਰਨ ਸੁਤੰਤਰ ਅਣੂ ਜੀਵਾਂ ਦੀਆਂ ਇੱਛਾਵਾਂ ਵਿਚ ਰੁਕਾਵਟ ਨਹੀਂ ਪਾਉਂਦੇ। ਪਰ ਜਦੋਂ ਕੋਈ ਕ੍ਰਿਸ਼ਨ ਦੀ ਇੱਛਾ ਕਰਦਾ ਹੈ ਤਾਂ ਭਗਵਾਨ ਉਸਦੀ ਖ਼ਾਸ ਚਿੰਤਾ ਕਰਦੇ ਹਨ ਅਤੇ ਉਸਨੂੰ ਇੰਝ ਪ੍ਰੋਤਸਾਹਿਤ ਕਰਦੇ ਹਨ ਕਿ ਭਗਵਾਨ ਨੂੰ ਪ੍ਰਾਪਤ ਕਰਨ ਦੀ ਉਸਦੀ ਇੱਛਾ ਪੂਰੀ ਹੋਵੇ ਅਤੇ ਉਹ ਹਮੇਸ਼ਾਂ ਸੁਖੀ ਰਹੇ। ਇਸ ਲਈ ਵੈਦਿਕ ਮੰਤਰ ਕਹਿੰਦੇ ਹਨ :- **ਏਸ਼ ਉ ਹਿ ਏਵ ਸਾਧੁ ਕਰ੍ਮ ਕਾਰ੍ਯਤਿ ਤਮ੍ ਯਮ੍ ਏਭਯੋ ਲੋਕੇਭ੍ਯ ਉਨ੍ ਨਿਨੀਸ਼ਤੇ ਏਸ਼ ਉ ਏਵਾਸਾਧੁ ਕਰ੍ਮ ਕਾਰ੍ਯਤਿ ਯਮ੍ ਅਧੋ ਨਿਨੀਸ਼ਤੇ।** "ਭਗਵਾਨ ਜੀਵ ਨੂੰ ਸ਼ੁਭ ਕਰਮਾਂ ਵਿਚ ਇਸ ਲਈ ਲਗਾਉਂਦੇ ਹਨ, ਜਿਸ ਨਾਲ ਉਹ ਉਚਾ ਉਠੇ, ਭਗਵਾਨ ਉਸਨੂੰ ਅਸ਼ੁਭ ਕਰਮਾਂ ਵਿਚ ਇਸ ਲਈ ਲਗਾਉਂਦੇ ਹਨ ਜਿਸ ਨਾਲ ਉਹ ਨਰਕ ਜਾਵੇ"

(ਕੋਸ਼ੀਤਕੀ ਉਪਨਿਸ਼ਦ 3-8)

ਅਗ੍ਯੋ ਜੰਤੂਰ੍ ਨੀਸ਼ੋ 'ਯਮ੍ ਆਤ੍ਮਨਹ੍ ਸੁਖ-ਦੁਹ੍ਖਯੋਹ੍।
ਈਸ਼੍ਵਰ-ਪ੍ਰੇਰਿਤੋ ਗਚ੍ਛੇਤ੍ ਸ੍ਵਰ੍ਗਮ ਵਾਸ਼੍ਵ੍ ਅਭ੍ਰਮ-ਏਵ ਚ॥

"ਜੀਵ ਆਪਣੇ ਸੁਖ-ਦੁੱਖ ਤੇ ਪੂਰੀ ਤਰ੍ਹਾਂ ਨਿਰਭਰ ਹੈ। ਪਰਮੇਸ਼੍ਵਰ ਦੀ ਇੱਛਾ ਨਾਲ ਉਹ ਸਵਰਗ ਜਾਂ ਨਰਕ ਜਾਂਦਾ ਹੈ, ਜਿਵੇਂ ਹਵਾ ਰਾਹੀਂ ਪ੍ਰੇਰਿਤ ਬੱਦਲ।"

ਇਸ ਲਈ ਦੇਹਧਾਰੀ ਜੀਵ ਕ੍ਰਿਸ਼ਨ ਭਾਵਨਾ ਅੰਮ੍ਰਿਤ ਦੀ ਉਪੇਖਿਆ ਕਰਨ ਦੀ ਆਪਣੀ ਅਨਾਦਿ ਪ੍ਰਵਿਰਤੀ ਸਦਕਾ ਆਪਣੇ ਲਈ ਮੋਹ ਪੈਦਾ ਕਰਦਾ ਹੈ। ਸਿੱਟੇ ਵਜੋਂ ਸੁਭਾਵਿਕ ਸਚਿਦਾਨੰਦ ਸਰੂਪ ਹੁੰਦੇ ਹੋਏ ਵੀ ਉਹ ਆਪਣੀ ਹੋਂਦ ਦੇ ਛੋਟੇਪਨ ਕਾਰਨ ਭਗਵਾਨ ਦੇ ਪ੍ਰਤੀ ਸੇਵਾ ਕਰਨ ਦੀ ਆਪਣੀ ਸੁਭਾਵਿਕ ਸਥਿਤੀ ਨੂੰ ਭੁੱਲ ਜਾਂਦਾ ਹੈ ਅਤੇ ਇੰਝ ਉਹ ਅਵਿਦਿਆ ਰਾਹੀਂ ਬੰਦੀ ਬਣਾ ਲਿਆ ਜਾਂਦਾ ਹੈ। ਅਗਿਆਨ ਕਾਰਨ ਜੀਵ ਇਹ ਕਹਿੰਦਾ ਹੈ ਕਿ ਉਸਦੇ ਸੰਸਾਰੀ ਬੰਧਨਾਂ ਲਈ ਭਗਵਾਨ ਜ਼ਿੰਮੇਵਾਰ ਹੈ। ਇਸਦੀ ਪੁਸ਼ਟੀ ਵੇਦਾਂਤ ਸੂਤਰ (2-1-34) ਵੀ ਕਰਦੇ ਹਨ :- " **ਵੈਸ਼ਮ੍ਯ ਨੈਰ੍ਘ੍ਰਿਣ੍ਯੇ ਨ ਸਾਪੇਕ੍ਸ਼੍ਤ੍ਵਾਤ੍ ਤਥਾ ਹਿ ਦਰ੍ਸ਼ਯਤਿ** " ਭਗਵਾਨ ਨਾ ਤਾਂ ਕਿਸੇ ਪ੍ਰਤੀ ਨਫਰਤ ਕਰਦੇ ਹਨ, ਨਾ ਕਿਸੇ ਨੂੰ ਚਾਹੁੰਦੇ ਹਨ, ਭਾਵੇਂ ਉਪਰੋਂ ਇੰਝ ਲਗਦਾ ਹੈ।

ज्ञानेन तु तदज्ञानं येषां नाशितमात्मनः।
तेषामादित्यवज्ज्ञानं प्रकाशयति तत्परम्॥१६॥

ਗ੍ਯਾਨੇਨ ਤੁ ਤਦ੍ ਅਗ੍ਯਾਨਮ੍ ਯੇਸ਼ਾਮ੍ ਨਾਸ਼ਿਤਮ੍ ਆਤਮਨਹ੍ ।
ਤੇਸ਼ਾਮ੍ ਆਦਿਤ੍ਯ-ਵਜ੍ ਗ੍ਯਾਨਮ੍ ਪ੍ਰਕਾਸ਼ਯਤਿ ਤਤ੍ ਪਰਮ੍ ॥ 16 ॥

ਗ੍ਯਾਨੇਨ - ਗਿਆਨ ਨਾਲ ; **ਤੁ** - ਪਰ ; **ਤਤ੍** - ਉਹ ਹੈ ; **ਅਗਿਯਾਨਮ੍** - ਅਵਿਦਿਆ ; **ਯੇਸ਼ਾਮ੍** - ਜਿੰਨ੍ਹਾ ਦਾ ; **ਨਾਸ਼ਿਤਮਯ੍** - ਨਸ਼ਟ ਕੀਤੀ ਜਾਂਦੀ ਹੈ ; **ਆਤਮਨਹ੍** - ਜੀਵ ਦਾ ; **ਤੇਸ਼ਾਮ** - ਉਨ੍ਹਾਂ ਦੇ ; **ਆਦਿਤ੍ਯ-ਵਤ੍** - ਚੜ੍ਹਦੇ ਸੂਰਜ ਵਾਂਗ ; **ਗ੍ਯਾਨਮ੍** - ਗਿਆਨ ਨੂੰ ; **ਪ੍ਰਕਾਸ਼ਯਤਿ** - ਪ੍ਰਗਟ ਕਰਦਾ ਹੈ ; **ਤਤ੍-ਪਰਮ੍**-ਕ੍ਰਿਸ਼ਨ ਭਾਵਨਾ ਅੰਮ੍ਰਿਤ ਨੂੰ ।

ਅਨੁਵਾਦ

ਪਰ ਜਦੋਂ ਕੋਈ ਉਸ ਗਿਆਨ ਤੋਂ ਜਾਣੂ ਹੁੰਦਾ ਹੈ, ਜਿਸ ਨਾਲ ਅਵਿਦਿਆ ਦਾ ਵਿਨਾਸ਼ ਹੁੰਦਾ ਹੈ ਤਾਂ ਉਸਦੇ ਗਿਆਨ ਨਾਲ ਸਭ ਕੁਝ ਉਸੇ ਤਰ੍ਹਾਂ ਸਪਸ਼ਟ ਹੋ ਜਾਂਦਾ ਹੈ, ਜਿਵੇਂ ਦਿਨ ਵਿਚ ਸੂਰਜ ਚੜ੍ਹਣ ਨਾਲ ਸਾਰੀਆਂ ਚੀਜ਼ਾਂ ਪ੍ਰਕਾਸ਼ਿਤ ਹੋ ਜਾਂਦੀਆਂ ਹਨ ।

ਭਾਵ

ਜਿਹੜੇ ਲੋਕ ਕ੍ਰਿਸ਼ਨ ਨੂੰ ਭੁੱਲ ਗਏ ਹਨ ਉਹ ਯਕੀਨੀ ਤੌਰ ਤੇ ਮੋਹੇ ਹੁੰਦੇ ਹਨ; ਪਰ ਜਿਹੜੇ ਕ੍ਰਿਸ਼ਨ ਭਾਵਨਾ ਭਾਵਿਤ ਵਿਚ ਹਨ, ਉਹ ਮੋਹੇ ਨਹੀਂ ਹੁੰਦੇ । ਭਗਵਤ ਗੀਤਾ ਵਿਚ ਕਿਹਾ ਗਿਆ ਹੈ - **ਸਰਵਮ੍ ਗ੍ਯਾਨ-ਪਲਵੇਨ ਗ੍ਯਾਨਾਗ੍ਨਿਹ੍ ਸਰ੍ਵ-ਕਰ੍ਮਾਣਿ ਅਤੇ ਨ ਹਿ ਗ੍ਯਾਨੇਨ ਸਦ੍ਰਿਸ਼ਮ੍ ॥** ਗਿਆਨ ਹਮੇਸ਼ਾਂ ਅਤਿ ਸਤਿਕਾਰਯੋਗ ਹੈ ਅਤੇ ਉਹ ਗਿਆਨ ਕੀ ਹੈ ? ਸ਼੍ਰੀ ਕ੍ਰਿਸ਼ਨ ਪ੍ਰਤੀ ਆਤਮ-ਸਮਰਪਣ ਕਰਨ ਤੇ ਹੀ ਪੂਰਨ ਗਿਆਨ ਪ੍ਰਾਪਤ ਹੁੰਦਾ ਹੈ । ਜਿਵੇਂ ਕਿ ਗੀਤਾ ਵਿਚ (7-19) ਕਿਹਾ ਗਿਆ ਹੈ । **ਬਹੂਨਾਮ੍ ਜਨ੍ਮਨਾਮ੍ ਅੰਤੇ ਗ੍ਯਾਨਵਾਨ੍ ਮਾਮ੍ ਪ੍ਰਪਦ੍ਯਤੇ ।** ਅਨੇਕਾਂ ਜਨਮ ਬੀਤ ਜਾਣ ਮਗਰੋਂ ਹੀ ਪੂਰਨ ਗਿਆਨ ਪ੍ਰਾਪਤ ਕਰਕੇ ਮਨੁੱਖ ਕ੍ਰਿਸ਼ਨ ਦੀ ਸ਼ਰਨ ਵਿਚ ਜਾਂਦਾ ਹੈ, ਜਾਂ ਜਦੋਂ ਉਹ ਕ੍ਰਿਸ਼ਨ ਭਾਵਨਾ ਭਾਵਿਤ ਹੁੰਦਾ ਹੈ ਤਾਂ ਉਸਨੂੰ ਸਭ ਕੁਝ ਸਪਸ਼ਟ ਹੋਣ ਲਗਦਾ ਹੈ, ਜਿਵੇਂ ਸੂਰਜ ਚੜ੍ਹਣ ਤੇ ਸਾਰੀਆਂ ਵਸਤਾਂ ਵਿਖਾਈ ਦੇਣ ਲਗ ਜਾਂਦੀਆਂ ਹਨ । ਜੀਵ ਅਨੇਕਾਂ ਤਰੀਕਿਆਂ ਨਾਲ ਮੋਹਿਆ ਜਾਂਦਾ ਹੈ, ਉਦਾਹਰਣ ਵਜੋਂ ਜਦੋਂ ਉਹ ਆਪਣੇ ਆਪ ਨੂੰ ਰੱਬ ਮੰਨਣ ਲਗਦਾ ਹੈ ਤਾਂ ਉਹ ਅਵਿਦਿਆ ਦੇ ਸਭ ਤੋਂ ਡੂੰਘੇ ਜਾਲ ਵਿਚ ਜਾ ਡਿੱਗਦਾ ਹੈ । ਜੇ ਜੀਵ ਈਸ਼ਵਰ ਹੈ ਤਾਂ ਉਹ ਅਵਿੱਦਿਆ ਤੋਂ ਕਿਵੇਂ ਮੋਹਿਆ ਜਾ ਸਕਦਾ ਹੈ ? ਕੀ ਈਸ਼ਵਰ ਅਵਿੱਦਿਆ ਤੋਂ ਮੋਹਿਆ ਜਾਂਦਾ ਹੈ ? ਜੇ ਅਜਿਹਾ ਹੋ ਸਕਦਾ ਹੈ ਤਾਂ ਫਿਰ ਅਵਿਦਿਆ ਜਾਂ ਸ਼ੈਤਾਨ, ਈਸ਼ਵਰ ਤੋਂ ਵੱਡਾ ਹੈ । ਅਸਲੀ ਗਿਆਨ ਉਸੇ ਤੋਂ ਮਿਲ ਸਕਦਾ ਹੈ ਜਿਹੜਾ ਪੂਰੀ ਤਰ੍ਹਾਂ ਕ੍ਰਿਸ਼ਨ ਭਾਵਨਾ ਭਾਵਿਤ ਹੈ । ਇਸ ਲਈ ਅਜਿਹੇ ਹੀ ਪ੍ਰਮਾਣਿਤ ਗੁਰੂ ਦੀ ਭਾਲ ਕਰਨੀ ਹੁੰਦੀ ਹੈ ਅਤੇ ਉਸੇ ਤੋਂ ਸਿੱਖਣਾ ਹੁੰਦਾ ਹੈ ਕਿ ਕ੍ਰਿਸ਼ਨ ਭਾਵਨਾ ਅੰਮ੍ਰਿਤ ਕੀ ਹੈ। ਕਿਉਂਕਿ ਕ੍ਰਿਸ਼ਨ ਭਾਵਨਾ ਅੰਮ੍ਰਿਤ ਨਾਲ ਸਾਰੀ ਅਵਿਦਿਆ ਉਸੇ ਤਰ੍ਹਾਂ ਦੂਰ ਹੋ ਜਾਂਦੀ ਹੈ, ਜਿਵੇਂ ਸੂਰਜ ਨਾਲ ਹਨੇਰਾ ਦੂਰ ਹੋ ਜਾਂਦਾ ਹੈ । ਭਾਵੇਂ ਕਿਸੇ ਮਨੁੱਖ ਨੂੰ ਇਸਦਾ ਪੂਰਾ ਗਿਆਨ ਹੋਵੇ ਕਿ ਉਹ ਸ਼ਰੀਰ ਨਹੀਂ ਸਗੋਂ ਇਸ ਤੋਂ ਪਰ੍ਹੇ ਹੈ ਤਾਂ ਵੀ ਹੋ ਸਕਦਾ ਹੈ ਕਿ ਉਹ ਆਤਮਾ ਅਤੇ ਪਰਮਾਤਮਾ ਵਿਚ ਫਰਕ ਨਾ ਕਰ ਸਕੇ । ਪਰ ਜੇ

ਉਹ ਪੂਰਨ ਪ੍ਰਮਾਣਿਕ ਕ੍ਰਿਸ਼ਨ ਭਾਵਨਾ ਭਾਵਿਤ ਗੁਰੂ ਦੀ ਸ਼ਰਨ ਗ੍ਰਹਿਣ ਕਰਦਾ ਹੈ ਤਾਂ ਉਹ ਸਭ ਕੁਝ ਜਾਣ ਸਕਦਾ ਹੈ। ਜਦੋਂ ਕੋਈ ਅਸਲ ਵਿਚ ਈਸ਼ਵਰ ਦੇ ਪ੍ਰਤੀਨਿਧੀ ਨਾਲ ਭੇਂਟ ਕਰਦਾ ਹੈ ਤਾਂ ਹੀ ਈਸ਼ਵਰ ਅਤੇ ਈਸ਼ਵਰ ਨਾਲ ਆਪਣੇ ਸੰਬੰਧਾਂ ਨੂੰ ਸਹੀ-ਸਹੀ ਜਾਣ ਸਕਦਾ ਹੈ। ਈਸ਼ਵਰ ਦਾ ਪ੍ਰਤੀਨਿਧ ਕਦੀ ਇਹ ਨਹੀਂ ਕਹਿੰਦਾ ਕਿ ਉਹ ਰੱਬ ਹੈ, ਭਾਵੇਂ ਉਸਦਾ ਸਤਿਕਾਰ ਈਸ਼ਵਰ ਵਾਂਗ ਹੀ ਕੀਤਾ ਜਾਂਦਾ ਹੈ। ਕਿਉਂਕਿ ਉਸਨੂੰ ਈਸ਼ਵਰ ਦਾ ਗਿਆਨ ਹੁੰਦਾ ਹੈ। ਮਨੁੱਖ ਨੂੰ ਈਸ਼ਵਰ ਅਤੇ ਜੀਵ ਦੇ ਫਰਕ ਨੂੰ ਸਮਝਣਾ ਹੁੰਦਾ ਹੈ। ਇਸ ਲਈ ਭਗਵਾਨ ਕ੍ਰਿਸ਼ਨ ਨੇ ਦੂਜੇ ਅਧਿਆਇ ਵਿਚ (2-12) ਇਹ ਕਿਹਾ ਹੈ ਕਿ ਹਰ ਜੀਵ ਵਿਅਕਤੀ ਹੈ ਅਤੇ ਭਗਵਾਨ ਵੀ ਵਿਅਕਤੀ ਹਨ। ਇਹ ਸਾਰੇ ਭੂਤਕਾਲ ਵਿਚ ਵਿਅਕਤੀ ਸਨ, ਹੁਣ ਵੀ ਵਿਅਕਤੀ ਹਨ ਅਤੇ ਭਵਿੱਖ ਵਿਚ ਮੁਕਤ ਹੋਣ ਤੇ ਵੀ ਵਿਅਕਤੀ ਬਣੇ ਰਹਿਣਗੇ। ਰਾਤ ਨੂੰ ਹਨੇਰੇ ਵਿਚ ਸਾਨੂੰ ਹਰ ਚੀਜ਼ ਇਕੋ ਜਿਹੀ ਵਿਖਾਈ ਦਿੰਦੀ ਹੈ, ਪਰ ਦਿਨ ਵਿਚ ਸੂਰਜ ਦੇ ਚੜ੍ਹਣ ਤੇ ਸਾਰੀਆਂ ਚੀਜ਼ਾਂ ਆਪੋ-ਆਪਣੇ ਅਸਲੀ ਸਰੂਪ ਵਿਚ ਦਿਖਾਈ ਦਿੰਦੀਆਂ ਹਨ। ਅਧਿਆਤਮਕ ਜੀਵਨ ਵਿਚ ਵਿਅਕਤੀਤਵ ਦੀ ਪਹਿਚਾਣ ਹੀ ਅਸਲੀ ਗਿਆਨ ਹੈ।

तद्बुद्धयस्तदात्मानस्तन्निष्ठास्तत्परायणाः ।
गच्छन्त्यपुनरावृत्तिं ज्ञाननिर्धूतकल्मषाः ॥ १७ ॥

ਤਦ੍-ਬੁਦ੍ਧਯਸ੍ ਤਦ੍-ਆਤਮਾਨਸ੍ ਤਨ ਨਿਸ਼੍ਠਾਸ੍ ਤਤ੍-ਪਰਾਯਣਾਹ।
ਗਚ੍ਛੰਤਿ ਅਪੁਨਰ-ਆਵ੍ਰਿੱਤਿਮ੍ ਗ੍ਯਾਨ-ਨਿਰ੍ਧੂਤ-ਕਲ੍ਮਸ਼ਾਹ੍ ॥ 17 ॥

ਤਤ੍-ਬੁਦਧਹ- ਨਿਤ ਭਗਵਾਨ ਵਿਚ ਬੁੱਧੀ ਲਾਉਣ ਵਾਲੇ ; **ਤਤ-ਆਤਮਾਨਹ** -ਜਿਨ੍ਹਾਂ ਦੇ ਮਨ ਹਮੇਸ਼ਾਂ ਭਗਵਾਨ ਵਿਚ ਜੁੜੇ ਰਹਿੰਦੇ ਹਨ ; **ਤਤ੍-ਨਿਸ਼ਠਾਹ੍** -ਜਿਨ੍ਹਾਂ ਦੀ ਸ਼ਰਧਾ ਸਿਰਫ ਪਰਮੇਸ਼ਵਰ ਵਿਚ ਹੈ ; **ਤਤ੍-ਪਰਾਯਣਾਹ**-ਜਿਨ੍ਹਾਂ ਉਨਾਂ ਦੀ ਸ਼ਰਨ ਦੀ ਓਟ ਲੈ ਰੱਖੀ ਹੈ ; **ਗਚ੍ਛੰਤਿ**-ਜਾਂਦੇ ਹਨ **ਅਪੁਨਹ੍-ਆਵ੍ਰਿਤਿਮ**-ਮੁਕਤੀ ਨੂੰ ; **ਗ੍ਯਾਨ**-ਗਿਆਨ ਰਾਹੀਂ ; **ਨਿਰਧੂਤ**-ਸ਼ੁੱਧ ਕੀਤੇ ਗਏ ; **ਕਲਮਸ਼ਾਹ੍**-ਪਾਪ,ਅਵਿਦਿਆ।

ਅਨੁਵਾਦ

ਜਦੋਂ ਮਨੁੱਖ ਦੀ ਬੁੱਧੀ, ਮਨ, ਸ਼ਰਧਾ ਅਤੇ ਸ਼ਰਨ ਸਭ ਕੁਝ ਭਗਵਾਨ ਵਿਚ ਸਥਿਰ ਹੋ ਜਾਂਦੇ ਹਨ, ਉਦੋਂ ਹੀ ਉਹ ਪੂਰਨ ਗਿਆਨ ਰਾਹੀਂ ਸਾਰੇ ਪਾਪਾਂ ਤੋਂ ਸ਼ੁੱਧ ਹੁੰਦਾ ਹੈ ਅਤੇ ਮੁਕਤੀ ਦੇ ਰਸਤੇ ਤੇ ਅੱਗੇ ਵੱਧਦਾ ਹੈ।

ਭਾਵ

ਪਰਮ ਅਲੌਕਿਕ ਸਤਿ ਭਗਵਾਨ ਕ੍ਰਿਸ਼ਨ ਹੀ ਹਨ। ਸਾਰੀ ਗੀਤਾ ਇਸੇ ਘੋਸ਼ਣਾ ਤੇ ਕੇਂਦਰਿਤ ਹੈ ਕਿ ਕ੍ਰਿਸ਼ਨ ਪਰਮ-ਪੁਰਖ ਸ਼੍ਰੀ ਭਗਵਾਨ ਹਨ। ਇਹੋ ਸਾਰੇ ਵੇਦਾਂ ਦਾ ਵੀ ਮਤ ਹੈ। ਪਰ-ਤੱਤਵ (ਸਭ ਤੋਂ ਵੱਡੀ ਅਸਲੀਅਤ) ਦਾ ਅਰਥ ਪਰਮ ਸਤਿ ਹੈ ਜਿਹੜਾ ਭਗਵਾਨ ਨੂੰ ਬ੍ਰਹਮ, ਪਰਮਾਤਮਾ

ਅਤੇ ਭਗਵਾਨ ਦੇ ਰੂਪ ਵਿਚ ਜਾਣਨ ਵਾਲਿਆਂ ਰਾਹੀਂ ਸਮਝਿਆ ਜਾਂਦਾ ਹੈ। ਭਗਵਾਨ ਹੀ ਇਸ ਪਰ-ਤੱਤਵ ਦੀ ਪਰਕਾਸ਼ਠਾ ਹਨ। ਉਨ੍ਹਾਂ ਤੋਂ ਵੱਧਕੇ ਕੁਝ ਨਹੀਂ ਹੈ। ਭਗਵਾਨ ਕਹਿੰਦੇ ਹਨ - **ਮਤ੍ਤਹ੍ ਪਰਤਰਮ੍ ਨਾਨ੍ਯਤ੍ ਕਿੰਚਿਦ ਅਸਤਿ ਧਨੰਜਯ**। ਕ੍ਰਿਸ਼ਨ, ਨਿਰਾਕਾਰ ਬ੍ਰਹਮ ਨੂੰ ਵੀ ਮਾਨਤਾ ਦਿੰਦੇ ਹਨ - **ਬ੍ਰਹਮਣੋ ਹਿ ਪ੍ਰਤਿਸ਼੍ਠਾਹਮ੍**। ਇਸ ਲਈ ਸਭ ਪੱਖੋਂ ਕ੍ਰਿਸ਼ਨ ਪਰਮ ਸਤਿ (ਪਰਮ-ਤੱਥ) ਹਨ। ਜਿਨ੍ਹਾਂ ਦੇ ਮਨ, ਬੁੱਧੀ, ਸ਼ਰਧਾ ਅਤੇ ਸ਼ਰਨ ਕ੍ਰਿਸ਼ਨ ਵਿਚ ਹਨ ਜਾਂ ਜਿਹੜੇ ਪੂਰੀ ਤਰ੍ਹਾਂ ਕ੍ਰਿਸ਼ਨ ਭਾਵਨਾ ਭਾਵਿਤ ਹਨ, ਉਨ੍ਹਾਂ ਦੇ ਸਾਰੇ ਪਾਪ ਧੁਲ ਜਾਂਦੇ ਹਨ ਅਤੇ ਉਨ੍ਹਾਂ ਨੂੰ ਬ੍ਰਹਮ ਸੰਬੰਧੀ ਹਰ ਚੀਜ਼ ਦਾ ਪੂਰਨ ਗਿਆਨ ਰਹਿੰਦਾ ਹੈ। ਮਨੁੱਖ ਇਹ ਚੰਗੀ ਤਰ੍ਹਾਂ ਸਮਝ ਸਕਦਾ ਹੈ ਕਿ ਕ੍ਰਿਸ਼ਨ ਵਿਚ ਦਵੈਤ ਹੈ (ਇਕੋ ਸਮੇਂ ਏਕਤਾ ਅਤੇ ਭਿੰਨਤਾ) ਅਤੇ ਅਜਿਹੇ ਅਲੌਕਿਕ ਗਿਆਨ ਨਾਲ ਉਹ ਮੁਕਤੀ ਦੇ ਰਸਤੇ ਤੇ ਚੰਗੇਰੀ ਸਥਿਰ ਪ੍ਰਗਤੀ ਕਰ ਸਕਦਾ ਹੈ।

विद्याविनयसम्पन्ने ब्राह्मणे गवि हस्तिनि ।
शुनि चैव श्वपाके च पण्डिताः समदर्शिनः ॥ १८ ॥

ਵਿਦ੍ਯਾ-ਵਿਨਯ-ਸੰਪਨੇ ਬ੍ਰਾਹਮਣੇ ਗਵਿ ਹਸ੍ਤਿਨਿ।
ਸ਼ੁਨਿ ਚੈਵ ਸ਼੍ਵ-ਪਾਕੇ ਚ ਪੰਡਿਤਾਹ ਸਮਦਰਸ਼ਿਨਹ ॥ 18 ॥

ਵਿਦ੍ਯਾ-ਸਿੱਖਿਆ ; **ਵਿਨਯ**-ਅਤੇ ਨਿਮਰਤਾ ਨਾਲ ; **ਸੰਪਨੇ**-ਵਾਲਾ ; **ਬ੍ਰਾਹਮਣੇ**-ਬ੍ਰਾਹਮਣ ਵਿਚ; **ਗਵਿ**-ਗਾਂ ਵਿਚ ; **ਹਸ੍ਤਿਨਿ**-ਹਾਥੀ ਵਿਚ ; **ਸ਼ੁਨਿ**-ਕੁੱਤੇ ਵਿਚ ; **ਚ**-ਅਤੇ ; **ਏਵ**-ਨਿਸ਼ਚੈ ਹੀ ; **ਸ਼੍ਵ ਪਾਕੇ**-ਕੁੱਤਾ ਖਾਣ ਵਾਲੇ (ਚੰਡਾਲ) ਵਿਚ ; **ਚ**-ਕ੍ਰਮਵਾਰ ; **ਪੰਡਿਤਾਹ੍**-ਗਿਆਨੀ ; **ਸਮਦਰਸ਼ਿਨਹ**-ਇੱਕੋ ਬਰਾਬਰ ਦੇਖਣ ਵਾਲਾ।

ਅਨੁਵਾਦ

ਨਿਮਰਤਾ ਵਾਲੇ ਸਾਧੂ ਪੁਰਸ਼ ਆਪਣੇ ਅਸਲੀ ਗਿਆਨ ਕਾਰਨ ਇੱਕ ਵਿਦਵਾਨ ਅਤੇ ਸਭਿਅਕ ਬ੍ਰਾਹਮਣ, ਗਊ, ਹਾਥੀ, ਕੁੱਤਾ ਅਤੇ ਚੰਡਾਲ ਨੂੰ ਇੱਕੋ ਦ੍ਰਿਸ਼ਟੀ ਨਾਲ ਵੇਖਦੇ ਹਨ।

ਭਾਵ

ਕ੍ਰਿਸ਼ਨ ਭਾਵਨਾ ਭਾਵਿਤ ਮਨੁੱਖ ਜੂਨੀ ਅਤੇ ਜਾਤ ਵਿਚ ਭੇਦ ਨਹੀਂ ਮੰਨਦਾ। ਸਮਾਜਿਕ ਦ੍ਰਿਸ਼ਟੀ ਨਾਲ ਬ੍ਰਾਹਮਣ ਅਤੇ ਚੰਡਾਲ ਵੱਖੋ-ਵੱਖਰੇ ਹੋ ਸਕਦੇ ਹਨ ਜਾਂ ਜੂਨੀ ਮੁਤਾਬਿਕ ਕੁੱਤਾ, ਗਊ ਅਤੇ ਹਾਥੀ ਵੱਖੋ ਵੱਖਰੇ ਹੋ ਸਕਦੇ ਹਨ, ਪਰ ਵਿਦਵਾਨ ਯੋਗੀ ਦੀ ਨਿਗਾਹ ਵਿਚ ਇਨ੍ਹਾਂ ਸ਼ਰੀਰਕ ਭੇਦਾਂ ਦਾ ਕੋਈ ਅਰਥ ਨਹੀਂ ਹੁੰਦਾ। ਇਸਦਾ ਕਾਰਨ ਪਰਮੇਸ਼ਵਰ ਨਾਲ ਉਨ੍ਹਾਂ ਦਾ ਸੰਬੰਧ ਹੈ ਅਤੇ ਪਰਮੇਸ਼ਵਰ ਪਰਮਾਤਮਾ ਦੇ ਰੂਪ ਵਿਚ ਹਰ ਇਕ ਦੇ ਹਿਰਦੇ ਵਿਚ ਸਥਿਤ ਹੈ। ਪਰਮ ਸਤਿ ਦਾ ਅਜਿਹਾ ਗਿਆਨ ਹੀ ਅਸਲੀ ਗਿਆਨ ਹੈ। ਜਿਥੋਂ ਤਕ ਵੱਖੋ-ਵੱਖਰੀਆਂ ਜਾਤਾਂ ਜਾਂ ਜੂਨੀਆਂ ਵਿਚ ਸ਼ਰੀਰਕ ਸੰਬੰਧ ਹੈ ਭਗਵਾਨ ਸਾਰਿਆਂ ਤੇ ਇੱਕੋ ਜਿਹੇ ਦਿਆਲੂ ਹਨ, ਕਿਉਂਕਿ ਹਰ ਜੀਵ ਨੂੰ ਆਪਣਾ ਦੋਸਤ ਮੰਨਦੇ ਹਨ, ਫੇਰ ਵੀ ਜੀਵਾਂ ਦੀਆਂ ਪਰਸਥਿਤੀਆਂ ਦੀ ਉਪੇਖਿਆ ਕਰਕੇ ਉਹ

ਆਪਣਾ ਪਰਮਾਤਮਾ ਸਰੂਪ ਬਣਾਈ ਰੱਖਦੇ ਹਨ। ਪਰਮਾਤਮਾ ਰੂਪ ਵਿਚ ਭਗਵਾਨ ਚੰਡਾਲ ਅਤੇ ਬ੍ਰਾਹਮਣ ਦੋਵਾਂ ਵਿਚ ਹਾਜ਼ਰ ਰਹਿੰਦੇ ਹਨ, ਹਾਲਾਂਕਿ ਇਨ੍ਹਾਂ ਦੋਵਾਂ ਦੇ ਸ਼ਰੀਰ ਇੱਕੋ ਵਰਗੇ ਨਹੀਂ ਹੁੰਦੇ। ਸ਼ਰੀਰ ਤਾਂ ਪ੍ਰਕਿਰਤੀ ਦੇ ਗੁਣਾਂ ਰਾਹੀਂ ਪੈਦਾ ਹੋਏ ਹਨ, ਪਰ ਸ਼ਰੀਰ ਅੰਦਰ ਆਤਮਾ ਅਤੇ ਪਰਮਾਤਮਾ ਬਰਾਬਰ ਅਧਿਆਤਮਕ ਗੁਣਾਂ ਵਾਲੇ ਹਨ। ਪਰ ਆਤਮਾ ਅਤੇ ਪਰਮਾਤਮਾ ਦੀ ਇਹ ਬਰਾਬਰੀ ਉਨ੍ਹਾਂ ਨੂੰ ਮਾਤਰਾ ਦੇ ਪੱਖ ਤੋਂ ਬਰਾਬਰ ਨਹੀਂ ਬਣਾਉਂਦੀ, ਕਿਉਂਕਿ ਵਿਅਸ਼ਟੀ (ਵਿਅਕਤੀਗਤ) ਆਤਮਾ ਕਿਸੇ ਖ਼ਾਸ ਸ਼ਰੀਰ ਵਿਚ ਹਾਜ਼ਰ ਹੁੰਦਾ ਹੈ, ਪਰ ਪਰਮਾਤਮਾ ਹਰ ਸ਼ਰੀਰ ਵਿਚ ਹੈ। ਕ੍ਰਿਸ਼ਨ ਭਾਵਨਾ ਭਾਵਿਤ ਮਨੁੱਖ ਨੂੰ ਇਸਦਾ ਪੂਰਨ ਗਿਆਨ ਹੁੰਦਾ ਹੈ, ਇਸ ਲਈ ਉਹ ਸੱਚਮੁੱਚ ਹੀ ਵਿਦਵਾਨ ਅਤੇ ਸਮਦਰਸ਼ੀ ਹੁੰਦਾ ਹੈ। ਆਤਮਾ ਅਤੇ ਪਰਮਾਤਮਾ ਦੇ ਲੱਛਣ ਬਰਾਬਰ ਹਨ, ਕਿਉਂਕਿ ਦੋਵੇਂ ਚੇਤਨ ਸਨਾਤਨ ਅਤੇ ਆਨੰਦਮਈ ਹਨ। ਪਰ ਫ਼ਰਕ ਸਿਰਫ਼ ਏਨਾ ਹੀ ਹੈ ਕਿ ਆਤਮਾ ਸ਼ਰੀਰ ਦੀ ਹੱਦ ਅੰਦਰ ਚੇਤਨ ਰਹਿੰਦੀ ਹੈ ਜਦੋਂ ਕਿ ਪਰਮਾਤਮਾ ਸਾਰੇ ਸ਼ਰੀਰਾਂ ਵਿਚ ਸਚੇਤਨ ਹਨ। ਪਰਮਾਤਮਾ ਬਿਨ੍ਹਾਂ ਕਿਸੇ ਭੇਦਭਾਵ ਤੋਂ ਸਾਰੇ ਸ਼ਰੀਰਾਂ ਵਿਚ ਹਾਜ਼ਰ ਹਨ।

इहैव तैर्जितः सर्गो येषां साम्ये स्थितं मनः ।
निर्दोषं हि समं ब्रह्म तस्माद्ब्रह्मणि ते स्थिताः ॥१९॥

ਇਹੈਵ ਤੈਰ੍ ਜਿਤਹ੍ ਸਰ੍ਗੋ ਯੇਸ਼ਾਮ ਸਾਮ੍ਯੇ ਸ੍ਥਿਤਮ੍ ਮਨਹ੍।
ਨਿਰ੍ਦੋਸ਼ਮ੍ ਹਿ ਸਮਮ੍ ਬ੍ਰਹਮ ਤਸ੍ਮਾਦ੍ ਬ੍ਰਹ੍ਮਣਿ ਤੇ ਸ੍ਥਿਤਾਹ੍ ॥ 19 ॥

ਇਹ-ਇਸ ਜੀਵਨ ਵਿਚ ; **ਏਵ**-ਨਿਸ਼ਚੈ ਹੀ ; **ਤੈਹ**-ਉਨ੍ਹਾਂ ਰਾਹੀਂ ; **ਜਿਤਹ੍**-ਜਿੱਤਿਆ ਹੋਇਆ; **ਸਰ੍ਗਹ੍**-ਜਨਮ ਅਤੇ ਮੌਤ ; **ਯੇਸ਼ਾਮ੍**-ਜਿਨ੍ਹਾਂ ਦਾ ; **ਸਾਮ੍ਯੇ**-ਸਮਤਾ ਵਿਚ ; **ਸ੍ਥਿਤਮ੍**-ਸਥਿਤ; **ਮਨਹ੍**-ਮਨ ; **ਨਿਰ੍ਦੋਸ਼ਮ੍**-ਦੋਸ਼ ਰਹਿਤ ; **ਹਿ**-ਨਿਸ਼ਚੈ ਹੀ ; **ਸਮਮ੍**-ਬਰਾਬਰ ; **ਬ੍ਰਹਮ**-ਬ੍ਰਹਮ ਵਾਂਗ ; **ਤਸ੍ਮਾਤ੍**-ਇਸ ਲਈ ; **ਬ੍ਰਹ੍ਮਣਿ**-ਪਰਮੇਸ਼ਵਰ ਵਿਚ ; **ਤੇ** - ਉਹ; **ਸ੍ਥਿਤਾਹ੍** -ਸਥਿਤ ਹਨ।

ਅਨੁਵਾਦ

ਜਿਨ੍ਹਾਂ ਦੇ ਮਨ ਸਮਤਾ ਅਤੇ ਬਰਾਬਰੀ ਵਿਚ ਸਥਿਤ ਹਨ, ਉਨ੍ਹਾਂ ਨੇ ਜਨਮ ਅਤੇ ਮੌਤ ਦੇ ਬੰਧਨਾਂ ਨੂੰ ਪਹਿਲੋਂ ਹੀ ਜਿੱਤ ਲਿਆ ਹੈ। ਉਹ ਬ੍ਰਹਮ ਵਾਂਗ ਨਿਰਦੋਸ਼ ਹਨ ਅਤੇ ਉਹ ਪਹਿਲੋਂ ਹੀ ਬ੍ਰਹਮ ਵਿਚ ਸਥਿਤ ਹਨ।

ਭਾਵ

ਜਿਵੇਂ ਕਿ ਉਪਰ ਕਿਹਾ ਗਿਆ ਹੈ ਮਾਨਸਿਕ ਸਮਤਾ ਆਤਮ-ਪ੍ਰਤੱਖੀਕਰਨ ਦਾ ਲੱਛਣ ਹੈ। ਜਿਨ੍ਹਾਂ ਨੇ ਅਜਿਹੀ ਅਵਸਥਾ ਪ੍ਰਾਪਤ ਕਰ ਲਈ ਹੈ, ਉਨ੍ਹਾਂ ਨੂੰ ਭੌਤਿਕ ਬੰਧਨਾਂ ਤੇ ਖ਼ਾਸ ਕਰਕੇ ਜਨਮ, ਮੌਤ ਤੇ ਜਿੱਤ ਪ੍ਰਾਪਤ ਕੀਤੇ ਮੰਨਣਾ ਚਾਹੀਦਾ ਹੈ। ਜਦੋਂ ਤਕ ਮਨੁੱਖ ਸ਼ਰੀਰ ਨੂੰ ਆਤਮ ਸਰੂਪ ਸਮਝਦਾ ਹੈ, ਉਹ ਬੱਧਜੀਵ ਮੰਨਿਆਂ ਜਾਂਦਾ ਹੈ, ਪਰ ਜਿਵੇਂ ਹੀ ਉਹ ਆਤਮ-ਪ੍ਰਤੱਖੀਕਰਨ

ਰਾਹੀਂ ਸਮਚਿੱਤਤਾ (ਸੁਭਾਅ ਦੀ ਸਥਿਰਤਾ) ਦੀ ਅਵਸਥਾ ਪ੍ਰਾਪਤ ਕਰ ਲੈਂਦਾ ਹੈ, ਉਹ ਬੱਧ ਜੀਵਨ ਤੋਂ ਮੁਕਤ ਹੋ ਜਾਂਦਾ ਹੈ। ਦੂਜੇ ਸ਼ਬਦਾਂ ਵਿਚ ਇਸ ਭੌਤਿਕ ਸੰਸਾਰ ਵਿਚ ਜਨਮ ਨਹੀਂ ਲੈਣਾ ਪੈਂਦਾ, ਸਗੋਂ ਇਸ ਸ਼ਰੀਰ ਨੂੰ ਛੱਡਣ ਤੋਂ ਬਾਅਦ ਉਹ ਅਧਿਆਤਮਕ ਲੋਕ ਨੂੰ ਜਾਂਦਾ ਹੈ। ਭਗਵਾਨ ਨਿਰਦੋਸ਼ ਹਨ, ਕਿਉਂਕਿ ਉਹ ਮੋਹ ਅਤੇ ਘਿਰਣਾ ਤੋਂ ਪਰ੍ਹੇ ਹਨ। ਇੰਝ ਹੀ ਜਦੋਂ ਜੀਵ ਮੋਹ ਅਤੇ ਘਿਰਣਾ ਤੋਂ ਪਰ੍ਹੇ ਹੋ ਜਾਂਦਾ ਹੈ ਤਾਂ ਉਹ ਵੀ ਨਿਰਦੋਸ਼ ਬਣ ਜਾਂਦਾ ਹੈ ਅਤੇ ਬੈਕੁੰਠ ਜਾਣ ਦਾ ਅਧਿਕਾਰੀ ਹੋ ਜਾਂਦਾ ਹੈ। ਅਜਿਹੇ ਮਨੁੱਖ ਨੂੰ ਪਹਿਲੋਂ ਹੀ ਮੁਕਤ ਮੰਨਣਾ ਚਾਹੀਦਾ ਹੈ, ਉਨ੍ਹਾਂ ਦੇ ਲੱਛਣ ਅੱਗੇ ਦਸੇ ਗਏ ਹਨ।

न प्रहृष्येत्प्रियं प्राप्य नोद्विजेत्प्राप्य चाप्रियम् ।
स्थिरबुद्धिरसम्मूढो ब्रह्मविद्ब्रह्मणि स्थितः ॥२०॥
ਨ ਪ੍ਰਹਰਿਸ਼ਯੇਤ-ਪ੍ਰਿਯਮ ਪ੍ਰਾਪ੍ਯ ਨੋਦਵਿਜੇਤ੍-ਪ੍ਰਾਪ੍ਯ ਚਾਪ੍ਰਿਯਮ੍।
ਸ੍ਥਿਰ-ਬੁੱਧਿਰ੍ ਅਸਮ੍ਮੂਢੋ ਬ੍ਰਹ੍ਮ-ਵਿਦ੍ ਬ੍ਰਹਮਣਿ ਸ੍ਥਿਤਹ੍ ॥20॥

ਨ-ਕਦੀ ਨਹੀਂ ; ਪ੍ਰਹਰੀਸ਼੍ਯੇਤ੍-ਪ੍ਰਸੰਨ ਹੁੰਦਾ ਹੈ ; ਪ੍ਰਿਯਮ-ਚਹੇਤੇ ਨੂੰ ; ਪ੍ਰਾਪ੍ਯ-ਪ੍ਰਾਪਤ ਕਰਕੇ ; ਨ-ਨਹੀਂ ; ਓਦ੍ਵਿਜੇਤ੍-ਡਾਵਾਂਡੋਲ ਹੁੰਦਾ ਹੈ ; ਪ੍ਰਾਪ੍ਯ-ਪ੍ਰਾਪਤ ਕਰਕੇ ; ਚ-ਵੀ ; ਅਪ੍ਰਿਯਮ੍-ਅਪ੍ਰਿਅ ਨੂੰ ; ਸ੍ਥਿਰ-ਬੁੱਧਿਹ੍-ਆਤਮ ਬੁੱਧੀ ; ਅਸਮ੍ਮੂਢਹ੍-ਵਿਆਕੁਲ ਹੋਏ ਬਿਨ੍ਹਾਂ, ਸ਼ੰਕਾ ਰਹਿਤ ; ਬ੍ਰਹਮ ਵਿਤ੍-ਪਾਰਬ੍ਰਹਮ ਨੂੰ ਪੂਰੀ ਤਰ੍ਹਾਂ ਜਾਣਨ ਵਾਲਾ; ਬ੍ਰਹਮਣਿ-ਬ੍ਰਹਮ ਵਿਚ ; ਸ੍ਥਿਤਹ੍-ਸਥਿੱਤ।

ਅਨੁਵਾਦ

ਜਿਹੜਾ ਨਾ ਮਨ-ਭਾਉਂਦੀ ਚੀਜ਼ ਨੂੰ ਪਾ ਕੇ ਖੁਸ਼ ਹੁੰਦਾ ਹੈ ਅਤੇ ਨਾ ਨਾਪਸੰਦ ਨੂੰ ਪਾਕੇ ਡਾਵਾਂ-ਡੋਲ ਹੁੰਦਾ ਹੈ, ਜਿਹੜਾ ਸਥਿਰ ਬੁੱਧੀ ਹੈ, ਮੋਹ ਰਹਿਤ ਹੈ ਅਤੇ ਭਗਵਤ ਵਿਦਿਆ ਦਾ ਜਾਣੂੰ ਹੈ, ਉਹ ਪਹਿਲੋਂ ਹੀ ਬ੍ਰਹਮ ਵਿਚ ਸਥਿਤ ਰਹਿੰਦਾ ਹੈ।

ਭਾਵ

ਇੱਥੇ ਸਰੂਪ ਸਿੱਧ ਮਨੁੱਖ ਦੇ ਲੱਛਣ ਦਿੱਤੇ ਗਏ ਹਨ। ਪਹਿਲਾ ਲੱਛਣ ਇਹ ਹੈ ਕਿ ਉਸ ਨੂੰ ਸ਼ਰੀਰ ਅਤੇ ਆਤਮ ਤੱਤ ਦੇ ਇਕ ਹੋਣ ਦਾ ਭਰਮ ਨਹੀਂ ਰਹਿੰਦਾ। ਉਹ ਇਹ ਚੰਗੀ ਤਰ੍ਹਾਂ ਜਾਣਦਾ ਹੈ ਕਿ ਮੈਂ ਇਹ ਸ਼ਰੀਰ ਨਹੀਂ ਹਾਂ, ਸਗੋਂ ਭਗਵਾਨ ਦਾ ਇਕ ਅੰਸ਼ ਹਾਂ, ਇਸ ਲਈ ਕੁਝ ਮਿਲਣ ਤੇ ਨਾ ਤਾਂ ਉਸਨੂੰ ਖੁਸ਼ੀ ਹੁੰਦੀ ਹੈ ਅਤੇ ਨਾ ਹੀ ਸ਼ਰੀਰ ਨਾਲ ਸੰਬੰਧਿਤ ਹਾਨੀ ਤੇ ਕੋਈ ਸ਼ੋਕ ਹੁੰਦਾ ਹੈ। ਮਨ ਦੀ ਇਹ ਸਥਿਰਤਾ ਸਥਿਰ ਬੁੱਧੀ ਜਾਂ ਆਤਮ ਬੁੱਧੀ ਕਹਾਉਂਦੀ ਹੈ, ਇਸ ਲਈ ਉਹ ਨਾ ਤਾਂ ਸਥੂਲ ਸ਼ਰੀਰ ਨੂੰ ਆਤਮਾ ਮੰਨਣ ਦੀ ਭੁੱਲ ਕਰਕੇ ਮੋਹਿਤ ਹੁੰਦਾ ਹੈ ਅਤੇ ਨਾ ਸ਼ਰੀਰ ਨੂੰ ਸਥਾਈ ਮੰਨਕੇ ਆਤਮਾ ਦੀ ਹੋਂਦ ਨੂੰ ਠੁਕਰਾਉਂਦਾ ਹੈ। ਇਸ ਗਿਆਨ ਸਦਕਾ ਉਹ ਪਰਮ ਸਤਿ ਭਾਵ ਬ੍ਰਹਮ, ਪਰਮਾਤਮਾ ਅਤੇ ਭਗਵਾਨ ਦੇ ਗਿਆਨ ਨੂੰ ਚੰਗੀ ਤਰ੍ਹਂਜਾਣ ਲੈਂਦਾ ਹੈ। ਇੰਝ ਉਹ ਆਪਣੇ ਸਰੂਪ ਨੂੰ ਜਾਣਦਾ ਹੈ ਅਤੇ

ਪਾਰ-ਬ੍ਰਹਮ ਨਾਲ ਹਰ ਗੱਲ ਵਿਚ ਉਸ ਵਰਗਾ ਹੋਣ ਦਾ ਯਤਨ ਨਹੀਂ ਕਰਦਾ। ਇਸਨੂੰ ਬ੍ਰਹਮ-ਪ੍ਰਤੱਖੀਕਰਨ ਜਾਂ ਆਤਮ-ਪ੍ਰਤੱਖੀਕਰਨ ਕਹਿੰਦੇ ਹਨ। ਅਜਿਹੀ ਸਥਿਰ ਬੁੱਧੀ ਕ੍ਰਿਸ਼ਨ ਭਾਵਨਾ ਅੰਮ੍ਰਿਤ ਕਹਾਉਂਦੀ ਹੈ।

बाह्यस्पर्शेष्वसक्तात्मा विन्दत्यात्मनि यत्सुखम् ।
स ब्रह्मयोगयुक्तात्मा सुखमक्षयमश्नुते ॥ २१ ॥

ਬਾਹ੍ਯ-ਸ੍ਪਰਸ਼ੇਸ਼੍ਵ੍ ਅਸਕ੍ਤਾਤ੍ਮਾ ਵਿੰਦਤਿ ਆਤ੍ਮਨੀ ਯਤ੍ ਸੁਖਮ੍ ।
ਸ ਬ੍ਰਹਮ-ਯੋਗ-ਯੁਕਤਾਤ੍ਮਾ ਸੁਖਮ੍ ਅਕ੍ਸ਼੍ਯਮ੍ ਅਸ਼੍ਨੁਤੇ ॥ 21 ॥

ਬਾਹ੍ਯ-ਸ੍ਪਰ੍ਸ਼ੇਸ਼ੁ-ਬਾਹਰੀ ਇੰਦਰੀਆਂ ਦੇ ਸੁਖ ਵਿਚ ; **ਅਸਕ੍ਤ-ਆਤਮਾ**- ਅਣ-ਆਸਕਤ (ਨਿਰਲੇਪ) ਮਨੁੱਖ; **ਵਿੰਦਿਤ**-ਭੋਗ ਕਰਦਾ ਹੈ ; **ਆਤ੍ਮਨਿ**-ਆਤਮਾ ਵਿਚ ; **ਯਤ੍**-ਜਿਹੜਾ ; **ਸੁਖਮ੍**-ਸੁਖ ; **ਸਹ੍**-ਉਹ ; **ਬ੍ਰਹਮ-ਯੋਗ**-ਬ੍ਰਹਮ ਵਿਚ ਇਕਾਗਰਤਾ ਰਾਹੀਂ ; **ਯੁਕਤ-ਆਤ੍ਮਾ**-ਆਤਮ ਯੁਕਤ ; **ਸੁਖਮ੍**-ਸੁਖ ; **ਅਕਸ਼੍ਯਮ੍**-ਅਸੀਮ ; **ਅਸ਼੍ਨੁਤੇ**-ਭੋਗਦਾ ਹੈ।

ਅਨੁਵਾਦ

ਅਜਿਹਾ ਮੁਕਤ ਮਨੁੱਖ ਭੌਤਿਕ ਇੰਦਰੀਆਂ ਦੇ ਸੁਖ ਵੱਲ ਨਹੀਂ ਖਿਚਿਆ ਜਾਂਦਾ, ਸਗੋਂ ਹਮੇਸ਼ਾਂ ਸਮਾਧੀ ਵਿਚ ਰਹਿਕੇ ਆਪਣੇ ਅੰਦਰੂਨੀ ਅਨੰਦ ਦਾ ਅਨੁਭਵ ਕਰਦਾ ਹੈ। ਇੰਝ ਸਰੂਪ ਸਿੱਧ ਮਨੁੱਖ ਪਾਰਬ੍ਰਹਮ ਵਿਚ ਇਕਾਗਰ ਚਿੱਤ ਹੋਣ ਕਾਰਨ ਅਸੀਮ ਸੁਖ ਭੋਗਦਾ ਹੈ।

ਭਾਵ

ਕ੍ਰਿਸ਼ਨਾਭਾਵਨਾ ਅੰਮ੍ਰਿਤ ਦੇ ਮਹਾਨ ਭਗਤ ਸ਼੍ਰੀ ਯਾਮੁਨਾਚਾਰੀਆ ਨੇ ਕਿਹਾ ਹੈ :-

ਯਦ੍ ਅਵਧਿ ਮਮ ਚੇਤਹ੍ ਕ੍ਰਿਸ਼੍ਣ-ਪਾਦਾਰਵਿੰਦੇ ।
ਨਵ-ਨਵ-ਰਸ-ਧਾਮਨਿ੍-ਉਦ੍ਯਤਮ੍ ਰੰਤੁਮ੍-ਆਸੀਤ੍ ॥
ਤਦ੍ ਅਵਧਿ ਬਤ ਨਾਰੀ-ਸੰਗਮੇ ਸ੍ਮਰ੍ਯਮਾਨੇ ।
ਭਵਤਿ ਮੁਖ-ਵਿਕਾਰਹ੍ ਸੁਸ਼੍ਠੁ ਨਿਸ਼੍ਠੀਵਨਮ੍ ਚ ॥

"ਜਦੋਂ ਤੋਂ ਮੈਂ ਕ੍ਰਿਸ਼ਨ ਦੀ ਅਲੌਕਿਕ ਪ੍ਰੇਮ ਭਗਤੀ ਵਿਚ ਲੱਗਕੇ ਉਨ੍ਹਾਂ ਵਿਚ ਹਮੇਸ਼ਾਂ ਨਵੇਂ ਆਨੰਦ ਦਾ ਅਨੁਭਵ ਕਰਨ ਲਗਿਆ ਹਾਂ ਉਦੋਂ ਤੋਂ ਜਦ ਵੀ ਕਾਮ ਸੁਖ ਬਾਰੇ ਸੋਚਦਾ ਹਾਂ ਤਾਂ ਇਸ ਸੋਚ ਤੇ ਹੀ ਥੁਕਦਾ ਹਾਂ ਅਤੇ ਮੇਰੇ ਬੁੱਲ ਰੁਚੀ ਨਾ ਹੋਣ ਕਾਰਨ ਸੁੰਗੜ ਜਾਂਦੇ ਹਨ।" ਬ੍ਰਹਮਯੋਗੀ ਜਾਂ ਕ੍ਰਿਸ਼ਨ ਭਾਵਨਾ ਭਾਵਿਤ ਮਨੁੱਖ ਭਗਵਾਨ ਦੀ ਪ੍ਰੇਮ ਭਗਤੀ ਵਿਚ ਏਨਾ ਰੁਝਿਆ ਰਹਿੰਦਾ ਹੈ ਕਿ ਇੰਦਰੀਆਂ ਦੇ ਸੁੱਖਾਂ ਵਿਚ ਉਸ ਦੀ ਰਤਾ ਵੀ ਰੁਚੀ ਨਹੀਂ ਰਹਿੰਦੀ। ਭੌਤਿਕਤਾ ਦੀ ਦ੍ਰਿਸ਼ਟੀ ਵਿਚ ਕਾਮ ਸੁਖ ਹੀ ਸਭ ਤੋਂ ਵੱਡਾ ਆਨੰਦ ਹੈ। ਸਾਰਾ ਸੰਸਾਰ ਉਸੇ ਦੇ ਅਧੀਨ ਹੈ ਅਤੇ ਪਦਾਰਥਵਾਦੀ ਲੋਕ ਤਾਂ ਇਸ ਪ੍ਰੋਤਸਾਹਨ ਤੋਂ ਬਿਨ੍ਹਾਂ ਕੋਈ ਕਾਰਜ ਹੀ ਨਹੀਂ ਕਰਦੇ। ਪਰ ਕ੍ਰਿਸ਼ਨ ਭਾਵਨਾ ਅੰਮ੍ਰਿਤ ਵਿਚ ਲਗਾ ਮਨੁੱਖ ਕਾਮ ਸੁਖ ਤੋਂ ਬਿਨ੍ਹਾਂ ਹੀ ਹੌਂਸਲੇ ਨਾਲ ਆਪਣਾ ਕਾਰਜ਼ ਕਰਦਾ

ਰਹਿੰਦਾ ਹੈ। ਇਹੋ ਆਤਮ-ਪ੍ਰਤੱਖੀਕਰਨ ਦੀ ਕਸੌਟੀ ਹੈ। ਆਤਮ-ਪ੍ਰਤੱਖੀਕਰਨ ਅਤੇ ਕਾਮ ਸੁਖ ਕਦੀ ਨਾਲ-ਨਾਲ ਨਹੀਂ ਚਲਦੇ। ਕ੍ਰਿਸ਼ਨ ਭਾਵਨਾ ਭਾਵਿਤ ਮਨੁੱਖ ਜੀਵਨ ਮੁਕਤ ਹੋਣ ਕਾਰਨ ਕਿਸੇ ਤਰ੍ਹਾਂ ਦੇ ਇੰਦਰੀਆਂ ਦੇ ਸੁਖ ਰਾਹੀ ਆਕਰਸ਼ਿਤ ਨਹੀਂ ਹੁੰਦਾ।

ये हि संस्पर्शजा भोगा दुःखयोनय एव ते ।
आद्यन्तवन्तः कौन्तेय न तेषु रमते बुधः ॥ २२ ॥

ਯੇ ਹੀ ਸੰਸ੍ਪਰਸ਼-ਜਾ ਭੋਗਾ ਦੁਹ੍ਖ-ਯੋਨਯ ਏਵ ਤੇ।
ਆਦਿ ਅੰਤਵੰਤਹ੍ ਕੌਂਤੇਯ ਨ ਤੇਸ਼ੁ ਰਮਤੇ ਬੁਧਹ੍ ॥ 22 ॥

ਯੇ-ਜਿਹੜੇ ; **ਹਿ**-ਨਿਸ਼ਚੈ ਹੀ ; **ਸੰਸ੍ਪਰਸ਼-ਜਾਹ**-ਭੌਤਿਕ ਇੰਦਰੀਆਂ ਦੀ ਛੋਹ ਤੋਂ ਪੈਦਾ ਹੋਇਆ; **ਭੋਗਾਹ੍**-ਭੋਗ ; **ਦੁਹਖ**-ਦੁੱਖ ; **ਯੋਨਯਹ੍**-ਕਾਰਨ ; **ਏਵ**-ਨਿਸ਼ਚੈ ਹੀ ; **ਤੇ**-ਉਹ ; **ਆਦਿ**-ਸ਼ੁਰੂ ; **ਅੰਤ-ਵੰਤਹ੍**-ਅੰਤ ਵਾਲੇ ; **ਕੌਂਤੇਯ**-ਹੇ ਕੁੰਤੀ ਪੁੱਤਰ ; **ਨ**-ਕਦੀ ਨਹੀਂ ; **ਤੇਸ਼ੁ**-ਉਨ੍ਹਾਂ ਵਿੱਚੋਂ ; **ਰਮਤੇ**-ਆਨੰਦ ਲੈਂਦਾ ਹੈ ; **ਬੁਧਹ੍**-ਬੁੱਧੀਮਾਨ ਮਨੁੱਖ।

ਅਨੁਵਾਦ

ਬੁੱਧੀਮਾਨ ਮਨੁੱਖ ਦੁੱਖਾਂ ਦੇ ਕਾਰਨਾਂ ਵਿਚ ਭਾਗ ਨਹੀਂ ਲੈਂਦਾ, ਜਿਹੜੇ ਭੌਤਿਕ ਇੰਦਰੀਆਂ ਦੀ ਸੰਗਤ ਤੋਂ ਪੈਦਾ ਹੁੰਦੇ ਹਨ। ਹੇ ਕੁੰਤੀ ਪੁੱਤਰ ! ਅਜਿਹੇ ਭੋਗਾਂ ਦਾ ਮੁੱਢ ਅਤੇ ਅੰਤ ਹੁੰਦਾ ਹੈ ਇਸ ਲਈ ਸਮਝਦਾਰ ਮਨੁੱਖ ਉਨ੍ਹਾਂ ਵਿਚ ਆਨੰਦ ਨਹੀਂ ਲੈਂਦਾ।

ਭਾਵ

ਭੌਤਿਕ ਇੰਦਰੀਆਂ ਦੇ ਸੁਖ ਉਨ੍ਹਾਂ ਇੰਦਰੀਆਂ ਦੀ ਛੋਹ ਤੋਂ ਪ੍ਰਗਟ ਹਨ, ਜਿਹੜੀਆਂ ਨਾਸ਼ਵਾਨ ਹਨ ਕਿਉਂਕਿ ਸ਼ਰੀਰ ਆਪ ਨਾਸ਼ਵਾਨ ਹੈ। ਮੁਕਤ ਆਤਮਾ ਕਿਸੇ ਨਾਸ਼ਵਾਨ ਚੀਜ਼ ਵਿਚ ਰੁਚੀ ਨਹੀਂ ਰਖਦਾ। ਅਲੌਕਿਕ ਆਨੰਦ ਦੇ ਸੁਖਾਂ ਤੋਂ ਚੰਗੀ ਤਰ੍ਹਾਂ ਜਾਣੂ ਉਹ ਭਲਾ ਝੂਠੇ ਸੁਖ ਲਈ ਕਿਉਂ ਰਾਜ਼ੀ ਹੋਵੇਗਾ। ਪਦਮ ਪੁਰਾਣ ਵਿਚ ਕਿਹਾ ਗਿਆ ਹੈ :-

ਰਮੰਤੇ ਯੋਗਿਨੋ 'ਨੰਤੇ ਸਤ੍ਯਾਨੰਦੇ ਚਿਦ੍ ਆਤ੍ਮਨਿ।
ਇਤਿ ਰਾਮ-ਪਦੇਨਾਸੌ ਪਰਮ੍ ਬ੍ਰਹਮਾਭਿਧੀਯਤੇ ॥

"ਯੋਗੀ ਲੋਕ ਪਰਮ-ਸਤਿ ਵਿਚ ਰਹਿੰਦੇ ਹੋਏ ਸਨਾਤਨ ਅਲੌਕਿਕ ਸੁਖ ਪ੍ਰਾਪਤ ਕਰਦੇ ਹਨ। ਉਸ ਲਈ ਪਰਮ-ਪੁਰਖ ਭਗਵਾਨ ਨੂੰ ਰਾਮ ਵੀ ਕਿਹਾ ਜਾਂਦਾ ਹੈ।"
ਸ੍ਰੀਮਦ੍ ਭਾਗਵਤਮ੍ ਵਿਚ ਕਿਹਾ ਗਿਆ ਹੈ :-

ਨਾਯਮ੍ ਦੇਹੋ ਦੇਹ-ਭਾਜਾਮ੍ ਨ੍ਰਿ ਲੋਕੇ ਕਸ਼੍ਟਾਨ੍ ਕਾਮਾਨ੍ ਅਰ੍ਹਤੇ ਵਿਡ਼ ਭੁਜਾਮ੍ ਯੇ।
ਤਪੋ ਦਿਵ੍ਯਮ੍ ਪੁਤ੍ਰਕਾ ਯੇਨ ਸੱਤਵਮ੍ ਸ਼ੁਦ੍ਧ੍ਯੇਦ੍ ਯਸ੍ਮਾਦ੍ ਬ੍ਰਹ੍ਮ-ਸੌਖ੍ਯਮ੍ ਤ੍ਵ੍ ਅਨੰਤਮ੍ ॥

(ਭਾਗਵਤ 5.5.1)

"ਹੇ ਪੁੱਤਰੋ ! ਇਸ ਮਨੁੱਖ ਜੂਨੀ ਵਿਚ ਇੰਦਰੀਆਂ ਦੇ ਸੁਖ ਲਈ ਵਧੇਰੀ ਮਿਹਨਤ ਕਰਨੀ ਬੇਕਾਰ ਹੈ । ਅਜਿਹਾ ਸੁਖ ਤਾਂ ਸੂਰਾਂ ਨੂੰ ਵੀ ਪ੍ਰਾਪਤ ਹੈ । ਇਸਦੀ ਬਜਾਏ ਤੁਹਾਨੂੰ ਇਸ ਜੀਵਨ ਵਿਚ ਅਲੌਕਿਕ ਤਪ ਕਰਨਾ ਚਾਹੀਦਾ ਹੈ, ਜਿਸ ਨਾਲ ਤੁਹਾਡਾ ਜੀਵਨ ਪਵਿੱਤਰ ਹੋ ਜਾਵੇ ਅਤੇ ਤੁਸੀਂ ਅਸੀਮ ਅਲੌਕਿਕ ਸੁਖ ਪ੍ਰਾਪਤ ਕਰ ਸਕੋ ।"

ਇਸ ਲਈ ਜਿਹੜੇ ਅਸਲ ਯੋਗੀ ਜਾਂ ਅਲੌਕਿਕ ਗਿਆਨੀ ਹਨ, ਉਹ ਇੰਦਰੀਆਂ ਦੇ ਸੁਖਾਂ ਵੱਲ ਖਿੱਚੇ ਨਹੀਂ ਹੁੰਦੇ ਕਿਉਂਕਿ ਇਹ ਸੰਸਾਰਕ ਰੋਗਾਂ ਦੇ ਕਾਰਨ ਹਨ । ਜਿਹੜਾ ਭੌਤਿਕ ਸੁਖਾਂ ਪ੍ਰਤੀ ਜਿਨ੍ਹਾਂ ਖਿਚਿਆ ਹੁੰਦਾ ਹੈ, ਉਸ ਨੂੰ ਉਨ੍ਹੇ ਹੀ ਵਧੇਰੇ ਭੌਤਿਕ ਦੁੱਖ ਮਿਲਦੇ ਹਨ ।

शक्नोतीहैव यः सोढुं प्राक्शरीरविमोक्षणात् ।
कामक्रोधोद्भवं वेगं स युक्तः स सुखी नरः ॥ २३ ॥

ਸ਼ਕ੍ਨੋਤੀਹੈਵ ਯਹ੍ ਸੋਢੁਮ੍ ਪ੍ਰਾਕ੍ ਸ਼ਰੀਰ-ਵਿਮੋਕ੍ਸ਼ਣਾਤ੍ ।
ਕਾਮ-ਕ੍ਰੋਧੋਦ੍ਭਵਮ੍ ਵੇਗਮ੍ ਸ ਯੁਕਤਹ੍ ਸ ਸੁਖੀ ਨਰਹ੍ ॥ 23 ॥

ਸ਼ਕ੍ਨੋਤਿ-ਸਮਰਥ ਹੈ ; **ਇਹ ਏਵ**-ਇਸੇ ਸ਼ਰੀਰ ਵਿਚ ; **ਯਹ੍**-ਜਿਹੜਾ ; **ਸੋਢੁਮ੍**-ਸਹਿਨ ਕਰਨ ਲਈ ; **ਪ੍ਰਾਕ੍**-ਪਹਿਲਾਂ ; **ਸ਼ਰੀਰ**-ਸ਼ਰੀਰ ; **ਵਿਮੋਕ੍ਸ਼ਣਾਤ੍**-ਤਿਆਗ ਕਰਨ ਨਾਲ ; **ਕਾਮ**-ਇੱਛਾ; **ਕ੍ਰੋਧ**-ਅਤੇ ਗੁੱਸੇ ਨਾਲ ; **ਉਦ੍ਭਵਮ੍**-ਪੈਦਾ ; **ਵੇਗਮ੍**-ਬਹਾਉ ਨੂੰ ; **ਸਹ੍**-ਉਹ ; **ਯੁਕਤਹ੍**-ਸਮਾਧੀ ਵਿਚ ; **ਸਹ੍**-ਉਹੀ ; **ਸੁਖੀ**-ਸੁਖੀ ; **ਨਰਹ੍**-ਮਨੁੱਖ ।

ਅਨੁਵਾਦ

ਜੇ ਇਸ ਸ਼ਰੀਰ ਨੂੰ ਤਿਆਗਣ ਤੋਂ ਪਹਿਲੋਂ ਕੋਈ ਮਨੁੱਖ ਭੌਤਿਕ ਇੰਦਰੀਆਂ ਦੀ ਉਤੇਜਨਾ ਨੂੰ ਸਹਿਣ ਕਰਨ ਅਤੇ ਇੱਛਾ ਅਤੇ ਗੁੱਸੇ ਨੂੰ ਨਿਯੰਤਰਿਤ ਕਰਨ ਵਿਚ ਸਮਰਥ ਹੁੰਦਾ ਹੈ ਤਾਂ ਉਹ ਇਸ ਸੰਸਾਰ ਵਿਚ ਸਥਿਰ ਤੇ ਸੁਖੀ ਹੈ ।

ਭਾਵ

ਜੇ ਕੋਈ ਆਤਮ-ਪ੍ਰਤੱਖੀਕਰਨ ਦੇ ਰਸਤੇ ਤੇ ਚਲਣਾ ਚਾਹੁੰਦਾ ਹੈ ਤਾਂ ਉਸਨੂੰ ਭੌਤਿਕ ਇੰਦਰੀਆਂ ਦੀ ਉਤੇਜਨਾ ਨੂੰ ਰੋਕਣ ਦਾ ਯਤਨ ਕਰਨਾ ਚਾਹੀਦਾ ਹੈ । ਇਹ ਹਨ - ਬਾਣੀ, ਕ੍ਰੋਧ, ਮਨ, ਪੇਟ, ਲਿੰਗ (ਜਾਂ ਇੰਦਰੀ) ਅਤੇ ਜੀਭ ਦੀ ਉਤੇਜਨਾ । ਜਿਹੜਾ ਮਨੁੱਖ ਇਨ੍ਹਾਂ ਵੱਖੋ ਵੱਖਰੀਆਂ ਇੰਦਰੀਆਂ ਦੀ ਉਤੇਜਨਾ ਨੂੰ ਅਤੇ ਮਨ ਨੂੰ ਕਾਬੂ ਵਿਚ ਕਰਨ ਵਿਚ ਸਮਰਥ ਹੈ, ਉਹ ਗੋਸਵਾਮੀ ਜਾਂ ਸਵਾਮੀ ਕਹਾਉਂਦਾ ਹੈ । ਅਜਿਹੇ ਗੋਸਵਾਮੀ ਬਹੁਤ ਹੀ ਸੰਜਮਿਤ ਜੀਵਨ ਬਿਤਾਉਂਦੇ ਹਨ ਅਤੇ ਇੰਦਰੀਆਂ ਦੇ ਬਹਾਉ ਦਾ ਤਿਰਸਕਾਰ ਕਰਦੇ ਹਨ । ਭੌਤਿਕ ਇੱਛਾਵਾਂ ਪੂਰੀਆਂ ਨਾ ਹੋਣ ਕਾਰਨ ਗੁੱਸਾ ਆਉਂਦਾ ਹੈ ਅਤੇ ਇੰਝ ਮਨ, ਅੱਖਾਂ ਅਤੇ ਛਾਤੀ ਉਤੇਜਿਤ ਹੁੰਦੇ ਹਨ । ਇਸ ਲਈ ਇਸ ਸ਼ਰੀਰ ਨੂੰ ਛੱਡਣ ਤੋਂ ਪਹਿਲੋਂ ਮਨੁੱਖ ਨੂੰ ਇਨ੍ਹਾਂ ਨੂੰ ਕਾਬੂ ਵਿਚ ਕਰਨ ਦਾ ਅਭਿਆਸ ਕਰਨਾ ਚਾਹੀਦਾ ਹੈ । ਜਿਹੜਾ ਅਜਿਹਾ ਕਰਦਾ ਉਹ ਸਰੂਪ ਸਿੱਧ ਮੰਨਿਆ ਜਾਂਦਾ ਹੈ ਅਤੇ ਆਤਮ-ਪ੍ਰਤੱਖੀਕਰਨ ਦੀ

ਅਵਸਥਾ ਵਿਚ ਉਹ ਸੁਖੀ ਰਹਿੰਦਾ ਹੈ। ਯੋਗੀ ਦਾ ਫਰਜ਼ ਹੈ ਕਿ ਉਹ ਇੱਛਾ ਅਤੇ ਗੁੱਸੇ ਨੂੰ ਕਾਬੂ ਕਰਨ ਦਾ ਵਧੇਰੇ ਯਤਨ ਕਰੇ।

योऽन्तःसुखोऽन्तरारामस्तथान्तर्ज्योतिरेव यः ।
स योगी ब्रह्मनिर्वाणं ब्रह्मभूतोऽधिगच्छति ॥ २४॥

ਯੋ 'ਨਤਹ ਸੁਖੋ 'ਨ੍ਤਰ੍-ਆਰਾਮਸ੍ ਤਥਾਂਤਰ-ਜ੍ਯੋਤਿਰ੍ ਏਵ ਯਹ੍।
ਸ ਯੋਗੀ ਬ੍ਰਹ੍ਮ-ਨਿਰ੍ਵਾਣਮ੍ ਬ੍ਰਹ੍ਮ-ਭੂਤੋ 'ਧਿਗਚ੍ਛਤਿ ॥ 24 ॥

ਯਹ੍-ਜਿਹੜਾ ; ਅੰਤਹ-ਸੁਖਹ੍-ਅੰਦਰੋਂ ਸੁਖੀ ; ਅੰਤਹ੍-ਆਰਾਮਹ੍-ਅੰਦਰ ਹੀ ਮਸਤ ਰਹਿਣ ਵਾਲਾ ਅੰਤਰ ਮੁਖੀ ; ਤਥਾ-ਅਤੇ ; ਅੰਤਹ੍-ਜ੍ਯੋਤਿਹ੍-ਅੰਦਰੋ ਅੰਦਰੀ ਟੀਚਾ ਮਿੱਥਦੇ ਹੋਏ ; ਏਵ-ਨਿਸ਼ਚੈ ਹੀ; ਯਹ੍-ਜਿਹੜਾ ਕੋਈ ; ਸਹ੍-ਉਹ ; ਯੋਗੀ-ਯੋਗੀ ; ਬ੍ਰਹ੍ਮ-ਨਿਰ੍ ਵਾਣਮ੍ -ਪਾਰਬ੍ਰਹਮ ਵਿਚ ਮੁਕਤੀ ; ਬ੍ਰਹ੍ਮ ਭੂਤਹ੍ -ਸਰੂਪ ਸਿੱਧ ; ਅਧਿਗਚ੍ਛਤਿ -ਪ੍ਰਾਪਤ ਕਰਦਾ ਹੈ।

ਅਨੁਵਾਦ

ਜਿਹੜਾ ਅੰਦਰੋ ਸੁਖ ਅਨੁਭਵ ਕਰਦਾ ਹੈ, ਜਿਹੜਾ ਕਰਮਠ ਹੈ ਅਤੇ ਆਪਣੇ ਆਪ ਵਿਚ ਹੀ ਮਸਤ ਰਹਿੰਦਾ ਹੈ ਅਤੇ ਜਿਸਦਾ ਟੀਚਾ ਅੰਤਰ ਮੁਖੀ ਹੁੰਦਾ ਹੈ ਉਹ ਸੱਚੀ-ਮੁੱਚੀ ਪੂਰਨ ਯੋਗੀ ਹੈ। ਉਹ ਪਰਮ ਵਿਚ ਮੁਕਤੀ ਪਾਉਂਦਾ ਹੈ ਅਤੇ ਆਖ਼ਿਰਕਾਰ ਪਰਮ-ਬ੍ਰਹਮ ਨੂੰ ਪ੍ਰਾਪਤ ਹੁੰਦਾ ਹੈ।

ਭਾਵ

ਜਦੋਂ ਤਕ ਮਨੁੱਖ ਆਪਣੇ ਅੰਦਰੋਂ ਸੁਖ ਦਾ ਅਨੁਭਵ ਨਹੀਂ ਕਰਦਾ ਉਦੋਂ ਤਕ ਭਲਾ ਬਾਹਰੀ ਸੁਖਾਂ ਨੂੰ ਪ੍ਰਾਪਤ ਕਰਨ ਵਾਲੀਆਂ ਕਿਰਿਆਵਾਂ ਤੋਂ ਉਹ ਕਿਵੇਂ ਛੁੱਟ ਸਕਦਾ ਹੈ ? ਮੁਕਤ ਮਨੁੱਖ ਅਸਲੀ ਅਨੁਭਵ ਰਾਹੀਂ ਸੁਖ ਭੋਗਦਾ ਹੈ। ਇਸ ਲਈ ਉਹ ਕਿਸੇ ਵੀ ਥਾਂ ਵਿਚ ਚੁੱਪ ਬੈਠਕੇ ਅੰਦਰੋ-ਅੰਦਰੀਂ ਜੀਵਨ ਦੇ ਕੰਮ ਕਾਰਜਾਂ ਦਾ ਆਨੰਦ ਲੈਂਦਾ ਹੈ। ਅਜਿਹਾ ਮੁਕਤ ਮਨੁੱਖ ਕਦੀ ਬਾਹਰੀ ਭੌਤਿਕ ਸੁਖ ਦੀ ਇੱਛਾ ਨਹੀਂ ਕਰਦਾ। ਇਹ ਬ੍ਰਹਮਭੂਤ ਅਵਸਥਾ ਕਹਾਉਂਦੀ ਹੈ, ਜਿਸ ਨੂੰ ਪ੍ਰਾਪਤ ਕਰਕੇ ਭਗਵਤ ਧਾਮ ਜਾਣਾ ਨਿਸ਼ਚਿਤ ਹੈ।

लभन्ते ब्रह्मनिर्वाणमृषयः क्षीणकल्मषाः ।
छिन्नद्वैधा यतात्मानः सर्वभूतहिते रताः ॥ २५॥

ਲਭੰਤੇ ਬ੍ਰਹ੍ਮ-ਨਿਰ੍ਵਾਣਮ੍ ਰਿਸ਼ਯਹ੍ ਕਸ਼ੀਣ-ਕਲ੍ਮਸ਼ਾਹ੍।
ਛਿਨ-ਦ੍ਵੈਧਾ ਯਤਾਤ੍-ਮਾਨਹ੍ ਸਰ੍ਵ-ਭੂਤ-ਹਿਤੇ ਰਤਾਹ੍ ॥25 ॥

ਲਭੰਤੇ-ਪ੍ਰਾਪਤ ਕਰਦੇ ਹਨ ; ਬ੍ਰਹ੍ਮ-ਨਿਰ੍ਵਾਣਮ੍-ਮੁਕਤੀ ; ਰਿਸ਼ਯਹ੍-ਅੰਦਰੋਂ ਕਿਰਿਆਸ਼ੀਲ ਰਹਿਣ ਵਾਲਾ ; ਕਸ਼ੀਣ-ਕਲ੍ਮਸ਼ਾਹ੍-ਸਾਰੇ ਪਾਪੋਂ ਤੋਂ ਰਹਿਤ ; ਛਿੰਨ-ਨਿਪਟਕੇ; ਦ੍ਵੈਧਾਹ੍-ਦਵੈਤ ਨਾਲ ;ਯਤ-ਆਤ੍ਮਾਨਹ੍-ਆਤਮ-ਸਾਖਿਆਤਕਾਰ (ਪ੍ਰਤੱਖੀਕਰਨ) ਵਿਚ ਲਗੇ ; ਸਰ੍ਵਭੂਤ-ਸਾਰੇ ਜੀਵਾਂ ਦੇ ; ਹਿਤੇ-ਕਲਿਆਣ ਵਿਚ ; ਰਤਾਹ੍-ਲਗੇ ਹੋਏ।

ਅਨੁਵਾਦ

ਜਿਹੜੇ ਲੋਕ ਸ਼ੱਕ ਤੋਂ ਪੈਦਾ ਹੋਣ ਵਾਲੇ ਦਵੈਤ ਤੋਂ ਪਰ੍ਹੇ ਹਨ, ਜਿਨ੍ਹਾਂ ਦੇ ਮਨ ਆਤਮ ਸਾਖਿਆਤਕਾਰ (ਪ੍ਰਤੱਖੀਕਰਨ) ਵਿਚ ਲਗੇ ਹਨ ; ਜਿਹੜੇ ਸਾਰੇ ਜੀਵਾਂ ਦੇ ਕਲਿਆਣ ਕਾਰਜ਼ ਕਰਨ ਵਿਚ ਹਮੇਸ਼ਾਂ ਰੁੱਝੇ ਰਹਿੰਦੇ ਹਨ ਅਤੇ ਜਿਹੜੇ ਸਾਰੇ ਪਾਪਾਂ ਤੋਂ ਰਹਿਤ ਹਨ, ਉਹ ਬ੍ਰਹਮ ਨਿਰਵਾਣ (ਮੁਕਤੀ) ਪਾਉਂਦੇ ਹਨ ।

ਭਾਵ

ਸਿਰਫ ਉਸੇ ਮਨੁੱਖ ਨੂੰ ਸਾਰੇ ਜੀਵਾਂ ਦੇ ਕਲਿਆਣ ਕਾਰਜਾਂ ਵਿਚ ਲਗਿਆ ਕਿਹਾ ਜਾਵੇਗਾ ਜਿਹੜਾ ਪੂਰੀ ਤਰ੍ਹਾਂ ਕ੍ਰਿਸ਼ਨ ਭਾਵਨਾ ਭਾਵਿਤ ਹੈ । ਜਦੋਂ ਮਨੁੱਖ ਨੂੰ ਇਹ ਅਸਲੀ ਗਿਆਨ ਹੋ ਜਾਂਦਾ ਹੈ ਕਿ ਕ੍ਰਿਸ਼ਨ ਹੀ ਸਾਰੀਆਂ ਚੀਜ਼ਾਂ ਨੂੰ ਪੈਦਾ ਕਰਨ ਵਾਲੇ ਹਨ, ਤਾਂ ਉਹ ਜਿਹੜਾ ਵੀ ਕੰਮ ਕਰਦਾ ਹੈ ਸਾਰਿਆਂ ਦੇ ਹਿੱਤ ਨੂੰ ਧਿਆਨ ਵਿਚ ਰੱਖਕੇ ਕਰਦਾ ਹੈ । ਪਰਮ ਭੋਗਤਾ, ਪਰਮ ਨਿਯੰਤਰਣ ਕਰਨ ਵਾਲੇ ਅਤੇ ਪਰਮ ਮਿੱਤਰ ਕ੍ਰਿਸ਼ਨ ਨੂੰ ਭੁੱਲ ਜਾਣਾ ਮਾਨਵਤਾ ਦੇ ਕਲੇਸ਼ਾਂ ਦਾ ਕਾਰਨ ਹੈ । ਇਸ ਲਈ ਅਜਿਹੀ ਭਾਵਨਾ ਨੂੰ ਜਗਾਉਣਾ ਸਾਰੀ ਮਾਨਵਤਾ ਲਈ ਸਭ ਤੋਂ ਵੱਡਾ ਕਲਿਆਣ ਕਾਰਜ਼ ਹੈ । ਕੋਈ ਵੀ ਮਨੁੱਖ ਅਜਿਹੇ ਉੱਤਮ ਕਾਰਜਾਂ ਵਿਚ ਉਦੋਂ ਤਕ ਨਹੀਂ ਲਗ ਸਕਦਾ ਜਦੋਂ ਤਕ ਉਹ ਖ਼ੁਦ ਮੁਕਤ ਨਾ ਹੋਵੇ । ਕ੍ਰਿਸ਼ਨ ਭਾਵਨਾ ਭਾਵਿਤ ਮਨੁੱਖ ਦੇ ਹਿਰਦੇ ਵਿਚ ਕ੍ਰਿਸ਼ਨ ਦੀ ਸਰਵਉਚਤਾ ਤੇ ਰਤਾ ਵੀ ਸ਼ੱਕ ਨਹੀਂ ਰਹਿੰਦਾ । ਉਹ ਇਸ ਲਈ ਸ਼ੱਕ ਨਹੀਂ ਕਰਦਾ, ਕਿਉਂਕਿ ਉਹ ਸਾਰੇ ਪਾਪਾਂ ਤੋਂ ਰਹਿਤ ਹੁੰਦਾ ਹੈ । ਅਜਿਹਾ ਹੈ ਇਹ ਅਲੌਕਿਕ ਪ੍ਰੇਮ ।

ਜਿਹੜਾ ਮਨੁੱਖ ਮਨੁੱਖੀ ਸਮਾਜ ਦਾ ਭੌਤਿਕ ਕਲਿਆਣ ਕਰਨ ਵਿਚ ਰੁਝਿਆ ਰਹਿੰਦਾ ਹੈ, ਉਹ ਅਸਲ ਵਿਚ ਕਿਸੇ ਦੀ ਵੀ ਮਦਦ ਨਹੀਂ ਕਰ ਸਕਦਾ । ਸ਼ਰੀਰ ਅਤੇ ਮਨ ਦੀ ਅਸਥਾਈ ਉਤੇਜਨਾ ਸੰਤੋਖਜਨਕ ਨਹੀਂ ਹੁੰਦੀ । ਜੀਵਨ ਸੰਘਰਸ਼ ਵਿਚ ਔਕੜਾਂ ਦਾ ਅਸਲੀ ਕਾਰਨ ਮਨੁੱਖ ਰਾਹੀਂ ਪਰਮੇਸ਼ਵਰ ਨਾਲ ਆਪਣੇ ਸੰਬੰਧਾਂ ਨੂੰ ਭੁੱਲਣ ਵਿਚ ਲੱਭਿਆ ਜਾ ਸਕਦਾ ਹੈ। ਜਦੋਂ ਮਨੁੱਖ ਕ੍ਰਿਸ਼ਨ ਨਾਲ ਆਪਣੇ ਸੰਬੰਧ ਪ੍ਰਤੀ ਪੂਰੀ ਤਰ੍ਹਾਂ ਜਾਗਰੂਕ ਰਹਿੰਦਾ ਹੈ ਤਾਂ ਉਹ ਅਸਲ ਵਿਚ ਮੁਕਤ ਆਤਮਾ ਹੁੰਦਾ ਹੈ, ਭਾਵੇਂ ਉਹ ਭੌਤਿਕ ਸ਼ਰੀਰ ਦੇ ਅਸਥਾਈ ਜਾਲ ਵਿਚ ਫਸਿਆ ਹੋਵੇ ।

कामक्रोधविमुक्तानां यतीनां यतचेतसाम् ।
अभितो ब्रह्मनिर्वाणं वर्तते विदितात्मनाम् ॥ २६ ॥

ਕਾਮ ਕ੍ਰੋਧ-ਵਿਮੁਕਤਾਨਾਮ੍ ਯਤੀਨਾਮ੍ ਯਤ-ਚੇਤਸਾਮ੍ ।
ਅਭਿਤੋ ਬ੍ਰਹਮ-ਨਿਰਵਾਣਮ੍ ਵਰ੍ਤਤੇ ਵਿਦਿਤਾਤ੍ਮਨਾਮ੍ ॥ 26 ॥

ਕਾਮ-ਇੱਛਾਵਾਂ ; ਕ੍ਰੋਧ-ਅਤੇ ਗੁੱਸੇ ਤੋਂ ; ਵਿਮੁਕ੍ਤਾਨਾਮ੍-ਮੁਕਤ ਮਨੁੱਖਾਂ ਦੀ ; ਯਤੀਨਾਮ੍-ਸਾਧੂ ਮਨੁੱਖਾਂ ਦੀ ; ਯਤ-ਚੇਤਸਾਮ੍-ਮਨ ਤੇ ਸੰਜਮ ਰਖਣ ਵਾਲਿਆਂ ਦੀ ; ਅਭਿਤਹ੍-ਨੇੜਲੇ ਭਵਿੱਖ ਵਿਚ ਯਕੀਨੀ ; ਬ੍ਰਹ੍ਮ-ਨਿਰ੍ਵਾਣਮ੍-ਬ੍ਰਹਮ ਵਿਚ ਮੁਕਤੀ ; ਵਰ੍ਤਤੇ-ਹੁੰਦੀ ਹੈ ; ਵਿਦਿਤ-ਆਤ੍ਮਨਾਮ੍-ਸਰੂਪ ਸਿੱਧਾਂ ਦੀ ।

ਅਨੁਵਾਦ

ਜਿਹੜੇ ਕ੍ਰੋਧ ਅਤੇ ਸਾਰੀਆਂ ਭੌਤਿਕ ਇੱਛਾਵਾਂ ਤੋਂ ਰਹਿਤ ਹਨ, ਜਿਹੜੇ ਸਰੂਪ ਸਿੱਧ, ਆਤਮ-ਸੰਜਮੀ ਹਨ ਅਤੇ ਪਰਮ-ਸਿੱਧੀ ਲਈ ਲਗਾਤਾਰ ਯਤਨਸ਼ੀਲ ਹਨ, ਉਨ੍ਹਾਂ ਦੀ ਮੁਕਤੀ ਨੇੜਲੇ ਭਵਿੱਖ ਵਿਚ ਯਕੀਨੀ ਹੈ ।

ਭਾਵ

ਮੁਕਤੀ (ਮੋਖ਼) ਲਈ ਲਗਾਤਾਰ ਯਤਨਸ਼ੀਲ ਰਹਿਣ ਵਾਲੇ ਸਾਧੂ (ਸੱਜਣ) ਮਨੁੱਖਾਂ ਵਿੱਚੋਂ ਜਿਹੜਾ ਕ੍ਰਿਸ਼ਨ ਭਾਵਨਾ ਭਾਵਿਤ ਹੁੰਦਾ ਹੈ, ਉਹ ਸਭ ਤੋਂ ਉੱਤਮ ਹੈ । ਇਸ ਤੱਥ ਦੀ ਪੁਸ਼ਟੀ ਭਾਗਵਤਮ੍ ਵਿਚ ਇੰਝ ਕੀਤੀ ਗਈ ਹੈ :-

ਯਤ੍-ਪਾਦ-ਪੰਕਜ-ਪਲਾਸ਼-ਵਿਲਾਸ-ਭਕ੍ਤ੍ਯਾ,
ਕਰਮਾਸ਼ਯਮ੍ ਗ੍ਰਥਿਤਮ੍ ਉਦ੍ਗ੍ਰਥਯੰਤਿ ਸੰਤਹ੍ ।
ਤਦ੍ਵਨ੍ ਨ ਰਿਕ੍ਤ-ਮਤਯੋ ਯਤਯੋ'ਪਿ ਰੁਦ੍ਧ,
ਸਰੋਤੋ-ਗਣਾਸ੍ ਤਮ੍ ਅਰਣਮ੍ ਭਜ ਵਾਸੁਦੇਵਮ੍ ॥

(ਭਾਗਵਤ 4-22-39)

"ਭਗਤੀ ਪੂਰਵਕ ਭਗਵਾਨ ਵਾਸੁਦੇਵ ਦੀ ਪੂਜਾ ਕਰਨ ਦਾ ਯਤਨ ਤਾਂ ਕਰੋ । ਵੱਡੇ ਵੱਡੇ ਸਾਧੂ ਪੁਰਸ਼ ਵੀ ਇੰਦਰੀਆਂ ਦੇ ਬਹਾਉ, ਵੇਗ ਨੂੰ ਉਨੀਂ ਕੁਸ਼ਲਤਾ ਨਾਲ ਰੋਕਣ ਵਿਚ ਸਮਰਥ ਨਹੀਂ, ਜਿੰਨੇ ਕਿ ਉਹ, ਜਿਹੜੇ ਸਕਾਮ ਕਰਮਾਂ ਦੀ ਵਧੇਰੀ ਇੱਛਾ ਨੂੰ ਜੜ੍ਹੋਂ ਖ਼ਤਮ ਕਰਕੇ ਅਤੇ ਭਗਵਾਨ ਦੇ ਚਰਣਕਮਲਾਂ ਦੀ ਸੇਵਾ ਕਰਕੇ ਅਲੌਕਿਕ ਆਨੰਦ ਵਿਚ ਲੀਨ ਰਹਿੰਦੇ ਹਨ ।"

ਬੱਧਜੀਵ ਵਿਚ ਕਰਮ ਦੇ ਫਲਾਂ ਨੂੰ ਭੋਗਣ ਦੀ ਇੱਛਾ ਏਨੀ ਬਲਵਾਨ ਹੁੰਦੀ ਹੈ ਕਿ ਰਿਸ਼ੀਆਂ ਮੁਨੀਆਂ ਤਕ ਲਈ ਵੀ ਕਠਿਨ ਮਿਹਨਤ ਦੇ ਬਾਵਜੂਦ ਅਜਿਹੀਆਂ ਇੱਛਾਵਾਂ ਨੂੰ ਕਾਬੂ ਕਰਨਾ ਔਖਾ ਹੁੰਦਾ ਹੈ । ਜਿਹੜਾ ਭਗਵਾਨ ਦਾ ਭਗਤ ਕ੍ਰਿਸ਼ਨ ਚੇਤਨਾ ਵਿਚ ਲਗਾਤਾਰ ਭਗਤੀ ਕਰਦਾ ਹੈ ਅਤੇ ਆਤਮ-ਪ੍ਰਤੱਖੀਕਰਨ ਵਿਚ ਸਿੱਧ ਹੁੰਦਾ ਹੈ ਉਹ ਜਲਦੀ ਹੀ ਮੁਕਤੀ ਪ੍ਰਾਪਤ ਕਰਦਾ ਹੈ, ਆਤਮ-ਪ੍ਰਤੱਖੀਕਰਨ ਦਾ ਪੂਰਾ ਗਿਆਨ ਹੋਣ ਨਾਲ ਉਹ ਲਗਾਤਾਰ ਸਮਾਧੀ ਵਿਚ ਰਹਿੰਦਾ ਹੈ । ਅਜਿਹਾ ਹੀ ਇਕ ਉਦਾਹਰਣ ਦਿੱਤਾ ਜਾ ਰਿਹਾ ਹੈ:-

ਦਰ੍ਸ਼ਨ-ਧ੍ਯਾਨ-ਸੰਸਪਰ੍ਸ਼ੈਰ੍ ਮਤ੍ਸ੍ਯ-ਕੂਰਮ ਵਿਹੰਗਮਾਹ੍ ।
ਸਵਾਨਿ ਅਪਤ੍ਯਾਨਿ ਪੁਸ਼੍ਣੰਤਿ ਤਥਾਹਮ੍ ਅਪਿ ਪਦ੍ਮ ਜ੍ ॥

"ਮੱਛੀ, ਕੱਛੂਕੁੰਮਾ ਅਤੇ ਪੰਛੀ ਸਿਰਫ ਦ੍ਰਿਸ਼ਟੀ, ਚਿੰਤਨ ਅਤੇ ਸਪਰਸ਼ ਨਾਲ ਆਪਣੀ ਔਲਾਦ ਨੂੰ ਪਾਲਦੇ ਹਨ । ਹੇ ਪਦਮਜ ! ਮੈ ਉਂਝ ਹੀ ਕਰਦਾ ਹਾਂ ।"

ਮੱਛੀ ਆਪਣੇ ਬੱਚਿਆਂ ਨੂੰ ਸਿਰਫ ਵੇਖਕੇ ਵੱਡਾ ਕਰਦੀ ਹੈ । ਕੱਛੂ ਸਿਰਫ ਚਿੰਤਨ ਰਾਹੀਂ ਆਪਣੇ ਬੱਚਿਆਂ ਨੂੰ ਪਾਲਦਾ ਹੈ । ਕੱਛੂ ਆਪਣੇ ਅੰਡੇ ਧਰਤੀ ਤੇ ਦਿੰਦਾ ਹੈ ਅਤੇ ਆਪ ਪਾਣੀ ਵਿਚ

ਰਹਿਣ ਕਾਰਨ ਲਗਾਤਾਰ ਅੰਡਿਆਂ ਬਾਰੇ ਚਿੰਤਨ ਕਰਦਾ ਰਹਿੰਦਾ ਹੈ। ਇੰਝ ਹੀ ਭਗਵਾਨ ਦਾ ਭਗਤ, ਭਗਵਾਨ ਦੇ ਧਾਮ ਤੋਂ ਦੂਰ ਰਹਿਕੇ ਵੀ ਭਗਵਾਨ ਦਾ ਚਿੰਤਨ ਕਰਕੇ ਕ੍ਰਿਸ਼ਨ ਭਾਵਨਾ ਅੰਮ੍ਰਿਤ ਰਾਹੀਂ ਉਨ੍ਹਾਂ ਦੇ ਧਾਮ ਪੁੱਜ ਸਕਦਾ ਹੈ। ਉਸਨੂੰ ਭੌਤਿਕ ਕਲੇਸ਼ਾਂ ਦਾ ਅਨੁਭਵ ਨਹੀਂ ਹੁੰਦਾ। ਇਹ ਜੀਵਨ ਅਵਸਥਾ ਬ੍ਰਹਮ ਨਿਰਵਾਣ ਭਾਵ ਪਰਮੇਸ਼ਵਰ ਵਿਚ ਲਗਾਤਾਰ ਲੀਨ ਰਹਿਣ ਕਾਰਨ ਭੌਤਿਕ ਕਸ਼ਟਾਂ ਦੀ ਗੈਰ-ਹਾਜ਼ਰੀ ਕਹਾਉਂਦੀ ਹੈ।

स्पर्शान्कृत्वा बहिर्बाह्यांश्चक्षुश्चैवान्तरे भ्रुवोः ।
प्राणापानौ समौ कृत्वा नासाभ्यन्तरचारिणौ ॥ २७ ॥
यतेन्द्रियमनोबुद्धिर्मुनिर्मोक्षपरायणः ।
विगतेच्छाभयक्रोधो यः सदा मुक्त एव सः ॥ २८ ॥

ਸਪਰਸ਼ਾਨ੍ ਕ੍ਰਿਤ੍ਵਾ ਬਹਿਰ੍ ਬਾਹ੍ਯਾਂਸ਼ ਚਕਸ਼ੁਸ੍ ਚੈਵਾਂਨ੍ਤਰੇ ਭਰੁਵੋਹ੍।
ਪ੍ਰਾਣਾਪਾਨੌ ਸਮੌ ਕ੍ਰਿਤ੍ਵਾ ਨਾਸਾਭ੍ਯੰਤਰ ਚਾਰਿਣੌ ॥ 27 ॥
ਯਤੇਂਦ੍ਰਿਯ-ਮਨੋ-ਬੁਦ੍ਧਿਰ੍ ਮੁਨਿਰ੍ ਮੋਕਸ਼ ਪਰਾਯਣਹ੍।
ਵਿਗਤੇਚ੍ਛਾ-ਭਯ-ਕ੍ਰੋਧੋ ਯਹ੍ ਸਦਾ ਮੁਕਤ ਏਵ ਸਹ੍ ॥ 28 ॥

ਸਪਰ੍ਸ਼ਾਨ-ਇੰਦਰੀਆਂ ਦੇ ਵਿਸ਼ੇ, ਜਿਵੇਂ ਧੁਨੀ ਨੂੰ ; ਕ੍ਰਿਤ੍ਵਾ-ਕਰਕੇ ; ਬਹਿਹ੍-ਬਾਹਰੀ ; ਬਾਹ੍ਯਾਨ੍-ਬੇ ਲੋੜੀਂਦੇ ; ਚਕ੍ਸ਼ੁਹ੍-ਅੱਖਾਂ ; ਚ-ਵੀ ; ਏਵ-ਨਿਸ਼ਚੈ ਹੀ ; ਅੰਤਰੇ-ਵਿਚਕਾਰ ਵਿੱਚ; ਭਰੁਵੋਹ੍-ਭਰਵੱਟਿਆਂ ਦੇ ; ਪ੍ਰਾਣ-ਅਪਾਨੌ-ਉਪਰ ਅਤੇ ਹੇਠ ਨੂੰ ਜਾਣ ਵਾਲੀ ਹਵਾ ; ਸਮੌ-ਰੁਕੀ ; ਕ੍ਰਿਤਵਾ-ਕਰਕੇ ; ਨਾਸ-ਅਭਯੰਤਰ-ਸੁਆਸਾਂ ਦੇ ਅੰਦਰ ; ਚਾਰਿਣੌ-ਚਲਣ ਵਾਲੇ ; ਯਤ-ਸੰਜਮਿਤ ; ਇੰਦਰੀਯ-ਇੰਦਰੀਆਂ ; ਮਨਹ੍-ਮਨ ; ਬੁਦ੍ਧਿਹ੍-ਬੁੱਧੀ ; ਮੁਨਿਹ੍-ਯੋਗੀ ; ਮੋਕ੍ਸ਼-ਮੋਖ ਲਈ ; ਪਰਾਯਣਹ੍-ਤਿਆਰ ; ਵਿਗਤ-ਛੱਡਕੇ ; ਇੱਛਾ-ਇੱਛਾਵਾਂ ; ਭਯ-ਡਰ ; ਕ੍ਰੋਧਹ੍-ਗੁੱਸਾ ; ਯਹ੍-ਜਿਹੜਾ ; ਸਦਾ-ਹਮੇਸ਼ਾ ; ਮੁਕਤਹ੍-ਮੁਕਤ ; ਏਵ-ਨਿਸ਼ਚੈ ਹੀ ; ਸਹ੍-ਉਹ।

ਅਨੁਵਾਦ

ਸਾਰੇ ਇੰਦਰੀਆਂ ਦੇ ਵਿਸ਼ਿਆਂ ਨੂੰ ਬਾਹਰ ਕਰਕੇ ਅੱਖਾਂ ਅਤੇ ਦ੍ਰਿਸ਼ਟੀ ਨੂੰ ਭਰਵੱਟਿਆਂ ਵਿਚਕਾਰ ਕੇਂਦਰਿਤ ਕਰਕੇ, ਪ੍ਰਾਣ ਅਤੇ ਅਪਾਨ ਵਾਯੂ ਨੂੰ ਨੱਕ ਵਿਚ ਰੋਕ ਕੇ ਅਤੇ ਇੰਝ ਹੀ ਮਨ, ਇੰਦਰੀਆਂ ਅਤੇ ਬੁੱਧੀ ਨੂੰ ਕਾਬੂ ਵਿਚ ਕਰਕੇ, ਜਿਹੜਾ ਮੁਕਤੀ ਨੂੰ ਟੀਚਾ ਬਣਾਉਂਦਾ ਹੈ, ਉਹ ਯੋਗੀ ਇੱਛਾ, ਡਰ ਅਤੇ ਕ੍ਰੋਧ ਤੋਂ ਰਹਿਤ ਹੋ ਜਾਂਦਾ ਹੈ। ਜਿਹੜਾ ਲਗਾਤਾਰ ਇਸ ਅਵਸਥਾ ਵਿਚ ਰਹਿੰਦਾ ਹੈ ਉਹ ਯਕੀਨੀ ਤੌਰ ਤੇ ਮੁਕਤ ਹੋ ਜਾਂਦਾ ਹੈ।

ਭਾਵ

ਕ੍ਰਿਸ਼ਨ ਭਾਵਨਾ ਅੰਮ੍ਰਿਤ ਵਿਚ ਲਗਨ ਨਾਲ ਮਨੁੱਖ ਤੁਰੰਤ ਹੀ ਆਪਣੇ ਆਧਿਆਤਮਕ ਸਰੂਪ ਨੂੰ ਜਾਣ ਲੈਂਦਾ ਹੈ, ਜਿਸ ਤੋਂ ਬਾਅਦ ਭਗਤੀ ਰਾਹੀਂ ਉਹ ਪਰਮੇਸ਼ਵਰ ਨੂੰ ਸਮਝਦਾ ਹੈ, ਜਦੋਂ ਮਨੁੱਖ ਭਗਤੀ ਕਰਦਾ ਹੈ ਤਾਂ ਉਹ ਅਲੌਕਿਕ ਸਥਿਤੀ ਨੂੰ ਪ੍ਰਾਪਤ ਹੁੰਦਾ ਹੈ ਅਤੇ ਆਪਣੇ ਕਰਮ ਖੇਤਰ ਵਿਚ ਭਗਵਾਨ ਦੀ ਮੌਜੂਦਗੀ ਮਹਿਸੂਸ ਕਰਨ ਯੋਗ ਹੋ ਜਾਂਦਾ ਹੈ। ਇਹ ਖਾਸ ਸਥਿਤੀ ਪਰਮ ਵਿਚ ਮੁਕਤੀ ਕਹਾਉਂਦੀ ਹੈ।

ਮੁਕਤੀ ਸੰਬੰਧੀ ਉਪਰੋਕਤ ਸਿੱਧਾਂਤਾਂ ਨੂੰ ਦਸਕੇ ਸ਼੍ਰੀ ਭਗਵਾਨ ਅਰਜੁਨ ਨੂੰ ਇਹ ਸਿੱਖਿਆ ਦਿੰਦੇ ਹਨ ਕਿ ਮਨੁੱਖ ਕਿੰਝ ਅਸ਼ਟਾਂਗ ਯੋਗ ਦਾ ਅਭਿਆਸ ਕਰਕੇ ਇਸ ਸਥਿਤੀ ਨੂੰ ਪ੍ਰਾਪਤ ਹੁੰਦਾ ਹੈ। ਇਹ ਅਸ਼ਟਾਂਗ ਯੋਗ ਅੱਠ ਤਰੀਕਿਆਂ - ਯਮ, ਨਿਯਮ, ਆਸਨ, ਪ੍ਰਾਣਾਯਾਮ, ਪ੍ਰਤੵਯਾਹਾਰ, ਧਾਰਣਾ, ਧਿਆਨ ਅਤੇ ਸਮਾਧੀ ਵਿਚ ਵੰਡਿਆ ਹੈ। ਛੇਵੇਂ ਅਧਿਆਇ ਵਿਚ ਯੋਗ ਸੰਬੰਧੀ ਵਿਸ਼ਿਆਂ ਦੀ ਵਿਸਥਾਰ ਨਾਲ ਵਿਆਖਿਆ ਕੀਤੀ ਗਈ ਹੈ, ਪੰਜਵੇਂ ਅਧਿਆਇ ਦੇ ਅੰਤ ਵਿਚ ਇਸਦਾ ਮੁਢਲਾ ਵਿਵੇਚਨ ਹੀ ਦਿੱਤਾ ਗਿਆ ਹੈ। ਯੋਗ ਵਿਚ ਪ੍ਰਤਯਾਹਾਰ ਵਿਧੀ ਨਾਲ ਸ਼ਬਦ, ਸਪਰਸ਼, ਰੂਪ, ਸਵਾਦ ਅਤੇ ਗੰਧ ਦਾ ਨਿਰਾਕਰਨ ਕਰਨਾ ਹੁੰਦਾ ਹੈ ਅਤੇ ਤਾਂ ਕਿਤੇ ਦ੍ਰਿਸ਼ਟੀ ਨੂੰ ਭਰਵੱਟਿਆਂ ਦੇ ਵਿਚਕਾਰ ਲੈ ਕੇ ਅੱਧ ਖੁੱਲੀਆਂ ਪਲਕਾਂ ਨਾਲ ਉਸਨੂੰ ਨੱਕ ਦੇ ਅਗਲੇ ਹਿੱਸੇ ਤੇ ਕੇਂਦਰਿਤ ਕਰਨਾ ਪੈਂਦਾ ਹੈ। ਅੱਖਾਂ ਨੂੰ ਪੂਰੀ ਤਰ੍ਹਾਂ ਬੰਦ ਕਰਨ ਨਾਲ ਕੋਈ ਲਾਭ ਨਹੀਂ ਹੁੰਦਾ, ਕਿਉਂਕਿ ਸੌਣ ਦੀ ਸੰਭਾਵਨਾ ਰਹਿੰਦੀ ਹੈ। ਅੱਖਾਂ ਨੂੰ ਪੂਰਾ ਖੁਲ੍ਹਾ ਰੱਖਣ ਦਾ ਵੀ ਕੋਈ ਲਾਭ ਨਹੀਂ ਹੈ, ਕਿਉਂਕਿ ਇੰਝ ਇੰਦਰੀਆਂ ਦੇ ਵਿਸ਼ਿਆਂ ਵੱਲ ਖਿੱਚੇ ਜਾਣ ਦਾ ਖ਼ਤਰਾ ਬਣਿਆ ਰਹਿੰਦਾ ਹੈ। ਨੱਕ ਵਿਚ ਸੁਆਸਾਂ ਦੀ ਗਤੀ ਨੂੰ ਰੋਕਣ ਨਾਲ ਪ੍ਰਾਣ ਅਤੇ ਅਪਾਨ ਹਵਾਵਾਂ ਨੂੰ ਬਰਾਬਰ ਕੀਤਾ ਜਾਂਦਾ ਹੈ, ਅਜਿਹੇ ਯੋਗ ਅਭਿਆਸ ਰਾਹੀਂ ਮਨੁੱਖ ਆਪਣੀਆਂ ਇੰਦਰੀਆਂ ਤੇ ਨਿਯੰਤਰਣ ਪ੍ਰਾਪਤ ਕਰਦਾ ਹੈ, ਬਾਹਰੀ ਇੰਦਰੀਆਂ ਦੇ ਵਿਸ਼ਿਆ ਤੋਂ ਦੂਰ ਰਹਿੰਦਾ ਹੈ ਅਤੇ ਆਪਣੀ ਮੁਕਤੀ ਦੀ ਤਿਆਰੀ ਕਰਦਾ ਹੈ।

ਇਸ ਯੋਗ ਵਿਧੀ ਨਾਲ ਮਨੁੱਖ ਸਾਰੇ ਤਰ੍ਹਾਂ ਦੇ ਡਰ ਅਤੇ ਕ੍ਰੋਧ ਤੋਂ ਰਹਿਤ ਹੋ ਜਾਂਦਾ ਹੈ ਅਤੇ ਪਰਮਾਤਮਾ ਦੀ ਮੌਜੂਦਗੀ ਦਾ ਅਨੁਭਵ ਕਰਦਾ ਹੈ, ਦੂਜੇ ਸ਼ਬਦਾਂ ਵਿਚ ਕ੍ਰਿਸ਼ਨ ਭਾਵਨਾ ਅੰਮ੍ਰਿਤ, ਯੋਗ ਦੇ ਸਿਧਾਂਤਾਂ ਨੂੰ ਪੂਰਾ ਕਰਨ ਦੀ ਸੌਖੀ ਵਿਧੀ ਹੈ। ਅਗਲੇ ਅਧਿਆਇ ਵਿਚ ਇਸਦੀ ਵਿਸਥਾਰ ਨਾਲ ਵਿਆਖਿਆ ਹੋਵੇਗੀ। ਪਰ ਕ੍ਰਿਸ਼ਨ ਭਾਵਨਾ ਭਾਵਿਤ ਮਨੁੱਖ ਹਮੇਸ਼ਾਂ ਭਗਤੀ ਵਿਚ ਲੀਨ ਰਹਿੰਦਾ ਹੈ, ਜਿਸ ਨਾਲ ਉਸਦੀਆਂ ਇੰਦਰੀਆਂ ਦੇ ਹੋਰ ਪਾਸੇ ਲਗਣ ਦਾ ਡਰ ਨਹੀਂ ਰਹਿੰਦਾ। ਅਸ਼ਟਾਂਗ ਯੋਗ ਦੀ ਬਜਾਏ ਇੰਦਰੀਆਂ ਨੂੰ ਕਾਬੂ ਵਿਚ ਕਰਨ ਦੀ ਇਹ ਵਧੇਰੇ ਉੱਤਮ ਵਿਧੀ ਹੈ।

भोक्तारं यज्ञतपसां सर्वलोकमहेश्वरम् ।
सुहृदं सर्वभूतानां ज्ञात्वा मां शान्तिमृच्छति ॥ २९ ॥

ਭੋਕ੍ਤਾਰਮ੍ ਯਗ੍ਯ-ਤਪਸਾਮ੍ ਸਰ੍ਵ-ਲੋਕ-ਮਹੇਸ਼੍ਵਰਮ੍ ।
ਸੁਹ੍ਰਿਦਮ੍ ਸਰ੍ਵ-ਭੂਤਾਨਾਮ੍ ਗ੍ਯਾਤ੍ਵਾ ਮਾਮ ਸ਼ਾਂਤਿਮ੍ਰਿਚ੍ਛਤਿ ॥ 29 ॥

ਭੋਕ੍ਤਾਰਮ੍-ਭੋਗਣ ਵਾਲਾ ; **ਯਗ੍ਯ**-ਯੱਗ ; **ਤਪਸਾਮ੍**-ਤਪੱਸਿਆ ਦਾ ; **ਸਰ੍ਵ ਲੋਕ** -ਸਾਰੇ ਲੋਕਾਂ ਅਤੇ ਉਨ੍ਹਾਂ ਦੇ ਦੇਵਤਿਆਂ ਦਾ ; **ਮਹਾ-ਈਸ਼੍ਵਰਮ੍**-ਪਰਮੇਸ਼ਵਰ ; **ਸੁਹ੍ਰਿਦਮ੍** -ਉਪਕਾਰੀ ; **ਸਰ੍ਵ**-ਸਾਰੇ ; **ਭੂਤਾਨਾਮ੍**-ਜੀਵਾਂ ਦਾ ; **ਗ੍ਯਾਤ੍ਵਾ**-ਇੰਝ ਜਾਣਕੇ ; **ਮਾਮ੍**-ਮੈਨੂੰ (ਸ੍ਰੀ ਕ੍ਰਿਸ਼ਨ); **ਸ਼ਾਂਤਿਮ**-ਭੌਤਿਕ ਕਸ਼ਟਾਂ ਤੋਂ ਮੁਕਤੀ; **ਰਿਚ੍ਛਤਿ**-ਪ੍ਰਾਪਤ ਕਰਦਾ ਹੈ।

ਅਨੁਵਾਦ

ਮੈਨੂੰ ਸਾਰੇ ਯੱਗਾਂ ਅਤੇ ਤਪੱਸਿਆਵਾਂ ਦਾ ਪਰਮ ਭੋਗਤਾ ਸਾਰੇ ਲੋਕਾਂ ਅਤੇ ਦੇਵਤਿਆਂ ਦਾ ਪਰਮੇਸ਼ਵਰ ਅਤੇ ਸਾਰੇ ਜੀਵਾਂ ਦਾ ਉਪਕਾਰੀ ਅਤੇ ਹਿਤੈਸ਼ੀ ਜਾਣਕੇ ਮੇਰੇ ਭਾਵਨਾ ਅੰਮ੍ਰਿਤ ਨਾਲ ਪੂਰਨ ਮਨੁੱਖ ਭੌਤਿਕ ਦੁੱਖਾਂ ਤੋਂ ਸ਼ਾਂਤੀ ਦਾ ਲਾਭ ਪ੍ਰਾਪਤ ਕਰਦਾ ਹੈ।

ਭਾਵ

ਮਾਇਆ ਦੇ ਅਧੀਨ ਸਾਰੇ ਬੱਧਜੀਵ ਇਸ ਸੰਸਾਰ ਵਿਚ ਸ਼ਾਂਤੀ ਪ੍ਰਾਪਤ ਕਰਨ ਲਈ ਉਤਾਵਲੇ ਹਨ। ਪਰ ਭਗਵਤ ਗੀਤਾ ਦੇ ਇਸ ਅੰਸ਼ ਵਿਚ ਵਰਣਿਤ ਸ਼ਾਂਤੀ ਦੇ ਸੂਤਰ ਨੂੰ ਉਹ ਨਹੀਂ ਜਾਣਦੇ। ਸ਼ਾਂਤੀ ਦਾ ਸਭ ਤੋਂ ਵੱਡਾ ਸੂਤਰ ਇਹੋ ਹੈ ਕਿ ਭਗਵਾਨ ਕ੍ਰਿਸ਼ਨ ਸਾਰੇ ਮਨੁੱਖੀ ਕਰਮਾਂ ਦੇ ਭੋਗਤਾ ਹਨ। ਮਨੁੱਖ ਨੂੰ ਚਾਹੀਦਾ ਹੈ ਹਰ ਚੀਜ਼ ਭਗਵਾਨ ਦੀ ਅਲੌਕਿਕ ਸੇਵਾ ਵਿਚ ਅਰਪਿਤ ਕਰ ਦੇਵੇ, ਕਿਉਂਕਿ ਉਹੀ ਸਾਰੇ ਲੋਕਾਂ ਅਤੇ ਉਨ੍ਹਾਂ ਵਿਚ ਰਹਿਣ ਵਾਲੇ ਦੇਵਤਿਆਂ ਦੇ ਮਾਲਕ ਹਨ। ਉਨ੍ਹਾਂ ਤੋਂ ਵੱਡਾ ਕੋਈ ਨਹੀਂ ਹੈ। ਉਹ ਵੱਡੇ ਤੋਂ ਵੱਡੇ ਦੇਵਤਾ, ਸ਼ਿਵ ਅਤੇ ਬ੍ਰਹਮਾ ਤੋਂ ਵੀ ਮਹਾਨ ਹਨ। ਵੇਦਾਂ ਵਿਚ (**ਸ਼ਵੇਤਾਸ਼੍ਵਤਰ ਉਪਨਿਸ਼ਦ 6-7**) ਭਗਵਾਨ ਨੂੰ **ਤਮ੍-ਈਸ਼ਵਰਾਣਾਮ੍ ਪਰਮਮ੍ ਮਹੇਸ਼੍ਵਰਮ੍** ਕਿਹਾ ਗਿਆ ਹੈ। ਮਾਇਆ ਦੇ ਅਧੀਨ ਹੋ ਕੇ ਸਾਰੇ ਜੀਵ ਹਰ ਥਾਂ ਤੇ ਆਪਣੀ ਮਾਲਕੀਅਤ ਜਤਾਉਣਾ ਚਾਹੁੰਦੇ ਹਨ, ਪਰ ਅਸਲੀਅਤ ਤਾਂ ਇਹ ਹੈ ਕਿ ਹਰ ਥਾਂ ਤੇ ਭਗਵਾਨ ਦੀ ਮਾਇਆ ਦਾ ਅਧਿਕਾਰ ਹੈ। ਭਗਵਾਨ ਭੌਤਿਕ ਪ੍ਰਕਿਰਤੀ (ਮਾਇਆ) ਦੇ ਮਾਲਕ ਹਨ ਅਤੇ ਬੱਧਜੀਵ ਭੌਤਿਕ ਪ੍ਰਕਿਰਤੀ ਦੇ ਕਠੋਰ ਅਨੁਸ਼ਾਸ਼ਨ ਵਿਚ ਰਹਿੰਦੇ ਹਨ। ਜਦੋਂ ਤਕ ਕੋਈ ਇਨ੍ਹਾਂ ਤੱਥਾਂ ਨੂੰ ਸਮਝ ਨਹੀਂ ਲੈਂਦਾ ਉਦੋਂ ਤਕ ਸੰਸਾਰ ਵਿਚ ਵਿਅਕਤੀਗਤ ਰੂਪ ਵਿਚ ਜਾਂ ਸਮੂਹਿਕ ਤੌਰ ਨਾਲ ਸ਼ਾਂਤੀ ਪ੍ਰਾਪਤ ਕਰਨਾ ਸੰਭਵ ਨਹੀਂ ਹੈ। ਕ੍ਰਿਸ਼ਨ ਭਾਵਨਾ ਅੰਮ੍ਰਿਤ ਦਾ ਇਹੋ ਅਰਥ ਹੈ। ਭਗਵਾਨ ਕ੍ਰਿਸ਼ਨ ਪਰਮੇਸ਼ਵਰ ਹਨ ਅਤੇ ਦੇਵਤਿਆਂ ਸਮੇਤ ਸਾਰੇ ਜੀਵ ਉਨ੍ਹਾਂ ਤੇ ਨਿਰਭਰ ਹਨ। ਪੂਰਨ ਕ੍ਰਿਸ਼ਨ ਭਾਵਨਾ ਅੰਮ੍ਰਿਤ ਵਿਚ ਰਹਿਕੇ ਹੀ ਪੂਰਨ ਸ਼ਾਂਤੀ ਪ੍ਰਾਪਤ ਕੀਤੀ ਜਾ ਸਕਦੀ ਹੈ।

ਇਹ ਪੰਜਵਾਂ ਅਧਿਆਇ ਕ੍ਰਿਸ਼ਨ ਭਾਵਨਾ ਅੰਮ੍ਰਿਤ ਦੀ, ਜਿਸਨੂੰ ਸਾਧਾਰਨ ਤੌਰ ਤੇ ਕਰਮਯੋਗ ਕਹਿੰਦੇ ਹਨ, ਵਿਵਹਾਰਕ ਵਿਆਖਿਆ ਹੈ। ਇੱਥੇ ਇਸ ਪ੍ਰਸ਼ਨ ਦਾ ਉੱਤਰ ਦਿੱਤਾ ਗਿਆ ਹੈ ਕਿ ਕਰਮਯੋਗ ਨਾਲ ਮੁਕਤੀ ਕਿੰਝ ਪ੍ਰਾਪਤ ਹੁੰਦੀ ਹੈ। ਕ੍ਰਿਸ਼ਨ ਭਾਵਨਾ ਅੰਮ੍ਰਿਤ ਵਿਚ ਕਾਰਜ ਕਰਨ ਦਾ ਅਰਥ ਹੈ ਪਰਮੇਸ਼ਵਰ ਦੇ ਰੂਪ ਵਿਚ ਭਗਵਾਨ ਦੇ ਪੂਰਨ ਗਿਆਨ ਨਾਲ ਕੰਮ ਕਰਨਾ। ਅਜਿਹਾ ਕਰਮ ਅਲੌਕਿਕ ਗਿਆਨ ਨਾਲੋਂ ਵੱਖਰਾ ਨਹੀਂ ਹੁੰਦਾ। ਪ੍ਰਤੱਖ ਕ੍ਰਿਸ਼ਨ ਭਾਵਨਾ ਅੰਮ੍ਰਿਤ ਭਗਤੀ ਯੋਗ ਹੈ ਅਤੇ ਗਿਆਨ ਯੋਗ ਉਹ ਰਸਤਾ ਹੈ, ਜਿਸ ਨਾਲ ਭਗਤੀ ਯੋਗ ਪ੍ਰਾਪਤ

ਕੀਤਾ ਜਾਂਦਾ ਹੈ। ਕ੍ਰਿਸ਼ਨ ਭਾਵਨਾ ਅੰਮ੍ਰਿਤ ਦਾ ਅਰਥ ਹੈ ਪਰਮੇਸ਼ਵਰ ਨਾਲ ਆਪਣੇ ਸੰਬੰਧਾਂ ਦਾ ਪੂਰਨ ਗਿਆਨ ਪ੍ਰਾਪਤ ਕਰਕੇ ਕੰਮ ਕਰਨਾ ਅਤੇ ਇਸ ਚੇਤਨਾ ਦੀ ਪੂਰਨਤਾ ਦਾ ਅਰਥ ਹੈ ਕ੍ਰਿਸ਼ਨ ਜਾਂ ਸ਼੍ਰੀ ਭਗਵਾਨ ਦਾ ਪੂਰਨ ਗਿਆਨ। ਸ਼ੁੱਧ ਜੀਵ ਭਗਵਾਨ ਦੇ ਅੰਸ਼ ਰੂਪ ਵਿਚ ਈਸ਼ਵਰ ਦਾ ਸਨਾਤਨ ਸੇਵਕ ਹੈ। ਉਹ ਮਾਇਆ ਤੇ ਮਾਲਕੀਅਤ ਜਤਾਉਣ ਦੀ ਇੱਛਾ ਨਾਲ ਹੀ ਮਾਇਆ ਦੇ ਸੰਪਰਕ ਵਿਚ ਆਉਂਦਾ ਹੈ ਅਤੇ ਇਹੋ ਉਸਦੇ ਦੁੱਖਾਂ ਦਾ ਮੁੱਢਲਾ ਕਾਰਨ ਹੈ। ਜਦੋਂ ਤਕ ਉਹ ਪਦਾਰਥ ਦੇ ਸੰਪਰਕ ਵਿਚ ਰਹਿੰਦਾ ਹੈ, ਉਸਨੂੰ ਭੌਤਿਕ ਜਰੂਰਤਾਂ ਲਈ ਕਰਮ ਕਰਨਾ ਪੈਂਦਾ ਹੈ ਪਰ ਕ੍ਰਿਸ਼ਨ ਭਾਵਨਾ ਅੰਮ੍ਰਿਤ ਉਸਨੂੰ ਪਦਾਰਥ ਦੇ ਘੇਰੇ ਵਿਚ ਸਥਿਤ ਹੁੰਦੇ ਹੋਏ ਵੀ ਅਧਿਆਤਮਿਕ ਜੀਵਨ ਵਿਚ ਲੈ ਆਉਂਦਾ ਹੈ, ਕਿਉਂਕਿ ਭੌਤਿਕ ਸੰਸਾਰ ਵਿਚ ਭਗਤੀ ਦਾ ਅਭਿਆਸ ਕਰਨ ਤੇ ਜੀਵ ਦਾ ਅਲੌਕਿਕ ਸਰੂਪ ਫੇਰ ਪ੍ਰਗਟ ਹੁੰਦਾ ਹੈ। ਜਿਹੜਾ ਮਨੁੱਖ ਜਿੰਨਾ ਉਨੱਤ ਹੈ, ਉਹ ਉਨਾਂ ਹੀ ਪਦਾਰਥ ਦੇ ਬੰਧਨ ਤੋਂ ਮੁਕਤ ਰਹਿੰਦਾ ਹੈ। ਭਗਵਾਨ ਕਿਸੇ ਦਾ ਪੱਖਪਾਤ ਨਹੀਂ ਕਰਦੇ। ਇਹ ਤਾਂ ਕ੍ਰਿਸ਼ਨ ਭਾਵਨਾ ਅੰਮ੍ਰਿਤ ਲਈ ਵਿਅਕਤੀਗਤ ਵਿਵਹਾਰਕ ਫਰਜ਼ ਨਿਭਾਉਣ ਤੇ ਨਿਰਭਰ ਕਰਦਾ ਹੈ, ਜਿਸ ਨਾਲ ਮਨੁੱਖ ਇੰਦਰੀਆਂ ਨੂੰ ਕਾਬੂ ਕਰਕੇ ਇੱਛਾ ਅਤੇ ਕ੍ਰੋਧ ਤੇ ਪ੍ਰਭਾਵ ਨੂੰ ਜਿੱਤ ਲੈਂਦਾ ਹੈ। ਅਤੇ ਜਿਹੜਾ ਕੋਈ ਉਪਰੋਕਤ ਕਾਮ ਇਛਾਵਾਂ ਨੂੰ ਕਾਬੂ ਕਰਕੇ ਕ੍ਰਿਸ਼ਨ ਭਾਵਨਾ ਅੰਮ੍ਰਿਤ ਵਿਚ ਪੱਕਾ ਰਹਿੰਦਾ ਹੈ, ਉਹ ਬ੍ਰਹਮ ਨਿਰਵਾਣ ਜਾਂ ਅਲੌਕਿਕ ਅਵਸਥਾ ਨੂੰ ਪ੍ਰਾਪਤ ਹੁੰਦਾ ਹੈ। ਕ੍ਰਿਸ਼ਨ ਭਾਵਨਾ ਅੰਮ੍ਰਿਤ ਵਿਚ ਅਸ਼ਟਾਂਗ ਯੋਗ ਪਧੱਤੀ ਦਾ ਖੁਦ ਹੀ ਅਭਿਆਸ ਹੁੰਦਾ ਹੈ ਕਿਉਂਕਿ ਇਸ ਤੋਂ ਅੰਤਿਮ ਟੀਚੇ ਦੀ ਪੂਰਤੀ ਹੁੰਦੀ ਹੈ। ਯਮ, ਨਿਯਮ, ਆਸਨ, ਪ੍ਰਾਣਯਾਮ, ਪ੍ਰਤਯਹਾਰ, ਧਾਰਨਾ, ਧਿਆਨ ਅਤੇ ਸਮਾਧੀ ਦੇ ਅਭਿਆਸ ਰਾਹੀਂ ਹੌਲੀ-ਹੌਲੀ ਪ੍ਰਗਤੀ ਹੋ ਸਕਦੀ ਹੈ, ਪਰ ਭਗਤੀ ਯੋਗ ਵਿਚ ਤਾਂ ਇਹ ਪਰਾਰੰਭਕ ਸਿੱਧੀ ਹੈ, ਕਿਉਂਕਿ ਸਿਰਫ਼ ਇਸੇ ਨਾਲ ਮਨੁੱਖ ਨੂੰ ਪੂਰਨ ਸ਼ਾਂਤੀ ਪ੍ਰਾਪਤ ਹੋ ਸਕਦੀ ਹੈ। ਇਹੋ ਜੀਵਨ ਦੀ ਪਰਮ ਸਿੱਧੀ ਹੈ।

ਇੰਝ ਸ਼੍ਰੀ ਭਗਵਤ ਗੀਤਾ ਦੇ ਪੰਜਵੇਂ ਅਧਿਆਇ **'ਕਰਮਯੋਗ -ਸ਼੍ਰੀ ਕ੍ਰਿਸ਼ਨ ਭਾਵਨਾ ਭਾਵਿਤ ਕਰਮ'** ਦਾ ਭਕਤੀਵੇਦਾਂਤ ਭਾਵ-ਅਰਥ ਪੂਰਨ ਹੋਇਆ।

ਅਧਿਆਇ ਛੇਵਾਂ

ਧਿਆਨ ਯੋਗ

श्रीभगवानुवाच
अनाश्रितः कर्मफलं कार्यं कर्म करोति यः ।
स सन्न्यासी च योगी च न निरग्निर्न चाक्रियः ॥ १ ॥

ਸ੍ਰੀ ਭਗਵਾਨ ਓਵਾਚ
ਅਨਾਸ਼੍ਰਿਤਹ੍ ਕਰਮ ਫਲਮ੍ ਕਾਰ੍ਯਮ੍ ਕਰਮ ਕਰੋਤਿ ਯਹ੍ ।
ਸ ਸੰਨਯਾਸੀ ਚ ਯੋਗੀ ਚ ਨ ਨਿਰਗ੍ਨਿਰ੍ ਨ ਚਾਕ੍ਰਿਯਹ੍ ॥ 1 ॥

ਸ੍ਰੀ ਭਗਵਾਨ ਓਵਾਚ – ਭਗਵਾਨ ਨੇ ਕਿਹਾ ; **ਅਨਾਸ਼੍ਰਿਤਹ** – ਸ਼ਰਨ ਗ੍ਰਹਿਣ ਕੀਤੇ ਬਿਨ੍ਹਾਂ ; **ਕਰਮ ਫਲਮ੍**– ਕਰਮ ਫਲ ਨੂੰ ; **ਕਾਰ੍ਯਮ੍** – ਫਰਜ਼ ; **ਕਰਮ** – ਕਰਮ ; **ਕਰੋਤਿ** – ਕਰਦਾ ਹੈ ; **ਯਹ੍** – ਜਿਹੜਾ ; **ਸਹ੍** – ਉਹ ; **ਸੰਨਯਾਸੀ** – ਸੰਨਿਆਸੀ ; **ਚ** – ਵੀ ; **ਯੋਗੀ** – ਯੋਗੀ ; **ਚ** – ਵੀ ; **ਨ** – ਨਹੀਂ ; **ਨਿਹ੍** – ਰਹਿਤ ; **ਅਗ੍ਨਿਹ੍** – ਅੱਗ ; **ਨ** – ਨਾ ਤਾਂ ; **ਚ** – ਵੀ ; **ਅਕ੍ਰਿਯਹ** – ਕਿਰਿਆਹੀਨ ।

ਅਨੁਵਾਦ

ਸ੍ਰੀ ਭਗਵਾਨ ਨੇ ਕਿਹਾ – ਜਿਹੜਾ ਮਨੁੱਖ ਆਪਣੇ ਕਰਮਫ਼ਲ ਪ੍ਰਤੀ ਮੋਹਿਤ ਨਹੀਂ ਹੈ ਅਤੇ ਜਿਹੜਾ ਆਪਣੇ ਫਰਜ਼ਾਂ ਦੀ ਪਾਲਣਾ ਕਰਦਾ ਹੈ, ਉਹੀ ਸੰਨਿਆਸੀ ਅਤੇ ਅਸਲੀ ਯੋਗੀ ਹੈ । ਉਹ ਨਹੀਂ ਜਿਹੜਾ ਨਾ ਤਾਂ ਅੱਗ ਜਲਾਉਂਦਾ ਹੈ ਅਤੇ ਨਾ ਕਰਮ ਕਰਦਾ ਹੈ ।

ਭਾਵ

ਇਸ ਅਧਿਆਇ ਵਿਚ ਭਗਵਾਨ ਦੱਸਦੇ ਹਨ ਕਿ ਅਸ਼ਟਾਂਗ ਯੋਗ ਪਧਤੀ ਮਨ ਅਤੇ ਇੰਦਰੀਆਂ ਨੂੰ ਕਾਬੂ ਕਰਨ ਦਾ ਸਾਧਨ ਹੈ । ਪਰ ਇਸ ਯੁਗ ਵਿਚ ਸਧਾਰਨ ਜਨਤਾ ਲਈ ਇਸ ਨੂੰ ਪੂਰਾ ਕਰ ਸਕਣਾ ਵਧੇਰੇ ਔਖਾ ਹੈ । ਹਾਲਾਂਕਿ ਇਸ ਅਧਿਆਇ ਵਿਚ ਅਸ਼ਟਾਂਗ ਯੋਗ ਪਧਤੀ ਦੀ ਵਡਿਆਈ

ਕੀਤੀ ਗਈ ਹੈ ਪਰ ਭਗਵਾਨ ਜ਼ੋਰ ਦਿੰਦੇ ਹਨ ਕਿ ਕਰਮ ਯੋਗ ਜਾਂ ਕ੍ਰਿਸ਼ਨ ਭਾਵਨਾ ਅੰਮ੍ਰਿਤ ਵਿਚ ਕੰਮ ਕਰਨਾ, ਇਸ ਨਾਲੋਂ ਉੱਤਮ ਹੈ । ਇਸ ਸੰਸਾਰ ਵਿਚ ਹਰ ਮਨੁੱਖ ਆਪਣੇ ਪਰਿਵਾਰ ਨੂੰ ਪਾਲਣ ਲਈ ਅਤੇ ਆਪਣੀ ਸਮੱਗਰੀ ਦੀ ਰੱਖਿਆ ਕਰਨ ਲਈ ਕਰਮ ਕਰਦਾ ਹੈ, ਪਰ ਕੋਈ ਵੀ ਮਨੁੱਖ ਬਿਨ੍ਹਾਂ ਕਿਸੇ ਸਵਾਰਥ ਕਿਸੇ ਵਿਅਕਤੀਗਤ ਤ੍ਰਿਪਤੀ ਦੇ, ਭਾਵੇਂ ਉਹ ਤ੍ਰਿਪਤੀ ਆਤਮ ਕੇਂਦਰਿਤ ਹੋਵੇ ਜਾਂ ਵਿਆਪਕ, ਕੰਮ ਨਹੀਂ ਕਰਦਾ । ਪੂਰਨਤਾ ਦੀ ਕਸੌਟੀ ਹੈ ਕ੍ਰਿਸ਼ਨ ਭਾਵਨਾ ਅੰਮ੍ਰਿਤ ਵਿਚ ਕਰਮ ਕਰਨਾ ਹਰ ਮਨੁੱਖ ਦਾ ਫਰਜ਼ ਹੈ, ਕਿਉਂਕਿ ਸਾਰੇ ਲੋਕ ਪਰਮੇਸ਼ਵਰ ਦੇ ਅੰਸ਼ ਹਨ । ਸ਼ਰੀਰ ਦੇ ਅੰਗ ਪੂਰੇ ਸ਼ਰੀਰ ਲਈ ਕਾਰਜ ਕਰਦੇ ਹਨ । ਸ਼ਰੀਰ ਦੇ ਅੰਗ ਆਪਣੀ ਸੰਤੁਸ਼ਟੀ ਲਈ ਨਹੀਂ, ਸਗੋਂ ਪੂਰੇ ਸਰੀਰ ਦੀ ਸੰਤੁਸ਼ਟੀ ਲਈ ਕੰਮ ਕਰਦੇ ਹਨ । ਇੰਝ ਜਿਹੜਾ ਜੀਵ ਆਪਣੀ ਸੰਤੁਸ਼ਟੀ ਲਈ ਨਹੀਂ, ਸਗੋਂ ਪਾਰਬ੍ਰਹਮ ਦੀ ਸੰਤੁਸ਼ਟੀ ਲਈ ਕਾਰਜ ਕਰਦਾ ਹੈ, ਉਹੀ ਪੂਰਨ ਸੰਨਿਆਸੀ ਜਾਂ ਪੂਰਨ ਯੋਗੀ ਹੈ ।

ਕਦੀ ਕਦੀ ਸੰਨਿਆਸੀ ਸੋਚਦੇ ਹਨ ਕਿ ਉਨ੍ਹਾਂ ਨੂੰ ਸਾਰੇ ਕਾਰਜਾਂ ਤੋਂ ਮੁਕਤੀ ਮਿਲ ਗਈ, ਇਸ ਲਈ ਉਹ ਅਗਨੀਹੋਤਰ ਯੱਗ ਕਰਨਾ ਬੰਦ ਕਰ ਦਿੰਦੇ ਹਨ । ਪਰ ਅਸਲ ਵਿਚ ਉਹ ਸਵਾਰਥੀ ਹਨ, ਕਿਉਂਕਿ ਉਨ੍ਹਾਂ ਦਾ ਟੀਚਾ ਨਿਰਾਕਾਰ ਬ੍ਰਹਮ ਨਾਲ ਇੱਕਮਿੱਕ ਹੋਣਾ ਹੁੰਦਾ ਹੈ , ਅਜਿਹੀ ਇੱਛਾ ਤਾਂ ਭੌਤਿਕ ਇੱਛਾ ਤੋਂ ਤਾਂ ਉਪਰ ਹੈ , ਪਰ ਇਹ ਸਵਾਰਥ ਤੋਂ ਰਹਿਤ ਨਹੀਂ ਹੁੰਦੀ । ਇਸੇ ਤਰ੍ਹਾਂ ਜਿਹੜਾ ਯੋਗੀ ਸਾਰੇ ਕੰਮ ਬੰਦ ਕਰਕੇ ਅੱਧ ਮੁੰਦੀਆਂ ਅੱਖਾਂ ਨਾਲ ਯੋਗ ਅਭਿਆਸ ਕਰਦਾ ਹੈ, ਉਹ ਵੀ ਆਤਮ ਸੰਤੁਸ਼ਟੀ ਦੀ ਇੱਛਾ ਨਾਲ ਪੂਰਿਤ ਹੁੰਦਾ ਹੈ । ਪਰ ਕ੍ਰਿਸ਼ਨ ਭਾਵਨਾ ਭਾਵਿਤ ਮਨੁੱਖ ਬਿਨ੍ਹਾਂ ਕਿਸੇ ਸਵਾਰਥ ਦੇ ਪੂਰਨ ਬ੍ਰਹਮ ਦੀ ਸੰਤੁਸ਼ਟੀ ਲਈ ਕਰਮ ਕਰਦਾ ਹੈ । ਕ੍ਰਿਸ਼ਨ ਭਾਵਨਾ ਭਾਵਿਤ ਮਨੁੱਖ ਨੂੰ ਕਦੀ ਵੀ ਆਤਮ ਸੰਤੁਸ਼ਟੀ ਦੀ ਇੱਛਾ ਨਹੀਂ ਰਹਿੰਦੀ । ਉਸਦਾ ਇਕੋ ਟੀਚਾ ਕ੍ਰਿਸ਼ਨ ਨੂੰ ਪ੍ਰਸੰਨ ਕਰਨਾ ਰਹਿੰਦਾ ਹੈ, ਇਸ ਲਈ ਉਹ ਪੂਰਨ ਸੰਨਿਆਸੀ ਜਾਂ ਪੂਰਨ ਯੋਗੀ ਹੁੰਦਾ ਹੈ । ਤਿਆਗ ਦੇ ਉਚੇਰੇ ਪ੍ਰਤੀਕ ਭਗਵਾਨ ਚੈਤੰਨਯ ਪ੍ਰਾਰਥਨਾ ਕਰਦੇ ਹਨ :-

ਨ ਧਨਮ੍ ਨ ਜਨਮ੍ ਨ ਸੁੰਦਰੀਮ੍ ਕਵਿਤਾਮ੍ ਵਾ ਜਗਦ੍-ਈਸ਼-ਕਾਮਯੇ।
ਮਮ ਜਨਮਨਿ ਜਨਮਨੀਸ਼੍ਵਰੇ ਭਵਤਾਦ੍ ਭਕ੍ਤਿਰ੍ ਅਹੈਤੁਕੀ ਤ੍ਵਯਿ ॥

'ਹੇ ਸਰਬ-ਸ਼ਕਤੀਮਾਨ ਪ੍ਰਭੂ! ਮੈਨੂੰ ਨਾ ਤਾਂ ਧੰਨ ਇਕੱਠਾ ਕਰਨ ਦੀ ਕਾਮਨਾ ਹੈ, ਨਾ ਮੈਂ ਸੋਹਣੀਆਂ ਇਸਤਰੀਆਂ ਦਾ ਸੰਗ ਚਾਹੁੰਦਾ ਹਾਂ, ਨਾ ਹੀ ਮੈਨੂੰ ਅਨੁਆਈਆਂ ਦੀ ਇੱਛਾ ਹੈ, ਮੈਂ ਤਾਂ ਜਨਮ-ਜਨਮਾਂਤਰਾਂ ਤੋਂ ਤੁਹਾਡੀ ਭਗਤੀ ਦੀ ਬਿਨ੍ਹਾਂ ਕਾਰਨ ਕ੍ਰਿਪਾ ਦੀ ਹੀ ਇੱਛਾ ਕਰਦਾ ਹਾਂ ।'

यं सन्न्यासमिति प्राहुर्योगं तं विद्धि पाण्डव ।
न ह्यसन्न्यस्तसङ्कल्पो योगी भवति कश्चन ॥ २ ॥

ਯਮ ਸੰਨ੍ਯਾਸਮ ਇਤਿ ਪ੍ਰਾਹੁਰ੍ ਯੋਗਮ੍ ਤਮ੍ ਵਿਦ੍ਧਿ ਪਾਂਡਵ ।
ਨ ਹਿ ਅਸੰਨ੍ਯਸ੍ਤ-ਸੰਕਲ੍ਪੋ ਯੋਗੀ ਭਵਤਿ ਕਸ਼੍ਚਨ ॥ 2 ॥

ਯਮ੍ - ਜਿਸਨੂੰ ; ਸੰਨਯਾਸਮ - ਸੰਨਿਆਸ ; ਇਤਿ - ਇੰਝ ; ਪ੍ਰਾਹੁ - ਕਹਿੰਦੇ ਹਨ ; ਯੋਗਮ੍-ਪਾਰਬ੍ਰਹਮ ਨਾਲ ; ਤਮ੍ - ਉਸਨੂੰ ; ਵਿਦਧਿ - ਸਮਝੋ ; ਪਾਂਡਵ - ਹੇ ਪਾਂਡੂ ਪੁੱਤਰ ; ਨ - ਕਦੀ ਨਹੀਂ ; ਹਿ - ਨਿਸ਼ਚੇ ਹੀ ; ਅਸੰਨਯਸਤ - ਬਿਨ੍ਹਾਂ ਛੱਡੇ ; ਸੰਕਲਪੋ -ਆਤਮ ਤ੍ਰਿਪਤੀ ਦੀ ਇੱਛਾ; ਯੋਗੀ - ਯੋਗੀ ; ਭਵਤਿ - ਹੁੰਦਾ ਹੈ ; ਕਸ਼ਚਨ - ਕੋਈ ।

ਅਨੁਵਾਦ

ਹੇ ਪਾਂਡੂ ਪੁੱਤਰ! ਜਿਸਨੂੰ ਸੰਨਿਆਸ ਕਹਿੰਦੇ ਹਨ, ਉਸਨੂੰ ਤੁਸੀਂ ਯੋਗ ਭਾਵ ਪਾਰਬ੍ਰਹਮ ਨਾਲ ਮਿਲਿਆ ਹੋਇਆ ਸਮਝੋ, ਕਿਉਂਕਿ ਇੰਦਰੀਆਂ ਦੀ ਤ੍ਰਿਪਤੀ ਲਈ ਇੱਛਾ ਨੂੰ ਛੱਡੇ ਬਿਨ੍ਹਾਂ ਕੋਈ ਕਦੀ ਯੋਗੀ ਨਹੀਂ ਹੋ ਸਕਦਾ ।

ਭਾਵ

ਅਸਲੀ ਸੰਨਿਆਸ ਯੋਗ ਜਾਂ ਭਗਤੀ ਦਾ ਅਰਥ ਹੈ ਕਿ ਜੀਵਆਤਮਾ ਆਪਣੀ ਸੁਭਾਵਿਕ ਸਥਿਤੀ ਨੂੰ ਸਮਝੇ ਅਤੇ ਉਸੇ ਮੁਤਾਬਿਕ ਕਰਮ ਕਰੇ । ਜੀਵਆਤਮਾ ਦੀ ਆਪਣੀ ਨਵੇਕਲੀ ਹੋਂਦ ਨਹੀਂ ਹੁੰਦੀ । ਉਹ ਪਰਮੇਸ਼ਵਰ ਦੀ ਤਟਸਥਾ (ਕੰਡੇ ਤੇ ਸਥਿਤ) ਸ਼ਕਤੀ ਹੈ। ਜਦੋਂ ਉਹ ਮਾਇਆ ਦੇ ਅਧੀਨ ਹੁੰਦਾ ਹੈ ਤਾਂ ਉਹ ਪ੍ਰਤੀਬੰਧਿਤ ਹੋ ਜਾਂਦਾ ਹੈ, ਪਰ ਜਦੋਂ ਉਹ ਕ੍ਰਿਸ਼ਨ ਭਾਵਨਾ ਭਾਵਿਤ ਰਹਿੰਦਾ ਹੈ ਭਾਵ ਅਧਿਆਤਮਕ ਤਾਕਤ ਵਿਚ ਸਜਗ (ਸੁਚੇਤ) ਰਹਿੰਦਾ ਹੈ, ਤਾਂ ਉਹ ਆਪਣੀ ਸਹਿਜ ਸਥਿਤੀ ਵਿਚ ਹੁੰਦਾ ਹੈ । ਇੰਝ ਹੀ ਜਦੋਂ ਮਨੁੱਖ ਪੂਰਨ ਗਿਆਨ ਵਿਚ ਹੁੰਦਾ ਹੈ ਤਾਂ ਉਹ ਸਾਰੀਆਂ ਭੌਤਿਕ ਇੰਦਰੀਆਂ ਦੀ ਤ੍ਰਿਪਤੀਆਂ ਨੂੰ ਛੱਡ ਦਿੰਦਾ ਹੈ । ਭਾਵ ਸਾਰੀਆਂ ਇੰਦਰੀ ਤ੍ਰਿਪਤੀ ਦੇ ਕੰਮ-ਕਾਰਾਂ ਨੂੰ ਛੱਡ ਦਿੰਦਾ ਹੈ । ਇਸਦਾ ਅਭਿਆਸ ਯੋਗੀ ਕਰਦੇ ਹਨ, ਜਿਹੜੇ ਇੰਦਰੀਆਂ ਨੂੰ ਭੌਤਿਕ ਮੋਹ ਤੋਂ ਰੋਕਦੇ ਹਨ । ਪਰ ਕ੍ਰਿਸ਼ਨ ਭਾਵਨਾ ਭਾਵਿਤ ਮਨੁੱਖ ਨੂੰ ਤਾਂ ਅਜਿਹੀ ਕਿਸੇ ਵੀ ਚੀਜ਼ ਵੱਲ ਇੰਦਰੀਆਂ ਲਗਾਉਣ ਦਾ ਮੌਕਾ ਹੀ ਨਹੀਂ ਮਿਲਦਾ, ਜਿਹੜਾ ਕ੍ਰਿਸ਼ਨ ਲਈ ਨਾ ਹੋਵੇ । ਸਿੱਟੇ ਵਜੋਂ ਕ੍ਰਿਸ਼ਨ ਭਾਵਨਾ ਭਾਵਿਤ ਮਨੁੱਖ ਸੰਨਿਆਸੀ ਅਤੇ ਯੋਗੀ ਨਾਲੋ-ਨਾਲ ਹੁੰਦਾ ਹੈ । ਗਿਆਨ ਅਤੇ ਇੰਦਰੀਆਂ ਨੂੰ ਕਾਬੂ ਕਰਨ ਵਾਲੇ ਯੋਗ ਦੇ ਇਹ ਦੋਵੇਂ ਮੰਤਵ ਕ੍ਰਿਸ਼ਨ ਭਾਵਨਾ ਰਾਹੀਂ ਆਪੇ ਪੂਰੇ ਹੋ ਜਾਂਦੇ ਹਨ । ਜੇਕਰ ਮਨੁੱਖ ਸਵਾਰਥ ਨਹੀਂ ਛੱਡ ਸਕਦਾ ਤਾਂ ਗਿਆਨ ਅਤੇ ਯੋਗ ਵਿਅਰਥ ਰਹਿੰਦੇ ਹਨ । ਜੀਵ ਆਤਮਾ ਦਾ ਮੁੱਖ ਮੰਤਵ ਤਾਂ ਹਰ ਤਰ੍ਹਾਂ ਦੀ ਆਤਮ ਤ੍ਰਿਪਤੀ ਨੂੰ ਛੱਡਕੇ ਪਰਮੇਸ਼ਵਰ ਦੀ ਸੰਤੁਸ਼ਟੀ ਕਰਨ ਲਈ ਤਿਆਰ ਰਹਿਣਾ ਹੈ । ਕ੍ਰਿਸ਼ਨ ਭਾਵਨਾ ਭਾਵਿਤ ਮਨੁੱਖ ਵਿਚ ਕਿਸੇ ਤਰ੍ਹਾਂ ਦੀ ਆਤਮ ਤ੍ਰਿਪਤੀ ਦੀ ਇੱਛਾ ਨਹੀਂ ਰਹਿੰਦੀ । ਉਹ ਹਮੇਸ਼ਾਂ ਪਰਮੇਸ਼ਵਰ ਦੀ ਖ਼ੁਸ਼ੀ ਵਿਚ ਲਗਿਆ ਰਹਿੰਦਾ ਹੈ । ਇਸ ਲਈ ਜਿਸਨੂੰ ਪਰਮੇਸ਼ਵਰ ਬਾਰੇ ਕੁਝ ਵੀ ਪਤਾ ਨਹੀਂ ਹੁੰਦਾ, ਉਹੀ ਸਵਾਰਥ ਪੂਰਤੀ ਵਿਚ ਲਗਿਆ ਰਹਿੰਦਾ ਹੈ, ਕਿਉਂਕਿ ਕੋਈ ਕਦੀ ਵੀ ਬਿਨ੍ਹਾਂ ਕੰਮ ਤੋਂ ਨਹੀਂ ਰਹਿ ਸਕਦਾ । ਕ੍ਰਿਸ਼ਨ ਭਾਵਨਾ ਅੰਮ੍ਰਿਤ ਦਾ ਅਭਿਆਸ ਕਰਨ ਨਾਲ ਸਾਰੇ ਕਾਰਜ ਸੁਚੱਜੇ ਰੂਪ ਨਾਲ ਪੂਰਨ ਹੋ ਜਾਂਦੇ ਹਨ ।

आरुरुक्षोर्मुनेर्योगं कर्म कारणमुच्यते ।
योगारूढस्य तस्यैव शमः कारणमुच्यते ॥ ३ ॥

ਆਰੁਰੁਕ੍ਸ਼ੋਰ੍ ਮੁਨੇਰ੍ ਯੋਗਮ੍ ਕਰ੍ਮ ਕਾਰਣਮ੍ ਉਚ੍ਯਤੇ।
ਯੋਗਾਰੂਢਸ੍ਯ ਤਸ੍ਯੈਵ ਸ਼ਮਹ੍ ਕਾਰਣਮ੍ ਉਚ੍ਯਤੇ ॥3॥

ਆਰੁਰੁਕ੍ਸ਼ੋਹ੍ - ਜਿਸਨੇ ਹਾਲੀ ਯੋਗ ਸ਼ੁਰੂ ਕੀਤਾ ਹੈ ; **ਮੁਨੇਹ੍** - ਮੁਨੀ ਦੀ ; **ਯੋਗਮ੍** - ਅਸ਼ਟਾਂਗ ਯੋਗ ਪਧੱਤੀ ; **ਕਰ੍ਮ** - ਕਰਮ ; **ਕਾਰਣਮ੍** - ਸਾਧਨ ; **ਉਚ੍ਯਤੇ** - ਕਹਾਉਂਦਾ ਹੈ ; **ਯੋਗ** - ਅਸ਼ਟਾਂਗ ਯੋਗ ; **ਆਰੂਢਸ੍ਯ** - ਪ੍ਰਾਪਤ ਹੋਣ ਵਾਲੇ ਦਾ ; **ਤਸ੍ਯ** - ਉਸਦਾ ; **ਏਵ** - ਨਿਸ਼ਚੈ ਹੀ; **ਸ਼ਮਹ੍** - ਸਾਰੇ ਭੌਤਿਕ ਕੰਮ ਕਾਰਜਾਂ ਦਾ ਤਿਆਗ ; **ਕਾਰਣਮ੍** - ਕਾਰਨ ; **ਉਚ੍ਯਤੇ** - ਕਿਹਾਜਾਂਦਾ ਹੈ ।

ਅਨੁਵਾਦ

ਅਸ਼ਟਾਂਗ ਯੋਗ ਦੇ ਨਵੇਂ ਸਾਧਕ ਲਈ ਕਰਮ, ਸਾਧਨ ਕਹਾਉਂਦਾ ਹੈ ਅਤੇ ਯੋਗ ਸਿੱਧ ਮਨੁੱਖ ਲਈ ਸਾਰੇ ਭੌਤਿਕ ਕੰਮ-ਕਾਰਜਾਂ ਨੂੰ ਛੱਡਣਾ ਹੀ ਸਾਧਨ ਕਿਹਾ ਜਾਂਦਾ ਹੈ ।

ਭਾਵ

ਪਰਮੇਸ਼ਵਰ ਨਾਲ ਸੰਬੰਧਿਤ ਹੋਣ ਦੀ ਵਿੱਧੀ ਯੋਗ ਕਹਾਉਂਦੀ ਹੈ । ਇਸਦੀ ਤੁਲਨਾ ਉਸ ਪੌੜੀ ਨਾਲ ਕੀਤੀ ਜਾ ਸਕਦੀ ਹੈ, ਜਿਸ ਨਾਲ ਸਭ ਤੋਂ ਉਚੇਰੀ ਅਧਿਆਤਮਿਕ ਸਿੱਧੀ ਪ੍ਰਾਪਤ ਕੀਤੀ ਜਾਂਦੀ ਹੈ । ਇਹ ਪੌੜੀ ਜੀਵ ਦੀ ਹੇਠਲੀ ਅਵਸਥਾ ਤੋਂ ਸ਼ੁਰੂ ਹੋ ਕੇ ਅਧਿਆਤਮਕ ਜੀਵਨ ਦੇ ਪੂਰਨ ਆਤਮ-ਪ੍ਰਤੱਖੀਕਰਨ ਤਕ ਜਾਂਦੀ ਹੈ । ਵੱਖੋ-ਵੱਖਰੇ ਚੜ੍ਹਾਓ ਮੁਤਾਬਿਕ ਇਸ ਪੌੜੀ ਦੇ ਵੱਖੋ-ਵੱਖਰੇ ਹਿੱਸੇ ਅਲਗ-ਅਲਗ ਨਾਵਾਂ ਨਾਲ ਜਾਣੇ ਜਾਂਦੇ ਹਨ । ਪਰ ਕੁਲ ਮਿਲਾਕੇ ਇਹ ਪੂਰੀ ਪੌੜੀ ਯੋਗ ਕਹਾਉਂਦੀ ਹੈ ਅਤੇ ਇਸਨੂੰ ਤਿੰਨ ਹਿੱਸਿਆਂ ਵਿਚ ਵੰਡਿਆ ਜਾ ਸਕਦਾ ਹੈ - **ਗਿਆਨ ਯੋਗ, ਧਿਆਨ ਯੋਗ ਅਤੇ ਭਗਤੀ ਯੋਗ** । ਪੌੜੀ ਦੇ ਮੁੱਢਲੇ ਹਿੱਸੇ ਨੂੰ **ਯੋਗਾ ਰੁਰੁਕਸ਼ੂ** ਅਵਸਥਾ ਅਤੇ ਅੰਤਿਮ ਹਿੱਸੇ ਨੂੰ **ਯੋਗ ਆਰੂੜ** ਕਿਹਾ ਜਾਂਦਾ ਹੈ ।

ਜਿਥੋਂ ਤਕ ਅਸ਼ਟਾਂਗ ਯੋਗ ਦਾ ਸੰਬੰਧ ਹੈ, ਵੱਖੋ-ਵੱਖਰੇ ਯਮ ਨਿਯਮਾਂ ਅਤੇ ਆਸਨਾਂ (ਜਿਹੜੇ ਅਕਸਰ ਸ਼ਰੀਰਕ ਮੁਦਰਾਵਾਂ ਹੀ ਹਨ) ਦੇ ਰਾਹੀਂ ਧਿਆਨ ਵਿਚ ਪ੍ਰਵੇਸ਼ ਹੋਣ ਲਈ ਮੁੱਢਲੇ ਯਤਨਾਂ ਨੂੰ ਸਕਾਮ ਕਰਮ ਮੰਨਿਆ ਜਾਂਦਾ ਹੈ । ਅਜਿਹੇ ਕਰਮਾਂ ਨਾਲ ਪੂਰਨ ਮਾਨਸਿਕ ਸੰਤੁਲਨ ਹਾਸਿਲ ਹੁੰਦਾ ਹੈ । ਜਿਸ ਨਾਲ ਇੰਦਰੀਆਂ ਕਾਬੂ ਵਿਚ ਹੁੰਦੀਆਂ ਹਨ, ਜਦੋਂ ਮਨੁੱਖ ਪੂਰਨ ਧਿਆਨ ਵਿਚ ਮਾਹਿਰ ਹੋ ਜਾਂਦਾ ਹੈ ਤਾਂ ਡਾਵਾਂ-ਡੋਲ ਕਰਨ ਵਾਲੇ ਸਾਰੇ ਮਾਨਸਿਕ ਕਾਰਜ ਬੰਦ ਹੋਏ ਮੰਨੇ ਜਾਂਦੇ ਹਨ ।

ਪਰ ਕ੍ਰਿਸ਼ਨ ਭਾਵਨਾ ਭਾਵਿਤ ਮਨੁੱਖ ਸ਼ੁਰੂ ਤੋਂ ਹੀ ਧਿਆਨ ਵਿਚ ਸਥਿਤ ਰਹਿੰਦਾ ਹੈ । ਕਿਉਂਕਿ ਉਹ ਲਗਾਤਾਰ ਕ੍ਰਿਸ਼ਨ ਦਾ ਚਿੰਤਨ ਕਰਦਾ ਹੈ । ਇੰਝ ਕ੍ਰਿਸ਼ਨ ਦੀ ਸੇਵਾ ਵਿਚ ਲਗਾਤਾਰ ਰੁੱਝੇ ਰਹਿਣ ਕਾਰਨ, ਉਸਦੇ ਸਾਰੇ ਭੌਤਿਕ ਕੰਮ-ਕਾਰਜ ਬੰਦ ਹੋਏ ਮੰਨੇ ਜਾਂਦੇ ਹਨ ।

यदा हि नेन्द्रियार्थेषु न कर्मस्वनुषज्जते ।
सर्वसङ्कल्पसन्न्यासी योगारूढस्तदोच्यते ॥४॥

ਯਦਾ ਹਿ ਨੇਂਦ੍ਰਿਯਾਰ੍ਥੇਸ਼ੁ ਨ ਕਰ੍ਮਸ੍ਵ੍ ਅਨੁਸ਼ੱਜਤੇ ।
ਸਰ੍ਵ ਸੰਕਲ੍ਪ-ਸੰਨ੍ਯਾਸੀ ਯੋਗਾਰੂਢਸ੍ ਤਦੋਚ੍ਯਤੇ ॥ 4 ॥

ਯਦਾ- ਜਦੋਂ ; **ਹਿ** - ਨਿਸ਼ਚੈ ਹੀ ; **ਨ** - ਨਹੀਂ ; **ਇੰਦ੍ਰਿਯ-ਅਰਥੇਸ਼ੁ** - ਇੰਦਰੀਆਂ ਦੀ ਤ੍ਰਿਪਤੀ ਵਿਚ ; **ਨ** - ਕਦੀ ਨਹੀਂ ; **ਕਰਮਸੁ** - ਸਕਾਮ ਕਰਮ ਵਿਚ ; **ਅਨੁਸ਼ਜਜਤੇ** - ਲਗਿਆ ਰਹਿੰਦਾ ਹੈ ; **ਸਰ੍ਵ ਸੰਕਲ੍ਪ** - ਸਾਰੀਆਂ ਭੌਤਿਕ ਇੱਛਾਵਾਂ ਦਾ ; **ਸੰਨ੍ਯਾਸੀ** - ਤਿਆਗ ਕਰਨ ਵਾਲਾ ; **ਯੋਗਆਰੂਢਹ੍** - ਯੋਗ ਵਿਚ ਸਥਿਤ ; **ਤਦਾ** - ਉਸ ਸਮੇਂ ; **ਓਚ੍ਯਤੇ** - ਕਹਾਉਂਦਾ ਹੈ ।

ਅਨੁਵਾਦ

ਜਦੋਂ ਕੋਈ ਮਨੁੱਖ ਸਾਰੀਆਂ ਭੌਤਿਕ ਇੱਛਾਵਾਂ ਨੂੰ ਛੱਡਕੇ ਨਾ ਤਾਂ ਇੰਦਰੀਆਂ ਦੀ ਤ੍ਰਿਪਤੀ ਲਈ ਕਾਰਜ਼ ਕਰਦਾ ਹੈ ਅਤੇ ਨਾ ਸਕਾਮ ਕਰਮਾਂ ਵੱਲ ਲਗਦਾ ਹੈ, ਤਾਂ ਉਹ ਯੋਗ ਵਿਚ ਸਥਿਰ ਕਹਾਉਂਦਾ ਹੈ ।

ਭਾਵ

ਜਦੋਂ ਮਨੁੱਖ ਭਗਵਾਨ ਦੀ ਅਲੌਕਿਕ ਪ੍ਰੇਮ-ਭਗਤੀ ਵਿਚ ਪੂਰੀ ਤਰ੍ਹਾਂ ਲਗਿਆ ਰਹਿੰਦਾ ਹੈ ਤਾਂ ਉਹ ਆਪਣੇ-ਆਪ ਵਿਚ ਖ਼ੁਸ਼ ਰਹਿੰਦਾ ਹੈ ਅਤੇ ਇੰਝ ਉਹ ਇੰਦਰੀਆਂ ਦੀ ਤ੍ਰਿਪਤੀ ਜਾਂ ਸਕਾਮ ਕਰਮਾਂ ਵੱਲ ਨਹੀਂ ਲਗਦਾ । ਨਹੀਂ ਤਾਂ ਇੰਦਰੀਆਂ ਦੀ ਤ੍ਰਿਪਤੀ ਵਿਚ ਲਗਣਾ ਹੀ ਪੈਂਦਾ ਹੈ, ਕਿਉਂਕਿ ਕਰਮ ਕੀਤੇ ਬਿਨ੍ਹਾਂ ਕੋਈ ਰਹਿ ਨਹੀਂ ਸਕਦਾ । ਕ੍ਰਿਸ਼ਨ ਭਾਵਨਾ ਭਾਵਿਤ ਮਨੁੱਖ ਕ੍ਰਿਸ਼ਨ ਦੀ ਪ੍ਰਸੰਨਤਾ ਲਈ ਹੀ ਸਭ ਕੁਝ ਕਰਦਾ ਹੈ । ਸਿੱਟੇ ਵਜੋਂ ਉਹ ਇੰਦਰੀਆਂ ਦੀ ਤ੍ਰਿਪਤੀ ਤੋਂ ਪੂਰੀ ਤਰ੍ਹਾਂ ਨਿਰਲੇਪ ਰਹਿੰਦਾ ਹੈ, ਜਿਸਨੂੰ ਅਜਿਹੀ ਅਨੁਭੂਤਿ ਪ੍ਰਾਪਤ ਨਹੀਂ ਹੈ, ਉਹਨੂੰ ਚਾਹੀਦਾ ਹੈ ਕਿ ਭੌਤਿਕ ਇੱਛਾਵਾਂ ਤੋਂ ਬਚੇ ਰਹਿਣ ਦਾ ਯੰਤਰ ਵਾਂਗ ਯਤਨ ਕਰੇ ਤਾਂ ਹੀ ਉਹ ਯੋਗ ਦੀ ਪੌੜੀ ਨਾਲ ਉਪਰ ਪਹੁੰਚ ਸਕਦਾ ਹੈ ।

उद्धरेदात्मनात्मानं नात्मानमवसादयेत् ।
आत्मैव ह्यात्मनो बन्धुरात्मैव रिपुरात्मनः ॥ ५ ॥

ਓਦ੍ਧਾਰੇਦ ਆਤ੍ਮਨਾਤ੍ਮਾਨਮ੍ ਨਾਤ੍ਮਾਨਮ੍ ਅਵਸਾਦਯੇਤ੍ ।
ਆਤ੍ਮੈਵ ਹਿ ਆਤ੍ਮਨੋ ਬੰਧੁਰ੍ ਆਤ੍ਮੈਵ ਰਿਪੁਰ੍ ਆਤ੍ਮਨਹ੍ ॥5॥

ਓਦ੍ਧਰੇਤ੍ - ਕਲਿਆਣ ਕਰੇ ; **ਆਤ੍ਮਨਾ** - ਮਨੋਂ ; **ਆਤ੍ਮਨਾਮ੍** - ਬੱਧ ਜੀਵਾਂ ਨੂੰ ; **ਨ**- ਕਦੀ ਨਹੀਂ ; **ਆਤ੍ਸਾਨਮ੍**- ਬੱਧਜੀਵ ਨੂੰ ; **ਅਵਸ ਦਯੇਤ** - ਗਿਰਾਵਟ ਹੋਣ ਦੇਵੇ ; **ਆਤਮਾ** - ਮਨ ; **ਏਵ** - ਨਿਸਚੈ ਹੀ ; **ਹਿ** - ਯਕੀਨੀ ; **ਆਤ੍ਮਨਹ੍** - ਬੱਧਜੀਵ ਦਾ ; **ਬੰਧੁਹ੍** - ਮਿੱਤਰ ; **ਆਤਮਾ** - ਮਨ ; **ਏਵ** - ਨਿਸ਼ਚੈ ਹੀ ; **ਰਿਪੁਹ੍** - ਦੁਸ਼ਮਣ ; **ਆਤ੍ਮਨਹ੍** - ਬੱਧਜੀਵ ਦਾ ।

ਅਨੁਵਾਦ

ਮਨੁੱਖ ਨੂੰ ਚਾਹੀਦਾ ਹੈ ਕਿ ਆਪਣੇ ਮਨ ਦੀ ਮਦਦ ਨਾਲ ਆਪਣਾ ਭਲਾ ਕਰੇ ਅਤੇ ਆਪਣੇ ਆਪ ਨੂੰ ਥੱਲੇ ਨਾ ਡਿੱਗਣ ਦੇਵੇ। ਇਹ ਮਨ ਬੱਧ ਜੀਵ ਦਾ ਮਿੱਤਰ ਵੀ ਹੈ ਅਤੇ ਦੁਸ਼ਮਣ ਵੀ।

ਭਾਵ

ਪ੍ਰਸੰਗ ਮੁਤਾਬਿਕ 'ਆਤਮਾ' ਸ਼ਬਦ ਦਾ ਅਰਥ ਸ਼ਰੀਰ, ਮਨ ਅਤੇ ਆਤਮਾ ਹੁੰਦਾ ਹੈ। ਯੋਗ ਪੱਧਤੀ ਵਿਚ ਮਨ ਅਤੇ ਆਤਮਾ ਦਾ ਖ਼ਾਸ ਮਹੱਤਵ ਹੈ। ਕਿਉਂਕਿ ਮਨ ਹੀ ਯੋਗ ਪਧੱਤੀ ਦਾ ਕੇਂਦਰ ਬਿੰਦੂ ਹੈ। ਇਸ ਲਈ ਇਸ ਪ੍ਰਸੰਗ ਵਿਚ ਆਤਮਾ ਤੋਂ ਭਾਵ ਮਨ ਹੁੰਦਾ ਹੈ। ਯੋਗ ਪਧੱਤੀ ਦਾ ਮੰਤਵ ਮਨ ਨੂੰ ਰੋਕਣਾ ਅਤੇ ਇੰਦਰੀਆਂ ਦੇ ਵਿਸ਼ਿਆਂ ਪ੍ਰਤੀ ਲਗਾਉ ਤੋਂ ਉਸ ਨੂੰ ਹਟਾਉਣਾ ਹੈ। ਇੱਥੇ ਇਸ ਗੱਲ ਤੇ ਜ਼ੋਰ ਦਿੱਤਾ ਗਿਆ ਹੈ ਕਿ ਮਨ ਨੂੰ ਇੰਝ ਸਿੱਖਿਅਤ ਕੀਤਾ ਜਾਵੇ ਕਿ ਉਹ ਬੱਧ ਜੀਵ ਨੂੰ ਅਗਿਆਨ ਦੀ ਦਲਦਲ 'ਚੋਂ ਕੱਢ ਸਕੇ। ਇਸ ਸੰਸਾਰ ਵਿਚ ਮਨੁੱਖ ਮਨ ਅਤੇ ਇੰਦਰੀਆਂ ਤੋਂ ਪ੍ਰਭਾਵਿਤ ਹੁੰਦਾ ਹੈ। ਅਸਲ ਵਿਚ ਸ਼ੁੱਧ-ਆਤਮਾ ਇਸ ਸੰਸਾਰ ਵਿਚ ਇਸ ਲਈ ਫਸਿਆ ਹੋਇਆ ਹੈ, ਕਿਉਂਕਿ ਮਨ ਝੂਠੇ ਹਉਮੈ ਵਿਚ ਲਗ ਕੇ ਪ੍ਰਕ੍ਰਿਤੀ ਉਤੇ ਆਪਣੀ ਮਾਲਕੀਅਤ ਜਤਾਉਣਾ ਚਾਹੁੰਦਾ ਹੈ। ਇਸ ਲਈ ਮਨ ਨੂੰ ਇੰਝ ਸਿੱਖਿਅਤ ਕਰਨਾ ਚਾਹੀਦਾ ਹੈ ਕਿ ਉਹ ਪ੍ਰਕ੍ਰਿਤੀ ਦੀ ਤੜਕ-ਭੜਕ ਵੱਲ ਨਾ ਖਿੱਚਿਆ ਜਾਵੇ ਅਤੇ ਇੰਝ ਬੱਧ ਜੀਵ ਦੀ ਰੱਖਿਆ ਕੀਤੀ ਜਾ ਸਕੇ। ਮਨੁੱਖ ਨੂੰ ਇੰਦਰੀਆਂ ਦੇ ਵਿਸ਼ਿਆਂ ਵਿਚ ਰੁੱਝਕੇ ਆਪਣੇ ਆਪ ਨੂੰ ਗਿਰਾਉਣਾ ਨਹੀਂ ਚਾਹੀਦਾ। ਜਿਹੜਾ ਜਿੰਨਾ ਹੀ ਇੰਦਰੀਆਂ ਦੇ ਵਿਸ਼ਿਆਂ ਵੱਲ ਖਿੱਚਿਆ ਰਹਿੰਦਾ ਹੈ, ਉਹ ਉਨੇਂ ਹੀ ਇਸ ਸੰਸਾਰ ਵਿਚ ਫਸਦਾ ਜਾਂਦਾ ਹੈ। ਆਪਣੇ ਮਨ ਨੂੰ ਵਿਰਕਤ ਕਰਨ ਦਾ ਸਭ ਤੋਂ ਉੱਤਮ ਸਾਧਨ ਇਹੋ ਹੈ ਕਿ ਮਨ ਨੂੰ ਹਮੇਸ਼ਾਂ ਕ੍ਰਿਸ਼ਨ ਭਾਵਨਾ ਅੰਮ੍ਰਿਤ ਵਿਚ ਲਗਾਕੇ ਰੱਖੇ। ਇਹ ਸ਼ਬਦ ਇਸੇ ਗੱਲ ਤੇ ਜ਼ੋਰ ਦੇਣ ਲਈ ਹੀ ਵਰਤਿਆ ਗਿਆ ਹੈ। ਭਾਵ ਇਸ ਨੂੰ ਜ਼ਰੂਰੀ ਕਰਨਾ ਚਾਹੀਦਾ ਹੈ। ਅੰਮ੍ਰਿਤ ਬਿੰਦੂ ਉਪਨਿਸ਼ਦ ਵਿਚ (2) ਕਿਹਾ ਗਿਆ ਹੈ :-

ਮਨ ਏਵ ਮਨੁਸ਼੍ਯਾਣਾਮ੍ ਕਾਰਣਮ੍ ਬੰਧ ਮੋਕ੍ਸ਼ਯੋਹ੍ ।
ਬੰਧਾਯ ਵਿਸ਼ਯਾਸੰਗੋ ਮੁਕ੍ਤ੍ਯੈ ਨਿਰ੍ਵਿਸ਼ਯਮ੍ ਮਨਹ੍ ॥

"ਮਨ ਹੀ ਮਨੁੱਖੀ ਬੰਧਨ ਅਤੇ ਮੁਕਤੀ ਦਾ ਕਾਰਨ ਹੈ। ਇੰਦਰੀਆਂ ਵਿਚ ਲੀਨ ਮਨ ਬੰਧਨ ਦਾ ਕਾਰਨ ਅਤੇ ਵਿਸ਼ਿਆਂ ਤੋਂ ਵਿਰਕਤ ਮਨ ਮੁਕਤੀ ਦਾ ਕਾਰਨ ਹੈ।" ਇਸ ਲਈ ਜਿਹੜਾ ਮਨ ਲਗਾਤਾਰ ਕ੍ਰਿਸ਼ਨ ਭਾਵਨਾ ਅੰਮ੍ਰਿਤ ਵਿਚ ਲਗਿਆ ਰਹਿੰਦਾ ਹੈ ਉਹੀ ਪਰਮ ਮੁਕਤੀ ਦਾ ਕਾਰਨ ਹੈ।

बन्धुरात्मात्मनस्तस्य येनात्मैवात्मना जित: ।
अनात्मनस्तु शत्रुत्वे वर्तेतात्मैव शत्रुवत् ॥ ६ ॥

ਬੰਧੁਰ੍ਆਤਮਾਤ੍ਮਨਸ੍ ਤਸ੍ਯ ਯੇਨਾਤ੍ਮੈਵਾਤ੍ਮਨਾ ਜਿਤਹ੍ ।
ਅਨਾਤ੍ਮਨਸ੍ ਤੁ ਸ਼ਤ੍ਰੁਤ੍ਵੇ ਵਰ੍ਤੇਤਾਤ੍ਮੈਵ ਸ਼ਤ੍ਰੁ ਵਤ੍ ॥ 6 ॥

ਬੰਧੁਹ੍ – ਮਿੱਤਰ ; **ਆਤਮਾ** – ਮਨ ; **ਆਤ੍ਮਨਹ੍** – ਜੀਵ ਦਾ ; **ਤਸ੍ਯ** – ਉਸਦਾ ; **ਯੇਨ**– ਜਿਸ ਨਾਲ ; **ਆਤ੍ਮਾ** – ਮਨ ; **ਏਵ** – ਨਿਸ਼ਚੈ ਹੀ ; **ਆਤਮਨਾ**– ਜੀਵ ਆਤਮਾ ਰਾਹੀਂ ; **ਜਿਤਹ੍** – ਜਿੱਤੀ ਗਈ ; **ਅਨਾਤ੍ਮਨਹ੍** – ਜਿਹੜਾ ਮਨ ਨੂੰ ਕਾਬੂ ਵਿਚ ਨਹੀਂ ਕਰ ਸਕਿਆ ਉਸਦਾ ; **ਤੁ** – ਪਰ ; **ਸ਼ਤ੍ਰੁਤ੍ਵੇ** – ਦੁਸ਼ਮਣੀ ਕਾਰਨ ; **ਵਰ੍ਤੇਤ** – ਬੰਨਿਆ ਰਹਿੰਦਾ ਹੈ ; **ਆਤ੍ਮਾ ਏਵ** – ਉਹੀ ਮਨ ; **ਸ਼ਤ੍ਰੁਵਤ੍** – ਦੁਸ਼ਮਣ ਵਾਂਗ ।

ਅਨੁਵਾਦ

ਜਿਸਨੇ ਮਨ ਨੂੰ ਜਿੱਤ ਲਿਆ ਹੈ ਉਸ ਲਈ ਮਨ ਸਭਨਾਂ ਤੋਂ ਉੱਤਮ ਮਿੱਤਰ ਹੈ, ਪਰ ਜਿਹੜਾ ਅਜਿਹਾ ਨਹੀਂ ਕਰ ਸਕਿਆ, ਉਸ ਲਈ ਮਨ ਸਭ ਤੋਂ ਵੱਡਾ ਦੁਸ਼ਮਣ ਬਣਿਆ ਰਹੇਗਾ ।

ਭਾਵ

ਅਸ਼ਟਾਂਗ ਯੋਗ ਦੇ ਅਭਿਆਸ ਦਾ ਮੰਤਵ ਮਨ ਨੂੰ ਕਾਬੂ ਕਰਨਾ ਹੈ, ਜਿਸ ਨਾਲ ਮਨੁੱਖੀ ਟੀਚਾ ਹਾਸਿਲ ਕਰਨ ਲਈ ਉਹ ਦੋਸਤ ਬਣਿਆ ਰਹੇ । ਮਨ ਨੂੰ ਕਾਬੂ ਕੀਤੇ ਬਿਨ੍ਹਾਂ ਯੋਗ ਅਭਿਆਸ ਕਰਨਾ ਸਿਰਫ ਸਮਾਂ ਬਰਬਾਦ ਕਰਨਾ ਹੈ । ਜਿਹੜਾ ਆਪਣੇ ਮਨ ਨੂੰ ਕਾਬੂ ਵਿਚ ਨਹੀਂ ਕਰ ਸਕਦਾ, ਉਹ ਲਗਾਤਾਰ ਆਪਣੇ ਪੱਕੇ ਦੁਸ਼ਮਣ ਨਾਲ ਰਹਿੰਦਾ ਹੈ ਅਤੇ ਇੰਝ ਉਸਦਾ ਜੀਵਨ ਅਤੇ ਮੰਤਵ ਦੋਵੇਂ ਹੀ ਖਤਮ ਹੋ ਜਾਂਦੇ ਹਨ । ਜੀਵ ਦੀ ਸੁਭਾਵਿਕ ਸਥਿਤੀ ਇਹ ਹੈ ਕਿ ਉਹ ਆਪਣੇ ਸਵਾਮੀ ਦੀ ਆਗਿਆ ਦੀ ਪਾਲਣਾ ਕਰੇ । ਇਸ ਲਈ ਜਦੋਂ ਤਕ ਮਨ ਅਜਿੱਤ ਦੁਸ਼ਮਣ ਬਣਿਆ ਰਹਿੰਦਾ ਹੈ, ਉਦੋਂ ਤਕ ਮਨੁੱਖ ਨੂੰ ਕਾਮ, ਕ੍ਰੋਧ, ਲਾਲਚ, ਮੋਹ ਆਦਿ ਦੀ ਆਗਿਆ ਦਾ ਪਾਲਣ ਕਰਨਾ ਪੈਂਦਾ ਹੈ । ਪਰ ਜਦੋਂ ਮਨ ਨੂੰ ਜਿੱਤ ਲਿਆ ਜਾਂਦਾ ਹੈ ਤਾਂ ਮਨੁੱਖ ਮਰਜ਼ੀ ਮੁਤਾਬਿਕ ਭਗਵਾਨ ਦੀ ਆਗਿਆ ਦਾ ਪਾਲਣ ਕਰਦਾ ਹੈ, ਜਿਹੜਾ ਸਾਰਿਆਂ ਦੇ ਹਿਰਦੇ ਵਿਚ ਪਰਮਾਤਮਾ ਸਰੂਪ ਸਥਿਤ ਹਨ। ਅਸਲੀ ਯੋਗ ਅਭਿਆਸ ਹਿਰਦੇ ਅੰਦਰ ਪਰਮਾਤਮਾ ਨਾਲ ਭੇਂਟ ਕਰਨਾ ਅਤੇ ਉਨ੍ਹਾਂ ਦੀ ਆਗਿਆ ਦਾ ਪਾਲਣ ਕਰਨਾ ਹੈ । ਜਿਹੜਾ ਮਨੁੱਖ ਪ੍ਰਤੱਖ ਕ੍ਰਿਸ਼ਨ ਭਾਵਨਾ ਅੰਮ੍ਰਿਤ ਸਵੀਕਾਰ ਕਰਦਾ ਹੈ, ਉਹ ਭਗਵਾਨ ਦੀ ਆਗਿਆ ਪ੍ਰਤੀ ਆਪਣੇ ਆਪ ਹੀ ਸਮਰਪਿਤ ਹੋ ਜਾਂਦਾਹੈ ।

जितात्मनः प्रशान्तस्य परमात्मा समाहितः ।
शीतोष्णसुखदुःखेषु तथा मानापमानयोः ॥ ७॥

ਜਿਤਾਤ੍ਮਨਹ੍ ਪ੍ਰਸ਼ਾਂਤਸ੍ਯ ਪਰਮਾਤ੍ਮਾ ਸਮਾਹਿਤਹ੍ ।
ਸ਼ੀਤੋਸ਼੍ਣ ਸੁਖ ਦੁਹ੍ਖੇਸ਼ੁ ਤਥਾ ਮਾਨਾਪਮਾਨਯੋਹ੍ ॥ 7 ॥

ਜਿਤ-ਆਤ੍ਮਨਹ – ਜਿਸਨੇ ਮਨ ਨੂੰ ਜਿੱਤ ਲਿਆ ਹੈ ; **ਪ੍ਰਸ਼ਾਂਤਸ੍ਯ** – ਮਨ ਨੂੰ ਕਾਬੂ ਵਿਚ ਕਰਕੇ ਸ਼ਾਂਤੀ ਪ੍ਰਾਪਤ ਕਰਨ ਵਾਲੇ ਦਾ ; **ਪਰਮ-ਆਤ੍ਮਾ** – ਪਰਮਾਤਮਾ ; **ਸਮਾਹਿਤਹ੍** – ਪੂਰਨ ਰੂਪ ਨਾਲ ਪ੍ਰਾਪਤ ; **ਸ਼ੀਤ** – ਸਰਦੀ ; **ਉਸ਼੍ਣ** – ਗਰਮੀ ਵਿਚ ; **ਸੁਖ**– ਸੁਖ ; **ਦੁਹ੍ਖੇਸ਼ੁ** – ਅਤੇ ਦੁੱਖ ਵਿਚ ; **ਤਥਾ** – ਵੀ ; **ਮਾਨ** – ਸਨਮਾਨ ; **ਅਪਮਾਨ ਯੋਹ੍** – ਅਤੇ ਅਪਮਾਨ ਵਿਚ ।

ਅਨੁਵਾਦ

ਜਿਸਨੇ ਮਨ ਨੂੰ ਜਿੱਤ ਲਿਆ ਹੈ, ਉਸਨੇ ਪਹਿਲੋਂ ਹੀ ਪਰਮਾਤਮਾ ਨੂੰ ਪਾ ਲਿਆ ਹੈ , ਕਿਉਂਕਿ ਉਸਨੇ ਸ਼ਾਂਤੀ ਪ੍ਰਾਪਤ ਕਰ ਲਈ ਹੈ। ਅਜਿਹੇ ਮਨੁੱਖ ਲਈ ਸੁਖ-ਦੁੱਖ, ਸਰਦੀ-ਗਰਮੀ, ਅਤੇ ਮਾਨ-ਅਪਮਾਨ ਇੱਕੋ ਜਿਹੇ ਹਨ।

ਭਾਵ

ਅਸਲ ਵਿਚ ਹਰ ਜੀਵ ਉਸ ਭਗਵਾਨ ਦੀ ਆਗਿਆ ਦਾ ਪਾਲਣ ਕਰਨ ਲਈ ਆਇਆ ਹੈ, ਜਿਹੜੇ ਹਰ ਮਨੁੱਖ ਦੇ ਹਿਰਦੇ ਵਿਚ ਪਰਮਾਤਮਾ ਰੂਪ ਵਿਚ ਬਿਰਾਜਮਾਨ ਹਨ। ਜਦੋਂ ਮਨ ਬਹੁਰੰਗੀ ਮਾਇਆ ਰਾਹੀਂ ਕੁਰਾਹੇ ਵੱਲ ਕਰ ਦਿੱਤਾ ਜਾਂਦਾ ਹੈ ਤਾਂ ਮਨੁੱਖ ਭੌਤਿਕ ਕੰਮ-ਕਾਰਜਾਂ ਵਿਚ ਉਲਝ ਜਾਂਦਾ ਹੈ। ਜਦੋਂ ਵੀ ਮਨ ਕਿਸੇ ਯੋਗ ਪਧੱਤੀ ਰਾਹੀਂ ਕਾਬੂ ਵਿਚ ਆਉਂਦਾ ਹੈ, ਉਦੋਂ ਹੀ ਮਨੁੱਖ ਨੂੰ ਟੀਚੇ ਤੇ ਅਪੜਿਆ ਮੰਨ ਲਿਆ ਜਾਣਾ ਚਾਹੀਦਾ ਹੈ। ਮਨੁੱਖ ਨੂੰ ਭਗਵਾਨ ਦੀ ਆਗਿਆ ਦਾ ਪਾਲਣ ਕਰਨਾ ਚਾਹੀਦਾ ਹੈ। ਜਦੋਂ ਮਨੁੱਖ ਦਾ ਮਨ ਪਰ੍ਹਾ ਪ੍ਰਕ੍ਰਿਤੀ ਵਿਚ ਸਥਿਰ ਹੋ ਜਾਂਦਾ ਹੈ ਤਾਂ ਜੀਵ-ਆਤਮਾ ਅੱਗੇ ਭਗਵਾਨ ਦੀ ਆਗਿਆ ਪਾਲਣ ਤੋਂ ਬਿਨ੍ਹਾਂ ਹੋਰ ਕੋਈ ਰਾਹ ਨਹੀਂ ਰਹਿ ਜਾਂਦਾ। ਮਨ ਨੂੰ ਕਿਸੇ ਨਾ ਕਿਸੇ ਉਚੇਰੇ ਹੁਕਮ ਨੂੰ ਮੰਨਕੇ ਉਸਦਾ ਪਾਲਣ ਕਰਨਾ ਹੁੰਦਾ ਹੈ। ਮਨ ਨੂੰ ਕਾਬੂ ਵਿਚ ਕਰਨ ਨਾਲ ਆਪਣੇ ਆਪ ਹੀ ਪਰਮਾਤਮਾ ਦੇ ਹੁਕਮ ਦੀ ਪਾਲਣਾ ਹੁੰਦੀ ਹੈ। ਕਿਉਂਕਿ ਕ੍ਰਿਸ਼ਨ ਭਾਵਨਾਭਾਵਿਤ ਹੁੰਦਿਆਂ ਹੀ ਇਹ ਅਲੌਕਿਕ ਸਥਿਤੀ ਹਾਸਲ ਹੋ ਜਾਂਦੀ ਹੈ ਇਸ ਲਈ ਭਗਵਾਨ ਦਾ ਭਗਤ ਸੰਸਾਰ ਦੇ ਦਵੈਤਾਂ ਜਿਵੇਂ ਸੁਖ-ਦੁੱਖ, ਸਰਦੀ-ਗਰਮੀ ਆਦਿ ਤੋਂ ਅਪ੍ਰਭਾਵਿਤ ਰਹਿੰਦਾ ਹੈ। ਇਹ ਅਵਸਥਾ ਵਿਵਹਾਰਕ ਸਮਾਧੀ ਜਾਂ ਪਰਮਾਤਮਾ ਵਿਚ ਲੀਨਤਾ ਹੈ।

ज्ञानविज्ञानतृप्तात्मा कूटस्थो विजितेन्द्रियः ।
युक्त इत्युच्यते योगी समलोष्टाश्मकाञ्चनः ॥८॥

ਗ੍ਯਾਨ ਵਿਗ੍ਯਾਨ ਤ੍ਰਿਪ੍ਤਾਤ੍ਮਾ ਕੂਟ-ਸ੍ਥੋ ਵਿਜਿਤੇਂਦ੍ਰਿਯਹ੍ ।
ਯੁਕ੍ਤ ਇਤਿਉਚ੍ਯਤੇ ਯੋਗੀ ਸਮ-ਲੋਸ਼੍ਟਰਾਸ਼੍ਮ-ਕਾਂਚਨਹ੍ ॥8॥

ਗ੍ਯਾਨ -ਇਕੱਠਾ ਕੀਤਾ ਗਿਆਨ ; **ਵਿਗ੍ਯਾਨ** - ਅਨੁਭਵੀ ਗਿਆਨ ਨਾਲ ; **ਤ੍ਰਿਪ੍ਤ** - ਸੰਤੁਸ਼ਟ; **ਆਤ੍ਮਾ** - ਜੀਵ ; **ਕੂਟਸ੍ਥਹ੍**-ਅਧਿਆਤਮਕ ਰੂਪ ਵਿਚ ਸਥਿਤ ; **ਵਿਜਿਤ-ਇੰਦ੍ਰਿਯਹ੍**-ਇੰਦਰੀਆਂ ਨੂੰ ਕਾਬੂ ਕਰਕੇ ; **ਯੁਕ੍ਤਹ੍** - ਆਤਮ ਸਾਖਿਆਤਕਾਰ (ਪ੍ਰਤੱਖੀਕਰਨ) ਲਈ ਯੋਗ ; **ਇਤ੍**-ਇਸ ਤਰ੍ਹਾਂ ; **ਉਚ੍ਯਤੇ**- ਕਿਹਾ ਜਾਂਦਾ ਹੈ ; **ਯੋਗੀ** - ਯੋਗ ਦਾ ਸਾਧਕ; **ਸਮ**-ਸਮਦਰਸ਼ੀ ; **ਲੋਸ਼੍ਟਰ** - ਕੰਕਰ , **ਅਸ਼੍ਮ** - ਪੱਥਰ ; **ਕਾਂਚਨਹ੍** - ਸੋਨਾ।

ਅਨੁਵਾਦ

ਉਹ ਮਨੁੱਖ ਆਤਮ-ਸਾਖਿਆਤਕਾਰ ਨੂੰ ਪ੍ਰਾਪਤ ਯੋਗੀ ਕਹਾਉਂਦਾ ਹੈ, ਜਿਹੜਾ ਆਪਣੇ ਇਕੱਠੇ ਕੀਤੇ ਗਿਆਨ ਅਤੇ ਅਨੁਭੂਤੀ ਨਾਲ ਪੂਰੀ ਤਰ੍ਹਾਂ ਸੰਤੁਸ਼ਟ ਰਹਿੰਦਾ ਹੈ। ਅਜਿਹਾ ਮਨੁੱਖ ਅਧਿਆਤਮ ਨੂੰ ਪ੍ਰਾਪਤ ਅਤੇ ਆਤਮ-ਸੰਜਮਿਤ ਕਹਾਉਂਦਾ ਹੈ, ਉਹ ਕਦੀ ਵੀ ਵਸਤਾਂ ਨੂੰ, ਭਾਵੇਂ ਉਹ ਕੰਕਰ ਹੋਣ, ਪੱਥਰ ਹੋਣ ਜਾਂ ਫਿਰ ਸੋਨਾ ਇੱਕੋ ਵਰਗਾ ਵੇਖਦਾ ਹੈ।

ਭਾਵ

ਪਰਮ ਸਤਿ ਦੇ ਅਨੁਭਵ ਤੋਂ ਬਿਨ੍ਹਾਂ ਕੋਰਾ ਗਿਆਨ ਵਿਅਰਥ ਹੈ। ਭਗਤੀ ਰਸਾਮ੍ਰਿਤ ਸਿੰਧੂ ਵਿਚ ਕਿਹਾ ਹੈ :-

> ਅਤਹ ਸ਼੍ਰੀ ਕ੍ਰਿਸ਼ਣ-ਨਾਮਾਦਿ ਨ ਭਵੇਦ੍ ਗ੍ਰਾਹਯਮ ਇੰਦ੍ਰਿਯੈਹ੍।
> ਸੇਵਨਮੁਖੇ ਹਿ ਜਿਹ੍ਵਾਦੌ ਸ੍ਵਯਮ੍ ਏਵ ਸਫੁਰਤਿ ਅਦਹ੍॥

(ਭਗਤੀ ਰਸਾਮ੍ਰਿਤ ਸਿੰਧੂ 1-2-234)

'ਕੋਈ ਵੀ ਵਿਅਕਤੀ ਆਪਣੀ ਦੂਸ਼ਿਤ ਇੰਦਰੀਆਂ ਰਾਹੀਂ ਸ਼੍ਰੀ ਕ੍ਰਿਸ਼ਨ ਦੇ ਨਾਂ, ਰੂਪ, ਗੁਣ ਅਤੇ ਉਨ੍ਹਾਂ ਦੀਆਂ ਲੀਲਾਵਾਂ ਦੇ ਅਲੌਕਿਕ ਸੁਭਾਅ ਨੂੰ ਨਹੀਂ ਸਮਝ ਸਕਦਾ। ਭਗਵਾਨ ਦੀ ਅਲੌਕਿਕ ਸੇਵਾ ਨਾਲ ਪੂਰਨ ਹੋਣ ਤੇ ਹੀ ਕੋਈ ਉਨ੍ਹਾਂ ਦੇ ਅਲੌਕਿਕ ਨਾਂ, ਰੂਪ ਗੁਣ ਅਤੇ ਲੀਲਾਵਾਂ ਨੂੰ ਸਮਝ ਸਕਦਾ ਹੈ।'

ਇਹ ਭਗਵਤ ਗੀਤਾ ਕ੍ਰਿਸ਼ਨ ਭਾਵਨਾ ਅੰਮ੍ਰਿਤ ਦਾ ਵਿਗਿਆਨ ਹੈ, ਸਿਰਫ ਸੰਸਾਰੀ ਵਿਦਵਤਾ ਨਾਲ ਕੋਈ ਕ੍ਰਿਸ਼ਨ ਭਾਵਨਾ ਭਾਵਿਤ ਨਹੀਂ ਹੋ ਸਕਦਾ। ਉਸ ਨੂੰ ਸ਼ੁੱਧ ਚੇਤਨਾ ਵਾਲੇ ਵਿਅਕਤੀ ਦਾ ਸੰਗ ਪ੍ਰਾਪਤ ਹੋਣ ਦਾ ਸੁਭਾਗ ਮਿਲਣਾ ਚਾਹੀਦਾ ਹੈ। ਕ੍ਰਿਸ਼ਨ ਭਾਵਨਾ ਭਾਵਿਤ ਵਿਅਕਤੀ ਨੂੰ ਭਗਵਤ ਕ੍ਰਿਪਾ ਨਾਲ ਗਿਆਨ ਦਾ ਅਨੁਭਵ ਹੁੰਦਾ ਹੈ। ਕਿਉਂਕਿ ਉਹ ਸ਼ੁੱਧ ਭਗਤੀ ਤੋਂ ਸੰਤੁਸ਼ਟ ਰਹਿੰਦਾ ਹੈ। ਅਨੁਭਵੀ ਗਿਆਨ ਨਾਲ ਉਹ ਪੂਰਨ ਬਣਦਾ ਹੈ। ਅਧਿਆਤਮਿਕ ਗਿਆਨ ਨਾਲ ਮਨੁੱਖ ਆਪਣੇ ਇਰਾਦਿਆਂ ਵਿਚ ਪੱਕਾ ਰਹਿ ਸਕਦਾ ਹੈ, ਪਰ ਸਿਰਫ ਵਿੱਦਿਅਕ ਗਿਆਨ ਨਾਲ ਉਹ ਬਾਹਰੀ ਵਿਰੋਧਾਂ ਰਾਹੀਂ ਅਸਾਨੀ ਨਾਲ ਮੋਹਿਆ ਅਤੇ ਭ੍ਰਮਿਤ ਹੋ ਸਕਦਾ ਹੈ। ਸਿਰਫ ਸਰੂਪ ਸਿੱਧ ਆਤਮਾ ਹੀ ਆਤਮ ਸੰਜਮੀ ਹੁੰਦਾ ਹੈ। ਕਿਉਂਕਿ ਉਹ ਕ੍ਰਿਸ਼ਨ ਦੀ ਸ਼ਰਨ ਜਾ ਚੁੱਕਾ ਹੁੰਦਾ ਹੈ। ਉਹ ਅਲੌਕਿਕ ਹੁੰਦਾ ਹੈ, ਕਿਉਂਕਿ ਉਸਨੂੰ ਸੰਸਾਰੀ ਵਿਦਵਤਾ ਤੋਂ ਕੁਝ ਲੈਣਾ ਦੇਣਾ ਨਹੀਂ ਰਹਿੰਦਾ। ਉਸ ਲਈ ਸੰਸਾਰੀ ਵਿਦਵਤਾ ਅਤੇ ਮਾਨਸਿਕ ਧਰਮ ਜਿਹੜੇ ਹੋਰਨਾਂ ਲਈ ਸੋਨੇ ਵਰਗੇ ਉੱਤਮ ਹੁੰਦੇ ਹਨ ਕੰਕਰ ਅਤੇ ਪੱਥਰਾਂ ਤੋਂ ਵੱਧ ਨਹੀਂ ਹੁੰਦੇ।

> सुहृन्मित्रार्युदासीनमध्यस्थद्वेष्यबन्धुषु ।
> साधुष्वपि च पापेषु समबुद्धिर्विशिष्यते ॥ ९ ॥

> ਸੁਹ੍ਰਿਨ੍ ਮਿਤਰਾਰਿ ਓਦਾਸੀਨ ਮਧਯਸਥ ਦ੍ਵੇਸ਼੍ਯ ਬੰਧੁਸ਼ੁ।
> ਸਾਧੁਸ਼੍ਵ੍ ਅਪਿ ਚ ਪਾਪੇਸ਼ੁ ਸਮ ਬੁੱਧਿਰ੍ ਵਿਸ਼ਿਸ਼੍ਯਤੇ ॥9॥

ਸੁ-ਹ੍ਰਿਤ੍- ਸ਼ੁਭ ਇੱਛਕ ; **ਮਿਤ੍ਰ**- ਪਿਆਰ ਪੂਰਨ ਕਲਿਆਣ ਚਾਹੁਣ ਵਾਲਾ ; **ਅਰਿ**- ਦੁਸ਼ਮਣ ; **ਉਦਾਸੀਨ** - ਦੁਸ਼ਮਣਾਂ ਵਿਚ ਨਿਰਪੱਖ ; **ਮਧ੍ਯਸਥ** - ਦੁਸ਼ਮਣਾਂ ਵਿਚ ਸੁਲਹ ਕਰਾਉਣ ਵਾਲਾ ; **ਦ੍ਵੇਸ਼੍ਯ** - ਈਰਖਾ ਕਰਨ ਵਾਲਾ ; **ਬੰਧੁਸ਼ੁ** - ਰਿਸ਼ਤੇਦਾਰਾਂ ਜਾਂ ਸ਼ੁੱਭ ਇੱਛਕਾਂ ਵਿਚੋਂ ; **ਸਾਧੁਸ਼ੁ**- ਸਾਧੂਆਂ ਵਿਚ ; **ਅਪਿ** - ਵੀ ; **ਚ** - ਅਤੇ ; **ਪਾਪੇਸ਼ੁ** - ਪਾਪੀਆਂ ਵਿਚ ; **ਸਮ-ਬੁੱਧਿਹ੍** - ਬਰਾਬਰ ਬੁੱਧੀ ਵਾਲਾ ; **ਵਿਸ਼ਿਸ਼੍ਯਤੇ** -ਅੱਗੇ ਵਧਿਆ ਹੁੰਦਾ ਹੈ ।

ਅਨੁਵਾਦ

ਜਦੋਂ ਮਨੁੱਖ ਛੱਲ, ਕਪਟ ਤੋਂ ਪਰ੍ਹੇ ਇਮਾਨਦਾਰ ਹਿਤੈਸ਼ੀ ਦੋਸਤਾਂ, ਪਿਆਰੇ ਮਿੱਤਰਾਂ, ਨਿਰਪੱਖਾਂ, ਸੁਲਹ ਕਰਾਉਣ ਵਾਲਿਆਂ, ਈਰਖਾਲੂਆਂ, ਦੁਸ਼ਮਣਾਂ ਅਤੇ ਦੋਸਤਾਂ, ਪਵਿੱਤਰ ਅਤੇ ਪਾਪੀ ਆਤਮਾਵਾਂ ਨੂੰ ਬਰਾਬਰੀ ਦੇ ਭਾਵ ਨਾਲ ਵੇਖਦਾ ਹੈ ਤਾਂ ਉਹ ਹੋਰ ਵੀ ਉਨੱਤ ਮੰਨਿਆ ਜਾਂਦਾ ਹੈ ।

योगी युञ्जीत सततमात्मानं रहसि स्थितः ।
एकाकी यतचित्तात्मा निराशीरपरिग्रहः ॥१०॥

ਯੋਗੀ ਯੁੰਜੀਤ ਸਤਤਮ੍ ਆਤ੍ਮਾਨਮ੍ ਰਹਸਿ ਸ੍ਥਿਤਹ੍ ।
ਏਕਾਕੀ ਯਤ ਚਿੱਤ ਆਤ੍ਮਾ ਨਿਰਾਸ਼ੀਰ੍ ਅਪਰਿਗ੍ਰਹ੍ ॥ 10 ॥

ਯੋਗੀ-ਯੋਗੀ ; **ਯੁੰਜੀਤ**- ਕ੍ਰਿਸ਼ਨ ਚੇਤਨਾ ਵਿਚ ਸਥਿਤ ਕਰੇ ; **ਸਤਤਮ੍**- ਲਗਾਤਾਰ ; **ਆਤ੍ਮਾਨਮ੍** - ਆਪਣੇ ਆਪ ਨੂੰ (ਮਨ, ਸ਼ਰੀਰ ਅਤੇ ਆਤਮਾ ਨਾਲ) **ਰਹਸਿ** - ਇਕਾਂਤ ਥਾਂ ਵਿਚ ; **ਸ੍ਥਿਤਹ੍** - ਸਥਿਤ ਹੋ ; **ਏਕਾਕੀ** - ਇਕੱਲਾ ; **ਯਤ-ਚਿੱਤ-ਆਤ੍ਮਾ** - ਮਨ ਵਿਚ ਹਮੇਸ਼ਾ ਸੁਚੇਤ ; **ਨਿਰਾਸ਼ੀ** - ਕਿਸੇ ਹੋਰ ਚੀਜ਼ ਵੱਲ ਖਿੱਚੇ ਬਿਨ੍ਹਾਂ ; **ਅਪਰਿਗ੍ਰਹ੍** - ਮਾਲਕੀਅਤ ਦੀ ਭਾਵਨਾ ਤੋਂ ਰਹਿਤ ।

ਅਨੁਵਾਦ

ਯੋਗੀ ਨੂੰ ਚਾਹੀਦਾ ਹੈ ਕਿ ਉਹ ਹਮੇਸ਼ਾਂ ਆਪਣੇ ਸ਼ਰੀਰ, ਮਨ ਅਤੇ ਆਤਮਾ ਨੂੰ ਪਰਮੇਸ਼ਵਰ ਵੱਲ ਲਗਾਵੇ, ਇਕਾਂਤ ਥਾਂ ਤੇ ਰਹੇ ਅਤੇ ਬੜੀ ਸਾਵਧਾਨੀ ਨਾਲ ਆਪਣੇ ਮਨ ਨੂੰ ਕਾਬੂ ਵਿਚ ਕਰੇ । ਉਸਨੂੰ ਸਾਰੀਆਂ ਇੱਛਾਵਾਂ ਅਤੇ ਸੰਗ੍ਰਿਹ ਕਰਨ ਦੀਆਂ ਭਾਵਨਾਵਾਂ ਤੋਂ ਮੁਕਤ ਹੋਣਾ ਚਾਹੀਦਾ ਹੈ ।

ਭਾਵ

ਕ੍ਰਿਸ਼ਨ ਦੀ ਅਨੁਭੂਤੀ ਬ੍ਰਹਮ, ਪਰਮਾਤਮਾ ਅਤੇ ਸ਼੍ਰੀ ਭਗਵਾਨ ਦੇ ਵੱਖੋ-ਵੱਖਰੇ ਰੂਪਾਂ ਵਿਚ ਹੁੰਦੀ ਹੈ । ਸੰਖੇਪ ਵਿਚ ਕ੍ਰਿਸ਼ਨ ਭਾਵਨਾ ਅੰਮ੍ਰਿਤ ਦਾ ਅਰਥ ਹੈ, ਭਗਵਾਨ ਦੀ ਅਲੌਕਿਕ ਪ੍ਰੇਮ ਭਗਤੀ ਵਿਚ ਲਗੇ ਰਹਿਣਾ । ਪਰ ਜਿਹੜੇ ਲੋਕ ਨਿਰਾਕਾਰ ਬ੍ਰਹਮ ਜਾਂ ਅੰਤਰਜਾਮੀ ਪਰਮਾਤਮਾ ਵੱਲ ਮੋਹਿਤ ਹੁੰਦੇ ਹਨ, ਉਹ ਵੀ ਥੋੜ੍ਹੇ ਜਿਹੇ ਕ੍ਰਿਸ਼ਨ ਭਾਵਨਾ ਭਾਵਿਤ ਹਨ, ਕਿਉਂ ਜੋ ਨਿਰਾਕਾਰ ਬ੍ਰਹਮ ਕ੍ਰਿਸ਼ਨ ਦੀ ਅਧਿਆਤਮਕ ਕਿਰਨ ਹੈ ਅਤੇ ਪਰਮਾਤਮਾ ਕ੍ਰਿਸ਼ਨ ਦਾ ਸਰਬਵਿਆਪੀ ਅੰਸ਼ਿਕ

ਵਿਸਥਾਰ ਹੁੰਦਾ ਹੈ। ਇੰਝ ਨਿਰਵੇਸ਼ਸ਼ਵਾਦੀ ਅਤੇ ਧਿਆਨਯੋਗੀ ਵੀ ਅਪ੍ਰੱਤਖ ਰੂਪ ਵਿਚ ਕ੍ਰਿਸ਼ਨ ਭਾਵਨਾ ਭਾਵਿਤ ਹੁੰਦੇ ਹਨ। ਪ੍ਰੱਤਖ ਰੂਪ ਵਿਚ ਕ੍ਰਿਸ਼ਨ ਭਾਵਨਾ ਭਾਵਿਤ ਮਨੁੱਖ ਸਭਨਾਂ ਤੋਂ ਉਚੇਰਾ ਯੋਗੀ ਹੁੰਦਾ ਹੈ, ਕਿਉਂਕਿ ਅਜਿਹਾ ਭਗਤ ਜਾਣਦਾ ਹੈ ਕਿ ਬ੍ਰਹਮ ਅਤੇ ਪਰਮਾਤਮਾ ਕੀ ਹਨ। ਉਸਨੂੰ ਪਰਮ ਸਤਿ ਸੰਬੰਧੀ ਪੂਰਾ ਗਿਆਨ ਹੁੰਦਾ ਹੈ, ਜਦੋਂ ਕਿ ਨਿਰਵਿਸ਼ੇਸ਼ਵਾਦੀ ਅਤੇ ਧਿਆਨਯੋਗੀ ਅਪੂਰਨ ਕ੍ਰਿਸ਼ਨ ਭਾਵਨਾ ਭਾਵਿਤ ਹੁੰਦੇ ਹਨ।

ਇਸਦੇ ਬਾਵਜੂਦ ਵੀ ਇਨ੍ਹਾਂ ਸਾਰਿਆਂ ਨੂੰ ਆਪੋ-ਆਪਣੇ ਕੰਮਾਂ ਵਿਚ ਲਗਾਤਾਰ ਲਗੇ ਰਹਿਣ ਦਾ ਹੁਕਮ ਦਿੱਤਾ ਜਾਂਦਾ ਹੈ ; ਜਿਸ ਨਾਲ ਉਹ ਦੇਰ-ਸਵੇਰ ਸਿੱਧੀ ਪਾ ਸਕਣ। ਯੋਗੀ ਦਾ ਪਹਿਲਾ ਫਰਜ਼ ਇਹ ਹੈ ਕਿ ਉਹ ਹਮੇਸ਼ਾਂ ਕ੍ਰਿਸ਼ਨ ਵੱਲ ਆਪਣਾ ਧਿਆਨ ਲਗਾਕੇ ਰੱਖੇ। ਉਸ ਨੂੰ ਹਰ ਪਲ ਕ੍ਰਿਸ਼ਨ ਦਾ ਚਿੰਤਨ ਕਰਨਾ ਚਾਹੀਦਾ ਹੈ ਅਤੇ ਇਕ ਪਲ ਉਹਨਾਂ ਨੂੰ ਨਹੀਂ ਭੁਲਾਉਣਾ ਚਾਹੀਦਾ। ਪਰਮੇਸ਼ਵਰ ਵਿਚ ਮਨ ਦੀ ਇਕਾਗਰਤਾ ਹੀ ਸਮਾਧੀ ਕਹਾਉਂਦੀ ਹੈ। ਮਨ ਨੂੰ ਇਕਾਗਰ ਕਰਨ ਲਈ ਹਮੇਸ਼ਾਂ ਇਕੱਲੇ ਰਹਿਣਾ ਚਾਹੀਦਾ ਹੈ ਅਤੇ ਬਾਹਰੀ ਝਮੇਲਿਆਂ ਤੋਂ ਬਚਣਾ ਚਾਹੀਦਾ ਹੈ। ਯੋਗੀ ਨੂੰ ਚਾਹੀਦਾ ਹੈ ਕਿ ਉਹ ਠੀਕ ਹਾਲਾਤ ਨੂੰ ਗ੍ਰਹਿਣ ਕਰ ਲਵੇ ਅਤੇ ਗਲਤ ਹਾਲਾਤ ਨੂੰ ਛੱਡ ਦੇਵੇ, ਜਿਸ ਨਾਲ ਉਸਦੀ ਅਨੁਭੂਤੀ ਤੇ ਕੋਈ ਅਸਰ ਨਾ ਪਵੇ। ਪੂਰਨ ਸੰਕਲਪ ਕਰ ਲੈਣ ਮਗਰੋਂ ਉਸਨੂੰ ਬੇਕਾਰ ਦੀਆਂ ਉਨ੍ਹਾਂ ਚੀਜ਼ਾਂ ਵੱਲ ਨਹੀਂ ਭੱਜਣਾ ਚਾਹੀਦਾ, ਜਿਹੜੀਆਂ ਉਸਨੂੰ ਮਲਕੀਅਤ ਦੀਆਂ ਭਾਵਨਾਵਾਂ ਵਿਚ ਫਸਾ ਲੈਣ।

ਇਹ ਸਾਰੀਆ ਸਿੱਖਿਆਵਾਂ ਅਤੇ ਸਾਵਧਾਨੀਆਂ ਤਾਂ ਹੀ ਪੂਰੀ ਤਰ੍ਹਾਂ ਨੇਪਰੇ ਚੜ੍ਹ ਸਕਦੀਆਂ ਹਨ, ਜਦੋਂ ਮਨੁੱਖ ਪ੍ਰੱਤਖ ਕ੍ਰਿਸ਼ਨ ਭਾਵਨਾ ਭਾਵਿਤ ਹੋਵੇ, ਕਿਉਂਕਿ ਪ੍ਰੱਤਖ ਕ੍ਰਿਸ਼ਨ ਭਾਵਨਾ ਅੰਮ੍ਰਿਤ ਦਾ ਅਰਥ ਹੈ ਆਤਮ ਤਿਆਗ, ਜਿਸ ਵਿਚ ਸੰਗ੍ਰਹਿ ਭਾਵਨਾ ਲਈ ਕੋਈ ਥਾਂ ਨਹੀਂ ਹੁੰਦੀ।

ਸ਼੍ਰੀਲ ਰੂਪ ਗੋਸਵਾਮੀ ਕ੍ਰਿਸ਼ਨ ਭਾਵਨਾ ਅੰਮ੍ਰਿਤ ਦਾ ਲੱਛਣ ਇੰਝ ਦੱਸਦੇ ਹਨ :

ਅਨਾਸਕ੍ਤਸ੍ਯ ਵਿਸ਼ਯਾਨ੍ ਯਥਾਰ੍ਹਮ੍ ਉਪਾਯੁੰਜਤਹ।
ਨਿਰ੍ਬੰਧਹ ਕ੍ਰਿਸ਼ਣ ਸੰਬੰਧੇ ਯੁਕ੍ਤਮ ਵੈਰਾਗ੍ਯਮ ਉਚ੍ਯਤੇ॥

ਪ੍ਰਾਪੰਚਿਕਤਯਾ ਬੁਦ੍ਧ੍ਯਾ ਹਰਿ ਸੰਬੰਧਿ ਵਸ੍ਤੁਨਹ੍।
ਮੁਮੁਕ੍ਸ਼ੁਭਿਹ੍ ਪਰਿਤ੍ਯਾਗੋ ਵੈਰਾਗ੍ਯਮ੍ ਫਲ੍ਗੁ ਕਥ੍ਯਤੇ॥

"ਜਦੋਂ ਮਨੁੱਖ ਕਿਸੇ ਚੀਜ਼ ਪ੍ਰਤੀ ਮੋਹਿਤ ਨਾ ਹੋ ਕੇ ਕ੍ਰਿਸ਼ਨ ਨਾਲ ਸੰਬੰਧਿਤ ਹਰ ਚੀਜ਼ ਨੂੰ ਸਵੀਕਾਰ ਕਰ ਲੈਂਦਾ ਹੈ ਤਾਂ ਉਹ ਮਲਕੀਅਤ ਦੀ ਭਾਵਨਾ ਤੋਂ ਉਚੱਾ ਹੋ ਜਾਂਦਾ ਹੈ। ਦੂਜੇ ਪਾਸੇ ਜਿਹੜਾ ਮਨੁੱਖ ਕ੍ਰਿਸ਼ਨ ਨਾਲ ਸੰਬੰਧਿਤ ਹਰ ਚੀਜ਼ ਨੂੰ ਬਿਨ੍ਹਾਂ ਜਾਣੇ ਤਿਆਗ ਦਿੰਦਾ ਹੈ, ਉਸਦਾ ਵੈਰਾਗ ਪੂਰਾ ਨਹੀਂ ਹੁੰਦਾ।"

(ਭਗਤੀ-ਰਸਾਮ੍ਰਿਤ-ਸਿੰਧੂ 2-255-256)

ਕ੍ਰਿਸ਼ਨ ਭਾਵਨਾ ਭਾਵਿਤ ਮਨੁੱਖ ਚੰਗੇਰੀ ਤਰ੍ਹਾਂ ਜਾਣਦਾ ਹੈ ਕਿ ਹਰ ਚੀਜ਼ ਸ਼੍ਰੀ ਕ੍ਰਿਸ਼ਨ ਦੀ ਹੈ, ਸਿੱਟੇ ਵਜੋਂ ਉਹ ਹਰ ਤਰ੍ਹਾਂ ਦੇ ਲੈਣ-ਦੇਣ ਦੀ ਭਾਵਨਾ ਤੋਂ ਮੁਕਤ ਰਹਿੰਦਾ ਹੈ। ਇੰਝ ਉਹ ਆਪਣੇ ਲਈ

ਕਿਸੇ ਚੀਜ਼ ਦੀ ਇੱਛਾ ਨਹੀਂ ਕਰਦਾ। ਉਹ ਜਾਣਦਾ ਹੈ ਕਿ ਕਿੰਝ ਕ੍ਰਿਸ਼ਨ ਭਾਵਨਾ ਅੰਮ੍ਰਿਤ ਦੇ ਅਨੁਰੂਪ ਚੀਜ਼ਾਂ ਨੂੰ ਸਵੀਕਾਰ ਕੀਤਾ ਜਾਂਦਾ ਹੈ ਅਤੇ ਕ੍ਰਿਸ਼ਨ ਭਾਵਨਾ ਅੰਮ੍ਰਿਤ ਦੇ ਉਲਟ ਚੀਜ਼ਾਂ ਦਾ ਤਿਆਗ ਕੀਤਾ ਜਾਂਦਾ ਹੈ। ਉਹ ਭੌਤਿਕ ਚੀਜ਼ਾਂ ਤੋਂ ਹਮੇਸ਼ਾਂ ਦੂਰ ਰਹਿੰਦਾ ਹੈ, ਕਿਉਂਕਿ ਉਹ ਅਲੌਕਿਕ ਹੁੰਦਾ ਹੈ ਅਤੇ ਕ੍ਰਿਸ਼ਨ ਭਾਵਨਾ ਅੰਮ੍ਰਿਤ ਤੋਂ ਸੱਖਣੇ ਮਨੁੱਖਾਂ ਨਾਲ ਕਿਸੇ ਤਰ੍ਹਾਂ ਦਾ ਸਰੋਕਾਰ ਨਾ ਰਹਿਣ ਕਰਕੇ ਹਮੇਸ਼ਾਂ ਇਕੱਲਾ ਰਹਿੰਦਾ ਹੈ। ਇਸ ਲਈ ਕ੍ਰਿਸ਼ਨ ਭਾਵਨਾ ਅੰਮ੍ਰਿਤ ਵਿਚ ਰਹਿਣ ਵਾਲਾ ਮਨੁੱਖ ਪੂਰਨ ਯੋਗੀ ਹੁੰਦਾ ਹੈ।

शुचौ देशे प्रतिष्ठाप्य स्थिरमासनमात्मनः ।
नात्युच्छ्रितं नातिनीचं चैलाजिनकुशोत्तरम् ॥ ११ ॥
तत्रैकाग्रं मनः कृत्वा यतचित्तेन्द्रियक्रियः ।
उपविश्यासने युञ्ज्याद्योगमात्मविशुद्धये ॥ १२ ॥

ਸ਼ੁਚੌ ਦੇਸ਼ੇ ਪ੍ਰਤਿਸ਼੍ਠਾਪ੍ਯ ਸ੍ਥਿਰਮ੍ ਆਸਨਮ੍ ਆਤ੍ਮਨਹ੍।
ਨਾਤਿ-ਉਚ੍ਛ੍ਰਿਤਮ੍ ਨਾਤਿ ਨੀਚਮ੍ ਚੈਲਾਜਿਨ ਕੁਸ਼ੋੱਤਰਮ ॥11॥
ਤਤ੍ਰੈਕਾਗ੍ਰਮ੍ ਮਨਹ੍ ਕ੍ਰਿਤ੍ਵਾ ਯਤ ਚਿਤ੍ਤੇਂਦ੍ਰਿਯ ਕ੍ਰਿਯਹ੍।
ਉਪਵਿਸ਼੍ਯਾਸਨੇ ਯੁੰਜ੍ਯਾਦ੍ ਯੋਗਮ ਆਤ੍ਮ ਵਿਸ਼ੁੱਧਯੇ ॥12॥

ਸ਼ੁਚੌ – ਪਵਿੱਤਰ ; **ਦੇਸ਼ੇ** – ਥਾਂ ਤੇ ; **ਪ੍ਰਤਿਸ਼੍ਠਾਪ੍ਯ** – ਸਥਾਪਿਤ ਕਰਕੇ ; **ਸ੍ਥਿਰਮ੍** – ਸਥਿਰ; **ਆਸਨਮ੍** – ਆਸਨ ; **ਆਤ੍ਮਨਹ੍** – ਆਪਣੇ ਤੋਂ ; **ਨ** – ਨਾ ਤਾਂ ; **ਅਤਿ ਉਚ੍ਛ੍ਰਿਤਮ੍**-ਉਚਾ ਜਿਆਦਾ ; **ਨੀਚਮ੍** – ਹੇਠਾਂ, ਨਿਚਲਾ ; **ਚੈਲ-ਅਜਿਨ**- ਮੁਲਾਇਮ ਕੱਪੜਾ ਅਤੇ ਹਿਰਨ ਦੀ ਖੱਲ ; **ਕੁਸ਼** – ਅਤੇ ਕੁਸ਼ਾ ਜਾਂ ਇੱਕ ਘਾਹ ਦਾ ; **ਉੱਤਰਮ੍** – ਇੱਕ ਕਪੜਾ ; **ਤਤ੍ਰ** – ਉਸ ਤੇ ; **ਏਕ ਅਗ੍ਰਮ੍** – ਇੱਕ ਧਿਆਨ ਕੇਂਦ੍ਰਿਤ ; **ਮਨਹ੍** – ਮਨ ; **ਕ੍ਰਿਤ੍ਵਾ** – ਕਰਕੇ ; **ਯਤ-ਚਿੱਤ੍**- ਮਨ ਨੂੰ ਕਾਬੂ ਵਿਚ ਕਰਦੇ ਹੋਏ ; **ਇੰਦਿਰੀਯ**- ਇੰਦਰੀਆਂ ; **ਕ੍ਰਿਯਹ੍** – ਅਤੇ ਕਾਰਜ ; **ਉਪਵਿਸ਼੍ਯ** – ਬੈਠਕੇ ; **ਆਸਨੇ** – ਆਸਨ ਤੇ ; **ਯੁੰਜ੍ਯਾਦ੍** – ਅਭਿਆਸ ਕਰੇ ; **ਯੋਗਮ੍** – ਯੋਗ; **ਆਤ੍ਮ** – ਹਿਰਦੇ ਦੀ ; **ਵਿਸ਼ੁੱਧਯੇ** – ਸ਼ੁੱਧੀ ਲਈ।

ਅਨੁਵਾਦ

ਯੋਗ ਅਭਿਆਸ ਲਈ ਯੋਗੀ ਇਕਾਂਤ ਥਾਂ ਤੇ ਜਾ ਕੇ ਧਰਤੀ ਤੇ ਕੁਸ਼ਾ ਵਿੱਛਾ ਲਵੇ ਅਤੇ ਫਿਰ ਉਸਨੂੰ ਹਿਰਨ ਦੀ ਖੱਲ ਨਾਲ ਢੱਕੇ ਅਤੇ ਉਸ ਉਪਰ ਮੁਲਾਇਮ ਕਪੜਾ ਵਿੱਛਾ ਲਵੇ। ਆਸਨ ਨਾ ਬਹੁਤ ਉਚੱਾ ਹੋਵੇ ਨਾ ਬਹੁਤ ਹੇਠਾਂ, ਇਹ ਪਵਿੱਤਰ ਥਾਂ ਤੇ ਹੋਵੇ। ਯੋਗੀ ਨੂੰ ਚਾਹੀਦਾ ਹੈ ਕਿ ਇਸ ਤੇ ਇੱਕ ਚਿੱਤ ਬੈਠ ਜਾਵੇ ਅਤੇ ਮਨ, ਇੰਦਰੀਆਂ ਅਤੇ ਕਾਰਜਾਂ ਨੂੰ ਕਾਬੂ ਕਰਦੇ ਹੋਏ ਅਤੇ ਮਨ ਨੂੰ ਇੱਕ ਬਿੰਦੂ ਤੇ ਟਿਕਾ ਕੇ ਹਿਰਦੇ ਨੂੰ ਸ਼ੁੱਧ ਕਰਨ ਲਈ ਯੋਗ ਅਭਿਆਸ ਕਰੇ।

ਭਾਵ

'ਪਵਿਤਰ ਅਸਥਾਨ' ਤੀਰਥ ਅਸਥਾਨ ਦਾ ਸੂਚਕ ਹੈ। ਭਾਰਤ ਵਿਚ ਯੋਗੀ ਅਤੇ ਭਗਤ ਆਪਣਾ ਘਰ ਛੱਡਕੇ ਪ੍ਰਯਾਗ, ਮਥਰਾ, ਬ੍ਰਿੰਦਾਵਨ, ਰਿਸ਼ੀਕੇਸ਼ ਅਤੇ ਹਰਿਦੁਆਰ ਵਰਗੇ ਪਵਿੱਤਰ ਅਸਥਾਨਾਂ ਤੇ ਨਿਵਾਸ ਕਰਦੇ ਹਨ ਅਤੇ ਇਕਾਂਤ ਅਸਥਾਨ ਵਿਚ ਯੋਗ ਅਭਿਆਸ ਕਰਦੇ ਹਨ, ਜਿਥੇ ਯਮੁਨਾ ਅਤੇ ਗੰਗਾ ਵਰਗੀਆਂ ਨਦੀਆਂ ਵਗਦੀਆਂ ਹਨ। ਪਰ ਅਕਸਰ ਅਜਿਹਾ ਕਰਨਾ ਸਭਨਾਂ ਲਈ ਖ਼ਾਸ ਕਰਕੇ ਪੱਛਮੀ ਦੇਸ਼ਾਂ ਦੇ ਨਿਵਾਸੀਆਂ ਲਈ ਸੰਭਵ ਨਹੀਂ ਹੈ। ਵੱਡੇ-ਵੱਡੇ ਸ਼ਹਿਰਾਂ ਦੀਆਂ ਅਖੌਤੀ ਯੋਗ ਸੰਮਤੀਆਂ ਭਾਵੇਂ ਪੈਸਾ ਕਮਾ ਲੈਣ, ਪਰ ਉਹ ਯੋਗ ਦੇ ਅਸਲੀ ਅਭਿਆਸ ਲਈ ਬਿਲਕੁਲ ਕਾਬਲ ਨਹੀਂ ਹਨ। ਜਿਸਦਾ ਮਨ ਡਾਵਾਂਡੋਲ ਹੈ ਅਤੇ ਜਿਹੜਾ ਆਤਮ ਸੰਜਮੀ ਨਹੀਂ ਹੈ, ਉਹ ਧਿਆਨ ਦਾ ਅਭਿਆਸ ਨਹੀਂ ਕਰ ਸਕਦਾ। ਇਸ ਲਈ ਬ੍ਰਿਹਨ-ਨਾਰਦੀਯ ਪੁਰਾਣ ਵਿਚ ਕਿਹਾ ਗਿਆ ਹੈ ਕਿ ਕਲਜੁਗ (ਵਰਤਮਾਨ ਯੁੱਗ) ਵਿਚ, ਜਦੋਂ ਲੋਕ ਘੱਟ ਉਮਰ ਵਾਲੇ ਹਨ, ਆਤਮ-ਸਾਖਿਆਤਕਾਰ ਵਿਚ ਸੁਸਤ (ਆਲਸੀ) ਅਤੇ ਚਿੰਤਾਵਾਂ ਵਿਚ ਘਿਰੇ ਰਹਿੰਦੇ ਹਨ, ਭਗਵਾਨ ਦੀ ਪ੍ਰਾਪਤੀ ਦਾ ਸਭ ਤੋਂ ਉੱਤਮ ਤਰੀਕਾ ਭਗਵਾਨ ਦੇ ਪਵਿੱਤਰ ਨਾਂ ਦਾ ਕੀਰਤਨ ਹੈ :-

ਹਰੇਰ੍ ਨਾਮ ਹਰੇਰ੍ ਨਾਮ੍ ਹਰੇਰ੍ ਨਾਮੈਵ ਕੇਵਲਮ੍।
ਕਲੌ ਨਾਸ੍ਤਿ ਏਵ ਨਾਸਿ੍ਤ ਏਵ ਨਾਸ੍ਤਿ ਏਵ ਗਤਿਰ੍ ਅਨ੍ਯਥਾ॥

'ਕਲੇਸ਼ ਅਤੇ ਪਾਖੰਡ ਦੇ ਇਸ ਯੁਗ ਵਿਚ ਮੁਕਤੀ ਦਾ ਸਿਰਫ ਇੱਕੋ-ਇੱਕ ਸਾਧਨ ਭਗਵਾਨ ਦੇ ਪਵਿੱਤਰ ਨਾਂ ਦਾ ਕੀਰਤਨ ਕਰਨਾ ਹੈ। ਕੋਈ ਹੋਰ ਰਸਤਾ ਨਹੀਂ ਹੈ, ਕੋਈ ਹੋਰ ਰਸਤਾ ਨਹੀਂ ਹੈ, ਕੋਈ ਹੋਰ ਰਸਤਾ ਨਹੀਂ ਹੈ।'

समं कायशिरोग्रीवं धारयन्नचलं स्थिरः ।
सम्प्रेक्ष्य नासिकाग्रं स्वं दिशश्चानवलोकयन् ॥ १३ ॥
प्रशान्तात्मा विगतभीर्ब्रह्मचारिव्रते स्थितः ।
मनः संयम्य मच्चित्तो युक्त आसीत मत्परः ॥ १४ ॥

ਸਮਮ੍ ਕਾਯ ਸ਼ਿਰੋ ਗ੍ਰੀਵਮ੍ ਧਾਰਯੰਨ੍ ਚਲਮ੍ ਸਥਿਰਹ੍।
ਸੰਪ੍ਰੇਕਸ਼੍ਯ ਨਾਸਿਕਾਗ੍ਰਮ੍ ਸ੍ਵਮ੍ ਦਿਸ਼ਸ਼੍ ਚਾਨਵਲੋਕਯਨ੍॥13॥
ਪ੍ਰਸ਼ਾਂਤਾਤ੍ਮਾ ਵਿਗਤ ਭੀਰ੍ ਬ੍ਰਹ੍ਮਚਾਰਿ ਵ੍ਰਤੇ ਸ੍ਥਿਤਹ੍।
ਮਨਹ੍ ਸੰਯਮ੍ਯ ਮਚ੍-ਚਿਤੋ ਯੁਕ੍ਤ ਆਸੀਤ ਮਤ ਪਰਹ੍॥14॥

ਸਮਮ੍ – ਸਿੱਧਾ ; **ਕਾਯ** – ਸ਼ਰੀਰ ; **ਸ਼ਿਰਹ੍** – ਸਿਰ ; **ਗ੍ਰੀਵਮ੍** – ਅਤੇ ਗਰਦਨ ਨੂੰ ; **ਧਾਰਯਨ੍** – ਰੱਖਦੇ ਹੋਏ ; **ਅਚਲਮ੍** – ਅਚਲ (ਸਿੱਧੇ) ; **ਸਥਿਰਹ੍** – ਸ਼ਾਂਤ ; **ਸੰਪ੍ਰੇਕ੍ਸ਼੍ਯ** – ਵੇਖਕੇ ; **ਨਾਸਿਕਾ** – ਨੱਕ ਦੇ ; **ਆਗ੍ਰਮ੍** – ਨੋਕ ਨੂੰ ; **ਸ੍ਵਮ੍** – ਆਪਣੀ ; **ਦਿਸ਼ਹ੍** – ਸਾਰੀਆਂ ਦਿਸ਼ਾਵਾਂ ਵਿਚ ; **ਚ** – ਵੀ ; **ਅਨਵਲੋਕਯਨ੍** – ਨਾ ਵੇਖਦੇ ਹੋਏ ; **ਪ੍ਰਸ਼ਾਤ** – ਸ਼ਾਂਤ ; **ਆਤ੍ਮਾ** – ਮਨ ; **ਵਿਗਤ-ਭੀਹ੍** – ਡਰ ਤੋਂ ਸੱਖਣਾ ; **ਬ੍ਰਹ੍ਮਚਾਰਿਵ੍ਰਤੇ** – ਬ੍ਰਹਮਚਾਰੀ ਵਰਤ ਵਿਚ ; **ਸ੍ਥਿਤਹ੍** –

ਪਰਿਪੱਕ ; ਮਨਹ੍ - ਮਨ ; ਸੰਯਮ੍ਯ - ਪੂਰੀ ਤਰ੍ਹਾਂ ਕਾਬੂ ਕਰਕੇ ; ਮਤ੍ - ਮੇਰੇ (ਕ੍ਰਿਸ਼ਨ) ਵਿਚ ; ਚਿੱਤਹ੍ - ਮਨ ਨੂੰ ਕੇਂਦ੍ਰਿਤ ਕਰਦੇ ਹੋਏ ; ਯੁਕ੍ਤਹ੍ - ਅਸਲੀ ਯੋਗੀ ; ਆਸੀਤ - ਬੈਠੇ ; ਮਤ੍ - ਮੇਰੇ ਵਿਚ ; ਪਰਹ੍ - ਅਸਲ ਟਿਕਾਣਾ ।

ਅਨੁਵਾਦ

ਯੋਗ ਅਭਿਆਸ ਕਰਨ ਵਾਲੇ ਨੂੰ ਚਾਹੀਦਾ ਹੈ ਕਿ ਉਹ ਆਪਣੇ ਸ਼ਰੀਰ, ਗਰਦਨ ਅਤੇ ਸਿਰ ਨੂੰ ਸਿੱਧਾ ਰਖੇ ਅਤੇ ਨੱਕ ਦੀ ਨੋਕ ਤੇ ਨਿਗਾਹ ਟਿਕਾਵੇ । ਇੰਝ ਉਹ ਸ਼ਾਂਤ ਅਤੇ ਸਥਿਰ ਮਨ ਨਾਲ ਡਰ ਤੋਂ ਸਖਣਾ, ਵਾਸਨਾ ਦੀ ਜਿੰਦਗੀ ਤੋਂ ਪੂਰੀ ਤਰ੍ਹਾਂ ਮੁਕਤ ਹੋ ਕੇਆਪਣੇ ਹਿਰਦੇ ਵਿਚ ਮੇਰਾ ਚਿੰਤਨ ਕਰੇ ਅਤੇ ਮੈਨੂੰ ਹੀ ਆਪਣਾ ਅਸਲ ਟਿਕਾਣਾ ਬਣਾਵੇ ।

ਭਾਵ

ਜ਼ਿੰਦਗੀ ਦਾ ਮੰਤਵ ਕ੍ਰਿਸ਼ਨ ਨੂੰ ਜਾਣਨਾ ਹੈ, ਜਿਹੜੇ ਹਰ ਜੀਵ ਦੇ ਹਿਰਦੇ ਵਿਚ ਚਤੁਰਭੁਜ ਪਰਮਾਤਮਾ ਰੂਪ ਵਿਚ ਰਹਿੰਦੇ ਹਨ । ਯੋਗ ਅਭਿਆਸ ਦਾ ਮੰਤਵ ਵਿਸ਼ਨੂੰ ਦੇ ਇਸੇ ਅੰਤਰਜਾਮੀ ਰੂਪ ਦੀ ਖੋਜ ਅਤੇ ਵੇਖਣ ਤੋਂ ਬਿਨ੍ਹਾਂ ਹੋਰ ਕੁਝ ਨਹੀਂ ਹੈ । ਅੰਤਰਜਾਮੀ ਵਿਸ਼ਨੂੰ ਦੀ ਮੂਰਤ ਹਰ ਮਨੁੱਖ ਦੇ ਹਿਰਦੇ ਵਿਚ ਨਿਵਾਸ ਕਰਨ ਵਾਲੇ ਕ੍ਰਿਸ਼ਨ ਦਾ ਆਪਣਾ ਅੰਸ਼ ਰੂਪ ਹੈ । ਜਿਹੜਾ ਇਸ ਵਿਸ਼ਨੂੰ ਮੂਰਤ ਤੋਂ ਅਨੁਭਵ ਕਰਨ ਤੋਂ ਇਲਾਵਾ ਕਿਸੇ ਹੋਰ ਕਪਟਯੋਗ ਵਿਚ ਲਗਾ ਰਹਿੰਦਾ ਹੈ, ਉਹ ਨਿਸ਼ਚੇ ਹੀ ਆਪਣੇ ਸਮੇਂ ਦੀ ਦੁਰਵਰਤੋਂ ਕਰਦਾ ਹੈ। ਕ੍ਰਿਸ਼ਨ ਹੀ ਜੀਵਨ ਦਾ ਅਸਲ ਟਿਕਾਣਾ ਹਨ ਅਤੇ ਹਰ ਹਿਰਦੇ ਵਿਚ ਰਹਿਣ ਵਾਲੀ ਵਿਸ਼ਨੂੰ ਮੂਰਤ ਦਾ ਅਨੁਭਵ ਪ੍ਰਾਪਤ ਕਰਨ ਲਈ ਬ੍ਰਹਮਚਾਰੀ ਵਰਤ ਜ਼ਰੂਰੀ ਹੈ ; ਇਸ ਲਈ ਮਨੁੱਖ ਨੂੰ ਚਾਹੀਦਾ ਹੈ ਕਿ ਘਰ ਛੱਡ ਦੇਵੇ ਅਤੇ ਕਿਸੇ ਇਕਾਂਤ ਥਾਂ ਤੇ ਦੱਸੀ ਗਈ ਵਿਧੀ ਮੁਤਾਬਿਕ ਬੈਠ ਜਾਵੇ । ਹਰ ਰੋਜ਼ ਘਰ ਵਿਚ ਜਾਂ ਕਿਧਰੇ ਹੋਰ ਸੰਭੋਗ ਕਰਦੇ ਹੋਏ ਅਤੇ ਅਖੌਤੀ ਯੋਗ ਦੀਆਂ ਕਲਾਸਾਂ ਵਿਚ ਸਿਰਫ਼ ਜਾਣ ਨਾਲ ਕੋਈ ਯੋਗੀ ਨਹੀਂ ਬਣ ਜਾਂਦਾ। ਉਸਨੂੰ ਮਨ ਨੂੰ ਸੰਜਮ ਵਿਚ ਰੱਖਣ ਦਾ ਅਭਿਆਸ ਕਰਨਾ ਹੁੰਦਾ ਹੈ ਅਤੇ ਹਰ ਤਰ੍ਹਾਂ ਦੀ ਇੰਦਰੀਆਂ ਦੀ ਤ੍ਰਿਪਤੀ ਤੋਂ ਜਿਸ ਵਿਚ ਸੰਭੋਗ ਜੀਵਨ ਮੁੱਖ ਹੈ ਬਚਣਾ ਹੁੰਦਾ ਹੈ । ਮਹਾਂਰਿਸ਼ੀ ਯਾਗ੍ਯਵਲ੍ਕ੍ਯ ਨੇ ਬ੍ਰਹਮਚਾਰੀ ਦੇ ਨਿਯਮਾਂ ਵਿਚ ਦੱਸਿਆ ਹੈ : –

> ਕਰ੍ਮਣਾ ਮਨਸਾ ਵਾਚਾ ਸਰ੍ਵਾਵਸ੍ਥਾਸੁ ਸਰਵਦਾ ।
> ਸਰ੍ਵਤ੍ਰ ਮੈਥੁਨ-ਤ੍ਯਾਗੋ ਬ੍ਰਹ੍ਮਚਾਰ੍ਯਮ ਪ੍ਰਚਕ੍ਸ਼ਤੇ ॥

'ਹਰ ਤਰ੍ਹਾਂ ਦੇ ਸਮੇਂ ਵਿਚ ਹਰ ਤਰ੍ਹਾਂ ਦੀ ਹਾਲਾਤ ਵਿਚ ਅਤੇ ਹਰ ਥਾਂ ਤੇ ਮਨ ਬਾਣੀ ਅਤੇ ਕਰਮ ਨਾਲ ਸੰਭੋਗ ਤੋਂ ਪੂਰੀ ਤਰ੍ਹਾਂ ਦੂਰ ਰਹਿਣ ਵਿਚ ਮਦਦ ਕਰਨਾ ਹੀ ਬ੍ਰਹਮਚਾਰੀ ਵਰਤ ਦਾ ਮੁੱਖ ਟੀਚਾ ਹੈ । ਸੰਭੋਗ ਵੱਲ ਲਗੇ ਰਹਿਕੇ ਯੋਗ ਅਭਿਆਸ ਨਹੀਂ ਕੀਤਾ ਜਾ ਸਕਦਾ । ਇਸੇ ਲਈ ਬਚਪਨ ਵਿਚ ਜਦੋਂ ਸੰਭੋਗ ਦਾ ਕੋਈ ਗਿਆਨ ਨਹੀਂ ਹੁੰਦਾ ਬ੍ਰਹਮਚਾਰੀ ਦੀ ਸਿੱਖਿਆ ਦਿੱਤੀ ਜਾਂਦੀ ਹੈ । ਪੰਜ ਸਾਲ ਦੀ ਉਮਰ ਵਿਚ ਬੱਚਿਆਂ ਨੂੰ ਗੁਰੂਕੁਲ ਭੇਜਿਆ ਜਾਂਦਾ ਹੈ, ਜਿਥੇ ਗੁਰੂ ਉਨ੍ਹਾਂ ਨੂੰ

ਬ੍ਰਹਮਚਾਰੀ ਬਨਣ ਦੇ ਸਖ਼ਤ ਨਿਯਮਾਂ ਦੀ ਸਿੱਖਿਆ ਦਿੰਦਾ ਹੈ । ਅਜਿਹੇ ਅਭਿਆਸ ਤੋਂ ਬਿਨ੍ਹਾਂ ਕਿਸੇ ਵੀ ਯੋਗ ਵਿਚ ਤਰੱਕੀ ਨਹੀਂ ਕੀਤੀ ਜਾ ਸਕਦੀ ਭਾਵੇਂ ਉਹ ਧਿਆਨ ਹੋਵੇ, ਜਾਂ ਫਿਰ ਗਿਆਨ ਜਾਂ ਭਗਤੀ । ਪਰ ਜਿਹੜਾ ਮਨੁੱਖ ਵਿਵਾਹਤ ਜੀਵਨ ਦੇ ਨਿਯਮਾਂ ਦੀ ਪਾਲਣਾ ਕਰਦਾ ਹੈ ਅਤੇ ਆਪਣੀ ਹੀ ਪਤਨੀ ਨਾਲ ਸੰਭੋਗ ਸੰਬੰਧ (ਉਹ ਵੀ ਨਿਯਮਾਂ ਦੇ ਅਧੀਨ) ਰਖਦਾ ਹੈ, ਉਹ ਵੀ ਬ੍ਰਹਮਚਾਰੀ ਕਹਾਉਂਦਾ ਹੈ । ਅਜਿਹੇ ਸੰਜਮੀ ਗ੍ਰਿਹਸਥੀ ਬ੍ਰਹਮਚਾਰੀ ਨੂੰ ਭਗਤੀ ਸੰਪ੍ਰਦਾਇ ਵਿਚ ਮੰਨਿਆ ਜਾ ਸਕਦਾ ਹੈ । ਪਰ ਗਿਆਨ ਅਤੇ ਧਿਆਨ ਸੰਪ੍ਰਦਾਇ ਵਾਲੇ ਅਜਿਹੇ ਗ੍ਰਿਹਸਥੀ ਬ੍ਰਹਮਚਾਰੀ ਨੂੰ ਵੀ ਨਹੀਂ ਮੰਨਦੇ । ਉਨ੍ਹਾਂ ਲਈ ਪੂਰਨ ਬ੍ਰਹਮਚਾਰੀ ਹੋਣਾ ਜਰੂਰੀ ਹੈ । ਭਗਤੀ ਸੰਪ੍ਰਦਾਇ ਵਿਚ ਗ੍ਰਿਹਸਥੀ-ਬ੍ਰਹਮਚਾਰੀ ਨੂੰ ਸੰਜਮ ਨਾਲ ਸੰਭੋਗ ਦੀ ਇਜਾਜ਼ਤ ਰਹਿੰਦੀ ਹੈ, ਕਿਉਂਕਿ ਭਗਤੀ ਸੰਪ੍ਰਦਾਇ ਏਨਾ ਤਾਕਤਵਰ ਹੈ ਕਿ ਭਗਵਾਨ ਦੀ ਸੇਵਾ ਵਿਚ ਲੱਗੇ ਰਹਿਣ ਨਾਲ ਉਹ ਆਪਣੇ ਆਪ ਹੀ ਸੰਭੋਗ ਦੀ ਉਤੇਜਨਾ ਛੱਡ ਦਿੰਦਾ ਹੈ । ਭਗਵਤ ਗੀਤਾ ਵਿਚ ਕਿਹਾ ਗਿਆ ਹੈ : -

ਵਿਸ਼ਯਾ ਵਿਨਿਵਰ੍ਤੰਤੇ ਨਿਰਾਹਾਰਸ੍ਯ ਦੇਹਿਨਹ੍ ।
ਰਸ ਵਰ੍ਜਮ੍ ਰਸੋ'ਪਿਅਸ੍ਯ ਪਰਮ੍ ਦ੍ਰਿਸ਼੍ਟ੍ਵਾ ਨਿਵਰ੍ਤ੍ਤੇ ॥

(ਭਗਵਤ ਗੀਤਾ 2-51)

ਜਿਥੇ ਹੋਰਨਾਂ ਨੂੰ ਵਿਸ਼ਿਆਂ ਦੇ ਭੋਗ ਤੋਂ ਦੂਰ ਰਹਿਣ ਲਈ ਮਜ਼ਬੂਰ ਕੀਤਾ ਜਾਂਦਾ ਹੈ, ਉਥੇ ਭਗਵਾਨ ਦਾ ਭਗਤ ਭਗਵਾਨ ਦੇ ਰਸ ਸੁਆਦ ਕਾਰਨ ਇੰਦਰੀਆਂ ਦੀ ਤ੍ਰਿਪਤੀ ਤੋਂ ਆਪਣੇ ਆਪ ਅਲੱਗ ਹੋ ਜਾਂਦਾ ਹੈ । ਭਗਤ ਨੂੰ ਛੱਡਕੇ ਹੋਰ ਕਿਸੇ ਨੂੰ ਇਸ ਉਚੇ-ਰਸ ਦਾ ਗਿਆਨ ਨਹੀਂ ਹੁੰਦਾ ।

ਵਿਗਤ-ਭੀਹ ਪੂਰੀ ਤਰ੍ਹਾਂ ਕ੍ਰਿਸ਼ਨ ਭਾਵਨਾ ਭਾਵਿਤ ਹੋਏ ਬਿਨ੍ਹਾਂ ਮਨੁੱਖ ਡਰ ਤੋਂ ਸੱਖਣਾ ਨਹੀਂ ਹੋ ਸਕਦਾ । ਬੱਧਜੀਵ ਆਪਣੀ ਭੁੱਲੀ ਹੋਈ ਯਾਦਾਸ਼ਤ ਜਾਂ ਕ੍ਰਿਸ਼ਨ ਨਾਲ ਆਪਣੇ ਸਦੀਵੀ ਸੰਬੰਧਾਂ ਨੂੰ ਭੁੱਲਣ ਸਦਕਾ ਡਰਿਆ ਰਹਿੰਦਾ ਹੈ । ਭਾਗਵਤ ਦਾ ਇਹ ਕਹਿਣਾ ਹੈ :

ਭਯਮ੍ ਦ੍ਵਿਤੀਯਾਭਿਨਿਵੇਸ਼ਤਹ੍ ਸ੍ਯਾਦ੍ ਈਸ਼ਾਦ੍ ਅਪੇਤਸ੍ਯ ਵਿਪ੍ਰਯਯੋ'ਸ੍ਮ੍ਰਿਤਿਹ੍।

(ਭਾਗਵਤਮ 11-2-37)

ਇਕ ਮਾਤਰ ਕ੍ਰਿਸ਼ਨ ਭਾਵਨਾ ਅੰਮ੍ਰਿਤ ਹੀ ਨਿਡਰਤਾ ਦਾ ਆਧਾਰ ਹੈ । ਇਸ ਲਈ ਕ੍ਰਿਸ਼ਨ ਭਾਵਨਾ ਭਾਵਿਤ ਮਨੁੱਖ ਹੀ ਯੋਗ ਦਾ ਪੂਰਨ ਅਭਿਆਸ ਕਰ ਸਕਦਾ ਹੈ ਅਤੇ ਕਿਉਂਕਿ ਯੋਗ ਅਭਿਆਸ ਦਾ ਅਸਲ ਮੰਤਵ ਅੰਤਰ ਮਨ ਵਿਚ ਭਗਵਾਨ ਦਾ ਦਰਸ਼ਨ ਦੀਦਾਰ ਕਰਨਾ ਹੈ, ਇਸ ਲਈ ਕ੍ਰਿਸ਼ਨ ਭਾਵਨਾ ਭਾਵਿਤ ਮਨੁੱਖ ਪਹਿਲੋਂ ਹੀ ਸਾਰੇ ਯੋਗੀਆਂ ਵਿਚ ਉੱਤਮ ਹੁੰਦਾ ਹੈ । ਇੱਥੇ ਵਰਣਨ ਕੀਤੇ ਯੋਗ ਦੇ ਤਰੀਕਿਆਂ ਦੇ ਨਿਯਮ ਅਖੌਤੀ ਹਰਮਨ ਪਿਆਰੀ ਯੋਗ ਸੰਮਤੀਆਂ ਤੋਂ ਵੱਖਰੇ ਹਨ ।

युञ्जन्नेवं सदात्मानं योगी नियतमानसः ।
शान्तिं निर्वाणपरमां मत्संस्थामधिगच्छति ॥ १५ ॥

ਯੁੰਜ੍ਨ ਏਵਮ੍ ਸਦਾਤ੍ਮਾਨਮ੍ ਯੋਗੀ ਨਿਯਤ ਮਾਨਸਹ੍ ।
ਸ਼ਾਂਤਿਮ੍ ਨਿਰ੍ਵਾਣ ਪਰਮਾਮ੍ ਮਤ੍ ਸੰਸਥਾਮ ਅਧਿਗਚ੍ਛਤਿ ॥15॥

ਯੁੰਜਨ੍ - ਅਭਿਆਸ ਕਰਦੇ ਹਨ ; **ਏਵਮ੍** - ਇੰਝ ; **ਸਦਾ** - ਲਗਾਤਾਰ ; **ਆਤ੍ਮਾਨਮ੍** - ਸ਼ਰੀਰ, ਮਨ ਅਤੇ ਆਤਮਾ ; **ਯੋਗੀ** - ਯੋਗ ਦੀ ਸਾਧਨਾ ਕਰਨ ਵਾਲਾ ; **ਨਿਯਤ-ਮਾਨਸਹ੍** - ਸੰਜਮਿਤ ਮਨ ਵਾਲਾ ; **ਸ਼ਾਂਤਿਮ੍** - ਸ਼ਾਂਤੀ ਨੂੰ ; **ਨਿਰ੍ਵਾਣ-ਪਰਮਾਮ੍** - ਭੌਤਿਕ ਹੋਂਦ ਦਾ ਅੰਤ ; **ਮਤ੍ਸੰਸਥਾਮ੍** - ਚਿਨਮਯ ਅਕਾਸ਼ (ਭਗਵਾਨ ਦਾ ਧਾਮ) ਨੂੰ ; **ਅਧਿਗਚ੍ਛਤਿ** - ਹਾਸਲ ਕਰਦਾ ਹੈ ।

ਅਨੁਵਾਦ

ਇੰਝ ਸ਼ਰੀਰ, ਮਨ ਅਤੇ ਕਰਮਾਂ ਵਿਚ ਲਗਾਤਾਰ ਸੰਜਮ ਦਾ ਅਭਿਆਸ ਕਰਦੇ ਹੋਏ ਸੰਜਮਿਤ ਮਨ ਵਾਲੇ ਯੋਗੀ ਨੂੰ ਇਸ ਭੌਤਿਕ ਹੋਂਦ ਦੀ ਸਮਾਪਤੀ ਮਗਰੋਂ ਭਗਵਾਨ ਦੇ ਧਾਮ (ਕ੍ਰਿਸ਼ਨ ਦੇ ਧਾਮ ਦੀ) ਦੀ ਪ੍ਰਾਪਤੀ ਹੁੰਦੀ ਹੈ ।

ਭਾਵ

ਹੁਣ ਯੋਗ ਅਭਿਆਸ ਦੇ ਉਚੇਰੇ ਮੰਤਵ ਦਾ ਸਪਸ਼ਟੀਕਰਨ ਕੀਤਾ ਜਾ ਰਿਹਾ ਹੈ । ਯੋਗ ਅਭਿਆਸ ਕਿਸੇ ਭੌਤਿਕ ਸੁਵਿਧਾ ਦੀ ਪ੍ਰਾਪਤੀ ਲਈ ਨਹੀਂ ਕੀਤਾ ਜਾਂਦਾ, ਇਸ ਦਾ ਮੰਤਵ ਤਾਂ ਭੌਤਿਕ ਸੰਸਾਰ ਤੋਂ ਵਿਰਕਤੀ (ਛੁਟਕਾਰਾ) ਹਾਸਲ ਕਰਨਾ ਹੈ । ਜਿਹੜਾ ਇਸ ਤੋਂ ਸ਼ਰੀਰ ਦੀ ਨਿਰੋਗਤਾ ਚਾਹੁੰਦਾ ਹੈ ਜਾਂ ਭੌਤਿਕ ਸਿੱਧੀ ਹਾਸਲ ਕਰਨ ਦਾ ਚਾਹਵਾਨ ਹੁੰਦਾ ਹੈ, ਭਗਵਤ ਗੀਤਾ ਮੁਤਾਬਿਕ ਉਹ ਯੋਗੀ ਨਹੀਂ ਹੈ । ਨਾਂ ਹੀ ਭੌਤਿਕ ਵਿਰਕਤੀ ਦਾ ਮਤਲਬ ਖ਼ਲਾਅ ਵਿਚ ਪ੍ਰਵੇਸ਼ ਹੈ, ਕਿਉਂਕਿ ਇਹ ਨਿਰੋਲ ਕਲਪਨਾ ਹੈ । ਭਗਵਾਨ ਦੀ ਸ੍ਰਿਸ਼ਟੀ ਵਿਚ ਕਿੱਧਰੇ ਵੀ ਖ਼ਲਾਅ ਨਹੀਂ ਹੈ । ਸਗੋਂ ਇਸ ਦੇ ਉਲਟ ਭੌਤਿਕ ਨਿਰਮੋਹ ਨਾਲ ਮਨੁੱਖ ਭਗਵਾਨ ਦੇ ਧਾਮ ਵਿਚ ਪ੍ਰਵੇਸ਼ ਕਰਦਾ ਹੈ । ਭਗਵਤ ਗੀਤਾ ਵਿਚ ਭਗਵਾਨ ਦੇ ਧਾਮ ਦਾ ਵੀ ਸਪਸ਼ਟੀਕਰਨ ਕੀਤਾ ਗਿਆ ਹੈ । ਇਹ ਉਹ ਥਾਂ ਹੈ, ਜਿਥੇ ਨਾਂ ਸੂਰਜ ਦੀ ਲੋੜ ਹੈ ਨਾ ਚੰਨ ਜਾਂ ਬਿਜਲੀ ਦੀ । ਭਗਵਾਨ ਦੇ ਧਾਮ (ਬੈਕੁੰਠ) ਦੇ ਸਾਰੇ ਲੋਕ ਉਸੇ ਤਰ੍ਹਾਂ ਨਾਲ ਆਪੇ ਪ੍ਰਕਾਸ਼ਿਤ ਹਨ, ਜਿਸ ਤਰ੍ਹਾਂ ਸੂਰਜ ਨਾਲ ਇਹ ਭੌਤਿਕ ਆਕਾਸ਼, ਉਂਝ ਤੇ ਭਗਵਾਨ ਦਾ ਰਾਜ ਹਰ ਪਾਸੇ ਹੈ, ਪਰ ਅਧਿਆਤਮਕ ਆਕਾਸ਼ ਅਤੇ ਉਸਦੇ ਜਗਤਾਂ ਨੂੰ ਹੀ ਪਰਮਧਾਮ ਕਿਹਾ ਜਾਂਦਾ ਹੈ ।

ਇਕ ਪੂਰਨਯੋਗੀ ਜਿਸਨੂੰ ਭਗਵਾਨ ਕ੍ਰਿਸ਼ਨ ਦਾ ਪੂਰਨ ਗਿਆਨ ਹੈ, ਜਿਵੇਂ ਕਿ ਇੱਥੇ ਭਗਵਾਨ ਨੇ ਖ਼ੁਦ ਕਿਹਾ ਹੈ (**ਮਤਚਿਤਹ੍, ਮੱਤ੍ ਪਰਹ੍, ਮਤ੍ ਸ੍ਥਾਨਮ੍**) ਅਸਲੀ ਸ਼ਾਂਤੀ ਹਾਸਲ ਕਰ ਸਕਦਾ ਹੈ ਅਤੇ ਆਖ਼ੀਰ ਵਿਚ ਕ੍ਰਿਸ਼ਨ ਲੋਕ ਜਾਂ ਗੋਲੋਕ ਵ੍ਰਿੰਦਾਬਨ ਨੂੰ ਪ੍ਰਾਪਤ ਹੁੰਦਾ ਹੈ । ਬ੍ਰਹਮ ਸੰਹਿਤਾ ਵਿਚ (5-37) ਸਾਫ ਲਿਖਿਆ ਹੈ - '**ਗੋਲੋਕ ਏਵ ਨਿਵਸਤਿ ਅਖਿਲਾਤ੍ਮ ਭੂਤਹ੍** ' ਹਾਲਾਂਕਿ ਭਗਵਾਨ ਹਮੇਸ਼ਾਂ ਆਪਣੇ ਧਾਮ ਵਿਚ ਨਿਵਾਸ ਕਰਦੇ ਹਨ, ਜਿਸਨੂੰ ਗੋਲੋਕ ਕਹਿੰਦੇ ਹਨ ਤਾਂ ਵੀ ਉਹ ਆਪਣੀ ਪਰਾ ਅਧਿਆਤਮਿਕ ਸ਼ਕਤੀ ਕਾਰਨ ਸਰਬਵਿਆਪੀ ਬ੍ਰਹਮ ਅਤੇ ਅੰਤਰਜਾਮੀ

ਪਰਮਾਤਮਾ ਹਨ। ਕੋਈ ਵੀ ਕ੍ਰਿਸ਼ਨ ਅਤੇ ਵਿਸ਼ਨੂੰ ਰੂਪ ਵਿਚ ਉਨ੍ਹਾਂ ਦੇ ਪੂਰਨ ਵਿਸਥਾਰ ਨੂੰ ਠੀਕ-ਠੀਕ ਸਮਝੇ ਬਿਨ੍ਹਾਂ ਅਧਿਆਤਮਕ ਅਕਾਸ਼ (ਬੈਕੁੰਠ) ਵਿਚ ਜਾਂ ਭਗਵਾਨ ਦੇ ਨਿਤਧਾਮ (ਗੋਲੋਕ ਵ੍ਰਿੰਦਾਬਨ) ਵਿਚ ਪ੍ਰਵੇਸ਼ ਨਹੀਂ ਕਰ ਸਕਦਾ। ਇਸ ਲਈ ਕ੍ਰਿਸ਼ਨ ਭਾਵਨਾ ਭਾਵਿਤ ਮਨੁੱਖ ਹੀ ਪੂਰਨ ਯੋਗੀ ਹੈ, ਕਿਉਂਕਿ ਉਸਦਾ ਮਨ ਹਮੇਸ਼ਾਂ ਕ੍ਰਿਸ਼ਨ ਦੇ ਕੰਮ-ਕਾਰ ਵਿਚ ਲਗਿਆ ਰਹਿੰਦਾ ਹੈ (ਸ ਵੈ ਮਨਹ੍ ਕ੍ਰਿਸ਼ਣਪਾਦਾਰਵਿੰਦਯੋਹ੍) ਵੇਦਾਂ ਵਿਚ ਵੀ (ਸ਼੍ਵੇਤਾਸ਼੍ਵਤਰ ਉਪਨਿਸ਼ਦ 3.-8) ਸਾਨੂੰ ਮਿਲਦਾ ਹੈ - **ਤਮ੍ ਏਵ ਵਿਦਿਤ੍ਵਾਤਿ ਮ੍ਰਿਤ੍ਯੁਮ੍ ਏਤਿ** - ਭਾਵ ਸਿਰਫ ਭਗਵਾਨ ਕ੍ਰਿਸ਼ਨ ਨੂੰ ਜਾਣਨ ਤੇ ਹੀ ਜਨਮ ਅਤੇ ਮੌਤ ਦੇ ਰਸਤੇ ਨੂੰ ਜਿਤਿਆ ਜਾ ਸਕਦਾ ਹੈ। ਦੂਜੇ ਸ਼ਬਦਾਂ ਵਿਚ ਯੋਗ ਦੀ ਪੂਰਨਤਾ ਸੰਸਾਰ ਤੋਂ ਮੁਕਤੀ ਹਾਸਲ ਕਰਨ ਵਿਚ ਹੈ, ਇੰਦਰਜਾਲ ਜਾਂ ਛਾਲਾਂ ਲਗਾਉਣ ਦੇ ਜੋਹਰ ਰਾਹੀਂ ਭੋਲੀ-ਭਾਲੀ ਜਨਤਾ ਨੂੰ ਮੂਰਖ ਬਣਾਉਣ ਵਿਚ ਨਹੀਂ।

नात्यश्नतस्तु योगोऽस्ति न चैकान्तमनश्नतः ।
न चातिस्वप्नशीलस्य जाग्रतो नैव चार्जुन ॥ १६ ॥

ਨਾਤਿ ਅਸ਼੍ਨਤਸ੍ ਤੁ ਯੋਗੋ'ਸ੍ਤਿ ਨ ਚੈਕਾਂਤਮ੍ ਅਨਸ਼੍ਨਤਹ੍।
ਨ ਚਾਤਿ ਸ੍ਵਪ੍ਨ ਸ਼ੀਲਸ੍ਯ ਜਾਗ੍ਰਤੋ ਨੈਵ ਚਾਰ੍ਜੁਨ ॥ 16 ॥

ਨ - ਕਦੀ ਨਹੀਂ ; **ਅਤਿ** - ਵਧੇਰੇ ; **ਅਸ਼੍ਨਤਹ੍** - ਖਾਣ ਵਾਲੇ ਦਾ ; **ਤੁ** - ਪਰ ; **ਯੋਗਹ੍** - ਭਗਵਾਨ ਨਾਲ ਜੁੜਨਾ ; **ਅਸ੍ਤਿ** - ਹੈ ; **ਨ** - ਨਾ ਤਾਂ ; **ਚ** - ਵੀ ; **ਅਤਿ** - ਬਹੁਤ ਜਿਆਦਾ ; **ਸ੍ਵਪ੍ਨਸ਼ੀਲਸ੍ਯ** - ਸੌਣ ਵਾਲੇ ਦਾ ; **ਜਾਗ੍ਰਤਹ੍** - ਜਾਂ ਪੂਰੀ ਰਾਤ ਜਾਗਦੇ ਰਹਿਣ ਵਾਲੇ ਦਾ; **ਨ** - ਨਹੀਂ ; **ਏਵ** - ਹੀ ; **ਚ** - ਅਤੇ ; **ਅਰ੍ਜੁਨ** - ਹੇ ਅਰਜੁਨ।

ਅਨੁਵਾਦ

ਹੇ ਅਰਜੁਨ! ਜਿਹੜਾ ਬਹੁਤ ਖਾਂਦਾ ਹੈ ਜਾਂ ਬਹੁਤ ਘੱਟ ਖਾਂਦਾ ਹੈ, ਜਿਹੜਾ ਜ਼ਿਆਦਾ ਸੌਂਦਾ ਹੈ ਜਾਂ ਜੋ ਲੋੜ ਮੁਤਾਬਿਕ ਨਹੀਂ ਸੌਂਦਾ ਉਸਦੇ ਯੋਗੀ ਬਣਨ ਦੀ ਕੋਈ ਸੰਭਾਵਨਾ ਨਹੀਂ ਹੈ।

ਭਾਵ

ਇੱਥੇ ਯੋਗੀਆਂ ਦੇ ਲਈ ਭੋਜਨ ਅਤੇ ਨੀਂਦ ਦੇ ਨਿਯਮ ਦੀ ਵਿਧੀ ਦੱਸੀ ਗਈ ਹੈ। ਜ਼ਿਆਦਾ ਭੋਜਨ ਦਾ ਮਤਲਬ ਹੈ ਸ਼ਰੀਰ ਅਤੇ ਆਤਮਾ ਨੂੰ ਕਿਰਿਆਸ਼ੀਲ ਰੱਖਣ ਲਈ ਜ਼ਰੂਰਤ ਤੋਂ ਜ਼ਿਆਦਾ ਭੋਜਨ ਖਾਣਾ। ਮਨੁੱਖਾਂ ਨੂੰ ਮਾਸ ਖਾਣ ਦੀ ਲੋੜ ਨਹੀਂ ਹੈ, ਕਿਉਂਕਿ ਲੋੜ ਤੋਂ ਵੱਧ ਅੰਨ, ਸਬਜ਼ੀਆਂ, ਫਲ ਅਤੇ ਦੁੱਧ ਮਿਲਦੇ ਹਨ। ਅਜਿਹੇ ਸਾਦੇ ਖਾਣ ਵਾਲੇ ਪਦਾਰਥ ਭਗਵਤ ਗੀਤਾ ਮੁਤਾਬਿਕ ਸਤੋਗੁਣੀ ਮੰਨੇ ਗਏ ਹਨ। ਮਾਸ ਦਾ ਭੋਜਨ ਤਾਂ ਤਮੋਗੁਣੀ ਕਰਦੇ ਹਨ। ਇਸ ਲਈ ਜਿਹੜੇ ਲੋਕ ਮਾਸ ਖਾਂਦੇ ਹਨ, ਸ਼ਰਾਬ ਪੀਂਦੇ ਹਨ, ਤੰਬਾਕੂ ਪੀਂਦੇ ਹਨ ਅਤੇ ਕ੍ਰਿਸ਼ਨ ਨੂੰ ਭੋਗ ਲਗਾਏ ਬਿਨ੍ਹਾਂ ਭੋਜਨ ਖਾਂਦੇ ਹਨ, ਉਹ ਪਾਪ ਕਰਮਾਂ ਨੂੰ ਭੁਗਤਣਗੇ ਕਿਉਂਕਿ ਉਹ ਸਿਰਫ ਦੂਸ਼ਤ ਚੀਜਾਂ ਖਾਂਦੇ ਹਨ। (ਭੁਜੰਤੇ ਤੇ ਤ੍ਵਅਘਮ੍ ਪਾਪਾ ਯੇ ਪਚੰਤਿ ਆਤ੍ਮ-ਕਾਰਣਾਤ੍) ਜਿਹੜਾ ਮਨੁੱਖ ਇੰਦਰੀਆਂ ਦੇ ਸੁਖ ਲਈ

ਖਾਂਦਾ ਹੈ ਜਾਂ ਆਪਣੇ ਲਈ ਭੋਜਨ ਬਣਾਉਂਦਾ ਹੈ ਪਰ ਕ੍ਰਿਸ਼ਨ ਨੂੰ ਭੋਜਨ ਅਰਪਿਤ ਨਹੀਂ ਕਰਦਾ, ਉਹ ਸਿਰਫ ਪਾਪ ਖਾਂਦਾ ਹੈ। ਜਿਹੜਾ ਪਾਪ ਖਾਂਦਾ ਹੈ ਅਤੇ ਮਿੱਥੀ ਖੁਰਾਕ ਤੋਂ ਜ਼ਿਆਦਾ ਭੋਜਨ ਖਾਂਦਾ ਹੈ, ਉਹ ਪੂਰਨਯੋਗ ਦੀ ਪਾਲਣਾ ਨਹੀਂ ਕਰ ਸਕਦਾ। ਸਭ ਤੋਂ ਚੰਗਾ ਤਾਂ ਇਹ ਹੈ ਕਿ ਕ੍ਰਿਸ਼ਨ ਨੂੰ ਅਰਪਿਤ ਭੋਜਨ ਦਾ ਬੱਚਿਆ ਪ੍ਰਸ਼ਾਦ ਹੀ ਛੱਕਿਆ ਜਾਵੇ। ਕ੍ਰਿਸ਼ਨ ਭਾਵਨਾ ਭਾਵਿਤ ਮਨੁੱਖ ਕਦੀ ਵੀ ਅਜਿਹਾ ਭੋਜਨ ਨਹੀਂ ਕਰਦਾ ਜਿਹੜਾ ਉਸ ਤੋਂ ਪਹਿਲੋਂ ਕ੍ਰਿਸ਼ਨ ਨੂੰ ਅਰਪਿਤ ਨਾ ਕੀਤਾ ਗਿਆ ਹੋਵੇ। ਇਸ ਲਈ ਸਿਰਫ ਕ੍ਰਿਸ਼ਨ ਭਾਵਨਾ ਭਾਵਿਤ ਮਨੁੱਖ ਹੀ ਯੋਗ ਅਭਿਆਸ ਵਿਚ ਪੂਰਨਤਾ ਹਾਸਲ ਕਰ ਸਕਦਾ ਹੈ। ਨਾ ਹੀ ਅਜਿਹਾ ਮਨੁੱਖ ਕਦੀ ਯੋਗ ਦਾ ਅਭਿਆਸ ਕਰ ਸਕਦਾ ਹੈ, ਜਿਹੜਾ ਬਨਾਵਟੀ ਵਰਤ ਦਾ ਆਪਣਾ ਤਰੀਕਾ ਕੱਢ ਕੇ ਭੋਜਨ ਨਹੀਂ ਕਰਦਾ। ਕ੍ਰਿਸ਼ਨ ਭਾਵਨਾ ਭਾਵਿਤ ਮਨੁੱਖ ਸ਼ਾਸ਼ਤਰਾਂ ਰਾਹੀਂ ਪ੍ਰਮਾਣਿਤ ਵਰਤ ਕਰਦਾ ਹੈ, ਨਾ ਹੀ ਜ਼ਿਆਦਾ ਖਾਂਦਾ ਹੈ। ਇੰਞ ਉਹ ਯੋਗ ਅਭਿਆਸ ਕਰਨ ਲਈ ਪੂਰੀ ਤਰ੍ਹਾਂ ਸਮਰਥ ਹੈ। ਜਿਹੜਾ ਲੋੜ ਤੋਂ ਵੱਧ ਖਾਂਦਾ ਹੈ, ਉਹ ਸੌਣ ਵੇਲੇ ਅਨੇਕਾਂ ਸੁਪਨੇ ਵੇਖੇਗਾ। ਇਸ ਲਈ ਲੋੜ ਤੋਂ ਵੱਧ ਸੋਵੇਗਾ। ਮਨੁੱਖ ਨੂੰ ਹਰ ਰੋਜ਼ ਛੇ ਘੰਟੇ ਤੋਂ ਵੱਧ ਨਹੀਂ ਸੋਣਾ ਚਾਹੀਦਾ, ਜਿਹੜਾ ਮਨੁੱਖ ਚੋਵੀ ਘੰਟਿਆਂ ਵਿਚੋਂ ਛੇ ਘੰਟਿਆਂ ਤੋਂ ਵੱਧ ਸੌਂਦਾ ਹੈ, ਉਹ ਯਕੀਨੀ ਤੌਰ ਤੇ ਤਮੋਗੁਣੀ ਹੈ। ਤਮੋਗੁਣੀ ਮਨੁੱਖ ਆਲਸੀ ਹੁੰਦਾ ਹੈ ਅਤੇ ਜਿਆਦਾ ਸੌਂਦਾ ਹੈ, ਅਜਿਹਾ ਮਨੁੱਖ ਯੋਗ ਸਾਧਨਾ ਨਹੀਂ ਕਰ ਸਕਦਾ।

युक्ताहारविहारस्य युक्तचेष्टस्य कर्मसु ।
युक्तस्वप्नावबोधस्य योगो भवति दुःखहा ॥ १७ ॥

ਯੁਕ੍ਤਾਹਾਰ ਵਿਹਾਰਸ੍ਯ ਯੁਕ੍ਤ ਚੇਸ਼੍ਟਸ੍ਯ ਕਰ੍ਮਸੁ ।
ਯੁਕ੍ਤ ਸ੍ਵਪ੍ਨਾਵਬੋਧਸ੍ਯ ਯੋਗੋ ਭਵਤਿ ਦੁਹ੍ਖ ਹਾ ॥ 17 ॥

ਯੁਕ੍ਤ – ਨਿਯਮਿਤ ; **ਆਹਾਰ** – ਭੋਜਨ ; **ਵਿਹਾਰਸ੍ਯ** – ਦਿਲ ਪ੍ਰਚਾਵੇ ਦਾ ; **ਯੁਕ੍ਤ** – ਨਿਯਮਿਤ ; **ਚੇਸ਼੍ਟਸ੍ਯ** – ਜੀਵਨ ਬਿਤਾਉਣ ਲਈ ਕਰਮ ਕਰਨ ਵਾਲੇ ਦਾ ; **ਕਰ੍ਮਸੁ** – ਕੰਮ ਕਰਨ ਵਿਚ ; **ਯੁਕ੍ਤ** – ਨਿਯਮਿਤ ; **ਸ੍ਵਪ੍ਨ-ਅਵਬੋਧਸ੍ਯ** – ਸੌਣ ਅਤੇ ਜਾਗਣ ਦਾ ; **ਯੋਗਹ੍** – ਯੋਗ ਅਭਿਆਸ ਰਾਹੀਂ ; **ਭਵਤਿ** – ਹੁੰਦਾ ਹੈ ; **ਦੁਹ੍ਖ-ਹਾ**– ਦੁੱਖਾਂ ਦਾ ਨਾਸ਼ ਕਰਨ ਵਾਲਾ।

ਅਨੁਵਾਦ

ਜਿਹੜਾ ਖਾਣ, ਸੌਣ, ਮਨ ਪ੍ਰਚਾਵੇ ਅਤੇ ਕੰਮ ਕਰਨ ਦੀਆਂ ਆਦਤਾਂ ਵਿਚ ਨਿਯਮਿਤ ਰਹਿੰਦਾ ਹੈ, ਉਹ ਯੋਗ ਅਭਿਆਸ ਰਾਹੀਂ ਸਾਰੇ ਭੌਤਿਕ ਦੁੱਖਾਂ ਨੂੰ ਘੱਟ ਕਰ ਸਕਦਾ ਹੈ।

ਭਾਵ

ਖਾਣ, ਸੌਣ, ਰੱਖਿਆ ਕਰਨ ਅਤੇ ਸੰਭੋਗ – ਜਿਹੜੀਆਂ ਸ਼ਰੀਰ ਦੀਆਂ ਜ਼ਰੂਰਤਾਂ ਹਨ, ਜਿਆਦਾ ਕਰਨ ਨਾਲ ਯੋਗ ਅਭਿਆਸ ਦੀ ਤਰੱਕੀ ਰੁੱਕ ਜਾਂਦੀ ਹੈ। ਜਿਥੋਂ ਤਕ ਖਾਣੇ ਦਾ ਸਵਾਲ ਹੈ, ਇਸਨੂੰ ਤਾਂ ਭੋਗ ਜਾਂ ਪਵਿੱਤਰ ਕੀਤੇ ਭੋਜਨ (ਪ੍ਰਸ਼ਾਦ) ਦੇ ਰੂਪ ਵਿਚ ਨਿਯਮਿਤ ਬਣਾਇਆ ਜਾ

ਸਕਦਾ ਹੈ । ਭਗਵਤ ਗੀਤਾ ਮੁਤਾਬਿਕ (9-26) ਭਗਵਾਨ ਕ੍ਰਿਸ਼ਨ ਨੂੰ ਸਬਜ਼ੀ, ਫੁੱਲ, ਫਲ, ਅੰਨ, ਦੁੱਧ ਆਦਿ ਭੇਂਟ ਕੀਤੇ ਜਾਂਦੇ ਹਨ। ਇੰਝ ਇੱਕ ਕ੍ਰਿਸ਼ਨ ਭਾਵਨਾ ਭਾਵਿਤ ਮਨੁੱਖ ਨੂੰ ਅਜਿਹਾ ਭੋਜਨ ਨਾ ਕਰਨ ਦੀ ਆਪਣੇ ਆਪ ਹੀ ਸਿੱਖਿਆ ਮਿਲ ਜਾਂਦੀ ਹੈ , ਜਿਹੜਾ ਮਨੁੱਖ ਦੇ ਖਾਣ ਯੋਗ ਨਹੀਂ ਹੁੰਦਾ ਜਾਂ ਫਿਰ ਸਤੋਗੁਣੀ ਨਹੀਂ ਹੁੰਦਾ। ਜਿਥੋਂ ਤਕ ਸੌਣ ਦਾ ਸਵਾਲ ਹੈ, ਕ੍ਰਿਸ਼ਨ ਭਾਵਨਾ ਭਾਵਿਤ ਮਨੁੱਖ ਕ੍ਰਿਸ਼ਨ ਚੇਤਨਾ ਵਿਚ ਕੰਮ ਕਰਨ ਲਈ ਲਗਾਤਾਰ ਸੁਚੇਤ ਰਹਿੰਦਾ ਹੈ ਇਸ ਲਈ ਨੀਂਦਰ ਵਿਚ ਉਹ ਸਮਾਂ ਵਿਅਰਥ ਨਹੀਂ ਗਵਾਉਂਦਾ ।"ਅਵ੍ਯਰ੍ਥ-ਕਾਲਤ੍ਵਮ੍" ਕ੍ਰਿਸ਼ਨ ਭਾਵਨਾ ਭਾਵਿਤ ਮਨੁੱਖ ਆਪਨਾ ਇੱਕ ਪਲ ਦਾ ਸਮਾਂ ਵੀ ਭਗਵਾਨ ਦੀ ਸੇਵਾ ਤੋਂ ਬਿਨ੍ਹਾਂ ਨਹੀਂ ਬਿਤਾਉਣਾ ਚਾਹੁੰਦਾ। ਇਸ ਲਈ ਉਹ ਘੱਟ ਤੋਂ ਘੱਟ ਸੌਂਦਾ ਹੈ । ਇਸਦੇ ਆਦਰਸ਼ ਸ਼੍ਰੀਲ ਰੂਪ ਗੋਸਵਾਮੀ ਜੀ ਦੱਸਦੇ ਹਨ; ਜਿਹੜੇ ਕ੍ਰਿਸ਼ਨ ਦੀ ਸੇਵਾ ਵਿਚ ਲਗਾਤਾਰ ਜੁੱਟੇ ਰਹਿੰਦੇ ਹਨ ਅਤੇ ਪੂਰੇ ਦਿਨ ਵਿਚ ਦੋ ਘੰਟਿਆ ਤੋਂ ਵੱਧ ਨਹੀਂ ਸੌਂਦੇ ਸਨ । ਠਾਕੁਰ ਹਰਿਦਾਸ ਤਾਂ ਆਪਣੀ ਮਾਲਾ ਵਿਚ ਤਿੰਨ ਲੱਖ ਨਾਮਾਂ ਦਾ ਜਾਪ ਕੀਤੇ ਬਗ਼ੈਰ ਨਾ ਤਾਂ ਪ੍ਰਸ਼ਾਦ ਲੈਂਦੇ ਸਨ ਅਤੇ ਨਾ ਹੀ ਸੌਂਦੇ ਸਨ । ਜਿਥੋਂ ਤਕ ਕੰਮ ਦਾ ਸਵਾਲ ਹੈ, ਕ੍ਰਿਸ਼ਨ ਭਾਵਨਾ ਭਾਵਿਤ ਮਨੁੱਖ ਅਜਿਹਾ ਕੋਈ ਵੀ ਕੰਮ ਨਹੀਂ ਕਰਦਾ, ਜਿਸਦਾ ਕ੍ਰਿਸ਼ਨ ਨਾਲ ਸੰਬੰਧ ਨਾ ਹੋਵੇ । ਇੰਝ ਉਸਦਾ ਕੰਮ ਹਮੇਸ਼ਾਂ ਨਿਯਮਿਤ ਰਹਿੰਦਾ ਹੈ ਅਤੇ ਇੰਦਰੀਆਂ ਤ੍ਰਿਪਤੀ ਤੋਂ ਦੂਸ਼ਿਤ ਨਹੀਂ ਹੁੰਦੀਆਂ । ਕਿਉਂਕਿ ਕ੍ਰਿਸ਼ਨ ਭਾਵਨਾ ਭਾਵਿਤ ਮਨੁੱਖ ਲਈ ਇੰਦਰੀਆਂ ਦੀ ਤ੍ਰਿਪਤੀ ਦਾ ਸਵਾਲ ਹੀ ਪੈਦਾ ਨਹੀਂ ਹੁੰਦਾ । ਇਸ ਤਰ੍ਹਾਂ ਉਸ ਨੂੰ ਜ਼ਰਾ ਕੁ ਵੀ ਵੇਹਲ ਨਹੀਂ ਮਿਲਦੀ, ਕਿਉਂਕਿ ਉਹ ਆਪਣੇ ਕੰਮ, ਵਚਨ, ਨੀਂਦ, ਜਾਗਣਾ ਅਤੇ ਹੋਰ ਸਾਰੇ ਸ਼ਰੀਰਕ ਕੰਮਾਂ ਵਿਚ ਨਿਯਮਿਤ ਰਹਿੰਦਾ ਹੈ, ਇਸ ਲਈ ਉਸਨੂੰ ਕੋਈ ਭੌਤਿਕ ਦੁੱਖ ਨਹੀਂ ਸਤਾਉਂਦਾ ।

यदा विनियतं चित्तमात्मन्येवावतिष्ठते ।
निस्पृहः सर्वकामेभ्यो युक्त इत्युच्यते तदा ॥ १८ ॥

ਯਦਾ ਵਿਨਿਯਤਮ੍ ਚਿੱਤਮ੍ ਆਤਮਨਿ ਏਵਾਵਤਿਸ਼੍ਠਤੇ ।
ਨਿਸ੍ਪ੍ਰਿਹਹ੍ ਸਰ੍ਵ ਕਾਮੇਭ੍ਯੋ ਯੁਕਤ ਇਤਿ ਉਚ੍ਯਤੇ ਤਦਾ ॥18॥

ਯਦਾ– ਜਦੋਂ ; **ਵਿਨਿਯਤਮ੍** – ਖ਼ਾਸ ਤੌਰ ਤੇ ਅਨੁਸ਼ਾਸਨ ਵਿਚ ; **ਚਿੱਤਮ** – ਮਨ ਅਤੇ ਉਸਦੇ ਕਾਰਜ ; **ਆਤ੍ਮਨਿ** – ਅਧਿਆਤਮ ਵਿਚ ; **ਏਵ** – ਨਿਸ਼ਚੈ ਹੀ ; **ਅਵਤਿਸ਼੍ਠਤੇ** – ਸਥਿਤ ਹੋ ਜਾਂਦਾ ਹੈ; **ਨਿਸ੍ਪ੍ਰਹਹ੍** – ਇੱਛਾਵਾਂ ਤੋਂ ਮੁਕਤ ; **ਸਰ੍ਵ** – ਹਰ ਤਰ੍ਹਾਂ ਦੀ ; **ਕਾਮੇਭ੍ਯਹ੍** – ਭੌਤਿਕ ਇੰਦਰੀਆਂ ਦੀ ਤ੍ਰਿਪਤੀ ਨਾਲ ; **ਯੁਕਤਹ੍** – ਯੋਗ ਵਿਚ ਸਥਿਤ ; **ਇਤਿ੍** – ਇੰਝ ; **ਉਚ੍ਯਤੇ** – ਕਹਾਉਂਦਾ ਹੈ ; **ਤਦਾ** – ਉਸ ਵੇਲੇ ।

ਅਨੁਵਾਦ

ਜਦੋਂ ਯੋਗੀ ਯੋਗ ਅਭਿਆਸ ਰਾਹੀਂ ਆਪਣੇ ਮਾਨਸਿਕ ਕੰਮ ਕਾਰਜਾਂ ਨੂੰ ਕਾਬੂ ਵਿਚ ਕਰ ਲੈਂਦਾ ਹੈ ਅਤੇ ਅਧਿਆਤਮ ਵਿਚ ਸਥਿਤ ਹੋ ਜਾਂਦਾ ਹੈ, ਭਾਵ ਸਾਰੀਆਂ ਭੌਤਿਕ ਇੱਛਾਵਾਂ ਤੋਂ ਰਹਿਤ ਹੋ ਜਾਂਦਾ ਹੈ ਤਾਂ ਯੋਗ ਵਿਚ ਚੰਗੇਰੀ ਤਰ੍ਹਾਂ ਸਥਿਰ ਕਿਹਾ ਜਾਂਦਾ ਹੈ ।

ਭਾਵ

ਸਧਾਰਨ ਮਨੁੱਖ ਦੀ ਤੁਲਨਾ ਵਿਚ ਯੋਗੀ ਦੇ ਕੰਮਾਂ ਵਿਚ ਇਹ ਵਿਸ਼ੇਸ਼ਤਾ ਹੁੰਦੀ ਹੈ ਕਿ ਉਹ ਸਾਰੀਆਂ ਭੌਤਿਕ ਇੱਛਾਵਾਂ ਤੋਂ ਮੁਕਤ ਰਹਿੰਦਾ ਹੈ, ਜਿਸ ਵਿਚ ਸੰਭੋਗ ਪ੍ਰਮੁੱਖ ਹੈ । ਇੱਕ ਪੂਰਨ ਯੋਗੀ ਆਪਣੇ ਮਾਨਸਿਕ ਕੰਮਾਂ ਵਿਚ ਇਨ੍ਹਾਂ ਪੱਕਾ ਹੁੰਦਾ ਹੈ ਕਿ ਉਸਨੂੰ ਕੋਈ ਵੀ ਭੌਤਿਕ ਇੱਛਾ ਡਾਵਾਂ-ਡੋਲ ਨਹੀਂ ਕਰ ਸਕਦੀ । ਇਹ ਸਿੱਧ ਅਵਸਥਾ ਕ੍ਰਿਸ਼ਨ ਭਾਵਨਾ ਭਾਵਿਤ ਮਨੁੱਖਾਂ ਰਾਹੀਂ ਆਪ-ਮੁਹਾਰੇ ਹੀ ਮਿਲ ਜਾਂਦੀ ਹੈ, ਜਿਵੇਂ ਕਿ ਕਿਹਾ ਗਿਆ ਹੈ :-

ਸ ਵੈ ਮਨਹ੍ ਕ੍ਰਿਸ਼ਣ ਪਦਾਰਵਿੰਦਯੋਰ ਵਾਚਾਂਸਿ ਵੈਕੁੰਠ ਗੁਣਾਨੁਵਰਣਨੇ ।
ਕਰੌ ਹਰੇਰ ਮੰਦਿਰ ਮਾਰਜਨਾਦਿਸ਼ੁ ਸ਼ਰੁਤਿਮ੍ ਚਕਰਾਚਯੁਤ ਸਤ੍ ਕਥੋਦਯੇ ॥
ਮੁਕੁੰਦ ਲਿੰਗਾਲਯ ਦਰਸ਼ਨੇ ਦ੍ਰਿਸ਼ੌ ਤਦ੍ ਭ੍ਰਿਤਯ ਗਾਤ੍ਰ ਸ੍ਪਰਸ਼ੇ ਅੰਗ ਸੰਗਮਮ੍ ।
ਘ੍ਰਾਣਮ੍ ਚ ਤਤ੍ ਪਾਦ ਸਰੋਜ ਸੌਰਭੇ ਸ਼੍ਰੀਮਤ੍ ਤੁਲਸਯਾ ਰਸਨਾਮ੍ ਤਦ੍ ਅਰਪਿਤੇ॥
ਪਾਦੌ ਹਰੇਹ੍ ਕਸ਼ੇਤ੍ਰ ਪਦਾਨੁਸਰਪਣੇ ਸ਼ਿਰੋ ਹ੍ਰਿਸ਼ੀਕੇਸ਼ ਪਦਾਭਿਵੰਦਨੇ ।
ਕਾਮਮ੍ ਚ ਦਾਸਯੇ ਨ ਤੁ ਕਾਮ ਕਾਮ੍ਯਯਾ ਯਥੋੱਤਮ ਸ਼ਲੋਕ ਜਨਾਸ਼੍ਰਯਾ ਰਤਿਹ੍॥

ਸ਼੍ਰੀਮਦਭਾਗਵਤ (9-4-18-20)

"ਰਾਜਾ ਅੰਬਰੀਸ਼ ਨੇ ਸਭ ਤੋਂ ਪਹਿਲੋਂ ਆਪਣੇ ਮਨ ਨੂੰ ਭਗਵਾਨ ਦੇ ਚਰਨ ਕਮਲਾਂ ਤੇ ਲਾ ਦਿੱਤਾ ਫਿਰ ਕ੍ਰਮਵਾਰ ਆਪਣੀ ਬਾਣੀ ਨੂੰ ਕ੍ਰਿਸ਼ਨ ਦੇ ਗੁਣਗਾਨ ਵਿਚ ਲਗਾਇਆ, ਹੱਥਾਂ ਨੂੰ ਭਗਵਾਨ ਦੇ ਮੰਦਿਰ ਨੂੰ ਸਾਫ ਕਰਨ, ਕੰਨਾਂ ਨੂੰ ਭਗਵਾਨ ਦੇ ਕੰਮ-ਕਾਰਜਾਂ ਨੂੰ ਸੁਣਨ, ਅੱਖਾਂ ਨੂੰ ਭਗਵਾਨ ਦੇ ਅਲੌਕਿਕ ਰੂਪ ਦੇ ਦਰਸ਼ਨ ਕਰਨ, ਸ਼ਰੀਰ ਨੂੰ ਹੋਰਨਾਂ ਭਗਤਾਂ ਦੀ ਛੋਹ ਪ੍ਰਾਪਤ ਕਰਨ, ਸੁੰਘਣ ਵਾਲੀਆਂ ਇੰਦਰੀਆਂ ਨੂੰ ਭਗਵਾਨ ਤੇ ਚੜ੍ਹਾਏ ਗਏ ਕਮਲ ਦੇ ਫੁੱਲਾਂ ਦੀ ਖੁਸ਼ਬੂ ਸੁੰਘਣ, ਜੀਭ ਨੂੰ ਭਗਵਾਨ ਦੇ ਚਰਨ-ਕਮਲਾਂ ਤੇ ਚੜ੍ਹਾਏ ਗਏ ਤੁਲਸੀ ਦੇ ਪੱਤਿਆਂ ਦਾ ਸੁਆਦ ਲੈਣ, ਪੈਰਾਂ ਨੂੰ ਤੀਰਥ ਯਾਤਰਾ ਕਰਨ ਅਤੇ ਭਗਵਾਨ ਦੇ ਮੰਦਿਰ ਤਕ ਜਾਣ, ਸਿਰ ਨੂੰ ਭਗਵਾਨ ਨੂੰ ਪ੍ਰਣਾਮ ਕਰਨ ਅਤੇ ਆਪਣੀਆਂ ਇੱਛਾਵਾਂ ਨੂੰ ਭਗਵਾਨ ਦੀ ਇੱਛਾ ਪੂਰੀ ਕਰਨ ਵਿਚ ਲਗਾ ਦਿੱਤਾ । ਇਹ ਸਾਰੇ ਅਲੌਕਿਕ ਕਾਰਜ ਸ਼ੁੱਧ ਭਗਤ ਦੇ ਬਿਲਕੁਲ ਅਨੁਕੂਲ ਹਨ ।"

ਨਿਰਵਿਸ਼ੇਸ਼ਵਾਦੀਆਂ (ਨਿਰਾਕਾਰਵਾਦਿਆਂ) ਲਈ ਇਹ ਅਲੌਕਿਕ ਵਿਵਸਥਾ ਅਕੱਥ ਹੋ ਸਕਦੀ ਹੈ, ਪਰ ਕ੍ਰਿਸ਼ਨ ਭਾਵਨਾ ਭਾਵਿਤ ਮਨੁੱਖ ਲਈ ਇਹ ਵਧੇਰੇ ਅਸਾਨ ਅਤੇ ਵਿਵਹਾਰਕ ਹੈ, ਜਿਵੇਂ ਕਿ ਮਹਾਰਾਜ ਅੰਬਰੀਸ਼ ਦੀ ਉਪਰ ਦੱਸੀ ਰੋਜ਼ ਦੀ ਜਿੰਦਗੀ ਤੋਂ ਸਪਸ਼ਟ ਹੋ ਜਾਂਦਾ ਹੈ । ਜਦੋਂ ਤਕ ਲਗਾਤਾਰ ਸਿਮਰਨ ਰਾਹੀਂ ਭਗਵਾਨ ਦੇ ਚਰਨ-ਕਮਲਾਂ ਵਿਚ ਮਨ ਟਿਕਾ ਨਹੀਂ ਦਿੱਤਾ ਜਾਂਦਾ, ਉਦੋਂ ਤਕ ਅਜਿਹੇ ਅਲੌਕਿਕ ਕਾਰਜ ਵਿਵਹਾਰਕ ਨਹੀਂ ਬਣਦੇ । ਇਸ ਲਈ ਭਗਵਾਨ ਦੀ ਭਗਤੀ ਵਿਚ ਇਨ੍ਹਾਂ ਵਿਧਾਨ ਅਨੁਸਾਰ ਕਾਰਜਾਂ ਨੂੰ ਅਰਚਨ ਕਹਿੰਦੇ ਹਨ, ਜਿਸਦਾ ਅਰਥ ਹੈ ਸਾਰੀਆਂ ਇੰਦਰੀਆਂ ਨੂੰ ਭਗਵਾਨ ਦੀ ਸੇਵਾ ਵਿਚ ਲਾਉਣਾ। ਇੰਦਰੀਆਂ ਅਤੇ ਮਨ ਨੂੰ ਕੁਝ ਨਾ ਕੁਝ ਕੰਮ ਚਾਹੀਦਾ ਹੈ । ਨਿਰਾ ਤਿਆਗ ਵਿਵਹਾਰਕ ਨਹੀਂ ਹੈ । ਇਸ ਲਈ ਸਧਾਰਨ ਲੋਕਾਂ ਲਈ ਖ਼ਾਸ ਕਰਕੇ ਜਿਹੜੇ ਲੋਕ ਸੰਨਿਆਸ ਆਸ਼ਰਮ ਵਿਚ ਨਹੀਂ ਹਨ - ਉਪਰ ਵਰਣਨ ਕੀਤੇ

ਇੰਦਰੀਆਂ ਅਤੇ ਮਨ ਦੇ ਅਲੌਕਿਕ ਕਾਰਜ ਹੀ ਅਲੌਕਿਕ ਸਫਲਤਾ ਦੀ ਸਹੀ ਵਿਧੀ ਹੈ, ਜਿਸਨੂੰ ਭਗਵਤ ਗੀਤਾ ਵਿਚ ਯੁਕਤ ਭਾਵ ਯੋਗ ਵਿਚ ਸਥਿਤ ਕਿਹਾ ਗਿਆ ਹੈ ।

यथा दीपो निवातस्थो नेङ्गते सोपमा स्मृता ।
योगिनो यतचित्तस्य युञ्जतो योगमात्मनः ॥ १९ ॥

ਯਥਾ ਦੀਪੋ ਨਿਵਾਤ-ਸੑਥੋ ਨੇਗੰਤੇ ਸੋਪਮਾ ਸਮ੍ਰਿਤਾ ।
ਯੋਗਿਨੋ ਯਤ-ਚਿੱਤਸੑਯ ਯੁੰਜਤੋ ਯੋਗਮ ਆਤੑਮਨਹ੍ ॥19॥

ਯਥਾ – ਜਿਵੇਂ ; ਦੀਪਹ੍ – ਦੀਪਕ ; ਨਿਵਾਤ-ਸੑਥਹ੍- ਹਵਾ ਰਹਿਤ ਥਾਂ ਵਿਚ ; ਨ- ਨਹੀਂ ; ਇੰਗਤੇ – ਹਿਲਦਾ ਜੁਲਦਾ ; ਸਾ – ਇਹ ; ਉਪਮਾ – ਤੁਲਨਾ ; ਸਮ੍ਰਿਤਾ – ਮੰਨੀ ਜਾਂਦੀ ਹੈ ; ਯੋਗਿਨਹ੍ – ਯੋਗੀ ਦੀ ; ਯਤਚਿੱਤਸੑਯ – ਜਿਸਦਾ ਮਨ ਕਾਬੂ ਵਿਚ ਹੈ ; ਯੁੰਜਤ-ਲਗਾਤਾਰ ਲਗੇ ; ਯੋਗਮ – ਧਿਆਨ ਵਿਚ ; ਆਤੑਮਨਹ੍ – ਅਧਿਆਤਮ ਵਿਚ ।

ਅਨੁਵਾਦ

ਜਿਸ ਤਰ੍ਹਾਂ ਹਵਾ ਰਹਿਤ ਥਾਂ ਤੇ ਦੀਵੇ ਦੀ ਲੋਅ ਹਿਲਦੀ-ਜੁਲਦੀ ਨਹੀਂ, ਉਸੇ ਤਰ੍ਹਾਂ ਜਿਸ ਯੋਗੀ ਦਾ ਮਨ ਕਾਬੂ ਵਿਚ ਹੁੰਦਾ ਹੈ, ਉਹ ਆਤਮ-ਤੱਤ ਦੇ ਧਿਆਨ ਵਿਚ ਹਮੇਸ਼ਾਂ ਸਥਿਰ ਰਹਿੰਦਾ ਹੈ ।

ਭਾਵ

ਕ੍ਰਿਸ਼ਨ ਭਾਵਨਾ ਭਾਵਿਤ ਮਨੁੱਖ ਆਪਣੇ ਪੂਜਨੀਕ ਭਗਵਾਨ ਦੇ ਚਿੰਤਨ ਵਿਚ ਬਿਨ੍ਹਾਂ ਪਰੇਸ਼ਾਨੀ ਦੇ, ਉਸੇ ਤਰ੍ਹਾਂ ਅਡਿੱਗ ਰਹਿੰਦਾ ਹੈ, ਜਿਵੇਂ ਹਵਾ ਰਹਿਤ ਥਾਂ ਤੇ ਇਕ ਦੀਵੇ ਦੀ ਲੋਅ ।

यत्रोपरमते चित्तं निरुद्धं योगसेवया ।
यत्र चैवात्मनात्मानं पश्यन्नात्मनि तुष्यति ॥ २० ॥
सुखमात्यन्तिकं यत्तद्बुद्धिग्राह्यमतीन्द्रियम् ।
वेत्ति यत्र न चैवायं स्थितश्चलति तत्त्वतः ॥ २१ ॥
यं लब्ध्वा चापरं लाभं मन्यते नाधिकं ततः ।
यस्मिन्स्थितो न दुःखेन गुरुणापि विचाल्यते ॥ २२ ॥
तं विद्याद्दुःखसंयोगवियोगं योगसंज्ञितम् ॥ २३ ॥

ਯਤ੍ਰੋਪਰਮਤੇ ਚਿੱਤਮ੍ ਨਿਰੁਦਧਮ੍ ਯੋਗ ਸੇਵਯਾ ।
ਯਤ੍ਰ ਚੈਵਾਤੑਮਨਾਤੑਮਾਨਮ੍ ਪਸ਼ੑਯੰਨ ਆਤੑਮਨਿ ਤੁਸ਼ੑਯਤਿ ॥20॥
ਸੁਖਮ੍ ਆਤੑਯੰਤਿਕਮ੍ ਯੱਤ੍ ਤਦ੍ ਬੁਦਧਿ-ਗ੍ਰਾਹੑਯਮ ਅਤਿੰਦ੍ਰਿਯਮ੍ ।
ਵੇਤਿੱ ਯਤ੍ਰ ਨ ਚੈਵਾਯਮ੍ ਸੑਥਿਤਸ਼੍ ਚਲਤਿ ਤੱਤਵਤਹ੍ ॥ 21 ॥
ਯਮ੍ ਲਬੑਧ੍ਵਾ ਚਾਪਰਮ੍ ਲਾਭਮ੍ ਮੰਨਯਤੇ ਨਾਧਿਕਮ੍ ਤਤਹ੍ ।

ਯਸ੍ਮਿਨ੍ ਸ੍ਥਿਤੋ ਨ ਦੁਖੇਨ ਗੁਰੁਣਾਪਿ ਵਿਚਾਲ੍ਯਤੇ ॥ 22 ॥

ਤਮ੍ ਵਿਦ੍ਯਾਦ੍ ਦੁਹ੍ਖ-ਸੰਯੋਗ ਵਿਯੋਗਮ੍ ਯੋਗ ਸੰਗ੍ਯਿਤਮ੍ ॥23॥

ਯਤ੍ਰ – ਜਿਸ ਅਵਸਥਾ ਵਿਚ ; **ਉਪਰਮਤੇ** – ਅਲੌਕਿਕ ਸੁਖ ਕਾਰਨ ਦੇ ਅਨੁਭਵ ਕਾਰਨ ਬੰਦ ਹੋ ਜਾਂਦੀ ਹੈ ; **ਚਿੱਤਮ੍** – ਮਾਨਸਿਕ ਗਤੀਵਿਧੀਆਂ ; **ਨਿਰੁਦ੍ਧਮ੍** – ਪਦਾਰਥ ਤੋਂ ਸੰਕੋਚ ; **ਯੋਗ-ਸੇਵਯਾ** – ਯੋਗ ਦੇ ਅਭਿਆਸ ਰਾਹੀਂ ; **ਯਤ੍ਰ** – ਜਿਸ ਵਿਚ ; **ਚ** – ਵੀ ; **ਏਵ** – ਨਿਸ਼ਚੈ ਹੀ ; **ਆਤ੍ਮਨਾ** – ਸ਼ੁੱਧ ਮਨ ਨਾਲ ; **ਅਤ੍ਮਾਨਮ੍** – ਆਤਮਾ ਦੀ ; **ਪਸ਼੍ਯਨ੍** – ਸਥਿਤੀ ਦਾ ਅਨੁਭਵ ਕਰਦੇ ਹੋਏ ; **ਆਤ੍ਮਨਿ** – ਆਪਣੇ ਵਿਚ ; **ਤੁਸ਼੍ਯਤਿ** – ਸੰਤੁਸ਼ਟ ਹੋ ਜਾਂਦਾ ਹੈ ; **ਸੁਖਮ੍**–ਸੁਖ ; **ਆਤ੍ਯੰਤਿਕਮ੍** –ਉੱਤਮ ; **ਯੱਤ** – ਜਿਹੜਾ ; **ਤਤ੍** – ਉਹ ; **ਬੁਦ੍ਧਿ** – ਬੁੱਧੀ ਨਾਲ ; **ਗ੍ਰਾਹ੍ਯਮ੍** – ਗ੍ਰਹਿਣ ਕਰਨ ਯੋਗ ; **ਅਤੀਂਦ੍ਰਿਯਮ੍** – ਅਲੌਕਿਕ ; **ਵੇਤ੍ਤਿ** – ਜਾਣਦਾ ਹੈ ; **ਯਤ੍ਰ** – ਜਿਸ ਵਿਚ ; **ਨ** – ਕਦੀ ਨਹੀਂ ; **ਚ** – ਵੀ ; **ਏਵ** – ਨਿਸ਼ਚੈ ਹੀ ; **ਅਯਮ੍** – ਇਹ ; **ਸ੍ਥਿਤਹ੍** – ਸਥਾਪਿਤ ; **ਚਲਤਿ** – ਹਟਦਾ ਹੈ ; **ਤੱਤਵਤਹ** – ਅਸਲੀਅਤ ਤੋਂ ; **ਯਮ੍** – ਜਿਸਨੂੰ ; **ਲਬ੍ਧ੍ਵਾ** – ਹਾਸਲ ਕਰਕੇ ; **ਚ** – ਅਤੇ ; **ਅਪਰਮ੍** –ਹੋਰ ਕੋਈ ; **ਲਾਭਮ੍** – ਲਾਭ ; **ਮੰਨਯਤੇ** – ਮੰਨਦਾ ਹੈ ; **ਨ** – ਕਦੀ ਨਹੀਂ ; **ਅਧਿਕਮ੍**–ਵਧੇਰੇ ; **ਤਤਹ** – ਉਸ ਨਾਲ ; **ਯਸ੍ਮਿਨ** – ਜਿਸ ਵਿਚ ; **ਸ੍ਥਿਤਹ** – ਸਥਾਪਿਤ ਹੋ ਕੇ ; **ਨ** – ਕਦੀ ਨਹੀਂ ; **ਦੁਹਖੇਨ** – ਦੁੱਖਾਂ ਨਾਲ ; **ਗੁਰੁਣਾ-ਅਪਿ**- ਬਹੁਤ ਕਠੋਰ ਹੋਣ ਤੇ ਵੀ ; **ਵਿਚਾਲ੍ਯਤੇ** – ਹਿਲਦਾ ਹੈ ; **ਤਮ੍** – ਉਸਨੂੰ ; **ਵਿਦ੍ਯਾਤ੍** – ਸਮਝੋ, ਜਾਣੋ ; **ਦੁਖ ਸੰਯੋਗ** – ਭੌਤਿਕ ਸੰਪਰਕ ਨਾਲ ਪੈਦਾ ਹੋਏ ਦੁੱਖ ; **ਵਿਯੋਗਮ੍** – ਜੜ ਤੋਂ ਪ੍ਰਾਣ ਨੂੰ ; **ਯੋਗ ਸੰਗ੍ਯਿਤਮ੍** – ਯੋਗ ਸਮਾਧੀ ਵਿਚ ਕਹਾਉਣ ਵਾਲਾ ।

ਅਨੁਵਾਦ

ਸਿੱਧੀ ਦੀ ਅਵਸਥਾ ਵਿਚ, ਜਿਸਨੂੰ ਸਮਾਧੀ ਕਹਿੰਦੇ ਹਨ, ਮਨੁੱਖ ਦਾ ਮਨ, ਯੋਗ-ਅਭਿਆਸ ਰਾਹੀਂ ਭੌਤਿਕ ਮਾਨਸਿਕ ਕਿਰਿਆਵਾਂ ਪੂਰੀ ਤਰ੍ਹਾਂ ਸੰਜਮਿਤ ਹੋ ਜਾਂਦੀਆਂ ਹਨ । ਇਸ ਸਿੱਧੀ ਦੀ ਵਿਸ਼ੇਸ਼ਤਾ ਇਹ ਹੈ ਕਿ ਮਨੁੱਖ ਸ਼ੁੱਧ ਮਨ ਨਾਲ ਆਪਣੇ ਆਪ ਨੂੰ ਵੇਖ ਸਕਦਾ ਹੈ ਅਤੇ ਆਪਣੇ ਆਪ ਵਿਚ ਆਨੰਦ ਉਠਾ ਸਕਦਾ ਹੈ । ਉਸ ਆਨੰਦਮਈ ਸਥਿਤੀ ਵਿਚ ਉਹ ਅਲੌਕਿਕ ਇੰਦਰੀਆਂ ਰਾਹੀਂ ਅਸੀਮ ਅਲੌਕਿਕ ਸੁਖ ਵਿਚ ਸਥਿਤ ਰਹਿੰਦਾ ਹੈ । ਇੰਝ ਸਥਾਪਿਤ ਮਨੁੱਖ ਕਦੀ ਸੱਚ ਤੋਂ ਨਹੀਂ ਹਟਦਾ ਅਤੇ ਇਸ ਸੁਖ ਦੀ ਪ੍ਰਾਪਤੀ ਹੋ ਜਾਣ ਤੇ ਉਹ ਇਸ ਤੋਂ ਵੱਡਾ ਕੋਈ ਹੋਰ ਲਾਭ ਨਹੀਂ ਮੰਨਦਾ । ਅਜਿਹੀ ਸਥਿਤੀ ਨੂੰ ਹਾਸਲ ਕਰਕੇ ਮਨੁੱਖ ਵੱਡੀ ਤੋਂ ਵੱਡੀ ਔਕੜ ਵਿਚ ਵੀ ਡਾਵਾਂ-ਡੋਲ ਨਹੀਂ ਹੁੰਦਾ । ਇਹ ਨਿਸ਼ਚੈ ਹੀ ਭੌਤਿਕ ਸੰਪਰਕ ਤੋਂ ਪੈਦਾ ਹੋਣ ਵਾਲੇ ਸਾਰੇ ਦੁੱਖਾਂ ਤੋਂ ਅਸਲੀ ਮੁਕਤੀ ਹੈ ।

ਭਾਵ

ਯੋਗ ਅਭਿਆਸ ਰਾਹੀਂ ਮਨੁੱਖ ਭੌਤਿਕ ਧਾਰਨਾਵਾਂ ਤੋਂ ਲੜੀਵਾਰ ਅਲੱਗ ਹੁੰਦਾ ਜਾਂਦਾ ਹੈ। ਇਹ ਯੋਗ ਦਾ ਪ੍ਰਮੁੱਖ ਲੱਛਣ ਹੈ, ਇਸ ਤੋਂ ਬਾਅਦ ਉਹ ਸਮਾਧੀ ਵਿਚ ਸਥਾਪਿਤ ਹੋ ਜਾਂਦਾ ਹੈ, ਜਿਸਦਾ ਅਰਥ ਇਹ ਹੁੰਦਾ ਹੈ ਕਿ ਅਲੌਕਿਕ ਮਨ ਅਤੇ ਬੁੱਧੀ ਰਾਹੀਂ ਯੋਗੀ ਆਪਣੇ ਆਪ ਨੂੰ ਪਰਮਾਤਮਾ ਸਮਝਣ ਦਾ ਭਰਮ ਨਾ ਕਰਕੇ ਪਰਮਾਤਮਾ ਦਾ ਅਨੁਭਵ ਕਰਦਾ ਹੈ। ਯੋਗ ਅਭਿਆਸ ਥੋੜਾ ਬਹੁਤ ਪਤੰਜਲੀ ਦੀ ਯੋਗ ਪਧੱਤੀ ਦੇ ਸਿਧਾਂਤ ਤੇ ਅਧਾਰਿਤ ਹੈ। ਕੁਝ ਗੈਰ ਪ੍ਰਮਾਣਿਤ ਟੀਕਾਕਾਰ ਜੀਵ-ਆਤਮਾ ਅਤੇ ਪਰਮਾਤਮਾ ਨੂੰ ਇੱਕੋ ਰੂਪ ਵਿਚ ਸਥਾਪਿਤ ਕਰਨ ਦਾ ਯਤਨ ਕਰਦੇ ਹਨ ਅਤੇ ਅਦ੍ਵੈਤ-ਵਾਦੀ ਇਸੇ ਨੂੰ ਮੁਕਤੀ ਮੰਨਦੇ ਹਨ ਪਰ ਉਹ ਪਤੰਜਲੀ ਦੀ ਯੋਗ ਪਧੱਤੀ ਦੇ ਅਸਲੀ ਮੰਤਵ ਨੂੰ ਨਹੀਂ ਜਾਣਦੇ। ਪਤੰਜਲੀ ਪਧੱਤੀ ਅੰਦਰ ਅਲੌਕਿਕ ਆਨੰਦ ਨੂੰ ਸਵੀਕਾਰ ਕੀਤਾ ਗਿਆ ਹੈ, ਪਰ ਅਦ੍ਵੈਤਵਾਦੀ ਇਸ ਅਲੌਕਿਕ ਆਨੰਦ ਨੂੰ ਸਵੀਕਾਰ ਨਹੀਂ ਕਰਦੇ, ਕਿਉਂਕਿ ਉਨ੍ਹਾਂ ਨੂੰ ਸ਼ੱਕ ਹੈ ਕਿ ਇਸ ਨਾਲ ਕਿਧਰੇ ਉਨ੍ਹਾਂ ਦੇ ਅਦ੍ਵੈਤਵਾਦ ਵਿਚ ਰੁਕਾਵਟ ਨਾ ਆ ਜਾਵੇ। ਅਦ੍ਵੈਤਵਾਦੀ ਗਿਆਨ ਅਤੇ ਗਿਆਤਾ (ਜਾਣਨ ਵਾਲਾ) ਦੇ ਫਰਕ ਨੂੰ ਨਹੀਂ ਮੰਨਦੇ। ਪਰ ਇਸ ਸ਼ਲੋਕ ਵਿਚ ਅਲੌਕਿਕ ਇੰਦਰੀਆਂ ਰਾਹੀਂ ਅਨੁਭਵ ਕੀਤੇ ਅਲੌਕਿਕ ਆਨੰਦ ਨੂੰ ਸਵੀਕਾਰ ਕੀਤਾ ਗਿਆ ਹੈ। ਇਸ ਦੀ ਪੁਸ਼ਟੀ ਯੋਗ ਪਧੱਤੀ ਦੇ ਮਸ਼ਹੂਰ ਵਿਆਖਿਆਕਾਰ ਪਤੰਜਲੀ ਮੁਨੀ ਨੇ ਵੀ ਕੀਤੀ ਹੈ। ਯੋਗਸੂਤਰ ਵਿਚ ਮਹਾਰਿਸ਼ੀ ਕਹਿੰਦੇ ਹਨ - **ਪੁਰੁਸ਼ਾਰ੍ਥ ਸ਼ੂਂਯਾਨਾਮ੍ ਗੁਣਾਨਾਮ੍ ਪ੍ਰਤਿਪ੍ਰਸਵਹ੍ ਕੈਵਲ੍ਯਮ੍ ਸ੍ਵਰੂਪ ਪ੍ਰਤਿਸ਼੍ਠਾ ਵਾ ਚਿਤਿ ਸ਼ਕ੍ਤਿਰ੍ ਇਤਿ।** (ਯੋਗਸੂਤਰ 3-34)

ਇਹ **ਚਿੱਤ ਸ਼ਕਤੀ** ਜਾਂ ਅੰਦਰੂਨੀ ਸ਼ਕਤੀ ਅਲੌਕਿਕ ਹੈ। **ਪੁਰੁਸ਼ਾਰਥ** ਤੋਂ ਭਾਵ ਧਰਮ, ਅਰਥ, ਕਾਮ ਅਤੇ ਅੰਤ ਵਿਚ ਪਾਰਬ੍ਰਹਮ ਨਾਲ ਇੱਕਮਿੱਕ ਜਾਂ ਮੋਖ ਹੈ। ਅਦ੍ਵੈਤਵਾਦੀ ਪਾਰਬ੍ਰਹਮ ਨਾਲ ਇੰਝ ਇੱਕ-ਮਿੱਕ ਹੋਣ ਨੂੰ **ਕੈਵਲ੍ਯਮ੍** ਕਹਿੰਦੇ ਹਨ। ਪਰ ਪਤੰਜਲੀ ਮੁਤਾਬਿਕ **ਕੈਵਲ੍ਯਮ੍** ਉਹ ਅੰਦਰੂਨੀ ਜਾਂ ਅਲੌਕਿਕ ਸ਼ਕਤੀ ਹੈ, ਜਿਸ ਨਾਲ ਜੀਵ ਆਤਮਾ ਆਪਣੀ ਸੁਭਾਵਿਕ ਸਥਿਤੀ ਤੋਂ ਜਾਣੂ ਹੁੰਦਾ ਹੈ। ਭਗਵਾਨ ਚੈਤੰਨਯ ਦੇ ਸ਼ਬਦਾਂ ਵਿਚ ਇਹ ਅਵਸਥਾ **'ਚੇਤੋ ਦਰ੍ਪਣ ਮਾਰ੍ਜਨਮ੍'** ਭਾਵ ਮਨ ਰੂਪੀ ਮੈਲੇ ਸ਼ੀਸ਼ੇ ਨੂੰ ਸਾਫ਼ ਕਰਨਾ ਹੈ। ਇਹ ਸ਼ੁੱਧੀ ਅਸਲ ਵਿਚ ਮੁਕਤੀ ਜਾਂ **'ਭਵ ਮਹਾਂ ਦਾਵਾਗ੍ਨਿ ਨਿਰ੍ਵਾਪਣਮ੍'** ਹੈ। ਮੁੱਢਲਾ ਨਿਰਵਾਣ ਸਿਧਾਂਤ ਵੀ ਇਸੇ ਨਿਯਮ ਵਾਂਗ ਹੈ। ਭਾਗਵਤਮ੍ ਵਿਚ (2-10-6) ਇਸਨੂੰ **'ਸ੍ਵਰੂਪੇਣ ਵ੍ਯਵਸ੍ਥਿਤਿਹ੍'** ਕਿਹਾ ਗਿਆ ਹੈ। ਭਗਵਤ ਗੀਤਾ ਦੇ ਇਸ ਸ਼ਲੋਕ ਵਿਚ ਵੀ ਇਸੇ ਦੀ ਪੁਸ਼ਟੀ ਹੋਈ ਹੈ।

ਨਿਰਵਾਣ ਜਾਂ ਭੌਤਿਕ ਨਿਵ੍ਰਿਤੀ ਮਗਰੋਂ ਅਧਿਆਤਮਕ ਕੰਮ ਕਾਰਜਾਂ ਦੀ ਜਾਂ ਭਗਵਾਨ ਦੀ ਭਗਤੀ ਦਾ ਪ੍ਰਕਾਸ਼ ਹੁੰਦਾ ਹੈ, ਜਿਸਨੂੰ ਕ੍ਰਿਸ਼ਨ ਭਾਵਨਾ ਅੰਮ੍ਰਿਤ ਕਹਿੰਦੇ ਹਨ। ਭਾਗਵਤ ਦੇ ਸ਼ਬਦਾਂ ਵਿਚ 'ਸ੍ਵਰੂਪੇਣ ਵ੍ਯਵਸ੍ਥਿਤਿਹ੍' ਜੀਵ ਆਤਮਾ ਦਾ ਅਸਲ ਜੀਵਨ ਇਹੋ ਹੈ। ਭੌਤਿਕ ਦੋਸ਼ਾਂ ਨਾਲ ਅਧਿਆਤਮਕ ਜੀਵਨ ਦੇ ਪਾਪ ਯੁਕਤ (ਸੰਬੰਧਿਤ) ਹੋਣ ਦੀ ਅਵਸਥਾ ਮਾਇਆ ਹੈ। ਇਸ ਭੌਤਿਕ ਦੋਸ਼ ਤੋਂ ਮੁਕਤੀ ਦਾ ਮਤਲਬ ਇਹੋ ਹੁੰਦਾ ਹੈ ਕਿ ਜੀਵ ਆਤਮਾ ਦੀ ਮੁੱਢਲੀ ਅਲੌਕਿਕ

ਸਥਿਤੀ ਦਾ ਨਾਸ਼ ਨਹੀਂ ਹੈ। ਪਤੰਜਲੀ ਵੀ ਇਸਦੀ ਪੁਸ਼ਟੀ ਇਨ੍ਹਾਂ ਸ਼ਬਦਾਂ ਨਾਲ ਕਰਦੇ ਹਨ - **ਕੈਵਲ੍ਯਮ੍ ਸ੍ਵਰੂਪ ਪ੍ਰਤਿਸ਼੍ਠਾ ਵਾ ਚਿਤਿ ਸ਼ਕ੍ਤਿ ਇਤਿ** - ਇਹ ਚਿਤ ਸ਼ਕਤੀ ਜਾਂ ਅਲੌਕਿਕ ਆਨੰਦ ਹੀ ਅਸਲੀ ਜੀਵਨ ਹੈ। ਇਸ ਦੀ ਵਡਿਆਈ ਵੇਦਾਂਤ ਸੂਤਰ ਵਿਚ (1-1-12) ਇੰਝ ਕੀਤੀ ਗਈ ਹੈ - **ਆਨੰਦ ਮਯੋ ਭ੍ਯਾਸਾਤ** - ਇਹ ਚੇਤਨ ਸ਼ਕਤੀ ਹੀ ਯੋਗ ਦਾ ਉੱਤਮ ਟੀਚਾ ਹੈ ਅਤੇ ਭਗਤੀ ਯੋਗ ਰਾਹੀਂ ਇਸਨੂੰ ਅਸਾਨੀ ਨਾਲ ਹਾਸਲ ਕੀਤਾ ਜਾ ਸਕਦਾ ਹੈ। ਭਗਤੀ ਯੋਗ ਦਾ ਵਿਸਥਾਰ ਨਾਲ ਵਰਣਨ ਸੱਤਵੇਂ ਅਧਿਆਇ ਵਿਚ ਕੀਤਾ ਜਾਵੇਗਾ।

ਇਸ ਅਧਿਆਇ ਵਿਚ ਵਰਣਨ ਕੀਤੀ ਯੋਗ ਪਧੱਤੀ ਮੁਤਾਬਿਕ ਸਮਾਧੀਆਂ ਦੋ ਤਰ੍ਹਾਂ ਦੀਆਂ ਹੁੰਦੀਆਂ ਹਨ - **ਸੰਪ੍ਰਗਿਯਾਤ** ਸਮਾਧੀ ਅਤੇ **ਅਸੰਪ੍ਰਗਿਯਾਤ** ਸਮਾਧੀ। ਜਦੋਂ ਮਨੁੱਖ ਵੱਖੋ-ਵੱਖਰੇ ਦਰਸ਼ਨਾਂ ਦੀ ਖੋਜ ਰਾਹੀਂ ਅਲੌਕਿਕ ਸਥਿਤੀ ਨੂੰ ਪ੍ਰਾਪਤ ਹੁੰਦਾ ਹੈ ਤਾਂ ਇਹ ਕਿਹਾ ਜਾਂਦਾ ਹੈ ਕਿ ਉਸਨੂੰ **ਸੰਪ੍ਰਗਿਯਾਤ** ਸਮਾਧੀ ਪ੍ਰਾਪਤ ਹੋਈ ਹੈ। **ਅਸੰਪ੍ਰਗਿਯਾਤ** ਸਮਾਧੀ ਵਿਚ ਸੰਸਾਰੀ ਆਨੰਦ ਨਾਲ ਕੋਈ ਸੰਬੰਧ ਨਹੀਂ ਰਹਿੰਦਾ, ਕਿਉਂਕਿ ਇਸ ਵਿਚ ਮਨੁੱਖ ਇੰਦਰੀਆਂ ਤੋਂ ਪ੍ਰਾਪਤ ਹੋਣ ਵਾਲੇ ਹਰ ਤਰ੍ਹਾਂ ਦੇ ਸੁੱਖਾਂ ਤੋਂ ਪਰੇ ਹੋ ਜਾਂਦਾ ਹੈ। ਇੱਕ ਵਾਰ ਇਸ ਅਲੌਕਿਕ ਸਥਿਤੀ ਨੂੰ ਹਾਸਲ ਕਰਨ ਮਗਰੋਂ ਯੋਗੀ ਕਦੀ ਵੀ ਉਸਤੋਂ ਨਹੀਂ ਡਿੱਗਦਾ। ਜਦੋਂ ਤਕ ਯੋਗੀ ਇਸ ਸਥਿਤੀ ਨੂੰ ਹਾਸਲ ਨਹੀਂ ਕਰ ਲੈਂਦਾ ਉਦੋਂ ਤਕ ਉਹ ਅਸਫਲ ਰਹਿੰਦਾ ਹੈ। ਅੱਜ ਕੱਲ੍ਹ ਦੇ ਅਖੌਤੀ ਯੋਗ ਅਭਿਆਸ ਵਿਚ ਵੱਖੋ-ਵੱਖਰੇ ਇੰਦਰੀਆਂ ਦੇ ਸੁਖ ਸ਼ਾਮਿਲ ਹਨ, ਜਿਹੜੇ ਯੋਗ ਦੇ ਬਿਲਕੁਲ ਉਲਟ ਹਨ। ਯੋਗੀ ਹੋ ਕੇ ਜੇਕਰ ਕੋਈ ਸੰਭੋਗ ਅਤੇ ਨਸ਼ੀਲੀਆਂ ਚੀਜ਼ਾਂ ਦੀ ਵਰਤੋਂ ਵਿਚ ਲਗਿਆ ਰਹਿੰਦਾ ਹੈ ਤਾਂ ਇਹ ਹਾਸੋਹੀਣੀ ਗੱਲ ਹੈ। ਇਥੋਂ ਤਕ ਕਿ ਜਿਹੜੇ ਯੋਗੀ ਯੋਗ ਦੀਆਂ ਸਿੱਧੀਆਂ ਪ੍ਰਤੀ ਹੀ ਆਕਰਸ਼ਿਤ ਰਹਿੰਦੇ ਹਨ ਉਹ ਵੀ ਯੋਗ ਵਿਚ ਜੁੱਟੇ ਨਹੀਂ ਕਹੇ ਜਾ ਸਕਦੇ। ਜੇਕਰ ਯੋਗੀ ਲੋਕਾਂ ਵਿਚ ਯੋਗ ਦੀਆਂ ਉਪ-ਉਤਪਾਦਤ ਵਸਤਾਂ ਪ੍ਰਤੀ ਅਕਰਸ਼ਣ ਹੈ ਤਾਂ ਉਨ੍ਹਾਂ ਨੂੰ ਸਿੱਧ ਅਵਸਥਾ ਪ੍ਰਾਪਤ ਨਹੀਂ ਹੋ ਸਕਦੀ। ਜਿਵੇਂ ਕਿ ਇਸ ਸ਼ਲੋਕ ਵਿਚ ਕਿਹਾ ਗਿਆ ਹੈ। ਇਸ ਲਈ ਜਿਹੜੇ ਮਨੁੱਖ ਆਸਨਾਂ ਦੇ ਵਿਖਾਵੇ ਜਾਂ ਸਿੱਧੀਆਂ ਦੇ ਚੱਕਰ ਵਿਚ ਰਹਿੰਦੇ ਹਨ, ਉਨ੍ਹਾਂ ਨੂੰ ਇਹ ਸਮਝ ਲੈਣਾ ਚਾਹੀਦਾ ਹੈ ਕਿ ਇਸ ਤਰੀਕੇ ਨਾਲ ਯੋਗ ਦਾ ਮੁੱਖ ਮੰਤਵ ਹੀ ਖ਼ਤਮ ਹੋ ਜਾਂਦਾ ਹੈ।

ਇਸ ਯੁੱਗ ਦੀ ਸਭ ਤੋਂ ਉੱਤਮ ਪਧੱਤੀ ਕ੍ਰਿਸ਼ਨ ਭਾਵਨਾ ਅੰਮ੍ਰਿਤ ਹੈ, ਜਿਹੜੀ ਨਿਰਾਸ਼ਾ ਪੈਦਾ ਕਰਨ ਵਾਲੀ ਨਹੀਂ। ਇੱਕ ਕ੍ਰਿਸ਼ਨ ਭਾਵਨਾਭਾਵਿਤ ਮਨੁੱਖ ਆਪਣੇ ਧਰਮ ਵਿਚ ਏਨਾ ਸੁਖੀ ਰਹਿੰਦਾ ਹੈ ਕਿ ਉਸਨੂੰ ਕਿਸੇ ਹੋਰ ਸੁਖ ਦੀ ਚਾਹਤ ਨਹੀਂ ਰਹਿੰਦੀ। ਇਸ ਛੱਲ-ਪ੍ਰਧਾਨ ਯੁੱਗ ਵਿਚ ਹਠਯੋਗ, ਧਿਆਨਯੋਗ, ਅਤੇ ਗਿਆਨ ਯੋਗ ਦਾ ਅਭਿਆਸ ਕਰਦੇ ਹੋਏ ਅਨੇਕ ਪ੍ਰਕਾਰ ਦੀਆਂ ਔਕੜਾਂ ਆ ਸਕਦੀਆਂ ਹਨ, ਪਰ ਕਰਮਯੋਗ ਜਾਂ ਭਗਤੀਯੋਗ ਦੀ ਪਾਲਨਾ ਵਿਚ ਅਜਿਹੀਆਂ ਸਮੱਸਿਆਵਾਂ ਸਾਹਮਣੇ ਨਹੀਂ ਆਉਂਦੀਆਂ।

ਜਦੋਂ ਤਕ ਇਹ ਸ਼ਰੀਰ ਰਹਿੰਦਾ ਹੈ, ਉਦੋਂ ਤਕ ਸਰੀਰ ਦੀਆਂ ਜ਼ਰੂਰਤਾਂ ਭੋਜਨ, ਨੀਂਦ, ਡਰ ਅਤੇ ਸੰਭੋਗ ਦਾ ਸਾਹਮਣਾ ਕਰਨਾ ਹੁੰਦਾ ਹੈ। ਪਰ ਜਿਹੜਾ ਮਨੁੱਖ ਸ਼ੁੱਧ ਭਗਤੀਯੋਗ ਵਿਚ ਜਾਂ ਕ੍ਰਿਸ਼ਨ ਭਾਵਨਾ ਅੰਮ੍ਰਿਤ ਵਿਚ ਸਥਾਪਿਤ ਹੁੰਦਾ ਹੈ ਉਹ ਸਰੀਰ ਦੀਆਂ ਜ਼ਰੂਰਤਾਂ ਦੀ ਪੂਰਤੀ ਕਰਦੇ

ਹੋਏ ਇੰਦਰੀਆਂ ਨੂੰ ਉਤੇਜਿਤ ਨਹੀਂ ਕਰਦਾ। ਸਗੋਂ ਉਹ ਘਾਟੇ ਵਾਲੇ ਸੌਦੇ ਦੀ ਸਭ ਤੋਂ ਉੱਤਮ ਵਰਤੋਂ ਕਰਕੇ ਜੀਵਨ ਦੀਆਂ ਛੋਟੀਆਂ ਲੋੜਾਂ ਨੂੰ ਸਵੀਕਾਰ ਕਰਦਾ ਹੈ ਅਤੇ ਕ੍ਰਿਸ਼ਨ ਭਾਵਨਾ ਅੰਮ੍ਰਿਤ ਵਿਚ ਅਲੌਕਿਕ ਸੁਖ ਭੋਗਦਾ ਹੈ। ਉਹ ਦੁਰਘਟਨਾਵਾਂ, ਰੋਗਾਂ, ਥੋੜ੍ਹਾਂ ਅਤੇ ਇਥੋਂ ਤਕ ਕਿ ਆਪਣੇ ਪਿਆਰਿਆਂ ਦੀ ਮੌਤ ਵਰਗੀ ਅਚਨਚੇਤ ਘਟਨਾਵਾਂ ਪ੍ਰਤੀ ਵੀ ਉਦਾਸੀਨ ਰਹਿੰਦਾ ਹੈ, ਪਰ ਕ੍ਰਿਸ਼ਨ ਭਾਵਨਾ ਅੰਮ੍ਰਿਤ ਜਾਂ ਭਗਤੀਯੋਗ ਸੰਬੰਧੀ ਆਪਣੇ ਕੰਮਾਂ ਨੂੰ ਪੂਰਾ ਕਰਨ ਵਿਚ ਹਮੇਸ਼ਾਂ ਸੁਚੇਤ ਰਹਿੰਦਾ ਹੈ। ਦੁਰਘਟਨਾਵਾਂ ਉਸਨੂੰ ਉਸਦੇ ਫਰਜ਼ਾਂ ਦੇ ਰਾਹ ਤੋਂ ਹਟਾ ਨਹੀਂ ਸਕਦੀਆਂ। ਜਿਵੇਂ ਕਿ ਭਗਵਤ ਗੀਤਾ ਵਿਚ (2-14) ਕਿਹਾ ਗਿਆ ਹੈ - **ਆਗਮਾਪਾਯਿਨੋ ਅਨਿਤ੍ਯਾਸ੍ ਤਾਂਸ੍ ਤਿਤਿਕ੍ਸ਼ਸ੍ਵ ਭਾਰਤ**। ਉਹ ਇਨ੍ਹਾਂ ਪ੍ਰਸੰਗਕ ਘਟਨਾਵਾਂ ਨੂੰ ਸਹਿਣ ਕਰਦਾ ਹੈ, ਕਿਉਂਕਿ ਉਹ ਇਹ ਚੰਗੀ ਤਰ੍ਹਾਂ ਜਾਣਦਾ ਹੈ ਕਿ ਇਹ ਘਟਨਾਵਾਂ ਆਉਂਦੀਆਂ-ਜਾਂਦੀਆਂ ਰਹਿੰਦੀਆਂ ਹਨ ਅਤੇ ਇਨ੍ਹਾਂ ਨਾਲ ਉਸਦੇ ਫਰਜ਼ਾਂ ਤੇ ਕੋਈ ਅਸਰ ਨਹੀਂ ਪੈਂਦਾ। ਇੰਝ ਉਹ ਯੋਗ ਅਭਿਆਸ ਵਿਚ ਉੱਤਮ ਸਿੱਧੀ ਹਾਸਲ ਕਰਦਾ ਹੈ।

स निश्चयेन योक्तव्यो योगोऽनिर्विण्णचेतसा ।
सङ्कल्पप्रभवान्कामांस्त्यक्त्वा सर्वानशेषतः ।
मनसैवेन्द्रियग्रामं विनियम्य समन्ततः ॥ २४॥

ਸ ਨਿਸ਼੍ਚਯੇਨ ਯੋਕ੍ਤਵ੍ਯੋ ਯੋਗੋ 'ਨਿਰ੍ਵਿਣ-ਚੇਤਸਾ।
ਸੰਕਲ੍ਪ ਪ੍ਰਭਵਾਂ ਕਾਮਾਂਸ੍ ਤ੍ਯਕ੍ਤ੍ਵਾ ਸਰਵਾਨ੍ ਅਸ਼ੇਸ਼ਤਹ੍।
ਮਨਸੈਵੇਂਦ੍ਰਿਯ-ਗ੍ਰਾਮਮ੍ ਵਿਨਿਯਮ੍ਯ ਸਮੰਤਤਹ੍ ॥ 24 ॥

ਸਹ੍ - ਉਸ ; **ਨਿਸ਼੍ਚਯੇਨ** - ਪੱਕੇ ਨਿਸ਼ਚੈ ਨਾਲ ; **ਯੋਕ੍ਤਵ੍ਯਹ੍** - ਜ਼ਰੂਰ ਅਭਿਆਸ ਕਰੇ ; **ਯੋਗੋਹ੍** - ਯੋਗ ਪੱਧਤੀ ; **ਅਨਿਰਵਿਣ੍ਣ-ਚੇਤਸਾ** - ਡਾਵਾਂ ਡੋਲ ਹੋਏ ਬਿਨ੍ਹਾਂ ; **ਸੰਕਲ੍ਪ** - ਮਨ ਤੋਂ; **ਪ੍ਰਭਵਾਨ੍** - ਪੈਦਾ ; **ਕਾਮਾਨ੍** - ਭੌਤਿਕ ਇੱਛਾਵਾਂ ਨੂੰ ; **ਤ੍ਯਕ੍ਤ੍ਵਾ** - ਤਿਆਗਕੇ ; **ਸਰ੍ਵਾਨ** - ਸਾਰੇ ; **ਅਸ਼ੇਸ਼ਤਹ੍** - ਪੂਰੀ ਤਰ੍ਹਾਂ ; **ਮਨਸਾ** - ਮਨ ਨਾਲ ; **ਏਵ** - ਨਿਸ਼ਚੈ ਹੀ ; **ਇੰਦ੍ਰਿਯਗ੍ਰਾਮਮ੍**- ਇੰਦਰੀਆਂ ਦੇ ਸਮੂਹ ਨੂੰ ; **ਵਿਨਿਯਮ੍ਯ** - ਕਾਬੂ ਕਰਕੇ ; **ਸਮੰਤਤਹ** - ਸਭ ਪਾਸਿਓਂ।

ਅਨੁਵਾਦ

ਮਨੁੱਖ ਨੂੰ ਚਾਹੀਦਾ ਹੈ ਕਿ ਸੰਕਲਪ ਅਤੇ ਸ਼ਰਧਾ ਨਾਲ ਯੋਗ ਅਭਿਆਸ ਵਿਚ ਲਗੇ ਅਤੇ ਆਪਣੇ ਰਸਤੇ ਤੋਂ ਡਾਵਾਂ-ਡੋਲ ਨਾ ਹੋਵੇ। ਉਸਨੂੰ ਚਾਹੀਦਾ ਹੈ ਕਿ ਮਨ ਤੋਂ ਪੈਦਾ ਹੋਈਆਂ ਸਾਰੀਆਂ ਇੱਛਾਵਾਂ ਨੂੰ ਬਿਨ੍ਹਾਂ ਅਪਵਾਦ ਦੇ ਤਿਆਗ ਦੇਵੇ ਅਤੇ ਇੰਝ ਮਨ ਰਾਹੀਂ ਸਾਰੀਆਂ ਇੰਦਰੀਆਂ ਨੂੰ ਕਾਬੂ ਕਰੇ।

ਭਾਵ

ਯੋਗ ਅਭਿਆਸ ਕਰਨ ਵਾਲੇ ਨੂੰ ਪੱਕੇ ਇਰਾਦੇ ਵਾਲਾ ਹੋਣਾ ਚਾਹੀਦਾ ਹੈ ਅਤੇ ਉਸਨੂੰ ਚਾਹੀਦਾ ਹੈ ਕਿ ਡਾਵਾਂ-ਡੋਲ ਹੋਏ ਬਗੈਰ, ਹੌਂਸਲੇ ਨਾਲ ਅਭਿਆਸ ਕਰੇ। ਆਖੀਰ ਵਿਚ ਉਸਦੀ ਸਫਲਤਾ ਯਕੀਨੀ ਹੈ - ਉਸਨੂੰ ਇਹ ਸੋਚਕੇ ਬਹੁਤ ਹੀ ਧੀਰਜ ਨਾਲ ਇਸ ਰਸਤੇ ਦਾ ਅਨੁਸਰਣ ਕਰਨਾ ਚਾਹੀਦਾ ਹੈ ਅਤੇ ਜੇਕਰ ਸਫਲਤਾ ਮਿਲਣ ਵਿਚ ਦੇਰੀ ਹੋ ਰਹੀ ਹੋਵੇ ਤਾਂ ਵੀ ਉਸਨੂੰ ਹੌਂਸਲਾ ਨਹੀਂ ਛੱਡਣਾ ਚਾਹੀਦਾ। ਅਜਿਹੇ ਕੱਟੜ ਅਭਿਆਸੀ ਦੀ ਸਫਲਤਾ ਯਕੀਨੀ ਹੈ। ਭਗਤੀ ਯੋਗ ਦੇ ਸੰਬੰਧ ਵਿਚ ਰੂਪ ਗੋਸਵਾਮੀ ਦਾ ਕਹਿਣਾ ਹੈ :-

ਉਤਸਾਹਾਨ੍ ਨਿਸ਼ਚਯਾਦ੍ ਧੈਰਯਾਤ੍ ਤਤ੍-ਤਤ੍-ਕਰਮ ਪ੍ਰਵਰ੍ਤਨਾਤ੍।
ਸੰਗ ਤ੍ਯਾਗਾਤ੍ ਸਤੋ ਵ੍ਰਿੱਤੇਹ੍ ਸ਼ਡ੍ਭਿਰ੍ ਭਕ੍ਤਿਹ੍ ਪ੍ਰਸਿਦ੍ਧ੍ਯਤਿ॥

(ਉਪਦੇਸ਼ਾਮ੍ਰਿਤ - 3)

"ਮਨੁੱਖ ਪੁਰਜੋਰ ਉਤਸ਼ਾਹ, ਧੀਰਤਾ ਅਤੇ ਦ੍ਰਿੜ ਸੰਕਲਪ ਨਾਲ ਭਗਤੀਯੋਗ ਦੀ ਪੂਰੀ ਤਰ੍ਹਾਂ ਪਾਲਣਾ, ਭਗਤ ਨਾਲ ਰਹਿਕੇ ਨਿਰਧਾਰਤ ਕੰਮ ਕਰਕੇ ਅਤੇ ਸੱਤੋ ਗੁਣ ਵਾਲੇ ਕੰਮਾਂ ਵਿਚ ਪੂਰੀ ਤਰ੍ਹਾਂ ਜੁਟੇ ਰਹਿਣ ਨਾਲ ਕਰ ਸਕਦਾ ਹੈ।"

ਜਿਥੋਂ ਤਕ ਸੰਕਲਪ ਦੀ ਗੱਲ ਹੈ, ਮਨੁੱਖ ਨੂੰ ਚਾਹੀਦਾ ਹੈ ਕਿ ਉਸ ਗੌਰੈਯਾ (ਇਕ ਕਿਸਮ ਦੀ ਚਿੜੀ) ਦੇ ਆਦਰਸ਼ ਨੂੰ ਅਪਨਾਵੇ ਜਿਸਦੇ ਸਾਰੇ ਅੰਡੇ ਸਮੁੰਦਰ ਦੀਆ ਲਹਿਰਾਂ ਵਿਚ ਡੁੱਬ ਗਏ ਸੀ। ਕਹਿੰਦੇ ਹਨ ਕਿ ਇੱਕ ਗੌਰੈਯਾ ਨੇ ਸਮੁੰਦਰ ਦੇ ਕੰਢੇ, ਅੰਡੇ ਦਿੱਤੇ ਪਰ ਵਿਸ਼ਾਲ ਸਮੁੰਦਰ ਉਨ੍ਹਾਂ ਨੂੰ ਆਪਣੀਆਂ ਲਹਿਰਾਂ ਵਿਚ ਸਮੇਟ ਕੇ ਲੈ ਗਿਆ। ਇਸ ਤੇ ਗੌਰੈਯਾ ਬਹੁਤ ਗੁੱਸੇ ਹੋਈ ਅਤੇ ਉਸਨੇ ਸਮੁੰਦਰ ਨੂੰ ਅੰਡੇ ਵਾਪਸ ਕਰਨ ਲਈ ਕਿਹਾ। ਪਰ ਸਮੁੰਦਰ ਨੇ ਉਸਦੀ ਬੇਨਤੀ ਵੱਲ ਕੋਈ ਧਿਆਨ ਨਹੀਂ ਦਿੱਤਾ। ਇਸਤੇ ਉਸਨੇ ਸਮੁੰਦਰ ਨੂੰ ਸੁਕਾਉਣ ਦੀ ਠਾਨ ਲਈ। ਉਹ ਆਪਣੀ ਛੋਟੀ ਜਿਹੀ ਚੁੰਝ ਨਾਲ ਪਾਣੀ ਸੁੱਟਣ ਲੱਗੀ। ਸਾਰੇ ਉਸਦੇ ਇਸ ਨਾ-ਮੁਮਕਿਨ ਸੰਕਲਪ ਦਾ ਮਜ਼ਾਕ ਉਡਾਉਣ ਲਗੇ। ਉਸਦੇ ਇਸ ਕਾਰਜ਼ ਦੀ ਚਰਚਾ ਹਰ ਥਾਂ ਚਲਣ ਲਗੀ ਅੰਤ ਵਿਚ ਭਗਵਾਨ ਵਿਸ਼ਨੂੰ ਦੇ ਵਿਰਾਟ ਵਾਹਨ ਪੰਛੀ ਗਰੁੜ ਨੇ ਇਹ ਗੱਲ ਸੁਣੀ। ਉਸਨੂੰ ਆਪਣੀ ਛੋਟੀ ਜਿਹੀ ਪੰਛੀ ਭੈਣ ਤੇ ਤਰਸ ਆਇਆ ਅਤੇ ਇਸ ਲਈ ਉਹ ਉਸਨੂੰ ਮਿਲਣ ਆਇਆ, ਗਰੁੜ ਛੋਟੀ ਚਿੜੀ ਦੇ ਸੰਕਲਪ ਨੂੰ ਦੇਖ ਕੇ ਬੜਾ ਖੁਸ਼ ਹੋਇਆ ਅਤੇ ਉਸਨੇ ਉਸਦੀ ਮਦਦ ਕਰਨ ਦਾ ਵਚਨ ਦਿੱਤਾ। ਗਰੁੜ ਨੇ ਤੁਰੰਤ ਸਮੁੰਦਰ ਨੂੰ ਕਿਹਾ ਕਿ ਉਹ ਉਸਦੇ ਅੰਡੇ ਵਾਪਿਸ ਕਰ ਦੇਵੇ ਨਹੀਂ ਤਾਂ ਉਸਨੂੰ ਖੁਦ ਅੱਗੇ ਆਉਣਾ ਪਵੇਗਾ। ਇਸ ਤਰ੍ਹਾਂ ਸਮੁੰਦਰ ਡਰ ਗਿਆ ਅਤੇ ਉਸਨੇ ਅੰਡੇ ਵਾਪਿਸ ਕਰ ਦਿੱਤੇ। ਉਹ ਗੌਰੈਯਾ, ਗਰੁੜ ਦੀ ਕਿਰਪਾ ਸਦਕਾ ਸੁਖੀ ਹੋ ਗਈ।

ਇੰਝ ਹੀ ਯੋਗ ਖ਼ਾਸ ਕਰਕੇ ਕ੍ਰਿਸ਼ਨ ਭਾਵਨਾ ਅੰਮ੍ਰਿਤ ਵਿਚ ਭਗਤੀ ਯੋਗ ਵਧੇਰੇ ਔਖਾ ਲਗ ਸਕਦਾ ਹੈ, ਪਰ ਜਿਹੜਾ ਕੋਈ ਦ੍ਰਿੜ ਸੰਕਲਪ ਨਾਲ ਨਿਯਮਾਂ ਦੀ ਪਾਲਣਾ ਕਰਦਾ ਹੈ, ਭਗਵਾਨ

ਨਿਸ਼ਚੈ ਹੀ ਉਸਦੀ ਮਦਦ ਕਰਦੇ ਹਨ, ਕਿਉਂਕਿ ਜਿਹੜੇ ਆਪਣੀ ਸਹਾਇਤਾ ਆਪ ਕਰਦੇ ਹਨ, ਭਗਵਾਨ ਉਨ੍ਹਾਂ ਦੀ ਸਹਾਇਤਾ ਕਰਦੇ ਹਨ।

शनैः शनैरुपरमेद्बुद्ध्या धृतिगृहीतया ।
आत्मसंस्थं मनः कृत्वा न किञ्चिदपि चिन्तयेत् ॥ २५ ॥

ਸ਼ਨੈਹ੍ ਸ਼ਨੈਰ੍ ਉਪਰਮੇਦ੍ ਬੁਦ੍ਧ੍ਯਾ ਧ੍ਰਿਤਿ-ਗ੍ਰਿਹੀਤਯਾ ।
ਆਤ੍ਮ-ਸੰਸ੍ਥਮ੍ ਮਨਹ੍ ਕ੍ਰਿਤ੍ਵਾ ਨ ਕਿੰਚਿਦ੍ ਅਪਿ ਚਿੰਤਯੇਤ੍ ॥25॥

ਸ਼ਨੈਹ੍ – ਹੌਲੀ-ਹੌਲੀ, **ਸ਼ਨੈਹ੍** – ਇੱਕ-ਇੱਕ ਕਰਕੇ ਕ੍ਰਮਵਾਰ ; **ਉਪਰਮੇਦ੍** – ਉਦਾਸੀਨ ਰਹੇ ; **ਬੁਦ੍ਧ੍ਯਾ** – ਬੁੱਧੀ ਨਾਲ ; **ਧ੍ਰਿਤਿ-ਗ੍ਰਿਹੀਤਯਾ** – ਵਿਸ਼ਵਾਸ਼ ਪੂਰਵਕ ; **ਆਤ੍ਮ-ਸੰਸ੍ਥਮ੍** – ਸਮਾਧੀ ਵਿਚ ਸਥਾਪਿਤ ; **ਮਨਹ੍** – ਮਨ ; **ਕ੍ਰਿਤ੍ਵਾ** – ਕਰਕੇ ; **ਨ** – ਨਹੀਂ ; **ਕਿੰਚਿਤ੍** – ਹੋਰ ਕੁਝ ; **ਅਪਿ** – ਵੀ ; **ਚਿੰਤਯੇਤ੍** – ਸੋਚੇ।

ਅਨੁਵਾਦ

ਹੌਲੀ-ਹੌਲੀ ਕ੍ਰਮਵਾਰ ਪੂਰਨ ਵਿਸ਼ਵਾਸ਼ ਪੂਰਵਕ ਬੁੱਧੀ ਨਾਲ ਸਮਾਧੀ ਵਿਚ ਸਥਾਪਿਤ ਹੋਣਾ ਚਾਹੀਦਾ ਹੈ ਅਤੇ ਇੰਝ ਮਨ ਨੂੰ ਆਤਮਾ ਵਿਚ ਸਥਾਪਿਤ ਕਰਨਾ ਚਾਹੀਦਾ ਹੈ ਅਤੇ ਹੋਰ ਕੁਝ ਵੀ ਨਹੀਂ ਸੋਚਣਾ ਚਾਹੀਦਾ।

ਭਾਵ

ਸਮੁੱਚੇ ਵਿਸ਼ਵਾਸ਼ ਅਤੇ ਬੁੱਧੀ ਨਾਲ ਮਨੁੱਖ ਨੂੰ ਹੌਲੀ-ਹੌਲੀ ਸਾਰੇ ਇੰਦਰੀਆਂ ਦੇ ਕਰਮ ਕਰਨੇ ਬੰਦ ਕਰ ਦੇਣੇ ਚਾਹੀਦੇ ਹਨ। ਇਹ 'ਪ੍ਰਤ੍ਯਾਹਾਰ' ਕਹਾਉਂਦਾ ਹੈ। ਮਨ ਨੂੰ ਵਿਸ਼ਵਾਸ, ਧਿਆਨ ਅਤੇ ਸੰਜਮਿਤ ਇੰਦਰੀਆਂ ਨਾਲ ਕਾਬੂ ਕਰਦੇ ਹੋਏ ਸਮਾਧੀ ਵਿਚ ਸਥਾਪਿਤ ਕਰਨਾ ਚਾਹੀਦਾ ਹੈ। ਉਸ ਵੇਲੇ ਦੇਹ-ਆਤਮ-ਬੁੱਧੀ (ਧਾਰਨਾ ਵਾਲੇ ਜੀਵਨ) ਵਿਚ ਅਨੁਰਕਤ ਹੋਣ ਦੀ ਕੋਈ ਸੰਭਾਵਨਾ ਨਹੀਂ ਰਹਿ ਜਾਂਦੀ। ਦੂਜੇ ਸ਼ਬਦਾਂ ਵਿਚ ਜਦੋਂ ਤਕ ਇਸ ਸ਼ਰੀਰ ਦੀ ਹੋਂਦ ਹੈ, ਉਦੋਂ ਤਕ ਮਨੁੱਖ ਵਿਸ਼ੈ ਵਿਚ ਲਗਿਆ ਰਹਿੰਦਾ ਹੈ, ਪਰ ਉਸਨੂੰ ਇੰਦਰੀਆਂ ਦੀ ਤ੍ਰਿਪਤੀ ਦੇ ਸੰਬੰਧ ਵਿਚ ਨਹੀਂ ਸੋਚਣਾ ਚਾਹੀਦਾ। ਉਸਨੂੰ ਪਰਮਾਤਮਾ ਦੇ ਆਨੰਦ ਤੋਂ ਇਲਾਵਾ ਕਿਸੇ ਹੋਰ ਆਨੰਦ ਦਾ ਚਿੰਤਨ ਨਹੀਂ ਕਰਨਾ ਚਾਹੀਦਾ। ਕ੍ਰਿਸ਼ਨ ਭਾਵਨਾ ਅੰਮ੍ਰਿਤ ਦਾ ਅਭਿਆਸ ਕਰਨ ਨਾਲ ਇਹ ਅਵਸਥਾ ਸਹਿਜੇ ਹੀ ਹਾਸਲ ਕੀਤੀ ਜਾ ਸਕਦੀ ਹੈ।

यतो यतो निश्चलति मनश्चञ्चलमस्थिरम् ।
ततस्ततो नियम्यैतदात्मन्येव वशं नयेत् ॥ २६ ॥

ਯਤੋ ਯਤੋ ਨਿਸ਼੍ਚਲਤਿ ਮਨਸ਼੍ ਚੰਚਲਮ੍ ਅਸ੍ਥਿਰਮ੍ ।
ਤਤਸ੍ ਤਤੋ ਨਿਯਮ੍ਯੈਤਦ੍ ਆਤ੍ਮਨਿ ਏਵ ਵਸ਼ਮ੍ ਨਯੇਤ੍ ॥26॥

ਯਤਹ੍-ਯਤਹ੍ - ਜਿੱਥੇ ਜਿੱਥੇ ਵੀ ; **ਨਿਸ਼੍ਚਲਤਿ** - ਡਾਵਾਂ ਡੋਲ ਹੁੰਦਾ ਹੈ ; **ਮਨਹ੍** - ਮਨ ; **ਚੰਚਲਮ੍** - ਚੰਚਲ ; **ਅਸ੍ਥਿਰਮ੍** - ਅਸਥਿਰ ; **ਤਤਹ੍-ਤਤਹ੍**-ਉਥੇ ਉਥੇ ਤੋਂ; **ਨਿਯਮ੍ਯ** - ਨਿਯਮਿਤ ਕਰਕੇ ; **ਏਤਤ੍** - ਇੰਝ ; **ਆਤ੍ਮਨਿ** - ਆਪਣੇ ; **ਏਵ** - ਨਿਸ਼ਚੇ ਹੀ ; **ਵਸ਼੍ਮ੍** - ਕਾਬੂ ਵਿਚ ; **ਨਯੇਤ੍** - ਲੈ ਆਵੇ ।

ਅਨੁਵਾਦ

ਮਨ ਆਪਣੀ ਚੰਚਲਤਾ ਅਤੇ ਅਸਥਿਰਤਾ ਕਾਰਨ ਜਿੱਥੇ ਕਿੱਤੇ ਵੀ ਘੁੰਮਦਾ ਹੈ ਮਨੁੱਖ ਨੂੰ ਚਾਹੀਦਾ ਹੈ ਕਿ ਉਸਨੂੰ ਉਥੋਂ ਖਿੱਚੇ ਅਤੇ ਆਪਣੇ ਵੱਸ 'ਚ ਕਰੇ ।

ਭਾਵ

ਮਨ ਸੁਭਾਅ ਤੋਂ ਚੰਚਲ ਅਤੇ ਅਸਥਿਰ ਹੈ । ਪਰ ਸਰੂਪ ਸਿੱਧ ਯੋਗੀ ਨੂੰ ਮਨ ਨੂੰ ਕਾਬੂ ਵਿਚ ਕਰਨਾ ਹੁੰਦਾ ਹੈ । ਉਸਤੇ ਮਨ ਦਾ ਨਿਯੰਤ੍ਰਣ ਨਹੀਂ ਹੋਣਾ ਚਾਹੀਦਾ । ਜਿਹੜਾ ਮਨ ਨੂੰ (ਅਤੇ ਇੰਦਰੀਆਂ ਨੂੰ ਵੀ) ਕਾਬੂ ਰੱਖਦਾ ਹੈ ਉਹ ਗੋਸਵਾਮੀ ਜਾਂ ਸਵਾਮੀ ਕਹਾਉਂਦਾ ਹੈ ਅਤੇ ਜਿਹੜਾ ਮਨ ਦੇ ਕਾਬੂ ਹੁੰਦਾ ਹੈ, ਉਹ ਗੋਦਾਸ ਭਾਵ ਇੰਦਰੀਆਂ ਦਾ ਸੇਵਕ ਕਹਾਉਂਦਾ ਹੈ । ਗੋਸਵਾਮੀ ਇੰਦਰੀਆਂ ਦੇ ਸੁਖ ਦੇ ਪੱਧਰ ਤੋਂ ਜਾਣੂ ਹੁੰਦਾ ਹੈ । ਅਲੌਕਿਕ ਇੰਦਰੀਆਂ ਦਾ ਸੁਖ ਉਹ ਹੈ, ਜਿਸ ਵਿਚ ਇੰਦਰੀਆਂ ਹਰੀਸ਼ੀਕੇਸ਼ ਭਾਵ ਇੰਦਰੀਆਂ ਦੇ ਸਵਾਮੀ ਭਗਵਾਨ ਕ੍ਰਿਸ਼ਨ ਦੀ ਸੇਵਾ ਵਿਚ ਲਗੀਆਂ ਰਹਿੰਦੀਆਂ ਹਨ । ਸ਼ੁੱਧ ਇੰਦਰੀਆਂ ਰਾਹੀਂ ਕ੍ਰਿਸ਼ਨ ਦੀ ਸੇਵਾ ਹੀ ਕ੍ਰਿਸ਼ਨਚੇਤਨਾ ਜਾਂ ਕ੍ਰਿਸ਼ਨਭਾਵਨਾ ਕਹਾਉਂਦੀ ਹੈ । ਇੰਦਰੀਆਂ ਨੂੰ ਪੂਰੀ ਤਰ੍ਹਾਂ ਕਾਬੂ ਕਰਨ ਦਾ ਇਹੋ ਤਰੀਕਾ ਹੈ । ਇਸ ਤੋਂ ਵੀ ਵਧਕੇ ਗੱਲ ਇਹ ਹੈ ਕਿ ਇਹ ਯੋਗ ਅਭਿਆਸ ਦੀ ਉਚੇਰੀ ਸਿੱਧੀ ਵੀ ਹੈ ।

प्रशान्तमनसं ह्येनं योगिनं सुखमुत्तमम् ।
उपैति शान्तरजसं ब्रह्मभूतमकल्मषम् ॥ २७ ॥

ਪ੍ਰਸ਼ਾਂਤ ਮਨਸਮ ਹਿ ਏਨਮ੍ ਯੋਗਿਨਮ੍ ਸੁਖਮ੍ ਉੱਤਮਮ੍।
ਉਪੈਤਿ ਸ਼ਾਂਤ-ਰਜਸਮ੍ ਬ੍ਰਹਮ-ਭੂਤਮ੍ ਅਕਲ੍ਮਸ਼ਮ੍ ॥27॥

ਪ੍ਰਸ਼ਾਂਤ - ਕ੍ਰਿਸ਼ਨ ਦੇ ਚਰਨ ਕਮਲਾਂ ਵਿਚ ਸਥਿਤ , ਸ਼ਾਂਤ ; **ਮਨਸਮ੍** - ਜਿਸਦਾ ਮਨ ; **ਹਿ** - ਨਿਸ਼ਚੇ ਹੀ ; **ਏਨਮ੍** - ਇਹ ; **ਯੋਗਿਨਮ੍** - ਯੋਗੀ ; **ਸੁਖਮ੍** - ਸੁਖ ; **ਉੱਤਮਮ੍** - ਸਭ ਤੋਂ ਉੱਚਾ ; **ਉਪੈਤਿ** - ਪ੍ਰਾਪਤ ਕਰਦਾ ਹੈ ; **ਸ਼ਾਂਤ-ਰਜਸਮ੍** - ਜਿਸਦੀ ਕਾਮ ਇੱਛਾ ਸ਼ਾਂਤ ਹੋ ਚੁੱਕੀ ਹੋਵੇ ; **ਬ੍ਰਹਮ-ਭੂਤਮ੍** - ਪਰਮਾਤਮਾ ਨਾਲ ਆਪਣੀ ਪਹਿਚਾਣ ਰਾਹੀਂ ਮੁਕਤੀ ; **ਅਕਲ੍ਮਸ਼ਮ੍** - ਪਹਿਲੇ ਦੇ ਸਾਰੇ ਪਾਪ ਕਰਮਾਂ ਤੋਂ ਮੁਕਤ ।

ਅਨੁਵਾਦ

ਜਿਸ ਯੋਗੀ ਦਾ ਮਨ ਮੇਰੇ ਵਿਚ ਸਥਿਰ ਰਹਿੰਦਾ ਹੈ, ਉਹ ਨਿਸ਼ਚੈ ਹੀ ਅਲੌਕਿਕ ਸੁਖ ਦੀ ਸਭ ਤੋਂ ਉਚੀ ਸਿੱਧੀ ਹਾਸਲ ਕਰਦਾ ਹੈ। ਉਹ ਰਜੋਗੁਣ ਤੋਂ ਪਰ੍ਹੇ ਹੋ ਜਾਂਦਾ ਹੈ, ਉਹ ਪਰਮਾਤਮਾ ਨਾਲ ਆਪਣੀ ਗੁਣਾਤਮਕ ਏਕਤਾ ਨੂੰ ਸਮਝਦਾ ਹੈ ਅਤੇ ਇੰਝ ਆਪਣੇ ਪਹਿਲੇ ਕਰਮਾਂ ਦੇ ਫਲ ਤੋਂ ਮੁਕਤ ਹੋ ਜਾਂਦਾ ਹੈ।

ਭਾਵ

ਬ੍ਰਹਮਭੂਤ ਉਹ ਅਵਸਥਾ ਹੈ ਜਿਸ ਵਿਚ ਭੌਤਿਕ ਦੂਸ਼ਣ ਤੋਂ ਮੁਕਤ ਹੋਕੇ ਭਗਵਾਨ ਦੀ ਅਲੌਕਿਕ ਸੇਵਾ ਵਿਚ ਸਥਾਪਿਤ ਹੋ ਜਾਂਦਾ ਹੈ। ਮਦ੍ ਭਕ੍ਤਿਮ੍ ਲਭਤੇ ਪਰਾਮ੍ (ਭਗਵਤ ਗੀਤਾ -18-54) ਜਦੋਂ ਤਕ ਮਨੁੱਖ ਦਾ ਮਨ ਭਗਵਾਨ ਦੇ ਚਰਨ ਕਮਲਾਂ ਵਿਚ ਸਥਿਰ ਨਹੀਂ ਹੋ ਜਾਂਦਾ, ਉਦੋਂ ਤਕ ਕੋਈ ਬ੍ਰਹਮ ਰੂਪ ਵਿਚ ਨਹੀਂ ਰਹਿ ਸਕਦਾ। ਸ ਵੈ ਮਨਹ੍ ਕ੍ਰਿਸ਼ਣ ਪਦਾਰਵਿੰਦਯੋਹ੍। ਭਗਵਾਨ ਦੀ ਅਲੌਕਿਕ ਪ੍ਰੇਮ ਭਗਤੀ ਵਿਚ ਲਗਾਤਾਰ ਲਗੇ ਰਹਿਣਾ ਜਾਂ ਕ੍ਰਿਸ਼ਨ ਭਾਵਨਾ ਅੰਮ੍ਰਿਤ ਵਿਚ ਰਹਿਣਾ ਅਸਲ ਵਿਚ ਰਜੋਗੁਣ ਅਤੇ ਭੌਤਿਕ ਮਲੀਨਤਾ ਤੋਂ ਮੁਕਤ ਹੋਣਾ ਹੈ।

युञ्जन्नेवं सदात्मानं योगी विगतकल्मषः ।
सुखेन ब्रह्मसंस्पर्शमत्यन्तं सुखमश्नुते ॥ २८ ॥

ਯੁੰਜਨ੍ ਏਵਮ੍ ਸਦਾਤ੍ਮਾਨਮ੍ ਯੋਗੀ ਵਿਗਤ-ਕਲ੍ਮਸ਼ਹ੍ ।
ਸੁਖੇਨ ਬ੍ਰਹਮ-ਸੰਸ੍ਪਰਸ਼ਮ੍ ਅਤ੍ਯੰਤਮ੍ ਸੁਖਮ੍ ਅਸ਼੍ਨੁਤੇ ॥28॥

ਯੁੰਜਨ੍ - ਯੋਗ ਅਭਿਆਸ ਵਿਚ ਲਗਣਾ ; **ਏਵਮ੍** - ਇੰਝ ; **ਸਦਾ** - ਹਮੇਸ਼ਾ ; **ਆਤ੍ਮਾਨਮ੍** - ਆਪਣੀ ਆਤਮਾ ਨੂੰ ; **ਯੋਗੀ** - ਯੋਗੀ ਜਿਹੜਾ ਪਰਮਾਤਮਾ ਦੇ ਸੰਪਰਕ ਵਿਚ ਰਹਿੰਦਾ ਹੈ ; **ਵਿਗਤ** - ਮੁਕਤ ; **ਕਲ੍ਮਸ਼** - ਸਾਰੇ ਭੌਤਿਕ ਦਸ਼ਾ ਨਾਲ ; **ਸੁਖੇਨ** - ਅਲੌਕਿਕ ਸੁਖ ਨਾਲ ; **ਬ੍ਰਹਮ ਸੰਸ੍ਪਰਸ਼ਮ੍** - ਬ੍ਰਹਮ ਨਾਲ ਰਹਿ ਕੇ ; **ਅਤ੍ਯੰਤਮ੍** - ਸਭ ਤੋਂ ਉਚਾ ; **ਸੁਖਮ੍** - ਸੁਖ ਨੂੰ ; **ਅਸ਼੍ਨੁਤੇ** - ਪ੍ਰਾਪਤ ਹੁੰਦਾ ਹੈ।

ਅਨੁਵਾਦ

ਇੰਝ ਯੋਗ ਅਭਿਆਸ ਵਿਚ ਲਗਾਤਾਰ ਲਗਿਆ ਰਹਿਕੇ ਆਤਮ ਸੰਜਮੀ ਯੋਗੀ ਸਾਰੀ ਭੌਤਿਕ ਮਲੀਨਤਾ ਤੋਂ ਮੁਕਤ ਹੋ ਜਾਂਦਾ ਹੈ ਅਤੇ ਭਗਵਾਨ ਦੀ ਅਲੌਕਿਕ ਪ੍ਰੇਮ ਭਗਤੀ ਵਿਚ ਉੱਚ ਸੁਖ ਪ੍ਰਾਪਤ ਕਰਦਾ ਹੈ।

ਭਾਵ

ਆਤਮ-ਪ੍ਰਤੱਖੀਕਰਨ ਦਾ ਅਰਥ ਹੈ ਭਗਵਾਨ ਦੇ ਸੰਬੰਧ ਵਿਚ ਆਪਣੀ ਸੁਭਾਵਿਕ ਸਥਿਤੀ ਨੂੰ ਜਾਣਨਾ। ਜੀਵ (ਆਤਮਾ) ਭਗਵਾਨ ਦਾ ਅੰਸ਼ ਹੈ ਅਤੇ ਉਸਦੀ ਸਥਿਤੀ ਭਗਵਾਨ ਦੀ ਅਲੌਕਿਕ

ਸੇਵਾ ਕਰਦੇ ਰਹਿਣਾ ਹੈ । ਪਰਮ-ਬ੍ਰਹਮ ਦੇ ਨਾਲ ਇਹ ਅਲੌਕਿਕ ਨੇੜਤਾ ਦੀ **ਬ੍ਰਹ੍ਮ ਸੰਸ੍ਪਰਸ਼ਾ** ਕਹਾਉਂਦਾ ਹੈ ।

सर्वभूतस्थमात्मानं सर्वभूतानि चात्मनि ।
ईक्षते योगयुक्तात्मा सर्वत्र समदर्शनः ॥२९॥

ਸਰ੍ਵ-ਭੂਤ-ਸ੍ਥਮ੍ ਆਤ੍ਮਾਨਮ੍ ਸਰ੍ਵਭੂਤਾਨਿ ਚ ਆਤ੍ਮਨਿ ।
ਈਕ੍ਸ਼ਤੇਯੋਗ-ਯੁਕ੍ਤ-ਆਤ੍ਮਾ ਸਰ੍ਵਤ੍ਰ ਸਮਦਰ੍ਸ਼ਨਹ੍ ॥ 29 ॥

ਸਰ੍ਵ-ਭੂਤ-ਸ੍ਥਮ੍ – ਸਾਰੇ ਜੀਵਾਂ ਵਿਚ ਸਥਾਪਿਤ ; **ਆਤ੍ਮਾਨਮ੍** – ਪਰਮਾਤਮਾ ਨੂੰ ; **ਸਰ੍ਵ** – ਸਾਰੇ ; **ਭੂਤਾਨਿ** – ਜੀਵਾਂ ਨੂੰ ; **ਚ** – ਵੀ ; **ਆਤ੍ਮਨਿ** – ਆਤਮਾ ਵਿਚ ; **ਈਕਸ਼ਤੇ** – ਵੇਖਦਾ ਹੈ; **ਯੋਗ-ਯੁਕ੍ਤ-ਆਤ੍ਮਾ** – ਕ੍ਰਿਸ਼ਨ ਚੇਤਨਾ ਵਿਚ ਲਗਿਆ ਮਨੁੱਖ ; **ਸਰ੍ਵਤ੍ਰ** – ਹਰ ਥਾਂ ਤੇ ; **ਸਮਦਰ੍ਸ਼ਨਹ੍** – ਬਰਾਬਰੀ ਦੇ ਭਾਵ ਵਾਲਾ ।

ਅਨੁਵਾਦ

ਅਸਲੀ ਯੋਗੀ ਸਾਰੇ ਜੀਵਾਂ ਵਿਚ ਮੈਨੂੰ ਅਤੇ ਮੇਰੇ ਵਿਚ ਸਾਰੇ ਜੀਵਾਂ ਨੂੰ ਵੇਖਦਾ ਹੈ । ਅਸਲ ਵਿਚ, ਸਰੂਪ ਸਿੱਧ ਮਨੁੱਖ, ਮੈਨੂੰ ਪਰਮੇਸ਼ਵਰ ਨੂੰ, ਹਰ ਥਾਂ ਤੇ ਵੇਖਦਾ ਹੈ ।

ਭਾਵ

ਕ੍ਰਿਸ਼ਨ ਭਾਵਨਾ ਭਾਵਿਤ ਯੋਗੀ ਪੂਰਨ ਦੇਖਣ ਵਾਲਾ ਹੁੰਦਾ ਹੈ, ਕਿਉਂਕਿ ਉਹ ਪਾਰਬ੍ਰਹਮ ਕ੍ਰਿਸ਼ਨ ਨੂੰ ਹਰ ਪ੍ਰਾਣੀ ਦੇ ਹਿਰਦੇ ਵਿਚ ਪਰਮਾਤਮਾ ਦੇ ਰੂਪ ਵਿਚ ਸਥਾਪਿਤ ਵੇਖਦਾ ਹੈ । **ਈਸ਼੍ਵਰਹ੍ ਸਰ੍ਵ ਭੂਤਾਨਾਮ੍ ਹ੍ਰਿਦ ਦੇਸ਼ੇ'ਰਜੁਨ ਤਿਸ਼੍ਠਤਿ** । ਆਪਣੇ ਪਰਮਾਤਮਾ ਰੂਪ ਵਿਚ ਭਗਵਾਨ, ਇੱਕ ਕੁੱਤੇ ਅਤੇ ਇੱਕ ਬ੍ਰਾਹਮਣ ਦੋਵਾਂ ਦੇ ਹਿਰਦੇ ਵਿਚ ਸਥਾਪਿਤ ਹੁੰਦੇ ਹਨ । ਪੂਰਨ ਯੋਗੀ ਜਾਣਦਾ ਹੈ ਕਿ ਭਗਵਾਨ ਨਿਤ ਰੂਪ ਵਿਚ ਅਲੌਕਿਕ ਹਨ ਅਤੇ ਕੁੱਤੇ ਜਾਂ ਬ੍ਰਾਹਮਣ ਵਿਚ ਸਥਾਪਿਤ ਹੋਣ ਨਾਲ ਵੀ ਭੌਤਿਕ ਰੂਪ ਤੋਂ ਪ੍ਰਭਾਵਿਤ ਨਹੀਂ ਹੁੰਦੇ । ਇਹੋ ਭਗਵਾਨ ਦੀ ਪਰਮ ਉਦਾਸੀਨਤਾ ਹੈ । ਭਾਵੇਂ ਆਤਮਾ ਵੀ ਜੀਵ ਦੇ ਹਿਰਦੇ ਵਿਚ ਰਹਿੰਦੀ ਹੈ, ਪਰ ਉਹ ਇੱਕੋ ਨਾਲ ਸਾਰੇ ਹਿਰਦਿਆਂ ਵਿਚ (ਸਰਬ ਵਿਆਪੀ) ਨਹੀਂ ਹੈ । ਆਤਮਾ ਅਤੇ ਪਰਮਾਤਮਾ ਦਾ ਇਹੋ ਅੰਤਰ ਹੈ । ਜਿਹੜਾ ਅਸਲੀ ਰੂਪ ਵਿਚ ਯੋਗ ਅਭਿਆਸ ਕਰਨ ਵਾਲਾ ਨਹੀਂ ਹੈ, ਉਹ ਇਸ ਨੂੰ ਸਪਸ਼ਟ ਰੂਪ ਵਿਚ ਨਹੀਂ ਵੇਖਦਾ । ਇੱਕ ਕ੍ਰਿਸ਼ਨ ਭਾਵਨਾ ਭਾਵਿਤ ਮਨੁੱਖ ਕ੍ਰਿਸ਼ਨ ਨੂੰ ਆਸਤਕ ਅਤੇ ਨਾਸਤਕ ਦੋਵਾਂ ਦੇ ਹਿਰਦੇ ਵਿਚ ਵੇਖ ਸਕਦਾ ਹੈ । ਸਮ੍ਰਿਤੀ ਵਿਚ ਇਸ ਦੀ ਪੁਸ਼ਟੀ ਇੰਝ ਹੋਈ ਹੈ – **ਆਤਤ੍ਵਾਚ੍ ਚ ਮਾਤ੍ਰਿਤ੍-ਵਾਚ੍ ਚ ਆਤ੍ਮਾ ਹਿ ਪਰਮੋ ਹਰਿਹ੍** । ਭਗਵਾਨ ਸਾਰੇ ਪ੍ਰਾਣੀਆਂ ਦਾ ਮੂਲ ਹੋਣ ਕਾਰਨ ਮਾਂ ਅਤੇ ਪਾਲਣ ਕਰਤਾ ਵਾਂਗ ਹਨ, ਜਿਵੇਂ ਮਾਂ ਆਪਣੇ ਸਾਰੇ ਪੁੱਤਰਾਂ ਲਈ ਇੱਕੋ ਜਿਹਾ ਭਾਵ ਰੱਖਦੀ ਹੈ, ਉਂਝ ਹੀ ਪਰਮ ਪਿਤਾ (ਜਾਂ ਮਾਤਾ) ਵੀ ਰਖਦੇ ਹੈ । ਸਿੱਟੇ ਵਜੋਂ ਪਰਮਾਤਮਾ ਹਰ ਜੀਵ ਵਿਚ ਨਿਵਾਸ ਕਰਦੇ ਹਨ ।

ਬਾਹਰੀ ਰੂਪ ਨਾਲ ਵੀ ਹਰ ਜੀਵ ਭਗਵਾਨ ਦੀ ਸ਼ਕਤੀ (ਭਗਵਦ ਸ਼ਕਤੀ) ਵਿਚ ਸਥਿਤ ਹੈ। ਜਿਵੇਂ ਕਿ ਸਤਵੇਂ ਅਧਿਆਇ ਵਿਚ ਦੱਸਿਆ ਜਾਵੇਗਾ, ਭਗਵਾਨ ਦੀਆਂ ਦੋ ਮੁੱਖ ਸ਼ਕਤੀਆਂ ਹਨ – ਅਧਿਆਤਮਕ (ਪਰਾ) ਅਤੇ ਭੌਤਿਕ (ਅਪਰਾ)। ਜੀਵ ਪਰਾ ਸ਼ਕਤੀ ਦਾ ਅੰਸ਼ ਹੁੰਦੇ ਹੋਏ ਵੀ ਅਪਰਾ ਸ਼ਕਤੀ ਨਾਲ ਬੰਨਿਆ ਹੈ। ਜੀਵ ਹਮੇਸ਼ਾਂ ਹੀ ਭਗਵਾਨ ਦੀ ਅਧਿਆਤਮਕ ਸ਼ਕਤੀ ਵਿਚ ਸਥਾਪਿਤ ਹੈ। ਹਰ ਜੀਵ ਕਿਸੇ ਨਾ ਕਿਸੇ ਤਰ੍ਹਾਂ ਭਗਵਾਨ ਵਿਚ ਹੀ ਸਥਾਪਿਤ ਰਹਿੰਦਾ ਹੈ। ਯੋਗੀ ਸਮਦਰਸ਼ੀ ਹੈ, ਕਿਉਂਕਿ ਉਹ ਵੇਖਦਾ ਹੈ ਕਿ ਸਾਰੇ ਜੀਵ ਆਪੋ-ਆਪਣੇ ਕਰਮ ਫਲਾਂ ਮੁਤਾਬਿਕ ਵੱਖੋ-ਵੱਖਰੀਆਂ ਹਾਲਾਤਾਂ ਵਿਚ ਰਹਿਕੇ ਭਗਵਾਨ ਦੇ ਦਾਸ ਹੁੰਦੇ ਹਨ। ਅਪਰਾ ਸ਼ਕਤੀ ਵਿਚ ਜੀਵ ਭੌਤਿਕ ਇੰਦਰੀਆਂ ਦਾ ਦਾਸ ਰਹਿੰਦਾ ਹੈ। ਜਦੋਂ ਕਿ ਪਰਾ ਸ਼ਕਤੀ ਵਿਚ ਉਹ ਪ੍ਰਤੱਖ ਪਰਮੇਸ਼ਵਰ ਦਾ ਦਾਸ ਰਹਿੰਦਾ ਹੈ। ਇੰਝ ਹਰ ਅਵਸਥਾ ਵਿਚ ਜੀਵ ਈਸ਼ਵਰ ਦਾ ਸੇਵਕ ਹੈ। ਕ੍ਰਿਸ਼ਨ ਭਾਵਨਾ ਭਾਵਿਤ ਮਨੁੱਖ ਵਿਚ ਇਹ ਸਮਤਾ ਦੀ ਦ੍ਰਿਸ਼ਟੀ ਪੂਰਨ ਹੁੰਦੀ ਹੈ।

यो मां पश्यति सर्वत्र सर्वं च मयि पश्यति ।
तस्याहं न प्रणश्यामि स च मे न प्रणश्यति ॥ ३० ॥

ਯੋ ਮਾਮ੍ ਪਸ਼੍ਯਤਿ ਸਰਵਤ੍ਰ ਸਰਵਮ੍ ਚ ਮਯਿ ਪਸ਼੍ਯਤਿ ।
ਤਸ੍ਯਾਹਮ੍ ਨ ਪ੍ਰਣਸ਼੍ਯਾਮਿ ਸ ਚ ਮੇ ਨ ਪ੍ਰਣਸ਼੍ਯਤਿ ॥ 30 ॥

ਯਹ੍ – ਜਿਹੜਾ ; **ਮਾਮ੍** – ਮੈਨੂੰ ; **ਪਸ਼੍ਯਤਿ** – ਵੇਖਦਾ ਹੈ ; **ਸਰਵਤ੍ਰ** – ਹਰ ਥਾਂ ਤੇ ; **ਸਰਵਮ੍** – ਹਰ ਚੀਜ਼ ਨੂੰ ; **ਚ** – ਅਤੇ ; **ਮਯਿ** – ਮੇਰੇ ਵਿਚ ; **ਪਸ਼੍ਯਤਿ** – ਵੇਖਦਾ ਹੈ; **ਤਸ੍ਯ**–ਉਸ ਲਈ ; **ਅਹਮ੍**–ਮੈਂ ; **ਨ**–ਨਹੀਂ ; **ਪ੍ਰਣਸ਼੍ਯਾਮਿ** – ਅਲੋਪ ਹੁੰਦਾ ਹੈ ; **ਸਹ੍**–ਉਹ ; **ਚ**–ਵੀ ; **ਮੇ**–ਮੇਰੇ ਲਈ; **ਨ** – ਨਹੀਂ ; **ਪ੍ਰਣਸ਼੍ਯਤਿ** - ਅਲੋਪ ਹੁੰਦਾ ਹੈ।

ਅਨੁਵਾਦ

ਜਿਹੜਾ ਮੈਨੂੰ ਹਰ ਥਾਂ ਤੇ ਵੇਖਦਾ ਹੈ ਅਤੇ ਸਭ ਕੁਝ ਮੇਰੇ ਵਿਚ ਵੇਖਦਾ ਹੈ, ਉਸ ਲਈ ਨਾ ਤਾਂ ਮੈਂ ਕਦੀ ਅਲੋਪ ਹੁੰਦਾ ਹਾਂ ਅਤੇ ਨਾ ਉਹ ਮੇਰੇ ਲਈ ਅਲੋਪ ਹੁੰਦਾ ਹੈ।

ਭਾਵ

ਕ੍ਰਿਸ਼ਨ ਭਾਵਨਾ ਭਾਵਿਤ ਮਨੁੱਖ ਭਗਵਾਨ ਕ੍ਰਿਸ਼ਨ ਨੂੰ ਹਰ ਥਾਂ ਵੇਖਦਾ ਹੈ ਅਤੇ ਸਾਰੀਆਂ ਚੀਜ਼ਾਂ ਨੂੰ ਕ੍ਰਿਸ਼ਨ ਵਿਚ ਵੇਖਦਾ ਹੈ। ਅਜਿਹਾ ਮਨੁੱਖ ਭਾਵੇਂ ਪ੍ਰਕ੍ਰਿਤੀ ਦੀਆਂ ਵੱਖੋ-ਵੱਖਰੀਆਂ ਹੋਂਦ ਨੂੰ ਵੇਖਦਾ ਲਗਦਾ ਹੈ, ਪਰ ਉਹ ਹਰ ਹਾਲਾਤ ਵਿਚ ਇਸ ਕ੍ਰਿਸ਼ਨ ਭਾਵਨਾ ਅੰਮ੍ਰਿਤ ਤੋਂ ਜਾਣੂ ਹੈ ਕਿ ਹਰ ਚੀਜ਼ ਕ੍ਰਿਸ਼ਨ ਦੀ ਹੀ ਸ਼ਕਤੀ ਦਾ ਪ੍ਰਗਟਾਵਾ ਹੈ। ਕ੍ਰਿਸ਼ਨ ਭਾਵਨਾ ਅੰਮ੍ਰਿਤ ਦਾ ਮੁੱਖ ਸਿਧਾਂਤ ਹੀ ਇਹ ਹੈ ਕਿ ਕ੍ਰਿਸ਼ਨ ਦੇ ਬਿਨ੍ਹਾਂ ਕੋਈ ਹੋਂਦ ਨਹੀਂ ਹੈ ਅਤੇ ਕ੍ਰਿਸ਼ਨ ਹੀ ਸਰਬ ਈਸ਼ਵਰ ਹਨ। ਕ੍ਰਿਸ਼ਨ ਭਾਵਨਾ ਅੰਮ੍ਰਿਤ ਕ੍ਰਿਸ਼ਨ ਪ੍ਰੇਮ ਦਾ ਵਿਕਾਸ ਹੈ – ਅਜਿਹੀ ਸਥਿਤੀ ਜਿਹੜੀ ਭੌਤਿਕ

ਮੁਕਤੀ ਤੋਂ ਵੀ ਪਰ੍ਹੇ ਹੈ। ਕ੍ਰਿਸ਼ਨ ਭਾਵਨਾ ਅੰਮ੍ਰਿਤ ਦੀ ਇਸ ਅਵਸਥਾ ਵਿਚ ਆਤਮ-ਪ੍ਰਤੱਖੀਕਰਨ ਨਾਲੋਂ ਪਰ੍ਹੇ ਭਗਤ ਕ੍ਰਿਸ਼ਨ ਨਾਲ ਇਸ ਤਰ੍ਹਾਂ ਇੱਕ ਹੋ ਜਾਂਦਾ ਹੈ ਕਿ ਉਸ ਲਈ ਕ੍ਰਿਸ਼ਨ ਹੀ ਸਭ ਕੁਝ ਹੋ ਜਾਂਦੇ ਹਨ, ਅਤੇ ਭਗਤ ਕ੍ਰਿਸ਼ਨ ਪ੍ਰੇਮ ਨਾਲ ਭਰ ਜਾਂਦਾ ਹੈ, ਤਾਂ ਭਗਵਾਨ ਅਤੇ ਭਗਤ ਵਿਚ ਅੰਦਰੂਨੀ ਸੰਬੰਧ ਸਥਾਪਿਤ ਹੋ ਜਾਂਦਾ ਹੈ। ਉਸ ਹਾਲਾਤ ਵਿਚ ਜੀਵ ਨੂੰ ਨਸ਼ਟ ਨਹੀਂ ਕੀਤਾ ਜਾ ਸਕਦਾ ਅਤੇ ਨਾ ਭਗਵਾਨ ਭਗਤ ਦੀਆਂ ਨਿਗਾਹਾਂ ਤੋਂ ਓਹਲੇ ਹੁੰਦੇ ਹਨ। ਕ੍ਰਿਸ਼ਨ ਵਿਚ ਇੱਕ-ਮਿੱਕ ਹੋਣਾ ਅਧਿਆਤਮਕ ਲੈਅ (ਆਤਮ-ਵਿਨਾਸ਼) ਹੈ। ਭਗਤ ਕਦੀ ਵੀ ਅਜਿਹੀ ਮੁਸੀਬਤ ਵਿਚ ਨਹੀਂ ਪੈਂਦਾ। ਕਿਹਾ ਗਿਆ ਹੈ: -

ਪ੍ਰੇਮਾਂਜਨ ਚਛੁਰਿਤ ਭਕਤਿ ਵਿਲੋਚਨੇਨ,
ਸੰਤਹ੍ ਸਦੈਵ ਹ੍ਰਿਦਯੇਸ਼ੁ ਵਿਲੋਕਯੰਤਿ।
ਯਮ੍ ਸ਼੍ਯਾਮ ਸੁੰਦਰਮ ਅਚਿੰਤ੍ਯ ਗੁਣ ਸ੍ਵਰੂਪਮ੍ ,
ਗੋਵਿੰਦਮ੍ ਆਦਿ ਪੁਰੁਸ਼ਮ੍ ਤਮ ਅਹਮ੍ ਭਜਾਮਿ॥

"ਮੈਂ ਆਦਿ ਭਗਵਾਨ ਗੋਵਿੰਦ ਦੀ ਪੂਜਾ ਕਰਦਾ ਹਾਂ, ਜਿਨ੍ਹਾਂ ਦਾ ਦਰਸ਼ਨ ਭਗਤ ਲੋਕ ਪ੍ਰੇਮ ਰੂਪੀ ਸੁਰਮੇ ਲਗਾਈਆਂ ਅੱਖਾਂ ਨਾਲ ਕਰਦੇ ਹਨ। ਉਹ ਭਗਤ ਦੇ ਹਿਰਦੇ ਵਿਚ ਮੌਜੂਦ ਸ਼ਿਆਮ ਸੁੰਦਰ ਰੂਪ ਵਿਚ ਵੇਖੇ ਜਾਂਦੇ ਹਨ।"

ਇਸ ਅਵਸਥਾ ਵਿਚ ਨਾ ਤਾਂ ਭਗਵਾਨ ਕ੍ਰਿਸ਼ਨ ਆਪਣੇ ਭਗਤਾਂ ਦੀ ਨਿਗਾਹ ਤੋਂ ਓਹਲੇ ਹੁੰਦੇ ਹਨ ਅਤੇ ਨਾਂ ਹੀ ਭਗਤ ਉਨ੍ਹਾਂ ਦੀ ਨਿਗਾਹ ਤੋਂ ਓਹਲੇ ਹੁੰਦੇ ਹਨ। ਇਹੋ ਗੱਲ ਯੋਗੀ ਲਈ ਵੀ ਸੱਚ ਹੈ, ਕਿਉਂਕਿ ਉਹ ਆਪਣੇ ਹਿਰਦੇ ਅੰਦਰ ਪਰਮਾਤਮਾ ਰੂਪ ਵਿਚ ਭਗਵਾਨ ਦਾ ਦਰਸ਼ਨ ਕਰਦਾ ਰਹਿੰਦਾ ਹੈ, ਅਜਿਹਾ ਯੋਗੀ ਸ਼ੁੱਧ ਭਗਤ ਬਣ ਜਾਂਦਾ ਹੈ ਅਤੇ ਆਪਣੇ ਅੰਦਰ ਭਗਵਾਨ ਨੂੰ ਵੇਖੇ ਬਗੈਰ ਇਕ ਪਲ ਵੀ ਨਹੀਂ ਰਹਿ ਸਕਦਾ।

सर्वभूतस्थितं यो मां भजत्येकत्वमास्थितः ।
सर्वथा वर्तमानोऽपि स योगी मयि वर्तते ॥ ३१ ॥

ਸਰ੍ਵ ਭੂਤ ਸ੍ਥਿਤਮ੍ ਯੋ ਮਾਮ੍ ਭਜਤਿ ਏਕਤ੍ਵਮ੍ ਅਸ੍ਥਿਤਹ੍ ।
ਸਰ੍ਵਥਾ ਵਰ੍ਤਮਾਨੋ'ਪਿ ਸ ਯੋਗੀ ਮਯਿ ਵਰ੍ਤਤੇ ॥ 31 ॥

ਸਰ੍ਵ ਭੂਤ ਸ੍ਥਿਤਮ੍ - ਹਰ ਜੀਵ ਦੇ ਹਿਰਦੇ ਵਿਚ ਸਥਾਪਿਤ ; **ਯੋ**-ਜਿਹੜਾ ; **ਮਾਮ੍** - ਮੈਨੂੰ ; **ਭਜਤਿ** - ਭਗਤੀ ਨਾਲ ਸੇਵਾ ਕਰਦਾ ਹੈ ; **ਏਕਤ੍ਵਮ੍** - ਇੱਕਮਿੱਕਤਾ ਵਿਚ ; **ਆਸ੍ਥਿਤਹ੍** - ਸਥਾਪਿਤ ; **ਸਰ੍ਵਥਾ** - ਹਰ ਤਰ੍ਹਾਂ ਨਾਲ ; **ਵਰ੍ਤਮਾਨਹ੍** - ਹਾਜਰ ਹੋ ਕੇ ; **ਅਪਿ**-ਵੀ ; **ਸਹ੍**-ਉਹ ; **ਯੋਗੀ**-ਯੋਗੀ ; **ਮਯਿ** - ਮੇਰੇ ਵਿਚ ; **ਵਰ੍ਤਤੇ** - ਰਹਿੰਦਾ ਹੈ।

ਅਨੁਵਾਦ

ਜਿਹੜਾ ਯੋਗੀ ਮੈਨੂੰ ਅਤੇ ਪਰਮਾਤਮਾ ਨੂੰ ਇੱਕੋ ਜਾਣਦੇ ਹੋਏ ਪਰਮਾਤਮਾ ਦੀ ਭਗਤੀ ਭਾਵ ਨਾਲ ਸੇਵਾ ਕਰਦਾ ਹੈ, ਉਹ ਹਰ ਸਥਿਤੀ ਵਿਚ ਮੇਰੇ ਵਿਚ ਹਮੇਸ਼ਾ ਮੌਜੂਦ ਰਹਿੰਦਾ ਹੈ।

ਭਾਵ

ਜਿਹੜਾ ਯੋਗੀ ਪਰਮਾਤਮਾ ਦਾ ਧਿਆਨ ਕਰਦਾ ਹੈ ਉਹ ਆਪਣੇ ਅੰਦਰ ਕ੍ਰਿਸ਼ਨ ਦੇ ਅੰਸ਼-ਅਵਤਾਰ ਚਤੁਰਭੁਜ ਵਿਚ ਸ਼ੰਖ, ਚੱਕਰ, ਗਦਾ ਅਤੇ ਕਮਲ ਦਾ ਫੁੱਲ ਧਾਰਨ ਕੀਤੇ ਹੋਏ ਵਿਸ਼ਨੂੰ ਰੂਪ 'ਚ ਕਰਦਾ ਹੈ। ਪਰਮਾਤਮਾ ਰੂਪ ਵਿਚ ਕ੍ਰਿਸ਼ਨ ਹਰ ਮਨੁੱਖ ਦੇ ਹਿਰਦੇ ਵਿਚ ਸਥਾਪਿਤ ਹਨ। ਇਹੋ ਨਹੀਂ ਅਣਗਿਣਤ ਜੀਵਾਂ ਦੇ ਹਿਰਦੇ ਵਿਚ ਮੌਜੂਦ ਅਣਗਿਣਤ ਪਰਮਾਤਮਾਵਾਂ ਵਿਚ ਕੋਈ ਫਰਕ ਨਹੀਂ ਹੈ, ਨਾਂ ਹੀ ਕ੍ਰਿਸ਼ਨ ਦੀ ਅਲੌਕਿਕ ਪ੍ਰੇਮ ਭਗਤੀ ਵਿਚ ਲਗਾਤਾਰ ਰੁੱਝੇ ਮਨੁੱਖ ਅਤੇ ਪਰਮਾਤਮਾ ਦੇ ਧਿਆਨ ਵਿਚ ਜੁੱਟੇ ਇੱਕ ਪੂਰਨ ਯੋਗੀ ਦੇ ਵਿਚ ਕੋਈ ਫਰਕ ਹੈ। ਕ੍ਰਿਸ਼ਨ ਭਾਵਨਾ ਅੰਮ੍ਰਿਤ ਵਿਚ ਯੋਗੀ ਹਮੇਸ਼ਾਂ ਕ੍ਰਿਸ਼ਨ ਵਿਚ ਹੀ ਸਥਾਪਿਤ ਰਹਿੰਦਾ ਹੈ ਭਾਵੇਂ ਭੌਤਿਕ ਸੰਸਾਰ ਵਿਚ ਉਹ ਵੱਖੋ-ਵੱਖਰੇ ਕੰਮਾਂ ਵਿਚ ਰੁੱਝਿਆ ਕਿਉਂ ਨਾ ਹੋਵੇ। ਇਸਦੀ ਪੁਸ਼ਟੀ ਸ਼੍ਰੀਲ ਰੂਪ ਗੋਸਵਾਮੀ ਦੀ ਰਚਨਾ ਭਗਤੀ ਰਸਾਮ੍ਰਿਤ ਸਿੰਧੂ ਵਿਚ (1-2-187) ਕੀਤੀ ਗਈ ਹੈ :- "ਨਿਖਿਲਾਸਵ੍ ਅਪਿ ਅਵਸਥਾਸੁ ਜੀਵਨ੍ ਮੁਕਤਹ੍ ਸ ਉਚ੍ਯਤੇ" ਕ੍ਰਿਸ਼ਨ ਭਾਵਨਾ ਅੰਮ੍ਰਿਤ ਵਿਚ ਲੱਗਿਆ ਰਹਿਣ ਵਾਲਾ ਭਗਵਦ੍ ਭਗਤ ਆਪਣੇ ਆਪ ਹੀ ਮੁਕਤ ਹੋ ਜਾਂਦਾ ਹੈ। ਨਾਰਦ ਪੰਚਰਾਤ੍ਰ ਵਿਚ ਇਸਦੀ ਪੁਸ਼ਟੀ ਇੰਝ ਕੀਤੀ ਗਈ ਹੈ :-

ਦਿਕ੍ ਕਾਲਾਦਿ ਅਨਵਚ੍ਛਿੰਨੇ ਕ੍ਰਿਸ਼੍ਣੇ ਚੇਤੋ ਵਿਧਾਯ ਚ।
ਤਨ੍ਮਯੋ ਭਵਤਿ ਕ੍ਸ਼ਿਪ੍ਰਮ੍ ਜੀਵੋ ਬ੍ਰਹਮਣਿ ਯੋਜਯੇਤ੍ ॥

ਦੇਸ਼ ਕਾਲ ਤੋਂ ਪਰ੍ਹੇ ਅਤੇ ਸਰਬਵਿਆਪੀ ਸ਼੍ਰੀ ਕ੍ਰਿਸ਼ਨ ਦੇ ਅਲੌਕਿਕ ਰੂਪ ਵਿਚ ਧਿਆਨ ਲਗਾਉਣ ਨਾਲ ਮਨੁੱਖ ਚਿੰਤਨ ਵਿਚ ਲਗ ਜਾਂਦਾ ਹੈ ਅਤੇ ਉਦੋਂ ਉਨ੍ਹਾਂ ਦੇ ਅਲੌਕਿਕ ਸੰਗ ਦੀ ਸੁਖੀ ਅਵਸਥਾ ਨੂੰ ਹਾਸਲ ਕਰਦਾ ਹੈ।

ਯੋਗ ਅਭਿਆਸ ਵਿਚ ਸਮਾਧੀ ਦੀ ਸਭ ਤੋਂ ਉਚੀ ਅਵਸਥਾ ਕ੍ਰਿਸ਼ਨ ਭਾਵਨਾ ਅੰਮ੍ਰਿਤ ਹੈ। ਸਿਰਫ ਇਸ ਗਿਆਨ ਨਾਲ ਹੀ ਕ੍ਰਿਸ਼ਨ ਹਰ ਮਨੁੱਖ ਦੇ ਹਿਰਦੇ ਵਿਚ ਪਰਮਾਤਮਾ ਰੂਪ ਵਿਚ ਹਾਜ਼ਰ ਹਨ ਯੋਗੀ ਨਿਰਮਲ ਹੋ ਜਾਂਦਾ ਹੈ। ਵੇਦਾਂ ਵਿਚ (ਗੋਪਾਲਤਾਪਨੀ ਉਪਨਿਸ਼ਦ 1-21) ਭਗਵਾਨ ਦੀ ਇਸ ਕਲਪਨਾ ਅਤੀਤ ਸ਼ਕਤੀ ਦੀ ਪੁਸ਼ਟੀ ਇੰਝ ਹੋਈ ਹੈ – "ਏਕੋ'ਪਿ ਸੰਬਹੁਧਾ ਯੋ'ਭਾਤਿ" ਹਾਲਾਂਕਿ ਭਗਵਾਨ ਇੱਕ ਹੈ ਪਰ ਉਹ ਜਿੰਨੇ ਹਿਰਦੇ ਹਨ ਉਨ੍ਹਾਂ ਵਿਚ ਹਾਜ਼ਰ ਰਹਿੰਦੇ ਹਨ। ਇਸੇ ਤਰ੍ਹਾਂ ਸਮ੍ਰਿਤੀ ਸ਼ਾਸ਼ਤਰ ਦਾ ਕਹਿਣਾ ਹੈ –

ਏਕ ਏਵ ਪਰੋ ਵਿਸ਼ਣੂਹ੍ ਸਰ੍ਵ ਵ੍ਯਾਪੀ ਨ ਸੰਸ਼ਯਹ੍ ।
ਏਸ਼੍ਵਰਯਾਦ੍ ਰੂਪਮ ਏਕਮ੍ ਚ ਸੂਰ੍ਯ-ਵਤ੍-ਬਹੁਧੇਯਤੇ ॥

ਵਿਸ਼ਨੂੰ ਇੱਕ ਹਨ ਫਿਰ ਵੀ ਸਰਬਵਿਆਪੀ ਹਨ । ਇਕ ਰੂਪ ਹੁੰਦੇ ਹੋਏ ਵੀ ਉਹ ਆਪਣੀ ਕਲਪਨਾ ਅਤੀਤ ਸ਼ਕਤੀ ਨਾਲ ਹਰ ਥਾਂ ਹਾਜ਼ਰ ਰਹਿੰਦੇ ਹਨ ਜਿਵੇਂ ਸੂਰਜ ਇੱਕੋ ਹੀ ਸਮੇਂ ਅਨੇਕਾਂ ਥਾਵਾਂ ਤੇ ਵਿਖਾਈ ਦਿੰਦਾ ਹੈ ।

आत्मौपम्येन सर्वत्र समं पश्यति योऽर्जुन ।
सुखं वा यदि वा दुःखं स योगी परमो मतः ॥ ३२ ॥

ਆਤ੍ਮੌਪਮ੍ਯੇਨ ਸਰ੍ਵਤ੍ਰ ਸਮਮ੍ ਪਸ਼੍ਯਤਿ ਯੋ'ਰ੍ਜੁਨ ।
ਸੁਖਮ੍ ਵਾ ਯਦਿ ਵਾ ਦੁਹ੍ਖਮ ਸ ਯੋਗੀ ਪਰਮੋ ਮਤਹ੍ ॥ 32 ॥

ਆਤ੍ਮ - ਆਪਣੀ ; **ਔਪਮ੍ਯੇਨ** - ਤੁਲਨਾ ਵਿਚ ; **ਸਰ੍ਵਤ੍ਰ** - ਹਰ ਥਾਂ ਤੇ ; **ਸਮਮ੍** - ਬਰਾਬਰੀ ਨਾਲ ; **ਪਸ਼੍ਯਤਿ** - ਵੇਖਦਾ ਹੈ ; **ਯਹ** - ਜਿਹੜਾ ; **ਅਰ੍ਜੁਨ** - ਹੇ ਅਰਜੁਨ ; **ਸੁਖਮ੍**- ਸੁਖ ; **ਵਾ** - ਜਾਂ ; **ਯਦਿ** - ਜੇਕਰ ; **ਵਾ** - ਜਾਂ ; **ਦੁਹ੍ਖਹ੍** - ਦੁਖ ; **ਸਹ੍** - ਉਹ ; **ਯੋਗੀ** - ਯੋਗੀ ; **ਪਰਮਹ੍** - ਪਰਮ ਪੂਰਨ ; **ਮਤਹ੍** - ਮੰਨਿਆ ਜਾਂਦਾ ਹੈ ।

ਅਨੁਵਾਦ

ਹੇ ਅਰਜੁਨ! ਉਹੀ ਪੂਰਨ ਯੋਗੀ ਹੈ ਜਿਹੜਾ ਆਪਣੀ ਤੁਲਨਾ ਨਾਲ ਸਾਰੇ ਪ੍ਰਾਣੀਆਂ ਦੀ ਉਨ੍ਹਾਂ ਦੇ ਸੁਖਾਂ ਅਤੇ ਦੁੱਖਾਂ ਵਿਚ ਅਸਲ ਬਰਾਬਰੀ ਦੇ ਦਰਸ਼ਨ ਕਰਦਾ ਹੈ ।

ਭਾਵ

ਕ੍ਰਿਸ਼ਨ ਭਾਵਨਾ ਭਾਵਿਤ ਮਨੁੱਖ ਪੂਰਨਯੋਗੀ ਹੁੰਦਾ ਹੈ । ਉਹ ਆਪਣੇ ਨਿੱਜੀ ਅਨੁਭਵ ਨਾਲ ਹਰ ਪ੍ਰਾਣੀ ਦੇ ਦੁੱਖ-ਸੁਖ ਤੋਂ ਜਾਣੂ ਹੁੰਦਾ ਹੈ । ਜੀਵ ਦੇ ਦੁੱਖ ਦਾ ਕਾਰਨ ਈਸ਼ਵਰ ਨਾਲ ਆਪਣੇ ਸੰਬੰਧਾਂ ਨੂੰ ਭੁੱਲਣਾ ਹੈ । ਸੁਖ ਦਾ ਕਾਰਨ ਕ੍ਰਿਸ਼ਨ ਨੂੰ ਮਨੁੱਖਾਂ ਦੇ ਸਾਰੇ ਕੰਮਾਂ ਦਾ ਉੱਤਮ ਭੋਗਣਹਾਰ, ਸਾਰੀ ਧਰਤੀ ਅਤੇ ਲੋਕਾਂ ਦਾ ਮਾਲਕ ਅਤੇ ਸਾਰੇ ਜੀਵਾਂ ਦਾ ਅਸਲੀ ਹਿਤੈਸ਼ੀ ਸਮਝਣਾ ਹੈ । ਪੂਰਨਯੋਗੀ ਇਹ ਜਾਣਦਾ ਹੈ ਕਿ ਭੌਤਿਕ ਪ੍ਰਕ੍ਰਿਤੀ ਦੇ ਗੁਣਾਂ ਨਾਲ ਪ੍ਰਭਾਵਿਤ ਬੱਧ ਜੀਵ ਕ੍ਰਿਸ਼ਨ ਨਾਲ ਆਪਣੇ ਸੰਬੰਧਾਂ ਨੂੰ ਭੁੱਲ ਜਾਣ ਕਾਰਨ ਤਿੰਨ ਤਰ੍ਹਾਂ ਦੇ ਭੌਤਿਕ ਤਾਪਾਂ (ਦੁੱਖਾਂ) ਨੂੰ ਭੋਗਦਾ ਹੈ, ਕਿਉਂਕਿ ਕ੍ਰਿਸ਼ਨ ਭਾਵਨਾ ਭਾਵਿਤ ਮਨੁੱਖ ਸੁਖੀ ਹੁੰਦਾ ਹੈ, ਇਸ ਲਈ ਉਹ ਕ੍ਰਿਸ਼ਨ ਗਿਆਨ ਨੂੰ ਹਰ ਥਾਂ ਵੰਡਣਾ ਚਾਹੁੰਦਾ ਹੈ । ਕਿਉਂਕਿ ਪੂਰਨਯੋਗੀ ਕ੍ਰਿਸ਼ਨ ਭਾਵਨਾ ਭਾਵਿਤ ਬਣਨ ਦੇ ਮਹੱਤਵ ਨੂੰ ਦੱਸਦਾ ਜਾਂਦਾ ਹੈ । ਇਸ ਲਈ ਉਹ ਸੰਸਾਰ ਦਾ ਸੱਭ ਤੋਂ ਉੱਤਮ ਪਰਉਪਕਾਰੀ ਅਤੇ ਭਗਵਾਨ ਦਾ ਸਭ ਤੋਂ ਪਿਆਰਾ ਸੇਵਕ ਹੈ । " ਨ ਚ ਤਸਮਾਨ੍ ਮਨੁਸ਼੍ਯੇਸ਼ੁ ਕਸ਼੍ਚਿਨ੍ ਮੇ ਪ੍ਰਿਯ ਕ੍ਰਿੱਤਮਹ੍ " (ਭਗਵਦ ਗੀਤਾ 18-69) ਦੂਜੇ ਸ਼ਬਦਾਂ ਵਿਚ ਭਗਵਾਨ ਦਾ ਭਗਤ ਹਮੇਸ਼ਾਂ ਜੀਵਾਂ ਦੇ ਕਲਿਆਣ ਨੂੰ ਵੇਖਦਾ

ਹੈ ਅਤੇ ਇੰਝ ਉਹ ਹਰ ਪ੍ਰਾਣੀ ਦਾ ਦੋਸਤ ਹੁੰਦਾ ਹੈ। ਉਹ ਸਭ ਤੋਂ ਉੱਤਮ ਯੋਗੀ ਹੈ ਕਿਉਂਕਿ ਉਹ ਸਵਤਿ ਸੁਖਾਯ ਭਾਵ ਆਪਣੇ ਸੁਖ ਲਈ ਸਿੱਧੀ ਨਹੀਂ ਚਾਹੁੰਦਾ ਸਗੋਂ ਹੋਰਨਾਂ ਲਈ ਵੀ ਚਾਹੁੰਦਾ ਹੈ। ਉਹ ਆਪਣੇ ਮਿੱਤਰ ਜੀਵਾਂ ਨਾਲ ਈਰਖਾ, ਦ੍ਵੈਤ ਨਹੀਂ ਕਰਦਾ। ਇਹੋ ਹੈ ਉਹ ਫਰਕ ਜਿਹੜਾ ਇੱਕ ਭਗਵਾਨ ਦੇ ਭਗਤ ਅਤੇ ਆਪਣੀ ਤਰੱਕੀ ਤਕ ਮਤਲਬ ਰੱਖਣ ਵਾਲੇ ਯੋਗੀ ਵਿਚ ਹੁੰਦਾ ਹੈ। ਜਿਹੜਾ ਯੋਗੀ ਪੂਰੀ ਤਰ੍ਹਾਂ ਧਿਆਨ ਲਗਾਕੇ ਇਕਾਂਤ ਥਾਂ ਤੇ ਚਲਿਆ ਜਾਂਦਾ ਹੈ ਉਹ ਉਨ੍ਹਾਂ ਪੂਰਨ ਨਹੀਂ ਹੁੰਦਾ ਜਿੰਨਾ ਕਿ ਉਹ ਭਗਤ ਜਿਹੜਾ ਹਰ ਮਨੁੱਖ ਨੂੰ ਕ੍ਰਿਸ਼ਨ ਭਾਵਨਾ ਭਾਵਿਤ ਬਣਾਉਣ ਦਾ ਯਤਨ ਕਰਦਾ ਰਹਿੰਦਾ ਹੈ।

अर्जुन उवाच

योऽयं योगस्त्वया प्रोक्तः साम्येन मधुसूदन ।
एतस्याहं न पश्यामि चञ्चलत्वात्स्थितिं स्थिराम् ॥ ३३ ॥

ਅਰਜੁਨ ਉਵਾਚ

ਯੋ'ਯਮ੍ ਯੋਗਸ੍ ਤ੍ਵਯਾ ਪ੍ਰੋਕ੍ਤਹ੍ ਸਾਮ੍ਯੇਨ ਮਧੁਸੂਦਨ ।
ਏਤਸ੍ਯਾਹਮ੍ ਨ ਪਸ਼੍ਯਾਮਿ ਚੰਚਲਤ੍ਵਾਤ੍ ਸਥਿਤਿਮ ਸਥਿਰਾਮ੍ ॥ 33 ॥

ਅਰ੍ਜੁਨ ਉਵਾਚ – ਅਰਜੁਨ ਨੇ ਕਿਹਾ ; **ਯਹ੍-ਅਯਮ੍** – ਇਸ ਪ੍ਰਣਾਲੀ ; **ਯੋਗਯ੍** – ਯੋਗ ; **ਤ੍ਵਯਾ** – ਤੁਹਾਡੇ ਰਾਹੀਂ ; **ਪ੍ਰੋਕ੍ਤਹ੍** – ਕਹੀ ਗਈ ; **ਸਾਮ੍ਯੇਨ** – ਸਾਧਾਰਣ ਤੌਰ ਤੇ ; **ਮਧੁਸੂਦਨ** – ਹੇ ਮਧੂ ਦੈਂਤ ਨੂੰ ਮਾਰਨ ਵਾਲੇ ; **ਏਤਸ੍ਯ** – ਇਸਦੀ ; **ਅਹਮ੍** – ਮੈਂ ; **ਨ** – ਨਹੀਂ ; **ਪਸ਼੍ਯਾਮਿ** – ਵੇਖਦਾ ਹਾਂ ; **ਚੰਚਲਤ੍ਵਾਤ੍** – ਚੰਚਲ ਹੋਣ ਕਾਰਨ ; **ਸ੍ਥਿਤਿਮ੍** – ਹਾਲਤ ਨੂੰ ; **ਸ੍ਥਿਰਾਮ੍** – ਸਥਿਰ।

ਅਨੁਵਾਦ

ਅਰ੍ਜੁਨ ਨੇ ਕਿਹਾ ਹੇ ਮਧੁਸੂਦਨ! ਤੁਸੀਂ ਜਿਸ ਯੋਗ ਪ੍ਰਣਾਲੀ ਦਾ ਸੰਖੇਪ ਵਿਚ ਵਰਣਨ ਕੀਤਾ ਹੈ ਉਹ ਮੇਰੇ ਲਈ ਅਵਿਵਹਾਰਕ ਅਤੇ ਅਸਹਿ ਹੈ ਕਿਉਂਕਿ ਮਨ ਚੰਚਲ ਅਤੇ ਅਸਥਿਰ ਹੈ।

ਭਾਵ

ਭਗਵਾਨ ਕ੍ਰਿਸ਼ਨ ਨੇ ਅਰਜੁਨ ਲਈ "ਸ਼ੁਚੌ ਦੇਸ਼ੇ" ਤੋਂ ਲੈ ਕੇ "ਯੋਗੀ ਪਰਮਹ੍ ਮਤਹ੍" ਤਕ ਜਿਸ ਯੋਗ ਮਾਰਗ ਦਾ ਵਰਣਨ ਕੀਤਾ ਹੈ, ਉਸ ਨੂੰ ਅਰਜੁਨ ਆਪਣੀ ਅਸਮਰਥਾ ਕਰਕੇ ਸਵੀਕਾਰ ਨਹੀਂ ਕਰ ਰਿਹਾ। ਇਸ ਕਲਜੁੱਗ ਵਿਚ ਸਾਧਾਰਨ ਮਨੁੱਖ ਲਈ ਇਹ ਸੰਭਵ ਨਹੀਂ ਹੈ ਕਿ ਉਹ ਆਪਣਾ ਘਰ ਛੱਡਕੇ ਕਿਸੇ ਪਰਬਤ ਜਾਂ ਜੰਗਲ ਵਿਚ ਇਕਾਂਤ ਥਾਂ ਤੇ ਜਾ ਕੇ ਯੋਗ ਅਭਿਆਸ ਕਰੇ। ਆਧੁਨਿਕ ਯੁੱਗ ਦੀ ਵਿਸ਼ੇਸ਼ਤਾ ਹੈ, ਥੋੜ੍ਹੇ ਸਮੇਂ ਦੀ ਜ਼ਿੰਦਗੀ ਲਈ ਕਰੜਾ ਸੰਘਰਸ਼। ਲੋਕ ਸਰਲ, ਵਿਵਹਾਰਕ ਸਾਧਨਾਂ ਨਾਲ ਵੀ ਆਤਮ-ਪ੍ਰਤੱਖੀਕਰਨ ਲਈ ਗੰਭੀਰ ਨਹੀਂ ਹਨ, ਤਾਂ ਫਿਰ

ਇਸ ਕਠਿਨ ਯੋਗ ਪਧੱਤੀ ਦੇ ਬਾਰੇ ਕੀ ਕਿਹਾ ਜਾ ਸਕਦਾ ਹੈ ਜਿਹੜੀ ਜੀਵਨ ਸ਼ੈਲੀ, ਆਸਨ ਸ਼ੈਲੀ, ਥਾਂ ਦੇ ਚੁਨਣ ਅਤੇ ਭੌਤਿਕ ਰੁਝੇਵਿਆਂ ਵਿਚ ਮੋਹ ਦਾ ਨਿਯੰਤਰਨ ਕਰਦੀ ਹੈ । ਵਿਵਹਾਰਕ ਵਿਅਕਤੀ ਦੇ ਰੂਪ ਵਿਚ ਅਰਜੁਨ ਨੇ ਸੋਚਿਆ ਕਿ ਇਸ ਯੋਗ ਪਧੱਤੀ (ਰਸਤੇ) ਦੀ ਪਾਲਣਾ ਅਸੰਭਵ ਹੈ ਚਾਹੇ ਉਹ ਕਈ ਗੱਲਾਂ ਵਿਚ ਇਸ ਪਧੱਤੀ ਤੇ ਖਰ੍ਹਾ ਉਤਰਦਾ ਸੀ । ਉਹ ਰਾਜਵੰਸ਼ੀ ਸੀ ਅਤੇ ਉਸ ਵਿਚ ਅਨੇਕਾਂ ਚੰਗੇਰੇ ਗੁਣ ਸਨ । ਉਹ ਮਹਾਨ ਯੋਧਾ ਸੀ, ਉਹ ਲੰਮੀ ਉਮਰ ਵਾਲਾ ਸੀ ਅਤੇ ਸੱਭ ਤੋਂ ਵੱਡੀ ਗੱਲ ਤਾਂ ਇਹ ਹੈ ਕਿ ਉਹ ਭਗਵਾਨ ਸ਼੍ਰੀ ਕ੍ਰਿਸ਼ਨ ਦਾ ਜਿਗਰੀ ਮਿੱਤਰ ਸੀ । ਪੰਜ ਹਜ਼ਾਰ ਸਾਲ ਪਹਿਲਾਂ ਅਰਜੁਨ ਨੂੰ ਸਾਡੇ ਤੋਂ ਵੱਧ ਸੁਵਿਧਾਵਾਂ ਹਾਸਲ ਸਨ ਤਾਂ ਵੀ ਉਸਨੇ ਇਸ ਯੋਗ ਪਧੱਤੀ ਨੂੰ ਸਵੀਕਾਰ ਕਰਨ ਤੋਂ ਮਨ੍ਹਾ ਕਰ ਦਿੱਤਾ । ਅਸਲ ਵਿਚ ਇਤਿਹਾਸ ਵਿਚ ਕੋਈ ਅਜਿਹਾ ਉਲੇਖ ਨਹੀਂ ਮਿਲਦਾ ਜਿਸ ਤੋਂ ਇਹ ਪਤਾ ਲਗੇ ਕਿ ਉਸਨੇ ਕਦੀ ਯੋਗ ਅਭਿਆਸ ਕੀਤਾ ਹੋਵੇ । ਇਸ ਲਈ ਇਸ ਪਧੱਤੀ ਨੂੰ ਇਸ ਕਲਜੁੱਗ ਲਈ ਔਖਾ ਸਮਝਣਾ ਚਾਹੀਦਾ ਹੈ । ਹਾਂ ਕੁਝ ਵਿਰਲੇ ਮਨੁੱਖਾਂ ਲਈ ਇਹ ਸੰਭਵ ਹੋ ਸਕਦੀ ਹੈ, ਪਰ ਸਾਧਾਰਨ ਲੋਕਾਂ ਲਈ ਇਹ ਅਸੰਭਵ ਪ੍ਰਸਤਾਵ ਹੈ । ਜੇਕਰ ਪੰਜ ਹਜ਼ਾਰ ਵਰ੍ਹੇ ਪਹਿਲਾਂ ਅਜਿਹਾ ਸੀ ਤਾਂ ਆਧੁਨਿਕ ਸਮੇਂ ਲਈ ਕੀ ਕਹਿਣਾ ? ਜਿਹੜੇ ਲੋਕ ਵੱਖੋ-ਵੱਖਰੇ ਅਖੋਤੀ ਸਕੂਲਾਂ ਅਤੇ ਸੰਮਤੀਆਂ ਰਾਹੀਂ ਇਸ ਯੋਗ ਪਧੱਤੀ ਦਾ ਅਨੁਕਰਨ ਕਰ ਰਹੇ ਹਨ ਭਾਵੇਂ ਉਨ੍ਹਾਂ ਨੂੰ ਸੰਤੋਖ ਹੋਵੇ ਪਰ ਉਹ ਅਸਲ ਵਿਚ ਆਪਣਾ ਸਮਾਂ ਗਵਾ ਰਹੇ ਹਨ । ਉਹ ਆਪਣੇ ਇੱਛਤ ਟੀਚੇ ਪ੍ਰਤੀ ਬਿਲਕੁਲ ਅਗਿਆਨੀ ਹਨ ।

चञ्चलं हि मनः कृष्ण प्रमाथि बलवद्दृढम् ।
तस्याहं निग्रहं मन्ये वायोरिव सुदुष्करम् ॥ ३४॥

ਚੰਚਲਮ੍ ਹਿ ਮਨਹ੍ ਕ੍ਰਿਸ਼੍ਣ ਪ੍ਰਮਾਥਿ ਬਲਵਦ੍ ਦ੍ਰਿੜ੍ਹਮ੍ ।
ਤਸ੍ਯਾਹਮ੍ ਨਿਗ੍ਰਹਮ੍ ਮਨ੍ਯੇ ਵਾਯੋਰ ਇਵ ਸੁ-ਦੁਸ਼੍ਕਰਮ੍ ॥ 34 ॥

ਚੰਚਲਮ੍ – ਚੰਚਲ ; **ਹਿ** – ਨਿਸ਼ਚੈ ਹੀ ; **ਮਨਹ੍** – ਮਨ ; **ਕ੍ਰਿਸ਼ਨ** – ਹੇ ਕ੍ਰਿਸ਼ਨ ; **ਪ੍ਰਮਾਥਿ** – ਡਾਵਾਂ-ਡੋਲ ਕਰਨ ਵਾਲਾ (ਘਬਰਾਹਟ ਕਰਨ ਵਾਲਾ) ; **ਬਲਵਤ** – ਤਾਕਤਵਰ ; **ਦ੍ਰਿੜ੍ਹਮ੍** – ਹਠੀਲਾ ; **ਤਸ੍ਯ** – ਉਸਦਾ ; **ਅਹਮ੍** – ਮੈਂ ; **ਨਿਗ੍ਰਹਮ੍** – ਕਾਬੂ ਕਰਨਾ ; **ਮੰਨਯੇ** – ਸੋਚਦਾ ਹਾਂ ; **ਵਾਯੋ** – ਹਵਾ ਦੀ ; **ਇਵ** – ਵਾਂਗ ; **ਸੁ-ਦੁਸ਼੍ਕਰਮ੍** – ਔਖਾ ।

ਅਨੁਵਾਦ

ਹੇ ਕ੍ਰਿਸ਼ਨ! ਕਿਉਂਕਿ ਮਨ ਚੰਚਲ (ਅਸਥਿਰ), ਮਰਿਆਦਾ ਰਹਿਤ, ਉਪੱਦਰੀ, ਹਠੀਲਾ ਅਤੇ ਤਾਕਤਵਰ ਹੈ, ਇਸ ਲਈ ਮੈਨੂੰ ਇਸਨੂੰ, ਹਵਾ ਨੂੰ ਕਾਬੂ ਕਰਨ ਤੋਂ ਵੀ ਔਖਾ ਲਗਦਾ ਹੈ ।

ਭਾਵ

ਮਨ ਏਨਾ ਜਿਆਦਾ ਤਾਕਤਵਰ ਅਤੇ ਹਠੀਲਾ ਹੈ ਕਿ ਕਦੀ-ਕਦੀ ਇਹ ਬੁੱਧੀ ਦੀ ਲਾਪਰਵਾਹੀ ਕਰ ਦਿੰਦਾ ਹੈ, ਭਾਵੇਂ ਉਸਨੂੰ ਬੁੱਧੀ ਦੇ ਅਧੀਨ ਮੰਨਿਆ ਜਾਂਦਾ ਹੈ। ਇਸ ਵਿਵਹਾਰੀ ਸੰਸਾਰ ਵਿਚ ਜਿੱਥੇ ਮਨੁੱਖ ਨੂੰ ਅਨੇਕਾਂ ਵਿਰੋਧੀ ਤੱਤਾਂ ਨਾਲ ਸੰਘਰਸ਼ ਕਰਨਾ ਹੁੰਦਾ ਹੈ ਉਸ ਲਈ ਮਨ ਨੂੰ ਕਾਬੂ ਵਿਚ ਕਰਨਾ ਬਹੁਤ ਔਖਾ ਹੋ ਜਾਂਦਾ ਹੈ। ਬਨਾਉਟੀ ਰੂਪ ਵਿਚ ਮਨੁੱਖ ਆਪਣੇ ਦੋਸਤ ਅਤੇ ਦੁਸ਼ਮਣ ਦੋਵਾਂ ਪ੍ਰਤੀ ਮਾਨਸਿਕ ਸੰਤੁਲਨ ਸਥਾਪਿਤ ਕਰ ਸਕਦਾ ਹੈ ਪਰ ਅਸਲ ਵਿਚ ਕੋਈ ਵੀ ਸੰਸਾਰੀ ਮਨੁੱਖ ਅਜਿਹਾ ਨਹੀਂ ਕਰ ਸਕਦਾ ਕਿਉਂਕਿ ਅਜਿਹਾ ਕਰਨਾ ਤੇਜ ਰਫਤਾਰ ਹਵਾ ਨੂੰ ਕਾਬੂ ਕਰਨ ਤੋਂ ਵੀ ਔਖਾ ਹੈ। ਵੈਦਿਕ ਸਾਹਿਤ (ਕਠੋਪਨਿਸ਼ਦ 1.3.34) ਵਿਚ ਕਿਹਾ ਗਿਆ ਹੈ :-

ਆਤ੍ਮਾਨਮ੍ ਰਥਿਨਮ੍ ਵਿਦ੍ਧਿ ਸ਼ਰੀਰਮ੍ ਰਥਮ੍ ਏਵ ਚ,
ਬੁੱਧਿਮ੍ ਤੁ ਸਾਰਥਿਮ੍ ਵਿਦ੍ਧਿ ਮਨਹ੍ ਪ੍ਰਗ੍ਰਹਮ ਏਵ ਚ।
ਇੰਦ੍ਰਿਯਾਣਿ ਹਯਾਨ੍ ਆਹੁਰ੍ ਵਿਸ਼ਯਾਂਸ੍ ਤੇਸ਼ੁ ਗੋਚਰਾਨ੍,
ਆਤ੍ਮੇਂਦ੍ਰਿਯ-ਮਨੋ-ਯੁਕਤਮ੍ ਭੋਕ੍ਤੇਤਿ ਆਹੁਰ੍ ਮਨੀਸ਼ਿਣਹ੍ ॥

"ਹਰ ਮਨੁੱਖ ਇਸ ਭੌਤਿਕ ਸ਼ਰੀਰ ਰੂਪੀ ਰੱਥ ਤੇ ਚੜ੍ਹਿਆ ਹੈ ਅਤੇ ਬੁੱਧੀ ਇਸਦਾ ਸਾਰਥੀ ਹੈ। ਮਨ ਲਗਾਮ ਹੈ ਅਤੇ ਇੰਦਰੀਆਂ ਘੋੜੇ ਹਨ। ਇੰਝ ਮਨ ਅਤੇ ਇੰਦਰੀਆਂ ਦੀ ਸੰਗਤ ਨਾਲ ਇਹ ਆਤਮਾ ਸੁਖ ਅਤੇ ਦੁੱਖ ਦਾ ਭੋਗਣਹਾਰ ਹੈ। ਅਜਿਹਾ ਵੱਡੇ-ਵੱਡੇ ਚਿੰਤਕਾਂ ਦਾ ਕਹਿਣਾ ਹੈ।" ਹਾਲਾਂਕਿ ਬੁੱਧੀ ਨੂੰ ਮਨ ਦਾ ਨਿਯੰਤਰਨ ਕਰਨਾ ਚਾਹੀਦਾ ਪਰ ਮਨ ਇੰਨਾ ਤਾਕਤਵਰ ਅਤੇ ਹੱਠੀ ਹੈ ਕਿ ਇਸਨੂੰ ਆਪਣੀ ਬੁੱਧੀ ਨਾਲ ਵੀ ਜਿੱਤਣਾ ਔਖਾ ਹੋ ਜਾਂਦਾ ਹੈ ਜਿਵੇਂ ਚੰਗੀ ਤੋਂ ਚੰਗੀ ਦਵਾਈ ਨਾਲ ਵੀ ਕਈ ਵਾਰ ਰੋਗ ਕਾਬੂ ਵਿਚ ਨਹੀਂ ਆਉਂਦਾ। ਅਜਿਹੇ ਤਾਕਤਵਰ ਮਨ ਨੂੰ ਯੋਗ ਅਭਿਆਸ ਰਾਹੀਂ ਕਾਬੂ ਕੀਤਾ ਜਾ ਸਕਦਾ ਹੈ। ਪਰ ਅਜਿਹਾ ਯੋਗ ਅਭਿਆਸ ਕਰਨਾ ਅਰਜੁਨ ਵਰਗੇ ਸੰਸਾਰੀ ਮਨੁੱਖ ਲਈ ਕਦੀ ਵੀ ਵਿਵਹਾਰਕ ਨਹੀਂ ਹੁੰਦਾ। ਤਾਂ ਫਿਰ ਆਧੁਨਿਕ ਮਨੁੱਖ ਦੇ ਸੰਬੰਧ ਵਿਚ ਕੀ ਕਿਹਾ ਜਾਵੇ ! ਇਥੇ ਇਹ ਉਪਮਾ ਬਿਲਕੁਲ ਢੁਕਵੀਂ ਹੈ - ਤੂਫਾਨ ਨੂੰ ਰੋਕਣਾ ਔਖਾ ਹੁੰਦਾ ਹੈ ਅਤੇ ਉਪੱਦਰੀ, ਮਰਿਆਦਾਹੀਨ ਮਨ ਨੂੰ ਰੋਕ ਸਕਣਾ ਹੋਰ ਵੀ ਔਖਾ ਹੈ। ਮਨ ਨੂੰ ਕਾਬੂ ਵਿਚ ਰੱਖਣ ਦਾ ਸੌਖਾ ਉਪਾਅ ਜੋ ਭਗਵਾਨ ਚੈਤੰਨਯ ਨੇ ਸੁਝਾਇਆ ਹੈ ਇਹ ਹੈ ਕਿ ਪੂਰੀ ਨਿਮਰਤਾ ਨਾਲ ਮੁਕਤੀ ਲਈ 'ਹਰੇ ਕ੍ਰਿਸ਼ਨ' ਮਹਾਮੰਤਰ ਦਾ ਕੀਰਤਨ ਕੀਤਾ ਜਾਵੇ। ਤਰੀਕਾ ਇਹ ਹੈ 'ਸ ਵੈ ਮਨਹ੍ ਕ੍ਰਿਸ਼ਣ-ਪਦਾਰਵਿੰਦਯੋਹ੍' ਮਨੁੱਖ ਨੂੰ ਚਾਹੀਦਾ ਹੈ ਕਿ ਉਹ ਆਪਣੇ ਮਨ ਨੂੰ ਪੂਰੀ ਤਰ੍ਹਾਂ ਕ੍ਰਿਸ਼ਨ ਵਿਚ ਲਗਾਵੇ ਤਾਂ ਹੀ ਮਨ ਨੂੰ ਡਾਵਾਂ-ਡੋਲ ਕਰਨ ਵਾਲੇ ਰੁਝੇਵੇਂ ਖਤਮ ਹੋ ਜਾਣਗੇ।

श्रीभगवानुवाच
असंशयं महाबाहो मनो दुर्निग्रहं चलम् ।
अभ्यासेन तु कौन्तेय वैराग्येण च गृह्यते ॥ ३५ ॥

ਸ਼੍ਰੀ ਭਗਵਾਨ ਓਵਾਚ
ਅਸੰਸ਼ਯਮ੍ ਮਹਾ-ਬਾਹੋ ਮਨੋ ਦੁਰ੍ਨਿਗ੍ਰਹਮ੍ ਚਲਮ੍ ।
ਅਭ੍ਯਾਸੇਨ ਤੁ ਕੌਂਤੇਯ ਵੈਰਾਗ੍ਯੇਣ ਚ ਗ੍ਰਿਹ੍ਯਤੇ ॥ 35 ॥

ਸ਼੍ਰੀ ਭਗਵਾਨ ਓਵਾਚ – ਸ਼੍ਰੀ ਭਗਵਾਨ ਨੇ ਕਿਹਾ ; **ਅਸੰਸ਼ਯਮ੍** – ਨਿਰਸੰਦੇਹ ; **ਮਹਾ-ਬਾਹੋ** – ਹੇ ਤਾਕਤਵਰ ਬਾਹਾਂ ਵਾਲੇ ; **ਮਨਹ੍** – ਮਨ ਨੂੰ ; **ਦੁਰ੍ਨਿਗ੍ਰਹਮ੍** – ਦਬਾਣਾ ਔਖਾ ਹੈ ; **ਚਲਮ੍** – ਚੰਚਲ ; **ਅਭ੍ਯਾਸੇਨ** – ਅਭਿਆਸ ਰਾਹੀਂ ; **ਤੁ** – ਪਰ ; **ਕੌਂਤੇਯ** – ਹੇ ਕੁੰਤੀ ਪੁੱਤਰ ; **ਵੈਰਾਗ੍ਯੇਣ** – ਵੈਰਾਗ ਰਾਹੀਂ ; **ਚ** – ਵੀ ; **ਗ੍ਰਿਹ੍ਯਤੇ** – ਇੰਝ ਕਾਬੂ ਕੀਤਾ ਜਾ ਸਕਦਾ ਹੈ ।

ਅਨੁਵਾਦ

ਭਗਵਾਨ ਸ਼੍ਰੀ ਕ੍ਰਿਸ਼ਨ ਨੇ ਕਿਹਾ – ਹੇ ਮਹਾਬਾਹੂ ਕੁੰਤੀ ਪੁੱਤਰ! ਨਿਸ਼ਚੇ ਹੀ ਚੰਚਲ ਮਨ ਨੂੰ ਕਾਬੂ ਕਰਨਾ ਬਹੁਤ ਔਖਾ ਹੈ ਪਰ ਉਚਿਤ ਅਭਿਆਸ ਰਾਹੀਂ ਅਤੇ ਵੈਰਾਗ ਰਾਹੀਂ ਅਜਿਹਾ ਸੰਭਵ ਹੈ ।

ਭਾਵ

ਅਰਜੁਨ ਰਾਹੀਂ ਦੱਸੇ ਇਸ ਹਠੀਲੇ ਮਨ ਨੂੰ ਕਾਬੂ ਕਰਨ ਦੀ ਔਕੜ ਨੂੰ ਭਗਵਾਨ ਸਵੀਕਾਰ ਕਰਦੇ ਹਨ । ਪਰ ਨਾਲੋ-ਨਾਲ ਉਹ ਇਹ ਵੀ ਸੁਝਾਅ ਦਿੰਦੇ ਹਨ ਕਿ ਅਭਿਆਸ ਅਤੇ ਵੈਰਾਗ ਰਾਹੀਂ ਇਹ ਸੰਭਵ ਹੈ । ਇਹ ਅਭਿਆਸ ਕੀ ਹੈ ? ਵਰਤਮਾਨ ਯੁੱਗ ਵਿਚ ਤੀਰਥ ਤੇ ਰਹਿਣਾ, ਪਰਮਾਤਮਾ ਦਾ ਧਿਆਨ, ਮਨ ਅਤੇ ਇੰਦਰੀਆਂ ਨੂੰ ਕਾਬੂ ਕਰਨਾ, ਬ੍ਰਹਮਚਾਰੀ ਜੀਵਨ ਦੀ ਪਾਲਣਾ, ਇਕਾਂਤ ਥਾਂ ਤੇ ਰਹਿਣਾ ਆਦਿ ਔਖੇ ਵਿਧੀ ਵਿਧਾਨਾਂ ਦੀ ਪਾਲਣਾ ਕਰ ਸਕਣਾ ਸੰਭਵ ਨਹੀਂ ਹੈ । ਪਰ ਕ੍ਰਿਸ਼ਨ ਭਾਵਨਾ ਅੰਮ੍ਰਿਤ ਦੇ ਅਭਿਆਸ ਨਾਲ ਮਨੁੱਖ ਨੂੰ ਭਗਵਾਨ ਦੀ ਨੌਂ ਤਰ੍ਹਾਂ ਦੀ ਭਗਤੀ ਪ੍ਰਾਪਤ ਹੋ ਸਕਦੀ ਹੈ । ਅਜਿਹੀ ਭਗਤੀ ਦਾ ਪਹਿਲਾ ਅੰਗ ਹੈ ਕ੍ਰਿਸ਼ਨ ਬਾਰੇ ਸੁਣਨਾ । ਮਨ ਨੂੰ ਹਰ ਤਰ੍ਹਾਂ ਦੀਆਂ ਸੰਦੇਹਾਂ (ਚਿੰਤਾਵਾਂ) ਤੋਂ ਸ਼ੁੱਧ ਕਰਨ ਲਈ ਇਹ ਬਹੁਤ ਤਾਕਤਵਰ ਅਤੇ ਅਲੌਕਿਕ ਵਿਧੀ ਹੈ । ਕ੍ਰਿਸ਼ਨ ਬਾਰੇ ਜਿੰਨ੍ਹਾਂ ਜਿਆਦਾ ਸੁਣਿਆ ਜਾਵੇਗਾ ਉਨ੍ਹਾ ਹੀ ਮਨੁੱਖ ਉਨ੍ਹਾਂ ਵਸਤਾਂ ਪ੍ਰਤੀ ਆਸਕਤ (ਮੋਹਿਤ) ਨਹੀਂ ਹੁੰਦਾ ਜਿਹੜੀਆਂ ਮਨ ਨੂੰ ਕ੍ਰਿਸ਼ਨ ਤੋਂ ਦੂਰ ਲੈ ਜਾਣ ਵਾਲੀਆਂ ਹਨ । ਮਨ ਨੂੰ ਉਨ੍ਹਾਂ ਸਾਰੇ ਕੰਮਾਂ ਤੋਂ ਉਦਾਸੀਨ ਕਰ ਲੈਣ ਤੇ ਜਿਨ੍ਹਾਂ ਦਾ ਕ੍ਰਿਸ਼ਨ ਨਾਲ ਕੋਈ ਸੰਬੰਧ ਨਹੀਂ ਹੈ, ਮਨੁੱਖ ਅਸਾਨੀ ਨਾਲ ਵੈਰਾਗ ਸਿੱਖ ਸਕਦਾ ਹੈ । ਵੈਰਾਗ ਦਾ ਅਰਥ ਹੈ ਭੌਤਿਕ ਪਦਾਰਥ ਤੋਂ ਵੈਰਾਗ ਅਤੇ ਮਨ ਦਾ ਆਤਮਾ ਵੱਲ ਲਗਣਾ । ਨਿਰਵਿਸ਼ੇਸ਼ (ਗੈਰਸ਼ਖਸੀ) ਅਧਿਆਤਮਕ ਵੈਰਾਗ ਕ੍ਰਿਸ਼ਨ ਦੇ ਕੰਮ-ਕਾਰਾਂ ਵਿਚ ਮਨ ਨੂੰ ਲਗਾਉਣ ਦੀ ਬਜਾਏ ਜਿਆਦਾ ਔਖੀ ਹੈ । ਇਹ ਵਿਵਹਾਰਕ ਹੈ, ਕਿਉਂਕਿ ਕ੍ਰਿਸ਼ਨ ਦੇ ਵਿਸ਼ੇ ਵਿਚ ਸੁਣਨ ਨਾਲ ਮਨੁੱਖ ਆਪਣੇ

ਆਪ ਪਰਮਾਤਮਾ ਵੱਲ ਆਸਕਤ ਹੋ ਜਾਂਦਾ ਹੈ। ਇਹ ਆਸਕਤੀ ਪਰੇਸ਼ਾਨੁਭਵ ਜਾਂ ਅਧਿਆਤਮਕ ਸੰਤੁਸ਼ਟੀ ਕਹਾਉਂਦੀ ਹੈ। ਇਹ ਉਸੇ ਤਰ੍ਹਾਂ ਹੈ ਜਿਵੇਂ ਭੋਜਨ ਦੀ ਹਰ ਗ੍ਰਾਹੀ ਨਾਲ ਭੁੱਖੇ ਨੂੰ ਸੰਤੁਸ਼ਟੀ ਮਿਲਦੀ ਹੈ। ਭੁੱਖ ਲਗਣ ਤੇ ਮਨੁੱਖ ਜਿੰਨਾ ਜਿਆਦਾ ਖਾਂਦਾ ਜਾਂਦਾ ਹੈ ਉਨ੍ਹੀ ਹੀ ਜਿਆਦਾ ਸੰਤੁਸ਼ਟੀ ਅਤੇ ਤਾਕਤ ਉਸਨੂੰ ਮਿਲਦੀ ਜਾਂਦੀ ਹੈ। ਇੰਝ ਹੀ ਭਗਤੀ (ਪੂਰੀ) ਕਰਨ ਨਾਲ ਅਲੌਕਿਕ ਸੰਤੁਸ਼ਟੀ ਦਾ ਅਨੁਭਵ ਹੁੰਦਾ ਹੈ, ਜਿਵੇਂ ਨਿਪੁੰਨ ਇਲਾਜ ਅਤੇ ਚੰਗੇ ਖਾਣ-ਪਾਣ ਰਾਹੀਂ ਰੋਗ ਦਾ ਇਲਾਜ। ਇਸ ਲਈ ਭਗਵਾਨ ਕ੍ਰਿਸ਼ਨ ਦੇ ਅਲੌਕਿਕ ਕੰਮ-ਕਾਰਾਂ ਨੂੰ ਸੁਣਨਾ, ਪਾਗਲ ਮਨ ਦਾ ਚੰਗਾ ਇਲਾਜ ਹੈ ਅਤੇ ਕ੍ਰਿਸ਼ਨ ਨੂੰ ਅਰਪਿਤ ਭੋਜਨ ਗ੍ਰਹਿਣ ਕਰਨਾ ਰੋਗੀ ਲਈ ਸਹੀ ਭੋਜਨ ਹੈ। ਇਹ ਇਲਾਜ ਹੀ ਕ੍ਰਿਸ਼ਨ ਭਾਵਨਾ ਅੰਮ੍ਰਿਤ ਦੀ ਵਿਧੀ ਹੈ।

असंयतात्मना योगो दुष्प्राप इति मे मतिः ।
वश्यात्मना तु यतता शक्योऽवाप्तुमुपायतः ॥ ३६ ॥

ਅਸੰਯਤਾਤ੍ਮਨਾ ਯੋਗੋ ਦੁਸ਼੍ਪ੍ਰਾਪ ਇਤਿ ਮੇ ਮਤਿਹ੍ ।
ਵਸ਼੍ਯਾਤ੍ਮਨਾ ਤੁ ਯਤਤਾ ਸ਼ਕ੍ਯੋ'ਵਾਪ੍ਤੁਮ੍ ਉਪਾਯਤਹ੍ ॥ 36 ॥

ਅਸੰਯਤ-ਮਰਿਆਦਾ ਹੀਨ ; **ਆਤ੍ਮਨਾ**-ਮਨ ਰਾਹੀਂ ; **ਯੋਗਹ੍**-ਆਤਮ ਸਾਖਿਆਤਕਾਰ ; **ਦੁਸ਼੍ਪ੍ਰਾਪ**-ਪ੍ਰਾਪਤ ਕਰਨਾ ਔਖਾ ; **ਇਤਿ**-ਇੰਝ ; **ਮੇ**-ਮੇਰਾ ; **ਮਤਿਹ੍**-ਵਿਚਾਰ ; **ਵਸ਼੍ਯ** - ਕਾਬੂ ; **ਆਤ੍ਮਨਾ**-ਮਨ ਨਾਲ ; **ਤੁ**-ਪਰ ; **ਯਤਤਾ** - ਯਤਨ ਕਰਦੇ ਹੋਏ ; **ਸ਼ਕ੍ਯੋਹ੍**-ਵਿਵਹਾਰਕ; **ਅਵਾਪ੍ਤੁਮੁ**-ਪ੍ਰਾਪਤ ਕਰਨਾ ; **ਉਪਾਯਤਹ**- ਯੋਗ ਸਾਧਨਾ ਰਾਹੀਂ ।

ਅਨੁਵਾਦ

ਜਿਸਦਾ ਮਨ ਬੇਕਾਬੂ ਹੈ ਉਸ ਲਈ ਆਤਮ-ਪ੍ਰਤੱਖੀਕਰਨ ਔਖਾ ਕੰਮ ਹੁੰਦਾ ਹੈ, ਪਰ ਜਿਸਦਾ ਮਨ ਸੰਜਮ ਵਿਚ ਹੈ ਅਤੇ ਜਿਹੜਾ ਉਚਿਤ ਉਪਾਅ ਕਰਦਾ ਹੈ, ਉਸਦੀ ਸਫ਼ਲਤਾ ਯਕੀਨੀ ਹੈ। ਇਹ ਮੇਰਾ ਵਿਚਾਰ ਹੈ।

ਭਾਵ

ਭਗਵਾਨ ਐਲਾਨ ਕਰਦੇ ਹਨ ਕਿ ਜਿਹੜਾ ਮਨੁੱਖ ਆਪਣੇ ਮਨ ਨੂੰ ਭੌਤਿਕ ਵਪਾਰਾਂ ਤੋਂ ਅਲੱਗ ਕਰਨ ਦਾ ਠੀਕ ਉਪਾਅ ਨਹੀਂ ਕਰਦਾ ਉਸਨੂੰ ਆਤਮ-ਪ੍ਰਤੱਖੀਕਰਨ ਵਿਚ ਸ਼ਾਇਦ ਹੀ ਸਫਲਤਾ ਮਿਲ ਸਕੇ। ਭੌਤਿਕ ਭੋਗਾਂ ਵਿਚ ਮਨ ਲਗਾਕੇ ਯੋਗ ਦਾ ਅਭਿਆਸ ਕਰਨਾ ਇੰਝ ਹੀ ਹੈ, ਜਿਵੇਂ ਕੋਈ ਅੱਗ ਵਿਚ ਪਾਣੀ ਪਾਕੇ ਉਸ ਨੂੰ ਬਾਲਣ ਦਾ ਯਤਨ ਕਰੇ। ਮਨ ਨੂੰ ਕਾਬੂ ਕੀਤੇ ਬਿਨ੍ਹਾਂ ਯੋਗ ਅਭਿਆਸ ਸਮੇਂ ਦੀ ਬਰਬਾਦੀ ਹੈ। ਯੋਗ ਦਾ ਅਜਿਹਾ ਵਿਖਾਵਾ ਭਾਵੇਂ ਭੌਤਿਕ ਦ੍ਰਿਸ਼ਟੀ ਤੋਂ ਲਾਹੇਵੰਦ ਹੋਵੇ ਪਰ ਜਿਥੋਂ ਤਕ ਆਤਮ-ਪ੍ਰਤੱਖੀਕਰਨ ਦਾ ਸਵਾਲ ਹੈ ਇਸ ਸਭ ਫ਼ਜ਼ੂਲ ਹੈ। ਇਸ ਲਈ ਮਨੁੱਖ ਨੂੰ ਚਾਹੀਦਾ ਹੈ ਕਿ ਭਗਵਾਨ ਦੀ ਅਲੌਕਿਕ ਪ੍ਰੇਮ ਭਗਤੀ ਵਿਚ ਲਗਾਤਾਰ ਮਨ

ਲਗਾਕੇ ਉਸ ਨੂੰ ਕਾਬੂ ਕਰੇ । ਕ੍ਰਿਸ਼ਨ ਭਾਵਨਾ ਭਾਵਿਤ ਵਿਚ ਲਗੇ ਬਗ਼ੈਰ ਮਨ ਨੂੰ ਸਥਿਰ ਕਰਨਾ ਮੁਸ਼ਕਿਲ ਹੈ । ਕ੍ਰਿਸ਼ਨ ਭਾਵਨਾ ਭਾਵਿਤ ਮਨੁੱਖ ਬਗ਼ੈਰ ਕਿਸੇ ਵੱਖਰੇ ਯਤਨ ਦੇ ਹੀ ਯੋਗ ਅਭਿਆਸ ਦਾ ਫਲ ਅਸਾਨੀ ਨਾਲ ਪ੍ਰਾਪਤ ਕਰ ਲੈਂਦਾ ਹੈ, ਪਰ ਯੋਗ ਅਭਿਆਸ ਕਰਨ ਵਾਲੇ ਨੂੰ ਕ੍ਰਿਸ਼ਨ ਭਾਵਨਾ ਭਾਵਿਤ ਹੋਏ ਬਗ਼ੈਰ ਸਫਲਤਾ ਨਹੀਂ ਮਿਲਦੀ ।

अर्जुन उवाच

अयतिः श्रद्धयोपेतो योगाच्चालितमानसः ।
अप्राप्य योगसंसिद्धिं कां गतिं कृष्ण गच्छति ॥ ३७ ॥

ਅਰਜੁਨ ਉਵਾਚ

ਅਯਤਿਹ੍ ਸ਼੍ਰੱਧਯੋਪੇਤੋ ਯੋਗਾਚ੍ ਚਲਿਤ ਮਾਨਸਹ੍ ।
ਅਪ੍ਰਾਪ੍ਯ ਯੋਗ-ਸੰਸਿਦ੍ਧਿਮ੍ ਕਾਮ੍ ਗਤਿਮ੍ ਕ੍ਰਿਸ਼੍ਣ ਗਚ੍ਛਤਿ ॥ 37 ॥

ਅਰਜੁਨਹ੍ ਉਵਾਚ – ਅਰਜੁਨ ਕੇ ਕਿਹਾ ; **ਅਯਤਿਹ੍** – ਅਸਫਲ ਯੋਗੀ ; **ਸ਼੍ਰੱਧਯਾ** – ਸ਼ਰਧਾ ਨਾਲ ; **ਉਪੇਤਹ੍** – ਲਗਿਆ ਹੋਇਆ ; **ਯੋਗਾਤ੍** – ਯੋਗ ਨਾਲ ; **ਚਲਿਤ** – ਡਾਵਾਂ ਡੋਲ ; **ਮਾਨਸਹ੍** – ਮਨ ਵਾਲਾ ; **ਅਪ੍ਰਾਪ੍ਯ** – ਹਾਸਲ ਨਾ ਕਰਕੇ ; **ਯੋਗ-ਸੰਸਿਦ੍ਧਿਮ੍** – ਯੋਗ ਦੀ ਸਭ ਤੋਂ ਉਚੇਰੀ ਸਿੱਧੀ ਨੂੰ ; **ਕਾਮ੍**– ਕਿਸ ; **ਗਤਿਮ੍** – ਟੀਚੇ ਨੂੰ ; **ਕ੍ਰਿਸ਼੍ਣ** – ਹੇ ਕ੍ਰਿਸ਼ਨ ; **ਗਚ੍ਛਤਿ** – ਹਾਸਲ ਕਰਦਾ ਹੈ ।

ਅਨੁਵਾਦ

ਅਰਜੁਨ ਨੇ ਕਿਹਾ – ਹੇ ਕ੍ਰਿਸ਼ਨ । ਉਸ ਅਸਫਲ ਯੋਗੀ ਦੀ ਕੀ ਗਤੀ ਹੈ ਜਿਹੜਾ ਸ਼ੁਰੂ ਵਿਚ ਸ਼ਰਧਾ ਨਾਲ ਆਤਮ-ਪ੍ਰਤੱਖੀਕਰਨ ਦੀ ਵਿਧੀ ਅਪਣਾਉਂਦਾ ਹੈ ਪਰ ਉਸ ਤੋਂ ਬਾਅਦ ਵਿਚ ਭੌਤਿਕ ਸੰਸਾਰ 'ਚ ਲੱਗੇ ਮਨ ਦੇ ਕਾਰਨ, ਉਸ ਤੋਂ ਡਾਵਾਂ-ਡੋਲ ਹੋ ਜਾਂਦਾ ਹੈ ਅਤੇ ਯੋਗ ਸਿੱਧੀ ਨੂੰ ਹਾਸਲ ਨਹੀਂ ਕਰ ਸਕਦਾ ।

ਭਾਵ

ਭਗਵਤ ਗੀਤਾ ਵਿਚ ਆਤਮ-ਪ੍ਰਤੱਖੀਕਰਨ ਜਾਂ ਯੋਗ ਮਾਰਗ ਦਾ ਵਰਣਨ ਹੈ । ਆਤਮ-ਪ੍ਰਤੱਖੀਕਰਨ ਦਾ ਮੁਢੱਲਾ ਨਿਯਮ ਇਹ ਹੈ ਕਿ ਜੀਵ ਆਤਮਾ ਭੌਤਿਕ ਸ਼ਰੀਰ ਨਹੀਂ ਹੈ ਸਗੋਂ ਇਸ ਤੋਂ ਵੱਖਰੀ ਹੈ ਅਤੇ ਉਸਦਾ ਸੁਖ ਸਦੀਵੀ ਜੀਵਨ ਹੈ ਆਨੰਦ ਅਤੇ ਗਿਆਨ ਵਿਚ ਛੁਪਿਆ ਹੈ । ਇਹ ਸ਼ਰੀਰ ਅਤੇ ਮਨ ਦੋਵਾਂ ਤੋਂ ਪਰ੍ਹੇ ਹਨ । ਆਤਮ-ਪ੍ਰਤੱਖੀਕਰਨ ਗਿਆਨ ਰਾਹੀਂ ਕੀਤਾ ਜਾਂਦਾ ਹੈ ਇਸ ਲਈ ਅਸ਼ਟਾਂਗ ਵਿਧੀ ਜਾਂ ਭਗਤੀ ਯੋਗ ਦਾ ਅਭਿਆਸ ਕਰਨਾ ਹੁੰਦਾ ਹੈ । ਇਨ੍ਹਾਂ ਦੋਵਾਂ ਵਿਚੋਂ ਹਰ ਵਿਧੀ ਵਿਚ ਜੀਵ ਨੂੰ ਆਪਣੀ ਸੁਭਾਵਿਕ ਸਥਿਤੀ, ਭਗਵਾਨ ਨਾਲ ਆਪਣੇ ਸੰਬੰਧ ਅਤੇ

ਉਨ੍ਹਾਂ ਕਾਰਜਾਂ ਦੀ ਅਨੁਭੂਤੀ ਹਾਸਲ ਕਰਨੀ ਹੁੰਦੀ ਹੈ, ਜਿਸ ਨਾਲ ਉਹ ਟੁੱਟੀ ਕੜ੍ਹੀ ਨੂੰ ਜੋੜ ਸਕੇ ਅਤੇ ਕ੍ਰਿਸ਼ਨ ਭਾਵਨਾ ਅੰਮ੍ਰਿਤ ਦੀ ਸਭ ਤੋਂ ਉਚੀ ਸਿੱਧ ਅਵਸਥਾ ਹਾਸਲ ਕਰ ਸਕੇ । ਇਨ੍ਹਾਂ ਤਿੰਨਾਂ ਵਿਧੀਆਂ ਵਿਚੋਂ ਕਿਸੇ ਇੱਕ ਦੀ ਪਾਲਣਾ ਕਰਕੇ ਮਨੁੱਖ ਦੇਰ-ਸਵੇਰ ਆਪਣੇ ਉਚੇਰੇ ਟੀਚੇ ਨੂੰ ਹਾਸਲ ਕਰਦਾ ਹੈ । ਭਗਵਾਨ ਨੇ ਦੂਜੇ ਅਧਿਆਇ ਵਿਚ ਇਸ ਤੇ ਜ਼ੋਰ ਦਿੱਤਾ ਹੈ ਕਿ ਅਲੌਕਿਕ ਮਾਰਗ ਵਿਚ ਥੋੜ੍ਹੇ ਜਿਹੇ ਯਤਨ ਨਾਲ ਵੀ ਮੁਕਤੀ ਦੀ ਵਧੇਰੀ ਆਸ ਹੈ । ਇਨ੍ਹਾਂ ਤਿੰਨਾਂ ਵਿਚੋਂ ਇਸ ਯੁੱਗ ਲਈ ਭਗਤੀ ਯੋਗ ਖ਼ਾਸ ਤੌਰ ਤੇ ਠੀਕ ਹੈ ਕਿਉਂਕਿ ਈਸ਼ਵਰ-ਪ੍ਰਤੱਖੀਕਰਨ ਦੀ ਇਹ ਉੱਤਮ ਪ੍ਰਤੱਖ ਵਿਧੀ ਹੈ । ਇਸੇ ਲਈ ਅਰਜੁਨ ਫਿਰ ਯਕੀਨੀ ਹੋਣ ਲਈ ਭਗਵਾਨ ਕ੍ਰਿਸ਼ਨ ਨੂੰ ਆਪਣੇ ਪਹਿਲੋਂ ਕਹੇ ਕਥਨ ਦੀ ਪੁਸ਼ਟੀ ਕਰਨ ਨੂੰ ਕਹਿੰਦਾ ਹੈ । ਭਾਵੇਂ ਕੋਈ ਆਤਮ-ਪ੍ਰਤੱਖੀਕਰਨ ਦੇ ਮਾਰਗ ਨੂੰ ਨਿਸ਼ਠਾ ਨਾਲ ਕਿਉਂ ਨਾ ਮੰਨ ਲਵੇ ਪਰ ਗਿਆਨ ਦਾ ਸਾਧਨ ਵਿਧੀ ਅਤੇ ਅਸ਼ਟਾਂਗ ਯੋਗ ਦਾ ਅਭਿਆਸ ਇਸ ਯੁੱਗ ਲਈ ਸਧਾਰਨ ਤੌਰ ਤੇ ਬਹੁਤ ਔਖਾ ਹੈ । ਇਸ ਲਈ ਲਗਾਤਾਰ ਯਤਨ ਕਰਨ ਨਾਲ ਵੀ ਮਨੁੱਖ ਅਨੇਕਾਂ ਕਾਰਨਾਂ ਕਰਕੇ ਅਸਫਲ ਹੋ ਸਕਦਾ ਹੈ । ਪਹਿਲਾ ਕਾਰਨ ਤਾਂ ਇਹ ਹੋ ਸਕਦਾ ਹੈ ਕਿ ਮਨੁੱਖ ਇਸ ਵਿਧੀ ਦੀ ਪਾਲਣਾ ਕਰਨ ਵਿਚ ਲੋੜੀਂਦਾ ਸਾਵਧਾਨ ਗੰਭੀਰ ਨਾ ਰਹਿ ਸਕੇ। ਅਲੌਕਿਕ ਮਾਰਗ ਦਾ ਅਨੁਸਰਣ ਵਧੇਰੇ ਕੁਝ ਮਾਇਆ ਉਪਰ ਹੱਲਾ ਬੋਲਣ ਵਾਂਗ ਹੈ। ਸਿੱਟੇ ਵਜੋਂ ਜਦੋਂ ਵੀ ਮਨੁੱਖ ਮਾਇਆ ਦੇ ਜਾਲ ਤੋਂ ਛੁਟਣਾ ਚਾਹੁੰਦਾ ਹੈ ਤਾਂ ਉਹ ਵੱਖੋ-ਵੱਖਰੇ ਲਾਲਚਾਂ ਰਾਹੀਂ ਅਭਿਆਸ ਕਰਨ ਵਾਲੇ ਨੂੰ ਹਟਾਉਣਾ ਚਾਹੁੰਦੀ ਹੈ । ਪ੍ਰਤੀਬੰਧਿਤ ਜੀਵ ਪਹਿਲੋਂ ਹੀ ਪ੍ਰਕ੍ਰਿਤੀ ਦੇ ਗੁਣਾਂ ਰਾਹੀਂ ਮੋਹਿਤ ਰਹਿੰਦਾ ਹੈ ਅਤੇ ਅਲੌਕਿਕ ਅਨੁਸ਼ਾਸਨਾਂ ਦੀ ਪਾਲਣਾ ਕਰਦੇ ਵੇਲੇ ਵੀ ਉਸਦੇ ਫੇਰ ਤੋਂ ਮੋਹਿਤ ਹੋਏ ਜਾਣ ਦੀ ਸੰਭਾਵਨਾ ਬਣੀ ਰਹਿੰਦੀ ਹੈ । ਇਹੋ **ਯੋਗਾਚ੍ ਚਲਿਤ ਮਾਨਸਹ੍** ਭਾਵ ਅਲੌਕਿਕ ਰਸਤੇ ਤੋਂ ਭਟਕਣਾ ਕਹਾਉਂਦਾ ਹੈ । ਅਰਜੁਨ ਆਤਮ-ਪ੍ਰਤੱਖੀਕਰਨ ਦੇ ਰਸਤੇ ਤੋਂ ਭਟਕਣ ਦੇ ਪ੍ਰਭਾਵ ਦੇ ਸੰਬੰਧ ਵਿਚ ਜਿਗਿਆਸਾ ਕਰਦਾ ਹੈ ।

कच्चिन्नोभयविभ्रष्टश्छिन्नाभ्रमिव नश्यति ।
अप्रतिष्ठो महाबाहो विमूढो ब्रह्मणः पथि ॥ ३८ ॥

ਕਚ੍ਚਿਨ੍ ਨੋਭਯ ਵਿਭ੍ਰਸ਼੍ਟਸ਼੍ ਛਿਨ੍ਨਭ੍ਰਮ ਇਵ ਨਸ਼੍ਯਤਿ ।
ਅਪ੍ਰਤਿਸ਼੍ਠੋ ਮਹਾ-ਬਾਹੋ ਵਿਮੂਢੋ ਬ੍ਰਹ੍ਮਣਹ੍ ਪਥਿ ॥ 38 ॥

ਕਚ੍ਚਿਤ੍-ਕਿ ; **ਨ**-ਨਹੀਂ ; **ਉਭਯ**-ਦੋਵੇਂ ; **ਵਿਭ੍ਰਸ਼੍ਯ**-ਡਾਵਾਂ ਡੋਲ ; **ਛਿਨ੍ਨ**-ਖੇਰੂ-ਖੇਰੂ ; **ਅਭ੍ਰਮ੍** - ਬੱਦਲ ; **ਇਵ** - ਵਾਂਗ ; **ਨਸ਼੍ਯਤਿ** - ਨਸ਼ਟ ਹੋ ਜਾਂਦਾ ਹੈ ; **ਅਪ੍ਰਤਿਸ਼੍ਠਹ੍** - ਬਿਨ੍ਹਾਂ ਕਿਸੇ ਪਦਵੀ ਦੇ ; **ਮਹਾ-ਬਾਹੋ** - ਹੇ ਤਾਕਤਵਰ ਬਾਹਾਂ ਵਾਲੇ ਕ੍ਰਿਸ਼ਨ ; **ਵਿਮੂੜ੍ਹਹ੍** - ਮੋਹ ਗ੍ਰਸਤ ; **ਬ੍ਰਾਹ੍ਮਣਹ੍** - ਬ੍ਰਹਮ ਪ੍ਰਾਪਤੀ ਦੇ ; **ਪਥਿ** - ਰਸਤੇ ਵਿਚ ।

ਅਨੁਵਾਦ

ਹੇ ਮਹਾਬਾਹੂ ਕ੍ਰਿਸ਼ਨ! ਕਿ ਬ੍ਰਹਮ ਪ੍ਰਾਪਤੀ ਦੇ ਰਸਤੇ ਤੋਂ ਭਟਕਿਆ ਅਜਿਹਾ ਮਨੁੱਖ ਅਧਿਆਤਮਕ ਅਤੇ ਭੌਤਿਕ ਦੋਵਾਂ ਹੀ ਸਫਲਤਾਵਾਂ ਤੋਂ ਡਿਗਦਾ ਨਹੀਂ ਅਤੇ ਖੇਰੂ-ਖੇਰੂ ਬੱਦਲ ਵਾਂਗ ਨਸ਼ਟ ਨਹੀਂ ਹੁੰਦਾ ਜਿਸਦੇ ਸਿੱਟੇ ਵਜੋਂ ਉਹ ਕਿਸੇ ਜੋਗਾ ਨਹੀਂ ਰਹਿੰਦਾ ?

ਭਾਵ

ਤਰੱਕੀ ਦੇ ਦੋ ਰਸਤੇ ਹਨ। ਪਦਾਰਥਵਾਦੀ ਮਨੁੱਖ ਦੀ ਅਧਿਆਤਮ ਵਿਚ ਕੋਈ ਰੁਚੀ ਨਹੀਂ ਰਹਿੰਦੀ; ਇਸ ਲਈ ਉਹ ਆਰਥਿਕ ਵਿਕਾਸ ਰਾਹੀਂ ਭੌਤਿਕ ਤਰੱਕੀ ਵਿਚ ਵਧੇਰੇ ਰੁਚੀ ਲੈਂਦੇ ਹਨ, ਜਾਂ ਫਿਰ ਉਚਿਤ ਕਰਮਾਂ ਰਾਹੀਂ ਉਚੇਰੇ ਲੋਕਾਂ ਨੂੰ ਹਾਸਲ ਕਰਨ ਵਿਚ ਵਧੇਰੇ ਰੁਚੀ ਰੱਖਦੇ ਹਨ। ਜੇਕਰ ਕੋਈ ਅਧਿਆਤਮ ਦੇ ਰਸਤੇ ਨੂੰ ਚੁਣਦਾ ਹੈ ਤਾਂ ਉਸਨੂੰ ਹਰ ਤਰ੍ਹਾਂ ਦੇ ਅਖੌਤੀ ਭੌਤਿਕ ਸੁਖਾਂ ਤੋਂ ਅਲੱਗ ਹੋਣਾ ਪੈਂਦਾ ਹੈ। ਜੇਕਰ ਵੱਡੀ ਇੱਛਾ ਵਾਲਾ ਬ੍ਰਹਮਵਾਦੀ ਅਸਫਲ ਹੁੰਦਾ ਹੈ ਤਾਂ ਉਹ ਪ੍ਰਤੱਖ ਰੂਪ 'ਚ ਦੋਵਾਂ ਪਾਸਿਓਂ ਜਾਂਦਾ ਹੈ। ਦੂਜੇ ਸ਼ਬਦਾਂ ਵਿਚ ਉਹ ਨਾ ਤਾਂ ਭੌਤਿਕ ਸੁਖ ਭੋਗ ਸਕਦਾ ਹੈ ਨਾ ਅਧਿਆਤਮਕ ਸਫਲਤਾ ਹੀ ਪ੍ਰਾਪਤ ਹੁੰਦੀ ਹੈ। ਉਸਦੀ ਕੋਈ ਥਾਂ ਨਹੀਂ ਰਹਿੰਦੀ ਉਹ ਖੇਰੂ-ਖੇਰੂ ਹੋਏ ਬੱਦਲ ਦੇ ਟੁਕੜੇ ਵਾਂਗ ਹੁੰਦਾ ਹੈ। ਕਦੀ-ਕਦੀ ਅਸਮਾਨ ਵਿਚ ਬੱਦਲ ਛੋਟੇ ਬੱਦਲ ਦੇ ਟੁਕੜੇ ਤੋਂ ਅਲੱਗ ਹੋ ਕੇ ਇੱਕ ਵੱਡੇ ਟੁਕੜੇ ਨਾਲ ਜਾ ਮਿਲਦਾ ਹੈ ਪਰ ਉਹ ਜੇਕਰ ਵੱਡੇ ਟੁਕੜੇ ਨਾਲ ਨਹੀਂ ਜੁੜਦਾ ਤਾਂ ਹਵਾ ਉਸ ਨੂੰ ਉਡਾਕੇ ਲੈ ਜਾਂਦੀ ਹੈ ਅਤੇ ਉਹ ਵਿਰਾਟ ਅਸਮਾਨ ਵਿਚ ਲੁਪਤ ਹੋ ਜਾਂਦਾ ਹੈ। **ਬ੍ਰਹਮਣਹ੍ ਪਥਿ** ਬ੍ਰਹਮ-ਪ੍ਰਤੱਖੀਕਰਨ ਦਾ ਰਸਤਾ ਹੈ, ਜਿਹੜਾ ਆਪਣੇ ਆਪ ਨੂੰ ਪਰਮੇਸ਼ਵਰ ਦਾ ਅਨਿੱਖੜਵਾਂ ਅੰਸ਼ ਸਮਝ ਲੈਣ ਤੇ ਪ੍ਰਾਪਤ ਹੁੰਦਾ ਹੈ, ਅਤੇ ਇਹ ਪਰਮੇਸ਼ਵਰ ਬ੍ਰਹਮ, ਪਰਮਾਤਮਾ ਅਤੇ ਭਗਵਾਨ ਦੇ ਰੂਪ ਵਿਚ ਪ੍ਰਗਟ ਹੁੰਦਾ ਹੈ। ਭਗਵਾਨ ਸ਼੍ਰੀ ਕ੍ਰਿਸ਼ਨ ਪਰਮ-ਸਤਿ ਦੇ ਪੂਰਨ ਰੂਪ ਹਨ, ਇਸ ਲਈ ਜੋ ਪਰਮ ਪੁਰਖ ਦੀ ਸ਼ਰਨੀ ਜਾਂਦਾ ਹੈ ਉਹ ਸਫਲ ਯੋਗੀ ਹੈ। ਬ੍ਰਹਮ ਅਤੇ ਪਰਮਾਤਮਾ-ਪ੍ਰਤੱਖੀਕਰਨ ਦੇ ਰਾਹੀਂ ਜੀਵਨ ਦੇ ਇਸ ਮੰਤਵ ਤਕ ਪਹੁੰਚਣ ਲਈ ਅਨੇਕਾਂ ਜਨਮ ਲਗ ਜਾਂਦੇ ਹਨ। **ਬਹੂਨਾਮ੍ ਜਨ੍ਮ ਨਾਮ੍ ਅੰਤੇ** ਇਸ ਲਈ ਅਲੌਕਿਕ ਅਨੁਭੂਤੀ ਦਾ ਸਭ ਤੋਂ ਉਤਮ ਮਾਰਗ ਭਗਤੀ ਯੋਗ ਜਾਂ ਕ੍ਰਿਸ਼ਨ ਭਾਵਨਾਮ੍ਰਿਤ ਦੀ ਪ੍ਰਤੱਖ ਵਿਧੀ ਹੈ।

एतन्मे संशयं कृष्ण छेत्तुमर्हस्यशेषतः ।
त्वदन्यः संशयस्यास्य छेत्ता न ह्युपपद्यते ॥ ३९ ॥

ਏਤਨ੍ ਮੇ ਸੰਸ਼ਯਮ੍ ਕ੍ਰਿਸ਼੍ਣ ਛੇਤ੍ਤੁਮ੍ ਅਰਹਸਿ ਅਸ਼ੇਸ਼ਤਹ੍ ।
ਤਵਦ੍ ਅਨਯਹ੍ ਸੰਸ਼ਯਸ੍ਯਾਸ੍ਯ ਛੇਤ੍ਤਾ ਨ ਹਿ ਉਪਪਦ੍ਯਤੇ ॥ 39 ॥

ਏਤਤ੍-ਇਹ ਹੈ ; **ਮੇ**-ਮੇਰਾ ; **ਸੰਸ਼ਯਮ੍** - ਸ਼ੱਕ ; **ਕ੍ਰਿਸ਼ਣ** - ਹੇ ਕ੍ਰਿਸ਼ਨ ; **ਛੇਤ੍ਤੁਮ੍** - ਦੂਰ ਕਰਨ ਲਈ ; **ਅਰਹਸਿ**-ਤੁਹਾਨੂੰ ਪ੍ਰਾਰਥਨਾ ਹੈ ; **ਅਸ਼ੇਸ਼ਤਹ੍**- ਪੂਰੀ ਤਰ੍ਹਾਂ ; **ਤ੍ਵਤ੍** - ਤੁਹਾਡੀ ਬਜਾਏ ; **ਅਨਯਹ੍** - ਦੂਜਾ ; **ਸੰਸ਼ਯਸ੍ਯ** - ਸ਼ੱਕ ਦਾ ; **ਅਸ੍ਯ** - ਇਸ ; **ਛੇਤ੍ਤਾ** - ਦੂਰ ਕਰਨ ਵਾਲਾ ; **ਨ**-ਨਹੀਂ ; **ਹਿ**-ਨਿਸ਼ਚੈ ਹੀ ; **ਉਪਪਦ੍ਯਤੇ** - ਮਿਲਣਾ ਸੰਭਵ ਹੈ।

ਅਨੁਵਾਦ

ਹੇ ਕ੍ਰਿਸ਼ਨ! ਇਹੋ ਮੇਰਾ ਸ਼ੱਕ ਹੈ ਅਤੇ ਮੈਂ ਤੁਹਾਨੂੰ ਇਸ ਨੂੰ ਪੂਰੀ ਤਰ੍ਹਾਂ ਦੂਰ ਕਰਨ ਦੀ ਪ੍ਰਾਰਥਨਾ ਕਰ ਰਿਹਾ ਹਾਂ । ਤੁਹਾਡੇ ਤੋਂ ਬਗੈਰ ਹੋਰ ਕੋਈ ਅਜਿਹਾ ਨਹੀਂ ਹੈ ਜਿਹੜਾ ਇਸ ਸ਼ੱਕ ਨੂੰ ਮਿਟਾ ਸਕੇ ।

ਭਾਵ

ਕ੍ਰਿਸ਼ਨ ਭੂਤਕਾਲ, ਵਰਤਮਾਨ ਅਤੇ ਭਵਿੱਖ ਨੂੰ ਜਾਣਨ ਵਾਲੇ ਹਨ । ਭਗਵਤ ਗੀਤਾ ਦੇ ਸ਼ੁਰੂ ਵਿਚ ਭਗਵਾਨ ਨੇ ਕਿਹਾ ਹੈ ਕਿ ਸਾਰੇ ਜੀਵ ਵਿਅਗਤੀਗਤ ਰੂਪ ਵਿਚ ਭੂਤਕਾਲ ਵਿਚ ਬਿਰਾਜਮਾਨ ਸੀ, ਇਸ ਸਮੇਂ ਬਿਰਾਜਮਾਨ ਹਨ ਅਤੇ ਸੰਸਾਰੀ ਬੰਧਨਾਂ ਤੋਂ ਮੁਕਤ ਹੋਣ ਤੇ ਭਵਿੱਖ ਵਿਚ ਵੀ ਆਪਣੇ ਵਿਅਕਤੀਗਤ ਰੂਪ ਵਿਚ ਬਣੇ ਰਹਿਣਗੇ । ਇੰਝ ਉਨ੍ਹਾਂ ਨੇ ਵਿਅਗਤੀਗਤ ਜੀਵ ਦੇ ਭਵਿੱਖ ਸੰਬੰਧੀ ਪ੍ਰਸ਼ਨ ਦਾ ਸਪਸ਼ਟੀਕਰਨ ਕਰ ਦਿੱਤਾ ਹੈ । ਹੁਣ ਅਰਜੁਨ ਅਸਫਲ ਯੋਗੀਆਂ ਦੇ ਭਵਿੱਖ ਬਾਰੇ ਜਾਣਨਾ ਚਾਹੁੰਦਾ ਹੈ । ਕੋਈ ਨਾ ਤਾਂ ਕ੍ਰਿਸ਼ਨ ਦੇ ਬਰਾਬਰ ਹੈ ਨਾ ਹੀ ਉਨ੍ਹਾਂ ਤੋਂ ਵੱਡਾ । ਅਖੌਤੀ ਵੱਡੇ-ਵੱਡੇ ਰਿਸ਼ੀ ਅਤੇ ਦਾਰਸ਼ਨਿਕ ਜਿਹੜੇ ਪ੍ਰਕ੍ਰਿਤੀ ਦੀ ਕ੍ਰਿਪਾ ਤੇ ਨਿਰਭਰ ਹਨ ਨਿਸ਼ਚੈ ਹੀ ਉਨ੍ਹਾਂ ਦੀ ਬਰਾਬਰੀ ਨਹੀਂ ਕਰ ਸਕਦੇ । ਇਸ ਲਈ ਸਾਰੇ ਸ਼ੱਕਾਂ ਦਾ ਪੂਰੀ ਤਰ੍ਹਾਂ ਨਿਵਾਰਨ ਕਰਨ ਲਈ ਕ੍ਰਿਸ਼ਨ ਦਾ ਨਿਰਣਾ ਅੰਤਿਮ ਅਤੇ ਪੂਰਨ ਹੈ, ਕਿਉਂਕਿ ਉਹ ਭੂਤਕਾਲ, ਵਰਤਮਾਨ ਅਤੇ ਭਵਿੱਖ ਦੇ ਜਾਣੂ ਹਨ ਪਰ ਉਨ੍ਹਾਂ ਨੂੰ ਕੋਈ ਨਹੀਂ ਜਾਣਦਾ । ਕ੍ਰਿਸ਼ਨ ਭਾਵਨਾ ਭਾਵਿਤ ਮਨੁੱਖ ਹੀ ਸਮਝ ਸਕਦੇ ਹਨ, ਕਿ ਕੌਣ ਕੀ ਹੈ ?

श्रीभगवानुवाच

पार्थ नैवेह नामुत्र विनाशस्तस्य विद्यते ।
न हि कल्याणकृत्कश्चिद्दुर्गतिं तात गच्छति ॥४०॥

ਸ਼੍ਰੀ ਭਗਵਾਨ ਓਵਾਚ

ਪਾਰ੍ਥ ਨੈਵੇਹ ਨਾਮੁਤ੍ਰ ਵਿਨਾਸ਼ਸ੍ ਤਸ੍ਯ ਵਿਦ੍ਯਤੇ ।
ਨਹਿ ਕਲ੍ਯਾਣ ਕ੍ਰਿਤ੍ ਕਸ਼੍ਚਿਦ੍ ਦੁਰ੍ਗਤਿਮ੍ ਤਾਤ ਗਚ੍ਛਤਿ ॥ 40 ॥

ਸ਼੍ਰੀ ਭਗਵਾਨ ਓਵਾਚ – ਸ਼੍ਰੀ ਭਗਵਾਨ ਨੇ ਕਿਹਾ ; **ਪਾਰ੍ਥ** – ਹੇ ਪ੍ਰਿਥਾ ਪੁੱਤਰ ; **ਨ-ਏਵ** – ਕਦੀ ਅਜਿਹਾ ਨਹੀਂ ਹੈ ; **ਇਹ** – ਇਸ ਸੰਸਾਰ ਵਿਚ ; **ਨ** – ਕਦੀ ਨਹੀਂ ; **ਅਮੁਤ੍ਰ** – ਅਗਲੇ ਜਨਮ ਵਿਚ ; **ਵਿਨਾਸ਼ਹ੍** – ਨਾਸ਼ ; **ਤਸ੍ਯ** – ਉਸਦਾ ; **ਵਿਦ੍ਯਤੇ** – ਹੁੰਦਾ ਹੈ ; **ਨ** – ਕਦੀ ਨਹੀਂ ; **ਹਿ** – ਨਿਸ਼ਚੈ ਹੀ ; **ਕਲ੍ਯਾਣ-ਕ੍ਰਿਤ੍** – ਸ਼ੁਭ ਕਾਰਜਾਂ ਵਿਚ ਲਗਿਆ ਹੋਇਆਂ ; **ਕਸ਼੍ਚਿਤ੍** – ਕੋਈ ਵੀ ; **ਦੁਰ੍ਗਤਿਮ੍** – ਪਤਨ ਨੂੰ ; **ਤਾਤ** – ਹੇ ਮੇਰੇ ਮਿੱਤਰ ; **ਗਚ੍ਛਤਿ** – ਜਾਂਦਾ ਹੈ ।

ਅਨੁਵਾਦ

ਭਗਵਾਨ ਨੇ ਕਿਹਾ ਹੇ ਪ੍ਰਿਥਾ ਪੁੱਤਰ! ਕਲਿਆਣ ਕਾਰਜ ਵਿਚ ਲਗੇ ਯੋਗੀ ਦਾ ਨਾ ਤਾਂ ਇਸ ਲੋਕ ਵਿਚ ਅਤੇ ਨਾ ਪਰਲੋਕ ਵਿਚ ਵਿਨਾਸ਼ ਹੁੰਦਾ ਹੈ। ਹੇ ਦੋਸਤ! ਭਲਾਈ ਕਰਨ ਵਾਲਾ ਕਦੀ ਬੁਰਾਈ ਤੋਂ ਨਹੀਂ ਹਾਰਦਾ।

ਭਾਵ

ਸ਼੍ਰੀਮਦ ਭਾਗਵਤ ਵਿਚ ਸ਼੍ਰੀ ਨਾਰਦ ਮੁਨੀ ਵਿਆਸ ਦੇਵ ਨੂੰ ਇੰਝ ਉਪਦੇਸ਼ ਦਿੰਦੇ ਹਨ -

ਤ੍ਯਕ੍ਤ੍ਵਾ ਸ੍ਵ ਧਰ੍ਮਮ੍ ਚਰਣਾਮ੍ਬੁਜਮ੍ ਹਰੇਰ੍ ਭਜਨ ਅਪਕਵੋ'ਥ ਪਤੇਤ੍ ਤਤੋ ਯਦਿ।
ਯਤ੍ਰ ਕ੍ਵ ਵਾਭਦ੍ਰਮ੍ ਅਭੁਦ੍ ਅਮੁਸ਼ਯ ਕਿਮ੍ ਕੋ ਵਾਰ੍ਥ ਆਪ੍ਤੋ'ਭਜਤਾਮ੍ ਸ੍ਵ ਧਰ੍ਮਤਹ੍॥

'ਜੇਕਰ ਕੋਈ ਸਾਰੀਆਂ ਭੌਤਿਕ ਆਸ਼ਾਵਾਂ ਨੂੰ ਤਿਆਗ ਕੇ ਭਗਵਾਨ ਦੀ ਸ਼ਰਨੀ ਜਾਂਦਾ ਹੈ, ਤਾਂ ਇਸ ਵਿਚ ਨਾ ਤਾਂ ਕੋਈ ਨੁਕਸਾਨ ਹੁੰਦਾ ਹੈ ਅਤੇ ਨਾ ਗਿਰਾਵਟ। ਦੂਜੇ ਪਾਸੇ ਨਾਸਤਿਕ ਲੋਕ ਆਪੋ-ਆਪਣੇ ਕੰਮ ਕਾਰਾਂ ਵਿਚ ਲਗੇ ਰਹਿ ਸਕਦੇ ਹਨ ਫਿਰ ਵੀ ਉਹ ਕੁਝ ਨਹੀਂ ਪਾ ਸਕਦੇ।' ਭੌਤਿਕ ਲਾਭ ਲਈ ਅਨੇਕਾਂ ਸ਼ਾਸ਼ਤਰੀ (ਧਾਰਮਿਕ ਪੁਸਤਕਾਂ ਨਾਲ ਸੰਬੰਧਿਤ) ਅਤੇ ਲੌਕਿਕ ਕਾਰਜ ਹਨ। ਜੀਵਨ ਵਿਚ ਅਧਿਆਤਮਕ ਤਰੱਕੀ ਭਾਵ ਕ੍ਰਿਸ਼ਨ ਭਾਵਨਾ ਅੰਮ੍ਰਿਤ ਲਈ ਯੋਗੀ ਨੂੰ ਸਾਰੇ ਭੌਤਿਕ ਕੰਮ-ਕਾਰਾਂ ਨੂੰ ਛੱਡਣਾ ਪੈਂਦਾ ਹੈ। ਕੋਈ ਇਹ ਦਲੀਲ ਕਰ ਸਕਦਾ ਹੈ ਕਿ ਜੇਕਰ ਕ੍ਰਿਸ਼ਨ ਭਾਵਨਾ ਅੰਮ੍ਰਿਤ ਪੂਰੀ ਹੋ ਜਾਵੇ ਤਾਂ ਇਸ ਨਾਲ ਉਚੇਰੀ ਸਿੱਧੀ ਪ੍ਰਾਪਤ ਹੋ ਸਕਦੀ ਹੈ, ਪਰ ਜੇਕਰ ਇਹ ਸਿੱਧੀ ਪ੍ਰਾਪਤ ਨਾ ਹੋ ਸਕੇ ਤਾਂ ਭੌਤਿਕ ਅਤੇ ਅਧਿਆਤਮਕ ਦੋਵਾਂ ਪਾਸਿਆਂ ਤੋਂ ਮਨੁੱਖ ਨੂੰ ਨੁਕਸਾਨ ਹੁੰਦਾ ਹੈ। ਸ਼ਾਸ਼ਤਰਾਂ ਦਾ ਹੁਕਮ ਹੈ ਕਿ ਜੇਕਰ ਕੋਈ ਆਪਣੇ ਧਰਮ ਦਾ ਆਚਰਣ ਨਹੀਂ ਕਰਦਾ ਤਾਂ ਉਸਨੂੰ ਪਾਪ ਫਲ ਭੋਗਣਾ ਪੈਂਦਾ ਹੈ ਇਸ ਲਈ ਜਿਹੜਾ ਅਲੌਕਿਕ ਕਾਰਜਾਂ ਨੂੰ ਚੰਗੀ ਤਰ੍ਹਾਂ ਨਹੀਂ ਕਰਦਾ ਉਸਨੂੰ ਵੀ ਫਲ ਭੋਗਣਾ ਹੁੰਦਾ ਹੈ। ਭਾਗਵਤਮ ਵਿਸ਼ਵਾਸ਼ ਦਵਾਉਂਦਾ ਹੈ ਕਿ ਅਸਫਲ ਯੋਗੀ ਨੂੰ ਫਿਕਰ ਕਰਨ ਦੀ ਲੋੜ ਨਹੀਂ, ਭਾਵੇਂ ਉਸਨੂੰ ਚੰਗੀ ਤਰ੍ਹਾਂ ਆਪਣੇ ਧਰਮ ਦੀ ਪਾਲਣਾ ਨ ਕਰਨ ਦਾ ਫਲ ਭੋਗਣਾ ਪਵੇ ਤਾਂ ਵੀ ਉਹ ਘਾਟੇ ਵਿਚ ਨਹੀਂ ਰਹਿੰਦਾ ਕਿਉਂਕਿ ਸ਼ੁਭ ਕ੍ਰਿਸ਼ਨ ਭਾਵਨਾ ਕਦੀ ਨਹੀਂ ਭੁੱਲਦਾ, ਜਿਹੜਾ ਇੰਝ ਲਗਿਆ ਰਹਿੰਦਾ ਹੈ ਉਹ ਅਗਲੇ ਜਨਮ ਵਿਚ ਨੀਵੀਂ ਜੂਨ ਵਿਚ ਵੀ ਜਨਮ ਲੈ ਕੇ ਪਹਿਲਾਂ ਵਾਂਗ ਭਗਤੀ ਕਰਦਾ ਹੈ। ਦੂਜੇ ਪਾਸੇ ਜਿਹੜਾ ਸਿਰਫ ਨਿਰਧਾਰਤ ਕੰਮਾਂ ਨੂੰ ਪੱਕੇ ਤੌਰ ਤੇ ਕਰਦਾ ਹੈ ਪਰ ਜੇਕਰ ਉਸ ਵਿਚ ਕ੍ਰਿਸ਼ਨ ਭਾਵਨਾ ਅੰਮ੍ਰਿਤ ਦੀ ਘਾਟ ਹੈ ਤਾਂ ਜਰੂਰੀ ਨਹੀਂ ਕਿ ਉਸਨੂੰ ਸ਼ੁਭ ਫਲ ਪ੍ਰਾਪਤ ਹੋਣ।

ਇਸ ਸ਼ਲੋਕ ਦਾ ਭਾਵ ਇੰਝ ਹੈ - ਮਾਨਵਤਾ ਦੇ ਦੋ ਹਿੱਸੇ ਕੀਤੇ ਜਾ ਸਕਦੇ ਹਨ - ਨਿਯਮਿਤ ਅਤੇ ਅਨਿਯਮਿਤ। ਜਿਹੜੇ ਲੋਕ ਅਗਲੇ ਜਨਮ ਅਤੇ ਮੁਕਤੀ ਗਿਆਨ ਤੋਂ ਬਗੈਰ ਪਸ਼ੂਆਂ ਵਾਂਗ ਇੰਦਰੀਆਂ ਦੀ ਤ੍ਰਿਪਤੀ ਵਿਚ ਲੱਗੇ ਰਹਿੰਦੇ ਹਨ ਉਹ ਅਨਿਯਮਿਤ ਵਿਭਾਗ ਵਿਚ ਆਉਂਦੇ ਹਨ। ਜਿਹੜੇ ਲੋਕ ਸ਼ਾਸਤਰਾਂ ਵਿਚ ਵਰਨਣ ਕੀਤੇ ਫਰਜ਼ਾਂ ਦੇ ਸਿਧਾਂਤਾਂ ਦੀ ਪਾਲਣਾ ਕਰਦੇ ਹਨ, ਉਹ ਨਿਯਮਿਤ ਵਿਭਾਗ ਵਿਚ ਆਉਂਦੇ ਹਨ। ਅਨਿਯਮਿਤ ਵਿਭਾਗ ਦੇ ਸੱਭਿਅ ਅਤੇ ਅੱਸਭਿਅ ਪੜ੍ਹੇ

ਲਿਖੇ ਅਤੇ ਅਨਪੜ੍ਹ ਤਾਕਤਵਰ ਅਤੇ ਕਮਜ਼ੋਰ ਲੋਕ ਪਸ਼ੂ ਸੁਭਾਅ ਨਾਲ ਭਰਪੂਰ ਹੁੰਦੇ ਹਨ। ਉਨ੍ਹਾਂ ਦੇ ਕਾਰਜ ਕਦੀ ਵੀ ਕਲਿਆਣਕਾਰੀ ਨਹੀਂ ਹੁੰਦੇ, ਕਿਉਂਕਿ ਉਹ ਪਸ਼ੂਆਂ ਵਾਂਗ ਭੋਜਨ, ਨੀਂਦ, ਡਰ ਅਤੇ ਸੰਭੋਗ ਦਾ ਭੋਗ ਕਰਦੇ ਹਨ ਅਤੇ ਇਸ ਸੰਸਾਰ ਵਿਚ ਰਹਿੰਦੇ ਹਨ ਜਿਹੜਾ ਹਮੇਸ਼ਾਂ ਦੁੱਖਦਾਈ ਹੈ। ਪਰ ਜਿਹੜੇ ਲੋਕ ਸ਼ਾਸ਼ਤਰਾਂ ਦੇ ਹੁਕਮਾਂ ਮੁਤਾਬਿਕ ਨਿਯਮਿਤ ਰਹਿੰਦੇ ਹਨ ਅਤੇ ਇੰਝ ਕ੍ਰਮਵਾਰ ਕ੍ਰਿਸ਼ਨ ਭਾਵਨਾ ਅੰਮ੍ਰਿਤ ਨੂੰ ਪ੍ਰਾਪਤ ਹੁੰਦੇ ਹਨ ਉਹ ਨਿਸ਼ਚੈ ਹੀ ਜੀਵਨ ਵਿਚ ਤਰੱਕੀ ਕਰਦੇ ਹਨ।

ਸ਼ੁਭ ਮਾਰਗ ਦੇ ਅਨੁਯਾਈ ਨੂੰ ਤਿੰਨ ਹਿੱਸਿਆਂ ਵਿਚ ਵੰਡਿਆ ਜਾ ਸਕਦਾ ਹੈ। (1) ਭੌਤਿਕ ਸੰਪਨਤਾ ਦਾ ਉਪਭੋਗ ਕਰਨ ਵਾਲੇ ਸ਼ਾਸ਼ਤਰਾਂ ਦੇ ਵਿਧੀ-ਵਿਧਾਨਾਂ ਦੇ ਅਨੁਆਈ (2) ਇਸ ਸੰਸਾਰ ਵਿਚ ਮੁਕਤੀ ਪ੍ਰਾਪਤ ਕਰਨ ਲਈ ਯਤਨਸ਼ੀਲ ਲੋਕ ਅਤੇ (3) ਕ੍ਰਿਸ਼ਨ ਭਾਵਨਾ ਅੰਮ੍ਰਿਤ ਦੇ ਭਗਤ। ਭੌਤਿਕ ਸੰਪੰਨਤਾ ਪ੍ਰਾਪਤ ਕਰਨ ਲਈ ਸ਼ਾਸ਼ਤਰਾਂ ਦਾ ਪਾਲਣ ਕਰਨ ਵਾਲੇ ਅਨੁਆਈਆਂ ਨੂੰ ਫਿਰ ਦੋ ਭਾਗਾਂ ਵਿਚ ਵੰਡਿਆ ਜਾ ਸਕਦਾ ਹੈ - ਸਕਾਮ ਕਰਮੀ ਅਤੇ ਇੰਦਰੀਆਂ ਦੀ ਤ੍ਰਿਪਤੀ ਦੀ ਇੱਛਾ ਨਾ ਕਰਨ ਵਾਲੇ, ਸਕਾਮ ਕਰਮੀ ਜੀਵਨ ਦੇ ਉਚੇਰੇ ਪੱਧਰ ਤਕ ਉਠ ਸਕਦੇ ਹਨ - ਇਥੋਂ ਤਕ ਕਿ ਸਵਰਗ ਲੋਕਾਂ ਨੂੰ ਜਾ ਸਕਦੇ ਹਨ ਤਾਂ ਵੀ ਇਸ ਸੰਸਾਰ ਤੋਂ ਮੁਕਤ ਨਾ ਹੋਣ ਕਰਕੇ ਉਹ ਸਹੀ ਤਰੀਕੇ ਨਾਲ ਕਲਿਆਣ ਮਾਰਗ ਤੇ ਨਹੀਂ ਚਲਦੇ। ਸ਼ੁਭ ਕਰਮ ਤਾਂ ਉਹ ਹਨ ਜਿਨ੍ਹਾਂ ਨਾਲ ਮੁਕਤੀ ਪ੍ਰਾਪਤ ਹੋਵੇ। ਕੋਈ ਵੀ ਅਜਿਹਾ ਕਾਰਜ਼ ਜਿਹੜਾ ਪਰਮ-ਆਤਮ ਪ੍ਰਤੱਖੀਕਰਨ ਜਾਂ ਦੇਹ-ਧਾਰਣਾ ਬੁੱਧੀ ਨਾਲ ਮੁਕਤੀ ਵੱਲ ਨਹੀਂ ਵੱਧਦਾ ਉਹ ਰਤਾ ਵੀ ਕਲਿਆਣਕਾਰੀ ਨਹੀਂ ਹੁੰਦਾ। ਕ੍ਰਿਸ਼ਨ ਭਾਵਨਾ ਅੰਮ੍ਰਿਤ ਸੰਬੰਧੀ ਕਾਰਜ਼ ਹੀ ਸਿਰਫ ਸ਼ੁਭ ਕਾਰਜ ਹੈ। ਅਤੇ ਜਿਹੜਾ ਵੀ ਕ੍ਰਿਸ਼ਨ ਭਾਵਨਾ ਅੰਮ੍ਰਿਤ ਦੇ ਰਸਤੇ ਤੇ ਤਰੱਕੀ ਕਰਨ ਦੇ ਮੰਤਵ ਨਾਲ ਆਪਣੀ ਇੱਛਾ ਰਾਹੀਂ ਸਾਰੀਆਂ ਸ਼ਰੀਰਕ ਅਸੁਵਿਧਾਵਾਂ ਨੂੰ ਸਵੀਕਾਰ ਕਰਦਾ ਹੈ, ਉਹੀ ਕਠਿਨ ਤਪੱਸਿਆ ਰਾਹੀਂ ਪੂਰਨ ਯੋਗੀ ਅਖਵਾਉਂਦਾ ਹੈ। ਕਿਉਂਕਿ ਅਸ਼ਟਾਂਗ ਯੋਗ ਪਧੱਤੀ, ਕ੍ਰਿਸ਼ਨ ਭਾਵਨਾ ਅੰਮ੍ਰਿਤ ਦੀ ਉਚੇਰੀ ਅਨੁਭੂਤੀ ਲਈ ਹੁੰਦੀ ਹੈ ਇਸ ਲਈ ਇਹ ਪਧੱਤੀ ਵੀ ਕਲਿਆਣਕਾਰੀ ਹੈ। ਇਸ ਲਈ ਜਿਹੜਾ ਇਸ ਦਿਸ਼ਾ ਵਿਚ ਆਪਣੀ ਸ਼ਕਤੀ ਮੁਤਾਬਿਕ ਲੱਗਾ ਹੈ ਉਸਨੂੰ ਕਦੀ ਆਪਣੇ ਪਤਨ ਪ੍ਰਤੀ ਡਰਨਾ ਨਹੀਂ ਚਾਹੀਦਾ।

प्राप्य पुण्यकृतां लोकानुषित्वा शाश्वतीः समाः ।
शुचीनां श्रीमतां गेहे योगभ्रष्टोऽभिजायते ॥ ४१ ॥

ਪ੍ਰਾਪ੍ਯ ਪੁਨ੍ਯ-ਕ੍ਰਿਤਾਮ੍ ਲੋਕਾਨ੍ ਉਸ਼ਿਤਵਾ ਸ਼ਾਸ਼੍ਵਤੀਹ੍ ਸਮਾਹ੍ ।
ਸ਼ੁਚੀਨਾਮ੍ ਸ਼੍ਰੀਮਤਾਮ੍ ਗੇਹੇ ਯੋਗ ਭ੍ਰਸ਼੍ਟੋ ਅਭਿਜਾਯਤੇ ॥ 41 ॥

ਪ੍ਰਾਪ੍ਯ-ਪ੍ਰਾਪਤ ਕਰਕੇ ; **ਪੁਨ੍ਯ-ਕ੍ਰਿਤਾਮ੍** - ਪੁੰਨ ਕਰਮ ਕਰਨ ਵਾਲਿਆਂ ਦਾ ; **ਲੋਕਾਨ੍** -ਲੋਕਾਂ ਵਿਚ ; **ਉਸ਼ਿਤ੍ਵਾ** - ਨਿਵਾਸ ਕਰਕੇ ; **ਸ਼ਾਸ਼੍ਵਤੀਹ੍** - ਅਨੇਕ ; **ਸਮਾਹ੍** - ਸਾਲ ; **ਸ਼ੁਚੀਨਾਮ੍**-ਪਵਿੱਤਰ ਆਤਮਾਵਾਂ ਦੇ ; **ਸ਼੍ਰੀਮਤਾਮ੍** - ਸੰਪੰਨ ਲੋਕਾਂ ਦਾ ; **ਗੇਹੇ** - ਘਰ ਵਿਚ ; **ਯੋਗਭ੍ਰਸ਼੍ਟਹ੍**-

ਆਤਮਾ ਸਾਖਿਆਤਕਾਰ (ਪ੍ਰਤੱਖੀਕਰਨ) ਦੇ ਮਾਰਗ ਤੋਂ ਡਿੱਗੇ ਮਨੁੱਖ ; **ਅਭਿਜਾਯਤੇ** – ਜਨਮ ਲੈਂਦਾ ਹੈ।

ਅਨੁਵਾਦ

ਅਸਫਲ ਯੋਗੀ ਪਵਿੱਤਰ ਆਤਮਾਵਾਂ ਦੇ ਜਗਤ ਵਿਚ ਅਨੇਕਾਂ ਸਾਲਾਂ ਤਕਭੋਗ ਕਰਨ ਤੋਂ ਬਾਅਦ ਜਾਂ ਤਾਂ ਸਦਾਚਾਰੀ ਪੁਰਸ਼ਾਂ ਦੇ ਪਰਿਵਾਰ ਵਿਚ ਜਾਂ ਧੰਨਵਾਨਾਂ ਦੇ ਖ਼ਾਨਦਾਨ ਵਿਚ ਜਨਮ ਲੈਂਦਾ ਹੈ।

ਭਾਵ

ਅਸਫਲ ਯੋਗੀਆਂ ਦੀਆਂ ਦੋ ਸ਼੍ਰੇਣੀਆਂ ਹਨ – ਇੱਕ ਉਹ ਜਿਹੜੇ ਬਹੁਤ ਥੋੜ੍ਹੀ ਜਿਹੀ ਤਰੱਕੀ ਮਗਰੋਂ ਹੀ ਭ੍ਰਸ਼ਟ ਹੁੰਦੇ ਹਨ ; ਦੂਜੇ ਉਹ ਜਿਹੜੇ ਲੰਮੇ ਸਮੇਂ ਤਕ ਯੋਗ ਅਭਿਆਸ ਦੇ ਮਗਰੋਂ ਭ੍ਰਿਸ਼ਟ ਹੁੰਦੇ ਹਨ। ਜਿਹੜਾ ਯੋਗੀ ਥੋੜ੍ਹੇ ਸਮੇਂ ਦੇ ਅਭਿਆਸ ਮਗਰੋਂ ਭ੍ਰਿਸ਼ਟ ਹੁੰਦਾ ਹੈ ਉਹ ਸਵਰਗ ਲੋਕ ਨੂੰ ਜਾਂਦਾ ਹੈ ਜਿਥੇ ਸਿਰਫ਼ ਪੁੰਨ ਆਤਮਾਵਾਂ ਨੂੰ ਪ੍ਰਵੇਸ਼ ਕਰਨ ਦਿੱਤਾ ਜਾਂਦਾ ਹੈ। ਉਥੇ ਲੰਮੇ ਸਮੇਂ ਤਕ ਰਹਿਣ ਮਗਰੋਂ ਉਸਨੂੰ ਫਿਰ ਇਸੇ ਲੋਕ ਵਿਚ ਘੱਲ ਦਿੱਤਾ ਜਾਂਦਾ ਹੈ, ਜਿਸ ਨਾਲ ਉਹ ਕਿਸੇ ਸਦਾਚਾਰੀ ਬ੍ਰਾਹਮਣ ਵੈਸ਼ਨਵ ਦੇ ਖ਼ਾਨਦਾਨ ਵਿਚ ਜਾਂ ਧੰਨਵਾਨ ਵਪਾਰੀ ਦੇ ਖ਼ਾਨਦਾਨ ਵਿਚ ਜਨਮ ਲੈ ਸਕੇ। ਯੋਗ ਅਭਿਆਸ ਦਾ ਅਸਲ ਮੰਤਵ ਕ੍ਰਿਸ਼ਨ ਭਾਵਨਾ ਅੰਮ੍ਰਿਤ ਦੀ ਉਚੇਰੀ ਸਿੱਧੀ ਪ੍ਰਾਪਤ ਕਰਨਾ ਹੈ ਜਿਵੇਂ ਕਿ ਇਸ ਅਧਿਆਇ ਦੇ ਅਖ਼ੀਰਲੇ ਸ਼ਲੋਕ ਵਿਚ ਦੱਸਿਆ ਗਿਆ ਹੈ। ਪਰ ਜਿਹੜੇ ਇੰਨੇ ਹਿੰਮਤੀ ਨਹੀਂ ਹੁੰਦੇ ਅਤੇ ਜਿਹੜੇ ਭੌਤਿਕ ਲਾਲਚਾਂ ਕਰਕੇ ਅਸਫਲ ਹੋ ਜਾਂਦੇ ਹਨ, ਉਨ੍ਹਾਂ ਨੂੰ ਰੱਬ ਦੀ ਕ੍ਰਿਪਾ ਨਾਲ ਆਪਣੀ ਭੌਤਿਕ ਇੱਛਾਵਾਂ ਦੀ ਪੂਰਤੀ ਕਰਨ ਦੀ ਇਜ਼ਾਜਤ ਦਿੱਤੀ ਜਾਂਦੀ ਹੈ। ਉਸ ਤੋਂ ਮਗਰੋਂ ਉਨ੍ਹਾਂ ਨੂੰ ਸਦਾਚਾਰੀ ਜਾਂ ਧੰਨਵਾਨ ਪਰਿਵਾਰਾਂ ਵਿਚ ਸੰਪੰਨ ਜੀਵਨ ਬਿਤਾਉਣ ਦਾ ਮੌਕਾ ਦਿੱਤਾ ਜਾਂਦਾ ਹੈ, ਅਜਿਹੇ ਪਰਿਵਾਰਾਂ ਵਿਚ ਜਨਮ ਲੈਣ ਵਾਲੇ ਇੰਨ੍ਹਾਂ ਸੁਵਿਧਾਵਾਂ ਦਾ ਫਾਇਦਾ ਉਠਾਂਦੇ ਹੋਏ ਆਪਣੇ ਆਪ ਨੂੰ ਪੂਰਨ ਕ੍ਰਿਸ਼ਨ ਭਾਵਨਾ ਅੰਮ੍ਰਿਤ ਤਕ ਉਪਰ ਲੈ ਜਾਂਦੇ ਹਨ।

अथवा योगिनामेव कुले भवति धीमताम् ।
एतद्धि दुर्लभतरं लोके जन्म यदीदृशम् ॥ ४२ ॥

ਅਥ ਵਾ ਯੋਗਿਨਾਮ੍ ਏਵ ਕੁਲੇ ਭਵਤਿ ਧੀਮਤਾਮ੍ ।
ਏਤਦ੍ ਧਿ ਦੁਰ੍ਲਭਤਰਮ੍ ਲੋਕੇ ਜਨਮ ਯਦ੍ ਈਦ੍ਰਿਸ਼ਮ੍ ॥ 42 ॥

ਅਥਵਾ – ਜਾਂ ; **ਯੋਗਿਨਾਮ੍** – ਵਿਦਵਾਨ ਯੋਗੀਆਂ ਦੇ ; **ਏਵ** – ਨਿਸ਼ਚੇ ਹੀ ; **ਕੁਲੇ** – ਪਰਿਵਾਰ ਵਿਚ ; **ਭਵਤਿ** – ਜਨਮ ਲੈਂਦਾ ਹੈ ; **ਧੀ-ਮਤਾਮ੍** – ਪਰਮ ਬੁੱਧੀਮਾਨਾਂ ਦੇ ; **ਏਤਤ੍** – ਇਹ ; **ਹਿ** – ਨਿਸ਼ਚੈ ਹੀ ; **ਦੁਰ੍ਲਭ-ਤਰਮ੍** – ਵਧੇਰੇ ਦੁਰਲਭ ; **ਲੋਕੇ** – ਇਸ ਸੰਸਾਰ ਵਿਚ ; **ਜਨ੍ਮ** – ਜਨਮ ; **ਯਤ੍** – ਜਿਹੜਾ ; **ਇਦ੍ਰਿਸ਼ਮ੍** – ਇਸ ਤਰ੍ਹਾਂ ਦਾ।

ਅਨੁਵਾਦ

ਜਾਂ (ਜੇਕਰ ਲੰਮੇ ਸਮੇਂ ਤਕ ਯੋਗ ਕਰਨ ਤੋਂ ਬਾਅਦ ਅਸਫਲ ਰਹੇ ਤਾਂ) ਉਹ ਅਜਿਹੇ ਯੋਗੀਆਂ ਦੇ ਖ਼ਾਨਦਾਨ ਵਿਚ ਜਨਮ ਲੈਂਦਾ ਹੈ ਜਿਹੜੇ ਬਹੁਤ ਬੁੱਧੀਮਾਨ ਹਨ, ਨਿਸ਼ਚੇ ਹੀ ਇਸ ਸੰਸਾਰ ਵਿਜ਼ਚ ਅਜਿਹਾ ਜਨਮ ਦੁਰਲੱਭ ਹੈ ।

ਭਾਵ

ਇਥੇ ਯੋਗੀਆਂ ਦੇ ਬੁੱਧੀਮਾਨ ਖ਼ਾਨਦਾਨ ਵਿਚ ਜਨਮ ਲੈਣ ਦੀ ਪ੍ਰਸ਼ੰਸਾ ਕੀਤੀ ਗਈ ਹੈ, ਕਿਉਂਕਿ ਅਜਿਹੇ ਖ਼ਾਨਦਾਨ ਵਿਚ ਜਨਮ ਲੈਣ ਵਾਲੇ ਬੱਚੇ ਨੂੰ ਸ਼ੁਰੂ ਤੋਂ ਹੀ ਅਧਿਆਤਮਿਕ ਪ੍ਰੇਰਨਾ ਪ੍ਰਾਪਤ ਹੁੰਦੀ ਹੈ । ਖ਼ਾਸ ਕਰਕੇ ਆਚਾਰੀਆ ਅਤੇ ਗੋਸਵਾਮੀਆਂ ਦੇ ਖਾਨਦਾਨ ਵਿਚ ਅਜਿਹੀ ਸਥਿਤੀ ਹੈ । ਅਜਿਹੇ ਖ਼ਾਨਦਾਨ ਬਹੁਤ ਵਿਦਵਾਨ ਹੁੰਦੇ ਹਨ ਅਤੇ ਪਰੰਪਰਾ ਅਤੇ ਸਿਖਲਾਈ ਕਾਰਨ ਸ਼ਰਧਾਵਾਨ ਹੁੰਦੇ ਹਨ । ਇੰਝ ਉਹ ਅਧਿਆਤਮਕ ਗੁਰੂ ਬਣਦੇ ਹਨ । ਭਾਰਤ ਵਿਚ ਅਜਿਹੇ ਅਨੇਕਾਂ ਆਚਾਰੀਆ ਖ਼ਾਨਦਾਨ ਹਨ, ਪਰ ਹੁਣ ਉਹ ਲੋੜੀਂਦੀ ਵਿਦਿਆ ਅਤੇ ਸਿੱਖਿਆ ਨਾ ਹੋਣ ਕਰਕੇ ਗਿਰਾਵਟ ਵੱਲ ਜਾ ਚੁੱਕੇ ਹਨ । ਭਗਵਾਨ ਦੀ ਕ੍ਰਿਪਾ ਨਾਲ ਹਾਲੇ ਵੀ ਕੁਝ ਅਜਿਹੇ ਪਰਿਵਾਰ ਹਨ ਜਿਨ੍ਹਾਂ ਵਿਚ ਪੁਸ਼ਤਾਂ ਤੋਂ ਅਧਿਆਤਮਵਾਦੀਆਂ ਨੂੰ ਆਸਰਾ ਮਿਲਦਾ ਹੈ । ਅਜਿਹੇ ਪਰਿਵਾਰ ਵਿਚ ਜਨਮ ਲੈਣਾ ਸੱਚ-ਮੁੱਚ ਵੱਡੇ ਭਾਗਾਂ ਵਾਲੀ ਗੱਲ ਹੈ। ਭਾਗਾਂ ਨਾਲ ਸਾਡੇ ਗੁਰੂ ਓਮ ਵਿਸ਼ਨੂੰਪਾਦ ਸ਼੍ਰੀਮਦ੍ ਭਗਤੀ ਸਿੱਧਾਂਤ ਸਰਸਵਤੀ ਗੋਸਵਾਮੀ ਮਹਾਰਾਜ ਨੂੰ ਅਤੇ ਖ਼ੁਦ ਨਿਮਾਣੇ ਨੂੰ ਵੀ ਅਜਿਹੇ ਪਰਿਵਾਰਾਂ ਵਿਚ ਜਨਮ ਲੈਣ ਦਾ ਮੌਕਾ ਮਿਲਿਆ । ਸਾਨੂੰ ਦੋਵਾਂ ਨੂੰ ਬਚਪਨ ਤੋਂ ਹੀ ਭਗਵਾਨ ਦੀ ਭਗਤੀ ਕਰਨ ਦੀ ਸਿੱਖਿਆ ਦਿੱਤੀ ਗਈ । ਬਾਅਦ ਵਿ ਚ ਅਲੌਕਿਕ ਵਿਵਸਥਾ ਮੁਤਾਬਿਕ ਸਾਡੀ ਭੇਂਟ ਹੋਈ ।

तत्र तं बुद्धिसंयोगं लभते पौर्वदेहिकम् ।
यतते च ततो भूयः संसिद्धौ कुरुनन्दन ॥ ४३ ॥

ਤਤ੍ਰ ਤਮ੍ ਬੁਦ੍ਧਿ ਸੰਯੋਗਮ੍ ਲਭਤੇ ਪੌਰ੍ਵ ਦੇਹਿਕਮ੍ ।
ਯਤਤੇ ਚ ਤਤੋ ਭੂਯਹ੍ ਸੰਸਿਦ੍ਧੌ ਕੁਰੁ ਨੰਦਨ ॥ 43 ॥

ਤਤ੍ਰ - ਉਥੇ ; **ਤਮ੍** - ਉਸ ; **ਬੁਦ੍ਧਿ-ਸੰਯੋਗਮ੍** - ਚੇਤਨਾ ਦੀ ਜਾਗ੍ਰਿਤੀ ਨੂੰ ; **ਲਭਤੇ** - ਪ੍ਰਾਪਤ ਹੁੰਦਾ ਹੈ ; **ਪੌਰ੍ਵ-ਦੇਹਿਕਮ੍**- ਪਹਿਲੀ ਦੇਹ ਨਾਲ ; **ਯਤਤੇ** - ਯਤਨ ਕਰਦਾ ਹੈ ; **ਚ** - ਵੀ ; **ਤਤਹ੍**- ਇਸ ਤੋਂ ਮਗਰੋਂ ; **ਭੂਯਹ੍** - ਫਿਰ ; **ਸੰਸਿਦ੍ਧੌ**-ਸਿੱਧੀ ਲਈ ; **ਕੁਰੁ ਨੰਦਨ** - ਹੇ ਕੌਰਵ ਪੁੱਤਰ ।

ਅਨੁਵਾਦ

ਹੇ ਕੁਰੂ ਨੰਦਨ! ਅਜਿਹਾ ਜਨਮ ਪਾਕੇ ਉਹ ਆਪਣੇ ਪਹਿਲੇ ਜਨਮ ਦੀ ਦੈਵੀ ਚੇਤਨਾ ਨੂੰ ਫਿਰ ਪ੍ਰਾਪਤ ਕਰਦਾ ਹੈ ਅਤੇ ਪੂਰਨ ਸਫਲਤਾ ਪ੍ਰਾਪਤ ਕਰਨ ਦੇ ਮੰਤਵ ਨਾਲ ਉਹ ਅੱਗੇ ਤਰੱਕੀ ਕਰਨ ਦਾ ਯਤਨ ਕਰਦਾ ਹੈ ।

ਭਾਵ

ਰਾਜਾ ਭਰਤ, ਜਿਨ੍ਹਾਂ ਨੂੰ ਤੀਜੇ ਜਨਮ ਵਿਚ ਉੱਤਮ ਬ੍ਰਾਹਮਣ ਖ਼ਾਨਦਾਨ ਵਿਚ ਜਨਮ ਮਿਲਿਆ, ਪਹਿਲੀ ਅਲੌਕਿਕ ਚੇਤਨਾ ਦੀ ਫਿਰ ਤੋਂ ਪ੍ਰਾਪਤੀ ਲਈ ਉੱਤਮ ਜਨਮ ਦੇ ਉਦਾਹਰਨ ਵੱਜੋਂ ਹਨ । ਮਹਾਰਾਜਾ ਭਰਤ ਪੂਰੀ ਦੁਨੀਆਂ ਦੇ ਰਾਜਾ ਸਨ, ਅਤੇ ਉਦੋਂ ਤੋਂ ਹੀ ਇਹ ਲੋਕ ਦੇਵਤਾਵਾਂ ਵਿਚ ਵੀ ਭਾਰਤਵਰਸ਼ ਦੇ ਨਾਂ ਨਾਲ ਪ੍ਰਸਿੱਧ ਹੈ । ਪਹਿਲੋਂ ਇਹ ਇਲਾਵ੍ਰਿਤ ਵਰਸ਼ ਦੇ ਨਾਂ ਨਾਲ ਜਾਣਿਆ ਜਾਂਦਾ ਸੀ । ਭਰਤ ਨੇ ਛੋਟੀ ਉਮਰ ਤੋਂ ਅਧਿਆਤਮਕ ਸਿੱਧੀ ਲਈ ਸੰਨਿਆਸ ਲੈ ਲਿਆ ਸੀ, ਪਰ ਉਹ ਸਫਲ ਨਹੀਂ ਹੋ ਸਕੇ । ਅਗਲੇ ਜਨਮ ਵਿਚ ਉਨ੍ਹਾਂ ਨੂੰ ਉੱਤਮ ਬ੍ਰਾਹਮਣ ਖ਼ਾਨਦਾਨ ਵਿਚ ਜਨਮ ਲੈਣਾ ਪਿਆ ਅਤੇ ਉਹ ਜੜ੍ਹ-ਭਰਤ ਕਹਾਏ ਕਿਉਂਕਿ ਉਹ ਇਕਾਂਤ ਨਿਵਾਸ ਕਰਦੇ ਸਨ, ਕਿਸੇ ਨਾਲ ਬੋਲਦੇ ਨਹੀਂ ਸਨ । ਬਾਅਦ ਵਿਚ ਰਾਜਾ ਰਹੂਗਣ ਨੇ ਇਨ੍ਹਾਂ ਨੂੰ ਮਹਾਨ ਅਧਿਆਤਮਵਾਦੀ ਦੇ ਰੂਪ ਵਿਚ ਖੋਜਿਆ । ਉਨ੍ਹਾਂ ਦੇ ਜੀਵਨ ਤੋਂ ਇਹ ਪਤਾ ਚਲਦਾ ਹੈ ਕਿ ਅਲੌਕਿਕ ਯਤਨ ਜਾਂ ਯੋਗ ਅਭਿਆਸ ਕਦੀ ਬੇਕਾਰ ਨਹੀਂ ਜਾਂਦਾ । ਭਗਵਾਨ ਦੀ ਕ੍ਰਿਪਾ ਨਾਲ ਯੋਗੀ ਨੂੰ ਕ੍ਰਿਸ਼ਨ ਭਾਵਨਾ ਅੰਮ੍ਰਿਤ ਵਿਚ ਪੂਰਨ ਸਿੱਧੀ ਪ੍ਰਾਪਤ ਕਰਨ ਦੇ ਅਨੇਕਾਂ ਵਾਰ ਮੌਕੇ ਪ੍ਰਾਪਤ ਹੁੰਦੇ ਰਹਿੰਦੇ ਹਨ ।

पूर्वाभ्यासेन तेनैव ह्रियते ह्यवशोऽपि सः ।
जिज्ञासुरपि योगस्य शब्दब्रह्मातिवर्तते ॥ ४४ ॥

ਪੂਰ੍ਵਾਭ੍ਯਾਸੇਨ ਤੇਨੈਵ ਹ੍ਰਿਯਤੇ ਹਿ ਅਵਸ਼ੋ'ਪਿ ਸਹ੍ ।
ਜਿਗ੍ਯਾਸੁਰ ਅਪਿ ਯੋਗਸ੍ਯ ਸ਼ਬ੍ਦ ਬ੍ਰਹ੍ਮਾਤਿ ਵਰ੍ਤਤੇ ॥ 44 ॥

ਪੂਰ੍ਵ- ਪਿਛਲਾ ; **ਅਭ੍ਯਾਸੇਨ** - ਅਭਿਆਸ ਨਾਲ ; **ਤੇਨ** - ਉਸ ਨਾਲ ; **ਏਵ** - ਹੀ ; **ਹ੍ਰਿਯਤੇ** - ਆਕਰਸ਼ਿਤ ਹੁੰਦਾ ਹੈ ; **ਹਿ** - ਨਿਸ਼ਚੈ ਹੀ ; **ਅਵਯਹ੍** - ਆਪਣੇ ਆਪ ; **ਅਪਿ** - ਵੀ ; **ਸਹ੍** -ਉਹ ; **ਜਿਗ੍ਯਾਸੁਹ੍** - ਉਤਾਵਲਾ ; **ਅਪਿ** - ਵੀ ; **ਯੋਗਸ੍ਯ** - ਯੋਗ ਦੇ ਵਿਸ਼ੇ ਵਿਚ ; **ਸ਼ਬ੍ਦ-ਬ੍ਰਹ੍ਮ** - ਸ਼ਾਸ਼ਤਰਾਂ ਦੇ ਅਨੁਸ਼ਠਾਨ ; **ਅਤਿਵਰ੍ਤਤੇ** - ਪਰ੍ਹੇ ਚਲਿਆ ਜਾਂਦਾ ਹੈ, ਉਲੰਘਣਾ ਕਰਦਾ ਹੈ ।

ਅਨੁਵਾਦ

ਆਪਣੇ ਪੂਰਵ ਜਨਮ ਦੀ ਦੈਵੀ ਚੇਤਨਾ ਨਾਲ ਉਹ ਨਾ ਚਾਹੁੰਦੇ ਹੋਏ ਵੀ ਆਪਣੇ ਆਪ ਯੋਗ ਦੇ ਨਿਯਮਾਂ ਵੱਲ ਆਕਰਸ਼ਿਤ ਹੁੰਦਾ ਹੈ । ਅਜਿਹਾ ਜਿਗਿਆਸੂ ਯੋਗੀ ਸ਼ਾਸ਼ਤਰਾਂ ਦੇ ਅਨੁਸ਼ਠਾਨਾਂ ਤੋਂ ਪਰ੍ਹੇ ਸਥਿਤ ਹੁੰਦਾ ਹੈ ।

ਭਾਵ

ਉਨੱਤ ਯੋਗੀ ਲੋਕ ਸ਼ਾਸ਼ਤਰਾਂ ਦੇ ਅਨੁਸ਼ਠਾਨਾਂ ਪ੍ਰਤੀ ਜਿਆਦਾ ਆਕਰਸ਼ਿਤ ਨਹੀਂ ਹੁੰਦੇ। ਪਰ ਯੋਗ ਨਿਯਮਾਂ ਪ੍ਰਤੀ ਆਪਣੇ ਆਪ ਆਕਰਸ਼ਿਤ ਹੁੰਦੇ ਹਨ, ਜਿਸ ਨਾਲ ਉਹ ਕ੍ਰਿਸ਼ਨ ਭਾਵਨਾ ਅੰਮ੍ਰਿਤ ਵਿਚ ਪਹੁੰਚ ਸਕਦੇ ਹਨ। ਸ਼੍ਰੀਮਦ ਭਾਗਵਤ੍ਮ ਵਿਚ ਉਨੱਤ ਯੋਗੀਆਂ ਰਾਹੀਂ ਅਜਿਹੇ ਵੈਦਿਕ ਅਨੁਸ਼ਠਾਨਾਂ ਦੇ ਤਿਰਸਕਾਰ ਦੀ ਵਿਆਖਿਆ ਇੰਝ ਕੀਤੀ ਗਈ ਹੈ :-

ਅਹੋ ਬਤ ਸ਼੍ਵ-ਪਚੋ'ਤੋ ਗਰੀਯਾਨ੍ ਯਜ੍-ਜਿਹ੍ਵਾਗ੍ਰੇ ਵਰ੍ਤਤੇ ਨਾਮ ਤੁਭ੍ਯਮ੍ ।
ਤੇਪੁਸ੍ ਤਪਸ੍ ਤੇ ਜੁਹੁਵੁਹ੍ ਸਸ੍ਨੁਰ੍ ਆਰ੍ਯਾ ਬ੍ਰਹ੍ਮ ਅਨੂਚਰ੍ ਨਾਮ ਗ੍ਰਿਣੰਤਿ ਯੇ ਤੇ ॥

(ਸ਼੍ਰੀਮਦ ਭਾਗਵਤਮ 3-33-7)

"ਹੇ ਭਗਵਾਨ! ਜਿਹੜੇ ਲੋਕ ਤੁਹਾਡੇ ਪਵਿੱਤਰ ਨਾਂ ਦਾ ਜਪ ਕਰਦੇ ਹਨ ਉਹ ਚੰਡਾਲਾਂ ਦੇ ਪਰਿਵਾਰਾਂ ਵਿਚ ਜਨਮ ਲੈ ਕੇ ਵੀ ਅਧਿਆਤਮਕ ਜੀਵਨ ਵਿਚ ਵਧੇਰੀ ਤਰੱਕੀ ਕਰਦੇ ਹਨ। ਅਜਿਹੇ ਜਪ ਕਰਨ ਵਾਲੇ ਨਿਸ਼ਚੈ ਹੀ ਹਰ ਤਰ੍ਹਾਂ ਦੇ ਤਪ ਅਤੇ ਯੱਗ ਕਰ ਚੁੱਕੇ ਹੁੰਦੇ ਹਨ, ਤੀਰਥ ਅਸਥਾਨਾਂ ਵਿਚ ਇਸ਼ਨਾਨ ਕਰ ਚੁੱਕੇ ਹੁੰਦੇ ਹਨ ਅਤੇ ਸਾਰੇ ਸ਼ਾਸ਼ਤਰਾਂ ਦਾ ਅਧਿਐਨ ਕਰ ਚੁੱਕੇ ਹੁੰਦੇ ਹਨ।"

ਇਸਦਾ ਬਹੁਤ ਪ੍ਰਸਿੱਧ ਉਦਾਹਰਣ ਭਗਵਾਨ ਚੈਤੰਨਯ ਨੇ ਪੇਸ਼ ਕੀਤਾ, ਜਿਵੇਂ ਕਿ ਠਾਕੁਰ ਹਰਿਦਾਸ ਦਾ ਜਨਮ ਇੱਕ ਮੁਸਲਮਾਨ ਪਰਿਵਾਰ ਵਿਚ ਹੋਇਆ ਸੀ, ਪਰ ਭਗਵਾਨ ਚੈਤੰਨਯ ਨੇ ਉਨ੍ਹਾਂ ਨੂੰ ਨਾਮ-ਆਚਾਰੀਆ ਦੀ ਪਦਵੀ ਦਿੱਤੀ, ਕਿਉਂਕਿ ਉਹ ਹਰ ਰੋਜ਼ ਨਿਯਮ ਪੂਰਵਕ ਤਿੰਨ ਲੱਖ ਭਗਵਾਨ ਦੇ ਪਵਿੱਤਰ ਨਾਮ – ਹਰੇ ਕ੍ਰਿਸ਼ਨ ਹਰੇ ਕ੍ਰਿਸ਼ਨ ਕ੍ਰਿਸ਼ਨ ਕ੍ਰਿਸ਼ਨ ਹਰੇ ਹਰੇ, ਹਰੇ ਰਾਮ ਹਰੇ ਰਾਮ ਰਾਮ ਰਾਮ ਹਰੇ ਹਰੇ – ਦਾ ਜਾਪ ਕਰਦੇ ਸਨ। ਇਸ ਲਈ ਇਹ ਸਮਝਿਆ ਜਾਂਦਾ ਹੈ, ਕਿ ਪਹਿਲੇ ਜਨਮ ਵਿਚ ਉਨ੍ਹਾਂ ਨੇਸ਼ਬਦਬ੍ਰਹਮ ਨਾਂ ਦੇ ਵੇਦ ਵਿਚ ਵਰਣਿਤ ਕਰਮ ਕਾਂਡ ਨੂੰ ਪੂਰਾ ਕੀਤਾ ਹੋਵੇਗਾ। ਇਸ ਲਈ ਜਦੋਂ ਤਕ ਕੋਈ ਪਵਿੱਤਰ ਨਹੀਂ ਹੁੰਦਾ ਉਦੋਂ ਤਕ ਕ੍ਰਿਸ਼ਨ ਭਾਵਨਾ ਅੰਮ੍ਰਿਤ ਦੇ ਨਿਯਮਾਂ ਨੂੰ ਸਵੀਕਾਰ ਨਹੀਂ ਕਰਦਾ ਜਾਂ ਭਗਵਾਨ ਦੇ ਪਵਿੱਤਰ ਨਾਮ ਹਰੇ ਕ੍ਰਿਸ਼ਨ ਦਾ ਜਾਪ ਨਹੀਂ ਕਰਦਾ।

प्रयत्नाद्यतमानस्तु योगी संशुद्धकिल्बिषः ।
अनेकजन्मसंसिद्धस्ततो याति परां गतिम् ॥ ४५ ॥

ਪ੍ਰਯਤ੍ਨਾਦ੍ ਯਤਮਾਨਸ੍ ਤੁ ਯੋਗੀ ਸੰਸ਼ੁਦ੍ਧ ਕਿਲ੍ਬਿਸ਼ਹ੍ ।
ਅਨੇਕ ਜਨ੍ਮ ਸੰਸਿਦ੍ਧਸ੍ ਤਤੋ ਯਾਤਿ ਪਰਾਮ੍ ਗਤਿਮ੍ ॥ 45 ॥

ਪ੍ਰਯਤ੍ਨਾਤ੍-ਕਠਿਨ ਅਭਿਆਸ ਨਾਲ ; **ਯਤਮਾਨਹ੍**-ਯਤਨ ਕਰਦੇ ਹੋਏ ; **ਤੁ**-ਅਤੇ ; **ਯੋਗੀ**-ਅਜਿਹਾ ਯੋਗੀ; **ਸੰਸ਼ੁਦ੍ਧ**-ਸ਼ੁੱਧ ਹੋ ਕੇ ; **ਕਿਲ੍ਬਿਸ਼ਹ੍**-ਜਿਨ੍ਹਾਂ ਦੇ ਸਾਰੇ ਪਾਪ ; **ਅਨੇਕ**-ਕਈ-ਕਈ ; **ਜਨ੍ਮ**-ਜਨਮਾਂ ਮਗਰੋਂ ; **ਸੰਸਿਦ੍ਧਹ੍**-ਸਿੱਧੀ ਪ੍ਰਾਪਤ ਕਰਕੇ ; **ਤਤਹ੍**-ਇਸ ਤੋਂ ਮਗਰੋਂ ; **ਯਾਤਿ**-ਪ੍ਰਾਪਤ ਕਰਦਾ ਹੈ ; **ਪਰਾਮ੍**-ਸਭ ਤੋਂ ਉਚੀ ; **ਗਤਿਮ੍**-ਗਤੀ ਨੂੰ ।

ਅਨੁਵਾਦ

ਅਤੇ ਜਦੋਂ ਯੋਗੀ ਸਾਰੇ ਪਾਪਾਂ ਤੋਂ ਸ਼ੁੱਧ ਹੋ ਕੇ ਸੱਚੀ ਨਿਸ਼ਠਾ ਨਾਲ ਅੱਗੇ ਤਰੱਕੀ ਕਰਨ ਦਾ ਯਤਨ ਕਰਦਾ ਹੈ ਤਾਂ ਅਖ਼ੀਰ ਵਿਚ ਅਨੇਕਾਂ ਜਨਮਾਂ ਦੇ ਅਭਿਆਸ ਤੋਂ ਮਗਰੋਂ ਸਿੱਧੀ ਲਾਭ ਕਰਕੇ ਉਹ ਪਰਮ ਉਦੇਸ਼ (ਗਤੀ) ਨੂੰ ਪ੍ਰਾਪਤ ਕਰਦਾ ਹੈ।

ਭਾਵ

ਸਦਾਚਾਰੀ, ਧੰਨਵਾਨ ਜਾਂ ਪਵਿੱਤਰ ਖ਼ਾਨਦਾਨ ਵਿਚ ਪੈਦਾ ਹੋਇਆ ਮਨੁੱਖ ਯੋਗ ਅਭਿਆਸ ਲਈ ਢੁਕਵੀਂ ਪਰਸਥਿਤੀ ਤੋਂ ਸੁਚੇਤ ਹੋ ਜਾਂਦਾ ਹੈ। ਇਸ ਲਈ ਉਹ ਪੱਕਾ ਸੰਕਲਪ ਕਰਕੇ ਆਪਣੇ ਅਧੂਰੇ ਕਾਰਜ ਨੂੰ ਕਰਨ ਵਿਚ ਲਗ ਜਾਂਦਾ ਹੈ ਅਤੇ ਇੰਝ ਉਹ ਆਪਣੇ ਆਪ ਨੂੰ ਸਾਰੇ ਭੌਤਿਕ ਦੂਸ਼ਣਾਂ ਤੋਂ ਸ਼ੁੱਧ ਹੋ ਜਾਂਦਾ ਹੈ। ਆਖ਼ਿਰਕਾਰ ਸਾਰੇ ਪਾਪਾਂ ਤੋਂ ਮੁਕਤ ਹੋਣ ਤੇ ਉਸ ਨੂੰ ਪਰਮ ਸਿੱਧੀ ਕ੍ਰਿਸ਼ਨ ਭਾਵਨਾ ਅੰਮ੍ਰਿਤ ਪ੍ਰਾਪਤ ਹੁੰਦੀ ਹੈ। ਕ੍ਰਿਸ਼ਨ ਭਾਵਨਾ ਅੰਮ੍ਰਿਤ ਹੀ ਪਾਪਾਂ ਤੋਂ ਮੁਕਤ ਹੋਣ ਦੀ ਪੂਰਨ ਅਵਸਥਾ ਹੈ। ਇਸਦੀ ਪੁਸ਼ਟੀ ਭਗਵਤ ਗੀਤਾ ਵਿਚ ਇੰਝ ਹੋਈ ਹੈ : -

ਯੇਸ਼ਾਮ੍ ਤ੍ਵ੍ ਅੰਤ-ਗਤਮ੍ ਪਾਪਮ੍ ਜਨਾਨਾਮ੍ ਪੁਣ੍ਯ-ਕਰਮਣਾਮ੍ ।
ਤੇ ਦ੍ਵੰਦ੍ਵ-ਮੋਹ-ਨਿਰਮੁਕਤਾ ਭਜੰਤੇ ਮਾਮ੍ ਦ੍ਰਿੜ੍ਹ ਵ੍ਰਤਾਹ੍ ॥

(ਭਗਵਤ ਗੀਤਾ 7 - 28)

"ਅਨੇਕਾਂ ਜਨਮ ਤਕ ਪੁੰਨ ਕਰਮ ਕਰਨ ਨਾਲ ਜਦੋਂ ਕੋਈ ਸਾਰੀ ਦੂਸ਼ਤਾ ਅਤੇ ਮੋਹ ਸਬੰਧਿਤ ਦਵੰਦਾ ਤੋਂ ਪੂਰੀ ਤਰ੍ਹਾਂ ਮੁਕਤ ਹੋ ਜਾਂਦਾ ਹੈ ਤਾਂ ਹੀ ਉਹ ਭਗਵਾਨ ਦੀ ਅਲੌਕਿਕ ਪ੍ਰੇਮ ਭਗਤੀ ਵਿਚ ਲਗਦਾ ਹੈ।"

तपस्विभ्योऽधिको योगी ज्ञानिभ्योऽपि मतोऽधिकः ।
कर्मिभ्यश्चाधिको योगी तस्माद्योगी भवार्जुन ॥ ४६ ॥

ਤਪਸ੍ਵਿਭ੍ਯੋ'ਧਿਕੋ ਯੋਗੀ ਗ੍ਯਾਨਿਭ੍ਯੋ'ਪਿ ਮਤੋ'ਧਿਕਹ੍ ।
ਕਰ੍ਮਿਭ੍ਯਸ਼੍ ਚਾਧਿਕੋ ਯੋਗੀ ਤਸ੍ਮਾਦ੍ ਯੋਗੀ ਭਵਾਰ੍ਜੁਨ ॥ 46 ॥

ਤਪਸ੍ਵਿਭ੍ਯਹ੍-ਤਪੱਸਵੀਆਂ ਤੋਂ ; **ਅਧਿਕਹ੍**-ਵਧਕੇ, ਉੱਤਮ ; **ਯੋਗੀ**-ਯੋਗੀ ; **ਗ੍ਯਾਨਿਭ੍ਯਹ੍** - ਗਿਆਨੀਆਂ ਤੋਂ ; **ਅਪਿ**-ਵੀ ; **ਮਤਹ੍**-ਮੰਨਿਆ ਜਾਂਦਾ ਹੈ ; **ਅਧਿਕ**-ਵੱਧਕੇ ; **ਕਰ੍ਮਿਭ੍ਯਹ੍**-ਸਕਾਮ ਕਰਮੀਆਂ ਦੀ ਬਜਾਏ ; **ਚ**-ਵੀ ; **ਅਧਿਕਹ੍**-ਉੱਤਮ ; **ਯੋਗੀ**- ਯੋਗੀ ; **ਤਸ੍ਮਾਤ੍**-ਇਸ ਲਈ ; **ਯੋਗੀ**-ਯੋਗੀ ; **ਭਵ**-ਬਣੋ, ਹੋਵੋ ; **ਅਰ੍ਜੁਨ**-ਹੇ ਅਰਜੁਨ।

ਅਨੁਵਾਦ

ਯੋਗੀ ਮਨੁੱਖ ਤਪੱਸਵੀ, ਗਿਆਨੀ ਅਤੇ ਸਕਾਮ ਕਰਮੀ ਤੋਂ ਵੱਧਕੇ ਹੁੰਦਾ ਹੈ। ਇਸ ਲਈ ਹੇ ਅਰਜੁਨ! ਤੁਸੀਂ ਹਰ ਪੱਖ ਤੋਂ ਯੋਗੀ ਬਣੋ।

ਭਾਵ

ਜਦੋਂ ਅਸੀਂ ਯੋਗ ਦਾ ਨਾਂ ਲੈਂਦੇ ਹਾਂ ਤਾਂ ਅਸੀਂ ਆਪਣੀ ਚੇਤਨਾ ਨੂੰ ਪਰਮਸੱਤ ਦੇ ਨਾਲ ਜੋੜਨ ਦੀ ਗੱਲ ਕਰਦੇ ਹਾਂ। ਵੱਖੋ-ਵੱਖਰੇ ਅਭਿਆਸ ਕਰਨ ਵਾਲੇ ਇਸ ਪਧੱਤੀ ਨੂੰ ਗ੍ਰਹਿਣ ਕੀਤੀ ਗਈ ਖ਼ਾਸ ਵਿਧੀ ਮੁਤਾਬਿਕ ਵੱਖੋ-ਵੱਖਰੇ ਨਾਵਾਂ ਨਾਲ ਸੱਦਦੇ ਹਨ। ਜਦੋਂ ਇਹ ਯੋਗ ਪਧੱਤੀ ਸਾਕਾਮ ਕਰਮਾਂ ਨਾਲ ਮੁੱਖ ਤੌਰ ਤੇ ਸੰਬੰਧਿਤ ਹੁੰਦੀ ਹੈ ਤਾਂ ਕਰਮਯੋਗ ਕਹਾਉਂਦੀ ਹੈ, ਜਦੋਂ ਇਹ ਅਨੁਭਵ (ਚਿੰਤਨ) ਨਾਲ ਸੰਬੰਧਿਤ ਹੁੰਦੀ ਹੈ ਤਾਂ ਗਿਆਨ ਯੋਗ ਕਹਾਉਂਦੀ ਹੈ ਅਤੇ ਜਦੋਂ ਇਹ ਭਗਵਾਨ ਦੀ ਭਗਤੀ ਨਾਲ ਸੰਬੰਧਿਤ ਹੁੰਦੀ ਹੈ ਤਾਂ ਭਗਤੀ ਯੋਗ ਕਹਾਉਂਦੀ ਹੈ। ਭਗਤੀ ਯੋਗ ਜਾਂ ਕ੍ਰਿਸ਼ਨ ਭਾਵਨਾ ਅੰਮ੍ਰਿਤ ਸਾਰੇ ਯੋਗਾਂ ਦੀ ਉਚੇਰੀ ਸਿੱਧੀ ਹੈ ਜਿਵੇਂ ਕਿ ਅਗਲੇ ਸ਼ਲੋਕ ਵਿਚ ਦੱਸਿਆ ਜਾਵੇਗਾ। ਭਗਵਾਨ ਨੇ ਇੱਥੇ ਯੋਗ ਦੀ ਸ੍ਰੇਸ਼ਠਤਾ ਦੀ ਪੁਸ਼ਟੀ ਕੀਤੀ ਹੈ। ਪਰ ਉਨ੍ਹਾਂ ਇਸ ਦਾ ਉਲੇਖ ਨਹੀਂ ਕੀਤਾ ਕਿ ਇਹ ਭਗਤੀ ਯੋਗ ਤੋਂ ਸ੍ਰੇਸ਼ਠ ਹੈ। ਭਗਤੀ ਯੋਗ ਪੂਰਣ ਆਤਮ ਗਿਆਨ ਹੈ, ਇਸ ਲਈ ਇਸ ਤੋਂ ਵੱਧਕੇ ਕੁਝ ਵੀ ਨਹੀਂ ਹੈ। ਆਤਮ ਗਿਆਨ ਤੋਂ ਬਿਨ੍ਹਾਂ ਤਪੱਸਿਆ ਅਧੂਰੀ ਹੈ। ਪਰਮੇਸ਼ਵਰ ਪ੍ਰਤੀ ਸਮਰਪਿਤ ਹੋਏ ਬਿਨ੍ਹਾਂ ਗਿਆਨ ਯੋਗ ਵੀ ਅਧੂਰਾ ਹੈ। ਸਕਾਮ ਕਰਮ ਵੀ ਕ੍ਰਿਸ਼ਨ ਭਾਵਨਾ ਅੰਮ੍ਰਿਤ ਤੋਂ ਬਗੈਰ ਸਮੇਂ ਦੀ ਬਰਬਾਦੀ ਹੈ। ਇਸ ਲਈ ਇੱਥੇ ਯੋਗ ਦੇ ਸਭ ਤੋਂ ਵੱਧ ਸਰਾਹੇ ਜਾਣ ਵਾਲਾ ਰੂਪ ਭਗਤੀ ਯੋਗ ਹੈ ਅਤੇ ਇਸ ਦੀ ਹੋਰ ਸਪਸ਼ਟ ਵਿਆਖਿਆ ਅਗਲੇ ਸ਼ਲੋਕ ਵਿਚ ਕੀਤੀ ਗਈ ਹੈ।

योगिनामपि सर्वेषां मद्गतेनान्तरात्मना ।
श्रद्धावान्भजते यो मां स मे युक्ततमो मतः ॥४७॥

ਯੋਗਿਨਾਮ੍ ਅਪਿ ਸਰ੍ਵੇਸ਼ਾਮ੍ ਮਦ੍-ਗਤੇਨਾਨ੍ਤਰ੍ ਆਤਮਨਾ।
ਸ਼੍ਰਦ੍ਧਾਵਾਨ੍ ਭਜਤੇ ਯੋ ਮਾਮ੍ ਸ ਮੇ ਯੁਕ੍ਤਤਮੋ ਮਤਹ੍ ॥ 47 ॥

ਯੋਗਿਨਾਮ੍-ਯੋਗੀਆਂ ਵਿਚੋਂ ; **ਅਪਿ**-ਵੀ ; **ਸਰ੍ਵੇਸ਼ਾਮ੍**-ਹਰ ਤਰ੍ਹਾਂ ਦੇ ; **ਮਤ੍-ਗਤੇਨ**-ਮੇਰੇ ਅਧੀਨ, ਹਮੇਸ਼ਾਂ ਮੇਰੇ ਵਿਸ਼ੇ ਵਿਚ ਸੋਚਦੇ ਹੋਏ ; **ਅੰਤਰ-ਆਤ੍ਮਨਾ**-ਆਪਣੇ ਅੰਦਰ; **ਸ਼੍ਰਦ੍ਧਾਵਾਨ੍**-ਪੂਰੀ ਸ਼ਰਧਾ ਨਾਲ ; **ਭਜਤੇ**-ਅਲੌਕਿਕ ਪ੍ਰੇਮ ਭਗਤੀ ਕਰਦਾ ਹੈ ; **ਯਹ੍**- ਜਿਹੜਾ ; **ਮਾਮ੍**-ਮੇਰੀ (ਪਰਮੇਸ਼ਵਰ ਦੀ) ; **ਸਹ੍**-ਉਹ ; **ਮੇ**-ਮੇਰੇ ਰਾਹੀਂ ; **ਯੁਕਤ-ਤਮਹ੍** - ਪਰਮ ਯੋਗੀ ; **ਮਤਹ੍**-ਮੰਨਿਆ ਜਾਂਦਾ ਹੈ।

ਅਨੁਵਾਦ

ਅਤੇ ਸਾਰੇ ਯੋਗੀਆਂ ਵਿਚੋਂ ਜਿਹੜਾ ਯੋਗੀ ਵਧੇਰੇ ਸ਼ਰਧਾ ਨਾਲ ਮੇਰੇ ਅਧੀਨ ਹੈ, ਆਪਣੇ ਅੰਦਰੋਂ ਮੇਰੇ ਬਾਰੇ ਸੋਚਦਾ ਹੈ ਅਤੇ ਮੇਰੀ ਅਲੌਕਿਕ ਪ੍ਰੇਮ ਭਗਤੀ ਕਰਦਾ ਹੈ ਉਹ ਯੋਗ ਵਿਚ ਮੇਰੇ ਨਾਲ ਚੰਗੀ ਤਰ੍ਹਾਂ ਆਂਤਰਿਕ ਰੂਪ ਵਿਚ ਜੁੜਿਆ ਰਹਿੰਦਾ ਹੈ ਅਤੇ ਸਾਰਿਆਂ ਵਿੱਚੋਂ ਸਭ ਤੋਂ ਉੱਚਾ ਹੈ। ਇਹ ਮੇਰਾ ਵਿਚਾਰ ਹੈ।

ਭਾਵ

ਇੱਥੇ ਭਜਤੇ ਸ਼ਬਦ ਮਹੱਤਵਪੂਰਨ ਹੈ। ਭਜਤੇ 'ਭਜ੍' ਧਾਤੂ ਤੋਂ ਬਣਿਆ ਹੈ ਜਿਸਦਾ ਅਰਥ ਹੈ ਸੇਵਾ ਕਰਨਾ। ਅੰਗਰੇਜੀ ਸ਼ਬਦ 'ਵਰਸ਼ਿਪ' ਅਰਥਾਤ ਪੂਜਾ ਤੋਂ ਇਹ ਭਾਵ ਸਪਸ਼ਟ ਨਹੀਂ ਹੁੰਦਾ, ਕਿਉਂਕਿ ਇਸ ਨਾਲ ਪੂਜਾ ਕਰਨਾ, ਸਤਿਕਾਰ ਵਧਾਣਾ ਅਤੇ ਯੋਗ ਦਾ ਸਤਿਕਾਰ ਕਰਨਾ ਸੂਚਿਤ ਹੁੰਦਾ ਹੈ। ਪਰ ਪ੍ਰੇਮ ਅਤੇ ਸ਼ਰਧਾ ਨਾਲ ਸੇਵਾ ਤਾਂ ਭਗਵਾਨ ਦੇ ਨਿਮਿਤ ਹੈ ਕਿਸੇ ਸਤਿਕਾਰ ਯੋਗ ਮਨੁੱਖ ਜਾਂ ਦੇਵਤਾ ਦੀ ਪੂਜਾ ਨਾ ਕਰਨ ਵਾਲੇ ਨੂੰ ਅਸੱਭਿਅਕ ਕਿਹਾ ਜਾ ਸਕਦਾ ਹੈ, ਪਰ ਭਗਵਾਨ ਦੀ ਸੇਵਾ ਨਾ ਕਰਨ ਵਾਲੇ ਦੀ ਤਾਂ ਪੂਰੀ ਤਰ੍ਹਾਂ ਨਿਖੇਧੀ ਕੀਤੀ ਜਾਂਦੀ ਹੈ। ਹਰ ਜੀਵ ਭਗਵਾਨ ਦਾ ਅੰਸ਼ ਸਰੂਪ ਹੈ ਅਤੇ ਇੰਝ ਹਰ ਜੀਵ ਨੂੰ ਆਪਣੇ ਸੁਭਾਅ ਮੁਤਾਬਿਕ ਭਗਵਾਨ ਦੀ ਸੇਵਾ ਕਰਨੀ ਚਾਹੀਦੀ ਹੈ। ਅਜਿਹਾ ਨਾ ਕਰਨ ਤੇ ਉਹ ਥੱਲੇ ਡਿੱਗ ਪੈਂਦਾ ਹੈ। ਭਾਗਵਤ ਪੁਰਾਣ ਵਿਚ ਇਸਦੀ ਪੁਸ਼ਟੀ ਇੰਝ ਕੀਤੀ ਗਈ ਹੈ :-

ਯ ਏਸ਼ਾਮ ਪੁਰੁਸ਼ਮ ਸਾਕਸ਼ਾਦ ਆਤਮਾ-ਪ੍ਰਭਵਮ ਈਸ਼ਵਰਮ੍ ।
ਨ ਭਜਨਤਿ ਅਵਜਾਨੰਤਿ ਸਥਾਨਾਦ੍ ਭ੍ਰਸ਼ਟਾਹ੍ ਪਤਨਤਿ ਅਧਹ੍ ॥

(ਭਾਗਵਤ ਪੁਰਾਣ 11-5-3)

"ਜਿਹੜਾ ਮਨੁੱਖ ਆਪਣੇ ਜੀਵਨ ਦਾਤਾ ਆਦਿ ਭਗਵਾਨ ਦੀ ਸੇਵਾ ਨਹੀਂ ਕਰਦਾ ਅਤੇ ਆਪਣੇ ਫਰਜ਼ਾਂ ਵਿਚ ਢਿੱਲ ਵਰਤਦਾ ਹੈ ਉਹ ਨਿਸ਼ਚੈ ਹੀ ਆਪਣੀ ਸੁਭਾਵਿਕ ਸਥਿਤੀ ਤੋਂ ਥੱਲੇ ਡਿੱਗਦਾ ਹੈ।"

ਭਾਗਵਤ ਪੁਰਾਣ ਦੇ ਇਸ ਸ਼ਲੋਕ ਵਿਚ **ਭਜੰਤਿ** ਸ਼ਬਦ ਦਾ ਪ੍ਰਯੋਗ ਹੋਇਆ ਹੈ **ਭਜੰਤਿ** ਸ਼ਬਦ ਦੀ ਵਰਤੋਂ ਪਰਮੇਸ਼ਵਰ ਲਈ ਹੀ ਕੀਤੀ ਜਾ ਸਕਦੀ ਹੈ, ਜਦੋਂ ਕਿ 'ਵਰਸ਼ਿਪ' ਪੂਜਾ ਦਾ ਪ੍ਰਯੋਗ ਦੇਵਤਿਆਂ ਜਾਂ ਹੋਰ ਕਿਸੇ ਸਧਾਰਨ ਜੀਵ ਲਈ ਕੀਤਾ ਜਾ ਸਕਦਾ ਹੈ। ਇਸ ਸ਼ਬਦ ਵਿਚ ਪ੍ਰਯੋਗ ਕੀਤਾ **ਅਵਜਾਨੰਤਿ** ਸ਼ਬਦ ਭਗਵਤ ਗੀਤਾ ਵਿਚ ਵੀ ਮਿਲਦਾ ਹੈ - **ਅਵਜਾਨੰਤਿ ਮਾਮ੍ ਮੂਢਾਹ੍** - ਸਿਰਫ ਮੂਰਖ ਅਤੇ ਦੁਸ਼ਟ ਭਗਵਾਨ ਕ੍ਰਿਸ਼ਨ ਦਾ ਮਜ਼ਾਕ ਉਡਾਉਂਦੇ ਹਨ। ਅਜਿਹੇ ਮੂਰਖ ਭਗਵਤ ਭਗਤੀ ਦੀ ਰੁਚੀ ਨਾ ਹੋਣ ਤੇ ਵੀ ਭਗਵਤ ਗੀਤਾ ਦੀ ਵਿਆਖਿਆ ਕਰ ਬੈਠਦੇ ਹਨ। ਸਿੱਟੇ ਵਜੋਂ ਉਹ ਭਗਤੀ ਅਤੇ 'ਵਰਸ਼ਿਪ' ਪੂਜਨ ਸ਼ਬਦਾਂ ਦੇ ਫਰਕ ਨੂੰ ਨਹੀਂ ਸਮਝ ਸਕਦੇ।

ਭਗਤੀ ਯੋਗ ਸਾਰੇ ਯੋਗਾਂ ਦਾ ਸਾਰ ਹੈ। ਹੋਰ ਯੋਗ ਤਾਂ ਭਗਤੀ ਯੋਗ ਵਿਚ ਭਗਤੀ ਤਕ ਅਪੜਨ ਦੇ ਸਿਰਫ ਸਾਧਨ ਹਨ। ਯੋਗ ਦਾ ਅਸਲੀ ਅਰਥ ਭਗਤੀ ਯੋਗ ਹੈ - ਹੋਰ ਸਾਰੇ ਯੋਗ ਭਗਤੀ ਯੋਗ ਰੂਪੀ ਮੰਤਵ ਦੀ ਦਿਸ਼ਾ ਵੱਲ ਵੱਧਦੇ ਹਨ। ਕਰਮ ਯੋਗ ਤੋਂ ਲੈ ਕੇ ਭਗਤੀ ਯੋਗ ਤਕ ਦਾ ਲੰਮਾ ਰਸਤਾ ਆਤਮ-ਪ੍ਰਤੱਖੀਕਰਨ ਤਕ ਜਾਂਦਾ ਹੈ। ਨਿਸ਼ਕਾਮ ਕਰਮ ਯੋਗ ਇਸ ਰਸਤੇ ਦੀ ਸ਼ੁਰੂਆਤ ਹੈ ਜਦੋਂ ਕਰਮਯੋਗ ਵਿਚ ਗਿਆਨ ਅਤੇ ਵੈਰਾਗ ਦਾ ਵਾਧਾ ਹੁੰਦਾ ਹੈ ਤਾਂ ਇਹ ਅਵਸਥਾ ਗਿਆਨ ਯੋਗ ਕਹਾਉਂਦੀ ਹੈ। ਜਦੋਂ ਗਿਆਨ ਯੋਗ ਵਿਚ ਅਨੇਕਾਂ ਭੌਤਿਕ ਤਰੀਕਿਆਂ ਨਾਲ ਪਰਮਾਤਮਾ ਦੇ ਧਿਆਨ ਵਿਚ ਵਾਧਾ ਹੁੰਦਾ ਹੈ ਅਤੇ ਮਨ ਉਨ੍ਹਾਂ ਤੇ ਲਗਿਆ ਰਹਿੰਦਾ ਹੈ ਤਾਂ ਇਸ

ਨੂੰ ਅਸ਼ਟਾਂਗ ਯੋਗ ਕਹਿੰਦੇ ਹਨ। ਇਸ ਅਸ਼ਟਾਂਗ ਯੋਗ ਤੋਂ ਬਾਅਦ, ਜਦੋਂ ਮਨੁੱਖ ਸ੍ਰੀ ਭਗਵਾਨ ਕ੍ਰਿਸ਼ਨ ਦੇ ਨਜ਼ਦੀਕ ਪਹੁੰਚਦਾ ਹੈ ਤਾਂ ਇਹ ਭਗਤੀ ਯੋਗ ਕਹਾਉਂਦਾ ਹੈ। ਅਸਲੀਅਤ ਵਿਚ ਭਗਤੀ ਯੋਗ ਹੀ ਉਚੇਰਾ ਮੰਤਵ ਹੈ, ਪਰ ਭਗਤੀ ਯੋਗ ਦਾ ਸੂਖਮ ਵਿਸ਼ਲੇਸ਼ਣ ਕਰਨ ਲਈ ਹੋਰਨਾਂ ਯੋਗਾਂ ਨੂੰ ਸਮਝਣਾ ਹੁੰਦਾ ਹੈ। ਇਸ ਲਈ ਜਿਹੜਾ ਯੋਗੀ ਪ੍ਰਗਤੀਸ਼ੀਲ ਹੁੰਦਾ ਹੈ ਉਹ ਟਿਕਾਓ ਕਲਿਆਣ ਲਈ ਸਹੀ ਰਸਤੇ ਤੇ ਰਹਿੰਦਾ ਹੈ। ਜਿਹੜਾ ਕਿਸੇ ਇੱਕ ਬਿੰਦੂ ਤੇ ਪੱਕਾ ਰਹਿੰਦਾ ਹੈ ਅਤੇ ਅੱਗੇ ਤਰੱਕੀ ਨਹੀਂ ਕਰਦਾ ਉਹ ਕਰਮ ਯੋਗੀ, ਗਿਆਨ ਯੋਗੀ, ਧਿਆਨ ਯੋਗੀ, ਰਾਜ ਯੋਗੀ, ਹਠਯੋਗੀ ਆਦਿ ਨਾਵਾਂ ਨਾਲ ਬੁਲਾਇਆ ਜਾਂਦਾ ਹੈ। ਜੇਕਰ ਕੋਈ ਇੰਨਾ ਕਿਸਮਤ ਵਾਲਾ ਹੋਵੇ ਕਿ ਭਗਤੀ ਯੋਗ ਨੂੰ ਪਾ ਸਕੇ ਤਾਂ ਇਹ ਸਮਝਣਾ ਚਾਹੀਦਾ ਹੈ ਕਿ ਉਸਨੇ ਸਾਰੇ ਯੋਗਾਂ ਨੂੰ ਪਾਰ ਕਰ ਲਿਆ ਹੈ। ਇਸ ਲਈ ਕ੍ਰਿਸ਼ਨ ਭਾਵਨਾ ਭਾਵਿਤ ਹੋਣਾ ਯੋਗ ਦੀ ਸਭ ਤੋਂ ਉਚੀ ਅਵਸਥਾ ਹੈ , ਠੀਕ ਉਸੇ ਤਰ੍ਹਾਂ ਜਿਵੇਂ ਕਿ ਅਸੀਂ ਇਹ ਕਹਿੰਦੇ ਹਾਂ ਕਿ ਸਾਰੇ ਸੰਸਾਰ ਦੇ ਪਹਾੜਾਂ ਵਿਚੋਂ ਹਿਮਾਲਾ ਸਭ ਤੋਂ ਉਚਾ ਹੈ। ਜਿਸਦੀ ਸਭ ਤੋਂ ਉਚੀ ਚੋਟੀ ਐਵਰੈਸਟ ਹੈ।

ਕੋਈ ਵਿਰਲਾ ਕਿਸਮਤ ਵਾਲਾ ਹੀ ਵੈਦਿਕ ਤਰੀਕੇ ਮੁਤਾਬਿਕ ਭਗਤੀ ਯੋਗ ਦੇ ਰਸਤੇ ਨੂੰ ਸਵੀਕਾਰ ਕਰਕੇ ਕ੍ਰਿਸ਼ਨ ਭਾਵਨਾ ਭਾਵਿਤ ਹੁੰਦਾ ਹੈ। ਆਦਰਸ਼ ਯੋਗੀ ਸ਼ਾਮ ਸੁੰਦਰ ਕ੍ਰਿਸ਼ਨ ਤੇ ਆਪਣਾ ਧਿਆਨ ਇਕਾਗਰ ਕਰਦਾ ਹੈ ਜਿਹੜੇ ਬੱਦਲ ਵਾਂਗ ਸੁੰਦਰ ਰੰਗ ਵਾਲੇ ਹਨ; ਜਿਨ੍ਹਾਂ ਦਾ ਕਮਲ ਵਰਗਾ ਚਿਹਰਾ ਸੂਰਜ ਵਾਂਗ ਤੇਜਵਾਨ ਹੈ , ਜਿਨ੍ਹਾਂ ਦੇ ਕਪੜੇ ਰਤਨਾਂ ਨਾਲ ਚਮਕਦੇ ਹਨ ਅਤੇ ਜਿਨ੍ਹਾਂ ਦਾ ਸ਼ਰੀਰ ਫੁੱਲਾਂ ਦੀ ਮਾਲਾ ਨਾਲ ਸੱਜਿਆ ਹੈ। ਉਨ੍ਹਾਂ ਦੇ ਅੰਗਾਂ ਦੀ ਚਮਕ ਹੀ ਬ੍ਰਹਮਜੋਤ ਕਹਾਉਂਦੀ ਹੈ। ਉਹ ਰਾਮ, ਨਰ ਸਿੰਘ, ਵਰਾਹ ਅਤੇ ਸ੍ਰੀ ਭਗਵਾਨ ਕ੍ਰਿਸ਼ਨ ਵਰਗੇ ਵੱਖੋ-ਵੱਖਰੇ ਰੂਪਾਂ ਵਿਚ ਅਵਤਾਰ ਧਾਰਦੇ ਹਨ। ਉਹ ਸਧਾਰਨ ਮਨੁੱਖ ਵਾਂਗ ਮਾਂ ਜਸੋਦਾ ਦੇ ਪੁੱਤਰ ਰੂਪ ਵਿਚ ਜਨਮ ਧਾਰਦੇ ਹਨ ਅਤੇ ਕ੍ਰਿਸ਼ਨ , ਗੋਵਿੰਦ ਅਤੇ ਵਾਸੁਦੇਵ ਦੇ ਨਾਂ ਨਾਲ ਜਾਣੇ ਜਾਂਦੇ ਹਨ। ਉਹ ਪੂਰਨ ਬਾਲਕ, ਪੂਰਨ ਪਤੀ, ਪੂਰਨ ਮਿੱਤਰ, ਪੂਰਨ ਸਵਾਮੀ ਹਨ ਅਤੇ ਉਹ ਸਾਰੇ ਐਸ਼ਵਰਿਆਂ ਅਤੇ ਅਲੌਕਿਕ ਗੁਣਾਂ ਨਾਲ ਭਰਪੂਰ ਹਨ। ਜਿਹੜਾ ਸ੍ਰੀਭਗਵਾਨ ਦੇ ਇਨ੍ਹਾਂ ਗੁਣਾਂ ਪੂਰੀ ਤਰ੍ਹਾਂ ਜਾਣੂ ਰਹਿੰਦਾ ਹੈ ਉਹ ਸਭ ਤੋਂ ਉਚਾ ਯੋਗੀ ਕਹਾਉਂਦਾ ਹੈ।

ਯੋਗ ਦੀ ਇਹ ਸਭ ਤੋਂ ਉਚੇਰੀ ਅਵਸਥਾ ਸਿਰਫ ਭਗਤੀ ਯੋਗ ਨਾਲ ਹੀ ਪ੍ਰਾਪਤ ਕੀਤੀ ਜਾ ਸਕਦੀ ਹੈ ਜਿਸਦੀ ਪੁਸ਼ਟੀ ਵੈਦਿਕ ਸਾਹਿਤ ਤੋਂ ਹੁੰਦੀ ਹੈ :-

ਯਸ੍ਯ ਦੇਵੇ ਪਰਾ ਭਕ੍ਤਿਰ੍ ਯਥਾ ਦੇਵੇ ਤਥਾ ਗੁਰੌ ।
ਤਸ੍ਯੈਤੇ ਕਥਿਤਾ ਹਿ ਅਰ੍ਥਾਹ ਪ੍ਰਕਾਸ਼ੰਤੇ ਮਹਾਤ੍ਮਨਹ੍ ॥

(ਸ਼੍ਵੇਤਾਸ਼੍ਵਤਰ ਉਪਨਿਸ਼ਦ 6-23)

"ਜਿਨ੍ਹਾਂ ਮਹਾਤਮਾਵਾਂ ਦੇ ਹਿਰਦੇ ਵਿਚ ਸ੍ਰੀ ਭਗਵਾਨ ਅਤੇ ਗੁਰੂ ਵਿਚ ਪਰਮ ਸ਼ਰਧਾ ਹੁੰਦੀ ਹੈ ਉਨ੍ਹਾਂ ਵਿਚ ਵੈਦਿਕ ਗਿਆਨ ਦਾ ਸੰਪੂਰਨ ਭਾਵ ਆਪਣੇ ਆਪ ਹੀ ਪ੍ਰਕਾਸ਼ਿਤ ਹੋ ਜਾਂਦਾ ਹੈ।"

ਭਕਤਿਰ ਅਸਯ ਭਜਨਮ੍ ਤਦ੍ ਇਹਾਮੁਤ੍ਰੋਪਾਧਿ-ਨੈਰਾਸ੍ਯੇਨਾਮੁਸ਼ਮਿਨ
ਮਨਹ੍-ਕਲਪਨਮ੍ ਏਤਦ ਏਵ ਨੈਸ਼੍ਕਰਮ੍ਯਮ

ਭਗਤੀ ਦਾ ਅਰਥ ਹੈ ਭਗਵਾਨ ਦੀ ਪ੍ਰੇਮ-ਮਈ ਸੇਵਾ, ਜਿਹੜੀ ਇਸ ਜੀਵਨ ਵਿਚ ਜਾਂ ਅਗਲੇ ਜੀਵਨ ਵਿਚ ਭੌਤਿਕ ਲਾਭ ਦੀ ਇੱਛਾ ਤੋਂ ਰਹਿਤ ਹੁੰਦੀ ਹੈ। ਅਜਿਹੀ ਭਾਵਨਾ ਤੋਂ ਮੁਕਤ ਹੋ ਕੇ ਮਨੁੱਖ ਨੂੰ ਆਪਣਾ ਮਨ ਪਰਮੇਸ਼ਵਰ ਵਿਚ ਲਗਾਉਣਾ ਚਾਹੀਦਾ ਹੈ। ਨੈਸ਼੍ਕਰ੍ਮ੍ਯਮ੍ ਦਾ ਇਹੋ ਮੰਤਵ ਹੈ (ਗੋਪਾਲ ਤਾਪਨੀ ਉਪਨਿਸ਼ਦ 1-5)

ਇਹ ਸਾਰੇ ਕੁਝ ਅਜਿਹੇ ਸਾਧਨ ਹਨ ਜਿਨ੍ਹਾਂ ਨਾਲ ਯੋਗ ਦੀ ਪਰਮ ਸਿੱਧ ਅਵਸਥਾ ਭਗਤੀ ਜਾਂ ਕ੍ਰਿਸ਼ਨ ਭਾਵਨਾ ਅੰਮ੍ਰਿਤ ਨੂੰ ਸੰਪੰਨ ਕੀਤਾ ਜਾ ਸਕਦਾ ਹੈ।

ਇਸ ਤਰ੍ਹਾਂ ਸ਼੍ਰੀਮਦ ਭਗਵਤ ਗੀਤਾ ਦੇ ਛੇਵੇਂ ਅਧਿਆਇ ਧਿਆਨ ਯੋਗ' ਦਾ ਭਕਤੀਵੇਦਾਂਤ ਭਾਵ-ਅਰਥ ਪੂਰਨ ਹੋਇਆ।

ਅਧਿਆਇ ਸੱਤਵਾਂ

ਭਗਵਤ ਗਿਆਨ

श्रीभगवानुवाच

मय्यासक्तमनाः पार्थ योगं युञ्जन्मदाश्रयः ।
असंशयं समग्रं मां यथा ज्ञास्यसि तच्छृणु ॥ १ ॥

ਸ਼੍ਰੀ ਭਗਵਾਨ ਓਵਾਚ

ਮਯ੍ ਆਸਕ੍ਤ-ਮਨਾਹ੍ ਪਾਰ੍ਥ ਯੋਗਮ੍ ਯੁੰਜਨ੍ ਮਦਆਸ਼੍ਰਯਹ ।
ਅਸੰਸ਼ਯਮ੍ ਸਮਗ੍ਰਮ੍ ਮਾਮ੍ ਯਥਾ ਗਯਾਸ੍ਯਸਿ ਤਚ ਛ੍ਰਿਣੂ ॥ 1 ॥

ਸ਼੍ਰੀ ਭਗਵਾਨ ਓਵਾਚ-ਸ਼੍ਰੀ ਭਗਵਾਨ ਨੇ ਕਿਹਾ ; ਮਯਿ-ਮੇਰੇ ਵਿਚ ; ਆਸਕ੍ਤ-ਮਨਾਹ੍- ਜੁੜੇ ਮਨ ਵਾਲਾ ; ਪਾਰ੍ਥ-ਹੇ ਪ੍ਰਿਥਾ ਪੁੱਤਰ ; ਯੋਗਮ੍-ਆਤਮ-ਪ੍ਰਤੱਖੀਕਰਨ ; ਯੁੰਜਨ੍-ਅਭਿਆਸ ਕਰਦੇ ਹੋਏ ; ਮਤ੍ਆਸ਼੍ਰਯਹ- ਮੇਰੀ ਚੇਤਨਾ (ਕ੍ਰਿਸ਼ਨ ਚੇਤਨਾ) ਵਿਚ ; ਅਸੰਸ਼ਯਮ੍-ਬਿਨ੍ਹਾਂ ਸ਼ੰਕਾ ਤੋਂ ; ਸਮਗ੍ਰਮ੍-ਪੂਰੀ ਤਰ੍ਹਾਂ ; ਮਾਮ੍-ਮੈਨੂੰ ; ਯਥਾ - ਜਿਵੇਂ ; ਗ੍ਯਾਸ੍ਯਸਿ-ਜਾਣ ਸਕਦੇ ਹੋ ; ਤਤ੍-ਉਹ ; ਸ਼੍ਰਣੁ-ਸੁਣੋ ।

ਅਨੁਵਾਦ

ਸ਼੍ਰੀ ਭਗਵਾਨ ਨੇ ਕਿਹਾ - ਹੇ ਪ੍ਰਿਥਾ ਪੁੱਤਰ! ਹੁਣ ਸੁਣੋ ਕਿ ਤੁਸੀਂ ਕਿੰਝ ਮੇਰੇ 'ਚ ਚਿੱਤ ਲਗਾ ਕੇ ਅਤੇ ਮਨ ਨੂੰ ਮੇਰੇ ਵਿਚ ਜੋੜ ਕੇ ਯੋਗ ਅਭਿਆਸ ਕਰਦੇ ਹੋਏ, ਮੈਨੂੰ ਪੂਰੀ ਤਰ੍ਹਾਂ ਸ਼ੰਕਾ ਰਹਿਤ ਜਾਣ ਸਕਦੇ ਹੋ ।

ਭਾਵ

ਭਗਵਤ ਗੀਤਾ ਦੇ ਇਸ ਸੱਤਵੇਂ ਅਧਿਆਇ ਵਿਚ ਕ੍ਰਿਸ਼ਨ ਭਾਵਨਾ ਅੰਮ੍ਰਿਤ ਦੀ ਪ੍ਰਕ੍ਰਿਤੀ ਦਾ ਵਿਸਥਾਰ ਨਾਲ ਵਰਨਣ ਹੋਇਆ ਹੈ । ਕ੍ਰਿਸ਼ਨ ਸਾਰੇ ਐਸ਼ਵਰਿਆਂ ਤੋਂ ਪੂਰਨ ਹਨ ਅਤੇ ਉਹ ਇਨ੍ਹਾਂ ਨੂੰ ਕਿੰਝ ਪ੍ਰਗਟ ਕਰਦੇ ਹਨ, ਉਸ ਦਾ ਵਰਨਣ ਇਸ ਵਿਚ ਹੋਇਆ ਹੈ । ਇਸ ਤੋਂ ਇਲਾਵਾ

ਇਸ ਅਧਿਆਇ ਵਿਚ ਇਸਦਾ ਵੀ ਵਰਣਨ ਹੈ ਕਿ ਚਾਰ ਤਰ੍ਹਾਂ ਦੇ ਮੰਦ-ਭਾਗੇ ਮਨੁੱਖ ਕ੍ਰਿਸ਼ਨ ਦੀ ਸ਼ਰਨ ਵਿਚ ਕਦੀ ਨਹੀਂ ਆਉਂਦੇ ।

ਪਹਿਲੇ ਛੇ ਅਧਿਆਇਆਂ ਵਿਚ ਜੀਵ-ਆਤਮਾ ਦਾ ਦਿੱਵ ਚੇਤਨਾ ਵਾਲੀ ਆਤਮਾ ਦੇ ਰੂਪ ਵਿਚ ਵਰਣਨ ਕੀਤਾ ਗਿਆ ਹੈ, ਜਿਹੜਾ ਵੱਖੋ-ਵੱਖਰੇ ਯੋਗਾਂ ਰਾਹੀਂ ਆਤਮ ਪ੍ਰਤੱਖੀਕਰਨ ਨੂੰ ਪ੍ਰਾਪਤ ਹੋ ਸਕਦਾ ਹੈ । ਛੇਵੇਂ ਅਧਿਆਇ ਦੇ ਅਖੀਰ ਵਿਚ ਇਹ ਸਪਸ਼ਟ ਕਿਹਾ ਗਿਆ ਹੈ ਕਿ ਮਨ ਨੂੰ ਕ੍ਰਿਸ਼ਨ ਤੇ ਇਕਾਗਰ ਕਰਨਾ ਜਾਂ ਦੂਜੇ ਸ਼ਬਦਾਂ ਵਿਚ ਕ੍ਰਿਸ਼ਨ ਭਾਵਨਾ ਅੰਮ੍ਰਿਤ ਹੀ ਸਭ ਤੋਂ ਉਚਾ ਯੋਗ ਹੈ । ਮਨ ਨੂੰ ਕ੍ਰਿਸ਼ਨ ਤੇ ਇਕਾਗਰ ਕਰਨ ਨਾਲ ਹੀ ਮਨੁੱਖ ਪਰਮ ਸਤਿ ਦੀ ਪੂਰਨਤਾ ਜਾਣ ਸਕਦਾ ਹੈ, ਇਸ ਤੋਂ ਬਗੈਰ ਨਹੀਂ । ਨਿਰਵਿਸ਼ੇਸ਼ ਬ੍ਰਹਮਜੋਤ ਜਾਂ ਅੰਤਰਜਾਮੀ ਪਰਮਾਤਮਾ ਦਾ ਅਨੁਭਵ ਪਰਮ ਸਤਿ ਦਾ ਪੂਰਨ ਗਿਆਨ ਨਹੀਂ ਹੈ, ਕਿਉਂਕਿ ਇਹ ਅੰਸ਼ਿਕ ਹੁੰਦਾ ਹੈ, ਕ੍ਰਿਸ਼ਨ ਹੀ ਪੂਰਨ ਅਤੇ ਵਿਗਿਆਨਕ ਗਿਆਨ ਹਨ ਅਤੇ ਕ੍ਰਿਸ਼ਨ ਭਾਵਨਾਮ੍ਰਿਤ ਵਿਚ ਹੀ ਮਨੁੱਖ ਨੂੰ ਸਾਰਾ ਅਨੁਭਵ ਹੁੰਦਾ ਹੈ । ਪੂਰੀ ਤਰ੍ਹਾਂ ਕ੍ਰਿਸ਼ਨ ਭਾਵਨਾਮ੍ਰਿਤ ਹੋਣ ਤੇ ਮਨੁੱਖ ਸਮਝ ਸਕਦਾ ਹੈ ਕਿ ਕ੍ਰਿਸ਼ਨ ਨਿਸ਼ਚੈ ਹੀ ਪਰਮ ਗਿਆਨੀ ਹਨ । ਵੱਖੋ-ਵੱਖਰੇ ਯੋਗ ਤਾਂ ਕ੍ਰਿਸ਼ਨ ਭਾਵਨਾ ਅੰਮ੍ਰਿਤ ਦੇ ਰਿਸ਼ਤੇ ਦੀਆਂ ਪੌੜੀਆਂ ਵਾਂਗ ਹਨ । ਜਿਹੜਾ ਮਨੁੱਖ ਕ੍ਰਿਸ਼ਨ ਭਾਵਨਾ ਅੰਮ੍ਰਿਤ ਗ੍ਰਹਿਣ ਕਰਦਾ ਹੈ, ਉਹ ਆਪ ਬ੍ਰਹਮ ਜੋਤ ਅਤੇ ਪਰਮਾਤਮਾ ਬਾਰੇ ਪੂਰੀ ਤਰ੍ਹਾਂ ਜਾਣ ਲੈਂਦਾ ਹੈ । ਕ੍ਰਿਸ਼ਨ ਭਾਵਨਾ ਅੰਮ੍ਰਿਤ ਯੋਗ ਦਾ ਅਭਿਆਸ ਕਰਕੇ ਮਨੁੱਖ ਸਾਰੀਆਂ ਚੀਜ਼ਾਂ ਨੂੰ ਜਿਵੇਂ - ਪਰਮ ਸਤਿ, ਜੀਵ ਆਤਮਾਵਾਂ, ਪ੍ਰਕ੍ਰਿਤੀ ਅਤੇ ਸਾਜੋ-ਸਮੱਗਰੀ ਸਮੇਤ ਉਨ੍ਹਾਂ ਦੇ ਪ੍ਰਗਟ ਹੋਣ ਨੂੰ ਪੂਰੀ ਤਰ੍ਹਾਂ ਜਾਣ ਸਕਦਾ ਹੈ। ਇਸ ਲਈ ਮਨੁੱਖ ਨੂੰ ਚਾਹੀਦਾ ਹੈ ਕਿ ਛੇਵੇਂ ਅਧਿਆਇ ਦੇ ਅੰਤਿਮ ਸ਼ਲੋਕ ਮੁਤਾਬਿਕ ਯੋਗ ਦਾ ਅਭਿਆਸ ਕਰੇ । ਪਰਮੇਸ਼ਵਰ ਕ੍ਰਿਸ਼ਨ ਤੇ ਧਿਆਨ ਦੀ ਇਕਾਗਰਤਾ ਨੂੰ ਨੌਂ ਤਰ੍ਹਾਂ ਦੀ ਭਗਤੀ ਰਾਹੀਂ ਸੰਭਵ ਬਣਾਇਆ ਜਾ ਸਕਦਾ ਹੈ । ਇਸ ਲਈ ਭਗਵਾਨ ਅਰਜੁਨ ਨੂੰ ਕਹਿੰਦੇ ਹਨ - **ਤਚ੍ਛ੍ਰਿਣੁ** - ਭਾਵ ਮੇਰੇ ਤੋਂ ਸੁਣੋ । ਕ੍ਰਿਸ਼ਨ ਤੋਂ ਵੱਧਕੇ ਕੋਈ ਸਬੂਤ ਨਹੀਂ, ਇਸ ਲਈ ਉਨ੍ਹਾਂ ਤੋਂ ਸੁਣਨ ਦਾ ਜਿਸਨੂੰ ਸੁਭਾਗ ਪ੍ਰਾਪਤ ਹੁੰਦਾ ਹੈ, ਉਹ ਪੂਰੀ ਤਰ੍ਹਾਂ ਕ੍ਰਿਸ਼ਨ ਭਾਵਨਾ ਭਾਵਿਤ ਹੋ ਜਾਂਦਾ ਹੈ । ਇਸ ਲਈ ਮਨੁੱਖ ਨੂੰ ਜਾਂ ਤਾਂ ਪ੍ਰਤੱਖ ਕ੍ਰਿਸ਼ਨ ਨਾਲ ਜਾਂ ਕ੍ਰਿਸ਼ਨ ਦੇ ਸ਼ੁੱਧ ਭਗਤ ਤੋਂ ਸਿੱਖਣਾ ਚਾਹੀਦਾ ਹੈ, ਨਾ ਕਿ ਆਪਣੀ ਸਿੱਖਿਆ ਦਾ ਹੰਕਾਰ ਕਰਨ ਵਾਲੇ ਗੈਰ ਭਗਤ ਤੋਂ ।

ਪਰਮਸਤਿ ਸ਼੍ਰੀ ਭਗਵਾਨ ਕ੍ਰਿਸ਼ਨ ਨੂੰ ਜਾਣਨ ਦੇ ਤਰੀਕੇ ਦਾ ਵਰਣਨ ਸ਼੍ਰੀਮਦ ਭਾਗਵਤਮ ਦੇ ਪਹਿਲੇ ਸਕੰਧ ਦੇ ਦੂਜੇ ਅਧਿਆਇ ਵਿਚ ਇੰਞ ਹੋਇਆ ਹੈ :-

ਸ਼੍ਰਿਣ੍ਵਤਾਨ ਸਵ-ਕਥਾਹ੍ ਕ੍ਰਿਸ਼ਣਹ੍ ਪੁਣ੍ਯ-ਸ਼੍ਰਵਣ-ਕੀਰਤਨਹ੍ ।
ਹ੍ਰਿਦਿ ਅੰਤਹ੍-ਸਥੋ ਹਿ ਅਭਦ੍ਰਾਣਿ ਵਿਧੁਨੋਤਿ ਸੁਹ੍ਰਿਤ੍ ਸਤਾਮ ॥
ਨਸ਼ਟ ਪ੍ਰਾਯੇਸ਼੍ਵ ਅਭਦ੍ਰੇਸ਼ੁ ਨਿਤ੍ਯਮ ਭਾਗਵਤ ਸੇਵਯਾ ।
ਭਗਵਤਿ ਉੱਤਮ-ਸ਼ਲੋਕੇ ਭਕਤਿਰ ਭਵਤਿ ਨੈਸ਼ਠਿਕੀ ॥
ਤਦਾ ਰਜਸ ਤਮੋ ਭਾਵਾਹ ਕਾਮ-ਲੋਭਾਦਯਸ਼ ਚ ਯੇ ।

ਚੇਤ ਏਤੈਰ੍ ਅਨਾਵਿਦਧਮ ਸਥਿਤਮ ਸੱਤਵੇ ਪ੍ਰਸੀਦਤਿ ॥
ਏਵਮ੍ ਪ੍ਰਸੰਨ ਮਨਸੋ ਭਗਵਦ੍ ਭਕ੍ਤਿ-ਯੋਗਤਹ੍ ।
ਭਗਵਤ੍-ਤਤਵ-ਵਿਗਿਆਨਮ ਮੁਕਤ ਸੰਗਸਯ ਜਾਯਤੇ ॥
ਭਿਦ੍ਯਤੇ ਹ੍ਰਿਦਯ-ਗ੍ਰੰਥਿਸ਼ ਛਿਦ੍ਯੰਤੇ ਸਰ੍ਵ-ਸੰਸ਼ਯਾਹ ।
ਕ੍ਸ਼ੀਯੰਤੇ ਚਾਸਯ ਕਰ੍ਮਾਣਿ ਦ੍ਰਿਸ਼ਟ ਏਵਾਤਮਨੀਸ਼ਵਰੇ ॥

(ਭਾਗਵਤਮ 1.2.17-21)

"ਵੈਦਿਕ ਸਾਹਿਤ ਤੋਂ ਸ਼੍ਰੀ ਕ੍ਰਿਸ਼ਨ ਬਾਰੇ ਸੁਣਨਾ ਜਾਂ ਭਗਵਤ ਗੀਤਾ ਰਾਹੀਂ ਪ੍ਰਤੱਖ ਸੁਣਨਾ ਆਪਣੇ ਆਪ ਵਿਚ ਪੁੰਨ ਕਰਮ ਹਨ ਅਤੇ ਜਿਹੜਾ ਹਰ ਹਿਰਦੇ ਵਿਚ ਨਿਵਾਸ ਕਰਨ ਵਾਲੇ ਭਗਵਾਨ ਕ੍ਰਿਸ਼ਨ ਦੇ ਬਾਰੇ ਸੁਣਦਾ ਹੈ, ਉਸ ਲਈ ਉਹ ਸ਼ੁੱਭ ਇਛਾਵਾਂ ਵਾਲੇ ਦੋਸਤ ਵਾਂਗ ਕਾਰਜ ਕਰਦੇ ਹਨ ਅਤੇ ਜਿਹੜਾ ਭਗਤ ਲਗਾਤਾਰ ਉਨ੍ਹਾਂ ਦਾ ਸ਼ਰਵਣ ਕਰਦਾ ਹੈ, ਉਸ ਨੂੰ ਉਹ ਸ਼ੁੱਧ ਕਰ ਦਿੰਦੇ ਹਨ। ਇੰਝ ਭਗਤ ਆਪਣੇ ਸੁੱਤੇ ਅਲੌਕਿਕ ਗਿਆਨ ਨੂੰ ਫਿਰ ਜਾਗ੍ਰਿਤ ਕਰ ਲੈਂਦਾ ਹੈ। ਜਿਵੇਂ-ਜਿਵੇਂ ਉਹ ਭਾਗਵਤਮ ਅਤੇ ਭਗਤਾਂ ਤੋਂ ਕ੍ਰਿਸ਼ਨ ਦੇ ਵਿਸ਼ੇ ਵਿਚ ਜ਼ਿਆਦਾ ਤੋਂ ਜ਼ਿਆਦਾ ਸੁਣਦਾ ਹੈ, ਉਵੇਂ-ਉਵੇਂ ਉਹ ਭਗਵਾਨ ਦੀ ਭਗਤੀ ਵਿਚ ਸਥਿਰ ਹੁੰਦਾ ਜਾਂਦਾ ਹੈ। ਭਗਤੀ ਦੇ ਵਿਕਸਿਤ ਹੋਣ ਤੇ ਉਹ ਰਜੋ ਅਤੇ ਤਮੋ ਗੁਣਾਂ ਤੋਂ ਮੁਕਤ ਹੋ ਜਾਂਦਾ ਹੈ ਅਤੇ ਇੰਝ ਭੌਤਿਕ ਕਾਮ ਅਤੇ ਲੋਭ ਘੱਟ ਹੋ ਜਾਂਦੇ ਹਨ। ਜਦੋਂ ਇਹ ਪਾਪ ਦੂਰ ਹੋ ਜਾਂਦੇ ਹਨ ਤਾਂ ਭਗਤ ਸਤੋ ਗੁਣ ਵਿਚ ਸਥਿਰ ਹੋ ਜਾਂਦਾ ਹੈ, ਭਗਤੀ ਰਾਹੀਂ ਪ੍ਰੇਰਨਾ ਹਾਸਲ ਕਰਦਾ ਹੈ ਅਤੇ ਭਗਵਤ ਤੱਤ ਨੂੰ ਚੰਗੀ ਤਰ੍ਹਾਂ ਜਾਣ ਲੈਂਦਾ ਹੈ। ਭਗਤੀ ਯੋਗ ਭੌਤਿਕ ਮੋਹ ਦੀ ਕਠਿਨ ਗੁੰਥੀ ਨੂੰ ਤੋੜਦਾ ਹੈ ਅਤੇ ਭਗਤ ਨੂੰ **ਅਸੰਸ਼ਯਮ੍ ਸਮਗ੍ਰਮ੍** ਭਾਵ ਪਰਮਸਤਿ ਸ਼੍ਰੀ ਭਗਵਾਨ ਨੂੰ ਸਮਝਣ ਦੀ ਅਵਸਥਾ ਨੂੰ ਪ੍ਰਾਪਤ ਕਰ ਲੈਂਦਾ ਹੈ।"

(ਭਾਗਵਤਮ੍ 1-217-21)

ਇਸ ਲਈ ਸ਼੍ਰੀ ਕ੍ਰਿਸ਼ਨ ਤੋਂ ਜਾਂ ਕ੍ਰਿਸ਼ਨ ਭਾਵਨਾ ਭਾਵਿਤ ਭਗਤਾਂ ਦੇ ਮੁੱਖੋਂ ਸੁਣਕੇ ਹੀ ਕ੍ਰਿਸ਼ਨ ਤੱਤ ਨੂੰ ਜਾਣਿਆ ਜਾ ਸਕਦਾ ਹੈ।

ज्ञानं तेऽहं सविज्ञानमिदं वक्ष्याम्यशेषतः ।
यज्ज्ञात्वा नेह भूयोऽन्यज्ज्ञातव्यमवशिष्यते ॥ २ ॥

ਗ੍ਯਾਨਮ ਤੇ'ਹਮ ਸ-ਵਿਗ੍ਯਾਨਮ ਇਦਮ ਵਕ੍ਸ਼੍ਯਾਮਿ ਅਸ਼ੇਸ਼ਤਹ੍ ।
ਯਜ ਗ੍ਯਾਤਵਾ ਨੇਹ ਭੂਯੋ'ਨਯਜ ਗ੍ਯਾਤਵ੍ਯਮ ਅਵਸ਼ਿਸ਼੍ਯਤੇ ॥2॥

ਗ੍ਯਾਨਮ੍-ਪ੍ਰਤੱਖ ਗਿਆਨ ; **ਤੇ**-ਤੁਹਾਡੇ ਤੋਂ ; **ਅਹਮ੍** - ਮੈਂ ; **ਸ**-ਨਾਲ ; **ਵਿਗ੍ਯਾਨਮ੍** - ਅਲੌਕਿਕ ਗਿਆਨ ; **ਇਦਮ੍**-ਇਹ ; **ਵਕ੍ਸ਼੍ਯਾਮਿ**-ਕਹਾਂਗਾ ; **ਅਸ਼ੇਸ਼ਤਹ੍**-ਪੂਰੀ ਤਰ੍ਹਾਂ ; **ਯਤ੍**-ਜਿਸਨੂੰ ; **ਗ੍ਯਾਤ੍ਵਾ**-ਜਾਣਕੇ ; **ਨ**-ਨਹੀਂ ; **ਇਹ**-ਇਸ ਸੰਸਾਰ ਵਿਚ ; **ਭੂਯਹ੍**- ਅਗੇ ; **ਅੰਯਤ੍**-ਹੋਰ ਕੁਝ ; **ਗ੍ਯਾਤਵ੍ਯਮ੍**-ਜਾਣਨ ਯੋਗ ; **ਅਵਸ਼ਿਸ਼੍ਯਤੇ**-ਬਾਕੀ ਰਹਿੰਦਾ ਹੈ।

ਅਨੁਵਾਦ

ਹੁਣ ਮੈਂ ਤੈਨੂੰ ਪੂਰੀ ਤਰ੍ਹਾਂ ਨਾਲ ਵਿਵਹਾਰਕ ਅਤੇ ਅਲੌਕਿਕ ਗਿਆਨ ਕਹਾਂਗਾ। ਇਸ ਨੂੰ ਜਾਣ ਲੈਣ ਤੋਂ ਬਾਅਦ ਤੁਹਾਡੇ ਲਈ ਜਾਣਨ ਨੂੰ ਹੋਰ ਕੁਝ ਵੀ ਬਾਕੀ ਨਹੀਂ ਰਹੇਗਾ।

ਭਾਵ

ਪੂਰਨ ਗਿਆਨ ਵਿਚ ਪ੍ਰਤੱਖ ਸੰਸਾਰ, ਇਸਦੇ ਪਿੱਛੇ ਕੰਮ ਕਰਨ ਵਾਲਾ ਆਤਮਾ ਅਤੇ ਇਨ੍ਹਾਂ ਦੋਵਾਂ ਦੇ ਉਦਗਮ (ਉਤੱਪਤੀ ਸਥਾਨ) ਸ਼ਾਮਿਲ ਹਨ। ਇਹ ਅਲੌਕਿਕ ਗਿਆਨ ਹੈਭਗਵਾਨ ਉਪਰ ਦੱਸੀ ਗਿਆਨ ਪਧੱਤੀ ਦੱਸਣਾ ਚਾਹੁੰਦੇ ਹਨ, ਕਿਉਂਕਿ ਅਰਜੁਨ ਉਨ੍ਹਾਂ ਦਾ ਭਰੋਸੇਮੰਦ ਭਗਤ ਅਤੇ ਦੋਸਤ ਹੈ। ਚੌਥੇ ਅਧਿਆਇ ਦੇ ਸ਼ੁਰੂ ਵਿਚ ਇਸਦੀ ਵਿਆਖਿਆ ਭਗਵਾਨ ਕ੍ਰਿਸ਼ਨ ਨੇ ਕੀਤੀ ਅਤੇ ਉਸਦੀ ਪੁਸ਼ਟੀ ਇੱਥੇ ਹੋ ਰਹੀ ਹੈ। ਭਗਵਾਨ ਦੇ ਭਗਤ ਰਾਹੀਂ ਪੂਰਨ ਗਿਆਨ ਦਾ ਲਾਭ ਭਗਵਾਨ ਤੋਂ ਸ਼ੁਰੂ ਹੋਣ ਵਾਲੀ ਗੁਰੂ ਪਰੰਪਰਾ ਤੋਂ ਹੀ ਕੀਤਾ ਜਾ ਸਕਦਾ ਹੈ। ਇਸ ਲਈ ਮਨੁੱਖ ਨੂੰ ਏਨਾਂ ਬੁੱਧੀਮਾਨ ਤਾਂ ਹੋਣਾ ਹੀ ਚਾਹੀਦਾ ਹੈ ਕਿ ਉਹ ਸਾਰੇ ਗਿਆਨ ਦੇ ਸਰੋਤ ਨੂੰ ਜਾਣ ਸਕੇ, ਜਿਹੜਾ ਸਾਰੇ ਕਾਰਨਾਂ ਦਾ ਕਾਰਨ ਹੈ ਅਤੇ ਸਾਰੇ ਯੋਗਾਂ ਵਿਚ ਧਿਆਨ ਦਾ ਇੱਕੋ-ਇੱਕ ਟੀਚਾ ਹੈ। ਜਦੋਂ ਸਾਰੇ ਕਾਰਨਾਂ ਦੇ ਕਾਰਨ ਦਾ ਪਤਾ ਚਲ ਜਾਂਦਾ ਹੈ, ਤਾਂ ਸਾਰੀਆਂ ਜਾਣਨ ਯੋਗ ਚੀਜ਼ਾਂ ਸਮਝ ਆ ਜਾਂਦੀਆਂ ਹਨ ਅਤੇ ਕੁਝ ਜਾਣੇ ਬਿਨ੍ਹਾਂ ਨਹੀਂ ਰਹਿ ਜਾਂਦਾ। ਵੇਦਾਂ ਦਾ (ਮੁੰਡਕ ਉਪਨਿਸ਼ਦ 1-3) ਕਹਿਣਾ ਹੈ - **ਕਸ੍ਮਿਨ੍ ਭਗਵੋ ਵਿਗ੍ਯਾਤੇ ਸਰ੍ਵਮ੍ ਇਦਮ੍ ਵਿਗ੍ਯਾਤਮ੍ ਭਵਤਿ।**

मनुष्याणां सहस्त्रेषु कश्चिद्यतति सिद्धये ।
यततामपि सिद्धानां कश्चिन्मां वेत्ति तत्त्वतः ॥ ३ ॥

ਮਨੁਸ਼੍ਯਾਣਾਮ੍ ਸਹਸ੍ਰੇਸ਼ੁ ਕਸ਼੍ਚਿਦ੍ ਯਤਤਿ ਸਿਦ੍ਧਯੇ ।
ਯਤਤਾਮ ਅਪਿ ਸਿਦ੍ਧਾਨਾਮ੍ ਕਸ਼੍ਚਿਨ੍ ਮਾਮ੍ ਵੇਤਿ ਤੱਤਵਤਹ੍ ॥3॥

ਮਨੁਸ਼੍ਯਾਣਾਮ੍ - ਮਨੁੱਖਾਂ ਵਿੱਚੋਂ ; **ਸਹਸਰੇਸ਼ੁ** - ਹਜ਼ਾਰਾਂ ; **ਕਸ਼੍ਚਿਤ੍** - ਕੋਈ ਇੱਕ ; **ਯਤਤਿ** - ਯਤਨ ਕਰਦਾ ਹੈ ; **ਸਿਦ੍ਧਯੇ** - ਸਿੱਧੀ ਲਈ ; **ਯਤਤਾਮ੍** - ਇੰਝ ਯਤਨ ਕਰਨ ਵਾਲੇ ; **ਅਪਿ** - ਨਿਸ਼ਚੈ ਹੀ ; **ਸਿਦ੍ਧਾਨਾਮ੍** - ਸਿੱਧ ਲੋਕ ਵਿੱਚੋਂ ; **ਕਸ਼੍ਚਿਤ੍** - ਕੋਈ ਇੱਕ ; **ਮਾਮ੍** - ਮੈਨੂੰ ; **ਵੇਤ੍ਤਿ** - ਜਾਣਦਾ ਹੈ ; **ਤੱਤਵਤਹ੍** - ਅਸਲ ਵਿਚ।

ਅਨੁਵਾਦ

ਕਈ ਹਜ਼ਾਰ ਮਨੁੱਖਾਂ ਵਿੱਚੋਂ ਕੋਈ ਇੱਕ ਸਿੱਧੀ ਲਈ ਯਤਨਸ਼ੀਲ ਹੁੰਦਾ ਹੈ ਅਤੇ ਇੰਝ ਸਿੱਧੀ ਹਾਸਲ ਕਰਨ ਵਾਲਿਆਂ ਵਿੱਚੋਂ ਵਿਰਲਾ ਹੀ ਕੋਈ ਇੱਕ ਮੈਨੂੰ ਅਸਲ ਵਿਚ ਜਾਣ ਸਕਦਾ ਹੈ।

ਭਾਵ

ਮਨੁੱਖਾਂ ਦੀਆਂ ਵੱਖੋ-ਵੱਖਰੀਆਂ ਸ਼੍ਰੇਣੀਆਂ ਹਨ ਅਤੇ ਹਜ਼ਾਰਾਂ ਮਨੁੱਖਾਂ ਵਿੱਚੋਂ ਵਿਰਲਾ ਹੀ ਇਹ ਜਾਣਨ ਵਿਚ ਰੁਚੀ ਰਖਦਾ ਹੈ ਕਿ ਆਤਮਾ ਕੀ ਹੈ, ਸ਼ਰੀਰ ਕੀ ਹੈ ਅਤੇ ਪਰਮ-ਸਤਿ ਕੀ ਹੈ ? ਸਧਾਰਨ ਤੌਰ ਤੇ ਮਨੁੱਖ ਭੋਜਨ, ਨੀਂਦਰ, ਡਰ ਅਤੇ ਸੰਭੋਗ ਵਰਗੇ ਜਾਨਵਰਾਂ ਦੇ ਕੰਮਾਂ ਵਿਚ ਲਗਿਆ ਰਹਿੰਦਾ ਹੈ ਅਤੇ ਮੁਸ਼ਕਿਲ ਨਾਲ ਕੋਈ ਇੱਕ ਅਲੌਕਿਕ ਗਿਆਨ ਵਿਚ ਰੁਚੀ ਰਖਦਾ ਹੈ, ਗੀਤਾ ਦੇ ਪਹਿਲੇ ਛੇ ਅਧਿਆਇ ਉਨ੍ਹਾਂ ਲੋਕਾਂ ਲਈ ਹਨ, ਜਿਨ੍ਹਾਂ ਦੀ ਰੁਚੀ, ਅਲੌਕਿਕ ਗਿਆਨ ਵਿੱਚ, ਆਤਮਾ, ਪਰਮਾਤਮਾ ਅਤੇ ਗਿਆਨ-ਯੋਗ , ਧਿਆਨ- ਯੋਗ ਰਾਹੀਂ ਅਨੁਭਵ ਦੀਆਂ ਕਿਰਿਆਵਾਂ ਵਿਚ ਅਤੇ ਪਦਾਰਥ ਨਾਲੋਂ ਆਤਮਾ ਦੇ ਵੱਖਰੇਪਨ ਨੂੰ ਜਾਣਨ ਵਿਚ ਹੈ। ਪਰ ਕ੍ਰਿਸ਼ਨ ਨੂੰ ਤਾਂ ਸਿਰਫ ਉਹੀ ਮਨੁੱਖ ਜਾਣ ਸਕਦੇ ਹਨ ਜਿਹੜੇ ਕ੍ਰਿਸ਼ਨ ਭਾਵਨਾ ਭਾਵਿਤ ਹਨ। ਹੋਰ ਯੋਗੀ ਨਿਰਵਿਸ਼ੇਸ਼ ਬ੍ਰਹਮ ਦੀ ਅਨੁਭੂਤੀ ਹਾਸਲ ਕਰ ਸਕਦੇ ਹਨ, ਕਿਉਂਕਿ ਕ੍ਰਿਸ਼ਨ ਨੂੰ ਜਾਣਨ ਦੀ ਬਜਾਏ ਇਹ ਆਸਾਨ ਹੈ । ਕ੍ਰਿਸ਼ਨ ਪਰਮ ਪੁਰਖ ਹਨ, ਪਰ ਨਾਲ ਹੀ ਉਹ ਬ੍ਰਹਮ ਅਤੇ ਪਰਮਾਤਮਾ ਦੇ ਗਿਆਨ ਤੋਂ ਪਰ੍ਹੇ ਹਨ। ਯੋਗੀ ਅਤੇ ਗਿਆਨੀ ਲੋਕ ਕ੍ਰਿਸ਼ਨ ਨੂੰ ਨਾ ਸਮਝਣ ਦੀ ਕੋਸ਼ਿਸ਼ ਵਿਚ ਬੌਂਦਲ ਜਾਂਦੇ ਹਨ। ਭਾਵੇਂ ਵੱਡੇ ਨਿਰਵਿਸ਼ੇਸ਼ਵਾਦੀ (ਮਾਇਆਵਾਦੀ) ਸ਼ੰਕਰਾਚਾਰੀਆ ਨੇ ਆਪਣੇ ਗੀਤਾ-ਭਾਸ਼ਯ ਵਿਚ ਸਵੀਕਾਰ ਕੀਤਾ ਹੈ ਕਿ ਕ੍ਰਿਸ਼ਨ ਭਗਵਾਨ ਹਨ, ਪਰ ਉਨ੍ਹਾਂ ਦੇ ਅਨੁਆਈ ਇਸਨੂੰ ਸਵੀਕਾਰ ਨਹੀਂ ਕਰਦੇ। ਇਸ ਲਈ ਭਾਵੇਂ ਕਿਸੇ ਨੂੰ ਨਿਰਵਿਸ਼ੇਸ਼ ਬ੍ਰਹਮ ਦੀ ਅਲੌਕਿਕ ਅਨੁਭੂਤੀ ਕਿਉਂ ਨਾ ਹੋਵੇ ਕ੍ਰਿਸ਼ਨ ਨੂੰ ਸਮਝਣਾ ਵਧੇਰੇ ਔਖਾ ਹੈ।

ਭਗਵਾਨ ਕ੍ਰਿਸ਼ਨ ਸਾਰੇ ਕਾਰਨਾਂ ਦੇ ਕਾਰਨ ਆਦਿ ਭਗਵਾਨ ਗੋਵਿੰਦ ਹਨ । "ਈਸ਼੍ਵਰਹ੍ ਪਰਮਹ੍ ਕ੍ਰਿਸ਼ਨਹ੍ਸਚਿਦਾਨੰਦ ਵਿਗ੍ਰਹਹ੍। ਅਨਾਦਿਰ੍ ਆਦਿਰ੍ ਗੋਵਿੰਦਹ ਸਰਵ ਕਾਰਣ ਕਾਰਣਮ੍" ਜੋ ਭਗਤ ਨਹੀਂ ਹਨ, ਉਨ੍ਹਾਂ ਲਈ ਕ੍ਰਿਸ਼ਨ ਨੂੰ ਜਾਣਨਾ ਵਧੇਰੇ ਔਖਾ ਹੈ। ਹਾਲਾਂਕਿ ਨਾਸਤਿਕ ਲੋਕ ਇਹ ਐਲਾਨ ਕਰਦੇ ਹਨ ਕਿ ਭਗਤੀ ਦਾ ਰਸਤਾ ਸੌਖਾ ਹੈ, ਪਰ ਉਹ ਇਸ ਤੇ ਚਲਦੇ ਨਹੀਂ। ਜੇਕਰ ਭਗਤੀ ਦਾ ਰਸਤਾ ਇੰਨਾ ਸੌਖਾ ਹੈ, ਜਿਵੇਂ ਨਾਸਤਿਕ ਲੋਕ ਕਹਿੰਦੇ ਹਨ ਤਾਂ ਉਹ ਔਖੇ ਰਸਤੇ ਨੂੰ ਕਿਉਂ ਅਪਣਾਉਂਦੇ ਹਨ ? ਅਸਲ ਵਿਚ ਭਗਤੀ ਦਾ ਰਸਤਾ ਸੌਖਾ ਨਹੀਂ ਹੈ। ਭਗਤੀ ਤੇ ਗਿਆਨ ਤੋਂ ਸੱਖਣੇ ਗ਼ੈਰ ਅਧਿਕਾਰੀ ਲੋਕਾਂ ਰਾਹੀਂ ਅਪਣਾਇਆ ਜਾਣ ਵਾਲਾ ਅਖੌਤੀ ਭਗਤੀ ਦਾ ਰਸਤਾ ਭਾਵੇਂ ਸੌਖਾ ਹੋਵੇ, ਪਰ ਜਦੋਂ ਨਿਯਮਾਂ ਮੁਤਾਬਿਕ ਪੱਕੇ ਇਰਾਦੇ ਨਾਲ ਇਸਦਾ ਅਭਿਆਸ ਕੀਤਾ ਜਾਂਦਾ ਹੈ ਤਾਂ ਚਿੰਤਨਸ਼ੀਲ ਵਿਦਵਾਨ ਅਤੇ ਦਾਰਸ਼ਨਿਕ ਇਸ ਰਸਤੇ ਤੋਂ ਭਟਕ ਜਾਂਦੇ ਹਨ। ਸ਼੍ਰੀਲ ਰੂਪ ਗੋਸਵਾਮੀ ਆਪਣੀ ਰਚਨਾ ਭਗਤੀ ਰਸਾਮ੍ਰਿਤ ਸਿੰਧੂ ਵਿਚ ਲਿਖਦੇ ਹਨ : -

ਸ਼੍ਰੁਤਿ ਸ੍ਮ੍ਰਿਤਿ ਪੁਰਾਣਾਦਿ-ਪੰਚਰਾਤ੍ਰਮ੍ ਵਿਧਿਮ੍ ਵਿਨਾ।
ਏਕਾਂਤਿਕੀ ਹਰੇਰ੍ ਭਕਤੀਰ੍ ਉਤਪਾਤਾਯੇਵ ਕਲ੍ਪਤੇ ॥

(ਸ਼੍ਰੀਮਦ ਭਾਗਵਤਮ 1-2-101)

"ਉਹ ਭਗਵਤ ਭਗਤੀ, ਜਿਹੜੀ ਉਪਨਿਸ਼ਦਾਂ, ਪੁਰਾਣਾਂ ਅਤੇ ਨਾਰਦ ਪੰਚਰਾਤਰ ਵਰਗੇ ਪ੍ਰਮਾਣਿਤ ਵੈਦਿਕ ਗ੍ਰੰਥਾਂ ਦੀ ਉਪੇਖਿਆ ਕਰਦੀ ਹੈ, ਸਮਾਜ ਨੂੰ ਉਥਲ-ਪੁਥਲ ਕਰਨ ਵਾਲੀ ਹੈ।"

ਬ੍ਰਹਮਵੇਤਾ ਨਿਰਵਿਸ਼ੇਸ਼ਵਾਦੀ ਜਾਂ ਪਰਮਾਤਮਾ ਵੇਤਾ ਯੋਗੀ ਭਗਵਾਨ ਸ਼੍ਰੀ ਕ੍ਰਿਸ਼ਨ ਨੂੰ ਯਸ਼ੋਦਾ - ਪੁੱਤਰ ਜਾਂ ਪਾਰਥ ਸਾਰਥੀ ਦੇ ਰੂਪ ਵਿਚ ਸਮਝਣਾ ਸੰਭਵ ਨਹੀਂ ਹੈ। ਕਦੀ- ਕਦੀ ਵੱਡੇ-ਵੱਡੇ ਦੇਵਤਾ ਵੀ ਕ੍ਰਿਸ਼ਨ ਬਾਰੇ ਭਰਮ ਵਿਚ ਪੈ ਜਾਂਦੇ ਹਨ - (**ਮੁਹਾਯੰਤਿ ਯਤ੍ਸੂਰਯਹ੍ ਮਾਮ੍ ਤੁ ਵੇਦ ਨ ਕਸ਼੍ਚਨ** - ਭਗਵਾਨ ਕਹਿੰਦੇ ਹਨ ਕਿ ਕੋਈ ਵੀ ਮੈਨੂੰ ਉਸ ਰੂਪ ਵਿਚ ਅਸਲ ਵਿਚ ਨਹੀਂ ਜਾਣਦਾ ਜਿਹਾ ਮੈਂ ਹਾਂ, ਅਤੇ ਜੇ ਕੋਈ ਜਾਣਦਾ ਹੈ - **ਸ ਮਹਾਤਮਾ ਸੁਦੁਰ੍ਲਭਹ੍** - ਤਾਂ ਅਜਿਹਾ ਮਹਾਤਮਾ ਵਿਰਲਾ ਹੁੰਦਾ ਹੈ। ਇਸ ਲਈ ਭਗਵਾਨ ਦੀ ਭਗਤੀ ਕੀਤੇ ਬਿਨ੍ਹਾਂ ਕੋਈ ਭਗਵਾਨ ਨੂੰ ਅਸਲ ਵਿਚ ਨਹੀਂ ਜਾਣ ਸਕਦਾ, ਭਾਵੇਂ ਉਹ ਮਹਾਨ ਵਿਦਵਾਨ ਜਾਂ ਦਾਰਸ਼ਨਿਕ ਕਿਉਂ ਨਾ ਹੋਵੇ। ਸਿਰਫ ਸ਼ੁੱਧ ਭਗਤ ਹੀ ਕ੍ਰਿਸ਼ਨ ਦੇ ਅਚਿੰਤਨੀ ਗੁਣਾਂ ਨੂੰ ਸਾਰੇ ਕਾਰਨਾਂ ਦੇ ਕਾਰਨ ਰੂਪ ਵਿਚ ਉਨ੍ਹਾਂ ਦੀ ਸਰਬਸ਼ਕਤੀ ਅਤੇ ਐਸ਼ਵਰਿਆਂ, ਉਨ੍ਹਾਂ ਦੀ ਸੰਪਤੀ, ਯਸ਼, ਤਾਕਤ, ਸੁੰਦਰਤਾ, ਗਿਆਨ ਅਤੇ ਵੈਰਾਗ ਦੇ ਬਾਰੇ ਕੁਝ-ਕੁਝ ਜਾਣ ਸਕਦਾ ਹੈ, ਕਿਉਂਕਿ ਕ੍ਰਿਸ਼ਨ ਆਪਣੇ ਭਗਤਾਂ ਤੇ ਦਿਆਲੂ ਹੁੰਦੇ ਹਨ। ਬ੍ਰਹਮ-ਪ੍ਰਤੱਖੀਕਰਨ ਦੀ ਉਹ ਹੱਦ ਹਨ ਅਤੇ ਸਿਰਫ ਭਗਤ ਲੋਕ ਹੀ ਉਨ੍ਹਾਂ ਨੂੰ ਅਸਲ ਵਿਚ ਜਾਣ ਸਕਦੇ ਹਨ, ਇਸ ਲਈ ਕਿਹਾ ਹੈ : -

ਅਤਹ੍ ਸ਼੍ਰੀ ਕ੍ਰਿਸ਼ਣ ਨਾਮਾਦਿ ਨ ਭਵੇਦ ਗ੍ਰਾਹਯਮ੍ ਇੰਦਰਿਯੈਹ।
ਸੇਵੋਨ੍ਮੁਖੇ ਹਿ ਜੀਵ੍ਹਾਦੌ ਸ੍ਵਯਮ੍ ਏਵ ਸਫੁਰਤਿ ਅਦਹ੍ ॥

(ਭਗਤੀ ਰਸਾਮ੍ਰਿਤ ਸਿੰਧੂ 1-2-234)

"ਬੱਧ ਇੰਦਰੀਆਂ ਰਾਹੀਂ ਕ੍ਰਿਸ਼ਨ ਨੂੰ ਅਸਲ ਵਿਚ ਨਹੀਂ ਸਮਝਿਆ ਜਾ ਸਕਦਾ। ਪਰ ਭਗਤਾਂ ਰਾਹੀਂ ਕੀਤੀ ਗਈ ਆਪਣੀ ਅਲੌਕਿਕ ਸੇਵਾ ਤੋਂ ਖ਼ੁਸ਼ ਹੋ ਕੇ, ਉਹ ਭਗਤਾਂ ਲਈ ਆਪਣੇ-ਆਪ ਨੂੰ ਪ੍ਰਕਾਸ਼ਿਤ ਕਰਦੇ ਹਨ।"

भूमिरापोऽनलो वायुः खं मनो बुद्धिरेव च ।
अहङ्कार इतीयं मे भिन्ना प्रकृतिरष्टधा ॥ ४॥

ਭੂਮਿਰ੍ ਆਪੋ'ਨਲੋ ਵਾਯੁਹ ਖਮ੍ ਮਨੋ ਬੁਦਧਿਰ ਏਵ ਚ।
ਅਹੰਕਾਰ ਇਤੀਯਮ ਮੇ ਭਿੰਨਾ ਪ੍ਰਕ੍ਰਿਤਿਰ੍ ਅਸ਼੍ਟਧਾ ॥ 4 ॥

ਭੂਮਿਹ੍ - ਧਰਤੀ ; **ਆਪਹ੍** - ਪਾਣੀ ; **ਅਨਲਹ੍** - ਅੱਗ ; **ਵਾਯੁਹ੍** - ਹਵਾ ; **ਖਮ੍** - ਆਸਮਾਨ; **ਮਨਹ੍** - ਮਨ ; **ਬੁਦ੍ਧਿਹ੍** - ਬੁੱਧੀ ; **ਏਵ** - ਨਿਸ਼ਚੈ ਹੀ ; **ਚ** - ਅਤੇ ; **ਅਹੰਕਾਰਹ੍** - ਹੰਕਾਰ ; **ਇਤਿ** - ਇੰਝ ; **ਇਯਮ੍** - ਇਹ ਸਾਰੇ ; **ਮੇ** - ਮੇਰੀ ; **ਭਿੰਨਾ** - ਅਲੱਗ ; **ਪ੍ਰਕ੍ਰਿਤਿਰ੍** - ਸ਼ਕਤੀ ; **ਅਸ਼੍ਟਧਾ** - ਅੱਠ ਤਰ੍ਹਾਂ ਦੀਆਂ।

ਅਨੁਵਾਦ

ਧਰਤੀ, ਪਾਣੀ, ਅੱਗ, ਹਵਾ, ਆਸਮਾਨ, ਮਨ, ਬੁੱਧੀ ਅਤੇ ਹੰਕਾਰ, ਇਹ ਅੱਠ ਤਰ੍ਹਾਂ ਨਾਲ ਵੰਡੀਆਂ ਮੇਰੀਆਂ ਵਖਰੀਆਂ (ਅੱਪਰਾ) ਸ਼ਕਤੀਆਂ ਹਨ ।

ਭਾਵ

ਈਸ਼ਵਰ ਵਿਗਿਆਨ ਭਗਵਾਨ ਦੀ ਸੁਭਾਵਿਕ ਸਥਿਤੀ ਅਤੇ ਉਨ੍ਹਾਂ ਦੀਆਂ ਵੱਖੋ-ਵੱਖਰੀਆਂ ਤਾਕਤਾਂ ਦਾ ਵਿਸ਼ਲੇਸ਼ਣ ਕਰਦਾ ਹੈ । ਭਗਵਾਨ ਦੇ ਵੱਖੋ-ਵੱਖਰੇ ਪੁਰਸ਼ ਅਵਤਾਰਾਂ (ਵਿਸਤਾਰਾਂ) ਦੀ ਤਾਕਤ ਨੂੰ ਪ੍ਰਕ੍ਰਿਤੀ ਕਿਹਾ ਜਾਂਦਾ ਹੈ, ਜਿਵੇਂ ਕਿ 'ਸਾਤਵਤ-ਤੰਤਰ' ਵਿਚ ਉਲੇਖ ਮਿਲਦਾ ਹੈ :

ਵਿਸ਼੍ਣੋਸ੍ਤੁ ਤ੍ਰੀਣਿ ਰੂਪਾਣਿ ਪੁਰੁਸ਼ਾਖ੍ਯਾਨਿਅਥੋ ਵਿਦੁਹ੍ ।
ਏਕਮ੍ ਤੁ ਮਹਤਹ੍ ਸ੍ਰਸ਼੍ਟਰੀ ਦਵਿਤੀਯਮ੍ ਤ੍ਵ ਅੰਡ-ਸੰਸਥਿਤਮ੍,
ਤ੍ਰਿਤੀਯਮ੍ ਸਰਵ-ਭੂਤ-ਸ੍ਥਮ੍ ਤਾਨਿ ਗ੍ਯਾਤ੍ਵਾ ਵਿਮੁਚ੍ਯਤੇ ।

"ਸ੍ਰਿਸ਼ਟੀ ਲਈ ਭਗਵਾਨ ਕ੍ਰਿਸ਼ਨ ਦਾ ਆਪਣਾ ਅੰਸ਼ ਤਿੰਨ ਵਿਸ਼ਨੂੰਆਂ ਦਾ ਰੂਪ ਧਾਰਦਾ ਹੈ । ਪਹਿਲੇ ਮਹਾਂ-ਵਿਸ਼ਨੂੰ ਹਨ ਜਿਹੜੇ ਸਾਰੇ ਭੌਤਿਕ ਸ਼ਕਤੀ ਮਹਤ੍-ਤੱਤਵ ਨੂੰ ਪੈਦਾ ਕਰਦੇ ਹਨ । ਦੂਜੇ ਗਰਭੋਦਕਸ਼ਾਈ ਵਿਸ਼ਨੂੰ ਹਨ, ਜਿਹੜੇ ਸਾਰੇ ਬ੍ਰਹਿਮੰਡਾਂ ਵਿਚ ਪ੍ਰਵੇਸ਼ ਕਰਕੇ ਉਨ੍ਹਾਂ ਵਿਚ ਵੱਖਰਾਪਨ ਪੈਦਾ ਕਰਦੇ ਹਨ। ਤੀਜੇ ਕਸ਼ੀਰੋਦਕਸ਼ਾਈ ਵਿਸ਼ਨੂੰ ਹਨ, ਜਿਹੜੇ ਸਾਰੇ ਬ੍ਰਹਿਮੰਡਾਂ ਵਿਚ ਹਰ ਥਾਈਂ ਪਰਮਾਤਮਾ ਦੇ ਰੂਪ ਵਿਚ ਫੈਲੇ ਹੋਏ ਹਨ ਅਤੇ ਪਰਮਾਤਮਾ ਕਹਾਉਂਦੇ ਹਨ । ਉਹ ਹਰ ਪਰਮਾਣੂ ਤਕ ਦੇ ਅੰਦਰ ਹਾਜ਼ਰ ਹਨ । ਜਿਹੜਾ ਵੀ ਇਨ੍ਹਾਂ ਤਿੰਨਾਂ ਵਿਸ਼ਨੂੰ ਰੂਪਾਂ ਨੂੰ ਜਾਣਦਾ ਹੈ, ਉਹ ਸੰਸਾਰੀ ਬੰਧਨਾਂ ਤੋਂ ਮੁਕਤ ਹੋ ਸਕਦਾ ਹੈ ।"

ਇਹ ਭੌਤਿਕ ਸੰਸਾਰ ਭਗਵਾਨ ਦੀਆਂ ਸ਼ਕਤੀਆਂ ਵਿੱਚੋਂ ਇੱਕ ਦਾ ਆਰਜ਼ੀ (ਅਸਥਾਈ) ਪ੍ਰਗਟਾਵਾ ਹੈ । ਇਸ ਸੰਸਾਰ ਦੀਆਂ ਸਾਰੀਆਂ ਕਿਰਿਆਵਾਂ ਭਗਵਾਨ ਕ੍ਰਿਸ਼ਨ ਦੇ ਇਨ੍ਹਾਂ ਤਿੰਨਾਂ ਵਿਸ਼ਨੂੰ ਅੰਸ਼ਾਂ ਰਾਹੀਂ ਨਿਰਦੇਸ਼ਤ ਹਨ । ਇਹ ਪੁਰਸ਼ ਅਵਤਾਰ ਕਹਾਉਂਦੇ ਹਨ । ਸਧਾਰਨ ਤੌਰ ਤੇ ਜਿਹੜਾ ਮਨੁੱਖ ਈਸ਼ਵਰ ਤੱਤ (ਕ੍ਰਿਸ਼ਨ) ਨੂੰ ਨਹੀਂ ਜਾਣਦਾ, ਉਹ ਇਹ ਮੰਨ ਲੈਂਦਾ ਹੈ ਕਿ ਇਹ ਸੰਸਾਰ ਜੀਵਾਂ ਦੇ ਭੋਗ ਲਈ ਹੈ ਅਤੇ ਸਾਰੇ ਜੀਵ ਪੁਰਸ਼ ਹਨ, ਭੌਤਿਕ ਸ਼ਕਤੀ ਦੇ ਕਾਰਨ ਨਿਯੰਤਰਕ ਅਤੇ ਭੋਗਣ ਵਾਲੇ ਹਨ । ਭਗਵਤ ਗੀਤਾ ਮੁਤਾਬਿਕ ਇਹ ਨਾਸਤਿਕ ਸਿੱਧਾਂਤ ਝੂਠਾ ਹੈ । ਮੌਜੂਦਾ ਸ਼ਲੋਕ ਵਿਚ ਕ੍ਰਿਸ਼ਨ ਨੂੰ ਇਸ ਸੰਸਾਰ ਦਾ ਆਦਿ ਕਾਰਨ ਮੰਨਿਆ ਗਿਆ ਹੈ । ਸ਼੍ਰੀਮਦ ਭਾਗਵਤਮ੍ ਤੋਂ ਵੀ ਇਸਦੀ ਪੁਸ਼ਟੀ ਹੁੰਦੀ ਹੈ, ਭਗਵਾਨ ਦੀਆਂ ਵੱਖੋ-ਵੱਖਰੀਆਂ ਤਾਕਤਾਂ ਇਸ ਭੌਤਿਕ ਸੰਸਾਰ ਦੇ ਰਚਣਹਾਰ ਹਨ । ਇਥੋਂ ਤਕ ਕੇ ਨਿਰਵਿਸ਼ੇਸ਼ਵਾਦੀਆਂ ਦਾ ਉਚੇਰਾ ਮੰਤਵ ਬ੍ਰਹਮਜੋਤ ਵੀ ਇੱਕ ਅਧਿਆਤਮਕ ਸ਼ਕਤੀ ਹੈ, ਜਿਹੜੀ ਅਧਿਆਤਮਕ ਅਕਾਸ਼ ਵਿਚ ਪ੍ਰਗਟ ਹੁੰਦੀ ਹੈ । ਇਸ ਤਰ੍ਹਾਂ ਦੀ ਭਿੰਨਤਾ ਬ੍ਰਹਮ ਜੋਤ ਵਿਚ ਨਹੀਂ, ਜਿਸ ਤਰ੍ਹਾਂ ਕਿ ਬੈਕੁੰਠ ਲੋਕਾਂ ਵਿਚ ਹੈ, ਫਿਰ ਵੀ ਨਿਰਵਿਸ਼ੇਸ਼ਵਾਦੀ ਇਸ ਬ੍ਰਹਮਜੋਤ ਨੂੰ ਉੱਚ ਤੇ ਸਨਾਤਨ ਮੰਤਵ ਮੰਨਦੇ ਹਨ । ਪਰਮਾਤਮਾ ਦਾ ਪ੍ਰਗਟਾਵਾ ਕ੍ਸ਼ੀਰੋਦਕਸ਼ਾਯੀ ਵਿਸ਼ਨੂੰ ਦਾ ਅਸਥਾਈ ਸਰਬਵਿਆਪੀ ਪੱਖ ਹੈ । ਅਧਿਆਤਮ

ਸੰਸਾਰ ਵਿਚ ਪਰਮਾਤਮਾ ਦਾ ਪ੍ਰਗਟਾਵਾ ਸ਼ਾਸਵਤ ਨਹੀਂ ਹੁੰਦਾ। ਇਸ ਲਈ ਅਸਲੀ ਪਰਮ-ਸਤਿ ਤਾਂ ਭਗਵਾਨ ਸ੍ਰੀ ਕ੍ਰਿਸ਼ਨ ਹਨ। ਉਹ ਪੂਰਨ ਸ਼ਕਤੀਮਾਨ ਪੁਰਸ਼ ਹਨ ਅਤੇ ਉਨ੍ਹਾਂ ਦੀਆਂ ਅਨੇਕਾਂ ਤਰ੍ਹਾਂ ਦੀਆਂ ਅਛੱਰੀਆ ਅਤੇ ਅੰਤਰੰਗੀਆਂ ਸ਼ਕਤੀਆਂ ਹੁੰਦੀਆਂ ਹਨ।

ਜਿਵੇਂ ਕਿ ਉਪਰ ਕਿਹਾ ਜਾ ਚੁੱਕਾ ਹੈ, ਭੌਤਿਕ ਸ਼ਕਤੀ ਅੱਠ ਮੁੱਖ ਰੂਪਾਂ ਵਿਚ ਪ੍ਰਗਟ ਹੁੰਦੀ ਹੈ। ਇਨ੍ਹਾਂ ਵਿਚੋਂ ਪਹਿਲੀਆਂ ਪੰਜ ਪ੍ਰਿਥਵੀ, ਜਲ, ਅੱਗ, ਆਕਾਸ਼ ਅਤੇ ਵਾਯੂ - ਅਤੇ ਸਥੂਲ ਵਿਰਾਟ ਸ੍ਰਿਸ਼ਟੀਆਂ ਕਹਾਉਂਦੀਆਂ ਹਨ, ਜਿਨ੍ਹਾਂ ਵਿਚੋਂ ਪੰਜ ਇੰਦਰੀਆਂ ਸੰਬੰਧੀ ਜਿਨ੍ਹਾਂ ਦੇ ਨਾਂ ਹਨ : ਸ਼ਬਦ, ਛੋਹ, ਰੂਪ, ਰਸ, ਅਤੇ ਗੰਧ - ਸ਼ਾਮਿਲ ਰਹਿੰਦੇ ਹਨ। ਭੌਤਿਕ ਵਿਗਿਆਨ ਵਿਚ ਸਿਰਫ ਇਹ ਦਸ ਤੱਤ ਹਨ। ਪਰ ਹੋਰ ਤਿੰਨ ਤੱਤਾਂ ਦੀ ਜਿਨ੍ਹਾਂ ਦੇ ਨਾਂ - ਮਨ, ਬੁੱਧੀ ਅਤੇ ਹੰਕਾਰ ਹਨ , ਭੌਤਿਕਤਾਵਾਦੀ ਉਪੇਖਿਆ ਕਰਦੇ ਹਨ। ਦਾਰਸ਼ਨਿਕ ਵੀ ਜਿਹੜੇ ਮਾਨਸਿਕ ਕੰਮ-ਕਾਰਾਂ ਨਾਲ ਸੰਬੰਧ ਰਖਦੇ ਹਨ, ਪੂਰੇ ਗਿਆਨੀ ਨਹੀਂ ਹਨ , ਕਿਉਂਕਿ ਉਹ ਪਰਮ ਸ੍ਰੋਤ ਕ੍ਰਿਸ਼ਨ ਨੂੰ ਨਹੀਂ ਜਾਣਦੇ। ਝੂਠੀ ਹਉਮੈ-'ਮੈ ਹਾਂ' ਅਤੇ 'ਇਹ ਮੇਰਾ ਹੈ' ਜਿਹੜਾ ਕਿ ਸੰਸਾਰ ਦਾ ਮੂਲ ਸਿਧਾਂਤ ਹੈ, ਇਸ ਵਿਚ ਵਿਸ਼ਿਆਂ ਦੇ ਭੋਗ ਦੀਆਂ ਦਸ ਇੰਦਰੀਆਂ ਦਾ ਮੇਲ ਹੈ। ਇਹ ਬੁੱਧੀ ਮਹੱਤ-ਤੱਤਵ ਨਾਂ ਦੀ ਸਾਰੀ ਭੌਤਿਕ ਸ੍ਰਿਸ਼ਟੀ ਦੀ ਸੂਚਕ ਹੈ। ਇਸ ਲਈ ਭਗਵਾਨ ਦੀਆਂ ਅੱਠ ਵੱਖੋ-ਵੱਖਰੀਆਂ ਸ਼ਕਤੀਆਂ ਨਾਲ ਸੰਸਾਰ ਦੇ ਚੌਵੀ ਤੱਤ ਪ੍ਰਗਟ ਹਨ, ਜਿਹੜੇ ਨਾਸਤਿਕ ਸਾਂਖਯ ਦਰਸ਼ਨ ਦੇ ਵਿਸ਼ੇ ਹਨ। ਉਹ ਮੁੱਢਲੇ ਤੌਰ ਤੇ ਕ੍ਰਿਸ਼ਨ ਦੀਆਂ ਸ਼ਕਤੀਆਂ ਦੀਆਂ ਉਪ-ਸ਼ਾਖਾਵਾਂ ਹਨ, ਅਤੇ ਉਨ੍ਹਾਂ ਤੋਂ ਵੱਖਰੀਆਂ ਹਨ, ਪਰ ਨਾਸਤਿਕ ਸਾਂਖਯ ਦਰਸ਼ਨ ਥੋੜ੍ਹੇ ਗਿਆਨ ਸਦਕਾ ਇਹ ਨਹੀਂ ਜਾਣ ਸਕਦੇ ਕਿ ਕ੍ਰਿਸ਼ਨ ਸਾਰੇ ਕਾਰਨਾਂ ਦੇ ਕਾਰਨ ਹਨ। ਜਿਵੇਂ ਕਿ ਭਗਵਤ ਗੀਤਾ ਵਿਚ ਕਿਹਾ ਗਿਆ ਹੈ ਸਾਂਖਯ ਦਰਸ਼ਨ ਦੀ ਵਿਵੇਚਨਾ ਦਾ ਵਿਸ਼ਾ ਕ੍ਰਿਸ਼ਨ ਦੀ ਬਾਹਰੀ ਸ਼ਕਤੀ ਦਾ ਪ੍ਰਗਟਾਵਾ ਹੈ।

अपरेयमितस्त्वन्यां प्रकृतिं विद्धि मे पराम् ।
जीवभूतां महाबाहो ययेदं धार्यते जगत् ॥ ५ ॥

ਅਪਰੇਯਮ੍ ਇਤਸ੍ ਤ੍ਵ੍ ਅਨਯਾਮ੍ ਪ੍ਰਕ੍ਰਿਤਿਮ੍ ਵਿਦ੍ਧਿ ਮੇ ਪਰਾਮ੍।
ਜੀਵ-ਭੂਤਾਮ੍ ਮਹਾ-ਬਾਹੋ ਯਯੇਦਮ੍ ਧਾਰ੍ਯਤੇ ਜਗਤ੍ ॥ 5 ॥

ਅਪਰਾ - ਨੀਵਾਂ, ਜੜ੍ਹ ; **ਇਯਮ੍** - ਇਹ ; **ਇਤਹ੍** - ਇਸ ਤੋਂ ਇਲਾਵਾ ; **ਤੁ** - ਪਰ ; **ਅਨਯਾਮ੍** - ਹੋਰ ; **ਪ੍ਰਕ੍ਰਿਤਿਮ੍** - ਪ੍ਰਕ੍ਰਿਤੀ ਨੂੰ ; **ਵਿਦ੍ਧਿ** - ਜਾਣਨ ਦਾ ਯਤਨ ਕਰੋ ; **ਮੇ** - ਮੇਰੀ ; **ਪਰਾਮ੍** - ਉਚੇਰੀ, ਚੇਤਨ ; **ਜੀਵ-ਭੂਤਾਮ੍** - ਜੀਵਾਂ ਵਾਲੀ ; **ਮਹਾਬਾਹੋ**- ਹੇ ਤਾਕਤਵਰ ਬਾਹਾਂ ਵਾਲੇ ; **ਯਯਾ** - ਜਿਸ ਰਾਹੀਂ ; **ਇਦਮ੍** - ਇਹ ; **ਧਾਰ੍ਯਤੇ** - ਵਰਤਿਆ ਜਾਂਦਾ ਹੈ ; **ਜਗਤ੍** - ਸੰਸਾਰ।

ਅਨੁਵਾਦ

ਹੇ ਮਹਾਬਾਹੂ ਅਰਜੁਨ ! ਇਨ੍ਹਾਂ ਤੋਂ ਇਲਾਵਾ ਮੇਰੀ ਇੱਕ ਹੋਰ ਪਰ੍ਹਾ (ਉਚੱ) ਸ਼ਕਤੀ ਹੈ, ਜਿਹੜੀ ਉਨ੍ਹਾਂ ਜੀਵਾਂ ਨਾਲ ਭਰੀ ਹੈ, ਜਿਹੜੇ ਇਸ ਭੌਤਿਕ ਅਪਰ੍ਹਾ (ਗੌਣ) ਪ੍ਰਕ੍ਰਿਤੀ ਦੇ ਸਾਧਨਾਂ ਦੀ ਦੁਰਵਰਤੋਂ ਕਰ ਰਹੇ ਹਨ।

ਭਾਵ

ਇਸ ਸ਼ਲੋਕ ਵਿਚ ਸਪਸ਼ਟ ਕਿਹਾ ਗਿਆ ਹੈ ਕਿ ਜੀਵ ਪਰਮੇਸ਼ਵਰ ਦੀ ਪਰ੍ਹਾ (ਉਚੱ) ਪ੍ਰਕ੍ਰਿਤੀ (ਸ਼ਕਤੀ) ਹੈ। ਅਪਰ੍ਹਾ (ਗੌਣ) ਸ਼ਕਤੀ ਤਾਂ ਪ੍ਰਿਥਵੀ, ਜਲ, ਅਗਨੀ, ਵਾਯੂ, ਆਕਾਸ਼, ਮਨ, ਬੁੱਧੀ ਅਤੇ ਹੰਕਾਰ ਵਰਗੇ ਵੱਖੋ-ਵੱਖਰੇ ਤੱਤਾਂ ਦੇ ਰੂਪ ਵਿਚ ਪ੍ਰਗਟ ਹੁੰਦੀ ਹੈ। ਭੌਤਿਕ ਪ੍ਰਕ੍ਰਿਤੀ ਦੇ ਇਹ ਦੋਵੇਂ ਰੂਪ ਸਥੂਲ (ਪ੍ਰਿਥਵੀ ਆਦਿ) ਅਤੇ ਸੂਖਮ (ਮਨ ਆਦਿ) ਅਪਰ੍ਹਾ (ਗੌਣ) ਸ਼ਕਤੀ ਦੇ ਹੀ ਪ੍ਰਤੀ ਫਲ ਹਨ। ਜੀਵ ਜਿਹੜਾ ਆਪਣੇ ਵੱਖੋ-ਵੱਖਰੇ ਕਾਰਜਾਂ ਲਈ ਅਪਰ੍ਹਾ ਸ਼ਕਤੀ ਦੀ ਦੁਰਵਰਤੋਂ ਕਰਦਾ ਰਹਿੰਦਾ ਹੈ, ਆਪ ਪਰਮੇਸ਼ਵਰ ਦੀ ਪਰ੍ਹਾ ਸ਼ਕਤੀ ਹੈ ਅਤੇ ਇਹ ਉਹੀ ਸ਼ਕਤੀ ਹੈ, ਜਿਸ ਕਰਕੇ ਸਾਰਾ ਸੰਸਾਰ ਕਾਰਜਸ਼ੀਲ ਹੈ। ਇਸ ਵਿਖਾਈ ਦੇਣ ਵਾਲੇ ਸੰਸਾਰ ਵਿਚ ਕੰਮ ਕਰਨ ਦੀ ਸ਼ਕਤੀ ਉਦੋਂ ਤਕ ਨਹੀਂ ਆਉਂਦੀ ਜਦੋਂ ਤਕ ਕਿ ਪਰ੍ਹਾ ਸ਼ਕਤੀ, ਭਾਵ ਜੀਵ ਰਾਹੀਂ ਇਹ ਗਤੀਸ਼ੀਲ ਨਹੀਂ ਬਣਾਇਆ ਜਾਂਦਾ। ਸ਼ਕਤੀ ਦਾ ਨਿਯੰਤਰਣ ਹਮੇਸ਼ਾਂ ਸ਼ਕਤੀਮਾਨ ਕਰਦਾ ਹੈ। ਇਸ ਲਈ ਜੀਵ ਹਮੇਸ਼ਾਂ ਭਗਵਾਨ ਰਾਹੀਂ ਨਿਯੰਤਰਿਤ ਹੁੰਦੇ ਹਨ। ਜੀਵਾਂ ਦੀ ਆਪਣੀ ਕੋਈ ਸੁਤੰਤਰ ਹੋਂਦ ਨਹੀਂ ਹੈ। ਉਹ ਕਦੀ ਵੀ ਬਰਾਬਰ ਸ਼ਕਤੀ ਵਾਲੇ ਨਹੀਂ, ਜਿਵੇਂ ਕਿ ਬੁੱਧੀਹੀਨ ਮਨੁੱਖ ਸੋਚਦੇ ਹਨ। ਸ਼੍ਰੀਮਦ ਭਾਗਵਤਮ (10.87.30) ਵਿਚ ਜੀਵ ਅਤੇ ਭਗਵਾਨ ਦੇ ਫਰਕ ਨੂੰ ਇੰਝ ਦੱਸਿਆ ਹੈ :-

ਅਪਰਿਮਿਤਾ ਧ੍ਰੁਵਾਸ੍ ਤਨੁ ਭ੍ਰਿਤੋ ਯਦਿ ਸਰ੍ਵ-ਗਤਾਸ੍,
ਤਰ੍ਹਿ ਨ ਸ਼ਾਸ੍ਯਤੇਤਿ ਨਿਯਮੋ ਧ੍ਰੁਵ ਨੇਤਰਥਾ।
ਅਜਨਿ ਚ ਯਨ-ਮਯਮ੍ ਤਦ੍ ਅਵਿਮੁਚ੍ਯ ਨਿਯੰਤ੍ਰਿ ਭਵੇਤ੍,
ਸਮਮ੍-ਅਨੁਜਾਨਤਾਮ੍ ਯਦ੍ ਅਮਤਮ੍ ਮਤ ਦੁਸ਼ਟਤਯਾ॥

'ਹੇ ਪਰਮ ਸ਼ਾਸਵਤ ! ਜੇ ਸਾਰੇ ਦੇਹਧਾਰੀ ਜੀਵ ਤੁਹਾਡੇ ਵਾਂਗ ਸ਼ਾਸਵਤ ਅਤੇ ਸਰਬਵਿਆਪੀ ਹੁੰਦੇ ਤਾਂ ਉਹ ਤੁਹਾਡੇ ਨਿਯੰਤਰਣ ਵਿਚ ਨਾ ਹੁੰਦੇ। ਪਰ ਜੇ ਜੀਵਾਂ ਨੂੰ ਆਪ ਦੀ ਸੂਖਮ ਸ਼ਕਤੀ ਦੇ ਰੂਪ ਵਿਚ ਮੰਨ ਲਿਆ ਜਾਵੇ ਤਾਂ ਉਹ ਸਾਰੇ ਤੁਹਾਡੇ ਪਰਮ ਨਿਯੰਤਰਣ ਵਿਚ ਆ ਜਾਂਦੇ ਹਨ। ਇਸ ਲਈ ਅਸਲੀ ਮੁਕਤੀ ਤਾਂ ਤੁਹਾਡੀ ਸ਼ਰਨ ਵਿਚ ਜਾਣਾ ਹੈ ਅਤੇ ਇਸ ਸ਼ਰਣਗਤੀ ਨਾਲ ਉਹ ਸੁਖੀ ਹੋਣਗੇ। ਉਸ ਸਰੂਪ ਵਿਚ ਹੀ ਉਹ ਨਿਯੰਤਰਣ ਕਰਨ ਵਾਲੇ ਬਣ ਸਕਦੇ ਹਨ। ਇਸ ਲਈ ਘੱਟ ਗਿਆਨ ਵਾਲੇ ਪੁਰਸ਼ ਜਿਹੜੇ ਅਦ੍ਵੈਤਵਾਦ ਦੇ ਹਾਮੀ ਹਨ ਅਤੇ ਇਸ ਸਿੱਧਾਂਤ ਦਾ ਪ੍ਰਚਾਰ ਕਰਦੇ ਹਨ ਕਿ ਭਗਵਾਨ ਅਤੇ ਜੀਵ ਹਰ ਤਰ੍ਹਾਂ ਨਾਲ ਇੱਕ ਦੂਜੇ ਦੇ ਬਰਾਬਰ ਹਨ, ਅਸਲ ਵਿਚ ਦੋਸ਼ ਭਰੇ ਅਤੇ ਪ੍ਰਦੂਸ਼ਿਤ ਮੱਤ ਰਾਹੀਂ ਨਿਰਦੇਸ਼ਿਤ ਹਨ।

ਪਰਮੇਸ਼ਵਰ ਕ੍ਰਿਸ਼ਨ ਹੀ ਇੱਕੋ ਇੱਕ ਨਿਯੰਤਰਣ ਕਰਨ ਵਾਲੇ ਹਨ ਅਤੇ ਸਾਰੇ ਜੀਵ ਉਨ੍ਹਾਂ ਰਾਹੀਂ ਨਿਯੰਤਰਿਤ ਹਨ। ਸਾਰੇ ਜੀਵ ਉਨ੍ਹਾਂ ਦੀ ਪਰ੍ਹਾ ਸ਼ਕਤੀ ਹਨ, ਕਿਉਂਕਿ ਉਨ੍ਹਾਂ ਦੇ ਗੁਣ ਪਰਮੇਸ਼ਵਰ ਦੇ ਬਰਾਬਰ ਹਨ। ਪਰ ਉਹ ਸ਼ਕਤੀ ਦੇ ਸੰਬੰਧ ਵਿਚ ਕਦੀ ਵੀ ਬਰਾਬਰ ਨਹੀਂ ਹਨ। ਸਥੂਲ ਅਤੇ ਸੂਖਮ ਅਪਰ੍ਹਾ ਸ਼ਕਤੀ ਨੂੰ ਭੋਗਦੇ ਹੋਏ ਪਰ੍ਹਾ ਸ਼ਕਤੀ (ਜੀਵ) ਆਪਣੇ ਅਸਲੀ ਮਨ ਅਤੇ ਬੁੱਧੀ ਨੂੰ ਭੁੱਲ ਜਾਂਦਾ ਹੈ। ਇਸ ਭੁੱਲਣ ਦਾ ਕਾਰਨ ਜੀਵ ਤੇ ਜੜ੍ਹ ਪ੍ਰਕ੍ਰਿਤੀ ਦਾ ਪ੍ਰਭਾਵ ਹੈ। ਪਰ ਜਦੋਂ ਜੀਵ ਮਾਇਆ ਦੇ ਬੰਧਨ ਤੋਂ ਮੁਕਤ ਹੋ ਜਾਂਦਾ ਹੈ ਤਾਂ ਉਸਨੂੰ ਮੁਕਤੀ ਪਦ ਪ੍ਰਾਪਤ ਹੁੰਦਾ ਹੈ। ਮਾਇਆ ਦੇ ਪ੍ਰਭਾਵ ਵਿਚ ਆ ਕੇ ਹੰਕਾਰ ਨਾਲ ਸੋਚਦਾ ਹੈ, "ਮੈਂ ਹੀ ਪਦਾਰਥ ਹਾਂ ਅਤੇ ਸਾਰੀ ਭੌਤਿਕ ਪ੍ਰਾਪਤੀਆਂ ਮੇਰੀਆਂ ਹਨ।" ਜਦੋਂ ਜੀਵ ਉਹ ਸਾਰੇ ਭੌਤਿਕ ਵਿਚਾਰਾਂ ਤੋਂ, ਜਿਨ੍ਹਾਂ ਵਿਚ ਭਗਵਾਨ ਨਾਲ ਇੱਕ-ਮਿੱਕ ਹੋਣਾ ਵੀ ਸ਼ਾਮਿਲ ਹੈ, ਮੁਕਤ ਹੋ ਜਾਂਦਾ ਹੈ ਤਾਂ ਉਸ ਨੂੰ ਅਸਲ ਸਥਿਤੀ ਪ੍ਰਾਪਤ ਹੁੰਦੀ ਹੈ। ਇਸ ਲਈ ਇਹ ਸਿੱਟਾ ਕੱਢਿਆ ਜਾ ਸਕਦਾ ਹੈ ਕਿ ਗੀਤਾ ਜੀਵ ਨੂੰ ਕ੍ਰਿਸ਼ਨ ਦੀਆਂ ਅਨੇਕਾਂ ਸ਼ਕਤੀਆਂ ਵਿੱਚੋਂ ਇੱਕ ਮੰਨਦੀ ਹੈ ਅਤੇ ਜਦੋਂ ਇਹ ਸ਼ਕਤੀ ਭੌਤਿਕ ਪਾਪਾਂ ਤੋਂ ਮੁਕਤ ਹੋ ਜਾਂਦੀ ਹੈ, ਤਾਂ ਇਹ ਪੂਰੀ ਤਰ੍ਹਾਂ ਕ੍ਰਿਸ਼ਨ ਭਾਵਨਾ ਭਾਵਿਤ ਜਾਂ ਮੁਕਤ ਹੋ ਜਾਂਦੀ ਹੈ।

एतद्योनीनि भूतानि सर्वाणीत्युपधारय ।
अहं कृत्स्नस्य जगतः प्रभवः प्रलयस्तथा ॥ ६ ॥

ਏਤਦ੍ ਯੋਨੀਨਿ ਭੂਤਾਨਿ ਸਰਵਾਣੀਤਿ ਉਪਧਾਰਯ ।
ਅਹਮ੍ ਕ੍ਰਿਤ੍ਸ੍ਨਸ੍ਯ ਜਗਤਹ੍ ਪ੍ਰਭਵਹ੍ ਪ੍ਰਲਯਸ੍ ਤਥਾ ॥ 6 ॥

ਏਤਤ੍ – ਇਹ ਦੋਵੇਂ ਸ਼ਕਤੀਆਂ, **ਯੋਨੀਨਿ** – ਜਿਨ੍ਹਾਂ ਦੇ ਜਨਮ ਦੇ ਸਰੋਤ, ਯੋਨੀਆਂ ; **ਭੂਤਾਨਿ** – ਹਰੇਕ ਰਚਿਆ ਪਦਾਰਥ ; **ਸਰਵਾਣਿ** – ਸਾਰੇ ; **ਇਤਿ** – ਇੰਝ ; **ਉਪਧਾਰਯ** – ਜਾਣੋ ; **ਅਹਮ੍** – ਮੈਂ ; **ਕ੍ਰਿਤ੍ਸਨਸ੍ਯ** – ਸੰਪੂਰਨ ; **ਜਗਤਹ੍** – ਸੰਸਾਰ ਦਾ ; **ਪ੍ਰਭਵਹ੍** – ਉਤਪੱਤੀ ਦਾ ਕਾਰਨ; **ਪ੍ਰਲਯਹ੍** – ਪਰਲੋ, ਵਿਨਾਸ਼ ; **ਤਥਾ** – ਅਤੇ ।

ਅਨੁਵਾਦ

ਸਾਰੇ ਪ੍ਰਾਣੀਆਂ ਦੀ ਉਤਪੱਤੀ ਇਨ੍ਹਾਂ ਦੋਵਾਂ ਸ਼ਕਤੀਆਂ ਵਿਚ ਹੈ। ਇਸ ਸੰਸਾਰ ਵਿਚ ਜੋ ਕੁੱਝ ਵੀ ਭੌਤਿਕ ਅਤੇ ਅਧਿਆਤਮਕ ਹੈ, ਉਸਦੀ ਉਤਪੱਤੀ ਅਤੇ ਪਰਲੋ (ਵਿਨਾਸ਼) ਮੈਨੂੰ ਹੀ ਜਾਣੋ।

ਭਾਵ

ਜਿੰਨੀਆਂ ਚੀਜ਼ਾਂ ਮੌਜੂਦ ਹਨ, ਉਹ ਪਦਾਰਥ ਅਤੇ ਆਤਮਾ ਦੇ ਪ੍ਰਤੀਫਲ ਹਨ। ਆਤਮਾ ਸ੍ਰਿਸ਼ਟੀ ਦਾ ਮੂਲ ਖੇਤਰ ਹੈ, ਅਤੇ ਪਦਾਰਥ ਆਤਮਾ ਰਾਹੀਂ ਪੈਦਾ ਕੀਤਾ ਜਾਂਦਾ ਹੈ, ਭੌਤਿਕ ਵਿਕਾਸ ਦੀ ਕਿਸੇ ਵੀ ਅਵਸਥਾ ਵਿਚ ਆਤਮਾ ਦੀ ਤ੍ਰਿਪਤੀ ਨਹੀਂ ਹੁੰਦੀ ਸਗੋਂ ਇਹ ਭੌਤਿਕ ਸੰਸਾਰ ਅਧਿਆਤਮਕ ਸ਼ਕਤੀ ਦੇ ਆਧਾਰ ਤੇ ਹੀ ਪ੍ਰਗਟ ਹੁੰਦਾ ਹੈ। ਇਸ ਭੌਤਿਕ ਸ਼ਰੀਰ ਦਾ ਇਸ ਲਈ ਵਿਕਾਸ ਹੋਇਆ, ਕਿਉਂਕਿ ਇਸ ਅੰਦਰ ਆਤਮਾ ਦੀ ਮੌਜੂਦਗੀ ਹੈ। ਇਕ ਬੱਚਾ ਹੌਲੀ-ਹੌਲੀ

ਵੱਧਕੇ ਕੁਮਾਰ ਅਤੇ ਅੰਤ ਵਿਚ ਜੁਆਨ ਹੋ ਜਾਂਦਾ ਹੈ, ਕਿਉਂਕਿ ਉਸ ਅੰਦਰ ਆਤਮਾ ਹੈ। ਇਸੇ ਤਰ੍ਹਾਂ ਇਸ ਵਿਰਾਟ ਬ੍ਰਹਿਮੰਡ ਦੀ ਸਾਰੀ ਸ੍ਰਿਸ਼ਟੀ ਦਾ ਵਿਕਾਸ ਮੌਜੂਦਾ ਪਰਮਾਤਮਾ, ਵਿਸ਼ਨੂੰ ਦੀ ਮੌਜੂਦਗੀ ਦਾ ਕਾਰਨ ਹੁੰਦਾ ਹੈ। ਇਸ ਲਈ ਆਤਮਾ ਅਤੇ ਪਦਾਰਥ ਮੂਲ ਰੂਪ ਵਿਚ ਭਗਵਾਨ ਦੀਆਂ ਦੋ ਸ਼ਕਤੀਆਂ ਹਨ, ਜਿਨ੍ਹਾਂ ਦੇ ਸੰਜੋਗ ਨਾਲ ਵਿਰਾਟ ਬ੍ਰਹਿਮੰਡ ਪ੍ਰਗਟ ਹੁੰਦਾ ਹੈ। ਇਸ ਲਈ ਭਗਵਾਨ ਹੀ ਸਾਰੀਆਂ ਚੀਜ਼ਾਂ ਦੇ ਆਦਿ ਕਾਰਨ ਹਨ। ਭਗਵਾਨ ਦਾ ਅੰਸ਼ ਰੂਪ ਜੀਵ-ਆਤਮਾ ਭਾਵੇਂ ਕਿਸੇ ਅਸਮਾਨ ਨੂੰ ਛੂਹਣ ਵਾਲੇ ਮਹਿਲ ਜਾਂ ਕਿਸੇ ਵੱਡੇ ਕਾਰਖ਼ਾਨੇ ਜਾਂ ਕਿਸੇ ਵੱਡੇ ਨਗਰ ਦਾ ਨਿਰਮਾਤਾ ਹੋ ਸਕਦਾ ਹੈ। ਪਰ ਉਹ ਵਿਰਾਟ ਬ੍ਰਹਿਮੰਡ ਦਾ ਕਾਰਨ ਨਹੀਂ ਹੋ ਸਕਦਾ। ਇਸ ਵਿਰਾਟ ਬ੍ਰਹਿਮੰਡ ਦਾ ਰਚਣਹਾਰਾ ਵੀ ਵਿਰਾਟ ਆਤਮਾ ਜਾਂ ਪਰਮਾਤਮਾ ਹੈ ਅਤੇ ਪਰਮੇਸ਼ਵਰ ਕ੍ਰਿਸ਼ਨ ਵਿਰਾਟ ਅਤੇ ਛੋਟੇ ਦੋਵੇਂ ਹੀ ਵਿਰਾਟ ਆਤਮਾਵਾਂ ਦੇ ਕਾਰਨ ਹਨ। ਇਸ ਲਈ ਉਹ ਸਾਰੇ ਕਾਰਨਾਂ ਦੇ ਕਾਰਨ ਹਨ। ਇਸ ਦੀ ਪੁਸ਼ਟੀ ਕਠੋਪਨਿਸ਼ਦ ਵਿਚ (2-2-13) ਹੋਈ ਹੈ - "ਨਿਤ੍ਯੋ ਨਿਤ੍ਯਾਨਾਮ੍ ਚੇਤਨਸ਼੍ ਚੇਤਨਾਨਾਮ੍"

मत्तः परतरं नान्यत्किञ्चिदस्ति धनञ्जय ।
मयि सर्वमिदं प्रोतं सूत्रे मणिगणा इव ॥ ७॥

ਮੱਤਹ੍ ਪਰਤਰਮ੍ ਨਾਨ੍ਯਤ੍ ਕਿੰਚਿਦ੍ ਅਸ੍ਤਿ ਧਨੰਜਯ ।
ਮਯਿ ਸਰਵਮ੍ ਇਦਮ੍ ਪ੍ਰੋਤਮ੍ ਸੂਤ੍ਰੇ ਮਣਿ-ਗਣਾ ਇਵ ॥ 7 ॥

ਮੱਤਹ੍- ਮੇਰੇ ਤੋਂ ਪਰ੍ਹੇ ; **ਪਰਤਰਮ੍** - ਉੱਤਮ ; **ਨ** - ਨਹੀਂ ; **ਅਨਯਤ੍-ਕਿੰਚਿਤ** - ਹੋਰ ਕੁਝ ਵੀ ; **ਅਸ੍ਤਿ** - ਹੈ ; **ਧਨੰਜਯ** - ਹੇ ਧੰਨ ਦੇ ਵਿਜੇਤਾ ; **ਮਯਿ** - ਮੇਰੇ ਵਿਚ ; **ਸਰ੍ਵਮ੍** - ਸਭ ਕੁਝ ; **ਇਦਮ੍** - ਇਹ ਜੋ ਅਸੀਂ ਵੇਖਦੇ ਹਾਂ ; **ਪ੍ਰੋਤਮ੍** - ਪਿਰੋਇਆ ਹੋਇਆ ; **ਸੂਤ੍ਰੇ** - ਧਾਗੇ ਵਿਚ ; **ਮਣਿ ਗਣਾਹ੍** - ਮੋਤੀਆਂ ਦੇ ਦਾਣੇ ; **ਇਵ** - ਵਾਂਗ।

ਅਨੁਵਾਦ

ਹੇ ਧਨੰਜੇ ! ਮੇਰੇ ਤੋਂ ਉੱਤਮ ਕੋਈ ਸਤਿ ਨਹੀਂ ਹੈ। ਜਿਸ ਤਰ੍ਹਾਂ ਮੋਤੀ ਧਾਗੇ ਵਿਚ ਪਿਰੋਏ ਰਹਿੰਦੇ ਹਨ, ਉਸੇ ਤਰ੍ਹਾਂ ਸਭ ਕੁਝ ਮੇਰੇ ਤੇ ਹੀ ਨਿਰਭਰ ਹੈ।

ਭਾਵ

ਪਰਮ ਸਤਿ ਸਾਕਾਰ ਹੈ ਜਾਂ ਨਿਰਾਕਾਰ ਇਸ ਤੇ ਆਮਤੌਰ ਤੇ ਬਹਿਸ ਚਲਦੀ ਹੈ। ਜਿਥੋਂ ਤਕ ਭਗਵਤ ਗੀਤਾ ਦਾ ਸਵਾਲ ਹੈ ਪਰਮ ਸਤਿ ਤਾਂ ਸ਼੍ਰੀ ਭਗਵਾਨ ਕ੍ਰਿਸ਼ਨ ਹਨ ਅਤੇ ਇਸ ਦੀ ਪੁਸ਼ਟੀ ਥਾਂ-ਥਾਂ ਤੇ ਹੁੰਦੀ ਹੈ। ਇਸ ਸ਼ਲੋਕ ਵਿਚ ਖ਼ਾਸ ਤੌਰ ਤੇ ਜ਼ੋਰ ਹੈ ਕਿ ਪਰਮ ਸਤਿ ਪੁਰਖ਼ ਰੂਪ ਹੈ। ਇਸ ਗੱਲ ਦੀ ਕਿ ਭਗਵਾਨ ਹੀ ਪਰਮ ਸਤਿ ਹਨ, ਬ੍ਰਹਮ ਸੰਹਿਤਾ ਵਿਚ ਪੁਸ਼ਟੀ ਹੋਈ ਹੈ - **ਈਸ਼ਵਰਹ੍ ਪਰਮਹ੍ ਕ੍ਰਿਸ਼ਨਹ੍ ਸਚ-ਚਿਦ੍-ਆਨੰਦ-ਵਿਗ੍ਰਹਹ੍** - ਪਰਮ ਸਤਿ ਭਗਵਾਨ ਸ਼੍ਰੀ ਕ੍ਰਿਸ਼ਨ ਹੀ ਹਨ ਜਿਹੜੇ ਆਦਿ ਭਗਵਾਨ ਹਨ। ਸਾਰੇ ਆਨੰਦ ਦੇ ਭੰਡਾਰ ਗੋਵਿੰਦ ਹਨ ਅਤੇ ਉਹ

ਸੱਚਿਦਾਨੰਦ ਸਰੂਪ ਹਨ। ਇਹ ਸਾਰੇ ਸਬੂਤ ਨਿਰ ਵਿਵਾਦ ਰੂਪ ਨਾਲ ਪ੍ਰਮਾਣਿਤ ਕਰਦੇ ਹਨ ਕਿ ਪਰਮ ਸਤਿ ਧਰਮ ਪੁਰਖ ਹਨ, ਜਿਹੜੇ ਸਾਰੇ ਕਾਰਨਾਂ ਦਾ ਕਾਰਨ ਹਨ। ਫਿਰ ਵੀ ਨਿਰੀਸ਼ਰਵਰਵਾਦੀ (ਗੈਰਸ਼ਖਸੀ) ਸ਼ਵੇਤਾਸ਼ਵਤਰ ਉਪਨਿਸ਼ਦ ਵਿਚ (3-10) ਪ੍ਰਾਪਤ ਵੈਦਿਕ ਮੰਤਰ ਦੇ ਆਧਾਰ ਤੇ ਤਰਕ ਕਰਦੇ ਹਨ -

ਤਤੋ ਯਦ ਉੱਤਰਤਰਮ੍ ਤਦ੍ ਅਰੂਪਮ੍ ਅਨਾਮਯਮ੍।
ਯ ਏਤਦ੍ ਵਿਦੁਰ੍ ਅਮ੍ਰਿਤਾਸ੍ ਤੇ ਭਵੰਤਿ ਅਥੇਤਰੇ ਦੁਹਖਮ ਏਵਾਪਯੰਤਿ ॥

ਭੌਤਿਕ ਜਗਤ ਬ੍ਰਹਿਮੰਡ ਦੇ ਆਦਿ ਜੀਵ ਬ੍ਰਹਮ ਨੂੰ ਦੇਵਤਿਆਂ ਮਨੁੱਖਾਂ ਅਤੇ ਹੀਣ ਜਾਨਵਰਾਂ ਵਿਚੋਂ ਸਭ ਤੋਂ ਉੱਤਮ ਮੰਨਿਆ ਜਾਂਦਾ ਹੈ। ਪਾਰ ਬ੍ਰਹਮਾਂ ਤੋਂ ਪਰ੍ਹੇ ਇੱਕ ਅਲੌਕਿਕ ਬ੍ਰਹਮ ਹੈ, ਜਿਸਦਾ ਕੋਈ ਭੌਤਿਕ ਸਰੂਪ ਨਹੀਂ ਹੁੰਦਾ ਅਤੇ ਜਿਹੜਾ ਸਾਰੇ ਭੌਤਿਕ ਮਲੀਨਤਾਵਾਂ ਤੋਂ ਰਹਿਤ ਹੁੰਦਾ ਹੈ। ਜਿਹੜਾ ਮਨੁੱਖ ਉਸਨੂੰ ਜਾਣ ਲੈਂਦਾ ਹੈ, ਉਹ ਵੀ ਅਲੌਕਿਕ ਬਣ ਜਾਂਦਾ ਹੈ, ਪਰ ਜਿਹੜੇ ਉਸਨੂੰ ਨਹੀਂ ਜਾਣਦੇ, ਉਹ ਸੰਸਾਰਿਕ ਦੁੱਖ ਨੂੰ ਭੋਗਦੇ ਰਹਿੰਦੇ ਹਨ

ਨਿਰਵਿਸ਼ੇਸ਼ਵਾਦੀ 'ਅਰੂਪਮ' ਸ਼ਬਦ ਤੇ ਖ਼ਾਸ ਜ਼ੋਰ ਦਿੰਦੇ ਹਨ। ਪਰ ਇਹ 'ਅਰੂਪਮ' ਸ਼ਬਦ ਨਿਰਾਕਾਰ ਨਹੀਂ ਹੈ। ਇਹ ਰੂਹਾਨੀ ਸੱਚਿਦਾਨੰਦ ਸਰੂਪ ਦਾ ਸੂਚਕ ਹੈ, ਜਿਵੇਂ ਕਿ ਬ੍ਰਹਮ ਸੰਹਿਤਾ ਵਿਚ ਵਰਣਨ ਹੈ ਅਤੇ ਉਪਰ ਹਵਾਲਾ ਦਿੱਤਾ ਹੈ। ਸ਼ਵੇਤਾਸ਼ਵਤਰ ਉਪਨਿਸ਼ਦ ਦੇ ਹੋਰ ਸ਼ਲੋਕਾਂ ਨਾਲ ਵੀ ਇਸਦੀ ਪੁਸ਼ਟੀ ਹੁੰਦੀ ਹੈ:-

ਵੇਦਾਹਮ੍ ਏਤਮ੍ ਪੁਰੁਸ਼ਮ੍ ਮਹਾਂਤਮ੍ ਆਦਿਤ੍ਯ-ਵਰ੍ਣਮ੍ ਤਮਸੁਹ੍ ਪਰਸ੍ਤਾਤ੍।
ਤਮ੍ ਏਵ ਵਿਦ੍ਵਾਨਤਿ ਮ੍ਰਿਤ੍ਯੁਮ੍ ਏਤਿ ਨਾਨ੍ਯਹ੍ ਪੰਥਾ ਵਿਦ੍ਯਤੇ 'ਯਨਾਯ ॥
ਯਸ੍ਮਾਤ੍ ਪਰਮ੍ ਨਾਪਰਮ੍ ਅਸ੍ਤਿ ਕਿੰਚਿਦ੍ ਯਸ੍ਮਾਨ੍ ਨਾਣੀਯੋ ਨੋ ਜ੍ਯਾਯੋ'ਸ੍ਤਿ ਕਿੰਚਿਤ।
ਵ੍ਰਿਕ੍ਸ਼ ਇਵ ਸ੍ਤਬ੍ਧੋ ਦਿਵਿ ਤਿਸ਼੍ਠਤਿ ਏਕਸ੍ ਤੇਨਦਮ੍ ਪੂਰਣਮ੍ ਪੁਰੁਸ਼ੇਣ ਸਰ੍ਵਮ੍ ॥
(ਸ਼ਵੇਤਾਸ਼ਵਤਰ ਉਪਨਿਸ਼ਦ 3-8-9)

"ਮੈਂ ਉਸ ਭਗਵਾਨ ਨੂੰ ਜਾਣਦਾ ਹਾਂ, ਜਿਹੜੇ ਹਨੇਰੇ ਦੀਆਂ ਸਾਰੀਆਂ ਭੌਤਿਕ ਧਾਰਨਾਵਾਂ ਤੋਂ ਪਰ੍ਹੇ ਹਨ। ਉਨ੍ਹਾਂ ਨੂੰ ਜਾਣਨ ਵਾਲਾ ਹੀ ਜਨਮ ਅਤੇ ਮੌਤ ਦੇ ਬੰਧਨ ਤੋਂ ਮੁਕਤ ਹੋ ਸਕਦਾ ਹੈ। ਉਸ ਪਰਮ ਪੁਰਖ ਦੇ ਇਸ ਗਿਆਨ ਤੋਂ ਬਿਨ੍ਹਾਂ ਮੁਕਤੀ ਦਾ ਕੋਈ ਹੋਰ ਸਾਧਨ ਨਹੀਂ ਹੈ।"

ਉਸ ਪਰਮ ਪੁਰਖ ਤੋਂ ਵੱਧਕੇ ਕੋਈ ਸਤਿ ਨਹੀਂ, ਕਿਉਂਕਿ ਉਹ ਸਭਨਾਂ ਤੋਂ ਉੱਤਮ ਹਨ। ਉਹ ਸੂਖਮ ਤੋਂ ਵੀ ਸੂਖਮ ਹਨ ਅਤੇ ਮਹਾਨ ਤੋਂ ਵੀ ਮਹਾਨ ਹਨ। ਉਹ ਚੁੱਪ ਰੁੱਖ ਵਾਂਗ ਖਲੋਤੇ ਹਨ ਅਤੇ ਅਲੌਕਿਕ ਆਕਾਸ਼ ਨੂੰ ਪ੍ਰਕਾਸ਼ਿਤ ਕਰਦੇ ਹਨ। ਜਿਵੇਂ ਰੁੱਖ ਆਪਣੀਆਂ ਜੜ੍ਹਾਂ ਫੈਲਾਉਂਦਾ ਹੈ। ਉਹ ਵੀ ਆਪਣੀ ਵਿਆਪਕ ਸ਼ਕਤੀ ਦਾ ਫੈਲਾਓ ਕਰਦੇ ਹਨ।

ਇਨ੍ਹਾਂ ਸ਼ਲੋਕਾਂ ਤੋਂ ਸਿੱਟਾ ਨਿਕਲਦਾ ਹੈ ਕਿ ਪਰਮ ਸਤਿ ਹੀ ਸ਼੍ਰੀ ਭਗਵਾਨ ਹਨ, ਜਿਹੜੇ ਆਪਣੀ ਵੱਖੋ-ਵੱਖਰੀ ਪਰਾ-ਅਪਰਾ ਸ਼ਕਤੀਆਂ ਰਾਹੀਂ ਹਰ ਥਾਈਂ ਫੈਲੇ ਹਨ।

रसोऽहमप्सु कौन्तेय प्रभास्मि शशिसूर्ययोः ।
प्रणवः सर्ववेदेषु शब्दः खे पौरुषं नृषु ॥ ८ ॥

ਰਸੋ 'ਹਮ੍ ਅਪ੍ਸੁ ਕੌਂਤੇਯ ਪ੍ਰਭਾਸ੍ਮਿ ਸ਼ਸ਼ਿ-ਸੂਰ੍ਯਯੋਹ੍ ।
ਪ੍ਰਣਵਹ੍ ਸਰ੍ਵ-ਵੇਦੇਸ਼ੁ ਸ਼ਬ੍ਦਹ੍ ਖੇ ਪੌਰੁਸ਼ਮ੍ ਨ੍ਰਿਸ਼ੁ ॥ 8 ॥

ਰਸਹ੍-ਸੁਆਦ ; **ਅਹਮ੍**-ਮੈਂ ; **ਅਪ੍ਸੁ**-ਪਾਣੀ ਵਿਚ ; **ਕੌਂਤੇਯ**-ਹੇ ਕੁੰਤੀ ਪੁੱਤਰ ; **ਪ੍ਰਭਾ**- ਪ੍ਰਕਾਸ਼; **ਅਸ੍ਮਿ**-ਹਾਂ ; **ਸ਼ਸ਼ਿ-ਸੂਰ੍ਯਯੋਹ੍**-ਚੰਨ ਅਤੇ ਸੂਰਜ ਦਾ ; **ਪ੍ਰਣਵਹ੍**-ਓਂਕਾਰ ਦੇ ਅ,ੳ,ਮ, ਇਹ ਤਿੰਨ ਅੱਖਰ ; **ਸਰ੍ਵ**-ਸਾਰੇ ; **ਵੇਦੇਸ਼ੁ**-ਵੇਦਾਂ ਵਿਚ ; **ਸ਼ਬ੍ਦਹ੍**-ਬਦ, ਧੁਨੀ ; **ਖੇ**-ਅਸਮਾਨ ਵਿਚ ; **ਪੌਰੁਸ਼ਮ੍**- ਸ਼ਕਤੀ,ਸਮਰਥਾ ; **ਨ੍ਰਿਸ਼ੁ** - ਮਨੁੱਖਾਂ ਵਿਚ ।

ਅਨੁਵਾਦ

ਹੇ ਕੁੰਤੀ ਪੁੱਤਰ ! ਮੈਂ ਪਾਣੀ ਦਾ ਸੁਆਦ ਹਾਂ , ਸੂਰਜ ਅਤੇ ਚੰਦ ਦਾ ਪ੍ਰਕਾਸ਼ ਹਾਂ, ਵੈਦਿਕ ਮੰਤਰਾਂ ਵਿਚ ਓਂਕਾਰ ਹਾਂ, ਆਕਾਸ਼ ਵਿਚ ਧੁਨੀ ਹਾਂ ਅਤੇ ਮਨੁੱਖ ਵਿਚ ਕਾਬਲੀਅਤ ਹਾਂ ।

ਭਾਵ

ਇਹ ਸ਼ਲੋਕ ਦੱਸਦਾ ਹੈ ਕਿ ਭਗਵਾਨ ਕਿੰਝ ਆਪਣੀਆਂ ਵੱਖੋ-ਵੱਖਰੀਆਂ ਪਰ੍ਹਾ ਅਤੇ ਅਪਰ੍ਹਾ ਸ਼ਕਤੀਆਂ ਰਾਹੀਂ ਹਰ ਥਾਈਂ ਫੈਲੇ ਹਨ । ਪਰਮੇਸ਼ਵਰ ਦੀ ਮੁੱਢਲੀ ਅਨੁਭੂਤੀ ਉਨ੍ਹਾਂ ਦੀਆਂ ਵੱਖੋ-ਵੱਖਰੀਆਂ ਸ਼ਕਤੀਆਂ ਰਾਹੀਂ ਹੋ ਸਕਦੀ ਹੈ ਅਤੇ ਇੰਝ ਉਨ੍ਹਾਂ ਦਾ ਨਿਰਾਕਾਰ ਰੂਪ ਵਿਚ ਅਨੁਭਵ ਹੁੰਦਾ ਹੈ । ਜਿਸ ਤਰ੍ਹਾਂ ਸੂਰਜ ਦੇਵਤਾ ਇੱਕ ਪੁਰਖ ਹੈ ਅਤੇ ਆਪਣੀ ਸਰਬਵਿਆਪਕ ਸ਼ਕਤੀ ਸੂਰਜ-ਪ੍ਰਕਾਸ਼ ਰਾਹੀਂ ਅਨੁਭਵ ਕੀਤਾ ਜਾਂਦਾ ਹੈ, ਉਸੇ ਤਰ੍ਹਾਂ ਭਗਵਾਨ ਆਪਣੇ ਨਿਵਾਸ ਅਸਥਾਨ ਤੇ ਰਹਿੰਦੇ ਹੋਏ ਵੀ ਆਪਣੀ ਸਰਬਵਿਆਪਕ ਸ਼ਕਤੀ ਰਾਹੀਂ ਅਨੁਭਵ ਕੀਤੇ ਜਾਂਦੇ ਹਨ । ਪਾਣੀ ਦਾ ਸੁਆਦ ਪਾਣੀ ਦਾ ਮੁੱਢਲਾ ਗੁਣ ਹੈ । ਕੋਈ ਵੀ ਮਨੁੱਖ ਸਮੁੰਦਰ ਦਾ ਪਾਣੀ ਨਹੀਂ ਪੀਣਾ ਚਾਹੁੰਦਾ, ਕਿਉਂਕਿ ਇਸ ਵਿਚ ਸ਼ੁੱਧ ਪਾਣੀ ਦੇ ਸੁਆਦ ਦੇ ਨਾਲ-ਨਾਲ ਨਮਕ ਮਿਲਿਆ ਰਹਿੰਦਾ ਹੈ । ਪਾਣੀ ਪ੍ਰਤੀ ਖਿੱਚ ਦਾ ਕਾਰਨ ਸੁਆਦ ਦੀ ਸ਼ੁੱਧੀ ਹੈ ਅਤੇ ਇਹ ਸ਼ੁੱਧ ਸੁਆਦ ਭਗਵਾਨ ਦੀਆਂ ਸ਼ਕਤੀਆਂ ਵਿੱਚੋਂ ਇੱਕ ਹੈ । ਨਿਰਵਿਸ਼ੇਸ਼ਵਾਦੀ ਮਨੁੱਖ ਪਾਣੀ ਵਿਚ ਭਗਵਾਨ ਦੀ ਹੋਂਦ ਪਾਣੀ ਦੇ ਸੁਆਦ ਸਦਕਾ ਅਨੁਭਵ ਕਰਦਾ ਹੈ ਅਤੇ ਸਗੁਣਵਾਦੀ ਭਗਵਾਨ ਦਾ ਗੁਣ-ਗਾਨ ਕਰਦਾ ਹੈ, ਕਿਉਂਕਿ ਉਹ ਪਿਆਸ ਬੁਝਾਉਣ ਲਈ ਬਹੁਤ ਸੁਆਦ ਪਾਣੀ ਦਿੰਦੇ ਹਨ । ਪਰਮੇਸ਼ਵਰ ਨੂੰ ਅਨੁਭਵ ਕਰਨ ਦਾ ਇਹੋ ਤਰੀਕਾ ਹੈ । ਵਿਵਹਾਰਕ ਤੌਰ ਤੇ ਸਗੁਣਵਾਦ ਅਤੇ ਨਿਰਵਿਸ਼ੇਸ਼ਵਾਦ (ਨਿਰਗੁਣਵਾਦੀ) ਵਿਚ ਕੋਈ ਮਤਭੇਦ ਨਹੀਂ ਹੈ, ਜਿਹੜਾ ਈਸ਼ਵਰ ਨੂੰ ਜਾਣਦਾ ਹੈ ਉਹ ਇਹ ਵੀ ਜਾਣਦਾ ਹੈ ਕਿ ਹਰ ਚੀਜ਼ ਵਿਚ ਇਕੱਠੇ ਸਗੁਣ ਗਿਆਨ ਅਤੇ ਨਿਰਗੁਣ ਗਿਆਨ ਛੁਪਿਆ ਰਹਿੰਦਾ ਹੈ ਅਤੇ ਇਨ੍ਹਾਂ ਵਿਚ ਕੋਈ ਵਿਰੋਧ ਨਹੀਂ ਹੈ ਇਸ ਲਈ ਭਗਵਾਨ ਚੈਤੰਨਯ ਨੇ ਆਪਣਾ ਸ਼ੁੱਧ ਸਿੱਧਾਂਤ ਸਥਾਪਿਤ ਕੀਤਾ ਜਿਹੜਾ ਅਚਿੰਤਯ ਭੇਦ-ਅਭੇਦ ਤੱਥ ਕਹਾਉਂਦਾ ਹੈ ।

ਸੂਰਜ ਅਤੇ ਚੰਨ ਦਾ ਪ੍ਰਕਾਸ਼ ਵੀ ਮੁਢਲੇ ਤੌਰ ਤੇ ਬ੍ਰਹਮਜੋਤੀ ਵਿੱਚੋਂ ਨਿਕਲਦਾ ਹੈ, ਜਿਹੜਾ ਭਗਵਾਨ ਦਾ ਨਿਰਵਿਸ਼ੇਸ਼ ਪ੍ਰਕਾਸ਼ ਹੈ। ਪ੍ਰਣਵ ਜਾਂ ਓਂਕਾਰ ਹਰ ਵੈਦਿਕ ਮੰਤਰ ਦੇ ਸ਼ੁਰੂ ਵਿਚ ਭਗਵਾਨ ਨੂੰ ਸੰਬੋਧਿਤ ਕਰਨ ਲਈ ਵਰਤੀ ਜਾਣ ਵਾਲੀ ਰੂਹਾਨੀ ਧੁਨੀ ਹੈ। ਕਿਉਂਕਿ ਨਿਰਵਿਸ਼ੇਸ਼ਵਾਦੀ ਪਰਮੇਸ਼ਵਰ ਕ੍ਰਿਸ਼ਨ ਨੂੰ ਉਨ੍ਹਾਂ ਦੇ ਅਨੇਕਾਂ ਅਣਗਿਣਤ ਨਾਵਾਂ ਨਾਲ ਬੁਲਾਉਣ ਤੋਂ ਡਰਦੇ ਰਹਿੰਦੇ ਹਨ, ਇਸ ਲਈ ਉਹ ਓਂਕਾਰ ਦਾ ਉਚਾਰਣ ਕਰਦੇ ਹਨ, ਪਰ ਉਨ੍ਹਾਂ ਨੂੰ ਇਸ ਦਾ ਰਤਾ ਵੀ ਅਨੁਭਵ ਨਹੀਂ ਹੁੰਦਾ ਕਿ ਓਂਕਾਰ ਕ੍ਰਿਸ਼ਨ ਦਾ ਸ਼ਬਦ ਸਰੂਪ ਹੈ। ਕ੍ਰਿਸ਼ਨ ਭਾਵਨਾ ਅੰਮ੍ਰਿਤ ਦਾ ਖੇਤਰ ਵੱਡਾ ਹੈ, ਅਤੇ ਜਿਹੜਾ ਇਸ ਭਾਵਨਾ ਅੰਮ੍ਰਿਤ ਨੂੰ ਜਾਣਦਾ ਹੈ ਉਹ ਧੰਨ ਹੈ। ਜਿਹੜੇ ਕ੍ਰਿਸ਼ਨ ਨੂੰ ਨਹੀਂ ਜਾਣਦੇ, ਉਹ ਮੋਹ ਗ੍ਰਸਤ ਰਹਿੰਦੇ ਹਨ। ਇਸ ਲਈ ਕ੍ਰਿਸ਼ਨ ਦਾ ਗਿਆਨ ਮੁਕਤੀ ਹੈ ਅਤੇ ਉਨ੍ਹਾਂ ਪ੍ਰਤੀ ਅਗਿਆਨ ਬੰਧਨ ਹੈ।

पुण्यो गन्धः पृथिव्यां च तेजश्चास्मि विभावसौ ।
जीवनं सर्वभूतेषु तपश्चास्मि तपस्विषु ॥ ९ ॥

ਪੁਣ੍ਯੋ ਗੰਧਹ੍ ਪ੍ਰਿਥਿਵ੍ਯਾਮ੍ ਚ ਤੇਜਸ਼੍ ਚਾਸ੍ਮਿ ਵਿਭਾਵਸੌ।
ਜੀਵਨਮ੍ ਸਰ੍ਵ-ਭੂਤੇਸ਼ੁ ਤਪਸ਼ ਚਾਸ੍ਮਿ ਤਪਸ੍ਵਿਸ਼ੁ ॥ 9 ॥

ਪੁਣ੍ਯਹ੍-ਮੁੱਢਲਾ, ਆਦਿ ; **ਗੰਧਹ੍**-ਸੁਗੰਧਿ ; **ਪ੍ਰਿਥਿਵ੍ਯਾਮ**-ਪ੍ਰਿਥਵੀ ਵਿਚ ; **ਚ**-ਵੀ ; **ਤੇਜਹ੍**-ਪ੍ਰਕਾਸ਼ ; **ਚ**-ਵੀ ; **ਅਸ੍ਮਿ**-ਹਾਂ ; **ਵਿਭਾਵਸੌ**-ਅੱਗ ਵਿਚ ; **ਜੀਵਾਨਮ੍**-ਪ੍ਰਾਣ ; **ਸਰ੍ਵ**-ਸਾਰੇ ; **ਭੂਤੇਸ਼**-ਜੀਵਾਂ ਵਿੱਚੋ ; **ਤਪਹ**-ਤਪੱਸਿਆ ; **ਚ**-ਵੀ ; **ਅਸ੍ਮਿ**-ਹਾਂ ; **ਤਪਸ੍ਵਿਸ਼ੁ**-ਤਪੱਸਵੀਆਂ ਵਿਚ।

ਅਨੁਵਾਦ

ਮੈਂ ਪ੍ਰਿਥਵੀ ਦੀ ਆਦਿ ਸੁਗੰਧ ਅਤੇ ਅੱਗ ਦੀ ਗਰਮੀ ਹਾਂ। ਮੈਂ ਸਾਰੇ ਜੀਵਾਂ ਦਾ ਜੀਵਨ ਅਤੇ ਤਪੱਸਵੀਆਂ ਦਾ ਤੱਪ ਹਾਂ।

ਭਾਵ

'ਪੁਣ੍ਯ' ਦਾ ਅਰਥ ਜਿਸ ਵਿਚ ਪਰਿਵਰਤਨ ਨਾ ਹੋਵੇ ਇਸ ਲਈ ਆਦਿ। ਇਸ ਸੰਸਾਰ ਵਿਚ ਹਰ ਚੀਜ਼ ਵਿਚ ਕੋਈ ਨਾ ਕੋਈ ਸੁਗੰਧ ਹੁੰਦੀ ਹੈ, ਜਿਵੇਂ ਫੁੱਲ ਦੀ ਸੁਗੰਧ ਜਾਂ ਜਲ ਪ੍ਰਿਥਵੀ, ਅਗਨੀ, ਵਾਯੂ ਆਦਿ ਦੀ ਸੁਗੰਧ। ਸਾਰੀਆਂ ਚੀਜ਼ਾਂ ਵਿਚ ਫੈਲੀ ਸ਼ੁੱਧ ਭੌਤਿਕ ਗੰਧ ਜਿਹੜੀ ਆਦਿ ਸੁਗੰਧ ਹੈ ਉਹ ਕ੍ਰਿਸ਼ਨ ਹਨ। ਇਸੇ ਤਰ੍ਹਾਂ ਹਰ ਚੀਜ਼ ਦਾ ਇਕ ਖ਼ਾਸ ਸੁਆਦ (ਰਸ) ਹੁੰਦਾ ਹੈ ਅਤੇ ਰਸ ਸੁਆਦ ਨੂੰ ਰਸਾਇਣਾਂ ਦੇ ਮਿਸ਼ਰਣ ਰਾਹੀਂ ਬਦਲਿਆ ਜਾ ਸਕਦਾ ਹੈ। ਇਸ ਲਈ ਹਰ ਮੁੱਢਲੀ ਚੀਜ਼ ਵਿਚ ਕੋਈ ਨਾ ਕੋਈ ਗੰਧ ਜਾਂ ਸੁਆਦ ਹੁੰਦਾ ਹੈ। 'ਵਿਭਾਵਸੁ' ਦਾ ਅਰਥ ਅੱਗ ਹੈ। ਅੱਗ ਤੋਂ ਬਿਨ੍ਹਾਂ ਨਾ ਤਾ ਫੈਕਟਰੀ ਚਲ ਸਕਦੀ ਹੈ ਜੇ ਭੋਜਨ ਪੱਕ ਸਕਦਾ ਹੈ। ਇਹ ਅੱਗ ਕ੍ਰਿਸ਼ਨ ਹੈ। ਅੱਗ ਦਾ ਤੇਜ (ਗਰਮੀ) ਵੀ ਕ੍ਰਿਸ਼ਨ ਹੀ ਹੈ। ਵੈਦਿਕ ਚਕਿਤਸਾ ਮੁਤਾਬਿਕ ਨਾ ਪਚਨ ਦਾ

ਕਾਰਨ ਪੇਟ ਦੀ ਅੱਗ ਦਾ ਮੱਠਾ ਪੈਣਾ ਹੈ । ਇਸ ਲਈ ਪਾਚਨ ਤਕ ਲਈ ਅੱਗ ਜ਼ਰੂਰੀ ਹੈ । ਕ੍ਰਿਸ਼ਨ ਭਾਵਨਾ ਅੰਮ੍ਰਿਤ ਵਿਚ ਅਸੀਂ ਇਸ ਗੱਲ ਤੋਂ ਜਾਣੂੰ ਹੁੰਦੇ ਹਾਂ ਕਿ ਪ੍ਰਿਥਵੀ, ਜਲ, ਅਗਨੀ, ਵਾਯੂ ਅਤੇ ਹਰੇਕ ਕਿਰਿਆਵਾਨ ਤੱਤ ਸਾਰੇ ਰਸਾਇਣ ਅਤੇ ਸਾਰੇ ਭੌਤਿਕ ਤੱਤ ਕ੍ਰਿਸ਼ਨ ਸਦਕਾ ਹਨ । ਮਨੁੱਖ ਦੀ ਉਮਰ ਵੀ ਕ੍ਰਿਸ਼ਨ ਦੇ ਕਾਰਨ ਹੈ । ਇਸ ਲਈ ਕ੍ਰਿਸ਼ਨ ਦੀ ਕ੍ਰਿਪਾ ਨਾਲ ਹੀ ਮਨੁੱਖ ਆਪਣੇ ਆਪ ਨੂੰ ਲੰਮੀ ਉਮਰ ਜਾਂ ਘੱਟ ਉਮਰ ਵਾਲਾ ਬਣਾ ਸਕਦਾ ਹੈ । ਇਸ ਲਈ ਕ੍ਰਿਸ਼ਨ ਭਾਵਨਾ ਅੰਮ੍ਰਿਤ ਹਰੇਕ ਖੇਤਰ ਵਿਚ ਕਿਰਿਆਵਾਨ ਰਹਿੰਦਾ ਹੈ ।

बीजं मां सर्वभूतानां विद्धि पार्थ सनातनम् ।
बुद्धिर्बुद्धिमतामस्मि तेजस्तेजस्विनामहम् ॥ १० ॥

ਬੀਜਮ੍ ਮਾਮ੍ ਸਰ੍ਵ-ਭੂਤਾਨਾਮ੍ ਵਿਦ੍ਧਿ ਪਾਰ੍ਥ ਸਨਾਤਨਮ੍ ।
ਬੁਦ੍ਧਿਰ੍ ਬੁਦ੍ਧਿਮਤਾਮ੍ ਅਸ੍ਮਿ ਤੇਜਸ੍ ਤੇਜਸ੍ਵਿਨਾਮ੍ ਅਹਮ੍ ॥ 10 ॥

ਬੀਜਮ੍ - ਬੀਜ ; **ਮਾਮ੍** - ਮੈਨੂੰ ; **ਸਰ੍ਵ ਭੂਤਾਨਾਮ੍** - ਸਾਰੇ ਜੀਵਾਂ ਦਾ ; **ਵਿਦ੍ਧਿ**- ਜਾਣਨ ਦਾ ਯਤਨ ਕਰੋ ; **ਪਾਰ੍ਥ** - ਹੇ ਪ੍ਰਿਥਾ ਪੁੱਤਰ ; **ਸਨਾਤਨਮ੍** - ਆਦਿ,ਹਮੇਸ਼ਾਂ ਰਹਿਣ ਵਾਲਾ ; **ਬੁਦ੍ਧਿਹ੍** - ਬੁੱਧੀ ; **ਬੁਦ੍ਧਿਮਤਾਮ** - ਬੁੱਧੀਮਾਨਾਂ ਦੀ ; **ਅਸ੍ਮਿ** - ਹਾਂ ; **ਤੇਜਹ੍** - ਤੇਜ ; **ਤੇਜਸ੍ਵਿਨਾਮ** - ਤੇਜਸਵੀਆਂ ਦਾ ; **ਅਹਮ੍** - ਮੈਂ ।

ਅਨੁਵਾਦ

ਹੇ ਪ੍ਰਿਥਾ ਪੁੱਤਰ! ਇਹ ਜਾਣ ਲਉ ਕਿ ਮੈਂ ਸਾਰੇ ਜੀਵਾਂ ਦਾ ਆਦਿ ਬੀਜ ਹਾਂ, ਬੁੱਧੀਮਾਨਾਂ ਦੀ ਬੁੱਧੀ ਅਤੇ ਸਾਰੇ ਸ਼ਕਤੀਮਾਨ ਪੁਰਖਾਂ ਦਾ ਬਲ ਹਾਂ ।

ਭਾਵ

ਕ੍ਰਿਸ਼ਨ ਸਾਰੇ ਪਦਾਰਥਾਂ ਦੇ ਆਦਿ ਬੀਜ ਹਨ । ਚਲ ਅਤੇ ਅਚਲ ਕਈ ਤਰ੍ਹਾਂ ਦੇ ਜੀਵ ਹਨ । ਪੰਛੀ, ਪਸ਼ੂ, ਮਨੁੱਖ ਅਤੇ ਹੋਰ ਸਜੀਵ ਪ੍ਰਾਣੀ ਚਰ ਹਨ । ਰੁੱਖ ਆਦਿ ਅਚਰ ਹਨ । ਉਹ ਤੁਰ ਨਹੀਂ ਸਕਦੇ, ਸਿਰਫ ਖਲੋਤੇ ਰਹਿੰਦੇ ਹਨ । ਹਰ ਜੀਵ ਚੁਰਾਸੀ ਲੱਖ ਜੂਨਾਂ ਦੇ ਅੰਦਰ ਹੈ, ਜਿਨ੍ਹਾਂ ਵਿੱਚੋਂ ਕੁਝ ਚਰ ਅਤੇ ਕੁਝ ਅਚਰ ਹਨ । ਪਰ ਇਨ੍ਹਾਂ ਸਾਰੀਆਂ ਦੇ ਜੀਵਨ ਦੇ ਬੀਜ ਰੂਪ ਸ੍ਰੀ ਕ੍ਰਿਸ਼ਨ ਹਨ । ਜਿਵੇਂ ਕਿ ਵੈਦਿਕ ਸਾਹਿਤ ਵਿਚ ਕਿਹਾ ਗਿਆ ਹੈ 'ਬ੍ਰਹਮ' ਜਾਂ ਪਰਮ ਸਤਿ ਉਹ ਹੈ ਜਿਸ ਤੋਂ ਹਰ ਚੀਜ਼ ਪੈਦਾ ਹੋਈ ਹੈ । ਕ੍ਰਿਸ਼ਨ ਪਾਰਬ੍ਰਹਮ ਜਾਂ ਪਰਮਾਤਮਾ ਹਨ । 'ਬ੍ਰਹਮ' ਤਾਂ ਨਿਰਵਿਸ਼ੇਸ਼ ਹੈ, ਪਰ ਪਾਰਬ੍ਰਹਮ ਸਾਕਾਰ ਹੈ । ਨਿਰਵਿਸ਼ੇਸ਼ ਬ੍ਰਹਮ ਆਪਣੇ ਸਾਕਾਰ ਰੂਪ ਵਿਚ ਸਥਿਤ ਹੈ - ਇਹ ਭਗਵਤ ਗੀਤਾ ਵਿਚ ਕਿਹਾ ਗਿਆ ਹੈ । ਇਸ ਲਈ ਆਦਿ ਰੂਪ ਵਿਚ ਕ੍ਰਿਸ਼ਨ ਸਾਰੀਆਂ ਚੀਜ਼ਾਂ ਦੇ ਪੈਦਾ ਕਰਨ ਵਾਲੇ ਹਨ । ਉਹ ਸਾਰਿਆਂ ਦੇ ਉਦੱਗਮ ਹਨ । ਜਿਸ ਤਰ੍ਹਾਂ ਜੜ੍ਹ ਸਾਰੇ ਰੁੱਖ ਨੂੰ ਪਾਲਦੀ ਹੈ, ਉਸੇ ਤਰ੍ਹਾਂ ਕ੍ਰਿਸ਼ਨ ਜੜ੍ਹ ਹੋਣ ਕਾਰਨ ਇਸ ਸੰਸਾਰ ਦੇ ਸਾਰੇ ਪ੍ਰਾਣੀਆਂ ਨੂੰ ਪਾਲਦੇ ਹਨ । ਇਸ ਦੀ ਪੁਸ਼ਟੀ ਵੈਦਿਕ ਸਾਹਿਤ ਵਿਚ ਹੋਈ ਹੈ : -

ਨਿਤ੍ਯੋ ਨਿਤ੍ਯਾਨਾਮ੍ ਚੇਤਨਸ਼੍ ਚੇਤਨਾਨਾਮ੍ ।
ਏਕੋ ਬਹੂਨਾਮ੍ ਯੋ ਵਿਦਧਾਤਿ ਕਾਮਾਨ੍ ॥

(ਕਠੋਪਨਿਸ਼ਦ 2-2-13)

ਉਹ ਸਾਰੇ ਨਿੱਤਾਂ ਦੇ ਵਿਚ ਮੂਲ ਨਿੱਤ ਹਨ । ਉਹ ਸਾਰੇ ਜੀਵਾਂ ਦੇ ਪਰਮ ਜੀਵ ਹਨ ਅਤੇ ਉਹ ਹੀ ਸਾਰੇ ਜੀਵਾਂ ਦੀ ਪਾਲਣਾ ਕਰਨ ਵਾਲੇ ਹਨ । ਮਨੁੱਖ ਬੁੱਧੀ ਤੋਂ ਬਗ਼ੈਰ ਕੁਝ ਨਹੀਂ ਕਰ ਸਕਦਾ ਅਤੇ ਕ੍ਰਿਸ਼ਨ ਵੀ ਕਹਿੰਦੇ ਹਨ ਕਿ ਮੈਂ ਸਾਰੀ ਬੁੱਧੀ ਦੀ ਜੜ੍ਹ ਹਾਂ । ਜਦੋਂ ਤਕ ਮਨੁੱਖ ਬੁੱਧੀਮਾਨ ਨਹੀਂ ਹੁੰਦਾ, ਉਹ ਭਗਵਾਨ ਕ੍ਰਿਸ਼ਨ ਨੂੰ ਨਹੀਂ ਸਮਝ ਸਕਦਾ ।

बलं बलवतां चाहं कामरागविवर्जितम् ।
धर्माविरुद्धो भूतेषु कामोऽस्मि भरतर्षभ ॥ ११ ॥

ਬਲਮ੍ ਬਲਵਤਾਮ੍ ਚਾਹਮ੍ ਕਾਮ-ਰਾਗ-ਵਿਵਰ੍ਜਿਤਮ੍ ।
ਧਰ੍ਮਾਵਿਰੁਦ੍ਧੋ ਭੂਤੇਸ਼ੁ ਕਾਮੋ'ਸ੍ਮਿ ਭਰਤਰ੍ਸ਼ਭ ॥ 11 ॥

ਬਲਮ੍ - ਸ਼ਕਤੀ ; **ਬਲ-ਵਤਾਮ੍** - ਬਲਵਾਨਾਂ ਦਾ ; **ਚ** - ਅਤੇ ; **ਅਹਮ੍** - ਮੈ ਹਾਂ ; **ਕਾਮ** - ਵਿਸ਼ੇ ਭੋਗ ; **ਰਾਗ** - ਅਤੇ ਆਸਕਤੀ (ਮੋਹ) ਨਾਲ ; **ਵਿਵਰ੍ਜਿਤਮ੍** - ਰਹਿਤ ; **ਧਰ੍ਮ ਅਵਿਰੁਦ੍ਧਹ** - ਜਿਹੜਾ ਧਰਮ ਦੇ ਵਿਰੁੱਧ ਨਹੀਂ ; **ਭੂਤੇਸ਼ੁ** - ਸਾਰੇ ਜੀਵਾਂ ਵਿਚ ; **ਕਾਮਹ੍** - ਕਾਮ ਜੀਵਨ ; **ਅਸ੍ਮਿ** - ਹਾਂ ; **ਭਰਤ-ਰ੍ਸ਼ਭ** - ਹੇ ਭਰਤਾਂ ਵਿਚ ਉੱਤਮ ।

ਅਨੁਵਾਦ

ਮੈਂ ਬਲਵਾਨਾਂ ਦੀਆਂ ਕਾਮਨਾਵਾਂ ਅਤੇ ਇੱਛਾਵਾਂ ਤੋਂ ਰਹਿਤ ਸ਼ਕਤੀ ਹਾਂ । ਹੇ ਭਰਤ ਸ਼੍ਰੇਸ਼ਠ (ਅਰਜੁਨ)! ਮੈਂ ਉਹ ਕਾਮ ਹਾਂ ਜਿਹੜਾ ਧਰਮ ਦੇ ਵਿਰੁੱਧ ਨਹੀਂ ।

ਭਾਵ

ਤਾਕਤਵਰ ਮਨੁੱਖਾਂ ਦੀ ਸ਼ਕਤੀ ਦੀ ਵਰਤੋਂ ਕਮਜ਼ੋਰਾਂ ਦੀ ਰੱਖਿਆ ਲਈ ਹੋਣੀ ਚਾਹੀਦੀ ਹੈ, ਨਿੱਜੀ ਹਮਲਿਆਂ ਲਈ ਨਹੀਂ । ਇਸੇ ਤਰ੍ਹਾਂ ਧਰਮ ਅਨੁਸਾਰ ਸੰਭੋਗ ਸੰਤਾਨ ਪੈਦਾ ਕਰਨ ਲਈ ਹੋਣਾ ਚਾਹੀਦਾ ਹੈ ਨਹੀਂ ਤਾਂ ਨਹੀਂ । ਇਸ ਲਈ ਮਾਂ ਬਾਪ ਦੀ ਜ਼ਿੰਮੇਵਾਰੀ ਹੈ ਕਿ ਉਹ ਆਪਣੀ ਔਲਾਦ ਨੂੰ ਕ੍ਰਿਸ਼ਨ ਭਾਵਨਾ ਭਾਵਿਤ ਬਣਾਉਣ ।

ये चैव सात्त्विका भावा राजसास्तामसाश्च ये ।
मत्त एवेति तान्विद्धि न त्वहं तेषु ते मयि ॥ १२ ॥

ਯੇ ਚੈਵ ਸਾਤ੍ਵਿਕਾ ਭਾਵਾ ਰਾਜਸਾਸ੍ ਤਾਮਸਾਸ੍ ਚ ਯੇ ।
ਮੱਤ ਏਵੇਤਿ ਤਾਨ੍ ਵਿਦ੍ਧਿ ਨ ਤਵ੍ ਅਹਮ੍ ਤੇਸ਼ੁ ਤੇ ਮਯਿ ॥ 12 ॥

ਯੇ-ਜਿਹੜੇ ; **ਚ**-ਅਤੇ ; **ਏਵ**-ਨਿਸ਼ਚੈ ਹੀ ; **ਸਾਤ੍ਵਿਕਾਹ੍**-ਸਤੋਗੁਣੀ ; **ਭਾਵਾਹ੍** - ਭਾਵ ; **ਰਾਜਸਾਹ੍** - ਰਜੋਗੁਣੀ ; **ਤਾਮਸਾਹ੍** - ਤਮੋ ਗੁਣੀ ; **ਚ**- ਵੀ ; **ਯੇ** - ਜਿਹੜੇ ; **ਮੱਤਹ** - ਮੇਰੇ ਤੋਂ ; **ਏਵੇ** - ਨਿਸ਼ਚੈ ਹੀ ; **ਇਤਿ** - ਇੰਝ ; **ਤਾਨੁ** - ਉਨ੍ਹਾਂ ਨੂੰ ; **ਵਿਦਧਿ** - ਜਾਣੋ ; **ਨ**-ਨਹੀਂ ; **ਤੁ**-ਪਰ ; **ਅਹਮ੍**-ਮੈਂ ; **ਤੇਸ਼ੁ**-ਉਨ੍ਹਾਂ ਵਿਚੋਂ ; **ਤੇ**-ਉਹ; **ਮਯਿ** - ਮੇਰੇ ਵਿਚ ।

ਅਨੁਵਾਦ

ਤੁਸੀਂ ਜਾਣ ਲਉ ਕਿ ਮੇਰੀ ਸ਼ਕਤੀ ਰਾਹੀਂ ਸਾਰੇ ਗੁਣ ਪ੍ਰਗਟ ਹੁੰਦੇ ਹਨ, ਭਾਵੇਂ ਉਹ ਸਤੋ ਗੁਣ ਹੋਣ, ਰਜੋ ਗੁਣ ਹੋਣ ਜਾਂ ਤਮੋ ਗੁਣ ਹੋਣ । ਇਕ ਤਰ੍ਹਾਂ ਨਾਲ ਮੈਂ ਸਭ ਕੁਝ ਹਾਂ, ਪਰ ਹਾਂ ਸੁਤੰਤਰ । ਮੈਂ ਪ੍ਰਕ੍ਰਿਤੀ ਦੇ ਗੁਣਾਂ ਦੇ ਅਧੀਨ ਨਹੀਂ ਹਾਂ, ਸਗੋਂ ਉਹ ਮੇਰੇ ਅਧੀਨ ਹਨ ।

ਭਾਵ

ਸੰਸਾਰ ਦੇ ਸਾਰੇ ਭੌਤਿਕ ਕੰਮ-ਕਾਰਜ ਪ੍ਰਕ੍ਰਿਤੀ ਦੇ ਗੁਣਾਂ ਦੇ ਅਧੀਨ ਸੰਪੰਨ ਹੁੰਦੇ ਹਨ । ਹਾਲਾਂਕਿ ਪ੍ਰਕ੍ਰਿਤੀ ਦੇ ਗੁਣ ਪਰਮੇਸ਼ਵਰ ਕ੍ਰਿਸ਼ਨ ਤੋਂ ਪੈਦਾ ਹੁੰਦੇ ਹਨ, ਪਰ ਭਗਵਾਨ ਉਨ੍ਹਾਂ ਦੇ ਅਧੀਨ ਨਹੀਂ ਹੁੰਦੇ । ਉਦਾਹਰਣ ਵੱਜੋਂ ਰਾਜ ਦੇ ਨਿਯਮਾਂ ਅਨੁਸਾਰ ਕਿਸੇ ਨੂੰ ਸਜਾ ਮਿਲ ਸਕਦੀ ਹੈ, ਪਰ ਨਿਯਮ ਬਨਾਉਣ ਵਾਲਾ ਰਾਜਾ ਉਸ ਨਿਯਮ ਦੇ ਅਧੀਨ ਨਹੀਂ ਹੁੰਦਾ । ਇਸੇ ਤਰ੍ਹਾਂ ਪ੍ਰਕ੍ਰਿਤੀ ਦੇ ਸਾਰੇ ਗੁਣ ਸਤੋ, ਰਜੋ ਅਤੇ ਤਮੋ ਗੁਣ ਭਗਵਾਨ ਕ੍ਰਿਸ਼ਨ ਤੋਂ ਪੈਦਾ ਹੁੰਦੇ ਹਨ, ਪਰ ਕ੍ਰਿਸ਼ਨ ਪ੍ਰਕ੍ਰਿਤੀ ਦੇ ਅਧੀਨ ਨਹੀਂ ਹਨ । ਇਸੇ ਲਈ ਉਹ ਨਿਰਗੁਣ ਹਨ, ਜਿਸਦਾ ਭਾਵ ਹੈ ਕਿ ਸਾਰੇ ਗੁਣ ਉਨ੍ਹਾਂ ਤੋਂ ਹੀ ਪੈਦਾ ਹੋਏ ਹਨ, ਪਰ ਇਹ ਉਨ੍ਹਾਂ ਨੂੰ ਪ੍ਰਭਾਵਿਤ ਨਹੀਂ ਕਰਦੇ । ਇਹ ਭਗਵਾਨ ਜਾਂ ਪਰਮ ਪੁਰਖ ਪਰਮੇਸ਼ਵਰ ਦਾ ਖ਼ਾਸ ਲੱਛਣ ਹੈ ।

त्रिभिर्गुणमयैर्भावैरेभिः सर्वमिदं जगत् ।
मोहितं नाभिजानाति मामेभ्यः परमव्ययम् ॥१३॥

ਤ੍ਰਿਭਿਰ੍ ਗੁਣ-ਮਯੈਰ੍ ਭਾਵੈਰ੍ ਏਭਿਹ੍ ਸਰ੍ਵਮ੍ ਇਦਮ੍ ਜਗਤ੍ ।
ਮੋਹਿਤਮ੍ ਨਾਭਿਜਾਨਾਤਿ ਮਾਮ੍ ਏਭਯਹ੍ ਪਰਮ੍ ਅਵ੍ਯਯਮ੍ ॥ 13 ॥

ਤ੍ਰਿਭਿਹ੍ - ਤਿੰਨ ; **ਗੁਣ-ਮਯੈਹ੍** - ਗੁਣਾਂ ਤੋਂ ਮੁਕਤ ; **ਭਾਵੈਹ** - ਭਾਵਾਂ ਰਾਹੀਂ ; **ਏਭਿਹ੍** - ਇਨ੍ਹਾਂ; **ਸਰ੍ਵਮ੍** - ਸਾਰਾ ; **ਇਦਮ੍** - ਇਹ ; **ਜਗਤ੍** - ਬ੍ਰਹਿਮੰਡ ; **ਮੋਹਿਤਮ੍** - ਮੋਹ ਗ੍ਰਸਤ ; **ਨ-ਅਭਿਜਾਨਾਤਿ** - ਨਹੀਂ ਜਾਣਦਾ ; **ਮਾਮ੍** - ਮੈਨੂੰ ; **ਏਭਯਹ** - ਇਨ੍ਹਾਂ ਤੋਂ ; **ਪਰਮ੍** - ਪਰਮ ; **ਅਵ੍ਯਯਮ੍** - ਬੇਅੰਤ, ਅਣਥੱਕ ।

ਅਨੁਵਾਦ

ਤਿੰਨਾਂ ਗੁਣਾਂ (ਸਤੋ,ਰਜੋ ਅਤੇ ਤਮੋ) ਰਾਹੀਂ ਮੋਹਿਆ ਇਹ ਸੰਸਾਰ ਮੈਨੂੰ ਇਨ੍ਹਾਂ ਗੁਣਾਂ ਤੋਂ ਪਰ੍ਹੇ ਅਤੇ ਅਵਿਨਾਸ਼ੀ ਨੂੰ ਨਹੀਂ ਜਾਣਦਾ ।

ਭਾਵ

ਸਾਰਾ ਸੰਸਾਰ ਪ੍ਰਕ੍ਰਿਤੀ ਦੇ ਤਿੰਨ ਗੁਣਾਂ ਤੋਂ ਮੋਹਿਤ ਹੈ। ਜਿਹੜੇ ਲੋਕ ਇਸ ਤਰ੍ਹਾਂ ਦੇ ਤਿੰਨ ਗੁਣਾਂ ਰਾਹੀਂ ਮੋਹਿਤ ਹਨ, ਉਹ ਨਹੀਂ ਜਾਣ ਸਕਦੇ ਕਿ ਪਰਮੇਸ਼ਵਰ ਕ੍ਰਿਸ਼ਨ, ਇਸ ਪ੍ਰਕ੍ਰਿਤੀ ਤੋਂ ਪਰ੍ਹੇ ਹਨ।

ਹਰ ਜੀਵ ਨੂੰ ਪ੍ਰਕ੍ਰਿਤੀ ਦੇ ਅਧੀਨ ਹੋ ਕੇ ਇਕ ਖ਼ਾਸ ਤਰ੍ਹਾਂ ਦਾ ਸ਼ਰੀਰ ਮਿਲਦਾ ਹੈ ਅਤੇ ਉਸੇ ਮੁਤਾਬਿਕ ਇਕ ਖ਼ਾਸ ਮਨੋਵਿਗਿਆਨਕ (ਮਾਨਸਿਕ) ਅਤੇ ਸ਼ਰੀਰਕ ਕੰਮ ਕਰਨਾ ਹੁੰਦਾ ਹੈ। ਪ੍ਰਕ੍ਰਿਤੀ ਦੇ ਤਿੰਨ ਗੁਣਾਂ ਅੰਦਰ ਕੰਮ ਕਰਨ ਵਾਲੇ ਮਨੁੱਖਾਂ ਦੀਆਂ ਚਾਰ ਸ਼੍ਰੇਣੀਆਂ ਹਨ। ਜਿਹੜੇ ਪੱਕੇ ਸਤੋਗੁਣੀ ਹਨ, ਉਹ ਬ੍ਰਾਹਮਣ, ਜਿਹੜੇ ਰਜੋ ਗੁਣੀ ਹਨ, ਉਹ ਖਤਰੀ ਅਤੇ ਜਿਹੜੇ ਰਜੋ ਗੁਣੀ ਅਤੇ ਤਮੋ ਗੁਣੀ ਦੋਵੇਂ ਹਨ ਉਹ ਵੈਸ਼ (ਵਪਾਰੀ) ਕਹਾਉਂਦੇ ਹਨ ਅਤੇ ਜਿਹੜੇ ਪੱਕੇ ਤਮੋ ਗੁਣੀ ਹਨ, ਉਹ ਸ਼ੂਦਰ ਕਹਾਉਂਦੇ ਹਨ। ਜਿਹੜੇ ਇਨ੍ਹਾਂ ਤੋਂ ਵੀ ਥੱਲੇ ਹਨ ਉਹ ਪਸ਼ੂ ਵਾਂਗ ਹਨ, ਅਤੇ ਫਿਰ ਇਹ ਉਪਾਧੀਆਂ ਪੱਕੀਆਂ ਨਹੀਂ ਹਨ। ਮੈਂ ਬ੍ਰਾਹਮਣ, ਖਤਰੀ, ਵੈਸ਼ ਜਾਂ ਕੁਝ ਵੀ ਹੋ ਸਕਦਾ ਹਾਂ। ਕੁਝ ਵੀ ਹੋਵੇ ਇਹ ਸ਼ਰੀਰ ਨਾਸ਼ਵਾਨ ਹੈ। ਭਾਵੇਂ ਇਹ ਜੀਵਨ ਨਾਸ਼ਵਾਨ ਹੈ ਅਤੇ ਅਸੀਂ ਨਹੀਂ ਜਾਣ ਸਕਦੇ ਕਿ ਅਗਲੇ ਜਨਮ ਵਿਚ ਅਸੀਂ ਕੀ ਹੋਵਾਂਗੇ, ਪਰ ਮਾਇਆ ਦੇ ਵਸ ਵਿਚ ਰਹਿਕੇ ਅਸੀਂ ਆਪਣੇ ਆਪ ਨੂੰ ਦੇਹ-ਧਾਰਣਾ ਕਾਰਨ ਆਪਣੇ ਆਪ ਨੂੰ ਬੁੱਧੀ, ਅਮਰੀਕੀ, ਭਾਰਤੀ, ਰੂਸੀ ਜਾਂ ਬ੍ਰਾਹਮਣ, ਹਿੰਦੂ, ਮੁਸਲਮਾਨ ਆਦਿ ਕਹਿਕੇ ਸੋਚਦੇ ਹਾਂ। ਜੇਕਰ ਅਸੀਂ ਪ੍ਰਕ੍ਰਿਤੀ ਦੇ ਗੁਣਾਂ ਵਿਚ ਬੱਝ ਜਾਂਦੇ ਹਾਂ ਤਾਂ ਅਸੀਂ ਉਸ ਭਗਵਾਨ ਨੂੰ ਭੁੱਲ ਜਾਂਦੇ ਹਾਂ, ਜਿਹੜੇ ਇਨ੍ਹਾਂ ਗੁਣਾਂ ਦੀ ਜੜ੍ਹ ਵਿਚ ਹਨ। ਇਸ ਲਈ ਭਗਵਾਨ ਦਾ ਕਹਿਣਾ ਹੈ ਕਿ ਸਾਰੇ ਜੀਵ ਪ੍ਰਕ੍ਰਿਤੀ ਦੇ ਇਨ੍ਹਾਂ ਗੁਣਾਂ ਰਾਹੀਂ ਮੋਹਿਤ ਹੋ ਕੇ ਇਹ ਨਹੀਂ ਸਮਝ ਸਕਦੇ ਕਿ ਇਸ ਸੰਸਾਰ ਦੇ ਪਿਛੋਕੜ ਵਿਚ ਭਗਵਾਨ ਹਨ।

ਜੀਵ ਇਸੇ ਤਰ੍ਹਾਂ ਦੇ ਹਨ - ਜਿਵੇਂ - ਮਨੁੱਖ, ਦੇਵਤਾ, ਪਸ਼ੂ ਆਦਿ ; ਅਤੇ ਇਨ੍ਹਾਂ ਵਿੱਚੋਂ ਹਰੇਕ ਪ੍ਰਕ੍ਰਿਤੀ ਦੇ ਵਸ ਵਿਚ ਹੈ ਅਤੇ ਇਹ ਸਾਰੇ ਦਿੱਵ ਪੁਰਖ ਭਗਵਾਨ ਨੂੰ ਭੁੱਲ ਜਾਂਦੇ ਹਨ, ਜਿਹੜੇ ਰਜੋ ਗੁਣੀ ਅਤੇ ਤਮੋ ਗੁਣੀ ਹਨ, ਇਥੋਂ ਤਕ ਕਿ ਜਿਹੜੇ ਸਤੋਗੁਣੀ ਵੀ ਹਨ, ਉਹ ਵੀ ਪਰਮ ਸਤਿ ਦੇ ਨਿਰਵਿਸ਼ੇਸ਼ ਬ੍ਰਹਮ ਸਰੂਪ ਤੋਂ ਅਗਾਂਹ ਨਹੀਂ ਵੱਧਦੇ। ਉਹ ਸਾਰੇ ਭਗਵਾਨ ਦੇ ਪ੍ਰਤੱਖ ਸਰੂਪ ਸਾਹਮਣੇ ਭ੍ਰਮਿਤ ਹੋ ਜਾਂਦੇ ਹਨ। ਜਿਸ ਵਿਚ ਸਾਰੀ ਸੁੰਦਰਤਾ, ਧੰਨ, ਗਿਆਨ, ਬਲ, ਜੱਸ ਅਤੇ ਤਿਆਗ ਭਰਿਆ ਹੈ। ਜਦੋਂ ਸਤੋਗੁਣੀ ਤਕ ਇਸ ਸਰੂਪ ਨੂੰ ਨਹੀਂ ਸਮਝ ਸਕਦੇ ਤਾਂ ਉਨ੍ਹਾਂ ਤੋਂ ਕੀ ਉਮੀਦ ਕੀਤੀ ਜਾਵੇ, ਜਿਹੜੇ ਰਜੋਗੁਣੀ ਜਾਂ ਤਮੋਗੁਣੀ ਹਨ ? ਕ੍ਰਿਸ਼ਨ ਭਾਵਨਾ ਅੰਮ੍ਰਿਤ, ਪ੍ਰਕ੍ਰਿਤੀ ਦੇ ਇਨ੍ਹਾਂ ਤਿੰਨਾਂ ਗੁਣਾਂ ਤੋਂ ਪਰ੍ਹੇ ਹੈ ਅਤੇ ਜਿਹੜੇ ਲੋਕ ਨਿਸ਼ਚੈ ਹੀ ਕ੍ਰਿਸ਼ਨ ਭਾਵਨਾ ਵਿਚ ਸਥਿਤ ਹਨ, ਉਹ ਹੀ ਅਸਲ ਵਿਚ ਮੁਕਤ ਹਨ।

दैवी ह्येषा गुणमयी मम माया दुरत्यया ।
मामेव ये प्रपद्यन्ते मायामेतां तरन्ति ते ॥ १४॥

ਦੈਵੀ ਹਿ ਏਸ਼ਾ ਗੁਣ-ਮਯੀ ਮਮ ਮਾਯਾ ਦੁਰਤ੍ਯਯਾ ।
ਮਾਮ੍ ਏਵ ਯੇ ਪ੍ਰਪਦ੍ਯੰਤੇ ਮਾਯਾਮ੍ ਏਤਾਮ੍ ਤਰੰਤਿ ਤੇ ॥ 14 ॥

ਦੈਵੀ - ਅਲੌਕਿਕ ; **ਹਿ** - ਨਿਸ਼ਚੈ ਹੀ ; **ਏਸ਼ਾ** - ਇਹ ; **ਗੁਣ ਮਯੀ** - ਤਿੰਨਾਂ ਗੁਣਾਂ ਤੋਂ ਯੁਕਤ; **ਮਮ** - ਮੇਰੀ ; **ਮਾਯਾ** - ਸ਼ਕਤੀ ; **ਦੁਰਤ੍ਯਯਾ** - ਪਾਰ ਕਰਨਾ ਔਖਾ ; **ਮਾਮ੍** - ਮੈਨੂੰ ; **ਏਵ**-ਨਿਸ਼ਚੈ ਹੀ ; **ਯੇ** - ਜਿਹੜੇ ; **ਪ੍ਰਪਦ੍ਯੰਤੇ** - ਸ਼ਰਨ ਗ੍ਰਹਿਣ ਕਰਦੇ ਹਨ ; **ਮਾਯਾਮ੍ ਏਤਾਮ੍** -ਇਸ ਮਾਇਆ ਦੇ ; **ਤਰੰਤਿ** - ਪਾਰ ਕਰ ਜਾਂਦੇ ਹਨ; **ਤੇ** - ਉਹ ।

ਅਨੁਵਾਦ

ਪ੍ਰਕ੍ਰਿਤੀ ਦੇ ਤਿੰਨ ਗੁਣਾਂ ਵਾਲੀ ਇਸ ਮੇਰੀ ਦਿੱਵ ਸ਼ਕਤੀ ਨੂੰ ਪਾਰ ਕਰਨਾ ਔਖਾ ਹੈ, ਪਰ ਜਿਹੜੇ ਮੇਰੀ ਸ਼ਰਨ ਆ ਜਾਂਦੇ ਹਨ, ਉਹ ਆਸਾਨੀ ਨਾਲ ਇਸ ਨੂੰ ਪਾਰ ਕਰ ਜਾਂਦੇ ਹਨ ।

ਭਾਵ

ਭਗਵਾਨ ਦੀਆਂ ਸ਼ਕਤੀਆਂ ਅਣਗਿਣਤ ਹਨ ਅਤੇ ਇਹ ਸਾਰੀਆਂ ਸ਼ਕਤੀਆਂ ਦਿੱਵ (ਅਲੌਕਿਕ) ਹਨ । ਭਾਵੇਂ ਜੀਵ ਆਤਮਾਵਾਂ ਉਨ੍ਹਾਂ ਦੀਆਂ ਸ਼ਕਤੀਆ ਦਾ ਅੰਸ਼ ਹਨ; ਇਸ ਲਈ ਅਲੌਕਿਕ ਹਨ, ਪਰ ਭੌਤਿਕ ਸ਼ਕਤੀ ਦੇ ਸੰਪਰਕ ਵਿਚ ਰਹਿਣ ਨਾਲ ਉਨ੍ਹਾਂ ਦੀ ਅਸਲੀ ਪਰ੍ਹਾ (ਉੱਚ) ਸ਼ਕਤੀ ਲੁਕੀ ਰਹਿੰਦੀ ਹੈ । ਇਸ ਤਰ੍ਹਾਂ ਭੌਤਿਕ ਸ਼ਕਤੀ ਨਾਲ ਲੁਕਿਆ ਹੋਣ ਕਾਰਨ ਮਨੁੱਖ ਉਸਦੇ ਪ੍ਰਭਾਵ ਨੂੰ ਪਾਰ ਨਹੀਂ ਕਰ ਸਕਦਾ । ਜਿਵੇਂ ਕਿ ਪਹਿਲਾਂ ਕਿਹਾ ਜਾ ਚੁੱਕਾ ਹੈ ਪਰ੍ਹਾ ਅਤੇ ਅਪਰ੍ਹਾ ਸ਼ਕਤੀਆਂ ਭਗਵਾਨ ਤੋਂ ਪੈਦਾ ਹੋਣ ਕਾਰਨ ਸਦੀਵੀਂ ਹਨ । ਜੀਵ ਭਗਵਾਨ ਦੀ ਉਚੱ ਸ਼ਕਤੀ ਨਾਲ ਸੰਬੰਧਿਤ ਹੁੰਦੇ ਹਨ ਪਰ ਅਪਰ੍ਹਾ (ਗੌਣ) ਸ਼ਕਤੀ, ਭਾਵ ਪਦਾਰਥ ਰਾਹੀਂ ਦੂਸ਼ਿਤ ਹੋਣ ਕਾਰਨ ਉਨ੍ਹਾਂ ਦਾ ਮੋਹ ਵੀ ਨਿਤ ਹੁੰਦਾ ਹੈ । ਇਸ ਲਈ ਪ੍ਰਤੀਬੰਧਿਤ ਨਿਤ ਬੱਧ ਹੈ । ਕੋਈ ਵੀ ਭੌਤਿਕ ਇਤਿਹਾਸ ਵਿਚ ਉਸਦੇ ਬੱਝਣ ਦੀ ਤਾਰੀਖ਼ ਨੂੰ ਨਹੀਂ ਦਸ ਸਕਦਾ । ਸਿੱਟੇ ਵਜੋਂ ਪ੍ਰਕ੍ਰਿਤੀ ਦੀ ਚੁੰਗਲ ਤੋਂ ਉਸ ਦਾ ਛੁਟਣਾ ਬਹੁਤ ਔਖਾ ਹੈ, ਭਾਵੇਂ ਪ੍ਰਕ੍ਰਿਤੀ ਅਪਰ੍ਹਾ ਸ਼ਕਤੀ ਕਿਉਂ ਨਾ ਹੋਵੇ, ਕਿਉਂਕਿ ਭੌਤਿਕ ਸ਼ਕਤੀ ਪਰਮ-ਪੁਰਖ਼ ਦੀ ਇੱਛਾ ਨਾਲ ਚਲਦੀ ਹੈ, ਜਿਸ ਨੂੰ ਲੰਘਣਾ ਜੀਵ ਲਈ ਔਖਾ ਹੈ । ਇਸੇ ਅਪਰਾ ਭੌਤਿਕ ਪ੍ਰਕ੍ਰਿਤੀ ਨੂੰ ਦੈਵੀ ਅਲੌਕਿਕ ਪ੍ਰਕ੍ਰਿਤੀ ਕਿਹਾ ਗਿਆ ਹੈ, ਕਿਉਂਕਿ ਇਸਦਾ ਸੰਬੰਧ ਅਲੌਕਿਕ ਹੈ ਅਤੇ ਇਹ ਅਲੌਕਿਕ ਇੱਛਾ ਨਾਲ ਚਲਦੀ ਹੈ । ਦਿੱਵ ਇੱਛਾ ਨਾਲ ਚਲਣ ਕਾਰਨ ਭੌਤਿਕ ਪ੍ਰਕ੍ਰਿਤੀ ਅਪਰ੍ਹਾ ਹੁੰਦਿਆਂ ਹੋਇਆਂ ਵੀ ਵਿਖਾਈ ਦੇਣ ਵਾਲੇ ਸੰਸਾਰ ਦੇ ਨਿਰਮਾਣ ਅਤੇ ਵਿਨਾਸ਼ ਵਿਚ ਅਦਭੁੱਤ ਤਰੀਕੇ ਨਾਲ ਕੰਮ ਕਰਦੀ ਹੈ । ਵੇਦਾਂ ਵਿਚ ਇਸਦੀ ਪੁਸ਼ਟੀ ਇੰਝ ਹੋਈ

ਹੈ: - **ਮਾਯਾਮ੍ ਤੁ ਪ੍ਰਕ੍ਰਿਤਿਮ੍ ਵਿਦ੍ਯਾਨ ਤੁ ਮਹੇਸ਼੍ਵਰਮ੍** - ਹਾਲਾਂਕਿ 'ਮਾਇਆ'(ਭਰਮ ਮਿਥਿਆ ਜਾਂ ਨਸ਼ਵਰ ਹੈ ਪਰ ਮਾਇਆ ਦੀ ਪਿਛੋਕੜ ਵਿਚ ਉੱਤਮ ਜਾਦੂਗਰ ਭਗਵਾਨ ਹਨ, ਜਿਹੜੇ ਪਰਮ ਨਿਯੰਤਰਣ ਕਰਨ ਵਾਲੇ ਮਹੇਸ਼ਵਰ ਹਨ । (ਸ਼ਵੇਤਾਸ਼ਵਤਰ ਉਪਨਿਸ਼ਦ 4-10)

ਗੁਣ ਦਾ ਦੂਜਾ ਅਰਥ ਰੱਸੀ ਹੈ। ਇਸ ਤੋਂ ਇਹ ਸਮਝਣਾ ਚਾਹੀਦਾ ਹੈ ਕਿ ਬੱਧ ਜੀਵ ਮੋਹ ਰੂਪੀ ਰੱਸੀ ਨਾਲ ਜਕੜਿਆ ਹੋਇਆ ਹੈ। ਜੇਕਰ ਮਨੁੱਖ ਦੇ ਹੱਥ-ਪੈਰ ਬੰਨ ਦਿੱਤੇ ਜਾਣ ਤਾਂ ਉਹ ਆਪਣੇ ਆਪ ਨੂੰ ਛੁਡਾ ਨਹੀਂ ਸਕਦਾ। ਇਸ ਲਈ ਬਚਾਅ ਕਰਨ ਵਾਲੇ ਨੂੰ ਮੁਕਤ ਹੋਣਾ ਚਾਹੀਦਾ ਹੈ। ਇਸ ਲਈ ਕ੍ਰਿਸ਼ਨ ਜਾਂ ਉਹਨਾਂ ਦੇ ਪ੍ਰਮਾਣਿਤ ਪ੍ਰਤੀਨਿੱਧ ਗੁਰੂ ਹੀ ਬੱਧਜੀਵ ਨੂੰ ਛੁਡਾ ਸਕਦੇ ਹਨ। ਬਿਨ੍ਹਾਂ ਇਸ ਤਰ੍ਹਾਂ ਦੀ ਉਚੱ ਮਦਦ ਦੇ ਸੰਸਾਰੀ ਬੰਧਨ ਤੋਂ ਛੁਟਕਾਰਾ ਨਹੀਂ ਮਿਲ ਸਕਦਾ। ਭਗਤੀ ਜਾਂ ਕ੍ਰਿਸ਼ਨ ਭਾਵਨਾ ਅੰਮ੍ਰਿਤ, ਇਸ ਤਰ੍ਹਾਂ ਦੇ ਛੁਟਕਾਰੇ ਵਿਚ ਸਹਾਇਕ ਹੋ ਸਕਦੀ ਹੈ। ਕ੍ਰਿਸ਼ਨ ਮਾਇਆ ਦੇ ਸਵਾਮੀ ਹੋਣ ਕਰਕੇ, ਇਸ ਪਾਰ ਨਾ ਪਾਉਣ ਵਾਲੀ ਸ਼ਕਤੀ ਨੂੰ ਹੁਕਮ ਦੇ ਸਕਦੇ ਹਨ, ਕਿ ਬੱਧਜੀਵ ਨੂੰ ਛੱਡ ਦਿਓ। ਉਹ ਸ਼ਰਨ ਵਿਚ ਆਏ ਜੀਵ ਤੇ ਸੁਭਾਵਿਕ ਕ੍ਰਿਪਾ ਕਰਕੇ ਅਤੇ ਮਮਤਾ ਕਾਰਨ ਹੀ ਜੀਵ ਨੂੰ ਮੁਕਤ ਕਰਨ ਦਾ ਹੁਕਮ ਦਿੰਦੇ ਹਨ, ਕਿਉਂਕਿ ਜੀਵ ਮੁੱਢਲੇ ਤੌਰ ਤੇ ਭਗਵਾਨ ਦਾ ਪਿਆਰਾ ਪੁੱਤਰ ਹੈ। ਇਸ ਲਈ ਕਰੜੀ ਮਾਇਆ ਦੇ ਬੰਧਨ ਤੋਂ ਮੁਕਤ ਹੋਣ ਦਾ ਇਕੋ-ਇਕ ਸਾਧਨ ਹੈ, ਭਗਵਾਨ ਦੇ ਚਰਨ ਕਮਲਾਂ ਦੀ ਸ਼ਰਨ ਗ੍ਰਹਿਣ ਕਰਨਾ।

'**ਮਾਮ੍ ਏਵ**' ਸ਼ਬਦ ਵੀ ਵਧੇਰੇ ਸਾਰਥਕ ਹੈ। ਮਾਮ੍ ਦਾ ਅਰਥ ਹੈ, ਸਿਰਫ ਕ੍ਰਿਸ਼ਨ (ਵਿਸ਼ਨੂੰ) ਨੂੰ ਬ੍ਰਹਮਾਂ ਜਾਂ ਸ਼ਿਵ ਨੂੰ ਨਹੀਂ। ਹਾਲਾਂਕਿ ਬ੍ਰਹਮ ਅਤੇ ਸ਼ਿਵ ਵੀ ਬਹੁਤ ਮਹਾਨ ਹਨ ਅਤੇ ਲਗਭਗ ਵਿਸ਼ਨੂੰ ਦੇ ਹੀ ਬਰਾਬਰ ਹਨ, ਪਰ ਅਜਿਹੇ ਰਜੋ ਗੁਣ ਅਤੇ ਤਮੋ ਗੁਣ ਦੇ ਅਵਤਾਰਾਂ ਲਈ ਇਹ ਸੰਭਵ ਨਹੀਂ ਕਿ ਉਹ ਬੱਧਜੀਵ ਨੂੰ ਮਾਇਆ ਦੇ ਚੁੰਗਲ ਵਿੱਚੋਂ ਛੁਡਾ ਸਕਣ। ਦੂਜੇ ਸ਼ਬਦਾਂ ਵਿੱਚ, ਬ੍ਰਹਮਾ ਅਤੇ ਸ਼ਿਵ ਦੋਵੇਂ ਹੀ ਮਾਇਆ ਦੇ ਵੱਸ ਵਿਚ ਹੋ ਜਾਂਦੇ ਹਨ। ਸਿਰਫ ਵਿਸ਼ਨੂੰ ਮਾਇਆ ਦੇ ਮਾਲਕ ਹਨ, ਇਸ ਲਈ ਉਹ ਬੱਧਜੀਵ ਨੂੰ ਮੁਕਤ ਕਰ ਸਕਦੇ ਹਨ। ਵੇਦਾਂ ਵਿਚ (ਸ਼ਵੇਤਾਸ਼ਵਤਰ ਉਪਨਿਸ਼ਦ 3-8) ਇਸਦੀ ਪੁਸ਼ਟੀ '**ਤਮ੍ ਏਵ ਵਿਦਿਤ੍ਵਾ** - ਰਾਹੀਂ ਹੋਈ ਹੈ, ਜਿਸਦਾ ਅਰਥ ਹੈ ਸਿਰਫ ਕ੍ਰਿਸ਼ਨ ਨੂੰ ਜਾਣ ਲੈਣ ਤੇ ਹੀ ਮੁਕਤੀ ਸੰਭਵ ਹੈ। ਭਗਵਾਨ ਸ਼ਿਵ ਵੀ ਪੁਸ਼ਟੀ ਕਰਦੇ ਹਨ ਕਿ ਸਿਰਫ ਵਿਸ਼ਨੂੰ ਕਿਰਪਾ ਨਾਲ ਮੁਕਤੀ ਪ੍ਰਾਪਤ ਕੀਤੀ ਜਾ ਸਕਦੀ ਹੈ - **ਮੁਕਤਿ ਪ੍ਰਦਾਤਾ ਸਰ੍ਵੇਸ਼ਾਮ੍ ਵਿਸ਼੍ਣੁਰ੍ ਨ ਸੰਸ਼ਯਹ੍** - ਭਾਵ ਇਸ ਵਿਚ ਕੋਈ ਸ਼ੱਕ ਨਹੀਂ ਕਿ ਵਿਸ਼ਨੂੰ ਹੀ ਸਭਨਾਂ ਦੇ ਮੁਕਤੀ ਦਾਤਾ ਹਨ।

न मां दुष्कृतिनो मूढाः प्रपद्यन्ते नराधमाः ।
माययापहृतज्ञाना आसुरं भावमाश्रिताः ॥ १५ ॥

ਨ ਮਾਮ੍ ਦੁਸ਼੍ਕ੍ਰਿਤਿਨੋ ਮੂਢਾਹ੍ ਪ੍ਰਪਦ੍ਯੰਤੇ ਨਰਾਧਮਾਹ੍ ।
ਮਾਯਯਾਪਹ੍ਰਿਤ-ਗ੍ਯਾਨਾ ਆਸੁਰਮ੍ ਭਾਵਮ੍ ਆਸ਼੍ਰਿਤਹ੍ ॥ 15 ॥

ਨ - ਨਹੀਂ ; **ਮਾਮ੍** - ਮੇਰੀ ; **ਦੁਸ਼੍ਕ੍ਰਿਤਿਨਹ** - ਦੁਸ਼ਟ ; **ਮੂਢਾਹ੍** - ਮੂਰਖ ; **ਪ੍ਰਪਦ੍ਯੰਤੇ** - ਸ਼ਰਨ ਗ੍ਰਹਿਣ ਕਰਦੇ ਹਨ ; **ਨਰ-ਅਧਮਾਹ੍**-ਮਨੁੱਖਾਂ ਵਿਚ ਨੀਵਾਂ ; **ਮਾਯਯਾ** - ਮਾਇਆ ਰਾਹੀਂ

; **ਅਪਹ੍ਰਿਤ** – ਚੁਰਾਏ ਗਏ ; **ਗਯਾਨਾਹ੍** – ਗਿਆਨ ਵਾਲੇ ; **ਆਸੁਰਮ੍** – ਦੈਂਤੀ ; **ਭਾਵਮ੍** – ਪ੍ਰਕ੍ਰਿਤੀ ਜਾਂ ਸੁਭਾਵ ਨੂੰ ; **ਅਸ਼੍ਰਿਤਾਹ੍** – ਮੰਨੇ ਹੋਏ ।

ਅਨੁਵਾਦ

ਜਿਹੜੇ ਨਿਰੇ ਮੂਰਖ ਹਨ, ਜਿਹੜੇ ਮਨੁੱਖਾਂ ਵਿਚ ਗਿਰੇ ਹੋਏ ਹਨ, ਜਿਨ੍ਹਾਂ ਦਾ ਗਿਆਨ ਮਾਇਆ ਰਾਹੀਂ ਚੁਰਾ ਲਿਆ ਗਿਆ ਹੈ ਅਤੇ ਜਿਹੜੇ ਦੈਂਤਾਂ ਦੀ ਨਾਸਤਿਕ ਪ੍ਰਕ੍ਰਿਤੀ ਦੇ ਧਾਰਨੀ ਹਨ, ਅਜਿਹੇ ਦੁਸ਼ਟ ਮੇਰੀ ਸ਼ਰਨ ਗ੍ਰਹਿਣ ਨਹੀਂ ਕਰਦੇ ।

ਭਾਵ

ਭਗਵਤ ਗੀਤਾ ਵਿਚ ਕਿਹਾ ਗਿਆ ਹੈ ਕਿ ਸ੍ਰੀ ਭਗਵਾਨ ਦੇ ਚਰਨ ਕਮਲਾਂ ਦੀ ਸ਼ਰਨ ਗ੍ਰਹਿਣ ਕਰਨ ਨਾਲ ਮਨੁੱਖ ਪ੍ਰਕ੍ਰਿਤੀ ਦੇ ਕਠੋਰ ਨਿਯਮਾਂ ਨੂੰ ਪਾਰ ਕਰ ਸਕਦਾ ਹੈ । ਇਥੇ ਇਹ ਸਵਾਲ ਉਠਦਾ ਹੈ ਕਿ ਫਿਰ ਵਿਦਵਾਨ, ਦਾਰਸ਼ਨਿਕ, ਵਿਗਿਆਨੀ, ਵਿਉਪਾਰੀ, ਸ਼ਾਸਕ ਅਤੇ ਜਨਤਾ ਦੇ ਨੇਤਾ ਸਰਬ ਸ਼ਕਤੀਮਾਨ ਭਗਵਾਨ ਸ੍ਰੀ ਕ੍ਰਿਸ਼ਨ ਦੇ ਚਰਨ ਕਮਲਾਂ ਦੀ ਸ਼ਰਨ ਕਿਉਂ ਨਹੀਂ ਲੈਂਦੇ? ਵੱਡੇ-ਵੱਡੇ ਲੋਕਾਂ ਦੇ ਨੇਤਾ ਵੱਖੋ-ਵੱਖਰਿਆਂ ਤਰੀਕਿਆਂ ਨਾਲ ਵੱਖੋ-ਵੱਖਰੀਆਂ ਯੋਜਨਾਵਾਂ ਬਣਾਕੇ ਵੱਡੇ ਧੀਰਜ ਨਾਲ ਜਨਮ-ਜਨਮਾਂਤਰ ਤਕ ਪ੍ਰਕ੍ਰਿਤੀ ਦੇ ਨਿਯਮਾਂ ਨਾਲ ਮੁਕਤੀ ਦੀ ਖ਼ੋਜ ਕਰਦੇ ਹਨ । ਪਰ ਜੇ ਉਹੀ ਮੁਕਤੀ ਸਿਰਫ ਭਗਵਾਨ ਦੇ ਚਰਨ ਕਮਲਾਂ ਦੀ ਸ਼ਰਨ ਲੈਣ ਨਾਲ ਸੰਭਵ ਹੋਵੇ ਤਾਂ ਇਹ ਬੁੱਧੀਮਾਨ ਅਤੇ ਮਿਹਨਤੀ ਮਨੁੱਖ ਇਸ ਆਸਾਨ ਤਰੀਕੇ ਨੂੰ ਕਿਉਂ ਨਹੀਂ ਅਪਣਾਉਂਦੇ ?

ਗੀਤਾ ਇਸ ਦਾ ਉੱਤਰ ਬਹੁਤ ਸਪਸ਼ਟ ਸ਼ਬਦਾਂ ਵਿਚ ਦਿੰਦੀ ਹੈ । ਸਮਾਜ ਦੇ ਅਸਲ ਵਿਦਵਾਨ ਨੇਤਾ ਜਿਵੇਂ; ਬ੍ਰਹਮਾ, ਸ਼ਿਵ, ਕਪਿਲ, ਕੁਮਾਰਗਣ, ਮਨੁ, ਵਿਆਸ, ਦੇਵਲ, ਅਸਿਤ, ਜਨਕ, ਪ੍ਰਹਿਲਾਦ, ਬਲਿ ਅਤੇ ਉਨ੍ਹਾਂ ਤੋਂ ਬਾਅਦ ਮਧਵਾਚਾਰੀਆ, ਰਾਮਾਨੁਜਾਚਾਰੀਆ, ਸ੍ਰੀ ਚੈਤੰਨਯ ਅਤੇ ਬਹੁਤ ਹੋਰ ਨਿਸ਼ਠਾਵਾਨ ਦਾਰਸ਼ਨਿਕ, ਰਾਜਨੀਤਿਕ, ਸਿੱਖਿਅਕ, ਵਿਗਿਆਨੀ ਆਦਿ ਹਨ । ਜਿਹੜੇ ਸਰਬ-ਸ਼ਕਤੀਮਾਨ ਪਰਮ ਪੁਰਖ ਦੇ ਚਰਨਾਂ ਦੀ ਸ਼ਰਨ ਲੈਂਦੇ ਹਨ । ਪਰ ਜਿਹੜੇ ਲੋਕ ਅਸਲ ਦਾਰਸ਼ਨਿਕ, ਸਿੱਖਿਅਕ, ਪ੍ਰਸ਼ਾਸਕ ਆਦਿ ਨਹੀਂ ਹਨ, ਪਰ ਭੌਤਿਕ ਲਾਭ ਲਈ ਅਜਿਹੇ ਬਣਦੇ ਹਨ, ਉਹ ਪਰਮੇਸ਼ਵਰ ਦੀ ਯੋਜਨਾਂ ਜਾਂ ਰਸਤੇ ਨੂੰ ਨਹੀਂ ਮੰਨਦੇ । ਉਨ੍ਹਾਂ ਨੂੰ ਈਸ਼ਵਰ ਦਾ ਕੋਈ ਗਿਆਨ ਨਹੀਂ ਹੁੰਦਾ। ਉਹ ਆਪਣੀਆਂ ਸੰਸਾਰਿਕ ਯੋਜਨਾਵਾਂ ਬਣਾਉਂਦੇ ਹਨ ਅਤੇ ਸੰਸਾਰ ਦੀਆਂ ਸਮੱਸਿਆਵਾਂ ਨੂੰ ਹੱਲ ਕਰਨ ਦੇ ਆਪਣੇ ਵਿਅਰਥ ਯਤਨਾਂ ਰਾਹੀਂ ਸਥਿਤੀ ਨੂੰ ਹੋਰ ਗੁੰਝਲਦਾਰ ਬਣਾ ਲੈਂਦੇ ਹਨ । ਕਿਉਂਕਿ ਭੌਤਿਕ ਸ਼ਕਤੀ ਇੰਨੀ ਬਲਵਾਨ ਹੈ ਕਿ ਇਹ ਉਹ ਨਾਸਤਿਕਾਂ ਦੀਆਂ ਨਜ਼ਾਇਜ਼ ਯੋਜਨਾਵਾਂ ਦਾ ਵਿਰੋਧ ਕਰਦੀ ਹੈ ਅਤੇ ਅਜਿਹੇ ਯੋਜਨਾ ਆਯੋਗਾਂ ਦੇ ਗਿਆਨ ਨੂੰ ਨਸ਼ਟ ਕਰ ਦਿੰਦੀ ਹੈ ।

ਨਾਸਤਿਕ ਯੋਜਨਾ ਬਣਾਉਣ ਵਾਲਿਆਂ ਨੂੰ ਇੱਥੇ '**ਦੁਸ਼੍ਕ੍ਰਿਤਿਨਹ੍**' ਕਿਹਾ ਗਿਆ ਹੈ, ਜਿਸਦਾ ਅਰਥ ਹੈ ਨਾਸਤਿਕ। **ਕ੍ਰਿਤੀ** ਦਾ ਅਰਥ ਜਿਸਨੇ ਸ਼ਲਾਘਾਯੋਗ ਕੰਮ ਕੀਤਾ ਹੋਵੇ, ਨਾਸਤਿਕ ਯੋਜਨਾ ਬਣਾਉਣ ਵਾਲਾ ਕਦੀ-ਕਦੀ ਬਹੁਤ ਬੁੱਧੀਮਾਨ ਅਤੇ ਪ੍ਰਤਿਭਾਸ਼ਾਲੀ ਵੀ ਹੁੰਦਾ ਹੈ, ਕਿਉਂਕਿ ਕਿਸੇ ਵੀ ਵੱਡੀ ਯੋਜਨਾ ਲਈ ਭਾਵੇਂ ਉਹ ਚੰਗੀ ਹੋਵੇ ਜਾਂ ਮੰਦੀ, ਬੁੱਧੀ ਦੀ ਲੋੜ ਹੁੰਦੀ ਹੈ। ਪਰ ਨਾਸਤਿਕ ਦੀ ਬੁੱਧੀ ਦੀ ਵਰਤੋਂ ਪਰਮੇਸ਼ਵਰ ਦੀ ਯੋਜਨਾ ਦਾ ਵਿਰੋਧ ਕਰਨ ਵਿਚ ਹੁੰਦੀ ਹੈ, ਇਸ ਲਈ ਨਾਸਤਿਕ ਯੋਜਨਾ ਬਣਾਉਣ ਵਾਲਾ**ਦੁਸ਼ਕ੍ਰਿਤੀ** (ਦੁਸ਼ਟ) ਕਹਾਉਂਦਾ ਹੈ, ਜਿਸ ਤੋਂ ਸੂਚਿਤ ਹੁੰਦਾ ਹੈ ਕਿ ਉਸਦੀ ਬੁੱਧੀ ਅਤੇ ਯਤਨ ਗ਼ਲਤ ਦਿਸ਼ਾ ਵੱਲ ਹੁੰਦੇ ਹਨ।

ਗੀਤਾ ਵਿਚ ਇਹ ਸਾਫ਼ ਕਿਹਾ ਗਿਆ ਹੈ ਕਿ ਭੌਤਿਕ ਸ਼ਕਤੀ ਪਰਮੇਸ਼ਵਰ ਦੀ ਪੂਰਨ ਅਗਵਾਈ ਵਿਚ ਕੰਮ ਕਰਦੀ ਹੈ। ਉਸ ਦੀ ਕੋਈ ਸੁਤੰਤਰ ਮਾਲਕੀਅਤ ਨਹੀਂ ਹੈ। ਜਿਵੇਂ ਪਰਛਾਈ ਪਦਾਰਥ ਦਾ ਅਨੁਸਰਨ ਕਰਦੀ ਹੈ, ਉਂਞ ਹੀ ਇਹ ਸ਼ਕਤੀ ਵੀ ਕਾਰਜ਼ ਕਰਦੀ ਹੈ ਤਾਂ ਵੀ ਇਹ ਭੌਤਿਕ ਸ਼ਕਤੀ ਬਹੁਤ ਤਾਕਤਵਰ ਹੈ, ਅਤੇ ਨਾਸਤਿਕ ਆਪਣੇ ਅਨੀਸ਼ਵਰਵਾਦੀ (ਮੁਨਕਰ) ਸੁਭਾਅ ਕਾਰਨ ਇਹ ਨਹੀਂ ਜਾਣ ਸਕਦਾ ਕਿ ਉਹ ਕਿੰਞ ਕੰਮ ਕਰਦੀ ਹੈ ਨਾ ਹੀ ਉਹ ਪਰਮੇਸ਼ਵਰ ਦੀ ਯੋਜਨਾ ਨੂੰ ਜਾਣ ਸਕਦਾ ਹੈ। ਮੋਹ ਅਤੇ ਰਜੋ ਅਤੇ ਤਮੋ ਗੁਣਾਂ ਵਿਚ ਰਹਿਕੇ ਉਸ ਦੀਆਂ ਸਾਰੀਆਂ ਯੋਜਨਾਵਾਂ ਉਸੇ ਤਰ੍ਹਾਂ ਨਸ਼ਟ ਹੋ ਜਾਂਦੀਆਂ ਹਨ, ਜਿਸ ਤਰ੍ਹਾਂ ਭੌਤਿਕ ਦ੍ਰਿਸ਼ਟੀ ਤੋਂ ਵਿਦਵਾਨ, ਵਿਗਿਆਨ, ਦਾਰਸ਼ਨਿਕ, ਸ਼ਾਸਕ, ਅਤੇ ਸਿੱਖਿਅਕ ਹੁੰਦੇ ਹੋਏ ਵੀ ਹਿਰਨਯਾਕਸ਼ਪ ਅਤੇ ਰਾਵਣ ਦੀਆਂ ਸਾਰੀਆਂ ਯੋਜਨਾਵਾਂ ਮਿੱਟੀ 'ਚ ਰਲ ਗਈਆਂ ਸਨ। ਇਹ **ਦੁਸ਼ਕ੍ਰਿਤੀ** ਜਾਂ ਨਾਸਤਿਕ ਚਾਰ ਤਰ੍ਹਾਂ ਦੇ ਹੁੰਦੇ ਹਨ ਜਿਨ੍ਹਾਂ ਦਾ ਵਰਣਨ ਹੇਠਾਂ ਦਿੱਤਾ ਜਾਂਦਾ ਹੈ :-

ਮੂੜ੍ਹ (ਮੂਰਖ) : ਉਹ ਜਿਹੜੇ ਸਖ਼ਤ ਮਿਹਨਤ ਕਰਨ ਵਾਲੇ ਭਾਰ ਢੋਣ ਵਾਲੇ ਪਸ਼ੂਆਂ ਵਾਂਗ ਨਿਰੇ ਮੂਰਖ ਹੁੰਦੇ ਹਨ। ਉਹ ਆਪਣੀ ਮਿਹਨਤ ਦਾ ਆਪ ਲਾਭ ਉਠਾਉਣਾ ਚਾਹੁੰਦੇ ਹਨ, ਇਸ ਲਈ ਉਹ ਪਰਮੇਸ਼ਵਰ ਨੂੰ ਇਸਨੂੰ ਅਰਪਿਤ ਕਰਨਾ ਨਹੀਂ ਚਾਹੁੰਦੇ। ਭਾਰ ਢੋਣ ਵਾਲੇ ਦਾ ਢੁਕਵਾਂ ਉਦਾਹਰਣ ਖੋਤਾ ਹੈ। ਇਸ ਪਸ਼ੂ ਤੋਂ ਉਸਦਾ ਮਾਲਿਕ ਬਹੁਤ ਕੰਮ ਲੈਂਦਾ ਹੈ। ਖੋਤਾ ਇਹ ਨਹੀਂ ਜਾਣਦਾ ਕਿ ਉਹ ਦਿਨ ਰਾਤ ਕਿਸ ਲਈ ਕੰਮ ਕਰਦਾ ਹੈ। ਉਹ ਘਾਹ ਨਾਲ ਪੇਟ ਭਰਕੇ ਸੰਤੁਸ਼ਟ ਰਹਿੰਦਾ ਹੈ, ਆਪਣੇ ਮਾਲਿਕ ਤੋਂ ਮਾਰ ਖਾਣ ਦੇ ਡਰ ਕਰਕੇ ਸਿਰਫ਼ ਕੁਝ ਘੰਟੇ ਸੌਂਦਾ ਹੈ ਅਤੇ ਖੋਤੀ ਤੋਂ ਵਾਰ-ਵਾਰ ਲੱਤਾਂ ਖਾਣ ਦੇ ਡਰ ਦੇ ਬਾਵਜੂਦ ਵੀ ਆਪਣੀ ਕਾਮ-ਤ੍ਰਿਪਤੀ ਪੂਰੀ ਕਰਦਾ ਹੈ। ਕਦੀ-ਕਦੀ ਖੋਤਾ ਕਵਿਤਾ ਕਰਦਾ ਹੈ ਅਤੇ ਦਰਸ਼ਨ ਕਹਿੰਦਾ ਹੈ, ਪਰ ਉਸਦੇ ਹਿਣਕਣ ਨਾਲ ਲੋਕਾਂ ਦੀ ਸ਼ਾਂਤੀ ਭੰਗ ਹੁੰਦੀ ਹੈ। ਅਜਿਹੀ ਹਾਲਤ, ਉਨ੍ਹਾਂ ਸਕਾਮ ਕੰਮ ਕਰਨ ਵਾਲਿਆਂ ਦੀ ਹੈ, ਜਿਹੜੇ ਇਹ ਨਹੀਂ ਜਾਣਦੇ ਕਿ ਉਹ ਕਿਸ ਲਈ ਕਰਮ ਕਰਦੇ ਹਨ। ਉਹ ਇਹ ਨਹੀਂ ਜਾਣਦੇ ਕਿ ਕਰਮ ਯੱਗ ਲਈ ਹੈ।

ਅਜਿਹੇ ਲੋਕ ਜਿਹੜੇ ਆਪਣੇ ਰਾਹੀਂ ਬਣਾਏ ਕੰਮਾਂ ਦੇ ਭਾਰ ਨਾਲ ਦੱਬੇ ਰਹਿੰਦੇ ਹਨ, ਅਕਸਰ ਇਹ ਕਹਿੰਦੇ ਸੁਣੇ ਜਾਂਦੇ ਹਨ ਕਿ ਉਨ੍ਹਾਂ ਕੋਲ ਸਮਾਂ ਕਿੱਥੇ ਹੈ ਕਿ ਉਹ ਜੀਵ ਦੀ ਅਮਰਤਾ ਬਾਰੇ

ਸੁਣਨ। ਅਜੋਕੇ ਮੂਰਖਾਂ ਲਈ ਨਸ਼ਵਰ ਭੌਤਿਕ ਲਾਭ ਹੀ ਜ਼ਿੰਦਗੀ ਦਾ ਸਭ ਕੁਝ ਹੁੰਦਾ ਹੈ, ਭਾਵੇਂ ਉਹ ਆਪਣੀ ਮਿਹਨਤ ਦੇ ਫਲ ਦਾ ਇੱਕ ਅੰਸ਼ ਹੀ ਭੋਗ ਸਕਣ। ਕਦੀ-ਕਦੀ ਉਹ ਲਾਭ ਲਈ ਰਾਤ ਦਿਨ ਨਹੀਂ ਸੌਂਦੇ, ਭਾਵੇਂ ਉਨ੍ਹਾਂ ਨੂੰ ਨਾਸੂਰ ਹੋ ਜਾਵੇਂ ਜਾਂ ਅਪਚ ਹੋ ਜਾਵੇ। ਉਹ ਬਿਨ੍ਹਾਂ ਖਾਧੇ ਹੀ ਸੰਤੁਸ਼ਟ ਰਹਿੰਦੇ ਹਨ, ਉਹ ਪੂੰਜੀਪਤੀ ਮਾਲਿਕਾਂ ਦੇ ਲਾਭ ਲਈ ਦਿਨ ਰਾਤ ਕੰਮ ਵਿਚ ਰੁੱਝੇ ਰਹਿੰਦੇ ਹਨ। ਆਪਣੇ ਅਸਲ ਮਾਲਿਕ ਤੋਂ ਅਨਜਾਣ ਰਹਿਕੇ ਇਹ ਮੂਰਖ ਕਰਮੀ ਮਾਇਆ ਦੀ ਸੇਵਾ ਵਿਚ ਆਪਣਾ ਸਮਾਂ ਗਵਾਉਂਦੇ ਹਨ। ਬਦਕਿਸਮਤੀ ਤਾਂ ਇਹ ਹੈ ਕਿ ਉਹ ਕਦੀ ਵੀ ਸਵਾਮੀਆਂ ਦੇ ਪਰਮ ਸਵਾਮੀ ਦੀ ਸ਼ਰਨ ਵਿਚ ਨਹੀਂ ਜਾਂਦੇ, ਨਾ ਹੀ ਉਹ ਸਹੀ ਮਨੁੱਖ ਤੋਂ ਉਸਦੇ ਬਾਰੇ ਸੁਣਨ ਵਿਚ ਕੋਈ ਸਮਾਂ ਲਗਾਉਂਦੇ ਹਨ। ਜਿਹੜਾ ਸੂਅਰ ਮਲ ਖਾਂਦਾ ਹੈ, ਉਹ ਚੀਨੀ ਅਤੇ ਘਿਓ ਨਾਲ ਬਣੀ ਮਿਠਾਈਆਂ ਦੀ ਪਰਵਾਹ ਨਹੀਂ ਕਰਦਾ। ਉਸੇ ਤਰ੍ਹਾਂ ਮੂਰਖ ਕਰਮੀ ਇਸ ਨਸ਼ਵਰ ਸੰਸਾਰ ਦੇ ਇੰਦਰੀਆਂ ਨੂੰ ਸੁਖ ਦੇਣ ਵਾਲੇ ਸਮਾਚਾਰਾਂ ਨੂੰ ਲਗਾਤਾਰ ਸੁਣਦਾ ਰਹਿੰਦਾ ਹੈ, ਪਰ ਸੰਸਾਰ ਨੂੰ ਗਤੀਸ਼ੀਲ ਬਣਾਉਣ ਵਾਲੀ ਸ਼ਾਸਵਤ (ਅਨੰਤ) ਜੀਵੰਤ ਸ਼ਕਤੀ (ਪ੍ਰਾਣ) ਦੇ ਬਾਰੇ ਸੁਣਨ ਲਈ ਰਤਾ ਵੀ ਸਮਾਂ ਨਹੀਂ ਲਾਉਂਦਾ।

2. ਦੂਜੇ ਤਰ੍ਹਾਂ ਦੀ **ਦੁਸ਼ਕ੍ਰਿਤੀ** 'ਨਰਾਧਮ' ਭਾਵ ਮਨੁੱਖਾਂ 'ਚ ਹੀਣ ਕਹਾਉਂਦਾ ਹੈ। ਨਰ ਦਾ ਅਰਥ ਹੈ ਮਨੁੱਖ ਅਤੇ **ਅਧਮ** ਦਾ ਅਰਥ ਹੈ ਸਭ ਤੋਂ ਨੀਚ। ਚੁਰਾਸੀ ਲੱਖ ਜੀਵ ਜੂਨਾਂ ਹਨ, ਜਿਨ੍ਹਾਂ ਵਿਚੋਂ ਚਾਰ ਲੱਖ ਮਨੁੱਖ ਜੂਨਾਂ ਹਨ। ਇਨ੍ਹਾਂ ਵਿੱਚੋਂ ਅਨੇਕਾਂ ਨੀਚ ਮਨੁੱਖ ਜੂਨਾਂ ਹਨ। ਜਿਨ੍ਹਾਂ ਵਿਚੋਂ ਜਿਆਦਾਤਰ ਅਸੱਭਿਅਕ ਹਨ। ਸੱਭਿਅਕ ਮਨੁੱਖ ਜੂਨਾਂ ਉਹ ਹਨ, ਜਿਨ੍ਹਾਂ ਕੋਲ ਸਮਾਜਿਕ, ਰਾਜਨੀਤਿਕ ਅਤੇ ਧਾਰਮਿਕ ਨਿਯਮ ਹਨ। ਜਿਹੜੇ ਮਨੁੱਖ ਸਮਾਜਿਕ ਅਤੇ ਰਾਜਨੀਤਿਕ ਦ੍ਰਿਸ਼ਟੀ ਤੋਂ ਉਨੱਤ ਹਨ, ਪਰ ਜਿਨ੍ਹਾਂ ਦਾ ਕੋਈ ਧਰਮ ਨਹੀਂ ਹੁੰਦਾ ਉਹ ਨੀਚ ਮਨੁੱਖ, ਨਰਾਧਮ (ਸਭ ਤੋਂ ਨੀਚ) ਮੰਨੇ ਜਾਂਦੇ ਹਨ। ਧਰਮ ਈਸ਼ਵਰ ਤੋਂ ਸੱਖਣਾ ਨਹੀਂ ਹੁੰਦਾ, ਕਿਉਂਕਿ ਧਰਮ ਦਾ ਮੰਤਵ ਪਰਮ ਸਤਿ ਨੂੰ ਅਤੇ ਉਸਦੇ ਨਾਲ ਮਨੁੱਖ ਦੇ ਸੰਬੰਧਾਂ ਨੂੰ ਜਾਣਨਾ ਹੈ। ਗੀਤਾ ਵਿਚ ਭਗਵਾਨ ਬਿਲਕੁਲ ਸਪਸ਼ਟ ਕਹਿੰਦੇ ਹਨ, ਕਿ ਉਨ੍ਹਾਂ ਤੋਂ ਪਰ੍ਹੇ ਕੋਈ ਵੀ ਨਹੀਂ ਹੈ ਅਤੇ ਉਹੀ ਪਰਮ ਸਤਿ ਹਨ। ਮਨੁੱਖੀ ਜੀਵਨ ਦਾ ਸੁਚੱਜਾ ਰੂਪ ਸਰਬ-ਸ਼ਕਤੀ ਮਾਨ ਪਰਮ ਸਤਿ ਭਗਵਾਨ ਸ਼੍ਰੀ ਕ੍ਰਿਸ਼ਨ ਨਾਲ ਮਨੁੱਖ ਦੀ ਭੁੱਲੀ ਭਾਵਨਾ ਨੂੰ ਜਾਗ੍ਰਤ ਕਰਨ ਲਈ ਮਿਲਿਆ ਹੈ। ਜਿਹੜਾ ਇਸ ਸ਼ੁਭ ਮੌਕੇ ਨੂੰ ਹੱਥੋਂ ਗਵਾ ਦਿੰਦਾ ਹੈ, ਉਹੀ ਨੀਚ ਮਨੁੱਖ ਹੈ। ਸ਼ਾਸ਼ਤਰਾਂ ਤੋਂ ਪਤਾ ਚਲਦਾ ਹੈ ਕਿ ਜਦੋਂ ਬੱਚਾ ਮਾਂ ਦੇ ਗਰਭ ਵਿਚ ਬਹੁਤ ਅਸਹਾਇ ਰਹਿੰਦਾ ਹੈ, ਤਾਂ ਉਹ ਆਪਣਾ ਕਲਿਆਣ ਕਰਨ ਲਈ ਬੇਨਤੀ ਕਰਦਾ ਅਤੇ ਵਚਨ ਦਿੰਦਾ ਹੈ ਕਿ ਗਰਭ ਤੋਂ ਬਾਹਰ ਆਉਂਦਿਆਂ ਹੀ ਉਹ ਸਿਰਫ ਭਗਵਾਨ ਦੀ ਭਗਤੀ ਕਰੇਗਾ। ਸੰਕਟ ਵੇਲੇ ਈਸ਼ਵਰ ਨੂੰ ਚੇਤੇ ਕਰਨਾ ਹਰ ਜੀਵ ਦਾ ਸੁਭਾਅ ਹੈ, ਕਿਉਂਕਿ ਉਹ ਈਸ਼ਵਰ ਨਾਲ ਹਮੇਸ਼ਾਂ ਸੰਬੰਧਿਤ ਰਹਿੰਦਾ ਹੈ। ਪਰ ਬਾਹਰ ਆਉਣ ਤੋਂ ਮਗਰੋਂ ਬੱਚਾ ਜਨਮ ਦੀ ਪੀੜ ਨੂੰ ਅਤੇ ਉਸੇ ਨਾਲ ਆਪਣੇ ਕਲਿਆਣ ਕਰਨ ਵਾਲੇ ਨੂੰ ਵੀ ਭੁੱਲ ਜਾਂਦਾ ਹੈ, ਕਿਉਂਕਿ ਉਹ ਮਾਇਆ ਦੇ ਵੱਸ ਪੈ ਜਾਂਦਾ ਹੈ।

ਇਹ ਤਾਂ ਬੱਚਿਆਂ ਦੇ ਮਾਂ ਬਾਪ ਦਾ ਫਰਜ ਹੈ ਕਿ ਉਹ ਉਨ੍ਹਾਂ ਵਿਚ ਸੋਈ ਅਲੌਕਿਕ ਭਾਵਨਾ ਨੂੰ ਜਾਗ੍ਰਤ ਕਰਨ। ਵਰਣ ਆਸ਼ਰਮ ਪਧੱਤੀ ਵਿਚ ਮਨੁ ਸਮ੍ਰਿਤੀ ਮੁਤਾਬਿਕ ਈਸ਼ ਭਾਵਨਾ ਅੰਮ੍ਰਿਤ ਨੂੰ ਜਾਗ੍ਰਤ ਕਰਨ ਦੇ ਮੰਤਵ ਨਾਲ ਦਸ ਸ਼ੁੱਧ ਸੰਸਕਾਰਾਂ ਦਾ ਵਿਧਾਨ ਹੈ, ਜਿਹੜੇ ਧਰਮ ਦਾ ਰਸਤਾ ਵਿਖਾਉਂਦੇ ਹਨ, ਪਰ ਹੁਣ ਦੁਨੀਆਂ ਦੇ ਕਿਸੇ ਹਿੱਸੇ ਵਿਚ ਕਿਸੇ ਵੀ ਵਿਧੀ ਦਾ ਪੱਕੇ ਤੌਰ ਤੇ ਪਾਲਣ ਨਹੀਂ ਹੁੰਦਾ ਅਤੇ ਸਿੱਟੇ ਵਜੋਂ 99.9% ਜਨ ਸੰਖਿਆ **ਨਰਾਧਮ** (ਸੱਭ ਤੋਂ ਨੀਚ ਮਨੁੱਖ) ਹੈ।

ਜਦੋਂ ਸਾਰੀ ਜਨਸੰਖਿਆ **ਨਰਾਧਮ** (ਨੀਚ) ਹੋ ਜਾਂਦੀ ਹੈ ਤਾਂ ਸੁਭਾਵਿਕ ਹੈ ਕਿ ਉਨ੍ਹਾਂ ਦੀ ਅਖੌਤੀ ਸਿੱਖਿਆ ਭੌਤਿਕ ਪ੍ਰਕ੍ਰਿਤੀ ਦੀ ਸਰਬ ਸ਼ਕਤੀਮਾਨ ਸ਼ਕਤੀ ਰਾਹੀਂ ਬੇਕਾਰ ਕਰ ਦਿੱਤੀ ਜਾਂਦੀ ਹੈ। ਗੀਤਾ ਮੁਤਾਬਿਕ ਵਿਦਵਾਨ ਮਨੁੱਖ ਉਹੀ ਹੈ, ਜਿਹੜਾ ਇਕ ਬ੍ਰਾਹਮਣ, ਕੁੱਤਾ, ਗਾਂ, ਹਾਥੀ ਅਤੇ ਚੰਡਾਲ ਨੂੰ ਇੱਕੋ ਨਿਗਾਹ ਨਾਲ ਵੇਖਦਾ ਹੈ। ਅਸਲ ਭਗਤ ਦੀ ਵੀ ਇਹੋ ਜਿਹੀ ਦ੍ਰਿਸ਼ਟੀ ਹੁੰਦੀ ਹੈ। ਅਧਿਆਤਮਕ ਗੁਰੂ ਰੂਪ ਈਸ਼ਵਰ ਦੇ ਅਵਤਾਰ ਸ਼੍ਰੀ ਨਿਤਯਾਨੰਦ ਪ੍ਰਭੂ ਨੇ ਦੋ ਭਰਾਵਾਂ ਜਗਾਈ ਅਤੇ ਮਾਧਾਈ ਨਾਂ ਦੇ ਖ਼ਾਸ ਨੀਚ ਮਨੁੱਖਾਂ ਦਾ ਕਲਿਆਣ ਕੀਤਾ ਅਤੇ ਵਿਖਾਇਆ ਕਿ ਕਿੰਝ ਸ਼ੁੱਧ ਭਗਤ ਨੀਚ ਮਨੁੱਖਾਂ ਤੇ ਰਹਿਮ ਕਰਦਾ ਹੈ। ਇਸ ਲਈ ਜਿਹੜਾ ਨੀਚ ਮਨੁੱਖ ਭਗਵਾਨ ਰਾਹੀਂ ਤਿਆਗਿਆ ਜਾਂਦਾ ਹੈ, ਉਹ ਸਿਰਫ਼ ਭਗਤ ਦੀ ਮਿਹਰਬਾਨੀ ਸਦਕਾ ਫਿਰ ਆਪਣੀ ਅਧਿਆਤਮਕ ਚੇਤਨਾ ਪ੍ਰਾਪਤ ਕਰ ਸਕਦਾ ਹੈ।

ਸ਼੍ਰੀ ਚੈਤੰਨਯ ਮਹਾਪ੍ਰਭੂ ਨੇ ਭਾਗਵਤ ਧਰਮ ਦਾ ਪ੍ਰਚਾਰ ਕਰਦੇ ਹੋਏ ਸਿਫਾਰਸ਼ ਕੀਤੀ ਹੈ ਕਿ ਲੋਕ ਨਿਮਰ ਹੋ ਕੇ ਸ਼ਰਧਾ ਭਾਵ ਨਾਲ ਭਗਵਾਨ ਦੇ ਸੰਦੇਸ਼ ਨੂੰ ਸੁਣਨ। ਇਸ ਸੰਦੇਸ਼ ਦਾ ਸਾਰ ਭਗਵਤ ਗੀਤਾ ਹੈ। ਨਿਮਰ ਭਾਵ ਨਾਲ ਸਿਰਫ਼ ਸੁਣਨ ਨਾਲ ਨੀਚ ਤੋਂ ਨੀਚ ਮਨੁੱਖ ਦਾ ਕਲਿਆਣ ਹੋ ਸਕਦਾ ਹੈ। ਪਰ ਬਦਕਿਸਮਤੀ ਨਾਲ ਉਹ ਇਸ ਸੰਦੇਸ਼ ਨੂੰ ਸੁਣਨਾ ਨਹੀਂ ਚਾਹੁੰਦੇ – ਪਰਮੇਸ਼ਵਰ ਦੀ ਮਰਜ਼ੀ ਪ੍ਰਤੀ ਸਮਰਪਣ ਕਰਨਾ ਤਾਂ ਦੂਰ ਰਿਹਾ। ਇਹ **ਨਰਾਧਮ** (ਨੀਚ,) ਮਨੁੱਖ ਦੇ ਮੁੱਖ ਫਰਜ਼ਾਂ ਦੀ ਡੱਟ ਕੇ ਉਪੇਖਿਆ ਕਰਦੇ ਹਨ।

3. ਦੁਸ਼ਕ੍ਰਿਤੀ ਦੀ ਤੀਜੀ ਸ਼੍ਰੇਣੀ '**ਮਾਯਯਾਪਹ੍ਰਿਤ ਗ੍ਯਾਨਾਹ੍**' ਦੀ ਹੈ ਭਾਵ ਅਜਿਹੇ ਮਨੁੱਖਾਂ ਦੀ ਜਿਨ੍ਹਾਂ ਦਾ ਪ੍ਰਕਾਂਡ ਗਿਆਨ, ਮਾਇਆ ਦੇ ਪ੍ਰਭਾਵ ਤੋਂ ਖ਼ਤਮ ਹੋ ਚੁੱਕਾ ਹੈ। ਇਹ ਜ਼ਿਆਦਾਤਰ ਬੁੱਧੀਮਾਨ ਮਨੁੱਖ ਹੁੰਦੇ ਹਨ – ਜਿਵੇਂ ਮਹਾਨ ਦਾਰਸ਼ਨਿਕ, ਕਵੀ, ਸਾਹਿਤਕਾਰ, ਵਿਗਿਆਨੀ ਆਦਿ ਪਰ ਮਾਇਆ ਇਨ੍ਹਾਂ ਨੂੰ ਭ੍ਰਮਿਤ ਕਰ ਦਿੰਦੀ ਹੈ, ਜਿਸ ਕਾਰਨ ਇਹ ਪਰਮੇਸ਼ਵਰ ਦੀ ਪਰਵਾਹ ਨਹੀਂ ਕਰਦੇ।

ਇਸ ਸਮੇਂ '**ਮਾਯਯਾਪਹ੍ਰਿਤ ਗ੍ਯਾਨਾਹ੍**' ਲੋਕਾਂ ਦੀ ਬਹੁਤ ਵੱਡੀ ਗਿਣਤੀ ਹੈ, ਇਥੋਂ ਤਕ ਕਿ ਉਹ ਭਗਵਤ ਗੀਤਾ ਦੇ ਵਿਦਵਾਨ ਵੀ ਹਨ। ਗੀਤਾ ਵਿਚ ਬਹੁਤ ਸਿੱਧੀ ਸਰਲ ਭਾਸ਼ਾ ਵਿਚ ਕਿਹਾ ਗਿਆ ਹੈ ਕਿ ਸ਼੍ਰੀ ਕ੍ਰਿਸ਼ਨ ਹੀ ਭਗਵਾਨ ਹਨ, ਨਾ ਕੋਈ ਉਨ੍ਹਾਂ ਦੇ ਬਰਾਬਰ ਹੈ, ਨਾ ਹੀ ਕੋਈ ਉਨ੍ਹਾਂ ਤੋਂ ਵੱਡਾ। ਉਹ ਸਾਰੇ ਮਨੁੱਖਾਂ ਦੇ ਆਦਿ ਪਿਤਾ ਬ੍ਰਹਮਾ ਦੇ ਵੀ ਪਿਤਾ ਦੱਸੇ ਗਏ ਹਨ। ਅਸਲ ਵਿਚ ਉਹ ਬ੍ਰਹਮਾ ਦੇ ਹੀ ਨਹੀਂ, ਸਗੋਂ ਸਾਰੀਆਂ ਜੀਵ ਜੂਨਾਂ ਦੇ ਵੀ ਪਿਤਾ ਹਨ। ਉਹ ਨਿਰਾਕਾਰ ਬ੍ਰਹਮ

ਅਤੇ ਪਰਮਾਤਮਾ ਦੇ ਮੂਲ ਹਨ ਅਤੇ ਜੀਵ ਆਤਮਾ ਵਿਚ ਸਥਿਤ ਪਰਮਾਤਮਾ ਉਨ੍ਹਾਂ ਦਾ ਅੰਸ਼ ਹੈ। ਉਹ ਸਭਨਾਂ ਦੇ ਸ੍ਰੋਤ ਹਨ ਅਤੇ ਸਭਨਾਂ ਨੂੰ ਸਲਾਹ ਦਿੱਤੀ ਜਾਂਦੀ ਹੈ ਕਿ ਉਨ੍ਹਾਂ ਦੇ ਚਰਣ ਕਮਲਾਂ ਵਿਚ ਸ਼ਰਨ ਲੈਣ। ਇਨ੍ਹਾਂ ਸਭ ਕਥਨਾਂ ਦੇ ਬਾਵਜੂਦ ਇਹ **'ਮਾਯਾਯਾਪਹ੍ਰਿਤ ਗਯਾਨਾਹ'** ਭਗਵਾਨ ਦਾ ਮਜ਼ਾਕ ਉਡਾਉਂਦੇ ਹਨ ਅਤੇ ਉਨ੍ਹਾਂ ਨੂੰ ਇੱਕ ਸਧਾਰਨ ਮਨੁੱਖ ਮੰਨਦੇ ਹਨ। ਉਹ ਇਹ ਨਹੀਂ ਜਾਣਦੇ ਕਿ ਭਾਗਸ਼ਾਲੀ ਮਾਨਵ ਜੀਵਨ ਸ਼੍ਰੀ ਭਗਵਾਨ ਦੇ ਸਨਾਤਨ ਅਤੇ ਅਲੌਕਿਕ ਸਰੂਪ ਦੇ ਮੁਤਾਬਿਕ ਹੀ ਰਚਿਆ ਗਿਆ ਹੈ।

ਗੀਤਾ ਦੀਆਂ ਅਜਿਹੀਆਂ ਸਾਰੀਆਂ ਅਪ੍ਰਮਾਣਕ ਵਿਆਖਿਆਵਾਂ ਜਿਹੜੀਆਂ **'ਮਾਯਾਯਾਪਹ੍ਰਿਤ ਗਯਾਨਾਹ'** ਵਰਗ ਦੇ ਲੋਕਾਂ ਰਾਹੀਂ ਕੀਤੀਆਂ ਗਈਆਂ ਹਨ, ਅਤੇ ਪਰੰਪਰਾ ਤੋਂ ਹਟਕੇ ਹਨ, ਅਧਿਆਤਮਕ ਜਾਣਕਾਰੀ ਦੇ ਰਸਤੇ ਵਿਚ ਰੋੜੇ ਦਾ ਕੰਮ ਕਰਦੀਆਂ ਹਨ। ਮੋਹ ਗ੍ਰਸਤ ਵਿਆਖਿਆਕਾਰ ਨਾ ਤਾਂ ਖ਼ੁਦ ਭਗਵਾਨ ਕ੍ਰਿਸ਼ਨ ਦੇ ਚਰਣਾਂ ਦੀ ਸ਼ਰਨ ਵਿਚ ਜਾਂਦੇ ਹਨ ਅਤੇ ਨਾ ਹੋਰਨਾਂ ਨੂੰ ਇਸ ਦੀ ਪਾਲਣਾ ਕਰਨ ਦੀ ਸਿੱਖਿਆ ਦਿੰਦੇ ਹਨ।

4. ਦੁਸ਼੍ਕ੍ਰਿਤੀਆਂ ਦੀ ਚੌਥੀ ਸ਼੍ਰੇਣੀ **'ਆਸੁਰਮ ਭਾਵਮ੍ ਆਸ਼੍ਰਿਤਹ੍'** ਭਾਵ ਆਸੁਰੀ ਸਿਧਾਂਤ ਵਾਲਿਆਂ ਦੀ ਹੈ। ਇਹ ਸ਼੍ਰੇਣੀ ਖੁਲ੍ਹੇਆਮ ਨਾਸਤਿਕ ਹੁੰਦੀ ਹੈ, ਇਨ੍ਹਾਂ ਵਿਚੋਂ ਕੁਝ ਦਲੀਲ ਦਿੰਦੇ ਹਨ ਕਿ ਪਰਮੇਸ਼ਵਰ ਕਦੀ ਵੀ ਇਸ ਸੰਸਾਰ ਵਿਚ ਅਵਤਾਰ ਨਹੀਂ ਲੈ ਸਕਦਾ ਪਰ ਉਹ ਇਸ ਦਾ ਠੋਸ ਸਬੂਤ ਨਹੀਂ ਦੱਸ ਸਕਦੇ ਕਿ ਅਜਿਹਾ ਕਿਉਂ ਨਹੀਂ ਹੋ ਸਕਦਾ। ਕੁਝ ਅਜਿਹੇ ਹਨ ਜਿਹੜੇ ਪਰਮੇਸ਼ਵਰ ਨੂੰ ਨਿਰਵਿਸ਼ੇਸ਼ ਰੂਪ ਦੇ ਅਧੀਨ ਮੰਨਦੇ ਹਨ, ਹਾਲਾਂਕਿ ਗੀਤਾ ਵਿਚ ਇਸਦੇ ਉਲਟ ਦੱਸਿਆ ਗਿਆ ਹੈ। ਨਾਸਤਿਕ ਸ਼੍ਰੀ ਭਗਵਾਨ ਨਾਲ ਈਰਖ਼ਾ ਕਰਕੇ ਆਪਣੀ ਬੁੱਧੀ ਨਾਲ ਕਲਪਿਤ ਅਨੇਕਾਂ ਅਪ੍ਰਮਾਣਕ ਅਵਤਾਰਾਂ ਨੂੰ ਪੇਸ਼ ਕਰਦੇ ਹਨ। ਅਜਿਹੇ ਲੋਕ ਜਿਨ੍ਹਾਂ ਦੇ ਜੀਵਨ ਦਾ ਇੱਕੋ-ਇੱਕ ਮੰਤਵ ਭਗਵਾਨ ਨੂੰ ਨਕਾਰਨਾ ਹੈ, ਸ਼੍ਰੀ ਕ੍ਰਿਸ਼ਨ ਦੇ ਚਰਣ ਕਮਲਾਂ ਦੀ ਕਦੀ ਵੀ ਸ਼ਰਨੀ ਨਹੀਂ ਹੋ ਸਕਦੇ।

ਦੱਖਣੀ ਭਾਰਤ ਦੇ ਅਲਬੰਦਰੂ ਸ਼੍ਰੀ ਯਾਮੁਨਾਚਾਰੀਆਂ ਨੇ ਕਿਹਾ ਹੈ - " ਹੇ ਪ੍ਰਭੂ! ਤੁਸੀਂ ਉਨ੍ਹਾਂ ਲੋਕਾਂ ਰਾਹੀਂ ਨਹੀਂ ਜਾਣੇ ਜਾਂਦੇ, ਜਿਹੜੇ ਨਾਸਤਿਕ ਸਿਧਾਂਤਾਂ ਵਿਚ ਲਗੇ ਹਨ, ਭਾਵੇਂ ਤੁਸੀਂ ਵਿਲੱਖਣ ਗੁਣ, ਰੂਪ ਅਤੇ ਲੀਲਾ ਤੋਂ ਯੁਕਤ ਹੋ, ਸਾਰੇ ਸ਼ਾਸ਼ਤਰਾਂ ਨੇ ਤੁਹਾਡਾ ਵਿਸ਼ੁੱਧ ਸਤੋਗੁਣ ਪ੍ਰਧਾਨ ਰੂਪ ਪ੍ਰਮਾਣਿਤ ਕੀਤਾ ਹੈ ਅਤੇ ਅਲੌਕਿਕ ਗੁਣ ਸੰਪੰਨ ਅਲੌਕਿਕ ਗਿਆਨ ਦੇ ਆਚਾਰੀਆ ਵੀ ਤੁਹਾਨੂੰ ਮੰਨਦੇ ਹਨ।"

ਇਸ ਲਈ 1. **ਮੂੜ੍ਹ**, 2. **ਨਰਾਧਮ**, 3. **ਮਾਯਾਯਾਪਹ੍ਰਿਤ ਗ੍ਯਾਨੀ** ਭਾਵ ਭ੍ਰਮਿਤ ਮਨੋਧਰਮੀ ਅਤੇ **ਨਾਸਤਿਕ** - ਇਹ ਚਾਰ ਤਰ੍ਹਾਂ ਦੇ ਦੁਸ਼ਕ੍ਰਿਤੀ ਕਦੀ ਵੀ ਭਗਵਾਨ ਦੇ ਚਰਣ ਕਮਲਾਂ ਦੀ ਸ਼ਰਨ ਵਿੱਚ ਨਹੀਂ ਜਾਂਦੇ, ਭਾਵੇਂ ਸਾਰੇ ਸ਼ਾਸ਼ਤਰ ਅਤੇ ਅਚਾਰੀਆ ਅਜਿਹਾ ਉਪਦੇਸ਼ ਕਿਉਂ ਨਾ ਦਿੰਦੇ ਰਹਿਣ।

चतुर्विधा भजन्ते मां जनाः सुकृतिनोऽर्जुन ।
आर्तो जिज्ञासुरर्थार्थी ज्ञानी च भरतर्षभ ॥१६॥

ਚਤੁਰ੍-ਵਿਧਾ ਭਜੰਤੇ ਮਾਮ੍ ਜਨਾਹ੍ ਸੁਕ੍ਰਿਤਿਨੋ 'ਰਜੁਨ ।
ਆਰ੍ਤੋ ਜਿਗ੍ਯਾਸੁਰ੍ ਅਰ੍ਥਾਰ੍ਥੀ ਗ੍ਯਾਨੀ ਚ ਭਰਤਰ੍ਸ਼ਭ ॥ 16 ॥

ਚਤੁਰ੍ ਵਿਧਾਹ੍ - ਚਾਰ ਪ੍ਰਕਾਰ ਦੇ ; **ਭਜੰਤੇ** - ਸੇਵਾ ਕਰਦੇ ਹਨ ; **ਮਾਮ੍** - ਮੇਰੀ ; **ਜਨਾਹ੍** - ਲੋਕ ; **ਸੁਕ੍ਰਿਤਿਨਹ** - ਪੁੰਨ ਆਤਮਾ ; **ਅਰਜੁਨ** - ਹੇ ਅਰਜੁਨ ; **ਆਰ੍ਤਹ੍** - ਪੀੜਤ ; **ਜਿਗ੍ਯਾਸੁਹ੍** - ਗਿਆਨ ਦੇ ਜਿਗਿਆਸੂ ; **ਅਰ੍ਥ-ਅਰ੍ਥੀ** - ਲਾਭ ਦੀ ਇੱਛਾ ਰੱਖਣ ਵਾਲੇ ; **ਗ੍ਯਾਨੀ** - ਚੀਜ਼ਾਂ ਨੂੰ ਸਹੀ ਰੂਪ ਵਿਚ ਜਾਣਨ ਵਾਲੇ ; **ਚ** - ਵੀ , **ਭਰਤ-ਰ੍ਸ਼ਭ** - ਹੇ ਭਰਤ ਸ਼੍ਰੇਸ਼ਠ ।

ਅਨੁਵਾਦ

ਹੇ ਭਰਤ ਸ਼੍ਰੇਸ਼ਠ ! ਚਾਰ ਤਰ੍ਹਾਂ ਦੇ ਪੁੰਨ ਆਤਮਾ ਮੇਰੀ ਭਗਤੀ ਕਰਦੇ ਹਨ - ਆਰਤ (ਦੁੱਖੀ), ਧੰਨ ਦੇ ਚਾਹਵਾਨ, ਜਿਗਿਆਸੂ ਅਤੇ ਗਿਆਨੀ (ਜਿਹੜੇ ਬ੍ਰਹਮ ਦੀ ਖੋਜ ਕਰ ਰਹੇ ਹਨ) ।

ਭਾਵ

ਦੁਸ਼੍ਕ੍ਰਿਤੀ ਦੇ ਬਿਲਕੁਲ ਉਲਟ ਅਜਿਹੇ ਲੋਕ ਹਨ ਜਿਹੜੇ ਸ਼ਾਸ਼ਤਰਾਂ ਦੇ ਵਿਧੀ-ਵਿਧਾਨ ਦੀ ਪੱਕੇ ਤੌਰ ਤੇ ਪਾਲਣਾ ਕਰਦੇ ਹਨ ਅਤੇ ਇਹ ਸੁਕ੍ਰਿਤਿਨਹ੍ ਕਹਾਉਂਦੇ ਹਨ, ਭਾਵ ਇਹ ਉਹ ਲੋਕ ਹਨ ਜਿਹੜੇ ਸ਼ਾਸ਼ਤਰਾਂ ਦੇ ਵਿਧੀ-ਵਿਧਾਨਾਂ, ਨੈਤਿਕ ਅਤੇ ਸਮਾਜਿਕ ਨਿਯਮਾਂ ਨੂੰ ਮੰਨਦੇ ਹਨ ਅਤੇ ਪਰਮੇਸ਼ਵਰ ਪ੍ਰਤੀ ਥੋੜੀ ਬਹੁਤ ਭਗਤੀ ਕਰਦੇ ਹਨ । ਇਨ੍ਹਾਂ ਲੋਕਾਂ ਦੀਆਂ ਚਾਰ ਸ਼੍ਰੇਣੀਆਂ ਹਨ - ਉਹ ਜਿਹੜੇ ਪੀੜ੍ਹਤ ਹਨ, ਉਹ ਜਿਨ੍ਹਾਂ ਨੂੰ ਧੰਨ ਦੀ ਲੋੜ ਹੈ, ਉਹ ਜਿਨ੍ਹਾਂ ਨੂੰ ਜਿਗਿਆਸਾ ਹੈ ਅਤੇ ਉਹ ਜਿਨ੍ਹਾਂ ਨੂੰ ਪਰਮ ਸਤਿ ਦਾ ਗਿਆਨ ਹੈ । ਇਹ ਸਾਰੇ ਲੋਕ ਵੱਖੋ-ਵੱਖਰੀਆਂ, ਪਰਸਥਿਤੀਆਂ ਵਿਚ ਪਰਮੇਸ਼ਵਰ ਦੀ ਭਗਤੀ ਕਰਦੇ ਹਨ । ਇਹ ਸ਼ੁੱਧ ਭਗਤ ਨਹੀਂ ਹਨ, ਕਿਉਂਕਿ ਇਹ ਭਗਤੀ ਦੇ ਨਾਲ ਕੁਝ ਇੱਛਾਵਾਂ ਦੀ ਪੂਰਤੀ ਕਰਨਾ ਚਾਹੁੰਦੇ ਹਨ । ਸ਼ੁੱਧ ਭਗਤੀ ਨਿਸ਼ਕਾਮ ਹੁੰਦੀ ਹੈ ਅਤੇ ਉਸ ਵਿਚ ਕਿਸੇ ਲਾਭ ਦੀ ਚਾਹਤ ਨਹੀਂ ਰਹਿੰਦੀ । ਭਗਤੀ ਰਸਾਮ੍ਰਿਤ ਸਿੰਧੂ ਵਿਚ ਸ਼ੁੱਧ ਭਗਤੀ ਦੀ ਪਰਿਭਾਸ਼ਾ ਇੰਝ ਕੀਤੀ ਗਈ ਹੈ -

ਅੰਨਯਾਭਿਲਾਸ਼ਿਤਾ-ਸ਼ੂਨ੍ਯਮ੍ ਗ੍ਯਾਨ-ਕਰ੍ਮਾਦਿ-ਅਨਾਵ੍ਰਿਤਮ੍ ।
ਆਨੁਕੂਲ੍ਯੇਨ ਕ੍ਰਿਸ਼੍ਣਾਨੁ-ਸ਼ੀਲਨਮ੍ ਭਕ੍ਤਿਰ੍ ਉਤੱਮਾ ॥

(ਭਗਤੀ ਰਸਾਮ੍ਰਿਤ ਸਿੰਧੂ 1-1-11)

"ਮਨੁੱਖ ਨੂੰ ਚਾਹੀਦਾ ਹੈ ਕਿ ਪਰਮੇਸ਼ਵਰ ਕ੍ਰਿਸ਼ਨ ਦੀ ਅਲੌਕਿਕ ਪ੍ਰੇਮ ਭਗਤੀ ਕਿਸੇ ਸਕਾਮ ਕਰਮ ਜਾਂ ਮਨੋ ਧਰਮ ਰਾਹੀਂ ਭੌਤਿਕ ਲਾਭ ਦੀ ਇੱਛਾ ਤੋਂ ਰਹਿਤ ਹੋ ਕੇ ਕਰੇ । ਇਹੋ ਸ਼ੁੱਧ ਭਗਤੀ ਕਹਾਉਂਦੀ ਹੈ ।"

ਜਦੋਂ ਇਹ ਚਾਰ ਤਰ੍ਹਾਂ ਦੇ ਲੋਕ ਪਰਮੇਸ਼ਵਰ ਕੋਲ ਭਗਤੀ ਲਈ ਆਉਂਦੇ ਹਨ ਅਤੇ ਸ਼ੁੱਧ ਭਗਤ ਦੀ ਸੰਗਤ ਨਾਲ ਪੂਰੀ ਤਰ੍ਹਾਂ ਸ਼ੁੱਧ ਹੋ ਜਾਂਦੇ ਹਨ ਤਾਂ ਇਹ ਵੀ ਸ਼ੁੱਧ ਭਗਤ ਹੋ ਜਾਂਦੇ ਹਨ। ਜਿੱਥੋਂ ਤਕ ਦੁਸ਼ਟਾਂ ਦਾ ਸਵਾਲ ਹੈ, ਉਨ੍ਹਾਂ ਲਈ ਭਗਤੀ ਔਖੀ ਹੈ, ਕਿਉਂਕਿ ਉਨ੍ਹਾਂ ਦਾ ਜੀਵਨ ਸਵਾਰਥ ਪੂਰਨ, ਅਨਿਯਮਿਤ ਅਤੇ ਅਧਿਆਤਮਕ ਮੰਤਵ ਰਹਿਤ ਹੁੰਦਾ ਹੈ। ਪਰ ਇਨ੍ਹਾਂ ਵਿਚੋਂ ਕੁਝ ਲੋਕ ਸ਼ੁੱਧ ਭਗਤ ਦੇ ਸੰਪਰਕ ਵਿਚ ਆਉਣ ਨਾਲ ਸ਼ੁੱਧ ਭਗਤ ਬਣ ਜਾਂਦੇ ਹਨ।

ਜਿਹੜੇ ਲੋਕ ਹਮੇਸ਼ਾਂ ਸਕਾਮ ਕਰਮਾਂ ਵਿਚ ਰੁੱਝੇ ਰਹਿੰਦੇ ਹਨ, ਉਹ ਮੁਸੀਬਤ ਸਮੇਂ ਭਗਵਾਨ ਕੋਲ ਆਉਂਦੇ ਹਨ ਅਤੇ ਉਦੋਂ ਉਹ ਭਗਤਾਂ ਦੀ ਸੰਗਤ ਕਰਦੇ ਹਨ ਅਤੇ ਮੁਸੀਬਤ ਵਿਚ ਭਗਵਾਨ ਦੇ ਭਗਤ ਬਣ ਜਾਂਦੇ ਹਨ। ਜਿਹੜੇ ਬਿਲਕੁਲ ਨਿਰਾਸ਼ ਹਨ, ਉਹ ਵੀ ਕਦੀ-ਕਦੀ ਸ਼ੁੱਧ ਭਗਤਾਂ ਦੀ ਸੰਗਤ ਕਰਨ ਆਉਂਦੇ ਹਨ ਅਤੇ ਈਸ਼ਵਰ ਬਾਰੇ ਜਾਣਨ ਦੀ ਜਿਗਿਆਸਾ ਕਰਦੇ ਹਨ। ਇਸੇ ਤਰ੍ਹਾਂ ਕੋਰੇ ਚਿੰਤਕ ਜਦੋਂ ਗਿਆਨ ਦੇ ਹਰ ਖੇਤਰ ਵਿਚ ਨਿਰਾਸ਼ ਹੋ ਜਾਂਦੇ ਹਨ, ਤਾਂ ਉਹ ਵੀ ਕਦੀ-ਕਦੀ ਈਸ਼ਵਰ ਨੂੰ ਜਾਣਨਾ ਚਾਹੁੰਦੇ ਹਨ ਅਤੇ ਉਹ ਭਗਵਾਨ ਦੀ ਭਗਤੀ ਕਰਨ ਆਉਂਦੇ ਹਨ। ਇੰਝ ਇਹ ਨਿਰਾਕਾਰ ਬ੍ਰਹਮ ਅਤੇ ਅੰਤਰਜਾਮੀ ਪਰਮਾਤਮਾ ਦੇ ਗਿਆਨ ਨੂੰ ਪਾਰ ਕਰ ਜਾਂਦੇ ਹਨ ਅਤੇ ਭਗਵਾਨ ਦੀ ਕਿਰਪਾ ਨਾਲ ਜਾਂ ਉਨ੍ਹਾਂ ਦੇ ਸ਼ੁੱਧ ਭਗਤ ਦੀ ਕਿਰਪਾ ਨਾਲ ਉਨ੍ਹਾਂ ਨੂੰ ਸਾਕਾਰ ਭਗਵਾਨ ਦਾ ਬੋਧ ਹੋ ਜਾਂਦਾ ਹੈ। ਕੁਲ ਮਿਲਾਕੇ ਜਦੋਂ ਦੁੱਖੀ, ਜਿਗਿਆਸੂ, ਗਿਆਨੀ ਅਤੇ ਧਨ ਦੀ ਇੱਛਾ ਰੱਖਣ ਵਾਲੇ ਸਾਰੇ ਭੌਤਿਕ ਇੱਛਾਵਾਂ ਤੋਂ ਮੁਕਤ ਹੋ ਜਾਂਦੇ ਹਨ ਅਤੇ ਜਦੋਂ ਉਹ ਇਹ ਚੰਗੀ ਤਰ੍ਹਾਂ ਸਮਝ ਜਾਂਦੇ ਹਨ ਕਿ ਭੌਤਿਕ ਮੋਹ ਨਾਲ ਅਧਿਆਤਮਕ ਤਰੱਕੀ ਦਾ ਕੋਈ ਸਰੋਕਾਰ ਨਹੀਂ ਹੈ ਤਾਂ ਉਹ ਸ਼ੁੱਧ ਭਗਤ ਬਣ ਜਾਂਦੇ ਹਨ। ਜਦੋਂ ਤਕ ਅਜਿਹੀ ਸ਼ੁੱਧ ਅਵਸਥਾ ਪ੍ਰਾਪਤ ਨਹੀਂ ਹੋ ਜਾਂਦੀ ਉਦੋਂ ਤਕ ਭਗਵਾਨ ਦੀ ਅਲੌਕਿਕ ਸੇਵਾ ਵਿਚ ਲਗੇ ਭਗਤ ਸਕਾਮ ਕਰਮਾਂ ਨਾਲ ਜਾਂ ਸੰਸਾਰੀ ਗਿਆਨ ਦੀ ਖੋਜ ਨਾਲ ਦੂਸ਼ਿਤ ਰਹਿੰਦੇ ਹਨ। ਇਸ ਲਈ ਸ਼ੁੱਧ ਭਗਤੀ ਦੀ ਅਵਸਥਾ ਤਕ ਅਪੜਨ ਲਈ ਮਨੁੱਖ ਨੂੰ ਇਨ੍ਹਾਂ ਸਭਨਾਂ ਨੂੰ ਪਾਰ ਕਰਨਾ ਹੁੰਦਾ ਹੈ।

तेषां ज्ञानी नित्ययुक्त एकभक्तिर्विशिष्यते ।
प्रियो हि ज्ञानिनोऽत्यर्थमहं स च मम प्रियः ॥१७॥

ਤੇਸ਼ਾਮ੍ ਗ੍ਯਾਨੀ ਨਿਤ੍ਯ-ਯੁਕ੍ਤ ਏਕ-ਭਕ੍ਤਿਰ੍ ਵਿਸ਼ਿਸ਼੍ਯਤੇ ।
ਪ੍ਰਿਯੋ ਹਿ ਗ੍ਯਾਨਿਨੋ 'ਤ੍ਯਰ੍ਥਮ੍ 'ਹਮ੍ ਸ ਚ ਮਮ ਪ੍ਰਿਯਹ੍ ॥ 17 ॥

ਤੇਸ਼ਾਮ੍ – ਉਨ੍ਹਾਂ ਵਿੱਚੋਂ ; **ਗ੍ਯਾਨੀ** – ਗਿਆਨਵਾਨ ; **ਨਿਤ੍ਯ-ਯੁਕ੍ਤਹ੍**– ਹਮੇਸ਼ਾਂ ਤਿਆਰ ; **ਏਕ** – ਇੱਕੋ ਇੱਕ ; **ਭਕ੍ਤਿਹ੍**– ਭਗਤੀਮਈ ਸੇਵਾ ਵਿਚ ; **ਵਿਸ਼ਿਸ਼੍ਯਤੇ** – ਵਿਸ਼ੇਸ਼ ਹੈ ; **ਪ੍ਰਿਯਹ੍** – ਬਹੁਤ ਪਿਆਰਾ ; **ਹਿ** – ਨਿਸ਼ਚੈ ਹੀ ; **ਗ੍ਯਾਨਿਨਹ੍** – ਗਿਆਨਵਾਨ ਦਾ ; **ਅਤ੍ਯਰ੍ਥਮ੍** – ਬਹੁਤ ਜ਼ਿਆਦਾ ; **ਅਹਮ੍** – ਮੈ ਹਾਂ ; **ਸਹ੍** – ਉਹ ; **ਚ** – ਵੀ ; **ਮਮ** – ਮੇਰਾ ; **ਪ੍ਰਿਯਹ੍** – ਪਿਆਰਾ।

ਅਨੁਵਾਦ

ਇਨ੍ਹਾਂ ਵਿੱਚੋਂ ਜਿਹੜਾ ਪਰਮ ਗਿਆਨੀ ਹੈ, ਅਤੇ ਸ਼ੁੱਧ ਭਗਤੀ ਵਿਚ ਲਗਿਆ ਰਹਿੰਦਾ ਹੈ, ਉਹ ਸਭ ਤੋਂ ਉੱਤਮ ਹੈ, ਕਿਉਂਕਿ ਮੈਂ ਉਸਨੂੰ ਬਹੁਤ ਪਿਆਰਾ ਹਾਂ ਅਤੇ ਉਹ ਮੈਨੂੰ ਪਿਆਰਾ ਹੈ ।

ਭਾਵ

ਭੌਤਿਕ ਇੱਛਾਵਾਂ ਦੇ ਸਾਰੇ ਪਾਪਾਂ ਤੋਂ ਮੁਕਤ ਦੁੱਖੀ, ਜਿਗਿਆਸੂ, ਧੰਨਹੀਨ ਅਤੇ ਗਿਆਨੀ ਇਹ ਸਭ ਸ਼ੁੱਧ ਭਗਤ ਬਣ ਸਕਦੇ ਹਨ, ਪਰ ਇਨ੍ਹਾਂ ਵਿੱਚੋਂ ਜਿਹੜਾ ਪਰਮ ਸਤਿ ਦਾ ਗਿਆਨੀ ਹੈ ਅਤੇ ਭੌਤਿਕ ਇੱਛਾਵਾਂ ਤੋਂ ਮੁਕਤ ਹੁੰਦਾ ਹੈ, ਉਹੀ ਭਗਵਾਨ ਦਾ ਸ਼ੁੱਧ ਭਗਤ ਹੋ ਸਕਦਾ ਹੈ । ਇਨ੍ਹਾਂ ਚਾਰ ਵਰਗਾਂ ਵਿੱਚੋਂ ਜਿਹੜਾ ਭਗਤ ਗਿਆਨੀ ਹੈ ਅਤੇ ਨਾਲ ਹੀ ਭਗਤੀ ਵਿਚ ਲਗਿਆ ਰਹਿੰਦਾ ਹੈ, ਉਹ ਭਗਵਾਨ ਦੇ ਕਹਿਣ ਮੁਤਾਬਿਕ ਸਭ ਤੋਂ ਉੱਤਮ ਹੈ । ਗਿਆਨ ਦੀ ਖੋਜ ਕਰਦੇ ਰਹਿਣ ਨਾਲ ਮਨੁੱਖ ਨੂੰ ਅਨੁਭਵ ਹੁੰਦਾ ਹੈ, ਕਿ ਉਸਦੀ ਆਤਮਾ ਉਸਦੇ ਭੌਤਿਕ ਸ਼ਰੀਰ ਤੋਂ ਵੱਖਰੀ ਹੈ । ਵਧੇਰੇ ਤਰੱਕੀ ਕਰਨ ਤੇ ਉਸਨੂੰ ਨਿਰਵਿਸ਼ੇਸ਼ ਬ੍ਰਹਮ ਅਤੇ ਪਰਮਾਤਮਾ ਦਾ ਗਿਆਨ ਹੁੰਦਾ ਹੈ । ਜਦੋਂ ਉਹ ਪੂਰੀ ਤਰ੍ਹਾਂ ਸ਼ੁੱਧ ਹੋ ਜਾਂਦਾ ਹੈ ਤਾਂ ਉਸ ਨੂੰ ਈਸ਼ਵਰ ਦੇ ਨਿੱਤ ਅਨਿੰਨ ਦਾਸ ਦੇ ਰੂਪ ਵਿਚ ਆਪਣੀ ਸੁਭਾਵਿਕ ਸਥਿਤੀ ਦਾ ਅਨੁਭਵ ਹੁੰਦਾ ਹੈ । ਇੰਝ ਸ਼ੁੱਧ ਭਗਤ ਦੀ ਸੰਗਤ ਨਾਲ ਦੁੱਖੀ, ਜਿਗਿਆਸੂ, ਧੰਨ ਦੇ ਇੱਛੁਕ ਅਤੇ ਗਿਆਨੀ ਆਪਣੇ ਆਪ ਸ਼ੁੱਧ ਹੋ ਜਾਂਦੇ ਹਨ । ਪਰ ਮੁੱਢਲੀ ਅਵਸਥਾ ਵਿਚ ਜਿਸ ਮਨੁੱਖ ਨੂੰ ਪਰਮੇਸ਼ਵਰ ਦਾ ਪੂਰਨ ਗਿਆਨ ਹੁੰਦਾ ਹੈ ਅਤੇ ਨਾਲ ਹੀ ਜਿਹੜਾ ਉਨ੍ਹਾਂ ਦੀ ਭਗਤੀ ਕਰਦਾ ਰਹਿੰਦਾ ਹੈ, ਉਹ ਮਨੁੱਖ ਭਗਵਾਨ ਨੂੰ ਬਹੁਤ ਪਿਆਰਾ ਹੁੰਦਾ ਹੈ । ਜਿਸ ਨੂੰ ਭਗਵਾਨ ਦੀ ਅਲੌਕਿਕਤਾ ਦਾ ਸ਼ੁੱਧ ਗਿਆਨ ਹਾਸਲ ਹੁੰਦਾ ਹੈ, ਉਹ ਭਗਤੀ ਰਾਹੀਂ ਇੰਝ ਸੁਰੱਖਿਅਤ ਰਹਿੰਦਾ ਹੈ ਕਿ ਭੌਤਿਕ ਦੂਸ਼ਣ ਉਸ ਨੂੰ ਛੂਹ ਵੀ ਨਹੀਂ ਸਕਦੇ ।

उदाराः सर्व एवैते ज्ञानी त्वात्मैव मे मतम् ।
आस्थितः स हि युक्तात्मा मामेवानुत्तमां गतिम् ॥ १८ ॥

ਉਦਾਰਾਹ੍ ਸਰ੍ਵ ਏਵੈਤੇ ਗ੍ਯਾਨੀ ਤ੍ਵ੍ ਆਤ੍ਮੈਵ ਮੇ ਮਤਮ੍ ।
ਆਸ੍ਥਿਤਹ੍ ਸ ਹਿ ਯੁਕ੍ਤਾਤ੍ਮਾ ਮਾਮ੍ ਏਵਾਨੁਤੱਮਾਮ੍ ਗਤਿਮ੍ ॥ 18 ॥

ਉਦਾਰਾਹ੍ – ਉਦਾਰ ਚਿੱਤ ; **ਸਰ੍ਵੇ** – ਸਾਰੇ ; **ਏਵ** – ਨਿਸ਼ਚੈ ਹੀ ; **ਏਤੇ** – ਇਹ ; **ਗ੍ਯਾਨੀ** – ਗਿਆਨ ਵਾਲਾ ; **ਤੁ** – ਪਰ ; **ਆਤ੍ਮਾ ਏਵ** –ਮੇਰੇ ਬਰਾਬਰ ਹੀ ; **ਮੇ** – ਮੇਰੇ ; **ਮਤਮ੍** – ਵਿਚਾਰ ਵਿਚ ; **ਆਸ੍ਥਿਤਹ੍** – ਸਥਿਤ ; **ਸਹ੍** – ਉਹ ; **ਹਿ** – ਨਿਸ਼ਚੈ ਹੀ ; **ਯੁਕ੍ਤ ਆਤ੍ਮਾ** – ਭਗਤੀ ਵਿਚ ਲੱਗੇ ; **ਮਾਮ੍** – ਮੈਨੂੰ ; **ਏਵ** – ਨਿਸ਼ਚੈ ਹੀ ; **ਅਨੁਤੱਮਾਮ੍** – ਪਰਮ, ਸਭ ਤੋਂ ਉਚੇ ; **ਗਤਿਮ੍** – ਟੀਚੇ ਨੂੰ ।

ਅਨੁਵਾਦ

ਨਿਸ਼ਚੈ ਹੀ ਇਹ ਉਦਾਰ ਚਿੱਤ ਭਗਤ ਹਨ, ਪਰ ਜਿਹੜਾ ਮੇਰੇ ਗਿਆਨ ਨੂੰ ਜਾਣਦਾ ਹੈ, ਉਸ ਨੂੰ ਮੈਂ ਆਪਣੇ ਹੀ ਬਰਾਬਰ ਮੰਨਦਾ ਹਾਂ । ਉਹ ਮੇਰੀ ਅਲੌਕਿਕ ਸੇਵਾ ਵਿਚ ਲਗਿਆ ਰਹਿ ਕੇ ਮੈਨੂੰ, ਸਭ ਤੋਂ ਉਚੇ ਮੰਤਵ ਨੂੰ, ਯਕੀਨੀ ਤੌਰ ਤੇ ਪ੍ਰਾਪਤ ਕਰਦਾ ਹੈ ।

ਭਾਵ

ਅਜਿਹਾ ਨਹੀਂ ਕਿ ਜਿਹੜੇ ਘੱਟ ਗਿਆਨੀ ਭਗਤ ਹਨ, ਉਹ ਭਗਵਾਨ ਨੂੰ ਪਿਆਰੇ ਨਹੀਂ ਹਨ । ਭਗਵਾਨ ਕਹਿੰਦੇ ਹਨ ਕਿ ਸਾਰੇ ਉਦਾਰ-ਚਿੱਤ ਹਨ, ਕਿਉਂਕਿ ਭਾਵੇਂ ਕੋਈ ਵੀ ਭਗਵਾਨ ਦੇ ਕੋਲ ਕਿਸੇ ਵੀ ਮੰਤਵ ਨਾਲ ਆਵੇ ਉਹ ਮਹਾਤਮਾ ਕਹਾਉਂਦਾ ਹੈ । ਜਿਹੜੇ ਭਗਤ, ਭਗਤੀ ਬਦਲੇ ਕੁਝ ਲਾਭ ਚਾਹੁੰਦੇ ਹਨ, ਉਨ੍ਹਾਂ ਨੂੰ ਭਗਵਾਨ ਸਵੀਕਾਰ ਕਰਦੇ ਹਨ, ਕਿਉਂਕਿ ਇਸ ਨਾਲ ਪਿਆਰ ਦਾ ਵਟਾਂਦਰਾ ਹੁੰਦਾ ਹੈ । ਉਹ ਪਿਆਰ ਕਾਰਨ ਭਗਵਾਨ ਤੋਂ ਲਾਭ ਦੀ ਮੰਗ ਕਰਦੇ ਹਨ ਅਤੇ ਜਦੋਂ ਉਨ੍ਹਾਂ ਨੂੰ ਉਹ ਮਿਲ ਜਾਂਦਾ ਹੈ ਤਾਂ ਉਹ ਇੰਨੇ ਖ਼ੁਸ਼ ਹੁੰਦੇ ਹਨ ਕਿ ਉਹ ਵੀ ਭਗਵਾਨ ਦੀ ਭਗਤੀ ਕਰਨ ਲਗ ਜਾਂਦੇ ਹਨ । ਪਰ ਗਿਆਨੀ ਭਗਤ ਭਗਵਾਨ ਨੂੰ ਇਸ ਲਈ ਪਿਆਰਾ ਹੈ ਕਿ ਉਸਦਾ ਮੰਤਵ ਪ੍ਰੇਮ ਅਤੇ ਭਗਤੀ ਨਾਲ ਪਰਮੇਸ਼ਵਰ ਦੀ ਸੇਵਾ ਕਰਨਾ ਹੁੰਦਾ ਹੈ । ਅਜਿਹਾ ਭਗਤ ਭਗਵਾਨ ਦੀ ਸੇਵਾ ਕੀਤੇ ਬਗ਼ੈਰ ਇੱਕ ਪਲ ਵੀ ਨਹੀਂ ਰਹਿ ਸਕਦਾ । ਇਸ ਤਰ੍ਹਾਂ ਪਰਮੇਸ਼ਵਰ ਆਪਣੇ ਭਗਤ ਨੂੰ ਬਹੁਤ ਚਾਹੁੰਦੇ ਹਨ ਅਤੇ ਉਹ ਉਸ ਤੋਂ ਅਲਗ ਨਹੀਂ ਹੋ ਸਕਦੇ ।

ਭਗਵਾਨ ਕਹਿੰਦੇ ਹਨ –

ਸਾਧਵੋ ਹ੍ਰਿਦਯਮ੍ ਮਹ੍ਯਮ੍ ਸਾਧੂਨਾਮ੍ ਹ੍ਰਿਦਯਮ੍ ਤ੍ਵ੍ ਅਹਮ੍ ।
ਮਦ੍-ਅਨਯਤ੍ ਤੇ ਨ ਜਾਨੰਤਿ ਨਾਹਮ੍ ਤੇਭ੍ਯੋ ਮਨਾਗ੍ ਅਪਿ ॥

(ਸ਼੍ਰੀਮਦ ਭਾਗਵਤਮ 9-4-68)

"ਭਗਤ ਲੋਕ ਹਮੇਸ਼ਾਂ ਮੇਰੇ ਹਿਰਦੇ ਵਿਚ ਨਿਵਾਸ ਕਰਦੇ ਹਨ ਅਤੇ ਮੈਂ ਭਗਤਾਂ ਦੇ ਹਿਰਦਿਆਂ ਵਿਚ ਨਿਵਾਸ ਕਰਦਾ ਹਾਂ । ਭਗਤ ਮੇਰੇ ਤੋਂ ਬਗ਼ੈਰ ਹੋਰ ਕੁਝ ਨਹੀਂ ਜਾਣਦਾ ਅਤੇ ਮੈਂ ਵੀ ਭਗਤ ਨੂੰ ਕਦੀ ਨਹੀਂ ਭੁੱਲਦਾ । ਮੇਰੇ ਅਤੇ ਸ਼ੁੱਧ ਭਗਤਾਂ ਦਰਮਿਆਨ ਪੱਕਾ ਸੰਬੰਧ ਰਹਿੰਦਾ ਹੈ । ਗਿਆਨੀ ਸ਼ੁੱਧ ਭਗਤ ਕਦੀ ਵੀ ਅਧਿਆਤਮਕ ਸੰਪਰਕ ਤੋਂ ਦੂਰ ਨਹੀਂ ਹੁੰਦੇ ਅਤੇ ਇਸ ਲਈ ਉਹ ਮੈਨੂੰ ਬਹੁਤ ਪਿਆਰੇ ਹਨ ।"

बहूनां जन्मनामन्ते ज्ञानवान्मां प्रपद्यते ।
वासुदेवः सर्वमिति स महात्मा सुदुर्लभः ॥१९॥

ਬਹੂਨਾਮ੍ ਜਨ੍ਮਨਾਮ੍ ਅੰਤੇ ਗ੍ਯਾਨਵਾਨ੍ ਮਾਮ੍ ਪ੍ਰਪਦ੍ਯਤੇ ।
ਵਾਸੁਦੇਵਹ੍ ਸਰ੍ਵਮ੍ ਇਤਿ ਸ ਮਹਾਤ੍ਮਾ ਸੁ-ਦੁਰ੍ਲਭਹ੍ ॥ 19 ॥

ਬਹੂਨਾਮ੍ - ਅਨੇਕ ; **ਜਨ੍ਮਨਾਮ੍** - ਜਨਮ ਅਤੇ ਮੌਤ ਦੇ ਚੱਕਰ ਦੇ ; **ਅੰਤੇ** - ਅਖ਼ਿਰ ਵਿਚ ; **ਗ੍ਯਾਨਵਾਨ** - ਗਿਆਨੀ ; **ਮਾਮ੍** - ਮੇਰੀ ; **ਪ੍ਰਪਦ੍ਯੰਤੇ** - ਸ਼ਰਨ ਗ੍ਰਹਿਣ ਕਰਦਾ ਹੈ ; **ਵਾਸੁਦੇਵਹ੍** - ਭਗਵਾਨ ਕ੍ਰਿਸ਼ਨ ; **ਸਰ੍ਵਮ੍** - ਸਭ ਕੁਝ ; **ਇਤਿ** - ਇੰਝ ; **ਸਹ੍** - ਅਜਿਹਾ ; **ਮਹਾ-ਆਤ੍ਮਾ**-ਮਹਾਤਮਾ ; **ਸੁ-ਦੁਰ੍ਲਭਹ੍**- ਲੱਭਣਾ ਬਹੁਤ ਮੁਸ਼ਕਿਲ ਹੈ ।

ਅਨੁਵਾਦ

ਅਨੇਕਾਂ ਜਨਮ-ਜਨਮਾਂਤਰਾਂ ਮਗਰੋਂ ਜਿਸਨੂੰ ਅਸਲੀ ਗਿਆਨ ਹੁੰਦਾ ਹੈ, ਉਹ ਮੈਨੂੰ ਸਾਰੇ ਕਾਰਨਾਂ ਦੇ ਕਾਰਨ ਜਾਣਕੇ ਮੇਰੀ ਸ਼ਰਨ ਵਿਚ ਆਉਂਦਾ ਹੈ । ਅਜਿਹਾ ਮਹਾਤਮਾ ਲੱਭਣਾ ਬਹੁਤ ਹੀ ਮੁਸ਼ਕਿਲ ਹੈ ।

ਭਾਵ

ਭਗਤੀ ਜਾਂ ਦਿੱਵ (ਅਲੌਕਿਕ) ਅਨੁਸ਼ਠਾਨਾਂ ਨੂੰ ਕਰਦਾ ਹੋਇਆ, ਜੀਵ ਅਨੇਕਾਂ ਜਨਮਾਂ ਮਗਰੋਂ ਇਸ ਅਲੌਕਿਕ ਗਿਆਨ ਨੂੰ ਪ੍ਰਾਪਤ ਕਰ ਸਕਦਾ ਹੈ ਕਿ ਆਤਮ-ਪ੍ਰਤੱਖੀਕਰਨ ਦਾ ਉਚੇਰਾ ਟੀਚਾ ਸ੍ਰੀ ਭਗਵਾਨ ਹਨ । ਆਤਮ-ਪ੍ਰਤੱਖੀਕਰਨ ਦੇ ਸ਼ੁਰੂ ਵਿਚ ਜਦੋਂ ਮਨੁੱਖ ਭੌਤਿਕਤਾ ਦਾ ਤਿਆਗ ਕਰਨ ਦਾ ਯਤਨ ਕਰਦਾ ਹੈ ਤਾਂ ਨਿਰਵਿਸ਼ੇਸ਼ਵਾਦ ਵੱਲ ਹੋਰ ਝੁਕਾਓ ਹੋ ਸਕਦਾ ਹੈ, ਪਰ ਅੱਗੇ ਵੱਧਣ ਮਗਰੋਂ ਉਹ ਇਹ ਸਮਝ ਲੈਂਦਾ ਹੈ ਕਿ ਅਧਿਆਤਮਕ ਜੀਵਨ ਵਿਚ ਵੀ ਕੰਮ ਹਨ ਅਤੇ ਇਨ੍ਹਾਂ ਨਾਲ ਭਗਤੀ ਦਾ ਵਿਧਾਨ ਹੁੰਦਾ ਹੈ । ਇਸ ਦਾ ਅਨੁਭਵ ਹੋਣ ਤੇ ਉਹ ਭਗਵਾਨ ਪ੍ਰਤੀ ਆਸਕਤ ਹੋ ਜਾਂਦਾ ਹੈ ਅਤੇ ਉਨ੍ਹਾਂ ਦੀ ਸ਼ਰਨ ਗ੍ਰਹਿਣ ਕਰ ਲੈਂਦਾ ਹੈ । ਇਸ ਮੌਕੇ ਉਹ ਸਮਝ ਸਕਦਾ ਹੈ ਕਿ ਸ੍ਰੀ ਕ੍ਰਿਸ਼ਨ ਦੀ ਕਿਰਪਾ ਹੀ ਸਭ ਕੁਝ ਹੈ, ਉਹ ਹੀ ਸਭ ਕਾਰਨਾਂ ਦੇ ਕਾਰਨ ਹਨ ਅਤੇ ਇਹ ਸੰਸਾਰ ਉਨ੍ਹਾਂ ਤੋਂ ਸੁਤੰਤਰ ਨਹੀਂ ਹੈ । ਉਹ ਇਹ ਭੌਤਿਕ ਸੰਸਾਰ ਨੂੰ ਅਧਿਆਤਮਕ ਵੱਖਰੇਪਨ ਦਾ ਵਿਗੜਿਆ ਪਰਛਾਵਾਂ ਮੰਨਦਾ ਹੈ ਅਤੇ ਅਨੁਭਵ ਕਰਦਾ ਹੈ ਕਿ ਹਰ ਚੀਜ਼ ਦਾ ਪਰਮੇਸ਼ਵਰ ਕ੍ਰਿਸ਼ਨ ਨਾਲ ਸੰਬੰਧ ਹੈ । ਇੰਝ ਉਹ ਹਰ ਚੀਜ਼ ਨੂੰ ਵਾਸੁਦੇਵ ਸ੍ਰੀ ਕ੍ਰਿਸ਼ਨ ਨਾਲ ਸੰਬੰਧਿਤ ਸਮਝਦਾ ਹੈ । ਇਸ ਤਰ੍ਹਾਂ ਦੀ ਵਾਸੁਦੇਵ ਵਾਲੀ ਵਿਆਪਕ ਦ੍ਰਿਸ਼ਟੀ ਹੋਣ ਤੇ ਬਹੁਤ ਜਲਦੀ ਭਗਵਾਨ ਕ੍ਰਿਸ਼ਨ ਨੂੰ ਉਚੇਰਾ ਟੀਚਾ ਮੰਨਕੇ ਸ਼ਰਨ ਪ੍ਰਾਪਤ ਹੁੰਦੀ ਹੈ, ਅਜਿਹੇ ਸ਼ਰਨਾਗਤ ਮਹਾਤਮਾ ਬਹੁਤ ਮੁਸ਼ਕਿਲ ਨਾਲ ਮਿਲਦੇ ਹਨ ।

ਇਸ ਸ਼ਲੋਕ ਦੀ ਵਿਆਖਿਆ ਸ਼ਵੇਤਾਸ਼ਵਤਰ ਉਪਨਿਸ਼ਦ ਵਿਚ ਇੰਝ ਮਿਲਦੀ ਹੈ :-

ਸਹ੍ਸ੍ਰ-ਸ਼ੀਰ੍ਸ਼ਾ ਪੁਰੁਸ਼ਹ੍ ਸਹਸ੍ਰਾਕ੍ਸ਼ਹ੍ ਸਹਸ੍ਰ-ਪਾਤ੍ ।
ਸ ਭੂਮਿਮ੍ ਵਿਸ਼੍ਵਤੋ ਵ੍ਰਿਤ੍ਵਾ-ਤ੍ਯਤਿਸ਼੍ਠਦ੍ ਦਸ਼ਾਨ੍ਗੁਲਮ੍ ॥
ਪੁਰੁਸ਼ ਏਵੇਦਮ੍ ਸਰ੍ਵਮ੍ ਯਦ੍ ਭੂਤਮ੍ ਯਚ੍ ਚ ਭਵ੍ਯਮ੍
ਉਤਾਮ੍ਰਿਤਤ੍ਵਸ੍ਯੇਸ਼ਾਨੋ ਯਦ੍ ਅੰਨੇਨਾਤਿਰੋਹਤਿ ॥

(ਸ਼ਵੇਤਾਸ਼ਵਤਰ ਉਪਨਿਸ਼ਦ 3-14-15)

ਛੰਦੋਗ੍ਯ ਉਪਨਿਸ਼ਦ ਵਿਚ ਕਿਹਾ ਗਿਆ ਹੈ - ਨ ਵੈ ਵਾਚੋ ਨ ਚਕ੍ਸ਼ੂੰਸਿ ਨ ਸ਼੍ਰੋਤ੍ਰਾਣਿ ਨ ਮਨਾਂਸੀਤਿ੍ ਆਚਕ੍ਸ਼ਤੇ ਪ੍ਰਾਣ ਇਤਿ ਦੇਵਾਚਕ੍ਸ਼ਤੇ ਪ੍ਰਾਣੋ ਹਿ ਏਵੈਤਾਨਿ ਸਰ੍ਵਾਣਿ ਭਵੰਤਿ। (ਛੰਦੋਗ੍ਯ ਉਪਨਿਸ਼ਦ 5-1-15)

ਜੀਵ ਦੇ ਸ਼ਰੀਰ ਦੀ ਬੋਲਣ ਦੀ ਸ਼ਕਤੀ, ਵੇਖਣ ਦੀ ਸ਼ਕਤੀ, ਸੁਣਨ ਦੀ ਸ਼ਕਤੀ, ਸੋਚਣ ਦੀ ਸ਼ਕਤੀ ਹੀ ਪ੍ਰਧਾਨ ਨਹੀਂ ਹੈ, ਸਾਰੇ ਕਾਰਜਾਂ ਦਾ ਕੇਂਦਰ ਬਿੰਦੂ ਤਾਂ ਇਹ ਜੀਵਨ (ਪ੍ਰਾਣ) ਹੈ। ਇੰਞ ਭਗਵਾਨ ਵਾਸੁਦੇਵ ਜਾਂ ਭਗਵਾਨ ਸ਼੍ਰੀ ਕ੍ਰਿਸ਼ਨ ਹੀ ਸਾਰੇ ਪਦਾਰਥਾਂ ਵਿਚ ਮੁੱਢਲੀ ਹੋਂਦ ਹਨ। ਇਸ ਦੇਹ ਵਿਚ ਬੋਲਣ, ਸੁਣਨ, ਵੇਖਣ ਅਤੇ ਸੋਚਣ ਆਦਿ ਦੀਆਂ ਸ਼ਕਤੀਆਂ ਹਨ, ਪਰ ਜੇਕਰ ਉਹ ਭਗਵਾਨ ਨਾਲ ਸੰਬੰਧਿਤ ਨਾ ਹੋਣ ਤਾਂ ਸਾਰੀਆਂ ਬੇਕਾਰ ਹਨ। ਵਾਸੁਦੇਵ ਸਰਬ-ਵਿਆਪਕ ਹਨ ਅਤੇ ਹਰ ਚੀਜ਼ ਵਾਸੁਦੇਵ ਹੈ। ਇਸ ਲਈ ਭਗਤ ਪੂਰਨ ਗਿਆਨ ਵਿਚ ਰਹਿ ਕੇ ਸ਼ਰਨ ਗ੍ਰਹਿਣ ਕਰਦਾ ਹੈ। (ਤੁਲਨਾ ਲਈ ਭਗਵਤ ਗੀਤਾ 7-17 ਅਤੇ 11-40)

कामैस्तैस्तैर्हृतज्ञाना: प्रपद्यन्तेऽन्यदेवता: ।
तं तं नियममास्थाय प्रकृत्या नियता: स्वया ॥२०॥

ਕਾਮੈਸ੍ ਤੈਸ੍ਤੈਰ੍ ਹ੍ਰਿਤ-ਗ੍ਯਾਨਾਹ੍ ਪ੍ਰਪਦ੍ਯੰਤੇ 'ਨ੍ਯ-ਦੇਵਤਾਹ੍ ।
ਤਮ੍ ਤਮ੍ ਨਿਯਮਮ੍ ਆਸ੍ਥਾਯ ਪ੍ਰਕ੍ਰਿਤ੍ਯਾ ਨਿਯਤਾਹ੍ ਸ੍ਵਯਾ ॥ 20 ॥

ਕਾਮੈਹ੍ - ਇੱਛਾਵਾਂ ਰਾਹੀਂ ; **ਤੈਹ੍-ਤੈਹ੍** - ਉਨ੍ਹਾਂ ਉਨ੍ਹਾਂ ; **ਹ੍ਰਿਤ** - ਸੱਖਣੇ ; **ਗ੍ਯਾਨਾਹ੍** - ਗਿਆਨ ਨਾਲ ; **ਪ੍ਰਪਦ੍ਯੰਤੇ** - ਸ਼ਰਨ ਲੈਂਦੇ ਹਨ ; **ਅੰਨ੍ਯ** - ਹੋਰ ; **ਦੇਵਤਾਹ੍** - ਦੇਵਤਿਆਂ ਦੀ ; **ਤਮ੍ ਤਮ੍** - ਉਸ ਉਸ ; **ਨਿਯਮਮ੍** - ਵਿਧਾਨ ਦਾ ; **ਆਸ੍ਥਾਯ**-ਪਾਲਣ ਕਰਦੇ ਹੋਏ ; **ਪ੍ਰਕ੍ਰਿਤ੍ਯਾ** - ਸੁਭਾਅ ਨਾਲ ; **ਨਿਯਤਾਹ੍** - ਕਾਬੂ ਵਿਚ ਹੋਏ ; **ਸ੍ਵਯਾ** - ਆਪਣੇ ਆਪ।

ਅਨੁਵਾਦ

ਜਿਨ੍ਹਾਂ ਦੀ ਬੁੱਧੀ, ਭੌਤਿਕ ਇੱਛਾਵਾਂ ਰਾਹੀਂ ਮਾਰੀ ਗਈ ਹੈ, ਉਹ ਦੇਵਤਿਆਂ ਦੀ ਸ਼ਰਨ ਵਿਚ ਜਾਂਦੇ ਹਨ ਅਤੇ ਉਹ ਆਪੋ ਆਪਣੇ ਸੁਭਾਅ ਮੁਤਾਬਿਕ ਪੂਜਾ ਦੇ ਖ਼ਾਸ ਵਿਧੀ-ਵਿਧਾਨਾਂ ਦੀ ਪਾਲਣਾ ਕਰਦੇ ਹਨ।

ਭਾਵ

ਜਿਹੜੇ ਸਾਰੇ ਭੌਤਿਕ ਦੂਸ਼ਣਾਂ ਤੋਂ ਮੁਕਤ ਹੋ ਚੁੱਕੇ ਹਨ, ਉਹ ਭਗਵਾਨ ਦੀ ਸ਼ਰਨ ਲੈਂਦੇ ਹਨ ਅਤੇ ਉਨ੍ਹਾਂ ਦੀ ਭਗਤੀ ਵਿਚ ਲੱਗੇ ਰਹਿੰਦੇ ਹਨ। ਜਦੋਂ ਤਕ ਭੌਤਿਕ ਮਲੀਨਤਾਵਾਂ ਧੁਲ ਨਹੀਂ ਜਾਂਦੀਆਂ ਉਦੋਂ ਤਕ ਉਹ ਭਗਤ ਨਹੀਂ ਹੋ ਸਕਦੇ। ਪਰ ਜਿਹੜੇ ਭੌਤਿਕ ਇੱਛਾਵਾਂ ਦੇ ਹੁੰਦਿਆਂ ਵੀ ਭਗਵਾਨ ਵੱਲ ਵੱਧਦੇ ਹਨ, ਉਹ ਬਹੁਰੰਗੀ ਪ੍ਰਕ੍ਰਿਤੀ ਰਾਹੀਂ ਆਕਰਸ਼ਿਤ ਨਹੀਂ ਹੁੰਦੇ। ਕਿਉਂਕਿ ਉਹ ਸਹੀ ਮੰਤਵ ਵੱਲ ਵੱਧ ਰਹੇ ਹੁੰਦੇ ਹਨ, ਇਸ ਲਈ ਉਹ ਜਲਦੀ ਹੀ ਸਾਰੀਆਂ ਭੌਤਿਕ ਕਾਮ ਇੱਛਾਵਾਂ ਤੋਂ

ਮੁਕਤ ਹੋ ਜਾਂਦੇ ਹਨ। ਸ਼੍ਰੀਮਦ ਭਾਗਵਤਮ੍ ਵਿਚ ਕਿਹਾ ਗਿਆ ਹੈ ਕਿ ਮਨੁੱਖ ਨੂੰ ਚਾਹੀਦਾ ਹੈ ਕਿ ਆਪਣੇ ਆਪ ਨੂੰ ਵਾਸੁਦੇਵ ਦੇ ਪ੍ਰਤੀ ਸਮਰਪਿਤ ਕਰੇ ਅਤੇ ਉਨ੍ਹਾਂ ਦੀ ਪੂਜਾ ਕਰੇ, ਭਾਵੇਂ ਉਹ ਭੌਤਿਕ ਇੱਛਾਵਾਂ ਤੋਂ ਸੱਖਣਾ ਹੋਵੇ ਜਾਂ ਭੌਤਿਕ ਇੱਛਾਵਾਂ ਨਾਲ ਭਰਿਆ ਹੋਵੇ ਜਾਂ ਭੌਤਿਕ ਪਾਪਾਂ ਤੋਂ ਮੁਕਤੀ ਚਾਹੁੰਦਾ ਹੋਵੇ। ਜਿਸ ਤਰ੍ਹਾਂ ਭਾਗਵਤਮ੍ ਵਿਚ ਕਿਹਾ ਗਿਆ ਹੈ ;

ਅਕਾਮਹ੍ ਸਰ੍ਵ-ਕਾਮੋ ਵਾ ਮੋਕ੍ਸ਼-ਕਾਮ ਉਦਾਰ-ਧੀਹ੍ ।
ਤੀਵ੍ਰੇਣ ਭਕ੍ਤੀ-ਯੋਗੇਨ ਯਜੇਤ ਪੁਰੁਸ਼ਮ੍ ਪਰਮ੍ ॥

(ਭਾਗਵਤਮ 2-3-10)

ਜਿਹੜੇ ਘੱਟ ਗਿਆਨ ਵਾਲੇ ਹਨ ਅਤੇ ਜਿਨ੍ਹਾਂ ਨੇ ਆਪਣੀ ਅਧਿਆਤਮਕ ਚੇਤਨਾ ਖੋਹ ਦਿੱਤੀ ਹੈ, ਉਹ ਭੌਤਿਕ ਇੱਛਾਵਾਂ ਦੀ ਤੁਰੰਤ ਪੂਰਤੀ ਲਈ ਦੇਵਤਿਆਂ ਦੀ ਸ਼ਰਨ ਜਾਂਦੇ ਹਨ। ਸਧਾਰਨ ਤੌਰ ਤੇ ਅਜਿਹੇ ਲੋਕ ਭਗਵਾਨ ਦੀ ਸ਼ਰਨ ਵਿਚ ਨਹੀਂ ਜਾਂਦੇ, ਕਿਉਂਕਿ ਉਹ ਗੌਣ ਗੁਣਾਂ ਵਾਲੇ (ਰਜੋ ਅਤੇ ਤਮੋ ਗੁਣੀ) ਹੁੰਦੇ ਹਨ। ਇਸ ਲਈ ਉਹ ਵੱਖੋ-ਵੱਖਰੇ ਦੇਵਤਿਆਂ ਦੀ ਪੂਜਾ ਕਰਦੇ ਹਨ, ਉਹ ਪੂਜਾ ਦੇ ਵਿਧੀ ਵਿਧਾਨਾਂ ਦੀ ਪਾਲਣਾ ਕਰਨ ਵਿਚ ਹੀ ਖ਼ੁਸ਼ ਹੁੰਦੇ ਹਨ। ਦੇਵਤਿਆਂ ਨੂੰ ਪੂਜਣ ਵਾਲੇ ਛੋਟੀਆਂ-ਛੋਟੀਆਂ ਇੱਛਾਵਾਂ ਰਾਹੀਂ ਪ੍ਰੇਰਿਤ ਹੁੰਦੇ ਹਨ ਅਤੇ ਇਹ ਨਹੀਂ ਜਾਣਦੇ ਕਿ ਉਚੇਰੇ ਮੰਤਵ ਤਕ ਕਿੰਝ ਅਪੜਿਆ ਜਾਵੇ। ਪਰ ਭਗਵਾਨ ਦਾ ਭਗਤ ਕਦੀ ਵੀ ਰਸਤੇ ਤੋਂ ਨਹੀਂ ਭਟਕਦਾ ; ਕਿਉਂਕਿ ਵੈਦਿਕ ਸਾਹਿਤ ਵਿਚ ਵੱਖੋ-ਵੱਖਰੇ ਮੰਤਵਾਂ ਲਈ ਵੱਖੋ-ਵੱਖਰਿਆਂ ਦੇਵਤਿਆਂ ਦਾ ਪੂਜਣ ਦਾ ਵਿਧਾਨ ਹੈ (ਜਿਵੇਂ ਰੋਗੀ ਲਈ ਸੂਰਜ ਦੀ ਪੂਜਾ ਕਰਨ ਦੀ ਸਿਫ਼ਾਰਸ਼ ਕੀਤੀ ਗਈ ਹੈ)। ਇਸ ਲਈ ਜਿਹੜੇ ਭਗਵਾਨ ਦੇ ਸ਼ੁੱਧ ਭਗਤ ਨਹੀਂ ਹਨ, ਉਹ ਸੋਚਦੇ ਹਨ ਕਿ ਦੇਵਤਾ ਕੁਝ ਕੰਮਾਂ ਲਈ ਭਗਵਾਨ ਤੋਂ ਉੱਤਮ ਹਨ। ਪਰ ਸ਼ੁੱਧ ਭਗਤ ਜਾਣਦਾ ਹੈ ਕਿ ਭਗਵਾਨ ਕ੍ਰਿਸ਼ਨ ਹੀ ਸਭਨਾਂ ਦੇ ਮਾਲਿਕ ਹਨ। ਚੈਤੰਨਯ ਚਰਿਤਾਮ੍ਰਿਤ ਵਿਚ (ਆਦਿ 5-142) ਕਿਹਾ ਗਿਆ ਹੈ - **ਏਕਲੇ ਈਸ਼੍ਵਰ ਕ੍ਰਿਸ਼੍ਣ ਆਰ ਸਬ ਭ੍ਰਿਤ੍ਯ** - ਸਿਰਫ਼ ਭਗਵਾਨ ਕ੍ਰਿਸ਼ਨ ਹੀ ਮਾਲਕ ਹਨ ਅਤੇ ਹੋਰ ਸਾਰੇ ਦਾਸ ਹਨ। ਸਿੱਟੇ ਵਜੋਂ ਸ਼ੁੱਧ ਭਗਤ ਕਦੀ ਵੀ ਆਪਣੀਆਂ ਜ਼ਰੂਰਤਾਂ ਦੀ ਪੂਰਤੀ ਲਈ ਦੇਵਤਿਆਂ ਦੇ ਕੋਲ ਨਹੀਂ ਜਾਂਦਾ। ਉਹ ਤਾਂ ਪਰਮੇਸ਼ਵਰ ਤੇ ਨਿਰਭਰ ਰਹਿੰਦਾ ਹੈ ਅਤੇ ਉਹ ਜੋ ਕੁਝ ਦਿੰਦੇ ਹਨ, ਉਸ ਨਾਲ ਸੰਤੁਸ਼ਟ ਰਹਿੰਦਾ ਹੈ।

यो यो यां यां तनुं भक्त: श्रद्धयार्चितुमिच्छति ।
तस्य तस्याचलां श्रद्धां तामेव विदधाम्यहम् ॥ २१ ॥

ਯੋ ਯੋ ਯਾਮ੍ ਯਾਮ੍ ਤਨੁਮ੍ ਭਕ੍ਤਹ੍ ਸ਼੍ਰਦ੍ਧਯਾਰ੍ਚਿਤੁਮ੍ ਇਚ੍ਛਤਿ ।
ਤਸ੍ਯ ਤਸ੍ਯਾਚਲਾਮ੍ ਸ਼੍ਰਦ੍ਧਾਮ੍ ਤਾਮ੍ ਏਵ ਵਿਦ੍ਧਾਮਿ ਅਹਮ੍ ॥ 21 ॥

ਯਹ੍ ਯਹ੍ - ਜਿਹੜੇ ਜਿਹੜੇ ; **ਯਾਮ੍ ਯਾਮ੍** - ਜਿਸ ਜਿਸ ; **ਤਨੁਮ੍** - ਦੇਵਤੇ ਦੇ ਰੂਪ ਨੂੰ ; **ਭਕ੍ਤਹ੍** - ਭਗਤ ; **ਸ਼੍ਰਦ੍ਧਯਾ** - ਸ਼ਰਧਾ ਨਾਲ ; **ਅਰ੍ਚਿਤੁਮ੍** - ਪੂਜਾ ਕਰਨ ਲਈ ; **ਇਚ੍ਛਤਿ** -

ਇੱਛਾ ਕਰਦਾ ਹੈ ; **ਤਸ੍ਯ ਤਸ੍ਯਾ** - ਉਸ ਉਸਦੀ ; **ਅਚਲਾਮ੍** - ਸਥਿਰ ; **ਸ਼ਰਦ੍ਧਾਮ੍** - ਸ਼ਰਧਾ ਨੂੰ ; **ਤਾਮ੍** - ਉਸ ; **ਏਵ** - ਨਿਸ਼ਚੈ ਹੀ ; **ਵਿਦ੍ਧਾਮਿ** - ਦਿੰਦਾ ਹਾਂ; **ਅਹਮ੍** - ਮੈਂ ।

ਅਨੁਵਾਦ

ਮੈਂ ਹਰ ਜੀਵ ਦੇ ਹਿਰਦੇ ਵਿਚ ਪਰਮਾਤਮਾ ਸਰੂਪ ਸਥਿਤ ਹਾਂ । ਜਿਵੇਂ ਹੀ ਕੋਈ ਕਿਸੇ ਦੇਵਤਾ ਦੀ ਪੂਜਾ ਕਰਨ ਦੀ ਇੱਛਾ ਕਰਦਾ ਹੈ, ਮੈਂ ਉਸ ਦੀ ਸ਼ਰਧਾ ਨੂੰ ਸਥਿਰ ਕਰਦਾ ਹਾਂ, ਜਿਸ ਨਾਲ ਉਹ ਉਸੇ ਖ਼ਾਸ ਦੇਵਤਾ ਦੀ ਪੂਜਾ ਕਰ ਸਕੇ ।

ਭਾਵ

ਈਸ਼ਵਰ ਨੇ ਹਰੇਕ ਨੂੰ ਅਜ਼ਾਦੀ ਦਿੱਤੀ ਹੈ, ਇਸ ਲਈ ਜੇਕਰ ਕੋਈ ਮਨੁੱਖ ਭੌਤਿਕ ਭੋਗ ਕਰਨ ਦਾ ਇੱਛੁਕ ਹੈ ਅਤੇ ਇਸ ਲਈ ਦੇਵਤਿਆਂ ਤੋਂ ਸਹੂਲਤਾਂ ਚਾਹੁੰਦਾ ਹੈ ਤਾਂ ਹਰੇਕ ਦੇ ਹਿਰਦੇ ਵਿਚ ਪਰਮਾਤਮਾ ਸਰੂਪ ਸਥਿਤ ਭਗਵਾਨ ਉਸਦੇ ਮਨ ਦੇ ਭਾਵਾਂ ਨੂੰ ਜਾਣਕੇ ਅਜਿਹੀਆਂ ਸੁਵਿਧਾਵਾਂ ਦਿੰਦੇ ਹਨ । ਸਾਰੇ ਜੀਵਾਂ ਦੇ ਪਰਮ ਪਿਤਾ ਦੇ ਰੂਪ ਵਿਚ ਉਹ ਉਨ੍ਹਾਂ ਦੀ ਅਜ਼ਾਦੀ ਵਿਚ ਦਖ਼ਲ ਅੰਦਾਜ਼ੀ ਨਹੀਂ ਕਰਦੇ, ਸਗੋਂ ਉਨ੍ਹਾਂ ਨੂੰ ਸਹੂਲਤਾਂ ਦਿੰਦੇ ਹਨ, ਜਿਸ ਨਾਲ ਉਹ ਆਪਣੀਆਂ ਭੌਤਿਕ ਇੱਛਾਵਾਂ ਪੂਰੀਆਂ ਕਰ ਸਕਣ । ਕੁਝ ਲੋਕ ਇਹ ਸਵਾਲ ਕਰ ਸਕਦੇ ਹਨ ਕਿ ਸਰਬ ਸ਼ਕਤੀਮਾਨ ਈਸ਼ਵਰ ਜੀਵਾਂ ਨੂੰ ਅਜਿਹੀਆਂ ਸਹੂਲਤਾਂ ਦੇ ਕੇ ਉਨ੍ਹਾਂ ਨੂੰ ਮਾਇਆ ਦੇ ਜਾਲ ਵਿਚ ਡਿੱਗਣ ਹੀ ਕਿਉਂ ਦਿੰਦੇ ਹਨ ? ਇਸ ਦਾ ਉਤਰ ਇਹ ਹੈ ਕਿ ਜੇਕਰ ਪਰਮੇਸ਼ਵਰ ਉਨ੍ਹਾਂ ਨੂੰ ਅਜਿਹੀਆਂ ਸਹੂਲਤਾਂ ਨਾ ਦੇਣ ਤਾਂ ਫਿਰ ਅਜ਼ਾਦੀ ਦਾ ਕੋਈ ਅਰਥ ਨਹੀਂ ਰਹਿ ਜਾਂਦਾ । ਇਸ ਲਈ ਉਹ ਸਭਨਾਂ ਨੂੰ ਅਜ਼ਾਦੀ ਦਿੰਦੇ ਹਨ - ਭਾਵੇਂ ਕੋਈ ਕੁਝ ਕਰੇ - ਪਰ ਉਨ੍ਹਾਂ ਦਾ ਅੰਤਿਮ ਉਪਦੇਸ਼ ਸਾਨੂੰ ਭਗਵਤ ਗੀਤਾ ਵਿਚ ਮਿਲਦਾ ਹੈ - ਮਨੁੱਖ ਨੂੰ ਚਾਹੀਦਾ ਹੈ ਕਿ ਹੋਰ ਸਾਰੇ ਕੰਮਾਂ ਨੂੰ ਛੱਡਕੇ ਉਨ੍ਹਾਂ ਦੀ ਸ਼ਰਨ ਵਿਚ ਆਵੇ ਇਸ ਨਾਲ ਮਨੁੱਖ ਸੁਖੀ ਰਹੇਗਾ ।

ਜੀਵਾਆਤਮਾ ਅਤੇ ਦੇਵਤਾ ਦੋਵੋਂ ਹੀ ਪਰਮੇਸ਼ਵਰ ਦੀ ਮਰਜ਼ੀ ਦੇ ਅਧੀਨ ਹਨ, ਇਸ ਲਈ ਜੀਵਾਆਤਮਾ ਨਾ ਤਾਂ ਆਪਣੀ ਮਰਜ਼ੀ ਨਾਲ ਕਿਸੇ ਦੇਵਤਾ ਦੀ ਪੂਜਾ ਕਰ ਸਕਦਾ ਹੈ, ਨਾ ਹੀ ਦੇਵਤਾ ਪਰਮੇਸ਼ਵਰ ਦੀ ਮਰਜ਼ੀ ਖਿਲਾਫ਼ ਕੋਈ ਵਰਦਾਨ ਦੇ ਸਕਦੇ ਹਨ, ਜਿਵੇਂ ਅਖਾਣ ਹੈ - ਈਸ਼ਵਰ ਦੀ ਮਰਜ਼ੀ ਬਗ਼ੈਰ ਇੱਕ ਪੱਤਾ ਵੀ ਨਹੀਂ ਹਿਲਦਾ । ਆਮ ਤੌਰ ਤੇ ਜਿਹੜੇ ਲੋਕ ਇਸ ਸੰਸਾਰ ਵਿਚ ਪੀੜ੍ਹਤ ਹਨ, ਉਹ ਦੇਵਤਿਆਂ ਕੋਲ ਜਾਂਦੇ ਹਨ, ਕਿਉਂਕਿ ਵੇਦਾਂ ਵਿਚ ਅਜਿਹਾ ਕਰਨ ਦਾ ਉਪਦੇਸ਼ ਹੈ, ਕਿ ਇਨ੍ਹਾਂ-ਇਨ੍ਹਾਂ ਇੱਛਾਵਾਂ ਵਾਲੇ ਨੂੰ ਇਸ-ਇਸ ਦੇਵਤਾ ਦੀ ਸ਼ਰਨ ਵਿਚ ਜਾਣਾ ਚਾਹੀਦਾ ਹੈ । ਉਦਾਹਰਣ ਵਜੋਂ ਇਕ ਰੋਗੀ ਨੂੰ ਸੂਰਜ ਦੇਵਤਾ ਦੀ ਪੂਜਾ ਕਰਨ ਦਾ ਹੁਕਮ ਹੈ । ਇਸੇ ਤਰ੍ਹਾਂ ਵਿਦਿਆ ਦਾ ਚਾਹਵਾਨ ਸਰਸਵਤੀ ਦੀ ਪੂਜਾ ਕਰ ਸਕਦਾ ਹੈ ਅਤੇ ਸੁੰਦਰ ਪਤਨੀ ਚਾਹੁਣ ਵਾਲਾ ਮਨੁੱਖ ਸ਼ਿਵ ਜੀ ਦੀ ਪਤਨੀ ਦੇਵੀ ਉਮਾ ਦੀ ਪੂਜਾ ਕਰ ਸਕਦਾ ਹੈ । ਇਸੇ ਤਰ੍ਹਾਂ ਸ਼ਾਸ਼ਤਰਾਂ ਵਿਚ ਵੱਖੋ-ਵੱਖਰੇ ਦੇਵਤਿਆਂ ਦੇ ਪੂਜਨ ਦੇ ਤਰੀਕੇ ਦੱਸੇ ਗਏ ਹਨ । ਕਿਉਂਕਿ ਹਰੇਕ

ਜੀਵ ਸਹੂਲਤ ਚਾਹੁੰਦਾ ਹੈ, ਇਸ ਲਈ ਭਗਵਾਨ ਉਸ ਨੂੰ ਖ਼ਾਸ ਦੇਵਤਾ ਤੋਂ ਉਸ ਵਰਦਾਨ ਨੂੰ ਹਾਸਲ ਕਰਨ ਦੀ ਤੇਜ ਇੱਛਾ ਦੀ ਪ੍ਰੇਰਨਾ ਦਿੰਦੇ ਹਨ ਅਤੇ ਉਸ ਨੂੰ ਵਰਦਾਨ ਮਿਲ ਜਾਂਦਾ ਹੈ। ਕਿਸੇ ਖ਼ਾਸ ਦੇਵਤਾ ਦੇ ਪੂਜਾ ਦੇ ਤਰੀਕੇ ਵੀ ਭਗਵਾਨ ਰਾਹੀਂ ਹੀ ਬਣਾਏ ਜਾਂਦੇ ਹਨ। ਜੀਵਾਂ ਅੰਦਰ ਉਹ ਪ੍ਰੇਰਣਾ ਦੇਵਤਾ ਨਹੀਂ ਦੇ ਸਕਦੇ, ਪਰ ਭਗਵਾਨ ਪਰਮਾਤਮਾ ਹਨ, ਜਿਹੜੇ ਸਾਰੇ ਜੀਵਾਂ ਦੇ ਹਿਰਦੇ ਵਿਚ ਹਾਜ਼ਰ ਰਹਿੰਦੇ ਹਨ, ਇਸ ਲਈ ਕ੍ਰਿਸ਼ਨ ਮਨੁੱਖ ਨੂੰ ਕਿਸੇ ਦੇਵਤਾ ਦੇ ਪੂਜਣ ਦੀ ਪ੍ਰੇਰਣਾ ਦਿੰਦੇ ਹਨ। ਸਾਰੇ ਦੇਵਤਾ ਪਰਮੇਸ਼ਵਰ ਦੇ ਵਿਰਾਟ ਸ਼ਰੀਰ ਦੇ ਵੱਖੋ-ਵੱਖਰੇ ਅੰਗ ਸਰੂਪ ਹਨ ਇਸ ਲਈ ਉਹ ਅਜ਼ਾਦ ਨਹੀਂ ਹੁੰਦੇ। ਵੈਦਿਕ ਸਾਹਿਤ ਵਿਚ ਕਿਹਾ ਗਿਆ ਹੈ - "ਪਰਮਾਤਮਾ ਰੂਪ ਵਿਚ ਭਗਵਾਨ ਦੇਵਤਿਆਂ ਦੇ ਹਿਰਦੇ ਵਿਚ ਸਥਿਤ ਰਹਿੰਦੇ ਹਨ, ਇਸ ਲਈ ਉਹ ਦੇਵਤਿਆਂ ਦੇ ਰਾਹੀਂ ਜੀਵ ਦੀ ਇੱਛਾ ਨੂੰ ਪੂਰਾ ਕਰਨ ਦੀ ਵਿਵਸਥਾ ਕਰਦੇ ਹਨ। ਪਰ ਜੀਵ ਅਤੇ ਦੇਵਤਾ ਦੋਵੇਂ ਹੀ ਪਰਮਾਤਮਾ ਦੀ ਪਰਮ ਇੱਛਾ ਤੇ ਨਿਰਭਰ ਹਨ। ਉਹ ਅਜ਼ਾਦ ਨਹੀਂ ਹਨ।"

स तया श्रद्धया युक्तस्तस्याराधनमीहते ।
लभते च ततः कामान्मयैव विहितान्हि तान् ॥ २२ ॥

ਸ ਤਯਾ ਸ਼੍ਰਦਧਯਾ ਯੁਕ੍ਤਸ੍ ਤਸ੍ਯਾਰਧਨਮ੍ ਈਹਤੇ ।
ਲਭਤੇ ਚ ਤਤਹ੍ ਕਾਮਾਨ੍ ਮਯੈਵ ਵਿਹਿਤਾਨ੍ ਹਿ ਤਾਨ੍ ॥ 22 ॥

ਸਹ੍-ਉਹ ; ਤਯਾ-ਉਸ ; ਸ਼੍ਰਦਧਯਾ-ਪ੍ਰੇਰਣਾ ਨਾਲ ; ਯੁਕ੍ਤਹ੍-ਯੁਕਤ ; ਤਸ੍ਯ-ਉਸ ਦੇਵਤਾ ਦੀ ; ਆਰਧਨਮ੍-ਪੂਜਾ ਲਈ ; ਈਹਤੇ-ਇੱਛਾ ਕਰਦਾ ਹੈ ; ਲਭਤੇ-ਪ੍ਰਾਪਤ ਕਰਦਾ ਹੈ ; ਚ-ਅਤੇ ; ਤਤਹ੍-ਉਸ ਤੋਂ ; ਕਾਮਾਨ੍-ਉਸਦੀ ਇੱਛਾਵਾਂ ਨੂੰ ; ਮਯਾ-ਮੇਰੇ ਰਾਹੀਂ ; ਏਵ-ਹੀ ; ਵਿਹਿਤਾਨ੍-ਨਿਰਧਾਰਿਤ ; ਹਿ-ਨਿਸ਼ਚੇ ਹੀ ; ਤਾਨ੍-ਉਨ੍ਹਾਂ।

ਅਨੁਵਾਦ

ਅਜਿਹੀ ਸ਼ਰਧਾ ਨਾਲ ਜੁੜਿਆ ਉਹ ਖ਼ਾਸ ਦੇਵਤਾ ਦੀ ਪੂਜਾ ਕਰਨ ਦਾ ਯਤਨ ਕਰਦਾ ਹੈ, ਅਤੇ ਆਪਣੀ ਇੱਛਾ ਦੀ ਪੂਰਤੀ ਕਰਦਾ ਹੈ। ਪਰ ਅਸਲੀਅਤ ਤਾਂ ਇਹ ਹੈ ਕਿ ਇਹ ਸਾਰੇ ਵਰਦਾਨ ਸਿਰਫ਼ ਮੇਰੇ ਰਾਹੀਂ ਦਿੱਤੇ ਜਾਂਦੇ ਹਨ।

ਭਾਵ

ਦੇਵਤਾ ਲੋਕ ਪਰਮੇਸ਼ਰ ਦੀ ਇਜਾਜ਼ਤ ਤੋਂ ਬਗ਼ੈਰ ਆਪਣੇ ਭਗਤਾਂ ਨੂੰ ਵਰਦਾਨ ਨਹੀਂ ਦੇ ਸਕਦੇ। ਜੀਵ ਭਾਵੇਂ ਭੁੱਲ ਜਾਵੇ ਕਿ ਹਰ ਚੀਜ਼ ਪਰਮੇਸ਼ਵਰ ਦੀ ਸੰਪਤੀ ਹੈ, ਪਰ ਦੇਵਤੇ ਇਸ ਨੂੰ ਨਹੀਂ ਭੁੱਲਦੇ। ਇਸ ਲਈ ਦੇਵਤਿਆਂ ਦੀ ਪੂਜਾ ਅਤੇ ਵਾਂਛਤ ਫਲ ਦੀ ਪ੍ਰਾਪਤੀ ਦੇਵਤਿਆਂ ਕਾਰਨ ਨਹੀਂ, ਸਗੋਂ ਉਨ੍ਹਾਂ ਰਾਹੀਂ ਭਗਵਾਨ ਕਰਕੇ ਹੁੰਦੀ ਹੈ। ਥੋੜ੍ਹੇ ਗਿਆਨ ਵਾਲੇ ਜੀਵ ਇਸਨੂੰ ਨਹੀਂ ਜਾਣਦੇ ਇਸ ਲਈ ਉਹ ਮੂਰਖਤਾ ਕਰਕੇ ਦੇਵਤਿਆਂ ਕੋਲ ਜਾਂਦੇ ਹਨ। ਪਰ ਸ਼ੁੱਧ ਭਗਤ ਜ਼ਰੂਰਤ ਪੈਣ ਤੇ ਪਰਮੇਸ਼ਵਰ ਤੋਂ ਹੀ ਮੰਗਦਾ ਹੈ। ਪਰ ਭੌਤਿਕ ਲਾਭ ਮੰਗਣਾ ਸ਼ੁੱਧ ਭਗਤ ਦਾ ਲੱਛਣ ਨਹੀਂ ਹੈ।

ਜੀਵ ਆਮਤੌਰ ਤੇ ਦੇਵਤਿਆਂ ਕੋਲ ਇਸ ਲਈ ਜਾਂਦਾ ਹੈ ਕਿਉਂਕਿ ਉਹ ਆਪਣੀ ਕਾਮੁਕਤਾ ਦੀ ਪੂਰਤੀ ਲਈ ਪਾਗਲ ਹੋਇਆ ਰਹਿੰਦਾ ਹੈ । ਅਜਿਹਾ ਉਦੋਂ ਹੁੰਦਾ ਹੈ ਜਦੋਂ ਜੀਵ ਗਲਤ ਇੱਛਾ ਕਰਦਾ ਹੈ, ਜਿਸਨੂੰ ਆਪ ਭਗਵਾਨ ਪੂਰਾ ਨਹੀਂ ਕਰਦੇ । ਚੈਤੰਨਯ ਚਰਿਤਾਮ੍ਰਿਤ ਵਿਚ ਕਿਹਾ ਗਿਆ ਹੈ ਕਿ ਜਿਹੜਾ ਮਨੁੱਖ ਪਰਮੇਸ਼ਵਰ ਦੀ ਪੂਜਾ ਦੇ ਨਾਲ-ਨਾਲ ਭੌਤਿਕ ਭੋਗ ਦੀ ਕਾਮਨਾ ਕਰਦਾ ਹੈ, ਉਹ ਆਪਸ-ਵਿਰੋਧੀ ਇੱਛਾਵਾਂ ਵਾਲਾ ਹੁੰਦਾ ਹੈ । ਪਰਮੇਸ਼ਵਰ ਦੀ ਭਗਤੀ ਅਤੇ ਦੇਵਤਿਆਂ ਦੀ ਪੂਜਾ ਇੱਕੋ ਬਰਾਬਰ ਨਹੀਂ ਹੋ ਸਕਦੀ, ਕਿਉਂਕਿ ਦੇਵਤਿਆਂ ਦੀ ਪੂਜਾ ਭੌਤਿਕ ਹੈ ਅਤੇ ਪਰਮੇਸ਼ਵਰ ਦੀ ਭਗਤੀ ਨਿਰੋਲ ਅਧਿਆਤਮਕ ਹੈ ।

ਜਿਹੜਾ ਜੀਵ ਭਗਵਾਨ ਦੇ ਧਾਮ ਜਾਣ ਦਾ ਇਛੁੱਕ ਹੈ, ਉਸਦੇ ਰਸਤੇ ਵਿਚ ਭੌਤਿਕ ਇੱਛਾਵਾਂ ਰੁਕਾਵਟ ਹਨ । ਇਸ ਲਈ ਭਗਵਾਨ ਦੇ ਸ਼ੁੱਧ ਭਗਤ ਨੂੰ ਭੌਤਿਕ ਲਾਭ ਨਹੀਂ ਦਿੱਤੇ ਜਾਂਦੇ, ਜਿਨ੍ਹਾਂ ਦੀ ਇੱਛਾ ਥੋੜ੍ਹੇ ਗਿਆਨ ਵਾਲੇ ਜੀਵ ਕਰਦੇ ਰਹਿੰਦੇ ਹਨ, ਜਿਸ ਕਾਰਨ ਉਹ ਪਰਮੇਸ਼ਵਰ ਦੀ ਭਗਤੀ ਨਾ ਕਰਕੇ ਦੇਵਤਿਆਂ ਦੀ ਪੂਜਾ ਵਿਚ ਲਗੇ ਰਹਿੰਦੇ ਹਨ ।

अन्तवत्तु फलं तेषां तद्भवत्यल्पमेधसाम् ।
देवान्देवयजो यान्ति मद्भक्ता यान्ति मामपि ॥ २३ ॥

ਅੰਤਵੱਤੁ ਫਲਮ੍ ਤੇਸ਼ਾਮ੍ ਤਦ੍ ਭਵਤਿ ਅਲ੍ਪ-ਮੇਧਸਾਮ੍ ।
ਦੇਵਾਨ੍ ਦੇਵ-ਯਜੋ ਯਾਂਤਿ ਮਦ੍-ਭਕ੍ਤਾ ਯਾਂਤਿ ਮਾਮ੍ ਅਪਿ ॥ 23 ॥

ਅੰਤ-ਵਤ੍ – ਨਾਸ਼ਵਾਨ ; **ਤੁ**- ਪਰ ; **ਫਲਮ੍** – ਫਲ ; **ਤੇਸ਼ਾਮ੍** – ਉਨ੍ਹਾਂ ਦਾ ; **ਤਤ੍** – ਉਹ ; **ਭਵਤਿ** – ਹੁੰਦਾ ਹੈ ; **ਅਲ੍ਪ-ਮੇਧਸਾਮ੍** – ਥੋੜ੍ਹੇ ਗਿਆਨ ਵਾਲਿਆਂ ਦਾ ; **ਦੇਵਾਨ੍** – ਦੇਵਤਿਆਂ ਕੋਲ ; **ਦੇਵ ਯਜਹ੍** – ਦੇਵਤਿਆਂ ਨੂੰ ਪੂਜਣ ਵਾਲੇ ; **ਯਾਂਤਿ** – ਜਾਂਦੇ ਹਨ ; **ਮਤ੍** – ਮੇਰੇ ; **ਭਕ੍ਤਾਹ੍** – ਭਗਤ ਲੋਕ ; **ਯਾਂਤਿ** – ਜਾਂਦੇ ਹਨ ; **ਮਾਮ੍** – ਮੇਰੇ ਕੋਲ ; **ਅਪਿ** – ਵੀ ।

ਅਨੁਵਾਦ

ਥੋੜ੍ਹੀ ਬੁੱਧੀ ਵਾਲੇ ਮਨੁੱਖ ਦੇਵਤਿਆਂ ਦੀ ਪੂਜਾ ਕਰਦੇ ਹਨ ਅਤੇ ਉਨ੍ਹਾਂ ਨੂੰ ਪ੍ਰਾਪਤ ਹੋਣ ਵਾਲੇ ਫਲ ਸੀਮਿਤ ਅਤੇ ਛਿਣਭੰਗਰ ਹੁੰਦੇ ਹਨ । ਦੇਵਤਿਆਂ ਦੀ ਪੂਜਾ ਕਰਨ ਵਾਲੇ ਦੇਵ- ਲੋਕ ਨੂੰ ਜਾਂਦੇ ਹਨ ਪਰ ਮੇਰੇ ਭਗਤ ਆਖ਼ਿਰ ਵਿਚ ਮੇਰੇ ਪਰਮਧਾਮ ਨੂੰ ਪ੍ਰਾਪਤ ਹੁੰਦੇ ਹਨ ।

ਭਾਵ

ਭਗਵਤ ਗੀਤਾ ਦੇ ਕੁਝ ਵਿਆਖਿਆਕਾਰ ਕਹਿੰਦੇ ਹਨ ਕਿ ਦੇਵਤਿਆਂ ਦੀ ਪੂਜਾ ਕਰਨ ਵਾਲਾ ਮਨੁੱਖ ਪਰਮੇਸ਼ਵਰ ਕੋਲ ਪਹੁੰਚ ਸਕਦਾ ਹੈ, ਪਰ ਇੱਥੇ ਇਹ ਸਪਸ਼ਟ ਕਿਹਾ ਗਿਆ ਹੈ ਕਿ ਦੇਵਤਿਆਂ ਦੇ ਉਪਾਸਕ ਵੱਖਰੇ ਜਗਤ ਨੂੰ ਜਾਂਦੇ ਹਨ, ਜਿਥੇ ਵੱਖੋ-ਵੱਖਰੇ ਦੇਵਤਾ ਰਹਿੰਦੇ ਹਨ – ਠੀਕ ਉਂਞ ਹੀ ਜਿਵੇਂ ਸੂਰਜ ਦੀ ਉਪਾਸਨਾ ਕਰਨ ਵਾਲਾ ਸੂਰਜ ਜਾਂ ਚੰਨ ਦਾ ਉਪਾਸਕ ਚੰਨ ਨੂੰ ਪ੍ਰਾਪਤ ਹੁੰਦਾ ਹੈ । ਇਸੇ ਤਰ੍ਹਾਂ ਕੋਈ ਇੰਦਰ ਵਰਗੇ ਦੇਵਤਾ ਦੀ ਪੂਜਾ ਕਰਨਾ ਚਾਹੁੰਦਾ ਹੈ ਤਾਂ ਉਸਨੂੰ

ਪੂਜਣ ਵਾਲਿਆਂ ਨੂੰ ਉਸੇ ਦੇਵਤਾ ਦਾ ਲੋਕ ਪ੍ਰਾਪਤ ਹੋਵੇਗਾ। ਅਜਿਹਾ ਨਹੀਂ ਕਿ ਕਿਸੇ ਵੀ ਦੇਵਤਾ ਦੀ ਪੂਜਾ ਕਰਨ ਨਾਲ ਭਗਵਾਨ ਨੂੰ ਪ੍ਰਾਪਤ ਕੀਤਾ ਜਾ ਸਕਦਾ ਹੈ। ਇੱਥੇ ਇਸ ਦੀ ਮਨਾਹੀ ਕੀਤੀ ਗਈ ਹੈ, ਕਿਉਂਕਿ ਇਹ ਸਪਸ਼ਟ ਕਿਹਾ ਗਿਆ ਹੈ ਕਿ ਦੇਵਤਿਆਂ ਦੇ ਉਪਾਸਕ ਭੌਤਿਕ ਜਗਤ ਦੇ ਹੋਰ ਲੋਕਾਂ ਨੂੰ ਜਾਂਦੇ ਹਨ ਪਰ ਭਗਵਾਨ ਦਾ ਭਗਤ ਸਿੱਧਾ ਭਗਵਾਨ ਦੇ ਹੀ ਪਰਮ ਧਾਮ ਨੂੰ ਜਾਂਦਾ ਹੈ।

ਇਥੇ ਇਹ ਸਵਾਲ ਕੀਤਾ ਜਾ ਸਕਦਾ ਹੈ ਕਿ ਜੇ ਵੱਖੋ-ਵੱਖਰੇ ਦੇਵਤਾ ਪਰਮੇਸ਼ਵਰ ਦੇ ਸ਼ਰੀਰ ਦਾ ਵੱਖੋ-ਵੱਖਰਾ ਅੰਗ ਹਨ ਤਾਂ ਉਨ੍ਹਾਂ ਸਾਰਿਆਂ ਦੀ ਪੂਜਾ ਕਰਨ ਨਾਲ ਇਕੋ ਜਿਹਾ ਫਲ ਮਿਲਣਾ ਚਾਹੀਦਾ ਹੈ। ਪਰ ਦੇਵਤਿਆਂ ਦੇ ਉਪਾਸਕ ਘੱਟ ਗਿਆਨ ਵਾਲੇ ਹੁੰਦੇ ਹਨ, ਕਿਉਂਕਿ ਉਹ ਇਹ ਨਹੀਂ ਜਾਣਦੇ ਕਿ ਸਰੀਰ ਦੇ ਕਿਸ ਅੰਗ ਨੂੰ ਭੋਜਨ ਦਿੱਤਾ ਜਾਵੇ, ਉਨ੍ਹਾਂ ਵਿੱਚੋਂ ਕੁਝ ਇੰਨੇ ਮੂਰਖ ਹੁੰਦੇ ਹਨ ਕਿ ਉਹ ਇਹ ਦਾਵਾ ਕਰਦੇ ਹਨ ਕਿ ਅੰਗ ਅਨੇਕ ਹਨ, ਇਸ ਲਈ ਭੋਜਨ ਦੇਣ ਦੇ ਤਰੀਕੇ ਵੀ ਅਨੇਕਾਂ ਹਨ। ਪਰ ਇਹ ਬਹੁਤ ਯਕੀਨੀ ਠੀਕ ਨਹੀਂ ਹੈ, ਕਿ ਕੋਈ ਕੰਨਾਂ ਜਾਂ ਅੱਖਾਂ ਨਾਲ ਸ਼ਰੀਰ ਨੂੰ ਭੋਜਨ ਪਹੁੰਚਾ ਸਕਦਾ ਹੈ। ਉਹ ਇਹ ਨਹੀਂ ਜਾਣਦੇ ਕਿ ਇਹ ਦੇਵਤਾ ਭਗਵਾਨ ਦੇ ਵਿਰਾਟ ਸ਼ਰੀਰ ਦਾ ਵੱਖੋ-ਵੱਖਰੇ ਅੰਗ ਹਨ ਅਤੇ ਉਹ ਆਪਣੇ ਅਗਿਆਨ ਕਾਰਨ ਇਹ ਯਕੀਨ ਕਰ ਬੈਠਦੇ ਹਨ ਕਿ ਹਰ ਦੇਵਤਾ ਵੱਖੋ-ਵੱਖਰਾ ਈਸ਼ਵਰ ਹੈ ਅਤੇ ਪਰਮੇਸ਼ਵਰ ਦਾ ਪ੍ਰਤੀਯੋਗੀ ਹੈ।

ਨਾ ਸਿਰਫ ਦੇਵਤਾ, ਸਗੋਂ ਸਧਾਰਨ ਜੀਵ ਵੀ ਪਰਮੇਸ਼ਵਰ ਦੇ ਅੰਗ (ਅੰਸ਼) ਹਨ। ਸ਼੍ਰੀਮਦ ਭਾਗਵਤਮ੍ ਵਿਚ ਕਿਹਾ ਗਿਆ ਹੈ ਕਿ ਬ੍ਰਾਹਮਣ ਪਰਮੇਸ਼ਵਰ ਦੇ ਸਿਰ ਹਨ, ਖਤਰੀ ਉਨ੍ਹਾਂ ਦੀਆਂ ਬਾਹਾਂ ਹਨ, ਵੈਸ਼ ਉਨ੍ਹਾਂ ਦਾ ਪੇਟ ਅਤੇ ਸ਼ੂਦਰ ਉਨ੍ਹਾਂ ਦੇ ਪੈਰ ਹਨ ਅਤੇ ਇਨ੍ਹਾਂ ਸਭਨਾਂ ਦੇ ਵੱਖੋ-ਵੱਖਰੇ ਕਾਰਜ ਹਨ। ਜੇਕਰ ਕੋਈ ਦੇਵਤਿਆਂ ਨੂੰ ਅਤੇ ਆਪਣੇ-ਆਪ ਨੂੰ ਪਰਮੇਸ਼ਵਰ ਦਾ ਅੰਸ਼ ਮੰਨਦਾ ਹੈ ਤਾਂ ਉਸਦਾ ਗਿਆਨ ਪੂਰਾ ਹੈ। ਪਰ ਜੇ ਉਹ ਇਸਨੂੰ ਨਹੀਂ ਸਮਝਦਾ ਤਾਂ ਉਸਨੂੰ ਵੱਖੋ-ਵੱਖਰੇ ਲੋਕਾਂ ਦੀ ਪ੍ਰਾਪਤੀ ਹੁੰਦੀ ਹੈ, ਜਿਥੇ ਦੇਵਤਾ ਲੋਕ ਨਿਵਾਸ ਕਰਦੇ ਹਨ। ਇਹ ਉਹ ਅਸਥਾਨ ਨਹੀਂ ਜਿੱਥੇ ਭਗਤ ਲੋਕ ਜਾਂਦੇ ਹਨ।

ਦੇਵਤਿਆਂ ਤੋਂ ਪ੍ਰਾਪਤ ਵਰਦਾਨ ਨਾਸ਼ਵਾਨ ਹੁੰਦੇ ਹਨ, ਕਿਉਂਕਿ ਇਸ ਭੌਤਿਕ ਸੰਸਾਰ ਅੰਦਰ, ਸਾਰੇ ਲੋਕ, ਸਾਰੇ ਦੇਵਤਾ ਅਤੇ ਉਨ੍ਹਾਂ ਦੇ ਸਾਰੇ ਉਪਾਸਕ ਨਾਸ਼ਵਾਨ ਹਨ। ਇਸ ਲਈ ਇਸ ਸ਼ਲੋਕ ਵਿਚ ਸਪਸ਼ਟ ਕਿਹਾ ਗਿਆ ਹੈ ਕਿ ਅਜਿਹੇ ਦੇਵਤਾਵਾਂ ਦੀ ਉਪਾਸਨਾ ਨਾਲ ਪ੍ਰਾਪਤ ਹੋਣ ਵਾਲੇ ਸਾਰੇ ਫਲ ਨਾਸ਼ਵਾਨ ਹੁੰਦੇ ਹਨ, ਇਸ ਲਈ ਅਜਿਹੀ ਪੂਜਾ ਸਿਰਫ ਘੱਟ ਗਿਆਨ ਵਾਲਿਆਂ ਰਾਹੀਂ ਕੀਤੀ ਜਾਂਦੀ ਹੈ। ਕਿਉਂਕਿ ਪਰਮੇਸ਼ਵਰ ਦੀ ਭਗਤੀ ਵਿਚ ਕ੍ਰਿਸ਼ਨ ਭਾਵਨਾ ਨਾਲ ਜੁੜੇ ਮਨੁੱਖ ਗਿਆਨ ਨਾਲ ਪੂਰਨ ਅਲੌਕਿਕ ਆਨੰਦ-ਦਾਇਕ ਲੋਕ ਦੀ ਪ੍ਰਾਪਤੀ ਕਰਦਾ ਹੈ, ਇਸ ਲਈ ਉਸਦੀ ਅਤੇ ਦੇਵਤਿਆਂ ਦੇ ਸਧਾਰਨ ਉਪਾਸਕਾਂ ਦੀਆਂ ਪ੍ਰਾਪਤੀਆਂ ਵੱਖੋ-ਵੱਖਰੀਆਂ ਹੁੰਦੀਆਂ ਹਨ। ਪਰਮੇਸ਼ਵਰ ਅਸੀਮ ਹੈ, ਉਨ੍ਹਾਂ ਦੀ ਮਿਹਰ ਅਨੰਤ ਹੈ, ਉਨ੍ਹਾਂ ਦੀ ਦਇਆ ਵੀ ਅਨੰਤ ਹੈ। ਇਸ ਲਈ ਪਰਮੇਸ਼ਵਰ ਦੀ ਆਪਣੇ ਸ਼ੁੱਧ ਭਗਤਾਂ ਤੇ ਕ੍ਰਿਪਾ ਵੀ ਅਸੀਮ ਹੁੰਦੀ ਹੈ।

अव्यक्तं व्यक्तिमापन्नं मन्यन्ते मामबुद्धयः ।
परं भावमजानन्तो ममाव्ययमनुत्तमम् ॥ २४॥

ਅਵ੍ਯਕ੍ਤਮ੍ ਵ੍ਯਕ੍ਤਿਮਾ ਅਪਨ੍ਨਮ੍ ਮਨਯੰਤੇ ਮਾਮ ਬੁਦ੍ਧਯਹ੍ ।
ਪਰਮ੍ ਭਾਵਮ੍ ਅਜਾਨੰਤੋ ਮਮਾਵ੍ਯਯਮ੍ ਅਨੁਤ੍ਤਮ੍ ॥ 24 ॥

ਅਵ੍ਯਕ੍ਤਮ੍ – ਅਪ੍ਰਤੱਖ ; **ਵ੍ਯਕ੍ਤਿਮ੍** – ਸਰੂਪ ਨੂੰ ; **ਆਪਨੰਮ੍** – ਪ੍ਰਾਪਤ ਹੋਇਆ ; **ਮੰਨਯਤੇ** – ਸੋਚਦੇ ਹਨ ; **ਮਾਮ੍** – ਮੈਨੂੰ ; **ਅਬੁਦ੍ਧਯਹ੍** – ਥੋੜ੍ਹੇ ਗਿਆਨ ਵਾਲੇ ਮਨੁੱਖ ; **ਪਰਮ੍** – ਪਰਮ ; **ਭਾਵਮ੍** – ਹੋਂਦ ; **ਅਜਾਨੰਤਹ੍** – ਬਿਨ੍ਹਾਂ ਜਾਣੇ ; **ਮਮ** – ਮੇਰਾ ; **ਅਵ੍ਯਯਮ੍** – ਅਨਸ਼ਵਰ ; **ਅਨੁੱਤਮਮ੍** – ਸਭ ਤੋਂ ਉੱਤਮ ।

ਅਨੁਵਾਦ

ਬੁੱਧੀਹੀਨ ਮਨੁੱਖ ਮੈਨੂੰ ਪੂਰੀ ਤਰ੍ਹਾਂ ਨਾ ਜਾਣਨ ਕਰਕੇ ਸੋਚਦੇ ਹਨ ਕਿ ਮੈਂ (ਭਗਵਾਨ ਕ੍ਰਿਸ਼ਨ) ਪਹਿਲਾਂ ਨਿਰਾਕਾਰ ਸੀ ਅਤੇ ਹੁਣ ਮੈਂ ਇਹ ਸਰੂਪ ਧਾਰਨ ਕੀਤਾ ਹੈ । ਉਹ ਆਪਣੇ ਘੱਟ ਗਿਆਨ ਕਾਰਨ ਮੇਰੇ ਅਵਿਨਾਸ਼ੀ ਅਤੇ ਸਭ ਤੋਂ ਉਚੀ ਪ੍ਰਕ੍ਰਿਤੀ ਨੂੰ ਨਹੀਂ ਜਾਣ ਸਕਦੇ ।

ਭਾਵ

ਦੇਵਤਿਆਂ ਦੇ ਉਪਾਸਕਾਂ ਨੂੰ ਘੱਟ ਗਿਆਨ ਵਾਲਾ ਕਿਹਾ ਜਾ ਚੁੱਕਾ ਹੈ ਅਤੇ ਇਸ ਸ਼ਲੋਕ ਵਿਚ ਨਿਰਵਿਸ਼ੇਸ਼ਵਾਦੀਆਂ (ਗੈਰਸ਼ਖਸੀ) ਨੂੰ ਵੀ ਘੱਟ ਗਿਆਨ ਵਾਲਾ ਕਿਹਾ ਗਿਆ ਹੈ । ਭਗਵਾਨ ਕ੍ਰਿਸ਼ਨ ਆਪਣੇ ਸਾਕਾਰ ਰੂਪ ਵਿਚ ਇੱਥੇ ਅਰਜੁਨ ਨਾਲ ਗੱਲਾਂ ਕਰ ਰਹੇ ਹਨ, ਪਰ ਫਿਰ ਵੀ ਨਿਰਵਿਸ਼ੇਸ਼ਵਾਦੀ ਆਪਣੇ ਅਗਿਆਨ ਕਾਰਨ ਬਹਿਸ ਕਰਦੇ ਰਹਿੰਦੇ ਹਨ, ਕਿ ਪਰਮੇਸ਼ਵਰ ਦਾ ਆਖ਼ਿਰ ਕੋਈ ਸਰੂਪ ਨਹੀਂ ਹੁੰਦਾ । ਸ਼੍ਰੀ ਰਾਮਾਨੁਜਾਚਾਰੀਆ ਦੀ ਪਰੰਪਰਾ ਦੇ ਮਹਾਨ ਭਗਵਦ ਭਗਤ ਯਾਮੁਨਾਚਾਰੀਆ ਨੇ ਇਸ ਸੰਬੰਧ ਵਿਚ ਜੋ ਸ਼ਲੋਕ ਕਹੇ ਬਹੁਤ ਹੀ ਢੁਕਵੇਂ ਹਨ :-

ਤ੍ਵਾਮ ਸ਼ੀਲ-ਰੂਪ-ਚਰਿਤੈਹ੍ ਪਰਮ-ਪ੍ਰਕ੍ਰਿਸ਼ਟੈਹ੍
ਸਤੱਵੇਨ ਸਾਤ੍ਵਿਕਤਯਾ ਪ੍ਰਬਲੈਸ਼੍ ਚ ਸ਼ਾਸਤ੍ਰੈਹ੍ ।
ਪ੍ਰਖ੍ਯਾਤ-ਦੈਵ-ਪਰਮਾਰਥ੍-ਵਿਦਾਮ ਮਤੈਸ਼੍ ਚ
ਨੈਵਾਸੁਰ-ਪ੍ਰਕ੍ਰਿਤਯਹ੍ ਪ੍ਰਭਵੰਤਿ ਬੋਦ੍ਧੁਮ ॥

(ਸਤੋਤਰ ਰਤਨ 12)

"ਹੇ ਪ੍ਰਭੂ! ਵਿਆਸ ਦੇਵ ਅਤੇ ਨਾਰਦ ਵਰਗੇ ਭਗਤ ਤੁਹਾਨੂੰ ਭਗਵਾਨ ਰੂਪ ਵਿਚ ਜਾਣਦੇ ਹਨ । ਮਨੁੱਖ ਵੱਖੋ-ਵੱਖਰੇ ਵੈਦਿਕ ਗ੍ਰੰਥਾਂ ਨੂੰ ਸਮਝਕੇ ਤੁਹਾਡੇ ਗੁਣ, ਰੂਪ ਅਤੇ ਕੰਮਾਂ ਨੂੰ ਜਾਣ ਸਕਦਾ ਹੈ ਅਤੇ ਇੰਝ ਤੁਹਾਨੂੰ ਭਗਵਾਨ ਦੇ ਰੂਪ ਵਿਚ ਸਮਝ ਸਕਦਾ ਹੈ । ਪਰ ਜਿਹੜੇ ਲੋਕ ਰਜੋ ਅਤੇ ਤਮੋ ਗੁਣ ਦੇ ਵੱਸ ਵਿਚ ਹਨ ਅਜਿਹੇ ਦੈਂਤ ਅਤੇ ਅਭਗਤ ਲੋਕ ਤੁਹਾਨੂੰ ਨਹੀਂ ਸਮਝ ਸਕਦੇ । ਅਜਿਹੇ

ਅਭਗਤ (ਨਾਸਤਿਕ) ਵੇਦਾਂਤ , ਉਪਨਿਸ਼ਦ ਅਤੇ ਵੈਦਿਕ ਗ੍ਰੰਥਾਂ ਦੀ ਵਿਆਖਿਆ ਕਰਨ ਵਿਚ ਕਿੰਨੇ ਵੀ ਮਾਹਿਰ ਕਿਉਂ ਨਾ ਹੋਣ ਉਹ ਭਗਵਾਨ ਨੂੰ ਨਹੀਂ ਸਮਝ ਸਕਦੇ ।"

ਬ੍ਰਹਮ ਸੰਹਿਤਾ ਵਿਚ ਇਹ ਦੱਸਿਆ ਗਿਆ ਹੈ ਕਿ ਸਿਰਫ ਵੇਦਾਂਤ ਸਾਹਿਤ ਦੇ ਅਧਿਐਨ ਨਾਲ ਭਗਵਾਨ ਨੂੰ ਨਹੀਂ ਸਮਝਿਆ ਜਾ ਸਕਦਾ । ਪਰਮ ਪੁਰਖ਼ ਨੂੰ ਸਿਰਫ ਭਗਵਾਨ ਦੀ ਕ੍ਰਿਪਾ ਨਾਲ ਜਾਣਿਆ ਜਾ ਸਕਦਾ ਹੈ । ਇਸ ਲਈ ਇਸ ਸ਼ਲੋਕ ਵਿਚ ਸਪਸ਼ਟ ਤੌਰ ਤੇ ਕਿਹਾ ਗਿਆ ਹੈ ਕਿ ਨਾ ਸਿਰਫ ਦੇਵਤਿਆਂ ਦੇ ਉਪਾਸਕ ਘੱਟ ਗਿਆਨੀ ਹੁੰਦੇ ਹਨ, ਸਗੋਂ ਉਹ ਨਾਸਤਿਕ (ਅਭਗਤ) ਵੀ ਜਿਹੜੇ ਕ੍ਰਿਸ਼ਨ ਭਾਵਨਾ ਅੰਮ੍ਰਿਤ ਤੋਂ ਸੱਖਣੇ ਹਨ, ਜਿਹੜੇ ਵੇਦਾਂਤ ਅਤੇ ਵੈਦਿਕ ਸਾਹਿਤ ਦੇ ਅਧਿਐਨ ਵਿਚ ਲੱਗੇ ਰਹਿੰਦੇ ਹਨ ਘੱਟ ਗਿਆਨੀ ਹਨ ਅਤੇ ਉਨ੍ਹਾਂ ਲਈ ਈਸ਼ਵਰ ਦੇ ਸਾਕਾਰ ਰੂਪ ਨੂੰ ਸਮਝਣਾ ਸੰਭਵ ਨਹੀਂ ਹੈ । ਜਿਹੜੇ ਲੋਕ ਪਰਮ ਸਤਿ ਨੂੰ ਨਿਰਵਿਸ਼ੇਸ਼ (ਨਿਰਾਕਾਰ) ਕਰਕੇ ਮੰਨਦੇ ਹਨ, ਉਹ '**ਅਬੁਦਧਜਹ**' ਦੱਸੇ ਗਏ ਹਨ, ਜਿਸਦਾ ਅਰਥ ਹੈ ਕਿ ਉਹ ਲੋਕ ਜਿਹੜੇ ਪਰਮ ਸਤਿ ਦੇ ਪਰਮ ਸਰੂਪ ਨੂੰ ਨਹੀਂ ਸਮਝਦੇ । ਸ਼੍ਰੀਮਦ ਭਾਗਵਤਮ ਵਿਚ ਦੱਸਿਆ ਗਿਆ ਹੈ ਕਿ ਨਿਰਵਿਸ਼ੇਸ਼ ਬ੍ਰਹਮ ਤੋਂ ਹੀ ਪਰਮ ਅਨੁਭੂਤੀ ਸ਼ੁਰੂ ਹੁੰਦੀ ਹੈ, ਜਿਹੜੀ ਉਪਰ ਉਠਦੀ ਹੋਈ ਅੰਤਰਜਾਮੀ ਪਰਮਾਤਮਾ ਤਕ ਜਾਂਦੀ ਹੈ, ਪਰ ਪਰਮ ਸਤਿ ਦੀ ਅੰਤਿਮ ਅਵਸਥਾ ਤਾਂ ਪੂਰਨ ਪੁਰਸ਼ੋਤਮ ਭਗਵਾਨ ਹਨ । ਆਧੁਨਿਕ ਨਿਰਵਿਸ਼ੇਸ਼ਵਾਦੀ ਤਾਂ ਹੋਰ ਵੀ ਜ਼ਿਆਦਾ ਘੱਟ ਗਿਆਨੀ ਹਨ, ਕਿਉਂਕਿ ਉਹ ਆਪਣੇ ਪੁਰਖੇ ਸ਼ੰਕਰਾਚਾਰੀਆਂ ਦਾ ਵੀ ਅਨੁਸਰਣ ਨਹੀਂ ਕਰਦੇ, ਜਿਨ੍ਹਾਂ ਸਪਸ਼ਟ ਦੱਸਿਆ ਹੈ ਕਿ ਕ੍ਰਿਸ਼ਨ ਪੂਰਨ ਪੁਰਸ਼ੋਤਮ ਭਗਵਾਨ ਹਨ । ਇਸ ਲਈ ਨਿਰਵਿਸ਼ੇਸ਼ਵਾਦੀ ਪਰਮ ਸਤਿ ਨੂੰ ਨਾ ਜਾਣਨ ਕਾਰਨ ਸੋਚਦੇ ਹਨ ਕਿ ਕ੍ਰਿਸ਼ਨ ਦੇਵਕੀ ਅਤੇ ਵਾਸਦੇਵ ਦੇ ਪੁੱਤਰ ਹਨ ਜਾਂ ਫਿਰ ਰਾਜਕੁਮਾਰ ਹਨ ਜਾਂ ਫਿਰ ਸ਼ਕਤੀਮਾਨ ਜੀਵ-ਆਤਮਾ ਹਨ । ਭਗਵਤ ਗੀਤਾ ਵਿਚ (9-11) ਵੀ ਇਸਦੀ ਨਿੰਦਾ ਕੀਤੀ ਗਈ ਹੈ । **ਅਵਜਾਨੰਤਿ ਮਾਮ੍ ਮੂਢਾ ਮਾਨੁਸ਼ੀਮ ਤਨੁਮ ਆਸ਼੍ਰਿਤਮ**- ਸਿਰਫ ਮੂਰਖ ਹੀ ਮੈਨੂੰ ਸਧਾਰਨ ਪੁਰਖ਼ ਮੰਨਦੇ ਹਨ ।

ਸਾਰ ਤਾਂ ਇਹ ਹੈ ਕਿ ਕੋਈ ਬਿਨ੍ਹਾਂ ਭਗਤੀ ਦੇ ਅਤੇ ਕ੍ਰਿਸ਼ਨ ਭਾਵਨਾ ਵਿਕਸਤ ਕੀਤੇ ਬਗੈਰ ਕ੍ਰਿਸ਼ਨ ਨੂੰ ਨਹੀਂ ਸਮਝ ਸਕਦਾ । ਇਸਦੀ ਪੁਸ਼ਟ ਭਾਗਵਤਮ੍ ਵਿਚ ਹੋਈ ਹੈ-

ਅਥਾਪਿ ਤੇ ਦੇਵ ਪਦਾਮ੍ਬੁਜ-ਦ੍ਵਯ-ਪ੍ਰਸਾਦ-ਲੇਸ਼ਾਨੁਗ੍ਰਿਹੀਤ ਏਵ ਹਿ ।
ਜਾਨਾਤਿ ਤਤੱਵਮ੍ ਭਗਵਨ੍-ਮਹਿਮ੍ਨੋ ਨ ਚਾਂਯ ਏਕੋ 'ਪਿ ਚਿਰਮ੍ ਵਿਚਿੰਵਨ੍ ॥

(ਭਾਗਵਤ 10-14.29)

"ਹੇ ਪ੍ਰਭੂ! ਜੇਕਰ ਕੋਈ ਤੁਹਾਡੇ ਚਰਨਾਂ ਦੀ ਥੋੜ੍ਹੀ ਜਿਹੀ ਕਿਰਪਾ ਪਾ ਲੈਂਦਾ ਹੈ, ਤਾਂ ਉਹ ਤੁਹਾਡੀ ਮਹਾਨਤਾ ਨੂੰ ਸਮਝ ਸਕਦਾ ਹੈ, ਪਰ ਜਿਹੜੇ ਲੋਕ ਭਗਵਾਨ ਨੂੰ ਸਮਝਣ ਲਈ ਮਾਨਸਿਕ ਕਲਪਨਾ ਕਰਦੇ ਹਨ ਉਹ ਵੇਦਾਂ ਦਾ ਸਾਲਾਂ ਤਕ ਅਧਿਐਨ ਕਰਕੇ ਵੀ ਨਹੀਂ ਸਮਝ ਸਕਦੇ, ਕੋਈ ਨਾ ਤਾਂ ਮਾਨਸਿਕ ਕਲਪਨਾ ਰਾਹੀਂ ਨਾ ਹੀ ਵੈਦਿਕ ਸਾਹਿਤ ਦੀ ਵਿਆਖਿਆ ਰਾਹੀਂ ਭਗਵਾਨ ਕ੍ਰਿਸ਼ਨ ਜਾਂ ਉਨ੍ਹਾਂ ਦੇ ਸਰੂਪ, ਗੁਣ ਜਾਂ ਨਾਂ ਨੂੰ ਸਮਝ ਸਕਦਾ ਹੈ । ਭਗਤੀ ਰਾਹੀਂ ਹੀ ਉਨ੍ਹਾਂ ਨੂੰ

ਸਮਝਿਆ ਜਾ ਸਕਦਾ ਹੈ। ਜਦੋਂ ਮਨੁੱਖ ਹਰੇ ਕ੍ਰਿਸ਼ਨ ਹਰੇ ਕ੍ਰਿਸ਼ਨ ਕ੍ਰਿਸ਼ਨ ਕ੍ਰਿਸ਼ਨ ਹਰੇ ਹਰੇ, ਹਰੇ ਰਾਮ ਹਰੇ ਰਾਮ ਰਾਮ ਰਾਮ ਹਰੇ ਹਰੇ - ਇਸ ਮਹਾਂ-ਮੰਤਰ ਦੇ ਕੀਰਤਨ ਤੋਂ ਸ਼ੁਰੂ ਕਰਕੇ ਕ੍ਰਿਸ਼ਨ ਭਾਵਨਾ ਅੰਮ੍ਰਿਤ ਵਿਚ ਪੂਰੀ ਤਰ੍ਹਾਂ ਲੀਨ ਹੋ ਜਾਂਦਾ ਹੈ ਤਾਂ ਹੀ ਉਹ ਭਗਵਾਨ ਨੂੰ ਸਮਝ ਸਕਦਾ ਹੈ। ਨਾਸਤਿਕ ਨਿਰਵਿਸ਼ੇਸ਼ਵਾਦੀ (ਗੈਰਸ਼ਖਸੀ) ਮੰਨਦੇ ਹਨ, ਕਿ ਭਗਵਾਨ ਕ੍ਰਿਸ਼ਨ ਦਾ ਸ਼ਰੀਰ ਇਸ ਭੌਤਿਕ ਪ੍ਰਕ੍ਰਿਤੀ ਦਾ ਬਣਿਆ ਹੈ ਅਤੇ ਉਨ੍ਹਾਂ ਦੇ ਕਾਰਜ਼, ਉਨ੍ਹਾਂ ਦਾ ਰੂਪ ਆਦਿ ਸਾਰੇ ਮਾਇਆ ਹਨ। ਇਹ ਨਿਰਵਿਸ਼ੇਸ਼ਵਾਦੀ ਮਾਇਆਵਾਦੀ ਕਹਾਉਂਦੇ ਹਨ। ਇਹ ਪਰਮ ਸਤਿ ਨੂੰ ਨਹੀਂ ਜਾਣਦੇ।"

ਵੀਹਵੇਂ ਸ਼ਲੋਕ ਵਿਚ ਸਪੱਸ਼ਟ ਹੈ -**ਕਾਮੈਸ੍ ਤੈਸ੍ ਤੈਰ੍ ਹ੍ਰਿਤ ਗ੍ਯਾਨਾਹ੍ ਪ੍ਰਪਦ੍ਯੰਤੇ 'ਨ੍ਯੇਦੇਵਤਾਹ੍** - ਜਿਹੜੇ ਲੋਕ ਕਾਮ ਇੱਛਾ ਨਾਲ ਅੰਨ੍ਹੇ ਹਨ ਉਹ ਵੱਖੋ-ਵੱਖਰੇ ਦੇਵਤਿਆਂ ਦੀ ਸ਼ਰਨ ਵਿਚ ਜਾਂਦੇ ਹਨ। ਇਹ ਮੰਨਿਆ ਗਿਆ ਹੈ ਕਿ ਭਗਵਾਨ ਤੋਂ ਇਲਾਵਾ ਹੋਰ ਦੇਵਤਾ ਵੀ ਹਨ, ਜਿਨ੍ਹਾਂ ਦੇ ਆਪੋ-ਆਪਣੇ ਲੋਕ ਹਨ ਅਤੇ ਭਗਵਾਨ ਦਾ ਵੀ ਆਪਣਾ ਲੋਕ ਹੈ। ਜਿਵੇਂ ਕਿ ਤੇਈਵੇਂ ਸ਼ਲੋਕ ਵਿਚ ਕਿਹਾ ਗਿਆ ਹੈ - **ਦੇਵਾਨ੍ ਦੇਵ ਯਜੋ ਯਾਂਤਿ ਮਦ੍ ਭਕ੍ਤਾ ਯਾਂਤਿ ਮਾਮ੍ ਅਪਿ** - ਦੇਵਤਿਆਂ ਦੇ ਉਪਾਸਕ ਉਨ੍ਹਾਂ ਦੇ ਲੋਕਾਂ ਨੂੰ ਜਾਂਦੇ ਹਨ ਅਤੇ ਜਿਹੜੇ ਕ੍ਰਿਸ਼ਨ ਦੇ ਭਗਤ ਹਨ, ਉਹ ਕ੍ਰਿਸ਼ਨ ਲੋਕ ਨੂੰ ਜਾਂਦੇ ਹਨ। ਹਾਲਾਂਕਿ ਇਹ ਸਪਸ਼ਟ ਕਿਹਾ ਗਿਆ ਹੈ, ਪਰ ਤਾਂ ਵੀ ਮੂਰਖ ਮਾਇਆਵਾਦੀ ਇਹ ਮੰਨਦੇ ਹਨ ਕਿ ਭਗਵਾਨ ਨਿਰਵਿਸ਼ੇਸ਼ ਹਨ ਅਤੇ ਇਹ ਵੱਖੋ-ਵੱਖਰੇ ਰੂਪ ਉਨ੍ਹਾਂ ਤੇ ਠੋਸੇ ਗਏ ਹਨ। ਕਿ ਗੀਤਾ ਦੇ ਅਧਿਐਨ ਤੋਂ ਅਜਿਹਾ ਲਗਦਾ ਹੈ ਕਿ ਦੇਵਤਾ ਅਤੇ ਉਨ੍ਹਾਂ ਦੇ ਧਾਮ ਨਿਰਵਿਸ਼ੇਸ਼ (ਨਿਰਾਕਾਰ) ਹਨ ? ਸਪਸ਼ਟ ਹੈ ਕਿ ਨਾ ਤਾਂ ਦੇਵਤਾ ਲੋਕ ਨਾ ਹੀ ਪੂਰਨ ਪੁਰਸ਼ੋਤਮ ਭਗਵਾਨ ਸ਼੍ਰੀ ਕ੍ਰਿਸ਼ਨ ਨਿਰਵਿਸ਼ੇਸ਼ ਹਨ। ਉਹ ਸਾਰੇ ਵਿਅਕਤੀ ਹਨ। ਭਗਵਾਨ ਕ੍ਰਿਸ਼ਨ ਪੂਰਨ ਪੁਰਸ਼ੋਤਮ ਭਗਵਾਨ ਹਨ, ਉਨ੍ਹਾਂ ਦਾ ਆਪਣਾ ਲੋਕ ਹੈ ਅਤੇ ਦੇਵਤਿਆਂ ਦੇ ਵੀ ਆਪੋ-ਆਪਣੇ ਲੋਕ ਹਨ।

ਇਸ ਲਈ ਇਹ ਅਦ੍ਵੈਤਵਾਦੀ ਦਲੀਲ ਹੈ, ਕਿ ਪਰਮ ਸਤਿ ਨਿਰਵਿਸ਼ੇਸ਼ (ਨਿਰਾਕਾਰ) ਹੈ ਅਤੇ ਰੂਪ ਉਪਰੋਂ ਠੋਸਿਆ ਗਿਆ ਹੈ, ਸੱਚ ਨਹੀਂ ਹੈ। ਇੱਥੇ ਸਪਸ਼ਟ ਦੱਸਿਆ ਗਿਆ ਹੈ ਕਿ ਇਹ ਉਪਰੋਂ ਥੋਪਿਆ ਹੋਇਆ ਨਹੀਂ ਹੈ। ਭਗਵਤ ਗੀਤਾ ਤੋਂ ਅਸੀਂ ਸਪਸ਼ਟ ਤੌਰ ਤੇ ਸਮਝ ਸਕਦੇ ਹਾਂ ਕਿ ਦੇਵਤਿਆਂ ਦੇ ਸਰੂਪ ਅਤੇ ਪਰਮੇਸ਼ਵਰ ਦਾ ਸਰੂਪ ਨਾਲੋ-ਨਾਲ ਹਨ ਅਤੇ ਭਗਵਾਨ ਕ੍ਰਿਸ਼ਨ ਸਚਿੱਦਾਨੰਦ ਸਰੂਪ ਹਨ। ਵੇਦ ਵੀ ਪੁਸ਼ਟੀ ਕਰਦੇ ਹਨ ਕਿ ਪਰਮ ਸਤਿ **ਆਨੰਦ ਮਯੋ'ਭ੍ਯਾਸਾਤ** - ਭਾਵ ਉਹ ਸੁਭਾਅ ਤੋਂ ਹੀ ਆਨੰਦਮਈ ਹਨ ਅਤੇ ਅਨੰਤ ਸ਼ੁਭ-ਗੁਣਾਂ ਦੇ ਭੰਡਾਰ ਹਨ। ਗੀਤਾ ਵਿਚ ਭਗਵਾਨ ਕਹਿੰਦੇ ਹਨ ਕਿ ਭਾਵੇਂ ਉਹ ਅਜ (ਅਜਨਮਾ) ਹਨ, ਤਾਂ ਵੀ ਉਹ ਪ੍ਰਗਟ ਹੁੰਦੇ ਹਨ। ਭਗਵਦ੍ ਗੀਤਾ ਤੋਂ ਅਸੀਂ ਇਨ੍ਹਾਂ ਸਾਰੇ ਤੱਥਾਂ ਨੂੰ ਜਾਣ ਸਕਦੇ ਹਾਂ। ਇਸ ਲਈ ਅਸੀਂ ਇਹ ਨਹੀਂ ਸਮਝ ਸਕਦੇ ਕਿ ਭਗਵਾਨ ਕਿਸ ਤਰ੍ਹਾਂ ਨਿਰਵਿਸ਼ੇਸ਼ ਹਨ ? ਜਿਥੋਂ ਤਕ ਗੀਤਾ ਦਾ ਕਹਿਣਾ ਹੈ, ਉਨ੍ਹਾਂ ਦੇ ਮੁਤਾਬਿਕ ਨਿਰਵਿਸ਼ੇਸ਼ਵਾਦੀ ਅਦ੍ਵੈਤਵਾਦੀਆਂ ਦਾ ਇਹ ਥੋਪਿਆ ਸਿਧਾਂਤ ਝੂਠਾ ਹੈ। ਇੱਥੇ ਇਹ ਸਪੱਸ਼ਟ ਹੈ ਕਿ ਪਰਮ ਸਤਿ ਭਗਵਾਨ ਕ੍ਰਿਸ਼ਨ ਦੇ ਰੂਪ ਅਤੇ ਸ਼ਖਸੀਅਤ ਦੋਵੇਂ ਹਨ।

नाहं प्रकाशः सर्वस्य योगमायासमावृतः ।
मूढोऽयं नाभिजानाति लोको मामजमव्ययम् ॥२५॥

ਨਾਹਮ੍ ਪ੍ਰਕਾਸ਼ਹ੍ ਸਰ੍ਵਸ੍ਯ ਯੋਗ-ਮਾਯਾ-ਸਮਾਵ੍ਰਿਤਹ੍ ।
ਮੁਢੋ 'ਯਮ੍ ਨਾਭਿਜਾਨਾਤਿ ਲੋਕੋ ਮਾਮ੍ ਅਜਮ੍ ਅਵ੍ਯਯਮ੍ ॥ 25 ॥

ਨਾ - ਨਾ ਤਾਂ ; **ਅਹਮ੍** - ਮੈਂ ; **ਪ੍ਰਕਾਸ਼ਹ੍** - ਪ੍ਰਗਟ ; **ਸਰ੍ਵਸ੍ਯ** - ਸਭਨਾਂ ਲਈ ; **ਯੋਗ ਮਾਯਾ**- ਅੰਦਰੂਨੀ ਤਾਕਤ ਨਾਲ ; **ਸਮਾਵ੍ਰਿਤਹ੍** - ਢੱਕਿਆ ; **ਮੂਢਹ੍** - ਮੂਰਖ ; **ਅਯਮ੍** - ਇਹ ; ਨ - ਨਹੀਂ ; **ਅਭਿਜਾਨਾਤਿ** - ਸਮਝ ਸਕਦਾ ਹੈ ; **ਲੋਕਹ੍** - ਲੋਕ ; **ਮਾਮ੍** - ਮੈਨੂੰ ; **ਅਜਮ੍** - ਅਜਨਮਾ ਨੂੰ ; **ਅਵ੍ਯਯਮ੍** - ਅਵਿਨਾਸ਼ੀ ਨੂੰ ।

ਅਨੁਵਾਦ

ਮੈਂ ਮੂਰਖਾਂ ਅਤੇ ਘੱਟ ਗਿਆਨ ਵਾਲਿਆਂ ਲਈ ਕਦੀ ਵੀ ਪ੍ਰਗਟ (ਪ੍ਰਤੱਖ) ਨਹੀਂ ਹਾਂ । ਉਨ੍ਹਾਂ ਲਈ ਤਾਂ ਮੈਂ ਆਪਣੀ ਅੰਦਰੂਨੀ ਸ਼ਕਤੀ ਰਾਹੀਂ ਢੱਕਿਆਂ ਰਹਿੰਦਾ ਹਾਂ , ਇਸ ਲਈ ਉਹ ਇਹ ਨਹੀਂ ਸਮਝ ਸਕਦੇ ਕਿ ਮੈਂ ਅਜਨਮਾ ਅਤੇ ਅਵਿਨਾਸ਼ੀ ਹਾਂ ।

ਭਾਵ

ਇਹ ਦਲੀਲ ਦਿੱਤੀ ਜਾ ਸਕਦੀ ਹੈ ਕਿ ਜਦੋਂ ਕ੍ਰਿਸ਼ਨ ਇਸ ਧਰਤੀ ਤੇ ਮੌਜੂਦ ਸਨ ਅਤੇ ਸਭਨਾਂ ਨੂੰ ਵਿਖਾਈ ਦਿੰਦੇ ਸੀ ਤਾਂ ਹੁਣ ਉਹ ਸਭਨਾਂ ਦੇ ਸਾਹਮਣੇ ਪ੍ਰਗਟ ਕਿਉਂ ਨਹੀਂ ਹੁੰਦੇ ! ਪਰ ਅਸਲ ਵਿਚ ਉਹ ਹਰ ਇੱਕ ਦੇ ਸਾਹਮਣੇ ਪ੍ਰਗਟ ਨਹੀਂ ਸਨ । ਜਦੋਂ ਕ੍ਰਿਸ਼ਨ ਮੌਜੂਦ ਸਨ ਤਾਂ ਉਨ੍ਹਾਂ ਨੂੰ ਭਗਵਾਨ ਰੂਪ ਵਿਚ ਸਮਝਣ ਵਾਲੇ ਮਨੁੱਖ ਬਹੁਤ ਥੋੜੇ ਸਨ । ਜਦੋਂ ਕੌਰਵਾਂ ਦੀ ਸਭਾ ਵਿਚ ਸ਼ਿਸ਼ੂਪਾਲ ਨੇ ਕ੍ਰਿਸ਼ਨ ਦੇ ਸਭਾਪਤੀ ਚੁਣੇ ਜਾਣ ਦਾ ਵਿਰੋਧ ਕੀਤਾ ਤਾਂ ਭੀਸ਼ਮ ਨੇ ਕ੍ਰਿਸ਼ਨ ਦੇ ਨਾਂ ਦਾ ਸਮਰਥਨ ਕੀਤਾ ਅਤੇ ਉਨ੍ਹਾਂ ਨੂੰ ਪਰਮੇਸ਼ਵਰ ਘੋਸ਼ਿਤ ਕੀਤਾ । ਇੰਝ ਹੀ ਪਾਂਡਵ ਅਤੇ ਕੁਝ ਹੋਰ ਲੋਕ ਉਨ੍ਹਾਂ ਨੂੰ ਪਰਮੇਸ਼ਵਰ ਦੇ ਰੂਪ ਵਿਚ ਜਾਣਦੇ ਸਨ, ਪਰ ਸਾਰੇ ਅਜਿਹੇ ਨਹੀਂ ਸੀ । ਨਾਸਤਿਕਾਂ ਅਤੇ ਆਮ ਲੋਕਾਂ ਲਈ ਉਹ ਪ੍ਰਗਟ ਨਹੀਂ ਸਨ । ਇਸ ਲਈ ਭਗਵਤ ਗੀਤਾ ਵਿਚ ਕ੍ਰਿਸ਼ਨ ਕਹਿੰਦੇ ਹਨ ਕਿ ਉਨ੍ਹਾਂ ਦੇ ਸ਼ੁੱਧ ਭਗਤਾਂ ਤੋਂ ਬਿਨ੍ਹਾਂ ਹੋਰ ਸਾਰੇ ਲੋਕ ਉਨ੍ਹਾਂ ਨੂੰ ਆਪਣੀ ਤਰ੍ਹਾਂ ਸਮਝਦੇ ਹਨ । ਉਹ ਆਪਣੇ ਭਗਤਾਂ ਦੇ ਸਾਹਮਣੇ ਹੀ ਆਨੰਦ ਦੇ ਖ਼ਜਾਨੇ ਦੇ ਰੂਪ ਵਿਚ ਪ੍ਰਗਟ ਹੁੰਦੇ ਸਨ, ਪਰ ਹੋਰਨਾਂ ਲਈ, ਘੱਟ ਗਿਆਨ ਵਾਲੇ, ਅਭਗਤਾਂ ਲਈ ਉਹ ਆਪਣੀ ਅੰਦਰੂਨੀ ਸ਼ਕਤੀ ਨਾਲ ਢੱਕੇ ਰਹਿੰਦੇ ਸਨ ।

ਸ਼੍ਰੀਮਦ ਭਾਗਤਵਮ੍ ਵਿਚ (1-9-19) ਕੁੰਤੀ ਨੇ ਆਪਣੀਆਂ ਪ੍ਰਾਰਥਨਾਵਾਂ ਵਿਚ ਕਿਹਾ ਹੈ ਕਿ ਭਗਵਾਨ ਯੋਗ ਮਾਇਆ ਦੇ ਪਰਦੇ ਨਾਲ ਢੱਕੇ ਹਨ, ਇਸ ਲਈ ਆਮ ਲੋਕ ਉਨ੍ਹਾਂ ਨੂੰ ਸਮਝ ਨਹੀਂ ਸਕਦੇ । ਈਸ਼ੋਪਨਿਸ਼ਦ ਵਿਚ ਵੀ ਇਸ ਯੋਗ ਮਾਇਆ ਦੇ ਪਰਦੇ ਦੀ ਪੁਸ਼ਟੀ ਹੋਈ ਹੈ, ਜਿਸ ਵਿਚ ਭਗਤ ਬੇਨਤੀ ਕਰਦਾ ਹੈ : -

ਹਿਰਣ੍ਮਯੇਨ ਪਾਤ੍ਰੇਣ ਸਤ੍ਯਸ੍ਯਾਪਿਹਿਤਮ੍ ਮੁਖਮ੍ ।
ਤਤ੍ ਤ੍ਵਮ੍ ਪੂਸ਼ੰਨ੍ ਅਪਾਵ੍ਰਣੂ ਸਤ੍ਯ-ਧਰ੍ਮਾਯ ਦ੍ਰਿਸ਼ਟਯੇ ॥

(ਈਸ਼ੋਪਨਿਸ਼ਦ 15)

"ਹੇ ਭਗਵਾਨ! ਤੁਸੀਂ ਸਾਰੇ ਬ੍ਰਹਿਮੰਡ ਦੀ ਪਾਲਣਾ ਕਰਨ ਵਾਲੇ ਹੋ ਅਤੇ ਤੁਹਾਡੀ ਭਗਤੀ ਸਭ ਤੋਂ ਉੱਚਾ ਧਰਮ ਹੈ । ਇਸ ਲਈ ਮੇਰੀ ਬੇਨਤੀ ਹੈ ਕਿ ਤੁਸੀਂ ਮੇਰਾ ਵੀ ਪਾਲਣ ਕਰੋ । ਤੁਹਾਡਾ ਅਲੌਕਿਕ ਸਰੂਪ ਯੋਗ ਮਾਇਆ ਨਾਲ ਢੱਕਿਆ ਹੈ । ਬ੍ਰਹਮ ਜੋਤੀ ਤੁਹਾਡੀ ਅੰਦਰੂਨੀ ਸ਼ਕਤੀ ਦਾ ਪਰਦਾ ਹੈ, ਕਿਰਪਾ ਕਰਕੇ ਇਸ ਤੇਜ ਨੂੰ ਹਟਾ ਲਓ, ਕਿਉਂਕਿ ਇਹ ਤੁਹਾਡੇ ਸਚਿੱਦਾਨੰਦ ਸਰੂਪ ਦੇ ਦਰਸ਼ਨਾਂ ਵਿਚ ਰੁਕਾਵਟ ਹੈ ।" ਭਗਵਾਨ ਆਪਣੇ ਅਲੌਕਿਕ ਸਚਿੱਦਾਨੰਦ ਸਰੂਪ ਵਿਚ ਬ੍ਰਹਮਜੋਤੀ ਦੀ ਆਂਤਰਿਕ ਸ਼ਕਤੀ ਨਾਲ ਢੱਕੇ ਹਨ, ਜਿਸਦੇ ਸਿੱਟੇ ਵੱਜੋਂ ਘੱਟ ਗਿਆਨ ਵਾਲੇ ਨਿਰਵਿਸ਼ੇਸ਼ਵਾਦੀ ਪਰਮੇਸ਼ਵਰ ਨੂੰ ਨਹੀਂ ਵੇਖ ਸਕਦੇ ।

ਸ਼੍ਰੀਮਦਭਾਗਵਤਮ੍ ਵਿਚ ਵੀ (10-14-7) ਬ੍ਰਹਮਾ ਰਾਹੀਂ ਕੀਤੀ ਗਈ ਇਹ ਅਸਤੁਤਿ ਹੈ - "ਹੇ ਭਗਵਾਨ, ਹੇ ਪਰਮਾਤਮਾ, ਹੇ ਸਾਰੇ ਰਹੱਸਾਂ ਦੇ ਮਾਲਿਕ! ਸੰਸਾਰ ਵਿਚ ਅਜਿਹਾ ਕੌਣ ਹੈ, ਜਿਹੜਾ ਤੁਹਾਡੀ ਸ਼ਕਤੀ ਅਤੇ ਲੀਲਾਵਾਂ ਦਾ ਅੰਦਾਜ਼ਾ ਲਗਾ ਸਕੇ! ਤੁਸੀਂ ਹਮੇਸ਼ਾਂ ਆਪਣੀ ਅੰਦਰੂਨੀ ਸ਼ਕਤੀ ਦਾ ਵਿਸਥਾਰ ਕਰਦੇ ਰਹਿੰਦੇ ਹੋ, ਇਸ ਲਈ ਕੋਈ ਵੀ ਤੁਹਾਨੂੰ ਨਹੀਂ ਸਮਝ ਸਕਦਾ । ਵਿਗਿਆਨੀ ਅਤੇ ਵਿਦਵਾਨ ਭਾਵੇਂ ਭੌਤਿਕ ਸੰਸਾਰ ਦੀ ਪਰਮਾਣੂ ਰਚਨਾ ਦਾ ਜਾਂ ਫਿਰ ਵੱਖੋ-ਵੱਖਰੇ ਗ੍ਰਹਿ ਦੀ ਭਾਲ ਕਰ ਲੈਣ ਪਰ ਆਪਣੇ - ਸਾਹਮਣੇ ਤੁਹਾਡੇ ਮੌਜੂਦ ਹੁੰਦਿਆਂ ਵੀ ਉਹ ਤੁਹਾਡੀ ਸ਼ਕਤੀ ਦੀ ਗਿਣਤੀ ਕਰਨ ਵਿਚ ਅਸਮਰਥ ਹਨ ।" ਭਗਵਾਨ ਸ਼੍ਰੀ ਕ੍ਰਿਸ਼ਨ ਨਾ ਸਿਰਫ ਅਜਨਮਾ ਹਨ, ਸਗੋਂ ਅਨੰਤ ਵੀ ਹਨ। ਉਹ ਸਚਿੱਦਾਨੰਦ ਸਰੂਪ ਹਨ ਅਤੇ ਉਨ੍ਹਾਂ ਦੀਆਂ ਸ਼ਕਤੀਆਂ ਸਦਾ ਅਨੰਤ ਹਨ ।

वेदाहं समतीतानि वर्तमानानि चार्जुन ।
भविष्याणि च भूतानि मां तु वेद न कश्चन ॥ २६ ॥

ਵੇਦਾਹਮ੍ ਸਮਤੀਤਾਨਿ ਵਰਤਮਾਨਾਨਿ ਚਾਰ੍ਜੁਨ ।
ਭਵਿਸ਼੍ਯਾਣਿ ਚ ਭੂਤਾਨਿ ਮਾਮ੍ ਤੂ ਵੇਦ ਨ ਕਸ਼੍ਚਨ ॥ 26 ॥

ਵੇਦ-ਜਾਣਦਾ ਹਾਂ ; **ਅਹਮ੍**-ਮੈਂ ; **ਸਮਤੀਤਾਨਿ**-ਭੂਤਕਾਲ ਨੂੰ ; **ਵਰਤਮਾਨਾਨਿ**-ਵਰਤਮਾਨ ਨੂੰ ; **ਚ**-ਅਤੇ ; **ਅਰ੍ਜੁਨ**-ਹੇ ਅਰਜੁਨ ; **ਭਵਿਸ਼੍ਯਾਣਿ**-ਭਵਿੱਖ ਨੂੰ ; **ਚ**-ਵੀ ; **ਭੂਤਾਨਿ**-ਸਾਰੇ ਜੀਵਾਂ ਨੂੰ ; **ਮਾਮ੍**-ਮੈਨੂੰ ; **ਤੁ**-ਪਰ ; **ਵੇਦ**-ਜਾਣਦਾ ਹੈ ; **ਨ**-ਨਹੀਂ ; **ਕਸ਼੍ਚਨ**-ਕੋਈ।

ਅਨੁਵਾਦ

ਹੇ ਅਰਜੁਨ! ਸ਼੍ਰੀ ਭਗਵਾਨ ਹੋਣ ਕਰਕੇ ਮੈਂ ਜੋ ਕੁਝ ਭੂਤਕਾਲ ਵਿਚ ਵਾਪਰਿਆ ਹੈ, ਜੋ ਵਰਤਮਾਨ ਵਿਚ ਵਾਪਰ ਰਿਹਾ ਹੈ ਅਤੇ ਜੋ ਅੱਗੇ ਹੋਣ ਵਾਲਾ ਹੈ, ਉਹ ਸਭ ਕੁਝ ਜਾਣਦਾ ਹਾਂ। ਮੈਂ ਸਾਰੇ ਜੀਵਾਂ ਨੂੰ ਜਾਣਦਾ ਹਾਂ ਪਰ ਮੈਨੂੰ ਕੋਈ ਨਹੀਂ ਜਾਣਦਾ।

ਭਾਵ

ਇੱਥੇ ਸਾਕਾਰਤਾ ਅਤੇ ਨਿਰਾਕਾਰਤਾ ਦਾ ਸਪਸ਼ਟ ਉਲੇਖ ਹੈ। ਜੇ ਭਗਵਾਨ ਕ੍ਰਿਸ਼ਨ ਦਾ ਸਰੂਪ ਮਾਇਆ ਹੁੰਦਾ ਜਿਵੇਂ ਕਿ ਮਾਇਆਵਾਦੀ ਮੰਨਦੇ ਹਨ ਤਾਂ ਉਨ੍ਹਾਂ ਨੂੰ ਵੀ ਜੀਵਆਤਮਾ ਵਾਂਗ ਆਪਣੀ ਦੇਹ ਬਦਲਣੀ ਪੈਂਦੀ ਅਤੇ ਬੀਤੇ ਜੀਵਨ ਬਾਰੇ ਸਭ ਕੁਝ ਭੁੱਲ ਜਾਂਦੇ, ਕੋਈ ਵੀ ਭੌਤਿਕ ਦੇਹਧਾਰੀ ਆਪਣੇ ਪਿਛਲੇ ਜੀਵਨ ਦੀ ਯਾਦ ਨਹੀਂ ਰੱਖ ਸਕਦਾ, ਨਾ ਹੀ ਉਹ ਆਉਣ ਵਾਲੀ ਜ਼ਿੰਦਗੀ ਬਾਰੇ ਜਾਂ ਵਰਤਮਾਨ ਜ਼ਿੰਦਗੀ ਦੀਆਂ ਪ੍ਰਾਪਤੀਆਂ ਸੰਬੰਧੀ ਕੋਈ ਭਵਿੱਖਬਾਣੀ ਕਰ ਸਕਦਾ ਹੈ। ਇਸ ਲਈ ਉਹ ਇਹ ਨਹੀਂ ਜਾਣਦਾ ਕਿ ਭੂਤ, ਵਰਤਮਾਨ ਅਤੇ ਭਵਿੱਖ ਵਿਚ ਕੀ ਵਾਪਰ ਰਿਹਾ ਹੈ। ਭੌਤਿਕ ਪਾਪਾਂ, ਦੂਸ਼ਣਾਂ ਤੋਂ ਮੁਕਤ ਹੋਏ ਬਿਨ੍ਹਾਂ ਉਹ ਅਜਿਹਾ ਨਹੀਂ ਕਰ ਸਕਦਾ।

ਆਮ ਲੋਕਾਂ ਤੋਂ ਵੱਖਰੇ, ਭਗਵਾਨ ਕ੍ਰਿਸ਼ਨ ਸਪਸ਼ਟ ਕਹਿੰਦੇ ਹਨ ਕਿ ਉਹ ਇਹ ਚੰਗੀ ਤਰ੍ਹਾਂ ਜਾਣਦੇ ਹਨ ਕਿ ਭੂਤਕਾਲ ਵਿਚ ਕੀ ਵਾਪਰਿਆ, ਵਰਤਮਾਨ ਵਿਚ ਕੀ ਹੋ ਰਿਹਾ ਹੈ ਅਤੇ ਭਵਿੱਖ ਵਿਚ ਕੀ ਹੋਣ ਵਾਲਾ ਹੈ, ਪਰ ਆਮ ਮਨੁੱਖ ਅਜਿਹਾ ਨਹੀਂ ਜਾਣਦੇ ਹਨ, ਚੌਥੇ ਅਧਿਆਇ ਵਿਚ ਅਸੀਂ ਵੇਖ ਚੁੱਕੇ ਹਾਂ ਕਿ ਲੱਖਾਂ ਵਰ੍ਹੇ ਪਹਿਲਾਂ ਉਨ੍ਹਾਂ ਨੇ ਸੂਰਜ ਦੇਵ ਵਿਵਸਵਾਨ ਨੂੰ ਜਿਹੜਾ ਉਪਦੇਸ਼ ਦਿੱਤਾ ਸੀ, ਉਹ ਉਨ੍ਹਾਂ ਨੂੰ ਚੇਤੇ ਹੈ। ਕ੍ਰਿਸ਼ਨ ਹਰ ਜੀਵ ਨੂੰ ਜਾਣਦੇ ਹਨ, ਕਿਉਂਕਿ ਉਹ ਸਭਨਾਂ ਦੇ ਹਿਰਦੇ ਵਿਚ ਪਰਮਾਤਮਾ ਰੂਪ ਵਿਚ ਹਾਜਰ ਹਨ। ਪਰ ਘੱਟ ਗਿਆਨ ਵਾਲੇ ਹਰ ਜੀਵ ਦੇ ਹਿਰਦੇ ਵਿਚ ਪਰਮਾਤਮਾ ਰੂਪ ਵਿਚ ਸਥਿਤ ਹੋਣ ਅਤੇ ਭਗਵਾਨ ਦੇ ਰੂਪ ਵਿਚ ਹਾਜ਼ਰ ਰਹਿਣ ਤੇ ਵੀ, ਸ਼੍ਰੀ ਕ੍ਰਿਸ਼ਨ ਨੂੰ ਪਰਮ ਪੁਰਖ ਦੇ ਰੂਪ ਵਿਚ ਨਹੀਂ ਜਾਣ ਸਕਦੇ, ਭਾਵੇਂ ਉਹ ਨਿਰਵਿਸ਼ੇਸ਼ ਬ੍ਰਹਮ ਨੂੰ ਕਿਉਂ ਨਾ ਸਮਝ ਲੈਣ। ਇਸ ਵਿਚ ਕੋਈ ਸ਼ੱਕ ਨਹੀਂ ਸ਼੍ਰੀ ਕ੍ਰਿਸ਼ਨ ਦਾ ਅਲੌਕਿਕ ਸ਼ਰੀਰ ਅਕਾਲ ਹੈ, ਉਹ ਸੂਰਜ ਵਾਂਗ ਹਨ ਅਤੇ ਮਾਇਆ ਬੱਦਲਾਂ ਵਾਂਗ ਹੈ, ਭੌਤਿਕ ਸੰਸਾਰ ਵਿਚ ਅਸੀਂ ਸੂਰਜ ਨੂੰ ਵੇਖਦੇ ਹਾਂ, ਬੱਦਲਾਂ ਨੂੰ ਵੇਖਦੇ ਹਾਂ ਅਤੇ ਵੱਖੋ-ਵੱਖਰੇ ਨਛੱਤਰਾਂ ਅਤੇ ਗ੍ਰਹਾਂ ਨੂੰ ਵੇਖਦੇ ਹਾਂ। ਅਸਮਾਨ ਵਿਚ ਬੱਦਲ ਇਨ੍ਹਾਂ ਸਾਰਿਆਂ ਨੂੰ ਥੋੜ੍ਹੀ ਦੇਰ ਲਈ ਢੱਕ ਸਕਦਾ ਹੈ, ਪਰ ਇਹ ਪਰਦਾ ਸਾਡੀ ਦ੍ਰਿਸ਼ਟੀ ਤਕ ਹੀ ਸੀਮਿਤ ਹੁੰਦਾ ਹੈ। ਸੂਰਜ, ਚੰਨ ਅਤੇ ਤਾਰੇ ਅਸਲ ਵਿਚ ਢੱਕੇ ਨਹੀਂ ਹੁੰਦੇ। ਇਸੇ ਤਰ੍ਹਾਂ ਮਾਇਆ ਪਰਮੇਸ਼ਵਰ ਨੂੰ ਢੱਕ ਨਹੀਂ ਸਕਦੀ। ਉਹ ਆਪਣੀ ਆਂਤਰਿਕ ਸ਼ਕਤੀ ਕਾਰਨ ਘੱਟ ਗਿਆਨ ਵਾਲਿਆਂ ਨੂੰ ਵਿਖਾਈ ਨਹੀਂ ਦਿੰਦੇ। ਜਿਵੇਂ ਕਿ ਇਸ ਅਧਿਆਇ ਦੇ ਤੀਜੇ ਸ਼ਲੋਕ ਵਿਚ ਕਿਹਾ ਗਿਆ ਹੈ ਕਿ ਕਰੋੜਾਂ ਪੁਰਖਾਂ ਵਿਚੋਂ ਕੁਝ ਹੀ ਸਿੱਧ ਬਣਨ ਦਾ ਯਤਨ ਕਰਦੇ ਹਨ, ਅਤੇ ਹਜ਼ਾਰਾਂ ਅਜਿਹੇ ਸਿੱਧ ਪੁਰਖਾਂ ਵਿੱਚੋਂ ਕੋਈ ਇੱਕ ਭਗਵਾਨ ਕ੍ਰਿਸ਼ਨ ਨੂੰ ਸਮਝ ਸਕਦਾ ਹੈ।

ਬੇਸ਼ੱਕ ਕੋਈ, ਨਿਰਾਕਾਰ ਬ੍ਰਹਮ ਜਾਂ ਅੰਤਰਜਾਮੀ ਪਰਮਾਤਮਾ ਦੀ ਅਨੁਭੂਤੀ ਕਾਰਨ ਸਿੱਧ ਹੋ ਜਾਵੇ, ਪਰ ਕ੍ਰਿਸ਼ਨ ਭਾਵਨਾ ਅੰਮ੍ਰਿਤ ਦੇ ਬਗ਼ੈਰ ਉਹ ਭਗਵਾਨ ਸ਼੍ਰੀ ਕ੍ਰਿਸ਼ਨ ਨੂੰ ਸ਼ਾਇਦ ਹੀ ਸਮਝ ਪਾਵੇ ।

इच्छाद्वेषसमुत्थेन द्वन्द्वमोहेन भारत ।
सर्वभूतानि सम्मोहं सर्गे यान्ति परन्तप ॥ २७ ॥

ਇਚ੍ਛਾ ਦ੍ਵੇਸ਼ ਸਮੁਤ੍ਥੇਨ ਦ੍ਵੰਦ੍ਵ ਮੋਹੇਨ ਭਾਰਤ ।
ਸਰ੍ਵ ਭੂਤਾਨਿ ਸਮ੍ਮੋਹਮ੍ ਸਰ੍ਗੇ ਯਾਂਤਿ ਪਰੰਤਪ ॥ 27 ॥

ਇਚ੍ਛਾ - ਇੱਛਾ ; **ਦ੍ਵੇਸ਼** - ਅਤੇ ਨਫਰਤ ; **ਸਮੁਤ੍ਥੇਨ** - ਪੈਦਾ ਹੋਣ ਨਾਲ ; **ਦ੍ਵੰਦ੍ਵ** - ਦੁਚਿੱਤੀ ਨਾਲ ; **ਮੋਹੇਨ** - ਮੋਹ ਰਾਹੀਂ ; **ਭਾਰਤ** - ਹੇ ਭਰਤਵੰਸ਼ੀ ; **ਸਰ੍ਵ** - ਸਾਰੇ ; **ਭੂਤਾਨਿ** - ਜੀਵ ; **ਸਮ੍ਮੋਹਮ੍** - ਮੋਹ ਨੂੰ ; **ਸਰ੍ਗੇ** - ਜਨਮ ਲੈ ਕੇ ; **ਯਾਂਤਿ** - ਜਾਂਦੇ ਹਨ, ਪ੍ਰਾਪਤ ਹੁੰਦੇ ਹਨ ; **ਪਰੰਤਪ** - ਹੇ ਦੁਸ਼ਮਣਾਂ ਨੂੰ ਜਿੱਤਣ ਵਾਲੇ ।

ਅਨੁਵਾਦ

ਹੇ ਭਰਤਵੰਸ਼ੀ! ਹੇ ਸ਼ਤਰੂ ਵਿਜੇਤਾ! ਸਾਰੇ ਜੀਵ ਮੋਹ ਵਿਚ ਜਨਮ ਲੈ ਕੇ ਇੱਛਾ ਅਤੇ ਨਫਰਤ ਤੋਂ ਪੈਦਾ ਹੋਏ ਦਵੰਦਾਂ ਨਾਲ ਮੋਹ ਗ੍ਰਸਤ ਹੋ ਕੇ ਮੋਹ ਨੂੰ ਪ੍ਰਾਪਤ ਹੁੰਦੇ ਹਨ ।

ਭਾਵ

ਜੀਵ ਦੀ ਸੁਭਾਵਿਕ ਸਥਿਤੀ ਪਰਮੇਸ਼ਵਰ ਦੀ ਅਧੀਨਤਾ ਹੈ, ਇਹ ਹੀ ਸ਼ੁੱਧ ਗਿਆਨ ਹੈ। ਮੋਹ ਕਾਰਨ ਜਦੋਂ ਮਨੁੱਖ ਇਸ ਸ਼ੁੱਧ ਗਿਆਨ ਤੋਂ ਦੂਰ ਹੋ ਜਾਂਦਾ ਹੈ ਉਹ ਮਾਇਆ ਦੇ ਅਧੀਨ ਹੋ ਜਾਂਦਾ ਹੈ ਅਤੇ ਭਗਵਾਨ ਨੂੰ ਨਹੀਂ ਸਮਝ ਸਕਦਾ । ਇਹ ਮਾਇਆ, ਇੱਛਾ ਅਤੇ ਨਫਰਤ ਦੀ ਦੁਚਿੱਤੀ ਰੂਪ ਵਿਚ ਪ੍ਰਗਟ ਹੁੰਦੀ ਹੈ । ਇਸੇ ਇੱਛਾ ਅਤੇ ਨਫਰਤ ਕਾਰਨ ਮਨੁੱਖ ਪਰਮੇਸ਼ਵਰ ਨਾਲ ਇੱਕ-ਮਿੱਕ ਹੋਣਾ ਚਾਹੁੰਦਾ ਹੈ ਅਤੇ ਭਗਵਾਨ ਦੇ ਰੂਪ ਵਿਚ ਕ੍ਰਿਸ਼ਨ ਨਾਲ ਈਰਖਾ ਕਰਦਾ ਹੈ । ਪਰ ਸ਼ੁੱਧ ਭਗਤ ਇੱਛਾ ਅਤੇ ਨਫਰਤ ਨਾਲ ਨਹੀਂ ਮੋਹੇ ਜਾਂਦੇ, ਇਸ ਲਈ ਉਹ ਸਮਝ ਸਕਦੇ ਹਨ ਕਿ ਭਗਵਾਨ ਸ਼੍ਰੀ ਕ੍ਰਿਸ਼ਨ ਆਪਣੀ ਆਂਤਰਿਕ ਸ਼ਕਤੀ ਨਾਲ ਪ੍ਰਗਟ ਹੁੰਦੇ ਹਨ। ਪਰ ਜਿਹੜੇ ਦੁਚਿੱਤੀ ਅਤੇ ਅਗਿਆਨ ਕਾਰਨ ਮੋਹ ਗ੍ਰਸਤ ਹਨ ਉਹ ਇਹ ਸੋਚਦੇ ਹਨ ਕਿ ਭਗਵਾਨ ਭੌਤਿਕ (ਅਪਰਾ) ਸ਼ਕਤੀਆਂ ਰਾਹੀਂ ਪੈਦਾ ਹੁੰਦੇ ਹਨ । ਇਹੋ ਉਨ੍ਹਾਂ ਦੀ ਬਦਕਿਸਮਤੀ ਹੈ । ਅਜਿਹੇ ਮੋਹ ਗ੍ਰਸਤ ਮਨੁੱਖ, ਮਾਨ - ਅਪਮਾਨ, ਦੁੱਖ-ਸੁਖ, ਇਸਤਰੀ-ਪੁਰਸ਼, ਚੰਗਾ-ਬੁਰਾ, ਆਨੰਦ-ਕਸ਼ਟ ਵਰਗੇ ਦਵੰਦਾਂ ਵਿਚ ਰਹਿੰਦੇ ਹੋਏ ਸੋਚਦੇ ਰਹਿੰਦੇ ਹਨ, ਇਹ ਮੇਰੀ ਪਤਨੀ ਹੈ , ਇਹ ਮੇਰਾ ਘਰ ਹੈ, ਮੈਂ ਇਸ ਘਰ ਦਾ ਮਾਲਿਕ ਹਾਂ, ਮੈਂ ਇਸ ਇਸਤਰੀ ਦਾ ਪਤੀ ਹਾਂ । ਇਹ ਹੀ ਮੋਹ ਦੇ ਦਵੰਦ ਹਨ । ਜਿਹੜੇ ਲੋਕ ਅਜਿਹੇ ਦਵੰਦਾਂ ਨਾਲ ਮੋਹੇ ਰਹਿੰਦੇ ਹਨ, ਉਹ ਨਿਰੋਲ ਮੂਰਖ ਹਨ ਅਤੇ ਉਹ ਭਗਵਾਨ ਨੂੰ ਨਹੀਂ ਸਮਝ ਸਕਦੇ ।

येषां त्वन्तगतं पापं जनानां पुण्यकर्मणाम् ।
ते द्वन्द्वमोहनिर्मुक्ता भजन्ते मां दृढव्रताः ॥ २८ ॥

ਯੇਸ਼ਾਮ੍ ਤ੍ਵ੍ ਅੰਤਗਤਮ੍ ਪਾਪਮ੍ ਜਨਾਨਾਮ੍ ਪੁਨ੍ਯ-ਕਰ੍ਮਣਾਮ੍ ।
ਤੇ ਦ੍ਵੰਦ੍ਵ-ਮੋਹ-ਨਿਰ੍ਮੁਕ੍ਤਾ ਭਜੰਤੇ ਮਾਮ੍ ਦ੍ਰਿੜ੍ਹ ਵ੍ਰਤਾਹ੍ ॥ 28 ॥

ਯੇਸ਼ਾਮ੍-ਜਿਨ੍ਹਾਂ ; **ਤੁ**-ਪਰ ; **ਅੰਤਗਤਮ੍**-ਪੂਰੀ ਤਰ੍ਹਾਂ ਨਸ਼ਟ ; **ਪਾਪਮ੍**-ਪਾਪ ; **ਜਨਾਨਾਮ੍**-ਮਨੁੱਖਾਂਨੂੰ ; **ਪੁਨ੍ਯ**-ਪਵਿੱਤਰ ; **ਕਰ੍ਮਣਾਮ੍** - ਜਿਨ੍ਹਾਂ ਦੇ ਪਹਿਲੇ ਕਰਮ ; **ਤੇ** - ਉਹ ; **ਦ੍ਵੰਦ੍ਵ**-ਦ੍ਵੈਤ ਦੇ; **ਮੋਹ**-ਮੋਹ ਨਾਲ ; **ਨਿਰ੍ਮੁਕ੍ਤਾਹ੍**-ਮੁਕਤ ; **ਭਜੰਤੇ**- ਭਗਤੀਮਈ ਸੇਵਾ ਵਿਚ ਲਗੇ ਰਹਿੰਦੇ ਹਨ; **ਮਾਮ੍** - ਮੈਨੂੰ ; **ਦ੍ਰਿੜ੍ਹਵ੍ਰਤਾਹ੍** - ਸੰਕਲਪ ਨਾਲ ।

ਅਨੁਵਾਦ

ਜਿਹੜੇ ਮਨੁੱਖਾਂ ਨੇ ਪਹਿਲੇ ਜਨਮਾਂ ਅਤੇ ਇਸ ਜਨਮ ਵਿਚ ਪੁੰਨ ਕਰਮ ਕੀਤੇ ਹਨ ਅਤੇ ਜਿਨ੍ਹਾਂ ਦੇ ਪਾਪ ਕਰਮ ਪੂਰੀ ਤਰ੍ਹਾਂ ਖਤਮ ਹੋ ਚੁੱਕੇ ਹੁੰਦੇ ਹਨ , ਉਹ ਮੋਹ ਦੇ ਦਵੰਦਾਂ ਤੋਂ ਮੁਕਤ ਹੋ ਜਾਂਦੇ ਹਨ ਅਤੇ ਉਹ ਸੰਕਲਪ ਨਾਲ ਮੇਰੀ ਸੇਵਾ ਵਿਚ ਲੱਗੇ ਹੁੰਦੇ ਹਨ ।

ਭਾਵ

ਇਸ ਸ਼ਲੋਕ ਵਿਚ ਉਨ੍ਹਾਂ ਲੋਕਾਂ ਦਾ ਉਲੇਖ ਹੈ, ਜਿਹੜੇ ਰੂਹਾਨੀ ਪਦਵੀ ਨੂੰ ਪ੍ਰਾਪਤ ਕਰਨ ਦੇ ਅਧਿਕਾਰੀ ਹਨ । ਜਿਹੜੇ ਪਾਪੀ, ਨਾਸਤਿਕ, ਮੂਰਖ ਅਤੇ ਕਪਟੀ ਹਨ, ਉਨ੍ਹਾਂ ਲਈ ਇੱਛਾ ਅਤੇ ਨਫਰਤ ਦੇ ਦਵੰਦ ਨੂੰ ਪਾਰ ਕਰਨਾ ਔਖਾ ਹੈ । ਸਿਰਫ ਅਜਿਹੇ ਮਨੁੱਖ ਭਗਤੀ ਸਵੀਕਾਰ ਕਰਕੇ ਲੜੀਵਾਰ ਭਗਵਾਨ ਦੇ ਸ਼ੁੱਧ ਗਿਆਨ ਨੂੰ ਪ੍ਰਾਪਤ ਕਰਦੇ ਹਨ, ਜਿਨ੍ਹਾਂ ਨੇ ਧਰਮ ਦੇ ਵਿਧੀ ਵਿਧਾਨਾਂ ਦਾ ਅਭਿਆਸ ਕਰਨ, ਪੁੰਨ ਕਰਮ ਕਰਨ ਅਤੇ ਪਾਪ ਫਲਾਂ ਨੂੰ ਜਿੱਤਣ ਵਿਚ ਆਪਣਾ ਜੀਵਨ ਲਗਾਇਆ ਹੈ । ਫਿਰ ਉਹ ਹੌਲੀ-ਹੌਲੀ ਭਗਵਾਨ ਦਾ ਧਿਆਨ ਸਮਾਧੀ ਵਿਚ ਕਰਦੇ ਹਨ । ਅਧਿਆਤਮਕ ਪਦ ਤੇ ਬੈਠਣ ਦੀ ਇਹੋ ਵਿਧੀ ਹੈ । ਸ਼ੁੱਧ ਭਗਤਾਂ ਦੀ ਸੰਗਤ ਵਿਚ ਕ੍ਰਿਸ਼ਨ ਭਾਵਨਾਮ੍ਰਿਤ ਅੰਦਰ ਹੀ ਅਜਿਹੀ ਪਦ ਦੀ ਪ੍ਰਾਪਤੀ ਸੰਭਵ ਹੈ, ਕਿਉਂਕਿ ਮਹਾਨ ਭਗਤਾਂ ਦੀ ਸੰਗਤ ਨਾਲ ਹੀ ਮਨੁੱਖ ਮੋਹ ਦੇ ਦਵੰਦ ਤੋਂ ਉਠਸਕਦਾ ਹੈ।

ਸ਼੍ਰੀਮਦ ਭਾਗਵਤਮ੍ ਵਿਚ (5-5-2) ਕਿਹਾ ਗਿਆ ਹੈ, ਕਿ ਜੇਕਰ ਕੋਈ ਸੱਚ-ਮੁੱਚ ਮੁਕਤੀ ਚਾਹੁੰਦਾ ਹੈ ਤਾਂ ਉਸਨੂੰ ਭਗਤਾਂ ਦੀ ਸੇਵਾ ਕਰਨੀ ਚਾਹੀਦੀ ਹੈ (ਮਹਤ੍ ਸੇਵਾਮ੍ ਦ੍ਵਾਰਮ੍ ਆਹੁਰ੍ ਵਿਮੁਕ੍ਤੇਹ੍) ਪਰ ਜਿਹੜਾ ਭੌਤਿਕਵਾਦੀ ਪੁਰਖਾਂ ਦੀ ਸੰਗਤ ਕਰਦਾ ਹੈ, ਉਹ ਸੰਸਾਰ ਦੇ ਘੋਰ ਹਨੇਰੇ ਵੱਲ ਵੱਧਦਾ ਰਹਿੰਦਾ ਹੈ । (ਤਮੋ ਦ੍ਵਾਰਮ੍ ਯੋਸ਼ਿਤਾਮ੍ ਸੰਗਿ ਸੰਗਮ੍) ਭਗਵਾਨ ਦੇ ਸਾਰੇ ਭਗਤ ਦੁਨੀਆਂ ਦੀ ਯਾਤਰਾ ਇਸ ਲਈ ਕਰਦੇ ਹਨ ਕਿ ਉਹ ਬੱਧ ਜੀਵਾਂ ਨੂੰ ਉਹਨਾਂ ਦੇ ਮੋਹ ਤੋਂ ਉਠਾ ਸਕਣ । ਮਾਇਆਵਾਦੀ ਇਹ ਨਹੀਂ ਜਾਣਦੇ ਕਿ ਪਰਮੇਸ਼ਵਰ ਦੇ ਅਧੀਨ ਆਪਣੀ ਸੁਭਾਵਿਕ ਸਥਿਤੀ ਨੂੰ ਭੁੱਲਣਾ ਹੀ ਭਗਵਾਨ ਦੀ ਨਿਯਮਾਂ ਦਾ ਸਭ ਤੋਂ ਵੱਡੀ ਉਲੰਘਣਾ ਹੈ । ਜਦੋਂ ਤਕ ਉਹ

ਆਪਣੀ ਸੁਭਾਵਿਕ ਸਥਿਤੀ ਨੂੰ ਫਿਰ ਹਾਸਲ ਨਹੀਂ ਕਰ ਲੈਂਦਾ, ਉਦੋਂ ਤਕ ਪਰਮੇਸ਼ਵਰ ਨੂੰ ਸਮਝਣਾ ਜਾਂ ਸੰਕਲਪ ਨਾਲ ਉਨ੍ਹਾਂ ਦੀ ਅਲੌਕਿਕ ਪ੍ਰੇਮ ਭਗਤੀ ਵਿਚ ਪੂਰੀ ਤਰ੍ਹਾਂ ਲਗਣਾ ਔਖਾ ਹੈ।

जरामरणमोक्षाय मामाश्रित्य यतन्ति ये ।
ते ब्रह्म तद्विदुः कृत्स्नमध्यात्मं कर्म चाखिलम् ॥ २९ ॥

ਜਰਾ ਮਰਣ-ਮੋਕ੍ਸ਼ਾਯ ਮਾਮ੍ ਆਸ਼੍ਰਿਤ੍ਯ ਯਤੰਤਿ ਯੇ ।
ਤੇ ਬ੍ਰਹਮ ਤਦ੍ ਵਿਦੁਹ੍ ਕ੍ਰਿਤਸ੍ਨਮ੍ ਅਧ੍ਯਾਤ੍ਮਮ੍ ਕਰ੍ਮ ਚਾਖਿਲਮ੍ ॥ 29 ॥

ਜਰਾ– ਬੁਢਾਪੇ ਤੋਂ ; **ਮਰਣ** – ਅਤੇ ਮੌਤ ਨਾਲ ; **ਮੋਕ੍ਸ਼ਾਯ** – ਮੁਕਤੀ ਲਈ ; **ਮਾਮ੍** – ਮੈਨੂੰ ; **ਆਸ਼੍ਰਿਤ੍ਯ** – ਸਹਾਰਾ ਬਣਾਕੇ, ਸ਼ਰਨ ਲੈਕੇ ; **ਯਤੰਤਿ** – ਯਤਨ ਕਰਦੇ ਹਨ ; **ਯੇ**– ਜਿਹੜੇ ; **ਤੇ** – ਅਜਿਹੇ ਮਨੁੱਖ ; **ਬ੍ਰਹ੍ਮ** – ਬ੍ਰਹਮ ; **ਤਤ੍** – ਅਸਲ ਵਿਚ ਉਸ ; **ਵਿਦੁਹ੍** – ਉਹ ਜਾਣਦੇ ਹਨ ; **ਕ੍ਰਿਤ੍ਸ੍ਨਮ੍** – ਸਭ ਕੁਝ ; **ਅਧ੍ਯਾਤ੍ਮਮ੍** – ਅਲੌਕਿਕ; **ਕਰ੍ਮ** – ਕਰਮ ; **ਚ** – ਵੀ ; **ਅਖਿਲਮ੍** – ਪੂਰੀ ਤਰ੍ਹਾਂ ।

ਅਨੁਵਾਦ

ਜਿਹੜੇ ਬੁਢਾਪਾ ਅਤੇ ਮੌਤ ਤੋਂ ਮੁਕਤੀ ਪਾਉਣ ਲਈ ਯਤਨਸ਼ੀਲ ਰਹਿੰਦੇ ਹਨ, ਉਹ ਬੁੱਧੀਮਾਨ ਮਨੁੱਖ ਮੇਰੇ ਭਗਤ ਦੀ ਸ਼ਰਨ ਗ੍ਰਹਿਣ ਕਰਦੇ ਹਨ। ਉਹ ਅਸਲ ਵਿਚ ਬ੍ਰਹਮ ਹਨ, ਕਿਉਂਕਿ ਉਹ ਅਲੌਕਿਕ ਕਰਮਾਂ ਬਾਰੇ ਪੂਰੀ ਤਰ੍ਹਾਂ ਨਾਲ ਜਾਣਦੇ ਹਨ।

ਭਾਵ

ਜਨਮ, ਮੌਤ, ਬੁਢਾਪਾ ਅਤੇ ਰੋਗ ਇਸ ਭੌਤਿਕ ਸ਼ਰੀਰ ਨੂੰ ਸਤਾਉਂਦੇ ਹਨ। ਅਧਿਆਤਮਕ ਸ਼ਰੀਰ ਨੂੰ ਨਹੀਂ। ਅਧਿਆਤਮਿਕ ਸ਼ਰੀਰ ਲਈ ਨਾ ਜਨਮ ਹੈ, ਨਾ ਮੌਤ, ਨਾ ਬੁਢਾਪਾ, ਨਾ ਰੋਗ। ਇਸ ਲਈ ਜਿਸਨੂੰ ਅਧਿਆਤਮਿਕ ਸ਼ਰੀਰ ਪ੍ਰਾਪਤ ਹੋ ਜਾਂਦਾ ਹੈ। ਉਹ ਭਗਵਾਨ ਦਾ ਸੰਗੀ ਬਣ ਜਾਂਦਾ ਹੈ ਅਤੇ ਨਿਤ ਭਗਤੀ ਕਰਦਾ ਹੈ। ਉਹੀ ਮੁਕਤ ਹੈ। **ਅਹਮ੍ ਬ੍ਰਹਮਾਸ੍ਮਿ** – ਮੈਂ ਆਤਮਾ ਹਾਂ। ਕਿਹਾ ਗਿਆ ਹੈ ਕਿ ਮਨੁੱਖ ਨੂੰ ਚਾਹੀਦਾ ਹੈ ਕਿ ਉਹ ਸਮਝੇ ਕਿ ਮੈਂ ਬ੍ਰਹਮ ਜਾਂ ਆਤਮਾ ਹਾਂ। ਜੀਵਨ ਦਾ ਇਹ ਬ੍ਰਹਮ ਗਿਆਨ ਵੀ ਭਗਤੀ ਹੈ, ਜਿਵੇਂ ਕਿ ਇਸ ਸ਼ਲੋਕ ਵਿਚ ਕਿਹਾ ਗਿਆ ਹੈ। ਸ਼ੁੱਧ ਭਗਤ ਬ੍ਰਹਮ ਪਦ ਨੂੰ ਪਾ ਲੈਂਦੇ ਹਨ ਅਤੇ ਉਹ ਅਲੌਕਿਕ ਕਰਮਾਂ ਬਾਰੇ ਸਭ ਕੁਝ ਜਾਣਦੇ ਰਹਿੰਦੇ ਹਨ।

ਭਗਵਾਨ ਦੀ ਅਲੌਕਿਕ ਸੇਵਾ ਵਿਚ ਲਗੇ ਰਹਿਣ ਵਾਲੇ ਚਾਰ ਤਰ੍ਹਾਂ ਦੇ ਅਸ਼ੁੱਧ ਭਗਤ ਹਨ ਜਿਹੜੇ ਆਪੋ-ਆਪਣੇ ਟੀਚੇ ਨੂੰ ਪ੍ਰਾਪਤ ਕਰਦੇ ਹਨ ਅਤੇ ਭਗਵਾਨ ਦੀ ਕਿਰਪਾ ਨਾਲ ਜਦੋਂ ਉਹ ਪੂਰੀ ਤਰ੍ਹਾਂ ਕ੍ਰਿਸ਼ਨ ਭਾਵਨਾ ਭਾਵਿਤ ਹੋ ਜਾਂਦੇ ਹਨ, ਤਾਂ ਪਰਮੇਸ਼ਵਰ ਦੀ ਸੰਗਤ ਦਾ ਆਨੰਦ ਉਠਾਂਦੇ ਹਨ। ਪਰ ਦੇਵਤਿਆਂ ਦੇ ਉਪਾਸਕ ਕਦੀ ਵੀ ਭਗਵਾਨ ਦੇ ਧਾਮ ਨਹੀਂ ਪਹੁੰਚ ਸਕਦੇ। ਇੱਥੋਂ ਤਕ

ਕਿ ਘੱਟ ਗਿਆਨੀ, ਬ੍ਰਹਮਗਿਆਨੀ ਵੀ ਪਰਮ ਪੁਰਖ਼ ਦੇ ਪਰਮ ਧਾਮ, ਗੋਲੋਕ ਵ੍ਰਿੰਦਾਬਨ ਨੂੰ ਪ੍ਰਾਪਤ ਨਹੀਂ ਕਰ ਸਕਦੇ। ਸਿਰਫ਼ ਅਜਿਹੇ ਮਨੁੱਖ ਜਿਹੜੇ ਕ੍ਰਿਸ਼ਨ ਭਾਵਨਾ ਅੰਮ੍ਰਿਤ ਵਿਚ ਕਰਮ ਕਰਦੇ ਹਨ (ਮਾਮ੍ ਆਸ਼੍ਰਿਤ੍ਯ) ਉਹੀ ਬ੍ਰਹਮ ਕਹਾਉਣ ਦੇ ਅਧਿਕਾਰੀ ਹੁੰਦੇ ਹਨ, ਕਿਉਂਕਿ ਉਹ ਸੱਚਮੁੱਚ ਹੀ ਕ੍ਰਿਸ਼ਨ ਧਾਮ ਪਹੁੰਚਣ ਲਈ ਯਤਨਸ਼ੀਲ ਰਹਿੰਦੇ ਹਨ। ਅਜਿਹੇ ਮਨੁੱਖਾਂ ਨੂੰ ਕ੍ਰਿਸ਼ਨ ਬਾਰੇ ਕੋਈ ਭਰਮ ਨਹੀਂ ਰਹਿੰਦਾ ਅਤੇ ਉਹ ਸੱਚਮੁੱਚ ਬ੍ਰਹਮ ਹਨ।

ਜਿਹੜੇ ਲੋਕ ਭਗਵਾਨ ਦੇ ਅਰਚਾ (ਸਰੂਪ) ਦੀ ਪੂਜਾ ਕਰਨ ਵਿਚ ਲੱਗੇ ਰਹਿੰਦੇ ਹਨ ਜਾਂ ਸੰਸਾਰੀ ਬੰਧਨਾਂ ਤੋਂ ਸ਼ਕਤੀ ਪ੍ਰਾਪਤ ਕਰਨ ਲਈ ਲਗਾਤਾਰ ਭਗਵਾਨ ਦਾ ਧਿਆਨ ਕਰਦੇ ਹਨ, ਉਹ ਵੀ ਬ੍ਰਹਮ, ਅਧਿਭੂਤ ਆਦਿ ਦੇ ਭਾਵ ਨੂੰ ਸਮਝਦੇ ਹਨ ਜਿਵੇਂ ਕਿ ਭਗਵਾਨ ਨੇ ਅਗਲੇ ਅਧਿਆਇ ਵਿਚ ਦੱਸਿਆ ਹੈ।

साधिभूताधिदैवं मां साधियज्ञं च ये विदुः ।
प्रयाणकालेऽपि च मां ते विदुर्युक्तचेतसः ॥ ३० ॥

ਸਾਧਿਭੂਤਾਧਿਦੈਵਮ੍ ਮਾਮ੍ ਸਾਧਿਯਗਯਮ੍ ਚ ਯੇ ਵਿਦੁਹ੍ ।
ਪ੍ਰਯਾਣ ਕਾਲੇ 'ਪਿ ਚ ਮਾਮ੍ ਤੇ ਵਿਦੁਰ ਯੁਕਤ ਚੇਤਸਹ੍ ॥ 30 ॥

ਸ-ਅਧਿਭੂਤ-ਅਤੇ ਭੌਕਿਤ ਸੰਸਾਰ ਨੂੰ ਚਲਾਉਣ ਵਾਲੇ ਸਿਧਾਂਤ ; **ਅਧਿਦੈਵਮ੍**-ਸਾਰੇ ਦੇਵਤਿਆਂ ਤੇ ਸ਼ਾਸਨ ਕਰਨ ਵਾਲੇ ; **ਮਾਮ੍**-ਮੈਨੂੰ ; **ਸ-ਅਧਿਯਗ੍ਯਮ੍**-ਅਤੇ ਸਾਰੇ ਯੱਗਾਂ ਤੇ ਸ਼ਾਸਨ ਕਰਨ ਵਾਲੇ ; **ਚ**-ਵੀ ; **ਯੇ**-ਜਿਹੜੇ ; **ਵਿਦੁਹ੍**-ਜਾਣਦੇ ਹਨ ; **ਪ੍ਰਯਾਣ**-ਮੌਤ ਦੇ ; **ਕਾਲੇ**-ਸਮੇਂ ਵਿਚ ; **ਅਪਿ**-ਵੀ ; **ਚ**-ਅਤੇ ; **ਮਾਮ੍**-ਮੈਨੂੰ ; **ਵਿਦੁਹ੍**-ਜਾਣਦੇ ਹਨ ; **ਯੁਕਤ ਚੇਤਸਹ੍**-ਜਿੰਨ੍ਹਾਂ ਦੇ ਮਨ ਮੇਰੇ ਵਿਚ ਲੱਗੇ ਹਨ।

ਅਨੁਵਾਦ

ਜਿਹੜਾ ਮੈਨੂੰ ਪਰਮੇਸ਼ਵਰ ਨੂੰ ਮੇਰੀ ਪੂਰਣ ਚੇਤਨਾ ਵਿਚ ਰਹਿਕੇ ਸੰਸਾਰ ਦਾ ਦੇਵਤਿਆਂ ਦਾ ਅਤੇ ਸਾਰੇ ਯੱਗ ਵਿਧੀਆਂ ਦਾ ਮੂਲ ਸ੍ਰੋਤ ਸਮਝਦੇ ਹਨ, ਉਹ ਆਪਣੀ ਮੌਤ ਸਮੇਂ ਵੀ ਮੈਨੂੰ ਭਗਵਾਨ ਨੂੰ ਜਾਣ ਅਤੇ ਸਮਝ ਸਕਦੇ ਹਨ।

ਭਾਵ

ਕ੍ਰਿਸ਼ਨ ਭਾਵਨਾ ਅੰਮ੍ਰਿਤ ਵਿਚ ਕਰਮ ਕਰਨ ਵਾਲੇ ਮਨੁੱਖ ਕਦੀ ਵੀ ਭਗਵਾਨ ਨੂੰ ਪੂਰੀ ਤਰ੍ਹਾਂ ਸਮਝਣ ਦੇ ਰਸਤੇ ਤੋਂ ਡਾਵਾਂ-ਡੋਲ ਨਹੀਂ ਹੁੰਦੇ। ਕ੍ਰਿਸ਼ਨ ਭਾਵਨਾ ਅੰਮ੍ਰਿਤ ਦੇ ਅਲੌਕਿਕ ਮੇਲ ਨਾਲ ਮਨੁੱਖ ਇਹ ਸਮਝ ਸਕਦਾ ਹੈ ਕਿ ਭਗਵਾਨ ਕਿੰਝ ਭੌਤਿਕ ਸੰਸਾਰ ਅਤੇ ਦੇਵਤਿਆਂ ਤਕ ਦੇ ਸਾਸ਼ਕ ਹਨ। ਹੌਲੀ-ਹੌਲੀ ਅਜਿਹੀ ਅਲੌਕਿਕ ਸੰਗਤ ਨਾਲ ਮਨੁੱਖ ਦਾ ਭਗਵਾਨ ਵਿਚ ਵਿਸ਼ਵਾਸ਼

ਵੱਧਦਾ ਹੈ, ਇਸ ਲਈ ਮੌਤ ਸਮੇਂ ਅਜਿਹਾ ਕ੍ਰਿਸ਼ਨ ਭਾਵਨਾ ਭਾਵਿਤ ਮਨੁੱਖ ਕ੍ਰਿਸ਼ਨ ਨੂੰ ਕਦੀ ਭੁੱਲ ਨਹੀਂ ਸਕਦਾ। ਇਸ ਲਈ ਉਹ ਸਹਿਜੇ ਹੀ ਭਗਵਾਨ ਦੇ ਧਾਮ ਗੋਲੋਕ ਵ੍ਰਿੰਦਾਬਨ ਨੂੰ ਪ੍ਰਾਪਤ ਹੁੰਦਾ ਹੈ।

ਇਹ ਸੱਤਵਾਂ ਅਧਿਆਇ ਖ਼ਾਸ ਤੌਰ ਤੇ ਇਹ ਦੱਸਦਾ ਹੈ ਕਿ ਕੋਈ ਕਿਸੇ ਤਰ੍ਹਾਂ ਵੀ ਪੂਰੀ ਤਰ੍ਹਾਂ ਕ੍ਰਿਸ਼ਨ ਭਾਵਨਾ ਭਾਵਿਤ ਹੋ ਸਕਦਾ ਹੈ। ਕ੍ਰਿਸ਼ਨ ਭਾਵਨਾ ਦੀ ਸ਼ੁਭ ਸ਼ੁਰੂਆਤ ਅਜਿਹੇ ਮਨੁੱਖ ਦੇ ਮੇਲ ਨਾਲ ਹੁੰਦੀ ਹੈ, ਜਿਹੜੇ ਕ੍ਰਿਸ਼ਨ ਭਾਵਨਾ ਭਾਵਿਤ ਹੁੰਦੇ ਹਨ। ਅਜਿਹਾ ਮੇਲ ਅਧਿਆਤਮਕ ਹੁੰਦਾ ਹੈ ਅਤੇ ਇਸ ਨਾਲ ਮਨੁੱਖ ਪ੍ਰਤੱਖ ਭਗਵਾਨ ਦੇ ਸੰਪਰਕ ਵਿਚ ਆਉਂਦਾ ਹੈ ਅਤੇ ਭਗਵਾਨ ਦੀ ਕਿਰਪਾ ਨਾਲ ਉਹ ਕ੍ਰਿਸ਼ਨ ਨੂੰ ਪੂਰਨ ਪੁਰਸ਼ੋਤਮ ਭਗਵਾਨ ਸਮਝ ਸਕਦਾ ਹੈ, ਨਾਲ ਹੀ ਉਹ ਜੀਵ ਦੇ ਅਸਲੀ ਸਰੂਪ ਨੂੰ ਸਮਝ ਸਕਦਾ ਹੈ ਅਤੇ ਇਹ ਸਮਝ ਸਕਦਾ ਹੈ ਕਿ ਕਿੰਝ ਜੀਵ ਕ੍ਰਿਸ਼ਨ ਨੂੰ ਭੁਲਾਕੇ ਭੌਤਿਕ ਕੰਮਾਂ ਵਿਚ ਉਲੱਝ ਜਾਂਦਾ ਹੈ। ਚੰਗੀ ਸੰਗਤ ਵਿਚ ਰਹਿਣ ਅਤੇ ਕ੍ਰਿਸ਼ਨ ਭਾਵਨਾ ਦਾ ਹੌਲੀ-ਹੌਲੀ ਵਿਕਾਸ ਕਰਨ ਨਾਲ, ਉਹ ਇਹ ਵੀ ਜਾਣ ਸਕਦਾ ਹੈ ਕਿ ਕ੍ਰਿਸ਼ਨ ਨੂੰ ਭੁਲਾਉਣ ਨਾਲ ਇਸ ਪ੍ਰਕ੍ਰਿਤੀ ਦੇ ਨਿਯਮਾਂ ਰਾਹੀਂ ਬੰਨਿਆ ਹੋਇਆ ਹੈ। ਉਹ ਇਹ ਵੀ ਸਮਝ ਸਕਦਾ ਹੈ ਕਿ ਇਹ ਮਨੁੱਖੀ ਜੀਵਨ ਕ੍ਰਿਸ਼ਨ ਭਾਵਨਾ ਅੰਮ੍ਰਿਤ ਨੂੰ ਫਿਰ ਪ੍ਰਾਪਤ ਕਰਨ ਲਈ ਮਿਲਿਆ ਹੈ, ਇਸ ਲਈ ਇਸ ਦੀ ਚੰਗੀ ਵਰਤੋਂ ਪਰਮੇਸ਼ਵਰ ਦੀ ਸੁਭਾਵਿਕ ਕਿਰਪਾ ਪ੍ਰਾਪਤ ਕਰਨ ਲਈ ਕਰਨੀ ਚਾਹੀਦੀ ਹੈ।

ਇਸ ਅਧਿਆਇ ਵਿਚ ਜਿਨ੍ਹਾਂ ਅਨੇਕਾਂ ਵਿਸ਼ਿਆਂ ਦੀ ਵਿਆਖਿਆ ਕੀਤੀ ਗਈ ਹੈ, ਉਹ ਹਨ ; - ਦੁੱਖੀ ਮਨੁੱਖ, ਜਿਗਿਆਸੂ ਮਾਨਵ, ਭੌਤਿਕ ਜ਼ਰੂਰਤਮੰਦ, ਬ੍ਰਹਮਗਿਆਨੀ , ਪਰਮਾਤਮਾ, ਗਿਆਨ, ਜਨਮ, ਮੌਤ, ਰੋਗ ਤੋਂ ਮੁਕਤੀ ਅਤੇ ਪਰਮੇਸ਼ਵਰ ਦੀ ਪੂਜਾ। ਪਰ ਜਿਹੜਾ ਮਨੁੱਖ ਅਸਲ ਵਿਚ ਕ੍ਰਿਸ਼ਨ ਭਾਵਨਾ ਅੰਮ੍ਰਿਤ ਨੂੰ ਪ੍ਰਾਪਤ ਹੈ , ਉਹ ਵੱਖੋ-ਵੱਖਰੀਆਂ ਵਿਧੀਆਂ ਦੀ ਪਰਵਾਹ ਨਹੀਂ ਕਰਦਾ। ਉਹ ਸਿੱਧਾ ਕ੍ਰਿਸ਼ਨ ਭਾਵਨਾ ਅੰਮ੍ਰਿਤ ਦੇ ਕੰਮਾਂ ਵਿਚ ਲਗਦਾ ਹੈ ਅਤੇ ਉਸੇ ਨਾਲ ਭਗਵਾਨ ਕ੍ਰਿਸ਼ਨ ਦੇ ਨਿੱਤ ਦਾਸ ਦੇ ਰੂਪ ਵਿਚ ਆਪਣੀ ਸੁਭਾਵਿਕ ਸਥਿਤੀ ਨੂੰ ਹਾਸਲ ਕਰਦਾ ਹੈ। ਅਜਿਹੀ ਅਵਸਥਾ ਵਿਚ ਉਹ ਸ਼ੁੱਧ ਭਗਤੀ ਨਾਲ ਪਰਮੇਸ਼ਵਰ ਦੇ ਸੁਣਨ ਅਤੇ ਗੁਣ-ਗਾਨ ਵਿਚ ਆਨੰਦ ਲੈਂਦਾ ਹੈ, ਉਸਨੂੰ ਪੂਰਾ ਯਕੀਨ ਰਹਿੰਦਾ ਹੈ ਕਿ ਅਜਿਹਾ ਕਰਨ ਨਾਲ ਉਸਦੇ ਸਾਰੇ ਮੰਤਵਾਂ ਦੀ ਪੂਰਤੀ ਹੋਵੇਗੀ। ਅਜਿਹੀ ਪੱਕੀ ਸ਼ਰਧਾ ਦ੍ਰਿੜ੍ਹ ਵਰਤ ਕਹਾਉਂਦੀ ਹੈ ਅਤੇ ਇਹ ਭਗਤੀ ਯੋਗ ਜਾਂ ਅਲੌਕਿਕ ਪ੍ਰੇਮ ਭਗਤੀ ਦੀ ਸ਼ੁਰੂਆਤ ਹੁੰਦੀ ਹੈ। ਸਾਰੇ ਸ਼ਾਸ਼ਤਰਾਂ ਦਾ ਵੀ ਇਹੋ ਮੱਤ ਹੈ। ਭਗਵਤ ਗੀਤਾ ਦਾ ਇਹ ਸੱਤਵਾਂ ਅਧਿਆਇ ਇਸ ਧਾਰਣਾ ਦਾ ਸਾਰ ਹੈ।

ਇਸ ਤਰ੍ਹਾਂ ਸ਼੍ਰੀਮਦ ਭਗਵਤ ਗੀਤਾ ਦੇ ਸੱਤਵੇਂ ਅਧਿਆਇ **"ਭਗਵਤ੍ ਗਿਆਨ"** ਦਾ ਭਕਤੀਵੇਦਾਂਤ ਭਾਵ-ਅਰਥ ਪੂਰਨ ਹੋਇਆ।

ਅਧਿਆਇ ਅੱਠਵਾਂ

ਭਗਵਤ ਪ੍ਰਾਪਤੀ

अर्जुन उवाच

किं तद्ब्रह्म किमध्यात्मं किं कर्म पुरुषोत्तम ।
अधिभूतं च किं प्रोक्तमधिदैवं किमुच्यते ॥ १॥

ਅਰਜੁਨ ਓਵਾਚ

ਕਿਮ੍ ਤਦ੍ ਬ੍ਰਹਮ ਕਿਮ੍ ਅਧ੍ਯਾਤਮਮ੍ ਕਿਮ੍ ਕਰਮ ਪੁਰੁਸ਼ੋਤੱਮ ।
ਅਧਿਭੂਤਮ ਚ ਕਿਮ ਪ੍ਰੋਕਤਮ੍ ਅਧਿਦੈਵਮ੍ ਕਿਮ੍ ਓਚ੍ਯਤੇ ॥ 1 ॥

ਅਰਜੁਨਹ੍ ਓਵਾਚ-ਅਰਜੁਨ ਨੇ ਕਿਹਾ ; ਕਿਮ੍-ਕੀ ; ਤਤ੍-ਉਹ ; ਬ੍ਰਹਮ-ਬ੍ਰਹਮ ; ਕਿਮ੍-ਕੀ ; ਅਧ੍ਯਾਤਮਮ੍-ਆਤਮਾ ; ਕਿਮ੍-ਕੀ ; ਕਰ੍ਮ-ਸਕਾਮ ਕਰਮ ; ਪੁਰੁਸ਼-ਉੱਤਮ - ਹੇ ਪਰਮ-ਪੁਰਖ ; ਅਧਿ-ਭੂਤਮ-ਭੌਤਿਕ ਸੰਸਾਰ; ਚ-ਅਤੇ ; ਕਿਮ੍-ਕੀ ; ਪ੍ਰੋਕਤਮ੍-ਕਹਾਉਂਦਾ ਹੈ; ਅਧਿਦੈਵਮ੍-ਦੇਵਤਾ ਲੋਕ ; ਕਿਮ੍-ਕੀ ; ਓਚ੍ਯਤੇ-ਕਹਾਉਂਦਾ ਹੈ।

ਅਨੁਵਾਦ

ਅਰਜੁਨ ਨੇ ਕਿਹਾ - ਹੇ ਭਗਵਾਨ ! ਹੇ ਪੁਰਸ਼ੋਤਮ ! ਬ੍ਰਹਮ ਕੀ ਹੈ ? ਆਤਮਾ ਕੀ ਹੈ ? ਸਕਾਮ ਕਰਮ ਕੀ ਹਨ ? ਇਹ ਭੌਤਿਕ ਸੰਸਾਰ ਕੀ ਹੈ ? ਅਤੇ ਦੇਵਤਾ ਕੀ ਹਨ ? ਕਿਰਪਾ ਕਰਕੇ ਇਹ ਸਭ ਮੈਨੂੰ ਦੱਸੋ ?

ਭਾਵ

ਇਸ ਅਧਿਆਇ ਵਿਚ ਭਗਵਾਨ ਕ੍ਰਿਸ਼ਨ ਅਰਜੁਨ ਰਾਹੀਂ ਪੁੱਛੇ ਗਏ - "ਬ੍ਰਹਮ ਕੀ ਹੈ?" ਆਦਿ ਸਵਾਲਾਂ ਦਾ ਉੱਤਰ ਦਿੰਦੇ ਹਨ । ਭਗਵਾਨ ਕਰਮ, ਭਗਤੀ ਅਤੇ ਯੋਗ ਦੇ ਸਿਧਾਂਤ ਅਤੇ ਸ਼ੁੱਧ ਰੂਪ ਭਗਤੀ ਦੀ ਵੀ ਵਿਆਖਿਆ ਕਰਦੇ ਹਨ । ਸ਼੍ਰੀਮਦ੍ ਭਾਗਵਤਮ੍ ਵਿਚ ਕਿਹਾ ਗਿਆ ਹੈ ਕਿ ਪਰਮ ਸਤਿ ਨੂੰ ਬ੍ਰਹਮ, ਪਰਮਾਤਮਾ ਅਤੇ ਭਗਵਾਨ ਦੇ ਨਾਵਾਂ ਨਾਲ ਜਾਣਿਆ ਜਾਂਦਾ ਹੈ । ਨਾਲ ਹੀ ਜੀਵ

ਆਤਮਾ ਜਾਂ ਵਿਅਕਤੀਗਤ ਜੀਵ ਨੂੰ ਬ੍ਰਹਮ ਵੀ ਕਹਿੰਦੇ ਹਨ । ਅਰਜੁਨ ਆਤਮਾ ਬਾਰੇ ਵੀ ਪੁੱਛਦਾ ਹੈ, ਜਿਹੜਾ ਸ਼ਰੀਰ, ਆਤਮਾ ਅਤੇ ਮਨ ਵੱਲ ਵੀ ਸੰਕੇਤ ਕਰਦਾ ਹੈ । ਵੈਦਿਕ ਕੋਸ਼ ਮੁਤਾਬਿਕ ਆਤਮਾ ਦਾ ਅਰਥ ਮਨ, ਆਤਮਾ, ਸ਼ਰੀਰ ਅਤੇ ਇੰਦਰੀਆਂ ਵੀ ਹੁੰਦਾ ਹੈ ।

ਅਰਜੁਨ ਨੇ ਪਰਮੇਸ਼ਵਰ ਨੂੰ ਪੁਰਸ਼ੋਤਮ ਜਾਂ ਪਰਮ ਪੁਰਖ਼ ਕਹਿਕੇ ਸੰਬੋਧਿਤ ਕੀਤਾ ਹੈ, ਜਿਸਦਾ ਅਰਥ ਇਹ ਹੁੰਦਾ ਹੈ, ਉਹ ਇਹ ਸਾਰੇ ਸਵਾਲ ਆਪਣੇ ਇੱਕ ਦੋਸਤ ਨੂੰ ਨਹੀਂ, ਸਗੋਂ ਪਰਮ ਪੁਰਖ ਨੂੰ, ਉਨ੍ਹਾਂ ਨੂੰ ਪ੍ਰਮਾਣਿਕ ਅਧਿਕਾਰੀ ਮੰਨਕੇ, ਪੁੱਛ ਰਿਹਾ ਸੀ, ਜਿਹੜੇ ਨਿਸ਼ਚਿਤ ਉਤਰ ਦੇ ਸਕਦੇ ਹਨ ।

अधियज्ञः कथं कोऽत्र देहेऽस्मिन्मधुसूदन ।
प्रयाणकाले च कथं ज्ञेयोऽसि नियतात्मभिः ॥ २॥

ਅਧਿਯਗ੍ਯਹ੍ ਕਥਮ੍ ਕੋ'ਤ੍ਰ ਦੇਹੇ'ਸਮਿਨ੍ ਮਧੁਸੂਦਨ ।
ਪ੍ਰਯਾਣ-ਕਾਲੇ ਚ ਕਥਮ੍ ਗ੍ਯੇਯੋ'ਸਿ ਨਿਯਤਾਤ੍ਮਭਿਹ੍ ॥ 2 ॥

ਅਧਿਯਗ੍ਯਹ੍-ਯੱਗ ਦਾ ਸਵਾਮੀ ; ਕਥਮ੍-ਕਿੰਝ ; ਕਹ੍-ਕੌਣ ; ਅਤ੍ਰ-ਇਥੇ ; ਦੇਹੇ-ਸ਼ਰੀਰ ਵਿਚ; ਅਸਮਿਨ-ਇਸ ; ਮਧੁਸੂਦਨ-ਹੇ ਮਧੂਸੂਦਨ ; ਪ੍ਰਯਾਣ ਕਾਲੇ-ਮੌਤ ਦੇ ਸਮੇਂ ; ਚ-ਅਤੇ ; ਕਥਮ੍-ਕਿਵੇਂ ; ਗ੍ਯੇਹ 'ਅਸਿ-ਜਾਣੇ ਜਾ ਸਕਦੇ ਹੋ ; ਨਿਯਤ-ਆਤ੍ਮਭਿਹ -ਆਤਮ ਸੰਜਮੀ ਰਾਹੀਂ ।

ਅਨੁਵਾਦ

ਹੇ ਮਧੁਸੂਦਨ ! ਯੱਗ ਦਾ ਸਵਾਮੀ ਕੌਣ ਹੈ ਅਤੇ ਉਹ ਸ਼ਰੀਰ ਵਿਚ ਕਿਵੇਂ ਰਹਿੰਦਾ ਹੈ ? ਅਤੇ ਮੌਤ ਦੇ ਸਮੇਂ ਭਗਤੀ ਵਿਚ ਲਗੇ ਰਹਿਣ ਵਾਲੇ ਤੁਹਾਨੂੰ ਕਿਵੇਂ ਜਾਣ ਜਾਂਦੇ ਹਨ ?

ਭਾਵ

ਅਧਿਯੱਗ ਦਾ ਸਵਾਮੀਂ ਤੋਂ ਭਾਵ ਇੰਦਰ ਜਾਂ ਵਿਸ਼ਨੂੰ ਹੋ ਸਕਦੇ ਹਨ । ਵਿਸ਼ਨੂੰ ਸਾਰੇ ਦੇਵਤਿਆਂ ਵਿਚ, ਜਿਨ੍ਹਾਂ ਵਿਚ ਬ੍ਰਹਮਾ ਅਤੇ ਸ਼ਿਵ ਸ਼ਾਮਿਲ ਹਨ, ਪ੍ਰਧਾਨ ਦੇਵਤਾ ਹਨ ਅਤੇ ਇੰਦਰ ਪ੍ਰਸ਼ਾਸਕ ਦੇਵਤਿਆਂ ਵਿਚ ਪ੍ਰਧਾਨ ਹਨ । ਇੰਦਰ ਅਤੇ ਵਿਸ਼ਨੂੰ ਦੋਵਾਂ ਦੀ ਪੂਜਾ ਯੱਗ ਰਾਹੀਂ ਕੀਤੀ ਜਾਂਦੀ ਹੈ । ਪਰ ਅਰਜੁਨ ਪ੍ਰਸ਼ਨ ਕਰਦਾ ਹੈ ਕਿ ਅਸਲ ਯੱਗ ਦਾ ਸਵਾਮੀ ਕੌਣ ਹੈ ਅਤੇ ਭਗਵਾਨ ਕਿੰਝ ਜੀਵ ਦੇ ਸ਼ਰੀਰ ਅੰਦਰ ਨਿਵਾਸ ਕਰਦੇ ਹਨ ?

ਅਰਜੁਨ ਨੇ ਭਗਵਾਨ ਨੂੰ ਮਧੁਸੂਦਨ ਕਹਿਕੇ ਸੰਬੋਧਿਤ ਕੀਤਾ ਹੈ, ਕਿਉਂਕਿ ਕ੍ਰਿਸ਼ਨ ਨੇ ਇਕ ਵਾਰੀ ਮਧੂ ਨਾਂ ਦੇ ਦੈਂਤ ਨੂੰ ਮਾਰਿਆ ਸੀ ? ਅਸਲ ਵਿਚ ਇਹ ਸਾਰੇ ਪ੍ਰਸ਼ਨ ਜਿਹੜੇ ਸ਼ੰਕਾ ਦੇ ਰੂਪ ਵਿਚ ਹਨ, ਅਰਜੁਨ ਦੇ ਮਨ ਵਿਚ ਨਹੀਂ ਉਠਣੇ ਚਾਹੀਦੇ ਸਨ, ਕਿਉਂਕਿ ਅਰਜੁਨ ਇਕ ਕ੍ਰਿਸ਼ਨ ਭਾਵਨਾ ਭਾਵਿਤ ਭਗਤ ਸੀ । ਇਸ ਲਈ ਇਹ ਸਾਰੀਆਂ ਸ਼ੰਕਾਵਾਂ ਅਸੁਰਾਂ ਵਾਂਗ ਹਨ । ਕਿਉਂਕਿ

ਕ੍ਰਿਸ਼ਨ ਦੈਂਤਾਂ ਨੂੰ ਮਾਰਨ ਦੇ ਮਾਹਿਰ ਸਨ, ਇਸ ਲਈ ਅਰਜੁਨ ਉਨ੍ਹਾਂ ਨੂੰ ਮਧੁਸੂਦਨ ਕਹਿਕੇ ਸੰਬੋਧਿਤ ਕਰਦਾ ਹੈ, ਜਿਸ ਨਾਲ ਕ੍ਰਿਸ਼ਨ ਉਸਦੇ ਮਨ ਵਿਚ ਉਠਣ ਵਾਲੀਆਂ ਸਾਰੀਆਂ ਅਸੁਰੀ ਸ਼ੰਕਾਵਾਂ ਨੂੰ ਨਸ਼ਟ ਕਰ ਦੇਣ।

ਇਸ ਸ਼ਲੋਕ ਵਿਚ ***ਪ੍ਰਯਾਣਕਾਲੇ*** (ਮੌਤ ਦੇ ਸਮੇਂ) ਸ਼ਬਦ ਵੀ ਬਹੁਤ ਮਹਤੱਵਪੂਰਨ ਹੈ, ਕਿਉਂਕਿ ਆਪਣੇ ਜੀਵਨ ਵਿਚ ਅਸੀਂ ਜੋ ਕੁਝ ਵੀ ਕਰਦੇ ਹਾਂ, ਉਸਦੀ ਪਰੀਖਿਆ ਮੌਤ ਵੇਲੇ ਹੋਣੀ ਹੈ। ਅਰਜੁਨ ਉਨ੍ਹਾਂ ਲੋਕਾਂ ਬਾਰੇ ਜਿਹੜੇ ਲਗਾਤਾਰ ਕ੍ਰਿਸ਼ਨ-ਭਾਵਨਾ ਵਿਚ ਲੱਗੇ ਰਹਿੰਦੇ ਹਨ ਇਹ ਜਾਣਨ ਲਈ ਵਧੇਰੇ ਚਾਹਵਾਨ ਹੈ, ਕਿ ਅੰਤਿਮ ਸਮੇਂ ਉਨ੍ਹਾਂ ਦੀ ਕੀ ਹਾਲਤ ਹੋਵੇਗੀ ? ਮਰਣ ਵੇਲੇ ਸ਼ਰੀਰ ਦੇ ਸਾਰੇ ਕਾਰਜ਼ ਰੁੱਕ ਜਾਂਦੇ ਹਨ ਅਤੇ ਮਨ ਸਹੀ ਹਾਲਤ ਵਿਚ ਨਹੀਂ ਰਹਿੰਦਾ। ਇੰਝ ਸ਼ਰੀਰਕ ਸਥਿਤੀ ਵਿਗੜ ਜਾਣ ਨਾਲ ਹੋ ਸਕਦਾ ਹੈ ਕਿ ਮਨੁੱਖ ਪਰਮੇਸ਼ਵਰ ਦਾ ਸਿਮਰਨ ਨਾ ਕਰ ਸਕੇ। ਪਰਮ ਭਗਤ ਮਹਾਰਾਜ ਕੁਲਸ਼ੇਖਰ ਅਰਦਾਸ ਕਰਦੇ ਹਨ - ਹੇ ਭਗਵਾਨ ! ਇਸ ਵੇਲੇ ਮੈਂ ਪੂਰੀ ਤਰ੍ਹਾਂ ਤੰਦਰੁਸਤ ਹਾਂ, ਚੰਗਾ ਹੋਵੇ ਮੇਰੀ ਮੌਤ ਇਸੇ ਵੇਲੇ ਹੋ ਜਾਵੇ ਜਿਸ ਨਾਲ ਮੇਰਾ ਮਨ ਰੂਪੀ ਹੰਸ ਤੁਹਾਡੇ ਚਰਣ ਕਮਲਾਂ ਰੂਪੀ ਪੌਰੀ ਅੰਦਰ ਪ੍ਰਵੇਸ਼ ਹੋ ਸਕੇ।" ਇਹ ਰੂਪਕ ਇਸ ਲਈ ਵਰਤਿਆ ਗਿਆ ਹੈ ਕਿਉਂਕਿ ਹੰਸ, ਜਿਹੜਾ ਇੱਕ ਪਾਣੀ ਵਿਚ ਰਹਿਣ ਵਾਲਾ ਪੰਛੀ ਹੈ ਉਹ ਕਮਲ ਦੇ ਫੁਲਾਂ ਨੂੰ ਕੁਤਰਨ ਵਿਚ ਆਨੰਦ ਦਾ ਅਨੁਭਵ ਕਰਦਾ ਹੈ, ਇੰਝ ਉਹ ਕਮਲ ਦੇ ਫੁੱਲਾਂ ਅੰਦਰ ਪ੍ਰਵੇਸ਼ ਕਰਨਾ ਚਾਹੁੰਦਾ ਹੈ। ਮਹਾਰਾਜ ਕੁਲਸ਼ੇਖਰ ਭਗਵਾਨ ਨੂੰ ਕਹਿੰਦੇ ਹਨ, "ਇਸ ਸਮੇਂ ਮੇਰਾ ਮਨ ਤੰਦਰੁਸਤਹੈ ਅਤੇ ਮੈਂ ਵੀ ਪੂਰੀ ਤਰ੍ਹਾਂ ਤੰਦਰੁਸਤ ਹਾਂ। ਜੇਕਰ ਮੈਂ ਤੁਹਾਡੇ ਚਰਣ ਕਮਲਾਂ ਦਾ ਚਿੰਤਨ ਕਰਦੇ ਹੋਏ ਮਰ ਜਾਵਾਂ ਤਾਂ ਮੈਨੂੰ ਪੱਕਾ ਯਕੀਨ ਹੈ ਕਿ ਤੁਹਾਡੇ ਪ੍ਰਤੀ ਮੇਰੀ ਭਗਤੀ ਪੂਰਨ ਹੋ ਜਾਵੇਗੀ, ਪਰ ਜੇਕਰ ਮੈਨੂੰ ਆਪਣੀ ਸੁਭਾਵਿਕ ਮੌਤ ਦਾ ਇੰਤਜ਼ਾਰ ਕਰਨਾ ਪਵੇ ਤਾਂ ਮੈਂ ਨਹੀਂ ਜਾਣਦਾ ਕਿ ਕੀ ਹੋਵੇਗਾ, ਕਿਉਂਕਿ ਉਸ ਵੇਲੇ ਮੇਰਾ ਸ਼ਰੀਰ ਕੰਮ ਕਰਨਾ ਬੰਦ ਕਰ ਦੇਵੇਗਾ, ਮੇਰਾ ਗਲਾ ਰੁੱਕ ਜਾਵੇਗਾ ਅਤੇ ਮੈਨੂੰ ਨਹੀਂ ਪਤਾ ਕਿ ਮੈ ਤੁਹਾਡੇ ਨਾਂ ਦਾ ਜਾਪ ਕਰ ਸਕਾਂਗਾ ਜਾਂ ਨਹੀਂ। ਚੰਗਾ ਇਹੋ ਹੋਵੇਗਾ ਕਿ ਮੈਨੂੰ ਤੁਰੰਤ ਮਰ ਜਾਣ ਦੇਵੋ।" ਅਰਜੁਨ ਸਵਾਲ ਕਰਦਾ ਹੈ ਕਿ ਅਜਿਹੇ ਸਮੇਂ ਮਨੁੱਖ ਕਿੰਝ ਕ੍ਰਿਸ਼ਨ ਦੇ ਚਰਣ ਕਮਲਾਂ ਵਿਚ ਆਪਣੇ ਮਨ ਨੂੰ ਸਥਿਰ ਕਰ ਸਕਦਾ ਹੈ।

श्रीभगवानुवाच

अक्षरं ब्रह्म परमं स्वभावोऽध्यात्ममुच्यते ।
भूतभावोद्भवकरो विसर्गः कर्मसंज्ञितः ॥ ३ ॥

ਸ਼੍ਰੀ ਭਗਵਾਨ ਓਵਾਚ

ਅਕ੍ਸ਼ਰਮ੍ ਬ੍ਰਹ੍ਮ ਪਰਮਮ੍ ਸ੍ਵਭਾਵੋ'ਧ੍ਯਾਤ੍ਮਮ ਓਚ੍ਯਤੇ।
ਭੂਤ-ਭਾਵੋਦਭਵ-ਕਰੋ ਵਿਸਰਗਹ੍ ਕਰ੍ਮ-ਸੰਗਿਤਹ੍ ॥ 3 ॥

ਸ਼੍ਰੀ ਭਗਵਾਨ ਓਵਾਚ-ਭਗਵਾਨ ਨੇ ਕਿਹਾ ; **ਅਕ੍ਸ਼ਰਮ੍**-ਅਵਿਨਾਸ਼ੀ ; **ਬ੍ਰਹ੍ਮ**-ਬ੍ਰਹਮ ; **ਪਰਮਮ੍**-ਅਲੌਕਿਕ ; **ਸ੍ਵਭਾਵਹ੍**-ਸਨਾਤਨ ਸੁਭਾ ; **ਅਧ੍ਯਾਤ੍ਮਮ੍**-ਆਤਮਾ ; **ਓਚ੍ਯਤੇ**-ਕਹਾਉਂਦਾ ਹੈ ;

ਭੂਤ-ਭਾਵ-ਉਦਭਵ-ਕਰਹ੍-ਜੀਵਾਂ ਦੇ ਭੌਤਿਕ ਸ਼ਰੀਰ ਨੂੰ ਪੈਦਾ ਕਰਨ ਵਾਲਾ ; **ਵਿਸਰ੍ਗਹ੍**-ਸ੍ਰਿਸ਼ਟੀ ; **ਕਰ੍ਮ**-ਸਕਾਮ ਕਰਮ ; **ਸੰਗਿਯਤਹ੍**-ਕਹਾਉਂਦੀ ਹੈ ।

ਅਨੁਵਾਦ

ਭਗਵਾਨ ਨੇ ਕਿਹਾ - ਅਵਿਨਾਸ਼ੀ ਅਤੇ ਅਲੌਕਿਕ ਜੀਵ ਬ੍ਰਹਮ ਕਹਾਉਂਦਾ ਹੈ ਅਤੇ ਉਸਦਾ ਨਿਤ ਸੁਭਾਅ ਅਧਿਆਤਮ ਜਾਂ ਆਤਮ ਕਹਾਉਂਦਾ ਹੈ । ਜੀਵਾਂ ਦੇ ਭੌਤਿਕ ਸ਼ਰੀਰ ਨਾਲ ਸੰਬੰਧਿਤ ਕਾਰਜ, ਕਰਮ ਜਾਂ ਸਕਾਮ ਕਰਮ ਕਹਾਉਂਦੇ ਹਨ ।

ਭਾਵ

ਬ੍ਰਹਮ ਅਵਿਨਾਸ਼ੀ ਅਤੇ ਨਿਤ ਹੈ ਅਤੇ ਇਸ ਦਾ ਸੁਭਾਅ ਕਦੀ ਵੀ ਨਹੀਂ ਬਦਲਦਾ । ਪਰ, ਬ੍ਰਹਮ ਤੋਂ ਪਰ੍ਹੇ ਪਾਰਬ੍ਰਹਮ ਹੁੰਦਾ ਹੈ । ਬ੍ਰਹਮ ਦਾ ਅਰਥ ਹੈ ਜੀਵ ਅਤੇ ਪਾਰ ਬ੍ਰਹਮ ਦਾ ਅਰਥ ਭਗਵਾਨ ਹੈ । ਜੀਵ ਦਾ ਸਰੂਪ ਭੌਤਿਕ ਸੰਸਾਰ ਵਿਚ ਉਸਦੀ ਸਥਿਤੀ ਤੋਂ ਵੱਖਰੀ ਹੁੰਦੀ ਹੈ। ਭੌਤਿਕ ਚੇਤਨਾ ਵਿਚ ਉਸਦਾ ਸੁਭਾਅ ਪਦਾਰਥਾਂ ਤੇ ਮਾਲਕੀਅਤ ਜਤਾਉਣਾ ਹੈ, ਪਰ ਅਧਿਆਤਮਕ ਚੇਤਨਾ ਜਾਂ ਕ੍ਰਿਸ਼ਨ ਭਾਵਨਾ ਵਿਚ ਉਸਦੀ ਸਥਿਤੀ ਪਰਮੇਸ਼ਵਰ ਦੀ ਸੇਵਾ ਕਰਨਾ ਹੈ । ਜਦੋਂ ਜੀਵ ਭੌਤਿਕ ਚੇਤਨਾ ਵਿਚ ਹੁੰਦਾ ਹੈ ਤਾਂ ਉਸ ਨੂੰ ਇਸ ਸੰਸਾਰ ਵਿਚ ਵੱਖੋ ਵੱਖਰੇ ਤਰ੍ਹਾਂ ਦੇ ਸ਼ਰੀਰ ਧਾਰਨ ਕਰਨੇ ਪੈਂਦੇ ਹਨ । ਇਹ ਭੌਤਿਕ ਚੇਤਨਾ ਕਰਕੇ ਕਰਮ ਜਾਂ ਵੱਖੋ ਵੱਖਰੀ ਸ੍ਰਿਸ਼ਟੀ ਕਹਾਉਂਦਾ ਹੈ ।

ਵੈਦਿਕ ਸਹਿਤ ਵਿਚ ਜੀਵ ਨੂੰ ਜੀਵਆਤਮਾ ਅਤੇ ਬ੍ਰਹਮ ਕਿਹਾ ਜਾਂਦਾ ਹੈ, ਪਰ ਉਸਨੂੰ ਕਦੀ ਪਾਰਬ੍ਰਹਮ ਨਹੀਂ ਕਿਹਾ ਜਾਂਦਾ, ਜੀਵ ਆਤਮਾ ਵੱਖੋ ਵੱਖਰੀਆਂ ਸਥਿਤੀਆਂ ਗ੍ਰਹਿਣ ਕਰਦਾ ਹੈ-ਕਦੀ ਉਹ ਹਨੇਰ ਭਰੀ ਭੌਤਿਕ ਪ੍ਰਕ੍ਰਿਤੀ ਨਾਲ ਮਿਲ ਜਾਂਦਾ ਹੈ ਅਤੇ ਪਦਾਰਥ ਨੂੰ ਆਪਣਾ ਸਰੂਪ ਮੰਨ ਲੈਂਦਾ ਹੈ ਤੇ ਕਦੀ ਉਹ ਪਰ੍ਹਾ ਅਧਿਆਤਮਕ ਪ੍ਰਕ੍ਰਿਤੀ ਨਾਲ ਮਿਲ ਜਾਂਦਾ ਹੈ । ਇਸ ਲਈ ਉਹ ਪਰਮੇਸ਼ਵਰ ਦੀ ਤੱਟੀ ਸ਼ਕਤੀ ਕਹਾਉਂਦਾ ਹੈ। ਭੌਤਿਕ ਜਾਂ ਅਧਿਆਤਮਕ ਪ੍ਰਕ੍ਰਿਤੀ ਨਾਲ ਆਪਣੀ ਪਹਿਚਾਣ ਮੁਤਾਬਿਕ ਹੀ ਉਸਨੂੰ ਭੌਤਿਕ ਜਾਂ ਅਧਿਆਤਮਕ ਸ਼ਰੀਰ ਪ੍ਰਾਪਤ ਹੁੰਦਾ ਹੈ । ਭੌਤਿਕ ਪ੍ਰਕ੍ਰਿਤੀ ਵਿਚ ਉਹ ਚੁਰਾਸੀ ਲੱਖ ਜੂਨੀਆਂ ਵਿਚੋਂ ਕੋਈ ਵੀ ਸ਼ਰੀਰ ਧਾਰਨ ਕਰ ਸਕਦਾ ਹੈ, ਪਰ ਅਧਿਆਤਮਕ ਪ੍ਰਕ੍ਰਿਤੀ ਵਿਚ ਉਸਦਾ ਇੱਕ ਹੀ ਸ਼ਰੀਰ ਹੁੰਦਾ ਹੈ, ਭੌਤਿਕ ਪ੍ਰਕ੍ਰਿਤੀ ਵਿਚ ਉਹ ਆਪਣੇ ਕਰਮ ਮੁਤਾਬਿਕ ਕਦੀ ਮਨੁੱਖ ਰੂਪ ਵਿਚ ਪ੍ਰਗਟ ਹੁੰਦਾ ਹੈ ਤਾਂ ਕਦੀ ਦੇਵਤਾ, ਪਸ਼ੂ, ਪੰਛੀ ਆਦਿ ਦੇ ਰੂਪ ਵਿਚ ਪ੍ਰਗਟ ਹੁੰਦਾ ਹੈ । ਸਵਰਗ ਪ੍ਰਾਪਤੀ ਅਤੇ ਉਥੇ ਦਾ ਸੁਖ ਭੋਗਣ ਦੀ ਇੱਛਾ ਕਰਕੇ ਉਹ ਕਦੀ ਯੱਗ ਸੰਪੰਨ ਕਰਦਾ ਹੈ, ਪਰ ਜਦੋਂ ਉਸਦਾ ਪੁੰਨ ਖ਼ਤਮ ਹੋ ਜਾਂਦਾ ਹੈ ਤਾਂ ਉਹ ਫੇਰ ਮਨੁੱਖ ਰੂਪ ਵਿਚ ਧਰਤੀ ਤੇ ਵਾਪਿਸ ਪਰਤ ਆਉਂਦਾ ਹੈ, ਇਹ ਪ੍ਰਕ੍ਰਿਆ ਕਰਮ ਕਹਾਉਂਦੀ ਹੈ ।

ਛਾਂਦੋਗਯ ਉਪਨਿਸ਼ਦ ਵਿਚ ਵੈਦਿਕ ਯੱਗ ਅਨੁਸ਼ਠਾਨਾਂ ਦਾ ਵਰਣਨ ਮਿਲਦਾ ਹੈ । ਯੱਗ ਦੀ ਵੇਦੀ ਵਿਚ ਪੰਜ ਅਗਨੀਆਂ ਨੂੰ ਪੰਜ ਤਰ੍ਹਾਂ ਦੀਆਂ ਆਹੂਤੀਆਂ ਦਿੱਤੀਆਂ ਜਾਂਦੀਆਂ ਹਨ । ਇਹ ਪੰਜ ਅਗਨੀਆਂ ਸਵਰਗਲੋਕ, ਬਦੱਲ, ਪ੍ਰਿਥਵੀ, ਮਨੁੱਖ ਅਤੇ ਇਸਤਰੀ ਰੂਪ ਮੰਨੀਆਂ ਜਾਂਦੀਆਂ ਹਨ

ਅਤੇ ਸ਼ਰਧਾ, ਸੋਮ, ਵਰਖਾ, ਅੰਨ ਅਤੇ ਵੀਰਜ ਇਹ ਪੰਜ ਤਰ੍ਹਾਂ ਦੀਆਂ ਆਹੂਤੀਆਂ ਹਨ।

ਯੱਗ ਪ੍ਰਕਿਰਿਆ ਵਿਚ ਜੀਵ ਚਹੇਤੇ ਸਵਰਗਲੋਕ ਦੀ ਪ੍ਰਾਪਤੀ ਲਈ ਖ਼ਾਸ ਯੱਗ ਕਰਦਾ ਹੈ ਅਤੇ ਉਨ੍ਹਾਂ ਨੂੰ ਪ੍ਰਾਪਤ ਕਰਦਾ ਹੈ। ਜਦੋਂ ਯੱਗ ਦਾ ਫਲ ਖਤਮ ਹੋ ਜਾਂਦਾ ਹੈ ਤਾਂ ਜੀਵ ਪ੍ਰਿਥਵੀ ਤੇ ਵਰਖਾ ਦੇ ਰੂਪ ਵਿਚ ਉਤਰਦਾ ਹੈ ਅਤੇ ਅੰਨ ਦਾ ਰੂਪ ਧਾਰਦਾ ਹੈ, ਇਸ ਅੰਨ ਨੂੰ ਮਨੁੱਖ ਖਾਂਦਾ ਹੈ ਜਿਸ ਨਾਲ ਇਹ ਵੀਰਜ ਰੂਪ ਵਿਚ ਬਦਲ ਜਾਂਦਾ ਹੈ, ਜਿਹੜਾ ਇਸਤਰੀ ਦੇ ਗਰਭ ਅੰਦਰ ਜਾ ਕੇ ਫੇਰ ਤੋਂ ਮਨੁੱਖੀ ਰੂਪ ਧਾਰਨ ਕਰਦਾ ਹੈ। ਇਹ ਮਨੁੱਖ ਫੇਰ ਤੋਂ ਯੱਗ ਕਰਦਾ ਹੈ ਅਤੇ ਫੇਰ ਉਹੀ ਚੱਕਰ ਚਲਦਾ ਹੈ। ਇੰਝ ਜੀਵ ਹਮੇਸ਼ਾਂ ਇਸ ਭੌਤਿਕ ਜਗਤ ਵਿਚ ਤਰੀਕੇ ਨਾਲ ਆਉਂਦਾ ਅਤੇ ਜਾਂਦਾ ਰਹਿੰਦਾ ਹੈ, ਪਰ ਕ੍ਰਿਸ਼ਨ ਭਾਵਨਾ ਭਾਵਿਤ ਮਨੁੱਖ ਅਜਿਹੇ ਯੱਗਾਂ ਤੋਂ ਦੂਰ ਰਹਿੰਦਾ ਹੈ। ਉਹ ਸਿੱਧੇ ਕ੍ਰਿਸ਼ਨ ਭਾਵਨਾ ਅੰਮ੍ਰਿਤ ਗ੍ਰਹਿਣ ਕਰਦਾ ਹੈ ਅਤੇ ਇੰਝ ਈਸ਼ਵਰ ਕੋਲ ਵਾਪਿਸ ਪਰਤਣ ਦੀ ਤਿਆਰੀ ਕਰਦਾ ਹੈ।

ਭਗਵਤ ਗੀਤਾ ਦੇ ਨਿਰਗੁਣਵਾਦੀ ਨਿਰਵਿਸ਼ੇਸ਼ਵਾਦੀ ਵਿਆਖਿਆਕਾਰ ਬਿਨ੍ਹਾਂ ਕਾਰਨ ਦੇ ਕਲਪਨਾ ਕਰਦੇ ਹਨ ਕਿ ਇਸ ਸੰਸਾਰ ਵਿਚ ਬ੍ਰਹਮ ਜੀਵ ਦਾ ਰੂਪ ਧਾਰਨ ਕਰਦਾ ਹੈ ਅਤੇ ਇਸ ਦੇ ਸਮਰਥਣ ਵਿਚ ਉਹ ਗੀਤਾ ਦੇ ਪੰਦਰਵੇਂ ਅਧਿਆਇ ਦੇ ਸੱਤਵੇਂ ਸ਼ਲੋਕ ਦਾ ਹਵਾਲਾ ਦਿੰਦੇ ਹਨ। ਪਰ ਇਸ ਸ਼ਲੋਕ ਵਿਚ ਭਗਵਾਨ ਜੀਵ ਨੂੰ "ਮੇਰਾ ਸ਼ਾਸ਼ਵਤ ਅੰਸ਼" ਵੀ ਕਹਿੰਦੇ ਹਨ। ਭਗਵਾਨ ਦਾ ਇਹ ਅੰਸ਼, ਜੀਵ ਭਾਵੇਂ ਭੌਤਿਕ ਸੰਸਾਰ ਵਿਚ ਆ ਡਿਗਦਾ ਹੈ, ਪਰ ਪਰਮੇਸ਼ਵਰ ਅਚੁੱਤ ਕਦੀ ਵੀ ਥੱਲੇ ਨਹੀਂ ਡਿੱਗਦਾ। ਇਸ ਲਈ ਇਹ ਮਤ ਕਿ ਬ੍ਰਹਮ ਜੀਵ ਦਾ ਰੂਪ ਧਾਰਨ ਕਰਦਾ ਹੈ, ਮੰਨਣਯੋਗ ਨਹੀਂ ਹੈ। ਇਹ ਚੇਤੇ ਰਖਣਾ ਹੋਵੇਗਾ ਕਿ ਵੈਦਿਕ ਸਾਹਿਤ ਵਿਚ ਬ੍ਰਹਮ (ਜੀਵਆਤਮਾ) ਨੂੰ ਪਾਰਬ੍ਰਹਮ (ਪਰਮੇਸ਼ਵਰ) ਨਾਲੋਂ ਅਲੱਗ ਮੰਨਿਆ ਜਾਂਦਾ ਹੈ।

अधिभूतं क्षरो भावः पुरुषश्चाधिदैवतम् ।
अधियज्ञोऽहमेवात्र देहे देहभृतां वर ॥ ४॥

ਅਧਿਭੂਤਮ੍ ਕਸ਼ਰੋ ਭਾਵਹ੍ ਪੁਰੁਸ਼ਸ਼੍ ਚਾਧਿਦੈਵਤਮ੍ ।
ਅਧਿਯਗ੍ਯੋ 'ਹਮ ਏਵਾਤ੍ਰ ਦੇਹੇ ਦੇਹ-ਭ੍ਰਿਤਾਮ੍ ਵਰ ॥ 4 ॥

ਅਧਿਭੂਤਮ੍-ਭੌਤਿਕ ਸੰਸਾਰ ; **ਕ੍ਸ਼ਰਹ੍**-ਲਗਾਤਾਰ ਪਰਿਵਰਤਨਸ਼ੀਲ ; **ਭਾਵਹ੍**-ਪ੍ਰਕ੍ਰਿਤੀ ; **ਪੁਰੁਸ਼ਹ੍**-ਸੂਰਜ, ਚੰਨ ਵਰਗੇ ਸਾਰੇ ਦੇਵਤਿਆਂ ਸਹਿਤ ਵਿਰਾਟ ਰੂਪ ; **ਚ**-ਅਤੇ ; **ਅਧਿ ਦੈਵਤਮ੍**-ਅਧਿਦੈਵ ਨਾਂ ਦੇ ; **ਅਧਿਯਗਹ੍**-ਪਰਮਾਤਮਾ ; **ਅਹਮ੍**-ਮੈ (ਕ੍ਰਿਸ਼ਨ) ; **ਏਵ**-ਨਿਸ਼ਚੇ ਹੀ ; **ਅਤ੍ਰ**-ਇਸ ; **ਦੇਹੇ**-ਸ਼ਰੀਰ ਵਿਚ ; **ਦੇਹ ਭ੍ਰਿਤਾਮ੍**-ਦੇਹਧਾਰੀਆਂ ਵਿਚ ; **ਵਰ**-ਹੇ ਸ੍ਰੇਸ਼ਠ।

ਅਨੁਵਾਦ

ਹੇ ਦੇਹਧਾਰੀਆਂ ਵਿਚੋਂ ਸਰਵੋਤਮ ! ਲਗਾਤਾਰ ਪਰਿਵਰਤਨਸ਼ੀਲ ਇਹ ਭੌਤਿਕ ਪ੍ਰਕ੍ਰਿਤੀ ਅਧਿਭੂਤ (ਭੌਤਿਕ ਪ੍ਰਗਟਾਵਾ) ਕਹਾਉਂਦੀ ਹੈ। ਭਗਵਾਨ ਦਾ ਵਿਰਾਟ ਰੂਪ, ਜਿਸ ਵਿਚ ਸੂਰਜ ਅਤੇ ਚੰਨ

ਵਰਗੇ ਸਾਰੇ ਦੇਵਤਾ ਸ਼ਾਮਿਲ ਹਨ, ਅਧਿਦੈਵ ਕਹਾਉਂਦਾ ਹੈ ਅਤੇ ਹਰ ਦੇਹਧਾਰੀ ਦੇ ਹਿਰਦੇ ਵਿਚ ਪਰਮਾਤਮਾ ਸਰੂਪ ਸਥਿਤ ਮੈਂ ਪਰਮੇਸ਼ਵਰ ਅਧਿਯੱਗ (ਯੱਗ ਦਾ ਸਵਾਮੀ) ਕਹਾਉਂਦਾ ਹਾਂ।

ਭਾਵ

ਇਹ ਭੌਤਿਕ ਪ੍ਰਕ੍ਰਿਤੀ ਲਗਾਤਾਰ ਬਦਲਦੀ ਰਹਿੰਦੀ ਹੈ। ਆਮ ਤੌਰ ਤੇ ਭੌਤਿਕ ਸ਼ਰੀਰ ਨੂੰ ਛੇ ਅਵਸਥਾਵਾਂ ਵਿੱਚੋਂ ਨਿਕਲਣਾ ਹੁੰਦਾ ਹੈ - ਉਹ ਪੈਦਾ ਹੁੰਦੇ ਹਨ, ਵੱਧਦੇ ਹਨ ਅਤੇ ਕੁਝ ਸਮੇਂ ਤਕ ਰਹਿੰਦੇ ਹਨ, ਕੁਝ ਗੌਣ ਪਦਾਰਥ ਪੈਦਾ ਕਰਦੇ ਹਨ, ਕਮਜ਼ੋਰ ਹੁੰਦੇ ਹਨ ਅਤੇ ਅੰਤ ਵਿਚ ਲੋਪ ਹੋ ਜਾਂਦੇ ਹਨ। ਇਹ ਭੌਤਿਕ ਪ੍ਰਕ੍ਰਿਤੀ ਅਧਿਭੂਤ (ਭੌਤਿਕ ਸ੍ਰਿਸ਼ਟੀ) ਕਹਾਉਂਦੀ ਹੈ। ਇਹ ਕਿਸੇ ਨਿਸ਼ਚਿਤ ਸਮੇਂ ਵਿਚ ਪੈਦਾ ਕੀਤੀ ਜਾਂਦੀ ਹੈ ਅਤੇ ਨਿਸ਼ਚਿਤ ਸਮੇਂ ਵਿਚ ਨਸ਼ਟ ਕਰ ਦਿੱਤੀ ਜਾਂਦੀ ਹੈ। ਪਰਮੇਸ਼ਵਰ ਦੇ ਵਿਰਾਟ ਸਰੂਪ ਦਾ ਧਾਰਨਾ, ਜਿਸ ਵਿਚ ਸਾਰੇ ਦੇਵਤਾ ਅਤੇ ਉਨ੍ਹਾਂ ਦੇ ਲੋਕ ਸ਼ਾਮਿਲ ਹਨ, *ਅਧਿਦੈਵਤ* ਕਹਾਉਂਦੇ ਹਨ। ਹਰ ਸ਼ਰੀਰ ਵਿਚ ਆਤਮਾ ਨਾਲ ਪਰਮਾਤਮਾ ਦਾ ਨਿਵਾਸ ਹੁੰਦਾ ਹੈ, ਜਿਹੜਾ ਭਗਵਾਨ ਕ੍ਰਿਸ਼ਨ ਦੀ ਸੰਪੂਰਨ ਪ੍ਰਤਿਨਿਧਤਾ ਕਰਦਾ ਹੈ। ਇਹ ਪਰਮਾਤਮਾ *ਅਧਿਯੱਗ* ਕਹਾਉਂਦਾ ਹੈ ਅਤੇ ਹਿਰਦੇ ਵਿਚ ਸਥਿਤ ਹੁੰਦਾ ਹੈ। ਇਸ ਸ਼ਲੋਕ ਦੇ ਪ੍ਰਸੰਗ ਵਿਚ *'ਏਵ'* ਸ਼ਬਦ ਬਹੁਤ ਮਹਤੱਵਪੂਰਣ ਹੈ, ਕਿਉਂਕਿ ਇਸ ਰਾਹੀਂ ਭਗਵਾਨ ਜ਼ੋਰ ਦੇ ਕੇ ਕਹਿੰਦੇ ਹਨ ਕਿ ਪਰਮਾਤਮਾ ਉਨ੍ਹਾਂ ਤੋਂ ਵੱਖਰਾ ਨਹੀਂ ਹੈ। ਇਹ ਪਰਮਾਤਮਾ ਹਰ ਆਤਮਾ ਕੋਲ ਬਿਰਾਜਮਾਨ ਹੈ ਅਤੇ ਆਤਮਾ ਦੇ ਕੰਮ ਕਾਰਜਾਂ ਦਾ ਗਵਾਹ ਹੈ ਅਤੇ ਆਤਮਾਂ ਦੀਆਂ ਵੱਖੋ ਵੱਖਰੀਆਂ ਚੇਤਨਾਵਾਂ ਨੂੰ ਪੈਦਾ ਕਰਨ ਵਾਲਾ ਹੈ। ਇਹ ਪਰਮਾਤਮਾ ਹਰ ਆਤਮਾ ਨੂੰ ਆਜ਼ਾਦੀ ਨਾਲ ਕੰਮ ਕਰਨ ਦੀ ਖੁਲ੍ਹ ਦਿੰਦਾ ਹੈ ਅਤੇ ਕੰਮਾਂ ਤੇ ਨਿਗਰਾਨੀ ਰਖਦਾ ਹੈ। ਪਰਮੇਸ਼ਵਰ ਦੇ ਇਨ੍ਹਾਂ ਵੱਖੋ ਵੱਖਰੇ ਸਰੂਪਾਂ ਦੇ ਸਾਰੇ ਕੰਮ, ਉਸ ਕ੍ਰਿਸ਼ਨ ਭਾਵਨਾ ਭਾਵਿਤ ਭਗਤ ਨੂੰ ਆਪ ਹੀ ਸਪਸ਼ਟ ਹੋ ਜਾਂਦੇ ਹਨ, ਜਿਹੜਾ ਭਗਵਾਨ ਦੀ ਅਲੌਕਿਕ ਸੇਵਾ ਵਿਚ ਲਗਿਆ ਰਹਿੰਦਾ ਹੈ। ***ਅਧਿਦੈਵਤ*** ਨਾਂ ਦੇ ਭਗਵਾਨ ਦੇ ਵਿਰਾਟ ਸਰੂਪ ਦਾ ਚਿੰਤਨ ਉਨ੍ਹਾਂ ਨਵੇਂ ਸਿੱਖਿਆਰਥੀ ਲਈ ਹੈ, ਜਿਹੜੇ ਭਗਵਾਨ ਦੇ ਪਰਮਾਤਮਾ ਸਰੂਪ ਤਕ ਨਹੀਂ ਪਹੁੰਚ ਸਕਦੇ। ਇਸ ਲਈ ਉਨ੍ਹਾਂ ਨੂੰ ਸਲਾਹ ਦਿੱਤੀ ਜਾਂਦੀ ਹੈ ਕਿ ਉਹ ਉਸ ਵਿਰਾਟ ਪੁਰਸ਼ ਦਾ ਚਿੰਤਨ ਕਰਨ ਜਿਸ ਦੇ ਪੈਰ ਨਿਚਲੇ ਲੋਕ ਹਨ, ਸੂਰਜ ਅਤੇ ਚੰਨ ਜਿਸ ਦੀਆਂ ਅੱਖਾਂ ਹਨ ਅਤੇ ਸਿਰ ਉੱਚ ਲੋਕ ਹਨ।

अन्तकाले च मामेव स्मरन्मुक्त्वा कलेवरम् ।
यः प्रयाति स मद्भावं याति नास्त्यत्र संशयः ॥ ५॥

ਅੰਤ ਕਾਲੇ ਚ ਮਾਮ ਏਵ ਸ੍ਮਰਨ੍-ਮੁਕਤਵਾ ਕਲੇਵਰਮ੍ ।
ਯਹ੍ ਪ੍ਰਯਾਤਿ ਸ ਮਦ੍-ਭਾਵਮ੍ ਯਾਤਿ ਨਾਸਤਿ ਅਤ੍ਰ ਸੰਸ਼ਯਹ ॥ 5॥

ਅੰਤ-ਕਾਲੇ-ਮਰਨ ਵੇਲੇ ; **ਚ**-ਵੀ ; **ਮਾਮ੍**-ਮੈਨੂੰ ; **ਏਵ**-ਨਿਸ਼ਚੈ ਹੀ ; **ਸ੍ਮਰਨ**-ਸਿਮਰਣ ਕਰਦੇ ਹੋਏ ; **ਮੁਕ੍ਤ੍ਵਾ**-ਤਿਆਗ ਕੇ ; **ਕਲੇਵਰਮ੍**-ਸ਼ਰੀਰ ਨੂੰ ; **ਯਹ੍**-ਜਿਹੜਾ ; **ਪ੍ਰਯਾਤਿ**-ਜਾਂਦਾ ਹੈ ;

ਸਹ੍-ਉਹ ; **ਮਤ੍ ਭਾਵਮ੍**-ਮੇਰੇ ਸੁਭਾ ਨੂੰ ; **ਯਾਤਿ**-ਪ੍ਰਾਪਤ ਕਰਦਾ ਹੈ ; **ਨ**-ਨਹੀ ; **ਅਸ੍ਤਿ**-ਹੈ ; **ਅਤ੍ਰ**-ਇੱਥੇ ; **ਸੰਸ਼ਯਹ੍**-ਸ਼ੱਕ ।

ਅਨੁਵਾਦ

ਜੀਵਨ ਦੇ ਅੰਤ ਵਿਚ ਜਿਹੜਾ ਸਿਰਫ਼ ਮੇਰਾ ਸਿਮਰਨ ਕਰਦੇ ਹੋਏ ਸ਼ਰੀਰ ਦਾ ਤਿਆਗ ਕਰਦਾ ਹੈ, ਉਹ ਤੁਰੰਤ ਮੇਰੇ ਸੁਭਾਅ ਨੂੰ ਪ੍ਰਾਪਤ ਕਰਦਾ ਹੈ । ਇਸ ਵਿਚ ਰੱਤਾ ਵੀ ਸ਼ੱਕ ਨਹੀਂ ਹੈ ।

ਭਾਵ

ਇਸ ਸ਼ਲੋਕ ਵਿਚ ਕ੍ਰਿਸ਼ਨ ਭਾਵਨਾ ਅੰਮ੍ਰਿਤ ਦੀ ਮਹਤੱਤਾ ਵਿਖਾਈ ਹੈ । ਜਿਹੜਾ ਕੋਈ ਵੀ ਕ੍ਰਿਸ਼ਨ ਭਾਵਨਾ ਅੰਮ੍ਰਿਤ ਵਿਚ ਆਪਣਾ ਸ਼ਰੀਰ ਛੱਡਦਾ ਹੈ ਅਤੇ ਉਹ ਤੁਰੰਤ ਪਰਮੇਸ਼ਵਰ ਦੇ ਅਲੌਕਿਕ ਸੁਭਾਅ (ਮਦ੍ਭਾਵ) ਨੂੰ ਪ੍ਰਾਪਤ ਹੁੰਦਾ ਹੈ । ਪਰਮੇਸ਼ਵਰ ਅਤਿ ਸ਼ੁੱਧ ਹੈ । ਇਸ ਲਈ ਜਿਹੜਾ ਮਨੁੱਖ ਕ੍ਰਿਸ਼ਨ ਭਾਵਨਾ ਭਾਵਿਤ ਹੁੰਦਾ ਹੈ, ਉਹ ਵੀ ਅਤਿਸ਼ੁੱਧ ਹੁੰਦਾ ਹੈ । '*ਸ੍ਮਰਨ੍*' ਸ਼ਬਦ ਮਹਤੱਵ ਪੂਰਨ ਹੈ । ਸ਼੍ਰੀ ਕ੍ਰਿਸ਼ਨ ਦਾ ਸਿਮਰਨ ਉਹ ਅਸ਼ੁੱਧ ਜੀਵ ਲਈ ਸੰਭਵ ਨਹੀਂ ਹੋ ਸਕਦਾ, ਜਿਸਨੇ ਭਗਤੀ ਵਿਚ ਰਹਿਕੇ ਕ੍ਰਿਸ਼ਨ ਭਾਵਨਾ ਅੰਮ੍ਰਿਤ ਦਾ ਅਭਿਆਸ ਨਹੀਂ ਕੀਤਾ । ਇਸ ਲਈ ਮਨੁੱਖ ਨੂੰ ਚਾਹੀਦਾ ਹੈ ਕਿ ਜੀਵਨ ਦੇ ਸ਼ੁਰੂ ਤੋਂ ਹੀ ਕ੍ਰਿਸ਼ਨ ਭਾਵਨਾ ਅੰਮ੍ਰਿਤ ਦਾ ਅਭਿਆਸ ਕਰੇ । ਜੇਕਰ ਜੀਵਨ ਦੇ ਅੰਤ ਵਿਚ ਸਫਲਤਾ ਲੋੜੀਂਦੀ ਹੈ ਤਾਂ ਕ੍ਰਿਸ਼ਨ ਦਾ ਸਿਮਰਨ ਕਰਨਾ ਜ਼ਰੂਰੀ ਹੈ । ਇਸ ਲਈ ਮਨੁੱਖ ਨੂੰ ਦ੍ਰਿੜ੍ਹਤਾ ਨਾਲ ਲਗਾਤਾਰ *ਹਰੇ ਕ੍ਰਿਸ਼ਨ ਹਰੇ ਕ੍ਰਿਸ਼ਨ ਕ੍ਰਿਸ਼ਨ ਕ੍ਰਿਸ਼ਨ ਹਰੇ ਹਰੇ, ਹਰੇ ਰਾਮ ਹਰੇ ਰਾਮ ਰਾਮ ਰਾਮ ਹਰੇ ਹਰੇ* । ਇਸ ਮਹਾਂ ਮੰਤਰ ਦਾ ਜਾਪ ਕਰਨਾ ਚਾਹੀਦਾ ਹੈ । ਭਗਵਾਨ ਚੈਤੰਨਯ ਨੇ ਉਪਦੇਸ਼ ਦਿੱਤਾ ਹੈ ਕਿ ਮਨੁੱਖ ਨੂੰ ਰੁੱਖ ਵਾਂਗ ਸਹਿਣਸ਼ੀਲ ਹੋਣਾ ਚਾਹੀਦਾ ਹੈ (***ਤਰੋਰ੍ ਇਵ ਸਹਿਸ਼੍ਣੁਨਾ***)। ਹਰੇ ਕ੍ਰਿਸ਼ਨ ਦਾ ਜਾਪ ਕਰਨ ਵਾਲੇ ਨੂੰ ਅਨੇਕਾਂ ਰੁਕਾਵਟਾਂ ਦਾ ਸਾਹਮਣਾ ਕਰਨਾ ਪੈ ਸਕਦਾ ਹੈ, ਫੇਰ ਵੀ ਇਸ ਮਹਾਮੰਤਰ ਹਰੇ ਕ੍ਰਿਸ਼ਨ ਹਰੇ ਕ੍ਰਿਸ਼ਨ ਕ੍ਰਿਸ਼ਨ ਕ੍ਰਿਸ਼ਨ ਹਰੇ ਹਰੇ, ਹਰੇ ਰਾਮ ਹਰੇ ਰਾਮ ਰਾਮ ਰਾਮ ਹਰੇ ਹਰੇ ਦਾ ਜਾਪ ਕਰਦੇ ਰਹਿਣਾ ਚਾਹੀਦਾ ਹੈ, ਜਿਸ ਨਾਲ ਜੀਵਨ ਦੇ ਅੰਤ ਸਮੇਂ ਕ੍ਰਿਸ਼ਨ ਭਾਵਨਾ ਅੰਮ੍ਰਿਤ ਦਾ ਪੂਰਾ ਪੂਰਾ ਲਾਭ ਹੋ ਸਕੇ ।

यं यं वापि स्मरन्भावं त्यजत्यन्ते कलेवरम् ।
तं तमेवैति कौन्तेय सदा तद्भावभावित: ॥ ६ ॥

ਯਮ੍ ਯਮ੍ ਵਾਪਿ ਸ੍ਮਰਨ੍ ਭਾਵਮ੍ ਤ੍ਯਜਤਿ ਅੰਤੇ ਕਲੇਵਰਮ੍ ।
ਤਮ੍ ਤਮ੍ ਏਵੈਤਿ ਕੌਂਤੇਯ ਸਦਾ ਤਦ੍-ਭਾਵ-ਭਾਵਿਤਹ੍ ॥ 6 ॥

ਯਮ੍ ਯਮ੍-ਜਿਸ ; **ਵਾ ਅਪਿ**-ਕਿਸੇ ਵੀ ; **ਸ੍ਮਰਣ**-ਸਿਮਰਨ ਕਰਦੇ ਹੋਏ ; **ਭਾਵਮ੍**-ਸੁਭਾਅ ਨੂੰ ; **ਤ੍ਯਜਤਿ**-ਤਿਆਗ ਕਰਦਾ ਹੈ ; **ਅੰਤੇ**-ਅੰਤ ਵਿਚ ; **ਕਲੇਵਰਮ੍**-ਇਸ ਸ਼ਰੀਰ ਨੂੰ ; **ਤਮ੍ ਤਮ੍**-ਉਸੇ ਤਰ੍ਹਾਂ ਹੀ ; **ਏਵ**-ਨਿਸ਼ਚੈ ਹੀ ; **ਏਤਿ**-ਪ੍ਰਾਪਤ ਕਰਦਾ ਹੈ ; **ਕੌਂਤੇਯ**-ਹੇ ਕੁੰਤੀ ਪੁੱਤਰ ; **ਸਦਾ**-ਹਮੇਸ਼ਾਂ ; **ਤਤ੍**-ਉਸ ; **ਭਾਵ**-ਭਾਵ ; **ਭਾਵਿਤਹ੍**-ਸਿਮਰਨ ਕਰਦਾ ਹੋਇਆ ।

ਅਨੁਵਾਦ

ਹੇ ਕੁੰਤੀ ਪੁੱਤਰ ! ਮਨੁੱਖ ਜਿਸ ਮਨੋਦਸ਼ਾ ਵਿਚ ਸ਼ਰੀਰ ਤਿਆਗਦਾ ਹੈ, ਉਹ ਉਸੇ ਸੁਭਾਉ ਨੂੰ ਨਿਸ਼ਚਿਤ ਹੀ ਪ੍ਰਾਪਤ ਕਰਦਾ ਹੈ ।

ਭਾਵ

ਇੱਥੇ ਮ੍ਰਿਤੂ ਦੇ ਔਖੇ ਵਕਤ ਆਪਣਾ ਸੁਭਾਅ ਬਦਲਨ ਦੀ ਵਿਧੀ ਦਾ ਵਰਣਨ ਹੈ । ਜਿਹੜਾ ਮਨੁੱਖ ਅੰਤ ਸਮੇਂ ਕ੍ਰਿਸ਼ਨ ਦਾ ਚਿੰਤਨ ਕਰਦੇ ਹੋਏ ਸ਼ਰੀਰ ਤਿਆਗ ਕਰਦਾ ਹੈ, ਉਸਨੂੰ ਪਰਮੇਸ਼ਵਰ ਦਾ ਦਿੱਵ ਸੁਭਾਅ ਪ੍ਰਾਪਤ ਹੁੰਦਾ ਹੈ । ਪਰ ਇਹ ਸੱਚ ਨਹੀਂ ਹੈ ਕਿ ਜੇ ਕੋਈ ਮਰਨ ਵੇਲੇ ਕ੍ਰਿਸ਼ਨ ਤੋਂ ਇਲਾਵਾ ਹੋਰ ਕੁਝ ਸੋਚਦਾ ਹੈ ਤਾਂ ਉਸਨੂੰ ਵੀ ਅਲੌਕਿਕ ਅਵਸਥਾ ਪ੍ਰਾਪਤ ਹੁੰਦੀ ਹੈ । ਸਾਨੂੰ ਇਸ ਗੱਲ ਵੱਲ ਖ਼ਾਸ ਧਿਆਨ ਦੇਣਾ ਚਾਹੀਦਾ ਹੈ । ਤਾਂ ਫੇਰ ਕੋਈ ਮਨ ਦੀ ਸਹੀ ਅਵਸਥਾ ਵਿਚ ਕਿੰਝ ਮਰੇ ? ਮਹਾਂਪੁਰਖ ਹੁੰਦੇ ਹੋਏ ਵੀ ਮਹਾਰਾਜ ਭਰਤ ਨੇ ਮਰਨ ਵੇਲੇ ਇਕ ਹਿਰਨ ਦਾ ਚਿੰਤਨ ਕੀਤਾ, ਇਸ ਲਈ ਅਗਲੇ ਜਨਮ ਵਿਚ ਹਿਰਨ ਦਾ ਸ਼ਰੀਰ ਮਿਲਿਆ । ਭਾਵੇਂ ਹਿਰਨ ਦੇ ਰੂਪ ਵਿਚ ਉਨ੍ਹਾਂ ਨੂੰ ਆਪਣੇ ਪਹਿਲੇ ਕਾਰਜ਼ਾਂ ਦੀ ਯਾਦ ਸੀ, ਪਰ ਉਨ੍ਹਾਂ ਨੂੰ ਪਸ਼ੂ ਸ਼ਰੀਰ ਧਾਰਨ ਕਰਨਾ ਹੀ ਪਿਆ । ਨਿਸ਼ਚੈ ਹੀ ਮਨੁੱਖ ਦੇ ਜੀਵਨ ਭਰ ਦੇ ਵਿਚਾਰ ਇੱਕਠੇ ਹੋ ਕੇ ਮਰਨ ਵੇਲੇ ਉਸਦੀ ਮਨੋਦਸ਼ਾ ਨੂੰ ਪ੍ਰਭਾਵਿਤ ਕਰਦੇ ਹਨ, ਇਸ ਲਈ ਇਸ ਜੀਵਨ ਤੋਂ ਅਗਲਾ ਜੀਵਨ ਬਣਦਾ ਹੈ । ਜੇਕਰ ਕੋਈ ਇਸ ਜੀਵਨ ਵਿਚ ਸਤੋਗੁਣੀ ਹੁੰਦਾ ਹੈ ਅਤੇ ਲਗਾਤਾਰ ਕ੍ਰਿਸ਼ਨ ਦਾ ਚਿੰਤਨ ਕਰਦਾ ਹੈ ਤਾਂ ਉਮੀਦ ਇਹੋ ਹੈ ਕਿ ਮਰਨ ਵੇਲੇ ਉਸਨੂੰ ਕ੍ਰਿਸ਼ਨ ਦਾ ਸਿਮਰਨ ਬਣਿਆ ਰਹੇਗਾ । ਇਸ ਨਾਲ ਉਸਨੂੰ ਕ੍ਰਿਸ਼ਨ ਦੇ ਅਲੌਕਿਕ ਸੁਭਾਅ ਨੂੰ ਪ੍ਰਾਪਤ ਕਰਨ ਵਿਚ ਮਦਦ ਮਿਲੇਗੀ । ਜੇ ਕੋਈ ਅਲੌਕਿਕ ਰੂਪ ਨਾਲ ਕ੍ਰਿਸ਼ਨ ਦੀ ਸੇਵਾ ਵਿਚ ਜੁੜਿਆ ਰਹਿੰਦਾ ਹੈ ਤਾਂ ਉਸਦਾ ਅਗਲਾ ਸ਼ਰੀਰ ਅਲੌਕਿਕ (ਅਧਿਆਤਮਕ) ਹੀ ਹੋਵੇਗਾ, ਭੌਤਿਕ ਨਹੀਂ । ਇਸ ਲਈ ਜੀਵਨ ਦੇ ਅੰਤਿਮ ਸਮੇਂ ਆਪਣੇ ਸੁਭਾਅ ਨੂੰ ਸਫਲਤਾ ਪੂਰਨ ਬਦਲਣ ਲਈ *ਹਰੇ ਕ੍ਰਿਸ਼ਨ ਹਰੇ ਕ੍ਰਿਸ਼ਨ ਕ੍ਰਿਸ਼ਨ ਕ੍ਰਿਸ਼ਨ ਹਰੇ ਹਰੇ, ਹਰੇ ਰਾਮ ਹਰੇ ਰਾਮ ਰਾਮ ਰਾਮ ਹਰੇ ਹਰੇ,* ਦਾ ਜਾਪ ਕਰਨਾ ਸਭ ਤੋਂ ਉੱਤਮ ਵਿਧੀ ਹੈ ।

तस्मात्सर्वेषु कालेषु मामनुस्मर युध्य च ।
मय्यर्पितमनोबुद्धिर्मामेवैष्यस्यसंशयः ॥ ७॥

ਤਸ੍ਮਾਤ੍ ਸਰ੍ਵੇਸ਼ੁ ਕਾਲੇਸ਼ੁ ਮਾਮ੍ ਅਨੁਸ੍ਮਰ ਯੁਧ੍ਯ ਚ ।
ਮਯ੍ਯ੍ ਅਰ੍ਪਿਤ-ਮਨੋ-ਬੁਦ੍ਧਿਰ੍ ਮਾਮ ਏਵੈਸ਼੍ਯਸਿ ਅਸੰਸ਼ਯਹ ॥ 7 ॥

ਤਮ੍ਮਾਤ੍-ਇਸ ਲਈ ; **ਸਰ੍ਵੇਸ਼ੁ**-ਸਾਰੇ ; **ਕਾਲੇਸ਼ੁ**-ਸਮੇਂ ਵਿਚ ; **ਮਾਮ੍**-ਮੈਨੂੰ ; **ਅਨੁਸ੍ਮਰ**-ਸਿਮਰਨ ਕਰਦੇ ਰਹੋ ; **ਯੁਧ੍ਯ**-ਜੰਗ ਕਰੋ ; **ਚ**-ਵੀ ; **ਮਯਿ**-ਮੇਰੇ ਵਿੱਚੋਂ ; **ਅਰ੍ਪਿਤ੍**-ਸ਼ਰਨੀ ਆ ਕੇ ; **ਮਨਹ**-ਮਨ ; **ਬੁਦ੍ਧਿਹ**-ਬੁੱਧੀ ; **ਮਾਮ੍**-ਮੈਨੂੰ ; **ਏਵ**-ਨਿਸ਼ਚੈ ਹੀ ; **ਏਸ਼੍ਯਸਿ**-ਪ੍ਰਾਪਤ ਕਰੋਗੇ; **ਅਸੰਸ਼ਯਹ**-ਨਿਸ਼ਚੈ ਹੀ ।

ਅਨੁਵਾਦ

ਇਸ ਲਈ, ਹੇ ਅਰਜੁਨ ! ਤੁਹਾਨੂੰ ਹਮੇਸ਼ਾਂ ਕ੍ਰਿਸ਼ਨ ਰੂਪ ਵਿਚ ਮੇਰਾ ਚਿੰਤਨ ਕਰਨਾ ਚਾਹੀਦਾ ਹੈ ਅਤੇ ਨਾਲ ਹੀ ਜੰਗ ਕਰਨ ਦੇ ਫ਼ਰਜ਼ ਨੂੰ ਵੀ ਪੂਰਾ ਕਰਨਾ ਚਾਹੀਦਾ ਹੈ। ਆਪਣੇ ਕੰਮਾਂ ਨੂੰ ਮੈਨੂੰ ਸੌਂਪ ਕੇ ਅਤੇ ਆਪਣੇ ਮਨ ਅਤੇ ਬੁੱਧੀ ਨੂੰ ਮੇਰੇ ਵਿਚ ਸਥਿਰ ਕਰਕੇ ਤੁਸੀਂ ਯਕੀਨੀ ਤੌਰ ਤੇ ਮੈਨੂੰ ਪ੍ਰਾਪਤ ਕਰ ਸਕੋਗੇ।

ਭਾਵ

ਅਰਜੁਨ ਨੂੰ ਦਿੱਤਾ ਗਿਆ ਇਹ ਉਪਦੇਸ਼ ਭੌਤਿਕ ਕੰਮਾਂ ਵਿਚ ਰੁੱਝੇ ਰਹਿਣ ਵਾਲੇ ਸਾਰੇ ਮਨੁੱਖਾਂ ਲਈ ਬਹੁਤ ਮਹਤੱਵ ਪੂਰਨ ਹੈ। ਭਗਵਾਨ ਇਹ ਨਹੀਂ ਕਹਿੰਦੇ ਕਿ ਕੋਈ ਆਪਣੇ ਫਰਜ਼ ਛੱਡ ਦੇਵੇ। ਮਨੁੱਖ ਉਨ੍ਹਾਂ ਨੂੰ ਕਰਦਾ ਹੋਇਆ ਨਾਲੋ ਨਾਲ ਹਰੇ ਕ੍ਰਿਸ਼ਨ ਦਾ ਜਾਪ ਕਰਕੇ ਕ੍ਰਿਸ਼ਨ ਦਾ ਚਿੰਤਨ ਕਰ ਸਕਦਾ ਹੈ। ਇਸ ਤਰ੍ਹਾਂ ਮਨੁੱਖ ਭੌਤਿਕ ਮਲੀਨਤਾਵਾਂ ਤੋਂ ਮੁਕਤ ਹੋ ਜਾਵੇਗਾ ਅਤੇ ਆਪਣੇ ਮਨ ਅਤੇ ਬੁੱਧੀ ਨੂੰ ਕ੍ਰਿਸ਼ਨ ਵੱਲ ਲਗਾਵੇਗਾ। ਕ੍ਰਿਸ਼ਨ ਦਾ ਨਾਮ ਜਾਪ ਕਰਨ ਨਾਲ ਮਨੁੱਖ ਪਰਮ ਧਾਮ ਕ੍ਰਿਸ਼ਨ ਲੋਕ ਨੂੰ ਪ੍ਰਾਪਤ ਹੋਵੇਗਾ, ਇਸ ਵਿਚ ਕੋਈ ਸ਼ੱਕ ਨਹੀਂ ਹੈ।

अभ्यासयोगयुक्तेन चेतसा नान्यगामिना ।
परमं पुरुषं दिव्यं याति पार्थानुचिन्तयन् ॥ ८॥

ਅਭ੍ਯਾਸ-ਯੋਗ-ਯੁਕ੍ਤੇਨ ਚੇਤਸਾ ਨਾਨ੍ਯ ਗਾਮਿਨਾ ।
ਪਰਮਮ੍ ਪੁਰੁਸ਼ਮ੍ ਦਿਵ੍ਯਮ੍ ਯਾਤਿ ਪਾਰ੍ਥਾਨੁਚਿੰਤਯਨ੍ ॥ 8 ॥

ਅਭ੍ਯਾਸ-ਯੋਗ-ਅਭਿਆਸ ਨਾਲ ; **ਯੁਕਤੇਨ**-ਧਿਆਨ ਵਿਚ ਲੱਗੇ ਰਹਿਕੇ ; **ਚੇਤਸਾ**-ਮਨ ਅਤੇ ਬੁੱਧੀ ਨਾਲ ; **ਨ ਅੰਨਯ ਗਾਮਿਨਾ**-ਬਿਨ੍ਹਾਂ ਡਾਵਾਂ ਡੋਲ ਹੋਏ ; **ਪਰਮਮ੍**-ਪਰਮ ; **ਪੁਰੁਸ਼ਮ੍**-ਪੁਰਖ ਨੂੰ ; **ਦਿਵ੍ਯਮ੍**-ਅਲੌਕਿਕ ; **ਯਾਤਿ**-ਪ੍ਰਾਪਤ ਕਰਦਾ ਹੈ ; **ਪਾਰ੍ਥ**-ਹੇ ਪ੍ਰਿਥਾ ਪੁੱਤਰ ; **ਅਨੁਚਿੰਤਯਨ੍**-ਲਗਾਤਾਰ ਚਿੰਤਨ ਕਰਦਾ ਹੋਇਆ।

ਅਨੁਵਾਦ

ਹੇ ਪਾਰਥ ! ਜਿਹੜਾ ਮਨੁੱਖ ਮੇਰੇ ਸਿਮਰਨ ਵਿਚ ਆਪਣਾ ਮਨ ਲਗਾਤਾਰ ਲਗਾਕੇ ਸਥਿਰ ਭਾਵ ਨਾਲ ਪੂਰਨ ਪੁਰਖ਼ ਭਗਵਾਨ ਦੇ ਰੂਪ ਵਿਚ ਮੇਰਾ ਧਿਆਨ ਕਰਦਾ ਹੈ, ਉਹ ਮੈਨੂੰ ਜ਼ਰੂਰ ਪ੍ਰਾਪਤ ਹੁੰਦਾ ਹੈ।

ਭਾਵ

ਇਸ ਸ਼ਲੋਕ ਵਿਚ ਭਗਵਾਨ ਕ੍ਰਿਸ਼ਨ ਆਪਣੇ ਸਿਮਰਨ ਕਰਨ ਦੇ ਮਹਤੱਵ ਤੇ ਜ਼ੋਰ ਦਿੰਦੇ ਹਨ। ਹਰੇ ਕ੍ਰਿਸ਼ਨ ਮਹਾਮੰਤਰ ਦਾ ਜਾਪ ਕਰਨ ਨਾਲ ਕ੍ਰਿਸ਼ਨ ਦੀ ਯਾਦ ਦੁਬਾਰਾ ਜਾਗ੍ਰਿਤ ਹੁੰਦੀ ਹੈ।

ਭਗਵਾਨ ਦੇ ਸ਼ਬਦ-ਨਾਦ ਸੁਣਨ ਅਤੇ ਉਨ੍ਹਾਂ ਦੇ ਕੀਰਤਨ ਦੇ ਅਭਿਆਸ ਨਾਲ ਮਨੁੱਖ ਦੇ ਕੰਨ, ਜੀਭ ਅਤੇ ਮਨ ਰੁੱਝੇ ਰਹਿੰਦੇ ਹਨ । ਇਸ ਅਲੌਕਿਕ ਧਿਆਨ ਦਾ ਅਭਿਆਸ ਬਹੁਤ ਸੌਖਾ ਹੈ ਅਤੇ ਇਸ ਨਾਲ ਪਰਮੇਸ਼ਵਰ ਨੂੰ ਪ੍ਰਾਪਤ ਕਰਨ ਵਿਚ ਮਦਦ ਮਿਲਦੀ ਹੈ । '*ਪੁਰੁਸ਼ਮ੍*' ਦਾ ਅਰਥ ਭੋਗਣ ਵਾਲਾ ਹੈ । ਹਾਲਾਂਕਿ ਸਾਰੇ ਜੀਵ ਭਗਵਾਨ ਦੀ ਤੱਟਵਰਤੀ ਸ਼ਕਤੀ ਹਨ, ਪਰ ਉਹ ਭੌਤਿਕ ਮਲੀਨਤਾਵਾਂ ਨਾਲ ਭਰੇ ਹੋਏ ਹਨ । ਉਹ ਆਪਣੇ ਆਪ ਨੂੰ ਭੋਗਣ ਵਾਲਾ ਮੰਨਦੇ ਹਨ, ਜਦੋਂ ਕਿ ਉਹ ਪਰਮ ਭੋਗਤਾ ਨਹੀਂ ਹੁੰਦੇ । ਇੱਥੇ ਇਹ ਸਪਸ਼ਟ ਲਿਖਿਆ ਹੈ ਕਿ ਭਗਵਾਨ ਹੀ ਆਪਣੇ ਵੱਖੋ-ਵੱਖਰੇ ਸਰੂਪਾਂ 'ਚ ਜਿਵੇਂ ਨਾਰਾਇਣ, ਵਾਸੂਦੇਵ ਆਦਿ ਆਪਣੇ ਅੰਸ਼ਾਂ ਦੇ ਰੂਪ ਵਿਚ ਸਭ ਤੋਂ ਵੱਡੇ ਭੋਗਣ ਵਾਲੇ ਹਨ ।

ਭਗਤ ਹਰੇ ਕ੍ਰਿਸ਼ਨ ਮਹਾਮੰਤਰ ਦਾ ਜਾਪ ਕਰਕੇ ਆਪਣੀ ਪੂਜਾ ਦੇ ਟੀਚੇ ਪਰਮੇਸ਼ਵਰ ਦਾ, ਉਨ੍ਹਾ ਦੇ ਕਿਸੇ ਵੀ ਰੂਪ ਨਾਰਾਇਣ, ਕ੍ਰਿਸ਼ਨ, ਰਾਮ ਆਦਿ ਦਾ ਲਗਾਤਾਰ ਚਿੰਤਨ ਕਰ ਸਕਦਾ ਹੈ। ਅਜਿਹਾ ਕਰਨ ਨਾਲ ਉਹ ਸ਼ੁੱਧ ਹੋ ਜਾਂਦਾ ਹੈ ਅਤੇ ਲਗਾਤਾਰ ਜਾਪ ਕਰਦੇ ਰਹਿਣ ਨਾਲ ਜੀਵਨ ਦੇ ਆਖਿਰ ਵਿਚ ਉਹ ਭਗਵਾਨ ਦੇ ਧਾਮ ਨੂੰ ਜਾਂਦਾ ਹੈ । ਯੋਗ ਅਭਿਆਸ ਪਰਮਾਤਮਾ ਦਾ ਧਿਆਨ ਹੈ । ਇੰਝ ਹਰੇ ਕ੍ਰਿਸ਼ਨ ਦੇ ਜਾਪ ਰਾਹੀਂ ਮਨੁੱਖ ਆਪਣੇ ਮਨ ਨੂੰ ਪਰਮੇਸ਼ਵਰ ਵਿਚ ਸਥਿਰ ਕਰਦਾ ਹੈ । ਮਨ ਚੰਚਲ ਹੈ ਇਸ ਲਈ ਇਹ ਜਰੂਰੀ ਹੈ ਕਿ ਮਨ ਨੂੰ ਜ਼ਬਰਦਸਤੀ ਕ੍ਰਿਸ਼ਨ ਚਿੰਤਨ ਵਿਚ ਲਗਾਇਆ ਜਾਵੇ । ਅਕਸਰ ਤਿੱਤਲੀ ਦੇ ਲਾਰਵੇ ਦਾ ਉਦਾਹਰਣ ਦਿੱਤਾ ਜਾਂਦਾ ਹੈ, ਜਿਹੜਾ ਤਿੱਤਲੀ ਬਣਨਾ ਚਾਹੁੰਦਾ ਹੈ ਅਤੇ ਉਹ ਇਸੇ ਜੀਵਨ ਵਿਚ ਤਿਤੱਲੀ ਬਣ ਜਾਂਦਾ ਹੈ । ਇਸੇ ਤਰ੍ਹਾਂ ਜੇਕਰ ਅਸੀਂ ਲਗਾਤਾਰ ਕ੍ਰਿਸ਼ਨ ਦਾ ਚਿੰਤਨ ਕਰਦੇ ਰਹੀਏ ਤਾਂ ਇਹ ਨਿਸ਼ਚਿਤ ਹੈ ਕਿ ਅਸੀਂ ਜੀਵਨ ਦੇ ਅੰਤ ਵਿਚ ਕ੍ਰਿਸ਼ਨ ਵਰਗਾ ਸ਼ਰੀਰ ਪ੍ਰਾਪਤ ਕਰ ਸਕਾਂਗੇ ।

कविं पुराणमनुशासितार-
मणोरणीयांसमनुस्मरेद्य: ।
सर्वस्य धातारमचिन्त्यरूप-
मादित्यवर्णं तमस: परस्तात् ॥ ९ ॥

ਕਵਿਮ੍ ਪੁਰਾਣਮ੍ ਅਨੁਸ਼ਾਸਸਿਤਾਰਮ੍ ਅਣੋਰ ਅਣੀਯਾਂਸਮ੍ ਅਨੁਸਮਰੇਦ ਯਹ੍ ।
ਸਰ੍ਵਸ੍ਯ ਧਾਤਾਰਮ੍ ਅਚਿੰਤਯ-ਰੂਪਮ੍ ਆਦਿਤ੍ਯ-ਵਰ੍ਣਮ੍ ਤਮਸਹ੍ ਪਰਸ੍ਤਾਤ੍ ॥9॥

ਕਵਿਮ੍-ਸਭ ਕੁਝ ਜਾਣਨ ਵਾਲਾ ; **ਪੁਰਾਣਮ**-ਪੁਰਾਤਨ ; **ਅਨੁਸ਼ਾਸਿਤਾਰਮ੍**-ਨਿਯੰਤਰਨ ਕਰਨ ਵਾਲਾ ; **ਅਣੋਹ੍**-ਅਣੂ ਦੇ ਮੁਕਾਬਲੇ ਵਿਚ ; **ਅਣੀਯਾਸ੍ਮ੍**-ਛੋਟਾ ; **ਅਨੁਸ੍ਮਰੇਦ**-ਹਮੇਸ਼ਾ ਸੋਚਦਾ ਹੈ ; **ਯਹ੍**-ਜਿਹੜਾ ; **ਸਰ੍ਵਸ੍ਯ**-ਹਰ ਚੀਜ਼ ਦਾ ; **ਧਾਤਾਰਮ**-ਪਾਲਣ ਕਰਨ ਵਾਲਾ ; **ਅਚਿੰਨ੍ਤ੍ਯ**-ਅਕਲਪਿਤ, ਅਬੋਧ, ਕਲਪਨਾ ਤੋਂ ਪਰ੍ਹੇ ; **ਰੂਪਮ੍**-ਜਿਸਦਾ ਸਰੂਪ ; **ਆਦਿਤ੍ਯ ਵਰ੍ਣਮ੍**-ਸੂਰਜ ਵਾਂਗ ਪ੍ਰਕਾਸ਼ਮਾਨ ; **ਤਮਸਹ੍**-ਹਨੇਰੇ ਤੋਂ ; **ਪਰਸ੍ਤਾਤ੍**-ਅਲੌਕਿਕ, ਪਰ੍ਹੇ ।

ਅਨੁਵਾਦ

ਮਨੁੱਖ ਨੂੰ ਚਾਹੀਦਾ ਹੈ ਕਿ ਪਰਮ ਪੁਰਖ਼ ਦਾ ਧਿਆਨ ਸਰਬ-ਗਿਆਤਾ, ਪੁਰਾਤਨ, ਨਿਯੰਤਰਕ, ਜਿਹੜਾ ਛੋਟੇ ਤੋਂ ਵੀ ਛੋਟਾ, ਹਰੇਕ ਦਾ ਪਾਲਣ-ਹਾਰ, ਸਾਰੀ-ਭੌਤਿਕ ਧਾਰਣਾ ਤੋਂ ਪਰ੍ਹੇ, ਅਬੋਧ ਅਤੇ ਨਿਤ ਪੁਰਖ਼ ਦੇ ਰੂਪ ਵਿਚ ਕਰੇ। ਉਹ ਸੂਰਜ ਵਾਂਗ ਤੇਜਵਾਨ ਹਨ ਅਤੇ ਭੌਤਿਕ ਪ੍ਰਕ੍ਰਿਤੀ ਤੋਂ ਪਰ੍ਹੇ ਅਲੌਕਿਕ ਹਨ।

ਭਾਵ

ਇਸ ਸ਼ਲੋਕ ਵਿਚ ਪਰਮੇਸ਼ਵਰ ਦੇ ਚਿੰਤਨ ਦੀ ਵਿਧੀ ਦਾ ਵਰਣਨ ਹੋਇਆ ਹੈ। ਸਭ ਤੋਂ ਖ਼ਾਸ ਗੱਲ ਇਹ ਹੈ ਕਿ ਉਹ ਨਿਰਾਕਾਰ ਜਾਂ ਖਲਾਅ ਨਹੀਂ ਹਨ। ਕੋਈ ਨਿਰਾਕਾਰ ਜਾਂ ਖਲਾਅ ਦਾ ਚਿੰਤਨ ਕਿਵੇਂ ਕਰ ਸਕਦਾ ਹੈ ? ਇਹ ਬਹੁਤ ਔਖੀ ਵਿਧੀ ਹੈ, ਪਰ ਕ੍ਰਿਸ਼ਨ ਦੇ ਚਿੰਤਨ ਦੀ ਵਿਧੀ ਬਹੁਤ ਸੌਖੀ ਹੈ ਅਤੇ ਸਾਰ ਰੂਪ ਵਿਚ ਇਥੇ ਦੱਸੀ ਗਈ ਹੈ। ਪਹਿਲੀ ਗੱਲ ਤਾਂ ਇਹ ਹੈ ਕਿ ਭਗਵਾਨ ਪੁਰਸ਼ ਹਨ- ਅਸੀਂ ਰਾਮ ਅਤੇ ਕ੍ਰਿਸ਼ਨ ਨੂੰ ਪੁਰਸ਼ ਰੂਪ ਵਿਚ ਹੀ ਸੋਚਦੇ ਹਾਂ। ਭਾਵੇਂ ਕੋਈ ਰਾਮ ਦਾ ਚਿੰਤਨ ਕਰੇ ਜਾਂ ਕ੍ਰਿਸ਼ਨ ਦਾ ਉਹ ਜਿਸ ਤਰ੍ਹਾਂ ਦੇ ਹਨ, ਉਨ੍ਹਾਂ ਦਾ ਵਰਣਨ ਭਗਵਤ ਗੀਤਾ ਦੇ ਇਸ ਸ਼ਲੋਕ ਵਿਚ ਕੀਤਾ ਗਿਆ ਹੈ। ਭਗਵਾਨ ਕਵੀ ਹਨ ਭਾਵ ਉਹ ਭੂਤਕਾਲ, ਵਰਤਮਾਨ ਅਤੇ ਭਵਿੱਖ ਨੂੰ ਜਾਣਨ ਵਾਲੇ ਹਨ, ਇਸ ਲਈ ਉਹ ਸਭ ਕੁਝ ਜਾਣਨ ਵਾਲੇ ਹਨ। ਉਹ ਪੁਰਾਤਨ ਪੁਰਖ਼ ਹਨ, ਕਿਉਂਕਿ ਉਹ ਸਾਰੀਆਂ ਵਸਤਾਂ ਨੂੰ ਪੈਦਾ ਕਰਨ ਵਾਲੇ ਹਨ, ਹਰ ਚੀਜ਼ ਉਨ੍ਹਾਂ ਤੋਂ ਪੈਦਾ ਹੋਈ ਹੈ। ਉਹ ਬ੍ਰਹਿਮੰਡ ਨੂੰ ਨਿਯੰਤਰਣ ਕਰਨ ਵਾਲੇ ਵੀ ਹਨ। ਉਹ ਮਨੁੱਖਾਂ ਦੀ ਪਾਲਣਾ ਕਰਨ ਵਾਲੇ ਅਤੇ ਸਿੱਖਿਆ ਦੇਣ ਵਾਲੇ ਹਨ। ਉਹ ਅਣੂ ਤੋਂ ਵੀ ਛੋਟੇ ਹਨ। ਜੀਵ ਆਤਮਾ ਵਾਲ ਦੇ ਅਗਲੇ ਹਿੱਸੇ ਦੇ ਦਸ ਹਜ਼ਾਰਵੇਂ ਅੰਸ਼ ਦੇ ਬਰਾਬਰ ਹਨ, ਪਰ ਭਗਵਾਨ ਅਚਿੰਤਨੀ ਰੂਪ ਵਿਚ ਇਨੇਂ ਨਿੱਕੇ ਹਨ ਕਿ ਉਹ ਇਸ ਅਣੂ ਦੇ ਹਿਰਦੇ ਵਿਚ ਵੀ ਹਾਜ਼ਰ ਰਹਿੰਦੇ ਹਨ। ਇਸ ਲਈ ਉਹ ਨਿੱਕੇ ਤੋਂ ਨਿੱਕਾ ਕਹਾਉਂਦੇ ਹਨ। ਪਰਮੇਸ਼ਵਰ ਦੇ ਰੂਪ ਵਿਚ ਉਹ ਪਰਮਾਣੂ ਵਿਚ ਅਤੇ ਨਿੱਕੇ ਦੇ ਵੀ ਹਿਰਦੇ ਵਿਚ ਪ੍ਰਵੇਸ਼ ਕਰ ਸਕਦੇ ਹਨ ਅਤੇ ਪਰਮਾਤਮਾ ਰੂਪ ਵਿਚ ਉਸਦਾ ਨਿਯੰਤਰਣ ਕਰਦੇ ਹਨ। ਇਨ੍ਹੇ ਛੋਟੇ ਹੁੰਦਿਆ ਵੀ ਉਹ ਸਰਬਵਿਆਪੀ ਹਨ ਅਤੇ ਸਾਰਿਆਂ ਦਾ ਪਾਲਣ ਕਰਦੇ ਹਨ। ਉਨ੍ਹਾਂ ਰਾਹੀਂ ਇਨ੍ਹਾਂ ਲੋਕਾਂ ਦਾ ਜੀਵਨ ਧਾਰਨ ਹੁੰਦਾ ਹੈ। ਅਕਸਰ ਅਸੀਂ ਹੈਰਾਨੀ ਪ੍ਰਗਟ ਕਰਦੇ ਹਾਂ ਕਿ ਇਹ ਵਿਸ਼ਾਲ ਲੋਕ ਕਿੰਝ ਹਵਾ ਵਿਚ ਤੈਰ ਰਹੇ ਹਨ। ਇੱਥੇ ਇਹ ਦੱਸਿਆ ਗਿਆ ਹੈ ਕਿ ਪਰਮੇਸ਼ਵਰ ਆਪਣੀ ਅਕਲਪਿਤ (ਅਚਿੰਤਨੀ) ਸ਼ਕਤੀ ਰਾਹੀਂ ਇਨ੍ਹਾਂ ਸਾਰੇ ਲੋਕਾਂ ਅਤੇ ਆਕਾਸ਼ ਗੰਗਾਵਾਂ ਨੂੰ ਧਾਰਨ ਕੀਤੇ ਹੋਏ ਹਨ। ਇਸ ਪ੍ਰਸੰਗ ਵਿਚ '*ਅਚਿੰਤੇ*' ਸ਼ਬਦ ਬਹੁਤ ਸਾਰਥਕ ਹੈ। ਈਸ਼ਵਰ ਦੀ ਸ਼ਕਤੀ ਸਾਡੀ ਕਲਪਨਾ ਜਾਂ ਵਿਚਾਰ ਸ਼ਕਤੀ ਤੋਂ ਪਰ੍ਹੇ ਹੈ, ਇਸ ਲਈ ਅਚਿੰਤਨੀ ਕਹਾਉਂਦੀ ਹੈ। ਇਸ ਗੱਲ ਦਾ ਖੰਡਨ ਕੌਣ ਕਰ ਸਕਦਾ ਹੈ ? ਉਹ ਇਸ ਭੌਤਿਕ ਸੰਸਾਰ ਵਿਚ ਫੈਲੇ ਹਨ, ਫੇਰ ਵੀ ਇਸ ਤੋਂ ਪਰ੍ਹੇ ਹਨ। ਅਸੀਂ ਇਸੇ ਭੌਤਿਕ ਸੰਸਾਰ ਨੂੰ ਠੀਕ ਤਰ੍ਹਾਂ ਨਹੀਂ ਸਮਝ ਸਕਦੇ ਜਿਹੜਾ ਅਧਿਆਤਮਕ ਸੰਸਾਰ ਦੇ ਮੁਕਾਬਲੇ ਕੁਝ ਵੀ ਨਹੀਂ ਤਾਂ ਫੇਰ ਅਸੀਂ ਕਿਵੇਂ ਜਾਣ

ਸਕਦੇ ਹਾਂ ਕਿ ਇਸ ਤੋਂ ਪਰ੍ਹੇ ਕੀ ਹੈ ? ***ਅਚਿੰਤੇ*** ਦਾ ਅਰਥ ਹੈ ਇਸ ਭੌਤਿਕ ਸੰਸਾਰ ਤੋਂ ਪਰ੍ਹੇ ਜਿਸ ਨੂੰ ਸਾਡੀ ਦਲੀਲ, ਨੀਤੀ ਸ਼ਾਸ਼ਤਰ ਅਤੇ ਦਾਰਸ਼ਨਿਕ ਚਿੰਤਨ ਛੂਹ ਨਹੀਂ ਸਕਦਾ, ਜਿਹੜਾ ਕਲਪਨਾ ਤੋਂ ਪਰ੍ਹੇ ਹੈ । ਇਸ ਲਈ ਬੁੱਧੀਮਾਨ ਮਨੁੱਖ ਨੂੰ ਚਾਹੀਦਾ ਹੈ ਕਿ ਬੇਕਾਰ ਦੀਆਂ ਦਲੀਲਾਂ ਅਤੇ ਚਿੰਤਨ ਤੋਂ ਦੂਰ ਰਹਿਕੇ ਵੇਦਾਂ, ਭਗਵਤ ਗੀਤਾ ਅਤੇ ਭਾਗਵਤ ਵਰਗੇ ਸ਼ਾਸ਼ਤਰਾਂ ਵਿਚ ਜੋ ਕੁਝ ਕਿਹਾ ਗਿਆ ਹੈ, ਉਸਨੂੰ ਸਵੀਕਾਰ ਕਰ ਲਵੇ ਅਤੇ ਉਨ੍ਹਾਂ ਰਾਹੀਂ ਨਿਸ਼ਚਿਤ ਕੀਤੇ ਨਿਯਮਾਂ ਦੀ ਪਾਲਣਾ ਕਰੇ । ਇਸ ਨਾਲ ਗਿਆਨ ਪ੍ਰਾਪਤ ਹੋ ਸਕੇਗਾ ।

प्रयाणकाले मनसाचलेन
भक्त्या युक्तो योगबलेन चैव ।
भ्रुवोर्मध्ये प्राणमावेश्य सम्यक्
स तं परं पुरुषमुपैति दिव्यम् ॥ १० ॥

ਪ੍ਰਯਾਣ ਕਾਲੇ ਮਨਸਾਚਲੇਨ
ਭਕ੍ਤ੍ਯਾ ਯੁਕ੍ਤੋ ਯੋਗ-ਬਲੇਨ ਚੈਵ ।
ਭ੍ਰੁਵੋਰ੍ ਮਧ੍ਯੇ ਪ੍ਰਾਣਮ ਅਵੇਸ਼੍ਯ ਸਮ੍ਯਕ੍
ਸ ਤਮ੍ ਪਰਮ੍ ਪੁਰੁਸ਼ਮ੍ ਉਪੈਤਿ ਦਿਵ੍ਯਮ੍॥10॥

ਪ੍ਰਯਾਣ ਕਾਲੇ-ਮਰਣ ਵੇਲੇ ; **ਮਨਸਾ**-ਮਨ ਨਾਲ ; **ਅਚਲੇਨ**-ਅਚਲ,ਪੱਕਾ ; **ਭਕ੍ਤ੍ਯਾ** -ਭਗਤੀ ਨਾਲ ; **ਯੁਕ੍ਤਹ੍**-ਲਗਿਆ ਹੋਇਆ ; **ਯੋਗ ਬਲੇਨ**-ਯੋਗ ਸ਼ਕਤੀ ਰਾਹੀਂ ; **ਚ**-ਵੀ ; **ਏਵ**-ਨਿਸ਼ਚੈ ਹੀ ; **ਭਰਵੋਰ੍**-ਦੋਵਾਂ ਭੌਰਵਟਿਆਂ ਦੇ ; **ਮਧ੍ਯੇ**-ਵਿਚਕਾਰ ; **ਪ੍ਰਾਣਮ੍**-ਪ੍ਰਾਣ ਹਵਾ ਨੂੰ ; **ਆਵੇਸ਼੍ਯ**-ਸਥਾਪਿਤ ਕਰੇ ; **ਸਮ੍ਯਕ੍**-ਪੂਰੀ ਤਰ੍ਹਾਂ ; **ਸਹ੍**-ਉਹ ; **ਤਮ੍** -ਉਸ ; **ਪਰਮ੍**-ਅਲੌਕਿਕ ; **ਪੁਰੁਸ਼ਮ੍**-ਭਗਵਾਨ ਨੂੰ ; **ਉਪੈਤਿ**-ਪ੍ਰਾਪਤ ਕਰਦਾ ਹੈ ; **ਦਿਵ੍ਯਮ੍**-ਅਲੌਕਿਕ ਧਾਮ ਨੂੰ ।

ਅਨੁਵਾਦ

ਮਰਨ ਵੇਲੇ ਜਿਹੜਾ ਮਨੁੱਖ ਆਪਣੇ ਪ੍ਰਾਣ ਨੂੰ ਭਰਵੱਟਿਆਂ ਦੇ ਵਿਚਕਾਰ ਸਥਿਰ ਕਰ ਲੈਂਦਾ ਹੈ ਅਤੇ ਯੋਗ ਸ਼ਕਤੀ ਰਾਹੀਂ ਸਥਿਰ ਮਨ ਨਾਲ ਪਰਮੇਸ਼ਵਰ ਦੇ ਸਿਮਰਨ ਵਿਚ ਆਪਣੇ ਆਪ ਨੂੰ ਲਗਾਂਦਾ ਹੈ, ਉਹ ਯਕੀਨੀ ਤੌਰ ਤੇ ਭਗਵਾਨ ਨੂੰ ਪ੍ਰਾਪਤ ਹੁੰਦਾ ਹੈ ।

ਭਾਵ

ਇਸ ਸ਼ਲੋਕ ਵਿਚ ਸਪਸ਼ਟ ਕਿਹਾ ਗਿਆ ਹੈ ਕਿ ਮਰਨ ਵੇਲੇ ਮਨ ਨੂੰ ਭਗਵਾਨ ਦੀ ਭਗਤੀ ਵਿਚ ਸਥਿਰ ਕਰਨਾ ਚਾਹੀਦਾ ਹੈ। ਜਿਹੜੇ ਲੋਕ ਯੋਗ ਅਭਿਆਸ ਕਰਦੇ ਹਨ, ਉਨ੍ਹਾਂ ਲਈ ਦੱਸਿਆ ਗਿਆ ਹੈ ਕਿ ਉਹ ਪ੍ਰਾਣਾਂ ਨੂੰ ਭਰਵੱਟਿਆਂ ਦੇ ਵਿਚਕਾਰ (ਆਗਿਆ ਚੱਕਰ ਵਿੱਚ) ਲੈ ਜਾਣ । ਇੱਥੇ ਸ਼ਟਚੱਕਰ ਦਾ ਪ੍ਰਸਤਾਵ ਹੈ, ਜਿਸ ਵਿਚ ਛੇ ਚੱਕਰਾਂ ਤੇ ਧਿਆਨ ਲਾਇਆ ਜਾਂਦਾ ਹੈ । ਪਰ ਲਗਾਤਾਰ ਕ੍ਰਿਸ਼ਨ ਭਾਵਨਾ ਅੰਮ੍ਰਿਤ ਵਿਚ ਲੀਨ ਰਹਿਣ ਕਾਰਨ ਸ਼ੁੱਧ ਭਗਤ ਭਗਵਾਨ ਦੀ ਕਿਰਪਾ

ਨਾਲ ਮਰਨ ਵੇਲੇ ਯੋਗ ਅਭਿਆਸ ਤੋਂ ਬਿਨ੍ਹਾਂ ਭਗਵਾਨ ਦਾ ਸਿਮਰਨ ਕਰ ਸਕਦਾ ਹੈ। ਇਸ ਦੀ ਵਿਆਖਿਆ ਚੌਦਵੇਂ ਸ਼ਲੋਕ ਵਿਚ ਕੀਤੀ ਗਈ ਹੈ।

ਇਸ ਸ਼ਲੋਕ ਵਿਚ ***ਯੋਗ ਬਲੇਨ*** ਸ਼ਬਦ ਦਾ ਵਿਸ਼ੇਸ਼ ਪ੍ਰਯੋਗ ਮਹੱਤਵਪੂਰਣ ਹੈ, ਕਿਉਂਕਿ ਯੋਗ ਤੋਂ ਬਿਨ੍ਹਾਂ, ਭਾਵੇਂ ਉਹ ਸ਼ਟਚੱਕਰ ਯੋਗ ਹੋਵੇ ਜਾਂ ਭਗਤੀ ਯੋਗ ਮਨੁੱਖ ਕਦੀ ਵੀ ਮਰਨ ਵੇਲੇ ਇਸ ਅਲੌਕਿਕ ਅਵਸਥਾ (ਭਾਵ) ਨੂੰ ਪ੍ਰਾਪਤ ਨਹੀਂ ਹੁੰਦਾ। ਕੋਈ ਵੀ ਮਰਨ ਵੇਲੇ ਅਚਾਨਕ ਪਰਮੇਸ਼ਵਰ ਦਾ ਸਿਮਰਨ ਨਹੀਂ ਕਰ ਸਕਦਾ ; ਉਸਨੂੰ ਕਿਸੇ ਨਾ ਕਿਸੇ ਯੋਗ ਦਾ, ਖ਼ਾਸ ਕਰਕੇ ਭਗਤੀ ਯੋਗ ਦਾ ਅਭਿਆਸ ਹੋਣਾ ਚਾਹੀਦਾ ਹੈ, ਕਿਉਂਕਿ ਮਰਨ ਵੇਲੇ ਮਨੁੱਖ ਦਾ ਮਨ ਬਹੁਤ ਡਾਵਾਂ ਡੋਲ ਰਹਿੰਦਾ ਹੈ, ਇਸ ਲਈ ਆਪਣੇ ਜੀਵਨ ਵਿਚ ਮਨੁੱਖ ਨੂੰ ਯੋਗ ਰਾਹੀਂ ਅਧਿਆਤਮ ਦਾ ਅਭਿਆਸ ਕਰਨਾ ਚਾਹੀਦਾ।

यदक्षरं वेदविदो वदन्ति
विशन्ति यद्यतयो वीतरागाः ।
यदिच्छन्तो ब्रह्मचर्यं चरन्ति
तत्ते पदं सङ्ग्रहेण प्रवक्ष्ये ॥ ११ ॥

ਯਦ੍-ਅਕ੍ਸ਼ਰਮ੍ ਵੇਦ-ਵਿਦੋ ਵਦੰਤਿ ਵਿਸ਼ੰਤਿ ਯਦ੍ ਯਤਯੋ ਵੀਤ ਰਾਗਾਹ੍ ।
ਯਦ੍ ਇਚ੍ਛੰਤੋ ਬ੍ਰਹਮਚਰ੍ਯਮ੍ ਚਰੰਤਿ ਤਤ੍ ਤੇ ਪਦਮ੍ ਸੰਗ੍ਰਹੇਣ ਪ੍ਰਵਕ੍ਸ਼੍ਯੇ ॥ 11॥

ਯਤ੍-ਜਿਸ ; **ਅਕ੍ਸ਼ਰਮ੍**-ਅੱਖਰ ਨੂੰ ; **ਵੇਦ ਵਿਦਹ੍**-ਵੇਦਾਂ ਦੇ ਜਾਣੂ ; **ਵਦੰਤਿ**-ਕਹਿੰਦੇ ਹਨ ; **ਵਿਸ਼ੰਤਿ**-ਪ੍ਰਵੇਸ਼ ਕਰਦੇ ਹਨ ; **ਯਤ੍**-ਜਿਸ ਵਿਚ ; **ਯਤਯਹ੍**-ਵੱਡੇ ਵੱਡੇ ਮੁਨੀ ; **ਵੀਤ ਰਾਗਾਹ੍**-ਸੰਨਿਆਸ ਆਸ਼ਰਮ ਵਿਚ ਰਹਿਣ ਵਾਲੇ ਸੰਨਿਆਸੀ ; **ਯਤ੍**-ਜਿਹੜੇ ; **ਇਚ੍ਛੰਤਹ੍**-ਇੱਛਾ ਕਰਨ ਵਾਲੇ ; **ਬ੍ਰਹ੍ਮਚਰ੍ ਯਮ੍**-ਬ੍ਰਹਮਚਾਰੀ ਦਾ ; **ਚਰੰਤਿ**-ਅਭਿਆਸ ਕਰਦੇ ਹਨ ; **ਤਤ੍**-ਉਸ ; **ਤੇ**-ਤੁਹਾਨੂੰ ; **ਪਦਮ੍**-ਪਦਵੀ ਨੂੰ ; **ਸੰਗ੍ਰਹੇਣ**-ਸੰਖੇਪ ਵਿਚ ; **ਪ੍ਰਵਕਸ਼੍ਯੇ**-ਮੈਂ ਦਸਾਂਗਾਂ।

ਅਨੁਵਾਦ

ਜਿਹੜੇ ਵੇਦਾਂ ਦੇ ਜਾਣੂ ਹਨ, ਜਿਹੜੇ ਓਂਕਾਰ ਦਾ ਉਚਾਰਣ ਕਰਦੇ ਹਨ ਅਤੇ ਜਿਹੜੇ ਸੰਨਿਆਸ ਆਸ਼ਰਮ ਦੇ ਮਹਾਨ ਮੁਨੀ ਹਨ, ਉਹ ਬ੍ਰਹਮ ਵਿਚ ਪ੍ਰਵੇਸ਼ ਕਰਦੇ ਹਨ। ਅਜਿਹੀ ਸਿੱਧੀ ਦੀ ਇੱਛਾ ਕਰਨ ਵਾਲੇ, ਬ੍ਰਹਮਚਾਰੀ ਵਰਤ ਦਾ ਅਭਿਆਸ ਕਰਦੇ ਹਨ। ਹੁਣ ਮੈਂ ਤੁਹਾਨੂੰ ਸੰਖੇਪ ਵਿਚ ਉਹ ਵਿਧੀ ਦਸਾਂਗਾ, ਜਿਸ ਨਾਲ ਕੋਈ ਵੀ ਮਨੁੱਖ ਮੁਕਤੀ-ਲਾਭ ਕਰ ਸਕਦਾ ਹੈ।

ਭਾਵ

ਸ਼੍ਰੀ ਕ੍ਰਿਸ਼ਨ ਅਰਜੁਨ ਲਈ ਸ਼ਟਚੱਕਰ ਯੋਗ ਦੀ ਵਿਧੀ ਦੀ ਸਿਫਾਰਿਸ਼ ਕਰ ਚੁੱਕੇ ਹਨ, ਜਿਸ ਵਿਚ ਪ੍ਰਾਣਾਂ ਨੂੰ ਭਰਵੱਟਿਆਂ ਦੇ ਵਿਚਕਾਰ ਸਥਿਰ ਕਰਨਾ ਹੁੰਦਾ ਹੈ। ਇਹ ਮੰਨਕੇ ਕੀ ਹੋ ਸਕਦਾ ਹੈ

ਅਰਜੁਨ ਨੂੰ ਸ਼ਟਚੱਕਰ ਯੋਗ ਦਾ ਅਭਿਆਸ ਨਾ ਹੋਵੇ, ਕ੍ਰਿਸ਼ਨ ਅਗਲੇ ਸ਼ਲੋਕਾਂ ਵਿਚ ਇਸ ਦੀ ਵਿਧੀ ਦੱਸਦੇ ਹਨ। ਭਗਵਾਨ ਕਹਿੰਦੇ ਹਨ ਕਿ ਬ੍ਰਹਮ ਭਾਵੇਂ ਅਦੁੱਤੀ ਹੈ, ਪਰ ਉਸਦੇ ਅਨੇਕ ਸਰੂਪ ਹੁੰਦੇ ਹਨ। ਖਾਸ ਕਰਕੇ ਨਿਰਗੁਣਵਾਦੀਆਂ ਲਈ ਅੱਖਰ ਜਾਂ ਓਂਕਾਰ ਬ੍ਰਹਮ ਹੈ। ਕ੍ਰਿਸ਼ਨ ਇੱਥੇ ਨਿਰਗੁਣ ਬ੍ਰਹਮ ਬਾਰੇ ਦੱਸ ਰਹੇ ਹਨ, ਜਿਸ ਵਿਚ ਸੰਨਿਆਸੀ ਪ੍ਰਵੇਸ਼ ਕਰਦੇ ਹਨ।

ਗਿਆਨ ਦੇ ਵੈਦਿਕ ਪ੍ਰਨਾਲੀ ਵਿਚ ਸ਼ੁਰੂ ਵਿਚ ਗੁਰੂ ਕੋਲ ਰਹਿਣ ਨਾਲ ਬ੍ਰਹਮਚਾਰੀ ਵਰਤ ਦਾ ਪਾਲਣ ਕਰਦੇ ਹੋਏ ਓਂਕਾਰ ਦਾ ਉਚਾਰਣ ਅਤੇ ਪਰਮ ਨਿਰਗੁਣ ਬ੍ਰਹਮ ਦੀ ਸਿੱਖਿਆ ਦਿੱਤੀ ਜਾਂਦੀ ਹੈ। ਇੰਝ ਉਹ ਬ੍ਰਹਮ ਦੇ ਸਰੂਪਾਂ ਤੋਂ ਜਾਣੂ ਹੁੰਦੇ ਹਨ। ਇਹ ਪ੍ਰਥਾ ਵਿਦਿਆਰਥੀ ਦੇ ਅਧਿਆਤਮਕ ਜੀਵਨ ਦੇ ਵਿਕਾਸ ਲਈ ਬਹੁਤ ਜ਼ਰੂਰੀ ਹੈ, ਪਰ ਇਸ ਵੇਲੇ ਅਜਿਹਾ ਬ੍ਰਹਮਚਾਰੀ ਜੀਵਨ ਬਿਤਾਉਣਾ ਬਿਲਕੁਲ ਸੰਭਵ ਨਹੀਂ ਹੈ। ਸੰਸਾਰ ਦਾ ਸਮਾਜਿਕ ਜੀਵਨ ਢਾਂਚਾ ਏਨਾਂ ਬਦਲ ਚੁੱਕਾ ਹੈ ਕਿ ਵਿਦਿਆਰਥੀ ਜੀਵਨ ਦੇ ਸ਼ੁਰੂ ਤੋਂ ਬ੍ਰਹਮਚਾਰੀ ਜੀਵਨ ਬਿਤਾਉਣਾ ਸੰਭਵ ਨਹੀਂ ਹੈ। ਹਾਲਾਂਕਿ ਸੰਸਾਰ ਵਿਚ ਗਿਆਨ ਦੀਆਂ ਵੱਖੋ ਵੱਖਰੀਆਂ ਸ਼ਾਖਾਵਾਂ ਲਈ ਅਨੇਕਾਂ ਸੰਸਥਾਵਾਂ ਹਨ, ਪਰ ਅਜਿਹੀ ਮਾਨਤਾ ਪ੍ਰਾਪਤ ਇੱਕ ਵੀ ਸੰਸਥਾ ਨਹੀਂ ਹੈ, ਜਿਥੇ ਬ੍ਰਹਮਚਾਰੀ ਦੇ ਸਿਧਾਂਤਾਂ ਦੀ ਸਿੱਖਿਆ ਦਿੱਤੀ ਜਾ ਸਕੇ। ਬ੍ਰਹਮਚਾਰੀ ਤੋਂ ਬਗੈਰ ਅਧਿਆਤਮਕ ਜੀਵਨ ਵਿਚ ਤਰੱਕੀ ਹਾਸਲ ਕਰਨਾ ਬਹੁਤ ਔਖਾ ਹੈ। ਇਸ ਲਈ ਕਲਜੁੱਗ ਲਈ ਸ਼ਾਸ਼ਤਰਾਂ ਦੇ ਹੁਕਮ ਮੁਤਾਬਿਕ ਭਗਵਾਨ ਚੈਤੰਨਯ ਨੇ ਐਲਾਨ ਕੀਤਾ ਹੈ, ਕਿ ਭਗਵਾਨ ਕ੍ਰਿਸ਼ਨ ਦੇ ਪਵਿੱਤਰ ਨਾਂ- ਹਰੇ ਕ੍ਰਿਸ਼ਨ ਹਰੇ ਕ੍ਰਿਸ਼ਨ ਕ੍ਰਿਸ਼ਨ ਕ੍ਰਿਸ਼ਨ ਹਰੇ ਹਰੇ, ਹਰੇ ਰਾਮ ਹਰੇ ਰਾਮ ਰਾਮ ਰਾਮ ਹਰੇ ਹਰੇ ਦੇ ਜਾਪ ਤੋਂ ਇਲਾਵਾ ਪਰਮੇਸ਼ਵਰ ਦੇ ਪ੍ਰਤੱਖ ਦਰਸ਼ਨ ਦੀਦਾਰ ਦਾ ਕੋਈ ਹੋਰ ਉਪਾਅ ਨਹੀਂ ਹੈ।

सर्वद्वाराणि संयम्य मनो हृदि निरुध्य च ।
मूर्ध्न्याधायात्मनः प्राणमास्थितो योगधारणाम् ॥ १२॥

ਸਰ੍ਵ ਦ੍ਵਾਰਾਣਿ ਸੰਯਮ੍ਯ ਮਨੋ ਹ੍ਰਿਦਿ ਨਿਰੁਧ੍ਯ ਚ ।
ਮੂਰ੍ਧਨਿ ਆਧਾਯਾਤ੍ਮਨਹ੍ ਪ੍ਰਾਣਮ ਅਸ੍ਥਿਤੋ ਯੋਗ-ਧਾਰਣਾਮ੍ ॥ 12॥

ਸਰ੍ਵ ਦ੍ਵਾਰਾਣਿ-ਸ਼ਰੀਰ ਦੇ ਸਾਰੇ ਦਰਵਾਜ਼ਿਆਂ ਨੂੰ ; **ਸੰਯਮ੍ਯ**-ਕਾਬੂ ਕਰਕੇ ; **ਮਨਹ੍**-ਮਨ ਨੂੰ ; **ਹ੍ਰਿਦਿ**-ਹਿਰਦੇ ਵਿਚ ; **ਨਿਰੁਧ੍ਯ**-ਬੰਦ ਕਰਕੇ ; **ਚ**-ਵੀ ; **ਮੂਰ੍ਧਨਿ**-ਸਿਰ ਤੇ; **ਆਧਾਯਾ**-ਸਥਿਰ ਕਰਕੇ ; **ਆਤ੍ਮਨਹ੍**-ਆਤਮਾ ਨੂੰ ; **ਪ੍ਰਾਣਮ**-ਪ੍ਰਾਣ ਹਵਾ ਨੂੰ ; **ਆਸ੍ਥਿਤਹ੍**-ਸਥਿਤ ; **ਯੋਗ ਧਾਰਣਾਮ੍**-ਯੋਗ ਦੀ ਸਥਿਤੀ।

ਅਨੁਵਾਦ

ਸਾਰੀਆਂ ਇੰਦਰੀਆਂ ਦੀਆਂ ਕਿਰਿਆਵਾਂ ਤੋਂ ਉਦਾਸੀਨਤਾ ਨੂੰ ਯੋਗ ਦੀ ਸਥਿਤੀ ਕਿਹਾ ਜਾਂਦਾ ਹੈ। ਇੰਦਰੀਆਂ ਦੇ ਸਾਰੇ ਦਰਵਾਜ਼ਿਆਂ ਨੂੰ ਬੰਦ ਕਰਨਾ ਅਤੇ ਮਨ ਨੂੰ ਹਿਰਦੇ ਵਿਚ ਅਤੇ ਪ੍ਰਾਣ ਹਵਾ ਨੂੰ ਸਿਰ ਦੇ ਉੱਚ ਭਾਗ ਤੇ ਕੇਂਦ੍ਰਿਤ ਕਰਕੇ ਮਨੁੱਖ ਆਪਣੇ ਆਪ ਨੂੰ ਯੋਗ ਵਿਚ ਸਥਾਪਿਤ ਕਰਦਾ ਹੈ।

ਭਾਵ

ਇਸ ਸ਼ਲੋਕ ਵਿਚ ਦੱਸੀ ਗਈ ਵਿਧੀ ਨਾਲ ਯੋਗ ਅਭਿਆਸ ਲਈ ਸਭ ਤੋਂ ਪਹਿਲਾਂ ਇੰਦਰੀਆਂ ਭੋਗ ਦੇ ਸਾਰੇ ਦਰਵਾਜ਼ੇ ਬੰਦ ਕਰਨੇ ਹੁੰਦੇ ਹਨ। ਇਹ ਪ੍ਰਤਯਾਹਾਰ ਜਾਂ ਇੰਦਰੀਆਂ ਦੇ ਵਿਸ਼ੇ ਤੋਂ ਇੰਦਰੀਆਂ ਨੂੰ ਹਟਾਉਣਾ ਕਹਾਉਂਦਾ ਹੈ। ਇਸ ਵਿਚ ਗਿਆਨ ਇੰਦਰੀਆਂ, ਨੇਤਰ, ਕੰਨ, ਜੀਭ ਅਤੇ ਸਪਰਸ਼ (ਛੋਹ) ਨੂੰ ਪੂਰੀ ਤਰ੍ਹਾਂ ਕਾਬੂ ਕਰਕੇ ਉਨ੍ਹਾਂ ਨੂੰ ਇੰਦਰੀਆਂ ਦੀ ਤ੍ਰਿਪਤੀ ਵਿਚ ਮਗਨ ਨਹੀਂ ਹੋਣ ਦਿੱਤਾ ਜਾਂਦਾ। ਇੰਝ ਮਨ ਹਿਰਦੇ ਵਿਚ ਸਥਿਤ ਪਰਮਾਤਮਾ ਉਪਰ ਕੇਂਦ੍ਰਿਤ ਹੁੰਦਾ ਹੈ ਅਤੇ ਪ੍ਰਾਣ ਵਾਯੂ ਨੂੰ ਸਿਰ ਦੇ ਉਪੱਰ ਤਕ ਚੜ੍ਹਾਇਆ ਜਾਂਦਾ ਹੈ। ਇਸਦਾ ਵਿਸਥਾਰ ਨਾਲ ਵਰਣਨ ਛੇਵੇਂ ਅਧਿਆਇ ਵਿਚ ਹੋ ਚੁੱਕਾ ਹੈ। ਪਰ ਜਿਵੇਂ ਕਿ ਪਹਿਲਾਂ ਕਿਹਾ ਜਾ ਚੁੱਕਾ ਹੈ, ਹੁਣ ਇਹ ਵਿਧੀ ਵਿਵਹਾਰਕ ਨਹੀਂ ਹੈ। ਸਭ ਤੋਂ ਉੱਤਮ ਵਿਧੀ ਤਾਂ ਕ੍ਰਿਸ਼ਨ ਭਾਵਨਾ ਅੰਮ੍ਰਿਤ ਹੈ। ਜੇ ਕੋਈ ਭਗਤੀ ਨਾਲ ਆਪਣੇ ਮਨ ਨੂੰ ਕ੍ਰਿਸ਼ਨ ਵਿਚ ਸਥਿਰ ਕਰਨ ਵਿਚ ਸਮਰਥ ਹੁੰਦਾ ਹੈ ਤਾਂ ਉਸ ਲਈ ਸਥਿਰ ਅਲੌਕਿਕ ਸਮਾਧੀ ਵਿਚ ਬਣੇ ਰਹਿਣਾ ਸੌਖਾ ਹੋ ਜਾਂਦਾ ਹੈ।

ॐ इत्येकाक्षरं ब्रह्म व्याहरन्मामनुस्मरन् ।
यः प्रयाति त्यजन्देहं स याति परमां गतिम् ॥ १३॥

ਓਮ੍ ਇਤਿ ਏਕਾਕ੍ਸ਼ਰਮ੍ ਬ੍ਰਹ੍ਮ ਵ੍ਯਾਹਰਨ੍ ਮਾਮ੍ ਅਨੁਸ੍ਮਰਨ੍।
ਯਹ੍ ਪ੍ਰਯਾਤਿ ਤ੍ਯਜਨ੍ ਦੇਹਮ੍ ਸ ਯਾਤਿ ਪਰਮਾਮ੍ ਗਤਿਮ੍ ॥ 13 ॥

ਓਮ-ਓਂਕਾਰ ; **ਇਤਿ**-ਇੰਝ ; **ਏਕ-ਅਕ੍ਸ਼ਰਮ੍**-ਇੱਕ ਅੱਖਰ ; **ਬ੍ਰਹ੍ਮ**-ਪਾਰਬ੍ਰਹਮ ਦਾ **ਵ੍ਯਾਹਰਨ੍**-ਉਚਾਰਣ ਕਰਦੇ ਹੋਏ ; **ਮਾਮ੍**-ਮੈਨੂੰ (ਕ੍ਰਿਸ਼ਨ ਨੂੰ) **ਅਨੁਸ੍ਮਰਨ੍**-ਸਿਮਰਨ ਕਰਦੇ ਹੋਏ; **ਯਹ੍**-ਜਿਹੜਾ ; **ਪ੍ਰਯਾਤਿ**-ਤਿਆਗਦਾ ਹੈ ; **ਤ੍ਯਜਨ੍**-ਛੱਡਦੇ ਹੋਏ ; **ਦੇਹਮ੍**-ਇਸ ਸ਼ਰੀਰ ਨੂੰ ; **ਸਹ੍**-ਉਹ ; **ਯਾਤਿ**-ਪ੍ਰਾਪਤ ਕਰਦਾ ਹੈ ; **ਪਰਮਾਮ੍**-ਪਰਮ ; **ਗਤਿਮ੍**-ਮੰਜ਼ਿਲ, ਟਿਕਾਣਾ।

ਅਨੁਵਾਦ

ਇਸ ਯੋਗ ਅਭਿਆਸ ਵਿਚ ਸਥਿਤ ਹੋ ਕੇ ਅਤੇ ਪਵਿੱਤਰ ਅੱਖਰ ਓਂਕਾਰ ਦਾ ਉਚਾਰਨ ਕਰਦੇ ਹੋਏ ਜੇ ਕੋਈ ਭਗਵਾਨ ਦਾ ਚਿੰਤਨ ਕਰਦਾ ਹੈ ਅਤੇ ਆਪਣੇ ਸ਼ਰੀਰ ਦਾ ਤਿਆਗ ਕਰਦਾ ਹੈ, ਤਾਂ ਉਹ ਯਕੀਨੀ ਤੌਰ ਤੇ ਅਧਿਆਤਮਕ ਲੋਕ ਨੂੰ ਜਾਂਦਾ ਹੈ।

ਭਾਵ

ਇੱਥੇ ਸਪਸ਼ਟ ਉਲੇਖ ਹੋਇਆ ਹੈ ਕਿ ਓਮ, ਬ੍ਰਹਮ ਅਤੇ ਭਗਵਾਨ ਕ੍ਰਿਸ਼ਨ ਆਪਸ ਵਿਚ ਵੱਖੋ ਵੱਖਰੇ ਨਹੀਂ ਹਨ। ਓਮ, ਕ੍ਰਿਸ਼ਨ ਦੀ ਨਿਰਾਕਾਰ ਧੁਨੀ ਹੈ, ਪਰ ਹਰੇ ਕ੍ਰਿਸ਼ਨ ਵਿਚ ਇਹ ਓਮ ਜੁੜਿਆ ਹੈ। ਇਸ ਜੁੱਗ ਲਈ ਹਰੇ ਕ੍ਰਿਸ਼ਨ ਮੰਤਰ ਦੇ ਜਾਪ ਦੀ ਸਾਫ ਸਿਫਾਰਿਸ਼ ਕੀਤੀ ਹੈ, ਇਸ ਲਈ ਜੇ ਕੋਈ – *ਹਰੇ ਕ੍ਰਿਸ਼ਨ ਹਰੇ ਕ੍ਰਿਸ਼ਨ ਕ੍ਰਿਸ਼ਨ ਕ੍ਰਿਸ਼ਨ ਹਰੇ ਹਰੇ, ਹਰੇ ਰਾਮ ਹਰੇ ਰਾਮ ਰਾਮ*

ਰਾਮ ਹਰੇ ਹਰੇ , ਇਸ ਮੰਤਰ ਦਾ ਜਾਪ ਕਰਦਿਆਂ ਇਹ ਦੇਹ ਤਿਆਗਦਾ ਹੈ ਤਾਂ ਉਹ ਆਪਣੇ ਅਭਿਆਸ ਦੇ ਗੁਣਾਂ ਮੁਤਾਬਿਕ ਅਧਿਆਤਮਕ ਲੋਕਾਂ ਵਿੱਚੋਂ ਕਿਸੇ ਇੱਕ ਲੋਕ ਨੂੰ ਜਾਂਦਾ ਹੈ। ਕ੍ਰਿਸ਼ਨ ਦੇ ਭਗਤ ਕ੍ਰਿਸ਼ਨ ਲੋਕ ਜਾਂ ਗੋਲੋਕ ਵ੍ਰਿੰਦਾਬਨ ਨੂੰ ਜਾਂਦੇ ਹਨ। ਸਗੁਣਵਾਦੀਆਂ ਲਈ ਅਧਿਆਤਮਕ ਆਕਾਸ਼ ਵਿਚ ਹੋਰ ਅਨੇਕਾਂ ਲੋਕ ਹਨ, ਜਿਨ੍ਹਾਂ ਨੂੰ ਬੈਕੁੰਠ ਲੋਕ ਕਹਿੰਦੇ ਹਨ, ਪਰ ਨਿਰਗੁਣਵਾਦੀ ਤਾਂ ਬ੍ਰਹਮਜੋਤੀ ਵਿਚ ਹੀ ਰਹਿ ਜਾਂਦੇ ਹਨ।

ਅਨਨ੍ਯਚੇਤਾ: ਸਤਤੰ ਯੋ ਮਾਂ ਸ੍ਮਰਤਿ ਨਿਤ੍ਯਸ਼: ।
ਤਸ੍ਯਾਹੰ ਸੁਲਭ: ਪਾਰ੍ਥ ਨਿਤ੍ਯਯੁਕ੍ਤਸ੍ਯ ਯੋਗਿਨ: ॥ ੧੪॥

ਅਨੰਨਯ-ਚੇਤਾਹ੍ ਸਤਤਮ੍ ਯੋ ਮਾਮ੍ ਸ੍ਮਰਤਿ ਨਿਤ੍ਯਸ਼ਹ੍ ।
ਤਸ੍ਯਾਹਮ੍ ਸੁਲਭਹ੍ ਪਾਰਥ ਨਿਤ੍ਯ-ਯੁਕ੍ਤਸ੍ਯ ਯੋਗਿਨਹ੍ ॥ 14 ॥

ਅਨੰਨਯ-ਚੇਤਾਹ੍-ਬਿਨ੍ਹਾਂ ਭਟਕੇ ਮਨ ਨਾਲ; **ਸਤਤਮ੍**-ਹਮੇਸ਼ਾਂ; **ਯਹ੍**-ਜਿਹੜਾ; **ਮਾਮ੍**-ਮੈਨੂੰ(ਕ੍ਰਿਸ਼ਨ); **ਸ੍ਮਰਤਿ**-ਸਿਮਰਨ ਕਰਦਾ ਹੈ; **ਨਿਤ੍ਯਸ਼ਹ੍**-ਨਿਯਮਿਤ ਰੂਪ ਨਾਲ; **ਤਸ੍ਯ**-ਉਸ ; **ਅਹਮ੍**-ਮੈਂ ਹਾਂ ; **ਸੁਲਭਹ੍**-ਆਸਾਨੀ ਨਾਲ ਪ੍ਰਾਪਤ ; **ਪਾਰ੍ਥ**-ਹੇ ਪ੍ਰਿਥਾ ਪੁੱਤਰ ; **ਨਿਤ੍ਯ**-ਨਿਯਮਿਤ ਤਰੀਕੇ ਨਾਲ ; **ਯੁਕਤਸ੍ਯ**-ਲੱਗੇ ਹੋਏ ; **ਯੋਗਿਨਹ੍**-ਭਗਤਾਂ ਲਈ।

ਅਨੁਵਾਦ

ਹੇ ਪ੍ਰਿਥਾ ਪੁੱਤਰ ਅਰਜੁਨ ! ਜਿਹੜਾ ਸਥਿਰ ਭਾਵ ਨਾਲ ਨਿਰੰਤਰ ਮੇਰਾ ਸਿਮਰਨ ਕਰਦਾ ਹੈ, ਉਸ ਲਈ ਮੈਂ ਆਸਾਨੀ ਨਾਲ ਪ੍ਰਾਪਤ ਹੋਣ ਵਾਲਾ ਹਾਂ, ਕਿਉਂਕਿ ਉਹ ਮੇਰੀ ਭਗਤੀ ਵਿਚ ਦ੍ਰਿੜ੍ਹਤਾ ਨਾਲ ਲਗਿਆ ਰਹਿੰਦਾ ਹੈ।

ਭਾਵ

ਇਸ ਸ਼ਲੋਕ ਵਿਚ ਉਨ੍ਹਾਂ ਨਿਸ਼ਕਾਮ ਭਗਤਾਂ ਰਾਹੀਂ ਪ੍ਰਾਪਤ ਅੰਤਿਮ ਮੰਜਿਲ ਦਾ ਵਰਣਨ ਹੈ, ਜਿਹੜੇ ਭਗਤੀ ਯੋਗ ਰਾਹੀਂ ਭਗਵਾਨ ਦੀ ਸੇਵਾ ਕਰਦੇ ਹਨ। ਪਿਛਲੇ ਸ਼ਲੋਕਾਂ ਵਿਚ ਚਾਰ ਤਰ੍ਹਾਂ ਦੇ ਭਗਤਾਂ ਦਾ ਵਰਨਣ ਹੋਇਆ ਹੈ- ਆਰਤ, ਜਿਗਿਆਸੂ, ਅਰਥ ਅਰਥੀ ਅਤੇ ਗਿਆਨੀ। ਮੁਕਤੀ ਦੀਆਂ ਵੱਖੋ-ਵੱਖਰੀਆਂ ਵਿਧੀਆਂ ਦਾ ਵਰਨਣ ਹੋਇਆ ਹੈ। ਕਰਮ ਯੋਗ, ਗਿਆਨ ਯੋਗ ਅਤੇ ਹਠ ਯੋਗ। ਇਨ੍ਹਾਂ ਯੋਗ ਦੇ ਤਰੀਕਿਆਂ ਦੇ ਨਿਯਮਾਂ ਵਿਚ ਕੁਝ ਨਾ ਕੁਝ ਭਗਤੀ ਮਿਲੀ ਰਹਿੰਦੀ ਹੈ, ਪਰ ਇਸ ਸ਼ਲੋਕ ਵਿਚ ਸ਼ੁੱਧ ਭਗਤੀ ਯੋਗ ਦਾ ਵਰਣਨ ਹੈ, ਜਿਸ ਵਿਚ ਗਿਆਨ ਕਰਮ ਜਾਂ ਹਠ ਦਾ ਮੇਲ ਨਹੀਂ ਹੁੰਦਾ। ਜਿਵੇਂ ਕਿ ***ਅਨੰਨਯ ਚੇਤਾਹ੍*** ਸ਼ਬਦ ਤੋਂ ਸੂਚਿਤ ਹੁੰਦਾ ਹੈ; ਭਗਤੀ ਯੋਗ ਵਿਚ ਭਗਤ ਕ੍ਰਿਸ਼ਨ ਤੋਂ ਇਲਾਵਾ ਹੋਰ ਕੋਈ ਇੱਛਾ ਨਹੀਂ ਕਰਦਾ। ਸ਼ੁੱਧ ਭਗਤ ਨਾ ਤਾਂ ਸਵਰਗ ਲੋਕ ਜਾਣਾ ਚਾਹੁੰਦਾ ਹੈ, ਨਾ ਬ੍ਰਹਮਜੋਤੀ ਨਾਲ ਇੱਕ-ਮਿੱਕ ਹੋਣਾ ਜਾਂ ਮੋਖ ਜਾਂ ਸੰਸਾਰੀ ਬੰਧਨ ਤੋਂ ਮੁਕਤੀ ਹੀ ਚਾਹੁੰਦਾ ਹੈ। ਸ਼ੁੱਧ ਭਗਤ ਕਿਸੇ ਵੀ ਚੀਜ਼ ਦੀ ਇੱਛਾ ਨਹੀਂ ਕਰਦਾ। ਚੈਤੰਨਯ ਚਰਿਤਾਮ੍ਰਿਤ ਵਿਚ ਸ਼ੁੱਧ ਭਗਤ ਨੂੰ ਨਿਸ਼ਕਾਮ ਕਿਹਾ ਗਿਆ ਹੈ। ਉਸਨੂੰ ਹੀ ਪੂਰਨ ਸ਼ਾਂਤੀ ਦਾ ਲਾਭ ਹੁੰਦਾ ਹੈ,

ਉਨ੍ਹਾਂ ਨੂੰ ਨਹੀਂ ਜਿਹੜੇ ਸੁਆਰਥ ਵਿਚ ਲਗੇ ਰਹਿੰਦੇ ਹਨ। ਇਕ ਪਾਸੇ ਜਿੱਥੇ ਗਿਆਨ ਯੋਗੀ, ਕਰਮਯੋਗੀ ਜਾਂ ਹਠਯੋਗੀ ਦਾ ਆਪੋ ਆਪਣਾ ਸੁਆਰਥ ਰਹਿੰਦਾ ਹੈ, ਉਥੇ ਪੂਰਨ ਭਗਤ ਵਿਚ ਭਗਵਾਨ ਨੂੰ ਖ਼ੁਸ਼ ਕਰਨ ਤੋਂ ਬਗ਼ੈਰ ਹੋਰ ਕੋਈ ਇੱਛਾ ਨਹੀਂ ਹੁੰਦੀ। ਇਸ ਲਈ ਭਗਵਾਨ ਕਹਿੰਦੇ ਹਨ, ਕਿ ਜਿਹੜਾ ਇਕਾਗਰ ਭਾਵ ਨਾਲ ਉਨ੍ਹਾਂ ਦੀ ਭਗਤੀ ਵਿਚ ਲਗਿਆ ਰਹਿੰਦਾ ਹੈ, ਉਸਨੂੰ ਉਹ ਆਸਾਨੀ ਨਾਲ ਪ੍ਰਾਪਤ ਹੁੰਦੇ ਹਨ।

ਸ਼ੁੱਧ ਭਗਤ ਹਮੇਸ਼ਾਂ ਕ੍ਰਿਸ਼ਨ ਦੇ ਵੱਖੋ-ਵੱਖਰੇ ਰੂਪਾਂ ਵਿਚੋਂ ਕਿਸੇ ਇੱਕ ਦੀ ਭਗਤੀ ਵਿਚ ਲਗਾ ਰਹਿੰਦਾ ਹੈ। ਕ੍ਰਿਸ਼ਨ ਦੇ ਅਨੇਕਾਂ ਆਪਣੇ ਅੰਸ਼ ਅਤੇ ਅਵਤਾਰ ਹਨ, ਜਿਵੇਂ ਰਾਮ ਅਤੇ ਨਰਸਿੰਘ। ਜਿਨ੍ਹਾਂ ਵਿਚੋਂ ਭਗਤ ਕਿਸੇ ਇੱਕ ਰੂਪ ਨੂੰ ਚੁਣਕੇ ਉਸਦੀ ਪ੍ਰੇਮ-ਭਗਤੀ ਵਿਚ ਮਨ ਨੂੰ ਸਥਿਰ ਕਰ ਸਕਦਾ ਹੈ। ਅਜਿਹੇ ਭਗਤ ਨੂੰ ਉਨ੍ਹਾਂ ਅਨੇਕਾਂ ਸਮੱਸਿਆਵਾਂ ਦਾ ਸਾਹਮਣਾ ਨਹੀਂ ਕਰਨਾ ਪੈਂਦਾ, ਜਿਹੜੀਆਂ ਹੋਰ ਯੋਗ ਦਾ ਅਭਿਆਸ ਕਰਨ ਵਾਲਿਆਂ ਨੂੰ ਝੱਲਣੀਆਂ ਪੈਂਦੀਆਂ ਹਨ। ਭਗਤੀ ਯੋਗ ਬਹੁਤ ਸਰਲ, ਸ਼ੁੱਧ ਅਤੇ ਆਸਾਨ ਹੈ। ਇਸਦਾ ਸ਼ੁੱਭ ਆਰੰਭ ਹਰੇ ਕ੍ਰਿਸ਼ਨ ਜਾਪ ਨਾਲ ਕੀਤਾ ਜਾ ਸਕਦਾ ਹੈ। ਭਗਵਾਨ ਸਾਰਿਆਂ ਤੇ ਕਿਰਪਾ ਕਰਨ ਵਾਲੇ ਹਨ, ਪਰ ਜਿਵੇਂ ਕਿ ਪਹਿਲੋਂ ਕਿਹਾ ਜਾ ਚੁੱਕਾ ਹੈ, ਜਿਹੜੇ ਇਕਾਗਰ ਮਨ ਨਾਲ ਉਨ੍ਹਾਂ ਦੀ ਸੇਵਾ ਕਰਦੇ ਹਨ, ਉਹ ਉਨ੍ਹਾਂ ਤੇ ਖ਼ਾਸ ਕਿਰਪਾ ਕਰਦੇ ਹਨ। ਜਿਵੇਂ ਕਿ ਵੇਦਾਂ ਵਿਚ ਕਿਹਾ ਗਿਆ ਹੈ:-

ਯਮ੍ ਏਵੈਸ਼ ਵ੍ਰਿਣੁਤੇ ਤੇਨ ਲਭਯਸ੍ ਤਸ੍ਯੈਸ਼ ਆਤ੍ਮਾ ਵਿਵ੍ਰਿਣੁਤੇ ਤਨੂਮ੍ ਸ੍ਵਾਮ੍।

(ਕਠੋਪਨਿਸ਼ਦ 1-2-23)

ਜਿਸਨੇ ਪੂਰੀ ਤਰ੍ਹਾਂ ਭਗਵਾਨ ਦੀ ਸ਼ਰਨ ਲੈ ਲਈ ਹੈ ਅਤੇ ਜਿਹੜਾ ਉਨ੍ਹਾਂ ਦੀ ਭਗਤੀ ਵਿਚ ਲੱਗਿਆ ਹੋਇਆ ਹੈ, ਉਹੀ ਭਗਵਾਨ ਨੂੰ ਯਥਾਰੂਪ (ਅਸਲ ਰੂਪ) ਵਿਚ ਸਮਝ ਸਕਦਾ ਹੈ ਅਤੇ ਗੀਤਾ ਵਿਚ ਵੀ (10-10) ਕਿਹਾ ਗਿਆ ਹੈ- ***ਦਦਾਮਿ ਬੁਦ੍ਧਿ ਯੋਗਮ੍ ਤਮ੍***-ਅਜਿਹੇ ਭਗਤ ਨੂੰ ਭਗਵਾਨ ਬੁੱਧੀ ਦਿੰਦੇ ਹਨ, ਜਿਸ ਨਾਲ ਉਹ ਉਨ੍ਹਾਂ ਨੂੰ ਭਗਵਾਨ ਦੇ ਧਾਮ ਵਿਚ ਹਾਸਲ ਕਰ ਸਕੇ।

ਸ਼ੁੱਧ ਭਗਤ ਦਾ ਸਭ ਤੋਂ ਵੱਡਾ ਗੁਣ ਇਹ ਹੈ ਕਿ ਉਹ ਦੇਸ਼ ਅਤੇ ਕਾਲ ਦਾ ਵਿਚਾਰ ਕੀਤੇ ਬਗ਼ੈਰ ਇਕਾਗਰ ਭਾਵ ਨਾਲ ਕ੍ਰਿਸ਼ਨ ਦਾ ਹੀ ਚਿੰਤਨ ਕਰਦਾ ਰਹਿੰਦਾ ਹੈ। ਉਸ ਨੂੰ ਕਿਸੇ ਕਿਸਮ ਦੀ ਰੁਕਾਵਟ ਨਹੀਂ ਹੋਣੀ ਚਾਹੀਦੀ, ਉਸ ਨੂੰ ਕਿਧਰੇ ਵੀ ਅਤੇ ਕਿਸੇ ਵੀ ਵੇਲੇ ਆਪਣਾ ਸੇਵਾ ਕਾਰਜ਼ ਕਰਦੇ ਰਹਿਣ ਵਿਚ ਸਮਰਥ ਹੋਣਾ ਚਾਹੀਦਾ ਹੈ। ਕੁਝ ਲੋਕਾਂ ਦਾ ਕਹਿਣਾ ਹੈ ਕਿ ਭਗਤਾਂ ਨੂੰ ਵ੍ਰਿੰਦਾਬਨ ਵਰਗੇ ਪਵਿੱਤਰ ਅਸਥਾਨਾਂ ਤੇ ਜਾਂ ਕਿਸੇ ਪਵਿੱਤਰ ਨਗਰ ਵਿਚ ਜਿੱਥੇ ਭਗਵਾਨ ਰਹਿ ਚੁੱਕੇ ਹੋਣ ਰਹਿਣਾ ਚਾਹੀਦਾ ਹੈ। ਪਰ ਸ਼ੁੱਧ ਭਗਤ ਕਿਧਰੇ ਵੀ ਰਹਿਕੇ ਆਪਣੀ ਭਗਤੀ ਨਾਲ ਵ੍ਰਿੰਦਾਬਨ ਵਰਗਾ ਵਾਤਾਵਰਣ ਪੈਦਾ ਕਰ ਸਕਦਾ ਹੈ। ਸ਼੍ਰੀ ਅਦਵੈਤ ਅਚਾਰੀਆ ਨੇ ਚੈਤੰਨਯ ਮਹਾਂਪ੍ਰਭੂ ਨੂੰ ਆਖਿਆ ਸੀ :- "ਤੁਸੀਂ ਜਿਥੇ ਵੀ ਹੋ, ਹੇ ਪ੍ਰਭੂ ! ਉਥੇ ਹੀ ਵ੍ਰਿੰਦਾਬਨ ਹੈ।"

ਜਿਸ ਤਰ੍ਹਾਂ ਕਿ ***ਸਤਤਮ੍*** ਅਤੇ ***ਨਿਤ੍ਯਸ਼ਹ੍*** ਸ਼ਬਦਾਂ ਤੋਂ ਭਾਵ ਹੈ "ਹਮੇਸ਼ਾਂ" ਨਿਰੰਤਰ ਜਾਂ ਰੋਜ਼ ਇਸ ਤੋਂ ਸੂਚਿਤ ਹੁੰਦਾ ਹੈ, ਸ਼ੁੱਧ ਭਗਤ ਲਗਾਤਾਰ ਕ੍ਰਿਸ਼ਨ ਦਾ ਹੀ ਸਿਮਰਨ ਕਰਦਾ ਹੈ ਅਤੇ ਉਨ੍ਹਾਂ ਦਾ ਹੀ ਧਿਆਨ ਕਰਦਾ ਹੈ। ਇਹ ਸ਼ੁੱਧ ਭਗਤ ਦੇ ਗੁਣ ਹਨ, ਜਿਨ੍ਹਾਂ ਲਈ ਭਗਵਾਨ ਸਹਿਜ ਸੁਲੱਭ ਹਨ। ਗੀਤਾ ਸਾਰੀ ਯੋਗ ਪਧੱਤੀਆਂ ਵਿੱਚੋਂ ਭਗਤੀ ਯੋਗ ਦੀ ਹੀ ਸ਼ਲਾਘਾ ਕਰਦੀ ਹੈ। ਆਮ ਤੌਰ ਤੇ ਭਗਤੀ ਯੋਗੀ ਪੰਜ ਤਰ੍ਹਾਂ ਨਾਲ ਭਗਤੀ ਵਿਚ ਲਗੇ ਰਹਿੰਦੇ ਹਨ (1) ਸ਼ਾਂਤ ਭਗਤ ਜਿਹੜੇ ਉਦਾਸੀਨ ਰਹਿਕੇ ਭਗਤੀ ਵਿਚ ਲੱਗੇ ਰਹਿੰਦੇ ਹਨ (2) ਦਾਸ ਭਗਤ, ਜਿਹੜੇ ਦਾਸ ਰੂਪ ਵਿਚ ਭਗਤੀ 'ਚ ਲੱਗੇ ਰਹਿੰਦੇ ਹਨ (3) ਸਖਾ ਭਗਤ, ਜਿਹੜੇ ਮਿੱਤਰ ਰੂਪ ਵਿਚ ਭਗਤੀ 'ਚ ਲੱਗੇ ਰਹਿੰਦੇ ਹਨ (4) ਵਾਤਸਲਯ ਭਗਤ, ਜਿਹੜੇ ਮਾਂ-ਬਾਪ ਵਾਂਗ ਭਗਤੀ ਵਿਚ ਲੱਗੇ ਰਹਿੰਦੇ ਹਨ ਅਤੇ (5) ਮਾਧੁਰਯ ਭਗਤ, ਜਿਹੜੇ ਪਰਮੇਸ਼ਵਰ ਨਾਲ ਪਤੀ-ਪਤਨੀ ਦੇ ਪ੍ਰੇਮ ਵਾਂਗ ਭਗਤੀ ਵਿਚ ਲੱਗੇ ਰਹਿੰਦੇ ਹਨ। ਸ਼ੁੱਧ ਭਗਤ ਇਨ੍ਹਾਂ ਵਿਚੋਂ ਕਿਸੇ ਇਕ ਮਾਰਗ ਰਾਹੀਂ ਪਰਮੇਸ਼ਵਰ ਦੀ ਪ੍ਰੇਮ ਭਗਤੀ ਨਾਲ ਜੁੜਿਆ ਹੁੰਦਾ ਹੈ ਅਤੇ ਉਨ੍ਹਾਂ ਨੂੰ ਕਦੀ ਨਹੀ ਭੁੱਲਦਾ, ਜਿਸ ਕਰਕੇ ਭਗਵਾਨ ਉਸਨੂੰ ਆਸਾਨੀ ਨਾਲ ਪ੍ਰਾਪਤ ਹੋ ਜਾਂਦੇ ਹਨ। ਜਿਸ ਤਰ੍ਹਾਂ ਸ਼ੁੱਧ ਭਗਤ ਪਲ ਭਰ ਲਈ ਵੀ ਭਗਵਾਨ ਨੂੰ ਨਹੀਂ ਭੁੱਲਦਾ, ਉਸੇ ਤਰ੍ਹਾਂ ਭਗਵਾਨ ਵੀ ਆਪਣੇ ਸ਼ੁੱਧ ਭਗਤ ਨੂੰ ਇਕ ਪਲ ਵੀ ਨਹੀ ਭੁੱਲਦੇ। ਹਰੇ ਕ੍ਰਿਸ਼ਨ ਹਰੇ ਕ੍ਰਿਸ਼ਨ ਕ੍ਰਿਸ਼ਨ ਕ੍ਰਿਸ਼ਨ ਹਰੇ ਹਰੇ, ਹਰੇ ਰਾਮ ਹਰੇ ਰਾਮ ਰਾਮ ਰਾਮ ਹਰੇ ਹਰੇ, ਇਹ ਮਹਾਮੰਤਰ ਦੇ ਕੀਰਤਨ, ਕ੍ਰਿਸ਼ਨ ਭਾਵਨਾ ਭਾਵਿਤ ਵਿਧੀ ਦਾ ਸਭ ਤੋਂ ਵੱਡਾ ਅਸ਼ੀਰਵਾਦ ਹੈ।

मामुपेत्य पुनर्जन्म दु:खालयमशाश्वतम् ।
नाप्नुवन्ति महात्मान: संसिद्धिं परमां गता: ॥ १५ ॥

ਮਾਮ੍ ਉਪੇਤ੍ਯ ਪੁਨਰ੍ ਜਨ੍ਮ ਦੁਹ੍ਖਾਲਯਮ੍ ਅਸ਼ਾਸ਼੍ਵਤਮ੍।
ਨਾਪ੍ਨੁਵੰਤਿ ਮਹਾਤ੍ਮਾਨਹ੍ ਸੰਸਿਦ੍ਧਿਮ੍ ਪਰਮਾਮ੍ ਗਤਾਹ੍ ॥ 15 ॥

ਮਾਮ੍-ਮੈਨੂੰ ; **ਉਪੇਤ੍ਯ**-ਪ੍ਰਾਪਤ ਕਰਕੇ ; **ਪੁਨਹ੍**-ਫਿਰ ; **ਜਨ੍ਮ**-ਜਨਮ ; **ਦੁਹ੍ਖ-ਆਲਯਮ**-ਦੁੱਖਾਂਦੇ ਅਸਥਾਨ ਨੂੰ ; **ਅਸ਼ਾਸ਼੍ਵਤਮ੍**-ਅਸਥਾਈ ; **ਨ**-ਕਦੀ ਨਹੀਂ ; **ਆਪ੍ਨੁਵੰਤਿ**-ਪ੍ਰਾਪਤ ਕਰਦੇ ਹਨ; **ਮਹਾ-ਆਤ੍ਮਾਨਹ੍**-ਮਹਾਨ ਪੁਰਖ ; **ਸੰਸਿਦ੍ਧਿਮ੍**-ਸਿੱਧੀ ਨੂੰ ; **ਪਰਮਾਮ੍**-ਪਰਮ ; **ਗਤਾਹ੍**-ਪ੍ਰਾਪਤ ਹੋਏ।

ਅਨੁਵਾਦ

ਮੈਨੂੰ ਪ੍ਰਾਪਤ ਕਰਕੇ ਮਹਾਂਪੁਰਖ਼, ਜਿਹੜੇ ਭਗਤੀ ਯੋਗੀ ਹਨ, ਕਦੀ ਵੀ ਦੁੱਖਾਂ ਨਾਲ ਪੂਰਨ ਇਸ ਅਨਿਤ ਸੰਸਾਰ ਵਿਚ ਨਹੀਂ ਪਰਤਦੇ, ਕਿਉਂਕਿ ਉਨ੍ਹਾਂ ਨੂੰ ਪਰਮ ਸਿੱਧੀ ਪ੍ਰਾਪਤ ਹੋ ਚੁੱਕੀ ਹੁੰਦੀ ਹੈ।

ਭਾਵ

ਕਿਉਂਕਿ ਇਹ ਨਸ਼ਵਰ ਸੰਸਾਰ ਜਨਮ, ਬੁਢਾਪਾ ਅਤੇ ਮੌਤ ਦੇ ਕਲੇਸ਼ਾਂ ਨਾਲ ਭਰਿਆ ਹੈ, ਇਸ ਲਈ ਜਿਹੜਾ ਪਰਮ ਸਿੱਧੀ ਪ੍ਰਾਪਤ ਕਰਦਾ ਹੈ ਅਤੇ ਪਰਮ ਲੋਕ ਕ੍ਰਿਸ਼ਨ ਲੋਕ ਜਾਂ ਗੋਲੋਕ

ਵ੍ਰਿੰਦਾਬਨ ਨੂੰ ਪ੍ਰਾਪਤ ਹੁੰਦਾ ਹੈ, ਉਹ ਉਥੇ ਤੋਂ ਕਦੀ ਵਾਪਿਸ ਨਹੀਂ ਪਰਤਣਾ ਚਾਹੁੰਦਾ। ਇਸ ਪਰ ਲੋਕ ਨੂੰ ਵੇਦਾਂ ਵਿਚ ***ਅਵਿਅਕ੍ਤ, ਅਕ੍ਸ਼ਰ*** ਅਤੇ ***ਪਰਮਾਗਤਿ*** ਕਿਹਾ ਗਿਆ ਹੈ। ਦੂਜੇ ਸ਼ਬਦ ਵਿਚ ਇਹ ਲੋਕ ਸਾਡੀ ਭੌਤਿਕ ਦ੍ਰਿਸ਼ਟੀ ਤੋਂ ਪਰ੍ਹੇ ਹੈ ਅਤੇ ਇਸ ਦਾ ਵਰਣਨ ਨਹੀਂ ਕੀਤਾ ਜ ਸਕਦਾ ਪਰ ਇਹ ਅੰਤਿਮ ਟੀਚਾ ਹੈ, ਜਿਹੜਾ ਮਹਾਤਮਾਵਾਂ ਦੀ ਮੰਜ਼ਿਲ ਹੈ। ਮਹਾਤਮਾ ਅਨੁਭ ਸਿੱਧ ਭਗਤਾਂ ਨਾਲ ਅਲੌਕਿਕ ਸੰਦੇਸ਼ ਹਾਸਲ ਕਰਦੇ ਹਨ ਅਤੇ ਇੰਝ ਉਹ ਹੌਲੀ-ਹੌਲੀ ਕ੍ਰਿਸ਼ ਭਾਵਨਾ ਅੰਮ੍ਰਿਤ ਵਿਚ ਭਗਤੀ ਵਿਕਸਿਤ ਕਰਦੇ ਹਨ ਅਤੇ ਅਲੌਕਿਕ ਸੇਵਾ ਵਿਚ ਏਨੇ ਲੀਨ ਹ ਜਾਂਦੇ ਹਨ ਕਿ ਉਹ ਨਾ ਤਾਂ ਕਿਸੇ ਭੌਤਿਕ ਲੋਕ ਵਿਚ ਜਾਣਾ ਚਾਹੁੰਦੇ ਹਨ, ਨਾ ਹੀ ਕਿਸੇ ਪਰਲੋ ਵਿਚ। ਉਹ ਸਿਰਫ਼ ਕ੍ਰਿਸ਼ਨ ਅਤੇ ਕ੍ਰਿਸ਼ਨ ਦੀ ਹੀ ਨੇੜਤਾ ਚਾਹੁੰਦੇ ਹਨ ਹੋਰ ਕੁਝ ਨਹੀਂ। ਇਹ ਜੀਵਨ ਦੀ ਸਭ ਤੋਂ ਵੱਡੀ ਸਿੱਧੀ ਹੈ, ਇਸ ਸ਼ਲੋਕ ਵਿਚ ਭਗਵਾਨ ਦੇ ਸਗੁਣਵਾਦੀ ਭਗਤਾਂ ਦਾ ਖ਼ਾ ਤੌਰ ਤੇ ਉਲੇਖ ਹੋਇਆ ਹੈ। ਇਹ ਭਗਤ ਕ੍ਰਿਸ਼ਨ ਭਾਵਨਾ ਅੰਮ੍ਰਿਤ ਵਿਚ ਜੀਵਨ ਦੀ ਉੱਤਮ ਸਿੱਧ ਪ੍ਰਾਪਤ ਕਰਦੇ ਹਨ। ਦੂਜੇ ਸ਼ਬਦਾਂ ਵਿੱਚ, ਉਹ ਮਹਾਨ ਆਤਮਾਵਾਂ ਹਨ।

आब्रह्मभुवनाल्लोकाः पुनरावर्तिनोऽर्जुन ।
मामुपेत्य तु कौन्तेय पुनर्जन्म न विद्यते ॥ १६ ॥

ਆ-ਬ੍ਰਹ੍ਮ-ਭੁਵਨਾਲ੍ ਲੋਕਾਹ ਪੁਨਰ੍ ਆਵਰ੍ਤਿਨੋ 'ਰ੍ਜੁਨ।
ਮਾਮ੍ ਉਪੇਤ੍ਯ ਤੁ ਕੌਂਤੇਯ ਪੁਨਰ੍ ਜਨ੍ਮ ਨ ਵਿਦ੍ਯਤੇ ॥ 16 ॥

ਆ ਬ੍ਰਹ੍ਮ-ਭੁਵਨਾਤ੍-ਬ੍ਰਹਮਲੋਕ ਤਕ ; **ਲੋਕਾਹ੍**-ਸਾਰੇ ਲੋਕ ; **ਪੁਨਹ੍**-ਫਿਰ ; **ਆਵਰ੍ਤਿਨਹ੍**- ਪਰਤਦੇ ਹੋਏ ; **ਅਰ੍ਜੁਨ**-ਹੇ ਅਰਜੁਨ ; **ਮਾਮ੍**-ਮੈਨੂੰ ; **ਉਪੇਤ੍ਯ**-ਪਹੁੰਚ ਕੇ ; **ਤੁ**-ਪਰ ; **ਕੌਂਤੇਯ**-ਹੇ ਕੁੰਤੀ ਪੁੱਤਰ ; **ਪੁਨਰ੍-ਜਨ੍ਮ**-ਫੇਰ ਜਨਮ ; **ਨ**-ਕਦੀ ਨਹੀਂ ; **ਵਿਦ੍ਯਤੇ**-ਹੁੰਦਾ ਹੈ

ਅਨੁਵਾਦ

ਇਸ ਸੰਸਾਰ ਵਿਚ ਸਭ ਤੋਂ ਉਚੇ ਲੋਕ ਤੋਂ ਲੈ ਕੇ ਨਿੱਚਲੇ ਸਾਰੇ ਲੋਕ ਦੁੱਖਾਂ ਦੇ ਘਰ ਹਨ, ਜਿੱ ਜਨਮ ਅਤੇ ਮੌਤ ਦਾ ਚੱਕਰ ਲਗਿਆ ਰਹਿੰਦਾ ਹੈ। ਪਰ ਹੇ ਕੁੰਤੀ ਪੁੱਤਰ ! ਜਿਹੜਾ ਮੇਰੇ ਧਾਮ ਨੂੰ ਪ੍ਰਾਪਤ ਕਰ ਲੈਂਦਾ ਹੈ, ਉਹ ਫਿਰ ਕਦੀ ਵੀ ਜਨਮ ਨਹੀਂ ਲੈਂਦਾ।

ਭਾਵ

ਸਾਰੇ ਯੋਗੀਆਂ ਨੂੰ ਭਾਵੇਂ ਉਹ ਕਰਮਯੋਗੀ ਹੋਣ, ਗਿਆਨਯੋਗੀ ਜਾਂ ਹਠਯੋਗੀ - ਆਖ਼ਿਰ ਭਗਤ ਯੋਗ ਜਾਂ ਕ੍ਰਿਸ਼ਨ ਭਾਵਨਾ ਅੰਮ੍ਰਿਤ ਵਿਚ ਭਗਤੀ ਦੀ ਸਿੱਧੀ ਹਾਸਲ ਕਰਨੀ ਹੁੰਦੀ ਹੈ, ਤਾਂ ਹੀ ਉ ਕ੍ਰਿਸ਼ਨ ਦੇ ਅਲੌਕਿਕ ਧਾਮ ਨੂੰ ਜਾ ਸਕਦੇ ਹਨ, ਜਿੱਥੋਂ ਉਹ ਫਿਰ ਕਦੀ ਨਹੀਂ ਪਰਤਦੇ। ਪ ਜਿਹੜਾ ਸਭ ਤੋਂ ਉਚੇ ਲੋਕਾਂ ਭਾਵ ਦੇਵਲੋਕਾਂ ਨੂੰ ਪ੍ਰਾਪਤ ਹੁੰਦਾ ਹੈ, ਉਸਦਾ ਫਿਰ ਜਨਮ ਹੁੰਦ ਰਹਿੰਦਾ ਹੈ। ਜਿਵੇਂ ਇਸ ਧਰਤੀ ਦੇ ਲੋਕ ਉਚੇ ਲੋਕਾਂ ਨੂੰ ਜਾਂਦੇ ਹਨ, ਉਸੇ ਤਰ੍ਹਾਂ ਬ੍ਰਹਮਲੋਕ, ਅ ਇੰਦਰ ਲੋਕ ਵਰਗੇ ਉਚੇਰੇ ਲੋਕਾਂ ਤੋਂ ਲੋਕ ਧਰਤੀ ਤੇ ਡਿੱਗਦੇ ਰਹਿੰਦੇ ਹਨ। ਛਾਂਦੋਗ੍ਯ ਉਪਨਿਸ਼

ਵਿਚ ਜਿਹੜੀ ਪੰਜ ਅਗਨੀ ਵਿਦਿਆ ਦਾ ਵਿਧਾਨ ਹੈ। ਉਸ ਨਾਲ ਮਨੁੱਖ ਬ੍ਰਹਮਲੋਕ ਨੂੰ ਪ੍ਰਾਪਤ ਕਰ ਸਕਦਾ ਹੈ, ਪਰ ਜੇ ਬ੍ਰਹਮਲੋਕ ਵਿਚ ਉਹ ਕ੍ਰਿਸ਼ਨ ਭਾਵਨਾ ਅੰਮ੍ਰਿਤ ਦਾ ਪਾਲਣ ਨਹੀਂ ਕਰਦਾ, ਤਾਂ ਉਸਨੂੰ ਧਰਤੀ ਤੇ ਫਿਰ ਪਰਤਣਾ ਪੈਂਦਾ ਹੈ। ਜਿਹੜੇ ਉਚੇਰੇ ਲੋਕਾਂ ਵਿਚ ਕ੍ਰਿਸ਼ਨ ਭਾਵਨਾ ਅੰਮ੍ਰਿਤ ਵਿਚ ਤਰੱਕੀ ਕਰਦੇ ਹਨ, ਉਹ ਲਗਾਤਾਰ ਹੋਰ ਉਪਰ ਹੋ ਜਾਂਦੇ ਹਨ ਅਤੇ ਪਰਲੋਂ ਵੇਲੇ ਉਹ ਨਿੱਤ ਪਰਮਧਾਮ ਨੂੰ ਭੇਜ ਦਿੱਤੇ ਜਾਂਦੇ ਹਨ। ਸ਼੍ਰੀਧਰ ਸਵਾਮੀ ਨੇ ਆਪਣੀ ਭਗਵਤ ਗੀਤਾ ਵਿਆਖਿਆ ਵਿਚ ਇਹ ਸ਼ਲੋਕ ਉਦਾਹਰਣ ਵਜੋਂ ਦਿੱਤਾ ਹੈ :-

ਬ੍ਰਹ੍ਮਣਾ ਸਹ ਤੇ ਸਰ੍ਵੇ ਸਮ੍ਪ੍ਰਾਪ੍ਤੇ ਪ੍ਰਤਿਸੰਚਰੇ ।
ਪਰਸ੍ਯੰਤੇ ਕ੍ਰਿਤਾਤ੍ਮਾਨਹ੍ ਪ੍ਰਵਿਸ਼ੰਤਿ ਪਰਮ੍ ਪਦਮ੍ ॥

"ਜਦੋਂ ਇਸ ਭੌਤਿਕ ਬ੍ਰਹਿਮੰਡ ਦੀ ਪਰਲੋ ਹੁੰਦੀ ਹੈ ਤਾਂ ਬ੍ਰਹਮਾ ਅਤੇ ਕ੍ਰਿਸ਼ਨ ਭਾਵਨਾ ਅੰਮ੍ਰਿਤ ਵਿਚ ਲਗਾਤਾਰ ਲੱਗੇ, ਉਨ੍ਹਾਂ ਦੇ ਭਗਤ ਆਪਣੀ ਮਰਜ਼ੀ ਮੁਤਾਬਿਕ ਅਧਿਆਤਮਕ ਬ੍ਰਹਿਮੰਡ ਨੂੰ ਅਤੇ ਖ਼ਾਸ ਬੈਕੁੰਠ ਲੋਕਾਂ ਨੂੰ ਭੇਜ ਦਿੱਤੇ ਜਾਂਦੇ ਹਨ।"

सहस्त्रयुगपर्यन्तमहर्यद्ब्रह्मणो विदुः ।
रात्रिं युगसहस्त्रान्तां तेऽहोरात्रविदो जनाः ॥ १७॥

ਸਹਸਰ੍-ਯੁਗ-ਪਰ੍ਯੰਤਮ ਅਹਰ੍ ਯਦ ਬ੍ਰਹ੍ਮਣੋ ਵਿਦੁਹ੍ ।
ਰਾਤ੍ਰਿਮ ਯੁਗ-ਸਹਸ੍ਰਾਂਤਾਮ੍ ਤੇ'ਹੋ ਰਾਤ੍ਰ ਵਿਦੋ ਜਨਾਹ੍ ॥ 17 ॥

ਸਹਸ੍ਰ-ਇੱਕ ਹਜਾਰ ; **ਯੁਗ**-ਕਲਪ(ਯੁੱਗ); **ਪਰ੍ਯੰਤਮ੍**-ਨਾਲ ; **ਅਹਹ੍**-ਦਿਨ ; **ਯਤ੍**- ਜਿਹੜਾ ; **ਬ੍ਰਾਹ੍ਮਣਹ੍**-ਬ੍ਰਹਮਾਂ ਦਾ ; **ਵਿਦੁਹ੍**-ਉਹ ਜਾਣਦੇ ਹਨ ; **ਰਾਤ੍ਰਿਮ੍**-ਰਾਤ ; **ਯੁਗ**-ਯੁੱਗ ; **ਸਹਸ੍ਰਾਂਤਾਮ੍**-ਇਸੇ ਤਰ੍ਹਾਂ ਇਕ ਹਜ਼ਾਰ ਸਾਲ ਮਗਰੋਂ ਖ਼ਤਮ ਹੋਣ ਵਾਲੀ ; **ਤੇ**-ਉਹ ; **ਅਹਹ੍-ਰਾਤ੍ਰ**-ਦਿਨ-ਰਾਤ ; **ਵਿਦਹ੍**-ਜਾਣਦੇ ਹਨ ; **ਜਨਾਹ੍**-ਲੋਕ ।

ਅਨੁਵਾਦ

ਮਨੁੱਖੀ ਗਿਣਤੀ ਮੁਤਾਬਿਕ ਇੱਕ ਹਜ਼ਾਰ ਚਤੁਰ ਯੁੱਗ, ਬ੍ਰਹਮਾ ਦਾ ਇੱਕ ਦਿਨ ਬਣਦਾ ਹੈ ਅਤੇ ਇੰਨੀ ਹੀ ਵੱਡੀ ਬ੍ਰਹਮਾ ਦੀ ਰਾਤ ਵੀ ਹੁੰਦੀ ਹੈ।

ਭਾਵ

ਭੌਤਿਕ ਬ੍ਰਹਿਮੰਡ ਦਾ ਸਮਾਂ ਸੀਮਿਤ ਹੈ ਇਹ ਯੁੱਗਾਂ ਦੇ ਚੱਕਰ ਰੂਪ ਵਿਚ ਪ੍ਰਗਟ ਹੁੰਦਾ ਹੈ। ਇਹ ਕਲਪ ਬ੍ਰਹਮਾ ਦਾ ਇੱਕ ਦਿਨ ਹੈ, ਜਿਸ ਵਿਚ ਚਾਰ ਯੁਗ-ਸਤ, ਤ੍ਰੇਤਾ, ਦਵਾਪਰ ਅਤੇ ਕਲਿ ਦੇ ਇੱਕ ਹਜ਼ਾਰ ਚੱਕਰ ਹੁੰਦੇ ਹਨ। ਸਤਜੁੱਗ ਵਿਚ ਸਦਾਚਾਰ, ਗਿਆਨ ਅਤੇ ਧਰਮ ਦਾ ਬੋਲਬਾਲਾ ਰਹਿੰਦਾ ਹੈ ਅਤੇ ਅਗਿਆਨ ਅਤੇ ਪਾਪ ਦੀ ਇਕ ਤਰ੍ਹਾਂ ਬਿਲਕੁਲ ਹੋਂਦ ਨਹੀਂ ਹੁੰਦੀ। ਇਹ ਯੁੱਗ 17,28,000 ਸਾਲਾਂ ਤਕ ਚੱਲਦਾ ਹੈ। ਤ੍ਰੇਤਾ ਯੁੱਗ ਵਿਚ ਪਾਪਾਂ ਦੀ ਸ਼ੁਰੂਆਤ ਹੋ ਜਾਂਦੀ ਹੈ ਅਤੇ

ਇਹ ਯੁਗ 12,96,000 ਸਾਲਾਂ ਤਕ ਚਲਦਾ ਹੈ। ਦਵਾਪਰ ਯੁੱਗ ਵਿਚ ਸਦਾਚਾਰ ਅਤੇ ਧਰਮ ਦਾ ਪਤਨ ਹੁੰਦਾ ਹੈ ਅਤੇ ਪਾਪ ਵੱਧਦੇ ਹਨ। ਇਹ ਯੁਗ 8,64,000 ਸਾਲਾਂ ਤਕ ਚਲਦਾ ਹੈ। ਸਭ ਤੋਂ ਆਖਿਰ ਵਿਚ ਕਲਜੁੱਗ (ਜਿਸਨੂੰ ਅਸੀ ਲਗਭਗ ਪਿਛਲੇ ਪੰਜ ਹਜ਼ਾਰ ਸਾਲਾਂ ਤੋਂ ਭੋਗ ਰਹੇ ਹਾਂ) ਆਉਂਦਾ ਹੈ, ਜਿਸ ਵਿਚ ਕਲੇਸ਼, ਅਗਿਆਨ, ਅਧਰਮ ਅਤੇ ਪਾਪ ਦੀ ਪ੍ਰਧਾਨਤਾ ਰਹਿੰਦੀ ਹੈ ਅਤੇ ਸਦਾਚਾਰ ਅਕਸਰ ਲੁਪਤ ਹੋ ਜਾਂਦਾ ਹੈ। ਇਹ ਜੁੱਗ 4,32,000 ਸਾਲਾਂ ਤਕ ਚਲਦਾ ਹੈ। ਇਸ ਯੁਗ ਵਿਚ ਪਾਪ ਇਥੋਂ ਤਕ ਵੱਧ ਜਾਂਦੇ ਹਨ ਕਿ ਇਸ ਯੁੱਗ ਦੇ ਅੰਤ ਵਿਚ ਭਗਵਾਨ ਖ਼ੁਦ ਕਾਲਕੀ ਅਵਤਾਰ ਧਾਰਨ ਕਰਦੇ ਹਨ, ਦੈਤਾਂ ਦਾ ਸੰਘਾਰ ਕਰਦੇ ਹਨ, ਭਗਤਾਂ ਦੀ ਰੱਖਿਆ ਕਰਦੇ ਹਨ ਅਤੇ ਦੂਜੇ ਸੱਤ ਯੁਗ ਦੀ ਸ਼ੁਰੁਆਤ ਹੁੰਦੀ ਹੈ, ਇੰਝ ਇਹ ਕਿਰਿਆ ਲਗਾਤਾਰ ਚਲਦੀ ਰਹਿੰਦੀ ਹੈ, ਇਹ ਚਾਰੋ ਜੁੱਗਾਂ ਦੇ ਇਕ ਹਜ਼ਾਰ ਚੱਕਰ ਕਟ ਲੈਣ ਤੇ ਬ੍ਰਹਮਾ ਦੇ ਇੱਕ ਦਿਨ ਦੇ ਬਰਾਬਰ ਹੁੰਦੇ ਹਨ। ਏਨੇ ਹੀ ਸਾਲਾਂ ਵਿਚ ਉਨ੍ਹਾਂ ਦੀ ਇਕ ਰਾਤ ਹੁੰਦੀ ਹੈ। ਬ੍ਰਹਮਾ ਅਜਿਹੇ ਇੱਕ ਸੌ ਸਾਲ ਜਿਉਂਦੇ ਰਹਿੰਦੇ ਹਨ ਅਤੇ ਤਾਂ ਕਿਤੇ ਉਨ੍ਹਾਂ ਦੀ ਮੌਤ ਹੁੰਦੀ ਹੈ। ਬ੍ਰਹਮਾ ਦੇ ਇਹ 100 ਸਾਲ ਗਿਣਤੀ ਮੁਤਾਬਿਕ 31,10,40,00,00,00,000 ਸਾਲਾਂ ਦੇ ਬਰਾਬਰ ਹਨ। ਇਸ ਗਿਣਤੀ ਤੋਂ ਬ੍ਰਹਮਾ ਦੀ ਉਮਰ ਬਹੁਤ ਅਨੌਖੀ ਅਤੇ ਖ਼ਤਮ ਨਾ ਹੋਣ ਵਾਲੀ ਲਗਦੀ ਹੈ, ਪਰ ਨਿਤਤਾ ਦੀ ਨਿਗਾਹ ਵਿਚ ਇਹ ਬਿਜਲੀ ਦੀ ਚਮਕ ਵਾਂਗ ਥੋੜ੍ਹੀ ਹੁੰਦੀ ਹੈ। *ਕਾਰਣਾਰ੍ਣਵ* ਵਿਚ ਅਣਗਿਣਤ ਬ੍ਰਹਮਾ ਅਟਲਾਂਟਿਕ ਸਾਗਰ ਵਿਚ ਪਾਣੀ ਦੇ ਬੁਲਬੁਲਿਆਂ ਵਾਂਗ ਪ੍ਰਗਟ ਹੁੰਦੇ ਹਨ ਅਤੇ ਲੋਪ ਹੁੰਦੇ ਰਹਿੰਦੇ ਹਨ। ਬ੍ਰਹਮਾ ਅਤੇ ਉਨ੍ਹਾਂ ਦੀ ਦ੍ਰਿਸ਼ਟੀ ਭੌਤਿਕ ਬ੍ਰਹਿਮੰਡ ਦੇ ਅੰਗ ਹਨ, ਸਿੱਟੇ ਵਜੋਂ ਲਗਾਤਾਰ ਬਦਲਦੇ ਰਹਿੰਦੇ ਹਨ।

ਇਸ ਭੌਤਿਕ ਬ੍ਰਹਿਮੰਡ ਵਿਚ ਬ੍ਰਹਮਾ ਵੀ ਜਨਮ, ਬੁਢਾਪਾ, ਰੋਗ ਅਤੇ ਮੌਤ ਦੀਆਂ ਕ੍ਰਿਆਵਾਂ ਤੋਂ ਨਹੀਂ ਬੱਚ ਸਕੇ। ਕਿਉਂਕਿ ਬ੍ਰਹਮਾ ਇਸ ਬ੍ਰਹਿਮੰਡ ਦੀ ਵਿਵਸਥਾ ਕਰਦੇ ਹਨ, ਇਸ ਲਈ ਉਹ ਭਗਵਾਨ ਦੀ ਪ੍ਰਤੱਖ ਸੇਵਾ ਵਿਚ ਲਗੇ ਰਹਿੰਦੇ ਹਨ। ਸਿੱਟੇ ਵੱਜੋਂ ਉਨ੍ਹਾਂ ਨੂੰ ਤੁਰੰਤ ਮੁਕਤੀ ਮਿਲ ਜਾਂਦੀ ਹੈ। ਇਥੋਂ ਤਕ ਕਿ ਸਿੱਧ ਸੰਨਿਆਸੀਆਂ ਨੂੰ ਵੀ ਬ੍ਰਹਮ ਲੋਕ ਭੇਜਿਆ ਜਾਂਦਾ ਹੈ, ਜਿਹੜਾ ਇਸ ਬ੍ਰਹਿਮੰਡ ਦਾ ਸਭ ਤੋਂ ਉਚੱਾ ਲੋਕ ਹੈ। ਪਰ ਸਮੇਂ ਮੁਤਾਬਿਕ ਬ੍ਰਹਮਾ ਅਤੇ ਬ੍ਰਹਮਲੋਕ ਦੇ ਸਾਰੇ ਨਿਵਾਸੀ ਪ੍ਰਕ੍ਰਿਤੀ ਮੁਤਾਬਿਕ ਮਰਨਸ਼ੀਲ ਹੁੰਦੇ ਹਨ।

अव्यक्ताद्व्यक्तय: सर्वा: प्रभवन्त्यहरागमे ।
रात्र्यागमे प्रलीयन्ते तत्रैवाव्यक्तसंज्ञके ॥ १८॥

ਅਵ੍ਯਕ੍ਤਾਦ੍ ਵ੍ਯਕ੍ਤਯਹ੍ ਸਰ੍ਵਾਹ੍ ਪ੍ਰਭਵੰਤ੍ਯ ਅਹਰ-ਆਗਮੇ।
ਰਾਤ੍ਰਿ-ਆਗਮੇ ਪ੍ਰਲੀਯੰਤੇ ਤਤ੍ਰੈਵਾਵ੍ਯਕ੍ਤ-ਸੰਗ੍ਯਕੇ ॥ 18 ॥

ਅਵ੍ਯਕ੍ਤਾਤ੍-ਜਿਹੜਾ ਪ੍ਰਗਟ ਨਹੀਂ ਹੁੰਦਾ ; **ਵ੍ਯਕ੍ਤਯਹ੍**-ਜੀਵ ; **ਸਰ੍ਵਾਹ੍**-ਸਾਰੇ ; **ਪ੍ਰਭਵੰਤਿ**-ਪ੍ਰਗਟ ਹੁੰਦੇ ਹਨ ; **ਅਹ੍-ਆਗਮੇ**-ਦਿਨ ਹੋਣ ਤੇ ; **ਰਾਤ੍ਰਿ-ਆਗਮੇ**-ਰਾਤ ਆਉਣ ਤੇ ; **ਪ੍ਰਲੀਯੰਤੇ**-ਨਸ਼ਟ ਹੋ ਜਾਂਦੇ ਹਨ ; **ਤਤ੍ਰ**-ਉਸ ਵਿਚ ; **ਏਵ**-ਨਿਸ਼ਚੈ ਹੀ ; **ਅਵ੍ਯਕ੍ਤ**-ਅਪ੍ਰਤੱਖ ; **ਸੰਗ੍ਯਕੇ**-ਅਖਵਾਉਂਦਾ ਹੈ।

ਅਨੁਵਾਦ

ਬ੍ਰਹਮਾਂ ਦੇ ਦਿਨ ਦੀ ਸ਼ੁਭ ਸ਼ੁਰੂਆਤ ਵਿਚ ਸਾਰੇ ਜੀਵ ਅਪ੍ਰਗਟ ਅਵਸਥਾ ਤੋਂ ਪ੍ਰਗਟ ਹੁੰਦੇ ਹਨ ਅਤੇ ਫਿਰ ਜਦੋਂ ਰਾਤ ਆਉਂਦੀ ਹੈ ਤਾਂ ਉਹ ਫਿਰ ਅਪ੍ਰਗਟ ਵਿਚ ਵਿਲੀਨ ਹੋ ਜਾਂਦੇ ਹਨ।

भूतग्रामः स एवायं भूत्वा भूत्वा प्रलीयते ।
रात्र्यागमेऽवशः पार्थ प्रभवत्यहरागमे ॥ १९ ॥

ਭੂਤ ਗ੍ਰਾਮਹ੍ ਸ ਏਵਾਯਮ੍ ਭੂਤ੍ਵਾ-ਭੂਤ੍ਵਾ ਪ੍ਰਲੀਯਤੇ ।
ਰਾਤ੍ਰਿ-ਆਗਮੇ'ਵਸ਼ਹ੍ ਪਾਰ੍ਥ ਪ੍ਰਭਵਤਿ-ਅਹਰ੍-ਆਗਮੇ ॥ 19 ॥

ਭੂਤ-ਗ੍ਰਾਮਹ੍-ਸਾਰੇ ਜੀਵਾਂ ਦਾ ਸਮੂਹ ; **ਸਹ੍**-ਉਹੀ ; **ਏਵ**-ਨਿਸ਼ਚੈ ਹੀ ; **ਅਯਮ੍**-ਇਹ ; **ਭੂਤਵਾ-ਭੂਤਵਾ**-ਵਾਰ ਵਾਰ ਜਨਮ ਲੈਕੇ ; **ਪ੍ਰਲੀਯਤੇ**-ਨਸ਼ਟ ਹੋ ਜਾਂਦਾ ਹੈ ; **ਰਾਤ੍ਰਿ**-ਰਾਤ ਦੇ ; **ਆਗਮੇ**-ਆਉਣ ਤੇ ; **ਅਵਸ਼ਹ੍**-ਆਪਣੇ ਆਪ ; **ਪਾਰ੍ਥ**-ਹੇ ਪ੍ਰਿਥਾ ਪੁੱਤਰ ; **ਪ੍ਰਭਵਤਿ**-ਪ੍ਰਗਟ ਹੁੰਦਾ ਹੈ ; **ਅਹਰ੍**-ਦਿਨ ; **ਆਗਮੇ**-ਆਉਣ ਤੇ ।

ਅਨੁਵਾਦ

ਜਦੋਂ ਜਦੋਂ ਬ੍ਰਹਮਾ ਦਾ ਦਿਨ ਆਉਂਦਾ ਹੈ ਤਾਂ ਸਾਰੇ ਜੀਵ ਪ੍ਰਗਟ ਹੁੰਦੇ ਹਨ ਅਤੇ ਬ੍ਰਹਮਾ ਦੀ ਰਾਤ ਹੁੰਦਿਆਂ ਹੀ ਉਹ ਬੇਸਹਾਏ ਨਸ਼ਟ ਹੋ ਜਾਂਦੇ ਹਨ।

ਭਾਵ

ਘੱਟ ਗਿਆਨ ਵਾਲੇ ਮਨੁੱਖ ਜਿਹੜੇ ਇਸ ਭੌਤਿਕ ਸੰਸਾਰ ਵਿਚ ਆਪਣੀ ਹੋਂਦ ਰੱਖਣਾ ਚਾਹੁੰਦੇ ਹਨ, ਉਚੇਰੇ ਲੋਕਾਂ ਨੂੰ ਪ੍ਰਾਪਤ ਕਰ ਸਕਦੇ ਹਨ, ਪਰ ਉਨ੍ਹਾਂ ਨੂੰ ਫਿਰ ਇਸ ਧਰਤੀ ਲੋਕ ਤੇ ਆਉਣਾ ਹੁੰਦਾ ਹੈ। ਉਹ ਬ੍ਰਹਮਾ ਦਾ ਦਿਨ ਹੋਣ ਤੇ ਇਸ ਸੰਸਾਰ ਦੇ ਉਚੇਰੇ ਅਤੇ ਨਿੱਚਲੇ ਲੋਕਾਂ ਵਿਚ ਆਪਣੇ ਕੰਮਾਂ ਦਾ ਵਿਖਾਵਾ ਕਰਦੇ ਹਨ, ਪਰ ਬ੍ਰਹਮਾਂ ਦੀ ਰਾਤ ਹੋਣ ਤੇ ਉਹ ਨਸ਼ਟ ਹੋ ਜਾਂਦੇ ਹਨ। ਦਿਨ ਵਿਚ ਉਨ੍ਹਾਂ ਨੂੰ ਭੌਤਿਕ ਕੰਮਾਂ ਲਈ ਕਈ ਤਰ੍ਹਾਂ ਦੇ ਸ਼ਰੀਰ ਪ੍ਰਾਪਤ ਹੁੰਦੇ ਹਨ, ਪਰ ਰਾਤ ਹੁੰਦਿਆਂ ਹੀ ਉਨ੍ਹਾਂ ਦੇ ਸ਼ਰੀਰ ਵਿਸ਼ਨੂੰ ਦੇ ਸ਼ਰੀਰ ਵਿਚ ਲੋਪ ਹੋ ਜਾਂਦੇ ਹਨ। ਉਹ ਫਿਰ ਬ੍ਰਹਮਾ ਦਾ ਦਿਨ ਆਉਣ ਤੇ ਪ੍ਰਗਟ ਹੁੰਦੇ ਹਨ। *ਭੂਤਵਾ ਭੂਤਵਾ ਪ੍ਰਲੀਯਤੇ* - ਦਿਨ ਵੇਲੇ ਉਹ ਪ੍ਰਗਟ ਹੁੰਦੇ ਹਨ ਅਤੇ ਰਾਤ ਵੇਲੇ ਫੇਰ ਨਸ਼ਟ ਹੋ ਜਾਂਦੇ ਹਨ ਆਖਿਰਕਾਰ ਜਦੋਂ ਬ੍ਰਹਮਾ ਦਾ ਜੀਵਨ ਖ਼ਤਮ ਹੁੰਦਾ ਹੈ, ਤਾਂ ਉਨ੍ਹਾਂ ਦਾ ਸੰਘਾਰ ਹੋ ਜਾਂਦਾ ਹੈ ਅਤੇ ਉਹ ਕਰੋੜਾਂ ਸਾਲਾਂ ਤਕ ਅਪ੍ਰਗਟ ਰਹਿੰਦੇ ਹਨ। ਹੋਰ ਯੁੱਗ ਵਿਚ ਬ੍ਰਹਮਾ ਦਾ ਪੁਨਰ ਜਨਮ ਹੋਣ ਤੇ ਉਹ ਫਿਰ ਪ੍ਰਗਟ ਹੋ ਜਾਂਦੇ ਹਨ। ਇੰਝ ਉਹ ਭੌਤਿਕ ਸੰਸਾਰ ਦੇ ਜਾਦੂ ਤੋਂ ਮੋਹਿਤ ਹੁੰਦੇ ਰਹਿੰਦੇ ਹਨ। ਪਰ ਜਿਹੜੇ ਬੁੱਧੀਮਾਨ ਮਨੁੱਖ ਕ੍ਰਿਸ਼ਨ ਭਾਵਨਾ ਅੰਮ੍ਰਿਤ ਸਵੀਕਾਰ ਕਰਦੇ ਹਨ, ਉਹ ਇਸ ਮਨੁੱਖ ਜੀਵਨ ਦੀ ਵਰਤੋਂ ਭਗਵਾਨ ਦੀ ਭਗਤੀ ਕਰਨ ਵਿਚ ਅਤੇ *ਹਰੇ ਕ੍ਰਿਸ਼ਨ ਹਰੇ ਕ੍ਰਿਸ਼ਨ ਕ੍ਰਿਸ਼ਨ ਕ੍ਰਿਸ਼ਨ ਹਰੇ ਹਰੇ, ਹਰੇ ਰਾਮ ਹਰੇ ਰਾਮ ਰਾਮ ਰਾਮ ਹਰੇ ਹਰੇ* ਦੇ

ਕੀਰਤਨ ਵਿਚ ਬਿਤਾਉਂਦੇ ਹਨ। ਇੰਝ ਉਹ ਇਸੇ ਜੀਵਨ ਵਿਚ ਕ੍ਰਿਸ਼ਨ ਲੋਕ ਨੂੰ ਪ੍ਰਾਪਤ ਹੁੰਦੇ ਹਨ ਅਤੇ ਉਥੇ ਪੂਰਨ ਜਨਮ ਦੇ ਚੱਕਰ ਤੋਂ ਮੁਕਤ ਹੋਕੇ ਲਗਾਤਾਰ ਆਨੰਦ ਦਾ ਅਨੁਭਵ ਕਰਦੇ ਹਨ।

परस्तस्मात्तु भावोऽन्योऽव्यक्तोऽव्यक्तात्सनातनः ।
यः स सर्वेषु भूतेषु नश्यत्सु न विनश्यति ॥ २०॥

ਪਰਸ੍ ਤਸ੍ਮਾਤ੍ ਤੁ ਭਾਵੋ 'ਨ੍ਯੋ'ਵ੍ਯਕ੍ਤੋ 'ਵ੍ਯਕ੍ਤਾਤ੍ ਸਨਾਤਨਹ੍ ।
ਯਹ੍ ਸ ਸਰ੍ਵੇਸ਼ੁ ਭੂਤੇਸ਼ੁ ਨਸ਼੍ਯਤ੍ਸੁ ਨ ਵਿਨਸ਼੍ਯਤਿ ॥ 20 ॥

ਪਰਹ੍-ਪਰਮ ; **ਤਸ੍ਮਾਤ੍**-ਉਸ ; **ਤੁ**-ਪਰ ; **ਭਾਵਹ੍**-ਪ੍ਰਕ੍ਰਿਤੀ ; **ਅਨ੍ਯਹ੍**-ਦੂਜੀ ; **ਅਵ੍ਯਕ੍ਤਹ**-ਅਪ੍ਰਤੱਖ ; **ਅਵ੍ਯਕ੍ਤਾਤ੍**-ਅਪ੍ਰਤੱਖ ਨਾਲੋਂ ; **ਸਨਾਤਨਹ੍**-ਪੱਕਾ ; **ਯਹ੍- ਸਹ੍**-ਉਹ ਜਿਹੜਾ ; **ਸਰ੍ਵੇਸ਼**-ਸਾਰੇ ; **ਭੂਤੇਸ਼**-ਜੀਵਾਂ ਲਈ ; **ਨਸ਼੍ਯਤ੍ਸੁ**-ਨਾਸ਼ ਹੋਣ ਤੇ ; **ਨ**-ਕਦੀ ਨਹੀਂ ; **ਵਿਨਸ਼੍ਯਤਿ**-ਨਸ਼ਟ ਹੁੰਦੀ ਹੈ।

ਅਨੁਵਾਦ

ਇਸ ਤੋਂ ਇਲਾਵਾ ਇੱਕ ਹੋਰ ਅਪ੍ਰਗਟ (ਅਪ੍ਰਤੱਖ) ਪ੍ਰਕ੍ਰਿਤੀ ਹੈ, ਜਿਹੜੀ ਸਨਾਤਨ (ਸਦੀਵੀ) ਹੈ ਅਤੇ ਇਸ ਪ੍ਰਗਟ ਅਤੇ ਅਪ੍ਰਗਟ ਪਦਾਰਥ ਤੋਂ ਪਰ੍ਹੇ ਹੈ। ਇਹ ਪਰਾ (ਸ਼੍ਰੇਸ਼ਠ) ਅਤੇ ਕਦੀ ਨਸ਼ਟ ਨਾ ਹੋਣ ਵਾਲੀ ਹੈ। ਜਦੋਂ ਇਸ ਸੰਸਾਰ ਦਾ ਸਭ ਕੁਝ ਲੋਪ ਹੋ ਜਾਂਦਾ ਹੈ ਤਾਂ ਵੀ ਉਸਦਾ ਨਾਸ਼ ਨਹੀਂ ਹੁੰਦਾ।

ਭਾਵ

ਕ੍ਰਿਸ਼ਨ ਦੀ ਪਰਾ ਸ਼ਕਤੀ ਅਲੌਕਿਕ ਅਤੇ ਸਨਾਤਨ ਹੈ। ਇਹ ਉਸ ਭੌਤਿਕ ਪ੍ਰਕ੍ਰਿਤੀ ਦੇ ਸਾਰੇ ਪਰਿਵਰਤਨਾਂ ਤੋਂ ਪਰ੍ਹੇ ਹੈ, ਜਿਹੜੇ ਬ੍ਰਹਮਾ ਦੇ ਦਿਨ ਵੇਲੇ ਪ੍ਰਗਟ ਅਤੇ ਰਾਤ ਵੇਲੇ ਨਸ਼ਟ ਹੁੰਦੇ ਰਹਿੰਦੇ ਹਨ। ਕ੍ਰਿਸ਼ਨ ਦੀ ਪਰਾ ਸ਼ਕਤੀ ਭੌਤਿਕ ਪ੍ਰਕ੍ਰਿਤੀ ਦੇ ਗੁਣ ਤੋਂ ਬਿਲਕੁਲ ਉਲਟ ਹੈ। ਪਰਾ ਅਤੇ ਅਪਰਾ ਪ੍ਰਕ੍ਰਿਤੀ ਦੀ ਵਿਆਖਿਆ ਸੱਤਵੇਂ ਅਧਿਆਇ ਵਿਚ ਹੋਈ ਹੈ।

अव्यक्तोऽक्षर इत्युक्तस्तमाहुः परमां गतिम् ।
यं प्राप्य न निवर्तन्ते तद्धाम परमं मम ॥ २१॥

ਅਵ੍ਯਕ੍ਤੋ'ਕ੍ਸ਼ਰ ਇਤਿ ਓਕ੍ਤਸ ਤਮ੍ ਆਹੁਹ੍ ਪਰਮਾਮ੍ ਗਤਿਮ੍ ।
ਯਮ੍ ਪ੍ਰਾਪ੍ਯ ਨ ਨਿਵਰ੍ਤੰਤੇ ਤਦ੍ ਧਾਮ ਪਰਮਮ੍ ਮਮ ॥ 21 ॥

ਅਵ੍ਯਕ੍ਤਹ੍-ਅਪ੍ਰਗਟ ; **ਅਕ੍ਸ਼ਰਹ੍**-ਅਵਿਨਾਸ਼ੀ ; **ਇਤਿ**-ਇੰਝ ; **ਓਕ੍ਤਹ੍**-ਕਿਹਾ ਗਿਆ ; **ਤਮ੍**-ਉਸਨੂੰ ; **ਆਹੁਹ੍**-ਕਿਹਾ ਜਾਂਦਾ ਹੈ ; **ਪਰਮਾਮ੍**-ਪਰਮ ; **ਗਤਿਮ੍**-ਮੰਜ਼ਿਲ ; **ਯਮ੍**-ਜਿਸਨੂੰ ; **ਪ੍ਰਾਪ੍ਯ**-ਪ੍ਰਾਪਤ ਕਰਕੇ ; **ਨ**-ਕਦੀ ਨਹੀਂ ; **ਨਿਵਰ੍ਤੰਤੇ**-ਵਾਪਸ ਆਉਂਦੇ ਹਨ ; **ਤਤ੍**-ਉਹ ; **ਧਾਮ**-ਨਿਵਾਸ ; **ਪਰਮਮ੍**-ਪਰਮ ; **ਮਮ**-ਮੇਰਾ।

ਅਨੁਵਾਦ

ਜਿਸਨੂੰ ਵੇਦਾਂਤੀ ਅਪ੍ਰਗਟ ਅਤੇ ਅਵਿਨਾਸ਼ੀ ਦੱਸਦੇ ਹਨ, ਜਿਹੜੀ ਉਚੱ ਮੰਜ਼ਿਲ ਹੈ, ਜਿਸਨੂੰ ਪ੍ਰਾਪਤ ਕਰ ਲੈਣ ਤੇ ਕੋਈ ਇਸ ਸੰਸਾਰ ਵਿਚ ਵਾਪਸ ਨਹੀਂ ਆਉਂਦਾ, ਉਹੀ ਮੇਰਾ ਪਰਮ ਧਾਮ ਹੈ ।

ਭਾਵ

ਬ੍ਰਹਮ ਸੰਹਿਤਾ ਵਿਚ ਕ੍ਰਿਸ਼ਨ ਦੇ ਪਰਮ ਧਾਮ ਨੂੰ ਚਿੰਤਾਮਣੀ ਧਾਮ ਕਿਹਾ ਗਿਆ ਹੈ, ਜਿਹੜਾ ਅਜਿਹਾ ਅਸਥਾਨ ਹੈ, ਜਿੱਥੇ ਸਾਰੀਆਂ ਇੱਛਾਵਾਂ ਪੂਰੀਆਂ ਹੁੰਦੀਆਂ ਹਨ । ਭਗਵਾਨ ਕ੍ਰਿਸ਼ਨ ਦਾ ਪਰਮ ਧਾਮ ਗੋਲੋਕ ਵ੍ਰਿੰਦਾਬਨ ਕਹਾਉਂਦਾ ਹੈ ਅਤੇ ਉਹ ਪਾਰਸਮਣੀ ਨਾਲ ਬਣੇ ਮਹਿਲਾਂ ਨਾਲ ਯੁਕਤ ਹੈ । ਉਥੇ ਰੁੱਖ ਵੀ ਹਨ, ਜਿਨ੍ਹਾਂ ਨੂੰ *ਕਲਪ-ਤਰੂ* ਕਿਹਾ ਜਾਂਦਾ ਹੈ, ਜਿਹੜੇ ਇੱਛਾ ਹੋਣ ਤੇ ਕਿਸੇ ਵੀ ਤਰ੍ਹਾਂ ਦਾ ਭੋਜਨ ਦਿੰਦੇ ਹਨ । ਉਥੇ ਗਊਆਂ ਵੀ ਹਨ, ਜਿਨ੍ਹਾਂ ਨੂੰ ਸੁਰਭੀ ਗਊਆਂ ਕਿਹਾ ਜਾਂਦਾ ਹੈ ਅਤੇ ਉਹ ਅਸੀਮਤ ਦੁੱਧ ਦੇਣ ਵਾਲੀਆਂ ਹਨ । ਇਸ ਧਾਮ ਵਿਚ ਭਗਵਾਨ ਦੀ ਸੇਵਾ ਲਈ ਲੱਖਾਂ ਲਕਸ਼ਮੀਆਂ ਹਨ। ਉਹ ਆਦਿ ਭਗਵਾਨ ਗੋਵਿੰਦ ਅਤੇ ਸਾਰੇ ਕਾਰਨਾਂ ਦੇ ਕਾਰਨ ਕਹਾਉਂਦੇ ਹਨ । ਭਗਵਾਨ ਬੰਸੀ ਵਜਾਉਂਦੇ ਰਹਿੰਦੇ ਹਨ (*ਵੇਣੂਮ੍ ਕ੍ਵਣਤੰਮ*) ਉਨ੍ਹਾਂ ਦਾ ਅਲੌਕਿਕ ਸਰੂਪ ਸਾਰੇ ਲੋਕਾਂ ਵਿਚੋਂ ਸਭ ਤੋਂ ਵੱਧ ਆਕਰਸ਼ਕ ਹੈ, ਉਨ੍ਹਾਂ ਦੇ ਨੇਤਰ ਕਮਲ ਵਰਗੇ ਹਨ ਅਤੇ ਉਨ੍ਹਾਂ ਦਾ ਸ਼ਰੀਰ ਬੱਦਲਾਂ ਦੇ ਰੰਗ ਵਰਗਾ ਹੈ । ਉਹ ਏਨੇ ਰੂਪਵਾਨ ਹਨ ਕਿ ਉਨ੍ਹਾਂ ਦੀ ਸੁੰਦਰਤਾ ਹਜ਼ਾਰਾਂ ਕਾਮਦੇਵਾਂ ਨੂੰ ਮਾਤ ਕਰਦੀ ਹੈ । ਉਹ ਪੀਲੇ ਰੰਗ ਦੇ ਕਪੜੇ ਪਹਿਨਦੇ ਹਨ, ਉਨ੍ਹਾਂ ਦੇ ਗਲ ਵਿਚ ਮਾਲਾ ਹੁੰਦੀ ਹੈ ਅਤੇ ਵਾਲਾਂ ਵਿਚ ਮੋਰ ਖੰਭ ਲਗਿਆ ਰਹਿੰਦਾ ਹੈ । ਭਗਵਤ ਗੀਤਾ ਵਿਚ ਭਗਵਾਨ ਕ੍ਰਿਸ਼ਨ ਆਪਣੇ ਨਿਜੀ ਧਾਮ-ਗੋਲੋਕ ਵ੍ਰਿੰਦਾਬਨ ਦਾ ਸਿਰਫ ਇਸ਼ਾਰਾ ਕਰਦੇ ਹਨ, ਜਿਹੜਾ ਅਧਿਆਤਮਕ ਸੰਸਾਰ ਵਿਚ ਸਭ ਤੋਂ ਉਚਾ ਲੋਕ ਹੈ । ਇਸਦਾ ਵਿਸਥਾਰ ਨਾਲ ਵਰਣਨ ਬ੍ਰਹਮਸੰਹਿਤਾ ਵਿਚ ਮਿਲਦਾ ਹੈ । ਵੈਦਿਕ ਗ੍ਰੰਥ (ਕਠੋਪਨਿਸ਼ਦ 1-3-11) ਦੱਸਦੇ ਹਨ ਕਿ ਭਗਵਾਨ ਦਾ ਧਾਮ ਸਭ ਤੋਂ ਉੱਤਮ ਹੈ ਅਤੇ ਇਹੀ ਪਰਮ ਧਾਮ ਹੈ (*ਪੁਰੁਸ਼ਾਨ੍ ਨ ਪਰਮ੍ ਕਿੰਚਿਤ ਸਾ ਕਾਸ਼ਠਾ ਪਰਮਾ ਗਤਿਹ੍*) ਇੱਕ ਵਾਰ ਉਥੇ ਪਹੁੰਚਣ ਮਗਰੋਂ ਫਿਰ ਭੌਤਿਕ ਸੰਸਾਰ ਵਿਚ ਮੁੜ ਆਉਣਾ ਨਹੀਂ ਹੁੰਦਾ । ਕ੍ਰਿਸ਼ਨ ਦਾ ਪਰਮਧਾਮ ਅਤੇ ਖ਼ੁਦ ਕ੍ਰਿਸ਼ਨ ਇੱਕੋ ਹਨ, ਕਿਉਂਕਿ ਉਹ ਦੋਵੇਂ ਇੱਕੋ ਵਰਗੇ ਗੁਣਾਂ ਵਾਲੇ ਹਨ । ਅਧਿਆਤਮਕ ਆਕਾਸ਼ ਦੇ ਇਸ ਗੋਲੋਕ ਵ੍ਰਿੰਦਾਬਨ ਦਾ ਰੂਪ (ਵ੍ਰਿੰਦਾਬਨ) ਇਸ ਧਰਤੀ ਤੇ ਦਿੱਲੀ ਤੋਂ 90 ਮੀਲ ਦੱਖਣ ਪੂਰਵ ਵਿਚ ਸਥਿਤ ਹੈ । ਜਦੋਂ ਕ੍ਰਿਸ਼ਨ ਨੇ ਇਸ ਧਰਤੀ ਤੇ ਅਵਤਾਰ ਲਿਆ ਸੀ ਤਾਂ ਉਨ੍ਹਾਂ ਇਸੇ ਧਰਤੀ ਤੇ, ਜਿਸਨੂੰ ਵ੍ਰਿੰਦਾਬਨ ਕਹਿੰਦੇ ਹਨ ਅਤੇ ਜਿਹੜੀ ਭਾਰਤ ਵਿਚ ਮਥੁਰਾ ਜ਼ਿਲ੍ਹੇ ਦੇ ਚੁਰਾਸੀ ਵਰਗਮੀਲ ਵਿਚ ਫੈਲਿਆ ਹੋਇਆ ਹੈ, ਲੀਲਾ-ਸਥਲੀ ਸੀ ।

पुरुषः स परः पार्थ भक्त्या लभ्यस्त्वनन्यया ।
यस्यान्तःस्थानि भूतानि येन सर्वमिदं ततम् ॥ २२॥

ਪੁਰੁਸ਼ਹ੍ ਸ ਪਰਹ੍ ਪਾਰ੍ਥ ਭਕ੍ਤ੍ਯਾ ਲਭ੍ਯਸ੍ ਤ੍ਵ੍ ਅਨੰਨਯਯਾ ।
ਯਸ੍ਯਾਂਤਹ੍-ਸ੍ਥਾਨਿ ਭੂਤਾਨਿ ਯੇਨ ਸਰ੍ਵਮ ਇਦਮ੍ ਤਤਮ੍ ॥ 22 ॥

ਪੁਰਸ਼ਹ੍-ਪਰਮ ਪੁਰਖ ; **ਸਹ੍**-ਉਹ ; **ਪਰਹ੍**-ਪਰਮ,ਜਿਨ੍ਹਾਂ ਤੋਂ ਵੱਧਕੇ ਹੋਰ ਕੋਈ ਨਹੀਂ ਹੈ ; **ਪਾਰ੍ਥ**-ਹੇ ਪ੍ਰਿਥਾ ਪੁੱਤਰ ; **ਭਕ੍ਤ੍ਯਾ**-ਭਗਤੀ ਰਾਹੀਂ ; **ਲਭ੍ਯਹ੍**-ਪ੍ਰਾਪਤ ਕੀਤਾ ਜਾ ਸਕਦਾ ਹੈ ; **ਤੁ**-ਪਰ ; **ਅਨਨ੍ਯਯਾ**-ਅਵਿਚਲ,ਸਥਿਰ ; **ਯਸ੍ਯ**-ਜਿਸਦੇ ; **ਅੰਤਹ੍ ਸ੍ਥਨਿ**-ਅੰਦਰ ; **ਭੂਤਾਨਿ**-ਇਹ ਸਾਰਾ ਭੌਤਿਕ ਵਿਸਥਾਰ ; **ਯੇਨ**-ਜਿਨ੍ਹਾਂ ਰਾਹੀਂ ; **ਸਰ੍ਵਮ੍**-ਸਾਰੇ ; **ਇਦਮ੍**-ਜੋ ਕੁਝ ਅਸੀਂ ਵੇਖ ਸਕਦੇ ਹਾਂ ; **ਤਤਮ੍**-ਫੈਲਿਆ ਹੈ ।

ਅਨੁਵਾਦ

ਭਗਵਾਨ, ਜਿਹੜੇ ਸਭ ਤੋਂ ਮਹਾਨ ਹਨ, ਅਟੁੱਟ ਭਗਤੀ ਰਾਹੀਂ ਪ੍ਰਾਪਤ ਕੀਤੇ ਜਾ ਸਕਦੇ ਹਨ । ਭਾਵੇਂ ਉਹ ਆਪਣੇ ਧਾਮ ਵਿਚ ਬਿਰਾਜਮਾਨ ਰਹਿੰਦੇ ਹਨ, ਤਾਂ ਵੀ ਉਹ ਸਰਬ ਵਿਆਪੀ ਹਨ ਅਤੇ ਉਨ੍ਹਾਂ ਵਿਚ ਸਭ ਕੁਝ ਸਥਿਤ ਹੈ।

ਭਾਵ

ਇੱਥੇ ਇਹ ਸਪੱਸ਼ਟ ਦੱਸਿਆ ਗਿਆ ਹੈ ਕਿ ਜਿਸ ਪਰਮ ਧਾਮ ਤੋਂ ਫਿਰ ਪਰਤਣਾ ਨਹੀਂ ਹੁੰਦਾ, ਉਹ ਪਰਮ ਪੁਰਖ ਕ੍ਰਿਸ਼ਨ ਦਾ ਧਾਮ ਹੈ, ਬ੍ਰਹਮ ਸੰਹਿਤਾ ਵਿਚ ਇਸ ਪਰਮ ਧਾਮ ਨੂੰ ***ਆਨੰਦ-ਚਿੰਨਮਯ-ਰਸ*** ਕਿਹਾ ਗਿਆ ਹੈ, ਜਿਹੜਾ ਅਜਿਹਾ ਅਸਥਾਨ ਹੈ, ਜਿੱਥੇ ਸਾਰੀਆਂ ਚੀਜ਼ਾਂ ਪਰਮ ਆਨੰਦ ਨਾਲ ਪੂਰਨ ਹਨ । ਜਿੰਨ੍ਹਾ ਵੀ ਰੰਗ-ਬਰੰਗਾਪਨ ਪ੍ਰਗਟ ਹੁੰਦਾ ਹੈ, ਉਹ ਸਭ ਇਸੇ ਪਰਮਾਨੰਦ ਦਾ ਗੁਣ ਹੈ । ਉਥੇ ਕੁਝ ਵੀ ਭੌਤਿਕ ਨਹੀਂ ਹੈ, ਇਹ ਬਹੁਰੰਗਾਪਨ ਭਗਵਾਨ ਦੇ ਵਿਸਥਾਰ ਦੇ ਨਾਲ ਹੀ ਵਿਸਤਰਿਤ ਹੁੰਦਾ ਜਾਂਦਾ ਹੈ, ਕਿਉਂਕਿ ਉਥੋਂ ਦਾ ਸਾਰਾ ਪ੍ਰਗਟਾਵਾ ਪਰਾ ਸ਼ਕਤੀ ਦੇ ਕਾਰਨ ਹੈ, ਜਿਵੇਂ ਕਿ ਸੱਤਵੇਂ ਅਧਿਆਇ ਵਿਚ ਦੱਸਿਆ ਗਿਆ ਹੈ । ਜਿੱਥੋਂ ਤਕ ਇਸ ਭੌਤਿਕ ਸੰਸਾਰ ਦਾ ਸਵਾਲ ਹੈ, ਭਾਵੇਂ ਭਗਵਾਨ ਆਪਣੇ ਧਾਮ ਵਿਚ ਹਮੇਸ਼ਾਂ ਰਹਿੰਦੇ ਹਨ, ਤਾਂ ਵੀ ਉਹ ਆਪਣੀ ਭੌਤਿਕ ਸ਼ਕਤੀ (ਮਾਇਆ) ਰਾਹੀਂ ਸਰਬ-ਵਿਆਪੀ ਹਨ । ਇੰਝ ਉਹ ਆਪਣੀ ਪਰਾ ਅਤੇ ਅਪਰਾ ਸ਼ਕਤੀਆਂ ਰਾਹੀਂ ਹਰ ਥਾਂਈ-ਭੌਤਿਕ ਅਤੇ ਅਧਿਆਤਮਕ ਦੋਵੇਂ ਬ੍ਰਹਿਮੰਡਾਂ ਵਿਚ ਹਾਜ਼ਰ ਰਹਿੰਦੇ ਹਨ । ***ਯਸ੍ਯਾਂਤਹਸ੍ਥਾਨਿ*** ਦਾ ਅਰਥ ਹੈ ਕਿ ਹਰ ਚੀਜ਼ ਉਨ੍ਹਾਂ ਦੀ ਪਰ੍ਹਾ ਜਾਂ ਅਪਰ੍ਹਾ ਸ਼ਕਤੀ ਵਿਚ ਕਾਇਮ ਹੈ । ਇਨ੍ਹਾਂ ਦੋਵਾਂ ਸ਼ਕਤੀਆਂ ਰਾਹੀਂ ਭਗਵਾਨ ਸਰਬ-ਵਿਆਪੀ ਹਨ ।

ਕ੍ਰਿਸ਼ਨ ਦੇ ਪਰਮ ਧਾਮ ਵਿਚ ਜਾ ਅਣਗਿਣਤ ਬੈਕੁੰਠ ਲੋਕਾਂ ਵਿਚ ਭਗਤੀ ਰਾਹੀਂ ਹੀ ਪ੍ਰਵੇਸ਼ ਸੰਭਵ ਹੈ, ਜਿਵੇਂ ਕਿ ***ਭਕ੍ਤ੍ਯਾ*** ਸ਼ਬਦ ਰਾਹੀਂ ਸੂਚਿਤ ਹੁੰਦਾ ਹੈ । ਕਿਸੇ ਹੋਰ ਵਿਧੀ ਤੋਂ ਪਰਮ ਧਾਮ ਦੀ ਪ੍ਰਾਪਤੀ ਸੰਭਵ ਨਹੀਂ ਹੈ । ਵੇਦਾਂ ਵਿਚ (ਗੋਪਾਲਤਾਪਨੀ ਉਪਨਿਸ਼ਦ 3-2) ਵੀ ਪਰਮ ਧਾਮ ਅਤੇ ਭਗਵਾਨ ਦਾ ਵਰਣਨ ਮਿਲਦਾ ਹੈ । ***ਏਕੋ ਵਸ਼ੀ ਸਰ੍ਵਗਹ੍ ਕ੍ਰਿਸ਼੍ਣਹ੍*** । ਉਸ ਧਾਮ ਵਿਚ ਸਿਰਫ ਇੱਕ ਭਗਵਾਨ ਰਹਿੰਦਾ ਹੈ, ਜਿਸ ਦਾ ਨਾਂ ਕ੍ਰਿਸ਼ਨ ਹੈ । ਉਹ ਪਰਮ ਦਿਆਲੂ ਦੇਵਤੱਵ ਹੈ

ਅਤੇ ਇੱਕ ਰੂਪ ਵਿਚ ਸਥਿਤ ਹੋ ਕੇ ਵੀ ਉਹ ਆਪਣੇ ਆਪ ਨੂੰ ਲੱਖਾਂ ਆਪਣੇ ਅੰਸ਼ਾਂ ਵਿਚ ਵਿਸਤਰਿਤ ਕਰਦੇ ਰਹਿੰਦੇ ਹਨ। ਵੇਦਾਂ ਵਿਚ ਭਗਵਾਨ ਦੀ ਉਪਮਾਂ ਉਸ ਸ਼ਾਂਤ ਰੁੱਖ ਨਾਲ ਕੀਤੀ ਗਈ ਹੈ, ਜਿਸ ਵਿਚ ਅਨੇਕਾਂ ਤਰ੍ਹਾਂ ਦੇ ਫੁੱਲ ਅਤੇ ਫਲ ਲਗੇ ਹਨ ਅਤੇ ਜਿਨ੍ਹਾਂ ਦੀਆਂ ਪੱਤੀਆਂ ਲਗਾਤਾਰ ਬਦਲਦੀਆਂ ਰਹਿੰਦੀਆਂ ਹਨ। ਭਗਵਾਨ ਦੇ ਆਪਣੇ ਅੰਸ਼ ਅਵਤਾਰ ਜੋ ਬੈਕੁੰਠ ਲੋਕ ਦੀ ਪ੍ਰਧਾਨਗੀ ਕਰਦੇ ਹਨ, ਚਤੁਰਭੁਜੀ ਹਨ ਅਤੇ ਵੱਖੋ ਵੱਖਰੇ ਨਾਵਾਂ ਨਾਲ ਪ੍ਰਸਿੱਧ ਹਨ – ਪੁਰਸ਼ੋਤਮ, ਤ੍ਰਿਵਿਕਰਮ, ਕੇਸ਼ਵ, ਮਾਧਵ, ਅਨਿਰੁੱਧ. ਹ੍ਰਿਸ਼ੀਕੇਸ਼, ਸ਼ੰਕਰਸ਼ਣ, ਪ੍ਰਦਯੁਮਨ, ਸ਼੍ਰੀਧਰ, ਵਾਸੁਦੇਵ, ਦਾਮੋਦਰ, ਜਨਾਰਦਨ, ਨਾਰਾਇਣ, ਵਾਮਨ, ਪਦਮਨਾਭ ਆਦਿ-ਆਦਿ।

ਬ੍ਰਹਮਸੰਹਿਤਾ ਵਿਚ (5-37) ਵੀ ਪੁਸ਼ਟੀ ਹੋਈ ਹੈ ਕਿ ਜੋ ਭਗਵਾਨ ਸਦਾ ਪਰਮ ਧਾਮ ਗੋਲੋਕ ਵਿਚ ਰਹਿੰਦੇ ਹਨ, ਪਰ ਉਹ ਸਰਬਵਿਆਪੀ ਹਨ ਤਾਂ ਜੋ ਸਭ ਕੁਝ ਸੁਚੱਜੀ ਤਰ੍ਹਾਂ ਚਲਦਾ ਰਹੇ (***ਗੋਲੋਕ ਏਵ ਨਿਵਾਸਤਿ ਅੱਖਿਲਾਤੁਮ ਭੂਤਹ***)। ਵੇਦਾਂ ਵਿਚ (ਸ਼ਵੇਤਾਸਵਤਰ ਉਪਨਿਸ਼ਦ 6-8) ਕਿਹਾ ਗਿਆ ਹੈ – ***ਪਰਾਸ੍ਯ ਸ਼ਕ੍ਤਿਰ੍ ਵਿਵਿਧੈਵ ਸ਼ਰੂਯਤੇ। ਸ੍ਵਾਭਾਵਿਕੀ ਗ੍ਯਾਨ ਬਲ ਕ੍ਰਿਯਾ ਚ***– ਉਨ੍ਹਾਂ ਦੀਆਂ ਸ਼ਕਤੀਆਂ ਇੰਨੀਆਂ ਫੈਲੀਆਂ ਹੋਈਆਂ ਹਨ ਕਿ ਪਰਮੇਸ਼ਵਰ ਦੇ ਦੂਰ ਹੁੰਦਿਆਂ ਹੋਇਆਂ ਵੀ ਵਿਖਾਈ ਦੇਣ ਵਾਲੇ ਸੰਸਾਰ ਵਿਚ ਬਿਨ੍ਹਾਂ ਕਿਸੇ ਤਰੁੱਟੀ ਦੇ ਸਭ ਕੁੱਝ ਸੁਚੱਜੇ ਢੰਗ ਨਾਲ ਚਲਾਉਂਦੀਆਂ ਰਹਿੰਦੀਆਂ ਹਨ।

यत्र काले त्वनावृत्तिमावृत्तिं चैव योगिनः ।
प्रयाता यान्ति तं कालं वक्ष्यामि भरतर्षभ ॥ २३ ॥

ਯਤ੍ਰ ਕਾਲੇ ਤ੍ਵ੍ ਅਨਾਵ੍ਰਿੱਤਿਮ੍ ਆਵ੍ਰਿਤਿਮ੍ ਚੈਵ ਯੋਗਿਨਹ੍।
ਪ੍ਰਯਾਤਾ ਯਾਂਤਿ ਤਮ੍ ਕਾਲਮ੍ ਵਕ੍ਸ਼ਯਾਮਿ ਭਰਤਰ੍ਸ਼ਭ ॥ 23 ॥

ਯਤ੍ਰ-ਜਿਸ ; **ਕਾਲੇ**-ਵੇਲੇ ਵਿਚ ; **ਤ੍**-ਅਤੇ ; **ਅਨਾਵ੍ਰਿੱਤਿਮ੍**-ਵਾਪਸ ਨਾ ਪਰਤਣਾ ; **ਆਵ੍ਰਿਤਿਮ੍**-ਵਾਪਸੀ ; **ਚ**-ਵੀ ; **ਏਵ**-ਨਿਸ਼ਚੈ ਹੀ ; **ਯੋਗਿਨਹ੍**-ਵੱਖੋ ਵੱਖਰੇ ਤਰ੍ਹਾਂ ਦੇ ਯੋਗੀ ; **ਪ੍ਰਯਾਤਾਹ੍**-ਜਾ ਚੁੱਕੇ ; **ਯਾਂਤਿ**-ਪ੍ਰਾਪਤ ਕਰਦੇ ਹਨ ; **ਤਮ੍**-ਉਸ ; **ਕਾਲਮ੍**-ਵੇਲੇ ਨੂੰ ; **ਵਕ੍ਸ਼ਯਾਮਿ**-ਕਹਾਂਗਾ ; **ਭਰਤ-ਰਿਸ਼ਭ**-ਹੇ ਭਰਤਾਂ ਵਿਚ ਉੱਤਮ।

ਅਨੁਵਾਦ

ਹੇ ਭਰਤ ਸ਼੍ਰੇਸ਼ਠ ! ਹੁਣ ਮੈਂ ਤੈਨੂੰ ਉਨ੍ਹਾਂ ਵੱਖੋ-ਵੱਖਰੇ ਕਾਲਾਂ ਬਾਰੇ ਦੱਸਾਂਗਾ, ਜਿਨ੍ਹਾਂ ਵਿਚ ਇਸ ਸੰਸਾਰ ਤੋਂ ਜਾਣ ਵਾਲਾ ਯੋਗੀ ਫੇਰ ਆਉਂਦਾ ਹੈ ਜਾਂ ਨਹੀਂ ਆਉਂਦਾ।

ਭਾਵ

ਪਰਮੇਸ਼ਵਰ ਦੇ ਖ਼ਾਲਸ, ਪੂਰੀ ਤਰ੍ਹਾਂ ਚਰਣੀ ਲੱਗੇ ਭਗਤਾਂ ਨੂੰ ਇਸਦੀ ਚਿੰਤਾ ਨਹੀਂ ਰਹਿੰਦੀ ਕਿ ਉਹ ਕਦੋਂ ਅਤੇ ਕਿੰਝ ਸ਼ਰੀਰ ਛੱਡਣਗੇ। ਉਹ ਸਭ ਕੁਝ ਕ੍ਰਿਸ਼ਨ ਤੇ ਛੱਡ ਦਿੰਦੇ ਹਨ। ਅਤੇ ਇੰਝ ਆਸਾਨੀ ਨਾਲ, ਪ੍ਰਸੰਨਤਾ ਨਾਲ ਭਗਵਾਨ ਦੇ ਧਾਮ ਨੂੰ ਜਾਂਦੇ ਹਨ। ਪਰ ਜਿਹੜੇ ਖ਼ਾਲਸ ਭਗਤ

ਨਹੀਂ ਹਨ ਅਤੇ ਕਰਮਯੋਗ, ਗਿਆਨਯੋਗ ਅਤੇ ਹਠਯੋਗ ਵਰਗੀ ਆਤਮ-ਪ੍ਰਤੱਖੀਕਰਨ ਦੀਆਂ ਵਿਧੀਆਂ ਤੇ ਨਿਰਭਰ ਰਹਿੰਦੇ ਹਨ, ਉਨ੍ਹਾਂ ਨੂੰ ਠੀਕ ਸਮੇਂ ਸ਼ਰੀਰ ਛੱਡਣਾ ਹੁੰਦਾ ਹੈ, ਜਿਸ ਨਾਲ ਇਹ ਵਿਸ਼ਵਾਸ ਹੋ ਸਕੇ, ਕਿ ਇਸ ਜੰਮਣ ਮਰਨ ਵਾਲੇ ਸੰਸਾਰ ਵਿਚ ਉਨ੍ਹਾਂ ਨੇ ਪਰਤਣਾ ਹੈ, ਜਾਂ ਨਹੀਂ।

ਜੇ ਯੋਗੀ ਸਿੱਧ ਹੁੰਦਾ ਹੈ ਤਾਂ ਉਹ ਇਸ ਸੰਸਾਰ ਤੋਂ ਸ਼ਰੀਰ ਛੱਡਣ ਦਾ ਸਮਾਂ ਅਤੇ ਅਸਥਾਨ ਚੁਣ ਸਕਦਾ ਹੈ। ਪਰ ਜੇ ਉਹ ਇੰਨਾਂ ਮਾਹਿਰ ਨਹੀਂ ਹੁੰਦਾ ਤਾਂ ਉਸਦੀ ਸਫਲਤਾ ਉਸਦੇ ਅਚਨਚੇਤ ਸ਼ਰੀਰ ਤਿਆਗਣ ਦੇ ਸੰਜੋਗ ਤੇ ਨਿਰਭਰ ਕਰਦੀ ਹੈ। ਭਗਵਾਨ ਨੇ ਅਗਲੇ ਸ਼ਲੋਕ ਵਿਚ ਅਜਿਹੇ ਠੀਕ ਮੌਕਿਆਂ ਦਾ ਵਰਣਨ ਕੀਤਾ ਹੈ ਕਿ ਕਦੋਂ ਮਰਨ ਤੇ ਕੋਈ ਮੁੜ ਨਹੀਂ ਪਰਤਦਾ। ਆਚਾਰੀਆ ਬਲਦੇਵ ਵਿਦਿਆਭੂਸ਼ਣ ਮੁਤਾਬਿਕ ਇੱਥੇ ਸੰਸਕ੍ਰਿਤ ਦੇ ਕਾਲ ਸ਼ਬਦ ਦੀ ਵਰਤੋਂ ਕਾਲ ਦੇ ਅਧਿਸ਼ਠਾਤਾ ਦੇਵ ਲਈ ਹੋਈ ਹੈ।

अग्निर्ज्योतिरहः शुक्लः षण्मासा उत्तरायणम् ।
तत्र प्रयाता गच्छन्ति ब्रह्म ब्रह्मविदो जनाः ॥ २४॥

ਅਗ੍ਨਿਰ੍ ਜਯੋਤਿਰ੍ ਅਹਹ੍ ਸ਼ੁਕਲਹ੍ ਸ਼ਣ੍ ਮਾਸਾ ਉੱਤਰਾਯਣਮ੍ ।
ਤਤ੍ਰ ਪ੍ਰਯਾਤਾ ਗਚ੍ਛੰਤਿ ਬ੍ਰਹਮ ਬ੍ਰਹ੍ਮ ਵਿਦੋ ਜਨਾਹ੍ ॥ 24 ॥

ਅਗ੍ਨਿ-ਅੱਗ ; **ਜ੍ਯੋਤਿਹ੍**-ਪ੍ਰਕਾਸ਼ ; **ਅਹਹ੍**-ਦਿਨ ; **ਸ਼ੁਕਲਹ੍**-ਸ਼ੁਕਲ ਪੱਖ(ਚਾਨਣਾ ਪੱਖ) ; **ਸ਼ਟ੍-ਮਾਸਾਹ੍**-ਛੇ ਮਹੀਨੇ ; **ਉੱਤਰ-ਅਯਣਮ੍**-ਜਦੋਂ ਸੂਰਜ ਉੱਤਰ ਦਿਸ਼ਾ ਵੱਲ ਰਹਿੰਦਾ ਹੈ ; **ਤਤ੍ਰ**-ਉਥੇ ; **ਪ੍ਰਯਾਤਾਹ੍**-ਮਰਨ ਵਾਲੇ ; **ਗਚ੍ਛੰਤਿ**-ਜਾਂਦੇ ਹਨ ; **ਬ੍ਰਹਮ**-ਬ੍ਰਹਮ ਨੂੰ ; **ਬ੍ਰਹ੍ਮ-ਵਿਦਹ੍**-ਬ੍ਰਹਮ ਗਿਆਨੀ ; **ਜਨਾਹ੍**-ਲੋਕ ।

ਅਨੁਵਾਦ

ਜਿਹੜੇ ਪਾਰਬ੍ਰਹਮ ਦੇ ਗਿਆਤਾ ਹਨ, ਉਹ ਅਗਨੀ ਦੇਵ ਦੇ ਪ੍ਰਭਾਵ ਵਿਚ, ਪ੍ਰਕਾਸ਼ ਵਿਚ, ਦਿਨ ਦੇ ਸ਼ੁਭ ਪਲ ਵਿਚ, ਚਾਨਣੇ ਪੱਖ ਵਿਚ ਜਾਂ ਜਦੋਂ ਸੂਰਜ ਉੱਤਰ ਦਿਸ਼ਾ ਵਿਚ ਰਹਿੰਦਾ ਹੈ, ਉਨ੍ਹਾਂ ਛੇ ਮਹੀਨਿਆਂ ਵਿਚ ਇਸ ਸੰਸਾਰ ਤੋਂ ਸ਼ਰੀਰ ਤਿਆਗ ਕਰਨ ਤੇ ਉਸ ਪਾਰਬ੍ਰਹਮ ਨੂੰ ਪ੍ਰਾਪਤ ਕਰਦੇ ਹਨ।

ਭਾਵ

ਜਦੋਂ ਅੱਗ, ਪ੍ਰਕਾਸ਼, ਦਿਨ ਅਤੇ ਚੰਦਰ ਪੱਖ ਦਾ ਉਲੇਖ ਰਹਿੰਦਾ ਹੈ ਤਾਂ ਇਹ ਸਮਝਣਾ ਚਾਹੀਦਾ ਹੈ ਇਨ੍ਹਾਂ ਸਭਨਾਂ ਦੇ ਅਧਿਸ਼ਠਾਤਾ (ਪ੍ਰਤੀਨਿਧ ਮੂਰਤੀਆਂ) ਦੇਵ ਹੁੰਦੇ ਹਨ, ਜਿਹੜੇ ਆਤਮਾ ਦੀ ਯਾਤਰਾ ਦੀ ਵਿਵਸਥਾ ਕਰਦੇ ਹਨ। ਮਰਨ ਵੇਲੇ ਮਨ ਮਨੁੱਖ ਨੂੰ ਨਵੇਂ ਜੀਵਨ ਮਾਰਗ ਤੇ ਲੈ ਜਾਂਦਾ ਹੈ, ਜੇ ਕੋਈ ਅਚਾਨਕ ਜਾਂ ਯੋਜਨਾ ਬੱਧ ਉਪਰ ਦੱਸੇ ਸਮੇਂ ਤੇ ਸ਼ਰੀਰ ਤਿਆਗਦਾ ਹੈ ਤਾਂ ਉਸ ਲਈ

ਨਿਰਾਕਾਰ ਬ੍ਰਹਮਜੋਤੀ ਪ੍ਰਾਪਤ ਕਰਨਾ ਸੰਭਵ ਹੁੰਦਾ ਹੈ। ਯੋਗ ਵਿਚ ਸਿੱਧ ਯੋਗੀ ਆਪਣੇ ਸ਼ਰੀਰ ਨੂੰ ਤਿਆਗਣ ਦੇ ਸਮੇਂ ਅਤੇ ਅਸਥਾਨ ਦੀ ਵਿਵਸਥਾ ਕਰ ਸਕਦੇ ਹਨ। ਹੋਰਨਾਂ ਦਾ ਇਸ ਤੇ ਕੋਈ ਵੱਸ ਨਹੀਂ ਹੁੰਦਾ। ਜੇ ਸੰਯੋਗ ਵਜੋਂ ਇਹ ਸ਼ੁਭ ਮਹੂਰਤ ਵਿਚ ਸ਼ਰੀਰ ਤਿਆਗਦੇ ਹਨ ਤਾਂ ਉਹਨਾ ਨੂੰ ਜਨਮ ਮਰਨ ਦੇ ਚੱਕਰ ਵਿਚ ਪਰਤਣਾ ਨਹੀਂ ਪੈਂਦਾ। ਨਹੀਂ ਤਾਂ ਉਹਨਾਂ ਦੇ ਪਰਤਣ ਦੀ ਸੰਭਾਵਨਾ ਬਣੀ ਰਹਿੰਦੀ ਹੈ। ਪਰ ਕ੍ਰਿਸ਼ਨ ਭਾਵਨਾ ਅੰਮ੍ਰਿਤ ਵਿਚ ਸ਼ੁੱਧ ਭਗਤ ਲਈ ਪਰਤਣ ਦਾ ਕੋਈ ਡਰ ਨਹੀਂ ਰਹਿੰਦਾ, ਭਾਵੇਂ ਉਹ ਸ਼ੁਭ ਮਹੂਰਤ ਵਿਚ ਸ਼ਰੀਰ ਤਿਆਗ ਕਰੇ ਜਾਂ ਅਸ਼ੁਭ ਪਲ ਵਿਚ, ਭਾਵੇਂ ਅਚਾਨਕ ਸ਼ਰੀਰ ਤਿਆਗ ਕਰੇ ਜਾਂ ਮਰਜ਼ੀ ਨਾਲ।

धूमो रात्रिस्तथा कृष्णः षण्मासा दक्षिणायनम् ।
तत्र चान्द्रमसं ज्योतिर्योगी प्राप्य निवर्तते ॥ २५ ॥

ਧੂਮੋ ਰਾਤ੍ਰਿਸ੍ ਤਥਾ ਕ੍ਰਿਸ਼੍ਣਹ੍ ਸ਼ਣ੍ ਮਾਸਾ ਦਕ੍ਸ਼ਿਣਾਯਨਮ੍।
ਤਤ੍ਰ ਚਾਂਦ੍ਰਮਸਮ੍ ਜ੍ਯੋਤਿਰ੍ ਯੋਗੀ ਪ੍ਰਾਪ੍ਯ ਨਿਵਰ੍ਤਤੇ ॥ 25 ॥

ਧੂਮਹ੍-ਧੂੰਆਂ ; ਰਾਤ੍ਰਿਹ੍-ਰਾਤ ; ਤਥਾ-ਅਤੇ ; ਕ੍ਰਿਸ਼੍ਣਹ੍-ਹਨੇਰਾ ਪੱਖ ; ਸ਼ਟਮਾਸਾਹ੍-ਛੇ ਮਹੀਨੇ ਦਾ ਸਮਾਂ ; ਦਕ੍ਸ਼ਿਣ-ਅਯਣਮ੍-ਜਦੋਂ ਸੂਰਜ ਦੱਖਣ ਦਿਸ਼ਾ ਵਿਚ ਰਹਿੰਦਾ ਹੈ ; ਤਤ੍ਰ-ਉਥੇ ; ਚਾਂਦ੍ਰ ਮਸਮ੍-ਚੰਦਰ ਲੋਕ ਨੂੰ ; ਜ੍ਯੋਤਿਹ੍-ਪ੍ਰਕਾਸ਼ ; ਯੋਗੀ-ਯੋਗੀ ; ਪ੍ਰਾਪ੍ਯ-ਪ੍ਰਾਪਤ ਕਰਕੇ ; ਨਿਵਰ੍ਤਤੇ-ਵਾਪਸ ਆਉਂਦਾ ਹੈ।

ਅਨੁਵਾਦ

ਜਿਹੜਾ ਯੋਗੀ ਧੂੰਆਂ, ਰਾਤ, ਹਨੇਰਾ ਪੱਖ ਵਿਚ ਜਾਂ ਸੂਰਜ ਦੇ ਦੱਖਣ ਵੱਲ ਰਹਿਣ ਵਾਲੇ ਛੇ ਮਹੀਨਿਆਂ ਵਿਚ ਸ਼ਰੀਰ ਛੱਡਦਾ ਹੈ, ਉਹ ਚੰਦਰ ਲੋਕ ਨੂੰ ਜਾਂਦਾ ਹੈ, ਪਰ ਉਥੋਂ ਫੇਰ (ਧਰਤੀ ਤੇ) ਪਰਤਦਾ ਹੈ।

ਭਾਵ

ਸ਼੍ਰੀਮਦ੍ ਭਾਗਵਤਮ੍ ਦੇ ਤੀਜੇ ਸਕੰਧ (ਖੰਡ) ਵਿਚ ਕਪਿਲ ਮੁਨੀ ਵਰਣਨ ਕਰਦੇ ਹਨ ਕਿ ਜਿਹੜੇ ਲੋਕ ਕਰਮ ਕਾਂਡ ਅਤੇ ਯੱਗਕਾਂਡ ਵਿਚ ਮਾਹਿਰ ਹਨ, ਉਹ ਮਰਨ ਮਗਰੋਂ ਚੰਦਰਲੋਕ ਨੂੰ ਪ੍ਰਾਪਤ ਕਰਦੇ ਹਨ। ਇਹ ਮਹਾਨ ਆਤਮਾਵਾਂ ਚੰਨ ਤੇ ਲਗਭਗ 10 ਹਜ਼ਾਰ ਸਾਲਾਂ ਤਕ (ਦੇਵਤਿਆਂ ਦੀ ਗਿਣਤੀ ਅਨੁਸਾਰ) ਰਹਿੰਦੀਆਂ ਹਨ, ਸੋਮਰਸ ਪੀਂਦੇ ਹੋਏ ਜੀਵਨ ਦਾ ਆਨੰਦ ਭੋਗਦੇ ਹਨ ਅਤੇ ਆਖ਼ਿਰਕਾਰ ਉਹ ਧਰਤੀ ਤੇ ਪਰਤ ਆਉਂਦੀਆਂ ਹਨ। ਇਸਦਾ ਅਰਥ ਇਹ ਹੋਇਆ ਕਿ ਚੰਨ ਤੇ ਉੱਚ ਸ਼੍ਰੇਣੀ ਦੇ ਪ੍ਰਾਣੀ ਰਹਿੰਦੇ ਹਨ, ਭਾਵੇਂ ਅਸੀਂ ਆਪਣੀਆਂ ਸਥੂਲ ਇੰਦਰੀਆਂ ਰਾਹੀਂ ਉਨ੍ਹਾਂ ਨੂੰ ਨਾ ਵੇਖ ਸਕੀਏ।

शुक्लकृष्णे गती ह्येते जगतः शाश्वते मते ।
एकया यात्यनावृत्तिमन्ययावर्तते पुनः ॥ २६ ॥

ਸ਼ੁਕ੍ਲ-ਕ੍ਰਿਸ਼੍ਣੇ ਗਤੀ ਹਿ ਏਤੇ ਜਗਤਹ੍ ਸ਼ਾਸ਼੍ਵਤੇ ਮਤੇ ।
ਏਕਯਾ ਯਾਤਿ ਅਨਾਵ੍ਰਿੱਤਿਮ੍ ਅਨ੍ਯਯਾਵਰਤਤੇ ਪੁਨਹ੍ ॥ 26 ॥

ਸ਼ੁਕਲ-ਪ੍ਰਕਾਸ਼ ; **ਕ੍ਰਿਸ਼੍ਣੇ**-ਅਤੇ ਹਨੇਰਾ ; **ਗਤੀ**-ਜਾਣ ਦਾ ਰਸਤਾ ; **ਹਿ**-ਨਿਸ਼ਚੈ ਹੀ ; **ਏਤੇ**-ਇਹ ਦੋਵੇਂ ; **ਜਗਤਹ੍**-ਭੌਤਿਕ ਸੰਸਾਰ ਦਾ ; **ਸ਼ਾਸ਼੍ਵਤੇ**-ਵੇਦਾਂ ਦੇ ; **ਮਤੇ**-ਮਤ ਮੁਤਾਬਿਕ ; **ਏਕਯਾ**-ਇੱਕ ਰਾਹੀਂ ; **ਯਾਤਿ**-ਜਾਂਦਾ ਹੈ ; **ਅਨਾਵ੍ਰਿੱਤਿਮ੍**-ਨਾ ਪਰਤਨ ਲਈ ; **ਅੰਨਯਯਾ**-ਹੋਰਾਂ ਰਾਹੀਂ ; **ਆਵਵਰ੍ਤਤੇ**-ਆ ਜਾਂਦਾ ਹੈ : **ਪੁਨਹ੍**-ਫਿਰ ਤੋਂ ।

ਅਨੁਵਾਦ

ਵੈਦਿਕ ਮਤ ਮੁਤਾਬਿਕ ਇਸ ਸੰਸਾਰ ਤੋਂ ਜਾਣ ਦੇ ਦੋ ਰਸਤੇ ਹਨ - ਇੱਕ ਪ੍ਰਕਾਸ਼ ਦਾ ਅਤੇ ਦੂਜਾ ਹਨੇਰੇ ਦਾ । ਜਦੋਂ ਮਨੁੱਖ ਪ੍ਰਕਾਸ਼ ਦੇ ਰਸਤੇ ਤੋਂ ਜਾਂਦਾ ਹੈ ਤਾਂ ਉਹ ਵਾਪਸ ਨਹੀਂ ਪਰਤਦਾ, ਪਰ ਹਨੇਰੇ ਦੇ ਰਸਤੇ ਤੋਂ ਜਾਣ ਵਾਲਾ ਫਿਰ ਪਰਤ ਆਉਂਦਾ ਹੈ ।

ਭਾਵ

ਆਚਾਰੀਆ ਬਲਦੇਵ ਵਿਦਿਆਭੂਸ਼ਣ ਨੇ ਛੰਦੋਗ੍ਯ ਉਪਨਿਸ਼ਦ ਨਾਲ (5-10-3-5) ਅਜਿਹਾ ਹੀ ਵਿਵਰਣ ਉਦਾਹਰਣ ਵੱਜੋਂ ਦਿੱਤਾ ਹੈ । ਜਿਹੜੇ ਅਨਾਦਿ ਕਾਲ ਤੋਂ ਸਕਾਮ ਕਰਮਾਂ ਅਤੇ ਦਾਰਸ਼ਨਿਕ ਚਿੰਤਕ ਰਹੇ ਹਨ, ਉਹ ਲਗਾਤਾਰ ਆਉਣ-ਜਾਣ ਕਰਦੇ ਰਹਿੰਦੇ ਹਨ । ਅਸਲ ਵਿਚ ਉਨ੍ਹਾਂ ਨੂੰ ਪਰਮ ਮੋਖ ਹਾਸਲ ਨਹੀਂ ਹੁੰਦਾ; ਕਿਉਂਕਿ ਉਹ ਕ੍ਰਿਸ਼ਨ ਸ਼ਰਨੀ ਨਹੀਂ ਜਾਂਦੇ ।

नैते सृती पार्थ जानन्योगी मुह्यति कश्चन ।
तस्मात्सर्वेषु कालेषु योगयुक्तो भवार्जुन ॥ २७॥

ਨੈਤੇ ਸ੍ਰਿਤੀ ਪਾਰ੍ਥ ਜਾਨਨ੍ ਯੋਗੀ ਮੁਹ੍ਯਤਿ ਕਸ਼੍ਚਨ ।
ਤਸਮਾਤ ਸਰਵੇਸ਼ੁ ਕਾਲੇਸ਼ੁ ਯੋਗ-ਯੁਕ੍ਤੋ ਭਵਾਰ੍ਜੁਨ ॥ 27 ॥

ਨ-ਕਦੀ ਨਹੀਂ ; **ਏਤੇ**-ਇਨਾਂ ਦੋਵਾਂ ; **ਸ੍ਰਿਤੀ**-ਵੱਖੋ ਵੱਖਰੇ ਰਸਤਿਆਂ ਨੂੰ ; **ਪਾਰਥ**-ਹੇ ਪ੍ਰਿਥਾ ਪੁੱਤਰ ; **ਜਾਨਨ੍**-ਜਾਣਦੇ ਹੋਏ ਵੀ ; **ਯੋਗੀ**-ਭਗਵਦ ਭਗਤ ; **ਮੁਹ੍ਯਤਿ**-ਮੋਹ ਗ੍ਰਸਤ ਹੁੰਦਾ ਹੈ ; **ਕਸ਼੍ਚਨ**-ਕੋਈ ; **ਤਸ੍ਮਾਤ੍**-ਇਸ ਲਈ ; **ਸਰ੍ਵੇਸ਼ੁ ਕਾਲੇਸ਼ੁ**-ਹਮੇਸ਼ਾ ; **ਯੋਗ-ਯੁਕਤਹ੍**-ਕ੍ਰਿਸ਼ਨ ਭਾਵਨਾਮ੍ਰਿਤ ਵਿਚ ਲੱਗੇ ; **ਭਵ**-ਹੋਵੋ **ਅਰ੍ਜੁਨ**-ਹੇ ਅਰਜੁਨ ।

ਅਨੁਵਾਦ

ਹੇ ਅਰਜੁਨ ! ਹਾਲਾਂਕਿ ਭਗਤਲੋਕ ਇਨ੍ਹਾਂ ਦੋਵਾਂ ਰਸਤਿਆਂ ਨੂੰ ਜਾਣਦੇ ਹਨ, ਪਰ ਉਹ ਇਸ ਨਾਲ ਮੋਹ ਗ੍ਰਸਤ ਨਹੀਂ ਹੁੰਦੇ । ਇਸ ਲਈ ਤੁਸੀਂ ਭਗਤੀ ਵਿਚ ਹਮੇਸ਼ਾਂ ਸਥਿਰ ਰਹੋ ।

ਭਾਵ

ਕ੍ਰਿਸ਼ਨ ਅਰਜੁਨ ਨੂੰ ਉਪਦੇਸ਼ ਦੇ ਰਹੇ ਹਨ ਕਿ ਉਸ ਨੂੰ ਇਸ ਸੰਸਾਰ ਤੋਂ ਆਤਮਾ ਦੇ ਜਾਣ ਦੇ ਵੱਖੋ ਵੱਖਰੇ ਰਸਤਿਆਂ ਨੂੰ ਸੁਣਕੇ ਡਾਵਾਂ ਡੋਲ ਨਹੀਂ ਹੋਣਾ ਚਾਹੀਦਾ। ਭਗਵਾਨ ਦੇ ਭਗਤ ਨੂੰ ਇਸਦੀ ਫਿਕਰ ਨਹੀਂ ਹੋਣੀ ਚਾਹੀਦੀ ਕਿ ਉਹ ਆਪਣੀ ਮਰਜ਼ੀ ਮੁਤਾਬਿਕ ਮਰੇਗਾ ਜਾਂ ਭਾਗ ਵੱਸ। ਭਗਤ ਨੂੰ ਕ੍ਰਿਸ਼ਨ ਭਾਵਨਾ ਅੰਮ੍ਰਿਤ ਵਿਚ ਪੱਕੇ ਤੌਰ ਸਥਿਰ ਰਹਿਕੇ ਹਰੇ ਕ੍ਰਿਸ਼ਨ ਮੰਤਰ ਦਾ ਜਾਪ ਕਰਨਾ ਚਾਹੀਦਾ ਹੈ। ਉਸਨੂੰ ਇਹ ਸਮਝ ਲੈਣਾ ਚਾਹੀਦਾ ਹੈ ਕਿ ਦੋਵਾਂ ਰਸਤਿਆਂ ਵਿਚੋਂ ਕਿਸੇ ਦੀ ਵੀ ਫਿਕਰ ਕਰਨਾ ਦੁੱਖਦਾਈ ਹੈ। ਕ੍ਰਿਸ਼ਨ ਭਾਵਨਾ ਅੰਮ੍ਰਿਤ ਵਿਚ ਮਸਤ ਹੋਣ ਦੀ ਸਭ ਤੋਂ ਉੱਤਮ ਵਿਧੀ ਇਹੋ ਹੈ ਕਿ ਭਗਵਾਨ ਦੀ ਸੇਵਾ ਵਿਚ ਹਮੇਸ਼ਾਂ ਲੱਗੇ ਰਿਹਾ ਜਾਵੇ। ਇਸ ਨਾਲ ਭਗਵਤ ਧਾਮ ਦਾ ਰਸਤਾ ਆਪਣੇ ਆਪ ਸੁਰੱਖਿਅਤ, ਯਕੀਨੀ ਅਤੇ ਸਿੱਧਾ ਹੋਵੇਗਾ। ਇਸ ਸ਼ਲੋਕ ਦਾ *ਯੋਗ-ਯੁਕਤ* ਸ਼ਬਦ ਖ਼ਾਸ ਤੌਰ ਤੇ ਮਹੱਤਵਪੂਰਨ ਹੈ। ਜਿਹੜਾ ਯੋਗ ਵਿਚ ਸਥਿਰ ਹੈ, ਉਹ ਆਪਣੀਆਂ ਸਾਰੀਆਂ ਗਤੀਵਿਧੀਆਂ ਵਿਚ ਲਗਾਤਾਰ ਕ੍ਰਿਸ਼ਨ ਭਾਵਨਾ ਅੰਮ੍ਰਿਤ ਵਿਚ ਲਗਿਆ ਰਹਿੰਦਾ ਹੈ। ਸ਼੍ਰੀ ਰੂਪ ਗੋਸਵਾਮੀ ਦਾ ਉਪਦੇਸ਼ ਤੇ –*ਅਨਾਸਕ੍ਤਸ੍ਯ ਵਿਸ਼ਯਾਨ੍ ਯਥਾਰ੍ਹਮ੍ ਪਯੁੰਜਤਹ* – ਮਨੁੱਖ ਨੂੰ ਸੰਸਾਰਿਕ ਕੰਮਾਂ ਤੋਂ ਅਨਾਸਕਤ ਰਹਿ ਕੇ ਕ੍ਰਿਸ਼ਨਭਾਵਨਾਮ੍ਰਿਤ ਵਿਚ ਸਭ ਕੁਝ ਕਰਨਾ ਚਾਹੀਦਾ ਹੈ। ਇਸ ਵਿਧੀ ਨਾਲ, ਜਿਸਨੂੰ ਯੁਕਤ ਵੈਰਾਗ ਕਹਿੰਦੇ ਹਨ, ਮਨੁੱਖ ਸਿੱਧੀ ਪ੍ਰਾਪਤ ਕਰਦਾ ਹੈ। ਇਸ ਲਈ ਭਗਤ ਕਦੀ ਇਨ੍ਹਾਂ ਵਰਣਨਾਂ ਤੋਂ ਡਾਵਾਂਡੋਲ ਨਹੀਂ ਹੁੰਦਾ, ਕਿਉਂਕਿ ਉਹ ਜਾਣਦਾ ਹੈ ਕਿ ਭਗਤੀ ਕਾਰਨ ਭਗਵਾਨ ਦੇ ਧਾਮ ਤਕ ਉਸਦਾ ਅਪੜਨਾ ਯਕੀਨੀ ਹੈ।

वेदेषु यज्ञेषु तपःसु चैव
दानेषु यत्पुण्यफलं प्रदिष्टम् ।
अत्येति तत्सर्वमिदं विदित्वा
योगी परं स्थानमुपैति चाद्यम् ॥ २८ ॥

ਵੇਦੇਸ਼ੁ ਯਗਯੇਸ਼ ਤਪਹ੍ਸੁ ਚੈਵ
ਦਾਨੇਸ਼ੁ ਯਤ੍ ਪੁੰਨਯ-ਫਲਮ ਪ੍ਰਦਿਸ਼ਟਮ ।
ਅਤ੍ਯੇਤਿ ਤਤ ਸਰ੍ਵਮ ਇਦਮ ਵਿਦਿਤਵਾ
ਯੋਗੀ ਪਰਮ੍ ਸਥਾਨਮ੍ ਉਪੈਤਿ ਚਾਦ੍ਯਮ ॥28॥

ਵੇਦੇਸ਼ੁ-ਵੇਦ ਅਧਿਐਨ ਵਿਚ ; **ਯਗ੍ਯੇਸ਼ੁ**-ਯੱਗ ਸੰਪੰਨ ਕਰਨ ਵਿਚ ; **ਤਪਹ੍ਸੁ**-ਵੱਖੋ ਵੱਖਰੇ ਤਰ੍ਹਾਂ ਦੀਆਂ ਤਪੱਸਿਆਵਾਂ ਕਰਨ ਵਿਚ ; **ਚ**-ਵੀ ; **ਏਵ**-ਨਿਸ਼ਚੈ ਹੀ ; **ਦਾਨੇਸ਼ੁ**-ਦਾਨ ਦੇਣ ਵਿਚ ; **ਯਤ੍**-ਜਿਹੜਾ ; **ਪੁੰਨਯ ਫਲਮ੍** - ਪੁੰਨ ਕਰਮਾਂ ਦਾ ਫਲ ; **ਪ੍ਰਦਿਸ਼੍ਟਮ**-ਸੂਚਿਤ ; **ਅਤ੍ਯੇਤਿ**-ਲੰਘ ਜਾਂਦਾ ਹੈ ; **ਤਤ੍ ਸਰ੍ਵਮ**-ਉਹ ਸਭ ; **ਇਦਮ੍**-ਇਹ ; **ਵਿਦਿਤ੍ਵਾ** -ਜਾਣਕੇ ; **ਯੋਗੀ**-ਯੋਗੀ ; **ਪਰਮ੍**-ਪਰਮ ; **ਸ੍ਥਾਨਮ੍**-ਧਾਮ ਨੂੰ ; **ਉਪੈਤਿ**-ਪ੍ਰਾਪਤ ਕਰਦਾ ਹੈ ; **ਚ**-ਵੀ ; **ਆਦ੍ਯਮ੍**-ਅਸਲੀ, ਮੂਲ ਆਦਿ।

ਅਨੁਵਾਦ

ਜਿਹੜਾ ਮਨੁੱਖ ਭਗਤੀ ਮਾਰਗ ਸਵੀਕਾਰਦਾ ਹੈ, ਉਹ ਵੇਦ ਅਧਿਐਨ, ਤਪੱਸਿਆ, ਦਾਨ, ਦਾਰਸ਼ਨਿਕ ਅਤੇ ਸਕਾਮ ਕਰਮ ਕਰਨ ਨਾਲ ਪ੍ਰਾਪਤ ਹੋਣ ਵਾਲੇ ਫਲਾਂ ਤੋਂ ਵਾਂਝਾ ਨਹੀਂ ਹੁੰਦਾ। ਉਹ ਸਿਰਫ ਭਗਤੀ ਪੂਰੀ ਕਰਕੇ, ਇਨ੍ਹਾਂ ਫਲਾਂ ਦੀ ਪ੍ਰਾਪਤੀ ਕਰਦਾ ਹੈ ਅਤੇ ਅੰਤ ਵਿਚ ਪਰਮ ਨਿਤਧਾਮ ਨੂੰ ਪ੍ਰਾਪਤ ਹੁੰਦਾ ਹੈ।

ਭਾਵ

ਇਹ ਸ਼ਲੋਕ ਸੱਤਵੇਂ ਅਤੇ ਅੱਠਵੇਂ ਅਧਿਆਇ ਦਾ ਨਿਚੋੜ ਹੈ, ਜਿਨ੍ਹਾਂ ਵਿਚ ਕ੍ਰਿਸ਼ਨ ਭਾਵਨਾ ਅੰਮ੍ਰਿਤ ਅਤੇ ਭਗਤੀ ਦਾ ਖ਼ਾਸ ਵਰਨਣ ਹੈ। ਮਨੁੱਖ ਨੂੰ ਆਪਣੇ ਗੁਰੂ ਦੇ ਨਿਰਦੇਸ਼ ਵਿਚ ਵੇਦ ਅਧਿਐਨ ਕਰਨਾ ਹੁੰਦਾ ਹੈ, ਉਨ੍ਹਾਂ ਦੇ ਆਸ਼ਰਮ ਵਿਚ ਰਹਿਕੇ ਹੀ ਤਪੱਸਿਆ ਕਰਨੀ ਹੁੰਦੀ ਹੈ। ਬ੍ਰਹਮਚਾਰੀ ਨੂੰ ਗੁਰੂ ਦੇ ਘਰ ਵਿਚ ਇੱਕ ਦਾਸ ਵਾਂਗ ਰਹਿਣਾ ਪੈਂਦਾ ਹੈ ਅਤੇ ਘਰ-ਘਰ ਭਿੱਖਿਆ ਮੰਗਕੇ ਗੁਰੂ ਕੋਲ ਲਿਆਉਣੀ ਹੁੰਦੀ ਹੈ। ਉਸਨੇ ਗੁਰੂ ਦੇ ਹੁਕਮ ਹੋਣ ਤੇ ਹੀ ਭੋਜਨ ਕਰਨਾ ਹੁੰਦਾ ਹੈ ਅਤੇ ਜੇ ਕਿਸੇ ਦਿਨ ਗੁਰੂ ਚੇਲੇ ਨੂੰ ਬੁਲਾਣਾ ਭੁੱਲ ਜਾਵੇ ਤਾਂ ਉਸ ਦਿਨ ਵਰਤ ਕਰਨਾ ਹੁੰਦਾ ਹੈ। ਬ੍ਰਹਮਚਾਰੀ ਦੀ ਪਾਲਣਾ ਦੇ ਇਹ ਕੁਝ ਵੈਦਿਕ ਨਿਯਮ ਹਨ।

ਆਪਣੇ ਗੁਰੂ ਦੇ ਆਸ਼ਰਮ ਵਿਚ ਜਦੋਂ ਵਿਦਿਆਰਥੀ ਪੰਜ ਤੋਂ ਵੀਹ ਸਾਲਾਂ ਤਕ ਵੇਦਾਂ ਦਾ ਅਧਿਐਨ ਕਰ ਲੈਂਦਾ ਹੈ ਤਾਂ ਉਹ ਪਰਮ ਚਰਿੱਤਰਵਾਨ ਬਣ ਜਾਂਦਾ ਹੈ। ਵੇਦਾਂ ਦਾ ਅਧਿਐਨ ਮਨੋਧਰਮੀਆਂ ਦੇ ਮਨੋਰੰਜਨ ਲਈ ਨਹੀਂ, ਸਗੋਂ ਚਰਿੱਤਰ-ਨਿਰਮਾਣ ਲਈ ਹੈ। ਇਸ ਸਿਖਲਾਈ ਉਪਰੰਤ ਬ੍ਰਹਮਚਾਰੀ ਨੂੰ ਗ੍ਰਹਿਸਥ ਜੀਵਨ ਵਿਚ ਪ੍ਰਵੇਸ਼ ਕਰਕੇ ਵਿਆਹ ਦੀ ਆਗਿਆ ਦਿੱਤੀ ਜਾਂਦੀ ਹੈ। ਗ੍ਰਹਿਸਥ ਦੇ ਰੂਪ ਵਿਚ ਉਸਨੂੰ ਅਨੇਕਾਂ ਯੱਗ ਕਰਨੇ ਹੁੰਦੇ ਹਨ, ਜਿਸ ਨਾਲ ਉਹ ਅੱਗੇ ਤਰੱਕੀ ਕਰ ਸਕੇ। ਉਸਨੂੰ ਦੇਸ਼, ਕਾਲ ਅਤੇ ਪਾਤਰ (ਯੋਗ) ਮੁਤਾਬਿਕ ਅਤੇ ਸਾਤਵਿਕ, ਰਾਜਸੀ ਅਤੇ ਤਾਮਸਿਕ ਦਾਨ ਵਿਚ ਫਰਕ ਕਰਦੇ ਹੋਏ ਦਾਨ ਦੇਣਾ ਹੁੰਦਾ ਹੈ, ਜਿਵੇਂ ਕਿ ਭਗਵਤ ਗੀਤਾ ਵਿਚ ਵਰਣਿਤ ਕੀਤਾ ਹੈ। ਗ੍ਰਹਿਸਥ ਜੀਵਨ ਮਗਰੋਂ ਵਾਨਪ੍ਰਸਥ ਆਸ਼ਰਮ ਗ੍ਰਹਿਣ ਕਰਨਾ ਪੈਂਦਾ ਹੈ, ਜਿਸ ਵਿਚ ਉਸਨੂੰ ਜੰਗਲ ਵਿਚ ਰਹਿੰਦਿਆਂ ਹੋਏ ਰੁੱਖਾਂ ਦੀ ਛਾਲ ਪਹਿਣਕੇ ਅਤੇ ਮੁੰਡਨ ਕਰਮ ਆਦਿ ਕੀਤੇ ਬਗੈਰ ਕਠਿਨ ਤਪੱਸਿਆਂ ਕਰਨੀ ਹੁੰਦੀ ਹੈ। ਇੰਝ ਮਨੁੱਖ ਬ੍ਰਹਮਚਾਰੀ, ਗ੍ਰਹਿਸਥ, ਵਾਨਪ੍ਰਸਥ ਅਤੇ ਅੰਤ ਵਿਚ ਸੰਨਿਆਸ ਆਸ਼ਰਮ ਦੀ ਪਾਲਣਾ ਕਰਦੇ ਹੋਏ ਜੀਵਨ ਦੀ ਸਿੱਧ ਅਵਸਥਾ ਨੂੰ ਪ੍ਰਾਪਤ ਹੁੰਦਾ ਹੈ। ਤਾਂ ਇਨ੍ਹਾਂ ਵਿਚੋਂ ਕੁਝ ਸਵਰਗ ਲੋਕ ਨੂੰ ਜਾਂਦੇ ਹਨ ਜੇ ਉਹ ਵਧੇਰੇ ਤਰੱਕੀ ਕਰਦੇ ਹਨ ਤਾਂ ਹੋਰ ਉਚੱ ਲੋਕਾਂ ਨੂੰ ਜਾਂ ਤਾਂ ਨਿਰਾਕਾਰ ਬ੍ਰਹਮਜੋਤੀ ਨੂੰ ਜਾਂ ਬੈਕੂੰਠ ਜਾਂ ਕ੍ਰਿਸ਼ਨ ਲੋਕ ਨੂੰ ਜਾਂਦੇ ਹਨ। ਵੈਦਿਕ ਗ੍ਰੰਥਾਂ ਵਿਚ ਇਸੇ ਰਸਤੇ ਦੀ ਰੂਪਰੇਖਾ ਪ੍ਰਾਪਤ ਹੁੰਦੀ ਹੈ।

ਪਰ ਕ੍ਰਿਸ਼ਨ ਭਾਵਨਾ ਅੰਮ੍ਰਿਤ ਦੀ ਖ਼ਾਸੀਅਤ ਇਹ ਹੈ ਕਿ ਮਨੁੱਖ ਇਕੋ ਝਟਕੇ ਵਿਚ ਭਗਤੀ ਕਰਨ ਕਾਰਨ ਮਨੁੱਖ ਜੀਵਨ ਦੇ ਵੱਖੋ ਵੱਖਰੇ ਆਸ਼ਰਮਾਂ ਦੇ ਅਨੁਸ਼ਠਾਨਾਂ ਨੂੰ ਪਾਰ ਕਰ ਜਾਂਦਾ ਹੈ।

ਇਦਮ੍ ਵਿਦਿਤ੍ਵਾ ਸ਼ਬਦ ਸੂਚਿਤ ਕਰਦੇ ਹਨ, ਕਿ ਮਨੁੱਖ ਨੂੰ ਭਗਵਤ ਗੀਤਾ ਦੇ ਇਸ ਅਧਿਆਇ ਅਤੇ ਸੱਤਵੇਂ ਅਧਿਆਇ ਵਿਚ ਦਿੱਤੇ ਕ੍ਰਿਸ਼ਨ ਦੇ ਉਪਦੇਸ਼ ਨੂੰ ਸਮਝਣਾ ਚਾਹੀਦਾ ਹੈ। ਉਸਨੂੰ ਵਿਦਵਤਾ ਜਾਂ ਮਨੋਧਰਮ ਨਾਲ ਇਨ੍ਹਾਂ ਦੋਵਾਂ ਨੂੰ ਸਮਝਣ ਦਾ ਯਤਨ ਨਹੀਂ ਕਰਨਾ ਚਾਹੀਦਾ, ਸਗੋਂ ਭਗਤਾਂ ਦੀ ਸੰਗਤ ਨਾਲ ਸੁਣਕੇ ਸਮਝਣਾ ਚਾਹੀਦਾ ਹੈ। ਸੱਤਵੇਂ ਅਧਿਆਇ ਤੋਂ ਲੈ ਕੇ ਬਾਹਰਵੇਂ ਅਧਿਆਇ ਤਕ ਭਗਵਤ ਗੀਤਾ ਦਾ ਸਾਰ ਰੂਪ ਹਨ। ਪਹਿਲੇ ਛੇ ਅਧਿਆਇ ਅਤੇ ਅੰਤਿਮ ਛੇ ਅਧਿਆਇ ਇਨ੍ਹਾਂ ਛੇ ਅਧਿਆਇਆਂ ਲਈ ਸਿਰਫ ਆਵਰਣ (ਸੁਰੱਖਿਅਤ) ਹਨ, ਜਿਨ੍ਹਾਂ ਦੀ ਸੁਰੱਖਿਆਂ ਭਗਵਾਨ ਕਰਦੇ ਹਨ। ਜੇ ਕੋਈ ਗੀਤਾ ਦੇ ਇਨ੍ਹਾਂ ਛੇ ਅਧਿਆਇਆਂ ਨੂੰ ਭਗਤ ਦੀ ਸੰਗਤ ਨਾਲ ਚੰਗੀ ਤਰ੍ਹਾਂ ਸਮਝ ਲੈਂਦਾ ਹੈ ਤਾਂ ਉਸਦਾ ਜੀਵਨ ਸਾਰੀਆਂ ਤੱਪਸਿਆਵਾਂ, ਯੱਗਾਂ, ਦਾਨਾਂ, ਚਿੰਤਨਾਂ ਨੂੰ ਪਾਰ ਕਰਕੇ ਸ਼ਲਾਘਾਯੋਗ ਹੋ ਜਾਵੇਗਾ। ਕਿਉਂਕਿ ਸਿਰਫ ਕ੍ਰਿਸ਼ਨ ਭਾਵਨਾ ਅੰਮ੍ਰਿਤ ਰਾਹੀਂ ਉਸਨੂੰ ਇਨ੍ਹਾਂ ਕਰਮਾਂ ਦਾ ਫਲ ਪ੍ਰਾਪਤ ਹੁੰਦਾ ਹੈ।

ਜਿਸਨੂੰ ਭਗਵਤ ਗੀਤਾ ਵਿਚ ਰਤਾ ਵੀ ਸ਼ਰਧਾ ਹੈ, ਉਸਨੂੰ ਕਿਸੇ ਭਗਤ ਤੋਂ ਭਗਵਤ ਗੀਤਾ ਸਮਝਣੀ ਚਾਹੀਦੀ ਹੈ, ਕਿਉਂਕਿ ਚੌਥੇ ਅਧਿਆਇ ਦੇ ਸ਼ੁਰੂ ਵਿਚ ਹੀ ਕਿਹਾ ਗਿਆ ਹੈ ਕਿ ਸਿਰਫ ਭਗਤ ਲੋਕ ਹੀ ਗੀਤਾ ਨੂੰ ਸਮਝ ਸਕਦੇ ਹਨ। ਹੋਰ ਕੋਈ ਵੀ ਭਗਵਤ ਗੀਤਾ ਦੇ ਮਤਲਬ ਨੂੰ ਨਹੀਂ ਸਮਝ ਸਕਦਾ। ਇਸ ਲਈ ਮਨੁੱਖ ਨੂੰ ਚਾਹੀਦਾ ਹੈ ਕਿ ਕਿਸੇ ਭਗਤ ਤੋਂ ਭਗਵਤ ਗੀਤਾ ਸਿੱਖਣੀ ਚਾਹੀਦੀ ਹੈ, ਕਿਸੇ ਮਨੋਧਰਮੀਆਂ ਤੋਂ ਨਹੀਂ। ਇਹ ਸ਼ਰਧਾ ਦਾ ਸੂਚਕ ਹੈ। ਜਦੋਂ ਭਗਤ ਦੀ ਖੋਜ ਕੀਤੀ ਜਾਂਦੀ ਹੈ ਅਤੇ ਆਖ਼ਿਰ ਭਗਤ ਦੀ ਸੰਗਤ ਪ੍ਰਾਪਤ ਹੋ ਜਾਂਦੀ ਹੈ, ਉਸੇ ਪਲ ਤੋਂ ਭਗਵਤ ਗੀਤਾ ਦਾ ਅਸਲ ਅਧਿਐਨ ਅਤੇ ਉਸਦਾ ਗਿਆਨ ਸ਼ੁਰੂ ਹੋ ਜਾਂਦਾ ਹੈ। ਭਗਤ ਦੀ ਸੰਗਤ ਨਾਲ ਭਗਤੀ ਆਉਂਦੀ ਹੈ ਅਤੇ ਭਗਤੀ ਕਾਰਨ ਕ੍ਰਿਸ਼ਨ ਜਾਂ ਈਸ਼ਵਰ ਅਤੇ ਕ੍ਰਿਸ਼ਨ ਦੇ ਕੰਮਾਂ ਕਾਰਾਂ, ਉਨ੍ਹਾਂ ਦੇ ਰੂਪ, ਨਾਂ, ਲੀਲਾਵਾਂ ਆਦਿ ਨਾਲ ਸੰਬੰਧਿਤ ਸਾਰੇ ਭਰਮ ਦੂਰ ਹੋ ਜਾਂਦੇ ਹਨ। ਇੰਝ ਭਰਮਾਂ ਦੇ ਦੂਰ ਹੋ ਜਾਣ ਤੇ ਉਹ ਆਪਣੇ ਅਧਿਐਨ ਵਿਚ ਸਥਿਰ ਹੋ ਜਾਂਦਾ ਹੈ। ਤਾਂ ਉਸਨੂੰ ਭਗਵਤ ਗੀਤਾ ਦੇ ਅਧਿਐਨ ਵਿਚ ਰਸ ਆਉਣ ਲਗਦਾ ਹੈ ਅਤੇ ਕ੍ਰਿਸ਼ਨ ਭਾਵਨਾ ਭਾਵਿਤ ਹੋਣ ਦਾ ਅਨੁਭਵ ਹੋਣ ਲਗਦਾ ਹੈ। ਅੱਗੇ ਵਧਣ ਤੇ ਉਹ ਕ੍ਰਿਸ਼ਨ ਦੇ ਪ੍ਰੇਮ ਵਿਚ ਪੂਰੀ ਤਰ੍ਹਾਂ ਅਨੁਰਕਤ (ਮੋਹਿਤ) ਹੋ ਜਾਂਦਾ ਹੈ, ਇਹ ਜੀਵਨ ਦੀ ਸਭ ਤੋਂ ਉਚੀ ਸਿੱਧ ਅਵਸਥਾ ਹੈ, ਜਿਸ ਤੋਂ ਭਗਤ ਕ੍ਰਿਸ਼ਨ ਦੇ ਧਾਮ ਗੋਲੋਕ ਵ੍ਰਿੰਦਾਬਨ ਨੂੰ ਪ੍ਰਾਪਤ ਹੁੰਦਾ ਹੈ, ਇਥੇ ਉਹ ਨਿਤ ਆਨੰਦ ਵਿਚ ਰਹਿੰਦਾ ਹੈ।

ਇਸ ਤਰ੍ਹਾਂ ਸ਼੍ਰੀਮਦ ਭਗਵਤ ਗੀਤਾ ਦੇ ਅੱਠਵੇਂ ਅਧਿਆਇ **"ਭਗਵਤ੍ ਪ੍ਰਾਪਤੀ"** ਦਾ ਭਕਤੀ ਵੇਦਾਂਤ ਦਾ ਭਾਵ-ਅਰਥ ਪੂਰਨ ਹੋਇਆ।

ਅਧਿਆਇ ਨੌਵਾਂ

ਪਰਮ ਗੁਪਤ ਗਿਆਨ

श्रीभगवानुवाच

इदं तु ते गुह्यतमं प्रवक्ष्याम्यनसूयवे ।
ज्ञानं विज्ञानसहितं यज्ज्ञात्वा मोक्ष्यसेऽशुभात् ॥ १ ॥

ਸ਼੍ਰੀ ਭਗਵਾਨ ਓਵਾਚ

ਇਦਮ੍ ਤੁ ਤੇ ਗੁਹ੍ਯਤਮਮ੍ ਪ੍ਰਵਕ੍ਸ਼੍ਯਾਮਿ ਅਨਸੂਯਵੇ ।
ਗ੍ਯਾਨਮ੍ ਵਿਗ੍ਯਾਨ੍-ਸਹਿਤਮ੍ ਯਜ੍ ਗ੍ਯਾਤ੍ਵਾ ਮੋਕ੍ਸ਼ਯਸੇ 'ਸ਼ੁਭਾਤ੍ ॥ 1 ॥

ਸ਼੍ਰੀ ਭਗਵਾਨ ਓਵਾਚ-ਸ਼੍ਰੀ ਭਗਵਾਨ ਨੇ ਕਿਹਾ ; **ਇਦਮ੍**-ਇਸ ; **ਤੁ**-ਪਰ ; **ਤੇ**-ਤੁਹਾਡੇ ਲਈ ; **ਗੁਹ੍ਯ ਤਮਮ੍**-ਬਹੁਤ ਗੁਪਤ ; **ਪ੍ਰਵਕ੍ਸ਼੍ਯਾਮਿ**-ਮੈ ਕਹਿ ਰਿਹਾ ਹਾਂ ; **ਅਨਸੂਯਵੇ**-ਈਰਖਾ ਨਾ ਕਰਨ ਵਾਲੇ ਨੂੰ ; **ਗ੍ਯਾਨਮ੍**-ਗਿਆਨ ਨੂੰ ; **ਵਿਗ੍ਯਾਨ**-ਬੋਧ ਗਿਆਨ ; **ਸਹਿਤਮ੍**-ਨਾਲ ; **ਯਤ**-ਜਿਸਨੂੰ ; **ਗ੍ਯਾਤ੍ਵਾ**-ਜਾਣਕੇ ; **ਮੋਕ੍ਸ਼ਯਸੇ**-ਮੁਕਤ ਹੋ ਸਕੋਗੇ ; **ਅਸ਼ੁਭਾਤ੍**-ਇਸ ਕਸ਼ਟ ਭਰੇ ਸੰਸਾਰ ਤੋਂ ।

ਅਨੁਵਾਦ

ਸ਼੍ਰੀ ਭਗਵਾਨ ਨੇ ਕਿਹਾ - ਹੇ ਅਰਜੁਨ ! ਕਿਉਂਕਿ ਤੁਸੀਂ ਮੇਰੇ ਨਾਲ ਕਦੀ ਈਰਖਾ ਨਹੀਂ ਕਰਦੇ, ਇਸ ਲਈ ਮੈ ਤੁਹਾਨੂੰ ਪਰਮ ਗੁਪਤ ਗਿਆਨ ਅਤੇ ਬੋਧ-ਗਿਆਨ ਦੱਸਾਗਾਂ ਜਿਸਨੂੰ ਜਾਣਕੇ ਤੁਸੀ ਭੌਤਿਕ ਹੋਂਦ ਦੇ ਸਾਰੇ ਕਲੇਸ਼ਾਂ ਤੋਂ ਮੁਕਤ ਹੋ ਜਾਵੋਗੇ ।

ਭਾਵ

ਭਗਤ ਭਗਵਾਨ ਬਾਰੇ ਜਿਵੇਂ-ਜਿਵੇਂ ਵਧ ਤੋਂ ਵਧ ਸੁਣਦਾ ਹੈ, ਉਵੇਂ-ਉਵੇਂ ਹੀ ਉਸ ਅੰਦਰ ਚਾਨਣ ਹੁੰਦਾ ਜਾਂਦਾ ਹੈ । ਇਸ ਸੁਣਨ ਦੀ ਵਿਧੀ ਦੀ ਸ਼੍ਰੀਮਦ ਭਾਗਵਤਮ੍ ਵਿਚ ਇੰਝ ਹਾਮੀ ਭਰੀ ਗਈ ਹੈ- "ਭਗਵਾਨ ਦੇ ਸੰਦੇਸ਼ ਸ਼ਕਤੀਆਂ ਨਾਲ ਭਰੇ ਹੁੰਦੇ ਹਨ, ਜਿਨ੍ਹਾਂ ਦਾ ਅਨੁਭਵ ਤਾਂ ਹੀ ਹੁੰਦਾ ਹੈ, ਜਦੋਂ

ਭਗਤ ਲੋਕ ਭਗਵਾਨ ਸੰਬੰਧੀ ਵਿਸ਼ੇ ਦੀ ਆਪਸੀ ਚਰਚਾ ਕਰਦੇ ਹਨ । ਇਸਨੂੰ ਮਨੋਧਰਮੀਆਂ ਜਾਂ ਵਿਦਿਅਕ ਵਿਦਵਾਨਾਂ ਦੇ ਨਾਲ ਰਹਿਕੇ ਨਹੀਂ ਪ੍ਰਾਪਤ ਕੀਤਾ ਜਾ ਸਕਦਾ, ਕਿਉਂਕਿ ਇਹ ਅਨੁਭਵ ਯੁਕਤ ਗਿਆਨ (ਵਿਗਿਆਨ) ਹੈ ।"

ਭਗਤ ਲੋਕ ਪਰਮੇਸ਼ਵਰ ਦੀ ਸੇਵਾ ਵਿਚ ਲਗਾਤਾਰ ਲੱਗੇ ਰਹਿੰਦੇ ਹਨ । ਭਗਵਾਨ ਉਸ ਖ਼ਾਸ ਜੀਵ ਦੀ ਮਾਨਸਿਕਤਾ ਅਤੇ ਨਿਸ਼ਠਾ ਤੋਂ ਜਾਣੂ ਰਹਿੰਦੇ ਹਨ, ਜਿਹੜਾ ਕ੍ਰਿਸ਼ਨ ਭਾਵਨਾ ਭਾਵਿਤ ਹੁੰਦਾ ਹੈ, ਉਸਨੂੰ ਹੀ ਉਹ ਭਗਤਾਂ ਦੇ ਨਾਲ ਰਹਿਕੇ ਕ੍ਰਿਸ਼ਨ ਵਿਦਿਆ ਨੂੰ ਸਮਝਣ ਦੀ ਬੁੱਧੀ ਦਿੰਦੇ ਹਨ। ਕ੍ਰਿਸ਼ਨ ਦੀ ਚਰਚਾ ਵਧੇਰੇ ਸ਼ਕਤੀਸ਼ਾਲੀ ਹੈ ਅਤੇ ਜੇਕਰ ਚੰਗੇ ਭਾਗੀਂ ਕਿਸੇ ਨੂੰ ਅਜਿਹੀ ਸੰਗਤ ਪ੍ਰਾਪਤ ਹੋ ਜਾਵੇ ਅਤੇ ਉਹ ਇਸ ਗਿਆਨ ਨੂੰ ਆਤਮਸਾਤ ਕਰੇ ਤਾਂ ਉਹ ਆਤਮ-ਪ੍ਰਤੱਖੀਕਰਨ ਦੀ ਦਿਸ਼ਾ ਵਿਚ ਜਰੂਰ ਤਰੱਕੀ ਕਰੇਗਾ । ਕ੍ਰਿਸ਼ਨ ਅਰਜੁਨ ਨੂੰ ਆਪਣੀ ਪ੍ਰਭਾਵਸ਼ਾਲੀ ਸੇਵਾ ਵਿਚ ਉਚੇ ਤੋਂ ਉਚੇ ਪੱਧਰ ਤਕ ਉਤਸ਼ਾਹ ਦੇਣ ਦੇ ਮੰਤਵ ਨਾਲ ਇਸ ਨੌਵੇਂ ਅਧਿਆਇ ਵਿਚ ਉਸਨੂੰ ਬਹੁਤ ਗੁਪਤ ਗੱਲਾਂ ਦੱਸਦੇ ਹਨ, ਜਿਨ੍ਹਾਂ ਨੂੰ ਇਸ ਤੋਂ ਪਹਿਲੋਂ ਉਨ੍ਹਾਂ ਨੂੰ ਹੋਰ ਕਿਸੇ ਨੇ ਪ੍ਰਗਟ ਨਹੀਂ ਕੀਤਾ ਸੀ ।

ਭਗਵਤ ਗੀਤਾ ਦਾ ਪਹਿਲਾ ਅਧਿਆਇ ਬਾਕੀ ਗ੍ਰੰਥ ਦੀ ਭੂਮਿਕਾ ਵਰਗਾ ਹੈ, ਦੂਜੇ ਅਤੇ ਤੀਜੇ ਅਧਿਆਇ ਵਿਚ ਜਿਸ ਅਧਿਆਤਮਕ ਗਿਆਨ ਦਾ ਵਰਣਨ ਹੋਇਆ ਹੈ, ਉਹ ਗੁਪਤ ਕਿਹਾ ਗਿਆ ਹੈ, ਸੱਤਵੇਂ ਅਤੇ ਅੱਠਵੇਂ ਅਧਿਆਇ ਵਿਚ ਜਿਨ੍ਹਾਂ ਸਿਰਲੇਖਾਂ ਦੀ ਵਿਆਖਿਆ ਹੋਈ ਹੈ ਉਹ ਭਗਤੀ ਨਾਲ ਸੰਬੰਧਿਤ ਹਨ ਅਤੇ ਕ੍ਰਿਸ਼ਨ ਭਾਵਨਾ ਅੰਮ੍ਰਿਤ ਤੇ ਚਾਨਣ ਪਾਉਣ ਕਾਰਨ ਵਧੇਰੇ ਗੁਪਤ ਕਹੇ ਗਏ ਹਨ । ਪਰ ਨੌਵੇਂ ਅਧਿਆਇ ਵਿਚ ਤਾਂ ਅਨਿੰਨ ਸ਼ੁੱਧ ਭਗਤੀ ਦਾ ਹੀ ਵਰਣਨ ਹੋਇਆ ਹੈ। ਇਸ ਲਈ ਇਸਨੂੰ ਬਹੁਤ ਗੁਪਤ ਕਿਹਾ ਗਿਆ ਹੈ । ਜਿਸਨੂੰ ਕ੍ਰਿਸ਼ਨ ਦਾ ਇਹ ਬਹੁਤ ਗੁਪਤ ਗਿਆਨ ਪ੍ਰਾਪਤ ਹੈ, ਉਹ ਅਲੌਕਿਕ ਪੁਰਖ ਹੈ, ਇਸ ਲਈ ਇਸ ਸੰਸਾਰ ਵਿਚ ਰਹਿੰਦਿਆਂ ਹੋਇਆ ਵੀ ਉਸਨੂੰ ਭੌਤਿਕ ਕਲੇਸ਼ ਨਹੀਂ ਸਤਾਉਂਦੇ । ਭਗਤੀ-ਰਸਾਮ੍ਰਿਤ-ਸਿੰਧੂ ਵਿਚ ਕਿਹਾ ਗਿਆ ਹੈ, ਕਿ ਜਿਸ ਵਿਚ ਭਗਵਾਨ ਦੀ ਪ੍ਰੇਮ ਭਗਤੀ ਕਰਨ ਦੀ ਗੰਭੀਰ ਇੱਛਾ ਹੁੰਦੀ ਹੈ । ਉਹ ਭਾਵੇਂ ਇਸ ਸੰਸਾਰ ਵਿਚ ਬੱਧ ਅਵਸਥਾ ਵਿਚ ਰਹਿੰਦਾ ਹੋਵੇ, ਪਰ ਉਸਨੂੰ ਮੁਕਤ ਮੰਨਣਾ ਚਾਹੀਦਾ ਹੈ । ਇੰਞ ਭਗਵਤ ਗੀਤਾ ਦੇ ਦਸਵੇਂ ਅਧਿਆਇ ਵਿਚ ਅਸੀਂ ਵੇਖਦੇ ਹਾਂ ਕਿ ਜਿਹੜਾ ਵੀ ਇੰਞ ਭਗਤੀ ਵਿਚ ਲਗਿਆ ਰਹਿੰਦਾ ਹੈ, ਉਹ ਮੁਕਤ ਪੁਰਖ ਹੈ ।

ਇਸ ਪਹਿਲੇ ਸ਼ਲੋਕ ਦਾ ਖ਼ਾਸ ਮਹਤੱਵ ਹੈ । ***ਇਦਮ੍ ਗ੍ਯਾਨਮ੍*** ('ਇਹ ਗਿਆਨ') ਸ਼ਬਦ ਸ਼ੁੱਧ ਭਗਤੀ ਨੂੰ ਪ੍ਰਗਟ ਕਰਦਾ ਹੈ, ਜਿਹੜੀ ਨੌਂ ਤਰ੍ਹਾਂ ਦੀ ਹੁੰਦੀ ਹੈ- ਸ਼ਰਵਣ, ਕੀਰਤਨ, ਸਿਮਰਨ, ਸੇਵਾ, ਅਰਚਨ (ਪੂਜਨ), ਦਾਸਤਾ, ਪ੍ਰਾਰਥਨਾ, ਮਿੱਤਰਤਾ ਅਤੇ ਆਤਮ ਸਮਰਪਣ । ਭਗਤੀ ਦੇ ਇਨ੍ਹਾਂ ਨੌਂ ਤੱਤਾਂ ਦਾ ਅਭਿਆਸ ਕਰਨ ਨਾਲ ਮਨੁੱਖ ਅਧਿਆਤਮਕ ਚੇਤਨਾ ਜਾਂ ਕ੍ਰਿਸ਼ਨ ਭਾਵਨਾ ਅੰਮ੍ਰਿਤ ਤਕ ਉਠ ਪਾਉਂਦਾ ਹੈ । ਇੰਞ ਜਦੋਂ ਮਨੁੱਖ ਦਾ ਹਿਰਦਾ ਭੌਤਿਕ ਮਲੀਨਤਾਵਾਂ ਤੋਂ ਸ਼ੁੱਧ ਹੋ ਜਾਂਦਾ ਹੈ, ਤਾਂ ਉਹ ਕ੍ਰਿਸ਼ਨ ਵਿਦਿਆ ਨੂੰ ਸਮਝ ਸਕਦਾ ਹੈ । ਸਿਰਫ ਇਹ ਗਿਆਨ ਲੈਣਾ ਕਿ

ਜੀਵ ਭੌਤਿਕ ਨਹੀਂ ਹੈ, ਕਾਫ਼ੀ ਨਹੀਂ ਹੁੰਦਾ। ਇਹ ਤਾਂ ਆਤਮ-ਅਨੁਭੂਤੀ ਦਾ ਸ਼ੁਭ ਆਰੰਭ ਹੋ ਸਕਦਾ ਹੈ, ਪਰ ਉਸ ਮਨੁੱਖ ਨੂੰ ਸ਼ਰੀਰ ਦੇ ਕੰਮਾਂ ਅਤੇ ਉਸ ਭਗਤ ਦੇ ਅਧਿਆਤਮਕ ਕੰਮਾਂ ਦੇ ਫ਼ਰਕ ਨੂੰ ਸਮਝਣਾ ਹੋਵੇਗਾ, ਜਿਹੜਾ ਇਹ ਜਾਣਦਾ ਹੈ ਕਿ ਉਹ ਸ਼ਰੀਰ ਨਹੀਂ ਹੈ।

ਸੱਤਵੇਂ ਅਧਿਆਇ ਵਿਚ ਭਗਵਾਨ ਦੀ ਸੁਖ-ਸੰਪਤੀ ਵਾਲੀ (ਐਸ਼ਵਰਿਆਂ-ਭਰੀ) ਸ਼ਕਤੀ, ਉਨ੍ਹਾਂ ਦੀਆਂ ਹੋਰ ਸ਼ਕਤੀਆਂ- ਪਰ੍ਹਾ ਅਤੇ ਅਪਰ੍ਹਾ ਅਤੇ ਭੌਤਿਕ ਸੰਸਾਰ ਦਾ ਵਰਣਨ ਕੀਤਾ ਜਾ ਚੁੱਕਾ ਹੈ। ਹੁਣ ਨੌਵੇਂ ਅਧਿਆਇ ਵਿਚ ਭਗਵਾਨ ਦੀ ਮਹਿਮਾ ਦਾ ਵਰਣਨ ਕੀਤਾ ਜਾਵੇਗਾ।

ਇਸ ਸ਼ਲੋਕ ਦਾ ***ਅਨਸੂਯਵੇ*** ਸੰਸਕ੍ਰਿਤ ਸ਼ਬਦ ਵੀ ਵਧੇਰੇ ਮਹੱਤਵਪੂਰਨ ਹੈ। ਆਮ ਤੌਰ ਤੇ ਵੱਡੇ ਤੋਂ ਵੱਡੇ ਵਿਦਵਾਨ ਵਿਆਖਿਆਕਾਰ ਵੀ ਭਗਵਾਨ ਕ੍ਰਿਸ਼ਨ ਨਾਲ ਈਰਖ਼ਾ ਕਰਦੇ ਹਨ। ਇੱਥੋਂ ਤਕ ਕਿ ਬਹੁਤ ਪੜ੍ਹੇ ਲਿਖੇ ਵਿਦਵਾਨ ਵੀ ਭਗਵਤ ਗੀਤਾ ਦੇ ਵਿਸ਼ੇ ਦੀ ਬਹੁਤ ਅਸ਼ੁੱਧ ਵਿਆਖਿਆ ਕਰਦੇ ਹਨ। ਕਿਉਂਕਿ ਉਹ ਕ੍ਰਿਸ਼ਨ ਪ੍ਰਤੀ ਈਰਖ਼ਾ ਰਖਦੇ ਹਨ, ਇਸ ਲਈ ਉਨ੍ਹਾਂ ਦੀਆਂ ਟੀਕਾਵਾਂ ਬੇਕਾਰ ਹੁੰਦੀਆਂ ਹਨ। ਸਿਰਫ਼ ਕ੍ਰਿਸ਼ਨ ਭਗਤਾਂ ਰਾਹੀਂ ਕੀਤੀਆਂ ਟੀਕਾਵਾਂ ਹੀ ਪ੍ਰਮਾਣਿਤ ਹਨ। ਕੋਈ ਵੀ ਅਜਿਹਾ ਮਨੁੱਖ, ਜਿਹੜਾ ਕ੍ਰਿਸ਼ਨ ਪ੍ਰਤੀ ਈਰਖ਼ਾਲੂ ਹੈ, ਨਾ ਤਾਂ ਭਗਵਤ ਗੀਤਾ ਦੀ ਵਿਆਖਿਆ ਕਰ ਸਕਦਾ ਹੈ, ਨਾ ਪੂਰਨ ਗਿਆਨ ਦੇ ਸਕਦਾ ਹੈ। ਜਿਹੜਾ ਮਨੁੱਖ ਕ੍ਰਿਸ਼ਨ ਨੂੰ ਸਮਝੇ ਬਿਨ੍ਹਾਂ ਉਨ੍ਹਾਂ ਦੇ ਚਰਿੱਤਰ ਦੀ ਆਲੋਚਨਾ ਕਰਦਾ ਹੈ ਉਹ ਮੂਰਖ਼ ਹੈ। ਇਸ ਲਈ ਅਜਿਹੀਆਂ ਟੀਕਾਵਾਂ ਤੋਂ ਸਾਵਧਾਨ ਰਹਿਣਾ ਚਾਹੀਦਾ ਹੈ। ਜਿਹੜੇ ਮਨੁੱਖ ਇਹ ਸਮਝਦੇ ਹਨ ਕਿ ਕ੍ਰਿਸ਼ਨ ਭਗਵਾਨ ਹਨ ਅਤੇ ਸ਼ੁੱਧ ਅਤੇ ਅਲੌਕਿਕ ਪੁਰਖ਼ ਹਨ, ਉਨ੍ਹਾਂ ਲਈ ਇਹ ਅਧਿਆਇ ਲਾਹੇਵੰਦ ਹੋਣਗੇ।

राजविद्या राजगुह्यं पवित्रमिदमुत्तमम् ।
प्रत्यक्षावगमं धर्म्यं सुसुखं कर्तुमव्ययम् ॥ २॥

ਰਾਜ ਵਿਦ੍ਯਾ ਰਾਜ ਗੁਹ੍ਯਮ੍ ਪਵਿਤ੍ਰਮ ਇਦਮ੍ ਉੱਤਮਮ੍।
ਪ੍ਰਤ੍ਯਕਸ਼ਾਵਗਮਮ੍ ਧਰਮ੍ਯਮ੍ ਸੁ-ਸੁਖਮ੍ ਕਰ੍ਤੁਮ੍ ਅਵ੍ਯਯਮ੍ ॥ 2 ॥

ਰਾਜ-ਵਿਦ੍ਯਾ-ਵਿਦਿਆਵਾਂ ਦਾ ਰਾਜਾ ; **ਰਾਜ ਗੁਹ੍ਯਮ੍**-ਗੁਪਤ ਗਿਆਨ ਦਾ ਰਾਜਾ ; **ਪਵਿਤ੍ਰਮ੍**-ਸਭ ਤੋਂ ਸ਼ੁੱਧ ; **ਇਦਮ੍**-ਇਹ ; **ਉਤਮਮ੍**-ਅਲੌਕਿਕ ; **ਪ੍ਰਤ੍ਯਕਸ਼**-ਪ੍ਰਤੱਖ ਅਨੁਭਵ ਨਾਲ ; **ਅਵਗਮਮ੍**-ਸਮਝਿਆ ਗਿਆ ; **ਧਰਮ੍ਯਮ੍**-ਧਰਮ ਦੇ ਸਿਧਾਂਤ ; **ਸੁ-ਸੁਖਮ੍**-ਬਹੁਤ ਸੁਖੀ ; **ਕਰ੍ਤੁਮ**-ਸੰਪੰਨ ਕਰਨ ਵਿਚ ; **ਅਵ੍ਯਯਮ੍**-ਅਵਿਨਾਸ਼ੀ।

ਅਨੁਵਾਦ

ਇਹ ਗਿਆਨ ਸਭ ਵਿਦਿਆਵਾਂ ਦਾ ਰਾਜਾ ਹੈ, ਜਿਹੜਾ ਸਾਰੇ ਰਹੱਸਾਂ ਵਿਚ ਅਤਿ ਗੁਪਤ ਹੈ। ਇਹ ਪਰਮ ਸ਼ੁੱਧ ਹੈ, ਅਤੇ ਕਿਉਂਕਿ ਇਹ ਆਤਮਾ ਦਾ ਪ੍ਰਤੱਖ ਅਨੁਭਵ ਕਰਾਉਣ ਵਾਲਾ ਹੈ, ਇਸ

ਲਈ ਇਹ ਧਰਮ ਦੀ ਸਿੱਧੀ ਹੈ। ਇਹ ਅਵਿਨਾਸ਼ੀ ਹੈ, ਅਤੇ ਪ੍ਰਸੰਨਤਾ ਪੂਰਵਕ ਸੰਪੰਨ ਕੀਤਾ ਜਾਂਦਾ ਹੈ।

ਭਾਵ

ਭਗਵਤ ਗੀਤਾ ਦਾ ਇਹ ਅਧਿਆਇ ਸਾਰੀਆਂ ਵਿਦਿਆਵਾਂ ਦਾ ਰਾਜਾ (ਰਾਜ ਵਿਦਿਆ) ਕਹਾਉਂਦਾ ਹੈ, ਕਿਉਂਕਿ ਇਹ ਪਹਿਲੋਂ ਵਿਆਖਿਆ ਕੀਤੇ ਸਾਰੇ ਮਤ-ਸਿਧਾਂਤਾਂ ਅਤੇ ਦਰਸ਼ਨਾਂ ਦਾ ਸਾਰ ਹੈ। ਭਾਰਤ ਦੇ ਪ੍ਰਸਿੱਧ ਦਾਰਸ਼ਨਿਕ ਗੌਤਮ, ਕਣਾਦ, ਕਪਿਲ, ਯਾਗਯਵਲਕਯ, ਸ਼ਾਂਡਿਲਯ ਅਤੇ ਵੈਸ਼ਵਾਨਰ ਹਨ। ਸਭ ਤੋਂ ਆਖਿਰ ਵਿਚ ਵਿਆਸ ਦੇਵ ਆਉਂਦੇ ਹਨ, ਜਿਹੜੇ ਵੇਦਾਂਤ-ਸੂਤਰ ਦੇ ਲੇਖਕ ਹਨ। ਇਸ ਲਈ ਦਾਰਸ਼ਨਿਕ ਜਾਂ ਅਲੌਕਿਕ ਗਿਆਨ ਦੇ ਖੇਤਰ ਵਿਚ ਕਿਸੇ ਤਰ੍ਹਾਂ ਦੀ ਥੁੜ੍ਹ ਨਹੀਂ ਹੈ। ਹੁਣ ਭਗਵਾਨ ਕਹਿੰਦੇ ਹਨ, ਕਿ ਇਹ ਨੌਵਾਂ ਅਧਿਆਇ ਅਜਿਹੇ ਸਾਰੇ ਗਿਆਨ ਦਾ ਰਾਜਾ ਹੈ, ਇਹ ਵੇਦ ਦੇ ਅਧਿਐਨ ਤੋਂ ਪ੍ਰਾਪਤ ਹੋਣ ਵਾਲੇ ਗਿਆਨ ਅਤੇ ਵੱਖੋ-ਵੱਖਰੇ ਦਰਸ਼ਨਾਂ ਦਾ ਸਾਰ ਹੈ। ਇਹ ਬਹੁਤ ਗੁਪਤ ਹੈ, ਕਿਉਂਕਿ ਗੁਪਤ ਜਾਂ ਅਲੌਕਿਕ ਗਿਆਨ ਨਾਲ ਹੀ ਆਤਮਾ ਅਤੇ ਸ਼ਰੀਰ ਦੇ ਫਰਕ ਨੂੰ ਜਾਣਿਆ ਜਾਂਦਾ ਹੈ। ਸਾਰੇ ਗੁਪਤ ਗਿਆਨ ਦੇ ਇਸ ਰਾਜਾ (ਰਾਜਵਿਦਿਆਂ) ਦਾ ਸਿਖਰ ਹੈ, ਭਗਤੀ ਮਈ ਸੇਵਾ।

ਆਮਤੌਰ ਤੇ, ਲੋਕਾਂ ਨੂੰ ਇਸ ਗੁਪਤ ਗਿਆਨ ਦੀ ਸਿੱਖਿਆ ਨਹੀਂ ਮਿਲਦੀ, ਉਨ੍ਹਾਂ ਨੂੰ ਬਾਹਰੀ ਸਿੱਖਿਆ ਦਿੱਤੀ ਜਾਂਦੀ ਹੈ। ਜਿੱਥੋਂ ਤਕ ਆਮ ਸਿੱਖਿਆ ਦਾ ਸੰਬੰਧ ਹੈ ਉਸ ਵਿਚ ਰਾਜਨੀਤੀ, ਸਮਾਜ ਸ਼ਾਸ਼ਤਰ, ਭੌਤਿਕੀ ਰਸਾਇਣ ਸ਼ਾਸ਼ਤਰ, ਗਣਿਤ, ਜੋਤਿਸ਼ ਵਿਗਿਆਨ,ਇੰਜੀਨਿਅਰਿੰਗ ਆਦਿ ਵਿਚ ਮਨੁੱਖ ਰੁੱਝੇ ਰਹਿੰਦੇ ਹਨ। ਸਮੁੱਚੇ ਸੰਸਾਰ ਵਿਚ ਗਿਆਨ ਦੇ ਅਨੇਕਾਂ ਵਿਭਾਗ ਹਨ ਅਤੇ ਉਨ੍ਹਾਂ ਦੀਆਂ ਵੱਡੀਆਂ ਵੱਡੀਆਂ ਯੂਨੀਵਰਸਿਟੀਆਂ ਹਨ, ਪਰ ਬਦਕਿਸਮਤੀ ਨਾਲ ਕੋਈ ਵੀ ਯੂਨੀਵਰਸਿਟੀ ਜਾਂ ਸਿੱਖਿਅਕ ਸੰਸਥਾ ਨਹੀਂ ਹੈ, ਜਿੱਥੇ ਆਤਮ-ਵਿਦਿਆ ਦੀ ਸਿੱਖਿਆ ਦਿੱਤੀ ਜਾਂਦੀ ਹੋਵੇ। ਜਿਵੇਂ ਆਤਮਾ ਸ਼ਰੀਰ ਦਾ ਸਭ ਤੋਂ ਮਹਤੱਵ ਪੂਰਨ ਅੰਗ ਹੈ, ਆਤਮਾ ਬਿਨ੍ਹਾਂ ਸ਼ਰੀਰ ਮਹੱਤਵਹੀਣ ਹੈ। ਤਾਂ ਵੀ ਲੋਕ ਚੇਤਨ ਆਤਮਾ ਦੀ ਚਿੰਤਾ ਨਾ ਕਰਕੇ ਜੀਵਨ ਦੀਆਂ ਸ਼ਰੀਰਕ ਜ਼ਰੂਰਤਾਂ ਨੂੰ ਵਧੇਰੇ ਮਹੱਤਵ ਦਿੰਦੇ ਹਨ।

ਭਗਵਤ ਗੀਤਾ ਵਿਚ, ਖਾਸ ਤੌਰ ਤੇ ਦੂਜੇ ਅਧਿਆਇ ਤੋਂ ਹੀ ਆਤਮਾ ਦੇ ਮਹਤੱਵ ਤੇ ਜ਼ੋਰ ਦਿੱਤਾ ਗਿਆ ਹੈ। ਸ਼ੁਰੂ ਵਿਚ ਹੀ ਭਗਵਾਨ ਕਹਿੰਦੇ ਹਨ ਕਿ ਇਹ ਸ਼ਰੀਰ ਨਸ਼ਵਰ ਹੈ ਅਤੇ ਆਤਮਾ ਅਨਸ਼ਵਰ (*ਅੰਤਵੰਤ ਇਮੇ ਦੇਹਾ ਨਿਤਯਸਯੋਕਤਾਹ੍ ਸ਼ਰੀਰਿਣਹ੍*)। ਇਹ ਗਿਆਨ ਦਾ ਗੂੜ ਅੰਸ਼ ਹੈ - ਸਿਰਫ ਇਹ ਜਾਣ ਲੈਣਾ ਕਿ ਇਹ ਆਤਮਾ ਸ਼ਰੀਰ ਤੋਂ ਵੱਖਰੀ ਹੈ, ਇਹ ਨਿਰਵਿਕਾਰ, ਅਵਿਨਾਸ਼ੀ ਅਤੇ ਨਿਤ ਹੈ। ਇਸ ਨਾਲ ਆਤਮਾ ਦੇ ਵਿਸ਼ੇ ਵਿਚ ਕੋਈ ਸਕਾਰਾਤਮਕ ਸੂਚਨਾ ਪ੍ਰਾਪਤ ਨਹੀਂ ਹੁੰਦੀ। ਕਦੀ ਕਦੀ ਲੋਕਾਂ ਨੂੰ ਇਹ ਭਰਮ ਰਹਿੰਦਾ ਹੈ ਕਿ ਆਤਮਾ ਸ਼ਰੀਰ ਤੋਂ ਵੱਖਰੀ ਹੈ ਅਤੇ ਜਦੋਂ ਸ਼ਰੀਰ ਨਹੀਂ ਰਹਿੰਦਾ ਜਾਂ ਮਨੁੱਖ ਨੂੰ ਸ਼ਰੀਰ ਤੋਂ ਮੁਕਤੀ ਮਿਲ ਜਾਂਦੀ ਹੈ ਤਾਂ ਆਤਮਾ ਸ਼ੂੰਨਯ (ਖ਼ਲਾਅ) ਵਿਚ ਰਹਿੰਦਾ ਹੈ ਅਤੇ ਨਿਰਾਕਾਰ ਬਣ ਜਾਂਦਾ ਹੈ। ਪਰ ਇਹ

ਅਸਲੀਅਤ ਨਹੀਂ ਹੈ। ਜਿਹੜਾ ਆਤਮਾ, ਸ਼ਰੀਰ ਵਿਚ ਏਨਾਂ ਕਿਰਿਆਸ਼ੀਲ ਰਹਿੰਦਾ ਹੈ, ਉਹ ਸ਼ਰੀਰ ਤੋਂ ਮੁਕਤੀ ਮਗਰੋਂ ਏਨਾਂ ਕਿਰਿਆਹੀਣ ਕਿਵੇਂ ਹੋ ਸਕਦਾ ਹੈ ? ਇਹ ਹਮੇਸ਼ਾ ਕਿਰਿਆਸ਼ੀਲ ਰਹਿੰਦਾ ਹੈ। ਜੇ ਇਹ ਨਿਤ ਹੈ ਤਾਂ ਇਹ ਨਿਤ ਕਿਰਿਆਸ਼ੀਲ ਰਹਿੰਦਾ ਹੈ ਅਤੇ ਬੈਕੁੰਠ ਲੋਕ ਵਿਚ ਇਸਦੇ ਕੰਮਕਾਰਜ ਅਧਿਆਤਮ ਗਿਆਨ ਦੇ ਅੰਸ਼ ਹਨ। ਇਸ ਲਈ ਆਤਮਾ ਦੇ ਕੰਮਾਂ ਨੂੰ ਇੱਥੇ ਸਾਰੇ ਗਿਆਨ ਦਾ ਰਾਜਾ, ਸਾਰੇ ਗਿਆਨ ਦਾ ਭੇਤੀ ਅੰਸ਼ ਕਿਹਾ ਗਿਆ ਹੈ।

ਇਹ ਗਿਆਨ ਸਾਰੇ ਕੰਮਾਂ ਦਾ ਸ਼ੁੱਧ ਰੂਪ ਹੈ, ਜਿਵੇਂ ਕਿ ਵੈਦਿਕ ਸਾਹਿਤ ਵਿਚ ਦੱਸਿਆ ਗਿਆ ਹੈ। ਪਦਮ ਪੁਰਾਣ ਵਿਚ ਮਨੁੱਖ ਦੇ ਪਾਪ ਕਰਮਾਂ ਦਾ ਵਿਸ਼ਲੇਸ਼ਣ ਕੀਤਾ ਗਿਆ ਹੈ ਅਤੇ ਵਿਖਾਇਆ ਗਿਆ ਹੈ, ਕਿ ਇਹ ਪਾਪਾਂ ਦੇ ਫਲ ਹਨ। ਜਿਹੜੇ ਲੋਕ ਸਕਾਮ ਕਰਮਾਂ ਵਿਚ ਲੱਗੇ ਹੋਏ ਹਨ। ਉਹ ਪਾਪ ਪੂਰਨ ਕਰਮਾਂ ਦੇ ਵੱਖੋ-ਵੱਖਰੀਆਂ ਰੂਪਾਂ ਅਤੇ ਅਵਸਥਾਵਾਂ ਵਿਚ ਫਸੇ ਰਹਿੰਦੇ ਹਨ। ਉਦਾਹਰਣ ਵੱਜੋਂ, ਜਦੋਂ ਬੀਜ ਬੀਜਿਆ ਜਾਂਦਾ ਹੈ ਤੁਰੰਤ ਰੁੱਖ ਤਿਆਰ ਨਹੀਂ ਹੋ ਜਾਂਦਾ, ਇਸ ਵਿਚ ਕੁੱਝ ਸਮਾਂ ਲਗਦਾ ਹੈ। ਪਹਿਲੋਂ ਇੱਕ ਛੋਟਾ ਅੰਕੁਰ ਰਹਿੰਦਾ ਹੈ, ਫਿਰ ਇਹ ਰੁੱਖ ਦਾ ਰੂਪ ਧਾਰਨ ਕਰਦਾ ਹੈ, ਤਾਂ ਕਿਧਰੇ ਇਸ ਤੇ ਫੁੱਲ ਆਉਂਦੇ ਹਨ, ਫਲ ਲਗਦੇ ਹਨ ਅਤੇ ਤਾਂ ਬੀਜ ਬੀਜਣ ਵਾਲੇ ਮਨੁੱਖ ਫੁੱਲ ਅਤੇ ਫਲ ਦੀ ਵਰਤੋਂ ਕਰ ਸਕਦੇ ਹਨ। ਇੰਝ ਹੀ ਜਦੋਂ ਕੋਈ ਮਨੁੱਖ ਪਾਪ ਕਰਮ ਕਰਦਾ ਹੈ ਤਾਂ ਬੀਜ ਵਾਂਗ ਇਸਦੇ ਫਲ ਮਿਲਣ ਨੂੰ ਸਮਾਂ ਲਗਦਾ ਹੈ। ਇਸ ਵਿਚ ਕਈ ਅਵਸਥਾਵਾਂ ਹੁੰਦੀਆਂ ਹਨ। ਭਾਵੇਂ ਮਨੁੱਖ ਅੰਦਰ ਪਾਪ ਕਰਮਾਂ ਦੀ ਪੈਦਾਇਸ਼ ਹੋਣੀ ਬੰਦ ਹੋ ਚੁੱਕੀ ਹੋਵੇ, ਪਰ ਕੀਤੇ ਗਏ ਪਾਪ ਕਰਮਾਂ ਦਾ ਫਲ ਤਾਂ ਵੀ ਮਿਲਦਾ ਰਹਿੰਦਾ ਹੈ। ਕੁੱਝ ਪਾਪ ਤਾਂ ਵੀ ਬੀਜ ਰੂਪ ਵਿਚ ਬਚੇ ਰਹਿੰਦੇ ਹਨ ਕੁਝ ਫਲ ਚੁੱਕੇ ਹੁੰਦੇ ਹਨ ਜਿਨ੍ਹਾਂ ਨੂੰ ਅਸੀਂ ਦੁੱਖ ਅਤੇ ਦਰਦ ਦੇ ਰੂਪ ਵਿਚ ਅਨੁਭਵ ਕਰਦੇ ਹਾਂ।

ਜਿਵੇਂ ਕਿ ਸੱਤਵੇਂ ਅਧਿਆਇ ਦੇ ਅਠਾਈਵੇਂ ਸ਼ਲੋਕ ਵਿਚ ਦੱਸਿਆ ਗਿਆ ਹੈ, ਜਿਹੜਾ ਮਨੁੱਖ ਸਾਰੇ ਪਾਪ ਕਰਮਾਂ ਦੇ ਫਲਾਂ (ਬੰਧਨਾਂ) ਦਾ ਅੰਤ ਕਰਕੇ ਅਤੇ ਜਿਹੜਾ ਪਵਿੱਤਰ ਕਰਮਾਂ ਵਿਚ ਲਗਿਆ ਹੈ, ਉਹ ਭੌਤਿਕ ਸੰਸਾਰ ਦੇ ਦਵੈਤਾਂ ਤੋਂ ਮੁਕਤ ਹੋ ਜਾਂਦਾ ਹੈ, ਉਹ ਭਗਵਾਨ ਕ੍ਰਿਸ਼ਨ ਦੀ ਭਗਤੀ ਵਿਚ ਲਗ ਜਾਂਦਾ ਹੈ। ਦੂਜੇ ਸ਼ਬਦਾਂ ਵਿਚ ਜਿਹੜੇ ਲੋਕ ਭਗਵਾਨ ਦੀ ਭਗਤੀ ਵਿਚ ਲੱਗੇ ਹੋਏ ਹਨ, ਉਹ ਸਾਰੇ ਕਰਮਫਲਾਂ (ਬੰਧਨਾਂ) ਤੋਂ ਪਹਿਲੋਂ ਹੀ ਮੁਕਤ ਹੋਏ ਰਹਿੰਦੇ ਹਨ। ਇਸ ਕਥਨ ਦੀ ਪੁਸ਼ਟੀ ਪਦਮ ਪੁਰਾਣ ਵਿਚੋਂ ਹੋਈ ਹੈ -

ਅਪ੍ਰਾਰਬਧ ਫਲਮ੍ ਪਾਪਮ੍ ਕੂਟਮ੍ ਬੀਜਮ੍ ਫਲੋਨਮੁਖਮ੍।
ਕ੍ਰਮੇਣੈਵ ਪ੍ਰਲੀਯੇਤ ਵਿਸ਼ਣੂ ਭਕ੍ਤਿ-ਰਤਾਤ੍ਮਨਾਮ੍ ॥

ਜਿਹੜੇ ਲੋਕ ਭਗਵਾਨ ਦੀ ਭਗਤੀ ਵਿਚ ਰੁੱਝੇ ਹਨ, ਉਨ੍ਹਾਂ ਦੇ ਸਾਰੇ ਪਾਪ ਕਰਮ ਭਾਵੇਂ ਫਲ ਚੁੱਕੇ ਹੋਣ, ਸਾਧਾਰਨ ਹੋਣ ਜਾਂ ਬੀਜ ਰੂਪ ਵਿਚ ਹੋਣ ਲੜੀਵਾਰ ਨਸ਼ਟ ਹੋ ਜਾਂਦੇ ਹਨ। ਇਸ ਲਈ ਭਗਤੀ ਦੀ ਸ਼ੁੱਧ ਕਰਨ ਦੀ ਸ਼ਕਤੀ ਬਹੁਤ ਬਲਵਾਨ ਹੈ ਅਤੇ *ਪਵਿਤ੍ਰਮ ਉਤੱਮਮ* ਭਾਵ *ਵਿਸ਼ੁੱਧਤਮ* ਕਹਾਉਂਦੀ ਹੈ। *ਉਤੱਮ* ਦਾ ਭਾਵ ਅਲੌਕਿਕ ਹੈ। *ਤਮਮ੍* ਦਾ ਅਰਥ ਇਹ ਭੌਤਿਕ ਸੰਸਾਰ ਜਾਂ

ਹਨੇਰਾ ਹੈ ਅਤੇ ਉੱਤਮ ਦਾ ਅਰਥ ਭੌਤਿਕ ਕੰਮਾਂ ਤੋਂ ਪਰ੍ਹੇ ਹੋਇਆ। ਭਗਤੀ ਪੂਰਨ ਕੰਮਾਂ ਨੂੰ ਕਦੀ ਵੀ ਭੌਤਿਕ ਨਹੀਂ ਮੰਨਣਾ ਚਾਹੀਦਾ, ਭਾਂਵੇਂ ਕਦੀ-ਕਦੀ ਅਜਿਹਾ ਲਗਦਾ ਹੈ ਕਿ ਭਗਤ ਵੀ ਸਾਧਾਰਨ ਲੋਕਾਂ ਵਾਂਗ ਰੁੱਝੇ ਰਹਿੰਦੇ ਹਨ। ਜਿਹੜਾ ਮਨੁੱਖ ਭਗਤੀ ਤੋਂ ਜਾਣੂ ਹੁੰਦਾ ਹੈ, ਉਹੀ ਜਾਣ ਸਕਦਾ ਹੈ, ਕਿ ਭਗਤੀ ਪੂਰਨ ਕੰਮ ਭੌਤਿਕ ਨਹੀਂ ਹੁੰਦੇ। ਉਹ ਅਧਿਆਤਮਕ ਹੁੰਦੇ ਹਨ ਅਤੇ ਪ੍ਰਕ੍ਰਿਤੀ ਦੇ ਗੁਣਾਂ ਤੋਂ ਬਿਲਕੁਲ ਦੂਸ਼ਿਤ ਨਹੀਂ ਹੁੰਦੇ ਹਨ।

ਕਿਹਾ ਜਾਂਦਾ ਹੈ ਕਿ ਭਗਤੀ ਦੀ ਪਾਲਣਾ ਇੰਨ੍ਹੀ ਪੂਰਨ ਹੁੰਦੀ ਹੈ, ਕਿ ਉਸਦੇ ਫਲਾਂ ਦਾ ਪ੍ਰਤੱਖ ਅਨੁਭਵ ਕੀਤਾ ਜਾ ਸਕਦਾ ਹੈ। ਅਸੀਂ ਅਨੁਭਵ ਕੀਤਾ ਹੈ, ਕਿ ਮਨੁੱਖ ਕ੍ਰਿਸ਼ਨ ਦੇ ਪਵਿੱਤਰ ਨਾਂ (ਹਰੇ ਕ੍ਰਿਸ਼ਨ ਹਰੇ ਕ੍ਰਿਸ਼ਨ ਕ੍ਰਿਸ਼ਨ ਕ੍ਰਿਸ਼ਨ ਹਰੇ ਹਰੇ, ਹਰੇ ਰਾਮ ਹਰੇ ਰਾਮ ਰਾਮ ਰਾਮ ਹਰੇ ਹਰੇ) ਦਾ ਕੀਰਤਨ ਅਪਰਾਧ ਰਹਿਤ ਹੋ ਕੇ ਕਰਦਾ ਹੈ, ਉਸਨੂੰ ਜਾਪ ਕਰਦਿਆਂ ਕੁਝ ਅਲੌਕਿਕ ਆਨੰਦ ਦਾ ਅਨੁਭਵ ਹੁੰਦਾ ਹੈ ਅਤੇ ਉਹ ਤੁਰੰਤ ਹੀ ਸਾਰੇ ਭੌਤਿਕ ਪਾਪਾਂ ਤੋਂ ਸ਼ੁੱਧ ਹੋ ਜਾਂਦਾ ਹੈ। ਅਜਿਹਾ ਸੱਚ-ਮੁੱਚ ਵਿਖਾਈ ਦਿੰਦਾ ਹੈ। ਇਹ ਹੀ ਨਹੀਂ, ਜੇ ਕੋਈ ਸੁਣਨ ਦੇ ਨਾਲ-ਨਾਲ ਭਗਤੀ ਮਈ ਕੰਮਾਂ ਦੇ ਸੰਦੇਸ਼ ਦੇ ਪ੍ਰਚਾਰ ਕਰਨ ਵਿਚ ਲਗਿਆ ਰਹਿੰਦਾ ਹੈ ਜਾਂ ਕ੍ਰਿਸ਼ਨ ਭਾਵਨਾ ਅੰਮ੍ਰਿਤ ਦੇ ਪ੍ਰਚਾਰ ਕੰਮਾਂ ਵਿਚ ਸਹਾਇਤਾ ਕਰਦਾ ਹੈ, ਤਾਂ ਉਸਨੂੰ ਹੌਲੀ-ਹੌਲੀ ਅਧਿਆਤਮਕ ਤਰੱਕੀ ਦਾ ਅਨੁਭਵ ਹੁੰਦਾ ਰਹਿੰਦਾ ਹੈ। ਅਧਿਆਤਮਕ ਜੀਵਨ ਦੀ ਇਹ ਪ੍ਰਗਤੀ ਕਿਸੇ ਪੂਰਣ ਸਿੱਖਿਆ ਜਾਂ ਯੋਗਤਾ ਤੇ ਨਿਰਭਰ ਨਹੀਂ ਕਰਦੀ। ਇਹ ਵਿਧੀ ਖ਼ੁਦ ਇੰਨੀ ਸ਼ੁੱਧ ਹੈ ਕਿ ਇਸ ਵਿਚ ਲੱਗੇ ਰਹਿਣ ਨਾਲ ਮਨੁੱਖ ਸ਼ੁੱਧ ਬਣ ਜਾਂਦਾ ਹੈ।

ਵੇਦਾਂਤ ਸੂਤਰ ਵਿਚ (3-2-26)ਵੀ ਇਸਦਾ ਵਰਣਨ ***ਪਰ੍ਕਾਸ਼ਸ੍ਚ ਕਰ੍ਮਣਿ ਅਭ੍ਯਾਸਾਤ੍*** ਦੇ ਰੂਪ ਵਿਚ ਹੋਇਆ ਹੈ, ਜਿਸਦਾ ਅਰਥ ਹੈ ਕਿ ਭਗਤੀ ਇੰਨੀ ਸਮਰਥ ਹੈ ਕਿ ਭਗਤੀ ਦੇ ਕੰਮਾਂ ਵਿਚ ਸਿਰਫ਼ ਰੁੱਝੇ ਹੋਣ ਨਾਲ ਹੀ ਬਿਨ੍ਹਾਂ ਕਿਸੇ ਸ਼ੱਕ ਤੋਂ ਪਰਕਾਸ਼ ਪ੍ਰਾਪਤ ਹੋ ਜਾਂਦਾ ਹੈ। ਇਸਦਾ ਉਦਾਹਰਣ ਨਾਰਦ ਜੀ ਦੇ ਪੂਰਵ ਜਨਮ ਵਿਚ ਵੇਖਿਆ ਜਾ ਸਕਦਾ ਹੈ, ਜਿਹੜੇ ਪਹਿਲੋਂ ਦਾਸੀ ਦੇ ਪੁੱਤਰ ਸਨ। ਉਹ ਨਾ ਤਾਂ ਪੜ੍ਹੇ ਲਿਖੇ ਸਨ, ਨਾ ਹੀ ਰਾਜ ਘਰਾਣੇ ਵਿਚ ਪੈਦਾ ਹੋਏ ਸੀ, ਪਰ ਜਦੋਂ ਉਨ੍ਹਾ ਦੀ ਮਾਂ ਭਗਤਾਂ ਦੀ ਸੇਵਾ ਕਰਦੀ ਰਹਿੰਦੀ ਸੀ, ਨਾਰਦ ਵੀ ਸੇਵਾ ਕਰਦੇ ਸਨ ਅਤੇ ਕਦੀ-ਕਦੀ ਮਾਂ ਦੀ ਗੈਰਹਾਜ਼ਰੀ ਵਿਚ ਭਗਤਾਂ ਦੀ ਸੇਵਾ ਖ਼ੁਦ ਕਰਦੇ ਰਹਿੰਦੇ ਸਨ। ਨਾਰਦ ਖ਼ੁਦ ਕਹਿੰਦੇ ਹਨ:-

> ***ਉਚ੍ਛਿਸ਼ਟ ਲੇਪਾਨ੍ ਅਨੁਮੋਦਿਤੋ ਦ੍ਵਿਜੈਹ੍***
> ***ਸਕ੍ਰਿਤ੍ ਸ੍ਮ ਭੁੰਜੇ ਤਦ੍-ਅਪਾਸਤ ਕਿਲ੍ਬਿਸ਼ਹ੍।***
> ***ਏਵਮ੍ ਪ੍ਰਵ੍ਰਿੱਤਸ੍ਯ ਵਿਸ਼ੁੱਧਦ੍ਧ ਚੇਤਸਸ੍***
> ***ਸਤਦ੍ ਧਰ੍ਮ ਏਵਾਤਮ-ਰੁਚਿਹ੍ ਪ੍ਰਜਾਯਤੇ॥***

ਸ਼੍ਰੀਮਦ ਭਾਗਵਤਮ੍ ਦੇ ਇਸ ਸ਼ਲੋਕ ਵਿਚ (1-5-25) ਨਾਰਦ ਜੀ ਆਪਣੇ ਸ਼ਗਿਰਦ ਵਿਆਸ ਦੇਵ ਨੂੰ ਆਪਣੇ ਪੂਰਵ ਜਨਮ ਦਾ ਵਰਣਨ ਕਰਦੇ ਹਨ, ਕਿ ਪਹਿਲੇ ਜਨਮ ਵਿਚ, ਬਚਪਨ ਵਿਚ

ਉਹ ਚੌਮਾਸੇ ਵੇਲੇ ਸ਼ੁੱਧਭਗਤਾਂ ਦੀ ਸੇਵਾ ਕਰਦੇ ਸੀ, ਜਿਸ ਨਾਲ ਉਨ੍ਹਾਂ ਨੂੰ ਉਨ੍ਹਾਂ ਭਗਤਾਂ ਦੀ ਸੰਗਤ ਮਿਲੀ। ਕਦੀ-ਕਦੀ ਉਹ ਰਿਸ਼ੀ ਆਪਣੀਆਂ ਥਾਲੀਆਂ ਵਿਚ ਜੂੱਠਾ ਭੋਜਨ ਛੱਡ ਦਿੰਦੇ ਸਨ ਅਤੇ ਇਹ ਬੱਚਾ ਥਾਲੀਆਂ ਧੋਣ ਵੇਲੇ ਜੂੱਠਾ ਭੋਜਨ ਖਾਣਾ ਚਾਹੁੰਦਾ ਸੀ। ਇਸ ਲਈ ਉਸਨੇ ਰਿਸ਼ੀਆਂ ਤੋਂ ਆਗਿਆ ਮੰਗੀ ਅਤੇ ਜਦੋਂ ਉਨ੍ਹਾਂ ਆਗਿਆ ਦੇ ਦਿੱਤੀ ਤਾਂ ਬੱਚਾ ਨਾਰਦ ਉਸ ਜੂੱਠੇ ਭੋਜਨ ਨੂੰ ਖਾਂਦਾ ਸੀ। ਸਿੱਟੇ ਵੱਜੋਂ ਉਹ ਆਪਣੇ ਸਾਰੇ ਪਾਪ ਕਰਮਾਂ ਤੋਂ ਮੁਕਤ ਹੋ ਗਿਆ। ਜਿਵੇਂ-ਜਿਵੇਂ ਉਹ ਜੂੱਠਾ ਖਾਂਦਾ ਗਿਆ, ਉਵੇਂ-ਉਵੇਂ ਉਹ ਰਿਸ਼ੀਆਂ ਵਾਂਗ ਸ਼ੁੱਧ ਹਿਰਦੇ ਦਾ ਬਣ ਗਿਆ। ਕਿਉਂਕਿ ਉਹ ਮਹਾਂ ਭਾਗਵਤ, ਭਗਵਾਨ ਦੀ ਭਗਤੀ ਦਾ ਆਨੰਦ ਸ਼ਰਵਣ ਅਤੇ ਕੀਰਤਨ ਰਾਹੀਂ ਕਰਦੇ ਸਨ, ਇਸ ਲਈ ਨਾਰਦ ਨੇ ਵੀ ਹੌਲੀ-ਹੌਲੀ ਉਸੇ ਤਰ੍ਹਾਂ ਦੀ ਰੁਚੀ ਉਨੱਤ ਕਰ ਲਈ। ਨਾਰਦ ਅੱਗੇ ਕਹਿੰਦੇ ਹਨ -

> **ਤਤ੍ਰਾਨ੍ਵਹਮ੍ ਕ੍ਰਿਸ਼ਣ ਕਥਾਹ੍ ਪ੍ਰਗਾਯਤਾਮ੍**
> **ਅਨੁਗ੍ਰਹੇਣਾਸ਼ਰਿਣਵਮ੍ ਮਨੋਹਰਾਹ੍।**
> **ਤਾਹ੍ ਸ਼ਰਦ੍ਧਯਾ ਮੇ 'ਨੁਪਦਮ੍ ਵਿਸ਼੍ਰਿਣਵਤਹ੍**
> **ਪ੍ਰਿਯਸ਼੍ਰਵਸਿਯ ਅੰਗ ਮਮਾਭਵਦ੍ ਰੁਚਿਹ੍॥**

ਰਿਸ਼ੀਆਂ ਦੀ ਸੰਗਤ ਕਰਨ ਨਾਲ ਨਾਰਦ ਵਿਚ ਵੀ ਭਗਵਾਨ ਦੀ ਮਹਿਮਾ ਨੂੰ ਸੁਣਨ ਅਤੇ ਕੀਰਤਨ ਦੀ ਰੁਚੀ ਪੈਦਾ ਹੋਈ ਅਤੇ ਉਨ੍ਹਾਂ ਨੇ ਭਗਤੀ ਦੀ ਤੀਬਰ ਇੱਛਾ ਵਿਕਸਿਤ ਕੀਤੀ। ਇਸ ਲਈ ਜਿਵੇਂ ਕਿ ਵੇਦਾਂਤ ਸੂਤਰ ਵਿਚ ਕਿਹਾ ਗਿਆ ਹੈ - ***ਪ੍ਰਕਾਸ਼ਸ਼੍ਚ ਕਰਮਣਿ ਅਭ੍ਯਾਸਾਤ੍*** - ਜਿਹੜਾ ਸਿਰਫ਼ ਭਗਵਾਨ ਦੀ ਭਗਤੀ ਦੇ ਕੰਮਾਂ ਵਿਚ ਲਗਿਆ ਰਹਿੰਦਾ ਹੈ, ਉਸਨੂੰ ਆਪ ਹੀ ਸਾਰਾ ਅਨੁਭਵ ਹੋ ਜਾਂਦਾ ਹੈ ਅਤੇ ਉਹ ਸਭ ਸਮਝਣ ਲਗਦਾ ਹੈ। ਇਸੇ ਦਾ ਨਾਂ ***ਪ੍ਰਤ੍ਯਕ੍ਸ਼*** ਪ੍ਰਤੱਖ ਅਨੁਭਵ ਹੈ।

ਧਰਮ੍ਯਮ੍ ਸ਼ਬਦ ਦਾ ਅਰਥ ਹੈ 'ਧਰਮ ਦਾ ਰਸਤਾ'। ਨਾਰਦ ਅਸਲ ਵਿਚ ਦਾਸੀ ਪੁੱਤਰ ਸਨ। ਉਨ੍ਹਾਂ ਨੂੰ ਕਿਸੇ ਪਾਠਸ਼ਾਲਾ ਵਿਚ ਜਾਣ ਦਾ ਮੌਕਾ ਨਹੀਂ ਮਿਲਿਆ ਸੀ। ਉਹ ਸਿਰਫ਼ ਮਾਂ ਦੇ ਕੰਮਾਂ ਵਿਚ ਮਦਦ ਕਰਦੇ ਸਨ ਅਤੇ ਖੁਸ਼ਕਿਸਮਤੀ ਨਾਲ ਉਨ੍ਹਾਂ ਦੀ ਮਾਂ ਨੂੰ ਭਗਤਾਂ ਦੀ ਸੇਵਾ ਦਾ ਭਾਗ ਹਾਸਲ ਹੋਇਆ ਸੀ। ਬੱਚੇ ਨਾਰਦ ਨੂੰ ਵੀ ਇਹ ਚੰਗਾ ਮੌਕਾ ਮਿਲ ਸਕਿਆ ਕਿ ਭਗਤਾਂ ਦੀ ਸੰਗਤ ਕਰਨ ਨਾਲ ਹੀ ਸਾਰੇ ਧਰਮਾਂ ਦੇ ਉਚਰੇ ਮੰਤਵ ਹਾਸਲ ਕਰ ਸਕਣ। ਇਹ ਮੰਤਵ ਹੈ- ਭਗਤੀ, ਜਿਵੇਂ ਕਿ ਸ਼੍ਰੀਮਦ ਭਾਗਵਤਮ੍ ਵਿਚ ਕਿਹਾ ਗਿਆ ਹੈ (***ਸ ਵੈ ਪੁੰਸਾਮ੍ ਪਰੋ ਧਰਮੋ ਯਤੋ ਭਕ੍ਤਿਰ ਅਧੋਕ੍ਸ਼ਜੇ***) ਆਮ ਤੌਰ ਤੇ ਧਾਰਮਿਕ ਮਨੁੱਖ ਇਹ ਨਹੀਂ ਜਾਣਦੇ ਕਿ ਧਰਮ ਦਾ ਉਚੇਰਾ ਮੰਤਵ ਭਗਤੀ ਦੀ ਪ੍ਰਾਪਤੀ ਹੈ, ਜਿਵੇਂ ਕਿ ਅਸੀਂ ਪਹਿਲੋਂ ਹੀ ਅੱਠਵੇਂ ਅਧਿਆਇ ਦੇ ਅੰਤਿਮ ਸ਼ਲੋਕ ਦੀ ਵਿਆਖਿਆ ਕਰਦਿਆਂ ਕਹਿ ਚੁੱਕੇ ਹਾਂ। (***ਵੇਦੇਸ਼ੁ ਯਗ੍ਯੇਸ਼ੁ ਤਪਹਸ਼ੁ ਚੈਵ***) ਆਮਤੌਰ ਤੇ ਆਤਮ-ਪ੍ਰਤੱਖੀਕਰਨ ਲਈ ਵੈਦਿਕ ਗਿਆਨ ਜ਼ਰੂਰੀ ਹੈ। ਪਰ ਇੱਥੇ ਨਾਰਦ ਨਾ ਤਾਂ ਕਿਸੇ ਗੁਰੂ ਕੋਲ ਪਾਠਸ਼ਾਲਾ ਵਿਚ ਗਏ ਸੀ, ਨਾ ਹੀ ਉਨ੍ਹਾਂ ਨੂੰ ਵੈਦਿਕ ਨਿਯਮਾਂ ਦੀ ਸਿੱਖਿਆ ਮਿਲੀ ਸੀ,

ਤਾਂ ਵੀ ਉਨ੍ਹਾਂ ਨੂੰ ਵੈਦਿਕ ਅਧਿਐਨ ਦੇ ਸਭ ਤੋਂ ਉਚੇ ਫਲ ਪ੍ਰਾਪਤ ਹੋ ਸਕੇ। ਇਹ ਵਿਧੀ ਇੰਨੀ ਤਾਕਤਵਰ ਹੈ ਕਿ ਧਾਰਮਿਕ ਕੰਮ ਕੀਤੇ ਬਗੈਰ ਹੀ ਮਨੁੱਖ ਸਿੱਧੀ ਦੇ ਰਸਤੇ ਨੂੰ ਪ੍ਰਾਪਤ ਹੁੰਦਾ ਹੈ। ਇਹ ਕਿਵੇਂ ਸੰਭਵ ਹੁੰਦਾ ਹੈ। ਇਸਦੀ ਵੀ ਪੁਸ਼ਟੀ ਵੈਦਿਕ ਸਾਹਿਤ ਵਿਚ ਮਿਲਦੀ ਹੈ - ***ਆਚਾਰ੍ਯਵਾਨ ਪੁਰੁਸ਼ੋ ਵੇਦ***। ਮਹਾਨ ਆਚਾਰੀਆ ਦੀ ਸੰਗਤ ਵਿਚ ਰਹਿਕੇ ਮਨੁੱਖ ਆਤਮ-ਪ੍ਰਤੱਖੀਕਰਨ ਲਈ ਲੋੜੀਂਦੇ ਸਾਰੇ ਗਿਆਨ ਤੋਂ ਜਾਣੂ ਹੋ ਜਾਂਦਾ ਹੈ, ਭਾਵੇਂ ਉਹ ਅਨਪੜ੍ਹ ਹੋਵੇ ਜਾਂ ਉਸਨੇ ਵੇਦਾਂ ਦਾ ਅਧਿਐਨ ਨਾ ਕੀਤਾ ਹੋਵੇ।

ਭਗਤੀਯੋਗ ਬਹੁਤ ਸੁਖਦਾਈ ਹੁੰਦਾ ਹੈ (*ਸੁਸੁਖਮ੍*) ਅਜਿਹਾ ਕਿਉਂ ? ਕਿਉਂਕਿ ਭਗਤੀ ਵਿਚ ***ਸ਼੍ਰਵਣਮ੍ ਕੀਰ੍ਤਨਮ੍ ਵਿਸ਼ਣੋਹ੍*** ਰਹਿੰਦਾ ਹੈ, ਜਿਸ ਨਾਲ ਮਨੁੱਖ ਭਗਵਾਨ ਦੀ ਮਹਿਮਾ ਦੇ ਕੀਰਤਨ ਨੂੰ ਸੁਣ ਸਕਦਾ ਹੈ, ਜਾਂ ਪ੍ਰਮਾਣਿਤ ਆਚਾਰੀਆ ਰਾਹੀਂ ਦਿੱਤੇ ਗਏ ਅਲੌਕਿਕ ਗਿਆਨ ਦਾ ਦਾਰਸ਼ਨਿਕ ਭਾਸ਼ਣ ਸੁਣ ਸਕਦਾ ਹੈ। ਮਨੁੱਖ ਸਿਰਫ ਬੈਠੇ ਰਹਿਕੇ ਸਿੱਖ ਸਕਦਾ ਹੈ, ਈਸ਼ਵਰ ਨੂੰ ਅਰਪਿਤ ਚੰਗੇ ਸੁਆਦ ਭੋਜਨ ਦੀ ਜੂਠ ਖਾ ਸਕਦਾ ਹੈ। ਹਰ ਹਾਲਾਤ ਵਿਚ ਭਗਤੀ ਸੁਖਕਾਰੀ ਹੈ। ਮਨੁੱਖ ਅਤਿ ਗਰੀਬੀ ਦੀ ਹਾਲਤ ਵਿਚ ਵੀ ਭਗਤੀ ਕਰ ਸਕਦਾ ਹੈ। ਭਗਵਾਨ ਕਹਿੰਦੇ ਹਨ - ***ਪਤ੍ਰਮ੍, ਪੁਸ਼ਪਮ੍, ਫਲਮ ਤੋਯਮ੍*** - ਉਹ ਭਗਤ ਤੋਂ ਹਰ ਤਰ੍ਹਾਂ ਦੀ ਭੇਂਟ ਲੈਣ ਲਈ ਤਿਆਰ ਰਹਿੰਦੇ ਹਨ। ਭਾਵੇਂ ਪੱਤਾ ਹੋਵੇ, ਫੁੱਲ ਹੋਵੇ, ਫਲ ਹੋਵੇ ਜਾਂ ਥੋੜ੍ਹਾ ਜਿਹਾ ਪਾਣੀ, ਜਿਹੜਾ ਕੁਝ ਵੀ ਸੰਸਾਰ ਦੇ ਕਿਸੇ ਕੋਨੇ ਵਿਚ ਮਿਲਦਾ ਹੋਵੇ, ਜਾਂ ਕਿਸੇ ਮਨੁੱਖ ਰਾਹੀਂ, ਉਸਦੀ ਸਮਾਜਿਕ ਸਥਿਤੀ ਦੀ ਚਿੰਤਾ ਕੀਤੇ ਬਿਨ੍ਹਾਂ ਅਰਪਿਤ ਕੀਤੇ ਜਾਣ ਤੇ ਭਗਵਾਨ ਨੂੰ ਉਹ ਸਵੀਕਾਰ ਹੈ, ਜੇਕਰ ਉਸਨੂੰ ਪ੍ਰੇਮ ਭਾਵ ਨਾਲ ਚੜ੍ਹਾਇਆ ਜਾਵੇ। ਇਤਿਹਾਸ ਵਿਚ ਅਜਿਹੇ ਅਨੇਕਾਂ ਉਦਾਹਰਣ ਮਿਲਦੇ ਹਨ। ਭਗਵਾਨ ਦੇ ਚਰਣ ਕਮਲਾਂ ਤੇ ਚੜ੍ਹੇ ਤੁਲਸੀ ਦੇ ਪੱਤੇ ਦਾ ਸੁਆਦ ਲੈ ਕੇ ਸਨਤ ਕੁਮਾਰ ਵਰਗੇ ਬ੍ਰਹਮ ਮੁਨੀ ਮਹਾਨ ਭਗਤ ਬਣ ਗਏ। ਇਸ ਲਈ ਭਗਤੀ ਯੋਗ ਅਤਿ ਉੱਤਮ ਅਤੇ ਇਸਨੂੰ ਪ੍ਰਸੰਨ ਮੁਦਰਾ ਵਿਚ ਸੰਪੰਨ ਕੀਤਾ ਜਾ ਸਕਦਾ ਹੈ। ਭਗਵਾਨ ਤਾਂ ਪ੍ਰੇਮ ਸਵੀਕਾਰਦੇ ਹਨ, ਜਿਸ ਨਾਲ ਉਨ੍ਹਾਂ ਨੂੰ ਚੀਜ਼ਾਂ ਅਰਪਿਤ ਕੀਤੀਆਂ ਜਾਂਦੀਆਂ ਹਨ।

ਇੱਥੇ ਕਿਹਾ ਗਿਆ ਹੈ, ਕਿ ਭਗਤੀ ਸਦੀਵੀ ਹੈ। ਇਹ ਉਸ ਤਰ੍ਹਾਂ ਨਹੀਂ ਹੈ, ਜਿਸ ਤਰ੍ਹਾਂ ਮਾਇਆਵਾਦੀ ਚਿੰਤਕ ਅਧਿਕਾਰ ਨਾਲ ਕਹਿੰਦੇ ਹਨ। ਹਾਲਾਂਕਿ, ਉਹ ਕਦੀ-ਕਦੀ ਭਗਤੀ ਕਰਦੇ ਹਨ, ਪਰ ਉਨਾਂ ਦੀ ਇਹ ਭਾਵਨਾ ਰਹਿੰਦੀ ਹੈ ਕਿ ਜਦੋਂ ਤਕ ਮੁਕਤੀ ਨਾ ਮਿਲ ਜਾਵੇ, ਉਦੋਂ ਤਕ ਉਨ੍ਹਾਂ ਨੂੰ ਭਗਤੀ ਕਰਦਿਆਂ ਰਹਿਣਾ ਚਾਹੀਦਾ ਹੈ, ਪਰ ਆਖ਼ਿਰ ਵਿਚ ਜਦੋਂ ਉਹ ਮੁਕਤ ਹੋ ਜਾਣਗੇ ਤਾਂ ਈਸ਼ਵਰ ਵਿਚ ਉਹ ਲੀਨ ਹੋ ਜਾਣਗੇ। ਇਸ ਤਰ੍ਹਾਂ ਦੀ ਅਸਥਾਈ ਸੀਮਿਤ ਸੁਆਰਥ ਵਾਲੀ ਭਗਤੀ ਸ਼ੁੱਧ ਭਗਤੀ ਨਹੀਂ ਮੰਨੀ ਜਾ ਸਕਦੀ। ਅਸਲ ਭਗਤੀ ਤਾਂ ਮੁਕਤੀ ਤੋਂ ਬਾਅਦ ਵੀ ਬਣੀ ਰਹਿੰਦੀ ਹੈ। ਜਦੋਂ ਭਗਤ ਭਗਵਾਨ ਦੇ ਧਾਮ ਨੂੰ ਜਾਂਦਾ ਹੈ, ਤਾਂ ਉਥੇ ਵੀ ਉਹ ਭਗਵਾਨ ਦੀ ਸੇਵਾ ਵਿਚ ਰੁੱਝ ਜਾਂਦਾ ਹੈ, ਉਹ ਪਰਮੇਸ਼ਵਰ ਨਾਲ ਲੀਨ ਹੋਣ ਦੀ ਕੋਸ਼ਿਸ਼ ਨਹੀਂ ਕਰਦਾ।

ਜਿਵੇਂ ਕਿ ਭਗਵਤ ਗੀਤਾ ਵਿਚ ਵੇਖਿਆ ਜਾਵੇਗਾ, ਅਸਲ ਭਗਤੀ ਮੁਕਤੀ ਤੋਂ ਬਾਅਦ ਸ਼ੁਰੂ ਹੁੰਦੀ ਹੈ। ਮੁਕਤ ਹੋਣ ਤੇ ਜਦੋਂ ਮਨੁੱਖ ਬ੍ਰਹਮ ਪਦ ਤੇ ਸਥਿਤ ਹੁੰਦਾ ਹੈ (ਬ੍ਰਹਮਭੂਤ) ਤਾਂ ਉਸਦੀ

ਭਗਤੀ ਸ਼ੁਰੂ ਹੁੰਦੀ ਹੈ (*ਸਮਹ੍ ਸਰ੍ਵੇਸ਼ੁ ਭੂਤੇਸ਼ ਮਦ੍ ਭਕ੍ਤਿਮ੍ ਲਭਤੇ ਪਰਾਮ੍*) ਕੋਈ ਵੀ ਮਨੁੱਖ ਸਿਰਫ਼ ਕਰਮਯੋਗ, ਗਿਆਨਯੋਗ, ਅਸ਼ਟਾਂਗ ਯੋਗ ਜਾਂ ਹੋਰ ਯੋਗ ਕਰਕੇ ਭਗਵਾਨ ਨੂੰ ਨਹੀਂ ਸਮਝ ਸਕਦਾ। ਇਨ੍ਹਾਂ ਯੋਗ ਵਿੱਧੀਆਂ ਨਾਲ ਭਗਤੀ ਯੋਗ ਦੀ ਦਿਸ਼ਾ ਵਿਚ ਕੁਝ ਪ੍ਰਗਤੀ ਹੋ ਸਕਦੀ ਹੈ, ਪਰ ਭਗਤੀ ਅਵਸਥਾ ਨੂੰ ਪ੍ਰਾਪਤ ਹੋਏ ਬਗੈਰ ਕੋਈ ਭਗਵਾਨ ਨੂੰ ਨਹੀਂ ਸਮਝ ਪਾਉਂਦਾ। ਸ਼੍ਰੀਮਦ ਭਾਗਵਤਮ੍ ਵਿਚ ਇਸਦੀ ਪੁਸ਼ਟੀ ਵੀ ਹੋਈ ਹੈ, ਕਿ ਜਦੋਂ ਭਗਤੀ ਯੋਗ ਸੰਪੰਨ ਕਰਕੇ, ਖ਼ਾਸ ਤੌਰ ਤੇ ਕਿਸੇ ਮਹਾਤਮਾ ਨਾਲ ਸ਼੍ਰੀਮਦ ਭਾਗਵਤਮ ਜਾਂ ਭਗਵਤ ਗੀਤਾ ਸੁਣਕੇ ਸ਼ੁੱਧ ਹੋ ਜਾਂਦਾ ਹੈ, ਤਾਂ ਉਹ ਕ੍ਰਿਸ਼ਨ ਵਿਦਿਆ ਜਾਂ ਤੱਤ ਗਿਆਨ ਨੂੰ ਸਮਝ ਸਕਦਾ ਹੈ। *ਏਵਮ੍ ਪ੍ਰਸਨ੍ਨਮਨਸੋ ਭਗਵਦ੍ ਭਕ੍ਤਿਯੋਗਤਹ੍*। ਜਦੋਂ ਮਨੁੱਖ ਦਾ ਹਿਰਦਾ ਸਾਰੀਆਂ ਵਿਅਰਥ ਦੀਆਂ ਗੱਲਾਂ ਤੋਂ ਰਹਿਤ ਹੋ ਜਾਂਦਾ ਹੈ, ਤਾਂ ਉਹ ਸਮਝ ਸਕਦਾ ਹੈ ਕਿ ਈਸ਼ਵਰ ਕੀ ਹੈ। ਇੰਝ ਭਗਤੀ ਯੋਗ ਜਾਂ ਕ੍ਰਿਸ਼ਨ ਭਾਵਨਾ ਅੰਮ੍ਰਿਤ ਸਾਰੀਆਂ ਵਿਦਿਆਵਾਂ ਦਾ ਰਾਜਾ ਅਤੇ ਸਾਰੇ ਗੂੜ੍ਹ ਗਿਆਨ ਦਾ ਰਾਜਾ ਹੈ। ਇਹ ਧਰਮ ਦਾ ਸ਼ੁੱਧਤਮ ਰੂਪ ਹੈ ਅਤੇ ਇਸਨੂੰ ਬਿਨ੍ਹਾਂ ਔਕੜ ਦੇ ਪ੍ਰਸੰਨਤਾ ਨਾਲ ਸੰਪੰਨ ਕੀਤਾ ਜਾ ਸਕਦਾ ਹੈ। ਇਸ ਲਈ ਮਨੁੱਖ ਨੂੰ ਚਾਹੀਦਾ ਹੈ ਕਿ ਇਸ ਨੂੰ ਗ੍ਰਹਿਣ ਕਰੇ।

अश्रद्दधानाः पुरुषा धर्मस्यास्य परन्तप ।
अप्राप्य मां निवर्तन्ते मृत्युसंसारवर्त्मनि ॥ ३ ॥

ਅਸ਼੍ਰਦ੍ਧਾਨਾਹ੍ ਪੁਰੁਸ਼ਾ ਧਰ੍ਮਸ੍ਯਾਸ੍ਯ ਪਰੰਤਪ।
ਅਪ੍ਰਾਪ੍ਯ ਮਾਮ ਨਿਵਰ੍ਤੰਤੇ ਮ੍ਰਿਤ੍ਯੁ ਸੰਸਾਰ ਵਰ੍ਤ੍ਮਨਿ ॥ 3 ॥

ਅਸ਼੍ਰਦ੍ਧਾਨਾਹ੍-ਸ਼ਰਧਾਹੀਨ ; **ਪੁਰੁਸ਼ਾਹ੍**-ਪੁਰਖ ; **ਧਰ੍ਮਸ੍ਯ**-ਧਰਮ ਪ੍ਰਤੀ ; **ਅਸ੍ਯ**-ਇਸ ; **ਪਰੰਤਪ**-ਹੇ ਦੁਸ਼ਮਣਾਂ ਨੂੰ ਮਾਰਨ ਵਾਲੇ ; **ਅਪ੍ਰਾਪ੍ਯ**-ਬਿਨ੍ਹਾਂ ਪ੍ਰਾਪਤ ਕੀਤੇ ; **ਮਾਮ੍**-ਮੈਨੂੰ ; **ਨਿਵਰ੍ਤੰਤੇ**-ਪਰਤਦੇ ਹਨ ; **ਮ੍ਰਿਤ੍ਯੁਹ੍**-ਮੌਤ ਦੇ ; **ਸੰਸਾਰ**-ਸੰਸਾਰ ਵਿਚ ; **ਵਰ੍ਤ੍ਮਨਿ** -ਰਸਤੇ ਤੇ।

ਅਨੁਵਾਦ

ਹੇ ਪਰਤੰਪ ! ਜਿਹੜੇ ਲੋਕ ਭਗਤੀ ਵਿਚ ਸ਼ਰਧਾ ਨਹੀਂ ਰਖਦੇ, ਉਹ ਮੈਨੂੰ ਪ੍ਰਾਪਤ ਨਹੀਂ ਕਰ ਸਕਦੇ। ਇਸ ਲਈ ਉਹ ਇਸ ਭੌਤਿਕ ਸੰਸਾਰ ਵਿਚ ਜਨਮ-ਮਰਨ ਦੇ ਰਸਤੇ ਤੇ ਵਾਪਸ ਆਉਂਦੇ ਰਹਿੰਦੇ ਹਨ।

ਭਾਵ

ਸ਼ਰਧਾਹੀਨ ਲਈ ਭਗਤੀ ਪਾਉਣਾ ਔਖਾ ਹੈ, ਇਹੋ ਇਸ ਸ਼ਲੋਕ ਦਾ ਭਾਵ ਹੈ। ਸ਼ਰਧਾ ਤਾਂ ਭਗਤਾਂ ਦੀ ਸੰਗਤ ਤੋਂ ਪੈਦਾ ਕੀਤੀ ਜਾਂਦੀ ਹੈ। ਮਹਾਂਪੁਰਖਾਂ ਤੋਂ ਵੈਦਿਕ ਸਬੂਤਾਂ ਨੂੰ ਸੁਣਕੇ ਵੀ ਮੰਦ ਭਾਗੇ ਲੋਕ ਈਸ਼ਵਰ ਵਿਚ ਸ਼ਰਧਾ ਨਹੀਂ ਰਖਦੇ। ਉਹ ਝਿਜਕਦੇ ਰਹਿੰਦੇ ਹਨ ਅਤੇ ਭਗਵਤ ਭਗਤੀ ਵਿਚ ਪੱਕੇ ਨਹੀਂ ਰਹਿੰਦੇ। ਇੰਝ ਕ੍ਰਿਸ਼ਨ ਭਾਵਨਾ ਅੰਮ੍ਰਿਤ ਦੀ ਪ੍ਰਗਤੀ ਲਈ ਸ਼ਰਧਾ ਮੁੱਖ ਹੈ। *ਚੈਤੰਨਯ ਚਰਿਤਾਮ੍ਰਿਤ* ਵਿਚ ਕਿਹਾ ਗਿਆ ਹੈ ਕਿ ਸ਼ਰਧਾ ਤਾਂ ਇਹ ਪੂਰਨ ਵਿਸ਼ਵਾਸ਼ ਹੈ ਕਿ ਪਰਮੇਸ਼ਵਰ ਸ਼੍ਰੀ

ਕ੍ਰਿਸ਼ਨ ਦੀ ਹੀ ਸੇਵਾ ਰਾਹੀਂ ਸਾਰੀ ਸਿੱਧੀ ਪ੍ਰਾਪਤ ਕੀਤੀ ਜਾ ਸਕਦੀ ਹੈ। ਇਹੋ ਅਸਲੀ ਸ਼ਰਧਾ ਹੈ। ਸ਼੍ਰੀਮਦ ਭਾਗਵਤਮ੍ ਵਿਚ ਕਿਹਾ ਗਿਆ ਹੈ –

ਯਥਾ ਤਰੋਰ੍ ਮੂਲ ਨਿਸ਼ੇਚਨੇਨ ਤ੍ਰਿਪ੍ਯੰਤਿ ਤਤ੍-ਸ੍ਕੰਧ-ਭੁਜੋਪਸ਼ਾਖਾਹ੍ ।
ਪ੍ਰਾਣੋਪਹਾਰਾਚ੍ ਚ ਯਥੇਂਦ੍ਰਿਯਾਣਾਮ੍ ਤਥੈਵ ਸਰ੍ਵਾਰ੍ਹਣਮ੍ ਅਚ੍ਯੁਤੇਜ੍ਯਾ ॥

(ਸ਼੍ਰੀਮਦ ਭਾਗਵਤਮ੍ 4-31-14)

"ਰੁੱਖ ਦੀ ਜੜ੍ਹ ਨੂੰ ਸਿੰਜਣ ਨਾਲ, ਉਸਦੀਆਂ ਟਾਹਣੀਆਂ ਅਤੇ ਪੱਤੀਆਂ ਤ੍ਰਿਪਤ ਹੁੰਦੀਆਂ ਹਨ ਅਤੇ ਪੇਟ ਨੂੰ ਭੋਜਨ ਦੇਣ ਨਾਲ ਸ਼ਰੀਰ ਦੀਆਂ ਸਾਰੀਆਂ ਇੰਦਰੀਆਂ ਤ੍ਰਿਪਤ ਹੁੰਦੀਆਂ ਹਨ। ਇੰਝ ਹੀ ਭਗਵਾਨ ਦੀ ਅਲੌਕਿਕ ਸੇਵਾ ਕਰਨ ਨਾਲ ਸਾਰੇ ਦੇਵਤਾ ਅਤੇ ਹੋਰ ਸਾਰੇ ਜੀਵ ਆਪਣੇ ਆਪ ਸੰਤੁਸ਼ਟ ਹੁੰਦੇ ਹਨ।" ਇਸ ਲਈ ਗੀਤਾ ਪੜ੍ਹਨ ਤੋਂ ਮਗਰੋਂ ਮਨੁੱਖ ਨੂੰ ਚਾਹੀਦਾ ਹੈ ਕਿ ਗੀਤਾ ਦੇ ਹੀ ਇਸ ਸਿੱਟੇ ਤੇ ਪਹੁੰਚੇ, ਮਨੁੱਖ ਨੂੰ ਹੋਰ ਸਾਰੇ ਕੰਮ ਛੱਡ ਕੇ ਭਗਵਾਨ ਕ੍ਰਿਸ਼ਨ ਦੀ ਸੇਵਾ ਕਰਨੀ ਚਾਹੀਦੀ ਹੈ। ਜੇਕਰ ਉਹ ਇਸ ਜੀਵਨ-ਦਰਸ਼ਨ ਤੋਂ ਸੰਤੁਸ਼ਟ ਹੋ ਜਾਂਦਾ ਹੈ, ਤਾਂ ਇਹੀ ਸ਼ਰਧਾ ਹੈ।

ਹੁਣ, ਇਸ ਸ਼ਰਧਾ ਦਾ ਵਿਕਾਸ ਹੀ ਕ੍ਰਿਸ਼ਨ ਭਾਵਨਾ ਅੰਮ੍ਰਿਤ ਦੀ ਵਿਧੀ ਹੈ। ਕ੍ਰਿਸ਼ਨ ਭਾਵਨਾ ਭਾਵਿਤ ਮਨੁੱਖ ਤਿੰਨ ਤਰ੍ਹਾਂ ਦੇ ਹੁੰਦੇ ਹਨ। ਤੀਜੀ ਸ਼੍ਰੇਣੀ ਵਿਚ ਉਹ ਲੋਕ ਆਉਂਦੇ ਹਨ, ਜਿਹੜੇ ਸ਼ਰਧਾਹੀਨ ਹਨ। ਜੇਕਰ ਅਜਿਹੇ ਲੋਕ ਉਪਰੋਂ-ਉਪਰੋਂ ਭਗਤੀ ਵਿਚ ਲਗੇ ਵੀ ਰਹਿਣ ਤਾਂ ਵੀ ਉਨ੍ਹਾਂ ਨੂੰ ਸਿੱਧ ਅਵਸਥਾ ਪ੍ਰਾਪਤ ਨਹੀ ਹੋ ਸਕਦੀ। ਅਕਸਰ ਉਹ ਲੋਕ ਕੁਝ ਸਮੇਂ ਮਗਰੋਂ ਥੱਲੇ ਡਿੱਗ ਪੈਂਦੇ ਹਨ। ਉਹ ਬੇਸ਼ੱਕ ਭਗਤੀ ਵਿਚ ਲਗੇ ਰਹਿਣ, ਪਰ ਪੂਰਨ ਵਿਸ਼ਵਾਸ ਅਤੇ ਸ਼ਰਧਾ ਤੋਂ ਬਿਨ੍ਹਾਂ ਕ੍ਰਿਸ਼ਨ ਭਾਵਨਾ ਅੰਮ੍ਰਿਤ ਵਿਚ, ਉਨ੍ਹਾਂ ਦਾ ਲਗਿਆ ਰਹਿਣਾ ਔਖਾ ਹੈ। ਆਪਣੇ ਪ੍ਰਚਾਰ ਕੰਮਾਂ ਦੌਰਾਨ ਸਾਨੂੰ ਇਸਦਾ ਪ੍ਰਤੱਖ ਅਨੁਭਵ ਹੈ ਕਿ ਕੁਝ ਲੋਕ ਆਉਂਦੇ ਹਨ ਅਤੇ ਕਿਸੇ ਗੁਪਤ ਮੰਤਵਾਂ ਕਰਕੇ ਕ੍ਰਿਸ਼ਨ ਭਾਵਨਾ ਅੰਮ੍ਰਿਤ ਨੂੰ ਗ੍ਰਹਿਣ ਕਰਦੇ ਹਨ। ਪਰ ਜਿਵੇਂ ਹੀ ਉਨ੍ਹਾਂ ਦੀ ਆਰਥਿਕ ਹਾਲਤ ਕੁਝ ਸੁਧਰ ਜਾਂਦੀ ਹੈ, ਉਦੋਂ ਹੀ ਇਹ ਇਸ ਵਿਧੀ ਨੂੰ ਛੱਡਕੇ ਫਿਰ ਪੁਰਾਣੇ ਕੰਮਾਂ ਤੇ ਲਗ ਜਾਂਦੇ ਹਨ। ਕ੍ਰਿਸ਼ਨ ਭਾਵਨਾ ਅੰਮ੍ਰਿਤ ਵਿਚ ਸਿਰਫ ਸ਼ਰਧਾ ਰਾਹੀਂ ਹੀ ਤਰੱਕੀ ਕੀਤੀ ਜਾ ਸਕਦੀ ਹੈ। ਜਿੱਥੋਂ ਤਕ ਸ਼ਰਧਾ ਵਧਾਉਣ ਦੀ ਗੱਲ ਹੈ, ਜਿਹੜਾ ਮਨੁੱਖ ਭਗਤੀ ਸਾਹਿਤ ਵਿਚ ਨਿਪੁੰਨ ਹੈ ਅਤੇ ਜਿਸਨੇ ਪੱਕੀ ਸ਼ਰਧਾ ਦੀ ਅਵਸਥਾ ਪ੍ਰਾਪਤ ਕਰ ਲਈ ਹੈ, ਉਹ ਕ੍ਰਿਸ਼ਨ ਭਾਵਨਾ ਅੰਮ੍ਰਿਤ ਦੇ ਪਹਿਲੇ ਦਰਜੇ ਦਾ ਮਨੁੱਖ ਕਹਾਉਂਦਾ ਹੈ, ਦੂਜੀ ਸ਼੍ਰੇਣੀ ਵਿਚ ਉਹ ਮਨੁੱਖ ਆਉਂਦੇ ਹਨ, ਜਿਨ੍ਹਾਂ ਨੂੰ ਭਗਤੀ ਸ਼ਾਸ਼ਤਰ ਦਾ ਗਿਆਨ ਨਹੀਂ ਹੈ, ਪਰ ਆਪਣੇ-ਆਪ ਹੀ ਉਨ੍ਹਾਂ ਦੀ ਪੱਕੀ ਸ਼ਰਧਾ ਹੈ ਕਿ ਕ੍ਰਿਸ਼ਨ ਭਗਤੀ ਸਭ ਤੋਂ ਉੱਤਮ ਮਾਰਗ ਹੈ, ਇਸ ਲਈ ਉਹ ਇਸਨੂੰ ਗ੍ਰਹਿਣ ਕਰਦੇ ਹਨ। ਇਸੇ ਲਈ ਤੀਜੇ ਤਰ੍ਹਾਂ ਦੇ ਉਨ੍ਹਾਂ ਲੋਕਾਂ ਤੋਂ ਉੱਤਮ ਹਨ, ਜਿਨ੍ਹਾਂ ਨੂੰ ਨਾ ਤਾਂ ਸ਼ਾਸ਼ਤਰਾਂ ਦਾ ਪੂਰਨ ਗਿਆਨ ਹੈ ਅਤੇ ਨਾ ਚੰਗੀ ਸ਼ਰਧਾ ਹੀ ਹੈ, ਪਰ ਸੰਗਤ ਅਤੇ ਸਰਲਤਾ ਰਾਹੀਂ ਉਹ ਉਸਦਾ ਪਾਲਨ ਕਰਨ ਦਾ ਯਤਨ ਕਰਦੇ ਹਨ। ਤੀਜੀ ਤਰ੍ਹਾਂ ਦੇ ਮਨੁੱਖ ਕ੍ਰਿਸ਼ਨ ਭਾਵਨਾ ਅੰਮ੍ਰਿਤ ਤੋਂ ਡਿੱਗ ਸਕਦੇ ਹਨ, ਪਰ ਦੂਜੇ ਦਰਜੇ ਦੇ ਲੋਕ ਨਹੀਂ ਡਿੱਗਦੇ। ਪਹਿਲੀ ਪ੍ਰਕਾਰ ਦੇ ਲੋਕਾਂ

ਦੇ ਡਿੱਗਣ ਦਾ ਸਵਾਲ ਹੀ ਨਹੀਂ ਉਠਦਾ। ਪਹਿਲੀ ਪ੍ਰਕਾਰ ਦੇ ਮਨੁੱਖ ਯਕੀਨੀ ਤੌਰ ਤੇ ਪ੍ਰਗਤੀ ਕਰਕੇ ਅੰਤ ਵਿਚ ਚਹੇਤਾ ਫਲ ਪ੍ਰਾਪਤ ਕਰਦੇ ਹਨ। ਤੀਜੀ ਪ੍ਰਕਾਰ ਦੇ ਮਨੁੱਖ ਨੂੰ ਇਹ ਸ਼ਰਧਾ ਤਾਂ ਰਹਿੰਦੀ ਹੈ, ਕਿ ਕ੍ਰਿਸ਼ਨ ਦੀ ਭਗਤੀ ਉੱਤਮ ਹੁੰਦੀ ਹੈ, ਪਰ ਭਾਗਵਤਮ੍ ਅਤੇ ਭਗਵਤ ਗੀਤਾ ਵਰਗੇ ਸ਼ਾਸ਼ਤਰਾਂ ਤੋਂ ਉਸਨੂੰ ਕ੍ਰਿਸ਼ਨ ਦਾ ਲੋੜੀਂਦਾ ਗਿਆਨ ਪ੍ਰਾਪਤ ਨਹੀਂ ਕੀਤਾ ਹੁੰਦਾ। ਕਦੀ-ਕਦੀ ਇਸ ਤੀਜੇ ਪ੍ਰਕਾਰ ਦੇ ਮਨੁੱਖ ਦੀ ਲਗਨ ਕਰਮਯੋਗ ਅਤੇ ਗਿਆਨਯੋਗ ਵੱਲ ਰਹਿੰਦੀ ਹੈ ਅਤੇ ਕਦੀ-ਕਦੀ ਡਾਵਾਂ ਡੋਲ ਹੁੰਦੇ ਰਹਿੰਦੇ ਹਨ, ਪਰ ਜਿਵੇਂ ਹੀ ਉਨ੍ਹਾਂ ਵਿੱਚੋਂ ਗਿਆਨ ਅਤੇ ਕਰਮਯੋਗ ਦਾ ਦੂਰ-ਪ੍ਰਭਾਵ ਨਿਕਲ ਜਾਂਦਾ ਹੈ ਉਹ ਕ੍ਰਿਸ਼ਨ ਭਾਵਨਾ ਅੰਮ੍ਰਿਤ ਦੀ ਦੂਜੀ ਸ਼੍ਰੇਣੀ ਜਾਂ ਪਹਿਲੀ ਸ਼੍ਰੇਣੀ ਵਿਚ ਪ੍ਰਵੇਸ਼ ਕਰਦੇ ਹਨ। ਕ੍ਰਿਸ਼ਨ ਪ੍ਰਤੀ ਸ਼ਰਧਾ ਵੀ ਤਿੰਨ ਅਵਸਥਾਵਾਂ ਵਿਚ ਵੰਡੀ ਹੈ ਅਤੇ ਸ਼੍ਰੀਮਦ ਭਾਗਵਤਮ੍ ਵਿਚ ਇਨ੍ਹਾਂ ਦਾ ਵਰਣਨ ਹੈ। ਭਾਗਵਤਮ੍ ਦੇ ਗਿਆਰਵੇਂ ਸਕੰਧ ਵਿਚ ਪਹਿਲੇ, ਦੂਜੇ ਅਤੇ ਤੀਜੇ ਪ੍ਰਕਾਰ ਦੀ ਆਸਤਿਕਤਾ ਦਾ ਵਰਣਨ ਹੋਇਆ ਹੈ। ਜਿਹੜੇ ਲੋਕ ਕ੍ਰਿਸ਼ਨ ਬਾਰੇ ਅਤੇ ਭਗਤੀ ਦੀ ਸ਼੍ਰੇਸ਼ਠਤਾ ਨੂੰ ਸੁਣਕੇ ਵੀ ਸ਼ਰਧਾ ਨਹੀਂ ਰੱਖਦੇ ਅਤੇ ਇਹ ਸੋਚਦੇ ਹਨ ਕਿ ਇਹ ਸਿਰਫ ਵਡਿਆਈ ਹੈ, ਉਨ੍ਹਾਂ ਨੂੰ ਇਹ ਰਸਤਾ ਬਹੁਤ ਔਖਾ ਲਗਦਾ ਹੈ। ਭਾਵੇਂ ਉਹ ਉਪਰੋਂ ਭਗਤੀ ਵਿਚ ਰੁੱਝੇ ਕਿਉਂ ਨਾ ਹੋਣ। ਉਨ੍ਹਾਂ ਨੂੰ ਸਿੱਧੀ ਪ੍ਰਾਪਤ ਹੋਣ ਦੀ ਬਹੁਤ ਘੱਟ ਆਸ ਹੈ। ਇਸ ਲਈ ਭਗਤੀ ਕਰਨ ਲਈ ਸ਼ਰਧਾ ਬਹੁਤ ਜ਼ਰੂਰੀ ਹੈ।

मया ततमिदं सर्वं जगदव्यक्तमूर्तिना ।
मत्स्थानि सर्वभूतानि न चाहं तेष्ववस्थितः ॥ ४॥

ਮਯਾ ਤਤਮ੍ ਇਦਮ੍ ਸਰ੍ਵਮ੍ ਜਗਦ ਅਵ੍ਯਕ੍ਤ ਮੂਰ੍ਤਿਨਾ।
ਮ੍ਤ੍ ਸ੍ਥਾਨਿ ਸਰ੍ਵ ਭੂਤਾਨਿ ਨ ਚਾਹਮ੍ ਤੇਸ਼੍ਵ੍ ਅਵਸ੍ਥਿਤਹ੍ ॥ 4 ॥

ਮਯਾ-ਮੇਰੇ ਰਾਹੀਂ ; **ਤਤਮ੍**-ਫੈਲਿਆ ਹੈ ; **ਇਦਮ੍**-ਇਹ ; **ਸਰ੍ਵਮ੍**-ਸਾਰੇ ; **ਜਗਤ੍**-ਵਿਖਾਈ ਦੇਣ ਵਾਲਾ ਸੰਸਾਰ ; **ਅਵ੍ਯਕ੍ਤ-ਮੂਰ੍ਤਿਨਾ**-ਅਪ੍ਰਤੱਖ ਰੂਪ ਰਾਹੀਂ ; **ਮਤ੍ਸ੍ਥਾਨਿ**-ਮੇਰੇ ਵਿਚ ; **ਸਰ੍ਵਭੂਤਾਨਿ**-ਸਾਰੇ ਜੀਵ ; **ਨ**-ਨਹੀਂ ; **ਚ**-ਵੀ ; **ਅਹਮ੍**-ਮੈਂ ; **ਤੇਸ਼ੁ**-ਉਨ੍ਹਾਂ ਵਿਚ ; **ਅਵਸ੍ਥਿਤਹ੍**-ਸਥਿਤ।

ਅਨੁਵਾਦ

ਇਹ ਸਮੁੱਚਾ ਸੰਸਾਰ ਮੇਰੇ ਅਪ੍ਰਤੱਖ ਰੂਪ ਰਾਹੀਂ ਫੈਲਿਆ ਹੈ। ਸਾਰੇ ਜੀਵ ਮੇਰੇ ਵਿਚ ਹਨ, ਪਰ ਮੈਂ ਉਨ੍ਹਾਂ ਵਿਚ ਨਹੀਂ ਹਾਂ।

ਭਾਵ

ਭਗਵਾਨ ਦਾ ਅਨੁਭਵ ਸਥੂਲ ਇੰਦਰੀਆਂ ਨਾਲ ਨਹੀਂ ਹੋ ਸਕਦਾ। ਕਿਹਾ ਗਿਆ ਹੈ ਕਿ-

ਅਤਹ੍ ਸ਼੍ਰੀ ਕ੍ਰਿਸ਼੍ਣ ਨਾਮਾਦਿ ਨ ਭਵੇਦ੍ ਗ੍ਰਾਹ੍ਯਮ੍ ਇੰਦ੍ਰਿਯੈਹ੍।
ਸੇਵਨਮੁਖੇ ਹਿ ਜਿਹ੍ਵਾਦੌ ਸ੍ਵਯਮ੍ ਏਵ ਸ੍ਫੁਰਿਤ੍ ਅਦਹ੍ ॥

(ਭਗਤੀ ਰਸਾਮ੍ਰਿਤ ਸਿੰਧੂ 1-2-234)

ਭਗਵਾਨ ਸ੍ਰੀ ਕ੍ਰਿਸ਼ਨ ਦੇ ਨਾਂ, ਜੱਸ, ਲੀਲਾਵਾਂ ਆਦਿ ਨੂੰ ਭੌਤਿਕ ਇੰਦਰੀਆਂ ਨਾਲ ਨਹੀਂ ਸਮਝਿਆ ਜਾ ਸਕਦਾ। ਜਿਹੜਾ ਠੀਕ ਅਗਵਾਈ ਹੇਠ ਭਗਤੀ ਵਿਚ ਲਗਿਆ ਰਹਿੰਦਾ ਹੈ, ਉਸ ਨੂੰ ਹੀ ਭਗਵਾਨ ਦਾ ਪ੍ਰਤੱਖੀਕਰਨ ਹੋ ਸਕਦਾ ਹੈ। ਬ੍ਰਹਮਸੰਹਿਤਾ ਵਿਚ (5-38) ਕਿਹਾ ਗਿਆ ਹੈ - *ਪ੍ਰੇਮਾਂਜਨ ਚ੍ਛੁਰਿਤ ਭਕ੍ਤਿ ਵਿਲੋਚਨੇਨ ਸੰਤਹ੍ ਸਦੈਵ ਹ੍ਰਿਦਯੇਸ਼ੁ ਵਿਲੋਕਯੰਤਿ* - ਜੇਕਰ ਕਿਸੇ ਨੇ ਭਗਵਾਨ ਪ੍ਰਤੀ ਅਲੌਕਿਕ ਪ੍ਰੇਮ ਭਾਵ ਪੈਦਾ ਕਰ ਲਿਆ ਹੈ ਤਾਂ ਉਹ ਹਮੇਸ਼ਾਂ ਆਪਣੇ ਅੰਦਰ ਅਤੇ ਬਾਹਰ ਭਗਵਾਨ ਗੋਵਿੰਦ ਨੂੰ ਵੇਖ ਸਕਦਾ ਹੈ। ਇੰਝ ਉਹ ਆਮ ਲੋਕਾਂ ਲਈ ਵਿਖਾਈ ਦੇਣ ਵਾਲਾ ਨਹੀਂ ਹੈ। ਇੱਥੇ ਕਿਹਾ ਗਿਆ ਹੈ ਕਿ ਭਾਵੇਂ ਭਗਵਾਨ ਸਰਬਵਿਆਪੀ ਹਨ ਅਤੇ ਹਰ ਥਾਂ ਰਹਿੰਦੇ ਹਨ, ਪਰ ਉਹ ਭੌਤਿਕ ਇੰਦਰੀਆਂ ਦੀ ਕਲਪਨਾਂ ਤੋਂ ਪਰ੍ਹੇ ਹਨ। ਇਸ ਵੱਲ ਇਸ਼ਾਰਾ *ਅਵ੍ਯਕ੍ਤ-ਮੂਰ੍ਤਿਨਾ* ਸ਼ਬਦ ਰਾਹੀਂ ਹੋਇਆ ਹੈ। ਭਾਵੇਂ ਅਸੀਂ ਉਨ੍ਹਾਂ ਨੂੰ ਨਾ ਵੇਖ ਸਕੀਏ ਪਰ ਅਸਲੀਅਤ ਤਾਂ ਇਹ ਹੈ, ਕਿ ਉਨ੍ਹਾਂ ਤੇ ਹੀ ਸਭ ਕੁਝ ਨਿਰਭਰ ਹੈ, ਜਿਸ ਤਰ੍ਹਾਂ ਕਿ ਸੱਤਵੇਂ ਅਧਿਆਇ ਵਿਚ ਦੱਸਿਆ ਜਾ ਚੁੱਕਾ ਹੈ ਕਿ ਸਮੁੱਚਾ ਵਿਖਾਈ ਦੇਣ ਵਾਲੇ ਸੰਸਾਰ ਉਨ੍ਹਾਂ ਦੀਆਂ ਦੋ ਵੱਖੋ-ਵੱਖਰੀਆਂ ਸ਼ਕਤੀਆਂ ਪਰਾ ਜਾਂ ਅਧਿਆਤਮਿਕ ਸ਼ਕਤੀ ਅਤੇ ਅਪਰਾ ਜਾਂ ਭੌਤਿਕ ਸ਼ਕਤੀ ਦਾ ਸਿਰਫ਼ ਸੰਜੋਗ ਹੈ। ਜਿਸ ਤਰ੍ਹਾਂ ਸੂਰਜ ਦਾ ਪ੍ਰਕਾਸ਼ ਸਾਰੇ ਬ੍ਰਹਿਮੰਡ ਵਿਚ ਫੈਲਿਆ ਰਹਿੰਦਾ ਹੈ, ਉਸੇ ਤਰ੍ਹਾਂ ਭਗਵਾਨ ਦੀ ਸ਼ਕਤੀ ਸਮੁੱਚੀ ਸ੍ਰਿਸ਼ਟੀ ਵਿਚ ਫੈਲੀ ਹੈ ਅਤੇ ਸਾਰੀਆਂ ਚੀਜਾਂ ਉਸੇ ਸ਼ਕਤੀ ਤੇ ਟਿਕੀਆਂ ਹਨ।

ਫਿਰ ਵੀ ਕਿਸੇ ਨੂੰ ਇਸ ਸਿੱਟੇ ਤੇ ਨਹੀਂ ਪਹੁੰਚਣਾ ਚਾਹੀਦਾ ਕਿ ਹਰ ਥਾਂ ਫੈਲੇ ਰਹਿਣ ਕਰਕੇ ਭਗਵਾਨ ਨੇ ਆਪਣੀ ਨਿਜੀ ਹੋਂਦ ਖੋ ਦਿੱਤੀ ਹੈ। ਅਜਿਹੇ ਤਰਕ ਨੂੰ ਕਟਦਿਆਂ ਭਗਵਾਨ ਕਹਿੰਦੇ ਹਨ "ਮੈਂ ਹਰ ਥਾਂ ਤੇ ਹਾਂ ਅਤੇ ਹਰ ਚੀਜ਼ ਮੇਰੇ ਅੰਦਰ ਹੈ ਤਾਂ ਵੀ ਮੈ ਵੱਖਰਾਂ ਹਾਂ।" ਉਦਾਹਰਣ ਵੱਜੋਂ ਰਾਜਾ ਕਿਸੇ ਸਰਕਾਰ ਦਾ ਪ੍ਰਧਾਨ ਹੁੰਦਾ ਹੈ ਅਤੇ ਸਰਕਾਰ ਉਸਦੀ ਤਾਕਤ ਦਾ ਪ੍ਰਗਟਾਵਾ ਕਰਦੀ ਹੈ। ਵੱਖੋ-ਵੱਖਰੇ ਸਰਕਾਰੀ ਵਿਭਾਗ ਰਾਜ ਦੀ ਤਾਕਤ ਤੋਂ ਇਲਾਵਾ ਹੋਰ ਕੁਝ ਨਹੀਂ ਹੁੰਦੇ ਅਤੇ ਹਰ ਵਿਭਾਗ ਰਾਜੇ ਦੀ ਤਾਕਤ ਤੇ ਨਿਰਭਰ ਰਹਿੰਦਾ ਹੈ। ਤਾਂ ਵੀ ਰਾਜੇ ਤੋਂ ਇਹ ਆਸ ਨਹੀਂ ਕੀਤੀ ਜਾਂਦੀ ਕਿ ਹਰ ਵਿਭਾਗ ਵਿਚ ਉਹ ਆਪ ਹਾਜ਼ਰ ਹੋਵੇ। ਇਹ ਇੱਕ ਮੋਟਾ ਜਿਹਾ ਉਦਾਹਰਣ ਦਿੱਤਾ ਗਿਆ ਹੈ। ਇਸੇ ਤਰ੍ਹਾਂ ਪ੍ਰਤੱਖ ਵੇਖਦੇ ਹਾਂ ਅਤੇ ਜਿੰਨੀਆਂ ਵੀ ਚੀਜ਼ਾਂ ਇਸ ਲੋਕ ਵਿਚ ਅਤੇ ਪਰਲੋਕ ਵਿਚ ਮੌਜੂਦ ਹਨ, ਉਹ ਸਾਰੀਆਂ ਭਗਵਾਨ ਦੀ ਸ਼ਕਤੀ ਤੇ ਨਿਰਭਰ ਹਨ। ਸ੍ਰਿਸ਼ਟੀ ਦੀ ਪੈਦਾਇਸ਼ ਭਗਵਾਨ ਦੀਆਂ ਵੱਖੋ-ਵੱਖਰੀਆਂ ਸ਼ਕਤੀਆਂ ਦੇ ਵਿਸਥਾਰ ਨਾਲ ਹੁੰਦੀ ਹੈ ਅਤੇ ਜਿਵੇਂ ਕਿ ਭਗਵਤ ਗੀਤਾ ਵਿਚ ਕਿਹਾ ਗਿਆ ਹੈ- *ਵਿਸ਼੍ਟਭ੍ਯਾਹਮ ਇਦਮ੍ ਕ੍ਰਿਤ੍ਸ੍ਨਮ੍* - ਉਹ ਆਪਣੇ ਪ੍ਰਤੀਨਿੱਧੀਆਂ ਦੇ ਰੂਪ 'ਚ ਆਪਣੀਆਂ ਵੱਖੋ-ਵੱਖਰੀਆਂ ਸ਼ਕਤੀਆਂ ਦੇ ਵਿਸਥਾਰ ਨਾਲ ਹਰ ਥਾਈਂ ਹਾਜਰ ਹਨ।

न च मत्स्थानि भूतानि पश्य मे योगमैश्वरम् ।
भूतभृन्न च भूतस्थो ममात्मा भूतभावन: ॥ ५ ॥

ਨ ਚ ਮਤ੍ ਸ੍ਥਾਨਿ ਭੂਤਾਨਿ ਪਸ਼੍ਯ ਮੇ ਯੋਗਮ੍ ਐਸ਼੍ਵਰਮ੍ ।
ਭੂਤ ਭ੍ਰਿੰਨ੍ ਨ ਚ ਭੂਤ-ਸ੍ਥੋ ਮਮਾਤ੍ਮਾ ਭੂਤ-ਭਾਵਨਹ੍ ॥ 5 ॥

ਨ-ਕਦੀ ਨਹੀਂ ; **ਚ**-ਵੀ ; **ਮਤ੍ਸ੍ਥਾਨਿ**-ਮੇਰੇ ਚ ਸਥਿਤ ; **ਭੂਤਾਨਿ**-ਸਾਰੀ ਸ੍ਰਿਸ਼ਟੀ ; **ਪਸ਼੍ਯ**-ਵੇਖੋ ; **ਮੇ**-ਮੇਰਾ ; **ਯੋਗਮ ਐਸ਼੍ਵਰਮ੍**-ਅਚਿੰਤਨੀ ਯੋਗ ਸ਼ਕਤੀ ; **ਭੂਤ-ਭ੍ਰਿਤ**-ਸਾਰੇ ਜੀਵਾਂ ਦਾ ਪਾਲਣਹਾਰ ; **ਨ**-ਨਹੀਂ ; **ਚ**-ਵੀ ; **ਭੂਤ-ਸ੍ਥਹ੍**-ਵਿਰਾਟ ਪ੍ਰਗਟਾਵੇ ਵਿਚ ; **ਮਮ**-ਮੇਰਾ ; **ਆਤ੍ਮਾ**-ਆਤਮ ; **ਭੂਤ-ਭਾਵਨਹ੍**-ਸਾਰੇ ਪ੍ਰਗਟਾਵਿਆਂ ਦਾ ਸ੍ਰੋਤ ।

ਅਨੁਵਾਦ

ਫਿਰ ਵੀ ਮੇਰੇ ਰਾਹੀਂ ਪੈਦਾ ਕੀਤੀਆਂ ਸਾਰੀਆਂ ਚੀਜ਼ਾਂ ਮੇਰੇ ਵਿਚ ਸਥਿਤ ਨਹੀਂ ਰਹਿੰਦੀਆਂ। ਰਤਾ ਮੇਰੇ ਅਲੌਕਿਕ-ਵੈਭਵ ਨੂੰ ਵੇਖੋ । ਭਾਵੇਂ ਮੈਂ ਸਾਰੇ ਜੀਵਾਂ ਦਾ ਪਾਲਣਹਾਰ ਹਾਂ ਅਤੇ ਹਰ ਥਾਂ ਫੈਲਿਆਂ ਹਾਂ, ਪਰ ਮੈਂ ਇਸ ਵਿਰਾਟ ਪ੍ਰਗਟਾਵੇ ਦਾ ਅੰਸ਼ ਨਹੀਂ ਹਾਂ, ਕਿਉਂਕਿ ਮੈਂ ਸ੍ਰਿਸ਼ਟੀ ਦਾ ਸ੍ਰੋਤ ਹਾਂ ।

ਭਾਵ

ਭਗਵਾਨ ਦਾ ਕਥਨ ਹੈ ਕਿ ਸਭ ਉਨ੍ਹਾਂ ਤੇ ਹੀ ਨਿਰਭਰ ਹੈ (*ਮਤ-ਸ੍ਥਾਨਿ ਸਰ੍ਵ ਭੂਤਾਨਿ*)। ਇਸਦਾ ਕੋਈ ਹੋਰ ਅਰਥ ਨਹੀਂ ਲਾਉਣਾ ਚਾਹੀਦਾ । ਭਗਵਾਨ ਇਸ ਭੌਤਿਕ ਸੰਸਾਰ ਦੇ ਪਾਲਣ ਅਤੇ ਨਿਰਬਾਹ ਲਈ ਪ੍ਰਤੱਖ ਰੂਪ ਨਾਲ ਜੁੜੇ ਨਹੀਂ ਹਨ । ਕਦੀ-ਕਦੀ ਅਸੀਂ ਐਟਲਸ (ਇਕ ਰੋਮਨ ਦੇਵਤਾ) ਨੂੰ ਆਪਣੇ ਮੋਢਿਆਂ ਤੇ ਗੋਲਾ ਚੁੱਕੇ ਵੇਖਦਾ ਹਾਂ, ਉਹ ਬਹੁਤ ਥੱਕਿਆ ਲਗਦਾ ਹੈ ਅਤੇ ਇਸ ਵਿਸ਼ਾਲ ਧਰਤੀ ਲੋਕ ਨੂੰ ਧਾਰਨ ਕੀਤੇ ਰਹਿੰਦਾ ਹੈ । ਸਾਨੂੰ ਕਿਸੇ ਅਜਿਹੀ ਤਸਵੀਰ ਨੂੰ ਮੰਨ ਵਿਚ ਨਹੀਂ ਲਿਆਉਣਾ ਚਾਹੀਦਾ, ਜਿਸ ਵਿਚ ਕ੍ਰਿਸ਼ਨ ਇਸ ਸਿਰਜੇ ਬ੍ਰਹਿਮੰਡ ਨੂੰ ਧਾਰਨ ਕੀਤੇ ਹੋਏ ਹੋਣ । ਉਨ੍ਹਾਂ ਦਾ (ਕ੍ਰਿਸ਼ਨ) ਕਹਿਣਾ ਹੈ, ਕਿ ਭਾਵੇਂ ਸਾਰੀਆਂ ਚੀਜ਼ਾਂ ਉਨ੍ਹਾਂ ਤੇ ਟਿੱਕੀਆਂ ਹਨ, ਪਰ ਉਹ ਅਲੱਗ ਰਹਿੰਦੇ ਹਨ । ਸਾਰੇ ਲੋਕ ਪੁਲਾੜ ਵਿਚ ਤੈਰ ਰਹੇ ਹਨ ਅਤੇ ਇਹ ਪੁਲਾੜ ਪਰਮੇਸ਼ਵਰ ਦੀ ਤਾਕਤ ਹੈ, ਪਰ ਉਹ ਪੁਲਾੜ ਤੋਂ ਵੱਖਰੇ ਹਨ, ਉਹ ਵੱਖਰੇ ਸਥਿਤ ਹਨ । ਇਸ ਲਈ ਭਗਵਾਨ ਕਹਿੰਦੇ ਹਨ "ਭਾਵੇਂ ਸਾਰੇ ਰਚੇ ਗਏ ਪਦਾਰਥ ਮੇਰੀ ਅਬੋਧ ਸ਼ਕਤੀ ਤੇ ਟਿੱਕੇ ਹਨ, ਪਰ ਭਗਵਾਨ ਦੇ ਰੂਪ ਵਿਚ ਮੈਂ ਉਨ੍ਹਾਂ ਤੋਂ ਵੱਖਰਾ ਰਹਿੰਦਾ ਹਾਂ ।" ਇਹ ਭਗਵਾਨ ਦਾ ਅਚਿੰਤਨੀ ਵੈਭਵ ਹੈ ।

ਵੈਦਿਕ ਸ਼ਬਦਕੋਸ਼ ਨਿਰੁਕਤੀ ਵਿਚ ਕਿਹਾ ਗਿਆ ਹੈ – ***ਯੁਜ੍ਯਤੇ'ਨੇਨ ਦੁਰ੍ਘਟੇਸ਼ੁ ਕਾਰ੍ਯੇਸ਼ੁ*** – ਪਰਮੇਸ਼ਵਰ ਆਪਣੀ ਸ਼ਕਤੀ ਦਾ ਵਿਖਾਵਾ ਕਰਦੇ ਹੋਏ ਕਲਪਨਾ ਤੋਂ ਪਰ੍ਹੇ ਅਦਭੁਤ ਲੀਲਾਵਾਂ ਕਰ ਰਹੇ ਹਨ । ਉਨ੍ਹਾਂ ਦੀ ਸ਼ਖਸੀਅਤ ਵੱਖੋ-ਵੱਖਰੀਆਂ ਸ਼ਕਤੀਆਂ ਨਾਲ ਪੂਰਨ ਹੈ ਅਤੇ ਉਨ੍ਹਾਂ ਦਾ ਸੰਕਲਪ ਆਪ ਇੱਕ ਤੱਥ ਹੈ । ਭਗਵਾਨ ਨੂੰ ਇਸੇ ਰੂਪ ਵਿਚ ਸਮਝਣਾ ਚਾਹੀਦਾ ਹੈ । ਅਸੀਂ ਕੋਈ ਕੰਮ ਕਰਨਾ ਚਾਹੁੰਦੇ ਹਾਂ ਤਾਂ ਅਨੇਕਾਂ ਵਿਘਨ ਆਉਂਦੇ ਹਨ ਅਤੇ ਕਦੀ-ਕਦੀ ਅਸੀਂ ਜੋ ਚਾਹੁੰਦੇ ਹਾਂ ਉਹ ਕਰ ਨਹੀਂ ਸਕਦੇ । ਪਰ ਜਦੋਂ ਕ੍ਰਿਸ਼ਨ ਕੋਈ ਕੰਮ ਕਰਨਾ ਚਾਹੁੰਦੇ ਹਨ ਤਾਂ ਸਭ ਕੁਝ ਇੰਨੀ

ਪੂਰਨਤਾ ਨਾਲ ਪੂਰਾ ਹੋ ਜਾਂਦਾ ਹੈ ਕਿ ਕੋਈ ਸੋਚ ਨਹੀਂ ਸਕਦਾ, ਕਿ ਇਹ ਸਭ ਕਿਵੇਂ ਹੋਇਆ। ਭਗਵਾਨ ਇਸੇ ਤੱਥ ਨੂੰ ਸਮਝਾਉਂਦੇ ਹਨ, ਹਾਲਾਂਕਿ ਉਹ ਸਾਰੀ ਸ੍ਰਿਸ਼ਟੀ ਦੇ ਪਾਲਣਹਾਰ ਅਤੇ ਧਾਰਨੀ ਹਨ, ਪਰ ਉਹ ਇਸ ਸ੍ਰਿਸ਼ਟੀ ਦਾ ਸਪਰਸ਼ ਨਹੀਂ ਕਰਦੇ। ਸਿਰਫ ਉਨ੍ਹਾਂ ਦੀ ਪਰਮ ਇੱਛਾ ਨਾਲ ਹਰ ਚੀਜ਼ ਦੀ ਸਿਰਜਣਾ, ਧਾਰਨ, ਪਾਲਣ ਅਤੇ ਸੰਘਾਰ (ਨਾਸ਼) ਹੁੰਦਾ ਹੈ। ਉਨ੍ਹਾਂ ਦੇ ਮਨ ਅਤੇ ਆਪ ਉਨ੍ਹਾਂ ਵਿਚ ਕੋਈ ਅੰਤਰ ਨਹੀਂ ਹੈ (ਜਿਸ ਤਰ੍ਹਾਂ ਸਾਡੇ ਭੌਤਿਕ ਮਨ ਵਿਚ ਅਤੇ ਖ਼ੁਦ ਸਾਡੇ ਵਿਚ ਅੰਤਰ ਹੁੰਦਾ ਹੈ)। ਕਿਉਂਕਿ ਉਹ ਪਰਮਾਤਮਾ ਹਨ। ਨਾਲ ਹੀ ਉਹ ਹਰ ਚੀਜ਼ ਵਿਚ ਹਾਜ਼ਰ ਰਹਿੰਦੇ ਹਨ, ਪਰ ਆਮ ਮਨੁੱਖ ਇਹ ਨਹੀਂ ਸਮਝ ਸਕਦਾ ਕਿ ਉਹ ਨਿੱਜ ਰੂਪ ਵਿਚ ਕਿੰਝ ਹਾਜ਼ਰ ਹਨ। ਉਹ ਭੌਤਿਕ ਸੰਸਾਰ ਤੋਂ ਵੱਖਰੇ ਹਨ ਤਾਂ ਵੀ ਹਰ ਚੀਜ਼ ਉਨ੍ਹਾਂ ਤੇ ਹੀ ਨਿਰਭਰ ਹੈ। ਇੱਥੇ ਇਸ ਨੂੰ ਹੀ ***ਯੋਗਮ੍ ਏਸ਼ਵਰਮ੍*** ਭਾਵ ਭਗਵਾਨ ਦੀ ਯੋਗ ਸ਼ਕਤੀ ਕਿਹਾ ਗਿਆ ਹੈ।

यथाकाशस्थितो नित्यं वायुः सर्वत्रगो महान् ।
तथा सर्वाणि भूतानि मत्स्थानीत्युपधारय ॥ ६ ॥

ਯਥਾਕਾਸ਼ ਸ੍ਥਿਤੋ ਨਿਤ੍ਯਮ੍ ਵਾਯੁਹ੍ ਸਰ੍ਵਤਰ੍ਗੋ ਮਹਾਨ੍ ।
ਤਥਾ ਸਰ੍ਵਾਣਿ ਭੂਤਾਨਿ ਮਤ੍ ਸ੍ਥਾਨੀਤਿ ਉਪਧਾਰਯ ॥ 6 ॥

ਯਥਾ-ਜਿਵੇਂ ; **ਆਕਾਸ਼ ਸ੍ਥਿਤਹ੍**-ਆਕਾਸ਼ ਵਿਚ ਸਥਿਤ ; **ਨਿਤ੍ਯਮ੍**-ਹਮੇਸ਼ਾ ; **ਵਾਯੁਹ੍**-ਹਵਾ ; **ਸਰ੍ਵਤ੍ਰ-ਗਹ੍**-ਹਰ ਥਾਂ ਵਗਣ ਵਾਲੀ ; **ਮਹਾਨ੍**-ਮਹਾਨ ; **ਤਥਾ**-ਉਸੇ ਤਰ੍ਹਾਂ ; **ਸਰ੍ਵਾਣਿ ਭੂਤਾਨਿ**-ਸਾਰੇ ਪ੍ਰਾਣੀ ; **ਮਤ੍ਸ੍ਥਾਨਿ**-ਮੇਰੇ ਵਿਚ ਸਥਿਤ ; **ਇਤਿ**-ਉਸੇ ਤਰ੍ਹਾਂ ; **ਉਪਧਾਰਯ**-ਸਮਝਣ ਦਾ ਯਤਨ ਕਰੋ।

ਅਨੁਵਾਦ

ਜਿਸ ਤਰ੍ਹਾਂ ਹਰ ਥਾਂ ਵਗਣ ਵਾਲੀ ਤੇਜ਼ ਹਵਾ ਹਮੇਸ਼ਾਂ ਅਕਾਸ਼ ਵਿਚ ਸਥਿਤ ਰਹਿੰਦੀ ਹੈ, ਉਸੇ ਤਰ੍ਹਾਂ ਸਾਰੇ ਪੈਦਾ ਹੋਏ ਪ੍ਰਾਣੀਆਂ ਨੂੰ ਮੇਰੇ ਵਿਚ ਸਥਿਤ ਸਮਝੋ।

ਭਾਵ

ਆਮ ਆਦਮੀ ਲਈ ਸਮਝਣਾ ਔਖਾ ਹੈ ਕਿ ਇੰਨੀ ਵਿਸ਼ਾਲ ਸ੍ਰਿਸ਼ਟੀ ਭਗਵਾਨ ਤੇ ਕਿੰਝ ਨਿਰਭਰ ਹੈ, ਪਰ ਭਗਵਾਨ ਉਦਾਹਰਣ ਦਿੰਦੇ ਹਨ, ਜਿਸ ਨਾਲ ਸਮਝਣ ਵਿਚ ਮਦਦ ਮਿਲੇ। ਆਕਾਸ਼ ਸਾਡੀ ਕਲਪਨਾ ਲਈ ਸਭ ਤੋਂ ਵੱਡਾ ਪ੍ਰਗਟਾਵਾ ਹੈ ਅਤੇ ਉਸ ਆਕਾਸ਼ ਵਿਚ ਹਵਾ ਵਿਰਾਟ ਸੰਸਾਰ ਦਾ ਸਭ ਤੋਂ ਵੱਡਾ ਪ੍ਰਗਟਾਵਾ ਹੈ। ਹਵਾ ਦੀ ਗਤੀ ਨਾਲ ਹਰ ਚੀਜ਼ ਦੀ ਗਤੀ ਪ੍ਰਭਾਵਿਤ ਹੁੰਦੀ ਹੈ। ਪਰ ਹਵਾ ਮਹਾਨ ਹੁੰਦਿਆ ਵੀ ਆਕਾਸ਼ ਦੇ ਅੰਦਰ ਹੀ ਸਥਿਤ ਰਹਿੰਦੀ ਹੈ, ਉਹ ਆਕਾਸ਼ ਤੋਂ ਪਰ੍ਹੇ ਨਹੀਂ ਹੁੰਦੀ। ਇਸੇ ਤਰ੍ਹਾਂ, ਸਾਰੀ ਵਿਲੱਖਣ ਵਿਰਾਟ ਪ੍ਰਗਟਾਵਿਆਂ ਦੀ ਹੋਂਦ ਭਗਵਾਨ ਦੀ ਪਰਮ ਇੱਛਾ ਦੇ ਸਿੱਟੇ ਵੱਜੋਂ ਹੈ ਅਤੇ ਉਹ ਸਭ ਇਸ ਪਰਮ ਇੱਛਾ ਦੇ ਅਧੀਨ ਹਨ, ਜਿਵੇਂ ਕਿ ਅਸੀਂ ਲੋਕ ਅਕਸਰ ਕਹਿੰਦੇ ਹਾਂ, ਉਨ੍ਹਾਂ ਦੀ ਮਰਜ਼ੀ ਬਗੈਰ ਪੱਤਾ ਵੀ ਨਹੀਂ ਹਿਲਦਾ। ਇੰਝ ਹਰ ਚੀਜ਼ ਉਨ੍ਹਾਂ

ਦੀ ਮਰਜ਼ੀ ਦੇ ਅਧੀਨ ਗਤੀਸ਼ੀਲ ਹੈ । ਉਨ੍ਹਾਂ ਦੀ ਹੀ ਮਰਜ਼ੀ ਨਾਲ ਸਾਰੀਆਂ ਚੀਜ਼ਾ ਪੈਦਾ ਹੁੰਦੀਆਂ ਹਨ, ਉਨ੍ਹਾਂ ਦੀ ਪਾਲਣਾ ਹੁੰਦੀ ਹੈ ਅਤੇ ਉਨ੍ਹਾਂ ਦਾ ਸੰਘਾਰ (ਨਾਸ਼) ਹੁੰਦਾ ਹੈ । ਇਨ੍ਹੇ ਤੇ ਵੀ ਉਹ ਹਰ ਚੀਜ਼ ਨਾਲੋਂ ਉਸੇ ਤਰ੍ਹਾਂ ਵੱਖਰੇ ਰਹਿੰਦੇ ਹਨ, ਜਿਵੇਂ ਹਵਾ ਦੇ ਕੰਮਾਂ ਤੋਂ ਆਕਾਸ਼ ਰਹਿੰਦਾ ਹੈ ।

ਉਪਨਿਸ਼ਦਾਂ ਵਿਚ ਕਿਹਾ ਗਿਆ ਹੈ - ***ਯਦ੍ਭੀਸ਼ਾ ਵਾਤਹ੍ ਪਵਤੇ*** *-"ਹਵਾ ਭਗਵਾਨ ਦੇ ਡਰ ਨਾਲ ਵਗਦੀ ਹੈ ।" (ਤੈਤੱਰੀਯ ਉਪਨਿਸ਼ਦ 2-8-1) ਬ੍ਰਿਹਦਆਰਨਯਕ ਉਪਨਿਸ਼ਦ ਵਿਚ (3-8-9) ਕਿਹਾ ਗਿਆ ਹੈ-****ਏਤਸ੍ਯ ਵਾ ਅਕਸ਼ਰਸ੍ਯ ਪ੍ਰਸ਼ਾਸਨੇ ਗਾਰ੍ਗਿ ਸੂਰ੍ਯ ਚਨ੍ਦ੍ਰਸੰਸੌ ਵਿਧ੍ਰਿਤੌ ਤਿਸ਼੍ਠਤ ਏਤਸ੍ਯ ਵਾ ਅਕਸ਼੍ਰਸ੍ਯ ਪ੍ਰਸ਼ਾਸਨੇ ਗਾਰ੍ਗਿ ਦ੍ਯਾਵਾ ਪ੍ਰਿਥਿਵ੍ਯੌ ਵਿਧ੍ਰਿਤੌ ਤਿਸ਼੍ਠਤਹ੍***-ਭਗਵਾਨ ਦੀ ਪ੍ਰਧਾਨਗੀ ਵਿਚ ਉਚਰੇ ਹੁਕਮ ਨਾਲ ਚੰਨ, ਸੂਰਜ ਅਤੇ ਹੋਰ ਵਿਸ਼ਾਲ ਲੋਕ ਘੁੰਮ ਰਹੇ ਹਨ ।"ਬ੍ਰਹਮ ਸੰਹਿਤਾ ਵਿਚ ਕਿਹਾ ਗਿਆ ਹੈ -

ਯਚ੍ ਚਕ੍ਸ਼ੁਰ੍ ਏਸ਼ ਸਵਿਤਾ ਸਕਲ ਗ੍ਰਹਾਣਾਮ੍
ਰਾਜਾ ਸਮਸ੍ਤ-ਸੁਰ-ਮੂਰ੍ਤਿਰ੍ ਅਸ਼ੇਸ਼-ਤੇਜਾਹ੍ ।
ਯਸ੍ਯਾਗ੍ਯਯਾ ਭਰ੍ਮਤਿ ਸੰਭ੍ਰਿਤ-ਕਾਲ-ਚਕ੍ਰੋ
ਗੋਵਿੰਦਮ੍ ਆਦਿ ਪੁਰੁਸ਼ਮ੍ ਤਮ੍ ਅਹਮ੍ ਭਜਾਮਿ ॥

(ਬ੍ਰਹਮ ਸੰਹਿਤਾ 5-52)

ਇਥੇ ਸੂਰਜ ਦੀ ਗਤੀ ਦਾ ਵਰਣਨ ਹੈ । ਕਿਹਾ ਗਿਆ ਹੈ ਕਿ ਸੂਰਜ ਭਗਵਾਨ ਦਾ ਇੱਕ ਨੇਤਰ ਹੈ ਅਤੇ ਇਸ ਵਿਚ ਗਰਮੀ ਅਤੇ ਰੋਸ਼ਨੀ ਫੈਲਾਉਣ ਦੀ ਅਪਾਰ ਤਾਕਤ ਹੈ । ਤਾਂ ਵੀ ਇਹ ਗੋਵਿੰਦ ਦੀ ਮਰਜ਼ੀ ਅਤੇ ਹੁਕਮ ਮੁਤਾਬਿਕ ਆਪਣੀ ਗ੍ਰਹਿ (ਰਸਤਾ) ਪੱਥ ਵਿਚ ਘੁੰਮਦਾ ਰਹਿੰਦਾ ਹੈ । ਇਸ ਲਈ ਸਾਨੂੰ ਵੈਦਿਕ ਸਾਹਿਤ ਤੋਂ ਇਸਦੇ ਸਬੂਤ ਪ੍ਰਾਪਤ ਹਨ ਕਿ ਇਹ ਵਿਲੱਖਣ ਅਤੇ ਵਿਸ਼ਾਲ ਲੱਗਣ ਵਾਲੀ ਭੌਤਿਕ ਸ੍ਰਿਸ਼ਟੀ ਪੂਰੀ ਤਰ੍ਹਾਂ ਭਗਵਾਨ ਦੇ ਨਿਯੰਤਰਣ ਵਿਚ ਹੈ । ਇਸਦੀ ਵਿਆਖਿਆ ਇਸੇ ਅਧਿਆਇ ਦੇ ਅਗਲੇ ਸ਼ਲੋਕਾਂ ਵਿਚ ਕੀਤੀ ਗਈ ਹੈ ।

सर्वभूतानि कौन्तेय प्रकृतिं यान्ति मामिकाम् ।
कल्पक्षये पुनस्तानि कल्पादौ विसृजाम्यहम् ॥ ७॥

ਸਰ੍ਵ ਭੂਤਾਨਿ ਕੌਂਤੇਯ ਪ੍ਰਕ੍ਰਿਤਿਮ੍ ਯਾਂਤਿ ਮਾਮਿਕਾਮ੍ ।
ਕਲ੍ਪ ਕ੍ਸ਼ਯੇ ਪੁਨਸ੍ ਤਾਨਿ ਕਲ੍ਪਾਦੌ ਵਿਸ੍ਰਿਜਾਮਿ ਅਹਮ੍ ॥ 7 ॥

ਸਰਵ ਭੂਤਾਨਿ-ਸਾਰੇ ਪ੍ਰਾਣੀ ; **ਕੌਂਤੇਯ**-ਹੇ ਕੁੰਤੀ ਪੁੱਤਰ ; **ਪ੍ਰਕ੍ਰਿਤਿਮ੍**-ਪ੍ਰਕ੍ਰਿਤੀ ਵਿਚ ; **ਯਾਂਤਿ**-ਪ੍ਰਵੇਸ਼ ਕਰਦੇ ਹਨ ; **ਮਾਮਿਕਾਮ੍**-ਮੇਰੀ ; **ਕਲ੍ਪਕ੍ਸ਼ਯੇ**-ਕਲਪ ਦੇ ਅੰਤ ਵਿਚ ; **ਪੁਨਹ੍**-ਫਿਰ ਤੋਂ; **ਤਾਨਿ**-ਉਨ੍ਹਾਂ ਸਾਰੀਆ ਨੂੰ ; **ਕਲ੍ਪ-ਆਦੌ**-ਕਲਪ (ਯੁਗ) ਦੇ ਸ਼ੁਰੂ ਵਿਚ ; **ਵਿਸ੍ਰਿਜਾਮ੍**-ਪੈਦਾ ਕਰਦਾ ਹਾਂ ; **ਅਹਮ੍**-ਮੈਂ ।

ਅਨੁਵਾਦ

ਹੇ ਕੁੰਤੀ ਪੁੱਤਰ ! ਕਲਪ (ਯੁੱਗ) ਦਾ ਅੰਤ ਹੋਣ ਤੇ ਸਾਰੇ ਪ੍ਰਾਣੀ ਮੇਰੀ ਪ੍ਰਕ੍ਰਿਤੀ ਵਿਚ ਪ੍ਰਵੇਸ਼ ਕਰਦੇ ਹਨ ਅਤੇ ਹੋਰ ਕਲਪ ਦੇ ਸ਼ੁਰੂ ਹੋਣ ਤੇ ਮੈਂ ਉਨ੍ਹਾਂ ਨੂੰ ਆਪਣੀ ਸ਼ਕਤੀ ਨਾਲ ਫੇਰ ਪੈਦਾ ਕਰਦਾ ਹਾਂ।

ਭਾਵ

ਇਸ ਵਿਰਾਟ ਭੌਤਿਕ ਪ੍ਰਗਟਾਵੇ ਦੀ ਸਿਰਜਣਾ, ਪਾਲਣ ਅਤੇ ਸੰਘਾਰ (ਨਾਸ਼) ਪੂਰੀ ਤਰ੍ਹਾਂ ਭਗਵਾਨ ਦੀ ਪਰਮ ਇੱਛਾ ਤੇ ਨਿਰਭਰ ਹੈ। *'ਕਲਪਕਸ਼ੇ'* ਦਾ ਅਰਥ ਹੈ ਬ੍ਰਹਮਾ ਦੀ ਮੌਤ ਹੋਣ ਤੇ। ਬ੍ਰਹਮਾ ਇੱਕ ਸੌ ਸਾਲ ਜਿਉਂਦੇ ਰਹਿੰਦੇ ਹਨ ਅਤੇ ਉਨ੍ਹਾਂ ਦਾ ਇੱਕ ਦਿਨ ਸਾਡੀ ਧਰਤੀ ਦੇ 4,30,00,00,000 ਸਾਲਾਂ ਦੇ ਬਰਾਬਰ ਹੈ। ਰਾਤ ਵੀ ਇੰਨੇਂ ਹੀ ਸਾਲਾਂ ਦੀ ਹੁੰਦੀ ਹੈ। ਬ੍ਰਹਮਾ ਦੇ ਇੱਕ ਮਹੀਨੇ ਵਿਚ ਤੀਹ ਦਿਨ ਅਤੇ ਤੀਹ ਰਾਤਾਂ ਹੁੰਦੀਆਂ ਹਨ ਅਤੇ ਉਨ੍ਹਾਂ ਦੇ ਇੱਕ ਸਾਲ ਵਿਚ ਅਜਿਹੇ ਬਾਰਾਂ ਮਹੀਨੇ ਹੁੰਦੇ ਹਨ। ਅਜਿਹੇ ਇੱਕ ਸੌ ਸਾਲਾਂ ਬਾਅਦ ਜਦੋਂ ਬ੍ਰਹਮਾ ਦੀ ਮੌਤ ਹੁੰਦੀ ਹੈ ਤਾਂ ਪਰਲੋਂ ਹੋ ਜਾਂਦੀ ਹੈ। ਜਿਸਦਾ ਅਰਥ ਹੈ ਕਿ ਭਗਵਾਨ ਰਾਹੀਂ ਪ੍ਰਗਟ ਸ਼ਕਤੀ ਫਿਰ ਸਿਮਟ ਕੇ ਉਨ੍ਹਾਂ ਵਿਚ ਹੀ ਲੀਨ ਹੋ ਜਾਂਦੀ ਹੈ। ਫਿਰ ਜਦੋਂ ਵਿਰਾਟ ਸੰਸਾਰ ਨੂੰ ਪ੍ਰਗਟ ਕਰਨ ਦੀ ਜਰੂਰਤ ਹੁੰਦੀ ਹੈ, ਤਾਂ ਉਨ੍ਹਾਂ ਦੀ ਮਰਜ਼ੀ ਨਾਲ ਸ੍ਰਿਸ਼ਟੀ ਪੈਦਾ ਹੁੰਦੀ ਹੈ। ***ਏਕੋਅਹਮ੍ ਬਹੁਸ੍ਯਾਮ੍***- ਭਾਵੇਂ ਮੈਂ ਇਕੱਲਾ ਹਾਂ, ਪਰ ਮੈਂ ਅਨੇਕ ਹੋ ਜਾਵਾਂਗਾ। ਇਹ ਵੈਦਿਕ ਸ਼ਕਤੀ ਵਾਕ ਹੈ। (ਛਾਂਦੋਗ੍ਯ ਉਪਨਿਸ਼ਦ 6-2-3)। ਉਹ ਇਸ ਭੌਤਿਕ ਸ਼ਕਤੀ ਵਿਚ ਆਪਣਾ ਵਿਸਥਾਰ ਕਰਦੇ ਹਨ ਅਤੇ ਸਾਰਾ ਵਿਰਾਟ ਪ੍ਰਗਟਾਵਾ ਫਿਰ ਬਣ ਜਾਂਦਾ ਹੈ।

प्रकृतिं स्वामवष्टभ्य विसृजामि पुनः पुनः ।
भूतग्राममिमं कृत्स्नमवशं प्रकृतेर्वशात् ॥ ८ ॥

ਪ੍ਰਕ੍ਰਿਤੀਮ ਸ੍ਵਾਮ੍ ਅਵਸ਼ਟਭ੍ਯ ਵਿਸ੍ਰਿਜਾਮਿ ਪੁਨਹ੍ ਪੁਨਹ੍ ।
ਭੂਤ ਗ੍ਰਾਮਮ੍ ਇਮਮ੍ ਕ੍ਰਿਤ੍ਸ੍ਨਮ੍ ਅਵਸ਼ਮ੍ ਪ੍ਰਕ੍ਰਿਤੇਰ੍-ਵਸ਼ਾਤ ॥ 8 ॥

ਪ੍ਰਕ੍ਰਿਤੀਮ-ਭੌਤਿਕ ਪ੍ਰਕ੍ਰਿਤੀ ਵਿਚ ; **ਸ੍ਵਾਮ੍**-ਮੇਰੀ ਆਪਣੀ ; **ਅਵਸ਼ਟਭ੍ਯ**-ਪ੍ਰਵੇਸ਼ ਕਰਕੇ; **ਵਿਸ੍ਰਿਜਾਮਿ**-ਪੈਦਾ ਕਰਦਾ ਹਾਂ ; **ਪੁਨਹ੍-ਪੁਨਹ੍**-ਵਾਰ ਵਾਰ ; **ਭੂਤ-ਗ੍ਰਾਮਮ**-ਸਾਰੇ ਵਿਰਾਟ ਪ੍ਰਗਟਾਵੇ ਨੂੰ ; **ਇਮਮ੍**-ਇਸ ; **ਕ੍ਰਿਤ੍ਸ੍ਨਮ**-ਪੂਰੀ ਤਰ੍ਹਾਂ ; **ਅਵਸ਼ਮ੍**-ਆਪਣੇ ਆਪ ; **ਪ੍ਰਕ੍ਰਿਤੇਹ੍**-ਪ੍ਰਕ੍ਰਿਤੀ ਦੀ ਤਾਕਤ ਦੇ ; **ਵਸ਼ਾਤ੍**-ਕਾਬੂ ਵਿਚ।

ਅਨੁਵਾਦ

ਸਮੁੱਚਾ ਵਿਰਾਟ ਸੰਸਾਰ ਮੇਰੇ ਅਧੀਨ ਹੈ। ਇਹ ਮੇਰੀ ਮਰਜ਼ੀ ਨਾਲ ਵਾਰ-ਵਾਰ ਆਪਣੇ ਆਪ ਪ੍ਰਗਟ ਹੁੰਦਾ ਰਹਿੰਦਾ ਹੈ ਅਤੇ ਮੇਰੀ ਹੀ ਮਰਜ਼ੀ ਨਾਲ ਆਖ਼ਿਰ ਵਿਚ ਨਸ਼ਟ ਹੁੰਦਾ ਹੈ।

ਭਾਵ

ਇਹ ਭੌਤਿਕ ਸੰਸਾਰ ਭਗਵਾਨ ਦੀ ਅਪਰਾ (ਗੌਣ) ਸ਼ਕਤੀ ਦਾ ਪ੍ਰਗਟਾਵਾ ਹੈ। ਇਸ ਦੀ ਵਿਆਖਿਆ ਕਈ ਵਾਰ ਕੀਤੀ ਜਾ ਚੁੱਕੀ ਹੈ। ਸ੍ਰਿਸ਼ਟੀ ਵੇਲੇ ਇਹ ਸ਼ਕਤੀ ਮਹਾ-ਤੱਤ ਦੇ ਰੂਪ ਵਿਚ ਪ੍ਰਗਟ ਹੁੰਦੀ ਹੈ, ਜਿਸ ਵਿਚ ਭਗਵਾਨ ਆਪਣੇ ਪਹਿਲੇ ਪੁਰਸ਼ ਅਵਤਾਰ ਮਹਾਂ-ਵਿਸ਼ਨੂੰ ਦੇ ਰੂਪ ਵਿਚ ਪ੍ਰਵੇਸ਼ ਕਰ ਜਾਂਦੇ ਹਨ। ਉਹ ਕਾਰਨ ਰੂਪੀ ਸਮੁੰਦਰ ਵਿਚ ਸੌਂਦੇ ਰਹਿੰਦੇ ਹਨ। ਆਪਣੇ ਸਾਹਾਂ ਵਿਚੋਂ ਅਣਗਿਣਤ ਬ੍ਰਹਿਮੰਡ ਕੱਢਦੇ ਰਹਿੰਦੇ ਹਨ ਅਤੇ ਇਨ੍ਹਾਂ ਬ੍ਰਹਿਮੰਡਾਂ ਵਿੱਚੋਂ ਹਰ ਇਕ ਵਿਚ ਗਰਭੋਦਕਸ਼ਾਈ ਵਿਸ਼ਨੂੰ ਰੂਪ ਵਿਚ ਪ੍ਰਵੇਸ਼ ਕਰਦੇ ਹਨ। ਇੰਝ ਹਰ ਬ੍ਰਹਿਮੰਡ ਦੀ ਸ੍ਰਿਸ਼ਟੀ ਹੁੰਦੀ ਹੈ। ਉਹ ਇਸ ਤੋਂ ਅੱਗੇ ਆਪਣੇ ਆਪ ਨੂੰ ਕਸ਼ੀਰੋਦਕਸ਼ਾਈ ਵਿਸ਼ਨੂੰ ਦੇ ਰੂਪ ਵਿਚ ਪ੍ਰਗਟ ਕਰਦੇ ਹਨ ਅਤੇ ਇਹ ਵਿਸ਼ਨੂੰ ਹਰ ਚੀਜ਼ ਵਿਚ, ਇੱਥੋਂ ਤਕ ਕਿ ਹਰ ਅਣੂ ਵਿਚ ਪ੍ਰਵੇਸ਼ ਕਰ ਜਾਂਦੇ ਹਨ। ਇਸੇ ਤਰ੍ਹਾਂ ਦੀ ਵਿਆਖਿਆ ਇੱਥੇ ਹੋਈ ਹੈ। ਭਗਵਾਨ ਹਰ ਚੀਜ਼ ਵਿਚ ਪ੍ਰਵੇਸ਼ ਕਰਦੇ ਹਨ।

ਹੁਣ, ਜਿੱਥੋਂ ਤਕ ਜੀਵ ਆਤਮਾਵਾਂ ਦਾ ਸੰਬੰਧ ਹੈ, ਉਹ ਇਸ ਭੌਤਿਕ ਪ੍ਰਕ੍ਰਿਤੀ ਵਿਚ ਗਰਭ ਵਿਚ ਭੇਜੇ ਜਾਂਦੇ ਹਨ ਅਤੇ ਉਹ ਆਪੋ ਆਪਣੇ ਪੂਰਵ ਕਰਮਾਂ ਮੁਤਾਬਿਕ ਵੱਖੋ-ਵੱਖਰੀਆਂ ਜੂਨੀਆਂ ਗ੍ਰਹਿਣ ਕਰਦੇ ਹਨ। ਇੰਝ ਇਸ ਭੌਤਿਕ ਸੰਸਾਰ ਦੇ ਕੰਮ ਕਾਰਜ ਸ਼ੁਰੂ ਹੋ ਜਾਂਦੇ ਹਨ। ਅਜਿਹਾ ਨਹੀਂ ਕਿ ਇਹ ਜੂਨੀਆਂ ਹੌਲੀ-ਹੌਲੀ ਵਿਕਸਿਤ ਹੁੰਦੀਆਂ ਹਨ। ਸਾਰੀਆਂ ਦੀਆਂ ਸਾਰੀਆਂ ਜੂਨੀਆਂ ਬ੍ਰਹਿਮੰਡ ਦੀ ਸ੍ਰਿਸ਼ਟੀ ਦੇ ਨਾਲ ਹੀ ਪੈਦਾ ਹੁੰਦੀਆਂ ਹਨ। ਮਾਨਵ, ਪਸ਼ੂ, ਪੰਛੀ- ਇਹ ਸਾਰੇ ਇੱਕੋ ਸਮੇਂ ਪੈਦਾ ਹੁੰਦੇ ਹਨ, ਕਿਉਂਕਿ ਪਹਿਲੋਂ ਪਰਲੋਂ ਵੇਲੇ ਜੀਵਾਂ ਦੀਆਂ ਜੋ ਜੋ ਇੱਛਾਵਾਂ ਸਨ, ਉਹ ਫੇਰ ਪ੍ਰਗਟ ਹੁੰਦੀਆਂ ਹਨ। ਇਸਦਾ ਸਪਸ਼ਟ ਸੰਕੇਤ ***ਅਵਸ਼ਮ੍*** ਸ਼ਬਦ ਤੋਂ ਮਿਲਦਾ ਹੈ ਕਿ ਜੀਵਾਂ ਨੂੰ ਇਸ ਪ੍ਰਕ੍ਰਿਆ ਨਾਲ ਕੋਈ ਲੈਣ ਦੇਣ ਨਹੀਂ ਰਹਿੰਦਾ। ਪਹਿਲੀ ਸ੍ਰਿਸ਼ਟੀ ਵਿਚ ਉਹ ਜਿਸ-ਜਿਸ ਹਾਲਤ ਵਿਚ ਸਨ, ਉਹ ਉਸੇ ਉਸੇ ਹਾਲਤ ਵਿਚ ਫਿਰ ਪ੍ਰਗਟ ਹੋ ਜਾਂਦੇ ਹਨ ਅਤੇ ਇਹ ਸਭ ਭਗਵਾਨ ਦੀ ਮਰਜ਼ੀ ਨਾਲ ਹੀ ਹੁੰਦਾ ਹੈ। ਇਹ ਪੂਰਨ ਪੁਰਖ ਭਗਵਾਨ ਦੀ ਅਚਿੰਤਨੀ ਸ਼ਕਤੀ ਹੈ ਅਤੇ ਵੱਖੋ-ਵੱਖਰੀਆਂ ਜੂਨੀਆਂ ਨੂੰ ਪੈਦਾ ਕਰਨ ਮਗਰੋਂ ਭਗਵਾਨ ਦਾ ਉਨ੍ਹਾਂ ਨਾਲ ਕੋਈ ਸੰਬੰਧ ਨਹੀਂ ਰਹਿੰਦਾ। ਇਹ ਸ੍ਰਿਸ਼ਟੀ ਵੱਖੋ-ਵੱਖਰੇ ਜੀਵਾਂ ਦੀਆਂ ਰੁਚੀਆਂ ਨੂੰ ਪੂਰਾ ਕਰਨ ਦੇ ਮੰਤਵ ਨਾਲ ਕੀਤੀ ਜਾਂਦੀ ਹੈ। ਇਸ ਲਈ ਭਗਵਾਨ ਇਸ ਵਿਚ ਕਿਸੇ ਤਰ੍ਹਾਂ ਨਾਲ ਬੰਨੇ ਨਹੀਂ ਹੁੰਦੇ।

न च मां तानि कर्माणि निबध्नन्ति धनञ्जय ।
उदासीनवदासीनमसक्तं तेषु कर्मसु ॥ ९ ॥

ਨ ਚ ਮਾਮ੍ ਤਾਨਿ ਕਰ੍ਮਾਣਿ ਨਿਬਧ੍ਨੰਤਿ ਧਨੰਜਯ ।
ਓਦਾਸੀਨ ਵਦ੍ ਆਸੀਨਮ੍ ਅਸਕ੍ਤਮ੍ ਤੇਸ਼ੁ ਕਰ੍ਮਸੁ ॥ 9 ॥

ਨ-ਕਦੀ ਨਹੀਂ ; ਚ-ਵੀ ; **ਮਾਮ**-ਮੈਨੂੰ ; **ਤਾਨਿ**-ਉਹ ; **ਕਰ੍ਮਾਣਿ**-ਕਰਮ ; **ਨਿਬਧ੍ਨੰਤਿ**-ਬੰਨ੍ਹਦੇ ਹਨ ; **ਧਨੰਜਯ**-ਹੇ ਧਨ ਦੇ ਵਿਜੇਤਾ ; **ਉਦਾਸੀਨ-ਵਤ**-ਨਿਰਪੱਖ ਵਾਂਗ ; **ਆਸੀਨਮ**-ਸਥਿਤ ਹੋਇਆ ; **ਅਸਕ੍ਤਮ੍**-ਆਸਕਤੀ (ਮੋਹ) ਰਹਿਤ ; **ਤੇਸ਼ੁ**-ਉਨ੍ਹਾਂ ; **ਕਰ੍ਮਸੁ**-ਕੰਮਾਂ ਵਿਚ ।

ਅਨੁਵਾਦ

ਹੇ ਧਨੰਜੇ ! ਇਹ ਸਾਰੇ ਕਰਮ ਮੈਨੂੰ ਨਹੀਂ ਬੰਨ ਸਕਦੇ । ਮੈਂ ਉਦਾਸੀਨ ਵਾਂਗ ਇਨ੍ਹਾਂ ਸਾਰੇ ਭੌਤਿਕ ਕਰਮਾਂ ਤੋਂ ਹਮੇਸ਼ਾਂ ਨਿਰਲੇਪ ਰਹਿੰਦਾ ਹਾਂ ।

ਭਾਵ

ਇਸ ਪ੍ਰਸੰਗ ਵਿਚ ਇਹ ਨਹੀਂ ਸੋਚ ਲੈਣਾ ਚਾਹੀਦਾ ਕਿ ਭਗਵਾਨ ਕੋਲ ਕੋਈ ਕੰਮ ਨਹੀਂ ਹੈ। ਉਹ ਆਪਣੇ ਬੈਕੁੰਠ ਵਿਚ ਹਮੇਸ਼ਾਂ ਰੁੱਝੇ ਰਹਿੰਦੇ ਹਨ । ਬ੍ਰਹਮ ਸੰਹਿਤਾ (5-6) ਵਿਚ ਕਿਹਾ ਗਿਆ ਹੈ - ***ਆਤ੍ਮਾਰਾਮਸ੍ਯ ਤਸ੍ਯਾਸ੍ਤਿ ਪ੍ਰਕ੍ਰਿਤ੍ਯਾ ਨ ਸਮਾਗਮਹ੍*** - ਉਹ ਲਗਾਤਾਰ ਅਲੌਕਿਕ ਆਨੰਦਮਈ ਆਧਿਆਤਮਿਕ ਕੰਮ ਵਿਚ ਲਗੇ ਰਹਿੰਦੇ ਹਨ । ਪਰ ਭੌਤਿਕ ਕੰਮਾਂ ਨਾਲ ਉਨ੍ਹਾਂ ਦਾ ਕੋਈ ਲੈਣ ਦੇਣ ਨਹੀਂ ਰਹਿੰਦਾ । ਸਾਰੇ ਭੌਤਿਕ ਕਾਰਜ਼ ਉਨ੍ਹਾਂ ਦੀਆਂ ਵੱਖੋ-ਵੱਖਰੀਆਂ ਸ਼ਕਤੀਆਂ ਰਾਹੀਂ ਸੰਪੰਨ ਹੁੰਦੇ ਰਹਿੰਦੇ ਹਨ । ਉਹ ਹਮੇਸ਼ਾਂ ਹੀ ਇਸ ਸ੍ਰਿਸ਼ਟੀ ਦੇ ਭੌਤਿਕ ਕਾਰਜਾਂ ਪ੍ਰਤੀ ਉਦਾਸੀਨ ਰਹਿੰਦੇ ਹਨ । ਇਸ ਉਦਾਸੀਨ ਨੂੰ ਹੀ ਇੱਥੇ '***ਉਦਾਸੀਨਵਤ੍***' ਕਿਹਾ ਗਿਆ ਹੈ । ਹਾਲਾਂਕਿ ਛੋਟੇ ਤੋਂ ਛੋਟੇ ਭੌਤਿਕ ਕਾਰਜਾਂ ਤੇ ਉਨ੍ਹਾਂ ਦਾ ਨਿਯੰਤਰਨ ਰਹਿੰਦਾ ਹੈ, ਪਰ ਉਹ ***ਉਦਾਸੀਨਵਤ੍*** ਸਥਿਤ ਰਹਿੰਦੇ ਹਨ । ਇੱਥੇ ਉੱਚ ਅਦਾਲਤ ਦੇ ਨਿਆਂ-ਅਧਿਕਾਰੀ ਦਾ ਉਦਾਹਰਣ ਦਿੱਤਾ ਜਾ ਸਕਦਾ ਹੈ, ਜਿਹੜਾ ਆਪਣੇ ਆਸਨ ਤੇ ਬੈਠਾ ਰਹਿੰਦਾ ਹੈ। ਉਸਦੇ ਹੁਕਮਾਂ ਨਾਲ ਅਨੇਕਾਂ ਤਰ੍ਹਾਂ ਦੀਆਂ ਗੱਲਾਂ ਵਾਪਰਦੀਆਂ ਰਹਿੰਦੀਆਂ ਹਨ:- ਕਿਸੇ ਨੂੰ ਫਾਂਸੀ ਦਿੱਤੀ ਜਾਂਦੀ ਹੈ, ਕਿਸੇ ਨੂੰ ਜੇਲ ਦੀ ਸਜ਼ਾ ਮਿਲਦੀ ਹੈ ਤਾਂ ਕਿਸੇ ਨੂੰ ਕਾਫੀ ਧੰਨ ਮਿਲਦਾ ਹੈ, ਤਾਂ ਵੀ ਉਹ ਉਦਾਸੀਨ ਰਹਿੰਦਾ ਹੈ । ਉਸਨੂੰ ਇਸ ਹਾਨੀ ਲਾਭ ਨਾਲ ਕੋਈ ਲੈਣਾ ਦੇਣਾ ਨਹੀਂ ਰਹਿੰਦਾ । ਇੰਝ ਹੀ ਭਗਵਾਨ ਵੀ ਹਮੇਸ਼ਾਂ ਉਦਾਸੀਨ ਰਹਿੰਦੇ ਹਨ ਹਾਲਾਂਕਿ ਹਰ ਕੰਮ ਵਿਚ ਉਨ੍ਹਾਂ ਦਾ ਹੱਥ ਰਹਿੰਦਾ ਹੈ । ਵੇਦਾਂਤ ਸੂਤਰ (2-1-34) ਵਿਚ ਇਹ ਕਿਹਾ ਗਿਆ - ***ਵੈਸ਼ਮ੍ਯ ਨੈਰਘ੍ਰਿਣ੍ਯ*** ਨ- ਉਹ ਇਸ ਸੰਸਾਰ ਦੇ ਦਵੰਦਾਂ ਵਿਚ ਸਥਿਤ ਨਹੀਂ ਹਨ । ਉਹ ਇਨ੍ਹਾਂ ਦਵੰਦਾਂ ਤੋਂ ਪਰੇ ਹਨ । ਨਾ ਹੀ ਇਸ ਸੰਸਾਰ ਦੀ ਸ੍ਰਿਸ਼ਟੀ ਅਤੇ ਪਰਲੋਂ ਵਿਚ ਉਨ੍ਹਾਂ ਦੀ ਆਸਕਤੀ ਰਹਿੰਦੀ ਹੈ । ਸਾਰੇ ਜੀਵ ਆਪਣੇ ਪੂਰਵ ਕਰਮਾਂ ਮੁਤਾਬਿਕ ਵੱਖੋ-ਵੱਖਰੀਆਂ ਜੂਨੀਆਂ ਗ੍ਰਹਿਣ ਕਰਦੇ ਰਹਿੰਦੇ ਹਨ ਅਤੇ ਭਗਵਾਨ ਇਸ ਵਿਚ ਕੋਈ ਦਖ਼ਲ ਨਹੀਂ ਦਿੰਦੇ ।

मयाध्यक्षेण प्रकृतिः सूयते सचराचरम् ।
हेतुनानेन कौन्तेय जगद्विपरिवर्तते ॥ १० ॥

ਮਯਾਧ੍ਯਕ੍ਸ਼ੇਣ ਪ੍ਰਕ੍ਰਿਤਿਹ੍ ਸੂਯਤੇ ਸ-ਚਰਾਚਰਮ੍ ।
ਹੇਤੁਨਾਨੇਨ ਕੌਂਤੇਯ ਜਗਦ੍ ਵਿਪਰਿਵਰ੍ਤਤੇ ॥ 10 ॥

ਮਯਾ-ਮੇਰੇ ਰਾਹੀਂ ; **ਅਧ੍ਯਕ੍ਸ਼ੇਣ**-ਪ੍ਰਬੰਧ ਰਾਹੀਂ ; **ਪ੍ਰਕ੍ਰਿਤਿਹ੍**-ਪ੍ਰਕ੍ਰਿਤੀ ; **ਸੂਯਤੇ**-ਪ੍ਰਗਟ ਹੁੰਦੀ ਹੈ ; **ਸ**-ਦੋਵੇਂ ; **ਚਰ ਅਚਰਮ੍**-ਜੜ੍ਹ ਅਤੇ ਚੇਤਨ ; **ਹੇਤੁਨਾ**-ਕਾਰਨ ਨਾਲ ; **ਅਨੇਨ**-ਇਸ ; **ਕੌਂਤੇਯ**-ਹੇ ਕੁੰਤੀ ਪੁੱਤਰ ; **ਜਗਤ੍**-ਵਿਖਾਈ ਦੇਣ ਵਾਲਾ ਸੰਸਾਰ ; **ਵਿਪਰਿਵਰ੍ਤਤੇ**- ਕਿਰਿਆਸ਼ੀਲ ਹੈ ।

ਅਨੁਵਾਦ

ਹੇ ਕੁੰਤੀ ਪੁੱਤਰ ! ਇਹ ਭੌਤਿਕ ਪ੍ਰਕ੍ਰਿਤੀ ਮੇਰੀਆਂ ਸ਼ਕਤੀਆਂ ਵਿਚੋਂ ਇੱਕ ਹੈ ਅਤੇ ਮੇਰੀ ਅਧੀਨਗੀ ਹੇਠ ਕਾਰਜ਼ ਕਰਦੀ ਹੈ, ਜਿਸ ਨਾਲ ਚਰ ਅਤੇ ਅਚਰ ਪ੍ਰਾਣੀ ਪੈਦਾ ਹੁੰਦੇ ਹਨ । ਇਸ ਦੇ ਸ਼ਾਸ਼ਨ ਵਿਚ ਇਹ ਜਗਤ ਬਾਰ ਬਾਰ ਸਿਰਜਿਆ ਜਾਂਦਾ ਹੈ ਅਤੇ ਨਸ਼ਟ ਹੁੰਦਾ ਰਹਿੰਦਾ ਹੈ ।

ਭਾਵ

ਇੱਥੇ ਇਹ ਸਪਸ਼ਟ ਕਿਹਾ ਗਿਆ ਕਿ ਭਾਵੇਂ ਪਰਮੇਸ਼ਵਰ ਇਸ ਸੰਸਾਰ ਦੇ ਸਾਰੇ ਕਾਰਜਾਂ ਤੋਂ ਵੱਖਰੇ ਰਹਿੰਦੇ ਹਨ, ਪਰ ਇਸ ਦੇ ਉੱਚ ਨਿਰਦੇਸ਼ਕ ਉਹੀ ਬਣੇ ਰਹਿੰਦੇ ਹਨ । ਪਰਮੇਸ਼ਵਰ ਪਰਮ ਇੱਛਾ ਸ਼ਕਤੀ ਹਨ ਅਤੇ ਇਸ ਭੌਤਿਕ ਸੰਸਾਰ ਦੇ ਆਧਾਰ ਸਰੂਪ ਹਨ, ਪਰ ਇਸਦੀ ਸਾਰੀ ਵਿਵਸਥਾ ਪ੍ਰਕ੍ਰਿਤੀ ਰਾਹੀਂ ਕੀਤੀ ਜਾਂਦੀ ਹੈ । ਭਗਵਤ ਗੀਤਾ ਵਿਚ ਕ੍ਰਿਸ਼ਨ ਇਹ ਕਹਿੰਦੇ ਹਨ - "ਮੈ ਵੱਖੋ-ਵੱਖਰੀਆਂ ਜੂਨੀਆਂ ਅਤੇ ਰੂਪਾਂ ਵਾਲੇ ਜੀਵਾਂ ਦਾ ਪਿਤਾ ਹਾਂ ਜਿਵੇਂ ਪਿਤਾ ਬੱਚਾ ਪੈਦਾ ਕਰਨ ਲਈ ਮਾਂ ਦੇ ਗਰਭ ਵਿਚ ਵੀਰਜ ਸਥਾਪਿਤ ਕਰਦਾ ਹੈ, ਉਸੇ ਤਰ੍ਹਾਂ ਪਰਮੇਸ਼ਵਰ ਆਪਣੀ ਸਿਰਫ ਦ੍ਰਿਸ਼ਟੀ ਪਾ ਕੇ ਪ੍ਰਕ੍ਰਿਤੀ ਦੇ ਗਰਭ ਵਿਚ ਜੀਵਾਂ ਨੂੰ ਪ੍ਰਵੇਸ਼ ਕਰਵਾਉਂਦੇ ਹਨ ਅਤੇ ਉਹ ਆਪਣੀ ਅੰਤਿਮ ਇੱਛਾਵਾਂ ਅਤੇ ਕਰਮਾਂ ਮੁਤਾਬਿਕ ਵੱਖੋ-ਵੱਖਰੇ ਰੂਪਾਂ ਅਤੇ ਜੂਨੀਆਂ ਵਿਚ ਪ੍ਰਗਟ ਹੁੰਦੇ ਹਨ । ਇਸ ਲਈ ਭਗਵਾਨ ਇਸ ਸੰਸਾਰ ਨਾਲ ਪ੍ਰਤੱਖ ਰੂਪ ਵਿਚ ਆਸਕਤ ਨਹੀਂ ਹੁੰਦੇ । ਉਹ ਪ੍ਰਕ੍ਰਿਤੀ ਉਪਰ ਦ੍ਰਿਸ਼ਟੀ ਪਾਉਂਦੇ ਹਨ । ਇਸ ਤਰ੍ਹਾਂ ਪ੍ਰਕ੍ਰਿਤੀ ਕਿਰਿਆਸ਼ੀਲ ਹੋ ਉਠਦੀ ਹੈ ਅਤੇ ਤੁਰੰਤ ਹੀ ਸਾਰੀਆਂ ਚੀਜ਼ਾਂ ਪੈਦਾ ਹੋ ਜਾਂਦੀਆਂ ਹਨ । ਕਿਉਂਕਿ ਉਹ ਪ੍ਰਕ੍ਰਿਤੀ ਉਪਰ ਦ੍ਰਿਸ਼ਟੀ ਪਾਉਂਦੇ ਹਨ, ਇਸ ਲਈ ਪਰਮੇਸ਼ਵਰ ਕਿਰਿਆਸ਼ੀਲ ਰਹਿੰਦੇ ਹਨ । ਪਰ ਭੌਤਿਕ ਸੰਸਾਰ ਦੇ ਪ੍ਰਗਟਾਵੇ ਨਾਲ ਉਨ੍ਹਾਂ ਨੂੰ ਕੋਈ ਲੈਣ ਦੇਣ ਨਹੀਂ ਰਹਿੰਦਾ । ਸਿਮਰਤੀ ਵਿਚ ਇੱਕ ਉਦਾਹਰਣ ਮਿਲਦਾ ਹੈ, ਜਿਹੜਾ ਇੰਝ ਹੈ- ਜਦੋਂ ਕਿਸੇ ਮਨੁੱਖ ਦੇ ਸਾਹਮਣੇ ਫੁੱਲ ਹੁੰਦਾ ਹੈ ਤਾਂ ਖੁਸ਼ਬੂ ਵਿਅਕਤੀ ਦੀ ਸੁੰਘਣ ਸ਼ਕਤੀ ਤਕ ਜਾਂਦੀ ਹੈ ਤਾਂ ਵੀ ਸੁਗੰਧ ਅਤੇ ਫੁੱਲ ਇਕ ਦੂਜੇ ਤੋਂ ਵੱਖ ਹਨ । ਅਜਿਹਾ ਹੀ ਸੰਬੰਧ ਭੌਤਿਕ ਸੰਸਾਰ ਅਤੇ ਭਗਵਾਨ ਦੇ ਦਰਮਿਆਨ ਵੀ ਹੈ । ਅਸਲ ਵਿਚ ਭਗਵਾਨ ਨੂੰ ਇਸ ਸੰਸਾਰ ਨਾਲ ਕੋਈ ਪ੍ਰਯੋਜਨ ਨਹੀਂ ਰਹਿੰਦਾ ਪਰ ਉਹ ਇਸਨੂੰ ਆਪਣੀ ਦ੍ਰਿਸ਼ਟੀ

ਨਾਲ ਪੈਦਾ ਕਰਦੇ ਅਤੇ ਹੁਕਮ ਕਰਦੇ ਹਨ। ਸਾਰ ਰੂਪ ਵਿਚ ਅਸੀਂ ਕਹਿ ਸਕਦੇ ਹਾਂ ਕਿ ਪਰਮੇਸ਼ਵਰ ਦੀ ਪ੍ਰਧਾਨਗੀ ਤੋਂ ਬਗੈਰ ਪ੍ਰਕ੍ਰਿਤੀ ਕੁਝ ਵੀ ਨਹੀਂ ਕਰ ਸਕਦੀ। ਤਾਂ ਵੀ ਪਰਮੇਸ਼ਵਰ ਸਾਰੇ ਕਾਰਜਾਂ ਤੋਂ ਵੱਖਰੇ ਰਹਿੰਦੇ ਹਨ।

अवजानन्ति मां मूढा मानुषीं तनुमाश्रितम् ।
परं भावमजानन्तो मम भूतमहेश्वरम् ॥११॥

ਅਵਜਾਨੰਤਿ ਮਾਮ੍ ਮੂਢਾ ਮਾਨੁਸ਼ੀਮ੍ ਤਨੁਮਾਸ਼੍ਰਿਤਮ੍ ।
ਪਰਮ੍ ਭਾਵਮ੍ ਅਜਾਨੰਤੋ ਮਮ ਭੂਤ ਮਹੇਸ਼੍ਵਰਮ੍ ॥ 11 ॥

ਅਵਜਾਨੰਤਿ-ਮਜ਼ਾਕ ਕਰਦੇ ਹਨ ; **ਮਾਮ੍**-ਮੈਨੂੰ, ਮੇਰਾ ; **ਮੂਢਾਹ੍**-ਮੂਰਖ ਲੋਕ ; **ਮਾਨੁਸ਼ੀਮ੍** -ਮਨੁੱਖ ਰੂਪ ਵਿਚ ; **ਤਨੁਮ੍**-ਸ਼ਰੀਰ,ਦੇਹ ; **ਆਸ਼ਰਿਤਮ੍**-ਮੰਨਦੇ ਹੋਏ ; **ਪਰਮ੍** -ਅਲੌਕਿਕ ; **ਭਾਵਮ੍**-ਸੁਭਾਅ ਨੂੰ ; **ਅਜਾਨੰਤਹ੍**-ਨਾ ਜਾਣਦੇ ਹੋਏ ; **ਮਮ**-ਮੇਰਾ,ਮੈਨੂੰ ; **ਭੂਤ**-ਹਰ ਚੀਜ਼ ਦਾ ; **ਮਹਾ ਈਸ਼੍ਵਰਮ੍**-ਪਰਮ-ਸਵਾਮੀ।

ਅਨੁਵਾਦ

ਜਦੋਂ ਮੈਂ ਮਨੁੱਖ ਰੂਪ ਵਿਚ ਅਵਤਾਰ ਲੈਂਦਾ ਹਾਂ ਤਾਂ ਮੂਰਖ ਮੇਰਾ ਮਜ਼ਾਕ ਉਡਾਉਂਦੇ ਹਨ। ਉਹ ਮੇਰੇ ਪਰਮੇਸ਼ਵਰ ਦੇ ਅਲੌਕਿਕ ਸੁਭਾਅ ਨੂੰ ਨਹੀਂ ਜਾਣਦੇ।

ਭਾਵ

ਇਸ ਅਧਿਆਇ ਦੇ ਪਹਿਲੇ ਸ਼ਲੋਕਾਂ ਤੋਂ ਇਹ ਸਪਸ਼ਟ ਹੈ ਕਿ ਭਾਵੇਂ ਭਗਵਾਨ ਮਨੁੱਖ ਰੂਪ ਵਿਚ ਪ੍ਰਗਟ ਹੁੰਦੇ ਹਨ, ਪਰ ਉਹ ਆਮ ਮਨੁੱਖ ਨਹੀਂ ਹੁੰਦੇ। ਜਿਹੜਾ ਭਗਵਾਨ ਸਾਰੇ ਵਿਰਾਟ ਸੰਸਾਰ ਦੀ ਸਿਰਜਣਾ ਪਾਲਣ ਅਤੇ ਸੰਘਾਰ (ਨਾਸ਼) ਕਰਦਾ ਹੋਵੇ, ਉਹ ਮਨੁੱਖ ਨਹੀਂ ਹੋ ਸਕਦਾ। ਤਾਂ ਵੀ ਅਜਿਹੇ ਅਨੇਕਾਂ ਮੂਰਖ ਹਨ, ਜਿਹੜੇ ਕ੍ਰਿਸ਼ਨ ਨੂੰ ਇਕ ਸ਼ਕਤੀਸ਼ਾਲੀ ਪੁਰਖ ਤੋਂ ਇਲਾਵਾ ਹੋਰ ਕੁਝ ਨਹੀਂ ਮੰਨਦੇ। ਅਸਲ ਵਿਚ ਉਹ ਆਦਿ ਪੁਰਖ ਹਨ, ਜਿਵੇਂ ਕਿ ਬ੍ਰਹਮ-ਸੰਹਿਤਾ ਵਿਚ ਸਬੂਤ ਵਜੋਂ ਕਿਹਾ ਗਿਆ ਹੈ- ***ਈਸ਼ਵਰ ਪਰਮਹ੍ ਕ੍ਰਿਸ਼ਨਹ੍***- ਉਹ ਪਰਮ ਈਸ਼ਵਰ ਹਨ।

ਈਸ਼ਵਰ ਜਾਂ ਨਿਯੰਤਰਕ ਅਨੇਕਾਂ ਹਨ ਅਤੇ ਉਹ ਇਕ ਦੂਜੇ ਤੋਂ ਵੱਧਕੇ ਲਗਦੇ ਹਨ। ਭੌਤਿਕ ਸੰਸਾਰ ਵਿਚ ਆਮ ਪ੍ਰਬੰਧ ਕਾਰਜਾਂ ਦਾ ਕੋਈ ਨਾ ਕੋਈ ਅਧਿਕਾਰੀ ਜਾਂ ਨਿਰਦੇਸ਼ਕ ਹੁੰਦਾ ਹੈ, ਜਿਸ ਤੋਂ ਉਤੇ ਇੱਕ ਸਕੱਤਰ ਹੁੰਦਾ ਹੈ, ਫਿਰ ਉਸ ਤੋਂ ਉਤੇ ਮੰਤਰੀ ਅਤੇ ਉਸ ਤੋਂ ਵੀ ਉਤੇ ਰਾਸ਼ਟਰਪਤੀ ਹੁੰਦਾ ਹੈ। ਇਨ੍ਹਾਂ ਵਿਚੋਂ ਹਰ ਇੱਕ ਨਿਯੰਤਰਕ ਹੁੰਦਾ ਹੈ, ਪਰ ਇੱਕ ਦੂਜੇ ਰਾਹੀਂ ਨਿਯੰਤਰਿਤ ਹੁੰਦਾ ਹੈ। ਬ੍ਰਹਮਸੰਹਿਤਾ ਵਿਚ ਕਿਹਾ ਗਿਆ ਹੈ ਕਿ ਕ੍ਰਿਸ਼ਨ ਪਰਮ੍ ਨਿਯੰਤਰਕ ਹਨ। ਇਸ ਵਿਚ ਕੋਈ ਸ਼ੱਕ ਨਹੀਂ ਕਿ ਭੌਤਿਕ ਸੰਸਾਰ ਅਤੇ ਬੈਕੁੰਠ ਲੋਕ ਦੋਵਾਂ ਵਿਚੋਂ ਹੀ ਕਈ-ਕਈ ਨਿਯੰਤਰਕ ਹੁੰਦੇ ਹਨ, ਪਰ ਕ੍ਰਿਸ਼ਨ ਪਰਮ ਨਿਯੰਤਰਕ ਹਨ (***ਈਸ਼ਵਰਹ੍ ਪਰਮਹ੍ ਕ੍ਰਿਸ਼ਨਹ੍***) ਅਤੇ ਉਨ੍ਹਾਂ ਦਾ ਸ਼ਰੀਰ ਸਚਿਦਾਨੰਦ ਰੂਪ ਭਾਵ ਭੌਤਿਕ ਨਹੀਂ ਹੁੰਦਾ ਹੈ।

ਪਿਛਲੇ ਸ਼ਲੋਕ ਵਿਚ ਜਿੰਨਾਂ ਵਿਲੱਖਣ ਕੰਮ ਕਾਰਜਾਂ ਦਾ ਵਰਣਨ ਹੋਇਆ ਹੈ, ਉਹ ਭੌਤਿਕ ਸ਼ਰੀਰ ਰਾਹੀ ਸੰਪੰਨ ਨਹੀਂ ਹੋ ਸਕਦੇ। ਕ੍ਰਿਸ਼ਨ ਦਾ ਸ਼ਰੀਰ ਸਚਿਦਾਨੰਦ ਰੂਪ ਹੈ, ਹਾਲਾਂਕਿ ਉਹ ਆਮ ਮਨੁੱਖ ਨਹੀਂ ਹਨ, ਪਰ ਮੂਰਖ ਲੋਕ ਉਨ੍ਹਾਂ ਦਾ ਮਜ਼ਾਕ ਉਡਾਉਂਦੇ ਹਨ ਅਤੇ ਉਨ੍ਹਾਂ ਨੂੰ ਮਨੁੱਖ ਮੰਨਦੇ ਹਨ। ਉਨ੍ਹਾਂ ਦਾ ਸ਼ਰੀਰ ਇੱਥੇ *ਮਨੁਸ਼ੀਮ੍* ਕਿਹਾ ਗਿਆ ਹੈ, ਕਿਉਂਕਿ ਉਹ ਕੁਰਕਸ਼ੇਤਰ ਜੰਗ ਵਿਚ ਇੱਕ ਰਾਜਨੀਤਿਕ ਦੇ ਗਿਆਤਾ ਅਤੇ ਅਰਜੁਨ ਦੇ ਦੋਸਤ ਵਾਂਗ ਆਮ ਮਨੁੱਖ ਬਣਕੇ ਕੰਮ ਕਰਦੇ ਹਨ। ਉਹ ਅਨੇਕਾਂ ਤਰੀਕਿਆਂ ਨਾਲ ਆਮ ਮਨੁੱਖਾਂ ਵਾਂਗ ਕੰਮ ਕਰਦੇ ਹਨ, ਪਰ ਉਨ੍ਹਾਂ ਦਾ ਸ਼ਰੀਰ ਸਚਿਦਾਨੰਦ ਰੂਪ ਹੈ। ਇਸਦੀ ਪੁਸ਼ਟੀ ਵੈਦਿਕ ਸਾਹਿਤ ਵਿਚ ਵੀ ਹੋਈ ਹੈ- ***ਸਚ੍-ਚਿਦ੍-ਆਨੰਦ ਰੂਪਾਯ ਕ੍ਰਿਸ਼ਣਾਯ*** - ਮੈਂ ਭਗਵਾਨ ਕ੍ਰਿਸ਼ਨ ਨੂੰ ਨਮਸਕਾਰ ਕਰਦਾ ਹਾਂ, ਜਿਹੜੇ ਸਚਿਦਾਨੰਦ ਰੂਪ ਹਨ (ਗੋਪਾਲ ਤਾਪਨੀ ਉਪਨਿਸ਼ਦ 1-1)। ਵੇਦਾਂ ਵਿਚ ਅਜਿਹੇ ਵਰਣਨ ਵੀ ਹਨ ***ਤਮ੍ ਏਕਮ੍ ਗੋਵਿੰਦਮ੍*** ਤੁਸੀਂ ਇੰਦਰੀਆਂ ਅਤੇ ਗਊਆਂ ਦੇ ਆਨੰਦ ਸਰੂਪ ਗੋਵਿੰਦ ਹੋ। **ਸਚ੍ਚਿਦਾਨੰਦ ਵਿਗ੍ਰਹਮ੍**-ਅਤੇ ਤੁਹਾਡਾ ਰੂਪ ਸਚਿਦਾਨੰਦ ਸਰੂਪ ਹੈ (ਗੋਪਾਲ ਤਾਪਨੀ ਉਪਨਿਸ਼ਦ 1-35)।

ਭਗਵਾਨ ਕ੍ਰਿਸ਼ਨ ਦੇ ਸਚਿਦਾਨੰਦ ਸਰੂਪ ਹੋਣ ਤੇ ਵੀ ਅਜਿਹੇ ਅਨੇਕਾਂ ਅਖੌਤੀ ਵਿਦਵਾਨ ਅਤੇ ਭਗਵਤ ਗੀਤਾ ਦੇ ਟੀਕਾਕਾਰ ਹਨ, ਜਿਹੜੇ ਕ੍ਰਿਸ਼ਨ ਨੂੰ ਆਮ ਮਨੁੱਖ ਕਹਿਕੇ ਉਨ੍ਹਾਂ ਦਾ ਮਜ਼ਾਕ ਉਡਾਉਂਦੇ ਹਨ। ਭਾਵੇਂ ਉਹ ਆਪਣੇ ਪਹਿਲੇ ਪੁੰਨਾਂ ਕਾਰਨ ਵਿਦਵਾਨ, ਅਸਧਾਰਨ ਮਨੁੱਖ ਹੋਣ, ਪਰ ਕ੍ਰਿਸ਼ਨ ਬਾਰੇ ਅਜਿਹੀ ਧਾਰਨਾ ਉਨ੍ਹਾਂ ਦੇ ਅਧੂਰੇ ਗਿਆਨ ਸਦਕਾ ਹੁੰਦੀ ਹੈ। ਇਸ ਲਈ ਉਹ ਮੂਰਖ ਕਹਾਉਂਦਾ ਹੈ। ਕਿਉਂਕਿ ਮੂਰਖ ਮਨੁੱਖ ਹੀ ਕ੍ਰਿਸ਼ਨ ਨੂੰ ਆਮ ਮਨੁੱਖ ਮੰਨਦੇ ਹਨ। ਅਜਿਹੇ ਮੂਰਖ ਕ੍ਰਿਸ਼ਨ ਨੂੰ ਸਾਧਾਰਣ ਮਨੁੱਖ ਇਸ ਲਈ ਮੰਨਦੇ ਹਨ, ਕਿਉਂਕਿ ਉਹ ਕ੍ਰਿਸ਼ਨ ਦੇ ਗੂੜ੍ਹ ਕੰਮਾਂ ਅਤੇ ਉਨ੍ਹਾਂ ਦੀਆਂ ਵੱਖੋ-ਵੱਖਰੀਆਂ ਸ਼ਕਤੀਆਂ ਤੋਂ ਜਾਣੂ ਨਹੀਂ ਹੁੰਦੇ। ਉਹ ਇਹ ਨਹੀਂ ਜਾਣਦੇ ਕਿ ਕ੍ਰਿਸ਼ਨ ਦਾ ਸ਼ਰੀਰ ਪੂਰਨ ਗਿਆਨ ਅਤੇ ਆਨੰਦ ਦਾ ਪ੍ਰਤੀਕ ਹੈ। ਉਹ ਹਰ ਚੀਜ਼ ਦੇ ਮਾਲਕ ਹਨ ਅਤੇ ਕਿਸੇ ਨੂੰ ਵੀ ਮੁਕਤੀ ਦੇਣ ਵਾਲੇ ਹਨ। ਕਿਉਂਕਿ ਉਹ ਕ੍ਰਿਸ਼ਨ ਦੇ ਏਨੇ ਸਾਰੇ ਅਲੌਕਿਕ ਗੁਣਾਂ ਨੂੰ ਨਹੀਂ ਜਾਣਦੇ, ਇਸ ਲਈ ਉਨ੍ਹਾਂ ਦਾ ਮਜ਼ਾਕ ਉਡਾਉਂਦੇ ਹਨ।

ਇਹ ਮੂਰਖ ਇਹ ਨਹੀਂ ਜਾਣਦੇ ਕਿ ਇਸ ਸੰਸਾਰ ਵਿਚ ਭਗਵਾਨ ਦਾ ਅਵਤਾਰ ਉਨ੍ਹਾਂ ਦੀ ਅੰਦਰੂਨੀ ਸ਼ਕਤੀ ਦਾ ਪ੍ਰਗਟਾਵਾ ਹੈ। ਉਹ ਭੌਤਿਕ ਸ਼ਕਤੀ (ਮਾਇਆ) ਦੇ ਸਵਾਮੀ ਹਨ। ਜਿਸ ਤਰ੍ਹਾਂ ਕਿ ਅਨੇਕਾਂ ਥਾਵਾਂ ਤੇ ਕਿਹਾ ਜਾ ਚੁੱਕਾ ਹੈ (***ਮਮ ਮਾਇਆ ਦੁਰਤ੍ਯਯਾ***), ਭਗਵਾਨ ਦਾ ਦਾਵਾ ਹੈ ਕਿ ਭਾਵੇਂ ਭੌਤਿਕ ਸ਼ਕਤੀ ਬਹੁਤ ਤਾਕਤਵਰ ਹੈ, ਪਰ ਉਹ ਉਨ੍ਹਾਂ ਦੇ ਕਾਬੂ ਵਿਚ ਰਹਿੰਦੀ ਹੈ ਅਤੇ ਜਿਹੜਾ ਵੀ ਉਨ੍ਹਾਂ ਦੀ ਸ਼ਰਨ ਗ੍ਰਹਿਣ ਕਰ ਲੈਂਦਾ ਹੈ, ਉਹ ਇਸ ਮਾਇਆ ਦੇ ਨਿਯੰਤਰਨ ਤੋਂ ਬਾਹਰ ਨਿਕਲ ਆਉਂਦਾ ਹੈ। ਜੇਕਰ ਕ੍ਰਿਸ਼ਨ ਦੀ ਸ਼ਰਨੀ ਆਇਆ ਜੀਵ ਮਾਇਆ ਦੇ ਪ੍ਰਭਾਵ ਤੋਂ ਬਾਹਰ ਨਿਕਲ ਸਕਦਾ ਹੈ ਤਾਂ ਭਲਾ ਪਰਮੇਸ਼ਵਰ ਜਿਹੜਾ ਸੰਪੂਰਨ ਵਿਰਾਟ ਸੰਸਾਰ ਦੀ ਸਿਰਜਣਾ, ਪਾਲਣ ਅਤੇ ਸੰਘਾਰ ਕਰਨ ਵਾਲਾ ਹੈ, ਸਾਡੇ ਲੋਕਾਂ ਵਰਗਾ ਸ਼ਰੀਰ ਕਿਵੇਂ ਧਾਰਨ ਕਰ ਸਕਦਾ ਹੈ ? ਇਸ ਲਈ ਕ੍ਰਿਸ਼ਨ ਸੰਬੰਧੀ ਅਜਿਹੀ ਧਾਰਨਾ ਪੂਰੀ ਤਰ੍ਹਾਂ ਮੂਰਖਤਾ ਪੂਰਨ ਹੈ। ਫਿਰ ਵੀ

ਮੂਰਖ ਮਨੁੱਖ ਇਹ ਨਹੀਂ ਸਮਝ ਸਕਦੇ ਕਿ ਆਮ ਮਨੁੱਖ ਦੇ ਰੂਪ ਵਿਚ ਪ੍ਰਗਟ ਹੋਣ ਵਾਲੇ ਭਗਵਾਨ ਕ੍ਰਿਸ਼ਨ ਸਾਰੇ ਪਰਮਾਣੂਆਂ ਅਤੇ ਇਸ ਵਿਰਾਟ ਬ੍ਰਹਿਮੰਡ ਦੇ ਨਿਯੰਤਰਕ ਕਿਵੇਂ ਹੋ ਸਕਦੇ ਹਨ। ਵੱਡੇ ਤੋਂ ਵੱਡੇ ਅਤੇ ਸੂਖਮ ਤੋਂ ਸੂਖਮ, ਤਾਂ ਉਨ੍ਹਾਂ ਦੀ ਵਿਚਾਰ ਸ਼ਕਤੀ ਤੋਂ ਪਰ੍ਹੇ ਹੁੰਦੇ ਹਨ, ਇਸ ਲਈ ਉਹ ਇਹ ਸੋਚ ਵੀ ਨਹੀਂ ਸਕਦੇ ਕਿ ਮਨੁੱਖ ਵਰਗਾ ਰੂਪ ਕਿਵੇਂ ਅਨੰਤ ਹੈ ਅਤੇ ਕਿਵੇਂ ਅਣੂ ਨੂੰ ਕਾਬੂ ਵਿਚ ਕਰ ਸਕਦਾ ਹੈ, ਹਾਲਾਂਕਿ ਉਹ ਅਸੀਮ ਅਤੇ ਸੀਮਾ ਵਿਚ ਰਹਿਣ ਵਾਲਿਆਂ ਨੂੰ ਨਿਯੰਤਰਿਤ ਕਰਦੇ ਹਨ, ਪਰ ਉਹ ਇਸ ਸੰਸਾਰ ਤੋਂ ਵੱਖਰੇ ਰਹਿੰਦੇ ਹਨ। ਉਨ੍ਹਾਂ ਦੇ *ਯੋਗਮ ਐਸ਼੍ਵਰਮ੍* ਜਾਂ ਅਚਿੰਤਨੀ ਅਲੌਕਿਕ ਸ਼ਕਤੀ ਬਾਰੇ ਕਿਹਾ ਗਿਆ ਹੈ ਕਿ ਉਹ ਇੱਕ ਸਮੇਂ ਸੀਮਾ ਵਿਚ ਰਹਿਣ ਵਾਲੇ ਅਤੇ ਅਸੀਮ ਨੂੰ ਕਾਬੂ ਵਿਚ ਰੱਖ ਸਕਦੇ ਹਨ, ਤਾਂ ਵੀ ਉਹ ਉਨ੍ਹਾਂ ਤੋਂ ਅਲੱਗ ਰਹਿੰਦੇ ਹਨ। ਭਾਵੇਂ ਮੂਰਖ ਲੋਕ ਇਹ ਸੋਚ ਵੀ ਨਹੀਂ ਸਕਦੇ ਕਿ ਮਨੁੱਖ ਰੂਪ ਵਿਚ ਪੈਦਾ ਹੋ ਕੇ ਕ੍ਰਿਸ਼ਨ ਕਿਝ ਅਸੀਮ ਅਤੇ ਸੀਮਾ ਵਿਚ ਰਹਿਣ ਵਾਲਿਆਂ ਨੂੰ ਕਾਬੂ ਵਿਚ ਕਰ ਸਕਦੇ ਹਨ, ਪਰ ਜਿਹੜੇ ਸ਼ੁੱਧ ਭਗਤ ਹਨ, ਉਹ ਇਸਨੂੰ ਸਵੀਕਾਰ ਕਰਦੇ ਹਨ, ਕਿਉਂਕਿ ਉਨ੍ਹਾਂ ਨੂੰ ਇਹ ਪਤਾ ਹੈ ਕਿ ਕ੍ਰਿਸ਼ਨ ਭਗਵਾਨ ਹਨ। ਇਸ ਲਈ ਉਹ ਪੂਰੀ ਤਰ੍ਹਾਂ ਉਨ੍ਹਾਂ ਦੀ ਸ਼ਰਨ ਵਿਚ ਜਾਂਦੇ ਹਨ ਅਤੇ ਕ੍ਰਿਸ਼ਨ ਭਾਵਨਾ ਅੰਮ੍ਰਿਤ ਵਿਚ ਰਹਿਕੇ ਕ੍ਰਿਸ਼ਨ ਦੀ ਭਗਤੀ ਵਿਚ ਆਪਣੇ ਆਪ ਨੂੰ ਲੱਗਾ ਕੇ ਰਖਦੇ ਹਨ।

ਸਗੁਣਵਾਦੀਆਂ ਅਤੇ ਨਿਰਗੁਣਵਾਦੀਆਂ ਵਿਚ ਭਗਵਾਨ ਦੇ ਮਨੁੱਖ ਰੂਪ ਵਿਚ ਪ੍ਰਗਟ ਹੋਣ ਨੂੰ ਲੈ ਕੇ ਕਾਫ਼ੀ ਮਤਭੇਦ ਹਨ, ਪਰ ਜੇਕਰ ਅਸੀਂ ਭਗਵਦ ਗੀਤਾ ਅਤੇ ਸ਼੍ਰੀਮਦਭਗਵਤਮ੍ ਵਰਗੇ ਪ੍ਰਮਾਣਿਕ ਗ੍ਰੰਥਾ ਦਾ ਅਧਿਐਨ ਕ੍ਰਿਸ਼ਨ ਤੱਥ ਸਮਝਣ ਲਈ ਕਰੀਏ ਤਾਂ ਅਸੀ ਸਮਝ ਸਕਦੇ ਹਾਂ ਕਿ ਕ੍ਰਿਸ਼ਨ ਸ਼੍ਰੀ ਭਗਵਾਨ ਹਨ। ਹਾਲਾਂਕਿ ਉਹ ਇਸ ਧਰਤੀ ਲੋਕ ਵਿਚ ਆਮ ਮਨੁੱਖ ਵਾਂਗ ਪ੍ਰਗਟ ਹੋਏ ਸੀ, ਪਰ ਉਹ ਆਮ ਮਨੁੱਖ ਨਹੀਂ ਹਨ। ਸ਼੍ਰੀਮਦ ਭਾਗਵਤਮ੍ ਵਿਚ ਜਦੋਂ ਸ਼ੌਨਕ ਆਦਿ ਮੁਨੀਆਂ ਨੇ ਸੂਤ ਗੋਸਵਾਮੀ ਤੋਂ ਕ੍ਰਿਸ਼ਨ ਦੇ ਕੰਮ ਕਾਰਾਂ ਬਾਰੇ ਪੁਛਿਆ ਤਾਂ ਉਨ੍ਹਾਂ ਨੇ ਕਿਹਾ –

ਕ੍ਰਿਤਵਾਨ੍ ਕਿਲ ਕਰ੍ਮਾਣਿ ਸਹ ਰਾਮੇਣ ਕੇਸ਼ਵਹ੍।
ਅਤਿ ਮਰ੍ਤ੍ਯਾਨਿ ਭਗਵਾਨ੍ ਗੁਢਹ੍ ਕਪਟ-ਮਾਨੁਸ਼ਹ੍॥

(ਸ਼੍ਰੀਮਦ ਭਾਗਵਤਮ 1-1-20)

"ਭਗਵਾਨ ਸ਼੍ਰੀ ਕ੍ਰਿਸ਼ਨ ਨੇ ਬਲਰਾਮ ਦੇ ਨਾਲ ਮਨੁੱਖਾਂ ਵਾਂਗ ਕਾਰਜ਼ ਕੀਤੇ ਅਤੇ ਇੰਝ ਛੁੱਪੇ ਰੂਪ ਵਿਚ ਉਨ੍ਹਾਂ ਅਨੇਕਾਂ ਅਤਿ ਅਰਸ਼ੀ ਕਾਰਜ਼ ਕੀਤੇ।" ਮਨੁੱਖ ਦੇ ਰੂਪ ਵਿਚ ਭਗਵਾਨ ਦਾ ਪ੍ਰਗਟਾਵਾ ਮੂਰਖ ਨੂੰ ਮੋਹਿਤ ਬਣਾ ਦਿੰਦਾ ਹੈ। ਕੋਈ ਵੀ ਮਨੁੱਖ ਉਨ੍ਹਾਂ ਅਲੌਕਿਕ ਕਾਰਜਾਂ ਨੂੰ ਸੰਪੰਨ ਨਹੀਂ ਕਰ ਸਕਦਾ, ਜਿਨ੍ਹਾਂ ਨੂੰ ਉਨ੍ਹਾਂ ਨੇ ਇਸ ਧਰਤੀ ਤੇ ਕਰਕੇ ਵਿਖਾ ਦਿੱਤਾ ਸੀ। ਜਦੋਂ ਕ੍ਰਿਸ਼ਨ ਆਪਣੇ ਮਾਂ ਬਾਪ (ਵਾਸੁਦੇਵ ਅਤੇ ਦੇਵਕੀ) ਦੇ ਸਾਹਮਣੇ ਪ੍ਰਗਟ ਹੋਏ ਤਾਂ ਉਹ ਚਾਰ ਭੁਜਾ ਵਾਲੇ ਸਨ। ਪਰ ਮਾਂ ਬਾਪ ਦੀਆਂ ਪ੍ਰਾਰਥਨਾਵਾਂ ਤੇ ਉਨ੍ਹਾਂ ਨੇ ਇੱਕ ਆਮ ਬੱਚੇ ਦਾ ਰੂਪ ਧਾਰਨ ਕਰ ਲਿਆ – ***ਬਭੂਵ ਪ੍ਰਾਕ੍ਰਿਤਹ੍ ਸ਼ਿਸੁਹ੍*** (ਭਾਗਵਤਮ੍ 10-3-46) ਉਹ ਇੱਕ ਆਮ ਬੱਚਾ, ਇੱਕ ਆਮ ਮਨੁੱਖ ਬਣ ਗਏ। ਇੱਥੇ ਇਸ ਗੱਲ ਵੱਲ ਇਸ਼ਾਰਾ ਹੈ ਕਿ ਆਮ ਮਨੁੱਖ ਦੇ ਰੂਪ ਵਿਚ ਪ੍ਰਗਟ ਹੋਣਾ, ਉਨ੍ਹਾਂ ਦੇ

ਅਲੌਕਿਕ ਸ਼ਰੀਰ ਦਾ ਇੱਕ ਗੁਣ ਹੈ। ਭਗਵਤ ਗੀਤਾ ਦੇ ਗਿਆਰਵੇਂ ਅਧਿਆਇ ਵਿਚ ਵੀ ਕਿਹਾ ਗਿਆ ਹੈ ਕਿ ਅਰਜੁਨ ਨੇ ਕ੍ਰਿਸ਼ਨ ਨੂੰ ਆਪਣਾ ਚਾਰ ਭੁਜੀ ਰੂਪ ਵਿਖਾਉਣ ਲਈ ਪ੍ਰਾਰਥਨਾ ਕੀਤੀ (*ਤੇਨੈਵ ਰੂਪੇਣ ਚਤੁਰ੍ ਭੁਜੇਨ*)। ਇਸ ਰੂਪ ਨੂੰ ਪ੍ਰਗਟ ਕਰਨ ਤੋਂ ਬਾਅਦ ਅਰਜੁਨ ਦੇ ਬੇਨਤੀ ਕਰਨ ਤੇ ਉਨ੍ਹਾਂ ਨੇ ਦੁਬਾਰਾ ਅਸਲ ਮਨੁੱਖ ਰੂਪ ਧਾਰਨ ਕਰ ਲਿਆ (*ਮਾਨੁਸ਼ਮ੍ ਰੂਪਮ੍*)। ਭਗਵਾਨ ਨੇ ਇਹ ਵੱਖੋ-ਵੱਖਰੇ ਨਿਸ਼ਚੈ ਹੀ ਆਮ ਮਨੁੱਖ ਵਰਗੇ ਨਹੀਂ ਹਨ।

ਕੁਝ ਲੋਕ, ਜਿਹੜੇ ਕ੍ਰਿਸ਼ਨ ਦਾ ਮਜ਼ਾਕ ਉਡਾਉਂਦੇ ਹਨ ਅਤੇ ਮਾਇਆਵਾਦੀ ਦਰਸ਼ਨ ਤੋਂ ਪ੍ਰਭਾਵਿਤ ਹੁੰਦੇ ਹਨ, ਸ਼੍ਰੀਮਦ ਭਾਗਵਤਮ੍ ਦੇ ਹੇਠ ਲਿਖੇ ਸ਼ਲੋਕ (3-29-211) ਦਾ ਇਹ ਸਿੱਧ ਕਰਨ ਲਈ ਹਵਾਲਾ ਦਿੰਦੇ ਹਨ ਕਿ ਕ੍ਰਿਸ਼ਨ ਇੱਕ ਆਮ ਮਨੁੱਖ ਸਨ। *"ਅਹਮ੍ ਸਰਵੇਸ਼ ਭੂਤੇਸ਼ ਭੂਤਾਤ੍ਮਾਵਸ੍ਥਿਤਹ੍ ਸਦਾ"* - ਪਰਮੇਸ਼ਵਰ ਸਾਰੇ ਜੀਵਾਂ ਵਿਚ ਹਾਜ਼ਰ ਹਨ। ਚੰਗਾ ਹੋਵੇ ਜੇਕਰ ਇਸ ਸ਼ਲੋਕ ਨੂੰ ਅਸੀਂ ਜੀਵ ਗੋਸਵਾਮੀ ਅਤੇ ਵਿਸ਼ਵਨਾਥ ਚੱਕਰਵਰਤੀ ਠਾਕੁਰ ਵਰਗੇ ਵੈਸ਼ਨਵ ਆਚਾਰੀਆ ਤੋਂ ਗ੍ਰਹਿਣ ਕਰੀਏ, ਨਾ ਕਿ ਕ੍ਰਿਸ਼ਨ ਦਾ ਮਜ਼ਾਕ ਉਡਾਉਣ ਵਾਲੇ ਗੈਰ ਅਧਿਕਾਰੀ ਮਨੁੱਖਾਂ ਦੀਆਂ ਵਿਆਖਿਆਵਾਂ ਤੋਂ ਜੀਵ ਗੋਸਵਾਮੀ ਇਸ ਸ਼ਲੋਕ ਦੀ ਟੀਕਾ ਕਰਦੇ ਹੋਏ ਕਹਿੰਦੇ ਹਨ ਕਿ ਕ੍ਰਿਸ਼ਨ ਸਾਰੇ ਚਰ ਅਤੇ ਅਚਰਾਂ ਵਿਚ ਆਪਣੇ ਪਰਮਾਤਮਾ ਸਰੂਪ ਤੋਂ ਵੱਖਰੇ ਅੰਸ਼ ਵਿਚ ਸਥਿਤ ਹਨ। ਇਸ ਲਈ ਕੋਈ ਵੀ ਨਵੇਂ-ਸਿੱਖਿਅਤ ਭਗਤ, ਜਿਹੜਾ ਮੰਦਰ ਵਿਚ ਪੂਜਣ ਯੋਗ ਭਗਵਤ ਸਰੂਪਾਂ ਤੇ ਹੀ ਧਿਆਨ ਦਿੰਦਾ ਹੈ ਅਤੇ ਹੋਰ ਜੀਵਾਂ ਦਾ ਆਦਰ ਨਹੀਂ ਕਰਦਾ ਉਹ ਬੇਕਾਰ ਹੀ ਮੰਦਰ ਵਿਚ ਭਗਵਾਨ ਦੀ ਪੂਜਾ ਵਿਚ ਲਗਿਆ ਰਹਿੰਦਾ ਹੈ। ਭਗਵਾਨ ਦੇ ਭਗਤ ਤਿੰਨ ਪ੍ਰਕਾਰ ਦੇ ਹੁੰਦੇ ਹਨ, ਜਿਨ੍ਹਾਂ ਵਿਚੋਂ ਨਵੇਂ ਸਿੱਖਿਅਤ ਤੀਜੀ ਸ਼੍ਰੇਣੀ ਦੇ ਹਨ। ਨਵੇਂ-ਸਿੱਖਿਅਤ ਭਗਤ ਹੋਰਨਾਂ ਭਗਤਾਂ ਦੀ ਬਜਾਏ ਮੰਦਰ ਦੀ ਪੂਜਾ ਤੇ ਜ਼ਿਆਦਾ ਧਿਆਨ ਦਿੰਦੇ ਹਨ, ਇਸ ਲਈ ਵਿਸ਼ਵਨਾਥ ਚੱਕਰਵਰਤੀ ਠਾਕੁਰ ਚੇਤਾਵਨੀ ਦਿੰਦੇ ਹਨ ਕਿ ਇਸ ਤਰ੍ਹਾਂ ਦੀ ਮਾਨਸਿਕਤਾ ਨੂੰ ਸੁਧਾਰਨਾ ਚਾਹੀਦਾ ਹੈ। ਭਗਤ ਨੂੰ ਸਮਝਣਾ ਚਾਹੀਦਾ ਹੈ ਕਿ ਕਿਉਂਕਿ ਕ੍ਰਿਸ਼ਨ ਪਰਮਾਤਮਾ ਰੂਪ ਵਿਚ ਹਰ ਜੀਵ ਦੇ ਹਿਰਦੇ ਵਿਚ ਹਾਜ਼ਰ ਹਨ, ਇਸ ਲਈ ਹਰ ਮਨੁੱਖ ਪਰਮੇਸ਼ਵਰ ਦਾ ਨਿਵਾਸ ਜਾਂ ਮੰਦਰ ਹੈ, ਇਸ ਲਈ ਜਿਵੇਂ ਕੋਈ ਭਗਤ ਭਗਵਾਨ ਦੇ ਮੰਦਰ ਦਾ ਸਤਿਕਾਰ ਕਰਦਾ ਹੈ, ਉਵੇਂ ਹੀ ਉਸਨੂੰ ਹਰ ਜੀਵ ਦਾ ਸਤਿਕਾਰ ਕਰਨਾ ਚਾਹੀਦਾ ਹੈ, ਜਿਸ ਵਿਚ ਪਰਮਾਤਮਾ ਨਿਵਾਸ ਕਰਦਾ ਹੈ। ਇਸ ਲਈ ਹਰ ਮਨੁੱਖ ਦਾ ਯੋਗ ਸਤਿਕਾਰ ਕਰਨਾ ਚਾਹੀਦਾ ਹੈ, ਕਦੀ ਉਪੇਖਿਆ ਨਹੀਂ ਕਰਨੀ ਚਾਹੀਦੀ।

ਅਜਿਹੇ ਅਨੇਕਾਂ ਨਿਰਗੁਣਵਾਦੀ ਹਨ ਜਿਹੜੇ ਮੰਦਰ ਪੂਜਾ ਦਾ ਮਜ਼ਾਕ ਉਡਾਉਂਦੇ ਹਨ। ਉਹ ਕਹਿੰਦੇ ਹਨ ਕਿ ਕਿਉਂਕਿ ਭਗਵਾਨ ਹਰ ਥਾਈਂ ਹੈ ਤਾਂ ਫਿਰ ਆਪਣੇ ਆਪ ਨੂੰ ਅਸੀਂ ਮੰਦਰ ਪੂਜਾ ਤਕ ਹੀ ਸੀਮਿਤ ਕਿਉਂ ਰੱਖੀਏ ? ਜੇ ਈਸ਼ਵਰ ਹਰ ਥਾਂ ਤੇ ਹੈ ਤਾਂ ਉਹ ਮੰਦਰ ਜਾਂ ਮੂਰਤੀ ਵਿਚ ਨਹੀਂ ਹੋਣਗੇ ? ਹਾਲਾਂਕਿ ਸਗੁਣਵਾਦੀ ਅਤੇ ਨਿਰਗੁਣਵਾਦੀ ਲਗਾਤਾਰ ਲੜਦੇ ਰਹਿੰਦੇ ਹਨ, ਪਰ ਕ੍ਰਿਸ਼ਨ ਭਾਵਨਾ ਅੰਮ੍ਰਿਤ ਵਿਚ ਪੂਰਨ ਭਗਤ ਇਹ ਜਾਣਦਾ ਹੈ ਕਿ ਭਾਵੇਂ ਕ੍ਰਿਸ਼ਨ ਭਗਵਾਨ ਹਨ,

ਪਰ ਉਹ ਸਰਬਵਿਆਪੀ ਹਨ, ਜਿਸਦੀ ਪੁਸ਼ਟੀ ਬ੍ਰਹਮ ਸੰਹਿਤਾ ਵਿਚ ਹੋਈ ਹੈ, ਭਾਵੇਂ ਉਨ੍ਹਾਂ ਦਾ ਆਪਣਾ ਧਾਮ ਗੋਲੋਕ ਵ੍ਰਿੰਦਾਬਨ ਹੈ ਅਤੇ ਉਹ ਉਥੇ ਹੀ ਸਦਾ ਨਿਵਾਸ ਕਰਦੇ ਹਨ ਪਰ ਉਹ ਆਪਣੀਆਂ ਸ਼ਕਤੀ ਦੇ ਵੱਖੋ-ਵੱਖਰੇ ਵਿਖਾਵਿਆਂ ਰਾਹੀਂ ਅਤੇ ਆਪਣੇ ਅੰਸ਼ ਰਾਹੀਂ ਭੌਤਿਕ ਅਤੇ ਅਧਿਆਤਮਕ ਸੰਸਾਰ ਵਿਚ ਹਰ ਥਾਈਂ ਹਾਜ਼ਰ ਰਹਿੰਦੇ ਹਨ।

मोघाशा मोघकर्माणो मोघज्ञाना विचेतसः ।
राक्षसीमासुरीं चैव प्रकृतिं मोहिनीं श्रिताः ॥१२॥

ਮੋਘਾਸ਼ਾ ਮੋਘ ਕਰ੍ਮਾਣੋ ਮੋਘ ਗ੍ਯਾਨਾਹ੍ ਵਿਚੇਤਸਹ੍ ।
ਰਾਕਸ਼ਸੀਮ੍ ਆਸੁਰੀਮ੍ ਚੈਵ ਪ੍ਰਕ੍ਰਿਤਿਮ੍ ਮੋਹਿਨੀਮ੍ ਸ਼੍ਰਿਤਾਹ੍ ॥ 12 ॥

ਮੋਘ-ਆਸ਼ਾਹ੍-ਨਿਸ਼ਫਲ ਆਸ ; **ਮੋਘ-ਕਰ੍ਮਾਣਹ੍**-ਨਿਸ਼ਫਲ ਸਕਾਮ ਕਰਮ ; **ਮੋਘਗ੍ਯਾਨਹ੍**-ਅਸਫਲ ਗਿਆਨ ; **ਵਿਚੇਤਸਹ੍**-ਮੋਹ ਗ੍ਰਸਤ ; **ਰਾਕਸ਼ਸੀਮ੍**-ਦੈਂਤੀ ; **ਆਸੁਰੀਮ੍** - ਨਾਸਤਕ ; **ਚ**-ਅਤੇ ; **ਏਵ**-ਨਿਸ਼ਚੈ ਹੀ ; **ਪ੍ਰਕ੍ਰਿਤਿਮ੍**-ਸੁਭਾਅ ਨੂੰ ; **ਮੋਹਿਨੀਮ੍**-ਮੋਹਿਤ ਕਰਨ ਵਾਲੀ ; **ਸ਼੍ਰਿਤਾਹ੍** -ਸ਼ਰਨ ਗ੍ਰਹਿਣ ਕੀਤੇ ਹੋਏ।

ਅਨੁਵਾਦ

ਜਿਹੜੇ ਲੋਕ ਇਸ ਤਰ੍ਹਾਂ ਮੋਹ ਗ੍ਰਸਤ ਹੁੰਦੇ ਹਨ, ਉਹ ਦੈਂਤੀ ਅਤੇ ਨਾਸਤਿਕ ਵਿਚਾਰਾਂ ਪ੍ਰਤੀ ਆਕਰਸ਼ਿਤ ਰਹਿੰਦੇ ਹਨ। ਇੰਝ ਮੋਹ ਗ੍ਰਸਤ ਅਵਸਥਾ ਵਿਚ ਉਨ੍ਹਾਂ ਦੀ ਮੁਕਤੀ ਦੀ ਆਸ, ਉਨ੍ਹਾਂ ਦੇ ਸਕਾਮ ਕੰਮ ਅਤੇ ਗਿਆਨ ਦਾ ਸਭਿਆਚਾਰ ਸਾਰੇ ਬੇਕਾਰ ਹੋ ਜਾਂਦੇ ਹਨ।

ਭਾਵ

ਅਜਿਹੇ ਅਨੇਕਾਂ ਭਗਤ ਹਨ, ਜਿਹੜੇ ਆਪਣੇ ਆਪ ਨੂੰ ਕ੍ਰਿਸ਼ਨ ਭਾਵਨਾ ਅੰਮ੍ਰਿਤ ਅਤੇ ਭਗਤੀ ਵਿਚ ਲੀਨ ਵਿਖਾਉਂਦੇ ਹਨ, ਪਰ ਅੰਦਰਲੇ ਮਨੀ ਉਹ ਭਗਵਾਨ ਕਿਸ਼ਨ ਨੂੰ ਪਾਰਬ੍ਰਹਮ ਨਹੀਂ ਮੰਨਦੇ। ਅਜਿਹੇ ਲੋਕਾਂ ਨੂੰ ਕਦੀ ਵੀ ਭਗਤੀ ਦਾ ਫਲ, ਭਗਵਾਨ ਦੇ ਧਾਮ ਜਾਣਾ, ਪ੍ਰਾਪਤ ਨਹੀਂ ਹੁੰਦਾ। ਇੰਝ ਜਿਹੜੇ ਪੁੰਨ ਕਰਮਾਂ ਵਿਚ ਲਗੇ ਰਹਿਕੇ ਆਖਿਰਕਾਰ ਇਸ ਸੰਸਾਰੀ ਬੰਧਨਾਂ ਤੋਂ ਮੁਕਤ ਹੋਣਾ ਚਾਹੁੰਦੇ ਹਨ, ਉਹ ਵੀ ਸਫਲ ਨਹੀਂ ਹੋ ਸਕਦੇ, ਕਿਉਂਕਿ ਉਹ ਕ੍ਰਿਸ਼ਨ ਦਾ ਮਜ਼ਾਕ ਉਡਾਉਂਦੇ ਹਨ। ਦੂਜੇ ਸ਼ਬਦਾਂ ਵਿਚ ਜਿਹੜੇ ਕ੍ਰਿਸ਼ਨ ਤੇ ਹੱਸਦੇ ਹਨ, ਉਨ੍ਹਾਂ ਨੂੰ ਦੈਂਤੀ ਜਾਂ ਨਾਸਤਿਕ ਸਮਝਣਾ ਚਾਹੀਦਾ ਹੈ। ਜਿਵੇਂ ਕਿ ਸੱਤਵੇਂ ਅਧਿਆਇ ਵਿਚ ਦੱਸਿਆ ਜਾ ਚੁੱਕਾ ਹੈ ਅਜਿਹੀ ਸੋਚ ਵਾਲੇ ਦੈਂਤ ਕਦੀ ਵੀ ਕ੍ਰਿਸ਼ਨ ਦੀ ਸ਼ਰਨ ਵਿਚ ਨਹੀਂ ਜਾਂਦੇ। ਇਸ ਲਈ ਪਰਮ ਸਤਿ ਤਕ ਅਪੜਣ ਦੇ ਉਨ੍ਹਾਂ ਦੇ ਮਾਨਸਿਕ ਚਿੰਤਨ ਉਨ੍ਹਾਂ ਨੂੰ ਇਸ ਝੂਠੇ ਨਤੀਜੇ ਨੂੰ ਪ੍ਰਾਪਤ ਕਰਾਉਂਦੇ ਹਨ, ਕਿ ਆਮ ਜੀਵ ਅਤੇ ਕ੍ਰਿਸ਼ਨ ਇੱਕੋ ਬਰਾਬਰ ਹਨ। ਅਜਿਹੀ ਝੂਠੀ ਧਾਰਨਾ ਕਰਕੇ ਉਹ ਸੋਚਦੇ ਹਨ ਕਿ ਅਜੇ ਤਾਂ ਇਹ ਸ਼ਰੀਰ ਪ੍ਰਕ੍ਰਿਤੀ ਰਾਹੀਂ ਢੱਕਿਆਂ ਹੈ ਅਤੇ ਜਿਵੇਂ ਹੀ ਉਹ ਮੁਕਤ

ਹੋਵੇਗਾ ਤਾਂ ਉਸ ਵਿਚ ਅਤੇ ਈਸ਼ਵਰ ਵਿਚ ਕੋਈ ਫਰਕ ਨਹੀਂ ਰਹੇਗਾ। ਕ੍ਰਿਸ਼ਨ ਨਾਲ ਬਰਾਬਰੀ ਦਾ ਇਹ ਯਤਨ ਭਰਮ ਕਾਰਨ ਨਿਸ਼ਫਲ ਹੋ ਜਾਂਦਾ ਹੈ। ਇਸ ਤਰ੍ਹਾਂ ਦੇ ਦੈਂਤੀ ਅਤੇ ਨਾਸਤਿਕ ਗਿਆਨ ਦਾ ਅਨੁਸ਼ੀਲਨ ਹਮੇਸ਼ਾਂ ਵਿਅਰਥ ਰਹਿੰਦਾ ਹੈ। ਇਹੋ ਇਸ ਸ਼ਲੋਕ ਦਾ ਇਸ਼ਾਰਾ ਹੈ। ਅਜਿਹੇ ਮਨੁੱਖਾਂ ਲਈ ਵੇਦਾਂਤ ਸੂਤਰ ਅਤੇ ਉਪਨਿਸ਼ਦਾਂ ਵਰਗੇ ਵੈਦਿਕ ਸਾਹਿਤ ਦੇ ਗਿਆਨ ਦਾ ਅਨੁਸ਼ੀਲਨ (ਅਭਿਆਸ) ਬੇਕਾਰ ਹੁੰਦਾ ਹੈ।

ਇਸ ਲਈ ਭਗਵਾਨ ਕ੍ਰਿਸ਼ਨ ਨੂੰ ਆਮ ਮਨੁੱਖ ਮੰਨਣਾ ਘੋਰ ਜ਼ੁਰਮ ਹੈ। ਜਿਹੜੇ ਅਜਿਹਾ ਕਰਦੇ ਹਨ, ਉਹ ਯਕੀਨੀ ਤੌਰ ਤੇ ਮੋਹ ਗ੍ਰਸਤ ਹਨ, ਕਿਉਂਕਿ ਉਹ ਕ੍ਰਿਸ਼ਨ ਦੇ ਸਨਾਤਨ ਰੂਪ ਨੂੰ ਨਹੀਂ ਸਮਝ ਸਕਦੇ। *ਬ੍ਰਹਦਵਿਸ਼ਣੂ ਸਮ੍ਰਿਤ* ਦਾ ਕਹਿਣਾ ਹੈ :-

ਯੋ ਵੇੱਤਿ ਭੌਤਿਕਮ੍ ਦੇਹਮ੍ ਕ੍ਰਿਸ਼੍ਣਸ੍ਯ ਪਰਮਾਤ੍ਮਨਹ੍ ।
ਸ ਸਰ੍ਵਸ੍ਮਾਦ੍ ਬਹਿਸ਼੍-ਕਾਰ੍ਯਹ੍ ਸ਼੍ਰੁਤ ਸ੍ਮਾਰ੍ਤ ਵਿਧਾਨਤਹ੍ ।
ਮੁਖਮ੍ ਤਸ੍ਯਾਵਲੋਕ੍ਯਾਪਿ ਸ-ਚੇਲਮ੍ ਸਨਾਨਮ੍ ਆਚਰੇਤ੍ ॥

"ਜਿਹੜਾ ਕ੍ਰਿਸ਼ਨ ਦੇ ਸ਼ਰੀਰ ਨੂੰ ਭੌਤਿਕ ਮੰਨਦਾ ਹੈ, ਉਸਨੂੰ ਸ਼੍ਰੁਤੀ ਅਤੇ ਸਮ੍ਰਿਤਿ ਦੇ ਸਾਰੇ ਅਨੁਸ਼ਠਾਨਾਂ (ਵਿਧੀਆਂ) ਤੋਂ ਲਾਹਮੇ ਕਰ ਦੇਣਾ ਚਾਹੀਦਾ ਹੈ। ਜੇ ਕੋਈ ਭੁੱਲਕੇ ਉਸ ਦਾ ਮੂੰਹ ਵੇਖ ਲਵੇ ਤਾਂ ਉਸਨੂੰ ਤੁਰੰਤ ਗੰਗਾ ਇਸ਼ਨਾਨ ਕਰਨਾ ਚਾਹੀਦਾ ਹੈ, ਜਿਸ ਨਾਲ ਛੂਤ ਦੂਰ ਹੋ ਸਕੇ।" ਲੋਕ ਕ੍ਰਿਸ਼ਨ ਦਾ ਮਜ਼ਾਕ ਉਡਾਉਂਦੇ ਹਨ, ਕਿਉਂਕਿ ਉਹ ਭਗਵਾਨ ਨਾਲ ਈਰਖਾ ਕਰਦੇ ਹਨ। ਉਨ੍ਹਾਂ ਦੀ ਕਿਸਮਤ ਵਿਚ ਜਨਮ ਜਨਮਾਂਤਰ੍ਹਾਂ ਵਿਚ ਨਾਸਤਿਕ ਅਤੇ ਦੈਂਤੀ ਜੂਨੀਆਂ ਵਿਚ ਰਹਿੰਦੇ ਆਉਣਾ ਲਿਖਿਆ ਹੈ। ਉਨ੍ਹਾਂ ਦਾ ਅਸਲ ਗਿਆਨ ਹਮੇਸ਼ਾਂ ਲਈ ਭਰਮ ਵਿਚ ਰਹਿਣ ਲਗਦਾ ਹੈ ਅਤੇ ਹੌਲੀ ਹੌਲੀ ਉਹ ਸ੍ਰਿਸ਼ਟੀ ਦੇ ਘੋਰ ਹਨੇਰੇ ਵਿਚ ਚਲੇ ਜਾਂਦੇ ਹਨ।

महात्मानस्तु मां पार्थ दैवीं प्रकृतिमाश्रिताः ।
भजन्त्यनन्यमनसो ज्ञात्वा भूतादिमव्ययम् ॥१३॥

ਮਹਾਤ੍ਮਾਨਸ੍ ਮਾਮ ਪਾਰ੍ਥ ਦੈਵੀਮ੍ ਪ੍ਰਕ੍ਰਿਤਿਮ ਆਸ਼੍ਰਿਤਾਹ੍ ।
ਭਜਨ੍ਤਿ ਅਨੰਨ੍ਯ ਮਨਸੋ ਗ੍ਯਾਤ੍ਵਾ ਭੂਤਾਦਿਮ੍ ਅਵ੍ਯਯਮ੍ ॥ 13 ॥

ਮਹਾ-ਆਤ੍ਮਨਹ੍-ਮਹਾਂਪੁਰਖ ; **ਤੁ**-ਪਰ ; **ਮਾਮ੍**-ਮੈਨੂੰ ; **ਪਾਰ੍ਥ**-ਹੇ ਪ੍ਰਿਥਾ ਪੁੱਤਰ ; **ਦੈਵੀਮ੍**-ਅਲੌਕਿਕ ; **ਪ੍ਰਕ੍ਰਿਤਿਮ੍**-ਪ੍ਰਕ੍ਰਿਤੀ ਦੇ ; **ਆਸ਼੍ਰਿਤਾਹ੍**-ਸ਼ਰਨ ਵਿਚ ਆਏ ; **ਭਜੰਤਿ**-ਸੇਵਾ ਕਰਦੇ ਹਨ ; **ਅਨੰਨ੍ਯ-ਮਨਸਹ੍**-ਡਾਵਾਂ ਡੋਲ ਹੋਏ ਬਿਨ੍ਹਾਂ ਮਨ ਨਾਲ ; **ਗ੍ਯਾਤ੍ਵਾ** -ਜਾਣਕੇ ; **ਭੂਤ**-ਸ੍ਰਿਸ਼ਟੀ ਦਾ ; **ਆਦਿਮ**-ਪੈਦਾਇਸ਼ ; **ਅਵ੍ਯਯਮ੍**-ਅਵਿਨਾਸ਼ੀ ।

ਅਨੁਵਾਦ

ਹੇ ਪਾਰਥ ! ਮੋਹ ਮੁਕਤ ਮਹਾਤਮਾ ਲੋਕ ਦੈਵੀ ਪ੍ਰਕ੍ਰਿਤੀ ਦੀ ਦੇਖ ਰੇਖ ਵਿਚ ਰਹਿੰਦੇ ਹਨ। ਉਹ ਪੂਰੀ ਤਰ੍ਹਾਂ ਭਗਤੀ ਵਿਚ ਮਗਨ ਰਹਿੰਦੇ ਹਨ, ਕਿਉਂਕਿ ਉਹ ਮੈਨੂੰ ਆਦਿ ਅਤੇ ਅਵਿਨਾਸ਼ੀ ਭਗਵਾਨ ਦੇ ਰੂਪ ਵਿਚ ਜਾਣਦੇ ਹਨ।

ਭਾਵ

ਇਸ ਸ਼ਲੋਕ ਵਿਚ ਮਹਾਤਮਾ ਦਾ ਵਰਣਨ ਬਹੁਤ ਸਪਸ਼ਟ ਹੋਇਆ ਹੈ। ਮਹਾਤਮਾ ਦਾ ਸਭ ਤੋਂ ਪਹਿਲਾਂ ਲੱਛਣ ਇਹ ਹੈ ਕਿ ਉਹ ਦੈਵੀ ਪ੍ਰਕ੍ਰਿਤੀ ਵਿਚ ਸਥਿਤ ਰਹਿੰਦਾ ਹੈ। ਉਹ ਭੌਤਿਕ ਪ੍ਰਕ੍ਰਿਤੀ ਦੇ ਅਧੀਨ ਨਹੀਂ ਹੁੰਦਾ। ਅਤੇ ਇਹ ਹੁੰਦਾ ਕਿਵੇਂ ਹੈ ? ਇਸਦੀ ਵਿਆਖਿਆ ਸੱਤਵੇ ਅਧਿਆਇ ਵਿਚ ਕੀਤੀ ਗਈ ਹੈ - ਜਿਹੜਾ ਭਗਵਾਨ ਕ੍ਰਿਸ਼ਨ ਦੀ ਸ਼ਰਨ ਗ੍ਰਹਿਣ ਕਰਦਾ ਹੈ, ਉਹ ਤੁਰੰਤ ਹੀ ਭੌਤਿਕ ਪ੍ਰਕ੍ਰਿਤੀ ਦੇ ਨਿਯੰਤਰਨ ਤੋਂ ਬਾਹਰ ਹੋ ਜਾਂਦਾ ਹੈ। ਇਹੋ ਉਹ ਪਾਤਰਤਾ ਹੈ। ਜਿਵੇਂ ਹੀ ਕੋਈ ਭਗਵਾਨ ਨੂੰ ਆਪਣੀ ਆਤਮਾ ਸਮਰਪਿਤ ਕਰਦਾ ਹੈ, ਉਹ ਭੌਤਿਕ ਪ੍ਰਕ੍ਰਿਤੀ ਦੇ ਨਿਯੰਤਰਨ ਤੋਂ ਬਾਹਰ ਹੋ ਜਾਂਦਾ ਹੈ, ਇਹੋ ਮੁੱਢਲਾ ਸੂਤਰ ਹੈ। ਤਟਵਰਤੀ ਸ਼ਕਤੀ ਹੋਣ ਕਾਰਨ ਜੀਵ, ਜਿਵੇਂ ਹੀ ਭੌਤਿਕ ਪ੍ਰਕ੍ਰਿਤੀ ਦੇ ਨਿਯੰਤਰਨ ਤੋਂ ਮੁਕਤ ਹੁੰਦਾ ਹੈ, ਉਵੇਂ ਹੀ ਉਹ ਅਧਿਆਤਮਕ ਪ੍ਰਕ੍ਰਿਤੀ ਦੇ ਨਿਰਦੇਸ਼ਨ ਵਿਚ ਚਲਿਆ ਜਾਂਦਾ ਹੈ। ਅਧਿਆਤਮਕ ਪ੍ਰਕ੍ਰਿਤੀ ਦਾ ਨਿਰਦੇਸ਼ਨ ਹੀ ਦੈਵੀ ਪ੍ਰਕ੍ਰਿਤੀ ਕਹਾਉਂਦਾ ਹੈ। ਇੰਝ ਜਦੋਂ ਕੋਈ ਭਗਵਾਨ ਦੇ ਸ਼ਰਨੀ ਆਉਂਦਾ ਹੈ, ਤਾਂ ਉਸਨੂੰ ਮਹਾਤਮਾ ਪਦ ਦੀ ਪ੍ਰਾਪਤੀ ਹੁੰਦੀ ਹੈ।

ਮਹਾਤਮਾ ਆਪਣੇ ਧਿਆਨ ਨੂੰ ਕ੍ਰਿਸ਼ਨ ਤੋਂ ਇਲਾਵਾ ਹੋਰ ਕਿਸੇ ਵੱਲ ਨਹੀਂ ਲੈ ਜਾਂਦਾ, ਕਿਉਂਕਿ ਉਹ ਭਲੀਭਾਂਤ ਜਾਣਦਾ ਹੈ ਕਿ ਕ੍ਰਿਸ਼ਨ ਹੀ ਆਦਿ ਪਰਮ ਪੁਰਖ, ਸਾਰੇ ਕਾਰਣਾਂ ਦੇ ਕਾਰਨ ਹਨ। ਇਸ ਵਿਚ ਰਤਾ ਵੀ ਸ਼ੱਕ ਨਹੀਂ ਹੈ। ਅਜਿਹਾ ਮਹਾਤਮਾ ਹੋਰ ਮਹਾਤਮਾਵਾਂ ਜਾਂ ਸ਼ੁੱਧ ਭਗਤਾਂ ਦੀ ਸੰਗਤ ਨਾਲ ਤਰੱਕੀ ਕਰਦਾ ਹੈ। ਸ਼ੁੱਧ ਭਗਤ ਤਾਂ ਕ੍ਰਿਸ਼ਨ ਦੇ ਹੋਰ ਸਰੂਪਾਂ ਜਿਵੇਂ ਚਤੁਰਭੁਜ ਮਹਾਂਵਿਸ਼ਨੂੰ ਰੂਪ ਨਾਲ ਵੀ ਆਕਰਸ਼ਤ ਨਹੀਂ ਹੁੰਦੇ। ਉਹ ਸਿਰਫ਼ ਕ੍ਰਿਸ਼ਨ ਦੇ ਦੋ ਭੁਜੀ ਰੂਪ ਵੱਲ ਅਕਾਰਸ਼ਤ ਹੁੰਦੇ ਹਨ। ਉਹ ਨਾ ਤਾਂ ਕ੍ਰਿਸ਼ਨ ਦੇ ਹੋਰ ਕਿਸੇ ਰੂਪ ਨਾਲ ਆਕਰਸ਼ਿਤ ਹੁੰਦੇ ਹਨ, ਨਾ ਹੀ ਉਹ ਦੇਵਤਿਆਂ ਜਾਂ ਮਨੁੱਖਾਂ ਦੇ ਕਿਸੇ ਰੂਪ ਦੀ ਪਰਵਾਹ ਕਰਦੇ ਹਨ। ਉਹ ਕ੍ਰਿਸ਼ਨ ਭਾਵਨਾ ਅੰਮ੍ਰਿਤ ਵਿਚ ਸਿਰਫ਼ ਕ੍ਰਿਸ਼ਨ ਦਾ ਧਿਆਨ ਕਰਦੇ ਹਨ। ਉਹ ਕ੍ਰਿਸ਼ਨ ਭਾਵਨਾ ਅੰਮ੍ਰਿਤ ਵਿਚ ਲਗਾਤਾਰ ਭਗਵਾਨ ਦੀ ਇੱਕ ਜੁਟ ਸੇਵਾ ਵਿਚ ਲੱਗੇ ਰਹਿੰਦੇ ਹਨ।

सततं कीर्तयन्तो मां यतन्तश्च दृढव्रताः ।
नमस्यन्तश्च मां भक्त्या नित्ययुक्ता उपासते ॥ १४॥

ਸਤਤਮ੍ ਕੀਰ੍ਤਯੰਤੋ ਮਾਮ੍ ਯਤੰਤਸ਼ ਚ ਦ੍ਰਿਢ ਵ੍ਰਤਾਹ੍ ।
ਨਮਸ੍ਯੰਤਸ਼ ਚ ਮਾਮ੍ ਭਕ੍ਤ੍ਯਾ ਨਿਤ੍ਯ ਯੁਕ੍ਤਾ ਉਪਾਸਤੇ ॥ 14 ॥

ਸਤਤਮ੍-ਲਗਾਤਾਰ ; **ਕੀਰ੍ਤਯੰਤਹ੍**-ਕੀਰਤਨ ਕਰਦੇ ਹੋਏ ; **ਮਾਮ੍**-ਮੇਰੇ ਬਾਰੇ ; **ਯਤੰਤਹ੍**-ਯਤਨ ਕਰਦੇ ਹੋਏ ; **ਚ**-ਵੀ ; **ਦ੍ਰਿੜ-ਵ੍ਰਤਾਹ੍**-ਸੰਕਲਪ ਨਾਲ ; **ਨਮਸ੍ਯੰਤਹ੍**-ਨਸਮਕਾਰ ਕਰਦੇ ਹੋਏ ; **ਚ**-ਅਤੇ ; **ਮਾਮ੍**-ਮੈਨੂੰ ; **ਭਕ੍ਤ੍ਯਾ**-ਭਗਤੀ ਵਿਚ ; **ਨਿਤ੍ਯਯੁਕ੍ਤਾਹ੍**-ਹਮੇਸ਼ਾ ਰੁੱਝੇ ਰਹਿਕੇ ; **ਉਪਾਸਤੇ**-ਪੂਜਾ ਕਰਦੇ ਹਨ ।

ਅਨੁਵਾਦ

ਇਹ ਮਹਾਤਮਾ ਮੇਰੀ ਮਹਿਮਾ ਦਾ ਨਿਤ ਕੀਰਤਨ ਕਰਦੇ ਹੋਏ ਪੱਕੇ ਸੰਕਲਪ ਨਾਲ ਯਤਨ ਕਰਦੇ ਹੋਏ, ਮੈਨੂੰ ਪ੍ਰਣਾਮ ਕਰਦੇ ਹੋਏ, ਭਗਤੀ ਭਾਵ ਨਾਲ ਲਗਾਤਾਰ ਮੇਰੀ ਪੂਜਾ ਕਰਦੇ ਹਨ ।

ਭਾਵ

ਆਮ ਮਨੁੱਖ ਨੂੰ ਰਬੜ ਦੀ ਮੋਹਰ ਲਗਾਕੇ ਮਹਾਤਮਾ ਨਹੀਂ ਬਣਾਇਆ ਜਾ ਸਕਦਾ । ਇੱਥੇ ਉਨ੍ਹਾਂ ਦੇ ਲਛੱਣਾਂ ਦਾ ਵਰਣਨ ਕੀਤਾ ਗਿਆ ਹੈ । ਮਹਾਤਮਾ ਹਮੇਸ਼ਾਂ ਭਗਵਾਨ ਕ੍ਰਿਸ਼ਨ ਦੇ ਗੁਣਾਂ ਦਾ ਕੀਰਤਨ ਕਰਦਾ ਰਹਿੰਦਾ ਹੈ, ਉਸ ਕੋਲ ਕੋਈ ਦੂਜਾ ਕੰਮ ਨਹੀਂ ਰਹਿੰਦਾ । ਉਹ ਹਮੇਸ਼ਾ ਕ੍ਰਿਸ਼ਨ ਦੇ ਗੁਣਗਾਨ ਵਿਚ ਰੁਝਿਆ ਰਹਿੰਦਾ ਹੈ । ਦੂਜੇ ਸ਼ਬਦਾਂ ਵਿਚ ਨਿਰਗੁਣਵਾਦੀ ਨਹੀਂ ਹੁੰਦਾ । ਜਦੋਂ ਗੁਣਗਾਨ ਦਾ ਸਵਾਲ ਉਠੇ ਤਾਂ ਮਨੁੱਖ ਨੂੰ ਚਾਹੀਦਾ ਹੈ, ਕਿ ਭਗਵਾਨ ਦੇ ਪਵਿੱਤਰ ਨਾਮ, ਉਨ੍ਹਾਂ ਦੇ ਨਿਤ ਰੂਪ ਉਨ੍ਹਾਂ ਦੇ ਅਲੌਕਿਕ ਗੁਣਾਂ ਅਤੇ ਉਨ੍ਹਾਂ ਦੀ ਅਸਧਾਰਨ ਲੀਲਾਵਾਂ ਦੀ ਪ੍ਰਸ਼ੰਸਾ ਕਰਦੇ ਹੋਏ ਪਰਮੇਸ਼ਵਰ ਦਾ ਗੁਣਗਾਨ ਕਰੇ । ਇਨ੍ਹਾਂ ਸਾਰੀਆਂ ਚੀਜ਼ਾਂ ਦਾ ਗੁਣਗਾਨ ਕਰਨਾ ਹੁੰਦਾ ਹੈ, ਇਸ ਲਈ ਮਹਾਤਮਾ ਭਗਵਾਨ ਪ੍ਰਤੀ ਆਸਕਤ (ਮੋਹਿਆ) ਰਹਿੰਦਾ ਹੈ।

ਜਿਹੜਾ ਮਨੁੱਖ ਪਰਮੇਸ਼ਵਰ ਦੇ ਨਿਰਾਕਾਰ ਰੂਪ, ਬ੍ਰਹਮ ਜੋਤੀ ਪ੍ਰਤੀ ਆਸਕਤ (ਮੋਹ ਗ੍ਰਹਸਤ) ਹੁੰਦਾ ਹੈ, ਉਸਨੂੰ ਭਗਵਤ ਗੀਤਾ ਵਿਚ ਮਹਾਤਮਾ ਨਹੀਂ ਕਿਹਾ ਜਾਂਦਾ । ਉਸਨੂੰ ਅਗਲੇ ਸ਼ਲੋਕ ਵਿਚ ਹੋਰ ਤਰ੍ਹਾਂ ਬੁਲਾਇਆ ਗਿਆ ਹੈ । ਮਹਾਤਮਾ ਹਮੇਸ਼ਾਂ ਭਗਤੀ ਦੇ ਵੱਖੋ-ਵੱਖਰੇ ਕਾਰਜਾਂ ਵਿਚ, ਜਿਵੇਂ ਵਿਸ਼ਨੂੰ ਦੇ ਕੀਰਤਨ ਸੁਣਨ ਵਿਚ ਰੁਝਿਆ ਰਹਿੰਦਾ ਹੈ, ਨਾ ਕੀ ਕਿਸੇ ਦੇਵੀ-ਦੇਵਤੇ ਜਾਂ ਮਨੁੱਖ ਦੇ । ਜਿਸ ਤਰ੍ਹਾਂ ਕਿ ਸ਼੍ਰੀਮਦ ਭਾਗਵਤਮ੍ ਵਿਚ ਵਰਣਨ ਮਿਲਦਾ ਹੈ । ਇਹ ਭਗਤੀ ***ਸ਼੍ਰਵਣਮ੍ ਕੀਰ੍ਤਨਮ੍ ਵਿਸ਼ਣੋਹ੍ ਸ੍ਮਰਣਮ੍*** ਹੈ ਅਜਿਹਾ ਮਹਾਤਮਾ ਆਖਿਰ ਭਗਵਾਨ ਦੇ ਪੰਜ ਅਲੌਕਿਕ ਰਸਾਂ ਵਿਚੋਂ ਕਿਸੇ ਰੂਪ ਵਿਚ ਉਨ੍ਹਾਂ ਦੀ ਨੇੜਤਾ ਪ੍ਰਾਪਤ ਕਰਨ ਲਈ ਪੱਕੇ ਇਰਾਦੇ ਵਾਲਾ ਹੁੰਦਾ ਹੈ । ਇਸਨੂੰ ਪ੍ਰਾਪਤ ਕਰਨ ਲਈ ਉਹ ***ਮਨਸਾ ਵਾਚਾ ਕਰ੍ਮਣਾ*** ਆਪਣੇ ਸਾਰੇ ਕੰਮ ਕਾਰਜ਼ ਵਿਚ ਭਗਵਾਨ ਕ੍ਰਿਸ਼ਨ ਦੀ ਸੇਵਾ ਵਿਚ ਲੱਗਾ ਰਹਿੰਦਾ ਹੈ, ਇਹੋ ਕ੍ਰਿਸ਼ਨ ਭਾਵਨਾ ਅੰਮ੍ਰਿਤ ਕਹਾਉਂਦਾ ਹੈ ।

ਭਗਤੀ ਵਿਚ ਕੁਝ ਕੰਮ ਹਨ, ਜਿਨ੍ਹਾਂ ਨੂੰ ਪੱਕੇ ਇਰਾਦੇ (*ਦ੍ਰਿੜ ਵਰਤ*) ਕਿਹਾ ਜਾਂਦਾ ਹੈ, ਜਿਵੇਂ ਹਰ ਇਕਾਦਸ਼ੀ ਨੂੰ ਅਤੇ ਭਗਵਾਨ ਦੇ ਪ੍ਰਗਟ ਦਿਹਾੜੇ (ਜਨਮ ਅਸ਼ਟਮੀ) ਤੇ ਵਰਤ ਕਰਨਾ । ਇਹ ਸਾਰੇ ਵਿਧੀ ਵਿਧਾਨ ਮਹਾਨ ਆਚਾਰੀਆਂ ਰਾਹੀਂ ਉਨ੍ਹਾਂ ਲੋਕਾਂ ਲਈ ਬਣਾਏ ਗਏ ਹਨ ਜਿਹੜੇ

ਅਲੌਕਿਕ ਲੋਕ ਵਿਚ ਦੀ ਨੇੜਤਾ ਪ੍ਰਾਪਤ ਕਰਨ ਲਈ ਚਾਹਵਾਨ ਹਨ। ਮਹਾਤਮਾ ਲੋਕ ਇਨ੍ਹਾਂ ਵਿਧੀ ਵਿਧਾਨਾਂ ਦੀ ਕਟੜਤਾ ਨਾਲ ਪਾਲਣਾ ਕਰਦੇ ਹਨ। ਸਿੱਟੇ ਵਜੋਂ ਉਨ੍ਹਾਂ ਲਈ ਮਨ-ਚਾਹੇ ਫਲ ਦੀ ਪ੍ਰਾਪਤੀ ਯਕੀਨੀ ਰਹਿੰਦੀ ਹੈ।

ਜਿਵੇਂ ਕਿ ਇਸ ਅਧਿਆਇ ਦੇ ਦੂਜੇ ਸ਼ਲੋਕ ਵਿਚ ਕਿਹਾ ਗਿਆ ਹੈ, ਇਹ ਭਗਤੀ ਨਾ ਸਿਰਫ਼ ਸੌਖੀ ਹੈ, ਸਗੋਂ ਇਸਨੂੰ ਪ੍ਰਸੰਨਤਾ ਨਾਲ ਕੀਤੀ ਜਾ ਸਕਦੀ ਹੈ। ਇਸ ਲਈ ਔਖੀ ਤਪੱਸਿਆ ਦੀ ਜ਼ਰੂਰਤ ਨਹੀਂ ਪੈਂਦੀ। ਮਨੁੱਖ ਕਾਬਲ ਗੁਰੂ ਦੀ ਅਗਵਾਈ ਵਿਚ ਇਸ ਜੀਵਨ ਨੂੰ ਗ੍ਰਿਹਸਥ, ਸੰਨਿਆਸੀ ਜਾਂ ਬ੍ਰਹਮਚਾਰੀ ਰਹਿੰਦੇ ਹੋਏ ਭਗਤੀ ਵਿਚ ਗੁਜ਼ਾਰ ਸਕਦਾ ਹੈ, ਉਹ ਸੰਸਾਰ ਵਿਚ ਕਿਸੇ ਵੀ ਹਾਲਤ ਵਿਚ ਕਿਧਰੇ ਵੀ ਭਗਵਾਨ ਦੀ ਭਗਤੀ ਕਰਕੇ ਅਸਲ ਵਿਚ ਮਹਾਤਮਾ ਬਣ ਸਕਦਾ ਹੈ।

ज्ञानयज्ञेन चाप्यन्ये यजन्तो मामुपासते ।
एकत्वेन पृथक्त्वेन बहुधा विश्वतोमुखम् ॥ १५ ॥

ਗ੍ਯਾਨ ਯਗ੍ਯੇਨ ਚਾਪਿ ਅਨਯੇ ਯਜੰਤੋ ਮਾਮ੍ ਉਪਾਸਤੇ।
ਏਕਤ੍ਵੇਨ ਪ੍ਰਿਥਕ੍ਤ੍ਵੇਨ ਬਹੁਧਾ ਵਿਸ਼੍ਵਤੋ ਮੁਖਮ੍ ॥ 15 ॥

ਗ੍ਯਾਨ-ਯਗ੍ਯੇਨ-ਗਿਆਨ ਦੇ ਅਨੁਸ਼ੀਲਨ (ਅਭਿਆਸ) ਰਾਹੀਂ ; **ਚ**-ਵੀ ; **ਅਪਿ**-ਯਕੀਨੀ ; **ਅਨਯੇ**-ਹੋਰ ਲੋਕ ; **ਯਜੰਤਹ**-ਯੱਗ ਕਰਦੇ ਹੋਏ ; **ਮਾਮ੍**-ਮੈਨੂੰ ; **ਉਪਾਸਤੇ**-ਪੂਜਦਾ ਹੈ ; **ਏਕਤ੍ਵੇਨ**-ਇਕਾਂਤ ਭਾਵ ਨਾਲ ; **ਪ੍ਰਿਥਕ੍ਤ੍ਵੇਨ**-ਦਵੈਤ ਭਾਵ ਨਾਲ ; **ਬਹੁਧਾ**-ਅਨੇਕ ਤਰ੍ਹਾਂ ਨਾਲ ; **ਵਿਸ਼੍ਵਤਹ੍ ਮੁਖਮ੍**-ਵਿਸ਼ਵ ਰੂਪ ਵਿਚ।

ਅਨੁਵਾਦ

ਦੂਜੇ ਲੋਕ ਜਿਹੜੇ ਗਿਆਨ ਦੇ ਅਨੁਸ਼ੀਲਨ (ਅਭਿਆਸ) ਰਾਹੀਂ ਯੱਗਾਂ ਵਿਚ ਰੁੱਝੇ ਰਹਿੰਦੇ ਹਨ ਉਹ ਭਗਵਾਨ ਦੀ ਪੂਜਾ ਉਨ੍ਹਾਂ ਦੇ ਇੱਕ ਰੂਪ ਵਿਚ, ਵੱਖੋ-ਵੱਖਰੇ ਰੂਪਾਂ ਵਿਚ ਅਤੇ ਵਿਸ਼ਵ ਰੂਪ ਵਿਚ ਕਰਦੇ ਹਨ।

ਭਾਵ

ਇਹ ਸ਼ਲੋਕ ਪਿਛਲੇ ਸ਼ਲੋਕਾਂ ਦਾ ਸਾਰ ਹੈ। ਭਗਵਾਨ ਅਰਜੁਨ ਨੂੰ ਦੱਸਦੇ ਹਨ ਕਿ ਜਿਹੜੇ ਨਿਰੋਲ ਕ੍ਰਿਸ਼ਨ ਭਾਵਨਾ ਅੰਮ੍ਰਿਤ ਵਿਚ ਲਗੇ ਰਹਿੰਦੇ ਹਨ ਅਤੇ ਕ੍ਰਿਸ਼ਨ ਤੋਂ ਇਲਾਵਾ ਹੋਰ ਕਿਸੇ ਨੂੰ ਨਹੀਂ ਜਾਣਦੇ ਉਹ ਮਹਾਤਮਾ ਕਹਾਉਂਦੇ ਹਨ। ਤਾਂ ਵੀ ਕੁਝ ਲੋਕ ਅਜਿਹੇ ਹੁੰਦੇ ਹਨ ਜਿਹੜੇ ਅਸਲ ਵਿਚ ਮਹਾਤਮਾ ਪਦਵੀ ਨੂੰ ਪ੍ਰਾਪਤ ਨਹੀਂ ਹੁੰਦੇ, ਪਰ ਉਹ ਵੀ ਵੱਖੋ-ਵੱਖਰੇ ਤਰੀਕਿਆਂ ਨਾਲ ਕ੍ਰਿਸ਼ਨ ਦੀ ਪੂਜਾ ਕਰਦੇ ਹਨ। ਇਨ੍ਹਾਂ ਵਿਚੋਂ ਕੁਝ ਦਾ ਵਰਣਨ ਦੁੱਖੀ, ਪੈਸੇ ਦੇ ਚਾਹਵਾਨ, ਗਿਆਨੀ ਅਤੇ ਜਿਗਿਆਸੂ ਦੇ ਰੂਪ ਵਿਚ ਕੀਤਾ ਜਾ ਚੁੱਕਾ ਹੈ। ਪਰ ਫਿਰ ਵੀ ਕੁਝ ਅਜਿਹੇ ਲੋਕ ਵੀ ਹੁੰਦੇ ਹਨ,

ਜਿਹੜੇ ਇਨ੍ਹਾਂ ਤੋਂ ਵੀ ਥੱਲੇ ਹੁੰਦੇ ਹਨ, ਇਨ੍ਹਾਂ ਨੂੰ ਤਿੰਨ ਭਾਗਾਂ ਵਿਚ ਵੰਡਿਆ ਜਾਂਦਾ ਹੈ। ਪਰਮੇਸ਼ਵਰ ਅਤੇ ਆਪਣੇ ਆਪ ਨੂੰ ਇੱਕ ਮੰਨਕੇ ਪੂਜਾ ਕਰਨ ਵਾਲੇ, 2- ਪਰਮੇਸ਼ਵਰ ਦੇ ਕਿਸੇ ਮਨੋਕਲਪਿਤ ਰੂਪ ਦੀ ਪੂਜਾ ਕਰਨ ਵਾਲੇ ਅਤੇ 3- ਭਗਵਾਨ ਦੇ ਵਿਸ਼ਵ ਰੂਪ ਦੀ ਪੂਜਾ ਕਰਨ ਵਾਲੇ। ਇਨ੍ਹਾਂ ਵਿਚੋਂ ਸਭ ਤੋਂ ਘਟੀਆ ਉਹ ਹਨ ਜਿਹੜੇ ਆਪਣੇ ਆਪ ਨੂੰ ਅਦਵੈਤਵਾਦੀ ਮੰਨਕੇ ਆਪਣੀ ਪੂਜਾ ਪਰਮੇਸ਼ਵਰ ਦੇ ਰੂਪ ਵਿਚ ਕਰਦੇ ਹਨ। ਅਜਿਹੇ ਲੋਕ ਆਪਣੇ ਆਪ ਨੂੰ ਪਰਮਾਤਮਾ ਮੰਨਦੇ ਹਨ ਅਤੇ ਇਸੇ ਮਾਨਸਿਕਤਾ ਕਰਕੇ ਉਹ ਆਪਣੀ ਪੂਜਾ ਆਪ ਕਰਦੇ ਹਨ, ਇਹ ਵੀ ਇਕ ਤਰ੍ਹਾਂ ਦੀ ਈਸ਼ਵਰ ਪੂਜਾ ਹੈ, ਕਿਉਂਕਿ ਉਹ ਸਮਝਦੇ ਹਨ ਕਿ ਉਹ ਭੌਤਿਕ ਪਦਾਰਥ ਨਾ ਹੋਕੇ ਆਤਮਾ ਹਨ। ਕੁਝ ਵੀ ਹੋਵੇ ਅਜਿਹਾ ਭਾਵ ਪ੍ਰਧਾਨ ਰਹਿੰਦਾ ਹੈ। ਆਮ ਤੌਰ ਤੇ ਨਿਰਗੁਣਵਾਦੀ ਇੰਝ ਹੀ ਪਰਮੇਸ਼ਵਰ ਨੂੰ ਪੂਜਦੇ ਹਨ। ਦੂਜੇ ਤਰ੍ਹਾਂ ਦੇ ਲੋਕ ਉਹ ਹਨ, ਜਿਹੜੇ ਦੇਵਤਿਆਂ ਦੇ ਉਪਾਸਕ ਹਨ, ਜਿਹੜੇ ਆਪਣੀ ਕਲਪਨਾ ਨਾਲ ਕਿਸੇ ਵੀ ਸਰੂਪ ਨੂੰ ਪਰਮੇਸ਼ਵਰ ਦਾ ਸਰੂਪ ਮੰਨ ਲੈਂਦੇ ਹਨ। ਤੀਜੇ ਤਰ੍ਹਾਂ ਦੇ ਉਹ ਲੋਕ ਹਨ ਜਿਹੜੇ ਇਸ ਬ੍ਰਹਿਮੰਡ ਤੋਂ ਪਰ੍ਹੇ ਕੁਝ ਵੀ ਨਹੀਂ ਸੋਚ ਸਕਦੇ। ਉਹ ਬ੍ਰਹਿਮੰਡ ਨੂੰ ਹੀ ਪਰਮ ਜੀਵ ਜਾਂ ਸੱਤਾ ਮੰਨਕੇ ਉਸਦੀ ਉਪਾਸਨਾ ਕਰਦੇ ਹਨ। ਇਹ ਬ੍ਰਹਿਮੰਡ ਵੀ ਰੱਬ ਦਾ ਇਕ ਸਰੂਪ ਹੈ।

अहं क्रतुरहं यज्ञः स्वधाहमहमौषधम् ।
मन्त्रोऽहमहमेवाज्यमहमग्निरहं हुतम् ॥ १६ ॥

ਅਹਮ੍ ਕਰ੍ਤੁਰ੍ ਅਹਮ੍ ਯਗ੍ਯਹ੍ ਸ੍ਵਧਾਹਮ੍ ਅਹਮ੍ ਔਸ਼ਧਮ੍
ਮੰਤ੍ਰੋ'ਹਮ੍ ਅਹਮ੍ ਏਵਾਜ੍ਯਮ੍ ਅਹਮ੍ ਅਗ੍ਨਿਰ ਅਹਮ੍ ਹੁਤਮ੍ ॥ 16 ॥

ਅਹਮ੍-ਮੈਂ ; **ਕਰ੍ਤੁਹ੍**-ਵੈਦਿਕ ਅਨੁਸ਼ਠਾਨ (ਸ਼ਾਸ਼ਤਰ ਵਿਧੀ), ਕਰਮਕਾਂਡ ; **ਅਹਮ੍**-ਮੈਂ ; **ਯਗ੍ਯ**-ਸਿਮਰਤੀ ਯੱਗ ; **ਸ੍ਵਧਾ**-ਦਾਨ ; **ਅਹਮ੍**-ਮੈਂ ; **ਔਸ਼ਧਮ**-ਜੜ੍ਹੀ ਬੂਟੀ ; **ਮੰਤ੍ਰਹ੍**-ਅਲੌਕਿਕ ਧੁਨੀ ; **ਅਹਮ੍**-ਮੈਂ ; **ਏਵ**-ਨਿਸ਼ਚੈ ਹੀ ; **ਅਜ੍ਯਮ੍**-ਘੀ ; **ਅਹਮ੍**-ਮੈਂ ; **ਅਗ੍ਨਿਹ੍**-ਅੱਗ ; **ਹੁਤਮ੍**-ਆਹੂਤੀ।

ਅਨੁਵਾਦ

ਪਰ ਮੈਂ ਹੀ ਕਰਮਕਾਂਡ, ਮੈਂ ਹੀ ਯੱਗ, ਪਿੱਤਰਾਂ ਨੂੰ ਦਿੱਤਾ ਜਾਣ ਵਾਲਾ ਤਰਪਣ (ਦਾਨ), ਜੜ੍ਹੀ-ਬੂਟੀ, ਅਲੌਕਿਕ ਧੁਨੀ (ਮੰਤਰ), ਘੀ, ਅਗਨੀ ਅਤੇ ਆਹੂਤੀ ਹਾਂ।

ਭਾਵ

ਜਯੋਤੀਸ਼ਟੋਮ ਨਾਂ ਦਾ ਵੈਦਿਕ ਯੱਗ ਵੀ ਕ੍ਰਿਸ਼ਨ ਹਨ, ਸਿਮਰਿਤੀ ਵਿਚ ਵਰਣਨ ਕੀਤਾ ਮਹਾਯੱਗ ਵੀ ਉਹੀ ਹਨ। ਪਿੱਤਰ ਲੋਕ ਨੂੰ ਅਰਪਿਤ ਤਰਪਣ (ਭੇਂਟ) ਜਾਂ ਪਿੱਤਰਾਂ ਨੂੰ ਖ਼ੁਸ਼ ਕਰਨ ਲਈ

ਕੀਤਾ ਗਿਆ ਯੱਗ, ਜਿਸਨੂੰ ਘੀ ਰੂਪ ਵਿਚ ਇੱਕ ਤਰ੍ਹਾਂ ਦੀ ਦਵਾ ਮੰਨਿਆ ਜਾਂਦਾ ਹੈ ਉਹ ਵੀ ਕ੍ਰਿਸ਼ਨ ਹੀ ਹਨ। ਇਸ ਸੰਬੰਧ ਵਿਚ ਜਿਨ੍ਹਾਂ ਮੰਤਰਾਂ ਦਾ ਉਚਾਰਣ ਕੀਤਾ ਜਾਂਦਾ ਹੈ, ਉਹ ਵੀ ਕ੍ਰਿਸ਼ਨ ਹਨ। ਯੱਗਾਂ ਵਿਚ ਦੁੱਧ ਨਾਲ ਬਣੀਆ ਅਨੇਕਾਂ ਚੀਜ਼ਾਂ ਵੀ ਕ੍ਰਿਸ਼ਨ ਹਨ। ਅੱਗ ਵੀ ਕ੍ਰਿਸ਼ਨ ਹੈ, ਕਿਉਂਕਿ ਅੱਗ ਪੰਜ ਤੱਤਾਂ ਵਿਚੋਂ ਇੱਕ ਹੈ ਅਤੇ ਉਹ ਕ੍ਰਿਸ਼ਨ ਦੀ ਅਨਿਖੜਵੀਂ ਤਾਕਤ ਕਹੀ ਜਾਂਦੀ ਹੈ, ਦੂਜੇ ਸ਼ਬਦਾਂ ਵਿਚ ਵੈਦਿਕ ਵੇਦਾਂ ਦੇ ਕਰਮਕਾਂਡ ਹਿੱਸੇ ਵਿਚ ਦੱਸੇ ਵੈਦਿਕ ਯੱਗ ਵੀ ਪੂਰੀ ਤਰ੍ਹਾਂ ਨਾਲ ਕ੍ਰਿਸ਼ਨ ਹੀ ਹਨ। ਜਾਂ ਇਹ ਕਹਿ ਸਕਦੇ ਹਾਂ, ਕਿ ਜਿਹੜੇ ਲੋਕ ਕ੍ਰਿਸ਼ਨ ਦੀ ਭਗਤੀ ਵਿਚ ਲਗੇ ਹੋਏ ਹਨ, ਉਨ੍ਹਾਂ ਲਈ ਇਹ ਸਮਝਣਾ ਚਾਹੀਦਾ ਹੈ, ਕਿ ਉਨ੍ਹਾਂ ਨੇ ਸਾਰੇ ਵੇਦਾਂ ਵਿਚ ਦੱਸੇ ਯੱਗ ਸੰਪੰਨ ਕਰ ਲਏ ਹਨ।

पिताहमस्य जगतो माता धाता पितामहः ।
वेद्यं पवित्रम् ॐकार ऋक्साम यजुरेव च ॥ १७॥

ਪਿਤਾਹਮ੍ ਅਸ੍ਯ ਜਗਤੋ ਮਾਤਾ ਧਾਤਾ ਪਿਤਾਮਹਹ੍ ।
ਵੇਦ੍ਯਮ੍ ਪਵਿਤ੍ਰਮ੍ ਓਂਕਾਰ ਰਿਕ੍ ਸਾਮ ਯਜੁਰ੍ ਏਵ ਚ ॥ 17 ॥

ਪਿਤਾ-ਪਿਤਾ ; **ਅਹਮ੍**-ਮੈਂ ; **ਅਸ੍ਯ**-ਇਸ ; **ਜਗਤਹ੍**-ਬ੍ਰਹਿਮੰਡ ਦਾ ; **ਮਾਤਾ**-ਮਾਂ ; **ਧਾਤਾ**-ਸਹਾਰਾ ਦੇਣ ਵਾਲਾ ; **ਪਿਤਾਮਹਹ੍**-ਦਾਦਾ ; **ਵੇਦ੍ਯਮ੍**-ਜਾਣਨ ਯੋਗ ; **ਪਵਿੱਤ੍ਰਮ੍**-ਸ਼ੁੱਧ ਕਰਨ ਵਾਲਾ ; **ਓਂਕਾਰ**-ਓਮ ਅੱਖਰ ; **ਰਿਕ੍**-ਰਿਗਵੇਦ ; **ਸਾਮ**-ਸਾਮਵੇਦ ; **ਯਜੁਹ੍**-ਯਜੁਰਵੇਦ ; **ਏਵ**-ਨਿਸ਼ਚੈ ਹੀ ; **ਚ**-ਅਤੇ।

ਅਨੁਵਾਦ

ਮੈਂ ਇਸ ਬ੍ਰਹਿਮੰਡ ਦਾ ਪਿਤਾ, ਮਾਤਾ, ਸਿਰਜਣ ਹਾਰ (ਸਹਾਰਾ ਦੇਣ ਵਾਲਾ) ਅਤੇ ਦਾਦਾ ਹਾਂ। ਮੈਂ ਗਿਆਨ ਦੁਆਰਾ ਜਾਣਨ ਯੋਗ, ਸ਼ੁੱਧੀ ਕਰਤਾ ਅਤੇ ਓਅੰਕਾਰ ਹਾਂ। ਮੈਂ ਰਿਗਵੇਦ, ਸਾਮਵੇਦ ਅਤੇ ਯਜੁਰਵੇਦ ਵੀ ਹਾਂ।

ਭਾਵ

ਸਾਰੇ ਚਰ, ਅਚਰ ਵਿਰਾਟ ਸੰਸਾਰ ਦਾ ਪ੍ਰਗਟਾਵਾ ਕ੍ਰਿਸ਼ਨ ਦੀ ਸ਼ਕਤੀ ਦੇ ਵੱਖੋ-ਵੱਖਰੇ ਕੰਮ ਕਾਰਾਂ ਤੋਂ ਹੁੰਦਾ ਹੈ। ਇਸ ਭੌਤਿਕ ਸੰਸਾਰ ਵਿਚ ਅਸੀਂ ਵੱਖੋ-ਵੱਖਰੇ ਜੀਵਾਂ ਨਾਲ ਅਲਗ-ਅਲਗ ਸੰਬੰਧ ਸਥਾਪਿਤ ਕਰਦੇ ਹਾਂ, ਜਿਹੜੇ ਕ੍ਰਿਸ਼ਨ ਦੀ ਸ਼ਕਤੀ ਤੋਂ ਇਲਾਵਾ ਹੋਰ ਕੁਝ ਨਹੀਂ ਹਨ। ਪ੍ਰਕ੍ਰਿਤੀ ਦੀ ਸ੍ਰਿਸ਼ਟੀ ਵਿਚ ਉਨ੍ਹਾਂ ਵਿੱਚੋਂ ਕੁਝ ਸਾਡੇ ਮਾਂ-ਬਾਪ, ਦਾਦੇ, ਪੈਦਾ ਕਰਨ ਵਾਲੇ ਆਦਿ ਦੇ ਰੂਪ ਵਿਚ ਪੈਦਾ ਹੁੰਦੇ ਹਨ, ਪਰ ਅਸਲ ਵਿਚ ਉਹ ਕ੍ਰਿਸ਼ਨ ਦੇ ਅੰਸ਼ ਹੀ ਹਨ। ਇਸ ਤਰ੍ਹਾਂ ਨਾਲ, ਇਹ ਜੀਵ ਜਿਹੜੇ ਸਾਡੇ ਮਾਂ ਬਾਪ ਲਗਦੇ ਹਨ, ਉਹ ਕ੍ਰਿਸ਼ਨ ਤੋਂ ਇਲਾਵਾ ਕੁਝ ਨਹੀਂ ਹਨ। ਇਸ ਸ਼ਲੋਕ ਵਿਚ ਆਏ *ਧਾਤਾ* ਸ਼ਬਦ ਦਾ ਅਰਥ ਸਿਰਜਣਹਾਰ ਹੈ। ਨਾ ਸਿਰਫ਼ ਸਾਡੇ ਮਾਂ-ਬਾਪ

ਕ੍ਰਿਸ਼ਨ ਦੇ ਅੰਸ਼ ਹਨ, ਸਗੋਂ ਇਨ੍ਹਾਂ ਦੇ ਸਿਰਜਣਹਾਰ ਦਾਦੀ ਅਤੇ ਦਾਦਾ ਕ੍ਰਿਸ਼ਨ ਹਨ। ਅਸਲ ਵਿਚ ਕੋਈ ਵੀ ਜੀਵ ਕ੍ਰਿਸ਼ਨ ਦਾ ਅੰਸ਼ ਹੋਣ ਕਾਰਨ ਕ੍ਰਿਸ਼ਨ ਹੈ। ਇਸ ਲਈ ਸਾਰੇ ਵੇਦਾਂ ਦਾ ਟੀਚਾ ਕ੍ਰਿਸ਼ਨ ਹੀ ਹਨ। ਅਸੀਂ ਵੇਦਾਂ ਤੋਂ ਜੋ ਵੀ ਜਾਣਨਾ ਚਾਹੁੰਦੇ ਹਾਂ ਉਹ ਕ੍ਰਿਸ਼ਨ ਨੂੰ ਜਾਨਣ ਦੀ ਦਿਸ਼ਾ ਵਿਚ ਹੁੰਦਾ ਹੈ। ਜਿਸ ਵਿਸ਼ੇ ਨਾਲ ਸਾਡੀ ਸੁਭਾਵਿਕ ਸਥਿਤੀ ਸ਼ੁੱਧ ਹੁੰਦੀ ਹੈ, ਉਹ ਕ੍ਰਿਸ਼ਨ ਹੈ। ਇੰਝ ਹੀ ਜਿਹੜਾ ਜੀਵ ਵੈਦਿਕ ਨਿਯਮਾਂ ਨੂੰ ਜਾਣਨ ਲਈ ਜਿਗਿਆਸੂ ਹੁੰਦਾ ਹੈ, ਉਹ ਵੀ ਕ੍ਰਿਸ਼ਨ ਦਾ ਅੰਸ਼ ਅਤੇ ਕ੍ਰਿਸ਼ਨ ਹੀ ਹੈ। ਸਾਰੇ ਵੈਦਿਕ ਮੰਤਰਾਂ ਵਿਚ ਓਅੰਕਾਰ ਸ਼ਬਦ, ਜਿਸਨੂੰ ਪ੍ਰਣਵ ਕਿਹਾ ਜਾਂਦਾ ਹੈ, ਇਕ ਅਲੌਕਿਕ ਧੁਨੀ ਕੰਪਨ ਹੈ ਅਤੇ ਇਹ ਵੀ ਕ੍ਰਿਸ਼ਨ ਹੈ। ਕਿਉਂਕਿ ਚਾਰੇ ਵੇਦਾਂ - ਸਾਮ, ਯਜੁਰ, ਰਿਗ ਅਤੇ ਅਥਰਵ ਵਿਚ ਪ੍ਰਣਵ ਜਾਂ ਓਅੰਕਾਰ ਪ੍ਰਧਾਨ ਹੈ, ਇਸ ਲਈ ਇਸ ਨੂੰ ਕ੍ਰਿਸ਼ਨ ਸਮਝਣਾ ਚਾਹੀਦਾ ਹੈ।

गतिर्भर्ता प्रभुः साक्षी निवासः शरणं सुहृत् ।
प्रभवः प्रलयः स्थानं निधानं बीजमव्ययम् ॥ १८ ॥

ਗਤਿਰ੍ ਭਰ੍ਤਾ ਪ੍ਰਭੂਹ੍ ਸਾਕਸ਼ੀ ਨਿਵਾਸਹ੍ ਸ਼ਰਨਮ੍ ਸੁਹ੍ਰਿਤ੍ ।
ਪ੍ਰਭਵਹ੍ ਪ੍ਰਲਯਹ੍ ਸ੍ਥਾਨਮ੍ ਨਿਧਾਨਮ੍ ਬੀਜਮ੍ ਅਵ੍ਯਯਮ੍ ॥ 18 ॥

ਗਤਿਹ੍-ਟੀਚਾ ; ਭਰ੍ਤਾ-ਪਾਲਣਾ ਕਰਨ ਵਾਲਾ ; ਪ੍ਰਭੂਹ੍-ਰੱਬ ;ਸਾਕ੍ਸ਼ੀ-ਗਵਾਹ ; ਨਿਵਾਸਹ੍-ਧਾਮ ; ਸ਼ਰਣਮ੍-ਸ਼ਰਨ ; ਸੁਹ੍ਰਿਤ੍-ਪੱਕਾ ਦੋਸਤ ; ਪ੍ਰਭਵਹ੍-ਸ੍ਰਿਸ਼ਟੀ ; ਪ੍ਰਲਯਹ੍-ਸੰਘਾਰ (ਨਾਸ਼); ਸ੍ਥਾਨਮ੍-ਭੂਮੀ ; ਨਿਧਾਨਮ੍-ਵਿਸ਼ਰਾਮ ਅਸਥਾਨ ; ਬੀਜਮ੍-ਬੀਜ, ਕਾਰਨ ; ਅਵ੍ਯਯਮ੍-ਅਵਿਨਾਸ਼ੀ ।

ਅਨੁਵਾਦ

ਮੈਂ ਹੀ ਟੀਚਾ, ਪਾਲਣ ਕਰਤਾ, ਸਵਾਮੀ, ਗਵਾਹ, ਧਾਮ, ਸ਼ਰਨ ਅਸਥਾਨ ਅਤੇ ਜਿਗਰੀ ਦੋਸਤ ਹਾਂ। ਮੈ ਸ੍ਰਿਸ਼ਟੀ ਅਤੇ ਪਰਲੋ, ਸਭਨਾਂ ਦਾ ਆਧਾਰ, ਆਸਰਾ ਅਤੇ ਅਵਿਨਾਸ਼ੀ ਬੀਜ ਵੀ ਹਾਂ।

ਭਾਵ

ਗਤੀ ਦਾ ਅਰਥ ਹੈ ਪਹੁੰਚ ਜਾਂ ਟੀਚਾ, ਜਿੱਥੇ ਅਸੀਂ ਜਾਣਾ ਚਾਹੁੰਦੇ ਹਾਂ। ਪਰ ਉੱਚ ਟੀਚਾ ਤਾਂ ਕ੍ਰਿਸ਼ਨ ਹੀ ਹਨ, ਹਾਲਾਂਕਿ ਲੋਕ ਇਸ ਨੂੰ ਜਾਣਦੇ ਨਹੀਂ। ਜਿਹੜਾ ਕ੍ਰਿਸ਼ਨ ਨੂੰ ਨਹੀਂ ਜਾਣਦਾ ਉਹ ਰਸਤੇ ਤੋਂ ਭਟਕ ਜਾਂਦਾ ਹੈ ਅਤੇ ਉਸਦੀ ਅਖੌਤੀ ਤਰੱਕੀ ਜਾਂ ਤਾਂ ਅੰਸ਼ਕ ਹੁੰਦੀ ਹੈ ਜਾਂ ਫਿਰ ਭਰਮ ਭਰੀ। ਅਜਿਹੇ ਅਨੇਕਾਂ ਲੋਕ ਹਨ, ਜਿਹੜੇ ਦੇਵਤਿਆਂ ਨੂੰ ਹੀ ਆਪਣਾ ਟੀਚਾ ਬਣਾਉਂਦੇ ਹਨ ਅਤੇ ਉਨ੍ਹਾਂ ਮੁਤਾਬਿਕ ਸਖਤ ਨਿਯਮਾਂ ਦੀ ਪਾਲਣਾ ਕਰਦੇ ਹੋਏ ਚੰਨ ਲੋਕ, ਸੂਰਜ ਲੋਕ, ਇੰਦਰ ਲੋਕ, ਮਹਰ ਲੋਕ ਵਰਗੇ ਵੱਖੋ-ਵੱਖਰੇ ਲੋਕਾਂ ਨੂੰ ਪ੍ਰਾਪਤ ਹੁੰਦੇ ਹਨ। ਪਰ ਇਹ ਸਾਰੇ ਲੋਕ ਇਕੋ-ਸਮੇਂ ਕ੍ਰਿਸ਼ਨ ਦੀ ਹੀ ਸ੍ਰਿਸ਼ਟੀ ਹੋਣ ਕਾਰਨ ਕ੍ਰਿਸ਼ਨ ਹਨ ਅਤੇ ਨਹੀਂ ਵੀ ਹਨ। ਅਜਿਹੇ ਲੋਕ ਵੀ ਕ੍ਰਿਸ਼ਨ ਦੀ ਸ਼ਕਤੀ ਦਾ ਪ੍ਰਗਟਾਵਾ ਹੋਣ ਸਦਕਾ ਕ੍ਰਿਸ਼ਨ ਹਨ, ਪਰ ਅਸਲ ਵਿਚ, ਉਹ ਕ੍ਰਿਸ਼ਨ ਦੇ ਅਨੁਭਵ

ਦੀ ਦਿਸ਼ਾ ਵਿਚ ਪੌੜੀ ਦਾ ਕੰਮ ਕਰਦੇ ਹਨ। ਕ੍ਰਿਸ਼ਨ ਦੀਆਂ ਵੱਖੋ-ਵੱਖਰੀਆਂ ਸ਼ਕਤੀਆਂ ਤਕਪਹੁੰਚਣ ਦਾ ਅਰਥ ਹੈ ਅਪ੍ਰਤੱਖ ਰੂਪ ਵਿਚ ਕ੍ਰਿਸ਼ਨ ਤਕ ਪਹੁੰਚਣਾ। ਇਸ ਲਈ ਮਨੁੱਖ ਨੂੰ ਚਾਹੀਦਾ ਹੈ ਕਿ ਕ੍ਰਿਸ਼ਨ ਤਕ ਸਿੱਧੇ ਪਹੁੰਚੇ, ਕਿਉਂਕਿ ਇਸ ਨਾਲ ਸਮੇਂ ਅਤੇ ਸ਼ਕਤੀ ਦੀ ਬਚਤ ਹੋਵੇਗੀ। ਉਦਾਹਰਨ ਵੱਜੋਂ ਜੇ ਕਿਸੇ ਇਮਾਰਤ ਦੀ ਚੋਟੀ ਤਕ ਲਿਫਟ ਰਾਹੀਂ ਪਹੁੰਚਣ ਦੀ ਸੁਵਿਧਾ ਹੋਵੇ ਤਾਂ ਫਿਰ ਇੱਕ ਇੱਕ ਪੌੜੀ ਕਰਕੇ ਉਤੇ ਕਿਉਂ ਚੜ੍ਹਿਆ ਜਾਵੇ ? ਸਭ ਕੁਝ ਕ੍ਰਿਸ਼ਨ ਦੀ ਸ਼ਕਤੀ ਤੇ ਨਿਰਭਰ ਹੈ, ਇਸ ਲਈ ਕ੍ਰਿਸ਼ਨ ਦੀ ਸ਼ਰਨ ਲਏ ਬਗੈਰ ਕਿਸੇ ਚੀਜ਼ ਦੀ ਹੋਂਦ ਨਹੀਂ ਹੋ ਸਕਦੀ। ਕ੍ਰਿਸ਼ਨ ਪਰਮ ਸ਼ਾਸਕ ਹਨ, ਕਿਉਂਕਿ ਸਭ ਕੁਝ ਉਨ੍ਹਾਂ ਦਾ ਹੈ ਉਨ੍ਹਾਂ ਦੀ ਹੀ ਸ਼ਕਤੀ ਤੇ ਨਿਰਭਰ ਹੈ। ਹਰ ਜੀਵ ਦੇ ਹਿਰਦੇ ਵਿਚ ਸਥਿਤ ਹੋਣ ਕਰਕੇ ਕ੍ਰਿਸ਼ਨ ਵੱਡੇ ਗਵਾਹ ਹਨ। ਸਾਡਾ ਘਰ, ਦੇਸ਼ ਜਾਂ ਲੋਕ ਜਿੱਥੇ ਅਸੀਂ ਰਹਿ ਰਹੇ ਹਾਂ, ਸਭ ਕੁਝ ਕ੍ਰਿਸ਼ਨ ਦਾ ਹੈ। ਸ਼ਰਨ ਲਈ ਕ੍ਰਿਸ਼ਨ ਉਚੇਰਾ ਪਹੁੰਚ ਦਾ ਅਸਥਾਨ ਹਨ ਅਤੇ ਮਨੁੱਖ ਨੂੰ ਚਾਹੀਦਾ ਹੈ ਕਿ ਆਪਣੀ ਰੱਖਿਆ ਜਾਂ ਆਪਣੇ ਕਸ਼ਟਾਂ ਦੇ ਵਿਨਾਸ਼ ਲਈ ਕ੍ਰਿਸ਼ਨ ਦੀ ਸ਼ਰਨ ਗ੍ਰਹਿਣ ਕਰੇ। ਅਸੀਂ ਚਾਹੇ ਜਿੱਥੇ ਵੀ ਸ਼ਰਨ ਲੈ ਲਈਏ, ਸਾਨੂੰ ਜਾਣਨਾ ਚਾਹੀਦਾ ਹੈ ਕਿ ਸਾਡਾ ਸਹਾਰਾ ਕੋਈ ਜੀਵਤ ਸ਼ਕਤੀ ਹੋਣੀ ਚਾਹੀਦੀ ਹੈ। ਕ੍ਰਿਸ਼ਨ ਪਰਮਜੀਵ ਹਨ। ਕਿਉਂਕਿ ਕ੍ਰਿਸ਼ਨ ਸਾਡੀ ਉਤਪੱਤੀ ਦੇ ਕਾਰਨ ਹਨ ਜਾਂ ਸਾਡੇ ਪਰਮ ਪਿਤਾ ਹਨ, ਇਸ ਲਈ ਉਨ੍ਹਾਂ ਤੋਂ ਵੱਧਕੇ ਨਾ ਤਾਂ ਕੋਈ ਦੋਸਤ ਹੋ ਸਕਦਾ ਹੈ ਨਾ ਸ਼ੁਭਚਿੰਤਕ। ਕ੍ਰਿਸ਼ਨ ਸ੍ਰਿਸ਼ਟੀ ਦੇ ਆਦਿ ਸਰੋਤ ਅਤੇ ਪਰਲੋ ਮਗਰੋਂ ਉੱਤਮ ਵਿਸ਼ਰਾਮ ਅਸਥਾਨ ਹਨ। ਇਸ ਲਈ ਕ੍ਰਿਸ਼ਨ ਸਾਰੇ ਕਾਰਨਾਂ ਦੇ ਸ਼ਾਸਵਤ ਕਾਰਨ ਹਨ।

तपाम्यहमहं वर्षं निगृह्णाम्युत्सृजामि च ।
अमृतं चैव मृत्युश्च सदसच्चाहमर्जुन ॥ १९ ॥

ਤਪਾਮਿ ਅਹਮ੍ ਅਹਮ੍ ਵਰ੍ਸ਼ਮ੍ ਨਿਗ੍ਰਿਹ੍ਣਾਮਿ ਉਤ੍ਸ੍ਰਿਜਾਮਿ ਚ।
ਅਮ੍ਰਿਤਮ੍ ਚੈਵ ਮ੍ਰਿਤ੍ਯੁਸ਼੍ ਚ ਸਦ੍ ਅਸਚ੍ ਚਾਹਮ੍ ਅਰ੍ਜੁਨ ॥ 19 ॥

ਤਪਾਮਿ-ਗਰਮੀ ਪਹੁੰਚਾਂਦਾ ਹਾਂ ; **ਅਹਮ੍**-ਮੈਂ ; **ਅਹਮ੍**-ਮੈਂ ; **ਵਰ੍ਸ਼ਮ੍**-ਮੀਂਹ ; **ਨਿਗ੍ਰਿਹ੍ਣਾਮਿ**-ਰੋਕੀ ਰੱਖਦਾ ਹਾਂ ; **ਉਤ੍ਸ੍ਰਿਜਾਮਿ**-ਭੇਜਦਾ ਹਾਂ ; **ਚ**-ਅਤੇ ; **ਅਮ੍ਰਿਤਮ੍**-ਅਮਰਤਾ ; **ਚ**-ਅਤੇ ; **ਏਵ**-ਯਕੀਨਨ ਹੀ ; **ਮ੍ਰਿਤ੍ਯੁਹ੍**-ਮੌਤ ; **ਚ**-ਅਤੇ ; **ਸਤ੍**-ਆਤਮਾ ; **ਅਸਤ**-ਪਦਾਰਥ ; **ਚ**-ਅਤੇ; **ਅਹਮ੍**-ਮੈਂ ; **ਅਰ੍ਜੁਨ**-ਹੇ ਅਰਜੁਨ।

ਅਨੁਵਾਦ

ਹੇ ਅਰਜੁਨ ! ਮੈਂ ਹੀ ਗਰਮੀ ਦਿੰਦਾ ਹਾਂ ਅਤੇ ਮੀਂਹ ਨੂੰ ਰੋਕਦਾ ਅਤੇ ਪਾਉਂਦਾ ਹਾਂ। ਮੈਂ ਅਮਰਤਾ ਹਾਂ ਅਤੇ ਪ੍ਰਤੱਖ ਮੌਤ ਵੀ ਹਾਂ। ਆਤਮਾ ਅਤੇ ਪਦਾਰਥ (ਸੱਤ ਅਤੇ ਅਸੱਤ) ਦੋਵੇਂ ਹੀ ਮੈਂ ਹਾਂ।

ਭਾਵ

ਕ੍ਰਿਸ਼ਨ ਆਪਣੀਆਂ ਵੱਖੋ-ਵੱਖਰੀਆਂ ਸ਼ਕਤੀਆਂ ਨਾਲ ਬਿਜਲੀ ਅਤੇ ਸੂਰਜ ਰਾਹੀਂ ਗਰਮੀ ਅਤੇ ਪ੍ਰਕਾਸ਼ ਬਿਖੇਰਦੇ ਹਨ। ਗਰਮੀ ਰੁੱਤ ਵਿਚ ਕ੍ਰਿਸ਼ਨ ਹੀ ਆਸਮਾਨ ਤੋਂ ਮੀਂਹ ਨਹੀਂ ਪੈਣ ਦਿੰਦੇ ਅਤੇ ਵਰਖਾ ਰੁੱਤ ਵਿਚ ਉਹੀ ਲਗਾਤਾਰ ਮੀਂਹ ਦੀ ਝੜੀ ਲਾ ਦਿੰਦੇ ਹਨ। ਜਿਹੜੀ ਸ਼ਕਤੀ ਸਾਨੂੰ ਜੀਵਨ ਦਿੰਦੀ ਹੈ, ਉਹ ਕ੍ਰਿਸ਼ਨ ਹੈ ਅਤੇ ਅੰਤ ਵਿਚ ਮੌਤ ਰੂਪ ਵਿਚ ਸਾਨੂੰ ਮਿਲਦੇ ਹਨ। ਕ੍ਰਿਸ਼ਨ ਦੀਆਂ ਇਨਾਂ ਵੱਖੋ-ਵੱਖਰੀਆਂ ਸ਼ਕਤੀਆਂ ਦਾ ਵਿਸ਼ਲੇਸ਼ਣ ਕਰਨ ਤੇ ਇਹ ਨਿਸ਼ਚਿਤ ਹੋ ਜਾਂਦਾ ਹੈ, ਕਿ ਕ੍ਰਿਸ਼ਨ ਲਈ ਪਦਾਰਥ ਅਤੇ ਆਤਮਾ ਵਿਚ ਕੋਈ ਫਰਕ ਨਹੀਂ ਹੈ ਜਾਂ ਦੂਜੇ ਸ਼ਬਦਾਂ ਵਿਚ ਉਹ ਪਦਾਰਥ ਅਤੇ ਆਤਮਾ ਦੋਵੇਂ ਹਨ। ਇਸ ਲਈ ਕ੍ਰਿਸ਼ਨ ਭਾਵਨਾ ਅੰਮ੍ਰਿਤ ਦੀ ਉਚੇਰੀ ਸਥਿਤੀ ਵਿਚ ਅਜਿਹਾ ਭੇਦ ਨਹੀਂ ਮੰਨਿਆ ਜਾਂਦਾ। ਮਨੁੱਖ ਹਰ ਚੀਜ਼ ਵਿਚ ਕ੍ਰਿਸ਼ਨ ਦੇ ਹੀ ਦਰਸ਼ਨ ਕਰਦਾ ਹੈ।

ਕਿਉਂਕਿ ਕ੍ਰਿਸ਼ਨ ਪਦਾਰਥ ਅਤੇ ਆਤਮਾ ਦੋਵੇਂ ਹਨ, ਇਸ ਲਈ ਸਾਰੇ ਸੰਸਾਰਾਂ ਤੋਂ ਯੁਕਤ ਇਹ ਵਿਰਾਟ ਵਿਸ਼ਵ ਰੂਪ ਵੀ ਕ੍ਰਿਸ਼ਨ ਹੈ ਅਤੇ ਵ੍ਰਿੰਦਾਬਨ ਵਿਚ ਦੋ ਭੁਜਾਵਾਂ ਵਾਲੇ ਬੰਸਰੀ ਵਜਾਉਂਦੇ ਸ਼ਾਮ ਸੁੰਦਰ ਰੂਪ ਵਿਚ ਉਨ੍ਹਾਂ ਦੀਆਂ ਲੀਲਾਵਾਂ, ਉਨ੍ਹਾਂ ਦੇ ਭਗਵਾਨ ਰੂਪ ਦੀਆਂ ਹੁੰਦੀਆਂ ਹਨ।

त्रैविद्या मां सोमपाः पूतपापा
यज्ञैरिष्ट्वा स्वर्गतिं प्रार्थयन्ते ।
ते पुण्यमासाद्य सुरेन्द्रलोक-
मश्नन्ति दिव्यान्दिवि देवभोगान् ॥ २० ॥

ਤ੍ਰੈ ਵਿਦਯਾ ਮਾਮ੍ ਸੋਮ-ਪਾਹ ਪੂਤ-ਪਾਪਾ,
ਯਗ੍ਯੈਰ੍ ਇਸ਼ਟਵਾ ਸਵਰ੍-ਗਤਿਮ੍ ਪ੍ਰਾਰ੍ਥਯੰਤੇ।
ਤੇ ਪੁੰਨ੍ਯਮ੍ ਅਸਾਦ੍ਯ ਸੁਰੇਂਦ੍ਰ ਲੋਕਮ੍
ਅਸ਼ਨੰਤਿ ਦਿਵ੍ਯਾਨ੍ ਦਿਵਿ ਦੇਵ ਭੋਗਾਨ੍ ॥ 20 ॥

ਤ੍ਰੈ-ਵਿਦ੍ਯਾਹ੍-ਤਿੰਨ ਵੇਦਾਂ ਦੇ ਜਾਣੂ ; **ਮਾਮ੍**-ਮੈਨੂੰ ; **ਸੋਮ-ਪਾਹ੍**-ਸੋਮ ਰਸਪਾਨ ਕਰਨ ਵਾਲੇ ; **ਪੂਤ**-ਪਵਿੱਤਰ ; **ਪਾਪਾਹ੍**-ਪਾਪਾਂ ਦਾ ; **ਯਗ੍ਯੈਹ੍**-ਯੱਗਾਂ ਨਾਲ ; **ਇਸ਼ਟਵਾ**-ਪੂਜਾ ਕਰਕੇ ; **ਸ੍ਵਹ੍-ਗਤਿਮ੍**-ਸਵਰਗ ਦੀ ਪ੍ਰਾਪਤੀ ਲਈ ; **ਪ੍ਰਾਰ੍ਥਯੰਤੇ**-ਬੇਨਤੀ ਕਰਦੇ ਹਨ ; **ਤੇ**-ਉਹ ; **ਪੁੰਨ੍ਯਮ੍**-ਪਵਿੱਤਰ ; **ਆਸਾਦ੍ਯ**-ਪ੍ਰਾਪਤ ਕਰਕੇ ; **ਸੁਰ-ਇੰਦਰ**-ਇੰਦਰ ਦੇ ; **ਲੋਕਮ੍**-ਲੋਕ ਨੂੰ ; **ਅਸ਼ਨੰਤਿ**-ਭੋਗ ਕਰਦੇ ਹਨ ; **ਦਿਵ੍ਯਾਨ੍**-ਅਲੌਕਿਕ ; **ਦਿਵਿ**-ਸਵਰਗ ਵਿਚ ; **ਦੇਵ-ਭੋਗਾਨ੍**-ਦੇਵਤਿਆਂ ਦੇ ਆਨੰਦ ਨੂੰ।

ਅਨੁਵਾਦ

ਜਿਹੜੇ ਵੇਦਾਂ ਦਾ ਅਧਿਐਨ ਕਰਦੇ ਹਨ ਅਤੇ ਸੋਮਰਸ ਪੀਂਦੇ ਹਨ, ਉਹ ਸਵਰਗ ਪ੍ਰਾਪਤੀ ਦੀ ਖ਼ੋਜ ਕਰਦੇ ਹੋਏ ਅਪ੍ਰਤੱਖ ਰੂਪ ਨਾਲ ਮੇਰੀ ਪੂਜਾ ਕਰਦੇ ਹਨ। ਉਹ ਪਾਪ ਕਰਮਾਂ ਤੋਂ ਸ਼ੁੱਧ ਹੋਕੇ, ਇੰਦਰ ਦੇ ਪਵਿੱਤਰ ਸਵਰਗੀ ਧਾਮ ਵਿਚ ਜਨਮ ਲੈਂਦੇ ਹਨ, ਜਿੱਥੇ ਉਹ ਦੇਵਤਿਆਂ ਵਰਗਾ ਆਨੰਦ ਭੋਗਦੇ ਹਨ।

ਭਾਵ

ਤ੍ਰੈ ਵਿਦ੍ਯਾਹ੍ ਸ਼ਬਦ ਤਿੰਨ ਵੇਦਾਂ - ਸਾਮ, ਯਜੁਰ ਅਤੇ ਰਿਗਵੇਦ ਨੂੰ ਦੱਸਣ ਵਾਲਾ ਹੈ। ਜਿਸ ਬ੍ਰਾਹਮਣ ਨੇ ਇਨ੍ਹਾਂ ਤਿੰਨਾ ਵੇਦਾਂ ਦਾ ਅਧਿਐਨ ਕੀਤਾ ਹੈ, ਉਹ ਤ੍ਰਿਵੇਦੀ ਕਹਾਉਂਦਾ ਹੈ। ਜਿਹੜਾ ਇੰਨ੍ਹਾਂ ਤਿੰਨਾ ਵੇਦਾਂ ਤੋਂ ਪ੍ਰਾਪਤ ਗਿਆਨ ਪ੍ਰਤੀ ਆਕਰਸ਼ਤ ਰਹਿੰਦਾ ਹੈ, ਉਸਦਾ ਸਮਾਜ ਵਿਚ ਸਤਿਕਾਰ ਹੁੰਦਾ ਹੈ। ਬਦਕਿਸਮਤੀ ਨਾਲ ਵੇਦਾਂ ਨੂੰ ਸਮਝਣ ਵਾਲੇ ਅਨੇਕਾਂ ਅਜਿਹੇ ਪੰਡਤ ਹਨ, ਜਿਹੜੇ ਉਨ੍ਹਾਂ ਦੇ ਅਧਿਐਨ ਦੇ ਉਚੇਰੇ ਟੀਚੇ ਨੂੰ ਨਹੀਂ ਸਮਝਦੇ। ਇਸ ਲਈ ਕ੍ਰਿਸ਼ਨ ਆਪਣੇ ਆਪ ਨੂੰ ਤ੍ਰਿਵੇਦੀਆਂ ਲਈ ਉਚੇਰਾ ਟੀਚਾ ਘੋਸ਼ਿਤ ਕਰਦੇ ਹਨ। ਅਸਲੀ ਤ੍ਰਿਵੇਦੀ ਭਗਵਾਨ ਦੇ ਚਰਣ ਕਮਲਾਂ ਦੀ ਸ਼ਰਨ ਗ੍ਰਹਿਣ ਕਰਦੇ ਹਨ ਅਤੇ ਭਗਵਾਨ ਨੂੰ ਖ਼ੁਸ਼ ਕਰਨ ਲਈ ਉਨ੍ਹਾਂ ਦੀ ਸ਼ੁੱਧ ਭਗਤੀ ਕਰਦੇ ਹਨ। ਭਗਤੀ ਦੀ ਸ਼ੁਰੂਆਤ ਹਰੇ ਕ੍ਰਿਸ਼ਨ ਮੰਤਰ ਦੇ ਕੀਰਤਨ ਅਤੇ ਨਾਲੋ ਨਾਲ ਕ੍ਰਿਸ਼ਨ ਨੂੰ ਪਰਮ ਸਤਿ ਸਮਝਣ ਦੇ ਯਤਨ ਨਾਲ ਹੁੰਦੀ ਹੈ। ਬਦਕਿਸਮਤੀ ਨਾਲ ਜਿਹੜੇ ਵੇਦਾਂ ਦੇ ਸਿਰਫ ਨਾਂ ਮਾਤਰ ਦੇ ਵਿਦਿਆਰਥੀ ਹਨ, ਉਹ ਇੰਦਰ ਅਤੇ ਚੰਨ ਵਰਗੇ ਵੱਖੋ-ਵੱਖਰੇ ਦੇਵਤਿਆਂ ਨੂੰ ਆਹੂਤੀ ਦੇਣ ਵਿਚ ਰੁਚੀ ਲੈਂਦੇ ਹਨ। ਅਜੋਕੇ ਯਤਨਾਂ ਨਾਲ ਵੱਖੋ-ਵੱਖਰੇ ਦੇਵਤਿਆਂ ਦੇ ਉਪਾਸਕ ਨਿਸ਼ਚਿਤ ਰੂਪ ਨਾਲ ਪ੍ਰਕ੍ਰਿਤੀ ਦੇ ਘੱਟੀਆ ਗੁਣਾਂ ਦੀਆਂ ਮਲੀਨਤਾਵਾਂ ਤੋਂ ਸ਼ੁੱਧ ਹੋ ਜਾਂਦੇ ਹਨ ਅਤੇ ਸਿੱਟੇ ਵੱਜੋਂ ਉਹ ਉਚੇਰੇ ਲੋਕਾਂ, ਜਿਵੇਂ ਮਹਰ ਲੋਕ ਜਨ ਲੋਕ, ਤਪੋ ਲੋਕ ਆਦਿ ਨੂੰ ਪ੍ਰਾਪਤ ਹੁੰਦੇ ਹਨ। ਇੱਕ ਵਾਰ ਇਨ੍ਹਾਂ ਉਚੇ ਲੋਕਾਂ ਵਿਚ ਪਹੁੰਚਕੇ ਉਥੇ ਇਸ ਲੋਕ ਦੀ ਤੁਲਨਾ ਵਿਚ ਲੱਖਾਂ ਗੁਣਾਂ ਵੱਧ ਚੰਗੀ ਤਰ੍ਹਾਂ ਇੰਦਰੀਆਂ ਦੀ ਸੰਤੁਸ਼ਟੀ ਕੀਤੀ ਜਾ ਸਕਦੀ ਹੈ।

ते तं भुक्त्वा स्वर्गलोकं विशालं
क्षीणे पुण्ये मर्त्यलोकं विशन्ति ।
एवं त्रयीधर्ममनुप्रपन्ना
गतागतं कामकामा लभन्ते ॥ २१ ॥

ਤੇ ਤਮ੍ ਭੁਕ੍ਤ੍ਵਾ ਸ੍ਵਰ੍ਗ ਲੋਕਮ੍ ਵਿਸ਼ਾਲਮ੍
ਕਸ਼ੀਣੇ ਪੁੰਨ੍ਯੇ ਮਰਤ੍ਯ ਲੋਕਮ੍ ਵਿਸ਼ੰਤਿ।
ਏਵਮ੍ ਤ੍ਰਯੀ-ਧਰ੍ਮਮ ਅਨੁਪ੍ਰਪੰਨਾ
ਗਤਾਗਤਮ੍ ਕਾਮ ਕਾਮਾ ਲਭੰਤੇ ॥ 21 ॥

ਤੇ-ਉਹ ; **ਤਮ੍**-ਉਸਨੂੰ ; **ਭੁਕ੍ਤ੍ਵਾ**-ਭੋਗ ਕਰਕੇ ; **ਸ੍ਵਰ੍ਗ-ਲੋਕਮ੍**-ਸਵਰਗ ਨੂੰ ; **ਵਿਸ਼ਾਲਮ੍**-ਵਿਸਥਾਰ ; **ਕ੍ਸ਼ੀਣੇ**-ਖਤਮ ਹੋ ਜਾਣ ਤੇ ; **ਪੁੰਨਯੇ**-ਪੁੰਨ ਕਰਮਾਂ ਦੇ ਫਲ ; **ਮਰ੍ਤ੍ਯਲੋਕਮ੍**-ਮ੍ਰਿਤ੍ ਲੋਕ ਵਿਚ ; **ਵਿਸ਼ੰਤਿ**-ਥੱਲੇ ਡਿਗਦੇ ਹਨ ; **ਏਵਮ੍**-ਇੰਝ ; **ਤ੍ਰਯੀ**-ਤਿੰਨਾਂ ਵੇਦਾਂ ਦੇ ; **ਧਰ੍ਮਮ੍**-ਸਿਧਾਂਤਾਂ ਦੇ ; **ਅਨੁਪ੍ਰਪੰਨਹ੍**-ਪਾਲਣ ਕਰਨ ਵਾਲੇ ; **ਗਤ-ਆਗਤਮ੍**-ਮੌਤ ਅਤੇ ਜਨਮ ਨੂੰ ; **ਕਾਮ-ਕਾਮਾਹ੍**-ਇੰਦਰੀਆਂ ਦਾ ਸੁੱਖ ਚਾਹੁਣ ਵਾਲੇ ; **ਲਭੰਤੇ**-ਪ੍ਰਾਪਤ ਕਰਦੇ ਹਨ ।

ਅਨੁਵਾਦ

ਇੰਝ ਜਦੋਂ ਉਹ (ਉਪਾਸਕ) ਵਿਸਤ੍ਰਿਤ ਸਵਰਗ ਵਰਗੇ ਇੰਦਰੀਆਂ ਦੇ ਸੁੱਖ ਨੂੰ ਭੋਗ ਲੈਂਦੇ ਹਨ ਅਤੇ ਉਨ੍ਹਾਂ ਦੇ ਪੁੰਨ ਕਰਮਾਂ ਦੇ ਫ਼ਲ ਖ਼ਤਮ ਹੋ ਜਾਂਦੇ ਹਨ ਤਾਂ ਉਹ ਇਸ ਮ੍ਰਿਤੂ ਲੋਕ ਵਿਚ ਫਿਰ ਪਰਤ ਆਉਂਦੇ ਹਨ । ਇੰਝ ਜਿਹੜੇ ਤਿੰਨ ਵੇਦਾਂ ਦੇ ਸਿਧਾਂਤਾਂ ਵਿਚ ਪੱਕੇ ਰਹਿਕੇ ਇੰਦਰੀਆਂ ਦੇ ਸੁਖ ਦੀ ਭਾਲ ਕਰਦੇ ਹਨ, ਉਨ੍ਹਾਂ ਨੂੰ ਜਨਮ-ਮੌਤ ਦਾ ਚੱਕਰ ਹੀ ਮਿਲਦਾ ਹੈ ।

ਭਾਵ

ਜਿਹੜਾ ਸਵਰਗ ਪ੍ਰਾਪਤ ਕਰਦਾ ਹੈ, ਉਸ ਨੂੰ ਲੰਮੇ ਜੀਵਨ ਅਤੇ ਵਿਸ਼ਿਆਂ ਦੇ ਸੁਖ ਦੀਆਂ ਸ੍ਰੇਸ਼ਠ ਸਹੂਲਤਾਂ ਮਿਲਦੀਆਂ ਹਨ, ਤਾਂ ਵੀ ਉਸਨੂੰ ਉਥੇ ਹਮੇਸ਼ਾਂ ਨਹੀਂ ਰਹਿਣ ਦਿੱਤਾ ਜਾਂਦਾ। ਪੁੰਨ ਕਰਮਾਂ ਦੇ ਖ਼ਤਮ ਹੋਣ ਤੇ ਉਸਨੂੰ ਫਿਰ ਧਰਤੀ ਤੇ ਭੇਜ ਦਿੱਤਾ ਜਾਂਦਾ ਹੈ, ਜਿਵੇਂ ਕਿ ਵੇਦਾਂਤ ਸੂਤਰ ਵਿਚ ਇਸ਼ਾਰਾ ਕੀਤਾ ਗਿਆ ਹੈ (***ਜਨ੍ਮਾਦਿ ਅਸ੍ਯ ਯਤਹ***) ਜਿਸਨੇ ਪੂਰਾ ਗਿਆਨ ਪ੍ਰਾਪਤ ਨਹੀਂ ਕੀਤਾ ਜਾਂ ਸਾਰੇ ਕਾਰਨਾਂ ਦੇ ਕਾਰਨ ਕ੍ਰਿਸ਼ਨ ਨੂੰ ਨਹੀਂ ਸਮਝਦਾ, ਜੀਵਨ ਦੇ ਉਚੇਰੇ ਟੀਚੇ ਨੂੰ ਨਹੀਂ ਪਾ ਸਕਦਾ । ਉਹ ਵਾਰ ਵਾਰ ਸਵਰਗ ਨੂੰ ਅਤੇ ਫਿਰ ਧਰਤੀ ਲੋਕ ਨੂੰ ਆਉਂਦਾ ਰਹਿੰਦਾ ਹੈ । ਜਿਵੇਂ ਉਹ ਕਿਸੇ ਚੱਕਰ ਤੇ ਟਿੱਕਿਆ ਹੋਵੇ, ਜਿਹੜਾ ਕਦੀ ਉਤੇ ਜਾਂਦਾ ਹੈ ਅਤੇ ਕਦੀ ਥੱਲੇ ਆਉਂਦਾ ਹੈ । ਸਾਰ ਇਹ ਹੈ ਕਿ ਉਹ ਬੈਕੁੰਠ ਲੋਕ ਨਾ ਜਾ ਕੇ ਸਵਰਗ ਅਤੇ ਮ੍ਰਿਤੂਲੋਕ ਵਿਚਕਾਰ ਜਨਮ-ਮਰਨ ਦੇ ਚੱਕਰ ਵਿਚ ਘੁੰਮਦਾ ਰਹਿੰਦਾ ਹੈ । ਚੰਗਾ ਤਾਂ ਇਹ ਹੋਵੇਗਾ ਕਿ ਸਚਿਦਾਨੰਦ ਸਰੂਪ ਜੀਵਨ ਭੋਗਣ ਲਈ ਅਧਿਆਤਮਕ ਲੋਕ ਦੀ ਪ੍ਰਾਪਤੀ ਕੀਤੀ ਜਾਵੇ । ਕਿਉਂਕਿ ਉਥੇ ਤੋਂ ਇਸ ਦੁੱਖਮਈ ਭੌਤਿਕ ਹੋਂਦ ਵਿਚ ਨਹੀਂ ਪਰਤਨਾ ਪੈਂਦਾ ।

अनन्याश्चिन्तयन्तो मां ये जनाः पर्युपासते ।
तेषां नित्याभियुक्तानां योगक्षेमं वहाम्यहम् ॥ २२॥

ਅਨੰਨਯਾਸ਼੍ ਚਿੰਤਯੰਤੋ ਮਾਮ੍ ਯੇ ਜਨਾਹ੍ ਪਰ੍ਯੁਪਾਸਤੇ ।
ਤੇਸ਼ਾਮ੍ ਨਿਤ੍ਯਾਭਿਯੁਕਤਾਨਾਮ੍ ਯੋਗ ਕ੍ਸ਼ੇਮਮ੍ ਵਹਾਮਿ ਅਹਮ੍ ॥ 22 ॥

ਅਨੰਨਯਾਹ੍-ਜਿਸਦਾ ਹੋਰ ਕੋਈ ਟੀਚਾ ਨਾ ਹੋਵੇ, ਇੱਕ ਚਿੱਤ ਭਾਵ ਨਾਲ ; **ਚਿੰਤਯੰਤਹ੍**-ਚਿੰਤਨ ਕਰਦੇ ਹੋਏ ; **ਮਾਮ੍**-ਮੈਨੂੰ ; **ਯੇ**-ਜਿਹੜੇ ; **ਜਨਾਹ੍**-ਮਨੁੱਖ ; **ਪਰ੍ਯੁਪਾਸਤੇ**-ਠੀਕ ਤਰੀਕੇ ਨਾਲ ਪੂਜਦੇ ਹਨ ; **ਤੇਸ਼ਾਮ੍**-ਉਨ੍ਹਾਂ ; **ਨਿਤ੍ਯ**-ਹਮੇਸ਼ਾਂ ; **ਅਭਿਯੁਕਤਾਨਾਮ੍**-ਭਗਤੀ ਵਿਚ ਲੀਨ ਮਨੁੱਖਾਂ ਦੀ ; **ਯੋਗ**-ਜਰੂਰਤਾਂ ; **ਕ੍ਸ਼ੇਮਮ੍**-ਸੁਰਖਿਆ ; **ਵਹਾਮ੍**-ਚੁਕਦਾ ਹਾਂ ; **ਅਹਮ੍**-ਮੈਂ ।

ਅਨੁਵਾਦ

ਪਰ ਜਿਹੜੇ ਲੋਕ ਇੱਕ ਚਿੱਤ ਭਾਵ ਨਾਲ ਮੇਰੇ ਅਲੌਕਿਕ ਸਰੂਪ ਦਾ ਧਿਆਨ ਕਰਦੇ ਹੋਏ ਲਗਾਤਾਰ ਮੇਰੀ ਪੂਜਾ ਕਰਦੇ ਹਨ, ਉਨ੍ਹਾਂ ਦੀਆਂ ਜਿਹੜੀਆਂ ਜ਼ਰੂਰਤਾਂ ਹੁੰਦੀਆਂ ਹਨ, ਉਨ੍ਹਾਂ ਨੂੰ ਮੈਂ ਪੂਰਾ ਕਰਦਾ ਹਾਂ ਅਤੇ ਜਿਹੜਾ ਕੁਝ ਉਨ੍ਹਾਂ ਕੋਲ ਹੈ ਉਸਦੀ ਰੱਖਿਆ ਕਰਦਾ ਹਾਂ।

ਭਾਵ

ਜਿਹੜਾ ਇੱਕ ਪਲ ਵੀ ਕ੍ਰਿਸ਼ਨ ਭਾਵਨਾ ਅੰਮ੍ਰਿਤ ਤੋਂ ਬਗ਼ੈਰ ਨਹੀਂ ਰਹਿ ਸਕਦਾ, ਉਹ ਚੌਵੀ ਘੰਟੇ ਕ੍ਰਿਸ਼ਨ ਦਾ ਚਿੰਤਨ ਕਰਦਾ ਹੈ ਅਤੇ ਸ਼ਰਵਣ, ਕੀਰਤਨ, ਸਿਮਰਨ, ਚਰਣਾਂ ਦੀ ਸੇਵਾ, ਬੰਦਨਾ, ਪੂਜਾ, ਦਾਸਤਾ, ਮਿੱਤਰਭਾਵ ਅਤੇ ਆਤਮ ਨਿਵੇਦਨ ਰਾਹੀਂ ਭਗਵਾਨ ਦੇ ਭਗਤੀਮਈ ਚਰਣ ਕਮਲਾਂ ਦੀ ਸੇਵਾ ਵਿਚ ਰੁਝਿਆ ਰਹਿੰਦਾ ਹੈ। ਅਜੇਕੇ ਕਾਰਜ ਸ਼ੁਭ ਅਤੇ ਅਧਿਆਤਮਕ ਸ਼ਕਤੀ ਨਾਲ ਪੂਰਨ ਹੁੰਦੇ ਹਨ। ਜਿਸ ਨਾਲ ਭਗਤ ਨੂੰ ਆਤਮ-ਪ੍ਰਤੱਖੀਕਰਨ ਹੁੰਦਾ ਹੈ ਅਤੇ ਉਸਦੀ ਸਿਰਫ਼ ਇਹੋ ਕਾਮਨਾ ਰਹਿੰਦੀ ਹੈ, ਕਿ ਉਹ ਭਗਵਾਨ ਦੀ ਨੇੜਤਾ ਪ੍ਰਾਪਤ ਕਰੇ। ਅਜਿਹਾ ਭਗਤ ਯਕੀਨਨ ਬਿਨ੍ਹਾਂ ਕਿਸੇ ਕਠਿਨਾਈ ਦੇ ਭਗਵਾਨ ਕੋਲ ਅੱਪੜਦਾ ਹੈ। ਇਹ ਯੋਗ ਕਹਾਉਂਦਾ ਹੈ। ਅਜਿਹਾ ਭਗਤ ਭਗਵਾਨ ਦੀ ਕ੍ਰਿਪਾ ਨਾਲ ਇਸ ਸੰਸਾਰ ਵਿਚ ਫਿਰ ਨਹੀਂ ਆਉਂਦਾ। ਕ੍ਸ਼ੇਮ ਦਾ ਅਰਥ ਹੈ, ਭਗਵਾਨ ਰਾਹੀਂ ਕਿਰਪਾ ਭਰੀ ਰੱਖਿਆ। ਭਗਵਾਨ ਯੋਗ ਰਾਹੀਂ ਪੂਰੀ ਤਰ੍ਹਾਂ ਕ੍ਰਿਸ਼ਨ ਭਾਵਨਾ ਭਾਵਿਤ ਹੋਣ ਵਿਚ ਸਹਾਇ ਬਣਦੇ ਹਨ ਅਤੇ ਜਦੋਂ ਭਗਤ ਪੂਰੀ ਤਰ੍ਹਾਂ ਕ੍ਰਿਸ਼ਨ ਭਾਵਨਾ ਭਾਵਿਤ ਹੋ ਜਾਂਦਾ ਹੈ ਤਾਂ ਭਗਵਾਨ ਉਸਨੂੰ ਦੁਖਦਾਈ ਬੱਧਜੀਵਨ ਵਿਚ ਫਿਰ ਤੋਂ ਡਿਗਣ ਤੋਂ ਉਸਦੀ ਰੱਖਿਆ ਕਰਦੇ ਹਨ।

येऽप्यन्यदेवताभक्ता यजन्ते श्रद्धयान्विताः ।
तेऽपि मामेव कौन्तेय यजन्त्यविधिपूर्वकम् ॥ २३ ॥

ਯੇ ਅਪਿ-ਅਨ੍ਯ-ਦੇਵਤਾ ਭਕ੍ਤਾ ਯਜੰਤੇ ਸ਼੍ਰਦ੍ਧਯਾਂਵਿਤਾਹ੍ ।
ਤੇ ਅਪਿ ਮਾਮ੍ ਏਵ ਕੌਂਤੇਯ ਯਜੰਤਿ ਅਵਿਧਿ-ਪੂਰ੍ਵਕਮ੍ ॥ 23 ॥

ਯੇ-ਜਿਹੜੇ ; **ਅਪਿ**-ਵੀ ; **ਅੰਨਯ**-ਦੂਜੇ ; **ਦੇਵਤਾ**-ਦੇਵਤਿਆਂ ਦੇ ; **ਭਕ੍ਤਾਹ੍**-ਭਗਤ ਲੋਕ ; **ਯਜੰਤੇ**-ਪੂਜਦੇ ਹਨ ; **ਸ਼੍ਰਦ੍ਧਾ-ਅੰਵਿਤਾਹ੍**-ਸ਼ਰਧਾ ਪੂਰਵਕ ; **ਤੇ**-ਉਹ ; **ਅਪਿ**-ਵੀ ; **ਮਾਮ**-ਮੈਨੂੰ ; **ਏਵ**-ਸਿਰਫ਼ ; **ਕੌਂਤੇਯ**-ਹੇ ਕੁੰਤੀ ਪੁੱਤਰ ; **ਯਜੰਤਿ**-ਪੂਜਾ ਕਰਦੇ ਹਨ ; **ਅਵਿਧਿਪੂਰ੍ਕਮ੍**-ਦੋਸ਼ ਪੂਰਨ ਢੰਗ ਨਾਲ।

ਅਨੁਵਾਦ

ਹੇ ਕੁੰਤੀ ਪੁੱਤਰ ! ਜਿਹੜੇ ਲੋਕ ਦੂਜੇ ਦੇਵਤਾਵਾਂ ਦੇ ਉਪਾਸਕ ਹਨ ਅਤੇ ਉਹਨਾਂ ਦੀ ਸ਼ਰਧਾ ਨਾਲ ਪੂਜਾ ਕਰਦੇ ਹਨ, ਅਸਲ ਵਿਚ ਮੇਰੀ ਪੂਜਾ ਕਰਦੇ ਹਨ। ਪਰ ਉਹ ਇਹ ਗਲਤ ਵਿਧੀ ਨਾਲ ਕਰਦੇ ਹਨ।

ਭਾਵ

ਸ਼੍ਰੀ ਕ੍ਰਿਸ਼ਨ ਦਾ ਕਹਿਣਾ ਹੈ "ਜਿਹੜੇ ਲੋਕ ਹੋਰ ਦੇਵਤਿਆਂ ਦੀ ਪੂਜਾ ਵਿਚ ਲੱਗੇ ਹੁੰਦੇ ਹਨ, ਉਹ ਵਧੇਰੇ ਬੁੱਧੀਮਾਨ ਨਹੀਂ ਹੁੰਦੇ ਹਨ, ਹਾਲਾਂਕਿ ਅਜਿਹੀ ਪੂਜਾ ਅਪ੍ਰਤੱਖ ਰੂਪ ਵਿਚ ਮੇਰੀ ਹੀ ਪੂਜਾ ਹੈ।" ਉਦਾਹਰਣ ਵੱਜੋਂ ਜਦੋਂ ਕੋਈ ਮਨੁੱਖ ਰੁੱਖ ਦੀਆਂ ਜੜ੍ਹਾਂ ਵਿਚ ਪਾਣੀ ਨਾ ਪਾ ਕੇ, ਉਸ ਦੇ ਪੱਤਿਆਂ ਅਤੇ ਟਾਹਣੀਆਂ ਵਿਚ ਪਾਉਂਦਾ ਹੈ, ਤਾਂ ਉਹ ਇਹ ਇਸ ਲਈ ਕਰਦਾ ਹੈ ਕਿਉਂਕਿ ਉਸ ਨੂੰ ਲੋੜੀਂਦਾ ਗਿਆਨ ਨਹੀਂ ਹੁੰਦਾ ਜਾਂ ਉਹ ਨਿਯਮਾਂ ਦਾ ਠੀਕ ਤਰ੍ਹਾਂ ਪਾਲਣ ਨਹੀਂ ਕਰਦਾ। ਇਸੇ ਤਰ੍ਹਾਂ ਸ਼ਰੀਰ ਦੇ ਵੱਖੋ-ਵੱਖਰੇ ਅੰਗਾਂ ਦੀ ਸੇਵਾ ਕਰਨ ਤੋਂ ਭਾਵ ਹੈ, ਪੇਟ ਵਿਚ ਭੋਜਨ ਦੀ ਪੂਰਤੀ ਕਰਨਾ। ਇਸੇ ਤਰ੍ਹਾਂ ਵੱਖੋ-ਵੱਖਰੇ ਦੇਵਤਾ ਭਗਵਾਨ ਦੀ ਸਰਕਾਰ ਦੇ ਵੱਖੋ-ਵੱਖਰੇ ਅਧਿਕਾਰੀ ਜਾਂ ਨਿਰਦੇਸ਼ਕ ਹਨ। ਮਨੁੱਖ ਨੂੰ ਅਧਿਕਾਰੀਆਂ ਜਾਂ ਨਿਰਦੇਸ਼ਕਾਂ ਰਾਹੀਂ ਨਹੀਂ ਸਗੋਂ ਸਰਕਾਰ ਰਾਹੀਂ ਬਣਾਏ ਨਿਯਮਾਂ ਦਾ ਪਾਲਨ ਕਰਨਾ ਹੁੰਦਾ ਹੈ। ਇੰਞ ਹਰ ਇੱਕ ਨੂੰ ਪਰਮੇਸ਼ਵਰ ਦੀ ਹੀ ਪੂਜਾ ਕਰਨੀ ਹੁੰਦੀ ਹੈ। ਇਸ ਨਾਲ ਭਗਵਾਨ ਦੇ ਸਾਰੇ ਅਧਿਕਾਰੀ ਅਤੇ ਨਿਰਦੇਸ਼ਕ ਆਪਣੇ ਆਪ ਸੰਤੁਸ਼ਟ ਹੋਣਗੇ। ਅਧਿਕਾਰੀ ਅਤੇ ਨਿਰਦੇਸ਼ਕ ਤਾਂ ਸਰਕਾਰ ਦੇ ਨੁਮਾਇੰਦੇ ਹੁੰਦੇ ਹਨ, ਇਸ ਲਈ ਇਨ੍ਹਾਂ ਨੂੰ ਰਿਸ਼ਵਤ ਦੇਣਾ ਗੈਰ ਕਾਨੂੰਨੀ ਹੈ। ਇੱਥੇ ਇਸਨੂੰ **ਅਵਿਧਿ ਪੂਰਵਕਮ** ਕਿਹਾ ਗਿਆ ਹੈ। ਦੂਜੇ ਸ਼ਬਦਾਂ ਵਿਚ ਕ੍ਰਿਸ਼ਨ ਹੋਰ ਦੇਵਤਾਵਾਂ ਦੀ ਫਜ਼ੂਲ ਪੂਜਾ ਦੀ ਹਾਮੀਂ ਨਹੀਂ ਭਰਦੇ।

अहं हि सर्वयज्ञानां भोक्ता च प्रभुरेव च ।
न तु मामभिजानन्ति तत्त्वेनातश्च्यवन्ति ते ॥ २४॥

ਅਹਮ੍ ਹਿ ਸਰਵ੍ ਯਗ੍ਯਾਨਾਮ੍ ਭੋਕ੍ਤਾ ਚ ਪ੍ਰਭੁਰ੍ ਏਵ ਚ।
ਨ ਤੁ ਮਾਮ੍ ਅਭਿਜਾਨੰਤਿ ਤੱਤਵੇਨਾਤਸ਼੍ ਚ੍ਯਵੰਤਿ ਤੇ ॥ 24 ॥

ਅਹਮ੍-ਮੈਂ ; ਹਿ-ਨਿਸ਼ਚਿਤ ਤੌਰ ਤੇ ; **ਸਰ੍ਵ**-ਸਾਰੇ ; **ਯਗ੍ਯਾਨਾਮ੍**-ਯੱਗਾਂ ਦਾ ; **ਭੋਕ੍ਤਾ**-ਭੋਗ ਕਰਨ ਵਾਲਾ ; **ਚ**-ਅਤੇ ; **ਪ੍ਰਭੁਹ੍**-ਸਵਾਮੀ ; **ਏਵ**-ਵੀ ; **ਚ**-ਅਤੇ ; **ਨ**-ਨਹੀਂ ; **ਤੁ**-ਪਰ ; **ਮਾਮ੍**-ਮੈਨੂੰ ; **ਅਭਿਜਾਨੰਤਿ**-ਜਾਣਦੇ ਹਨ ; **ਤੱਤਵੇਨ**-ਅਸਲ ਵਿਚ ; **ਅਤਹ੍**-ਇਸ ਲਈ ; **ਚ੍ਯਵੰਤਿ**-ਥੱਲੇ ਡਿੱਗਦੇ ਹਨ ; **ਤੇ** -ਉਹ।

ਅਨੁਵਾਦ

ਮੈਂ ਹੀ ਸਾਰੇ ਯੱਗਾਂ ਦਾ ਇੱਕੋ ਇੱਕ ਭੋਗ ਕਰਨ ਵਾਲਾ ਅਤੇ ਸਵਾਮੀ ਹਾਂ। ਇਸ ਲਈ ਜਿਹੜੇ ਲੋਕ ਮੇਰੇ ਅਸਲ ਅਲੌਕਿਕ ਸੁਭਾਅ ਨੂੰ ਨਹੀਂ ਪਹਿਚਾਣਦੇ, ਉਹ ਥੱਲੇ ਡਿੱਗ ਜਾਂਦੇ ਹਨ।

ਭਾਵ

ਇੱਥੇ ਇਹ ਸਾਫ ਕਿਹਾ ਗਿਆ ਹੈ ਕਿ ਵੈਦਿਕ ਸਾਹਿਤ ਵਿਚ ਅਨੇਕਾਂ ਤਰ੍ਹਾਂ ਦੇ ਯੱਗਾਂ ਅਨੁਸ਼ਠਾਨਾਂ (ਵਿਧੀਆਂ) ਦਾ ਆਦੇਸ਼ ਹੈ। ਪਰ ਅਸਲ ਵਿਚ ਉਹ ਸਾਰੇ ਭਗਵਾਨ ਨੂੰ ਹੀ ਸੰਤੁਸ਼ਟ ਕਰਨ ਲਈ

ਹਨ। ਯੱਗ ਦਾ ਅਰਥ ਹੈ ਵਿਸ਼ਨੂੰ। ਭਗਵਤ ਗੀਤਾ ਦੇ ਦੂਜੇ ਅਧਿਆਇ ਵਿਚ ਇਹ ਸਾਫ ਕਿਹਾ ਗਿਆ ਹੈ ਕਿ ਮਨੁੱਖ ਨੂੰ ਚਾਹੀਦਾ ਹੈ ਕਿ ਯੱਗ ਜਾਂ ਵਿਸ਼ਨੂੰ ਨੂੰ ਖੁਸ਼ ਕਰਨ ਲਈ ਹੀ ਕਰਮ ਕਰੇ ਮਨੁੱਖੀ ਸਭਿਅਤਾ ਦੀ ਪੂਰਣਤਾ, ਵਰਣ-ਆਸ਼ਰਮ ਧਰਮ ਦਾ ਪਾਲਣ ਹੈ। ਇਹ ਖ਼ਾਸਤੌਰ ਤੇ ਵਿਸ਼ਨੂੰ ਨੂੰ ਖੁਸ਼ ਕਰਨ ਲਈ ਹੈ। ਇਸ ਲਈ ਇਸ ਸ਼ਲੋਕ ਵਿਚ ਕ੍ਰਿਸ਼ਨ ਕਹਿੰਦੇ ਹਨ, "ਮੈਂ ਸਾਰੇ ਯੱਗਾਂ ਦਾ ਭੋਗ ਕਰਨ ਵਾਲਾ ਹਾਂ, ਕਿਉਂਕਿ ਮੈਂ ਪਰਮ ਪ੍ਰਭੂ ਹਾਂ" ਪਰ ਘੱਟ ਗਿਆਨ ਵਾਲੇ ਇਸ ਤੱਥ ਤੋਂ ਜਾਣੂ ਨਾ ਹੋਣ ਕਾਰਨ ਅਸਥਾਈ ਫਾਇਦੇ ਲਈ ਦੇਵਤਿਆਂ ਨੂੰ ਪੂਜਦੇ ਹਨ। ਇਸ ਲਈ ਉਹ ਇਸ ਭੌਤਿਕ ਸੰਸਾਰ ਵਿਚ ਆ ਡਿੱਗਦੇ ਹਨ ਅਤੇ ਉਨ੍ਹਾਂ ਨੂੰ ਜੀਵਨ ਦਾ ਇੱਛਕ ਟੀਚਾ ਪ੍ਰਾਪਤ ਨਹੀਂ ਹੁੰਦਾ। ਜੇਕਰ ਕਿਸੇ ਨੂੰ ਆਪਣੀ ਭੌਤਿਕ ਇੱਛਾ ਦੀ ਪੂਰਤੀ ਕਰਨੀ ਹੁੰਦੀ ਹੈ ਤਾਂ ਚੰਗਾ ਇਹੋ ਹੋਵੇਗਾ ਕਿ ਉਹ ਇਸ ਲਈ ਪਰਮੇਸ਼ਵਰ ਤੋਂ ਬੇਨਤੀ ਕਰੇ (ਹਾਲਾਂਕਿ ਇਹ ਸ਼ੁੱਧ ਭਗਤੀ ਨਹੀਂ ਹੈ) ਅਤੇ ਇੰਝ ਉਸ ਨੂੰ ਮਨ ਚਾਹਿਆਂ ਫਲ ਪ੍ਰਾਪਤ ਹੋ ਸਕੇਗਾ।

यान्ति देवव्रता देवान्पितॄन्यान्ति पितृव्रताः ।
भूतानि यान्ति भूतेज्या यान्ति मद्याजिनोऽपि माम् ॥ २५ ॥

ਯਾਂਤਿ ਦੇਵ ਵਰ੍ਤਾ ਦੇਵਾਨ੍ ਪਿਤ੍ਰਿਨ੍ ਯਾਂਤਿ ਪਿਤ੍ਰਿ ਵਰ੍ਤਾਹ੍।
ਭੂਤਾਨਿ ਯਾਂਤਿ ਭੂਤੇਜ੍ਯਾ ਯਾਂਤਿ ਮਦ੍ ਯਾਜਿਨੋ'ਪਿ ਮਾਮ੍ ॥ 25 ॥

ਯਾਂਤਿ-ਜਾਂਦੇ ਹਨ ; **ਦੇਵ ਵਰ੍ਤਾਹ੍**-ਦੇਵਤਿਆਂ ਦੇ ਉਪਾਸਕ ; **ਦੇਵਾਨ੍**-ਦੇਵਤਿਆਂ ਕੋਲ ; **ਪਿਤ੍ਰਿਨ੍**-ਪਿਤਰਾਂ ਕੋਲ ; **ਯਾਂਤਿ**-ਜਾਂਦੇ ਹਨ ; **ਪਿਤ੍ਰਿਵਰ੍ਤਾਹ੍**-ਪਿਤਰਾਂ ਦੇ ਉਪਾਸਕ ; **ਭੂਤਾਨਿ**-ਭੂਤ ਪ੍ਰੇਤਾਂ ਕੋਲ ; **ਯਾਂਤਿ**-ਜਾਂਦੇ ਹਨ ; **ਭੂਤ ਇਜ੍ਯਾਹ**-ਭੂਤ ਪ੍ਰੇਤਾਂ ਦੇ ਉਪਾਸ਼ਕ ; **ਯਾਂਤਿ**-ਜਾਂਦੇ ਹਨ ; **ਮਤ੍**-ਮੇਰੇ ; **ਯਾਜਿਨਹ੍**-ਭਗਤ ਲੋਕ ; **ਅਪਿ**-ਪਰ ; **ਮਾਮ੍**-ਮੇਰੇ ਕੋਲ।

ਅਨੁਵਾਦ

ਜਿਹੜੇ ਦੇਵਤਿਆਂ ਦੀ ਪੂਜਾ ਕਰਦੇ ਹਨ, ਉਹ ਦੇਵਤਿਆਂ ਵਿਚ ਜਨਮ ਲੈਣਗੇ, ਜਿਹੜੇ ਪਿਤਰਾਂ ਨੂੰ ਪੂਜਦੇ ਹਨ, ਉਹ ਪਿਤਰਾਂ ਕੋਲ ਜਾਂਦੇ ਹਨ, ਜਿਹੜੇ ਭੂਤ ਪ੍ਰੇਤਾਂ ਦੀ ਉਪਾਸਨਾ ਕਰਦੇ ਹਨ ਉਹ ਉਨ੍ਹਾਂ ਵਿਚ ਹੀ ਜਨਮ ਲੈਂਦੇ ਹਨ ਅਤੇ ਜਿਹੜੇ ਮੇਰੀ ਪੂਜਾ ਕਰਦੇ ਹਨ ਉਹ ਮੇਰੇ ਨਾਲ ਰਹਿੰਦੇ ਹਨ।

ਭਾਵ

ਜੇ ਕੋਈ ਚੰਨ ਸੂਰਜ ਜਾਂ ਹੋਰ ਲੋਕ ਨੂੰ ਜਾਣਾ ਚਾਹੁੰਦਾ ਹੈ ਤਾਂ ਉਹ ਆਪਣੇ ਪਹੁੰਚ ਅਸਥਾਨ ਨੂੰ ਮਾਨਤਾ ਪ੍ਰਾਪਤ ਖਾਸ ਨਿਯਮਾਂ ਦਾ ਪਾਲਨ ਕਰਕੇ ਹਾਸਲ ਕਰ ਸਕਦਾ ਹੈ। ਇਸਦਾ ਵਿਸਥਾਰ ਨਾਲ ਵਰਨਣ ਵੇਦਾਂ ਦੇ ਕਰਮਕਾਂਡ ਅੰਸ਼ *ਦਰਸ਼-ਪੌਰਣਮਾਸੀ* ਵਿਚ ਹੋਇਆ ਹੈ, ਜਿਸ ਵਿਚ ਵੱਖੋ-ਵੱਖਰੇ ਲੋਕਾਂ ਵਿਚ ਦੇਵਤਾਵਾਂ ਲਈ ਖ਼ਾਸ ਪੂਜਾ ਦਾ ਵਿਧਾਨ ਹੈ। ਇੰਝ ਖ਼ਾਸ ਯੱਗ ਕਰਕੇ ਪਿਤਰ

ਲੋਕ ਪ੍ਰਾਪਤ ਕੀਤਾ ਜਾ ਸਕਦਾ ਹੈ । ਇਸ ਤਰ੍ਹਾਂ ਮਨੁੱਖ ਭੂਤਪ੍ਰੇਤ ਲੋਕਾਂ ਵਿਚ ਜਾ ਕੇ ਯਕਸ਼, ਰਾਕਸ਼ ਜਾਂ ਪਿਸ਼ਾਚ ਬਣ ਸਕਦਾ ਹੈ । ਪਿਸ਼ਾਚ ਪੂਜਾ ਨੂੰ ਕਾਲਾ ਜਾਦੂ ਕਹਿੰਦੇ ਹਨ । ਅਨੇਕਾਂ ਲੋਕ ਇਸ ਕਾਲੇ ਜਾਦੂ ਦਾ ਅਭਿਆਸ ਕਰਦੇ ਹਨ ਅਤੇ ਸੋਚਦੇ ਹਨ ਕਿ ਇਹ ਅਧਿਆਤਮ ਹੈ, ਪਰ ਅਜਿਹੇ ਕੰਮ ਕਾਰਜ ਨਿਰੇ ਭੌਤਿਕਵਾਦੀ ਹਨ। ਇਸੇ ਤਰ੍ਹਾਂ ਸ਼ੁੱਧ ਭਗਤ ਸਿਰਫ ਭਗਵਾਨ ਦੀ ਪੂਜਾ ਕਰਕੇ ਯਕੀਨਨ ਬੈਕੁੰਠ ਲੋਕ ਅਤੇ ਕ੍ਰਿਸ਼ਨ ਲੋਕ ਦੀ ਪ੍ਰਾਪਤੀ ਕਰਦਾ ਹੈ । ਇਸ ਸ਼ਲੋਕ ਰਾਹੀਂ ਇਹ ਸਮਝਣਾ ਆਸਾਨ ਹੈ ਕਿ ਜਦੋਂ ਦੇਵਤਿਆਂ ਦੀ ਪੂਜਾ ਕਰਕੇ ਕੋਈ ਸਵਰਗ ਪ੍ਰਾਪਤ ਕਰ ਸਕਦਾ ਹੈ ਜਾਂ ਪਿਤਰਾਂ ਦੀ ਪੂਜਾ ਕਰਕੇ ਪਿਤਰ ਲੋਕ, ਜਾਂ ਕਾਲੇ ਜਾਦੂ ਨਾਲ ਭੂਤਲੋਕ ਪ੍ਰਾਪਤ ਕਰ ਸਕਦਾ ਹੈ ਤਾਂ ਫਿਰ ਸ਼ੁੱਧ ਭਗਤ ਕ੍ਰਿਸ਼ਨ ਜਾਂ ਵਿਸ਼ਨੂੰ ਦੇ ਲੋਕ ਨੂੰ ਕਿਉਂ ਨਹੀਂ ਪਾ ਸਕਦੇ ? ਬਦਕਿਸਮਤੀ ਨਾਲ ਅਨੇਕਾਂ ਲੋਕਾਂ ਨੂੰ ਕ੍ਰਿਸ਼ਨ ਅਤੇ ਵਿਸ਼ਨੂੰ ਦੇ ਅਲੌਕਿਕ ਲੋਕਾਂ ਦੀ ਸੂਚਨਾ ਨਹੀਂ ਹੈ, ਇਸ ਲਈ ਨਾ ਜਾਣਨ ਕਰਕੇ ਉਹ ਥੱਲੇ ਡਿੱਗਦੇ ਹਨ । ਇੱਥੋਂ ਤਕ ਕਿ ਨਿਰਗੁਣਵਾਦੀ ਵੀ ਬ੍ਰਹਮਜੋਤੀ ਵਿੱਚੋਂ ਥੱਲੇ ਡਿੱਗਦੇ ਹਨ । ਇਸ ਲਈ ਕ੍ਰਿਸ਼ਨ ਭਾਵਨਾ ਅੰਮ੍ਰਿਤ ਅੰਦੋਲਨ ਇਸ ਅਲੌਕਿਕ ਸੂਚਨਾ ਨੂੰ ਸਮੁੱਚੇ ਮਨੁੱਖੀ ਸਮਾਜ ਵਿਚ ਵੰਡਦਾ ਹੈ, ਕਿ ਸਿਰਫ ਹਰੇ ਕ੍ਰਿਸ਼ਨ ਮੰਤਰ ਦੇ ਜਾਪ ਨਾਲ ਹੀ ਮਨੁੱਖ ਇਸੇ ਜਨਮ ਵਿਚ ਸਿੱਧ ਹੋ ਸਕਦਾ ਹੈ ਅਤੇ ਭਗਵਾਨ ਦੇ ਧਾਮ ਨੂੰ ਵਾਪਸ ਜਾ ਸਕਦਾ ਹੈ ।

पत्रं पुष्पं फलं तोयं यो मे भक्त्या प्रयच्छति ।
तदहं भक्त्युपहृतमश्नामि प्रयतात्मनः ॥ २६ ॥

ਪਤ੍ਰਮ੍ ਪੁਸ਼੍ਪਮ੍ ਫ਼ਲਮ੍ ਤੋਯਮ੍ ਯੋ ਮੇ ਭਕ੍ਤ੍ਯਾ ਪ੍ਰਯਚ੍ਛਤਿ ।
ਤਦ੍ ਅਹਮ੍ ਭਕ੍ਤਿ ਉਪਹ੍ਰਿਤਮ੍ ਅਸ਼੍ਨਾਮਿ ਪ੍ਰਯਤਾਤ੍ਮਨਹ੍ ॥ 26 ॥

ਪਤ੍ਰਮ੍-ਪੱਤੇ ; **ਪੁਸ਼੍ਪਮ੍**-ਫੁੱਲ ; **ਫ਼ਲਮ੍**-ਫਲ ; **ਤੋਯਮ੍**-ਜਲ ; **ਯਹ੍**-ਜਿਹੜਾ ਕੋਈ ; **ਮੇ**-ਮੈਨੂੰ ; **ਭਕ੍ਤ੍ਯਾ**-ਭਗਤੀ ਪੂਰਵਕ ; **ਪ੍ਰਯਚ੍ਛਤਿ**-ਭੇਂਟ ਕਰਦਾ ਹੈ ; **ਤਤ੍**-ਉਹ ; **ਅਹਮ੍**-ਮੈਂ ; **ਭਕ੍ਤਿ ਉਪਹ੍ਰਿਤਮ੍**-ਭਗਤੀ ਭਾਵ ਨਾਲ ਅਰਪਿਤ ; **ਅਸ਼੍ਨਾਮਿ**-ਸਵੀਕਾਰ ਕਰਦਾ ਹਾਂ ; **ਪ੍ਰਯਤ ਆਤ੍ਮਨਹ੍**-ਸ਼ੁੱਧ ਚੇਤਨਾ ਵਾਲੇ ਨਾਲ ।

ਅਨੁਵਾਦ

ਜੇਕਰ ਕੋਈ ਪ੍ਰੇਮ ਅਤੇ ਭਗਤੀ ਨਾਲ ਮੈਨੂੰ ਇੱਕ ਪੱਤਾ, ਫੁੱਲ, ਫਲ ਜਾਂ ਜਲ ਦਿੰਦਾ ਹੈ, ਤਾਂ ਮੈਂ ਉਸ ਨੂੰ ਸਵੀਕਾਰ ਕਰਦਾ ਹਾਂ ।

ਭਾਵ

ਨਿੱਤ ਸੁਖ ਲਈ ਸਥਾਈ ਅਤੇ, ਆਨੰਦਮਈ ਧਾਮ ਪ੍ਰਾਪਤ ਕਰਨ ਲਈ ਬੁੱਧੀਮਾਨ ਮਨੁੱਖ ਲਈ ਇਹ ਜ਼ਰੂਰੀ ਹੈ ਕਿ ਉਹ ਕ੍ਰਿਸ਼ਨ ਭਾਵਨਾ ਭਾਵਿਤ ਹੋ ਕੇ ਭਗਵਾਨ ਦੀ ਅਲੌਕਿਕ ਪ੍ਰੇਮਭਗਤੀ ਵਿਚ ਲੱਗਿਆ ਰਹੇ । ਅਜਿਹਾ ਅਸਚਰਜ ਭਰਿਆ ਫਲ ਪ੍ਰਾਪਤ ਕਰਨ ਦੀ ਵਿਧੀ ਇੰਨ੍ਹੀ ਸਰਲ

ਹੈ, ਕਿ ਗਰੀਬ ਤੋਂ ਗਰੀਬ ਮਨੁੱਖ ਨੂੰ ਯੋਗਤਾ ਦਾ ਵਿਚਾਰ ਕੀਤੇ ਬਿਨ੍ਹਾਂ ਇਸ ਨੂੰ ਪ੍ਰਾਪਤ ਕਰਨ ਦਾ ਯਤਨ ਕਰਨਾ ਚਾਹੀਦਾ ਹੈ। ਇਸ ਲਈ ਇੱਕੋ ਇੱਕ ਯੋਗਤਾ ਹੈ ਕਿ ਉਹ ਭਗਵਾਨ ਦਾ ਸ਼ੁੱਧ ਭਗਤ ਹੋਵੇ। ਇਸ ਨਾਲ ਕੋਈ ਫਰਕ ਨਹੀਂ ਪੈਂਦਾ ਕਿ ਕੋਈ ਕੀ ਹੈ ਅਤੇ ਕਿੱਥੇ ਸਥਿਤ ਹੈ ? ਇਹ ਵਿਧੀ ਇੰਨ੍ਹੀ ਸਰਲ ਹੈ, ਕਿ ਜੇ ਪ੍ਰੇਮ ਨਾਲ ਇੱਕ ਪੱਤਾ, ਥੋੜ੍ਹਾ ਜਿਹਾ ਜਲ ਜਾਂ ਫਲ, ਭਗਵਾਨ ਨੂੰ ਅਰਪਿਤ ਕੀਤਾ ਜਾਂਦਾ ਹੈ ਤਾਂ ਭਗਵਾਨ ਉਸਨੂੰ ਖ਼ੁਸ਼ੀ ਨਾਲ ਸਵੀਕਾਰ ਕਰਦੇ ਹਨ। ਇਸ ਤਰ੍ਹਾਂ ਕਿਸੇ ਨੂੰ ਵੀ ਕ੍ਰਿਸ਼ਨ ਭਾਵਨਾ ਅੰਮ੍ਰਿਤ ਤੋਂ ਰੋਕਿਆ ਨਹੀਂ ਜਾ ਸਕਦਾ। ਕਿਉਂਕਿ ਇਹ ਸਰਲ ਅਤੇ ਵਿਆਪਕ ਹੈ। ਅਜਿਹਾ ਕਿਹੜਾ ਮੂਰਖ ਹੋਵੇਗਾ ਜਿਹੜਾ ਇਸ ਸਰਲ ਵਿਧੀ ਨਾਲ ਕ੍ਰਿਸ਼ਨ ਭਾਵਨਾ ਭਾਵਿਤ ਨਹੀਂ ਹੋਣਾ ਚਾਹੁੰਦਾ ਅਤੇ ਸਚਿਦਾਨੰਦ ਰੂਪ ਜੀਵਨ ਦੀ ਪਰਮ ਸਿੱਧੀ ਨਹੀਂ ਚਾਹੁੰਦਾ। ਕ੍ਰਿਸ਼ਨ ਨੂੰ ਸਿਰਫ਼ ਪ੍ਰੇਮਭਗਤੀ ਚਾਹੀਦੀ ਹੈ ਹੋਰ ਕੁਝ ਨਹੀਂ। ਕ੍ਰਿਸ਼ਨ ਤਾਂ ਆਪਣੇ ਸ਼ੁੱਧ ਭਗਤ ਤੋਂ ਇੱਕ ਨਿੱਕਾ ਜਿਹਾ ਫੁੱਲ ਤਕ ਲੈਂ ਲੈਂਦੇ ਹਨ। ਪਰ ਗ਼ੈਰ ਭਗਤ ਤੋਂ ਉਹ ਕੋਈ ਭੇਟਾ ਨਹੀਂ ਚਾਹੁੰਦੇ। ਉਨ੍ਹਾਂ ਨੂੰ ਕਿਸੇ ਤੋਂ ਕੁਝ ਵੀ ਨਹੀਂ ਚਾਹੀਦਾ, ਕਿਉਂਕਿ ਉਹ ਆਪਣੇ ਆਪ ਵਿਚ ਸੰਤੁਸ਼ਟ ਹਨ ਤਾਂ ਵੀ ਉਹ ਆਪਣੇ ਭਗਤ ਦੀ ਭੇਂਟ ਪ੍ਰੇਮ ਅਤੇ ਪਿਆਰ ਨੂੰ ਸਵੀਕਾਰ ਕਰਦੇ ਹਨ। ਕ੍ਰਿਸ਼ਨ ਭਾਵਨਾ ਅੰਮ੍ਰਿਤ ਵਿਕਸਿਤ ਕਰਨਾ ਜੀਵਨ ਦੀ ਸਭ ਤੋਂ ਉਚੱ ਸਿੱਧੀ ਹੈ। ਇਸ ਸ਼ਲੋਕ ਵਿਚ ਭਗਤੀ ਸ਼ਬਦ ਦਾ ਉਲੇਖ ਦੋ ਵਾਰ ਇਹ ਘੋਸ਼ਿਤ ਕਰਨ ਲਈ ਹੋਇਆ ਹੈ ਕਿ ਭਗਤੀ ਹੀ ਕ੍ਰਿਸ਼ਨ ਕੋਲ ਪਹੁੰਚਾਉਣ ਦਾ ਇਕੋ ਇੱਕ ਸਾਧਨ ਹੈ। ਕਿਸੇ ਹੋਰ ਸ਼ਰਤ ਨਾਲ, ਜਿਵੇਂ ਬ੍ਰਾਹਮਣ, ਵਿਦਵਾਨ, ਧਨਾਢ ਜਾਂ ਮਹਾਨ ਵਿਚਾਰਕ ਹੋਣ ਨਾਲ, ਕ੍ਰਿਸ਼ਨ ਕਿਸੇ ਤਰ੍ਹਾਂ ਦੀ ਭੇਟਾਂ ਲੈਣ ਨੂੰ ਤਿਆਰ ਨਹੀਂ ਹੁੰਦੇ। ਭਗਤੀ ਹੀ ਮੁੱਢਲਾ ਸਿਧਾਂਤ ਹੈ, ਜਿਸ ਤੋਂ ਬਗ਼ੈਰ ਉਹ ਕਿਸੇ ਤੋਂ ਵੀ ਕੁਝ ਲੈਣ ਲਈ ਪ੍ਰੇਰਿਤ ਨਹੀਂ ਕੀਤੇ ਜਾ ਸਕਦੇ। ਭਗਤੀ ਕਦੀ ਕਿਸੇ ਤਰ੍ਹਾਂ ਵੀ ਸਵਾਰਥਮਈ ਨਹੀਂ ਹੁੰਦੀ। ਇਹ ਸ਼ਾਸ਼ਵਤ ਵਿਧੀ ਹੈ। ਇਹ ਪਾਰਬ੍ਰਹਮ ਦੀ ਸੇਵਾ ਵਿਚ ਪ੍ਰਤੱਖ ਕਰਮ ਹੈ।

ਇਹ ਦੱਸਕੇ ਕਿ ਉਹ ਹੀ ਇਕੋ ਇੱਕ ਭੋਗਣ ਵਾਲੇ, ਆਦਿ ਸਵਾਮੀ ਅਤੇ ਸਾਰੇ ਯੱਗਾਂ ਦੀਆਂ ਭੇਟਾਂ ਦੇ ਅਸਲ ਟੀਚੇ ਹਨ, ਹੁਣ ਭਗਵਾਨ ਕ੍ਰਿਸ਼ਨ ਇਹ ਦੱਸਦੇ ਹਨ ਕਿ ਉਹ ਕਿਸ ਤਰ੍ਹਾਂ ਦੀ ਭੇਂਟ ਪਸੰਦ ਕਰਦੇ ਹਨ। ਜੇ ਕੋਈ ਸ਼ੁੱਧ ਹੋਣ ਜਾਂ ਜੀਵਨ ਦੇ ਟੀਚੇ ਤਕ ਅਪੜਣ ਦੇ ਮੰਤਵ ਨਾਲ ਭਗਵਾਨ ਦੀ ਭਗਤੀ ਕਰਨਾ ਚਾਹੁੰਦਾ ਹੈ ਤਾਂ ਉਸਨੂੰ ਚਾਹੀਦਾ ਹੈ ਕਿ ਉਹ ਇਹ ਪਤਾ ਕਰੇ ਕਿ ਭਗਵਾਨ ਉਸ ਤੋਂ ਕੀ ਚਾਹੁੰਦੇ ਹਨ। ਕ੍ਰਿਸ਼ਨ ਨਾਲ ਪ੍ਰੇਮ ਕਰਨ ਵਾਲਾ ਉਨ੍ਹਾਂ ਨੂੰ ਉਨ੍ਹਾਂ ਦੀ ਮਨਚਾਹੀ ਚੀਜ਼ ਦੇਵੇਗਾ, ਅਤੇ ਕੋਈ ਅਜਿਹੀ ਚੀਜ਼ ਭੇਟਾ ਨਹੀਂ ਕਰੇਗਾ, ਜਿਸਦੀ ਉਨ੍ਹਾਂ ਨੂੰ ਇੱਛਾ ਨਾ ਹੋਵੇ ਜਾਂ ਉਨ੍ਹਾਂ ਨਾ ਮੰਗੀ ਹੋਵੇ। ਇੰਝ ਕ੍ਰਿਸ਼ਨ ਨੂੰ ਮਾਸ, ਮੱਛੀ ਅਤੇ ਅੰਡੇ ਭੇਂਟ ਨਹੀਂ ਕੀਤੇ ਜਾਣੇ ਚਾਹੀਦੇ। ਉਲਟਾ ਸਗੋਂ ਉਹ ਸਾਫ਼ ਹੁਕਮ ਦਿੰਦੇ ਹਨ ਕਿ ਉਨ੍ਹਾਂ ਨੂੰ ਪੱਤੇ, ਫੁੱਲ, ਜਲ ਅਤੇ ਫਲ ਅਰਪਿਤ ਕੀਤੇ ਜਾਣ ਅਤੇ ਉਹ ਉਨ੍ਹਾਂ ਨੂੰ ਸਵੀਕਾਰ ਕਰਨਗੇ। ਇਸ ਲਈ ਸਾਨੂੰ ਇਹ ਸਮਝਣਾ ਚਾਹੀਦਾ ਹੈ ਕਿ ਉਹ ਮਾਸ ਮੱਛੀ ਅਤੇ ਅੰਡੇ ਸਵੀਕਾਰ ਨਹੀਂ ਕਰਨਗੇ। ਸਬਜ਼ੀ, ਅੰਨ, ਫਲ, ਦੁੱਧ ਅਤੇ ਜਲ ਇਹ ਹੀ ਮਨੁੱਖਾਂ ਲਈ ਠੀਕ ਭੋਜਨ ਹਨ ਅਤੇ ਭਗਵਾਨ ਕ੍ਰਿਸ਼ਨ ਨੇ ਵੀ ਇਨ੍ਹਾਂ ਦਾ ਹੁਕਮ ਦਿੱਤਾ ਹੈ। ਇਨ੍ਹਾਂ ਤੋਂ ਇਲਾਵਾ ਅਸੀਂ ਜਿਹੜਾ ਕੁਝ ਵੀ ਖਾਂਦੇ ਹਾਂ, ਉਹ ਉਨ੍ਹਾਂ ਨੂੰ ਅਰਪਿਤ ਨਹੀਂ ਕੀਤਾ

ਜਾ ਸਕਦਾ, ਕਿਉਂਕਿ ਉਹ ਗ੍ਰਹਿਣ ਨਹੀਂ ਕਰਨਗੇ। ਜੇ ਅਸੀਂ ਅਜਿਹਾ ਭੋਜਨ ਉਨ੍ਹਾਂ ਨੂੰ ਅਰਪਿਤ ਕਰਾਂਗੇ ਤਾਂ ਅਸੀਂ ਪ੍ਰੇਮ ਭਗਤੀ ਨਹੀਂ ਕਰ ਸਕਾਂਗੇ।

ਤੀਜੇ ਅਧਿਆਇ ਦੇ ਤੇਰਵੇਂ ਸ਼ਲੋਕ ਵਿਚ ਸ੍ਰੀ ਕ੍ਰਿਸ਼ਨ ਦੱਸਦੇ ਹਨ ਕਿ ਯੱਗ ਦਾ ਜੂਠਾ ਹੀ ਸ਼ੁੱਧ ਹੁੰਦਾ ਹੈ, ਇਸ ਲਈ ਜਿਹੜੇ ਲੋਕ ਜ਼ਿੰਦਗੀ ਵਿਚ ਤਰੱਕੀ ਕਰਨ ਅਤੇ ਸੰਸਾਰੀ ਬੰਧਨਾਂ ਤੋਂ ਮੁਕਤ ਹੋਣ ਦੇ ਚਾਹਵਾਨ ਹਨ, ਉਨ੍ਹਾਂ ਨੂੰ ਇਸੇ ਨੂੰ ਖਾਣਾ ਚਾਹੀਦਾ ਹੈ। ਉਸੇ ਸ਼ਲੋਕ ਵਿਚ ਉਹ ਇਹ ਵੀ ਦੱਸਦੇ ਹਨ, ਕਿ ਜਿਹੜੇ ਲੋਕ ਆਪਣੇ ਭੋਜਨ ਨੂੰ ਅਰਪਿਤ ਨਹੀਂ ਕਰਦੇ ਉਹ ਪਾਪ ਖਾਂਦੇ ਹਨ। ਦੂਜੇ ਸ਼ਬਦਾਂ ਵਿਚ ਉਨ੍ਹਾਂ ਦੀ ਹਰ ਗਰਾਹੀ ਇਸ ਸੰਸਾਰ ਦੀਆਂ ਜਟਿਲਤਾਵਾਂ ਵਿਚ ਉਨ੍ਹਾਂ ਨੂੰ ਬੰਨਣ ਵਾਲੀ ਹੈ। ਚੰਗਾ ਸਾਦਾ ਸ਼ਾਕਾਹਾਰੀ ਭੋਜਨ ਬਣਾਕੇ ਉਸਨੂੰ ਭਗਵਾਨ ਦੇ ਚਿੱਤਰ ਜਾਂ ਮੂਰਤੀ ਦੇ ਸਾਹਮਣੇ ਅਰਪਿਤ ਕਰਕੇ ਨਤਮਸਤਕ ਹੋ ਕੇ ਤੁੱਛ ਭੇਂਟਾ ਨੂੰ ਸਵੀਕਾਰ ਕਰਨ ਦੀ ਬੇਨਤੀ ਕਰਨ ਨਾਲ ਮਨੁੱਖ ਆਪਣੇ ਜੀਵਨ ਵਿਚ ਤਰੱਕੀ ਕਰਦਾ ਹੈ। ਉਸਦਾ ਸ਼ਰੀਰ ਸ਼ੁੱਧ ਹੁੰਦਾ ਹੈ ਅਤੇ ਦਿਮਾਗ ਦੇ ਸ੍ਰੇਸ਼ਠ ਤੰਤੂ ਪੈਦਾ ਹੁੰਦੇ ਹਨ, ਜਿਸ ਨਾਲ ਸ਼ੁੱਧ ਚਿੰਤਨ ਹੋ ਸਕਦਾ ਹੈ। ਸਭ ਤੋਂ ਵੱਡੀ ਗੱਲ ਤਾਂ ਇਹ ਹੈ, ਇਹ ਸਮਰਪਣ ਬਹੁਤ ਪ੍ਰੇਮ ਭਾਵ ਨਾਲ ਕਰਨਾ ਚਾਹੀਦਾ ਹੈ। ਕ੍ਰਿਸ਼ਨ ਨੂੰ ਕਿਸੇ ਤਰ੍ਹਾਂ ਦੇ ਭੋਜਨ ਦੀ ਲੋੜ ਨਹੀਂ ਰਹਿੰਦੀ, ਕਿਉਂਕਿ ਉਨ੍ਹਾਂ ਕੋਲ ਸਭ ਕੁਝ ਹੈ, ਪਰ ਜੇ ਕੋਈ ਉਨ੍ਹਾਂ ਨੂੰ ਇੰਝ ਪ੍ਰਸੰਨ ਕਰਨਾ ਚਾਹੁੰਦਾ ਹੈ, ਤਾਂ ਉਹ ਇਸ ਭੇਟ ਨੂੰ ਸਵੀਕਾਰ ਕਰਦੇ ਹਨ। ਭੋਜਨ ਬਣਾਉਣ, ਸੇਵਾ ਕਰਨ ਅਤੇ ਭੇਂਟਾ ਕਰਨ ਵਿਚ ਜਿਹੜੀ ਸਭ ਤੋਂ ਮੁੱਖ ਗੱਲ ਰਹਿੰਦੀ ਹੈ, ਉਹ ਹੈ ਕ੍ਰਿਸ਼ਨ ਦੇ ਪ੍ਰੇਮ ਅਧੀਨ ਕੰਮ ਕਰਨਾ।

ਉਹ ਮਾਇਆਵਾਦੀ ਚਿੰਤਕ ਭਗਵਦ ਗੀਤਾ ਦੇ ਇਸ ਸ਼ਲੋਕ ਦਾ ਅਰਥ ਨਹੀਂ ਸਮਝ ਸਕਣਗੇ, ਜਿਹੜੇ ਇਹ ਮੰਨਕੇ ਚਲਦੇ ਹਨ ਕਿ ਪਾਰਬ੍ਰਹਮ ਇੰਦਰੀਆਂ ਤੋਂ ਰਹਿਤ ਹੈ। ਉਨ੍ਹਾਂ ਲਈ ਇਹ ਜਾਂ ਤਾਂ ਰੂਪਕ ਹੈ ਜਾਂ ਭਗਵਤ ਗੀਤਾ ਦੇ ਕਹਿਣ ਵਾਲੇ ਕ੍ਰਿਸ਼ਨ ਦੇ ਸੰਸਾਰੀ ਚਰਿੱਤਰ ਦਾ ਸਬੂਤ ਹੈ। ਪਰ ਅਸਲੀਅਤ ਤਾਂ ਇਹ ਹੈ ਕਿ ਭਗਵਾਨ ਕ੍ਰਿਸ਼ਨ ਇੰਦਰੀਆਂ ਤੋਂ ਯੁਕਤ ਹਨ ਅਤੇ ਇਹ ਕਿਹਾ ਗਿਆ ਹੈ ਕਿ ਉਨ੍ਹਾਂ ਦੀਆਂ ਇੰਦਰੀਆਂ ਆਪਸ ਵਿਚ ਪਰਿਵਰਤਨ ਸ਼ੀਲ ਹਨ। ਦੂਜੇ ਸ਼ਬਦਾਂ ਵਿਚ ਇੱਕ ਇੰਦਰੀ ਦੂਜੀ ਇੰਦਰੀ ਦਾ ਕੰਮ ਕਰ ਸਕਦੀ ਹੈ। ਕ੍ਰਿਸ਼ਨ ਨੂੰ ਪਰਮ ਬ੍ਰਹਮ ਕਹਿਣ ਦਾ ਮੰਤਵ ਇਹੋ ਹੈ। ਇੰਦਰੀਆਂ ਤੋਂ ਰਹਿਤ ਹੋਣ ਕਰਕੇ ਉਨ੍ਹਾਂ ਨੂੰ ਸਾਰੇ ਸੁਖਾਂ ਤੋਂ ਯੁਕਤ ਨਹੀਂ ਮੰਨਿਆਂ ਜਾ ਸਕਦਾ, ਸੱਤਵੇਂ ਅਧਿਆਇ ਵਿਚ ਕ੍ਰਿਸ਼ਨ ਨੇ ਦੱਸਿਆ ਹੈ ਕਿ ਉਹ ਪ੍ਰਕ੍ਰਿਤੀ ਦੇ ਗਰਭ ਵਿਚ ਜੀਵਾਂ ਨੂੰ ਸਥਾਪਿਤ ਕਰਦੇ ਹਨ। ਇਸਨੂੰ ਉਹ ਪ੍ਰਕ੍ਰਿਤੀ ਤੇ ਦ੍ਰਿਸ਼ਟੀ ਪਾ ਕੇ ਕਰਦੇ ਹਨ। ਇਸ ਲਈ ਇੱਥੇ ਵੀ ਭਗਤਾਂ ਰਾਹੀਂ ਭੋਜਨ ਅਰਪਿਤ ਕਰਦੇ ਹੋਏ ਭਗਤਾਂ ਦਾ ਪ੍ਰੇਮ ਪੂਰਨ ਸ਼ਬਦ ਸੁਣਨਾ ਕ੍ਰਿਸ਼ਨ ਰਾਹੀਂ ਭੋਜਨ ਕਰਨ ਅਤੇ ਉਨ੍ਹਾਂ ਦੇ ਸੁਆਦ ਲੈਣ ਦੇ ਹੀ ਬਰਾਬਰ ਹੈ। ਇਸ ਗੱਲ ਤੇ ਇਸ ਲਈ ਜ਼ੋਰ ਦੇਣਾ ਹੋਵੇਗਾ, ਕਿਉਂਕਿ ਆਪਣੀ ਸਭ ਤੋਂ ਉਚੀ ਸਥਿਤੀ ਕਾਰਨ, ਉਨ੍ਹਾਂ ਦਾ ਸੁਣਨਾ ਉਨ੍ਹਾਂ ਦੇ ਭੋਜਨ ਕਰਨ ਅਤੇ ਸੁਆਦ ਗ੍ਰਹਿਣ ਕਰਨ ਦੇ ਹੀ ਬਰਾਬਰ ਹੈ। ਸਿਰਫ਼ ਭਗਤ ਹੀ ਬਗੈਰ ਤਰਕ ਦੇ ਇਹ ਸਮਝ ਸਕਦਾ ਹੈ, ਕਿ ਪਾਰਬ੍ਰਹਮ ਭੋਜਨ ਕਰ ਸਕਦੇ ਹਨ ਅਤੇ ਉਸਦਾ ਸੁਆਦ ਲੈ ਸਕਦੇ ਹਨ।

यत्करोषि यदश्नासि यज्जुहोषि ददासि यत् ।
यत्तपस्यसि कौन्तेय तत्कुरुष्व मदर्पणम् ॥ २७॥

ਯਤ੍ ਕਰੋਸ਼ਿ ਯਦ੍ ਅਸ਼੍ਨਾਸਿ ਯਜ੍ ਜੁਹੋਸ਼ਿ ਦਦਾਸਿ ਯਤ੍ ।
ਯੱਤ੍ ਤਪਸ੍ਯਸਿ ਕੌਂਤੇਯ ਤਤ੍ ਕੁਰੂਸ਼੍ਵ ਮਦ੍ ਅਰ੍ਪਣਮ੍ ॥ 27 ॥

ਯਤ੍-ਜਿਹੜਾ ਕੁਝ ; **ਕਰੋਸ਼ਿ**-ਕਰਦੇ ਹੋ ; **ਯਤ੍**-ਜੋ ਵੀ ; **ਅਸ਼੍ਨਾਸਿ**-ਖਾਂਦੇ ਹੋ ; **ਯਤ੍**-ਜੋ ਕੁਝ ; **ਜੁਹੋਸ਼ਿ**-ਅਰਪਿਤ ਕਰਦੇ ਹੋ ; **ਦਦਾਸਿ**-ਦਾਨ ਦਿੰਦੇ ਹੋ ; **ਯਤ੍**-ਜਿਹੜਾ ; **ਤਪਸ੍ਯਸਿ**-ਤਪ ਕਰਦੇ ਹੋ ; **ਕੌਂਤੇਯ**-ਹੇ ਕੁੰਤੀ ਪੁੱਤਰ ; **ਤਤ੍**-ਉਹ ; **ਕੁਰੂਸ਼੍ਵ**-ਕਰੋ ; **ਮਤ੍**-ਮੈਨੂੰ ; **ਅਰ੍ਪਣਮ੍**-ਭੇਂਟ ਰੂਪ ਵਿਚ ।

ਅਨੁਵਾਦ

ਹੇ ਕੁੰਤੀ ਪੁੱਤਰ ! ਤੁਸੀਂ ਜੋ ਕੁਝ ਕਰਦੇ ਹੋ, ਜੋ ਕੁਝ ਖਾਂਦੇ ਹੋ, ਜੋ ਕੁਝ ਅਰਪਿਤ ਕਰਦੇ ਹੋ ਜਾਂ ਦਾਨ ਦਿੰਦੇ ਹੋ ਅਤੇ ਜੋ ਵੀ ਤੱਪਸਿਆਂ ਕਰਦੇ ਹੋ ਉਸਨੂੰ ਮੈਨੂੰ ਅਰਪਿਤ ਕਰ ਦਿਆ ਕਰੋ।

ਭਾਵ

ਇੰਝ ਹਰ ਮਨੁੱਖ ਦਾ ਇਹ ਫਰਜ਼ ਹੈ ਕਿ ਉਹ ਆਪਣੇ ਜੀਵਨ ਨੂੰ ਇੰਝ ਢਾਲੇ ਕਿ ਉਹ ਕਿਸੇ ਵੀ ਹਾਲਾਤ ਵਿਚ ਕ੍ਰਿਸ਼ਨ ਨੂੰ ਨਾ ਭੁੱਲ ਸਕੇ । ਹਰ ਮਨੁੱਖ ਨੂੰ ਆਪਣੇ ਜੀਵਨ ਨਿਰਵਾਹ ਅਤੇ ਆਤਮਾ ਲਈ ਕਰਮ ਕਰਨਾ ਪੈਂਦਾ ਹੈ ਅਤੇ ਕ੍ਰਿਸ਼ਨ ਇੱਥੇ ਹੁਕਮ ਦਿੰਦੇ ਹਨ, ਕਿ ਹਰ ਮਨੁੱਖ ਉਨ੍ਹਾਂ ਲਈ ਕੰਮ ਕਰੇ । ਹਰ ਮਨੁੱਖ ਨੂੰ ਜਿਉਂਦਿਆਂ ਰਹਿਣ ਲਈ ਕੁਝ ਨਾ ਕੁਝ ਖਾਣਾ ਪੈਂਦਾ ਹੈ । ਇਸ ਲਈ ਉਸਨੂੰ ਚਾਹੀਦਾ ਹੈ ਕਿ ਕ੍ਰਿਸ਼ਨ ਨੂੰ ਅਰਪਿਤ ਭੋਜਨ ਦਾ ਜੂਠਾ ਗ੍ਰਹਿਣ ਕਰੇ । ਹਰ ਸਭਿਅਕ ਮਨੁੱਖ ਨੂੰ ਕੋਈ ਨਾ ਕੋਈ ਧਾਰਮਿਕ ਅਨੁਸ਼ਠਾਨ (ਵਿਧੀ) ਕਰਨੇ ਹੁੰਦੇ ਹਨ, ਇਸ ਲਈ ਕ੍ਰਿਸ਼ਨ ਦੀ ਸਲਾਹ ਹੈ, "ਇਸ ਨੂੰ ਮੇਰੇ ਲਈ ਕਰੋ।" ਇਹੋ ਅਰਚਨਾ ਕਹਾਉਂਦੀ ਹੈ । ਹਰ ਮਨੁੱਖ ਕੁਝ ਨਾ ਕੁਝ ਦਾਨ ਦਿੰਦਾ ਹੈ, ਇਸ ਲਈ ਕ੍ਰਿਸ਼ਨ ਕਹਿੰਦੇ ਹਨ, "ਇਹ ਮੈਨੂੰ ਦਿਉ" ਜਿਸਦਾ ਅਰਥ ਇਹ ਹੈ ਕਿ ਵਧੇਰੇ ਧੰਨ ਦੀ ਵਰਤੋਂ ਕ੍ਰਿਸ਼ਨ ਭਾਵਨਾ ਅੰਮ੍ਰਿਤ ਅੰਦੋਲਨ ਦੀ ਤਰੱਕੀ ਲਈ ਕਰੋ । ਅੱਜ ਕਲ ਲੋਕ ਧਿਆਨ ਵਿਧੀ ਪ੍ਰਤੀ ਖ਼ਾਸ ਰੁਚੀ ਵਿਖਾਉਂਦੇ ਹਨ, ਹਾਲਾਂਕਿ ਇਸ ਯੁਗ ਲਈ ਇਹ ਵਿਵਹਾਰਕ ਨਹੀਂ ਹੈ, ਪਰ ਜੇ ਕੋਈ ਚੌਵੀ ਘੰਟੇ ਹਰੇ ਕ੍ਰਿਸ਼ਨ ਦਾ ਜਾਪ ਆਪਣੀ ਮਾਲਾ ਵਿਚ ਕਰੇ ਤਾਂ ਉਹ ਯਕੀਨੀ ਤੌਰ ਤੇ ਮਹਾਨ ਧਿਆਨੀ ਅਤੇ ਯੋਗੀ ਹੈ, ਜਿਸਦੀ ਪੁਸ਼ਟੀ ਭਗਵਤ ਗੀਤਾ ਦੇ ਛੇਵੇਂ ਅਧਿਆਇ ਵਿਚ ਕੀਤੀ ਗਈ ਹੈ ।

शुभाशुभफलैरेवं मोक्ष्यसे कर्मबन्धनैः ।
सन्न्यासयोगयुक्तात्मा विमुक्तो मामुपैष्यसि ॥ २८ ॥

ਸ਼ੁਭਾਸ਼ੁਭ ਫਲੈਰ੍ ਏਵਮ੍ ਮੋਕ੍ਸ਼੍ਯਸੇ ਕਰਮ-ਬੰਧਨੈਹ੍ ।
ਸੰਨ੍ਯਾਸ ਯੋਗ ਯੁਕ੍ਤਾਤ੍ਮਾ ਵਿਮੁਕਤੋ ਮਾਮ੍ ਉਪੈਸ਼੍ਯਸਿ ॥ 28 ॥

ਸ਼ੁਭ-ਸ਼ੁਭ ; **ਅਸ਼ੁਭ**-ਅਸ਼ੁਭ ; **ਫ਼ਲੈਹ੍**- ਫਲਾਂ ਰਾਹੀਂ ; **ਏਵਮ੍**-ਇੰਝ ; **ਮੋਕ੍ਸ਼੍ਯਸੇ**-ਮੁਕਤ ਹੋ ਜਾਵੋਗੇ ; **ਕਰ੍ਮ**-ਕਰਮ ਦੇ ; **ਬੰਧਨੈਹ੍**-ਬੰਧਨ ਤੋਂ ; **ਸੰਨ੍ਯਾਸ**-ਸੰਨਿਆਸ ਦੇ ; **ਯੋਗ**-ਯੋਗ ਨਾਲ; **ਯੁਕ੍ਤ**-**ਆਤ੍ਮਾ**-ਮੰਨ ਨੂੰ ਸਥਿਰ ਕਰਕੇ ; **ਵਿਮੁਕ੍ਤਹ੍**-ਮੁਕਤ ਹੋਇਆ ; **ਮਾਮ੍**-ਮੈਨੂੰ ; **ਉਪੈਸ਼੍ਯਸਿ**-ਪ੍ਰਾਪਤ ਹੋਣਗੇ ।

ਅਨੁਵਾਦ

ਇੰਝ ਤੁਸੀਂ ਕਰਮ ਦੇ ਬੰਧਨ ਅਤੇ ਇਸਦੇ ਚੰਗੇ ਮੰਦੇ ਫਲਾਂ ਤੋਂ ਮੁਕਤ ਹੋ ਸਕੋਗੇ । ਇਸ ਸੰਨਿਆਸ ਯੋਗ ਵਿਚ ਚਿੱਤ ਨੂੰ ਮੇਰੇ ਵਿਚ ਸਥਿਰ ਕਰਕੇ ਤੁਸੀਂ ਮੁਕਤ ਹੋਕੇ ਮੇਰੇ ਕੋਲ ਆ ਸਕੋਗੇ ।

ਭਾਵ

ਵੱਡੇਰਿਆਂ ਦੀ ਅਗਵਾਈ ਹੇਠ ਕ੍ਰਿਸ਼ਨ ਭਾਵਨਾ ਅੰਮ੍ਰਿਤ ਵਿਚ ਰਹਿਕੇ ਕੰਮ ਕਰਨ ਨੂੰ *ਯੁਕਤ* (ਸੰਯੁਕਤ) ਕਹਿੰਦੇ ਹਨ । ਪਰਿਭਾਸ਼ਕ ਸ਼ਬਦ *ਯੁਕਤ-ਵੈਰਾਗ* ਹੈ । ਰੂਪ ਗੋਸਵਾਮੀ ਨੇ ਇਸਦੀ ਵਿਆਖਿਆ ਇੰਝ ਕੀਤੀ ਹੈ :-

ਅਨਾਸਕ੍ਤਸ੍ਯ ਵਿਸ਼ਯਾਨ੍ ਯਥਾਰ੍ਹਮ੍ ਉਪਯੁੰਜਤਹ੍ ।
ਨਿਰ੍ਬੰਧਹ੍ ਕ੍ਰਿਸ਼੍ਣ ਸੰਬੰਧੇ ਯੁਕ੍ਤਮ੍ ਵੈਰਾਗ੍ਯਮ੍ ਉਚ੍ਯਤੇ ।

(ਭਗਤੀ ਰਸਾਮ੍ਰਿਤ ਸਿੰਧੂ 2-2-55)

ਸ਼੍ਰੀਲ ਰੂਪ ਗੋਸਵਾਮੀ ਕਹਿੰਦੇ ਹਨ, ਕਿ ਜਦੋਂ ਤਕ ਅਸੀਂ ਇਸ ਸੰਸਾਰ ਵਿਚ ਹਾਂ, ਉਦੋਂ ਤਕ ਸਾਨੂੰ ਕਰਮ ਕਰਨਾ ਪੈਂਦਾ ਹੈ, ਅਸੀ ਕਰਮ ਕਰਨਾ ਬੰਦ ਨਹੀਂ ਕਰ ਸਕਦੇ । ਇਸ ਲਈ ਜੇ ਕਰਮ ਕਰਕੇ ਉਸਦੇ ਫਲ ਕ੍ਰਿਸ਼ਨ ਨੂੰ ਅਰਪਿਤ ਕਰ ਦਿੱਤੇ ਜਾਣ ਤਾਂ ਇਹ ਯੁਕਤ ਵੈਰਾਗ ਕਹਾਉਂਦਾ ਹੈ। ਅਸਲ ਵਿਚ ਸੰਨਿਆਸ ਵਿਚ ਸਥਿਤ ਹੋਣ ਤੇ ਅਜਿਹੇ ਕਰਮਾਂ ਨਾਲ ਚਿੱਤ ਰੂਪੀ ਸ਼ੀਸ਼ਾ ਸਾਫ ਹੋ ਜਾਂਦਾ ਹੈ ਅਤੇ ਕਰਤਾ ਜਿਵੇਂ-ਜਿਵੇਂ ਹੌਲੀ-ਹੌਲੀ ਆਤਮ -ਪ੍ਰਤੱਖੀਕਰਨ ਵੱਲ ਪ੍ਰਗਤੀ ਕਰਦਾ ਜਾਂਦਾ ਹੈ, ਉਵੇਂ-ਉਵੇਂ ਉਹ ਪਰਮੇਸ਼ਵਰ ਪ੍ਰਤੀ ਪੂਰੀ ਤਰ੍ਹਾਂ ਸਮਰਪਿਤ ਹੁੰਦਾ ਜਾਂਦਾ ਹੈ । ਇੰਝ ਆਖਿਰ ਉਹ ਮੁਕਤ ਹੋ ਜਾਂਦਾ ਹੈ ਅਤੇ ਇਹ ਮੁਕਤੀ ਵੀ ਖ਼ਾਸ ਹੁੰਦੀ ਹੈ । ਇਸ ਮੁਕਤੀ ਨਾਲ ਉਹ ਬ੍ਰਹਮਜੋਤੀ ਵਿਚ ਲੀਨ ਨਹੀਂ ਹੁੰਦਾ ਸਗੋਂ ਭਗਵਾਨ ਦੇ ਧਾਮ ਵਿਚ ਪ੍ਰਵੇਸ਼ ਕਰਦਾ ਹੈ । ਇੱਥੇ ਸਾਫ ਵਰਨਣ ਹੈ- *ਮਾਮ੍ ਉਪੈਸ਼੍ਯਸਿ* - ਉਹ ਮੇਰੇ ਕੋਲ ਆਉਂਦਾ ਹੈ, ਭਾਵ ਮੇਰੇ ਧਾਮ ਵਾਪਿਸ ਆਉਂਦਾ ਹੈ । ਮੁਕਤੀ ਦੀਆਂ ਪੰਜ ਵੱਖੋ-ਵੱਖਰੀਆਂ ਅਵਸਥਾਵਾਂ ਹਨ ਅਤੇ ਇੱਥੇ ਇਹ ਸਪਸ਼ਟ ਕੀਤਾ ਗਿਆ ਹੈ ਕਿ ਜਿਹੜਾ ਭਗਤ ਜੀਵਨ ਭਰ ਪਰਮੇਸ਼ਵਰ ਦੀ ਅਗਵਾਈ ਵਿਚ ਰਹਿੰਦਾ ਹੈ, ਉਹ ਅਜਿਹੀ ਅਵਸਥਾ ਨੂੰ ਪ੍ਰਾਪਤ ਹੋਇਆ ਰਹਿੰਦਾ ਹੈ, ਜਿੱਥੋਂ ਉਹ ਸ਼ਰੀਰ ਤਿਆਗਣ ਮਗਰੋਂ ਰੱਬ ਦੇ ਧਾਮ ਜਾ ਸਕਦਾ ਹੈ ਅਤੇ ਰੱਬ ਦੀ ਪ੍ਰਤੱਖ ਸੰਗਤ ਵਿਚ ਰਹਿ ਸਕਦਾ ਹੈ ।

ਜਿਸ ਮਨੁੱਖ ਵਿਚ ਆਪਣੇ ਜੀਵਨ ਨੂੰ ਭਗਵਾਨ ਦੀ ਸੇਵਾ ਵਿਚ ਲਗਾਉਣ ਤੋਂ ਬਿਨ੍ਹਾਂ ਹੋਰ ਕੋਈ ਰੁਚੀ ਨਹੀਂ ਹੁੰਦੀ, ਉਹੀ ਅਸਲ ਸੰਨਿਆਸੀ ਹੈ। ਅਜਿਹਾ ਮਨੁੱਖ ਭਗਵਾਨ ਦੀ ਪਰਮ ਇੱਛਾ ਤੇ ਨਿਰਭਰ ਰਹਿੰਦਾ ਹੋਇਆ ਆਪਣੇ ਆਪ ਨੂੰ ਉਨ੍ਹਾਂ ਦਾ ਨਿੱਤ ਦਾਸ ਮੰਨਦਾ ਹੈ। ਇਸ ਲਈ ਉਹ ਜੋ ਕੁਝ ਵੀ ਕਰਦਾ ਹੈ, ਭਗਵਾਨ ਦੇ ਲਾਭ ਲਈ ਕਰਦਾ ਹੈ, ਉਹ ਜੋ ਕੁਝ ਕਰਮ ਕਰਦਾ ਹੈ, ਭਗਵਾਨ ਦੀ ਸੇਵਾ ਕਰਨ ਲਈ ਕਰਦਾ ਹੈ, ਉਹ ਸਕਾਮ ਕਰਮਾਂ ਜਾਂ ਵੇਦਾਂ ਵਿਚ ਦੱਸੇ ਕਰਤਵਾਂ ਤੇ ਧਿਆਨ ਨਹੀਂ ਦਿੰਦਾ। ਆਮ ਲੋਕਾਂ ਲਈ ਵੇਦਾਂ ਵਿਚ ਦੱਸੇ ਕਰਤਵਾਂ ਨੂੰ ਸੰਪੰਨ ਕਰਨਾ ਜਰੂਰੀ ਹੁੰਦਾ ਹੈ। ਪਰ ਸ਼ੁੱਧ ਭਗਤ ਭਗਵਾਨ ਦੀ ਸੇਵਾ ਵਿਚ ਪੂਰੀ ਤਰ੍ਹਾਂ ਲੱਗਕੇ ਵੀ ਕਦੀ ਕਦੀ ਵੇਦਾਂ ਰਾਹੀਂ ਸਰਾਹੇ ਕਰਤਵਾਂ ਦਾ ਵਿਰੋਧ ਕਰਦਾ ਲਗਦਾ ਹੈ, ਕਿ ਜਿਹੜਾ ਅਸਲ ਵਿਚ ਵਿਰੋਧ ਨਹੀਂ ਹੈ।

ਇਸ ਲਈ ਆਚਾਰੀਆਂ ਦਾ ਕਹਿਣਾ ਹੈ ਕਿ ਬੁੱਧੀਮਾਨ ਤੋਂ ਬੁੱਧੀਮਾਨ ਮਨੁੱਖ ਵੀ ਸ਼ੁੱਧ ਭਗਤ ਦੀਆਂ ਯੋਜਨਾਵਾਂ ਅਤੇ ਕੰਮਾਂ ਨੂੰ ਨਹੀਂ ਸਮਝ ਸਕਦਾ।

ਠੀਕ ਸ਼ਬਦ ਹਨ - *ਤਾਂਰ ਵਾਕ੍ਯ, ਕ੍ਰਿਯਾ ਮੁਦ੍ਰਾ ਵਿਗ੍ਯੇਹ੍ ਨਾ ਬੁਝਯ -*

(ਚੈਤੰਨਯ ਚਰਿਤਾਮ੍ਰਿਤ - ਮੱਧ 23-39)

ਇੰਝ ਜਿਹੜਾ ਮਨੁੱਖ ਭਗਵਾਨ ਦੀ ਸੇਵਾ ਵਿਚ ਲਗਿਆ ਹੈ, ਜਾਂ ਜਿਹੜਾ ਲਗਾਤਾਰ ਯੋਜਨਾ ਬਣਾਉਂਦਾ ਰਹਿੰਦਾ ਹੈ ਕਿ ਕਿੰਝ ਭਗਵਾਨ ਦੀ ਸੇਵਾ ਕੀਤੀ ਜਾਵੇ, ਉਸਨੂੰ ਹੀ ਵਰਤਮਾਨ ਵਿਚ ਪੂਰੀ ਤਰ੍ਹਾਂ ਮੁਕਤ ਮੰਨਣਾ ਚਾਹੀਦਾ ਹੈ ਅਤੇ ਭੱਵਿਖ ਵਿਚ ਉਸਦਾ ਭਗਵਾਨ ਦੇ ਧਾਮ ਜਾਣਾ ਯਕੀਨੀ ਹੈ। ਜਿਵੇਂ ਕ੍ਰਿਸ਼ਨ ਆਲੋਚਨਾ ਤੋਂ ਪਰ੍ਹੇ ਹਨ, ਉਸੇ ਤਰ੍ਹਾਂ ਉਹ ਭਗਤ ਵੀ ਸਾਰੀ ਭੌਤਿਕ ਆਲੋਚਨਾ ਤੋਂ ਪਰ੍ਹੇ ਹੋ ਜਾਂਦਾ ਹੈ।

समोऽहं सर्वभूतेषु न मे द्वेष्योऽस्ति न प्रियः ।
ये भजन्ति तु मां भक्त्या मयि ते तेषु चाप्यहम् ॥ २९ ॥

ਸਮੋ'ਹਮ੍ ਸਰ੍ਵ-ਭੂਤੇਸ਼ੁ ਨ ਮੇ ਦਵੇਸ਼੍ਯੋ'ਸ੍ਤਿ ਨ ਪ੍ਰਿਯਹ੍ ।
ਯੇ ਭਜੰਤਿ ਤੁ ਮਾਮ੍ ਭਕ੍ਤ੍ਯਾ ਮਯਿ ਤੇ ਤੇਸ਼ੁ ਚਾਪ੍ਯਹਮ੍ ॥ 29 ॥

ਸਮਹ੍-ਬਰਾਬਰੀ ਦਾ ਭਾਵ ; **ਅਹਮ੍**-ਮੈਂ ; **ਸਰ੍ਵ-ਭੂਤੇਸ਼ੁ**-ਸਾਰੇ ਜੀਵਾਂ ਵਿਚ ; **ਨ**-ਕੋਈ ਨਹੀਂ ; **ਮੈ**-ਮੈਨੂੰ ; **ਦਵੇਸ਼੍ਯਹ੍**-ਦਵੇਖ ਪੂਰਨ ; **ਅਸ੍ਤਿ**-ਹੈ ; **ਨ**-ਨਾ ਤਾਂ ; **ਪ੍ਰਿਯਹ੍**-ਪਿਆਰਾ ; **ਯੇ**-ਜਿਹੜਾ ; **ਭਜੰਤਿ**-ਅਲੌਕਿਕ ਸੇਵਾ ਕਰਦੇ ਹਨ ; **ਤੁ**-ਪਰ ; **ਮਾਮ੍**-ਮੈਨੂੰ ; **ਭਕ੍ਤ੍ਯਾ**-ਭਗਤੀ ਨਾਲ ; **ਮਯਿ**-ਮੇਰੇ ਵਿਚ ਹਨ ; **ਤੇ**-ਉਹ ਮਨੁੱਖ ; **ਤੇਸ਼ੁ**-ਉਨ੍ਹਾਂ ਵਿਚ ; **ਚ**-ਵੀ ; **ਅਪਿ**-ਨਿਸ਼ਚੈ ਹੀ ; **ਅਹਮ੍** -ਮੈਂ।

ਅਨੁਵਾਦ

ਮੈਂ ਨਾ ਤਾਂ ਕਿਸੇ ਨਾਲ ਦਵੇਖ ਕਰਦਾ ਹਾਂ, ਨਾ ਹੀਂ ਕਿਸੇ ਨਾਲ ਪੱਖਪਾਤ ਕਰਦਾ ਹਾਂ। ਮੈ ਸਭਨਾਂ ਲਈ ਬਰਾਬਰ ਹਾਂ। ਪਰ ਜਿਹੜਾ ਵੀ ਭਗਤੀ ਨਾਲ ਮੇਰੀ ਸੇਵਾ ਕਰਦਾ ਹੈ, ਉਹ ਮੇਰਾ ਦੋਸਤ ਹੈ। ਮੇਰੇ ਵਿਚ ਸਥਿਤ ਰਹਿੰਦਾ ਹੈ ਅਤੇ ਮੈਂ ਵੀ ਉਸਦਾ ਦੋਸਤ ਹਾਂ।

ਭਾਵ

ਇੱਥੇ ਇਹ ਪ੍ਰਸ਼ਨ ਕੀਤਾ ਜਾ ਸਕਦਾ ਹੈ, ਕਿ ਜਦੋਂ ਕ੍ਰਿਸ਼ਨ ਸਭਨਾਂ ਲਈ ਬਰਾਬਰੀ ਦਾ ਭਾਵ ਰਖਦੇ ਹਨ ਅਤੇ ਉਨ੍ਹਾਂ ਦਾ ਕੋਈ ਖ਼ਾਸ ਦੋਸਤ ਨਹੀਂ ਹੈ ਤਾਂ ਫਿਰ ਉਹ ਉਨ੍ਹਾਂ ਭਗਤਾਂ ਵਿਚ ਖ਼ਾਸ ਰੁਚੀ ਕਿਉਂ ਲੈਂਦੇ ਹਨ, ਜਿਹੜੇ ਉਨ੍ਹਾਂ ਦੀ ਅਲੌਕਿਕ ਸੇਵਾ ਵਿਚ ਹਮੇਸ਼ਾਂ ਲਗੇ ਰਹਿੰਦੇ ਹਨ ? ਪਰ ਇਹ ਭੇਦਭਾਵ ਨਹੀਂ ਹੈ, ਇਹ ਤਾਂ ਸੁਭਾਵਿਕ ਹੈ। ਇਸ ਸੰਸਾਰ ਵਿਚ ਹੋ ਸਕਦਾ ਹੈ ਕਿ ਕੋਈ ਮਨੁੱਖ ਬਹੁਤ ਉਪਕਾਰੀ ਹੋਵੇ, ਪਰ ਫਿਰ ਵੀ ਉਹ ਆਪਣੀ ਸੰਤਾਨਾਂ ਵਿਚ ਖ਼ਾਸ ਰੁਚੀ ਲੈਂਦਾ ਹੈ। ਭਗਵਾਨ ਦਾ ਕਹਿਣਾ ਹੈ ਕਿ ਹਰ ਜੀਵ ਭਾਵੇਂ, ਉਹ ਜਿਸ ਕਿਸੇ ਵੀ ਜੂਨੀ ਦਾ ਹੋਵੇ, ਉਨ੍ਹਾਂ ਦਾ ਪੁੱਤਰ ਹੈ, ਇਸ ਲਈ ਉਹ ਹਰ ਇੱਕ ਨੂੰ ਜੀਵਨ ਦੀਆਂ ਲੋੜੀਂਦੀਆਂ ਚੀਜ਼ਾ ਦਿੰਦੇ ਹਨ। ਉਹ ਉਸ ਬੱਦਲ ਵਾਂਗ ਹਨ ਜਿਹੜਾ ਸਭਨਾਂ ਤੇ ਪਾਣੀ ਵਰਸਾਉਂਦਾ ਹੈ, ਭਾਵੇਂ ਇਹ ਵਰਖਾ ਚਟਾਨ ਤੇ ਹੋਵੇ ਜਾਂ ਧਰਤੀ ਤੇ ਜਾਂ ਪਾਣੀ ਵਿਚ ਹੋਵੇ। ਪਰ ਭਗਵਾਨ ਆਪਣੇ ਭਗਤਾਂ ਦਾ ਖ਼ਾਸ ਧਿਆਨ ਰੱਖਦੇ ਹਨ। ਅਜਿਹੇ ਹੀ ਭਗਤਾਂ ਦਾ ਇੱਥੇ ਉਲੇਖ ਹੋਇਆ ਹੈ – ਉਹ ਹਮੇਸ਼ਾਂ ਕ੍ਰਿਸ਼ਨ ਭਾਵਨਾ ਅੰਮ੍ਰਿਤ ਵਿਚ ਰਹਿੰਦੇ ਹਨ, ਸਿੱਟੇ ਵੱਜੋਂ ਉਹ ਲਗਾਤਾਰ ਕ੍ਰਿਸ਼ਨ ਵਿਚ ਲੀਨ ਰਹਿੰਦੇ ਹਨ। ਕ੍ਰਿਸ਼ਨ ਭਾਵਨਾ ਅੰਮ੍ਰਿਤ ਸ਼ਬਦ ਹੀ ਦੱਸਦਾ ਕਿ ਜਿਹੜੇ ਲੋਕ ਅਜਿਹੀ ਭਾਵਨਾ ਵਿਚ ਰਹਿੰਦੇ ਹਨ, ਉਹ ਸਜੀਵ ਅਧਿਆਤਮਵਾਦੀ ਹਨ ਅਤੇ ਉਨ੍ਹਾਂ ਵਿਚ ਹੀ ਸਥਿਤ ਹਨ। ਭਗਵਾਨ ਇੱਥੇ ਸਪਸ਼ਟ ਰੂਪ ਵਿਚ ਕਹਿੰਦੇ ਹਨ – ***ਮਯਿ ਤੇ***; ਅਰਥਾਤ "ਉਹ ਮੇਰੇ ਵਿਚ ਹਨ।" ਸਿੱਟੇ ਵੱਜੋਂ ਭਗਵਾਨ ਉਨ੍ਹਾਂ ਵਿਚ ਵੀ ਹਨ। ਇਸ ਤੋਂ ***ਯੇ ਯਥਾ ਮਾਮ ਪ੍ਰਪ ਦਯੰਤੇ ਤਾਂਸ੍ਤਥੈਵ ਭਜਾਮਿ ਅਹਮ੍*** – ਦੀ ਵਿਆਖਿਆ ਹੋ ਜਾਂਦੀ ਹੈ – "ਜਿਹੜਾ ਵੀ ਮੇਰੀ ਸ਼ਰਨ ਵਿਚ ਆ ਜਾਂਦਾ ਹੈ, ਉਸਦੀ ਮੈਂ ਉਸੇ ਰੂਪ ਵਿਚ ਰੱਖਵਾਲੀ ਕਰਦਾ ਹਾਂ।" ਇਹ ਅਲੌਕਿਕ ਆਦਾਨ-ਪ੍ਰਦਾਨ ਭਾਵ ਬਣਿਆ ਰਹਿੰਦਾ ਹੈ, ਕਿਉਂਕਿ ਭਗਤ ਅਤੇ ਭਗਵਾਨ ਦੋਵੇਂ ਸਚੇਤਨ ਹਨ। ਜਦੋਂ ਹੀਰੇ ਨੂੰ ਸੋਨੇ ਦੀ ਅੰਗੂਠੀ ਵਿਚ ਜੜ੍ਹ ਦਿੱਤਾ ਜਾਂਦਾ ਹੈ ਤਾਂ ਉਹ ਬਹੁਤ ਸੋਹਣਾ ਲਗਦਾ ਹੈ। ਇਸ ਨਾਲ ਸੋਨੇ ਦੀ ਮਹਿਮਾ ਵੱਧਦੀ ਹੈ, ਪਰ ਨਾਲ ਹੀ ਹੀਰੇ ਦੀ ਵੀ ਮਹਿਮਾ ਵੱਧਦੀ ਹੈ। ਭਗਵਾਨ ਅਤੇ ਜੀਵ ਲਗਾਤਾਰ ਚਮਕਦੇ ਰਹਿੰਦੇ ਹਨ ਅਤੇ ਜਦੋਂ ਕੋਈ ਜੀਵ ਭਗਵਾਨ ਦੀ ਸੇਵਾ ਵਿਚ ਲਗਦਾ ਤਾਂ ਉਹ ਸੋਨੇ ਵਾਂਗ ਵਿਖਾਈ ਦਿੰਦਾ ਹੈ। ਭਗਵਾਨ ਹੀਰੇ ਵਾਂਗ ਹਨ, ਇਸ ਲਈ ਸੰਜੋਗ ਅਤਿ ਉੱਤਮ ਹੁੰਦਾ ਹੈ। ਸ਼ੁੱਧ ਅਵਸਥਾ ਵਿਚ ਜੀਵ ਭਗਤ ਕਹਾਉਂਦੇ ਹਨ। ਪਰਮੇਸ਼ਵਰ ਆਪਣੇ ਭਗਤਾਂ ਦੇ ਵੀ ਭਗਤ ਬਣ ਜਾਂਦੇ ਹਨ। ਜੇਕਰ ਭਗਵਾਨ ਅਤੇ ਭਗਤ ਵਿਚ ਲੈਣ-ਦੇਣ ਦਾ ਭਾਵ ਨਾ ਰਹੇ ਤਾਂ ਸਗੁਣਵਾਦੀ ਦਰਸ਼ਨ ਹੀ ਨਾ ਰਹੇ। ਮਾਇਆਵਾਦੀ ਦਰਸ਼ਨ ਵਿਚ ਪਰਮੇਸ਼ਵਰ ਅਤੇ ਜੀਵ ਵਿੱਚਕਾਰ ਅਜਿਹੇ ਲੈਣ-ਦੇਣ ਦਾ ਭਾਵ ਨਹੀਂ ਮਿਲਦਾ, ਪਰ ਸਗੁਣਵਾਦੀ ਦਰਸ਼ਨ ਵਿਚ ਅਜਿਹਾ ਹੁੰਦਾ ਹੈ।

ਅਕਸਰ ਇਹ ਦ੍ਰਿਸ਼ਟਾਂਤ ਦਿੱਤਾ ਜਾਂਦਾ ਹੈ ਕਿ ਭਗਵਾਨ ਕਲਪ (ਇੱਛਾਧਾਰੀ) ਰੁੱਖ ਵਾਂਗ ਹਨ ਅਤੇ ਮਨੁੱਖ ਇਸ ਰੁੱਖ ਤੋਂ ਜੋ ਵੀ ਮੰਗਦਾ ਹੈ ਭਗਵਾਨ ਉਸਦੀ ਪੂਰਤੀ ਕਰਦੇ ਹਨ। ਪਰ ਇੱਥੇ ਜਿਹੜੀ ਵਿਆਖਿਆ ਕੀਤੀ ਗਈ ਹੈ, ਉਹ ਜਿਆਦਾ ਪੂਰਨ ਹੈ। ਇੱਥੇ ਭਗਵਾਨ ਨੂੰ ਭਗਤ ਦਾ ਪੱਖ ਲੈਣ ਵਾਲਾ ਕਿਹਾ ਗਿਆ ਹੈ। ਇਹ ਭਗਤ ਪ੍ਰਤੀ ਭਗਵਾਨ ਦੀ ਖ਼ਾਸ ਕਿਰਪਾ ਦਾ ਪ੍ਰਗਟਾਵਾ ਹੈ। ਭਗਵਾਨ ਦੇ ਲੈਣ ਦੇਣ ਦੇ ਭਾਵ ਨੂੰ ਕਰਮ ਦੇ ਨਿਯਮ ਦੇ ਅੰਦਰ ਨਹੀਂ ਮੰਨਣਾ ਚਾਹੀਦਾ। ਇਹ ਤਾਂ ਉਸ ਅਲੌਕਿਕ ਅਵਸਥਾ ਨਾਲ ਸੰਬੰਧਿਤ ਰਹਿੰਦਾ ਹੈ, ਜਿਸ ਨਾਲ ਭਗਵਾਨ ਅਤੇ ਉਨ੍ਹਾਂ ਦੇ ਭਗਤ ਕਰਮ ਕਰਦੇ ਹਨ। ਭਗਵਾਨ ਦੀ ਭਗਤੀ ਇਸ ਸੰਸਾਰ ਦਾ ਕੰਮ ਨਹੀਂ ਹੈ, ਇਹ ਤਾਂ ਉਸ ਅਧਿਆਤਮ ਸੰਸਾਰ ਦਾ ਅੰਸ਼ ਹੈ, ਜਿੱਥੇ ਸ਼ਾਸਵਤ (ਵਿਅਕਤੀਗਤ) ਆਨੰਦ ਅਤੇ ਗਿਆਨ ਦੀ ਪ੍ਰਧਾਨਤਾ ਰਹਿੰਦੀ ਹੈ।

अपि चेत्सुदुराचारो भजते मामनन्यभाक् ।
साधुरेव स मन्तव्यः सम्यग्व्यवसितो हि सः ॥ ३० ॥

ਅਪਿ ਚੇਤ ਸੁ-ਦੁਰਾਚਾਰੋ ਭਜਤੇ ਮਾਮ੍ ਅਨੰਨਯ ਭਾਕ੍ ।
ਸਾਧੂਰ੍ ਏਵ ਸ ਮੰਤਵ੍ਯਹ੍ ਸਮ੍ਯਗ ਵ੍ਯਵਸਿਤੋ ਹਿ ਸਹ੍ ॥ 30 ॥

ਅਪਿ-ਵੀ ; **ਚੇਤ੍**-ਜੇਕਰ ; **ਸੁ ਦੁਰਾਚਾਰਹ੍**-ਬਹੁਤ ਕੋਝਾ ਕੰਮ ਕਰਨ ਵਾਲਾ ; **ਭਜਤੇ**-ਸੇਵਾ ਕਰਦਾ ਹੈ ; **ਮਾਮ੍**-ਮੇਰੀ ; **ਅਨੰਨਯ ਭਾਕ੍**-ਬਿਨ੍ਹਾਂ ਡਾਵਾਂ ਡੋਲ ਹੋਏ ; **ਸਾਧੂਹ੍**-ਸੱਜਣ ਪੁਰਖ ; **ਏਵ**-ਯਕੀਨਨ ਹੀ ; **ਸਹ੍**-ਉਹ ; **ਮੰਤਵ੍ਯਹ੍**-ਮੰਨਣ ਯੋਗ ; **ਸਮ੍ਯਕ੍**-ਪੂਰੀ ਤਰ੍ਹਾਂ ; **ਵ੍ਯਵਸਿਤਹ੍**-ਸੰਕਲਪ ਵਾਲਾ ; **ਹਿ**-ਨਿਸ਼ਚੈ ਹੀ ; **ਸਹ੍**-ਉਹ ।

ਅਨੁਵਾਦ

ਜੇ ਕੋਈ ਕੋਝੇ ਤੋਂ ਕੋਝਾ ਕਰਮ ਕਰਦਾ ਹੈ, ਪਰ ਜੇ ਉਹ ਭਗਤੀ ਵਿਚ ਲਗਿਆ ਰਹਿੰਦਾ ਹੈ ਤਾਂ ਉਸਨੂੰ ਸਾਧੂ (ਸਜੱਣ) ਮੰਨਣਾ ਚਾਹੀਦਾ ਹੈ, ਕਿਉਂਕਿ ਉਹ ਆਪਣੇ ਸੰਕਲਪ ਤੇ ਡਟਿਆ ਰਹਿੰਦਾ ਹੈ।

ਭਾਵ

ਇਸ ਸ਼ਲੋਕ ਦਾ *ਸੁ-ਦੁਰਾਚਰਹ੍* ਸ਼ਬਦ ਬਹੁਤ ਮਹਤੱਵ ਪੂਰਨ ਹੈ। ਇਸ ਲਈ ਸਾਨੂੰ ਇਸਨੂੰ ਠੀਕ ਤਰ੍ਹਾਂ ਸਮਝਣਾ ਹੋਵੇਗਾ। ਜਦੋਂ ਮਨੁੱਖ ਪ੍ਰਤੀਬੰਧਿਤ ਰਹਿੰਦਾ ਹੈ ਤਾਂ ਉਸਦੇ ਦੋ ਪ੍ਰਕਾਰ ਦੇ ਕਰਮ ਹੁੰਦੇ ਹਨ- ਪਹਿਲਾ ਬੱਧ ਅਤੇ ਦੂਜਾ ਸੁਭਾਵਿਕ। ਜਿਵੇਂ ਸ਼ਰੀਰ ਦੀ ਰੱਖਿਆ ਕਰਨ ਜਾਂ ਸਮਾਜ ਅਤੇ ਰਾਜ ਦੇ ਨਿਯਮਾਂ ਦੀ ਪਾਲਣਾ ਕਰਨ ਲਈ ਵੱਖੋ-ਵੱਖਰੇ ਕਰਮ ਕਰਨੇ ਹੁੰਦੇ ਹਨ, ਉਸੇ ਤਰ੍ਹਾਂ ਨਾਲ ਬੱਧ ਜੀਵਨ ਦੇ ਪ੍ਰਸੰਗ ਵਿਚ ਭਗਤਾਂ ਲਈ ਕਰਮ ਹੁੰਦੇ ਹਨ, ਜਿਹੜੇ ਬੱਧ ਕਹਾਉਂਦੇ ਹਨ। ਇਸ ਤੋਂ ਇਲਾਵਾ ਜਿਹੜਾ ਜੀਵ ਆਪਣੇ ਅਧਿਆਤਮਕ ਸੁਭਾਅ ਨਾਲੋਂ ਪੂਰੀ ਤਰ੍ਹਾਂ ਜਾਣੂ ਰਹਿੰਦਾ ਹੈ ਅਤੇ ਕ੍ਰਿਸ਼ਨਾਭਾਵਨਾ ਅੰਮ੍ਰਿਤ ਵਿਚ ਜਾਂ ਭਗਵਤ ਭਗਤੀ ਵਿਚ ਲਗਿਆ ਰਹਿੰਦਾ ਹੈ,

ਉਸਦੇ ਲਈ ਵੀ ਕਰਮ ਹੁੰਦੇ ਹਨ, ਜਿਹੜੇ ਅਲੌਕਿਕ ਕਹਾਉਂਦੇ ਹਨ। ਅਜਿਹੇ ਕਾਰਜ਼ ਉਸਦੀ ਸੁਭਾਵਿਕ ਸਥਿਤੀ ਵਿਚ ਕੀਤੇ ਜਾਂਦੇ ਹਨ ਅਤੇ ਪਰਿਭਾਸ਼ਿਕ ਪੱਖ ਤੋਂ ਭਗਤੀ ਕਹਾਉਂਦੇ ਹਨ। ਬੱਧ ਅਵਸਥਾ ਵਿਚ ਕਦੀ-ਕਦੀ ਭਗਤੀ ਅਤੇ ਸ਼ਰੀਰ ਦੀ ਬੱਧ ਸੇਵਾ ਇੱਕ ਦੂਜੇ ਦੇ ਬਰਾਬਰ ਚਲਦੀਆਂ ਹਨ। ਪਰ ਫਿਰ ਕਦੀ-ਕਦੀ ਉਹ ਇੱਕ ਦੂਜੇ ਦੇ ਉਲਟ ਹੋ ਜਾਂਦੀਆਂ ਹਨ। ਜਿੱਥੋਂ ਤਕ ਸੰਭਵ ਹੁੰਦਾ ਹੈ, ਭਗਤ ਚੌਕੰਨਾ ਰਹਿੰਦਾ ਹੈ ਕਿ ਉਹ ਕੋਈ ਅਜਿਹਾ ਕਾਰਜ਼ ਨਾ ਕਰੇ; ਜਿਸ ਨਾਲ ਇਹ ਅਨੁਕੂਲ ਸਥਿਤੀ ਟੁੱਟ ਜਾਵੇ। ਉਹ ਜਾਣਦਾ ਹੈ ਕਿ ਉਸਦੀ ਕਰਮ ਸਿੱਧੀ ਉਸਦੇ ਕ੍ਰਿਸ਼ਨ ਭਾਵਨਾ ਦੀ ਅਨੁਭੂਤੀ ਦੀ ਤਰੱਕੀ ਤੇ ਨਿਰਭਰ ਕਰਦੀ ਹੈ। ਪਰ ਕਦੀ-ਕਦੀ ਇਹ ਵੇਖਿਆ ਜਾਂਦਾ ਹੈ ਕਿ ਕ੍ਰਿਸ਼ਨ ਭਾਵਨਾ ਅੰਮ੍ਰਿਤ ਵਿਚ ਲਗੇ ਮਨੁੱਖ ਸਮਾਜਿਕ ਜਾਂ ਰਾਜਨੀਤਿਕ ਪੱਖ ਤੋਂ ਨਿੰਦਾਯੋਗ ਕਾਰਜ ਕਰ ਬੈਠਦੇ ਹਨ। ਪਰ ਇਸ ਤਰ੍ਹਾਂ ਦੀ ਅਸਥਾਈ ਗਿਰਾਵਟ ਨਾਲ ਉਹ ਅਯੋਗ ਨਹੀਂ ਹੋ ਜਾਂਦੇ। ਸ਼੍ਰੀਮਦ ਭਾਗਵਤਮ ਵਿਚ ਕਿਹਾ ਗਿਆ ਹੈ, ਕਿ ਜੇ ਕੋਈ ਮਨੁੱਖ ਪਤਿਤ ਹੋ ਜਾਵੇ, ਪਰ ਜੇ ਭਗਵਾਨ ਦੀ ਅਲੌਕਿਕ ਸੇਵਾ ਵਿਚ ਲਗਾ ਰਹੇ ਤਾਂ ਹਿਰਦੇ ਵਿਚ ਨਿਵਾਸ ਕਰਨ ਵਾਲੇ ਭਗਵਾਨ ਉਸਨੂੰ ਸ਼ੁੱਧ ਕਰ ਦਿੰਦੇ ਹਨ ਅਤੇ ਉਸ ਨੂੰ ਨਿੰਦਾਯੋਗ ਕੰਮ ਲਈ ਖ਼ਿਮਾ ਕਰ ਦਿੰਦੇ ਹਨ। ਭੌਤਿਕ ਮਲੀਨਤਾਵਾਂ ਇੰਨੀਆਂ ਤਾਕਤਵਰ ਹਨ ਕਿ ਭਗਵਾਨ ਦੀ ਸੇਵਾ ਵਿਚ ਪੂਰੀ ਤਰ੍ਹਾਂ ਲਗਿਆ ਯੋਗੀ ਵੀ ਕਦੀ-ਕਦੀ ਉਸਦੇ ਜਾਲ ਵਿਚ ਆ ਫਸਦਾ ਹੈ, ਪਰ ਕ੍ਰਿਸ਼ਨ ਭਾਵਨਾ ਅੰਮ੍ਰਿਤ ਏਨਾਂ ਤਾਕਤਵਰ ਹੁੰਦਾ ਹੈ ਕਿ ਇਸ ਤਰ੍ਹਾਂ ਦੀ ਅਚਨਚੇਤ ਗਿਰਾਵਟ ਰੁਕ ਜਾਂਦੀ ਹੈ। ਇਸੇ ਲਈ ਭਗਤੀ ਯੋਗ ਹਮੇਸ਼ਾ ਹੀ ਸਫਲ ਹੁੰਦਾ ਹੈ, ਕਿਸੇ ਭਗਤ ਦੇ ਆਦਰਸ਼ ਰਸਤੇ ਤੋਂ ਅਚਾਨਕ ਭੱਟਕਣ ਤੇ ਹੱਸਣਾ ਨਹੀਂ ਚਾਹੀਦਾ, ਕਿਉਂਕਿ ਅਗਲੇ ਸ਼ਲੋਕ ਵਿਚ ਦੱਸਿਆ ਗਿਆ ਹੈ, ਜਿਵੇਂ ਹੀ ਭਗਤ ਕ੍ਰਿਸ਼ਨ ਭਾਵਨਾ ਅੰਮ੍ਰਿਤ ਵਿਚ ਪੂਰੀ ਤਰ੍ਹਾਂ ਸਥਿਤ ਹੋ ਜਾਂਦਾ ਹੈ, ਅਜਿਹੀ ਅਚਾਨਕ ਗਿਰਾਵਟ ਕੁਝ ਸਮੇਂ ਮਗਰੋਂ ਰੁਕ ਜਾਂਦੀ ਹੈ।

ਇਸ ਲਈ ਜਿਹੜਾ ਮਨੁੱਖ ਕ੍ਰਿਸ਼ਨ ਭਾਵਨਾਮ੍ਰਿਤ ਵਿਚ ਸਥਿਤ ਹੈ ਅਤੇ ਪੱਕੇ ਸੰਕਲਪ ਨਾਲ ਹਰੇ ਕ੍ਰਿਸ਼ਨ ਹਰੇ ਕ੍ਰਿਸ਼ਨ ਕ੍ਰਿਸ਼ਨ ਕ੍ਰਿਸ਼ਨ ਹਰੇ ਹਰੇ, ਹਰੇ ਰਾਮ ਹਰੇ ਰਾਮ ਰਾਮ ਰਾਮ ਹਰੇ ਹਰੇ ਮੰਤਰ ਦਾ ਜਾਪ ਕਰਦਾ ਹੈ, ਉਸਨੂੰ ਅਲੌਕਿਕ ਸਥਿਤੀ ਵਿਚ ਸਥਿਤ ਸਮਝਣਾ ਚਾਹੀਦਾ ਹੈ, ਭਾਵੇਂ ਮੰਦਭਾਗੀ ਉਸਦਾ ਪਤਨ ਵੀ ਕਿਉਂ ਨਾ ਹੋ ਚੁਕਿਆ ਹੋਵੇ। ***ਸਾਧੁਰੇਵ*** ਸ਼ਬਦ ਬਹੁਤ ਪ੍ਰਭਾਵ ਪੂਰਨ ਹਨ। ਇਹ ਗੈਰਭਗਤਾਂ ਨੂੰ ਸਾਵਧਾਨ ਕਰਦੇ ਹਨ, ਕਿ ਅਚਾਨਕ ਗਿਰਾਵਟ ਕਰਕੇ ਭਗਤਾਂ ਦਾ ਮਜਾਕ ਨਹੀਂ ਕੀਤਾ ਜਾਣਾ ਚਾਹੀਦਾ, ਉਸ ਨੂੰ ਤਾਂ ਵੀ ਸਾਧੂ ਹੀ ਮੰਨਣਾ ਚਾਹੀਦਾ ਹੈ। ***ਮੰਤਵ੍ਯਹ੍*** ਸ਼ਬਦ ਤਾਂ ਇਸ ਤੋਂ ਵੀ ਤਾਕਤਵਰ ਹੈ। ਜੇ ਕੋਈ ਇਸ ਨਿਯਮ ਨੂੰ ਨਹੀਂ ਮੰਨਦਾ ਅਤੇ ਭਗਤ ਤੇ ਉਸਦੀ ਗਿਰਾਵਟ ਤੇ ਹੱਸਦਾ ਹੈ ਤਾਂ ਉਹ ਭਗਵਾਨ ਦੇ ਹੁਕਮਾਂ ਦੀ ਉਲੰਘਣਾ ਕਰਦਾ ਹੈ। ਭਗਤ ਦੀ ਇੱਕੋ ਇੱਕ ਯੋਗਤਾ ਇਹ ਹੈ ਕਿ ਉਹ ਸਥਿਰ ਅਤੇ ਪੱਕੇ ਭਾਵ ਨਾਲ ਭਗਤੀ ਵਿਚ ਲੱਗਿਆ ਰਹੇ।

ਨਰਸਿੰਘ ਪੁਰਾਣ ਵਿਚ ਹੇਠਲਾ ਕਥਨ ਪ੍ਰਾਪਤ ਹੈ -

ਭਗਵਤਿ ਚ ਹਰਾਵ ਅਨੰਨਯਚੇਤਾ
ਭ੍ਰਿਸ਼ ਮਲਿਨੋ ਅਪਿ ਵਿਰਾਜਤੇ ਮਨੁਸ਼੍ਯਹ੍ ।
ਨ ਹਿ ਸ਼ਸ਼ ਕਲੁਸ਼ ਚ੍ਛਾਬਿਹ੍ ਕਦਾਚਿਤ੍
ਤਿਮਿਰ ਪਰਾਭਵਤਮ੍ ਉਪੈਤਿ ਚੰਦਰਹ੍ ॥

ਕਹਿਣ ਦਾ ਅਰਥ ਇਹ ਹੈ ਕਿ ਜੇ ਭਗਵਤ ਭਗਤੀ ਵਿਚ ਲੱਗੇ ਮਨੁੱਖ ਕਦੀ ਘਿਣਾਉਣਾ ਕੰਮ ਕਰਦਾ ਪਾਇਆ ਜਾਵੇ ਤਾਂ ਇੰਨਾ ਕੰਮਾਂ ਨੂੰ ਉਨਾਂ ਧੱਬਿਆ ਵਾਂਗ ਮੰਨ ਲੈਣਾ ਚਾਹੀਦਾ ਹੈ, ਜਿਵੇਂ ਚੰਨ ਤੇ ਖਰਗੋਸ਼ੀ ਦੇ ਧੱਬੇ ਹਨ। ਇਨ੍ਹਾਂ ਧੱਬਿਆਂ ਨਾਲ ਚਾਂਦਨੀ ਦੇ ਵਿਸਥਾਰ ਵਿਚ ਰੁਕਾਵਟ ਨਹੀਂ ਆਉਂਦੀ। ਇੰਝ ਹੀ ਸਾਧੂ-ਪੱਖ ਤੋਂ ਭਗਤ ਦੀ ਅਚਾਨਕ ਗਿਰਾਵਟ ਉਸਨੂੰ ਨਿੰਦਾਯੋਗ ਨਹੀਂ ਬਣਾਉਂਦੀ।

ਪਰ ਇਸ ਨਾਲ ਇਹ ਸਮਝਣ ਦੀ ਭੁੱਲ ਨਹੀਂ ਕਰਨੀ ਚਾਹੀਦੀ ਕਿ ਅਲੌਕਿਕ ਭਗਤੀ ਕਰਨ ਵਾਲਾ ਭਗਤ ਹਰ ਤਰ੍ਹਾਂ ਦੇ ਨਿੰਦਾਯੋਗ ਕਰਮ ਕਰ ਸਕਦਾ ਹੈ। ਇਸ ਸ਼ਲੋਕ ਵਿਚ ਸਿਰਫ ਇਸਦਾ ਉਲੇਖ ਹੈ ਕਿ ਭੌਤਿਕ ਸੰਬੰਧਾਂ ਦੀ ਮਜ਼ਬੂਤੀ ਕਾਰਨ ਕਦੀ ਕੋਈ ਦੁਰਘਟਨਾ ਹੋ ਸਕਦੀ ਹੈ। ਭਗਤੀ ਤਾਂ ਇੱਕ ਤਰ੍ਹਾਂ ਨਾਲ ਮਾਇਆ ਦੇ ਵਿਰੁੱਧ ਜੰਗ ਦਾ ਐਲਾਨ ਹੈ। ਜਦੋਂ ਤਕ ਮਨੁੱਖ ਕੋਲ ਮਾਇਆ ਨਾਲ ਲੱੜਣ ਲਈ ਲੋੜੀਂਦੀ ਤਾਕਤ ਨਹੀਂ ਹੁੰਦੀ, ਉਦੋਂ ਤਕ ਅਚਾਨਕ ਗਿਰਾਵਟ ਹੋ ਸਕਦੀ ਹੈ। ਪਰ ਤਾਕਤਵਰ ਬਣਨ ਤੇ ਅਜਿਹੀ ਗਿਰਾਵਟ ਨਹੀਂ ਹੁੰਦੀ, ਜਿਵੇਂ ਕਿ ਪਹਿਲਾਂ ਕਿਹਾ ਜਾ ਚੁੱਕਾ ਹੈ। ਮਨੁੱਖ ਨੂੰ ਇਸ ਸ਼ਲੋਕ ਦੀ ਦੁਰਵਰਤੋਂ ਕਰਦਿਆਂ ਮੂਰਖਤਾ-ਪੂਰਨ ਕਰਮ ਨਹੀਂ ਕਰਨੇ ਚਾਹੀਦੇ ਅਤੇ ਇਹ ਨਹੀਂ ਸੋਚਣਾ ਚਾਹੀਦਾ ਕਿ ਇਸਦੇ ਬਾਵਜੂਦ ਵੀ ਉਹ ਭਗਤ ਬਣਿਆ ਰਹਿ ਸਕਦਾ ਹੈ। ਜੇਕਰ ਉਹ ਭਗਤੀ ਰਾਹੀਂ ਆਪਣਾ ਚਰਿੱਤਰ ਨਹੀਂ ਸੁਧਾਰ ਲੈਂਦਾ ਤਾਂ ਉਸਨੂੰ ਉੱਚ ਕੋਟੀ ਦਾ ਭਗਤ ਨਹੀਂ ਮੰਨਣਾ ਚਾਹੀਦਾ।

क्षिप्रं भवति धर्मात्मा शश्वच्छान्तिं निगच्छति ।
कौन्तेय प्रतिजानीहि न मे भक्तः प्रणश्यति ॥ ३१ ॥

ਕ੍ਸ਼ਿਪ੍ਰਮ੍ ਭਵਤਿ ਧਰ੍ਮਾਤਮਾ ਸ਼ਸ਼੍ਵਚ੍ ਛਾਂਤਿਮ੍ ਨਿਗਚ੍ਛਤਿ ।
ਕੌਂਤੇਯ ਪ੍ਰਤਿਜਾਨੀਹਿ ਨ ਮੇ ਭਕ੍ਤਹ੍ ਪ੍ਰਣਸ਼੍ਯਤਿ ॥ 31 ॥

ਕ੍ਸ਼ਿਪ੍ਰਮ੍-ਜਲਦੀ ; **ਭਵਤਿ**-ਬਣ ਜਾਂਦਾ ਹੈ ; **ਧਰ੍ਮ-ਆਤਮਾ**-ਧਰਮਾਤਮਾ ; **ਸ਼ਸ਼੍ਵਤ੍-ਸ਼ਾਂਤਿਮ**-ਸਥਾਈ ਸ਼ਾਂਤੀ ਨੂੰ ; **ਨਿਗਚ੍ਛਤਿ**-ਪ੍ਰਾਪਤ ਕਰਦਾ ਹੈ : **ਕੌਂਤੇਯ**-ਹੇ ਕੁੰਤੀ ਪੁੱਤਰ ; **ਪ੍ਰਤਿਜਾਨੀਹਿ**-ਐਲਾਨ ਕਰ ਦਿਓ ; **ਨ**-ਕਦੀ ਨਹੀਂ ; **ਮੇ**-ਮੇਰਾ ; **ਭਕ੍ਤਹ**-ਭਗਤ ; **ਪ੍ਰਣਸ਼੍ਯਤਿ**-ਨਸ਼ਟ ਹੁੰਦਾ ਹੈ।

ਅਨੁਵਾਦ

ਉਹ ਤੁਰੰਤ ਧਰਮਾਤਮਾ ਬਣ ਜਾਂਦਾ ਹੈ ਅਤੇ ਸਥਾਈ ਸ਼ਾਂਤੀ ਨੂੰ ਪ੍ਰਾਪਤ ਹੁੰਦਾ ਹੈ। ਹੇ ਕੁੰਤੀ ਪੁੱਤਰ! ਨਿਡਰ ਹੋ ਕੇ ਐਲਾਨ ਕਰ ਦਿਓ ਕਿ ਮੇਰੇ ਭਗਤ ਦਾ ਕਦੀ ਵਿਨਾਸ਼ ਨਹੀਂ ਹੁੰਦਾ।

ਭਾਵ

ਇਸਦਾ ਕੋਈ ਦੂਜਾ ਅਰਥ ਨਹੀਂ ਲਗਾਣਾ ਚਾਹੀਦਾ। ਸੱਤਵੇਂ ਅਧਿਆਇ ਵਿਚ ਭਗਵਾਨ ਕਹਿੰਦੇ ਹਨ ਕਿ ਜਿਹੜੇ ਮੰਦ ਕਰਮੀ ਹਨ, ਉਹ ਭਗਵਾਨ ਦੇ ਭਗਤ ਨਹੀਂ ਹੋ ਸਕਦੇ। ਜਿਹੜੇ ਭਗਵਾਨ ਦੇ ਭਗਤ ਨਹੀਂ ਹਨ, ਉਨ੍ਹਾਂ ਵਿਚ ਕੋਈ ਵੀ ਯੋਗਤਾ ਨਹੀਂ ਹੁੰਦੀ। ਤਾਂ ਸਵਾਲ ਇਹ ਉਠੱਦਾ ਹੈ ਕਿ ਸੰਜੋਗ ਵੱਸ ਜਾਂ ਆਪਣੀ ਇੱਛਾ ਨਾਲ ਨਿੰਦਾਯੋਗ ਕਰਮਾਂ ਵਿਚ ਲਗਣ ਵਾਲਾ ਮਨੁੱਖ ਕਿੰਝ ਭਗਤ ਹੋ ਸਕਦਾ ਹੈ ? ਇਹ ਸਵਾਲ ਠੀਕ ਹੀ ਹੈ। ਜਿਵੇਂ ਕਿ ਸੱਤਵੇਂ ਅਧਿਆਇ ਵਿਚ ਕਿਹਾ ਗਿਆ ਹੈ। ਜਿਹੜਾ ਦੁਸ਼ਟ ਆਤਮਾ ਕਦੀ ਭਗਤੀ ਦੇ ਲਾਗੇ ਨਹੀਂ ਆਉਂਦਾ, ਉਸ ਵਿਚ ਕੋਈ ਚੰਗੇ ਗੁਣ ਨਹੀਂ ਹੁੰਦੇ। ਸ਼੍ਰੀਮਦ ਭਾਗਵਤਮ੍ ਵਿਚ ਇਸਦਾ ਉਲੇਖ ਹੈ। ਆਮ ਤੌਰ ਤੇ ਨੌਂ ਪ੍ਰਕਾਰ ਦੇ ਭਗਤੀ ਕਾਰਜਾਂ ਵਿਚ ਲੱਗਿਆ ਰਹਿਣ ਵਾਲਾ ਭਗਤ ਆਪਣੇ ਹਿਰਦੇ ਨੂੰ ਭੌਤਿਕ ਮਲੀਨਤਾਵਾਂ ਤੋਂ ਸ਼ੁੱਧ ਕਰਨ ਵਿਚ ਲੱਗਿਆ ਹੁੰਦਾ ਹੈ। ਉਹ ਭਗਵਾਨ ਨੂੰ ਆਪਣੇ ਹਿਰਦੇ ਵਿਚ ਵਸਾਉਂਦਾ ਹੈ, ਸਿੱਟੇ ਵੱਜੋਂ ਉਸਦੇ ਸਾਰੇ ਪਾਪ ਪੂਰਨ ਮਲੀਨਤਾਵਾਂ ਧੁੱਲ ਜਾਂਦੀਆਂ ਹਨ। ਲਗਾਤਾਰ ਭਗਵਾਨ ਦਾ ਚਿੰਤਨ ਕਰਨ ਨਾਲ ਉਹ ਆਪ ਸ਼ੁੱਧ ਹੋ ਜਾਂਦਾ ਹੈ। ਵੇਦਾਂ ਮੁਤਾਬਿਕ ਅਜਿਹਾ ਵਿਧਾਨ ਹੈ, ਕਿ ਜੇ ਕੋਈ ਆਪਣੇ ਉਚੇ ਪਦ ਤੋਂ ਥੱਲੇ ਡਿੱਗ ਜਾਂਦਾ ਹੈ ਤਾਂ ਉਸਨੂੰ ਆਪਣੀ ਸ਼ੁੱਧੀ ਲਈ ਕੁਝ ਅਨੁਸ਼ਠਾਨ (ਵਿਧੀਆਂ) ਕਰਨੇ ਹੁੰਦੇ ਹਨ। ਪਰ ਇੱਥੇ ਅਜਿਹੀ ਕੋਈ ਪਾਬੰਦੀ ਨਹੀਂ ਹੈ, ਕਿਉਂਕਿ ਸ਼ੁੱਧੀ ਦੀ ਕਿਰਿਆ ਭਗਵਾਨ ਦਾ ਲਗਾਤਾਰ ਸਿਮਰਨ ਕਰਦੇ ਰਹਿਣ ਤੋਂ ਪਹਿਲਾਂ ਹੀ ਭਗਤ ਦੇ ਹਿਰਦੇ ਵਿਚ ਚਲਦੀ ਰਹਿੰਦੀ ਹੈ। ਇਸ ਲਈ ਹਰੇ ਕ੍ਰਿਸ਼ਨ ਹਰੇ ਕ੍ਰਿਸ਼ਨ ਕ੍ਰਿਸ਼ਨ ਕ੍ਰਿਸ਼ਨ ਹਰੇ ਹਰੇ, ਹਰੇ ਰਾਮ ਹਰੇ ਰਾਮ ਰਾਮ ਰਾਮ ਹਰੇ ਹਰੇ ਇਸ ਮੰਤਰ ਦਾ ਲਗਾਤਾਰ ਜਾਪ ਕਰਨਾ ਚਾਹੀਦਾ ਹੈ। ਇਹ ਭਗਤ ਨੂੰ ਅਚਨਚੇਤ ਗਿਰਾਵਟ ਤੋਂ ਬਚਾਵੇਗਾ। ਇੰਝ ਉਹ ਸਾਰੇ ਭੌਤਿਕ ਮਲੀਨਤਾਵਾਂ ਤੋਂ ਹਮੇਸ਼ਾਂ ਮੁਕਤ ਰਹੇਗਾ।

मां हि पार्थ व्यपाश्रित्य येऽपि स्युः पापयोनयः ।
स्त्रियो वैश्यास्तथा शूद्रास्तेऽपि यान्ति परां गतिम् ॥ ३२॥

ਮਾਮ੍ ਹਿ ਪਾਰ੍ਥ ਵ੍ਯਪਾਸ਼ਰਿਤ੍ਯ ਯੇ'ਪਿ ਸ੍ਯੁਹ੍ ਪਾਪ ਯੋਨਯਹ੍ ।
ਸ੍ਤ੍ਰਿਯੋ ਵੈਸ਼੍ਯਾਸ੍ ਤਥਾ ਸ਼ੂਦ੍ਰਾਸ੍ ਤੇ'ਪਿ ਯਾਂਤਿ ਪਰਾਮ੍ ਗਤਿਮ੍ ॥ 32 ॥

ਮਾਮ੍-ਮੇਰੀ ; **ਹਿ**-ਨਿਸ਼ਚੇ ਹੀ ; **ਪਾਰ੍ਥ**-ਹੇ ਪ੍ਰਿਥਾ ਪੁੱਤਰ ; **ਵ੍ਯਪਾਸ਼ਰਿਤ੍ਯ**-ਵਿਸ਼ੇਸ਼ ਸ਼ਰਨ ਗ੍ਰਹਿਣ ਕਰਕੇ ; **ਯੇ**-ਜਿਹੜਾ ; **ਅਪਿ**-ਵੀ ; **ਸ੍ਯੁਹ੍**-ਹਨ ; **ਪਾਪ ਯੋਨਯਹ੍**-ਨਿਮਨ ਖ਼ਾਨਦਾਨ ਵਿਚ ਪੈਦਾ ; **ਸ੍ਤ੍ਰਿਯਹ੍**-ਇਸਤਰੀਆਂ ; **ਵੈਸ਼੍ਯਾਹ੍**-ਵਿਓਪਾਰੀ ਲੋਕ ; **ਤਥਾ**-ਵੀ ; **ਸ਼ੂਦ੍ਰਾਹ੍**-

ਨਿਮਨ ਸ਼੍ਰੇਣੀ ਦੇ ਮਨੁੱਖ ; ਤੇ ਅਪਿ-ਉਹ ਵੀ ; ਯਾਂਤਿ-ਜਾਂਦੇ ਹਨ ; ਪਰਾਮ੍-ਪਰਮ ; ਗਤਿਮ੍-ਪਹੁੰਚ ਅਸਥਾਨ ਨੂੰ ।

ਅਨੁਵਾਦ

ਹੇ ਪਾਰਥ ! ਜਿਹੜੇ ਲੋਕ ਮੇਰੀ ਸ਼ਰਨ ਗ੍ਰਹਿਣ ਕਰਦੇ ਹਨ ਉਹ ਭਾਵੇਂ ਨਿਮਨ ਖ਼ਾਨਦਾਨ ਵਿਚ ਜੰਮੇ, ਇਸਤਰੀ, ਵਿਉਪਾਰੀ ਅਤੇ ਸ਼ੂਦਰ (ਮਜ਼ਦੂਰ) ਕਿਉਂ ਨਾ ਹੋਣ, ਉਹ ਪਰਮ ਧਾਮ ਨੂੰ ਪ੍ਰਾਪਤ ਕਰਦੇ ਹਨ ।

ਭਾਵ

ਇੱਥੇ ਭਗਵਾਨ ਨੇ ਸਾਫ਼ ਕਿਹਾ ਹੈ ਕਿ ਭਗਤੀ ਵਿਚ ਉਚੱ ਜਾਂ ਨਿਮਨ ਜਾਤ ਦੇ ਲੋਕਾਂ ਦਾ ਫ਼ਰਕ ਨਹੀਂ ਹੁੰਦਾ । ਭੌਤਿਕ ਜੀਵਨ ਵਿਚ ਇਸ ਤਰ੍ਹਾਂ ਦੀ ਵੰਡ ਹੁੰਦੀ ਹੈ ਪਰ ਭਗਵਾਨ ਦੀ ਅਲੌਕਿਕ ਭਗਤੀ ਵਿਚ ਲਗੇ ਮਨੁੱਖ ਤੇ ਇਹ ਲਾਗੂ ਨਹੀਂ ਹੁੰਦਾ । ਸਾਰੇ ਪਰਮ ਧਾਮ ਦੇ ਅਧਿਕਾਰੀ ਹਨ । ਸ਼੍ਰੀਮਦ ਭਾਗਵਤਮ੍ ਵਿਚ (2-4-18) ਕਿਹਾ ਗਿਆ ਹੈ ਕਿ ਘਟੀਆ ਜੂਨੀ ਚੰਡਾਲ (ਕੁੱਤੇ ਦਾ ਮਾਸ ਖਾਣ ਵਾਲੇ) ਵੀ ਸ਼ੁੱਧ ਭਗਤ ਦੀ ਸੰਗਤ ਨਾਲ ਸ਼ੁੱਧ ਹੋ ਜਾਂਦੇ ਹਨ । ਇਸ ਲਈ ਭਗਤੀ ਅਤੇ ਸ਼ੁੱਧ ਭਗਤ ਦੀ ਅਗਵਾਈ ਇੰਨੀ ਮਜ਼ਬੂਤ ਹੈ ਕਿ ਉਥੇ ਊਚ-ਨੀਚ ਦਾ ਫ਼ਰਕ ਨਹੀਂ ਰਹਿ ਜਾਂਦਾ ਅਤੇ ਕੋਈ ਵੀ ਇਸਨੂੰ ਗ੍ਰਹਿਣ ਕਰ ਸਕਦਾ ਹੈ । ਸ਼ੁੱਧ ਭਗਤ ਦੀ ਸ਼ਰਨ ਗ੍ਰਹਿਣ ਕਰਕੇ ਸਹਿ ਨਿਰਦੇਸ਼ਕ ਰਾਹੀਂ ਸਾਧਾਰਨ ਤੋ ਸਾਧਾਰਨ ਮਨੁੱਖ ਸ਼ੁੱਧ ਹੋ ਸਕਦਾ ਹੈ । ਪ੍ਰਕ੍ਰਿਤੀ ਦੇ ਵੱਖੋ-ਵੱਖਰੇ ਗੁਣਾਂ ਮੁਤਾਬਿਕ ਮਨੁੱਖ ਨੂੰ ਸਾਤਵਿਕ (ਬ੍ਰਾਹਮਣ), ਰਜੋਗੁਣੀ (ਖਤਰੀ) ਅਤੇ ਤਾਮਸੀ (ਵੈਸ਼ਯ ਜਾਂ ਸ਼ੂਦਰ) ਕਿਹਾ ਜਾਂਦਾ ਹੈ । ਇਨ੍ਹਾਂ ਵਿਚੋਂ ਵੀ ਨਿਮਨ ਮਨੁੱਖ ਚੰਡਾਲ ਕਹਾਉਂਦੇ ਹਨ ਅਤੇ ਉਹ ਪਾਪੀ ਖ਼ਾਨਦਾਨਾਂ ਵਿਚ ਜਨਮ ਲੈਂਦੇ ਹਨ । ਆਮ ਤੌਰ ਤੇ ਉਚੱ ਖ਼ਾਨਦਾਨ ਵਾਲੇ ਇਨ੍ਹਾਂ ਨਿਮਨ ਖ਼ਾਨਦਾਨਾਂ ਵਿਚ ਜਨਮ ਲੈਣ ਵਾਲਿਆ ਦੀ ਸੰਗਤ ਨਹੀਂ ਕਰਦੇ । ਪਰ ਭਗਤੀ ਯੋਗ ਏਨਾ ਤਾਕਤਵਰ ਹੁੰਦਾ ਹੈ, ਕਿ ਭਗਵਾਨ ਦੇ ਭਗਤ ਸਾਰੇ ਨਿਮਨ ਖ਼ਾਨਦਾਨ ਵਾਲੇ ਮਨੁੱਖਾਂ ਨੂੰ ਜੀਵਨ ਦੀ ਪਰਮ ਸਿੱਧੀ ਪ੍ਰਾਪਤ ਕਰਾ ਸਕਦੇ ਹਨ । ਇਹ ਤਾਂ ਹੀ ਸੰਭਵ ਹੈ, ਜਦੋਂ ਕੋਈ ਕ੍ਰਿਸ਼ਨ ਦੀ ਸ਼ਰਨ ਵਿਚ ਜਾਵੇ । ਜਿਹਾ ਕਿ *ਵ੍ਯਪਾਸ਼੍ਰਿਤ੍ਯ* ਸ਼ਬਦ ਤੋਂ ਸੂਚਿਤ ਹੈ । ਮਨੁੱਖ ਨੂੰ ਪੂਰੀ ਤਰ੍ਹਾਂ ਕ੍ਰਿਸ਼ਨ ਦੀ ਸ਼ਰਨ ਗ੍ਰਹਿਣ ਕਰਨੀ ਚਾਹੀਦੀ ਹੈ । ਤਾਂ ਉਹ ਵੱਡੇ ਤੋਂ ਵੱਡੇ ਗਿਆਨੀ ਅਤੇ ਯੋਗੀ ਤੋਂ ਵੀ ਮਹਾਨ ਬਣ ਸਕਦਾ ਹੈ ।

किं पुनर्ब्राह्मणाः पुण्या भक्ता राजर्षयस्तथा ।
अनित्यमसुखं लोकमिमं प्राप्य भजस्व माम् ॥ ३३ ॥

ਕਿਮ੍ ਪੁਨਰ੍ ਬ੍ਰਾਹ੍ਮਣਾਹ੍ ਪੁੰਨਯਾ ਭਕ੍ਤਾ ਰਾਜਰ੍ਸ਼ਯਸ੍ ਤਥਾ ।
ਅਨਿਤ੍ਯਮ੍ ਅਸੁਖਮ ਲੋਕਮ੍ ਇਮਮ੍ ਪ੍ਰਾਪ੍ਯ ਭਜਸ੍ਵ-ਮਾਮ ॥ 33 ॥

ਕਿਮ੍-ਕਿੰਨਾ ; ਪੁਨਰ-ਫਿਰ ; **ਬ੍ਰਾਹ੍ਮਣਾਹ੍**-ਬ੍ਰਾਹਮਣ ; **ਪੁੰਨਯਾ**-ਧਰਮਾਤਮਾ ; **ਭਕ੍ਤਾਹ੍**-ਭਗਤ ਲੋਕ ; **ਰਾਜਰਿਸ਼ਯਹ੍**-ਸਾਧੂ ਰਾਜੇ ; **ਤਥਾ**-ਵੀ ; **ਅਨਿਤ੍ਯਮ੍**-ਨਾਸ਼ਵਾਨ ; **ਅਸੁਖਮ੍**-ਦੁੱਖਦਾਈ ; **ਲੋਕਮ੍**-ਲੋਕ ਨੂੰ ; **ਇਮਮ੍**-ਇਸ ; **ਪ੍ਰਾਪ੍ਯ**-ਪ੍ਰਾਪਤ ਕਰਕੇ ; **ਭਜਸ੍ਵ**-ਪ੍ਰੇਮ ਭਗਤੀ ਵਿਚ ਲਗੋ ; **ਮਾਮ੍**-ਮੇਰੀ ।

ਅਨੁਵਾਦ

ਫਿਰ ਧਰਮਾਤਮਾ, ਬ੍ਰਾਹਮਣਾਂ, ਭਗਤਾਂ ਅਤੇ ਰਾਜ ਰਿਸ਼ੀਆਂ ਲਈ ਤਾਂ ਕਹਿਣਾ ਹੀ ਕੀ ਹੈ ? ਇਸ ਲਈ, ਇਸ ਅਸਥਾਈ ਦੁੱਖਦਾਈ ਸੰਸਾਰ ਵਿਚ ਆ ਜਾਣ ਤੇ ਮੇਰੀ ਪ੍ਰੇਮ ਭਗਤੀ ਵਿਚ ਆਪਣੇ ਆਪ ਨੂੰ ਲਗਾਓ।

ਭਾਵ

ਇਸ ਸੰਸਾਰ ਵਿਚ ਕਈ ਤਰ੍ਹਾਂ ਦੇ ਲੋਕ ਹਨ, ਪਰ ਤਾਂ ਵੀ ਇਹ ਸੰਸਾਰ ਕਿਸੇ ਲਈ ਸੁਖਦਾਈ ਅਸਥਾਨ ਨਹੀਂ ਹੈ । ਇੱਥੇ ਸ਼ਪਸ਼ਟ ਕਿਹਾ ਗਿਆ ਹੈ- ***ਅਨਿਤ੍ਯਮ੍ ਅਸੁਖਮ੍ ਲੋਕਮ੍*** - ਇਹ ਸੰਸਾਰ ਛਿਣਭੰਗੁਰ ਅਤੇ ਦੁੱਖਦਾਈ ਹੈ ਅਤੇ ਕਿਸੇ ਵੀ ਭਲੇ ਮਾਨਸ ਦੇ ਰਹਿਣ ਦੇ ਯੋਗ ਨਹੀਂ ਹੈ । ਭਗਵਾਨ ਇਸ ਸੰਸਾਰ ਨੂੰ ਅਸਥਾਈ ਅਤੇ ਦੁੱਖਦਾਈ ਐਲਾਨ ਕਰ ਰਹੇ ਹਨ । ਕੁਝ ਦਾਰਸ਼ਨਿਕ, ਖ਼ਾਸ ਕਰਕੇ ਮਾਇਆਵਾਦੀ ਕਹਿੰਦੇ ਹਨ, ਕਿ ਇਹ ਸੰਸਾਰ ਝੂਠ ਹੈ, ਪਰ ਭਗਵਤ ਗੀਤਾ ਤੋਂ ਅਸੀਂ ਇਹ ਸਮਝ ਸਕਦੇ ਹਾਂ ਕਿ ਇਹ ਸੰਸਾਰ ਝੂਠ ਨਹੀਂ ਹੈ, ਇਹ ਅਨਿਤ (ਛਿਣਭੰਗੁਰ) ਹੈ । ਅਨਿਤ (ਛਿਣਭੰਗੁਰ) ਅਤੇ ਝੂਠ ਵਿਚ ਫ਼ਰਕ ਹੈ । ਇਹ ਸੰਸਾਰ ਅਨਿਤ (ਛਿਣਭੰਗੁਰ) ਹੈ ਪਰ ਇੱਕ ਹੋਰ ਵੀ ਸੰਸਾਰ ਹੈ, ਜਿਹੜਾ ਨਿਤ ਹੈ । ਇਹ ਸੰਸਾਰ ਦੁੱਖਦਾਈ ਹੈ, ਪਰ ਦੂਜਾ ਸੰਸਾਰ ਨਿਤ ਅਤੇ ਅਨੰਦਮਈ ਹੈ ।

ਅਰਜੁਨ ਦਾ ਜਨਮ ਰਿਸ਼ੀਆਂ ਵਰਗੇ ਰਾਜ-ਘਰਾਣੇ ਵਿਚ ਹੋਇਆ ਸੀ । ਇਸ ਲਈ ਭਗਵਾਨ ਉਸਨੂੰ ਵੀ ਕਹਿੰਦੇ ਹਨ, "ਮੇਰੀ ਸੇਵਾ ਕਰੋ, ਅਤੇ ਜਲਦੀ ਹੀ ਮੇਰੇ ਧਾਮ ਨੂੰ ਪ੍ਰਾਪਤ ਕਰੋ ।" ਕਿਸੇ ਨੂੰ ਵੀ ਇਸ ਅਨਿਤ (ਛਿਣਭੰਗੁਰ) ਸੰਸਾਰ ਵਿਚ ਨਹੀਂ ਰਹਿਣਾ ਚਾਹੀਦਾ, ਕਿਉਂਕਿ ਇਹ ਦੁੱਖਦਾਈ ਹੈ । ਹਰ ਮਨੁੱਖ ਨੂੰ ਭਗਵਾਨ ਦੇ ਹਿਰਦੇ ਨਾਲ ਲਗਣਾ ਚਾਹੀਦਾ ਹੈ, ਜਿਸ ਨਾਲ ਉਹ ਹਮੇਸ਼ਾਂ ਸੁੱਖੀ ਰਹਿ ਸਕੇ । ਭਗਵਤ ਭਗਤੀ ਹੀ ਸਿਰਫ਼ ਇੱਕ ਵਿਧੀ ਹੈ, ਜਿਸ ਰਾਹੀਂ ਸਾਰੇ ਵਰਗਾਂ ਦੇ ਲੋਕਾਂ ਦੀਆਂ ਸਾਰੀਆਂ ਸਮੱਸਿਆਂਵਾਂ ਸੁਲਝਾਈਆਂ ਜਾ ਸਕਦੀਆਂ ਹਨ । ਇਸ ਲਈ ਹਰ ਮਨੁੱਖ ਨੂੰ ਕ੍ਰਿਸ਼ਨ ਭਾਵਨਾ ਅੰਮ੍ਰਿਤ ਸਵੀਕਾਰ ਕਰਕੇ ਆਪਣੇ ਜੀਵਨ ਨੂੰ ਸਫਲ ਬਣਾਉਣਾ ਚਾਹੀਦਾ ਹੈ ।

मन्मना भव मद्भक्तो मद्याजी मां नमस्कुरु ।
मामेवैष्यसि युक्त्वैवमात्मानं मत्परायण: ॥ ३४॥

ਮਨ੍-ਮਨਾ ਭਵ ਮਦ੍-ਭਕ੍ਤੋ ਮਦ੍-ਯਾਜੀ ਮਾਮ੍ ਨਮਸ੍ਕੁਰੁ ।
ਮਾਮ੍ ਏਵੈਸ਼੍ਯਸਿ ਯੁਕਤ੍ਵੈਵਮ੍ ਆਤਮਾਨਮ੍ ਮਤ੍-ਪਰਾਯਣਹ੍ ॥ 34 ॥

ਮਨ੍ ਮਨਾਹ੍-ਹਮੇਸ਼ਾਂ ਮੇਰਾ ਚਿੰਤਨ ਕਰਨ ਵਾਲਾ ; **ਭਵ**-ਬਣੋ ; **ਮਤ੍**-ਮੇਰਾ ; **ਭਕ੍ਤਹ੍**-ਭਗਤ ; **ਮਤ੍**-ਮੇਰਾ ; **ਯਾਜੀ**-ਉਪਾਸਕ ; **ਮਾਮ੍**-ਮੈਨੂੰ ; **ਨਮਸ੍ਕੁਰੁ**-ਨਮਸਕਾਰ ਕਰੋ ; **ਮਾਮ੍**-ਮੈਨੂੰ ; **ਏਵ**-ਯਕੀਨਨ ਹੀ ; **ਏਸ੍ਯਸਿ**-ਪਾਉਗੇ ; **ਯੁਕਤ੍ਵਾ**-ਲੀਨ ਹੋਕੇ ; **ਏਵਮ੍**-ਇੰਝ ; **ਆਤਮਾਨਮ੍**-ਆਪਣੀ ਆਤਮਾ ਨੂੰ ; **ਮਤ੍ਪਰਾਯਣਹ੍**-ਮੇਰੀ ਭਗਤੀ ਵਿਚ ਲੱਗੇ ।

ਅਨੁਵਾਦ

ਆਪਣੇ ਮਨ ਨੂੰ ਮੇਰੇ ਨਿਤ ਚਿੰਤਨ ਵਿਚ ਲਗਾਓ, ਮੇਰੇ ਭਗਤ ਬਣੋ, ਮੈਨੂੰ ਨਮਸਕਾਰ ਕਰੋ ਅਤੇ ਮੇਰੀ ਹੀ ਪੂਜਾ ਕਰੋ । ਇੰਝ ਮੇਰੇ ਵਿਚ ਪੂਰੀ ਤਰ੍ਹਾਂ ਮਗਨ ਹੋਣ ਤੇ ਤੁਸੀਂ ਯਕੀਨੀ ਤੌਰ ਤੇ ਮੈਨੂੰ ਪ੍ਰਾਪਤ ਕਰ ਸਕੋਗੇ ।

ਭਾਵ

ਇਸ ਸ਼ਲੋਕ ਵਿਚ ਸਪਸ਼ਟ ਇਸ਼ਾਰਾ ਕੀਤਾ ਹੈ ਕਿ ਭੌਤਿਕ ਮਲੀਨਤਾਵਾਂ ਨਾਲ ਭਰੇ ਇਸ ਸੰਸਾਰ ਤੋਂ ਛੁਟਕਾਰਾ ਪਾਉਣ ਦਾ ਸਿਰਫ ਇੱਕੋ ਸਾਧਨ ਕ੍ਰਿਸ਼ਨ ਭਾਵਨਾ ਅੰਮ੍ਰਿਤ ਹੈ । ਕਦੀ-ਕਦੀ ਕਪਟੀ ਟੀਕਾਕਾਰ ਇਸ ਸਪਸ਼ਟ ਕਥਨ ਦਾ ਤੋੜ ਮਰੋੜ ਕੇ ਅਰਥ ਕਰਦੇ ਹਨ ਕਿ ਸਾਰੀ ਭਗਤੀ ਭਗਵਾਨ ਕ੍ਰਿਸ਼ਨ ਨੂੰ ਸਮਰਪਿਤ ਕੀਤੀ ਜਾਣੀ ਚਾਹੀਦੀ ਹੈ । ਬਦਕਿਸਮਤੀ ਨਾਲ ਟੀਕਾਕਾਰ ਪਾਠਕਾਂ ਦਾ ਧਿਆਨ ਅਜਿਹੀ ਗੱਲ ਵੱਲ ਖਿੱਚਦੇ ਹਨ, ਜਿਹੜੀ ਸੰਭਵ ਨਹੀਂ ਹੈ । ਅਜਿਹੇ ਟੀਕਾਕਾਰ ਇਹ ਨਹੀਂ ਜਾਣਦੇ ਕਿ ਕ੍ਰਿਸ਼ਨ ਦੇ ਮਨ ਅਤੇ ਕ੍ਰਿਸ਼ਨ ਵਿਚ ਕੋਈ ਫਰਕ ਨਹੀਂ ਹੈ । ਕ੍ਰਿਸ਼ਨ ਕੋਈ ਆਮ ਮਨੁੱਖ ਨਹੀਂ ਹਨ, ਉਹ ਪਰਮੇਸ਼ਵਰ ਹਨ । ਉਨ੍ਹਾਂ ਦਾ ਸ਼ਰੀਰ, ਉਨ੍ਹਾਂ ਦਾ ਮਨ ਅਤੇ ਉਹ ਆਪ ਇੱਕ ਹਨ ਅਤੇ ਪਰਮ ਹਨ । ਜਿਵੇਂ ਕਿ ***ਕੂਰ੍ਮ ਪੁਰਾਣ*** ਵਿਚ ਕਿਹਾ ਗਿਆ ਹੈ ਅਤੇ ਭਗਤੀ ਸਿੱਧਾਂਤ ਸਰਸਵਤੀ ਗੋਸਵਾਮੀ ਨੇ ਚੈਤੰਨਯ ਚਰਿਤਾਮ੍ਰਿਤ (ਪੰਜਵੇਂ ਅਧਿਆਇ, ਆਦਿ ਲੀਲਾ 41-48)ਦੀ ਵਿਆਖਿਆ ਵਿਚ ਉਦਾਹਰਣ ਦਿੱਤਾ ਹੈ - ***ਦੇਹ ਦੇਹੀ ਵਿਭੇਦੋ'ਯਮ੍ ਨੇਸ਼ਵਰੇ ਵਿਦ੍ਯਤੇ ਕ੍ਵਚਿਤ੍*** - ਭਾਵ ਪਰਮੇਸ਼ਵਰ ਕ੍ਰਿਸ਼ਨ ਵਿਚ ਅਤੇ ਉਨ੍ਹਾਂ ਦੇ ਸ਼ਰੀਰ ਵਿਚ ਕੋਈ ਫਰਕ ਨਹੀਂ ਹੈ । ਪਰ ਇਸ ਕ੍ਰਿਸ਼ਨ ਤੱਥ ਨੂੰ ਨਾ ਜਾਣਨ ਕਰਕੇ ਟੀਕਾਕਾਰ ਕ੍ਰਿਸ਼ਨ ਨੂੰ ਛੁਪਾਉਂਦੇ ਹਨ ਅਤੇ ਉਨ੍ਹਾਂ ਨੂੰ ਉਨ੍ਹਾਂ ਦੇ ਮਨ ਜਾਂ ਸ਼ਰੀਰ ਤੋਂ ਵੱਖਰਾ ਦੱਸਦੇ ਹਨ । ਭਾਵੇਂ ਇਹ ਕ੍ਰਿਸ਼ਨ ਤੱਤ ਬਾਰੇ ਨਿਰੀ ਅਗਿਆਨਤਾ ਹੈ, ਪਰ ਕੁਝ ਲੋਕ ਜਨਤਾ ਨੂੰ ਭਰਮਾਂ ਵਿਚ ਪਾ ਕੇ ਪੈਸਾ ਕਮਾਉਂਦੇ ਹਨ ।

ਕੁਝ ਲੋਕ ਦੈਂਤ ਹੁੰਦੇ ਹਨ, ਉਹ ਵੀ ਕ੍ਰਿਸ਼ਨ ਦਾ ਚਿੰਤਨ ਕਰਦੇ ਹਨ ਪਰ ਈਰਖਾ ਕਰਕੇ, ਜਿਸ ਤਰ੍ਹਾਂ ਕਿ ਕ੍ਰਿਸ਼ਨ ਦਾ ਮਾਮਾ ਕੰਸ ਕਰਦਾ ਸੀ । ਉਹ ਵੀ ਕ੍ਰਿਸ਼ਨ ਦਾ ਲਗਾਤਾਰ ਚਿੰਤਨ ਕਰਦਾ ਸੀ, ਪਰ ਉਹ ਉਨ੍ਹਾਂ ਨੂੰ ਆਪਣੇ ਦੁਸ਼ਮਣ ਰੂਪ ਵਿਚ ਸੋਚਦਾ ਸੀ। ਉਹ ਹਮੇਸ਼ਾਂ ਫਿਕਰਮੰਦ ਰਹਿੰਦਾ ਸੀ ਅਤੇ ਸੋਚਦਾ ਰਹਿੰਦਾ ਸੀ ਕਿ ਪਤਾ ਨਹੀਂ ਕਦੋਂ ਕ੍ਰਿਸ਼ਨ ਉਸਨੂੰ ਮਾਰ ਦੇਣ । ਇਸ ਤਰ੍ਹਾਂ ਦੇ ਚਿੰਤਨ ਨਾਲ ਸਾਨੂੰ ਕੋਈ ਫਾਇਦਾ ਹੋਣ ਵਾਲਾ ਨਹੀਂ ਹੈ । ਮਨੁੱਖ ਨੂੰ ਚਾਹੀਦਾ ਹੈ ਕਿ ਭਗਤੀ ਪੂਰਵਕ ਉਨ੍ਹਾਂ ਦਾ ਚਿੰਤਨ ਕਰੇ । ਇਹੋ ਭਗਤੀ ਹੈ । ਉਸਨੂੰ ਚਾਹੀਦਾ ਕਿ ਉਹ ਲਗਾਤਾਰ ਕ੍ਰਿਸ਼ਨ ਤੱਤ ਦਾ ਅਨੁਸ਼ੀਲਨ (ਅਭਿਆਸ) ਕਰੇ । ਤਾਂ ਉਹ ਠੀਕ ਅਨੁਸ਼ੀਲਨ (ਅਭਿਆਸ) ਕੀ ਹੈ? ਇਹ ਪ੍ਰਮਾਣਿਤ ਗੁਰੂ ਤੋਂ ਸਿੱਖਣਾ ਹੈ । ਕ੍ਰਿਸ਼ਨ ਭਗਵਾਨ ਹਨ ਅਤੇ ਅਸੀਂ ਕਈ ਵਾਰ ਕਹਿ

ਚੁੱਕੇ ਹਾਂ ਕਿ ਉਨ੍ਹਾਂ ਦਾ ਸ਼ਰੀਰ ਭੌਤਿਕ ਨਹੀਂ ਹੈ, ਸਗੋਂ ਸਚਿਦਾਨੰਦ ਸਰੂਪ ਹੈ। ਇਸ ਤਰ੍ਹਾਂ ਕ੍ਰਿਸ਼ਨ ਸੰਬੰਧੀ ਚਰਚਾ ਨਾਲ ਮਨੁੱਖ ਨੂੰ ਭਗਤ ਬਣਨ ਵਿਚ ਮਦਦ ਮਿਲੇਗੀ, ਨਹੀਂ ਤਾਂ ਅਪ੍ਰਮਾਣਿਕ ਸਾਧਨ ਨਾਲ ਕ੍ਰਿਸ਼ਨ ਦਾ ਗਿਆਨ ਪ੍ਰਾਪਤ ਕਰਨਾ ਬੇਕਾਰ ਹੋਵੇਗਾ।

ਇਸ ਲਈ ਮਨੁੱਖ ਨੂੰ ਕ੍ਰਿਸ਼ਨ ਦੇ ਆਦਿ ਰੂਪ ਵਿਚ ਮਨ ਨੂੰ ਸਥਿਰ ਕਰਨਾ ਚਾਹੀਦਾ ਹੈ, ਉਸਨੂੰ ਆਪਣੇ ਮਨ ਵਿਚ ਇਹ ਪੱਕਾ ਵਿਸ਼ਵਾਸ਼ ਕਰਕੇ ਪੂਜਾ ਕਰਨੀ ਚਾਹੀਦੀ ਹੈ, ਕਿ ਕ੍ਰਿਸ਼ਨ ਹੀ ਪਰਮ ਹਨ। ਕ੍ਰਿਸ਼ਨ ਦੀ ਪੂਜਾ ਲਈ ਭਾਰਤ ਵਿਚ ਹਜ਼ਾਰਾਂ ਮੰਦਿਰ ਹਨ, ਜਿੱਥੇ ਇਸ ਭਗਤੀ ਦਾ ਅਭਿਆਸ ਕੀਤਾ ਜਾਂਦਾ ਹੈ। ਜਦੋਂ ਅਜਿਹਾ ਅਭਿਆਸ ਹੋ ਰਿਹਾ ਹੋਵੇ ਤਾਂ ਮਨੁੱਖ ਨੂੰ ਚਾਹੀਦਾ ਹੈ ਕਿ ਕ੍ਰਿਸ਼ਨ ਨੂੰ ਨਮਸਕਾਰ ਕਰੇ। ਉਸਨੂੰ ਮੂਰਤੀ ਦੇ ਸਾਹਮਣੇ ਨਤਮਸਤਕ ਹੋਕੇ ਮਨ, ਵਚਨ ਅਤੇ ਕਰਮ ਹਰ ਤਰ੍ਹਾਂ ਨਾਲ ਲਗਣਾ ਚਾਹੀਦਾ ਹੈ। ਇਸ ਨਾਲ ਉਹ ਕ੍ਰਿਸ਼ਨ ਭਾਵਨਾ ਵਿਚ ਪੂਰੀ ਤਰ੍ਹਾਂ ਲੀਨ ਹੋ ਸਕੇਗਾ। ਇਸ ਨਾਲ ਉਹ ਕ੍ਰਿਸ਼ਨ ਲੋਕ ਨੂੰ ਜਾ ਸਕੇਗਾ। ਉਸਨੂੰ ਚਾਹੀਦਾ ਹੈ ਕਿ ਕਪਟੀ ਟੀਕਾਕਾਰਾਂ ਦੇ ਭਟਕਾਵੇ ਵਿਚ ਨਾ ਆਵੇ। ਉਸਨੂੰ ਸਰਵਣ, ਕੀਰਤਨ ਆਦਿ ਨੌਂ ਤਰ੍ਹਾਂ ਦੀ ਭਗਤੀ ਵਿਚ ਲਗਣਾ ਚਾਹੀਦਾ ਹੈ। ਸ਼ੁੱਧ ਭਗਤੀ ਮਨੁੱਖੀ ਸਮਾਜ ਦੀ ਉਚੇਰੀ ਪ੍ਰਾਪਤੀ ਹੈ।

ਭਗਵਤ ਗੀਤਾ ਦੇ ਸੱਤਵੇਂ ਅਤੇ ਅੱਠਵੇਂ ਅਧਿਆਇਆਂ ਵਿਚ ਭਗਵਾਨ ਦੀ ਅਜਿਹੀ ਸ਼ੁੱਧ ਭਗਤੀ ਦੀ ਵਿਆਖਿਆ ਕੀਤੀ ਗਈ ਹੈ। ਜਿਹੜੀ ਕਲਪਨਾ, ਯੋਗ ਅਤੇ ਕਰਮ ਤੋਂ ਮੁਕਤ ਹੈ। ਜਿਹੜੀ ਪੂਰੀ ਤਰ੍ਹਾਂ ਸ਼ੁੱਧ ਨਹੀਂ, ਉਹ ਭਗਵਾਨ ਦੇ ਵੱਖੋ-ਵੱਖਰੇ ਸਰੂਪਾਂ ਰਾਹੀਂ ਜਿਵੇਂ ਨਿਰਗੁਣਵਾਦੀ, ਬ੍ਰਹਮਜੋਤੀ ਅਤੇ ਅੰਤਰਜਾਮੀ ਪਰਮਾਤਮਾ ਰਾਹੀਂ ਆਕਰਸ਼ਿਤ ਹੁੰਦੇ ਹਨ, ਪਰ ਸ਼ੁੱਧ ਭਗਤ ਤਾਂ ਪਰਮੇਸ਼ਵਰ ਦੀ ਪ੍ਰਤੱਖ ਸੇਵਾ ਕਰਦਾ ਹੈ।

ਕ੍ਰਿਸ਼ਨ ਸੰਬੰਧੀ ਇੱਕ ਉੱਤਮ ਕਵਿਤਾ ਵਿਚ ਕਿਹਾ ਗਿਆ ਹੈ ਕਿ ਜਿਹੜਾ ਮਨੁੱਖ ਦੇਵਤਿਆਂ ਦੀ ਪੂਜਾ ਵਿਚ ਲੱਗੇ ਰਹਿੰਦੇ ਹਨ ਉਹ ਸਭ ਤੋਂ ਵੱਧ ਅਗਿਆਨੀ ਹਨ, ਉਨ੍ਹਾਂ ਨੂੰ ਕਦੀ ਵੀ ਕ੍ਰਿਸ਼ਨ ਦਾ ਉੱਤਮ ਵਰਦਾਨ ਪ੍ਰਾਪਤ ਨਹੀਂ ਹੋ ਸਕਦਾ। ਹੋ ਸਕਦਾ ਹੈ ਕਿ ਸ਼ੁਰੂ ਵਿਚ ਕੋਈ ਭਗਤ ਆਪਣੇ ਪੱਧਰ ਤੋਂ ਥੱਲੇ ਡਿੱਗ ਜਾਵੇ ਤਾਂ ਵੀ ਉਸਨੂੰ ਹੋਰਨਾਂ ਸਾਰਿਆਂ ਦਾਰਸ਼ਨਿਕਾਂ ਅਤੇ ਯੋਗੀਆਂ ਤੋਂ ਉੱਤਮ ਮੰਨਣਾ ਚਾਹੀਦਾ ਹੈ। ਜਿਹੜਾ ਮਨੁੱਖ ਲਗਾਤਾਰ ਕ੍ਰਿਸ਼ਨ ਦੀ ਭਗਤੀ ਵਿਚ ਲਗਿਆ ਰਹਿੰਦਾ ਹੈ ਉਸਨੂੰ ਪੂਰਾ ਸਾਧੂ ਪੁਰਖ ਸਮਝਣਾ ਚਾਹੀਦਾ ਹੈ। ਹੌਲੀ-ਹੌਲੀ ਉਸਦੇ ਅਚਨਚੇਤ ਭਗਤੀ ਹੀਨ ਕਾਰਜ ਘੱਟ ਹੁੰਦੇ ਜਾਣਗੇ ਅਤੇ ਉਸਨੂੰ ਜਲਦੀ ਹੀ ਪੂਰਨ ਸਿੱਧੀ ਪ੍ਰਾਪਤ ਹੋਵੇਗੀ। ਅਸਲ ਵਿਚ ਸ਼ੁੱਧ ਭਗਤ ਦੇ ਪਤਨ ਦਾ ਕੋਈ ਮੌਕਾ ਨਹੀਂ ਆਉਂਦਾ, ਕਿਉਂਕਿ ਭਗਵਾਨ ਖ਼ੁਦ ਹੀ ਆਪਣੇ ਸ਼ੁੱਧ ਭਗਤਾਂ ਦੀ ਰੱਖਿਆ ਕਰਦੇ ਹਨ। ਇਸ ਲਈ ਬੁੱਧੀਮਾਨ ਮਨੁੱਖ ਨੂੰ ਚਾਹੀਦਾ ਹੈ ਕਿ ਉਹ ਸਿੱਧਾ ਕ੍ਰਿਸ਼ਨ ਭਾਵਨਾ ਅੰਮ੍ਰਿਤ ਦਾ ਰਸਤਾ ਗ੍ਰਹਿਣ ਕਰੇ ਅਤੇ ਭੌਤਿਕ ਸੰਸਾਰ ਵਿਚ ਸੁਖ ਪੂਰਵਕ ਜੀਵਨ ਬਿਤਾਏ। ਆਖਿਰਕਾਰ ਉਹ ਕ੍ਰਿਸ਼ਨ ਰੂਪੀ ਪਰਮ ਪ੍ਰਸਾਦ ਪ੍ਰਾਪਤ ਕਰੇਗਾ।

ਇਸ ਤਰ੍ਹਾਂ ਸ਼੍ਰੀਮਦ ਭਗਵਤ ਗੀਤਾ ਦੇ ਨੌਵੇਂ ਅਧਿਆਇ "ਪਰਮ ਗੁਪਤ ਗਿਆਨ" ਦਾ ਭਕਤੀਵੇਦਾਂਤ ਭਾਵ-ਅਰਥ ਪੂਰਨ ਹੋਇਆ।

ਅਧਿਆਇ ਦਸਵਾਂ

ਸ਼੍ਰੀ ਭਗਵਾਨ ਦਾ ਵੈਭਵ

श्रीभगवानुवाच

भूय एव महाबाहो श‍ृणु मे परमं वचः ।
यत्तेऽहं प्रीयमाणाय वक्ष्यामि हितकाम्यया ॥ १ ॥

ਸ਼੍ਰੀ ਭਗਵਾਨ ਓਵਾਚ

ਭੂਯ ਏਵ ਮਹਾ ਬਾਹੋ ਸ਼੍ਰਿਣੂ ਮੇ ਪਰਮਮ੍ ਵਚਹ੍ ।
ਯੱਤ੍ ਤੇ ਅਹਮ੍ ਪ੍ਰੀਯਮਾਣਾਯ ਵਕ੍ਸ਼੍ਯਾਮਿ ਹਿਤਕਾਮ੍ਯਯਾ ॥ 1 ॥

ਸ਼੍ਰੀ ਭਗਵਾਨ ਓਵਾਚ - ਸ਼੍ਰੀ ਭਗਵਾਨ ਨੇ ਕਿਹਾ ; **ਭੂਯਹ੍** - ਫਿਰ ; **ਏਵ**-ਨਿਸ਼ਚੈ ਹੀ ; **ਮਹਾ ਬਾਹੋ**-ਹੇ ਤਾਕਤਵਰ ਬਾਹਵਾਂ ਵਾਲੇ ; **ਸ਼੍ਰਿਣੂ**-ਸੁਣੋ ; **ਮੇ**-ਮੇਰਾ ; **ਪਰਮਮ੍**-ਪਰਮ ; **ਵਚਹ੍**-ਉਪਦੇਸ਼ ; **ਯਤ੍**-ਜਿਹੜਾ ; **ਤੇ**-ਤੈਨੂੰ ; **ਅਹਮ੍**-ਮੈਂ ; **ਪ੍ਰੀਯਮਾਣਾਯ**-ਆਪਣਾ ਪਿਆਰਾ ਮੰਨ ਕੇ ; **ਵਕ੍ਸ਼੍ਯਾਮਿ**-ਕਹਿੰਦਾ ਹਾਂ ; **ਹਿਤਕਾਮ੍ਯਯਾ**-ਤੁਹਾਡੇ ਹਿੱਤ (ਲਾਭ) ਲਈ ।

ਅਨੁਵਾਦ

ਸ਼੍ਰੀ ਭਗਵਾਨ ਨੇ ਕਿਹਾ - ਹੇ ਮਹਾਬਾਹੁ ਅਰਜੁਨ ! ਹੋਰ ਅੱਗੇ ਸੁਣੋ, ਕਿਉਂਕਿ ਤੁਸੀਂ ਮੇਰੇ ਪਿਆਰੇ ਮਿੱਤਰ ਹੋ ਇਸ ਲਈ ਮੈਂ ਤੁਹਾਡੇ ਫ਼ਾਇਦੇ ਖ਼ਾਤਿਰ ਅਜਿਹਾ ਗਿਆਨ ਦੇਵਾਂਗਾ, ਜਿਹੜਾ ਹੁਣ ਤਕ ਮੇਰੇ ਰਾਹੀਂ ਦੱਸੇ ਗਏ ਗਿਆਨ ਤੋਂ ਉੱਤਮ ਹੋਵੇਗਾ ।

ਭਾਵ

ਪਰਾਸ਼ਰ ਮੁਨੀ ਨੇ *ਭਗਵਾਨ* ਸ਼ਬਦ ਦੀ ਵਿਆਖਿਆ ਇੰਝ ਕੀਤੀ ਹੈ - ਜਿਹੜਾ ਪੂਰਨ ਛੇ **ਏਸ਼ਵਰਿਆਂ**, ਸੰਪੂਰਨ ਸ਼ਕਤੀ, ਸੰਪੂਰਨ ਜੱਸ, ਸੰਪੂਰਨ ਧੰਨ, ਸੰਪੂਰਨ ਗਿਆਨ, ਸੁੰਦਰਤਾ ਅਤੇ ਸੰਪੂਰਨ ਤਿਆਗ ਨਾਲ ਯੁਕਤ ਹਨ, ਉਹ ਭਗਵਾਨ ਜਾਂ ਪੂਰਨ ਪੁਰਖ ਹਨ । ਜਦੋਂ ਕ੍ਰਿਸ਼ਨ ਇਸ ਧਰਤੀ ਲੋਕ ਤੇ ਸਨ, ਤਾਂ ਉਨ੍ਹਾਂ ਨੇ ਇਨ੍ਹਾਂ **ਏਸ਼ਵਰਿਆਂ** ਦਾ ਵਿਖਾਵਾ ਕੀਤਾ ਸੀ । ਸਿੱਟੇ ਵੱਜੋਂ ਪਰਾਸ਼ਰ ਵਰਗੇ ਮੁਨੀਆਂ ਨੇ ਕ੍ਰਿਸ਼ਨ

ਨੂੰ ਭਗਵਾਨ ਰੂਪ ਵਿਚ ਸਵੀਕਾਰ ਕੀਤਾ ਹੈ। ਹੁਣ ਅਰਜੁਨ ਨੂੰ ਕ੍ਰਿਸ਼ਨ ਆਪਣੀ ਵਿਭੂਤੀਆਂ ਦਾ ਅਤੇ ਕੰਮ ਦਾ ਹੋਰ ਵੀ ਗੂੜ੍ਹ ਗਿਆਨ ਦੇ ਰਹੇ ਹਨ। ਇਸ ਤੋਂ ਪਹਿਲਾਂ ਸੱਤਵੇਂ ਅਧਿਆਇ ਤੋਂ ਸ਼ੁਰੂ ਕਰਕੇ ਉਹ ਆਪਣੀਆਂ ਸ਼ਕਤੀਆਂ ਅਤੇ ਉਨ੍ਹਾਂ ਦੇ ਕੰਮ ਕਰਨ ਬਾਰੇ ਦੱਸ ਚੁੱਕੇ ਹਨ। ਹੁਣ ਇਸ ਅਧਿਆਇ ਵਿਚ ਉਹ ਆਪਣੀਆਂ ਖਾਸ ਵਿਭੂਤੀਆਂ ਦਾ ਵਰਣਨ ਕਰ ਰਹੇ ਹਨ। ਪਿਛਲੇ ਅਧਿਆਇ ਵਿਚ ਉਨ੍ਹਾਂ ਨੇ ਪੱਕੇ ਵਿਸ਼ਵਾਸ਼ ਨਾਲ ਭਗਤੀ ਸਥਾਪਿਤ ਕਰਨ ਵਿਚ ਆਪਣੀਆਂ ਵੱਖੋ-ਵੱਖਰੀਆਂ ਸ਼ਕਤੀਆਂ ਦੇ ਯੋਗਦਾਨ ਦੀ ਚਰਚਾ ਕੀਤੀ ਸੀ। ਇਸ ਅਧਿਆਇ ਵਿਚ ਫਿਰ ਉਹ ਅਰਜੁਨ ਨੂੰ ਆਪਣੀਆਂ ਸ੍ਰਿਸ਼ਟੀਆਂ ਅਤੇ ਵੱਖੋ-ਵੱਖਰੇ ਵੈਭਵਾਂ ਬਾਰੇ ਦੱਸ ਰਹੇ ਹਨ।

ਜਿਵੇਂ-ਜਿਵੇਂ ਭਗਵਾਨ ਬਾਰੇ ਕੋਈ ਸੁਣਦਾ ਹੈ, ਉਵੇਂ-ਉਵੇਂ ਹੀ ਉਹ ਭਗਤੀ ਵਿਚ ਸਥਿਰ ਹੁੰਦਾ ਜਾਂਦਾ ਹੈ। ਮਨੁੱਖ ਨੂੰ ਚਾਹੀਦਾ ਹੈ ਕਿ ਭਗਤਾਂ ਦੀ ਸੰਗਤ ਵਿਚ ਭਗਵਾਨ ਬਾਰੇ ਹਮੇਸ਼ਾਂ ਸੁਣੇ, ਇਸ ਨਾਲ ਉਸਦੀ ਭਗਤੀ ਵਧੇਗੀ। ਭਗਤਾਂ ਦੇ ਸਮਾਜ ਵਿਚ ਅਜਿਹੀਆਂ ਚਰਚਾਵਾਂ ਸਿਰਫ ਉਨ੍ਹਾਂ ਲੋਕਾਂ ਵਿਚ ਹੋ ਸਕਦੀਆਂ ਹਨ, ਜਿਹੜੇ ਸੱਚਮੁੱਚ ਕ੍ਰਿਸ਼ਨ ਭਾਵਨਾ ਅੰਮ੍ਰਿਤ ਦੇ ਚਾਹਵਾਨ ਹੋਣ। ਅਜਿਹੀਆਂ ਚਰਚਾਵਾਂ ਵਿਚ ਹੋਰ ਲੋਕ ਹਿੱਸਾ ਨਹੀਂ ਲੈ ਸਕਦੇ। ਭਗਵਾਨ ਅਰਜੁਨ ਨੂੰ ਸਪਸ਼ਟ ਸ਼ਬਦਾਂ ਵਿਚ ਕਹਿੰਦੇ ਹਨ, ਕਿ ਤੁਸੀਂ ਮੈਨੂੰ ਬਹੁਤ ਪਿਆਰੇ ਹੋ, ਇਸ ਲਈ ਤੁਹਾਡੇ ਫਾਇਦੇ ਲਈ ਅਜਿਹੀਆਂ ਗੱਲਾਂ ਕਰ ਰਿਹਾ ਹਾਂ।

न मे विदुः सुरगणाः प्रभवं न महर्षयः ।
अहमादिर्हि देवानां महर्षीणां च सर्वशः ॥ २॥

ਨ ਮੇ ਵਿਦੁਹ੍ ਸੁਰ-ਗਣਾਹ੍ ਪ੍ਰਭਵਮ੍ ਨ ਮਹਰ੍ਸ਼ਯਹ੍ ।
ਅਹਮ੍ ਆਦਿਰ੍ ਹਿ ਦੇਵਾਨਾਮ੍ ਮਹਰ੍ਸ਼ੀਣਾਮ੍ ਚ ਸਰ੍ਵਸ਼ਹ੍ ॥ 2 ॥

ਨ-ਕਦੀ ਨਹੀਂ ; **ਮੇ**-ਮੇਰੇ ਵਿਚ ; **ਵਿਦੁਹ੍**-ਜਾਣਦੇ ਹਨ ; **ਸੁਰ ਗਣਾਹ੍**-ਦੇਵਤਾ ; **ਪ੍ਰਭਵਮ੍** -ਉਤਪੱਤੀ ਜਾਂ ਏਸ਼ਵਰਿਆਂ ਨੂੰ ; **ਨ**-ਕਦੀ ਨਹੀਂ ; **ਮਹਾਰ੍ਸ਼ਯਹ੍**-ਵੱਡੇ ਵੱਡੇ ਰਿਸ਼ੀ ; **ਅਹਮ੍**-ਮੈ ਹਾਂ ; **ਆਦਿਰ੍**-ਉਤਪੱਤੀ ; **ਹਿ**-ਨਿਸ਼ਚੇ ਹੀ ; **ਦੇਵਾਨਾਮ੍**-ਦੇਵਤਾਵਾਂ ਦਾ ; **ਮਹਾਰਿਸ਼ੀਣਾਮ੍**-ਮਹਾਰਿਸ਼ੀਆਂ ਦਾ ; **ਚ**-ਵੀ ; **ਸਰ੍ਵਸ਼ਹ੍**-ਹਰ ਤਰ੍ਹਾਂ ਨਾਲ।

ਅਨੁਵਾਦ

ਨਾ ਤਾਂ ਦੇਵਤਾ ਲੋਕ ਮੇਰੇ ਵੈਭਵ ਨੂੰ ਜਾਣਦੇ ਹਨ, ਅਤੇ ਨਾ ਹੀ ਮਹਾਰਿਸ਼ੀ ਲੋਕ ਹੀ ਮੇਰੀ ਉਤਪਤੀ ਬਾਰੇ ਜਾਣਦੇ ਹਨ, ਕਿਉਂਕਿ ਮੈਂ ਹਰ ਤਰ੍ਹਾਂ ਨਾਲ ਦੇਵਤਿਆਂ ਅਤੇ ਮਹਾਰਿਸ਼ੀਆਂ ਦਾ ਕਾਰਨ ਸਰੂਪ (ਸਰੋਤ) ਹਾਂ।

ਭਾਵ

ਜਿਵੇਂ ਕਿ ਬ੍ਰਹਮ ਸੰਹਿਤਾ ਵਿਚ ਕਿਹਾ ਗਿਆ ਹੈ, ਭਗਵਾਨ ਕ੍ਰਿਸ਼ਨ ਹੀ ਪਰਮੇਸ਼ਵਰ ਹਨ। ਉਨ੍ਹਾਂ ਤੋਂ ਵਧਕੇ ਕੋਈ ਨਹੀਂ ਹੈ, ਉਹ ਸਾਰੇ ਕਾਰਨਾਂ ਦੇ ਕਾਰਨ ਹਨ। ਇਥੇ ਭਗਵਾਨ ਖ਼ੁਦ ਕਹਿੰਦੇ ਹਨ

ਕਿ ਉਹ ਸਾਰੇ ਦੇਵਤਿਆਂ ਅਤੇ ਰਿਸ਼ੀਆਂ ਦੇ ਸ੍ਰੋਤ ਹਨ। ਦੇਵਤਾ ਅਤੇ ਮਹਾਰਿਸ਼ੀ ਤਕ ਕ੍ਰਿਸ਼ਨ ਨੂੰ ਨਹੀਂ ਸਮਝ ਸਕਦੇ, ਨਾ ਹੀ ਉਹ ਉਨ੍ਹਾਂ ਦੇ ਨਾਂ ਅਤੇ ਸਰੂਪ ਨੂੰ ਸਮਝ ਸਕਦੇ ਹਨ ਤਾਂ ਇਸ ਛੋਟੇ ਜਿਹੇ ਜਗਤ ਦੇ ਅਖੌਤੀ ਵਿਦਵਾਨਾਂ ਬਾਰੇ ਕੀ ਕਿਹਾ ਜਾ ਸਕਦਾ ਹੈ ? ਕੋਈ ਨਹੀਂ ਜਾਣਦਾ ਕਿ ਪਰਮੇਸ਼ਵਰ ਕਿਉਂ ਮਨੁੱਖ ਰੂਪ ਵਿਚ ਇਸ ਧਰਤੀ ਤੇ ਆਉਂਦੇ ਹਨ ਅਤੇ ਅਜਿਹੇ ਹੈਰਾਨੀ ਭਰੇ ਅਸਧਾਰਨ ਕੰਮ ਕਾਰਜ ਕਰਦੇ ਹਨ। ਇਹ ਸਮਝ ਲੈਣਾ ਚਾਹੀਦਾ ਹੈ ਕਿ ਕ੍ਰਿਸ਼ਨ ਨੂੰ ਜਾਣਨ ਲਈ ਵਿਦਵਤਾ, ਕਾਬਲਿਅਤ ਨਹੀਂ ਹੈ। ਵੱਡੇ-ਵੱਡੇ ਦੇਵਤਾਵਾਂ ਅਤੇ ਰਿਸ਼ੀਆਂ ਨੇ ਮਾਨਸਿਕ ਚਿੰਤਨ ਰਾਹੀਂ ਕ੍ਰਿਸ਼ਨ ਨੂੰ ਜਾਣਨ ਦਾ ਯਤਨ ਕੀਤਾ, ਪਰ ਜਾਣ ਨਹੀਂ ਸਕੇ। ਸ਼੍ਰੀਮਦ ਭਾਗਵਤਮ ਵਿਚ ਵੀ ਸਪਸ਼ਟ ਕਿਹਾ ਗਿਆ ਹੈ ਕਿ ਵੱਡੇ ਤੋਂ ਵੱਡੇ ਦੇਵਤਾ ਵੀ ਭਗਵਾਨ ਨੂੰ ਨਹੀਂ ਜਾਣ ਸਕਦੇ। ਜਿੱਥੋਂ ਤਕ ਉਨ੍ਹਾਂ ਦੀਆਂ ਅਧੂਰੀਆਂ ਇੰਦਰੀਆਂ ਅਪੜ੍ਹਦੀਆਂ ਹਨ, ਉਥੋਂ ਤਕ ਉਹ ਸੋਚ ਸਕਦੇ ਹਨ ਅਤੇ ਨਿਰਗੁਣਵਾਦ ਦੇ ਉਲਟ ਨਤੀਜੇ ਨੂੰ ਪ੍ਰਾਪਤ ਹੁੰਦੇ ਹਨ, ਜਿਹੜਾ ਪ੍ਰਕ੍ਰਿਤੀ ਦੇ ਤਿੰਨਾਂ ਗੁਣਾਂ ਰਾਹੀਂ ਸਪਸ਼ਟ ਨਹੀਂ ਹੁੰਦਾ ਜਾਂ ਫਿਰ ਉਹ ਮਨੋ-ਚਿੰਤਨ ਰਾਹੀਂ ਕੁਝ ਕਲਪਨਾ ਕਰਦੇ ਹਨ, ਪਰ ਇਸ ਤਰ੍ਹਾਂ ਦੇ ਮੂਰਖਤਾ ਪੂਰਨ ਚਿੰਤਨ ਨਾਲ ਕ੍ਰਿਸ਼ਨ ਨੂੰ ਨਹੀਂ ਸਮਝਿਆ ਜਾ ਸਕਦਾ।

ਇਥੇ ਭਗਵਾਨ ਅਪ੍ਰਤੱਖ ਰੂਪ ਵਿਚ ਇਹ ਕਹਿੰਦੇ ਹਨ ਕਿ ਜੇ ਕੋਈ ਪਰਮ ਸਤਿ ਨੂੰ ਜਾਣਨਾ ਚਾਹੁੰਦਾ ਹੈ ਤਾਂ "ਲਓ, ਮੈਂ ਭਗਵਾਨ ਰੂਪ ਵਿਚ ਇਥੇ ਹਾਂ ਮੈਂ ਪਰਮ ਭਗਵਾਨ ਹਾਂ।" ਮਨੁੱਖ ਨੂੰ ਚਾਹੀਦਾ ਹੈ, ਕਿ ਇਸ ਨੂੰ ਸਮਝੇ ਹਾਲਾਂਕਿ ਅਚਿੰਤਨੀ ਰੱਬ ਨੂੰ ਪ੍ਰਤੱਖ ਰੂਪ ਵਿਚ ਕੋਈ ਨਹੀਂ ਜਾਣ ਸਕਦਾ ਤਾਂ ਵੀ ਉਹ ਹਾਜ਼ਰ-ਨਾਜ਼ਰ ਰਹਿੰਦੇ ਹਨ। ਅਸਲ ਵਿਚ ਅਸੀਂ ਸਚਿੱਦਾਨੰਦ ਸਰੂਪ ਕ੍ਰਿਸ਼ਨ ਨੂੰ ਤਾਂ ਹੀ ਸਮਝ ਸਕਦੇ ਹਾਂ, ਜਦੋਂ ਭਗਵਤ ਗੀਤਾ ਅਤੇ ਸ਼੍ਰੀਮਦ ਭਾਗਵਤਮ੍ ਵਿਚ ਉਨ੍ਹਾਂ ਦੇ ਵਾਕਾਂ ਨੂੰ ਪੜ੍ਹੀਏ। ਜਿਹੜੇ ਭਗਵਾਨ ਦੀ ਅਪਰਾ (ਗੌਣ) ਸ਼ਕਤੀ ਦੇ ਅਧੀਨ ਹਨ, ਉਨ੍ਹਾਂ ਨੂੰ ਈਸ਼ਵਰ ਦਾ ਅਨੁਭਵ ਕਿਸੇ ਸ਼ਾਸਨ ਕਰਨ ਵਾਲੀ ਸ਼ਕਤੀ ਜਾਂ ਬ੍ਰਹਮ ਰੂਪ ਵਿਚ ਹੁੰਦਾ ਹੈ, ਪਰ ਪਰਮ ਭਗਵਾਨ ਨੂੰ ਜਾਣਨ ਲਈ ਅਲੌਕਿਕ ਸਥਿਤੀ ਵਿਚ ਸਥਿਤ ਹੋਣਾ ਜ਼ਰੂਰੀ ਹੈ।

ਕਿਉਂਕਿ ਜ਼ਿਆਦਾਤਰ ਲੋਕ ਕ੍ਰਿਸ਼ਨ ਨੂੰ ਉਨ੍ਹਾਂ ਦੇ ਅਸਲ ਰੂਪ ਵਿਚ ਨਹੀਂ ਸਮਝ ਸਕਦੇ, ਇਸ ਲਈ ਉਹ ਆਪਣੀ ਅਕਾਰਨ ਕਿਰਪਾ ਨਾਲ ਅਜਿਹੇ ਚਿੰਤਕਾਂ ਤੇ ਦਇਆ ਵਿਖਾਉਣ ਲਈ ਅਵਤਾਰ ਲੈਂਦੇ ਹਨ। ਇਹ ਚਿੰਤਕ, ਭਗਵਾਨ ਦੇ ਅਸਧਾਰਨ ਕੰਮ ਕਾਰਜਾਂ ਦੇ ਬਾਵਜੂਦ ਵੀ ਭੌਤਿਕ ਸ਼ਕਤੀ (ਮਾਇਆ) ਮਲੀਨਤਾਵਾਂ ਨਾਲ ਭਰੇ ਹੋਣ ਕਾਰਨ, ਨਿਰਗੁਣ ਬ੍ਰਹਮ ਨੂੰ ਹੀ ਸਰਵੋਤਮ ਮੰਨਦੇ ਹਨ। ਸਿਰਫ਼ ਭਗਤ ਲੋਕ ਹੀ ਜਿਹੜੇ ਭਗਵਾਨ ਦੀ ਪੂਰੀ ਤਰ੍ਹਾਂ ਸ਼ਰਨ ਲੈ ਚੁੱਕੇ ਹਨ, ਭਗਵਾਨ ਦੀ ਕਿਰਪਾ ਸਦਕਾ ਸਮਝ ਸਕਦੇ ਹਨ, ਕਿ ਕ੍ਰਿਸ਼ਨ ਹੀ ਸਰਵੋਤਮ ਹਨ। ਭਗਵਾਨ ਦੇ ਭਗਤ ਨਿਰਾਕਾਰ ਬ੍ਰਹਮ ਦੀ ਧਾਰਨਾ ਦੀ ਪਰਵਾਹ ਨਹੀਂ ਕਰਦੇ। ਉਹ ਆਪਣੀ ਸ਼ਰਧਾ ਅਤੇ ਭਗਤੀ ਕਾਰਨ ਪਰਮੇਸ਼ਵਰ ਦੀ ਸ਼ਰਨ ਲੈਂਦੇ ਹਨ ਅਤੇ ਕ੍ਰਿਸ਼ਨ ਦੀ ਅਕਾਰਨ ਕਿਰਪਾ ਨਾਲ ਹੀ ਉਨ੍ਹਾਂ ਨੂੰ ਸਮਝ ਸਕਦੇ ਹਨ। ਹੋਰ ਕੋਈ ਉਨ੍ਹਾਂ ਨੂੰ ਨਹੀਂ ਸਮਝ ਸਕਦਾ। ਇਸ ਲਈ ਵੱਡੇ ਤੋਂ ਵੱਡੇ ਰਿਸ਼ੀ ਵੀ ਇਹ ਮੰਨਦੇ ਹਨ ਕਿ ਆਤਮਾ ਜਾਂ ਪਰਮਾਤਮਾ ਤਾਂ ਉਹ ਹੈ, ਜਿਸਦੀ ਅਸੀਂ ਪੂਜਾ ਕਰਦੇ ਹਾਂ।

यो मामजमनादिं च वेत्ति लोकमहेश्वरम् ।
असम्मूढः स मर्त्येषु सर्वपापैः प्रमुच्यते ॥ ३॥

ਯੋ ਮਾਮ੍ ਅਜਮ੍ ਅਨਾਦਿਮ੍ ਚ ਵੇਤਿੱ ਲੋਕ ਮਹੇਸ਼੍ਵਰਮ੍ ।
ਅਸਮ੍ਮੂਢਹ੍ ਸ ਮਰ੍ਤਯੇਸ਼ੁ ਸਰ੍ਵ ਪਾਪੈਹ੍ ਪ੍ਰਮੁਚ੍ਯਤੇ ॥ 3 ॥

ਯਹ੍-ਜਿਹੜਾ ਕੋਈ ; **ਮਾਮ੍**-ਮੈਨੂੰ ; **ਅਜਮ੍**-ਅਜਨਮਾ (ਜਨਮ ਰਹਿਤ) ; **ਅਨਾਦਿਮ੍**-ਆਦਿ ਰਹਿਤ ; **ਚ**-ਵੀ ; **ਵੇਤਿੱ**-ਜਾਣਦਾ ਹੈ ; **ਲੋਕ**-ਲੋਕਾਂ ਦਾ ; **ਮਹਾਈਸ਼੍ਵਰਮ੍**- ਪਰਮ ਸਵਾਮੀ; **ਅਸਮ੍ਮੂਢਹ੍**-ਮੋਹ ਰਹਿਤ ; **ਸਹ੍**-ਉਹ ; **ਮਰ੍ਤ੍ਯੇਸ਼ੁ**-ਮਰਨਸ਼ੀਲ ਲੋਕਾਂ ਵਿਚ ; **ਸਰ੍ਵ-ਪਾਪੈਹ੍**-ਸਾਰੇ ਪਾਪ ਕਰਮਾਂ ਨਾਲ ; **ਪ੍ਰਮੁਚ੍ਯਤੇ**-ਮੁਕਤ ਹੋ ਜਾਂਦਾ ਹੈ ।

ਅਨੁਵਾਦ

ਜਿਹੜਾ ਮੈਨੂੰ ਅਜਨਮਾ, ਅਨਾਦਿ, ਸਾਰੇ ਲੋਕਾਂ ਦੇ ਸਵਾਮੀ ਦੇ ਰੂਪ ਵਿਚ ਜਾਣਦਾ ਹੈ, ਮਨੁੱਖਾਂ ਵਿਚੋਂ ਸਿਰਫ਼ ਉਹੀ ਮੋਹ ਰਹਿਤ ਅਤੇ ਸਾਰੇ ਪਾਪਾਂ ਤੋਂ ਮੁਕਤ ਹੁੰਦਾ ਹੈ ।

ਭਾਵ

ਜਿਵੇਂ ਕਿ ਸੱਤਵੇਂ ਅਧਿਆਇ ਵਿਚ (7-3) ਕਿਹਾ ਗਿਆ ਹੈ - ***ਮਨੁਸ਼੍ਯਾਣਾਮ੍ ਸਹਸ੍ਰੇਸ਼ੁ ਕਸ਼੍ਚਿਦ੍ ਯਤਤਿ ਸਿਦ੍ਧਯੇ*** । ਜਿਹੜੇ ਲੋਕ ਆਤਮ-ਪ੍ਰਤੱਖੀਕਰਨ ਦੀ ਪਦਵੀ ਤਕ ਉਠਣ ਲਈ ਯਤਨਸ਼ੀਲ ਹੁੰਦੇ ਹਨ, ਉਹ ਆਮ ਮਨੁੱਖ ਨਹੀਂ ਹਨ, ਉਹ ਉਨ੍ਹਾਂ ਕਰੋੜਾਂ ਆਮ ਆਦਮੀਆਂ ਨਾਲੋਂ ਸ੍ਰੇਸ਼ਠ (ਉੱਤਮ) ਹਨ, ਜਿਨ੍ਹਾਂ ਨੂੰ ਆਤਮ-ਪ੍ਰਤੱਖੀਕਰਨ ਦਾ ਗਿਆਨ ਨਹੀਂ ਹੁੰਦਾ । ਪਰ ਜਿਹੜੇ ਅਸਲ ਵਿਚ ਆਪਣੀ ਅਧਿਆਤਮਕ ਸਥਿਤੀ ਨੂੰ ਸਮਝਣ ਲਈ ਯਤਨਸ਼ੀਲ ਹੁੰਦੇ ਹਨ, ਉਨ੍ਹਾਂ ਵਿਚ ਉੱਤਮ ਉਹੀ ਹੈ, ਜਿਹੜਾ ਇਹ ਜਾਣ ਲੈਂਦਾ ਹੈ ਕਿ ਕ੍ਰਿਸ਼ਨ ਹੀ ਭਗਵਾਨ, ਹਰ ਚੀਜ਼ ਦੇ ਮਾਲਕ ਅਤੇ ਅਜਨਮਾ ਹਨ । ਜਦੋਂ ਉਹ ਕ੍ਰਿਸ਼ਨ ਦੀ ਪਰਮ ਸਥਿਤੀ ਨੂੰ ਪੂਰੀ ਤਰ੍ਹਾਂ ਸਮਝ ਲੈਂਦਾ ਹੈ ਉਸੇ ਹਾਲਤ ਵਿਚ ਉਹ ਸਾਰੇ ਪਾਪ ਕਰਮਾਂ ਦੀਆਂ ਪ੍ਰਤੀਕਿਰਿਆਵਾਂ ਤੋਂ ਮੁਕਤ ਹੋ ਸਕਦਾ ਹੈ ।

ਇਥੇ ਭਗਵਾਨ ਨੂੰ ***ਅਜ*** ਭਾਵ ਅਜਨਮਾ ਕਿਹਾ ਗਿਆ ਹੈ, ਪਰ ਉਹ ਦੂਜੇ ਅਧਿਆਇ ਵਿਚ ਵਰਣਿਤ ਉਨ੍ਹਾਂ ਜੀਵਾਂ ਤੋਂ ਵੱਖਰੇ ਹਨ ਜਿਨ੍ਹਾਂ ਨੂੰ ***ਅਜ*** ਕਿਹਾ ਗਿਆ ਹੈ । ਭਗਵਾਨ ਜੀਵਾਂ ਤੋਂ ਵੱਖਰੇ ਹਨ, ਕਿਉਂਕਿ ਜੀਵ ਭੌਤਿਕ ਆਕਰਸ਼ਨ ਕਰਕੇ ਜਨਮ ਲੈਂਦੇ ਅਤੇ ਮਰਦੇ ਰਹਿੰਦੇ ਹਨ । ਬੱਧਜੀਵ ਆਪਣਾ ਸ਼ਰੀਰ ਬਦਲਦੇ ਰਹਿੰਦੇ ਹਨ ਪਰ ਭਗਵਾਨ ਦਾ ਸ਼ਰੀਰ ਪਰਿਵਰਤਨਸ਼ੀਲ ਨਹੀਂ ਹੈ । ਇੱਥੋਂ ਤਕ ਕਿ ਜਦੋਂ ਉਹ ਇਸ ਲੋਕ ਵਿਚ ਆਉਂਦੇ ਹਨ ਤਾਂ ਵੀ ਉਹ ਉਸੇ ਅਜਨਮਾ ਰੂਪ ਵਿਚ ਆਉਂਦੇ ਹਨ । ਇਸੇ ਲਈ ਚੌਥੇ ਅਧਿਆਇ ਵਿਚ ਕਿਹਾ ਗਿਆ ਹੈ, ਕਿ ਭਗਵਾਨ ਆਪਣੀ ਅੰਤਰੰਗ ਸ਼ਕਤੀ ਕਾਰਨ ਅਪਰਾ ਸ਼ਕਤੀ ਮਾਇਆ ਦੇ ਅਧੀਨ ਨਹੀਂ ਹਨ, ਸਗੋਂ ਪਰਾ ਸ਼ਕਤੀ ਵਿਚ ਰਹਿੰਦੇ ਹਨ ।

ਇਸ ਸ਼ਲੋਕ ਦੇ ***ਵੇਤੱਿ ਲੋਕ ਮਹੇਸ਼੍ਵਰਮ੍*** ਸ਼ਬਦਾਂ ਤੋਂ ਸੂਚਿਤ ਹੁੰਦਾ ਹੈ ਕਿ ਮਨੁੱਖ ਨੂੰ ਇਹ ਜਾਣਨਾ ਚਾਹੀਦਾ ਹੈ ਕਿ ਭਗਵਾਨ ਕ੍ਰਿਸ਼ਨ ਇਸ ਬ੍ਰਹਿਮੰਡ ਦੇ ਸਾਰੇ ਲੋਕਾਂ ਦੇ ਸਵਾਮੀ ਹਨ। ਉਹ ਸ੍ਰਿਸ਼ਟੀ ਤੋਂ ਪਹਿਲੇ ਵੀ ਸਨ ਅਤੇ ਆਪਣੀ ਸ੍ਰਿਸ਼ਟੀ ਤੋਂ ਵੱਖਰੇ ਹਨ। ਸਾਰੇ ਦੇਵਤਾ ਇਸ ਭੌਤਿਕ ਸੰਸਾਰ ਵਿਚ ਪੈਦਾ ਹੋਏ, ਪਰ ਕ੍ਰਿਸ਼ਨ ਅਜਨਮਾ ਹਨ, ਸਿੱਟੇ ਵੱਜੋਂ ਉਹ ਬ੍ਰਹਮਾ ਅਤੇ ਸ਼ਿਵ ਜੀ ਵਰਗੇ ਵੱਡੇ-ਵੱਡੇ ਦੇਵਤਿਆਂ ਤੋਂ ਵੀ ਵੱਖਰੇ ਹਨ ਅਤੇ ਉਹ ਬ੍ਰਹਮਾ, ਸ਼ਿਵ ਅਤੇ ਹੋਰ ਸਾਰੇ ਦੇਵਤਿਆਂ ਦੇ ਸਿਰਜਣਹਾਰ ਹਨ, ਇਸ ਲਈ ਉਹ ਸਾਰੇ ਲੋਕਾਂ ਦੇ ਪਰਮ ਪੁਰਖ਼ ਹਨ।

ਇਸ ਲਈ ਕ੍ਰਿਸ਼ਨ ਉਹ ਹਰ ਚੀਜ਼ ਤੋਂ ਵੱਖਰੇ ਹਨ ਜਿਸਦੀ ਰਚਨਾ ਹੋਈ ਹੈ ਅਤੇ ਜਿਹੜਾ ਉਨ੍ਹਾਂ ਨੂੰ ਇਸ ਰੂਪ ਵਿਚ ਜਾਣ ਲੈਂਦਾ ਹੈ, ਉਹ ਤੁਰੰਤ ਹੀ ਸਾਰੇ ਕਰਮ ਫਲਾਂ ਤੋਂ ਮੁਕਤ ਹੋ ਜਾਂਦਾ ਹੈ। ਪਰਮੇਸ਼ਵਰ ਦਾ ਗਿਆਨ ਪ੍ਰਾਪਤ ਕਰਨ ਲਈ ਮਨੁੱਖ ਨੂੰ ਸਾਰੇ ਪਾਪ ਕਰਮਾਂ ਤੋਂ ਮੁਕਤ ਹੋਣਾ ਚਾਹੀਦਾ ਹੈ। ਜਿਵੇਂ ਕਿ ਭਗਵਤ ਗੀਤਾ ਵਿਚ ਕਿਹਾ ਗਿਆ ਹੈ ਕਿ ਉਨ੍ਹਾਂ ਨੂੰ ਸਿਰਫ ਭਗਤੀ ਰਾਹੀਂ ਜਾਣਿਆ ਜਾ ਸਕਦਾ ਹੈ, ਕਿਸੇ ਹੋਰ ਸਾਧਨ ਨਾਲ ਨਹੀਂ।

ਮਨੁੱਖ ਨੂੰ ਚਾਹੀਦਾ ਹੈ ਕਿ ਕ੍ਰਿਸ਼ਨ ਨੂੰ ਆਮ ਮਨੁੱਖ ਨਾ ਸਮਝੇ। ਜਿਵੇਂ ਪਹਿਲੋਂ ਕਿਹਾ ਜਾ ਚੁੱਕਾ ਹੈ, ਸਿਰਫ ਮੂਰਖ ਵਿਅਕਤੀ ਹੀ ਉਨ੍ਹਾਂ ਨੂੰ ਮਨੁੱਖ ਮੰਨਦਾ ਹੈ। ਇਸਨੂੰ ਇਥੇ ਵੱਖਰੀ ਤਰ੍ਹਾਂ ਕਿਹਾ ਗਿਆ ਹੈ। ਜਿਹੜਾ ਵਿਅਕਤੀ ਮੂਰਖ ਨਹੀਂ ਹੈ, ਜਿਹੜਾ ਭਗਵਾਨ ਦੇ ਸਰੂਪ ਨੂੰ ਠੀਕ ਤਰ੍ਹਾਂ ਨਾਲ ਸਮਝ ਸਕਦਾ ਹੈ, ਉਹ ਸਾਰੇ ਪਾਪ ਕਰਮਾਂ ਤੋਂ ਮੁਕਤ ਹੈ।

ਜੇਕਰ ਕ੍ਰਿਸ਼ਨ ਦੇਵਕੀ ਦੇ ਪੁੱਤਰ ਦੇ ਰੂਪ ਵਿਚ ਪ੍ਰਸਿੱਧ ਹਨ ਤਾਂ ਉਹ ਫਿਰ ਅਜਨਮਾ ਕਿਵੇਂ ਹੋ ਸਕਦੇ ਹਨ ? ਇਸ ਦੀ ਵਿਆਖਿਆ ਸ਼੍ਰੀਮਦ ਭਾਗਵਤਮ੍ ਵਿਚ ਵੀ ਕੀਤੀ ਗਈ ਹੈ - ਜਦੋਂ ਉਹ ਦੇਵਕੀ ਅਤੇ ਵਾਸੁਦੇਵ ਦੇ ਸਾਹਮਣੇ ਪ੍ਰਗਟ ਹੋਏ ਤਾਂ ਉਹ ਆਮ ਬੱਚੇ ਵਾਂਗ ਨਹੀਂ ਜਨਮੇ। ਉਹ ਆਪਣੇ ਆਦਿ ਰੂਪ ਵਿਚ ਪ੍ਰਗਟ ਹੋਏ ਅਤੇ ਫਿਰ ਇੱਕ ਆਮ ਬੱਚੇ ਵਿਚ ਬਦਲ ਗਏ।

ਕ੍ਰਿਸ਼ਨ ਦੀ ਪ੍ਰਧਾਨਗੀ ਹੇਠ ਜੋ ਵੀ ਕਰਮ ਕੀਤਾ ਜਾਂਦਾ ਹੈ, ਉਹ ਅਲੌਕਿਕ ਹੈ। ਉਹ ਸ਼ੁਭ ਜਾਂ ਅਸ਼ੁਭ ਫਲਾਂ ਨਾਲ ਦੂਸ਼ਿਤ ਨਹੀਂ ਹੁੰਦਾ। ਇਸ ਸੰਸਾਰ ਵਿਚ ਸ਼ੁਭ ਜਾਂ ਅਸ਼ੁਭ ਚੀਜ਼ਾਂ ਦਾ ਗਿਆਨ ਜਿਆਦਾ ਜਾਂ ਘਟ ਮਨਘੜੰਤ ਹੈ, ਕਿਉਂਕਿ ਇਸ ਭੌਤਿਕ ਸੰਸਾਰ ਵਿਚ ਕੁਝ ਵੀ ਸ਼ੁਭ ਨਹੀਂ ਹੈ। ਹਰ ਚੀਜ਼ ਅਸ਼ੁੱਭ ਹੈ, ਕਿਉਂਕਿ ਇਹ ਭੌਤਿਕ ਪ੍ਰਕ੍ਰਿਤੀ ਖ਼ੁਦ ਹੀ ਅਸ਼ੁੱਭ ਹੈ। ਅਸੀਂ ਇਸਨੂੰ ਸਿਰਫ ਸ਼ੁਭ ਮੰਨਣ ਦੀ ਕਲਪਨਾ ਕਰਦੇ ਹਾਂ। ਅਸਲ ਸ਼ੁਭ ਤਾਂ ਪੂਰਨ ਭਗਤੀ ਅਤੇ ਸੇਵਾ ਭਾਵ ਨਾਲ ਯੁਕਤ ਕ੍ਰਿਸ਼ਨ ਭਾਵਨਾ ਤੇ ਹੀ ਨਿਰਭਰ ਕਰਦਾ ਹੈ। ਇਸ ਲਈ ਜੇ ਅਸੀਂ ਰਤਾ ਵੀ ਚਾਹੁੰਦੇ ਹਾਂ ਕਿ ਸਾਡੇ ਕੰਮ ਸ਼ੁਭ ਹੋਣ ਤਾਂ ਸਾਨੂੰ ਪਰਮੇਸ਼ਵਰ ਦੇ ਨਿਰਦੇਸ਼ (ਆਗਿਆ) ਨਾਲ ਕਰਮ ਕਰਨਾ ਹੋਵੇਗਾ। ਅਜਿਹੇ ਨਿਰਦੇਸ਼ (ਆਗਿਆ) ਦੀ ਸ਼੍ਰੀਮਦ ਭਾਗਵਤਮ੍ ਅਤੇ ਭਗਵਤ ਗੀਤਾ ਵਰਗੇ ਸ਼ਾਸ਼ਤਰਾਂ ਤੋਂ ਜਾਂ ਪ੍ਰਮਾਣਿਤ ਗੁਰੂ ਤੋਂ ਪ੍ਰਾਪਤੀ ਕੀਤੀ ਜਾ ਸਕਦੀ ਹੈ। ਕਿਉਂਕਿ ਗੁਰੂ ਭਗਵਾਨ ਦਾ ਪ੍ਰਤੀਨਿੱਧੀ ਹੁੰਦਾ ਹੈ। ਇਸ ਲਈ ਉਸ ਦਾ ਨਿਰਦੇਸ਼ ਪ੍ਰਤੱਖ ਰੂਪ ਵਿਚ ਪਰਮੇਸ਼ਵਰ ਦਾ ਨਿਰਦੇਸ਼ ਹੁੰਦਾ ਹੈ। ਗੁਰੂ, ਸ਼ਾਸ਼ਤਰ ਅਤੇ ਸਾਧੂ ਇੱਕ ਹੀ ਦਿਸ਼ਾ ਵੱਲ ਨਿਰਦੇਸ਼ ਦਿੰਦੇ ਹਨ। ਇਨ੍ਹਾਂ ਤਿੰਨਾਂ

ਸਰੋਤਾਂ ਵਿਚ ਕੋਈ ਵਿਰੋਧ ਨਹੀਂ ਹੁੰਦਾ। ਇੰਝ ਕੀਤੇ ਗਏ ਸਾਰੇ ਕਾਰਜ਼ ਇਸ ਭੌਤਿਕ ਸੰਸਾਰ ਦੇ ਸ਼ੁਭ ਅਸ਼ੁਭ ਕਰਮ ਫਲਾਂ ਤੋਂ ਮੁਕਤ ਹੁੰਦੇ ਹਨ। ਕਰਮ ਕਰਦੇ ਹੋਏ ਭਗਤ ਦੀ ਅਲੌਕਿਕ ਮਨ ਦੀ ਬਿਰਤੀ ਵੈਰਾਗ ਭਰੀ ਹੁੰਦੀ ਹੈ, ਜਿਸ ਨੂੰ ਸੰਨਿਆਸ ਕਹਿੰਦੇ ਹਨ। ਜਿਵੇਂ ਕਿ ਭਗਵਤ ਗੀਤਾ ਦੇ ਛੇਵੇਂ ਅਧਿਆਇ ਦੇ ਪਹਿਲੇ ਸ਼ਲੋਕ ਵਿਚ ਕਿਹਾ ਗਿਆ ਹੈ ਕਿ, ਜਿਹੜਾ ਭਗਵਾਨ ਦਾ ਹੁਕਮ ਮੰਨਕੇ ਕੋਈ ਕਰਮ ਕਰਦਾ ਹੈ ਅਤੇ ਜਿਹੜਾ ਆਪਣੇ ਕਰਮ ਫਲਾਂ ਦੀ ਸ਼ਰਨ ਨਹੀਂ ਲੈਂਦਾ (ਅਨਾਸ਼੍ਰਿਤਹ੍ ਕਰਮ ਫਲਮ੍) ਉਹੀ ਅਸਲ ਸੰਨਿਆਸੀ ਹੈ। ਜਿਹੜਾ ਭਗਵਾਨ ਦੇ ਨਿਰਦੇਸ਼ਾਂ ਮੁਤਾਬਿਕ ਕਰਮ ਕਰਦਾ ਹੈ, ਅਸਲ ਵਿਚ ਸੰਨਿਆਸੀ ਅਤੇ ਯੋਗੀ ਉਹੀ ਹੈ, ਸਿਰਫ ਸੰਨਿਆਸੀ ਬਨਾਉਟੀ ਯੋਗੀ ਦੇ ਵੇਸ਼ ਵਿਚ ਰਹਿਣ ਵਾਲਾ ਮਨੁੱਖ ਨਹੀਂ।

बुद्धिर्ज्ञानमसम्मोहः क्षमा सत्यं दमः शमः ।
सुखं दुःखं भवोऽभावो भयं चाभयमेव च ॥ ४॥
अहिंसा समता तुष्टिस्तपो दानं यशोऽयशः ।
भवन्ति भावा भूतानां मत्त एव पृथग्विधाः ॥ ५॥

ਬੁਦ੍ਧਿਰ੍ ਗ੍ਯਾਨਮ੍ ਅਸਮ੍ਮੋਹ੍ਹ੍ ਕ੍ਸ਼ਮਾ ਸਤ੍ਯਮ੍ ਦਮਹ੍ ਸ਼ਮਹ੍ ।
ਸੁਖਮ੍ ਦੁਹ੍ਖਮ੍ ਭਵੋ'ਭਾਵੋ ਭਯਮ੍ ਚਾਭਯਮ੍ ਏਵ ਚ ॥ 4 ॥

ਅਹਿੰਸਾ ਸਮਤਾ ਤੁਸ਼੍ਟਿਸ੍ ਤਪੋ ਦਾਨਮ੍ ਯਸ਼ੋ 'ਯਸ਼ਹ੍ ।
ਭਵੰਤਿ ਭਾਵਾ ਭੂਤਾਨਾਮ੍ ਮੱਤ ਏਵ ਪ੍ਰਿਥਗ੍-ਵਿਧਾਹ੍ ॥ 5 ॥

ਬੁਦ੍ਧਿਹ੍-ਬੁੱਧੀ ; ਗ੍ਯਾਨਮ-ਗਿਆਨ ; ਅਸਮ੍ਮੋਹ੍-ਸ਼ੰਕਾ ਰਹਿਤ ; ਕ੍ਸ਼ਮਾ-ਖਿਮਾ ; ਸਤ੍ਯਮ੍-ਸੱਚ ; ਦਮਹ੍-ਇੰਦਰੀਆਂ ਨੂੰ ਕਾਬੂ ਕਰਨਾ ; ਸ਼ਮਹ੍-ਮਨ ਨੂੰ ਕਾਬੂ ਕਰਨਾ ; ਸੁਖਮ੍-ਸੁੱਖ ; ਦੁਹ੍ਖਮ੍-ਦੁੱਖ ; ਭਵਹ੍-ਜਨਮ ; ਅਭਾਵਹ੍-ਮੌਤ ; ਭਯਮ੍-ਡਰ ; ਚ-ਵੀ ; ਅਭਯਮ੍-ਅਪਯਸ਼ ; ਏਵ-ਵੀ ; ਚ-ਅਤੇ ; ਅਹਿੰਸਾ-ਅਹਿੰਸਾ ; ਸਮਤਾ-ਬਰਾਬਰੀ ਦਾ ਭਾਵ ; ਤੁਸ਼੍ਟਿਹ੍-ਸੰਤੋਖ ; ਤਪਹ੍-ਤਪੱਸਿਆ ; ਦਾਨਮ੍-ਦਾਨ ; ਯਸ਼ਹ੍-ਜੱਸ ; ਅਯਸ਼ਹ੍-ਅਪਯਸ਼ ; ਭਵੰਤਿ-ਹੁੰਦੇ ਹਨ ; ਭਾਵਾਹ੍-ਪ੍ਰਕ੍ਰਿਤਿ (ਸੁਭਾਅ) ; ਭੂਤਾਨਾਮ੍-ਜੀਵਾਂ ਦੀਆਂ ; ਮੱਤਹ੍-ਮੇਰੇ ਤੋਂ ; ਏਵ-ਯਕੀਨਨ ਹੀ; ਪ੍ਰਿਥਕ੍-ਵਿਧਾਹ੍-ਵੱਖੋ ਵੱਖਰੇ ਤਰ੍ਹਾਂ ਨਾਲ ਵਿਵਸਥਿਤ।

ਅਨੁਵਾਦ

ਬੁੱਧੀ, ਗਿਆਨ, ਸ਼ੰਕਾ ਅਤੇ ਮੋਹ ਤੋਂ ਮੁਕਤੀ, ਖ਼ਿਮਾ ਭਾਵ, ਸੱਚ, ਇੰਦਰੀਆਂ ਨੂੰ ਕਾਬੂ ਕਰਨਾ, ਮਨ ਨੂੰ ਕਾਬੂ ਕਰਨਾ, ਸੁਖ ਅਤੇ ਦੁੱਖ, ਜਨਮ, ਮੌਤ, ਡਰ, ਨਿਡਰਤਾ, ਅਹਿੰਸਾ, ਬਰਾਬਰੀ, ਸੰਤੋਖ, ਤਪ, ਦਾਨ, ਯਸ਼ ਅਤੇ ਅਪਯਸ਼ - ਜੀਵਾਂ ਦੇ ਇਹ ਵੱਖੋ-ਵੱਖਰੇ ਗੁਣ ਮੇਰੇ ਹੀ ਰਾਹੀਂ ਪੈਦਾ ਕੀਤੇ ਹੋਏ ਹਨ।

ਭਾਵ

ਜੀਵਾਂ ਦੇ ਚੰਗੇ ਜਾਂ ਬੁਰੇ ਗੁਣ ਕ੍ਰਿਸ਼ਨ ਰਾਹੀਂ ਪੈਦਾ ਕੀਤੇ ਹਨ, ਅਤੇ ਇਥੇ ਉਨ੍ਹਾਂ ਦਾ ਵਰਣਨ ਕੀਤਾ ਗਿਆ ਹੈ ।

ਬੁੱਧੀ ਦਾ ਅਰਥ ਹੈ ਚੀਜ਼ਾਂ ਨੂੰ ਉਨ੍ਹਾਂ ਦੇ ਸਹੀ ਦ੍ਰਿਸ਼ਟੀਕੋਣ ਵਿਚ ਪਰਖਣ ਵਾਲੀ ਸ਼ਕਤੀ ਅਤੇ ਗਿਆਨ ਦਾ ਅਰਥ ਹੈ ਆਤਮਾ ਅਤੇ ਪਦਾਰਥ ਨੂੰ ਸਮਝਣਾ ਹੈ । ਵਿਸ਼ਵ-ਵਿਦਿਆਲੇ ਤੋਂ ਪ੍ਰਾਪਤ ਸਧਾਰਨ ਗਿਆਨ ਸਿਰਫ ਭੌਤਿਕਤਾ ਨਾਲ ਸਬੰਧਿਤ ਹੈ, ਇਸ ਲਈ ਇਥੇ ਇਸ ਨੂੰ ਗਿਆਨ ਨਹੀਂ ਮੰਨਿਆ ਗਿਆ । ਗਿਆਨ ਦਾ ਅਰਥ ਹੈ ਆਤਮਾ ਅਤੇ ਭੌਤਿਕ ਪਦਾਰਥ ਦੇ ਫਰਕ ਨੂੰ ਸਮਝਣਾ । ਆਧੁਨਿਕ ਸਿੱਖਿਆ ਵਿਚ ਆਤਮਾ ਬਾਰੇ ਕੋਈ ਗਿਆਨ ਨਹੀਂ ਦਿੱਤਾ ਜਾਂਦਾ, ਸਿਰਫ ਭੌਤਿਕ ਤੱਤਾਂ ਅਤੇ ਸ਼ਰੀਰਕ ਜ਼ਰੂਰਤਾਂ ਤੇ ਧਿਆਨ ਦਿੱਤਾ ਜਾਂਦਾ ਹੈ । ਸਿੱਟੇ ਵੱਜੋਂ ਵਿਦਿਅਕ ਗਿਆਨ ਪੂਰਾ ਨਹੀਂ ਹੈ ।

ਅਸਮ੍ਮੋਹ੍ ਭਾਵ ਸੰਸ਼ਯ (ਸ਼ੱਕ), ਅਤੇ ਮੋਹ ਤੋਂ ਮੁਕਤੀ ਤਾਂ ਹੀ ਪ੍ਰਾਪਤ ਹੋ ਸਕਦੀ ਹੈ, ਜਦੋਂ ਮਨੁੱਖ ਝਿਜਕਦਾ ਨਹੀਂ ਅਤੇ ਅਲੌਕਿਕ ਦਰਸ਼ਨ ਨੂੰ ਸਮਝਦਾ ਹੈ । ਉਹ ਹੌਲੀ-ਹੌਲੀ, ਪਰ ਯਕੀਨੀ ਤੌਰ ਤੇ ਮੋਹ ਤੋਂ ਮੁਕਤ ਹੋ ਜਾਂਦਾ ਹੈ । ਹਰ ਗੱਲ ਨੂੰ ਚੌਕਸ ਹੋ ਕੇ ਗ੍ਰਹਿਣ ਕਰਨਾ ਚਾਹੀਦਾ ਹੈ, ਅੱਖਾਂ ਮੀਟਕੇ ਕੁਝ ਵੀ ਸਵੀਕਾਰ ਨਹੀਂ ਕਰਨਾ ਚਾਹੀਦਾ । ***ਕ੍ਸ਼ਮਾ***, ਖਿਮਾ ਅਤੇ ਸਹਿਣਸ਼ੀਲਤਾ ਦਾ ਅਭਿਆਸ ਕਰਨਾ ਚਾਹੀਦਾ ਹੈ । ਮਨੁੱਖ ਨੂੰ ਸਹਿਣਸ਼ੀਲ ਹੋਣਾ ਚਾਹੀਦਾ ਹੈ ਅਤੇ ਦੂਜਿਆਂ ਦੇ ਛੋਟੇ-ਮੋਟੇ ਅਪਰਾਧਾਂ ਨੂੰ ਖਿਮਾ ਕਰ ਦੇਣਾ ਚਾਹੀਦਾ ਹੈ । ***ਸਤ੍ਯਮ੍*** ਦਾ ਅਰਥ ਹੈ ਕਿ ਤੱਥਾਂ ਨੂੰ ਸਹੀ ਢੰਗ ਨਾਲ ਹੋਰਨਾਂ ਦੇ ਲਾਭ ਲਈ ਪੇਸ਼ ਕੀਤਾ ਜਾਵੇ । ਤੱਥਾਂ ਨੂੰ ਤੋੜਨਾ-ਮਰੋੜਨਾ ਨਹੀਂ ਚਾਹੀਦਾ । ਸਮਾਜਿਕ ਰੀਤੀ-ਰਿਵਾਜਾਂ ਮੁਤਾਬਿਕ ਕਿਹਾ ਜਾਂਦਾ ਹੈ ਕਿ ਉਹੀ ਸੱਚ ਬੋਲਣਾ ਚਾਹੀਦਾ ਹੈ, ਜਿਸ ਨਾਲ ਦੂਜੇ ਲੋਕ ਸਮਝ ਸਕਣ ਕਿ ਸਚਾਈ ਕੀ ਹੈ । ਜੇ ਕੋਈ ਮਨੁੱਖ ਚੋਰ ਹੈ ਤਾਂ ਇਹ ਸੱਚ ਹੈ । ਹਾਲਾਂਕਿ ਸੱਚ ਕਦੀ-ਕਦੀ ਚੰਗਾ ਨਹੀਂ ਹੁੰਦਾ, ਪਰ ਸੱਚ ਕਹਿਣ ਵਿਚ ਸੰਕੋਚ ਨਹੀਂ ਕਰਨਾ ਚਾਹੀਦਾ । ਸੱਚ ਦੀ ਕੀ ਮੰਗ ਹੈ ਕਿ ਤੱਥਾਂ ਨੂੰ ਉਸੇ ਢੰਗ ਨਾਲ ਲੋਕ ਭਲਾਈ ਲਈ ਪੇਸ਼ ਕੀਤਾ ਜਾਵੇ । ਇਹੋ ਸੱਚ ਦੀ ਪਰਿਭਾਸ਼ਾ ਹੈ ।

ਦਮਹ੍ ਦਾ ਅਰਥ ਹੈ ਕਿ ਇੰਦਰੀਆਂ ਨੂੰ ਵਿਅਰਥ ਦੇ ਵਿਸ਼ਿਆਂ ਦੇ ਭੋਗ ਵਿਚ ਨਾ ਲਗਾਇਆ ਜਾਵੇ । ਇੰਦਰੀਆਂ ਦੀਆਂ ਸਮੁੱਚੀਆਂ ਜ਼ਰੂਰਤਾਂ ਦੀ ਪੂਰਤੀ ਨੂੰ ਨਹੀਂ ਰੋਕਿਆ ਗਿਆ, ਪਰ ਬੇਲੋੜੀਂਦੇ ਇੰਦਰੀਆਂ ਦਾ ਭੋਗ ਅਧਿਆਤਮਕ ਤਰੱਕੀ ਵਿਚ ਰੁਕਾਵਟ ਹੈ । ਸਿੱਟੇ ਵਜੋਂ ਇੰਦਰੀਆਂ ਦੀ ਬੇਲੋੜੀਂਦੀ ਵਰਤੋਂ ਤੇ ਕਾਬੂ ਰਖਣਾ ਚਾਹੀਦਾ ਹੈ । ਇੰਞ ਹੀ ਮਨ ਤੇ ਵੀ ਬੇਲੋੜੀਂਦੇ ਵਿਚਾਰਾਂ ਵਿਰੁੱਧ ਕਾਬੂ ਰਖਣਾ ਚਾਹੀਦਾ ਹੈ । ਇਸਨੂੰ ***ਸ਼ਮ*** ਕਹਿੰਦੇ ਹਨ । ਮਨੁੱਖ ਨੂੰ ਚਾਹੀਦਾ ਹੈ ਕਿ ਧੰਨ ਇਕੱਠਾ ਕਰਨ ਵਿਚ ਹੀ ਵਕਤ ਨਾ ਲਗਾਵੇ । ਇਹ ਚਿੰਤਨ, ਸ਼ਕਤੀ ਦੀ ਦੁਰਵਰਤੋਂ ਹੈ । ਮਨ ਦੀ ਵਰਤੋਂ ਮਨੁੱਖ ਦੀਆਂ ਮੁੱਢਲੀਆਂ ਜ਼ਰੂਰਤਾਂ ਨੂੰ ਸਮਝਣ ਲਈ ਕੀਤੀ ਜਾਣੀ ਚਾਹੀਦੀ ਹੈ ਅਤੇ ਉਸਨੂੰ ਪ੍ਰਮਾਣ-ਪੂਰਵਕ ਪੇਸ਼ ਕਰਨਾ ਚਾਹੀਦਾ ਹੈ । ਸ਼ਾਸ਼ਤਰਾਂ ਦੇ ਜਾਣੂਆਂ, ਸਾਧੂ ਪੁਰਖਾਂ, ਗੁਰੂਆਂ ਅਤੇ

ਮਹਾਨ ਵਿਚਾਰਕਾਂ ਦੀ ਸੰਗਤ ਵਿਚ ਰਹਿਕੇ ਵਿਚਾਰ ਸ਼ਕਤੀ ਦਾ ਵਿਕਾਸ ਕਰਨਾ ਚਾਹੀਦਾ ਹੈ। ਜਿਸ ਨਾਲ ਕ੍ਰਿਸ਼ਨ ਭਾਵਨਾ ਅੰਮ੍ਰਿਤ ਦੇ ਅਧਿਆਤਮਕ ਗਿਆਨ ਦੀ ਪਾਲਣਾ ਵਿਚ ਸੁਵਿਧਾ ਹੋਵੇ, ਉਹੀ *ਸੁਖਮ੍* ਹੈ। ਇਸੇ ਤਰ੍ਹਾਂ *ਦੁਹ੍ਖਮ੍* - ਉਹ ਹੈ, ਜਿਸ ਨਾਲ ਕ੍ਰਿਸ਼ਨ ਭਾਵਨਾ ਅੰਮ੍ਰਿਤ ਦੇ ਪਾਲਣ ਕਰਨ ਵਿਚ ਅਸੁਵਿਧਾ ਹੋਵੇ। ਜਿਹੜਾ ਕੁਝ ਕ੍ਰਿਸ਼ਨ ਭਾਵਨਾ ਅੰਮ੍ਰਿਤ ਦੇ ਵਿਕਾਸ ਦੇ ਅਨੁਕੂਲ ਹੋਵੇ, ਉਸਨੂੰ ਸਵੀਕਾਰ ਕਰੇ ਅਤੇ ਜਿਹੜਾ ਉਲਟ ਹੋਵੇ ਉਸਨੂੰ ਛੱਡ ਦੇਵੇ।

ਭਵ ਜਨਮ ਦਾ ਸੰਬੰਧ ਸ਼ਰੀਰ ਨਾਲ ਹੈ। ਜਿੱਥੋਂ ਤਕ ਆਤਮਾ ਦਾ ਸਵਾਲ ਹੈ , ਉਹ ਨਾ ਤਾਂ ਜੰਮਦਾ ਹੈ ਨਾ ਮਰਦਾ ਹੈ। ਇਸ ਦੀ ਚਰਚਾ ਅਸੀਂ ਭਗਵਤ ਗੀਤਾ ਦੇ ਸ਼ੁਰੂ ਵਿਚ ਹੀ ਕਰ ਚੁੱਕੇ ਹਾਂ। ਜਨਮ ਅਤੇ ਮਰਨ ਦਾ ਸੰਬੰਧ; ਇਸ ਭੌਤਿਕ ਸੰਸਾਰ ਵਿਚ ਸ਼ਰੀਰ ਧਾਰਨ ਕਰਨ ਨਾਲ ਹੈ। ਡਰ ਤਾਂ ਭਵਿੱਖ ਦੀ ਚਿੰਤਾ ਤੋਂ ਪੈਂਦਾ ਹੈ। ਕ੍ਰਿਸ਼ਨ ਭਾਵਨਾ ਅੰਮ੍ਰਿਤ ਵਿਚ ਰਹਿਣ ਵਾਲਾ ਮਨੁੱਖ ਕਦੀ ਨਹੀਂ ਡਰਦਾ, ਕਿਉਂਕਿ ਉਹ ਆਪਣੇ ਕਰਮਾਂ ਰਾਹੀਂ ਭਗਵਾਨ ਦੇ ਧਾਮ ਨੂੰ ਮੁੜ ਪਰਤਣ ਪ੍ਰਤੀ ਯਕੀਨੀ ਰਹਿੰਦਾ ਹੈ। ਸਿੱਟੇ ਵੱਜੋਂ ਉਸਦਾ ਭਵਿੱਖ ਉੱਜਵਲ ਹੁੰਦਾ ਹੈ। ਪਰ ਹੋਰ ਲੋਕ ਆਪਣੇ ਭਵਿੱਖ ਬਾਰੇ ਕੁਝ ਨਹੀਂ ਜਾਣਦੇ, ਉਨ੍ਹਾਂ ਨੂੰ ਇਸ ਦਾ ਕੋਈ ਗਿਆਨ ਨਹੀਂ ਹੁੰਦਾ ਕਿ ਅਗਲੇ ਜੀਵਨ ਵਿਚ ਕੀ ਹੋਵੇਗਾ। ਸਿੱਟੇ ਵੱਜੋਂ ਉਹ ਲਗਾਤਾਰ ਚਿੰਤਾ ਵਿਚ ਘਿਰੇ ਰਹਿੰਦੇ ਹਨ। ਜੇਕਰ ਅਸੀਂ ਚਿੰਤਾ ਮੁਕਤ ਹੋਣਾ ਚਾਹੁੰਦੇ ਹਾਂ ਤਾਂ ਸਭ ਤੋਂ ਉੱਤਮ ਉਪਾਅ ਇਹ ਹੈ ਕਿ ਅਸੀਂ ਕ੍ਰਿਸ਼ਨ ਨੂੰ ਸਮਝੀਏ ਅਤੇ ਕ੍ਰਿਸ਼ਨ ਭਾਵਨਾ ਵਿਚ ਲਗਾਤਾਰ ਸਥਿਰ ਰਹੀਏ। ਇੰਝ ਅਸੀਂ ਸਾਰੇ ਡਰ ਤੋਂ ਮੁਕਤ ਰਹਾਂਗੇ। ਸ੍ਰੀਮਦ ਭਾਗਵਤਮ੍ ਵਿਚ (11-2-37) ਕਿਹਾ ਗਿਆ ਹੈ - ***ਭਯਮ੍ ਦਵਿਤੀਯਾਭਿ ਨਿਵੇਸ਼ਤਹ੍ ਸ੍ਯਾਤ੍*** - ਡਰ ਤਾਂ ਸਾਡੇ *ਮਾਇਆਜਾਲ* ਵਿਚ ਫਸ ਜਾਣ ਤੋਂ ਪੈਦਾ ਹੁੰਦਾ ਹੈ। ਪਰ ਜਿਹੜੇ ਮਾਇਆਜਾਲ ਤੋਂ ਮੁਕਤ ਹਨ, ਜਿਹੜੇ ਇਹ ਯਕੀਨ ਰਖਦੇ ਹਨ ਕਿ ਉਹ ਸ਼ਰੀਰ ਨਹੀਂ ਹਨ, ਸਗੋਂ ਭਗਵਾਨ ਦੇ ਅਧਿਆਤਮਕ ਅੰਸ਼ ਹਨ ਅਤੇ ਜਿਹੜੇ ਭਗਵਾਨ ਦੀ ਅਲੌਕਿਕ ਸੇਵਾ ਵਿਚ ਲਗੇ ਹੋਏ ਹਨ, ਉਨ੍ਹਾਂ ਨੂੰ ਕੋਈ ਡਰ ਨਹੀਂ ਰਹਿੰਦਾ। ਉਨ੍ਹਾਂ ਦਾ ਭਵਿੱਖ ਵਧੇਰੇ ਉੱਜਵਲ ਹੈ। ਇਹ ਡਰ ਤਾਂ ਉਨ੍ਹਾਂ ਮਨੁੱਖਾਂ ਦੀ ਅਵਸਥਾ ਹੈ, ਜਿਹੜੇ ਕ੍ਰਿਸ਼ਨ ਭਾਵਨਾ ਅੰਮ੍ਰਿਤ ਵਿਚ ਨਹੀਂ ਹਨ। '***ਅਭਯਮ੍***' ਤਾਂ ਹੀ ਸੰਭਵ ਹੈ, ਜਦੋਂ ਕ੍ਰਿਸ਼ਨ ਭਾਵਨਾ ਅੰਮ੍ਰਿਤ ਵਿਚ ਰਿਹਾ ਜਾਵੇ।

ਅਹਿੰਸਾ ਦਾ ਅਰਥ ਹੁੰਦਾ ਹੈ ਕਿ ਅਜਿਹਾ ਕੋਈ ਵੀ ਕੰਮ ਨਾ ਕਰਨਾ, ਜਿਸ ਨਾਲ ਹੋਰਨਾਂ ਨੂੰ ਕਸ਼ਟ ਜਾਂ ਘਬਰਾਹਟ ਹੋਵੇ। ਜਿਹੜੇ ਭੌਤਿਕ ਕਾਰਜ, ਅਨੇਕਾਂ ਸਿਆਸਤਦਾਨਾਂ, ਸਮਾਜ ਸ਼ਾਸਤਰੀਆਂ, ਪਰਉਪਕਾਰੀਆਂ ਆਦਿ ਰਾਹੀਂ ਕੀਤੇ ਜਾਂਦੇ ਹਨ, ਉਨ੍ਹਾਂ ਦੇ ਸਿੱਟੇ ਚੰਗੇ ਨਹੀਂ ਨਿਕਲਦੇ, ਕਿਉਂਕਿ ਰਾਜਨੀਤੀਕਾਂ ਅਤੇ ਪਰਉਪਕਾਰੀਆਂ ਵਿਚ ਅਲੌਕਿਕ ਦ੍ਰਿਸ਼ਟੀ ਨਹੀਂ ਹੁੰਦੀ, ਉਹ ਇਹ ਨਹੀਂ ਜਾਣਦੇ ਕਿ ਅਸਲ ਵਿਚ ਮਨੁੱਖੀ ਸਮਾਜ ਲਈ ਫਾਇਦੇਮੰਦ ਕੀ ਹੈ। ਅਹਿੰਸਾ ਦਾ ਅਰਥ ਹੈ ਕਿ ਮਨੁੱਖਾਂ ਨੂੰ ਇੰਝ ਸਿੱਖਿਅਤ ਕੀਤਾ ਜਾਵੇ ਕਿ ਇਸ ਮਨੁੱਖੀ ਦੇਹ ਦੀ ਪੂਰੀ-ਪੂਰੀ ਵਰਤੋਂ ਹੋ ਸਕੇ। ਮਨੁੱਖੀ ਦੇਹ ਆਤਮ-ਪ੍ਰਤੱਖੀਕਰਨ ਲਈ ਮਿਲੀ ਹੈ। ਇਸ ਲਈ ਅਜਿਹੀ ਕੋਈ ਸੰਸਥਾ ਜਾਂ ਸੰਘ ਜਿਸ ਨਾਲ ਇਸ ਮੰਤਵ ਦੀ ਪੂਰਤੀ ਵਿਚ ਹੱਲਾ ਸ਼ੇਰੀ ਨਾ ਹੋਵੇ, ਮਨੁੱਖ ਦੇਹ ਪ੍ਰਤੀ ਹਿੰਸਾ ਕਰਨ ਵਾਲਾ ਹੈ। ਜਿਸ ਨਾਲ ਆਉਣ ਵਾਲੇ ਅਧਿਆਤਮਕ ਸੁਖਾਂ ਵਿਚ ਵਾਧਾ ਹੋਵੇ, ਉਹੀ ਅਹਿੰਸਾ ਹੈ।

ਸਮਤਾ ਨਾਲ ਰਾਗ, ਦ੍ਵੈਸ਼ ਤੋਂ ਮੁਕਤੀ ਸਪਸ਼ਟ ਹੁੰਦੀ ਹੈ। ਨਾ ਤਾਂ ਵਧੇਰੇ ਮੋਹ ਚੰਗਾ ਹੁੰਦਾ ਹੈ ਅਤੇ ਨਾ ਵਧੇਰੇ ਉਦਾਸੀਨਤਾ ਹੀ ਚੰਗੀ ਹੈ। ਇਸ ਭੌਤਿਕ ਸੰਸਾਰ ਨੂੰ ਰਾਗ ਦ੍ਵੈਸ਼ ਤੋਂ ਰਹਿਤ ਹੋਕੇ ਸਵੀਕਾਰ ਕਰਨਾ ਚਾਹੀਦਾ ਹੈ। ਜਿਹੜਾ ਕੁਝ ਕ੍ਰਿਸ਼ਨ ਭਾਵਨਾ ਅੰਮ੍ਰਿਤ ਨੂੰ ਸੰਪੰਨ ਕਰਨ ਵਿਚ ਅਨੁਕੂਲ ਹੋਵੇ ਉਸ ਨੂੰ ਗ੍ਰਹਿਣ ਕਰੇ ਅਤੇ ਜੋ ਉਲਟ ਹੋਵੇ ਉਸਨੂੰ ਛੱਡ ਦੇਵੇ। ਇਹੋ ਸਮਤਾ ਹੈ। ਕ੍ਰਿਸ਼ਨ ਭਾਵਨਾ ਅੰਮ੍ਰਿਤ ਵਾਲੇ ਮਨੁੱਖ ਨੇ ਨਾ ਤਾਂ ਕੁਝ ਗ੍ਰਹਿਣ ਕਰਨਾ ਹੁੰਦਾ ਹੈ ਨਾ ਤਿਆਗ ਕਰਨਾ ਹੁੰਦਾ ਹੈ। ਉਸ ਨੂੰ ਤਾਂ ਕ੍ਰਿਸ਼ਨ ਭਾਵਨਾ ਅੰਮ੍ਰਿਤ ਸੰਪੰਨ ਕਰਨ ਵਿਚ ਉਨ੍ਹਾਂ ਦੀ ਲੋੜ ਨਾਲ ਮਤਲਬ ਰਹਿੰਦਾ ਹੈ।

ਤੁਸ਼ਟਿ ਦਾ ਅਰਥ ਹੈ ਕਿ ਮਨੁੱਖ ਨੂੰ ਚਾਹੀਦਾ ਹੈ ਕਿ ਬੇਲੋੜੀਂਦੇ ਕੰਮ ਕਰਕੇ ਵੱਧ ਤੋਂ ਵੱਧ ਚੀਜ਼ਾਂ ਇਕੱਠੀਆਂ ਕਰਨ ਲਈ ਉਤਸੁੱਕ ਨਹੀਂ ਹੋਣਾ ਚਾਹੀਦਾ। ਉਸਨੂੰ ਤਾਂ ਈਸ਼ਵਰ ਦੀ ਕਿਰਪਾ ਨਾਲ ਜੋ ਕੁਝ ਪ੍ਰਾਪਤ ਹੋ ਜਾਵੇ, ਉਸੇ ਨਾਲ ਪ੍ਰਸੰਨ ਰਹਿਣਾ ਚਾਹੀਦਾ। ਇਹੋ ਤੁਸ਼ਟੀ ਹੈ। *ਤਪਸ੍* ਦਾ ਅਰਥ ਹੈ ਤਪੱਸਿਆ। *ਤਪਸ੍* ਦੇ ਅੰਦਰ ਵੇਦਾਂ ਵਿਚ ਦੱਸੇ ਅਨੇਕਾਂ ਵਿਧੀ ਵਿਧਾਨਾਂ ਦੀ ਪਾਲਣਾ ਕਰਨੀ ਹੁੰਦੀ ਹੈ - ਜਿਵੇਂ ਸਵੇਰੇ ਉਠਣਾ ਅਤੇ ਇਸ਼ਨਾਨ ਕਰਨਾ। ਕਦੀ-ਕਦੀ ਸਵੇਰੇ ਉਠੱਣਾ ਬਹੁਤ ਔਖਾ ਹੁੰਦਾ ਹੈ, ਪਰ ਇੰਝ ਆਪਣੀ ਮਰਜ਼ੀ ਨਾਲ ਜਿਹੜੇ ਕਸ਼ਟ ਸਹਿਣ ਕੀਤੇ ਜਾਂਦੇ ਹਨ ਉਹ *ਤਪਸ੍* ਜਾਂ *ਤਪੱਸਿਆ* ਕਹਾਉਂਦੇ ਹਨ। ਇਸ ਤਰ੍ਹਾਂ ਮਹੀਨੇ ਦੇ ਕੁਝ ਦਿਨਾਂ ਵਿਚ ਵਰਤ ਰੱਖਣ ਦੀ ਤਜ਼ਵੀਜ ਹੈ। ਹੋ ਸਕਦਾ ਹੈ ਕਿ ਇਨ੍ਹਾਂ ਵਰਤਾਂ ਨੂੰ ਕਰਨ ਦੀ ਇੱਛਾ ਨਾ ਹੋਵੇ, ਪਰ ਕ੍ਰਿਸ਼ਨ ਭਾਵਨਾ ਅੰਮ੍ਰਿਤ ਦੇ ਵਿਗਿਆਨ ਵਿਚ ਤਰੱਕੀ ਕਰਨ ਦੇ ਸੰਕਲਪ ਕਰਕੇ ਉਸਨੂੰ ਅਜਿਹੇ ਕਸ਼ਟ ਸਹਿਣੇ ਹੁੰਦੇ ਹਨ। ਪਰ ਉਸਨੂੰ ਵਿਅਰਥ ਹੀ ਜਾਂ ਵੈਦਿਕ ਹੁਕਮਾਂ ਦੇ ਉਲਟ ਵਰਤ ਕਰਨ ਦੀ ਲੋੜ ਨਹੀਂ ਹੈ। ਉਸਨੂੰ ਕਿਸੇ ਰਾਜਨੀਤਕ ਮੰਤਵ ਨਾਲ ਵਰਤ ਨਹੀਂ ਕਰਨਾ ਚਾਹੀਦਾ। ਭਗਵਤ ਗੀਤਾ ਵਿਚ ਇਸ ਨੂੰ ਤਾਮਸੀ ਵਰਤ ਕਿਹਾ ਗਿਆ ਹੈ ਅਤੇ ਕਿਸੇ ਵੀ ਅਜਿਹੇ ਕਾਰਜ਼ ਤੋਂ ਜਿਹੜਾ ਤਮੋਗੁਣੀ ਜਾਂ ਰਜੋਭਾਵ ਵਿਚ ਕੀਤਾ ਜਾਂਦਾ ਹੈ, ਅਧਿਆਤਮਕ ਤਰੱਕੀ ਨਹੀਂ ਹੁੰਦੀ। ਪਰ ਸਤੋ ਗੁਣ ਵਿਚ ਰਹਿਕੇ, ਜਿਹੜੇ ਵੀ ਕਾਰਜ ਕੀਤੇ ਜਾਂਦੇ ਹਨ, ਉਹ ਚੰਗੀ ਤਰ੍ਹਾਂ ਉਨੱਤ ਬਣਾਉਣ ਵਾਲੇ ਹਨ, ਇਸ ਲਈ ਵੈਦਿਕ ਹੁਕਮਾਂ ਮੁਤਾਬਿਕ ਕੀਤਾ ਗਿਆ ਵਰਤ ਅਧਿਆਤਮਕ ਗਿਆਨ ਨੂੰ ਚੰਗੀ ਤਰ੍ਹਾਂ ਉਨੱਤ ਬਣਾਉਂਦਾ ਹੈ।

ਜਿੱਥੋਂ ਤਕ *ਦਾਨ* ਦਾ ਸੰਬੰਧ ਹੈ, ਮਨੁੱਖ ਨੂੰ ਚਾਹੀਦਾ ਹੈ ਕਿ ਆਪਣੀ ਆਮਦਨ ਦਾ ਪੰਜਾਹ ਪ੍ਰਤੀਸ਼ਤ ਕਿਸੇ ਸ਼ੁਭ ਕਾਰਜ ਵਿਚ ਲਗਾਏ ਅਤੇ ਇਹ ਸ਼ੁਭ ਕਾਰਜ ਹੈ ਕੀ? ਇਹ ਹੈ ਕ੍ਰਿਸ਼ਨ ਭਾਵਨਾ ਅੰਮ੍ਰਿਤ ਵਿਚ ਕੀਤਾ ਗਿਆ ਕਾਰਜ। ਅਜਿਹਾ ਕਾਰਜ ਸ਼ੁਭ ਹੀ ਨਹੀਂ ਸਗੋਂ ਸਰਵੋਤਮ ਹੁੰਦਾ ਹੈ। ਕਿਉਂਕਿ ਕ੍ਰਿਸ਼ਨ ਚੰਗੇ ਹਨ, ਇਸ ਲਈ ਉਨ੍ਹਾਂ ਦਾ ਕਾਰਜ (ਨਿਮਿਤ) ਵੀ ਚੰਗਾ ਹੈ, ਇਸ ਲਈ ਦਾਨ ਉਸ ਨੂੰ ਦਿੱਤਾ ਜਾਵੇ, ਜਿਹੜਾ ਕ੍ਰਿਸ਼ਨ ਭਾਵਨਾ ਅੰਮ੍ਰਿਤ ਵਿਚ ਲਗਿਆ ਹੋਵੇ। ਵੇਦਾਂ ਮੁਤਾਬਿਕ ਦਾਨ ਬ੍ਰਾਹਮਣ ਨੂੰ ਦਿੱਤਾ ਜਾਣਾ ਚਾਹੀਦਾ ਹੈ। ਇਹ ਰਿਵਾਜ ਅੱਜ ਵੀ ਚਲਦਾ ਹੈ, ਭਾਵੇਂ ਇਸਦਾ ਰੂਪ ਉਹ ਨਹੀਂ ਰਿਹਾ ਜਿਸ ਤਰ੍ਹਾਂ ਦਾ ਵੇਦਾਂ ਵਿਚ ਉਪਦੇਸ਼ ਹੈ। ਫਿਰ ਵੀ ਉਪਦੇਸ਼ ਇਹੋ ਹੈ, ਕਿ ਦਾਨ ਬ੍ਰਾਹਮਣ ਨੂੰ ਦਿੱਤਾ ਜਾਵੇ। ਉਹ ਕਿਉਂ ? ਕਿਉਂਕਿ ਉਹ ਅਧਿਆਤਮਕ

ਗਿਆਨ ਦੇ ਪਾਲਣ ਵਿਚ ਲੱਗੇ ਰਹਿੰਦੇ ਹਨ, ਬ੍ਰਾਹਮਣ ਤੋਂ ਇਹ ਆਸ ਕੀਤੀ ਜਾਂਦੀ ਹੈ ਕਿ ਉਹ ਸਾਰਾ ਜੀਵਨ ਬ੍ਰਹਮ ਜਿਗਿਆਸਾ ਵਿਚ ਲੱਗਿਆ ਰਹੇ। ***ਬ੍ਰਹਮ ਜਾਨਾਤੀਤਿ ਬ੍ਰਾਹਮ੍ਮਣਹ੍*** - ਜਿਹੜਾ ਬ੍ਰਹਮ ਨੂੰ ਸਮਝੇ ਉਹੀ ਬ੍ਰਾਹਮਣ ਹੈ। ਇਸੇ ਲਈ ਦਾਨ ਬ੍ਰਾਹਮਣ ਨੂੰ ਦਿੱਤਾ ਜਾਂਦਾ ਹੈ, ਕਿਉਂਕਿ ਉਹ ਹਮੇਸ਼ਾਂ ਅਧਿਆਤਮਕ ਕਾਰਜ ਵਿਚ ਰੁੱਝੇ ਰਹਿੰਦੇ ਹਨ ਅਤੇ ਉਨ੍ਹਾਂ ਨੂੰ ਰੋਜ਼ੀ-ਰੋਟੀ ਕਮਾਉਣ ਲਈ ਸਮਾਂ ਨਹੀਂ ਮਿਲਦਾ। ਵੈਦਿਕ ਸਾਹਿਤ ਵਿਚ ਸੰਨਿਆਸੀਆਂ ਨੂੰ ਵੀ ਦਾਨ ਦਿੱਤੇ ਜਾਣ ਦਾ ਹੁਕਮ ਹੈ। ਸੰਨਿਆਸੀ ਘਰੋਂ ਘਰੀਂ ਜਾ ਕੇ ਭਿੱਖਿਆ ਮੰਗਦੇ ਹਨ। ਉਹ ਪੈਸਾ ਇਕੱਠਾ ਕਰਨ ਦੇ ਮੰਤਵ ਲਈ ਨਹੀਂ, ਸਗੋਂ ਪ੍ਰਚਾਰ ਲਈ ਅਜਿਹਾ ਕਰਦੇ ਹਨ। ਉਹ ਘਰੋ-ਘਰੀਂ ਜਾ ਕੇ ਗ੍ਰਹਿਸਤੀਆਂ ਨੂੰ ਅਗਿਆਨ ਦੀ ਨੀਂਦਰ ਤੋਂ ਜਗਾਉਂਦੇ ਹਨ। ਕਿਉਂ ਗ੍ਰਹਿਸਤੀ ਘਰੇਲੂ ਕੰਮਾਂ ਵਿਚ ਰੁੱਝੇ ਰਹਿਣ ਕਾਰਨ ਆਪਣੇ ਜੀਵਨ ਦੇ ਅਸਲ ਮੰਤਵ ਨੂੰ, ਕ੍ਰਿਸ਼ਨ ਭਾਵਨਾ ਅੰਮ੍ਰਿਤ ਨੂੰ ਜਗਾਉਣ ਨੂੰ ਭੁੱਲ ਜਾਂਦੇ ਹਨ, ਇਸ ਲਈ ਸੰਨਿਆਸੀਆਂ ਦਾ ਫਰਜ਼ ਹੈ ਕਿ ਉਹ ਭਿਖਾਰੀ ਬਣਕੇ ਗ੍ਰਹਿਸਤੀਆਂ ਕੋਲ ਜਾਣ ਅਤੇ ਮਨੁੱਖੀ ਜੀਵਨ ਵਿਚ ਜੋ ਪ੍ਰਾਪਤ ਕਰਨਾ ਹੈ, ਉਸਨੂੰ ਪ੍ਰਾਪਤ ਕਰੇ। ਸੰਨਿਆਸੀ ਰਾਹੀਂ ਇਹ ਗਿਆਨ ਅਤੇ ਵਿਧੀ ਦਿੱਤੀ ਜਾਂਦੀ ਹੈ, ਇਸ ਲਈ ਸੰਨਿਆਸੀ, ਬ੍ਰਾਹਮਣ ਨੂੰ ਅਤੇ ਇਸੇ ਤਰ੍ਹਾਂ ਦੇ ਉੱਤਮ ਕਾਰਜਾਂ ਲਈ ਦਾਨ ਦੇਣਾ ਚਾਹੀਦਾ ਹੈ, ਕਿਸੇ ਸਨਕ ਕਰਕੇ ਨਹੀਂ।

ਯਸ਼ਸ੍ ਨੂੰ ਭਗਵਾਨ ਚੈਤੰਨਯ ਮੁਤਾਬਿਕ ਹੋਣਾ ਚਾਹੀਦਾ ਹੈ। ਉਨ੍ਹਾਂ ਦਾ ਕਹਿਣਾ ਹੈ ਕਿ ਮਨੁੱਖ ਤਾਂ ਹੀ ਪ੍ਰਸਿੱਧੀ (ਜੱਸ) ਪ੍ਰਾਪਤ ਕਰਦਾ ਹੈ, ਜਦੋਂ ਉਹ ਮਹਾਨ ਭਗਤ ਦੇ ਤੌਰ ਤੇ ਜਾਣਿਆ ਜਾਂਦਾ ਹੈ। ਇਹੋ ਅਸਲੀ (ਜੱਸ) ਹੈ। ਜੇ ਕਰ ਕੋਈ ਕ੍ਰਿਸ਼ਨ ਭਾਵਨਾ ਅੰਮ੍ਰਿਤ ਵਿਚ ਮਹਾਨ ਬਣਦਾ ਹੈ ਅਤੇ ਪ੍ਰਸਿੱਧ ਹੁੰਦਾ ਹੈ ਤਾਂ ਉਹੀ ਅਸਲੀ ਪ੍ਰਸਿੱਧੀ ਹੈ, ਜਿਸਨੂੰ ਅਜਿਹਾ (ਜੱਸ) ਪ੍ਰਾਪਤ ਨਾ ਹੋਵੇ, ਉਹ ਪ੍ਰਸਿੱਧ ਨਹੀਂ ਹੈ।

ਇਹ ਸਾਰੇ ਗੁਣ ਸੰਸਾਰ ਭਰ ਵਿਚ ਮਨੁੱਖੀ ਸਮਾਜ ਅਤੇ ਦੇਵ ਸਮਾਜ ਵਿਚ ਪ੍ਰਗਟ ਹੁੰਦੇ ਹਨ। ਹੋਰ ਲੋਕਾਂ ਵਿਚ ਵੱਖੋ-ਵੱਖਰੇ ਤਰ੍ਹਾਂ ਦੇ ਮਨੁੱਖ ਹਨ ਅਤੇ ਇਹ ਗੁਣ ਉਨ੍ਹਾਂ ਵਿਚ ਵੀ ਹੁੰਦੇ ਹਨ। ਜਿਹੜਾ ਮਨੁੱਖ ਕ੍ਰਿਸ਼ਨ ਭਾਵਨਾ ਵਿਚ ਤਰੱਕੀ ਕਰਨਾ ਚਾਹੁੰਦਾ ਹੈ, ਉਸ ਵਿਚ ਕ੍ਰਿਸ਼ਨ ਇਹ ਸਾਰੇ ਗੁਣ ਪੈਦਾ ਕਰ ਦਿੰਦੇ ਹਨ ਪਰ ਮਨੁੱਖ ਨੂੰ ਤਾਂ ਇਨ੍ਹਾਂ ਨੂੰ ਆਪਣੇ ਅੰਦਰ ਹੀ ਵਿਕਸਿਤ ਕਰਨਾ ਹੁੰਦਾ ਹੈ। ਜਿਹੜਾ ਮਨੁੱਖ ਭਗਵਾਨ ਦੀ ਸੇਵਾ ਵਿਚ ਲੱਗ ਜਾਂਦਾ ਹੈ, ਉਹ ਭਗਵਾਨ ਦੀ ਯੋਜਨਾ ਮੁਤਾਬਿਕ ਇਨ੍ਹਾਂ ਸਾਰੇ ਗੁਣਾਂ ਨੂੰ ਵਿਕਸਿਤ ਕਰ ਲੈਂਦਾ ਹੈ।

ਅਸੀਂ ਜੋ ਕੁਝ ਵੀ ਚੰਗਾ ਜਾਂ ਮੰਦਾ ਵੇਖਦੇ ਹਾਂ ਉਸਦਾ ਮੂਲ ਸ਼੍ਰੀ ਕ੍ਰਿਸ਼ਨ ਹਨ। ਇਸ ਸੰਸਾਰ ਵਿਚ ਕੋਈ ਵੀ ਅਜਿਹੀ ਚੀਜ਼ ਨਹੀਂ, ਜਿਹੜੀ ਕ੍ਰਿਸ਼ਨ ਵਿਚ ਸਥਿਤ ਨਾ ਹੋਵੇ। ਇਹੋ ਗਿਆਨ ਹੈ। ਹਾਲਾਂਕਿ ਅਸੀਂ ਜਾਣਦੇ ਹਾਂ ਕਿ ਚੀਜ਼ਾਂ ਵੱਖੋ-ਵੱਖਰੇ ਰੂਪਾਂ ਵਿਚ ਸਥਿਤ ਹਨ, ਪਰ ਸਾਨੂੰ ਇਹ ਅਨੁਭਵ ਕਰਨਾ ਚਾਹੀਦਾ ਹੈ ਕਿ ਸਾਰੀਆਂ ਚੀਜ਼ਾਂ ਕ੍ਰਿਸ਼ਨ ਤੋਂ ਹੀ ਪੈਦਾ ਹੋਈਆਂ ਹਨ।

महर्षयः सप्त पूर्वे चत्वारो मनवस्तथा ।
मद्भावा मानसा जाता येषां लोक इमाः प्रजाः ॥ ६ ॥

ਮਹਰ੍ਸ਼ਯਹ੍ ਸਪ੍ਤ ਪੂਰ੍ਵੇ ਚਤ੍ਵਾਰੋ ਮਨਵਸ੍ ਤਥਾ ।
ਮਦ੍ ਭਾਵਾ ਮਾਨਸਾ ਜਾਤਾ ਯੇਸ਼ਾਮ੍ ਲੋਕ ਇਮਾਹ੍ ਪ੍ਰਜਾਹ੍ ॥ 6 ॥

ਮਹਾ-ਰਿਸ਼ਯਹ੍-ਮਹਾਰਿਸ਼ੀ ਲੋਕ ; **ਸਪ੍ਤ**-ਸੱਤ ; **ਪੂਰ੍ਵ**-ਪਹਿਲੇ ਸਮੇਂ ਵਿਚ ; **ਚਤ੍ਵਾਰਹ**-ਚਾਰ ; **ਮਨਵਹ੍**-ਮਨੋ ; **ਤਥਾ**-ਵੀ ; **ਮਤ੍-ਭਾਵਾਹ੍**-ਮੇਰੇ ਤੋਂ ਪੈਦਾ ; **ਮਾਨਸਾਹ੍**-ਮਨ ਨਾਲ ; **ਜਾਤਾਹ੍**-ਪੈਦਾ ; **ਯੇਸ਼ਾਮ੍**-ਜਿਨ੍ਹਾਂ ਦੀ ; **ਲੋਕੇ**-ਸੰਸਾਰ ਵਿਚ ; **ਇਮਾਹ੍**-ਇਹ ਸਭ; **ਪ੍ਰਜਾਹ੍**-ਜੀਵ।

ਅਨੁਵਾਦ

ਸੱਤ ਰਿਸ਼ੀ ਅਤੇ ਉਨ੍ਹਾਂ ਤੋਂ ਵੀ ਪਹਿਲਾਂ ਚਾਰ ਮਹਾਰਿਸ਼ੀ ਅਤੇ ਸਾਰੇ ਮਨੁ (ਮਨੁੱਖੀ ਜਾਤੀ ਦੇ ਪੁਰਖੇ) ਸਾਰੇ ਮੇਰੇ ਮਨ ਤੋਂ ਪੈਦਾ ਹੋਏ ਹਨ, ਅਤੇ ਵੱਖੋ-ਵੱਖਰੇ ਲੋਕਾਂ ਵਿਚ ਨਿਵਾਸ ਕਰਨ ਵਾਲੇ ਜੀਵ, ਉਨ੍ਹਾਂ ਤੋਂ ਹੀ ਅਵਤਾਰ ਧਾਰਦੇ ਹਨ ।

ਭਾਵ

ਭਗਵਾਨ ਇਥੇ ਬ੍ਰਹਿਮੰਡ ਦੀ ਪਰਜਾ ਦੀ ਵੰਸ਼ ਪਰੰਪਰਾ ਦਾ ਵਰਣਨ ਕਰ ਰਹੇ ਹਨ । ਬ੍ਰਹਮਾ ਆਦਿ ਜੀਵ ਹਨ, ਜਿਨ੍ਹਾਂ ਦੀ ਉਤਪੱਤੀ ਪਰਮੇਸ਼ਵਰ ਦੀ ਸ਼ਕਤੀ ਨਾਲ ਹੋਈ ਹੈ, ਜਿਨ੍ਹਾਂ ਨੂੰ ਹਿਰਣਯ-ਗਰਭ ਕਿਹਾ ਜਾਂਦਾ ਹੈ । ਬ੍ਰਹਮਾ ਤੋਂ ਸੱਤ ਮਹਾਰਿਸ਼ੀ ਅਤੇ ਇਨ੍ਹਾਂ ਤੋਂ ਵੀ ਪਹਿਲੇ ਚਾਰ ਮਹਾਰਿਸ਼ੀ - ਸਨਕ, ਸਨੰਦ, ਸਨਾਤਨ ਅਤੇ ਸਨਤ ਕੁਮਾਰ - ਅਤੇ ਸਾਰੇ ਮਨੁ ਪ੍ਰਗਟ ਹੋਏ । ਇਹ ਪੱਚੀ ਮਹਾਨ ਰਿਸ਼ੀ ਬ੍ਰਹਿਮੰਡ ਦੇ ਸਾਰੇ ਜੀਵਾਂ ਦੇ ਪਿਤਾਮਹ ਕਹਾਉਂਦੇ ਹਨ । ਹਰ ਬ੍ਰਹਿਮੰਡ ਵਿਚ ਅਣਗਿਣਤ ਲੋਕ ਹਨ ਅਤੇ ਹਰ ਲੋਕ ਵਿਚ ਵੱਖੋ-ਵੱਖਰੀਆਂ ਜੂਨੀਆਂ ਨਿਵਾਸ ਕਰਦੀਆਂ ਹਨ । ਇਹ ਸਾਰੀਆਂ ਇਨ੍ਹਾਂ ਪੱਚੀ ਪ੍ਰਜਾ-ਪਤੀਆਂ ਤੋਂ ਪੈਦਾ ਹੋਈਆਂ ਹਨ । ਕ੍ਰਿਸ਼ਨ ਦੀ ਕਿਰਪਾ ਸਦਕਾ ਇਕ ਹਜ਼ਾਰ ਅਲੌਕਿਕ ਸਾਲਾਂ ਤਕ ਤਪੱਸਿਆ ਕਰਨ ਤੋਂ ਮਗਰੋਂ ਬ੍ਰਹਮਾ ਨੂੰ ਸ੍ਰਿਸ਼ਟੀ ਕਰਨ ਦਾ ਗਿਆਨ ਪ੍ਰਾਪਤ ਹੋਇਆ । ਉਦੋਂ ਬ੍ਰਹਮਾ ਤੋਂ ਸਨਕ, ਸਨੰਦ, ਸਨਾਤਨ ਅਤੇ ਸਨਤ ਕੁਮਾਰ ਪੈਦਾ ਹੋਏ । ਉਨ੍ਹਾਂ ਤੋਂ ਮਗਰੋਂ ਰੁਦਰ ਅਤੇ ਸੱਤ ਰਿਸ਼ੀ ਅਤੇ ਇੰਝ ਫਿਰ ਭਗਵਾਨ ਦੀ ਸ਼ਕਤੀ ਨਾਲ ਬ੍ਰਾਹਮਣਾਂ ਅਤੇ ਖੱਤਰੀਆਂ ਦਾ ਜਨਮ ਹੋਇਆ । ਬ੍ਰਹਮਾ ਨੂੰ ਪੜਦਾਦਾ (ਪਿਤਾਮਾਹ) ਕਿਹਾ ਜਾਂਦਾ ਹੈ ਅਤੇ ਕ੍ਰਿਸ਼ਨ ਨੂੰ ਪਰਮ-ਪੜਦਾਦਾ । ਇਸ ਦਾ ਉਲੇਖ ਭਗਵਤ ਗੀਤਾ ਦੇ ਗਿਆਰ੍ਹਵੇਂ ਅਧਿਆਇ ਵਿਚ ਕੀਤਾ ਗਿਆ ਹੈ । (ਭਗਵਦਗੀਤਾ 11-39)

एतां विभूतिं योगं च मम यो वेत्ति तत्त्वत: ।
सोऽविकल्पेन योगेन युज्यते नात्र संशय: ॥ ७॥

ਏਤਾਮ੍ ਵਿਭੂਤਿਮ੍ ਯੋਗਮ੍ ਚ ਮਮ ਯੋ ਵੇਤ੍ਤਿ ਤਤੱਵਤਹ੍ ।
ਸੋ'ਵਿੱਕਲ੍ਪੇਨ ਯੋਗੇਨ ਯੁਜ੍ਯਤੇ ਨਾਤ੍ਰ ਸੰਸ਼ਯਹ੍ ॥ 7 ॥

ਏਤਾਮ੍-ਇਸ ਸਾਰੇ ; **ਵਿਭੂਤਿਮ੍**-ਵੈਭਵ ਨੂੰ ; **ਯੋਗਮ੍**-ਯੋਗ ਸ਼ਕਤੀ ਨੂੰ ; **ਚ**- ਵੀ ; **ਮਮ** - ਮੇਰਾ; **ਯਹ੍**-ਜਿਹੜਾ ਕੋਈ ; **ਵੇਤਿ**-ਜਾਣਦਾ ਹੈ ; **ਤਤੱਵਤਹ੍**- ਤੱਥ ਤੋਂ ਸਹੀ ; **ਸਹ੍**-ਉਹ ; **ਅਵਿੱਕਲ੍ਪੇਨ**-ਯਕੀਨੀ ਰੂਪ ਨਾਲ ; **ਯੋਗੇਨ**-ਭਗਤੀ ਨਾਲ ; **ਯੁਜ੍ਯਤੇ** - ਲਗਿਆ ਰਹਿੰਦਾ ਹੈ ; **ਨ**-ਕਦੀ ਨਹੀਂ ; **ਅਤ੍ਰ**-ਇਥੇ ; **ਸੰਸ਼ਯਹ੍**-ਸੰਦੇਹ ਸ਼ੰਕਾ ।

ਅਨੁਵਾਦ

ਜਿਸਨੂੰ ਮੇਰੇ ਇਸ ਵੈਭਵ ਅਤੇ ਯੋਗ ਸ਼ਕਤੀ ਦੇ ਤੱਥ ਨੂੰ ਪੂਰੀ ਤਰ੍ਹਾਂ ਨਾਲ ਮੰਨਦਾ ਹੈ ਉਹ ਮੇਰੀ ਅਨਿੰਨ ਸ਼ੁੱਧ ਭਗਤੀ ਵਿਚ ਲਗਿਆ ਹੁੰਦਾ ਹੈ । ਇਸ ਵਿਚ ਰਤਾ ਵੀ ਸ਼ੱਕ ਨਹੀਂ ਹੈ ।

ਭਾਵ

ਅਧਿਆਤਮਕ ਸਿੱਧੀ ਦਾ ਉਚੱ ਸਿਖਰ ਹੈ, ਪਰਮ-ਪੁਰਖ਼ ਭਗਵਾਨ ਬਾਰੇ ਗਿਆਨ । ਜਦੋਂ ਤਕ ਕਿਸੇ ਨੂੰ ਭਗਵਾਨ ਦੇ ਵੱਖੋ-ਵੱਖਰੀਆਂ ਵਿਭੂਤੀਆਂ ਪ੍ਰਤੀ ਯਕੀਨੀ ਨਹੀਂ ਹੋ ਜਾਂਦਾ, ਉਦੋਂ ਤਕ ਭਗਤੀ ਵਿਚ ਨਹੀਂ ਲਗ ਸਕਦਾ । ਆਮ ਤੌਰ ਤੇ ਲੋਕ ਇਹ ਤਾਂ ਜਾਣਦੇ ਹਨ ਕਿ ਈਸ਼ਵਰ ਮਹਾਨ ਹੈ, ਪਰ ਇਹ ਨਹੀਂ ਜਾਣ ਸਕਦੇ ਕਿ ਉਹ ਕਿੰਝ ਮਹਾਨ ਹਨ । ਇਥੇ ਉਸਦਾ ਵਿਸਥਾਰ ਨਾਲ ਵਰਣਨ ਦਿੱਤਾ ਗਿਆ ਹੈ । ਜਦੋਂ ਕੋਈ ਤੱਥ ਨਾਲ ਇਹ ਸਮਝ ਲੈਂਦਾ ਹੈ, ਕਿ ਈਸ਼ਵਰ ਕਿੰਝ ਮਹਾਨ ਹੈ ਤਾਂ ਉਹ ਸਹਿਜੇ ਹੀ ਸ਼ਰਨ ਵਿਚ ਆ ਕੇ ਭਗਵਤ ਭਗਤੀ ਵਿਚ ਲਗ ਜਾਂਦਾ ਹੈ । ਭਗਵਾਨ ਦੇ ਵੈਭਵਾਂ ਨੂੰ ਠੀਕ ਤਰ੍ਹਾਂ ਨਾਲ ਸਮਝ ਲੈਣ ਤੇ ਸ਼ਰਨ ਵਿਚ ਆਉਣ ਤੋਂ ਬਿਨ੍ਹਾਂ ਹੋਰ ਕੋਈ ਵਿੱਕਲਪ ਨਹੀਂ ਰਹਿ ਜਾਂਦਾ । ਅਜਿਹਾ ਸੱਚਾ ਗਿਆਨ ਭਗਵਤ ਗੀਤਾ, ਸ੍ਰੀਮਦ ਭਾਗਵਤਮ੍ ਅਤੇ ਹੋਰ ਅਜਿਹੇ ਹੀ ਗ੍ਰੰਥਾਂ ਨਾਲ ਪ੍ਰਾਪਤ ਕੀਤਾ ਜਾ ਸਕਦਾ ਹੈ ।

ਇਸ ਬ੍ਰਹਿਮੰਡ ਦੇ ਸੰਚਾਲਨ ਲਈ ਵੱਖੋ-ਵੱਖਰੇ ਲੋਕਾਂ ਵਿਚ ਅਨੇਕ ਦੇਵਤਾ ਨਿਯੁਕਤ ਹਨ, ਜਿਨ੍ਹਾਂ ਵਿਚੋਂ ਬ੍ਰਹਮਾ, ਸ਼ਿਵ, ਚਾਰ ਕੁਮਾਰ ਅਤੇ ਹੋਰ ਪ੍ਰਜਾਪਤੀ ਪ੍ਰਮੁੱਖ ਹਨ । ਬ੍ਰਹਿਮੰਡ ਦੀ ਪਰਜਾ ਦੇ ਅਨੇਕ ਪੂਰਵਜ ਵੀ ਹਨ ਅਤੇ ਉਹ ਸਾਰੇ ਭਗਵਾਨ ਕ੍ਰਿਸ਼ਨ ਤੋਂ ਪੈਦਾ ਹੋਏ ਹਨ । ਭਗਵਾਨ ਕ੍ਰਿਸ਼ਨ ਸਾਰੇ ਪੂਰਵਜਾਂ ਦੇ ਵੀ ਮੂਲ-ਪੂਰਵਜ ਹਨ ।

ਇਹ ਸਨ, ਪਰਮੇਸ਼ਵਰ ਦੇ ਕੁਝ ਵੈਭਵ । ਜਦੋਂ ਮਨੁੱਖ ਨੂੰ ਇਨ੍ਹਾਂ ਤੇ ਅਟੁੱਟ ਵਿਸ਼ਵਾਸ਼ ਹੋ ਜਾਂਦਾ ਹੈ, ਤਾਂ ਉਹ ਬਹੁਤ ਸ਼ਰਧਾ ਨਾਲ ਅਤੇ ਸ਼ੰਕਾ ਰਹਿਤ ਹੋ ਕੇ ਕ੍ਰਿਸ਼ਨ ਨੂੰ ਸਵੀਕਾਰ ਕਰਦਾ ਹੈ ਅਤੇ ਭਗਤੀ ਕਰਦਾ ਹੈ । ਕੋਈ ਵੀ ਭਗਵਾਨ ਦੀ ਪ੍ਰੇਮ ਮਈ ਸੇਵਾ ਵਿਚ ਰੁਚੀ ਵਧਾਉਣ ਲਈ, ਇਸ ਖ਼ਾਸ ਗਿਆਨ ਦੀ ਮਹਾਨਤਾ ਨੂੰ ਸਮਝਣ ਵਿਚ ਅਣਗਹਿਲੀ ਨਾ ਵਰਤੇ, ਕਿਉਂਕਿ ਕ੍ਰਿਸ਼ਨ ਦੀ ਮਹਾਨਤਾ ਨੂੰ ਜਾਣਨ ਤੇ ਹੀ ਸਥਿਰ ਹੋ ਕੇ ਭਗਤੀ ਕੀਤੀ ਜਾ ਸਕਦੀ ਹੈ ।

अहं सर्वस्य प्रभवो मत्तः सर्वं प्रवर्तते ।
इति मत्वा भजन्ते मां बुधा भावसमन्विताः ॥८॥

ਅਹਮ੍ ਸਰ੍ਵਸ੍ਯ ਪ੍ਰਭਵੋ ਮੱਤਹ੍ ਸਰ੍ਵਮ੍ ਪ੍ਰਵਰ੍ਤਤੇ ।
ਇਤਿ ਮਤ੍ਵਾ ਭਜੰਤੇ ਮਾਮ੍ ਬੁਧਾ ਭਾਵ ਸਮਨ੍ਵਿਤਾਹ੍ ॥ 8 ॥

ਅਹਮ੍ – ਮੈਂ ; **ਸਰ੍ਵਸ੍ਯ** – ਸਭਨਾਂ ਦਾ ; **ਪ੍ਰਭਵਹ੍** – ਉਤਪੱਤੀ ਦਾ ਕਾਰਨ ; **ਮੱਤਹ੍** –ਮੇਰੇ ਤੋਂ; **ਸਰ੍ਵਮ੍** – ਸਾਰੀਆਂ ਚੀਜ਼ਾਂ ; **ਪ੍ਰਵਰ੍ਤਤੇ** – ਪੈਦਾ ਹੁੰਦੀਆਂ ਹਨ ; **ਇਤਿ** – ਇੰਝ ; **ਮਤ੍ਵਾ** – ਜਾਣਕੇ ; **ਭਜੰਤੇ** – ਭਗਤੀ ਕਰਦੇ ਹਨ ; **ਮਾਮ੍** – ਮੇਰੀ ; **ਬੁਧਾਹ੍** – ਵਿਦਵਾਨ ਲੋਕ ; **ਭਾਵ ਸਮਨ੍ਵਿਤਾਹ੍** – ਵਧੇਰੇ ਮਨੋ ਯੋਗ ਨਾਲ ।

ਅਨੁਵਾਦ

ਮੈਂ ਸਾਰੇ ਅਧਿਆਤਮਕ ਅਤੇ ਭੌਤਿਕ ਸੰਸਾਰ ਦਾ ਕਾਰਨ ਹਾਂ । ਹਰ ਚੀਜ਼ ਮੇਰੇ ਤੋਂ ਹੀ ਪੈਦਾ ਹੋਈ ਹੈ । ਜਿਹੜੇ ਬੁੱਧੀਮਾਨ ਇਹ ਚੰਗੀ ਤਰ੍ਹਾਂ ਜਾਣਦੇ ਹਨ, ਉਹ ਮੇਰੀ ਪ੍ਰੇਮ ਭਗਤੀ ਵਿਚ ਲਗਦੇ ਹਨ ਅਤੇ ਹਿਰਦੇ ਨਾਲ ਪੂਰੀ ਤਰ੍ਹਾਂ ਮੇਰੀ ਪੂਜਾ ਵਿਚ ਲਗੇ ਹੁੰਦੇ ਹਨ ।

ਭਾਵ

ਜਿਸ ਵਿਦਵਾਨ ਨੇ ਵੇਦਾਂ ਦਾ ਠੀਕ ਤਰ੍ਹਾਂ ਨਾਲ ਅਧਿਐਨ ਕੀਤਾ ਹੋਵੇ ਅਤੇ ਭਗਵਾਨ ਚੈਤੰਨਯ ਵਰਗੇ ਅਧਿਕਾਰੀਆਂ ਤੋਂ ਗਿਆਨ ਪ੍ਰਾਪਤ ਕੀਤਾ ਹੋਵੇ ਅਤੇ ਇਹ ਜਾਣਦਾ ਹੋਵੇ ਕਿ ਇਨ੍ਹਾਂ ਉਪਦੇਸ਼ਾਂ ਦੀ ਕਿੰਝ ਵਰਤੋਂ ਕਰਨੀ ਚਾਹੀਦੀ ਹੈ, ਉਹੀ ਇਹ ਸਮਝ ਸਕਦਾ ਹੈ ਕਿ ਭੌਤਿਕ ਅਤੇ ਅਧਿਆਤਮਕ ਸੰਸਾਰ ਦੇ ਮੂਲ ਸ਼੍ਰੀ ਕ੍ਰਿਸ਼ਨ ਹੀ ਹਨ, ਕਿਉਂਕਿ ਉਸਨੂੰ ਇਸਦਾ ਚੰਗੀ ਤਰ੍ਹਾਂ ਗਿਆਨ ਹੁੰਦਾ ਹੈ, ਇਸ ਲਈ ਉਹ ਭਗਤੀ ਵਿਚ ਸਥਿਰ ਹੋ ਜਾਂਦਾ ਹੈ। ਉਹ ਵਿਅਰਥ ਦੀਆਂ ਟੀਕਾਵਾਂ ਤੋਂ ਜਾਂ ਮੂਰਖਾਂ ਰਾਹੀਂ ਕਦੀ ਵੀ ਗੁਮਰਾਹ ਨਹੀਂ ਹੁੰਦਾ । ਸਾਰਾ ਵੈਦਿਕ ਸਾਹਿਤ ਮੰਨਦਾ ਹੈ ਕਿ ਕ੍ਰਿਸ਼ਨ ਹੀ ਬ੍ਰਹਮਾ, ਸ਼ਿਵ ਅਤੇ ਹੋਰ ਸਾਰੇ ਦੇਵਤਿਆਂ ਦੇ ਸ੍ਰੋਤ ਹਨ । ਅਥਰਵ ਵੇਦ ਵਿਚ (ਗੋਪਾਲਤਾਪਨੀ ਉਪਨਿਸ਼ਦ 1.24) ਵਿਚ ਕਿਹਾ ਗਿਆ ਹੈ – ***ਯੋ ਬ੍ਰਾਹ੍ਮਣਮ੍ ਵਿਦਧਾਤਿ ਪੂਰ੍ਵਮ੍ ਯੋ ਵੈ ਵੇਦਾਂਸ਼੍ ਚ ਗਾਪਯਤਿ ਸ੍ਮ ਕ੍ਰਿਸ਼੍ਣਹ੍*** – ਸ਼ੁਰੂ ਵਿਚ ਕ੍ਰਿਸ਼ਨ ਨੇ ਬ੍ਰਹਮਾ ਨੂੰ ਵੇਦਾਂ ਦਾ ਗਿਆਨ ਦਿੱਤਾ ਅਤੇ ਭੂਤਕਾਲ ਵਿਚ ਵੈਦਿਕ ਗਿਆਨ ਦਾ ਪ੍ਰਚਾਰ ਕੀਤਾ । ਫਿਰ ਨਾਰਾਇਣ ਉਪਨਿਸ਼ਦ ਵਿਚ ਕਿਹਾ ਗਿਆ ਹੈ – ***ਅਥ ਪੁਰੁਸ਼ੋ ਹ ਵੈ ਨਾਰਾਯਣੋ'ਕਾਮਯਤ ਪ੍ਰਜਾਹ੍ ਸ੍ਰਿਜੇਯਤਿ*** – ਤਾਂ ਭਗਵਾਨ ਨੇ ਜੀਵਾਂ ਦੀ ਸ੍ਰਿਸ਼ਟੀ ਕਰਨੀ ਚਾਹੀ । ਉਪਨਿਸ਼ਦ ਵਿਚ ਅੱਗੇ ਵੀ ਕਿਹਾ ਗਿਆ ਹੈ ***ਨਾਰਾਯਣਾਦ੍ ਬ੍ਰਹ੍ਮਾ ਜਾਯਤੇ ਨਾਰਾਯਣਾਦ੍ ਪ੍ਰਜਾਪਤਿਹ ਪ੍ਰਜਾਯਤੇ, ਨਾਰਾਯਣਾਦ੍ ਇੰਦਰੋ ਜਾਯਤੇ । ਨਾਰਾਯਣਾਦ੍ ਅਸ਼੍ਟੋ ਵਸਵੋ ਜਾਯੰਤੇ; ਨਾਰਾਯਣਾਦ੍ ਏਕਾਦ੍ਸ਼ ਰੁਦ੍ਰਾ ਜਾਯੰਤੇ; ਨਾਰਾਯਣਾਦ੍ ਦ੍ਵਾਦਸ਼ਾਦਿਤ੍ਯਾਹ੍*** – ਨਰਾਇਣ ਤੋਂ ਬ੍ਰਹਮਾ ਪੈਦਾ ਹੁੰਦੇ ਹਨ, ਨਰਾਇਣ ਤੋਂ ਪ੍ਰਜਾਪਤੀ ਪੈਦਾ ਹੁੰਦੇ ਹਨ, ਨਰਾਇਣ ਤੋਂ ਇੰਦਰ ਅਤੇ ਅੱਠ ਵਸੂ ਪੈਦਾ ਹੁੰਦੇ ਹਨ ਅਤੇ ਨਰਾਇਣ ਤੋਂ ਹੀ ਗਿਆਰਾਂ ਰੁਦਰ ਅਤੇ ਬਾਰਾਂ ਆਦਿਤਯ ਪੈਦਾ ਹੁੰਦੇ ਹਨ । ਇਹ ਨਾਰਾਇਣ ਕ੍ਰਿਸ਼ਨ ਦਾ ਹੀ ਅੰਸ਼ ਹੈ ।

ਵੇਦਾਂ ਦਾ ਹੀ ਕਹਿਣਾ ਹੈ - ***ਬ੍ਰਹ੍ਮਣਯੋ ਦੇਵਕੀ ਪੁਤ੍ਰਹ੍*** - ਦੇਵਕੀ ਪੁੱਤਰ ਕ੍ਰਿਸ਼ਨ ਹੀ ਭਗਵਾਨ ਹਨ (ਨਾਰਾਇਣ ਉਪਨਿਸ਼ਦ੍ 4) ਤਾਂ ਇਹ ਕਿਹਾ ਗਿਆ ਹੈ - ***ਏਕੋ ਵੈ ਨਾਰਾਯਣ ਆਸੀਨ੍ ਨ ਬ੍ਰਹ੍ਮਾ ਨ ਈਸ਼ਾਨੋ ਨਾਪੋ ਨਾਗ੍ਨਿ ਸਮੌ ਨੇਮੇ ਦ੍ਯਾਵਆਪ੍ਰਿਥਵੀ ਨ ਨਕ੍ਸ਼ਤ੍ਰਾਣਿ ਨ ਸੂਰਯਹ੍*** - ਸ੍ਰਿਸ਼ਟੀ ਦੇ ਸ਼ੁਰੂ ਵਿਚ ਸਿਰਫ਼ ਭਗਵਾਨ ਨਾਰਾਇਣ ਸਨ। ਨਾ ਬ੍ਰਹਮਾ, ਨਾ ਸ਼ਿਵ, ਨਾ ਪਾਣੀ, ਨਾ ਅਗਨੀ ਸੀ ਨਾ ਚੰਨ ਨਾ ਨਕਸ਼ਤਰ ਅਤੇ ਨਾ ਹੀ ਸੂਰਜ (ਮਹਾਉਪਨਿਸ਼ਦ - 1) ਮਹਾਉਪਨਿਸ਼ਦ ਵਿਚ ਇਹ ਵੀ ਕਿਹਾ ਗਿਆ ਹੈ ਕਿ ਸ਼ਿਵ ਜੀ ਪਰਮੇਸ਼ਵਰ ਦੇ ਮੱਥੇ ਤੋਂ ਪੈਦਾ ਹੋਏ। ਇਸ ਲਈ ਵੇਦਾਂ ਦਾ ਕਹਿਣਾ ਹੈ ਕਿ ਬ੍ਰਹਮਾ ਅਤੇ ਸ਼ਿਵ ਦੇ ਸਿਰਜਣਹਾਰ, ਪਰਮ ਭਗਵਾਨ ਦੀ ਹੀ ਪੂਜਾ ਕੀਤੀ ਜਾਣੀ ਚਾਹੀਦੀ ਹੈ।

ਮੋਕ੍ਸ਼ ਧਰਮ ਵਿਚ ਕ੍ਰਿਸ਼ਨ ਕਹਿੰਦੇ ਹਨ :-

ਪ੍ਰਜਾਪਤਿਮ੍ ਚ ਰੁਦਰਮ੍ ਚਾਪਿ ਅਹਮ੍ ਏਵ ਸ੍ਰਿਜਾਮਿ ਵੈ।
ਤੌ ਹਿ ਮਾਮ੍ ਨ ਵਿਜਾਨੀਤੋ ਮਮ ਮਾਯਾ ਵਿਮੋਹਿਤੌ ॥

ਮੈਂ ਹੀ ਪ੍ਰਜਾਪਤੀਆਂ ਨੂੰ, ਸ਼ਿਵ ਅਤੇ ਹੋਰਨਾਂ ਨੂੰ ਪੈਦਾ ਕੀਤਾ ਹੈ, ਪਰ ਉਹ ਮੇਰੀ ਮਾਇਆ ਤੋਂ ਮੋਹਿਤ ਹੋਣ ਕਾਰਨ ਇਹ ਨਹੀਂ ਜਾਣਦੇ ਕਿ ਮੈਂ ਹੀ ਉਨ੍ਹਾਂ ਨੂੰ ਪੈਦਾ ਕੀਤਾ, ਵਰਾਹ ਪੁਰਾਣ ਵਿਚ ਵੀ ਕਿਹਾ ਗਿਆ ਹੈ -

ਨਾਰਾਯਣਹ੍ ਪਰੋ ਦੇਵਸ੍ ਤਸ੍ਮਾਜ੍ ਜਾਤਸ਼੍ ਚਤੁਰ੍ਮੁਖਹ੍।
ਤਸ੍ਮਾਦ੍ ਰੁਦਰੋ 'ਭਵਦ੍ ਦੇਵਹ੍ ਸ ਚ ਸਰ੍ਵ-ਗ੍ਯਤਾਮ੍ ਗਤਹ੍ ॥

"ਨਾਰਾਇਣ ਭਗਵਾਨ ਹਨ, ਜਿਨ੍ਹਾਂ ਤੋਂ ਬ੍ਰਹਮਾ ਪੈਦਾ ਹੋਏ ਅਤੇ ਫਿਰ ਬ੍ਰਹਮਾ ਤੋਂ ਸ਼ਿਵ ਪੈਦਾ ਹੋਏ"

ਭਗਵਾਨ ਕ੍ਰਿਸ਼ਨ ਸਾਰੀਆਂ ਉਤਪੱਤੀਆਂ ਦੇ ਸਰੋਤ ਹਨ ਅਤੇ ਉਹ ਸਭਨਾਂ ਦੇ ਕਾਰਨ ਕਹਾਉਂਦੇ ਹਨ।, " ਕਿਉਂਕਿ ਸਾਰੀਆਂ ਚੀਜ਼ਾਂ ਮੇਰੇ ਤੋਂ ਪੈਦਾ ਹੋਈਆਂ ਹਨ, ਇਸ ਲਈ ਮੈਂ ਸਭਨਾਂ ਦਾ ਮੁਢੱਲਾ ਕਾਰਨ ਹਾਂ ਸਾਰੀਆਂ ਚੀਜ਼ਾਂ ਮੇਰੇ ਅਧੀਨ ਹਨ ਮੇਰੇ ਤੋਂ ਉਤੇ ਕੋਈ ਵੀ ਨਹੀਂ ਹੈ।" ਕ੍ਰਿਸ਼ਨ ਤੋਂ ਵੱਧਕੇ ਕੋਈ ਉੱਤਮ ਨਿਯੰਤਰਕ ਕੋਈ ਨਹੀਂ ਹੈ। ਜਿਹੜਾ ਮਨੁੱਖ ਪ੍ਰਮਾਣਿਤ ਗੁਰੂ ਤੋਂ ਜਾਂ ਵੈਦਿਕ ਸਾਹਿਤ ਤੋਂ ਇਸ ਤਰ੍ਹਾਂ ਦੇ ਕ੍ਰਿਸ਼ਨ ਨੂੰ ਜਾਣ ਲੈਂਦਾ ਹੈ, ਉਹ ਆਪਣੀ ਸਾਰੀ ਸ਼ਕਤੀ ਕ੍ਰਿਸ਼ਨ ਭਾਵਨਾ ਅੰਮ੍ਰਿਤ ਵਿਚ ਲਗਾਉਂਦਾ ਹੈ ਅਤੇ ਸਚਮੁੱਚ ਵਿਦਵਾਨ ਪੁਰਖ ਬਣ ਜਾਂਦਾ ਹੈ। ਉਸਦੇ ਮੁਕਾਬਲੇ ਹੋਰ ਸਾਰੇ ਲੋਕ, ਜਿਹੜੇ ਕ੍ਰਿਸ਼ਨ ਨੂੰ ਠੀਕ ਤਰ੍ਹਾਂ ਨਹੀਂ ਜਾਣਦੇ, ਸਿਰਫ਼ ਮੂਰਖ ਸਿੱਧ ਹੁੰਦੇ ਹਨ। ਸਿਰਫ਼ ਮੂਰਖ ਹੀ ਕ੍ਰਿਸ਼ਨ ਨੂੰ ਆਮ ਮਨੁੱਖ ਸਮਝੇਗਾ। ਕ੍ਰਿਸ਼ਨ ਭਾਵਨਾ ਭਾਵਿਤ ਮਨੁੱਖ ਨੂੰ ਚਾਹੀਦਾ ਹੈ ਕਿ ਕਦੀ ਮੂਰਖਾਂ ਰਾਹੀਂ ਮੋਹਿਤ ਨਾ ਹੋਵੇ, ਉਸਨੂੰ ਭਗਵਤ ਗੀਤਾ ਦੀਆਂ ਸਾਰੀਆਂ ਅਪ੍ਰਮਾਣਿਕ ਟੀਕਾਵਾਂ ਅਤੇ ਵਿਆਖਿਆਵਾਂ ਤੋਂ ਦੂਰ ਰਹਿਣਾ ਚਾਹੀਦਾ ਹੈ ਅਤੇ ਪੱਕੇ ਤੌਰ ਤੇ ਕ੍ਰਿਸ਼ਨ ਭਾਵਨਾ ਅੰਮ੍ਰਿਤ ਵਿਚ ਅਗਾਂਹ ਵਧਣਾ ਚਾਹੀਦਾ ਹੈ।

मच्चित्ता मद्गतप्राणा बोधयन्तः परस्परम् ।
कथयन्तश्च मां नित्यं तुष्यन्ति च रमन्ति च ॥ ९ ॥

ਮਚ੍ ਚਿੱਤਾ ਮਦ੍ ਗਤ ਪ੍ਰਾਣਾ ਬੋਧਯੰਤਹ੍ ਪਰਸ੍ਪਰਮ੍ ।
ਕਥਯੰਤਸ਼੍ ਚ ਮਾਮ੍ ਨਿਤ੍ਯਮ੍ ਤੁਸ਼੍ਯੰਤਿ ਚ ਰਮੰਤਿ ਚ ॥ 9 ॥

ਮਤ੍-ਚਿੱਤਾਹ੍ - ਜਿਨ੍ਹਾਂ ਦੇ ਮਨ ਮੇਰੇ ਵਿਚ ਰਮੇ ਹੋਏ ਹਨ ; **ਮਤ੍-ਗਤ-ਪ੍ਰਾਣਾਹ੍** - ਜਿਨ੍ਹਾਂ ਦੇ ਜੀਵਨ ਮੇਰੇ ਵਿਚ ਅਰਪਿਤ ਹਨ ; **ਬੋਧਯੰਤਹ੍** - ਉਪਦੇਸ਼ ਦਿੰਦਿਆਂ ਹੋਏ ; **ਪਰਸ੍ਪਰਮ੍** - ਇਕ ਦੂਜੇ ਨਾਲ,ਆਪਸ ਵਿਚ ; **ਕਥਯੰਤਹ੍** - ਗੱਲਾਂ ਕਰਦੇ ਹੋਏ ; **ਚ**- ਵੀ ; **ਮਾਮ੍** - ਮੇਰੇ ਬਾਰੇ; **ਨਿਤ੍ਯਮ੍** - ਲਗਾਤਾਰ ; **ਤੁਸ਼੍ਯੰਤਿ** - ਪ੍ਰਸੰਨ ਹੁੰਦੇ ਹਨ ; **ਚ**- ਵੀ; **ਰਮੰਤਿ**-ਅਲੌਕਿਕ ਆਨੰਦ ਮਾਣਦੇ ਹੋਏ ; **ਚ**-ਵੀ ।

ਅਨੁਵਾਦ

ਮੇਰੇ ਸ਼ੁੱਧ ਭਗਤਾਂ ਦੇ ਵਿਚਾਰ ਮੇਰੇ ਵਿਚ ਵੱਸਦੇ ਰਹਿੰਦੇ ਹਨ । ਉਨ੍ਹਾਂ ਦੇ ਜੀਵਨ ਮੇਰੀ ਸੇਵਾ ਵਿਚ ਅਰਪਿਤ ਰਹਿੰਦੇ ਹਨ ਅਤੇ ਉਹ ਇਕ ਦੂਜੇ ਨੂੰ ਗਿਆਨ ਦਿੰਦੇ ਹਨ ਅਤੇ ਮੇਰੇ ਬਾਰੇ ਗੱਲਾਂ ਕਰਦੇ ਹੋਏ ਬਹੁਤ ਸੰਤੋਖ ਅਤੇ ਆਨੰਦ ਦਾ ਅਨੁਭਵ ਕਰਦੇ ਹਨ ।

ਭਾਵ

ਇਥੇ ਜਿਨ੍ਹਾਂ ਸ਼ੁੱਧ ਭਗਤਾਂ ਦੇ ਲੱਛਣਾਂ ਦਾ ਉਲੇਖ ਹੋਇਆ ਹੈ, ਉਹ ਲਗਾਤਾਰ ਭਗਵਾਨ ਦੀ ਅਲੌਕਿਕ ਪ੍ਰੇਮ ਭਗਤੀ ਵਿਚ ਰਮੇ ਰਹਿੰਦੇ ਹਨ । ਉਨ੍ਹਾਂ ਦੇ ਮਨ ਕ੍ਰਿਸ਼ਨ ਦੇ ਚਰਣ ਕਮਲਾਂ ਤੋਂ ਹਟਦੇ ਨਹੀਂ । ਉਹ ਅਲੌਕਿਕ ਵਿਸ਼ਿਆਂ ਦੀ ਹੀ ਚਰਚਾ ਚਲਾਉਂਦੇ ਹਨ । ਇਸ ਸ਼ਲੋਕ ਵਿਚ ਸ਼ੁੱਧ ਭਗਤਾਂ ਦੇ ਲੱਛਣਾਂ ਦਾ ਖ਼ਾਸ ਤੌਰ ਤੇ ਉਲੇਖ ਹੋਇਆ ਹੈ । ਭਗਵਾਨ ਦੇ ਭਗਤ ਪਰਮੇਸ਼ਵਰ ਦੇ ਗੁਣਾਂ ਅਤੇ ਉਨ੍ਹਾਂ ਦੀਆਂ ਲੀਲਾਵਾਂ ਦੇ ਗੁਣ-ਗਾਨ ਵਿਚ ਦਿਨ-ਰਾਤ ਲਗੇ ਰਹਿੰਦੇ ਹਨ । ਉਨ੍ਹਾਂ ਦੇ ਹਿਰਦੇ ਅਤੇ ਆਤਮਾਵਾਂ ਲਗਾਤਾਰ ਕ੍ਰਿਸ਼ਨ ਵਿਚ ਲਗੀਆਂ ਰਹਿੰਦੀਆਂ ਹਨ ਅਤੇ ਉਹ ਹੋਰ ਭਗਤਾਂ ਨਾਲ ਭਗਵਾਨ ਬਾਰੇ ਗੱਲਾਂ ਕਰਨ ਵਿਚ ਆਨੰਦ ਦਾ ਅਨੁਭਵ ਕਰਦੇ ਹਨ ।

ਭਗਤੀ ਦੀ ਮੁਢੱਲੀ ਅਵਸਥਾ ਵਿਚ, ਉਹ ਸੇਵਾ ਵਿਚ ਹੀ ਅਲੌਕਿਕ ਆਨੰਦ ਮੰਨਦੇ ਹਨ ਅਤੇ ਉਚੇਰੀ (ਪੱਕੀ) ਅਵਸਥਾ ਵਿਚ ਉਹ ਈਸ਼ਵਰ ਪ੍ਰੇਮ ਨੂੰ ਪ੍ਰਾਪਤ ਹੁੰਦੇ ਹਨ । ਜਦੋਂ ਉਹ ਇਸ ਅਲੌਕਿਕ ਸਥਿਤੀ ਨੂੰ ਪ੍ਰਾਪਤ ਕਰ ਲੈਂਦੇ ਹਨ ਤਾਂ ਉਹ ਉਸ ਸਭ ਤੋਂ ਉਚੀ ਸਿੱਧੀ ਦਾ ਰਸ ਲੈਂਦੇ ਹਨ, ਜਿਹੜੀ ਭਗਵਾਨ ਦੇ ਧਾਮ ਵਿਚ ਪ੍ਰਾਪਤ ਹੁੰਦੀ ਹੈ । ਭਗਵਾਨ ਚੈਤੰਨਯ ਅਲੌਕਿਕ ਭਗਤੀ ਦੀ ਤੁਲਨਾ ਜੀਵ ਦੇ ਹਿਰਦੇ ਵਿਚ ਬੀਜ-ਬੀਜਣ ਨਾਲ ਕਰਦੇ ਹਨ । ਬ੍ਰਹਿਮੰਡ ਦੇ ਵੱਖੋ-ਵੱਖਰੇ ਲੋਕਾਂ ਵਿਚ ਅਣਗਿਣਤ ਜੀਵ ਘੁੰਮਦੇ ਰਹਿੰਦੇ ਹਨ। ਇਨ੍ਹਾਂ ਵਿਚੋਂ ਕੁਝ ਕੁ ਹੀ ਭਾਗਾਂ ਵਾਲੇ ਹੁੰਦੇ ਹਨ ਜਿਨ੍ਹਾਂ ਦੀ ਸ਼ੁੱਧ ਭਗਤਾਂ ਨਾਲ ਭੇਟ ਹੋ ਸਕਦੀ ਹੈ ਅਤੇ ਜਿਨ੍ਹਾਂ ਨੂੰ ਭਗਤੀ ਸਮਝਣ ਦਾ ਮੌਕਾ ਮਿਲਦਾ ਹੈ । ਇਹ ਭਗਤੀ ਬੀਜ ਵਰਗੀ ਹੈ । ਜੇਕਰ ਇਸਨੂੰ ਜੀਵ ਦੇ ਹਿਰਦੇ ਵਿਚ ਬੀਜ ਦਿੱਤਾ

ਜਾਵੇ ਅਤੇ *ਹਰੇ ਕ੍ਰਿਸ਼ਨ ਹਰੇ ਕ੍ਰਿਸ਼ਨ ਕ੍ਰਿਸ਼ਨ ਕ੍ਰਿਸ਼ਨ ਹਰੇ ਹਰੇ, ਹਰੇ ਰਾਮ ਹਰੇ ਰਾਮ ਰਾਮ ਰਾਮ ਹਰੇ ਹਰੇ*। ਮੰਤਰ ਦਾ ਸ਼੍ਰਵਣ ਅਤੇ ਕੀਰਤਨ ਕਰਦਾ ਰਹੇ ਤਾਂ ਬੀਜ ਅੰਕੁਰਿਤ ਹੁੰਦਾ ਹੈ। ਜਿਵੇਂ ਕਿ ਨਿਯਮਾਂ ਮੁਤਾਬਿਕ ਸਿੰਜਦੇ ਰਹਿਣ ਨਾਲ ਰੁੱਖ ਦਾ ਬੀਜ ਫਲਦਾ ਹੈ। ਭਗਤੀ ਰੂਪੀ ਅਧਿਆਤਮਕ ਰੁੱਖ ਹੌਲੀ-ਹੌਲੀ ਉਦੋਂ ਤਕ ਵਧਦਾ ਰਹਿੰਦਾ ਹੈ, ਜਦੋਂ ਤਕ ਇਹ ਬ੍ਰਹਿਮੰਡ ਦੇ ਪਰਦੇ ਨੂੰ ਫਾੜ ਕੇ ਅਧਿਆਤਮਕ ਅਕਾਸ਼ ਵਿੱਖੇ ਬ੍ਰਹਮਜੋਤੀ ਵਿਚ ਪ੍ਰਵੇਸ਼ ਨਹੀਂ ਕਰ ਜਾਂਦਾ। ਅਧਿਆਤਮਕ ਅਕਾਸ਼ ਵਿਚ ਵੀ ਇਹ ਰੁੱਖ ਉਦੋਂ ਤਕ ਵਧਦਾ ਜਾਂਦਾ ਹੈ ਜਦੋਂ ਤਕ ਉਸ ਉਚੇਰੇ ਲੋਕ ਨੂੰ ਪ੍ਰਾਪਤ ਨਹੀਂ ਕਰ ਲੈਂਦਾ ਜਿਸਨੂੰ ਗੋਲੋਕ (ਵ੍ਰਿੰਦਾਬਨ) ਜਾਂ ਕ੍ਰਿਸ਼ਨ ਦਾ ਪਰਮ ਧਾਮ ਕਹਿੰਦੇ ਹਨ। ਆਖ਼ਿਰਕਾਰ ਇਹ ਰੁੱਖ ਭਗਵਾਨ ਦੇ ਚਰਨ-ਕਮਲਾਂ ਦੀ ਸ਼ਰਨੀ ਲਗਕੇ ਉਥੇ ਹੀ ਵਿਸ਼ਰਾਮ ਕਰਦਾ ਹੈ। ਜਿਵੇਂ-ਜਿਵੇਂ ਇਸ ਰੁੱਖ ਤੇ ਹੌਲੀ-ਹੌਲੀ ਫੁੱਲ ਅਤੇ ਫਲ ਆਉਂਦੇ ਹਨ ਤਿਉਂ-ਤਿਉਂ ਭਗਤੀ ਰੂਪੀ ਰੁੱਖ ਤੇ ਵੀ ਫਲ ਆਉਂਦੇ ਹਨ ਅਤੇ ਕੀਰਤਨ ਅਤੇ ਸਰਵਣ ਦੇ ਰੂਪ ਵਿਚ ਉਸ ਨੂੰ ਸਿੰਜਣਾ ਚਲਦਾ ਰਹਿੰਦਾ ਹੈ। ਚੈਤੰਨਯ ਚਰਿਤਾਮ੍ਰਿਤ ਵਿਚ (ਮੱਧ ਲੀਲਾ, ਅਧਿਆਇ 19) ਭਗਤੀ ਰੂਪੀ ਰੁੱਖ ਦਾ ਵਿਸਥਾਰ ਨਾਲ ਵਰਣਨ ਹੋਇਆ ਹੈ। ਇਥੇ ਇਹ ਦੱਸਿਆ ਗਿਆ ਹੈ ਕਿ ਜਦੋਂ ਪੂਰਣ ਰੁੱਖ ਭਗਵਾਨ ਦੇ ਚਰਣ ਕਮਲਾਂ ਦੀ ਸ਼ਰਨ ਲੈ ਲੈਂਦਾ ਹੈ ਅਤੇ ਮਨੁੱਖ ਪੂਰੀ ਤਰ੍ਹਾਂ ਭਗਵਾਨ ਦੇ ਪ੍ਰੇਮ ਵਿਚ ਲੀਨ ਹੋ ਜਾਂਦਾ ਹੈ, ਤਾਂ ਉਹ ਇਕ ਪਲ ਵੀ ਪਰਮੇਸ਼ਵਰ ਤੋਂ ਬਗ਼ੈਰ ਨਹੀਂ ਰਹਿ ਸਕਦਾ, ਜਿਵੇਂ ਮੱਛੀ ਪਾਣੀ ਤੋਂ ਬਗ਼ੈਰ ਨਹੀਂ ਰਹਿ ਸਕਦੀ। ਅਜਿਹੀ ਅਵਸਥਾ ਵਿਚ ਭਗਤ ਅਸਲ ਵਿਚ ਪਰਮੇਸ਼ਵਰ ਦੇ ਸੰਪਰਕ ਨਾਲ ਅਲੌਕਿਕ ਗੁਣ ਪ੍ਰਾਪਤ ਕਰ ਲੈਂਦਾ ਹੈ।

ਸ਼੍ਰੀਮਦ ਭਾਗਵਤਮ੍ ਵਿਚ ਵੀ ਭਗਵਾਨ ਅਤੇ ਉਨ੍ਹਾਂ ਦੇ ਭਗਤਾਂ ਨਾਲ ਸੰਬੰਧਿਤ ਅਜਿਹੀਆਂ ਅਨੇਕ ਕਥਾਵਾਂ ਹਨ। ਇਸ ਲਈ ਸ਼੍ਰੀਮਦ ਭਾਗਵਤਮ੍ ਭਗਤਾਂ ਨੂੰ ਵਧੇਰੇ ਪਿਆਰੀ ਲਗਦੀ ਹੈ। ਜਿਵੇਂ ਕਿ ਭਾਗਵਤਮ੍ ਵਿਚ ਵੀ (12-13-18) ਕਿਹਾ ਗਿਆ ਹੈ - ***ਸ਼੍ਰੀਮਦ ਭਾਗਵਤਮ੍ ਪੁਰਾਣਮ੍ ਅਮਲਮ੍ ਯਦ੍ ਵੈਸ਼ਣਵਾਨਾਮ੍ ਪ੍ਰਿਯਮ੍***। ਅਜਿਹੀ ਕਥਾ ਵਿਚ ਭੌਤਿਕ ਕੰਮਾਂ, ਆਰਥਿਕ ਵਿਕਾਸ, ਇੰਦਰੀਆਂ ਦੀ ਤ੍ਰਿਪਤੀ ਜਾਂ ਮੋਖ ਬਾਰੇ ਕੁਝ ਵੀ ਨਹੀਂ ਹੈ। ਸ਼੍ਰੀਮਦ੍ ਭਾਗਵਤਮ੍ ਹੀ ਇਕੋ ਇਕ ਕਥਾ ਹੈ, ਜਿਸ ਵਿਚ ਭਗਵਾਨ ਅਤੇ ਉਨ੍ਹਾਂ ਦੇ ਭਗਤਾਂ ਦੇ ਅਲੌਕਿਕ ਸਾਹਿਤ ਦੇ ਸਰਵਣ ਵਿਚ ਅਲੌਕਿਕ ਰੁਚੀ ਵਿੱਖਾਉਂਦੇ ਹਨ, ਜਿਵੇਂ ਯੁੱਵਕ ਅਤੇ ਯੁਵਤੀ ਨੂੰ ਆਪਸੀ ਸੰਗ ਵਿਚ ਆਨੰਦ ਮਿਲਦਾ ਹੈ।

तेषां सततयुक्तानां भजतां प्रीतिपूर्वकम् ।
ददामि बुद्धियोगं तं येन मामुपयान्ति ते ॥ १० ॥

ਤੇਸ਼ਾਮ੍ ਸਤਤ ਯੁਕ੍ਤਾਨਾਮ੍ ਭਜਤਾਮ੍ ਪ੍ਰੀਤਿ ਪੂਰ੍ਵਕਮ੍ ।
ਦਦਾਮਿ ਬੁਦ੍ਧਿ ਯੋਗਮ੍ ਤਮ੍ ਯੇਨ ਮਾਮ੍ ਉਪਯਾਂਤਿ ਤੇ ॥ 10 ॥

ਤੇਸ਼ਾਮ੍-ਉਨ੍ਹਾਂ ; **ਸਤਤ-ਯੁਕ੍ਤਾਨਾਮ੍**-ਹਮੇਸ਼ਾਂ ਲੀਨ ਰਹਿਣ ਵਾਲੇ ; **ਭਜਤਾਮ੍**-ਭਗਤੀ ਕਰਨ ਵਾਲਿਆਂ ਨੂੰ ; **ਪ੍ਰੀਤਿ ਪੂਰ੍ਵਕਮ੍**-ਪ੍ਰੇਮ ਭਾਵ ਨਾਲ ; **ਦਦਾਮਿ**-ਮੈਂ ਦਿੰਦਾ ਹਾਂ ; **ਬੁਦ੍ਧਿ ਯੋਗਮ੍**-ਅਸਲੀ ਬੁੱਧੀ ; **ਤਮ੍**-ਉਹ ; **ਯੇਨ**-ਜਿਸ ਨਾਲ ; **ਮਾਮ੍**-ਮੈਨੂੰ ; **ਉਪਯਾਂਤਿ** -ਪ੍ਰਾਪਤ ਹੋ ਸਕਣ ; **ਤੇ** - ਉਹ ।

ਅਨੁਵਾਦ

ਜਿਹੜੇ ਪ੍ਰੇਮ ਨਾਲ ਮੇਰੀ ਸੇਵਾ ਕਰਨ ਵਿਚ ਲਗਾਤਾਰ ਲਗੇ ਰਹਿੰਦੇ ਹਨ, ਉਨ੍ਹਾਂ ਨੂੰ ਮੈਂ ਗਿਆਨ ਦਿੰਦਾ ਹਾਂ, ਜਿਸ ਨਾਲ ਉਹ ਮੇਰੇ ਤਕ ਆ ਸਕਦੇ ਹਨ ।

ਭਾਵ

ਇਸ ਸ਼ਲੋਕ ਵਿਚ ***ਬੁੱਧੀ ਯੋਗਮ੍*** ਸ਼ਬਦ ਵਧੇਰੇ ਮਹੱਤਵਪੂਰਨ ਹੈ । ਸਾਨੂੰ ਯਾਦ ਹੈ ਕਿ ਦੂਜੇ ਅਧਿਆਇ ਵਿਚ ਭਗਵਾਨ ਨੇ ਅਰਜੁਨ ਨੂੰ ਉਪਦੇਸ਼ ਦਿੰਦੇ ਹੋਏ ਕਿਹਾ ਸੀ ਕਿ ਮੈਂ ਤੈਨੂੰ ਅਨੇਕਾਂ ਵਿਸ਼ਿਆਂ ਬਾਰੇ ਦੱਸ ਚੁੱਕਾ ਹਾਂ ਅਤੇ ਹੁਣ ਮੈਂ ਤੈਨੂੰ ਬੁੱਧੀਯੋਗ ਦੀ ਸਿੱਖਿਆ ਦੇਵਾਂਗਾ। ਹੁਣ ਉਸੇ ਬੁੱਧੀਯੋਗ ਦੀ ਵਿਆਖਿਆ ਕੀਤੀ ਜਾ ਰਹੀ ਹੈ । ਬੁੱਧੀਯੋਗ ਕ੍ਰਿਸ਼ਨ ਭਾਵਨਾ ਅੰਮ੍ਰਿਤ ਵਿਚ ਰਹਿਕੇ ਕੰਮ ਕਰਨ ਨੂੰ ਕਹਿੰਦੇ ਹਨ ਅਤੇ ਇਹੋ ਸਰਵੋਤਮ ਬੁੱਧੀ ਹੈ । ਬੁੱਧੀ ਦਾ ਅਰਥ ਹੈ ਬੁੱਧੀ ਅਤੇ ਯੋਗ ਦਾ ਅਰਥ ਹੈ ਯੋਗਿਕ ਗਤੀਵਿਧੀਆਂ ਜਾਂ ਯੋਗਿਕ ਤਰੱਕੀ । ਜਦੋਂ ਕੋਈ ਭਗਵਾਨ ਦੇ ਧਾਮ ਨੂੰ ਜਾਣਾ ਚਾਹੁੰਦਾ ਹੈ ਅਤੇ ਭਗਤੀ ਵਿਚ ਉਹ, ਬੁੱਧੀਯੋਗ ਉਹ ਤਰੀਕਾ ਹੈ, ਜਿਸ ਨਾਲ ਮਨੁੱਖ ਸੰਸਾਰੀ ਬੰਧਨਾਂ ਤੋਂ ਛੁੱਟਣਾ ਚਾਹੁੰਦਾ ਹੈ । ਤਰੱਕੀ ਕਰਨ ਦਾ ਉਚੱਾ ਟੀਚਾ ਕ੍ਰਿਸ਼ਨ ਦੀ ਪ੍ਰਾਪਤੀ ਹੈ । ਲੋਕ ਇਸ ਨੂੰ ਨਹੀਂ ਜਾਣਦੇ, ਇਸ ਲਈ ਭਗਤਾਂ ਅਤੇ ਪ੍ਰਮਾਣਿਤ ਗੁਰੂ ਦੀ ਸੰਗਤ ਜ਼ਰੂਰੀ ਹੈ । ਮਨੁੱਖ ਨੂੰ ਪਤਾ ਹੋਣਾ ਚਾਹੀਦਾ ਹੈ ਕਿ ਕ੍ਰਿਸ਼ਨ ਹੀ ਟੀਚਾ ਹਨ ਅਤੇ ਜਦੋਂ ਟੀਚਾ ਨਿਰਧਾਰਿਤ ਹੈ ਤਾਂ ਉਸ ਰਸਤੇ ਤੇ ਹੌਲੀ-ਹੌਲੀ ਤਰੱਕੀ ਕਰਨ ਨਾਲ ਵੀ ਅੰਤਿਮ ਟੀਚਾ ਪ੍ਰਾਪਤ ਹੋ ਜਾਂਦਾ ਹੈ ।

ਜਦੋਂ ਮਨੁੱਖ ਟੀਚੇ ਨੂੰ ਤਾਂ ਜਾਣਦਾ ਪਰ ਕਰਮ ਫਲ ਵਿਚ ਲਿਪਤ ਰਹਿੰਦਾ ਹੈ ਤਾਂ ਉਹ ਕਰਮਯੋਗੀ ਹੁੰਦਾ ਹੈ । ਇਹ ਜਾਣਦੇ ਹੋਏ ਕਿ ਟੀਚਾ ਕ੍ਰਿਸ਼ਨ ਹਨ, ਜਦੋਂ ਕੋਈ ਕ੍ਰਿਸ਼ਨ ਨੂੰ ਸਮਝਣ ਲਈ ਮਾਨਸਿਕ ਚਿੰਤਨ ਦਾ ਸਹਾਰਾ ਲੈਂਦਾ ਹੈ ਤਾਂ ਉਹ ਗਿਆਨਯੋਗ ਵਿਚ ਲੀਨ ਹੁੰਦਾ ਹੈ, ਪਰ ਜਦੋਂ ਉਹ ਟੀਚੇ ਨੂੰ ਸਮਝਕੇ ਕ੍ਰਿਸ਼ਨ ਭਾਵਨਾ ਅੰਮ੍ਰਿਤ ਅਤੇ ਭਗਤੀ ਵਿਚ ਕ੍ਰਿਸ਼ਨ ਦੀ ਖੋਜ ਕਰਦਾ ਹੈ, ਤਾਂ ਉਹ ਭਗਤੀ ਯੋਗੀ ਜਾਂ ਬੁੱਧੀ ਯੋਗੀ ਹੁੰਦਾ ਹੈ ਅਤੇ ਇਹੋ ਪੂਰਨ ਯੋਗ ਹੈ । ਇਹ ਪੂਰਨ ਯੋਗ ਹੀ ਜੀਵਨ ਦੀ ਸਿੱਧ ਅਵਸਥਾ ਹੈ ।

ਜਦੋਂ ਮਨੁੱਖ ਪ੍ਰਮਾਣਿਤ ਗੁਰੂ ਹੁੰਦੇ ਹੋਏ ਅਤੇ ਅਧਿਆਤਮਕ ਸੰਘ ਨਾਲ ਜੁੜਕੇ ਵੀ ਪ੍ਰਗਤੀ ਨਹੀਂ ਕਰ ਸਕਦਾ, ਕਿਉਂਕਿ ਉਹ ਬੁੱਧੀਮਾਨ ਨਹੀਂ ਹੈ, ਤਾਂ ਕ੍ਰਿਸ਼ਨ ਉਸਦੇ ਅੰਦਰੋਂ ਉਪਦੇਸ਼ ਦਿੰਦੇ ਹਨ, ਜਿਸ ਨਾਲ ਉਹ ਅਸਾਨੀ ਨਾਲ ਉਨ੍ਹਾਂ ਤਕ ਅਪੜ ਸਕੇ । ਇਸ ਲਈ ਜਿਸ ਕਾਬਲੀਅਤ ਦੀ ਲੋੜ ਹੈ, ਉਹ ਇਹ ਹੈ ਕਿ ਕ੍ਰਿਸ਼ਨ ਭਾਵਨਾ ਅੰਮ੍ਰਿਤ ਵਿਚ ਲਗਾਤਾਰ ਰਹਿਕੇ ਪ੍ਰੇਮ ਅਤੇ ਭਗਤੀ ਨਾਲ ਹਰ ਤਰ੍ਹਾਂ ਦੀ ਸੇਵਾ ਕੀਤੀ ਜਾਵੇ । ਉਸਨੂੰ ਕ੍ਰਿਸ਼ਨ ਲਈ ਕੋਈ ਨਾ ਕੋਈ

ਕੰਮ ਕਰਦੇ ਰਹਿਣਾ ਚਾਹੀਦਾ ਹੈ। ਪਰ ਪ੍ਰੇਮ ਨਾਲ ਜੇਕਰ ਭਗਤ ਏਨਾ ਬੁੱਧੀਮਾਨ ਨਹੀਂ ਹੈ ਕਿ ਆਤਮ-ਪ੍ਰਤੱਖੀਕਰਨ ਦੇ ਰਸਤੇ ਤੇ ਪ੍ਰਗਤੀ ਕਰ ਸਕੇ, ਪਰ ਜੇਕਰ ਉਹ ਇਕ ਚਿੱਤ ਰਹਿਕੇ ਭਗਤੀ ਕੰਮਾਂ ਵਿਚ ਲਗਿਆ ਰਹਿੰਦਾ ਹੈ, ਤਾਂ ਭਗਵਾਨ ਉਸ ਨੂੰ ਅਜਿਹਾ ਮੌਕਾ ਦਿੰਦੇ ਹਨ ਕਿ ਉਹ ਤਰੱਕੀ ਕਰਕੇ ਅੰਤ ਵਿਚ ਉਨ੍ਹਾਂ ਕੋਲ ਪਹੁੰਚ ਜਾਵੇ।

तेषामेवानुकम्पार्थमहमज्ञानजं तमः ।
नाशयाम्यात्मभावस्थो ज्ञानदीपेन भास्वता ॥११॥

ਤੇਸ਼ਾਮ੍ ਏਵਾਨੁਕੰਪਾਰ੍ਥਮ੍ ਅਹਮ੍ ਅਗ੍ਯਾਨ-ਜਮ੍ ਤਮਹ੍।
ਨਾਸ਼ਯਾਮਿ-ਆਤ੍ਮ-ਭਾਵ-ਸ੍ਥੋ ਗ੍ਯਾਨ ਦੀਪੇਨ ਭਾਸ੍ਵਤਾ ॥ 11 ॥

ਤੇਸ਼ਾਮ੍-ਉਨ੍ਹਾਂ ਤੇ ; **ਏਵ**-ਨਿਸ਼ਚੈ ਹੀ ; **ਅਨੁਕੰਪਾ-ਅਰ੍ਥਮ੍**-ਖ਼ਾਸ ਕਿਰਪਾ ਕਰਨ ਲਈ ; **ਅਹਮ੍**-ਮੈਂ ; **ਅਗ੍ਯਾਨ-ਜਮ੍**-ਅਗਿਆਨ ਕਰਕੇ ; **ਤਮਹ੍**-ਹਨੇਰਾ ; **ਨਾਸ਼ਯਾਮਿ**-ਦੂਰ ਕਰਦਾ ਹਾਂ ; **ਆਤ੍ਮ-ਭਾਵ**-ਉਨ੍ਹਾਂ ਦੇ ਹਿਰਦੇ ਵਿਚ ; **ਸ੍ਥਹ**-ਸਥਿਤ ; **ਗ੍ਯਾਨ**-ਗਿਆਨ ਦੇ ; **ਦੀਪੇਨ**-ਦੀਪਕ ਰਾਹੀਂ ; **ਭਾਸ੍ਵਤਾ**-ਚਮਕਦੇ ਹੋਏ।

ਅਨੁਵਾਦ

ਮੈਂ ਉਨ੍ਹਾਂ ਤੇ ਖ਼ਾਸ ਕਿਰਪਾ ਲਈ ਉਨ੍ਹਾਂ ਦੇ ਹਿਰਦੇ ਵਿਚ ਨਿਵਾਸ ਕਰਦੇ ਹੋਏ ਗਿਆਨ ਦੇ ਪ੍ਰਕਾਸ਼ ਵਾਲੇ ਦੀਵੇ ਰਾਹੀਂ, ਅਗਿਆਨ ਤੋਂ ਪੈਦਾ ਹੋਏ ਹਨੇਰੇ ਨੂੰ ਦੂਰ ਕਰਦਾ ਹਾਂ।

ਭਾਵ

ਜਦੋਂ ਭਗਵਾਨ ਚੈਤੰਨਯ ਬਨਾਰਸ ਵਿਚ *ਹਰੇ ਕ੍ਰਿਸ਼ਨ ਹਰੇ ਕ੍ਰਿਸ਼ਨ ਕ੍ਰਿਸ਼ਨ ਕ੍ਰਿਸ਼ਨ ਹਰੇ ਹਰੇ, ਹਰੇ ਰਾਮ ਹਰੇ ਰਾਮ ਰਾਮ ਰਾਮ ਹਰੇ ਹਰੇ* ਦੇ ਕੀਰਤਨ ਦਾ ਪ੍ਰਕਾਸ਼ (ਪ੍ਰਚਾਰ) ਕਰ ਰਹੇ ਸਨ ਤਾਂ ਹਜ਼ਾਰਾਂ ਲੋਕ ਉਨ੍ਹਾਂ ਦਾ ਅਨੁਸਰਣ ਕਰ ਰਹੇ ਸਨ। ਉਸ ਸਮੇਂ ਦੇ ਬਨਾਰਸ ਦੇ ਬਹੁਤ ਪ੍ਰਭਾਵਸ਼ਾਲੀ ਅਤੇ ਵਿਦਵਾਨ ਪ੍ਰਕਾਸ਼ਾਨੰਦ ਸਰਸਵਤੀ ਉਨ੍ਹਾਂ ਨੂੰ ਭਾਵੁਕ ਕਹਿਕੇ ਉਨ੍ਹਾਂ ਦਾ ਮਜ਼ਾਕ ਕਰਦੇ ਸਨ। ਕਦੀ-ਕਦੀ ਭਗਤਾਂ ਦੀ ਆਲੋਚਨਾ ਦਾਰਸ਼ਨਿਕ ਇਹ ਸੋਚ ਕੇ ਕਰਦੇ ਹਨ ਕਿ ਭਗਤ ਲੋਕ ਹਨੇਰੇ ਵਿਚ ਹਨ ਅਤੇ ਦਾਰਸ਼ਨਿਕ ਦ੍ਰਿਸ਼ਟੀ ਤੋਂ ਭੋਲੇ-ਭਾਲੇ ਭਾਵੁਕ ਹਨ, ਪਰ ਇਹ ਤੱਥ ਨਹੀਂ ਹੈ। ਅਜਿਹੇ ਅਨੇਕਾਂ ਵੱਡੇ-ਵੱਡੇ ਵਿਦਵਾਨ ਪੁਰਖ ਹਨ, ਜਿਨ੍ਹਾਂ ਨੇ ਭਗਤੀ ਦਾ ਦਰਸ਼ਨ ਪੇਸ਼ ਕੀਤਾ ਹੈ। ਪਰ ਜੇ ਕੋਈ ਭਗਤ ਉਨ੍ਹਾਂ ਦੇ ਇਸ ਸਾਹਿਤ ਦਾ ਜਾਂ ਆਪਣੇ ਗੁਰੂ ਦਾ ਫ਼ਾਇਦਾ ਨਾ ਵੀ ਉਠਾਏ ਅਤੇ ਜੇਕਰ ਉਹ ਆਪਣੀ ਭਗਤੀ ਵਿਚ ਇੱਕ ਚਿਤ ਰਹੇ, ਤਾਂ ਉਸਦੇ ਅੰਦਰੋਂ ਕ੍ਰਿਸ਼ਨ ਖ਼ੁਦ ਉਸਦੀ ਮਦਦ ਕਰਦੇ ਹਨ। ਇਸ ਲਈ ਕ੍ਰਿਸ਼ਨ ਭਾਵਨਾ ਅੰਮ੍ਰਿਤ ਵਿਚ ਰੁਝਿਆ ਇੱਕ-ਚਿਤ ਭਗਤ ਗਿਆਨ ਰਹਿਤ ਨਹੀਂ ਹੋ ਸਕਦਾ। ਇਸ ਲਈ ਐਨੀ ਹੀ ਯੋਗਤਾ ਚਾਹੀਦੀ ਹੈ, ਕਿ ਉਹ ਪੂਰਨ ਕ੍ਰਿਸ਼ਨ ਭਾਵਨਾ ਅੰਮ੍ਰਿਤ ਵਿਚ ਰਹਿਕੇ ਭਗਤੀ ਸੰਪੰਨ ਕਰਦਾ ਰਹੇ।

ਆਧੁਨਿਕ ਦਾਰਸ਼ਨਿਕਾਂ ਦਾ ਵਿਚਾਰ ਹੈ ਕਿ ਗਿਆਨ ਤੋਂ ਬਗੈਰ ਸ਼ੁੱਧ ਗਿਆਨ ਪ੍ਰਾਪਤ ਨਹੀਂ ਕੀਤਾ ਜਾ ਸਕਦਾ। ਉਨ੍ਹਾਂ ਲਈ ਭਗਵਾਨ ਦਾ ਜਵਾਬ ਹੈ – ਜਿਹੜੇ ਲੋਕ ਸ਼ੁੱਧ ਭਗਤੀ ਵਿਚ ਲਗੇ ਰਹਿੰਦੇ ਹਨ, ਭਾਵੇਂ ਉਹ ਲੋੜੀਂਦੇ ਸਿੱਖਿਅਤ ਨਾ ਹੋਣ ਅਤੇ ਵੈਦਿਕ ਨਿਯਮਾਂ ਤੋਂ ਪੂਰੀ ਤਰ੍ਹਾਂ ਜਾਣੂ ਨਾ ਹੋਣ, ਪਰ ਭਗਵਾਨ ਉਨ੍ਹਾਂ ਦੀ ਮਦਦ ਕਰਦੇ ਹੀ ਹਨ। ਜਿਵੇਂ ਕਿ ਇਸ ਸ਼ਲੋਕ ਵਿਚ ਦੱਸਿਆ ਗਿਆ ਹੈ।

ਭਗਵਾਨ ਅਰਜੁਨ ਨੂੰ ਦੱਸਦੇ ਹਨ ਕਿ ਮੁੱਢਲੇ ਤੌਰ ਤੇ ਸਿਰਫ਼ ਚਿੰਤਨ ਨਾਲ ਪਰਮ ਸਤਿ ਭਗਵਾਨ ਨੂੰ ਸਮਝਣਾ ਅਸੰਭਵ ਹੈ, ਕਿਉਂਕਿ ਭਗਵਾਨ ਇੰਨੇ ਮਹਾਨ ਹਨ ਕਿ ਕੋਰੇ ਮਾਨਸਿਕ ਯਤਨਾਂ ਨਾਲ ਉਨ੍ਹਾਂ ਨੂੰ ਨਾ ਤਾਂ ਜਾਣਿਆ ਜਾ ਸਕਦਾ ਹੈ, ਨਾ ਹੀ ਪ੍ਰਾਪਤ ਕੀਤਾ ਜਾ ਸਕਦਾ ਹੈ। ਭਾਵੇਂ ਕੋਈ ਲੱਖਾਂ ਸਾਲਾਂ ਤਕ ਚਿੰਤਨ ਕਰਦਾ ਰਹੇ, ਪਰ ਜੇਕਰ ਭਗਤੀ ਨਹੀਂ ਕਰਦਾ, ਜੇ ਉਹ ਪਰਮ ਸਤਿ ਦਾ ਪ੍ਰੇਮੀ ਨਹੀਂ ਹੈ, ਤਾਂ ਉਸਨੂੰ ਕਦੀ ਵੀ ਕ੍ਰਿਸ਼ਨ ਜਾਂ ਪਰਮ ਸਤਿ ਸਮਝ ਵਿਚ ਨਹੀਂ ਆਉਣਗੇ। ਪਰਮ ਸਤਿ, ਭਗਵਾਨ ਸ਼੍ਰੀ ਕ੍ਰਿਸ਼ਨ, ਸਿਰਫ਼ ਭਗਤੀ ਨਾਲ ਪ੍ਰਸੰਨ ਹੁੰਦੇ ਹਨ ਅਤੇ ਆਪਣੀ ਕਲਪਨਾਤੀਤ ਸ਼ਕਤੀ ਨਾਲ ਉਹ ਸ਼ੁੱਧ ਭਗਤ ਦੇ ਹਿਰਦੇ ਵਿਚ ਆਪ ਹੀ ਪ੍ਰਗਟ ਹੋ ਸਕਦੇ ਹਨ। ਸ਼ੁੱਧ ਭਗਤ ਦੇ ਹਿਰਦੇ ਵਿਚ ਤਾਂ ਕ੍ਰਿਸ਼ਨ ਲਗਾਤਾਰ ਰਹਿੰਦੇ ਹਨ ਅਤੇ ਕ੍ਰਿਸ਼ਨ ਦੀ ਹੋਂਦ ਸੂਰਜ ਵਾਂਗ ਹੈ, ਜਿਸ ਰਾਹੀਂ ਅਗਿਆਨ ਦਾ ਹਨੇਰਾ ਤੁਰੰਤ ਦੂਰ ਹੋ ਜਾਂਦਾ ਹੈ। ਸ਼ੁੱਧ ਭਗਤ ਉਤੇ ਭਗਵਾਨ ਦੀ ਇਹੋ ਖ਼ਾਸ ਕਿਰਪਾ ਹੈ।

ਕਰੋੜਾਂ ਜਨਮਾਂ ਦੀ ਭੌਤਿਕ ਸੰਗਤ ਦੀ ਮਲੀਨਤਾ ਕਰਕੇ ਮਨੁੱਖ ਦਾ ਹਿਰਦਾ ਭੌਤਿਕਤਾ ਦੀ ਧੂਲ ਨਾਲ ਢੱਕਿਆ ਜਾਂਦਾ ਹੈ, ਪਰ ਜਦੋਂ ਮਨੁੱਖ ਭਗਤੀ ਵਿਚ ਲਗਦਾ ਹੈ ਅਤੇ ਲਗਾਤਾਰ ਹਰੇ ਕ੍ਰਿਸ਼ਨ ਦਾ ਜਾਪ ਕਰਦਾ ਹੈ ਤਾਂ ਇਹ ਧੂਲੀ ਤੁਰੰਤ ਦੂਰ ਹੋ ਜਾਂਦੀ ਹੈ ਅਤੇ ਸ਼ੁੱਧ ਗਿਆਨ ਪ੍ਰਾਪਤ ਹੁੰਦਾ ਹੈ। ਪਰਮ ਟੀਚੇ ਵਿਸ਼ਨੂੰ ਨੂੰ ਇਸੇ ਜਪ ਅਤੇ ਭਗਤੀ ਨਾਲ ਪ੍ਰਾਪਤ ਕੀਤਾ ਜਾ ਸਕਦਾ ਹੈ, ਹੋਰ ਕਿਸੇ ਤਰ੍ਹਾਂ ਦੇ ਮਨੋਧਰਮ ਜਾਂ ਤਰਕ ਰਾਹੀਂ ਨਹੀਂ। ਸ਼ੁੱਧ ਭਗਤ ਜੀਵਨ ਦੀ ਭੌਤਿਕ ਜ਼ਰੂਰਤਾਂ ਲਈ ਚਿੰਤਾ ਨਹੀਂ ਕਰਦਾ ਨਾ ਉਸਨੂੰ ਕੋਈ ਹੋਰ ਚਿੰਤਾ ਕਰਨ ਦੀ ਲੋੜ ਹੁੰਦੀ ਹੈ, ਕਿਉਂਕਿ ਹਿਰਦੇ ਤੋਂ ਹਨੇਰਾ ਹਟ ਜਾਣ ਮਗਰੋਂ ਭਗਤ ਦੀ ਪ੍ਰੇਮ ਭਗਤੀ ਤੋਂ ਪ੍ਰਸੰਨ ਹੋ ਕੇ ਭਗਵਾਨ ਖ਼ੁਦ ਸਭ ਕੁਝ ਦੇ ਦਿੰਦੇ ਹਨ। ਇਹੋ ਭਗਵਤ ਗੀਤਾ ਦੇ ਉਪਦੇਸ਼ ਦਾ ਸਾਰ ਹੈ। ਭਗਵਤ ਗੀਤਾ ਦੇ ਅਧਿਐਨ ਨਾਲ ਮਨੁੱਖ ਭਗਵਾਨ ਦੀ ਸ਼ਰਨੀ ਆ ਕੇ ਸ਼ੁੱਧ ਭਗਤੀ ਵਿਚ ਲਗ ਜਾਂਦੇ ਹਨ। ਜਿਉਂ ਹੀ ਭਗਵਾਨ ਆਪਣੇ ਉਤੇ ਭਾਰ ਲੈ ਲੈਂਦੇ ਹਨ, ਮਨੁੱਖ ਸਾਰੇ ਭੌਤਿਕ ਯਤਨਾਂ ਤੋਂ ਮੁਕਤ ਹੋ ਜਾਂਦਾ ਹੈ।

अर्जुन उवाच

परं ब्रह्म परं धाम पवित्रं परमं भवान् ।
पुरुषं शाश्वतं दिव्यमादिदेवमजं विभुम् ॥ १२॥
आहुस्त्वामृषयः सर्वे देवर्षिर्नारदस्तथा ।
असितो देवलो व्यासः स्वयं चैव ब्रवीषि मे ॥ १३॥

ਅਰਜੁਨ ਉਵਾਚ

ਪਰਮ੍ ਬ੍ਰਹ੍ਮ ਪਰਮ੍ ਧਾਮ ਪਵਿਤ੍ਰਮ੍ ਪਰਮਮ੍ ਭਵਾਨ੍ ।
ਪੁਰੁਸ਼ਮ੍ ਸ਼ਾਸ਼੍ਵਤਮ੍ ਦਿਵ੍ਯਮ੍ ਆਦਿ-ਦੇਵਮ੍ ਅਜਮ੍ ਵਿਭੁਮ੍ ॥ 12 ॥
ਆਹੁਸ੍ ਤ੍ਵਾਮ੍ ਰਿਸ਼ਯਹ੍ ਸਰ੍ਵੇ ਦੇਵਰ੍ਸ਼ਿਰ੍ ਨਾਰਦਸ੍ ਤਥਾ ।
ਅਸਿਤੋ ਦੇਵਲੋ ਵ੍ਯਾਸਹ੍ ਸ੍ਵਯਮ੍ ਚੈਵ ਬ੍ਰਵੀਸ਼ਿ ਮੇ ॥ 13 ॥

ਅਰਜੁਨਹ੍ ਉਵਾਚ-ਅਰਜੁਨ ਨੇ ਕਿਹਾ ; **ਪਰਮ੍**-ਪਰਮ ; **ਬ੍ਰਹ੍ਮ**-ਸਤਿ ; **ਪਰਮ੍**-ਪਰਮ ; **ਧਾਮ**-ਆਧਾਰ ; **ਪਵਿਤ੍ਰਮ੍**-ਸ਼ੁੱਧ ; **ਪਰਮਮ੍**-ਪਰਮ ; **ਭਵਾਨ੍**-ਤੁਸੀਂ ; **ਪੁਰੁਸ਼ਮ੍**-ਪੁਰਖ ; **ਸ਼ਾਸ਼੍ਵਤਮ੍**-ਆਦਿ ; **ਦਿਵ੍ਯਮ੍**-ਅਲੌਕਿਕ ; **ਆਦਿ-ਦੇਵਮ**-ਆਦਿ ਸਵਾਮੀ ; **ਅਜਮ੍**-ਅਜਨਮਾ ; **ਵਿਭੁਮ੍**-ਸਭ ਤੋਂ ਉਚਾ ; **ਆਹੁ**-ਕਹਿੰਦੇ ਹਨ ; **ਤ੍ਵਾਮ੍**-ਤੁਹਾਨੂੰ ; **ਰਿਸ਼ਯਹ੍**-ਸਾਧੂ ਲੋਕ ; **ਸਰ੍ਵੇ**-ਸਾਰੇ ; **ਦੇਵ ਰਿਸ਼ਿਹ**-ਦੇਵਤਿਆਂ ਦੇ ਰਿਸ਼ੀ ; **ਨਾਰਦਹ੍**-ਨਾਰਦ ; **ਤਥਾ**-ਵੀ ; **ਅਸਿਤਹ੍**-ਅਸਿਤ ; **ਦੇਵਲਹ੍**-ਦੇਵਲ ; **ਵ੍ਯਾਸਹ੍**-ਵਿਆਸ ; **ਸ੍ਵਯਮ੍**-ਖ਼ੁਦ ; **ਚ**-ਵੀ ; **ਏਵ**-ਨਿਸ਼ਚੈ ਹੀ ; **ਬ੍ਰਵੀਸ਼ਿ**-ਤੁਸੀਂ ਦੱਸ ਰਹੇ ਹੋ ; **ਮੇ**- ਮੈਨੂੰ ।

ਅਨੁਵਾਦ

ਅਰਜੁਨ ਨੇ ਕਿਹਾ - ਤੁਸੀਂ ਪਰਮ ਭਗਵਾਨ, ਪਰਮ ਧਾਮ, ਪਰਮ ਪਵਿੱਤਰ, ਪਰਮ ਸਤਿ ਹੋ । ਤੁਸੀਂ ਨਿੱਤ, ਅਲੌਕਿਕ , ਆਦਿ ਪੁਰਖ਼, ਅਜਨਮਾ ਅਤੇ ਸਭ ਤੋਂ ਮਹਾਨ ਹੋ । ਨਾਰਦ, ਅਸਿਤ, ਦੇਵਲ ਅਤੇ ਵਿਆਸ ਵਰਗੇ ਮਹਾਨ ਰਿਸ਼ੀ ਤੁਹਾਡੇ ਇਸ ਸੱਚ ਦੀ ਪੁਸ਼ਟੀ ਕਰਦੇ ਹਨ ਅਤੇ ਹੁਣ ਤੁਸੀਂ ਖ਼ੁਦ ਮੈਨੂੰ ਪ੍ਰਤੱਖ ਕਹਿ ਰਹੇ ਹੋ ।

ਭਾਵ

ਇਨ੍ਹਾਂ ਦੋ ਸ਼ਲੋਕਾਂ ਵਿਚ ਭਗਵਾਨ ਆਧੁਨਿਕ ਦਾਰਸ਼ਨਿਕਾਂ ਨੂੰ ਮੌਕਾ ਦਿੰਦੇ ਹਨ, ਕਿਉਂਕਿ ਇਥੇ ਇਹ ਸਪਸ਼ਟ ਹੈ ਕਿ ਪਰਮੇਸ਼ਵਰ ਜੀਵਆਤਮਾ ਤੋਂ ਵੱਖਰਾ ਹੈ । ਇਸ ਅਧਿਆਇ ਦੇ ਚਾਰ ਮਹੱਤਵਪੂਰਨ ਸ਼ਲੋਕਾਂ ਨੂੰ ਸੁਣਕੇ ਅਰਜੁਨ ਦੀਆਂ ਸਾਰੀਆਂ ਸ਼ੰਕਾਵਾਂ ਜਾਂਦੀਆਂ ਰਹੀਆਂ ਅਤੇ ਉਸਨੇ ਕ੍ਰਿਸ਼ਨ ਨੂੰ ਭਗਵਾਨ ਮੰਨ ਲਿਆ । ਉਸਨੇ ਤੁਰੰਤ ਦਲੇਰੀ ਨਾਲ ਘੋਸ਼ਣਾ ਕੀਤੀ - ਤੁਸੀਂ ਪਰਮ ਬ੍ਰਹਮ , ਪੂਰਨ ਪੁਰਖ਼ ਭਗਵਾਨ ਹੋ । ਇਸ ਤੋਂ ਪਹਿਲਾਂ ਕ੍ਰਿਸ਼ਨ ਕਹਿ ਚੁੱਕੇ ਹਨ, ਕਿ ਹਰ ਚੀਜ਼ ਅਤੇ ਹਰ ਪ੍ਰਾਣੀ ਦੇ ਆਦਿ ਕਾਰਨ ਹਨ । ਹਰ ਦੇਵਤਾ ਅਤੇ ਹਰ ਮਨੁੱਖ ਉਨ੍ਹਾਂ ਤੇ ਨਿਰਭਰ ਹੈ । ਉਹ ਅਗਿਆਨ ਕਾਰਨ ਆਪਣੇ ਆਪ ਨੂੰ ਭਗਵਾਨ ਤੋਂ ਪਰਮ ਸੁਤੰਤਰ ਮੰਨਦੇ ਹਨ । ਅਜਿਹਾ ਅਗਿਆਨ ਭਗਤੀ ਕਰਨ ਨਾਲ ਪੂਰੀ ਤਰ੍ਹਾਂ ਮਿਟ ਜਾਂਦਾ ਹੈ, ਭਗਵਾਨ ਨੇ ਪਿਛਲੇ ਸ਼ਲੋਕ ਵਿਚ ਇਸਦੀ ਪੂਰੀ ਵਿਆਖਿਆ ਕੀਤੀ ਹੈ । ਹੁਣ ਭਗਵਾਨ ਦੀ ਕਿਰਪਾ ਨਾਲ ਅਰਜੁਨ ਉਨ੍ਹਾਂ ਨੂੰ ਪਰਮ ਸਤਿ ਰੂਪ ਵਿਚ ਸਵੀਕਾਰ ਕਰ ਰਿਹਾ ਹੈ, ਜਿਹੜਾ ਵੈਦਿਕ ਹੁਕਮਾਂ ਦੇ ਬਿਲਕੁਲ ਅਨੁਕੂਲ ਹੈ। ਅਜਿਹਾ ਨਹੀਂ ਹੈ ਕਿ ਪੱਕੇ ਦੋਸਤ ਹੋਣ ਕਰਕੇ ਅਰਜੁਨ ਕ੍ਰਿਸ਼ਨ ਦੀ ਚਾਪਲੂਸੀ ਕਰਦੇ ਹੋਏ ਉਨ੍ਹਾਂ

ਨੂੰ ਪਰਮ ਸਤਿ ਭਗਵਾਨ ਕਹਿ ਰਿਹਾ ਹੈ। ਇਨ੍ਹਾਂ ਦੋ ਸ਼ਲੋਕਾਂ ਵਿਚ ਅਰਜੁਨ ਜੋ ਵੀ ਕਹਿੰਦਾ ਹੈ, ਉਸਦੀ ਪੁਸ਼ਟੀ ਵੈਦਿਕ ਸੱਚ ਰਾਹੀਂ ਹੁੰਦੀ ਹੈ। ਵੈਦਿਕ ਹੁਕਮ ਇਸਦੀ ਪੁਸ਼ਟੀ ਕਰਦੇ ਹਨ, ਕਿ ਜਿਹੜਾ ਕੋਈ ਪਰਮੇਸ਼ਵਰ ਦੀ ਭਗਤੀ ਕਰਦਾ ਹੈ, ਉਹੀ ਉਨ੍ਹਾਂ ਨੂੰ ਸਮਝ ਸਕਦਾ ਹੈ, ਹੋਰ ਕੋਈ ਨਹੀਂ। ਇਨ੍ਹਾਂ ਸ਼ਲੋਕਾਂ ਵਿਚ ਅਰਜੁਨ ਰਾਹੀਂ ਕਹੇ ਗਏ ਸ਼ਬਦਾਂ ਦੀ ਵੈਦਿਕ ਹੁਕਮਾਂ ਰਾਹੀਂ ਪੁਸ਼ਟੀ ਹੋਈ ਹੈ।

ਕੇਨ ਉਪਨਿਸ਼ਦ ਵਿਚ ਕਿਹਾ ਗਿਆ ਹੈ ਕਿ ਪਾਰਬ੍ਰਹਮ ਹਰ ਚੀਜ ਦੇ ਆਸਰਾ ਹਨ ਅਤੇ ਕ੍ਰਿਸ਼ਨ ਪਹਿਲੋਂ ਹੀ ਕਹਿ ਚੁੱਕੇ ਹਨ ਕਿ ਸਾਰੀਆਂ ਚੀਜ਼ਾਂ ਉਨ੍ਹਾਂ ਤੇ ਹੀ ਟਿਕੀਆਂ ਹਨ। ਮੁੰਡਕ ਉਪਨਿਸ਼ਦ ਵਿਚ ਪੁਸ਼ਟੀ ਕੀਤੀ ਗਈ ਹੈ ਕਿ ਜਿਸ ਪਰਮੇਸ਼ਵਰ ਤੇ ਸਭ ਕੁਝ ਟਿਕਿਆ ਹੈ, ਉਨ੍ਹਾਂ ਨੂੰ ਉਨ੍ਹਾਂ ਦੇ ਚਿੰਤਨ ਵਿਚ ਲਗੇ ਰਹਿਕੇ ਪ੍ਰਾਪਤ ਕੀਤਾ ਜਾ ਸਕਦਾ ਹੈ। ਕ੍ਰਿਸ਼ਨ ਦਾ ਇਹ ਲਗਾਤਾਰ ਚਿੰਤਨ ***ਸ੍ਮਰਣਮ੍*** ਹੈ, ਜਿਹੜਾ ਭਗਤੀ ਦੀਆਂ ਨੌਂ ਵਿਧੀਆਂ ਵਿਚੋਂ ਇੱਕ ਹੈ। ਭਗਤੀ ਰਾਹੀਂ ਹੀ ਮਨੁੱਖ ਕ੍ਰਿਸ਼ਨ ਦੀ ਸਥਿਤੀ ਨੂੰ ਸਮਝ ਸਕਦਾ ਹੈ ਅਤੇ ਇਸ ਭੌਤਿਕ ਦੇਹ ਤੋਂ ਛੁਟਕਾਰਾ ਪਾ ਸਕਦਾ ਹੈ।

ਵੇਦਾਂ ਵਿਚ ਪਰਮੇਸ਼ਵਰ ਨੂੰ ਪਰਮ ਪਵਿੱਤਰ ਮੰਨਿਆ ਗਿਆ ਹੈ। ਜਿਹੜਾ ਮਨੁੱਖ ਕ੍ਰਿਸ਼ਨ ਨੂੰ ਪਰਮ ਪਵਿੱਤਰ ਮੰਨਦਾ ਹੈ, ਉਹ ਸਾਰੇ ਪਾਪ ਕਰਮਾਂ ਤੋਂ ਸ਼ੁੱਧ ਹੋ ਜਾਂਦਾ ਹੈ। ਭਗਵਾਨ ਦੀ ਸ਼ਰਨ ਵਿਚ ਗਏ ਬਗ਼ੈਰ ਪਾਪ ਕਰਮਾਂ ਤੋਂ ਸ਼ੁੱਧੀ ਨਹੀਂ ਹੁੰਦੀ। ਅਰਜੁਨ ਰਾਹੀਂ ਕ੍ਰਿਸ਼ਨ ਨੂੰ ਪਰਮ ਪਵਿੱਤਰ ਮੰਨਣਾ ਵੈਦਿਕ ਹੁਕਮਾਂ ਵਾਂਗ ਹੈ। ਇਸਦੀ ਪੁਸ਼ਟੀ ਨਾਰਦ ਆਦਿ ਰਿਸ਼ੀਆਂ ਰਾਹੀਂ ਵੀ ਹੋਈ ਹੈ।

ਕ੍ਰਿਸ਼ਨ ਭਗਵਾਨ ਹਨ ਅਤੇ ਮਨੁੱਖ ਨੂੰ ਚਾਹੀਦਾ ਹੈ ਕਿ ਉਹ ਲਗਾਤਾਰ ਉਨ੍ਹਾਂ ਦਾ ਧਿਆਨ ਕਰਦੇ ਹੋਏ ਉਨ੍ਹਾਂ ਨਾਲ ਅਲੌਕਿਕ ਸੰਬੰਧ ਸਥਾਪਿਤ ਕਰੇ। ਉਹ ਪਰਮ ਹੋਂਦ ਹਨ। ਉਹ ਸਾਰੀਆਂ ਸ਼ਰੀਰਿਕ ਜ਼ਰੂਰਤਾਂ ਅਤੇ ਜਨਮ ਮੌਤ ਤੋਂ ਮੁਕਤ ਹਨ। ਇਸਦੀ ਪੁਸ਼ਟੀ ਅਰਜੁਨ ਨਹੀਂ ਸਗੋਂ ਸਾਰੇ ਵੇਦ, ਪੁਰਾਣ ਅਤੇ ਇਤਿਹਾਸਕ ਗ੍ਰੰਥ ਕਰਦੇ ਹਨ। ਸਾਰੇ ਵੈਦਿਕ ਸਾਹਿਤ ਵਿਚ ਕ੍ਰਿਸ਼ਨ ਦਾ ਅਜਿਹਾ ਵਰਣਨ ਮਿਲਦਾ ਹੈ ਭਗਵਾਨ ਖ਼ੁਦ ਵੀ ਚੌਥੇ ਅਧਿਆਇ ਵਿਚ ਕਹਿੰਦੇ ਹਨ, " ਭਾਵੇਂ ਮੈਂ ਅਜਨਮਾ ਹਾਂ, ਪਰ ਧਰਮ ਦੀ ਸਥਾਪਨਾ ਲਈ ਇਸ ਧਰਤੀ ਤੇ ਪ੍ਰਗਟ ਹੁੰਦਾ ਹਾਂ।" ਉਹ ਪਰਮ ਪੁਰਖ ਹਨ, ਉਨ੍ਹਾਂ ਦਾ ਕੋਈ ਕਾਰਨ ਨਹੀਂ ਹੈ, ਕਿਉਂਕਿ ਉਹ ਸਾਰੇ ਕਾਰਨਾਂ ਦੇ ਕਾਰਨ ਹਨ ਅਤੇ ਸਭ ਕੁਝ ਉਨ੍ਹਾਂ ਤੋਂ ਹੀ ਪੈਦਾ ਹੋਇਆ ਹੈ। ਅਜਿਹਾ ਪੂਰਨ ਗਿਆਨ ਸਿਰਫ਼ ਭਗਵਾਨ ਦੀ ਕਿਰਪਾ ਨਾਲ ਪ੍ਰਾਪਤ ਹੁੰਦਾ ਹੈ।

ਇਥੇ ਅਰਜੁਨ ਕ੍ਰਿਸ਼ਨ ਦੀ ਕਿਰਪਾ ਨਾਲ ਹੀ ਆਪਣੇ ਵਿਚਾਰ ਦੱਸਦਾ ਹੈ। ਜੇਕਰ ਅਸੀਂ ਭਗਵਤ ਗੀਤਾ ਨੂੰ ਸਮਝਣਾ ਚਾਹੁੰਦੇ ਹਾਂ ਤਾਂ ਸਾਨੂੰ ਇਨ੍ਹਾਂ ਦੋਵਾਂ ਸ਼ਲੋਕਾਂ ਦੇ ਕਥਨਾਂ ਨੂੰ ਸਵੀਕਾਰ ਕਰਨਾ ਹੋਵੇਗਾ। ਇਹ ਪਰੰਪਰਾ-ਪ੍ਰਣਾਲੀ ਕਹਾਉਂਦੀ ਹੈ, ਅਰਥਾਤ ਗੁਰੂ ਪਰੰਪਰਾ ਨੂੰ ਮੰਨਣਾ। ਪਰੰਪਰਾ ਪ੍ਰਣਾਲੀ ਬਗ਼ੈਰ ਭਗਵਤ ਗੀਤਾ ਨੂੰ ਨਹੀਂ ਸਮਝਿਆ ਜਾ ਸਕਦਾ। ਇਹ ਅਖੌਤੀ ਵਿਦਿਅਕ ਸਿੱਖਿਆ ਰਾਹੀਂ ਸੰਭਵ ਨਹੀਂ ਹੈ। ਬਦਕਿਸਮਤੀ ਨਾਲ ਜਿਨ੍ਹਾਂ ਨੂੰ ਆਪਣੀ ਸਿੱਖਿਆ

ਦਾ ਘੁਮੰਡ ਹੈ, ਉਹ ਵੈਦਿਕ ਸਾਹਿਤ ਦੇ ਇੰਨ੍ਹੇ ਸਾਰੇ ਸਬੂਤ ਹੁੰਦਿਆਂ ਹੋਇਆਂ ਵੀ ਆਪਣੀ ਇਸ ਜ਼ਿੱਦ ਤੇ ਅੜ੍ਹੇ ਰਹਿੰਦੇ ਹਨ ਕਿ ਕ੍ਰਿਸ਼ਨ ਇਕ ਆਮ ਮਨੁੱਖ ਹਨ ।

सर्वमेतदृतं मन्ये यन्मां वदसि केशव ।
न हि ते भगवन्व्यक्तिं विदुर्देवा न दानवा: ॥ १४॥

ਸਰ੍ਵਮ੍ ਏਤਦ੍ ਰਿਤਮ੍ ਮਨਯੇ ਯਨ੍ ਮਾਮ੍ ਵਦਸਿ ਕੇਸ਼ਵ ।
ਨ ਹਿ ਤੇ ਭਗਵਨ੍ ਵ੍ਯਕ੍ਤਿਮ੍ ਵਿਦੁਰ੍ ਦੇਵਾ ਨ ਦਾਨਵਾਹ੍ ॥ 14 ॥

ਸਰ੍ਵਮ੍-ਸਭ ; **ਏਤਤ੍**-ਇਸ ; **ਰਿਤਮ੍**-ਸੱਚ ਨੂੰ ; **ਮਨਯੇ**-ਸਵੀਕਾਰ ਕਰਦਾ ਹਾਂ ; **ਯਤ੍**-ਜਿਹੜਾ ; **ਮਾਮ੍**-ਮੈਨੂੰ ; **ਵਦਸਿ**-ਕਹਿੰਦੇ ਹਨ ; **ਕੇਸ਼ਵ**-ਹੇ ਕ੍ਰਿਸ਼ਨ ; **ਨ**-ਕਦੀ ਨਹੀਂ ; **ਹਿ**-ਨਿਸ਼ਚੈ ਹੀ ; **ਤੇ**-ਤੁਹਾਡੇ ; **ਭਗਵਨ੍**-ਹੇ ਭਗਵਾਨ ; **ਵ੍ਯਕ੍ਤਿਮ੍**-ਸਰੂਪ ਨੂੰ ; **ਵਿਦੂਹ੍** -ਜਾਣ ਸਕਦੇ ਹਨ ; **ਦੇਵਾਹ੍**-ਦੇਵਤਾ ਲੋਕ ; **ਨ**-ਨਾ ਤਾਂ ; **ਦਾਨਵਾਹ੍**-ਦੈਂਤ ਲੋਕ ।

ਅਨੁਵਾਦ

ਹੇ ਕ੍ਰਿਸ਼ਨ! ਤੁਸੀਂ ਮੈਨੂੰ ਜੋ ਕੁਝ ਕਿਹਾ ਹੈ, ਉਸਨੂੰ ਮੈਂ ਪੂਰੀ ਤਰ੍ਹਾਂ ਸੱਚ ਮੰਨਦਾ ਹਾਂ । ਹੇ ਪ੍ਰਭੂ! ਨਾ ਤਾਂ ਦੇਵਤਾ, ਨਾ ਦੈਂਤ ਹੀ ਤੁਹਾਡੇ ਇਸ ਵਿਅਕਤੀਤਵ (ਸਖਸ਼ੀਅਤ) ਨੂੰ ਸਮਝ ਸਕਦੇ ਹਨ ।

ਭਾਵ

ਇਥੇ ਅਰਜੁਨ ਇਸਦੀ ਪੁਸ਼ਟੀ ਕਰਦਾ ਹੈ ਕਿ ਸ਼ਰਧਾਹੀਨ ਅਤੇ ਦੈਂਤੀ ਸੁਭਾਅ ਵਾਲੇ ਲੋਕ ਕ੍ਰਿਸ਼ਨ ਨੂੰ ਨਹੀਂ ਸਮਝ ਸਕਦੇ । ਜਦੋਂ ਦੇਵਤਾ ਲੋਕ ਤਕ ਉਨ੍ਹਾਂ ਨੂੰ ਨਹੀਂ ਸਮਝ ਸਕਦੇ ਤਾਂ ਆਧੁਨਿਕ ਸੰਸਾਰ ਦੇ ਅਖੌਤੀ ਵਿਦਵਾਨ ਦਾ ਕੀ ਕਹਿਣਾ ? ਭਗਵਾਨ ਦੀ ਕ੍ਰਿਪਾ ਨਾਲ ਅਰਜੁਨ ਸਮਝ ਗਿਆ ਕਿ ਪਰਮ ਸਤਿ ਕ੍ਰਿਸ਼ਨ ਹਨ ਅਤੇ ਉਹ ਸੰਪੂਰਨ ਹਨ । ਇਸ ਲਈ ਸਾਨੂੰ ਅਰਜੁਨ ਦੇ ਰਸਤੇ ਤੇ ਚਲਣਾ ਚਾਹੀਦਾ ਹੈ । ਉਸਨੂੰ ਭਗਵਤ ਗੀਤਾ ਦਾ ਸਬੂਤ ਪ੍ਰਾਪਤ ਸੀ । ਜਿਵੇਂ ਭਗਵਤ ਗੀਤਾ ਦੇ ਚੌਥੇ ਅਧਿਆਇ ਵਿਚ ਕਿਹਾ ਗਿਆ ਹੈ, ਭਗਵਤ ਗੀਤਾ ਦੇ ਸਮਝਣ ਦੀ ਗੁਰੂ ਪਰੰਪਰਾ ਲੁਪਤ ਹੋ ਚੁੱਕੀ ਸੀ, ਇਸ ਲਈ ਕ੍ਰਿਸ਼ਨ ਨੇ ਅਰਜੁਨ ਨਾਲ ਉਸਦੀ ਫਿਰ ਤੋਂ ਸਥਾਪਨਾ ਕੀਤੀ , ਕਿਉਂਕਿ ਉਹ ਅਰਜੁਨ ਨੂੰ ਆਪਣਾ ਪਿਆਰਾ ਮਿੱਤਰ ਅਤੇ ਭਗਤ ਸਮਝਦੇ ਸਨ । ਇਸ ਲਈ ਜਿਵੇਂ ਕਿ ਗੀਤੋਪਨਿਸ਼ਦ ਦੀ ਭੂਮਿਕਾ ਵਿਚ ਅਸੀਂ ਕਿਹਾ ਹੈ, ਭਗਵਤ ਗੀਤਾ ਦਾ ਗਿਆਨ ਪਰੰਪਰਾ ਵਿਧੀ ਤੋਂ ਪ੍ਰਾਪਤ ਕਰਨਾ ਚਾਹੀਦਾ ਹੈ । ਪਰੰਪਰਾ ਵਿਧੀ ਦੇ ਲੁਪਤ ਹੋਣ ਤੇ ਉਸਦੀ ਮੁੜ-ਸ਼ੁਰੂਆਤ ਲਈ ਅਰਜੁਨ ਨੂੰ ਚੁਣਿਆ ਗਿਆ । ਸਾਨੂੰ ਚਾਹੀਦਾ ਹੈ ਕਿ ਅਸੀਂ ਅਰਜੁਨ ਦੀਆਂ ਲੀਹਾਂ ਤੇ ਚਲੀਏ; ਜਿਸਨੇ ਕ੍ਰਿਸ਼ਨ ਦੀਆਂ ਸਾਰੀਆਂ ਗੱਲਾਂ ਸਮਝ ਲਈਆਂ । ਤਾਂ ਹੀ ਅਸੀਂ ਭਗਵਤ ਗੀਤਾ ਦੇ ਸਾਰ ਨੂੰ ਸਮਝ ਸਕਾਂਗੇ ਅਤੇ ਤਾਂ ਹੀ ਕ੍ਰਿਸ਼ਨ ਨੂੰ ਭਗਵਾਨ ਰੂਪ ਵਿਚ ਜਾਣ ਸਕਾਂਗੇ ।

स्वयमेवात्मनात्मानं वेत्थ त्वं पुरुषोत्तम ।
भूतभावन भूतेश देवदेव जगत्पते ॥ १५ ॥

ਸ੍ਵਯਮ੍ ਏਵਾਤ੍ਮਨਾਤ੍ਮਾਨਮ੍ ਵੇਤ੍ਥ ਤ੍ਵਮ੍ ਪੁਰੁਸ਼ੋਤ੍ਤਮ ।
ਭੂਤ ਭਾਵਨ ਭੂਤੇਸ਼ ਦੇਵ ਦੇਵ ਜਗਤ੍ ਪਤੇ ॥ 15 ॥

ਸ੍ਵਯਮ੍ – ਖ਼ੁਦ ; **ਏਵ** – ਨਿਸ਼ਚੈ ਹੀ ; **ਆਤ੍ਮਨਾ** – ਆਪਣੇ ਆਪ ; **ਆਤ੍ਮਾਨਮ੍** – ਆਪਣੇ ਆਪ ਨੂੰ ; **ਵੇਤ੍ਥ** – ਜਾਣਦੇ ਹੋ ; **ਤ੍ਵਮ੍** – ਤੁਸੀਂ ; **ਪੁਰੁਸ਼-ਉੱਤਮ**–ਹੇ ਪੁਰਸ਼ੋਤਮ ; **ਭੂਤ ਭਾਵਨ**–ਹੇ ਸਭ ਨੂੰ ਪੈਦਾ ਕਰਨ ਵਾਲੇ ; **ਭੂਤ-ਈਸ਼**–ਸਾਰੇ ਜੀਵਾਂ ਦੇ ਸਵਾਮੀ ; **ਦੇਵ ਦੇਵ**–ਹੇ ਸਾਰੇ ਦੇਵਤਿਆਂ ਦੇ ਮਾਲਕ ; **ਜਗਤ੍-ਪਤੇ**– ਹੇ ਸਾਰੇ ਬ੍ਰਹਿਮੰਡ ਦੇ ਮਾਲਕ ।

ਅਨੁਵਾਦ

ਹੇ ਪਰਮ ਪੁਰਖ਼, ਹੇ ਸਭਨਾਂ ਨੂੰ ਪੈਦਾ ਕਰਨ ਵਾਲੇ, ਹੇ ਸਾਰੇ ਪ੍ਰਾਣੀਆਂ ਦੇ ਮਾਲਕ, ਹੇ ਦੇਵਤਿਆਂ ਦੇ ਵੀ ਦੇਵਤਾ, ਹੇ ਬ੍ਰਹਿਮੰਡ ਦੇ ਪ੍ਰਭੂ! ਨਿਸ਼ਚੈ ਹੀ, ਸਿਰਫ਼ ਤੁਸੀਂ ਹੀ ਆਪਣੇ ਆਪਨੂੰ ਆਪਣੀ ਅੰਦਰੂਨੀ ਸ਼ਕਤੀ ਨਾਲ ਜਾਣਨ ਵਾਲੇ ਹੋ ।

ਭਾਵ

ਪਰਮੇਸ਼ਵਰ ਕ੍ਰਿਸ਼ਨ ਨੂੰ ਉਹ ਹੀ ਜਾਣ ਸਕਦੇ ਹਨ, ਜਿਹੜੇ ਅਰਜੁਨ ਅਤੇ ਉਸਦੇ ਅਨੁਆਈਆਂ ਵਾਂਗ ਭਗਤੀ ਰਾਹੀਂ ਭਗਵਾਨ ਦੇ ਸੰਪਰਕ ਵਿਚ ਰਹਿੰਦੇ ਹਨ । ਦੈਂਤੀ ਜਾਂ ਨਾਸਤਿਕ ਸੁਭਾਅ ਵਾਲੇ ਲੋਕ ਕ੍ਰਿਸ਼ਨ ਨੂੰ ਨਹੀਂ ਜਾਣ ਸਕਦੇ । ਅਜਿਹਾ ਮਨੋਧਰਮ ਜਿਹੜਾ ਭਗਵਾਨ ਤੋਂ ਦੂਰ ਲੈ ਜਾਵੇ, ਗੰਭੀਰ ਪਾਪ ਹੈ ਅਤੇ ਜਿਹੜਾ ਕ੍ਰਿਸ਼ਨ ਨੂੰ ਨਹੀਂ ਜਾਣਦਾ ਉਸਨੂੰ ਭਗਵਤ ਗੀਤਾ ਦੀ ਟੀਕਾ ਕਰਨ ਦਾ ਯਤਨ ਨਹੀਂ ਕਰਨਾ ਚਾਹੀਦਾ । ਭਗਵਤ ਗੀਤਾ ਕ੍ਰਿਸ਼ਨ ਦੀ ਬਾਣੀ ਹੈ, ਕਿਉਂਕਿ ਇਹ ਕ੍ਰਿਸ਼ਨ ਦਾ ਤੱਥ ਵਿਗਿਆਨ ਹੈ, ਇਸ ਲਈ ਇਸ ਨੂੰ ਕ੍ਰਿਸ਼ਨ ਤੋਂ ਹੀ ਸਮਝਣਾ ਚਾਹੀਦਾ ਹੈ, ਜਿਵੇਂ ਅਰਜੁਨ ਨੇ ਕੀਤਾ, ਇਸਨੂੰ ਨਾਸਤਿਕਾਂ ਤੋਂ ਗ੍ਰਹਿਣ ਨਹੀਂ ਕਰਨਾ ਚਾਹੀਦਾ ।
ਸ਼੍ਰੀ ਮਦ ਭਾਗਵਤ (1-2-11) ਵਿਚ ਕਿਹਾ ਗਿਆ ਹੈ –

ਵਦੰਤਿ ਤਤ੍ ਤੱਤਵ-ਵਿਦਸ੍ਤੱਤਵਮ੍ ਯਜ ਗ੍ਯਾਨਮ੍ ਅਦ੍ਵਯਮ੍ ।
ਬ੍ਰਹ੍ਮੇਤਿ ਪਰਮਾਤ੍ਮੇਤਿ ਭਗਵਾਨ੍ ਇਤਿ ਸ਼ਬ੍ਦ੍ਯਤੇ ॥

ਪਰਮ ਸਤਿ ਦਾ ਅਨੁਭਵ ਤਿੰਨ ਤਰ੍ਹਾਂ ਨਾਲ ਕੀਤਾ ਜਾਂਦਾ ਹੈ – ਨਿਰਾਕਾਰ ਬ੍ਰਹਮ, ਅੰਤਰਜਾਮੀ ਪਰਮਾਤਮਾ ਅਤੇ ਭਗਵਾਨ । ਇਸ ਲਈ ਪਰਮ ਸਤਿ ਦੇ ਗਿਆਨ ਦੀ ਅੰਤਿਮ ਅਵਸਥਾ ਭਗਵਾਨ ਹੈ । ਹੋ ਸਕਦਾ ਹੈ ਕਿ ਆਮ ਮਨੁੱਖ ਜਾਂ ਅਜਿਹਾ ਮੁਕਤ ਪੁਰਖ ਵੀ ਜਿਸਨੇ ਨਿਰਾਕਾਰ ਬ੍ਰਹਮ ਜਾਂ ਅੰਤਰਜਾਮੀ ਪਰਮਾਤਮਾ ਦੀ ਅਨੁਭੂਤੀ ਕੀਤੀ ਹੈ, ਭਗਵਾਨ ਨੂੰ ਨਾ ਸਮਝ ਸਕੇ । ਇਸ ਲਈ ਅਜਿਹੇ ਮਨੁੱਖਾਂ ਨੂੰ ਚਾਹੀਦਾ ਹੈ ਕਿ ਉਹ ਭਗਵਾਨ ਨੂੰ ਭਗਵਤ ਗੀਤਾ ਦੇ ਸ਼ਲੋਕਾਂ ਰਾਹੀਂ

ਜਾਣਨ ਦਾ ਯਤਨ ਕਰਨ, ਜਿਨ੍ਹਾਂ ਨੂੰ ਆਪ ਕ੍ਰਿਸ਼ਨ ਨੇ ਕਿਹਾ ਹੈ। ਕਦੀ-ਕਦੀ ਨਿਰਗੁਣਵਾਦੀ ਕ੍ਰਿਸ਼ਨ ਨੂੰ ਭਗਵਾਨ ਦੇ ਰੂਪ ਵਿਚ ਜਾਂ ਭਗਵਾਨ ਦੀ ਅਧਿਕਾਰਤਾ ਵੱਜੋਂ ਸਵੀਕਾਰ ਕਰਦੇ ਹਨ। ਪਰ ਅਨੇਕਾਂ ਮੁਕਤ ਮਨੁੱਖ ਕ੍ਰਿਸ਼ਨ ਨੂੰ ਪੁਰਸ਼ੋਤਮ ਰੂਪ ਵਿਚ ਨਹੀਂ ਸਮਝ ਪਾਂਦੇ। ਇਸ ਲਈ ਅਰਜੁਨ ਉਨ੍ਹਾਂ ਨੂੰ ਪੁਰਸ਼ੋਤਮ ਕਹਿ ਕੇ ਸੰਬੋਧਿਤ ਕਰਦਾ ਹੈ। ਇਸਦੇ ਬਾਵਜੂਦ ਵੀ ਕੁਝ ਲੋਕ ਇਹ ਨਹੀਂ ਸਮਝ ਸਕਦੇ ਕਿ ਕ੍ਰਿਸ਼ਨ ਸਾਰੇ ਜੀਵਾਂ ਦੇ ਪਿਤਾ ਹਨ। ਇਸ ਲਈ ਅਰਜੁਨ ਉਨ੍ਹਾਂ ਨੂੰ *ਭੂਤ ਭਾਵਨ* (ਪ੍ਰਾਣੀਆਂ ਨੂੰ ਪੈਦਾ ਕਰਨ ਵਾਲਾ) ਕਹਿਕੇ ਸੰਬੋਧਿਤ ਕਰਦਾ ਹੈ। ਜੇਕਰ ਕੋਈ ਉਨ੍ਹਾਂ ਨੂੰ *ਭੂਤ ਭਾਵਨ* ਰੂਪ ਵਿਚ ਸਮਝ ਲੈਂਦਾ ਹੈ, ਤਾਂ ਵੀ ਹੋ ਸਕਦਾ ਉਹ ਉਨ੍ਹਾਂ ਨੂੰ ਪਰਮ ਨਿਯੰਤਰਕ ਦੇ ਰੂਪ ਵਿਚ ਨਾ ਜਾਣ ਸਕੇ। ਇਸ ਲਈ ਉਨ੍ਹਾਂ ਨੂੰ ਇਥੇ *ਭੂਤੇਸ਼* ਜਾਂ ਹਰ ਇੱਕ ਦੇ ਪਰਮ ਨਿਯੰਤਰਕ ਕਿਹਾ ਗਿਆ ਹੈ। ਜੋ ਕੋਈ *ਭੂਤੇਸ਼* ਰੂਪ ਵਿਚ ਵੀ ਉਨ੍ਹਾਂ ਨੂੰ ਸਮਝ ਲੈਂਦਾ ਹੈ, ਤਾਂ ਵੀ ਹੋ ਸਕਦਾ ਹੈ ਉਹ ਉਨ੍ਹਾਂ ਨੂੰ ਸਾਰੇ ਦੇਵਤਿਆਂ ਦੇ ਉਦਗਮ (ਪੈਦਾ ਕਰਨ ਵਾਲੇ) ਰੂਪ ਵਿਚ ਨਾ ਸਮਝ ਸਕੇ। ਇਸ ਲਈ ਉਨ੍ਹਾਂ ਨੂੰ ਦੇਵਤਿਆਂ ਦਾ ਵੀ ਦੇਵਤਾ, ਸਾਰੇ ਦੇਵਤਿਆਂ ਦਾ ਪੂਜਣ ਯੋਗ ਦੇਵਤਾ ਕਿਹਾ ਗਿਆ ਹੈ। ਜੇ ਦੇਵਤਿਆਂ ਦੇ ਦੇਵਤਾ ਰੂਪ ਵਿਚ ਵੀ ਉਨ੍ਹਾਂ ਨੂੰ ਸਮਝ ਲਿਆ ਜਾਵੇ ਤਾਂ ਉਹ ਹਰ ਚੀਜ਼ ਦੇ ਪਰਮ ਸਵਾਮੀ ਦੇ ਰੂਪ ਵਿਚ ਸਮਝ ਨਹੀਂ ਆਉਂਦੇ। ਇਸ ਲਈ ਇਥੇ ਉਨ੍ਹਾਂ ਨੂੰ ਜਗਤਪਤੀ ਕਿਹਾ ਗਿਆ ਹੈ। ਇੰਝ ਅਰਜੁਨ ਦੇ ਅਨੁਭਵ ਦੇ ਆਧਾਰ ਤੇ ਕ੍ਰਿਸ਼ਨ ਸੰਬੰਧੀ ਸੱਚ ਦੀ ਸਥਾਪਨਾ ਇਸ ਸ਼ਲੋਕ ਵਿਚ ਹੋਈ ਹੈ। ਸਾਨੂੰ ਚਾਹੀਦਾ ਹੈ ਕਿ ਕ੍ਰਿਸ਼ਨ ਨੂੰ ਯਥਾ ਰੂਪ ਵਿਚ ਸਮਝਣ ਲਈ ਅਸੀਂ ਅਰਜੁਨ ਦੀਆਂ ਲੀਹਾਂ ਤੇ ਚਲੀਏ।

वक्तुमर्हस्यशेषेण दिव्या ह्यात्मविभूतय: ।
याभिर्विभूतिभिर्लोकानिमांस्त्वं व्याप्य तिष्ठसि ॥१६॥

ਵੱਕ੍ਤੁਮ੍ ਅਰ੍ਹਸਿ ਅਸ਼ੇਸ਼ੇਣ ਦਿਵ੍ਯਾ ਹਿ ਆਤ੍ਮ-ਵਿਭੂਤਯਹ੍ ।
ਯਾਭਿਰ੍ ਵਿਭੂਤਿਭਿਰ੍ ਲੋਕਾਨ੍ ਇਮਾਂਸ੍ ਤ੍ਵਮ੍ ਵ੍ਯਾਪ੍ਯ ਤਿਸ਼੍ਠਸਿ ॥ 16 ॥

ਵੱਕ੍ਤੁਮ੍-ਕਹਿਣ ਲਈ ; **ਅਰ੍ਹਸਿ**-ਯੋਗ ਹਨ ; **ਅਸ਼ੇਸ਼ੇਣ**-ਵਿਸਥਾਰ ਵਿਚ ; **ਦਿਵ੍ਯਾਹ੍**-ਅਲੌਕਿਕ ਇੱਛਾ, ਦੈਵੀ ; **ਹਿ**-ਨਿਸ਼ਚੈ ਹੀ ; **ਆਤ੍ਮ**-ਤੁਹਾਡਾ ਆਪਣਾ ; **ਵਿਭੂਤਯਹ੍**-ਵੈਭਵ ; **ਯਾਭਿਹ੍**-ਜਿਨ੍ਹਾਂ ; **ਵਿਭੂਤਿਭਿਹ੍**-ਵੈਭਵ ਨਾਲ ; **ਲੋਕਾਨ੍**-ਸਾਰੇ ਗ੍ਰਹਿਆਂ ਦਾ ; **ਇਮਾਨ੍**-ਇਨ੍ਹਾਂ ; **ਤ੍ਵਮ੍**-ਆਪ ; **ਵ੍ਯਾਪ੍ਯ**-ਫੈਲ ਕੇ ; **ਤਿਸ਼੍ਠਸਿ**-ਸਥਿਤ ਹਨ।

ਅਨੁਵਾਦ

ਕਿਰਪਾ ਕਰਕੇ ਵਿਸਥਾਰ ਪੂਰਵਕ ਮੈਨੂੰ ਆਪਣੇ ਦਿੱਵ ਵੈਭਵਾਂ ਬਾਰੇ ਦਸੋ, ਜਿਨ੍ਹਾਂ ਰਾਹੀਂ ਤੁਸੀਂ ਇਨ੍ਹਾਂ ਸਾਰੇ ਲੋਕਾਂ ਵਿਚ ਫੈਲੇ ਹੋ।

ਭਾਵ

ਇਸ ਸ਼ਲੋਕ ਤੋਂ ਅਜਿਹਾ ਲਗਦਾ ਹੈ ਕਿ ਅਰਜੁਨ ਭਗਵਾਨ ਸੰਬੰਧੀ ਆਪਣੇ ਗਿਆਨ ਤੋਂ ਪਹਿਲੇ ਤੋਂ ਹੀ ਸੰਤੁਸ਼ਟ ਹੈ। ਕ੍ਰਿਸ਼ਨ ਕਿਰਪਾ ਨਾਲ ਅਰਜੁਨ ਨੂੰ ਆਪਣੇ ਅਨੁਭਵ, ਬੁੱਧੀ ਅਤੇ ਗਿਆਨ ਤੋਂ ਇਲਾਵਾ ਮਨੁੱਖ ਨੂੰ, ਇਨ੍ਹਾਂ ਸਾਧਨਾਂ ਨਾਲ ਜੋ ਕੁਝ ਪ੍ਰਾਪਤ ਹੋ ਸਕਦਾ ਹੈ, ਉਹ ਸਭ ਪ੍ਰਾਪਤ ਹੈ, ਅਤੇ ਉਸਨੇ ਕ੍ਰਿਸ਼ਨ ਨੂੰ ਭਗਵਾਨ ਦੇ ਰੂਪ ਵਿਚ ਸਮਝ ਲਿਆ ਹੈ। ਉਸਨੂੰ ਕਿਸੇ ਤਰ੍ਹਾਂ ਦੀ ਸ਼ੰਕਾ ਨਹੀਂ ਹੈ, ਤਾਂ ਵੀ ਉਹ ਕ੍ਰਿਸ਼ਨ ਨੂੰ ਆਪਣੀ ਸਰਬ ਵਿਆਪਕਤਾ ਦੀ ਵਿਆਖਿਆ ਕਰਨ ਲਈ ਬੇਨਤੀ ਕਰਦਾ ਹੈ। ਆਮ ਲੋਕ ਅਤੇ ਖ਼ਾਸ ਕਰਕੇ ਨਿਰਗੁਣਵਾਦੀ, ਭਗਵਾਨ ਦੀ ਸਰਬ ਵਿਆਪਕਤਾ ਬਾਰੇ ਚਿੰਤਤ ਰਹਿੰਦੇ ਹਨ। ਇਸ ਲਈ ਅਰਜੁਨ ਕ੍ਰਿਸ਼ਨ ਤੋਂ ਪੁੱਛਦਾ ਹੈ ਕਿ ਉਹ ਆਪਣੀਆਂ ਵੱਖੋ-ਵੱਖਰੀਆਂ ਸ਼ਕਤੀਆਂ ਰਾਹੀਂ ਕਿੰਝ ਸਰਬਵਿਆਪੀ ਰੂਪ ਵਿਚ ਹਾਜ਼ਰ ਰਹਿੰਦੇ ਹਨ। ਸਾਨੂੰ ਇਹ ਜਾਣਨਾ ਚਾਹੀਦਾ ਹੈ ਕਿ ਅਰਜੁਨ ਆਮ ਲੋਕਾਂ ਦੇ ਹਿੱਤ ਲਈ ਇਹ ਪੁੱਛ ਰਿਹਾ ਹੈ।

कथं विद्यामहं योगिंस्त्वां सदा परिचिन्तयन् ।
केषु केषु च भावेषु चिन्त्योऽसि भगवन्मया ॥ १७॥

ਕਥਮ੍ ਵਿਦ੍ਯਾਮ੍ ਅਹਮ੍ ਯੋਗਿੰਸ੍ ਤ੍ਵਾਮ੍ ਸਦਾ ਪਰਿਚਿੰਤਯਨ੍ ।
ਕੇਸ਼ੁ ਕੇਸ਼ੁ ਚ ਭਾਵੇਸ਼ੁ ਚਿੰਤ੍ਯੋ'ਸਿ ਭਗਵਨ੍ ਮਯਾ ॥ 17 ॥

ਕਥਮ੍ – ਕਿੰਝ ; **ਵਿਦ੍ਯਾਮ੍-ਅਹਮ੍**- ਮੈਂ ਜਾਣ ਸਕਾਂ ; **ਯੋਗਿਨ੍** – ਹੇ ਪਰਮ ਯੋਗੀ ; **ਤ੍ਵਾਮ੍** – ਤੁਹਾਨੂੰ ; **ਸਦਾ** – ਹਮੇਸ਼ਾ ; **ਪਰਿਚਿੰਤਯਨ੍** – ਚਿੰਤਨ ਕਰਦਾ ਹੋਇਆਂ ; **ਕੇਸ਼ੁ** – ਕਿਸ ; **ਕੇਸ਼ੁ** – ਕਿਸ ; **ਚ** – ਵੀ ; **ਭਾਵੇਸ਼ੁ** – ਰੂਪਾਂ ਵਿਚ ; **ਚਿੰਤ੍ਯਹ੍ ਅਸਿ** – ਤੁਹਾਡਾ ਸਿਮਰਨ ਕੀਤਾ ਜਾਂਦਾ ਹੈ ; **ਭਗਵਨ੍** – ਹੇ ਭਗਵਾਨ ; **ਮਯਾ** – ਮੇਰੇ ਰਾਹੀਂ।

ਅਨੁਵਾਦ

ਹੇ ਕ੍ਰਿਸ਼ਨ, ਹੇ ਪਰਮ ਯੋਗੀ! ਮੈਂ ਕਿੰਝ ਤੁਹਾਡਾ ਲਗਾਤਾਰ ਚਿੰਤਨ ਕਰਾਂ ਅਤੇ ਤੁਹਾਨੂੰ ਕਿਵੇਂ ਸਮਝਾਂ ! ਹੇ ਭਗਵਾਨ ! ਤੁਹਾਡਾ ਸਿਮਰਨ ਕਿਸ-ਕਿਸ ਰੂਪ ਵਿਚ ਕੀਤਾ ਜਾਵੇ।

ਭਾਵ

ਜਿਵੇਂ ਕਿ ਪਿਛਲੇ ਅਧਿਆਇ ਵਿਚ ਕਿਹਾ ਜਾ ਚੁੱਕਾ ਹੈ, ਭਗਵਾਨ ਆਪਣੀ ਯੋਗ-ਮਾਇਆ ਨਾਲ ਢੱਕੇ ਰਹਿੰਦੇ ਹਨ। ਸਿਰਫ਼ ਸ਼ਰਨ ਵਿਚ ਆਏ ਜੀਵ ਅਤੇ ਭਗਤ ਹੀ ਉਨ੍ਹਾਂ ਨੂੰ ਵੇਖ ਸਕਦੇ ਹਨ। ਹੁਣ ਅਰਜੁਨ ਨੂੰ ਵਿਸ਼ਵਾਸ ਹੋ ਚੁੱਕਾ ਹੈ ਕਿ ਉਸਦੇ ਦੋਸਤ ਕ੍ਰਿਸ਼ਨ ਭਗਵਾਨ ਹਨ, ਪਰ ਉਹ ਉਸ ਸਧਾਰਨ ਵਿਧੀ ਨੂੰ ਜਾਣਨਾ ਚਾਹੁੰਦਾ ਹੈ, ਜਿਸ ਰਾਹੀਂ ਆਮ ਲੋਕ ਵੀ ਉਨ੍ਹਾਂ ਨੂੰ ਸਰਬਵਿਆਪੀ ਰੂਪ ਵਿਚ ਸਮਝ ਸਕਣ। ਦੈਂਤਾਂ ਅਤੇ ਨਾਸਤਿਕਾਂ ਸਮੇਤ ਆਮ ਲੋਕ ਕ੍ਰਿਸ਼ਨ ਨੂੰ ਨਹੀਂ ਜਾਣ ਸਕਦੇ, ਕਿਉਂਕਿ ਭਗਵਾਨ ਆਪਣੀ ਯੋਗ-ਮਾਇਆ ਨਾਲ ਢੱਕੇ ਰਹਿੰਦੇ ਹਨ। ਦੂਜੀ ਗੱਲ ਇਹ

ਹੈ ਕਿ ਇਹ ਸਵਾਲ ਆਮ ਲੋਕਾਂ ਦੇ ਫਾਇਦੇ ਲਈ ਪੁੱਛੇ ਜਾ ਰਹੇ ਹਨ । ਉਚ ਕੋਟੀ ਦਾ ਭਗਤ ਸਿਰਫ ਆਪਣੇ ਹੀ ਗਿਆਨ ਪ੍ਰਤੀ ਚਿੰਤਤ ਨਹੀਂ ਰਹਿੰਦਾ, ਸਗੋਂ ਸਾਰੀ ਮਨੁੱਖੀ ਜਾਤੀ ਦੇ ਗਿਆਨ ਲਈ ਵੀ ਚਿੰਤਤ ਰਹਿੰਦਾ ਹੈ । ਇਸ ਲਈ ਅਰਜੁਨ, ਵੈਸ਼ਨਵ ਜਾਂ ਭਗਤ ਹੋਣ ਕਰਕੇ ਆਪਣੇ ਦਿਆਲੂ ਸੁਭਾਅ ਕਾਰਨ ਆਮ ਲੋਕਾਂ ਲਈ ਭਗਵਾਨ ਦਾ ਸਰਬ-ਵਿਆਪਕ ਰੂਪ ਦੇ ਗਿਆਨ ਦੇ ਦਰਵਾਜ਼ੇ ਖੋਲ੍ਹ ਰਿਹਾ ਹੈ । ਉਹ ਕ੍ਰਿਸ਼ਨ ਨੂੰ ਜਾਣ-ਬੁੱਝ ਕੇ ***ਯੋਗਿਨ੍*** ਕਹਿਕੇ ਸੰਬੋਧਿਤ ਕਰਦਾ ਹੈ । ਕਿਉਂਕਿ ਉਹ ਯੋਗਮਾਇਆ ਸ਼ਕਤੀ ਦੇ ਮਾਲਕ ਹਨ, ਜਿਸ ਕਰਕੇ ਉਹ ਆਮ ਲੋਕਾਂ ਲਈ ਅਪ੍ਰਗਟ ਜਾਂ ਪ੍ਰਗਟ ਹੁੰਦੇ ਹਨ । ਆਮ ਲੋਕ, ਜਿਸਨੂੰ ਕ੍ਰਿਸ਼ਨ ਪ੍ਰਤੀ ਕੋਈ ਪ੍ਰੇਮ ਨਹੀਂ ਹੈ, ਕ੍ਰਿਸ਼ਨ ਬਾਰੇ ਲਗਾਤਾਰ ਨਹੀਂ ਸੋਚ ਸਕਦਾ, ਇਸ ਲਈ ਉਹ ਤਾਂ ਭੌਤਿਕ ਚਿੰਤਨ ਕਰੇ । ਅਰਜੁਨ ਇਸ ਸੰਸਾਰ ਦੇ ਭੌਤਿਕਤਾਵਾਦੀ ਲੋਕਾਂ ਦੇ ਚਿੰਤਨ ਸੁਭਾਅ ਬਾਰੇ ਵਿਚਾਰ ਕਰ ਰਿਹਾ ਹੈ । ***ਕੇਸ਼ੁ ਕੇਸ਼ੁ ਚ ਭਾਵੇਸ਼ੁ*** ਸ਼ਬਦ ਭੌਤਿਕ ਪ੍ਰਕ੍ਰਿਤੀ ਲਈ ਢੁਕਵੇਂ ਹਨ (ਭਾਵ ਦਾ ਅਰਥ ਹੈ "ਭੌਤਿਕ ਚੀਜ਼") ਕਿਉਂਕਿ ਭੌਤਿਕਤਾਵਾਦੀ ਲੋਕ ਕ੍ਰਿਸ਼ਨ ਦੇ ਅਧਿਆਤਮਕ ਸਰੂਪ ਨੂੰ ਨਹੀਂ ਸਮਝ ਸਕਦੇ, ਇਸ ਲਈ ਉਨ੍ਹਾਂ ਨੂੰ ਭੌਤਿਕ ਚੀਜ਼ਾਂ ਤੇ ਚਿੱਤ ਇਕਾਗਰ ਕਰਨ ਦੀ ਅਤੇ ਇਹ ਵੇਖਣ ਦਾ ਯਤਨ ਕਰਨ ਦੀ ਸਲਾਹ ਦਿੱਤੀ ਜਾਂਦੀ ਹੈ ਕਿ ਕ੍ਰਿਸ਼ਨ ਭੌਤਿਕ ਸਰੂਪਾਂ ਵਿਚ ਕਿੰਝ ਪ੍ਰਗਟ ਹੁੰਦੇ ਹਨ ।

विस्तरेणात्मनो योगं विभूतिं च जनार्दन ।
भूयः कथय तृप्तिर्हि शृण्वतो नास्ति मेऽमृतम् ॥ १८ ॥

ਵਿਸ੍ਤਰੇਣਾਤ੍ਮਨੋ ਯੋਗਮ੍ ਵਿਭੂਤਿਮ੍ ਚ ਜਨਾਰ੍ਦਨ ।
ਭੂਯਹ੍ ਕਥਯ ਤ੍ਰਿਪ੍ਤਿਰ੍ ਹਿ ਸ਼੍ਰਿਣ੍ਵਤੋ ਨਾਸ੍ਤਿ ਮੇ'ਮ੍ਰਿਤਮ੍ ॥ 18 ॥

ਵਿਸ੍ਤਰੇਣ-ਵਿਸਥਾਰ ਨਾਲ ; **ਆਤ੍ਮਨਹ੍**-ਆਪਣੀ ; **ਯੋਗਮ੍**-ਯੋਗ ਸ਼ਕਤੀ ; **ਵਿਭੂਤਿਮ੍** -ਏਸ਼ਵਰਿਆ ਨੂੰ ; **ਚ**-ਵੀ ; **ਜਨ-ਅਰ੍ਦਨ**-ਹੇ ਨਾਸਤਿਕਾਂ ਨੂੰ ਮਾਰਨ ਵਾਲੇ ; **ਭੂਯਹ੍**- ਫਿਰ ; **ਕਥਯ** - ਕਹੋ ; **ਤ੍ਰਿਪ੍ਤਿਹ੍**- ਸੰਤੁਸ਼ਟੀ ; **ਹਿ**-ਨਿਸ਼ਚੈ ਹੀ ; **ਸ਼੍ਰਿਣ੍ਵਤਹ੍**-ਸੁਣਦੇ ਹੋ ; **ਨ ਅਸ੍ਤਿ**-ਨਹੀਂ ਹੈ ; **ਮੇ**-ਮੇਰੀ ; **ਅਮ੍ਰਿਤਮ੍**-ਅੰਮ੍ਰਿਤ ਨੂੰ ।

ਅਨੁਵਾਦ

ਹੇ ਜਨਾਰਦਨ! ਤੁਸੀਂ ਆਪਣੇ ਵੈਭਵ ਅਤੇ ਯੋਗ ਸ਼ਕਤੀ ਦਾ ਵਰਣਨ ਵਿਸਥਾਰ ਨਾਲ ਕਰੋ । ਮੈਂ ਤੁਹਾਡੇ ਬਾਰੇ ਸੁਣਕੇ ਕਦੀ ਤ੍ਰਿਪਤ ਨਹੀਂ ਹੁੰਦਾ, ਕਿਉਂਕਿ ਜਿੰਨਾ ਵੀ ਤੁਹਾਡੇ ਬਾਰੇ ਮੈਂ ਸੁਣਦਾ ਹਾਂ ਉਨਾਂ ਹੀ ਤੁਹਾਡੇ ਸ਼ਬਦ ਰੂਪੀ ਅੰਮ੍ਰਿਤ ਨੂੰ ਹੋਰ ਚੱਖਣਾ ਚਾਹੁੰਦਾ ਹਾਂ ।

ਭਾਵ

ਇਸ ਤਰ੍ਹਾਂ ਦੀ ਬੇਨਤੀ ਨੈਮਿਸ਼ਾਰਣਯ ਦੇ ਸ਼ੌਨਕ ਆਦਿ ਰਿਸ਼ੀਆਂ ਨੇ ਸੂਤ ਗੋਸਵਾਮੀ ਨੂੰ ਕੀਤੀ ਸੀ। ਇਹ ਬੇਨਤੀ ਇੰਝ ਹੈ :-

ਵਯਮ੍ ਤੁ ਨ ਵਿਤ੍ਰਿਪ੍ਯਾਮ ਉਤੱਮ ਸ਼੍ਲੋਕ ਵਿਕ੍ਰਮੇ ।
ਯਚ੍ ਛ੍ਰਿਣ੍ਵਤਾਮ੍ ਰਸ-ਗ੍ਯਾਨਾਮ੍ ਸ੍ਵਾਦੂ ਸ੍ਵਾਦੂ ਪਦੇ ਪਦੇ ॥

"ਉਤੱਮ ਅਸਤੁਤਿਆਂ ਰਾਹੀਂ ਸ਼ਲਾਘਾਯੋਗ ਕ੍ਰਿਸ਼ਨ ਦੀਆਂ ਅਲੌਕਿਕ ਲੀਲਾਵਾਂ ਦਾ ਲਗਾਤਾਰ ਸ਼ਰਵਣ ਕਰਦੇ ਹੋਏ ਕਦੀ ਤ੍ਰਿਪਤੀ ਨਹੀਂ ਹੁੰਦੀ । ਪਰ ਜਿਨ੍ਹਾਂ ਨੇ ਕ੍ਰਿਸ਼ਨ ਨਾਲ ਆਪਣਾ ਅਲੌਕਿਕ ਸੰਬੰਧ ਸਥਾਪਿਤ ਕਰ ਲਿਆ ਹੈ, ਉਹ ਕਦਮ-ਕਦਮ ਤੇ ਭਗਵਾਨ ਦੀਆਂ ਲੀਲਾਵਾਂ ਦੇ ਵਰਣਨ ਦਾ ਆਨੰਦ ਲੈਂਦੇ ਰਹਿੰਦੇ ਹਨ " ਸ਼੍ਰੀਮਦ ਭਾਗਵਤਮ (1-1-19) ਇਸ ਲਈ ਅਰਜੁਨ ਕ੍ਰਿਸ਼ਨ ਬਾਰੇ ਅਤੇ ਖਾਸ ਕਰਕੇ ਉਨ੍ਹਾਂ ਦੇ ਸਰਬਵਿਆਪੀ ਰੂਪ ਬਾਰੇ ਸੁਣਨਾ ਚਾਹੁੰਦਾ ਹੈ ।

ਜਿਥੋਂ ਤਕ *ਅਮ੍ਰਿਤਮ੍* ਦੀ ਗੱਲ ਹੈ, ਕ੍ਰਿਸ਼ਨ ਸੰਬੰਧੀ ਕੋਈ ਵੀ ਕਥਾ ਅੰਮ੍ਰਿਤ ਦੇ ਬਰਾਬਰ ਹੈ ਅਤੇ ਇਸ ਅੰਮ੍ਰਿਤ ਦਾ ਅਨੁਭਵ ਵਿਵਹਾਰਕ ਅਨੁਭਵ ਤੋਂ ਹੀ ਕੀਤਾ ਜਾ ਸਕਦਾ ਹੈ । ਆਧੁਨਿਕ ਕਹਾਣੀਆਂ, ਕਥਾਵਾਂ ਅਤੇ ਇਤਿਹਾਸ ਕ੍ਰਿਸ਼ਨ ਦੀਆਂ ਅਲੌਕਿਕ ਲੀਲਾਵਾਂ ਤੋਂ ਇਸ ਲਈ ਵੱਖਰੇ ਹਨ, ਕਿਉਂਕਿ ਇਨ੍ਹਾਂ ਸੰਸਾਰੀ ਕਹਾਣੀਆਂ ਸੁਣਨ ਨਾਲ ਮਨ ਭਰ ਜਾਂਦਾ ਹੈ, ਪਰ ਕ੍ਰਿਸ਼ਨ ਬਾਰੇ ਸੁਣਨ ਨਾਲ ਕੋਈ ਥਕਾਵਟ ਨਹੀਂ ਆਉਂਦੀ । ਇਹੋ ਕਾਰਣ ਹੈ ਕਿ ਸਾਰੇ ਸੰਸਾਰ ਦਾ ਇਤਿਹਾਸ ਭਗਵਾਨ ਦੇ ਅਵਤਾਰਾਂ ਦੀ ਲੀਲਾਵਾਂ ਦੇ ਪ੍ਰਸੰਗਾਂ ਨਾਲ ਭਰਿਆ ਹੋਇਆ ਹੈ । ਪੁਰਾਣ ਪਿਛਲੇ ਯੁਗਾਂ ਦਾ ਇਤਿਹਾਸ ਹਨ , ਜਿਨ੍ਹਾਂ ਵਿਚ ਭਗਵਾਨ ਦੇ ਵੱਖੋ-ਵੱਖਰੇ ਅਵਤਾਰ ਦੀਆਂ ਲੀਲਾਵਾਂ ਦਾ ਵਰਣਨ ਹੈ । ਇੰਝ ਵਾਰ-ਵਾਰ ਪੜ੍ਹਨ ਤੇ ਵੀ ਵਿਸ਼ਾ ਨਵਾਂ ਬਣਿਆ ਰਹਿੰਦਾ ਹੈ ।

श्रीभगवानुवाच
हन्त ते कथयिष्यामि दिव्या ह्यात्मविभूतयः ।
प्राधान्यतः कुरुश्रेष्ठ नास्त्यन्तो विस्तरस्य मे ॥ १९ ॥

ਸ਼੍ਰੀ ਭਗਵਾਨ ਉਵਾਚ

ਹੰਤ ਤੇ ਕਥਯਿਸ਼੍ਯਾਮਿ ਦਿਵ੍ਯਾ ਹਿ ਆਤ੍ਮ-ਵਿਭੂਤਯਹ੍ ।
ਪ੍ਰਧਾਨ੍ਯਤਹ੍ ਕੁਰੁਸ਼੍ਰੇਸ਼੍ਠ ਨਾਸ੍ਤਿ੍ ਅੰਤੋ ਵਿਸ੍ਤਰਸ੍ਯ ਮੇ ॥ 19 ॥

ਸ਼੍ਰੀ ਭਗਵਾਨ ਉਵਾਚ - ਭਗਵਾਨ ਨੇ ਕਿਹਾ ; **ਹੰਤ** - ਹਾਂ ; **ਤੇ**-ਤੁਹਾਨੂੰ ; **ਕਥਯਿਸ਼੍ਯਾਮਿ** - ਕਹਾਂਗਾ ; **ਦਿਵ੍ਯਾਹ੍**-ਦਿੱਵ ; **ਹਿ**-ਨਿਸ਼ਚੈ ਹੀ ; **ਆਤ੍ਮ-ਵਿਭੂਤਯਹ੍**-ਆਪਣੀਆਂ ਏਸ਼ਵਰਿਆਂ ਨੂੰ ; **ਪ੍ਰਧਾਨਯਤਹ੍**-ਖਾਸ ਤੌਰ ਤੇ ; **ਕੁਰੁਸ਼੍ਰੇਸ਼ਠ**-ਹੇ ਕੁਰੂਸ਼੍ਰੇਸ਼ਠ ; **ਨ ਅਸ੍ਤ੍**- ਨਹੀਂ ਹੈ ; **ਅੰਤਰ**-ਹੱਦ ; **ਵਿਸ੍ਤਰਸ੍ਯ**-ਵਿਸਥਾਰ ਦੀ ; **ਮੇ**-ਮੇਰੇ ।

ਅਨੁਵਾਦ

ਸ਼੍ਰੀ ਭਗਵਾਨ ਨੇ ਕਿਹਾ - ਹਾਂ ਹੁਣ ਮੈਂ ਤੁਹਾਨੂੰ ਖਾਸ-ਖਾਸ ਉੱਚ ਕੋਟੀ ਦੇ ਤੇਜਮਈ ਰੂਪਾਂ ਦਾ ਵਰਣਨ ਕਰਾਂਗਾ, ਕਿਉਂਕਿ ਹੇ ਅਰਜੁਨ! ਮੇਰਾ ਵੈਭਵ ਅਸੀਮਿਤ ਹੈ ।

ਭਾਵ

ਕ੍ਰਿਸ਼ਨ ਦੀ ਮਹਾਨਤਾ ਅਤੇ ਉਨ੍ਹਾਂ ਦੀਆਂ ਵਿਭੂਤੀਆਂ ਨੂੰ ਸਮਝਣਾ ਸੰਭਵ ਨਹੀਂ ਹੈ। ਜੀਵ ਦੀਆਂ ਇੰਦਰੀਆਂ ਸੀਮਿਤ ਹਨ, ਇਸ ਲਈ ਉਨ੍ਹਾਂ ਨਾਲ ਕ੍ਰਿਸ਼ਨ ਦੇ ਸਮੁੱਚੇ ਕੰਮ ਕਾਰਾਂ ਨੂੰ ਸਮਝਣਾ ਸੰਭਵ ਨਹੀਂ ਹੈ, ਤਾਂ ਵੀ ਭਗਤ ਲੋਕ ਕ੍ਰਿਸ਼ਨ ਨੂੰ ਜਾਣਨ ਦਾ ਯਤਨ ਕਰਦੇ ਹਨ, ਪਰ ਇਹ ਮੰਨਕੇ ਨਹੀਂ ਕਿ ਉਹ ਕਿਸੇ ਖ਼ਾਸ ਸਮੇਂ ਵਿਚ ਜੀਵਨ ਅਵਸਥਾ ਵਿਚ ਉਨ੍ਹਾਂ ਨੂੰ ਪੂਰੀ ਤਰ੍ਹਾਂ ਸਮਝ ਸਕਣਗੇ। ਉਲਟਾ ਕ੍ਰਿਸ਼ਨ ਦੀਆਂ ਲੀਲਾਵਾਂ ਇੰਨੀਆਂ ਆਨੰਦ ਦੇਣ ਵਾਲੀਆਂ ਹਨ ਕਿ ਭਗਤਾਂ ਨੂੰ ਅੰਮ੍ਰਿਤ ਵਾਂਗ ਲਗਦੀਆਂ ਹਨ। ਇੰਝ ਭਗਤ ਲੋਕ ਉਨ੍ਹਾਂ ਦਾ ਆਨੰਦ ਮਾਣਦੇ ਹਨ। ਭਗਵਾਨ ਦੇ ਏਸ਼ਵਰਿਆਂ ਅਤੇ ਉਨ੍ਹਾਂ ਦੀਆਂ ਵੱਖੋ-ਵੱਖਰੀਆਂ ਸ਼ਕਤੀਆਂ ਦੀ ਚਰਚਾ ਛੇੜਨ ਵਿਚ ਸ਼ੁੱਧ ਭਗਤਾਂ ਨੂੰ ਅਲੌਕਿਕ ਆਨੰਦ ਮਿਲਦਾ ਹੈ, ਇਸ ਲਈ ਉਹ ਉਨ੍ਹਾਂ ਨੂੰ ਸੁਣਦੇ ਰਹਿਣਾ ਅਤੇ ਉਨ੍ਹਾਂ ਦੀ ਚਰਚਾ ਕਰਦੇ ਰਹਿਣਾ ਚਾਹੁੰਦੇ ਹਨ। ਕ੍ਰਿਸ਼ਨ ਜਾਣਦੇ ਹਨ ਕਿ ਜੀਵ ਉਨ੍ਹਾਂ ਦੇ ਵੈਭਵ ਦੇ ਵਿਸਥਾਰ ਨੂੰ ਨਹੀਂ ਸਮਝ ਸਕਦੇ, ਸਿੱਟੇ ਵੱਜੋਂ ਉਹ ਆਪਣੀਆਂ ਵੱਖੋ-ਵੱਖਰੀਆਂ ਸ਼ਕਤੀਆਂ ਦੇ ਪ੍ਰਮੁੱਖ ਰੂਪਾਂ ਦਾ ਹੀ ਵਰਣਨ ਕਰਨ ਲਈ ਰਾਜੀ ਹੁੰਦੇ ਹਨ। *ਪ੍ਰਾਧਾਨਯਤਹ੍* ਸ਼ਬਦ ਵਧੇਰੇ ਮਹੱਤਵਪੂਰਨ ਹੈ, ਕਿਉਂਕਿ ਅਸੀਂ ਭਗਵਾਨ ਦੇ ਪ੍ਰਮੁੱਖ ਵਿਸਥਾਰਾਂ ਨੂੰ ਹੀ ਸਮਝ ਸਕਦੇ ਹਾਂ, ਜਦੋਂ ਕਿ ਉਨ੍ਹਾਂ ਦੇ ਸਰੂਪ ਅਸੀਮਿਤ ਹਨ। ਇਨ੍ਹਾਂ ਸਭਨਾਂ ਨੂੰ ਸਮਝ ਪਾਉਣਾ ਸੰਭਵ ਨਹੀਂ ਹੈ। ਇਸ ਸ਼ਲੋਕ ਵਿਚ ਵਰਤਿਆ *ਵਿਭੂਤਿ* ਸ਼ਬਦ ਉਨ੍ਹਾਂ ਵੈਭਵਾਂ ਦਾ ਸੂਚਕ ਹੈ, ਜਿਨ੍ਹਾਂ ਰਾਹੀਂ ਭਗਵਾਨ ਸਾਰੇ ਸੰਸਾਰ ਦਾ ਨਿਯੰਤਰਣ ਕਰਦੇ ਹਨ। 'ਅਮਰ ਕੋਸ਼' ਵਿਚ ਵਿਭੂਤਿ ਦਾ ਅਰਥ ਵਿਲੱਖਣ ਵੈਭਵ ਹੈ।

ਨਿਰਗੁਣਵਾਦੀ ਜਾਂ ਸਰਬ-ਈਸ਼ਵਰਵਾਦੀ ਨਾ ਤਾਂ ਭਗਵਾਨ ਦੀਆਂ ਵਿਲੱਖਣ ਵਿਭੂਤੀਆਂ ਨੂੰ ਸਮਝ ਸਕਦਾ ਹੈ, ਨਾ ਉਨ੍ਹਾਂ ਦੀਆਂ ਅਲੌਕਿਕ ਸ਼ਕਤੀਆਂ ਦੇ ਸਰੂਪਾਂ ਨੂੰ। ਭੌਤਿਕ ਸੰਸਾਰ ਵਿਚ ਅਤੇ ਬੈਕੁੰਠ ਲੋਕ ਵਿਚ ਉਨ੍ਹਾਂ ਦੀਆਂ ਸ਼ਕਤੀਆਂ ਅਨੇਕਾਂ ਰੂਪਾਂ ਵਿਚ ਫੈਲੀਆਂ ਹੋਈਆਂ ਹਨ। ਹੁਣ ਕ੍ਰਿਸ਼ਨ ਉਨ੍ਹਾਂ ਰੂਪਾਂ ਨੂੰ ਦੱਸਣ ਜਾ ਰਹੇ ਹਨ, ਜਿਹੜੇ ਆਮ ਆਦਮੀ ਪ੍ਰਤੱਖ ਵੇਖ ਸਕਦਾ ਹੈ। ਇਸੇ ਤਰ੍ਹਾਂ ਉਨ੍ਹਾਂ ਦੀਆਂ ਵੰਨ-ਸੁਵੰਨੀ ਸ਼ਕਤੀਆਂ ਦਾ ਅੰਸ਼ਿਕ ਵਰਣਨ ਕੀਤਾ ਗਿਆ ਹੈ।

अहमात्मा गुडाकेश सर्वभूताशयस्थितः ।
अहमादिश्च मध्यं च भूतानामन्त एव च ॥ २० ॥

ਅਹਮ੍ ਆਤ੍ਮਾ ਗੁਡਾਕੇਸ਼ ਸਰ੍ਵ ਭੂਤਾਸ਼੍ਯ ਸ੍ਥਿਤਹ੍ ।
ਅਹਮ੍ ਆਦਿਸ਼੍ ਚ ਮਧ੍ਯਮ੍ ਚ ਭੂਤਾਨਾਮ੍ ਅੰਤ ਏਵ ਚ ॥ 20 ॥

ਅਹਮ੍-ਮੈ ਹਾਂ ; **ਆਤ੍ਮਾ**-ਆਤਮਾ ; **ਗੁਡਾਕੇਸ਼**-ਹੇ ਅਰਜੁਨ ; **ਸਰ੍ਵ ਭੂਤ**-ਸਾਰੇ ਜੀਵ ; **ਆਸ਼੍ਯ ਸ੍ਥਿਤਹ੍**-ਹਿਰਦੇ ਵਿਚ ਸਥਿਤ ; **ਅਹਮ੍**-ਮੈਂ ; **ਆਦਿ**-ਆਦਿ, ਆਰੰਭ ; **ਚ**-ਵੀ ; **ਮਧ੍ਯਮ੍**-ਮੱਧ, ਵਿਚਕਾਰ ; **ਚ**-ਵੀ ; **ਭੂਤਾਨਾਮ੍**-ਸਾਰੇ ਜੀਵਾਂ ਦਾ ; **ਅੰਤਹ੍**-ਅੰਤ ; **ਏਵ** -ਨਿਸ਼ਚੈ ਹੀ ; **ਚ**-ਅਤੇ।

ਅਨੁਵਾਦ

ਹੇ ਅਰਜੁਨ! ਮੈਂ ਸਾਰੇ ਜੀਵਾਂ ਦੇ ਹਿਰਦੇ ਵਿਚ ਸਥਿਤ ਪਰਮਾਤਮਾ ਹਾਂ! ਮੈ ਹੀ ਸਾਰੇ ਜੀਵਾਂ ਦਾ ਆਦਿ, ਮੱਧ ਅਤੇ ਅੰਤ ਹਾਂ।

ਭਾਵ

ਇਸ ਸ਼ਲੋਕ ਵਿਚ ਅਰਜੁਨ ਨੂੰ ਗੁਡਾਕੇਸ਼ ਕਹਿਕੇ ਸੰਬੋਧਿਤ ਕੀਤਾ ਗਿਆ ਹੈ, ਜਿਸਦਾ ਅਰਥ ਹੈ 'ਨੀਂਦਰ ਰੂਪੀ ਹਨੇਰੇ ਨੂੰ ਜਿੱਤਣ ਵਾਲਾ।' ਜਿਹੜੇ ਲੋਕ ਅਗਿਆਨ ਰੂਪੀ ਹਨੇਰੇ ਵਿਚ ਸੁੱਤੇ ਹੋਏ ਹਨ, ਉਨ੍ਹਾਂ ਲਈ ਇਹ ਸਮਝਣਾ ਸੰਭਵ ਨਹੀਂ ਹੈ ਕਿ ਭਗਵਾਨ ਕਿਹੜੇ-ਕਿਹੜੇ ਤਰੀਕਿਆਂ ਨਾਲ ਇਸ ਲੋਕ ਵਿਚ ਅਤੇ ਅਧਿਆਤਮਕ ਜਗਤ ਵਿਚ ਪ੍ਰਗਟ ਹੁੰਦੇ ਹਨ। ਇਸ ਲਈ ਕ੍ਰਿਸ਼ਨ ਰਾਹੀਂ ਅਰਜੁਨ ਲਈ ਇਸ ਤਰ੍ਹਾਂ ਦਾ ਸੰਬੋਧਨ ਮਹੱਤਵਪੂਰਨ ਹੈ। ਕਿਉਂਕਿ ਅਰਜੁਨ ਅਜਿਹੇ ਹਨੇਰੇ ਤੋਂ ਉਪਰ ਹੈ, ਇਸ ਲਈ ਭਗਵਾਨ ਉਸ ਨੂੰ ਵੱਖੋ-ਵੱਖਰੀਆਂ ਵਿਭੂਤੀਆਂ ਨੂੰ ਦੱਸਣ ਲਈ ਤਿਆਰ ਹੋ ਜਾਂਦੇ ਹਨ।

ਸਭ ਤੋਂ ਪਹਿਲਾਂ ਕ੍ਰਿਸ਼ਨ ਅਰਜੁਨ ਨੂੰ ਦੱਸਦੇ ਹਨ ਕਿ ਉਹ ਆਪਣੇ ਮੁੱਢਲੇ ਵਿਸਥਾਰ ਕਾਰਨ ਸਾਰੇ ਬ੍ਰਹਿਮੰਡੀ ਪ੍ਰਗਟਾਅ ਦੀ ਆਤਮਾ ਹਨ। ਭੌਤਿਕ ਸ੍ਰਿਸ਼ਟੀ ਤੋਂ ਪਹਿਲਾਂ ਭਗਵਾਨ ਆਪਣੇ ਮੁੱਢਲੇ ਵਿਸਥਾਰ ਰਾਹੀਂ ਪੁਰਖ ਅਵਤਾਰ ਧਾਰਨ ਕਰਦੇ ਹਨ ਅਤੇ ਉਨ੍ਹਾਂ ਤੋਂ ਹੀ ਸਭ ਕੁਝ ਆਰੰਭ ਹੁੰਦਾ ਹੈ। ਇਸ ਲਈ ਉਹ ਪ੍ਰਧਾਨ ਮਹਾਂ-ਤੱਤ ਦੀ ਆਤਮਾ ਹਨ। ਇਸ ਸ੍ਰਿਸ਼ਟੀ ਦਾ ਕਾਰਨ ਮਹਾਂ-ਤੱਤ ਨਹੀਂ ਹੁੰਦਾ, ਅਸਲ ਵਿਚ ਮਹਾਂ-ਵਿਸ਼ਨੂੰ ਸੰਪੂਰਨ ਭੌਤਿਕ ਸ਼ਕਤੀ ਜਾਂ ਮਹਾ-ਤੱਤ ਵਿਚ ਪ੍ਰਵੇਸ਼ ਕਰਦੇ ਹਨ। ਉਹ ਆਤਮਾ ਹਨ। ਜਦੋਂ ਮਹਾਂ-ਵਿਸ਼ਨੂੰ ਇਨ੍ਹਾਂ ਪ੍ਰਗਟ ਹੋਏ ਬ੍ਰਹਿਮੰਡਾਂ ਵਿਚ ਪ੍ਰਵੇਸ਼ ਕਰਦੇ ਹਨ ਤਾਂ ਉਹ ਹਰ ਜੀਵ ਵਿਚ ਫਿਰ ਪਰਮਾਤਮਾ ਰੂਪ ਵਿਚ ਪ੍ਰਗਟ ਹੁੰਦੇ ਹਨ। ਸਾਨੂੰ ਪਤਾ ਹੈ ਕਿ ਜੀਵ ਦਾ ਸ਼ਰੀਰ ਆਤਮਾ ਦੇ ਅੰਗਾਰ ਦੀ ਹੋਂਦ ਕਰਕੇ ਹਾਜ਼ਰ ਰਹਿੰਦਾ ਹੈ। ਬਗੈਰ ਅਧਿਆਤਮਕ ਅੰਗਾਰ ਦੇ ਸ਼ਰੀਰ ਵਿਕਸਿਤ ਨਹੀਂ ਹੋ ਸਕਦਾ। ਉਸੇ ਤਰ੍ਹਾਂ ਭੌਤਿਕ ਸੰਸਾਰ ਦਾ ਉਦੋਂ ਤਕ ਵਿਕਾਸ ਨਹੀਂ ਹੁੰਦਾ, ਜਦੋਂ ਤਕ, ਪਰਮਾਤਮਾ ਕ੍ਰਿਸ਼ਨ ਦਾ ਪ੍ਰਵੇਸ਼ ਨਹੀਂ ਹੋ ਜਾਂਦਾ। ਜਿਵੇਂ ਕਿ ਸੁਬਾਲ ਉਪਨਿਸ਼ਦ ਵਿਚ ਕਿਹਾ ਗਿਆ ਹੈ - **ਪ੍ਰਕ੍ਰਿਤਿ-ਆਦਿ ਸਰਵ ਭੂਤਾਂਤਰ੍ ਯਾਮੀ ਸਰਵ ਸ਼ੇਸ਼ੀ ਚ ਨਾਰਾਯਣਹ੍** - ਪਰਮਾਤਮਾ ਰੂਪ ਵਿਚ ਭਗਵਾਨ ਸਾਰੇ ਪ੍ਰਗਟ ਹੋਏ ਬ੍ਰਹਿਮੰਡਾਂ ਵਿਚ ਹਾਜ਼ਰ ਹਨ।

ਸ਼੍ਰੀਮਦ ਭਾਗਵਤਮ੍ ਵਿਚ ਤਿੰਨ ਪੁਰਖ ਅਵਤਾਰਾਂ ਦਾ ਵਰਣਨ ਹੋਇਆ ਹੈ। ਸਾਤ੍ਵਤ ਤੰਤਰ ਵਿਚ ਵੀ ਇਨ੍ਹਾਂ ਦਾ ਵਰਣਨ ਮਿਲਦਾ ਹੈ। ***ਵਿਸ਼ਣੋ ਸ੍ਤੁ ਤ੍ਰੀਣਿ ਰੂਪਾਣਿ ਪੁਰੁਸ਼ਾਖ੍ਯਾਂਸਥੋ ਵਿਦੁਹ੍*** - ਭਗਵਾਨ ਇਸ ਲੋਕ ਵਿਚ ਆਪਣੇ ਤਿੰਨਾਂ ਸਰੂਪਾਂ ਨੂੰ ਪ੍ਰਗਟ ਕਰਦੇ ਹਨ - **ਕਾਰਣੋਦਕਸ਼ਾਯੀ ਵਿਸ਼ਨੂੰ, ਗਰ੍ਭੋਦਕਸ਼ਾਯੀ ਵਿਸ਼ਨੂੰ** ਅਤੇ **ਕਸ਼ੀਰੋਦਕਸ਼ਾਈ ਵਿਸ਼ਨੂੰ**। ਬ੍ਰਹਮ ਸੰਹਿਤਾ ਵਿਚ (5-47) ਮਹਾਂ-ਵਿਸ਼ਨੂੰ ਜਾਂ ਕਾਰਣੋਦਕਸ਼ਾਯੀ ਵਿਸ਼ਨੂੰ ਦਾ ਵਰਣਨ ਮਿਲਦਾ ਹੈ। **ਯਹ੍ ਕਾਰਣਾਰ੍ਣਵ**

ਜਲ ਭਜਤਿ ਸ੍ਮ ਯੋਗ ਨਿਦ੍ਰਾਮ੍ - ਸਾਰੇ ਕਾਰਨਾਂ ਦੇ ਕਾਰਨ ਭਗਵਾਨ ਕ੍ਰਿਸ਼ਨ ਮਹਾਵਿਸ਼ਨੂੰ ਦੇ ਰੂਪ ਵਿਚ ਕਾਰਣਾਰ੍ਵ ਸਾਗਰ ਵਿਚ ਸੌਂਦੇ ਹਨ। ਇਸ ਲਈ ਭਗਵਾਨ ਹੀ ਇਸ ਬ੍ਰਹਿਮੰਡ ਦੇ ਆਦਿ ਕਾਰਨ, ਪਾਲਣ ਕਰਨ ਵਾਲੇ ਅਤੇ ਸਾਰੀ ਸ਼ਕਤੀ ਦੀ ਸੀਮਾ (ਹੱਦ) ਹਨ।

आदित्यानामहं विष्णुर्ज्योतिषां रविरंशुमान् ।
मरीचिर्मरुतामस्मि नक्षत्राणामहं शशी ॥ २१ ॥

ਆਦਿਤ੍ਯਾਨਾਮ ਅਹਮ੍ ਵਿਸ਼੍ਣੁਰ੍ ਜ੍ਯੋਤਿਸ਼ਾਮ੍ ਰਵਿਰ੍ ਅੰਸ਼ੁਮਾਨ੍ ।
ਮਰੀਚਿਰ੍ ਮਰੁਤਾਮ੍ ਅਸਮਿ ਨਕ੍ਸ਼ਤ੍ਰਾਨਾਮ੍ ਅਹਮ੍ ਸ਼ਸ਼ੀ ॥ 21 ॥

ਆਦਿਤ੍ਯਾਨਾਮ੍-ਆਦਿਤਯਾਂ ਵਿਚ ; **ਅਹਮ੍**-ਮੈ ਹਾਂ ; **ਵਿਸ਼੍ਣੁਹ੍**-ਪਰਮੇਸ਼ਵਰ ; **ਜ੍ਯੋਤਿਸ਼ਾਮ੍** -ਸਾਰੀਆਂ ਜਯੋਤੀਆਂ ਵਿਚ ; **ਰਵਿਹ੍**-ਸੂਰਜ ; **ਅੰਸ਼ੁਮਾਨ੍**-ਪ੍ਰਕਾਸ਼ਮਾਨ ; **ਮਰੀਚਿਹ੍**-ਮਰੀਚੀ ; **ਮਰੁਤਾਮ੍**-ਮਰੁਤਾਂ (ਹਵਾਵਾਂ) **ਅਸ੍ਮਿ**-ਹਾਂ ; **ਨਕ੍ਸ਼ਤ੍ਰਾਨਾਮ੍**-ਤਾਰਿਆਂ ਵਿਚ ; **ਅਹਮ੍**-ਮੈ ਹਾਂ ; **ਸ਼ਸ਼ੀ**-ਚੰਨ।

ਅਨੁਵਾਦ

ਮੈਂ ਆਦਿਤਯਾਂ ਵਿਚ ਵਿਸ਼ਨੂੰ, ਪ੍ਰਕਾਸ਼ਾਂ ਵਿਚ ਤੇਜਸਵੀ ਸੂਰਜ, ਹਵਾਵਾਂ ਵਿਚ ਮਰੀਚੀ ਅਤੇ ਸਿਤਾਰਿਆਂ ਵਿਚ ਚੰਨ ਹਾਂ।

ਭਾਵ

ਆਦਿਤਯ ਬਾਰ੍ਹਾਂ ਹਨ ਜਿਨ੍ਹਾਂ ਵਿਚ ਕ੍ਰਿਸ਼ਨ ਪ੍ਰਧਾਨ ਹਨ। ਆਕਾਸ਼ ਵਿਚ ਟਿਮ-ਟਿਮਾਉਂਦੇ ਜਯੋਤੀ ਪੁੰਜਾਂ ਵਿਚ ਸੂਰਜ ਮੁੱਖ ਹੈ, ਅਤੇ ਬ੍ਰਹਮ ਸੰਹਿਤਾ ਵਿਚ ਤਾਂ ਸੂਰਜ ਨੂੰ ਭਗਵਾਨ ਦਾ ਤੇਜਸਵੀ ਨੇਤਰ ਕਿਹਾ ਗਿਆ ਹੈ। ਪੁਲਾੜ (ਆਕਾਸ਼) ਵਿਚ ਪੰਜਾਹ ਤਰ੍ਹਾਂ ਦੀਆਂ ਹਵਾਵਾਂ ਚਲਦੀਆਂ ਹਨ, ਜਿਨ੍ਹਾਂ ਵਿਚੋਂ ਹਵਾ ਦਾ ਦੇਵਤਾ ਮਰੀਚੀ ਕ੍ਰਿਸ਼ਨ ਦੀ ਪ੍ਰਤੀਨਿਧਤਾ ਕਰਦਾ ਹੈ।

ਸਿਤਾਰਿਆਂ ਵਿਚੋਂ ਰਾਤ ਵੇਲੇ ਚੰਨ ਸਭ ਤੋਂ ਪ੍ਰਮੁੱਖ ਸਿਤਾਰਾ ਹੈ, ਇਸ ਲਈ ਉਹ ਕ੍ਰਿਸ਼ਨ ਦਾ ਪ੍ਰਤੀਨਿਧੀ ਹੈ। ਇਸ ਸ਼ਲੋਕ ਤੋਂ ਲਗਦਾ ਹੈ, ਕਿ ਚੰਨ ਇਕ ਸਿਤਾਰਾ ਹੈ, ਇਸ ਲਈ ਆਕਾਸ਼ ਵਿਚ ਟਿਮ-ਟਿਮਾਉਣ ਵਾਲੇ ਤਾਰੇ ਵੀ ਸੂਰਜ ਦੇ ਪ੍ਰਕਾਸ਼ ਨੂੰ ਪਰਵਰਤਿਤ ਕਰਦੇ ਹਨ। ਵੈਦਿਕ ਸਾਹਿਤ ਵਿਚ ਬ੍ਰਹਿਮੰਡ ਦੇ ਅੰਦਰ ਅਨੇਕਾਂ ਸੂਰਜਾਂ ਦੇ ਸਿੱਧਾਂਤ ਨੂੰ ਮੰਨਜ਼ੂਰੀ ਪ੍ਰਾਪਤ ਨਹੀਂ ਹੈ, ਸੂਰਜ ਇਕ ਹੈ ਅਤੇ ਸੂਰਜ ਦੇ ਪ੍ਰਕਾਸ਼ ਨਾਲ ਚੰਨ ਪ੍ਰਕਾਸ਼ਿਤ ਹੈ ਅਤੇ ਹੋਰ ਸਿਤਾਰੇ ਵੀ। ਕਿਉਂਕਿ ਭਗਵਤ ਗੀਤਾ ਤੋਂ ਸੂਚਿਤ ਹੁੰਦਾ ਹੈ ਕਿ ਚੰਨ ਇਕ ਸਿਤਾਰਾ ਹੈ, ਇਸ ਲਈ ਟਿਮ-ਟਿਮਾਉਂਦੇ ਤਾਰੇ ਸੂਰਜ ਨਾ ਹੋਕੇ ਚੰਨ ਵਾਂਗ ਹਨ।

वेदानां सामवेदोऽस्मि देवानामस्मि वासवः ।
इन्द्रियाणां मनश्चास्मि भूतानामस्मि चेतना ॥२२॥

ਵੇਦਾਨਾਮ੍ ਸਾਮ ਵੇਦੋ 'ਸ੍ਮਿ ਦੇਵਾਨਾਮ੍ ਅਸ੍ਮਿ ਵਾਸਵਹ੍ ।
ਇੰਦ੍ਰਿਯਾਣਾਮ੍ ਮਨਸ਼੍ ਚਾਸ੍ਮਿ ਭੂਤਾਨਾਮ੍ ਅਸ੍ਮਿ ਚੇਤਨਾ ॥ 22 ॥

ਵੇਦਾਨਾਮ੍-ਵੇਦਾਂ ਵਿਚ ; ਸਾਮ-ਵੇਦਹ੍-ਸਾਮ ਵੇਦ ; ਅਸ੍ਮਿ-ਮੈਂ ਹਾਂ ; ਦੇਵਾਨਾਮ੍-ਦੇਵਤਿਆਂ ਵਿਚ ; ਅਸ੍ਮਿ-ਮੈ ਹਾਂ ; ਵਾਸਵਹ੍-ਸਵਰਗ ਦਾ ਰਾਜਾ ; ਇੰਦ੍ਰਿਯਾਣਾਮ੍- ਇੰਦਰੀਆਂ ਵਿਚ ; ਮਨਹ੍-ਮਨ ; ਚ-ਵੀ ; ਅਸ੍ਮਿ-ਮੈ ਹਾਂ ; ਭੂਤਾਨਾਮ੍-ਜੀਵਾਂ ਵਿਚ ; ਅਸ੍ਮਿ - ਮੈ ਹਾਂ ; ਚੇਤਨਾ - ਪ੍ਰਾਣ, ਜੀਵਨ ਸ਼ਕਤੀ ।

ਅਨੁਵਾਦ

ਮੈਂ ਵੇਦਾਂ ਵਿਚ ਸਾਮ ਵੇਦ ਹਾਂ, ਦੇਵਤਿਆਂ ਵਿਚ ਸਵਰਗ ਦਾ ਰਾਜਾ ਇੰਦਰ ਹਾਂ, ਇੰਦਰੀਆਂ ਵਿਚ ਮਨ ਹਾਂ ਅਤੇ ਸਾਰੇ ਜੀਵਾਂ ਵਿਚ ਜੀਵਨ ਸ਼ਕਤੀ (ਚੇਤਨਾ) ਹਾਂ ।

ਭਾਵ

ਪਦਾਰਥ ਅਤੇ ਜੀਵ ਵਿਚ ਇਹ ਫਰਕ ਹੈ ਕਿ ਪਦਾਰਥ ਵਿਚ ਜੀਵਾਂ ਵਾਂਗ ਚੇਤਨਾ ਨਹੀਂ ਹੁੰਦੀ, ਇਸ ਲਈ ਇਹ ਚੇਤਨਾ ਪਰਮ ਅਤੇ ਸ਼ਾਸਵਤ ਹੈ । ਪਦਾਰਥਾਂ ਦੇ ਸੰਜੋਗ ਨਾਲ ਚੇਤਨਾ ਪੈਦਾ ਨਹੀਂ ਕੀਤੀ ਜਾ ਸਕਦੀ ।

रुद्राणां शङ्करश्चास्मि वित्तेशो यक्षरक्षसाम् ।
वसूनां पावकश्चास्मि मेरुः शिखरिणामहम् ॥२३॥

ਰੁਦ੍ਰਾਣਾਮ੍ ਸ਼ੰਕਰਸ਼੍ ਚਾਸ੍ਮਿ ਵਿੱਤੇਸ਼ੋ ਯਕ੍ਸ਼-ਰਕ੍ਸ਼ਸਾਮ੍ ।
ਵਸੂਨਾਮ੍ ਪਾਵਕਸ਼੍ ਚਾਸ੍ਮਿ ਮੇਰੂਹ੍ ਸ਼ਿਖਰਿਣਾਮ੍ ਅਹਮ੍ ॥ 23 ॥

ਰੁਦ੍ਰਾਣਾਮ੍-ਸਾਰੇ ਰੁਦਰਾਂ ਵਿਚ ; ਸ਼ੰਕਰਸ਼ - ਸ਼ਿਵਜੀ ; ਚ-ਵੀ ; ਅਸ੍ਮਿ - ਮੈਂ ਹਾਂ ; ਵਿੱਤ ਈਸ਼ਹ੍ - ਦੇਵਤਿਆਂ ਦਾ ਖਜਾਨਚੀ ; ਯਕ੍ਸ਼ ਰਕ੍ਸ਼ਸਾਮ੍ - ਯਕਸ਼ਾਂ ਅਤੇ ਦੈਂਤਾਂ ਵਿਚ ; ਵਸੂਨਾਮ੍-ਵਸੂਆਂ ਵਿਚ ; ਪਾਵਕਹ੍- ਅੱਗ ; ਚ - ਵੀ ; ਅਸ੍ਮਿ - ਮੈਂ ਹਾਂ ; ਮੇਰੂਹ - ਮੇਰੂ ; ਸ਼ਿਖਰਿਣਾਮ੍ - ਸਾਰੇ ਪਰਬਤਾਂ ਵਿਚ ; ਅਹਮ੍ - ਮੈਂ ਹਾਂ ।

ਅਨੁਵਾਦ

ਮੈਂ ਸਾਰੇ ਰੁੱਦਰਾਂ ਵਿਚ ਸ਼ਿਵ ਹਾਂ, ਯਕਸ਼ਾਂ ਅਤੇ ਦੈਂਤਾਂ ਵਿਚ ਸੰਪਤੀ ਦਾ ਦੇਵਤਾ ਕੁਬੇਰ ਹਾਂ । ਵਸੂਆਂ ਵਿਚ ਅੱਗ ਹਾਂ ਅਤੇ ਸਾਰੇ ਪਰਬਤਾਂ ਵਿਚ ਮੇਰੂ ਹਾਂ ।

ਭਾਵ

ਗਿਆਰਾਂ ਰੁੱਦਰਾਂ ਵਿਚ ਸ਼ੰਕਰ ਜਾਂ ਸ਼ਿਵ ਪ੍ਰਮੁੱਖ ਹਨ। ਉਹ ਭਗਵਾਨ ਦੇ ਅਵਤਾਰ ਹਨ, ਜਿਨ੍ਹਾਂ ਤੇ ਬ੍ਰਹਿਮੰਡ ਦੇ ਤਮੋਗੁਣ ਦਾ ਭਾਰ ਹੈ। ਯਕਸ਼ਾਂ ਅਤੇ ਦੈਂਤਾਂ ਦੇ ਨਾਇਕ ਕੁਬੇਰ ਹਨ, ਜਿਹੜੇ ਦੇਵਤਿਆਂ ਦੇ ਖ਼ਜਾਨਚੀ ਅਤੇ ਭਗਵਾਨ ਦੇ ਪ੍ਰਤੀਨਿਧ ਹਨ। ਮੇਰੂ ਪਰਬਤ ਆਪਣੇ ਪ੍ਰਕ੍ਰਿਤਕ ਸੰਸਾਧਨਾਂ ਦੀ ਸੰਪੰਨਤਾ ਲਈ ਮਸ਼ਹੂਰ ਹਨ।

पुरोधसां च मुख्यं मां विद्धि पार्थ बृहस्पतिम् ।
सेनानीनामहं स्कन्दः सरसामस्मि सागरः ॥ २४॥

ਪੁਰੋਧਸਾਮ੍ ਚ ਮੁਖ੍ਯਮ੍ ਮਾਮ੍ ਵਿਦ੍ਧਿ ਪਾਰ੍ਥ ਬ੍ਰਿਹਸ੍ਪਤਿਮ੍ ।
ਸੇਨਾਨੀਨਾਮ੍ ਅਹਮ੍ ਸ੍ਕੰਦਹ ਸਰਸਾਮ੍ ਅਸ੍ਮਿ ਸਾਗਰਹ੍ ॥ 24 ॥

ਪੁਰੋਧਸਾਮ੍ - ਸਾਰੇ ਪ੍ਰੋਹਿਤਾਂ ਵਿਚ ; **ਚ** - ਵੀ ; **ਮੁਖ੍ਯਮ੍** - ਪ੍ਰਮੁੱਖ ; **ਮਾਮ੍** - ਮੈਨੂੰ ; **ਵਿਦ੍ਧਿ** - ਜਾਣੋ ; **ਪਾਰ੍ਥ** - ਹੇ ਪ੍ਰਿਥਾਪੁੱਤਰ ; **ਬ੍ਰਿਹਸ੍ਪਤਿਮ੍** - ਬ੍ਰਹਸਪਤੀ ; **ਸੇਨਾਨੀਨਾਮ੍** - ਸਾਰੇ ਜਰਨੈਲਾਂ ਵਿਚੋਂ ; **ਅਹਮ੍** - ਮੈਂ ਹਾਂ ; **ਸ੍ਕੰਦਹ੍** - ਕਾਰਤਿਕੇਯ ; **ਸਰਸਾਮ**- ਪਾਣੀ ਦੇ ਸੋਮਿਆਂ ਵਿਚ ; **ਅਸ੍ਮਿ** - ਮੈਂ ਹਾਂ ; **ਸਾਗਰਹ੍** - ਸਮੁੰਦਰ।

ਅਨੁਵਾਦ

ਹੇ ਅਰਜੁਨ! ਮੈਨੂੰ ਸਾਰੇ ਪ੍ਰੋਹਿਤਾਂ ਵਿਚ ਮੁੱਖ ਪ੍ਰੋਹਿਤ ਬ੍ਰਹਸਪਤੀ ਸਮਝੋ! ਮੈਂ ਹੀ ਸਾਰੇ ਸੈਨਾਪਤੀਆਂ ਵਿਚੋਂ ਕਾਰਤਿਕੇਯ ਹਾਂ ਅਤੇ ਸਾਰੀਆਂ ਝੀਲਾਂ ਵਿਚ ਸਮੁੰਦਰ ਹਾਂ।

ਭਾਵ

ਇੰਦਰ ਸਵਰਗ ਦਾ ਪ੍ਰਮੁੱਖ ਦੇਵਤਾ ਹੈ ਅਤੇ ਸਵਰਗ ਦਾ ਰਾਜਾ ਕਹਾਉਂਦਾ ਹੈ, ਜਿਸ ਲੋਕ ਵਿਚ ਉਸਦਾ ਸ਼ਾਸਨ ਹੈ, ਉਹ ਇੰਦਰ ਲੋਕ ਕਹਾਉਂਦਾ ਹੈ। ਬ੍ਰਹਸਪਤੀ ਰਾਜਾ ਇੰਦਰ ਦੇ ਪ੍ਰੋਹਿਤ ਹਨ ਅਤੇ ਕਿਉਂਕਿ ਇੰਦਰ ਸਾਰਿਆਂ ਰਾਜਿਆਂ ਦਾ ਪ੍ਰਧਾਨ ਹੈ, ਇਸ ਲਈ ਬ੍ਰਹਿਸਪਤੀ ਸਾਰੇ ਪ੍ਰੋਹਿਤਾਂ ਵਿਚ ਮੁੱਖ ਹਨ। ਜਿਵੇਂ ਇੰਦਰ ਸਾਰੇ ਰਾਜਿਆਂ ਦੇ ਪ੍ਰਮੁੱਖ ਹਨ, ਇਸੇ ਤਰ੍ਹਾਂ ਪਾਰਬਤੀ ਅਤੇ ਸ਼ਿਵ ਦੇ ਪੁੱਤਰ ਸਕੰਦ ਜਾਂ ਕਾਰਤਿਕੇਯ ਸਾਰੇ ਸੈਨਾਪਤੀਆਂ ਦੇ ਪ੍ਰਧਾਨ ਹਨ। ਸਾਰੀਆਂ ਝੀਲਾਂ ਵਿਚੋਂ ਸਮੁੰਦਰ ਸਭ ਤੋਂ ਵੱਡਾ ਹੈ। ਕ੍ਰਿਸ਼ਨ ਦੇ ਇਹ ਸਰੂਪ ਉਨ੍ਹਾਂ ਦੀ ਮਹਾਨਤਾ ਦੇ ਸੂਚਕ ਹਨ।

महर्षीणां भृगुरहं गिरामस्म्येकमक्षरम् ।
यज्ञानां जपयज्ञोऽस्मि स्थावराणां हिमालयः ॥ २५॥

ਮਹਰ੍ਸ਼ੀਨਾਮ੍ ਭ੍ਰਿਗੁਰ ਅਹਮ੍ ਗਿਰਾਮ੍ ਅਸ੍ਮਿ ਏਕਮ੍ ਅਕ੍ਸ਼ਰਮ੍ ।
ਯਗ੍ਯਾਨਾਮ੍ ਜਪ-ਯਗਯੋ'ਸ੍ਮਿ ਸ੍ਥਾਵਰਾਣਾਮ੍ ਹਿਮਾਲਯਹ੍ ॥ 25 ॥

ਮਹਾ ਰਿਸ਼ੀਣਾਮ੍ – ਮਹਾਰਿਸ਼ੀਆਂ ਵਿੱਚੋਂ ; **ਭ੍ਰਿਗੁਹ੍** – ਭ੍ਰਿਗੁ ; **ਅਹਮ੍** – ਮੈਂ ਹਾਂ ; **ਗਿਰਾਮ੍** – ਧੁਨੀ ਵਿਚ ; **ਅਸ੍ਮਿ** – ਮੈਂ ਹਾਂ ; **ਏਕਮ੍-ਅਕ੍ਰਸ਼ਰਮ੍**-ਪ੍ਰਣਵ (ਓਮ) ; **ਯਗ੍ਯਾਨਾਮ੍** – ਸਾਰੇ ਯੱਗਾਂ ਵਿਚ ; **ਜਪ-ਯਗ੍ਯਹ੍**-ਕੀਤਰਨ ਜਪ ; **ਅਸ੍ਮਿ**-ਮੈਂ ਹਾਂ ; **ਸ੍ਥਾਵਰਾਣਾਮ੍** – ਜੜ੍ਹ ਪਦਾਰਥਾਂ ਵਿਚ ; **ਹਿਮਾਲਯਹ੍**-ਹਿਮਾਲਾ ਪਰਬਤ ।

ਅਨੁਵਾਦ

ਮੈਂ ਮਹਾਰਿਸ਼ੀਆਂ ਵਿਚੋਂ ਭ੍ਰਿਗੂ ਹਾਂ, ਧੁਨੀ ਵਿਚ ਅਲੌਕਿਕ ਓਅੰਕਾਰ ਹਾਂ, ਸਾਰੇ ਯੱਗਾਂ ਵਿਚ ਪਵਿੱਤਰ ਨਾਂ ਦਾ ਕੀਰਤਨ ਜਪ ਅਤੇ ਸਾਰੇ ਅਚਲਾਂ (ਜੜ੍ਹ ਪਦਾਰਥਾਂ) ਵਿਚ ਹਿਮਾਲਾ ਪਰਬਤ ਹਾਂ ।

ਭਾਵ

ਬ੍ਰਹਿਮੰਡ ਦੇ ਪਹਿਲੇ ਜੀਵ ਬ੍ਰਹਮਾ ਨੇ ਵੱਖੋ-ਵੱਖਰੀਆਂ ਜੂਨੀਆਂ ਦੇ ਵਿਸਥਾਰ ਲਈ ਕਈ ਪੁੱਤਰ ਪੈਦਾ ਕੀਤੇ । ਇਨ੍ਹਾਂ ਵਿਚੋਂ ਭ੍ਰਿਗੂ ਸਭ ਤੋਂ ਸ਼ਕਤੀਸ਼ਾਲੀ ਮੁਨੀ ਸਨ । ਸਾਰੀਆਂ ਅਲੌਕਿਕ ਧੁਨੀਆਂ ਵਿਚ ਓਅੰਕਾਰ ਕ੍ਰਿਸ਼ਨ ਦਾ ਰੂਪ ਹੈ । ਸਾਰੇ ਯੱਗਾਂ ਵਿਚ *ਹਰੇ ਕ੍ਰਿਸ਼ਨ ਹਰੇ ਕ੍ਰਿਸ਼ਨ ਕ੍ਰਿਸ਼ਨ ਕ੍ਰਿਸ਼ਨ ਹਰੇ ਹਰੇ, ਹਰੇ ਰਾਮ ਹਰੇ ਰਾਮ ਰਾਮ ਰਾਮ ਹਰੇ ਹਰੇ* ਦਾ ਜਪ ਸਭ ਤੋਂ ਸ਼ੁੱਧ, ਕ੍ਰਿਸ਼ਨ ਦੀ ਪ੍ਰਤੀਨਿਧਤਾ ਕਰਦਾ ਹੈ । ਕਦੀ-ਕਦੀ ਪਸ਼ੂ ਯੱਗ ਦੀ ਵੀ ਵਡਿਆਈ ਕੀਤੀ ਜਾਂਦੀ ਹੈ, ਪਰ ਹਰੇ ਕ੍ਰਿਸ਼ਨ ਯੱਗ ਵਿਚ ਹਿੰਸਾ ਦਾ ਸਵਾਲ ਹੀ ਨਹੀਂ ਉਠਦਾ । ਇਹ ਸਭ ਤੋਂ ਸਰਲ ਅਤੇ ਸ਼ੁੱਧ ਯੱਗ ਹੈ। ਸਾਰੇ ਸੰਸਾਰ ਵਿਚ ਜੋ ਕੁਝ ਵੀ ਸ਼ੁਭ ਹੈ, ਉਹ ਕ੍ਰਿਸ਼ਨ ਦਾ ਰੂਪ ਹੈ । ਇਸ ਲਈ ਸੰਸਾਰ ਦਾ ਸਭ ਤੋਂ ਵੱਡਾ ਪਰਬਤ ਹਿਮਾਲਾ ਵੀ ਉਨ੍ਹਾਂ ਦਾ ਹੀ ਸਰੂਪ ਹੈ । ਪਿਛਲੇ ਸ਼ਲੋਕ ਵਿਚ ਮੇਰੂ ਦਾ ਉਲੇਖ ਹੋਇਆ ਹੈ, ਪਰ ਮੇਰੂ ਤਾਂ ਕਦੀ-ਕਦੀ ਸਚਲ (ਚਲਦਾ) ਹੈ, ਪਰ ਹਿਮਾਲਾ ਕਦੀ ਵੀ ਨਹੀਂ ਚਲਦਾ । ਇਸ ਲਈ ਹਿਮਾਲਾ ਮੇਰੂ ਤੋਂ ਵਧ ਕੇ ਹੈ ।

अश्वत्थः सर्ववृक्षाणां देवर्षीणां च नारदः ।
गन्धर्वाणां चित्ररथः सिद्धानां कपिलो मुनिः ॥ २६ ॥

ਅਸ਼ਵਤ੍ਥਹ੍ ਸਰ੍ਵ ਵ੍ਰਿਕ੍ਸ਼ਾਣਾਮ੍ ਦੇਵਰ੍ਸ਼ੀਣਾਮ੍ ਚ ਨਾਰਦਹ੍ ।
ਗੰਧਰ੍ਵਾਣਾਮ੍ ਚਿਤ੍ਰਰਥਹ੍ ਸਿਦ੍ਧਾਨਾਮ੍ ਕਪਿਲੋ ਮੁਨਿਹ੍ ॥ 26 ॥

ਅਸ਼ਵਤ੍ਥਹ੍-ਬੋਹੜ ਦਾ ਰੁੱਖ ; **ਸਰ੍ਵ-ਵ੍ਰਿਕ੍ਸ਼ਾਣਾਮ੍**-ਸਾਰੇ ਰੁੱਖਾਂ ਵਿਚੋਂ ; **ਦੇਵ ਰਿਸ਼ੀਣਾਮ੍**-ਸਾਰੇ ਰਿਸ਼ੀਆਂ ਵਿਚੋਂ ; **ਚ**-ਅਤੇ ; **ਨਾਰਦਹ੍**-ਨਾਰਦ ; **ਗੰਧਰ੍ਵਾਣਾਮ੍**-ਗੰਧਰਵ ਲੋਕ ਦੇ ਨਿਵਾਸੀਆਂ ਵਿਚ ; **ਚਿਤ੍ਰਰਥਹ੍**-ਚਿੱਤਰਥ ; **ਸਿਦ੍ਧਾਨਾਮ੍**-ਸਿੱਧਾਂ ਵਿਚੋਂ ; **ਕਪਿਲਹ੍-ਮੁਨਿਹ੍**-ਕਪਿਲਮੁਨੀ ।

ਅਨੁਵਾਦ

ਮੈਂ ਸਾਰੇ ਰੁੱਖਾਂ ਵਿਚੋਂ ਬੋਹੜ ਦਾ ਰੁੱਖ ਹਾਂ, ਦੇਵਰਿਸ਼ੀਆਂ ਵਿਚ ਨਾਰਦ ਹਾਂ। ਮੈਂ ਗੰਧਰਵਾਂ ਵਿਚੋਂ ਚਿੱਤਰਥ ਹਾਂ ਅਤੇ ਸਿੱਧ ਪੁਰਖਾਂ ਵਿਚੋਂ ਕਪਿਲ ਮੁਨੀ ਹਾਂ।

ਭਾਵ

ਬੋਹੜ *(ਅਸ਼ਵਤਥਹ੍)* ਦਾ ਰੁੱਖ ਸਭ ਤੋਂ ਉਚਾ ਅਤੇ ਸੁੰਦਰ ਹੈ, ਜਿਸਨੂੰ ਭਾਰਤ ਵਿਚ ਲੋਕ ਹਰ ਰੋਜ਼ ਨਿਯਮ ਪੂਰਵਕ ਪੂਜਦੇ ਹਨ। ਦੇਵਤਿਆਂ ਵਿਚ ਨਾਰਦ ਦੁਨੀਆਂ ਭਰ ਦੇ ਸਭ ਤੋਂ ਵੱਡੇ ਭਗਤ ਮੰਨੇ ਜਾਂਦੇ ਹਨ ਅਤੇ ਪੂਜੇ ਜਾਂਦੇ ਹਨ। ਇੰਝ ਉਹ ਭਗਤ ਦੇ ਰੂਪ ਵਿਚ ਕ੍ਰਿਸ਼ਨ ਦੀ ਪ੍ਰਤਿਨਿਧਤਾ ਕਰਦੇ ਹਨ। ਗੰਧਰਵ ਲੋਕ ਅਜਿਹੇ ਨਿਵਾਸੀਆਂ ਨਾਲ ਪੂਰਨ ਹੈ, ਜਿਹੜੇ ਬਹੁਤ ਵਧੀਆ ਗਾਉਂਦੇ ਹਨ, ਜਿਨ੍ਹਾਂ ਵਿੱਚੋਂ ਚਿੱਤਰਥ ਸਭ ਤੋਂ ਉੱਤਮ ਗਾਇਕ ਹੈ। ਸਿੱਧ ਪੁਰਖਾਂ ਵਿਚੋਂ ਦੇਵਹੂਤਿ ਦੇ ਪੁੱਤਰ ਕਪਿਲ ਮੁਨੀ ਕ੍ਰਿਸ਼ਨ ਦੇ ਪ੍ਰਤਿਨਿਧੀ ਹਨ। ਉਹ ਕ੍ਰਿਸ਼ਨ ਦੇ ਅਵਤਾਰ ਮੰਨੇ ਜਾਂਦੇ ਹਨ। ਇਨ੍ਹਾਂ ਦਾ ਦਰਸ਼ਨ ਭਾਗਵਤ ਵਿਚ ਦਰਜ਼ ਹੈ। ਬਾਅਦ ਵਿਚ ਵੀ ਇਕ ਹੋਰ ਕਪਿਲ ਪ੍ਰਸਿੱਧ ਹੋਏ ਹਨ, ਪਰ ਉਹ ਨਾਸਤਿਕ ਸਨ, ਇਸ ਲਈ ਇਨ੍ਹਾਂ ਦੋਵਾਂ ਵਿਚ ਵੱਡਾ ਫਰਕ ਹੈ।

उच्चैःश्रवसमश्वानां विद्धि माममृतोद्भवम् ।
ऐरावतं गजेन्द्राणां नराणां च नराधिपम् ॥ २७॥

ਉਚ੍ਚੈਹ੍ਸ਼੍ਰਵਸਮ ਅਸ਼੍ਵਾਨਾਮ੍ ਵਿਦ੍ਧਿ ਮਾਮ੍ ਅਮ੍ਰਿਤੋਦ੍ਭਵਮ੍।
ਏਰਾਵਤਮ੍ ਗਜੇਂਦ੍ਰਾਣਾਮ ਨਰਾਣਾਮ੍ ਚ ਨਰਾਧਿਪਮ੍ ॥ 27 ॥

ਉਚ੍ਚੈਹ੍ਸ਼੍ਰਵਸਮ੍-ਉਚੇ ਸ਼ੁਰਵਾ ; **ਅਸ਼੍ਵਾਨਾਮ੍**-ਘੋੜਿਆਂ ਵਿਚ ; **ਵਿਦ੍ਧਿ**-ਸਮਝੋ ; **ਮਾਮ੍** -ਮੈਨੂੰ; **ਅਮ੍ਰਿਤ-ਉਦ੍ਭਵਮ੍**-ਸਮੁੰਦਰ ਮੰਥਨ ਤੋਂ ਪੈਦਾ ਹੋਏ ; **ਏਰਾਵਤਮ੍**-ਏਰਾਵਤ ; **ਰਾਜ-ਇੰਦ੍ਰਾਣਾਮ੍**-ਮੁੱਖ ਹਾਥੀਆਂ ਵਿਚ ; **ਨਰਾਣਾਮ੍**-ਮਨੁੱਖਾਂ ਵਿਚ ; **ਚ**-ਅਤੇ ; **ਨਰ-ਅਧਿਪਮ੍**-ਰਾਜਾ।

ਅਨੁਵਾਦ

ਘੋੜਿਆਂ ਵਿਚ ਮੈਨੂੰ ਉਚੈਹਸ਼ੁਰਵਾ ਸਮਝੋ, ਜਿਹੜਾ ਅੰਮ੍ਰਿਤ ਲਈ ਸਮੁੰਦਰ ਮੰਥਨ ਵੇਲੇ ਪੈਦਾ ਹੋਇਆ ਸੀ। ਗਜ-ਰਾਜਿਆਂ ਵਿਚ ਮੈਂ ਏਰਾਵਤ ਹਾਂ ਅਤੇ ਮਨੁੱਖਾਂ ਵਿਚ ਮੈਂ ਰਾਜਾ ਹਾਂ।

ਭਾਵ

ਇਕ ਵਾਰ ਦੇਵਤਿਆਂ ਅਤੇ ਦੈਂਤਾਂ ਨੇ ਸਮੁੰਦਰ ਮੰਥਨ ਵਿਚ ਹਿੱਸਾ ਲਿਆ। ਇਸ ਮੰਥਨ ਤੋਂ ਅੰਮ੍ਰਿਤ ਅਤੇ ਜ਼ਹਿਰ ਪੈਦਾ ਹੋਇਆ। ਜ਼ਹਿਰ ਨੂੰ ਤਾਂ ਸ਼ਿਵਜੀ ਨੇ ਪੀ ਲਿਆ ਪਰ ਅੰਮ੍ਰਿਤ ਨਾਲ ਅਨੇਕਾਂ ਜੀਵ ਪੈਦਾ ਹੋਏ, ਜਿਨ੍ਹਾਂ ਵਿਚ ਉਚੈਸ਼੍ਰਵਾ ਨਾਂ ਦਾ ਘੋੜਾ ਵੀ ਸੀ। ਇਸੇ ਅੰਮ੍ਰਿਤ ਨਾਲ ਇਕ ਹੋਰ ਪਸ਼ੂ ਏਰਾਵਤ ਨਾਂ ਦਾ ਹਾਥੀ ਵੀ ਪੈਦਾ ਹੋਇਆ ਸੀ। ਕਿਉਂਕਿ ਇਹ ਦੋਵੇਂ ਪਸ਼ੂ ਅੰਮ੍ਰਿਤ ਨਾਲ ਪੈਦਾ ਹੋਏ ਸੀ, ਇਸ ਲਈ ਇਨ੍ਹਾਂ ਦਾ ਖ਼ਾਸ ਮਹੱਤਵ ਹੈ ਅਤੇ ਇਹ ਕ੍ਰਿਸ਼ਨ ਦੇ ਪ੍ਰਤੀਨਿਧੀ ਹਨ।

ਮਨੁੱਖਾਂ ਵਿਚ ਰਾਜਾ ਕ੍ਰਿਸ਼ਨ ਦਾ ਪ੍ਰਤੀਨਿਧੀ ਹੈ, ਕਿਉਂਕਿ ਕ੍ਰਿਸ਼ਨ ਬ੍ਰਹਿਮੰਡ ਦੇ ਪਾਲਣਹਾਰ ਹਨ ਅਤੇ ਆਪਣੇ ਅਲੌਕਿਕ ਗੁਣਾਂ ਕਰਕੇ ਨਿਯੁਕਤ ਕੀਤੇ ਗਏ ਰਾਜੇ ਵੀ ਆਪਣੇ ਰਾਜਾਂ ਦੇ ਪਾਲਣਹਾਰ ਹੁੰਦੇ ਹਨ। ਮਹਾਰਾਜ ਯੁਧਿਸ਼ਠਰ, ਮਹਾਰਾਜ ਪ੍ਰਿਕਸ਼ਿਤ ਅਤੇ ਭਗਵਾਨ ਰਾਮ ਵਰਗੇ ਰਾਜੇ ਬਹੁਤ ਧਰਮਾਤਮਾ ਸਨ, ਜਿਨ੍ਹਾਂ ਨੇ ਆਪਣੀ ਪਰਜਾ ਦਾ ਹਮੇਸ਼ਾਂ ਕਲਿਆਣ ਸੋਚਿਆ। ਵੈਦਿਕ ਸਾਹਿਤ ਵਿਚ ਰਾਜੇ ਨੂੰ ਈਸ਼ਵਰ ਦਾ ਪ੍ਰਤੀਨਿਧੀ ਮੰਨਿਆ ਗਿਆ ਹੈ। ਪਰ ਇਸ ਯੁਗ ਵਿਚ ਧਰਮ ਦਾ ਪਤਨ ਹੋਣ ਕਰਕੇ ਰਾਜਤੰਤਰ ਦਾ ਪਤਨ ਹੋਇਆ ਅਤੇ ਆਖ਼ਿਰਕਾਰ ਵਿਨਾਸ਼ ਹੋ ਗਿਆ ਹੈ। ਪਰ ਇਹ ਸਮਝਣਾ ਚਾਹੀਦਾ ਹੈ ਕਿ ਭੂਤਕਾਲ ਵਿਚ ਲੋਕ ਧਰਮਾਤਮਾ ਰਾਜਿਆਂ ਦੇ ਅਧੀਨ ਰਹਿਕੇ ਸੁਖੀ ਸਨ।

आयुधानामहं वज्रं धेनूनामस्मि कामधुक् ।
प्रजनश्चास्मि कन्दर्पः सर्पाणामस्मि वासुकिः ॥ २८ ॥

ਆਯੁਧਾਨਾਮ ਅਹਮ੍ ਵਜ੍ਰਮ੍ ਧੇਨੂਨਾਮ੍ ਅਸ੍ਮਿ ਕਾਮਧੁਕ੍ ।
ਪ੍ਰਜਨਸ਼੍ ਚਾਸ੍ਮਿ ਕੰਦਰ੍ਪਹ੍ ਸਰ੍ਪਾਣਾਮ ਅਸ੍ਮਿ ਵਾਸੁਕਿਹ੍ ॥ 28 ॥

ਆਯੁਧਾਨਾਮ੍-ਹਥਿਆਰਾਂ ਵਿਚੋਂ ; **ਅਹਮ੍**-ਮੈਂ ਹਾਂ ; **ਵਜ੍ਰਮ**-ਵਜਰ ; **ਧੇਨੂਨਾਮ੍**- ਗਊਆਂ ਵਿਚੋਂ; **ਅਸ੍ਮਿ**-ਮੈਂ ਹਾਂ ; **ਕਾਮ-ਧੁਕ੍**-ਸੁਰਭੀ ਗਊ ; **ਪ੍ਰਜਨਹ੍**-ਸੰਤਾਨ ਉਤਪੱਤੀ ਦਾ ਕਾਰਨ ; **ਚ**-ਅਤੇ ; **ਅਸ੍ਮਿ**-ਮੈਂ ਹਾਂ ; **ਕੰਦਰ੍ਪਹ੍**-ਕਾਮਦੇਵ ; **ਸਰ੍ਪਾਣਾਮ੍**-ਸੱਪਾਂ ਵਿਚ ; **ਅਸ੍ਮਿ**-ਹਾਂ ; **ਵਾਸੁਕਿਹ੍**- ਵਾਸੁਕੀ।

ਅਨੁਵਾਦ

ਮੈਂ ਹਥਿਆਰਾਂ ਵਿਚੋਂ ਵਜਰ ਹਾਂ, ਗਊਆਂ ਵਿਚੋਂ ਮੈਂ ਸੁਰਭੀ, ਸੰਤਾਨ ਦੀ ਉਤਪਤੀ ਦੇ ਕਾਰਨਾਂ ਵਿਚੋਂ ਪ੍ਰੇਮ ਦਾ ਦੇਵਤਾ ਕਾਮਦੇਵ ਅਤੇ ਸੱਪਾਂ ਵਿਚੋਂ ਵਾਸੁਕੀ ਹਾਂ।

ਭਾਵ

ਵਜਰ ਸਚਮੁੱਚ ਬਹੁਤ ਤਾਕਤਵਰ ਹਥਿਆਰ ਹੈ ਅਤੇ ਇਹ ਕ੍ਰਿਸ਼ਨ ਦੀ ਸ਼ਕਤੀ ਦਾ ਪ੍ਰਤੀਕ ਹੈ। ਬੈਕੁੰਠ ਵਿਚ ਸਥਿਤ ਕ੍ਰਿਸ਼ਨ ਲੋਕ ਵਿਚ ਕ੍ਰਿਸ਼ਨ ਦੀਆਂ ਗਊਆਂ ਕਿਸੇ ਵੀ ਵੇਲੇ ਚੋਈਆਂ ਜਾ ਸਕਦੀਆਂ ਹਨ ਅਤੇ ਉਨ੍ਹਾਂ ਤੋਂ ਕੋਈ ਜਿਨ੍ਹਾਂ ਚਾਹੇ ਉਨਾਂ ਦੁੱਧ ਪ੍ਰਾਪਤ ਕੀਤਾ ਜਾ ਸਕਦਾ ਹੈ। ਇਸਵਿਚ ਕੋਈ ਸ਼ੱਕ ਨਹੀਂ ਕਿ ਇਸ ਸੰਸਾਰ ਵਿਚ ਅਜਿਹੀਆਂ ਗਊਆਂ ਨਹੀਂ ਮਿਲਦੀਆਂ ਪਰ ਕ੍ਰਿਸ਼ਨ ਲੋਕ ਵਿਚ ਉਨ੍ਹਾਂ ਦੇ ਹੋਣ ਦਾ ਉਲੇਖ ਹੈ। ਭਗਵਾਨ ਅਜਿਹੀਆਂ ਅਨੇਕਾਂ ਗਊਆਂ ਰਖਦੇ ਹਨ, ਜਿਨ੍ਹਾਂ ਨੂੰ ਸੁਰਭੀ ਕਿਹਾ ਜਾਂਦਾ ਹੈ। ਕਿਹਾ ਜਾਂਦਾ ਹੈ ਕਿ ਭਗਵਾਨ ਅਜਿਹੀਆਂ ਗਊਆਂ ਨੂੰ ਚਰਾਉਣ ਵਿਚ ਰੁਝੇ ਰਹਿੰਦੇ ਹਨ। ਕੰਦਰਪ ਕਾਮ ਵਾਸਨਾ ਹੈ, ਜਿਸ ਨਾਲ ਚੰਗੇ ਪੁੱਤਰ ਪੈਦਾ ਹੁੰਦੇ ਹਨ, ਇਸ ਲਈ ਇਹ ਕ੍ਰਿਸ਼ਨ ਦਾ ਪ੍ਰਤੀਨਿਧ ਹੈ, ਕਦੀ-ਕਦੀ ਸਿਰਫ਼ ਇੰਦਰੀਆਂ ਦੀ ਤ੍ਰਿਪਤੀ

ਲਈ ਸੰਭੋਗ ਕੀਤਾ ਜਾਂਦਾ ਹੈ, ਪਰ ਅਜਿਹਾ ਸੰਭੋਗ ਕ੍ਰਿਸ਼ਨ ਦਾ ਪ੍ਰਤੀਕ ਨਹੀਂ ਹੈ। ਚੰਗੀ ਸੰਤਾਨ ਦੀ ਉਤਪਤੀ ਲਈ ਕੀਤਾ ਸੰਭੋਗ, ਕੰਦਰਪ ਕਹਾਉਂਦਾ ਹੈ ਅਤੇ ਉਹ ਕ੍ਰਿਸ਼ਨ ਦਾ ਪ੍ਰਤੀਨਿਧੀ ਹੁੰਦਾ ਹੈ।

अनन्तश्चास्मि नागानां वरुणो यादसामहम् ।
पितॄणामर्यमा चास्मि यमः संयमतामहम् ॥ २९॥

ਅਨੰਤਸ਼੍ ਚਾਸ੍ਮਿ ਨਾਗਾਨਾਮ੍ ਵਰੁਣੋ ਯਾਦਸਾਮ੍ ਅਹਮ੍ ।
ਪ੍ਰਿਤ੍ਰਿਣਾਮ੍ ਅਰ੍ਯਮਾ ਚਾਸ੍ਮਿ ਯਮਹ੍ ਸੰਯਮਤਾਮ ਅਹਮ੍ ॥ 29 ॥

ਅਨੰਤਹ੍-ਅਨੰਤ ; **ਚ**-ਵੀ ; **ਅਸ੍ਮਿ**-ਹਾਂ ; **ਨਾਗਾਨਾਮ੍**-ਫਨਾਂ ਵਾਲੇ ਸੱਪ ਵਿੱਚੋਂ ; **ਵਰੁਣਹ੍** - ਪਾਣੀ ਦੇ ਦੇਵਤਾ ; **ਯਾਦਸਾਮ੍**-ਸਾਰੇ ਜਲਚਰਾਂ ਵਿਚੋਂ ; **ਅਹਮ੍**-ਮੈਂ ਹਾਂ ; **ਪ੍ਰਿਤ੍ਰਿਣਾਮ੍**- ਪਿਤਰਾਂ ਵਿਚੋਂ ; **ਅਰ੍ਯਮਾ**-ਆਰਯਮਾ ; **ਚ**-ਵੀ ; **ਅਸ੍ਮਿ**-ਮੈਂ ਹਾਂ ; **ਯਮਹ੍**-ਮੌਤ ਦਾ ਨਿਯੰਤਰਕ ; **ਸੰਯਮਤਾਮ੍**-ਸਾਰੇ ਨਿਯਮਨ ਕਰਤਾਵਾਂ ਵਿਚ ; **ਅਹਮ੍**-ਮੈਂ ਹਾਂ।

ਅਨੁਵਾਦ

ਅਨੇਕਾਂ ਫਨਾਂ ਵਾਲੇ ਨਾਗਾਂ ਵਿਚੋਂ ਮੈਂ ਅਨੰਤ ਹਾਂ ਅਤੇ ਜਲਚਰਾਂ ਵਿਚੋਂ ਵਰੁਨ ਦੇਵ ਹਾਂ। ਪਿਤਰਾਂ ਵਿਚੋਂ ਅਰਯਮਾ ਹਾਂ ਅਤੇ ਨਿਯਮਾਂ ਦੇ ਨਿਰਵਾਹਕਾਂ ਵਿਚੋਂ ਮੈਂ ਮੌਤ ਦਾ ਦੇਵਤਾ ਯਮ ਹਾਂ।

ਭਾਵ

ਅਨੇਕ ਫਨਾਂ ਵਾਲੇ ਨਾਗਾਂ ਵਿਚ ਅਨੰਤ ਸਭ ਤੋਂ ਪ੍ਰਧਾਨ ਹਨ, ਅਤੇ ਇਸੇ ਤਰ੍ਹਾਂ ਜਲਚਰਾਂ ਵਿਚ ਵਰੁਨ ਦੇਵ ਪ੍ਰਧਾਨ ਹਨ। ਇਹ ਦੋਵੇਂ ਕ੍ਰਿਸ਼ਨ ਦੀ ਨੁਮਾਇੰਦਗੀ ਕਰਦੇ ਹਨ। ਇਸ ਤਰ੍ਹਾਂ ਪਿਤਰ ਲੋਕ ਦੇ ਮਾਲਕ ਅਰਯਮਾ ਹਨ, ਜਿਹੜੇ ਕ੍ਰਿਸ਼ਨ ਦੇ ਪ੍ਰਤੀਨਿਧੀ ਹਨ। ਅਜਿਹੇ ਅਨੇਕਾਂ ਜੀਵ ਹਨ ਜਿਹੜੇ ਦੁਸ਼ਟਾਂ ਨੂੰ ਸਜਾ ਦਿੰਦੇ ਹਨ, ਪਰ ਇਨ੍ਹਾਂ ਵਿਚੋਂ ਯਮ ਰਾਜ ਮੁੱਖ ਹੈ। ਯਮਰਾਜ ਧਰਤੀ ਦੇ ਨਜ਼ਦੀਕੀ ਲੋਕ ਵਿਚ ਰਹਿੰਦੇ ਹਨ। ਮੌਤ ਮਗਰੋਂ ਪਾਪੀ ਲੋਕਾਂ ਨੂੰ ਇਥੇ ਲੈ ਜਾਇਆ ਜਾਂਦਾ ਹੈ ਅਤੇ ਯਮਰਾਜ ਉਨ੍ਹਾਂ ਨੂੰ ਤਰ੍ਹਾਂ-ਤਰ੍ਹਾਂ ਦੀਆਂ ਸਜਾਵਾਂ ਦੇਣ ਦੀ ਵਿਵਸਥਾ ਕਰਦੇ ਹਨ।

प्रह्लादश्चास्मि दैत्यानां कालः कलयतामहम् ।
मृगाणां च मृगेन्द्रोऽहं वैनतेयश्च पक्षिणाम् ॥ ३०॥

ਪ੍ਰਹ੍ਲਾਦਸ਼੍ ਚਾਸ੍ਮਿ ਦੈਤ੍ਯਾਨਾਮ੍ ਕਾਲਹ੍ ਕਲਯਤਾਮ੍ ਅਹਮ੍।
ਮ੍ਰਿਗਾਣਾਮ੍ ਚ ਮ੍ਰਿਗੇਂਦ੍ਰੋ'ਹਮ੍ ਵੈਨਤੇਯਸ਼੍ ਚ ਪਕ੍ਸ਼ਿਣਾਮ੍ ॥ 30 ॥

ਪ੍ਰਹ੍ਲਾਦਹ੍ - ਪ੍ਰਹਿਲਾਦ ; **ਚ** - ਵੀ ; **ਅਸ੍ਮਿ** - ਮੈਂ ਹਾਂ ; **ਦੈਤ੍ਯਾਨਾਮ੍** - ਦੈਂਤਾਂ ਵਿਚ ; **ਕਾਲਹ੍** - ਮੌਤ ; **ਕਲਯਤਾਮ੍** - ਦਬਾਉਣ ਵਾਲਿਆਂ ਵਿਚ ; **ਅਹਮ੍** - ਮੈਂ ਹਾਂ ; **ਮ੍ਰਿਗਾਣਾਮ੍** - ਪਸ਼ੂਆਂ ਵਿਚ ; **ਚ** - ਅਤੇ ; **ਮ੍ਰਿਗਇੰਦਰਹ੍** - ਸ਼ੇਰ ; **ਅਹਮ੍** - ਮੈਂ ਹਾਂ ; **ਵੈਨਤੇਯਹ੍** - ਗਰੁੜ ; **ਚ** - ਵੀ; **ਪਕ੍ਸ਼ਿਣਾਮ੍** - ਪੰਛੀਆਂ ਵਿਚ।

ਅਨੁਵਾਦ

ਦੈਂਤਾਂ ਵਿਚ ਮੈਂ ਭਗਤ ਰਾਜ ਪ੍ਰਹਿਲਾਦ ਹਾਂ, ਦਮਨ ਕਰਨ ਵਾਲਿਆਂ ਵਿਚ ਮੈਂ ਕਾਲ (ਸਮਾਂ) ਹਾਂ, ਪਸ਼ੂਆਂ ਵਿਚ ਮੈਂ ਸ਼ੇਰ ਹਾਂ ਅਤੇ ਪੰਛੀਆਂ ਵਿਚ ਮੈਂ ਗਰੁੜ ਹਾਂ ।

ਭਾਵ

ਦਿਤਿ ਅਤੇ ਅਦਿਤਿ ਦੋ ਭੈਣਾਂ ਸਨ । ਅਦਿਤਿ ਦੇ ਪੁੱਤਰ ਅਦਿਤਯ (ਦੇਵਤਾ) ਕਹਾਉਂਦੇ ਹਨ ਅਤੇ ਦਿਤਿ ਦੇ ਦੈਂਤ (ਅਸੁਰ) । ਸਾਰੇ ਆਦਿਤਯ ਭਗਵਾਨ ਦੇ ਭਗਤ ਅਤੇ ਸਾਰੇ ਦੈਂਤ ਨਾਸਤਿਕ ਹਨ । ਭਾਵੇਂ ਪ੍ਰਹਿਲਾਦ ਦਾ ਜਨਮ ਦੈਂਤ ਖ਼ਾਨਦਾਨ ਵਿਚ ਹੋਇਆ ਸੀ, ਪਰ ਉਹ ਬਚਪਨ ਤੋਂ ਹੀ ਪਰਮ ਭਗਤ ਸਨ । ਆਪਣੀ ਭਗਤੀ ਅਤੇ ਅਲੌਕਿਕ ਗੁਣਾਂ ਕਰਕੇ ਉਹ ਕ੍ਰਿਸ਼ਨ ਦੇ ਪ੍ਰਤੀਨਿਧ ਮੰਨੇ ਜਾਂਦੇ ਹਨ ।

ਦਮਨ (ਦਬਾਉਣ) ਦੇ ਅਨੇਕਾਂ ਨਿਯਮ ਹਨ, ਪਰ ਸਮਾਂ ਇਸ ਸੰਸਾਰ ਦੀ ਹਰ ਚੀਜ਼ ਕਮਜ਼ੋਰ ਕਰ ਦਿੰਦਾ ਹੈ, ਇਸ ਲਈ ਉਹ ਕ੍ਰਿਸ਼ਨ ਦਾ ਪ੍ਰਤੀਨਿਧਤਾ (ਨੁਮਾਇੰਦਗੀ) ਕਰਦਾ ਹੈ । ਪਸ਼ੂਆਂ ਵਿਚ ਸ਼ੇਰ ਸਭ ਤੋਂ ਸ਼ਕਤੀਸ਼ਾਲੀ ਅਤੇ ਹਿੰਸਕ ਹੁੰਦਾ ਹੈ ਅਤੇ ਪੰਛੀਆਂ ਦੇ ਲੱਖਾਂ ਪ੍ਰਕਾਰਾਂ ਵਿਚ ਭਗਵਾਨ ਵਿਸ਼ਨੂੰ ਦਾ ਵਾਹਨ ਗਰੁੜ ਸਭ ਤੋਂ ਵੱਡਾ ਹੈ ।

पवनः पवतामस्मि रामः शस्त्रभृतामहम् ।
झषाणां मकरश्चास्मि स्त्रोतसामस्मि जाह्नवी ॥ ३१ ॥

ਪਵਨਹ੍ ਪਵਤਾਮ੍ ਅਸ੍ਮਿ ਰਾਮਹ੍ ਸ਼ਸ੍ਤ੍ਰ ਭ੍ਰਿਤਾਮ੍ ਅਹਮ੍ ।
ਝਸ਼ਾਣਾਮ੍ ਮਕਰਸ਼੍ ਚਾਸ੍ਮਿ ਸ੍ਰੋਤਸਾਮ ਅਸ੍ਮਿ ਜਾਹ੍ਨਵੀ ॥ 31 ॥

ਪਵਨਹ੍- ਹਵਾ ; **ਪਵਤਾਮ੍** - ਪਵਿੱਤਰ ਕਰਨ ਵਾਲਿਆਂ ਵਿਚ ; **ਅਸ੍ਮਿ** - ਮੈਂ ਹਾਂ ; **ਰਾਮਹ੍**- ਰਾਮ ; **ਸ਼ਸ੍ਤ੍ਰ ਭ੍ਰਿਤਾਮ੍** -ਸ਼ਸਤਰ ਧਾਰੀਆਂ ਵਿਚ ; **ਅਹਮ੍** - ਮੈਂ ਹਾਂ ; **ਝਸ਼ਾਣਾਮ੍** -ਮੱਛੀਆਂ ਵਿਚ; **ਮਕਰਹ**-ਮਗਰਮੱਛ ; **ਚ** - ਵੀ ; **ਅਸ੍ਮਿ** - ਮੈਂ ਹਾਂ ; **ਸ੍ਰੋਤਸਾਮ੍** - ਵੱਗ ਰਹੀਆਂ ਨਦੀਆਂ ਵਿਚ ; **ਅਸ੍ਮਿ** - ਹਾਂ ; **ਜਾਹ੍ਨਵੀ** - ਗੰਗਾ ਨਦੀ ।

ਅਨੁਵਾਦ

ਸਾਰੇ ਪਵਿੱਤਰ ਕਰਨ ਵਾਲਿਆ ਵਿਚੋਂ ਮੈਂ ਹਵਾ ਹਾਂ, ਸ਼ਸਤਰ ਧਾਰੀਆਂ ਵਿਚ ਰਾਮ, ਮੱਛੀਆਂ ਵਿਚ ਮਗਰਮੱਛ ਅਤੇ ਨਦੀਆਂ ਵਿਚੋਂ ਗੰਗਾ ਹਾਂ ।

ਭਾਵ

ਸਾਰੇ ਜਲਚਰਾਂ ਵਿਚੋਂ ਮਗਰਮੱਛ ਵੱਡਾ ਅਤੇ ਮਨੁੱਖ ਲਈ ਸਭ ਤੋਂ ਘਾਤਕ ਹੁੰਦਾ ਹੈ । ਇਸ ਤਰ੍ਹਾਂ ਮਗਰਮੱਛ ਕ੍ਰਿਸ਼ਨ ਦੀ ਪ੍ਰਤੀਨਿਧਤਾ ਕਰਦਾ ਹੈ ।

सर्गाणामादिरन्तश्च मध्यं चैवाहमर्जुन ।
अध्यात्मविद्या विद्यानां वादः प्रवदतामहम् ॥ ३२॥

ਸਰ੍ਗਾਣਾਮ੍ ਆਦਿਰ ਅੰਤਸ਼੍ ਚ ਮਧ੍ਯਮ੍ ਚੈਵਾਹਮ੍ ਅਰ੍ਜੁਨ ।
ਅਧ੍ਯਾਤਮ-ਵਿਦ੍ਯਾ ਵਿਦ੍ਯਾਨਾਮ ਵਾਦਹ੍ ਪ੍ਰਵਦਤਾਮ੍ ਅਹਮ ॥

ਸਰ੍ਗਾਣਾਮ੍-ਸਾਰੀਆਂ ਸ੍ਰਿਸ਼ਟੀਆਂ ; **ਆਦਿਹ੍**- ਆਦਿ ; **ਅੰਤਹ੍**-ਅੰਤ ; **ਚ**-ਅਤੇ ; **ਮਧ੍ਯਮ੍**-ਮੱਧ; **ਚ**-ਵੀ ; **ਏਵ**-ਨਿਸ਼ਚੈ ਹੀ ; **ਅਹਮ੍**-ਮੈਂ ਹਾਂ ; **ਅਰ੍ਜੁਨ**-ਹੇ ਅਰਜੁਨ ; **ਅਧ੍ਯਾਤ੍ਮ-ਵਿਦ੍ਯਾ**-ਅਧਿਆਤਮ-ਗਿਆਨ ; **ਵਿਦ੍ਯਾਨਾਮ੍**-ਵਿਦਿਆਵਾਂ ਵਿਚ ; **ਵਾਦਹ੍**-ਸੁਭਾਵਿਕ ਨਿਰਣਾ; **ਪ੍ਰਵਦਤਾਮ੍**- ਤਰਕਾਂ ਵਿਚ ; **ਅਹਮ੍**-ਮੈਂ ਹਾਂ ।

ਅਨੁਵਾਦ

ਹੇ ਅਰਜੁਨ ! ਮੈਂ ਸਾਰੀ ਸ੍ਰਿਸ਼ਟੀਆਂ ਦਾ ਆਦਿ, ਮੱਧ ਅਤੇ ਅੰਤ ਹਾਂ । ਮੈਂ ਸਾਰੀਆਂ ਵਿਦਿਆਵਾਂ ਵਿਚ ਅਧਿਆਤਮ ਵਿਦਿਆ ਹਾਂ ਅਤੇ ਤਰਕ ਸ਼ਾਸ਼ਤਰੀਆਂ ਵਿਚ ਮੈਂ ਨਿਰਣਾਤਮਕ ਸੱਚ ਹਾਂ ।

ਭਾਵ

ਸ੍ਰਿਸ਼ਟੀਆਂ ਵਿਚ ਸੱਭ ਤੋਂ ਪਹਿਲੋਂ ਸਾਰੇ ਭੌਤਿਕ ਤੱਤਾਂ ਦੀ ਸ੍ਰਿਸ਼ਟੀ ਕੀਤੀ ਜਾਂਦੀ ਹੈ । ਜਿਵੇਂ ਕਿ ਪਹਿਲੋਂ ਦੱਸਿਆ ਜਾ ਚੁੱਕਾ ਹੈ, ਇਹ ਵਿਖਾਈ ਦੇਣ ਵਾਲਾ ਸੰਸਾਰ ਮਹਾਂ-ਵਿਸ਼ਨੂੰ (ਗਰਭ ਵਿਚ ਰਹਿਣ ਵਾਲੇ ਵਿਸ਼ਨੂੰ ਅਤੇ ਸਮੁੰਦਰ ਵਿਚ ਰਹਿਣ ਵਾਲੇ ਵਿਸ਼ਨੂੰ) ਰਾਹੀਂ ਪੈਦਾ ਅਤੇ ਸੰਚਾਲਿਤ ਹੁੰਦਾ ਹੈ । ਬਾਅਦ ਵਿਚ ਇਸਦਾ ਸੰਘਾਰ ਸ਼ਿਵਜੀ ਰਾਹੀਂ ਕੀਤਾ ਜਾਂਦਾ ਹੈ । ਬ੍ਰਹਮਾ ਗੌਣ ਸ੍ਰਿਸਟੀ ਕਰਤਾ ਹਨ । ਸਿਰਜਣ, ਪਾਲਣ ਅਤੇ ਸੰਘਾਰ ਕਰਨ ਵਾਲੇ ਇਹ ਸਾਰੇ ਅਧਿਕਾਰ ਪਰਮੇਸ਼ਵਰ ਦੇ ਭੌਤਿਕ ਗੁਣਾਂ ਦੇ ਅਵਤਾਰ ਹਨ । ਇਸ ਲਈ ਉਹ ਹੀ ਸਾਰੀ ਸ੍ਰਿਸ਼ਟੀ ਦੇ ਆਦਿ ਮੱਧ ਅਤੇ ਅੰਤ ਹਨ ।

ਉੱਚ ਵਿਦਿਆ ਲਈ ਗਿਆਨ ਦੇ ਅਨੇਕਾਂ ਗ੍ਰੰਥ ਹਨ, ਜਿਵੇਂ ਚਾਰ ਵੇਦ, ਉਨ੍ਹਾਂ ਦੇ ਛੇ ਵੇਦਾਂਗ, ਵੇਦਾਂਤ ਸੂਤਰ, ਤਰਕ ਗ੍ਰੰਥ, ਧਰਮ ਗ੍ਰੰਥ, ਪੁਰਾਣ । ਇੰਝ ਕੁਲ ਚੌਦ੍ਹਾਂ ਤਰ੍ਹਾਂ ਦੇ ਗ੍ਰੰਥ ਹਨ । ਇਨ੍ਹਾਂ ਵਿਚੋਂ ਅਧਿਆਤਮ ਵਿਦਿਆ ਸੰਬੰਧੀ ਗ੍ਰੰਥ, ਖ਼ਾਸ ਤੌਰ ਤੇ ਵੇਦਾਂਤ ਸੂਤਰ ਕ੍ਰਿਸ਼ਨ ਦਾ ਸਰੂਪ ਹੈ ।

ਤਰਕ ਸ਼ਾਸ਼ਤਰੀਆਂ ਵਿਚ ਵੱਖੋ-ਵੱਖਰੇ ਤਰ੍ਹਾਂ ਦੇ ਤਰਕ ਹੁੰਦੇ ਰਹਿੰਦੇ ਹਨ । ਪ੍ਰਮਾਣ (ਸਬੂਤ) ਰਾਹੀਂ ਤਰਕ ਦੀ ਪੁਸ਼ਟੀ, ਜਿਸ ਨਾਲ ਵਿਰੋਧੀ ਧਿਰ ਦਾ ਵੀ ਸਮਰਥਨ ਹੋਵੇ 'ਜਲਪ' ਕਹਾਉਂਦਾ ਹੈ । ਵਿਰੋਧੀ ਨੂੰ ਹਰਾਉਣ ਦਾ ਯਤਨ ਸਿਰਫ਼ *ਵਿਤੰਡਾ* ਹੈ ਪਰ ਅਸਲ ਨਿਰਣਾ 'ਵਾਦ' ਕਹਾਉਂਦਾ ਹੈ । ਇਹ ਨਿਰਣਾਤਮਕ ਸੱਚ ਕ੍ਰਿਸ਼ਨ ਦਾ ਸਰੂਪ ਹੈ ।

अक्षराणामकारोऽस्मि द्वन्द्वः सामासिकस्य च ।
अहमेवाक्षयः कालो धाताहं विश्वतोमुखः ॥ ३३॥

ਅਕ੍ਸ਼ਰਾਣਾਮ੍ ਓਂਕਾਰ 'ਸ੍ਮਿ ਦ੍ਵੰਦ੍ਵਹ੍ ਸਾਮਾਸਿਕਸ੍ਯ ਚ ।
ਅਹਮ੍ ਏਵਾਕ੍ਸ਼ਯਹ੍ ਕਾਲੋ ਧਾਤਾਹਮ੍ ਵਿਸ਼੍ਵਤੋ ਮੁਖਹ੍ ॥ 33 ॥

ਅਕ੍ਸ਼ਰਾਣਾਮ੍ - ਅੱਖਰਾਂ ਵਿਚ ; **ਓਮ-ਕਾਰਹ੍**-ਪਹਿਲਾ ਅੱਖਰ ; **ਅਸ੍ਮਿ**-ਮੈਂ ਹਾਂ ; **ਦ੍ਵੰਦ੍ਵਹ**-ਦਵੰਦ ; **ਸਾਮਾਸਿਕਸ੍ਯ**-ਸਾਰੇ ਸੰਯੁਕਤਾਂ ਤੇ ਸੰਧੀਆਂ ਵਿੱਚੋਂ ; **ਚ**-ਅਤੇ ; **ਅਹਮ੍**- ਮੈਂ ਹਾਂ ; **ਏਵ**-ਨਿਸ਼ਚੈ ਹੀ ; **ਅਕ੍ਸ਼ਯਹ੍**-ਸ਼ਾਸਵਤ ; **ਕਾਲਹ੍**-ਕਾਲ ਸਮਾਂ ; **ਧਾਤਾ**- ਵਿਧਾਤਾ ; **ਅਹਮ੍**-ਮੈਂ ਹਾਂ; **ਵਿਸ਼੍ਵਤਹ੍-ਮੁਖਹ੍**-ਬ੍ਰਹਮਾ ।

ਅਨੁਵਾਦ

ਅਖਰਾਂ ਵਿੱਚੋਂ ਮੈਂ 'ਓ' ਹਾਂ ਅਤੇ ਸਮਾਸਾਂ ਵਿਚੋਂ ਦਵੰਦ ਸਮਾਸ ਹਾਂ । ਮੈਂ ਅਣਥੱਕ ਸਮਾਂ ਵੀ ਹਾਂ ਅਤੇ ਵਿਧਾਤਾਵਾਂ ਵਿਚੋਂ ਬ੍ਰਹਮਾ ਹਾਂ ।

ਭਾਵ

'ਓਂਕਾਰ' ਭਾਵ ਸੰਸਕ੍ਰਿਤ ਵਰਣਮਾਲਾ ਦਾ ਪਹਿਲਾ ਅੱਖਰ 'ਓ' ਵੈਦਿਕ ਸਾਹਿਤ ਦਾ ਸ਼ੁਭ ਆਰੰਭ ਹੈ 'ਓ' ਤੋਂ ਬਗੈਰ ਕਿਸੇ ਵੀ ਸਵਰ ਦਾ ਉਚਾਰਣ ਨਹੀਂ ਹੋ ਸਕਦਾ, ਇਸ ਲਈ ਇਹ ਆਦਿ ਸਵਰ ਹੈ । ਸੰਸਕ੍ਰਿਤ ਵਿਚ ਕਈ ਤਰ੍ਹਾਂ ਦੇ ਸੰਯੁਕਤ ਅਤੇ ਸੰਧੀ ਵਾਲੇ ਸ਼ਬਦ ਹੁੰਦੇ ਹਨ, ਜਿਨ੍ਹਾਂ ਵਿਚੋਂ ਰਾਮ, ਕ੍ਰਿਸ਼ਨ ਵਰਗੇ ਦੋਹਰੇ ਸ਼ਬਦ ਦਵੰਦ ਕਹਾਉਂਦੇ ਹਨ । ਇਸ ਸਮਾਸ ਵਿਚ ਰਾਮ ਅਤੇ ਕ੍ਰਿਸ਼ਨ ਆਪਣੇ ਉਸੇ ਰੂਪ ਵਿਚ ਹਨ, ਇਸ ਲਈ ਸਮਾਸ ਦਵੰਦ ਕਹਾਉਂਦਾ ਹੈ ।

ਸਾਰੇ ਮਾਰਨ ਵਾਲਿਆਂ ਵਿਚ ਸਮਾਂ (ਕਾਲ) ਸਭ ਤੋਂ ਉਪਰ ਹੈ, ਕਿਉਂਕਿ ਇਹ ਸਭਨਾਂ ਨੂੰ ਮਾਰਦਾ ਹੈ । ਸਮਾਂ ਕ੍ਰਿਸ਼ਨ ਸਰੂਪ ਹੈ, ਕਿਉਂਕਿ ਸਮਾਂ ਆਉਣ ਤੇ ਪਰਲੋ ਦੀ ਅੱਗ ਨਾਲ ਸਭ ਕੁਝ ਖਤਮ ਹੋ ਜਾਵੇਗਾ ।

ਸਿਰਜਣਾ ਕਰਨ ਵਾਲੇ ਜੀਵਾਂ ਵਿਚ ਚਤੁਰਭੁਜ ਬ੍ਰਹਮਾ ਪ੍ਰਧਾਨ ਹਨ, ਇਸ ਲਈ ਉਹ ਭਗਵਾਨ ਕ੍ਰਿਸ਼ਨ ਦੇ ਪ੍ਰਤੀਨਿਧ ਹਨ ।

मृत्युः सर्वहरश्चाहमुद्भवश्च भविष्यताम् ।
कीर्तिः श्रीर्वाक्च नारीणां स्मृतिर्मेधा धृतिः क्षमा ॥ ३४॥

ਮ੍ਰਿਤ੍ਯੁਹ੍ ਸਰ੍ਵ ਹਰਸ਼੍ ਚਾਹਮ੍ ਉਦ੍ਭਵਸ਼੍ ਚ ਭਵਿਸ਼੍ਯਤਾਮ੍ ।
ਕੀਰ੍ਤਿਹ੍ ਸ਼੍ਰੀਰ੍ ਵਾਕ੍ ਚ ਨਾਰੀਣਾਮ੍ ਸ੍ਮ੍ਰਿਤਿਰ੍ ਮੇਧਾ ਧ੍ਰਿਤਿਹ੍ ਕਸ਼੍ਮਾ ॥ 34 ॥

ਮ੍ਰਿਤ੍ਯੁਹ੍-ਮੌਤ ; **ਸਰ੍ਵ ਹਰਹ੍**-ਸਭ ਕੁਝ ਨਿਗਲਨ ਵਾਲਾ ; **ਚ**-ਵੀ ; **ਅਹਮ੍**- ਮੈਂ ਹਾਂ ; **ਉਦ੍ਭਵਹ੍**-ਸ੍ਰਿਸ਼ਟੀ ; **ਚ**-ਵੀ ; **ਭਵਿਸ਼੍ਯਤਾਮ੍**-ਭਵਿੱਖ ਵਾਲੇ ਜਗਤਾਂ ਵਿਚ; **ਕੀਰ੍ਤਿਹ੍** - ਜੱਸ; **ਸ਼੍ਰੀਹ੍**-ਸੁੰਦਰਤਾ ; **ਵਾਕ੍**-ਬਾਣੀ ; **ਚ**-ਵੀ ; **ਨਾਰੀਣਾਮ੍**-ਇਸਤਰੀਆਂ ਵਿਚ ; **ਸ੍ਮ੍ਰਿਤਿਹ੍**-ਯਾਦ ਸ਼ਕਤੀ ; **ਮੇਧਾ**-ਬੁੱਧੀ ; **ਧ੍ਰਿਤਿਹ੍**-ਦ੍ਰਿੜ੍ਹਤਾ ; **ਕਸ਼੍ਮਾ**-ਖਿਮਾ, ਧੀਰਜ ।

ਅਨੁਵਾਦ

ਮੈਂ ਸਭ ਕੁਝ ਨਿਗਲਣ ਵਾਲੀ ਮੌਤ ਹਾਂ ਅਤੇ ਮੈਂ ਹੀ ਭਵਿੱਖ 'ਚ ਹੋਣ ਵਾਲਿਆਂ ਨੂੰ ਪੈਦਾ ਕਰਨ ਵਾਲਾ ਹਾਂ। ਇਸਤਰੀਆਂ ਵਿਚ ਮੈਂ ਕੀਰਤੀ, ਸ਼੍ਰੀ (ਸੁੰਦਰਤਾ) (ਬਾਣੀ) ਯਾਦ ਸ਼ਕਤੀ, ਮੇਧਾ (ਬੁੱਧੀ) ਦ੍ਰਿੜਤਾ ਅਤੇ ਖ਼ਿਮਾ ਹਾਂ।

ਭਾਵ

ਜਿਵੇਂ ਹੀ ਮਨੁੱਖ ਜਨਮ ਲੈਂਦਾ ਹੈ, ਉਹ ਪਲ-ਪਲ ਮਰਦਾ ਰਹਿੰਦਾ ਹੈ। ਇੰਝ ਮੌਤ ਸਾਰੇ ਜੀਵਾਂ ਨੂੰ ਹਰ ਪਲ ਖਾਂਦੀ ਰਹਿੰਦੀ ਹੈ, ਪਰ ਅੰਤਿਮ ਚੋਟ ਮੌਤ ਕਹਾਉਂਦੀ ਹੈ। ਇਹ ਮੌਤ ਕ੍ਰਿਸ਼ਨ ਹੀ ਹੈ। ਜਿੱਥੋਂ ਤਕ ਭਵਿੱਖ ਵਿਚ ਵਿਕਾਸ ਦਾ ਸੰਬੰਧ ਹੈ, ਸਾਰੇ ਜੀਵਾਂ ਵਿਚ ਛੇ ਪਰਿਵਰਤਨ ਹੁੰਦੇ ਹਨ - ਉਹ ਜੰਮਦੇ ਹਨ, ਵਧਦੇ ਹਨ, ਕੁਝ ਸਮਾਂ ਸੰਸਾਰ ਵਿਚ ਰਹਿੰਦੇ ਹਨ, ਸੰਤਾਨ ਪੈਦਾ ਕਰਦੇ ਹਨ, ਕਮਜ਼ੋਰ ਹੁੰਦੇ ਹਨ, ਅਤੇ ਆਖ਼ਿਰ ਵਿਚ ਖਤਮ ਹੋ ਜਾਂਦੇ ਹਨ। ਇਨ੍ਹਾਂ ਪਰਿਵਰਤਨਾਂ ਵਿਚੋਂ ਪਹਿਲਾ ਗਰਭ ਤੋਂ ਮੁਕਤੀ ਹੈ ਅਤੇ ਇਹ ਕ੍ਰਿਸ਼ਨ ਹੈ। ਪਹਿਲੀ ਉਤਪਤੀ ਹੀ ਭਵਿੱਖ ਦੇ ਕੰਮਾਂ ਦੀ ਸ਼ੁਭ ਸ਼ੁਰੂਆਤ ਹੈ।

ਜਿਥੇ ਇਨ੍ਹਾਂ ਸੱਤ ਵੈਭਵਾਂ ਦਾ ਉਲੇਖ ਹੈ, ਉਹ ਇਸਤਰੀ ਵਾਚਕ ਹਨ - ਕੀਰਤੀ, ਸ਼੍ਰੀ, ਮੁੱਖਵਾਕ, ਸਿਮਰਤੀ, ਮੇਧਾ, ਧ੍ਰਿਤੀ (ਦ੍ਰਿੜਤਾ) ਅਤੇ ਖ਼ਿਮਾ। ਜੇਕਰ ਕਿਸੇ ਮਨੁੱਖ ਕੋਲ ਇਹ ਸਾਰੇ ਜਾਂ ਇਨ੍ਹਾਂ ਵਿਚੋਂ ਕੁਝ ਹੀ ਹੁੰਦੇ ਹਨ ਤਾਂ ਉਹ ਯਸ਼ਸਵੀ ਹੁੰਦਾ ਹੈ। ਜੇ ਕੋਈ ਮਨੁੱਖ ਧਰਮਾਤਮਾ ਹੈ ਤਾਂ ਉਹ ਯਸ਼ਸਵੀ ਹੁੰਦਾ ਹੈ। ਸੰਸਕ੍ਰਿਤ ਪੂਰਨ ਭਾਸ਼ਾ ਹੈ, ਇਸ ਲਈ ਇਹ ਵੱਖਰੇ ਜੱਸ ਦੇਣ ਵਾਲੀ ਹੈ। ਜੇ ਕੋਈ ਪੜ੍ਹਣ ਮਗਰੋਂ ਵਿਸ਼ੇ ਨੂੰ ਯਾਦ ਰੱਖ ਸਕਦਾ ਹੈ, ਤਾਂ ਉਸਨੂੰ ਉੱਤਮ ਯਾਦਾਸ਼ਤ ਮਿਲੀ ਹੁੰਦੀ ਹੈ, ਸਿਰਫ਼ ਅਨੇਕਾਂ ਗ੍ਰੰਥਾਂ ਨੂੰ ਪੜ੍ਹਨਾ ਕਾਫ਼ੀ ਨਹੀਂ ਹੁੰਦਾ, ਸਗੋਂ ਉਨ੍ਹਾਂ ਨੂੰ ਸਮਝਕੇ ਜ਼ਰੂਰਤ ਵੇਲੇ ਉਨ੍ਹਾਂ ਦੀ ਵਰਤੋਂ ਮੇਧਾ ਜਾਂ ਬੁੱਧੀ ਕਹਾਉਂਦੀ ਹੈ। ਇਹ ਦੂਜੀ ਵਿਭੂਤੀ ਹੈ। ਅਸਥਿਰਤਾ ਨੂੰ ਜਿੱਤਣਾ ਧ੍ਰਿਤੀ ਜਾਂ ਦ੍ਰਿੜ੍ਹਤਾ ਹੈ। ਪੂਰੀ ਤਰ੍ਹਾਂ ਯੋਗ ਹੋ ਕੇ ਜੇ ਕੋਈ ਵਿਨੀਤ ਹੋਵੇ ਅਤੇ ਸੁਖ ਅਤੇ ਦੁੱਖ ਵਿਚ ਸਮ ਭਾਵ ਨਾਲ ਰਹੇ ਤਾਂ ਇਹ ਵਿਭੂਤੀ ਖ਼ਿਮਾ ਕਹਾਉਂਦੀ ਹੈ।

बृहत्साम तथा साम्नां गायत्री छन्दसामहम् ।
मासानां मार्गशीर्षोऽहमृतूनां कुसुमाकरः ॥ ३५ ॥

ਬ੍ਰਿਹਤ੍ ਸਾਮ ਤਥਾ ਸਾਮ੍ਨਾਮ੍ ਗਾਯਤ੍ਰੀ ਛੰਦਸਾਮ੍ ਅਹਮ੍ ।
ਮਾਸਾਨਾਮ੍ ਮਾਰ੍ਗ ਸ਼ੀਰਸ਼ੋ 'ਹਮ੍ ਰਿਤੂਨਾਮ੍ ਕੁਸੁਮਾਕਰਹ੍ ॥ 35 ॥

ਬ੍ਰਿਹਤ੍-ਸਾਮ-ਬ੍ਰਿਹਤ-ਸਾਮ ; **ਤਥਾ**-ਵੀ ; **ਸਾਮ੍ਨਾਮ੍**-ਸਾਮਵੇਦ ਦੇ ਗੀਤਾਂ ਵਿਚ ; **ਗਾਯਤ੍ਰੀ** - ਗਾਯਤ੍ਰੀ ਮੰਤਰ ; **ਛੰਦਸਾਮ੍**-ਸਾਰੇ ਛੰਦਾਂ ਵਿਚ ; **ਅਹਮ੍**-ਮੈਂ ਹਾਂ ; **ਮਾਸਾਨਾਮ੍**-ਮਹੀਨਿਆਂ ਵਿਚ ; **ਮਾਰ੍ਗ ਸ਼ੀਰਸ਼ਹ੍**-ਨਵੰਬਰ-ਦਸੰਬਰ (ਮੱਘਰ) ਦਾ ਮਹੀਨਾ ; **ਅਹਮ੍**-ਮੈਂ ਹਾਂ ; **ਰਿਤੂਨਾਮ੍**-ਸਾਰੀਆਂ ਰੁੱਤਾਂ ਵਿਚ ; **ਕੁਸੁਮ-ਆਕਰਹ੍**-ਬਸੰਤ।

ਅਨੁਵਾਦ

ਮੈਂ ਸਾਮਵੇਦ ਦੇ ਗੀਤਾਂ ਵਿਚ ਬ੍ਰਿਹਤ-ਸਾਮ ਹਾਂ ਅਤੇ ਛੰਦਾਂ ਵਿਚ ਗਾਯਤ੍ਰੀ ਹਾਂ। ਸਾਰਿਆਂ ਮਹੀਨਿਆਂ ਵਿਚ ਮੈਂ ਮਾਰਗਸ਼ੀਰਸ਼ (ਮੱਘਰ) (ਨਵੰਬਰ-ਦਸੰਬਰ) ਅਤੇ ਸਾਰੀਆਂ ਰੁੱਤਾਂ ਵਿਚੋਂ ਫੁੱਲ ਖਿਲਾਉਣ ਵਾਲੀ ਬਸੰਤ ਰੁੱਤ ਹਾਂ।

ਭਾਵ

ਜਿਵੇਂ ਕਿ ਭਗਵਾਨ ਖ਼ੁਦ ਦੱਸ ਚੁੱਕੇ ਹਨ, ਉਹ ਸਾਰੇ ਵੇਦਾਂ ਵਿਚੋਂ ਸਾਮਵੇਦ ਹਨ। ਸਾਮਵੇਦ ਵੱਖੋ-ਵੱਖਰੇ ਦੇਵਤਿਆਂ ਰਾਹੀਂ ਗਾਏ ਜਾਣ ਵਾਲੇ ਸੋਹਣੇ ਗੀਤਾਂ ਦਾ ਸੰਗ੍ਰਿਹ ਹੈ। ਇਨ੍ਹਾਂ ਗੀਤਾਂ ਵਿਚ ਇੱਕ ਬ੍ਰਿਹਤ ਸਾਮ ਹੈ ਜਿਸਦੀ ਧੁਨੀ ਬਹੁਤ ਮਿੱਠੀ ਹੈ ਅਤੇ ਜਿਹੜਾ ਅੱਧੀ ਰਾਤ ਵੇਲੇ ਗਾਇਆ ਜਾਂਦਾ ਹੈ।

ਸੰਸਕ੍ਰਿਤ ਵਿਚ ਕਾਵਿ ਦਾ ਇਕ ਨਿਸ਼ਚਿਤ ਵਿਧਾਨ (ਨਿਯਮ) ਹੈ। ਇਸ ਵਿਚ ਲੈ ਅਤੇ ਤਾਲ ਬਹੁਤ ਸਾਰੀਆਂ ਆਧੁਨਿਕ ਕਵਿਤਾਵਾਂ ਵਾਂਗ ਮਨ ਮਰਜ਼ੀ ਦੇ ਨਹੀਂ ਹੁੰਦੇ। ਅਜਿਹੇ ਨਿਯਮਿਤ ਕਾਵਿ ਵਿਚ ਗਾਯਤ੍ਰੀ ਮੰਤਰ ਹੈ, ਜਿਸਦਾ ਜਾਪ ਸਿਰਫ਼ ਯੋਗ ਪਾਤਰ ਬ੍ਰਾਹਮਣਾਂ ਰਾਹੀਂ ਹੀ ਹੁੰਦਾ ਹੈ, ਸਭ ਤੋਂ ਵਧੇਰੇ ਮਹੱਤਵ ਪੂਰਨ ਹੈ। ਗਾਯਤ੍ਰੀ ਮੰਤਰ ਦਾ ਉਲੇਖ ਸ਼੍ਰੀਮਦ ਭਾਗਵਤਮ੍ ਵਿਚ ਵੀ ਹੋਇਆ ਹੈ। ਕਿਉਂਕਿ ਗਾਯਤ੍ਰੀ ਮੰਤਰ ਖ਼ਾਸ ਤੌਰ ਤੇ ਈਸ਼ਵਰ ਦੇ ਦਰਸ਼ਨ ਦੀਦਾਰ ਲਈ ਹੈ, ਇਸ ਲਈ ਇਹ ਪਰਮੇਸ਼ਵਰ ਦਾ ਸਰੂਪ ਹੈ। ਇਹ ਮੰਤਰ ਅਧਿਆਤਮ ਵਿਚ ਤਰੱਕੀ ਕੀਤੇ ਲੋਕਾਂ ਲਈ ਹੈ। ਜਦੋਂ ਇਸ ਦਾ ਜਾਪ ਕਰਨ ਵਿਚ ਉਨ੍ਹਾਂ ਨੂੰ ਸਫਲਤਾ ਮਿਲ ਜਾਂਦੀ ਹੈ ਤਾਂ ਉਹ ਭਗਵਾਨ ਦੇ ਅਲੌਕਿਕ ਧਾਮ ਵਿਚ ਪ੍ਰਵੇਸ਼ ਹੁੰਦੇ ਹਨ। ਗਾਯਤ੍ਰੀ ਮੰਤਰ ਦੇ ਜਾਪ ਲਈ ਮਨੁੱਖ ਨੂੰ ਪਹਿਲੋਂ ਸਿੱਧ ਪੁਰਸ਼ ਦੇ ਗੁਣ ਜਾਂ ਭੌਤਿਕ ਪ੍ਰਕ੍ਰਿਤੀ ਦੇ ਨਿਯਮਾਂ ਮੁਤਾਬਿਕ ਸਾਤਵਿਕ ਗੁਣ ਪ੍ਰਾਪਤ ਕਰਨੇ ਹੁੰਦੇ ਹਨ। ਵੈਦਿਕ ਸਭਿਅਤਾ ਵਿਚ ਗਾਯਤ੍ਰੀ ਮੰਤਰ ਬਹੁਤ ਮਹੱਤਵਪੂਰਨ ਹੈ, ਅਤੇ ਉਸਨੂੰ ਬ੍ਰਹਮ ਦਾ ਨਾਦ ਅਵਤਾਰ ਮੰਨਿਆ ਜਾਂਦਾ ਹੈ। ਬ੍ਰਹਮਾ ਇਸਦੇ ਗੁਰੂ ਹਨ, ਅਤੇ ਗੁਰੂ ਪਰੰਪਰਾ ਰਾਹੀਂ ਇਹ ਉਨ੍ਹਾਂ ਤੋਂ ਅੱਗੇ ਵਧਦਾ ਰਿਹਾ ਹੈ।

ਮਹੀਨਿਆਂ ਵਿਚ ਨਵੰਬਰ-ਦਸੰਬਰ (ਮੱਘਰ) ਦਾ ਮਹੀਨਾ ਸਭ ਤੋਂ ਉੱਤਮ ਮੰਨਿਆ ਜਾਂਦਾ ਹੈ, ਕਿਉਂਕਿ ਭਾਰਤ ਵਿਚ ਇਸ ਮਹੀਨੇ ਵਿਚ ਖੇਤਾਂ ਵਿਚ ਅੰਨ ਇਕੱਠਾ ਕੀਤਾ ਜਾਂਦਾ ਹੈ ਅਤੇ ਲੋਕ ਬਹੁਤ ਖ਼ੁਸ਼ ਰਹਿੰਦੇ ਹਨ। ਨਿਸ਼ਚਿਤ ਹੀ ਬਸੰਤ ਰੁੱਤ ਅਜਿਹੀ ਹੈ, ਜਿਸਦਾ ਪੂਰੀ ਦੁਨੀਆਂ ਵਿਚ ਸਨਮਾਨ ਹੁੰਦਾ ਹੈ, ਕਿਉਂਕਿ ਇਹ ਨਾ ਤਾਂ ਬਹੁਤ ਗਰਮ ਹੁੰਦੀ ਹੈ ਨਾਂ ਠੰਡੀ ਅਤੇ ਇਸ ਵਿਚ ਰੁੱਖਾਂ ਤੇ ਫੁੱਲ ਆਉਂਦੇ ਹਨ। ਬਸੰਤ ਵਿਚ ਕ੍ਰਿਸ਼ਨ ਦੀਆਂ ਲੀਲਾਵਾਂ ਨਾਲ ਸੰਬੰਧਿਤ ਅਨੇਕਾਂ ਤਿਉਹਾਰ ਵੀ ਮਨਾਏ ਜਾਂਦੇ ਹਨ, ਇਸ ਲਈ ਇਸਨੂੰ ਸਾਰੀਆਂ ਰੁੱਤਾਂ ਵਿਚੋਂ ਸਭ ਤੋਂ ਵੱਧ ਖ਼ੁਸ਼ੀ ਵਾਲਾ ਮੰਨਿਆ ਜਾਂਦਾ ਹੈ, ਅਤੇ ਇਹ ਭਗਵਾਨ ਕ੍ਰਿਸ਼ਨ ਦਾ ਪ੍ਰਤੀਨਿਧ ਹੈ।

द्यूतं छलयतामस्मि तेजस्तेजस्विनामहम् ।
जयोऽस्मि व्यवसायोऽस्मि सत्त्वं सत्त्ववतामहम् ॥ ३६ ॥

ਦ੍ਯੁਤਮ੍ ਛਲਯਤਾਮ੍ ਅਸ੍ਮਿ ਤੇਜਸ੍ ਤੇਜਸ੍ਵਿਨਾਮ ਅਹਮ੍ ।
ਜਯੋ'ਸ੍ਮਿ ਵ੍ਯਵਸਾਯੋ 'ਸ੍ਮਿ ਸਤ੍ਵਮ੍ ਸਤ੍ਵਤਾਮ੍ ਅਹਮ੍ ॥ 36 ॥

ਦ੍ਯੁਤਮ੍-ਜੂਆ ; **ਛਲਯਤਾਮ੍**-ਸਾਰੇ ਛਲਿਆਂ ਜਾਂ ਕਪਟੀਆਂ ਵਿਚੋਂ ; **ਅਸ੍ਮਿ**-ਮੈ ਹਾਂ ; **ਤੇਜਹ੍**-ਤੇਜ, ਚਮਕ ਦਮਕ ; **ਤੇਜਸ੍ਵਿਨਾਮ੍**-ਤੇਜਸਵੀਆਂ ਵਿਚ ; **ਅਹਮ੍**-ਮੈ ਹਾਂ ; **ਜਯਹ੍** -ਜਿਤ ; **ਅਸ੍ਮਿ**-ਮੈਂ ਹਾਂ ; **ਵ੍ਯਵਸਾਯਹ੍**-ਜੋਖਿਮ ਜਾਂ ਹੌਂਸਲਾ ; **ਅਸ੍ਮਿ**-ਮੈਂ ਹਾਂ ; **ਸਤ੍ਵਮ੍** -ਤਾਕਤ ; **ਸਤ੍ਵ-ਵਤਾਮ੍**-ਸ਼ਕਤੀਸ਼ਾਲੀਆਂ ਦਾ ; **ਅਹਮ੍** - ਮੈਂ ਹਾਂ ।

ਅਨੁਵਾਦ

ਮੈਂ ਕਪਟੀਆਂ ਵਿਚ ਜੂਆ ਹਾਂ ਅਤੇ ਤੇਜਸਵੀਆਂ ਵਿਚ ਤੇਜ ਹਾਂ । ਮੈਂ ਜਿੱਤ ਹਾਂ , ਹੌਂਸਲਾਂ ਹਾਂ, ਅਤੇ ਬਲਵਾਨਾਂ ਦਾ ਬਲ ਹਾਂ ।

ਭਾਵ

ਬ੍ਰਹਿਮੰਡ ਵਿਚ ਅਨੇਕਾਂ ਤਰ੍ਹਾਂ ਦੇ ਧੋਖੇਬਾਜ਼ ਹਨ । ਸਾਰੇ ਛਲ ਕਪਟ ਦੇ ਕਰਮਾਂ ਵਿਚ ਜੂਆ ਖੇਡਣਾ ਸਭ ਤੋਂ ਉਤੇ ਹੈ ਅਤੇ ਇਹ ਕ੍ਰਿਸ਼ਨ ਦਾ ਪ੍ਰਤੀਕ ਹੈ । ਪਰਮੇਸ਼ਵਰ ਦੇ ਰੂਪ ਵਿਚ ਕ੍ਰਿਸ਼ਨ ਕਿਸੇ ਵੀ ਆਮ ਮਨੁੱਖ ਨਾਲੋਂ ਜਿਆਦਾ ਕਪਟੀ ਹੋ ਸਕਦੇ ਹਨ । ਜੇ ਕ੍ਰਿਸ਼ਨ ਕਿਸੇ ਨਾਲ ਛਲ ਕਰਨ ਦੀ ਸੋਚ ਲੈਂਦੇ ਹਨ ਤਾਂ ਕੋਈ ਉਨ੍ਹਾਂ ਤੋਂ ਪਾਰ ਨਹੀਂ ਜਾ ਸਕਦਾ । ਉਨ੍ਹਾਂ ਦੀ ਮਹਾਨਤਾ ਇਕ ਪੱਖੀ ਨਾ ਹੋਕੇ ਸਰਬਪੱਖੀ ਹੈ ।

ਉਹ ਜੇਤੂ ਮਨੁੱਖਾਂ ਦੀ ਜਿੱਤ ਹਨ । ਉਹ ਤੇਜਸਵੀਆਂ ਦੇ ਤੇਜ ਹਨ । ਸਾਹਸੀ ਅਤੇ ਕਰਮਸ਼ੀਲਾਂ ਵਿਚੋਂ ਉਹ ਸਭ ਤੋਂ ਵਧ ਸਾਹਸੀ ਅਤੇ ਕਰਮਸ਼ੀਲ ਹਨ । ਉਹ ਬਲਵਾਨਾਂ ਵਿਚੋਂ ਸਭ ਤੋਂ ਵੱਧ ਬਲਵਾਨ ਹਨ । ਜਦੋਂ ਕ੍ਰਿਸ਼ਨ ਇਸ ਧਰਤੀ ਲੋਕ ਤੇ ਹਾਜ਼ਰ ਸਨ ਤਾਂ ਕੋਈ ਵੀ ਉਨ੍ਹਾਂ ਨੂੰ ਤਾਕਤ ਵਿਚ ਹਰਾ ਨਹੀਂ ਸੀ ਸਕਦਾ । ਇਥੋਂ ਤਕ ਆਪਣੇ ਬਚਪਨ ਵਿਚ ਵੀ ਉਨ੍ਹਾਂ ਨੇ ਗੋਵਰਧਨ ਪਰਬਤ ਚੁੱਕ ਲਿਆ ਸੀ । ਉਨ੍ਹਾਂ ਨੂੰ ਨਾਂ ਤਾਂ ਕੋਈ ਛਲ ਵਿਚ ਹਰਾ ਸਕਦਾ ਹੈ, ਨਾ ਤੇਜ ਵਿਚ, ਨਾ ਜਿੱਤ ਵਿਚ, ਨਾ ਸਾਹਸ ਵਿਚ ਅਤੇ ਨਾ ਬਲ (ਸ਼ਕਤੀ) ਵਿਚ ।

वृष्णीनां वासुदेवोऽस्मि पाण्डवानां धनञ्जय: ।
मुनीनामप्यहं व्यास: कवीनामुशना कवि: ॥ ३७ ॥

ਵ੍ਰਿਸ਼੍ਣੀਨਾਮ੍ ਵਾਸੁਦੇਵੋ'ਸ੍ਮਿ ਪਾਂਡਵਾਨਾਮ੍ ਧਨੰ੍ਜਯਹ੍ ।
ਮੁਨੀਨਾਮ੍ ਅਪਿ ਅਹਮ੍ ਵ੍ਯਾਸਹ੍ ਕਵੀਨਾਮ੍ ਉਸ਼ਨਾ ਕਵਿਹ੍ ॥ 37 ॥

ਵ੍ਰਿਸ਼ਣੀਨਾਮ੍-ਵ੍ਰਿਸ਼ਣੀ ਕੁਲ ਵਿਚੋਂ ; **ਵਾਸੁਦੇਵਹ੍**-ਦਵਾਰਕਾ ਵਾਸੀ ਕ੍ਰਿਸ਼ਨ ; **ਅਸ੍ਮਿ**-ਮੈਂ ਹਾਂ ; **ਪਾਂਡਵਾਨਾਮ੍**-ਪਾਂਡਵਾਂ ਵਿਚੋਂ ; **ਧਨੰਜਯਹ੍**-ਅਰਜੁਨ ; **ਮੁਨੀਨਾਮ੍**-ਮੁਨੀਆਂ ਵਿਚੋਂ ; **ਅਪਿ**-ਵੀ ; **ਅਹਮ੍**-ਮੈਂ ਹਾਂ ; **ਵ੍ਯਾਸਹ੍**-ਵਿਆਸ ਦੇਵ, ਸਾਰੇ ਵੇਦਾਂ ਦੇ ਸੰਕਲਨ ਕਰਨ ਵਾਲੇ ; **ਕਵੀਨਾਮ੍**-ਮਹਾਨ ਵਿਚਾਰਕਾਂ ਵਿਚੋਂ ; **ਉਸ਼ਨਾ**-ਉਸ਼ਨਾ ; **ਕਵਿਹ੍**-ਵਿਚਾਰਕ ।

ਅਨੁਵਾਦ

ਮੈਂ ਵ੍ਰਿਸ਼ਣੀ ਕੁਲਾਂ ਵਿਚੋਂ ਵਾਸੁਦੇਵ ਅਤੇ ਪਾਂਡਵਾਂ ਵਿਚੋਂ ਅਰਜੁਨ ਹਾਂ । ਮੈਂ ਸਾਰੇ ਮੁਨੀਆਂ ਵਿਚੋਂ ਵਿਆਸ ਅਤੇ ਮਹਾਨ ਵਿਚਾਰਕਾਂ ਵਿਚੋਂ ਉਸ਼ਨਾ ਹਾ ।

ਭਾਵ

ਕ੍ਰਿਸ਼ਨ ਆਦਿ ਭਗਵਾਨ ਹਨ ਅਤੇ ਬਲਦੇਵ ਕ੍ਰਿਸ਼ਨ ਦੇ ਤਤਕਾਲ ਅੰਸ਼ ਵਿਸਥਾਰ ਹਨ । ਕ੍ਰਿਸ਼ਨ ਅਤੇ ਬਲਦੇਵ ਦੋਵੇਂ ਹੀ ਵਾਸੁਦੇਵ ਪੁੱਤਰ ਰੂਪ ਵਿਚ ਪੈਦਾ ਹੋਏ, ਇਸ ਲਈ ਦੋਵਾਂ ਨੂੰ ਵਾਸੁਦੇਵ ਕਿਹਾ ਜਾ ਸਕਦਾ ਹੈ । ਦੂਜੀ ਤਰ੍ਹਾਂ ਨਾਲ ਕਿਉਂਕਿ ਕ੍ਰਿਸ਼ਨ ਵ੍ਰਿੰਦਾਬਨ ਨਹੀਂ ਛੱਡਦੇ ਇਸ ਲਈ ਉਨ੍ਹਾਂ ਦੇ ਜਿਨ੍ਹੇ ਵੀ ਰੂਪ ਹੋਰ ਥਾਂ ਤੇ ਮਿਲਦੇ ਹਨ ਉਹ ਉਨ੍ਹਾਂ ਦੇ ਵਿਸਥਾਰ ਹਨ । ਵਾਸੁਦੇਵ, ਕ੍ਰਿਸ਼ਨ ਦੇ ਤਤਕਾਲ ਅੰਸ਼ ਵਿਸਥਾਰ ਹਨ । ਇੰਝ ਵਾਸੁਦੇਵ ਕ੍ਰਿਸ਼ਨ ਤੋਂ ਵੱਖਰੇ ਨਹੀਂ ਹਨ । ਇਸ ਲਈ ਭਗਵਤ ਗੀਤਾ, ਇਸ ਸ਼ਲੋਕ ਵਿਚ ਆਏ ਵਾਸੁਦੇਵ ਸ਼ਬਦ ਦਾ ਅਰਥ ਬਲਦੇਵ ਜਾਂ ਬਲਰਾਮ ਮੰਨਿਆ ਜਾਣਾ ਚਾਹੀਦਾ ਹੈ, ਕਿਉਂਕਿ ਉਹ ਸਾਰੇ ਅਵਤਾਰਾਂ ਦੇ ਉਦਗਮ (ਪੈਦਾ ਕਰਨ ਵਾਲੇ) ਹਨ ਅਤੇ ਇਸ ਤਰ੍ਹਾਂ ਉਹ ਵਾਸੁਦੇਵ ਦੇ ਇਕੋ-ਇਕ ਉਦਗਮ (ਪੈਦਾ ਕਰਨ ਵਾਲੇ) ਹਨ । ਭਗਵਾਨ ਦੇ ਤਤਕਾਲ ਅੰਸ਼ ਨੂੰ ਸਵਅੰਸ਼ (ਵਿਅਕਤੀਗਤ ਅੰਸ਼) ਕਹਿੰਦੇ ਹਨ ਅਤੇ ਹੋਰ ਤਰ੍ਹਾਂ ਦੇ ਵੀ ਅੰਸ਼ ਹਨ, ਜਿਹੜੇ ਵਿਭਿੰਨ ਵੱਖੋ-ਵੱਖਰੇ ਅੰਸ਼ ਕਹਾਉਂਦੇ ਹਨ ।

ਪਾਂਡੂ ਪੁੱਤਰਾਂ ਵਿਚ ਅਰਜੁਨ, ਧਨੰਜੇ ਨਾਂ ਨਾਲ ਪ੍ਰਸਿੱਧ ਹੈ । ਉਹ ਸਾਰੇ ਮਨੁੱਖਾਂ ਵਿਚੋਂ ਸ਼੍ਰੇਸ਼ਠ (ਉੱਤਮ) ਹੈ ਇਸ ਲਈ ਕ੍ਰਿਸ਼ਨ ਸਰੂਪ ਹੈ । ਮੁਨੀਆਂ, ਭਾਵ ਵੈਦਿਕ ਗਿਆਨ ਵਿਚੋਂ ਮਾਹਿਰ ਵਿਦਵਾਨਾਂ ਵਿਚ ਵਿਆਸ ਸਭ ਤੋਂ ਵੱਡੇ ਹਨ, ਕਿਉਂਕਿ ਕਲਜੁਗ ਵਿਚ ਲੋਕਾਂ ਨੂੰ ਸਮਝਾਉਣ ਖ਼ਾਤਿਰ ਵੈਦਿਕ ਗਿਆਨ ਨੂੰ ਅਨੇਕਾਂ ਤਰ੍ਹਾਂ ਨਾਲ ਪੇਸ਼ ਕੀਤਾ ਹੈ । ਇੰਝ ਉਨ੍ਹਾਂ ਨੂੰ ਕ੍ਰਿਸ਼ਨ ਦਾ ਅਵਤਾਰ ਮੰਨਿਆ ਜਾਂਦਾ ਹੈ । ਇਸ ਲਈ ਉਹ ਕ੍ਰਿਸ਼ਨ ਸਰੂਪ ਹਨ । ਕਵੀ ਲੋਕ ਕਿਸੇ ਵਿਸ਼ੇ ਤੇ ਗੰਭੀਰਤਾ ਨਾਲ ਵਿਚਾਰ ਕਰਨ ਵਿਚ ਸਮਰਥ ਹੁੰਦੇ ਹਨ । ਕਵੀਆਂ ਵਿਚ ਉਸ਼ਨਾ ਭਾਵ ਸ਼ੁਕਰਾਚਾਰੀਆ ਦੈਂਤਾਂ ਦੇ ਗੁਰੂ ਹਨ, ਉਹ ਬਹੁਤ ਬੁੱਧੀਮਾਨ ਅਤੇ ਦੂਰਦਰਸ਼ੀ ਰਾਹ ਨੇਤਾ ਸਨ, ਇਸ ਤਰ੍ਹਾਂ ਸ਼ੁਕਰਾਚਾਰੀਆ ਕ੍ਰਿਸ਼ਨ ਦੇ ਵੈਭਵ ਸਰੂਪ ਹਨ ।

ਦਣ੍ਡੋ ਦਮਯਤਾਮਸ੍ਮਿ ਨੀਤਿਰਸ੍ਮਿ ਜਿਗੀਸ਼ਤਾਮ੍ ।
ਮੌਨੰ ਚੈਵਾਸ੍ਮਿ ਗੁਹ੍ਯਾਨਾਂ ਗ੍ਯਾਨੰ ਗ੍ਯਾਨਵਤਾਮਹਮ੍ ॥ ੩੮ ॥

ਦੰਡੋ ਦਮਯਤਾਮ੍ ਅਸ੍ਮਿ ਨੀਤਿਰ੍ ਅਸ੍ਮਿ ਜਿਗੀਸ਼ਤਾਮ੍ ।
ਮੌਨਮ੍ ਚੈਵਾਸ੍ਮਿ ਗੁਹ੍ਯਾਨਾਮ੍ ਗ੍ਯਾਨਮ੍ ਗ੍ਯਾਨਵਤਾਮ੍ ਅਹਮ੍ ॥ 38 ॥

ਦੰਡਹ੍-ਦੰਡ ; **ਦਮਯਤਾਮ੍**-ਸਜਾ ਦੇਣ ਵਾਲਿਆਂ ਸਾਰੇ ਸਾਧਨਾਂ ਵਿਚੋਂ ; **ਅਸ੍ਮਿ**- ਮੈਂ ਹਾਂ ; **ਨੀਤਿਹ੍**-ਨੈਤਿਕਤਾ ; **ਅਸ੍ਮਿ**-ਮੈਂ ਹਾਂ ; **ਜਿਗੀਸ਼ਤਾਮ੍**-ਜਿੱਤ ਦੀ ਇੱਛਾ ਕਰਨ ਵਾਲਿਆਂ ਵਿਚੋਂ; **ਮੌਨਮ੍**-ਚੁੱਪੀ, ਮੌਨ ; **ਚ**-ਅਤੇ ; **ਏਵ**-ਵੀ ; **ਅਸ੍ਮਿ**-ਮੈਂ ਹਾਂ ; **ਗੁਹ੍ਯਾਨਾਮ੍**-ਰੱਹਸਾਂ ਵਿਚੋਂ ; **ਗ੍ਯਾਨਮ੍**-ਗਿਆਨ ; **ਗ੍ਯਾਨਵਤਾਮ੍**-ਗਿਆਨੀਆਂ ਵਿਚੋਂ ; **ਅਹਮ੍**-ਮੈਂ ਹਾਂ ।

ਅਨੁਵਾਦ

ਅਰਾਜਕਤਾ ਨੂੰ ਦਬਾਉਣ (ਸਜਾ ਦੇਣ) ਵਾਲੇ ਸਾਰੇ ਸਾਧਨਾਂ ਵਿਚੋਂ ਮੈਂ ਦੰਡ ਹਾਂ ਅਤੇ ਜਿਹੜੇ ਜਿੱਤ ਦੇ ਚਾਹਵਾਨ ਹਨ ਉਨ੍ਹਾਂ ਦੀ ਮੈਂ ਨੈਤਿਕਤਾ ਹਾਂ । ਰਹੱਸਿਆਂ ਵਿਚੋਂ ਮੈਂ ਚੁੱਪੀ (ਮੌਨ) ਹਾਂ ਅਤੇ ਬੁੱਧੀਮਾਨਾਂ ਵਿਚੋਂ ਮੈਂ ਗਿਆਨ ਹਾਂ ।

ਭਾਵ

ਉਂਝ ਤਾਂ ਸਜਾ ਦੇ ਅਨੇਕ ਸਾਧਨ ਹਨ, ਪਰ ਇਨ੍ਹਾਂ ਵਿਚੋਂ ਸਭ ਤੋਂ ਮਹੱਤਵ ਪੂਰਨ ਹੈ, ਦੁਸ਼ਟਾਂ ਦਾ ਨਾਸ਼ । ਜਦੋਂ ਦੁਸ਼ਟਾਂ ਨੂੰ ਸਜਾ ਦਿੱਤੀ ਜਾਂਦੀ ਹੈ ਤਾਂ ਸਜਾ ਦੇਣ ਵਾਲਾ ਕ੍ਰਿਸ਼ਨ ਸਰੂਪ ਹੁੰਦਾ ਹੈ । ਕਿਸੇ ਵੀ ਖੇਤਰ ਵਿਚ ਜਿੱਤ ਦੀ ਇੱਛਾ ਕਰਨ ਵਾਲਿਆਂ ਵਿਚ ਨੀਤੀ ਦੀ ਹੀ ਜਿੱਤ ਹੁੰਦੀ ਹੈ । ਸੁਣਨ, ਸੋਚਣ ਅਤੇ ਧਿਆਨ ਕਰਨ ਦੀਆਂ ਗੁਪਤ ਕਿਰਿਆਵਾਂ ਵਿਚ ਮੌਨ (ਚੁੱਪੀ) ਧਾਰਨਾ ਹੀ ਸਭ ਤੋਂ ਮਹੱਤਵਪੂਰਨ ਹੈ, ਕਿਉਂਕਿ ਮੌਨ ਰਹਿਣ ਨਾਲ ਜਲਦੀ ਤਰੱਕੀ ਮਿਲਦੀ ਹੈ, ਗਿਆਨੀ ਮਨੁੱਖ ਉਹ ਹੈ, ਜਿਹੜਾ ਪਦਾਰਥ ਅਤੇ ਆਤਮਾ ਵਿਚ ਭਗਵਾਨ ਦੀ ਪਰਾ ਅਤੇ ਅਪਰਾ ਸ਼ਕਤੀਆਂ ਵਿਚ ਫਰਕ ਕਰ ਸਕੇ । ਅਜਿਹਾ ਗਿਆਨ ਪ੍ਰਤੱਖ ਕ੍ਰਿਸ਼ਨ ਹੈ ।

यच्चापि सर्वभूतानां बीजं तदहमर्जुन ।
न तदस्ति विना यत्स्यान्मया भूतं चराचरम् ॥ ३९ ॥

ਯਚ੍ ਚਾਪਿ ਸਰ੍ਵ ਭੂਤਾਨਾਮ੍ ਬੀਜਮ੍ ਤਦ੍ ਅਹਮ ਅਰ੍ਜੁਨ ।
ਨ ਤਦ੍ ਅਸ੍ਤਿ ਵਿਨਾ ਯਤ੍ ਸ੍ਯਾਨ੍ ਮਯਾ ਭੂਤਮ੍ ਚਰਾਚਰਮ੍ ॥ 39 ॥

ਯਤ੍-ਜਿਹੜਾ ; **ਚ** - ਵੀ ; **ਅਪਿ** - ਹੋ ਸਕਦਾ ਹੈ ; **ਸਰ੍ਵ ਭੂਤਾਨਾਮ੍** - ਸਾਰੀਆਂ ਸ੍ਰਿਸ਼ਟੀਆਂ ਵਿਚ ; **ਬੀਜਮ੍** - ਬੀਜ ; **ਤਤ੍** - ਉਹ ; **ਅਹਮ੍** - ਮੈਂ ਹਾਂ ; **ਅਰ੍ਜੁਨ** - ਹੇ ਅਰਜੁਨ ; **ਨ** - ਨਹੀਂ; **ਤਤ੍** - ਉਹ ; **ਅਸ੍ਤਿ** - ਹੈ ; **ਵਿਨਾ** - ਰਹਿਤ, ਬਗ਼ੈਰ ; **ਯਤ੍** - ਜਿਹੜਾ ; **ਸ੍ਯਾਤ੍** - ਹੋਵੇ ; **ਮਯਾ** - ਮੇਰੇ ਨਾਲ ; **ਭੂਤਮ੍** - ਜੀਵ ; **ਚਰ-ਅਚਰਮ੍** - ਜੜ੍ਹ ਅਤੇ ਚੇਤਨ (ਗਤੀਸ਼ੀਲ ਅਤੇ ਗਤੀਹੀਨ)

ਅਨੁਵਾਦ

ਇਹੋ ਨਹੀਂ, ਹੇ ਅਰਜੁਨ ! ਮੈਂ ਸਾਰੀਆਂ ਸ੍ਰਿਸ਼ਟੀਆਂ ਨੂੰ ਪੈਦਾ ਕਰਨ ਵਾਲਾ ਬੀਜ ਹਾਂ। ਅਜਿਹਾ ਗਤੀਸ਼ੀਲ ਅਤੇ ਗਤੀਹੀਣ ਕੋਈ ਵੀ ਪ੍ਰਾਣੀ ਨਹੀਂ ਹੈ, ਜਿਹੜਾ ਮੇਰੇ ਬਗ਼ੈਰ ਹੋਂਦ ਵਿਚ ਆ ਸਕੇ।

ਭਾਵ

ਹਰ ਚੀਜ਼ ਦਾ ਕਾਰਣ ਹੁੰਦਾ ਹੈ ਅਤੇ ਇਸ ਸ੍ਰਿਸ਼ਟੀ ਦਾ ਕਾਰਨ ਜਾਂ ਬੀਜ ਕ੍ਰਿਸ਼ਨ ਹਨ। ਕ੍ਰਿਸ਼ਨ ਦੀ ਸ਼ਕਤੀ ਤੋਂ ਬਗ਼ੈਰ ਕੁਝ ਵੀ ਹੋਂਦ ਵਿਚ ਨਹੀਂ ਰਹਿ ਸਕਦਾ, ਇਸ ਲਈ ਉਨ੍ਹਾਂ ਨੂੰ ਸਰਬ ਸ਼ਕਤੀਮਾਨ ਕਿਹਾ ਜਾਂਦਾ ਹੈ। ਉਨ੍ਹਾਂ ਦੀ ਸ਼ਕਤੀ ਤੋਂ ਬਗ਼ੈਰ ਗਤੀਸ਼ੀਲ ਅਤੇ ਗਤੀਹੀਣ ਕਿਸੇ ਵੀ ਜੀਵ ਦੀ ਹੋਂਦ ਨਹੀਂ ਹੋ ਸਕਦੀ। ਜਿਹੜਾ ਕੁਝ ਕ੍ਰਿਸ਼ਨ ਦੀ ਸ਼ਕਤੀ ਤੇ ਅਧਾਰਿਤ ਨਹੀਂ ਹੈ, ਉਹ ਮਾਇਆ ਹੈ ਭਾਵ 'ਉਹ ਜਿਹੜਾ ਨਹੀਂ ਹੈ।'

नान्तोऽस्ति मम दिव्यानां विभूतीनां परन्तप ।
एष तूद्देशतः प्रोक्तो विभूतेर्विस्तरो मया ॥ ४० ॥

ਨਾਂਤੋ'ਸ੍ਤਿ ਮਮ ਦਿਵ੍ਯਾਨਾਮ੍ ਵਿਭੂਤੀਨਾਮ੍ ਪਰੰਤਪ।
ਏਸ਼ ਤੂਦੇਸ਼ਤਹ੍ ਪ੍ਰੋਕ੍ਤੋ ਵਿਭੂਤੇਰ੍ ਵਿਸ੍ਤਰੋ ਮਯਾ ॥ 40 ॥

ਨ- ਨਾ ਤਾਂ ; **ਅੰਤਹ੍** - ਸੀਮਾ, ਹੱਦ ; **ਅਸ੍ਤਿ** - ਹੈ ; **ਮਮ** - ਮੇਰੇ ; **ਦਿਵ੍ਯਾਨਾਮ੍** - ਦਿੱਵ ; **ਵਿਭੂਤੀਨਾਮ੍** - ਏਸ਼ਵਰਿਆਂ ਦੀ ; **ਪਰੰਤਪ** - ਹੇ ਦੁਸ਼ਮਣਾਂ ਦੇ ਜੇਤੂ ; **ਏਸ਼ਹ੍** - ਇਹ ਸਭ ; **ਤੁ**-ਪਰ ; **ਉਦੇ੍ਸ਼ਤਹ੍**-ਉਦਾਹਰਣ ਵੱਜੋਂ ; **ਪ੍ਰੋਕ੍ਤਹ੍** - ਕਹਿ ਗਏ ; **ਵਿਭੂਤੇਹ੍** - ਏਸ਼ਵਰਿਆਂ (ਵੈਭਵਾਂ) ਦੇ ; **ਵਿਸ੍ਤਰਹ੍** - ਵਿਸਥਾਰ ਸਹਿਤ ਵਰਣਨ ; **ਮਯਾ** - ਮੇਰੇ ਰਾਹੀਂ।

ਅਨੁਵਾਦ

ਹੇ ਪਰੰਤਪ ! ਮੇਰੇ ਦਿੱਵ ਪ੍ਰਗਟਾਅ ਦਾ ਅੰਤ ਨਹੀਂ ਹੈ। ਮੈਂ ਤੁਹਾਨੂੰ ਜੋ ਕੁਝ ਕਿਹਾ ਹੈ, ਉਹ ਤਾਂ ਮੇਰੀ ਅਨੰਤ ਵਿਭੂਤੀਆਂ ਦਾ ਸਿਰਫ਼ ਸੰਕੇਤ ਹੈ।

ਭਾਵ

ਜਿਵੇਂ ਕਿ ਵੈਦਿਕ ਸਾਹਿਤ ਵਿਚ ਕਿਹਾ ਗਿਆ ਹੈ ਭਾਂਵੇਂ ਪਰਮੇਸ਼ਵਰ ਦੀਆਂ ਸ਼ਕਤੀਆਂ ਅਤੇ ਵਿਭੂਤੀਆਂ ਅਨੇਕਾਂ ਤਰ੍ਹਾਂ ਦੀਆਂ ਮੰਨੀਆਂ ਜਾਂਦੀਆਂ ਹਨ, ਪਰ ਇਨ੍ਹਾਂ ਵੈਭਵਾਂ ਦਾ ਕੋਈ ਅੰਤ ਨਹੀਂ ਹੈ, ਇਸ ਲਈ ਸਾਰੀਆਂ ਵਿਭੂਤੀਆਂ ਅਤੇ ਸ਼ਕਤੀਆਂ ਦਾ ਵਰਣਨ ਕਰਨਾ ਸੰਭਵ ਨਹੀਂ ਹੈ ਅਰਜੁਨ ਦੀ ਜਿਗਿਆਸਾ ਨੂੰ ਸ਼ਾਂਤ ਕਰਨ ਲਈ ਸਿਰਫ਼ ਥੋੜ੍ਹੇ ਜਿਹੇ ਉਦਾਹਰਣ ਪੇਸ਼ ਕੀਤੇ ਗਏ ਹਨ।

यद्यद्विभूतिमत्सत्त्वं श्रीमदूर्जितमेव वा ।
तत्तदेवावगच्छ त्वं मम तेजोऽंशसम्भवम् ॥ ४१ ॥

ਯਦ੍ ਯਦ੍ ਵਿਭੂਤਿਮਤ੍ ਸਤ੍ਵਮ੍ ਸ਼੍ਰੀਮਦ ਉਰਜਿਤਮ੍ ਏਵ ਵਾ ।
ਤਦ੍ ਤਦ੍ ਏਵਾਵਗਚ੍ਛ ਤ੍ਵਮ੍ ਮਮ ਤੇਜੋ ਅੰਸ਼੍-ਸੰਭਵਮ੍ ॥ 41 ॥

ਯਤ੍-ਯਤ੍- ਜਿਹੜਾ-ਜਿਹੜਾ ; **ਵਿਭੂਤਿ** - ਏਸ਼ਵਰਿਅ ; **ਮਤ੍** - ਯੁਕਤ ; **ਸਤ੍ਵਮ੍** - ਹੋਂਦ ; **ਸ਼੍ਰੀਮਤ੍** - ਸੁੰਦਰ ; **ਉਰ੍ਜਿਤਮ੍** - ਤੇਜਸਵੀ ; **ਏਵ** - ਨਿਸ਼ਚੈ ਹੀ ; **ਵਾ**- ਜਾਂ ; **ਤਤ੍ ਤਤ੍**- ਉਹ ਉਹ ; **ਏਵ** - ਨਿਸ਼ਚੈ ਹੀ ; **ਅਵਗਚ੍ਛ** - ਸਮਝੋ ; **ਤ੍ਵਮ੍** - ਤੁਸੀਂ ; **ਮਮ** - ਮੇਰੇ ; **ਤੇਜਹ੍** - ਤੇਜ ਦਾ ; **ਅੰਸ਼** - ਹਿਸਾ ਵਿੱਚੋਂ ; **ਸੰਭਵਮ੍** - ਪੈਦਾ ।

ਅਨੁਵਾਦ

ਤੁਸੀਂ ਸਮਝ ਲਉ ਕਿ ਸਾਰੇ ਵੈਭਵ, ਸੁੰਦਰਤਾ ਅਤੇ ਤੇਜਸਵੀ ਸ੍ਰਿਸ਼ਟੀਆਂ ਮੇਰੇ ਤੇਜ ਦੇ ਇੱਕ ਅੰਗਾਰੇ ਤੋਂ ਪੈਦਾ ਹੋਈਆਂ ਹਨ ।

ਭਾਵ

ਕਿਸੇ ਵੀ ਤੇਜਸਵੀ ਜਾਂ ਸੁੰਦਰ ਸ੍ਰਿਸ਼ਟੀ ਨੂੰ ਭਾਵੇਂ ਉਹ ਅਧਿਆਤਮ ਸੰਸਾਰ ਵਿਚ ਹੋਵੇ ਜਾਂ ਇਸ ਸੰਸਾਰ ਵਿਚ, ਕ੍ਰਿਸ਼ਨ ਦੇ ਵੈਭਵਾਂ ਦਾ ਅੰਸ਼ ਰੂਪ ਹੀ ਮੰਨਣਾ ਚਾਹੀਦਾ ਹੈ । ਕਿਸੇ ਵੀ ਅਸਧਾਰਣ ਤੇਜਵਾਨ ਚੀਜ ਨੂੰ ਕ੍ਰਿਸ਼ਨ ਦੇ ਵੈਭਵਾਂ ਦਾ ਸਰੂਪ ਸਮਝਣਾ ਚਾਹੀਦਾ ਹੈ ।

अथवा बहुनैतेन किं ज्ञातेन तवार्जुन ।
विष्टभ्याहमिदं कृत्स्नमेकांशेन स्थितो जगत् ॥ ४२ ॥

ਅਥ ਵਾ ਬਹੁਨੈਤੇਨ ਕਿਮ੍ ਗ੍ਯਾਤੇਨ ਤਵਾਰ੍ਜੁਨ ।
ਵਿਸ਼੍ਟਭ੍ਯਾਹਮ ਇਦਮ੍ ਕ੍ਰਿਤ੍ਸ੍ਨਮ੍ ਏਕਾਂਸ਼ੇਨ ਸਥਿਤੋ ਜਗਤ੍ ॥ 42 ॥

ਅਥਵਾ - ਜਾਂ ; **ਬਹੁਨਾ** - ਅਨੇਕ ; **ਏਤੇਨ** - ਇੰਝ ; **ਕਿਮ੍** - ਕਿ ; **ਗ੍ਯਾਤੇਨ** - ਜਾਣਨ ਨਾਲ; **ਤਵ**-ਤੁਹਾਡਾ ; **ਅਰ੍ਜੁਨ**-ਹੇ ਅਰਜੁਨ ; **ਵਿਸ਼੍ਟਭ੍ਯ**-ਵਿਆਪਤ ਹੋਕੇ ; **ਅਹ੍ਮਿ** - ਮੈਂ ਹਾਂ ; **ਇਦਮ੍**-ਇਸ ; **ਕ੍ਰਿਤ੍ਸ੍ਨਮ੍**-ਸੰਪੂਰਣ ; **ਏਕ**- ਇਕ ; **ਅੰਸ਼ੇਨ** - ਅੰਸ਼ ਰਾਹੀਂ ; **ਸਥਿਤਹ੍**- ਸਥਿਤ ਹਾਂ ; **ਜਗਤ੍**-ਬ੍ਰਹਿਮੰਡ ਵਿਚ ।

ਅਨੁਵਾਦ

ਪਰ ਹੇ ਅਰਜੁਨ! ਇਸ ਸਾਰੇ ਵਿਸਥਾਰ ਗਿਆਨ ਦੀ ਲੋੜ ਕੀ ਹੈ! ਮੈਂ ਤਾਂ ਆਪਣੇ ਇੱਕ ਅੰਸ਼ ਮਾਤਰ ਨਾਲ ਸੰਪੂਰਣ ਬ੍ਰਹਿਮੰਡ ਵਿਚ ਵਿਆਪਤ (ਫੈਲ ਕੇ) ਹੋ ਕੇ ਇਸਨੂੰ ਧਾਰਣ ਕਰਦਾ ਹਾਂ ।

ਭਾਵ

ਪਰਮਾਤਮਾ ਦੇ ਰੂਪ ਵਿਚ ਬ੍ਰਹਿਮੰਡ ਦੀ ਸਾਰੀਆਂ ਚੀਜਾਂ ਵਿਚ ਪ੍ਰਵੇਸ਼ ਕਰ ਜਾਣ ਕਰਕੇ ਪਰਮੇਸ਼ਵਰ ਦੀ ਸਾਰੇ ਭੌਤਿਕ ਸੰਸਾਰ ਵਿਚ ਨੁਮਾਇੰਦਗੀ ਹੈ । ਭਗਵਾਨ ਇਥੇ ਅਰਜੁਨ ਨੂੰ ਦੱਸਦੇ ਹਨ ਕਿ ਇਹ ਜਾਣਨ ਦੀ ਕੋਈ ਸਾਰਥਕਤਾ ਨਹੀਂ ਹੈ, ਕਿ ਸਾਰੀਆਂ ਚੀਜਾਂ ਕਿੰਝ ਆਪਣੇ ਵੱਖੋ-ਵੱਖਰੇ ਵੈਭਵ ਅਤੇ ਸ਼ਾਨ ਵਿਚ ਸਥਿਤ ਹਨ । ਉਸਨੂੰ ਇੰਨਾ ਹੀ ਸਮਝ ਲੈਣਾ ਚਾਹੀਦਾ ਹੈ, ਕਿ ਸਾਰੀਆਂ ਚੀਜ਼ਾਂ ਦੀ ਹੋਂਦ ਇਸ ਲਈ ਹੈ, ਕਿਉਂਕਿ ਕ੍ਰਿਸ਼ਨ ਉਨ੍ਹਾਂ ਵਿਚ ਪਰਮਾਤਮਾ ਰੂਪ ਵਿਚ ਹਾਜ਼ਰ ਹਨ । ਬ੍ਰਹਮ, ਜਿਵੇਂ ਵਿਰਾਟ ਜੀਵ ਤੋਂ ਲੈ ਕੇ ਇੱਕ ਛੋਟੀ ਜਿਹੀ ਕੀੜੀ ਤਕ, ਇਸ ਲਈ ਮੌਜੂਦ ਹਨ, ਕਿਉਂ ਕਿ ਭਗਵਾਨ ਉਨ੍ਹਾਂ ਸਭਨਾਂ ਵਿਚ ਹਾਜ਼ਰ ਹੋਕੇ ਉਨ੍ਹਾਂ ਦਾ ਪਾਲਣ ਕਰਦੇ ਹਨ ।

ਇਥੇ ਇਕ ਧਾਰਮਿਕ ਸੰਸਥਾ ਹੈ ਜਿਹੜੀ ਇਹ ਲਗਾਤਾਰ ਪ੍ਰਚਾਰ ਕਰਦੀ ਹੈ, ਕਿ ਕਿਸੇ ਵੀ ਦੇਵਤਾ ਦੀ ਪੂਜਾ ਕਰਨ ਨਾਲ ਭਗਵਾਨ ਜਾਂ ਪਰਮ ਮੰਤਵ ਦੀ ਪ੍ਰਾਪਤੀ ਹੋਵੇਗੀ । ਪਰ ਇਥੇ ਦੇਵਤਿਆਂ ਦੀ ਪੂਜਾ ਨੂੰ ਪੂਰੀ ਤਰ੍ਹਾਂ ਨਾ ਨਿਰਉਤਸਾਹਿਤ ਕੀਤਾ ਗਿਆ ਹੈ, ਕਿਉਂਕਿ ਬ੍ਰਹਮਾ ਅਤੇ ਸ਼ਿਵ ਵਰਗੇ ਮਹਾਨ ਦੇਵਤਾ ਵੀ ਪਰਮੇਸ਼ਵਰ ਦੇ ਵੈਭਵ ਦੇ ਅੰਸ਼ ਮਾਤਰ ਹਨ । ਉਹ ਸਾਰੇ ਪੈਦਾ ਹੋਏ ਜੀਵਾਂ ਦੇ ਉਦਗਮ (ਪੈਦਾ ਕਰਨ ਵਾਲੇ) ਹਨ ਅਤੇ ਉਨ੍ਹਾਂ ਤੋਂ ਵੱਧਕੇ ਕੋਈ ਵੀ ਨਹੀਂ ਹੈ । ਉਹ 'ਅਸਮੋਰ੍ਧਵ' ਹਨ, ਜਿਸਦਾ ਅਰਥ ਹੈ ਕਿ ਨਾਂ ਤਾਂ ਕੋਈ ਉਨ੍ਹਾਂ ਤੋਂ ਸ੍ਰੇਸ਼ਠ (ਉੱਤਮ) ਹੈ, ਨਾ ਉਨ੍ਹਾਂ ਦੇ ਬਰਾਬਰ । ਪਦ੍ਮਪੁਰਾਣ ਵਿਚ ਕਿਹਾ ਗਿਆ ਹੈ, ਕਿ ਜਿਹੜੇ ਲੋਕ ਭਗਵਾਨ ਕ੍ਰਿਸ਼ਨ ਨੂੰ ਦੇਵਤਿਆਂ ਦੀ ਲੜੀ ਵਿਚ ਭਾਵੇਂ ਉਹ ਬ੍ਰਹਮਾ ਜਾਂ ਸ਼ਿਵ ਹੀ ਕਿਉਂ ਨਾ ਹੋਣ, ਮੰਨਦੇ ਹਨ, ਉਹ ਇਕ ਦਮ ਨਾਸਤਿਕ ਹੋ ਜਾਂਦੇ ਹਨ, ਪਰ ਜੇ ਕੋਈ ਧਿਆਨ ਨਾਲ ਕ੍ਰਿਸ਼ਨ ਦੇ ਵੈਭਵਾਂ ਅਤੇ ਵਿਸਥਾਰਾਂ ਦਾ ਅਧਿਐਨ ਕਰਦਾ ਹੈ ਤਾਂ ਉਹ ਬਿਨ੍ਹਾਂ ਕਿਸੇ ਸ਼ੰਕਾ ਦੇ ਭਗਵਾਨ ਸ਼੍ਰੀ ਕ੍ਰਿਸ਼ਨ ਦੀ ਸਥਿਤੀ ਨੂੰ ਸਮਝ ਸਕਦਾ ਹੈ ਅਤੇ ਸਥਿਰ ਭਾਵ ਨਾਲ ਕ੍ਰਿਸ਼ਨ ਦੀ ਪੂਜਾ ਵਿਚ ਸਥਿਰ ਹੋ ਸਕਦਾ ਹੈ । ਭਗਵਾਨ ਆਪਣੇ ਅੰਸ਼ ਦੇ ਵਿਸਥਾਰ ਨਾਲ ਪਰਮਾਤਮਾ ਰੂਪ ਵਿਚ ਸਰਬਵਿਆਪੀ ਹਨ, ਜਿਹੜੇ ਹਰ ਮੌਜੂਦ ਚੀਜ਼ ਵਿਚ ਪ੍ਰਵੇਸ਼ ਕਰਦੇ ਹਨ । ਇਸ ਲਈ ਸ਼ੁੱਧ ਭਗਤ, ਪੂਰਨ ਭਗਤੀ ਨਾਲ ਕ੍ਰਿਸ਼ਨ ਭਾਵਨਾ ਅੰਮ੍ਰਿਤ ਵਿਚ ਆਪਣੇ ਚਿੱਤ ਨੂੰ ਇਕਾਗਰ ਕਰਦੇ ਹਨ । ਇਸ ਲਈ ਉਹ ਨਿਤ ਅਲੌਕਿਕ ਪਦ ਵਿਚ ਸਥਿਤ ਰਹਿੰਦੇ ਹਨ । ਇਸ ਅਧਿਆਇ ਦੇ ਸ਼ਲੋਕ 8 ਤੋਂ 11 ਤਕ ਕ੍ਰਿਸ਼ਨ ਦੀ ਭਗਤੀ ਅਤੇ ਪੂਜਾ ਦਾ ਸਪਸ਼ਟ ਸੰਕੇਤ ਹੈ । ਸ਼ੁੱਧ ਭਗਤੀ ਦੀ ਇਹ ਵਿਧੀ ਹੈ । ਇਸ ਅਧਿਆਇ ਵਿਚ ਇਸ ਦੀ ਚੰਗੀ ਤਰ੍ਹਾਂ ਵਿਆਖਿਆ ਕੀਤੀ ਗਈ ਹੈ, ਕਿ ਮਨੁੱਖ ਭਗਵਾਨ ਦੀ ਸੰਗਤ ਵਿਚ ਕਿੰਝ ਉਚੱ ਭਗਤੀ ਵੀ ਸਿੱਧੀ ਪ੍ਰਾਪਤ ਕਰ ਸਕਦਾ ਹੈ । ਕ੍ਰਿਸ਼ਨ ਪਰੰਪਰਾ ਦੇ ਮਹਾਨ ਅਚਾਰੀਆ ਸ਼੍ਰੀਲ ਬਲਦੇਵ ਵਿਦਿਆਭੂਸ਼ਣ ਇਸ ਅਧਿਆਇ ਦੀ ਟੀਕਾ ਦੀ ਸਮਾਪਤੀ ਇਸ ਵਾਕ ਨਾਲ ਕਰਦੇ ਹਨ-

ਯਚ੍ ਛਕ੍ਤਿ ਲੇਸ਼ਾਤ੍ ਸੁਰ੍ਯਾਦ੍ਯਾ ਭਵੰਤਿ ਅਤਿ ਉਗਰ ਤੇਜਸਹ੍ ।
ਯਦ-ਅੰਸ਼ੇਨ ਧ੍ਰਿਤਮ੍ ਵਿਸ਼੍ਵਮ੍ ਸ ਕ੍ਰਿਸ਼੍ਨੋ ਦਸ਼ਮੇ'ਰ੍ਚ੍ਯਤੇ ॥

"ਬਲਵਾਨ ਸੂਰਜ ਤਕ ਕ੍ਰਿਸ਼ਨ ਦੀ ਪ੍ਰਬਲ ਸ਼ਕਤੀ ਤੋਂ ਆਪਣੀ ਸ਼ਕਤੀ ਪ੍ਰਾਪਤ ਕਰਦਾ ਹੈ, ਅਤੇ ਸਾਰੇ ਸੰਸਾਰ ਦਾ ਪਾਲਣ ਕ੍ਰਿਸ਼ਨ ਦੇ ਇਕ ਛੋਟੇ ਅੰਸ਼ ਰਾਹੀਂ ਹੁੰਦਾ ਹੈ । ਇਸ ਲਈ ਕ੍ਰਿਸ਼ਨ ਪੂਜਣ ਯੋਗ ਹਨ ।"

ਇਸ ਤਰ੍ਹਾਂ ਸ਼੍ਰੀਮਦ ਭਗਵਤ ਗੀਤਾ ਦੇ ਦਸਵੇਂ ਅਧਿਆਇ **"ਸ਼੍ਰੀ ਭਗਵਾਨ ਦਾ ਵੈਭਵ"** ਦਾ ਭਕਤੀਵੇਦਾਂਤ ਭਾਵ-ਅਰਥ ਪੂਰਨ ਹੋਇਆ ।

ਅਧਿਆਇ ਗਿਆਰਵਾਂ

ਵਿਰਾਟ ਰੂਪ

अर्जुन उवाच

मदनुग्रहाय परमं गुह्यमध्यात्मसंज्ञितम् ।
यत्त्वयोक्तं वचस्तेन मोहोऽयं विगतो मम ॥ १॥

ਅਰਜੁਨ ਉਵਾਚ

ਮਦ-ਅਨੁਗ੍ਰਹਾਯ ਪਰਮਮ੍ ਗੁਹ੍ਯਮ੍ ਅਧ੍ਯਾਤ੍ਮ ਸੰਗਯਿਤਮ੍ ।
ਯਤ੍ ਤ੍ਵਯੋਕ੍ਤਮ੍ ਵਚਸ੍ ਤੇਨ ਮੋਹੋ'ਯਮ੍ ਵਿਗਤੋ ਮਮ ॥ 1 ॥

ਅਰਜੁਨਹ੍ ਉਵਾਚ- ਅਰਜੁਨ ਨੇ ਕਿਹਾ ; **ਮਤ੍-ਅਨੁਗ੍ਰਹਾਯ**-ਮੇਰੇ ਤੇ ਕਿਰਪਾ ਕਰਨ ਲਈ ; **ਪਰਮਮ੍**-ਪਰਮ ; **ਗੁਹ੍ਯਮ੍**-ਗੁਪਤ ਵਿਸ਼ਾ ; **ਅਧ੍ਯਾਤ੍ਮ**-ਅਧਿਆਤਮਕ ; **ਸੰਗਯਿਤਮ੍**-ਨਾਂ ਨਾਲ ਜਾਣਿਆ ਜਾਣ ਵਾਲਾ ; **ਯਤ੍**-ਜਿਹੜਾ ; **ਤ੍ਵਯ**-ਤੁਹਾਡੇ ਰਾਹੀਂ ; **ਉਕ੍ਤਮ੍**-ਕਹਿ ਗਏ ; **ਵਚਹ੍**-ਸ਼ਬਦ ; **ਤੇਨ**-ਉਸਤੋਂ ; **ਮੋਹਹ੍**-ਮੋਹ ; **ਅਯਮ੍**-ਇਹ ; **ਵਿਗਤਹ੍**-ਹੱਟ ਗਿਆ ; **ਮਮ**-ਮੇਰਾ ।

ਅਨੁਵਾਦ

ਅਰਜੁਨ ਨੇ ਕਿਹਾ ! ਤੁਸੀਂ ਜਿਨ੍ਹਾਂ ਬਹੁਤ ਹੀ ਗੁਪਤ ਅਧਿਆਤਮਕ ਵਿਸ਼ਿਆਂ ਦਾ ਮੈਨੂੰ ਉਪਦੇਸ਼ ਦਿੱਤਾ ਹੈ, ਉਸਨੂੰ ਸੁਣ ਕੇ ਹੁਣ ਮੇਰਾ ਮੋਹ ਦੂਰ ਹੋ ਗਿਆ ਹੈ ।

ਭਾਵ

ਇਸ ਅਧਿਆਇ ਵਿਚ ਕ੍ਰਿਸ਼ਨ ਨੂੰ ਪਰਮ ਕਾਰਨ ਦੇ ਰੂਪ ਵਿਚ ਵਿਖਾਇਆ ਗਿਆ ਹੈ । ਇਥੋਂ ਤਕ ਕਿ ਉਹ ਉਨ੍ਹਾਂ ਮਹਾਂਵਿਸ਼ਨੂੰ ਦੇ ਵੀ ਕਾਰਨ ਸਰੂਪ ਹਨ, ਜਿਨ੍ਹਾਂ ਨਾਲ ਭੌਤਿਕ

ਬ੍ਰਹਿਮੰਡ ਪੈਦਾ ਹੁੰਦੇ ਹਨ। ਕ੍ਰਿਸ਼ਨ ਇਕ ਅਵਤਾਰ ਨਹੀਂ ਹਨ, ਉਹ ਸਾਰੇ ਅਵਤਾਰਾਂ ਦੇ ਉਦਗਮ ਹਨ। ਇਸਦੀ ਪੂਰਨ ਵਿਆਖਿਆ ਪਿਛਲੇ ਅਧਿਆਇ ਵਿਚ ਕੀਤੀ ਗਈ ਹੈ।

ਹੁਣ ਜਿੱਥੋਂ ਤਕ ਅਰਜੁਨ ਦੀ ਗੱਲ ਹੈ, ਉਸਦਾ ਕਹਿਣਾ ਹੈ ਕਿ ਉਸਦਾ ਮੋਹ ਦੂਰ ਹੋ ਗਿਆ ਹੈ। ਇਸਦਾ ਅਰਥ ਇਹ ਹੋਇਆ ਕਿ ਉਹ ਕ੍ਰਿਸ਼ਨ ਨੂੰ ਆਪਣਾ ਮਿੱਤਰ ਰੂਪ ਅਤੇ ਆਮ ਮਨੁੱਖ ਨਹੀਂ ਮੰਨਦਾ, ਸਗੋਂ ਉਨ੍ਹਾਂ ਨੂੰ ਹਰ ਚੀਜ਼ ਦਾ ਕਾਰਨ ਮੰਨਦਾ ਹੈ। ਅਰਜੁਨ ਵਧੇਰੇ ਸਮਝਦਾਰ ਹੋ ਚੁੱਕਾ ਹੈ ਅਤੇ ਉਸਨੂੰ ਖ਼ੁਸ਼ੀ ਹੈ ਕਿ ਉਸਨੂੰ ਕ੍ਰਿਸ਼ਨ ਵਰਗਾ ਮਿੱਤਰ ਮਿਲਿਆ ਹੈ। ਪਰ ਹੁਣ ਉਹ ਇਹ ਸੋਚਦਾ ਹੈ ਕਿ ਭਾਵੇਂ ਉਹ ਕ੍ਰਿਸ਼ਨ ਨੂੰ ਹਰ ਚੀਜ਼ ਦਾ ਕਾਰਨ ਮੰਨ ਲਵੇ, ਪਰ ਦੂਜੇ ਲੋਕ ਨਹੀਂ ਮੰਨਣਗੇ। ਇਸ ਲਈ ਇਸ ਅਧਿਆਇ ਵਿਚ ਉਹ ਸਭਨਾਂ ਲਈ ਕ੍ਰਿਸ਼ਨ ਦੀ ਅਲੌਕਿਕਤਾ ਸਥਾਪਿਤ ਕਰਨ ਲਈ ਉਹ ਕ੍ਰਿਸ਼ਨ ਨੂੰ ਬੇਨਤੀ ਕਰਦਾ ਹੈ ਕਿ ਉਹ ਆਪਣਾ ਵਿਰਾਟ ਰੂਪ ਵਿਖਾਉਣ। ਅਸਲ ਵਿਚ ਜਦੋਂ ਕੋਈ ਅਰਜੁਨ ਵਾਂਗ ਕ੍ਰਿਸ਼ਨ ਦੇ ਵਿਰਾਟ ਰੂਪ ਦਾ ਦਰਸ਼ਨ ਕਰਦਾ, ਤਾਂ ਉਹ ਡਰ ਜਾਂਦਾ। ਪਰ ਕ੍ਰਿਸ਼ਨ ਐਨੇ ਦਿਆਲੂ ਹਨ ਕਿ ਇਸ ਸਰੂਪ ਨੂੰ ਵਿਖਾਉਣ ਤੋਂ ਬਾਅਦ ਉਹ ਆਪਣਾ ਅਸਲੀ ਰੂਪ ਧਾਰਨ ਕਰ ਲੈਂਦੇ ਹਨ। ਅਰਜੁਨ ਕ੍ਰਿਸ਼ਨ ਦੇ ਇਸ ਕਥਨ ਨੂੰ ਬਾਰ ਬਾਰ ਸਵੀਕਾਰ ਕਰਦਾ ਹੈ ਕਿ ਇਹ ਸਭ ਕ੍ਰਿਸ਼ਨ ਦੀ ਕ੍ਰਿਪਾ ਨਾਲ ਹੀ ਵਾਪਰ ਰਿਹਾ ਹੈ। ਹੁਣ ਉਸਨੂੰ ਪੂਰਾ ਯਕੀਨ ਹੋ ਚੁੱਕਾ ਹੈ ਕਿ ਕ੍ਰਿਸ਼ਨ ਸਾਰੇ ਕਾਰਨਾਂ ਦੇ ਕਾਰਨ ਹਨ ਅਤੇ ਪਰਮਾਤਮਾ ਦੇ ਰੂਪ ਵਿਚ ਹਰ ਜੀਵ ਦੇ ਹਿਰਦੇ ਵਿਚ ਹਾਜ਼ਰ ਹਨ।

भवाप्ययौ हि भूतानां श्रुतौ विस्तरशो मया।
त्वत्तः कमलपत्राक्ष माहात्म्यमपि चाव्ययम् ॥ २॥

ਭਵਾਪ੍ਯਯੋ ਹਿ ਭੂਤਾਨਾਮ੍ ਸ਼ਰੁਤੋਂ ਵਿਸ੍ਤਰਸ਼ੋ ਮਯਾ।
ਤਵੱਤਹ ਕਮਲ੍ ਪਤ੍ਰਾਕ੍ਸ਼ ਮਹਾਤ੍ਮ੍ਯਮ੍ ਅਪਿ ਚਾਵ੍ਯਯਮ੍ ॥ 2 ॥

ਭਵ-ਉਤਪਤੀ ; **ਅਪ੍ਯਯੋ**-ਪਰਲੋ ; **ਹਿ**-ਨਿਸ਼ਚੈ ਹੀ ; **ਭੂਤਾਨਾਮ੍**-ਸਾਰੇ ਜੀਵਾਂ ਦਾ ; **ਸ਼ਰੁਤੋਂ**-ਸੁਣਿਆ ਗਿਆ ਹੈ ; **ਵਿਸ੍ਤਰਸ਼ਹ੍**-ਵਿਸਥਾਰ ਪੂਰਕ ; **ਮਯਾ**-ਮੇਰੇ ਰਾਹੀਂ ; **ਤਵੱਤੋਹ੍**-ਤੁਹਾਨੂੰ ; **ਕਮਲ ਪੱਤਰ-ਅਕ੍ਸ਼**-ਹੇ ਕਮਲ ਨੇਤਰਾਂ ਵਾਲੇ ; **ਮਾਹਾਤ੍ਮ੍ਯਮ੍**-ਮਹਿਮਾ ; **ਅਪਿ**-ਵੀ ; **ਚ**-ਅਤੇ ; **ਅਵ੍ਯਯਮ੍**-ਅਵਿਨਾਸ਼ੀ।

ਅਨੁਵਾਦ

ਹੇ ਕਮਲ ਨੈਨ ! ਮੈਂ ਤੁਹਾਡੇ ਤੋਂ ਜੀਵ ਦੀ ਉਤਪਤੀ ਅਤੇ ਪਰਲੋ ਬਾਰੇ ਵਿਸਥਾਰ ਨਾਲ ਸੁਣਿਆ ਹੈ ਅਤੇ ਤੁਹਾਡੀ ਅਵਿਨਾਸ਼ੀ ਮਹਿਮਾ ਦਾ ਅਨੁਭਵ ਕੀਤਾ ਹੈ।

ਭਾਵ

ਅਰਜੁਨ ਇਥੇ ਖ਼ੁਸ਼ੀ ਨਾਲ, ਕ੍ਰਿਸ਼ਨ ਨੂੰ ਕਮਲ ਨੈਨ (ਕ੍ਰਿਸ਼ਨ ਦੇ ਨੇਤਰ ਕਮਲ ਦੇ ਫੁੱਲ ਦੀਆਂ ਪੱਤੀਆਂ ਵਰਗੇ ਵਿੱਖਾਈ ਦਿੰਦੇ ਹਨ) ਕਹਿਕੇ ਸੰਬੋਧਿਤ ਕਰਦਾ ਹੈ, ਕਿਉਂਕਿ ਉਨ੍ਹਾਂ ਨੇ ਪਿਛਲੇ ਅਧਿਆਇ ਵਿਚ ਉਸਨੂੰ ਯਕੀਨ ਦਵਾਇਆ ਹੈ - **ਅਹਮ੍ ਕ੍ਰਿਤ੍ਸ੍ਨਸ੍ਯ ਜਗਤਹ ਪ੍ਰਭਵਹ ਪ੍ਰਲਯਸ੍ ਤਥਾ** - "ਮੈਂ ਇਸ ਪੂਰੇ ਭੌਤਿਕ ਸੰਸਾਰ ਦੀ ਉਤਪਤੀ ਅਤੇ ਪਰਲੋ ਦਾ ਕਾਰਨ ਹਾਂ।" ਅਰਜੁਨ ਇਸ ਬਾਰੇ ਭਗਵਾਨ ਤੋਂ ਵਿਸਥਾਰ ਨਾਲ ਸੁਣ ਚੁਕਿਆ ਹੈ। ਅਰਜੁਨ ਨੂੰ ਇਹ ਵੀ ਪਤਾ ਹੈ ਕਿ ਸਾਰੀ ਉਤਪਤੀ ਅਤੇ ਪਰਲੋ ਦੇ ਕਾਰਨ ਹੋਣ ਦੇ ਬਾਵਜੂਦ ਉਹ ਇਨ੍ਹਾਂ ਸਭਨਾਂ ਤੋਂ ਵੱਖਰੇ ਰਹਿੰਦੇ ਹਨ। ਜਿਵੇਂ ਕਿ ਭਗਵਾਨ ਨੇ ਨੌਵੇਂ ਅਧਿਆਇ ਵਿਚ ਕਿਹਾ ਹੈ ਕਿ ਉਹ ਸਰਬਵਿਆਪੀ ਹਨ, ਤਾਂ ਵੀ ਉਹ ਹਰ ਥਾਈਂ ਨਿੱਜ ਰੂਪ ਵਿਚ ਹਾਜ਼ਰ ਨਹੀਂ ਰਹਿੰਦੇ। ਇਹੋ ਕ੍ਰਿਸ਼ਨ ਦਾ ਕਲਪਨਾਤੀਤ ਵੈਭਵ ਹੈ, ਜਿਸਨੂੰ ਅਰਜੁਨ ਸਵੀਕਾਰ ਕਰਦਾ ਹੈ ਕਿ ਉਸਨੇ ਚੰਗੀ ਤਰ੍ਹਾਂ ਸਮਝ ਲਿਆ ਹੈ।

एवमेतद्यथात्थ त्वमात्मानं परमेश्वर।
द्रष्टुमिच्छामि ते रूपमैश्वरं पुरुषोत्तम॥ ३॥

ਏਵਮ-ਏਤਦ੍ ਯਥਾਤ੍ਥ ਤ੍ਵਮ ਆਤ੍ਮਾਨਮ੍ ਪਰਮੇਸ਼੍ਵਰ।
ਦ੍ਰਸ਼ਟੁਮ੍ ਇਚ੍ਛਾਮਿ ਤੇ ਰੂਪਮ ਐਸ਼੍ਵਰਮ੍ ਪੁਰੁਸ਼ੋਤੱਮ ॥ 3 ॥

ਏਵਮ੍-ਇੰਝ ; **ਏਤਤ੍**-ਇਹ ; **ਯਥਾ**-ਜਿਵੇਂ ; **ਆਤ੍ਥ**-ਕਿਹਾ ਹੈ ; **ਤ੍ਵਮ੍**-ਤੁਸੀਂ ; **ਆਤ੍ਮਾਨਮ੍**-ਆਪਣੇ ਆਪ ਨੂੰ ; **ਪਰਮ ਈਸ਼੍ਵਰ**-ਹੇ ਪਰਮੇਸ਼ਵਰ ; **ਦ੍ਰਸ਼ਟੁਮ੍**-ਵੇਖਣ ਲਈ ; **ਇਚ੍ਛਾਮਿ**-ਇੱਛਾ ਕਰਦਾ ਹਾਂ ; **ਤੇ**-ਤੁਹਾਡਾ ; **ਰੂਪਮ੍**-ਰੂਪ ; **ਏਸ਼ਵਰਮ੍**-ਅਲੌਕਿਕ ; **ਪੁਰਸ਼-ਉੱਤਮ**-ਹੇ ਪੁਰਸ਼ਾਂ ਵਿਚ ਉੱਤਮ।

ਅਨੁਵਾਦ

ਹੇ ਪੁਰਸ਼ੋਤਮ ; ਹੇ ਪਰਮੇਸ਼ਵਰ ! ਭਾਵੇਂ ਤੁਹਾਨੂੰ ਮੈਂ ਆਪਣੇ ਸਾਹਮਣੇ ਤੁਹਾਡੇ ਰਾਹੀਂ ਵਰਣਨ ਕੀਤੇ ਤੁਹਾਡੇ ਅਸਲ ਰੂਪ ਵਿਚੋਂ ਵੇਖ ਰਿਹਾ ਹਾਂ, ਪਰ ਮੈਂ ਇਹ ਵੇਖਣ ਦਾ ਚਾਹਵਾਨ ਹਾਂ ਕਿ ਤੁਸੀਂ ਇਸ ਵਿਖਾਈ ਦੇਣ ਵਾਲੇ ਸੰਸਾਰ ਵਿਚ ਕਿੰਝ ਵਿਰਾਜਮਾਨ ਹੋਏ ਹੋ। ਮੈਂ ਤੁਹਾਡੇ ਉਸੇ ਰੂਪ ਦੇ ਦਰਸ਼ਨ ਕਰਨਾ ਚਾਹੁੰਦਾ ਹਾਂ।

ਭਾਵ

ਭਗਵਾਨ ਨੇ ਇਹ ਕਿਹਾ, ਕਿ ਉਨ੍ਹਾਂ ਨੇ ਆਪਣੇ ਪ੍ਰਤੱਖ ਰੂਪ ਵਿਚ ਬ੍ਰਹਿਮੰਡ ਅੰਦਰ ਪ੍ਰਵੇਸ਼ ਕੀਤਾ ਹੈ, ਸਿੱਟੇ ਵੱਜੋਂ ਇਹ ਵਿਖਾਈ ਦੇਣ ਵਾਲਾ ਸੰਸਾਰ ਸੰਭਵ ਹੋ ਸਕਿਆ ਹੈ ਅਤੇ ਚਲ

ਰਿਹਾ ਹੈ । ਜਿੱਥੋਂ ਤਕ ਅਰਜੁਨ ਦਾ ਸੰਬੰਧ ਹੈ, ਉਸਨੂੰ ਕ੍ਰਿਸ਼ਨ ਦੇ ਵਾਕਾਂ ਤੇ ਪੂਰਾ ਵਿਸ਼ਵਾਸ਼ ਹੈ । ਪਰ ਭਵਿੱਖ ਵਿਚ ਉਨ੍ਹਾਂ ਲੋਕਾਂ ਨੂੰ ਵਿਸ਼ਵਾਸ ਦਿਵਾਉਣ ਲਈ, ਜਿਹੜੇ ਕ੍ਰਿਸ਼ਨ ਨੂੰ ਸਧਾਰਣ ਮਨੁੱਖ ਮੰਨ ਸਕਦੇ ਹਨ । ਅਰਜੁਨ ਅਸਲ ਵਿਚ ਉਨ੍ਹਾਂ ਦਾ ਵਿਸ਼ਵ-ਰੂਪ ਦਾ ਦਰਸ਼ਨ ਇਸ ਲਈ ਵੀ ਕਰਨਾ ਚਾਹੁੰਦਾ ਸੀ, ਜਿਸ ਨਾਲ ਉਹ ਇਹ ਵੇਖ ਸਕੇ ਕਿ ਕ੍ਰਿਸ਼ਨ ਇਸ ਵਿਸ਼ਵ ਤੋਂ ਪਰੇ ਹੋ ਕੇ ਕਿਵੇਂ ਇਸ ਵਿਚ ਵਿਆਪਤ ਹੋ ਕੇ ਕੰਮ ਕਰਦੇ ਹਨ । ਅਰਜੁਨ ਰਾਹੀਂ ਭਗਵਾਨ ਲਈ ਪੁਰਸ਼ੋਤਮ ਸੰਬੋਧਨ ਵੀ ਮਹਤੱਵਪੂਰਨ ਹੈ । ਕਿਉਂਕਿ ਉਹ ਭਗਵਾਨ ਹਨ, ਇਸ ਲਈ ਉਹ ਖ਼ੁਦ ਅਰਜੁਨ ਦੇ ਅੰਦਰ ਹਾਜ਼ਰ ਹਨ, ਇਸ ਲਈ ਉਹ ਅਰਜੁਨ ਦੀ ਇੱਛਾ ਨੂੰ ਜਾਣਦੇ ਹਨ । ਉਹ ਇਹ ਸਮਝਦੇ ਹਨ ਕਿ ਅਰਜੁਨ ਨੂੰ ਉਨ੍ਹਾਂ ਦੇ ਵਿਰਾਟ ਰੂਪ ਦਾ ਦਰਸ਼ਨ ਕਰਨ ਦੀ ਕੋਈ ਲਾਲਸਾ ਨਹੀਂ ਹੈ, ਕਿਉਂਕਿ ਉਹ ਉਨ੍ਹਾਂ ਨੂੰ ਪ੍ਰਤੱਖ ਵੇਖ ਕੇ ਪੂਰੀ ਤਰ੍ਹਾਂ ਸੰਤੁਸ਼ਟ ਹੈ । ਪਰ ਭਗਵਾਨ ਇਹ ਵੀ ਜਾਣਦੇ ਹਨ ਕਿ ਅਰਜੁਨ ਹੋਰਨਾਂ ਨੂੰ ਵਿਸ਼ਵਾਸ ਦਿਵਾਉਣ ਲਈ ਵਿਰਾਟ ਰੂਪ ਦੇ ਦਰਸ਼ਨ ਕਰਨਾ ਚਾਹੁੰਦਾ ਹੈ । ਅਰਜੁਨ ਨੂੰ ਇਸ ਦੀ ਪੁਸ਼ਟੀ ਲਈ ਕੋਈ ਵਿਅਕਤੀਗਤ ਇੱਛਾ ਨਹੀਂ ਸੀ, ਕ੍ਰਿਸ਼ਨ ਇਹ ਵੀ ਜਾਣਦੇ ਹਨ ਕਿ ਅਰਜੁਨ ਵਿਰਾਟ ਰੂਪ ਦਾ ਦਰਸ਼ਨ ਇੱਕ ਆਦਰਸ਼ ਸਥਾਪਿਤ ਕਰਨ ਲਈ ਕਰਨਾ ਚਾਹੁੰਦਾ ਹੈ, ਕਿਉਂਕਿ ਭਵਿੱਖ ਵਿਚ ਅਨੇਕਾਂ ਕਪਟੀ ਹੋਣਗੇ ਜਿਹੜੇ ਆਪਣੇ ਆਪ ਨੂੰ ਈਸ਼ਵਰ ਦਾ ਅਵਤਾਰ ਦੱਸਣਗੇ । ਇਸ ਲਈ ਲੋਕਾਂ ਨੂੰ ਸਾਵਧਾਨ ਰਹਿਣਾ ਹੋਵੇਗਾ । ਜਿਹੜਾ ਕੋਈ ਆਪਣੇ ਆਪ ਨੂੰ ਕ੍ਰਿਸ਼ਨ ਕਹੇਗਾ, ਉਸਨੂੰ ਆਪਣੇ ਦਾਅਵੇ ਦੀ ਪੁਸ਼ਟੀ ਲਈ ਲੋਕਾਂ ਨੂੰ ਵਿਰਾਟ ਰੂਪ ਵਿਖਾਉਣ ਲਈ ਤਿਆਰ ਰਹਿਣਾ ਹੋਵੇਗਾ ।

मन्यसे यदि तच्छक्यं मया द्रष्टुमिति प्रभो ।
योगेश्वर ततो मे त्वं दर्शयात्मानमव्ययम् ॥ ४ ॥

ਮਨ੍ਯਸੇ ਯਦਿ ਤਚ੍ ਛਕ੍ਯਮ੍ ਮਯਾ ਦ੍ਰਸ਼ਟੁਮ੍ ਇਤਿ ਪ੍ਰਭੋ ।
ਯੋਗੇਸ਼੍ਵਰ ਤਤੋ ਮੇ ਤ੍ਵਮ੍ ਦਰ੍ਸ਼ਯਾਤ੍ਮਾਨਮ੍ ਅਵ੍ਯਯਮ੍ ॥ 4 ॥

ਮਨ੍ਯਸੇ-ਤੁਸੀਂ ਸੋਚਦੇ ਹੋ ; **ਯਦਿ**-ਜੇਕਰ ; **ਤਤ੍**-ਉਹ ; **ਸ਼ਕ੍ਯਮ੍**-ਸਮਰਥ ; **ਮਯਾ**-ਮੇਰੇ ਰਾਹੀਂ ; **ਦ੍ਰਸ਼ਟੁਮ੍**-ਵੇਖੇ ਜਾਣ ਲਈ ; **ਇਤਿ**-ਇੰਝ ; **ਪ੍ਰਭੋ**-ਹੇ ਸਵਾਮੀ ; **ਯੋਗ-ਈਸ਼੍ਵਰ**-ਹੇ ਯੋਗੇਸ਼ਵਰ ; **ਤਤਹ੍**-ਤਾਂ ; **ਮੇ**-ਮੈਨੂੰ ; **ਤ੍ਵਮ੍**-ਤੁਸੀਂ ; **ਦਰ੍ਸ਼ਯ**-ਵਿੱਖਾਉ ; **ਆਤ੍ਮਾਨਮ੍**-ਆਪਣੇ ਸਰੂਪ ਨੂੰ ; **ਅਵ੍ਯਯਮ੍**-ਸਨਾਤਨ ।

ਅਨੁਵਾਦ

ਹੇ ਪ੍ਰਭੂ ! ਹੇ ਯੋਗੇਸ਼ਵਰ ! ਜੇਕਰ ਤੁਸੀਂ ਸੋਚਦੇ ਹੋ ਕਿ ਤੁਹਾਡੇ ਵਿਰਾਟ ਰੂਪ ਨੂੰ ਵੇਖਣ ਵਿਚ ਸਮਰਥ ਹੋ ਸਕਦਾ ਹਾਂ ਤਾਂ ਕਿਰਪਾ ਕਰਕੇ ਮੈਨੂੰ ਆਪਣਾ ਅਸੀਮ ਵਿਰਾਟ ਰੂਪ ਵਿਖਾਓ ।

ਭਾਵ

ਅਜਿਹਾ ਕਿਹਾ ਜਾਂਦਾ ਹੈ ਕਿ ਭੌਤਿਕ ਇੰਦਰੀਆਂ ਰਾਹੀਂ ਨਾ ਤਾਂ ਪਰਮੇਸ਼ਵਰ ਕ੍ਰਿਸ਼ਨ ਨੂੰ ਕੋਈ ਵੇਖ ਸਕਦਾ ਹੈ ਨਾ ਸੁਣ ਸਕਦਾ ਹੈ ਅਤੇ ਨਾ ਹੀ ਅਨੁਭਵ ਕਰ ਸਕਦਾ ਹੈ। ਪਰ ਜੇ ਕੋਈ ਮੁੱਢ ਤੋਂ ਹੀ ਭਗਵਾਨ ਦੀ ਅਲੌਕਿਕ ਪ੍ਰੇਮ ਭਗਤੀ ਵਿਚ ਲਗਿਆ ਰਹੇ, ਤਾਂ ਉਹ ਭਗਵਾਨ ਦੀ ਪ੍ਰਤੱਖ ਅਨੁਭੂਤੀ ਕਰਨ ਵਿਚ ਸਮਰੱਥ ਹੋ ਸਕਦਾ ਹੈ। ਹਰ ਜੀਵ ਸਿਰਫ ਅਧਿਆਤਮਕ ਅੰਗਾਰੇ ਵਾਂਗ ਹੈ, ਇਸ ਲਈ ਪਰਮੇਸ਼ਵਰ ਨੂੰ ਜਾਣਨਾ ਜਾਂ ਵੇਖਣਾ ਸੰਭਵ ਨਹੀਂ ਹੈ। ਭਗਤ ਰੂਪ ਵਿਚ ਅਰਜੁਨ ਨੂੰ ਆਪਣੀ ਚਿੰਤਨ ਸ਼ਕਤੀ ਤੇ ਭਰੋਸਾ ਨਹੀਂ ਹੈ, ਉਹ ਜੀਵ ਆਤਮਾ ਹੋਣ ਕਰਕੇ ਆਪਣੀਆਂ ਹੱਦਾਂ ਨੂੰ ਅਤੇ ਕ੍ਰਿਸ਼ਨ ਦੀ ਕਲਪਨਾ ਤੋਂ ਪਰ੍ਹੇ ਦੀ ਸਥਿਤੀ ਸਵੀਕਾਰ ਕਰਦਾ ਹੈ। ਅਰਜੁਨ ਸਮਝ ਚੁੱਕਾ ਹੈ ਕਿ ਇਕ ਛੋਟੇ ਜਿਹੇ ਜੀਵ ਲਈ ਅਸੀਮ, ਅਨੰਤ ਨੂੰ ਸਮਝਣਾ ਸੰਭਵ ਨਹੀਂ ਹੈ। ਜੇ ਅਨੰਤ ਖ਼ੁਦ ਪ੍ਰਗਟ ਹੋ ਜਾਵੇ ਤਾਂ ਅਨੰਤ ਦੀ ਕਿਰਪਾ ਨਾਲ ਹੀ ਉਸਦੀ ਪ੍ਰਕ੍ਰਿਤੀ ਨੂੰ ਸਮਝਿਆ ਜਾ ਸਕਦਾ ਹੈ। ਇਥੇ ਯੋਗੇਸ਼ਵਰ ਸ਼ਬਦ ਵੀ ਬਹੁਤ ਸਾਰਥਕ ਹੈ, ਕਿਉਂਕਿ ਭਗਵਾਨ ਕੋਲ ਅਚਿੰਤਨੀ (ਭੌਤਿਕ ਚਿੰਤਨ ਤੋਂ ਦੂਰ) ਸ਼ਕਤੀ ਹੈ। ਜੇ ਉਹ ਚਾਹੁਣ, ਤਾਂ ਅਸੀਮ ਹੁੰਦੇ ਹੋਏ ਵੀ ਆਪਣੇ ਆਪ ਨੂੰ ਪ੍ਰਗਟ ਕਰ ਸਕਦੇ ਹਨ। ਇਸ ਲਈ ਅਰਜੁਨ ਕ੍ਰਿਸ਼ਨ ਦੀ ਅਚਿੰਤਨੀ ਕਿਰਪਾ ਨੂੰ ਮੰਗਦਾ ਹੈ। ਉਹ ਕ੍ਰਿਸ਼ਨ ਨੂੰ ਹੁਕਮ ਨਹੀਂ ਦਿੰਦਾ। ਜਦੋਂ ਤਕ ਕੋਈ ਉਨ੍ਹਾਂ ਦੀ ਸ਼ਰਨ ਵਿਚ ਨਹੀਂ ਜਾਂਦਾ ਅਤੇ ਭਗਤੀ ਨਹੀਂ ਕਰਦਾ, ਕ੍ਰਿਸ਼ਨ ਆਪਣੇ ਆਪ ਨੂੰ ਪ੍ਰਗਟ ਕਰਨ ਲਈ ਮਜਬੂਰ ਨਹੀਂ ਹਨ। ਇਸ ਲਈ ਜਿਨ੍ਹਾਂ ਨੂੰ ਆਪਣੀ ਚਿੰਤਨ ਸ਼ਕਤੀ (ਮਨੋਧਰਮ) ਦਾ ਭਰੋਸਾ ਹੈ, ਉਨ੍ਹਾਂ ਲਈ ਕ੍ਰਿਸ਼ਨ ਦਾ ਦਰਸ਼ਨ ਸੰਭਵ ਨਹੀਂ ਹੈ।

श्रीभगवानुवाच

पश्य मे पार्थ रूपाणि शतशोऽथ सहस्त्रशः ।
नानाविधानि दिव्यानि नानावर्णाकृतीनि च ॥ ५॥

ਸ਼੍ਰੀ ਭਗਵਾਨ੍ ਉਵਾਚ

ਪਸ਼੍ਯ ਮੇ ਪਾਰ੍ਥ ਰੂਪਾਣਿ ਸ਼ਤਸ਼ੋ'ਥ ਸਹਸ੍ਰਸ਼ਹ੍ ।
ਨਾਨਾ ਵਿਧਾਨਿ ਦਿਵ੍ਯਾਨਿ ਨਾਨਾ ਵਰ੍ਣਾਕ੍ਰਿਤੀਨਿ ਚ ॥ 5 ॥

ਸ਼੍ਰੀ ਭਗਵਾਨ ਉਵਾਚ-ਸ਼੍ਰੀ ਭਗਵਾਨ ਨੇ ਕਿਹਾ ; **ਪਸ਼੍ਯ**-ਵੇਖੋ ; **ਮੇ**-ਮੇਰਾ ; **ਪਾਰ੍ਥ**-ਹੇ ਪ੍ਰਿਥਾ ਪੁੱਤਰ ; **ਰੂਪਾਣਿ**-ਰੂਪ ; **ਸ਼ਤਸ਼ਹ੍**-ਸੈਂਕੜੇ ; **ਅਥ**-ਵੀ ; **ਸਹਸ੍ਰਸ਼ਹ੍**-ਹਜ਼ਾਰਾਂ ; **ਨਾਨਾ-ਵਿਧਾਨਿ**-ਅਨੇਕਾਂ ਰੂਪਾਂ ਵਾਲੇ ; **ਦਿਵ੍ਯਾਨਿ**-ਅਲੌਕਿਕ ; **ਨਾਨਾ**-ਅਨੇਕਾਂ ਤਰ੍ਹਾਂ ਦੇ; **ਵਰ੍ਣ**-ਰੰਗਾਂ ; **ਆਕ੍ਰਿਤੀਨਿ**-ਰੂਪ ; **ਚ**-ਵੀ ।

ਅਨੁਵਾਦ

ਸ਼੍ਰੀ ਭਗਵਾਨ ਨੇ ਕਿਹਾ, ਹੇ ਅਰਜੁਨ ! ਹੇ ਪਾਰਥ ! ਹੁਣ ਤੁਸੀਂ ਮੇਰੀਆਂ ਵਿਭੂਤੀਆਂ (ਸੰਪੰਨਤਾਵਾਂ) ਨੂੰ ਸੈਂਕੜੇ ਹਜ਼ਾਰਾਂ ਤਰ੍ਹਾਂ ਦੇ ਦੈਵੀ ਅਤੇ ਵੱਖੋ ਵੱਖਰੇ ਰੰਗਾ ਵਾਲੇ ਰੂਪਾਂ ਵਿਚ ਵੇਖੋ ।

ਭਾਵ

ਅਰਜੁਨ ਕ੍ਰਿਸ਼ਨ ਦੇ ਵਿਰਾਟ ਰੂਪ ਨੂੰ ਵੇਖਣ ਦਾ ਚਾਹਵਾਨ ਸੀ, ਜਿਹੜਾ ਅਲੌਕਿਕ ਹੋ ਕੇ ਵੀ ਬ੍ਰਹਿਮੰਡ ਦੇ ਪ੍ਰਗਟਾਅ ਲਈ ਪ੍ਰਗਟ ਹੁੰਦਾ ਹੈ । ਜੋ ਭੌਤਿਕ ਪ੍ਰਕ੍ਰਿਤੀ ਦੇ ਅਧੀਨ ਕੁਝ ਸਮੇਂ ਤਕ ਹੈ । ਜਿਵੇਂ ਭੌਤਿਕ ਪ੍ਰਕ੍ਰਿਤੀ ਪ੍ਰਗਟ ਅਤੇ ਅਪ੍ਰਗਟ ਹੈ, ਉਸੇ ਤਰ੍ਹਾਂ ਕ੍ਰਿਸ਼ਨ ਦਾ ਇਹ ਵਿਰਾਟ ਰੂਪ ਵੀ ਪ੍ਰਗਟ ਅਤੇ ਅਪ੍ਰਗਟ ਹੁੰਦਾ ਰਹਿੰਦਾ ਹੈ । ਇਹ ਕ੍ਰਿਸ਼ਨ ਦੇ ਹੋਰ ਰੂਪਾਂ ਵਾਂਗ ਅਧਿਆਤਮਕ ਜਗਤ ਵਿਚ ਨਿੱਤ ਨਹੀਂ ਰਹਿੰਦਾ । ਜਿੱਥੋਂ ਤਕ ਭਗਤ ਦੀ ਗੱਲ ਹੈ, ਉਹ ਵਿਰਾਟ ਰੂਪ ਵੇਖਣ ਲਈ ਰਤਾ ਵੀ ਇੱਛੁਕ ਨਹੀਂ ਰਹਿੰਦਾ ਹੈ ਪਰ ਕਿਉਂਕਿ ਅਰਜੁਨ ਕ੍ਰਿਸ਼ਨ ਨੂੰ ਇਸ ਰੂਪ ਵਿਚ ਵੇਖਣਾ ਚਾਹੁੰਦਾ ਸੀ ਇਸ ਲਈ ਉਹ ਇਹ ਰੂਪ ਪ੍ਰਗਟ ਕਰਦੇ ਹਨ । ਆਮ ਆਦਮੀ ਇਸ ਰੂਪ ਨੂੰ ਨਹੀਂ ਵੇਖ ਸਕਦਾ। ਸ਼੍ਰੀ ਕ੍ਰਿਸ਼ਨ ਰਾਹੀਂ ਸ਼ਕਤੀ ਦੇਣ ਤੇ ਹੀ ਇਸਦੇ ਦਰਸ਼ਨ ਹੋ ਸਕਦੇ ਹਨ ।

पश्यादित्यान्वसून्रुद्रानश्विनौ मरुतस्तथा ।
बहून्यदृष्टपूर्वाणि पश्याश्चर्याणि भारत ॥ ६॥

ਪਸ਼੍ਯਾਦਿਤ੍ਯਾਂ ਵਸੂਨ੍ ਰੂਦ੍ਰਾਨ੍ ਅਸ਼੍ਵਿਨੌ ਮਰੁਤਸ੍ ਤਥਾ ।
ਬਹੂਨਿ ਅਦ੍ਰਿਸ਼੍ਟ-ਪੂਰਵਾਣਿ ਪਸ਼੍ਯਸ਼੍ਚਰ੍ਯਾਣਿ ਭਾਰਤ ॥ 6 ॥

ਪਸ਼੍ਯ-ਵੇਖੋ ; **ਆਦਿਤ੍ਯਾਨ੍**-ਅਦਿਤੀ ਦੇ ਬਾਰ੍ਹਾਂ ਪੁੱਤਰਾਂ ਨੂੰ ; **ਵਸੂਨ**-ਅੱਠਾਂ ਵਸੂਆਂ ਨੂੰ ; **ਰੁਦ੍ਰਾਨ੍**-ਰੁਦਰ ਦੇ ਗਿਆਰਾਂ ਰੂਪਾਂ ਨੂੰ ; **ਅਸ਼ਵਿਨੌ**-ਦੋ ਅਸ਼ਵਨੀ ਕੁਮਾਰਾਂ ਨੂੰ ; **ਮਰੁਤਹ੍**-ਉਨੰਜਾ ਮਰੁਤਾਂ ਨੂੰ ; **ਤਥਾ**-ਵੀ ; **ਬਹੂਨਿ**-ਅਨੇਕ ; **ਅਦ੍ਰਿਸ਼ਟ**-ਨਾ ਵੇਖੇ ਹੋਏ ; **ਪੂਰ੍ਵਾਣਿ**-ਪਹਿਲੇ,ਇਸ ਤੋਂ ਪਹਿਲੋਂ ; **ਪਸ਼੍ਯ**-ਵੇਖੋ ; **ਆਸ਼੍ਚਰ੍ਯਾਣਿ**-ਸਾਰੇ ਅਸਚਰਜਾਂ ਨੂੰ ; **ਭਾਰਤ**-ਹੇ ਭਰਤ ਵੰਸ਼ੀਆਂ ਵਿਚ ਸ੍ਰੇਸ਼ਠ (ਉੱਤਮ) ।

ਅਨੁਵਾਦ

ਹੇ ਭਾਰਤ ਸ੍ਰੇਸ਼ਠ ! ਲਉ ਤੁਸੀਂ ਆਦਿਤਿਆਂ, ਵਸੂਆਂ, ਰੁਦਰਾਂ, ਅਸ਼ਵਨੀ ਕੁਮਾਰਾਂ ਅਤੇ ਹੋਰ ਦੇਵਤਾਵਾਂ ਦੇ ਵੱਖੋ ਵੱਖਰੇ ਰੂਪਾਂ ਨੂੰ ਇਥੇ ਵੇਖੋ । ਤੁਸੀਂ ਅਜਿਹੇ ਅਨੇਕਾਂ ਅਸਚਰਜ ਵਾਲੇ ਰੂਪਾਂ ਨੂੰ ਵੇਖੋ, ਜਿਨ੍ਹਾਂ ਨੂੰ ਕਿਸੇ ਨੇ ਨਾ ਤਾਂ ਕਦੀ ਵੇਖਿਆ ਹੈ, ਨਾ ਸੁਣਿਆ ਹੈ ।

ਭਾਵ

ਹਾਲਾਂਕਿ ਅਰਜੁਨ ਕ੍ਰਿਸ਼ਨ ਦਾ ਪੱਕਾ ਦੋਸਤ ਅਤੇ ਬਹੁਤ ਵਿਦਵਾਨ ਸੀ, ਤਾਂ ਵੀ ਉਸ ਲਈ ਕ੍ਰਿਸ਼ਨ ਬਾਰੇ ਸਭ ਕੁਝ ਜਾਣਨਾ ਸੰਭਵ ਨਹੀਂ ਸੀ। ਇੱਥੇ ਇਹ ਕਿਹਾ ਗਿਆ ਹੈ ਕਿ ਇਨ੍ਹਾਂ ਸਾਰੇ ਰੂਪਾਂ ਨੂੰ ਨਾ ਤਾਂ ਮਨੁੱਖਾਂ ਨੇ ਇਸ ਤੋਂ ਪਹਿਲਾਂ ਵੇਖਿਆ ਹੈ ਨਾ ਸੁਣਿਆ ਹੈ। ਹੁਣ ਕ੍ਰਿਸ਼ਨ ਇਸ ਅਸਚਰਜ (ਅਦਭੁੱਤ) ਵਾਲੇ ਰੂਪਾਂ ਨੂੰ ਪ੍ਰਗਟ ਕਰ ਰਹੇ ਹਨ।

इहैकस्थं जगत्कृत्स्नं पश्याद्य सचराचरम्।
मम देहे गुडाकेश यच्चान्यद्द्रष्टुमिच्छसि ॥ ७॥

ਇਹੈਕ ਸ੍ਥਮ੍ ਜਗਤ੍ ਕ੍ਰਿਤ੍ਸ੍ਨਮ੍ ਪਸ਼੍ਯਾਦ੍ਯ ਸ ਚਰਾਚਰਮ੍।
ਮਮ ਦੇਹੇ ਗੁਡਾਕੇਸ਼ ਯਚ੍ ਚਾਨਯਦ੍ ਦ੍ਰਸ਼੍ਟੁਮ੍ ਇਚ੍ਛਸਿ ॥ 7 ॥

ਇਹ-ਇਸ ਵਿਚ ; **ਏਕਸ੍ਥਮ੍**-ਇਕ ਥਾਂ ਤੇ ; **ਜਗਤ੍**-ਬ੍ਰਹਿਮੰਡ ; **ਕ੍ਰਿਤ੍ਸ੍ਨਮ੍**-ਪੂਰੀ ਤਰ੍ਹਾਂ ; **ਪਸ਼੍ਯ**-ਵੇਖੋ ; **ਅਦ੍ਯ**-ਤੁਰੰਤ ; **ਸ**-ਨਾਲ ; **ਚਰ**-ਗਤੀਸ਼ੀਲ ; **ਅਚਰਮ੍**-ਅਤੇ ਗਤੀਹੀਣ ; **ਮਮ**-ਮੇਰੇ ; **ਦੇਹੇ**-ਇਸੇ ਸ਼ਰੀਰ ਵਿਚ ; **ਗੁਡਾਕੇਸ਼**-ਹੇ ਅਰਜੁਨ ; **ਯਤ੍**-ਜਿਹੜੇ ; **ਚ**-ਵੀ ; **ਅਨਯਤ੍**-ਹੋਰ ; **ਦ੍ਰਸ਼੍ਟੁਮ੍**-ਵੇਖਣਾ ; **ਇਚ੍ਛਸਿ**-ਚਾਹੁੰਦੇ ਹਾਂ।

ਅਨੁਵਾਦ

ਹੇ ਅਰਜੁਨ! ਤੁਸੀਂ ਜੋ ਵੀ ਵੇਖਣਾ ਚਾਹੋ, ਉਸਨੂੰ ਇਸ-ਵੇਲੇ ਮੇਰੇ ਇਸ ਸ਼ਰੀਰ ਵਿਚ ਵੇਖੋ। ਤੁਸੀਂ ਇਸ ਵੇਲੇ ਅਤੇ ਭਵਿੱਖ ਵਿਚ ਵੀ ਜੋ ਵੇਖਣਾ ਚਾਹੁੰਦੇ ਹੋ, ਉਸਨੂੰ ਇਹ ਵਿਰਾਟ ਰੂਪ ਵਿਖਾ ਸਕਦਾ ਹੈ। ਗਤੀਸ਼ੀਲ ਅਤੇ ਗਤੀਹੀਣ ਸਭ ਕੁਝ, ਇੱਥੇ ਇੱਕੋ ਥਾਂ ਤੇ ਹੈ।

ਭਾਵ

ਕੋਈ ਵੀ ਮਨੁੱਖ ਇਕ ਥਾਂ ਤੇ ਬੈਠੇ ਬੈਠੇ ਸਾਰਾ ਸੰਸਾਰ ਨਹੀਂ ਵੇਖ ਸਕਦਾ। ਇਥੋਂ ਤਕ ਕਿ ਵੱਡੇ ਤੋਂ ਵੱਡਾ ਵਿਗਿਆਨਕ ਵੀ ਇਹ ਨਹੀਂ ਵੇਖ ਸਕਦਾ ਕਿ ਬ੍ਰਹਿਮੰਡ ਦੇ ਹੋਰ ਹਿੱਸਿਆਂ ਵਿਚ ਕੀ ਹੋ ਰਿਹਾ ਹੈ। ਪਰ ਅਰਜੁਨ ਵਰਗਾ ਭਗਤ ਇਹ ਵੇਖ ਸਕਦਾ ਹੈ ਕਿ ਸਾਰੀਆਂ ਚੀਜ਼ਾਂ ਸੰਸਾਰ ਵਿਚ ਕਿੱਥੇ ਕਿੱਥੇ ਸਥਿਤ ਹਨ। ਕ੍ਰਿਸ਼ਨ ਉਸਨੂੰ ਸ਼ਕਤੀ ਦਿੰਦੇ ਹਨ, ਜਿਸ ਨਾਲ ਉਹ ਭੂਤਕਾਲ, ਵਰਤਮਾਨ ਅਤੇ ਭਵਿੱਖ, ਜੋ ਕੁਝ ਵੇਖਣਾ ਚਾਹੇ ਵੇਖ ਸਕਦਾ ਹੈ। ਇੰਝ ਅਰਜੁਨ ਕ੍ਰਿਸ਼ਨ ਦੀ ਕਿਰਪਾ ਨਾਲ ਸਾਰੀਆਂ ਚੀਜ਼ਾਂ ਵੇਖਣ ਵਿਚ ਸਮਰਥ ਹੈ।

न तु मां शक्यसे द्रष्टुमनेनैव स्वचक्षुषा।
दिव्यं ददामि ते चक्षुः पश्य मे योगमैश्वरम् ॥ ८॥

ਨ ਤੁ ਮਾਮ੍ ਸ਼ਕ੍ਯਸੇ ਦ੍ਰਸ਼ਟੁਮ੍ ਅਨੇਨੈਵ ਸ੍ਵ ਚਕ੍ਸ਼ੁਸ਼ਾ ।
ਦਿਵ੍ਯਮ੍ ਦਦਾਮਿ ਤੇ ਚਕ੍ਸ਼ੁਹ੍ ਪਸ਼੍ਯ ਮੇ ਯੋਗਮ੍ ਏਸ਼੍ਵਰਮ੍ ॥ 8 ॥

ਨ-ਕਦੀ ਨਹੀਂ ; **ਤੁ**-ਪਰ ; **ਮਾਮ੍**-ਮੈਨੂੰ ; **ਸ਼ਕ੍ਯਸੇ**-ਤੁਸੀਂ ਸਮਰਥ ਹੋਵੋਗੇ ; **ਦ੍ਰਸ਼ਟੁਮ**-ਵੇਖਣ ਵਿਚ ; **ਅਨੇਨ**-ਇਨ੍ਹਾਂ ; **ਏਵ**-ਯਕੀਨਨ ਹੀ ; **ਸ੍ਵਚਕ੍ਸ਼ੁਸ਼ਾ**-ਆਪਣੀਆਂ ਅੱਖਾਂ ਨਾਲ ; **ਦਿਵ੍ਯਮ੍**-ਦਿੱਵ ; **ਦਦਾਮਿ**-ਦਿੰਦਾ ਹਾਂ ; **ਤੇ**-ਤੁਹਾਨੂੰ ; **ਚਕ੍ਸ਼ੁ**-ਅੱਖਾਂ ; **ਮੇ**-ਮੇਰੀ ; **ਯੋਗਮ੍ ਏਸ਼੍ਵਰਮ੍**-ਅਚਿੰਤਨੀ (ਭੌਤਿਕ ਕਲਪਨਾ ਤੋਂ ਪਰ੍ਹੇ) ਯੋਗ ਸ਼ਕਤੀ ।

ਅਨੁਵਾਦ

ਪਰ ਤੁਸੀਂ ਮੈਨੂੰ ਆਪਣੀਆਂ ਇਨ੍ਹਾਂ ਅੱਖਾਂ ਨਾਲ ਨਹੀਂ ਵੇਖ ਸਕਦੇ । ਇਸ ਲਈ ਮੈਂ ਤੁਹਾਨੂੰ ਦਿੱਵ ਅੱਖਾਂ ਦੇ ਰਿਹਾ ਹਾਂ । ਹੁਣ ਮੇਰੀ ਯੋਗ ਵਿਭੂਤੀਆਂ ਨੂੰ ਵੇਖੋ ।

ਭਾਵ

ਸ਼ੁੱਧ ਭਗਤ ਕ੍ਰਿਸ਼ਨ ਨੂੰ, ਉਨ੍ਹਾਂ ਦੇ ਦੋ ਬਾਹਵਾਂ ਵਾਲੇ ਰੂਪ ਤੋਂ ਇਲਾਵਾ ਹੋਰ ਕੋਈ ਵੀ ਰੂਪ ਵਿਚ ਵੇਖਣ ਦੀ ਇੱਛਾ ਨਹੀਂ ਕਰਦਾ । ਭਗਤ ਨੂੰ ਭਗਵਾਨ ਦੀ ਕਿਰਪਾ ਸਦਕਾ ਹੀ ਉਨ੍ਹਾਂ ਦੇ ਵਿਰਾਟ ਰੂਪ ਦਾ ਦਰਸ਼ਨ ਅਲੌਕਿਕ ਨੇਤਰਾਂ ਨਾਲ ਕਰਨਾ ਹੁੰਦਾ ਹੈ, ਨਾ ਕਿ ਮਨ ਨਾਲ । ਕ੍ਰਿਸ਼ਨ ਦੇ ਵਿਰਾਟ ਰੂਪ ਦਾ ਦਰਸ਼ਨ ਕਰਨ ਲਈ ਅਰਜੁਨ ਨੂੰ ਕਿਹਾ ਜਾਂਦਾ ਹੈ ਕਿ ਉਹ ਆਪਣੇ ਮਨ ਨੂੰ ਨਹੀਂ ਸਗੋਂ ਆਪਣੀ ਦ੍ਰਿਸ਼ਟੀ ਨੂੰ ਬਦਲਣ । ਕ੍ਰਿਸ਼ਨ ਦਾ ਇਹ ਵਿਰਾਟ ਰੂਪ ਕੋਈ ਮਹਤੱਵ ਪੂਰਨ ਨਹੀਂ ਹੈ, ਇਹ ਬਾਅਦ ਦੇ ਸ਼ਲੋਕਾਂ ਤੋਂ ਪਤਾ ਚਲ ਜਾਵੇਗਾ । ਫਿਰ ਵੀ ਕਿਉਂਕਿ ਅਰਜੁਨ ਇਸਦਾ ਦਰਸ਼ਨ ਕਰਨਾ ਚਾਹੁੰਦਾ ਸੀ, ਇਸ ਲਈ ਭਗਵਾਨ ਨੇ ਉਸ ਨੂੰ ਵਿਰਾਟ ਰੂਪ ਵੇਖਣ ਲਈ ਖ਼ਾਸ ਦ੍ਰਿਸ਼ਟੀ ਦਿੰਦੇ ਹਨ ।

ਜਿਹੜੇ ਭਗਤ ਕ੍ਰਿਸ਼ਨ ਦੇ ਨਾਲ ਅਲੌਕਿਕ ਸੰਬੰਧ ਨਾਲ ਬੰਨ੍ਹੇ ਹਨ, ਉਨ੍ਹਾਂ ਦੀਆਂ ਵਿਭੂਤੀਆਂ ਦੇ ਈਸ਼ਵਰਹੀਣ ਪ੍ਰਦਸ਼ਨਾਂ ਤੋਂ ਨਹੀਂ, ਸਗੋਂ ਉਨ੍ਹਾਂ ਦੇ ਪ੍ਰੇਮ ਵਾਲੇ ਸਰੂਪ ਤੋਂ ਆਕਰਸ਼ਤ ਹੁੰਦੇ ਹਨ । ਕ੍ਰਿਸ਼ਨ ਦੇ ਬਚਪਨ ਦੇ ਸਾਥੀ, ਕ੍ਰਿਸ਼ਨ ਦੇ ਮਿੱਤਰ ਅਤੇ ਕ੍ਰਿਸ਼ਨ ਦੇ ਮਾਂ ਬਾਪ ਇਹ ਕਦੀ ਨਹੀਂ ਚਾਹੁੰਦੇ ਕਿ ਕ੍ਰਿਸ਼ਨ ਉਨ੍ਹਾਂ ਨੂੰ ਆਪਣੇ ਵਿਭੂਤੀਆਂ ਦੇ ਦਰਸ਼ਨ ਕਰਵਾਉਣ । ਉਹ ਤਾਂ ਸ਼ੁੱਧ ਪ੍ਰੇਮ ਵਿਚ ਐਨੇ ਮਗਨ ਰਹਿੰਦੇ ਹਨ, ਕਿ ਉਨ੍ਹਾਂ ਨੂੰ ਪਤਾ ਹੀ ਨਹੀਂ ਚਲਦਾ ਕਿ ਕ੍ਰਿਸ਼ਨ ਪਰਮੇਸ਼ਵਰ ਹਨ । ਸ਼੍ਰੀਮਦ ਭਾਗਵਤਮ ਵਿਚ ਕਿਹਾ ਗਿਆ ਹੈ, ਕਿ ਬਾਲਕ ਜਿਹੜੇ ਕ੍ਰਿਸ਼ਨ ਨਾਲ ਖੇਡ ਰਹੇ ਹਨ, ਉਹ ਬਹੁਤ ਹੀ ਪਵਿੱਤਰ ਆਤਮਾਵਾਂ ਹਨ ਅਤੇ ਕਈ-ਕਈ ਜਨਮਾਂ ਬਾਅਦ ਉਹ ਕ੍ਰਿਸ਼ਨ ਨਾਲ ਖੇਡਣ ਦੇ ਲਾਇਕ ਹੋ ਸਕੇ ਹਨ। ਅਜਿਹੇ ਬੱਚੇ ਇਹ ਨਹੀਂ ਜਾਣਦੇ ਕਿ ਕ੍ਰਿਸ਼ਨ ਭਗਵਾਨ ਹਨ । ਉਹ ਉਨ੍ਹਾਂ ਨੂੰ ਆਪਣਾ ਖ਼ਾਸ ਦੋਸਤ ਮੰਨਦੇ ਹਨ । ਇਸ ਲਈ ਸ਼ੁਕਦੇਵ ਗੋਸਵਾਮੀ ਇਹ ਸ਼ਲੋਕ ਸੁਣਾਉਂਦੇ ਹਨ ;

ਇਤ੍ਥਮ੍ ਸਤਾਮ੍ ਬ੍ਰਹਮ੍ ਸੁਖਾਨੁਭੂਤ੍ਯਾ
ਦਾਸ੍ਯਮ੍ ਗਤਾਨਾਮ੍ ਪਰ ਦੈਵਤੇਨ ।
ਮਾਯਾਸ਼੍ਰਿਤਾਨਾਮ੍ ਨਰ ਦਾਰਕੇਣ
ਸਾਕਮ੍ ਵਿਜਹ੍ਰੁਹ੍ ਕ੍ਰਿਤ-ਪੁੰਨਯ-ਪੁੰਜਾਹ੍ ॥

(ਸ਼੍ਰੀਮਦ ਭਾਗਵਤਮ 10-12-11)

"ਇਹ ਉਹ ਪਰਮ ਪੁਰਖ ਹੈ, ਜਿਸਨੂੰ ਰਿਸ਼ੀ ਲੋਕ ਨਿਰਾਕਾਰ ਬ੍ਰਹਮ ਕਰਕੇ ਮੰਨਦੇ ਹਨ, ਭਗਤ ਲੋਕ ਭਗਵਾਨ ਮੰਨਦੇ ਹਨ ਅਤੇ ਆਮ ਆਦਮੀ ਭੌਤਿਕ ਪ੍ਰਕ੍ਰਿਤੀ ਤੋਂ ਪੈਦਾ ਹੋਇਆ ਮੰਨਦੇ ਹਨ। ਇਹ ਬੱਚੇ ਜਿਨ੍ਹਾਂ ਨੇ ਪਹਿਲੇ ਜਨਮਾਂ ਵਿਚ ਅਨੇਕਾਂ ਪੁੰਨ ਕੀਤੇ ਹਨ, ਹੁਣ ਉਸੇ ਭਗਵਾਨ ਨਾਲ ਖੇਡ ਰਹੇ ਹਨ।"

ਤੱਥ ਤਾਂ ਇਹ ਹੈ ਕਿ ਭਗਤ ਵਿਰਾਟ ਰੂਪ ਨੂੰ ਵੇਖਣ ਦਾ ਚਾਹਵਾਨ ਨਹੀਂ ਰਹਿੰਦਾ, ਪਰ ਅਰਜੁਨ ਕ੍ਰਿਸ਼ਨ ਦੇ ਕਥਨ ਦੀ ਪੁਸ਼ਟੀ ਕਰਨ ਲਈ ਵਿਰਾਟ ਰੂਪ ਦਾ ਦਰਸ਼ਨ ਕਰਨਾ ਚਾਹੁੰਦਾ ਸੀ, ਜਿਸ ਨਾਲ ਭਵਿੱਖ ਵਿਚ ਲੋਕ ਇਹ ਸਮਝ ਸਕਣ ਕਿ ਕ੍ਰਿਸ਼ਨ ਸਿਰਫ਼ ਸਿੱਧਾਂਤਕ ਜਾਂ ਦਾਰਸ਼ਨਿਕ ਰੂਪ ਨਾਲ ਅਰਜੁਨ ਦੇ ਸਾਹਮਣੇ ਪ੍ਰਗਟ ਨਹੀਂ ਹੋਏ ਸਗੋਂ ਪ੍ਰਤੱਖ ਰੂਪ ਵਿਚ ਪ੍ਰਗਟ ਹੋਏ ਸੀ। ਅਰਜੁਨ ਨੇ ਇਸਦੀ ਪੁਸ਼ਟੀ ਕਰਨੀ ਸੀ, ਕਿਉਂਕਿ ਅਰਜੁਨ ਤੋਂ ਪਰੰਪਰਾ ਪਧੱਤੀ ਸ਼ੁਰੂ ਹੁੰਦੀ ਹੈ। ਜਿਹੜੇ ਲੋਕ ਅਸਲ ਵਿਚ ਭਗਵਾਨ ਨੂੰ ਸਮਝਣਾ ਚਾਹੁੰਦੇ ਹਨ ਅਤੇ ਅਰਜੁਨ ਦੀਆਂ ਲੀਹਾਂ ਤੇ ਚਲਣਾ ਚਾਹੁੰਦੇ ਹਨ, ਉਨ੍ਹਾਂ ਨੂੰ ਇਹ ਸਮਝ ਲੈਣਾ ਚਾਹੀਦਾ ਹੈ ਕਿ ਕ੍ਰਿਸ਼ਨ ਨਾ ਸਿਰਫ਼ ਸਿਧਾਂਤਕ ਰੂਪ ਵਿਚ, ਸਗੋਂ ਪਰਮੇਸ਼ੁਵਰ ਰੂਪ ਵਿਚ ਅਰਜੁਨ ਦੇ ਸਾਹਮਣੇ ਪ੍ਰਗਟ ਹੋਏ।

ਭਗਵਾਨ ਨੇ ਅਰਜੁਨ ਨੂੰ ਆਪਣਾ ਵਿਰਾਟ ਰੂਪ ਵਿਖਾਉਣ ਲਈ ਲੋੜੀਂਦੀ ਸ਼ਕਤੀ ਦਿੱਤੀ, ਕਿਉਂਕਿ ਉਹ ਜਾਣਦੇ ਸਨ ਕਿ ਅਰਜੁਨ ਇਸ ਰੂਪ ਨੂੰ ਵੇਖਣ ਲਈ ਖ਼ਾਸ ਇੱਛੁਕ ਨਹੀਂ ਸੀ, ਜਿਵੇਂ ਕਿ ਅਸੀਂ ਦੱਸ ਚੁੱਕੇ ਹਾਂ।

सञ्जय उवाच

एवमुक्त्वा ततो राजन्महायोगेश्वरो हरिः ।
दर्शयामास पार्थाय परमं रूपमैश्वरम् ॥९॥

ਸੰਜਯ ਓਵਾਚ

ਏਵਮ੍ ਓਕਤ੍ਵਾ ਤਤੋ ਰਾਜਨ੍ ਮਹਾ-ਯੋਗੇਸ਼੍ਵਰੋ ਹਰਿਹ੍ ।
ਦਰ੍ਸ਼ਯਾਮ੍ ਆਸ ਪਾਰ੍ਥਾਯ ਪਰਮਮ੍ ਰੂਪਮ੍-ਏਸ਼੍ਵਰਮ੍ ॥ 9 ॥

ਸੰਜਯ ਉਵਾਚ-ਸੰਜੇ ਨੇ ਕਿਹਾ ; **ਏਵਮ੍**-ਇੰਝ ; **ਉਕਤ੍ਵਾ**-ਕਹਿਕੇ ; **ਤਤਹ੍**-ਇਸ ਤੋਂ ਮਗਰੋਂ ; **ਰਾਜਨ੍**-ਹੇ ਰਾਜਾ ; **ਮਹਾ ਯੋਗ-ਈਸ਼੍ਵਰਹ੍**-ਪਰਮ ਸ਼ਕਤੀਵਾਨ ਯੋਗੀ ; **ਹਰਿਹ੍**-ਭਗਵਾਨ ਕ੍ਰਿਸ਼ਨ ਨੇ ; **ਦਰ੍ਸ਼ਯਾਮ੍ ਆਸ**-ਵਿਖਾਇਆ ; **ਪਾਰ੍ਥਾਯ**-ਅਰਜੁਨ ਨੂੰ ; **ਪਰਮਮ੍**-ਅਲੌਕਿਕ ; **ਰੂਪਮ੍ ਏਸ਼੍ਵਰਮ੍**-ਵਿਰਾਟ ਰੂਪ ।

ਅਨੁਵਾਦ

ਸੰਜੇ ਨੇ ਕਿਹਾ - ਹੇ ਰਾਜਾ ! ਇੰਝ ਕਹਿਕੇ ਪਰਮਯੋਗੀ ਭਗਵਾਨ ਨੇ ਅਰਜੁਨ ਨੂੰ ਆਪਣਾ ਵਿਰਾਟ ਰੂਪ ਵਿਖਾਇਆ ।

अनेकवक्त्रनयनमनेकाद्भुतदर्शनम् ।
अनेकदिव्याभरणं दिव्यानेकोद्यतायुधम् ॥ १०॥
दिव्यमाल्याम्बरधरं दिव्यगन्धानुलेपनम् ।
सर्वाश्चर्यमयं देवमनन्तं विश्वतोमुखम् ॥ ११॥

ਅਨੇਕ ਵਕ੍ਤ੍ਰ ਨਯਨਮ੍ ਅਨੇਕਾਦਭੁਤ ਦਰ੍ਸ਼ਨਮ੍ ।
ਅਨੇਕ ਦਿਵ੍ਯਾਭਰਨਮ ਦਿਵ੍ਯਾਨੇਕੋਦ੍ਯਤਾਯੁਧਮ੍ ॥ 10 ॥
ਦਿਵ੍ਯ ਮਾਲ੍ਯਾਮ੍ਬਰ ਧਰਮ੍ ਦਿਵ੍ਯ ਗੰਧਾਨੁਲੇਪਨਮ੍ ।
ਸਰ੍ਵਾਸ਼੍ਚਰ੍ਯ ਮਯਮ੍ ਦੇਵਮ੍ ਅਨੰਤਮ੍ ਵਿਸ਼੍ਵਤੋ ਮੁਖਮ੍ ॥ 11 ॥

ਅਨੇਕ-ਕਈ ; **ਵੱਕ੍ਤ੍ਰ**-ਮੂੰਹ ; **ਨਯਨਮ੍**-ਅੱਖਾਂ ; **ਅਨੇਕ**-ਅਨੇਕ ; **ਅਦਭੁਤ**-ਅਨੋਖਾ ; **ਦਰਸ਼ਨ**-ਦ੍ਰਿਸ਼ ; **ਅਨੇਕ**-ਕਈ ; **ਦਿਵ੍ਯ**-ਅਲੌਕਿਕ ; **ਆਭਰਨਮ੍**-ਗਹਿਣੇ ; **ਦਿਵ੍ਯ**-ਦਿੱਵ ; **ਅਨੇਕ**-ਵੱਖੋ ਵੱਖਰੇ ; **ਉਦ੍ਯਤ**-ਚੁੱਕੇ ਹੋਏ ; **ਆਯੁਧਮ੍**-ਹਥਿਆਰ ; **ਦਿਵ੍ਯ**-ਅਲੌਕਿਕ ; **ਮਾਲ੍ਯ**-ਮਾਲਾਵਾਂ ; **ਅੰਬਰ**-ਕੱਪੜੇ ; **ਧਰਮ੍**-ਧਾਰਨ ਕੀਤੇ ; **ਦਿਵ੍ਯ**-ਅਲੌਕਿਕ ; **ਗੰਧ**-ਸੁਗੰਧੀਆਂ ; **ਅਨੁਲੇਪਨਮ੍**-ਲਗੀਆਂ ਸਨ ; **ਸਰ੍ਵ**-ਸਾਰੇ ; **ਆਸ਼ਚਰ੍ਯ-ਮਯਮ੍**-ਅਚੰਭੇ ਭਰਿਆ ; **ਦੇਵਮ੍**-ਪ੍ਰਕਾਸ਼ ਯੁਕਤ ; **ਅਨੰਤਮ੍**-ਅਸੀਮ ; **ਵਿਸ਼੍ਵਤਹ੍-ਮੁਖਮ੍**-ਸਰਬਵਿਆਪੀ ।

ਅਨੁਵਾਦ

ਅਰਜੁਨ ਨੇ ਉਸ ਵਿਰਾਟ ਰੂਪ ਵਿਚ ਬੇਅੰਤ ਮੂੰਹ, ਬੇਅੰਤ ਅੱਖਾਂ ਅਤੇ ਬੇਅੰਤ ਅਚੰਭੇ ਭਰੇ ਦ੍ਰਿਸ਼ ਵੇਖੇ । ਇਹ ਰੂਪ ਅਨੇਕਾਂ ਦੈਵੀ ਗਹਿਣਿਆਂ ਨਾਲ ਸੱਜਿਆ ਸੀ ਅਤੇ ਅਨੇਕਾਂ ਦਿੱਵ ਹਥਿਆਰ ਲਿਆ ਹੋਇਆ ਸੀ । ਇਹ ਦੈਵੀ ਮਾਲਾਵਾਂ ਅਤੇ ਕੱਪੜੇ ਧਾਰਨ ਕੀਤੇ ਹੋਏ ਸੀ ਅਤੇ ਉਸਤੇ ਅਨੇਕਾਂ ਦਿੱਵ ਸੁਗੰਧੀਆਂ ਲਗੀਆਂ ਸਨ । ਸਭ ਕੁਝ ਅਚੰਭੇ ਭਰਿਆ, ਤੇਜ ਵਾਲਾ, ਅਸੀਮ ਅਤੇ ਹਰ ਥਾਈਂ ਫੈਲਿਆ ਸੀ ।

ਭਾਵ

ਇਨ੍ਹਾਂ ਦੋਵੇਂ ਸ਼ਲੋਕਾਂ ਵਿਚ 'ਅਨੇਕ' ਸ਼ਬਦ ਦੀ ਬਾਰ ਬਾਰ ਵਰਤੋਂ ਹੋਈ ਹੈ ਜਿਹੜਾ ਇਹ ਸੂਚਿਤ ਕਰਦਾ ਹੈ ਕਿ ਅਰਜੁਨ ਜਿਸ ਰੂਪ ਨੂੰ ਵੇਖ ਰਿਹਾ ਸੀ, ਉਸਦੇ ਹੱਥਾਂ, ਮੂੰਹਾਂ, ਪੈਰਾਂ ਦੀ ਕੋਈ ਹੱਦ ਨਹੀਂ ਸੀ। ਇਹ ਸਾਰੇ ਬ੍ਰਹਿਮੰਡ ਵਿਚ ਫੈਲੇ ਹੋਏ ਸਨ, ਪਰ ਭਗਵਾਨ ਦੀ ਕਿਰਪਾ ਨਾਲ ਅਰਜੁਨ ਉਨ੍ਹਾਂ ਨੂੰ ਇਕੋ ਥਾਂ ਤੇ ਬੈਠੇ ਬਿਠਾਏ ਵੇਖ ਰਿਹਾ ਸੀ। ਇਹ ਸਭ ਕ੍ਰਿਸ਼ਨ ਦੀ ਅਚਿੰਤਨੀ (ਕਲਪਨਾ ਤੋਂ ਪਰ੍ਹੇ) ਸ਼ਕਤੀ ਕਰਕੇ ਸੀ।

दिवि सूर्यसहस्त्रस्य भवेद्युगपदुत्थिता ।
यदि भाः सदृशी सा स्याद्भासस्तस्य महात्मनः ॥१२॥

ਦਿਵਿ ਸੂਰ੍ਯ ਸਹਸ੍ਰਸ੍ਯ ਭਵੇਦ੍ ਯੁਗਪਦ੍ ਉਤ੍ਥਿਤਾ।
ਯਦਿ ਭਾਹ੍ ਸਦ੍ਰਿਸ਼ੀ ਸਾ ਸ੍ਯਾਦ੍ ਭਾਸਸ੍ ਤਸ੍ਯ ਮਹਾਤ੍ਮਨਹ੍ ॥ 12 ॥

ਦਿਵਿ-ਆਕਾਸ਼ ਵਿਚ ; **ਸੂਰਯ**-ਸੂਰਜ ਦਾ ; **ਸਹਸ੍ਰਸ੍ਯ**-ਹਜ਼ਾਰਾਂ ; **ਭਵੇਤ੍**-ਸਨ ; **ਯੁਗਪਤ੍**-ਇੱਕੋ ਨਾਲ ; **ਉਤ੍ਥਿਤਾ**-ਹਾਜ਼ਰ ; **ਯਦਿ**-ਜੇਕਰ ; **ਭਾਹ੍**-ਪ੍ਰਕਾਸ਼ ; **ਸਦ੍ਰਿਸ਼ੀ**-ਦੇ ਬਰਾਬਰ ; **ਸਾ**-ਉਹ ; **ਸ੍ਯਾਤ੍**-ਹੋਵੇ ; **ਭਾਸਹ੍**-ਤੇਜ ; **ਤਸ੍ਯ**-ਉਸ ; **ਮਹਾਤ੍ ਮਨਹ੍**-ਪਰਮ ਸਵਾਮੀ ਦਾ।

ਅਨੁਵਾਦ

ਜੇ ਆਕਾਸ਼ ਵਿਚ ਹਜਾਰਾਂ ਸੂਰਜ ਇੱਕੋ ਵੇਲੇ ਉਦੇ ਹੋਣ ਤਾਂ ਉਨ੍ਹਾਂ ਦਾ ਪ੍ਰਕਾਸ਼ ਸ਼ਾਇਦ ਪਰਮ ਪੁਰਖ਼ ਦੇ ਇਸ ਵਿਰਾਟ ਰੂਪ ਦੇ ਤੇਜ ਦੀ ਬਰਾਬਰੀ ਕਰ ਸਕੇ।

ਭਾਵ

ਅਰਜੁਨ ਨੇ ਜੋ ਕੁਝ ਵੇਖਿਆ ਉਹ ਅਕੱਥ ਸੀ, ਤਾਂ ਵੀ ਸੰਜੇ ਧ੍ਰਿਤਰਾਸ਼ਟਰ ਨੂੰ ਉਸ ਮਹਾਨ ਦਰਸ਼ਨ ਦਾ ਮਾਨਸਿਕ ਚਿੱਤਰ ਪੇਸ਼ ਕਰਨ ਦਾ ਯਤਨ ਕਰ ਰਹੇ ਹਨ। ਨਾ ਤਾਂ ਸੰਜੇ ਉਥੇ ਸਨ, ਨਾ ਧ੍ਰਿਤਰਾਸ਼ਟਰ, ਪਰ ਵਿਆਸ ਦੇਵ ਦੀ ਕਿਰਪਾ ਨਾਲ ਸੰਜਯ ਸਾਰੀਆਂ ਘਟਨਾਵਾਂ ਨੂੰ ਵੇਖ ਸਕਦੇ ਹਨ। ਇਸ ਲਈ ਇਸ ਸਥਿਤੀ ਦੀ ਤੁਲਨਾ ਉਹ ਇਕ ਕਾਲਪਨਿਕ ਘਟਨਾ (ਹਜ਼ਾਰਾ ਸੂਰਜਾਂ) ਨਾਲ ਕਰ ਰਹੇ ਹਨ, ਜਿਸ ਨਾਲ ਇਸ ਨੂੰ ਸਮਝਿਆ ਜਾ ਸਕੇ।

तत्रैकस्थं जगत्कृत्स्नं प्रविभक्तमनेकधा ।
अपश्यद्देवदेवस्य शरीरे पाण्डवस्तदा ॥१३॥

ਤਤ੍ਰੈਕ ਸ੍ਥਮ੍ ਜਗਤ੍ ਕ੍ਰਿਤ੍ਸਨਮ੍ ਪ੍ਰਵਿਭਕ੍ਤਮ੍ ਅਨੇਕਧਾ।
ਅਪਸ਼੍ਯਦ੍ ਦੇਵ ਦੇਵਸ੍ਯ ਸ਼ਰੀਰੇ ਪਾਂਡਵਸ੍ ਤਦਾ ॥ 13 ॥

ਤਤ੍ਰ-ਉਥੇ ; **ਏਕ-ਸ੍ਥਮ੍**-ਇਕੋ ਥਾਂ ਵਿਚ ; **ਜਗਤ੍**-ਬ੍ਰਹਿਮੰਡ ; **ਕ੍ਰਿਤ੍ਸ੍ਨਮ੍**-ਸੰਪੂਰਨ ; **ਪ੍ਰਵਿਭਕ੍ਤਮ੍**-ਵੰਡਿਆ ਹੋਇਆ ; **ਅਨੇਕਧਾ**-ਅਨੇਕਾਂ ਵਿਚ ; **ਅਪਸ਼੍ਯਤ੍**-ਵੇਖਿਆ ; **ਦੇਵ-ਦੇਵਸ੍ਯ**-ਭਗਵਾਨ ਦੇ ; **ਸ਼ਰੀਰੇ**-ਵਿਰਾਟ ਰੂਪ ਵਿਚ ; **ਪਾਂਡਵਹ੍**-ਅਰਜੁਨ ਨੇ ; **ਤਦਾ**-ਤਾਂ ।

ਅਨੁਵਾਦ

ਉਸ ਵੇਲੇ ਅਰਜੁਨ ਭਗਵਾਨ ਦੇ ਵਿਰਾਟ ਰੂਪ ਵਿਚ ਇਕ ਹੀ ਥਾਂ ਤੇ ਸਥਿਤ ਹਜਾਰਾਂ ਹਿੱਸਿਆਂ ਵਿਚ ਵੰਡੇ ਬ੍ਰਹਿਮੰਡ ਦੇ ਅਨੰਤ ਅੰਸ਼ਾਂ ਨੂੰ ਵੇਖ ਸਕਿਆ ।

ਭਾਵ

ਤਤ੍ਰ (ਉਥੇ) ਸ਼ਬਦ ਬਹੁਤ ਮਹੱਤਵ ਪੂਰਨ ਹੈ । ਇਸ ਤੋਂ ਸੂਚਿਤ ਹੁੰਦਾ ਹੈ ਕਿ ਜਦੋਂ ਅਰਜੁਨ ਨੇ ਵਿਰਾਟ ਰੂਪ ਵੇਖਿਆ, ਉਸ ਵੇਲੇ ਅਰਜੁਨ ਅਤੇ ਕ੍ਰਿਸ਼ਨ ਦੋਵੇਂ ਹੀ ਰਥ ਤੇ ਬੈਠੇ ਸਨ । ਜੰਗੀ ਮੈਦਾਨ ਦੇ ਹੋਰ ਲੋਕ ਇਸ ਰੂਪ ਨੂੰ ਨਹੀਂ ਵੇਖ ਸਕੇ, ਕਿਉਂਕਿ ਕ੍ਰਿਸ਼ਨ ਨੇ ਸਿਰਫ ਅਰਜੁਨ ਨੂੰ ਦ੍ਰਿਸ਼ਟੀ ਦਿੱਤੀ ਸੀ । ਉਹ ਕ੍ਰਿਸ਼ਨ ਦੇ ਸ਼ਰੀਰ ਵਿਚ ਹਜ਼ਾਰਾਂ ਲੋਕ ਵੇਖ ਸਕਿਆ । ਜਿਵੇਂ ਕਿ ਵੈਦਿਕ ਸ਼ਾਸ਼ਤਰਾਂ ਤੋਂ ਪਤਾ ਚਲਦਾ ਹੈ ਕਿ ਬ੍ਰਹਿਮੰਡ ਅਨੇਕਾਂ ਹਨ ਅਤੇ ਲੋਕ ਵੀ ਅਨੇਕਾਂ ਹਨ । ਇਨ੍ਹਾਂ ਵਿਚੋਂ ਕੁਝ ਮਿੱਟੀ ਦੇ ਬਣੇ ਹਨ, ਕੁਝ ਸੋਨੇ ਦੇ, ਕੁਝ ਰਤਨਾ ਦੇ ਬਹੁਤ ਵੱਡੇ ਹਨ ਤਾਂ ਕੁਝ ਬਹੁਤ ਵੱਡੇ ਨਹੀਂ ਹਨ । ਆਪਣੇ ਰਥ ਤੇ ਬੈਠਕੇ ਅਰਜੁਨ ਇਨ੍ਹਾਂ ਸਭਨਾਂ ਨੂੰ ਵੇਖ ਸਕਦਾ ਸੀ । ਪਰ ਕੋਈ ਇਹ ਨਹੀਂ ਸਮਝ ਸਕਿਆ ਕਿ ਅਰਜੁਨ ਅਤੇ ਕ੍ਰਿਸ਼ਨ ਵਿਚਕਾਰ ਕੀ ਚਲ ਰਿਹਾ ਸੀ ।

ततः स विस्मयाविष्टो हृष्टरोमा धनञ्जयः ।
प्रणम्य शिरसा देवं कृताञ्जलिरभाषत ॥ १४॥

ਤਤਹ੍ ਸ ਵਿਸ੍ਮਯਾਵਿਸ਼੍ਟੋ ਹ੍ਰਿਸ਼੍ਟ ਰੋਮਾ ਧਨੰਜਯਹ੍ ।
ਪ੍ਰਣਮ੍ਯ ਸ਼ਿਰਸਾ ਦੇਵਮ੍ ਕ੍ਰਿਤਾਂਜਲਿਰ੍ ਅਭਾਸ਼ਤ ॥ 14 ॥

ਤਤਹ੍-ਇਸ ਤੋਂ ਮਗਰੋਂ ; **ਸਹ੍**-ਉਹ ; **ਵਿਸ੍ਮਯ-ਅਵਿਸ਼੍ਟਹ੍**-ਹੈਰਾਨੀ ਨਾਲ ; **ਹ੍ਰਿਸ਼੍ਟ ਰੋਮਾ**-ਰੋਮਾਂਚਿਤ ਹੋਣ ਕਾਰਨ ਸ਼ਰੀਰ ਦੇ ਰੋਮ ਖੜ੍ਹੇ ਹੋਏ ; **ਧਨੰਜਯਹ੍**-ਅਰਜੁਨ ; **ਪ੍ਰਣਮ੍ਯ**-ਪ੍ਰਣਾਮ ਕਰਕੇ ; **ਸ਼ਿਰਸਾ**-ਸਿਰ ਦੇ ਭਾਰ ; **ਦੇਵਮ੍**-ਭਗਵਾਨ ਨੂੰ ; **ਕ੍ਰਿਤ-ਅੰਜਲਿਹ੍**-ਹੱਥ ਜੋੜ ਕੇ ; **ਅਭਾਸ਼ਤ**-ਕਹਿਣ ਲਗਾ ।

ਅਨੁਵਾਦ

ਫਿਰ ਮੋਹ ਗ੍ਰਸਤ ਅਤੇ ਹੈਰਾਨੀ ਨਾਲ ਅਚੰਭਿਤ ਉਸਦੇ ਸ਼ਰੀਰ ਦੇ ਰੋਮ ਖੜੇ ਹੋ ਗਏ। ਅਰਜੁਨ ਨੇ ਝੁੱਕ ਕੇ ਨਮਸਕਾਰ ਕੀਤਾ ਅਤੇ ਉਹ ਹੱਥ ਜੋੜ ਕੇ ਭਗਵਾਨ ਅੱਗੇ ਬੇਨਤੀ ਕਰਨ ਲੱਗਾ।

ਭਾਵ

ਜਦੋਂ ਇਕ ਵਾਰ ਦਿੱਵ ਦਰਸ਼ਨ ਹੋਇਆ, ਉਸੇ ਵੇਲੇ ਕ੍ਰਿਸ਼ਨ ਅਤੇ ਅਰਜੁਨ ਦੇ ਆਪਸੀ ਸੰਬੰਧ ਤੁਰੰਤ ਬਦਲ ਗਏ। ਹੁਣ ਤਕ ਕ੍ਰਿਸ਼ਨ ਅਤੇ ਅਰਜੁਨ ਵਿਚਕਾਰ ਦੋਸਤੀ ਦਾ ਸੰਬੰਧ ਸੀ, ਪਰ ਭਗਵਾਨ ਦੇ ਦਰਸ਼ਨ ਹੁੰਦਿਆਂ ਹੀ ਅਰਜੁਨ ਸਤਿਕਾਰ ਨਾਲ ਪ੍ਰਣਾਮ ਕਰ ਰਿਹਾ ਹੈ ਅਤੇ ਹੱਥ ਜੋੜ ਕੇ ਕ੍ਰਿਸ਼ਨ ਅੱਗੇ ਬੇਨਤੀ ਕਰ ਰਿਹਾ ਹੈ। ਉਹ ਉਨ੍ਹਾਂ ਦੇ ਵਿਰਾਟ ਰੂਪ ਦੀ ਪ੍ਰਸੰਸ਼ਾ ਕਰ ਰਿਹਾ ਹੈ। ਇੰਝ ਅਰਜੁਨ ਦਾ ਸੰਬੰਧ ਦੋਸਤੀ ਦਾ ਨਾ ਰਹਿਕੇ ਹੈਰਾਨੀ ਵਾਲਾ ਬਣ ਜਾਂਦਾ ਹੈ। ਮਹਾਨ ਭਗਤ ਕ੍ਰਿਸ਼ਨ ਨੂੰ ਸਾਰੇ ਸੰਬੰਧਾਂ ਦਾ ਖਜ਼ਾਨਾ ਮੰਨਦੇ ਹਨ। ਸ਼ਾਸ਼ਤਰਾਂ ਵਿਚ ਬਾਰਾਂ ਤਰ੍ਹਾਂ ਦੇ ਸੰਬੰਧਾਂ ਦਾ ਉਲੇਖ ਹੈ ਅਤੇ ਇਹ ਸਭ ਕ੍ਰਿਸ਼ਨ ਵਿਚ ਹਾਜ਼ਰ ਹਨ। ਇਹ ਕਿਹਾ ਜਾਂਦਾ ਹੈ ਕਿ ਉਹ ਦੋ ਜੀਵਾਂ ਵਿਚਕਾਰ ਦੇਵਤਿਆਂ ਵਿਚਕਾਰ ਜਾਂ ਭਗਵਾਨ ਅਤੇ ਭਗਤ ਵਿਚਕਾਰ ਆਪਸੀ ਲੈਣ ਦੇਣ ਵਾਲੇ ਸੰਬੰਧਾਂ ਦੇ ਸਾਗਰ ਹਨ।

ਇੱਥੇ ਅਰਜੁਨ ਹੈਰਾਨੀ ਭਰੇ ਸੰਬੰਧ ਨਾਲ ਪ੍ਰੇਰਿਤ ਹੈ ਅਤੇ ਉਸੇ ਵਿਚ ਉਹ ਬਹੁਤ ਗੰਭੀਰ ਅਤੇ ਸ਼ਾਂਤ ਹੁੰਦੇ ਹੋਏ ਵੀ ਬਹੁਤ ਖੁਸ਼ ਹੋ ਰਿਹਾ ਹੈ। ਉਸਦਾ ਰੋਮ ਰੋਮ ਖੜਾ ਹੋ ਰਿਹਾ ਹੈ ਅਤੇ ਉਹ ਹੱਥ ਜੋੜ ਕੇ ਭਗਵਾਨ ਨੂੰ ਨਮਸਕਾਰ ਕਰਨ ਲਗਾ। ਯਕੀਨਨ ਹੀ ਉਹ ਡਰਿਆ ਨਹੀਂ ਸੀ। ਉਹ ਭਗਵਾਨ ਦੇ ਅਚੰਭਿਆਂ ਤੋਂ ਪ੍ਰਭਾਵਿਤ ਸੀ। ਇਸ ਵੇਲੇ ਤਾਂ ਉਸਦੇ ਸਾਹਮਣੇ ਅਚੰਭਾ ਸੀ ਅਤੇ ਉਸਦੀ ਪ੍ਰੇਮ ਪੂਰਨ ਦੋਸਤੀ ਅਚੰਭੇ ਨਾਲ ਭਰੀ ਸੀ। ਇਸ ਲਈ ਉਸਦੀ ਪ੍ਰਤੀਕਿਰਿਆ ਇੰਝ ਹੋਈ ;

अर्जुन उवाच

पश्यामि देवांस्तव देव देहे
सर्वांस्तथा भूतविशेषसङ्घान्।
ब्रह्माणमीशं कमलासनस्थ-
मृषींश्च सर्वानुरगांश्च दिव्यान्॥ १५॥

ਅਰਜੁਨ ਉਵਾਚ

ਪਸ਼੍ਯਾਮਿ ਦੇਵਾਂਸ੍ ਤਵ ਦੇਵ ਦੇਹੇ
ਸਰ੍ਵਾਂਸ੍ ਤਥਾ ਭੂਤ ਵਿਸ਼ੇਸ਼ ਸੰਘਾਨ੍ ।
ਬ੍ਰਹ੍ਮਾਣਮ ਈਸ਼ਮ੍ ਕਮਲਾਸਨ ਸ੍ਥਮ
ਰਿਸ਼ੀਸ਼੍ ਚ ਸਰ੍ਵਾਨ੍ ਉਰਗਾਂਸ਼੍ ਚ ਦਿਵ੍ਯਾਨ੍ ॥ 15 ॥

ਅਰਜੁਨ ਉਵਾਚ-ਅਰਜੁਨ ਨੇ ਕਿਹਾ ; **ਪਸ਼੍ਯਾਮਿ**-ਵੇਖਦਾ ਹਾਂ ; **ਦੇਵਾਨ੍**-ਸਾਰੇ ਦੇਵਤਿਆਂ ਨੂੰ ; **ਤਵ**-ਤੁਹਾਡੇ ; **ਦੇਵ**-ਹੇ ਪ੍ਰਭੂ ; **ਦੇਹੇ**-ਸ਼ਰੀਰ ਵਿਚ ; **ਸਰ੍ਵਾਨ੍**-ਸਾਰੇ ; **ਤਥਾ**-ਵੀ ; **ਭੂਤ**-ਜੀਵ ; **ਵਿਸ਼ੇਸ਼-ਸੰਘਾਨ੍**-ਖ਼ਾਸ ਤੌਰ ਤੇ ਇੱਕਠੇ ; **ਬ੍ਰਹ੍ਮਾਣਮ੍**-ਬ੍ਰਹਮਾ ਨੂੰ ; **ਈਸ਼ਮ੍**-ਸ਼ਿਵ ਨੂੰ ; **ਕਮਲ-ਆਸਨ-ਸ੍ਥਮ੍**-ਕਮਲ ਉਤੇ ਬੈਠੇ ; **ਰਿਸ਼ੀਨ**-ਰਿਸ਼ੀਆਂ ਨੂੰ ; **ਚ**-ਵੀ ; **ਸਰ੍ਵਾਨ੍**-ਸਾਰੇ ; **ਉਰਗਾਨ੍**-ਸੱਪਾਂ ਨੂੰ ; **ਚ**-ਵੀ ; **ਦਿਵ੍ਯਾਨ੍**-ਦਿੱਵ ।

ਅਨੁਵਾਦ

ਅਰਜੁਨ ਨੇ ਕਿਹਾ ! ਹੇ ਭਗਵਾਨ ਕ੍ਰਿਸ਼ਨ ! ਮੈਂ ਤੁਹਾਡੇ ਸ਼ਰੀਰ ਵਿਚ ਸਾਰੇ ਦੇਵਤਿਆਂ ਅਤੇ ਹੋਰ ਵੱਖੋ ਵੱਖਰੇ ਜੀਵਾਂ ਨੂੰ ਇੱਕਠੇ ਵੇਖ ਰਿਹਾ ਹਾਂ । ਮੈਂ ਕਮਲ ਉਤੇ ਬੈਠੇ ਬ੍ਰਹਮਾਂ, ਭਗਵਾਨ ਸ਼ਿਵ ਅਤੇ ਸਾਰੇ ਰਿਸ਼ੀਆਂ ਅਤੇ ਅਲੌਕਿਕ ਸੱਪਾਂ ਨੂੰ ਵੇਖ ਰਿਹਾ ਹਾਂ ।

ਭਾਵ

ਅਰਜੁਨ ਬ੍ਰਹਿਮੰਡ ਦੀ ਹਰ ਚੀਜ਼ ਵੇਖਦਾ ਹੈ, ਇਸ ਲਈ ਉਹ ਬ੍ਰਹਿਮੰਡ ਦੇ ਪਹਿਲੇ ਪ੍ਰਾਣੀ ਬ੍ਰਹਮਾ ਨੂੰ ਅਤੇ ਉਸ ਦੈਵੀ ਸੱਪ ਨੂੰ, ਜਿਸ ਤੇ ਗਰਭੋਦਕਸ਼ਾਈ ਵਿਸ਼ਨੂੰ ਬ੍ਰਹਿਮੰਡ ਦੇ ਹੇਠਲੇ ਲੋਕਾਂ 'ਚ ਸੌਂਦੇ ਹਨ, ਵੇਖਦਾ ਹੈ । ਇਸ ਸ਼ੇਸ਼ ਸ਼ਇਆ ਦੇ ਨਾਗ ਨੂੰ ਵਾਸੁਕਿ ਵੀ ਕਹਿੰਦੇ ਹਨ । ਹੋਰਨਾਂ ਸੱਪਾਂ ਨੂੰ ਵੀ ਵਾਸੁਕਿ ਕਿਹਾ ਜਾਂਦਾ ਹੈ । ਅਰਜੁਨ ਗਰਭੋਦਕਸ਼ਾਈ ਵਿਸ਼ਨੂੰ ਤੋਂ ਲੈ ਕੇ ਕਮਲ ਲੋਕ ਵਿਚ ਸਥਿਤ ਬ੍ਰਹਿਮੰਡ ਦੇ ਅਗਲੇ ਹਿੱਸੇ ਨੂੰ ਜਿੱਥੇ ਬ੍ਰਹਿਮੰਡ ਦੇ ਪਹਿਲੇ ਜੀਵ ਬ੍ਰਹਮਾ ਨਿਵਾਸ ਕਰਦੇ ਹਨ, ਵੇਖ ਸਕਦਾ ਹੈ । ਇਸਦਾ ਅਰਥ ਇਹ ਹੈ ਕਿ ਅਰਜੁਨ ਆਦਿ ਤੋਂ ਅੰਤ ਤਕ ਦੀਆਂ ਸਾਰੀਆਂ ਚੀਜ਼ਾਂ ਆਪਣੇ ਰਥ ਉਤੇ ਇੱਕ ਥਾਂ ਤੇ ਬੈਠੇ-ਬੈਠੇ ਵੇਖ ਸਕਦਾ ਸੀ । ਇਹ ਸਭ ਭਗਵਾਨ ਕ੍ਰਿਸ਼ਨ ਦੀ ਕਿਰਪਾ ਸਦਕੇ ਹੀ ਸੰਭਵ ਹੋ ਸਕਿਆ ।

अनेकबाहूदरवक्त्रनेत्रं
पश्यामि त्वां सर्वतोऽनन्तरूपम् ।
नान्तं न मध्यं न पुनस्तवादिं
पश्यामि विश्वेश्वर विश्वरूप ॥ १६॥

ਅਨੇਕ ਬਾਹੂਦਰ ਵਕੱਤ੍ਰ ਨੇਤ੍ਰਮ੍
ਪਸ਼੍ਯਾਮਿ ਤ੍ਵਾਮ੍ ਸਰ੍ਵਤੋ 'ਨੰਤ ਰੂਪਮ੍ ।
ਨਾ ਅੰਤਮ੍ ਨ ਮਧ੍ਯਮ੍ ਨ ਪੁਨਸ੍ ਤਵਾਦਿਮ੍
ਪਸ਼੍ਯਾਮਿ ਵਿਸ਼੍ਵੇਸ਼੍ਵਰ ਵਿਸ਼੍ਵ ਰੂਪ ॥ 16 ॥

ਅਨੇਕ-ਕਈ ; ਬਾਹੁ-ਬਾਹਵਾਂ ; ਉਦਰ-ਪੇਟ ; ਵੱਕ੍ਤ੍ਰ-ਮੂੰਹ ;ਨੇਤ੍ਰਮ੍-ਅੱਖਾਂ ; ਪਸ਼੍ਯਾਮਿ-ਵੇਖ ਰਿਹਾ ਹਾਂ ; ਤ੍ਵਾਮ੍-ਤੁਹਾਨੂੰ ; ਸਰ੍ਵਤਹ੍-ਚਾਰੋਂ ਪਾਸੇ ; ਅਨੰਤ-ਰੂਪਮ੍-ਅਣਗਿਣਤ ਰੂਪ ; ਨ ਅੰਤਮ੍-ਅੰਤਹੀਨ ; ਨ ਮਧ੍ਯਮ੍-ਮੱਧ ਰਹਿਤ ; ਨ ਪੁਨਹ੍-ਨਾ ਫਿਰ ; ਤਵ-ਤੁਹਾਡਾ ; ਆਦਿਮ੍-ਸ਼ੁਰੂ ; ਪਸ਼੍ਯਾਮਿ-ਵੇਖਦਾ ਹਾਂ ; ਵਿਰਾਟ-ਈਸ਼੍ਵਰ-ਹੇ ਬ੍ਰਹਿਮੰਡ ਦੇ ਮਾਲਕ ; ਵਿਸ਼ਵਰੂਪ- ਬ੍ਰਹਿਮੰਡ ਦੇ ਰੂਪ ਵਿਚ ।

ਅਨੁਵਾਦ

ਹੇ ਵਿਸ਼ਵੇਸ਼ਵਰ ! ਹੇ ਵਿਰਾਟ ਰੂਪ ! ਮੈਂ ਤੁਹਾਡੇ ਸ਼ਰੀਰ ਵਿਚ ਅਨੇਕਾਂ ਬਾਹਵਾਂ, ਪੇਟ, ਮੂੰਹ ਅਤੇ ਅੱਖਾਂ ਵੇਖ ਰਿਹਾ ਹਾਂ । ਜਿਹੜੇ ਹਰ ਥਾਈਂ ਫੈਲੇ ਹਨ ਅਤੇ ਜਿਨ੍ਹਾਂ ਦਾ ਅੰਤ ਨਹੀਂ ਹੈ, ਤੁਹਾਡਾ ਨਾ ਅੰਤ ਵਿਖਾਈ ਦੇ ਰਿਹਾ ਹੈ, ਨਾ ਮੱਧ ਅਤੇ ਨਾ ਆਦਿ ।

ਭਾਵ

ਕ੍ਰਿਸ਼ਨ, ਪਰਮ ਭਗਵਾਨ ਹਨ ਅਤੇ ਅਸੀਮ ਹਨ, ਇਸ ਲਈ ਉਨ੍ਹਾਂ ਰਾਹੀਂ ਸਭ ਕੁਝ ਵੇਖਿਆ ਜਾ ਸਕਦਾ ਸੀ ।

किरीटिनं गदिनं चक्रिणं च
तेजोराशिं सर्वतो दीप्तिमन्तम् ।
पश्यामि त्वां दुर्निरीक्ष्यं समन्ता-
द्दीप्तानलार्कद्युतिमप्रमेयम् ॥१७॥

ਕਿਰੀਟਿਨਮ੍ ਗਦਿਨਮ੍ ਚਕ੍ਰਿਨਮ੍ ਚ
ਤੇਜੋ-ਰਾਸ਼ਿਮ੍ ਸਰ੍ਵਤੋ ਦੀਪ੍ਤਿਮੰਤਮ੍ ।
ਪਸ਼੍ਯਾਮਿ ਤ੍ਵਾਮ੍ ਦੁਰੁਨਿਰੀਕ੍ਸ਼੍ਯਮ੍ ਸਮੰਤਾ
ਦ੍ਧੀਪਤਾਨਲਾਰ੍ਕ ਦ੍ਯੁਤਿਮ੍ ਅਪ੍ਰਮੇਯਮ੍ ॥ 17 ॥

ਕਿਰੀਟਿਨਮ੍-ਮੁਕਟ ਨਾਲ ; ਗਦਿਨਮ੍-ਗਦਾ ਧਾਰਨ ਕੀਤੇ ; ਚਕ੍ਰਿਨਮ੍-ਚੱਕਰ ਸਮੇਤ ; ਚ-ਅਤੇ ; ਤੇਜਹ੍ ਰਾਸ਼ਿਮ੍-ਤੇਜ ; ਸਰ੍ਵਤਹ੍-ਚਾਰੋਂ ਪਾਸੇ ; ਦੀਪ੍ਤਿ-ਮੰਤਮ੍-ਪ੍ਰਕਾਸ਼ ਯੁਕਤ ; ਪਸ਼੍ਯਾਮਿ-ਮੈ ਵੇਖਦਾ ਹਾਂ ; ਤ੍ਵਾਮ੍-ਤੁਹਾਨੂੰ ; ਦੁਰੁਨਿਰੀਕ੍ਸ਼੍ਯਮ੍-ਵੇਖਣ ਵਿਚ

ਔਖੇ ; ਸਮੰਤਾਤ੍-ਹਰ ਥਾਈਂ ; ਦੀਪ੍ਤ-ਅਨਲ-ਚਮਕਦੀ ਅੱਗ ; ਅਰ੍ਕ-ਸੂਰਜ ਦੀ ; ਦ੍ਯੁਤਿਮ-ਧੁੱਪ ; ਅਪ੍ਰਮੇਯਮ੍-ਬੇਅੰਤ ।

ਅਨੁਵਾਦ

ਤੁਹਾਡੇ ਰੂਪ ਨੂੰ, ਉਸਦੇ ਚੱਕਾਚੌਂਧ ਤੇਜ ਕਰਕੇ ਵੇਖਣਾ ਔਖਾ ਹੈ, ਕਿਉਂਕਿ ਉਹ ਚਮਕ ਰਹੀ ਅੱਗ ਵਾਂਗ ਜਾਂ ਸੂਰਜ ਦੇ ਅਪਾਰ ਪ੍ਰਕਾਸ਼ ਵਾਂਗ ਚਾਰੋਂ ਪਾਸੇ ਫੈਲ ਰਿਹਾ ਹੈ । ਤਾਂ ਵੀ ਮੈਂ ਇਸ ਤੇਜ ਸਵਰੂਪ ਨੂੰ ਹਰ ਥਾਈਂ ਵੇਖ ਰਿਹਾ ਹਾਂ । ਜਿਹੜਾ ਅਨੇਕ ਮੁਕਟਾਂ, ਗਦਾਵਾਂ ਅਤੇ ਚੱਕਰਾਂ ਨਾਲ ਸੱਜਿਆ ਹੈ ।

त्वमक्षरं परमं वेदितव्यं
त्वमस्य विश्वस्य परं निधानम् ।
त्वमव्ययः शाश्वतधर्मगोप्ता
सनातनस्त्वं पुरुषो मतो मे ॥१८॥

ਤ੍ਵਮ੍ ਅਕ੍ਸ਼ਰਮ੍ ਪਰਮਮ੍ ਵੇਦਿਤਵ੍ਯਮ
ਤ੍ਵਮ੍ ਅਸ੍ਯ ਵਿਸ਼੍ਵਸ੍ਯ ਪਰਮ੍ ਨਿਧਾਨਮ੍ ।
ਤ੍ਵਮ੍ ਅਵ੍ਯਯਹ੍ ਸ਼ਾਸ਼੍ਵ੍ਤ ਧਰਮ ਗੋਪ੍ਤਾ
ਸਨਾਤਨਸ੍ ਤ੍ਵਮ੍ ਪੁਰੁਸ਼ੋ ਮਤੋ ਮੇ ॥ 18 ॥

ਤ੍ਵਮ੍-ਤੁਸੀਂ ; ਅਕ੍ਸ਼ਰਮ੍-ਜਿਹੜਾ ਆਪਣੀ ਥਾਂ ਤੋਂ ਨਾ ਡਿੱਗੇ ; ਪਰਮਮ੍-ਪਰਮ ; ਵੇਦਿਤਵ੍ਯਮ੍-ਜਾਣਨ ਯੋਗ ; ਤ੍ਵਮ੍-ਤੁਸੀਂ ; ਅਸ੍ਯ-ਇਸ ; ਵਿਸ਼੍ਵਸ੍ਯ-ਵਿਰਾਟ ਦੇ ; ਪਰਮ੍-ਨਿਧਾਨਮ੍-ਅਧਾਰ ; ਤ੍ਵਮ੍-ਤੁਸੀਂ ; ਅਵ੍ਯਯਤ-ਅਵਿਨਾਸ਼ੀ ; ਸ਼ਾਸ਼੍ਵ੍ਤ-ਧਰਮ-ਗੋਪਤਾ-ਸ਼ਾਸਵਤ (ਸਨਾਤਨ) ਧਰਮ ਦੇ ਪਾਲਣਹਾਰ ; ਸਨਾਤਨ-ਸ਼ਾਸਵਤ (ਅਨੰਤ) ; ਤ੍ਵਮ੍-ਤੁਸੀਂ ; ਪੁਰਸ਼ਹ੍-ਪਰਮ ਪੁਰਖ ; ਮਤ ਮੇ-ਮੇਰਾ ਵਿਚਾਰ ਹੈ ।

ਅਨੁਵਾਦ

ਤੁਸੀਂ ਪਰਮ ਆਦਿ ਟੀਚਾ ਹੋ । ਤੁਸੀਂ ਇਸ ਬ੍ਰਹਿਮੰਡ ਦੇ ਪਰਮ ਆਧਾਰ ਹੋ । ਤੁਸੀਂ ਅਵਿਨਾਸ਼ੀ ਅਤੇ ਪੂਰਨ ਪੁਰਖ ਹੋ । ਤੁਸੀਂ ਸਨਾਤਨ ਧਰਮ ਦੇ ਪਾਲਣਹਾਰ ਭਗਵਾਨ ਹੋ, ਇਹ ਮੇਰਾ ਮਤ ਹੈ ।

अनादिमध्यान्तमनन्तवीर्य-
मनन्तबाहुं शशिसूर्यनेत्रम् ।
पश्यामि त्वां दीप्तहुताशवक्त्रं
स्वतेजसा विश्वमिदं तपन्तम् ॥१९॥

ਅਨਾਦਿ ਮਧ੍ਯਾਂਤਮ੍ ਅਨੰਤ ਵੀਰ੍ਯਮ੍
ਅਨੰਤ-ਬਾਹੁਮ੍ ਸ਼ਸਿ ਸੂਰ੍ਯ ਨੇਤ੍ਰਮ੍ ।
ਪਸ਼੍ਯਾਮਿ ਤ੍ਵਾਮ੍ ਦੀਪ੍ਤ ਹੁਤਾਸ਼ ਵਕ੍ਤ੍ਰਮ੍
ਸ੍ਵ ਤੇਜਸਾ ਵਿਸ਼੍ਵਮ੍-ਇਦਮ੍ ਤਪੰਤਮ੍ ॥ 19 ॥

1 [illegible]-ਆਦਿ ਰਹਿਤ ; ਮਧ੍ਯ-ਮੱਧ ; ਅੰਤਮ੍-ਜਾਂ ਅੰਤ ; ਅਨੰਤ-ਅਸੀਮ,ਸੀਮਾ ਰਹਿਤ ; ਵੀਰ੍ਯਮ੍-ਮਹਿਮਾ ; ਅਨੰਤ-ਅਣਗਿਣਤ ; ਬਾਹੁਮ੍-ਬਾਹਵਾਂ ; ਸ਼ਸਿ-ਚੰਨ ; ਸੂਰ੍ਯਾ-ਅਤੇ ਸੂਰਜ ; ਨੇਤ੍ਰਮ੍-ਅੱਖਾਂ ; ਪਸ਼੍ਯਾਮਿ-ਵੇਖਦਾ ਹਾਂ ; ਤ੍ਵਾਮ੍-ਤੁਹਾਨੂੰ ; ਦੀਪ੍ਤ-ਚਮਕਦੀ ਬਲਦੀ ; ਹੁਤਾਸ਼ ਵਕ੍ਤ੍ਰਮ੍-ਤੁਹਾਡੇ ਮੂੰਹ ਵਿਚੋਂ ਨਿਕਲੀ ਅੱਗ ਨੂੰ ; ਸ੍ਵਤੇਜਸਾ-ਆਪਣੇ ਤੇਜ ਨਾਲ ; ਵਿਸ਼੍ਵਮ੍-ਵਿਰਾਟ ਨੂੰ ; ਇਦਮ੍-ਇਸ ; ਤਪੰਤਮ੍-ਤਪਾਉਂਦੇ ਹੋਏ ।

ਅਨੁਵਾਦ

ਤੁਸੀਂ ਆਦਿ, ਮੱਧ ਅਤੇ ਅੰਤ ਤੋਂ ਰਹਿਤ ਹੋ । ਤੁਹਾਡਾ ਜੱਸ ਅਨੰਤ ਹੈ । ਤੁਹਾਡੀਆਂ ਅਣਗਿਣਤ ਬਾਹਵਾਂ ਹਨ ਅਤੇ ਸੂਰਜ ਅਤੇ ਚੰਨ ਤੁਹਾਡੀਆਂ ਅੱਖਾਂ ਹਨ । ਮੈਂ ਤੁਹਾਡੇ ਮੂੰਹ ਵਿਚੋਂ ਚਮਕਦੀ ਅੱਗ ਨਿਕਲਦੇ ਅਤੇ ਤੁਹਾਡੇ ਤੇਜ ਨਾਲ ਇਸ ਸਾਰੇ ਬ੍ਰਹਿਮੰਡ ਨੂੰ ਬਲਦੇ ਹੋਏ ਵੇਖ ਰਿਹਾ ਹਾਂ ।

ਭਾਵ

ਪਰਮ ਭਗਵਾਨ ਦੇ ਛੇ ਵੈਭਵਾਂ ਦੇ ਵਿਸਥਾਰ ਦੀ ਕੋਈ ਹੱਦ ਨਹੀਂ ਹੈ । ਇੱਥੇ ਅਤੇ ਹੋਰ ਥਾਵਾਂ ਤੇ ਵੀ ਪੁਨਰ ਉਕਤੀ ਪਾਈ ਜਾਂਦੀ ਹੈ, ਪਰ ਸ਼ਾਸ਼ਤਰਾਂ ਮੁਤਾਬਿਕ ਕ੍ਰਿਸ਼ਨ ਦੀ ਮਹਿਮਾ ਨੂੰ ਵਾਰ-ਵਾਰ ਦੋਹਰਾਣਾ ਕੋਈ ਸਾਹਿਤਕ ਦੋਸ਼ ਨਹੀਂ ਹੈ । ਕਿਹਾ ਜਾਂਦਾ ਹੈ ਕਿ ਮੋਹ ਗ੍ਰਸਤ ਹੋਣ ਜਾਂ ਵਧੇਰੇ ਖ਼ੁਸ਼ੀ ਵੇਲੇ ਜਾਂ ਅਚੰਭਾ ਹੋਣ ਤੇ ਕਥਨਾਂ ਨੂੰ ਵਾਰ-ਵਾਰ ਦੋਹਰਾਇਆ ਜਾਂਦਾ ਹੈ । ਇਹ ਕੋਈ ਦੋਸ਼ ਨਹੀਂ ਹੈ ।

द्यावापृथिव्योरिदमन्तरं हि
व्याप्तं त्वयैकेन दिशश्च सर्वाः ।
दृष्ट्वाद्भुतं रूपमुग्रं तवेदं
लोकत्रयं प्रव्यथितं महात्मन् ॥२०॥

ਦ੍ਯਾਵ੍ ਆ ਪ੍ਰਿਥਿਵ੍ਯੋਰ ਇਦਮ ਅੰਤਰਮ ਹਿ
ਵ੍ਯਾਪ੍ਤਮ ਤ੍ਵਯੈਕੇਨ ਦਿਸ਼ਸ਼ ਚ ਸਰਵਾਹ ।
ਦ੍ਰਿਸ਼ਟ੍ਵਾਦਭੁਤਮ ਰੂਪਮ ਉਗ੍ਰਮ ਤਵੇਦਮ
ਲੋਕ ਤ੍ਰਯਮ ਪ੍ਰਵ੍ਯਥਿਤਮ ਮਹਾਤ੍ਮਨ ॥ 20 ॥

ਦ੍ਯੋ-ਬਹਿਰਮੁਖੀ ਆਕਾਸ਼ ਤੋਂ ਲੈਕੇ ; **ਆ-ਪ੍ਰਿਥਿਵ੍ਯੋਹ੍**-ਪ੍ਰਿਥਵੀ ਤਕ ; **ਇਦਮ੍**-ਇਸ ; **ਅੰਤਰਮ੍**-ਮੱਧ ਵਿਚ ; **ਹਿ**-ਨਿਸ਼ਚੈ ਹੀ ; **ਵ੍ਯਾਪ੍ਤਮ੍**-ਫੈਲੇ ਹੋਏ ; **ਤ੍ਵਯਾ**-ਤੁਹਾਡੇ ਰਾਹੀਂ; **ਏਕੇਨ**-ਇੱਕਲਾ ; **ਦਿਸ਼ਹ੍**-ਦਿਸ਼ਾਵਾਂ ; **ਚ**-ਅਤੇ ; **ਸਰ੍ਵਾਹ੍**-ਸਾਰੇ ; **ਦ੍ਰਿਸ਼ਟ੍ਵਾ**-ਵੇਖ ਕੇ ; **ਅਦ੍ਭੁਤਮ੍**-ਅਨੋਖੇ ; **ਰੂਪਮ੍**-ਰੂਪ ਨੂੰ ; **ਉਗ੍ਰਮ੍**-ਭਿਆਨਕ ; **ਤਵ**-ਤੁਹਾਡੇ ; **ਇਦਮ**-ਇਸ ; **ਲੋਕ**-ਲੋਕ ; **ਤ੍ਰਯਮ੍**-ਤਿੰਨ ; **ਪ੍ਰਵ੍ਯਥਿਤਮ੍**-ਡਾਵਾਂ ਡੋਲ ; **ਮਹਾਆਤ੍ਮਨ੍**-ਹੇ ਮਹਾਂਪੁਰਖ ।

ਅਨੁਵਾਦ

ਹਾਲਾਂਕਿ ਤੁਸੀਂ ਇੱਕ ਹੋ, ਪਰ ਤੁਸੀਂ ਆਕਾਸ਼ ਅਤੇ ਸਾਰੇ ਲੋਕਾਂ ਅਤੇ ਉਨ੍ਹਾਂ ਵਿਚਲੇ ਸਾਰੇ ਥਾਈਂ ਫੈਲੇ ਹੋ । ਹੇ ਮਹਾਂਪੁਰਖ ! ਤੁਹਾਡੇ ਇਸ ਅਦਭੁੱਤ (ਵਿਲੱਖਣ) ਅਤੇ ਡਰਾਵਣੇ ਰੂਪ ਨੂੰ ਵੇਖਕੇ ਗ੍ਰਹਿ ਸਮੂਹ ਵਿਆਕੁਲ ਹਨ ।

ਭਾਵ

ਇਸ ਸ਼ਲੋਕ ਵਿਚ **ਦ੍ਯਾਵ-ਆ-ਪ੍ਰਿਥਿਵ੍ਯੋਹ੍** (ਧਰਤੀ ਅਤੇ ਆਕਾਸ਼ ਵਿਚਲੀ ਥਾਂ) ਅਤੇ **ਲੋਕ ਤ੍ਰਯਮ** (ਤਿੰਨਾਂ ਸੰਸਾਰਾਂ) ਮਹੱਤਵਪੂਰਨ ਸ਼ਬਦ ਹਨ, ਕਿਉਂਕਿ ਅਜਿਹਾ ਲਗਦਾ ਹੈ, ਕਿ ਨਾ ਸਿਰਫ ਅਰਜੁਨ ਨੇ ਇਸ ਵਿਰਾਟ ਰੂਪ ਨੂੰ ਵੇਖਿਆ ਸਗੋਂ ਹੋਰ ਲੋਕਾਂ ਨੇ ਵੀ ਵੇਖਿਆ । ਅਰਜੁਨ ਰਾਹੀਂ ਵਿਰਾਟ ਰੂਪ ਦਾ ਦਰਸ਼ਨ ਸੁੱਪਨਾ ਨਹੀਂ ਸੀ, ਭਗਵਾਨ ਨੇ ਜਿਨ੍ਹਾਂ ਜਿਨ੍ਹਾਂ ਨੂੰ ਦ੍ਰਿਸ਼ਟੀ ਦਿੱਤੀ, ਉਨ੍ਹਾਂ ਨੇ ਜੰਗੀ ਮੈਦਾਨ ਵਿਚ ਉਸ ਵਿਰਾਟ ਰੂਪ ਨੂੰ ਵੇਖਿਆ ।

अमी हि त्वां सुरसङ्घा विशन्ति
केचिद्भीताः प्राञ्जलयो गृणन्ति ।
स्वस्तीत्युक्त्वा महर्षिसिद्धसङ्घाः
स्तुवन्ति त्वां स्तुतिभिः पुष्कलाभिः॥ २१॥

ਅਮੀ ਹਿ ਤ੍ਵਾਮ੍ ਸੁਰ ਸੰਘਾ ਵਿਸ਼ੰਤਿ
ਕੇਚਿਦ੍ ਭੀਤਾਹ੍ ਪ੍ਰਾਂਜਲਯੋ ਗ੍ਰਿਣੰਤਿ ।
ਸ੍ਵਸ੍ਤੀਤਿ ਉਕ੍ਤਵਾ ਮਹਰ੍ਸ਼ਿ ਸਿਦ੍ਧ ਸੰਘਾਹ੍
ਸ੍ਤੁਵੰਤਿ ਤ੍ਵਾਮ ਸ੍ਤੁਤਿਭਿਹ੍ ਪੁਸ਼੍ਕਲਾਭਿਹ੍ ॥ 21 ॥

ਅਮੀ-ਉਹ ਸਾਰੇ ; **ਹਿ**-ਨਿਸ਼ਚੈ ਹੀ ; **ਤ੍ਵਾਮ**-ਤੁਹਾਨੂੰ ; **ਸੁਰ ਸੰਘਾਹ੍**-ਦੇਵਤਿਆ ਦਾ ਇਕੱਠ ; **ਵਿਸ਼ੰਤਿ**-ਪ੍ਰਵੇਸ਼ ਕਰਦੇ ਹਨ ; **ਕੇਚਿਤ੍**-ਉਨ੍ਹਾਂ ਵਿੱਚੋਂ ਕੁਝ ; **ਭੀਤਾਹ੍**-ਡਰ ਕਰਕੇ ; **ਪ੍ਰਾਂਜਲਯਹ੍**-ਹੱਥ ਜੋੜ ਕੇ ; **ਗ੍ਰਿਣੰਤਿ**-ਅਸਤੁਤਿ ਕਰ ਰਹੇ ਹਨ ; **ਸ੍ਵਸ੍ਤਿ**-ਕਲਿਆਣ ਹੋਵੇ ; **ਇਤਿ**-ਇੰਝ ; **ਉਕ੍ਤ੍ਵਾ**-ਕਹਿਕੇ ; **ਮਹਾਰਿਸ਼ੀ**-ਮਹਾਰਿਸ਼ੀ ਲੋਕ ; **ਸਿਦ੍ਧ**-

ਸੰਘਾਹ੍-ਸਿੱਧ ਲੋਕ ; ਸ੍ਤੁਵੰਤਿ-ਅਸਤੁਤਿ (ਪ੍ਰਸੰਸ਼ਾ ਦੇ ਭਜਨ) ਕਰ ਰਹੇ ਹਨ ; ਤ੍ਵਾਮ-ਤੁਹਾਡੀ ; ਸ੍ਤੁਤਿਭਿਹ੍-ਪ੍ਰਾਰਥਨਾਵਾਂ ਨਾਲ ; ਪੁਸ਼੍ਕਲਾਭਿਹ੍-ਵੈਦਿਕ ਸਤੋਤਰਾਂ (ਭਗਵਾਨ ਦੀ ਪ੍ਰਸੰਸ਼ਾ ਦੇ ਭਜਨ) ਨਾਲ।

ਅਨੁਵਾਦ

ਸਾਰੇ ਦੇਵਤਾ ਤੁਹਾਡੀ ਸ਼ਰਨ ਲੈ ਰਹੇ ਹਨ ਅਤੇ ਤੁਹਾਡੇ ਵਿਚ ਪ੍ਰਵੇਸ਼ ਕਰ ਰਹੇ ਹਨ। ਉਨ੍ਹਾਂ ਵਿਚੋਂ ਕੁਝ ਬਹੁਤ ਡਰੇ ਹੋਣ ਕਰਕੇ ਹੱਥ ਜੋੜ ਕੇ ਤੁਹਾਡੀ ਪ੍ਰਾਰਥਨਾ ਕਰ ਰਹੇ ਹਨ। ਮਹਾਰਿਸ਼ੀ ਅਤੇ ਸਿੱਧ "ਕਲਿਆਣ ਹੋਵੇ" ਕਹਿਕੇ ਵੈਦਿਕ ਸਤੋਤਰਾਂ (ਪ੍ਰਸੰਸ਼ਾ ਦੇ ਭਜਨ) ਦਾ ਪਾਠ ਕਰਦੇ ਹੋਏ ਤੁਹਾਡੀ ਅਸਤੁਤਿ (ਪ੍ਰਾਰਥਨਾ) ਕਰ ਰਹੇ ਹਨ।

ਭਾਵ

ਸਾਰੇ ਲੋਕਾਂ ਦੇ ਦੇਵਤਾ ਵਿਰਾਟ ਰੂਪ ਦੀ ਭਿਆਨਕਤਾ ਅਤੇ ਚਮਕੀਲੇ ਤੇਜ ਤੋਂ ਐਨੇ ਡਰੇ ਸਨ, ਕਿ ਉਹ ਰੱਖਿਆ ਲਈ ਪ੍ਰਾਰਥਨਾ ਕਰਨ ਲਗੇ।

रुद्रादित्या वसवो ये च साध्या
विश्वेऽश्विनौ मरुतश्चोष्मपाश्च ।
गन्धर्वयक्षासुरसिद्धसङ्घा
वीक्षन्ते त्वां विस्मिताश्चैव सर्वे ॥ २२॥

ਰੁਦ੍ਰਾਦਿਤ੍ਯਾ ਵਸਵੋ ਯੇ ਚ ਸਾਧ੍ਯਾ
ਵਿਸ਼੍ਵੇ'ਸ਼੍ਵਿਨੌ ਮਰੁਤਸ਼੍ ਚੋਸ਼੍ਮਪਾਸ਼੍ ਚ।
ਗੰਧਰ੍ਵ ਯਕ੍ਸ਼ਾਸੁਰ ਸਿਦ੍ਧਾ-ਸੰਘਾ
ਵੀਕਸ਼ਾਂਤੇ ਤ੍ਵਾਮ੍ ਵਿਸ੍ਮਿਤਾਸ਼੍ ਚੈਵ ਸਰ੍ਵੇ ॥ 22 ॥

ਰੁਦਰ-ਸ਼ਿਵ ਦਾ ਰੂਪ ; ਆਦਿਤ੍ਯਾ-ਆਦਿਤਯ ਗੁਣ ; ਵਸਵਹ੍-ਸਾਰੇ ਵਸੁ ; ਯੇ-ਜਿਹੜੇ; ਚ-ਅਤੇ ; ਸਾਧ੍ਯਾਹ੍-ਸਾਧਯ ; ਵਿਸ਼੍ਵੇ-ਵਿਸ਼ਵੇ ਦੇਵਤਾ ; ਅਸ਼੍ਵਿਨੌ-ਅਸ਼ਵਨੀ ਕੁਮਾਰ ; ਮਰੁਤਹ੍-ਮਰੁਤ ਗੁਣ ; ਚ-ਅਤੇ ; ਓਸ਼੍ਮ-ਪਾਹ੍-ਪਿੱਤਰ ; ਚ-ਅਤੇ ; ਗੰਧਰ੍ਵ-ਗੰਧਰਵ ; ਯਕ੍ਸ਼ ; ਅਸੁਰ-ਦੈਂਤ ; ਸਿਦ੍ਧ-ਅਤੇ ਸਿੱਧ ਦੇਵਤਿਆਂ ਦੇ ; ਸੰਘਾਹ੍-ਸਮੂਹ (ਇਕੱਠ) ; ਵੀਕੁਸ਼੍ਾਂਤੇ-ਵੇਖ ਰਹੇ ਹਨ ; ਤ੍ਵਾਮ੍-ਤੁਹਾਨੂੰ ; ਵਿਸ੍ਮਿਤਾਹ੍-ਅਚੰਭੇ ਨਾਲ ; ਚ-ਵੀ ; ਏਵ-ਨਿਸ਼ਚੈ ਹੀ ; ਸਰ੍ਵੇ-ਸਭ।

ਅਨੁਵਾਦ

ਸ਼ਿਵ ਦੇ ਵੱਖੋ ਵੱਖਰੇ ਪ੍ਰਗਟਾਅ, ਆਦਿਤਯ ਗਣ, ਵਸੁ, ਸਾਧਯ, ਵਿਸ਼ਵੇ ਦੇਵ, ਦੋਵੇਂ ਅਸ਼ਵਨੀ ਕੁਮਾਰ, ਮਰੁਤ ਗਣ, ਪਿਤਰ ਗਣ, ਗੰਧਰਵ, ਯਕਸ਼, ਦੈਂਤ ਅਤੇ ਸਿੱਧ ਦੇਵ ਸਾਰੇ ਤੁਹਾਨੂੰ ਅਚੰਭੇ ਨਾਲ ਵੇਖ ਰਹੇ ਹਨ ।

रूपं महत्ते बहुवक्त्रनेत्रं
महाबाहो बहुबाहूरुपादम् ।
बहूदरं बहुदंष्ट्राकरालं
दृष्ट्वा लोकाः प्रव्यथितास्तथाहम् ॥ २३॥

ਰੂਪਮ੍ ਮਹੱਤੇ ਬਹੁ ਵਕਤ੍ਰ-ਨੇਤ੍ਰਮ੍
ਮਹਾ-ਬਾਹੋ ਬਹੁ-ਬਾਹੂਰੁ-ਪਾਦਮ੍
ਬਹੂਦਰਮ੍ ਬਹੁ ਦੰਸ਼੍ਟਰਾ ਕਰਾਲਮ੍
ਦ੍ਰਿਸ਼ਟ੍ਵਾ ਲੋਕਾਹ੍ ਪ੍ਰਵ੍ਯਥਿਤਾਸ੍ ਤਥਾਹਮ੍ ॥ 23 ॥

ਰੂਪਮ੍-ਰੂਪ ; ਮਹੱਤ੍-ਬਹੁਤ ਵੱਡਾ ; ਤੇ-ਤੁਹਾਡਾ ; ਬਹੁ-ਅਨੇਕ ; ਵਕਤ੍ਰ-ਮੂੰਹ ; ਨੇਤ੍ਰਮ-ਅਤੇ ਅੱਖਾਂ ; ਮਹਾ-ਬਾਹੋ-ਹੇ ਤਾਕਤਵਰ ਬਾਹਾਂ ਵਾਲੇ ; ਬਹੁ-ਅਨੇਕ ; ਬਾਹੂ-ਬਾਹਵਾਂ ; ਓਰੁ-ਜੰਘਾ ; ਪਾਦਮ੍-ਅਤੇ ਪੈਰ ; ਬਹੁ ਓਦਰਮ੍-ਅਨੇਕ ਪੇਟ ; ਬਹੁ-ਦੰਸ਼ਟਰਾ-ਅਨੇਕ ਦੰਦ ; ਕਰਾਲਮ੍-ਡਰਾਉਣੇ ; ਦ੍ਰਿਸ਼ਟ੍ਵਾ-ਵੇਖਕੇ ; ਲੋਕਾਹ੍-ਸਾਰੇ ਲੋਕ ; ਪ੍ਰਵ੍ਯਥਿਤਾਹ੍-ਡਾਵਾਂ ਡੋਲ ; ਤਥਾ-ਉਸੇ ਤਰ੍ਹਾਂ ; ਅਹਮ੍-ਮੈਂ ।

ਅਨੁਵਾਦ

ਹੇ ਮਹਾਬਾਹੁ ! ਤੁਹਾਡੇ ਇਸ ਅਨੇਕ ਮੂੰਹਾਂ, ਅੱਖਾਂ, ਬਾਹਾਂ, ਜੰਘਾਂ, ਪੈਰ, ਪੇਟ ਅਤੇ ਡਰਾਉਣੇ ਦੰਦਾਂ ਵਾਲੇ ਵਿਰਾਟ ਰੂਪ ਨੂੰ ਵੇਖ ਕੇ ਦੇਵਤਾਵਾਂ ਸਮੇਤ ਸਾਰੇ ਲੋਕ ਬਹੁਤ ਵਿਆਕੁਲ ਹਨ ਅਤੇ ਉਨ੍ਹਾਂ ਵਾਂਗ ਮੈਂ ਵੀ ਵਿਆਕੁਲ ਹਾਂ ।

नभःस्पृशं दीप्तमनेकवर्णं
व्यात्ताननं दीप्तविशालनेत्रम् ।
दृष्ट्वा हि त्वां प्रव्यथितान्तरात्मा
धृतिं न विन्दामि शमं च विष्णो ॥ २४॥

ਨਭਹ੍ ਸ੍ਪ੍ਰਿਸ਼ਮ੍ ਦੀਪ੍ਤਮ੍ ਅਨੇਕ-ਵਰ੍ਣਮ੍
ਵ੍ਯਾੱਤਾਨਨਮ੍ ਦੀਪ੍ਤ ਵਿਸ਼ਾਲ ਨੇਤ੍ਰਮ੍ ।
ਦ੍ਰਿਸ਼ਟ੍ਵਾ ਹਿ ਤ੍ਵਾਮ੍ ਪ੍ਰਵ੍ਯਥਿਤਾਂਤਰ੍ ਆਤ੍ਮਾ
ਧ੍ਰਿਤਿਮ੍ ਨ ਵਿੰਦਾਮਿ ਸ਼ਮਮ੍ ਚ ਵਿਸ਼ਣੋ ॥ 24 ॥

ਨਭਹ ਸ੍ਪ੍ਰਿਸ਼ਮ੍-ਆਕਾਸ਼ ਨੂੰ ਛੂੰਹਦਾ ਹੋਇਆ ; ਦੀਪ੍ਤਮ੍-ਪ੍ਰਕਾਸ਼ ਯੁਕਤ ; ਅਨੇਕ-ਕਈ ; ਵਰ੍ਣਮ੍-ਰੰਗਾਂ ; ਵ੍ਯਾਤ-ਖੁਲ੍ਹੇ ਹੋਏ ; ਆਨਨਮ੍-ਮੂੰਹ ; ਦੀਪ੍ਤ-ਚਮਕਦੇ ; ਵਿਸ਼ਾਲ-ਵੱਡੀ ਵੱਡੀ ; ਨੇਤ੍ਰਮ੍-ਅੱਖਾਂ ; ਦ੍ਰਿਸ਼ਟ੍ਵਾ-ਵੇਖ ਕੇ ; ਹਿ-ਨਿਸ਼ਚੈ ਹੀ ; ਤ੍ਵਾਮ੍-ਤੁਹਾਨੂੰ ; ਪ੍ਰਵ੍ਯਥਿਤਹ-ਡਾਵਾਂ ਡੋਲ, ਡਰੇ ਹੋਏ ; ਅੰਤਹ੍-ਅੰਦਰ ; ਆਤ੍ਮਾ-ਆਤਮਾ ; ਧ੍ਰਿਤਿਮ੍-ਦ੍ਰਿੜ੍ਹਤਾ ਜਾਂ ਧੀਰਜ ਨੂੰ ; ਨ-ਨਹੀਂ ; ਵਿੰਦਾਮਿ-ਪ੍ਰਾਪਤ ਹਾਂ ; ਸ਼ਮਮ੍-ਮਾਨਸਿਕ ਸ਼ਾਂਤੀ ਨੂੰ ; ਚ-ਵੀ ; ਵਿਸ਼ਣੋ-ਹੇ ਵਿਸ਼ਨੂੰ ।

ਅਨੁਵਾਦ

ਹੇ ਸਰਬ-ਵਿਆਪੀ ਵਿਸ਼ਨੂੰ ! ਅਨੇਕਾਂ ਚਮਕਦੇ ਰੰਗਾਂ ਨਾਲ ਤੁਹਾਨੂੰ ਆਕਾਸ਼ ਦਾ ਸਪਰਸ਼ ਕਰਦੇ, ਮੂੰਹ ਖੁੱਲ੍ਹੇ ਅਤੇ ਵੱਡੀਆਂ ਵੱਡੀਆਂ ਚਮਕਦੀਆਂ ਅੱਖਾਂ ਕਢੇ ਵੇਖਕੇ ਡਰ ਨਾਲ ਮੇਰਾ ਮਨ ਬੇਚੈਨ ਹੈ । ਮੈ ਨਾ ਤਾਂ ਧੀਰਜ ਧਾਰਨ ਕਰ ਰਿਹਾ ਹਾਂ ਅਤੇ ਨਾ ਹੀ ਮੇਰਾ ਮਾਨਸਿਕ ਸੰਤੁਲਨ ਰਿਹਾ ਹੈ ।

दंष्ट्राकरालानि च ते मुखानि
दृष्ट्वैव कालानलसन्निभानि ।
दिशो न जाने न लभे च शर्म
प्रसीद देवेश जगन्निवास ॥ २५॥

ਦੰਸ਼੍ਟ੍ਰਾ-ਕਰਾਲਾਨਿ ਚ ਤੇ ਮੁਖਾਨਿ
ਦ੍ਰਿਸ਼ਟ੍ਵੈਵ ਕਾਲਾਨਲ ਸੰਨਿਭਾਨਿ
ਦਿਸ਼ੋ ਨ ਜਾਨੇ ਨ ਲਭੇ ਚ ਸ਼ਰਮ
ਪ੍ਰਸੀਦ ਦੇਵੇਸ਼ ਜਗਨ੍-ਨਿਵਾਸ ॥ 25 ॥

ਦੰਸ਼੍ਟ੍ਰਾ-ਦੰਦ ; ਕਰਾਲਾਨਿ-ਡਰਾਉਣਾ ; ਚ-ਵੀ ; ਤੇ-ਤੁਹਾਡੇ ; ਮੁਖਾਨਿ-ਮੂੰਹਾਂ ਨੂੰ ; ਦ੍ਰਿਸ਼ਟ੍ਵਾ-ਵੇਖਕੇ ; ਏਵ-ਇੰਝ ; ਕਾਲ-ਅਨਲ-ਮੌਤ ਰੂਪੀ ਅੱਗ ; ਸੰਨਿਭਾਨਿ-ਮਨੋ ; ਦਿਸ਼ਹ੍-ਦਿਸ਼ਾਵਾਂ ; ਨ-ਨਹੀਂ ; ਜਾਨੇ-ਜਾਣਦਾ ਹਾਂ ; ਨ-ਨਹੀਂ ; ਲਭੇ-ਪ੍ਰਾਪਤ ਕਰਦਾ ਹਾਂ ; ਚ-ਅਤੇ ; ਸ਼ਰ੍ਮ-ਆਨੰਦ ; ਪ੍ਰਸ਼ੀਦ-ਮਿਹਰ ਕਰੋ ; ਦੇਵ ਈਸ਼-ਹੇ ਦੇਵਤਿਆਂ ਦੇ ਮਾਲਕ ; ਜਗਤ ਨਿਵਾਸ-ਹੇ ਸਾਰੇ ਸੰਸਾਰ ਦੇ ਸਹਾਰੇ ।

ਅਨੁਵਾਦ

ਹੇ ਦੇਵੇਸ਼ ! ਹੇ ਜਗਤ ਨਿਵਾਸ ! ਤੁਸੀਂ ਮੇਰੇ ਤੇ ਮਿਹਰ ਕਰੋ । ਮੈਂ ਇਸ ਤੁਹਾਡੇ ਪਰਲੋ ਵਾਲੀ ਅੱਗ ਸਰੂਪ ਮੂੰਹਾਂ ਨੂੰ ਅਤੇ ਡਰਾਵਣੇ ਦੰਦਾਂ ਨੂੰ ਵੇਖਕੇ ਆਪਣਾ ਸੰਤੁਲਨ ਨਹੀਂ ਰੱਖ ਸਕਦਾ । ਮੈਂ ਸਭ ਪਾਸਿਓ ਮੋਹ ਗ੍ਰਸਤ ਹੋ ਰਿਹਾ ਹਾਂ ।

अमी च त्वां धृतराष्ट्रस्य पुत्राः
सर्वे सहैवावनिपालसङ्घैः ।
भीष्मो द्रोणः सूतपुत्रस्तथासौ
सहास्मदीयैरपि योधमुख्यैः ॥ २६॥
वक्त्राणि ते त्वरमाणा विशन्ति
दंष्ट्राकरालानि भयानकानि ।
केचिद्विलग्ना दशनान्तरेषु
सन्दृश्यन्ते चूर्णितैरुत्तमाङ्गैः॥ २७॥

ਅਮੀ ਚ ਤਵਾਮ੍ ਧ੍ਰਿਤਰਾਸ਼੍ਟਰਸਯ ਪੁਤ੍ਰਾਹ
ਸਰਵੇ ਸਹੈਵਾਵਨਿ ਪਾਲ ਸੰਘੈਹ ।
ਭੀਸ਼੍ਮੋ ਦ੍ਰੋਣਹ੍ ਸੂਤ-ਪੁਤ੍ਰ ਸ੍ ਤਥਾਸੌ
ਸਹਾਸ੍ਮਦੀਯੈਰ੍ ਅਪਿ ਯੋਧ ਮੁਖ੍ਯੈਹ੍ ॥ 26 ॥
ਵਕ੍ਤ੍ਰਾਣਿ ਤੇ ਤ੍ਵਰਮਾਣਾ ਵਿਸ਼ੰਤਿ
ਦੰਸ਼੍ਟ੍ਰਾ ਕਰਾਲਾਨਿ ਭਯਾਨਕਾਨਿ
ਕੇਚਿਦ੍ ਵਿਲਗ੍ਨਾ ਦਸ਼ਨਾਂਤਰੇਸ਼ੁ
ਸੰਦ੍ਰਿਸ਼੍ਯੰਤੇ ਚੂਰ੍ਣਿਤੈਰ੍ ਉੱਤਮਾਂਗੈਹ੍ ॥ 27 ॥

ਅਮੀ-ਇਹ ; **ਚ**-ਵੀ ; **ਤ੍ਵਾਮ੍**-ਤੁਹਾਨੂੰ ; **ਧ੍ਰਿਤਰਾਸ਼੍ਟ੍ਰਸ੍ਯ**-ਧ੍ਰਿਤਰਾਸ਼ਟਰ ਦੇ ; **ਪੁਤ੍ਰਾਹ੍**-ਪੁੱਤਰ ; **ਸਰ੍ਵੇ**-ਸਾਰੇ ; **ਸਹ੍**-ਨਾਲ ; **ਏਵ**-ਬਿਨ੍ਹਾਂ ਸ਼ੰਕਾ ਦੇ ; **ਅਵਨਿ-ਪਾਲ**-ਬਹਾਦੁਰ ਰਾਜਿਆਂ ਦੇ ; **ਸੰਘੈਹ੍**-ਇਕੱਠ ; **ਭੀਸ਼੍ਮਹ੍**-ਭੀਸ਼ਮਦੇਵ ; **ਦ੍ਰੋਣਹ੍**-ਦ੍ਰੋਣਾਚਾਰੀਆਂ ; **ਸੂਤ-ਪੁਤਰਹ੍**-ਕਰਣ ; **ਤਥਾ**-ਵੀ ; **ਅਸੌ**-ਇਹ ; **ਸਹ੍**-ਨਾਲ ; **ਅਸ੍ਮਦੀਯੈਹ੍**-ਸਾਡੇ ; **ਅਪਿ**-ਵੀ ; **ਯੋਧ-ਮੁਖ੍ਯੈਹ੍**-ਮੁੱਖ ਯੋਧਾ ; **ਵਕ੍ਤ੍ਰਾਣਿ**-ਮੂੰਹਾਂ ਵਿਚ ; **ਤ**-ਤੁਹਾਡੇ ; **ਤ੍ਵਰਮਾਣਾਹ੍**-ਤੇਜੀ ਨਾਲ ; **ਵਿਸ਼ੰਤਿ**-ਪ੍ਰਵੇਸ਼ ਕਰ ਰਹੇ ਹਨ ; **ਦੰਸ਼੍ਟ੍ਰਾ**-ਦੰਦ ; **ਕਰਾਲਾਨਿ**-ਡਰਾਉਣ ; **ਭਯਾਨਕਾਨਿ**-ਭਿਆਨਕ ; **ਕੇਚਿਤ੍**-ਉਨ੍ਹਾਂ ਵਿੱਚੋਂ ਕੁਝ ; **ਵਿਲਗ੍ਨਾਹ**-ਲਗੇ ਰਹਿ ਕੇ ; **ਦਸ਼ਨ-ਅੰਤਰੇਸ਼ੁ**-ਦੰਦਾਂ ਵਿੱਚਕਾਰ ; **ਸੰਦ੍ਰਿਸ਼੍ਯੰਤੇ**-ਵਿੱਖਾਈ ਦੇ ਰਹੇ ਹਨ ; **ਚੂਰ੍ਣਿਤੈਹ੍**-ਚੂਰ-ਚੂਰ ਹੋਏ ; **ਉਤਮ-ਅੰਗੈਹ੍**-ਸਿਰਾਂ ਨਾਲ ।

ਅਨੁਵਾਦ

ਧ੍ਰਿਤਰਾਸ਼ਟਰ ਦੇ ਸਾਰੇ ਪੁੱਤਰ ਆਪਣੇ ਸਹਾਇਕ ਰਾਜਿਆਂ ਨਾਲ ਭੀਸ਼ਮ, ਦ੍ਰੋਣ, ਕਰ ਅਤੇ ਸਾਡੇ ਪ੍ਰਮੁੱਖ ਜੋਧੇ ਵੀ ਤੁਹਾਡੇ ਡਰਾਉਣੇ ਮੂੰਹ ਵਿਚ ਪ੍ਰਵੇਸ਼ ਕਰ ਰਹੇ ਹਨ। ਉਨ੍ਹਾਂ ਵਿਚੋਂ ਕੁਝ ਦੇ ਸਿਰਾਂ ਨੂੰ ਤਾਂ ਮੈਂ ਤੁਹਾਡੇ ਦੰਦਾਂ ਵਿਚਕਾਰ ਚੂਰ-ਚੂਰ ਹੋਏ ਵੇਖ ਰਿਹਾ ਹਾਂ।

ਭਾਵ

ਇੱਕ ਪਿਛਲੇ ਸ਼ਲੋਕ ਵਿਚ ਭਗਵਾਨ ਨੇ ਅਰਜੁਨ ਨੂੰ ਵਚਨ ਦਿੱਤਾ ਸੀ ਕਿ ਜੇ ਉਹ ਕੁਝ ਵੇਖਣ ਦੇ ਚਾਹਵਾਨ ਹੋਣ ਤਾਂ ਉਹ ਉਸਨੂੰ ਵਿਖਾ ਸਕਦੇ ਹਨ। ਹੁਣ ਅਰਜੁਨ ਵੇਖ ਰਿਹਾ ਹੈ ਕਿ ਵਿਰੋਧੀ ਧਿਰ ਦੇ ਨੇਤਾ (ਭੀਸ਼ਮ, ਦ੍ਰੋਣ, ਕਰਣ ਅਤੇ ਧ੍ਰਿਤਰਾਸ਼ਟਰ ਦੇ ਸਾਰੇ ਪੁੱਤਰ) ਅਤੇ ਉਸਦੇ ਯੋਧੇ ਅਤੇ ਅਰਜੁਨ ਦੇ ਵੀ ਯੋਧੇ ਨਸ਼ਟ ਹੋ ਰਹੇ ਹਨ। ਇਹ, ਇਸ ਵੱਲ ਇਸ਼ਾਰਾ ਹੈ ਕਿ ਕੁਰੁਕਸ਼ੇਤਰ ਵਿਚ ਇੱਕਠੇ ਸਾਰੇ ਮਨੁੱਖਾਂ ਦੀ ਮੌਤ ਤੋਂ ਮਗਰੋਂ ਅਰਜੁਨ ਜੇਤੂ ਹੋਵੇਗਾ। ਇਥੇ ਇਹ ਵੀ ਉਲੇਖ ਹੈ ਕਿ ਭੀਸ਼ਮ ਵੀ, ਜਿਸਨੂੰ ਜਿੱਤਣਾ ਔਖਾ ਮੰਨਿਆ ਜਾਂਦਾ ਹੈ, ਖ਼ਤਮ ਹੋ ਜਾਵੇਗਾ। ਉਹੀ ਹਾਲਤ ਕਰਣ ਦੀ ਹੋਵੇਗੀ। ਨਾ ਸਿਰਫ਼ ਵਿਰੋਧੀ ਧਿਰ ਦੇ ਭੀਸ਼ਮ ਵਰਗੇ ਮਹਾਨ ਜੋਧੇ ਨਸ਼ਟ ਹੋ ਜਾਣਗੇ, ਸਗੋਂ ਅਰਜੁਨ ਦੇ ਪੱਖ ਵਾਲੇ ਜੋਧੇ ਵੀ ਨਸ਼ਟ ਹੋਣਗੇ।

यथा नदीनां बहवोऽम्बुवेगाः
समुद्रमेवाभिमुखा द्रवन्ति।
तथा तवामी नरलोकवीरा
विशन्ति वक्त्राण्यभिविज्वलन्ति॥ २८॥

ਯਥਾ ਨਦੀਨਾਮ੍ ਬਹਵੋਂ'ਮ੍ਬੁ ਵੇਗਾਹ੍
ਸਮੁਦ੍ਰਮ੍ ਏਵਾਭਿਮੁਖਾ ਦ੍ਰਵੰਤਿ।
ਤਥਾ ਤਵਾਮੀ ਨਰ ਲੋਕ ਵੀਰਾ
ਵਿਸ਼ੰਤਿ ਵੱਕ੍ਤ੍ਰਾਣਿ ਅਭਿਵਿਜ੍ਵਲੰਤਿ ॥ 28 ॥

ਯਥਾ-ਜਿਵੇਂ ; **ਨਦੀਨਾਮ੍**-ਨਦੀਆਂ ਦੀ ; **ਬਹਵਹ੍**-ਅਨੇਕ ; **ਅਮ੍ਬੁ-ਵੇਗਾਹ੍**-ਪਾਣੀ ਦੀਆਂ ਲਹਿਰਾਂ ; **ਸਮੁਦ੍ਰਮ੍**-ਸਮੁੰਦਰ ; **ਏਵ**-ਨਿਸ਼ਚੈ ਹੀ ; **ਅਭਿਮੁਖਾਤ**-ਦੇ ਵੱਲ ; **ਦ੍ਰਵੰਤਿ**-ਭਜਦੀਆਂ ਹਨ ; **ਤਥਾ**-ਉਸੇ ਤਰ੍ਹਾਂ ਨਾਲ ; **ਤਵ**-ਤੁਹਾਡੇ ; **ਅਮੀ**-ਇਹ ਸਾਰੇ ; **ਨਰ-ਲੋਕ-ਵੀਰਹ੍**-ਮਨੁੱਖੀ ਸਮਾਜ ਦੇ ਰਾਜੇ ; **ਵਿਸ਼ੰਤਿ**-ਪ੍ਰਵੇਸ਼ ਕਰ ਰਹੇ ਹਨ ; **ਵਕ੍ਤ੍ਰਾਣਿ**-ਮੂੰਹਾਂ ਵਿਚ ; **ਅਭਿਵਿਜ੍ਵਲੰਤਿ**-ਅਤੇ ਚਮਕਦੇ ਹਨ।

ਅਨੁਵਾਦ

ਜਿਵੇਂ ਅਨੇਕਾਂ ਨਦੀਆਂ ਦੀਆਂ ਲਹਿਰਾਂ, ਸਮੁੰਦਰ ਵਿਚ ਪ੍ਰਵੇਸ਼ ਕਰਦੀਆਂ ਹਨ, ਉਸੇ ਤਰ੍ਹਾਂ ਇਹ ਸਾਰੇ ਯੋਧਾ ਵੀ ਚਮਕਦੇ ਹੋਏ ਤੁਹਾਡੇ ਮੂੰਹ ਵਿਚ ਪ੍ਰਵੇਸ਼ ਕਰ ਰਹੇ ਹਨ।

यथा प्रदीप्तं ज्वलनं पतङ्गा
विशन्ति नाशाय समृद्धवेगाः ।
तथैव नाशाय विशन्ति लोका-
स्तवापि वक्त्राणि समृद्धवेगाः ॥२९॥

ਯਥਾ ਪ੍ਰਦੀਪਤਮ੍ ਜ੍ਵਲਨਮ੍ ਪਤੰਗਾ
ਵਿਸ਼ੰਤਿ ਨਾਸ਼ਾਯ ਸਮ੍ਰਿਦਧ ਵੇਗਾਹ ।
ਤਥੈਵ ਨਾਸ਼ਾਯ ਵਿਸ਼ੰਤਿ ਲੋਕਾਸ੍
ਤਵਾਪਿ ਵਕ੍ਤ੍ਰਾਣਿ ਸਮ੍ਰਿਦਧ ਵੇਗਾਹ੍ ॥ 29 ॥

ਯਥਾ-ਜਿਵੇਂ ; **ਪ੍ਰਦੀਪ੍ਤਮ੍**-ਬਲਦੀ ਹੋਈ ; **ਜ੍ਵਲਨਮ੍**-ਅੱਗ ਵਿਚ ; **ਪਤੰਗਾਹ੍**-ਪਤੰਗੇ, ਕੀੜੇ ਮਕੌੜੇ ; **ਵਿਸ਼ੰਤਿ**-ਪ੍ਰਵੇਸ਼ ਕਰਦੇ ਹਨ ; **ਨਾਸ਼ਾਯ**-ਵਿਨਾਸ਼ ਲਈ ; **ਸਮ੍ਰਿਦ੍ਧ**-ਪੂਰਨ; **ਵੇਗਾਹ੍**-ਰਫਤਾਰ ; **ਤਥਾ ਏਵ**-ਉਸੇ ਤਰ੍ਹਾਂ ਨਾਲ ; **ਨਾਸ਼ਾਯ**-ਵਿਨਾਸ਼ ਲਈ ; **ਵਿਸ਼ੰਤਿ**-ਪ੍ਰਵੇਸ਼ ਕਰ ਰਹੇ ਹਨ ; **ਲੋਕਾਹ੍**-ਸਾਰੇ ਲੋਕ ; **ਤਵ**-ਤੁਹਾਡੇ ; **ਅਪਿ**-ਵੀ ; **ਵਕ੍ਤ੍ਰਾਣਿ**-ਮੂੰਹਾਂ ਵਿਚ ; **ਸਮ੍ਰਿਦ੍ਧਵੇਗਾਹ੍**-ਤੇਜ ਰਫਤਾਰ ਨਾਲ ।

ਅਨੁਵਾਦ

ਮੈਂ ਸਾਰੇ ਲੋਕਾਂ ਨੂੰ ਤੇਜ਼ ਰਫ਼ਤਾਰ ਨਾਲ ਤੁਹਾਡੇ ਮੂੰਹ ਵਿਚ ਉਸੇ ਤਰ੍ਹਾਂ ਪ੍ਰਵੇਸ਼ ਹੁੰਦਿਆਂ ਵੇਖ ਰਿਹਾ ਹਾਂ ਜਿਸ ਤਰ੍ਹਾਂ ਪਤੰਗੇ ਆਪਣੇ ਵਿਨਾਸ਼ ਲਈ ਬਲਦੀ ਅੱਗ ਵਿਚ ਕੁੱਦ ਪੈਂਦੇ ਹਨ।

लेलिह्यसे ग्रसमानः समन्ता-
ल्लोकान्समग्रान्वदनैर्ज्वलद्भिः ।
तेजोभिरापूर्य जगत्समग्रं
भासस्तवोग्राः प्रतपन्ति विष्णो॥ ३०॥

ਲੇਲਿਹ੍ਯਸੇ ਗ੍ਰਸਮਾਨਹ੍ ਸਮੰਤਾਲ੍
ਲੋਕਾਨ੍ ਸਮਗ੍ਰਾਨ੍ ਵਦਨੈਰ੍ ਜ੍ਵਲਦ੍ਭਿਹ੍ ।
ਤੇਜੋਭਿਰ੍ ਆਪੂਰਯ ਜਗਤ੍ ਸਮਗ੍ਰਮ੍
ਭਾਸਸ੍ ਤਵੋਗ੍ਰਾਹ੍ ਪ੍ਰਤਪੰਤਿ ਵਿਸ਼੍ਣੋ ॥ 30 ॥

ਲੇਲਿਹ੍ਯਸੇ-ਤੁਸੀਂ ਚੱਟ ਰਹੇ ਹੋ ; **ਗ੍ਰਸਮਾਨਹ੍**-ਨਿਗਲਦੇ ਹੋ ; **ਸਮੰਤਾਤ੍**-ਸਾਰੀਆਂ ਦਿਸ਼ਾਵਾਂ ਨਾਲ ; **ਲੋਕਾਨ੍**-ਲੋਕਾਂ ਨੂੰ ; **ਸਮਗ੍ਰਾਨ੍**-ਸਾਰੇ ; **ਵਦਨੈਹ੍**-ਮੂੰਹਾਂ ਨਾਲ ; **ਜ੍ਵਲਦ੍ਭਿਹ੍**-ਬਲਦੇ ਹੋਏ ; **ਤੇਜੋਭਿਹ੍**-ਤੇਜ ਨਾਲ ; **ਆਪੂਰ੍ਯ**-ਢੱਕ ਰਹੇ ; **ਜਗਤ੍**-ਬ੍ਰਹਿਮੰਡ ਨੂੰ ; **ਸਮਗ੍ਰਸ੍**-ਸਾਰੇ ; **ਭਾਸਹ੍**-ਕਿਰਨਾਂ ; **ਤਵ**-ਤੁਹਾਡੀ ; **ਉਗ੍ਰਾਹ੍**-ਡਰਾਉਣੀ; **ਪ੍ਰਤਪੰਤਿ**-ਝੁਲਸ ਰਹੀਆਂ ਹਨ ; **ਵਿਸ਼੍ਣੋ**-ਹੇ ਵਿਰਾਟ, ਸਰਬ ਵਿਆਪੀ ਭਗਵਾਨ ।

ਅਨੁਵਾਦ

ਹੇ ਵਿਸ਼ਨੂੰ ! ਮੈਂ ਵੇਖਦਾ ਹਾਂ ਕਿ ਤੁਸੀਂ ਆਪਣੇ ਚਮਕਦੇ ਮੂੰਹਾਂ ਨਾਲ ਸਾਰੀਆਂ ਦਿਸ਼ਾਵਾਂ ਦੇ ਲੋਕਾਂ ਨੂੰ ਨਿਗਲਦੇ ਜਾ ਰਹੇ ਹੋ । ਤੁਸੀਂ ਸਾਰੇ ਬ੍ਰਹਿਮੰਡ ਨੂੰ ਆਪਣੇ ਤੇਜ ਨਾਲ ਢੱਕਦੇ ਹੋਏ, ਆਪਣੀਆਂ ਭਿਆਨਕ ਤੇ ਝੁਲਸਦੀਆਂ ਕਿਰਨਾਂ ਨਾਲ ਪ੍ਰਗਟ ਹੋ ਰਹੇ ਹੋ ।

आख्याहि मे को भवानुग्ररूपो
नमोऽस्तु ते देववर प्रसीद ।
विज्ञातुमिच्छामि भवन्तमाद्यं
न हि प्रजानामि तव प्रवृत्तिम् ॥ ३१॥

ਆਖ੍ਯਾਹਿ ਮੇ ਕੋ ਭਵਾਨ੍ ਉਗ੍ਰ-ਰੂਪੋ
ਨਮੋ'ਸ੍ਤੁ ਤੇ ਦੇਵ ਵਰ ਪ੍ਰਸੀਦ ।
ਵਿਗ੍ਯਾਤੁਮ ਇਚ੍ਛਾਮਿ ਭਵੰਤਮ੍ ਆਦ੍ਯਮ
ਨ ਹਿ ਪ੍ਰਜਾਨਾਮਿ ਤਵ ਪ੍ਰਵ੍ਰਿੱਤਿਮ੍ ॥ 31 ॥

ਆਖ੍ਯਾਹਿ-ਕਿਰਪਾ ਕਰਕੇ ਦੱਸੋ ; **ਮੇ**-ਮੈਨੂੰ ; **ਕਹ੍**-ਕੌਣ ; **ਭਵਾਨ੍**-ਤੁਸੀਂ ; **ਉਗ੍ਰ ਰੂਪਹ੍**-ਭਿਆਨਕ ਰੂਪ ; **ਨਮਹ੍ ਅਸ੍ਤੁ**-ਨਮਸਕਾਰ ਹੈ ; **ਤੇ**-ਤੁਹਾਨੂੰ ; **ਦੇਵਵਰ**-ਹੇ ਦੇਵਤਿਆਂ ਵਿੱਚੋਂ ਸ੍ਰੇਸ਼ਠ (ਉੱਤਮ) ; **ਪ੍ਰਸੀਦ**-ਮਿਹਰ ਕਰੋ ; **ਵਿਗ੍ਯਾਤੁਮ੍**-ਜਾਨਣ ਲਈ ; **ਇਚ੍ਛਾਮਿ**-ਇੱਛਕ ਹਾਂ ; **ਭਵੰਤਮ੍**-ਤੁਹਾਨੂੰ ; **ਆਦ੍ਯਮ੍**-ਆਦਿ ; **ਨ**-ਨਹੀਂ ; **ਹਿ**-ਨਿਸ਼ਚੈ ਹੀ ; **ਪ੍ਰਜਾਨਾਮਿ**-ਜਾਣਦਾ ਹਾਂ ; **ਤਵ**-ਤੁਹਾਡਾ ; **ਪ੍ਰਵ੍ਰਿੱਤਿਮ੍**-ਮੰਤਵ ।

ਅਨੁਵਾਦ

ਹੇ ਦੇਵੇਸ਼ ! ਕਿਰਪਾ ਕਰਕੇ ਮੈਨੂੰ ਦੱਸੋ ਕਿ ਐਨੇ ਉਗਰ ਰੂਪ ਵਿਚ ਤੁਸੀਂ ਕੌਣ ਹੋ ? ਮੈਂ ਤੁਹਾਨੂੰ ਨਮਸਕਾਰ ਕਰਦਾ ਹਾਂ, ਕਿਰਪਾ ਕਰਕੇ ਮੇਰੇ ਤੇ ਮਿਹਰ ਕਰੋ । ਤੁਸੀਂ ਆਦਿ ਭਗਵਾਨ ਹੋ । ਮੈਂ ਤੁਹਾਨੂੰ ਜਾਣਨਾ ਚਾਹੁੰਦਾ ਹਾਂ, ਕਿਉਂਕਿ ਮੈਂ ਨਹੀਂ ਸਮਝ ਸਕਿਆ ਕਿ ਤੁਹਾਡਾ ਕੀ ਮੰਤਵ ਹੈ ।

श्रीभगवानुवाच
कालोऽस्मि लोकक्षयकृत्प्रवृद्धो
लोकान्समाहर्तुमिह प्रवृत्तः ।
ऋतेऽपि त्वां न भविष्यन्ति सर्वे
येऽवस्थिताः प्रत्यनीकेषु योधाः ॥३२॥

ਸ਼੍ਰੀ ਭਗਵਾਨ ਓਵਾਚ
ਕਾਲੋ'ਸ੍ਮਿ ਲੋਕ ਕਸ਼ਯ ਕ੍ਰਿਤ ਪ੍ਰਵ੍ਰਿਦ੍ਧੋ
ਲੋਕਾਨ ਸਮਾਹਰ੍ਤੁਮ੍ ਹ ਪ੍ਰਵ੍ਰਿੱਤਹ ।
ਰਿਤੇ'ਪਿ ਤ੍ਵਾਮ੍ ਨ ਭਵਿਸ਼੍ਯੰਤਿ ਸਰ੍ਵੇ
ਯੇ'ਵਸ੍ਥਿਤਾਹ੍ ਪ੍ਰਤ੍ਯਨੀਕੇਸ਼ ਯੋਧਾਹ੍ ॥ 32 ॥

ਸ਼੍ਰੀ ਭਗਵਾਨ ਓਵਾਚ-ਭਗਵਾਨ ਨੇ ਕਿਹਾ ; **ਕਾਲਹ੍**-ਕਾਲ ; **ਅਸ੍ਮਿ**-ਮੈਂ ਹਾਂ ; **ਲੋਕ**-ਲੋਕਾਂ ਦਾ ; **ਕ੍ਸ਼ਯ-ਕ੍ਰਿਤ**-ਨਾਸ਼ ਕਰਨ ਵਾਲਾ ; **ਪ੍ਰਵ੍ਰਿਦ੍ਧਹ੍**-ਮਹਾਨ ; **ਲੋਕਾਨ**-ਸਾਰੇ ਲੋਕਾਂ ਦਾ ; **ਸਮਾਹਰ੍ਤੁਮ੍**-ਨਾਸ਼ ਕਰਨ ਵਿਚ ; **ਇਹ**-ਇਸ ਸੰਸਾਰ ਵਿਚ ; **ਪ੍ਰਵ੍ਰਿੱਤਹ੍**-ਲਗਿਆ ਹੋਇਆ ; **ਰ੍ਰਿਤੇ**-ਬਗੈਰ ; **ਅਪਿ**-ਵੀ ; **ਤ੍ਵਾਮ੍**-ਤੁਹਾਨੂੰ ; **ਨ**-ਕਦੀ ; **ਭਵਿਸ਼੍ਯੰਤਿ**-ਹੋਣਗੇ ; **ਸਰ੍ਵੇ**-ਸਾਰੇ ; **ਯੇ**-ਜਿਹੜੇ ; **ਅਵਸ੍ਥਿਤਾਹ੍**-ਸਥਿਤ ; **ਪ੍ਰਤੀ-ਅਨੀਕੇਸ਼**-ਵਿਰੋਧੀ ਧਿਰ ਵਿਚ ; **ਯੋਧਾਹ੍**-ਯੋਧੇ ।

ਅਨੁਵਾਦ

ਭਗਵਾਨ ਨੇ ਕਿਹਾ - ਸਾਰੇ ਸੰਸਾਰਾਂ ਨੂੰ ਨਸ਼ਟ ਕਰਨ ਵਾਲਾ ਕਾਲ ਮੈਂ ਹਾਂ ਅਤੇ ਮੈਂ ਇਥੇ ਸਾਰਿਆਂ ਲੋਕਾਂ ਦਾ ਨਾਸ਼ ਕਰਨ ਲਈ ਆਇਆ ਹਾਂ । ਤੁਹਾਡੇ (ਪਾਂਡਵਾਂ) ਤੋਂ ਬਗੈਰ ਦੋਵੇਂ ਧਿਰਾਂ ਦੇ ਸਾਰੇ ਜੋਧੇ ਮਾਰੇ ਜਾਣਗੇ ।

ਭਾਵ

ਹਾਲਾਂਕਿ ਅਰਜੁਨ ਜਾਣਦਾ ਸੀ ਕਿ ਕ੍ਰਿਸ਼ਨ ਉਸਦੇ ਦੋਸਤ ਅਤੇ ਪਰਮ ਭਗਵਾਨ ਹਨ, ਤਾਂ ਵੀ ਉਹ ਕ੍ਰਿਸ਼ਨ ਦੇ ਵੱਖੋ ਵੱਖਰੇ ਰੂਪਾਂ ਨੂੰ ਵੇਖਕੇ ਹੈਰਾਨ ਸੀ । ਇਸੇ ਲਈ ਉਸਨੇ ਇਸ ਵਿਨਾਸ਼ਕਾਰੀ ਸ਼ਕਤੀ ਬਾਰੇ ਪੁੱਛ ਗਿੱਛ ਕੀਤੀ । ਵੇਦਾਂ ਵਿਚ ਲਿਖਿਆ ਹੈ ਕਿ ਪਰਮ-ਸਤਿ ਹਰ ਚੀਜ਼ ਨੂੰ, ਇਥੋਂ ਤਕ ਕਿ ਬ੍ਰਾਹਮਣਾਂ ਨੂੰ ਵੀ ਨਸ਼ਟ ਕਰ ਦਿੰਦੇ ਹਨ । ਕਠੋਪਨਿਸ਼ਦ ਦਾ ਵਚਨ ਹੈ :-

ਯਸ੍ਯ ਬ੍ਰਹ੍ਮ ਚ ਕ੍ਸ਼ਤ੍ਰਮ੍ ਚ ਉਭੇ ਭਵਤ ਔਦਨਹ੍ ।
ਮ੍ਰਿਤਯੁਰ੍ ਯਸ੍ਯੋਪਸੇਚਨਮ੍ ਕ ਇਤ੍ਥਾ ਵੇਦ ਯਤ੍ਰ ਸਹ ॥

(ਕਠੋਪਨਿਸ਼ਦ 1.2.25)

ਆਖਿਰਕਾਰ ਸਾਰੇ ਬ੍ਰਾਹਮਣ, ਖੱਤਰੀ ਅਤੇ ਹੋਰ ਸਾਰੇ ਪਰਮੇਸ਼ਵਰ ਰਾਹੀਂ ਕਾਲ ਦਾ ਗ੍ਰਾਸ ਬਣਦੇ ਹਨ, ਪਰਮੇਸ਼ਵਰ ਦਾ ਇਹ ਰੂਪ ਸਾਰਾ ਕੁਝ ਨਿਗਲਣ ਵਾਲਾ ਹੈ ਅਤੇ ਇਥੇ ਕ੍ਰਿਸ਼ਨ ਆਪਣੇ ਆਪ ਨੂੰ ਸਰਬ ਭਕਸ਼ੀ (ਸਭਨਾਂ ਨੂੰ ਖਾਣ ਵਾਲੇ) ਰੂਪ ਵਿਚ ਪੇਸ਼ ਕਰਦੇ ਹਨ। ਸਿਰਫ ਕੁਝ ਪਾਂਡਵਾਂ ਤੋਂ ਬਗੈਰ ਜੰਗ ਦੇ ਮੈਦਾਨ ਵਿਚ ਆਏ ਸਾਰੇ ਲੋਕ ਉਨ੍ਹਾਂ ਰਾਹੀਂ ਮਾਰੇ ਜਾਣਗੇ।

ਅਰਜੁਨ ਲੜਨ ਦੇ ਪੱਖ ਵਿਚ ਨਹੀਂ ਸੀ, ਉਹ ਜੰਗ ਨਾ ਕਰਨੀ ਚੰਗਾ ਸਮਝਦਾ ਸੀ, ਕਿਉਂਕਿ ਇਸ ਨਾਲ ਉਸਨੂੰ ਕਿਸੇ ਤਰ੍ਹਾਂ ਦੀ ਨਿਰਾਸ਼ਾ ਨਾ ਹੁੰਦੀ। ਪਰ ਭਗਵਾਨ ਦਾ ਉੱਤਰ ਹੈ ਕਿ ਜੇ ਉਹ ਨਹੀਂ ਲੜਦਾ, ਤਾਂ ਵੀ ਸਾਰੇ ਲੋਕ ਉਨ੍ਹਾਂ ਦੀ ਗ੍ਰਾਹੀ ਬਣਦੇ, ਕਿਉਂਕਿ ਇਹੋ ਉਨ੍ਹਾਂ ਦੀ ਇੱਛਾ ਹੈ। ਜੇ ਅਰਜੁਨ ਨਾ ਲੜਦਾ ਤਾਂ ਵੀ ਸਾਰੇ ਲੋਕ ਕਿਸੇ ਹੋਰ ਤਰੀਕੇ ਨਾਲ ਮਰਦੇ। ਮੌਤ ਰੋਕੀ ਨਹੀਂ ਜਾ ਸਕਦੀ, ਭਾਵੇਂ ਉਹ ਲੜਨ ਜਾਂ ਨਾ। ਅਸਲ ਵਿਚ ਉਹ ਪਹਿਲੋਂ ਹੀ ਮਰੇ ਹੋਏ ਹਨ। ਕਾਲ ਵਿਨਾਸ਼ ਹੈ ਅਤੇ ਪਰਮੇਸ਼ਵਰ ਦੀ ਮਰਜ਼ੀ ਮੁਤਾਬਿਕ ਸਾਰੇ ਸੰਸਾਰ ਨੇ ਨਸ਼ਟ ਹੋਣਾ ਹੈ। ਇਹੋ ਕੁਦਰਤ ਦਾ ਨਿਯਮ ਹੈ।

तस्मात्त्वमुत्तिष्ठ यशो लभस्व
जित्वा शत्रून्भुङ्क्ष्व राज्यं समृद्धम्।
मयैवैते निहताः पूर्वमेव
निमित्तमात्रं भव सव्यसाचिन् ॥३३॥

ਤਸ੍ਮਾਤ ਤ੍ਵਮ੍ ਉਤ੍ਤਿਸ਼ਠ ਯਸ਼ੋ ਲਭਸ੍ਵ
ਜਿਤ੍ਵਾ ਸ਼ਤ੍ਰੂਨ੍ ਭੁੰਕ੍ਸ਼੍ਵ ਰਾਜ੍ਯਮ੍ ਸਮ੍ਰਿਦ੍ਧਮ੍
ਮਯੈਵੈਤੇ ਨਿਹਤਾਹ੍ ਪੂਰ੍ਵਮੇਵ
ਨਿਮਿੱਤ ਮਾਤ੍ਰਮ੍ ਭਵ ਸਵ੍ਯ-ਸਾਚਿਨ੍ ॥ 33 ॥

ਤਸ੍ਮਾਤ੍-ਇਸ ਲਈ ; ਤ੍ਵਮ੍-ਤੁਸੀਂ ; ਉਤਿੱਸ਼ਠ-ਉਠੋ ; ਯਸ਼ਹ੍-ਜੱਸ ; **ਲਭਸ੍ਵ**-ਪ੍ਰਾਪਤ ਕਰੋ ; **ਜਿਤ੍ਵਾ**-ਜਿੱਤਕੇ ; **ਸ਼ਤ੍ਰੂਨ੍**-ਦੁਸ਼ਮਣਾ ਨੂੰ ; **ਭੁੰਕ੍ਸ਼੍ਵ**-ਭੋਗ ਕਰੋ ; **ਰਾਜ੍ਯਮ੍**-ਰਾਜ ਦੀ ; **ਸਮ੍ਰਿਦ੍ਧਮ੍**-ਸੰਪੰਨ ; **ਮਯਾ**-ਮੇਰੇ ਰਾਹੀਂ ; **ਏਵ**-ਨਿਸ਼ਚੈ ਹੀ ; **ਏਤੇ**-ਇਹ ਸਭ; **ਨਿਹਤਾਹ**-ਮਾਰੇ ਗਏ ; **ਪੂਰ੍ਵਮ੍ ਏਵ**-ਪਹਿਲੋਂ ਹੀ ; **ਨਿਮਿੱਤ-ਮਾਤ੍ਰਮ੍**-ਸਿਰਫ ਕਾਰਨ ; **ਭਵ**-ਬਣੋ ; **ਸਵ੍ਯ ਸਾਚਿਨ੍**-ਹੇ ਸਵੈਸਾਚੀ।

ਅਨੁਵਾਦ

ਇਸ ਲਈ ਉਠੋ ! ਲੜਣ ਲਈ ਤਿਆਰ ਹੋਵੋ ਅਤੇ ਜੱਸ ਪ੍ਰਾਪਤ ਕਰੋ । ਆਪਣੇ ਦੁਸ਼ਮਣਾਂ ਨੂੰ ਜਿੱਤਕੇ ਸੰਪੰਨ ਰਾਜ ਦਾ ਭੋਗ ਕਰੋ । ਇਹ ਸਾਰੇ ਮੇਰੇ ਰਾਹੀਂ ਪਹਿਲੋਂ ਹੀ ਮਾਰੇ ਜਾ ਚੁੱਕੇ ਹਨ ਅਤੇ ਹੇ ਸਵੈਸਾਚੀ ! ਤੁਸੀਂ ਤਾਂ ਜੰਗ ਵਿਚ ਸਿਰਫ਼ ਮੋਹਰਾ ਹੋ ਸਕਦੇ ਹੋ ।

ਭਾਵ

ਸਵ੍ਯਸਾਚੀ ਦਾ ਅਰਥ ਹੈ ਉਹ ਜਿਹੜਾ ਜੰਗ ਮੈਦਾਨ ਵਿਚ ਬਹੁਤ ਨਿਪੁੰਨਤਾ ਨਾਲ ਤੀਰ ਛੱਡ ਸਕੇ । ਇੰਝ ਅਰਜੁਨ ਨੂੰ ਇਕ ਨਿਪੁੰਨ ਜੋਧਾ ਦੇ ਰੂਪ ਵਿਚ ਸੰਬੋਧਿਤ ਕੀਤਾ ਗਿਆ ਹੈ। ਜਿਹੜਾ ਆਪਣੇ ਦੁਸ਼ਮਣਾਂ ਨੂੰ ਤੀਰ ਨਾਲ ਮਾਰਕੇ ਮੌਤ ਦੇ ਘਾਟ ਉਤਾਰ ਸਕਦਾ ਹੈ । **ਨਿਮਿੱਤ ਮਾਤ੍ਰਮ੍** - "ਸਿਰਫ਼ ਮੋਹਰਾ ਮਾਤਰ" । ਇਹ ਸ਼ਬਦ ਵੀ ਬਹੁਤ ਮਹੱਤਵਪੂਰਨ ਹੈ। ਸਾਰਾ ਸੰਸਾਰ ਭਗਵਾਨ ਦੀ ਮਰਜ਼ੀ ਮੁਤਾਬਿਕ ਗਤੀਮਾਨ ਹੈ । ਮੂਰਖ ਲੋਕ ਜਿਨ੍ਹਾਂ ਕੋਲ ਸਹਿ ਗਿਆਨ ਨਹੀਂ, ਉਹ ਸੋਚਦੇ ਹਨ ਕਿ ਇਹ ਪ੍ਰਕ੍ਰਿਤੀ ਬਗੈਰ ਕਿਸੇ ਯੋਜਨਾ ਦੇ ਗਤੀਸ਼ੀਲ ਹੈ ਅਤੇ ਸਾਰੀ ਸ੍ਰਿਸ਼ਟੀ ਅਚਨਚੇਤ ਹੈ । ਅਜਿਹੇ ਅਨੇਕਾਂ ਅਖੌਤੀ ਵਿਗਿਆਨੀ ਹਨ, ਜਿਹੜੇ ਇਹ ਸੁਝਾਅ ਰੱਖਦੇ ਹਨ ਕਿ ਅਜਿਹਾ ਸੰਭਵ ਸੀ ਜਾਂ ਅਜਿਹਾ ਸੰਭਵ ਹੋ ਸਕਦਾ ਹੈ, ਪਰ ਇਸ ਤਰ੍ਹਾਂ ਦੇ 'ਸ਼ਾਇਦ' ਜਾਂ 'ਸੰਭਵ ਹੈ' ਦਾ ਪ੍ਰਸ਼ਨ ਹੀ ਨਹੀਂ ਉਠਦਾ । ਇਸ ਭੌਤਿਕ ਜਗਤ ਵਿਚ ਖ਼ਾਸ ਯੋਜਨਾ ਸੰਚਾਲਿਤ ਕੀਤੀ ਜਾ ਰਹੀ ਹੈ । ਇਹ ਯੋਜਨਾ ਕੀ ਹੈ ? ਇਹ ਵਿਰਾਟ ਸੰਸਾਰ ਬੱਧ ਜੀਵਾਂ ਲਈ ਭਗਵਾਨ ਦੇ ਧਾਮ ਵਾਪਸ ਪਰਤਣ ਲਈ ਚੰਗਾ ਮੌਕਾ ਹੈ । ਜਦੋਂ ਤੱਕ ਉਨ੍ਹਾਂ ਦਾ ਸੁਭਾਅ ਪ੍ਰਕ੍ਰਿਤੀ ਉਤੇ ਮਾਲਕੀਅਤ ਸਥਾਪਿਤ ਕਰਨ ਦਾ ਰਹਿੰਦਾ ਹੈ, ਉਦੋਂ ਤਕ ਉਹ ਬੱਧ (ਬੱਝੇ) ਰਹਿੰਦੇ ਹਨ । ਪਰ ਜਿਹੜਾ ਕੋਈ ਵੀ ਪਰਮੇਸ਼ਵਰ ਦੀ ਇਸ ਯੋਜਨਾ (ਇੱਛਾ) ਨੂੰ ਸਮਝ ਲੈਂਦਾ ਹੈ ਅਤੇ ਕ੍ਰਿਸ਼ਨ ਭਾਵਨਾ ਅੰਮ੍ਰਿਤ ਦੀ ਪਾਲਣਾ ਕਰਦਾ ਹੈ ਉਹ ਪਰਮ ਬੁੱਧੀਮਾਨ ਹੈ । ਵਿਖਾਈ ਦੇਣ ਵਾਲੇ ਸੰਸਾਰ ਦੀ ਉਤਪੱਤੀ ਅਤੇ ਉਸਦਾ ਸੰਘਾਰ (ਨਾਸ਼) ਈਸ਼ਵਰ ਦੀ ਉਚੇਰੀ ਪ੍ਰਧਾਨਗੀ ਵਿਚ ਹੁੰਦਾ ਹੈ । ਇੰਝ ਕੁਰੁਕਸ਼ੇਤਰ ਦਾ ਜੰਗ ਈਸ਼ਵਰ ਦੀ ਯੋਜਨਾ ਮੁਤਾਬਿਕ ਲੜਿਆ ਗਿਆ । ਅਰਜੁਨ ਜੰਗ ਕਰਨ ਤੋਂ ਮਨ੍ਹਾ ਕਰ ਰਿਹਾ ਸੀ, ਪਰ ਉਸਨੂੰ ਦੱਸਿਆ ਗਿਆ ਕਿ ਪਰਮੇਸ਼ਵਰ ਦੀ ਮਰਜ਼ੀ ਮੁਤਾਬਿਕ ਉਸਨੂੰ ਲੜਨਾ ਹੋਵੇਗਾ । ਤਾਂ ਹੀ ਉਹ ਸੁਖੀ ਹੋਵੇਗਾ । ਜੇ ਕੋਈ ਪੂਰੀ ਤਰ੍ਹਾਂ ਕ੍ਰਿਸ਼ਨ ਭਾਵਨਾ ਅੰਮ੍ਰਿਤ ਵਿਚ ਪੂਰਾ ਹੋਵੇ ਅਤੇ ਉਸਦਾ ਜੀਵਨ ਭਗਵਾਨ ਦੀ ਅਲੌਕਿਕ ਸੇਵਾ ਵਿਚ ਅਰਪਿਤ ਹੋਵੇ ਤਾਂ ਸਮਝੋ ਕਿ ਉਹ ਸਿੱਧ ਹੈ ।

द्रोणं च भीष्मं च जयद्रथं च
कर्णं तथान्यानपि योधवीरान्।
मया हतांस्त्वं जहि मा व्यथिष्ठा
युध्यस्व जेतासि रणे सपत्नान्॥३४॥

ਦ੍ਰੋਣਮ੍ ਚ ਭੀਸ਼੍ਮਮ੍ ਚ ਜਯਦ੍ਰਥਮ੍ ਚ
ਕਰ੍ਣਮ੍ ਤਥਾਨ੍ਯਾਨ੍ ਅਪਿ ਯੋਧ ਵੀਰਾਨ੍ ।
ਮਯਾ ਹਤਾਂਸ੍ ਤ੍ਵਮ੍ ਜਹਿ ਮਾ ਵ੍ਯਥਿਸ਼੍ਠਾ
ਯੁਧ੍ਯਸ੍ਵ ਜੇਤਾਸਿ ਰਣੇ ਸਪਤ੍ਨਾਨ੍ ॥ 34॥

ਦ੍ਰੋਣਮ੍ ਚ-ਅਤੇ ਦ੍ਰੋਣ ; **ਭੀਸ਼੍ਮਮ੍ ਚ**-ਭੀਸ਼ਮ ਵੀ ; **ਜਯਦ੍ਰਥਮ੍ ਚ**-ਜਯਦਰਥ ; **ਕਰ੍ਣਮ੍**-ਕਰਣ ; **ਤਥ**-ਅਤੇ ; **ਅਨ੍ਯਾਨ੍**-ਹੋਰ ; **ਅਪਿ**-ਨਿਸ਼ਚੈ ਹੀ ; **ਯੋਧ-ਵੀਰਾਨ੍**-ਮਹਾਨ ਜੋਧਾ; **ਮਯਾ**-ਮੇਰੇ ਰਾਹੀਂ ; **ਹਤਾਨ੍**-ਪਹਿਲੋਂ ਹੀ ਮਾਰੇ ਗਏ ; **ਤ੍ਵਮ੍**-ਤੁਸੀਂ ; **ਜਹਿ**-ਮਾਰੋ; **ਮਾ**-ਨਾ ; **ਵ੍ਯਥਿਸ਼੍ਠਾਹ੍**-ਡਾਵਾਂ ਡੋਲ ; **ਯੁੱਧਯਸ੍ਵ**-ਲੜੋ ; **ਜੇਤਾ ਅਸਿ**-ਜਿੱਤੋਗੇ ; **ਰਣੇ**-ਜੰਗ ਵਿਚ ; **ਸਪਤ੍ਨਾਨ੍**-ਦੁਸ਼ਮਣਾਂ ਨੂੰ ।

ਅਨੁਵਾਦ

ਦ੍ਰੋਣ, ਭੀਸ਼ਮ, ਜਯਦਰਥ, ਕਰਣ ਅਤੇ ਹੋਰ ਮਹਾਨ ਯੋਧਾ ਪਹਿਲੋਂ ਹੀ ਮੇਰੇ ਰਾਹੀਂ ਮਾਰੇ ਜਾ ਚੁੱਕੇ ਹਨ । ਇਸ ਲਈ ਤੁਸੀਂ ਉਨ੍ਹਾਂ ਨੂੰ ਮਾਰੋ ਅਤੇ ਰਤਾ ਵੀ ਡਾਵਾਂ ਡੋਲ ਨਾ ਹੋਵੋ । ਤੁਸੀਂ ਸਿਰਫ ਜੰਗ ਕਰੋ । ਜੰਗ ਵਿਚ ਤੁਸੀਂ ਆਪਣੇ ਦੁਸ਼ਮਣਾਂ ਨੂੰ ਹਰਾ ਦੇਵੋਗੇ ।

ਭਾਵ

ਹਰ ਯੋਜਨਾ ਭਗਵਾਨ ਰਾਹੀਂ ਬਣਦੀ ਹੈ। ਪਰ ਉਹ ਆਪਣੇ ਭਗਤਾਂ ਤੇ ਏਨੇ ਕਿਰਪਾਲੂ ਰਹਿੰਦੇ ਹਨ ਕਿ ਜਿਹੜੇ ਭਗਤ ਉਨ੍ਹਾਂ ਦੀ ਮਰਜ਼ੀ ਮੁਤਾਬਿਕ ਉਨ੍ਹਾਂ ਦੀ ਯੋਜਨਾ ਦੀ ਪਾਲਣਾ ਕਰਦੇ ਹਨ, ਉਨ੍ਹਾਂ ਨੂੰ ਹੀ ਉਹ ਉਸਦਾ ਸਿਹਰਾ ਦਿੰਦੇ ਹਨ । ਇਸ ਲਈ ਜੀਵਨ ਨੂੰ ਇੰਝ ਗਤੀਸ਼ੀਲ ਹੋਣਾ ਚਾਹੀਦਾ ਹੈ ਕਿ ਹਰ ਮਨੁੱਖ ਕ੍ਰਿਸ਼ਨ ਭਾਵਨਾ ਅੰਮ੍ਰਿਤ ਕਰਮ ਕਰੇ ਅਤੇ ਪ੍ਰਮਾਣਿਕ ਗੁਰੂ ਰਾਹੀਂ ਪਰਮ ਭਗਵਾਨ ਨੂੰ ਸਮਝੇ । ਭਗਵਾਨ ਦੀਆਂ ਯੋਜਨਾਵਾਂ ਉਨ੍ਹਾਂ ਦੀ ਕਿਰਪਾ ਨਾਲ ਸਮਝੀਆਂ ਜਾਂਦੀਆਂ ਹਨ ਅਤੇ ਭਗਤਾਂ ਦੀਆਂ ਯੋਜਨਾਵਾਂ ਵੀ ਉਨ੍ਹਾਂ ਦੀਆਂ ਹੀ ਯੋਜਨਾਵਾਂ ਹਨ । ਮਨੁੱਖ ਨੂੰ ਚਾਹੀਦਾ ਹੈ ਕਿ ਅਜਿਹੀਆਂ ਯੋਜਨਾਵਾਂ ਦੀ ਪੈਰਵੀ ਕਰੇ ਅਤੇ ਜੀਵਨ ਸੰਘਰਸ਼ ਵਿਚ ਜੇਤੂ ਬਣੇ ।

सञ्जय उवाच

एतच्छ्रुत्वा वचनं केशवस्य
कृताञ्जलिर्वेपमानः किरीटी ।
नमस्कृत्वा भूय एवाह कृष्णं
सगद्गदं भीतभीतः प्रणम्य ॥ ३५॥

ਸੰਜਯ ਓਵਾਚ

ਏਤਚ੍ ਛਰੁਤ੍ਵਾ ਵਚਨਮ੍ ਕੇਸ਼ਵਸ੍ਯ
ਕ੍ਰਿਤਾਂਜਲੀਰ੍ ਵੇਪਮਾਨਹ੍ ਕਿਰੀਤੀ ।
ਨਮਸ੍ਕ੍ਰਿਤ੍ਵਾ ਭੂਯ ਏਵਾਹ੍ ਕ੍ਰਿਸ਼੍ਣਮ੍
ਸ ਗਦ੍ਗਦਮ੍ ਭੀਤ-ਭੀਤਹ ਪ੍ਰਣਮ੍ਯ ॥ 35 ॥

ਸੰਜਯ ਓਵਾਚ-ਸੰਜੇ ਨੇ ਕਿਹਾ ; **ਏਤਤ**-ਇੰਜ ; **ਸ਼ਰੁਤ੍ਵਾ**-ਸੁਣਕੇ ; **ਵਚਨਮ੍**-ਬਾਣੀ ; **ਕੇਸ਼ਵਸ੍ਯ**-ਕ੍ਰਿਸ਼ਨ ਦੀ ; **ਕ੍ਰਿਤ-ਅੰਜਲਿਹ੍**-ਹੱਥ ਜੋੜ ਕੇ ; **ਵੇਪਮਾਨਹ੍**-ਕੰਬਦੇ ਹੋਏ ; **ਕਿਰੀਟੀ**-ਅਰਜੁਨ ਨੇ ; **ਨਮਸ੍ਕ੍ਰਿਤ੍ਵਾ**-ਨਮਸਕਾਰ ਕਰਕੇ ; **ਭੂਯਹ੍**-ਫਿਰ ; **ਏਵ**-ਵੀ ; **ਆਹ**-ਬੋਲਿਆ ; **ਕ੍ਰਿਸ਼੍ਣਮ੍**-ਕ੍ਰਿਸ਼ਨ ਨਾਲ ; **ਸ-ਗਦ੍ਗਦਮ੍**-ਗਦ-ਗਦ ਹੋ ਕੇ ; **ਭੀਤ-ਭੀਤਹ੍**-ਡਰਿਆ ਡਰਿਆ ਜਿਹਾ ; **ਪ੍ਰਣਮ੍ਯ**-ਪ੍ਰਣਾਮ ਕਰਕੇ ।

ਅਨੁਵਾਦ

ਸੰਜੇ ਨੇ ਧ੍ਰਿਤਰਾਸ਼ਟਰ ਨੂੰ ਕਿਹਾ - ਹੇ ਰਾਜਾ ! ਭਗਵਾਨ ਦੇ ਮੂੰਹੋਂ ਇਹਨਾਂ ਵਚਨਾਂ ਨੂੰ ਸੁਣਕੇ, ਕੰਬਦੇ ਹੋਏ ਅਰਜੁਨ ਨੇ ਹੱਥ ਜੋੜ ਕੇ, ਉਨ੍ਹਾਂ ਨੂੰ ਵਾਰ-ਵਾਰ ਨਸਮਕਾਰ ਕੀਤਾ । ਫਿਰ ਉਸਨੇ ਡਰ ਕੇ ਅਤੇ ਥਿੜਕਦੇ ਹੋਏ ਕ੍ਰਿਸ਼ਨ ਨੂੰ ਇੰਝ ਕਿਹਾ;

ਭਾਵ

ਜਿਵੇਂ ਕਿ ਪਹਿਲਾਂ ਕਿਹਾ ਚੁੱਕਾ ਹੈ ; ਭਗਵਾਨ ਦੇ ਵਿਰਾਟ ਰੂਪ ਕਾਰਨ ਅਰਜੁਨ ਹੈਰਾਨ ਜਿਹਾ ਹੋ ਗਿਆ ਸੀ । ਇਸ ਲਈ ਉਹ ਕ੍ਰਿਸ਼ਨ ਨੂੰ ਵਾਰ ਵਾਰ ਨਮਸਕਾਰ ਕਰਨ ਲਗਿਆ ਅਤੇ ਥਿੜਕਦੇ ਹੋਏ ਅਚੰਭੇ ਨਾਲ ਉਹ ਕ੍ਰਿਸ਼ਨ ਨੂੰ ਮਿੱਤਰ ਰੂਪ ਵਿਚ ਨਹੀਂ ਸਗੋਂ ਭਗਤ ਰੂਪ ਵਿਚ ਬੇਨਤੀ ਕਰਨ ਲਗਿਆ ।

अर्जुन उवाच

स्थाने हृषीकेश तव प्रकीर्त्या
जगत्प्रहृष्यत्यनुरज्यते च ।
रक्षांसि भीतानि दिशो द्रवन्ति
सर्वे नमस्यन्ति च सिद्धसङ्घाः ॥३६॥

ਅਰਜੁਨ ਉਵਾਚ

ਸ੍ਥਾਨੇ ਹ੍ਰਿਸ਼ੀਕੇਸ਼ ਤਵ ਪ੍ਰਕੀਰ੍ਤ੍ਯਾ
ਜਗਤ੍ ਪ੍ਰਹ੍ਰਿਸ਼੍ਯਤਿ ਅਨੁਰਜ੍ਯਤੇ ਚ ।
ਰਕ੍ਸ਼ਾਂਸਿ ਭੀਤਾਨਿ ਦਿਸ਼ੋ ਦ੍ਰਵੰਤਿ
ਸਰ੍ਵੇ ਨਮਸ੍ਯੰਤਿ ਚ ਸਿਦ੍ਧ-ਸੰਘਾਹ੍ ॥ 36 ॥

ਅਰਜੁਨ ਉਵਾਚ-ਅਰਜੁਨ ਨੇ ਕਿਹਾ - **ਸ੍ਥਾਨੇ**-ਇਹ ਠੀਕ ਹੈ ; **ਹ੍ਰਿਸ਼ੀਕ-ਈਸ਼**-ਹੇ ਸਾਰੀਆਂ ਇੰਦਰੀਆਂ ਦੇ ਸਵਾਮੀ ; **ਤਵ**-ਤੁਹਾਡੇ ; **ਪ੍ਰਕੀਰ੍ਤ੍ਯਾ**-ਕੀਰਤੀ (ਜੱਸ) ਨਾਲ ; **ਜਗਤ੍**-ਸਾਰਾ ਸੰਸਾਰ ; **ਪ੍ਰਹ੍ਰਿਸ਼੍ਯਤਿ**-ਖੁਸ਼ ਹੋ ਰਿਹਾ ਹੈ ; **ਅਨੁਰਜ੍ਯਤੇ**-ਬੱਝਾ ਹੋਇਆ ; **ਚ**-ਅਤੇ ; **ਰਕ੍ਸ਼ਾਂਸਿ**-ਦੈਂਤ ਲੋਕ ; **ਭੀਤਾਨਿ**-ਡਰਦੇ ਹੋਏ ; **ਦਿਸ਼**-ਸਾਰੇ ਪਾਸੇ ; **ਦ੍ਰਵੰਤਿ**-ਭੱਜ ਰਹੇ ਹਨ ; **ਸਰ੍ਵ**-ਸਾਰੇ ; **ਨਮਸ੍ਯੰਤਿ**-ਨਮਸਕਾਰ ਕਰਦੇ ਹਨ ; **ਚ**-ਵੀ ; **ਸਿਦ੍ਧ-ਸੰਘਾਹ** - ਥਿੜਕਦੇ ਹੋਏ-ਸਿੱਧ ਪੁਰਖ ।

ਅਨੁਵਾਦ

ਅਰਜੁਨ ਨੇ ਕਿਹਾ - ਹੇ ਹ੍ਰਿਸ਼ੀਕੇਸ਼ ! ਤੁਹਾਡੇ ਨਾਂ ਨੂੰ ਸੁਣਕੇ ਸੰਸਾਰ ਖੁਸ਼ ਹੁੰਦਾ ਹੈ ਅਤੇ ਸਾਰੇ ਲੋਕ ਤੁਹਾਡੇ ਵੱਲ ਖਿੱਚੇ ਜਾਂਦੇ ਹਨ । ਭਾਵੇਂ ਸਿੱਧ ਪੁਰਖ ਤੁਹਾਨੂੰ ਨਮਸਕਾਰ ਕਰਦੇ ਹਨ ਪਰ ਅਸੁਰ ਲੋਕ ਡਰ ਨਾਲ ਇੱਧਰ ਉਧੱਰ ਭੱਜ ਰਹੇ ਹਨ । ਇਹ ਠੀਕ ਹੀ ਹੋਇਆ ਹੈ।

ਭਾਵ

ਕ੍ਰਿਸ਼ਨ ਤੋਂ ਕੁਰੁਕਸ਼ੇਤਰ ਜੰਗ ਦੇ ਨਤੀਜੇ ਸੁਣਕੇ ਅਰਜੁਨ ਸੂਝਵਾਨ ਹੋ ਗਿਆ ਅਤੇ ਭਗਵਾਨ ਦੇ ਪਰਮ ਭਗਤ ਅਤੇ ਮਿੱਤਰ ਰੂਪ ਵਿਚ ਉਨ੍ਹਾਂ ਨੂੰ ਕਹਿਣ ਲਗਾ ਕਿ ਕ੍ਰਿਸ਼ਨ ਜੋ ਕੁਝ ਉਨ੍ਹਾਂ ਰਾਹੀਂ ਹੋਇਆ, ਉਹ ਸਭ ਕੁਝ ਠੀਕ ਹੈ । ਅਰਜੁਨ ਨੇ ਪੁਸ਼ਟੀ ਕੀਤੀ ਕਿ ਕ੍ਰਿਸ਼ਨ ਹੀ ਪਾਲਣਹਾਰ ਹਨ ਅਤੇ ਭਗਤਾਂ ਦੇ ਪੂਜਣ ਯੋਗ ਅਤੇ ਬੇਲੋੜੀਂਦੇ ਤੱਤਾਂ ਨੂੰ ਖ਼ਤਮ ਕਰਨ ਵਾਲੇ ਹਨ । ਉਨ੍ਹਾਂ ਤੋਂ ਸਾਰੇ ਕਾਰਜ ਸਭਨਾਂ ਲਈ ਬਰਾਬਰ ਹੁੰਦੇ ਹਨ । ਇਥੇ ਅਰਜੁਨ ਇਹ ਸਮਝਦਾ ਹੈ ਕਿ ਜਦੋਂ ਜੰਗ ਨੂੰ, ਬ੍ਰਹਿਮੰਡ ਦੇ ਅਨੇਕ ਦੇਵਤਾ, ਸਿੱਧ ਅਤੇ

ਉਚੇਰੇ ਲੋਕਾਂ ਦੇ ਬੁੱਧੀਮਾਨ ਪ੍ਰਾਣੀ ਜੰਗ ਨੂੰ ਵੇਖ ਰਹੇ ਸਨ, ਕਿਉਂਕਿ ਜੰਗ ਵਿਚ ਕ੍ਰਿਸ਼ਨ ਹਾਜ਼ਰ ਸਨ। ਜਦੋਂ ਅਰਜੁਨ ਨੇ ਭਗਵਾਨ ਦਾ ਵਿਰਾਟ ਰੂਪ ਵੇਖਿਆ ਤਾਂ ਦੇਵਤਿਆਂ ਨੂੰ ਪ੍ਰਸੰਨਤਾ ਹੋਈ। ਪਰ ਹੋਰ ਲੋਕ ਜਿਹੜੇ ਦੈਂਤ ਅਤੇ ਨਾਸਤਿਕ ਸੀ, ਭਗਵਾਨ ਦੀ ਪ੍ਰਸ਼ੰਸਾ ਸੁਣ ਕੇ ਸਹਿਣ ਨਹੀਂ ਕਰ ਸਕੇ। ਉਹ ਭਗਵਾਨ ਦੇ ਵਿਨਾਸ਼ਕਾਰੀ ਰੂਪ ਤੋਂ ਡਰਕੇ ਭੱਜ ਗਏ। ਭਗਤਾਂ ਅਤੇ ਨਾਸਤਿਕਾਂ ਪ੍ਰਤੀ ਭਗਵਾਨ ਦੇ ਵਿਵਹਾਰ ਦੀ ਅਰਜੁਨ ਰਾਹੀਂ ਸ਼ਲਾਘਾ ਕੀਤੀ ਗਈ ਹੈ। ਭਗਤ ਹਰ ਗੱਲ ਵਿਚ ਭਗਵਾਨ ਦਾ ਗੁਣਗਾਨ ਕਰਦਾ ਹੈ, ਕਿਉਂਕਿ ਉਹ ਜਾਣਦਾ ਹੈ ਕਿ ਉਹ ਜੋ ਕੁਝ ਵੀ ਕਰਦੇ ਹਨ, ਉਹ ਸਭਨਾਂ ਦੇ ਹਿੱਤ ਵਿਚ ਹੈ।

कस्माच्च ते न नमेरन्महात्मन्
गरीयसे ब्रह्मणोऽप्यादिकर्त्रे।
अनन्त देवेश जगन्निवास
त्वमक्षरं सदसत्तत्परं यत् ॥ ३७॥

ਕਸ੍ਮਾਚ੍ ਚ ਤੇ ਨ ਨਮੇਰਨ੍ ਮਹਾਤ੍ਮਨ੍
ਗਰੀਯਸੇ ਬ੍ਰਹ੍ਮਣੋ'ਪਿ-ਆਦਿ ਕਰਤ੍ਰੇ।
ਅਨੰਤ ਦੇਵੇਸ਼ ਜਗਨ੍-ਨਿਵਾਸ
ਤ੍ਵਮ ਅਕ੍ਸ਼੍ਰਮ ਸਦ੍-ਅਸਤ੍ ਤਤ ਪਰਮ੍ ਯਤ੍ ॥ 37 ॥

ਕਸ੍ਮਾਤ੍-ਕਿਉਂ ; **ਚ**-ਵੀ ; **ਤੇ**-ਤੁਹਾਡੇ ; **ਨ**-ਨਹੀਂ ; **ਨਮੇਰਨ੍**-ਨਮਸਕਾਰ ਕਰਨਾ ਚਾਹੀਦਾ ਹੈ ; **ਮਹਾ ਆਤ੍ਮਨ੍**-ਹੇ ਮਹਾਪੁਰਖ ; **ਗਰੀਯਸੇ**-ਉੱਤਮ ਲੋਕ ; **ਬ੍ਰਹ੍ਮਣਹ੍**-ਬ੍ਰਹਮ ਦੀ ਬਜਾਏ ; **ਅਪਿ**-ਭਾਵੇਂ ; **ਆਦਿ-ਕਰ੍ਤ੍ਰੇ**-ਪਰਮ ਸਿਰਜਣ ਹਾਰ ਨੂੰ ; **ਅਨੰਤ**-ਹੇ ਅਨੰਤ ; **ਦੇਵਈਸ਼**-ਹੇ ਦੇਵਤਿਆਂ ਦੇ ਸਵਾਮੀ ; **ਜਗਤ੍-ਨਿਵਾਸ**-ਹੇ ਸੰਸਾਰ ਦੇ ਆਸਰਾ ; **ਤ੍ਵਮ੍**-ਤੁਸੀਂ ਹੋ ; **ਅਕ੍ਸ਼੍ਰਮ੍**-ਅਵਿਨਾਸ਼ੀ ; **ਸਤ-ਅਸਤ੍**-ਕਾਰਜ ਅਤੇ ਕਾਰਨ ; **ਤਤ੍-ਪਰਮ੍**-ਅਲੌਕਿਕ ; **ਯਤ੍**-ਕਿਉਂਕਿ।

ਅਨੁਵਾਦ

ਹੇ ਮਹਾਤਮਾ ! ਤੁਸੀਂ ਬ੍ਰਹਮਾ ਤੋਂ ਵੀ ਮਹਾਨ ਹੋ। ਤੁਸੀਂ ਆਦਿ ਸਿਰਜਣਹਾਰ ਹੋ। ਤਾਂ ਫਿਰ ਉਹ ਤੁਹਾਨੂੰ ਸਤਿਕਾਰ ਨਾਲ ਨਮਸਕਾਰ ਕਿਉਂ ਨਾ ਕਰਨ ? ਹੇ ਅਨੰਤ, ਹੇ ਦੇਵੇਸ਼, ਹੇ ਜਗਨ ਨਿਵਾਸ ! ਤੁਸੀਂ ਪਰਮ-ਸਰੋਤ, ਕਾਰਨਾਂ ਦੇ ਕਾਰਣ ਅਤੇ ਇਸ ਭੌਤਿਕ ਪ੍ਰਗਟਾਅ ਤੋਂ ਪਰੇ ਹੋ।

ਭਾਵ

ਅਰਜੁਨ ਇੰਝ ਨਮਸਕਾਰ ਕਰਕੇ ਇਹ ਸੂਚਿਤ ਕਰਦਾ ਹੈ ਕਿ ਕ੍ਰਿਸ਼ਨ ਸਭਨਾਂ ਦੇ ਪੂਜਣ ਯੋਗ ਹਨ। ਉਹ ਸਰਬਵਿਆਪੀ ਹਨ ਅਤੇ ਹਰ ਜੀਵ ਦੀ ਆਤਮਾ ਹਨ। ਅਰਜੁਨ ਕ੍ਰਿਸ਼ਨ ਨੂੰ ਮਹਾਤਮਾ ਕਹਿਕੇ ਸੰਬੋਧਿਤ ਕਰਦਾ ਹੈ, ਜਿਸਦਾ ਅਰਥ ਹੈ ਕਿ ਉਹ ਉਦਾਰ ਅਤੇ ਅਨੰਤ ਹਨ। ਅਨੰਤ ਸੂਚਿਤ ਕਰਦਾ ਹੈ ਕਿ ਅਜਿਹਾ ਕੁਝ ਵੀ ਨਹੀਂ ਜਿਹੜਾ ਭਗਵਾਨ ਦੀ ਸ਼ਕਤੀ ਅਤੇ ਪ੍ਰਭਾਵ ਨਾਲ ਪ੍ਰਭਾਵਿਤ ਨਾ ਹੋਵੇ। ਅਤੇ ਦੇਵੇਸ਼ ਦਾ ਅਰਥ ਹੈ ਕਿ ਉਹ ਸਾਰੇ ਦੇਵਤਿਆਂ ਦੇ ਨਿਯੰਤਰਕ ਹਨ ਅਤੇ ਉਨ੍ਹਾਂ ਸਭ ਤੋਂ ਉਪਰ ਹਨ। ਉਹ ਸਾਰੇ ਬ੍ਰਹਿਮੰਡ ਦਾ ਆਸਰਾ ਹਨ। ਅਰਜੁਨ ਨੇ ਵੀ ਸੋਚਿਆ, ਕਿ ਇਹ ਬਿਲਕੁਲ ਠੀਕ ਹੈ ਕਿ ਸਾਰੇ ਸਿੱਧ ਅਤੇ ਸ਼ਕਤੀਸ਼ਾਲੀ ਦੇਵਤਾ ਭਗਵਾਨ ਨੂੰ ਨਮਸਕਾਰ ਕਰਦੇ ਹਨ, ਕਿਉਂਕਿ ਉਨ੍ਹਾਂ ਤੋਂ ਮਹਾਨ ਕੋਈ ਨਹੀਂ ਹੈ। ਅਰਜੁਨ ਖਾਸ ਤੌਰ ਤੇ ਉਲੇਖ ਕਰਦਾ ਹੈ ਕਿ ਕ੍ਰਿਸ਼ਨ ਬ੍ਰਹਮਾ ਤੋਂ ਵੀ ਮਹਾਨ ਹਨ, ਕਿਉਂਕਿ ਬ੍ਰਹਮਾ ਉਨ੍ਹਾਂ ਤੋਂ ਹੀ ਪੈਦਾ ਹੋਏ ਹਨ। ਬ੍ਰਹਮਾ ਦਾ ਜਨਮ ਕ੍ਰਿਸ਼ਨ ਦੇ ਮੁੱਢਲੇ ਵਿਸਥਾਰ ਗਰਭੋਦਕਸ਼ਾਈ ਵਿਸ਼ਨੂੰ ਦੀ ਨਾਭੀ ਵਿੱਚੋਂ ਨਿਕਲੀ ਕਮਲ ਦੀ ਡੰਡੀ ਤੋਂ ਹੋਇਆ। ਇਸ ਲਈ ਬ੍ਰਹਮਾ ਅਤੇ ਬ੍ਰਹਮਾ ਤੋਂ ਪੈਦਾ ਸ਼ਿਵ ਅਤੇ ਹੋਰ ਸਾਰੇ ਦੇਵਤਿਆਂ ਨੂੰ ਚਾਹੀਦਾ ਕਿ ਉਨ੍ਹਾਂ ਨੂੰ ਨਮਸਕਾਰ ਕਰਨ। ਸ਼੍ਰੀਮਦ ਭਾਗਵਤਮ੍ ਵਿਚ ਕਿਹਾ ਗਿਆ ਹੈ ਕਿ ਸ਼ਿਵ, ਬ੍ਰਹਮਾ ਅਤੇ ਇਨਾਂ ਵਰਗੇ ਹੋਰ ਦੇਵਤਾ ਭਗਵਾਨ ਦਾ ਸਤਿਕਾਰ ਕਰਦੇ ਹਨ। **ਅਕ੍ਸ਼ਰਮ੍** ਸ਼ਬਦ ਬਹੁਤ ਮਹੱਤਵਪੂਰਨ ਹੈ। ਕਿਉਂਕਿ ਇਹ ਸੰਸਾਰ ਵਿਨਾਸ਼ ਸ਼ੀਲ ਹੈ, ਪਰ ਭਗਵਾਨ ਇਸ ਸੰਸਾਰ ਤੋਂ ਪਰ੍ਹੇ ਹਨ। ਉਹ ਸਾਰੇ ਕਾਰਣਾਂ ਦੇ ਕਾਰਨ ਹਨ, ਇਸ ਲਈ ਉਹ ਇਸ ਭੌਤਿਕ ਪ੍ਰਕ੍ਰਿਤੀ ਦੇ ਅਤੇ ਇਸ ਵਿਖਾਈ ਦੇਣ ਵਾਲੇ ਸੰਸਾਰ ਦੇ ਸਾਰੇ ਬੱਧ ਜੀਵਾਂ ਤੋਂ ਸ੍ਰੇਸ਼ਠ (ਉੱਤਮ) ਹਨ। ਇਸ ਲਈ ਉਹ ਪਰਮੇਸ਼ਵਰ ਹਨ।

त्वमादिदेवः पुरुषः पुराण-
स्त्वमस्य विश्वस्य परं निधानम् ।
वेत्तासि वेद्यं च परं च धाम
त्वया ततं विश्वमनन्तरूप ॥ ३८॥

ਤ੍ਵਮ੍ ਆਦਿ-ਦੇਵਹ੍ ਪੁਰੁਸ਼ਹ੍ ਪੁਰਾਣਸ੍
ਸ੍ਤ੍ਵਮ੍ ਅਸ੍ਯ ਵਿਸ਼੍ਵਸ੍ਯ ਪਰਮ੍ ਨਿਧਾਨਮ੍ ।
ਵੇਤੱਸਿ ਵੇਦ੍ਯਮ੍ ਚ ਧਰਮ੍ ਚ ਧਾਮ
ਤ੍ਵਯਾ ਤਤਮ੍ ਵਿਸ਼੍ਵਮ੍ ਅਨੰਤ-ਰੂਪ ॥ 38 ॥

ਤ੍ਵਮ੍-ਤੁਸੀਂ ; **ਆਦਿ ਦੇਵਹ੍**-ਆਦਿ ਪਰਮੇਸ਼ਵਰ ; **ਪੁਰੁਸ਼ਹ੍**-ਪੁਰਖ ; **ਪੁਰਾਣਹ੍**-ਪ੍ਰਾਚੀਨ, ਸਨਾਤਨ ; **ਤ੍ਵਮ੍**-ਤੁਸੀਂ ; **ਅਸ੍ਯ**-ਇਸ ; **ਵਿਸ਼੍ਵਸ੍ਯ**-ਵਿਰਾਟ ਦਾ; **ਪਰਮ੍**-ਅਲੌਕਿਕ; **ਨਿਧਾਨਮ੍**-ਸ਼ਰਣ ; **ਵੇੱਤਾ**-ਜਾਣਨ ਵਾਲੇ ; **ਅਸਿ**-ਹੋ ; **ਵੇਦ੍ਯਮ੍**-ਜਾਣਨ ਯੋਗ ; **ਚ**-ਅਤੇ; **ਪਰਮ੍**-ਅਲੌਕਿਕ ; **ਚ**-ਅਤੇ ; **ਧਾਮ**-ਨਿਵਾਸ,ਸਹਾਰਾ ; **ਤ੍ਵਯਾ**-ਤੁਹਾਡੇ ਰਾਹੀਂ ; **ਤਤਮ੍**-ਵਿਆਪਤ, ਫੈਲੇ ; **ਵਿਸ਼ਤਮ੍**-ਸੰਸਾਰ ; **ਅਨੰਤ-ਰੂਪ**-ਹੇ ਅਨੰਤ ਰੂਪ ਵਾਲੇ ।

ਅਨੁਵਾਦ

ਤੁਸੀਂ ਆਦਿ ਦੇਵ, ਸਨਾਤਨ ਪੁਰਖ ਅਤੇ ਇਸ ਵਿਖਾਈ ਦੇਣ ਵਾਲੇ ਸੰਸਾਰ ਦੇ ਪਰਮ (ਉੱਤਮ) ਸਹਾਰੇ ਹੋ । ਤੁਸੀਂ ਭੌਤਿਕ ਗੁਣਾਂ ਤੋਂ ਪਰੇ, ਉੱਤਮ ਅਸਥਾਨ ਹੋ । ਹੇ ਅਨੰਤ ਰੂਪ ! ਇਹ ਸਾਰਾ ਵਿਖਾਈ ਦੇਣ ਵਾਲਾ ਪ੍ਰਗਟਾਅ ਤੁਹਾਡੇ ਨਾਲ ਫੈਲਿਆ ਹੈ ।

ਭਾਵ

ਹਰ ਚੀਜ਼ ਭਗਵਾਨ ਤੇ ਨਿਰਭਰ ਹੈ, ਇਸ ਲਈ ਉਹ ਹੀ ਪਰਮ (ਉੱਤਮ) ਸਹਾਰਾ ਹਨ । 'ਨਿਧਾਨਮ੍' ਦਾ ਅਰਥ ਹੈ – ਬ੍ਰਹਮ ਤੇਜ ਸਮੇਤ ਸਾਰੀਆਂ ਚੀਜ਼ਾਂ ਭਗਵਾਨ ਕ੍ਰਿਸ਼ਨ ਤੇ ਟਿਕੀਆਂ ਹਨ । ਉਹ ਇਸ ਸੰਸਾਰ ਵਿਚ ਵਾਪਰਣ ਵਾਲੀ ਹਰ ਘਟਨਾਂ ਨੂੰ ਜਾਣਨ ਵਾਲੇ ਹਨ ਅਤੇ ਜੇ ਗਿਆਨ ਦਾ ਕੋਈ ਅੰਤ ਹੈ ਤਾਂ ਉਹ ਸਾਰੇ ਗਿਆਨ ਦੇ ਅੰਤ ਹਨ। ਇਸ ਲਈ ਉਹ ਜਾਣਨ ਵਾਲੇ ਹਨ ਅਤੇ ਜਾਣਨ ਯੋਗ ਵੀ । ਉਹ ਹੀ ਜਾਣਨ ਯੋਗ ਹਨ, ਕਿਉਂਕਿ ਉਹ ਸਰਬਵਿਆਪੀ ਹਨ । ਅਧਿਆਤਮਕ ਜਗਤ ਵਿਚ ਕਾਰਨ ਸਰੂਪ ਹੋਣ ਨਾਲ ਉਹ ਅਲੌਕਿਕ ਹਨ । ਉਹ ਅਲੌਕਿਕ ਲੋਕ ਵਿਚ ਵੀ ਪ੍ਰਧਾਨ ਪੁਰਖ਼ ਹਨ ।

वायुर्यमोऽग्निर्वरुणः शशाङ्कः
प्रजापतिस्त्वं प्रपितामहश्च ।
नमो नमस्तेऽस्तु सहस्रकृत्वः
पुनश्च भूयोऽपि नमो नमस्ते ॥ ३९॥

ਵਾਯੁਰ੍ ਯਮੋ 'ਗਨਿਰ੍ ਵਰੁਣਹ੍ ਸ਼ਸ਼ਾਂਕਹ੍
ਪ੍ਰਜਾਪਤਿਸ੍ ਤ੍ਵਮ ਪ੍ਰਪਿਤਾਮਹਸ਼੍ ਚ ।
ਨਮੋ ਨਮਸ੍ ਤੇ'ਸ੍ਤੁ ਸਹਸ੍ਰ-ਕ੍ਰਿਤ੍ਵਹ੍
ਪੁਨਸ਼੍ ਚ ਭੂਯੋ'ਪਿ ਨਮੋ ਨਮਸ੍ ਤੇ ॥ 39 ॥

ਵਾਯੁਹ੍-ਹਵਾ ; **ਯਮਹ੍**-ਨਿਯੰਤਰਕ ; **ਅਗ੍ਨਿਹ੍**-ਅੱਗ ; **ਵਰੁਣਹ੍**-ਜਲ ; **ਸ਼ਸ਼-ਅੰਕਹ੍**-ਚੰਨ ; **ਪ੍ਰਜਾਪਤਿਹ੍**-ਬ੍ਰਹਮਾ ; **ਤ੍ਵਮ੍**-ਤੁਸੀਂ ; **ਪ੍ਰ-ਪਿਤਾਮਹਹ**-ਪੜਦਾਦਾ ; **ਚ**-ਅਤੇ ; **ਨਮਹ੍**-ਮੇਰਾ ਨਮਸਕਾਰ ; **ਨਮਹ੍**-ਫਿਰ ਨਮਸਕਾਰ ; **ਤੇ**-ਤੁਹਾਨੂੰ ; **ਅਸ੍ਤੁ**-ਹੋਵੇ ;

ਸਹਸ੍ਰ-ਕ੍ਰਿਤ੍ਵਹ੍-ਹਜ਼ਾਰਾਂ ਵਾਰ ; ਪੁਨਹ੍-ਚ-ਅਤੇ ਫਿਰ ; ਭੂਯਹ੍-ਫਿਰ ; ਅਪਿ-ਵੀ ; ਨਮਹ੍-ਨਮਸਕਾਰ ; ਨਮਹ ਤੇ-ਤੁਹਾਨੂੰ ਮੇਰਾ ਨਮਸਕਾਰ ਹੈ ।

ਅਨੁਵਾਦ

ਤੁਸੀਂ ਹਵਾ ਹੋ ਅਤੇ ਪਰਮ ਨਿਯੰਤਰਕ ਵੀ ਹੋ । ਤੁਸੀਂ ਅੱਗ ਵੀ ਹੋ, ਜਲ ਹੋ ਅਤੇ ਚੰਨ ਹੋ। ਤੁਸੀਂ ਆਦਿ ਜੀਵ ਬ੍ਰਹਮਾ ਹੋ ਅਤੇ ਤੁਸੀਂ ਪੜਦਾਦੇ ਹੋ । ਇਸ ਲਈ ਤੁਹਾਨੂੰ ਹਜ਼ਾਰਾਂ ਵਾਰ ਨਮਸਕਾਰ ਹੈ, ਅਤੇ ਬਾਰ-ਬਾਰ ਨਮਸਕਾਰ ਹੈ ।

ਭਾਵ

ਭਗਵਾਨ ਨੂੰ ਹਵਾ ਕਿਹਾ ਗਿਆ ਹੈ, ਕਿਉਂਕਿ ਹਵਾ ਸਰਬ-ਵਿਆਪੀ ਹੋਣ ਕਾਰਨ ਸਾਰੇ ਦੇਵਤਿਆਂ ਦੀ ਪ੍ਰਤਿਨਿਧ ਹੈ । ਅਰਜੁਨ ਕ੍ਰਿਸ਼ਨ ਨੂੰ ਪੜਦਾਦਾ ਕਹਿ ਕੇ ਸੰਬੋਧਿਤ ਕਰ ਰਿਹਾ ਹੈ, ਕਿਉਂਕਿ ਉਹ ਸੰਸਾਰ ਦੇ ਪਹਿਲੇ ਜੀਵ ਬ੍ਰਹਮਾ ਦੇ ਵੀ ਪਿਤਾ ਹਨ ।

नमः पुरस्तादथ पृष्ठतस्ते
नमोऽस्तु ते सर्वत एव सर्व ।
अनन्तवीर्यामितविक्रमस्त्वं
सर्वं समाप्नोषि ततोऽसि सर्वः ॥ ४०॥

ਨਮਹ ਪੁਰਸ੍ਤਾਦ੍ ਅਥ ਪ੍ਰਿਸ਼੍ਠਤਸ੍ ਤੇ
ਨਮੋ 'ਸ੍ਤੁ ਤੇ ਸਰ੍ਵਤ ਏਵ ਸਰ੍ਵ
ਅਨੰਤ-ਵੀਰ੍ਯਾਮਿਤ ਵਿਕ੍ਰਮਸ੍ ਤ੍ਵਮ੍
ਸਰ੍ਵਮ੍ ਸਮਾਪ੍ਨੋਸ਼ਿ ਤਤੋ'ਸਿ ਸਰ੍ਵਹ੍ ॥ 40 ॥

ਨਮਹ੍-ਨਮਸਕਾਰ ; ਪੁਰਸ੍ਤਾਤ੍-ਸਾਹਮਣੇ ਤੋਂ ; ਅਥ-ਵੀ ; ਪ੍ਰਿਸ਼੍ਠਤਹ੍-ਪਿਛੇ ਤੋਂ ; ਤੇ-ਤੁਹਾਨੂੰ ; ਨਮਹ੍ ਅਸ੍ਤੁ-ਮੈਂ ਨਮਸਕਾਰ ਕਰਦਾ ਹਾਂ ; ਤੇ-ਤੁਹਾਨੂੰ ; ਸਰ੍ਵਤਹ੍-ਸਾਰੀਆਂ ਦਿਸ਼ਾਵਾਂ ਤੋਂ ; ਏਵ-ਨਿਸ਼ਚੈ ਹੀ ; ਸਰਵ-ਕਿਉਂਕਿ ਤੁਸੀਂ ਸਭ ਕੁਝ ਹੋ ; ਅਨੰਤ-ਵੀਰ੍ਯ-ਅਥਾਹ ਸ਼ਕਤੀ ; ਅਮਿਤ-ਵਿਕ੍ਰਮਹ੍-ਅਤੇ ਅਸੀਮ ਤਾਕਤ ; ਤ੍ਵਮ੍-ਤੁਸੀਂ ; ਸਰ੍ਵਮ੍-ਸਭ ਕੁਝ ; ਸਮਾਪ੍ਨੋਸ਼ਿ-ਢੱਕਦੇ ਹੋ ; ਤਤਹ੍-ਇਸ ਲਈ - ਅਸਿ-ਹੋ ; ਸਰ੍ਵਹ੍-ਸਭ ਕੁਝ ।

ਅਨੁਵਾਦ

ਤੁਹਾਨੂੰ ਅੱਗੇ ਪਿੱਛੇ ਅਤੇ ਚਾਰੋਂ ਪਾਸਿਓਂ ਨਮਸਕਾਰ ਹੈ । ਹੇ ਅਥਾਹ ਸ਼ਕਤੀ ! ਤੁਸੀਂ ਅਨੰਤ ਤਾਕਤ ਦੇ ਸਵਾਮੀ ਹੋ, ਤੁਸੀਂ ਸਰਬਵਿਆਪੀ ਹੋ, ਇਸ ਲਈ ਤੁਸੀਂ ਸਭ ਕੁਝ ਹੋ ।

ਭਾਵ

ਕ੍ਰਿਸ਼ਨ ਦੇ ਪ੍ਰੇਮ ਵਿਚ ਰੰਗਿਆ ਉਨ੍ਹਾਂ ਦਾ ਮਿੱਤਰ ਅਰਜੁਨ ਸਾਰੇ ਪਾਸਿਓਂ ਉਨ੍ਹਾਂ ਨੂੰ ਨਮਸਕਾਰ ਕਰ ਰਿਹਾ ਹੈ । ਉਹ ਸਵੀਕਾਰ ਕਰਦਾ ਹੈ ਕਿ ਕ੍ਰਿਸ਼ਨ ਸਾਰੀਆਂ ਸ਼ਕਤੀਆਂ ਅਤੇ ਸਾਰੀ ਦਲੇਰੀ ਦੇ ਮਾਲਕ ਹਨ ਅਤੇ ਜੰਗੀ ਮੈਦਾਨ ਵਿਚ ਇਕੱਠੇ ਸਾਰੇ ਜੋਧਿਆਂ ਤੋਂ ਕਿੱਧਰੇ ਜ਼ਿਆਦਾ ਸ੍ਰੇਸ਼ਠ (ਉੱਤਮ) ਹਨ । ਵਿਸ਼ਨੂੰ ਪੁਰਾਣ ਵਿਚ ਕਿਹਾ ਹੈ –

ਯੋ'ਯਮ੍ ਤਵਾਗਤੋ ਦੇਵ ਸਮੀਪਮ੍ ਦੇਵਤਾ ਗਣਹ੍ ।
ਸ ਤ੍ਵਮ ਏਵ ਜਗਤ੍-ਸ੍ਰਸ਼ਟਾ ਯਤਹ੍ ਸਰ੍ਵ-ਗਤੋ ਭਵਾਨ੍ ॥

(ਵਿਸ਼ਨੂੰ ਪੁਰਾਣ 1-9-69)

"ਤੁਹਾਡੇ ਸਾਹਮਣੇ ਜਿਹੜਾ ਵੀ ਆਉਂਦਾ ਹੈ, ਭਾਵੇਂ ਉਹ ਦੇਵਤਾ ਹੀ ਕਿਉਂ ਨਾ ਹੋਵੇ, ਹੇ ਭਗਵਾਨ ! ਉਹ ਤੁਹਾਡੇ ਰਾਹੀਂ ਪੈਦਾ ਹੋਇਆ ਹੈ ।"

सखेति मत्वा प्रसभं यदुक्तं
हे कृष्ण हे यादव हे सखेति ।
अजानता महिमानं तवेदं
मया प्रमादात्प्रणयेन वापि ॥ ४१॥

यच्चावहासार्थमसत्कृतोऽसि
विहारशय्यासनभोजनेषु ।
एकोऽथ वाप्यच्युत तत्समक्षं
तत्क्षामये त्वामहमप्रमेयम् ॥ ४२॥

ਸਖੇਤਿ ਮਤ੍ਵਾ ਪ੍ਰਸਭਮ੍ ਯਦ੍ ਉਕ੍ਤਮ੍
ਹੇ ਕ੍ਰਿਸ਼ਨ ਹੇ ਯਾਦਵ ਹੇ ਸਖੇਤਿ ।
ਅਜਾਨਤਾ ਮਹਿਮਾਨਮ੍ ਤਵੇਦਮ੍
ਮਯਾ ਪ੍ਰਮਾਦਾਤ੍ ਪ੍ਰਣਯੇਨ ਵਾਪਿ ॥ 41 ॥

ਯਚ੍ ਚਾਵਹਾਸਾਰ੍ਥਮ੍ ਅਸਤ੍-ਕ੍ਰਿਤੋ 'ਸਿ
ਵਿਹਾਰ ਸ਼ਯ੍ਯਾਸਨ ਭੋਜਨੇਸ਼ੁ

ਇਕੋ'ਥ ਵਾਪਿ ਅਚ੍ਯੁਤ ਤਤ੍ ਸਮਕਸ਼ਮ੍
ਤਤ੍ ਕਸ਼ਾਮਯੇ ਤ੍ਵਾਮ੍ ਅਹਮ੍ ਅਪ੍ਰਮੇਯਮ ॥ 42 ॥

ਸਖਾ-ਦੋਸਤ ; **ਇਤਿ**-ਇੰਝ ; **ਮਤ੍ਵਾ**-ਮੰਨਕੇ ; **ਪ੍ਰਸਭਮ੍**-ਗੁਸਤਾਖੀ ; **ਯਤ੍**-ਜਿਹੜਾ ਵੀ; **ਉਕਤਮ੍**-ਕਿਹਾ ਗਿਆ ; **ਹੇ ਕ੍ਰਿਸ਼ਨ**-ਹੇ ਕ੍ਰਿਸ਼ਨ ; **ਹੇ ਯਾਦਵ**-ਹੇ ਯਾਦਵ ; **ਹੇ ਸਖਾ**-ਹੇ ਦੋਸਤ ; **ਇਤਿ**-ਇੰਝ ; **ਅਜਾਨਤਾ**-ਬਗ਼ੈਰ ਜਾਣੇ ; **ਮਹਿਮਾਨਮ੍**-ਮਹਿਮਾ ਨੂੰ ; **ਤਵ**-ਤੁਹਾਡੀ ; **ਇਦਮ੍**-ਇਹ ; **ਮਯਾ**-ਮੇਰੇ ਰਾਹੀਂ ; **ਪ੍ਰਮਾਦਾਤ੍**-ਮੂਰਖਤਾ ਕਾਰਨ ; **ਪ੍ਰਣਯੇਨ**-ਪਿਆਰ ਕਾਰਣ ; **ਵਾ ਅਪਿ**-ਜਾ ਤਾਂ ; **ਯਤ੍**-ਜੇ ; **ਚ**-ਵੀ ; **ਅਵਹਾਸ-ਅਰ੍ਥਮ੍**-ਹੱਸਣ ਲਈ ; **ਅਸਤ-ਕ੍ਰਿਤਹ੍**-ਬੇਇਜ਼ਤੀ ਕੀਤਾ ਗਿਆ ; **ਅਸਿ**-ਹੋਵੇ ; **ਵਿਕਾਰ**-ਆਰਾਮ ਵਿਚ ; **ਸ਼ਯ੍ਯਾ**-ਲੰਮੇ ਪਏ ਰਹਿਣ ਤੇ ; **ਆਸਨ**-ਬੈਠੇ ਰਹਿਣ ਤੇ ; **ਭੋਜਨੇ ਸ਼ੁ**-ਜਾਂ ਭੋਜਨ ਕਰਦੇ ਵੇਲੇ ; **ਏਕਹ੍**-ਇਕੱਲਾ ; **ਅਥਵਾ**-ਜਾਂ ; **ਅਪਿ**-ਵੀ ; **ਅਚ੍ਯੁਤ**-ਹੇ ਅਡਿੱਗ ; **ਤਤ ਸਮਕ੍ਸ਼ਮ੍**-ਸਾਥੀਆਂ ਵਿਚਕਾਰ ; **ਤਤ੍**-ਉਨ੍ਹਾਂ ਸਾਰੀਆਂ ; **ਕੁਸ਼ਾਮਯੇ**-ਖ਼ਿਮਾ ਪ੍ਰਾਥੀ ਹਾਂ ; **ਤ੍ਵਾਮ੍**-ਤੁਹਾਡੇ ਤੋਂ ; **ਅਪ੍ਰਮੇਯਮ੍**-ਅਚਿੰਤ (ਅਥਾਹ ਜਾਂ ਬਹੁਤ ਵੱਡਾ) ।

ਅਨੁਵਾਦ

ਤੁਹਾਨੂੰ ਦੋਸਤ ਮੰਨਦਿਆਂ, ਮੈਂ ਬਿਨ੍ਹਾਂ ਸਤਿਕਾਰ ਤੁਹਾਨੂੰ ਹੇ ਕ੍ਰਿਸ਼ਨ, ਹੇ ਯਾਦਵ, ਹੇ ਦੋਸਤ ਵਰਗੇ ਸੰਬੋਧਨਾਂ ਨਾਲ ਬੁਲਾਇਆ ਹੈ, ਕਿਉਂਕਿ ਮੈਂ ਤੁਹਾਡੀ ਮਹਿਮਾ ਨਹੀਂ ਜਾਣਦਾ ਸੀ । ਮੈਂ ਮੂਰਖਤਾ ਕਾਰਨ ਜਾਂ ਪ੍ਰੇਮ ਕਾਰਨ ਜੋ ਕੁਝ ਵੀ ਕੀਤਾ ਹੈ, ਕਿਰਪਾ ਕਰਕੇ ਉਸ ਲਈ ਮੈਨੂੰ ਖ਼ਿਮਾ ਕਰ ਦਿਉ । ਇਹੋ ਨਹੀਂ, ਮੈਂ ਕਈ ਵਾਰ ਆਰਾਮ ਕਰਦੇ ਹੋਏ, ਇੱਕਠੇ ਪਏ ਹੋਏ ਜਾਂ ਇੱਕਠੇ ਬੈਠੇ ਹੋਏ, ਇਕੱਲੇ ਅਤੇ ਕਦੀ ਅਨੇਕਾਂ ਦੋਸਤਾਂ ਦੇ ਸਾਹਮਣੇ ਤੁਹਾਡੀ ਬੇਇਜ਼ਤੀ ਕੀਤੀ ਹੈ । ਹੇ ਅਚੁਤ (ਅਡਿੱਗ) ! ਮੇਰੇ ਇਨ੍ਹਾਂ ਸਾਰੇ ਅਪਰਾਧਾਂ ਨੂੰ ਖ਼ਿਮਾਂ ਕਰ ਦਿਉ ।

ਭਾਵ

ਭਾਵੇਂ ਅਰਜੁਨ ਸਾਹਮਣੇ ਕ੍ਰਿਸ਼ਨ ਆਪਣੇ ਵਿਰਾਟ ਰੂਪ ਵਿਚ ਹਨ, ਪਰ ਉਸਨੂੰ ਕ੍ਰਿਸ਼ਨ ਨਾਲ ਆਪਣੀ ਦੋਸਤੀ ਦਾ ਭਾਵ ਚੇਤੇ ਹੈ । ਇਸੇ ਲਈ ਉਹ ਦੋਸਤੀ ਕਰਕੇ ਹੋਣ ਵਾਲੀਆਂ ਗ਼ਲਤੀਆਂ ਦੀ ਖ਼ਿਮਾਂ ਮੰਗਣ ਲਈ ਬੇਨਤੀ ਕਰ ਰਿਹਾ ਹੈ । ਉਹ ਸਵੀਕਾਰ ਕਰਦਾ ਹੈ ਕਿ ਪਹਿਲੋਂ ਉਸਨੂੰ ਨਹੀਂ ਸੀ ਪਤਾ ਕਿ ਕ੍ਰਿਸ਼ਨ ਅਜਿਹਾ ਵਿਰਾਟ ਰੂਪ ਧਾਰਨ ਕਰ ਸਕਦੇ ਹਨ, ਹਾਲਾਂਕਿ ਦੋਸਤ ਦੇ ਰੂਪ ਵਿਚ ਕ੍ਰਿਸ਼ਨ ਨੇ ਉਸਨੂੰ ਸਮਝਾਇਆ ਸੀ । ਅਰਜੁਨ ਨੂੰ ਇਹ ਪਤਾ ਨਹੀਂ ਸੀ ਕਿ ਉਸਨੇ ਕਿੰਨੀ ਵਾਰ 'ਹੇ ਮਿੱਤਰ' 'ਹੇ ਕ੍ਰਿਸ਼ਨ' 'ਹੇ ਯਾਦਵ' ਵਰਗੇ ਸੰਬੋਧਨਾ ਰਾਹੀਂ ਉਨ੍ਹਾਂ ਦੀ ਬੇਇਜ਼ਤੀ ਕੀਤੀ ਹੈ ਅਤੇ ਉਨ੍ਹਾਂ ਦੀ ਮਹਿਮਾ ਸਵੀਕਾਰ ਨਹੀਂ

ਕੀਤੀ। ਪਰ ਕ੍ਰਿਸ਼ਨ ਐਨੇ ਕਿਰਪਾਲੂ ਹਨ, ਕਿ ਐਨੀਆਂ ਵਿਭੂਤੀਆਂ (ਸੰਪੰਨਤਾਵਾਂ) ਦੇ ਮਾਲਕ ਹੋਕੇ ਵੀ ਅਰਜੁਨ ਨਾਲ ਦੋਸਤੀ ਦੀ ਭੂਮਿਕਾ ਨਿਭਾਉਂਦੇ ਰਹੇ। ਭਗਤ ਅਤੇ ਭਗਵਾਨ ਵਿਚਕਾਰ ਅਲੌਕਿਕ ਪ੍ਰੇਮ ਦਾ ਵਟਾਂਦਰਾ ਅਜਿਹਾ ਹੁੰਦਾ ਹੈ। ਜੀਵ ਅਤੇ ਕ੍ਰਿਸ਼ਨ ਦਾ ਸੰਬੰਧ ਸ਼ਾਸਵਤ (ਸਨਾਤਨ) ਰੂਪ ਨਾਲ ਸਥਿਰ ਹੈ। ਇਸਨੂੰ ਭੁਲਾਇਆ ਨਹੀਂ ਜਾ ਸਕਦਾ, ਜਿਵੇਂ ਕਿ ਅਸੀਂ ਅਰਜੁਨ ਦੇ ਆਚਰਨ ਵਿਚ ਵੇਖਦੇ ਹਾਂ। ਭਾਵੇਂ ਅਰਜੁਨ ਵਿਰਾਟ ਰੂਪ ਦਾ ਵੈਭਵ ਵੇਖ ਚੁੱਕਾ ਸੀ, ਪਰ ਉਹ ਕ੍ਰਿਸ਼ਨ ਨਾਲ ਆਪਣੀ ਦੋਸਤੀ ਨਹੀਂ ਭੁੱਲ ਸਕਿਆ।

पितासि लोकस्य चराचरस्य
त्वमस्य पूज्यश्च गुरुर्गरीयान्।
न त्वत्समोऽस्त्यभ्यधिकः कुतोऽन्यो
लोकत्रयेऽप्यप्रतिमप्रभाव ॥४३॥

ਪਿਤਾਸਿ ਲੋਕਸ੍ਯ ਚਰਾਚਰਸ੍ਯ
ਤ੍ਵਮ੍ ਅਸ੍ਯ ਪੂਜ੍ਯਸ਼੍ ਚ ਗੁਰੂਰ੍ ਗਰੀਯਾਨ੍।
ਨ-ਤ੍ਵਤ੍ਸਮੋ 'ਸ੍ਤਿ ਅਭ੍ਯਧਿਕਹ੍ ਕੁਤੋ 'ਨ੍ਯੋ
ਲੋਕ-ਤ੍ਰੇਯ'ਪਿ ਅਪ੍ਰਤਿਮ ਪ੍ਰਭਾਵ ॥ 43 ॥

ਪਿਤਾ-ਪਿਤਾ ; **ਅਸਿ**-ਹੋ ; **ਲੋਕਸ੍ਯ**-ਪੂਰੇ ਸੰਸਾਰ ਦੇ ; **ਚਰ**-ਗਤੀਸ਼ੀਲ ; **ਅਚਰਸ੍ਯ**-ਅਤੇ ਗਤੀਹੀਣਾਂ ਦੇ ; **ਤ੍ਵਾਮ੍**-ਤੁਸੀਂ ਹੋ ; **ਅਸ੍ਯ**-ਇਸਦੇ ; **ਪੂਜ੍ਯਹ੍**-ਪੂਜਣ ਯੋਗ ; **ਚ**-ਵੀ ; **ਗੁਰੂਹ੍**-ਗੁਰੂ ; **ਗਰੀਯਾਨ੍**-ਮਹਿਮਾ ਨਾਲ ; **ਨ**-ਕਦੀ ਨਹੀਂ ; **ਤ੍ਵਤ੍-ਸਮਹ੍**-ਤੁਹਾਡੇ ਬਰਾਬਰ ; **ਅਸ੍ਤਿ**-ਹੈ ; **ਅਭ੍ਯਧਿਕਹ੍**-ਵੱਧਕੇ ; **ਕੁਤਹ੍**-ਕਿਝ ਸੰਭਵ ਹੈ ; **ਅੰਨਯਹ੍**-ਦੂਜਾ ; **ਲੋਕ ਤ੍ਰਯੇ**-ਤਿੰਨਾਂ ਲੋਕਾਂ ਵਿਚ ; **ਅਪਿ**-ਵੀ ; **ਅਪ੍ਰਤਿਮ-ਪ੍ਰਭਾਵ**-ਹੇ ਅਮਿਣਵੀ ਸ਼ਕਤੀ ਵਾਲੇ।

ਅਨੁਵਾਦ

ਤੁਸੀਂ ਇਸ ਗਤੀਸ਼ੀਲ ਅਤੇ ਗਤੀਹੀਣ ਸਾਰੇ ਸੰਸਾਰ ਦੇ ਪਿਤਾ ਹੋ। ਤੁਸੀਂ ਪਰਮ ਪੂਜਣ-ਯੋਗ, ਪਰਮ ਅਧਿਆਤਮਕ ਗੁਰੂ ਹੋ। ਨਾ ਕੋਈ ਤੁਹਾਡੇ ਬਰਾਬਰ ਦਾ ਹੈ, ਨਾ ਹੀ ਕੋਈ ਤੁਹਾਡੇ ਬਰਾਬਰ ਦਾ ਹੋ ਸਕਦਾ ਹੈ। ਹੇ ਅਮਿਣਵੀ ਸ਼ਕਤੀ ਵਾਲੇ ਪ੍ਰਭੂ ! ਭਲਾ ਤਿੰਨਾਂ ਲੋਕਾਂ ਵਿਚ ਤੁਹਾਡੇ ਤੋਂ ਮਹਾਨ ਕੋਈ ਕਿਝ ਹੋ ਸਕਦਾ ਹੈ।

ਭਾਵ

ਭਗਵਾਨ ਕ੍ਰਿਸ਼ਨ ਉਸੇ ਤਰ੍ਹਾਂ ਪੂਜਣ ਯੋਗ ਹਨ, ਜਿਵੇਂ ਪੁੱਤਰ ਰਾਹੀਂ ਪਿਤਾ ਪੂਜਣ ਯੋਗ ਹੁੰਦਾ ਹੈ । ਉਹ ਗੁਰੂ ਹਨ ਕਿਉਂਕਿ ਸਭ ਤੋਂ ਪਹਿਲਾਂ ਉਨ੍ਹਾਂ ਨੇ ਬ੍ਰਹਮਾ ਨੂੰ ਵੇਦਾਂ ਦਾ ਉਪਦੇਸ਼ ਦਿੱਤਾ ਸੀ ਅਤੇ ਇਸ ਵੇਲੇ ਉਹ ਅਰਜੁਨ ਨੂੰ ਵੀ ਭਗਵਤ ਗੀਤਾ ਦਾ ਉਪਦੇਸ਼ ਦੇ ਰਹੇ ਹਨ। ਇਸ ਲਈ ਉਹ ਆਦਿ ਗੁਰੂ ਹਨ ਅਤੇ ਕਿਸੇ ਵੀ ਪ੍ਰਮਾਣਿਤ ਗੁਰੂ ਨੂੰ ਕ੍ਰਿਸ਼ਨ ਤੋਂ ਸ਼ੁਰੂ ਹੋਣ ਵਾਲੀ ਗੁਰੂ ਪਰੰਪਰਾ ਦਾ ਪ੍ਰਤੀਨਿਧੀ ਹੋਣਾ ਚਾਹੀਦਾ ਹੈ । ਕ੍ਰਿਸ਼ਨ ਦਾ ਨੁਮਾਇੰਦਾ ਹੋਏ ਬਗ਼ੈਰ ਕੋਈ ਨਾ ਤਾਂ ਸਿੱਖਿਅਕ ਅਤੇ ਨਾ ਅਧਿਆਤਮਕ ਵਿਸ਼ਿਆਂ ਦਾ ਗੁਰੂ ਹੋ ਸਕਦਾ ਹੈ।

ਭਗਵਾਨ ਨੂੰ ਹਰ ਤਰ੍ਹਾਂ ਨਾਲ ਨਮਸਕਾਰ ਕੀਤਾ ਜਾ ਰਿਹਾ ਹੈ । ਉਨ੍ਹਾਂ ਦੇ ਮਹਾਨ ਹੋਣ ਦਾ ਕੋਈ ਮੁਕਾਬਲਾ ਨਹੀਂ । ਕੋਈ ਵੀ ਭਗਵਾਨ ਕ੍ਰਿਸ਼ਨ ਤੋਂ ਵੱਧਕੇ ਨਹੀਂ, ਕਿਉਂਕਿ ਇਸ ਲੋਕ ਵਿਚ ਜਾਂ ਬੈਕੁੰਠ ਲੋਕ ਵਿਚ ਕ੍ਰਿਸ਼ਨ ਦੇ ਬਰਾਬਰ ਜਾਂ ਉਨ੍ਹਾਂ ਤੋਂ ਵੱਡਾ ਕੋਈ ਨਹੀਂ ਹੈ। ਸਾਰੇ ਲੋਕ ਉਨ੍ਹਾਂ ਤੋਂ ਛੋਟੇ ਹਨ। ਸ਼੍ਵੇਤਾਸ਼੍ਵਤਰ ਉਪਨਿਸ਼ਦ ਵਿਚ ਕਿਹਾ ਗਿਆ ਹੈ :-

ਨ ਤਸ੍ਯ ਕਾਰ੍ਯਮ ਕਰਣਮ੍ ਚ ਵਿਦ੍ਯਤੇ
ਨ ਤਤ੍ ਸਮਸ਼੍ ਚਾਭ੍ਯਧਿਕਸ਼੍ ਚ ਦ੍ਰਿਸ਼੍ਯਤੇ ।

(ਸ਼ਵੇਤਾਸ਼ਵਤਰ ਉਪਨਿਸ਼ਦ 6-8)

ਭਗਵਾਨ ਕ੍ਰਿਸ਼ਨ ਦੇ ਵੀ ਆਮ ਮਨੁੱਖ ਵਾਂਗ ਇੰਦਰੀਆਂ ਅਤੇ ਸ਼ਰੀਰ ਹਨ, ਪਰ ਉਨ੍ਹਾਂ ਲਈ ਆਪਣੀਆਂ ਇੰਦਰੀਆਂ, ਆਪਣੇ ਸ਼ਰੀਰ, ਆਪਣੇ ਮਨ ਅਤੇ ਖ਼ੁਦ ਆਪਣੇ ਵਿਚ ਕੋਈ ਫਰਕ ਨਹੀਂ ਰਹਿੰਦਾ । ਜਿਹੜੇ ਲੋਕ ਮੂਰਖ ਹਨ, ਉਹ ਕਹਿੰਦੇ ਹਨ ਕਿ ਕ੍ਰਿਸ਼ਨ ਆਪਣੀ ਆਤਮਾ, ਮਨ, ਹਿਰਦੇ ਅਤੇ ਹੋਰ ਹਰ ਚੀਜ਼ ਤੋਂ ਵੱਖਰੇ ਹਨ । ਕ੍ਰਿਸ਼ਨ ਤਾਂ ਪਰਮ ਹਨ, ਇਸ ਲਈ ਉਨ੍ਹਾਂ ਦੇ ਕਾਰਜ ਅਤੇ ਸ਼ਕਤੀਆਂ ਵੀ ਸਭ ਤੋਂ ਉੱਤਮ ਹਨ । ਇਹ ਵੀ ਕਿਹਾ ਜਾਂਦਾ ਹੈ ਕਿ ਭਾਵੇਂ ਸਾਡੇ ਵਰਗੀਆਂ ਉਨ੍ਹਾਂ ਦੀਆਂ ਇੰਦਰੀਆਂ ਨਹੀਂ ਹਨ, ਫਿਰ ਵੀ ਉਹ ਸਾਰੇ ਇੰਦਰੀਆਂ ਦੇ ਕਾਰਜ ਕਰਦੇ ਹਨ । ਇਸ ਲਈ ਉਨ੍ਹਾਂ ਦੀਆਂ ਇੰਦਰੀਆਂ ਨਾ ਤਾਂ ਅਧੂਰੀਆਂ ਹਨ, ਨਾ ਹੀ ਸੀਮਿਤ ਹਨ । ਨਾ ਤਾਂ ਕੋਈ ਉਨ੍ਹਾਂ ਤੋਂ ਵੱਧਕੇ ਹੈ, ਨਾ ਉਨ੍ਹਾਂ ਦੇ ਬਰਾਬਰ ਕੋਈ ਹੈ । ਸਾਰੇ ਲੋਕ ਉਨ੍ਹਾਂ ਤੋਂ ਛੋਟੇ ਹਨ ।

ਪਰਮ ਪੁਰਖ ਦਾ ਗਿਆਨ, ਸ਼ਕਤੀ ਅਤੇ ਕਰਮ ਸਭ ਕੁਝ ਅਲੌਕਿਕ ਹੈ । ਭਗਵਤ ਗੀਤਾ ਵਿਚ (4-9) ਕਿਹਾ ਗਿਆ ਹੈ –

ਜਨ੍ਮ ਕਰ੍ਮ ਚ ਮੇ ਦਿਵ੍ਯਮ ਏਵਮ੍ ਯੋ ਵੇਤੱਿ ਤਤੱ੍ਵਤਹ੍ ।
ਤ੍ਯਕ੍ਤ੍ਵਾ ਦੇਹਮ੍ ਪੁਨਰ੍ ਜਨ੍ਮ ਨੈਤਿ ਮਾਮ੍ ਏਤਿ ਸੋ'ਰਜੁਨ ॥

ਜਿਹੜਾ ਕੋਈ ਕ੍ਰਿਸ਼ਨ ਦੇ ਅਲੌਕਿਕ ਸ਼ਰੀਰ, ਕਰਮ ਅਤੇ ਪੂਰਨਤਾ ਨੂੰ ਜਾਣ ਲੈਂਦਾ ਹੈ, ਉਹ ਇਸ ਸ਼ਰੀਰ ਨੂੰ ਛੱਡਣ ਮਗਰੋਂ ਉਨ੍ਹਾਂ ਦੇ ਪਰਮ ਧਾਮ ਨੂੰ ਜਾਂਦਾ ਹੈ ਅਤੇ ਫਿਰ ਇਸ ਦੁੱਖਦਾਈ ਸੰਸਾਰ ਵਿਚ ਪਰਤ ਕੇ ਨਹੀਂ ਆਉਂਦਾ । ਇਸ ਲਈ ਮਨੁੱਖ ਨੂੰ ਇਹ ਸਮਝ ਲੈਣਾ ਚਾਹੀਦਾ ਹੈ ਕਿ ਕ੍ਰਿਸ਼ਨ ਦੇ ਕਾਰਜ ਹੋਰਨਾਂ ਤੋਂ ਵੱਖਰੇ ਹੁੰਦੇ ਹਨ । ਸਭ ਤੋਂ ਉੱਤਮ ਰਸਤਾ ਤਾਂ ਇਹ ਹੈ ਕਿ ਕ੍ਰਿਸ਼ਨ ਦੇ ਉਪਦੇਸ਼ਾਂ ਦੀ ਪਾਲਣਾ ਕੀਤੀ ਜਾਵੇ ਇਸ ਨਾਲ ਮਨੁੱਖ ਸਿੱਧ ਬਣ ਜਾਵੇਗਾ। ਇਹ ਵੀ ਕਿਹਾ ਗਿਆ ਹੈ, ਕਿ ਕੋਈ ਅਜਿਹਾ ਨਹੀਂ ਜਿਹੜਾ ਕ੍ਰਿਸ਼ਨ ਦਾ ਸਵਾਮੀ ਬਣ ਸਕੇ, ਸਾਰੇ ਤਾਂ ਉਸਦੇ ਸੇਵਕ ਹਨ । ਚੈਤੰਨਯ ਚਰਿਤਾਮ੍ਰਿਤ (ਆਦਿ 5-142) ਤੋਂ ਇਸਦੀ ਪੁਸ਼ਟੀ ਹੁੰਦੀ ਹੈ - **ਏਕਲੇ ਈਸ਼ਵਰ ਕ੍ਰਿਸ਼ਨ, ਆਰ ਸਭ ਭ੍ਰਿਤਯ**- ਸਿਰਫ਼ ਕ੍ਰਿਸ਼ਨ ਈਸ਼ਵਰ ਹਨ, ਬਾਕੀ ਸਾਰੇ ਉਨ੍ਹਾਂ ਦੇ ਦਾਸ ਹਨ । ਹਰ ਮਨੁੱਖ ਉਨ੍ਹਾਂ ਦੇ ਹੁਕਮਾਂ ਦੀ ਪਾਲਣਾ ਕਰਦਾ ਹੈ, ਅਜਿਹਾ ਕੋਈ ਨਹੀਂ ਜਿਹੜਾ ਉਨ੍ਹਾਂ ਦੇ ਹੁਕਮਾਂ ਦੀ ਉਲੰਘਣਾ ਕਰ ਸਕੇ। ਹਰ ਮਨੁੱਖ ਉਨ੍ਹਾਂ ਦੀ ਪ੍ਰਧਾਨਗੀ ਵਿਚ ਹੋਣ ਕਰਕੇ ਉਨ੍ਹਾਂ ਦੇ ਨਿਰਦੇਸ਼ ਮੁਤਾਬਿਕ ਕੰਮ ਕਰਦਾ ਹੈ । ਜਿਵੇਂ ਕਿ ਬ੍ਰਹਮ ਸੰਹਿਤਾ ਵਿਚ ਕਿਹਾ ਗਿਆ ਹੈ, ਕਿ ਉਹ ਸਾਰੇ ਕਾਰਨਾਂ ਦੇ ਪਰਮ ਕਾਰਣ ਹਨ ।

तस्मात्प्रणम्य प्रणिधाय कायं
प्रसादये त्वामहमीशमीड्यम् ।
पितेव पुत्रस्य सखेव सख्युः
प्रियः प्रियायार्हसि देव सोढुम्॥ ४४॥

ਤਸ੍ਮਾਤ੍ ਪ੍ਰਣਮ੍ਯ ਪ੍ਰਣਿਧਾਯ ਕਾਯਮ੍
ਪ੍ਰਸਾਦਯੇ ਤ੍ਵਾਮ੍ ਅਹਮ੍ ਈਸ਼ਮ੍ ਈਡ੍ਯਮ੍ ।
ਪਿਤੇਵ ਪੁਤ੍ਰਸ੍ਯ ਸਖੇਵ ਸਖ੍ਯੁਹ੍
ਪ੍ਰਿਯਹ੍ ਪ੍ਰਿਯਾਸਾਰ੍ਹਸਿ ਦੇਵ ਸੋਢੁਮ੍ ॥ 44 ॥

ਤਸ੍ਮਾਤ੍-ਇਸ ਲਈ ; **ਪ੍ਰਣਮ੍ਯ**-ਪ੍ਰਣਾਮ ਕਰਕੇ ; **ਪ੍ਰਣਿਧਾਯ**-ਝੁਕ ਕੇ ; **ਕਾਯਮ੍**-ਸ਼ਰੀਰ ਨੂੰ ; **ਪ੍ਰਸਾਦਯੇ**-ਮੁਆਫ਼ੀ ਲਈ ਬੇਨਤੀ ਕਰਦਾ ; **ਤ੍ਵਾਮ੍**-ਤੁਹਾਡੇ ਤੋਂ ; **ਅਹਮ੍**-ਮੈਂ ; **ਈਸ਼ਮ੍**-ਭਗਵਾਨ ਤੋਂ ; **ਈਡ੍ਯਮ੍**-ਪੂਜਣ ਯੋਗ ; **ਪਿਤਾ ਈਵ**-ਪਿਤਾ ਸਮਾਨ ; **ਪੁਤ੍ਰਸ੍ਯ**-ਪੁੱਤਰ ਦਾ ; **ਸਖਾ ਇਵ**-ਦੋਸਤੀ ਸਮਾਨ ; **ਸਖ੍ਯੁਹ੍**-ਦੋਸਤ ਤੋਂ ; **ਪ੍ਰਿਯਹ੍**-ਪ੍ਰੇਮੀ ; **ਪ੍ਰਿਯਾਯਾਹ੍**-ਪਿਆਰੇ ਲੋਕਾਂ ਤੋਂ ; **ਅਰ੍ਹਸਿ**-ਤੁਹਾਨੂੰ ਚਾਹੀਦਾ ਹੈ ; **ਦੇਵ**-ਮੇਰੇ ਪ੍ਰਭੂ ; **ਸੋਢੁਮ੍**-ਸਹਿਣ ਕਰਨਾ ।

ਅਨੁਵਾਦ

ਤੁਸੀਂ ਹਰ ਜੀਵਾਂ ਦੇ ਪੂਜਣ ਯੋਗ ਭਗਵਾਨ ਹੋ । ਇਸ ਲਈ ਮੈਂ ਝੁੱਕ ਕੇ ਸ਼ਾਸ਼ਟਾਂਗ ਪ੍ਰਣਾਮ ਕਰਦਾ ਹਾਂ ਅਤੇ ਤੁਹਾਡੀ ਕਿਰਪਾ ਮੰਗਦਾ ਹੈ । ਜਿਸ ਤਰ੍ਹਾਂ ਪਿਤਾ ਆਪਣੇ ਪੁੱਤਰ ਦੀ ਗੁਸਤਾਖ਼ੀ ਨੂੰ ਸਹਿਣ ਕਰਦਾ ਹੈ, ਜਾਂ ਦੋਸਤ ਆਪਣੇ ਦੋਸਤ ਦੀ ਗੁਸਤਾਖ਼ੀ ਸਹਿ ਲੈਂਦਾ ਹੈ ਜਾਂ ਪਤਨੀ, ਪਤੀ ਦੇ ਅਪਰਾਧ ਸਹਿਣ ਕਰ ਲੈਂਦੀ ਹੈ, ਉਸੇ ਤਰ੍ਹਾਂ ਤੁਸੀਂ ਕਿਰਪਾ ਕਰਕੇ ਮੇਰੀਆਂ ਗਲਤੀਆਂ ਨੂੰ ਸਹਿਣ ਕਰ ਲਓ, ਜਿਹੜੀਆ ਮੈਂ ਕੀਤੀਆਂ ਹਨ ।

ਭਾਵ

ਕ੍ਰਿਸ਼ਨ ਦੇ ਭਗਤ ਉਨ੍ਹਾਂ ਨਾਲ ਵੱਖੋ ਵੱਖਰੇ ਤਰ੍ਹਾਂ ਦੇ ਸੰਬੰਧ ਰੱਖਦੇ ਹਨ - ਕੋਈ ਕ੍ਰਿਸ਼ਨ ਨੂੰ ਪੁੱਤਰ ਵਾਂਗ, ਕੋਈ ਪਤੀ ਰੂਪ ਵਿਚ, ਕੋਈ ਦੋਸਤ ਰੂਪ ਵਿਚ ਜਾਂ ਕੋਈ ਸਵਾਮੀ ਰੂਪ ਵਿਚ ਮੰਨ ਸਕਦਾ ਹੈ । ਕ੍ਰਿਸ਼ਨ ਅਤੇ ਅਰਜੁਨ ਦਾ ਸੰਬੰਧ ਦੋਸਤੀ ਦਾ ਹੈ । ਜਿਵੇਂ ਪਿਤਾ, ਪਤੀ ਜਾਂ ਸਵਾਮੀ ਸਾਰੇ ਅਪਰਾਧ ਸਹਿਣ ਕਰ ਲੈਂਦੇ ਹਨ, ਉਸੇ ਤਰ੍ਹਾਂ ਕ੍ਰਿਸ਼ਨ ਸਹਿਣ ਕਰਦੇ ਹਨ ।

अदृष्टपूर्वं हृषितोऽस्मि दृष्ट्वा
भयेन च प्रव्यथितं मनो मे ।
तदेव मे दर्शय देव रूपं
प्रसीद देवेश जगन्निवास ॥ ४५॥

ਅਦ੍ਰਿਸ਼੍ਟ ਪੂਰ੍ਵਮ੍ ਹ੍ਰਿਸ਼ਤੋ 'ਸ੍ਮਿ ਦ੍ਰਿਸ਼੍ਟ੍ਵਾ
ਭਯੇਨ ਚ ਪ੍ਰਵ੍ਯਥਿਤਮ੍ ਮਨੋ ਮੇ ।
ਤਦ੍ ਏਵ ਮੇ ਦਰ੍ਸ਼੍ਯ ਦੇਵ ਰੂਪਮ੍
ਪ੍ਰਸੀਦ ਦੇਵੇਸ਼ ਜਗਨ੍ ਨਿਵਾਸ ॥ 45 ॥

ਅਦ੍ਰਿਸ਼ਟ-ਪੂਰ੍ਵਮ੍-ਪਹਿਲੋਂ ਕਦੀ ਨਾ ਵੇਖਿਆ ਗਿਆ ; **ਹ੍ਰਿਸ਼ਿਤਹ**-ਪ੍ਰਸੰਨ ; **ਅਸ੍ਮਿ**-ਮੈਂ ਹਾਂ ; **ਦ੍ਰਿਸ਼੍ਟਵਾ**-ਵੇਖਕੇ ; **ਭਯੇਨ**-ਡਰ ਕਾਰਨ ; **ਚ**-ਵੀ ; **ਪ੍ਰਵ੍ਯਥਿਤਮ੍**-ਵਿਆਕੁਲ, ਡਰੇ ਹੋਏ ; **ਮਨਹ੍**-ਮਨ ; **ਮੇ**-ਮੇਰਾ ; **ਤਤ੍**-ਉਹ ; **ਏਵ**-ਨਿਸ਼ਚੈ ਹੀ ; **ਮੇ**-ਮੈਨੂੰ ; **ਦਰਸ਼੍ਯ**-ਵਿਖਾਉ ; **ਦੇਵ**-ਹੇ ਪ੍ਰਭੂ ; **ਰੂਪਮ੍**-ਰੂਪ ; **ਪ੍ਰਸੀਦ**-ਪ੍ਰਸੰਨ ਹੋਵੋ ; **ਦੇਵਈਸ਼**-ਦੇਵਤਿਆਂ ਦੇ ਦੇਵਤਾ ; **ਜਗਤ੍-ਨਿਵਾਸ**-ਹੇ ਸੰਸਾਰ ਦੀ ਸ਼ਰਨ ।

ਅਨੁਵਾਦ

ਪਹਿਲੋਂ ਕਦੀ ਨਾ ਵੇਖੇ ਗਏ ਤੁਹਾਡੇ ਇਸ ਵਿਰਾਟ ਰੂਪ ਦਾ ਦਰਸ਼ਨ ਕਰਕੇ ਮੈਂ ਪ੍ਰਸੰਨ ਹੋ ਰਿਹਾ ਹਾਂ, ਪਰ ਨਾਲੋ-ਨਾਲ ਮੇਰਾ ਮਨ ਡਰ ਨਾਲ ਵਿਆਕੁਲ ਵੀ ਹੋ ਰਿਹਾ ਹੈ । ਇਸ

ਲਈ ਤੁਸੀਂ ਮੇਰੇ ਤੇ ਕਿਰਪਾ ਕਰੋ ਅਤੇ ਹੇ ਦੇਵੇਸ਼, ਹੇ ਜਗਨ ਨਿਵਾਸ ! ਫਿਰ ਤੋਂ ਆਪਣਾ ਪੁਰਸ਼ੋਤਮ ਭਗਵਾਨ ਦਾ ਰੂਪ ਵਿਖਾਉ ।

ਭਾਵ

ਅਰਜੁਨ ਨੂੰ ਕ੍ਰਿਸ਼ਨ ਤੇ ਵਿਸ਼ਵਾਸ ਹੈ, ਕਿਉਂਕਿ ਉਹ ਉਨ੍ਹਾਂ ਦਾ ਜਿਗਰੀ ਦੋਸਤ ਹੈ, ਅਤੇ ਦੋਸਤ ਰੂਪ ਵਿਚ ਉਹ ਆਪਣੇ ਦੋਸਤ ਦਾ ਵੈਭਵ ਵੇਖਕੇ ਬਹੁਤ ਪ੍ਰਸੰਨ ਹੈ । ਅਰਜੁਨ ਇਹ ਵੇਖਕੇ ਬਹੁਤ ਪ੍ਰਸੰਨ ਹੈ ਕਿ ਉਸਦੇ ਦੋਸਤ ਕ੍ਰਿਸ਼ਨ, ਭਗਵਾਨ ਹਨ ਅਤੇ ਉਹ ਅਜਿਹਾ ਵਿਰਾਟ ਰੂਪ ਵਿਖਾ ਸਕਦੇ ਹਨ । ਪਰ ਨਾਲ ਹੀ ਉਹ ਇਸ ਵਿਰਾਟ ਰੂਪ ਨੂੰ ਵੇਖਕੇ ਡਰਦਾ ਹੈ, ਕਿ ਉਸਨੇ ਸੱਚੀ ਦੋਸਤੀ ਸਦਕਾ, ਕ੍ਰਿਸ਼ਨ ਪ੍ਰਤੀ ਅਨੇਕਾਂ ਅਪਰਾਧ ਕੀਤੇ ਹਨ । ਇੰਝ ਡਰ ਕਾਰਨ ਉਸਦਾ ਮਨ ਡਾਵਾਂ ਡੋਲ ਹੈ, ਭਾਵੇਂ ਡਰਨ ਦਾ ਕੋਈ ਕਾਰਨ ਨਹੀਂ ਹੈ । ਇਸ ਲਈ ਅਰਜੁਨ ਕ੍ਰਿਸ਼ਨ ਅੱਗੇ ਬੇਨਤੀ ਕਰਦਾ ਹੈ ਕਿ ਉਹ ਨਾਰਾਇਣ ਰੂਪ ਵਿਖਾਉਣ, ਕਿਉਂਕਿ ਉਹ ਕੋਈ ਵੀ ਰੂਪ ਧਾਰਨ ਕਰ ਸਕਦੇ ਹਨ । ਇਹ ਵਿਰਾਟ ਰੂਪ ਭੌਤਿਕ ਸੰਸਾਰ ਦੇ ਬਰਾਬਰ ਭੌਤਿਕ ਅਤੇ ਨਸ਼ਵਰ ਹੈ । ਪਰ ਬੈਕੁੰਠ ਲੋਕ ਵਿਚ ਉਨ੍ਹਾਂ ਦਾ ਚਤੁਰਭੁਜੀ ਅਲੌਕਿਕ ਨਾਰਾਇਣ ਰੂਪ ਹੈ । ਪਰ ਅਧਿਆਤਮਕ ਆਕਾਸ਼ ਲੋਕ ਵਿਚ ਅਣਗਿਣਤ ਬੈਕੁੰਠ ਲੋਕ ਹਨ ਅਤੇ ਕ੍ਰਿਸ਼ਨ ਇਨ੍ਹਾਂ ਸਾਰਿਆਂ ਵਿਚ ਆਪਣੇ ਵੱਖੋ ਵੱਖਰੇ ਨਾਂ ਨਾਲ ਆਪਣੇ-ਅੰਸ਼ ਰੂਪ ਵਿਚ ਮੌਜੂਦ ਹਨ । ਇੰਝ ਅਰਜੁਨ ਬੈਕੁੰਠ ਲੋਕ ਦੇ ਉਨ੍ਹਾਂ ਦੇ ਕਿਸੇ ਇਕ ਰੂਪ ਨੂੰ ਵੇਖਣਾ ਚਾਹੁੰਦਾ ਸੀ । ਨਿਸ਼ਚੈ ਹੀ ਬੈਕੁੰਠ ਲੋਕ ਵਿਚ ਨਾਰਾਇਣ ਦਾ ਸਵਰੂਪ ਚਤੁਰਭੁਜੀ ਹੈ, ਪਰ ਇਨ੍ਹਾਂ ਚਾਰਾਂ ਹੱਥਾਂ ਵਿਚ ਉਹ ਵੱਖੋ-ਵੱਖਰੇ ਚਿੰਨ੍ਹ ਧਾਰਨ ਕਰਦੇ ਹਨ ਜਿਵੇਂ; ਸ਼ੰਖ, ਗਦਾ, ਕਮਲ ਅਤੇ ਚੱਕਰ। ਵੱਖੋ ਵੱਖਰੇ ਹੱਥਾਂ ਵਿਚ ਇਨ੍ਹਾਂ ਚਾਰਾਂ ਚਿੰਨ੍ਹਾਂ ਮੁਤਾਬਿਕ ਨਾਰਾਇਣ ਨੂੰ ਵੱਖੋ ਵੱਖਰੇ ਨਾਂਵਾਂ ਨਾਲ ਜਾਣਿਆਂ ਜਾਂਦਾ ਹੈ । ਇਹ ਸਾਰੇ ਰੂਪ ਕ੍ਰਿਸ਼ਨ ਦੇ ਹੀ ਹਨ, ਇਸ ਲਈ ਅਰਜੁਨ ਕ੍ਰਿਸ਼ਨ ਦੇ ਚਾਰ ਬਾਹਵਾਂ ਵਾਲੇ ਰੂਪ ਦਾ ਦਰਸ਼ਨ ਕਰਨਾ ਚਾਹੁੰਦਾ ਹੈ ।

किरीटिनं गदिनं चक्रहस्त-
मिच्छामि त्वां द्रष्टुमहं तथैव ।
तेनैव रूपेण चतुर्भुजेन
सहस्त्रबाहो भव विश्वमूर्ते ॥ ४६ ॥

ਕਿਰੀਟਿਨਮ੍ ਗਦਿਨਮ੍ ਚਕ੍ਰ ਹਸ੍ਤਮ੍
ਇਚ੍ਛਾਮਿ ਤ੍ਵਾਮ੍ ਦ੍ਰਿਸ਼੍ਟੁਮ੍ ਅਹਮ੍ ਤਥੈਵ,
ਤੇਨੈਵ ਰੂਪਣੇ ਚਤੁਰ੍ ਭੁਜੇਨ
ਸਹਸ੍ਰ-ਬਾਹੋ ਭਵ ਵਿਸ਼੍ਵ-ਮੂਰ੍ਤੇ ॥ 46 ॥

ਕਿਰੀਟਿਨਮ੍-ਮੁਕਟ ਧਾਰਨ ਕੀਤੇ ; **ਗਦਿਨਮ੍**-ਗਦਾਧਾਰੀ ; **ਚਕ੍ਰ ਹਸ੍ਤਮ੍**-ਚੱਕਰ ਧਾਰਨ ਕੀਤੇ ; **ਇਚ੍ਛਾਮਿ**-ਇੱਛੁਕ ਹਾਂ ; **ਤ੍ਵਾਮ੍**-ਤੁਹਾਨੂੰ ; **ਦ੍ਰਿਸ਼੍ਟਮ੍**-ਵੇਖਣਾ ; **ਅਹਮ੍**-ਮੈਂ ; **ਤਥਾ-ਏਵ**-ਉਸੇ ਸਥਿਤੀ ਵਿਚ ; **ਤੇਨ-ਏਵ**-ਉਸੇ ; **ਰੂਪਣੇ**-ਰੂਪ ਵਿਚ ;**ਚਤੁਹ੍ਭੁਜੇਨ**-ਚਾਰ ਹੱਥਾਂ ਵਾਲੇ ; **ਸਹਸ੍ਰਬਾਹੋ**-ਹੇ ਹਜ਼ਾਰਾਂ ਬਾਹਵਾਂ ਵਾਲੇ ; **ਭਵ**-ਹੋ ਜਾਵੇ ; **ਵਿਸ਼੍ਵ ਮੂਰ੍ਤੇ**-ਹੇ ਵਿਰਾਟ ਰੂਪ ।

ਅਨੁਵਾਦ

ਹੇ ਵਿਰਾਟ ਰੂਪ ! ਹੇ ਸਹਸਤ੍ਰਭੁਜ, ਹਜ਼ਾਰਾ ਬਾਹਵਾਂ ਵਾਲੇ ਭਗਵਾਨ, ਮੈਂ ਤੁਹਾਡੇ ਮੁਕਟਧਾਰੀ ਚਤੁਰਭੁੱਜ ਰੂਪ ਦਾ ਦਰਸ਼ਨ ਕਰਨਾ ਚਾਹੁੰਦਾ ਹਾਂ, ਜਿਸ ਵਿਚ ਤੁਸੀਂ ਆਪਣੇ ਚਾਰਾਂ ਹੱਥਾਂ ਵਿਚ ਸ਼ੰਖ, ਚੱਕਰ, ਗਦਾ ਅਤੇ ਪਦਮ (ਕਮਲ) ਧਾਰਨ ਕੀਤੇ ਹੋਏ ਹੋ । ਮੈਂ ਉਸੇ ਰੂਪ ਨੂੰ ਵੇਖਣ ਦੀ ਇੱਛਾ ਕਰਦਾ ਹਾਂ ।

ਭਾਵ

ਬ੍ਰਹਮਸੰਹਿਤਾ ਵਿਚ (5-39) ਕਿਹਾ ਗਿਆ ਹੈ - **ਰਾਮਾਦਿ ਮੂਰ੍ਤਿਸ਼ੁ ਕਲਾ ਨਿਯਮੇਨ ਤਿਸ਼੍ਠਨ੍**- ਭਗਵਾਨ ਸੈਂਕੜੇ ਹਜ਼ਾਰਾਂ ਰੂਪਾਂ ਵਿਚ, ਨਿੱਤ ਮੌਜੂਦ ਰਹਿੰਦੇ ਹਨ ਜਿਨ੍ਹਾਂ ਵਿਚੋਂ ਰਾਮ, ਨਰਸਿੰਘ, ਨਾਰਾਇਣ ਉਨ੍ਹਾਂ ਦੇ ਪ੍ਰਮੁੱਖ ਰੂਪ ਹਨ । ਰੂਪ ਤਾਂ ਅਣਗਿਣਤ ਹਨ, ਪਰ ਅਰਜੁਨ ਨੂੰ ਇਹ ਪਤਾ ਸੀ ਕਿ ਕ੍ਰਿਸ਼ਨ ਹੀ ਆਦਿ ਭਗਵਾਨ ਹਨ, ਜਿਨ੍ਹਾਂ ਨੇ ਅਸਥਾਈ ਸਮੇਂ ਲਈ ਇਹ ਵਿਰਾਟ ਰੂਪ ਧਾਰਨ ਕੀਤਾ ਹੈ । ਹੁਣ ਉਹ ਉਨ੍ਹਾਂ ਨੂੰ ਨਾਰਾਇਣ, ਇਕ ਅਧਿਆਤਮਕ ਰੂਪ ਦੇ ਦਰਸ਼ਨਾਂ ਲਈ ਬੇਨਤੀ ਕਰ ਰਿਹਾ ਹੈ । ਇਸ ਸ਼ਲੋਕ ਤੋਂ ਸ਼੍ਰੀਮਦ ਭਾਗਵਤਮ੍ ਦੇ ਇਸ ਵਾਕ ਦੀ ਨਿਸ਼ਚੈ ਹੀ ਪੁਸ਼ਟੀ ਹੋ ਜਾਂਦੀ ਹੈ ਕਿ ਕ੍ਰਿਸ਼ਨ ਆਦਿ ਭਗਵਾਨ ਹਨ ਅਤੇ ਹੋਰ ਸਾਰੇ ਰੂਪ ਉਨ੍ਹਾਂ ਤੋਂ ਹੀ ਪ੍ਰਗਟ ਹੁੰਦੇ ਹਨ । ਉਹ ਆਪਣੇ ਅੰਸ਼ ਤੋਂ ਵੱਖਰੇ ਨਹੀਂ ਹਨ ਅਤੇ ਉਹ ਆਪਣੇ ਅਣਗਿਣਤ ਰੂਪਾਂ ਵਿਚ ਵੀ ਈਸ਼ਵਰ ਹੀ ਬਣੇ ਰਹਿੰਦੇ ਹਨ । ਇਨ੍ਹਾਂ ਸਾਰੇ ਰੂਪਾਂ ਵਿਚ ਉਹ ਨੌਜਵਾਨ ਵਿਖਾਈ ਦਿੰਦੇ ਹਨ । ਇਹੋ ਭਗਵਾਨ ਦਾ ਸਥਾਈ ਲੱਛਣ ਹੈ । ਕ੍ਰਿਸ਼ਨ ਨੂੰ ਜਾਣਨ ਵਾਲਾ ਇਸ ਭੌਤਿਕ ਸੰਸਾਰ ਵਿਚ ਸਾਰੀਆਂ ਮਲੀਨਤਾਵਾਂ ਤੋਂ ਮੁਕਤ ਹੋ ਜਾਂਦਾ ਹੈ ।

श्रीभगवानुवाच

मया प्रसन्नेन तवार्जुनेदं
रूपं परं दर्शितमात्मयोगात्।
तेजोमयं विश्वमनन्तमाद्यं
यन्मे त्वदन्येन न दृष्टपूर्वम् ॥४७॥

ਸ਼੍ਰੀ ਭਗਵਾਨ੍ ਓਵਾਚ
ਮਯਾ ਪ੍ਰਸੰਨੇਨ ਤਵਾਰ੍ਜਨੇਦਮ੍
ਰੂਪਮ੍ ਪਰਮ੍ ਦਰ੍ਸ਼ਿਤਮ ਆਤ੍ਮ-ਯੋਗਾਤ੍ ।
ਤੇਜੋ ਮਯਮ੍ ਵਿਸ਼੍ਵਮ੍ ਅਨੰਤਮ੍ ਆਦ੍ਯਮ੍
ਯਨ੍ ਮੇ ਤ੍ਵਦ੍ ਅਨ੍ਯੇਨ ਨ ਦ੍ਰਿਸ਼੍ਟ-ਪੂਰ੍ਵਮ੍ ॥ 47 ॥

ਸ਼੍ਰੀ ਭਗਵਾਨ੍ ਓਵਾਚ-ਸ਼੍ਰੀ ਭਗਵਾਨ ਨੇ ਕਿਹਾ ; **ਮਯਾ**-ਮੇਰੇ ਰਾਹੀਂ ; **ਪ੍ਰਸੰਨੇਨ**-ਪ੍ਰਸੰਨ ; **ਤਵ**-ਤੁਹਾਨੂੰ ; **ਅਰ੍ਜੁਨ**-ਹੇ ਅਰਜੁਨ ; **ਇਦਮ੍**-ਇਸ ; **ਰੂਪਮ੍**-ਰੂਪ ਨੂੰ ; **ਪਰਮ੍**-ਅਲੌਕਿਕ ; **ਦਰ੍ਸ਼ਿਤਮ**-ਵਿਖਾਏ ਗਏ ; **ਆਤ੍ਮ-ਯੋਗਾਤ੍**-ਮੇਰੀ ਅੰਦਰੂਨੀ ਤਾਕਤ ਨਾਲ; **ਤੇਜ-ਮਯਮ੍**-ਤੇਜ ਨਾਲ ਪੂਰਨ ; **ਵਿਸ਼੍ਵਮ੍**-ਸਾਰੇ ਬ੍ਰਹਿਮੰਡ ਨੂੰ ; **ਅਨੰਤਮ੍**-ਸੀਮਾ ਰਹਿਤ; **ਆਦ੍ਯਮ੍**-ਆਦਿ ; **ਯਤ੍**-ਜਿਹੜਾ ; **ਮੇ**-ਮੇਰਾ ; **ਤ੍ਵਤ੍ ਅਨ੍ਯਨ**-ਤੁਹਾਡੇ ਤੋਂ ਇਲਾਵਾ ਹੋਰਨਾ ਰਾਹੀਂ ; **ਨ ਦ੍ਰਿਸ਼੍ਟ-ਪੂਰ੍ਵਮ੍**-ਕਿਸੇ ਨੇ ਪਹਿਲੋਂ ਨਹੀਂ ਵੇਖਿਆ ।

ਅਨੁਵਾਦ

ਭਗਵਾਨ ਨੇ ਕਿਹਾ - ਹੇ ਅਰਜੁਨ ! ਮੈਂ ਪ੍ਰਸੰਨ ਹੋ ਕੇ ਆਪਣੀ ਅੰਦਰੂਨੀ ਸ਼ਕਤੀ ਰਾਹੀਂ ਤੁਹਾਨੂੰ ਸੰਸਾਰ ਵਿਚ ਆਪਣੇ ਇਸ ਪਰਮ ਵਿਰਾਟ ਰੂਪ ਦਾ ਦਰਸ਼ਨ ਕਰਵਾਇਆ ਹੈ । ਇਸ ਤੋਂ ਪਹਿਲੋਂ ਹੋਰ ਕਿਸੇ ਨੇ ਇਸ ਅਸੀਮ ਅਤੇ ਤੇਜਵਾਨ ਆਦਿ ਰੂਪ ਨੂੰ ਕਦੀ ਨਹੀਂ ਵੇਖਿਆ ਸੀ ।

ਭਾਵ

ਅਰਜੁਨ ਭਗਵਾਨ ਦੇ ਵਿਰਾਟ ਰੂਪ ਨੂੰ ਵੇਖਣਾ ਚਾਹੁੰਦਾ ਸੀ, ਇਸ ਲਈ ਭਗਵਾਨ ਕ੍ਰਿਸ਼ਨ ਨੇ ਆਪਣੇ ਭਗਤ ਅਰਜੁਨ ਤੇ ਕਿਰਪਾ ਕਰਦਿਆਂ ਉਸਨੂੰ ਆਪਣੇ ਤੇਜਵਾਨ ਅਤੇ ਵੈਭਵ-ਪੂਰਨ ਵਿਰਾਟ ਰੂਪ ਦਾ ਦਰਸ਼ਨ ਕਰਵਾਇਆ । ਇਹ ਰੂਪ ਸੂਰਜ ਵਾਂਗ ਚਮਕ ਰਿਹਾ ਸੀ ਅਤੇ ਇਸਦੇ ਮੂੰਹ ਲਗਾਤਾਰ ਬਦਲ ਰਹੇ ਸਨ । ਕ੍ਰਿਸ਼ਨ ਨੇ ਇਹ ਰੂਪ ਅਰਜੁਨ ਦੀ ਇੱਛਾ ਨੂੰ ਸ਼ਾਂਤ ਕਰਨ ਲਈ ਹੀ ਵਿਖਾਇਆ ਸੀ । ਇਹ ਰੂਪ ਕ੍ਰਿਸ਼ਨ ਦੀ, ਉਨ੍ਹਾਂ ਦੀ ਅੰਦਰੂਨੀ ਸ਼ਕਤੀ ਰਾਹੀਂ ਪ੍ਰਗਟ ਹੋਇਆ, ਜਿਹੜੀ ਮਨੁੱਖੀ ਕਲਪਨਾ ਤੋਂ ਪਰੇ ਹੈ । ਅਰਜੁਨ ਤੋਂ ਪਹਿਲੋਂ ਭਗਵਾਨ ਦੇ ਇਸ ਵਿਰਾਟ ਰੂਪ ਦਾ ਕਿਸੇ ਨੇ ਦਰਸ਼ਨ ਨਹੀਂ ਕੀਤਾ ਸੀ, ਪਰ ਅਰਜੁਨ ਨੂੰ ਇਹ ਰੂਪ ਵਿਖਾਇਆ ਗਿਆ ਤਾਂ ਸਵਰਗ ਲੋਕ ਅਤੇ ਹੋਰ ਲੋਕਾਂ ਦੇ ਭਗਤ ਵੀ ਇਸਨੂੰ ਵੇਖ ਸਕਣ । ਉਨ੍ਹਾਂ ਨੇ ਇਸ ਰੂਪ ਨੂੰ ਪਹਿਲੋਂ ਨਹੀਂ ਵੇਖਿਆ ਸੀ, ਸਿਰਫ ਅਰਜੁਨ ਕਰਕੇ ਉਹ ਇਸ ਨੂੰ ਵੇਖ ਸਕੇ । ਦੂਜੇ ਸ਼ਬਦਾਂ ਵਿਚ, ਕ੍ਰਿਸ਼ਨ ਦੀ ਕਿਰਪਾ ਨਾਲ ਭਗਵਾਨ ਦੇ ਸਾਰੇ ਸ਼ਗਿਰਦ ਭਗਤ ਉਸ ਵਿਰਾਟ ਰੂਪ ਦਾ ਦਰਸ਼ਨ ਕਰ ਸਕੇ । ਜਿਸਨੂੰ

ਅਰਜੁਨ ਵੇਖ ਰਿਹਾ ਸੀ। ਕਿਸੇ ਨੇ ਟੀਕਾ ਕੀਤੀ ਹੈ, ਕਿ ਜਦੋਂ ਕ੍ਰਿਸ਼ਨ ਸੰਧੀ ਦਾ ਪ੍ਰਸਤਾਵ ਲੈ ਕੇ ਦੁਰਯੋਧਨ ਕੋਲ ਗਏ ਸੀ ਤਾਂ ਉਸਨੂੰ ਵੀ ਇਹ ਰੂਪ ਵਿਖਾਇਆ ਸੀ। ਬਦਕਿਸਮਤੀ ਨਾਲ ਦੁਰਯੋਧਨ ਨੇ ਸ਼ਾਂਤੀ ਪ੍ਰਸਤਾਵ ਸਵੀਕਾਰ ਨਹੀਂ ਕੀਤਾ, ਪਰ ਕ੍ਰਿਸ਼ਨ ਨੇ ਉਸ ਵੇਲੇ ਆਪਣੇ ਵਿਰਾਟ ਰੂਪ ਦਾ ਕੁੱਝ ਅੰਸ਼ ਵਿਖਾਇਆ ਸੀ। ਪਰ ਜੋ ਰੂਪ ਅਰਜੁਨ ਨੂੰ ਵਿਖਾਇਆ ਇਸ ਰੂਪ ਤੋਂ ਬਿਲਕੁਲ ਵੱਖਰਾ ਸੀ। ਇਹ ਸਪਸ਼ਟ ਕਿਹਾ ਗਿਆ ਹੈ, ਕਿ ਇਸ ਰੂਪ ਨੂੰ ਪਹਿਲੋਂ ਕਿਸੇ ਨੇ ਵੀ ਨਹੀਂ ਵੇਖਿਆ ਸੀ।

न वेदयज्ञाध्ययनैर्न दानै-
र्न च क्रियाभिर्न तपोभिरुग्रैः।
एवंरूपः शक्य अहं नृलोके
द्रष्टुं त्वदन्येन कुरुप्रवीर॥ ४८॥

ਨ ਵੇਦ ਯਗ੍ਯਾਧ੍ਯਯਨੈਰ੍ ਨ ਦਾਨੈਰ੍
ਨ ਚ ਕ੍ਰਿਯਾਭਿਰ੍ ਨ ਤਪੋਭਿਰ੍ ਓਗ੍ਰੈਹ।
ਏਵਮ੍-ਰੂਪਹ੍ ਸ਼ਕ੍ਯ ਅਹਮ੍ ਨ੍ਰਿ-ਲੋਕੇ
ਦਰ੍ਸ਼ਟਮ੍ ਤ੍ਵਦ੍ ਅੰਨਯੇਨ ਕੁਰੁ ਪ੍ਰਵੀਰ ॥ 48 ॥

ਨ-ਕਦੀ ਨਹੀਂ ; **ਵੇਦ ਯਗ੍ਯ**-ਯੱਗ ਰਾਹੀਂ ; **ਅਧ੍ਯਯਨੈਹ੍**-ਜਾਂ ਵੇਦਾਂ ਦੇ ਅਧਿਐਨ ਨਾਲ; **ਨ**-ਕਦੀ ਨਹੀਂ ; **ਦਾਨੈਹ੍**-ਦਾਨ ਰਾਹੀਂ ; **ਨ**-ਕਦੀ ਨਹੀਂ ; **ਚ**-ਵੀ ; **ਕ੍ਰਿਯਾਭਿਹ੍**-ਪੁੰਨ ਕਰਮਾਂ ਨਾਲ ; **ਨ**-ਕਦੀ ਨਹੀਂ ; **ਤਪੋਭਿਹ੍**-ਤਪੱਸਿਆ ਰਾਹੀਂ ; **ਓਗ੍ਰੈਹ੍**-ਕਠੋਰ ; **ਏਵਮ੍-ਰੂਪਹ੍**-ਇਸ ਰੂਪ ਵਿਚ ; **ਸਕ੍ਯਹ੍**-ਸਮਰਥ ; **ਅਹਮ੍**-ਮੈਂ ; **ਨ੍ਰਿ-ਲੋਕੇ**-ਇਸ ਭੌਤਿਕ ਸੰਸਾਰ ਵਿਚ ; **ਦ੍ਰਿਸ਼੍ਟਮ੍**-ਵੇਖੇ ਜਾਣ ਵਿਚ ; **ਤ੍ਵਤ੍**-ਤੁਹਾਡੇ ਇਲਾਵਾ ; **ਅਨਯੇਨ**-ਹੋਰਨਾਂ ਰਾਹੀਂ ; **ਕੁਰੁ ਪ੍ਰਵੀਰ**-ਕੌਰਵ ਜੋਧਿਆਂ ਵਿਚੋਂ ਉੱਤਮ।

ਅਨੁਵਾਦ

ਹੇ ਕੁਰੁਸ੍ਰੇਸ਼ਠ (ਕੌਰਵ ਜੋਧਿਆਂ ਵਿਚੋਂ ਉੱਤਮ)! ਤੁਹਾਡੇ ਤੋਂ ਪਹਿਲੋਂ ਇਸ ਵਿਰਾਟ ਰੂਪ ਨੂੰ ਕਿਸੇ ਨੇ ਨਹੀਂ ਵੇਖਿਆ, ਕਿਉਂਕਿ ਮੈਨੂੰ ਨਾ ਤਾਂ ਵੇਦ ਅਧਿਐਨ ਰਾਹੀਂ, ਨਾ ਯੱਗਾਂ ਰਾਹੀਂ, ਨਾ ਦਾਨ, ਨਾ ਪੁੰਨ ਜਾਂ ਕਠਿਨ ਤੱਪ ਰਾਹੀਂ, ਇਸ ਰੂਪ ਵਿਚ ਇਸ ਭੌਤਿਕ ਸੰਸਾਰ ਵਿਚ ਵੇਖਿਆ ਜਾ ਸਕਦਾ ਹੈ।

ਭਾਵ

ਇਸ ਪ੍ਰਸੰਗ ਵਿਚ ਦਿੱਵ-ਦ੍ਰਿਸ਼ਟੀ ਨੂੰ ਚੰਗੀ ਤਰ੍ਹਾਂ ਸਮਝ ਲੈਣਾ ਚਾਹੀਦਾ ਹੈ। ਇਹ ਦਿੱਵ ਦ੍ਰਿਸ਼ਟੀ ਕਿਸ ਕੋਲ ਹੈ ? ਦਿੱਵ ਦਾ ਅਰਥ ਹੈ ਦੈਵੀ। ਜਦੋਂ ਤਕ ਕੋਈ ਦੇਵਤਾ ਦੇ ਰੂਪ ਵਿਚ ਦਿੱਵਤਾ ਪ੍ਰਾਪਤ ਨਹੀਂ ਕਰ ਲੈਂਦਾ ਉਦੋਂ ਤਕ ਉਸਨੂੰ ਦਿੱਵ ਦ੍ਰਿਸ਼ਟੀ ਪ੍ਰਾਪਤ ਨਹੀਂ ਹੋ ਸਕਦੀ, ਅਤੇ ਦੇਵਤਾ ਕੌਣ ਹੈ ? ਵੈਦਿਕ ਸ਼ਾਸ਼ਤਰਾਂ ਦਾ ਕਹਿਣਾ ਹੈ ਕਿ ਜਿਹੜੇ ਭਗਵਾਨ ਵਿਸ਼ਨੂੰ ਦੇ ਭਗਤ ਹਨ, ਉਹ ਦੇਵਤਾ ਹਨ। (**ਵਿਸ਼ਨੂੰਭਕ੍ਤਾਹ੍ ਸ੍ਮ੍ਰਿਤਾ ਦੇਵਾਹ੍**) ਜਿਹੜੇ ਨਾਸਤਿਕ ਹਨ, ਭਾਵ ਜਿਹੜੇ ਵਿਸ਼ਨੂੰ ਵਿਚ ਵਿਸ਼ਵਾਸ ਨਹੀਂ ਕਰਦੇ ਜਾਂ ਜਿਹੜੇ ਕ੍ਰਿਸ਼ਨ ਦੇ ਨਿਰਗੁਣ ਅੰਸ਼ ਨੂੰ ਪਰਮੇਸ਼ਵਰ ਮੰਨਦੇ ਹਨ, ਉਨ੍ਹਾਂ ਨੂੰ ਇਹ ਦਿੱਵ ਦ੍ਰਿਸ਼ਟੀ ਨਹੀਂ ਪ੍ਰਾਪਤ ਹੋ ਸਕਦੀ। ਅਜਿਹਾ ਸੰਭਵ ਨਹੀਂ ਹੈ, ਕਿ ਕ੍ਰਿਸ਼ਨ ਦਾ ਵਿਰੋਧ ਕਰਕੇ ਕੋਈ ਦਿੱਵ ਦ੍ਰਿਸ਼ਟੀ ਵੀ ਪ੍ਰਾਪਤ ਕਰ ਸਕੇ। ਦਿੱਵ ਬਣੇ ਬਗ਼ੈਰ ਦਿੱਵ ਦ੍ਰਿਸ਼ਟੀ ਹਾਸਲ ਨਹੀਂ ਕੀਤੀ ਜਾ ਸਕਦੀ। ਦੂਜੇ ਸ਼ਬਦਾਂ ਵਿਚ, ਜਿਨਾਂ ਨੂੰ ਦਿੱਵ ਦ੍ਰਿਸ਼ਟੀ ਪ੍ਰਾਪਤ ਹੈ, ਉਹ ਵੀ ਅਰਜੁਨ ਵਾਂਗ ਵਿਰਾਟ ਰੂਪ ਵੇਖ ਸਕਦੇ ਹਨ।

ਭਗਵਤ ਗੀਤਾ ਵਿਚ ਵਿਰਾਟ ਰੂਪ ਦਾ ਵਿਵਰਣ (ਵਰਨਣ) ਹੈ। ਭਾਵੇਂ ਅਰਜੁਨ ਤੋਂ ਪਹਿਲੇ ਇਸ ਵਿਵਰਣ ਬਾਰੇ ਪਤਾ ਨਹੀਂ ਸੀ, ਪਰ ਇਸ ਘਟਨਾ ਤੋਂ ਬਾਅਦ ਹੁਣ ਵਿਰਾਟ ਰੂਪ ਦਾ ਕੁਝ ਅਨੁਮਾਨ ਲਗਾਇਆ ਜਾ ਸਕਦਾ ਹੈ। ਜਿਹੜੇ ਸੱਚਮੁੱਚ ਹੀ ਦਿੱਵ ਹਨ, ਉਹ ਭਗਵਾਨ ਦੇ ਵਿਰਾਟ ਰੂਪ ਨੂੰ ਵੇਖ ਸਕਦੇ ਹਨ। ਪਰ ਕ੍ਰਿਸ਼ਨ ਦਾ ਸ਼ੁੱਧ ਭਗਤ ਬਣੇ ਬਗ਼ੈਰ ਕੋਈ ਦਿੱਵ ਨਹੀਂ ਬਣ ਸਕਦਾ। ਪਰ ਜਿਹੜੇ ਭਗਤ ਸੱਚਮੁਚ ਦਿੱਵ ਪ੍ਰਕ੍ਰਿਤੀ ਦੇ ਹਨ, ਅਤੇ ਜਿਨ੍ਹਾਂ ਨੂੰ ਦਿੱਵ ਦ੍ਰਿਸ਼ਟੀ ਪ੍ਰਾਪਤ ਹੈ, ਉਹ ਭਗਵਾਨ ਦੇ ਵਿਰਾਟ ਰੂਪ ਦਾ ਦਰਸ਼ਨ ਕਰਨ ਲਈ ਉਤਸਕ ਨਹੀਂ ਰਹਿੰਦੇ। ਜਿਵੇਂ ਕਿ ਪਿਛਲੇ ਸ਼ਲੋਕ ਵਿਚ ਕਿਹਾ ਗਿਆ ਹੈ, ਅਰਜੁਨ ਕ੍ਰਿਸ਼ਨ ਦੇ ਚਤੁਰਭੁਜੀ ਵਿਰਾਟ ਰੂਪ ਨੂੰ ਵੇਖਣਾ ਚਾਹੁੰਦਾ ਹੈ, ਕਿਉਂਕਿ ਵਿਰਾਟ ਰੂਪ ਨੂੰ ਵੇਖਕੇ ਉਹ ਸੱਚਮੁੱਚ ਡਰ ਗਿਆ ਸੀ।

ਇਸ ਸ਼ਲੋਕ ਵਿਚ ਕੁਝ ਮਹੱਤਵਪੂਰਨ ਸ਼ਬਦ ਹਨ, ਜਿਵੇਂ **ਵੇਦਯਗ੍ਯਾਦ੍ ਯਜਨੈਹ੍** ਜਿਹੜਾ ਵੇਦਾਂ ਅਤੇ ਯੱਗ ਅਨੁਸ਼ਠਾਨਾਂ (ਸ਼ਾਸ਼ਤਰ ਵਿਧੀਆਂ) ਨਾਲ ਸੰਬੰਧਿਤ ਵਿਸ਼ਿਆਂ ਦੇ ਅਧਿਐਨ ਨੂੰ ਦੱਸਦਾ ਹੈ। ਵੇਦਾਂ ਦਾ ਅਰਥ ਹੈ, ਸਾਰੇ ਤਰ੍ਹਾਂ ਦਾ ਵੈਦਿਕ ਸਾਹਿਤ; ਜਿਵੇਂ ਚਾਰ ਵੇਦ (ਰਿਗ, ਯਜੁਰ, ਸਾਮ ਅਤੇ ਅਥਰਵ) ਅਤੇ ਅਠਾਰ੍ਹਾਂ ਪੁਰਾਣ, ਸਾਰੇ ਉਪਨਿਸ਼ਦ ਅਤੇ ਵੇਦਾਂਤ ਸੂਤਰ। ਮਨੁੱਖ ਇਨ੍ਹਾਂ ਦਾ ਅਧਿਐਨ ਭਾਵੇਂ ਘਰੇ ਬੈਠਕੇ ਕਰੇ ਜਾਂ ਕਿਧਰੇ ਹੋਰ। ਇੰਝ ਹੀ ਯੱਗ ਵਿਧੀ ਦੇ ਅਧਿਐਨ ਕਰਨ ਦੇ ਅਨੇਕਾਂ ਸੂਤਰ ਹਨ - ਕਲਪ ਸੂਤਰ ਅਤੇ ਮੀਮਾਂਸਾ ਸੂਤਰ। 'ਦਾਨੈਹ੍' ਯੋਗਪਾਤਰ ਨੂੰ ਦਾਨ ਦੇਣ ਦੇ ਅਰਥ ਵਿਚ ਆਇਆ ਹੈ, ਜਿਵੇਂ ਉਹ ਲੋਕ ਜਿਹੜੇ ਭਗਵਾਨ ਦੀ ਅਲੌਕਿਕ ਪ੍ਰੇਮ ਭਗਤੀ ਵਿਚ ਲਗੇ ਰਹਿੰਦੇ ਹਨ, ਜਿਵੇਂ

ਬ੍ਰਾਹਮਣ ਅਤੇ ਵੈਸ਼ਨਵ। ਇੰਝ ਹੀ 'ਕ੍ਰਿਯਾਭਿਹ੍' ਸ਼ਬਦ ਅਗਨੀਹੋਤਰ ਲਈ ਹੈ ਅਤੇ ਵੱਖੋ ਵੱਖਰੀਆਂ ਜਾਤੀਆਂ (ਵਰਣ) ਦੇ ਕੰਮਾਂ ਦਾ ਸੂਚਕ ਹੈ। ਸ਼ਰੀਰਕ ਕਸ਼ਟਾਂ ਨੂੰ ਆਪਣੀ ਮਰਜ਼ੀ ਨਾਲ ਅਪਨਾਉਣਾ ਤਪੱਸਿਆ ਹੈ। ਇਸ ਤਰ੍ਹਾਂ ਮਨੁੱਖ ਭਾਵੇਂ ਇਨ੍ਹਾਂ ਸਾਰੇ ਕੰਮਾਂ-ਤਪੱਸਿਆਂ, ਦਾਨ, ਵੇਦ ਅਧਿਐਨ ਆਦਿ ਨੂੰ ਕਰੇ, ਪਰ ਜਦੋਂ ਤੱਕ ਉਹ ਅਰਜੁਨ ਵਾਂਗ ਭਗਤ ਨਹੀਂ ਹੁੰਦਾ, ਉਦੋਂ ਤਕ ਉਹ ਵਿਰਾਟ ਰੂਪ ਦਾ ਦਰਸ਼ਨ ਨਹੀਂ ਕਰ ਸਕਦਾ। ਨਿਰਗੁਣਵਾਦੀ ਵੀ ਕਲਪਨਾ ਕਰਦੇ ਰਹਿੰਦੇ ਹਨ ਕਿ ਭਗਵਾਨ ਦੇ ਵਿਰਾਟ ਰੂਪ ਦਾ ਦਰਸ਼ਨ ਕਰ ਰਹੇ ਹਨ, ਪਰ ਭਗਵਤ ਗੀਤਾ ਤੋਂ ਅਸੀਂ ਜਾਣਦੇ ਹਾਂ ਕਿ ਨਿਰਗੁਣਵਾਦੀ ਭਗਤ ਨਹੀਂ ਹਨ। ਸਿੱਟੇ ਵੱਜੋਂ ਉਹ ਭਗਵਾਨ ਦੇ ਵਿਰਾਟ ਰੂਪ ਨੂੰ ਨਹੀਂ ਵੇਖ ਸਕਦੇ।

ਅਜਿਹੇ ਅਨੇਕ ਮਨੁੱਖ ਹਨ ਜਿਹੜੇ ਅਵਤਾਰਾਂ ਦੀ ਰਚਨਾ ਕਰਦੇ ਹਨ। ਉਹ ਝੂਠਿਆਂ ਹੀ ਸਾਧਾਰਣ ਮਨੁੱਖ ਨੂੰ ਅਵਤਾਰ ਮੰਨਦੇ ਹਨ, ਪਰ ਇਹ ਮੂਰਖਤਾ ਹੈ। ਸਾਨੂੰ ਤਾਂ ਭਗਵਤ ਗੀਤਾ ਦੀਆਂ ਲੀਹਾਂ ਤੇ ਚਲਣਾ ਚਾਹੀਦਾ ਹੈ, ਨਹੀਂ ਤਾਂ ਪੂਰਨ ਅਧਿਆਤਮਕ ਗਿਆਨ ਪ੍ਰਾਪਤੀ ਦੀ ਕੋਈ ਉਮੀਦ ਨਹੀਂ ਹੈ। ਹਾਲਾਂਕਿ ਭਗਵਤ ਗੀਤਾ ਨੂੰ ਭਗਵਤ ਤੱਤ ਦਾ ਮੁੱਢਲਾ ਅਧਿਐਨ ਮੰਨਿਆਂ ਜਾਂਦਾ ਹੈ, ਤਾਂ ਵੀ ਇਹ ਏਨ੍ਹਾਂ ਪੂਰਨ ਹੈ, ਕਿ ਕੌਣ ਕੀ ਹੈ, ਇਸਦਾ ਫਰਕ ਦੱਸਿਆ ਜਾ ਸਕਦਾ ਹੈ। ਨਕਲੀ ਅਵਤਾਰ ਦੇ ਸਮਰਥਕ ਇਹ ਕਹਿ ਸਕਦੇ ਹਨ ਕਿ ਉਨ੍ਹਾਂ ਨੇ ਈਸ਼ਵਰ ਦੇ ਅਲੌਕਿਕ ਅਵਤਾਰ ਵਿਰਾਟ ਰੂਪ ਨੂੰ ਵੇਖਿਆ ਹੈ, ਪਰ ਇਹ ਮੰਨਣ ਯੋਗ ਨਹੀਂ, ਕਿਉਂਕਿ ਇਥੇ ਇਹ ਸਪਸ਼ਟ ਉਲੇਖ ਹੋਇਆ ਹੈ ਕਿ ਕ੍ਰਿਸ਼ਨ ਦਾ ਭਗਤ ਬਣੇ ਬਗੈਰ ਈਸ਼ਵਰ ਦੇ ਵਿਰਾਟ ਰੂਪ ਨੂੰ ਨਹੀਂ ਵੇਖਿਆ ਜਾ ਸਕਦਾ। ਇਸ ਲਈ ਪਹਿਲੋਂ ਕ੍ਰਿਸ਼ਨ ਦਾ ਸ਼ੁੱਧ ਭਗਤ ਬਣਨਾ ਹੁੰਦਾ ਹੈ। ਤਾਂ ਹੀ ਕੋਈ ਦਾਅਵਾ ਕਰ ਸਕਦਾ ਹੈ ਕਿ ਉਹ ਵਿਰਾਟ ਰੂਪ ਦਾ ਦਰਸ਼ਨ ਕਰ ਸਕਦਾ ਹੈ, ਜਿਸਨੂੰ ਉਸਨੇ ਵੇਖਿਆ ਹੈ। ਕ੍ਰਿਸ਼ਨ ਦਾ ਭਗਤ ਕਦੀ ਵੀ ਨਕਲੀ ਅਵਤਾਰਾਂ ਨੂੰ ਜਾਂ ਉਨ੍ਹਾਂ ਦੇ ਅਨੁਆਈਆਂ ਨੂੰ ਮਾਨਤਾ ਨਹੀਂ ਦਿੰਦਾ।

मा ते व्यथा मा च विमूढभावो
दृष्ट्वा रूपं घोरमीदृङ्ममेदम्।
व्यपेतभीः प्रीतमनाः पुनस्त्वं
तदेव मे रूपमिदं प्रपश्य॥ ४९॥

ਮਾ ਤੇ ਵ੍ਯਥਾ ਮਾ ਚ ਵਿਮੂਢ-ਭਾਵੋ
ਦ੍ਰਿਸ਼ਟਵਾ ਰੂਪਮ੍ ਘੋਰਮ੍ ਈਦ੍ਰਿੰ ਮਮੇਦਮ੍
ਵ੍ਯਪੇਤ-ਭੀਹ੍ ਪ੍ਰੀਤ-ਮਨਾਹ੍ ਪੁਨਸ੍ ਤ੍ਵਮ੍
ਤਦ੍ ਏਵ ਮੇ ਰੂਪਮ੍ ਇਦਮ੍ ਪ੍ਰਪਸ਼੍ਯ ॥ 49 ॥

ਮਾ-ਨਾ ਹੋਵੇ ; ਤੇ-ਤੁਹਾਨੂੰ ; **ਵ੍ਯਥਾ**-ਕਸ਼ਟ ; ਮਾ-ਨਾ ਹੋਵੇ ; ਚ-ਵੀ ; **ਵਿਮੂਢ-ਭਾਵਹ੍**-ਮੋਹ ; **ਦ੍ਰਿਸ਼ਟਵਾ**-ਵੇਖਕੇ ; **ਰੂਪਮ੍**-ਰੂਪ ਨੂੰ ; **ਘੋਰਮ੍**-ਡਰਾਉਣੀ ; **ਈਦ੍ਰਿੰਕ**-ਇਸ ਤਰ੍ਹਾਂ ਦਾ ; **ਮਮ**-ਮੇਰੇ ; **ਇਦਮ੍**-ਇਸ ; **ਵ੍ਯਪੇਤ-ਭੀਹ੍**-ਹਰ ਤਰ੍ਹਾਂ ਦੇ ਡਰ ਤੋਂ ਮੁਕਤ ; **ਪ੍ਰੀਤਮਨਾਹ੍**-ਪ੍ਰਸੰਨ ਚਿੱਤ ; **ਪੁਨਹ੍**-ਫਿਰ ; **ਤ੍ਵਮ**-ਤੁਸੀਂ ; **ਤਤ੍**-ਉਸ ; **ਏਵ**-ਇਸ ਤਰ੍ਹਾਂ; **ਮੇ**-ਮੇਰੇ ; **ਰੂਪਮ੍**-ਰੂਪ ਨੂੰ ; **ਇਦਮ੍**-ਇਸ ; **ਪ੍ਰਪਸ਼੍ਯ**-ਵੇਖੋ ।

ਅਨੁਵਾਦ

ਤੁਸੀਂ ਮੇਰੇ ਡਰਾਉਣੇ ਰੂਪ ਨੂੰ ਵੇਖਕੇ ਬਹੁਤ ਵਿਆਕੁਲ ਅਤੇ ਮੋਹਿਤ ਹੋ ਗਏ ਹੋ । ਹੁਣ ਇਸ ਨੂੰ ਖ਼ਤਮ ਕਰਦਾ ਹਾਂ । ਹੇ ਮੇਰੇ ਭਗਤ ! ਤੁਸੀਂ ਸਾਰੀਆਂ ਚਿੰਤਾਵਾਂ ਤੋਂ ਫਿਰ ਤੋਂ ਮੁਕਤ ਹੋ ਜਾਵੋ । ਤੁਸੀਂ ਸ਼ਾਤ ਚਿੱਤ ਨਾਲ ਹੁਣ ਆਪਣਾ ਇੱਛਤ (ਮਨ ਭਾਉਂਦਾ) ਰੂਪ ਵੇਖ ਸਕਦੇ ਹੋ।

ਭਾਵ

ਭਗਵਤ ਗੀਤਾ ਦੇ ਸ਼ੁਰੂ ਵਿਚ ਅਰਜੁਨ ਆਪਣੇ ਪੂਜਣ ਯੋਗ ਦਾਦਾ ਭੀਸ਼ਮ ਅਤੇ ਗੁਰੂ ਦ੍ਰੋਣ ਨੂੰ ਮਾਰਨ ਬਾਰੇ ਚਿੰਤਤ ਸੀ । ਪਰ ਕ੍ਰਿਸ਼ਨ ਨੇ ਕਿਹਾ ਕਿ ਉਸਨੂੰ ਆਪਣੇ ਦਾਦੇ ਨੂੰ ਮਾਰਨ ਤੋਂ ਡਰਨਾ ਨਹੀਂ ਚਾਹੀਦਾ । ਜਦੋਂ ਕੌਰਵਾਂ ਦੀ ਸਭਾ ਵਿਚ ਧ੍ਰਿਤਰਾਸ਼ਟਰ ਦੇ ਪੁੱਤਰ ਦਰੋਪਤੀ ਨੂੰ ਨੰਗਾ ਕਰਨਾ ਚਾਹ ਰਹੇ ਸੀ, ਤਾਂ ਭੀਸ਼ਮ ਅਤੇ ਦ੍ਰੋਣ ਚੁੱਪ ਬੈਠੇ ਸਨ । ਇਸ ਲਈ ਫਰਜ਼ਾਂ ਤੋਂ ਭੱਜਣ ਕਾਰਨ ਇਨ੍ਹਾਂ ਨੂੰ ਮਾਰਨਾ ਚਾਹੀਦਾ ਹੈ । ਕ੍ਰਿਸ਼ਨ ਨੇ ਆਪਣੇ ਵਿਰਾਟ ਰੂਪ ਦਾ ਦਰਸ਼ਨ ਇਹ ਵਿੱਖਾਉਣ ਲਈ ਕਰਵਾਇਆ ਕਿ ਉਹ ਲੋਕ ਮਾੜੇ ਕੰਮ ਕਰਕੇ ਪਹਿਲੋਂ ਹੀ ਮਾਰੇ ਜਾ ਚੁੱਕੇ ਹਨ । ਇਹ ਦ੍ਰਿਸ਼ ਅਰਜੁਨ ਨੂੰ ਇਸ ਲਈ ਵਿਖਾਇਆ ਗਿਆ, ਕਿਉਂਕਿ ਭਗਤ ਸ਼ਾਂਤ ਹੁੰਦੇ ਹਨ ਅਤੇ ਅਜਿਹੇ ਘਿਨੌਣਾ ਕਰਮ ਨਹੀਂ ਕਰ ਸਕਦੇ । ਵਿਰਾਟ ਰੂਪ ਦਿਖਾਣ ਦਾ ਮਤਲਬ ਸਪਸ਼ਟ ਹੋ ਚੁੱਕਾ ਸੀ । ਹੁਣ ਅਰਜੁਨ ਕ੍ਰਿਸ਼ਨ ਦੇ ਚਤੁਰਭੁੱਜ ਰੂਪ ਨੂੰ ਵੇਖਣਾ ਚਾਹ ਰਿਹਾ ਸੀ । ਇਸ ਲਈ ਉਨ੍ਹਾਂ ਨੇ ਇਹ ਰੂਪ ਵਿਖਾਇਆ। ਭਗਤ ਕਦੀ ਵੀ ਵਿਰਾਟ ਰੂਪ ਵੇਖਣ ਵਿਚ ਰੁਚੀ ਨਹੀਂ ਲੈਂਦਾ, ਕਿਉਂਕਿ ਇਸ ਨਾਲ ਪ੍ਰੇਮ ਭਾਵ ਦਾ ਲੈਣ-ਦੇਣ ਨਹੀਂ ਹੋ ਸਕਦਾ । ਭਗਤ ਜਾਂ ਤਾਂ ਆਪਣਾ ਪੂਜਾ ਭਾਵ ਅਰਪਿਤ ਕਰਨਾ ਚਾਹੁੰਦਾ ਹੈ, ਜਾਂ ਦੋ ਬਾਹਵਾਂ ਵਾਲੇ ਕ੍ਰਿਸ਼ਨ ਦਾ ਦਰਸ਼ਨ ਕਰਨਾ ਚਾਹੁੰਦਾ ਹੈ, ਜਿਸ ਨਾਲ ਉਹ ਭਗਵਾਨ ਨਾਲ ਪ੍ਰੇਮ ਭਗਤੀ ਦਾ ਵਟਾਂਦਰਾ ਕਰ ਸਕੇ ।

सञ्जय उवाच

इत्यर्जुनं वासुदेवस्तथोक्त्वा
स्वकं रूपं दर्शयामास भूयः ।
आश्वासयामास च भीतमेनं
भूत्वा पुनः सौम्यवपुर्महात्मा ॥५०॥

ਸੰਜਯ ਓਵਾਚ

ਇਤਿ ਅਰ੍ਜੁਨਮ੍ ਵਾਸੁਦੇਵਸ੍ ਤਥੋਕ੍ਤ੍ਵਾ
ਸ੍ਵਕਮ੍ ਰੂਪਮ੍ ਦਰ੍ਸ਼ਯਾਮ੍ ਆਸ ਭੂਯਹ੍ ।
ਆਸ਼੍ਵਾਸਯਾਮ੍ ਆਸ ਚ ਭੀਤਮ੍ ਏਨਮ
ਭੂਤ੍ਵਾ ਪੁਨਹ੍ ਸੋਮ੍ਯ-ਵਪੁਰ੍ ਮਹਾਤਮਾ ॥ 50 ॥

ਸੰਜਯ ਓਵਾਚ-ਸੰਜੇ ਨੇ ਕਿਹਾ ; **ਇਤਿ**-ਇੰਝ ; **ਅਰ੍ਜਨਮ੍**-ਅਰਜੁਨ ਨੂੰ ; **ਵਾਸੁਦੇਵਹ੍**-ਕ੍ਰਿਸ਼ਨ ਨੇ ; **ਤਥਾ**-ਉਸ ਤਰ੍ਹਾਂ ਨਾਲ ; **ਉਕ੍ਤ੍ਵਾ**-ਕਹਿਕੇ ; **ਸ੍ਵਕਮ੍**-ਆਪਣਾ ; **ਰੂਪਮ੍**-ਰੂਪ ਨੂੰ ; **ਦਰ੍ਸ਼ਯਾਮ-ਆਸ**-ਵਿਖਾਈਆ ; **ਭੂਯਹ੍**-ਫਿਰ ; **ਆਸ਼੍ਵਾਸਯਾਮ ਆਮ**-ਹੌਂਸਲਾ ਦਿੱਤਾ ; **ਚ**-ਵੀ ; **ਭੀਤਮ੍**-ਡਰਿਆ ਹੋਇਆ ; **ਏਨਮ੍**-ਉਸਨੂੰ ; **ਭੂਤ੍ਵਾ**-ਹੋਕੇ ; **ਪੁਨਹ੍**-ਫਿਰ ; **ਸੋਮ੍ਯ ਵਪੁਹ੍**-ਸੁੰਦਰ ਰੂਪ ; **ਮਹਾ-ਆਤਮਾ**-ਮਹਾਂਪੁਰਖ ।

ਅਨੁਵਾਦ

ਸੰਜੇ ਨੇ ਧ੍ਰਿਤਰਾਸ਼ਟਰ ਨੂੰ ਕਿਹਾ- ਅਰਜੁਨ ਨੂੰ ਇੰਝ ਕਹਿਣ ਮਗਰੋਂ ਭਗਵਾਨ ਕ੍ਰਿਸ਼ਨ ਨੇ ਆਪਣਾ ਅਸਲੀ ਚਤੁਰਭੁੱਜ ਰੂਪ ਪ੍ਰਗਟ ਕੀਤਾ ਅਤੇ ਅਖੀਰ ਵਿਚ ਦੋ ਬਾਹਵਾਂ ਵਾਲਾ ਆਪਣਾ ਰੂਪ ਵਿਖਾ ਕੇ ਡਰੇ ਹੋਏ ਅਰਜੁਨ ਨੂੰ ਹੌਂਸਲਾ ਦਿੱਤਾ ।

ਭਾਵ

ਜਦੋਂ ਕ੍ਰਿਸ਼ਨ ਵਾਸੁਦੇਵ ਅਤੇ ਦੇਵਕੀ ਪੁੱਤਰ ਰੂਪ ਵਿਚ ਪ੍ਰਗਟ ਹੋਏ ਤਾਂ ਪਹਿਲੋਂ ਉਹ ਚਾਰ ਬਾਹਵਾਂ ਵਾਲੇ ਨਾਰਾਇਣ ਰੂਪ ਵਿਚ ਹੀ ਪ੍ਰਗਟ ਹੋਏ, ਪਰ ਜਦੋਂ ਉਨ੍ਹਾਂ ਦੇ ਮਾਂ-ਬਾਪ ਪ੍ਰਾਰਥਨਾ ਕੀਤੀ ਤਾਂ ਉਨ੍ਹਾਂ ਨੇ ਸਧਾਰਣ ਬਾਲਕ ਦਾ ਰੂਪ ਧਾਰਿਆ । ਉਸੇ ਤਰ੍ਹਾਂ ਕ੍ਰਿਸ਼ਨ ਨੂੰ ਪਤਾ ਸੀ, ਕਿ ਅਰਜੁਨ ਉਨ੍ਹਾਂ ਦੇ ਚਤੁਰਭੁੱਜ ਰੂਪ ਨੂੰ ਵੇਖਣ ਦਾ ਚਾਹਵਾਨ ਨਹੀਂ ਹੈ, ਪਰ ਕਿਉਂਕਿ ਅਰਜੁਨ ਨੇ ਉਨ੍ਹਾਂ ਨੂੰ ਇਸ ਰੂਪ ਵਿਚ ਵੇਖਣ ਲਈ ਪ੍ਰਾਰਥਨਾ ਕੀਤੀ ਸੀ, ਇਸ ਲਈ ਕ੍ਰਿਸ਼ਨ ਨੇ ਪਹਿਲੋਂ ਆਪਣਾ ਚਤੁਰਭੁੱਜ ਰੂਪ ਵਿਖਾਇਆ ਅਤੇ ਫਿਰ ਉਹ ਆਪਣੇ ਦੋ

ਬਾਹਵਾਂ ਵਾਲੇ ਮੂਲ ਰੂਪ ਵਿਚ ਪ੍ਰਗਟ ਹੋਏ। **ਸੌਮ੍ਯ ਵਪੁਰ** ਸ਼ਬਦ ਬਹੁਤ ਮਹੱਤਵਪੂਰਨ ਹੈ। ਇਸਦਾ ਅਰਥ ਹੈ ਸਭ ਤੋਂ ਸੋਹਣਾ ਰੂਪ। ਜਦੋਂ ਕ੍ਰਿਸ਼ਨ ਹਾਜ਼ਰ ਨਾਜ਼ਰ ਸੀ ਤਾਂ ਸਾਰੇ ਲੋਕ ਉਨ੍ਹਾਂ ਦੇ ਰੂਪ ਤੇ ਮੋਹਿਤ ਹੋ ਜਾਂਦੇ ਸਨ। ਕਿਉਂਕਿ ਕ੍ਰਿਸ਼ਨ ਸੰਸਾਰ ਦੇ ਨਿਰਦੇਸ਼ਕ ਹਨ ਇਸ ਲਈ ਉਨ੍ਹਾਂ ਨੇ ਆਪਣੇ ਭਗਤ ਅਰਜੁਨ ਦਾ ਡਰ ਦੂਰ ਕੀਤਾ ਅਤੇ ਫਿਰ ਉਸਨੂੰ ਆਪਣਾ ਸੋਹਣਾ (ਸੌਮ੍ਯ) ਰੂਪ ਵਿਖਾਇਆ। ਬ੍ਰਹਮ ਸੰਹਿਤਾ ਵਿਚ (5-38) ਕਿਹਾ ਗਿਆ ਹੈ,**ਪ੍ਰੇਮਾਂਜਨ ਚ੍ ਛੁਰਿਤ ਭਕ੍ਤਿ ਵਿਲੋਚਨੇਨ**- ਜਿਸ ਮਨੁੱਖ ਦੀਆਂ ਅੱਖਾਂ ਵਿਚ ਪ੍ਰੇਮ ਰੂਪੀ ਸੁਰਮਾ ਲਗਿਆ ਹੋਵੇ, ਉਹੀ ਕ੍ਰਿਸ਼ਨ ਦੇ (ਸੌਮ੍ਯ ਰੂਪ) ਸੁੰਦਰ ਰੂਪ ਦਾ ਦਰਸ਼ਨ ਕਰ ਸਕਦਾ ਹੈ।

अर्जुन उवाच

दृष्ट्वेदं मानुषं रूपं तव सौम्यं जनार्दन।
इदानीमस्मि संवृत्तः सचेताः प्रकृतिं गतः ॥ ५१॥

ਅਰਜੁਨ ਓਵਾਚ

ਦ੍ਰਿਸ਼ਟਵੇਦਮ੍ ਮਾਨੁਸ਼ਮ੍ ਰੂਪਮ੍ ਤਵ ਸੌਮ੍ਯਮ੍ ਜਨਾਰ੍ਦਨ।
ਇਦਾਨੀਮ੍ ਅਸ੍ਮਿ ਸੰਵ੍ਰਿੱਤਹ੍ ਸਚੇਤਾਹ ਪ੍ਰਕ੍ਰਿਤਿਮ੍ ਗਤਹ੍ ॥ 51 ॥

ਅਰਜੁਨਹ੍ ਓਵਾਚ-ਅਰਜੁਨ ਨੇ ਕਿਹਾ ; **ਦ੍ਰਿਸ਼ਟਵਾ**-ਵੇਖਕੇ ; **ਇਦਮ੍**-ਇਸ ; **ਮਾਨੁਸ਼ਮ੍**-ਮਨੁੱਖੀ ; **ਰੂਪਮ੍**-ਰੂਪ ਨੂੰ ; **ਤਵ**-ਤੁਹਾਡੇ ; **ਸੌਮ੍ਯਮ੍**-ਬਹੁਤ ਸੁੰਦਰ ; **ਜਨਾਰ੍ਦਨ**-ਹੇ ਦੁਸ਼ਮਣਾਂ ਨੂੰ ਦੰਡ ਦੇਣ ਵਾਲੇ ; **ਇਦਾਨੀਮ੍**-ਹੁਣ ; **ਅਸ੍ਮਿ**-ਹਾਂ ; **ਸੰਵ੍ਰਿੱਤਹ**-ਸਥਿਰ ; **ਸ-ਚੇਤਾਹ੍**-ਆਪਣੀ ਚੇਤਨਾ ਵਿਚ ; **ਪ੍ਰਕ੍ਰਿਤਿਮ੍**-ਆਪਣੀ ਪ੍ਰਕ੍ਰਿਤੀ ਨੂੰ ; **ਗਤਹ੍**-ਫਿਰ ਪ੍ਰਾਪਤ ਹਾਂ।

ਅਨੁਵਾਦ

ਜਦੋਂ ਅਰਜੁਨ ਨੇ ਕ੍ਰਿਸ਼ਨ ਨੂੰ ਉਨ੍ਹਾਂ ਦੇ ਆਦਿ ਰੂਪ ਵਿਚ ਵੇਖਿਆ ਤਾਂ ਕਿਹਾ - ਹੇ ਜਨਾਰਦਨ ! ਤੁਹਾਡੇ ਇਸ ਬਹੁਤ ਸੋਹਣੇ ਮਨੁੱਖੀ ਰੂਪ ਨੂੰ ਵੇਖ ਕੇ ਮੈਂ ਹੁਣ ਸਥਿਰ ਚਿੱਤ ਹਾਂ ਅਤੇ ਮੈਂ ਆਪਣੀ ਸੁਭਾਵਿਕ ਅਵਸਥਾ ਪ੍ਰਾਪਤ ਕਰ ਲਈ ਹੈ।

ਭਾਵ

ਇਥੇ ਵਰਤੇ ਮਾਨੁਸ਼ਮ੍ਰੂਪਮ੍ ਸ਼ਬਦ ਸਪਸ਼ਟ ਸੂਚਿਤ ਕਰਦੇ ਹਨ ਕਿ ਭਗਵਾਨ ਅਸਲ ਵਿਚ ਦੋ ਬਾਹਵਾਂ ਵਾਲੇ ਹਨ। ਜਿਹੜੇ ਲੋਕ ਕ੍ਰਿਸ਼ਨ ਨੂੰ ਸਧਾਰਨ ਮਨੁੱਖ ਮੰਨਕੇ ਉਨ੍ਹਾਂ ਦਾ ਮਜ਼ਾਕ ਕਰਦੇ ਹਨ, ਉਨ੍ਹਾਂ ਨੂੰ ਇਥੇ ਭਗਵਾਨ ਦੇ ਦਿੱਵ ਸੁਭਾਅ ਤੋਂ ਅਨਜਾਣ ਦੱਸਿਆ

ਗਿਆ ਹੈ। ਜੇ ਕ੍ਰਿਸ਼ਨ ਆਮ ਮਨੁੱਖ ਹੁੰਦੇ ਤਾਂ ਉਨ੍ਹਾਂ ਲਈ ਪਹਿਲੋਂ ਵਿਰਾਟ ਰੂਪ ਅਤੇ ਫਿਰ ਚਤੁਰਭੁੱਜ ਨਾਰਾਇਣ ਰੂਪ ਵਿਖਾਉਣਾ ਕਿਵੇਂ ਸੰਭਵ ਹੋ ਸਕਦਾ ਸੀ ? ਇਸ ਲਈ ਜਿਹੜਾ ਭਗਵਤ ਗੀਤਾ ਦੇ ਵਿਚ ਇਹ ਕਹਿਕੇ ਲੋਕਾਂ ਨੂੰ ਗੁਮਰਾਹ ਕਰਦਾ ਹੈ ਕਿ ਕ੍ਰਿਸ਼ਨ ਦੇ ਅੰਦਰਲਾ ਨਿਰਾਕਾਰ ਬ੍ਰਹਮ ਬੋਲ ਰਿਹਾ ਹੈ, ਉਹ ਸਭ ਤੋਂ ਵੱਡਾ ਅਨਿਆਂ ਕਰਦਾ ਹੈ। ਕ੍ਰਿਸ਼ਨ ਨੇ ਸੱਚਮੁੱਚ ਆਪਣੇ ਵਿਰਾਟ ਰੂਪ ਨੂੰ ਅਤੇ ਚਤੁਰਭੁੱਜ ਵਿਸ਼ਨੂੰ ਰੂਪ ਨੂੰ ਵਿਖਾਇਆ ਤਾਂ ਫਿਰ ਉਹ ਕਿੰਝ ਆਮ ਮਨੁੱਖ ਹੋ ਸਕਦੇ ਹਨ, ਸ਼ੁੱਧ ਭਗਤ ਕਦੀ ਵੀ ਅਜਿਹੀ ਗੁਮਰਾਹ ਕਰਨ ਵਾਲੀਆਂ ਟੀਕਾਂਵਾ ਨਾਲ ਡਾਵਾਂ ਡੋਲ ਨਹੀਂ ਹੁੰਦੇ, ਕਿਉਂਕਿ ਉਹ ਅਸਲੀਅਤ ਤੋਂ ਜਾਣੂ ਰਹਿੰਦੇ ਹਨ। ਭਗਵਤ ਗੀਤਾ ਦੇ ਮੂਲ ਸ਼ਲੋਕ ਸੂਰਜ ਵਾਂਗ ਸਪਸ਼ਟ ਹਨ, ਮੂਰਖ ਟੀਕਾਕਾਰਾਂ ਨੂੰ ਉਨ੍ਹਾਂ ਤੇ ਪ੍ਰਕਾਸ਼ ਪਾਉਣ ਦੀ ਕੋਈ ਲੋੜ ਨਹੀਂ।

श्रीभगवानुवाच

सुदुर्दर्शमिदं रूपं दृष्टवानसि यन्मम।
देवा अप्यस्य रूपस्य नित्यं दर्शनकाङ्क्षिण: ॥५२॥

ਸ਼੍ਰੀ ਭਗਵਾਨ੍ ਉਵਾਚ

ਸੁ-ਦੁਰ੍ਦਰਸ਼ਮ ਇਦਮ੍ ਰੂਪਮ੍ ਦ੍ਰਿਸ਼ਟਵਾਨ੍ ਅਸਿ ਯਨ੍ ਮਮ।
ਦੇਵਾ ਅਪਿ ਅਸ੍ਯ ਰੂਪਸ੍ਯ ਨਿਤ੍ਯਮ੍ ਦਰ੍ਸ਼ਨ-ਕਾਂਕਸ਼ਿਣਹ੍ ॥ 52 ॥

ਸ਼੍ਰੀ ਭਗਵਾਨ ਉਵਾਚ-ਸ਼੍ਰੀ ਭਗਵਾਨ ਨੇ ਕਿਹਾ ; **ਸੁ ਦਰ੍ਦਰ੍ਸ਼ਮ੍**-ਵੇਖਣ ਵਿਚ ਬਹੁਤ ਔਖਾ; **ਇਦਮ੍**-ਇਸ ; **ਰੂਪਮ੍**-ਰੂਪ ਨੂੰ ; **ਦ੍ਰਿਸ਼ਟਵਾਨ ਅਸਿ**-ਜਿਵੇਂ ਤੁਸੀਂ ਵੇਖਿਆ ; **ਯਤ੍**-ਜਿਹੜਾ ; **ਮਮ੍**-ਮੇਰਾ ; **ਦੇਵਾ**-ਦੇਵਤਾ ; **ਅਪਿ**-ਵੀ ; **ਅਸ੍ਯ**-ਇਸ ; **ਰੂਪਸ੍ਯ**-ਰੂਪ ਦਾ ; **ਨਿਤ੍ਯਮ੍**-ਨਿੱਤ ; **ਦਰ੍ਸ਼ਨ-ਕਾਂਕ੍ਸ਼ਿਣਹ੍**-ਦਰਸ਼ਨ ਅਭਿਲਾਸ਼ੀ।

ਅਨੁਵਾਦ

ਸ਼੍ਰੀ ਭਗਵਾਨ ਨੇ ਕਿਹਾ - ਹੇ ਅਰਜੁਨ ! ਤੁਸੀਂ ਮੇਰੇ ਜਿਸ ਰੂਪ ਨੂੰ ਇਸ ਸਮੇਂ ਵੇਖ ਰਹੇ ਹੋ, ਉਸਨੂੰ ਵੇਖਣਾ ਬਹੁਤ ਔਖਾ ਹੈ। ਇੱਥੋਂ ਤਕ ਕਿ ਦੇਵਤਾ ਵੀ ਇਸ ਬਹੁਤ ਸੋਹਣੇ ਰੂਪ ਨੂੰ ਵੇਖਣ ਦੇ ਮੌਕੇ ਵਿਚ ਰਹਿੰਦੇ ਹਨ।

ਭਾਵ

ਇਸ ਅਧਿਆਇ ਦੇ 48ਵੇਂ ਸ਼ਲੋਕ ਵਿਚ ਭਗਵਾਨ ਕ੍ਰਿਸ਼ਨ ਨੇ ਆਪਣਾ ਵਿਰਾਟ ਰੂਪ ਵਿੱਖਾਣਾ ਬੰਦ ਕੀਤਾ ਅਤੇ ਅਰਜੁਨ ਨੂੰ ਦੱਸਿਆ ਕਿ ਅਨੇਕ ਤਪ, ਯੱਗ ਆਦਿ ਕਰਨ ਤੇ

ਵੀ ਇਸ ਰੂਪ ਨੂੰ ਵੇਖਣਾ ਅਸੰਭਵ ਹੈ। ਹੁਣ **ਸੁ ਦੁਰ੍ਦਰ੍ਸ਼ਮ੍** ਸ਼ਬਦ ਦੀ ਵਰਤੋਂ ਕੀਤੀ ਜਾ ਰਹੀ ਹੈ ਜਿਹੜੀ ਇਹ ਸੂਚਿਤ ਕਰਦੀ ਹੈ ਕਿ ਕ੍ਰਿਸ਼ਨ ਦਾ ਦੋ ਬਾਹੀਂ ਰੂਪ ਵਧੇਰੇ ਗੁਪਤ ਹੈ। ਕੋਈ ਤੱਪਸਿਆ, ਵੇਦ ਅਧਿਐਨ ਅਤੇ ਦਾਰਸ਼ਨਿਕ ਚਿੰਤਨ ਆਦਿ ਦੀਆਂ ਵੱਖੋ ਵੱਖਰੀਆਂ ਕਿਰਿਆਵਾਂ ਨਾਲ ਥੋੜ੍ਹਾ ਜਿਹਾ ਭਗਤੀ ਤੱਤ ਮਿਲਾ ਕੇ ਸੰਭਵ ਹੈ ਕਿ ਕ੍ਰਿਸ਼ਨ ਦੇ ਇਸ ਰੂਪ ਦਾ ਦਰਸ਼ਨ ਕਰ ਸਕਦਾ ਹੈ ਪਰ 'ਭਗਤੀ ਤੱਤ' ਤੋਂ ਬਗੈਰ ਇਹ ਸੰਭਵ ਨਹੀਂ ਹੈ, ਇਸਦਾ ਵਰਣਨ ਪਹਿਲੋਂ ਕੀਤਾ ਜਾ ਚੁੱਕਾ ਹੈ। ਫਿਰ ਵੀ ਵਿਰਾਟ ਰੂਪ ਤੋਂ ਅੱਗੇ ਕ੍ਰਿਸ਼ਨ ਦਾ ਦੋ ਬਾਹਵਾਂ ਵਾਲਾ ਰੂਪ ਹੈ, ਜਿਸਨੂੰ ਬ੍ਰਹਮਾ ਅਤੇ ਸ਼ਿਵ ਵਰਗੇ ਵੱਡੇ ਵੱਡੇ ਦੇਵਤਿਆਂ ਰਾਹੀਂ ਵੀ ਵੇਖਣਾ, ਹੋਰ ਵੀ ਔਖਾ ਹੈ। ਉਹ ਉਨ੍ਹਾਂ ਦਾ ਦਰਸ਼ਨ ਕਰਨਾ ਚਾਹੁੰਦੇ ਹਨ ਅਤੇ ਸ਼੍ਰੀਮਦ ਭਾਗਵਤਮ੍ ਵਿਚ ਪ੍ਰਮਾਣ ਹੈ ਕਿ ਜਦੋਂ ਭਗਵਾਨ ਆਪਣੀ ਮਾਂ ਦੇਵਕੀ ਦੇ ਗਰਭ ਵਿਚ ਸਨ, ਤਾਂ ਸਵਰਗ ਦੇ ਸਾਰੇ ਦੇਵਤਾ ਕ੍ਰਿਸ਼ਨ ਦੇ ਚਮਤਕਾਰ ਨੂੰ ਵੇਖਣ ਆਏ ਅਤੇ ਉੱਤਮ ਅਸਤੁੱਤੀਆਂ (ਪ੍ਰਾਰਥਨਾਵਾਂ) ਕੀਤੀਆਂ, ਹਾਲਾਂਕਿ ਉਸ ਵੇਲੇ ਉਹ ਵਿੱਖਾਈ ਨਹੀਂ ਸਨ ਦਿੰਦੇ। ਉਹ ਉਨ੍ਹਾਂ ਦੇ ਦਰਸ਼ਨ ਦਾ ਇੰਤਜ਼ਾਰ ਕਰਦੇ ਰਹੇ। ਮੂਰਖ ਮਨੁੱਖ ਉਨ੍ਹਾਂ ਨੂੰ ਆਮ ਮਨੁੱਖ ਸਮਝਕੇ ਭਾਵੇਂ ਉਨ੍ਹਾਂ ਦਾ ਮਜ਼ਾਕ ਉਡਾਕੇ ਅਤੇ ਉਨ੍ਹਾਂ ਦਾ ਸਤਿਕਾਰ ਨਾ ਕਰਕੇ, ਉਨ੍ਹਾਂ ਅੰਦਰ ਸਥਿਤ ਕਿਸੇ ਨਿਰਾਕਾਰ 'ਕੁਝ' ਦਾ ਸਤਿਕਾਰ ਕਰੇ, ਪਰ ਇਹ ਸਭ ਮੂਰਖਤਾ ਪੂਰਨ ਵਿਵਹਾਰ ਹੈ। ਕ੍ਰਿਸ਼ਨ ਦੇ ਦੋ ਬਾਹੀਂ ਰੂਪ ਦਾ ਦਰਸ਼ਨ ਤਾਂ ਬ੍ਰਹਮ ਅਤੇ ਸ਼ਿਵ ਵਰਗੇ ਦੇਵਤਾ ਤਕ ਕਰਨਾ ਚਾਹੁੰਦੇ ਹਨ।

ਭਗਵਤ ਗੀਤਾ (9-11) ਵਿਚ ਇਸਦੀ ਪੁਸ਼ਟੀ ਹੋਈ ਹੈ - **ਅਵਜਾਨੰਤਿ ਮਾਮ੍ ਮੂਢਾ ਮਾਨੁਸ਼ੀਮ੍ ਤਨੁਮ੍' ਸ਼੍ਰਿਤਮ੍** - ਜਿਹੜੇ ਲੋਕ ਉਨ੍ਹਾਂ ਨੂੰ ਮਜ਼ਾਕ ਕਰਦੇ ਹਨ, ਉਹ ਉਨ੍ਹਾਂ ਮੂਰਖਾਂ ਨੂੰ ਵਿਖਾਈ ਨਹੀਂ ਦਿੰਦੇ। ਜਿਵੇਂ ਕਿ ਬ੍ਰਹਮ ਸੰਹਿਤਾ ਵਿਚ ਅਤੇ ਖ਼ੁਦ ਕ੍ਰਿਸ਼ਨ ਰਾਹੀਂ ਭਗਵਤ ਗੀਤਾ ਵਿਚ ਇਸ ਦੀ ਪੁਸ਼ਟੀ ਹੋਈ ਹੈ, ਕ੍ਰਿਸ਼ਨ ਦਾ ਸ਼ਰੀਰ ਸਚਿਦਾਨੰਦ ਸਰੂਪ ਹੈ। ਉਨ੍ਹਾਂ ਦਾ ਸ਼ਰੀਰ ਕਦੀ ਵੀ ਭੌਤਿਕ ਸ਼ਰੀਰ ਵਰਗਾ ਨਹੀਂ ਹੁੰਦਾ। ਪਰ ਜਿਹੜੇ ਲੋਕ ਭਗਵਤ ਗੀਤਾ ਜਾਂ ਇਸੇ ਤਰ੍ਹਾਂ ਦੇ ਵੈਦਿਕ ਸ਼ਾਸ਼ਤਰਾਂ ਦਾ ਅਧਿਐਨ ਕਰਦੇ ਹਨ, ਉਨ੍ਹਾਂ ਲਈ ਕ੍ਰਿਸ਼ਨ ਸਮੱਸਿਆ ਬਣੇ ਰਹਿੰਦੇ ਹਨ। ਜਿਹੜਾ ਭੌਤਿਕ ਵਿਧੀ ਦਾ ਪ੍ਰਯੋਗ ਕਰਦਾ ਹੈ, ਉਸ ਲਈ ਕ੍ਰਿਸ਼ਨ ਇੱਕ ਮਹਾਨ ਇਤਿਹਾਸਕ ਪੁਰਖ ਅਤੇ ਬਹੁਤ ਵਿਦਵਾਨ ਚਿੰਤਕ ਹਨ, ਭਾਵੇਂ ਉਹ ਆਮ ਮਨੁੱਖ ਹਨ ਅਤੇ ਇੰਨੇ ਤਾਕਤਵਰ ਹੁੰਦੇ ਹੋਏ ਵੀ ਉਨ੍ਹਾਂ ਨੂੰ ਸ਼ਰੀਰ ਧਾਰਨ ਕਰਨਾ ਪਿਆ। ਆਖ਼ਿਰਕਾਰ ਉਹ ਪਰਮਸਤਿ ਨੂੰ ਨਿਰਗੁਣ ਮੰਨਦੇ ਹਨ, ਇਸ ਲਈ ਉਹ ਸੋਚਦੇ ਹਨ ਕਿ ਭਗਵਾਨ ਨੇ ਆਪਣੇ ਨਿਰਾਕਾਰ ਰੂਪ ਨਾਲ ਹੀ ਸਾਕਾਰ ਰੂਪ ਧਾਰਨ ਕੀਤਾ, ਜਿਹੜਾ ਭੌਤਿਕ ਪ੍ਰਕ੍ਰਿਤੀ ਨਾਲ ਜੁੜਿਆ ਹੈ। ਪਰਮੇਸ਼ਵਰ ਦੇ ਬਾਰੇ ਅਜਿਹਾ ਅਨੁਮਾਨ ਨਿਰਾ ਭੌਤਿਕਵਾਦੀ ਹੈ। ਦੂਜਾ ਅਨੁਮਾਨ ਵੀ ਕਾਲਪਨਿਕ ਹੈ। ਜਿਹੜੇ

ਲੋਕ ਗਿਆਨ ਦੀ ਭਾਲ ਵਿਚ ਹਨ, ਉਹ ਵੀ ਕ੍ਰਿਸ਼ਨ ਦਾ ਚਿੰਤਨ ਕਰਦੇ ਹਨ ਅਤੇ ਉਨ੍ਹਾਂ ਨੂੰ ਉਨ੍ਹਾਂ ਦੇ ਵਿਰਾਟ ਰੂਪ ਨਾਲੋਂ ਘੱਟ ਮਹੱਤਵਪੂਰਨ ਮੰਨਦੇ ਹਨ। ਇੰਞ ਕੁਝ ਲੋਕ ਸੋਚਦੇ ਹਨ ਕਿ ਅਰਜੁਨ ਸਾਹਮਣੇ ਕ੍ਰਿਸ਼ਨ ਦਾ ਜਿਹੜਾ ਰੂਪ ਪ੍ਰਗਟ ਹੋਇਆ ਸੀ, ਉਹ ਉਨ੍ਹਾਂ ਦੇ ਸਾਕਾਰ ਰੂਪ ਤੋਂ ਵਧੇਰੇ ਮਹੱਤਵਪੂਰਨ ਹੈ। ਉਨ੍ਹਾਂ ਮੁਤਾਬਿਕ ਕ੍ਰਿਸ਼ਨ ਦਾ ਸਾਕਾਰ ਰੂਪ ਕਾਲਪਨਿਕ ਹੈ। ਉਨ੍ਹਾਂ ਦਾ ਵਿਸ਼ਵਾਸ ਹੈ ਕਿ ਪਰਮਸਤਿ ਪੁਰਖ ਨਹੀਂ ਹੈ। ਪਰ ਭਗਵਤ ਗੀਤਾ ਦੇ ਚੌਥੇ ਅਧਿਆਇ ਵਿਚ ਇਸ ਅਲੌਕਿਕ ਵਿਧੀ ਦਾ ਵਰਣਨ ਹੈ, ਭਾਵ ਪ੍ਰਮਾਣਿਕ ਅਧਿਕਾਰੀਆਂ ਤੋਂ ਕ੍ਰਿਸ਼ਨ ਬਾਰੇ ਸੁਣਨਾ। ਇਹੋ ਅਸਲ ਵੈਦਿਕ ਵਿਧੀ ਹੈ ਅਤੇ ਜਿਹੜੇ ਲੋਕ ਸੱਚ-ਮੁੱਚ ਵੈਦਿਕ ਪਰੰਪਰਾ ਵਿਚ ਹਨ, ਉਹ ਕਿਸੇ ਯੋਗ ਅਧਿਕਾਰੀ ਤੋਂ ਕ੍ਰਿਸ਼ਨ ਬਾਰੇ ਸੁਣਦੇ ਹਨ ਅਤੇ ਵਾਰ-ਵਾਰ ਸੁਣਨ ਨਾਲ ਕ੍ਰਿਸ਼ਨ ਉਨ੍ਹਾਂ ਦੇ ਪਿਆਰੇ ਹੋ ਜਾਂਦੇ ਹਨ। ਜਿਵੇਂ ਕਿ ਅਸੀਂ ਕਈ ਵਾਰ ਚਰਚਾ ਕਰ ਚੁੱਕੇ ਹਾਂ ਕਿ ਕ੍ਰਿਸ਼ਨ ਆਪਣੀ ਯੋਗ ਮਾਇਆ ਸ਼ਕਤੀ ਨਾਲ ਢੱਕੇ ਹਨ। ਉਨ੍ਹਾਂ ਨੂੰ ਹਰ ਕੋਈ ਵੇਖ ਨਹੀਂ ਸਕਦਾ। ਜਿਸਦੇ ਸਾਹਮਣੇ ਉਹ ਪ੍ਰਗਟ ਹੁੰਦੇ ਹਨ, ਉਹੀ ਪ੍ਰਾਣੀ ਉਨ੍ਹਾਂ ਨੂੰ ਵੇਖ ਸਕਦਾ ਹੈ। ਇਸਦੀ ਪੁਸ਼ਟੀ ਵੇਦਾਂ ਵਿਚ ਹੋਈ ਹੈ, ਪਰ ਜਿਹੜਾ ਸ਼ਰਨੀ ਆ ਚੁੱਕਾ ਹੈ, ਉਹ ਪਰਮ ਸਤਿ ਨੂੰ ਸੱਚ-ਮੁੱਚ ਸਮਝ ਸਕਦਾ ਹੈ। ਲਗਾਤਾਰ ਕ੍ਰਿਸ਼ਨ ਭਾਵਨਾ ਅੰਮ੍ਰਿਤ ਨਾਲ ਅਤੇ ਕ੍ਰਿਸ਼ਨ ਦੀ ਭਗਤੀ ਨਾਲ ਅਧਿਆਤਮਕ ਅੱਖਾਂ ਖੁਲ੍ਹ ਜਾਂਦੀਆਂ ਹਨ ਅਤੇ ਉਹ ਕ੍ਰਿਸ਼ਨ ਨੂੰ ਪ੍ਰਗਟ ਰੂਪ ਵਿਚ ਵੇਖ ਸਕਦਾ ਹੈ। ਅਜਿਹਾ ਪ੍ਰਗਟਾਵਾ ਦੇਵਤਿਆਂ ਲਈ ਦੁਰਲੱਭ ਹੈ, ਇਸ ਲਈ ਉਹ ਵੀ ਉਨ੍ਹਾਂ ਨੂੰ ਨਹੀਂ ਸਮਝ ਸਕਦੇ ਅਤੇ ਉਨ੍ਹਾਂ ਦੇ ਹਮੇਸ਼ਾਂ ਦੋ-ਬਾਹੀਂ ਰੂਪ ਦੇ ਦਰਸ਼ਨਾਂ ਦੀ ਆਸ ਵਿਚ ਰਹਿੰਦੇ ਹਨ। ਸਿੱਟਾ ਇਹ ਨਿਕਲਿਆ ਕਿ ਭਾਵੇਂ ਕ੍ਰਿਸ਼ਨ ਦੇ ਵਿਰਾਟ ਰੂਪ ਦਾ ਦਰਸ਼ਨ ਕਰਨਾ ਵਧੇਰੇ ਔਖਾ ਹੈ ਅਤੇ ਹਰ ਕੋਈ ਅਜਿਹਾ ਨਹੀਂ ਕਰ ਸਕਦਾ, ਪਰ ਉਨ੍ਹਾਂ ਦੇ ਸ਼ਾਮ ਸੁੰਦਰ ਰੂਪ ਨੂੰ ਸਮਝਣਾ ਤਾਂ ਹੋਰ ਵੀ ਔਖਾ ਹੈ।

नाहं वेदैर्न तपसा न दानेन न चेज्यया।
शक्य एवंविधो द्रष्टुं दृष्टवानसि मां यथा ॥ ५३॥

ਨਾਹਮ੍ ਵੇਦੈਰ੍ ਨ ਤਪਸਾ ਨ ਦਾਨੇਨ ਨ ਚੇਜ੍ਯਯਾ।
ਸ਼ਕ੍ਯ ਏਵਮ੍-ਵਿਧੋ ਦ੍ਰਸ਼੍ਟੁਮ੍ ਦ੍ਰਿਸ਼੍ਟਵਾਨ੍ ਅਸਿ ਮਾਮ੍ ਯਥਾ ॥ 53 ॥

ਨ - ਕਦੀ ਨਹੀਂ ; **ਅਹਮ੍**- ਮੈਂ ; **ਵੇਦੈਹ੍**-ਵੇਦ ਅਧਿਐਨ ਨਾਲ ; **ਨ**-ਕਦੀ ਨਹੀਂ ; **ਤਪਸਾ** -ਕਠਿਨ ਤਪੱਸਿਆਵਾਂ ਰਾਹੀਂ ; **ਨ**-ਕਦੀ ਨਹੀਂ ; **ਦਾਨੇਨ**-ਦਾਨ ਨਾਲ ; **ਨ**-ਕਦੀ ਨਹੀਂ; **ਚ**-ਵੀ ; **ਇਜ੍ਯਯਾ**-ਪੂਜਾ ਨਾਲ ; **ਸ਼ਕ੍ਯਹ੍**-ਸੰਭਵ ਹੈ ; **ਏਵਮ੍-ਵਿਧਹ੍**-ਇੰਞ; **ਦ੍ਰਸ਼੍ਟੁਮ੍**-ਵੇਖ ਸਕਣਾ; **ਦ੍ਰਿਸ਼੍ਟਵਾਨ੍**-ਵੇਖ ਰਹੇ ; **ਅਸਿ**-ਤੁਸੀਂ ਹੋ ; **ਮਾਮ੍**-ਮੈਨੂੰ ; **ਯਥਾ**-ਜਿਸ ਤਰ੍ਹਾਂ।

ਅਨੁਵਾਦ

ਤੁਸੀਂ ਆਪਣੇ ਅਲੌਕਿਕ (ਦਿੱਵ) ਨੇਤਰਾਂ ਰਾਹੀਂ ਜਿਸ ਰੂਪ ਦਾ ਦਰਸ਼ਨ ਕਰ ਰਹੇ ਹੋ, ਉਸਨੂੰ ਨਾ ਤਾਂ ਵੇਦ ਅਧਿਐਨ ਨਾਲ, ਨਾ ਕਠਿਨ ਤੱਪਸਿਆਵਾਂ ਨਾਲ, ਨਾ ਦਾਨ ਨਾਲ, ਨਾ ਪੂਜਾ ਨਾਲ ਹੀ ਜਾਣਿਆ ਜਾ ਸਕਦਾ ਹੈ। ਕੋਈ ਇਨ੍ਹਾਂ ਸਾਧਨਾਂ ਰਾਹੀਂ ਮੈਨੂੰ, ਮੇਰੇ ਮੂਲ-ਰੂਪ ਵਿਚ ਨਹੀਂ ਵੇਖ ਸਕਦਾ।

ਭਾਵ

ਕ੍ਰਿਸ਼ਨ ਪਹਿਲੋਂ ਆਪਣੀ ਮਾਂ ਦੇਵਕੀ ਅਤੇ ਪਿਤਾ ਵਾਸੁਦੇਵ ਦੇ ਸਾਹਮਣੇ ਚਤੁਰਭੁੱਜ ਰੂਪ ਵਿਚ ਪ੍ਰਗਟ ਹੋਏ ਸੀ ਅਤੇ ਉਦੋਂ ਉਨ੍ਹਾਂ ਨੇ ਆਪਣਾ ਦੋ ਬਾਹਵਾਂ ਵਾਲਾ ਰੂਪ ਧਾਰਨ ਕੀਤਾ ਸੀ। ਜਿਹੜੇ ਲੋਕ ਨਾਸਤਿਕ ਹਨ ਜਾਂ ਭਗਤੀ ਹੀਨ ਹਨ, ਉਨ੍ਹਾਂ ਲਈ ਇਸ ਰਹੱਸ ਨੂੰ ਸਮਝਣਾ ਬਹੁਤ ਔਖਾ ਹੈ। ਜਿਨ੍ਹਾਂ ਵਿਦਵਾਨਾਂ ਦੇ ਸਿਰਫ ਵਿਆਕਰਣ ਵਿਧੀ ਨਾਲ ਜਾਂ ਕੋਈ ਵਿਦਿਅਕ ਯੋਗਤਾ ਦੇ ਆਧਾਰ ਤੇ ਵੈਦਿਕ ਸਾਹਿਤ ਦਾ ਅਧਿਐਨ ਕੀਤਾ ਹੈ, ਉਹ ਕ੍ਰਿਸ਼ਨ ਨੂੰ ਨਹੀਂ ਸਮਝ ਸਕਦੇ। ਨਾ ਹੀ ਉਹ ਲੋਕ ਕ੍ਰਿਸ਼ਨ ਨੂੰ ਸਮਝ ਸਕਣਗੇ, ਜਿਹੜੇ ਰਸਮੀ ਪੂਜਾ ਕਰਨ ਲਈ ਮੰਦਰ ਜਾਂਦੇ ਹਨ। ਉਹ ਭਾਵੇਂ ਉਥੇ ਜਾਂਦੇ ਰਹਿਣ, ਉਹ ਕ੍ਰਿਸ਼ਨ ਦੇ ਅਸਲੀ ਰੂਪ ਨੂੰ ਨਹੀਂ ਸਮਝ ਸਕਣਗੇ। ਕ੍ਰਿਸ਼ਨ ਨੂੰ ਤਾਂ ਸਿਰਫ ਭਗਤੀ ਮਾਰਗ ਨਾਲ ਸਮਝਿਆ ਜਾ ਸਕਦਾ ਹੈ, ਜਿਵੇਂ ਕਿ ਕ੍ਰਿਸ਼ਨ ਨੇ ਆਪ ਅਗਲੇ ਸ਼ਲੋਕ ਵਿਚ ਦੱਸਿਆ ਹੈ।

भक्त्या त्वनन्यया शक्य अहमेवंविधोऽर्जुन।
ज्ञातुं द्रष्टुं च तत्त्वेन प्रवेष्टुं च परन्तप ॥५४॥

ਭਕ੍ਤਯਾ ਤ੍ਵ੍ ਅਨੰਨਯਯਾ ਸ਼ਕ੍ਯ ਅਹਮ੍ ਏਵਮ੍-ਵਿਧੋ 'ਰ੍ਜੁਨ।
ਗ੍ਯਾਤੁਮ੍ ਦ੍ਰਸ਼ਟੁਮ੍ ਚ ਤਤੱਵੇਨ ਪ੍ਰਵੇਸ਼ਟੁਮ੍ ਚ ਪਰੰਤਪ ॥ 54 ॥

ਭਕ੍ਤਯਾ-ਭਗਤੀ ਨਾਲ ; **ਤੁ**-ਪਰ; **ਅਨੰਨਯਯਾ**-ਸਕਾਮ ਕਰਮ ਅਤੇ ਗਿਆਨ ਤੋਂ ਰਹਿਤ ; **ਸ਼ਕ੍ਯਹ੍**-ਸੰਭਵ ; **ਅਹਮ੍**-ਮੈਂ ; **ਏਵਮ-ਵਿਧਹ੍**-ਇੰਝ ; **ਅਰ੍ਜੁਨ**-ਹੇ ਅਰਜੁਨ ; **ਗ੍ਯਾਤੁਮ੍**-ਜਾਣ ਲਈ ; **ਦ੍ਰਸ਼ਟਮ੍**-ਵੇਖਣ ਲਈ ; **ਚ**-ਅਤੇ ; **ਤਤੱਵੇਨ**-ਅਸਲ ਵਿਚ ; **ਪ੍ਰਵੇਸ਼ਟਮ੍**-ਪ੍ਰਵੇਸ਼ ਕਰਨ ਲਈ ; **ਚ**-ਵੀ ; **ਪਰੰਤਪ**-ਹੇ ਤਾਕਤਵਰ ਬਾਹਵਾਂ ਵਾਲੇ।

ਅਨੁਵਾਦ

ਹੇ ਅਰਜੁਨ! ਸਿਰਫ ਅਖੰਡ ਭਗਤੀ ਰਾਹੀਂ ਮੈਨੂੰ ਉਸ ਰੂਪ ਵਿਚ ਸਮਝਿਆ ਜਾ ਸਕਦਾ ਹੈ, ਜਿਸ ਰੂਪ ਵਿਚ ਮੈਂ ਤੁਹਾਡੇ ਸਾਹਮਣੇ ਖੜ੍ਹਾ ਹਾਂ ਅਤੇ ਇਸੇ ਤਰ੍ਹਾਂ ਮੇਰਾ ਪ੍ਰਤੱਖ ਦਰਸ਼ਨ ਵੀ ਕੀਤਾ ਜਾ ਸਕਦਾ ਹੈ। ਸਿਰਫ਼ ਇਸ ਤਰੀਕੇ ਨਾਲ ਤੁਸੀਂ ਮੇਰੇ ਗਿਆਨ ਦੇ ਰਹੱਸ ਨੂੰ ਪਾ ਸਕਦੇ ਹੋ।

ਭਾਵ

ਕ੍ਰਿਸ਼ਨ ਨੂੰ ਸਿਰਫ ਅਖੰਡ ਭਗਤੀ ਯੋਗ ਰਾਹੀਂ ਸਮਝਿਆ ਜਾ ਸਕਦਾ ਹੈ। ਇਸ ਸ਼ਲੋਕ ਵਿਚ ਉਹ ਇਸ ਨੂੰ ਸਾਫ ਕਹਿੰਦੇ ਹਨ, ਜਿਸ ਨਾਲ ਅਜਿਹੇ ਗੈਰ-ਅਧਿਕਾਰੀ ਟੀਕਾਕਾਰ ਜਿਹੜੇ ਭਗਵਤ ਗੀਤਾ ਨੂੰ ਸਿਰਫ ਕਲਪਨਾ ਰਾਹੀਂ ਸਮਝਣਾ ਚਾਹੁੰਦੇ ਹਨ, ਇਹ ਸਮਝ ਸਕਣ ਕਿ ਉਹ ਸਮੇਂ ਦੀ ਦੁਰਵਰਤੋਂ ਕਰ ਰਹੇ ਹਨ। ਕੋਈ ਇਹ ਨਹੀਂ ਜਾਣ ਸਕਦਾ ਕਿ ਉਹ ਕਿੰਝ ਚਤੁਰਭੁੱਜ ਰੂਪ ਵਿਚ ਮਾਂ ਦੇ ਗਰਭ ਤੋਂ ਪੈਦਾ ਹੋਏ ਅਤੇ ਫਿਰ ਤੁਰੰਤ ਹੀ ਦੋ ਬਾਹਵਾਂ ਵਾਲੇ ਰੂਪ ਵਿਚ ਬਦਲ ਗਏ। ਇਹ ਗੱਲਾਂ ਨਾ ਤਾਂ ਵੇਦਾਂ ਦੇ ਅਧਿਐਨ ਰਾਹੀਂ ਸਮਝੀਆਂ ਜਾ ਸਕਦੀਆਂ ਹਨ ਨਾ ਦਾਰਸ਼ਨਿਕ ਚਿੰਤਨ ਰਾਹੀਂ। ਇਸ ਲਈ ਇੱਥੇ ਇਹ ਸਪਸ਼ਟ ਕਿਹਾ ਗਿਆ ਹੈ ਕਿ ਨਾ ਤਾਂ ਕੋਈ ਉਨ੍ਹਾਂ ਨੂੰ ਵੇਖ ਸਕਦਾ ਹੈ ਅਤੇ ਨਾ ਹੀ ਇਨ੍ਹਾਂ ਗੱਲਾਂ ਦਾ ਰਹੱਸ ਹੀ ਸਮਝ ਸਕਦਾ ਹੈ। ਪਰ ਜਿਹੜੇ ਲੋਕ ਵੈਦਿਕ ਸਾਹਿਤ ਦੇ ਅਨੁਭਵੀ ਵਿਦਿਆਰਥੀ ਹਨ, ਉਹ ਅਨੇਕਾਂ ਤਰ੍ਹਾਂ ਨਾਲ ਵੈਦਿਕ ਗ੍ਰੰਥਾਂ ਰਾਹੀਂ ਉਨ੍ਹਾਂ ਨੂੰ ਜਾਣ ਸਕਦੇ ਹਨ। ਇਸ ਲਈ ਅਨੇਕਾਂ ਵਿਧੀ-ਵਿਧਾਨ ਹਨ ਅਤੇ ਜੇ ਕੋਈ ਸੱਚ-ਮੁੱਚ ਉਨ੍ਹਾਂ ਨੂੰ ਜਾਣਨਾ ਚਾਹੁੰਦਾ ਹੈ ਤਾਂ ਉਸਨੂੰ ਪ੍ਰਮਾਣਿਕ ਗ੍ਰੰਥਾਂ ਵਿਚ ਦਰਸਾਈਆਂ ਗਈਆਂ ਵਿਧੀਆਂ ਦਾ ਪਾਲਣ ਕਰਨਾ ਚਾਹੀਦਾ ਹੈ। ਉਹ ਇਨ੍ਹਾਂ ਨਿਯਮਾਂ ਮੁਤਾਬਿਕ ਤਪੱਸਿਆ ਕਰ ਸਕਦਾ ਹੈ। ਉਦਾਹਰਣ ਵੱਜੋਂ, ਕਠਿਨ ਤਪੱਸਿਆ ਲਈ ਕ੍ਰਿਸ਼ਨ ਜਨਮ-ਅਸ਼ਟਮੀ ਨੂੰ ਜਿਹੜਾ ਕ੍ਰਿਸ਼ਨ ਦਾ ਪ੍ਰਗਟ ਦਿਨ ਹੈ, ਅਤੇ ਮਹੀਨੇ ਦੀਆਂ ਦੋਵੇਂ ਇਕਾਦਸ਼ੀਆਂ ਨੂੰ ਵਰਤ ਕਰ ਸਕਦਾ ਹੈ। ਜਿੱਥੋਂ ਤਕ ਦਾਨ ਦਾ ਸੰਬੰਧ ਹੈ ਇਹ ਗੱਲ ਸਾਫ ਹੈ ਕਿ ਉਨ੍ਹਾਂ ਕ੍ਰਿਸ਼ਨ ਭਗਤਾਂ ਨੂੰ ਇਹ ਦਾਨ ਦਿੱਤਾ ਜਾਵੇ ਜਿਹੜੇ ਸੰਸਾਰ ਭਰ ਵਿਚ ਕ੍ਰਿਸ਼ਨ ਦਰਸ਼ਨ ਨੂੰ ਜਾਂ ਕ੍ਰਿਸ਼ਨ ਭਾਵਨਾ ਅੰਮ੍ਰਿਤ ਨੂੰ ਫੈਲਾਉਣ ਵਿਚ ਲਗੇ ਹੋਏ ਹਨ। ਕ੍ਰਿਸ਼ਨ ਭਾਵਨਾ ਅੰਮ੍ਰਿਤ ਮਾਨਵਤਾ ਲਈ ਵਰਦਾਨ ਹੈ। ਰੂਪ ਗੋਸਵਾਮੀ ਨੇ ਭਗਵਾਨ ਚੈਤੰਨਯ ਦੀ ਪ੍ਰਸ਼ੰਸਾ ਪਰਮ ਦਾਨਵੀਰ ਦੇ ਰੂਪ ਵਿਚ ਕੀਤੀ ਹੈ। ਕਿਉਂਕਿ ਉਨ੍ਹਾਂ ਨੇ ਕ੍ਰਿਸ਼ਨ ਪ੍ਰੇਮ ਨੂੰ ਮੁਕਤ ਰੂਪ ਵਿਚ ਵੰਡਿਆ, ਜਿਸਨੂੰ ਪ੍ਰਾਪਤ ਕਰਨਾ ਬਹੁਤ ਔਖਾ ਹੈ। ਇਸ ਲਈ ਜੇ ਕੋਈ ਕ੍ਰਿਸ਼ਨ ਭਾਵਨਾ ਅੰਮ੍ਰਿਤ ਦਾ ਪ੍ਰਚਾਰ ਕਰਨ ਵਾਲੇ ਮਨੁੱਖ ਨੂੰ ਆਪਣਾ ਧੰਨ ਦਾਨ ਵਿਚ ਦਿੰਦਾ ਹੈ, ਤਾਂ ਕ੍ਰਿਸ਼ਨ ਭਾਵਨਾ ਅੰਮ੍ਰਿਤ ਦਾ ਪ੍ਰਚਾਰ ਕਰਨ ਲਈ ਦਿੱਤਾ ਗਿਆ ਇਹ ਦਾਨ, ਸੰਸਾਰ ਦਾ ਸੱਭ ਤੋਂ ਵੱਡਾ ਦਾਨ ਹੈ। ਅਤੇ ਜੇ ਕੋਈ ਮੰਦਰ ਵਿਚ ਜਾ ਕੇ ਵਿਧੀ ਪੂਰਵਕ ਪੂਜਾ ਕਰਦਾ ਹੈ (ਭਾਰਤ ਦੇ ਮੰਦਰਾਂ ਵਿਚ ਹਮੇਸ਼ਾਂ ਕੋਈ ਨਾ ਕੋਈ ਅਰਚਾ ਵਿਗ੍ਰਹ (ਮੂਰਤੀ), ਆਮ ਤੌਰ ਤੇ ਵਿਸ਼ਨੂੰ ਜਾਂ ਕ੍ਰਿਸ਼ਨ ਦੀ ਅਰਚਾ ਵਿਗ੍ਰਹ (ਮੂਰਤੀ) ਰਹਿੰਦੇ ਹਨ) ਤਾਂ ਇਹ ਭਗਵਾਨ ਦੀ ਪੂਜਾ ਕਰਕੇ ਅਤੇ ਉਨ੍ਹਾਂ ਨੂੰ ਸਤਿਕਾਰ ਦੇ ਕੇ ਉੱਨਤੀ ਕਰਨ ਦਾ ਮੌਕਾ ਹੁੰਦਾ ਹੈ। ਨਵੇਂ ਅੱਲੜ੍ਹ ਲਈ ਭਗਵਾਨ ਦੀ ਭਗਤੀ ਕਰਦੇ ਹੋਏ ਮੰਦਰ ਪੂਜਾ ਜ਼ਰੂਰੀ ਹੈ, ਜਿਸ ਦੀ ਪੁਸ਼ਟੀ ਸ਼ਵੇਤਾਸਵਰ ਉਪਨਿਸ਼ਦ ਵਿਚ (6-23) ਹੋਈ ਹੈ -

ਯਸ੍ਯ ਦੇਵੇ ਪਰਾ ਭਕ੍ਤਿਰ੍ ਯਥਾ ਦੇਵੇ ਤਥਾ ਗੁਰੌ ।
ਤਸ੍ਯੈਤੇ ਕਥਿਤਾ ਹਿ ਅਰ੍ਥਾਹ੍ ਪ੍ਰਕਾਸ਼ੰਤੇ ਮਹਾਤ੍ਮਨਹ੍ ॥

ਜਿਸ ਵਿਚ ਭਗਵਾਨ ਲਈ ਸਥਿਰ ਭਗਤੀ ਭਾਵ ਹੁੰਦਾ ਹੈ ਅਤੇ ਜਿਸਦਾ ਮਾਰਗ ਦਰਸ਼ਨ (ਅਗਵਾਈ) ਗੁਰੂ ਕਰਦਾ ਹੈ, ਜਿਸ ਵਿਚ ਉਸਦੀ ਉਸੇ ਤਰ੍ਹਾਂ ਦੀ ਸਥਿਰ ਸ਼ਰਧਾ ਹੁੰਦੀ ਹੈ, ਉਹ ਭਗਵਾਨ ਦਾ ਦਰਸ਼ਨ ਪ੍ਰਗਟ ਰੂਪ ਵਿਚ ਕਰ ਸਕਦਾ ਹੈ । ਮਾਨਸਿਕ ਚਿੰਤਨ (ਮਨੋਧਰਮ) ਰਾਹੀਂ ਕ੍ਰਿਸ਼ਨ ਨੂੰ ਨਹੀਂ ਸਮਝਿਆ ਜਾ ਸਕਦਾ । ਜਿਹੜਾ ਮਨੁੱਖ ਪ੍ਰਮਾਣਿਕ ਗੁਰੂ ਤੋਂ ਅਗਵਾਈ ਨਹੀਂ ਲੈਂਦਾ, ਉਸ ਲਈ ਕ੍ਰਿਸ਼ਨ ਨੂੰ ਸਮਝਣ ਦੀ ਸ਼ੁੱਭ ਸ਼ੁਰੂਆਤ ਕਰਨਾ ਵੀ ਅਸੰਭਵ ਹੈ । ਇਥੇ 'ਤੁ' ਸ਼ਬਦ ਦੀ ਵਰਤੋਂ ਖ਼ਾਸ ਤੌਰ ਤੇ ਇਹ ਸੂਚਿਤ ਕਰਨ ਲਈ ਹੋਈ ਹੈ ਕਿ ਕੋਈ ਹੋਰ ਵਿਧੀ ਨਹੀਂ ਵਰਤੀ ਜਾ ਸਕਦੀ, ਜਿਸ ਦੀ ਇੱਥੇ ਸ਼ਲਾਘਾ ਕੀਤੀ ਜਾਵੇ, ਨਾ ਹੀ ਇਸ ਨਾਲ ਕ੍ਰਿਸ਼ਨ ਨੂੰ ਸਮਝਣ ਵਿਚ ਸਫਲਤਾ ਹੋ ਸਕਦੀ ਹੈ ।

ਕ੍ਰਿਸ਼ਨ ਦੇ ਦੋ ਬਾਹਾਂ ਅਤੇ ਚਤੁਰਭੁਜ ਰੂਪ ਪ੍ਰਤੱਖ ਰੂਪ ਵਿਚ ਅਰਜੁਨ ਨੂੰ ਵਿਖਾਏ ਗਏ ਪਲ ਭਰ (**ਕ੍ਸ਼ਣਿਕ**) ਦੇ ਵਿਰਾਟ ਰੂਪ ਤੋਂ ਬਿਲਕੁਲ ਵੱਖਰੇ ਹਨ । ਨਾਰਾਇਣ ਦਾ ਚਤੁਰਭੁਜ ਰੂਪ ਅਤੇ ਕ੍ਰਿਸ਼ਨ ਦਾ ਦੋ ਭੁਜ ਰੂਪ ਦੋਵੇਂ ਹੀ ਸ਼ਾਸਵਤ (ਅਨੰਤ) ਅਤੇ ਅਲੌਕਿਕ ਹਨ, ਜਦੋਂ ਕਿ ਅਰਜੁਨ ਨੂੰ ਵਿਖਾਇਆ ਗਿਆ ਵਿਰਾਟ ਰੂਪ ਨਸ਼ਵਰ ਹੈ । **ਸੁਦੁਰ੍ਦਰ੍ਸ਼ਮ੍** ਸ਼ਬਦ ਦਾ ਅਰਥ ਹੀ ਹੈ " ਵੇਖਣ ਵਿਚ ਕਠਿਨ " ਜਿਸ ਤੋਂ ਪਤਾ ਚਲਦਾ ਹੈ ਕਿ ਇਸ ਵਿਰਾਟ ਰੂਪ ਨੂੰ ਕਿਸੇ ਨੇ ਨਹੀਂ ਵੇਖਿਆ ਸੀ । ਇਸ ਤੋਂ ਇਹ ਵੀ ਪਤਾ ਚਲਦਾ ਹੈ ਕਿ ਭਗਤਾਂ ਨੂੰ ਇਸ ਰੂਪ ਨੂੰ ਵਿਖਾਉਣ ਦੀ ਲੋੜ ਵੀ ਨਹੀਂ ਸੀ । ਇਸ ਰੂਪ ਨੂੰ ਕ੍ਰਿਸ਼ਨ ਨੇ ਅਰਜੁਨ ਦੀ ਬੇਨਤੀ ਤੇ ਵਿਖਾਇਆ ਸੀ, ਜਿਸ ਤੋਂ ਭਵਿੱਖ ਵਿਚ ਜੇ ਕੋਈ ਆਪਣੇ ਆਪ ਨੂੰ ਭਗਵਾਨ ਦਾ ਅਵਤਾਰ ਕਹੇ ਤਾਂ ਲੋਕ ਉਸਨੂੰ ਕਹਿ ਸਕਣ ਕੇ ਤੁਸੀਂ ਆਪਣਾ ਵਿਰਾਟ ਰੂਪ ਵਿਖਾਓ ।

ਪਿਛਲੇ ਸ਼ਲੋਕ ਵਿਚ 'ਨ' ਸ਼ਬਦ ਦੀ ਪੁਨਰਉਕਤੀ ਸੂਚਿਤ ਕਰਦੀ ਹੈ ਕਿ ਮਨੁੱਖ ਨੂੰ ਵੈਦਿਕ ਗ੍ਰੰਥਾਂ ਦੀ ਮਹਾਰਤ ਤੇ ਹਉਮੈ ਨਹੀਂ ਹੋਣੀ ਚਾਹੀਦੀ । ਉਸਨੂੰ ਕ੍ਰਿਸ਼ਨ ਦੀ ਭਗਤੀ ਕਰਨੀ ਚਾਹੀਦੀ ਹੈ, ਤਾਂ ਹੀ ਉਹ ਭਗਵਤ ਗੀਤਾ ਦੀ ਟੀਕਾ ਲਿਖਣ ਦਾ ਯਤਨ ਕਰ ਸਕਦਾ ਹੈ ।

ਕ੍ਰਿਸ਼ਨ ਵਿਰਾਟ ਰੂਪ ਤੋਂ ਨਾਰਾਇਣ ਦੇ ਚਤੁਰਭੁੱਜ ਰੂਪ ਵਿਚ ਅਤੇ ਫਿਰ ਆਪਣੇ ਦੋ ਭੁਜਾਵਾਂ ਵਾਲੇ ਸਹਿਜ ਰੂਪ ਵਿਚ ਬਦਲਦੇ ਹਨ । ਇਸ ਤੋਂ ਇਹ ਸੂਚਿਤ ਹੁੰਦਾ ਹੈ ਕਿ ਵੈਦਿਕ ਸਾਹਿਤ ਵਿਚ ਵਰਣਤ ਚਤੁਰਭੁਜ ਰੂਪ ਅਤੇ ਹੋਰ ਰੂਪ ਕ੍ਰਿਸ਼ਨ ਦੇ ਆਦਿ ਦੋ ਭੁਜਾਵਾਂ ਵਾਲੇ ਰੂਪ ਤੋਂ ਪੈਦਾ ਹੋਏ ਹਨ । ਉਹ ਸਾਰੀਆਂ ਉਤੱਪਤੀਆਂ ਦੇ ਮੂਲ ਸਰੋਤ ਹਨ ।

ਕ੍ਰਿਸ਼ਨ ਇਨ੍ਹਾਂ ਤੋਂ ਵੀ ਵੱਖਰੇ ਹਨ, ਨਿਰਗੁਣ ਰੂਪ ਦੀ ਕਲਪਨਾ ਦਾ ਤਾਂ ਕੁਝ ਕਹਿਣਾ ਹੀ ਨਹੀਂ। ਜਿੱਥੋਂ ਤਕ ਕ੍ਰਿਸ਼ਨ ਦੇ ਚਤੁਰਭੁਜੀ ਰੂਪ ਦਾ ਸੰਬੰਧ ਹੈ ਇਹ ਸਪਸ਼ਟ ਕਿਹਾ ਗਿਆ ਹੈ ਕਿ ਕ੍ਰਿਸ਼ਨ ਦਾ ਸਭ ਤੋਂ ਜ਼ਿਆਦਾ ਇਕ ਸਾਰ ਚਤੁਰਭੁਜੀ ਰੂਪ (ਜਿਹੜਾ ਮਹਾਵਿਸ਼ਨੂੰ ਦੇ ਨਾਂ ਨਾਲ ਪ੍ਰਸਿੱਧ ਹੈ ਅਤੇ ਜਿਹੜੇ ਕਾਰਨ ਸਮੁੰਦਰ ਵਿਚ ਸੌਂਦੇ ਹਨ ਅਤੇ ਜਿਨ੍ਹਾਂ ਦੇ ਸੁਆਸ ਅਤੇ ਨਿ-ਸੁਆਸ ਵਿਚ ਅਨੇਕਾਂ ਬ੍ਰਹਿਮੰਡ ਨਿਕਲਦੇ ਅਤੇ ਪ੍ਰਵੇਸ਼ ਕਰਦੇ ਰਹਿੰਦੇ ਹਨ) ਵੀ ਭਗਵਾਨ ਦਾ ਅੰਸ਼ ਹੈ, ਜਿਵੇਂ ਕਿ ਕਿਹਾ ਗਿਆ ਹੈ -

ਯਸ੍ਯੈਕ ਨਿਸ਼੍ਵਾਸਿਤ ਕਾਲਮ੍ ਅਚਾਵਲਮ੍ਬ੍ਯ,
ਜੀਵੰਤਿ ਲੋਮ ਵਿਲ ਜਾ ਜਗਦ੍ ਅੰਡ ਨਾਥਾਹ੍ ।
ਵਿਸ਼੍ਣੁਰ੍ ਮਹਾਨ ਸ ਇਹ ਯਸ੍ਯ ਕਲਾ ਵਿਸ਼ੇਸ਼ੋ ,
ਗੋਵਿੰਦਮ ਆਦਿ ਪੁਰੁਸ਼ਮ੍ ਤਮ੍ ਅਹਮ੍ ਭਜਾਮਿ ॥

(ਬ੍ਰਹਮਸੰਹਿਤਾ 4-48)

"ਮਹਾਵਿਸ਼ਨੂੰ ਦੇ ਸੁਆਸ ਲੈਂਦਿਆਂ ਹੀ ਜਿਨ੍ਹਾਂ ਵਿਚ ਅਨੰਤ ਬ੍ਰਹਿਮੰਡ ਪ੍ਰਵੇਸ਼ ਕਰਦੇ ਹਨ ਅਤੇ ਫਿਰ ਬਾਹਰ ਨਿਕਲ ਆਉਂਦੇ ਹਨ, ਉਹ ਕ੍ਰਿਸ਼ਨ ਦੇ ਅੰਸ਼ ਰੂਪ ਹਨ। ਇਸ ਲਈ ਮੈਂ ਗੋਵਿੰਦ ਜਾਂ ਕ੍ਰਿਸ਼ਨ ਦੀ ਪੂਜਾ ਕਰਦਾ ਹਾਂ, ਜਿਹੜੇ ਸਾਰੇ ਕਾਰਨਾਂ ਦੇ ਕਾਰਨ ਹਨ।" ਇਸ ਲਈ ਮਨੁੱਖ ਨੂੰ ਚਾਹੀਦਾ ਹੈ ਕਿ ਕ੍ਰਿਸ਼ਨ ਦੇ ਸਾਕਾਰ ਰੂਪ ਨੂੰ ਭਗਵਾਨ ਮੰਨਕੇ ਪੂਜੇ, ਕਿਉਂਕਿ ਉਹੀ ਸਚਿਦਾਨੰਦ ਸਰੂਪ ਹਨ। ਇਹ ਵਿਸ਼ਨੂੰ ਦੇ ਸਾਰੇ ਰੂਪਾਂ ਦੇ ਮੂਲ ਸਰੋਤ ਹਨ, ਉਹ ਸਾਰੇ ਅਵਤਾਰਾਂ ਦੇ ਮੂਲ ਸਰੋਤ ਅਤੇ ਆਦਿ ਮਹਾਂਪੁਰਖ ਹਨ, ਜਿਵੇਂ ਕਿ ਭਗਵਤ ਗੀਤਾ ਤੋਂ ਪੁਸ਼ਟੀ ਹੁੰਦੀ ਹੈ। ਗੋਪਾਲ ਤਾਪਨੀ ਉਪਨਿਸ਼ਦ ਵਿਚ (1-1) ਹੇਠ ਲਿਖਿਆ ਕਥਨ ਆਇਆ ਹੈ -

ਸਚ੍ ਚਿਦਾਨੰਦ ਰੂਪਾਯ ਕ੍ਰਿਸ਼੍ਣਾਯਾਕ੍ਲਿਸ਼੍ਟ ਕਾਰਿਣੇ ।
ਨਮੋ ਵੇਦਾਂਤ-ਵੇਦ੍ਯਾਯ ਗੁਰਵੇ ਬੁਦ੍ਧਿ-ਸਾਕ੍ਸ਼ਿਣੇ ॥

"ਮੈਂ ਕ੍ਰਿਸ਼ਨ ਨੂੰ ਪ੍ਰਣਾਮ ਕਰਦਾ ਹਾਂ ਜਿਹੜੇ ਸਚਿਦਾਨੰਦ ਸਰੂਪ ਹਨ। ਮੈਂ ਉਨ੍ਹਾਂ ਨੂੰ ਨਮਸਕਾਰ ਕਰਦਾ ਹਾਂ, ਕਿਉਂ ਕਿ ਉਨ੍ਹਾਂ ਨੂੰ ਸਮਝ ਲੈਣ ਦਾ ਅਰਥ ਹੈ, ਵੇਦਾਂ ਨੂੰ ਸਮਝ ਲੈਣਾ। ਇਸ ਲਈ ਉਹ ਪਰਮ ਗੁਰੂ ਹਨ" ਉਸੇ ਪ੍ਰਸੰਗ ਵਿਚ ਕਿਹਾ ਗਿਆ ਹੈ - **ਕ੍ਰਿਸ਼੍ਣੋ ਵੈ ਪਰਮਮ੍ ਦੈਵਤਮ੍**- ਕ੍ਰਿਸ਼ਨ ਭਗਵਾਨ ਹਨ (ਗੋਪਾਲ ਤਾਪਨੀ ਉਪਨਿਸ਼ਦ 1.3) **ਸਰਵ-ਗਹ੍ ਕਿਸ਼੍ਣ ਈਡਸਹ੍** -ਉਹ ਕ੍ਰਿਸ਼ਨ ਭਗਵਾਨ ਅਤੇ ਪੂਜਣ ਯੋਗ ਹਨ। **ਏਕੋ ਵਸ਼ੀ ਸੰਬਹੁਧਾ ਯੋਅਵਭਾਤਿ** - ਕ੍ਰਿਸ਼ਨ ਇੱਕੋ ਹਨ, ਪਰ ਉਹ ਅਨੰਤ ਰੂਪਾਂ ਅਤੇ ਅੰਸ਼ਾਂ ਅਵਤਾਰਾਂ ਦੇ ਰੂਪ ਵਿਚ ਪ੍ਰਗਟ ਹੁੰਦੇ ਹਨ - ਗੋਪਾਲ ਤਾਪਨੀ (1-21), ਬ੍ਰਹਮ ਸੰਹਿਤਾ ਦਾ ਕਥਨ ਹੈ -

ਈਸ਼ਵਰਹ ਪਰਮਹ੍ ਕ੍ਰਿਸ਼ਨਹ੍ ਸਚ੍-ਚਿਦ੍-ਆਨੰਦ-ਵਿਗ੍ਰਹਹ੍ ।
ਅਨਾਦਿਰ ਆਦਿਰ੍ ਗੋਵਿੰਦਹ੍ ਸਰ੍ਵ ਕਾਰਣ ਕਾਰਣਮ੍ ॥

ਭਗਵਾਨ ਤਾਂ ਕ੍ਰਿਸ਼ਨ ਹਨ, ਜਿਹੜੇ ਸਚਿਦਾਨੰਦ ਸਰੂਪ ਹਨ। ਉਨ੍ਹਾਂ ਦਾ ਕੋਈ ਆਦਿ ਨਹੀਂ ਹੈ, ਕਿਉਂਕਿ ਉਹ ਹਰ ਚੀਜ਼ ਦੇ ਆਦਿ ਹਨ। ਉਹ ਸਾਰੇ ਕਾਰਨਾਂ ਦੇ ਪਰਮ ਕਾਰਨ ਹਨ। ਹੋਰ ਥਾਂ ਤੇ ਵੀ ਕਿਹਾ ਗਿਆ ਹੈ - **ਯਤ੍ਰਾਵਤੀਨਮ ਕ੍ਰਿਸ਼ਨਾਖਯਮ ਪਰਮ ਬ੍ਰਹਮਨਰਾਕ੍ਰਿਤਿ** - ਭਗਵਾਨ ਇੱਕ ਮਨੁੱਖ ਹਨ, ਉਸਦਾ ਨਾਂ ਕ੍ਰਿਸ਼ਨ ਹੈ ਅਤੇ ਉਹ ਕਦੀ-ਕਦੀ ਇਸ ਧਰਤੀ ਤੇ ਉਤਰਦੇ ਹਨ। ਇਸੇ ਤਰ੍ਹਾਂ ਸ਼੍ਰੀਮਦ ਭਾਗਵਤਮ ਵਿਚ ਭਗਵਾਨ ਦੇ ਹਰ ਥਾਂਹਰ ਤਰ੍ਹਾਂ ਦੇ ਅਵਤਾਰਾਂ ਦਾ ਵਰਣਨ ਮਿਲਦਾ ਹੈ, ਜਿਸ ਵਿਚ ਕ੍ਰਿਸ਼ਨ ਦਾ ਵੀ ਨਾਂ ਹੈ। ਪਰ ਉਦੋਂ ਇਹ ਕਿਹਾ ਜਾਂਦਾ ਹੈ ਕਿ ਇਹ ਕ੍ਰਿਸ਼ਨ ਈਸ਼ਵਰ ਦੇ ਅਵਤਾਰ ਨਹੀਂ ਹਨ, ਸਗੋਂ ਪ੍ਰਤੱਖ ਭਗਵਾਨ ਹਨ। (**ਏਤੇ ਚਾਂਸ਼ਕਲਾਹ੍ ਪੁਸਹ ਕ੍ਰਿਸ਼ਨਸਤੁ ਭਗਵਾਨ ਸਵਯਮ**)

ਇਸੇ ਤਰ੍ਹਾਂ ਭਗਵਤ ਗੀਤਾ ਵਿਚ ਭਗਵਾਨ ਕਹਿੰਦੇ ਹਨ - **ਮੱਤਹ੍ ਪਰਤਰਮ੍ ਨਾਨਯਤ੍** - ਮੇਰੇ ਭਗਵਾਨ ਕ੍ਰਿਸ਼ਨ ਦੇ ਰੂਪ ਤੋਂ ਕੋਈ ਸ਼੍ਰੇਸ਼ਠ (ਉੱਤਮ) ਨਹੀਂ ਹੈ। ਹੋਰ ਥਾਂ ਵੀ ਕਿਹਾ ਗਿਆ ਹੈ - **ਅਹਮ੍ ਆਦਿਰ੍ਹਿ ਦੇਵਾਨਾਮ੍** - ਮੈਂ ਸਾਰੇ ਦੇਵਤਿਆਂ ਦਾ ਮੂਲ ਬੀਜ ਹਾਂ। ਕ੍ਰਿਸ਼ਨ ਤੋਂ ਭਗਵਤ ਗੀਤਾ ਗਿਆਨ ਪ੍ਰਾਪਤ ਕਰਨ ਤੇ ਅਰਜੁਨ ਵੀ ਇਨ੍ਹਾਂ ਸ਼ਬਦਾਂ ਰਾਹੀਂ ਇਸਦੀ ਪੁਸ਼ਟੀ ਕਰਦਾ ਹੈ - **ਪਰਮ੍ ਬ੍ਰਹ੍ਮ ਪਰਮ੍ ਧਾਮ ਪਵਿਤ੍ਰਮ੍ ਪਰਮਮ੍ ਭਵਾਨ੍**- ਹੁਣ ਮੈਂ ਪੂਰੀ ਤਰ੍ਹਾਂ ਸਮਝ ਗਿਆ ਕਿ ਤੁਸੀਂ ਪਰਮ ਸਤਿ ਭਗਵਾਨ ਹੋ ਅਤੇ ਹਰ ਚੀਜ਼ ਦੀ ਸ਼ਰਨ ਹੋ। ਇਸ ਲਈ ਕ੍ਰਿਸ਼ਨ ਨੇ ਅਰਜੁਨ ਨੂੰ ਜਿਹੜਾ ਵਿਰਾਟ ਰੂਪ ਵਿਖਾਇਆ ਸੀ, ਉਹ ਉਨ੍ਹਾਂ ਦਾ ਆਦਿ ਰੂਪ ਨਹੀਂ ਹੈ। ਆਦਿ ਰੂਪ ਤਾਂ ਕ੍ਰਿਸ਼ਨ ਰੂਪ ਹੈ। ਹਜ਼ਾਰਾਂ ਹੱਥਾਂ ਅਤੇ ਹਜ਼ਾਰਾਂ ਸਿਰਾਂ ਵਾਲਾ ਵਿਰਾਟ ਰੂਪ ਤਾਂ ਉਨ੍ਹਾਂ ਲੋਕਾਂ ਦਾ ਧਿਆਨ ਖਿੱਚਣ ਲਈ ਵਿਖਾਇਆ ਗਿਆ, ਜਿਨ੍ਹਾਂ ਦਾ ਈਸ਼ਵਰ ਨਾਲ ਰਤਾ ਵੀ ਪ੍ਰੇਮ ਨਹੀਂ ਹੈ। ਇਹ ਈਸ਼ਵਰ ਦਾ ਆਦਿ ਰੂਪ ਨਹੀਂ ਹੈ।

ਵਿਰਾਟ ਰੂਪ ਉਨ੍ਹਾਂ ਸ਼ੁੱਧ ਭਗਤਾਂ ਲਈ ਰਤਾ ਵੀ ਆਕਰਸ਼ਕ ਨਹੀਂ ਹੁੰਦਾ, ਜਿਹੜੇ ਵੱਖੋ-ਵੱਖਰੇ ਅਲੌਕਿਕ ਸੰਬੰਧਾਂ ਵਿਚ ਭਗਵਾਨ ਨਾਲ ਪ੍ਰੇਮ ਕਰਦੇ ਹਨ। ਭਗਵਾਨ ਆਪਣੇ ਆਦਿ ਕ੍ਰਿਸ਼ਨ ਰੂਪ ਵਿਚ ਹੀ ਪ੍ਰੇਮ ਦਾ ਲੈਣ-ਦੇਣ ਕਰਦੇ ਹਨ। ਇਸ ਲਈ ਕ੍ਰਿਸ਼ਨ ਨਾਲ ਪੱਕੀ ਦੋਸਤੀ ਦੇ ਭਾਵ ਨਾਲ ਸੰਬੰਧਿਤ ਅਰਜੁਨ ਨੂੰ ਇਹ ਵਿਰਾਟ ਰੂਪ ਰਤਾ ਵੀ ਚੰਗਾ ਨਹੀਂ ਲਗਿਆ, ਸਗੋਂ ਉਸਨੂੰ ਡਰਾਉਣਾ ਲਗਿਆ। ਕ੍ਰਿਸ਼ਨ ਦੇ ਪੁਰਾਣੇ ਦੋਸਤ ਅਰਜੁਨ ਕੋਲ ਜ਼ਰੂਰ ਹੀ ਅਲੌਕਿਕ ਦ੍ਰਿਸ਼ਟੀ ਰਹੀ ਹੋਵੇਗੀ, ਉਹ ਵੀ ਕੋਈ ਆਮ ਮਨੁੱਖ ਨਹੀਂ ਸੀ। ਇਸ ਲਈ ਉਹ ਵਿਰਾਟ ਰੂਪ ਨਾਲ ਮੋਹਿਤ ਨਹੀਂ ਹੋਇਆ। ਇਹ ਰੂਪ ਉਨ੍ਹਾਂ ਲੋਕਾਂ ਨੂੰ ਭਾਵੇਂ ਅਦਭੁੱਤ ਲਗੇ, ਜਿਹੜੇ ਆਪਣੇ ਆਪ ਨੂੰ ਸਕਾਮ ਕਰਮਾਂ ਰਾਹੀਂ ਉਤੇ ਚੁੱਕਣਾ ਚਾਹੁੰਦੇ

ਹਨ, ਪਰ ਭਗਤੀ ਵਿਚ ਲੱਗੇ ਮਨੁੱਖਾਂ ਲਈ ਤਾਂ ਦੋ ਭੁਜਾਂ ਵਾਲੇ ਕ੍ਰਿਸ਼ਨ ਦਾ ਰੂਪ ਹੀ ਬਹੁਤ ਪਿਆਰਾ ਹੈ ।

मत्कर्मकृन्मत्परमो मद्भक्तः सङ्गवर्जितः ।
निर्वैरः सर्वभूतेषु यः स मामेति पाण्डव ॥५५॥

ਮਤ੍-ਕਰ੍ਮ ਕ੍ਰਿਨ੍ ਮਤ੍-ਪਰਮੋ ਮਦ੍-ਭਕ੍ਤਹ੍ ਸੰਗ ਵਰ੍ਜਿਤਹ੍ ।
ਨਿਰ੍ਵੈਰਹ੍ ਸਰ੍ਵ ਭੂਤੇਸ਼ੁ ਯਹ੍ ਸ ਮਾਮ੍ ਏਤਿ ਪਾਂਡਵ ॥ 55 ॥

ਮਤ੍-ਕਰ੍ਮ-ਕ੍ਰਿਤ-ਮੇਰਾ ਕਾਰਜ ਕਰਨ ਵਿਚ ਲਗੇ ; **ਮਤ੍-ਪਰਮਹ੍**-ਮੈਨੂੰ ਪਰਮ ਮੰਨਦੇ ਹੋਏ ; **ਮਤ੍-ਭਕ੍ਤਹ੍**-ਮੇਰੀ ਭਗਤੀ ਵਿਚ ਲਗੇ ; **ਸੰਗ ਵਰ੍ਜਿਤਹ**-ਸਕਾਮ ਕਰਮ ਅਤੇ ਮਨੋਧਰਮ ਦੇ ਮਲੀਨਤਾਵਾਂ ਤੋਂ ਮੁਕਤ ; **ਨਿਰ੍ਵੈਰਹ੍**-ਦੁਸ਼ਮਣੀ ਤੋਂ ਰਹਿਤ ; **ਸਰ੍ਵ-ਭੂਤੇਸ਼**-ਸਾਰੇ ਜੀਵਾਂ ਵਿਚ ; **ਯਹ੍**-ਜਿਹੜਾ ; **ਸਹ੍**-ਉਹ ; **ਮਾਮ੍**-ਮੈਨੂੰ ; **ਏਤਿ**-ਪ੍ਰਾਪਤ ਕਰਦਾ ਹੈ ; **ਪਾਂਡਵ**-ਹੇ ਪਾਂਡੂ ਦੇ ਪੁੱਤਰ ।

ਅਨੁਵਾਦ

ਹੇ ਅਰਜੁਨ! ਜਿਹੜਾ ਮਨੁੱਖ ਸਕਾਮ ਕਰਮਾਂ ਅਤੇ ਮਨੋਧਰਮ ਦੀਆਂ ਮਲੀਨਤਾਵਾਂ ਤੋਂ ਮੁਕਤ ਹੋ ਕੇ, ਮੇਰੀ ਸ਼ੁੱਧ ਭਗਤੀ ਵਿਚ ਲਗਿਆ ਰਹਿੰਦਾ ਹੈ, ਜਿਹੜਾ ਮੇਰੇ ਲਈ ਹੀ ਕਾਰਜ ਕਰਦਾ ਹੈ, ਜਿਹੜਾ ਮੈਨੂੰ ਹੀ ਜੀਵਨ ਦਾ ਪਰਮ ਟੀਚਾ ਸਮਝਦਾ ਹੈ ਅਤੇ ਜੀਵ ਨਾਲ ਦੋਸਤੀ ਦਾ ਭਾਵ ਰਖਦਾ ਹੈ, ਉਹ ਨਿਸ਼ਚੈ ਹੀ ਮੈਨੂੰ ਪ੍ਰਾਪਤ ਹੁੰਦਾ ਹੈ ।

ਭਾਵ

ਜਿਹੜਾ ਕੋਈ ਚਿੰਨਮਯ ਅਕਾਸ਼ (ਅਲੌਕਿਕ ਸੰਸਾਰ) ਦੇ ਕ੍ਰਿਸ਼ਨ ਲੋਕ ਵਿਚ ਪਰਮ ਪੁਰਖ ਨੂੰ ਪ੍ਰਾਪਤ ਕਰਕੇ ਭਗਵਾਨ ਕ੍ਰਿਸ਼ਨ ਨਾਲ ਪੱਕੇ ਸੰਬੰਧ ਸਥਾਪਿਤ ਕਰਨਾ ਚਾਹੁੰਦਾ ਹੈ, ਉਸਨੂੰ ਖ਼ੁਦ ਭਗਵਾਨ ਰਾਹੀਂ ਦੱਸੇ ਗਏ ਇਸ ਮੰਤਰ ਨੂੰ ਗ੍ਰਹਿਣ ਕਰਨਾ ਹੋਵੇਗਾ । ਇਸ ਲਈ ਇਹ ਸ਼ਲੋਕ ਭਗਵਤ ਗੀਤਾ ਦਾ ਸਾਰ ਮੰਨਿਆ ਜਾਂਦਾ ਹੈ । ਭਗਵਤ ਗੀਤਾ ਇੱਕ ਅਜਿਹਾ ਗ੍ਰੰਥ ਹੈ, ਜਿਹੜਾ ਉਨ੍ਹਾਂ ਬੱਧ ਜੀਵਾਂ ਵੱਲ ਸੰਕੇਤ ਕਰਦਾ ਹੈ, ਜਿਹੜੇ ਇਸ ਭੌਤਿਕ ਸੰਸਾਰ ਵਿਚ ਪ੍ਰਕ੍ਰਿਤੀ ਤੇ ਮਾਲਕੀਅਤ ਜਤਾਉਣ ਵਿਚ ਲਗੇ ਹੋਏ ਹਨ ਅਤੇ ਅਸਲ ਅਧਿਆਤਮਕ ਜੀਵਨ ਬਾਰੇ ਨਹੀਂ ਜਾਣਦੇ । ਭਗਵਤ ਗੀਤਾ ਦਾ ਮੰਤਵ ਇਹ ਵਿਖਾਉਣਾ ਹੈ ਕਿ ਮਨੁੱਖ ਕਿਸ ਤਰ੍ਹਾਂ ਆਪਣੀ ਅਧਿਆਤਮਕ ਹੋਂਦ ਨੂੰ ਅਤੇ ਭਗਵਾਨ ਨਾਲ ਆਪਣੇ ਸੰਬੰਧ ਨੂੰ ਸਮਝ ਸਕਦਾ ਹੈ ਅਤੇ ਉਸ ਨੂੰ ਇਹ ਸਿੱਖਿਆ ਦੇਣਾ ਹੈ ਕਿ ਉਹ ਭਗਵਤ ਧਾਮ ਨੂੰ ਕਿਵੇਂ ਪਹੁੰਚ ਸਕਦਾ ਹੈ । ਇਹ ਸ਼ਲੋਕ ਉਸ ਵਿਧੀ ਨੂੰ ਸਪਸ਼ਟ ਰੂਪ ਨਾਲ ਦੱਸਦਾ ਹੈ, ਜਿਸ ਨਾਲ ਮਨੁੱਖ ਆਪਣੇ ਅਧਿਆਤਮਕ ਕਾਰਜ਼ ਵਿਚ, ਭਾਵ-ਭਗਤੀ ਵਿਚ ਸਫਲਤਾ

ਪ੍ਰਾਪਤ ਕਰ ਸਕਦਾ ਹੈ। ਜਿੱਥੋਂ ਤਕ ਕਾਰਜ਼ ਦਾ ਸੰਬੰਧ ਹੈ, ਬੰਦੇ ਨੂੰ ਆਪਣੀ ਸਾਰੀ ਤਾਕਤ ਕ੍ਰਿਸ਼ਨ ਭਾਵਨਾ ਭਾਵਿਤ ਕਾਰਜਾਂ ਵਿਚ ਪੂਰੀ ਤਰ੍ਹਾਂ ਲਗਾ ਦੇਣੀ ਚਾਹੀਦੀ ਹੈ । ਜਿਵੇਂ ਕਿ ਭਗਤੀ ਰਸਾਮ੍ਰਿਤ ਸਿੰਧੂ ਵਿਚ ਕਿਹਾ ਗਿਆ ਹੈ -

ਅਨਾਸਕ੍ਤਸ੍ਯ ਵਿਸ਼ਯਾਨ੍ ਯਥਾਰ੍ਹਮ੍ ਉਪਯੁੰਜਤਹ੍ ।
ਨਿਰ੍ਬੰਧਹ੍ ਕ੍ਰਿਸ਼ਨ ਸੰਬੰਧੇ ਯੁਕ੍ਤਮ੍ ਵੈਰਾਗਯਮ੍ ਉਚ੍ਯਤੇ ॥

(ਭਗਤੀ ਰਸਾਮ੍ਰਿਤ ਸਿੰਧੂ - 2-255)

ਅਜਿਹਾ ਕੋਈ ਕਾਰਜ਼ ਨਾ ਕਰੋ ਜਿਹੜਾ ਕ੍ਰਿਸ਼ਨ ਨਾਲ ਸੰਬੰਧਿਤ ਨਾ ਹੋਵੇ । ਇਹ ਕ੍ਰਿਸ਼ਨ ਕਰਮ ਕਹਾਉਂਦਾ ਹੈ । ਕੋਈ ਭਾਵੇਂ ਵੱਖ-ਵੱਖ ਕਰਮ ਕਿਉਂ ਨਾ ਕਰੇ, ਪਰ ਉਸਨੂੰ ਇਨ੍ਹਾਂ ਦੇ ਫਲ ਪ੍ਰਤੀ ਆਸਕਤੀ (ਮੋਹ) ਨਹੀਂ ਹੋਣੀ ਚਾਹੀਦੀ । ਇਹ ਫਲ ਤਾਂ ਕ੍ਰਿਸ਼ਨ ਨੂੰ ਅਰਪਿਤ ਕੀਤਾ ਜਾਣਾ ਚਾਹੀਦਾ ਹੈ । ਉਦਾਹਰਣ ਵੱਜੋਂ, ਜੇ ਕੋਈ ਵਿਉਪਾਰ ਵਿਚ ਰੁਝਿਆ ਹੈ, ਤਾਂ ਉਸਨੂੰ ਵਿਉਪਾਰ ਨੂੰ ਕ੍ਰਿਸ਼ਨ ਭਾਵਨਾ ਅੰਮ੍ਰਿਤ ਵਿਚ ਬਦਲਣ ਲਈ ਕ੍ਰਿਸ਼ਨ ਲਈ ਕਰਨਾ ਹੋਵੇਗਾ । ਜੇ ਕ੍ਰਿਸ਼ਨ ਵਿਉਪਾਰ ਦੇ ਮਾਲਕ ਹਨ ਤਾਂ ਉਸਦਾ ਲਾਭ ਵੀ ਉਨ੍ਹਾਂ ਨੂੰ ਹੀ ਮਿਲਣਾ ਚਾਹੀਦਾ ਹੈ । ਜੇ ਕਿਸੇ ਵਿਉਪਾਰੀ ਕੋਲ ਕਰੋੜਾਂ ਦੀ ਸੰਪਤੀ ਹੋਵੇ ਅਤੇ ਜੇ ਉਹ ਕ੍ਰਿਸ਼ਨ ਨੂੰ ਅਰਪਿਤ ਕਰਨਾ ਚਾਹੇ ਤਾਂ ਉਹ ਅਜਿਹਾ ਕਰ ਸਕਦਾ ਹੈ । ਇਹੋ ਕ੍ਰਿਸ਼ਨ ਕਰਮ ਹੈ । ਆਪਣੀਆਂ ਇੰਦਰੀਆਂ ਦੀ ਤ੍ਰਿਪਤੀ ਲਈ ਵਿਸ਼ਾਲ ਭਵਨ ਨਾ ਬਣਾਕੇ, ਉਹ ਕ੍ਰਿਸ਼ਨ ਲਈ ਸੁੰਦਰ ਮੰਦਰ ਬਣਵਾ ਸਕਦਾ ਹੈ, ਕ੍ਰਿਸ਼ਨ ਦੀ ਮੂਰਤੀ **ਅਰ੍ਚਾ ਵਿਗਰਹ੍** ਸਥਾਪਿਤ ਕਰ ਸਕਦਾ ਹੈ ਅਤੇ ਭਗਤੀ ਦੇ ਪ੍ਰਮਾਣਿਕ ਗ੍ਰੰਥਾਂ ਵਿਚ ਵਰਣਿਤ **ਅਰ੍ਚਾ ਵਿਗਰਹ** ਦੀ ਸੇਵਾ ਦਾ ਪ੍ਰਬੰਧ ਕਰਾ ਸਕਦਾ ਹੈ । ਇਹ ਸਭ ਕ੍ਰਿਸ਼ਨ ਕਰਮ ਹਨ । ਮਨੁੱਖ ਨੂੰ ਆਪਣੇ ਕਰਮ ਫਲ ਵਿਚ ਲਿਪਤ ਨਹੀਂ ਹੋਣਾ ਚਾਹੀਦਾ, ਸਗੋਂ ਇਸਨੂੰ ਕ੍ਰਿਸ਼ਨ ਨੂੰ ਅਰਪਿਤ ਕਰਕੇ, ਬਚੀ ਹੋਈ ਚੀਜ਼ ਨੂੰ ਸਿਰਫ ਪ੍ਰਸ਼ਾਦ ਰੂਪ ਵਿਚ ਗ੍ਰਹਿਣ ਕਰਨਾ ਚਾਹੀਦਾ ਹੈ । ਜੇਕਰ ਕੋਈ ਕ੍ਰਿਸ਼ਨ ਲਈ ਵਿਸ਼ਾਲ ਭਵਨ ਬਣਵਾ ਦਿੰਦਾ ਹੈ ਅਤੇ ਉਸ ਵਿਚ ਕ੍ਰਿਸ਼ਨ ਦੇ **ਅਰ੍ਚਾ ਵਿਗ੍ਰਹ੍** ਸਥਾਪਿਤ ਕਰਾਉਂਦਾ ਹੈ, ਤਾਂ ਉਸ ਵਿਚ ਉਸਨੂੰ ਰਹਿਣ ਦੀ ਮਨਾਹੀ ਨਹੀਂ ਰਹਿੰਦੀ, ਪਰ ਕ੍ਰਿਸ਼ਨ ਨੂੰ ਹੀ ਇਸ ਦਾ ਮਾਲਿਕ ਮੰਨਣਾ ਚਾਹੀਦਾ ਹੈ । ਇਹੋ ਕ੍ਰਿਸ਼ਨ ਭਾਵਨਾ ਅੰਮ੍ਰਿਤ ਕਹਾਉਂਦਾ ਹੈ । ਪਰ ਜੇ ਕੋਈ ਕ੍ਰਿਸ਼ਨ ਲਈ ਮੰਦਰ ਨਹੀਂ ਬਣਵਾ ਸਕਦਾ ਤਾਂ ਉਹ ਕ੍ਰਿਸ਼ਨ ਮੰਦਰ ਦੀ ਸਫਾਈ ਵਿਚ ਲਗ ਸਕਦਾ ਹੈ, ਇਹ ਵੀ ਕ੍ਰਿਸ਼ਨ ਕਰਮ ਹੈ । ਉਹ ਬਗੀਚੇ ਦੀ ਦੇਖ ਭਾਲ ਕਰ ਸਕਦਾ ਹੈ, ਜਿਸ ਕੋਲ ਥੋੜ੍ਹੀ ਜਿਹੀ ਜ਼ਮੀਨ ਹੈ - ਜਿਵੇਂ ਕਿ ਭਾਰਤ ਦੇ ਗ਼ਰੀਬ ਤੋਂ ਗ਼ਰੀਬ ਮਨੁੱਖ ਕੋਲ ਵੀ ਹੁੰਦੀ ਹੈ - ਤਾਂ ਉਹ ਉਸਦੀ ਵਰਤੋਂ ਕ੍ਰਿਸ਼ਨ ਲਈ ਫੁੱਲ ਉਗਾਉਣ ਲਈ ਕਰ ਸਕਦਾ ਹੈ । ਉਸ ਤੁਲਸੀ ਦੇ ਪੌਦੇ ਉਗਾ ਸਕਦਾ ਹੈ, ਕਿਉਂਕਿ ਤੁਲਸੀ ਦੇ ਪੱਤੇ ਬਹੁਤ ਮਹੱਤਵਪੂਰਨ ਹਨ, ਅਤੇ ਭਗਵਤ ਗੀਤਾ ਵਿਚ

ਕ੍ਰਿਸ਼ਨ ਨੇ ਉਨ੍ਹਾਂ ਦੀ ਸਿਫਾਰਸ਼ ਕੀਤੀ ਹੈ । **ਪਤ੍ਰਮ੍ ਪੁਸ਼੍ਪਮ੍ ਫਲਮ੍ ਤੋਯਮ੍** - ਕ੍ਰਿਸ਼ਨ ਚਾਹੁੰਦੇ ਹਨ ਕਿ ਲੋਕ ਉਨ੍ਹਾਂ ਨੂੰ ਪੱਤੇ, ਫੁੱਲ, ਫੱਲ ਜਾਂ ਥੋੜਾ ਜਲ ਪ੍ਰੇਮ ਤੇ ਸ਼ਰਧਾ ਨਾਲ ਭੇਂਟ ਕਰਨ ਅਤੇ ਇਸ ਤਰ੍ਹਾਂ ਦੀ ਭੇਂਟ ਨਾਲ ਉਹ ਪ੍ਰਸੰਨ ਰਹਿੰਦੇ ਹਨ । ਇਹ ਪੱਤੇ ਖ਼ਾਸ ਕਰਕੇ ਤੁਲਸੀ ਦੇ ਪੱਤੇ ਹੀ ਹਨ । ਇਸ ਲਈ ਮਨੁੱਖ ਨੂੰ ਚਾਹੀਦਾ ਹੈ, ਕਿ ਉਹ ਤੁਲਸੀ ਦਾ ਪੌਦਾ ਲਗਾ ਕੇ ਉਸਨੂੰ ਸਿੰਜੇ । ਇੰਝ ਗ਼ਰੀਬ ਤੋਂ ਗ਼ਰੀਬ ਮਨੁੱਖ ਆਪਣੇ ਆਪ ਨੂੰ ਕ੍ਰਿਸ਼ਨ ਦੀ ਸੇਵਾ ਵਿਚ ਲਗਾ ਸਕਦਾ ਹੈ । ਇਹ ਕੁਝ ਉਦਾਹਰਣ ਹਨ, ਜਿਸ ਨਾਲ ਕ੍ਰਿਸ਼ਨ ਕਰਮ ਵਿਚ ਲਗਿਆ ਜਾ ਸਕਦਾ ਹੈ ।

ਮਤ੍ਪਰਮਹ੍ ਸ਼ਬਦ ਉਸ ਮਨੁੱਖ ਲਈ ਆਉਂਦਾ ਹੈ ਜਿਹੜਾ ਆਪਣੇ ਜੀਵਨ ਦਾ ਉਚੇਰਾ ਟੀਚਾ ਭਗਵਾਨ ਕ੍ਰਿਸ਼ਨ ਦੇ ਪਰਮ ਧਾਮ ਵਿਚ ਉਨ੍ਹਾਂ ਦੀ ਸੰਗਤ ਕਰਨਾ ਮੰਨਦਾ ਹੈ । ਅਜਿਹਾ ਮਨੁੱਖ ਚੰਨ, ਸੂਰਜ ਜਾਂ ਸਵਰਗ ਲੋਕ, ਇੱਥੋਂ ਤੱਕ ਕਿ ਬ੍ਰਹਿਮੰਡ ਦਾ ਸਭ ਤੋਂ ਉਚੱ ਜਗਤ ਬ੍ਰਹਮ ਲੋਕ ਜਾਣ ਦਾ ਇੱਛੁਕ ਵੀ ਨਹੀਂ ਰਹਿੰਦਾ । ਉਸ ਨੂੰ ਇਸਦੀ ਰਤਾ ਵੀ ਇੱਛਾ ਨਹੀਂ ਰਹਿੰਦੀ । ਉਸਦੀ ਆਸਕਤੀ (ਮੋਹ) ਤਾਂ ਅਧਿਆਤਮਕ ਜਗਤ ਜਾਣ ਵਿਚ ਰਹਿੰਦੀ ਹੈ । ਚਿੰਨਮਯ (ਅਧਿਆਤਮਕ) ਅਕਾਸ਼ ਵਿਚ ਵੀ ਉਹ ਬ੍ਰਹਮਜੋਤ ਨਾਲ ਇੱਕ-ਮਿੱਕ ਹੋ ਕੇ ਵੀ ਸੰਤੁਸ਼ਟ ਨਹੀਂ ਰਹਿੰਦਾ, ਕਿਉਂਕਿ ਉਹ ਤਾਂ ਸਭ ਤੋਂ ਉਚੇ ਕ੍ਰਿਸ਼ਨ ਲੋਕ, ਗੋਲੋਕ ਜਾਣਾ ਚਾਹੁੰਦਾ ਹੈ । ਉਸ ਨੂੰ ਉਸ ਲੋਕ ਦਾ ਪੂਰਾ ਗਿਆਨ ਰਹਿੰਦਾ ਹੈ, ਇਸ ਲਈ ਉਹ ਹੋਰ ਕਿਸੇ ਲੋਕ ਨੂੰ ਨਹੀਂ ਚਾਹੁੰਦਾ । ਜਿਵੇਂ ਕਿ **ਮਦ੍ਭਕ੍ਤਹ੍** ਸ਼ਬਦ ਤੋਂ ਸੂਚਿਤ ਹੁੰਦਾ ਹੈ, ਉਹ ਭਗਤੀ ਵਿਚ ਪੂਰੀ ਤਰ੍ਹਾਂ ਲੀਨ ਰਹਿੰਦਾ ਹੈ । ਖ਼ਾਸ ਤੌਰ ਤੇ ਉਹ ਸੁਣਨ, ਕੀਰਤਨ, ਸਿਮਰਨ , ਚਰਨਾਂ ਦੀ ਸੇਵਾ, ਅਰਚਨ, ਬੰਦਗੀ, ਦਾਸਤਾ, ਦੋਸਤੀ ਅਤੇ ਆਤਮ ਨਿਵੇਦਨ - ਭਗਤੀ ਦੇ ਇਨ੍ਹਾਂ ਸਾਧਨਾਂ ਵਿਚ ਲਗਿਆ ਰਹਿੰਦਾ ਹੈ । ਮਨੁੱਖ ਚਾਹੇ ਤਾਂ ਇਨ੍ਹਾਂ ਨੌਂ ਸਾਧਨਾਂ ਵਿਚ ਲੀਨ ਰਹਿ ਸਕਦਾ ਹੈ ਜਾਂ ਅੱਠ ਵਿਚ, ਸੱਤ ਵਿਚ ਨਹੀਂ ਤਾਂ ਘੱਟੋ-ਘੱਟ ਇੱਕ ਵਿਚ ਲੀਨ ਰਹਿ ਸਕਦਾ ਹੈ । ਤਾਂ ਉਹ ਨਿਸ਼ਚੈ ਹੀ ਸਿੱਧ ਹੋ ਜਾਵੇਗਾ ।

ਸੰਗਵਰ੍ ਜਿਤਹ੍ - ਸ਼ਬਦ ਵੀ ਮਹੱਤਵਪੂਰਨ ਹੈ । ਮਨੁੱਖ ਨੂੰ ਚਾਹੀਦਾ ਹੈ ਕਿ ਅਜਿਹੇ ਲੋਕਾਂ ਨਾਲ ਸੰਬੰਧ ਤੋੜ ਲਵੇ ਜਿਹੜੇ ਕ੍ਰਿਸ਼ਨ ਦੇ ਵਿਰੋਧੀ ਹਨ । ਨਾ ਸਿਰਫ ਨਾਸਤਿਕ ਲੋਕ ਕ੍ਰਿਸ਼ਨ ਦੇ ਵਿਰੁੱਧ ਰਹਿੰਦੇ ਹਨ, ਸਗੋਂ ਉਹ ਵੀ ਹਨ ਜਿਹੜੇ ਸਕਾਮ ਕੰਮਾਂ ਅਤੇ ਮਨੋਧਰਮਾਂ ਪ੍ਰਤੀ ਆਸਕਤ (ਮੋਹਿਤ) ਰਹਿੰਦੇ ਹਨ । ਇਸ ਲਈ ਭਗਤੀ ਰਸਾਮ੍ਰਿਤ ਸਿੰਧੂ ਵਿਚ (1-1-11) ਸ਼ੁੱਧ ਭਗਤੀ ਦਾ ਵਰਣਨ ਇੰਝ ਹੋਇਆ ਹੈ;

ਅਨਯਾਭਿਲਾਸ਼ਿਤਾ ਸ਼ੂਨਯਮ੍ ਗ੍ਯਾਨ ਕਰਮਾਦਿ ਅਨਾਵ੍ਰਿਤਮ੍ ।
ਆਨੁਕੂਲ੍ਯੇਨ ਕ੍ਰਿਸ਼੍ਣਾਨੁਸ਼ੀਲਨਮ੍ ਭਕਤਿਰ੍ ਉੱਤਮਾ ॥

ਇਸ ਸ਼ਲੋਕ ਵਿਚ ਸ੍ਰੀਲ ਰੂਪ ਗੋਸਵਾਮੀ ਸਾਫ਼ ਕਹਿੰਦੇ ਹਨ, ਕਿ ਜੇ ਕੋਈ ਅਖੰਡ ਭਗਤੀ ਕਰਨਾ ਚਾਹੁੰਦਾ ਹੈ ਤਾਂ ਉਸ ਨੂੰ ਸਾਰੇ ਤਰ੍ਹਾਂ ਦੀਆਂ ਭੌਤਿਕ ਮਲੀਨਤਾਵਾਂ ਤੋਂ ਮੁਕਤ ਹੋਣਾ ਚਾਹੀਦਾ ਹੈ। ਉਸਨੂੰ ਅਜਿਹੇ ਮਨੁੱਖਾਂ ਤੋਂ ਦੂਰ ਰਹਿਣਾ ਚਾਹੀਦਾ ਹੈ ਜਿਹੜੇ ਸਕਾਮ ਕੰਮ ਅਤੇ ਮਨੋਧਰਮ ਵਿਚ ਆਸਕਤ (ਮੋਹਿਤ) ਹਨ। ਅਜਿਹੀ ਬੇਲੋੜੀ ਸੰਗਤ ਅਤੇ ਭੌਤਿਕ ਇੱਛਾਵਾਂ ਦੀਆਂ ਮਲੀਨਤਾਵਾਂ ਤੋਂ ਮੁਕਤ ਹੋਣ ਤੇ ਵੀ ਉਹ ਕ੍ਰਿਸ਼ਨ ਦੇ ਗਿਆਨ ਦਾ ਅਨੁਸ਼ੀਲਨ (ਅਭਿਆਸ) ਕਰ ਸਕਦਾ ਹੈ, ਜਿਸਨੂੰ ਸ਼ੁੱਧ ਭਗਤੀ ਕਹਿੰਦੇ ਹਨ। **ਆਨੁਕੂਲ੍ਯਸ਼੍ਯ ਸੰਕਲ੍ਪਹ੍ ਪ੍ਰਾਤਿਕੂਲ੍ਯਸ਼੍ਯ ਵਰ੍ਜਨਮ੍** (ਹਰਿ ਭਗਤੀ ਵਿਲਾਸ 11-6-76) ਮਨੁੱਖ ਨੂੰ ਚਾਹੀਦਾ ਹੈ ਕਿ ਅਨੁਕੂਲ ਭਾਵ ਨਾਲ ਕ੍ਰਿਸ਼ਨ ਦੇ ਵਿਸ਼ੇ ਵਿਚ ਸੋਚੇ ਅਤੇ ਉਨ੍ਹਾਂ ਲਈ ਹੀ ਕੰਮ ਕਰੇ, ਉਲਟ ਭਾਵ ਨਾਲ ਨਹੀਂ। ਕੰਸ, ਕ੍ਰਿਸ਼ਨ ਦਾ ਦੁਸ਼ਮਣ ਸੀ। ਉਹ ਕ੍ਰਿਸ਼ਨ ਦੇ ਜਨਮ ਤੋਂ ਲੈ ਕੇ ਹੀ ਮਾਰਨ ਦੀਆਂ ਤਰ੍ਹਾਂ-ਤਰ੍ਹਾਂ ਦੀਆਂ ਯੋਜਨਾਵਾਂ ਬਣਾਉਂਦਾ ਰਿਹਾ। ਪਰ ਅਸਫਲ ਹੋਣ ਕਰਕੇ ਉਹ ਹਮੇਸ਼ਾਂ ਕ੍ਰਿਸ਼ਨ ਦਾ ਚਿੰਤਨ ਕਰਦਾ ਰਿਹਾ। ਇੰਝ ਸੌਂਦੇ, ਜਾਗਦੇ, ਕੰਮ ਕਰਦੇ, ਉਹ ਹਮੇਸ਼ਾਂ ਕ੍ਰਿਸ਼ਨ ਭਾਵਨਾ ਭਾਵਿਤ ਰਿਹਾ, ਪਰ ਉਸਦੀ ਉਹ ਕ੍ਰਿਸ਼ਨ ਭਾਵਨਾ ਠੀਕ ਨਹੀਂ ਸੀ, ਇਸ ਲਈ ਚੌਵੀ ਘੰਟੇ ਕ੍ਰਿਸ਼ਨ ਦਾ ਚਿੰਤਨ ਕਰਦੇ ਰਹਿਣ ਤੇ ਵੀ ਉਹ ਅਸੁਰ ਮੰਨਿਆ ਜਾਂਦਾ ਰਿਹਾ ਅਤੇ ਅੰਤ ਵਿਚ ਕ੍ਰਿਸ਼ਨ ਰਾਹੀਂ ਮਾਰ ਦਿੱਤਾ ਗਿਆ। ਯਕੀਨਨ ਹੀ ਕ੍ਰਿਸ਼ਨ ਰਾਹੀਂ ਮਾਰੇ ਗਏ ਮਨੁੱਖ ਨੂੰ ਤੁਰੰਤ ਮੋਖ (ਮੁਕਤੀ) ਮਿਲ ਜਾਂਦਾ ਹੈ, ਪਰ ਸ਼ੁੱਧ ਭਗਤ ਦਾ ਮੰਤਵ ਇਹ ਨਹੀਂ ਹੈ। ਸ਼ੁੱਧ ਭਗਤ ਤਾਂ ਮੋਖ ਦੀ ਵੀ ਕਾਮਨਾ ਨਹੀਂ ਕਰਦਾ। ਉਹ ਸਭ ਤੋਂ ਉੱਤਮ ਲੋਕ ਗੋਲੋਕ, ਵ੍ਰਿੰਦਾਬਨ ਵੀ ਨਹੀਂ ਜਾਣਾ ਚਾਹੁੰਦਾ। ਉਸਦਾ ਸਿਰਫ਼ ਇਕੋ ਮੰਤਵ ਕ੍ਰਿਸ਼ਨ ਦੀ ਸੇਵਾ ਕਰਨਾ ਹੈ , ਭਾਵੇਂ ਉਹ ਕਿਧਰੇ ਵੀ ਰਹੇ।

ਕ੍ਰਿਸ਼ਨ ਭਗਤ ਹਰ ਕਿਸੇ ਨਾਲ ਦੋਸਤੀ ਦਾ ਭਾਵ ਰੱਖਦਾ ਹੈ। ਇਸ ਲਈ ਉਸਨੂੰ **ਨਿਰ੍ਵੈਰਹ੍** ਕਿਹਾ ਗਿਆ ਹੈ ਭਾਵ ਉਸਦਾ ਕੋਈ ਦੁਸ਼ਮਣ ਨਹੀਂ ਹੁੰਦਾ। ਇਹ ਕਿਵੇਂ ਸੰਭਵ ਹੈ? ਕ੍ਰਿਸ਼ਨ ਭਾਵਨਾ ਅੰਮ੍ਰਿਤ ਵਿਚ ਸਥਿਤ ਭਗਤ ਜਾਣਦਾ ਹੈ, ਕਿ ਕ੍ਰਿਸ਼ਨ ਦੀ ਭਗਤੀ ਹੀ ਮਨੁੱਖ ਨੂੰ ਜੀਵਨ ਦੀਆਂ ਸਾਰੀਆਂ ਸਮੱਸਿਆਵਾਂ ਤੋਂ ਛੁਟਕਾਰਾ ਦੁਆ ਸਕਦੀ ਹੈ। ਉਸ ਨੂੰ ਇਸਦਾ ਵਿਅਕਤੀਗਤ ਅਨੁਭਵ ਰਹਿੰਦਾ ਹੈ। ਸਿੱਟੇ ਵੱਜੋਂ, ਉਹ ਇਸ ਪ੍ਰਣਾਲੀ ਦਾ, ਕ੍ਰਿਸ਼ਨ ਭਾਵਨਾ ਅੰਮ੍ਰਿਤ ਦਾ ਮਨੁੱਖੀ ਸਮਾਜ ਵਿਚ ਪ੍ਰਚਾਰ ਕਰਨਾ ਚਾਹੁੰਦਾ ਹੈ। ਭਗਵਾਨ ਦੇ ਭਗਤਾਂ ਦਾ ਇਤਿਹਾਸ ਇਸਦਾ ਗਵਾਹ ਹੈ ਕਿ ਈਸ਼ਵਰ ਚੇਤਨਾ ਦੇ ਪ੍ਰਚਾਰ ਕਰਨ ਵਿਚ ਕਈ ਵਾਰ ਭਗਤਾਂ ਨੂੰ ਆਪਣੀ ਜਿੰਦਗੀ ਨੂੰ ਮੁਸੀਬਤਾਂ ਵਿਚ ਪਾਉਣਾ ਪਿਆ। ਸਭ ਤੋਂ ਢੁੱਕਵਾਂ ਉਦਾਹਰਣ ਜੀਸਸ ਕਰਾਇਸਟ (ਈਸਾ ਮਸੀਹ) ਦਾ ਹੈ। ਉਨ੍ਹਾਂ ਨੂੰ, ਅਭਗਤਾਂ ਨੇ ਸੂਲੀ ਤੇ ਚੜ੍ਹਾ ਦਿੱਤਾ। ਇਹ ਕਹਿਣਾ ਠੀਕ ਨਹੀਂ ਕਿ ਉਹ

ਮਾਰੇ ਗਏ। ਇੰਝ ਹੀ ਭਾਰਤ ਵਿਚ ਵੀ ਅਨੇਕ ਉਦਾਹਰਣ ਹਨ, ਜਿਵੇਂ ਪ੍ਰਹਿਲਾਦ ਮਹਾਰਾਜ ਅਤੇ ਠਾਕੁਰ ਹਰਿਦਾਸ। ਅਜਿਹਾ ਸੰਕਟ ਉਨ੍ਹਾਂ ਨੇ ਕਿਉਂ ਉਠਾਇਆ? ਕ੍ਰਿਸ਼ਨ ਭਾਵਨਾ ਭਾਵਿਤ ਮਨੁੱਖ ਜਾਣਦਾ ਹੈ ਕਿ ਮਨੁੱਖ ਕ੍ਰਿਸ਼ਨ ਨਾਲੋਂ ਆਪਣੇ ਸੰਬੰਧ ਭੁੱਲਣ ਕਰਕੇ ਹੀ ਕਸ਼ਟ ਭੋਗ ਰਿਹਾ ਹੈ। ਇਸ ਲਈ ਮਨੁੱਖੀ ਸਮਾਜ ਦੀ ਸਭ ਤੋਂ ਵੱਡੀ ਸੇਵਾ ਹੋਵੇਗੀ ਕਿ ਆਪਣੇ ਗੁਆਂਢੀ ਨੂੰ ਸਾਰੀਆਂ ਸੰਸਾਰੀ ਸਮੱਸਿਆਵਾਂ ਤੋਂ ਛੁਟਕਾਰਾ ਦਵਾਇਆ ਜਾਵੇ। ਇੰਝ ਸ਼ੁੱਧ ਭਗਤ ਭਗਵਾਨ ਦੀ ਸੇਵਾ ਵਿਚ ਲਗਿਆ ਰਹਿੰਦਾ ਹੈ ਤਾਂ ਹੀ ਅਸੀਂ ਸਮਝ ਸਕਦੇ ਹਾਂ ਕਿ ਕ੍ਰਿਸ਼ਨ ਉਨ੍ਹਾਂ ਲੋਕਾਂ ਤੇ ਕਿੰਨੇ ਦਿਆਲੂ ਹਨ, ਜਿਹੜੇ ਉਨ੍ਹਾਂ ਦੀ ਸੇਵਾ ਵਿਚ ਲੱਗੇ ਰਹਿਕੇ, ਉਨ੍ਹਾਂ ਲਈ ਕਸ਼ਟ ਸਹਿੰਦੇ ਹਨ। ਇਸ ਲਈ ਇਹ ਨਿਸ਼ਚਿਤ ਹੈ ਕਿ ਅਜਿਹੇ ਲੋਕ ਇਸ ਸ਼ਰੀਰ ਨੂੰ ਛੱਡਣ ਮਗਰੋਂ ਪਰਮਧਾਮ ਨੂੰ ਪ੍ਰਾਪਤ ਹੁੰਦੇ ਹਨ।

ਸਾਰ ਇਹ ਹੈ ਕਿ ਕ੍ਰਿਸ਼ਨ ਨੇ ਆਪਣੇ ਪਲ-ਭਰ ਦੇ ਵਿਰਾਟ ਰੂਪ ਦੇ ਨਾਲੋ-ਨਾਲ ਕਾਲ ਰੂਪ ਨੂੰ ਜਿਹੜਾ ਸਭ ਕੁਝ ਖਾਣਵਾਲਾ ਹੈ ਅਤੇ ਇੱਥੋਂ ਤੱਕ ਕਿ ਚਤੁਰਭੁਜ ਵਿਸ਼ਨੂੰ-ਰੂਪ ਨੂੰ ਵੀ ਵਿਖਾਇਆ। ਇੰਝ ਕ੍ਰਿਸ਼ਨ ਇਨ੍ਹਾਂ ਸਾਰੇ ਸਵਰੂਪਾਂ ਦੇ ਮੁੱਢ ਹਨ। ਅਜਿਹਾ ਨਹੀਂ ਹੈ ਕਿ ਉਹ ਆਦਿ ਵਿਰਾਟ ਰੂਪ ਜਾਂ ਵਿਸ਼ਨੂੰ ਦਾ ਹੀ ਪ੍ਰਗਟਾਵਾ ਹਨ। ਉਹ ਸਾਰੇ ਰੂਪਾਂ ਦਾ ਮੂਲ ਸਰੋਤ ਹਨ। ਵਿਸ਼ਨੂੰ ਤਾਂ ਹਜ਼ਾਰਾਂ ਲੱਖਾਂ ਹਨ, ਪਰ ਭਗਤ ਲਈ ਕ੍ਰਿਸ਼ਨ ਦਾ ਕੋਈ ਹੋਰ ਰੂਪ ਉਨ੍ਹਾਂ ਮਹੱਤਵਪੂਰਨ ਨਹੀਂ, ਜਿੰਨਾ ਕਿ ਮੂਲ ਦੋ ਭੁਜੀ ਸ਼ਿਆਮ ਸੁੰਦਰ ਰੂਪ। ਬ੍ਰਹਮਸੰਹਿਤਾ ਵਿਚ ਕਿਹਾ ਗਿਆ ਹੈ ਕਿ ਜਿਹੜੇ ਪ੍ਰੇਮ ਅਤੇ ਭਗਤੀ ਭਾਵ ਨਾਲ ਕ੍ਰਿਸ਼ਨ ਦੇ ਸ਼ਿਆਮ ਸੁੰਦਰ ਰੂਪ ਪ੍ਰਤੀ ਆਸਕਤ (ਮੋਹਿਤ) ਹਨ, ਉਹ ਹਮੇਸ਼ਾਂ ਉਨ੍ਹਾਂ ਨੂੰ ਆਪਣੇ ਹਿਰਦੇ ਵਿਚ ਵੇਖ ਸਕਦੇ ਹਨ, ਹੋਰ ਕੁਝ ਵੀ ਨਹੀਂ। ਇਸ ਲਈ ਮਨੁੱਖ ਨੂੰ ਸਮਝ ਲੈਣਾ ਚਾਹੀਦਾ ਹੈ ਕਿ ਇਸ ਗਿਆਰ੍ਹਵੇਂ ਅਧਿਆਇ ਦਾ ਭਾਵ ਇਹੋ ਹੈ ਕਿ ਕ੍ਰਿਸ਼ਨ ਦਾ ਇਹ ਸਰੂਪ ਸਭ ਤੋਂ ਉੱਤਮ ਅਤੇ ਪਰਮ ਸਾਰ ਹੈ।

ਇਸ ਤਰ੍ਹਾਂ ਸ਼੍ਰੀਮਦ ਭਗਵਤ ਗੀਤਾ ਦੇ ਗਿਆਰ੍ਹਵੇਂ ਅਧਿਆਇ "ਵਿਰਾਟ ਰੂਪ" ਦਾ ਭਕਤੀਵੇਦਾਂਤ ਭਾਵ-ਅਰਥ ਪੂਰਨ ਹੋਇਆ।

ਅਧਿਆਇ ਬਾਰ੍ਹਵਾਂ

ਭਗਤੀ ਯੋਗ

अर्जुन उवाच

एवं सततयुक्ता ये भक्तास्त्वां पर्युपासते ।
ये चाप्यक्षरमव्यक्तं तेषां के योगवित्तमाः ॥ १ ॥

ਅਰਜੁਨ ਓਵਾਚ

ਏਵਮ੍ ਸਤਤ ਯੁਕ੍ਤਾ ਯੇ ਭਕ੍ਤਾਸ੍ ਤ੍ਵਾਮ੍ ਪਰ੍ਯੁਪਾਸਤੇ ।
ਯੇ ਚਾਪਿ ਅਕ੍ਸ਼ਰਮ੍ ਅਵ੍ਯਕਤਮ੍ ਤੇਸ਼ਾਮ੍ ਕੇ ਯੋਗ ਵਿੱਤਮਾਹ੍ ॥ 1 ॥

ਅਰਜੁਨ ਓਵਾਚ-ਅਰਜੁਨ ਨੇ ਕਿਹਾ ; **ਏਵਮ੍**-ਇੰਝ ; **ਸਤਤ**-ਲਗਾਤਾਰ ; **ਯੁਕ੍ਤਾਹ੍** - ਲੱਗੇ ਹੋਏ ; **ਯੇ**-ਜਿਹੜੇ ; **ਭਕ੍ਤਾਹ੍**- ਭਗਤ ਲੋਕ ; **ਤ੍ਵਾਮ੍**-ਤੁਹਾਨੂੰ ; **ਪਰ੍ਯੁਪਾਸਤੇ**- ਠੀਕ ਤਰ੍ਹਾਂ ਨਾਲ ਪੂਜਦੇ ਹਨ ; **ਯੇ**-ਜਿਹੜੇ ; **ਚ**-ਵੀ ; **ਅਪਿ**-ਫਿਰ ; **ਅਕ੍ਸ਼ਰਮ੍**- ਇੰਦਰੀਆਂ ਤੋਂ ਪਰੇ ; **ਅਵ੍ਯਕਤਮ੍**- ਅਪ੍ਰਗਟ ਨੂੰ ; **ਤੇਸ਼ਾਮ੍** - ਉਨ੍ਹਾਂ ਵਿਚੋਂ ; **ਕੇ**-ਕੌਣ ; **ਯੋਗਵਿਤ੍-ਤਮਾਹ੍**- ਯੋਗ ਵਿੱਦਿਆ ਵਿਚ ਵਧੇਰੇ ਮਾਹਿਰ ।

ਅਨੁਵਾਦ

ਅਰਜੁਨ ਨੇ ਪੁਛਿਆ - ਜਿਹੜੇ ਤੁਹਾਡੀ ਸੇਵਾ ਵਿਚ ਹਮੇਸ਼ਾਂ ਲੱਗੇ ਰਹਿੰਦੇ ਹਨ ਜਾਂ ਜਿਹੜੇ ਅਪ੍ਰਗਟ, ਨਿਰਗੁਣਵਾਦੀ ਬ੍ਰਹਮ ਦੀ ਪੂਜਾ ਕਰਦੇ ਹਨ, ਇਨ੍ਹਾਂ ਦੋਵਾਂ ਵਿਚੋਂ ਕਿਸਨੂੰ ਵਧੇਰੇ ਪੂਰਨ (ਸਿੱਧ) ਮੰਨਿਆ ਜਾਵੇ!

ਭਾਵ

ਹੁਣ ਤਕ ਕ੍ਰਿਸ਼ਨ ਸਾਕਾਰ, ਨਿਰਾਕਾਰ ਅਤੇ ਸਰਬ ਵਿਆਪਕਤਾ ਨੂੰ ਸਮਝਾ ਚੁੱਕੇ ਹਨ ਅਤੇ ਹਰ ਤਰ੍ਹਾਂ ਦੇ ਭਗਤਾਂ ਅਤੇ ਯੋਗੀਆਂ ਦਾ ਵੀ ਵਰਣਨ ਕਰ ਚੁੱਕੇ ਹਨ । ਆਮ ਤੌਰ ਤੇ

ਅਧਿਆਤਮਵਾਦੀਆਂ ਨੂੰ ਦੋ ਸ਼੍ਰੇਣੀਆਂ ਵਿਚ ਵੰਡਿਆ ਜਾ ਸਕਦਾ ਹੈ - ਨਿਰਗੁਣਵਾਦੀ ਅਤੇ ਸਗੁਣਵਾਦੀ। ਸਗੁਣਵਾਦੀ ਭਗਤ ਆਪਣੀ ਸਾਰੀ ਤਾਕਤ ਨਾਲ ਪਰਮੇਸ਼ਵਰ ਦੀ ਸੇਵਾ ਕਰਦਾ ਹੈ, ਨਿਰਗੁਣਵਾਦੀ ਵੀ ਕ੍ਰਿਸ਼ਨ ਦੀ ਸੇਵਾ ਕਰਦਾ ਹੈ, ਪਰ ਪ੍ਰਤੱਖ ਰੂਪ ਨਾਲ ਨਾ ਕਰਕੇ ਉਹ ਅਪ੍ਰਤੱਖ ਨਿਰਗੁਣ ਬ੍ਰਹਮ ਦਾ ਧਿਆਨ ਕਰਦਾ ਹੈ।

ਇਸ ਅਧਿਆਇ ਵਿਚ ਅਸੀਂ ਵੇਖਾਂਗੇ ਕਿ ਪਰਮ ਸਤਿ ਦੀ ਅਨੁਭੂਤੀ (ਪ੍ਰਕ੍ਰਿਆ) ਦੀਆਂ ਵੱਖੋ-ਵੱਖਰੀਆਂ ਵਿਧੀਆਂ ਵਿੱਚੋਂ ਭਗਤੀ ਯੋਗ ਸਭ ਤੋਂ ਉੱਤਮ ਹੈ। ਜੇ ਕੋਈ ਭਗਵਾਨ ਦਾ ਸੰਗ ਚਾਹੁੰਦਾ ਹੈ ਤਾਂ ਉਸਨੂੰ ਭਗਤੀ ਕਰਨੀ ਚਾਹੀਦੀ ਹੈ।

ਜਿਹੜੇ ਲੋਕ ਭਗਤੀ ਰਾਹੀਂ ਪਰਮੇਸ਼ਵਰ ਦੀ ਪ੍ਰਤੱਖ ਸੇਵਾ ਕਰਦੇ ਹਨ, ਉਹ ਸਗੁਣਵਾਦੀ ਕਹਾਉਂਦੇ ਹਨ। ਜਿਹੜੇ ਲੋਕ ਨਿਰਗੁਣ ਬ੍ਰਹਮ ਦਾ ਧਿਆਨ ਕਰਦੇ ਹਨ, ਉਹ ਨਿਰਗੁਣਵਾਦੀ ਕਹਾਉਂਦੇ ਹਨ। ਇੱਥੇ ਅਰਜੁਨ ਪੁੱਛਦਾ ਹੈ ਕਿ ਦੋਵਾਂ ਵਿਚੋਂ ਕਿਹੜਾ ਉੱਤਮ ਹੈ। ਭਾਵੇਂ ਕ੍ਰਿਸ਼ਨ ਦੇ ਪ੍ਰਤੱਖੀਕਰਨ ਦੇ ਅਨੇਕਾਂ ਸਾਧਨ ਹਨ, ਪਰ ਇਸ ਅਧਿਆਇ ਵਿਚ ਕ੍ਰਿਸ਼ਨ, ਭਗਤੀ-ਯੋਗ ਨੂੰ ਸਭਨਾਂ ਤੋਂ ਸ੍ਰੇਸ਼ਠ ਦੱਸਦੇ ਹਨ, ਇਹ ਸਭ ਤੋਂ ਸਿੱਧਾ ਹੈ, ਅਤੇ ਈਸ਼ਵਰ ਦਾ ਸੰਗ ਪ੍ਰਾਪਤ ਕਰਨ ਲਈ ਸਭ ਤੋਂ ਸੌਖਾ ਸਾਧਨ ਹੈ।

ਭਗਵਤ ਗੀਤਾ ਦੇ ਦੂਜੇ ਅਧਿਆਇ ਵਿਚ ਭਗਵਾਨ ਨੇ ਦੱਸਿਆ ਹੈ ਕਿ ਜੀਵ ਭੌਤਿਕ ਸ਼ਰੀਰ ਨਹੀਂ ਹੈ, ਉਹ ਅਧਿਆਤਮਕ ਚਿੰਗਾਰੀ ਹੈ ਅਤੇ ਪਰਮ ਸਤਿ, ਪਰਮ-ਪੂਰਨ ਹੈ। ਸੱਤਵੇਂ ਅਧਿਆਇ ਵਿਚ ਉਨ੍ਹਾਂ ਨੇ ਜੀਵ ਨੂੰ ਪਰਮ ਪੂਰਨ ਦਾ ਅੰਸ਼ ਦੱਸਦੇ ਹੋਏ ਪੂਰਨ ਤੇ ਹੀ ਧਿਆਨ ਲਗਾਉਣ ਦੀ ਸਲਾਹ ਦਿੱਤੀ ਹੈ। ਫਿਰ ਅੱਠਵੇਂ ਅਧਿਆਇ ਵਿਚ ਕਿਹਾ ਗਿਆ ਹੈ ਕਿ ਜਿਹੜਾ ਮਨੁੱਖ ਸ਼ਰੀਰ ਤਿਆਗਦੇ ਸਮੇਂ ਕ੍ਰਿਸ਼ਨ ਦਾ ਧਿਆਨ ਕਰਦਾ ਹੈ, ਉਹ ਅਧਿਆਤਮਕ ਅਕਾਸ਼ ਦੇ ਪਰਮ-ਧਾਮ ਨੂੰ ਤੁਰੰਤ ਚਲਿਆ ਜਾਂਦਾ ਹੈ। ਇਹੋ ਨਹੀਂ, ਛੇਵੇਂ ਅਧਿਆਇ ਦੇ ਆਖਿਰ ਵਿਚ ਭਗਵਾਨ ਸਾਫ਼ ਕਹਿੰਦੇ ਹਨ, ਕਿ ਯੋਗੀਆਂ ਵਿੱਚੋਂ ਜਿਹੜੇ ਵੀ ਆਪਣੇ ਅੰਤਹਕਰਨ (ਅੰਦਰ) ਵਿਚ ਲਗਾਤਾਰ ਕ੍ਰਿਸ਼ਨ ਦਾ ਚਿੰਤਨ ਕਰਦਾ ਹੈ, ਉਹੀ ਪਰਮ ਸਿੱਧ ਮੰਨਿਆ ਜਾਂਦਾ ਹੈ। ਇੰਞ ਅਕਸਰ ਹਰ ਅਧਿਆਇ ਦਾ ਇਹੋ ਨਿਚੋੜ ਹੈ ਕਿ ਮਨੁੱਖ ਨੂੰ ਕ੍ਰਿਸ਼ਨ ਦੇ ਸਗੁਣ ਰੂਪ ਪ੍ਰਤੀ ਅਨੁਰਕਤ (ਸੰਬੰਧਿਤ) ਹੋਣਾ ਚਾਹੀਦਾ ਹੈ, ਕਿਉਂਕਿ ਉਹੀ ਉਚੇਰਾ ਅਧਿਆਤਮਕ ਪ੍ਰਤੱਖੀਕਰਨ ਹਨ।

ਇਸ ਦੇ ਬਾਵਜੂਦ ਵੀ ਅਜਿਹੇ ਲੋਕ ਹਨ ਜਿਹੜੇ ਕ੍ਰਿਸ਼ਨ ਦੇ ਸਾਕਾਰ ਰੂਪ ਪ੍ਰਤੀ ਅਨੁਰਕਤ (ਸੰਬੰਧਿਤ) ਨਹੀਂ ਹੁੰਦੇ। ਉਹ ਪੱਕੇ ਤੌਰ ਤੇ ਅਲੱਗ ਰਹਿੰਦੇ ਹਨ। ਇੱਥੋਂ ਤਕ ਕਿ ਭਗਵਤ ਗੀਤਾ ਦਾ ਟੀਕਾ ਕਰਦੇ ਹੋਏ ਵੀ ਉਹ ਹੋਰ ਲੋਕਾਂ ਨੂੰ ਕ੍ਰਿਸ਼ਨ ਤੋਂ ਹਟਾਣਾ ਚਾਹੁੰਦੇ ਹਨ, ਅਤੇ ਉਨ੍ਹਾਂ ਦੀ ਸਾਰੀ ਭਗਤੀ ਨਿਰਗੁਣਵਾਦੀ ਬ੍ਰਹਮ ਜੋਤੀ ਵੱਲ ਮੋੜਦੇ ਹਨ। ਉਹ ਪਰਮ ਸਤਿ ਦੇ ਉਸ ਨਿਰਾਕਾਰ ਰੂਪ ਦਾ ਵੀ ਧਿਆਨ ਕਰਨਾ ਸ੍ਰੇਸ਼ਠ ਮੰਨਦੇ ਹਨ, ਜਿਹੜਾ ਇੰਦਰੀਆਂ ਦੀ ਪਹੁੰਚ ਤੋਂ ਪਰੇ ਹੈ ਅਤੇ ਅਪ੍ਰਗਟ ਹੈ।

ਇੰਝ ਅਸਲ ਵਿਚ ਅਧਿਆਤਮਵਾਦੀਆਂ ਦੀਆਂ ਦੋ ਸ਼੍ਰੇਣੀਆਂ ਹਨ। ਹੁਣ ਅਰਜੁਨ ਇਹ ਨਿਸ਼ਚਿਤ ਕਰ ਲੈਣਾ ਚਾਹੁੰਦਾ ਹੈ ਕਿ ਕਿਹੜੀ ਵਿਧੀ ਆਸਾਨ ਹੈ ਅਤੇ ਇਨ੍ਹਾਂ ਦੋਵਾਂ ਸ਼੍ਰੇਣੀਆਂ ਵਿਚੋਂ ਕਿਹੜੀ ਸਭ ਤੋਂ ਵੱਧ ਪੂਰਨ ਹੈ। ਦੂਜੇ ਸ਼ਬਦ ਵਿਚ, ਉਹ ਆਪਣੀ ਸਥਿਤੀ ਸਪਸ਼ਟ ਕਰ ਲੈਣਾ ਚਾਹੁੰਦਾ ਹੈ, ਕਿਉਂਕਿ ਉਹ ਕ੍ਰਿਸ਼ਨ ਦੇ ਸਗੁਣ ਰੂਪ ਪ੍ਰਤੀ ਅਨੁਰਕਤ (ਸੰਬੰਧਿਤ) ਹੈ। ਉਹ ਨਿਰਾਕਾਰ ਬ੍ਰਹਮ ਪ੍ਰਤੀ ਆਸਕਤ ਨਹੀਂ ਹੈ। ਉਹ ਜਾਣ ਲੈਣਾ ਚਾਹੁੰਦਾ ਹੈ ਕਿ ਉਸਦੀ ਸਥਿਤੀ ਸੁਰੱਖਿਅਤ ਤਾਂ ਹੈ ? ਨਿਰਾਕਾਰ ਸਰੂਪ, ਭਾਵੇਂ ਇਸ ਲੋਕ ਵਿਚ ਹੋਵੇ, ਭਾਵੇਂ ਭਗਵਾਨ ਦੇ ਪਰਮ ਲੋਕ ਵਿਚ ਹੋਵੇ, ਧਿਆਨ ਲਈ ਸਮੱਸਿਆਵਾਂ ਬਣੀਆਂ ਰਹਿੰਦੀਆਂ ਹਨ। ਅਸਲ ਵਿਚ ਕੋਈ ਵੀ ਪਰਮ ਸਤਿ ਦੇ ਨਿਰਾਕਾਰ ਰੂਪ ਦਾ ਚੰਗੀ ਤਰ੍ਹਾਂ ਨਾਲ ਚਿੰਤਨ ਨਹੀਂ ਕਰ ਸਕਦਾ। ਇਸ ਲਈ ਅਰਜੁਨ ਕਹਿਣਾ ਚਾਹੁੰਦਾ ਹੈ ਕਿ ਇੰਝ ਸਮਾਂ ਗਵਾਉਣ ਦਾ ਕੀ ਫਾਇਦਾ। ਅਰਜੁਨ ਨੂੰ ਗਿਆਰਵੇਂ ਅਧਿਆਇ ਵਿਚ ਅਨੁਭਵ ਹੋ ਚੁੱਕਾ ਹੈ ਕਿ ਕ੍ਰਿਸ਼ਨ ਦੇ ਸਾਕਾਰ ਰੂਪ ਪ੍ਰਤੀ ਆਸਕਤ ਹੋਣਾ ਸ਼੍ਰੇਸ਼ਠ ਹੈ, ਕਿਉਂਕਿ ਇੰਝ ਉਹ ਇਕੋ ਸਮੇਂ ਹੋਰ ਸਾਰੇ ਰੂਪਾਂ ਨੂੰ ਸਮਝ ਸਕਦਾ ਹੈ ਅਤੇ ਕ੍ਰਿਸ਼ਨ ਪ੍ਰਤੀ ਉਸਦੇ ਪ੍ਰੇਮ ਵਿਚ ਕਿਸੇ ਤਰ੍ਹਾਂ ਦੀ ਰੁਕਾਵਟ ਨਹੀਂ ਪੈਂਦੀ। ਇਸ ਲਈ ਅਰਜੁਨ ਰਾਹੀਂ ਕ੍ਰਿਸ਼ਨ ਨਾਲ ਇਸ ਮਹੱਤਵਪੂਰਨ ਪ੍ਰਸ਼ਨ ਦੇ ਪੁੱਛੇ ਜਾਣ ਤੇ ਪਰਮ ਸਤਿ ਦੇ ਨਿਰਾਕਾਰ ਅਤੇ ਸਾਕਾਰ ਸਰੂਪ ਦਾ ਫਰਕ ਸਪਸ਼ਟ ਹੋ ਜਾਵੇਗਾ।

श्रीभगवानुवाच
मय्यावेश्य मनो ये मां नित्ययुक्ता उपासते ।
श्रद्धया परयोपेतास्ते मे युक्ततमा मताः ॥ २॥

ਸ਼੍ਰੀ ਭਗਵਾਨ ਉਵਾਚ
ਮਯ੍ਯ ਅਵੇਸ਼੍ਯ ਮਨੋ ਯੇ ਮਾਮ੍ ਨਿਤ੍ਯ ਯੁਕ੍ਤਾ ਉਪਾਸਤੇ ।
ਸ਼੍ਰਦ੍ਧਯਾ ਪਰਯੋਪੇਤਾਸ੍ ਤੇ ਮੇ ਯੁਕਤਤਮਾ ਮਤਾਹ ॥ 2 ॥

ਸ਼੍ਰੀ ਭਗਵਾਨ ਉਵਾਚ-ਸ਼੍ਰੀ ਭਗਵਾਨ ਨੇ ਕਿਹਾ ; **ਮਯਿ**-ਮੈਨੂੰ ; **ਆਵੇਸ਼੍ਯ**-ਸਥਿਰ ਕਰਕੇ ; **ਮਨਹ੍**-ਮਨ ਨੂੰ ; **ਯੇ**-ਜਿਹੜੇ ; **ਮਾਮ੍**-ਮੈਨੂੰ ; **ਨਿਤ੍ਯ**-ਹਮੇਸ਼ਾਂ ; **ਯੁਕ੍ਤਾਹ੍**-ਲਗੇ ਹੋਏ ; **ਉਪਾਸਤੇ**-ਪੂਜਾ ਕਰਦੇ ਹਨ ; **ਸ਼੍ਰਦ੍ਧਯਾ**-ਸ਼ਰਧਾ ਨਾਲ ; **ਪਰਯਾ**-ਅਲੌਕਿਕ ; **ਉਪੇਤਾਹ੍**-ਦਿੱਤੇ ਹੋਏ ; **ਤੇ**-ਉਹ ; **ਮੇ**-ਮੇਰੇ ਰਾਹੀਂ ; **ਯੁਕਤ-ਤਮਾਹ**-ਯੋਗ ਵਿਚ ਪਰਮ ਸਿੱਧ ; **ਮਤਾਹ**-ਮੰਨੇ ਜਾਂਦੇ ਹਨ।

ਅਨੁਵਾਦ

ਸ਼੍ਰੀ ਭਗਵਾਨ ਨੇ ਕਿਹਾ - ਜਿਹੜੇ ਲੋਕ ਆਪਣੇ ਮਨ ਨੂੰ ਮੇਰੇ ਸਾਕਾਰ ਰੂਪ ਵਿਚ ਇਕਾਗਰ ਕਰਦੇ ਹਨ ਅਤੇ ਬਹੁਤ ਸ਼ਰਧਾ ਨਾਲ ਮੇਰੀ ਪੂਜਾ ਕਰਨ ਵਿਚ ਹਮੇਸ਼ਾਂ ਲੱਗੇ ਰਹਿੰਦੇ ਹਨ, ਉਹ ਮੇਰੇ ਰਾਹੀਂ ਜਿਆਦਾ ਪੂਰਨ ਮੰਨੇ ਜਾਂਦੇ ਹਨ।

ਭਾਵ

ਅਰਜੁਨ ਦੇ ਪ੍ਰਸ਼ਨਾਂ ਦਾ ਉੱਤਰ ਦਿੰਦੇ ਹੋਏ ਕ੍ਰਿਸ਼ਨ ਸਪਸ਼ਟ ਕਹਿੰਦੇ ਹਨ ਕਿ ਜਿਹੜਾ ਮਨੁੱਖ ਉਨ੍ਹਾਂ ਦੇ ਸਾਕਾਰ ਰੂਪ ਵਿਚ ਆਪਣੇ ਮਨ ਨੂੰ ਇਕਾਗਰ ਕਰਦਾ ਹੈ, ਅਤੇ ਜਿਹੜਾ ਬਹੁਤ ਸ਼ਰਧਾ ਅਤੇ ਨਿਸ਼ਠਾ ਨਾਲ ਉਨ੍ਹਾਂ ਨੂੰ ਪੂਜਦਾ ਹੈ, ਉਸ ਨੂੰ ਯੋਗ ਵਿਚ ਪਰਮ ਸਿੱਧ ਮੰਨਣਾ ਚਾਹੀਦਾ ਹੈ। ਜਿਹੜਾ ਇੰਝ ਕ੍ਰਿਸ਼ਨ ਭਾਵਨਾ ਭਾਵਿਤ ਹੁੰਦਾ ਹੈ, ਉਸ ਦੇ ਲਈ ਕੋਈ ਵੀ ਕਾਰਜ ਭੌਤਿਕ ਕੰਮ ਨਹੀਂ ਰਹਿੰਦੇ, ਕਿਉਂਕਿ ਹਰ ਕੰਮ ਕ੍ਰਿਸ਼ਨ ਲਈ ਕੀਤਾ ਜਾਂਦਾ ਹੈ। ਸ਼ੁੱਧ ਭਗਤ ਲਗਾਤਾਰ ਕੰਮ ਵਿਚ ਰੁੱਝਿਆ ਰਹਿੰਦਾ ਹੈ - ਕਦੀ ਕੀਰਤਨ ਕਰਦਾ ਹੈ ਤਾਂ ਕਦੀ ਸੁਣਦਾ ਜਾਂ ਕ੍ਰਿਸ਼ਨ ਸੰਬੰਧੀ ਕੋਈ ਕਿਤਾਬ ਪੜ੍ਹਦਾ ਹੈ ਜਾਂ ਕਦੀ-ਕਦੀ ਪ੍ਰਸ਼ਾਦ ਤਿਆਰ ਕਰਦਾ ਹੈ, ਜਾਂ ਬਾਜਾਰ ਵਿਚੋਂ ਕ੍ਰਿਸ਼ਨ ਲਈ ਕੁਝ ਖ਼ਰੀਦਕੇ ਲਿਆਉਂਦਾ ਹੈ, ਜਾਂ ਕਦੀ ਮੰਦਰ ਦੀ ਸਫਾਈ ਕਰਦਾ ਹੈ ਜਾਂ ਕਦੀ ਭਾਂਡੇ ਮਾਂਜਦਾ ਹੈ। ਉਹ ਜੋ ਕੁਝ ਵੀ ਕਰਦਾ ਹੈ, ਕ੍ਰਿਸ਼ਨ ਸੰਬੰਧੀ ਕੰਮਾਂ ਤੋਂ ਇਲਾਵਾ ਹੋਰ ਕੋਈ ਕੰਮ ਵਿਚ ਇੱਕ ਪਲ ਵੀ ਨਹੀਂ ਗਵਾਉਂਦਾ। ਅਜਿਹਾ ਕੰਮ ਪੂਰਨ ਸਮਾਧੀ ਕਹਾਉਂਦਾ ਹੈ।

ये त्वक्षरमनिर्देश्यमव्यक्तं पर्युपासते ।
सर्वत्रगमचिन्त्यं च कूटस्थमचलं ध्रुवम् ॥ ३ ॥
सन्नियम्येन्द्रियग्रामं सर्वत्र समबुद्धयः ।
ते प्राप्नुवन्ति मामेव सर्वभूतहिते रताः ॥ ४ ॥

ਯੇ ਤ੍ਵ੍ ਅਕ੍ਸ਼ਰਮ੍ ਅਨਿਰ੍ਦੇਸ਼੍ਯਮ੍ ਅਵ੍ਯਕ੍ਤਮ੍ ਪਰ੍ਯੁਪਾਸਤੇ।
ਸਰ੍ਵਤ੍ਰ-ਗਮ੍ ਅਚਿੰਤ੍ਯਮ੍ ਚ ਕੂਟ-ਸ੍ਥਮ੍ ਅਚਲਮ੍ ਧਰੁਵਮ੍ ॥ 3 ॥

ਸੰਨਿਯਮ੍ਯੇਂਦ੍ਰਿਯ ਗ੍ਰਾਮਮ੍ ਸਰ੍ਵਤ੍ਰ ਸਮ ਬੁਦ੍ਧਯਹ।
ਤੇ ਪ੍ਰਾਪ੍ਨੁਵੰਤਿ ਮਾਮ੍ ਏਵ ਸਰ੍ਵ ਭੂਤ ਹਿਤੇ ਰਤਾਹ੍ ॥ 4 ॥

ਯੇ-ਜਿਹੜੇ ; **ਤੁ**- ਪਰ ; **ਅਕ੍ਸ਼ਰਮ੍**-ਇੰਦਰੀਆਂ ਦੀ ਅਨੁਭੂਤੀ ਤੋਂ ਪਰ੍ਹੇ ; **ਅਨਿਰ੍ਦੇਸ਼੍ਯਮ੍** - ਅਨਿਸ਼ਚਿਤ ; **ਅਵ੍ਯਕ੍ਤਮ੍**-ਅਪ੍ਰਗਟ ; **ਪਰ੍ਯੁਪਾਸਤੇ**-ਪੂਜਾ ਕਰਨ ਵਿਚ ਪੂਰੀ ਤਰ੍ਹਾਂ ਲਗਿਆ; **ਸਰ੍ਵਤ੍ਰ ਗਮ੍**-ਸਰਬਵਿਆਪੀ ; **ਅਚਿੰਤ੍ਯਮ੍**-ਅਚਿੰਤਨੀ (ਭੌਤਿਕ ਕਲਪਨਾ ਤੋਂ ਪਰੇ) ; **ਚ**-ਵੀ; **ਕੂਟ-ਸ੍ਥਮ੍**-ਜੋ ਬਦਲਿਆ ਨਾ ਜਾ ਸਕੇ ; **ਅਚਲਮ੍**- ਸਥਿਰ ; **ਧਰੁਵਮ੍**-ਨਿਸ਼ਚਿਤ ; **ਸੰਨਿਯਮ੍ਯ**-ਕਾਬੂ ਵਿਚ ਕਰਕੇ ; **ਇੰਦ੍ਰਿਯ-ਗ੍ਰਾਮਮ੍**- ਸਾਰੀਆਂ ਇੰਦਰੀਆਂ ਨੂੰ ; **ਸਰ੍ਵਤ੍ਰ**-ਹਰ ਥਾਂ ਤੇ ; **ਸਮ-ਬੁਦ੍ਧਯਹ੍**-ਸਮਦਰਸ਼ੀ ; **ਤੇ**-ਉਹ ; **ਪ੍ਰਾਪ੍ਨੁਵੰਤਿ**-ਪ੍ਰਾਪਤ ਕਰਦੇ ਹਨ ; **ਮਾਮ੍**-ਮੈਨੂੰ; **ਏਵ** - ਨਿਸ਼ਚੈ ਹੀ ; **ਸਰ੍ਵ-ਭੂਤ-ਹਿਤੇ**-ਸਾਰੇ ਜੀਵਾਂ ਦੇ ਕਲਿਆਣ ਲਈ ; **ਰਤਾਹ੍**-ਲਗੇ।

ਅਨੁਵਾਦ

ਪਰ ਜਿਹੜੇ ਲੋਕ ਆਪਣੀਆਂ ਇੰਦਰੀਆਂ ਨੂੰ ਕਾਬੂ ਵਿਚ ਕਰਕੇ ਅਤੇ ਸਾਰਿਆਂ ਪ੍ਰਤੀ ਬਰਾਬਰੀ ਦਾ ਭਾਵ ਰੱਖਕੇ ਪਰਮ ਸਤਿ ਦੀ ਨਿਰਾਕਾਰ ਕਲਪਨਾ ਅਧੀਨ ਉਸ ਅਪ੍ਰਗਟ ਦੀ ਪੂਰੀ ਤਰ੍ਹਾਂ ਪੂਜਾ ਕਰਦੇ ਹਨ, ਜਿਹੜੇ ਇੰਦਰੀਆਂ ਦੀ ਅਨੁਭੂਤੀ ਤੋਂ ਪਰੇ ਹਨ, ਸਰਬਵਿਆਪੀ ਹਨ, ਅਚਿੰਤਨੀ (ਕਲਪਨਾ ਤੋਂ ਪਰੇ) ਹਨ, ਜਿਨ੍ਹਾਂ ਵਿਚ ਕੋਈ ਪਰਿਵਰਤਨ ਨਹੀਂ ਹੁੰਦਾ, ਸਥਿਰ ਅਤੇ ਨਿਸ਼ਚਿਤ ਹਨ, ਉਹ ਸਾਰੇ ਲੋਕਾਂ ਦੇ ਕਲਿਆਣ ਵਿਚ ਲਗੇ ਰਹਿਕੇ, ਆਖ਼ਿਰਕਾਰ ਮੈਨੂੰ ਪ੍ਰਾਪਤ ਕਰਦੇ ਹਨ।

ਭਾਵ

ਜਿਹੜੇ ਲੋਕ ਭਗਵਾਨ ਕ੍ਰਿਸ਼ਨ ਦੀ ਪ੍ਰਤੱਖ ਪੂਜਾ ਨਾ ਕਰਕੇ, ਅਪ੍ਰਤੱਖ ਵਿਧੀ ਨਾਲ ਉਸੇ ਮੰਤਵ ਨੂੰ ਪ੍ਰਾਪਤ ਕਰਨ ਦਾ ਯਤਨ ਕਰਦੇ ਹਨ, ਉਹ ਵੀ ਆਖ਼ਿਰਕਾਰ ਸ਼੍ਰੀ ਕ੍ਰਿਸ਼ਨ ਨੂੰ ਪ੍ਰਾਪਤ ਹੁੰਦੇ ਹਨ। "ਅਨੇਕਾਂ ਜਨਮਾਂ ਤੋਂ ਬਾਅਦ ਬੁੱਧੀਮਾਨ ਮਨੁੱਖ ਵਾਸੂਦੇਵ ਨੂੰ ਸੱਭ ਕੁਝ ਸਮਝਦੇ ਹੋਏ ਮੇਰੀ ਸ਼ਰਨੀ ਆਉਂਦਾ ਹੈ।" ਜਦੋਂ ਮਨੁੱਖ ਨੂੰ ਅਨੇਕਾਂ ਜਨਮਾਂ ਤੋਂ ਮਗਰੋਂ ਪੂਰਨ ਗਿਆਨ ਹੁੰਦਾ ਹੈ, ਤਾਂ ਉਹ ਕ੍ਰਿਸ਼ਨ ਦੀ ਸ਼ਰਨ ਗ੍ਰਹਿਣ ਕਰਦਾ ਹੈ। ਜੇਕਰ ਕੋਈ ਇਸ ਸ਼ਲੋਕ ਵਿਚ ਦੱਸੀ ਗਈ ਵਿਧੀ ਨਾਲ ਭਗਵਾਨ ਕੋਲ ਅਪੜਦਾ ਹੈ ਤਾਂ ਉਸਨੂੰ ਇੰਦਰੀਆਂ ਨੂੰ ਕਾਬੂ ਕਰਨਾ ਹੁੰਦਾ ਹੈ, ਹਰ ਪ੍ਰਾਣੀ ਦੀ ਸੇਵਾ ਕਰਨੀ ਹੁੰਦੀ ਹੈ, ਅਤੇ ਸਾਰੇ ਜੀਵਾਂ ਦੇ ਕਲਿਆਣ-ਕਾਰਜ ਵਿਚ ਲਗੇ ਰਹਿਣਾ ਹੁੰਦਾ ਹੈ। ਇਸਦਾ ਅਰਥ ਇਹ ਹੋਇਆ ਕਿ ਮਨੁੱਖ ਨੂੰ ਭਗਵਾਨ ਕ੍ਰਿਸ਼ਨ ਕੋਲ ਅਪੜਣਾ ਹੀ ਹੁੰਦਾ ਹੈ, ਨਹੀਂ ਤਾਂ ਪੂਰਨ ਪ੍ਰਤੱਖੀਕਰਨ ਨਹੀਂ ਹੋ ਸਕਦਾ। ਅਕਸਰ ਭਗਵਾਨ ਦੀ ਸ਼ਰਨ ਵਿਚ ਜਾਣ ਤੋਂ ਪਹਿਲਾਂ ਵਧੇਰੀ ਤਪੱਸਿਆ ਕਰਨੀ ਹੁੰਦੀ ਹੈ।

ਆਤਮਾ ਅੰਦਰ ਪਰਮਾਤਮਾ ਦਾ ਦਰਸ਼ਨ ਕਰਨ ਲਈ ਮਨੁੱਖ ਨੂੰ ਵੇਖਣਾ, ਸੁਣਨਾ, ਸਵਾਦ ਲੈਣਾ, ਕੰਮ ਕਰਨਾ ਆਦਿ ਇੰਦਰੀਆਂ ਦੇ ਕੰਮਾਂ ਨੂੰ ਬੰਦ ਕਰਨਾ ਹੁੰਦਾ ਹੈ, ਤਾਂ ਹੀ ਉਹ ਜਾਣ ਸਕਦਾ ਹੈ ਕਿ ਪਰਮਾਤਮਾ ਹਰ ਥਾਈਂ ਹਾਜ਼ਰ ਹਨ। ਅਜਿਹਾ ਅਨੁਭਵ ਹੋਣ ਤੇ ਹੀ ਉਹ, ਕਿਸੇ ਜੀਵ ਨਾਲ ਈਰਖਾ ਨਹੀਂ ਕਰਦਾ - ਉਸਨੂੰ ਮਨੁੱਖ ਅਤੇ ਪਸ਼ੂ ਵਿਚ ਕੋਈ ਫਰਕ ਨਹੀਂ ਵਿਖਾਈ ਦਿੰਦਾ, ਕਿਉਂਕਿ ਉਹ ਸਿਰਫ ਆਤਮਾ ਦਾ ਦਰਸ਼ਨ ਕਰਦਾ ਹੈ, ਬਾਹਰੀ ਪਰਦੇ ਦਾ ਨਹੀਂ। ਪਰ ਆਮ ਮਨੁੱਖ ਲਈ ਨਿਰਾਕਾਰ ਅਨੁਭਵ ਦੀ ਇਹ ਵਿਧੀ ਬਹੁਤ ਔਖੀ ਸਿੱਧ ਹੁੰਦੀ ਹੈ।

क्लेशोऽधिकतरस्तेषामव्यक्तासक्तचेतसाम् ।
अव्यक्ता हि गतिर्दुःखं देहवद्भिरवाप्यते ॥ ५ ॥

ਕ੍ਲੇਸ਼ੋ'ਧਿਕਤਰਸ੍ ਤੇਸ਼ਾਮ੍ ਅਵ੍ਯਕ੍ਤਾਸਕ੍ਤ ਚੇਤਸਾਮ੍ ।
ਅਵ੍ਯਕ੍ਤਾ ਹਿ ਗਤਿਰ੍ ਦੁਹ੍ਖਮ੍ ਦੇਹਵਦ੍ਭਿਰ ਅਵਾਪ੍ਯਤੇ ॥5॥

ਕਲੇਸ਼ਹ੍-ਕਸ਼ਟ ; **ਅਧਿਕਤਰਹ੍**-ਬਹੁਤ ਜ਼ਿਆਦਾ ; **ਤੇਸ਼ਾਮ੍**-ਉਨ੍ਹਾਂ ; **ਅਵ੍ਯਕ੍ਤ**- ਅਪ੍ਰਗਟ ਪ੍ਰਤੀ ; **ਆਸਕ੍ਤ**-ਅਨੁਰਕਤ (ਸੰਬੰਧਿਤ) ; **ਚੇਤਸਾਮ੍**-ਮਨ ਵਾਲਿਆਂ ਦਾ ; **ਅਵ੍ਯਕ੍ਤਾ** -ਅਪ੍ਰਗਟ ਵੱਲ ; **ਹਿ**-ਨਿਸ਼ਚਿਤ ਹੀ ; **ਗਤਿਹ੍**-ਪ੍ਰਗਤਿ ; **ਦੁੱਹ੍ਖਮ੍**-ਦੁੱਖ ਨਾਲ ; **ਦੇਹ-ਵਦ੍ਭਿਹ੍**-ਦੇਹਧਾਰੀਆਂ ਰਾਹੀਂ ; **ਅਵਾਪ੍ਯਤੇ**-ਪ੍ਰਾਪਤ ਕੀਤਾ ਜਾਂਦਾ ਹੈ ।

ਅਨੁਵਾਦ

ਜਿਨ੍ਹਾਂ ਲੋਕਾਂ ਦੇ ਮਨ ਪਰਮੇਸ਼ਵਰ ਦੇ ਅਪ੍ਰਗਟ, ਨਿਰਾਕਾਰ ਸਵਰੂਪ ਪ੍ਰਤੀ ਆਸਕਤ ਹਨ, ਉਨ੍ਹਾਂ ਲਈ ਪ੍ਰਗਤੀ ਕਰਨਾ ਵਧੇਰੇ ਦੁੱਖਦਾਈ ਹੈ । ਦੇਹਧਾਰੀ ਲਈ ਉਸ ਖੇਤਰ ਵਿਚ ਪ੍ਰਗਤੀ ਕਰਨਾ ਹਮੇਸ਼ਾਂ ਕਠਿਨ ਹੁੰਦਾ ਹੈ ।

ਭਾਵ

ਅਧਿਆਤਮਵਾਦੀਆਂ ਦਾ ਦਲ, ਜਿਹੜਾ ਪਰਮੇਸ਼ਵਰ ਦੇ ਕਲਪਨਾ ਤੋਂ ਪਰੇ, ਅਵਿਅਕਤ, ਨਿਰਾਕਾਰ ਸਰੂਪ ਦੀਆਂ ਲੀਹਾਂ ਤੇ ਚਲਦਾ ਹੈ, ਗਿਆਨ ਯੋਗੀ ਕਹਾਉਂਦਾ ਹੈ ਅਤੇ ਜਿਹੜੇ ਮਨੁੱਖ ਭਗਵਾਨ ਦੀ ਭਗਤੀ ਵਿਚ ਲਗੇ ਰਹਿਕੇ ਕ੍ਰਿਸ਼ਨ ਭਾਵਨਾ ਭਾਵਿਤ ਰਹਿੰਦੇ ਹਨ, ਉਹ ਭਗਤੀ ਯੋਗੀ ਕਹਾਉਂਦੇ ਹਨ । ਇੱਥੇ ਗਿਆਨ ਯੋਗ ਅਤੇ ਭਗਤੀ-ਯੋਗ ਵਿਚ ਨਿਸ਼ਚਿਤ ਫਰਕ ਦੱਸਿਆ ਗਿਆ ਹੈ । ਗਿਆਨ ਯੋਗ ਦਾ ਰਸਤਾ ਭਾਵੇਂ ਮਨੁੱਖ ਨੂੰ ਉਸੇ ਟੀਚੇ ਤਕ ਪਹੁੰਚਾਉਂਦਾ ਹੈ, ਪਰ ਹੈ ਬਹੁਤ ਦੁੱਖਦਾਈ, ਜਦੋਂ ਕਿ ਭਗਤੀ ਯੋਗ ਭਗਵਾਨ ਦੀ ਪ੍ਰਤੱਖ ਸੇਵਾ ਹੋਣ ਕਰਕੇ ਆਸਾਨ ਹੈ ਅਤੇ ਦੇਹਧਾਰੀ ਲਈ ਸੁਭਾਵਿਕ ਵੀ ਹੈ । ਜੀਵ ਅਨਾਦਿ ਕਾਲ ਤੋਂ ਦੇਹਧਾਰੀ ਹੈ । ਸਿਧਾਂਤਕ ਰੂਪ ਨਾਲ ਉਸਦੇ ਲਈ ਇਹ ਸਮਝਣਾ ਬਹੁਤ ਔਖਾ ਹੈ ਕਿ ਉਹ ਸ਼ਰੀਰ ਨਹੀਂ ਹੈ । ਇਸ ਲਈ ਭਗਤੀ ਯੋਗ ਕ੍ਰਿਸ਼ਨ ਦੀ ਮੂਰਤੀ ਨੂੰ ਪੂਜਨੀਕ ਮੰਨਦਾ ਹੈ, ਕਿਉਂਕਿ ਉਸਦੇ ਮਨ ਵਿਚ ਕੋਈ ਨਾ ਕੋਈ ਸ਼ਰੀਰਕ ਵਿਚਾਰਧਾਰਾ ਰਹਿੰਦੀ ਹੈ, ਜਿਸਨੂੰ ਇਸ ਰੂਪ ਵਿਚ ਵਰਤਿਆ ਜਾ ਸਕਦਾ ਹੈ । ਨਿਸ਼ਚੇ ਹੀ ਮੰਦਰ ਵਿਚ ਪਰਮੇਸ਼ਵਰ ਦੇ ਸਵਰੂਪ ਦੀ ਪੂਜਾ ਮੂਰਤੀ ਪੂਜਾ ਨਹੀਂ ਹੈ । ਵੈਦਿਕ ਸਾਹਿਤ ਵਿਚ ਪ੍ਰਮਾਣ ਮਿਲਦਾ ਹੈ ਕਿ ਪੂਜਾ ਸਗੁਣ ਅਤੇ ਨਿਰਗੁਣ ਦੀ ਹੋ ਸਕਦੀ ਹੈ, ਭਾਵ ਭਗਵਾਨ ਦੀ ਗੁਣ ਸੰਯੁਕਤ ਜਾਂ ਗੁਣ ਰਹਿਤ । ਮੰਦਰ ਵਿਚ ਮੂਰਤੀ ਪੂਜਾ ਸਗੁਣ ਪੂਜਾ ਹੈ, ਕਿਉਂਕਿ ਭਗਵਾਨ ਨੂੰ ਭੌਤਿਕ ਗੁਣਾਂ ਦੇ ਰੂਪ ਵਿਚ ਵਿਖਾਇਆ ਜਾਂਦਾ ਹੈ । ਪਰ ਭਗਵਾਨ ਦੇ ਸਰੂਪ ਨੂੰ ਭਾਵੇਂ ਪੱਥਰ, ਲਕੜੀ ਜਾਂ ਤੇਲ ਚਿੱਤਰ ਵਰਗੇ ਭੌਤਿਕ ਗੁਣਾਂ ਰਾਹੀਂ ਕਿਉਂ ਨਾ ਵਿੱਖਾਇਆ ਜਾਵੇ, ਉਹ ਅਸਲ ਵਿਚ ਭੌਤਿਕ ਨਹੀਂ ਹੁੰਦਾ । ਪਰਮੇਸ਼ਵਰ ਦੀ ਇਹੋ ਪਰਮ ਪ੍ਰਕ੍ਰਿਤੀ ਹੈ ।

ਇੱਥੇ ਇੱਕ ਮੋਟਾ ਜਿਹਾ ਉਦਾਹਰਣ ਦਿੱਤਾ ਜਾ ਸਕਦਾ ਹੈ । ਸੜਕ ਕੰਡੇ ਲੈਟਰ-ਬਾਕਸ ਹੁੰਦੇ ਹਨ, ਜਿਨ੍ਹਾਂ ਵਿਚ ਜੇ ਅਸੀਂ ਆਪਣੀਆਂ ਚਿੱਠੀਆਂ ਪਾਈਏ ਤਾਂ ਉਹ ਬਿਨ੍ਹਾਂ ਕਿਸੇ ਔਕੜ ਦੇ ਆਪਣੀ ਥਾਂ ਤੇ ਅਪੜ ਜਾਂਦੀਆਂ ਹਨ । ਪਰ ਜੇ ਕੋਈ ਅਜਿਹਾ ਲੈਟਰ-ਬਾਕਸ ਵਰਗਾ ਕੁਝ ਹੋਰ ਹੋਵੇ ਅਤੇ ਜਿਹੜਾ ਡਾਕਘਰ ਤੋਂ ਪ੍ਰਮਾਣਿਤ ਨਾ ਹੋਵੇ, ਤਾਂ ਉਸ ਤੋਂ ਉਹੀ ਕਾਰਜ ਨਹੀਂ ਹੋ ਸਕੇਗਾ।

ਇਸੇ ਤਰ੍ਹਾਂ ਈਸ਼ਵਰ ਦੇ ਮੂਰਤੀ ਰੂਪ ਵਿਚ, ਜਿਸਨੂੰ 'ਅਰਚਾ ਵਿਗਰਹ' ਕਹਿੰਦੇ ਹਨ, ਆਪਣਾ ਪ੍ਰਮਾਣਿਕ ਸਰੂਪ ਬਣਾ ਰਖਿਆ ਹੈ। ਇਹ ਅਰਚਾ ਵਿਗਰਹ ਪਰਮੇਸ਼ਵਰ ਦਾ ਅਵਤਾਰ ਹੁੰਦਾ ਹੈ। ਈਸ਼ਵਰ ਇਸੇ ਸਰੂਪ ਰਾਹੀਂ ਸੇਵਾ ਸਵੀਕਾਰ ਕਰਦੇ ਹਨ। ਭਗਵਾਨ ਸਰਬ ਸ਼ਕਤੀਮਾਨ ਹਨ, ਇਸ ਲਈ ਉਹ ਅਰਚਾ ਵਿਗਰਹ ਰੂਪੀ ਆਪਣੇ ਅਵਤਾਰ ਨਾਲ ਭਗਤ ਦੀਆਂ ਸੇਵਾਵਾਂ ਸਵੀਕਾਰ ਕਰਦੇ ਹਨ, ਜਿਸ ਨਾਲ ਬੱਧ ਜੀਵਨ ਵਾਲੇ ਮਨੁੱਖ ਨੂੰ ਸੁਵਿਧਾ ਹੋਵੇ।

ਇੰਝ ਭਗਤ ਨੂੰ ਭਗਵਾਨ ਕੋਲ ਸਿੱਧੇ ਅਤੇ ਤੁਰੰਤ ਹੀ ਅਪੜਣ ਵਿਚ ਕੋਈ ਔਕੜ ਨਹੀਂ ਹੁੰਦੀ, ਪਰ ਜਿਹੜੇ ਲੋਕ ਅਧਿਆਤਮਕ ਪ੍ਰਤੱਖੀਕਰਨ ਲਈ ਨਿਰਾਕਾਰ ਵਿਧੀ ਦੀਆਂ ਲੀਹਾਂ ਤੇ ਚਲਦੇ ਹਨ, ਉਨ੍ਹਾਂ ਲਈ ਇਸ ਰਸਤਾ ਔਖਾ ਹੈ। ਉਨ੍ਹਾਂ ਉਪਨਿਸ਼ਦ ਵਰਗੇ ਵੈਦਿਕ ਸਾਹਿਤ ਰਾਹੀਂ ਅਪ੍ਰਗਟ ਸਰੂਪ ਨੂੰ ਸਮਝਣਾ ਹੁੰਦਾ ਹੈ, ਉਨ੍ਹਾਂ ਭਾਸ਼ਾ ਸਿੱਖਣੀ ਹੁੰਦੀ ਹੈ, ਇੰਦਰਿਆਂ ਤੋਂ ਪਰੇ ਦੇ ਅਨੁਭਵਾਂ ਨੂੰ ਸਮਝਣਾ ਹੁੰਦਾ ਹੈ ਅਤੇ ਇਨ੍ਹਾਂ ਸਾਰੀਆਂ ਵਿਧੀਆਂ ਦਾ ਧਿਆਨ ਰੱਖਣਾ ਹੁੰਦਾ ਹੈ। ਇਹ ਸਭ ਇਕ ਆਮ ਮਨੁੱਖ ਲਈ ਸੌਖਾ ਨਹੀਂ ਹੁੰਦਾ। ਕ੍ਰਿਸ਼ਨ ਭਾਵਨਾ ਅੰਮ੍ਰਿਤ ਵਿਚ ਭਗਤੀ ਵਿਚ ਲਗੇ ਮਨੁੱਖ ਲਈ ਗੁਰੂ ਦੀ ਅਗਵਾਈ ਰਾਹੀਂ, ਸਿਰਫ ਅਰਚਾ ਵਿਗਰਹ (ਮੂਰਤੀ) ਨੂੰ ਨਿਯਮ ਮੁਤਾਬਿਕ ਨਮਸਕਾਰ ਰਾਹੀਂ, ਸਿਰਫ ਭਗਵਾਨ ਦੀ ਮਹਿਮਾ ਨੂੰ ਸੁਣਨ ਨਾਲ ਅਤੇ ਸਿਰਫ ਭਗਵਾਨ ਦੇ ਪ੍ਰਸ਼ਾਦ ਨੂੰ ਛੱਕਣ ਨਾਲ, ਪਰਮ-ਭਗਵਾਨ ਦਾ ਪ੍ਰਤੱਖੀਕਰਨ ਆਸਾਨੀ ਨਾਲ ਕਰ ਲੈਂਦਾ ਹੈ। ਇਸ ਵਿਚ ਰਤਾ ਵੀ ਸ਼ੱਕ ਨਹੀਂ ਕਿ ਨਿਰਗੁਣਵਾਦੀ ਬੇਕਾਰ ਹੀ ਕਸ਼ਟ ਵਾਲੇ ਰਸਤੇ ਨੂੰ ਗ੍ਰਹਿਣ ਕਰਦੇ ਹਨ, ਜਿਸ ਵਿਚ ਆਖਿਰਕਾਰ ਪਰਮ ਸਤਿ ਦਾ ਪ੍ਰਤੱਖੀਕਰਨ ਸ਼ੱਕੀ ਬਣਿਆ ਰਹਿੰਦਾ ਹੈ। ਪਰ ਸਗੁਣਵਾਦੀ ਬਿਨ੍ਹਾਂ ਕਿਸੇ ਸੰਕਟ, ਮੁਸੀਬਤ ਜਾਂ ਔਕੜ ਦੇ ਭਗਵਾਨ ਕੋਲ ਸਿੱਧੇ ਅਪੜ ਜਾਂਦੇ ਹਨ। ਅਜਿਹਾ ਹੀ ਪ੍ਰਸੰਗ ਸ਼੍ਰੀਮਦ ਭਾਗਵਤਮ ਵਿਚ ਪਾਇਆ ਜਾਂਦਾ ਹੈ। ਉਥੇ ਇਹ ਕਿਹਾ ਗਿਆ ਹੈ ਕਿ ਆਖਿਰ ਭਗਵਾਨ ਦੀ ਸ਼ਰਨ ਵਿਚ ਜਾਣਾ ਹੀ ਹੈ। (ਇਸ ਸ਼ਰਣੀ ਜਾਣ ਦੀ ਕਿਰਿਆ ਨੂੰ ਭਗਤੀ ਕਹਿੰਦੇ ਹਨ) ਜੇਕਰ ਕੋਈ, ਬ੍ਰਹਮ ਕੀ ਹੈ ? ਅਤੇ ਕੀ ਨਹੀਂ ਹੈ? ਇਸ ਨੂੰ ਸਮਝਣ ਦਾ ਕਸ਼ਟ ਜਿੰਦਗੀ ਭਰ ਉਠਾਉਂਦਾ ਰਹਿੰਦਾ ਹੈ, ਤਾਂ ਇਸਦਾ ਨਤੀਜਾ ਬਹੁਤ ਕਸ਼ਟ ਦਾਇਕ ਹੁੰਦਾ ਹੈ। ਇਸ ਲਈ ਇੱਥੇ ਇਹ ਉਪਦੇਸ਼ ਦਿੱਤਾ ਗਿਆ ਹੈ ਕਿ ਆਤਮ-ਪ੍ਰਤੱਖੀਕਰਨ ਦੇ ਇਸ ਕਸ਼ਟ ਵਾਲੇ ਰਸਤੇ ਨੂੰ ਗ੍ਰਹਿਣ ਨਹੀਂ ਕਰਨਾ ਚਾਹੀਦਾ, ਕਿਉਂਕਿ ਅੰਤਿਮ ਫਲ ਅਨਿਸ਼ਚਿਤ ਰਹਿੰਦਾ ਹੈ।

ਜੀਵ ਸ਼ਾਸ਼ਵਤ ਰੂਪ ਵਿਚ ਵਿਅਕਤੀਗਤ ਆਤਮਾ ਹੈ ਅਤੇ ਜੇਕਰ ਉਹ ਅਧਿਆਤਮਕ ਪੂਰਨ ਵਿਚ ਇੱਕ-ਮਿੱਕ ਹੋਣਾ ਚਾਹੁੰਦਾ ਹੈ ਤਾਂ ਉਹ ਆਪਣੀ ਮੂਲ-ਪ੍ਰਕ੍ਰਿਤੀ ਦੇ ਸਨਾਤਨ ਸੁਭਾਅ ਅਤੇ ਗਿਆਨ (ਚਿੱਤ) ਪੱਖਾਂ ਦਾ ਪ੍ਰਤੱਖੀਕਰਨ ਤਾਂ ਕਰ ਸਕਦਾ ਹੈ, ਪਰ ਆਨੰਦਮਈ ਅੰਸ਼ ਦੀ ਪ੍ਰਾਪਤੀ ਨਹੀਂ ਕਰ ਸਕਦਾ। ਅਜਿਹਾ ਅਧਿਆਤਮਵਾਦੀ, ਜਿਹੜਾ ਗਿਆਨ-ਯੋਗ ਵਿਚ ਬਹੁਤ ਵਿਦਵਾਨ ਹੁੰਦਾ ਹੈ, ਕਿਸੇ ਭਗਤ ਦੀ ਕਿਰਪਾ ਨਾਲ ਭਗਤੀ ਯੋਗ ਨੂੰ ਪ੍ਰਾਪਤ ਹੁੰਦਾ ਹੈ। ਉਸ ਵੇਲੇ ਨਿਰਾਕਾਰ-ਵਾਦ ਦਾ ਲੰਮਾ ਅਭਿਆਸ ਕਸ਼ਟ ਦਾ ਕਾਰਨ ਬਣ ਜਾਂਦਾ ਹੈ, ਕਿਉਂਕਿ ਉਹ ਉਸ ਵਿਚਾਰ ਨੂੰ ਤਿਆਗ ਨਹੀਂ ਸਕਦਾ। ਇਸ ਲਈ ਦੇਹਧਾਰੀ ਜੀਵ, ਅਭਿਆਸ ਵੇਲੇ ਜਾਂ ਪ੍ਰਤੱਖੀਕਰਨ

ਵੇਲੇ, ਅਪ੍ਰਗਟ ਤੌਰ ਤੇ ਸੁਤੰਤਰ ਹੈ ਅਤੇ ਉਸ ਨੂੰ ਇਹ ਚੰਗੀ ਤਰ੍ਹਾਂ ਸਮਝ ਲੈਣਾ ਚਾਹੀਦਾ ਹੈ ਕਿ ਇਹ ਅਪ੍ਰਗਟ ਦਾ ਅਨੁਭਵ ਉਸਦੇ ਅਧਿਆਤਮਕ ਆਨੰਦਮਈ ਆਤਮ (ਸਵੈ) ਦੇ ਸੁਭਾਅ ਦੇ ਵਿਰੁੱਧ ਹੈ। ਮਨੁੱਖ ਨੂੰ ਚਾਹੀਦਾ ਹੈ, ਕਿ ਇਸ ਵਿਧੀ ਨੂੰ ਨਾ ਅਪਨਾਵੇ। ਹਰ ਜੀਵ ਲਈ ਕ੍ਰਿਸ਼ਨ ਚੇਤਨਾ ਦੀ ਵਿਧੀ ਸ੍ਰੇਸ਼ਠ ਮਾਰਗ ਹੈ, ਜਿਸ ਵਿਚ ਭਗਤੀ ਵਿਚ ਪੂਰੀ ਤਰ੍ਹਾਂ ਰੁਝਿਆ ਰਹਿਣਾ ਹੁੰਦਾ ਹੈ। ਜੇ ਕੋਈ ਭਗਤੀ ਦੀ ਉਪੇਖਿਆ ਕਰਨੀ ਚਾਹੁੰਦਾ ਹੈ, ਤਾਂ ਨਾਸਤਿਕ ਹੋਣ ਦਾ ਸੰਕਟ ਰਹਿੰਦਾ ਹੈ। ਇਸ ਲਈ ਅਪ੍ਰਗਟ ਬਾਰੇ ਇਕਾਗਰਤਾ ਦੀ ਵਿਧੀ ਨੂੰ, ਜਿਹੜੀ ਕਲਪਨਾ ਤੋਂ ਪਰੇ ਹੈ, ਜਿਹੜੀ ਇੰਦਰੀਆਂ ਦੀ ਪਹੁੰਚ ਤੋਂ ਪਰੇ ਹੈ, ਜਿਵੇਂ ਕਿ ਇਸ ਸ਼ਲੋਕ ਵਿਚ ਪਹਿਲੋਂ ਕਿਹਾ ਜਾ ਚੁੱਕਾ ਹੈ, ਇਸਨੂੰ ਕਿਸੇ ਸਮੇਂ ਹੱਲਾ-ਸ਼ੇਰੀ ਨਹੀਂ ਮਿਲਣੀ ਚਾਹੀਦੀ, ਵਿਸ਼ੇਸ਼ ਤੌਰ ਤੇ ਇਸ ਯੁਗ ਵਿਚ। ਭਗਵਾਨ ਕ੍ਰਿਸ਼ਨ ਨੇ ਇਸ ਦੀ ਸਲਾਹ ਨਹੀਂ ਦਿੱਤੀ।

ये तु सर्वाणि कर्माणि मयि सन्न्यस्य मत्पराः ।
अनन्येनैव योगेन मां ध्यायन्त उपासते ॥ ६ ॥
तेषामहं समुद्धर्ता मृत्युसंसारसागरात् ।
भवामि न चिरात्पार्थ मय्यावेशितचेतसाम् ॥ ७ ॥

ਯੇ ਤੁ ਸਰ੍ਵਾਣਿ ਕਰ੍ਮਾਣਿ ਮਯਿ ਸੰਨ੍ਯਸ੍ਯ ਮਤ੍ ਪਰਾਹ੍।
ਅਨੰਨ੍ਯੇਨੈਵ ਯੋਗੇਨ ਮਾਮ੍ ਧ੍ਯਾਯੰਤ ਉਪਾਸਤੇ ॥ 6 ॥
ਤੇਸ਼ਾਮ ਅਹਮ੍ ਸਮੁਦ੍ਧਰ੍ਤਾ ਮ੍ਰਿਤ੍ਯੁ-ਸੰਸਾਰ-ਸਾਗਰਾਤ੍।
ਭਵਾਮਿ ਨ ਚਿਰਾਤ੍ ਪਾਰ੍ਥ ਮਯਿ ਆਵੇਸ਼ਿਤਾ-ਚੇਤਸਾਮ੍ ॥ 7 ॥

ਯੇ-ਜਿਹੜੇ ; ਤੁ-ਪਰ ; ਸਰ੍ਵਾਣਿ-ਸਾਰੇ ; ਕਰ੍ਮਾਣਿ-ਕਰਮਾਂ ਨੂੰ ; ਮਯਿ-ਮੇਰੇ ਵਿਚ ; ਸੰਨ੍ਯਸ੍ਯ-ਤਿਆਗ ਕੇ ; ਮਤ੍-ਪਰਾਹ੍-ਮੇਰੇ ਵਿਚ ਆਸਕਤ (ਮੋਹਿਤ) ; ਅਨੰਨ੍ਯੇਨ-ਅਖੰਡ ਦੇ ; ਏਵ-ਨਿਸ਼ਚੈ ਹੀ ; ਯੋਗੇਨ-ਅਜਿਹੇ ਭਗਤੀ ਯੋਗ ਦੇ ਅਭਿਆਸ ਨਾਲ ; ਮਾਮ੍ -ਮੈਨੂੰ ; ਧ੍ਯਾਯੰਤਹ੍-ਧਿਆਨ ਕਰਦੇ ਹੋਏ ; ਉਪਾਸਤੇ-ਪੂਜਾ ਕਰਦੇ ਹਨ ; ਤੇਸ਼ਾਮ-ਉਨ੍ਹਾਂ ਦਾ ; ਅਹਮ੍-ਮੈਂ ; ਸਮੁਦ੍ਧਰ੍ਤਾ-ਕਲਿਆਣ ਕਰਨ ਵਾਲਾ ; ਮ੍ਰਿਤ੍ਯੁ-ਮੌਤ ਦੇ ; ਸੰਸਾਰ-ਭੌਤਿਕ ਹੋਂਦ ਵਿਚ ; ਸਾਗਰਾਤ੍-ਸਮੁੰਦਰ ਨਾਲੋਂ ; ਭਵਾਮਿ-ਹੁੰਦਾ ਹਾਂ ; ਨ-ਨਹੀਂ ; ਚਿਰਾਤ੍-ਲੰਮੇ ਸਮੇਂ ਮਗਰੋਂ ; ਪਾਰ੍ਥ-ਹੇ ਪ੍ਰਿਥਾ ਪੁੱਤਰ ; ਮਯਿ-ਮੇਰੇ ਤੇ ; ਆਵੇਸ਼ਿਤ-ਸਥਿਰ ; ਚੇਤਸਾਮ੍-ਮਨ ਵਾਲਿਆਂ ਨੂੰ।

ਅਨੁਵਾਦ

ਪਰ ਜਿਹੜੇ ਆਪਣੇ ਸਾਰੇ ਕੰਮਾਂ ਨੂੰ ਮੈਨੂੰ ਅਰਪਿਤ ਕਰਕੇ ਅਤੇ ਅਵਿਚਲਿਤ (ਸਥਿਰ) ਭਾਵ ਨਾਲ ਮੇਰੀ ਭਗਤੀ ਕਰਦੇ ਹੋਏ ਮੇਰੀ ਪੂਜਾ ਕਰਦੇ ਹਨ ਅਤੇ ਆਪਣੇ ਚਿੱਤ ਨੂੰ ਮੇਰੇ ਤੇ ਸਥਿਰ ਕਰਕੇ ਲਗਾਤਾਰ ਮੇਰਾ ਧਿਆਨ ਕਰਦੇ ਹਨ, ਉਨ੍ਹਾਂ ਲਈ ਹੇ ਪਾਰਥ! ਮੈਂ ਜਨਮ ਮੌਤ ਦੇ ਸਾਗਰ ਨੂੰ ਜਲਦੀ ਪਾਰ-ਉਤਾਰਣ ਵਾਲਾ ਹਾਂ।

ਭਾਵ

ਇੱਥੇ ਇਹ ਸਪਸ਼ਟ ਕਿਹਾ ਗਿਆ ਹੈ ਕਿ ਭਗਤ ਲੋਕ ਬਹੁਤ ਭਾਗਾਂ ਵਾਲੇ ਹਨ, ਕਿ ਭਗਵਾਨ ਉਨ੍ਹਾਂ ਦਾ ਇਸ ਸੰਸਾਰ-ਸਾਗਰ ਤੋਂ ਤੁਰੰਤ ਪਾਰ ਉਤਾਰਾ ਕਰ ਦਿੰਦੇ ਹਨ। ਸ਼ੁੱਧ ਭਗਤੀ ਕਰਨ ਤੇ ਮਨੁੱਖ ਨੂੰ ਇਸਦਾ ਅਨੁਭਵ ਹੋਣ ਲਗਦਾ ਹੈ ਕਿ ਈਸ਼ਵਰ ਮਹਾਨ ਹਨ ਅਤੇ ਜੀਵ ਆਤਮਾ ਉਨ੍ਹਾਂ ਦੇ ਅਧੀਨ ਹੈ। ਉਸਦਾ ਫਰਜ਼ ਹੈ ਕਿ ਉਹ ਭਗਵਾਨ ਦੀ ਸੇਵਾ ਕਰੇ ਅਤੇ ਜੇਕਰ ਅਜਿਹਾ ਨਹੀਂ ਕਰਦਾ, ਤਾਂ ਉਸ ਨੂੰ ਮਾਇਆ ਦੀ ਸੇਵਾ ਕਰਨੀ ਹੋਵੇਗੀ।

ਜਿਵੇਂ ਪਹਿਲੋਂ ਕਿਹਾ ਜਾ ਚੁੱਕਾ ਹੈ ਕਿ ਸਿਰਫ ਭਗਤੀ ਨਾਲ ਪਰਮੇਸ਼ਵਰ ਦੀ ਉਸਤੱਤੀ ਕੀਤੀ ਜਾ ਸਕਦੀ ਹੈ। ਇਸ ਲਈ ਮਨੁੱਖ ਨੂੰ ਚਾਹੀਦਾ ਹੈ ਕਿ ਉਹ ਪੂਰਨ ਰੂਪ ਨਾਲ ਭਗਤ ਬਣੇ। ਭਗਵਾਨ ਨੂੰ ਪ੍ਰਾਪਤ ਕਰਨ ਲਈ ਉਹ ਆਪਣੇ ਮਨ ਨੂੰ ਕ੍ਰਿਸ਼ਨ ਵਿਚ ਪੂਰੀ ਤਰ੍ਹਾਂ ਇਕਾਗਰ ਕਰੇ। ਉਹ ਕ੍ਰਿਸ਼ਨ ਲਈ ਹੀ ਕਰਮ ਕਰੇ। ਭਾਵੇਂ ਉਹ ਕੋਈ ਵੀ ਕਰਮ ਕਰੇ ਪਰ ਉਹ ਕਰਮ ਸਿਰਫ ਕ੍ਰਿਸ਼ਨ ਲਈ ਹੋਣਾ ਚਾਹੀਦਾ ਹੈ। ਭਗਤੀ ਦਾ ਇਹੋ ਆਦਰਸ਼ ਹੈ। ਭਗਤ ਭਗਵਾਨ ਨੂੰ ਪ੍ਰਸੰਨ ਕਰਨ ਤੋਂ ਇਲਾਵਾ ਹੋਰ ਕੁਝ ਵੀ ਨਹੀਂ ਚਾਹੁੰਦਾ। ਉਸਦੇ ਜੀਵਨ ਦਾ ਮੰਤਵ ਕ੍ਰਿਸ਼ਨ ਨੂੰ ਪ੍ਰਸੰਨ ਕਰਨਾ ਹੁੰਦਾ ਹੈ ਅਤੇ ਕ੍ਰਿਸ਼ਨ ਨੂੰ ਪ੍ਰਸੰਨ ਕਰਨ ਲਈ ਉਹ ਸਭ ਕੁਝ ਛੱਡ ਸਕਦਾ ਹੈ, ਜਿਵੇਂ ਅਰਜੁਨ ਨੇ ਕੁਰੁਕਸ਼ੇਤਰ ਦੀ ਜੰਗ ਵਿਚ ਕੀਤਾ ਸੀ। ਇਹ ਵਿਧੀ ਬਹੁਤ ਆਸਾਨ ਹੈ। ਮਨੁੱਖ ਆਪਣੇ ਕੰਮ ਵਿਚ ਲਗਿਆ ਰਹਿਕੇ ਹਰੇ ਕ੍ਰਿਸ਼ਨ ਹਰੇ ਕ੍ਰਿਸ਼ਨ ਕ੍ਰਿਸ਼ਨ ਕ੍ਰਿਸ਼ਨ ਹਰੇ ਹਰੇ, ਹਰੇ ਰਾਮ ਹਰੇ ਰਾਮ ਰਾਮ ਰਾਮ ਹਰੇ ਹਰੇ, ਮਹਾਮੰਤਰ ਦਾ ਕੀਰਤਨ ਕਰ ਸਕਦਾ ਹੈ। ਅਜਿਹਾ ਅਲੌਕਿਕ ਕੀਰਤਨ ਕਰਨ ਨਾਲ ਭਗਤ ਭਗਵਾਨ ਪ੍ਰਤੀ ਆਕਰਸ਼ਤ ਹੋ ਜਾਂਦਾ ਹੈ।

ਇੱਥੇ ਭਗਵਾਨ ਵਚਨ ਦਿੰਦੇ ਹਨ ਕਿ ਅਜਿਹੇ ਸ਼ੁੱਧ ਭਗਤ ਦਾ ਤੁਰੰਤ ਹੀ ਭਵ-ਸਾਗਰ ਤੋਂ ਪਾਰ ਉਤਾਰਾ ਕਰ ਦੇਣਗੇ। ਜਿਹੜੇ ਯੋਗ ਅਭਿਆਸ ਵਿਚ ਵੱਧ ਚੜ੍ਹਕੇ ਹਿੱਸਾ ਲੈਂਦੇ ਹਨ , ਉਹ ਯੋਗ ਰਾਹੀਂ ਆਪਣੀ ਆਤਮਾ ਨੂੰ ਮਰਜੀ ਮੁਤਾਬਿਕ ਕਿਸੇ ਵੀ ਲੋਕ ਵਿਚ ਲੈ ਜਾ ਸਕਦੇ ਹਨ ਅਤੇ ਹੋਰ ਲੋਕ ਇਸ ਮੌਕੇ ਨੂੰ ਵੱਖੋ-ਵੱਖਰੀ ਤਰ੍ਹਾਂ ਵਰਤੋਂ ਵਿਚ ਲਿਆਉਂਦੇ ਹਨ, ਪਰ ਜਿੱਥੋਂ ਤਕ ਭਗਤ ਦਾ ਸੰਬੰਧ ਹੈ, ਉਸ ਲਈ ਇੱਥੇ ਇਹ ਸਪਸ਼ਟ ਕਿਹਾ ਗਿਆ ਹੈ ਕਿ ਖ਼ੁਦ ਭਗਵਾਨ ਹੀ ਉਸਨੂੰ ਲੈ ਜਾਂਦੇ ਹਨ। ਭਗਤ ਨੂੰ ਅਧਿਆਤਮਕ ਆਕਾਸ਼ ਵਿਚ ਜਾਣ ਤੋਂ ਪਹਿਲੋਂ ਅਨੁਭਵੀ ਬਣਨ ਲਈ ਇੰਤਜ਼ਾਰ ਨਹੀਂ ਕਰਨੀ ਪੈਂਦੀ। ਵਰਾਹ ਪੁਰਾਣ ਵਿਚ ਇੱਕ ਸ਼ਲੋਕ ਹੈ -

ਨਯਾਮਿ ਪਰਮਮ੍ ਸ੍ਥਾਨਮ੍ ਅਰ੍ਚਿਰ-ਆਦਿ-ਗਤਿਮ੍-ਵਿਨਾ।
ਗਰੁੜ-ਸਕੰਧਮ੍ ਆਰੋਪ੍ਯ ਯਥੇਚ੍ਛਮ੍ ਅਨਿਵਾਰਿਤਹ੍ ॥

ਭਾਵ ਇਹ ਹੈ ਕਿ ਅਧਿਆਤਮਕ ਲੋਕ ਵਿਚ ਆਤਮਾ ਲੈ ਜਾਣ ਲਈ ਭਗਤ ਨੂੰ ਅਸ਼ਟਾਂਗ ਯੋਗ ਨੂੰ ਸਿੱਧ ਕਰਨ ਦੀ ਜ਼ਰੂਰਤ ਨਹੀਂ ਹੈ। ਇਸਦਾ ਭਾਰ ਭਗਵਾਨ ਖ਼ੁਦ ਆਪਣੇ ਉਤੇ ਲੈ ਲੈਂਦੇ ਹਨ। ਉਹ ਇੱਥੇ ਸਾਫ ਕਹਿ ਰਹੇ ਹਨ ਕਿ ਉਹ ਖ਼ੁਦ ਹੀ ਪਾਰ ਉਤਾਰਾ ਕਰਨ ਵਾਲੇ ਬਣਦੇ ਹਨ। ਬੱਚਾ

ਆਪਣੇ ਮਾਂ-ਬਾਪ ਰਾਹੀਂ ਆਪਣੇ ਆਪ ਹੀ ਸੁਰੱਖਿਅਤ ਹੁੰਦਾ ਰਹਿੰਦਾ ਹੈ, ਜਿਸ ਨਾਲ ਉਸਦੀ ਸਥਿਤੀ ਸੁਰੱਖਿਅਤ ਰਹਿੰਦੀ ਹੈ। ਇੰਝ ਹੀ ਭਗਤ ਨੂੰ ਯੋਗ ਅਭਿਆਸ ਰਾਹੀਂ ਹੋਰ ਲੋਕਾਂ ਵਿਚ ਜਾਣ ਲਈ ਯਤਨ ਕਰਨ ਦੀ ਲੋੜ ਨਹੀਂ ਹੁੰਦੀ, ਸਗੋਂ ਭਗਵਾਨ ਆਪਣੀ ਕਿਰਪਾ ਸਦਕਾ ਖ਼ੁਦ ਹੀ ਆਪਣੇ ਪੰਛੀ ਵਾਹਨ ਗਰੁੜ ਤੇ ਸਵਾਰ ਹੋ ਕੇ ਤੁਰੰਤ ਆਉਂਦੇ ਹਨ ਅਤੇ ਭਗਤ ਨੂੰ ਭਵਸਾਗਰ ਤੋਂ ਪਾਰ ਕਰ ਦਿੰਦੇ ਹਨ। ਕੋਈ ਕਿੰਨਾ ਵੀ ਕੁਸ਼ਲ ਤੈਰਾਕ ਕਿਉਂ ਨਾ ਹੋਵੇ ਅਤੇ ਕਿੰਨਾ ਹੀ ਯਤਨ ਕਿਉਂ ਨਾ ਕਰੇ, ਪਰ ਸਮੁੰਦਰ ਵਿਚ ਡਿੱਗ ਜਾਣ ਤੇ ਉਹ ਆਪਣੇ ਆਪ ਨੂੰ ਨਹੀਂ ਬਚਾ ਸਕਦਾ। ਪਰ ਜੇਕਰ ਕੋਈ ਆ ਕੇ ਉਸਨੂੰ, ਪਾਣੀ ਤੋਂ ਬਾਹਰ ਕੱਢ ਲਵੇ ਤਾਂ ਉਹ ਅਸਾਨੀ ਨਾਲ ਬਚ ਜਾਂਦਾ ਹੈ। ਇਸੇ ਤਰ੍ਹਾਂ ਭਗਵਾਨ ਭਗਤ ਨੂੰ ਇਸ ਭਵ-ਸਾਗਰ ਤੋਂ ਕਢ ਲੈਂਦੇ ਹਨ। ਮਨੁੱਖ ਨੂੰ ਸਿਰਫ਼ ਕ੍ਰਿਸ਼ਨ ਭਾਵਨਾ ਅੰਮ੍ਰਿਤ ਦੀ ਅਸਾਨ ਵਿਧੀ ਦਾ ਅਭਿਆਸ ਕਰਨਾ ਹੁੰਦਾ ਹੈ, ਅਤੇ ਆਪਣੇ ਆਪ ਨੂੰ ਪੱਕੀ ਭਗਤੀ ਵਿਚ ਲਗਾਉਣਾ ਹੁੰਦਾ ਹੈ। ਕਿਸੇ ਵੀ ਬੁੱਧੀਮਾਨ ਮਨੁੱਖ ਨੂੰ ਚਾਹੀਦਾ ਹੈ ਕਿ ਉਹ ਹੋਰ ਸਾਰੇ ਰਸਤਿਆਂ ਦੀ ਬਜਾਏ ਭਗਤੀ ਯੋਗ ਨੂੰ ਚੁਣੇ। ਨਾਰਾਯਣੀਯ ਵਿਚ ਇਸ ਦੀ ਪੁਸ਼ਟੀ ਇੰਝ ਹੋਈ ਹੈ -

ਯਾ ਵੈ ਸਾਧਨ-ਸੰਪਤਿੱਹ ਪੁਰੁਸ਼ਾਰ੍ਥ ਚਤੁਸ਼੍ਟਯੇ ।
ਤਯਾ ਵਿਨਾ ਤਦ੍ ਆਪ੍ਨੋਤਿ ਨਰੋ ਨਾਰਾਯਣਾਸ਼੍ਰਯਹ੍ ॥

ਇਸ ਸ਼ਲੋਕ ਦਾ ਭਾਵ ਅਰਥ ਇਹ ਹੈ ਕਿ ਮਨੁੱਖ ਨੂੰ ਚਾਹੀਦਾ ਹੈ ਕਿ ਉਹ ਨਾ ਤਾਂ ਸਕਾਮ ਕਰਮ ਦੇ ਵੱਖੋ-ਵੱਖਰੇ ਤਰੀਕਿਆਂ ਵਿਚ ਉਲਝੇ, ਨਾ ਹੀ ਕੋਰੇ ਚਿੰਤਨ ਨਾਲ ਗਿਆਨ ਦਾ ਵਿਕਾਸ ਕਰੇ। ਜਿਹੜਾ ਪਰਮ ਭਗਵਾਨ ਦੀ ਭਗਤੀ ਵਿਚ ਲੀਨ ਹੈ, ਉਹ ਉਨ੍ਹਾਂ ਸਾਰੇ ਟੀਚਿਆਂ ਨੂੰ ਪ੍ਰਾਪਤ ਕਰਦਾ ਹੈ, ਜਿਹੜਾ ਹੋਰ ਯੋਗ ਵਿਧੀਆਂ, ਚਿੰਤਨ, ਅਨੁਸ਼ਠਾਨਾਂ (ਸ਼ਾਸ਼ਤਰ ਵਿਧੀਆਂ), ਯੱਗਾਂ, ਦਾਨ-ਪੁੰਨਾਂ ਆਦਿ ਨਾਲ ਪ੍ਰਾਪਤ ਹੋਣ ਵਾਲੇ ਹਨ। ਭਗਤੀ ਦਾ ਇਹੋ ਖ਼ਾਸ ਵਰਦਾਨ ਹੈ।

ਸਿਰਫ਼ ਕ੍ਰਿਸ਼ਨ ਦੇ ਪਵਿੱਤਰ ਨਾਂ ਹਰੇ ਕ੍ਰਿਸ਼ਨ ਹਰੇ ਕ੍ਰਿਸ਼ਨ ਕ੍ਰਿਸ਼ਨ ਕ੍ਰਿਸ਼ਨ ਹਰੇ ਹਰੇ, ਹਰੇ ਰਾਮ ਹਰੇ ਰਾਮ ਰਾਮ ਰਾਮ ਹਰੇ ਹਰੇ - ਦਾ ਕੀਰਤਨ ਨਾਲ ਹੀ ਭਗਤ ਅਸਾਨੀ ਅਤੇ ਸੁਖ ਨਾਲ ਪਰਮ ਧਾਮ ਨੂੰ ਪਹੁੰਚ ਸਕਦਾ ਹੈ। ਪਰ ਇਸ ਧਾਮ ਨੂੰ ਹੋਰ ਕੋਈ ਕਿਸੇ ਧਾਰਮਿਕ ਵਿਧੀ ਰਾਹੀਂ ਪ੍ਰਾਪਤ ਨਹੀਂ ਕੀਤਾ ਜਾ ਸਕਦਾ।

ਭਗਵਤ ਗੀਤਾ ਦਾ ਸਾਰ ਅਠਾਰ੍ਹਵੇਂ ਅਧਿਆਇ ਵਿਚ ਇੰਝ ਦੱਸਿਆ ਗਿਆ ਹੈ-

ਸਰ੍ਵ ਧਰ੍ਮਾਨ੍ ਪਰਿਤ੍ਯਜ੍ਯ ਮਾਮ੍ ਏਕਮ੍ ਸ਼ਰਣਮ੍ ਵ੍ਰਜ ।
ਅਹਮ੍ ਤ੍ਵਾਮ੍ ਸਰ੍ਵ ਪਾਪੇਭ੍ਯੋ ਮੋਕ੍ਸ਼ਯਿਸ਼੍ਯਾਮਿ ਮਾ ਸ਼ੁਚਹ੍ ॥

ਆਤਮ-ਪ੍ਰਤੱਖੀਕਰਨ ਦੀਆਂ ਹੋਰ ਸਾਰੀਆਂ ਵਿਧੀਆਂ ਨੂੰ ਛੱਡਕੇ ਸਿਰਫ਼ ਕ੍ਰਿਸ਼ਨ ਭਾਵਨਾ ਅੰਮ੍ਰਿਤ ਵਿਚ ਭਗਤੀ ਸੰਪੰਨ ਕਰਨੀ ਚਾਹੀਦੀ ਹੈ। ਇਸ ਨਾਲ ਜੀਵਨ ਦੀ ਪਰਮ ਸਿੱਧੀ ਪ੍ਰਾਪਤ ਕੀਤੀ ਜਾ ਸਕਦੀ ਹੈ। ਮਨੁੱਖ ਨੂੰ ਆਪਣੇ ਪਿਛਲੇ ਜੀਵਨ ਦੇ ਪਾਪ ਕਰਮਾਂ ਤੇ ਵਿਚਾਰ ਕਰਨ ਦੀ ਲੋੜ ਨਹੀਂ ਰਹਿ ਜਾਂਦੀ, ਕਿਉਂਕਿ ਉਸਦੀ ਜ਼ਿੰਮੇਵਾਰੀ ਭਗਵਾਨ ਆਪਣੇ ਉਤੇ ਲੈ ਲੈਂਦੇ ਹਨ। ਇਸ ਲਈ

ਮਨੁੱਖ ਨੂੰ ਵਿਅਰਥ ਹੀ ਅਧਿਆਤਮਕ ਅਨੁਭਵ ਵਿਚ ਆਪਣੇ ਕਲਿਆਣ ਦਾ ਯਤਨ ਨਹੀਂ ਕਰਨਾ ਚਾਹੀਦਾ। ਹਰ ਮਨੁੱਖ ਨੂੰ ਚਾਹੀਦਾ ਹੈ ਕਿ ਉਹ ਪਰਮ ਸ਼ਕਤੀਮਾਨ ਈਸ਼ਵਰ ਕ੍ਰਿਸ਼ਨ ਦੀ ਸ਼ਰਨ ਗ੍ਰਹਿਣ ਕਰੇ। ਇਹ ਜੀਵਨ ਦੀ ਸਭ ਤੋਂ ਉਚੀ ਸਿੱਧੀ ਹੈ।

मय्येव मन आधत्स्व मयि बुद्धिं निवेशय ।
निवसिष्यसि मय्येव अत ऊर्ध्वं न संशयः ॥८॥

ਮਯਿ ਏਵ ਮਨ ਆਧਤ੍ਸ੍ਵ ਮਯਿ ਬੁਦ੍ਧਿਮ੍ ਨਿਵੇਸ਼ਯ।
ਨਿਵਸਿਸ਼੍ਯਸਿ ਮਯ ਏਵ ਅਤ ਉਰ੍ਧ੍ਵਮ੍ ਨ ਸੰਸ਼ਯਹ੍ ॥ 8 ॥

ਮਯਿ-ਮੇਰੇ ਵਿਚ ; **ਏਵ**-ਨਿਸ਼ਚੈ ਹੀ ; **ਮਨਹ੍**-ਮਨ ਨੂੰ ; **ਆਧਤ੍ਸ੍ਵ**-ਸਥਿਰ ਕਰੋ ; **ਮਯਿ** -ਮੇਰੇ ਵਿਚ ; **ਬੁਦ੍ਧਿਮ੍**-ਬੁੱਧੀ ਨੂੰ ; **ਨਿਵੇਸ਼ਯ**-ਲਗਾਉ ; **ਨਿਵਸਿਸ਼੍ਯਸਿ**-ਤੁਸੀਂ ਨਿਵਾਸ ਕਰੋਗੇ ; **ਮਯਿ**-ਮੇਰੇ ਵਿਚ ; **ਏਵ**-ਨਿਸ਼ਚੈ ਹੀ ; **ਅਤਹ੍-ਉਰ੍ਧ੍ਵਮ੍**-ਉਸੇ ਵੇਲੇ ; **ਨ**-ਕਦੀ ਨਹੀਂ ; **ਸੰਸ਼ਯਹ੍**-ਸ਼ੱਕ।

ਅਨੁਵਾਦ

ਸਿਰਫ਼ ਮੇਰੇ (ਭਗਵਾਨ) ਵਿਚ ਆਪਣੇ ਚਿੱਤ ਨੂੰ ਸਥਿਰ ਕਰੋ ਅਤੇ ਆਪਣੀ ਸਾਰੀ ਬੁੱਧੀ ਮੇਰੇ ਵਿਚ ਲਗਾਉ। ਇੰਝ ਤੁਸੀਂ ਨਿਸ਼ਚੈ ਹੀ ਮੇਰੇ ਵਿਚ ਹਮੇਸ਼ਾਂ ਨਿਵਾਸ ਕਰੋਗੇ।

ਭਾਵ

ਜਿਹੜਾ ਭਗਵਾਨ ਕ੍ਰਿਸ਼ਨ ਦੀ ਭਗਤੀ ਵਿਚ ਲੀਨ ਰਹਿੰਦਾ ਹੈ, ਉਸਦਾ ਪਰਮੇਸ਼ਵਰ ਨਾਲ ਸਿੱਧਾ ਸੰਬੰਧ ਹੁੰਦਾ ਹੈ। ਇਸ ਲਈ, ਇਸ ਵਿਚ ਕਿਸੇ ਤਰ੍ਹਾਂ ਦਾ ਸ਼ੱਕ ਨਹੀਂ ਕਿ ਸ਼ੁਰੂ ਤੋਂ ਹੀ ਉਸ ਦੀ ਸਥਿਤੀ ਅਲੌਕਿਕ ਹੁੰਦੀ ਹੈ। ਭਗਤ ਕਦੀ ਵੀ ਭੌਤਿਕ ਧਰਾਤਲ ਤੇ ਨਹੀਂ ਰਹਿੰਦਾ ਉਹ ਹਮੇਸ਼ਾਂ ਕ੍ਰਿਸ਼ਨ ਵਿਚ ਨਿਵਾਸ ਕਰਦਾ ਹੈ। ਭਗਵਾਨ ਦਾ ਪਵਿੱਤਰ ਨਾਂ ਅਤੇ ਭਗਵਾਨ ਇੱਕੋ ਹਨ। ਇਸ ਲਈ ਜਦੋਂ ਭਗਤ ਹਰੇ ਕ੍ਰਿਸ਼ਨ ਦਾ ਕੀਰਤਨ ਕਰਦਾ ਹੈ ਤਾਂ ਕ੍ਰਿਸ਼ਨ ਅਤੇ ਉਨ੍ਹਾਂ ਦੀ ਅੰਦਰੂਨੀ ਸ਼ਕਤੀ, ਭਗਤ ਦੀ ਜੀਭ ਤੇ ਨੱਚਦੇ ਰਹਿੰਦੇ ਹਨ। ਜਦੋਂ ਉਹ ਕ੍ਰਿਸ਼ਨ ਦਾ ਭੋਗ ਅਰਪਿਤ ਕਰਦਾ ਹੈ, ਤਾਂ ਕ੍ਰਿਸ਼ਨ ਪ੍ਰਤੱਖ ਰੂਪ ਨਾਲ ਉਸਨੂੰ ਗ੍ਰਹਿਣ ਕਰਦੇ ਹਨ ਅਤੇ ਇੰਝ ਭਗਤ ਇਸ ਪ੍ਰਸ਼ਾਦ ਨੂੰ ਗ੍ਰਹਿਣ ਕਰਕੇ ਕ੍ਰਿਸ਼ਨਮਈ ਹੋ ਜਾਂਦਾ ਹੈ, ਜਿਹੜਾ ਇਸ ਤਰ੍ਹਾਂ ਦੀ ਸੇਵਾ ਵਿਚ ਨਹੀਂ ਲਗਦਾ, ਉਹ ਨਹੀਂ ਸਮਝ ਪਾਂਦਾ ਕਿ ਇਹ ਸਭ ਕਿਵੇਂ ਹੁੰਦਾ ਹੈ, ਭਾਵੇਂ ਭਗਵਤ ਗੀਤਾ ਅਤੇ ਹੋਰ ਵੈਦਿਕ ਗ੍ਰੰਥਾਂ ਵਿਚ ਇਸ ਤਰੀਕੇ ਦੀ ਸ਼ਲਾਘਾ ਕੀਤੀ ਗਈ ਹੈ।

अथ चित्तं समाधातुं न शक्नोषि मयि स्थिरम् ।
अभ्यासयोगेन ततो मामिच्छाप्तुं धनञ्जय ॥९॥

ਅਥ ਚਿੱਤਮ੍ ਸਮਾਧਾਤੁਮ੍ ਨ ਸ਼ਕ੍ਨੋਸ਼ਿ ਮਯਿ ਸਥਿਰਮ੍ ।
ਅਭ੍ਯਾਸ-ਯੋਗੇਨ ਤਤੋ ਮਾਮ੍ ਇਚ੍ਛਾਪ੍ਤੁਮ੍ ਧਨੰਜਯ ॥ 9 ॥

ਅਥ-ਜੇਕਰ ; **ਚਿੱਤਮ੍**-ਮਨ ਨੂੰ ; **ਸਮਾਧਾਤੁਮ੍**-ਸਥਿਰ ਕਰਨ ਵਿਚ ; **ਨ**-ਨਹੀਂ ; **ਸ਼ਕ੍ਨੋਸ਼ਿ** - ਸਮਰਥ ਨਹੀਂ ਹੋ ; **ਮਯਿ**-ਮੇਰੇ ਤੇ ; **ਸਥਿਰਮ੍**-ਸਥਿਰ ਭਾਵ ਨਾਲ; **ਅਭ੍ਯਾਸ-ਯੋਗੇਨ**- ਭਗਤੀ ਦੇ ਅਭਿਆਸ ਨਾਲ ; **ਤਤਹ੍**-ਤਾਂ ; **ਮਾਮ੍**-ਮੈਨੂੰ ; **ਇਚ੍ਛ**-ਇੱਛਾ ਕਰੋ ; **ਆਪ੍ਤੁਮ੍**-ਪ੍ਰਾਪਤ ਕਰਨ ਦੀ ; **ਧਨੰਜਯ**-ਹੇ ਸੰਪਤੀ ਦੇ ਜੇਤੂ ਅਰਜੁਨ ।

ਅਨੁਵਾਦ

ਹੇ ਅਰਜੁਨ! ਹੇ ਧਨੰਜਯੇ! ਜੇਕਰ ਤੁਸੀਂ ਆਪਣੇ ਚਿੱਤ ਨੂੰ ਸਥਿਰ ਭਾਵ ਨਾਲ ਮੇਰੇ ਤੇ ਸਥਿਰ ਨਹੀਂ ਕਰ ਸਕਦੇ, ਤਾਂ ਤੁਸੀਂ ਭਗਤੀ ਯੋਗ ਦੇ ਵਿਧੀ-ਵਿਧਾਨਾਂ ਦੀ ਪਾਲਣਾ ਕਰੋ । ਇੰਝ ਤੁਸੀਂ ਮੈਨੂੰ ਪ੍ਰਾਪਤ ਕਰਨ ਦੀ ਚਾਹਤ ਪੈਦਾ ਕਰੋ ।

ਭਾਵ

ਇਸ ਸ਼ਲੋਕ ਵਿਚ ਭਗਤੀ ਯੋਗ ਦੀਆਂ ਦੋ ਵੱਖਰੀਆਂ-ਵੱਖਰੀਆਂ ਵਿਧੀਆਂ ਦੱਸੀਆਂ ਗਈਆਂ ਹਨ। ਪਹਿਲੀ ਵਿਧੀ ਉਸ ਮਨੁੱਖ ਤੇ ਲਾਗੂ ਹੁੰਦੀ ਹੈ, ਜਿਸਨੇ ਅਲੌਕਿਕ ਪ੍ਰੇਮ ਰਾਹੀਂ ਭਗਵਾਨ ਕ੍ਰਿਸ਼ਨ ਦੇ ਪ੍ਰਤੀ ਅਸਲ ਵਿਚ ਆਸਕਤੀ ਪੈਦਾ ਕਰ ਲਈ ਹੈ । ਦੂਜੀ ਵਿਧੀ ਉਸਦੇ ਲਈ ਹੈ, ਜਿਸਨੇ ਇਸ ਤਰ੍ਹਾਂ ਨਾਲ ਭਗਵਾਨ ਕ੍ਰਿਸ਼ਨ ਪ੍ਰਤੀ ਆਸਕਤੀ ਪੈਦਾ ਨਹੀਂ ਕੀਤੀ । ਇਸ ਦੂਜੀ ਸ਼੍ਰੇਣੀ ਲਈ ਅਨੇਕਾਂ ਤਰ੍ਹਾਂ ਦੇ ਵਿਧੀ ਵਿਧਾਨ ਹਨ, ਜਿਨ੍ਹਾਂ ਦੀ ਪਾਲਣਾ ਕਰਕੇ ਮਨੁੱਖ ਆਖਿਰਕਾਰ ਕ੍ਰਿਸ਼ਨ-ਆਸਕਤੀ ਅਵਸਥਾ ਨੂੰ ਪ੍ਰਾਪਤ ਹੋ ਸਕਦਾ ਹੈ ।

ਭਗਤੀ ਯੋਗ ਇੰਦਰੀਆਂ ਦਾ ਸ਼ੁੱਧੀਕਰਣ ਹੈ । ਭੌਤਿਕ ਸੰਸਾਰ ਵਿਚ ਇਸ ਸਮੇਂ ਸਾਰੀਆਂ ਇੰਦਰੀਆਂ ਹਮੇਸ਼ਾਂ ਅਸ਼ੁੱਧ ਹਨ, ਕਿਉਂਕਿ ਉਹ ਇੰਦਰੀਆਂ ਦੀ ਤ੍ਰਿਪਤੀ ਵਿਚ ਲੱਗੀਆਂ ਹੋਈਆਂ ਹਨ । ਪਰ ਭਗਤੀ ਯੋਗ ਦੇ ਅਭਿਆਸ ਨਾਲ ਇਹ ਇੰਦਰੀਆਂ ਸ਼ੁੱਧ ਕੀਤੀਆਂ ਜਾ ਸਕਦੀਆਂ ਹਨ, ਅਤੇ ਸ਼ੁੱਧ ਹੋਣ ਮਗਰੋਂ ਉਹ ਪਰਮੇਸ਼ਵਰ ਦੇ ਸਿੱਧੇ ਸੰਪਰਕ ਵਿਚ ਆਉਂਦੀਆਂ ਹਨ । ਇਸ ਸੰਸਾਰ ਵਿਚ ਰਹਿੰਦੇ ਹੋਏ, ਮੈਂ ਕਿਸੇ ਹੋਰ ਸਵਾਮੀ ਦੀ ਸੇਵਾ ਵਿਚ ਲੱਗਿਆ ਹੋ ਸਕਦਾ ਹਾਂ, ਪਰ ਮੈਂ ਸੱਚ-ਮੁੱਚ ਉਸਦੀ ਪ੍ਰੇਮ ਪੂਰਨ ਸੇਵਾ ਨਹੀਂ ਕਰਦਾ । ਮੈਂ ਸਿਰਫ਼ ਧੰਨ ਪ੍ਰਾਪਤ ਕਰਨ ਲਈ ਸੇਵਾ ਕਰ ਰਿਹਾ ਹਾਂ, ਨਾ ਹੀ ਉਹ ਸਵਾਮੀ ਮੇਰੇ ਨਾਲ ਪ੍ਰੇਮ ਕਰਦਾ ਹੈ, ਉਹ ਮੇਰੇ ਤੋਂ ਸੇਵਾ ਕਰਵਾਉਂਦਾ ਹੈ ਅਤੇ ਮੈਨੂੰ ਧੰਨ ਦਿੰਦਾ ਹੈ । ਇਸ ਲਈ ਪ੍ਰੇਮ ਦਾ ਸਵਾਲ ਹੀ ਪੈਦਾ ਨਹੀਂ ਹੁੰਦਾ । ਪਰ ਅਧਿਆਤਮਕ ਜੀਵਨ ਲਈ ਮਨੁੱਖ ਨੂੰ ਪ੍ਰੇਮ ਦੀ ਸ਼ੁੱਧ ਅਵਸਥਾ ਤਕ ਉਪਰ ਉਠਣਾ ਹੁੰਦਾ ਹੈ । ਇਹ ਪ੍ਰੇਮ ਅਵਸਥਾ ਇਨ੍ਹਾਂ ਇੰਦਰੀਆਂ ਰਾਹੀਂ ਭਗਤੀ ਦੇ ਅਭਿਆਸ ਨਾਲ ਪ੍ਰਾਪਤ ਕੀਤੀ ਜਾ ਸਕਦੀ ਹੈ ।

ਇਹ ਈਸ਼ਵਰ ਪ੍ਰੇਮ ਅਜੇ ਹਰ ਜੀਵ ਦੇ ਹਿਰਦੇ ਵਿਚ ਸੁੱਤੀ ਅਵਸਥਾ ਵਿਚ ਹੈ। ਇੱਥੇ ਇਹ ਈਸ਼ਵਰ ਪ੍ਰੇਮ ਅਨੇਕਾਂ ਰੂਪਾਂ ਵਿਚ ਪ੍ਰਗਟ ਹੁੰਦਾ ਹੈ, ਪਰ ਭੌਤਿਕ ਸੰਗਤ ਨਾਲ ਦੂਸ਼ਿਤ ਹੋ ਜਾਂਦਾ ਹੈ। ਇਸ ਲਈ ਉਸ ਭੌਤਿਕ ਸੰਗਤ ਤੋਂ ਹਿਰਦੇ ਨੂੰ ਸ਼ੁੱਧ ਬਣਾਉਣਾ ਹੁੰਦਾ ਹੈ ਅਤੇ ਉਸ ਸੁੱਤੇ ਸੁਭਾਵਿਕ ਕ੍ਰਿਸ਼ਨ-ਪ੍ਰੇਮ ਨੂੰ ਜਾਗ੍ਰਤ ਕਰਨਾ ਹੁੰਦਾ ਹੈ। ਇਹ ਭਗਤੀ ਯੋਗ ਦੀ ਪੂਰੀ ਵਿਧੀ ਹੈ।

ਭਗਤੀ ਯੋਗ ਦੇ ਵਿਧੀ-ਵਿਧਾਨਾਂ ਦਾ ਅਭਿਆਸ ਕਰਨ ਲਈ ਮਨੁੱਖ ਨੂੰ ਕਿਸੇ ਚੰਗੇ ਗਿਆਨੀ ਗੁਰੂ ਦੀ ਅਗਵਾਈ ਹੇਠ ਕੁਝ ਨਿਯਮਾਂ ਦੀ ਪਾਲਣਾ ਕਰਨੀ ਹੁੰਦੀ ਹੈ- ਜਿਵੇਂ ਅੰਮ੍ਰਿਤ ਵੇਲੇ ਵਿਚ ਜਾਗਣਾ, ਇਸ਼ਨਾਨ ਕਰਨਾ, ਮੰਦਰ ਜਾਣਾ ਅਤੇ ਪ੍ਰਾਰਥਨਾ ਕਰਨਾ ਅਤੇ ਹਰੇ ਕ੍ਰਿਸ਼ਨ ਕੀਰਤਨ ਕਰਨਾ, ਫਿਰ **ਅਰਚਾ ਵਿਗਰਹ** (ਭਗਵਾਨ ਦੇ ਸੁੰਦਰ ਸਰੂਪ) ਨੂੰ ਅਰਪਿਤ ਕਰਨ (ਚੜ੍ਹਾਉਣ) ਲਈ ਫੁੱਲ ਤੋੜਨਾ, **ਅਰਚਾ ਵਿਗਰਹ** ਨੂੰ ਭੋਗ ਲਗਾਉਣ ਲਈ ਭੋਜਨ ਬਣਾਉਣਾ ਅਤੇ ਪ੍ਰਸ਼ਾਦ ਲੈਣਾ ਆਦਿ। ਅਜਿਹੇ ਅਨੇਕਾਂ ਵਿਧੀ-ਵਿਧਾਨ ਜਿਨ੍ਹਾਂ ਦੀ ਪਾਲਣਾ ਜ਼ਰੂਰੀ ਹੈ। ਮਨੁੱਖ ਨੂੰ ਸ਼ੁੱਧ ਭਗਤਾਂ ਨਾਲ ਨਿਯਮਿਤ ਰੂਪ ਨਾਲ ਭਗਵਤ ਗੀਤਾ ਅਤੇ ਸ਼੍ਰੀਮਦ ਭਾਗਵਤਮ੍ ਸੁਣਨੀ ਚਾਹੀਦੀ ਹੈ। ਇਸ ਅਭਿਆਸ ਨਾਲ ਕੋਈ ਵੀ ਈਸ਼ਵਰ-ਪ੍ਰੇਮ ਦੇ ਪੱਧਰ ਤਕ ਉਠ ਸਕਦਾ ਹੈ ਅਤੇ ਇਸ ਤੋਂ ਮਗਰੋਂ ਭਗਵਾਨ ਦੇ ਧਾਮ ਤਕ ਅਪੜਨਾ ਨਿਸ਼ਚਿਤ ਹੈ। ਵਿਧੀ-ਵਿਧਾਨਾਂ ਦੇ ਅੰਦਰ ਗੁਰੂ ਦੇ ਆਦੇਸ਼ ਮੁਤਾਬਿਕ ਭਗਤੀ ਯੋਗ ਦਾ ਇਹ ਅਭਿਆਸ ਕਰਕੇ ਮਨੁੱਖ ਨਿਸ਼ਚੈ ਹੀ ਭਗਵਾਨ ਦੇ ਪ੍ਰੇਮ ਦੀ ਅਵਸਥਾ ਨੂੰ ਪ੍ਰਾਪਤ ਕਰ ਸਕੇਗਾ।

अभ्यासेऽप्यसमर्थोऽसि मत्कर्मपरमो भव ।
मदर्थमपि कर्माणि कुर्वन्सिद्धिमवाप्स्यसि ॥१०॥

ਅਭ੍ਯਾਸੇ 'ਪਿ ਅਸਮਰ੍ਥੋ 'ਸਿ ਮਤ੍-ਕਰ੍ਮ-ਪਰਮੋ ਭਵ ।
ਮਦ੍-ਅਰ੍ਥਮ੍ ਅਪਿ ਕਰ੍ਮਾਣਿ ਕੁਰ੍ਵਨ ਸਿਦ੍ਧਿਮ੍ ਅਵਾਪ੍ਸ੍ਯਸਿ ॥ 10 ॥

ਅਭ੍ਯਾਸੇ-ਅਭਿਆਸ ਵਿਚ ; **ਅਪਿ**-ਵੀ ; **ਅਸਮਰ੍ਥਹ੍**-ਅਸਮਰਥ ; **ਅਸਿ**-ਹੋ; **ਸਤ੍ਕਰ੍ਮ** - ਮੇਰੇ ਕਰਮ ਪ੍ਰਤੀ ; **ਪਰਮਹ੍**-ਨਿਮਿੱਤ ; **ਭਵ**-ਬਣੋ ; **ਮਤ੍ ਅਰ੍ਥਮ੍**-ਮੇਰੇ ਲਈ ; **ਅਪਿ** -ਵੀ ; **ਕਰ੍ਮਾਣਿ**-ਕਰਮ ; **ਕੁਰ੍ਵਨ੍**-ਕਰਦੇ ਹੋਏ ; **ਸਿਦ੍ਧਿਮ੍**-ਸਿੱਧੀ ਨੂੰ ; **ਅਵਾਪ੍ਸ੍ਯਸਿ** - ਪ੍ਰਾਪਤ ਕਰੋਗੇ।

ਅਨੁਵਾਦ

ਜੇਕਰ ਤੁਸੀਂ ਭਗਤੀ ਯੋਗ ਦੇ ਵਿਧੀ ਵਿਧਾਨਾਂ ਦਾ ਵੀ ਅਭਿਆਸ ਨਹੀਂ ਕਰ ਸਕਦੇ ਤਾਂ ਮੇਰੇ ਲਈ ਕਰਮ ਕਰਨ ਦਾ ਯਤਨ ਕਰੋ, ਕਿਉਂਕਿ ਮੇਰੇ ਲਈ ਕਰਮ ਕਰਨ ਨਾਲ ਤੁਸੀਂ ਪੂਰਨ ਸਿੱਧ ਅਵਸਥਾ (ਸਿੱਧੀ) ਨੂੰ ਪ੍ਰਾਪਤ ਹੋਵੋਗੇ।

ਭਾਵ

ਜੇਕਰ ਕੋਈ ਗੁਰੂ ਦੇ ਨਿਰਦੇਸ਼ਾਂ ਮੁਤਾਬਿਕ ਭਗਤੀ ਯੋਗ ਦੇ ਵਿਧੀ ਵਿਧਾਨਾਂ ਦਾ ਅਭਿਆਸ ਵੀ ਨਹੀਂ ਕਰ ਸਕਦਾ, ਤਾਂ ਵੀ ਪਰਮੇਸ਼ਵਰ ਲਈ ਕਰਮ ਕਰਕੇ, ਉਸਨੂੰ ਪੂਰਨ ਸਿੱਧ ਅਵਸਥਾ ਦਿੱਤੀ ਜਾ ਸਕਦੀ ਹੈ। ਇਹ ਕਰਮ ਕਿੰਝ ਕੀਤਾ ਜਾਵੇ, ਇਸਦੀ ਵਿਆਖਿਆ ਗਿਆਰ੍ਹਵੇਂ ਅਧਿਆਇ ਦੇ ਪਚਵੰਜਵੇਂ ਸ਼ਲੋਕ ਵਿਚ ਪਹਿਲੋਂ ਹੀ ਕੀਤੀ ਜਾ ਚੁੱਕੀ ਹੈ। ਮਨੁੱਖ ਨੂੰ ਕ੍ਰਿਸ਼ਨ ਭਾਵਨਾ ਅੰਮ੍ਰਿਤ ਦੇ ਪ੍ਰਚਾਰ ਲਈ ਹਿਮਾਇਤੀ ਹੋਣਾ ਚਾਹੀਦਾ ਹੈ। ਅਜਿਹੇ ਅਨੇਕਾਂ ਭਗਤ ਹਨ, ਜਿਹੜੇ ਕ੍ਰਿਸ਼ਨ ਭਾਵਨਾ ਅੰਮ੍ਰਿਤ ਦੇ ਪ੍ਰਚਾਰ ਕੰਮ ਵਿਚ ਲਗੇ ਹਨ। ਉਨ੍ਹਾਂ ਨੂੰ ਮਦਦ ਦੀ ਲੋੜ ਹੈ। ਇਸ ਲਈ ਭਾਵੇਂ ਕੋਈ, ਭਗਤੀ ਯੋਗ ਦੇ ਵਿਧੀ-ਵਿਧਾਨਾਂ ਦਾ ਪ੍ਰਤੱਖ ਰੂਪ ਨਾਲ ਅਭਿਆਸ ਨਾ ਕਰ ਸਕੇ, ਉਸ ਨੂੰ ਅਜਿਹੇ ਕੰਮਾਂ ਵਿਚ ਮਦਦ ਦੇਣ ਦਾ ਯਤਨ ਜ਼ਰੂਰ ਕਰਨਾ ਚਾਹੀਦਾ ਹੈ। ਹਰ ਤਰ੍ਹਾਂ ਦੇ ਯਤਨ ਲਈ ਭੂਮੀ, ਪੂੰਜੀ, ਸੰਗਠਨ ਅਤੇ ਮਿਹਨਤ ਦੀ ਲੋੜ ਹੁੰਦੀ ਹੈ। ਜਿਵੇਂ ਕਿਸੇ ਵੀ ਵਿਉਪਾਰ ਵਿਚ ਰਹਿਣ ਲਈ ਥਾਂ, ਵਰਤੋਂ ਲਈ ਪੂੰਜੀ ਅਤੇ ਵਿਸਤਾਰ ਕਰਨ ਲਈ ਮਿਹਨਤ ਦਾ ਸੰਗਠਨ ਚਾਹੀਦਾ ਹੈ, ਉਸੇ ਤਰ੍ਹਾਂ ਕ੍ਰਿਸ਼ਨ ਸੇਵਾ ਲਈ ਵੀ ਇਨ੍ਹਾਂ ਦੀ ਜ਼ਰੂਰਤ ਹੁੰਦੀ ਹੈ। ਫਰਕ ਸਿਰਫ ਇੰਨਾ ਹੀ ਹੁੰਦਾ ਹੈ ਕਿ ਭੌਤਿਕਤਾਵਾਦ ਵਿਚ ਮਨੁੱਖ ਇੰਦਰੀਆਂ ਦੀ ਤ੍ਰਿਪਤੀ ਲਈ ਸਾਰਾ ਕੰਮ ਕਰਦਾ ਹੈ, ਪਰ ਇਹੋ ਕੰਮ ਕ੍ਰਿਸ਼ਨ ਦੀ ਪ੍ਰਸੰਨਤਾ ਲਈ ਕੀਤਾ ਜਾ ਸਕਦਾ ਹੈ। ਇਹੋ ਅਧਿਆਤਮਕ ਕੰਮ ਹੈ। ਜੇਕਰ ਕਿਸੇ ਕੋਲ ਕਾਫੀ ਧੰਨ ਹੈ, ਤਾਂ ਉਹ ਕ੍ਰਿਸ਼ਨ ਭਾਵਨਾ ਅੰਮ੍ਰਿਤ ਦੇ ਪ੍ਰਚਾਰ ਲਈ ਕੋਈ ਦਫਤਰ ਜਾਂ ਮੰਦਰ ਬਣਵਾਉਣ ਵਿਚ ਮਦਦ ਕਰ ਸਕਦਾ ਹੈ ਜਾਂ ਉਹ ਪ੍ਰਕਾਸ਼ਨ ਵਿਚ ਮਦਦ ਕਰ ਸਕਦਾ ਹੈ। ਕਰਮ ਦੇ ਵੱਖੋ-ਵੱਖਰੇ ਖੇਤਰ ਹਨ ਅਤੇ ਮਨੁੱਖ ਨੂੰ ਅਜਿਹੇ ਕਰਮ ਵਿਚ ਰੁਚੀ ਲੈਣੀ ਚਾਹੀਦੀ ਹੈ। ਜੇਕਰ ਕੋਈ ਆਪਣੇ ਕੰਮਾਂ ਦੇ ਫਲਾਂ ਨੂੰ ਨਹੀਂ ਤਿਆਗ ਸਕਦਾ ਤਾਂ ਘੱਟੋ-ਘੱਟ ਉਸਦਾ ਕੁਝ ਪ੍ਰਤੀਸ਼ਤ ਕ੍ਰਿਸ਼ਨ ਭਾਵਨਾ ਅੰਮ੍ਰਿਤ ਦੇ ਪ੍ਰਚਾਰ ਵਿਚ ਤਾਂ ਲਗਾ ਹੀ ਸਕਦਾ ਹੈ। ਇੰਝ ਕ੍ਰਿਸ਼ਨ ਭਾਵਨਾ ਅੰਮ੍ਰਿਤ ਦੀ ਦਿਸ਼ਾ ਵਿਚ ਆਪਣੀ ਮਰਜ਼ੀ ਨਾਲ ਸੇਵਾ ਕਰਨ ਨਾਲ ਮਨੁੱਖ ਭਗਵਤ-ਪ੍ਰੇਮ ਦੀ ਉਚੇਰੀ ਅਵਸਥਾ ਨੂੰ ਪ੍ਰਾਪਤ ਹੋ ਸਕੇਗਾ, ਜਿੱਥੇ ਉਸਨੂੰ ਪੂਰਨਤਾ ਪ੍ਰਾਪਤ ਹੋ ਸਕੇਗੀ।

अथैतदप्यशक्तोऽसि कर्तुं मद्योगमाश्रितः ।
सर्वकर्मफलत्यागं ततः कुरु यतात्मवान् ॥ ११ ॥

ਅਥੈਤਦ ਅਪਿ ਅਸ਼ਕ੍ਤੋ 'ਸਿ ਕਰਤੁਮ੍ ਮਦ-ਯੋਗਮ੍ ਆਸ਼੍ਰਿਤਹ।
ਸਰ੍ਵ-ਕਰ੍ਮ-ਫਲ-ਤ੍ਯਾਗਮ੍ ਤਤਹ ਕੁਰੁ ਯਤਾਤ੍ਮਵਾਨ ॥ 11 ॥

ਅਥ-ਭਾਵੇਂ ; **ਏਤਤ**-ਇਹ ; **ਅਪਿ**-ਵੀ ; **ਅਸ਼ਕ੍ਤਹ੍**-ਅਸਮਰਥ ; **ਅਸਿ**-ਹੋ ; **ਕਰ੍ਤੁਮ੍** - ਕਰਨ ਵਿਚ ; **ਮਤ੍**-ਮੇਰੇ ਪ੍ਰਤੀ ; **ਯੋਗਮ੍**-ਭਗਤੀ ਵਿਚ ; **ਆਸ਼੍ਰਿਤਹ੍**-ਨਿਰਭਰ ; **ਸਰ੍ਵਕਰ੍ਮ**-ਸਾਰੇ ਕੰਮਾਂ ਦੇ ; **ਫਲ**-ਫਲ ਦਾ ; **ਤ੍ਯਾਗਮ੍**-ਤਿਆਗ ; **ਤਤਹ੍**-ਤਾਂ ; **ਕੁਰੁ** -ਕਰੋ ; **ਯਤ੍-ਆਤ੍ਮਵਾਨ**-ਆਤਮ-ਸਥਿਤ।

ਅਨੁਵਾਦ

ਪਰ ਜੇਕਰ ਤੁਸੀਂ ਮੇਰੀ ਇਸ ਭਾਵਨਾ ਵਿਚ ਕਰਮ ਕਰਨ ਤੋਂ ਅਸਮਰਥ ਹੋ, ਤਾਂ ਤੁਸੀਂ ਆਪਣੇ ਕਰਮਾਂ ਦੇ ਸਾਰੇ ਫਲਾਂ ਨੂੰ ਤਿਆਗ ਕੇ ਕਰਮ ਕਰਨ ਦਾ ਅਤੇ ਆਤਮ-ਸਥਿਤ ਹੋਣ ਦਾ ਯਤਨ ਕਰੋ ।

ਭਾਵ

ਹੋ ਸਕਦਾ ਹੈ ਕਿ ਕੋਈ ਮਨੁੱਖ ਸਮਾਜਿਕ, ਪਰਿਵਾਰਕ ਜਾਂ ਧਾਰਮਿਕ ਗੱਲਾਂ ਨਾਲ ਜਾਂ ਕਿਸੇ ਹੋਰ ਰੁਕਾਵਟਾਂ ਕਰਕੇ ਕ੍ਰਿਸ਼ਨ ਭਾਵਨਾ ਅੰਮ੍ਰਿਤ ਦੇ ਕੰਮਾਂ ਕਾਰਾਂ ਪ੍ਰਤੀ ਹਮਦਰਦੀ ਤਕ ਵਿਖਾਉਣ ਵਿਚ ਅਸਮਰਥ ਰਹੇ, ਜੇਕਰ ਉਹ ਆਪਣੇ ਆਪ ਨੂੰ ਪ੍ਰਤੱਖ ਰੂਪ ਨਾਲ ਇਨ੍ਹਾਂ ਕੰਮ-ਕਾਰਾਂ ਵਿਚ ਜੋੜ ਲਵੇ ਤਾਂ ਹੋ ਸਕਦਾ ਹੈ ਕਿ ਪਰਿਵਾਰ ਦੇ ਮੈਂਬਰ ਵਿਰੋਧ ਕਰਨ, ਜਾਂ ਹੋਰ ਔਂਕੜਾਂ ਖੜ੍ਹੀਆਂ ਹੋ ਜਾਣ। ਜਿਸ ਮਨੁੱਖ ਨਾਲ ਅਜਿਹੀ ਸਮੱਸਿਆ ਲਗੀ ਹੋਵੇ, ਉਸਨੂੰ ਸਲਾਹ ਦਿੱਤੀ ਜਾਂਦੀ ਹੈ, ਕਿ ਉਹ ਆਪਣੇ ਕੰਮ-ਕਾਰਾਂ ਦੇ ਸੰਚਿਤ ਫਲ ਨੂੰ ਕਿਸੇ ਸ਼ੁਭ ਕੰਮ ਵਿਚ ਲਗਾ ਦੇਵੇ । ਅਜਿਹੀਆਂ ਵਿਧੀਆਂ ਵੈਦਿਕ ਨਿਯਮਾਂ ਵਿਚ ਵਰਣਿਤ ਹਨ । ਅਜਿਹੇ ਅਨੇਕਾਂ ਯੱਗਾਂ ਅਤੇ ਪੁੰਨ ਕਰਮਾਂ ਦੇ ਖ਼ਾਸ ਕੰਮਾਂ ਦੇ ਵਰਣਨ ਹੈ, ਜਿਨ੍ਹਾਂ ਵਿਚ ਆਪਣੇ ਪਿਛਲੇ ਕਰਮਾਂ ਦੇ ਫਲਾਂ ਨੂੰ ਵਰਤਿਆ ਜਾ ਸਕਦਾ ਹੈ । ਇਸ ਨਾਲ ਮਨੁੱਖ ਹੌਲੀ-ਹੌਲੀ ਗਿਆਨ ਦੇ ਪੱਧਰ ਤਕ ਉਠਦਾ ਹੈ । ਅਜਿਹਾ ਵੀ ਵੇਖਿਆ ਗਿਆ ਹੈ ਕਿ ਕ੍ਰਿਸ਼ਨ ਭਾਵਨਾ ਅੰਮ੍ਰਿਤ ਦੇ ਕੰਮ ਕਾਰਾਂ ਵਿਚ ਰੁਚੀ ਨਾ ਰਹਿਣ ਤੇ ਵੀ ਜਦੋਂ ਮਨੁੱਖ ਕਿਸੇ ਹਸਪਤਾਲ ਜਾਂ ਕਿਸੇ ਸਮਾਜਿਕ ਸੰਸਥਾ ਨੂੰ ਦਾਨ ਦਿੰਦਾ ਹੈ, ਤਾਂ ਉਹ ਆਪਣੇ ਕੰਮ-ਕਾਰਾਂ ਦੀ ਕਰੜੀ ਕਮਾਈ ਦਾ ਤਿਆਗ ਕਰਦਾ ਹੈ, ਇੱਥੇ ਇਸ ਦੀ ਵੀ ਸ਼ਲਾਘਾ ਕੀਤੀ ਗਈ ਹੈ ਕਿਉਂਕਿ ਆਪਣੇ ਕੰਮ ਕਾਰਾਂ ਦੇ ਫਲ ਦੇ ਤਿਆਗ ਦੇ ਅਭਿਆਸ ਨਾਲ ਮਨੁੱਖ ਹੌਲੀ-ਹੌਲੀ ਆਪਣੇ ਮਨ ਨੂੰ ਸਾਫ ਬਣਾਉਂਦਾ ਹੈ, ਅਤੇ ਉਸ ਸਾਫ ਮਨੋ-ਸਥਿਤੀ ਵਿਚ ਉਹ ਕ੍ਰਿਸ਼ਨ ਭਾਵਨਾ ਅੰਮ੍ਰਿਤ ਨੂੰ ਸਮਝਣ ਵਿਚ ਸਮਰਥ ਹੁੰਦਾ ਹੈ । ਕ੍ਰਿਸ਼ਨ ਭਾਵਨਾ ਅੰਮ੍ਰਿਤ ਕਿਸੇ ਹੋਰ ਅਨੁਭਵ ਤੇ ਨਿਰਭਰ ਨਹੀਂ ਹੁੰਦਾ, ਕਿਉਂਕਿ ਕ੍ਰਿਸ਼ਨ ਭਾਵਨਾ ਅੰਮ੍ਰਿਤ ਖ਼ੁਦ ਮਨ ਨੂੰ ਸਾਫ ਬਣਾਉਣ ਵਾਲਾ ਹੈ । ਪਰ ਜੇਕਰ ਕ੍ਰਿਸ਼ਨ ਭਾਵਨਾ ਅੰਮ੍ਰਿਤ ਨੂੰ ਸਵੀਕਾਰ ਕਰਨ ਵਿਚ ਕਿਸੇ ਤਰ੍ਹਾਂ ਦੀ ਰੁਕਾਵਟ ਹੋਵੇ, ਤਾਂ ਮਨੁੱਖ ਨੂੰ ਚਾਹੀਦਾ ਹੈ ਕਿ ਆਪਣੇ ਕਰਮ ਫਲ ਦਾ ਤਿਆਗ ਕਰਨ ਦਾ ਯਤਨ ਕਰੇ । ਅਜਿਹੀ ਸਥਿਤੀ ਵਿਚ ਸਮਾਜ ਸੇਵਾ, ਸਮੁਦਾਈ ਸੇਵਾ, ਰਾਸ਼ਟਰੀ ਸੇਵਾ, ਦੇਸ਼ ਲਈ ਤਿਆਗ ਆਦਿ ਕੰਮ ਸਵੀਕਾਰ ਕੀਤੇ ਜਾ ਸਕਦੇ ਹਨ, ਤਾਂ ਜੋ ਹੋ ਸਕਦਾ ਹੈ ਕਿ ਇਕ ਦਿਨ ਮਨੁੱਖ ਭਗਵਾਨ ਦੀ ਸ਼ੁੱਧ ਭਗਤੀ ਨੂੰ ਪ੍ਰਾਪਤ ਹੋ ਸਕੇ । ਭਗਵਤ ਗੀਤਾ ਵਿਚ ਹੀ (18-46) ਕਿਹਾ ਗਿਆ ਹੈ - **ਯਤਹ੍ ਪ੍ਰਵ੍ਰਿੱਤਿਰ੍ ਭੂਤਾਨਾਮ੍** - ਜੇਕਰ ਕੋਈ ਪਰਮ ਕਾਰਨ ਲਈ ਤਿਆਗ ਕਰਨਾ ਚਾਹੁੰਦਾ ਹੈ ਤਾਂ ਭਾਵੇਂ ਉਹ ਇਹ ਨਾ ਜਾਣੇ ਕਿ ਉਹ ਪਰਮ ਕਾਰਨ ਕ੍ਰਿਸ਼ਨ ਹਨ, ਫਿਰ ਵੀ ਉਹ ਹੌਲੀ-ਹੌਲੀ ਯੱਗ ਵਿਧੀ ਨਾਲ ਸਮਝ ਜਾਵੇਗਾ ਕਿ ਉਹ ਪਰਮ ਕਾਰਣ ਕ੍ਰਿਸ਼ਨ ਹੀ ਹਨ ।

श्रेयो हि ज्ञानमभ्यासाज्ज्ञानाद्ध्यानं विशिष्यते ।
ध्यानात्कर्मफलत्यागस्त्यागाच्छान्तिरनन्तरम् ॥ १२ ॥

ਸ਼੍ਰੇਯੋ ਹਿ ਗ੍ਯਾਨਮ ਅਭ੍ਯਾਸਾਜ੍ ਗ੍ਯਾਨਾਦ੍ ਧ੍ਯਾਨਮ੍ ਵਿਸ਼ਿਸ਼੍ਯਤੇ ।
ਧ੍ਯਾਨਾਤ੍ ਕਰਮ-ਫਲ-ਤ੍ਯਾਗਸ੍ ਤਯਾਗਾਚ ਛਾਂਤਿਰ੍ ਅਨੰਤਰਮ ॥ 12 ॥

ਸ਼੍ਰੇਯਹ੍-ਸ੍ਰੇਸ਼ਠ ; **ਹਿ**-ਨਿਸ਼ਚੈ ਹੀ ; **ਗ੍ਯਾਨਮ੍**-ਗਿਆਨ ; **ਅਭ੍ਯਾਸਾਤ੍**-ਅਭਿਆਸ ਨਾਲ ; **ਗ੍ਯਾਨਾਤ੍**-ਗਿਆਨ ਨਾਲ ; **ਧ੍ਯਾਨਮ੍**-ਧਿਆਨ ; **ਵਿਸ਼ਿਸ਼੍ਯਤੇ**-ਚੰਗਾ ਸਮਝਿਆ ਜਾਂਦਾ ਹੈ ; **ਧ੍ਯਾਨਾਤ੍**-ਧਿਆਨ ਨਾਲ ; **ਕਰਮ-ਫਲ-ਤ੍ਯਾਗਹ੍**-ਸਾਰੇ ਕਰਮਾਂ ਦੇ ਫਲਾਂ ਦਾ ਤਿਆਗ ; **ਤਯਾਗਾਤ੍**-ਅਜਿਹੇ ਤਿਆਗ ਨਾਲ ; **ਸ਼ਾਂਤਿਹ੍**-ਸ਼ਾਂਤੀ ; **ਅਨੰਤਰਮ੍**-ਉਸ ਤੋਂ ਬਾਅਦ ।

ਅਨੁਵਾਦ

ਜੇਕਰ ਤੁਸੀਂ ਇਹ ਅਭਿਆਸ ਨਹੀਂ ਕਰ ਸਕਦੇ, ਤਾਂ ਗਿਆਨ ਦੇ ਅਨੁਸ਼ੀਲਨ ਵਿਚ ਲਗ ਜਾਵੋ । ਪਰ ਗਿਆਨ ਤੋਂ ਸ੍ਰੇਸ਼ਠ ਧਿਆਨ ਹੈ ਅਤੇ ਧਿਆਨ ਤੋਂ ਵੀ ਸ੍ਰੇਸ਼ਠ ਕਰਮ ਫਲਾਂ ਦਾ ਤਿਆਗ, ਕਿਉਂਕਿ ਅਜਿਹੇ ਤਿਆਗ ਨਾਲ ਮਨੁੱਖ ਨੂੰ ਮਾਨਸਿਕ ਸ਼ਾਂਤੀ ਪ੍ਰਾਪਤ ਹੋ ਸਕਦੀ ਹੈ ।

ਭਾਵ

ਜਿਵੇਂ ਕਿ ਪਿਛਲੇ ਸ਼ਲੋਕਾਂ ਵਿਚ ਦੱਸਿਆ ਗਿਆ ਹੈ, ਭਗਤੀ ਦੋ ਤਰ੍ਹਾਂ ਦੀ ਹੈ - ਵਿਧੀ ਵਿਧਾਨਾਂ ਨਾਲ ਪੂਰਨ ਅਤੇ ਭਗਵਤ-ਪ੍ਰੇਮ ਵਿਚ ਆਸਕਤੀ ਨਾਲ ਪੂਰਨ । ਪਰ ਜਿਹੜੇ ਲੋਕ ਕ੍ਰਿਸ਼ਨ ਭਾਵਨਾ ਅੰਮ੍ਰਿਤ ਦੇ ਨਿਯਮਾਂ ਦੀ ਪਾਲਣਾ ਨਹੀਂ ਕਰ ਸਕਦੇ, ਉਨ੍ਹਾਂ ਲਈ ਗਿਆਨ ਦਾ ਅਨੁਸ਼ੀਲਨ (ਅਭਿਆਸ) ਕਰਨਾ ਉੱਚ ਹੈ, ਕਿਉਂਕਿ ਗਿਆਨ ਨਾਲ ਮਨੁੱਖ ਆਪਣੀ ਅਸਲੀ ਸਥਿਤੀ ਨੂੰ ਸਮਝਣ ਵਿਚ ਸਮਰਥ ਹੁੰਦਾ ਹੈ । ਇਹੋ ਗਿਆਨ ਹੌਲੀ-ਹੌਲੀ ਧਿਆਨ ਤਕ ਪਹੁੰਚਣ ਵਾਲਾ ਹੈ, ਅਤੇ ਧਿਆਨ ਨਾਲ ਹੌਲੀ-ਹੌਲੀ ਪਰਮੇਸ਼ਵਰ ਨੂੰ ਸਮਝਿਆ ਜਾ ਸਕਦਾ ਹੈ । ਅਜਿਹੀਆਂ ਵੀ ਵਿਧੀਆਂ ਹਨ ਜਿਸ ਨਾਲ ਮਨੁੱਖ ਆਪਣੇ ਆਪ ਨੂੰ ਪਾਰਬ੍ਰਹਮ ਮੰਨ ਬੈਠਦਾ ਹੈ, ਜੇਕਰ ਕੋਈ ਭਗਤੀ ਵਿਚ ਲਗਣ ਵਿਚ ਅਸਮਰਥ ਹੈ, ਅਤੇ ਜੇਕਰ ਕੋਈ ਇਸ ਤਰ੍ਹਾਂ ਦੇ ਧਿਆਨ ਨਹੀਂ ਕਰ ਸਕਦਾ, ਤਾਂ ਵੈਦਿਕ ਸਾਹਿਤ ਵਿਚ ਬ੍ਰਾਹਮਣਾਂ, ਖਤਰੀਆਂ, ਵੈਸ਼ਆਂ ਅਤੇ ਸ਼ੂਦਰਾਂ ਲਈ ਕੁਝ ਕਰਤੱਵਾਂ ਦਾ ਹੁਕਮ ਹੈ, ਜਿਸ ਨੂੰ ਅਸੀਂ ਭਗਵਤ ਗੀਤਾ ਦੇ ਅੰਤਿਮ ਅਧਿਆਇ ਵਿਚ ਵੇਖਾਂਗੇ । ਪਰ ਹਰ ਹਾਲਤ ਵਿਚ, ਮਨੁੱਖ ਨੂੰ ਆਪਣੇ ਕਰਮ ਫਲ ਦਾ ਤਿਆਗ ਕਰਨਾ ਹੋਵੇਗਾ - ਜਿਸਦਾ ਅਰਥ ਹੈ, ਕਰਮ ਫਲ ਨੂੰ ਕਿਸੇ ਚੰਗੇ ਕੰਮ ਵਿਚ ਲਗਾਉਣਾ ।

ਸੰਖੇਪ ਰੂਪ ਵਿਚ ਸਭ ਤੋਂ ਉੱਚਾ ਟੀਚਾ, ਭਗਵਾਨ ਤਕ ਅਪੜਨ ਦੀਆਂ ਦੋ ਵਿਧੀਆਂ ਹਨ - ਇਕ ਵਿਧੀ ਹੈ ਹੌਲੀ-ਹੌਲੀ ਵਿਕਾਸ ਵੱਲ ਅਤੇ ਦੂਜੀ ਪ੍ਰਤੱਖ-ਵਿਧੀ । ਕ੍ਰਿਸ਼ਨ ਭਾਵਨਾ ਅੰਮ੍ਰਿਤ

ਵਿਚ ਪ੍ਰੇਮ-ਭਾਵ ਨਾਲ ਸੇਵਾ ਪ੍ਰਤੱਖ ਵਿਧੀ ਹੈ। ਹੋਰ ਵਿਧੀਆਂ ਵਿਚ ਕਰਮਾਂ ਦੇ ਫਲਾਂ ਦਾ ਤਿਆਗ ਕਰਨਾ ਹੁੰਦਾ ਹੈ, ਤਾਂ ਹੀ ਮਨੁੱਖ ਗਿਆਨ ਦੀ ਅਵਸਥਾ ਨੂੰ ਪ੍ਰਾਪਤ ਹੁੰਦਾ ਹੈ। ਉਸ ਤੋਂ ਮਗਰੋਂ ਧਿਆਨ ਦੀ ਅਵਸਥਾ ਤਕ, ਫਿਰ ਪਰਮਾਤਮਾ ਦੇ ਬੋਧ ਦੀ ਅਵਸਥਾ ਅਤੇ ਅੰਤ ਵਿਚ ਭਗਵਾਨ ਦੀ ਅਵਸਥਾ ਆ ਜਾਂਦੀ ਹੈ। ਮਨੁੱਖ ਚਾਹੇ ਤਾਂ ਇੱਕ-ਇੱਕ ਕਦਮ ਕਰਕੇ ਅੱਗੇ ਵੱਧਣ ਦੀ ਵਿਧੀ ਅਪਣਾ ਸਕਦਾ ਹੈ, ਜਾਂ ਪ੍ਰਤੱਖ ਵਿਧੀ ਗ੍ਰਹਿਣ ਕਰ ਸਕਦਾ ਹੈ। ਪਰ ਪ੍ਰਤੱਖ ਵਿਧੀ ਹਰ ਇਕ ਲਈ ਸੰਭਵ ਨਹੀਂ ਹੈ, ਇਸ ਲਈ ਅਪ੍ਰਤੱਖ ਵਿਧੀ ਵੀ ਚੰਗੀ ਹੈ। ਪਰ ਇੱਥੇ ਇਹ ਸਮਝ ਲੈਣਾ ਹੋਵੇਗਾ ਕਿ ਅਰਜੁਨ ਲਈ ਅਪ੍ਰਤੱਖ ਵਿਧੀ ਨਹੀਂ ਸੁਝਾਈ ਗਈ, ਕਿਉਂਕਿ ਉਹ ਪਹਿਲਾਂ ਤੋਂ ਹੀ ਪਰਮੇਸ਼ਵਰ ਪ੍ਰਤੀ ਪ੍ਰੇਮ ਭਗਤੀ ਦੀ ਅਵਸਥਾ ਨੂੰ ਪ੍ਰਾਪਤ ਸੀ। ਇਹ ਤਾਂ ਉਨ੍ਹਾਂ ਲੋਕਾਂ ਲਈ ਹੈ, ਜਿਹੜੇ ਇਸ ਅਵਸਥਾ ਨੂੰ ਪ੍ਰਾਪਤ ਨਹੀਂ ਹਨ। ਉਨ੍ਹਾਂ ਲਈ ਤਿਆਗ, ਗਿਆਨ, ਧਿਆਨ ਅਤੇ ਪਰਮਾਤਮਾ ਅਤੇ ਬ੍ਰਹਮ ਦੇ ਅਨੁਭਵ ਦੀ ਲੜੀਵਾਰ ਵਿਧੀ ਹੀ ਪਾਲਣਯੋਗ ਹੈ। ਪਰ ਜਿੱਥੋਂ ਤਕ ਭਗਵਤ ਗੀਤਾ ਦਾ ਸੰਬੰਧ ਹੈ, ਉਸ ਵਿਚ ਤਾਂ ਪ੍ਰਤੱਖ ਵਿਧੀ ਤੇ ਹੀ ਜ਼ੋਰ ਦਿੱਤਾ ਹੈ। ਹਰ ਮਨੁੱਖ ਨੂੰ ਪ੍ਰਤੱਖ ਵਿਧੀ ਗ੍ਰਹਿਣ ਕਰਨ ਅਤੇ ਭਗਵਾਨ ਸ੍ਰੀ ਕ੍ਰਿਸ਼ਨ ਦੀ ਸ਼ਰਨ ਵਿਚ ਜਾਣ ਦੀ ਸਲਾਹ ਦਿੱਤੀ ਜਾਂਦੀ ਹੈ।

अद्वेष्टा सर्वभूतानां मैत्रः करुण एव च ।
निर्ममो निरहङ्कारः समदुःखसुखः क्षमी ॥ १३ ॥
सन्तुष्टः सततं योगी यतात्मा दृढनिश्चयः ।
मय्यर्पितमनोबुद्धिर्यो मद्भक्तः स मे प्रियः ॥ १४ ॥

ਅਦ੍ਵੇਸ਼੍ਟਾ ਸਰ੍ਵ ਭੂਤਾਨਾਮ੍ ਮੈਤ੍ਰਹ੍ ਕਰੁਣ ਏਵ ਚ ।
ਨਿਰਮਮੋ ਨਿਰਹੰਕਾਰਹ੍ ਸਮ-ਦੁਹਖ-ਸੁਖਹ੍ ਕ੍ਸ਼ਮੀ ॥ 13 ॥
ਸੰਤੁਸ਼੍ਟਹ੍ ਸਤਤਮ੍ ਯੋਗੀ ਯਤਾਤ੍ਮਾ ਦ੍ਰਿੜ ਨਿਸ਼੍ਚਯਹ੍ ।
ਮਯਿ ਅਰ੍ਪਿਤ-ਮਨੋ-ਬੁਦ੍ਧਿਰ੍ ਯੋ ਮਦ੍-ਭਕਤਹ੍ ਸ ਮੇ ਪ੍ਰਿਯਹ੍ ॥ 14 ॥

ਅਦਵੇਸ਼ਟਾ-ਈਰਖਾ ਰਹਿਤ ; **ਸਰਵਭੂਤਾਨਾਮ੍**-ਸਾਰੇ ਜੀਵਾਂ ਪ੍ਰਤੀ ; **ਮੈਤ੍ਰਹ**-ਮਿੱਤਰਤਾ ਪੂਰਨ ; **ਕਰੁਣਹ੍**-ਦਿਆਲੂ ; **ਏਵ**-ਨਿਸ਼ਚੈ ਹੀ ; **ਚ**-ਵੀ ; **ਨਿਰਮਮਹ**-ਮਾਲਕੀਅਤ ਦੀ ਭਾਵਨਾ ਤੋਂ ਰਹਿਤ ; **ਨਿਰਹੰਕਾਰਹ੍**-ਝੂਠੇ ਹੰਕਾਰ ਤੋਂ ਰਹਿਤ ; **ਸਮ**-ਬਰਾਬਰੀ ਦਾ ਭਾਵ ; **ਦੁਹਖਹ**-ਦੁੱਖ ; **ਸੁਖਹ**-ਅਤੇ ਸੁਖ ਵਿਚ ; **ਕਸ਼ਮੀ**-ਖਿਮਾ ਵਾਨ ; **ਸੰਤੁਸ਼ਟਹ**-ਪ੍ਰਸੰਨ ; **ਸਤਤਮ੍**-ਲਗਾਤਾਰ ; **ਯੋਗੀ**-ਭਗਤੀ ਵਿਚ ਲਗੇ ; **ਯਤ-ਆਤ੍ਮਾ**-ਆਤਮ ਸੰਜਮੀ ; **ਦ੍ਰਿੜ-ਨਿਸ਼ਚਯਹ**-ਸੰਕਲਪ ਸਹਿਤ; **ਮਯਿ**-ਮੇਰੇ ਵਿਚ ; **ਅਰ੍ਪਿਤ**-ਲਗੇ ; **ਮਨਹ੍**-ਮਨ ਨੂੰ ; **ਬੁਦ੍ਧਿਹ**-ਅਤੇ ਬੁੱਧੀ ਨੂੰ ; **ਯਹ੍**-ਜਿਹੜਾ; **ਮਤ੍ਭਕਤਹ**-ਮੇਰਾ ਭਗਤ ; **ਸਹ੍**-ਉਹ ; **ਮੇ**-ਮੇਰਾ ; **ਪ੍ਰਿਯਹ**-ਪਿਆਰਾ।

ਅਨੁਵਾਦ

ਜਿਹੜਾ ਕਿਸੇ ਨਾਲ ਈਰਖਾ ਨਹੀਂ ਕਰਦਾ, ਸਗੋਂ ਸਾਰੇ ਜੀਵਾਂ ਦਾ ਦਿਆਲੂ ਮਿੱਤਰ ਹੈ, ਜਿਹੜਾ ਆਪਣੇ ਆਪ ਨੂੰ ਸਵਾਮੀ ਨਹੀਂ ਮੰਨਦਾ ਅਤੇ ਝੂਠੇ ਹੰਕਾਰ ਤੋਂ ਮੁਕਤ ਹੈ, ਜਿਹੜਾ ਸੁਖ-ਦੁੱਖ ਵਿਚ ਬਰਾਬਰ ਰਹਿੰਦਾ ਹੈ, ਸਹਿਣਸ਼ੀਲ ਹੈ, ਹਮੇਸ਼ਾਂ ਆਪਣੇ ਆਪ ਵਿਚ ਸੰਤੁਸ਼ਟ ਰਹਿੰਦਾ ਹੈ, ਆਤਮ-ਸੰਜਮੀ ਹੈ ਅਤੇ ਜਿਹੜਾ ਪੱਕੇ ਇਰਾਦੇ ਨਾਲ ਮੇਰੇ ਵਿਚ ਮਨ ਅਤੇ ਬੁੱਧੀ ਨੂੰ ਸਥਿਰ ਕਰਕੇ ਭਗਤੀ ਵਿਚ ਲੱਗਿਆ ਰਹਿੰਦਾ ਹੈ, ਅਜਿਹਾ ਮੇਰਾ ਭਗਤ ਮੈਨੂੰ ਬਹੁਤ ਪਿਆਰਾ ਹੈ।

ਭਾਵ

ਸ਼ੁੱਧ ਭਗਤੀ ਤੇ ਫਿਰ ਆ ਕੇ ਭਗਵਾਨ, ਇਨ੍ਹਾਂ ਦੋਵਾਂ ਸ਼ਲੋਕਾਂ ਵਿਚ ਸ਼ੁੱਧ ਭਗਤ ਦੇ ਅਲੌਕਿਕ ਗੁਣਾਂ ਦਾ ਵਰਣਨ ਕਰ ਰਹੇ ਹਨ। ਸ਼ੁੱਧ ਭਗਤ ਕਿਸੇ ਵੀ ਹਾਲਾਤ ਵਿਚ ਵਿਆਕੁਲ ਨਹੀਂ ਹੁੰਦਾ। ਨਾ ਹੀ ਉਹ ਕਿਸੇ ਪ੍ਰਤੀ ਈਰਖਾ ਕਰਦਾ ਹੈ। ਨਾ ਉਹ ਆਪਣੇ ਦੁਸ਼ਮਣ ਦਾ ਦੁਸ਼ਮਣ ਬਣਦਾ ਹੈ। ਉਹ ਸੋਚਦਾ ਹੈ "ਇਹ ਮਨੁੱਖ ਮੇਰੇ ਪਿਛਲੇ ਬੁਰੇ ਕਰਮਾਂ ਕਰਕੇ ਮੇਰਾ ਦੁਸ਼ਮਣ ਬਣਿਆ ਹੋਇਆ ਹੈ, ਇਸ ਲਈ ਵਿਰੋਧ ਕਰਨ ਦੀ ਬਜਾਏ ਕਸ਼ਟ ਸਹਿਣ ਕਰਨਾ ਚੰਗਾ ਹੈ।" ਸ਼੍ਰੀਮਦ ਭਾਗਵਤਮ੍ ਵਿਚ (10-14-8) ਕਿਹਾ ਗਿਆ ਹੈ - **ਤਤ੍ ਤੇ 'ਨੁਕੰਪਾਮ੍ ਸੁਸਮੀਕ੍ਸ਼ਮਾਣੋ ਭੁੰਜਾਨ ਏਵਾਤ੍ਮ ਕ੍ਰਿਤਮ੍ ਵਿਪਾਕਮ੍**। ਜਦੋਂ ਵੀ ਕੋਈ ਭਗਤ ਮੁਸੀਬਤ ਵਿਚ ਫਸਦਾ ਹੈ ਤਾਂ ਉਹ ਸੋਚਦਾ ਹੈ ਕਿ ਇਹ ਭਗਵਾਨ ਦੀ ਮੇਰੇ ਉਤੇ ਕਿਰਪਾ ਹੀ ਹੈ। ਮੈਨੂੰ ਆਪਣੇ ਪਿਛਲੇ ਬੁਰੇ ਕਰਮਾਂ ਮੁਤਾਬਿਕ ਇਸ ਤੋਂ ਕਿੱਤੇ ਜ਼ਿਆਦਾ ਕਸ਼ਟ ਭੋਗਣਾ ਸੀ। ਇਹ ਤਾਂ ਭਗਵਾਨ ਦੀ ਕਿਰਪਾ ਹੈ ਕਿ ਮੈਨੂੰ ਮਿਲਣ ਵਾਲੀ ਪੂਰੀ ਸਜਾ ਨਹੀਂ ਮਿਲ ਰਹੀ। ਭਗਵਾਨ ਦੀ ਕਿਰਪਾ ਨਾਲ ਥੋੜ੍ਹੀ ਹੀ ਸਜਾ ਮਿਲ ਰਹੀ ਹੈ। ਇਸ ਲਈ ਅਨੇਕਾਂ ਕਸ਼ਟਪੂਰਨ ਹਾਲਤਾਂ ਵਿਚ ਵੀ ਉਹ ਹਮੇਸ਼ਾਂ ਸ਼ਾਂਤ, ਚੁੱਪ ਅਤੇ ਗੰਭੀਰ ਬਣਿਆ ਰਹਿੰਦਾ ਹੈ। ਭਗਤ ਹਮੇਸ਼ਾਂ ਹਰ ਪ੍ਰਾਣੀ ਤੇ, ਇੱਥੋਂ ਤਕ ਕਿ ਆਪਣੇ ਦੁਸ਼ਮਣਾਂ ਤੇ ਵੀ ਦਿਆਲੂ ਰਹਿੰਦਾ ਹੈ। **ਨਿਰਮਮ੍** ਦਾ ਅਰਥ ਇਹ ਹੈ ਕਿ ਭਗਤ ਸ਼ਰੀਰਕ ਕਸ਼ਟਾਂ ਨੂੰ ਪ੍ਰਧਾਨਤਾ ਨਹੀਂ ਦਿੰਦਾ, ਕਿਉਂਕਿ ਉਹ ਚੰਗੀ ਤਰ੍ਹਾਂ ਜਾਣਦਾ ਹੈ ਕਿ ਉਹ ਇਹ ਭੌਤਿਕ ਸ਼ਰੀਰ ਨਹੀਂ ਹੈ। ਉਹ ਆਪਣੇ ਆਪ ਨੂੰ ਸ਼ਰੀਰ ਨਹੀਂ ਮੰਨਦਾ, ਇਸ ਲਈ ਉਹ ਝੂਠੇ ਹੰਕਾਰ ਦੇ ਗਿਆਨ ਤੋਂ ਮੁਕਤ ਰਹਿੰਦਾ ਹੈ, ਅਤੇ ਸੁਖ-ਦੁੱਖ ਵਿਚ ਬਰਾਬਰ ਰਹਿੰਦਾ ਹੈ। ਉਹ ਸਹਿਣਸ਼ੀਲ ਹੁੰਦਾ ਹੈ ਅਤੇ ਭਗਵਾਨ ਦੀ ਕਿਰਪਾ ਨਾਲ ਜੋ ਕੁਝ ਪ੍ਰਾਪਤ ਹੁੰਦਾ ਹੈ, ਉਸੇ ਨਾਲ ਸੰਤੁਸ਼ਟ ਰਹਿੰਦਾ ਹੈ। ਉਹ ਅਜਿਹੀ ਚੀਜ਼ ਨੂੰ ਪ੍ਰਾਪਤ ਕਰਨ ਦਾ ਯਤਨ ਨਹੀਂ ਕਰਦਾ ਜਿਹੜੀ ਔਖੀ ਮਿਲੇ। ਇਸ ਲਈ ਉਹ ਹਮੇਸ਼ਾਂ ਪ੍ਰਸੰਨ ਚਿੱਤ ਰਹਿੰਦਾ ਹੈ, ਅਤੇ ਕਿਉਂਕਿ ਉਸਦੀਆਂ ਇੰਦਰੀਆਂ ਕਾਬੂ ਵਿਚ ਰਹਿੰਦੀਆਂ ਹਨ, ਇਸ ਲਈ ਉਹ ਪੱਕੇ ਇਰਾਦੇ ਵਾਲਾ ਹੁੰਦਾ ਹੈ। ਉਹ ਝੂਠੇ ਤਰਕਾਂ ਨਾਲ ਨਹੀਂ ਹਿਲਦਾ, ਕਿਉਂਕਿ ਕੋਈ ਉਸਨੂੰ ਭਗਤੀ ਦੇ ਦ੍ਰਿੜ ਸੰਕਲਪ ਤੋਂ ਹਟਾ ਨਹੀਂ ਸਕਦਾ। ਉਸ ਨੂੰ ਚੰਗੀ ਤਰ੍ਹਾਂ ਪਤਾ ਹੁੰਦਾ ਹੈ ਕਿ ਕ੍ਰਿਸ਼ਨ ਉਸਦੇ ਸ਼ਾਸਵਤ (ਅਨੰਤ) ਪ੍ਰਭੂ ਹਨ, ਇਸ ਲਈ ਕੋਈ ਵੀ ਉਸ ਨੂੰ ਡਾਵਾਂ-ਡੋਲ ਨਹੀਂ ਕਰ ਸਕਦਾ। ਇਨ੍ਹਾਂ ਸਾਰੇ ਗੁਣਾਂ ਕਰਕੇ ਉਹ ਆਪਣੇ ਮਨ ਅਤੇ ਬੁੱਧੀ ਨੂੰ ਪੂਰੀ

ਤਰ੍ਹਾਂ ਪਰਮੇਸ਼ਵਰ ਤੇ ਸਥਿਰ ਕਰਨ ਵਿਚ ਸਮਰਥ ਹੁੰਦਾ ਹੈ। ਭਗਤੀ ਦਾ ਅਜਿਹਾ ਨਮੂਨਾ ਦੁਰਲਭ ਹੈ, ਪਰ ਭਗਤ, ਭਗਤੀ ਦੇ ਵਿਧੀ ਵਿਧਾਨਾਂ ਦੀ ਪਾਲਣਾ ਕਰਦੇ ਹੋਏ ਉਸੇ ਪ੍ਰੇਮ ਵਿਚ ਸਥਿਤ ਰਹਿੰਦਾ ਹੈ ਅਤੇ ਫਿਰ ਭਗਵਾਨ ਕਹਿੰਦੇ ਹਨ ਕਿ ਅਜਿਹਾ ਭਗਤ ਉਨ੍ਹਾਂ ਨੂੰ ਬਹੁਤ ਪਿਆਰਾ ਹੈ, ਕਿਉਂਕਿ ਭਗਵਾਨ ਉਸਦੀ ਕ੍ਰਿਸ਼ਨ ਭਾਵਨਾ ਅੰਮ੍ਰਿਤ ਨਾਲ ਜੁੜੇ ਕੰਮ-ਕਾਰਾਂ ਨਾਲ ਹਮੇਸ਼ਾਂ ਪ੍ਰਸੰਨ ਰਹਿੰਦੇ ਹਨ।

यस्मान्नोद्विजते लोको लोकान्नोद्विजते च यः ।
हर्षामर्षभयोद्वेगैर्मुक्तो यः स च मे प्रियः ॥ १५ ॥

ਯਸ੍ਮਾਨ ਨੋਦ੍ਵਿਜਤੇ ਲੋਕੋ ਲੋਕਾਨ੍ ਨੋਦ੍ਵਿਜਤੇ ਚ ਯਹ।
ਹਰ੍ਸ਼ਾਮਰ੍ਸ਼-ਭਯੋਦ੍ਵੇਗੈਰ੍ ਮੁਕ੍ਤੋ ਯਹ੍ ਸ ਚ ਮੇ ਪ੍ਰਿਯਹ੍ ॥ 15 ॥

ਯਸਮਾਤ੍-ਜਿਸ ਨਾਲ ; **ਨ**-ਕਦੀ ਨਹੀਂ ; **ਉਦ੍ਵਿਜਤੇ**-ਜੱਦੋ ਜਹਿਦ ਕਰਦੇ ਹਨ ; **ਲੋਕਹ੍** -ਲੋਕ; **ਲੋਕਾਤ੍**-ਲੋਕਾਂ ਨਾਲ ; **ਨ**-ਕਦੀ ਨਹੀਂ ; **ਉਦ੍ਵਿਜਤੇ**-ਡਾਵਾਂ ਡੋਲ ਹੁੰਦਾ ਹੈ ; **ਚ** -ਵੀ ; **ਯਹ੍**-ਜਿਹੜਾ ; **ਹਰਸ਼**-ਸੁੱਖ ; **ਅਮਰਸ਼**-ਦੁੱਖ ; **ਭਯ**-ਡਰ ; **ਉਦਵੇਗੈਰ**-ਅਤੇ ਚਿੰਤਾ ਨਾਲ ; **ਮੁਕ੍ਤਹ੍**-ਮੁਕਤ ; **ਯਹ੍**-ਜਿਹੜਾ ; **ਸਹ੍**-ਉਹ ; **ਚ**-ਵੀ ; **ਮੇ**-ਮੇਰਾ; **ਪ੍ਰਿਯਹ੍**-ਪਿਆਰਾ।

ਅਨੁਵਾਦ

ਜਿਸ ਤੋਂ ਕਿਸੇ ਨੂੰ ਕਸ਼ਟ ਨਹੀਂ ਪਹੁੰਚਦਾ ਅਤੇ ਜਿਹੜਾ ਹੋਰ ਕਿਸੇ ਤੋਂ ਬੇਚੈਨ ਨਹੀਂ ਹੁੰਦਾ, ਜਿਹੜਾ ਸੁਖ ਦੁੱਖ ਵਿਚ, ਡਰ ਅਤੇ ਚਿੰਤਾ ਵਿਚ ਬਰਾਬਰ ਜਾਂ ਸਮਾਨ ਰਹਿੰਦਾ ਹੈ, ਉਹ ਮੈਨੂੰ ਬਹੁਤ ਪਿਆਰਾ ਹੈ।

ਭਾਵ

ਇਸ ਸ਼ਲੋਕ ਵਿਚ ਭਗਤ ਦੇ ਕੁਝ ਹੋਰ ਗੁਣਾਂ ਦਾ ਵਰਣਨ ਹੋਇਆ ਹੈ। ਅਜਿਹੇ ਭਗਤ ਰਾਹੀਂ ਕੋਈ ਮਨੁੱਖ ਕਸ਼ਟ, ਚਿੰਤਾ, ਡਰ ਜਾਂ ਅਸੰਤੋਖ ਨੂੰ ਪ੍ਰਾਪਤ ਨਹੀਂ ਹੁੰਦਾ। ਕਿਉਂਕਿ ਭਗਤ ਸਭਨਾਂ ਤੇ ਦਿਆਲੂ ਹੁੰਦਾ ਹੈ, ਇਸ ਲਈ ਉਹ ਅਜਿਹਾ ਕੰਮ ਨਹੀਂ ਕਰਦਾ, ਜਿਸ ਨਾਲ ਕਿਸੇ ਨੂੰ ਚਿੰਤਾ ਹੋਵੇ। ਨਾਲ ਹੀ, ਜੇਕਰ ਹੋਰ ਲੋਕ ਭਗਤ ਨੂੰ ਤੰਗ ਕਰਨਾ ਚਾਹੁੰਦੇ ਹਨ ਤਾਂ ਉਹ ਬੇਚੈਨ ਨਹੀਂ ਹੁੰਦਾ। ਇਹ ਭਗਵਾਨ ਦੀ ਕਿਰਪਾ ਹੀ ਹੈ ਕਿ ਉਹ ਕਿਸੇ ਬਾਹਰੀ ਝਗੜੇ ਤੋਂ ਘਬਰਾਉਂਦਾ ਨਹੀਂ। ਅਸਲ ਵਿਚ ਹਮੇਸ਼ਾਂ ਕ੍ਰਿਸ਼ਨ ਭਾਵਨਾ ਅੰਮ੍ਰਿਤ ਵਿਚ ਲੀਨ ਰਹਿਣ ਕਰਕੇ ਅਤੇ ਭਗਤੀ ਵਿਚ ਲੱਗੇ ਰਹਿਣ ਕਾਰਨ ਹੀ ਅਜਿਹੇ ਭੌਤਿਕ ਝਗੜੇ ਭਗਤ ਨੂੰ ਹਿਲਾ ਨਹੀਂ ਪਾਉਂਦੇ। ਆਮ ਤੌਰ ਤੇ ਪਦਾਰਥਵਾਦੀ ਮਨੁੱਖ (ਸੰਸਾਰੀ ਮਨੁੱਖ) ਇੰਦਰੀਆਂ ਦੀ ਤ੍ਰਿਪਤੀ ਲਈ ਕਿਸੇ ਚੀਜ਼ ਨੂੰ ਪ੍ਰਾਪਤ ਕਰਕੇ ਬਹੁਤ ਖ਼ੁਸ਼ ਹੁੰਦਾ ਹੈ, ਪਰ ਜਦੋਂ ਉਹ ਵੇਖਦਾ ਹੈ ਕਿ ਹੋਰਨਾਂ ਕੋਲ ਇੰਦਰੀਆਂ ਦੀ ਤ੍ਰਿਪਤੀ ਲਈ ਅਜਿਹੀਆਂ ਚੀਜ਼ਾਂ ਹਨ, ਜਿਹੜੀਆਂ ਉਹਦੇ ਕੋਲ ਨਹੀਂ ਤਾਂ ਉਹ ਦੁੱਖ ਅਤੇ ਈਰਖਾ ਨਾਲ

ਭਰ ਜਾਂਦਾ ਹੈ। ਜਦੋਂ ਉਹ ਆਪਣੇ ਦੁਸ਼ਮਣ ਨਾਲ ਬਦਲੇ ਦੀ ਭਾਵਨਾ ਕਰਦਾ ਹੈ ਤਾਂ ਉਹ ਡਰ ਦੀ ਅਵਸਥਾ ਵਿਚ ਹੁੰਦਾ ਹੈ, ਅਤੇ ਜਦੋਂ ਉਹ ਕੁਝ ਵੀ ਕਰਨ ਵਿਚ ਸਫਲ ਨਹੀਂ ਹੁੰਦਾ, ਤਾਂ ਨਿਰਾਸ਼ ਹੋ ਜਾਂਦਾ ਹੈ। ਅਜਿਹਾ ਭਗਤ ਜਿਹੜਾ ਇਨ੍ਹਾਂ ਸਾਰੇ ਝਗੜਿਆਂ ਤੋਂ ਪਰੇ ਹੁੰਦਾ ਹੈ, ਕ੍ਰਿਸ਼ਨ ਨੂੰ ਬਹੁਤ ਪਿਆਰਾ ਹੁੰਦਾ ਹੈ।

अनपेक्षः शुचिर्दक्ष उदासीनो गतव्यथः ।
सर्वारम्भपरित्यागी यो मद्भक्तः स मे प्रियः ॥ १६ ॥

ਅਨਪੇਕ੍ਸ਼ਹ੍ ਸ਼ੁਚਿਰ੍ ਦਕ੍ਸ਼ ਓਦਾਸੀਨੋ ਗਤ-ਵ੍ਯਥਹ੍ ।
ਸਰ੍ਵਾਰੰਭ-ਪਰਿਤ੍ਯਾਗੀ ਯੋ ਮਦ੍ ਭਕ੍ਤਹ੍ ਸ ਮੇ ਪ੍ਰਿਯਹ੍ ॥ 16 ॥

ਅਨਪੇਕ੍ਸ਼ਹ੍-ਇੱਛਾ ਰਹਿਤ ; **ਸ਼ੁਚਿਹ੍**-ਸ਼ੁੱਧ ; **ਦਕ੍ਸ਼ਹ੍**-ਨਿਪੁੰਨ ; **ਓਦਾਸੀਨਹ੍**-ਚਿੰਤਾ ਮੁਕਤ ; **ਗਤਵ੍ਯਥਹ੍**-ਸਾਰੇ ਕਸ਼ਟਾਂ ਤੋਂ ਮੁਕਤ ; **ਸਰ੍ਵ-ਆਰੰਭ**-ਸਾਰੇ ਯਤਨਾਂ ਦਾ ; **ਪਰਿਤ੍ਯਾਗੀ**-ਤਿਆਗ ਕਰਨ ਵਾਲਾ ; **ਯਹ੍**-ਜਿਹੜਾ ; **ਮਤ੍ਭਕ੍ਤਹ੍**-ਮੇਰਾ ਭਗਤ ; **ਸਹ੍**-ਉਹ ; **ਮੇ**-ਮੇਰਾ ; **ਪ੍ਰਿਯਹ੍**-ਬਹੁਤ ਪਿਆਰਾ ।

ਅਨੁਵਾਦ

ਮੇਰਾ ਅਜਿਹਾ ਭਗਤ ਜਿਹੜਾ ਸਧਾਰਨ ਕੰਮ ਕਾਰਾਂ ਤੇ ਨਿਰਭਰ ਨਹੀਂ ਹੈ, ਜਿਹੜਾ ਸ਼ੁੱਧ ਹੈ, ਨਿਪੁੰਨ ਹੈ, ਚਿੰਤਾ ਰਹਿਤ ਹੈ, ਸਾਰੇ ਕਸ਼ਟਾਂ ਤੋਂ ਮੁਕਤ ਹੈ ਅਤੇ ਕਿਸੇ ਫਲ ਲਈ ਯਤਨਸ਼ੀਲ ਨਹੀਂ ਰਹਿੰਦਾ ਮੈਨੂੰ ਬਹੁਤ ਪਿਆਰਾ ਹੈ।

ਭਾਵ

ਭਗਤ ਨੂੰ ਧੰਨ ਦਿੱਤਾ ਜਾ ਸਕਦਾ ਹੈ, ਪਰ ਉਸਨੂੰ ਧੰਨ ਇਕੱਠਾ ਕਰਨ ਲਈ ਸੰਘਰਸ਼ ਨਹੀਂ ਕਰਨਾ ਚਾਹੀਦਾ। ਭਗਵਾਨ ਦੀ ਕਿਰਪਾ ਨਾਲ ਜੇਕਰ ਉਸਨੂੰ ਖ਼ੁਦ ਧੰਨ ਦੀ ਪ੍ਰਾਪਤੀ ਹੋ ਜਾਵੇ ਤਾਂ ਉਹ ਉਤੇਜਿਤ ਨਹੀਂ ਹੁੰਦਾ। ਸੁਭਾਵਿਕ ਹੈ ਕਿ ਭਗਤ ਦਿਨ ਵਿਚ ਦੋ ਵਾਰ ਇਸ਼ਨਾਨ ਕਰਦਾ ਹੈ ਅਤੇ ਭਗਤੀ ਲਈ ਸਵੇਰੇ ਜਲਦੀ ਉਠਦਾ ਹੈ। ਇੰਝ ਉਹ ਬਾਹਰੋਂ ਅਤੇ ਅੰਦਰੋਂ ਸਾਫ਼ ਰਹਿੰਦਾ ਹੈ। ਭਗਤ ਹਮੇਸ਼ਾਂ ਨਿਪੁੰਨ ਹੁੰਦਾ ਹੈ, ਕਿਉਂਕਿ ਉਹ ਜੀਵਨ ਦੇ ਸਾਰੇ ਕੰਮ-ਕਾਰਾਂ ਦੇ ਸਾਰ ਨੂੰ ਜਾਣਦਾ ਹੈ ਅਤੇ ਪ੍ਰਮਾਣਿਕ ਸ਼ਾਸ਼ਤਰਾਂ ਵਿਚ ਵਿਸ਼ਵਾਸ਼ ਰੱਖਦਾ ਹੈ। ਭਗਤ ਕਦੀ ਵੀ ਕਿਸੇ ਦਲ ਵਿਚ ਭਾਗ ਨਹੀਂ ਲੈਂਦਾ। ਇਸ ਲਈ ਉਹ ਚਿੰਤਾ ਮੁਕਤ ਰਹਿੰਦਾ ਹੈ। ਸਾਰੀਆਂ ਉਪਾਧੀਆਂ ਤੋਂ ਮੁਕਤ ਹੋਣ ਕਾਰਨ ਕਦੀ ਦੁੱਖੀ ਨਹੀਂ ਹੁੰਦਾ, ਉਹ ਜਾਣਦਾ ਹੈ ਕਿ ਉਸਦਾ ਸ਼ਰੀਰ ਇਕ ਉਪਾਧੀ ਹੈ, ਇਸ ਲਈ ਸ਼ਰੀਰਕ ਕਸ਼ਟਾਂ ਦੇ ਆਉਣ ਤੇ ਉਹ ਮੁਕਤ ਰਹਿੰਦਾ ਹੈ। ਸ਼ੁੱਧ ਭਗਤ ਕਦੀ ਵੀ ਅਜਿਹੀ ਕਿਸੇ ਚੀਜ਼ ਲਈ ਯਤਨ ਨਹੀਂ ਕਰਦਾ, ਜਿਹੜੀ ਭਗਤੀ ਦੇ ਨਿਯਮਾਂ ਦੇ ਉਲਟ ਹੋਵੇ, ਉਦਾਹਰਣ ਵੱਜੋਂ, ਕਿਸੇ ਵੱਡੇ ਭਵਨ ਨੂੰ ਬਣਾਉਣ ਵਿਚ ਕਾਫੀ ਤਾਕਤ ਲਗਦੀ ਹੈ, ਇਸ ਲਈ ਉਹ ਕਦੀ ਅਜਿਹੇ ਵੱਡੇ ਕੰਮ ਵਿਚ ਹੱਥ ਨਹੀਂ ਪਾਉਂਦਾ, ਜਿਸ ਨਾਲ ਉਸਦੀ ਭਗਤੀ ਵਿਚ ਪ੍ਰਗਤੀ ਨਾ ਹੋਵੇ।

ਉਹ ਰੱਬ ਲਈ ਮੰਦਰ ਬਣਵਾ ਸਕਦਾ ਹੈ ਅਤੇ ਉਸ ਲਈ ਹਰ ਤਰ੍ਹਾਂ ਦੀਆਂ ਚਿੰਤਾਵਾਂ ਝੱਲ ਸਕਦਾ ਹੈ, ਪਰ ਉਹ ਆਪਣੇ ਪਰਿਵਾਰ ਵਾਲਿਆਂ ਲਈ ਵੱਡਾ ਮਕਾਨ ਨਹੀਂ ਬਣਾਉਂਦਾ।

यो न हृष्यति न द्वेष्टि न शोचति न काङ्क्षति ।
शुभाशुभपरित्यागी भक्तिमान्यः स मे प्रियः ॥ १७॥

ਯੋ ਨ ਹ੍ਰਿਸ਼੍ਯਤਿ ਨ ਦ੍ਵੇਸ਼੍ਟਿ ਨ ਸ਼ੋਚਤਿ ਨ ਕਾਂਕ੍ਸ਼ਤਿ ।
ਸ਼ੁਭਾਸ਼ੁਭ ਪਰਿਤ੍ਯਾਗੀ ਭਕ੍ਤਿਮਾਨ੍ ਯਹ ਸ ਮੇ ਪ੍ਰਿਯਹ੍ ॥ 17 ॥

ਯਹ੍-ਜਿਹੜਾ ; **ਨ**-ਕਦੀ ਨਹੀਂ ; **ਹ੍ਰਿਸ਼੍ਯਤਿ**-ਖ਼ੁਸ਼ੀ ਮਨਾਉਂਦਾ ਹੈ ; **ਨ**-ਕਦੀ ਨਹੀਂ ; **ਦ੍ਵੇਸ਼੍ਟਿ**-ਸੋਗ ਕਰਦਾ ਹੈ ; **ਨ**-ਕਦੀ ਨਹੀਂ ; **ਸ਼ੋਚਤਿ**-ਅਫ਼ਸੋਸ ਕਰਦਾ ਹੈ ; **ਨ**-ਕਦੀ ਨਹੀਂ ; **ਕਾਂਕ੍ਸ਼ਤਿ**-ਇੱਛਾ ਕਰਦਾ ਹੈ ; **ਸ਼ੁਭ**-ਸ਼ੁਭ ; **ਅਸ਼ੁਭ**-ਅਤੇ ਅਸ਼ੁਭ ਦਾ ; **ਪਰਿਤ੍ਯਾਗੀ**-ਤਿਆਗ ਕਰਨ ਵਾਲਾ; **ਭਕ੍ਤਿਮਾਨ੍**-ਭਗਤ ; **ਯਹ੍**-ਜਿਹੜਾ ; **ਸਹ੍**-ਉਹ ਹੈ ; **ਮੇ**-ਮੇਰਾ ; **ਪ੍ਰਿਯਹ੍**-ਪਿਆਰਾ।

ਅਨੁਵਾਦ

ਜਿਹੜਾ ਨਾ ਕਦੀ ਖ਼ੁਸ਼ੀ ਮਨਾਉਂਦਾ ਹੈ, ਨਾ ਸੋਗ ਕਰਦਾ ਹੈ, ਜਿਹੜਾ ਨਾ ਤਾਂ ਅਫ਼ਸੋਸ ਕਰਦਾ ਹੈ, ਨਾ ਇੱਛਾ ਕਰਦਾ ਹੈ, ਅਤੇ ਜਿਹੜਾ ਸ਼ੁਭ ਅਤੇ ਅਸ਼ੁਭ ਦੋਵਾਂ ਤਰ੍ਹਾਂ ਦੀਆਂ ਚੀਜ਼ਾਂ ਦਾ ਤਿਆਗ ਕਰ ਦਿੰਦਾ ਹੈ, ਅਜਿਹਾ ਭਗਤ ਮੈਨੂੰ ਬਹੁਤ ਪਿਆਰਾ ਹੈ।

ਭਾਵ

ਭਗਤ ਭੌਤਿਕ ਲਾਭ ਤੇ ਨਾ ਤਾਂ ਖ਼ੁਸ਼ੀ ਮਨਾਉਂਦਾ ਹੈ ਅਤੇ ਨਾ ਨੁਕਸਾਨ ਹੋਣ ਤੇ ਦੁੱਖੀ ਹੁੰਦਾ ਹੈ, ਉਹ ਪੁੱਤਰ ਜਾਂ ਚੇਲੇ ਦੀ ਪ੍ਰਾਪਤੀ ਲਈ ਨਾ ਤਾਂ ਉਤਾਵਲਾ ਰਹਿੰਦਾ ਹੈ ਨਾ ਹੀ ਉਨ੍ਹਾਂ ਦੇ ਨਾ ਮਿਲਣ ਤੇ ਦੁੱਖੀ ਹੁੰਦਾ ਹੈ। ਉਹ ਆਪਣੀ ਕਿਸੇ ਪਿਆਰੀ ਚੀਜ਼ ਦੇ ਗੁੰਮ ਹੋ ਜਾਣ ਤੇ ਅਫ਼ਸੋਸ ਨਹੀਂ ਕਰਦਾ। ਇਸੇ ਤਰ੍ਹਾਂ ਜੇਕਰ ਉਸਨੂੰ ਮਨਚਾਹੀ ਚੀਜ਼ ਦੀ ਪ੍ਰਾਪਤੀ ਨਾ ਹੋਵੇ ਤਾਂ ਉਹ ਦੁੱਖੀ ਨਹੀਂ ਹੁੰਦਾ, ਉਹ ਹਰ ਤਰ੍ਹਾਂ ਦੇ ਸ਼ੁਭ ਅਤੇ ਅਸ਼ੁਭ ਪਾਪ ਕਰਮਾਂ ਤੋਂ ਹਮੇਸ਼ਾਂ ਪਰੇ ਰਹਿੰਦਾ ਹੈ। ਉਹ ਪਰਮੇਸ਼ਵਰ ਦੀ ਪ੍ਰਸੰਨਤਾ ਲਈ ਵੱਡੀ ਤੋਂ ਵੱਡੀ ਮੁਸੀਬਤ ਸਹਿਣ ਲਈ ਤਿਆਰ ਰਹਿੰਦਾ ਹੈ। ਭਗਤੀ ਦੀ ਪਾਲਣਾ ਲਈ ਉਸ ਲਈ ਕੋਈ ਵੀ ਰੁਕਾਵਟ ਨਹੀਂ ਬਣਦੀ। ਅਜਿਹਾ ਭਗਤ ਕ੍ਰਿਸ਼ਨ ਨੂੰ ਬਹੁਤ ਪਿਆਰਾ ਹੁੰਦਾ ਹੈ।

समः शत्रौ च मित्रे च तथा मानापमानयोः ।
शीतोष्णसुखदुःखेषु समः सङ्गविवर्जितः ॥ १८ ॥
तुल्यनिन्दास्तुतिर्मौनी सन्तुष्टो येन केनचित् ।
अनिकेतः स्थिरमतिर्भक्तिमान्मे प्रियो नरः ॥ १९ ॥

ਸਮਹ ਸ਼ਤ੍ਰੌ ਚ ਮਿਤ੍ਰੇ ਚ ਤਥਾ ਮਾਨਾਪਮਾਨਯੋਹ੍ ।
ਸ਼ੀਤੋਸ਼੍ਣ-ਸੁਖ-ਦੁਹ੍ਖੇਸ਼ੁ ਸਮਹ੍ ਸੰਗ-ਵਿਵਰ੍ਜਿਤਹ੍ ॥ 18 ॥

ਤੁਲ੍ਯ-ਨਿੰਦਾ-ਸ੍ਤੁਤਿਰ੍ ਮੌਨੀ ਸੰਤੁਸ਼੍ਟੋ ਯੇਨ ਕੇਨਚਿਤ੍ ।
ਅਨਿਕੇਤਹ ਸ੍ਥਿਰ-ਮਤਿਰ੍ ਭਕ੍ਤਿਮਾਨ੍ ਮੇ ਪ੍ਰਿਯੋ ਨਰਹ੍ ॥ 19 ॥

ਸਮਹ੍-ਬਰਾਬਰ ; ਸ਼ਤ੍ਰੌ-ਦੁਸ਼ਮਣ ਲਈ ; ਚ-ਅਤੇ ; ਮਿਤ੍ਰੇ-ਦੋਸਤ ਲਈ ; ਤਥਾ-ਉਸੇ ਤਰ੍ਹਾਂ ; ਮਾਨ-ਸਨਮਾਨ ; ਅਪਮਾਨਯੋਹ੍-ਅਤੇ ਅਪਮਾਨ ਵਿਚ ; ਸ਼ੀਤ-ਸਰਦੀ ; ਉਸ਼੍ਣ-ਗਰਮੀ ; ਸੁਖ-ਸੁਖ ; ਦੁਖੇਸ਼ੁ-ਅਤੇ ਦੁੱਖ ਵਿਚ ; ਸਮਹ੍-ਬਰਾਬਰੀ ਦਾ ਭਾਵ ; ਸੰਗ ਵਿਵਰ੍ਜਿਤਹ੍-ਸਾਰੀ ਸੰਗਤ ਤੋਂ ਮੁਕਤ ; ਤੁਲ੍ਯ-ਬਰਾਬਰ ; ਨਿੰਦਾ-ਅਪਜੱਸ ; ਸ੍ਤੁਤਿਹ -ਅਤੇ ਜੱਸ ਵਿਚ ; ਮੌਨੀ-ਚੁੱਪ ; ਸੰਤੁਸ਼੍ਟਹ੍-ਸੰਤੁਸ਼ਟ ; ਯੇਨ ਕੇਨਚਿਤ੍-ਜਿਸ ਕਿਸੇ ਤਰ੍ਹਾਂ ; ਅਨਿਕੇਤਹ੍-ਬਗੈਰ ਘਰ ਬਾਰ ਦੇ ; ਸ੍ਥਿਰਹ੍-ਪੱਕੇ ; ਮਤਿਹ੍-ਸੰਕਲਪ ; ਭਕ੍ਤਿਮਾਨ੍ - ਭਗਤੀ ਵਿਚ ਲਗੇ ; ਮੇ-ਮੇਰਾ ; ਪ੍ਰਿਯਹ੍-ਪਿਆਰਾ ; ਨਰਹ੍-ਮਨੁੱਖ।

ਅਨੁਵਾਦ

ਜਿਹੜਾ ਦੋਸਤਾਂ ਅਤੇ ਦੁਸ਼ਮਣਾਂ ਲਈ ਬਰਾਬਰ ਹੈ, ਜਿਹੜਾ ਮਾਨ ਅਤੇ ਅਪਮਾਨ, ਸਰਦੀ ਅਤੇ ਗਰਮੀ, ਸੁਖ ਅਤੇ ਦੁੱਖ, ਜੱਸ ਅਤੇ ਅਪਜੱਸ ਵਿਚ ਬਰਾਬਰ ਸੰਤੁਲਿਤ ਰਹਿੰਦਾ ਹੈ, ਜਿਹੜਾ ਬੁਰੀ ਸੰਗਤ ਤੋਂ ਹਮੇਸ਼ਾਂ ਮੁਕਤ ਰਹਿੰਦਾ ਹੈ, ਜਿਹੜਾ ਹਮੇਸ਼ਾਂ ਚੁੱਪ ਅਤੇ ਕਿਸੇ ਵੀ ਚੀਜ਼ ਤੋਂ ਸੰਤੁਸ਼ਟ ਰਹਿੰਦਾ ਹੈ, ਜਿਹੜਾ ਕਿਸੇ ਤਰ੍ਹਾਂ ਦੇ ਘਰ-ਬਾਰ ਦੀ ਪਰਵਾਹ ਨਹੀਂ ਕਰਦਾ, ਜਿਹੜਾ ਗਿਆਨ ਵਿਚ ਪੱਕਾ ਹੈ ਅਤੇ ਜਿਹੜਾ ਭਗਤੀ ਵਿਚ ਲੱਗਿਆ ਹੈ - ਅਜਿਹਾ ਮਨੁੱਖ ਮੈਨੂੰ ਬਹੁਤ ਪਿਆਰਾ ਹੈ।

ਭਾਵ

ਭਗਤ ਹਮੇਸ਼ਾਂ ਬੁਰੀ ਸੰਗਤ ਤੋਂ ਦੂਰ ਰਹਿੰਦਾ ਹੈ। ਮਨੁੱਖੀ ਸਮਾਜ ਦਾ ਇਹ ਸੁਭਾਅ ਹੈ ਕਿ ਕਦੀ ਕਿਸੇ ਦੀ ਪ੍ਰਸ਼ੰਸਾ ਕੀਤੀ ਜਾਂਦੀ ਹੈ, ਤਾਂ ਕਦੀ ਉਸਦੀ ਨਿੰਦਾ ਕੀਤੀ ਜਾਂਦੀ ਹੈ। ਪਰ ਭਗਤ ਬਨਾਵਟੀ ਜੱਸ ਅਤੇ ਅਪਜੱਸ, ਦੁੱਖ ਜਾਂ ਸੁਖ ਤੋਂ ਉਪਰ ਉਠਿਆ ਹੁੰਦਾ ਹੈ। ਉਹ ਬਹੁਤ ਧੀਰਜ ਵਾਲਾ ਹੁੰਦਾ ਹੈ। ਉਹ ਕ੍ਰਿਸ਼ਨ ਦੀ ਕਥਾ ਤੋਂ ਇਲਾਵਾ ਕੁਝ ਵੀ ਨਹੀਂ ਬੋਲਦਾ, ਇਸ ਲਈ ਉਸਨੂੰ ਮੌਨੀ ਕਿਹਾ ਜਾਂਦਾ ਹੈ। ਮੌਨੀ ਦਾ ਅਰਥ ਇਹ ਨਹੀਂ ਉਹ ਨਾ ਬੋਲੇ, ਸਗੋਂ ਇਹ ਕਿ ਉਹ ਫਜ਼ੂਲ ਨਾ ਬੋਲੇ। ਮਨੁੱਖ ਨੂੰ ਜ਼ਰੂਰਤ ਪੈਣ ਤੇ ਹੀ ਬੋਲਣਾ ਚਾਹੀਦਾ ਹੈ ਅਤੇ ਭਗਤ ਲਈ ਸਭ ਤੋਂ ਵੱਧ ਜ਼ਰੂਰੀ ਭਗਵਾਨ ਲਈ ਬੋਲਣਾ ਹੈ। ਭਗਤ ਸਾਰੀਆਂ ਪਰਸਥਿਤੀਆਂ ਵਿਚ ਸੁਖੀ ਰਹਿੰਦਾ ਹੈ। ਕਦੀ ਉਸਨੂੰ ਸੁਆਦ ਭੋਜਨ ਮਿਲਦਾ ਹੈ ਅਤੇ ਕਦੇ ਨਹੀਂ, ਪਰ ਉਹ ਸੰਤੁਸ਼ਟ ਰਹਿੰਦਾ ਹੈ। ਉਹ ਰਹਿਣ ਦੀ ਸੁਵਿਧਾ ਦੀ ਚਿੰਤਾ ਨਹੀਂ ਕਰਦਾ। ਉਹ ਕਦੀ ਰੁੱਖ ਥਲੇ ਰਹਿ ਸਕਦਾ, ਤਾਂ ਕਦੀ ਬਹੁਤ ਵੱਡੇ ਮਹਿਲ ਵਿਚ, ਪਰ ਉਹ ਇਨ੍ਹਾਂ ਵਿਚੋਂ ਕਿਸੇ ਪ੍ਰਤੀ ਆਸਕਤ ਨਹੀਂ ਰਹਿੰਦਾ। ਉਹ

ਸਥਿਰ ਕਹਾਉਂਦਾ ਹੈ, ਕਿਉਂਕਿ ਉਹ ਆਪਣੇ ਸੰਕਲਪ ਅਤੇ ਗਿਆਨ ਵਿਚ ਪੱਕਾ ਹੁੰਦਾ ਹੈ ਭਾਵੇਂ ਭਗਤ ਦੇ ਲੱਛਣਾਂ ਦੀ ਕੁਝ ਦੁਹਰਾਈ ਹੋਈ ਹੋਵੇ, ਪਰ ਇਹ ਇਸ ਗੱਲ ਤੇ ਜ਼ੋਰ ਦੇਣ ਲਈ ਹੈ ਕਿ ਭਗਤ ਨੂੰ ਇਹ ਗੁਣ ਇਕੱਠੇ ਕਰਨੇ ਚਾਹੀਦੇ ਹਨ। ਚੰਗੇ ਗੁਣਾਂ ਤੋਂ ਬਗੈਰ ਕੋਈ ਸ਼ੁੱਧ ਭਗਤ ਨਹੀਂ ਬਣ ਸਕਦਾ। **ਹਰਾਵ ਅਭਕ੍ਤਸ੍ਯ ਕੁਤੋ ਮਹਦ੍ ਗੁਣਾਹ੍** - ਜਿਹੜਾ ਭਗਤ ਨਹੀਂ ਹੈ, ਉਸ ਵਿਚ ਚੰਗੇ ਗੁਣ ਨਹੀਂ ਹੁੰਦੇ। ਜਿਹੜਾ ਭਗਤ ਕਹਾਉਂਦਾ ਹੈ, ਉਸਨੂੰ ਚੰਗੇ ਗੁਣਾਂ ਦਾ ਵਿਕਾਸ ਕਰਨਾ ਚਾਹੀਦਾ ਹੈ। ਇਹ ਜਰੂਰੀ ਹੈ ਕਿ ਉਸ ਨੂੰ ਇਨ੍ਹਾਂ ਗੁਣਾਂ ਲਈ ਵੱਖਰੇ ਤੌਰ ਤੇ ਬਾਹਰੋਂ ਯਤਨ ਨਹੀਂ ਕਰਨੇ ਪੈਂਦੇ, ਸਗੋਂ ਕ੍ਰਿਸ਼ਨ ਭਾਵਨਾ ਅੰਮ੍ਰਿਤ ਅਤੇ ਭਗਤੀ ਵਿਚ ਲੱਗੇ ਰਹਿਣ ਕਰਕੇ ਉਸ ਵਿਚ ਇਹ ਗੁਣ ਆਪਣੇ ਆਪ ਹੀ ਵਿਕਸਿਤ ਹੋ ਜਾਂਦੇ ਹਨ।

ये तु धर्मामृतमिदं यथोक्तं पर्युपासते ।
श्रद्दधाना मत्परमा भक्तास्तेऽतीव मे प्रियाः ॥ २० ॥

ਯੇ ਤੁ ਧਰ੍ਮਾਮ੍ਰਿਤ ਇਦਮ੍ ਯਥੋਕ੍ਤਮ੍ ਪਰ੍ਯੁਪਾਸਤੇ ।
ਸ਼੍ਰਦ੍ਦਧਾਨਾ ਮਤ੍ ਪਰਮਾ ਭਕ੍ਤਾਸ੍ ਤੇ 'ਤੀਵ ਮੇ ਪ੍ਰਿਯਾਹ੍ ॥ 20 ॥

ਯੇ-ਜਿਹੜੇ ; **ਤੁ**-ਪਰ ; **ਧਰ੍ਮ**-ਧਰਮ ਰੂਪੀ ; **ਅਮ੍ਰਿਤਮ੍**-ਅੰਮ੍ਰਿਤ ਨੂੰ ; **ਇਦਮ੍**-ਇਸ ; **ਯਥਾ**-ਜਿਵੇਂ ; **ਉਕ੍ਤਮ੍**-ਕਿਹਾ ਗਿਆ ; **ਪਰ੍ਯੁਪਾਸਤੇ**-ਪੂਰੀ ਤਰ੍ਹਾਂ ਲਗੇ ਰਹਿੰਦੇ ਹਨ ; **ਸ਼੍ਰਦ੍ਦਧਾਨਾਹ੍**-ਸ਼ਰਧਾ ਨਾਲ ; **ਮਤ੍-ਪਰਮਾਹ੍**-ਮੈਨੂੰ ਪਰਮੇਸ਼ਵਰ ਨੂੰ ਸਭ ਕੁਝ ਮੰਨਦੇ ਹੋਏ ; **ਭਕ੍ਤਾਹ੍**-ਭਗਤ ਲੋਕ ; **ਤੇ**-ਉਹ ; **ਅਤੀਵ**-ਬਹੁਤ ਜ਼ਿਆਦਾ ; **ਮੇ**-ਮੇਰੇ ; **ਪ੍ਰਿਯਾਹ੍**-ਪਿਆਰੇ ।

ਅਨੁਵਾਦ

ਜਿਹੜੇ ਇਸ ਭਗਤੀ ਦੇ ਅਮਰ ਰਸਤੇ ਤੇ ਚਲਦੇ ਹਨ ਅਤੇ ਜਿਹੜੇ ਮੈਨੂੰ ਹੀ ਉਚੇਰਾ ਟੀਚਾ ਬਣਾ ਕੇ ਸ਼ਰਧਾ ਨਾਲ ਪੂਰੀ ਤਰ੍ਹਾਂ ਲਗੇ ਰਹਿੰਦੇ ਹਨ, ਉਹ ਭਗਤ ਮੈਨੂੰ ਬਹੁਤ ਪਿਆਰੇ ਹਨ।

ਭਾਵ

ਇਸ ਅਧਿਆਇ ਵਿਚ ਦੂਜੇ ਸ਼ਲੋਕ ਤੋਂ ਅੰਤਿਮ ਸ਼ਲੋਕ ਤਕ - **ਮਯ੍ਯਾਵੇਸ਼੍ਯ ਮਨੋ ਯੇ ਮਾਮ੍** (ਮੇਰੇ ਤੇ ਮਨ ਨੂੰ ਸਥਿਰ ਕਰਕੇ) ਤੋਂ ਲੈਕੇ - **ਯੇ ਤੁ ਧਰ੍ਮਾਮ੍ਰਿਤਮਿਦਮ੍** (ਨਿੱਤ ਲਗੇ ਰਹਿਣ ਦੇ ਇਸ ਧਰਮ ਨੂੰ) ਤਕ ਭਗਵਾਨ ਨੇ ਆਪਣੇ ਤਕ ਅਪੜਣ ਦੀ ਅਲੌਕਿਕ ਸੇਵਾ ਦੀ ਵਿਧੀਆਂ ਦੀ ਵਿਆਖਿਆ ਕੀਤੀ ਹੈ। ਅਜਿਹੀਆਂ ਵਿਧੀਆਂ ਉਨ੍ਹਾਂ ਨੂੰ ਬਹੁਤ ਪਿਆਰੀਆਂ ਹਨ, ਅਤੇ ਇਨ੍ਹਾਂ ਵਿਚ ਲੱਗੇ ਹੋਏ ਮਨੁੱਖ ਨੂੰ ਉਹ ਸਵੀਕਾਰ ਕਰ ਲੈਂਦੇ ਹਨ। ਅਰਜੁਨ ਨੇ ਇਹ ਪ੍ਰਸ਼ਨ ਉਠਾਇਆ ਸੀ ਕਿ ਜਿਹੜਾ ਨਿਰਾਕਾਰ ਬ੍ਰਹਮ ਦੇ ਰਸਤੇ ਵਿਚ ਲੱਗਿਆ ਹੈ ਉਹ ਸ੍ਰੇਸ਼ਠ ਹੈ ਜਾਂ ਜਿਹੜਾ ਸਾਕਾਰ ਭਗਵਾਨ ਦੀ ਸੇਵਾ ਵਿਚ, ਭਗਵਾਨ ਨੇ ਇਸਦਾ ਬਹੁਤ ਸਾਫ ਉੱਤਰ ਦਿੱਤਾ ਕਿ ਆਤਮ-ਪ੍ਰਤੱਖੀਕਰਨ ਦੀਆਂ ਸਾਰੀਆਂ ਵਿਧੀਆਂ ਵਿਚ ਭਗਵਾਨ ਦੀ ਭਗਤੀ ਨਿਸ਼ਚੈ ਹੀ ਸਭ ਤੋਂ ਉਚੀ ਹੈ। ਦੂਜੇ ਸ਼ਬਦਾਂ ਵਿਚ, ਇਸ ਅਧਿਆਇ ਵਿਚ ਇਹ ਫੈਂਸਲਾ ਦਿੱਤਾ ਗਿਆ ਹੈ, ਕਿ ਸਾਧ-ਸੰਗਤ

ਨਾਲ ਮਨੁੱਖ ਵਿਚ ਭਗਤੀ ਪ੍ਰਤੀ ਆਸਕਤੀ ਪੈਦਾ ਹੁੰਦੀ ਹੈ, ਜਿਸ ਨਾਲ ਉਹ ਪ੍ਰਮਾਣਿਕ ਗੁਰੂ ਬਣਾਉਂਦਾ ਹੈ ਅਤੇ ਫਿਰ ਉਹ ਉਸ ਤੋਂ ਸ਼ਰਧਾ, ਆਸਕਤੀ ਅਤੇ ਭਗਤੀ ਨਾਲ ਸੁਣਦਾ ਹੈ, ਕੀਰਤਨ ਕਰਦਾ ਹੈ ਅਤੇ ਭਗਤੀ ਦੇ ਵਿਧੀ ਵਿਧਾਨਾਂ ਦੀ ਪਾਲਣਾ ਕਰਨ ਲਗਦਾ ਹੈ। ਇੰਝ ਉਹ ਭਗਵਾਨ ਦੀ ਅਲੌਕਿਕ ਸੇਵਾ ਵਿਚ ਲੱਗ ਜਾਂਦਾ ਹੈ। ਇਸ ਅਧਿਆਇ ਵਿਚ ਇਸ ਰਸਤੇ ਦੀ ਸਿਫਾਰਿਸ਼ ਕੀਤੀ ਗਈ ਹੈ। ਇਸ ਲਈ ਇਸ ਵਿਚ ਕੋਈ ਸ਼ੱਕ ਨਹੀਂ ਰਹਿ ਜਾਂਦਾ ਕਿ ਭਗਵਾਨ ਦੀ ਪ੍ਰਾਪਤੀ ਲਈ ਸਿਰਫ਼ ਭਗਤੀ ਹੀ ਆਤਮ-ਪ੍ਰਤੱਖੀਕਰਨ ਦਾ ਸ਼ੁੱਧ ਰਸਤਾ ਹੈ। ਇਸ ਅਧਿਆਇ ਵਿਚ ਪਰਮ ਸਤਿ ਦੀ ਜਿਹੜੀ ਨਿਰਾਕਾਰ ਧਾਰਨਾ ਦਾ ਵਰਣਨ ਕੀਤਾ ਹੈ, ਉਸਦੀ ਸਿਫਾਰਿਸ਼ ਉਸ ਸਮੇਂ ਤਕ ਕੀਤੀ ਗਈ ਹੈ, ਜਦੋਂ ਤਕ ਮਨੁੱਖ ਆਤਮ-ਪ੍ਰਤੱਖੀਕਰਨ ਲਈ ਆਪਣੇ ਆਪ ਨੂੰ ਸਮਰਪਿਤ ਨਹੀਂ ਕਰ ਦਿੰਦਾ ਹੈ। ਦੂਜੇ ਸ਼ਬਦਾਂ ਵਿਚ, ਜਦੋਂ ਤਕ ਉਸਨੂੰ ਸ਼ੁੱਧ ਭਗਤ ਦੀ ਸੰਗਤ ਕਰਨ ਦਾ ਮੌਕਾ ਪ੍ਰਾਪਤ ਨਹੀਂ ਹੁੰਦਾ, ਉਦੋਂ ਤਕ ਨਿਰਾਕਾਰ ਦੀ ਧਾਰਨਾ ਫਾਇਦੇਮੰਦ ਹੋ ਸਕਦੀ ਹੈ। ਪਰਮ-ਸਤਿ ਦੀ ਨਿਰਾਕਾਰ ਧਾਰਨਾ ਵਿਚ ਮਨੁੱਖ ਕਰਮ ਫਲ ਤੋਂ ਬਗੈਰ ਕਰਮ ਕਰਦਾ ਹੈ ਅਤੇ ਆਤਮਾ ਅਤੇ ਪਦਾਰਥ ਦਾ ਗਿਆਨ ਪ੍ਰਾਪਤ ਕਰਨ ਲਈ ਧਿਆਨ ਕਰਦਾ ਹੈ। ਇਹ ਉਦੋਂ ਤਕ ਜ਼ਰੂਰੀ ਹੈ, ਜਦੋਂ ਤਕ ਸ਼ੁੱਧ ਭਗਤ ਦੀ ਸੰਗਤ ਪ੍ਰਾਪਤ ਨਾ ਹੋਵੇ। ਖੁਸ਼ਕਿਸਮਤੀ ਨਾਲ ਜੇ ਕੋਈ ਸ਼ੁੱਧ ਭਗਤੀ ਨਾਲ ਸਿੱਧੇ ਕ੍ਰਿਸ਼ਨ ਭਾਵਨਾਮ੍ਰਿਤ ਵਿਚ ਲੱਗਣਾ ਚਾਹੁੰਦਾ ਹੈ ਤਾਂ ਉਸ ਨੂੰ ਆਤਮ-ਪ੍ਰਤੱਖੀਕਰਨ ਦੀਆਂ ਇੰਨੀਆਂ ਪੌੜੀਆਂ ਪਾਰ ਕਰਨੀਆਂ ਨਹੀਂ ਪੈਂਦੀਆਂ। ਭਗਵਤ ਗੀਤਾ ਦੇ ਵਿਚਕਾਰਲੇ ਛੇ ਅਧਿਆਇਆਂ ਵਿਚ ਜਿਸ ਤਰ੍ਹਾਂ ਭਗਤੀ ਦਾ ਵਰਣਨ ਹੋਇਆ ਹੈ, ਉਹ ਬਹੁਤ ਦਿੱਲਖਿੱਚਵਾਂ ਹੈ। ਕਿਸੇ ਨੂੰ ਜੀਵਨ-ਬਤੀਤ ਕਰਨ ਲਈ ਚੀਜ਼ਾਂ ਦੀ ਚਿੰਤਾ ਨਹੀਂ ਕਰਨੀ ਹੁੰਦੀ, ਕਿਉਂਕਿ ਭਗਵਾਨ ਦੀ ਕਿਰਪਾ ਨਾਲ ਸਾਰੀਆਂ ਚੀਜ਼ਾਂ ਆਪਣੇ ਆਪ ਹੀ ਆਸਾਨੀ ਨਾਲ ਮਿਲ ਜਾਂਦੀਆ ਹਨ।

ਇਸ ਤਰ੍ਹਾਂ ਸ੍ਰੀਮਦ ਭਗਵਤ ਗੀਤਾ ਦੇ ਬਾਰ੍ਹਵੇਂ ਅਧਿਆਇ "ਭਗਤੀ ਯੋਗ" ਦਾ ਭਕਤੀਵੇਦਾਂਤ ਭਾਵ-ਅਰਥ ਪੂਰਨ ਹੋਇਆ।

ਅਧਿਆਇ ਤੇਰ੍ਹਵਾਂ

ਪ੍ਰਕ੍ਰਿਤੀ, ਪੁਰਖ ਅਤੇ ਚੇਤਨਾ

अर्जुन उवाच

प्रकृतिं पुरुषं चैव क्षेत्रं क्षेत्रज्ञमेव च ।
एतद्वेदितुमिच्छामि ज्ञानं ज्ञेयं च केशव ॥ १ ॥

श्रीभगवानुवाच

इदं शरीरं कौन्तेय क्षेत्रमित्यभिधीयते ।
एतद्यो वेत्ति तं प्राहुः क्षेत्रज्ञ इति तद्विदः ॥ २ ॥

ਅਰਜੁਨ ਉਵਾਚ

ਪ੍ਰਕ੍ਰਿਤਿਮ੍ ਪੁਰੁਸ਼ਮ ਚੈਵ ਕ੍ਸ਼ੇਤ੍ਰਮ੍ ਕਸ਼ੇਤ੍ਰ-ਗ੍ਯਮ੍ ਏਵ ਚ ।
ਮਮ ਏਤਦ੍ ਵੇਦਿਤੁਮ੍ ਇਚ੍ਛਾਮਿ ਗ੍ਯਾਨਮ੍ ਗ੍ਯੇਯਮ੍ ਚ ਕੇਸ਼ਵ ॥ 1 ॥

ਸ਼੍ਰੀ ਭਗਵਾਨ ਉਵਾਚ

ਇਦਮ੍ ਸ਼ਰੀਰਮ ਕੌਂਤੇਯ ਕ੍ਸ਼ੇਤ੍ਰਮ੍ ਇਤਿ ਅਭਿਧੀਯਤੇ ।
ਏਤਦ੍ ਯੋਵੇਤ੍ਤਿ ਤਮ੍ ਪ੍ਰਾਹੁਹ੍ ਕਸ਼ੇਤ੍ਰ-ਗ੍ਯ ਇਤਿ ਤਦ੍ ਵਿਦਹ੍ ॥ 2 ॥

ਅਰਜੁਨਹ੍ ਉਵਾਚ-ਅਰਜੁਨ ਨੇ ਕਿਹਾ ; **ਪ੍ਰਕ੍ਰਿਤਿਮ੍**-ਪ੍ਰਕ੍ਰਿਤੀ ; **ਪੁਰੁਸ਼ਮ੍**-ਭੋਗਣ ਵਾਲਾ ; **ਚ**-ਵੀ; **ਏਵ**-ਨਿਸ਼ਚੈ ਹੀ ; **ਕ੍ਸ਼ੇਤ੍ਰਮ੍**-ਖੇਤਰ ; **ਕਸ਼ੇਤ੍ਰ-ਗ੍ਯਮ੍**-ਖੇਤਰ ਨੂੰ ਜਾਨਣ ਵਾਲਾ ; **ਏਵ**-ਨਿਸ਼ਚੈ ਹੀ ; **ਚ**-ਵੀ ; **ਏਤਤ੍**-ਇਹ ਸਾਰਾ ; **ਵੇਦਿਤੁਮ੍**-ਜਾਨਣ ਲਈ ; **ਇਚ੍ਛਾਮਿ**-ਇੱਛਕ ਹਾਂ; **ਗ੍ਯਾਨਮ੍**-ਗਿਆਨ ; **ਗ੍ਯੇਯਮ੍**-ਗਿਆਨ ਦਾ ਟੀਚਾ ; **ਚ**-ਵੀ ; **ਕੇਸ਼ਵ**-ਹੇ ਕ੍ਰਿਸ਼ਨ ; **ਸ਼੍ਰੀ ਭਗਵਾਨ ਉਵਾਚ**-ਭਗਵਾਨ ਨੇ ਕਿਹਾ ; **ਇਦਮ੍**-ਇਹ ; **ਸ਼ਰੀਰਮ**-ਸ਼ਰੀਰ ; **ਕੌਂਤੇਯ**-ਹੇ ਕੁੰਤੀ ਪੁੱਤਰ ; **ਕਸ਼ੇਤ੍ਰਮ੍**-ਖੇਤਰ ; **ਇਤਿ**-ਇੰਝ ; **ਅਭਿਧੀਯਤੇ**-ਕਹਾਉਂਦਾ ਹੈ ; **ਏਤਤ੍**-ਇਹ ; **ਯਹ੍**-ਜਿਹੜਾ ; **ਵੇਤ੍ਤਿ**-ਜਾਣਦਾ ਹੈ ; **ਤਮ੍**-ਉਸਨੂੰ ; **ਪ੍ਰਾਹੁਹ੍**-ਕਿਹਾ ਜਾਂਦਾ ਹੈ ; **ਕਸ਼ੇਤ੍ਰਗ੍ਯਹ੍**-ਖੇਤਰ ਨੂੰ ਜਾਨਣ ਵਾਲਾ ; **ਇਤਿ**-ਇੰਝ ; **ਤਤਵਿਦਹ੍**-ਇਸ ਨੂੰ ਜਾਨਣ ਵਾਲਿਆਂ ਰਾਹੀਂ ।

ਅਨੁਵਾਦ

ਅਰਜੁਨ ਨੇ ਕਿਹਾ- ਹੇ ਕ੍ਰਿਸ਼ਨ! ਮੈ ਪ੍ਰਕ੍ਰਿਤੀ ਅਤੇ ਪੁਰਖ਼ (ਭੋਗਤਾ), ਖੇਤਰ ਅਤੇ ਖੇਤਰ ਨੂੰ ਜਾਨਣ ਵਾਲਾ ਅਤੇ ਗਿਆਨ ਅਤੇ ਜਾਨਣ ਯੋਗ ਦੇ ਵਿਸ਼ੇ ਨੂੰ ਜਾਨਣ ਦਾ ਇੱਛਕ ਹਾਂ।

ਸ਼੍ਰੀ ਭਗਵਾਨ ਨੇ ਕਿਹਾ - ਹੇ ਕੁੰਤੀ ਪੁੱਤਰ! ਇਹ ਸ਼ਰੀਰ ਖੇਤਰ ਕਹਾਉਂਦਾ ਹੈ ਅਤੇ ਇਸ ਖੇਤਰ ਨੂੰ ਜਾਨਣ ਵਾਲਾ ਖ਼ੇਤਰਗਯ ਕਹਾਉਂਦਾ ਹੈ।

ਭਾਵ

ਅਰਜੁਨ ਪ੍ਰਕ੍ਰਿਤੀ, ਪੁਰਖ਼ (ਭੋਗਤਾ), ਖੇਤਰ, ਖੇਤਰਗਯ, ਗਿਆਨ ਅਤੇ ਗੇਯਯ (ਜਾਨਣ ਯੋਗ) ਬਾਰੇ ਜਾਨਣ ਦਾ ਇੱਛੁਕ ਸੀ। ਜਦੋਂ ਉਸਨੇ ਇਨ੍ਹਾਂ ਸਭਨਾਂ ਬਾਰੇ ਪੁੱਛਿਆ ਤਾਂ ਕ੍ਰਿਸ਼ਨ ਨੇ ਕਿਹਾ ਕਿ ਇਹ ਸ਼ਰੀਰ ਖੇਤਰ ਕਹਾਉਂਦਾ ਹੈ, ਅਤੇ ਇਸ ਸ਼ਰੀਰ ਨੂੰ ਜਾਨਣ ਵਾਲਾ ਖੇਤਰਗਯ। ਇਹ ਸ਼ਰੀਰ ਬੱਧਜੀਵ ਲਈ ਕਰਮ ਖੇਤਰ ਹੈ। ਬੱਧਜੀਵ ਇਸ ਸੰਸਾਰ ਵਿਚ ਬੰਨ੍ਹਿਆ ਹੋਇਆ ਹੈ ਅਤੇ ਉਹ ਭੌਤਿਕ ਪ੍ਰਕ੍ਰਿਤੀ ਤੇ ਆਪਣੀ ਮਾਲਕੀਅਤ ਜਤਾਉਣ ਦਾ ਯਤਨ ਕਰਦਾ ਹੈ। ਇੰਝ ਪ੍ਰਕ੍ਰਿਤੀ ਉਤੇ ਮਾਲਕੀਅਤ ਵਿਖਾਉਣ ਦੀ ਸਮਰਥਾ ਮੁਤਾਬਿਕ ਉਸਨੂੰ ਕਰਮ-ਖੇਤਰ ਪ੍ਰਾਪਤ ਹੁੰਦਾ ਹੈ। ਇਹ ਕਰਮ-ਖੇਤਰ ਸ਼ਰੀਰ ਹੈ, ਅਤੇ ਇਹ ਸ਼ਰੀਰ ਕੀ ਹੈ ? ਸ਼ਰੀਰ ਇੰਦਰੀਆਂ ਤੋਂ ਬਣਿਆ ਹੋਇਆ ਹੈ। ਬੱਧਜੀਵ ਇੰਦਰੀਆਂ ਦੀ ਤ੍ਰਿਪਤੀ ਚਾਹੁੰਦਾ ਹੈ, ਅਤੇ ਇੰਦਰੀਆਂ ਦੀ ਤ੍ਰਿਪਤੀ ਨੂੰ ਭੋਗਣ ਦੀ ਸਮਰਥਾ ਮੁਤਾਬਿਕ ਹੀ ਉਸਨੂੰ ਸ਼ਰੀਰ ਜਾਂ ਕਰਮ-ਖੇਤਰ ਦਿੱਤਾ ਜਾਂਦਾ ਹੈ। ਇਸ ਲਈ ਬੱਧਜੀਵ ਲਈ ਇਹ ਸ਼ਰੀਰ ਖੇਤਰ ਜਾਂ ਕਰਮ-ਖੇਤਰ ਕਹਾਉਂਦਾ ਹੈ। ਹੁਣ ਜਿਹੜਾ ਮਨੁੱਖ ਆਪਣੇ ਆਪ ਨੂੰ ਸ਼ਰੀਰ ਨਹੀਂ ਮੰਨਦਾ ਹੈ, ਉਹ ਖੇਤਰਗਯ ਕਹਾਉਂਦਾ ਹੈ। ਖੇਤਰ ਅਤੇ ਖੇਤਰ ਨੂੰ ਜਾਨਣ ਜਾਂ ਸ਼ਰੀਰ ਅਤੇ ਸ਼ਰੀਰ ਦੇ ਗਿਆਤਾ (ਦੇਹੀ) ਦਾ ਫਰਕ ਸਮਝਣਾ ਔਖਾ ਨਹੀਂ ਹੈ। ਕੋਈ ਵੀ ਮਨੁੱਖ ਇਹ ਸੋਚ ਸਕਦਾ ਹੈ ਕਿ ਬਚਪਨ ਤੋਂ ਬੁਢਾਪੇ ਤਕ ਉਸ ਵਿਚ ਅਨੇਕਾਂ ਪਰਿਵਰਤਨ ਹੁੰਦੇ ਰਹਿੰਦੇ ਹਨ, ਫਿਰ ਵੀ ਉਹ ਮਨੁੱਖ ਉਹੀ ਰਹਿੰਦਾ ਹੈ। ਇੰਝ ਕਰਮ ਖੇਤਰ ਦੇ ਗਿਆਤਾ ਅਤੇ ਅਸਲੀ ਕਰਮ ਖੇਤਰ ਵਿਚ ਫਰਕ ਹੈ। ਇੱਕ ਬੱਧਜੀਵ ਇਹ ਜਾਣ ਸਕਦਾ ਹੈ ਕਿ ਉਹ ਆਪਣੇ ਸ਼ਰੀਰ ਤੋਂ ਵੱਖਰਾ ਹੈ, ਸ਼ੁਰੂ ਵਿਚ ਹੀ ਦੱਸਿਆ ਗਿਆ ਹੈ ਕਿ **ਦੇਹਿਨੋ'ਸ੍ਮਿਨ੍** - ਜੀਵ ਸ਼ਰੀਰ ਦੇ ਅੰਦਰ ਹੈ, ਅਤੇ ਇਹ ਸ਼ਰੀਰ ਬਾਲਕ ਤੋਂ ਕੁਮਾਰ, ਕੁਮਾਰ ਤੋਂ ਨੌਜਵਾਨ ਅਤੇ ਨੌਜਵਾਨ ਤੋਂ ਬੁੱਢੇ ਵਿਚ ਬਦਲ ਜਾਂਦਾ ਹੈ ਅਤੇ ਸ਼ਰੀਰਧਾਰੀ ਜਾਣਦਾ ਹੈ ਕਿ ਸ਼ਰੀਰ ਬਦਲ ਰਿਹਾ ਹੈ। ਸਵਾਮੀ ਸਾਫ ਤੌਰ ਤੇ **ਖ਼ੇਤਰਗਯ** ਹੈ। ਕਦੀ-ਕਦੀ ਅਸੀਂ ਸੋਚਦੇ ਹਾਂ "ਮੈਂ ਸੁਖੀ ਹਾਂ, ਮੈਂ ਪੁਰਖ ਹਾਂ, ਮੈਂ ਇਸਤਰੀ ਹਾਂ, ਮੈਂ ਕੁੱਤਾ ਹਾਂ, ਮੈਂ ਬਿੱਲੀ ਹਾਂ।" ਇਹ ਗਿਆਤਾ ਦੀਆਂ ਸ਼ਰੀਰਕ ਉਪਾਧੀਆਂ ਹਨ, ਪਰ ਗਿਆਤਾ ਸ਼ਰੀਰ ਤੋਂ ਵੱਖਰਾ ਹੁੰਦਾ ਹੈ। ਭਾਵੇਂ ਅਸੀਂ ਤਰ੍ਹਾਂ-ਤਰ੍ਹਾਂ ਦੀਆਂ ਚੀਜ਼ਾਂ ਵਰਤੋਂ ਵਿਚ ਲੈ ਆਈਏ - ਜਿਵੇਂ ਕਪੜਾ ਆਦਿ ਪਰ ਅਸੀਂ ਜਾਣਦੇ ਹਾਂ ਕਿ ਅਸੀਂ ਇਨ੍ਹਾਂ ਚੀਜ਼ਾਂ ਤੋਂ ਵੱਖਰੇ ਹਾਂ। ਇਸ ਲਈ, ਥੋੜ੍ਹਾ ਵਿਚਾਰ ਕਰਨ ਤੇ ਅਸੀਂ ਇਹ ਵੀ ਜਾਣਦੇ ਹਾਂ ਕਿ ਅਸੀਂ ਸ਼ਰੀਰ ਤੋਂ ਵੱਖਰੇ ਹਾਂ। ਮੈਂ, ਤੁਸੀਂ ਜਾਂ ਹੋਰ ਕੋਈ ਜਿਸਨੇ ਸ਼ਰੀਰ ਧਾਰਣ ਕਰ ਰੱਖਿਆ ਹੈ,

ਖੇਤਰਗਯ ਕਹਾਉਂਦਾ ਹੈ - ਭਾਵ ਉਹ ਕਰਮ ਖੇਤਰ ਦਾ ਗਿਆਤਾ ਹੈ ਅਤੇ ਇਹ ਸ਼ਰੀਰ ਖੇਤਰ ਹੈ - ਇਹ ਆਪ ਕਰਮ ਖੇਤਰ ਹੈ ।

ਭਗਵਤ ਗੀਤਾ ਦੇ ਪਹਿਲੇ ਛੇ ਅਧਿਆਇਆਂ ਵਿਚ ਸ਼ਰੀਰ ਦੇ ਗਿਆਤਾ (ਜੀਵ) ਅਤੇ ਜਿਸ ਸਥਿਤੀ ਵਿਚ ਉਹ ਭਗਵਾਨ ਨੂੰ ਸਮਝ ਸਕਦਾ ਹੈ, ਉਸਦਾ ਵਰਣਨ ਹੋਇਆ ਹੈ । ਵਿਚਕਾਰਲੇ ਛੇ ਅਧਿਆਇਆਂ ਵਿਚ ਭਗਵਾਨ ਅਤੇ ਭਗਵਾਨ ਨਾਲ ਜੀਵਆਤਮਾ ਦੇ ਸੰਬੰਧ ਅਤੇ ਭਗਤੀ ਪ੍ਰਸੰਗ ਵਿਚ ਪਰਮਾਤਮਾ ਦਾ ਵਰਣਨ ਹੈ । ਇਨ੍ਹਾਂ ਅਧਿਆਇਆਂ ਵਿਚ ਭਗਵਾਨ ਦੀ ਸ੍ਰੇਸ਼ਠਤਾ ਅਤੇ ਜੀਵ ਦੇ ਅਧੀਨ ਅਵਸਥਾ ਦੀ ਨਿਸ਼ਚਿਤ ਰੂਪ ਨਾਲ ਪਰਿਭਾਸ਼ਾ ਕੀਤੀ ਗਈ ਹੈ । ਜੀਵਆਤਮਾਵਾਂ ਹਰ ਸਥਿਤੀ ਵਿਚ ਅਧੀਨ ਹਨ, ਅਤੇ ਆਪਣੀ ਯਾਦਾਸ਼ਤ ਨਾ ਹੋਣ ਕਾਰਨ ਉਹ ਕਸ਼ਟ ਝੱਲ ਰਹੀਆਂ ਹਨ । ਜਦੋਂ ਪੁੰਨ ਕਰਮਾਂ ਰਾਹੀਂ ਉਨ੍ਹਾਂ ਨੂੰ ਪ੍ਰਕਾਸ਼ ਮਿਲਦਾ ਹੈ, ਤਾਂ ਉਹ ਵੱਖੋ-ਵੱਖਰੀਆਂ ਸਥਿਤੀਆਂ ਵਿਚ - ਜਿਵੇਂ ਦੁੱਖੀ, ਧੰਨਹੀਨ, ਜਿਗਿਆਸੂ ਅਤੇ ਗਿਆਨ ਦੇ ਇਛੁੱਕ ਦੇ ਰੂਪ ਵਿਚ ਭਗਵਾਨ ਕੋਲ ਅਪੜ੍ਹਦੀਆਂ ਹਨ, ਇਸਦਾ ਵੀ ਵਰਣਨ ਹੋਇਆ ਹੈ । ਹੁਣ ਤੇਰ੍ਹਵੇਂ ਅਧਿਆਇ ਵਿਚ ਅੱਗੇ ਇਸਦੀ ਵਿਆਖਿਆ ਹੋਈ ਹੈ, ਕਿ ਕਿੰਝ ਜੀਵਆਤਮਾ ਪ੍ਰਕ੍ਰਿਤੀ ਦੇ ਸੰਪਰਕ ਵਿਚ ਆਉਂਦਾ ਹੈ, ਅਤੇ ਕਿੰਝ ਕਰਮ, ਗਿਆਨ ਅਤੇ ਭਗਤੀ ਦੇ ਵੱਖੋ-ਵੱਖਰੇ ਸਾਧਨਾਂ ਰਾਹੀਂ ਪਰਮੇਸ਼ਵਰ ਉਸਦਾ ਕਲਿਆਣ ਕਰਦੇ ਹਨ । ਭਾਵੇਂ ਜੀਵਆਤਮਾ ਭੌਤਿਕ ਸ਼ਰੀਰ ਤੋਂ ਬਿਲਕੁਲ ਵੱਖਰਾ ਹੈ, ਪਰ ਉਹ ਕਿੰਝ ਉਸ ਨਾਲ ਜੁੜ ਜਾਂਦਾ ਹੈ । ਇਸਦੀ ਵੀ ਵਿਆਖਿਆ ਕੀਤੀ ਗਈ ਹੈ।

क्षेत्रज्ञं चापि मां विद्धि सर्वक्षेत्रेषु भारत ।
क्षेत्रक्षेत्रज्ञयोर्ज्ञानं यत्तज्ज्ञानं मतं मम ॥ ३ ॥

ਕ੍ਸ਼ੇਤ੍ਰ-ਗਯਮ੍ ਚਾਪਿ ਮਾਮ੍ ਵਿਦ੍ਧਿ ਸਰ੍ਵ-ਕ੍ਸ਼ੇਤ੍ਰੇਸ਼ੁ ਭਾਰਤ ।
ਕ੍ਸ਼ੇਤ੍ਰ-ਕ੍ਸ਼ੇਤ੍ਰਗਯੋਰ੍ ਗ੍ਯਾਨਮ੍ ਯਤ੍ ਤਜ੍ ਗ੍ਯਾਨਮ੍ ਮਤਮ੍ ਮਮ ॥ 3 ॥

ਕ੍ਸ਼ੇਤ੍ਰ ਗਯਮ੍-ਖੇਤਰ ਦਾ ਗਿਆਤਾ ; **ਚ**-ਵੀ ; **ਅਪਿ**-ਨਿਸ਼ਚੇ ਹੀ ; **ਮਾਮ੍**-ਮੈਨੂੰ ; **ਵਿਦ੍ਧਿ**-ਜਾਣੋ; **ਸਰ੍ਵ**-ਸਾਰੇ ; **ਕ੍ਸ਼ੇਤ੍ਰੇਸ਼ੁ**-ਸ਼ਰੀਰ ਰੂਪੀ ਖੇਤਰਾਂ ਵਿਚ ; **ਭਾਰਤ**-ਹੇ ਭਰਤਵੰਸ਼ੀ ; **ਕ੍ਸ਼ੇਤ੍ਰ**-ਕਰਮ ਖੇਤਰ (ਸ਼ਰੀਰ) ; **ਕ੍ਸ਼ੇਤ੍ਰ-ਗ੍ਯੋਹ੍**-ਅਤੇ ਖੇਤਰ ਦੇ ਗਿਆਤਾ ਦਾ ; **ਗ੍ਯਾਨਮ੍**-ਗਿਆਨ ; **ਯਤ੍**-ਜਿਹੜਾ ; **ਤਤ੍**-ਉਹ ; **ਗ੍ਯਾਨਮ੍**-ਗਿਆਨ ; **ਮਤਮ੍**-ਵਿਚਾਰ (ਮੱਤ) ; **ਮਮ**-ਮੇਰਾ ।

ਅਨੁਵਾਦ

ਹੇ ਭਰਤ ਵੰਸ਼ੀ! ਤੁਹਾਨੂੰ ਪਤਾ ਹੋਣਾ ਚਾਹੀਦਾ ਹੈ ਕਿ ਮੈਂ ਸਾਰੇ ਸ਼ਰੀਰਾਂ ਦਾ ਗਿਆਤਾ ਵੀ ਹਾਂ ਅਤੇ ਇਸ ਸ਼ਰੀਰ ਅਤੇ ਇਸਦੇ ਗਿਆਤਾ ਨੂੰ ਜਾਣ ਲੈਣਾ ਗਿਆਨ ਕਹਾਉਂਦਾ ਹੈ, ਅਜਿਹਾ ਮੇਰਾ ਮਤ ਹੈ ।

ਭਾਵ

ਸ਼ਰੀਰ, ਸ਼ਰੀਰ ਦੇ ਗਿਆਤਾ, ਆਤਮਾ ਅਤੇ ਪਰਮਾਤਮਾ ਬਾਰੇ ਵਿਆਖਿਆ ਦੌਰਾਨ ਸਾਨੂੰ ਤਿੰਨ ਵੱਖੋ-ਵੱਖਰੇ ਵਿਸ਼ੇ ਮਿਲਣਗੇ - ਭਗਵਾਨ, ਜੀਵ ਅਤੇ ਪਦਾਰਥ। ਹਰ ਕਰਮ-ਖੇਤਰ ਵਿਚ, ਹਰ ਸ਼ਰੀਰ ਵਿਚ ਦੋ ਆਤਮਾਵਾਂ ਹੁੰਦੀਆਂ ਹਨ - ਵਿਅਕਤੀਗਤ ਆਤਮਾ ਅਤੇ ਪਰਮ-ਆਤਮਾ। ਕਿਉਂਕਿ ਪਰਮਾਤਮਾ ਭਗਵਾਨ ਸ਼੍ਰੀ ਕ੍ਰਿਸ਼ਨ ਦਾ ਆਪਣਾ ਅੰਸ਼ ਹੈ, ਇਸ ਲਈ ਕ੍ਰਿਸ਼ਨ ਕਹਿੰਦੇ ਹਨ।"ਮੈਂ ਗਿਆਤਾ ਹਾਂ, ਪਰ ਮੈਂ ਸ਼ਰੀਰ ਦਾ ਵਿਅਕਤੀਗਤ ਗਿਆਤਾ ਨਹੀਂ ਹਾਂ, ਮੈਂ ਪਰਮ ਗਿਆਤਾ ਹਾਂ, ਮੈਂ ਹਰ ਸ਼ਰੀਰ ਵਿਚ ਪਰਮਾਤਮਾ ਦੇ ਰੂਪ ਵਿਚ ਹਾਜ਼ਰ ਰਹਿੰਦਾ ਹਾਂ।" ਜਿਹੜਾ ਖੇਤਰ ਅਤੇ ਖੇਤਰ ਦੇ ਗਿਆਤਾ ਦਾ ਅਧਿਐਨ ਭਗਵਤ ਗੀਤਾ ਰਾਹੀਂ ਸੂਖਮਤਾ ਨਾਲ ਕਰਦਾ ਹੈ, ਉਸਨੂੰ ਇਹ ਗਿਆਨ ਪ੍ਰਾਪਤ ਹੋ ਸਕਦਾ ਹੈ।

ਭਗਵਾਨ ਕਹਿੰਦੇ ਹਨ, "ਮੈਂ ਸਾਰੇ ਜੀਵਾਂ ਦੇ ਕਰਮ ਖੇਤਰ ਦਾ ਗਿਆਤਾ ਹਾਂ।" ਮਨੁੱਖ ਭਾਵੇਂ ਆਪਣੇ ਸ਼ਰੀਰ ਦਾ ਗਿਆਤਾ ਹੋਵੇ, ਪਰ ਉਸਨੂੰ ਹੋਰ ਸ਼ਰੀਰਾਂ ਦਾ ਗਿਆਨ ਨਹੀਂ ਹੁੰਦਾ। ਸਾਰੇ ਸ਼ਰੀਰਾਂ ਵਿਚ ਪਰਮਾਤਮਾ ਰੂਪ ਵਿਚ ਹਾਜ਼ਰ ਭਗਵਾਨ, ਸਾਰੇ ਸ਼ਰੀਰਾਂ ਬਾਰੇ ਜਾਣਦੇ ਹਨ। ਉਹ ਜੀਵਨ ਦੀਆਂ ਵੱਖੋ-ਵੱਖਰੀਆਂ ਜੂਨੀਆਂ ਦੇ ਸਾਰੇ ਸ਼ਰੀਰਾਂ ਨੂੰ ਜਾਨਣ ਵਾਲੇ ਹਨ। ਇੱਕ ਨਾਗਰਿਕ ਆਪਣੀ ਜ਼ਮੀਨ ਦੇ ਟੁਕੜੇ ਬਾਰੇ ਸਭ ਕੁਝ ਜਾਣ ਸਕਦਾ ਹੈ। ਪਰ ਰਾਜੇ ਨੂੰ ਸਿਰਫ਼ ਆਪਣੇ ਮਹੱਲ ਦਾ ਹੀ ਨਹੀਂ, ਸਗੋਂ ਹਰ ਨਾਗਰਿਕ ਦੀ ਭੂਮੀ, ਸੰਪੱਤੀ ਦਾ ਗਿਆਨ ਰਹਿੰਦਾ ਹੈ। ਇਸੇ ਤਰ੍ਹਾਂ ਭਾਵੇਂ ਕੋਈ ਆਪਣੇ ਸ਼ਰੀਰ ਦਾ ਮਾਲਕ ਹੋਵੇ, ਪਰ ਪਰਮੇਸ਼ਵਰ ਸਾਰੇ ਸ਼ਰੀਰਾਂ ਦੇ ਮਾਲਕ ਹਨ। ਰਾਜਾ ਆਪਣੇ ਰਾਜ ਦਾ ਅਸਲੀ ਮਾਲਕ ਹੁੰਦਾ ਹੈ ਅਤੇ ਨਾਗਰਿਕ ਗੌਣ ਮਾਲਕ। ਇਸੇ ਤਰ੍ਹਾਂ ਪਰਮੇਸ਼ਵਰ ਸਾਰੇ ਸ਼ਰੀਰਾਂ ਦੇ ਪਰਮ ਮਾਲਕ ਹਨ।

ਇਹ ਸ਼ਰੀਰ ਇੰਦਰੀਆਂ ਤੋਂ ਯੁਕਤ (ਜੁੜਿਆ) ਹੈ। ਪਰਮੇਸ਼ਵਰ ਹ੍ਰਿਸ਼ੀਕੇਸ਼ ਹਨ, ਜਿਸਦਾ ਅਰਥ ਹੈ " ਇੰਦਰੀਆਂ ਦੇ ਨਿਯੰਤਰਕ।" ਉਹ ਇੰਦਰੀਆਂ ਦੇ ਆਦਿ ਨਿਯੰਤਰਕ ਹਨ, ਜਿਵੇਂ ਰਾਜਾ ਆਪਣੇ ਰਾਜ ਦੀਆਂ ਸਾਰੀਆਂ ਗਤੀਵਿਧੀਆਂ ਦਾ ਅਸਲੀ ਨਿਯੰਤਰਕ ਹੁੰਦਾ ਹੈ। ਨਾਗਰਿਕ ਤਾਂ ਗੌਣ ਨਿਯੰਤਰਕ ਹੁੰਦੇ ਹਨ। ਭਗਵਾਨ ਦਾ ਕਥਨ ਹੈ - " ਮੈਂ ਗਿਆਤਾ ਵੀ ਹਾਂ" ਜਿਸਦਾ ਅਰਥ ਹੈ ਕਿ ਉਹ ਪਰਮ ਗਿਆਤਾ ਹਨ, ਜੀਵਆਤਮਾ ਸਿਰਫ਼ ਆਪਣੇ ਖ਼ਾਸ ਸ਼ਰੀਰ ਨੂੰ ਹੀ ਜਾਣਦਾ ਹੈ। ਵੈਦਿਕ ਗ੍ਰੰਥਾਂ ਵਿਚ ਇਸ ਤਰ੍ਹਾਂ ਦਾ ਵਰਣਨ ਹੋਇਆ ਹੈ।

ਕ੍ਸ਼ੇਤ੍ਰਾਣਿ ਹਿ ਸ਼ਰੀਰਾਣਿ ਬੀਜਮ੍ ਚਾਪਿ ਸ਼ੁਭਾਸ਼ੁਭੇ।
ਤਾਨਿ ਵੇਤ੍ਤਿ ਸ ਯੋਗਾਤ੍ਮਾ ਤਤਹ੍ ਕਸ਼ੇਤ੍ਰ-ਗਯ ਉਚ੍ਯਤੇ ॥

ਇਹ ਸ਼ਰੀਰ ਖੇਤਰ ਕਹਾਉਂਦਾ ਹੈ, ਅਤੇ ਇਸ ਸ਼ਰੀਰ ਅੰਦਰ ਇਸਦੇ ਮਾਲਕ ਅਤੇ ਨਾਲ ਹੀ ਪਰਮੇਸ਼ਵਰ ਦਾ ਨਿਵਾਸ ਹੈ, ਜਿਹੜਾ ਸ਼ਰੀਰ ਅਤੇ ਸ਼ਰੀਰ ਦੇ ਮਾਲਕ ਦੋਵਾਂ ਨੂੰ ਜਾਨਣ ਵਾਲਾ ਹੈ। ਇਸ ਲਈ ਉਸਨੂੰ ਸਾਰੇ ਖੇਤਰਾਂ ਦਾ ਗਿਆਤਾ ਕਿਹਾ ਜਾਂਦਾ ਹੈ। ਕਰਮ-ਖੇਤਰ, ਕਰਮ ਦੇ ਗਿਆਤਾ ਅਤੇ ਸਾਰੇ ਕਰਮਾਂ ਦੇ ਪਰਮ ਗਿਆਤਾ ਦਾ ਫਰਕ ਅੱਗੇ ਦੱਸਿਆ ਜਾ ਰਿਹਾ ਹੈ। ਵੈਦਿਕ

ਗ੍ਰੰਥਾਂ ਅਨੁਸਾਰ ਸ਼ਰੀਰ, ਆਤਮਾ ਅਤੇ ਪਰਮਾਤਮਾ ਦੇ ਸੁਭਾਅ ਦੀ ਸਾਰੀ ਜਾਣਕਾਰੀ 'ਗਿਆਨ' ਕਹਾਉਂਦੀ ਹੈ। ਅਜਿਹਾ ਕ੍ਰਿਸ਼ਨ ਦਾ ਮਤ ਹੈ। ਆਤਮਾ ਅਤੇ ਪਰਮਾਤਮਾ ਨੂੰ ਇੱਕ ਮੰਨਦੇ ਹੋਏ ਵੀ ਅਲੱਗ-ਅਲੱਗ ਸਮਝਣਾ ਗਿਆਨ ਹੈ। ਜਿਹੜਾ ਕਰਮ ਖੇਤਰ ਅਤੇ ਕਰਮ ਦੇ ਗਿਆਤਾ ਨੂੰ ਨਹੀਂ ਸਮਝਦਾ, ਉਸਨੂੰ ਪੂਰਨ ਗਿਆਨ ਨਹੀਂ ਹੁੰਦਾ। ਮਨੁੱਖ ਨੂੰ ਪ੍ਰਕ੍ਰਿਤੀ, ਪੁਰਖ਼ ਅਤੇ ਈਸ਼ਵਰ (ਉਹ ਗਿਆਤਾ ਜਿਹੜਾ ਪ੍ਰਕ੍ਰਿਤੀ ਅਤੇ ਖ਼ਾਸ ਆਤਮਾ ਦਾ ਨਿਯੰਤਰਕ) ਹੈ, ਦੀ ਸਥਿਤੀ ਸਮਝਣੀ ਹੁੰਦੀ ਹੈ। ਉਸ ਨੂੰ ਇਨ੍ਹਾਂ ਤਿੰਨਾਂ ਦੇ ਵੱਖੋ-ਵੱਖਰੇ ਰੂਪਾਂ ਵਿਚ ਕਿਸੇ ਤਰ੍ਹਾਂ ਦਾ ਭਰਮ ਨਹੀਂ ਕਰਨਾ ਚਾਹੀਦਾ। ਮਨੁੱਖ ਨੂੰ ਚਿੱਤਰਕਾਰ, ਚਿੱਤਰ ਅਤੇ ਕਲਮ (ਤੁਲਿਕਾ) ਵਿਚ ਭਰਮ ਨਹੀਂ ਕਰਨਾ ਚਾਹੀਦਾ। ਇਹ ਭੌਤਿਕ ਸੰਸਾਰ, ਜਿਹੜਾ ਕਰਮ ਖੇਤਰ ਦੇ ਰੂਪ ਵਿਚ ਹੈ, ਪ੍ਰਕ੍ਰਿਤੀ ਹੈ ਅਤੇ ਇਸ ਪ੍ਰਕ੍ਰਿਤੀ ਦਾ ਭੋਗਣ ਵਾਲਾ ਜੀਵ ਹੈ, ਅਤੇ ਇਨ੍ਹਾਂ ਦੋਵਾਂ ਦੇ ਉਤੇ ਪਰਮ ਨਿਯੰਤਰਕ ਭਗਵਾਨ ਹਨ। ਵੈਦਿਕ ਭਾਸ਼ਾ ਵਿਚ ਇਸ ਨੂੰ ਇੰਝ ਕਿਹਾ ਗਿਆ ਹੈ-

ਭੋਕ੍ ਤਾ ਭੋਗ੍ਯਮ੍ ਪ੍ਰੇਰਿਤਾਰਮ੍ ਚ ਮਤ੍ਵਾ ।
ਸਰਵਮ੍ ਪ੍ਰੋਕਤਮ੍ ਤ੍ਰਿ-ਵਿਧਮ੍ ਬ੍ਰਹਮਮ੍ ਏਤਤ੍ ॥

(ਸ਼ਵੇਤਾਸ਼ਵਤਰ ਉਪਨਿਸ਼ਦ 1-12)

ਬ੍ਰਹਮ ਦੇ ਤਿੰਨ ਸਰੂਪ ਹਨ - ਪ੍ਰਕ੍ਰਿਤੀ, ਕਰਮ ਖੇਤਰ ਦੇ ਰੂਪ ਵਿਚ ਬ੍ਰਹਮ ਹੈ, ਅਤੇ ਜੀਵ (ਵਿਅਕਤੀਗਤ ਆਤਮਾ) ਵੀ ਬ੍ਰਹਮ ਹੈ, ਜਿਹੜਾ ਪ੍ਰਕ੍ਰਿਤੀ ਨੂੰ ਆਪਣੇ ਨਿਯੰਤਰਣ (ਕਾਬੂ) ਵਿਚ ਰੱਖਣ ਦਾ ਯਤਨ ਕਰਦਾ ਹੈ ਅਤੇ ਇਨ੍ਹਾਂ ਦੋਵਾਂ ਦਾ ਨਿਯੰਤਰਕ ਵੀ ਬ੍ਰਹਮ ਹੈ। ਪਰ ਅਸਲੀ ਨਿਯੰਤਰਕ ਉਹੀ ਹੈ।

ਇਸ ਅਧਿਆਇ ਵਿਚ ਦੱਸਿਆ ਜਾਵੇਗਾ ਕਿ ਇਨ੍ਹਾਂ ਦੋਵਾਂ ਗਿਆਤਾਵਾਂ ਵਿਚੋਂ ਇੱਕ ਸਥਿਰ ਅਤੇ ਦੂਜਾ ਅਸਥਿਰ ਹੈ। ਇੱਕ ਸ੍ਰੇਸ਼ਠ ਹੈ ਤਾਂ ਦੂਜਾ ਅਧੀਨ ਹੈ। ਜਿਹੜਾ ਮਨੁੱਖ ਖੇਤਰ ਦੇ ਇਨ੍ਹਾਂ ਦੋਵਾਂ ਗਿਆਤਾਵਾਂ ਨੂੰ ਇੱਕ ਮੰਨ ਲੈਂਦਾ ਹੈ, ਉਹ ਭਗਵਾਨ ਦੇ ਸ਼ਬਦਾਂ ਦਾ ਖੰਡਨ ਕਰਦਾ ਹੈ, ਕਿਉਂਕਿ ਉਹਨਾਂ ਦਾ ਕਥਨ ਹੈ, " ਮੈਂ ਕਰਮ ਖੇਤਰ ਦਾ ਗਿਆਤਾ ਵੀ ਹਾਂ", ਜਿਹੜਾ ਮਨੁੱਖ ਰੱਸੀ ਨੂੰ ਸੱਪ ਸਮਝ ਲੈਂਦਾ ਹੈ, ਉਹ ਗਿਆਤਾ ਨਹੀਂ ਹੈ। ਸ਼ਰੀਰ ਕਈ ਤਰ੍ਹਾਂ ਦੇ ਹਨ ਅਤੇ ਇਨ੍ਹਾਂ ਦੇ ਮਾਲਕ ਵੀ ਵੱਖੋ-ਵੱਖਰੇ ਹਨ। ਕਿਉਂਕਿ ਹਰ ਜੀਵ ਦੀ ਆਪਣੀ ਹੋਂਦ ਹੈ, ਜਿਸ ਨਾਲ ਉਹ ਪ੍ਰਕ੍ਰਿਤੀ ਤੇ ਮਾਲਕੀਅਤ ਦੀ ਸਮਰਥਾ ਰੱਖਦਾ ਹੈ। ਇਸ ਲਈ ਸ਼ਰੀਰ ਵੱਖੋ-ਵੱਖਰੇ ਹੁੰਦੇ ਹਨ। ਪਰ ਭਗਵਾਨ ਉਨ੍ਹਾਂ ਸਭਨਾਂ ਵਿਚ ਪਰਮ ਨਿਯੰਤਰਕ ਦੇ ਰੂਪ ਵਿਚ ਹਾਜ਼ਰ ਰਹਿੰਦਾ ਹੈ। ਇੱਥੇ 'ਚ' ਸ਼ਬਦ ਮਹੱਤਵਪੂਰਨ ਹੈ, ਕਿਉਂਕਿ ਉਹ ਸਾਰੇ ਸ਼ਰੀਰ ਦਾ ਵਾਚਕ ਹੈ। ਇਹ ਸ੍ਰੀਲ ਬਲਦੇਵ ਵਿਦਿਆ ਭੂਸ਼ਣ ਦਾ ਮਤ ਹੈ। ਆਤਮਾ ਤੋਂ ਇਲਾਵਾ ਹਰ ਸ਼ਰੀਰ ਵਿਚ ਕ੍ਰਿਸ਼ਨ ਪਰਮਾਤਮਾ ਦੇ ਰੂਪ ਵਿਚ ਰਹਿੰਦੇ ਹਨ, ਅਤੇ ਇੱਥੇ ਕ੍ਰਿਸ਼ਨ ਸਪਸ਼ਟ ਰੂਪ ਵਿਚ ਕਹਿੰਦੇ ਹਨ ਕਿ ਪਰਮਾਤਮਾ ਕਰਮ ਖੇਤਰ ਅਤੇ ਖ਼ਾਸ ਭੋਗਣ ਵਾਲੇ ਦੋਵਾਂ ਦਾ ਨਿਯੰਤਰਕ (ਕਾਬੂ ਕਰਨ ਵਾਲਾ)ਹੈ।

तत्क्षेत्रं यच्च यादृक्च यद्विकारि यतश्च यत् ।
स च यो यत्प्रभावश्च तत्समासेन मे शृणु ॥ ४ ॥

ਤਤ੍ ਕ੍ਸ਼ੇਤ੍ਰਮ੍ ਯਚ੍ ਚ ਯਾਦ੍ਰਿਕ੍ ਚ ਯਦ-ਵਿਕਾਰਿ ਯਤਸ਼੍ ਚ ਯਤ੍ ।
ਸ ਚ ਯੋ ਯਤ੍ ਪ੍ਰਭਾਵਸ਼੍ ਚ ਤਤ੍ ਸਮਾਸੇਨ ਮੇ ਸ਼੍ਰਿਣੁ ॥ 4 ॥

ਤਤ੍-ਉਹ ; **ਕ੍ਸ਼ੇਤ੍ਰਮ੍**-ਕਰਮ ਖੇਤਰ ; **ਯਤ੍**-ਜਿਹੜਾ ; **ਚ**-ਵੀ ; **ਯਾਦ੍ਰਿਕ੍**-ਯਥਾਰੂਪ ਹੈ ; **ਚ**-ਵੀ ; **ਯਤ੍**-ਜਿਹੜਾ ; **ਵਿਕਾਰਿ**-ਪਰਿਵਰਤਨ ; **ਯਤਹ੍**-ਜਿਸ ਨਾਲ ; **ਚ**-ਵੀ ; **ਯਤ੍**-ਜਿਹੜਾ ; **ਸਹ੍**-ਉਹ ; **ਚ**-ਵੀ ; **ਯਹ੍**-ਜਿਹੜਾ ; **ਯਤ੍**-ਜਿਹੜਾ ; **ਪ੍ਰਭਾਵਹ੍**-ਪ੍ਰਭਾਵ ; **ਚ**-ਵੀ ; **ਤਤ੍**-ਉਸ; **ਸਮਾਸੇਨ**-ਸੰਖੇਪ ਵਿਚ ; **ਮੇ**-ਮੈਨੂੰ ; **ਸ਼੍ਰਿਣੁ**-ਸਮਝੋ ।

ਅਨੁਵਾਦ

ਹੁਣ ਤੁਸੀਂ ਮੇਰੇ ਤੋਂ ਇਹ ਸਭ ਸੰਖੇਪ ਵਿਚ ਸੁਣੋ ਕਿ ਕਰਮ ਖੇਤਰ ਕੀ ਹੈ? ਇਹ ਕਿੰਝ ਬਣਿਆ ਹੈ, ਇਨ੍ਹਾਂ ਵਿਚ ਕੀ ਪਰਿਵਰਤਨ ਹੁੰਦੇ ਹਨ, ਇਹ ਕਿੱਥੋਂ ਪੈਦਾ ਹੁੰਦਾ ਹੈ, ਇਸ ਕਰਮ ਖੇਤਰ ਨੂੰ ਜਾਨਣ ਵਾਲਾ ਕੌਣ ਹੈ ਅਤੇ ਉਸਦੇ ਕੀ ਪ੍ਰਭਾਵ ਹਨ ।

ਭਾਵ

ਭਗਵਾਨ ਕਰਮ ਖੇਤਰ ਅਤੇ ਕਰਮ ਖੇਤਰ ਦੇ ਗਿਆਤਾ ਦੀ ਸੁਭਾਵਿਕ ਸਥਿਤੀਆਂ ਦਾ ਵਰਣਨ ਕਰ ਰਹੇ ਹਨ । ਮਨੁੱਖ ਨੂੰ ਇਹ ਜਾਨਣਾ ਹੁੰਦਾ ਹੈ ਕਿ ਇਹ ਸ਼ਰੀਰ ਕਿੰਝ ਬਣਿਆ ਹੈ, ਇਹ ਸ਼ਰੀਰ ਕਿਨ੍ਹਾਂ ਪਦਾਰਥਾਂ ਨਾਲ ਬਣਿਆ ਹੈ, ਇਹ ਕਿਸਦੇ ਨਿਯੰਤਰਣ (ਕਾਬੂ) ਹੇਠ ਕਾਰਜਸ਼ੀਲ ਹੈ, ਇਸ ਵਿਚ ਕਿੰਝ ਪਰਿਵਰਤਨ ਹੁੰਦੇ ਹਨ, ਇਹ ਪਰਿਵਰਤਨ ਕਿੱਥੋਂ ਆਉਂਦੇ ਹਨ, ਉਹ ਕਾਰਨ ਕਿਹੜੇ ਹਨ, ਆਤਮਾ ਦਾ ਉਚੇਰਾ ਟੀਚਾ ਕੀ ਹੈ, ਅਤੇ ਆਤਮਾ ਦਾ ਅਸਲ ਸਰੂਪ ਕੀ ਹੈ ? ਮਨੁੱਖ ਨੂੰ ਆਤਮਾ ਅਤੇ ਪਰਮਾਤਮਾ, ਉਨ੍ਹਾਂ ਦੇ ਵੱਖੋ-ਵੱਖਰੇ ਪ੍ਰਭਾਵਾਂ, ਉਨ੍ਹਾਂ ਦੀਆਂ ਸ਼ਕਤੀਆਂ ਆਦਿ ਦੇ ਫਰਕ ਨੂੰ ਵੀ ਜਾਨਣਾ ਚਾਹੀਦਾ ਹੈ । ਜੇਕਰ ਉਹ ਭਗਵਾਨ ਰਾਹੀਂ ਦਿੱਤੇ ਗਏ ਵਰਣਨਾਂ ਦੇ ਆਧਾਰ ਤੇ ਭਗਵਤ ਗੀਤਾ ਸਮਝ ਲੈਣ, ਤਾਂ ਇਹ ਸਾਰੀਆਂ ਗੱਲਾਂ ਸਪਸ਼ਟ ਹੋ ਜਾਣਗੀਆਂ । ਪਰ ਉਸਨੂੰ ਧਿਆਨ ਰੱਖਣਾ ਹੋਵੇਗਾ ਕਿ ਹਰ ਸ਼ਰੀਰ ਵਿਚ ਨਿਵਾਸ ਕਰਨ ਵਾਲੇ ਪਰਮਾਤਮਾ ਨੂੰ ਜੀਵ ਦਾ ਸਰੂਪ ਨਾ ਮੰਨ ਬੈਠੇ । ਅਜਿਹਾ ਤਾਂ ਯੋਗ ਮਨੁੱਖ ਅਤੇ ਅਯੋਗ ਮਨੁੱਖ ਨੂੰ ਇੱਕ ਬਰਾਬਰ ਦੱਸਣ ਵਰਗਾ ਹੈ ।

ऋषिभिर्बहुधा गीतं छन्दोभिर्विविधैः पृथक् ।
ब्रह्मसूत्रपदैश्चैव हेतुमद्भिर्विनिश्चितैः ॥ ५ ॥

ਰਿਸ਼ਿਭਿਰ੍ ਬਹੁਧਾ ਗੀਤਮ੍ ਛੰਦੋਭਿਰ੍ ਵਿਵਿਧੈਹ੍ ਪ੍ਰਿਥਕ੍ ।
ਬ੍ਰਹਮ-ਸੂਤ੍ਰ-ਪਦੈਸ਼੍ ਚੈਵ ਹੇਤੁਮਦਭਿਰ੍ ਵਿਨਿਸ਼੍ਚਿੱਤਹ੍ ॥ 5 ॥

ਰਿਸ਼ਿਭਿਹ੍-ਬੁੱਧੀਮਾਨ ਰਿਸ਼ੀਆਂ ਰਾਹੀਂ ; **ਬਹੁਧਾ**-ਅਨੇਕ ਤਰ੍ਹਾਂ ਨਾਲ ; **ਗੀਤਮ੍**-ਵਰਣਿਤ ;

ਛੰਦੋਭਿਹ੍-ਵੈਦਿਕ ਮੰਤਰਾਂ ਰਾਹੀਂ ; **ਵਿਵਿਧੈਹ੍**-ਅਨੇਕਾਂ ਤਰ੍ਹਾਂ ਦੇ ; **ਪ੍ਰਿਥਕ੍**-ਵੱਖੋ-ਵੱਖਰੇ ; **ਬ੍ਰਹਮ-ਸੂਤ੍ਰ**-ਵੇਦਾਂਤ ਦੇ ; **ਪਦੈਹ੍**-ਨੀਤੀ ਬਚਨਾਂ ਰਾਹੀਂ ; **ਚ**-ਵੀ ; **ਏਵ**-ਨਿਸ਼ਚਿਤ ਰੂਪ ਨਾਲ ; **ਹੇਤੁਮਦ੍ਭਿਹ**-ਕਾਰਜ ਕਾਰਨ ਨਾਲ ; **ਵਿਨਿਸ਼੍ਚਿਤੈਹ੍**-ਨਿਸ਼ਚਿਤ।

ਅਨੁਵਾਦ

ਵੱਖੋ-ਵੱਖਰੇ ਗ੍ਰੰਥਾਂ ਵਿਚ ਅਲੱਗ-ਅਲੱਗ ਰਿਸ਼ੀਆਂ ਨੇ ਕੰਮ-ਕਾਰਾਂ ਦੇ ਖੇਤਰ ਅਤੇ ਉਨ੍ਹਾਂ ਕੰਮ-ਕਾਰਾਂ ਦੇ ਗਿਆਤਾ ਦੇ ਗਿਆਨ ਦਾ ਵਰਣਨ ਕੀਤਾ ਗਿਆ ਹੈ। ਇਸਨੂੰ ਖ਼ਾਸ ਤੌਰ ਤੇ ਵੇਦਾਂਤ ਸੂਤਰ, ਵਿਚ ਕਾਰਜ-ਕਾਰਨ ਦੇ ਸਾਰੇ ਤਰਕ ਸਮੇਤ ਪੇਸ਼ ਕੀਤਾ ਗਿਆ ਹੈ।

ਭਾਵ

ਇਸ ਗਿਆਨ ਦੀ ਵਿਆਖਿਆ ਕਰਨ ਵਿਚ ਭਗਵਾਨ ਕ੍ਰਿਸ਼ਨ ਸਭ ਤੋਂ ਵੱਡੇ ਪ੍ਰਮਾਣ ਹਨ। ਫਿਰ ਵੀ ਵਿਦਵਾਨ ਅਤੇ ਪ੍ਰਮਾਣਿਕ ਲੋਕ ਹਮੇਸ਼ਾਂ ਪਹਿਲੇ ਆਚਾਰੀਆਂ ਦੇ ਪ੍ਰਮਾਣ ਪੇਸ਼ ਕਰਦੇ ਹਨ। ਕ੍ਰਿਸ਼ਨ ਆਤਮਾ ਅਤੇ ਪਰਮਾਤਮਾ ਦੀ ਦ੍ਵੈਤਤਾ ਅਤੇ ਅਦ੍ਵੈਤਤਾ ਸੰਬੰਧੀ ਬਹੁਤ ਗੁੰਝਲਦਾਰ ਵਿਸ਼ੇ ਦੀ ਵਿਆਖਿਆ ਵੇਦਾਂਤ ਨਾਂ ਦੇ ਸ਼ਾਸ਼ਤਰ ਦਾ ਉਲੇਖ ਕਰਦੇ ਹੋਏ ਕਰ ਰਹੇ ਹਨ, ਜਿਸਨੂੰ ਪ੍ਰਮਾਣ ਮੰਨਿਆ ਜਾਂਦਾ ਹੈ। ਸਭ ਤੋਂ ਪਹਿਲਾਂ ਉਹ ਕਹਿੰਦੇ ਹਨ " ਇਹ ਵੱਖੋ-ਵੱਖਰੇ ਰਿਸ਼ੀਆਂ ਦੇ ਵਿਚਾਰ ਮੁਤਾਬਿਕ ਹੈ " ਜਿੱਥੋਂ ਤਕ ਰਿਸ਼ੀਆਂ ਦਾ ਸੰਬੰਧ ਹੈ, ਸ਼੍ਰੀ ਕ੍ਰਿਸ਼ਨ ਤੋਂ ਇਲਾਵਾ ਵਿਆਸ ਦੇਵ (ਜਿਹੜੇ ਵੇਦਾਂਤ ਸੂਤਰ ਦੀ ਰਚਨਾ ਕਰਨ ਵਾਲੇ ਹਨ) ਮਹਾਨ ਰਿਸ਼ੀ ਹਨ ਅਤੇ ਵੇਦਾਂਤ ਸੂਤਰ ਵਿਚ ਦ੍ਵੈਤ ਦੀ ਚੰਗੀ ਤਰ੍ਹਾਂ ਵਿਆਖਿਆ ਹੋਈ ਹੈ ਅਤੇ ਵਿਆਸ ਦੇਵ ਦੇ ਪਿਤਾ ਪਰਾਸ਼ਰ ਵੀ ਮਹਾਰਿਸ਼ੀ ਹਨ ਅਤੇ ਉਨ੍ਹਾਂ ਨੇ ਧਰਮ ਸੰਬੰਧੀ ਆਪਣੇ ਗ੍ਰੰਥਾਂ ਵਿਚ ਲਿਖਿਆ ਹੈ - **ਅਹਮ੍ ਤ੍ਵਮ੍ ਚ ਤਥਾਯੇ** - "ਤੁਸੀਂ, ਮੈਂ ਅਤੇ ਹੋਰ ਸਾਰੇ ਜੀਵ ਭਾਵ ਅਸੀਂ ਸਾਰੇ ਅਲੌਕਿਕ ਹਾਂ, ਭਾਵੇਂ ਸਾਡੇ ਸ਼ਰੀਰ ਭੌਤਿਕ ਹੋਣ। ਅਸੀਂ ਆਪਣੇ-ਆਪਣੇ ਕਰਮਾਂ ਕਰਕੇ ਪ੍ਰਕ੍ਰਿਤੀ ਦੇ ਤਿੰਨਾਂ ਗੁਣਾਂ ਦੇ ਵੱਸ ਵਿਚ ਹੋ ਕੇ ਡਿੱਗ ਗਏ ਹਾਂ। ਸਿੱਟੇ ਵੱਜੋਂ ਕੁਝ ਲੋਕ ਉਚੇਰੇ ਧਰਾਤਲ ਤੇ ਹਨ ਅਤੇ ਕੁਝ ਨਿਚਲੇ ਧਰਾਤਲ ਤੇ ਹਨ। ਇਹ ਉਚੇਰਾ ਅਤੇ ਨਿਚਲਾ ਧਰਾਤਲ ਅਗਿਆਨ ਦੇ ਕਾਰਨ ਹੈ, ਅਤੇ ਅਨੰਤ ਜੀਵਾਂ ਦੇ ਰੂਪ ਵਿਚ ਪ੍ਰਗਟ ਹੋ ਰਹੇ ਹਨ। ਪਰ ਪਰਮਾਤਮਾ, ਜਿਹੜਾ ਅਚੁਤ (ਅਡਿੱਗ) ਹੈ, ਤਿੰਨਾਂ ਗੁਣਾਂ ਤੋਂ ਪਵਿੱਤਰ, ਅਤੇ ਅਲੌਕਿਕ ਹਨ।" ਇੰਝ ਮੂਲ ਵੇਦਾਂ ਵਿਚ ਖਾਸ ਕਰਕੇ ਕਠੋਪਨਿਸ਼ਦ ਵਿਚ ਆਤਮਾ, ਪਰਮਾਤਮਾ ਅਤੇ ਸ਼ਰੀਰ ਦਾ ਫਰਕ ਦੱਸਿਆ ਗਿਆ ਹੈ। ਇਸ ਤੋਂ ਇਲਾਵਾ ਅਨੇਕਾਂ ਮਹਾਰਿਸ਼ੀਆਂ ਨੇ ਇਸਦੀ ਵਿਆਖਿਆ ਕੀਤੀ ਹੈ, ਜਿਨ੍ਹਾਂ ਵਿਚ ਪਰਾਸ਼ਰ ਪ੍ਰਮੁੱਖ ਮੰਨੇ ਜਾਂਦੇ ਹਨ।

ਛੰਦੋਭਿਰ੍ ਸ਼ਬਦ ਵੱਖੋ-ਵੱਖਰੇ ਵੈਦਿਕ ਗ੍ਰੰਥਾਂ ਦਾ ਸੂਚਕ ਹੈ। ਉਦਾਹਰਣ ਵਜੋਂ **ਤੈਤਿੱਰੀਯ ਉਪਨਿਸ਼ਦ** ਜਿਹੜਾ ਯਜੁਰ੍ਵੇਦ ਦੀ ਇੱਕ ਸ਼ਾਖ਼ਾ ਹੈ, ਪ੍ਰਕ੍ਰਿਤੀ, ਜੀਵ ਅਤੇ ਭਗਵਾਨ ਬਾਰੇ ਵਰਣਨ ਕਰਦੀ ਹੈ।

ਜਿਵੇਂ ਕਿ ਪਹਿਲੋਂ ਕਿਹਾ ਜਾ ਚੁੱਕਾ ਹੈ ਖੇਤਰ ਕੰਮ-ਕਾਰ ਦਾ ਖੇਤਰ ਹੈ। ਖ਼ੇਤਰਗਯ ਦੇ ਦੋ ਭਾਗ ਹਨ - ਜੀਵਾਤਮਾ ਅਤੇ ਪਰਮ-ਪੁਰਖ। ਜਿਵੇਂ ਕਿ ਤੈਤਿਰੀਯ ਉਪਨਿਸ਼ਦ ਵਿਚ (2-9) ਕਿਹਾ ਗਿਆ ਹੈ - **ਬ੍ਰਹ੍ਮ ਪੁਚ੍ਛਮ੍ ਪ੍ਰਤਿਸ਼ਠਾ**। ਭਗਵਾਨ ਦੀ ਸ਼ਕਤੀ ਦਾ ਪ੍ਰਗਟਾਵਾ **ਅੰਨ ਮਯ** ਰੂਪ ਵਿਚ ਹੁੰਦਾ ਹੈ, ਜਿਸਦਾ ਅਰਥ ਹੈ - ਹੋਂਦ ਲਈ ਅੰਨ ਤੇ ਨਿਰਭਰਤਾ। ਇਹ ਬ੍ਰਹਮ ਦੀ ਭੌਤਿਕਤਾਵਾਦੀ ਅਨੁਭੂਤੀ ਹੈ। ਅੰਨ ਵਿਚ ਪਰਮ ਸਤਿ ਦਾ ਅਨੁਭਵ ਕਰਨ ਮਗਰੋਂ ਫਿਰ ਪ੍ਰਾਣਮਈ ਰੂਪ ਵਿਚ ਮਨੁੱਖ ਸਜੀਵ ਲੱਛਣਾਂ ਜਾਂ ਜੀਵਨ ਰੂਪਾਂ ਵਿਚ ਪਰਮ ਸਤਿ ਦਾ ਅਨੁਭਵ ਕਰਦਾ ਹੈ। ਗਿਆਨ-ਮਈ ਰੂਪ ਵਿਚ ਇਹ ਅਨੁਭਵ ਸਜੀਵ ਲੱਛਣਾਂ ਤੋਂ ਅੱਗੇ ਵੱਧ ਕੇ, ਚਿੰਤਨ, ਅਨੁਭਵ ਅਤੇ ਇੱਛਾ ਤਕ ਅਪੜਦਾ ਹੈ ਤਾਂ ਬ੍ਰਹਮ ਦੀ ਉਚੇਰੀ ਅਨੁਭੂਤੀ ਹੁੰਦੀ ਹੈ, ਜਿਸਨੂੰ ਵਿਗਿਆਨ ਮਈ ਰੂਪ ਕਹਿੰਦੇ ਹਨ, ਜਿਸ ਵਿਚ ਜੀਵ ਦੇ ਮਨ ਅਤੇ ਜੀਵਨ ਦੇ ਲੱਛਣਾਂ ਨੂੰ ਜੀਵ ਤੋਂ ਵੱਖਰਾ ਵਿਖਾਇਆ ਜਾਂਦਾ ਹੈ। ਇਸ ਤੋਂ ਮਗਰੋਂ ਪਰਮ ਅਵਸਥਾ ਆਉਂਦੀ ਹੈ, ਜਿਹੜੀ ਆਨੰਦ ਮਯ ਹੈ ਭਾਵ ਸਰ੍ਵ-ਆਨੰਦਮਈ ਸੁਭਾਅ ਦੀ ਅਨੁਭੂਤੀ ਹੈ। ਇੰਝ ਬ੍ਰਹਮ ਅਨੁਭੂਤੀ ਦੀਆਂ ਪੰਜ ਅਵਸਥਾਵਾਂ ਹਨ, ਜਿਨ੍ਹਾਂ ਨੂੰ **ਬ੍ਰਹਮ ਪੁਚ੍ਛਮ੍** ਕਿਹਾ ਜਾਂਦਾ ਹੈ। ਇਨ੍ਹਾਂ ਵਿਚੋਂ ਪਹਿਲੀਆਂ ਤਿੰਨ ਅੰਨਮਈ, ਪ੍ਰਾਣਮਈ ਅਤੇ ਗਿਆਨਮਈ - ਅਵਸਥਾਵਾਂ ਜੀਵ ਦੇ ਕੰਮ-ਕਾਰਾਂ ਦੇ ਖੇਤਰ ਨਾਲ ਸੰਬੰਧਿਤ ਹੁੰਦੀਆਂ ਹਨ। ਪਰਮੇਸ਼ਵਰ ਇਨ੍ਹਾਂ ਕੰਮ-ਕਾਰਾਂ ਦੇ ਖੇਤਰ ਤੋਂ ਪਰ੍ਹੇ ਹੈ, ਅਤੇ ਆਨੰਦਮਈ ਹੈ। ਵੇਦਾਂਤ ਸੂਤਰ ਵੀ ਪਰਮੇਸ਼ਵਰ ਨੂੰ **ਆਨੰਦ ਮਯੋ ਅਭ੍ਯਾ ਸਾਤ੍** ਕਹਿਕੇ ਬੁਲਾਉਂਦਾ ਹੈ। ਭਗਵਾਨ ਸੁਭਾਅ ਤੋਂ ਆਨੰਦਮਈ ਹਨ। ਆਪਣੇ ਅਲੌਕਿਕ ਆਨੰਦ ਨੂੰ ਭੋਗਣ ਲਈ ਉਹ ਵਿਗਿਆਨ-ਮਈ, ਪ੍ਰਾਣ-ਮਈ, ਗਿਆਨ-ਮਈ ਅਤੇ ਅੰਨ-ਮਈ ਰੂਪਾਂ ਵਿਚ ਵਿਸਥਾਰ ਕਰਦੇ ਹਨ। ਕੰਮ-ਕਾਰਾਂ ਦੇ ਖੇਤਰ ਵਿਚ ਜੀਵ ਭੋਗਤਾ (ਖੇਤਰਗਯ) ਮੰਨਿਆ ਜਾਂਦਾ ਹੈ, ਪਰ ਆਨੰਦਮਈ ਉਸ ਤੋਂ ਵੱਖਰਾ ਹੁੰਦਾ ਹੈ। ਇਸਦਾ ਅਰਥ ਇਹ ਹੋਇਆ ਕਿ ਜੇ ਜੀਵ ਆਨੰਦਮਈ ਦੀਆਂ ਲੀਹਾਂ ਤੇ ਚੱਲ ਕੇ ਸੁੱਖ ਮਾਣਦਾ ਹੈ ਤਾਂ ਉਹ ਪੂਰਨ ਬਣ ਜਾਂਦਾ ਹੈ। ਖੇਤਰ ਦਾ ਗਿਆਤਾ (ਖੇਤਰਗਯ) ਰੂਪ ਵਿਚ ਪਰਮੇਸ਼ਵਰ ਦੀ ਅਤੇ ਉਸਦੇ ਅਧੀਨ ਗਿਆਤਾ ਦੇ ਰੂਪ ਵਿਚ ਜੀਵ ਦੀ ਅਤੇ ਕੰਮ-ਕਾਰਾਂ ਦੇ ਖੇਤਰ ਦੀ ਪ੍ਰਕ੍ਰਿਤੀ ਦਾ ਇਹ ਅਸਲ ਗਿਆਨ ਹੈ। ਵੇਦਾਂਤ ਸੂਤਰ ਜਾਂ ਬ੍ਰਹਮ ਸੂਤਰ ਵਿਚ ਇਸ ਸੱਚ ਦੀ ਖ਼ੋਜ ਕਰਨੀ ਹੋਵੇਗੀ।

ਇੱਥੇ ਇਸਦਾ ਜ਼ਿਕਰ ਹੋਇਆ ਹੈ ਕਿ ਬ੍ਰਹਮ ਸੂਤਰ ਦੇ ਨੀਤੀ ਬਚਨ ਕਾਰਜ ਕਾਰਨ ਮੁਤਾਬਿਕ ਚੰਗੀ ਤਰ੍ਹਾਂ ਦਰਜ਼ ਹਨ, ਇਨ੍ਹਾਂ ਵਿੱਚੋਂ ਕੁਝ ਸੂਤਰ ਇੰਝ ਹਨ - **ਨ ਵਿਯਦ੍ ਅਸ਼੍ਰੁਤੇਹ੍** (2-3-2); **ਨਾਤ੍ਮਾ ਸ਼੍ਰੁਤੇਹ੍** (2-3-18) ਅਤੇ **ਪਰਾਤ੍ ਤੁ ਤਚ੍ ਛ੍ਰੁਤੇਹ੍** (2-3-40)। ਪ੍ਰਥਮ ਸੂਤਰ ਕੰਮ-ਕਾਰਾਂ ਦੇ ਖੇਤਰ ਨੂੰ ਸੂਚਿਤ ਕਰਦਾ ਹੈ, ਦੂਜਾ ਜੀਵ ਨੂੰ ਅਤੇ ਤੀਜਾ ਪਰਮੇਸ਼ਵਰ ਨੂੰ, ਜਿਹੜਾ ਵੱਖੋ-ਵੱਖਰੇ ਜੀਵਾਂ ਦੇ ਨਿਰਭਰ ਤੱਤ ਹਨ।

महाभूतान्यहङ्कारो बुद्धिरव्यक्तमेव च ।
इन्द्रियाणि दशैकं च पञ्च चेन्द्रियगोचराः ॥ ६ ॥

इच्छा द्वेषः सुखं दुःखं सङ्घातश्चेतना धृतिः ।
एतत्क्षेत्रं समासेन सविकारमुदाहृतम् ॥ ७ ॥

ਮਹਾ-ਭੂਤਾਨਿ ਅਹੰਕਾਰੋ ਬੁਦ੍ਧਿਰ੍ ਅਵ੍ਯਕ੍ਤਮ੍ ਏਵ ਚ ।
ਇੰਦ੍ਰਿਯਾਣਿ ਦਸ਼ੈਕਮ੍ ਚ ਪੰਚ ਚੇਂਦ੍ਰਿਯ-ਗੋਚਰਾਹ੍ ॥ 6 ॥

ਇਚ੍ਛਾ ਦ੍ਵੇਸ਼ਹ੍ ਸੁਖਮ੍ ਦੁਹ੍ਖਮ੍ ਸੰਘਾਤਸ਼੍ ਚੇਤਨਾ ਧ੍ਰਿਤਿਹ੍ ।
ਏਤਤ੍ ਕ੍ਸ਼ੇਤ੍ਰਮ੍ ਸਮਾਸੇਨ ਸ-ਵਿਕਾਰਮ੍ ਉਦਾਹ੍ਰਿਤਮ੍ ॥ 7 ॥

ਮਹਾ-ਭੂਤਾਨਿ-ਪਰਮ ਤੱਤ ; **ਅਹੰਕਾਰਹ੍**-ਝੂਠੀ ਹਉਮੈ ; **ਬੁਦ੍ਧਿਹ੍**-ਬੁੱਧੀ ; **ਅਵ੍ਯਕ੍ਤਮ੍**-ਅਪ੍ਰਗਟ ; **ਏਵ**-ਨਿਸ਼ਚੈ ਹੀ ; **ਚ**-ਵੀ ; **ਇੰਦ੍ਰਿਯਾਣਿ**-ਇੰਦਰੀਆਂ ; **ਦਸ਼ ਏਕਮ੍**-ਗਿਆਰ੍ਹਾਂ ; **ਚ**-ਵੀ ; **ਪੰਚ**-ਪੰਜ ; **ਚ**-ਵੀ ; **ਇੰਦ੍ਰਿਯ-ਗੋ-ਚਰਾਹ੍**-ਇੰਦਰੀਆਂ ਦੇ ਵਿਸ਼ੇ ; **ਇਚ੍ਛਾ**-ਇੱਛਾ ; **ਦ੍ਵੇਸ਼ਹ੍**-ਘ੍ਰਿਣਾ ; **ਸੁਖਮ੍**-ਸੁਖ ; **ਦੁਹ੍ਖਮ੍**-ਦੁੱਖ ; **ਸੰਘਾਤਹ੍**-ਸਮੂਹ ; **ਚੇਤਨਾ**-ਜੀਵਨ ਦੇ ਲੱਛਣ ; **ਧ੍ਰਿਤਿਹ੍**-ਧੀਰਜ ; **ਏਤਤ੍**-ਇਹ ਸਾਰਾ ; **ਕਸ਼ੇਤ੍ਰਮ੍**-ਕੰਮ ਕਾਰਾਂ ਦਾ ; **ਸਮਾਸੇਨ**-ਸੰਖੇਪ ਵਿਚ ; **ਸ-ਵਿਕਾਰਮ੍**-ਅੰਦਰੂਨੀ ਕਿਰਿਆਵਾਂ ਨਾਲ ; **ਉਦਾਹ੍ਰਿਤਮ੍**-ਉਦਾਹਰਣ ਵੱਜੋਂ ਕਿਹਾ ਗਿਆ ।

ਅਨੁਵਾਦ

ਪੰਜ ਮਹਾਭੂਤ, ਝੂਠਾ-ਹੰਕਾਰ, ਬੁੱਧੀ, ਅਦਿੱਖ, ਦਸਾਂ ਇੰਦਰੀਆਂ ਅਤੇ ਮਨ, ਪੰਜ ਇੰਦਰੀਆਂ ਦੇ ਵਿਸ਼ੇ ਇੱਛਾ, ਦ੍ਵੈਸ਼, ਸੁਖ, ਦੁੱਖ, ਸਮੂਹ, ਜੀਵਨ ਦੇ ਲੱਛਣ ਅਤੇ ਧੀਰਜ - ਇਨ੍ਹਾਂ ਸਭਨਾਂ ਨੂੰ ਸੰਖੇਪ ਵਿਚ ਕੰਮ ਦਾ ਖ਼ੇਤਰ ਅਤੇ ਉਨ੍ਹਾਂ 'ਚ ਪਰਸਪਰ ਸਬੰਧ ਕਿਹਾ ਗਿਆ ਹੈ ।

ਭਾਵ

ਮਹਾਰਿਸ਼ੀਆਂ, ਵੈਦਿਕ ਸੂਤਰਾਂ (ਸ਼ਲੋਕਾਂ) ਅਤੇ ਵੇਦਾਂਤ ਸੂਤਰ ਦੇ ਪ੍ਰਮਾਣਿਕ ਕਥਨਾਂ ਦੇ ਆਧਾਰ ਤੇ ਇਸ ਸੰਸਾਰ ਦੀ ਬਣਤਰ ਨੂੰ ਇੰਝ ਸਮਝਿਆ ਜਾ ਸਕਦਾ ਹੈ । ਪਹਿਲਾਂ ਧਰਤੀ, ਜਲ, ਅਗਨੀ, ਵਾਯੂ (ਹਵਾ) ਅਤੇ ਆਕਾਸ਼ - ਇਹ ਪੰਜ ਮਹਾਭੂਤ ਹਨ । ਫਿਰ ਹੰਕਾਰ, ਬੁੱਧੀ ਅਤੇ ਤਿੰਨਾਂ ਗੁਣਾਂ ਦੀ ਅਵਿਅਕਤ ਅਵਸਥਾ ਆਉਂਦੀ ਹੈ । ਇਸ ਤੋਂ ਮਗਰੋਂ ਪੰਜ ਗਿਆਨ ਇੰਦਰੀਆਂ ਹਨ - ਨੇਤਰ, ਕੰਨ, ਨੱਕ, ਜੀਭ ਅਤੇ ਚਮੜੀ। ਫਿਰ ਪੰਜ ਕਰਮ ਇੰਦਰੀਆਂ - ਬਾਣੀ, ਪੈਰ, ਹੱਥ, ਗੁਦਾ ਅਤੇ ਲਿੰਗ ਹਨ । ਤਾਂ ਇਨ੍ਹਾਂ ਇੰਦਰੀਆਂ ਤੋਂ ਉਤੇ ਮਨ ਹੁੰਦਾ ਹੈ, ਜਿਹੜਾ ਅੰਦਰ ਰਹਿਣ ਕਰਕੇ, ਅੰਦਰੂਨੀ ਇੰਦਰੀ ਕਿਹਾ ਜਾ ਸਕਦਾ ਹੈ । ਇੰਝ ਮਨ ਸਮੇਤ ਕੁਲ ਗਿਆਰ੍ਹਾਂ ਇੰਦਰੀਆਂ ਹਨ । ਫਿਰ ਇਨ੍ਹਾਂ ਇੰਦਰੀਆਂ ਦੇ ਪੰਜ ਵਿਸ਼ੇ ਹਨ - ਗੰਧ, ਸੁਆਦ, ਰੂਪ, ਸਪਰਸ਼ ਅਤੇ ਧੁਨੀ । ਇੰਝ ਇਨ੍ਹਾਂ ਚੋਵੀਂ ਤੱਤਾਂ ਦਾ ਸਮੂਹ ਕਾਰਜ ਖੇਤਰ ਕਹਾਉਂਦਾ ਹੈ । ਜੇਕਰ ਕੋਈ ਇਨ੍ਹਾਂ ਚੌਵੀ ਵਿਸ਼ਿਆਂ ਦਾ ਵਿਸ਼ਲੇਸ਼ਣ ਕਰੇ ਤਾਂ ਉਸਨੂੰ ਕਾਰਜ ਖੇਤਰ ਸਮਝ ਆ ਜਾਵੇਗਾ । ਫਿਰ ਇੱਛਾ, ਦ੍ਵੈਸ਼, ਸੁਖ ਅਤੇ ਦੁੱਖ ਨਾਂ ਦੀਆਂ ਅੰਦਰੂਨੀ ਆਪਸੀ ਕਿਰਿਆਵਾਂ ਹਨ, ਜਿਹੜੀਆਂ ਸਥੂਲ ਦੇਹ ਦੇ ਪੰਜ ਮਹਾਨ-ਤੱਤਾਂ ਦਾ ਪ੍ਰਗਟਾਵਾ ਹਨ । ਚੇਤਨਾ ਅਤੇ ਧੀਰਜ ਰਾਹੀਂ ਵਿਖਾਏ ਗਏ ਜੀਵਨ

ਦੇ ਲੱਛਣ ਸੂਖਮ ਸ਼ਰੀਰ ਭਾਵ ਮਨ, ਹੰਕਾਰ ਅਤੇ ਬੁੱਧੀ ਦੇ ਪ੍ਰਗਟਾਵੇ ਹਨ। ਇਹ ਸੂਖਮ ਤੱਤ ਵੀ ਕਾਰਜ ਖੇਤਰ ਵਿਚ ਸ਼ਾਮਿਲ ਰਹਿੰਦੇ ਹਨ।

ਪੰਜ ਮਹਾਭੂਤ (ਮਹਾਨ-ਤੱਤ) ਝੂਠੇ ਹੰਕਾਰ ਦਾ ਸਥੂਲ ਪ੍ਰਗਟਾਵਾ ਹਨ, ਜਿਹੜੇ ਝੂਠੇ ਹੰਕਾਰ ਦੀ ਮੁਢਲੀ ਅਵਸਥਾ ਨੂੰ ਹੀ ਵਿਖਾਉਂਦੇ ਹਨ, ਜਿਸ ਨੂੰ ਤਕਨੀਕੀ ਰੂਪ ਵਿਚ ਭੌਤਿਕ ਵਿਚਾਰਧਾਰਾ ਜਾਂ **ਤਾਮਸ** ਬੁੱਧੀ ਕਿਹਾ ਜਾਂਦਾ ਹੈ। ਇਹ ਹੋਰ ਅੱਗੇ ਪ੍ਰਕ੍ਰਿਤੀ ਦੇ ਤਿੰਨ ਗੁਣਾਂ ਦੀ ਅਪ੍ਰਗਟ ਅਵਸਥਾ ਦਾ ਸੂਚਕ ਹੈ। ਪ੍ਰਕ੍ਰਿਤੀ ਦੇ ਅਵਿਅਕਤ (ਅਦਿੱਖ) ਗੁਣਾਂ ਨੂੰ **ਪ੍ਰਧਾਨ** ਕਿਹਾ ਜਾਂਦਾ ਹੈ।

ਜਿਹੜਾ ਮਨੁੱਖ ਇਨ੍ਹਾਂ ਚੌਵੀ ਤੱਤਾਂ ਨੂੰ ਉਨ੍ਹਾਂ ਦੀਆਂ ਪਰਸਪਰ ਕਿਰਿਆਵਾਂ ਸਮੇਤ ਜਾਨਣਾ ਚਾਹੁੰਦਾ ਹੈ, ਉਸ ਨੂੰ ਵਿਸਥਾਰ ਨਾਲ ਦਰਸ਼ਨ ਦਾ ਅਧਿਐਨ ਕਰਨਾ ਚਾਹੀਦਾ ਹੈ। ਭਗਵਤ ਗੀਤਾ ਵਿਚ ਸਿਰਫ ਸਾਰ-ਅੰਸ਼ ਦਿੱਤਾ ਗਿਆ ਹੈ।

ਸ਼ਰੀਰ ਇਨ੍ਹਾਂ ਸਾਰੇ ਤੱਤਾਂ ਦਾ ਪ੍ਰਗਟਾਵਾ ਹੈ। ਸ਼ਰੀਰ ਵਿਚ ਛੇ ਤਰ੍ਹਾਂ ਦੇ ਪਰਿਵਰਤਨ ਹੁੰਦੇ ਹਨ – ਉਹ ਪੈਦਾ ਹੁੰਦਾ ਹੈ, ਵੱਧਦਾ ਹੈ, ਸਥਿਤ ਰਹਿੰਦਾ ਹੈ, ਸੰਤਾਨ ਪੈਦਾ ਕਰਦਾ ਹੈ ਅਤੇ ਤਾਂ ਉਹ ਕਮਜ਼ੋਰ ਹੁੰਦਾ ਹੈ ਅਤੇ ਆਖ਼ਿਰ ਵਿਚ ਸਮਾਪਤ ਹੋ ਜਾਂਦਾ ਹੈ। ਇਸ ਲਈ ਖੇਤਰ (ਸ਼ਰੀਰ) ਅਸਥਾਈ ਭੌਤਿਕ ਚੀਜ਼ ਹੈ, ਪਰ ਖੇਤਰਗਯ (ਖੇਤਰ ਦਾ ਗਿਆਤਾ) ਇਸ ਤੋਂ ਵੱਖਰਾ ਰਹਿੰਦਾ ਹੈ।

अमानित्वमदम्भित्वमहिंसा क्षान्तिरार्जवम् ।
आचार्योपासनं शौचं स्थैर्यमात्मविनिग्रहः ॥ ८ ॥
इन्द्रियार्थेषु वैराग्यमनहङ्कार एव च ।
जन्ममृत्युजराव्याधिदुःखदोषानुदर्शनम् ॥ ९ ॥
असक्तिरनभिष्वङ्गः पुत्रदारगृहादिषु ।
नित्यं च समचित्तत्वमिष्टानिष्टोपपत्तिषु ॥ १० ॥
मयि चानन्ययोगेन भक्तिरव्यभिचारिणी ।
विविक्तदेशसेवित्वमरतिर्जनसंसदि ॥ ११ ॥
अध्यात्मज्ञाननित्यत्वं तत्त्वज्ञानार्थदर्शनम् ।
एतज्ज्ञानमिति प्रोक्तमज्ञानं यदतोऽन्यथा ॥ १२ ॥

ਅਮਾਨਿਤ੍ਵਮ੍ ਅਦਮ੍ਭਿਤ੍ਵਮ੍ ਅਹਿੰਸਾ ਕ੍ਸ਼ਾਂਤਿਰ ਆਰ੍ਜਵਮ੍ ।
ਆਚਾਰ੍ਯੋਪਾਸਨਮ੍ ਸ਼ੌਚਮ੍ ਸ੍ਥੈਰ੍ਯਮ੍ ਆਤ੍ਮ-ਵਿਨਿਗ੍ਰਹਹ੍ ॥ 8 ॥
ਇੰਦ੍ਰਿਯਾਰ੍ਥੇਸ਼ੁ ਵੈਰਾਗ੍ਯਮ੍ ਅਨਹੰਕਾਰ ਏਵ ਚ ।
ਜਨ੍ਮ-ਮ੍ਰਿਤ੍ਯੁ-ਜਰਾ-ਵ੍ਯਾਧਿ ਦੁੱਖ-ਦੋਸ਼ਾਨੁਦਰ੍ਸ਼ਨਮ੍ ॥ 9 ॥

ਅਸਕ੍ਤਿਰ੍ ਅਨਭਿਸ਼੍ਵੰਗਹ੍ ਪੁਤ੍ਰ-ਦਾਰ-ਗ੍ਰਿਹਾਦਿਸ਼ੁ ।
ਨਿਤ੍ਯਮ੍ ਚ ਸਮ-ਚਿੱਤ੍ਵਮ੍ ਇਸ਼੍ਟਾਨਿਸ਼੍ਟੋਪਪਿਤਸ਼ੁ ॥ 10 ॥

ਮਯਿ ਚਾਨੰਨਯ-ਯੋਗੇਨ ਭਕ੍ਤਿਰ੍ ਅਵ੍ਯਭਿਚਾਰਿਣੀ ।
ਵਿਵਿਕ੍ਤ-ਦੇਸ਼-ਸੇਵਿਤ੍ਵਮ੍ ਅਰਤਿਰ੍ ਜਨ-ਸੰਸਦਿ ॥ 11 ॥

ਅਧ੍ਯਾਤ੍ਮ ਗ੍ਯਾਨ੍ ਨਿਤ੍ਯਤ੍ਵਮ੍ ਤੱਤਵ ਗ੍ਯਾਨਾਰ੍ਥ-ਦਰ੍ਸ਼ਨਮ੍ ।
ਏਤਜ੍ ਗ੍ਯਾਨਮ੍ ਇਤਿ ਪ੍ਰੋਕ੍ਤਮ ਅਗ੍ਯਾਨਮ੍ ਯਦ੍ ਅਤੋ 'ਨ੍ਯਥਾ ॥ 12 ॥

ਅਮਾਨਿਤ੍ਵਮ੍-ਨਿਮਰਤਾ ; **ਅਦਮ੍ਭਿਤ੍ਵਮ੍**-ਘੁਮੰਡ ਰਹਿਤ ; **ਅਹਿੰਸਾ**-ਅਹਿੰਸਾ ; **ਕਸ਼ਾਂਤਿਹ੍**-ਸਹਿਣਸ਼ੀਲਤਾ ; **ਆਰ੍ਜਵਮ੍**-ਸਰਲਤਾ ; **ਆਚਾਰ੍ਯ-ਉਪਾਸਨਮ੍**-ਪ੍ਰਮਾਣਿਕ ਗੁਰੂ ਕੋਲ ਜਾਣਾ ; **ਸ਼ੌਚਮ੍**-ਪਵਿੱਤਰਤਾ ; **ਸ੍ਥੈਰ੍ਯਮ੍**-ਦ੍ਰਿੜ੍ਹਤਾ ;**ਆਤ੍ਮ-ਵਿਨਿਗ੍ਰਹਹ੍**-ਆਤਮ ਸੰਜਮ ; **ਇੰਦ੍ਰਿਯ-ਅਰ੍ਥੇਸ਼ੁ**-ਇੰਦਰੀਆਂ ਦੇ ਮਾਮਲੇ ਵਿਚ ; **ਵੈਰਾਗ੍ਯਮ੍**-ਵੈਰਾਗ ; **ਅਨਹੰਕਾਰਹ੍**-ਨਿਰਹੰਕਾਰਤਾ ; **ਏਵ**-ਨਿਸ਼ਚੈ ਹੀ ; **ਚ**-ਵੀ ; **ਜਨ੍ਮ**-ਜਨਮ ; **ਮ੍ਰਿਤ੍ਯੁ**-ਮੌਤ ; **ਜਰ**-ਬੁਢਾਪਾ ; **ਵ੍ਯਾਧਿ**-ਅਤੇ ਰੋਗ ਦਾ ; **ਦੁਹ੍ਖ**-ਦੁੱਖ ਦਾ ; **ਦੋਸ਼**-ਦੋਸ਼ ; **ਅਨੁਦਰ੍ਸ਼ਨਮ੍**-ਵੇਖਦੇ ਹੋਏ ; **ਅਸਕ੍ਤਿਹ੍**-ਬਿਨ੍ਹਾਂ ਆਸਕਤੀ (ਮੋਹ) ਦੇ ; **ਅਨਭਿਸ਼੍ਵੰਗਹ੍**-ਬਿਨ੍ਹਾਂ ਸੰਗਤ ਦੇ ; **ਪੁਤ੍ਰ**-ਪੁੱਤਰ ਲਈ ; **ਦਾਰ**-ਪਤਨੀ ; **ਗ੍ਰਿਹ-ਆਦਿਸ਼ੁ**-ਘਰ ਆਦਿ ਵਿਚ ; **ਨਿਤ੍ਯਮ੍**-ਲਗਾਤਾਰ ; **ਚ**-ਵੀ ; **ਸਮਚਿੱਤਤ੍ਵਮ੍**-ਬਰਾਬਰੀ ਦਾ ਭਾਵ ; **ਇਸ਼੍ਟ**-ਇੱਛਤ ; **ਅਨਿਸ਼੍ਟ**-ਅਣਇੱਛਤ ; **ਉਪਧਤਿੱਸ਼ੁ**-ਪ੍ਰਾਪਤ ਕਰਕੇ ; **ਮਯਿ**-ਮੇਰੇ ਵਿਚ ; **ਚ**-ਵੀ ; **ਅਨੰਯ-ਯੋਗੇਨ**-ਹੋਰ ਭਗਤੀ ਨਾਲ ; **ਭਕ੍ਤਿਹ੍**-ਭਗਤੀ ; **ਅਵ੍ਯਭਿਚਾਰਿਣੀ**-ਬਿਨ੍ਹਾਂ ਰੁਕਾਵਟ ਦੇ ; **ਵਿਵਿਕ੍ਤ**-ਇੱਕਾਂਤ ; **ਦੇਸ਼**-ਥਾਵਾਂ ਦੀ ; **ਸੇਵਿਤ੍ਵਮ੍**-ਅਭਿਲਾਸ਼ਾ ਕਰਦੇ ਹੋਏ ; **ਅਰਤਿਹ੍**-ਅਨਾਸਕਤ (ਨਿਰਮੋਹ) ਭਾਵ ਨਾਲ ; **ਜਨ-ਸੰਸਦਿ**-ਆਮ ਲੋਕਾਂ ਨੂੰ ; **ਅਧ੍ਯਾਤ੍ਮ੍**-ਆਤਮਾ ਸੰਬੰਧੀ ; **ਗ੍ਯਾਨੁ**-ਗਿਆਨ ਵਿਚ ; **ਨਿਤ੍ਯਤ੍ਵਮ੍**-ਅਡੋਲਤਾ; **ਤੱਤਵਗ੍ਯਾਨ**-ਸਤਿ ਦੇ ਗਿਆਨ ਦੇ ; **ਅਰ੍ਥ**-ਕਾਰਨ ; **ਦਰ੍ਸ਼ਨਮ੍**-ਦਰਸ਼ਨ ਸ਼ਾਸ਼ਤਰ ; **ਏਤਤ੍**-ਇਹ ਸਾਰਾ ; **ਗ੍ਯਾਨਮ੍**-ਗਿਆਨ ; **ਇਤਿ**-ਇੰਝ; **ਪ੍ਰੋਕ੍ਤਮ੍**-ਘੋਸ਼ਣਾ ਕੀਤਾ ; **ਅਗ੍ਯਾਨਮ੍**-ਅਗਿਆਨ ; **ਯਤ੍**-ਜਿਹੜਾ ; **ਅਤਹ੍**-ਇਸ ਨਾਲ ; **ਅੰਨਯਥਾ**-ਹੋਰ ।

ਅਨੁਵਾਦ

ਨਿਮਰਤਾ, ਘੁਮੰਡ ਰਹਿਤ , ਅਹਿੰਸਾ, ਸਹਿਣਸ਼ੀਲਤਾ, ਸਰਲਤਾ, ਪ੍ਰਮਾਣਿਕ ਗੁਰੂ ਕੋਲ ਜਾਣਾ, ਪਵਿੱਤਰਤਾ, ਸਥਿਰਤਾ, ਆਤਮ ਸੰਜਮ, ਇੰਦਰੀਆਂ ਦੀ ਤ੍ਰਿਪਤੀ ਦੇ ਵਿਸ਼ਿਆਂ ਦਾ ਤਿਆਗ, ਹੰਕਾਰ ਦੀ ਗੈਰ-ਹਾਜ਼ਰੀ, ਜਨਮ, ਮੌਤ, ਬੁਢਾਪਾ ਅਤੇ ਰੋਗਾਂ ਦੇ ਦੋਸ਼ਾਂ ਦਾ ਅਨੁਭਵ, ਵੈਰਾਗ, ਸੰਤਾਨ, ਪਤਨੀ, ਘਰ ਅਤੇ ਹੋਰ ਚੀਜ਼ਾਂ ਦੀ ਮਮਤਾ ਤੋਂ ਮੁਕਤੀ, ਚੰਗੀਆਂ ਅਤੇ ਮੰਦੀਆਂ ਘਟਨਾਵਾਂ ਪ੍ਰਤੀ ਬਰਾਬਰੀ ਦਾ ਭਾਵ, ਮੇਰੇ ਪ੍ਰਤੀ ਅਟੁੱਟ ਸ਼ੁੱਧ ਭਗਤੀ, ਇੱਕਾਂਤ ਥਾਂ ਤੇ ਰਹਿਣ ਦੀ ਇੱਛਾ, ਲੋਕਾਂ ਦੇ ਇਕੱਠ ਤੋਂ ਗੁਰੇਜ਼, ਆਤਮ-ਪ੍ਰਤੱਖੀਕਰਨ ਦੇ ਮਹੱਤਵ ਨੂੰ ਸਵੀਕਾਰਨਾ, ਅਤੇ ਪਰਮ ਸਤਿ ਦੀ ਦਾਰਸ਼ਨਿਕ ਖ਼ੋਜ - ਇਨ੍ਹਾਂ ਸਭਨਾਂ ਨੂੰ ਮੈਂ ਗਿਆਨ ਘੋਸ਼ਿਤ ਕਰਦਾ ਹਾਂ ਅਤੇ ਇਨ੍ਹਾਂ ਤੋਂ ਇਲਾਵਾ ਜੋ ਵੀ ਹੈ, ਉਹ ਸਭ ਅਗਿਆਨ ਹੈ

ਭਾਵ

ਕਦੀ-ਕਦੀ ਘੱਟ ਗਿਆਨੀ ਲੋਕ ਗਿਆਨ ਦੀ ਇਸ ਪ੍ਰਕਿਰਿਆ ਨੂੰ ਕਾਰਜ਼-ਖੇਤਰ ਦੀ ਪਰਸਪਰ ਕਿਰਿਆ ਦੇ ਰੂਪ ਵਿਚ ਮੰਨਣ ਦੀ ਭੁੱਲ ਕਰਦੇ ਹਨ। ਪਰ ਅਸਲ ਵਿਚ ਇਹੋ ਅਸਲ ਗਿਆਨ ਦੀ ਪ੍ਰਕਿਰਿਆ ਹੈ। ਜੇ ਕੋਈ ਇਸ ਪ੍ਰਕਿਰਿਆ ਨੂੰ ਸਵੀਕਾਰ ਕਰ ਲੈਂਦਾ ਹੈ ਤਾਂ ਉਸਦੀ ਪਰਮ ਸਤਿ ਤਕ ਅਪੜ੍ਹਣ ਦੀ ਸੰਭਾਵਨਾ ਹੋ ਜਾਂਦੀ ਹੈ, ਇਹ ਇਸ ਦੇ ਪਹਿਲੋਂ ਦੱਸੇ ਗਏ ਚੌਵੀ ਤੱਤਾਂ ਦਾ ਆਪਸੀ ਕਿਰਿਆ ਨਹੀਂ ਹੈ। ਇਹ ਅਸਲ ਵਿਚ ਇਨ੍ਹਾਂ ਤੱਤਾਂ ਦੇ ਜਾਲ ਤੋਂ ਬਾਹਰ ਨਿਕਲਣ ਦਾ ਸਾਧਨ ਹੈ। ਦੇਹਧਾਰੀ ਆਤਮਾ, ਚੌਵੀ ਤੱਤਾਂ ਦੇ ਬਣੇ ਆਵਰਨ (ਜਾਲ) ਰੂਪੀ ਸ਼ਰੀਰ ਵਿਚ ਬੰਦ ਰਹਿੰਦਾ ਹੈ ਅਤੇ ਇੱਥੇ ਗਿਆਨ ਦੀ ਜਿਸ ਪ੍ਰਕਿਰਿਆ ਦਾ ਵਰਨਣ ਹੈ, ਉਹ ਇਸ ਤੋਂ ਬਾਹਰ ਨਿਕਲਣ ਦਾ ਸਾਧਨ ਹੈ। ਸੰਪੂਰਨ ਗਿਆਨ ਦੀ ਪ੍ਰਕਿਰਿਆ ਵਿਚੋਂ ਗਿਆਰ੍ਹਵੇਂ ਸ਼ਲੋਕ ਦੀ ਪਹਿਲੀ ਸਤਰ ਸਭ ਤੋਂ ਮਹੱਤਵਪੂਰਨ ਹੈ – **ਮਯਿ ਚਾਨੰਯਯੋਗੇਨ ਭਕ੍ਤਿਰ ਅਵ੍ਯਭਿਚਾਰਿਣੀ** – ਗਿਆਨ ਦੀ ਪ੍ਰਕਿਰਿਆ ਦੀ ਸਮਾਪਤੀ ਭਗਵਾਨ ਦੀ ਸ਼ੁੱਧ ਭਗਤੀ ਵਿਚ ਹੁੰਦੀ ਹੈ। ਇਸ ਲਈ ਜੇ ਕੋਈ ਭਗਵਾਨ ਦੀ ਅਲੌਕਿਕ ਸੇਵਾ ਨੂੰ ਨਹੀਂ ਪ੍ਰਾਪਤ ਕਰ ਸਕਦਾ ਜਾਂ ਪ੍ਰਾਪਤ ਕਰਨ ਵਿਚ ਅਸਮਰਥ ਹੈ ਤਾਂ ਬਾਕੀ ਉਨੀ ਗੱਲਾਂ ਬੇਕਾਰ ਹਨ। ਪਰ ਜੇ ਕੋਈ ਪੂਰਨ ਕ੍ਰਿਸ਼ਨ ਭਾਵਨਾ ਨਾਲ ਭਗਤੀ ਗ੍ਰਹਿਣ ਕਰਦਾ ਹੈ, ਤਾਂ ਹੋਰ ਉਨੀ ਗੱਲਾਂ ਉਸਦੇ ਅੰਦਰ ਆਪ ਮੁਹਾਰੇ ਹੀ ਵਿਕਸਿਤ ਹੋ ਜਾਂਦੀਆਂ ਹਨ। ਜਿਵੇਂ ਕਿ ਕਿਹਾ ਗਿਆ ਹੈ –

ਯਸ੍ਯਾਸ੍ਤਿ ਭਕ੍ਤਿਰ੍ ਭਗਵਤਿ ਅਕਿੰਚਨ ਸਰ੍ਵੈਰ ਗੁਣੈਸ੍ ਤਤ੍ਰ ਸਮਾਸ੍ਤੇ ਸੁਰਾਹ੍।

(ਸ਼੍ਰੀਮਦ ਭਾਗਵਤਮ 5-18-12)

ਜਿਸਨੇ ਭਗਤੀ ਦੀ ਅਵਸਥਾ ਪ੍ਰਾਪਤ ਕਰ ਲਈ ਹੈ, ਉਸ ਵਿਚ ਗਿਆਨ ਦੇ ਸਾਰੇ ਗੁਣ ਵਿਕਸਿਤ ਹੋ ਜਾਂਦੇ ਹਨ। ਜਿਵੇਂ ਕਿ ਅੱਠਵੇਂ ਸ਼ਲੋਕ ਵਿਚ ਵਰਨਣ ਹੋਇਆ ਹੈ, ਗੁਰੂ ਧਾਰਣ ਕਰਨ ਦਾ ਸਿਧਾਂਤ ਜ਼ਰੂਰੀ ਹੈ। ਇੱਥੋਂ ਤਕ ਕਿ ਜਿਹੜੇ ਭਗਤੀ ਸਵੀਕਾਰ ਕਰਦੇ ਹਨ, ਉਨ੍ਹਾਂ ਲਈ ਵੀ ਇਹ ਬਹੁਤ ਜਰੂਰੀ ਹੈ। ਅਲੌਕਿਕ ਜੀਵਨ ਦੀ ਸ਼ੁਰੂਆਤ ਤਾਂ ਹੀ ਹੁੰਦੀ ਹੈ, ਜੇ ਪ੍ਰਮਾਣਿਕ ਗੁਰੂ ਧਾਰਣ ਕੀਤਾ ਜਾਵੇ। ਭਗਵਾਨ ਸ਼੍ਰੀ ਕ੍ਰਿਸ਼ਨ ਇੱਥੇ ਇਹ ਸਪਸ਼ਟ ਕਰਦੇ ਹਨ ਕਿ ਗਿਆਨ ਦੀ ਇਹ ਪ੍ਰਕਿਰਿਆ ਹੀ ਅਸਲੀ ਰਸਤਾ ਹੈ। ਇਸ ਤੋਂ ਹੱਟਕੇ ਜਿਹੜਾ ਵੀ ਵਿਚਾਰ ਕੀਤਾ ਜਾਂਦਾ ਹੈ, ਬੇਕਾਰ ਹੈ।

ਇੱਥੇ ਗਿਆਨ ਦੀ ਜਿਹੜੀ ਰੂਪ-ਰੇਖਾ ਪੇਸ਼ ਕੀਤੀ ਗਈ ਹੈ, ਉਸਦਾ ਹੇਠ ਲਿਖੇ ਅਨੁਸਾਰ ਵਿਸ਼ਲੇਸ਼ਣ ਕੀਤਾ ਜਾ ਸਕਦਾ ਹੈ। ਨਿਮਰਤਾ (**ਅਮਾਨਿਤਵ**) ਦਾ ਅਰਥ ਹੈ ਕਿ ਮਨੁੱਖ ਨੂੰ ਹੋਰਨਾਂ ਤੋਂ ਸਤਿਕਾਰ ਪ੍ਰਾਪਤੀ ਦੀ ਉਤਸੁਕਤਾ ਨਹੀਂ ਹੋਣੀ ਚਾਹੀਦੀ। ਅਸੀਂ ਦੇਹਾਤਮਕ ਬੁੱਧੀ ਕਰਕੇ ਹੋਰਨਾਂ ਤੋਂ ਸਤਿਕਾਰ ਪ੍ਰਾਪਤ ਕਰਨ ਦੇ ਭੁੱਖੇ ਰਹਿੰਦੇ ਹਾਂ, ਪਰ ਪੂਰਨ ਗਿਆਨੀ ਮਨੁੱਖ ਦੀ ਦ੍ਰਿਸ਼ਟੀ ਵਿਚ, ਜਿਹੜਾ ਇਹ ਜਾਣਦਾ ਹੈ ਕਿ ਉਹ ਸ਼ਰੀਰ ਨਹੀਂ ਹੈ, ਇਸ ਸ਼ਰੀਰ ਨਾਲ ਸੰਬੰਧਿਤ ਕੋਈ ਵੀ ਚੀਜ਼, ਮਾਨ ਜਾਂ ਅਪਮਾਨ ਬੇਕਾਰ ਹੁੰਦਾ ਹੈ। ਇਸ ਭੌਤਿਕ ਛਲ ਦੇ ਪਿੱਛੇ ਦੌੜ੍ਹਨ ਦਾ ਕੋਈ

ਫਾਇਦਾ ਨਹੀਂ। ਲੋਕ ਆਪਣੇ ਧਰਮ ਵਿਚ ਪ੍ਰਸਿੱਧੀ ਚਾਹੁੰਦੇ ਹਨ, ਇਸ ਲਈ ਇਹ ਵੇਖਿਆ ਗਿਆ ਹੈ ਕਿ ਕੋਈ ਮਨੁੱਖ ਧਰਮ ਦੇ ਸਿੱਧਾਤਾਂ ਨੂੰ ਬਗੈਰ ਜਾਣਿਆ ਹੀ ਅਜਿਹੇ ਦਲ ਵਿਚ ਸ਼ਾਮਿਲ ਹੋ ਜਾਂਦਾ ਹੈ, ਜਿਹੜਾ ਅਸਲ ਵਿਚ ਧਾਰਮਿਕ ਸਿੱਧਾਤਾਂ ਦੀ ਪਾਲਣਾ ਨਹੀਂ ਕਰਦਾ ਅਤੇ ਇੰਝ ਉਹ ਧਾਰਮਿਕ ਗੁਰੂ ਦੇ ਰੂਪ ਵਿਚ ਆਪਣਾ ਪ੍ਰਚਾਰ ਕਰਨਾ ਚਾਹੁੰਦਾ ਹੈ। ਜਿੱਥੋਂ ਤਕ ਅਧਿਆਤਮਕ ਗਿਆਨ ਵਿਚ ਅਸਲੀ ਪ੍ਰਗਤੀ ਦੀ ਗੱਲ ਹੈ, ਮਨੁੱਖ ਨੂੰ ਚਾਹੀਦਾ ਹੈ ਕਿ ਉਹ ਆਪਣੀ ਪ੍ਰੀਖਿਆ ਕਰੇ ਕਿ ਉਹ ਕਿੱਥੋਂ ਤਕ ਤਰੱਕੀ ਕਰ ਰਿਹਾ ਹੈ। ਉਹ ਇਨ੍ਹਾਂ ਗੱਲਾਂ ਰਾਹੀਂ ਆਪਣੀ ਪ੍ਰੀਖਿਆ ਕਰ ਸਕਦਾ ਹੈ।

'ਅਹਿੰਸਾ' ਦਾ ਸਾਧਾਰਨ ਅਰਥ ਨਾ ਮਾਰਨਾ ਜਾਂ ਸ਼ਰੀਰ ਨੂੰ ਨਾ ਖਤਮ ਕਰਨਾ ਲਿਆ ਜਾਂਦਾ ਹੈ, ਪਰ ਅਹਿੰਸਾ ਦਾ ਅਸਲ ਅਰਥ ਹੈ, ਹੋਰਨਾਂ ਨੂੰ ਮੁਸੀਬਤ ਵਿਚ ਨਾ ਪਾਉਣਾ। ਜੀਵਨ ਦੀ ਦੇਹ ਧਾਰਣਾ, ਦੇਹਾਤਮ ਬੁੱਧੀ ਸਦਕਾ ਆਮ ਲੋਕ ਅਗਿਆਨ ਰਾਹੀਂ ਘਿਰੇ ਰਹਿੰਦੇ ਹਨ ਅਤੇ ਲਗਾਤਾਰ ਭੌਤਿਕ ਕਸ਼ਟ ਭੋਗਦੇ ਰਹਿੰਦੇ ਹਨ। ਇਸ ਲਈ ਜਦੋਂ ਤਕ ਕੋਈ ਲੋਕਾਂ ਨੂੰ ਅਧਿਆਤਮਕ ਗਿਆਨ ਵੱਲ ਉਪਰ ਨਹੀਂ ਚੁੱਕਦਾ, ਉਦੋਂ ਤਕ ਉਹ ਹਿੰਸਾ ਕਰਦਾ ਰਹਿੰਦਾ ਹੈ। ਮਨੁੱਖ ਨੂੰ ਲੋਕਾਂ ਵਿਚ ਅਸਲ ਗਿਆਨ ਵੰਡਣ ਦਾ ਭਰਪੂਰ ਯਤਨ ਕਰਨਾ ਚਾਹੀਦਾ ਹੈ, ਜਿਸ ਨਾਲ ਉਹ ਗਿਆਨੀ ਬਣੇ ਅਤੇ ਇਸ ਸੰਸਾਰੀ ਬੰਧਨਾਂ ਤੋਂ ਛੁਟ ਸਕੇ।

'ਸਹਿਣਸ਼ੀਲਤਾ' (ਕਸ਼ਾਂਤਿਹ) ਦਾ ਅਰਥ ਹੈ ਕਿ ਮਨੁੱਖ ਨੂੰ ਹੋਰਨਾਂ ਰਾਹੀਂ ਕੀਤੇ ਗਏ ਅਪਮਾਨ ਅਤੇ ਤਿਰਸਕਾਰ ਨੂੰ ਸਹਿਣ ਕਰੇ। ਜਿਹੜਾ ਅਧਿਆਤਮਕ ਗਿਆਨ ਦੀ ਤਰੱਕੀ ਕਰਨ ਵਿਚ ਲੱਗਿਆ ਰਹਿੰਦਾ ਹੈ, ਉਸਨੂੰ ਹੋਰਨਾਂ ਦਾ ਤਿਰਸਕਾਰ ਅਤੇ ਅਪਮਾਨ ਸਹਿਣ ਕਰਨਾ ਪੈਂਦਾ ਹੈ। ਅਜਿਹਾ ਇਸ ਲਈ ਹੁੰਦਾ ਹੈ ਕਿਉਂਕਿ ਇਹ ਭੌਤਿਕ ਸੁਭਾਅ ਹੈ। ਇੱਥੋਂ ਤਕ ਕਿ ਬਾਲਕ ਪ੍ਰਹਿਲਾਦ ਨੂੰ ਵੀ ਜਿਹੜੇ ਪੰਜ ਸਾਲ ਦੇ ਸਨ ਅਤੇ ਜਿਹੜੇ ਅਧਿਆਤਮਕ ਗਿਆਨ ਦੇ ਅਨੁਸ਼ੀਲਨ (ਅਭਿਆਸ) ਵਿਚ ਲੱਗੇ ਸਨ, ਮੁਸੀਬਤਾਂ ਦਾ ਸਾਹਮਣਾ ਕਰਨਾ ਪਿਆ ਸੀ, ਜਦੋਂ ਉਨ੍ਹਾਂ ਦਾ ਪਿਤਾ ਉਨ੍ਹਾਂ ਦੀ ਭਗਤੀ ਦਾ ਵਿਰੋਧੀ ਬਣ ਗਿਆ, ਉਨ੍ਹਾਂ ਦੇ ਬਾਪ ਨੇ ਉਨ੍ਹਾਂ ਨੂੰ ਮਾਰਨ ਲਈ ਅਨੇਕਾਂ ਯਤਨ ਕੀਤੇ, ਪਰ ਪ੍ਰਹਿਲਾਦ ਨੇ ਸਹਿਣ ਕਰ ਲਏ। ਇਸ ਲਈ ਅਧਿਆਤਮਕ ਗਿਆਨ ਦੀ ਤਰੱਕੀ ਕਰਦੇ ਹੋਏ ਅਨੇਕਾਂ ਰੁਕਾਵਟਾਂ ਆ ਸਕਦੀਆਂ ਹਨ, ਪਰ ਸਾਨੂੰ ਸਹਿਣਸ਼ੀਲ ਬਣਕੇ ਸੰਕਲਪ ਨਾਲ ਤਰੱਕੀ ਕਰਦੇ ਰਹਿਣਾ ਚਾਹੀਦਾ।

'ਸਰਲਤਾ' (ਆਰ੍ਜਵਮ੍) ਦਾ ਅਰਥ ਹੈ ਕਿ ਬਗੈਰ ਕਿਸੇ ਕੂਟਨੀਤੀ ਦੇ ਮਨੁੱਖ ਇੰਨਾ ਸਰਲ ਹੋਵੇ ਕਿ ਆਪਣੇ ਦੁਸ਼ਮਣ ਤਕ ਨੂੰ ਅਸਲ ਸੱਚਾਈ ਦੱਸ ਸਕੇ। ਜਿੱਥੋਂ ਤਕ ਗੁਰੂ ਬਣਾਉਣ ਦਾ ਸਵਾਲ ਹੈ, (**ਆਚਾਰ੍ਯਪਾਸਨਮ੍**) ਅਧਿਆਤਮਕ ਗਿਆਨ ਵਿਚ ਤਰੱਕੀ ਕਰਨ ਲਈ ਇਹ ਬਹੁਤ ਜ਼ਰੂਰੀ ਹੈ, ਕਿਉਂਕਿ ਬਿਨ੍ਹਾਂ ਪ੍ਰਮਾਣਿਕ ਗੁਰੂ ਦੇ ਇਹ ਸੰਭਵ ਨਹੀਂ ਹੈ। ਮਨੁੱਖ ਨੂੰ ਚਾਹੀਦਾ ਹੈ ਕਿ ਨਿਮਰਤਾ ਪੂਰਵਕ ਗੁਰੂ ਕੋਲ ਜਾਵੇ ਅਤੇ ਉਸਨੂੰ ਆਪਣੀਆਂ ਸਾਰੀਆਂ ਸੇਵਾਵਾਂ ਅਰਪਿਤ ਕਰੇ, ਜਿਸ ਨਾਲ ਉਹ ਸ਼ਾਗਿਰਦ ਨੂੰ ਆਪਣਾ ਆਸ਼ੀਰਵਾਦ ਦੇ ਸਕੇ। ਕਿਉਂਕਿ ਪ੍ਰਮਾਣਿਕ ਗੁਰੂ

ਕ੍ਰਿਸ਼ਨ ਦਾ ਪ੍ਰਤੀਨਿਧ ਹੁੰਦਾ ਹੈ, ਇਸ ਲਈ ਜੇ ਉਹ ਸ਼ਾਗਿਰਦ ਨੂੰ ਆਸ਼ੀਰਵਾਦ ਦਿੰਦਾ ਹੈ, ਤਾਂ ਸ਼ਾਗਿਰਦ ਤੁਰੰਤ ਹੀ ਤਰੱਕੀ ਕਰਨ ਲਗਦਾ ਹੈ, ਭਾਵੇਂ ਉਹ ਵਿਧੀ-ਵਿਧਾਨਾਂ ਦੀ ਪਾਲਣਾ ਨਾ ਕਰਦਾ ਰਿਹਾ ਹੋਵੇ। ਜਾਂ ਜਿਹੜਾ ਬਗ਼ੈਰ ਕਿਸੇ ਭੇਦ-ਭਾਵ ਦੇ ਆਪਣੇ ਗੁਰੂ ਦੀ ਸੇਵਾ ਕਰਦਾ ਹੈ, ਉਸ ਲਈ ਸਾਰੇ ਯਮ-ਨਿਯਮ ਅਸਾਨ ਬਣ ਜਾਂਦੇ ਹਨ।

'ਪਵਿੱਤਰਤਾ' (ਸ਼ੋਚਮ) ਅਧਿਆਤਮਕ ਜੀਵਨ ਵਿਚ ਤਰੱਕੀ ਕਰਨ ਲਈ ਪਵਿੱਤਰਤਾ (ਸ਼ੋਚਮ੍) ਜ਼ਰੂਰੀ ਹੈ। ਪਵਿੱਤਰਤਾ ਦੋ ਤਰ੍ਹਾਂ ਦੀ ਹੁੰਦੀ ਹੈ - ਅੰਦਰੂਨੀ ਅਤੇ ਬਾਹਰੀ। ਬਾਹਰੀ ਪਵਿੱਤਰਤਾ ਦਾ ਅਰਥ ਹੈ ਇਸ਼ਨਾਨ ਕਰਨਾ, ਪਰ ਅੰਦਰੂਨੀ ਪਵਿੱਤਰਤਾ ਲਈ ਲਗਾਤਾਰ ਕ੍ਰਿਸ਼ਨ ਦਾ ਚਿੰਤਨ ਅਤੇ ਹਰੇ ਕ੍ਰਿਸ਼ਨ ਹਰੇ ਕ੍ਰਿਸ਼ਨ ਕ੍ਰਿਸ਼ਨ ਕ੍ਰਿਸ਼ਨ ਹਰੇ ਹਰੇ, ਹਰੇ ਰਾਮ ਹਰੇ ਰਾਮ ਰਾਮ ਰਾਮ ਹਰੇ ਹਰੇਮਹਾਮੰਤਰ ਦਾ ਕੀਰਤਨ ਕਰਨਾ ਹੁੰਦਾ ਹੈ। ਇਸ ਵਿਧੀ ਨਾਲ ਮਨ ਵਿਚੋਂ ਪਿਛਲੇ ਕਰਮਾਂ ਦੀ ਇੱਕਠੀ ਹੋਈ ਮੈਲ ਹੱਟ ਜਾਂਦੀ ਹੈ

'ਦ੍ਰਿੜਤਾ' (ਸ੍ਥੈਰ੍ਯਮ੍) ਦਾ ਅਰਥ ਹੈ ਕਿ ਅਧਿਆਤਮਕ ਜੀਵਨ ਵਿਚ ਤਰੱਕੀ ਕਰਨ ਲਈ ਮਨੁੱਖ ਦ੍ਰਿੜ੍ਹ ਸੰਕਲਪ ਹੋਵੇ। ਅਜਿਹੇ ਸੰਕਲਪ ਤੋਂ ਬਗ਼ੈਰ ਮਨੁੱਖ ਠੋਸ ਪ੍ਰਗਤੀ ਨਹੀਂ ਕਰ ਸਕਦਾ। ਮਨੁੱਖ ਨੂੰ ਇਸਦਾ ਅਭਿਆਸੀ ਬਣ ਕੇ, ਅਜਿਹੀ ਕਿਸੇ ਵੀ ਚੀਜ਼ ਨੂੰ ਤਿਆਗ ਦੇਣਾ ਚਾਹੀਦਾ ਹੈ, ਜਿਹੜੀ ਅਧਿਆਤਮਕ ਤਰੱਕੀ ਦੇ ਰਸਤੇ ਦੇ ਉਲਟ ਹੋਵੇ। ਇਹ ਅਸਲੀ ਵੈਰਾਗ ਹੈ। ਇੰਦਰੀਆਂ, ਇੰਨੀਆਂ ਸ਼ਕਤੀਸ਼ਾਲੀ ਹਨ ਕਿ ਉਹ ਹਮੇਸ਼ਾਂ ਆਪਣੀ ਤ੍ਰਿਪਤੀ ਲਈ ਉਤਾਵਲੀਆਂ ਰਹਿੰਦੀਆਂ ਹਨ। ਬੇਲੋੜੀਂਦੀਆਂ ਮੰਗਾਂ ਦੀ ਪੂਰਤੀ ਨਹੀਂ ਕਰਨੀ ਚਾਹੀਦੀ। ਇੰਦਰੀਆਂ ਦੀ ਉਨ੍ਹੀ ਹੀ ਤ੍ਰਿਪਤੀ ਕੀਤੀ ਜਾਣੀ ਚਾਹੀਦੀ ਹੈ, ਜਿਸ ਨਾਲ ਅਧਿਆਤਮਕ ਜੀਵਨ ਵਿਚ ਅੱਗੇ ਵੱਧਣ ਵਿਚ ਆਪਣੇ ਫ਼ਰਜ਼ਾਂ ਦੀ ਪੂਰਤੀ ਹੁੰਦੀ ਹੋਵੇ। ਸਭ ਤੋਂ ਮਹੱਤਵਪੂਰਨ, ਪਰ ਕਾਬੂ ਵਿਚ ਨਾ ਰਹਿਣ ਵਾਲੀ ਇੰਦਰੀ ਜੀਭ ਹੈ। ਜੇ ਜੀਭ ਤੇ ਸੰਜਮ ਕਰ ਲਿਆ ਗਿਆ ਤਾਂ ਸਮਝੋ ਹੋਰ ਸਾਰੀਆਂ ਇੰਦਰੀਆਂ ਕਾਬੂ ਹੋ ਗਈਆਂ। ਜੀਭ ਦਾ ਕੰਮ ਹੈ, ਸੁਆਦ ਗ੍ਰਹਿਣ ਕਰਨਾ ਅਤੇ ਉਚਾਰਣ ਕਰਨਾ। ਇਸ ਲਈ ਨਿਯਮਿਤ ਰੂਪ ਨਾਲ ਜੀਭ ਨੂੰ ਕ੍ਰਿਸ਼ਨ ਅਰਪਿਤ ਭੋਗ ਦੇ ਪ੍ਰਸ਼ਾਦ ਦਾ ਸੁਆਦ ਲੈਣ ਵਿਚ ਅਤੇ ਹਰੇ ਕ੍ਰਿਸ਼ਨ ਦਾ ਕੀਰਤਨ ਕਰਨ ਵਿਚ ਵਰਤਣਾ ਚਾਹੀਦਾ ਹੈ। ਜਿੱਥੋਂ ਤਕ ਨੇਤਰਾਂ ਦਾ ਸੰਬੰਧ ਹੈ, ਉਨ੍ਹਾਂ ਨੂੰ ਕ੍ਰਿਸ਼ਨ ਦੇ ਸੁੰਦਰ ਰੂਪ ਤੋਂ ਬਗ਼ੈਰ ਹੋਰ ਕੁਝ ਨਹੀਂ ਵੇਖਣ ਦੇਣਾ ਚਾਹੀਦਾ। ਇਸ ਨਾਲ ਨੇਤਰ (ਅੱਖਾਂ) ਕਾਬੂ ਵਿਚ ਹੋਣਗੇ। ਇਸੇ ਤਰ੍ਹਾਂ ਕੰਨਾਂ ਨੂੰ ਕ੍ਰਿਸ਼ਨ ਬਾਰੇ ਸੁਨਣ ਵਿਚ ਲਗਾਉਣਾ ਚਾਹੀਦਾ ਹੈ ਅਤੇ ਨੱਕ ਨੂੰ ਕ੍ਰਿਸ਼ਨ ਨੂੰ ਅਰਪਿਤ ਫੁੱਲਾਂ ਨੂੰ ਸੁੰਘਣ ਵਿਚ ਲਗਾਉਣਾ ਚਾਹੀਦਾ ਹੈ। ਇਹ ਭਗਤੀ ਦੀ ਵਿਧੀ ਹੈ, ਅਤੇ ਇੱਥੇ ਇਹ ਸਮਝਣਾ ਹੋਵੇਗਾ ਕਿ ਭਗਵਤ ਗੀਤਾ ਸਿਰਫ ਭਗਤੀ ਦੇ ਵਿਗਿਆਨ ਦਾ ਪ੍ਰਤੀਪਾਦਨ (ਵਿਸਥਾਰ ਨਾਲ ਵਰਣਨ) ਕਰਦੀ ਹੈ। ਭਗਤੀ ਹੀ ਪ੍ਰਮੁੱਖ ਅਤੇ ਇੱਕੋ-ਇੱਕ ਟੀਚਾ ਹੈ। ਭਗਵਤ ਗੀਤਾ ਦੇ ਬੁੱਧੀਹੀਨ ਟੀਕਾਕਾਰ ਪਾਠਕ ਦੇ ਧਿਆਨ ਨੂੰ ਹੋਰ ਵਿਸ਼ਿਆ ਵੱਲ ਮੋੜਨਾ ਚਾਹੁੰਦੇ ਹਨ, ਪਰ ਭਗਵਤ ਗੀਤਾ ਵਿਚ ਭਗਤੀ ਤੋਂ ਇਲਾਵਾ ਹੋਰ ਕੋਈ ਵੀ ਵਿਸ਼ਾ ਨਹੀਂ ਹੈ।

'ਮਿਥਿਆ ਹੰਕਾਰ' ਦਾ ਅਰਥ ਹੈ, ਇਸ ਸ਼ਰੀਰ ਨੂੰ ਆਤਮਾ ਮੰਨਣਾ। ਜਦੋਂ ਕੋਈ ਇਹ ਸਮਝ ਜਾਂਦਾ ਹੈ ਕਿ ਉਹ ਸ਼ਰੀਰ ਨਹੀਂ ਸਗੋਂ ਆਤਮਾ ਹੈ ਤਾਂ ਉਹ ਅਸਲ ਹੰਕਾਰ ਨੂੰ ਪ੍ਰਾਪਤ ਹੁੰਦਾ ਹੈ। ਹੰਕਾਰ ਤਾਂ ਰਹਿੰਦਾ ਹੀ ਹੈ। ਝੂਠੇ ਹੰਕਾਰ ਦੀ ਨਿਖੇਧੀ ਕੀਤੀ ਜਾਂਦੀ ਹੈ, ਅਸਲ ਹੰਕਾਰ ਦੀ ਨਹੀਂ। ਵੈਦਿਕ ਗ੍ਰੰਥਾਂ ਵਿਚ (ਬ੍ਰਿਹਦਾਰਣ੍ਯਕ ਉਪਨਿਸ਼ਦ 1-4-10) ਕਿਹਾ ਗਿਆ ਹੈ - **ਅਹਮ੍ ਬ੍ਰਹਮਾਸ੍ਮਿ - ਮੈਂ ਬ੍ਰਹਮ ਹਾਂ, ਮੈਂ ਆਤਮਾ ਹਾਂ, "ਮੈਂ ਹਾਂ"** ਹੀ ਆਤਮ ਭਾਵ ਹੈ, ਅਤੇ ਇਹ ਆਤਮ-ਪ੍ਰਤੱਖੀਕਰਨ ਦੀ ਮੁਕਤ ਅਵਸਥਾ ਵਿਚ ਵੀ ਪਾਇਆ ਜਾਂਦਾ ਹੈ। "ਮੈਂ ਹਾਂ" ਦਾ ਭਾਵ ਹੀ ਹੰਕਾਰ ਹੈ ਪਰ ਜਦੋਂ "ਮੈਂ ਹਾਂ" ਭਾਵ ਨੂੰ ਝੂਠੇ ਸ਼ਰੀਰ ਲਈ ਵਰਤਿਆ ਜਾਂਦਾ ਹੈ ਤਾਂ ਉਹ ਝੂਠਾ ਹੰਕਾਰ ਹੁੰਦਾ ਹੈ। ਜਦੋਂ ਇਸ ਆਤਮ ਸਰੂਪ ਦੀ ਅਸਲੀਅਤ ਲਈ ਵਰਤਿਆ ਜਾਂਦਾ ਹੈ, ਤਾਂ ਉਹ ਅਸਲੀ ਹੰਕਾਰ ਹੁੰਦਾ ਹੈ। ਅਜਿਹੇ ਕੁਝ ਦਾਰਸ਼ਨਿਕ ਹਨ, ਜਿਹੜੇ ਇਹ ਕਹਿੰਦੇ ਹਨ ਕਿ ਸਾਨੂੰ ਆਪਣਾ ਹੰਕਾਰ ਤਿਆਗਣਾ ਚਾਹੀਦਾ ਹੈ। ਪਰ ਅਸੀਂ ਆਪਣੇ ਹੰਕਾਰ ਨੂੰ ਕਿਵੇਂ ਛੱਡੀਏ ? ਕਿਉਂਕਿ ਹੰਕਾਰ ਦਾ ਅਰਥ ਹੈ ਸਰੂਪ। ਪਰ ਸਾਨੂੰ ਝੂਠੀ ਦੇਹ ਆਤਮ ਬੁੱਧੀ ਦਾ ਤਿਆਗ ਕਰਨਾ ਹੀ ਹੋਵੇਗਾ।

ਜਨਮ, ਮੌਤ, ਬੁਢਾਪਾ ਅਤੇ ਰੋਗ ਨੂੰ ਸਵੀਕਾਰ ਕਰਨ ਦੇ ਕਸ਼ਟ ਨੂੰ ਸਮਝਣਾ ਚਾਹੀਦਾ ਹੈ। ਵੈਦਿਕ ਗ੍ਰੰਥ ਵਿਚ ਜਨਮ ਦੇ ਅਨੇਕ ਬ੍ਰਿਤਾਂਤ ਹਨ। ਸ਼੍ਰੀਮਦ ਭਾਗਵਤਮ੍ ਵਿਚ ਜਨਮ ਤੋਂ ਪਹਿਲੋਂ ਦੀ ਸਥਿਤੀ, ਮਾਂ ਦੇ ਗਰਭ ਵਿਚ ਬੱਚੇ ਦੇ ਨਿਵਾਸ, ਉਸਦੇ ਕਸ਼ਟ ਆਦਿ ਦਾ ਸਜੀਵ ਵਰਣਨ ਹੋਇਆ ਹੈ। ਇਹ ਚੰਗੀ ਤਰ੍ਹਾਂ ਸਮਝ ਲੈਣਾ ਚਾਹੀਦਾ ਹੈ ਕਿ ਜਨਮ ਬਹੁਤ ਕਸ਼ਟ ਪੂਰਨ ਹੈ। ਕਿਉਂਕਿ ਅਸੀਂ ਇਹ ਭੁੱਲ ਜਾਂਦੇ ਹਾਂ ਕਿ ਮਾਂ ਦੇ ਗਰਭ ਵਿਚ ਸਾਨੂੰ ਕਿੰਨਾ ਕਸ਼ਟ ਮਿਲਿਆ ਹੈ, ਇਸ ਲਈ ਅਸੀਂ ਜਨਮ ਅਤੇ ਮੌਤ ਦੇ ਪੁਨਰ-ਚੱਕਰ ਦਾ ਕੋਈ ਹੱਲ ਨਹੀਂ ਲਭਦੇ। ਇਸੇ ਤਰ੍ਹਾਂ ਮੌਤ ਵੇਲੇ ਵੀ ਹਰ ਤਰ੍ਹਾਂ ਦੇ ਕਸ਼ਟ ਮਿਲਦੇ ਹਨ, ਜਿਨ੍ਹਾਂ ਦਾ ਉਲੇਖ ਪ੍ਰਮਾਣਿਕ ਸ਼ਾਸ਼ਤਰਾਂ ਵਿਚ ਹੋਇਆ ਹੈ। ਇਨ੍ਹਾਂ ਦੀ ਚਰਚਾ ਕੀਤੀ ਜਾਣੀ ਚਾਹੀਦੀ ਹੈ। ਜਿੱਥੋਂ ਤਕ ਰੋਗ ਅਤੇ ਬੁਢਾਪੇ ਦਾ ਸਵਾਲ ਹੈ, ਸਭ ਨੂੰ ਇਨ੍ਹਾਂ ਦਾ ਵਿਵਹਾਰਕ ਅਨੁਭਵ ਹੈ। ਕੋਈ ਵੀ ਰੋਗੀ ਨਹੀਂ ਬਨਣਾ ਚਾਹੁੰਦਾ, ਕੋਈ ਵੀ ਬੁੱਢਾ ਨਹੀਂ ਹੋਣਾ ਚਾਹੁੰਦਾ, ਪਰ ਇਨ੍ਹਾਂ ਤੋਂ ਬਚਿਆ ਨਹੀਂ ਜਾ ਸਕਦਾ। ਜਦੋਂ ਤਕ ਅਸੀਂ ਜਨਮ, ਮੌਤ, ਬੁਢਾਪਾ ਅਤੇ ਰੋਗ ਦੇ ਦੁੱਖਾਂ ਨੂੰ ਵੇਖਦਿਆਂ ਹੋਏ, ਇਸ ਭੌਤਿਕ ਜੀਵਨ ਦੇ ਪ੍ਰਤੀ ਨਿਰਾਸ਼ਾਵਾਦੀ ਦ੍ਰਿਸ਼ਟੀਕੋਣ ਨਹੀਂ ਬਣਾਉਂਦੇ ਉਦੋਂ ਤਕ ਅਧਿਆਤਮਕ ਜੀਵਨ ਵਿਚ ਪ੍ਰਗਤੀ ਕਰਨ ਲਈ ਕੋਈ ਉਤਸੁਕਤਾ ਨਹੀਂ ਰਹਿ ਜਾਂਦੀ।

ਜਿੱਥੋਂ ਤਕ ਸੰਤਾਨ, ਪਤਨੀ ਅਤੇ ਘਰ ਤੋਂ ਵਿਰਕਤੀ ਦੀ ਗੱਲ ਹੈ, ਇਸਦਾ ਅਰਥ ਇਹ ਨਹੀਂ ਕਿ ਇਨ੍ਹਾਂ ਲਈ ਕੋਈ ਭਾਵ ਹੀ ਨਾ ਹੋਵੇ। ਇਹ ਸਭ ਸਨੇਹ ਦੀਆਂ ਕੁਦਰਤੀ ਚੀਜ਼ਾਂ ਹਨ। ਪਰ ਜਦੋਂ ਇਹ ਅਧਿਆਤਮਕ ਤਰੱਕੀ ਵਿਚ ਅਨੁਕੂਲ ਨਾ ਹੋਣ ਤਾਂ ਇਨ੍ਹਾਂ ਪ੍ਰਤੀ ਆਸਕਤ ਨਹੀਂ ਹੋਣਾ ਚਾਹੀਦਾ। ਘਰ ਨੂੰ ਸੁਖੀ ਬਣਾਉਣ ਦੀ ਸਭ ਤੋਂ ਉੱਤਮ ਵਿਧੀ ਕ੍ਰਿਸ਼ਨ ਭਾਵਨਾ ਅੰਮ੍ਰਿਤ ਹੈ। ਜੇਕਰ ਕੋਈ ਕ੍ਰਿਸ਼ਨ ਭਾਵਨਾ ਨਾਲ ਪੂਰਨ ਰਹੇ, ਤਾਂ ਉਹ ਆਪਣੇ ਘਰ ਨੂੰ ਬਹੁਤ ਸੁਖੀ ਬਣਾ ਸਕਦਾ ਹੈ, ਕਿਉਂਕਿ ਕ੍ਰਿਸ਼ਨ ਭਾਵਨਾ ਅੰਮ੍ਰਿਤ ਦੀ ਵਿਧੀ ਬਹੁਤ ਆਸਾਨ ਹੈ। ਇਸ ਵਿਚ ਸਿਰਫ - ਹਰੇ

ਕ੍ਰਿਸ਼ਨ ਹਰੇ ਕ੍ਰਿਸ਼ਨ ਕ੍ਰਿਸ਼ਨ ਕ੍ਰਿਸ਼ਨ ਹਰੇ ਹਰੇ, ਹਰੇ ਰਾਮ ਹਰੇ ਰਾਮ ਰਾਮ ਰਾਮ ਹਰੇ ਹਰੇ - ਮਹਾਮੰਤਰ ਦਾ ਕੀਰਤਨ ਕਰਨਾ ਹੁੰਦਾ ਹੈ, ਕ੍ਰਿਸ਼ਨ ਨੂੰ ਅਰਪਿਤ ਭੋਗ ਦਾ ਪ੍ਰਸ਼ਾਦ ਗ੍ਰਹਿਣ ਕਰਨਾ ਹੁੰਦਾ ਹੈ, ਭਗਵਤ ਗੀਤਾ ਅਤੇ ਸ਼੍ਰੀਮਦ ਭਾਗਵਤਮ੍ ਵਰਗੇ ਗ੍ਰੰਥਾਂ ਦੇ ਆਧਾਰ ਤੇ ਵਿਚਾਰ ਵਟਾਂਦਰਾ ਕਰਨਾ ਹੁੰਦਾ ਹੈ, ਅਤੇ ਕ੍ਰਿਸ਼ਨ ਸਵਰੂਪ ਦੀ ਪੂਜਾ ਕਰਨੀ ਹੁੰਦੀ ਹੈ । ਇਨ੍ਹਾਂ ਚਾਰਾਂ ਗੱਲਾਂ ਨਾਲ ਮਨੁੱਖ ਸੁਖੀ ਹੋਵੇਗਾ । ਮਨੁੱਖ ਨੂੰ ਚਾਹੀਦਾ ਹੈ ਕਿ ਆਪਣੇ ਪਰਿਵਾਰ ਦੇ ਜੀਅ ਨੂੰ ਅਜਿਹੀ ਸਿੱਖਿਆ ਦੇਵੇ । ਪਰਿਵਾਰ ਦੇ ਜੀਅ ਹਰ ਰੋਜ਼ ਸਵੇਰੇ ਅਤੇ ਸ਼ਾਮ ਬੈਠਕੇ ਨਾਲੋ-ਨਾਲ - ਹਰੇ ਕ੍ਰਿਸ਼ਨ ਹਰੇ ਕ੍ਰਿਸ਼ਨ ਕ੍ਰਿਸ਼ਨ ਕ੍ਰਿਸ਼ਨ ਹਰੇ ਹਰੇ, ਹਰੇ ਰਾਮ ਹਰੇ ਰਾਮ ਰਾਮ ਰਾਮ ਹਰੇ ਹਰੇ - ਮਹਾਮੰਤਰ ਦਾ ਕੀਰਤਨ ਕਰਨ । ਜੇ ਕੋਈ ਇਨ੍ਹਾਂ ਚਾਰਾਂ ਸਿਧਾਤਾਂ ਦਾ ਪਾਲਣ ਕਰਦੇ ਹੋਏ ਆਪਣੇ ਪਰਿਵਾਰਕ ਜੀਵਨ ਨੂੰ ਕ੍ਰਿਸ਼ਨ ਭਾਵਨਾ ਅੰਮ੍ਰਿਤ ਵਿਕਸਿਤ ਕਰਨ ਲਈ ਮੋੜ ਸਕੇ ਤਾਂ ਪਰਿਵਾਰਿਕ ਜੀਵਨ ਨੂੰ ਛੱਡਕੇ ਵਿਰਕਤ ਜੀਵਨ ਬਿਤਾਉਣ ਦੀ ਲੋੜ ਨਹੀਂ ਹੋਵੇਗੀ । ਪਰ ਜੇ ਇਹ ਅਧਿਆਤਮਕ ਪ੍ਰਗਤੀ ਲਈ ਅਨੁਕੂਲ ਨਾ ਰਹੇ, ਤਾਂ ਪਰਿਵਾਰਕ ਜੀਵਨ ਨੂੰ ਛੱਡ ਦੇਣਾ ਚਾਹੀਦਾ ਹੈ । ਮਨੁੱਖ ਨੂੰ ਚਾਹੀਦਾ ਹੈ ਕਿ ਕ੍ਰਿਸ਼ਨ ਦੇ ਪ੍ਰਤੱਖੀਕਰਨ ਕਰਨ ਜਾਂ ਉਨ੍ਹਾਂ ਦੀ ਸੇਵਾ ਕਰਨ ਲਈ ਸਭ ਕੁਝ ਵਾਰ ਦੇਵੇ, ਜਿਵੇਂ ਅਰਜੁਨ ਨੇ ਕੀਤਾ ਸੀ । ਅਰਜੁਨ ਆਪਣੇ ਰਿਸ਼ਤੇਦਾਰਾਂ ਨੂੰ ਮਾਰਨਾ ਨਹੀਂ ਚਾਹੁੰਦਾ ਸੀ, ਪਰ ਜਦੋਂ ਉਹ ਸਮਝ ਗਿਆ ਕਿ ਇਹ ਰਿਸ਼ਤੇਦਾਰ, ਕ੍ਰਿਸ਼ਨ ਪ੍ਰਤੱਖੀਕਰਨ ਵਿਚ ਰੁਕਾਵਟ ਬਣ ਰਹੇ ਹਨ, ਤਾਂ ਉਸਨੇ ਕ੍ਰਿਸ਼ਨ ਦੇ ਹੁਕਮ ਨੂੰ ਸਵੀਕਾਰ ਕੀਤਾ । ਉਹ ਉਨ੍ਹਾਂ ਨਾਲ ਲੜਿਆ ਅਤੇ ਉਸਨੇ ਉਨ੍ਹਾਂ ਨੂੰ ਮਾਰ ਦਿੱਤਾ। ਇਨ੍ਹਾਂ ਸਭ ਵਿਸ਼ਿਆਂ ਵਿਚ ਮਨੁੱਖ ਨੂੰ ਪਰਿਵਾਰਕ ਜੀਵਨ ਦੇ ਸੁਖ-ਦੁੱਖ ਤੋਂ ਵਿਰਕਤ ਰਹਿਣਾ ਚਾਹੀਦਾ ਹੈ, ਕਿਉਂਕਿ ਇਸ ਸੰਸਾਰ ਵਿਚ ਕੋਈ ਕਦੀ ਵੀ ਨਾ ਤਾਂ ਪੂਰਾ ਸੁਖੀ ਰਹਿ ਸਕਦਾ ਹੈ, ਨਾ ਦੁੱਖੀ ।

ਸੁਖ-ਦੁੱਖ ਭੌਤਿਕ ਜੀਵਨ ਦੇ ਨਾਲ ਸਦਾ ਰਹਿਣ ਵਾਲੇ ਹਨ । ਮਨੁੱਖ ਨੂੰ ਚਾਹੀਦਾ ਹੈ ਕਿ ਇਨ੍ਹਾਂ ਨੂੰ ਸਹਿਣ ਕਰਨਾ ਸਿੱਖੇ, ਜਿਵੇਂ ਕਿ ਭਗਵਤ ਗੀਤਾ ਵਿਚ ਉਪਦੇਸ਼ ਦਿੱਤਾ ਗਿਆ ਹੈ, ਕੋਈ ਕਦੀ ਵੀ ਸੁਖ-ਦੁੱਖ ਦੇ ਆਉਣ ਜਾਣ ਤੇ ਰੋਕ ਨਹੀਂ ਲਗਾ ਸਕਦਾ। ਇਸ ਲਈ ਮਨੁੱਖ ਨੂੰ ਚਾਹੀਦਾ ਹੈ ਕਿ ਭੌਤਿਕਵਾਦੀ ਜੀਵਨ ਪੱਧਰ ਤੋਂ ਆਪਣੇ ਆਪ ਨੂੰ ਅਲੱਗ ਕਰ ਲਵੇ ਅਤੇ ਦੋਵਾਂ ਹੀ ਹਾਲਤਾਂ ਵਿਚ ਇੱਕੋ ਜਿਹਾ ਬਣਿਆ ਰਹੇ । ਆਮ ਤੌਰ ਤੇ ਜਦੋਂ ਸਾਨੂੰ ਮਨ-ਪਸੰਦ ਚੀਜ਼ ਮਿਲ ਜਾਂਦੀ ਹੈ, ਤਾਂ ਅਸੀਂ ਬਹੁਤ ਖ਼ੁਸ਼ ਹੁੰਦੇ ਹਾਂ ਅਤੇ ਜਦੋਂ ਅਣਚਾਹੀ ਚੀਜ਼ ਮਿਲਦੀ ਹੈ, ਤਾਂ ਅਸੀਂ ਦੁੱਖੀ ਹੁੰਦੇ ਹਾਂ । ਪਰ ਜੇ ਅਸੀਂ ਅਸਲੀ ਅਧਿਆਤਮਕ ਸਥਿਤੀ ਪ੍ਰਾਪਤ ਕਰ ਲਈਏ, ਤਾਂ ਇਹ ਗੱਲਾਂ ਸਾਨੂੰ ਡਾਵਾਂ-ਡੋਲ ਨਹੀਂ ਕਰ ਸਕਣਗੀਆਂ। ਇਸ ਸਥਿਤੀ ਤਕ ਅਪੜਣ ਲਈ ਸਾਨੂੰ ਅਟੁੱਟ ਭਗਤੀ ਦਾ ਅਭਿਆਸ ਕਰਨਾ ਹੁੰਦਾ ਹੈ। ਬਿਨ੍ਹਾਂ ਭਟਕੇ ਕ੍ਰਿਸ਼ਨ ਭਗਤੀ ਦਾ ਅਰਥ ਹੁੰਦਾ ਹੈ, ਭਗਤੀ ਦੀਆਂ ਨੌਂ ਵਿੱਧੀਆਂ - ਕੀਰਤਨ, ਸ਼ਰਵਣ, ਪੂਜਨ ਆਦਿ ਵਿਚ ਲਗਣਾ, ਜਿਵੇਂ ਨੌਵੇਂ ਅਧਿਆਇ ਦੇ ਅੰਤਿਮ ਸ਼ਲੋਕ ਵਿਚ ਵਰਨਣ ਹੋਇਆ ਹੈ, ਇਸ ਵਿਧੀ ਦਾ ਅਨੁਸਰਣ ਕਰਨਾ ਚਾਹੀਦਾ ।

ਇਹ ਸੁਭਾਵਿਕ ਹੈ ਕਿ ਅਧਿਆਤਮਕ ਜੀਵਨ ਪੱਧਰ ਦਾ ਅਭਿਆਸੀ ਹੋ ਜਾਣ ਤੇ ਮਨੁੱਖ ਭੌਤਿਕਵਾਦੀ ਲੋਕਾਂ ਨਾਲ ਮਿਲਣਾ ਨਹੀਂ ਚਾਹੁੰਦਾ । ਇਸ ਨਾਲ ਉਸਨੂੰ ਨੁਕਸਾਨ ਪਹੁੰਚ ਸਕਦਾ

ਹੈ। ਮਨੁੱਖ ਨੂੰ ਚਾਹੀਦਾ ਹੈ ਕਿ ਉਹ ਇਹ ਅਜਮਾ ਕੇ ਵੇਖ ਲਵੇ ਕਿ ਉਹ ਬੇਲੋੜੀ ਸੰਗਤ ਤੋਂ ਬਗ਼ੈਰ ਇੱਕਾਂਤ ਵਾਸ ਕਰਨ ਵਿਚ ਉਸਦਾ ਕਿੱਥੋਂ ਤਕ ਝੁਕਾਅ ਹੈ। ਇਹ ਸੁਭਾਵਿਕ ਹੀ ਹੈ ਕਿ ਭਗਤ ਵਿਚ ਬੇਕਾਰ ਦੇ ਖੇਡਣ-ਕੁਦਣ ਜਾਂ ਸਿਨੇਮਾ ਜਾਣਾ ਜਾਂ ਕਿਸੇ ਸਮਾਜਿਕ ਉਤਸਵ ਵਿਚ ਸ਼ਾਮਿਲ ਹੋਣ ਦੀ ਕੋਈ ਦਿਲਚਸਪੀ ਨਹੀਂ ਹੁੰਦੀ, ਕਿਉਂਕਿ ਉਹ ਜਾਣਦਾ ਹੈ ਕਿ ਇਹ ਸਮੇਂ ਨੂੰ ਅਜਾਈਂ ਗਵਾਉਣਾ ਹੈ। ਬਹੁਤ ਸਾਰੇ ਸ਼ੋਧ ਸਿੱਖਿਆਰਥੀ ਦਾਰਸ਼ਨਿਕ ਅਜਿਹੇ ਹਨ, ਜਿਹੜੇ ਕਾਮਵਾਸਨਾ ਪੂਰਨ ਜੀਵਨ ਜਾਂ ਹੋਰ ਵਿਸ਼ੇ ਦਾ ਅਧਿਐਨ ਕਰਦੇ ਹਨ, ਪਰ ਭਗਵਤ ਗੀਤਾ ਮੁਤਾਬਿਕ ਅਜਿਹਾ ਸ਼ੋਧ ਕਾਰਜ਼ ਅਤੇ ਦਾਰਸ਼ਨਿਕ ਚਿੰਤਨ ਦਾ ਕੋਈ ਮੁੱਲ ਨਹੀਂ ਹੈ। ਇਹ ਇੱਕ ਤਰ੍ਹਾਂ ਨਾਲ ਵਿਅਰਥ ਹੁੰਦਾ ਹੈ। ਭਗਵਤ ਗੀਤਾ ਮੁਤਾਬਿਕ ਮਨੁੱਖ ਨੂੰ ਚਾਹੀਦਾ ਹੈ ਕਿ ਆਪਣੇ ਦਾਰਸ਼ਨਿਕ ਗਿਆਨ ਰਾਹੀਂ ਉਹ ਆਤਮਾ ਦੇ ਸੁਭਾਅ ਬਾਰੇ ਖੋਜ ਕਰੇ। ਉਸਨੂੰ ਚਾਹੀਦਾ ਹੈ ਕਿ ਉਹ ਆਪਣੀ ਆਤਮਾ ਨੂੰ ਸਮਝਣ ਲਈ ਖੋਜ ਕਰੇ। ਇੱਥੇ ਇਸ ਦੀ ਸਿਫ਼ਾਰਿਸ਼ ਕੀਤੀ ਗਈ ਹੈ।

ਜਿੱਥੋਂ ਤਕ ਆਤਮ ਪ੍ਰਤੱਖੀਕਰਨ ਦਾ ਸੰਬੰਧ ਹੈ, ਇੱਥੇ ਸਾਫ਼ ਉਲੇਖ ਹੈ, ਕਿ ਭਗਤੀ ਯੋਗ ਹੀ ਵਿਵਹਾਰਕ ਹੈ। ਜਿਵੇਂ ਹੀ ਭਗਤੀ ਦੀ ਗੱਲ ਉਠੇ, ਤਾਂ ਮਨੁੱਖ ਨੂੰ ਚਾਹੀਦਾ ਹੈ ਕਿ ਪਰਮਾਤਮਾ ਅਤੇ ਆਤਮਾ ਦੇ ਸੰਬੰਧ ਵਿਚ ਵਿਚਾਰ ਕਰੇ। ਆਤਮਾ ਅਤੇ ਪਰਮਾਤਮਾ ਕਦੀ ਇੱਕ ਨਹੀਂ ਹੋ ਸਕਦੇ, ਖ਼ਾਸ ਤੌਰ ਤੇ ਭਗਤੀ ਯੋਗ ਵਿਚ ਤਾਂ ਕਦੀ ਵੀ ਨਹੀਂ। ਪਰਮਾਤਮਾ ਦੇ ਪ੍ਰਤੀ ਆਤਮਾ ਦੀ ਇਹ ਸੇਵਾ ਨਿੱਤ ਹੈ, ਜਿਵੇਂ ਕਿ ਸਪਸ਼ਟ ਕੀਤਾ ਗਿਆ ਹੈ। ਇਸ ਲਈ ਭਗਤੀ (ਨਿੱਤ) ਹੈ। ਮਨੁੱਖ ਨੂੰ ਇਸੇ ਦਾਰਸ਼ਨਿਕ ਧਾਰਨਾ ਵਿਚ ਸਥਿਤ ਹੋਣਾ ਚਾਹੀਦਾ ਹੈ।

ਸ਼੍ਰੀਮਦ ਭਾਗਵਤਮ੍ ਵਿਚ (1-2-11) ਵਿਆਖਿਆ ਕੀਤੀ ਗਈ ਹੈ - **ਵਦੰਤਿ ਤੱਤ੍ ਤੱਤਵ ਵਿਦਸ੍ ਤਤੱ੍ਵਮ੍ ਯਜ੍ ਗ੍ਯਾਨਮ ਅਦ੍ਵਯਮ੍** - ਜਿਹੜੇ ਪਰਮ ਸਤਿ ਦੇ ਅਸਲ ਗਿਆਤਾ ਹਨ, ਉਹ ਜਾਣਦੇ ਹਨ ਕਿ ਆਤਮਾ ਦਾ ਪ੍ਰਤੱਖੀਕਰਨ ਤਿੰਨ ਰੂਪਾਂ ਵਿਚ ਕੀਤਾ ਜਾਂਦਾ ਹੈ - ਬ੍ਰਹਮ, ਪਰਮਾਤਮਾ ਅਤੇ ਭਗਵਾਨ। ਪਰਮ ਸਤਿ ਦੇ ਪ੍ਰਤੱਖੀਕਰਨ ਵਿਚ ਭਗਵਾਨ ਅੰਤਿਮ ਸ਼ਬਦ ਹੈ, ਇਸ ਲਈ ਮਨੁੱਖ ਨੂੰ ਚਾਹੀਦਾ ਹੈ ਕਿ ਭਗਵਾਨ ਨੂੰ ਸਮਝਣ ਦੇ ਰਸਤੇ ਤਕ ਅਪੜ੍ਹੇ ਅਤੇ ਭਗਵਾਨ ਦੀ ਭਗਤੀ ਵਿਚ ਲਗ ਜਾਵੇ, ਇਹੋ ਗਿਆਨ ਦੀ ਪੂਰਨਤਾ ਹੈ।

ਨਿਮਰਤਾ ਤੋਂ ਲੈ ਕੇ ਭਗਵਾਨ ਦੇ ਪ੍ਰਤੱਖੀਕਰਨ ਦੀ ਵਿਧੀ ਜ਼ਮੀਨ ਤੋਂ ਚੱਲ ਕੇ ਉਪਰਲੀ ਮੰਜ਼ਿਲ ਤਕ ਅਪੜਨ ਲਈ ਪੌੜੀ ਦੇ ਬਰਾਬਰ ਹੈ। ਇਸ ਪੌੜੀ ਵਿਚ ਕੁਝ ਅਜਿਹੇ ਲੋਕ ਹਨ, ਜਿਹੜੇ ਹਾਲਾਂ ਪਹਿਲੀ ਪੌੜੀ ਤੇ ਹਨ, ਕੁਝ ਦੂਜੀ ਤੇ ਅਤੇ ਕੁਝ ਤੀਜੀ ਤੇ। ਪਰ ਜਦੋਂ ਤਕ ਮਨੁੱਖ ਉਪਰਲੀ ਮੰਜਿਲ ਤੇ ਨਹੀਂ ਪਹੁੰਚ ਜਾਂਦਾ, ਜਿਹੜਾ ਕਿ ਕ੍ਰਿਸ਼ਨ ਦਾ ਗਿਆਨ ਹੈ, ਉਦੋਂ ਤਕ ਉਹ ਗਿਆਨ ਦੀ ਹੇਠਲੀ ਅਵਸਥਾ ਵਿਚ ਹੀ ਰਹਿੰਦਾ ਹੈ। ਜੇ ਕੋਈ ਈਸ਼ਵਰ ਦੀ ਬਰਾਬਰੀ ਕਰਦੇ ਹੋਏ ਅਧਿਆਤਮਕ ਗਿਆਨ ਵਿਚ ਤਰੱਕੀ ਕਰਨਾ ਚਾਹੁੰਦਾ ਹੈ ਤਾਂ ਉਸਦਾ ਯਤਨ ਸਫਲ ਨਹੀਂ ਹੋਵੇਗਾ। ਇਹ ਸਪਸ਼ਟ ਕਿਹਾ ਗਿਆ ਹੈ ਕਿ ਨਿਮਰਤਾ ਤੋਂ ਬਗ਼ੈਰ ਗਿਆਨ ਸੰਭਵ ਨਹੀਂ ਹੈ। ਆਪਣੇ ਆਪ ਨੂੰ ਈਸ਼ਵਰ ਸਮਝਣਾ ਸਭ ਤੋਂ ਵਧ ਹਉਮੈ ਹੈ। ਹਾਲਾਂਕਿ ਜੀਵ ਹਮੇਸ਼ਾਂ ਪ੍ਰਕ੍ਰਿਤੀ ਦੇ

ਕਠੋਰ ਨਿਯਮਾਂ ਰਾਹੀਂ ਲਤਾੜਿਆ ਜਾਂਦਾ ਹੈ, ਫਿਰ ਵੀ ਉਹ ਅਗਿਆਨ ਕਰਕੇ ਸੋਚਦਾ ਹੈ, ਕਿ "ਮੈਂ ਈਸ਼ਵਰ ਹਾਂ" ਗਿਆਨ ਦਾ ਸ਼ੁਭ ਆਰੰਭ 'ਅਮਾਨਿਤ੍ਵ' ਜਾਂ ਨਿਮਰਤਾ ਨਾਲ ਹੁੰਦਾ ਹੈ। ਮਨੁੱਖ ਨੂੰ ਨਿਮਰ ਹੋਣਾ ਚਾਹੀਦਾ ਹੈ ਕਿਉਂ ਕਿ ਉਹ ਪਰਮੇਸ਼ਵਰ ਦੇ ਅਧੀਨ ਹੈ। ਪਰਮੇਸ਼ਵਰ ਪ੍ਰਤੀ ਵਿਦਰੋਹ ਕਾਰਨ ਹੀ ਮਨੁੱਖ ਪ੍ਰਕ੍ਰਿਤੀ ਦੇ ਅਧੀਨ ਹੋ ਜਾਂਦਾ ਹੈ। ਮਨੁੱਖ ਨੂੰ ਇਸ ਸਚਾਈ ਨੂੰ ਜਾਨਣਾ ਅਤੇ ਇਸ ਤੇ ਯਕੀਨ ਕਰਨਾ ਚਾਹੀਦਾ ਹੈ।

ज्ञेयं यत्तत्प्रवक्ष्यामि यज्ज्ञात्वामृतमश्नुते ।
अनादिमत्परं ब्रह्म न सत्तन्नासदुच्यते ॥१३॥

ਗ੍ਯਯੇਮ੍ ਯਤ੍ ਤੱਤ੍ ਪ੍ਰਵਕ੍ਸ਼੍ਯਾਮਿ ਯਜ੍ ਗ੍ਯਾਤ੍ਵਾਮ੍ਰਿਤਮ ਅਸ਼੍ਨੁਤੇ।
ਅਨਾਦਿ ਮਤ੍-ਪਰਮ੍ ਬ੍ਰਹਮ ਨ ਸਤ੍ ਤਨ੍ ਨਾਸਦ ਉਚ੍ਯਤੇ ॥ 13 ॥

ਗ੍ਯਯੇਮ੍-ਜਾਨਣ ਯੋਗ ; **ਯਤ੍**-ਜਿਹੜਾ ; **ਤਤ੍**-ਉਹ ; **ਪ੍ਰਵਕ੍ਸ਼੍ਯਾਮਿ**-ਹੁਣ ਮੈਂ ਦੱਸਾਂਗਾ ; **ਯਤ੍**-ਜਿਸਨੂੰ ; **ਗ੍ਯਾਤ੍ਵਾ**-ਜਾਣਕੇ ; **ਅਮ੍ਰਿਤਮ੍**-ਅੰਮ੍ਰਿਤ ਦਾ ; **ਅਸ਼੍ਨੁਤੇ**-ਸੁਆਦ ਲੈਂਦਾ ਹੈ ; **ਅਨਾਦਿ**-ਆਦਿ ਰਹਿਤ ; **ਮਤ੍ਪਰਮ੍**-ਮੇਰੇ ਅਧੀਨ ; **ਬ੍ਰਹਮ**-ਆਤਮਾ ; **ਨ**-ਨਾ ਤਾਂ ; **ਸਤ੍**-ਕਾਰਨ ; **ਤਤ੍**-ਉਹ ; **ਨ**-ਨਾ ਤਾਂ ; **ਅਸਤ੍**-ਕਾਰਜ, ਪ੍ਰਭਾਵ ; **ਉਚ੍ਯਤੇ**-ਕਿਹਾ ਜਾਂਦਾ ਹੈ।

ਅਨੁਵਾਦ

ਹੁਣ ਮੈਂ ਜੋ ਜਾਨਣ ਯੋਗ ਹੈ, ਬਾਰੇ ਦੱਸਾਂਗਾ, ਜਿਸਨੂੰ ਜਾਣਕੇ ਤੁਸੀਂ ਨਿੱਤ ਬ੍ਰਹਮ ਦਾ ਅਸਵਾਦਨ ਕਰ ਸਕੋਗੇ। ਇਹ ਬ੍ਰਹਮ ਜਾਂ ਆਤਮਾ, ਜਿਹੜਾ ਅਨਾਦਿ ਹੈ ਅਤੇ ਮੇਰੇ ਅਧੀਨ ਹੈ, ਇਸ ਭੌਤਿਕ ਸੰਸਾਰ ਦੇ ਕਾਰਜ ਅਤੇ ਕਾਰਨ ਤੋਂ ਪਰੇ ਸਥਿਤ ਹੈ।

ਭਾਵ

ਭਗਵਾਨ ਨੇ ਖੇਤਰ (ਸ਼ਰੀਰ) ਅਤੇ ਕਾਰਨ ਅਤੇ ਪ੍ਰਭਾਵ ਖੇਤਰ ਨੂੰ ਜਾਨਣ ਵਾਲੇ ਦੀ ਵਿਆਖਿਆ ਕੀਤੀ। ਉਨ੍ਹਾਂ ਨੇ ਖੇਤਰ ਦੇ ਗਿਆਤਾ ਨੂੰ ਜਾਨਣ ਦੀ ਵਿਧੀ ਦੀ ਵੀ ਵਿਆਖਿਆ ਕੀਤੀ। ਹੁਣ ਉਹ, ਜੋ ਜਾਨਣ ਯੋਗ ਹੈ, ਬਾਰੇ ਦੱਸ ਰਹੇ ਹਨ - ਪਹਿਲਾਂ ਆਤਮਾ ਦੇ ਬਾਰੇ, ਫਿਰ ਪਰਮਾਤਮਾ ਬਾਰੇ। ਗਿਆਤਾ, ਆਤਮਾ ਅਤੇ ਪਰਮਾਤਮਾ ਦੋਵਾਂ ਦੇ ਗਿਆਨ ਨਾਲ ਮਨੁੱਖ, ਜੀਵਨ-ਅੰਮ੍ਰਿਤ ਦਾ ਸੁਆਦ ਲੈ ਸਕਦਾ ਹੈ। ਜਿਵੇਂ ਕਿ ਦੂਜੇ ਅਧਿਆਇ ਵਿਚ ਕਿਹਾ ਗਿਆ ਹੈ, ਜੀਵ ਨਿੱਤ ਹੈ। ਇਸਦੀ ਵੀ ਇੱਥੇ ਪੁਸ਼ਟੀ ਹੋਈ ਹੈ। ਜੀਵ ਦੇ ਪੈਦਾ ਹੋਣ ਦੀ ਕੋਈ ਨਿਸ਼ਚਿਤ ਤਾਰੀਖ ਨਹੀਂ ਹੈ। ਨਾ ਹੀ ਕੋਈ ਪਰਮੇਸ਼ਵਰ ਤੋਂ ਜੀਵਆਤਮਾ ਦੇ ਪ੍ਰਗਟ ਦਾ ਇਤਿਹਾਸ ਦੱਸ ਸਕਦਾ ਹੈ। ਇਸ ਲਈ ਉਹ ਅਨਾਦਿ ਹੈ। ਇਸ ਦੀ ਪੁਸ਼ਟੀ ਵੈਦਿਕ ਸਾਹਿਤ ਨਾਲ ਹੁੰਦੀ ਹੈ - **ਨ ਜਾਯਤੇ ਮ੍ਰਿਯਤੇ ਵਾ ਵਿਸ਼੍ਚਿਤ੍** (ਕਠੋਪਨਿਸ਼ਦ 1-2-28) - ਸ਼ਰੀਰ ਦਾ ਗਿਆਤਾ ਨਾ ਤਾਂ ਕਦੀ ਪੈਦਾ ਹੁੰਦਾ ਹੈ ਅਤੇ ਨਾ ਮਰਦਾ ਹੈ। ਉਹ ਗਿਆਨ ਨਾਲ ਪੂਰਨ ਹੁੰਦਾ ਹੈ।

ਵੈਦਿਕ ਸਾਹਿਤ ਵਿਚ (ਸ਼ਵੇਤਾਸ੍ਵਤਰ ਉਪਨਿਸ਼ਦ 6-16) ਵੀ ਪਰਮੇਸ਼ਵਰ ਨੂੰ ਪਰਮਾਤਮਾ ਰੂਪ ਵਿਚ - **ਪ੍ਰਧਾਨ ਕਸ਼ੇਤ੍ਰਗ੍ਯ ਪਤਿਰ੍ਗੁਣੇਸ਼ਹ੍** - ਸ਼ਰੀਰ ਦਾ ਮੁੱਖ ਗਿਆਤਾ ਅਤੇ ਪ੍ਰਕ੍ਰਿਤੀ ਦੇ ਤਿੰਨ ਗੁਣਾਂ ਦਾ ਸਵਾਮੀ ਕਿਹਾ ਗਿਆ ਹੈ। ਸਮ੍ਰਿਤੀ ਦਾ ਵਾਕ ਹੈ - **ਦਾਸ ਭੂਤੋ ਹਰੇਰ੍ ਏਵ ਨਾਯਸ੍ਯੈਵ ਕਦਾਚਨ੍**। ਜੀਵ ਆਤਮਾਵਾਂ ਹਮੇਸ਼ਾਂ ਭਗਵਾਨ ਦੀ ਸੇਵਾ ਵਿਚ ਲਗੀਆਂ ਰਹਿੰਦੀਆਂ ਹਨ। ਇਸਦੀ ਪੁਸ਼ਟੀ ਭਗਵਾਨ ਚੈਤੰਨਯ ਦੇ ਆਪਣੇ ਉਪਦੇਸ਼ਾਂ ਵਿਚ ਵੀ ਹੈ। ਇਸ ਲਈ ਇਸ ਸ਼ਲੋਕ ਵਿਚ ਬ੍ਰਹਮ ਦਾ ਜਿਹੜਾ ਵਰਣਨ ਹੈ, ਉਹ ਆਤਮਾ ਦਾ ਹੈ, ਅਤੇ ਜਦੋਂ ਬ੍ਰਹਮ ਸ਼ਬਦ ਜੀਵਆਤਮਾ ਲਈ ਵਰਤਿਆ ਹੁੰਦਾ ਹੈ, ਤਾਂ ਇਹ ਸਮਝਣਾ ਚਾਹੀਦਾ ਹੈ ਕਿ ਉਹ ਆਨੰਦ ਬ੍ਰਹਮ ਨਾ ਹੋਕੇ ਵਿਗਿਆਨ ਬ੍ਰਹਮ ਹੈ। ਆਨੰਦ ਬ੍ਰਹਮ ਪਾਰਬ੍ਰਹਮ ਭਗਵਾਨ ਹਨ।

सर्वत: पाणिपादं तत्सर्वतोऽक्षिशिरोमुखम् ।
सर्वत: श्रुतिमल्लोके सर्वमावृत्य तिष्ठति ॥ १४॥

ਸਰ੍ਵਤਹ੍ ਪਾਨਿਪਾਦਮ੍ ਤਤ੍ ਸਰ੍ਵਤੋ'ਕ੍ਸ਼ਿ-ਸ਼ਿਰੋ-ਮੁਖਮ੍ ।
ਸਰ੍ਵਤਹ੍ ਸ਼ਰੁਤਿਮਲ੍ ਲੋਕੇ ਸਰ੍ਵਮ੍ ਆਵ੍ਰਿਤ੍ਯ ਤਿਸ਼੍ਠਤਿ ॥ 14 ॥

ਸਰ੍ਵਤਹ੍-ਹਰ ਥਾਂ ; **ਪਾਨਿ**-ਹੱਥ ; **ਪਾਦਮ੍**-ਪੈਰ ; **ਤਤ**-ਉਹ ; **ਸਰਵਤਹ੍**-ਹਰ ਥਾਂ ; **ਅਕ੍ਸ਼ਿ**-ਅੱਖਾਂ ; **ਸ਼ਿਰਹ੍**-ਸਿਰ ; **ਮੁਖਮ੍**-ਮੂੰਹ ; **ਸਰ੍ਵਤਹ੍**-ਹਰ ਥਾਂ ; **ਸ਼ਰੁਤਿ ਮਤ**-ਕੰਨਾਂ ਵਾਲੇ ; **ਲੋਕੇ**-ਸੰਸਾਰ ਵਿਚ ; **ਸਰ੍ਵਮ੍**-ਹਰ ਚੀਜ਼ ; **ਆਵ੍ਰਿਤ੍ਯ**-ਢੱਕ ਕੇ ; **ਤਿਸ਼੍ਠਤਿ**-ਸਥਿਤ ਹੈ।

ਅਨੁਵਾਦ

ਉਨ੍ਹਾਂ ਦੇ ਹੱਥ, ਪੈਰ, ਅੱਖਾਂ, ਸਿਰ, ਮੂੰਹ ਅਤੇ ਕੰਨ ਹਰ ਥਾਈਂ ਹਨ। ਇੰਝ ਪਰਮਾਤਮਾ ਹਰ ਵਸਤਾਂ ਵਿਚ ਫੈਲ ਕੇ ਮੌਜੂਦ ਹੈ।

ਭਾਵ

ਜਿਵੇਂ ਸੂਰਜ ਆਪਣੀਆਂ ਅਣਗਿਣਤ ਕਿਰਨਾਂ ਨੂੰ ਬਿਖੇਰ ਕੇ ਸਥਿਤ ਹੈ, ਉਸੇ ਤਰ੍ਹਾਂ ਪਰਮਾਤਮਾ ਜਾਂ ਭਗਵਾਨ ਵੀ ਹੈ। ਉਹ ਆਪਣੇ ਸਰਬ-ਵਿਆਪੀ ਰੂਪ ਵਿਚ ਸਥਿਤ ਰਹਿੰਦੇ ਹਨ ਅਤੇ ਉਨ੍ਹਾਂ ਵਿਚ, ਆਦਿ ਮਹਾਨ ਅਧਿਆਤਮਕ ਬ੍ਰਹਮਾ ਤੋਂ ਲੈ ਕੇ ਛੋਟੀ ਜਿਹੀ ਚੀਂਟੀ ਤੱਕ, ਸਾਰੇ ਜੀਵ ਸਥਿਤ ਹਨ। ਉਨ੍ਹਾਂ ਦੇ ਅਨਗਿਣਤ ਸਿਰ, ਹੱਥ, ਪੈਰ ਅਤੇ ਅੱਖਾਂ ਹਨ ਅਤੇ ਅਨਗਿਣਤ ਜੀਵ ਹਨ। ਇਹ ਸਾਰੇ ਪਰਮਾਤਮਾ ਵਿਚ ਹੀ ਸਥਿਤ ਹਨ। ਇਸ ਲਈ ਪਰਮਾਤਮਾ ਸਰਬਵਿਆਪੀ ਹੈ। ਪਰ ਆਤਮਾ ਇਹ ਨਹੀਂ ਕਹਿ ਸਕਦਾ ਕਿ ਉਸਦੇ ਹੱਥ, ਪੈਰ ਅਤੇ ਅੱਖਾਂ ਚਾਰੇ ਦਿਸ਼ਾਵਾਂ ਵਿਚ ਹਨ। ਇਹ ਸੰਭਵ ਨਹੀਂ ਹੈ। ਜੇਕਰ ਉਹ ਅਗਿਆਨ ਕਰਕੇ ਇਹ ਸੋਚਦਾ ਹੈ ਕਿ ਉਸਨੂੰ ਇਸਦਾ ਗਿਆਨ ਨਹੀਂ ਹੈ ਕਿ ਉਸਦੇ ਹੱਥ ਅਤੇ ਪੈਰ ਚਾਰੋਂ ਪਾਸੇ ਫੈਲੇ ਹਨ, ਪਰ ਸਮੁੱਚਾ ਗਿਆਨ ਹੋਣ ਤੇ ਉਸਨੂੰ ਲਗੇਗਾ ਕਿ ਉਸਦਾ ਅਜਿਹਾ ਸੋਚਣਾ ਉਲਟਾ ਹੈ। ਇਸ ਦਾ ਅਰਥ ਇਹ ਹੈ ਕਿ ਭੌਤਿਕ ਪ੍ਰਕ੍ਰਿਤੀ ਰਾਹੀਂ ਬੱਧ ਹੋਣ ਸਦਕਾ ਆਤਮਾ ਪਰਮ ਨਹੀਂ ਹੈ। ਪਰਮਾਤਮਾ, ਆਤਮਾ ਤੋਂ

ਵਖਰਾ ਹੈ। ਪਰਮਾਤਮਾ ਆਪਣਾ ਹੱਥ ਅਥਾਹ ਦੂਰੀ ਤਕ ਫੈਲਾ ਸਕਦਾ ਹੈ, ਪਰ ਆਤਮਾ ਅਜਿਹਾ ਨਹੀਂ ਕਰ ਸਕਦਾ। ਭਗਵਤ ਗੀਤਾ ਵਿਚ ਭਗਵਾਨ ਕਹਿੰਦੇ ਹਨ ਕਿ ਜੇ ਕੋਈ ਉਨ੍ਹਾਂ ਨੂੰ ਇੱਕ ਫੁੱਲ ਜਾਂ ਫਲ ਜਾਂ ਪਾਣੀ ਅਰਪਿਤ ਕਰਦਾ ਹੈ ਤਾਂ ਉਹ ਉਸਨੂੰ ਸਵੀਕਾਰ ਕਰਦੇ ਹਨ। ਜੇ ਭਗਵਾਨ ਦੂਰ ਹੁੰਦੇ ਹਨ ਤਾਂ ਫਿਰ ਚੀਜ਼ਾਂ ਨੂੰ ਉਹ ਕਿਵੇਂ ਸਵੀਕਾਰ ਕਰਦੇ ? ਇਹੋ ਭਗਵਾਨ ਦੀ ਸਰਬ-ਸ਼ਕਤੀ ਹੈ। ਹਾਲਾਂਕਿ ਉਹ ਧਰਤੀ ਤੋਂ ਬਹੁਤ ਦੂਰ ਆਪਣੇ ਧਾਮ ਵਿਚ ਸਥਿਤ ਹਨ, ਤਾਂ ਵੀ ਉਹ ਕਿਸੇ ਰਾਹੀਂ ਅਰਪਿਤ ਕੀਤੀ ਕਿਸੇ ਵੀ ਚੀਜ਼ ਨੂੰ ਆਪਣਾ ਹੱਥ ਕੱਢਕੇ ਸਵਿਕਾਰ ਕਰ ਸਕਦੇ ਹਨ। ਇਹੋ ਉਨ੍ਹਾਂ ਦੀ ਸ਼ਕਤੀ ਹੈ। ਬ੍ਰਹਮ ਸੰਹਿਤਾ ਵਿਚ (5-37) ਕਿਹਾ ਗਿਆ ਹੈ - **ਗੋਲੋਕ ਏਵ ਨਿਵਸਤਿ ਅਖਿਲਾਤ੍ਮ ਭੂਤਹ੍** - ਭਾਵੇਂ ਉਹ ਆਪਣੇ ਦਿੱਵ ਲੋਕ, ਗੋਲੋਕ ਵਿਚ ਲੀਲਾ ਵਿਚ ਰੁੱਝੇ ਰਹਿੰਦੇ ਹਨ, ਫਿਰ ਵੀ ਉਹ ਸਰਬ ਵਿਆਪੀ ਹਨ। ਆਤਮਾ ਅਜਿਹੀ ਘੋਸ਼ਣਾ ਨਹੀਂ ਕਰ ਸਕਦੀ ਕਿ ਉਹ ਸਭਨੀ ਥਾਈਂ ਵਿਆਪਤ ਹੈ। ਇਸ ਲਈ ਇਸ ਸ਼ਲੋਕ ਵਿਚ ਆਤਮਾ (ਜੀਵ) ਨਹੀਂ, ਸਗੋਂ ਪਰਮਾਤਮਾ ਜਾਂ ਭਗਵਾਨ ਦਾ ਵਰਣਨ ਹੋਇਆ ਹੈ।

सर्वेन्द्रियगुणाभासं सर्वेन्द्रियविवर्जितम् ।
असक्तं सर्वभृच्चैव निर्गुणं गुणभोक्तृ च ॥ १५ ॥

ਸਰ੍ਵੇਂਦ੍ਰਿਯ ਗੁਣਾਭਾਸਮ੍ ਸਰ੍ਵੇਦ੍ਰਿੰਯ ਵਿਵਰ੍ਜਿਤਮ੍ ।
ਅਸਕਤਮ੍ ਸਰ੍ਵ-ਭ੍ਰਿਚ ਚੈਵ ਨਿਰ੍ਗੁਣਮ੍ ਗੁਣ-ਭੋਕ੍ਤ੍ਰਿ ਚ ॥ 15 ॥

ਸਰ੍ਵ-ਸਾਰੇ ; **ਇੰਦ੍ਰਿਯ**-ਇੰਦਰੀਆਂ ਦਾ ; **ਗੁਣ**-ਗੁਣਾਂ ਦਾ ; **ਆਭਾਸਮ੍**-ਮੂਲ ਸਰੋਤ ; **ਸਰ੍ਵ**-ਸਾਰੇ ; **ਇਦ੍ਰਿੰਯ**-ਇੰਦਰੀਆਂ ਤੋਂ ; **ਵਿਵਰ੍ਜਿਤਮ**-ਸੱਖਣਾ ; **ਅਸਕਤਮ੍**-ਆਸਕਤੀ (ਮੋਹ) ਰਹਿਤ ; **ਸਰ੍ਵਭ੍ਰਿਤ**-ਹਰ ਇੱਕ ਦਾ ਪਾਲਣਹਾਰ ; **ਚ**-ਵੀ ; **ਏਵ**-ਨਿਸ਼ਚੈ ਹੀ ; **ਨਿਰ੍ਗੁਣਮ੍**-ਭੌਤਿਕ ਗੁਣਾਂ ਤੋਂ ਹੀਨ ; **ਗੁਣ-ਭੋਕ੍ਤ੍ਰਿ**-ਗੁਣਾਂ ਦਾ ਮਾਲਕ ; **ਚ**-ਵੀ।

ਅਨੁਵਾਦ

ਪਰਮਾਤਮਾ ਸਾਰੀਆਂ ਇੰਦਰੀਆਂ ਦੇ ਮੂਲ ਸਰੋਤ ਹਨ , ਫਿਰ ਵੀ ਉਹ ਇੰਦਰੀਆਂ ਤੋਂ ਸੱਖਣੇ ਹਨ। ਉਹ ਸਾਰੇ ਜੀਵਾਂ ਦੇ ਪਾਲਣਹਾਰ ਹੋਕੇ ਵੀ ਅਣ-ਆਸਕਤ ਹਨ। ਉਹ ਪ੍ਰਕ੍ਰਿਤੀ ਦੇ ਗੁਣਾਂ ਤੋਂ ਪਰ੍ਹੇ ਹਨ, ਫਿਰ ਵੀ ਉਹ ਪ੍ਰਕ੍ਰਿਤੀ ਦੇ ਸਾਰੇ ਗੁਣਾਂ ਦੇ ਮਾਲਕ ਹਨ।

ਭਾਵ

ਭਾਵੇਂ ਪਰਮੇਸ਼ਵਰ ਸਾਰੇ ਜੀਵਾਂ ਦੀਆਂ ਸਾਰੀਆਂ ਇੰਦਰੀਆਂ ਦੇ ਸਰੋਤ ਹਨ, ਫਿਰ ਵੀ ਜੀਵਾਂ ਵਾਂਗ ਉਨ੍ਹਾਂ ਦੀਆਂ ਭੌਤਿਕ ਇੰਦਰੀਆਂ ਨਹੀਂ ਹਨ। ਅਸਲ ਵਿਚ ਜੀਵਾਂ ਵਿਚ ਅਧਿਆਤਮਕ ਇੰਦਰੀਆਂ ਹੁੰਦੀਆਂ ਹਨ, ਪਰ ਬੱਧ ਜੀਵਨ ਵਿਚ ਉਹ ਭੌਤਿਕ ਤੱਤਾਂ ਨਾਲ ਢੱਕੀਆਂ ਰਹਿੰਦੀਆਂ ਹਨ, ਇਸ ਲਈ ਇੰਦਰੀਆਂ ਦੇ ਕੰਮ ਦਾ ਪ੍ਰਗਟਾਵਾ, ਪਦਾਰਥ ਰਾਹੀਂ ਹੁੰਦਾ ਹੈ। ਪਰਮੇਸ਼ਵਰ ਦੀਆਂ ਇੰਦਰੀਆਂ ਇੰਝ ਢੱਕੀਆਂ ਨਹੀਂ ਰਹਿੰਦੀਆਂ। ਉਨ੍ਹਾਂ ਦੀਆਂ ਇੰਦਰੀਆਂ ਅਲੌਕਿਕ ਹੁੰਦੀਆਂ ਹਨ,

ਇਸ ਲਈ ਨਿਰਗੁਣ ਕਹਾਉਂਦੀਆਂ ਹਨ। ਗੁਣ ਦਾ ਅਰਥ ਹੈ ਭੌਤਿਕ ਗੁਣ, ਪਰ ਉਨ੍ਹਾਂ ਦੀਆਂ ਇੰਦਰੀਆਂ, ਸਾਡੀਆਂ ਇੰਦਰੀਆਂ ਵਰਗੀਆਂ ਨਹੀਂ ਹੁੰਦੀਆਂ। ਹਾਲਾਂਕਿ ਉਹ ਸਾਡੇ ਸਾਰੇ ਇੰਦਰੀਆਂ ਦੇ ਕਾਰਜ ਦੇ ਸਰੋਤ ਹਨ, ਪਰ ਉਨ੍ਹਾਂ ਦੀਆਂ ਇੰਦਰੀਆਂ ਅਲੌਕਿਕ ਹੁੰਦੀਆਂ ਹਨ, ਜਿਹੜੀਆਂ ਪਾਪ ਰਹਿਤ ਹੁੰਦੀਆਂ ਹਨ। ਇਸ ਦੀ ਬਹੁਤ ਹੀ ਸੋਹਣੀ ਵਿਆਖਿਆ ਸ਼੍ਵੇਤਾਸ਼੍ਵਤਰ ਉਪਨਿਸ਼ਦ ਵਿਚ 3-19 ਇੰਝ ਹੋਈ ਹੈ –

ਅਪਾਣਿਪਾਦੋ ਜਵਨੋ ਗ੍ਰਹੀਤਾ .. । ਭਗਵਾਨ ਦੇ ਹੱਥ ਭੌਤਿਕ ਮਲੀਨਤਾਵਾਂ ਨਾਲ ਗ੍ਰਸਤ ਨਹੀਂ ਹੁੰਦੇ, ਇਸ ਲਈ ਉਨ੍ਹਾਂ ਨੂੰ ਜੋ ਕੁਝ ਅਰਪਿਤ ਕੀਤਾ ਜਾਂਦਾ ਹੈ, ਉਸਨੂੰ ਉਹ ਆਪਣੇ ਹੱਥਾਂ ਨਾਲ ਗ੍ਰਹਿਣ ਕਰਦੇ ਹਨ। ਬੱਧਜੀਵ ਅਤੇ ਪਰਮਾਤਮਾ ਵਿਚ ਇਹੋ ਫਰਕ ਹੁੰਦਾ ਹੈ, ਉਨ੍ਹਾਂ ਦੇ ਭੌਤਿਕ ਨੇਤਰ ਨਹੀਂ ਹੁੰਦੇ, ਫਿਰ ਵੀ ਉਨ੍ਹਾਂ ਦੇ ਨੇਤਰ ਹੁੰਦੇ ਹਨ, ਨਹੀਂ ਤਾਂ ਉਹ ਕਿਵੇਂ ਵੇਖ ਸਕਦੇ ? ਉਹ ਸਭ ਕੁਝ ਵੇਖਦੇ ਹਨ, ਭੂਤ, ਵਰਤਮਾਨ ਅਤੇ ਭਵਿੱਖ, ਉਹ ਜੀਵਾਂ ਦੇ ਹਿਰਦੇ ਵਿਚ ਨਿਵਾਸ ਕਰਦੇ ਹਨ , ਅਤੇ ਉਹ ਜਾਣਦੇ ਹਨ ਕਿ ਭੂਤਕਾਲ ਵਿਚ ਅਸੀਂ ਕੀ ਕੀਤਾ, ਅਤੇ ਵਰਤਮਾਨ 'ਚ ਕੀ ਕਰ ਰਹੇ ਹਾਂ ਅਤੇ ਭਵਿੱਖ ਵਿਚ ਕੀ ਹੋਣ ਵਾਲਾ ਹੈ। ਇਸਦੀ ਪੁਸ਼ਟੀ ਭਗਵਤ ਗੀਤਾ ਵਿਚ ਹੋਈ ਹੈ। ਉਹ ਸਭ ਕੁਝ ਜਾਣਦੇ ਹਨ , ਪਰ ਉਨ੍ਹਾਂ ਨੂੰ ਕੋਈ ਵੀ ਨਹੀਂ ਜਾਣਦਾ। ਕਿਹਾ ਜਾਂਦਾ ਹੈ ਕਿ ਪਰਮੇਸ਼ਵਰ ਦੇ ਸਾਡੇ ਵਰਗੇ ਪੈਰ ਨਹੀਂ ਹਨ, ਪਰ ਸਾਰੇ ਲੋਕਾਂ ਵਿਚ ਘੁੰਮ ਸਕਦੇ ਹਨ, ਕਿਉਂਕਿ ਉਨ੍ਹਾਂ ਦੇ ਅਧਿਆਤਮਕ ਪੈਰ ਹੁੰਦੇ ਹਨ। ਦੂਜੇ ਸ਼ਬਦਾਂ ਵਿਚ, ਭਗਵਾਨ ਨਿਰਾਕਾਰ ਨਹੀਂ ਹਨ, ਉਨ੍ਹਾਂ ਦੇ ਆਪਣੇ ਨੇਤਰ, ਪੈਰ, ਹੱਥ, ਸਭ ਕੁਝ ਹੁੰਦੇ ਹਨ ਪਰ ਕਿਉਂਕਿ ਅਸੀਂ ਸਾਰੇ ਪਰਮੇਸ਼ਵਰ ਦੇ ਅੰਸ਼ ਹਾਂ, ਇਸ ਲਈ ਸਾਡੇ ਕੋਲ ਵੀ ਇਹ ਸਾਰੀਆਂ ਚੀਜ਼ਾਂ ਹੁੰਦੀਆਂ ਹਨ। ਪਰ ਉਨ੍ਹਾਂ ਦੇ ਹੱਥ, ਪੈਰ, ਨੇਤਰ (ਅੱਖਾਂ) ਅਤੇ ਹੋਰ ਇੰਦਰੀਆਂ ਪ੍ਰਕ੍ਰਿਤੀ ਰਾਹੀਂ ਮਲੀਨ ਨਹੀਂ ਹੁੰਦੀਆਂ।

ਭਗਵਤ-ਗੀਤ ਾ ਤੋਂ ਵੀ ਪੁਸ਼ਟੀ ਹੁੰਦੀ ਹੈ ਕਿ ਜਦੋਂ ਭਗਵਾਨ ਪ੍ਰਗਟ ਹੁੰਦੇ ਹਨ ਤਾਂ ਉਹ ਆਪਣੀ ਅੰਦਰੂਨੀ ਤਾਕਤ ਨਾਲ ਉਸੇ ਰੂਪ ਵਿਚ ਪ੍ਰਗਟ ਹੁੰਦੇ ਹਨ। ਉਹ ਭੌਤਿਕ ਸ਼ਕਤੀ ਰਾਹੀਂ ਪ੍ਰਭਾਵਿਤ ਨਹੀਂ ਹੁੰਦੇ, ਕਿਉਂਕਿ ਉਹ ਭੌਤਿਕ ਸ਼ਕਤੀ ਦੇ ਮਾਲਕ ਹਨ। ਵੈਦਿਕ ਸਾਹਿਤ ਤੋਂ ਸਾਨੂੰ ਪਤਾ ਚਲਦਾ ਹੈ, ਕਿ ਉਨ੍ਹਾਂ ਦਾ ਸਾਰਾ ਸ਼ਰੀਰ ਅਧਿਆਤਮਕ ਹੈ। ਉਨ੍ਹਾਂ ਦਾ ਆਪਣਾ ਨਿੱਤ ਸਵਰੂਪ ਹੁੰਦਾ ਹੈ, ਜਿਹੜਾ ਸਚਿਦਾਨੰਦ ਸਰੂਪ ਹੈ, ਉਹ ਸਾਰੀਆਂ ਵਿਭੂਤੀਆਂ ਤੋਂ ਪੂਰਨ ਹਨ। ਉਹ ਸਾਰੀ ਸੰਪੱਤੀ ਅਤੇ, ਸਾਰੀ ਸ਼ਕਤੀ ਦੇ ਮਾਲਕ ਹਨ। ਉਹ ਸਭ ਤੋਂ ਵੱਧ ਬੁੱਧੀਮਾਨ ਅਤੇ ਗਿਆਨ ਨਾਲ ਪੂਰਨ ਹਨ। ਇਹ ਭਗਵਾਨ ਦੇ ਕੁਝ ਲੱਛਣ ਹਨ। ਉਹ ਸਾਰੇ ਜੀਵਾਂ ਦੇ ਪਾਲਣਹਾਰ ਹਨ ਅਤੇ ਸਾਰੀਆਂ ਗਤੀਵਿਧੀਆਂ ਦੇ ਗਵਾਹ ਹਨ। ਜਿੱਥੋਂ ਤਕ ਵੈਦਿਕ ਸਾਹਿਤ ਤੋਂ ਸਮਝਿਆ ਜਾ ਸਕਦਾ ਹੈ, ਪਰਮੇਸ਼ਵਰ ਹਮੇਸ਼ਾਂ ਅਲੌਕਿਕ ਹਨ। ਹਾਲਾਂਕਿ ਸਾਨੂੰ ਉਨ੍ਹਾਂ ਦੇ ਹੱਥ, ਪੈਰ, ਸਿਰ, ਮੂੰਹ ਨਹੀਂ ਵਿਖਾਈ ਦਿੰਦੇ ਪਰ ਉਹ ਹੁੰਦੇ ਹਨ ਅਤੇ ਜਦੋਂ ਅਸੀਂ ਅਲੌਕਿਕ ਪਦਵੀ ਤਕ ਉਪਰ ਉਠੱ ਜਾਂਦੇ ਹਾਂ ਤਾਂ ਅਸੀਂ ਭਗਵਾਨ ਦੇ ਸਰੂਪ ਦੇ ਦਰਸ਼ਨ ਕਰ ਸਕਦੇ ਹਾਂ। ਪਾਪ ਗ੍ਰਸਤ ਇੰਦਰੀਆਂ ਕਾਰਨ ਅਸੀਂ ਉਨ੍ਹਾਂ ਦੇ ਸਰੂਪ ਨੂੰ ਨਹੀਂ ਵੇਖ ਸਕਦੇ।

ਇਸ ਲਈ ਪਦਾਰਥਵਾਦੀ ਜੋ ਕਿ ਭੌਤਿਕਤਾ ਤੋਂ ਪ੍ਰਭਾਵਿਤ ਹੁੰਦੇ ਹਨ, ਭਗਵਾਨ ਨੂੰ ਨਹੀਂ ਸਮਝ ਸਕਦੇ ।

बहिरन्तश्च भूतानामचरं चरमेव च ।
सूक्ष्मत्वात्तदविज्ञेयं दूरस्थं चान्तिके च तत् ॥ १६ ॥

ਬਹਿਰ੍ ਅੰਤਸ਼੍ ਚ ਭੂਤਾਨਾਮ ਆਚਰਮ੍ ਚਰਮ੍ ਏਵ ਚ ।
ਸ਼ੁਕ੍ਸ਼ਮਤ੍ ਤਦ੍ ਅਵਿਗ੍ਯੇਯਮ੍ ਦੂਰ-ਸ੍ਥਮ੍ ਚਾਂਤਿੱਕੇ ਚ ਤਤ੍ ॥ 16 ॥

ਬਹਿਹ੍-ਬਾਹਰ ; **ਅੰਤਰ**-ਅੰਦਰ ; **ਚ**-ਵੀ ; **ਭੂਤਾਨਾਮ੍**-ਜੀਵਾਂ ਦਾ ; **ਅਚਰਮ੍**-ਜੜ ; **ਚਰਮ੍**-ਗਤੀਸ਼ੀਲ ; **ਏਵ**-ਵੀ ; **ਚ**-ਅਤੇ ; **ਸ਼ੁਕ੍ਸ਼ਮਤ੍ਵਾਤ**-ਸੂਖ਼ਮ ਹੋਣ ਕਰਕੇ ; **ਤਤ੍**- ਉਹ ; **ਅਵਿਗ੍ਯੇਯਮ੍**-ਨਾ ਜਾਨਣ ਯੋਗ ; **ਦੂਰ-ਸ੍ਥਮ੍**-ਬਹੁਤ ਦੂਰ ; **ਚ**-ਵੀ ; **ਅੰਤਿੱਕੇ**-ਨੇੜੇ ; **ਚ**-ਅਤੇ; **ਤਤ੍**-ਉਹ ।

ਅਨੁਵਾਦ

ਪਰਮ ਸਤਿ ਜੜ੍ਹ ਅਤੇ ਗਤੀਸ਼ੀਲ ਸਾਰੇ ਜੀਵਾਂ ਦੇ ਬਾਹਰ ਅਤੇ ਅੰਦਰ ਸਥਿਤ ਹਨ । ਸੂਖ਼ਮ ਹੋਣ ਕਰਕੇ ਉਹ ਭੌਤਿਕ ਇੰਦਰੀਆਂ ਰਾਹੀਂ ਜਾਨਣ ਜਾਂ ਵੇਖਣ ਤੋਂ ਪਰੇ ਹਨ । ਭਾਵੇਂ ਉਹ ਬਹੁਤ ਦੂਰ ਰਹਿੰਦੇ ਹਨ, ਪਰ ਸਾਡੇ ਸਾਰਿਆਂ ਦੇ ਨੇੜੇ ਵੀ ਹਨ ।

ਭਾਵ

ਵੈਦਿਕ ਸਾਹਿਤ ਵਿਚ ਅਸੀਂ ਜਾਣਦੇ ਹਾਂ ਕਿ ਪਰਮ ਪੁਰਖ ਨਾਰਾਇਣ, ਹਰ ਜੀਵ ਦੇ ਬਾਹਰ ਅਤੇ ਅੰਦਰ ਨਿਵਾਸ ਕਰਨ ਵਾਲੇ ਹਨ । ਉਹ ਅਧਿਆਤਮਕ ਅਤੇ ਭੌਤਿਕ ਦੋਵਾਂ ਹੀ ਜਗਤਾਂ ਵਿਚ ਹਾਜ਼ਰ ਰਹਿੰਦੇ ਹਨ । ਹਾਲਾਂਕਿ ਉਹ ਬਹੁਤ ਦੂਰ ਹਨ, ਫਿਰ ਵੀ ਸਾਡੇ ਨੇੜੇ ਰਹਿੰਦੇ ਹਨ । ਇਹ ਵੈਦਿਕ ਸਾਹਿਤ ਦੇ ਵਾਕ ਹਨ –

ਆਸੀਨੋ ਦੂਰਮ੍ ਵ੍ਰਜਤਿ ਸ਼ਯਾਨੋ ਯਾਤਿ ਸਰ੍ਵਤਹ੍ – (ਕਠੋਪਨਿਸ਼ਦ 1-2-21)

ਕਿਉਂਕਿ ਉਹ ਲਗਾਤਾਰ ਅਲੌਕਿਕ ਆਨੰਦ ਭੋਗਦੇ ਰਹਿੰਦੇ ਹਨ, ਇਸ ਲਈ ਅਸੀਂ ਇਹ ਨਹੀਂ ਸਮਝ ਸਕਦੇ ਕਿ ਉਹ ਆਪਣੇ ਸਾਰੇ ਵੈਭਵਾਂ ਦਾ ਭੋਗ ਕਿੰਝ ਕਰਦੇ ਹਨ ? ਅਸੀਂ ਇਨ੍ਹਾਂ ਭੌਤਿਕ ਇੰਦਰੀਆਂ ਰਾਹੀਂ ਨਾ ਤਾਂ ਉਨ੍ਹਾਂ ਨੂੰ ਵੇਖ ਸਕਦੇ ਹਾਂ ਨਾ ਸਮਝ ਸਕਦੇ ਹਾਂ । ਇਸ ਲਈ ਵੈਦਿਕ ਭਾਸ਼ਾ ਵਿਚ ਕਿਹਾ ਗਿਆ ਹੈ ਕਿ ਉਨ੍ਹਾਂ ਨੂੰ ਸਮਝਣ ਵਿਚ ਸਾਡਾ ਭੌਤਿਕ ਮਨ ਅਤੇ ਇੰਦਰੀਆਂ ਅਸਮਰਥ ਹਨ । ਪਰ ਜਿਸਨੇ, ਭਗਤੀ ਵਿਚ ਕ੍ਰਿਸ਼ਨ ਭਾਵਨਾ ਦਾ ਅਭਿਆਸ ਕਰਦਿਆਂ ਆਪਣਾ ਮਨ ਅਤੇ ਇੰਦਰੀਆਂ ਨੂੰ ਸ਼ੁੱਧ ਕਰ ਲਿਆ ਹੈ, ਉਹ ਉਨ੍ਹਾਂ ਨੂੰ ਲਗਾਤਾਰ ਵੇਖ ਸਕਦਾ ਹੈ । 'ਬ੍ਰਹਮ ਸੰਹਿਤਾ' ਵਿਚ ਇਸਦੀ ਪੁਸ਼ਟੀ ਹੋਈ ਹੈ ਕਿ ਪਰਮੇਸ਼ਵਰ ਲਈ ਜਿਸ ਭਗਤ ਵਿਚ ਪ੍ਰੇਮ ਪੈਦਾ ਹੋ ਚੁੱਕਾ ਹੈ, ਉਹ ਹਮੇਸ਼ਾਂ ਉਨ੍ਹਾਂ ਦਾ ਦਰਸ਼ਨ ਕਰ ਸਕਦਾ ਹੈ ਅਤੇ ਭਗਵਤ ਗੀਤਾ ਵਿਚ (11-54)

ਇਸ ਦੀ ਪੁਸ਼ਟੀ ਹੋਈ ਹੈ ਕਿ ਉਨ੍ਹਾਂ ਨੂੰ ਸਿਰਫ ਭਗਤੀ ਰਾਹੀਂ ਵੇਖਿਆ ਅਤੇ ਸਮਝਿਆ ਜਾ ਸਕਦਾ ਹੈ - **ਭਕ੍ਤਯਾ ਤ੍ਵਨੰਯਯਾ ਸ਼ਕ੍ਯਹ੍**

अविभक्तं च भूतेषु विभक्तमिव च स्थितम् ।
भूतभर्तृ च तज्ज्ञेयं ग्रसिष्णु प्रभविष्णु च ॥ १७॥

ਅਵਿਭਕ੍ਤਮ੍ ਚ ਭੂਤੇਸ਼ੁ ਵਿਭਕ੍ਤਮ੍ ਏਵ ਚ ਸ੍ਥਿਤਮ੍ ।
ਭੂਤ-ਭਰ੍ਤ੍ਰਿ ਚ ਤਜ੍ ਗ੍ਯੇਯਮ੍ ਗ੍ਰਸ਼ਿਸ਼੍ਣੂ ਪ੍ਰਭਵਿਸ਼੍ਣੂ ਚ ॥ 17 ॥

ਅਵਿਭਕ੍ਤਮ੍-ਜੋ ਵੰਡਿਆ ਨਹੀਂ ਗਿਆ ; **ਚ**-ਵੀ ; **ਭੂਤੇਸ਼ੁ**-ਸਾਰੇ ਜੀਵਾਂ ਵਿਚ ; **ਵਿਭਕ੍ਤਮ੍**-ਵੰਡਿਆ ਹੋਇਆ ; **ਇਵ**-ਜਿਵੇਂ ; **ਚ**-ਵੀ ; **ਸ੍ਥਿਤਮ੍**-ਸਥਿਤ ; **ਭੂਤ-ਭਰ੍ਤ੍ਰਿ**-ਸਾਰੇ ਜੀਵਾਂ ਦੇ ਪਾਲਣਹਾਰ ; **ਚ**-ਵੀ ; **ਤਤ੍**-ਉਹ ; **ਗ੍ਯੇਮ੍**-ਜਾਨਣ ਯੋਗ ; **ਗ੍ਰਸ਼ਿਸ਼੍ਣੂ**-ਨਿਗਲਦੇ ਹੋਏ ; **ਪ੍ਰਭਵਿਸ਼੍ਣੂ**-ਵਿਕਾਸ ਕਰਦੇ ਹੋਏ ; **ਚ**-ਵੀ ।

ਅਨੁਵਾਦ

ਭਾਵੇਂ ਪਰਮਾਤਮਾ ਸਾਰੇ ਜੀਵਾਂ ਵਿਚ ਵੰਡੇ ਲਗਦੇ ਹਨ, ਪਰ ਉਹ ਕਦੀ ਵੀ ਵੰਡੇ ਨਹੀਂ ਹਨ। ਉਹ ਇੱਕੋ ਰੂਪ ਵਿਚ ਸਥਿਤ ਹਨ । ਭਾਵੇਂ ਉਹ ਹਰ ਜੀਵ ਦੇ ਪਾਲਣ ਕਰਤਾ ਹਨ, ਪਰ ਇਹ ਸਮਝਣਾ ਚਾਹੀਦਾ ਕਿ ਉਹ ਸਭਨਾਂ ਦੇ ਸੰਘਾਰ (ਨਸ਼ਟ) ਕਰਤਾ ਵੀ ਹਨ ਅਤੇ ਸਭਨਾਂ ਨੂੰ ਜਨਮ ਵੀ ਦਿੰਦੇ ਹਨ ।

ਭਾਵ

ਭਗਵਾਨ ਸਭਨਾਂ ਦੇ ਹਿਰਦੇ ਵਿਚ ਪਰਮਾਤਮਾ ਰੂਪ ਵਿਚ ਸਥਿਤ ਹਨ । ਤਾਂ ਕੀ ਇਸਦਾ ਅਰਥ ਇਹ ਹੈ ਕਿ ਉਹ ਵੰਡੇ ਹੋਏ ਹਨ ? ਨਹੀਂ । ਅਸਲ ਵਿਚ ਉਹ ਇੱਕ ਹਨ । ਇੱਥੇ ਸੂਰਜ ਦਾ ਉਦਾਹਰਣ ਦਿੱਤਾ ਜਾਂਦਾ ਹੈ । ਸੂਰਜ ਦੁਪਹਿਰ ਵੇਲੇ ਆਪਣੀ ਥਾਂ ਤੇ ਰਹਿੰਦਾ ਹੈ, ਪਰ ਜੇ ਕੋਈ ਚਾਰ ਪੰਜ ਹਜ਼ਾਰ ਮੀਲ ਦੀ ਦੂਰੀ ਤੇ ਘੁੰਮੇ ਅਤੇ ਪੁੱਛੇ ਕਿ ਸੂਰਜ ਕਿੱਥੇ ਹੈ, ਤਾਂ ਸਾਰੇ ਲੋਕ ਇਹੋ ਕਹਿਣਗੇ ਕਿ ਉਹ ਉਸਦੇ ਸਿਰ ਤੇ ਚਮਕ ਰਿਹਾ ਹੈ । ਵੈਦਿਕ ਸਾਹਿਤ ਵਿਚ ਇਹ ਉਦਾਹਰਣ ਇਹ ਵਿਖਾਉਣ ਲਈ ਦਿੱਤਾ ਗਿਆ ਹੈ ਕਿ ਭਾਵੇਂ ਭਗਵਾਨ ਨਾ ਵੰਡੇ ਜਾਣ ਵਾਲੇ ਹਨ, ਪਰ ਇੰਝ ਸਥਿਤ ਹਨ, ਜਿਵੇਂ ਵੰਡੇ ਹੋਣ । ਇਹੋ ਨਹੀਂ, ਵੈਦਿਕ ਸਾਹਿਤ ਵਿਚ ਇਹ ਵੀ ਕਿਹਾ ਗਿਆ ਹੈ ਕਿ ਆਪਣੀ ਸਰਬਸ਼ਕਤੀ ਰਾਹੀਂ, ਇੱਕੋ ਵਿਸ਼ਨੂੰ ਹਰ ਥਾਈਂ ਹਾਜ਼ਰ ਹਨ, ਜਿਵੇਂ ਇੱਕ ਸੂਰਜ ਅਨੇਕਾਂ ਥਾਈਂ ਵਿਖਾਈ ਦਿੰਦਾ ਹੈ । ਹਾਲਾਂਕਿ ਪਰਮੇਸ਼ਵਰ ਹਰ ਜੀਵ ਦੇ ਪਾਲਣ ਕਰਤਾ ਹਨ, ਪਰ ਪਰਲੋ ਵੇਲੇ ਸਭਨਾਂ ਦਾ ਖ਼ਾਤਮਾ ਕਰ ਦਿੰਦੇ ਹਨ । ਇਸ ਦੀ ਪੁਸ਼ਟੀ ਗਿਆਰ੍ਹਵੇਂ ਅਧਿਆਇ ਵਿਚ ਹੋ ਚੁੱਕੀ ਹੈ । ਜਿਵੇਂ ਭਗਵਾਨ ਕਹਿੰਦੇ ਹਨ ਕਿ ਉਹ ਕੁਰੂਕਸ਼ੇਤਰ ਵਿਚ ਇੱਕਠੇ ਸਾਰੇ ਯੋਧਿਆਂ ਦਾ ਖ਼ਾਤਮਾ ਕਰਨ ਲਈ ਆਏ ਹਨ । ਉਨ੍ਹਾਂ ਨੇ ਇਹ ਵੀ ਕਿਹਾ ਕਿ ਉਹ ਕਾਲ ਰੂਪ ਵਿਚ ਸਭਨਾਂ ਦਾ ਖ਼ਾਤਮਾ ਕਰਦੇ ਹਨ । ਉਹ ਸਭਨਾਂ ਦੇ ਪਰਲੋਕਾਰੀ ਅਤੇ ਸੰਘਾਰ (ਨਸ਼ਟ) ਕਰਨ

ਵਾਲੇ ਹਨ। ਜਦੋਂ ਸ੍ਰਿਸ਼ਟੀ ਕੀਤੀ ਜਾਂਦੀ ਹੈ, ਤਾਂ ਉਹ ਸਭਨਾਂ ਨੂੰ ਮੁੱਢਲੀ ਸਥਿਤੀ ਤੋਂ ਵਿਕਸਿਤ ਕਰਦੇ ਹਨ ਅਤੇ ਪਰਲੋ ਵੇਲੇ ਉਨ੍ਹਾਂ ਸਭਨਾਂ ਨੂੰ ਨਿਗਲ ਜਾਂਦੇ ਹਨ। ਵੈਦਿਕ ਸ਼ਲੋਕ (ਸਤੋਤਰ) ਪੁਸ਼ਟੀ ਕਰਦੇ ਹਨ ਕਿ ਉਹ ਸਾਰੇ ਜੀਵਾਂ ਦੇ ਮੂਲ ਅਤੇ ਸਭਨਾਂ ਦੇ ਸਹਾਰੇ ਹਨ। ਸ੍ਰਿਸ਼ਟੀ ਮਗਰੋਂ ਸਾਰੀਆਂ ਚੀਜ਼ਾਂ ਉਨ੍ਹਾਂ ਦੀ ਸਰਬ-ਸ਼ਕਤੀ ਤੇ ਟਿੱਕੀਆਂ ਰਹਿੰਦੀਆਂ ਹਨ ਅਤੇ ਪਰਲੋ ਮਗਰੋਂ ਸਾਰੀਆਂ ਚੀਜ਼ਾਂ ਫਿਰ ਉਨ੍ਹਾਂ ਵਿਚ ਹੀ ਆਰਾਮ ਕਰਨ ਲਈ ਪਰਤ ਆਉਂਦੀਆਂ ਹਨ। ਇਹ ਸਭ ਵੈਦਿਕ ਸ਼ਲੋਕਾਂ ਦੀ ਪੁਸ਼ਟੀ ਕਰਨ ਵਾਲੇ ਹਨ-

ਯਤੋ ਵਾ ਇਮਾਨਿ ਭੂਤਾਨਿ ਜਾਯੰਤੇ ਯੇਨ ਜਾਤਾਨਿ ਜੀਵੰਤਿ ਯਤ੍ ਪ੍ਰਯੰਤਿ੍ ਅਭਿਸੰਵਿਸ਼ੰਤਿ ਤਦ੍ ਬ੍ਰਹ੍ਮ ਤਦ੍ ਵਿਜਿਗ੍ਯਾਸਸ੍ਵ। (ਤੈਤਰੀਯ ਉਪਨਿਸ਼ਦ 3-1)

ज्योतिषामपि तज्ज्योतिस्तमसः परमुच्यते ।
ज्ञानं ज्ञेयं ज्ञानगम्यं हृदि सर्वस्य विष्ठितम् ॥ १८ ॥

ਜ੍ਯੋਤਿਸ਼ਾਮ੍ ਅਪਿ ਤਜ੍ ਜ੍ਯੋਤਿਸ੍ ਤਮਸਹ੍ ਪਰਮ੍ ਉਚ੍ਯਤੇ ।
ਗ੍ਯਾਨਮ੍ ਗ੍ਯੇਯਮ੍ ਗ੍ਯਾਨ ਗਮ੍ਯਮ੍ ਹ੍ਰਿਦਿ ਸਰਵਸ੍ਯ ਵਿਸ਼੍ਠਿਤਮ੍ ॥ 18 ॥

ਜ੍ਯੋਤਿਸ਼ਾਮ੍-ਸਾਰੀਆਂ ਪ੍ਰਕਾਸ਼ਿਤ ਚੀਜ਼ਾਂ ਵਿੱਚੋਂ ; **ਅਪਿ**-ਵੀ ; **ਤਤ੍**-ਉਹ ; **ਜ੍ਯੋਤਿਹ੍**-ਪ੍ਰਕਾਸ਼ ਦਾ ਸੋਮਾ ; **ਤਮਸਹ੍**-ਹਨੇਰਾ ; **ਪਰਮ**-ਪਰ੍ਹੇ ; **ਉਚ੍ਯਤੇ**-ਕਹਾਉਂਦਾ ਹੈ ; **ਗ੍ਯਾਨਮ੍** -ਗਿਆਨ ; **ਗ੍ਯੇਯਮ੍**-ਜਾਨਣ ਯੋਗ ; **ਗ੍ਯਾਨ-ਗਮ੍ਯਮ੍**-ਗਿਆਨ ਰਾਹੀਂ ਪਹੁੰਚਣ ; **ਹ੍ਰਿਦਿ**-ਹਿਰਦੇ ਵਿਚ ; **ਸਰਵਸ੍ਯ**-ਸਭ ; **ਵਿਸ਼੍ਠਿਤਮ੍**-ਸਥਿਤ।

ਅਨੁਵਾਦ

ਉਹ ਸਾਰੀਆਂ ਪ੍ਰਕਾਸ਼ਿਤ ਚੀਜ਼ਾਂ ਦੇ ਪ੍ਰਕਾਸ਼ ਦੇ ਸੋਮੇ ਹਨ। ਉਹ ਭੌਤਿਕ ਹਨੇਰੇ ਤੋਂ ਪਰ੍ਹੇ ਹਨ ਅਤੇ ਅਪ੍ਰਗਟ ਹਨ। ਉਹ ਗਿਆਨ ਹਨ, ਅਤੇ ਜਾਨਣਯੋਗ ਹਨ ਅਤੇ ਗਿਆਨ ਦੇ ਟੀਚੇ ਹਨ। ਉਹ ਸਭਨਾਂ ਦੇ ਹਿਰਦੇ ਵਿਚ ਸਥਿਤ ਹਨ।

ਭਾਵ

ਪਰਮਾਤਮਾ ਜਾਂ ਭਗਵਾਨ ਹੀ ਸੂਰਜ, ਚੰਨ ਅਤੇ ਨਛੱਤਰਾਂ (ਤਾਰਿਆਂ) ਵਰਗੇ ਸਾਰੀਆਂ ਪ੍ਰਕਾਸ਼ਮਾਨ ਚੀਜ਼ਾਂ ਦੇ ਪ੍ਰਕਾਸ਼ ਦੇ ਸੋਮੇ ਹਨ। ਵੈਦਿਕ ਸਾਹਿਤ ਤੋਂ ਸਾਨੂੰ ਪਤਾ ਚਲਦਾ ਹੈ ਕਿ ਅਧਿਆਤਮਕ ਰਾਜ ਵਿਚ ਸੂਰਜ ਜਾਂ ਚੰਨ ਦੀ ਜ਼ਰੂਰਤ ਨਹੀਂ ਪੈਂਦੀ, ਕਿਉਂਕਿ ਉਥੇ ਪਰਮੇਸ਼ਵਰ ਦਾ ਤੇਜ਼ ਹੈ। ਭੌਤਿਕ ਸੰਸਾਰ ਵਿਚ ਉਹ ਬ੍ਰਹਮ ਜੋਤੀ ਜਾਂ ਭਗਵਾਨ ਦਾ ਅਧਿਆਤਮਕ ਤੇਜ ਮਹੱਤੱਤ ਭਾਵ ਭੌਤਿਕ ਤੱਤਾਂ ਤੋਂ ਢੱਕਿਆ ਰਹਿੰਦਾ ਹੈ। ਇਸ ਲਈ ਇਸ ਸੰਸਾਰ ਵਿਚ ਸਾਨੂੰ ਸੂਰਜ, ਚੰਨ, ਬਿਜਲੀ ਆਦਿ ਦੇ ਪ੍ਰਕਾਸ਼ ਦੀ ਲੋੜ ਪੈਂਦੀ ਹੈ, ਪਰ ਅਧਿਆਤਮਕ ਸੰਸਾਰ ਵਿਚ ਅਜਿਹੀਆਂ ਚੀਜ਼ਾਂ ਦੀ ਲੋੜ ਨਹੀਂ ਹੁੰਦੀ। ਵੈਦਿਕ ਸਾਹਿਤ ਵਿਚ ਸਪਸ਼ਟ ਕਿਹਾ ਗਿਆ ਹੈ ਕਿ ਭਗਵਾਨ ਦੇ

ਪ੍ਰਕਾਸ਼ਵਾਨ ਤੇਜ ਤੋਂ ਹਰ ਚੀਜ਼ ਪ੍ਰਕਾਸ਼ਿਤ ਰਹਿੰਦੀ ਹੈ। ਇਸ ਲਈ ਇਹ ਸਪਸ਼ਟ ਹੈ ਕਿ ਉਹ ਇਸ ਭੌਤਿਕ ਸੰਸਾਰ ਵਿਚ ਸਥਿਤ ਨਹੀਂ ਹਨ, ਉਹ ਤਾਂ ਅਧਿਆਤਮਕ ਸੰਸਾਰ ਵਿਚ ਸਥਿਤ ਹਨ, ਜਿਹੜਾ ਚਿੰਨਮਯੀ ਆਕਾਸ਼ (ਅਧਿਆਤਮਕ ਸੰਸਾਰ) ਵਿਚ ਬਹੁਤ ਹੀ ਦੂਰ ਹੈ। ਇਸ ਦੀ ਵੀ ਪੁਸ਼ਟੀ ਵੈਦਿਕ ਸਾਹਿਤ ਤੋਂ ਹੁੰਦੀ ਹੈ।

ਆਦਿਤ੍ਯ ਵਰਣਮ੍ ਤਮਸਹ੍ ਪਰਸ੍ਤਾਤ੍ - (ਸ਼ਵੇਤਾਸ਼ਵਤਰ ਉਪਨਿਸ਼ਦ 3-8)

ਉਹ ਸੂਰਜ ਵਾਂਗ ਅਨੰਤ ਤੇਜਵਾਨ ਹਨ, ਪਰ ਇਸ ਭੌਤਿਕ ਸੰਸਾਰ ਦੇ ਹਨੇਰੇ ਤੋਂ ਬਹੁਤ ਦੂਰ ਹਨ।

ਉਨ੍ਹਾਂ ਦਾ ਗਿਆਨ ਅਲੌਕਿਕ ਹੈ। ਵੈਦਿਕ ਸਾਹਿਤ ਪੁਸ਼ਟੀ ਕਰਦਾ ਹੈ ਕਿ ਬ੍ਰਹਮ ਡੂੰਘਾ ਅਲੌਕਿਕ ਗਿਆਨ ਹੈ। ਜਿਹੜਾ ਅਧਿਆਤਮਕ ਰਾਜ 'ਚ ਜਾਣ ਦਾ ਚਾਹਵਾਨ ਹੈ, ਉਸਨੂੰ ਪਰਮੇਸ਼ਵਰ ਰਾਹੀਂ ਗਿਆਨ ਦਿੱਤਾ ਜਾਂਦਾ ਹੈ, ਜਿਹੜੇ ਹਰ ਹਿਰਦੇ ਵਿਚ ਸਥਿਤ ਹਨ। ਵੈਦਿਕ ਮੰਤਰ ਹੈ -

ਤੰ ਹ ਦੇਵਮ੍ ਆਤ੍ਮ ਬੁਦ੍ਧਿ ਪ੍ਰਕਾਸ਼ਮ੍ ਮੁਮੁਕ੍ਸ਼ੁਰ ਵੈ ਸ਼ਰਣਮ੍ ਅਹਮ੍ ਪ੍ਰਪਦ੍ਯੇ।

(ਸ਼ਵੇਤਾਸ਼ਵਤਰ ਉਪਨਿਸ਼ਦ 6-18)

ਮੁਕਤੀ ਦੇ ਚਾਹਵਾਨ ਮਨੁੱਖ ਨੂੰ ਚਾਹੀਦਾ ਹੈ ਕਿ ਉਹ ਭਗਵਾਨ ਦੀ ਸ਼ਰਨੀ ਜਾਵੇ, ਜਿੱਥੋਂ ਤਕ ਚਰਮ ਗਿਆਨ ਦੇ ਟੀਚੇ ਦਾ ਸੰਬੰਧ ਹੈ, ਵੈਦਿਕ ਸਾਹਿਤ ਤੋਂ ਵੀ ਪੁਸ਼ਟੀ ਹੁੰਦੀ ਹੈ - **ਤਮ੍ ਏਵ ਵਿਦਿਤ੍ਵਾਤਿ ਮ੍ਰਿਤ੍ਯਮ੍ ਏਤਿ** - ਉਨ੍ਹਾਂ ਨੂੰ ਜਾਣ ਲੈਣ ਤੋਂ ਮਗਰੋਂ ਹੀ ਜਨਮ ਅਤੇ ਮੌਤ ਦੇ ਚੱਕਰ ਨੂੰ ਪਾਰ ਕੀਤਾ ਜਾ ਸਕਦਾ ਹੈ। (ਸ਼ਵੇਤਾਸ਼ਵਤਰ ਉਪਨਿਸ਼ਦ 3-8)

ਉਹ ਹਰ ਇੱਕ ਦੇ ਹਿਰਦੇ ਵਿਚ, ਪਰਮ ਨਿਯੰਤਰਕ ਦੇ ਰੂਪ ਵਿਚ ਬਿਰਾਜਮਾਨ ਹਨ। ਪਰਮੇਸ਼ਵਰ ਦੇ ਹੱਥ, ਪੈਰ ਹਰ ਥਾਈਂ ਫੈਲੇ ਹਨ, ਪਰ ਜੀਵ-ਆਤਮਾ ਬਾਰੇ ਅਜਿਹਾ ਨਹੀਂ ਕਿਹਾ ਜਾ ਸਕਦਾ। ਇਸ ਲਈ ਇਹ ਮੰਨਣਾ ਹੀ ਪਵੇਗਾ ਕਿ ਕੰਮ ਦੇ ਖੇਤਰ ਨੂੰ ਜਾਨਣ ਵਾਲੇ ਦੋ ਗਿਆਤਾ ਹਨ - ਇੱਕ ਜੀਵਾਤਮਾ ਅਤੇ ਦੂਜਾ ਪਰਮਾਤਮਾ। ਪਹਿਲੇ ਦੇ ਹੱਥ-ਪੈਰ ਸਿਰਫ਼ ਇੱਕ ਥਾਂ ਤਕ ਸੀਮਿਤ ਹਨ, ਜਦੋਂ ਕਿ ਕ੍ਰਿਸ਼ਨ ਦੇ ਹੱਥ-ਪੈਰ ਹਰ ਜਗ੍ਹਾ ਤੇ ਫੈਲੇ ਹਨ। ਇਸਦੀ ਪੁਸ਼ਟੀ ਇੰਝ ਹੋਈ ਹੈ -

ਸਰ੍ਵਸ੍ਯ ਪ੍ਰਭੁਮ੍ ਈਸ਼ਾਨਮ੍ ਸਰ੍ਵਸ੍ਯ ਸ਼ਰਣਮ੍ ਬ੍ਰਿਹਤ੍।

(ਸ਼ਵੇਤਾਸ਼ਵਤਰ ਉਪਨਿਸ਼ਦ 3 - 17)

ਉਹ ਪਰਮੇਸ਼ਵਰ ਜਾਂ ਪਰਮਾਤਮਾ, ਸਾਰੇ ਜੀਵਾਂ ਦਾ ਸਵਾਮੀ ਜਾਂ ਪ੍ਰਭੂ ਹੈ, ਇਸ ਲਈ, ਉਹ ਉਨ੍ਹਾਂ ਸਾਰਿਆਂ ਦਾ ਅੰਤਿਮ ਸਹਾਰਾ ਹੈ। ਇਸ ਲਈ ਇਸ ਗੱਲ ਤੋਂ ਇਨਕਾਰ ਨਹੀਂ ਕੀਤਾ ਜਾ ਸਕਦਾ ਕਿ ਪਰਮਾਤਮਾ ਅਤੇ ਜੀਵਾਤਮਾ ਹਮੇਸ਼ਾਂ ਵੱਖਰੇ ਹੁੰਦੇ ਹਨ।

इति क्षेत्रं तथा ज्ञानं ज्ञेयं चोक्तं समासतः ।
मद्भक्त एतद्विज्ञाय मद्भावायोपपद्यते ॥ १९ ॥

ਇਤਿ ਕ੍ਸ਼ੇਤ੍ਰਮ੍ ਤਥਾ ਗ੍ਯਾਨਮ੍ ਗ੍ਯੇਯਮ੍ ਚੋਕ੍ਤਮ੍ ਸਮਾਸਤਹ੍ ।
ਮਦ੍ ਭਕ੍ਤ ਏਤਦ੍ ਵਿਗ੍ਯਾਯ ਮਦ੍ ਭਾਵਯੋਪਪਦ੍ਯਤੇ ॥ 19 ॥

ਇਤਿ-ਇੰਝ ; **ਕ੍ਸ਼ੇਤ੍ਰਮ੍**-ਕੰਮ ਦਾ ਖੇਤਰ (ਸ਼ਰੀਰ) ; **ਤਥਾ**-ਵੀ ; **ਗ੍ਯਾਨਮ੍**-ਗਿਆਨ ; **ਗ੍ਯੇਯਮ੍**-ਜਾਨਣ ਯੋਗ ; **ਚ**-ਵੀ ; **ਉਕ੍ਤਮ੍**-ਕਿਹਾ ਗਿਆ ; **ਸਮਾਸਤਹ੍**-ਸੰਖੇਪ ਵਿਚ ; **ਮਦ੍ਭਕ੍ਤ**-ਮੇਰਾ ਭਗਤ ; **ਏਤਤ੍**-ਇਹ ਸਭ ; **ਵਿਗ੍ਯਾਯ**-ਜਾਣਕੇ ; **ਮਤ੍-ਭਾਵਾਯ**-ਮੇਰੇ ਸੁਭਾਅ ਨੂੰ ;**ਉਪਪਦ੍ਯਤੇ**-ਪ੍ਰਾਪਤ ਕਰਦਾ ਹੈ ।

ਅਨੁਵਾਦ

ਇੰਝ ਮੈਂ ਕੰਮ ਦੇ ਖੇਤਰ (ਸ਼ਰੀਰ), ਗਿਆਨ ਅਤੇ ਗਯੇਯ (ਜਾਨਣ ਯੋਗ) ਦਾ ਸੰਖੇਪ ਵਿਚ ਵਰਣਨ ਕੀਤਾ ਹੈ । ਇਸ ਨੂੰ ਸਿਰਫ਼ ਮੇਰੇ ਭਗਤ ਹੀ ਚੰਗੀ ਤਰ੍ਹਾਂ ਸਮਝ ਸਕਦੇ ਹਨ ਅਤੇ ਇੰਝ ਮੇਰੇ ਸੁਭਾਅ ਨੂੰ ਪ੍ਰਾਪਤ ਹੁੰਦੇ ਹਨ ।

ਭਾਵ

ਭਗਵਾਨ ਨੇ ਸ਼ਰੀਰ, ਗਿਆਨ ਅਤੇ ਜਾਨਣ ਯੋਗ ਦਾ ਸੰਖੇਪ ਵਿਚ ਵਰਣਨ ਕੀਤਾ ਹੈ । ਇਹ ਗਿਆਨ ਤਿੰਨ ਚੀਜ਼ਾਂ ਦਾ ਹੈ - ਗਿਆਤਾ, ਜਾਨਣ ਯੋਗ (ਗਯੇਯ) ਅਤੇ ਜਾਨਣ ਦੀ ਵਿਧੀ । ਇਹ ਤਿੰਨੋ ਮਿਲਕੇ ਵਿਗਿਆਨ ਕਹਾਉਂਦੇ ਹਨ, ਪੂਰਨ ਗਿਆਨ ਭਗਵਾਨ ਦੇ ਸ਼ੁੱਧ ਭਗਤਾਂ ਰਾਹੀਂ ਸਿੱਧੇ ਤੌਰ ਤੇ ਸਮਝਿਆ ਜਾ ਸਕਦਾ ਹੈ । ਹੋਰ ਇਸ ਨੂੰ ਸਮਝਣ ਵਿਚ ਅਸਮਰਥ ਰਹਿੰਦੇ ਹਨ । ਅਦ੍ਵੈਤਵਾਦੀਆਂ ਦਾ ਕਹਿਣਾ ਹੈ ਕਿ ਅੰਤਿਮ ਅਵਸਥਾ ਵਿਚ ਇਹ ਤਿੰਨੋਂ ਗੱਲਾਂ ਇੱਕ ਹੋ ਜਾਂਦੀਆਂ ਹਨ, ਪਰ ਭਗਤ ਇਸ ਨੂੰ ਨਹੀਂ ਮੰਨਦੇ । ਗਿਆਨ ਅਤੇ ਗਿਆਨ ਦੇ ਵਿਕਾਸ ਦਾ ਅਰਥ ਹੈ, ਆਪਣੇ ਆਪ ਨੂੰ ਕ੍ਰਿਸ਼ਨ ਭਾਵਨਾ ਅੰਮ੍ਰਿਤ ਵਿਚ ਸਮਝਣਾ । ਅਸੀਂ ਭੌਤਿਕ ਚੇਤਨਾ ਰਾਹੀਂ ਚਲਾਏ ਜਾਂਦੇ ਹਾਂ, ਪਰ ਜਿਵੇਂ ਹੀ ਅਸੀਂ ਆਪਣੀ ਸਾਰੀ ਚੇਤਨਾ ਕ੍ਰਿਸ਼ਨ ਦੇ ਕੰਮਾਂ ਵਿਚ ਬਦਲ ਦਿੰਦੇ ਹਾਂ ਅਤੇ ਇਸਦਾ ਅਨੁਭਵ ਕਰਦੇ ਹਾਂ ਕਿ ਕ੍ਰਿਸ਼ਨ ਹੀ ਸਭ ਕੁਝ ਹਨ, ਤਾਂ ਅਸੀਂ ਅਸਲ ਗਿਆਨ ਪ੍ਰਾਪਤ ਕਰ ਸਕਦੇ ਹਾਂ । ਦੂਜੇ ਸ਼ਬਦਾਂ ਵਿਚ, ਗਿਆਨ ਤਾਂ ਭਗਤੀ ਨੂੰ ਪੂਰੀ ਤਰ੍ਹਾਂ ਸਮਝਣ ਲਈ ਮੁੱਢਲੀ ਅਵਸਥਾ ਹੈ । ਪੰਦਰ੍ਹਵੇਂ ਅਧਿਆਇ ਵਿਚ ਇਸਦੀ ਵਿਸਥਾਰ ਨਾਲ ਵਿਆਖਿਆ ਕੀਤੀ ਗਈ ਹੈ ।

ਹੁਣ ਅਸੀਂ ਸਾਰ ਰੂਪ ਵਿਚ ਕਹਿ ਸਕਦੇ ਹਾਂ ਕਿ ਸ਼ਲੋਕ 6 ਅਤੇ 7 ਦੇ **ਮਹਾਭੂਤਾਨਿ** ਤੋਂ ਲੈ ਕੇ **ਚੇਤਨਾ ਧ੍ਰਿਤਿਹ੍** ਤਕ ਭੌਤਿਕ ਤੱਤਾਂ ਅਤੇ ਜੀਵਨ ਦੇ ਲੱਛਣਾਂ ਦੇ ਕੁਝ ਪ੍ਰਗਟਾਵਿਆਂ ਦਾ ਵਿਸ਼ਲੇਸ਼ਣ ਹੋਇਆ ਹੈ। ਇਹ ਸਭ ਮਿਲਕੇ ਸ਼ਰੀਰ ਜਾਂ ਕਾਰਜ਼ ਖੇਤਰ ਦਾ ਨਿਰਮਾਣ ਕਰਦੇ ਹਨ, ਅਤੇ ਸ਼ਲੋਕ 8 ਤੋਂ ਲੈਕੇ 12 ਤਕ **ਅਮਾਨਿਤ੍ਵਮ੍** ਤੋਂ ਲੈਕੇ **ਤੱਤਵ੍ ਗ੍ਯਾਨਾਰ੍ਥ - ਦਰਸ਼ਨਮ੍** ਤਕ ਕਾਰਜ ਖੇਤਰ

ਦੇ ਦੋਵੇਂ ਤਰ੍ਹਾਂ ਦੇ ਗਿਆਨ ਭਾਵ ਆਤਮਾ ਅਤੇ ਪਰਮਾਤਮਾ ਦੇ ਗਿਆਨ ਦੀ ਵਿਧੀ ਦਾ ਵਰਣਨ ਹੋਇਆ ਹੈ। ਸ਼ਲੋਕ 13 ਤੋਂ 18 ਵਿਚ **ਅਨਾਦਿ ਮਤ੍ਪਰਮ੍** ਤੋਂ ਲੈਕੇ **ਹ੍ਰਿਦਿ ਸਰ੍ਵਸ੍ਯ ਵਿਸ਼੍ਠਿਤਮ੍** ਤਕ ਜੀਵਾਤਮਾ ਅਤੇ ਪਰਮਾਤਮਾ ਦਾ ਵਰਣਨ ਹੋਇਆ ਹੈ।

ਇੰਝ ਤਿੰਨ ਗੱਲਾਂ ਦਾ ਵਰਣਨ ਹੋਇਆ ਹੈ - ਕਾਰਜ ਖੇਤਰ (ਸ਼ਰੀਰ) ਜਾਨਣ ਦੀ ਵਿਧੀ ਅਤੇ ਆਤਮਾ ਅਤੇ ਪਰਮਾਤਮਾ। ਇੱਥੇ ਇਸ ਦਾ ਖ਼ਾਸ ਉਲੇਖ ਹੋਇਆ ਹੈ ਕਿ ਭਗਵਾਨ ਦੇ ਸ਼ੁੱਧ ਭਗਤ ਹੀ ਇਨ੍ਹਾਂ ਤਿੰਨਾਂ ਗੱਲਾਂ ਨੂੰ ਚੰਗੀ ਤਰ੍ਹਾਂ ਨਾਲ ਸਮਝ ਸਕਦੇ ਹਨ। ਇਸ ਲਈ ਅਜਿਹੇ ਭਗਤਾਂ ਲਈ ਭਗਵਤ ਗੀਤਾ ਵਧੇਰੇ ਫਾਇਦੇਮੰਦ ਹੈ, ਉਹੀ ਪਰਮ-ਮੰਤਵ, ਭਾਵ ਪਰਮੇਸ਼ਵਰ ਕ੍ਰਿਸ਼ਨ ਦੇ ਸੁਭਾਅ ਨੂੰ ਪ੍ਰਾਪਤ ਕਰ ਸਕਦੇ ਹਨ, ਦੂਜੇ ਸ਼ਬਦਾਂ ਵਿਚ ਸਿਰਫ਼ ਭਗਤ ਹੀ ਭਗਵਤ ਗੀਤਾ ਨੂੰ ਸਮਝ ਸਕਦੇ ਹਨ ਅਤੇ ਮਨ ਚਾਹੇ ਫਲ ਪ੍ਰਾਪਤ ਕਰ ਸਕਦੇ ਹਨ - ਹੋਰ ਲੋਕ ਨਹੀਂ।

प्रकृतिं पुरुषं चैव विद्ध्यनादी उभावपि ॥
विकारांश्च गुणांश्चैव विद्धि प्रकृतिसम्भवान् ॥ २०॥

ਪ੍ਰਕ੍ਰਿਤਿਮ੍ ਪੁਰੁਸ਼ਮ੍ ਚੈਵ ਵਿਦ੍ਧਿ ਅਨਾਦੀ ਉਭਾਵ੍ ਅਪਿ ।
ਵਿਕਾਰਾਂਸ਼੍ ਚ ਗੁਣਾਸ਼੍ ਚੈਵ ਵਿਦ੍ਧਿ ਪ੍ਰਕ੍ਰਿਤਿ ਸੰਭਵਾਨ੍ ॥ 20 ॥

ਪ੍ਰਕ੍ਰਿਤਿਮ੍-ਭੌਤਿਕ ਪ੍ਰਕ੍ਰਿਤੀ ਨੂੰ ; **ਪੁਰੁਸ਼ਮ੍**-ਜੀਵ ਨੂੰ ; **ਚ**-ਵੀ ; **ਏਵ**-ਨਿਸ਼ਚੇ ਹੀ ; **ਵਿਦ੍ਧਿ**-ਸਮਝੋ ; **ਅਨਾਦੀ**-ਆਦਿ ਰਹਿਤ ; **ਉਭੋ**-ਦੋਵੇਂ ; **ਅਪਿ**-ਵੀ ; **ਵਿਕਾਰਾਨ੍**-ਵਿਕਾਰਾਂ ਨੂੰ ; **ਚ**-ਵੀ; **ਗੁਣਾਨ੍**-ਪ੍ਰਕ੍ਰਿਤੀ ਦੇ ਤਿੰਨ ਗੁਣ ; **ਚ**-ਵੀ ; **ਏਵ**-ਨਿਸ਼ਚੇ ਹੀ ; **ਵਿਦ੍ਧਿ**-ਜਾਣੋ ; **ਪ੍ਰਕ੍ਰਿਤੀ**-ਭੌਤਿਕ ਪ੍ਰਕ੍ਰਿਤੀ ਨਾਲ ; **ਸੰਭਵਾਨ੍**-ਪੈਦਾ।

ਅਨੁਵਾਦ

ਪ੍ਰਕ੍ਰਿਤੀ ਅਤੇ ਜੀਵ ਨੂੰ ਅਨਾਦਿ ਸਮਝਣਾ ਚਾਹੀਦਾ ਹੈ। ਉਨ੍ਹਾਂ ਦੇ ਪਰਿਵਰਤਨ ਅਤੇ ਗੁਣ ਭੌਤਿਕ ਪ੍ਰਕ੍ਰਿਤੀ ਤੋਂ ਪੈਦਾ ਹੋਏ ਹਨ।

ਭਾਵ

ਇਸ ਅਧਿਆਇ ਦੇ ਗਿਆਨ ਤੋਂ ਮਨੁੱਖ ਸ਼ਰੀਰ (ਖੇਤਰ) ਅਤੇ ਸ਼ਰੀਰ ਦੇ ਗਿਆਤਾ (ਜੀਵਾਤਮਾ ਅਤੇ ਪਰਮਾਤਮਾ ਦੋਵਾਂ) ਨੂੰ ਜਾਣ ਸਕਦਾ ਹੈ। ਸ਼ਰੀਰ ਕਿਰਿਆ ਖੇਤਰ ਹੈ, ਅਤੇ ਪ੍ਰਕ੍ਰਿਤੀ ਤੋਂ ਬਣਿਆ ਹੈ। ਸ਼ਰੀਰ ਦੇ ਅੰਦਰ ਬੱਧ ਅਤੇ ਉਸਦੇ ਕੰਮਾਂ ਦਾ ਭੋਗ ਕਰਨ ਵਾਲਾ ਆਤਮਾ ਹੀ ਪੁਰਸ਼ ਜਾਂ ਜੀਵ ਹੈ। ਉਹ ਗਿਆਤਾ ਹੈ ਅਤੇ ਇਸ ਤੋਂ ਬਿਨ੍ਹਾਂ ਵੀ ਦੂਜਾ ਗਿਆਤਾ ਹੁੰਦਾ ਹੈ, ਜਿਹੜਾ ਪਰਮਾਤਮਾ ਹੈ। ਪੱਕੇ ਤੌਰ ਤੇ ਇਹ ਸਮਝਣਾ ਚਾਹੀਦਾ ਹੈ ਕਿ ਪਰਮਾਤਮਾ ਅਤੇ ਆਤਮਾ ਦੋਵੇਂ ਹੀ ਭਗਵਾਨ ਦੇ ਵੱਖੋ-ਵੱਖਰੇ ਪ੍ਰਗਟਾਵੇ ਹਨ। ਜੀਵ ਆਤਮਾ ਉਨ੍ਹਾਂ ਦੀ ਸ਼ਕਤੀ ਹੈ ਅਤੇ ਪਰਮਾਤਮਾ ਉਨ੍ਹਾਂ ਦਾ ਪ੍ਰਤੱਖ ਅੰਸ਼ (ਸਵਾਂਸ) ਹੈ।

ਭੌਤਿਕ ਪ੍ਰਕ੍ਰਿਤੀ ਅਤੇ ਜੀਵ ਦੋਵੇਂ ਹੀ ਨਿੱਤ ਹਨ। ਭਾਵ ਹੈ ਕਿ ਉਹ ਸ੍ਰਿਸ਼ਟੀ ਵਿਚ ਪਹਿਲਾਂ ਤੋਂ ਹਾਜ਼ਰ ਹਨ। ਇਹ ਭੌਤਿਕ ਪ੍ਰਗਟਾਵਾ ਪਰਮੇਸ਼ਵਰ ਦੀ ਸ਼ਕਤੀ ਨਾਲ ਹੈ ਅਤੇ ਉਸੇ ਤਰ੍ਹਾਂ ਜੀਵ ਵੀ ਹਨ। ਪਰ ਜੀਵ ਸ੍ਰੇਸ਼ਠ ਸ਼ਕਤੀ ਹੈ। ਜੀਵ ਅਤੇ ਭੌਤਿਕ ਪ੍ਰਕ੍ਰਿਤੀ ਇਸ ਬ੍ਰਹਿਮੰਡ ਦੇ ਪੈਦਾ ਹੋਣ ਤੋਂ ਪਹਿਲਾਂ ਹੀ ਸਨ। ਭੌਤਿਕ ਪ੍ਰਕ੍ਰਿਤੀ ਤਾਂ ਪਰਮ-ਪੁਰਖ ਭਗਵਾਨ ਮਹਾਂ-ਵਿਸ਼ਨੂੰ ਵਿਚ ਸਮਾ ਗਈ ਅਤੇ ਜਦੋਂ ਇਸਦੀ ਲੋੜ ਪਈ ਤਾਂ ਇਹ ਮਹਤ੍ ਤੱਤ ਰਾਹੀਂ ਪ੍ਰਗਟ ਹੋਈ। ਇਸੇ ਤਰ੍ਹਾਂ ਜੀਵ ਵੀ ਉਨ੍ਹਾਂ ਦੇ ਅੰਦਰ ਰਹਿੰਦੇ ਹਨ ਅਤੇ ਕਿਉਂਕਿ ਉਹ ਬੱਧ ਹਨ, ਇਸ ਲਈ ਉਹ ਪਰਮੇਸ਼ਵਰ ਦੀ ਸੇਵਾ ਕਰਨ ਤੋਂ ਵਿਮੁੱਖ ਹਨ। ਇੰਝ ਉਨ੍ਹਾਂ ਨੂੰ ਅਧਿਆਤਮਕ ਲੋਕ ਵਿਚ ਪ੍ਰਵੇਸ਼ ਨਹੀਂ ਕਰਨ ਦਿੱਤਾ ਜਾਂਦਾ। ਪਰ ਭੌਤਿਕ ਪ੍ਰਕ੍ਰਿਤੀ ਦੇ ਪ੍ਰਗਟ ਹੋਣ ਤੇ ਇਨ੍ਹਾਂ ਨੂੰ ਭੌਤਿਕ ਸੰਸਾਰ ਵਿਚ ਫਿਰ ਕਰਮ ਕਰਨ ਅਤੇ ਅਧਿਆਤਮਕ ਲੋਕ ਵਿਚ ਪ੍ਰਵੇਸ਼ ਕਰਨ ਦੀ ਤਿਆਰੀ ਕਰਨ ਦਾ ਮੌਕਾ ਦਿੱਤਾ ਜਾਂਦਾ ਹੈ। ਇਸ ਭੌਤਿਕ ਸ੍ਰਿਸ਼ਟੀ ਦਾ ਇਹੋ ਰਹੱਸ ਹੈ, ਪਰ ਆਪਣੇ ਬਾਗ਼ੀ ਸੁਭਾਅ ਸਦਕਾ, ਉਹ ਪ੍ਰਕ੍ਰਿਤੀ ਦੇ ਅਧੀਨ ਬੱਧ ਸਥਿਤੀ ਵਿਚ ਰਹਿੰਦਾ ਹੈ।

ਇਸਦਾ ਕੋਈ ਮਹੱਤਵ ਨਹੀਂ ਕਿ ਇਹ ਜੀਵ ਜਾਂ ਸ੍ਰੇਸ਼ਠ ਜੀਵ ਕਿਵੇਂ ਪ੍ਰਕ੍ਰਿਤੀ ਦੇ ਸੰਪਰਕ ਵਿਚ ਆਏ। ਪਰ ਭਗਵਾਨ ਜਾਣਦੇ ਹਨ ਕਿ ਅਜਿਹਾ ਕਿਵੇਂ ਅਤੇ ਕਿਉਂ ਹੋਇਆ। ਸ਼ਾਸ਼ਤਰਾਂ ਵਿਚ ਭਗਵਾਨ ਦਾ ਵਾਕ ਹੈ, ਕਿ ਜਿਹੜੇ ਲੋਕ ਪ੍ਰਕ੍ਰਿਤੀ ਰਾਹੀਂ ਆਕਰਸ਼ਤ ਹਨ, ਉਹ ਔਖਾ ਜੀਵਨ ਸੰਘਰਸ਼ ਕਰ ਰਹੇ ਹਨ। ਪਰ ਇਨ੍ਹਾਂ ਕੁਝ ਸ਼ਲੋਕਾਂ ਦੇ ਵਰਣਨਾਂ ਤੋਂ ਇਹ ਪੱਕੇ ਤੌਰ ਤੇ ਸਮਝ ਲੈਣਾ ਹੋਵੇਗਾ ਕਿ ਪ੍ਰਕ੍ਰਿਤੀ ਦੇ ਤਿੰਨ ਗੁਣਾਂ ਰਾਹੀਂ ਪੈਦਾ ਵਿਕਾਰ, ਪ੍ਰਕ੍ਰਿਤੀ ਦੀ ਹੀ ਉਪਜ ਹਨ। ਜੀਵਾਂ ਦੇ ਸਾਰੇ ਵਿਕਾਰ (ਪਰੀਵਰਤਨ) ਅਤੇ ਪ੍ਰਕਾਰ, ਸ਼ਰੀਰ ਦੇ ਕਾਰਨ ਹਨ। ਜਿੱਥੋਂ ਤਕ ਆਤਮਾ ਦਾ ਸੰਬੰਧ ਹੈ, ਸਾਰੇ ਜੀਵ ਇੱਕੋ ਜਿਹੇ ਹਨ।

कार्यकारणकर्तृत्वे हेतुः प्रकृतिरुच्यते ।
पुरुषः सुखदुःखानां भोक्तृत्वे हेतुरुच्यते ॥२१॥

ਕਾਰ੍ਯ ਕਾਰਣ ਕਰ੍ਤ੍ਰਿਤ੍ਵੇ ਹੇਤੂਹ੍ ਪ੍ਰਕ੍ਰਿਤਿਰ੍ ਉਚ੍ਯਤੇ ।
ਪੁਰੁਸ਼ਹ੍ ਸੁਖ ਦੁਹ੍ਖਾਨਾਮ੍ ਭੋਕ੍ਤ੍ਰਿਤ੍ਵੇ ਹੇਤੁਰ੍ ਉਚ੍ਯਤੇ ॥ 21 ॥

ਕਾਰ੍ਯ-ਕਾਰਜ ; **ਕਾਰਨ**-ਅਤੇ ਕਾਰਨ ਦਾ ; **ਕਰ੍ਤ੍ਰਿਤ੍ਵੇ**-ਸਿਰਜਣ ਦੇ ਮਾਮਲੇ ਵਿਚ ; **ਹੇਤੂਹ੍**-ਕਾਰਨ ; **ਪ੍ਰਕ੍ਰਿਤਿਹ੍**-ਭੌਤਿਕ ਪ੍ਰਾਪਤੀ ; **ਉਚ੍ਯਤੇ**-ਕਹੀ ਜਾਂਦੀ ਹੈ ; **ਪੁਰੁਸ਼ਹ੍**-ਜੀਵ ਆਤਮਾ ; **ਸੁਖ**-ਸੁੱਖ ; **ਦੁਹ੍ਖਾਨਾਮ੍**-ਅਤੇ ਦੁੱਖ ਦਾ ; **ਭੋਕ੍ਤ੍ਰਿਤ੍ਵੇ**-ਭੋਗ ਵਿਚ ; **ਹੇਤੁ**-ਕਾਰਨ ; **ਉਚ੍ਯਤੇ**-ਕਿਹਾ ਜਾਂਦਾ ਹੈ।

ਅਨੁਵਾਦ

ਪ੍ਰਕ੍ਰਿਤੀ, ਸਾਰੇ ਭੌਤਿਕ ਕਾਰਣਾਂ ਅਤੇ ਕਾਰਜਾਂ ਦੀ ਕਾਰਣ ਕਹੀ ਜਾਂਦੀ ਹੈ, ਅਤੇ ਜੀਵ ਇਸ ਸੰਸਾਰ ਵਿਚ ਵੱਖੋ-ਵੱਖਰੇ ਸੁਖਾਂ-ਦੁੱਖਾਂ ਦੇ ਭੋਗ ਦਾ ਕਾਰਣ ਕਿਹਾ ਜਾਂਦਾ ਹੈ।

ਭਾਵ

ਜੀਵ ਵਿਚ ਸ਼ਰੀਰ ਅਤੇ ਇੰਦਰੀਆਂ ਦੇ ਵੱਖੋ-ਵੱਖਰੇ ਪ੍ਰਗਟਾਵੇ, ਭੌਤਿਕ ਪ੍ਰਕ੍ਰਿਤੀ ਦੇ ਕਾਰਣ ਹਨ। ਕੁਲ ਮਿਲਾਕੇ ਚੁਰਾਸੀ ਲੱਖ ਵੱਖੋ-ਵੱਖਰੀਆਂ ਜੂਨੀਆਂ ਹਨ ਅਤੇ ਇਹ ਸਾਰੀਆਂ ਭੌਤਿਕ ਪ੍ਰਕ੍ਰਿਤੀ ਤੋਂ ਪੈਦਾ ਹੋਈਆਂ ਹਨ । ਜੀਵ ਦੇ ਵੱਖੋ-ਵੱਖਰੇ ਇੰਦਰੀਆਂ ਦੇ ਸੁਖਾਂ ਨਾਲ ਜੂਨੀਆਂ ਮਿਲਦੀਆਂ ਹਨ ਅਤੇ ਜੀਵ ਇਸ ਸ਼ਰੀਰ ਜਾਂ ਉਸ ਸ਼ਰੀਰ ਵਿਚ ਰਹਿਣ ਦੀ ਇੱਛਾ ਕਰਦਾ ਹੈ । ਜਦੋਂ ਉਸਨੂੰ ਵੱਖੋ-ਵੱਖਰੇ ਸ਼ਰੀਰ ਪ੍ਰਾਪਤ ਹੁੰਦੇ ਹਨ, ਤਾਂ ਉਹ ਵੱਖੋ-ਵੱਖਰੇ ਤਰ੍ਹਾਂ ਦੇ ਸੁਖ ਅਤੇ ਦੁੱਖ ਭੋਗਦਾ ਹੈ । ਉਸਦੇ ਭੌਤਿਕ ਸੁਖ-ਦੁੱਖ ਉਸਦੇ ਸ਼ਰੀਰ ਕਰਕੇ ਹੁੰਦੇ ਹਨ, ਖ਼ੁਦ ਉਸ ਕਰਕੇ ਨਹੀਂ । ਉਸਦੀ ਮੁੱਢਲੀ ਅਵਸਥਾ ਵਿਚ ਭੋਗ ਵਿਚ ਕੋਈ ਸ਼ੱਕ ਨਹੀਂ ਰਹਿੰਦਾ, ਇਸੇ ਲਈ ਉਹੀ ਉਸਦੀ ਅਸਲ ਸਥਿਤੀ ਹੈ । ਭੌਤਿਕ ਪ੍ਰਕ੍ਰਿਤੀ ਤੇ ਮਾਲਕੀਅਤ ਦੀ ਇੱਛਾ ਕਾਰਨ ਹੀ ਉਹ ਭੌਤਿਕ ਸੰਸਾਰ ਵਿਚ ਹੈ । ਅਧਿਆਤਮਕ ਲੋਕ ਵਿਚ ਅਜਿਹੀ ਕੋਈ ਚੀਜ਼ ਨਹੀਂ ਹੁੰਦੀ । ਅਧਿਆਤਮਕ ਜਗਤ ਸ਼ੁੱਧ ਹੈ, ਪਰ ਭੌਤਿਕ ਸੰਸਾਰ ਵਿਚ ਹਰ ਮਨੁੱਖ ਵੱਖੋ-ਵੱਖਰੇ ਸ਼ਰੀਰਕ ਸੁਖਾਂ ਨੂੰ ਪ੍ਰਾਪਤ ਕਰਨ ਲਈ ਜੱਦੋ-ਜਹਿਦ ਕਰਨ ਵਿਚ ਲੱਗਿਆ ਰਹਿੰਦਾ ਹੈ । ਇਹ ਕਹਿਣ ਨਾਲ ਗੱਲ ਹੋਰ ਸਪਸ਼ਟ ਹੋ ਜਾਵੇਗੀ ਕਿ ਇਹ ਸ਼ਰੀਰ ਇੰਦਰੀਆਂ ਦਾ ਨਤੀਜਾ ਹੈ । ਇੰਦਰੀਆਂ, ਇੱਛਾਵਾਂ ਦੀ ਪੂਰਤੀ ਦਾ ਸਾਧਨ ਹਨ। ਇਸ ਸ਼ਰੀਰ ਅਤੇ ਕਾਰਨ ਰੂਪ ਇੰਦਰੀਆਂ ਪ੍ਰਕ੍ਰਿਤੀ ਰਾਹੀਂ ਦਿੱਤੀਆਂ ਗਈਆਂ ਹਨ ਅਤੇ ਜਿਹਾ ਕਿ ਅਗਲੇ ਸ਼ਲੋਕ ਤੋਂ ਸਪਸ਼ਟ ਹੋ ਜਾਵੇਗਾ, ਜੀਵ ਨੂੰ ਆਪਣੀ ਪਹਿਲੀ ਇੱਛਾ ਅਤੇ ਕਰਮ ਮੁਤਾਬਿਕ, ਹਾਲਾਤ ਅਧੀਨ ਵਰਦਾਨ ਜਾਂ ਸ਼ਰਾਪ ਮਿਲਦਾ ਹੈ । ਜੀਵ ਦੀਆਂ ਇੱਛਾਵਾਂ ਅਤੇ ਕਰਮ ਮੁਤਾਬਿਕ ਪ੍ਰਕ੍ਰਿਤੀ ਉਸਨੂੰ ਵੱਖੋ-ਵੱਖਰੀਆਂ ਥਾਵਾਂ ਤੇ ਪਹੁੰਚਾਉਂਦੀ ਹੈ । ਜੀਵ ਖ਼ੁਦ ਅਜਿਹੀਆਂ ਥਾਵਾਂ ਵਿਚ ਜਾਣ ਅਤੇ ਮਿਲਣ ਵਾਲੇ ਸੁਖ-ਦੁੱਖ ਦਾ ਕਾਰਨ ਹੁੰਦਾ ਹੈ । ਇਸ ਤਰ੍ਹਾਂ ਦਾ ਸ਼ਰੀਰ ਪ੍ਰਾਪਤ ਹੋ ਜਾਣ ਤੇ ਉਹ ਪ੍ਰਕ੍ਰਿਤੀ ਦੇ ਅਧੀਨ ਹੋ ਜਾਂਦਾ ਹੈ, ਕਿਉਂਕਿ ਸ਼ਰੀਰ, ਭੌਤਿਕ ਹੋਣ ਕਾਰਨ, ਪ੍ਰਕ੍ਰਿਤੀ ਦੇ ਨਿਯਮ ਮੁਤਾਬਿਕ ਕਾਰਜ ਕਰਦਾ ਹੈ । ਉਸ ਵੇਲੇ, ਜੀਵ ਵਿਚ ਅਜਿਹੀ ਸ਼ਕਤੀ ਨਹੀਂ ਕਿ ਉਹ ਨਿਯਮ ਨੂੰ ਬਦਲ ਸਕੇ। ਮੰਨ ਲਓ ਕਿ ਜੀਵ ਨੂੰ ਕੁੱਤੇ ਦਾ ਸ਼ਰੀਰ ਪ੍ਰਾਪਤ ਹੋ ਗਿਆ । ਜਿਉਂ ਹੀ ਉਹ ਕੁੱਤੇ ਦੇ ਸ਼ਰੀਰ ਵਿਚ ਸਥਾਪਿਤ ਕੀਤਾ ਜਾਂਦਾ ਹੈ, ਉਸਨੂੰ ਕੁੱਤੇ ਵਾਂਗ ਵਿਵਹਾਰ ਕਰਨਾ ਹੁੰਦਾ ਹੈ । ਉਹ ਹੋਰ ਆਚਰਨ ਨਹੀਂ ਕਰ ਸਕਦਾ । ਜੇ ਜੀਵ ਨੂੰ ਸੂਅਰ ਦਾ ਸ਼ਰੀਰ ਪ੍ਰਾਪਤ ਹੁੰਦਾ ਹੈ, ਤਾਂ ਉਹ ਮਲ ਖਾਣ ਅਤੇ ਸੂਅਰ ਵਾਂਗ ਰਹਿਣ ਲਈ ਮਜਬੂਰ ਹੈ । ਇੰਝ ਜੇ ਜੀਵ ਨੂੰ ਦੇਵਤਾ ਦਾ ਸ਼ਰੀਰ ਪ੍ਰਾਪਤ ਹੋ ਜਾਂਦਾ ਹੈ ਤਾਂ ਉਸ ਨੂੰ ਆਪਣੇ ਸ਼ਰੀਰ ਮੁਤਾਬਿਕ ਕੰਮ ਕਰਨਾ ਹੁੰਦਾ ਹੈ । ਇਹੋ ਪ੍ਰਕ੍ਰਿਤੀ ਦਾ ਨਿਯਮ ਹੈ । ਪਰ ਸਾਰੀਆਂ ਪਰਸਥਿਤੀਆਂ ਵਿਚ ਪਰਮਾਤਮਾ, ਜੀਵ ਦੇ ਨਾਲ ਰਹਿੰਦਾ ਹੈ । ਵੇਦਾਂ ਵਿਚ (ਮੁੰਡਕ ਉਪਨਿਸ਼ਦ 3-1-1) ਇਸ ਦੀ ਵਿਆਖਿਆ ਇੰਝ ਕੀਤੀ ਗਈ ਹੈ - **ਦਵਾ ਸੁਪਰ੍ਣਾ ਸਯੁਜਾ ਸਖਾਯਹ੍** । ਪਰਮੇਸ਼ਵਰ ਜੀਵ ਤੇ ਇੰਨੇ ਕਿਰਪਾਲੂ ਹਨ ਕਿ ਉਹ ਹਮੇਸ਼ਾਂ ਜੀਵ ਨਾਲ ਰਹਿੰਦੇ ਹਨ ਅਤੇ ਸਾਰੀਆਂ ਪਰਿਸਥਿਤੀਆਂ ਵਿਚ ਪਰਮਾਤਮਾ ਰੂਪ ਵਿਚ ਉਸ ਵਿਚ ਹਾਜ਼ਰ ਰਹਿੰਦੇ ਹਨ ।

**पुरुषः प्रकृतिस्थो हि भुङ्क्ते प्रकृतिजान्गुणान् ।
कारणं गुणसङ्गोऽस्य सदसद्योनिजन्मसु ॥ २२ ॥**

**ਪੁਰੁਸ਼ਹ੍ ਪ੍ਰਕ੍ਰਿਤਿ ਸ੍ਥੋ ਹਿ ਭੁੰਕ੍ਤੇ ਪ੍ਰਕ੍ਰਿਤਿ ਜਾਨ੍ ਗੁਣਾਨ੍ ।
ਕਾਰਣਮ੍ ਗੁਣ ਸੰਗੋ'ਸ੍ਯ ਸਦ੍ ਅਸਦ੍-ਯੋਨੀ-ਜਨ੍ਮਸੁ ॥ 22 ॥**

ਪੁਰੁਸ਼ਹ੍-ਜੀਵ ; **ਪ੍ਰਕ੍ਰਿਤਿਸ੍ਥਹ੍**-ਭੌਤਿਕ ਸ਼ਕਤੀ ਵਿਚ ਸਥਿਤ ਹੋਕੇ ; **ਹਿ**-ਨਿਸ਼ਚੈ ਹੀ ; **ਭੁੰਕ੍ਤੇ**-ਭੋਗਦਾ ਹੈ ; **ਪ੍ਰਕ੍ਰਿਤਿਜਾਨ੍**-ਭੌਤਿਕ ਪ੍ਰਕ੍ਰਿਤੀ ਤੋਂ ਪੈਦਾ ; **ਗੁਣਾਨ੍**-ਗੁਣਾਂ ਨੂੰ ; **ਕਾਰਨਮ੍**-ਕਾਰਨ ; **ਗੁਣਸੰਗਹ੍**-ਪ੍ਰਕ੍ਰਿਤੀ ਦੇ ਗੁਣਾਂ ਦੀ ਸੰਗਤ ; **ਅਸ੍ਯ**-ਜੀਵ ਦੀ ; **ਸਤ੍ ਅਸਤ੍**-ਚੰਗੀ ਅਤੇ ਮੰਦੀ ; **ਯੋਨਿ**-ਜੀਵਨ ਦੀਆਂ ਜੂਨੀਆਂ ; **ਜਨ੍ਮਸੁ**-ਜਨਮਾਂ ਵਿਚ ।

ਅਨੁਵਾਦ

ਇੰਝ, ਜੀਵ ਪ੍ਰਕ੍ਰਿਤੀ ਦੇ ਤਿੰਨ ਗੁਣਾਂ ਦਾ ਭੋਗ ਕਰਦਾ ਹੋਇਆ, ਭੌਤਿਕ ਪ੍ਰਕ੍ਰਿਤੀ ਵਿਚ ਹੀ ਜੀਵਨ ਬਿਤਾਉਂਦਾ ਹੈ । ਇਹ, ਉਸ ਪ੍ਰਕ੍ਰਿਤੀ ਨਾਲ ਉਸਦੀ ਸੰਗਤ ਕਰਕੇ ਹੈ । ਇੰਝ ਉਸ ਨੂੰ ਉੱਤਮ ਅਤੇ ਨਿਮਨ (ਘਟੀਆ) ਜੂਨੀਆਂ ਮਿਲਦੀਆਂ ਹਨ ।

ਭਾਵ

ਇਹ ਸ਼ਲੋਕ, ਇਹ ਸਮਝਣ ਲਈ ਮਹੱਤਵਪੂਰਨ ਹੈ ਕਿ ਜੀਵ ਦਾ ਇੱਕ ਸ਼ਰੀਰ ਤੋਂ ਦੂਜੇ ਸ਼ਰੀਰ ਵਿਚ ਕਿੰਝ ਪਰਿਵਰਤਨ ਹੁੰਦਾ ਹੈ । ਦੂਜੇ ਅਧਿਆਇ ਵਿਚ ਦੱਸਿਆ ਗਿਆ ਹੈ ਕਿ ਜੀਵ ਇੱਕ ਸ਼ਰੀਰ ਨੂੰ ਤਿਆਗ ਕੇ ਦੂਜਾ ਸ਼ਰੀਰ ਉਂਝ ਹੀ ਧਾਰਨ ਕਰਦਾ ਹੈ ਜਿਵੇਂ ਕੋਈ ਕਪੜੇ ਬਦਲਦਾ ਹੈ। ਕਪੜਿਆਂ ਦਾ ਪਰਿਵਰਤਨ ਇਸ ਸੰਸਾਰ ਪ੍ਰਤੀ ਆਸਕਤੀ ਦੇ ਕਾਰਨ ਹੈ । ਜਦੋਂ ਤਕ ਜੀਵ ਇਸ ਝੂਠੇ ਸੰਸਾਰ ਤੇ ਮੋਹਿਆ ਰਹਿੰਦਾ ਹੈ, ਉਦੋਂ ਤਕ ਉਸਨੂੰ ਲਗਾਤਾਰ ਸ਼ਰੀਰ ਦਾ ਪਰਿਵਰਤਨ ਕਰਨਾ ਪੈਂਦਾ ਹੈ । ਪ੍ਰਕ੍ਰਿਤੀ ਤੇ ਮਾਲਕੀਅਤ ਜਤਾਉਣ ਦੀ ਇੱਛਾ ਕਾਰਨ ਹੀ ਉਹ ਅਜਿਹੀ ਉਲਟ ਪਰਿਸਥਿਤੀਆਂ ਵਿਚ ਫਸਿਆ ਰਹਿੰਦਾ ਹੈ । ਭੌਤਿਕ ਇੱਛਾ ਦੇ ਅਧੀਨ ਹੋ ਕੇ, ਉਸਨੂੰ ਕਦੀ ਦੇਵਤਾ ਦੇ ਰੂਪ ਵਿਚ, ਤਾਂ ਕਦੀ ਮਨੁੱਖ ਦੇ ਰੂਪ ਵਿਚ, ਕਦੀ ਪਸ਼ੂ, ਕਦੀ ਪੰਛੀ, ਕਦੀ ਕੀੜੇ, ਕਦੀ ਜਲ-ਜੰਤੂ, ਕਦੀ ਸੰਤ ਪੁਰਸ਼ ਤਾਂ ਕਦੀ ਖਟਮਲ ਦੇ ਰੂਪ ਵਿਚ ਜਨਮ ਲੈਣਾ ਹੁੰਦਾ ਹੈ । ਇਹ ਲੜੀ ਚਲਦੀ ਰਹਿੰਦੀ ਹੈ ਅਤੇ ਹਰ ਪਰਿਸਥਿਤੀ ਵਿਚ ਜੀਵ ਆਪਣੇ ਆਪ ਨੂੰ ਪਰਿਸਥਿਤੀਆਂ ਦਾ ਮਾਲਕ ਮੰਨਦਾ ਰਹਿੰਦਾ ਹੈ । ਜਦੋਂ ਕਿ ਉਹ ਪ੍ਰਕ੍ਰਿਤੀ ਦੇ ਅਧੀਨ ਹੁੰਦਾ ਹੈ ।

ਇੱਥੇ ਇਹ ਦੱਸਿਆ ਗਿਆ ਹੈ ਕਿ ਜੀਵ ਕਿੰਝ ਵੱਖੋ-ਵੱਖਰੇ ਸ਼ਰੀਰਾਂ ਨੂੰ ਪ੍ਰਾਪਤ ਕਰਦਾ ਹੈ, ਇਹ ਪ੍ਰਕ੍ਰਿਤੀ ਦੇ ਵੱਖੋ-ਵੱਖਰੇ ਗੁਣਾਂ ਦੀ ਸੰਗਤ ਕਰਕੇ ਹੈ । ਇਸ ਲਈ ਇਨ੍ਹਾਂ ਗੁਣਾਂ ਤੋਂ ਉਪਰ ਉਠਕੇ ਅਲੌਕਿਕ ਪਦ ਦੇ ਸਥਿਤ ਹੋਣਾ ਹੁੰਦਾ ਹੈ । ਇਹੋ ਕ੍ਰਿਸ਼ਨ ਭਾਵਨਾ ਕਹਾਉਂਦਾ ਹੈ । ਕ੍ਰਿਸ਼ਨ ਭਾਵਨਾ ਅੰਮ੍ਰਿਤ ਵਿਚ ਸਥਿਤ ਹੋਏ ਬਗ਼ੈਰ, ਭੌਤਿਕ ਚੇਤਨਾ ਮਨੁੱਖ ਨੂੰ ਇੱਕ ਸ਼ਰੀਰ ਤੋਂ ਦੂਜੇ

ਸ਼ਰੀਰ ਵਿਚ ਜਾਣ ਲਈ ਮਜਬੂਰ ਕਰਦੀ ਰਹਿੰਦੀ ਹੈ, ਕਿਉਂਕਿ ਅਨਾਦਿ ਕਾਲ ਤੋਂ ਉਸ ਵਿਚ ਭੌਤਿਕ ਇੱਛਾਵਾਂ ਹਨ। ਪਰ ਇਸ ਧਾਰਣਾ ਨੂੰ ਬਦਲਣਾ ਹੋਵੇਗਾ। ਇਹ ਪਰਿਵਰਤਨ ਪ੍ਰਮਾਣਿਤ ਸਰੋਤਾਂ ਤੋਂ ਸੁਣਨ ਮਗਰੋਂ ਹੀ ਲਿਆਂਦਾ ਜਾ ਸਕਦਾ ਹੈ। ਇਸਦਾ ਸਭ ਤੋਂ ਉੱਤਮ ਉਦਾਹਰਣ ਅਰਜੁਨ ਹੈ, ਜਿਹੜਾ ਸ੍ਰੀ ਕ੍ਰਿਸ਼ਨ ਤੋਂ ਈਸ਼ਵਰ ਵਿਗਿਆਨ ਦਾ ਸ਼ਰਵਣ ਕਰਦਾ ਹੈ। ਜੇ ਜੀਵ ਇਸ ਸ਼ਰਵਣ ਵਿਧੀ ਨੂੰ ਅਪਣਾ ਲਵੇ ਤਾਂ ਪ੍ਰਕ੍ਰਿਤੀ ਤੇ ਮਾਲਕੀਅਤ ਜਤਾਉਣ ਦੀ ਲੰਮੀ ਚਲੀ ਆ ਰਹੀ ਇੱਛਾ ਖ਼ਤਮ ਹੋ ਜਾਵੇ ਅਤੇ ਹੌਲੀ-ਹੌਲੀ, ਜਿਵੇਂ-ਜਿਵੇਂ ਉਹ ਮਾਲਕੀਅਤ ਜਤਾਉਣ ਦੀ ਇੱਛਾ ਨੂੰ ਘਟ ਕਰਦਾ ਜਾਵੇਗਾ, ਉਵੇਂ-ਉਵੇਂ ਉਸਨੂੰ ਅਧਿਆਤਮਕ ਸੁਖ ਮਿਲਦਾ ਜਾਵੇਗਾ। ਇੱਕ ਵੈਦਿਕ ਮੰਤਰ ਵਿਚ ਕਿਹਾ ਗਿਆ ਹੈ ਕਿ ਜਿਵੇਂ-ਜਿਵੇਂ ਜੀਵ ਭਗਵਾਨ ਦੀ ਸੰਗਤ ਨਾਲ ਵਿਦਵਾਨ ਬਣਦਾ ਜਾਂਦਾ ਹੈ, ਉਨਾ ਹੀ ਉਹ ਆਨੰਦ ਭਰੇ ਜੀਵਨ ਦਾ ਆਨੰਦ ਲੈਂਦਾ ਹੈ।

उपद्रष्टानुमन्ता च भर्ता भोक्ता महेश्वरः ।
परमात्मेति चाप्युक्तो देहेऽस्मिन्पुरुषः परः ॥ २३ ॥

ਉਪਦ੍ਰਸ਼ਟਾਨੁਮੰਤਾ ਚ ਭਰ੍ਤਾ ਭੋਕ੍ਤਾ ਮਹੇਸ਼੍ਵਰਹ੍ ।
ਪਰਮਾਤ੍ਮੇਤਿ ਚਾਪਿ ਉਕ੍ਤੋ ਦੇਹੇ'ਸ੍ਮਿਨ੍ ਪੁਰੁਸ਼ਹ੍ ਪਰਹ੍ ॥ 23 ॥

ਉਪਦ੍ਰਸ਼ਟਾ-ਗਵਾਹ ; **ਅਨੁਮੰਤਾ**-ਇਜਾਜ਼ਤ ਦੇਣ ਵਾਲਾ ; **ਚ**-ਵੀ ; **ਭਰ੍ਤਾ**-ਸਵਾਮੀ ; **ਭੋਕ੍ਤਾ**-ਉੱਤਮ ਭੋਕਤਾ ; **ਮਹਾ ਈਸ਼੍ਵਰਹ੍**-ਪਰਮੇਸ਼ਵਰ ; **ਪਰਮ-ਆਤਮਾ**-ਪਰਮਾਤਮਾ ; **ਇਤਿ**-ਵੀ ; **ਚ**-ਅਤੇ ; **ਅਪਿ**-ਬਿਨ੍ਹਾਂ ਸ਼ੱਕ ਤੋਂ, ਨਿਸ਼ਚੈ ਹੀ ; **ਉਕ੍ਤਹ੍**-ਕਿਹਾ ਗਿਆ ਹੈ ; **ਦੇਹੇ**-ਸ਼ਰੀਰ ਵਿਚ; **ਅਸ੍ਮਿਨ੍**-ਇਸ ; **ਪੁਰੁਸ਼ਹ੍**-ਭੋਕਤਾ ; **ਪਰਹ੍**-ਅਲੌਕਿਕ ।

ਅਨੁਵਾਦ

ਤਾਂ ਵੀ ਇਸ ਸ਼ਰੀਰ ਵਿਚ ਇੱਕ ਹੋਰ ਅਲੌਕਿਕ ਭੋਕਤਾ ਹੈ, ਜਿਹੜਾ ਈਸ਼ਵਰ ਹੈ, ਪਰਮ ਸਵਾਮੀ ਹੈ ਅਤੇ ਗਵਾਹ ਅਤੇ ਇਜਾਜ਼ਤ ਦੇਣ ਵਾਲੇ ਦੇ ਰੂਪ ਵਿਚ ਹਾਜ਼ਰ ਹੈ ਅਤੇ ਜਿਹੜਾ ਪਰਮਾਤਮਾ ਕਹਾਉਂਦਾ ਹੈ।

ਭਾਵ

ਇੱਥੇ ਕਿਹਾ ਗਿਆ ਹੈ ਕਿ ਜੀਵਾਤਮਾ ਦੇ ਨਾਲ ਲਗਾਤਾਰ ਰਹਿਣ ਵਾਲਾ ਪਰਮਾਤਮਾ, ਪਰਮੇਸ਼ਵਰ ਦਾ ਨੁਮਾਇੰਦਾ ਹੈ। ਉਹ ਸਾਧਾਰਨ ਜੀਵ ਨਹੀਂ ਹੈ। ਕਿਉਂਕਿ ਅਦ੍ਵੈਤਵਾਦੀ ਚਿੰਤਕ ਸ਼ਰੀਰ ਦੇ ਗਿਆਤਾ ਨੂੰ ਇੱਕ ਮੰਨਦੇ ਹਨ, ਇਸ ਲਈ ਉਨ੍ਹਾਂ ਦੇ ਵਿਚਾਰ ਨਾਲ ਪਰਮਾਤਮਾ ਅਤੇ ਜੀਵਾਤਮਾ ਵਿਚ ਕੋਈ ਫਰਕ ਨਹੀਂ ਹੈ। ਇਸਦਾ ਸਪਸ਼ਟੀਕਰਣ ਕਰਨ ਲਈ ਭਗਵਾਨ ਕਹਿੰਦੇ ਹਨ ਕਿ ਉਹ ਹਰ ਸ਼ਰੀਰ ਵਿਚ ਪਰਮਾਤਮਾ ਰੂਪ ਵਿਚ ਹਾਜ਼ਰ ਹਨ। ਉਹ ਜੀਵਾਤਮਾ ਤੋਂ ਵੱਖਰੇ ਹਨ, ਉਹ ਅਲੌਕਿਕ ਹਨ। ਜੀਵਆਤਮਾ ਕਿਸੇ ਖ਼ਾਸ ਸ਼ਰੀਰ (ਖੇਤਰ) ਦੇ ਕਾਰਜਾਂ ਨੂੰ ਭੋਗਦਾ ਹੈ, ਪਰ ਪਰਮਾਤਮਾ ਕਿਸੇ ਇੱਕ ਭੋਕਤਾ ਦੇ ਰੂਪ ਵਿਚ ਜਾਂ ਸ਼ਰੀਰਕ ਕਾਰਜਾਂ ਵਿਚ ਹਿੱਸਾ ਲੈਣ ਵਾਲੇ ਦੇ

ਰੂਪ ਵਿਚ ਹਾਜ਼ਰ ਨਹੀਂ ਰਹਿੰਦਾ, ਸਗੋਂ ਉਹ ਗਵਾਹ, ਨਿਗਰਾਨ, ਇਜਾਜ਼ਤ ਦੇਣ ਵਾਲਾ, ਅਤੇ ਪਰਮ ਭੋਕਤਾ ਦੇ ਰੂਪ ਵਿਚ ਸਥਿਤ ਰਹਿੰਦੇ ਹਨ। ਉਸਦਾ ਨਾਂ ਪਰਮਾਤਮਾ ਹੈ। ਆਤਮਾ ਨਹੀਂ ! ਉਹ ਅਲੌਕਿਕ ਹੈ। ਇਸ ਲਈ ਇਹ ਬਿਲਕੁਲ ਸਪਸ਼ਟ ਹੈ ਕਿ ਆਤਮਾ ਅਤੇ ਪਰਮਾਤਮਾ ਵੱਖੋ-ਵੱਖਰੇ ਹਨ। ਪਰਮਾਤਮਾ ਦੇ ਹੱਥ ਪੈਰ ਹਰ ਥਾਈਂ ਰਹਿੰਦੇ ਹਨ, ਪਰ ਜੀਵਾਤਮਾ ਦੇ ਅਜਿਹਾ ਨਹੀਂ ਹੁੰਦਾ। ਕਿਉਂਕਿ ਪਰਮਾਤਮਾ ਪਰਮੇਸ਼ਵਰ ਹੈ। ਇਸ ਲਈ ਉਹ ਅੰਦਰੋਂ ਜੀਵ ਨੂੰ ਭੌਤਿਕ ਭੋਗ ਦੀ ਇੱਛਾ ਪੂਰਤੀ ਦੀ ਇਜਾਜ਼ਤ ਦਿੰਦਾ ਹੈ। ਪਰਮਾਤਮਾ ਦੀ ਇਜਾਜ਼ਤ ਬਗ਼ੈਰ ਜੀਵਾਤਮਾ ਕੁਝ ਵੀ ਨਹੀਂ ਕਰ ਸਕਦਾ। ਮਨੁੱਖ 'ਭੁਕਤਾ' ਆਸ਼ਰਿਤ (ਨਿਰਭਰ) ਹੈ ਅਤੇ ਭਗਵਾਨ ਭੋਕਤਾ ਜਾਂ ਪਾਲਣ ਕਰਨ ਵਾਲੇ ਹਨ। ਜੀਵ ਅਣਗਿਣਤ ਹਨ ਅਤੇ ਭਗਵਾਨ ਉਨ੍ਹਾਂ ਸਭਨਾਂ ਵਿਚ ਮਿੱਤਰ ਰੂਪ ਵਿਚ ਨਿਵਾਸ ਕਰਦੇ ਹਨ।

ਸਚਾਈ ਇਹ ਹੈ ਕਿ ਹਰ ਜੀਵ ਪਰਮੇਸ਼ਵਰ ਦਾ ਸਨਾਤਨ ਅੰਸ਼ ਹੈ ਅਤੇ ਦੋਵੇਂ ਮਿੱਤਰ ਰੂਪ ਵਿਚ ਪੱਕੇ ਤੌਰ ਤੇ ਜੁੜੇ ਹਨ। ਪਰ ਜੀਵ ਵਿਚ ਪਰਮੇਸ਼ਵਰ ਦੇ ਹੁਕਮ ਨੂੰ ਮੰਨਣ ਦੀ, ਪ੍ਰਕ੍ਰਿਤੀ ਤੇ ਮਾਲਕੀਅਤ ਜਤਾਉਣ ਦੇ ਮੰਤਵ ਨਾਲ, ਆਪ ਮੁਹਾਰੇ ਕੰਮ ਕਰਨ ਦੀ ਪ੍ਰਵਿਰਤੀ ਪਾਈ ਜਾਂਦੀ ਹੈ। ਕਿਉਂਕਿ ਉਸ ਵਿਚ ਇਹ ਪ੍ਰਵਿਰਤੀ ਹੁੰਦੀ ਹੈ, ਇਸ ਲਈ ਉਹ ਪਰਮੇਸ਼ਵਰ ਦੀ ਤਟਵਰਤੀ ਸ਼ਕਤੀ ਕਹਾਉਂਦਾ ਹੈ। ਜੀਵ ਜਾਂ ਤਾਂ ਭੌਤਿਕ ਸ਼ਕਤੀ ਵਿਚ ਜਾਂ ਅਧਿਆਤਮਕ ਸ਼ਕਤੀ ਵਿਚ ਸਥਿਤ ਹੋ ਸਕਦਾ ਹੈ। ਜਦੋਂ ਤਕ ਉਹ ਭੌਤਿਕ ਸ਼ਕਤੀ ਨਾਲ ਬੰਨ੍ਹਿਆ ਰਹਿੰਦਾ ਹੈ, ਉਦੋਂ ਤਕ ਪਰਮੇਸ਼ਵਰ ਮਿੱਤਰ ਰੂਪ ਵਿਚ ਪਰਮਾਤਮਾ ਵਾਂਗ ਉਸਦੇ ਅੰਦਰ ਰਹਿੰਦੇ ਹਨ, ਜਿਸ ਨਾਲ ਉਸਨੂੰ ਅਧਿਆਤਮਕ ਸ਼ਕਤੀ ਵਿਚ ਵਾਪਸ ਲੈ ਜਾ ਸਕਣ। ਭਗਵਾਨ ਉਸਨੂੰ ਅਧਿਆਤਮਕ ਸ਼ਕਤੀ ਵਿਚ ਵਾਪਸ ਲੈ ਜਾਣ ਲਈ ਹਮੇਸ਼ਾਂ ਉਤਾਵਲੇ ਰਹਿੰਦੇ ਹਨ, ਪਰ ਆਪਣੀ ਥੋੜ੍ਹੀ ਜਿਹੀ ਅਜ਼ਾਦੀ ਸਦਕਾ ਜੀਵ ਲਗਾਤਾਰ ਅਧਿਆਤਮਕ ਰੋਸ਼ਨੀ ਦੀ ਸੰਗਤ ਨੂੰ ਠੁਕਰਾਉਂਦਾ ਹੈ। ਆਜ਼ਾਦੀ ਦੀ ਇਹ ਦੁਰਵਰਤੋਂ ਹੀ ਬੱਧ, ਪ੍ਰਕ੍ਰਿਤੀ ਵਿਚ ਉਸਦੇ ਭੌਤਿਕ ਸੰਘਰਸ਼ ਦਾ ਕਾਰਨ ਹੈ। ਇਸ ਲਈ ਭਗਵਾਨ ਲਗਾਤਾਰ ਬਾਹਰੋਂ ਅਤੇ ਅੰਦਰੋਂ ਉਪਦੇਸ਼ ਦਿੰਦੇ ਰਹਿੰਦੇ ਹਨ। ਬਾਹਰੋਂ ਉਹ ਭਗਵਤ ਗੀਤਾ ਦੇ ਰੂਪ ਵਿਚ ਉਪਦੇਸ਼ ਦਿੰਦੇ ਹਨ ਅਤੇ ਅੰਦਰੋਂ ਉਹ ਜੀਵ ਨੂੰ ਇਹ ਯਕੀਨੀ ਕਰਦੇ ਹਨ ਕਿ ਭੌਤਿਕ ਖੇਤਰ (ਸ਼ਰੀਰ) ਵਿਚ ਉਸਦੇ ਕੰਮ-ਕਾਰ ਅਸਲ ਸੁਖ ਲਈ ਲਾਹੇਵੰਦ ਨਹੀਂ ਹਨ। ਉਨ੍ਹਾਂ ਦਾ ਵਾਕ ਹੈ - "ਇਸਨੂੰ ਤਿਆਗ ਦਿਓ ਅਤੇ ਮੇਰੇ ਪ੍ਰਤੀ ਸ਼ਰਧਾ ਕਰੋ। ਤਾਂ ਹੀ ਤੁਸੀਂ ਸੁਖੀ ਹੋਵੋਗੇ।" ਇੰਝ ਜਿਹੜਾ ਬੁੱਧੀਮਾਨ ਮਨੁੱਖ ਪਰਮਾਤਮਾ ਵਿਚ ਜਾਂ ਭਗਵਾਨ ਵਿਚ ਸ਼ਰਧਾ ਰੱਖਦਾ ਹੈ ਉਹ ਸੱਚਿਦਾਨੰਦ ਜੀਵਨ ਵੱਲ ਤਰੱਕੀ ਕਰਨ ਲਗਦਾ ਹੈ।

य एवं वेत्ति पुरुषं प्रकृतिं च गुणैः सह ।
सर्वथा वर्तमानोऽपि न स भूयोऽभिजायते ॥ २४॥

ਯ ਏਵਮ੍ ਵੇੱਤਿ ਪੁਰੁਸ਼ਮ੍ ਪ੍ਰਕ੍ਰਿਤਿਮ੍ ਚ ਗੁਣੈਹ੍ ਸਹ੍ ।
ਸਰ੍ਵਥਾ ਵਰ੍ਤਮਾਨੋ'ਪਿ ਨ ਸ ਭੂਯੋ'ਭਿਜਾਯਤੇ ॥ 24 ॥

ਯਹ੍-ਜਿਹੜਾ ; **ਏਵਮ੍**-ਇੰਝ ; **ਵੇਤਿੱ**-ਜਾਣਦਾ ਹੈ ; **ਪੁਰੁਸ਼ਮ੍**-ਜੀਵ ਨੂੰ ; **ਪ੍ਰਕ੍ਰਿਤਿਮ੍**- ਭੌਤਿਕ ਪ੍ਰਕ੍ਰਿਤੀ ਨੂੰ ; **ਚ**-ਅਤੇ ; **ਗੁਣੈਹ੍**-ਪ੍ਰਕ੍ਰਿਤੀ ਦੇ ਗੁਣਾਂ ਦੇ ; **ਸਹ੍**-ਨਾਲ ; **ਸਰ੍ਵਥਾ**-ਹਰ ਤਰ੍ਹਾਂ ਨਾਲ ; **ਵਰ੍ਤਮਾਨਹ੍**-ਸਥਿਤ ਹੋਕੇ ; **ਅਪਿ**-ਦੇ ਬਾਵਜੂਦ ; **ਨ**-ਕਦੀ ਨਹੀਂ ; **ਸਹ੍**-ਉਹ ; **ਭੂਯਹ੍**-ਫਿਰ ਤੋਂ ; **ਅਭਿਜਾਯਤੇ**-ਜਨਮ ਲੈਂਦਾ ਹੈ ।

ਅਨੁਵਾਦ

ਜਿਹੜਾ ਮਨੁੱਖ ਪ੍ਰਕ੍ਰਿਤੀ, ਜੀਵ ਅਤੇ ਪ੍ਰਕ੍ਰਿਤੀ ਦੇ ਗੁਣਾਂ ਦੇ ਪਰਸਪਰ ਸੰਬੰਧਾਂ ਨਾਲ ਸੰਬੰਧਿਤ ਇਸ ਵਿਚਾਰਧਾਰਾ ਨੂੰ ਸਮਝ ਲੈਂਦਾ ਹੈ, ਉਸਨੂੰ ਮੁਕਤੀ ਦੀ ਪ੍ਰਾਪਤੀ ਯਕੀਨੀ ਹੈ। ਉਸਦੀ ਵਰਤਮਾਨ ਸਥਿਤੀ ਭਾਵੇਂ ਜਿਹੋ-ਜਿਹੀ ਹੋਵੇ, ਇੱਥੇ ਉਸਦਾ ਪੁਨਰ ਜਨਮ ਨਹੀਂ ਹੋਵੇਗਾ ।

ਭਾਵ

ਪ੍ਰਕ੍ਰਿਤੀ, ਪਰਮਾਤਮਾ, ਆਤਮਾ ਅਤੇ ਇਨ੍ਹਾਂ ਦੇ ਅੰਦਰੂਨੀ ਸੰਬੰਧਾਂ ਦੀ ਸਪਸ਼ਟ ਜਾਣਕਾਰੀ ਹੋ ਜਾਣ ਤੇ ਮਨੁੱਖ ਮੁਕਤ ਹੋਣ ਦਾ ਅਧਿਕਾਰੀ ਬਣਦਾ ਹੈ ਅਤੇ ਉਹ ਇਸ ਭੌਤਿਕ ਪ੍ਰਕ੍ਰਿਤੀ ਵਿਚ ਮੁੜ ਪਰਤਣ ਲਈ ਮਜਬੂਰ ਹੋਏ ਬਗ਼ੈਰ ਅਧਿਆਤਮਕ ਅਕਾਸ਼ ਵਾਪਸ ਪਰਤ ਜਾਣ ਦਾ ਅਧਿਕਾਰੀ ਬਣ ਜਾਂਦਾ ਹੈ । ਇਹ ਗਿਆਨ ਦਾ ਫਲ ਹੈ । ਗਿਆਨ ਇਹ ਸਮਝਣ ਲਈ ਹੀ ਹੁੰਦਾ ਹੈ ਕਿ ਦੈਵੀ ਯੋਗ ਸਦਕਾ ਜੀਵ ਇਸ ਸੰਸਾਰ ਵਿਚ ਆ ਡਿਗਿਆ ਹੈ । ਉਸਨੂੰ ਪ੍ਰਮਾਣਿਤ ਮਨੁੱਖਾਂ, ਸਾਧੂ ਪੁਰਸ਼ਾਂ ਅਤੇ ਗੁਰੂ ਦੀ ਸੰਗਤ ਨਾਲ ਨਿੱਜੀ ਯਤਨਾਂ ਰਾਹੀਂ ਆਪਣੀ ਸਥਿਤੀ ਸਮਝਣੀ ਹੈ, ਅਤੇ ਉਦੋਂ ਜਿਸ ਰੂਪ ਵਿਚ ਭਗਵਾਨ ਨੇ ਭਗਵਤ ਗੀਤਾ ਕਹੀ ਹੈ, ਉਸਨੂੰ ਸਮਝਕੇ ਅਧਿਆਤਮਕ ਚੇਤਨਾ ਜਾਂ ਕ੍ਰਿਸ਼ਨ ਭਾਵਨਾ ਅੰਮ੍ਰਿਤ ਨੂੰ ਪ੍ਰਾਪਤ ਕਰਨਾ ਹੈ । ਉਦੋਂ ਇਹ ਯਕੀਨੀ ਹੈ ਕਿ ਉਹ ਇਸ ਸੰਸਾਰ ਵਿਚ ਫਿਰ ਕਦੀ ਨਹੀਂ ਆ ਸਕੇਗਾ, ਉਹ ਸਚਿਦਾਨੰਦ ਭਰਿਆ ਜੀਵਨ ਬਿਤਾਉਣ ਲਈ ਅਧਿਆਤਮਕ ਜਗਤ ਭੇਜ ਦਿੱਤਾ ਜਾਵੇਗਾ ।

ध्यानेनात्मनि पश्यन्ति केचिदात्मानमात्मना ।
अन्ये साङ्ख्येन योगेन कर्मयोगेन चापरे ॥ २५ ॥

ਧ੍ਯਾਨੇਨਾਤ੍ਮਨਿ ਪਸ਼੍ਯੰਤਿ ਕੇਚਿਦ੍ ਆਤ੍ਮਾਨਮ੍ ਆਤ੍ਮਨਾ ।
ਅਨ੍ਯੇ ਸਾਂਖ੍ਯੇਨ ਯੋਗੇਨ ਕਰ੍ਮ ਯੋਗੇਨ ਚਾਪਰੇ ॥ 25 ॥

ਧ੍ਯਾਨੇਨ-ਧਿਆਨ ਰਾਹੀਂ ; **ਆਤ੍ਮਨਿ**-ਆਪਣੇ ਅੰਦਰ ; **ਪਸ਼੍ਯੰਤਿ**-ਵੇਖਦੇ ਹਨ ; **ਕੇਚਿਤ੍**-ਕੁਝ ਲੋਕ ; **ਆਤ੍ਮਨਾਮ੍**-ਪਰਮਾਤਮਾ ਨੂੰ ; **ਆਤ੍ਮਨਾ**-ਮਨ ਨਾਲ ; **ਅਨ੍ਯੇ**-ਹੋਰ ਲੋਕ ; **ਸਾਂਖ੍ਯੇਨ**-ਦਾਰਸ਼ਨਿਕ ਵਿਵੇਚਨਾ (ਚਰਚਾ) ਰਾਹੀਂ ; **ਯੋਗੇਨ**-ਯੋਗ ਪਧੱਤੀ ਰਾਹੀਂ ; **ਕਰ੍ਮਯੋਗੇਨ**-ਨਿਸ਼ਕਾਮ ਕਰਮ ਰਾਹੀਂ ; **ਚ**-ਵੀ ; **ਅਪਰੇ**-ਹੋਰ ।

ਅਨੁਵਾਦ

ਕੁਝ ਲੋਕ ਪਰਮਾਤਮਾ ਨੂੰ ਧਿਆਨ ਰਾਹੀਂ ਆਪਣੇ ਅੰਦਰ ਵੇਖਦੇ ਹਨ, ਤਾਂ ਦੂਜੇ ਲੋਕ ਗਿਆਨ ਦੇ ਜ਼ੋਰ ਤੇ ਅਤੇ ਕੁੱਝ ਅਜਿਹੇ ਹਨ ਜਿਹੜੇ ਨਿਸ਼ਕਾਮ ਕਰਮ ਯੋਗ ਰਾਹੀਂ ਵੇਖਦੇ ਹਨ ।

ਭਾਵ

ਭਗਵਾਨ ਅਰਜੁਨ ਨੂੰ ਦੱਸਦੇ ਹਨ ਕਿ ਜਿੱਥੋਂ ਤਕ ਮਨੁੱਖ ਰਾਹੀਂ ਆਤਮ ਪ੍ਰਤੱਖੀਕਰਨ ਦੀ ਖੋਜ ਦਾ ਸਵਾਲ ਹੈ, ਬੱਧ ਜੀਵਾਂ ਦੀਆਂ ਦੋ ਸ਼੍ਰੇਣੀਆਂ ਹਨ। ਜਿਹੜੇ ਲੋਕ ਨਾਸਤਿਕ, ਅਗਯੇਯਵਾਦੀ (ਜਿਨ੍ਹਾਂ ਦਾ ਇਹ ਸਿਧਾਂਤ ਹੈ ਕਿ ਭਗਵਾਨ ਨੂੰ ਨਾ ਤਾਂ ਕੋਈ ਜਾਣ ਸਕਿਆ ਹੈ ਅਤੇ ਨਾ ਹੀ ਕੋਈ ਉਨ੍ਹਾਂ ਨੂੰ ਜਾਣ ਸਕਦਾ ਹੈ।) ਅਤੇ ਸੰਸ਼ਯਵਾਦੀ ਹਨ, ਉਹ ਅਧਿਆਤਮਕ ਗਿਆਨ ਤੋਂ ਸੱਖਣੇ ਹਨ। ਪਰ ਹੋਰ ਲੋਕ, ਜਿਹੜੇ ਅਧਿਆਤਮਕ ਜੀਵਨ ਸੰਬੰਧੀ ਆਪਣੇ ਗਿਆਨ ਪ੍ਰਤੀ ਸ਼ਰਧਾਵਾਨ ਹਨ, ਉਹ ਆਤਮ-ਦਰਸ਼ੀ ਭਗਤ, ਦਾਰਸ਼ਨਿਕ ਅਤੇ ਨਿਸ਼ਕਾਮ ਕਰਮਯੋਗੀ ਕਹਾਉਂਦੇ ਹਨ। ਜਿਹੜੇ ਲੋਕ ਹਮੇਸ਼ਾਂ ਅਦ੍ਵੈਤਵਾਦ ਦੀ ਸਥਾਪਨਾ ਕਰਨਾ ਚਾਹੁੰਦੇ ਹਨ, ਉਨ੍ਹਾਂ ਦੀ ਵੀ ਗਿਣਤੀ ਨਾਸਤਿਕਾਂ ਅਤੇ ਸੰਸ਼ਯਵਾਦੀਆਂ ਵਿਚ ਕੀਤੀ ਜਾਂਦੀ ਹੈ। ਦੂਜੇ ਸ਼ਬਦਾਂ ਵਿਚ ਸਿਰਫ਼ ਪੂਰਨ ਪੁਰਸ਼ੋਤਮ ਭਗਵਾਨ ਦੇ ਭਗਤ ਹੀ ਅਧਿਆਤਮਕ ਗਿਆਨ ਨੂੰ ਪ੍ਰਾਪਤ ਹੁੰਦੇ ਹਨ, ਕਿਉਂਕਿ ਉਹ ਸਮਝਦੇ ਹਨ ਕਿ ਇਸ ਭੌਤਿਕ ਪ੍ਰਕ੍ਰਿਤੀ ਤੋਂ ਵੀ ਪਰੇ ਅਧਿਆਤਮਕ ਜਗਤ ਅਤੇ ਪਰਮ ਪੁਰਖ਼ ਹੈ, ਜਿਸਦਾ ਵਿਸਥਾਰ ਪਰਮਾਤਮਾ ਦੇ ਰੂਪ ਵਿਚ ਹਰ ਜੀਵ ਵਿਚ ਹੋਇਆ ਹੈ ਅਤੇ ਜਿਹੜਾ ਸਰਬਵਿਆਪੀ ਹੈ। ਨਿਸ਼ਚੈ ਹੀ ਕੁਝ ਲੋਕ ਅਜਿਹੇ ਵੀ ਹਨ, ਜਿਹੜੇ ਗਿਆਨ ਦੇ ਜ਼ੋਰ ਤੇ ਭਗਵਾਨ ਨੂੰ ਸਮਝਣ ਦਾ ਯਤਨ ਕਰਦੇ ਹਨ। ਇਨ੍ਹਾਂ ਨੂੰ ਸ਼ਰਧਾਵਾਨਾਂ ਦੀ ਸ਼੍ਰੇਣੀ ਵਿਚ ਗਿਣਿਆ ਜਾ ਸਕਦਾ ਹੈ। ਸਾਂਖਯ ਦਾਰਸ਼ਨਿਕ ਇਸ ਭੌਤਿਕ ਜਗਤ ਦਾ ਵਿਸ਼ਲੇਸ਼ਣ ਚੌਵੀ, ਤੱਤਾਂ ਦੇ ਰੂਪ ਵਿਚ ਕਰਦੇ ਹਨ ਅਤੇ ਉਹ ਆਤਮਾ ਨੂੰ ਪੱਚੀਵਾਂ ਤੱਤ ਮੰਨਦੇ ਹਨ, ਜਦੋਂ ਉਹ ਆਤਮਾ ਦੀ ਪ੍ਰਕ੍ਰਿਤੀ ਨੂੰ ਭੌਤਿਕ ਤੱਤਾਂ ਤੋਂ ਪਰੇ ਅਲੌਕਿਕ ਸਮਝਣ ਵਿਚ ਸਮਰਥ ਹੁੰਦੇ ਹਨ ਤਾਂ ਉਹ ਇਹ ਵੀ ਸਮਝ ਜਾਂਦੇ ਹਨ ਕਿ ਆਤਮਾ ਦੇ ਉਤੇ ਵੀ ਭਗਵਾਨ ਹੈ, ਅਤੇ ਛੱਬੀਵਾਂ ਤੱਤ ਹੈ। ਇੰਝ ਉਹ ਵੀ ਹੌਲੀ-ਹੌਲੀ ਕ੍ਰਿਸ਼ਨ ਭਾਵਨਾ ਅੰਮ੍ਰਿਤ ਦੀ ਭਗਤੀ ਦੇ ਪੱਧਰ ਤਕ ਅਪੜ੍ਹ ਜਾਂਦੇ ਹਨ। ਜਿਹੜੇ ਲੋਕ ਨਿਸ਼ਕਾਮ ਭਾਵ ਨਾਲ ਕਰਮ ਕਰਦੇ ਹਨ, ਉਨ੍ਹਾਂ ਦੀ ਵੀ ਮਨੋਬਿਰਤੀ ਸਹੀ ਹੁੰਦੀ ਹੈ। ਉਨ੍ਹਾਂ ਨੂੰ ਕ੍ਰਿਸ਼ਨ ਭਾਵਨਾ ਅੰਮ੍ਰਿਤ ਦੀ ਭਗਤੀ ਦੀ ਪਦਵੀ ਤਕ ਵੱਧਣ ਦਾ ਮੌਕਾ ਦਿੱਤਾ ਜਾਂਦਾ ਹੈ। ਇੱਥੇ ਇਹ ਕਿਹਾ ਗਿਆ ਹੈ ਕਿ ਕੁਝ ਲੋਕ ਅਜਿਹੇ ਹੁੰਦੇ ਹਨ, ਜਿਨ੍ਹਾਂ ਦੀ ਚੇਤਨਾ ਸ਼ੁੱਧ ਹੁੰਦੀ ਹੈ, ਅਤੇ ਉਹ ਧਿਆਨ ਰਾਹੀਂ ਪਰਮਾਤਮਾ ਨੂੰ ਭਾਲਣ ਦਾ ਯਤਨ ਕਰਦੇ ਹਨ, ਅਤੇ ਜਦੋਂ ਉਹ ਪਰਮਾਤਮਾ ਨੂੰ ਆਪਣੇ ਅੰਦਰ ਭਾਲ ਲੈਂਦੇ ਹਨ, ਤਾਂ ਉਹ ਅਲੌਕਿਕ ਪੱਦਵੀ ਨੂੰ ਪ੍ਰਾਪਤ ਹੁੰਦੇ ਹਨ। ਇਸੇ ਤਰ੍ਹਾਂ ਹੋਰ ਲੋਕ ਹਨ, ਜਿਹੜੇ ਗਿਆਨ ਦੇ ਜ਼ੋਰ ਤੇ ਪਰਮਾਤਮਾ ਨੂੰ ਜਾਨਣ ਦਾ ਯਤਨ ਕਰਦੇ ਹਨ। ਕੁਝ ਅਜਿਹੇ ਵੀ ਹਨ ਜਿਹੜੇ ਹਠਯੋਗ ਰਾਹੀਂ ਆਪਣੇ ਬੱਚਿਆਂ ਵਰਗੇ ਕੰਮ-ਕਾਰਾਂ ਰਾਹੀਂ ਭਗਵਾਨ ਨੂੰ ਖ਼ੁਸ਼ ਕਰਨ ਦਾ ਯਤਨ ਕਰਦੇ ਹਨ।

अन्ये त्वेवमजानन्तः श्रुत्वान्येभ्य उपासते ।
तेऽपि चातितरन्त्येव मृत्युं श्रुतिपरायणाः ॥२६॥

ਅਨ੍ਯੇ ਤ੍ਵ੍ ਏਵਮ੍ ਅਜਾਨਨ੍ਤਹ ਸ਼੍ਰੁਤ੍ਵਾਨ੍ਯੇਭ੍ਯ ਉਪਾਸਤੇ ।
ਤੇ'ਪਿ ਚਾਤਿਤਰਨ੍ਤਿ ਏਵ ਮ੍ਰਿਤ੍ਯੁਮ ਸ਼੍ਰੁਤਿ-ਪਰਾਯਣਾਹ੍ ॥ 26 ॥

ਅਨ੍ਯੇ-ਹੋਰ ਲੋਕ ; **ਤੁ**-ਪਰ ; **ਏਵਮ੍**-ਇੰਝ ; **ਅਜਾਨਨ੍ਤਹ੍**-ਅਧਿਆਤਮਕ ਗਿਆਨ ਤੋਂ ਸੱਖਣਾ ; **ਸ਼੍ਰੁਤ੍ਵਾ**-ਸੁਣਕੇ ; **ਅਨ੍ਯੇਭ੍ਯਹ੍**-ਹੋਰਨਾਂ ਤੋਂ ; **ਉਪਾਸਤੇ**-ਪੂਜਾ ਕਰਨਾ ਸ਼ੁਰੂ ਕਰ ਦਿੰਦੇ ਹਨ ; **ਤੇ**-ਉਹ ; **ਅਪਿ**-ਵੀ ; **ਚ**-ਅਤੇ ; **ਅਤਿਤਰੰਤਿ**-ਪਾਰ ਕਰ ਜਾਂਦੇ ਹਨ ; **ਏਵ**-ਨਿਸ਼ਚੈ ਹੀ; **ਮ੍ਰਿਤ੍ਯੁਮ**-ਮੌਤ ਦਾ ਰਸਤਾ ; **ਸ਼੍ਰੁਤਿ-ਪਰਾਯਣਾਹ੍**-ਸ਼ਰਵਣ ਵਿਧੀ ਪ੍ਰਤੀ ਰੁਚੀ ਰੱਖਣ ਵਾਲੇ ।

ਅਨੁਵਾਦ

ਅਜਿਹੇ ਵੀ ਲੋਕ ਹਨ ਜਿਹੜੇ ਭਾਵੇਂ ਅਧਿਆਤਮਕ ਗਿਆਨ ਤੋਂ ਜਾਣੂ ਨਹੀਂ ਹੁੰਦੇ ਪਰ ਹੋਰਨਾਂ ਤੋਂ ਪਰਮ ਪੁਰਖ ਬਾਰੇ ਸੁਣਕੇ ਉਨ੍ਹਾਂ ਦੀ ਪੂਜਾ ਕਰਨ ਲਗਦੇ ਹਨ । ਇਹ ਲੋਕ ਵੀ ਪ੍ਰਮਾਣਿਤ ਪੁਰਖਾਂ ਤੋਂ ਸੁਣਨ ਦੀ ਮਨੋਬਿਰਤੀ ਹੋਣ ਸਦਕਾ ਜਨਮ ਅਤੇ ਮਰਨ ਦੇ ਰਸਤੇ ਨੂੰ ਪਾਰ ਕਰ ਜਾਂਦੇ ਹਨ ।

ਭਾਵ

ਇਹ ਸ਼ਲੋਕ ਆਧੁਨਿਕ ਸਮਾਜ ਤੇ ਖ਼ਾਸ ਤੌਰ ਤੇ ਲਾਗੂ ਹੁੰਦਾ ਹੈ, ਕਿਉਂਕਿ ਆਧੁਨਿਕ ਸਮਾਜ ਵਿਚ ਅਧਿਆਤਮਕ ਵਿਸ਼ਿਆਂ ਦੀ ਸਿੱਖਿਆ ਨਹੀਂ ਦਿੱਤੀ ਜਾਂਦੀ । ਕੁਝ ਲੋਕ ਨਾਸਤਿਕ ਲਗਦੇ ਹਨ, ਤਾਂ ਕੁਝ ਸੰਸ਼ਯਵਾਦੀ ਅਤੇ ਦਾਰਸ਼ਨਿਕ, ਪਰ ਅਸਲ ਵਿਚ ਇਨ੍ਹਾਂ ਨੂੰ ਦਰਸ਼ਨ ਦਾ ਕੋਈ ਗਿਆਨ ਨਹੀਂ ਹੁੰਦਾ । ਜਿੱਥੋਂ ਤਕ ਆਮ ਮਨੁੱਖ ਦੀ ਗੱਲ ਹੈ, ਜੇ ਉਹ ਪੁੰਨ ਆਤਮਾ ਹੈ ਤਾਂ ਸ਼ਰਵਣ ਰਾਹੀਂ ਤਰੱਕੀ ਕਰ ਸਕਦਾ ਹੈ । ਇਹ ਸ਼ਰਵਣ ਵਿਧੀ ਬਹੁਤ ਮਹੱਤਵਪੂਰਨ ਹੈ । ਆਧੁਨਿਕ ਜਗਤ ਵਿਚ ਕ੍ਰਿਸ਼ਨ ਭਾਵਨਾ ਅੰਮ੍ਰਿਤ ਦਾ ਉਪਦੇਸ਼ ਕਰਨ ਵਾਲੇ ਭਗਵਾਨ ਚੈਤੰਨਯ ਨੇ ਸ਼ਰਵਣ ਤੇ ਵਧੇਰੇ ਜ਼ੋਰ ਦਿੱਤਾ ਸੀ, ਕਿਉਂਕਿ ਜੇ ਸਾਧਾਰਨ ਮਨੁੱਖ ਪ੍ਰਮਾਣਿਤ ਸਰੋਤਾਂ ਤੋਂ ਸਿਰਫ਼ ਸ਼ਰਵਣ ਕਰੇ, ਤਾਂ ਉਹ ਪ੍ਰਗਤੀ ਕਰ ਸਕਦਾ ਹੈ, ਖ਼ਾਸ ਤੌਰ ਤੇ ਚੈਤੰਨਯ ਮਹਾਪ੍ਰਭੂ ਮੁਤਾਬਿਕ ਜੇ ਉਹ ਹਰੇ ਕ੍ਰਿਸ਼ਨ ਹਰੇ ਕ੍ਰਿਸ਼ਨ ਕ੍ਰਿਸ਼ਨ ਕ੍ਰਿਸ਼ਨ ਹਰੇ ਹਰੇ ਹਰੇ ਰਾਮ ਹਰੇ ਰਾਮ ਰਾਮ ਰਾਮ ਹਰੇ ਹਰੇ - ਅਲੌਕਿਕ ਧੁਨੀ ਨੂੰ ਸੁਣੇ । ਇਸ ਲਈ ਕਿਹਾ ਗਿਆ ਹੈ ਕਿ ਸਾਰੇ ਮਨੁੱਖਾਂ ਨੂੰ ਸਿੱਧ ਪੁਰਸ਼ਾਂ ਤੋਂ ਸੁਣਨ ਦਾ ਲਾਭ ਉਠਾਉਣਾ ਚਾਹੀਦਾ ਹੈ ਅਤੇ ਇੰਝ ਹੌਲੀ-ਹੌਲੀ ਹਰ ਚੀਜ਼ ਸਮਝਣ ਵਿਚ ਸਮਰਥ ਬਣਨਾ ਚਾਹੀਦਾ ਹੈ ਤਾਂ ਨਿਸ਼ਚੈ ਹੀ ਪਰਮੇਸ਼ਵਰ ਦੀ ਪੂਜਾ ਹੋ ਸਕੇਗੀ । ਭਗਵਾਨ ਚੈਤੰਨਯ ਮਹਾਪ੍ਰਭੂ ਨੇ ਕਿਹਾ ਕਿ ਇਸ ਯੁੱਗ ਵਿਚ ਮਨੁੱਖ ਨੂੰ ਆਪਣੀ ਸਥਿਤੀ ਬਦਲਣ ਦੀ ਲੋੜ ਨਹੀਂ ਹੈ, ਸਗੋਂ ਉਸਨੂੰ ਇਹ ਚਾਹੀਦਾ ਹੈ ਕਿ ਉਹ ਮਨੋਧਾਰਮਿਕ ਦਲੀਲ ਰਾਹੀਂ ਪਰਮ ਸਤਿ ਨੂੰ ਸਮਝਣ ਦੇ ਯਤਨਾਂ ਨੂੰ ਛੱਡ ਦੇਵੇ । ਉਸਨੂੰ ਉਨ੍ਹਾਂ ਮਨੁੱਖਾਂ ਦਾ ਸੇਵਕ ਬਣਨਾ ਸਿੱਖਣਾ ਚਾਹੀਦਾ ਹੈ, ਜਿਨ੍ਹਾਂ ਨੂੰ ਪਰਮੇਸ਼ਵਰ ਦਾ ਗਿਆਨ ਹੈ । ਜੇ ਕੋਈ ਇੰਨਾ ਭਾਗਸ਼ਾਲੀ ਹੋਏ ਕਿ ਉਸਨੂੰ ਸ਼ੁੱਧ ਭਗਤ ਦੀ ਸ਼ਰਨ ਮਿਲ ਸਕੇ ਅਤੇ ਉਹ ਉਸ ਤੋਂ ਆਤਮ-ਪ੍ਰਤੱਖੀਕਰਨ ਬਾਰੇ ਸੁਣਕੇ, ਉਸ ਦੀਆਂ ਲੀਹਾਂ ਤੇ ਚਲ ਸਕੇ ਤਾਂ ਉਸਨੂੰ ਹੌਲੀ-ਹੌਲੀ ਸ਼ੁੱਧ ਭਗਤ ਦੀ ਪਦਵੀ ਪ੍ਰਾਪਤ ਹੋ ਜਾਂਦੀ ਹੈ । ਇਸ ਸ਼ਲੋਕ ਵਿਚ ਸ਼ਰਵਣ ਵਿੱਧੀ ਤੇ ਖ਼ਾਸ ਤੌਰ ਤੇ ਜ਼ੋਰ ਦਿੱਤਾ ਗਿਆ ਹੈ ਅਤੇ ਇਹ ਬਿਲਕੁਲ ਠੀਕ ਹੈ । ਭਾਵੇਂ ਆਮ ਮਨੁੱਖ ਅਖੌਤੀ ਦਾਰਸ਼ਨਿਕਾਂ ਵਾਂਗ ਅਕਸਰ ਸਮਰਥ ਨਹੀਂ ਹੁੰਦਾ, ਪਰ ਪ੍ਰਮਾਣਿਤ ਮਨੁੱਖ ਤੋਂ ਸ਼ਰਧਾ ਨਾਲ

ਸ਼ਰਵਣ ਕਰਨ ਨਾਲ ਇਸ ਭਵਸਾਗਰ ਨੂੰ ਪਾਰ ਕਰਕੇ ਭਗਵਾਨ ਦੇ ਧਾਮ ਮੁੜ ਪਰਤਣ ਵਿਚ ਉਸਨੂੰ ਮਦਦ ਮਿਲੇਗੀ।

यावत्सञ्जायते किञ्चित्सत्त्वं स्थावरजङ्गमम् ।
क्षेत्रक्षेत्रज्ञसंयोगात्तद्विद्धि भरतर्षभ ॥ २७॥

ਯਾਵਤ੍ ਸੰਜਾਯਤੇ ਕਿੰਚਿਤ੍ ਸੱਤ੍ਵਮ੍ ਸ੍ਥਾਵਰ ਜੰਗਮਮ੍ ।
ਕ੍ਸ਼ੇਤ੍ਰ ਕ੍ਸ਼ੇਤ੍ਰਗ੍ਯ ਸੰਜੋਗਾਤ੍ ਤਦ੍ ਵਿਦ੍ਧਿ ਭਰਤਰ੍ਸ਼ਭ ॥ 27 ॥

ਯਾਵਤ੍-ਜਿਹੜਾ ਵੀ ; **ਸੰਜਾਯਤੇ**-ਪੈਦਾ ਹੁੰਦਾ ਹੈ ; **ਕਿੰਚਿਤ**-ਕੁਝ ਵੀ ; **ਸਤ੍ਵਮ੍**-ਹੋਂਦ ; **ਸ੍ਥਾਵਰ**-ਅਚਰ ; **ਜੰਗਮਮ੍**-ਚਰ ; **ਕ੍ਸ਼ੇਤ੍ਰ**-ਸ਼ਰੀਰ ਦਾ ; **ਕ੍ਸ਼ੇਤ੍ਰਗ੍ਯ**-ਅਤੇ ਸ਼ਰੀਰ ਦੇ ਗਿਆਤਾ ਦੇ ; **ਸੰਜੋਗਾਤ੍**-ਸੰਜੋਗ (ਜੁੜਣ) ਨਾਲ ; **ਤਤ੍ ਵਿਦ੍ਧਿ**-ਤੁਸੀਂ ਉਸਨੂੰ ਜਾਣੋ ; **ਭਰਤ ਰਿਸ਼ਭ੍**-ਹੇ ਭਰਤ ਵੰਸ਼ੀਆਂ ਵਿਚੋਂ ਸ੍ਰੇਸ਼ਠ ।

ਅਨੁਵਾਦ

ਹੇ ਭਰਤ ਵੰਸ਼ੀਆਂ ਵਿਚੋਂ ਸ੍ਰੇਸ਼ਠ! ਇਹ ਜਾਣ ਲਉ ਕਿ ਚਰ ਅਤੇ ਅਚਰ, ਜਿਹੜਾ ਵੀ ਤੁਹਾਨੂੰ ਹੋਂਦ ਵਿਚ ਵਿਖਾਈ ਦੇ ਰਿਹਾ ਹੈ, ਉਹ ਕਾਰਜ ਖੇਤਰ ਅਤੇ ਸ਼ਰੀਰ ਦੇ ਗਿਆਤਾ ਦਾ ਸਿਰਫ਼ ਸੰਜੋਗ ਹੈ ।

ਭਾਵ

ਇਸ ਸ਼ਲੋਕ ਵਿਚ ਬ੍ਰਹਿਮੰਡ ਦੀ ਸਿਰਜਣਾ ਤੋਂ ਵੀ ਪਹਿਲਾਂ ਦੀ ਹੋਂਦ ਵਿਚ ਰਹਿਣ ਵਾਲੀ ਭੌਤਿਕ ਪ੍ਰਕ੍ਰਿਤੀ ਅਤੇ ਜੀਵ ਦੋਵਾਂ ਦੀ ਵਿਆਖਿਆ ਕੀਤੀ ਗਈ ਹੈ । ਜੋ ਕੁਝ ਵੀ ਪੈਦਾ ਕੀਤਾ ਜਾਂਦਾ ਹੈ, ਉਹ ਜੀਵ ਅਤੇ ਭੌਤਿਕ ਪ੍ਰਕ੍ਰਿਤੀ ਦਾ ਸਿਰਫ਼ ਸੰਜੋਗ ਹੁੰਦਾ ਹੈ । ਰੁੱਖ, ਪਹਾੜ ਆਦਿ ਅਨੇਕਾਂ ਚੀਜ਼ਾਂ ਹਨ, ਜਿਹੜੀਆਂ ਗਤੀਸ਼ੀਲ ਨਹੀਂ ਹਨ । ਇਨ੍ਹਾਂ ਨਾਲ ਹੀ ਅਜਿਹੀਆਂ ਅਨੇਕਾਂ ਚੀਜ਼ਾਂ ਹਨ, ਜਿਹੜੀਆਂ ਗਤੀਸ਼ੀਲ ਹਨ ਅਤੇ ਇਹ ਸਭ ਭੌਤਿਕ ਪ੍ਰਕ੍ਰਿਤੀ ਅਤੇ ਪਰਾ ਪ੍ਰਕ੍ਰਿਤੀ ਭਾਵ ਜੀਵ ਦੇ ਸਿਰਫ਼ ਸੰਜੋਗ ਹਨ । ਪਰਾ ਪ੍ਰਕ੍ਰਿਤੀ, ਜੀਵ ਦੇ ਸਪਰਸ਼ ਤੋਂ ਬਗ਼ੈਰ ਕੁਝ ਵੀ ਪੈਦਾ ਨਹੀਂ ਹੋ ਸਕਦਾ। ਪਦਾਰਥ ਅਤੇ ਪ੍ਰਕ੍ਰਿਤੀ ਦਾ ਅਨਿਖੜਵਾਂ ਸੰਬੰਧ ਹੈ ਅਤੇ ਇਹ ਸੰਜੋਗ ਪਰਮੇਸ਼ਵਰ ਰਾਹੀਂ ਸੰਪੰਨ ਕਰਵਾਇਆ ਜਾਂਦਾ ਹੈ । ਇਸ ਲਈ ਉਹ ਹੀ ਪਰਾ ਅਤੇ ਅਪਰਾ ਪ੍ਰਕ੍ਰਿਤੀਆਂ ਦੇ ਨਿਯੰਤਰਕ ਹਨ। ਅਪਰਾ ਪ੍ਰਕ੍ਰਿਤੀ ਉਨ੍ਹਾਂ ਰਾਹੀਂ ਸਾਜੀ ਗਈ ਹੈ ਅਤੇ ਪਰਾ ਪ੍ਰਕ੍ਰਿਤੀ ਉਸ ਅਪਰਾ ਪ੍ਰਕ੍ਰਿਤੀ ਵਿਚ ਰਖੀ ਜਾਂਦੀ ਹੈ । ਇੰਝ ਸਾਰੇ ਕਾਰਜ ਅਤੇ ਪ੍ਰਗਟਾਵੇ ਵਾਪਰਦੇ ਹਨ ।

समं सर्वेषु भूतेषु तिष्ठन्तं परमेश्वरम् ।
विनश्यत्स्वविनश्यन्तं यः पश्यति स पश्यति ॥ २८॥

ਸਮਮ੍ ਸਰ੍ਵੇਸ਼ੁ ਭੂਤੇਸ਼ੁ ਤਿਸ਼੍ਠੰਤਮ੍ ਪਰਮੇਸ਼੍ਵਰਮ੍ ।
ਵਿਨਸ਼੍ਯਤ੍ਸ੍ ਅਵਿਨਸ਼੍ਯੰਤਮ੍ ਯਹ੍ ਪਸ਼੍ਯਤਿ ਸ ਪਸ਼੍ਯਤਿ ॥ 28 ॥

ਸਮਮ੍-ਬਰਾਬਰੀ ਦੀ ਭਾਵਨਾ ਨਾਲ ; **ਸਰ੍ਵੇਸ਼ੁ**-ਸਾਰੇ ; **ਭੂਤੇਸ਼ੁ**-ਜੀਵਾਂ ਵਿਚ ; **ਤਿਸ਼੍ਠੰਤਮ੍**-ਨਿਵਾਸ ਕਰਦੇ ਹੋਏ ; **ਪਰਮ-ਈਸ਼੍ਵਰਮ੍**-ਪਰਮਾਤਮਾ ਨੂੰ ; **ਵਿਨਸ਼੍ਯਤ੍ਸੁ**-ਨਾਸ਼ਵਾਨ ; **ਅਵਿਨਸ਼੍ਯੰਤਮ੍**-ਨਾਸ਼ ਰਹਿਤ ; **ਯਹ੍**-ਜਿਹੜਾ ; **ਪਸ਼੍ਯਤਿ**-ਵੇਖਦਾ ਹੈ ; **ਸਹ੍**-ਉਹੀ ; **ਪਸ਼੍ਯਤਿ**-ਅਸਲ ਵਿਚ ਵੇਖਦਾ ਹੈ ।

ਅਨੁਵਾਦ

ਜਿਹੜਾ ਪਰਮਾਤਮਾ ਨੂੰ ਸਾਰੇ ਸ਼ਰੀਰਾਂ ਵਿਚ ਆਤਮਾ ਦੇ ਨਾਲ ਵੇਖਦਾ ਹੈ ਅਤੇ ਜਿਹੜਾ ਇਹ ਸਮਝਦਾ ਹੈ ਕਿ ਇਸ ਨਸ਼ਵਰ ਸ਼ਰੀਰ ਵਿਚ ਨਾ ਤਾਂ ਆਤਮਾ, ਨਾ ਹੀ ਪਰਮਾਤਮਾ ਕਦੀ ਵੀ ਨਸ਼ਟ ਹੁੰਦਾ ਹੈ, ਉਹੀ ਅਸਲ ਵਿਚ ਵੇਖਦਾ ਹੈ ।

ਭਾਵ

ਜਿਹੜਾ ਮਨੁੱਖ ਚੰਗੀ ਸੰਗਤ ਤੋਂ ਤਿੰਨ ਚੀਜ਼ਾਂ ਨੂੰ - ਸ਼ਰੀਰ, ਸ਼ਰੀਰ ਦਾ ਮਾਲਕ ਜਾਂ ਆਤਮਾ ਅਤੇ ਆਤਮਾ ਦੇ ਦੋਸਤ ਨੂੰ - ਇੱਕਠੇ ਵੇਖਦਾ ਹੈ, ਉਹੀ ਸੱਚਾ ਗਿਆਨੀ ਹੈ । ਜਦੋਂ ਤਕ ਅਧਿਆਤਮਕ ਵਿਸ਼ਿਆਂ ਦੇ ਅਸਲ ਗਿਆਤਾ ਦੀ ਸੰਗਤ ਨਹੀਂ ਮਿਲਦੀ, ਉਦੋਂ ਤਕ ਕੋਈ ਇਨ੍ਹਾਂ ਤਿੰਨਾਂ ਚੀਜ਼ਾਂ ਨੂੰ ਨਹੀਂ ਵੇਖ ਸਕਦਾ । ਜਿਨ੍ਹਾਂ ਲੋਕਾਂ ਦੀ ਅਜਿਹੀ ਸੰਗਤ ਨਹੀਂ ਹੁੰਦੀ ਉਹ ਅਗਿਆਨੀ ਹਨ, ਉਹ ਸਿਰਫ ਸ਼ਰੀਰ ਨੂੰ ਵੇਖਦੇ ਹਨ, ਅਤੇ ਜਦੋਂ ਇਹ ਸ਼ਰੀਰ ਨਸ਼ਟ ਹੋ ਜਾਂਦਾ ਹੈ ਤਾਂ ਸਮਝਦੇ ਹਨ ਕਿ ਸਭ ਕੁਝ ਨਸ਼ਟ ਹੋ ਗਿਆ । ਪਰ ਅਸਲੀਅਤ ਇਹ ਨਹੀਂ ਹੈ । ਸ਼ਰੀਰ ਦੇ ਨਸ਼ਟ ਹੋਣ ਤੇ ਆਤਮਾ ਅਤੇ ਪਰਮਾਤਮਾ ਦੀ ਹੋਂਦ ਬਣੀ ਰਹਿੰਦੀ ਹੈ ਅਤੇ ਉਹ ਅਨੇਕਾਂ ਵੱਖੋ-ਵੱਖਰੇ ਚਰ ਅਤੇ ਅਚਰ ਰੂਪਾਂ ਵਿਚ ਰਹਿ ਜਾਂਦੇ ਹਨ। ਕਦੀ-ਕਦੀ ਸੰਸਕ੍ਰਿਤ ਸ਼ਬਦ "ਪਰਮੇਸ਼ਵਰ" ਦਾ ਅਨੁਵਾਦ ਜੀਵਾਤਮਾ ਦੇ ਰੂਪ ਵਿਚ ਕੀਤਾ ਜਾਂਦਾ ਹੈ, ਕਿਉਂਕਿ ਆਤਮਾ ਹੀ ਸ਼ਰੀਰ ਦਾ ਮਾਲਕ ਹੈ ਅਤੇ ਸ਼ਰੀਰ ਦੇ ਨਸ਼ਟ ਹੋਣ ਤੇ ਉਹ ਹੋਰ ਕਿਧਰੇ ਸ਼ਰੀਰ ਵਿਚ ਚਲਿਆ ਜਾਂਦਾ ਹੈ । ਇੰਝ ਉਹ ਮਾਲਕ ਹੈ । ਪਰ ਕੁਝ ਲੋਕ ਇਸ "ਪਰਮੇਸ਼ਵਰ" ਸ਼ਬਦ ਦਾ ਅਰਥ "ਪਰਮਾਤਮਾ" ਲੈਂਦੇ ਹਨ । ਹਰ ਹਾਲਾਤ ਵਿਚ ਪਰਮਾਤਮਾ ਅਤੇ ਆਤਮਾ ਦੋਵੇਂ ਰਹਿ ਜਾਂਦੇ ਹਨ । ਉਹ ਨਸ਼ਟ ਨਹੀਂ ਹੁੰਦੇ । ਜਿਹੜਾ ਇੰਝ ਵੇਖ ਸਕਦਾ ਹੈ, ਉਹੀ ਅਸਲ ਵਿਚ ਵੇਖ ਸਕਦਾ ਹੈ, ਕਿ ਕੀ ਵਾਪਰ ਰਿਹਾ ਹੈ ।

समं पश्यन्हि सर्वत्र समवस्थितमीश्वरम् ।
न हिनस्त्यात्मनात्मानं ततो याति परां गतिम् ॥ २९ ॥

ਸਮਮ੍ ਪਸ਼੍ਯਨ ਹਿ ਸਰ੍ਵਤ੍ਰ ਸਮਵਸ੍ਥਿਤਮ ਈਸ਼੍ਵਰਮ੍ ।
ਨ ਹਿਨਸ੍ਤਿ ਆਤ੍ਮਨਾਤ੍ਮਾਨਮ੍ ਤਤੋ ਯਾਤਿ ਪਰਾਮ੍ ਗਤਿਮ੍ ॥ 29 ॥

ਸਮਮ੍-ਬਰਾਬਰੀ ਨਾਲ; **ਪਸ਼੍ਯਨ**-ਵੇਖਦੇ ਹੋਏ; **ਹਿ**-ਨਿਸ਼ਚੈ ਹੀ ; **ਸਰ੍ਵਤ੍ਰ**-ਹਰ ਥਾਈਂ ; **ਸਮਵਸ੍ਥਿਤਮ੍**-ਬਰਾਬਰ ਨਾਲ ਸਥਿਤ ; **ਈਸ਼੍ਵਰਮ੍**-ਪਰਮਾਤਮਾ ਨੂੰ ; **ਨ**-ਨਹੀਂ ; **ਹਿਨਸ੍ਤਿ**-ਥੱਲੇ ਸੁੱਟਦਾ ਹੈ ; **ਆਤ੍ਮਨਾ**-ਮਨ ਨਾਲ ; **ਆਤ੍ਮਾਨਮ੍**-ਆਤਮਾ ਨੂੰ ; **ਤਤਹ**-ਉਦੋਂ ; **ਯਾਤਿ**-ਪਹੁੰਚਾਉਂਦਾ ਹੈ ; **ਪਰਾਮ੍**-ਅਲੌਕਿਕ ; **ਗਤਿਮ੍**-ਅੰਤਿਮ ਪੜਾਅ ਨੂੰ ।

ਅਨੁਵਾਦ

ਜਿਹੜਾ ਮਨੁੱਖ ਪਰਮਾਤਮਾ ਨੂੰ ਹਰ ਥਾਈਂ ਅਤੇ ਹਰ ਜੀਵ ਵਿਚ ਬਰਾਬਰੀ ਦੇ ਰੂਪ ਵਿਚ ਪ੍ਰਤੱਖ ਵੇਖਦਾ ਹੈ, ਉਹ ਆਪਣੇ ਮਨ ਰਾਹੀਂ ਆਪਣੇ ਆਪ ਨੂੰ ਭ੍ਰਿਸ਼ਟ ਨਹੀਂ ਕਰਦਾ। ਇੰਞ ਉਹ ਅਲੌਕਿਕ ਮੰਜ਼ਿਲ ਨੂੰ ਪ੍ਰਾਪਤ ਕਰਦਾ ਹੈ।

ਭਾਵ

ਜੀਵ ਆਪਣੀ ਭੌਤਿਕ ਹੋਂਦ ਸਵੀਕਾਰ ਕਰਨ ਸਦਕਾ ਆਪਣੀ ਅਧਿਆਤਮਕ ਹੋਂਦ ਤੋਂ ਵੱਖਰਾ ਹੋ ਜਾਂਦਾ ਹੈ। ਪਰ ਜੇਕਰ ਉਹ ਇਹ ਸਮਝਦਾ ਹੈ ਕਿ ਪਰਮੇਸ਼ਵਰ ਆਪਣੇ ਪਰਮਾਤਮਾ ਸਰੂਪ ਵਿਚ ਹਰ ਥਾਈਂ ਸਥਿਤ ਹਨ, ਭਾਵ ਜੇਕਰ ਉਹ ਭਗਵਾਨ ਦੀ ਮੌਜੂਦਗੀ ਹਰ ਚੀਜ਼ ਵਿਚ ਵੇਖਦਾ ਹੈ ਤਾਂ ਉਹ ਅਣ-ਉਸਾਰੂ ਮਾਨਸਿਕਤਾ ਨਾਲ ਆਪਣੇ ਆਪ ਨੂੰ ਥੱਲੇ ਨਹੀਂ ਸੁਟਦਾ ਅਤੇ ਇਸੇ ਲਈ ਉਹ ਲਗਾਤਾਰ ਅਧਿਆਤਮਕ ਜਗਤ ਵੱਲ ਵੱਧਦਾ ਜਾਂਦਾ ਹੈ। ਆਮ ਤੌਰ ਤੇ ਮਨ ਇੰਦਰੀਆਂ ਦੀ ਤ੍ਰਿਪਤੀ ਵਾਲੇ ਕੰਮਾਂ ਵਿਚ ਲੀਨ ਰਹਿੰਦਾ ਹੈ। ਪਰ ਜਦੋਂ ਉਹੀ ਮਨ ਪਰਮਾਤਮਾ ਵੱਲ ਮੁੜਦਾ ਹੈ ਤਾਂ ਮਨੁੱਖ ਅਧਿਆਤਮਕ ਗਿਆਨ ਵਿਚ ਅੱਗੇ ਵੱਧ ਜਾਂਦਾ ਹੈ।

प्रकृत्यैव च कर्माणि क्रियमाणानि सर्वशः ।
यः पश्यति तथात्मानमकर्तारं स पश्यति ॥ ३० ॥

ਪ੍ਰਕ੍ਰਿਤ੍ਯੈਵ ਚ ਕਰ੍ਮਾਣਿ ਕ੍ਰਿਯਾਮਾਣਾਨਿ ਸਰ੍ਵਸ਼ਹ੍ ।
ਯਹ੍ ਪਸ਼੍ਯਤਿ ਤਥਾਤ੍ਮਾਨਮ ਅਕਰ੍ਤਾਰਮ੍ ਸ ਪਸ਼੍ਯਤਿ ॥ 30 ॥

ਪ੍ਰਕ੍ਰਿਤ੍ਯਾ-ਭੌਤਿਕ ਪ੍ਰਕ੍ਰਿਤੀ ਰਾਹੀਂ ; **ਏਵ**-ਨਿਸ਼ਚੈ ਹੀ ; **ਚ**-ਵੀ ; **ਕਰ੍ਮਾਣਿ**-ਕਾਰਜ ; **ਕ੍ਰਿਯਾਮਾਣਾਨਿ**-ਸੰਪੰਨ ਕੀਤੇ ਗਏ ; **ਸਰ੍ਵਸ਼ਹ੍**-ਹਰ ਤਰ੍ਹਾਂ ਨਾਲ ; **ਯਹ੍**-ਜਿਹੜਾ ; **ਪਸ਼੍ਯਤਿ**-ਵੇਖਦਾ ਹੈ ; **ਤਥਾ**-ਵੀ ; **ਆਤ੍ਮਾਨਮ੍**-ਆਪਣੇ ਆਪ ਨੂੰ ; **ਅਕਰ੍ਤਾਰਮ੍**- ਅਕਰਤਾ ; **ਸਹ੍**-ਉਹ; **ਪਸ਼੍ਯਤਿ**-ਚੰਗੀ ਤਰ੍ਹਾਂ ਵੇਖਦਾ ਹੈ।

ਅਨੁਵਾਦ

ਜਿਹੜਾ ਇਹ ਵੇਖਦਾ ਹੈ ਕਿ ਸਾਰੇ ਕਾਰਜ ਸ਼ਰੀਰ ਰਾਹੀਂ ਸੰਪੰਨ ਕੀਤੇ ਜਾਂਦੇ ਹਨ, ਜਿਸਦੀ ਉਤਪੱਤੀ ਭੌਤਿਕ ਪ੍ਰਕ੍ਰਿਤੀ ਨਾਲ ਹੋਈ ਹੈ ਅਤੇ ਜਿਹੜਾ ਵੇਖਦਾ ਹੈ ਕਿ ਆਤਮਾ ਕੁਝ ਵੀ ਨਹੀਂ ਕਰਦੀ, ਉਹ ਹੀ ਅਸਲੀਅਤ ਵਿਚ ਵੇਖਦਾ ਹੈ।

ਭਾਵ

ਇਹ ਸ਼ਰੀਰ ਪਰਮਾਤਮਾ ਦੇ ਨਿਰਦੇਸ਼ਾਂ ਮੁਤਾਬਿਕ ਭੌਤਿਕ ਪ੍ਰਕ੍ਰਿਤੀ ਰਾਹੀਂ ਬਣਾਇਆ ਗਿਆ ਅਤੇ ਮਨੁੱਖ ਦੇ ਸ਼ਰੀਰ ਦੇ ਜਿੰਨੇ ਵੀ ਕਾਰਜ ਸੰਪੰਨ ਹੁੰਦੇ ਹਨ, ਉਹ ਉਸ ਰਾਹੀਂ ਨਹੀਂ ਕੀਤੇ ਜਾਂਦੇ। ਮਨੁੱਖ ਜੋ ਵੀ ਕਰਦਾ ਹੈ, ਭਾਵੇਂ ਸੁਖ ਲਈ ਕਰੇ, ਜਾਂ ਦੁੱਖ ਲਈ ਉਸਨੂੰ ਇਹ ਸ਼ਰੀਰਕ ਸੰਵਿਧਾਨ

ਅਨੁਸਾਰ ਜ਼ਬਰਦਸਤੀ ਕਰਨਾ ਪੈਂਦਾ ਹੈ। ਪਰ ਉਹ ਸ਼ਰੀਰਕ ਕਾਰਜਾਂ ਤੋਂ ਪਰੇ ਰਹਿੰਦਾ ਹੈ। ਇਹ ਸ਼ਰੀਰ ਮਨੁੱਖ ਨੂੰ ਪਹਿਲੀਆਂ ਇੱਛਾਵਾਂ ਮੁਤਾਬਿਕ ਪ੍ਰਾਪਤ ਹੁੰਦਾ ਹੈ। ਇੱਛਾਵਾਂ ਦੀ ਪੂਰਤੀ ਲਈ ਸ਼ਰੀਰ ਮਿਲਦਾ ਹੈ, ਜਿਸ ਨਾਲ ਉਹ ਮਰਜ਼ੀ ਮੁਤਾਬਿਕ ਕਾਰਜ ਕਰਦਾ ਹੈ, ਇੱਕ ਤਰ੍ਹਾਂ ਨਾਲ ਸ਼ਰੀਰ ਇੱਕ ਯੰਤਰ ਹੈ, ਜਿਸ ਨੂੰ ਪਰਮੇਸ਼ਵਰ ਨੇ ਇੱਛਾਵਾਂ ਦੀ ਪੂਰਤੀ ਲਈ ਬਣਾਇਆ ਹੈ। ਇੱਛਾਵਾਂ ਕਰਕੇ ਹੀ ਮਨੁੱਖ ਦੁੱਖ ਜਾਂ ਸੁਖ ਭੋਗਦਾ ਹੈ। ਜਦੋਂ ਜੀਵ ਵਿਚ ਇਹ ਅਲੌਕਿਕ ਦ੍ਰਿਸ਼ਟੀ ਪੈਦਾ ਹੋ ਜਾਂਦੀ ਹੈ ਤਾਂ ਉਹ ਸ਼ਰੀਰਕ ਕਾਰਜਾਂ ਤੋਂ ਵੱਖਰਾ ਹੋ ਜਾਂਦਾ ਹੈ। ਜਿਸ ਵਿਚ ਅਜਿਹੀ ਦ੍ਰਿਸ਼ਟੀ ਆ ਜਾਂਦੀ ਹੈ, ਉਹ ਅਸਲ ਵੇਖਣ ਵਾਲਾ ਹੈ।

यदा भूतपृथग्भावमेकस्थमनुपश्यति ।
तत एव च विस्तारं ब्रह्म सम्पद्यते तदा ॥ ३१ ॥

ਯਦਾ ਭੂਤ ਪ੍ਰਿਥਗ੍ ਭਾਵਮ੍ ਏਕ ਸ੍ਥਮ੍ ਅਨੁਪਸ਼੍ਯਤਿ ।
ਤਤ ਏਵ ਚ ਵਿਸ੍ਤਾਰਮ੍ ਬ੍ਰਹ੍ਮ ਸੰਪਦ੍ਯਤੇ ਤਦਾ ॥ 31 ॥

ਯਦਾ-ਜਦੋਂ ; **ਭੂਤ**-ਜੀਵ ਦੇ ; **ਪ੍ਰਿਥਕ੍-ਭਾਵਮ੍**-ਵੱਖੋ-ਵੱਖਰੇ ਸਰੂਪਾਂ ਨੂੰ ; **ਏਕ-ਸ੍ਥਮ੍**-ਇੱਕੋ ਥਾਈਂ ; **ਅਨੁਪਸ਼੍ਯਤਿ**-ਕਿਸੇ ਅਧਿਕਾਰੀ ਰਾਹੀਂ ਵੇਖਣ ਦਾ ਯਤਨ ਕਰਦਾ ਹੈ ; **ਤਤਹ੍-ਏਵ**-ਇਸ ਤੋਂ ਮਗਰੋਂ ; **ਚ**-ਵੀ ; **ਵਿਸ੍ਤਾਰਮ੍**-ਵਿਸਥਾਰ ਨੂੰ ; **ਬ੍ਰਹ੍ਮ**-ਪਾਰਬ੍ਰਹਮ ; **ਸੰਪਦ੍ਯਤੇ**-ਪ੍ਰਾਪਤ ਕਰਦਾ ਹੈ ; **ਤਦਾ**-ਉਸ ਵੇਲੇ ।

ਅਨੁਵਾਦ

ਜਦੋਂ ਵਿਵੇਕੀ (ਬੁੱਧੀਮਾਨ) ਮਨੁੱਖ ਵੱਖੋ-ਵੱਖਰੇ ਭੌਤਿਕ ਸ਼ਰੀਰਾਂ ਕਰਕੇ ਵੱਖੋ-ਵੱਖਰੇ ਸਰੂਪਾਂ ਨੂੰ ਵੇਖਣਾ ਬੰਦ ਕਰ ਦਿੰਦਾ ਹੈ, ਅਤੇ ਇਹ ਦੇਖਦਾ ਹੈ ਕਿ ਕਿੰਝ ਜੀਵ ਹਰ ਥਾਈਂ ਫੈਲੇ ਹੋਏ ਹਨ, ਤਾਂ ਉਹ ਬ੍ਰਹਮ-ਬੋਧ (ਗਿਆਨ) ਨੂੰ ਪ੍ਰਾਪਤ ਹੁੰਦਾ ਹੈ।

ਭਾਵ

ਜਦੋਂ ਮਨੁੱਖ ਇਹ ਵੇਖਦਾ ਹੈ ਕਿ ਅਲੱਗ-ਅਲੱਗ ਜੀਵਾਂ ਦੇ ਸ਼ਰੀਰ ਉਸ ਜੀਵ ਦੀ ਵੱਖੋ-ਵੱਖਰੀਆਂ ਇੱਛਾਵਾਂ ਕਰਕੇ ਪੈਦਾ ਹੋਏ ਹਨ ਅਤੇ ਉਹ ਆਤਮਾ ਨਾਲ ਕਿਸੇ ਤਰ੍ਹਾਂ ਵੀ ਸੰਬੰਧਿਤ ਨਹੀਂ ਹਨ, ਤਾਂ ਉਹ ਅਸਲ ਵਿਚ ਵੇਖਦਾ ਹੈ। ਜੀਵਨ ਦੀ ਦੇਹ ਧਾਰਨਾ ਸਦਕਾ ਅਸੀਂ ਕਿਸੇ ਨੂੰ ਦੇਵਤਾ, ਕਿਸੇ ਨੂੰ ਮਨੁੱਖ, ਕੁੱਤਾ, ਬਿੱਲੀ ਆਦਿ ਦੇ ਰੂਪ ਵਿਚ ਵੇਖਦੇ ਹਾਂ। ਇਹ ਭੌਤਿਕ ਦ੍ਰਿਸ਼ਟੀ ਹੈ, ਅਸਲ ਦ੍ਰਿਸ਼ਟੀ ਇਹ ਨਹੀਂ ਹੈ। ਇਹ ਭੌਤਿਕ ਭੇਦ-ਭਾਵ ਜੀਵਨ ਦੀ ਦੇਹ ਧਾਰਨਾ, ਆਤਮ ਬੁੱਧੀ ਸਦਕਾ ਹੈ।

ਭੌਤਿਕ ਸ਼ਰੀਰ ਦੇ ਨਸ਼ਟ ਹੋਣ ਮਗਰੋਂ ਆਤਮਾ ਇੱਕ ਰਹਿੰਦੀ ਹੈ । ਇਹ ਆਤਮਾ ਭੌਤਿਕ ਪ੍ਰਕ੍ਰਿਤੀ ਦੇ ਸੰਪਰਕ ਨਾਲ ਵੱਖੋ-ਵੱਖਰੇ ਤਰ੍ਹਾਂ ਦੇ ਸ਼ਰੀਰ ਧਾਰਨ ਕਰਦਾ ਹੈ । ਜਦੋਂ ਕੋਈ ਇਸਨੂੰ ਵੇਖ ਸਕਦਾ ਹੈ ਤਾਂ ਉਸਨੂੰ ਅਧਿਆਤਮਕ ਦ੍ਰਿਸ਼ਟੀ ਪ੍ਰਾਪਤ ਹੁੰਦੀ ਹੈ । ਇੰਝ ਜਿਹੜਾ ਮਨੁੱਖ , ਪਸ਼ੂ, ਉਚੱਾ, ਨੀਵਾਂ ਆਦਿ ਦੇ ਭੇਦ-ਭਾਵ ਤੋਂ ਮੁਕਤ ਹੋ ਜਾਂਦਾ ਹੈ, ਉਸਦੀ ਚੇਤਨਾ ਸ਼ੁੱਧ ਹੋ ਜਾਂਦੀ ਹੈ ਅਤੇ ਉਹ ਆਪਣੇ ਅਧਿਆਤਮਕ ਸਰੂਪ ਵਿਚ ਕ੍ਰਿਸ਼ਨ ਭਾਵਨਾ ਅੰਮ੍ਰਿਤ ਵਿਕਸਿਤ ਕਰਨ ਵਿਚ ਸਮਰਥ ਹੁੰਦਾ ਹੈ । ਉਦੋਂ ਉਹ ਵਸਤਾਂ ਨੂੰ, ਜਿਸ ਰੂਪ ਵਿਚ ਵੇਖਦਾ ਹੈ, ਉਸਨੂੰ ਅਗਲੇ ਸ਼ਲੋਕ ਵਿਚ ਦੱਸਿਆ ਗਿਆ ਹੈ ।

अनादित्वान्निर्गुणत्वात्परमात्मायमव्ययः ।
शरीरस्थोऽपि कौन्तेय न करोति न लिप्यते ॥ ३२ ॥

ਅਨਾਦਿਤ੍ਵਾਨ੍ ਨਿਰਗੁਣਤ੍ਵਾਤ੍ ਪਰਮਾਤ੍ਮਾਯਮ ਅਵ੍ਯਯਹ ।
ਸ਼ਰੀਰ-ਸ੍ਥੋ'ਪਿ ਕੌਂਤੇਯ ਨ ਕਰੋਤਿ ਨ ਲਿਪ੍ਯਤੇ ॥ 32॥

ਅਨਾਦਿਤ੍ਵਾਤ੍-ਨਿੱਤਤਾ (ਸਦੀਵੀਂ) ਸਦਕਾ ; **ਨਿਰ੍ਗੁਣਤ੍ਵਾਤ੍**-ਅਲੌਕਿਕ ਹੋਣ ਨਾਲ ; **ਪਰਮ**-ਭੌਤਿਕ ਪ੍ਰਕ੍ਰਿਤੀ ਤੋਂ ਪਰੇ ; **ਆਤ੍ਮਾ**-ਆਤਮਾ ; **ਅਯਮ੍**-ਇਹ ; **ਅਵ੍ਯਯਹ੍**-ਅਵਿਨਾਸ਼ੀ ; **ਸ਼ਰੀਰ-ਸਥਹ੍**-ਸ਼ਰੀਰ ਵਿਚ ਨਿਵਾਸ ਕਰਨ ਵਾਲਾ ; **ਅਪਿ**-ਭਾਵੇਂ ; **ਕੌਂਤੇਯ**-ਹੇ ਕੁੰਤੀ ਪੁੱਤਰ ; **ਨ ਕਰੋਤਿ**-ਕੁਝ ਨਹੀਂ ਕਰਦਾ ; **ਨ ਲਿਪ੍ਯਤੇ**-ਨਾ ਲਿਪਤ ਹੁੰਦਾ ਹੈ ।

ਅਨੁਵਾਦ

ਸ਼ਾਸਵਤ ਸਨਾਤਨ ਅਤੇ ਦ੍ਰਿਸ਼ਟੀ ਸੰਪੰਨ ਲੋਕ ਇਹ ਵੇਖ ਸਕਦੇ ਹਨ ਕਿ ਅਵਿਨਾਸ਼ੀ ਆਤਮਾ ਅਲੌਕਿਕ, ਸ਼ਾਸਵਤ (ਅਨੰਤ) ਅਤੇ ਪ੍ਰਕ੍ਰਿਤੀ ਦੇ ਗੁਣਾਂ ਤੋਂ ਪਰੇ ਹੈ । ਹੇ ਕੁੰਤੀ ਪੁੱਤਰ ! ਭੌਤਿਕ ਸ਼ਰੀਰ ਨਾਲ ਸੰਪਰਕ ਹੁੰਦੇ ਹੋਏ ਵੀ ਆਤਮਾ ਨਾ ਤਾਂ ਕੁੱਝ ਕਰਦੀ ਹੈ ਅਤੇ ਨਾ ਲਿਪਤ ਹੁੰਦੀ ਹੈ ।

ਭਾਵ

ਅਜਿਹਾ ਲਗਦਾ ਹੈ ਕਿ ਜੀਵ ਪੈਦਾ ਹੁੰਦਾ ਹੈ, ਕਿਉਂਕਿ ਭੌਤਿਕ ਸ਼ਰੀਰ ਦਾ ਜਨਮ ਹੁੰਦਾ ਹੈ। ਪਰ ਅਸਲ ਵਿਚ ਜੀਵ ਸ਼ਾਸਵਤ ਹੈ, ਉਹ ਪੈਦਾ ਨਹੀਂ ਹੁੰਦਾ ਅਤੇ ਸ਼ਰੀਰ ਵਿਚ ਸਥਿਤ ਰਹਿਕੇ ਵੀ, ਉਹ ਅਲੌਕਿਕ ਅਤੇ ਸ਼ਾਸਵਤ ਰਹਿੰਦਾ ਹੈ, ਇੰਝ ਉਹ ਨਸ਼ਟ ਨਹੀਂ ਕੀਤਾ ਜਾ ਸਕਦਾ, ਉਹ ਸੁਭਾਵਿਕ ਤੌਰ ਤੇ ਆਨੰਦ ਭਰਿਆ ਹੈ । ਉਹ ਕਿਸੇ ਭੌਤਿਕ ਕਾਰਜ ਵਿਚ ਨਹੀਂ ਲਗਦਾ । ਇਸ ਲਈ ਭੌਤਿਕ ਸ਼ਰੀਰਾਂ ਦੇ ਨਾਲ ਉਸ ਦਾ ਸੰਪਰਕ ਹੋਣ ਨਾਲ, ਜਿਹੜੇ ਕਾਰਜ ਸੰਪੰਨ ਹੁੰਦੇ ਹਨ, ਉਹ ਉਸਨੂੰ ਲਿਪਤ ਨਹੀਂ ਕਰ ਸਕਦੇ ।

यथा सर्वगतं सौक्ष्म्यादाकाशं नोपलिप्यते ।
सर्वत्रावस्थितो देहे तथात्मा नोपलिप्यते ॥ ३३ ॥

ਯਥਾ ਸਰ੍ਵ ਗਤਮ੍ ਸੌਕ੍ਸ਼੍ਮ੍ਯਾਦ੍ ਆਕਾਸ਼ਮ੍ ਨੋਪਲਿਪ੍ਯਤੇ ।
ਸਰ੍ਵਤ੍ਰਾਵਸ੍ਥਿਤੋ ਦੇਹੇ ਤਥਾਤ੍ਮਾ ਨੋਪਲਿਪ੍ਯਤੇ ॥ 33 ॥

ਯਥਾ-ਜਿਵੇਂ ; **ਸਰ੍ਵ-ਗਤਮ੍**-ਸਰਬਵਿਆਪੀ ; **ਸੌਕ੍ਸ਼੍ਮ੍ਯਾਤ੍**-ਸੂਖਮ ਹੋਣ ਕਰਕੇ ; **ਆਕਾਸ਼ਮ੍**-ਆਕਾਸ਼ ; ਨ-ਕਦੀ ਨਹੀਂ ; **ਉਪਲਿਪ੍ਯਤੇ**-ਲਿਪਤ (ਵਿਆਕੁਲ ਹੋਣਾ) ਹੁੰਦਾ ਹੈ ; **ਸਰ੍ਵਤ੍ਰ੍**-ਹਰ ਥਾਈਂ ; **ਅਵਸ੍ਥਿਤਹ੍**-ਸਥਿਤ ; **ਦੇਹੇ**-ਸ਼ਰੀਰ ਵਿਚ ; **ਤਥਾ**-ਉਸੇ ਤਰ੍ਹਾਂ ;**ਆਤ੍ਮਾ**-ਆਤਮਾ ; ਨ-ਕਦੀ ਨਹੀਂ ; **ਉਪਲਿਪ੍ਯਤੇ**-ਲਿਪਤ ਹੁੰਦਾ ਹੈ ।

ਅਨੁਵਾਦ

ਹਾਲਾਂਕਿ ਆਕਾਸ਼ ਸਰਬ ਵਿਆਪੀ ਹੈ, ਪਰ ਆਪਣੀ ਸੂਖ਼ਮ ਪ੍ਰਕ੍ਰਿਤੀ ਸਦਕਾ ਕਿਸੇ ਚੀਜ਼ ਨਾਲ ਲਿਪਤ ਨਹੀਂ ਹੁੰਦਾ । ਇੰਞ ਹੀ ਬ੍ਰਹਮਦ੍ਰਿਸ਼ਟੀ ਵਿਚ ਸਥਿਤ ਆਤਮਾ, ਸ਼ਰੀਰ ਵਿਚ ਸਥਿਤ ਰਹਿੰਦੇ ਹੋਏ ਵੀ, ਸ਼ਰੀਰ ਨਾਲ ਲਿਪਤ ਨਹੀਂ ਹੁੰਦਾ ।

ਭਾਵ

ਹਵਾ ਜਲ, ਚਿਕੜ, ਮਲ ਅਤੇ ਹੋਰ ਚੀਜ਼ਾਂ ਵਿਚ ਪ੍ਰਵੇਸ਼ ਕਰਦੀ ਹੈ, ਫਿਰ ਵੀ ਉਹ ਕਿਸੇ ਚੀਜ਼ ਨਾਲ ਲਿਪਤ ਨਹੀਂ ਹੁੰਦੀ । ਇੰਞ ਹੀ ਜੀਵ ਵੱਖੋ-ਵੱਖਰੇ ਤਰ੍ਹਾਂ ਦੇ ਸ਼ਰੀਰਾਂ ਵਿਚ ਸਥਿਤ ਹੋ ਕੇ ਵੀ ਆਪਣੀ ਸੂਖਮ ਪ੍ਰਕ੍ਰਿਤੀ ਸਦਕਾ ਉਨ੍ਹਾਂ ਤੋਂ ਅਲੱਗ ਬਣਿਆ ਰਹਿੰਦਾ ਹੈ । ਇਸ ਲਈ ਇਨ੍ਹਾਂ ਭੌਤਿਕ ਅੱਖਾਂ ਰਾਹੀਂ ਇਹ ਵੇਖਣਾ ਅਸੰਭਵ ਹੈ ਕਿ ਜੀਵ ਕਿੰਞ ਇਸ ਸ਼ਰੀਰ ਦੇ ਸੰਪਰਕ ਵਿਚ ਹੈ ਅਤੇ ਸ਼ਰੀਰ ਦੇ ਨਸ਼ਟ ਹੋ ਜਾਣ ਤੇ ਉਹ ਉਸ ਤੋਂ ਕਿਵੇਂ ਵੱਖਰਾ ਹੋ ਜਾਂਦਾ ਹੈ ? ਕੋਈ ਵੀ ਵਿਗਿਆਨੀ ਇਸਨੂੰ ਯਕੀਨੀ ਨਹੀਂ ਬਣਾ ਸਕਿਆ।

यथा प्रकाशयत्येक: कृत्स्नं लोकमिमं रवि: ।
क्षेत्रं क्षेत्री तथा कृत्स्नं प्रकाशयति भारत ॥ ३४ ॥

ਯਥਾ ਪ੍ਰਕਾਸ਼ਯਤਿ ਏਕਹ ਕ੍ਰਿਤਸ੍ਨਮ੍ ਲੋਕਮ੍ ਇਮਮ੍ ਰਵਿਹ੍ ।
ਕ੍ਸ਼ੇਤ੍ਰਮ ਕ੍ਸ਼ੇਤ੍ਰੀ ਤਥਾ ਕ੍ਰਿਤਸ੍ਨਮ ਪ੍ਰਕਾਸ਼ਯਤਿ ਭਾਰਤ ॥ 34 ॥

ਯਥਾ-ਜਿਵੇਂ ; **ਪ੍ਰਕਾਸ਼ਯਤਿ**-ਪ੍ਰਕਾਸ਼ਿਤ ਕਰਦਾ ਹੈ ; **ਇਕਹ੍**-ਇੱਕ ; **ਕ੍ਰਿਤ੍ਸ੍ਨਮ੍**-ਸੰਪੂਰਨ ; **ਲੋਕਮ੍**-ਬ੍ਰਹਿਮੰਡ ਨੂੰ ;**ਇਮਮ੍**-ਇਸ ; **ਰਵਿਹ੍**-ਸੂਰਜ ; **ਕ੍ਸ਼ੇਤ੍ਰ੍ਮ**-ਇਸ ਸ਼ਰੀਰ ਨੂੰ ;**ਕ੍ਸ਼ੇਤ੍ਰੀ**-ਆਤਮਾ ; **ਤਥਾ**-ਉਸੇ ਤਰ੍ਹਾਂ ; **ਕ੍ਰਿਤ੍ਸ੍ਨਮ੍**-ਸਾਰੇ ; **ਪ੍ਰਕਾਸ਼ਯਤਿ**-ਪ੍ਰਕਾਸ਼ਿਤ ਕਰਦਾ ਹੈ ; **ਭਾਰਤ**-ਹੇ ਭਰਤ ਵੰਸ਼ੀ ।

ਅਨੁਵਾਦ

ਹੇ ਭਰਤ ਵੰਸ਼ੀ ! ਜਿਸ ਤਰ੍ਹਾਂ ਸੂਰਜ ਇੱਕੱਲਾ ਇਸ ਸਾਰੇ ਬ੍ਰਹਿਮੰਡ ਨੂੰ ਪ੍ਰਕਾਸ਼ਿਤ ਕਰਦਾ ਹੈ, ਉਸੇ ਤਰ੍ਹਾਂ ਸ਼ਰੀਰ ਦੇ ਅੰਦਰ ਸਥਿਤ ਇੱਕ ਆਤਮਾ ਸਾਰੇ ਸ਼ਰੀਰ ਨੂੰ ਚੇਤਨਾ ਨਾਲ ਪ੍ਰਕਾਸ਼ਿਤ ਕਰਦਾ ਹੈ ।

ਭਾਵ

ਚੇਤਨਾ ਦੇ ਸੰਬੰਧ ਵਿਚ ਅਨੇਕ ਮਤ ਹਨ । ਇੱਥੇ ਭਗਵਤ ਗੀਤਾ ਵਿਚ ਸੂਰਜ ਅਤੇ ਰੋਸ਼ਨੀ ਦਾ ਉਦਾਹਰਣ ਦਿੱਤਾ ਗਿਆ ਹੈ । ਜਿਵੇਂ ਸੂਰਜ ਇੱਕ ਥਾਂ ਤੇ ਸਥਿਤ ਰਹਿਕੇ ਬ੍ਰਹਿਮੰਡ ਵਿਚ ਚਾਨਣਾ ਕਰ ਦਿੰਦਾ ਹੈ, ਉਸੇ ਤਰ੍ਹਾਂ ਆਤਮਾ ਰੂਪ ਸੂਖਮ ਕਣ ਸ਼ਰੀਰ ਦੇ ਹਿਰਦੇ ਵਿਚ ਸਥਿਤ ਰਹਿਕੇ, ਚੇਤਨਾ ਰਾਹੀਂ ਸਾਰੇ ਸ਼ਰੀਰ ਨੂੰ ਰੁਸ਼ਨਾਉਂਦਾ ਹੈ । ਇੰਝ ਚੇਤਨਾ ਹੀ ਆਤਮਾ ਦਾ ਪ੍ਰਮਾਣ ਹੈ, ਜਿਸ ਤਰ੍ਹਾਂ ਧੁੱਪ ਜਾਂ ਪ੍ਰਕਾਸ਼ ਸੂਰਜ ਦੀ ਹਾਜ਼ਰੀ ਦਾ ਸਬੂਤ ਹੈ । ਜਦੋਂ ਸ਼ਰੀਰ ਵਿਚ ਆਤਮਾ ਹਾਜ਼ਰ ਰਹਿੰਦੀ ਹੈ, ਤਾਂ ਸਾਰੇ ਸ਼ਰੀਰ ਵਿਚ ਚੇਤਨਾ ਰਹਿੰਦੀ ਹੈ । ਪਰ ਜਿਵੇਂ ਹੀ ਸ਼ਰੀਰ ਵਿਚੋਂ ਆਤਮਾ ਨਿਕਲ ਜਾਂਦੀ ਹੈ, ਉਸੇ ਵੇਲੇ ਹੀ ਚੇਤਨਾ ਖ਼ਤਮ ਹੋ ਜਾਂਦੀ ਹੈ । ਇਸਨੂੰ ਬੁੱਧੀਮਾਨ ਮਨੁੱਖ ਆਸਾਨੀ ਨਾਲ ਸਮਝ ਸਕਦਾ ਹੈ । ਇਸ ਲਈ ਚੇਤਨਾ ਪਦਾਰਥ ਦੇ ਸੰਜੋਗ ਤੋਂ ਨਹੀਂ ਬਣੀ ਹੁੰਦੀ । ਇਹ ਜੀਵ ਦਾ ਲੱਛਣ ਹੈ । ਜੀਵ ਦੀ ਚੇਤਨਾ ਭਾਵੇਂ ਗੁਣਾਤਮਕ ਰੂਪ ਨਾਲ ਪਰਮ ਚੇਤਨਾ ਤੋਂ ਅਭਿੰਨ ਹੈ, ਪਰ ਪਰਮ ਨਹੀਂ ਹੈ, ਕਿਉਂਕਿ ਵਿਸ਼ੇਸ਼ ਸ਼ਰੀਰ ਦੀ ਚੇਤਨਾ ਦੂਜੇ ਸ਼ਰੀਰ ਨੂੰ ਪ੍ਰਕਾਸ਼ਿਤ ਨਹੀਂ ਕਰਦੀ। ਪਰ ਪਰਮਾਤਮਾ , ਜਿਹੜਾ ਆਤਮਾ ਦੇ ਦੋਸਤ ਦੇ ਰੂਪ ਵਿਚ ਸਾਰੇ ਸ਼ਰੀਰਾਂ ਵਿਚ ਸਥਿਤ ਹਨ, ਸਾਰੇ ਸ਼ਰੀਰਾਂ ਪ੍ਰਤੀ ਜਾਗਰੂਕ ਰਹਿੰਦੇ ਹਨ, ਪਰਮ ਚੇਤਨਾ ਅਤੇ ਵਿਅਕਤੀਗਤ ਚੇਤਨਾ ਵਿਚ ਇਹੋ ਫਰਕ ਹੈ ।

क्षेत्रक्षेत्रज्ञयोरेवमन्तरं ज्ञानचक्षुषा ।
भूतप्रकृतिमोक्षं च ये विदुर्यान्ति ते परम् ॥ ३५ ॥

ਕਸ਼ੇਤ੍ਰ ਕਸ਼ੇਤ੍ਰਗਯਯੋਰ ਏਵਮ ਅੰਤਰਮ੍ ਗਯਾਨ ਚਕਸ਼ੁਸ਼ਾ।
ਭੂਤ ਪ੍ਰਕ੍ਰਿਤਿ ਮੋਕਸ਼ਮ੍ ਚ ਯੇ ਵਿਦੁਰ੍ ਯਾਂਤਿ ਤੇ ਪਰਮ੍ ॥ 35 ॥

ਕਸ਼ੇਤ੍ਰ-ਸ਼ਰੀਰ ; **ਕਸ਼ੇਤ੍ਰਗਯਯੋਹ੍**-ਅਤੇ ਸ਼ਰੀਰ ਦੇ ਮਾਲਕ ; **ਏਵਮ੍**-ਇੰਝ ; **ਅੰਤਰਮ੍**-ਫਰਕ ਨੂੰ ; **ਗਯਾਨ-ਚਕਸ਼ੁਸ਼ਾ**-ਗਿਆਨ ਦੀ ਦ੍ਰਿਸ਼ਟੀ ਨਾਲ ; **ਭੂਤ**-ਜੀਵ ਦਾ ; **ਪ੍ਰਕ੍ਰਿਤਿ**-ਭੌਤਿਕ ਪ੍ਰਕ੍ਰਿਤੀ ਨਾਲ ; **ਮੋਕਸ਼ਮ੍**-ਮੋਖ ਨੂੰ ; **ਚ**-ਵੀ ; **ਯੇ**-ਜਿਹੜਾ ; **ਵਿਦੁਹ੍**-ਜਾਣਦੇ ਹਨ ; **ਯਾਂਤਿ**-ਪ੍ਰਾਪਤ ਹੁੰਦੇ ਹਨ ; **ਤੇ**-ਉਹ ; **ਪਰਮ੍**-ਪਾਰਬ੍ਰਹਮ ਨੂੰ ।

ਅਨੁਵਾਦ

ਜਿਹੜੇ ਲੋਕ ਗਿਆਨ ਦੀਆਂ ਅੱਖਾਂ ਨਾਲ ਸ਼ਰੀਰ ਅਤੇ ਸ਼ਰੀਰ ਦੇ ਗਿਆਤਾ ਦੇ ਫ਼ਰਕ ਨੂੰ ਵੇਖਦੇ ਹਨ ਅਤੇ ਸੰਸਾਰੀ ਬੰਧਨਾਂ ਤੋਂ ਮੁਕਤੀ ਦੀ ਵਿਧੀ ਨੂੰ ਵੀ ਜਾਣ ਸਕਦੇ ਹਨ, ਉਨ੍ਹਾਂ ਨੂੰ ਉੱਚ ਮੰਤਵ ਦੀ ਪ੍ਰਾਪਤੀ ਹੁੰਦੀ ਹੈ।

ਭਾਵ

ਇਸ ਤੇਰ੍ਹਵੇਂ ਅਧਿਆਇ ਦਾ ਭਾਵ ਇਹੋ ਹੈ ਕਿ ਮਨੁੱਖ ਨੂੰ ਸ਼ਰੀਰ, ਸ਼ਰੀਰ ਦੇ ਮਾਲਕ ਅਤੇ ਪਰਮਾਤਮਾ ਦੇ ਫ਼ਰਕ ਨੂੰ ਸਮਝਣਾ ਚਾਹੀਦਾ ਹੈ। ਉਸਨੂੰ ਸ਼ਲੋਕ ਅੱਠ ਤੋਂ ਲੈਕੇ ਸ਼ਲੋਕ ਬਾਰ੍ਹਾਂ ਤਕ ਵਰਣਨ ਕੀਤੀ ਮੁਕਤੀ ਦੀ ਵਿਧੀ ਨੂੰ ਜਾਨਣਾ ਚਾਹੀਦਾ ਹੈ। ਤਾਂ ਹੀ ਉਹ ਪਰਮ ਗਤੀ ਨੂੰ ਪ੍ਰਾਪਤ ਹੋ ਸਕਦਾ ਹੈ।

ਸ਼ਰਧਾਲੂ ਨੂੰ ਚਾਹੀਦਾ ਹੈ ਕਿ ਸਭ ਤੋਂ ਪਹਿਲਾਂ ਉਹ ਈਸ਼ਵਰ ਦਾ ਸ਼ਰਵਣ ਕਰਨ ਲਈ ਚੰਗੀ ਸੰਗਤ ਕਰੇ ਅਤੇ ਹੌਲੀ-ਹੌਲੀ ਗਿਆਨੀ ਬਣੇ। ਜੇ ਅਧਿਆਤਮਕ ਗੁਰੂ ਧਾਰਣ ਕਰ ਲਿਆ ਜਾਵੇ ਤਾਂ ਪਦਾਰਥ ਅਤੇ ਆਤਮਾ ਦੇ ਫ਼ਰਕ ਨੂੰ ਸਮਝਿਆ ਜਾ ਸਕਦਾ ਹੈ ਅਤੇ ਉਹੀ ਅੱਗੇ ਆਤਮ-ਪ੍ਰਤੱਖੀਕਰਨ ਲਈ ਸ਼ੁਭ-ਆਰੰਭ ਬਣ ਜਾਂਦਾ ਹੈ। ਅਧਿਆਤਮਕ ਗੁਰੂ ਅਨੇਕਾਂ ਤਰ੍ਹਾਂ ਦੇ ਉਪਦੇਸ਼ਾਂ ਨਾਲ ਆਪਣੇ ਚੇਲਿਆਂ ਨੂੰ ਜੀਵਨ ਦੀ ਦੇਹ-ਧਾਰਨਾ ਤੋਂ ਮੁਕਤ ਹੋਣ ਦੀ ਸਿੱਖਿਆ ਦਿੰਦਾ ਹੈ। ਜਿਵੇਂ ਭਗਵਤ ਗੀਤਾ ਵਿਚ ਕ੍ਰਿਸ਼ਨ ਅਰਜੁਨ ਨੂੰ ਭੌਤਿਕ ਧਾਰਨਾਵਾਂ ਤੋਂ ਮੁਕਤ ਹੋਣ ਲਈ ਸਿੱਖਿਆ ਦਿੰਦੇ ਹਨ।

ਮਨੁੱਖ ਇਹ ਤਾਂ ਸਮਝ ਸਕਦਾ ਹੈ ਕਿ ਇਹ ਸ਼ਰੀਰ ਪਦਾਰਥ ਹੈ ਅਤੇ ਇਸਨੂੰ ਚੌਵੀ ਤੱਤਾਂ ਵਿਚ ਵਿਸ਼ਲੇਸ਼ਿਤ ਕੀਤਾ ਜਾ ਸਕਦਾ ਹੈ, ਸ਼ਰੀਰ ਸਥੂਲ ਪ੍ਰਗਟਾਵਾ ਹੈ ਅਤੇ ਮਨ ਅਤੇ ਮਨੋਵਿਗਿਆਨਕ ਪ੍ਰਭਾਵ ਸੂਖਮ ਪ੍ਰਗਟਾਵੇ ਹਨ। ਜੀਵਨ ਦੇ ਲੱਛਣ ਇਨ੍ਹਾਂ ਤੱਤਾਂ ਦੇ ਪਰਸਪਰ ਸੰਬੰਧ ਹਨ, ਪਰ ਇਨ੍ਹਾਂ ਤੋਂ ਵੀ ਉਪਰ ਆਤਮਾ ਅਤੇ ਪਰਮਾਤਮਾ ਹਨ। ਆਤਮਾ ਅਤੇ ਪਰਮਾਤਮਾ ਦੋ ਹਨ। ਇਹ ਭੌਤਿਕ ਸੰਸਾਰ ਆਤਮਾ ਅਤੇ ਚੌਵੀ ਤੱਤਾਂ ਦੇ ਸੰਜੋਗ ਨਾਲ ਕਾਰਜਸ਼ੀਲ ਹੈ। ਜਿਹੜੇ ਸਾਰੇ ਭੌਤਿਕ ਸੰਸਾਰ ਦੀ ਇਸ ਰਚਨਾ ਨੂੰ, ਆਤਮਾ ਅਤੇ ਤੱਤਾਂ ਦੇ ਸੰਜੋਗ ਨਾਲ ਹੋਈ ਮੰਨਦਾ ਹੈ ਅਤੇ ਪਰਮਾਤਮਾ ਦੀ ਸਥਿਤੀ ਨੂੰ ਵੀ ਵੇਖਦਾ ਹੈ, ਉਹੀ ਅਧਿਆਤਮਕ ਜਗਤ ਜਾਣ ਦਾ ਅਧਿਕਾਰੀ ਬਣਦਾ ਹੈ। ਇਹ ਸਭ ਧਾਰਨਾਵਾਂ ਚਿੰਤਨ ਅਤੇ ਪ੍ਰਤੱਖੀਕਰਨ ਦੀਆਂ ਹਨ। ਮਨੁੱਖ ਨੂੰ ਚਾਹੀਦਾ ਹੈ ਕਿ ਅਧਿਆਤਮਕ ਗੁਰੂ ਦੀ ਮੱਦਦ ਨਾਲ ਇਸ ਅਧਿਆਇ ਨੂੰ ਚੰਗੀ ਤਰ੍ਹਾਂ ਸਮਝ ਲਵੇ।

ਇਸ ਤਰ੍ਹਾਂ ਸ਼੍ਰੀਮਦ ਭਗਵਤ ਗੀਤਾ ਦੇ ਤੇਰ੍ਹਵੇਂ ਅਧਿਆਇ **"ਪ੍ਰਕ੍ਰਿਤੀ, ਪੁਰਖ਼ ਅਤੇ ਚੇਤਨਾ"** ਦਾ ਭਕਤੀਵੇਦਾਂਤ ਭਾਵ-ਅਰਥ ਪੂਰਨ ਹੋਇਆ।

ਅਧਿਆਇ ਚੌਦ੍ਹਾਂ

ਪ੍ਰਕ੍ਰਿਤੀ ਦੇ ਤਿੰਨ ਗੁਣ

श्रीभगवानुवाच

परं भूयः प्रवक्ष्यामि ज्ञानानां ज्ञानमुत्तमम्।
यज्ज्ञात्वा मुनयः सर्वे परां सिद्धिमितो गताः॥१॥

ਸ਼੍ਰੀ ਭਗਵਾਨ ਓਵਾਚ

ਪਰਮ੍ ਭੂਯਹ੍ ਪ੍ਰਵਕ੍ਸ਼੍ਯਾਮਿ ਗ੍ਯਾਨਾਨਾਮ੍ ਗ੍ਯਾਨਮ੍ ਓਤੱਮਮ੍ ।
ਯਜ੍ ਗ੍ਯਾਤ੍ਵਾ ਮੁਨਯਹ੍ ਸਰ੍ਵੇ ਪਰਾਮ੍ ਸਿਦ੍ਧਿਮ੍ ਇਤੋ ਗਤਾਹ੍ ॥ 1 ॥

ਸ਼੍ਰੀ ਭਗਵਾਨ ਓਵਾਚ-ਸ਼੍ਰੀ ਭਗਵਾਨ ਨੇ ਕਿਹਾ ; **ਪਰਮ੍**-ਅਲੌਕਿਕ ; **ਭੂਯਹ**-ਫਿਰ ; **ਪ੍ਰਵਕਸ਼੍ਯਾਮਿ**-ਕਹਾਂਗਾ ; **ਗ੍ਯਾਨਾਨਾਮ**-ਸਾਰੇ ਗਿਆਨ ਦਾ ; **ਗ੍ਯਾਨਮ**-ਗਿਆਨ ; **ਉਤੱਮਮ**-ਸਰਬਸ੍ਰੇਸ਼ਠ ; **ਯਤ੍**-ਜਿਸ ਨੂੰ ; **ਗ੍ਯਾਤ੍ਵਾ**-ਜਾਣਕੇ ; **ਮੁਨਯਹ**-ਮੁਨੀ ਲੋਕ ; **ਸਰ੍ਵ**-ਸਾਰੇ ; **ਪਰਾਮ**-ਅਲੌਕਿਕ; **ਸਿਦ੍ਧਿਮ**-ਸਿੱਧੀ ਨੂੰ ; **ਇੱਥਹ**-ਇਸ ਸੰਸਾਰ ਨਾਲ ; **ਗਤਾਹ੍**-ਪ੍ਰਾਪਤ ਕੀਤਾ ।

ਅਨੁਵਾਦ

ਸ਼੍ਰੀ ਭਗਵਾਨ ਨੇ ਕਿਹਾ - ਹੁਣ ਮੈਂ ਤੁਹਾਨੂੰ ਸਾਰਿਆਂ ਗਿਆਨਾਂ ਵਿਚ ਸਰਬ-ਸ੍ਰੇਸ਼ਠ ਇਸ ਪਰਮ ਗਿਆਨ ਨੂੰ ਫੇਰ ਕਹਾਂਗਾ, ਜਿਸਨੂੰ ਜਾਣ ਲੈਣ ਤੇ ਸਾਰੇ ਮੁਨੀਆਂ ਨੇ ਪਰਮ ਸਿੱਧੀ ਪ੍ਰਾਪਤ ਕੀਤੀ ਹੈ ।

ਭਾਵ

ਸੱਤਵੇਂ ਅਧਿਆਇ ਤੋਂ ਲੈ ਕੇ ਬਾਰ੍ਹਵੇਂ ਅਧਿਆਇ ਤਕ ਸ਼੍ਰੀ ਕ੍ਰਿਸ਼ਨ, ਪਰਮ ਸਤਿ ਭਗਵਾਨ ਬਾਰੇ ਵਿਸਥਾਰ ਨਾਲ ਦੱਸਦੇ ਰਹੇ ਹਨ । ਹੁਣ ਭਗਵਾਨ ਖ਼ੁਦ ਅਰਜੁਨ ਨੂੰ ਹੋਰ ਗਿਆਨ ਦੇ ਰਹੇ ਹਨ । ਜੇ ਕੋਈ ਇਸ ਅਧਿਆਇ ਨੂੰ ਦਾਰਸ਼ਨਿਕ ਚਿੰਤਨ ਰਾਹੀਂ ਚੰਗੀ ਤਰ੍ਹਾਂ ਸਮਝ ਲਵੇ, ਤਾਂ ਉਸਨੂੰ

ਭਗਤੀ ਦਾ ਗਿਆਨ ਹੋ ਜਾਵੇਗਾ। ਤੇਰ੍ਹਵੇਂ ਅਧਿਆਇ ਵਿਚ ਇਹ ਸਪਸ਼ਟ ਦੱਸਿਆ ਜਾ ਚੁੱਕਾ ਹੈ ਕਿ ਨਿਮਰਤਾ ਨਾਲ ਗਿਆਨ ਦਾ ਵਿਕਾਸ ਕਰਦੇ ਹੋਏ ਸੰਸਾਰੀ ਬੰਧਨਾਂ ਤੋਂ ਛੁਟਕਾਰਾ ਪਾਇਆ ਜਾ ਸਕਦਾ ਹੈ। ਇਹ ਵੀ ਦੱਸਿਆ ਜਾ ਚੁੱਕਾ ਹੈ ਕਿ ਪ੍ਰਕ੍ਰਿਤੀ ਦੇ ਗੁਣਾਂ ਦੀ ਸੰਗਤ ਸਦਕਾ ਹੀ ਜੀਵ ਇਸ ਭੌਤਿਕ ਸੰਸਾਰ ਵਿਚ ਬੰਨ੍ਹਿਆ ਹੈ। ਹੁਣ ਇਸ ਅਧਿਆਇ ਵਿਚ ਭਗਵਾਨ ਆਪ ਦੱਸਦੇ ਹਨ ਕਿ ਪ੍ਰਕ੍ਰਿਤੀ ਦੇ ਗੁਣ ਕਿਹੜੇ-ਕਿਹੜੇ ਹਨ, ਉਹ ਕਿੰਝ ਕੰਮ ਕਰਦੇ ਹਨ, ਕਿੰਝ ਬੰਨ੍ਹਦੇ ਹਨ ਅਤੇ ਕਿੰਝ ਮੁਕਤੀ ਦਿੰਦੇ ਹਨ। ਇਸ ਅਧਿਆਇ ਵਿਚ ਜਿਸ ਗਿਆਨ ਦਾ ਪ੍ਰਕਾਸ਼ ਕੀਤਾ ਗਿਆ ਹੈ, ਉਸ ਨੂੰ ਹੋਰਨਾਂ ਪਹਿਲੇ ਅਧਿਆਇਆਂ ਵਿਚ ਦਿੱਤੇ ਗਏ ਗਿਆਨ ਤੋਂ ਸ੍ਰੇਸ਼ਠ ਦੱਸਿਆ ਗਿਆ ਹੈ। ਇਸ ਗਿਆਨ ਨੂੰ ਪ੍ਰਾਪਤ ਕਰਕੇ ਅਨੇਕਾਂ ਮੁਨੀਆਂ ਨੇ ਸਿੱਧੀ ਪ੍ਰਾਪਤ ਕੀਤੀ ਅਤੇ ਉਹ ਅਧਿਆਤਮਕ ਜਗਤ ਦੇ ਹੱਕਦਾਰ ਬਣੇ। ਹੁਣ ਭਗਵਾਨ ਉਸੇ ਗਿਆਨ ਨੂੰ ਹੋਰ ਚੰਗੇ ਤਰੀਕੇ ਨਾਲ ਦੱਸਣ ਜਾ ਰਹੇ ਹਨ। ਇਹ ਗਿਆਨ ਹੁਣ ਤਕ ਦੱਸੇ ਗਏ ਸਾਰੇ ਗਿਆਨ-ਯੋਗ ਤੋਂ ਕਿਧਰੇ ਜ਼ਿਆਦਾ ਸ੍ਰੇਸ਼ਠ ਹੈ ਅਤੇ ਇਸ ਨੂੰ ਜਾਣ ਲੈਣ ਨਾਲ ਅਨੇਕਾਂ ਲੋਕਾਂ ਨੂੰ ਪੂਰਨਤਾ ਪ੍ਰਾਪਤ ਹੋਈ ਹੈ। ਇਸ ਲਈ ਇਹ ਆਸ ਕੀਤੀ ਜਾਂਦੀ ਹੈ ਕਿ ਜਿਹੜਾ ਵੀ ਇਸ ਅਧਿਆਇ ਨੂੰ ਸਮਝੇਗਾ ਉਸਨੂੰ ਪੂਰਨਤਾ ਪ੍ਰਾਪਤ ਹੋਵੇਗੀ।

इदं ज्ञानमुपाश्रित्य मम साधर्म्यमागताः।
सर्गेऽपि नोपजायन्ते प्रलये न व्यथन्ति च ॥२॥

ਇਦਮ੍ ਗ੍ਯਾਨਮ ਉਪਾਸ਼੍ਰਿਤ੍ਯ ਮਮ ਸਾਧਰ੍ਮਯਮ੍ ਆਗਤਾਹ੍।
ਸਰ੍ਗੇ'ਪਿ ਨੋਪਜਾਯੰਤੇ ਪ੍ਰਲਯੇ ਨ ਵ੍ਯਥੰਤਿ ਚ ॥ 2 ॥

ਇਦਮ੍-ਇਸ ; **ਗ੍ਯਾਨਮ੍**-ਗਿਆਨ ਨੂੰ ; **ਉਪਾਸ਼੍ਰਿਤ੍ਯ**-ਸਹਾਰਾ ਬਣਾਕੇ ; **ਮਮ**-ਮੇਰਾ ; **ਸਾਧਰ੍ਮਯਮ੍**-ਬਰਾਬਰ ਦੀ ਪ੍ਰਕ੍ਰਿਤੀ ਨੂੰ ; **ਆਗਤਾਹ੍**-ਪ੍ਰਾਪਤ ਕਰਕੇ ; **ਸਰ੍ਗੇ ਅਪਿ**-ਸ੍ਰਿਸ਼ਟੀ ਵਿਚ ਵੀ ; **ਨ**-ਕਦੀ ਨਹੀਂ ; **ਉਪਜਾਯੰਤੇ**-ਪੈਦਾ ਹੁੰਦੇ ਹਨ ; **ਪ੍ਰਲਯੇ**-ਪਰਲੋ ਵਿਚ ; **ਨ**-ਨਾ ਤਾਂ ; **ਵ੍ਯਥੰਤਿ**-ਡਾਵਾਂ ਡੋਲ ਹੁੰਦੇ ਹਨ ; **ਚ**-ਵੀ।

ਅਨੁਵਾਦ

ਇਸ ਗਿਆਨ ਵਿਚ ਸਥਿਰ ਹੋ ਕੇ ਮਨੁੱਖ ਮੇਰੇ ਵਰਗੇ ਅਲੌਕਿਕ ਸੁਭਾਅ ਨੂੰ ਪ੍ਰਾਪਤ ਕਰ ਸਕਦਾ ਹੈ। ਇੰਝ ਸਥਿਤ ਹੋ ਜਾਣ ਤੇ ਉਹ ਨਾ ਤਾਂ ਸ੍ਰਿਸ਼ਟੀ ਵੇਲੇ ਪੈਦਾ ਹੁੰਦਾ ਹੈ ਅਤੇ ਨਾ ਪਰਲੋ ਵੇਲੇ ਡਾਵਾਂ ਡੋਲ ਹੁੰਦਾ ਹੈ।

ਭਾਵ

ਪੂਰਨ ਅਲੌਕਿਕ ਗਿਆਨ ਪ੍ਰਾਪਤ ਕਰ ਲੈਣ ਮਗਰੋਂ ਮਨੁੱਖ ਭਗਵਾਨ ਨਾਲ ਗੁਣਾਤਮਕ ਬਰਾਬਰੀ ਪ੍ਰਾਪਤ ਕਰ ਲੈਂਦਾ ਹੈ ਅਤੇ ਜਨਮ-ਮਰਨ ਦੇ ਚੱਕਰ ਤੋਂ ਮੁਕਤ ਹੋ ਜਾਂਦਾ ਹੈ। ਪਰ ਜੀਵਾਤਮਾ ਦੇ

ਰੂਪ ਵਿਚ ਉਸਦਾ ਉਹ ਸਰੂਪ ਖ਼ਤਮ ਨਹੀਂ ਹੁੰਦਾ। ਵੈਦਿਕ ਗ੍ਰੰਥਾਂ ਤੋਂ ਪਤਾ ਚਲਦਾ ਹੈ ਕਿ ਜਿਹੜੀਆਂ ਮੁਕਤ ਆਤਮਾਵਾਂ ਅਧਿਆਤਮਕ ਜਗਤ ਵਿਚ ਅਪੜ ਚੁੱਕੀਆਂ ਹਨ, ਉਹ ਲਗਾਤਾਰ ਪਰਮੇਸ਼ਵਰ ਦੇ ਚਰਨ ਕਮਲਾਂ ਦੇ ਦਰਸ਼ਨ ਕਰਦੀਆਂ ਹੋਈਆਂ, ਉਨ੍ਹਾਂ ਦੀ ਅਲੌਕਿਕ ਪ੍ਰੇਮ ਭਗਤੀ ਵਿਚ ਲਗੀਆਂ ਰਹਿੰਦੀਆਂ ਹਨ। ਇਸ ਮੁਕਤੀ ਮਗਰੋਂ ਵੀ ਭਗਤਾਂ ਦਾ ਆਪਣਾ ਨਿਜੀ ਸਰੂਪ ਖ਼ਤਮ ਨਹੀਂ ਹੁੰਦਾ।

ਸਾਧਾਰਨ ਤੌਰ ਤੇ ਇਸ ਸੰਸਾਰ ਵਿਚ ਅਸੀਂ ਜਿਹੜਾ ਵੀ ਗਿਆਨ ਪ੍ਰਾਪਤ ਕਰਦੇ ਹਾਂ, ਉਹ ਪ੍ਰਕ੍ਰਿਤੀ ਦੇ ਤਿੰਨ ਗੁਣਾਂ ਰਾਹੀਂ ਦੂਸ਼ਿਤ ਰਹਿੰਦਾ ਹੈ। ਜਿਹੜਾ ਗਿਆਨ ਇਨ੍ਹਾਂ ਗੁਣਾਂ ਤੋਂ ਦੂਸ਼ਿਤ ਨਹੀਂ ਹੁੰਦਾ, ਉਹ ਅਲੌਕਿਕ ਗਿਆਨ ਕਹਾਉਂਦਾ ਹੈ। ਜਦੋਂ ਕੋਈ ਮਨੁੱਖ ਇਸ ਅਲੌਕਿਕ ਗਿਆਨ ਨੂੰ ਪ੍ਰਾਪਤ ਹੁੰਦਾ ਹੈ, ਤਾਂ ਉਹ ਪਰਮ ਪੁਰਖ਼ ਦੇ ਬਰਾਬਰ ਦੀ ਪਦਵੀ ਤੇ ਪਹੁੰਚ ਜਾਂਦਾ ਹੈ। ਜਿਨ੍ਹਾਂ ਲੋਕਾਂ ਨੂੰ ਚਿੰਨਮਯ ਆਕਾਸ਼ (ਅਧਿਆਤਮਕ ਸੰਸਾਰ) ਦਾ ਗਿਆਨ ਨਹੀਂ, ਉਹ ਮੰਨਦੇ ਹਨ ਕਿ ਭੌਤਿਕ ਸਰੂਪ ਦੇ ਕੰਮ-ਕਾਰਾਂ ਤੋਂ ਮੁਕਤ ਹੋਣ ਤੇ, ਇਹ ਅਧਿਆਤਮਕ ਪਹਿਚਾਣ ਬਿਨ੍ਹਾਂ ਕਿਸੇ ਵੱਖਰੇਪਨ ਦੇ ਨਿਰਾਕਾਰ ਹੋ ਜਾਂਦੀ ਹੈ। ਪਰ ਜਿਸ ਤਰ੍ਹਾਂ ਇਸ ਸੰਸਾਰ ਵਿਚ ਵੱਖਰਾਪਨ ਹੈ, ਉਸੇ ਤਰ੍ਹਾਂ ਅਧਿਆਤਮਕ ਸੰਸਾਰ ਵਿਚ ਵੀ ਹੈ। ਜਿਹੜੇ ਲੋਕ ਇਸ ਤੋਂ ਜਾਣੂ ਨਹੀਂ ਹਨ, ਉਹ ਸੋਚਦੇ ਹਨ ਕਿ ਅਧਿਆਤਮਕ ਸੰਸਾਰ ਇਸ ਭੌਤਿਕ ਸੰਸਾਰ ਦੇ ਵੱਖਰੇਪਨ ਤੋਂ ਉਲਟ ਹੈ। ਪਰ ਅਸਲ ਵਿਚ ਹੁੰਦਾ ਇਹ ਹੈ ਕਿ ਅਧਿਆਤਮਕ ਸੰਸਾਰ (ਚਿੰਨਮਯ ਆਕਾਸ਼) ਵਿਚ ਮਨੁੱਖ ਨੂੰ ਅਧਿਆਤਮਕ ਰੂਪ ਪ੍ਰਾਪਤ ਹੋ ਜਾਂਦਾ ਹੈ। ਉਥੇ ਦੇ ਸਾਰੇ ਕੰਮ-ਕਾਰ ਅਧਿਆਤਮਕ ਹੁੰਦੇ ਹਨ ਅਤੇ ਇਹ ਅਧਿਆਤਮਕ ਸਥਿਤੀ ਭਗਤੀ ਵਾਲਾ ਜੀਵਨ ਕਹਾਉਂਦੀ ਹੈ। ਇਹ ਵਾਤਾਵਰਣ ਦੂਸ਼ਣਾਂ ਤੋਂ ਮੁਕਤ ਹੁੰਦਾ ਹੈ, ਅਤੇ ਇੱਥੇ ਮਨੁੱਖ ਗੁਣਾਂ ਦੇ ਪੱਖ ਤੋਂ ਪਰਮੇਸ਼ਵਰ ਦੇ ਬਰਾਬਰ ਹੁੰਦਾ ਹੈ। ਅਜਿਹਾ ਗਿਆਨ ਪ੍ਰਾਪਤ ਕਰਨ ਲਈ ਮਨੁੱਖ ਨੂੰ ਸਾਰੇ ਅਧਿਆਤਮਕ ਗੁਣ ਪੈਦਾ ਕਰਨੇ ਹੁੰਦੇ ਹਨ। ਜਿਹੜਾ ਇਸ ਤਰ੍ਹਾਂ ਨਾਲ ਅਧਿਆਤਮਕ ਗੁਣ ਵਿਕਸਿਤ ਕਰ ਲੈਂਦਾ ਹੈ, ਉਹ ਭੌਤਿਕ ਸੰਸਾਰ ਦੀ ਸਿਰਜਣਾ ਜਾਂ ਉਸਦੇ ਵਿਨਾਸ਼ ਤੋਂ ਪ੍ਰਭਾਵਿਤ ਨਹੀਂ ਹੁੰਦਾ।

मम योनिर्महद्ब्रह्म तस्मिन्गर्भं दधाम्यहम्।
सम्भवः सर्वभूतानां ततो भवति भारत॥३॥

ਮਮ ਯੋਨਿਰ੍ ਮਹਦ੍ ਬ੍ਰਹ੍ਮ ਤਸ੍ਮਿਨ੍ ਗਰ੍ਭਮ੍ ਦਧਾਮਿ ਅਹਮ੍।
ਸਮ੍ਭਵਹ੍ ਸਰ੍ਵ ਭੂਤਾਨਾਮ੍ ਤਤੋ ਭਵਤਿ ਭਾਰਤ ॥ 3 ॥

ਮਮ-ਮੇਰਾ ; ਯੋਨਿਹ੍-ਜਨਮ ਸਰੋਤ ; ਮਹਤ੍-ਸਾਰੀ ਭੌਤਿਕ ਹੋਂਦ ; ਬ੍ਰਹ੍ਮ-ਪਰਮ ; ਤਸ੍ਮਿਨ੍-ਉਸ ਵਿਚ ; ਗਰ੍ਭਮ੍-ਗਰਭ ; ਦਧਾਮਿ-ਪੈਦਾ ਕਰਦਾ ਹਾਂ ; ਅਹਮ੍-ਮੈਂ ; ਸਮ੍ਭਵਹ੍-ਸੰਭਾਵਨਾ; ਸਰ੍ਵਭੂਤਾਨਾਮ੍-ਸਾਰੇ ਜੀਵਾਂ ਦਾ ; ਤਤਹ੍-ਇਸ ਤੋਂ ਮਗਰੋਂ ; ਭਵਤਿ-ਹੁੰਦਾ ਹੈ ; ਭਾਰਤ-ਹੇ ਭਰਤ ਪੁੱਤਰ।

ਅਨੁਵਾਦ

ਹੇ ਭਰਤ ਪੁੱਤਰ! ਬ੍ਰਹਮ ਸਾਰੀਆਂ ਭੌਤਿਕ ਚੀਜ਼ਾਂ ਦਾ ਜਨਮ ਸਰੋਤ ਹੈ ਅਤੇ ਮੈਂ ਇਸੇ ਬ੍ਰਹਮ 'ਚ ਗਰਭ ਸਥਾਪਿਤ ਕਰਦਾ ਹਾਂ, ਜਿਸ ਨਾਲ ਸਾਰੇ ਜੀਵਾਂ ਦਾ ਜਨਮ ਸੰਭਵ ਹੁੰਦਾ ਹੈ।

ਭਾਵ

ਇਹ ਸੰਸਾਰ ਦੀ ਵਿਆਖਿਆ ਹੈ - ਜੋ ਕੁਝ ਘਟਿਤ ਹੁੰਦਾ ਹੈ ਉਹ ਖੇਤਰ (ਸ਼ਰੀਰ) ਅਤੇ ਖੇਤਰਗਯ (ਆਤਮਾ) ਦੇ ਸੰਜੋਗ ਨਾਲ ਹੁੰਦਾ ਹੈ। ਭੌਤਿਕ ਪ੍ਰਕ੍ਰਿਤੀ ਅਤੇ ਜੀਵ ਦਾ ਇਹ ਸੰਜੋਗ ਖ਼ੁਦ ਭਗਵਾਨ ਰਾਹੀਂ ਸੰਭਵ ਬਣਾਇਆ ਜਾਂਦਾ ਹੈ। ਮਹਤ੍-ਤੱਤ (ਮਹਾਨ ਤੱਤ) ਹੀ ਸਾਰੇ ਬ੍ਰਹਿਮੰਡ ਦਾ ਸੰਪੂਰਨ ਕਾਰਨ ਹੈ, ਅਤੇ ਭੌਤਿਕ ਕਾਰਣ ਦਾ ਪੂਰਨ-ਸਾਰ ਤੱਤ, ਜਿਸ ਵਿਚ ਪ੍ਰਕ੍ਰਿਤੀ ਦੇ ਤਿੰਨ ਗੁਣ ਰਹਿੰਦੇ ਹਨ, ਕਦੀ-ਕਦੀ ਬ੍ਰਹਮ ਕਹਾਉਂਦੀ ਹੈ। ਪਰਮ ਪੁਰਖ ਇਸ ਸਾਰ ਤੱਤ 'ਚ ਗਰਭ ਸਥਾਪਿਤ ਕਰਦੇ ਹਨ, ਜਿਸ ਨਾਲ ਅਣਗਿਣਤ ਬ੍ਰਹਿਮੰਡ ਸੰਭਵ ਹੋ ਸਕੇ ਹਨ। ਵੈਦਿਕ ਸਾਹਿਤ ਵਿਚ (ਮੁੰਡਕ ਉਪਨਿਸ਼ਦ 1-1-9) ਇਸ ਸਾਰੀ ਭੌਤਿਕ ਸਾਰ-ਤੱਤ ਨੂੰ ਬ੍ਰਹਮ ਕਿਹਾ ਗਿਆ ਹੈ - **ਤਸ੍ਮਾਦ੍ ਏਤਦ੍ ਬ੍ਰਹ੍ਮ ਨਾਮ ਰੂਪ ਅੰਨਮ੍ ਚ ਜਾਯਤੇ**। ਪਰਮ ਪੁਰਖ ਉਸ ਬ੍ਰਹਮ ਨੂੰ ਜੀਵਾਂ ਦੇ ਬੀਜ ਨਾਲ ਗੱਭਣ ਕਰਦੇ ਹਨ। ਪ੍ਰਿਥਵੀ, ਜਲ , ਅਗਨੀ, ਵਾਯੂ ਆਦਿ ਚੌਵੀ ਤੱਤ ਭੌਤਿਕ ਸ਼ਕਤੀ ਹਨ ਅਤੇ ਉਹ ਮਹਦ੍ਬ੍ਰਹਮ ਭਾਵ ਭੌਤਿਕ ਪ੍ਰਕ੍ਰਿਤੀ ਦੇ ਹਿੱਸੇ ਹਨ। ਜਿਵੇਂ ਕਿ ਸੱਤਵੇਂ ਅਧਿਆਇ ਵਿਚ ਦੱਸਿਆ ਜਾ ਚੁੱਕਾ ਹੈ ਕਿ ਇਸ ਤੋਂ ਪਰ੍ਹੇ ਇਕ ਹੋਰ ਉੱਚ ਪ੍ਰਕ੍ਰਿਤੀ ਜੀਵ ਹੁੰਦੀ ਹੈ। ਭਗਵਾਨ ਦੀ ਮਰਜ਼ੀ ਨਾਲ ਇਹ ਉੱਚ ਪ੍ਰਕ੍ਰਿਤੀ, ਭੌਤਿਕ (ਗੌਣ) ਪ੍ਰਕ੍ਰਿਤੀ ਵਿਚ ਮਿਲਾ ਦਿੱਤੀ ਜਾਂਦੀ ਹੈ, ਜਿਸ ਤੋਂ ਮਗਰੋਂ ਇਸ ਭੌਤਿਕ ਪ੍ਰਕ੍ਰਿਤੀ ਤੋਂ ਸਾਰੇ ਜੀਵ ਪੈਦਾ ਹੁੰਦੇ ਹਨ।

ਬਿੱਛੂ ਆਪਣੇ ਅੰਡੇ ਝੋਨੇ ਦੀ ਢੇਰੀ ਵਿਚ ਦਿੰਦੇ ਹਨ ਅਤੇ ਕਦੀ-ਕਦੀ ਇਹ ਕਿਹਾ ਜਾਂਦਾ ਹੈ ਕਿ ਬਿੱਛੂ ਝੋਨੇ ਤੋਂ ਪੈਦਾ ਹੋਏ ਹਨ। ਪਰ ਝੋਨਾ ਬਿੱਛੂ ਦੇ ਜਨਮ ਦਾ ਕਾਰਨ ਨਹੀਂ। ਅਸਲ ਵਿਚ ਅੰਡੇ, ਮਾਂ ਬਿੱਛੂ ਨੇ ਦਿੱਤੇ ਸੀ। ਇਸੇ ਤਰ੍ਹਾਂ ਭੌਤਿਕ ਪ੍ਰਕ੍ਰਿਤੀ ਜੀਵਾਂ ਦੇ ਜਨਮ ਦਾ ਕਾਰਨ ਨਹੀਂ ਹੁੰਦੀ। ਬੀਜ ਭਗਵਾਨ ਰਾਹੀਂ ਦਿੱਤਾ ਜਾਂਦਾ ਹੈ ਅਤੇ ਉਹ ਭੌਤਿਕ ਪ੍ਰਕ੍ਰਿਤੀ ਤੋਂ ਪੈਦਾ ਹੁੰਦੇ ਲਗਦੇ ਹਨ। ਇੰਝ ਹੀ ਹਰ ਜੀਵ ਨੂੰ ਉਸਦੇ ਪੂਰਵ ਕਰਮਾਂ ਮੁਤਾਬਿਕ ਵੱਖੋ-ਵੱਖਰਾ ਸ਼ਰੀਰ ਪ੍ਰਾਪਤ ਹੁੰਦਾ ਹੈ, ਜਿਹੜਾ ਇਸ ਭੌਤਿਕ ਪ੍ਰਕ੍ਰਿਤੀ ਰਾਹੀਂ ਰਚਿਆ ਹੁੰਦਾ ਹੈ, ਜਿਸਦੇ ਕਾਰਨ ਜੀਵ ਆਪਣੇ ਪੂਰਵ ਕਰਮਾਂ ਮੁਤਾਬਿਕ ਸੁਖ ਜਾਂ ਦੁੱਖ ਭੋਗਦਾ ਹੈ। ਇਸ ਭੌਤਿਕ ਸੰਸਾਰ ਦੇ ਜੀਵਾਂ ਦੇ ਸਾਰੇ ਪ੍ਰਗਟਾਵਿਆਂ ਦੇ ਕਾਰਨ ਭਗਵਾਨ ਹਨ।

सर्वयोनिषु कौन्तेय मूर्तयः सम्भवन्ति याः।
तासां ब्रह्म महद्योनिरहं बीजप्रदः पिता ॥४॥

ਸਰ੍ਵ ਯੋਨਿਸ਼ੁ ਕੌਂਤੇਯ ਮੂਰ੍ਤਯਹ੍ ਸਮ੍ਭਵੰਤਿ ਯਾਹ੍ ।
ਤਾਸਾਮ੍ ਬ੍ਰਹਮ ਮਹਦ੍ ਯੋਨਿਰ੍ ਅਹਮ੍ ਬੀਜ ਪ੍ਰਦਹ੍ ਪਿਤਾ ॥ 4 ॥

ਸਰ੍ਵ ਯੋਨਿਸ਼-ਸਾਰੀਆਂ ਯੋਨੀਆਂ (ਜੂਨੀਆਂ) ਵਿਚੋਂ ; **ਕੌਂਤੇਯ**-ਹੇ ਕੁੰਤੀ ਪੁੱਤਰ ; **ਮੂਰ੍ਤਯਹ੍**-ਸਰੂਪ ; **ਸਮ੍ਭਵੰਤਿ**-ਪ੍ਰਗਟ ਹੁੰਦੇ ਹਨ ; **ਯਾਹ੍**-ਜਿਹੜੇ ; **ਤਾਸਾਮ੍**-ਉਨ੍ਹਾਂ ਸਭਨਾਂ ਦਾ ; **ਬ੍ਰਹਮ**-ਪਰਮ ; **ਮਹਤ੍ਯੋਨਿਹ੍**-ਜਨਮ ਸਰੋਤ ; **ਅਹਮ੍**-ਮੈਂ ; **ਬੀਜ ਪ੍ਰਦਹ੍**-ਬੀਜ ਦੇਣ ਵਾਲਾ ; **ਪਿਤਾ**-ਪਿਤਾ ।

ਅਨੁਵਾਦ

ਹੇ ਕੁੰਤੀ ਪੁੱਤਰ! ਤੁਸੀਂ ਇਹ ਸਮਝ ਲਵੋ ਕਿ ਸਾਰੇ ਤਰ੍ਹਾਂ ਦੀਆਂ ਜੀਵ ਜੂਨੀਆਂ ਇਸ ਭੌਤਿਕ ਪ੍ਰਕ੍ਰਿਤੀ ਵਿਚ ਜਨਮ ਰਾਹੀਂ ਸੰਭਵ ਹਨ ਅਤੇ ਮੈਂ ਉਨ੍ਹਾਂ ਦਾ ਬੀਜ ਦੇਣ ਵਾਲਾ ਪਿਤਾ ਹਾਂ ।

ਭਾਵ

ਇਸ ਸ਼ਲੋਕ ਵਿਚ ਸਪਸ਼ਟ ਦੱਸਿਆ ਗਿਆ ਹੈ ਕਿ ਭਗਵਾਨ ਸ਼੍ਰੀ ਕ੍ਰਿਸ਼ਨ ਸਾਰੇ ਜੀਵਾਂ ਦੇ ਆਦਿ ਪਿਤਾ ਹਨ । ਸਾਰੇ ਜੀਵ ਭੌਤਿਕ ਪ੍ਰਕ੍ਰਿਤੀ ਅਤੇ ਅਧਿਆਤਮਕ ਪ੍ਰਕ੍ਰਿਤੀ ਦਾ ਸੰਜੋਗ ਹਨ । ਅਜਿਹੇ ਜੀਵ ਸਿਰਫ ਇਸ ਲੋਕ ਵਿਚ ਹੀ ਨਹੀਂ, ਸਗੋਂ ਹਰ ਲੋਕ ਵਿਚ, ਇੱਥੋਂ ਤਕ ਕਿ ਸੱਭ ਤੋਂ ਉਚੇ ਲੋਕ, ਜਿੱਥੇ ਬ੍ਰਹਮਾ ਬੈਠਾ ਹੈ, ਮਿਲਦੇ ਹਨ । ਜੀਵ ਹਰ ਥਾਂ ਤੇ ਹਨ, ਪ੍ਰਿਥਵੀ, ਜਲ ਅਤੇ ਅਗਨੀ ਦੇ ਅੰਦਰ ਵੀ ਜੀਵ ਹਨ । ਇਹ ਸਾਰੇ ਜੀਵ ਭੌਤਿਕ ਪ੍ਰਕ੍ਰਿਤੀ ਅਤੇ ਬੀਜ ਦੇਣ ਵਾਲੇ ਕ੍ਰਿਸ਼ਨ ਰਾਹੀਂ ਪ੍ਰਗਟ ਹੁੰਦੇ ਹਨ । ਭਾਵ ਇਹ ਹੈ ਕਿ ਭੌਤਿਕ ਸੰਸਾਰ ਨੇ ਜੀਵਾਂ ਨੂੰ ਗਰਭ ਵਿਚ ਧਾਰਨ ਕੀਤਾ ਹੋਇਆ ਹੈ, ਜਿਹੜੇ ਸ੍ਰਿਸ਼ਟੀ ਸਮੇਂ ਆਪਣੇ ਪੂਰਵ ਕਰਮਾਂ ਮੁਤਾਬਿਕ ਵੱਖੋ-ਵੱਖਰੇ ਰੂਪਾਂ ਵਿਚ ਪ੍ਰਗਟ ਹੁੰਦੇ ਹਨ ।

सत्त्वं रजस्तम इति गुणाः प्रकृतिसम्भवाः ।
निबध्नन्ति महाबाहो देहे देहिनमव्ययम् ॥५॥

ਸੱਤ੍ਵਮ੍ ਰਜਸ੍ ਤਮ ਇਤਿ ਗੁਣਾਹ੍ ਪ੍ਰਕ੍ਰਿਤਿ ਸਮ੍ਭਵਾਹ੍ ।
ਨਿਬਧ੍ਨੰਤਿ ਮਹਾ ਬਾਹੋ ਦੇਹੇ ਦੇਹਿਨਮ੍ ਅਵ੍ਯਯਮ੍ ॥ 5 ॥

ਸੱਤ੍ਵਮ੍-ਸਤੋ ਗੁਣ ; **ਰਜਹ੍**-ਰਜੋ ਗੁਣ ; **ਤਮਹ੍**-ਤਮੋ ਗੁਣ ; **ਇਤਿ**-ਇੰਝ ; **ਗੁਣਾਹ**-ਗੁਣ ; **ਪ੍ਰਕ੍ਰਿਤਿ**-ਭੌਤਿਕ ਪ੍ਰਕ੍ਰਿਤੀ ਨਾਲ ; **ਸਮ੍ਭਵਾਹ੍**-ਪੈਦਾ ; **ਨਿਬਧ੍ਨੰਤਿ**-ਬੰਨ੍ਹਦੇ ਹਾਂ ; **ਮਹਾ ਬਾਹੋ**-ਹੇ ਤਾਕਤਵਾਰ ਭੁਜਾਵਾਂ ਵਾਲੇ ; **ਦੇਹੇ**-ਇਸ ਸ਼ਰੀਰ ਵਿਚ ; **ਦੇਹਿਨਮ੍**-ਜੀਵ ਨੂੰ ; **ਅਵ੍ਯਯਮ੍**-ਨਿਤ, ਅਵਿਨਾਸ਼ੀ ।

ਅਨੁਵਾਦ

ਭੌਤਿਕ ਪ੍ਰਕ੍ਰਿਤੀ ਵਿਚ ਤਿੰਨ ਗੁਣ ਹਨ। ਇਹ ਹਨ - ਸਤੋ, ਰਜੋ ਅਤੇ ਤਮੋ ਗੁਣ। ਹੇ ਮਹਾਬਾਹੂ ਅਰਜੁਨ! ਜਦੋਂ ਅਵਿਨਾਸ਼ੀ ਜੀਵ ਪ੍ਰਕ੍ਰਿਤੀ ਦੇ ਸੰਪਰਕ ਵਿਚ ਆਉਂਦਾ ਹੈ, ਤਾਂ ਉਹ ਇਨ੍ਹਾਂ ਗੁਣਾਂ ਨਾਲ ਬੰਨ੍ਹਿਆ ਜਾਂਦਾ ਹੈ।

ਭਾਵ

ਅਲੌਕਿਕ ਹੋਣ ਕਰਕੇ ਜੀਵ ਨੂੰ ਇਸ ਭੌਤਿਕ ਪ੍ਰਕ੍ਰਿਤੀ ਤੋਂ ਕੁਝ ਲੈਣ-ਦੇਣ ਨਹੀਂ ਹੈ। ਫਿਰ ਵੀ ਭੌਤਿਕ ਸੰਸਾਰ ਰਾਹੀਂ ਬੰਨ੍ਹਿਆ ਜਾਣ ਕਰਕੇ ਉਹ ਪ੍ਰਕ੍ਰਿਤੀ ਦੇ ਤਿੰਨਾਂ ਗੁਣਾਂ ਦੇ ਜਾਦੂ ਦੇ ਅਧੀਨ ਹੋ ਕੇ ਕੰਮ ਕਰਦਾ ਹੈ। ਕਿਉਂਕਿ ਜੀਵਾਂ ਨੂੰ ਪ੍ਰਕ੍ਰਿਤੀ ਦੀਆਂ ਵੱਖੋ-ਵੱਖਰੀਆਂ ਅਵਸਥਾਵਾਂ ਮੁਤਾਬਿਕ ਅਲਗ-ਅਲਗ ਸ਼ਰੀਰ ਮਿਲੇ ਹੋਏ ਹਨ, ਇਸ ਲਈ ਉਹ ਉਸੇ ਸੁਭਾਅ ਮੁਤਾਬਿਕ ਕਰਮ ਕਰਨ ਲਈ ਪ੍ਰੇਰਿਤ ਹੁੰਦੇ ਹਨ। ਇਹੋ ਅਨੇਕਾਂ ਤਰ੍ਹਾਂ ਦੇ ਸੁਖ-ਦੁੱਖ ਦਾ ਕਾਰਨ ਹੈ।

तत्र सत्त्वं निर्मलत्वात्प्रकाशकमनामयम्।
सुखसङ्गेन बध्नाति ज्ञानसङ्गेन चानघ ॥६॥

ਤਤ੍ਰ ਸੱਤ੍ਵਮ੍ ਨਿਰ੍ਮਲਤ੍ਵਾਤ੍ ਪ੍ਰਕਾਸ਼ਕਮ੍ ਅਨਾਮਯਮ੍।
ਸੁਖ-ਸੰਗੇਨ ਬਧ੍ਨਾਤਿ ਗ੍ਯਾਨ ਸੰਗੇਨ ਚਾਨਘ ॥ 6 ॥

ਤਤ੍ਰ-ਉਥੇ ; ਸਤ੍ਤ੍ਵਮ-ਸਤੋ ਗੁਣ ; ਨਿਰ੍ਮਲਤ੍ਵਾਤ੍-ਭੌਤਿਕ ਸੰਸਾਰ ਵਿਚ ਸ਼ੁੱਧ ਹੋਣ ਕਾਰਨ ; ਪ੍ਰਕਾਸ਼ਕਮ-ਪ੍ਰਕਾਸ਼ਿਤ ਕਰਦਾ ਹੋਇਆ ; ਅਨਾਮਯਮ-ਕਿਸੇ ਪਾਪ ਫਲ ਤੋਂ ਬਗੈਰ ; ਸੁਖ-ਸੁੱਖ ਦੀ ; ਸੰਗੇਨ-ਸੰਗਤ ਰਾਹੀਂ ; ਬਧ੍ਨਾਤਿ-ਬੰਨਦਾ ਹੈ ; ਗ੍ਯਾਨ-ਗਿਆਨ ਦੀ ; ਸੰਗੇਨ-ਸੰਗਤ ਤੋਂ; ਚ-ਵੀ ; ਅਨਘ-ਹੇ ਪਾਪ ਰਹਿਤ।

ਅਨੁਵਾਦ

ਹੇ ਨਿਸ਼ਪਾਪ! ਸਤੋਗੁਣ ਹੋਰ ਗੁਣਾਂ ਦੀ ਬਜਾਏ ਵਧੇਰੇ ਸ਼ੁੱਧ ਹੋਣ ਕਾਰਨ ਪ੍ਰਕਾਸ਼ ਦੇਣ ਵਾਲਾ ਅਤੇ ਮਨੁੱਖਾਂ ਨੂੰ ਸਾਰੇ ਪਾਪ ਕਰਮਾਂ ਤੋਂ ਮੁਕਤ ਕਰਨ ਵਾਲਾ ਹੈ। ਜਿਹੜੇ ਲੋਕ ਇਸ ਗੁਣ ਵਿਚ ਸਥਿਤ ਹੁੰਦੇ ਹਨ, ਉਹ ਸੁਖ ਅਤੇ ਗਿਆਨ ਦੇ ਭਾਵ ਨਾਲ ਬੰਨ੍ਹੇ ਜਾਂਦੇ ਹਨ।

ਭਾਵ

ਪ੍ਰਕ੍ਰਿਤੀ ਰਾਹੀਂ ਬੰਨ੍ਹੇ ਗਏ ਜੀਵ ਕਈ ਤਰ੍ਹਾਂ ਦੇ ਹੁੰਦੇ ਹਨ। ਕੋਈ ਸੁਖੀ ਹੈ ਅਤੇ ਕੋਈ ਵਧੇਰੇ ਕਰਮਸ਼ੀਲ, ਤਾਂ ਦੂਜਾ ਬੇਸਹਾਰਾ। ਇਸ ਤਰ੍ਹਾਂ ਦੇ ਮਨ ਦੇ ਭਾਵ ਹੀ ਪ੍ਰਕ੍ਰਿਤੀ ਵਿਚ ਜੀਵ ਦੀ ਬੱਧ ਅਵਸਥਾ ਦੇ ਕਾਰਨ ਸਰੂਪ ਹਨ। ਭਗਵਤ ਗੀਤਾ ਦੇ ਇਸ ਅਧਿਆਇ ਵਿਚ ਇਸਦਾ ਵਰਣਨ ਹੈ

ਕਿ ਉਹ ਕਿੰਝ ਵੱਖੋ-ਵੱਖਰੀ ਤਰ੍ਹਾਂ ਨਾਲ ਬੰਨ੍ਹੇ ਹਨ। ਸਭ ਤੋਂ ਪਹਿਲੋਂ ਸਤੋਗੁਣ ਤੇ ਵਿਚਾਰ ਕੀਤਾ ਗਿਆ ਹੈ, ਇਸ ਸੰਸਾਰ ਵਿਚ ਸਤੋਗੁਣ ਵਿਕਸਿਤ ਕਰਨ ਦਾ ਲਾਭ ਇਹ ਹੁੰਦਾ ਹੈ ਕਿ ਮਨੁੱਖ ਹੋਰ ਬੱਧ ਜੀਵਾਂ ਦੇ ਮੁਕਾਬਲੇ ਵਧੇਰੇ ਸਮਝਦਾਰ ਹੋ ਜਾਂਦਾ ਹੈ। ਸਤੋਗੁਣੀ ਮਨੁੱਖ ਨੂੰ ਭੌਤਿਕ ਕਸ਼ਟ ਉਨ੍ਹਾਂ ਪੀੜਿਤ ਨਹੀਂ ਕਰਦੇ ਅਤੇ ਉਸ ਵਿਚ ਭੌਤਿਕ ਗਿਆਨ ਦੀ ਪ੍ਰਗਤੀ ਕਰਨ ਦੀ ਸੂਝ ਹੁੰਦੀ ਹੈ। ਇਸ ਦਾ ਪ੍ਰਤੀਨਿਧੀ ਬ੍ਰਾਹਮਣ ਹੈ, ਜਿਹੜਾ ਸਤੋਗੁਣੀ ਮੰਨਿਆ ਜਾਂਦਾ ਹੈ। ਸੁਖ ਦਾ ਇਹ ਭਾਵ ਇਸ ਵਿਚਾਰ ਕਰਕੇ ਹੈ ਕਿ ਸਤੋਗੁਣ ਵਿਚ ਪਾਪ ਕਰਮਾਂ ਤੋਂ ਅਕਸਰ ਮੁਕਤ ਹੁੰਦਾ ਹੈ। ਅਸਲ ਵਿਚ ਵੈਦਿਕ ਸਾਹਿਤ ਵਿਚ ਇਹ ਕਿਹਾ ਗਿਆ ਹੈ ਕਿ ਸਤੋਗੁਣ ਦਾ ਅਰਥ ਹੀ ਇਹ ਹੈ, ਵਧੇਰਾ ਗਿਆਨ ਅਤੇ ਸੁਖ ਦਾ ਵੱਧ ਤੋਂ ਵੱਧ ਅਨੁਭਵ।

ਸਭ ਤੋਂ ਵੱਡੀ ਔਕੜ ਇਹ ਹੈ ਕਿ ਜਦੋਂ ਮਨੁੱਖ ਸਤੋਗੁਣ ਵਿਚ ਸਥਿਤ ਹੁੰਦਾ ਹੈ ਤਾਂ ਉਸਨੂੰ ਅਜਿਹਾ ਅਨੁਭਵ ਹੋ ਜਾਂਦਾ ਹੈ ਕਿ ਦੂਜਿਆਂ ਨਾਲੋਂ ਗਿਆਨ ਵਿਚ ਅੱਗੇ ਅਤੇ ਉੱਚ ਹੈ। ਇਸ ਤਰ੍ਹਾਂ ਉਹ ਬੰਨ੍ਹਿਆ ਜਾਂਦਾ ਹੈ। ਇਸਦੇ ਉਦਾਹਰਣ ਵਿਗਿਆਨਕ ਅਤੇ ਦਾਰਸ਼ਨਿਕ ਹਨ। ਇਨ੍ਹਾਂ ਵਿਚੋਂ ਹਰ ਇਕ ਨੂੰ ਆਪਣੇ ਗਿਆਨ ਦਾ ਹੰਕਾਰ ਰਹਿੰਦਾ ਹੈ ਅਤੇ ਕਿਉਂਕਿ ਉਹ ਆਪਣੇ ਰਹਿਣ ਸਹਿਣ ਨੂੰ ਸੁਧਾਰ ਲੈਂਦੇ ਹਨ, ਇਸ ਲਈ ਉਨ੍ਹਾਂ ਨੂੰ ਭੌਤਿਕ ਸੁਖ ਦਾ ਅਨੁਭਵ ਹੁੰਦਾ ਹੈ। ਬੱਧ ਜੀਵਨ ਵਿਚ ਵਧੇਰੇ ਸੁਖ ਦਾ ਇਹ ਭਾਵ, ਉਨ੍ਹਾਂ ਨੂੰ ਭੌਤਿਕ ਪ੍ਰਕ੍ਰਿਤੀ ਦੇ ਗੁਣਾਂ ਨਾਲ ਬੰਨ੍ਹ ਦਿੰਦਾ ਹੈ। ਇਸ ਲਈ ਉਹ ਸਤੋਗੁਣ ਵਿਚ ਰਹਿਕੇ ਕਰਮ ਕਰਨ ਪ੍ਰਤੀ ਜੁੱਟੇ ਹੁੰਦੇ ਹਨ। ਅਤੇ ਜਦੋਂ ਤਕ ਇਸ ਤਰ੍ਹਾਂ ਕਰਮ ਕਰਦੇ ਰਹਿਣ ਦੀ ਖਿੱਚ ਬਣੀ ਰਹਿੰਦੀ ਹੈ, ਉਦੋਂ ਤਕ ਉਨ੍ਹਾਂ ਨੂੰ ਕਿਸੇ ਨਾ ਕਿਸੇ ਤਰ੍ਹਾਂ ਦਾ ਸ਼ਰੀਰ ਧਾਰਣ ਕਰਨਾ ਹੁੰਦਾ ਹੈ। ਇੰਝ ਉਨ੍ਹਾਂ ਦੀ ਮੁਕਤੀ ਜਾਂ ਅਧਿਆਤਮਕ ਜਗਤ ਜਾਣ ਦੀ ਕੋਈ ਸੰਭਾਵਨਾ ਨਹੀਂ ਰਹਿ ਜਾਂਦੀ। ਉਹ ਬਾਰ-ਬਾਰ ਦਾਰਸ਼ਨਿਕ, ਵਿਗਿਆਨਕ ਜਾਂ ਕਵੀ ਬਣਦੇ ਰਹਿੰਦੇ ਹਨ ਅਤੇ ਬਾਰ-ਬਾਰ ਜਨਮ, ਮੌਤ ਦੇ ਇਹਨਾਂ ਦੋਸ਼ਾਂ ਵਿਚ ਬੰਨ੍ਹੇ ਰਹਿੰਦੇ ਹਨ। ਪਰ ਮਾਇਆ ਮੋਹ ਕਰਕੇ ਉਹ ਸੋਚਦੇ ਹਨ ਕਿ ਇਸ ਤਰ੍ਹਾਂ ਦਾ ਜੀਵਨ ਆਨੰਦ ਵਾਲਾ ਹੈ।

रजो रागात्मकं विद्धि तृष्णासङ्गसमुद्भवम्।
तन्निबध्नाति कौन्तेय कर्मसङ्गेन देहिनम्॥७॥

ਰਜੋ ਰਾਗਾਤ੍ਮਕਮ੍ ਵਿਦ੍ਧਿ ਤ੍ਰਿਸ਼ਣਾ-ਸੰਗ-ਸਮੁਦ੍ਭਵਮ੍ ।
ਤਨ੍ ਨਿਬਧ੍ਨਾਤਿ ਕੌਂਤੇਯ ਕਰ੍ਮ-ਸੰਗੇਨ ਦੇਹਿਨਮ੍ ॥ 7 ॥

ਰਜੋ-ਰਜੋਗੁਣ ; **ਰਾਗ-ਆਤ੍ਮਕਮ੍**-ਇੱਛਾ ਜਾਂ ਕਾਮਨਾ ਤੋਂ ਪੈਦਾ ; **ਵਿਦ੍ਧਿ**-ਜਾਣੋ ; **ਤ੍ਰਿਸ਼ਣਾ**-ਲਾਲਚ ਨਾਲ ; **ਸੰਗ**-ਸੰਗਤ ਨਾਲ ; **ਸਮੁਦ੍ਭਵਮ੍**-ਪੈਦਾ ; **ਤਤ੍**-ਉਹ; **ਨਿਬਧ੍ਨਾਤਿ**-ਬੰਨ੍ਹਦਾ ਹੈ ; **ਕੌਂਤੇਯ**-ਹੇ ਕੁੰਤੀ ਪੁੱਤਰ ; **ਕਰ੍ਮ ਸੰਗੇਨ**-ਸਕਾਮ ਕਰਮ ਦੀ ਸੰਗਤ ਨਾਲ ; **ਦੇਹਿਨਮ੍**- ਦੇਹਧਾਰੀ ਨੂੰ।

ਅਨੁਵਾਦ

ਹੇ ਕੁੰਤੀ ਪੁੱਤਰ! ਰਜੋਗੁਣ ਦੀ ਉਤਪੱਤੀ ਅਥਾਹ ਇੱਛਾਵਾਂ ਅਤੇ ਲਾਲਸਾਵਾਂ ਨਾਲ ਹੁੰਦੀ ਹੈ ਅਤੇ ਇਸੇ ਕਰਕੇ ਇਹ ਦੇਹਧਾਰੀ ਜੀਵ ਸਕਾਮ ਕਰਮਾਂ ਨਾਲ ਬੰਨ੍ਹੇ ਜਾਂਦੇ ਹਨ।

ਭਾਵ

ਰਜੋਗੁਣ ਦੀ ਖ਼ਾਸੀਅਤ ਹੈ, ਪੁਰਖ਼ ਅਤੇ ਇਸਤਰੀ ਦੀ ਆਪਸੀ ਖਿੱਚ। ਇਸਤਰੀ ਪੁਰਖ਼ ਪ੍ਰਤੀ ਅਤੇ ਪੁਰਸ਼ ਇਸਤਰੀ ਪ੍ਰਤੀ ਆਕਰਸ਼ਿਤ ਹੁੰਦਾ ਹੈ। ਇਹ ਰਜੋਗੁਣ ਕਹਾਉਂਦਾ ਹੈ। ਜਦੋਂ ਇਸ ਰਜੋਗੁਣ ਵਿਚ ਵਾਧਾ ਹੋ ਜਾਂਦਾ ਹੈ ਤਾਂ ਮਨੁੱਖ ਭੌਤਿਕ ਸੁਖ ਭੋਗਣ ਲਈ ਲਾਲਸਾ ਕਰਦਾ ਹੈ। ਉਹ ਇੰਦਰੀਆਂ ਦੀ ਤ੍ਰਿਪਤੀ ਚਾਹੁੰਦਾ ਹੈ। ਇਸ ਇੰਦਰੀਆਂ ਦੀ ਤ੍ਰਿਪਤੀ ਲਈ ਉਹ ਰਜੋਗੁਣੀ ਮਨੁੱਖ ਸਮਾਜ ਵਿਚ ਜਾਂ ਰਾਸ਼ਟਰ ਵਿਚ ਸਨਮਾਨ ਚਾਹੁੰਦਾ ਹੈ ਅਤੇ ਸੁੰਦਰ ਸੰਤਾਨ, ਇਸਤਰੀ ਅਤੇ ਘਰ ਸਮੇਤ ਸੁਖੀ ਪਰਿਵਾਰ ਚਾਹੁੰਦਾ ਹੈ। ਇਹ ਸਾਰੇ ਰਜੋਗੁਣ ਦੇ ਨਤੀਜੇ ਹਨ। ਜਦੋਂ ਤਕ ਮਨੁੱਖ ਇਨ੍ਹਾਂ ਦੀ ਲਾਲਸਾ ਕਰਦਾ ਰਹਿੰਦਾ ਹੈ, ਉਦੋਂ ਤਕ ਉਸਨੂੰ ਕਰੜੀ ਮਿਹਨਤ ਕਰਨੀ ਪੈਂਦੀ ਹੈ। ਇਸ ਲਈ ਇੱਥੇ ਇਹ ਸਪਸ਼ਟ ਕਿਹਾ ਗਿਆ ਹੈ ਕਿ ਮਨੁੱਖ ਆਪਣੇ ਕਰਮਫਲਾਂ ਨਾਲ ਜੁੜਕੇ ਹੀ ਅਜਿਹੇ ਕਰਮਾਂ ਨਾਲ ਬੰਨ੍ਹਿਆ ਜਾਂਦਾ ਹੈ। ਆਪਣੀ ਇਸਤਰੀ, ਪੁੱਤਰਾਂ ਅਤੇ ਸਮਾਜ ਨੂੰ ਖ਼ੁਸ਼ ਕਰਨ ਲਈ ਅਤੇ ਆਪਣੀ ਮਾਣ, ਇੱਜ਼ਤ ਬਨਾਉਣ ਲਈ ਮਨੁੱਖ ਨੂੰ ਕਰਮ ਕਰਨਾ ਪੈਂਦਾ ਹੈ। ਇੰਝ ਸਾਰਾ ਸੰਸਾਰ ਹੀ ਲੱਗਭਗ ਰਜੋਗੁਣੀ ਹੈ। ਆਧੁਨਿਕ ਸਭਿਅਤਾ ਵਿਚ ਰਜੋਗੁਣ ਦਾ ਮਾਪਦੰਡ ਉਚੱਾ ਹੈ। ਪ੍ਰਾਚੀਨ ਕਾਲ ਵਿਚ ਸਤੋਗੁਣ ਨੂੰ ਉੱਚ ਅਵਸਥਾ ਮੰਨਿਆ ਜਾਂਦਾ ਸੀ। ਜੇ ਸਤੋਗੁਣੀ ਲੋਕਾਂ ਨੂੰ ਮੁਕਤੀ ਨਹੀਂ ਮਿਲਦੀ ਤਾਂ ਜਿਹੜੇ ਰਜੋਗੁਣੀ ਹਨ, ਉਨ੍ਹਾਂ ਬਾਰੇ ਕੀ ਕਿਹਾ ਜਾਵੇ ?

तमस्त्वज्ञानजं विद्धि मोहनं सर्वदेहिनाम्।
प्रमादालस्यनिद्राभिस्तन्निबध्नाति भारत॥८॥

ਤਮਸ੍ ਤ੍ਵ ਅਗ੍ਯਾਨ-ਜਮ੍ ਵਿਦ੍ਧਿ ਮੋਹਨਮ੍ ਸਰ੍ਵ-ਦੇਹਿਨਾਮ੍।
ਪ੍ਰਮਾਦਾਲਸ੍ਯ-ਨਿਦ੍ਰਾਭਿਸ੍ ਤਨ੍ ਨਿਬਧ੍ਨਾਤਿ ਭਾਰਤ ॥ 8 ॥

ਤਮਹ੍-ਤਮੋ ਗੁਣ ; ਤੁ-ਪਰ ; ਅਗ੍ਯਾਨ-ਜਮ-ਅਗਿਆਨ ਤੋਂ ਪੈਦਾ ; ਵਿਦਧਿ-ਸਮਝੋ ; ਮੋਹਨਮ੍-ਮੋਹ ; ਸਰ੍ਵ-ਦੇਹਿਨਾਮ-ਸਾਰੇ ਦੇਹਧਾਰੀ ਜੀਵਾਂ ਦਾ ; ਪ੍ਰਮਾਦ-ਪਾਗਲਪਨ ; ਆਲਸ੍ਯ-ਆਲਸ; ਨਿਦ੍ਰਾਭਿਹ-ਅਤੇ ਨੀਂਦਰ ਰਾਹੀਂ ; ਤਤ-ਉਹ ; ਨਿਬਧ੍ਨਾਤਿ-ਬੰਨ੍ਹਦਾ ਹੈ ; ਭਾਰਤ-ਹੇ ਭਰਤ ਪੁੱਤਰ।

ਅਨੁਵਾਦ

ਹੇ ਭਰਤ ਪੁੱਤਰ! ਤੁਸੀਂ ਸਮਝ ਲਉ ਕਿ ਅਗਿਆਨ ਤੋਂ ਪੈਦਾ ਤਮੋਗੁਣ ਸਾਰੇ ਦੇਹਧਾਰੀ ਜੀਵਾਂ ਦਾ ਮੋਹ ਹੈ। ਇਸ ਗੁਣ ਦੇ ਫਲ ਵੱਜੋਂ ਪਾਗਲਪਨ, ਆਲਸ ਅਤੇ ਨੀਂਦਰ ਹਨ, ਜਿਹੜੇ ਬੱਧਜੀਵ ਨੂੰ ਬੰਨ੍ਹਦੇ ਹਨ।

ਭਾਵ

ਇਸ ਸ਼ਲੋਕ ਵਿਚ 'ਤੁ' ਸ਼ਬਦ ਦੀ ਵਰਤੋਂ ਵਰਣਨਯੋਗ ਹੈ। ਇਸ ਦਾ ਅਰਥ ਹੈ ਕਿ ਤਮੋਗੁਣ ਦੇਹਧਾਰੀ ਜੀਵ ਦਾ ਬਹੁਤ ਵਿਲੱਖਣ ਗੁਣ ਹੈ। ਇਹ ਸਤੋਗੁਣ ਦੇ ਬਿਲਕੁਲ ਉਲਟ ਹੈ। ਸਤੋਗੁਣ ਵਿਚ ਗਿਆਨ ਦੇ ਵਿਕਾਸ ਨਾਲ ਮਨੁੱਖ ਇਹ ਗਿਆਨ ਜਾਣ ਸਕਦਾ ਹੈ ਕਿ ਕੌਣ ਕੀ ਹੈ, ਪਰ ਤਮੋਗੁਣ ਤਾਂ ਇਸਦੇ ਬਿਲਕੁਲ ਉਲਟ ਹੁੰਦਾ ਹੈ। ਜਿਹੜਾ ਵੀ ਤਮੋਗੁਣ ਦੇ ਪ੍ਰਭਾਵ ਅਧੀਨ ਹੁੰਦਾ ਹੈ, ਉਹ ਪਾਗਲ ਹੋ ਜਾਂਦਾ ਹੈ, ਅਤੇ ਪਾਗਲ ਮਨੁੱਖ ਇਹ ਨਹੀਂ ਸਮਝ ਸਕਦਾ ਕਿ ਕੌਣ ਕੀ ਹੈ। ਉਹ ਤਰੱਕੀ ਕਰਨ ਦੀ ਬਜਾਏ ਥੱਲੇ ਨੂੰ ਜਾਂਦਾ ਹੈ। ਵੈਦਿਕ ਸਾਹਿਤ ਵਿਚ ਤਮੋਗੁਣ ਦੀ ਪਰਿਭਾਸ਼ਾ ਇਝ ਕੀਤੀ ਗਈ ਹੈ –

'ਵਸਤੁ ਯਾਥਾਤ੍ਮ੍ਯ ਗ੍ਯਾਨਾਵਰਕਮ੍ ਵਿਪਰ੍ਯਯ ਗ੍ਯਾਨ ਜਨਕਮ੍ ਤਮਹ'

ਅਗਿਆਨ ਦੇ ਅਧੀਨ ਹੋਇਆ ਮਨੁੱਖ ਕਿਸੇ ਚੀਜ਼ ਨੂੰ ਯਥਾਰੂਪ 'ਚ ਨਹੀਂ ਸਮਝ ਸਕਦਾ। ਉਦਾਹਰਣ ਵੱਜੋਂ, ਹਰ ਮਨੁੱਖ ਵੇਖਦਾ ਹੈ ਕਿ ਉਸਦਾ ਦਾਦਾ ਮਰਿਆ ਹੈ, ਇਸ ਲਈ ਉਹ ਵੀ ਮਰੇਗਾ, ਮਨੁੱਖ ਮਰਨਸ਼ੀਲ ਹੈ। ਉਸਦੀਆਂ ਸੰਤਾਨਾਂ ਵੀ ਮਰਨਗੀਆਂ। ਇਸ ਲਈ ਮੌਤ ਅਟਲ ਹੈ। ਫਿਰ ਵੀ ਲੋਕ ਪਾਗਲ ਹੋਕੇ ਧੰਨ ਇਕੱਠਾ ਕਰਦੇ ਹਨ ਅਤੇ ਨਿੱਤ ਆਤਮਾ ਦੀ ਚਿੰਤਾ ਕੀਤਿਆਂ ਬਗੈਰ, ਦਿਨ ਰਾਤ ਸਖ਼ਤ ਮਿਹਨਤ ਕਰਦੇ ਹਨ। ਇਹ ਪਾਗਲਪਨ ਹੀ ਤਾਂ ਹੈ। ਆਪਣੇ ਪਾਗਲਪਨ ਵਿਚ ਉਹ ਅਧਿਆਤਮਕ ਗਿਆਨ ਲਈ ਕੋਈ ਤਰੱਕੀ ਨਹੀਂ ਕਰ ਪਾਉਂਦੇ। ਅਜਿਹੇ ਲੋਕ ਵਧੇਰੇ ਆਲਸੀ ਹੁੰਦੇ ਹਨ। ਜਦੋਂ ਉਨ੍ਹਾਂ ਨੂੰ ਅਧਿਆਤਮਕ ਗਿਆਨ ਵਿਚ ਸ਼ਾਮਿਲ ਹੋਣ ਦਾ ਸੱਦਾ ਦਿੱਤਾ ਜਾਂਦਾ ਹੈ ਤਾਂ ਉਹ ਵਧੇਰੇ ਦਿਲਚਸਪੀ ਨਹੀਂ ਵਿਖਾਉਂਦੇ। ਉਹ ਰਜੋਗੁਣੀ ਮਨੁੱਖ ਵਾਂਗ ਵੀ ਕਿਰਿਆਸ਼ੀਲ ਨਹੀਂ ਰਹਿੰਦੇ। ਇਸ ਲਈ ਤਮੋਗੁਣ ਵਿਚ ਲਿੱਪਤ ਮਨੁੱਖ ਦਾ ਇੱਕ ਹੋਰ ਗੁਣ ਇਹ ਵੀ ਹੈ ਕਿ ਉਹ ਜ਼ਰੂਰਤ ਤੋਂ ਜ਼ਿਆਦਾ ਸੌਂਦਾ ਹੈ। ਛੇ ਘੰਟੇ ਦੀ ਨੀਂਦਰ ਕਾਫ਼ੀ ਹੈ, ਪਰ ਅਜਿਹਾ ਮਨੁੱਖ ਦਿਨ ਵਿਚ ਦੱਸ ਬਾਰ੍ਹਾਂ ਘੰਟੇ ਸੌਂਦਾ ਹੈ। ਅਜਿਹਾ ਮਨੁੱਖ ਹਮੇਸ਼ਾਂ ਨਿਰਾਸ਼ ਲਗਦਾ ਹੈ ਅਤੇ ਭੌਤਿਕ ਚੀਜ਼ਾਂ ਅਤੇ ਨੀਂਦਰ ਦਾ ਆਦੀ ਬਣ ਜਾਂਦਾ ਹੈ। ਇਹ ਹਨ ਤਮੋਗੁਣੀ ਮਨੁੱਖ ਦੇ ਲੱਛਣ।

सत्त्वं सुखे सञ्जयति रजः कर्मणि भारत।
ज्ञानमावृत्य तु तमः प्रमादे सञ्जयत्युत॥९॥

ਸੱਤ੍ਵਮ੍ ਸੁਖੇ ਸੰਜਯਤਿ ਰਜਹ੍ ਕਰ੍ਮਣਿ ਭਾਰਤ।
ਗ੍ਯਾਨਮ੍ ਆਵ੍ਰਿਤ੍ਯ ਤੁ ਤਮਹ੍ ਪ੍ਰਮਾਦੇ ਸੰਜਯਤਿ ਉਤ ॥ 9 ॥

ਸੱਤ੍ਵਮ-ਸਤੋ ਗੁਣ ; **ਸੁਖੇ**-ਸੁਖ ਵਿਚ ; **ਸੰਜਯਤਿ**-ਬੰਨ੍ਹਦਾ ਹੈ ; **ਰਜਹ੍**-ਰਜੋ ਗੁਣ ; **ਕਰਮਣਿ**-ਸਕਾਮ ਕਰਮ ਵਿਚ ; **ਭਾਰਤ**-ਹੇ ਭਰਤ ਪੁੱਤਰ ; **ਗਯਾਨਮ**-ਗਿਆਨ ਨੂੰ ; **ਆਵ੍ਰਿਤ੍ਯ**-ਢੱਕ ਕੇ; **ਤੁ**-ਪਰ ; **ਤਮਹ**-ਤਮੋ ਗੁਣ ; **ਪ੍ਰਮਾਦੇ**-ਪਾਗਲਪਨ ਵਿਚ ; **ਸੰਜਯਤਿ**-ਬੰਨ੍ਹਦਾ ਹੈ ; **ਉਤ**-ਅਜਿਹਾ ਕਿਹਾ ਜਾਂਦਾ ਹੈ।

ਅਨੁਵਾਦ

ਹੇ ਭਰਤ ਪੁੱਤਰ! ਸਤੋਗੁਣ ਮਨੁੱਖ ਨੂੰ ਸੁਖ ਨਾਲ ਬੰਨ੍ਹਦਾ ਹੈ, ਰਜੋਗੁਣ ਸਕਾਮ ਕਰਮ ਨਾਲ ਬੰਨ੍ਹਦਾ ਹੈ ਅਤੇ ਤਮੋਗੁਣ ਮਨੁੱਖ ਦੇ ਗਿਆਨ ਨੂੰ ਢੱਕ ਕੇ ਉਸਨੂੰ ਪਾਗ਼ਲਪਨ ਨਾਲ ਬੰਨ੍ਹਦਾ ਹੈ।

ਭਾਵ

ਸਤੋਗੁਣੀ ਮਨੁੱਖ ਆਪਣੇ ਕਰਮ ਜਾਂ ਬੌਧਿਕ ਬਿਰਤੀ ਤੋਂ ਉਸੇ ਤਰ੍ਹਾਂ ਸੰਤੁਸ਼ਟ ਰਹਿੰਦਾ ਹੈ, ਜਿਸ ਤਰ੍ਹਾਂ ਦਾਰਸ਼ਨਿਕ, ਵਿਗਿਆਨਕ ਜਾਂ ਸਿੱਖਿਅਕ ਆਪੋ-ਆਪਣੀਆਂ ਵਿੱਦਿਆਵਾਂ ਨਾਲ ਲਗਾਤਾਰ ਸੰਤੁਸ਼ਟ ਰਹਿੰਦੇ ਹਨ। ਰਜੋ ਗੁਣੀ ਮਨੁੱਖ ਸਕਾਮ ਕਰਮ ਵਿਚ ਲਗ ਸਕਦਾ ਹੈ, ਉਹ ਆਪਣੀ ਸਮਰਥਾ ਮੁਤਾਬਿਕ ਧਨ ਪ੍ਰਾਪਤ ਕਰਕੇ ਉਸ ਨੂੰ ਉੱਤਮ ਕਾਰਜਾਂ ਵਿਚ ਖ਼ਰਚ ਕਰ ਸਕਦਾ ਹੈ। ਕਦੀ ਉਹ ਹਸਪਤਾਲ ਖੋਲ੍ਹਣ ਦਾ ਯਤਨ ਕਰਦਾ ਹੈ, ਅਤੇ ਧਰਮ ਅਰਥ ਸੰਸਥਾਵਾਂ ਨੂੰ ਦਾਨ ਦਿੰਦਾ ਹੈ। ਇਹ ਲੱਛਣ ਹਨ ਰਜੋ ਗੁਣੀ ਮਨੁੱਖ ਦੇ। ਪਰ ਤਮੋ ਗੁਣ ਤਾਂ ਗਿਆਨ ਨੂੰ ਢੱਕ ਲੈਂਦਾ ਹੈ। ਤਮੋ ਗੁਣ ਵਿਚ ਰਹਿਕੇ ਮਨੁੱਖ ਜੋ ਵੀ ਕਰਦਾ ਹੈ, ਉਹ ਨਾ ਤਾਂ ਉਸ ਲਈ ਅਤੇ ਨਾ ਹੀ ਕਿਸੇ ਹੋਰ ਲਈ ਫਾਇਦੇਮੰਦ ਹੁੰਦਾ ਹੈ।

रजस्तमश्चाभिभूय सत्त्वं भवति भारत।
रजः सत्त्वं तमश्चैव तमः सत्त्वं रजस्तथा ॥१०॥

ਰਜਸ੍ ਤਮਸ਼੍ ਚਾਭਿਭੂਯ ਸੱਤ੍ਵਮ੍ ਭਵਤਿ ਭਾਰਤ ।
ਰਜਹ੍ ਸੱਤਵਮ੍ ਤਮਸ਼੍ ਚੈਵ ਤਮਹ੍ ਸੱਤ੍ਵਮ੍ ਰਜਸ੍ ਤਥਾ ॥ 10 ॥

ਰਜਹ੍-ਰਜੋ ਗੁਣ ; ਤਮਹ੍-ਤਮੋ ਗੁਣ ਨੂੰ ; ਚ-ਵੀ ; ਅਭਿਭੂਯ-ਪਾਰ ਕਰਕੇ ; ਸਤ੍ਤ੍ਵਮ੍-ਸਤੋ ਗੁਣ ; ਭਵਤਿ - ਪ੍ਰਧਾਨ ਬਣਦਾ ਹੈ ; ਭਾਰਤ - ਹੇ ਭਰਤ ਪੁੱਤਰ ; ਰਜਹ੍-ਰਜੋ ਗੁਣ ; ਸੱਤ੍ਵਮ੍-ਸਤੋ ਗੁਣ ਨੂੰ ; ਤਮਹ੍-ਤਮੋ ਗੁਣ ; ਚ-ਵੀ ; ਏਵ-ਉਸੇ ਤਰ੍ਹਾਂ ; ਤਮਹ੍-ਤਮੋ ਗੁਣ ; ਸੱਤ੍ਵਮ੍-ਸਤੋ ਗੁਣ ਨੂੰ ; ਰਜਹ੍-ਰਜੋ ਗੁਣ ; ਤਥਾ-ਇੰਝ

ਅਨੁਵਾਦ

ਹੇ ਭਰਤ ਪੁੱਤਰ! ਕਦੀ ਕਦੀ ਸਤੋ ਗੁਣ, ਰਜੋ ਗੁਣ ਅਤੇ ਤਮੋ ਗੁਣ ਨੂੰ ਹਰਾ ਕੇ ਪ੍ਰਧਾਨ ਬਣ ਜਾਂਦਾ ਹੈ ਤਾਂ ਕਦੀ ਰਜੋ ਗੁਣ, ਸਤੋ ਅਤੇ ਤਮੋ ਗੁਣਾਂ ਨੂੰ ਹਰਾ ਦਿੰਦਾ ਹੈ ਅਤੇ ਕਦੀ ਅਜਿਹਾ ਹੁੰਦਾ ਹੈ ਕਿ ਤਮੋ ਗੁਣ, ਸਤੋ ਅਤੇ ਰਜੋ ਗੁਣ ਨੂੰ ਹਰਾ ਦਿੰਦਾ ਹੈ। ਇੰਝ ਉੱਚ ਬਣਨ ਲਈ ਲਗਾਤਾਰ ਹੋੜ ਲੱਗੀ ਰਹਿੰਦੀ ਹੈ।

ਭਾਵ

ਜਦੋਂ ਰਜੋ ਗੁਣ ਪ੍ਰਧਾਨ ਹੁੰਦਾ ਹੈ, ਤਾਂ ਸਤੋ ਗੁਣ ਅਤੇ ਤਮੋ ਗੁਣ ਦੱਬੇ ਰਹਿੰਦੇ ਹਨ। ਜਦੋਂ ਸਤੋ ਗੁਣ ਪ੍ਰਧਾਨ ਹੁੰਦਾ ਹੈ ਤਾਂ ਰਜੋ ਅਤੇ ਤਮੋ ਗੁਣ ਦੱਬ ਜਾਂਦੇ ਹਨ। ਜਦੋਂ ਤਮੋ ਗੁਣ ਪ੍ਰਧਾਨ ਹੁੰਦਾ ਹੈ ਤਾਂ ਰਜੋ

ਅਤੇ ਸਤੋ ਗੁਣ ਦੱਬ ਜਾਂਦੇ ਹਨ। ਇਹ ਸੰਘਰਸ਼ ਲਗਾਤਾਰ ਚਲਦਾ ਰਹਿੰਦਾ ਹੈ। ਇਸ ਲਈ ਜਿਹੜਾ ਕ੍ਰਿਸ਼ਨ ਭਾਵਨਾ ਅੰਮ੍ਰਿਤ ਵਿਚ ਅਸਲ ਵਿਚ ਤਰੱਕੀ ਕਰਨ ਦਾ ਚਾਹਵਾਨ ਹੈ, ਉਸ ਨੂੰ ਇਨ੍ਹਾਂ ਤਿੰਨਾਂ ਗੁਣਾਂ ਨੂੰ ਪਾਰ ਕਰਨਾ ਪੈਂਦਾ ਹੈ। ਪ੍ਰਕ੍ਰਿਤੀ ਦੇ ਕਿਸੇ ਇਕ ਗੁਣ ਦੀ ਪ੍ਰਧਾਨਤਾ ਮਨੁੱਖ ਦੇ ਆਚਰਣ ਵਿਚ, ਉਸਦੇ ਕੰਮ-ਕਾਰਾਂ ਵਿਚ, ਉਸਦੇ ਖਾਣ-ਪੀਣ ਆਦਿ ਵਿਚ ਪ੍ਰਗਟ ਹੁੰਦੀ ਰਹਿੰਦੀ ਹੈ। ਇਨ੍ਹਾਂ ਸਭਨਾਂ ਦੀ ਵਿਆਖਿਆ ਅਗਲੇ ਅਧਿਆਇਆਂ ਵਿਚ ਕੀਤੀ ਜਾਵੇਗੀ। ਪਰ ਜੇ ਕੋਈ ਚਾਹੇ ਤਾਂ ਉਹ ਅਭਿਆਸ ਰਾਹੀਂ ਸਤੋ ਗੁਣ ਵਿਕਸਿਤ ਕਰ ਸਕਦਾ ਹੈ ਅਤੇ ਇੰਝ ਰਜੋ ਅਤੇ ਤਮੋ ਗੁਣਾਂ ਨੂੰ ਦੱਬਾ ਸਕਦਾ ਹੈ। ਇੰਝ ਰਜੋ ਗੁਣ ਵਿਕਸਿਤ ਕਰਕੇ ਤਮੋ ਗੁਣ ਅਤੇ ਸਤੋ ਗੁਣਾਂ ਨੂੰ ਹਰਾ ਸਕਦਾ ਹੈ। ਜਾਂ ਕੋਈ ਚਾਹੇ ਤਾਂ ਉਹ ਤਮੋ ਗੁਣ ਨੂੰ ਵਿਕਸਿਤ ਕਰਕੇ ਰਜੋ ਅਤੇ ਸਤੋ ਗੁਣਾਂ ਨੂੰ ਹਰਾ ਸਕਦਾ ਹੈ। ਭਾਵੇਂ ਪ੍ਰਕ੍ਰਿਤੀ ਦੇ ਇਹ ਤਿੰਨ ਗੁਣ ਹੁੰਦੇ ਹਨ, ਪਰ ਜੇ ਕੋਈ ਸੰਕਲਪ ਕਰ ਲਵੇ ਤਾਂ ਉਸਨੂੰ ਸਤੋ ਗੁਣ ਦਾ ਆਸ਼ੀਰਵਾਦ ਮਿਲ ਸਕਦਾ ਹੈ, ਅਤੇ ਸਤੋ ਗੁਣ ਨੂੰ ਪਾਰ ਕਰਕੇ ਉਹ ਸ਼ੁੱਧ ਸਤਵ ਵਿਚ ਸਥਿਤ ਹੋ ਸਕਦਾ ਹੈ, ਜਿਸਨੂੰ **ਵਾਸੁਦੇਵ** ਅਵਸਥਾ ਕਹਿੰਦੇ ਹਨ, ਜਿਸ ਵਿਚ ਉਹ ਈਸ਼ਵਰ ਦੇ ਵਿਗਿਆਨ ਨੂੰ ਸਮਝ ਸਕਦਾ ਹੈ। ਖ਼ਾਸ ਕਾਰਜਾਂ ਦੇ ਪ੍ਰਗਟ ਹੋਣ ਮਗਰੋਂ ਹੀ ਸਮਝਿਆ ਜਾ ਸਕਦਾ ਹੈ ਕਿ ਕੌਣ ਕਿਸ ਗੁਣ ਵਿਚ ਸਥਿਤ ਹੈ।

सर्वद्वारेषु देहेऽस्मिन्प्रकाश उपजायते।
ज्ञानं यदा तदा विद्याद्विवृद्धं सत्त्वमित्युत ॥११॥

ਸਰ੍ਵ ਦ੍ਵਾਰੇਸ਼ੁ ਦੇਹੇ'ਸ੍ਮਿਨ੍ ਪ੍ਰਕਾਸ਼ ਉਪਜਾਯਤੇ ।
ਗ੍ਯਾਨਮ੍ ਯਦਾ ਤਦਾ ਵਿਦ੍ਯਾਦ੍ ਵਿਵ੍ਰਿਦ੍ਧਮ੍ ਸੱਤਵਮ ਇਤਿ ਉਤ ॥ 11 ॥

ਸਰ੍ਵ ਦ੍ਵਾਰੇਸ਼ੁ-ਸਾਰੇ ਦਰਵਾਜ਼ਿਆਂ ਵਿਚੋਂ ; **ਦੇਹੇ ਅਸ੍ਮਿਨ੍**-ਇਸ ਸ਼ਰੀਰ ਵਿਚ ; **ਪ੍ਰਕਾਸ਼ਹ੍**-ਪ੍ਰਕਾਸ਼ਿਤ ਕਰਨ ਦਾ ਗੁਣ ; **ਉਪਜਾਯਤੇ**-ਪੈਦਾ ਹੁੰਦਾ ਹੈ ; **ਗ੍ਯਾਨਮ੍**-ਗਿਆਨ ; **ਯਦਾ**-ਜਦੋਂ ; **ਤਦਾ**-ਉਸ ਵੇਲੇ ; **ਵਿਦ੍ਯਾਤ੍**-ਸਮਝੋ ; **ਵਿਵ੍ਰਿਦ੍ਧਮ੍**-ਵੱਧਿਆ ਹੋਇਆ ; **ਸੱਤਵਮ੍**-ਸਤੋ ਗੁਣ ; **ਇਤਿ ਉਤ**-ਅਜਿਹਾ ਕਿਹਾ ਗਿਆ ਹੈ।

ਅਨੁਵਾਦ

ਸਤੋ ਗੁਣ ਦੇ ਪ੍ਰਗਟਾਵੇ ਨੂੰ ਉਦੋਂ ਅਨੁਭਵ ਕੀਤਾ ਜਾ ਸਕਦਾ ਹੈ, ਜਦੋਂ ਸ਼ਰੀਰ ਦੇ ਸਾਰੇ ਦਰਵਾਜ਼ੇ ਗਿਆਨ ਦੇ ਪ੍ਰਕਾਸ਼ ਨਾਲ ਪ੍ਰਕਾਸ਼ਿਤ ਹੁੰਦੇ ਹਨ।

ਭਾਵ

ਸ਼ਰੀਰ ਵਿਚ ਨੌਂ ਦਰਵਾਜ਼ੇ ਹਨ - ਦੋ ਅੱਖਾਂ, ਦੋ ਕੰਨ, ਦੋ ਨਾਸਾਂ, ਮੂੰਹ, ਗੁਪਤ ਅੰਗ ਅਤੇ ਗੁਦਾ। ਜਦੋਂ ਹਰ ਦਰਵਾਜ਼ਾ ਸਤੋਗੁਣ ਦੇ ਲੱਛਣ ਨਾਲ ਚਮਕ ਉਠਦਾ ਹੈ ਤਾਂ ਸਮਝਣਾ ਚਾਹੀਦਾ ਹੈ ਕਿ ਉਸ

ਵਿਚ ਸਤੋ ਗੁਣ ਪੈਦਾ ਹੋ ਚੁੱਕਾ ਹੈ । ਸਤੋ ਗੁਣ ਵਿਚ ਸਾਰੀਆਂ ਚੀਜ਼ਾਂ ਆਪਣੀ ਠੀਕ ਸਥਿਤੀ ਵਿਚ ਵਿਖਾਈ ਦਿੰਦੀਆਂ ਹਨ, ਠੀਕ-ਠੀਕ ਸੁਣਾਈ ਪੈਂਦੀਆਂ ਹਨ ਅਤੇ ਠੀਕ ਢੰਗ ਨਾਲ ਉਨ੍ਹਾਂ ਚੀਜ਼ਾਂ ਦਾ ਸੁਆਦ ਮਿਲਦਾ ਹੈ । ਮਨੁੱਖ ਦਾ ਅੰਦਰ ਅਤੇ ਬਾਹਰ ਸ਼ੁੱਧ ਹੋ ਜਾਂਦਾ ਹੈ । ਹਰ ਦਰਵਾਜ਼ੇ ਵਿਚ ਸੁਖ ਦੇ ਲੱਛਣ ਪੈਦਾ ਹੋਏ ਵਿਖਾਈ ਦਿੰਦੇ ਹਨ ਅਤੇ ਇਹੋ ਸਥਿਤੀ ਹੁੰਦੀ ਹੈ, ਸਤੋ ਗੁਣ ਦੀ।

लोभः प्रवृत्तिरारम्भः कर्मणामशमः स्पृहा।
रजस्येतानि जायन्ते विवृद्धे भरतर्षभ॥१२॥

ਲੋਭਹ੍ ਪ੍ਰਵ੍ਰਿਤ੍ਤਿਰ੍ ਆਰੰਭਹ੍ ਕਰ੍ਮਣਾਮ੍ ਅਸ਼ਮਹ੍ ਸ੍ਪ੍ਰਿਹਾ ।
ਰਜਸਿ ਏਤਾਨਿ ਜਾਯੰਤੇ ਵਿਵ੍ਰਿਦ੍ਧੇ ਭਰਤਰ੍ਸ਼ਭ ॥ 12 ॥

ਲੋਭਹ੍-ਲਾਲਚ ; **ਪ੍ਰਵ੍ਰਿਤ੍ਤਿਹ੍**-ਕਾਰਜ ; **ਆਰੰਭਹ੍**-ਯਤਨ ; **ਕਰ੍ਮਣਾਮ੍**-ਕਰਮਾਂ ਵਿਚ ; **ਅਸ਼ਮਹ੍**-ਅਨਿਯੰਤਰਿਤ ; **ਸ੍ਪ੍ਰਿਹਾ**-ਇੱਛਾ ; **ਰਜਸਿ**-ਰਜੋ ਗੁਣ ਵਿਚ ; **ਏਤਾਨਿ**-ਇਹ ਸਾਰੇ ; **ਜਾਯੰਤੇ**-ਪ੍ਰਗਟ ਹੁੰਦੇ ਹਨ ; **ਵਿਵ੍ਰਿਦ੍ਧੇ**-ਜ਼ਿਆਦਾ ਹੋਣ ਤੇ ; **ਭਰਤਰਿ੍ਸ਼ਭ**-ਹੇ ਭਰਤਵੰਸ਼ੀਆਂ ਵਿਚੋਂ ਪ੍ਰਮੁੱਖ ।

ਅਨੁਵਾਦ

ਹੇ ਭਰਤ ਵੰਸ਼ੀਆਂ ਵਿਚੋਂ ਪ੍ਰਮੁੱਖ! ਜਦੋਂ ਰਜੋ ਗੁਣ ਵਿਚ ਵਾਧਾ ਹੋ ਜਾਂਦਾ ਹੈ ਤਾਂ ਵਧੇਰੇ ਆਸਕਤੀ, ਸਕਾਮ ਕਰਮ, ਵਧੇਰਾ ਯਤਨ ਅਤੇ ਬੇਕਾਬੂ ਇੱਛਾ ਅਤੇ ਲਾਲਸਾ ਦੇ ਲੱਛਣ ਪ੍ਰਗਟ ਹੁੰਦੇ ਹਨ ।

ਭਾਵ

ਰਜੋ ਗੁਣੀ ਮਨੁੱਖ ਕਦੀ ਵੀ ਪਹਿਲਾਂ ਤੋਂ ਪ੍ਰਾਪਤ ਪਦਵੀ ਨਾਲ ਸੰਤੁਸ਼ਟ ਨਹੀਂ ਹੁੰਦਾ, ਉਹ ਆਪਣੀ ਪਦਵੀ ਵਧਾਉਣ ਲਈ ਯਤਨਸ਼ੀਲ ਰਹਿੰਦਾ ਹੈ, ਜੇ ਉਸਨੇ ਮਕਾਨ ਬਣਾਉਣਾ ਹੈ ਤਾਂ ਉਹ ਮਹਿਲ ਬਣਾਉਣ ਲਈ ਅਣਥੱਕ ਲਾਲਸਾ ਕਰਦਾ ਹੈ । ਜਿਵੇਂ ਉਹ, ਉਸ ਮਹਿਲ ਵਿਚ ਹਮੇਸ਼ਾਂ ਰਹੇਗਾ । ਉਹ ਇੰਦਰੀਆਂ ਦੀ ਤ੍ਰਿਪਤੀ ਲਈ ਵਧੇਰੇ ਲਾਲਸਾ ਵਿਕਸਿਤ ਕਰ ਲੈਂਦਾ ਹੈ । ਉਸ ਵਿਚ ਇੰਦਰੀਆਂ ਦੀ ਤ੍ਰਿਪਤੀ ਦੀ ਕੋਈ ਹੱਦ ਨਹੀਂ ਹੈ । ਉਹ ਹਮੇਸ਼ਾਂ ਆਪਣੇ ਪਰਿਵਾਰ ਵਿਚ ਅਤੇ ਆਪਣੇ ਘਰ ਵਿਚ ਰਹਿਕੇ ਇੰਦਰੀਆਂ ਦੀ ਤ੍ਰਿਪਤੀ ਕਰਦੇ ਰਹਿਣਾ ਚਾਹੁੰਦਾ ਹੈ । ਇਸਦਾ ਕੋਈ ਅੰਤ ਨਹੀਂ ਹੈ । ਇਨ੍ਹਾਂ ਸਾਰੇ ਲੱਛਣਾਂ ਨੂੰ ਰਜੋ ਗੁਣ ਦੀ ਵਿਸ਼ੇਸ਼ਤਾ ਮੰਨਣਾ ਚਾਹੀਦਾ ਹੈ ।

अप्रकाशोऽप्रवृत्तिश्च प्रमादो मोह एव च।
तमस्येतानि जायन्ते विवृद्धे कुरुनन्दन॥१३॥

ਅਪ੍ਰਕਾਸ਼ੋ 'ਪ੍ਰਵ੍ਰਿਤ੍ਤਿਸ਼੍ਚ ਪ੍ਰਮਾਦੋ ਮੋਹ ਏਵ ਚ ।
ਤਮਸਿ ਏਤਾਨਿ ਜਾਯੰਤੇ ਵਿਵ੍ਰਿਦ੍ਧੇ ਕੁਰੁ-ਨੰਦਨ ॥ 13 ॥

ਅਪ੍ਰਕਾਸ਼ਹ੍-ਹਨੇਰਾ ; **ਅਪ੍ਰਵ੍ਰਿਤ੍ਤਿਹ੍**-ਨਿਕੰਮਾਪਣ ; **ਚ**-ਅਤੇ ; **ਪ੍ਰਮਾਦਹ੍**-ਪਾਗਲਪਨ ; **ਮੋਹਹ੍**-ਮੋਹ ; **ਏਵ**-ਨਿਸ਼ਚੈ ਹੀ ; **ਚ**-ਵੀ ; **ਤਮਸਿ੍**-ਤਮੋ ਗੁਣ ; **ਏਤਾਨਿ**-ਇਹ ; **ਜਾਯੰਤੇ**-ਪ੍ਰਗਟ ਹੁੰਦੇ ਹਨ ; **ਵਿਵ੍ਰਿਦ੍ਧੇ**-ਵੱਧ ਜਾਣ ਤੇ ; **ਕੁਰੁ-ਨੰਦਨ**-ਹੇ ਕੁਰੂ ਪੁੱਤਰ!

ਅਨੁਵਾਦ

ਜਦੋਂ ਤਮੋ ਗੁਣ ਵਿਚ ਵਾਧਾ ਹੋ ਜਾਂਦਾ ਹੈ, ਤਾਂ ਹੇ ਕੁਰੂ ਪੁੱਤਰ! ਹਨੇਰਾ, ਜੜ੍ਹਤਾ, ਪਾਗਲਪਨ ਅਤੇ ਮੋਹ ਪ੍ਰਗਟ ਹੁੰਦਾ ਹੈ।

ਭਾਵ

ਜਿੱਥੇ ਪ੍ਰਕਾਸ਼ ਨਹੀਂ ਹੁੰਦਾ, ਉਥੇ ਗਿਆਨ ਦੀ ਹੋਂਦ ਨਹੀਂ ਹੁੰਦੀ। ਤਮੋ ਗੁਣੀ ਮਨੁੱਖ ਕਿਸੇ ਨਿਯਮਾਂ ਨਾਲ ਜੁੜਕੇ ਕੰਮ ਨਹੀਂ ਕਰਦਾ। ਉਹ ਬਿਨ੍ਹਾਂ ਮੰਤਵ ਹੀ ਆਪਣੀ ਮਨਮਰਜ਼ੀ ਮੁਤਾਬਿਕ ਕੰਮ ਕਰਨਾ ਚਾਹੁੰਦਾ ਹੈ। ਭਾਵੇਂ ਉਸ ਵਿਚ ਕੰਮ ਕਰਨ ਦੀ ਤਾਕਤ ਹੁੰਦੀ ਹੈ, ਪਰ ਉਹ ਮਿਹਨਤ ਨਹੀਂ ਕਰਦਾ। ਇਹ ਮੋਹ ਕਹਾਉਂਦਾ ਹੈ। ਹਾਲਾਂਕਿ ਚੇਤਨਾ ਰਹਿੰਦੀ ਹੈ, ਪਰ ਜੀਵਨ ਨਿਕੰਮਾ ਰਹਿੰਦਾ ਹੈ। ਇਹ ਤਮੋ ਗੁਣ ਦੇ ਲੱਛਣ ਹਨ।

यदा सत्त्वे प्रवृद्धे तु प्रलयं याति देहभृत्।
तदोत्तमविदां लोकानमलान्प्रतिपद्यते ॥१४॥

ਯਦਾ ਸੱਤਵੇ ਪ੍ਰਵ੍ਰਿਦ੍ਧੇ ਤੁ ਪ੍ਰਲਯਮ੍ ਯਾਤਿ ਦੇਹ ਭ੍ਰਿਤ੍ ।
ਤਦੋਤ੍ਤਮ ਵਿਦਾਮ੍ ਲੋਕਾਨ ਅਮਲਾਨ੍ ਪ੍ਰਤਿਪਦ੍ਯਤੇ ॥ 14 ॥

ਯਦਾ-ਜਦੋਂ ; **ਸਤਵੇ**-ਸਤੋ ਗੁਣ ਵਿਚ ; **ਪ੍ਰਵ੍ਰਿਦ੍ਧੇ**-ਵੱਧ ਜਾਣ ਤੇ ; **ਤੁ**-ਪਰ ; **ਪ੍ਰਲਯਮ੍**-ਸੰਸਾਰ ਨੂੰ; **ਯਾਤਿ**-ਜਾਂਦਾ ਹੈ ; **ਦੇਹਭ੍ਰਿਤ੍**-ਦੇਹਧਾਰੀ ; **ਤਦਾ**-ਉਸ ਵੇਲੇ ; **ਉੱਤਮ ਵਿਦਾਮ੍**-ਰਿਸ਼ੀਆਂ ਦੇ ; **ਲੋਕਾਨ੍**-ਲੋਕਾਂ ਨੂੰ ; **ਅਮਲਾਨ੍**-ਸ਼ੁੱਧ ; **ਪ੍ਰਤਿਪਦ੍ਯਤੇ**-ਪ੍ਰਾਪਤ ਕਰਦਾ ਹੈ।

ਅਨੁਵਾਦ

ਜਦੋਂ ਕੋਈ ਸਤੋ ਗੁਣ ਵਿਚ ਮਰਦਾ ਹੈ, ਤਾਂ ਉਸਨੂੰ ਮਹਾਰਿਸ਼ੀਆਂ ਦੇ ਵਿਸ਼ੁੱਧ ਉੱਚ ਲੋਕ ਦੀ ਪ੍ਰਾਪਤੀ ਹੁੰਦੀ ਹੈ।

ਭਾਵ

ਸਤੋਗੁਣੀ ਮਨੁੱਖ ਬ੍ਰਹਮ ਲੋਕ ਜਾਂ ਜਨ ਲੋਕ ਵਰਗੇ ਉੱਚ ਲੋਕਾਂ ਨੂੰ ਪ੍ਰਾਪਤ ਕਰਦਾ ਹੈ ਅਤੇ ਉਥੇ ਦੈਵੀ ਸੁੱਖ ਭੋਗਦਾ ਹੈ। **ਅਮਲਾਨ੍** ਸ਼ਬਦ ਮਹੱਤਵਪੂਰਨ ਹੈ। ਇਸਦਾ ਅਰਥ ਹੈ 'ਰਜੋ ਅਤੇ ਤਮੋ ਗੁਣਾਂ ਤੋਂ ਮੁਕਤ'। ਭੌਤਿਕ ਸੰਸਾਰ ਵਿਚ ਅਸ਼ੁੱਧੀਆਂ ਹਨ, ਪਰ ਸਤੋ ਗੁਣ ਸਭਨਾਂ ਤੋਂ ਸ਼ੁੱਧ ਰੂਪ ਹੈ। ਵੱਖੋ-ਵੱਖਰੇ ਜੀਵਾਂ ਲਈ ਵੱਖ ਵੱਖ ਤਰ੍ਹਾਂ ਦੇ ਲੋਕ ਹਨ। ਜਿਹੜੇ ਲੋਕ ਸਤੋ ਗੁਣ ਵਿਚ ਮਰਦੇ ਹਨ,

ਉਹ ਉਨ੍ਹਾਂ ਲੋਕਾਂ ਨੂੰ ਜਾਂਦੇ ਹਨ, ਜਿੱਥੇ ਮਹਾਰਿਸ਼ੀ ਅਤੇ ਮਹਾਨ ਭਗਤ ਲੋਕ ਰਹਿੰਦੇ ਹਨ।

रजसि प्रलयं गत्वा कर्मसङ्गिषु जायते।
तथा प्रलीनस्तमसि मूढयोनिषु जायते ॥१५॥

ਰਜਸਿ ਪ੍ਰਲਯਮ੍ ਗਤ੍ਵਾ ਕਰ੍ਮ ਸੰਗਿਸ਼ੁ ਜਾਯਤੇ ।
ਤਥਾ ਪ੍ਰਲੀਨਸ੍ ਤਮਸਿ ਮੂਢ ਯੋਨਿਸ਼ੁ ਜਾਯਤੇ ॥ 15 ॥

ਰਜਸਿ-ਰਜੋ ਗੁਣ ਵਿਚ ; **ਪ੍ਰਲਯਮ੍**-ਪਰਲੋ ਨੂੰ ; **ਗਤ੍ਵਾ**-ਪ੍ਰਾਪਤ ਕਰਕੇ ; **ਕਰ੍ਮ ਸੰਗਿਸ਼ੁ** -ਸਕਾਮ ਕਾਮਿਆਂ ਦੀ ਸੰਗਤ ਵਿਚ ; **ਜਾਯਤੇ**-ਜਨਮ ਲੈਂਦਾ ਹੈ ; **ਤਥਾ**-ਉਸੇ ਤਰ੍ਹਾਂ ; **ਪ੍ਰਲੀਨਹ੍**-ਵਿਲੀਨ ਹੋਕੇ ; **ਤਮਸਿ**-ਅਗਿਆਨ ਵਿਚ ; **ਮੂਢ ਯੋਨਿਸ਼ੁ**-ਪਸ਼ੂ ਜੂਨੀ ਵਿਚ ; **ਜਾਯਤੇ**-ਜਨਮ ਲੈਂਦਾ ਹੈ।

ਅਨੁਵਾਦ

ਜਦੋਂ ਕੋਈ ਰਜੋ ਗੁਣ ਵਿਚ ਮਰਦਾ ਹੈ, ਤਾਂ ਉਹ ਸਕਾਮ ਕੰਮ ਕਰਨ ਵਾਲਿਆਂ ਵਿਚ ਜਨਮ ਲੈਂਦਾ ਹੈ ਅਤੇ ਜਦੋਂ ਤਮੋ ਗੁਣ ਵਿਚ ਮਰਦਾ ਹੈ ਤਾਂ ਉਹ ਪਸ਼ੂ ਜੂਨੀ ਵਿਚ ਜਨਮ ਲੈਂਦਾ ਹੈ।

ਭਾਵ

ਕੁਝ ਲੋਕਾਂ ਦਾ ਵਿਚਾਰ ਹੈ ਕਿ ਇਕ ਵਾਰ ਮਨੁੱਖ ਜੀਵਨ ਨੂੰ ਪਾ ਕੇ, ਆਤਮਾ ਕਦੀ ਥੱਲੇ ਨਹੀਂ ਡਿਗਦੀ। ਇਹ ਠੀਕ ਨਹੀਂ ਹੈ। ਇਸ ਸ਼ਲੋਕ ਮੁਤਾਬਿਕ, ਜੇ ਕੋਈ ਤਮੋ ਗੁਣੀ ਬਣ ਜਾਂਦਾ ਹੈ , ਤਾਂ ਉਹ ਮਰਨ ਮਗਰੋਂ ਪਸ਼ੂ ਜੂਨੀ ਨੂੰ ਪ੍ਰਾਪਤ ਕਰਦਾ ਹੈ। ਉਥੇ ਤੋਂ ਮਨੁੱਖ ਨੂੰ ਵਿਕਾਸ ਕਿਰਿਆ ਰਾਹੀਂ, ਫਿਰ ਮਨੁੱਖ ਜੀਵਨ ਤਕ ਆਉਣਾ ਪੈਂਦਾ ਹੈ। ਇਸ ਲਈ ਜਿਹੜੇ ਲੋਕ ਮਨੁੱਖ ਜੀਵਨ ਬਾਰੇ ਸੱਚ-ਮੁੱਚ ਚਿੰਤਤ ਹਨ, ਉਨ੍ਹਾਂ ਨੂੰ ਸਤੋ ਗੁਣੀ ਬਣਨਾ ਚਾਹੀਦਾ ਹੈ ਅਤੇ ਚੰਗੀ ਸੰਗਤ ਵਿਚ ਰਹਿਕੇ ਇਨ੍ਹਾਂ ਗੁਣਾਂ ਨੂੰ ਪਾਰ ਕਰਕੇ ਕ੍ਰਿਸ਼ਨ ਭਾਵਨਾ ਅੰਮ੍ਰਿਤ ਵਿਚ ਸਥਿਤ ਹੋਣਾ ਚਾਹੀਦਾ ਹੈ। ਇਹ ਮਨੁੱਖੀ ਜੀਵਨ ਦਾ ਟੀਚਾ ਹੈ, ਨਹੀਂ ਤਾਂ ਇਹ ਕੋਈ ਜ਼ਰੂਰੀ ਨਹੀਂ ਕਿ ਮਨੁੱਖ ਨੂੰ ਫੇਰ ਤੋਂ ਮਨੁੱਖ ਜੂਨੀ ਪ੍ਰਾਪਤ ਹੋਵੇਗੀ।

कर्मणः सुकृतस्याहुः सात्त्विकं निर्मलं फलम्।
रजसस्तु फलं दुःखमज्ञानं तमसः फलम् ॥१६॥

ਕਰ੍ਮਣਹ੍ ਸੁਕ੍ਰਿਤਸ੍ਯਾਹੁਹ੍ ਸਾਤਵਿਕਮ੍ ਨਿਰ੍ਮਲਮ੍ ਫ਼ਲਮ੍ ।
ਰਜਸਸ੍ ਤੁ ਫ਼ਲਮ੍ ਦੁਹ੍ਖਮ੍ ਅਗ੍ਯਾਨਮ੍ ਤਮਸਹ੍ ਫ਼ਲਮ੍ ॥ 16 ॥

ਕਰ੍ਮਣਹ੍-ਕਰਮ ਦਾ ; **ਸੁ-ਕ੍ਰਿਤਸ੍ਯ**-ਪੁੰਨ ; **ਆਹੁਹ੍**-ਕਿਹਾ ਗਿਆ ਹੈ ; **ਸਾਤਵਿਕਮ੍** -ਸਤੋ ਗੁਣ ਵਿਚ ; **ਨਿਰ੍ਮਲਮ੍**-ਵਿਸ਼ੁੱਧ ; **ਫ਼ਲਮ੍**-ਫਲ ; **ਰਜਸਾਹ੍**-ਰਜੋ ਗੁਣ ਦਾ ; **ਤੁ**-ਪਰ ; **ਫ਼ਲਮ੍**-ਫਲ ; **ਦੁਹ੍ਖਮ੍**-ਦੁੱਖ ; **ਅਗਿ੍ਯਾਨਮ੍**-ਵਿਅਰਥ ; **ਤਮਸਹ੍**-ਤਮੋ ਗੁਣ ਦਾ ; **ਫ਼ਲਮ੍**-ਫਲ।

ਅਨੁਵਾਦ

ਪੁੰਨ ਕਰਮ ਦਾ ਸ਼ੁੱਧ ਫ਼ਲ ਹੁੰਦਾ ਹੈ ਅਤੇ ਸਾਤਵਿਕ ਗੁਣ ਕਹਾਉਂਦਾ ਹੈ। ਪਰ ਰਜੋ ਗੁਣ ਵਿਚ ਕੀਤੇ ਕਰਮ ਦਾ ਫ਼ਲ ਦੁੱਖ ਹੁੰਦਾ ਹੈ ਅਤੇ ਤਮੋ ਗੁਣ ਵਿਚ ਕੀਤੇ ਗਏ ਕਰਮ, ਮੂਰਖਤਾ ਵਿਚ ਬਦਲਦੇ ਹਨ।

ਭਾਵ

ਸਤੋ ਗੁਣ ਵਿਚ ਕੀਤੇ ਪੁੰਨ ਕਰਮਾਂ ਦਾ ਫਲ ਸ਼ੁੱਧ ਹੁੰਦਾ ਹੈ। ਇਸ ਲਈ, ਉਹ ਮੁਨੀ ਲੋਕ, ਜਿਹੜੇ ਸਾਰੇ ਮੋਹ ਤੋਂ ਮੁਕਤ ਹਨ ਸੁਖੀ ਰਹਿੰਦੇ ਹਨ। ਪਰ ਰਜੋ ਗੁਣ ਵਿਚ ਕੀਤੇ ਗਏ ਕਰਮ ਦੁੱਖ ਦੇ ਕਾਰਨ ਬਣਦੇ ਹਨ। ਭੌਤਿਕ ਸੁਖ ਲਈ ਹੋਰ ਵੀ ਕੰਮ ਕੀਤਾ ਜਾਂਦਾ ਹੈ, ਉਸਦਾ ਅਸਫ਼ਲ ਹੋਣਾ ਨਿਸ਼ਚਿਤ ਹੈ। ਉਦਾਹਰਣ ਵਜੋਂ ਜੇਕਰ ਕੋਈ ਅਸਮਾਨ ਨੂੰ ਛੋਹਣ ਵਾਲਾ ਮਹਿਲ ਉਸਾਰਨਾ ਚਾਹੁੰਦਾ ਹੈ ਤਾਂ ਉਸਦੇ ਬਣਨ ਤੋਂ ਪਹਿਲਾਂ ਹੀ ਬਹੁਤ ਕਸ਼ਟ ਸਹਿਣਾ ਪਵੇਗਾ। ਮਾਲਿਕ ਨੂੰ ਪੈਸਾ ਇਕੱਠਾ ਕਰਨ ਲਈ ਔਖਾ ਹੋਣਾ ਪਵੇਗਾ ਅਤੇ ਮਹਿਲ ਉਸਾਰਨ ਵਾਲੇ ਮਜ਼ਦੂਰਾਂ ਨੂੰ ਸ਼ਰੀਰਕ ਮਿਹਨਤ ਕਰਨੀ ਪਵੇਗੀ। ਇੰਝ ਕਸ਼ਟ ਤਾਂ ਹੁੰਦੇ ਹੀ ਹਨ। ਇਸ ਲਈ ਭਗਵਤ ਗੀਤਾ ਦਾ ਵਾਕ ਹੈ ਕਿ ਰਜੋ ਗੁਣ ਦੇ ਅਧੀਨ ਹੋਕੇ ਜੋ ਵੀ ਕਰਮ ਕੀਤਾ ਜਾਂਦਾ ਹੈ, ਉਸ ਵਿਚ ਨਿਸ਼ਚੈ ਹੀ ਬਹੁਤ ਕਸ਼ਟ ਭੋਗਣੇ ਪੈਂਦੇ ਹਨ। ਇਸ ਨਾਲ ਇਹ ਮਾਨਸਿਕ ਸੰਤੁਸ਼ਟੀ ਹੋ ਸਕਦੀ ਹੈ ਕਿ ਮੈਂ ਇਹ ਮਕਾਨ ਬਣਵਾਇਆ ਜਾਂ ਇੰਨਾਂ ਧੰਨ ਕਮਾਇਆ, ਪਰ ਇਹ ਕੋਈ ਅਸਲ ਸੁਖ ਨਹੀਂ ਹੈ।

ਜਿੱਥੋਂ ਤਕ ਤਮੋ ਗੁਣ ਦਾ ਸੰਬੰਧ ਹੈ, ਕਰਤਾ ਨੂੰ ਕੁਝ ਗਿਆਨ ਨਹੀਂ ਰਹਿੰਦਾ, ਇਸ ਲਈ ਉਸਦੇ ਸਾਰੇ ਕਾਰਜ਼ ਉਸ ਵੇਲੇ ਦੁੱਖਦਾਈ ਹੁੰਦੇ ਹਨ ਅਤੇ ਬਾਅਦ ਵਿਚ ਉਸ ਨੂੰ ਪਸ਼ੂ ਜੂਨੀ ਵਿਚ ਜਾਣਾ ਹੁੰਦਾ ਹੈ। ਪਸ਼ੂ ਜੀਵਨ ਹਮੇਸ਼ਾਂ ਦੁੱਖਦਾਈ ਹੈ, ਹਾਲਾਂਕਿ ਮਾਇਆ ਦੇ ਵੱਸ ਹੋ ਕੇ, ਉਹ ਇਹ ਨਹੀਂ ਸਮਝ ਸਕਦੇ, ਪਸ਼ੂਆਂ ਦੀ ਹੱਤਿਆ ਵੀ ਤਮੋ ਗੁਣ ਕਰਕੇ ਹੈ। ਪਸ਼ੂਆਂ ਨੂੰ ਮਾਰਨ ਵਾਲਾ ਇਹ ਨਹੀਂ ਜਾਣਦਾ ਕਿ ਭਵਿੱਖ ਵਿਚ ਇਸ ਪਸ਼ੂ ਨੂੰ ਅਜਿਹਾ ਸ਼ਰੀਰ ਪ੍ਰਾਪਤ ਹੋਵੇਗਾ, ਜਿਸ ਨਾਲ ਉਹ ਉਸਨੂੰ ਮਾਰੇਗਾ। ਇਹੋ ਪ੍ਰਕ੍ਰਿਤੀ ਦਾ ਨਿਯਮ ਹੈ। ਮਨੁੱਖੀ ਸਮਾਜ ਵਿਚ ਜੇ ਕੋਈ ਕਿਸੇ ਨੂੰ ਮਾਰ ਦੇਵੇ ਤਾਂ ਉਸਨੂੰ ਮੌਤ ਦੀ ਸਜਾ ਮਿਲਦੀ ਹੈ, ਇਹ ਰਾਜ ਦਾ ਨਿਯਮ ਹੈ। ਅਗਿਆਨ ਕਰਕੇ ਲੋਕ ਇਹ ਅਨੁਭਵ ਨਹੀਂ ਕਰਦੇ ਕਿ ਪਰਮੇਸ਼ਵਰ ਰਾਹੀਂ ਨਿਯੰਤਰਿਤ ਇਕ ਪੂਰਾ ਰਾਜ ਹੈ। ਹਰ ਜਿਉਂਦਾ ਪ੍ਰਾਣੀ ਪਰਮੇਸ਼ਵਰ ਦੀ ਸੰਤਾਨ ਹੈ ਅਤੇ ਉਨ੍ਹਾਂ ਨੂੰ ਇਕ ਕੀੜੀ ਤਕ ਨੂੰ ਮਾਰਨਾ ਸਹਿਣ ਨਹੀਂ ਹੁੰਦਾ। ਇਸ ਲਈ ਮਨੁੱਖ ਨੂੰ ਸਜਾ ਭੋਗਣੀ ਪੈਂਦੀ ਹੈ। ਇਸ ਲਈ ਜੀਭ ਦੇ ਸੁਆਦ ਲਈ ਪਸ਼ੂਆਂ ਨੂੰ ਮਾਰਨਾ ਘੋਰ ਅਗਿਆਨ ਹੈ। ਮਨੁੱਖ ਨੂੰ ਪਸ਼ੂਆਂ ਨੂੰ ਮਾਰਨ ਦੀ ਲੋੜ ਨਹੀਂ ਕਿਉਂਕਿ ਈਸ਼ਵਰ ਨੇ ਅਨੇਕਾਂ ਸੁੰਦਰ-ਸੁੰਦਰ ਚੀਜ਼ਾਂ ਦਿੱਤੀਆਂ ਹੋਈਆਂ ਹਨ। ਜੇ ਕੋਈ ਕਿਸੇ ਕਾਰਨ ਵੱਜੋਂ ਮਾਸ ਖਾ ਰਿਹਾ ਹੈ ਤਾਂ ਇਹ ਸਮਝਣਾ ਚਾਹੀਦਾ ਹੈ ਕਿ ਉਹ ਘੋਰ ਅਗਿਆਨ ਕਾਰਨ ਅਜਿਹਾ ਕਰ ਰਿਹਾ ਹੈ ਅਤੇ ਆਪਣੇ ਭਵਿੱਖ ਨੂੰ ਹਨੇਰੇ ਵਲ ਲੈ ਜਾ ਰਿਹਾ ਹੈ। ਸਾਰੇ ਪਸ਼ੂਆਂ ਵਿੱਚੋਂ ਗਊ ਦੀ ਹੱਤਿਆ ਸਭ ਤੋਂ ਮੰਦੀ ਹੈ, ਕਿਉਂਕਿ ਗਾਂ ਸਾਨੂੰ ਦੁੱਧ ਦੇ ਕੇ ਹਰ ਤਰ੍ਹਾਂ ਦੇ ਸੁਖ ਦੇਣ ਵਾਲੀ ਹੈ। ਗਊ

ਹੱਤਿਆ ਇਕ ਤਰ੍ਹਾਂ ਨਾਲ ਸਭ ਤੋਂ ਮੰਦਾ ਕਰਮ ਹੈ। ਵੈਦਿਕ ਸਾਹਿਤ ਵਿਚ (ਰਿਗਵੇਦ 9.4.64) **ਗੋਭਿਹ੍ ਪ੍ਰੀਣਿਤ ਮਤਸਰਮ੍** - ਸੂਚਿਤ ਕਰਦਾ ਹੈ ਕਿ ਜਿਹੜਾ ਮਨੁੱਖ ਦੁੱਧ ਪੀ ਕੇ ਗਾਂ ਨੂੰ ਮਾਰਨਾ ਚਾਹੁੰਦਾ ਹੈ, ਉਹ ਸਭ ਤੋਂ ਵੱਡੇ ਅਗਿਆਨ ਵਿਚ ਰਹਿੰਦਾ ਹੈ। ਵੈਦਿਕ ਗ੍ਰੰਥਾਂ ਵਿਚ(ਵਿਸ਼ਣੂ ਪੁਰਾਣ 1-19-65) ਇਕ ਪ੍ਰਾਰਥਨਾ ਵੀ ਹੈ, ਜੋ ਇਸ ਪ੍ਰਕਾਰ ਹੈ -

ਨਮੋ ਬ੍ਰਹ੍ਮਣ੍ਯ ਦੇਵਾਯ ਗੋ ਬ੍ਰਾਹ੍ਮਣ ਹਿਤਾਯ ਚ।
ਜਗਦ੍ ਧਿਤਾਯ ਕ੍ਰਿਸ਼੍ਣਾਯ ਗੋਵਿੰਦਾਯ ਨਮੋ ਨਮਹ੍॥

"ਹੇ ਪ੍ਰਭੂ! ਤੁਸੀਂ ਗਊਆਂ ਅਤੇ ਬ੍ਰਾਹਮਣਾਂ ਦੇ ਹਿਤੈਸ਼ੀ ਹੋ ਅਤੇ ਤੁਸੀਂ ਸਾਰੇ ਮਨੁੱਖੀ ਸਮਾਜ ਅਤੇ ਵਿਸ਼ਵ ਦੇ ਹਿਤੈਸ਼ੀ ਹੋ।" ਭਾਵ ਇਹ ਹੈ ਕਿ ਇਸ ਪ੍ਰਾਰਥਨਾ ਵਿਚ ਗਊਆਂ ਅਤੇ ਬ੍ਰਾਹਮਣਾਂ ਦੀ ਰੱਖਿਆ ਦਾ ਖ਼ਾਸ ਉਲੇਖ ਹੈ। ਬ੍ਰਾਹਮਣ ਅਧਿਆਤਮਕ ਸਿੱਖਿਆ ਦੇ ਪ੍ਰਤੀਕ ਹਨ ਅਤੇ ਗਊਆਂ ਮਹੱਤਵਪੂਰਨ ਭੋਜਨ ਦਾ, ਇਸ ਲਈ ਇਨ੍ਹਾਂ ਦੋਵਾਂ ਜੀਵਾਂ, ਬ੍ਰਾਹਮਣਾਂ ਅਤੇ ਗਊਆਂ ਨੂੰ ਪੂਰੀ ਸੁਰੱਖਿਆ ਪ੍ਰਦਾਨ ਕੀਤੀ ਜਾਣੀ ਚਾਹੀਦੀ ਹੈ। ਇਹੋ ਸਭਿਅਤਾ ਦੀ ਅਸਲ ਪ੍ਰਗਤੀ ਹੈ। ਆਧੁਨਿਕ ਮਨੁੱਖੀ ਸਮਾਜ ਵਿਚ ਅਧਿਆਤਮਕ ਗਿਆਨ ਦੀ ਉਲੰਘਣਾ ਕੀਤੀ ਜਾਂਦੀ ਹੈ ਅਤੇ ਗਊ ਹੱਤਿਆ ਨੂੰ ਹੱਲਾ ਸ਼ੇਰੀ ਦਿੱਤੀ ਜਾਂਦੀ ਹੈ। ਇਸ ਤੋਂ ਇਹ ਪਤਾ ਚਲਦਾ ਹੈ ਕਿ ਮਨੁੱਖੀ ਸਮਾਜ ਉਲਟ ਦਿਸ਼ਾ ਵਿਚ ਜਾ ਰਿਹਾ ਹੈ ਅਤੇ ਆਪਣੀ ਨਿੰਦਾ ਲਈ ਰਸਤਾ ਬਣਾ ਰਿਹਾ ਹੈ। ਜਿਹੜੀ ਸਭਿਅਤਾ ਆਪਣੇ ਨਾਗਰਿਕਾਂ ਨੂੰ ਅਗਲੇ ਜਨਮ ਵਿਚ ਪਸ਼ੂ ਬਨਣ ਲਈ ਮਾਰਗ ਦਰਸ਼ਨ ਕਰਦੀ ਹੋਵੇ, ਉਹ ਨਿਸ਼ਚੈ ਹੀ ਮਨੁੱਖੀ ਸਭਿਅਤਾ ਨਹੀਂ ਹੈ। ਯਕੀਨੀ ਤੌਰ ਤੇ ਆਧੁਨਿਕ ਮਨੁੱਖੀ ਸਭਿਅਤਾ ਘੋਰ ਰਜੋ ਗੁਣ ਅਤੇ ਤਮੋ ਗੁਣ ਕਰਕੇ ਕੁਰਾਹੇ ਵੱਲ ਜਾ ਰਹੀ ਹੈ। ਇਹ ਬਹੁਤ ਘਾਤਕ ਯੁੱਗ ਹੈ ਅਤੇ ਸਾਰੇ ਰਾਸ਼ਟਰਾਂ ਨੂੰ ਚਾਹੀਦਾ ਹੈ ਕਿ ਮਾਨਵਤਾ ਨੂੰ ਮਹਾਨ ਸੰਕਟ ਤੋਂ ਬਚਾਉਣ ਲਈ ਕ੍ਰਿਸ਼ਨ ਭਾਵਨਾ ਅੰਮ੍ਰਿਤ ਦੀ ਆਸਾਨ ਵਿਧੀ ਨੂੰ ਅਪਨਾਉਣ ਲਈ ਯੋਗਦਾਨ ਦੇਣ।

सत्त्वात्सञ्जायते ज्ञानं रजसो लोभ एव च।
प्रमादमोहौ तमसो भवतोऽज्ञानमेव च॥१७॥

ਸੱਤ੍ਵਾਤ੍ ਸੰਜਾਯਤੇ ਗ੍ਯਾਨਮ੍ ਰਜਸੋ ਲੋਭ ਏਵ ਚ।
ਪ੍ਰਮਾਦ ਮੋਹੌ ਤਮਸੋ ਭਵਤੋ'ਗ੍ਯਾਨਮ੍ ਏਵ ਚ॥17॥

ਸੱਤ੍ਵਾਤ੍-ਸਤੋ ਗੁਣ ਨਾਲ ; **ਸੰਜਾਯਤੇ**-ਪੈਦਾ ਹੁੰਦਾ ਹੈ ; **ਗ੍ਯਾਨਮ੍**-ਗਿਆਨ ; **ਰਜਸਹ੍** -ਰਜੋ ਗੁਣ ਨਾਲ ; **ਲੋਭਹ੍**-ਲਾਲਚ ; **ਏਵ**-ਨਿਸ਼ਚੈ ਹੀ ; **ਚ**-ਵੀ ; **ਪ੍ਰਮਾਦ**-ਪਾਗਲਪਨ ; **ਮੋਹੌ**-ਅਤੇ ਮੋਹ ; **ਤਮਸਹ੍**-ਤਮੋ ਗੁਣ ਨਾਲ ; **ਭਵਤਹ੍**-ਹੁੰਦਾ ਹੈ ; **ਅਗ੍ਯਾਨਮ੍**-ਅਗਿਆਨ ; **ਏਵ**-ਨਿਸ਼ਚੈ ਹੀ ; **ਚ**-ਵੀ।

ਅਨੁਵਾਦ

ਸਤੋ ਗੁਣ ਨਾਲ ਅਸਲ ਗਿਆਨ ਪੈਦਾ ਹੁੰਦਾ ਹੈ, ਰਜੋ ਗੁਣ ਨਾਲ ਲਾਲਚ ਪੈਦਾ ਹੁੰਦਾ ਹੈ ਅਤੇ ਤਮੋ ਗੁਣ ਨਾਲ ਅਗਿਆਨ, ਪ੍ਰਮਾਦ (ਪਾਗਲਪਨ) ਅਤੇ ਮੋਹ ਪੈਦਾ ਹੁੰਦੇ ਹਨ।

ਭਾਵ

ਕਿਉਂਕਿ ਵਰਤਮਾਨ ਸਭਿਅਤਾ ਜੀਵਾਂ ਦੇ ਵਧੇਰੇ ਅਨੁਕੂਲ ਨਹੀਂ ਹੈ, ਇਸ ਲਈ ਉਨ੍ਹਾਂ ਲਈ ਕ੍ਰਿਸ਼ਨ ਭਾਵਨਾ ਅੰਮ੍ਰਿਤ ਦੀ ਸਿਫਾਰਿਸ਼ ਕੀਤੀ ਜਾਂਦੀ ਹੈ। ਕ੍ਰਿਸ਼ਨ ਭਾਵਨਾ ਅੰਮ੍ਰਿਤ ਰਾਹੀਂ ਸਮਾਜ ਵਿਚ ਸਤੋ ਗੁਣ ਵਿਕਸਿਤ ਹੋਵੇਗਾ। ਸਤੋ ਗੁਣ ਵਿਕਸਿਤ ਹੋ ਜਾਣ ਤੇ ਲੋਕ ਚੀਜ਼ਾਂ ਨੂੰ ਅਸਲੀ ਰੂਪ ਵਿਚ ਵੇਖ ਸਕਣਗੇ। ਤਮੋ ਗੁਣ ਵਿਚ ਰਹਿਣ ਵਾਲੇ ਲੋਕ ਪਸ਼ੂਆਂ ਵਰਗੇ ਹੁੰਦੇ ਹਨ ਅਤੇ ਉਹ ਚੀਜ਼ਾਂ ਨੂੰ ਸਪਸ਼ਟ ਰੂਪ ਵਿਚ ਨਹੀਂ ਵੇਖ ਸਕਦੇ। ਉਦਾਹਰਣ ਵੱਜੋਂ ਤਮੋ ਗੁਣ ਵਿਚ ਰਹਿਣ ਕਰਕੇ ਲੋਕ ਇਹ ਨਹੀਂ ਵੇਖ ਸਕਦੇ ਕਿ ਜਿਸ ਪਸ਼ੂ ਨੂੰ ਉਹ ਮਾਰ ਰਹੇ ਹਨ, ਉਸੇ ਰਾਹੀਂ ਉਹ ਅਗਲੇ ਜਨਮ ਵਿਚ ਮਾਰੇ ਜਾਣਗੇ। ਅਸਲ ਗਿਆਨ ਦੀ ਸਿੱਖਿਆ ਨਾ ਮਿਲਣ ਸਦਕਾ ਉਹ ਲਾਪਰਵਾਹ ਬਣ ਗਏ ਹਨ। ਇਸ ਉਦੰਡਤਾ (ਗੈਰ ਜ਼ਿੰਮੇਵਾਰੀ) ਨੂੰ ਰੋਕਣ ਲਈ, ਜਨਤਾ ਵਿਚ ਸਤੋ ਗੁਣ ਪੈਦਾ ਕਰਨ ਵਾਲੀ ਸਿੱਖਿਆ ਦੇਣੀ ਜ਼ਰੂਰੀ ਹੈ। ਸਤੋ ਗੁਣ ਵਿਚ ਸਿੱਖਿਅਤ ਹੋ ਜਾਣ ਤੇ ਉਹ ਗੰਭੀਰ ਬਨਣਗੇ ਅਤੇ ਚੀਜ਼ਾਂ ਨੂੰ ਉਨ੍ਹਾਂ ਦੇ ਸਹੀ ਰੂਪ ਵਿਚ ਜਾਣ ਸਕਣਗੇ, ਤਾਂ ਲੋਕ ਸੁਖੀ ਅਤੇ ਸੰਪੰਨ ਹੋ ਜਾਣਗੇ। ਭਾਵੇਂ ਵਧੇਰੇ ਲੋਕ ਸੁਖੀ ਅਤੇ ਸੰਪੰਨ ਨਾ ਬਣ ਸਕਣ, ਪਰ ਜੇਕਰ ਜਨਤਾ ਦਾ ਕੁਝ ਵੀ ਅੰਸ਼ (ਹਿੱਸਾ) ਕ੍ਰਿਸ਼ਨ ਭਾਵਨਾ ਵਿਕਸਿਤ ਕਰ ਲੈਂਦਾ ਹੈ ਅਤੇ ਸਤੋ ਗੁਣੀ ਬਣ ਜਾਂਦਾ ਹੈ ਤਾਂ ਸਾਰੇ ਵਿਸ਼ਵ ਵਿਚ ਸ਼ਾਂਤੀ ਅਤੇ ਖੁਸ਼ਹਾਲੀ ਦੀ ਸੰਭਾਵਨਾ ਹੈ। ਨਹੀਂ ਤਾਂ ਜੇ ਸੰਸਾਰ ਦੇ ਲੋਕ ਰਜੋ ਗੁਣ ਅਤੇ ਤਮੋ ਗੁਣ ਵਿਚ ਲੱਗੇ ਰਹਿਣ ਤਾਂ ਸ਼ਾਂਤੀ ਅਤੇ ਸੰਪੰਨਤਾ ਨਹੀਂ ਆ ਸਕੇਗੀ। ਰਜੋ ਗੁਣ ਵਿਚ ਲੋਕ ਲਾਲਚੀ ਬਣ ਜਾਂਦੇ ਹਨ ਅਤੇ ਇੰਦਰੀਆਂ ਦੇ ਭੋਗ ਦੀ ਉਨ੍ਹਾਂ ਦੀ ਲਾਲਸਾ ਦੀ ਕੋਈ ਹੱਦ ਨਹੀਂ ਹੁੰਦੀ। ਕੋਈ ਵੀ ਇਹ ਵੇਖ ਸਕਦਾ ਹੈ ਕਿ ਭਾਵੇਂ ਕਿਸੇ ਕੋਲ ਵਧੇਰੇ ਧੰਨ ਅਤੇ ਇੰਦਰੀਆਂ ਦੀ ਤ੍ਰਿਪਤੀ ਦੇ ਢੁੱਕਵੇਂ ਸਾਧਨ ਹੋਣ ਪਰ ਉਸਨੂੰ ਨਾ ਤਾਂ ਸੁਖ ਮਿਲਦਾ ਹੈ ਨਾ ਮਨ ਦੀ ਸ਼ਾਂਤੀ। ਅਜਿਹਾ ਸੰਭਵ ਵੀ ਨਹੀਂ ਹੈ, ਕਿਉਂਕਿ ਉਹ ਰਜੋ ਗੁਣ ਵਿਚ ਸਥਿਤ ਹੈ। ਜੇਕਰ ਕੋਈ ਰੱਤੀ ਭਰ ਵੀ ਸੁਖ ਚਾਹੁੰਦਾ ਹੈ ਤਾਂ ਧੰਨ ਉਨ੍ਹਾਂ ਦੀ ਮਦਦ ਨਹੀਂ ਕਰ ਸਕਦਾ, ਉਸਨੂੰ ਕ੍ਰਿਸ਼ਨ ਭਾਵਨਾ ਅੰਮ੍ਰਿਤ ਦੇ ਅਭਿਆਸ ਰਾਹੀਂ ਆਪਣੇ ਆਪ ਨੂੰ ਸਤੋ ਗੁਣ ਵਿਚ ਸਥਿਤ ਕਰਨਾ ਹੋਵੇਗਾ। ਜਦੋਂ ਕੋਈ ਰਜੋ ਗੁਣ ਵਿਚ ਲੱਗਿਆ ਰਹਿੰਦਾ ਹੈ ਤਾਂ ਉਹ ਮਾਨਸਿਕ ਰੂਪ ਨਾਲ ਹੀ ਨਾਖੁਸ਼ ਨਹੀਂ ਰਹਿੰਦਾ, ਸਗੋਂ ਉਸਦੀ ਬਿਰਤੀ ਅਤੇ ਉਸਦਾ ਕੰਮ-ਕਾਰ ਵੀ ਵਧੇਰੇ ਔਖੇ ਹੋ ਜਾਂਦੇ ਹਨ। ਉਸਨੂੰ ਆਪਣੀ ਪਦ-ਪ੍ਰਤੀਸ਼ਠਾ ਅਨੁਸਾਰ ਧੰਨ ਬਨਾਉਣ ਲਈ ਅਨੇਕਾਂ ਯੋਜਨਾਵਾਂ ਬਨਾਉਣੀਆਂ ਹੁੰਦੀਆਂ ਹਨ। ਇਹ ਸਭ ਕਸ਼ਟ ਕਾਰਕ ਹੈ। ਤਮੋ ਗੁਣ ਵਿਚ ਲੋਕ ਪਾਗਲ ਹੋ ਜਾਂਦੇ ਹਨ। ਆਪਣੀਆਂ ਪਰਸਥਿਤੀਆਂ ਤੋਂ ਤੰਗ ਆ ਕੇ ਸ਼ਰਾਬ ਪੀਣ ਲੱਗ ਜਾਂਦੇ ਹਨ ਅਤੇ ਇੰਝ ਉਹ ਅਗਿਆਨ ਦੇ ਖੂਹ ਵਿਚ ਸਭ ਤੋਂ ਵੱਧ ਡਿੱਗਦੇ ਹਨ। ਉਨ੍ਹਾਂ ਦਾ ਭਵਿੱਖ ਜੀਵਨ ਹਨੇਰੇ ਵਾਲਾ ਹੁੰਦਾ ਹੈ।

ऊर्ध्वं गच्छन्ति सत्त्वस्था मध्ये तिष्ठन्ति राजसा:।
जघन्यगुणवृत्तिस्था अधो गच्छन्ति तामसा: ॥१८॥

ਓਰ੍ਧ੍ਵਮ੍ ਗਚ੍ਛੰਤਿ ਸੱਤਵ-ਸ੍ਥਾ ਮਧ੍ਯੇ ਤਿਸ਼੍ਠੰਤਿ ਰਾਜਸਾਹ੍ ।
ਜਘਨਯ-ਗੁਣ ਵ੍ਰਿੱਤੀ-ਸ੍ਥਾ ਅਧੋ ਗਚ੍ਛੰਤਿ ਤਾਮਸਾਹ੍ ॥ 18 ॥

ਓਰ੍ਧ੍ਵਮ੍-ਉਪਰ ; **ਗਚ੍ਛੰਤਿ**-ਜਾਂਦੇ ਹਨ ; **ਸੱਤਵ-ਸ੍ਥਾਹ੍**-ਜਿਹੜੇ ਸਤੋ ਗੁਣ ਵਿਚ ਸਥਿਤ ਹਨ; **ਮਧ੍ਯੇ**-ਵਿਚਕਾਰ ਵਿਚ ; **ਤਿਸ਼੍ਠੰਤਿ**-ਨਿਵਾਸ ਕਰਦੇ ਹਨ ; **ਰਾਜਸਾਹ੍**-ਰਜੋ ਗੁਣੀ ; **ਜਘਨਯ**-ਘਟੀਆ (ਘ੍ਰਿਣਾ ਵਾਲਾ) ; **ਗੁਣ**-ਗੁਣ ; **ਵ੍ਰਿੱਤੀਸ੍ਥਾਹ੍**-ਜਿਨ੍ਹਾਂ ਦੀਆਂ ਬਿਰਤੀਆਂ ਜਾਂ ਕੰਮ ਕਾਰ ; **ਅਧਹ੍**-ਥੱਲੇ ; **ਗਚ੍ਛੰਤਿ**-ਜਾਂਦੇ ਹਨ ; **ਤਾਮਸਾਹ੍**-ਤਮੋ ਗੁਣੀ ਲੋਕ ।

ਅਨੁਵਾਦ

ਸਤੋਗੁਣੀ ਲੋਕ ਹੌਲੀ-ਹੌਲੀ ਉਚੱ ਲੋਕਾਂ ਨੂੰ ਉਪਰ ਵੱਲ ਨੂੰ ਜਾਂਦੇ ਹਨ, ਰਜੋ ਗੁਣੀ ਇਸੇ ਧਰਤੀ ਤੇ ਰਹਿ ਜਾਂਦੇ ਹਨ ਅਤੇ ਜਿਹੜੇ ਬਹੁਤ ਨਿਮਨ (ਘੋਰ) ਤਮੋ ਗੁਣ ਵਿਚ ਸਥਿਤ ਹਨ, ਉਹ ਥੱਲੇ ਨਰਕ ਲੋਕ ਨੂੰ ਜਾਂਦੇ ਹਨ ।

ਭਾਵ

ਇਸ ਸ਼ਲੋਕ ਵਿਚ ਤਿੰਨਾਂ ਗੁਣਾਂ ਦੇ ਕਰਮਾਂ ਦੇ ਫਲ ਨੂੰ ਸਪਸ਼ਟ ਰੂਪ ਵਿੱਚ ਦੱਸਿਆ ਗਿਆ ਹੈ । ਉਪਰ ਦੇ ਲੋਕਾਂ ਜਾਂ ਉਚੱ ਲੋਕਾਂ ਵਿਚ, ਹਰ ਜੀਵ ਦਾ ਬਹੁਤ ਸਤਿਕਾਰ ਹੁੰਦਾ ਹੈ । ਜੀਵਾਂ ਵਿਚ, ਜਿਸ ਗਿਣਤੀ ਵਿਚ ਸਤੋ ਗੁਣ ਦਾ ਵਿਕਾਸ ਹੁੰਦਾ ਹੈ, ਉਸੇ ਮੁਤਾਬਿਕ ਉਸ ਨੂੰ ਵੱਖੋ-ਵੱਖਰੇ ਉਚੱ ਲੋਕਾਂ ਵਿਚ ਭੇਜਿਆ ਜਾਂਦਾ ਹੈ । ਸਭ ਤੋਂ ਉਚੇਰਾ ਲੋਕ ਸਤਲੋਕ ਜਾਂ ਬ੍ਰਹਮ ਲੋਕ ਹੈ, ਜਿੱਥੇ ਇਸ ਬ੍ਰਹਿਮੰਡ ਦਾ ਆਦਿ ਪੁਰਸ਼, ਬ੍ਰਹਮਾ ਰਹਿੰਦਾ ਹੈ । ਅਸੀਂ ਪਹਿਲੋਂ ਵੇਖ ਚੁਕੇ ਹਾਂ ਕਿ ਬ੍ਰਹਮ ਲੋਕ ਵਿਚ ਜਿਸ ਤਰ੍ਹਾਂ ਜੀਵਨ ਦੀ ਹੈਰਾਨੀ ਵਾਲੀ ਪਰਸਥਿਤੀ ਹੈ, ਉਸਦਾ ਅੰਦਾਜ਼ਾ ਲਗਾਉਣਾ ਔਖਾ ਹੈ। ਤਾਂ ਵੀ ਸਤੋਗੁਣ ਨਾਂ ਦੀ ਜੀਵਨ ਦੀ ਸਭ ਤੋਂ ਉਚੇਰੀ ਅਵਸਥਾ ਸਾਨੂੰ ਉਥੇ ਤਕ ਪਹੁੰਚਾ ਸਕਦੀ ਹੈ ।

ਰਜੋ ਗੁਣ ਮਿਸ਼ਰਿਤ ਹੁੰਦਾ ਹੈ । ਇਹ ਸਤੋ ਅਤੇ ਤਮੋ ਗੁਣ ਦੇ ਵਿਚਕਾਰ ਹੁੰਦਾ ਹੈ। ਮਨੁੱਖ ਹਮੇਸ਼ਾਂ ਸ਼ੁੱਧ ਨਹੀਂ ਹੁੰਦਾ, ਪਰ ਜੇਕਰ ਉਹ ਪੂਰੀ ਤਰ੍ਹਾਂ ਰਜੋ ਗੁਣੀ ਹੋਵੇ ਤਾਂ ਉਹ ਇਸ ਧਰਤੀ ਤੇ ਸਿਰਫ ਰਾਜਾ ਜਾਂ ਧਨੀ ਮਨੁੱਖ ਦੇ ਰੂਪ ਵਿਚ ਰਹਿੰਦਾ ਹੈ । ਪਰ ਗੁਣਾਂ ਦਾ ਮਿਸ਼ਰਣ ਹੁੰਦੇ ਰਹਿਣ ਨਾਲ ਉਹ ਥੱਲੇ ਵੀ ਜਾ ਸਕਦਾ ਹੈ । ਇਸ ਧਰਤੀ ਤੇ ਰਜੋ ਜਾਂ ਤਮੋ ਗੁਣੀ ਲੋਕ ਤਾਕਤ ਨਾਲ ਕਿਸੇ ਮਸ਼ੀਨ ਰਾਹੀਂ ਉਚੇਰੇ ਲੋਕਾਂ ਵਿਚ ਨਹੀਂ ਪਹੁੰਚ ਸਕਦੇ । ਰਜੋ ਗੁਣ ਵਿਚ ਇਸਦੀ ਵੀ ਸੰਭਾਵਨਾ ਹੈ ਕਿ ਅਗਲੇਰੇ ਜੀਵਨ ਵਿਚ ਕੋਈ ਪਾਗਲ ਹੋ ਜਾਵੇ ।

ਇੱਥੇ ਨਿਮਨ ਗੁਣ, ਤਮੋ ਗੁਣ ਨੂੰ ਬਹੁਤ ਨਿੰਦਾ ਵਾਲਾ ਕਿਹਾ ਗਿਆ ਹੈ। ਅਗਿਆਨਤਾ (ਤਮੋ ਗੁਣ) ਵਿਕਸਿਤ ਕਰਨ ਦਾ ਨਤੀਜਾ ਵਧੇਰੇ ਜੋਖ਼ਿਮ ਭਰਿਆ ਹੁੰਦਾ ਹੈ। ਇਹ ਪ੍ਰਕ੍ਰਿਤੀ ਦਾ ਤੁੱਛ ਗੁਣ ਹੈ। ਮਨੁੱਖ ਜੂਨੀ ਤੋਂ ਹੇਠਾਂ ਪੰਛੀਆਂ, ਪਸ਼ੂਆਂ, ਸੱਪ, ਰੁੱਖਾਂ ਆਦਿ ਦੀਆਂ ਅੱਸੀ ਲੱਖ ਜੂਨੀਆਂ ਹਨ ਅਤੇ ਤਮੋਗੁਣ ਦੇ ਵਿਕਾਸ ਮੁਤਾਬਿਕ ਹੀ ਲੋਕਾਂ ਨੂੰ ਇਹ ਘਿਰਣਿਤ ਜੂਨੀਆਂ ਮਿਲਦੀਆਂ ਰਹਿੰਦੀਆਂ ਹਨ। ਇੱਥੇ ਤਾਮਸਾਹ ਸ਼ਬਦ ਵਧੇਰੇ ਸਾਰਥੱਕ ਹੈ। ਇਹ ਉਨ੍ਹਾਂ ਦਾ ਸੂਚਕ ਹੈ, ਜਿਹੜੇ ਉਚੇਰੇ ਗੁਣਾਂ ਤਕ ਉਪਰ ਨਾ ਉਠੱਕੇ ਲਗਾਤਾਰ ਤਮੋ ਗੁਣ ਵਿਚ ਹੀ ਬਣੇ ਰਹਿੰਦੇ ਹਨ। ਉਨ੍ਹਾਂ ਦਾ ਭਵਿੱਖ ਬਹੁਤ ਹਨੇਰੇ ਵਾਲਾ ਹੁੰਦਾ ਹੈ।

ਤਮੋ ਗੁਣੀ ਜਾਂ ਰਜੋ ਗੁਣੀ ਲੋਕਾਂ ਲਈ ਸਤੋ ਗੁਣੀ ਬਨਣ ਦਾ ਚੰਗਾ ਮੌਕਾ ਹੈ ਅਤੇ ਇਹ ਕ੍ਰਿਸ਼ਨ ਭਾਵਨਾ ਅੰਮ੍ਰਿਤ ਵਿਧੀ ਨਾਲ ਮਿਲ ਸਕਦਾ ਹੈ। ਪਰ ਜਿਹੜਾ ਇਸ ਵੇਲੇ ਦਾ ਫ਼ਾਇਦਾ ਨਹੀਂ ਲੈਂਦੇ ਉਹ ਨਿਸ਼ਚਿਤ ਹੀ ਹੇਠਲੇ ਗੁਣਾਂ ਵਿਚ ਬਣਿਆ ਰਹੇਗਾ।

नान्यं गुणेभ्यः कर्तारं यदा द्रष्टानुपश्यति ।
गुणेभ्यश्च परं वेत्ति मद्भावं सोऽधिगच्छति ॥१९॥

ਨਾਨ੍ਯਮ੍ ਗੁਣੇਭ੍ਯਹ੍ ਕਰ੍ਤਾਰਮ੍ ਯਦਾ ਦ੍ਰਸ਼੍ਟਾਨੁਪਸ਼੍ਯਤਿ ।
ਗੁਣੇਭ੍ਯਸ਼੍ ਚ ਪਰਮ੍ ਵੇਤ੍ਤਿ ਮਦ੍-ਭਾਵਮ੍ ਸੋ'ਧਿਗਚ੍ਛਤਿ ॥ 19 ॥

ਨ-ਨਹੀਂ ; **ਅਨ੍ਯਮ੍**-ਦੂਜਾ ; **ਗੁਣੇਭ੍ਯਹ੍**-ਗੁਣਾਂ ਤੋਂ ਇਲਾਵਾ ; **ਕਰ੍ਤਾਰਮ੍**-ਕਰਤਾ ; **ਯਦਾ**-ਜਦੋਂ ; **ਦ੍ਰਸ਼੍ਟਾ**-ਵੇਖਣ ਵਾਲਾ ; **ਅਨੁਪਸ਼੍ਯਤਿ**-ਠੀਕ ਤਰ੍ਹਾਂ ਨਾਲ ਵੇਖਦਾ ਹੈ ; **ਗੁਣੇਭ੍ਯਹ੍**-ਗੁਣਾਂ ਨਾਲ ; **ਚ**-ਅਤੇ ; **ਪਰਮ੍**-ਅਲੌਕਿਕ ; **ਵੇਤ੍ਤਿ**-ਜਾਣਦਾ ਹੈ ; **ਮਤ੍ਭਾਵਮ੍** -ਮੇਰੇ ਅਲੌਕਿਕ ਸੁਭਾਅ ਨੂੰ ; **ਸਹ੍**-ਉਹ ; **ਅਧਿਗਚ੍ਛਤਿ**-ਪ੍ਰਾਪਤ ਹੁੰਦਾ ਹੈ।

ਅਨੁਵਾਦ

ਜਦੋਂ ਕੋਈ ਇਹ ਚੰਗੀ ਤਰ੍ਹਾਂ ਜਾਣ ਲੈਂਦਾ ਹੈ ਕਿ ਸਾਰੇ ਕਾਰਜਾਂ ਵਿਚ ਪ੍ਰਕ੍ਰਿਤੀ ਦੇ ਤਿੰਨ ਗੁਣਾਂ ਤੋਂ ਇਲਾਵਾ ਹੋਰ ਕੋਈ ਕਰਤਾ ਨਹੀਂ ਹੈ ਅਤੇ ਜਦੋਂ ਉਹ ਪਰਮੇਸ਼ਵਰ ਨੂੰ ਜਾਣ ਲੈਂਦਾ ਹੈ, ਜਿਹੜਾ ਇਨ੍ਹਾਂ ਤਿੰਨਾਂ ਗੁਣਾਂ ਤੋਂ ਪਰੇ ਹੈ, ਤਾਂ ਉਹ ਮੇਰੇ ਅਲੌਕਿਕ ਸੁਭਾਅ ਨੂੰ ਪ੍ਰਾਪਤ ਹੁੰਦਾ ਹੈ।

ਭਾਵ

ਸਾਰੇ ਮਹਾਪੁਰਖਾਂ ਤੋਂ ਸਿਰਫ਼ ਸਮਝ ਕੇ ਅਤੇ ਸਮੁੱਚੇ ਢੰਗ ਨਾਲ ਸਿੱਖ ਕੇ ਮਨੁੱਖ ਪ੍ਰਕ੍ਰਿਤੀ ਦੇ ਗੁਣਾਂ ਦੇ ਸਾਰੇ ਕੰਮ-ਕਾਰਾਂ ਨੂੰ ਪਾਰ ਕਰ ਸਕਦਾ ਹੈ। ਅਸਲ ਗੁਰੂ ਕ੍ਰਿਸ਼ਨ ਹਨ ਅਤੇ ਉਹ ਅਰਜੁਨ ਨੂੰ ਇਹ ਅਲੌਕਿਕ ਗਿਆਨ ਦੇ ਰਹੇ ਹਨ। ਇੰਝ ਜਿਹੜੇ ਲੋਕ ਪੂਰੀ ਤਰ੍ਹਾਂ ਕ੍ਰਿਸ਼ਨ ਭਾਵਨਾ ਭਾਵਿਤ ਹਨ, ਉਨ੍ਹਾਂ ਤੋਂ ਹੀ ਪ੍ਰਕ੍ਰਿਤੀ ਦੇ ਗੁਣਾਂ ਦੇ ਕਾਰਜਾਂ ਦੇ ਇਸ ਗਿਆਨ ਨੂੰ ਸਿੱਖਣਾ ਹੁੰਦਾ ਹੈ। ਨਹੀਂ ਤਾਂ ਮਨੁੱਖ ਦਾ ਜੀਵਨ ਕੁਰਾਹੇ ਚਲਿਆ ਜਾਂਦਾ ਹੈ। ਪ੍ਰਮਾਣਿਤ ਗੁਰੂ ਦੇ ਉਪਦੇਸ਼ ਨਾਲ ਜੀਵ

ਆਪਣੀ ਅਧਿਆਤਮਕ ਸਥਿਤੀ, ਆਪਣੇ ਭੌਤਿਕ ਸ਼ਰੀਰ, ਆਪਣੀਆਂ ਇੰਦਰੀਆਂ ਅਤੇ ਜਾਲ ਵਿਚ ਬੰਨ੍ਹੇ ਅਤੇ ਪ੍ਰਕ੍ਰਿਤੀ ਦੇ ਗੁਣਾਂ ਦੇ ਅਧੀਨ ਹੋਣ ਬਾਰੇ ਜਾਣ ਸਕਦਾ ਹੈ। ਉਹ ਉਨ੍ਹਾਂ ਗੁਣਾਂ ਦੀ ਜਕੜ ਵਿਚ ਹੋਣ ਨਾਲ ਬੇਸਹਾਰਾ ਹੁੰਦਾ ਹੈ। ਪਰ ਆਪਣੀ ਅਸਲ ਸਥਿਤੀ ਵੇਖ ਲੈਣ ਤੇ ਉਹ ਅਲੌਕਿਕ ਪਦਵੀ ਨੂੰ ਪ੍ਰਾਪਤ ਕਰ ਸਕਦਾ ਹੈ, ਜਿਸ ਵਿਚ ਅਧਿਆਤਮਕ ਜੀਵਨ ਲਈ ਥਾਂ ਹੁੰਦੀ ਹੈ। ਅਸਲ ਵਿਚ ਜੀਵ ਵੱਖੋ-ਵੱਖਰੇ ਕਰਮਾਂ ਦਾ ਕਰਤਾ ਨਹੀਂ ਹੁੰਦਾ। ਉਸ ਨੂੰ ਮਜਬੂਰ ਹੋ ਕੇ ਕਰਮ ਕਰਨਾ ਪੈਂਦਾ ਹੈ, ਕਿਉਂਕਿ ਉਹ ਖ਼ਾਸ ਤਰ੍ਹਾਂ ਦੇ ਸ਼ਰੀਰ ਵਿਚ ਸਥਿਤ ਰਹਿੰਦਾ ਹੈ, ਜਿਸਦਾ ਸੰਚਾਲਨ ਪ੍ਰਕ੍ਰਿਤੀ ਦਾ ਕੋਈ ਗੁਣ ਕਰਦਾ ਹੈ। ਜਦੋਂ ਤਕ ਮਨੁੱਖ ਨੂੰ ਕਿਸੇ ਅਧਿਆਤਮਕ ਪ੍ਰਮਾਣਿਕ ਅਧਿਕਾਰੀ ਤੋਂ ਮਦਦ ਨਹੀਂ ਮਿਲਦੀ, ਉਦੋਂ ਤਕ ਉਹ ਇਹ ਨਹੀਂ ਸਮਝ ਸਕਦਾ ਕਿ ਉਹ ਅਸਲ ਵਿਚ ਕਿੱਥੇ ਖਲੋਤਾ ਹੈ। ਪ੍ਰਮਾਣਿਤ ਗੁਰੂ ਦੀ ਸੰਗਤ ਸਦਕਾ ਹੀ ਉਹ ਆਪਣੀ ਅਸਲ ਸਥਿਤੀ ਸਮਝ ਸਕਦਾ ਹੈ ਅਤੇ ਇਸ ਨੂੰ ਸਮਝਣ ਤੇ ਉਹ ਪੂਰੀ ਤਰ੍ਹਾਂ ਕ੍ਰਿਸ਼ਨ ਭਾਵਨਾ ਅੰਮ੍ਰਿਤ ਵਿਚ ਸਥਿਤ ਹੋ ਸਕਦਾ ਹੈ। ਕ੍ਰਿਸ਼ਨ ਭਾਵਨਾ ਭਾਵਿਤ ਮਨੁੱਖ ਕਦੀ ਵੀ ਪ੍ਰਕ੍ਰਿਤੀ ਦੇ ਗੁਣਾਂ ਦੀ ਸ਼ਕਤੀ ਨਾਲ ਨਿਯੰਤਰਿਤ ਨਹੀਂ ਹੁੰਦਾ। ਸਤ੍ਹਵੇਂ ਅਧਿਆਇ ਵਿਚ ਦੱਸਿਆ ਜਾ ਚੁੱਕਾ ਹੈ, ਕਿ ਜਿਹੜਾ ਕ੍ਰਿਸ਼ਨ ਦੀ ਸ਼ਰਣੀ ਜਾਂਦਾ ਹੈ, ਉਹ ਭੌਤਿਕ ਪ੍ਰਕ੍ਰਿਤੀ ਦੇ ਕੰਮਾਂ ਤੋਂ ਮੁਕਤ ਹੋ ਜਾਂਦਾ ਹੈ। ਜਿਹੜਾ ਮਨੁੱਖ ਚੀਜ਼ਾਂ ਨੂੰ ਜਿਉਂ ਦਾ ਤਿਉਂ ਵੇਖ ਸਕਦਾ ਹੈ, ਉਸ ਤੇ ਪ੍ਰਕ੍ਰਿਤੀ ਦਾ ਪ੍ਰਭਾਵ ਹੌਲੀ-ਹੌਲੀ ਘਟਦਾ ਜਾਂਦਾ ਹੈ।

गुणानेतानतीत्य त्रीन्देही देहसमुद्भवान्।
जन्ममृत्युजरादुःखैर्विमुक्तोऽमृतमश्नुते ॥२०॥

ਗੁਣਾਨ੍ ਏਤਾਨ੍ ਅਤੀਤ੍ਯ ਤ੍ਰੀਨ ਦੇਹੀ ਦੇਹ ਸਮੁਦਭਵਾਨ੍ ।
ਜਨ੍ਮ-ਮ੍ਰਿਤ੍ਯੁ-ਜਰਾ-ਦੁਹ੍ਖੈਰ ਵਿਮੁਕ੍ਤੋ 'ਮ੍ਰਿਤ ਅਸ਼ਨੁਤੇ ॥ 20॥

ਗੁਣਾਨ੍-ਗੁਣਾਂ ਨੂੰ ; **ਏਤਾਨ੍**-ਇਨ੍ਹਾਂ ਸਾਰੇ ; **ਅਤੀਤ੍ਯ**-ਲੰਘਕੇ ; **ਤ੍ਰੀਨ**-ਤਿੰਨ ; **ਦੇਹੀ**-ਦੇਹਧਾਰੀ ; **ਦੇਹ**-ਸ਼ਰੀਰ ; **ਸਮੁਦਭਵਾਨ੍**-ਪੈਦਾ ; **ਜਨ੍ਮ**-ਜਨਮ ; **ਮ੍ਰਿਤ੍ਯੁ**-ਮੌਤ ; **ਜਰਾ**-ਬੁਢਾਪੇ ਦਾ ; **ਦੁਹ੍ਖੈਹ੍**-ਦੁੱਖਾਂ ਨਾਲ ; **ਵਿਮੁਕ੍ਤਹ**-ਮੁਕਤ ; **ਅਮ੍ਰਿਤਮ**-ਅੰਮ੍ਰਿਤ ; **ਅਸ਼ਨੁਤੇ**- ਭੋਗਦਾ ਹੈ।

ਅਨੁਵਾਦ

ਜਦੋਂ ਦੇਹਧਾਰੀ ਜੀਵ ਭੌਤਿਕ ਸ਼ਰੀਰ ਨਾਲ ਸੰਬੰਧਿਤ ਤਿੰਨਾਂ ਗੁਣਾਂ ਨੂੰ ਲੰਘਣ ਵਿਚ ਸਮਰਥ ਹੁੰਦਾ ਹੈ, ਤਾਂ ਉਹ ਜਨਮ, ਮੌਤ, ਬੁਢਾਪਾ ਅਤੇ ਉਨ੍ਹਾਂ ਦੇ ਕਸ਼ਟਾਂ ਤੋਂ ਮੁਕਤ ਹੋ ਸਕਦਾ ਹੈ ਅਤੇ ਇਸੇ ਜੀਵਨ ਵਿਚ ਅੰਮ੍ਰਿਤ ਦਾ ਭੋਗ ਕਰ ਸਕਦਾ ਹੈ।

ਭਾਵ

ਇਸ ਸ਼ਲੋਕ ਵਿਚ ਦੱਸਿਆ ਗਿਆ ਹੈ ਕਿ ਕਿੰਝ ਇਸ ਸ਼ਰੀਰ ਵਿਚ ਕ੍ਰਿਸ਼ਨ ਭਾਵਨਾ ਭਾਵਿਤ ਹੋ ਕੇ ਅਲੌਕਿਕ ਸਥਿਤੀ ਵਿਚ ਰਿਹਾ ਜਾ ਸਕਦਾ ਹੈ। ਸੰਸਕ੍ਰਿਤ ਸ਼ਬਦ ਦੇਹੀ ਦਾ ਅਰਥ ਹੈ

ਦੇਹਧਾਰੀ, ਭਾਵੇਂ ਮਨੁੱਖ ਇਸ ਭੌਤਿਕ ਸ਼ਰੀਰ ਦੇ ਅੰਦਰ ਰਹਿੰਦਾ ਹੈ, ਪਰ ਆਪਣੇ ਅਧਿਆਤਮਕ ਗਿਆਨ ਦੀ ਉਨੱਤੀ ਰਾਹੀਂ ਉਹ ਪ੍ਰਕ੍ਰਿਤੀ ਦੇ ਗੁਣਾਂ ਦੇ ਪ੍ਰਭਾਵ ਤੋਂ ਮੁਕਤ ਹੋ ਸਕਦਾ ਹੈ। ਉਹ ਇਸੇ ਸ਼ਰੀਰ ਵਿਚ ਅਧਿਆਤਮਕ ਜੀਵਨ ਦਾ ਸੁਖ ਭੋਗ ਸਕਦਾ ਹੈ ਕਿਉਂਕਿ ਇਸ ਸ਼ਰੀਰ ਮਗਰੋਂ ਉਸਦਾ ਚਿੰਨਮਈ ਆਕਾਸ਼ (ਅਧਿਆਤਮਕ ਸੰਸਾਰ) ਵਿਚ ਜਾਣਾ ਤਹਿ ਹੈ। ਪਰ ਉਹ ਇਸੇ ਸ਼ਰੀਰ ਵਿਚ ਅਧਿਆਤਮਕ ਜੀਵਨ ਦਾ ਸੁਖ ਮਾਣ ਸਕਦਾ ਹੈ। ਦੂਜੇ ਸ਼ਬਦਾਂ ਵਿਚ, ਕ੍ਰਿਸ਼ਨ ਭਾਵਨਾ ਅੰਮ੍ਰਿਤ ਵਿਚ ਭਗਤੀ ਕਰਨਾ ਸੰਸਾਰੀ ਜਾਲ ਤੋਂ ਮੁਕਤੀ ਦਾ ਸੰਕੇਤ ਹੈ ਅਤੇ ਇਸਦੀ ਵਿਆਖਿਆ ਅਠਾਰ੍ਹਵੇਂ ਅਧਿਆਇ ਵਿਚ ਕੀਤੀ ਜਾਵੇਗੀ। ਜਦੋਂ ਮਨੁੱਖ ਪ੍ਰਕ੍ਰਿਤੀ ਦੇ ਗੁਣਾਂ ਦੇ ਪ੍ਰਭਾਵ ਤੋਂ ਮੁਕਤ ਹੋ ਜਾਂਦਾ ਹੈ, ਤਾਂ ਉਹ ਭਗਤੀ ਵਿਚ ਪ੍ਰਵੇਸ਼ ਹੁੰਦਾ ਹੈ।

अर्जुन उवाच

कैर्लिङ्गैस्त्रीन्गुणानेतानतीतो भवति प्रभो।
किमाचारः कथं चैतांस्त्रीन्गुणानतिवर्तते ॥२१॥

ਅਰਜੁਨ ਓਵਾਚ

ਕੈਰ੍ ਲਿੰਗੈਸ ਤ੍ਰੀਨ੍ ਗੁਣਾਨ੍ ਏਤਾਨ੍ ਅਤੀਤੋ ਭਵਤਿ ਪ੍ਰਭੋ।
ਕਿਮ੍ ਆਚਾਰਹ੍ ਕਥਮ੍ ਚੈਤਾਂਸ੍ ਤ੍ਰੀਨ੍ ਗੁਣਾਨ੍ ਅਤਿਵਰਤਤੇ ॥ 21 ॥

ਅਰਜੁਨ ਓਵਾਚ-ਅਰਜੁਨ ਨੇ ਕਿਹਾ ; **ਕੈਹ੍**-ਕਿਨ੍ਹਾਂ ; **ਲਿੰਗੈਹ੍**-ਲੱਛਣਾਂ ਨਾਲ ; **ਤ੍ਰੀਨ੍**-ਤਿੰਨਾਂ ; **ਗੁਣਾਨ੍**-ਗੁਣਾਂ ਨੂੰ ; **ਏਤਾਨ੍**-ਇਹ ਸਭ ; **ਅਤੀਤਹ੍**-ਲੰਘਿਆ ਹੋਇਆ ; **ਭਵਤਿ**-ਹੈ ; **ਪ੍ਰਭੋ**-ਹੇ ਪ੍ਰਭੂ ; **ਕਿਮ੍**-ਕਿ ; **ਆਚਾਰਹ੍**-ਆਚਰਣ ; **ਕਥਮ੍**-ਕਿਵੇਂ ; **ਚ**-ਵੀ; **ਏਤਾਨ੍** -ਇਹ ; **ਤ੍ਰੀਨ੍**-ਤਿੰਨਾਂ ; **ਗੁਣਾਨ੍**-ਗੁਣਾਂ ਨੂੰ ; **ਅਤਿਵਰ੍ਤਤੇ**-ਲੰਘਦਾ ਹੈ(ਪਾਰ ਕਰਦਾ ਹੈ)।

ਅਨੁਵਾਦ

ਅਰਜੁਨ ਨੇ ਪੁੱਛਿਆ - ਹੇ ਭਗਵਾਨ! ਜਿਹੜਾ ਇਨ੍ਹਾਂ ਤਿੰਨਾਂ ਗੁਣਾਂ ਤੋਂ ਪਰੇ ਹੈ, ਉਹ ਕਿਨ੍ਹਾਂ ਲੱਛਣਾਂ ਰਾਹੀਂ ਜਾਣਿਆ ਜਾਂਦਾ ਹੈ? ਉਸਦਾ ਆਚਰਣ ਕਿਹੋ ਜਿਹਾ ਹੁੰਦਾ ਹੈ? ਅਤੇ ਉਹ ਪ੍ਰਕ੍ਰਿਤੀ ਦੇ ਗੁਣਾਂ ਨੂੰ ਕਿਵੇਂ ਲੰਘਦਾ ਹੈ ?

ਭਾਵ

ਇਸ ਸ਼ਲੋਕ ਵਿਚ ਅਰਜੁਨ ਦੇ ਪ੍ਰਸ਼ਨ ਬਹੁਤ ਹੀ ਢੁਕਵੇਂ ਹਨ। ਉਹ ਉਸ ਮਨੁੱਖ ਦੇ ਲੱਛਣ ਜਾਣਨਾ ਚਾਹੁੰਦਾ ਹੈ, ਜਿਸਨੇ ਭੌਤਿਕ ਗੁਣਾਂ ਨੂੰ ਪਾਰ ਕਰ ਲਿਆ ਹੈ। ਸਭ ਤੋਂ ਪਹਿਲਾਂ ਉਹ ਅਜਿਹੇ ਅਲੌਕਿਕ ਮਨੁੱਖ ਦੇ ਲੱਛਣਾਂ ਬਾਰੇ ਜਿਗਿਆਸਾ ਕਰਦਾ ਹੈ, ਕਿ ਕੋਈ ਕਿਵੇਂ ਸਮਝੇ ਕਿ ਉਹ ਪ੍ਰਕ੍ਰਿਤੀ ਦੇ ਗੁਣਾਂ ਦੇ ਪ੍ਰਭਾਵ ਤੋਂ ਉਪਰ ਉਠ ਗਿਆ ਹੈ ? ਉਸਦਾ ਦੂਜਾ ਪ੍ਰਸ਼ਨ ਹੈ ਕਿ ਅਜਿਹਾ ਮਨੁੱਖ ਕਿਵੇਂ ਰਹਿੰਦਾ ਹੈ, ਅਤੇ ਉਸਦੇ ਕੰਮ-ਕਾਰ ਕੀ ਹਨ? ਕੀ ਉਹ ਨਿਯਮਿਤ ਹੁੰਦੇ ਹਨ, ਜਾਂ

ਅਨਿਯਮਿਤ ? ਫਿਰ ਅਰਜੁਨ ਉਨ੍ਹਾਂ ਸਾਧਨਾਂ ਬਾਰੇ ਪੁੱਛਦਾ ਹੈ, ਜਿਸ ਨਾਲ ਉਹ ਅਲੌਕਿਕ ਸੁਭਾਅ (ਪ੍ਰਕ੍ਰਿਤੀ) ਪ੍ਰਾਪਤ ਕਰ ਸਕੇ। ਇਹ ਬਹੁਤ ਮਹੱਤਵਪੂਰਨ ਹੈ। ਜਦੋਂ ਤਕ ਕੋਈ ਉਨ੍ਹਾਂ ਪ੍ਰਤੱਖ ਸਾਧਨਾਂ ਨੂੰ ਨਹੀਂ ਜਾਣਦਾ, ਜਿਨ੍ਹਾਂ ਨਾਲ ਉਹ ਹਮੇਸ਼ਾਂ ਅਲੌਕਿਕ ਪਦਵੀ ਤੇ ਸਥਿਤ ਰਹੇ, ਉਦੋਂ ਤਕ ਲੱਛਣਾਂ ਦੇ ਵਿਖਾਈ ਦੇਣ ਦਾ ਸਵਾਲ ਹੀ ਨਹੀਂ ਉਠਦਾ। ਇਸ ਲਈ ਅਰਜੁਨ ਰਾਹੀਂ ਪੁੱਛੇ ਗਏ, ਇਹ ਸਾਰੇ ਪ੍ਰਸ਼ਨ ਬਹੁਤ ਮਹੱਤਵਪੂਰਨ ਹਨ ਅਤੇ ਭਗਵਾਨ ਉਨ੍ਹਾਂ ਦਾ ਉੱਤਰ ਦਿੰਦੇ ਹਨ।

श्रीभगवानुवाच

प्रकाशं च प्रवृत्तिं च मोहमेव च पाण्डव।
न द्वेष्टि सम्प्रवृत्तानि न निवृत्तानि काङ्क्षति ॥२२॥
उदासीनवदासीनो गुणैर्यो न विचाल्यते।
गुणा वर्तन्त इत्येवं योऽवतिष्ठति नेङ्गते ॥२३॥
समदुःखसुखः स्वस्थः समलोष्टाश्मकाञ्चनः।
तुल्यप्रियाप्रियो धीरस्तुल्यनिन्दात्मसंस्तुतिः ॥२४॥
मानापमानयोस्तुल्यस्तुल्यो मित्रारिपक्षयोः।
सर्वारम्भपरित्यागी गुणातीतः स उच्यते ॥२५॥

ਸ਼੍ਰੀ ਭਗਵਾਨ ਉਵਾਚ

ਪ੍ਰਕਾਸ਼ਮ੍ ਚ ਪ੍ਰਵ੍ਰਿੱਤੀਮ੍ ਚ ਮੋਹਮ੍ ਏਵ ਚ ਪਾਂਡਵ।
ਨ ਦ੍ਵੇਸ਼੍ਟਿ ਸਮ੍ਪ੍ਰਵ੍ਰਿੱਤਾਨਿ ਨ ਨਿਵ੍ਰਿੱਤਾਨਿ ਕਾਂਕ੍ਸ਼੍ਤਿ ॥ 22 ॥
ਉਦਾਸੀਨ ਵਦ ਆਸੀਨੋ ਗੁਣੈਰ੍ ਯੋ ਨ ਵਿੱਚਾਲ੍ਯਤੇ।
ਗੁਣਾ ਵਰ੍ਤੰਤ ਇਤਿ ਏਵਮ੍ ਯੋ'ਵਤਿਸ਼੍ਠਤਿ ਨੇਂਗਤੇ ॥ 23 ॥
ਸਮ-ਦੁਹ੍ਖ-ਸੁਖਹ੍ ਸ੍ਵ-ਸ੍ਥਹ੍ ਸਮ-ਲੋਸ਼੍ਟਾਸ਼੍ਮ-ਕਾਂਚਨਹ੍।
ਤੁਲ੍ਯ-ਪ੍ਰਿਯਾਪ੍ਰਿਯੋ ਧੀਰਸ੍ ਤੁਲ੍ਯ-ਨਿੰਦਾਤ੍ਮ-ਸਮਸ੍ਤੁਤਿਹ੍ ॥ 24 ॥
ਮਾਨਾਪਮਾਨਯੋਸ੍ ਤੁਲ੍ਯਸ੍ ਤੁਲ੍ਯੋ ਮਿਤਰਾਰਿ-ਪਕਸ਼੍ਯੋਹ੍।
ਸਰ੍ਵਾਰੰਭ ਪਰਿਤ੍ਯਾਗੀ ਗੁਣਾਤੀਤਹ੍ ਸ ਉਚ੍ਯਤੇ ॥ 25 ॥

ਸ਼੍ਰੀ ਭਗਵਾਨ ਉਵਾਚ – ਸ਼੍ਰੀ ਭਗਵਾਨ ਨੇ ਕਿਹਾ ; **ਪ੍ਰਕਾਸ਼ਮ੍** – ਪ੍ਰਕਾਸ਼ ; **ਚ** – ਅਤੇ ; **ਪ੍ਰਵ੍ਰਿੱਤੀਮ੍** – ਆਸਕਤੀ (ਮੋਹ ਜਾਂ ਪ੍ਰੀਤ) ; **ਚ** – ਅਤੇ ; **ਮੋਹਮ੍** – ਮੋਹ ; **ਏਵਚ** – ਵੀ ; **ਪਾਂਡਵ** – ਹੇ ਪਾਂਡੂ ਪੁੱਤਰ ; **ਨ ਦ੍ਵੇਸ਼੍ਟਿ** – ਘ੍ਰਿਣਾ ਨਹੀਂ ਕਰਦਾ ; **ਸਮ੍ਪ੍ਰਵ੍ਰਿੱਤਾਨਿ** – ਭਾਵੇਂ ਵਿਕਸਿਤ ਹੋਣ ਤੇ ; **ਨ ਨਿਵ੍ਰਿੱਤਾਨਿ** – ਨਾ ਹੀ ਵਿਕਾਸ ਨੂੰ ਰੋਕਣਾ ; **ਕਾਂਕ੍ਸ਼੍ਤਿ** – ਚਾਹੁੰਦਾ ਹੈ ; **ਉਦਾਸੀਨ-ਵਤ੍** –

ਨਿਰਪੇਖ ਵਾਂਗ ; **ਆਸੀਨਹ੍** – ਸਥਿਤ ; **ਗੁਣੈਹ੍** – ਗੁਣਾਂ ਰਾਹੀਂ ; **ਯਹ੍** – ਜਿਹੜਾ ; **ਨ** – ਕਦੀ ਨਹੀਂ ; **ਵਿੱਚਾਲ੍ਯਤੇ** – ਡਾਵਾਂ ਡੋਲ ਹੁੰਦਾ ਹੈ ; **ਗੁਣਾਹ੍** – ਗੁਣ ; **ਵਰ੍ਤੰਤੇ** – ਕਾਰਜਸ਼ੀਲ ਹੁੰਦੇ ਹਨ ; **ਇਤਿ-ਏਵਮ੍** – ਇਸ ਤਰ੍ਹਾਂ ਜਾਣਦੇ ਹੋਏ ; **ਯਹ੍** – ਜੋ ; **ਅਵਤਿਸ਼੍ਠਤਿ** – ਕਿਹਾ ਆਉਂਦਾ ਹੈ ; **ਨ** – ਕਦੇ ਨਹੀਂ ; **ਇੰਗਤੇ** – ਹਿਲਦਾ ਜੁਲਦਾ ਹੈ ; **ਸਮ** – ਬਰਾਬਰ ; **ਦੁਹ੍ਖਹ੍** – ਦੁੱਖ ; **ਸੁਖਹ੍** – ਅਤੇ ਸੁਖ ਵਿਚ ; **ਸ੍ਵਸ੍ਥਹ੍** – ਆਪਣੇ ਵਿਚ ਸਥਿਤ ; **ਸਮ** – ਸਮਾਨ ਰੂਪ ਨਾਲ ; **ਲੋਸ਼੍ਟ** – ਮਿੱਟੀ ਦਾ ਢੇਲਾ ; **ਅਸ਼੍ਮ** – ਪੱਥਰ ; **ਕਾਂਚੰਨਹ੍** – ਸੋਨਾ ; **ਤੁਲ੍ਯ** – ਬਰਾਬਰੀ ਦਾ ਭਾਵ; **ਪ੍ਰਿਯ** – ਪਿਆਰਾ ; **ਅਪ੍ਰਿਯਹ੍** – ਅਤੇ ਅਪ੍ਰਿਯ (ਜੋ ਪਿਆਰਾ ਨਾ ਹੋਵੇ) ਨੂੰ ; **ਧੀਰਹ੍** – ਧੀਰ ; **ਤੁਲ੍ਯ** – ਬਰਾਬਰ ; **ਨਿੰਦਾ** – ਬੁਰਾਈ ; **ਆਤ੍ਮ ਸੰਸ੍ਤੁਤਿਹ੍** – ਅਤੇ ਆਪਣੀ ਪ੍ਰਸ਼ੰਸਾ ਵਿਚ ; **ਮਾਨ** – ਸਨਮਾਨ ; **ਅਪਮਾਨਯੋਹ੍** – ਅਤੇ ਅਪਮਾਨ ਵਿਚ ; **ਤੁਲ੍ਯਹ੍** – ਬਰਾਬਰ ; **ਮਿਤ੍ਰ** – ਦੋਸਤ ; **ਅਰਿ** – ਅਤੇ ਦੁਸ਼ਮਣ ਦੇ ; **ਪਕਸ਼੍ਯੋਹ੍** – ਪੱਖਾਂ ਜਾਂ ਦਲਾਂ ਨੂੰ ; **ਸਰ੍ਵ** – ਸਭਨਾਂ ਦਾ; **ਆਰੰਭ** – ਯਤਨ ; **ਪਰਿਤ੍ਯਾਗੀ** – ਤਿਆਗ ਕਰਨ ਵਾਲਾ ; **ਗੁਣ-ਅਤੀਤਹ** – ਭੌਤਿਕ ਪ੍ਰਕ੍ਰਿਤੀ ਦੇ ਗੁਣਾਂ ਤੋਂ ਪਰੇ ; **ਸਹ੍** – ਉਹ ; **ਉਚ੍ਯਤੇ** – ਕਿਹਾ ਜਾਂਦਾ ਹੈ ।

ਅਨੁਵਾਦ

ਭਗਵਾਨ ਨੇ ਕਿਹਾ – ਹੇ ਪਾਂਡੂ ਪੁੱਤਰ! ਜਿਹੜਾ ਪ੍ਰਕਾਸ਼, ਆਸਕਤੀ ਅਤੇ ਮੋਹ ਦੇ ਪੈਦਾ ਹੋਣ ਤੇ ਨਾ ਤਾਂ ਉਨ੍ਹਾਂ ਨਾਲ ਘ੍ਰਿਣਾ ਕਰਦਾ ਹੈ ਅਤੇ ਨਾ ਲੁਪਤ ਹੋ ਜਾਣ ਤੇ ਉਨ੍ਹਾਂ ਦੀ ਇੱਛਾ ਕਰਦਾ ਹੈ। ਜਿਹੜਾ ਭੌਤਿਕ ਗੁਣਾਂ ਦੀਆਂ ਇਨ੍ਹਾਂ ਸਾਰੀਆਂ ਪ੍ਰਤਿਕਿਰਿਆਵਾਂ ਤੋਂ ਨਿਸ਼ਚਲ ਰਹਿੰਦਾ ਹੈ, ਅਤੇ ਵਿਚਲਿਤ ਨਹੀਂ ਹੁੰਦਾ ਅਤੇ ਇਹ ਜਾਣਕੇ ਕਿ ਸਿਰਫ਼ ਗੁਣ ਕਿਰਿਆਸ਼ੀਲ ਹਨ, ਉਦਾਸੀਨ ਅਤੇ ਅਲੌਕਿਕ ਬਣਿਆ ਰਹਿੰਦਾ ਹੈ, ਜਿਹੜਾ ਆਪਣੇ ਆਪ ਵਿਚ ਸਥਿਤ ਹੈ ਅਤੇ ਸੁਖ ਅਤੇ ਦੁੱਖ ਨੂੰ ਇਕੋ ਸਾਰ ਮੰਨਦਾ ਹੈ, ਜਿਹੜਾ ਮਿੱਟੀ ਦੇ ਢੇਲੇ, ਪੱਥਰ ਅਤੇ ਸੋਨੇ ਦੇ ਟੁਕੜੇ ਨੂੰ ਇੱਕੋ ਤਰ੍ਹਾਂ ਨਾਲ ਵੇਖਦਾ ਹੈ, ਜਿਹੜਾ ਅਨੁਕੂਲ ਅਤੇ ਪ੍ਰਤਿਕੂਲ ਪ੍ਰਤੀ ਇੱਕੋ ਜਿਹਾ ਬਣਿਆ ਰਹਿੰਦਾ ਹੈ, ਜਿਹੜਾ ਧੀਰ ਹੈ ਅਤੇ ਪ੍ਰਸ਼ੰਸਾ ਅਤੇ ਨਿਖੇਧੀ, ਮਾਨ ਅਤੇ ਅਪਮਾਨ ਵਿਚ ਇੱਕੋ ਭਾਵ ਰਖਦਾ ਹੈ, ਜਿਹੜਾ ਦੁਸ਼ਮਣ ਅਤੇ ਦੋਸਤ ਨਾਲ ਇਕੋ ਜਿਹਾ ਵਿਵਹਾਰ ਕਰਦਾ ਹੈ ਅਤੇ ਜਿਸਨੇ ਸਾਰੇ ਭੌਤਿਕ ਕਾਰਜਾਂ ਦਾ ਤਿਆਗ ਕਰ ਦਿੱਤਾ ਹੈ, ਅਜਿਹੇ ਮਨੁੱਖ ਨੂੰ ਪ੍ਰਕ੍ਰਿਤੀ ਦੇ ਗੁਣਾਂ ਤੋਂ ਪਰੇ ਕਹਿੰਦੇ ਹਨ।

ਭਾਵ

ਅਰਜੁਨ ਨੇ ਭਗਵਾਨ ਨੂੰ ਕ੍ਰਿਸ਼ਨ ਤੋਂ ਤਿੰਨ ਪ੍ਰਸ਼ਨ ਪੁੱਛੇ ਅਤੇ ਉਨ੍ਹਾਂ ਨੇ ਲੜੀਵਾਰ ਇੱਕ-ਇੱਕ ਦਾ ਉੱਤਰ ਦਿੱਤਾ। ਇਨ੍ਹਾਂ ਸ਼ਲੋਕਾਂ ਵਿਚ ਕ੍ਰਿਸ਼ਨ ਪਹਿਲਾਂ ਇਹ ਸੰਕੇਤ ਕਰਦੇ ਹਨ ਕਿ ਜਿਹੜਾ ਮਨੁੱਖ ਅਲੌਕਿਕ ਪਦਵੀ ਤੇ ਸਥਿਤ ਹੈ, ਉਹ ਨਾ ਤਾਂ ਕਿਸੇ ਨਾਲ ਈਰਖਾ ਕਰਦਾ ਹੈ ਅਤੇ ਨਾ ਕਿਸੇ ਚੀਜ਼ ਲਈ ਚਾਹਵਾਨ ਰਹਿੰਦਾ ਹੈ। ਜਦੋਂ ਕੋਈ ਜੀਵ ਇਸ ਸੰਸਾਰ ਵਿਚ ਭੌਤਿਕ ਸ਼ਰੀਰ ਵਿਚ ਰਹਿੰਦਾ ਹੈ, ਤਾਂ ਇਹ ਸਮਝਣਾ ਚਾਹੀਦਾ ਹੈ ਕਿ ਉਹ ਪ੍ਰਕ੍ਰਿਤੀ ਦੇ ਤਿੰਨਾਂ ਗੁਣਾਂ ਵਿੱਚੋਂ ਕਿਸੇ ਇਕ ਦੇ ਵੱਸ ਵਿਚ ਹੈ। ਪਰ ਜਦੋਂ ਤਕ ਉਹ ਸ਼ਰੀਰ ਤੋਂ ਬਾਹਰ ਨਹੀਂ ਆ ਜਾਂਦਾ, ਉਦੋਂ ਤਕ ਉਸਨੂੰ ਉਦਾਸੀਨ

ਰਹਿਣਾ ਚਾਹੀਦਾ ਹੈ । ਉਸਨੂੰ ਭਗਵਾਨ ਦੀ ਭਗਤੀ ਵਿਚ ਲੱਗ ਜਾਣਾ ਚਾਹੀਦਾ ਹੈ । ਜਿਸ ਨਾਲ ਭੌਤਿਕ ਦੇਹ ਤੋਂ ਉਸਦੀ ਹੋਂਦ ਆਪਣੇ ਆਪ ਹੀ ਭੁੱਲ ਜਾਵੇ । ਜਦੋਂ ਮਨੁੱਖ ਭੌਤਿਕ ਸ਼ਰੀਰ ਪ੍ਰਤੀ ਸੁਚੇਤ ਰਹਿੰਦਾ ਹੈ ਤਾਂ ਉਹ ਸਿਰਫ਼ ਇੰਦਰੀਆਂ ਦੀ ਤ੍ਰਿਪਤੀ ਲਈ ਕਰਮ ਕਰਦਾ ਹੈ, ਪਰ ਜਦੋਂ ਉਹ ਆਪਣੀ ਚੇਤਨਾ ਕ੍ਰਿਸ਼ਨ ਵਿਚ ਬਦਲ ਲੈਂਦਾ ਹੈ, ਤਾਂ ਇੰਦਰੀਆਂ ਦੀ ਤ੍ਰਿਪਤੀ ਆਪ ਮੁਹਾਰੇ ਹੀ ਰੁਕ ਜਾਂਦੀ ਹੈ। ਮਨੁੱਖ ਨੂੰ ਇਸ ਭੌਤਿਕ ਸ਼ਰੀਰ ਦੀ ਜ਼ਰੂਰਤ ਨਹੀਂ ਰਹਿੰਦੀ ਅਤੇ ਨਾ ਹੀ ਉਸਨੂੰ ਇਸ ਭੌਤਿਕ ਸ਼ਰੀਰ ਦੇ ਹੁਕਮਾਂ ਨੂੰ ਮੰਨਣ ਦੀ ਲੋੜ ਰਹਿੰਦੀ ਹੈ । ਸ਼ਰੀਰ ਦੇ ਭੌਤਿਕ ਗੁਣ ਕੰਮ ਕਰਨਗੇ, ਪਰ ਆਤਮਾ ਅਜਿਹੇ ਕੰਮਾਂ ਤੋਂ ਵੱਖਰਾ ਰਹੇਗਾ । ਉਹ ਕਿੰਝ ਵੱਖਰਾ ਹੁੰਦਾ ਹੈ? ਉਹ ਨਾ ਤਾਂ ਸ਼ਰੀਰ ਦਾ ਭੋਗ ਕਰਨਾ ਚਾਹੁੰਦਾ ਹੈ, ਨਾ ਉਸ ਤੋਂ ਬਾਹਰ ਜਾਣਾ ਚਾਹੁੰਦਾ ਹੈ, ਇੰਝ ਅਲੌਕਿਕ ਪਦਵੀ ਤੇ ਸਥਿਤ ਭਗਤ ਆਪਣੇ ਆਪ ਮੁਕਤ ਹੋ ਜਾਂਦਾ ਹੈ । ਉਸਨੂੰ ਭੌਤਿਕ ਪ੍ਰਕ੍ਰਿਤੀ ਦੇ ਗੁਣਾਂ ਦੇ ਪ੍ਰਭਾਵ ਤੋਂ ਮੁਕਤ ਹੋਣ ਲਈ ਕਿਸੇ ਯਤਨ ਦੀ ਕੋਈ ਜ਼ਰੂਰਤ ਨਹੀਂ ਰਹਿੰਦੀ ।

ਅਗਲਾ ਸਵਾਲ ਅਲੌਕਿਕ ਪਦਵੀ ਤੇ ਬੈਠੇ ਮਨੁੱਖ ਦੇ ਵਿਵਹਾਰ ਬਾਰੇ ਹੈ । ਭੌਤਿਕ ਧਰਾਤਲ ਤੇ ਸਥਿਤ ਮਨੁੱਖੀ ਸ਼ਰੀਰ ਨੂੰ ਮਿਲਣ ਵਾਲੇ ਅਖੌਤੀ ਮਾਨ ਅਤੇ ਅਪਮਾਨ ਤੋਂ ਪ੍ਰਭਾਵਿਤ ਹੁੰਦਾ ਹੈ, ਪਰ ਅਲੌਕਿਕ ਧਰਾਤਲ ਤੇ ਸਥਿਤ ਮਨੁੱਖ ਕਦੀ ਵੀ ਅਜਿਹੇ ਝੂਠੇ ਮਾਨ ਅਤੇ ਅਪਮਾਨ ਤੋਂ ਪ੍ਰਭਾਵਿਤ ਨਹੀਂ ਹੁੰਦਾ । ਉਹ ਕ੍ਰਿਸ਼ਨ ਭਾਵਨਾ ਅੰਮ੍ਰਿਤ ਵਿਚ ਰਹਿਕੇ ਆਪਣਾ ਫ਼ਰਜ਼ ਨਿਭਾਉਂਦਾ ਹੈ ਅਤੇ ਇਸਦੀ ਚਿੰਤਾ ਨਹੀਂ ਕਰਦਾ ਕਿ ਕੋਈ ਮਨੁੱਖ ਉਸਦਾ ਸਨਮਾਨ ਕਰਦਾ ਹੈ ਜਾਂ ਅਪਮਾਨ। ਉਹ ਉਨ੍ਹਾਂ ਗੱਲਾਂ ਨੂੰ ਸਵੀਕਾਰ ਕਰ ਲੈਂਦਾ ਹੈ, ਜਿਹੜੀਆਂ ਕ੍ਰਿਸ਼ਨ ਭਾਵਨਾ ਅੰਮ੍ਰਿਤ ਦੇ ਸੰਪਾਦਨ ਵਿਚ ਉਸਦੀ ਮਦਦ ਕਰਦੀਆਂ ਹਨ, ਨਹੀਂ ਤਾਂ ਉਸ ਨੂੰ ਭੌਤਿਕ ਵਸਤਾਂ ਤੋਂ ਕੁਝ ਲੈਣਾ-ਦੇਣਾ ਨਹੀਂ ਹੁੰਦਾ, ਚਾਹੇ ਉਹ ਪੱਥਰ ਹੋਵੇ ਜਾਂ ਸੋਨਾ । ਉਹ ਸਾਰਿਆਂ ਨੂੰ ਆਪਣਾ ਮਿੱਤਰ ਮੰਨਦਾ ਹੈ, ਅਤੇ ਉਹ ਆਪਣੇ ਅਖੌਤੀ ਦੁਸ਼ਮਣ ਨਾਲ ਵੀ ਘ੍ਰਿਣਾ ਨਹੀਂ ਕਰਦਾ । ਉਸ ਸਮਾਨ ਭਾਵ ਵਾਲਾ ਹੁੰਦਾ ਹੈ ਅਤੇ ਸਾਰੀਆਂ ਚੀਜ਼ਾਂ ਨੂੰ ਬਰਾਬਰੀ ਦੇ ਧਰਾਤਲ ਤੇ ਵੇਖਦਾ ਹੈ, ਕਿਉਂਕਿ ਉਹ ਇਸ ਨੂੰ ਚੰਗੀ ਤਰ੍ਹਾਂ ਜਾਣਦਾ ਹੈ ਕਿ ਉਹਨੂੰ ਇਸ ਸੰਸਾਰ ਤੋਂ ਕੁਝ ਵੀ ਲੈਣਾ ਦੇਣਾ ਨਹੀਂ ਹੈ । ਉਸਨੂੰ ਸਮਾਜਿਕ ਅਤੇ ਰਾਜਨੀਤਿੱਕ ਵਿਸ਼ੇ ਰਤਾ ਵੀ ਪ੍ਰਭਾਵਿਤ ਨਹੀਂ ਕਰ ਸਕਦੇ, ਕਿਉਂਕਿ ਉਹ ਅਸਥਾਈ ਉਥੱਲ-ਪੁਥੱਲ ਅਤੇ ਮੁਸੀਬਤਾਂ ਦੀ ਸਥਿਤੀ ਤੋਂ ਜਾਣੂ ਰਹਿੰਦਾ ਹੈ । ਉਹ ਆਪਣੇ ਲਈ ਕੋਈ ਕੰਮ ਨਹੀਂ ਕਰਦਾ । ਕ੍ਰਿਸ਼ਨ ਲਈ ਉਹ ਕੁਝ ਵੀ ਕਰ ਸਕਦਾ ਹੈ, ਪਰ ਆਪਣੇ ਲਈ ਕਿਸੇ ਤਰ੍ਹਾਂ ਦਾ ਯਤਨ ਨਹੀਂ ਕਰਦਾ । ਅਜਿਹੇ ਆਚਰਣ ਨਾਲ ਮਨੁੱਖ ਅਸਲ ਵਿਚ ਅਲੌਕਿਕ ਪਦਵੀ ਤੇ ਸਥਿਤ ਹੋ ਸਕਦਾ ਹੈ ।

मां च योऽव्यभिचारेण भक्तियोगेन सेवते।
स गुणान्समतीत्यैतान्ब्रह्मभूयाय कल्पते ॥२६॥

ਮਾਮ੍ ਚ ਯੋ'ਵ੍ਯਭਿਚਾਰੇਣ ਭਕ੍ਤਿ-ਯੋਗੇਨ ਸੇਵਤੇ ।
ਸ ਗੁਣਾਨ੍ ਸਮ੍ਤੀਤ੍ਯੈਤਾਨ੍ ਬ੍ਰਹਮ-ਭੂਯਾਯ ਕਲ੍ਪਤੇ ॥ 26 ॥

ਮਾਮ੍-ਮੇਰੀ ; **ਚ**-ਵੀ ; **ਯਹ੍**-ਜਿਹੜਾ ਮਨੁੱਖ ; **ਅਵ੍ਯਭਿਚਾਰੇਣ**-ਬਿਨ੍ਹਾਂ ਵਿਚਲਿਤ ਹੋਏ ; **ਭਕ੍ਤਿ-ਯੋਗੇਨ**-ਭਗਤੀ ਨਾਲ ; **ਸੇਵਤੇ**-ਸੇਵਾ ਕਰਦਾ ਹੈ ; **ਸਹ੍**-ਉਹ ; **ਗੁਣਾਨ੍**-ਪ੍ਰਕ੍ਰਿਤੀ ਦੇ ਗੁਣਾਂ ਨੂੰ ; **ਸਮ੍ਤੀਤ੍ਯ**-ਲੰਘਕੇ (ਪਾਰ ਕਰਕੇ) ; **ਏਤਾਨ੍**-ਇਨ੍ਹਾਂ ਸਾਰੀਆਂ ; **ਬ੍ਰਹਮ-ਭੂਯਾਯ**-ਬ੍ਰਹਮ ਪਦ ਤਕ ਉਪਰ ਉਠਿਆ ਹੋਇਆ ; **ਕਲ੍ਪਤੇ**-ਹੋ ਜਾਂਦਾ ਹੈ ।

ਅਨੁਵਾਦ

ਜਿਹੜਾ ਮਨੁੱਖ ਸਾਰੀਆਂ ਪਰਸਥਿਤੀਆਂ ਵਿਚ ਇਕਾਂਤ ਭਾਵ ਨਾਲ ਪੂਰਨ ਭਗਤੀ ਵਿਚ ਲਗ ਜਾਂਦਾ ਹੈ, ਉਹ ਤੁਰੰਤ ਹੀ ਪ੍ਰਕ੍ਰਿਤੀ ਦੇ ਗੁਣਾਂ ਨੂੰ ਪਾਰ ਕਰ ਜਾਂਦਾ ਹੈ, ਅਤੇ ਇਸ ਤਰ੍ਹਾਂ ਬ੍ਰਹਮ ਦੇ ਪੱਧਰ ਤਕ ਅਪੜ ਜਾਂਦਾ ਹੈ ।

ਭਾਵ

ਇਹ ਸ਼ਲੋਕ ਅਰਜੁਨ ਦੇ ਤੀਜੇ ਸਵਾਲ ਦੇ ਜਵਾਬ ਵਿਚ ਹੈ । ਸਵਾਲ ਇਹ ਹੈ - ਅਲੌਕਿਕ ਸਥਿਤੀ ਪ੍ਰਾਪਤ ਕਰਨ ਦਾ ਸਾਧਨ ਕੀ ਹੈ ? ਜਿਵੇਂ ਕਿ ਪਹਿਲੋਂ ਦੱਸਿਆ ਜਾ ਚੁੱਕਾ ਹੈ, ਇਹ ਭੌਤਿਕ ਸੰਸਾਰ ਪ੍ਰਕ੍ਰਿਤੀ ਦੇ ਗੁਣਾਂ ਦੀ ਸ਼ਕਤੀ ਦੇ ਅਧੀਨ ਕੰਮ ਕਰ ਰਿਹਾ ਹੈ । ਮਨੁੱਖ ਨੂੰ ਗੁਣਾਂ ਦੇ ਕਰਮਾਂ ਤੋਂ ਵਿਚਲਿਤ ਨਹੀਂ ਹੋਣਾ ਚਾਹੀਦਾ, ਉਸਨੂੰ ਚਾਹੀਦਾ ਹੈ ਕਿ ਆਪਣੀ ਚੇਤਨਾ ਅਜਿਹੇ ਕੰਮਾਂ ਵਿਚ ਨਾ ਲਗਾਕੇ, ਉਸਨੂੰ ਕ੍ਰਿਸ਼ਨ ਦੀ ਸੇਵਾ ਵਿਚ ਲਗਾਵੇ । ਕ੍ਰਿਸ਼ਨਮਈ ਕੰਮ ਭਗਤੀ ਯੋਗ ਦੇ ਨਾਂ ਨਾਲ ਮਸ਼ਹੂਰ ਹਨ, ਜਿਨ੍ਹਾਂ ਵਿਚ ਹਮੇਸ਼ਾਂ ਕ੍ਰਿਸ਼ਨ ਲਈ ਕੰਮ ਕਰਨਾ ਹੁੰਦਾ ਹੈ । ਇਸ ਵਿਚ ਸਿਰਫ ਕ੍ਰਿਸ਼ਨ ਹੀ ਨਹੀਂ ਆਉਂਦੇ, ਸਗੋਂ ਉਨ੍ਹਾਂ ਦੇ ਵੱਖੋ-ਵੱਖਰੇ ਪੂਰਨ ਅੰਸ਼ ਵੀ ਸ਼ਾਮਿਲ ਹਨ - ਜਿਵੇਂ ਰਾਮ ਅਤੇ ਨਾਰਾਇਣ । ਉਨ੍ਹਾਂ ਦੇ ਅਣਗਿਣਤ ਅੰਸ਼ ਹਨ । ਜਿਹੜਾ ਕ੍ਰਿਸ਼ਨ ਦੇ ਕਿਸੇ ਵੀ ਰੂਪ ਜਾਂ ਉਨ੍ਹਾਂ ਦੇ ਪੂਰਨ ਅੰਸ਼ ਦੀ ਸੇਵਾ ਵਿਚ ਲਗਦਾ ਹੈ, ਉਸਨੂੰ ਅਲੌਕਿਕ ਪਦਵੀ ਤੇ ਸਥਿਤ ਸਮਝਣਾ ਚਾਹੀਦਾ ਹੈ । ਇਹ ਧਿਆਨ ਦੇਣਾ ਹੋਵੇਗਾ ਕਿ ਕ੍ਰਿਸ਼ਨ ਦੇ ਸਾਰੇ ਰੂਪ ਪੂਰੀ ਤਰ੍ਹਾਂ ਅਲੌਕਿਕ ਅਤੇ ਸਚਿਦਾਨੰਦ ਸਰੂਪ ਹਨ । ਅਜਿਹੇ ਈਸ਼ਵਰ ਦੇ ਇਹ ਸਾਰੇ ਸਰੂਪ ਸਰਬ ਸ਼ਕਤੀਮਾਨ ਅਤੇ ਸਭ ਕੁਝ ਜਾਣਦੇ ਹਨ, ਅਤੇ ਉਨ੍ਹਾਂ ਵਿਚ ਸਾਰੇ ਅਲੌਕਿਕ ਗੁਣ ਮਿਲਦੇ ਹਨ । ਇਸ ਲਈ ਜੇਕਰ ਕੋਈ ਕ੍ਰਿਸ਼ਨ ਜਾਂ ਉਨ੍ਹਾਂ ਦੇ ਪੂਰਨ ਅੰਸ਼ਾਂ ਦੀ ਸੇਵਾ ਵਿਚ ਪੱਕੇ ਇਰਾਦੇ ਨਾਲ ਲਗਿਆ ਹੁੰਦਾ ਹੈ, ਤਾਂ ਭਾਵੇਂ ਪ੍ਰਕ੍ਰਿਤੀ ਦੇ ਗੁਣਾਂ ਨੂੰ ਜਿਤਨਾ ਔਖਾ ਹੈ, ਪਰ ਉਹ ਉਨ੍ਹਾਂ ਨੂੰ ਅਸਾਨੀ ਨਾਲ ਜਿੱਤ ਸਕਦਾ ਹੈ। ਇਸ ਦੀ ਵਿਆਖਿਆ ਸੱਤਵੇਂ ਅਧਿਆਇ ਵਿਚ ਪਹਿਲੋਂ ਹੀ ਕੀਤੀ ਜਾ ਚੁੱਕੀ ਹੈ । ਕ੍ਰਿਸ਼ਨ ਦੀ ਸ਼ਰਨ ਲੈਣ ਤੇ ਤੁਰੰਤ ਹੀ ਭੌਤਿਕ ਪ੍ਰਕ੍ਰਿਤੀ ਦੇ ਗੁਣਾਂ ਦੇ ਪ੍ਰਭਾਵ ਨੂੰ ਲੰਘਿਆ (ਪਾਰ ਕੀਤਾ) ਜਾ ਸਕਦਾ ਹੈ । ਕ੍ਰਿਸ਼ਨ ਭਾਵਨਾ ਅੰਮ੍ਰਿਤ ਜਾਂ ਕ੍ਰਿਸ਼ਨ ਭਗਤੀ ਵਿਚ ਹੋਣ ਦਾ ਅਰਥ ਹੈ, ਕ੍ਰਿਸ਼ਨ ਦੇ ਨਾਲ ਸਮਾਨਤਾ ਪ੍ਰਾਪਤ ਕਰਨਾ । ਭਗਵਾਨ ਕਹਿੰਦੇ ਹਨ ਕਿ ਉਨ੍ਹਾਂ ਦੀ ਪ੍ਰਕ੍ਰਿਤੀ ਸੱਚਿਦਾਨੰਦ ਸਰੂਪ ਹੈ ਅਤੇ ਸਾਰੇ ਜੀਵ ਪਰਮ ਦੇ ਅੰਸ਼ ਹਨ, ਜਿਵੇਂ ਸੋਨੇ ਦੇ ਕਿਣਕੇ ਸੋਨੇ ਦੀ ਖ਼ਾਨ ਦੇ ਅੰਸ਼ ਹਨ । ਇੰਝ ਜੀਵ ਆਪਣੀ ਅਧਿਆਤਮਕ ਸਥਿਤੀ ਵਿਚ ਸੋਨੇ ਵਾਂਗ ਹੀ ਅਰਥਾਤ ਕ੍ਰਿਸ਼ਨ ਦੇ ਬਰਾਬਰ ਗੁਣਾਂ ਵਾਲਾ ਹੁੰਦਾ ਹੈ । ਪਰ ਵਿਅਕਤੀਤਵ ਬਣਿਆ ਰਹਿੰਦਾ ਹੈ, ਨਹੀਂ ਤਾਂ

ਭਗਤੀ ਯੋਗ ਦਾ ਸਵਾਲ ਹੀ ਨਹੀਂ ਪੈਦਾ ਹੁੰਦਾ। ਭਗਤੀ ਯੋਗ ਦਾ ਅਰਥ ਹੈ ਕਿ ਭਗਵਾਨ ਹਨ, ਭਗਤ ਹੈ ਅਤੇ ਭਗਵਾਨ ਅਤੇ ਭਗਤ ਵਿਚ ਦੋ ਵਿਅਕਤੀਆਂ ਦਾ ਵਿਅਕਤੀਤਵ ਬਣਿਆ ਰਹਿੰਦਾ ਹੈ, ਨਹੀਂ ਤਾਂ ਭਗਤੀ ਯੋਗ ਦਾ ਕੋਈ ਅਰਥ ਨਹੀਂ ਹੈ। ਜੇਕਰ ਕੋਈ ਭਗਵਾਨ ਵਰਗੇ ਅਲੌਕਿਕ ਪੱਧਰ ਤੇ ਸਥਿਤ ਨਹੀਂ ਹੈ ਤਾਂ ਉਹ ਭਗਵਾਨ ਦੀ ਸੇਵਾ ਨਹੀਂ ਕਰ ਸਕਦਾ। ਉਦਾਹਰਣ ਵੱਜੋਂ, ਰਾਜੇ ਦਾ ਨਿਜੀ ਸਹਾਇਕ ਬਨਣ ਲਈ ਕੁਝ ਯੋਗਤਾਵਾਂ ਜ਼ਰੂਰੀ ਹਨ। ਇੰਝ ਹੀ ਭਗਵਾਨ ਦੀ ਸੇਵਾ ਲਈ ਯੋਗਤਾ ਹੈ ਕਿ ਬ੍ਰਹਮ ਬਣਿਆ ਜਾਵੇ ਜਾਂ ਭੌਤਿਕ ਮਲੀਨਤਾਵਾਂ ਤੋਂ ਮੁਕਤ ਹੋਇਆ ਜਾਵੇ। ਵੈਦਿਕ ਸਾਹਿਤ ਵਿਚ ਕਿਹਾ ਗਿਆ ਹੈ **"ਬ੍ਰਹਮੈਵ ਸਨ੍ ਬ੍ਰਹਮਾਪਿ ਏਤਿ"** ਇਸ ਦਾ ਅਰਥ ਹੈ ਕਿ ਗੁਣਾਤਮਕ ਰੂਪ ਨਾਲ ਮਨੁੱਖ ਨੂੰ ਬ੍ਰਹਮ ਜਿਹਾ ਹੋਣਾ ਚਾਹੀਦਾ ਹੈ। ਪਰ ਬ੍ਰਹਮਤੱਵ ਪ੍ਰਾਪਤ ਕਰਨ ਤੇ ਮਨੁੱਖ ਵਿਅਕਤੀਗਤ ਆਤਮਾ ਦੇ ਰੂਪ ਵਿਚ ਆਪਣੇ ਸ਼ਾਸ਼ਵਤ (ਵਿਦਮਾਨ) ਬ੍ਰਹਮ ਸਰੂਪ ਨੂੰ ਗਵਾਉਂਦਾ ਨਹੀਂ।

ब्रह्मणो हि प्रतिष्ठाहममृतस्याव्ययस्य च।
शाश्वतस्य च धर्मस्य सुखस्यैकान्तिकस्य च॥ २७॥

ਬ੍ਰਹ੍ਮਣੋ ਹਿ ਪ੍ਰਤਿਸ਼੍ਠਾਹਮ੍ ਅਮ੍ਰਿਤਸ੍ਯਾਵ੍ਯਯਸ੍ਯ ਚ।
ਸ਼ਾਸ਼੍ਵਤਸ੍ਯ ਚ ਧਰ੍ਮਸ੍ਯ ਸੁਖਸ੍ਯੈਕਾਂਤਿਕਸ੍ਯ ਚ ॥ 27 ॥

ਬ੍ਰਹ੍ਮਾਣਹ੍-ਨਿਰਾਕਾਰ ਬ੍ਰਹਮ ਜੋਤੀ ਦਾ ; **ਹਿ**-ਨਿਸ਼ਚੈ ਹੀ ; **ਪ੍ਰਤਿਸ਼੍ਠਾ**-ਸਹਾਰਾ ; **ਅਹਮ੍**-ਮੈ ਹਾਂ ; **ਅਮ੍ਰਿਤਸ੍ਯ**-ਜੋ ਨਹੀ ਮਰਦਾ ; **ਅਵ੍ਯਯਸ੍ਯ**-ਅਵਿਨਾਸ਼ੀ ਦਾ ; **ਚ**-ਵੀ ; **ਸ਼ਾਸ਼੍ਵਤਸ੍ਯ**-ਸ਼ਾਸ਼ਵਤ (ਅਨੰਤ) ਦਾ ; **ਚ**-ਅਤੇ ; **ਧਰਮਸ੍ਯ**-ਸੁਭਾਵਿਕ ਸਥਿਤੀ ਦਾ ; **ਸੁਖਸ੍ਯ**-ਸੁਖ ਦਾ ; **ਏਕਾਂਤਿਕਸ੍ਯ**-ਚਰਮ, ਅੰਤਿਮ ; **ਚ** - ਵੀ।

ਅਨੁਵਾਦ

ਅਤੇ ਮੈਂ ਹੀ ਉਸ ਨਿਰਾਕਾਰ ਬ੍ਰਹਮ ਦਾ ਅਧਾਰ ਹਾਂ, ਜਿਹੜਾ ਕਦੀ ਨਹੀਂ ਮਰਦਾ, ਅਵਿਨਾਸ਼ੀ ਅਤੇ ਸ਼ਾਸਵਤ ਸਦੀਵੀਂ ਹੈ ਅਤੇ ਚਰਮ ਸੁਖ ਦੀ ਸੁਭਾਵਿਕ ਪਦਵੀ ਹੈ।

ਭਾਵ

ਬ੍ਰਹਮ ਦਾ ਸਰੂਪ ਹੈ ਅਮਰਤਾ, ਅਵਿਨਾਸ਼ਤਾ, ਸ਼ਾਸ਼ਵਤਤਾ (ਸਦੀਵਤਾ) ਅਤੇ ਸੁਖ। ਬ੍ਰਹਮ ਤਾਂ ਅਲੌਕਿਕ ਪ੍ਰਤੱਖੀਕਰਨ ਦਾ ਸ਼ੁਭ ਆਰੰਭ ਹੈ। ਪਰਮਾਤਮਾ ਇਸ ਅਲੌਕਿਕ ਪ੍ਰਤੱਖੀਕਰਨ ਦੀ ਵਿਚਕਾਰਲੀ ਜਾਂ ਦੂਜੀ ਅਵਸਥਾ ਹੈ ਅਤੇ ਭਗਵਾਨ ਪਰਮ ਸਤਿ ਦੇ ਅੰਤਿਮ ਪ੍ਰਤੱਖੀਕਰਨ ਹਨ। ਇਸ ਲਈ ਪਰਮਾਤਮਾ ਅਤੇ ਨਿਰਾਕਾਰ ਬ੍ਰਹਮ ਦੋਵੇਂ ਹੀ ਪਰਮ ਪੁਰਖ ਦੇ ਅੰਦਰ ਰਹਿੰਦੇ ਹਨ। ਸੱਤਵੇਂ ਅਧਿਆਇ ਵਿਚ ਦੱਸਿਆ ਜਾ ਚੁੱਕਾ ਹੈ, ਕਿ ਭੌਤਿਕ ਪ੍ਰਕ੍ਰਿਤੀ ਪਰਮੇਸ਼ਵਰ ਦੀ ਅਪਰਾ (ਗੌਣ) ਸ਼ਕਤੀ ਦਾ ਪ੍ਰਗਟਾਵਾ ਹੈ। ਭਗਵਾਨ ਇਸ ਅਪਰਾ (ਗੌਣ) ਪ੍ਰਕ੍ਰਿਤੀ ਵਿਚ ਪਰਾ (ਉੱਚ)

ਪ੍ਰਕ੍ਰਿਤੀ ਦਾ ਗਰਭ ਸਥਾਪਿਤ ਕਰਦੇ ਹਨ ਅਤੇ ਭੌਤਿਕ ਪ੍ਰਕ੍ਰਿਤੀ ਨਾਲ ਇਹ ਅਧਿਆਤਮਕ ਛੋਹ ਹੈ। ਜਦੋਂ ਇਸ ਪ੍ਰਕ੍ਰਿਤੀ ਰਾਹੀਂ ਬੱਧਜੀਵ ਅਧਿਆਤਮਕ ਗਿਆਨ ਦਾ ਅਨੁਸ਼ੀਲਨ (ਅਭਿਆਸ) ਕਰਨਾ ਸ਼ੁਰੂ ਕਰਦਾ ਹੈ ਤਾਂ ਉਹ ਇਸ ਭੌਤਿਕ ਸੰਸਾਰ ਦੇ ਧਰਾਤਲ ਤੋਂ ਉਤੇ ਉਠੱਣ ਲਗਦਾ ਹੈ ਅਤੇ ਹੌਲੀ-ਹੌਲੀ ਪਰਮੇਸ਼ਵਰ ਦੇ ਬ੍ਰਹਮ ਬੋਧ ਤਕ ਉਠ ਜਾਂਦਾ ਹੈ। ਬ੍ਰਹਮ ਬੋਧ ਦੀ ਪ੍ਰਾਪਤੀ ਆਤਮ ਪ੍ਰਤੱਖੀਕਰਨ ਦੀ ਦਿਸ਼ਾ ਵਿਚ ਪਹਿਲੀ ਅਵਸਥਾ ਹੈ। ਇਸ ਅਵਸਥਾ ਵਿਚ ਬ੍ਰਹਮਭੂਤ ਮਨੁੱਖ ਭੌਤਿਕ ਪਦਵੀ ਨੂੰ ਪਾਰ ਕਰ ਜਾਂਦਾ ਹੈ, ਪਰ ਉਹ ਅਸਲ ਵਿਚ ਬ੍ਰਹਮ ਪ੍ਰਤੱਖੀਕਰਨ ਵਿਚ ਪੂਰਨਤਾ ਨਹੀਂ ਪਾ ਸਕਦਾ। ਜੇ ਉਹ ਚਾਹੇ ਤਾਂ ਇਸ ਬ੍ਰਹਮ ਪਦਵੀ ਤੇ ਬਣਿਆ ਰਹਿ ਸਕਦਾ ਹੈ ਅਤੇ ਹੌਲੀ-ਹੌਲੀ ਪਰਮਾਤਮਾ ਦੇ ਪ੍ਰਤੱਖੀਕਰਨ ਨੂੰ ਅਤੇ ਫਿਰ ਪਰਮ ਪੁਰਖ ਭਗਵਾਨ ਦੇ ਪ੍ਰਤੱਖੀਕਰਨ ਨੂੰ ਪ੍ਰਾਪਤ ਹੋ ਸਕਦਾ ਹੈ। ਵੈਦਿਕ ਸਾਹਿਤ ਵਿਚ ਇਸਦੇ ਉਦਾਹਰਣ ਭਰੇ ਪਏ ਹਨ। ਚਾਰੇ - ਕੁਮਾਰ ਪਹਿਲੋਂ ਨਿਰਾਕਾਰ ਬ੍ਰਹਮ ਵਿਚ ਸਥਿਤ ਸਨ, ਪਰ ਹੌਲੀ-ਹੌਲੀ ਉਹ ਭਗਤੀ ਦੇ ਧਰਾਤਲ ਤਕ ਉਠ ਗਏ। ਜਿਹੜਾ ਮਨੁੱਖ ਨਿਰਾਕਾਰ ਬ੍ਰਹਮ ਪਦ ਤੋਂ ਉਪਰ ਨਹੀਂ ਉਠ ਸਕਦਾ, ਉਸਦੇ ਥੱਲੇ ਡਿੱਗਣ ਦਾ ਡਰ ਬਣਿਆ ਰਹਿੰਦਾ ਹੈ। ਸ੍ਰੀਮਦ ਭਾਗਵਤਮ੍ ਵਿਚ ਕਿਹਾ ਗਿਆ ਹੈ, ਕਿ ਭਾਵੇਂ ਕੋਈ ਨਿਰਾਕਾਰ ਬ੍ਰਹਮ ਦੀ ਅਵਸਥਾ ਨੂੰ ਪ੍ਰਾਪਤ ਕਰ ਲਵੇ, ਪਰ ਇਸ ਤੋਂ ਉਪਰ ਉਠੇ ਬਗੈਰ ਅਤੇ ਪਰਮ ਪੁਰਖ ਬਾਰੇ ਸੂਚਨਾ ਪ੍ਰਾਪਤ ਕੀਤੇ ਬਗੈਰ, ਉਸਦੀ ਬੁੱਧੀ ਨਿਰਮਲ ਨਹੀਂ ਹੋ ਸਕਦੀ। ਇਸ ਲਈ ਬ੍ਰਹਮ ਪਦ ਤਕ ਉਠੱਣ ਮਗਰੋਂ ਵੀ ਜੇਕਰ ਭਗਵਾਨ ਦੀ ਭਗਤੀ ਨਹੀਂ ਕੀਤੀ ਜਾਂਦੀ ਤਾਂ ਥੱਲੇ ਡਿੱਗਣ ਦਾ ਡਰ ਬਣਿਆ ਰਹਿੰਦਾ ਹੈ। ਵੈਦਿਕ ਭਾਸ਼ਾ ਵਿਚ ਵੀ ਕਿਹਾ ਗਿਆ ਹੈ - **ਰਸੋ ਵੈ ਸਹ੍ ਰਸਮ੍ ਹਿ ਏਵਾਯਮ੍ ਲਬ੍ਧ੍ਵਾਨੰਦੀ ਭਵਤਿ** - ਰਸ ਦੇ ਆਗਾਰ ਭਗਵਾਨ ਸ੍ਰੀ ਕ੍ਰਿਸ਼ਨ ਨੂੰ ਜਾਣ ਲੈਣ ਤੇ ਮਨੁੱਖ ਅਸਲ ਵਿਚ ਅਲੌਕਿਕ ਆਨੰਦ-ਮਈ ਹੋ ਜਾਂਦਾ ਹੈ (ਤੈਤਿਰੀਯ ਉਪਨਿਸ਼ਦ੍ 2-7-1) ਪਰਮੇਸ਼ਵਰ, ਛੇ ਵੈਭਵਾਂ ਨਾਲ ਪੂਰਨ ਹਨ ਅਤੇ ਜਦੋਂ ਭਗਤ ਨਜ਼ਦੀਕ ਅਪੜਦਾ ਹੈ ਤਾਂ ਇਨ੍ਹਾਂ ਛੇ ਵੈਭਵਾਂ ਦਾ ਲੈਣ-ਦੇਣ ਹੁੰਦਾ ਹੈ। ਰਾਜੇ ਦਾ ਸੇਵਕ ਲਗਭਗ ਰਾਜੇ ਦੇ ਬਰਾਬਰ ਦੇ ਸੁਖ ਭੋਗਦਾ ਹੈ। ਇਸ ਤਰ੍ਹਾਂ ਦੇ ਸ਼ਾਸਵਤ ਸੁਖ, ਅਵਿਨਾਸ਼ੀ ਸੁਖ ਅਤੇ ਸ਼ਾਸਵਤ ਜੀਵਨ ਭਗਤੀ ਦੇ ਨਾਲੋ-ਨਾਲ ਚਲਦੇ ਹਨ। ਇਸ ਲਈ ਭਗਤੀ ਵਿਚ ਬ੍ਰਹਮ ਪ੍ਰਤੱਖੀਕਰਨ ਜਾਂ ਸਾਸ਼ਵਤਤਾ ਜਾਂ ਅਮਰਤਾ ਸ਼ਾਮਿਲ ਰਹਿੰਦੇ ਹਨ। ਭਗਤੀ ਵਿਚ ਲੱਗੇ ਮਨੁੱਖਾਂ ਵਿਚ ਇਹ ਪਹਿਲੋਂ ਹੀ ਰਹਿੰਦੇ ਹਨ।

ਜੀਵ ਭਾਵੇਂ ਸੁਭਾਅ ਤੋਂ ਬ੍ਰਹਮ ਹੁੰਦਾ ਹੈ, ਪਰ ਉਸ ਵਿਚ ਭੌਤਿਕ ਸੰਸਾਰ ਤੇ ਮਾਲਕੀਅਤ ਜਤਾਉਣ ਦੀ ਇੱਛਾ ਰਹਿੰਦੀ ਹੈ, ਜਿਸ ਕਰਕੇ ਉਹ ਥੱਲੇ ਡਿੱਗਦਾ ਹੈ। ਆਪਣੀ ਸੁਭਾਵਿਕ ਸਥਿਤੀ ਵਿਚ ਜੀਵ ਤਿੰਨਾਂ ਗੁਣਾਂ ਤੋਂ ਪਰ੍ਹੇ ਹੁੰਦਾ ਹੈ, ਪਰ ਪ੍ਰਕ੍ਰਿਤੀ ਦੇ ਸੰਪਰਕ ਨਾਲ ਉਹ ਆਪਣੇ ਆਪ ਨੂੰ ਤਿੰਨਾਂ ਗੁਣਾਂ - ਸਤੋ, ਰਜੋ ਅਤੇ ਤਮੋ ਗੁਣਾਂ ਵਿਚ ਬੰਨ੍ਹ ਲੈਂਦਾ ਹੈ। ਇਨ੍ਹਾਂ ਤਿੰਨਾਂ ਗੁਣਾਂ ਦੇ ਸੰਪਰਕ ਕਰਕੇ ਹੀ ਉਸ ਵਿਚ ਭੌਤਿਕ ਸੰਸਾਰ ਤੇ ਮਾਲਕੀਅਤ ਜਤਾਉਣ ਦੀ ਇੱਛਾ ਹੁੰਦੀ ਹੈ। ਪੂਰਨ ਕ੍ਰਿਸ਼ਨ ਭਾਵਨਾ ਨਾਲ ਭਗਤੀ ਵਿਚ ਲਗਣ ਕਰਕੇ, ਉਹ ਤੁਰੰਤ ਅਲੌਕਿਕ ਪਦ ਨੂੰ ਪ੍ਰਾਪਤ ਹੁੰਦਾ ਹੈ, ਅਤੇ ਉਸ ਵਿਚ ਪ੍ਰਕ੍ਰਿਤੀ ਨੂੰ ਕਾਬੂ ਵਿਚ ਕਰਨ ਦੀ ਜਿਹੜੀ ਨਜਾਇਜ਼ ਇੱਛਾ ਹੈ, ਉਹ

ਦੂਰ ਹੋ ਜਾਂਦੀ ਹੈ। ਇਸ ਲਈ ਭਗਤਾਂ ਦੀ ਸੰਗਤ ਵਿਚ ਭਗਤੀ ਦੀਆਂ ਨੌ ਵਿੱਧੀਆਂ - ਸ਼ਰਵਣ, ਕੀਰਤਨ, ਸਿਮਰਨ ਆਦਿ ਦਾ ਅਭਿਆਸ ਕਰਨਾ ਚਾਹੀਦਾ ਹੈ। ਹੌਲੀ-ਹੌਲੀ ਅਜਿਹੀ ਸੰਗਤ ਨਾਲ ਅਤੇ ਅਧਿਆਤਮਕ ਗੁਰੂ ਦੇ ਪ੍ਰਭਾਵ ਨਾਲ ਮਨੁੱਖ ਦੀ ਮਾਲਕੀਅਤ ਜਤਾਉਣ ਵਾਲੀ ਇੱਛਾ ਖ਼ਤਮ ਹੋ ਜਾਂਦੀ ਹੈ ਅਤੇ ਉਹ ਭਗਵਾਨ ਦੀ ਅਲੌਕਿਕ ਪ੍ਰੇਮ ਭਗਤੀ ਵਿਚ ਦ੍ਰਿੜ੍ਹਤਾ ਨਾਲ ਸਥਿਤ ਹੋ ਜਾਂਦਾ ਹੈ। ਇਸ ਵਿਧੀ ਦੀ ਹਦਾਇਤ ਇਸ ਅਧਿਆਇ ਦੇ ਬਾਈਵੇਂ ਸ਼ਲੋਕ ਤੋਂ ਲੈ ਕੇ ਅੰਤਿਮ ਸ਼ਲੋਕ ਤਕ ਕੀਤੀ ਗਈ ਹੈ। ਭਗਵਾਨ ਦੀ ਭਗਤੀ ਬਹੁਤ ਸਰਲ ਹੈ, ਮਨੁੱਖ ਨੂੰ ਚਾਹੀਦਾ ਹੈ ਕਿ ਭਗਵਾਨ ਦੀ ਸੇਵਾ ਵਿਚ ਲੱਗੇ, ਭਗਵਤ ਸਰੂਪ ਨੂੰ ਅਰਪਿਤ ਭੋਜਨ ਦਾ ਪ੍ਰਸਾਦ ਖਾਵੇ, ਭਗਵਾਨ ਦੇ ਚਰਣ ਕਮਲਾਂ ਤੇ ਚੜ੍ਹਾਏ ਗਏ ਫੁੱਲਾਂ ਦੀ ਸੁਗੰਧ ਸੁੰਘੇ, ਭਗਵਾਨ ਦੇ ਲੀਲਾ ਅਸਥਾਨਾਂ ਦੇ ਦਰਸ਼ਨ ਕਰੇ, ਭਗਵਾਨ ਦੇ ਵੱਖੋ-ਵੱਖਰੇ ਕੰਮ-ਕਾਰਾਂ ਅਤੇ ਉਨ੍ਹਾਂ ਦੇ ਭਗਤਾਂ ਨਾਲ ਪ੍ਰੇਮ ਸੰਬੰਧਾਂ ਨੂੰ ਪੜ੍ਹੇ, ਹਮੇਸ਼ਾਂ ਅਲੌਕਿਕ ਧੁਨੀ - ਹਰੇ ਕ੍ਰਿਸ਼ਨ ਹਰੇ ਕ੍ਰਿਸ਼ਨ ਕ੍ਰਿਸ਼ਨ ਕ੍ਰਿਸ਼ਨ ਹਰੇ ਹਰੇ ਹਰੇ ਰਾਮ ਹਰੇ ਰਾਮ ਰਾਮ ਰਾਮ ਹਰੇ ਹਰੇ - ਦਾ ਕੀਰਤਨ ਕਰੇ ਅਤੇ ਭਗਵਾਨ ਅਤੇ ਉਨ੍ਹਾਂ ਦੇ ਭਗਤਾਂ ਦੇ ਪ੍ਰਗਟ ਅਤੇ ਅਪ੍ਰਗਟ ਹੋਣ ਵਾਲੇ ਦਿਨਾਂ ਵਿਚ ਵਰਤ ਰਖੇ। ਅਜਿਹਾ ਕਰਨ ਨਾਲ ਮਨੁੱਖ ਸਾਰੀਆਂ ਭੌਤਿਕ ਗਤੀਵਿਧੀਆਂ ਤੋਂ ਵਿਰਕਤ ਹੋ ਜਾਵੇਗਾ। ਇੰਝ ਜਿਹੜਾ ਮਨੁੱਖ ਆਪਣੇ ਆਪ ਨੂੰ ਬ੍ਰਹਮ ਜੋਤੀ ਜਾਂ ਬ੍ਰਹਮ ਬੋਧ ਦੇ ਵੱਖੋ-ਵੱਖਰੇ ਪ੍ਰਕਾਰਾਂ ਵਿਚ ਸਥਿਤ ਕਰ ਸਕਦਾ ਹੈ, ਉਹ ਗੁਣਾਤਮਕ ਰੂਪ ਵਿਚ ਭਗਵਾਨ ਦੇ ਬਰਾਬਰ ਹੈ।

ਇਸ ਤਰ੍ਹਾਂ ਸ਼੍ਰੀਮਦ ਭਗਵਤ ਗੀਤਾ ਦੇ ਚੌਦ੍ਹਵੇਂ ਅਧਿਆਇ "ਪ੍ਰਕ੍ਰਿਤੀ ਦੇ ਤਿੰਨ ਗੁਣ" ਦਾ ਭਕਤੀਵੇਦਾਂਤ ਭਾਵ-ਅਰਥ ਪੂਰਨ ਹੋਇਆ।

ਅਧਿਆਇ ਪੰਦਰਵਾਂ

ਪੁਰਸ਼ੋਤਮ ਯੋਗ

श्रीभगवानुवाच

ऊर्ध्वमूलमधः शाखमश्वत्थं प्राहुरव्ययम्।
छन्दांसि यस्य पर्णानि यस्तं वेद स वेदवित्॥१॥

ਸ਼੍ਰੀ ਭਗਵਾਨ ਉਵਾਚ

ਊਰ੍ਧ੍ਵ-ਮੂਲਮ੍ ਅਧਹ੍-ਸ਼ਾਖਮ੍ ਅਸ਼੍ਵਤ੍ਥਮ੍ ਪ੍ਰਾਹੁਰ੍ ਅਵ੍ਯਯਮ੍ ।
ਛੰਦਾਂਸਿ ਯਸ੍ਯ ਪਰ੍ਣਾਨਿ ਯਸ੍ ਤਮ੍ ਵੇਦ ਸ ਵੇਦ-ਵਿਤ੍ ॥ 1 ॥

ਸ਼੍ਰੀ ਭਗਵਾਨ ਉਵਾਚ-ਸ਼੍ਰੀ ਭਗਵਾਨ ਨੇ ਕਿਹਾ ; **ਊਰ੍ਧ੍ਵ-ਮੂਲਮ੍**-ਉਪਰ ਵੱਲ ਜੜ੍ਹਾਂ ; **ਅਧਹ੍**-ਥੱਲੇ ਵੱਲ ; **ਸ਼ਾਖਮ੍**-ਸ਼ਾਖਾਵਾਂ ; **ਅਸ਼੍ਵਤ੍ਥਮ੍**-ਬੋਹੜ ਦੇ ਰੁੱਖ ਨੂੰ ; **ਪ੍ਰਾਹੁਹ੍**-ਕਿਹਾ ਗਿਆ ਹੈ ; **ਅਵ੍ਯਯਮ੍**-ਸ਼ਾਸਵਤ (ਅਨੰਤ) ; **ਛੰਦਾਂਸਿ**-ਵੈਦਿਕ ਸਤੋਤਰ ; **ਯਸ੍ਯ**-ਜਿਸਦੇ ; **ਪਰ੍ਣਾਨਿ**-ਪੱਤੇ ; **ਯਹ੍**-ਜੇ ਕੋਈ ; **ਤਮ੍**-ਉਸਨੂੰ ; **ਵੇਦ**-ਜਾਣਦਾ ਹੈ ; **ਸਹ੍**-ਉਹ; **ਵੇਦਵਿਤ੍**-ਵੇਦਾਂ ਦਾ ਗਿਆਤਾ।

ਅਨੁਵਾਦ

ਸ਼੍ਰੀ ਭਗਵਾਨ ਨੇ ਕਿਹਾ - ਕਿਹਾ ਜਾਂਦਾ ਹੈ ਕਿ ਇੱਕ ਅਮਿੱਟ (ਅਵਿਨਾਸ਼ੀ) ਬੋਹੜ ਦਾ ਰੁੱਖ ਹੈ, ਜਿਸਦੀਆਂ ਜੜ੍ਹਾਂ ਤਾਂ ਉਪਰ ਵੱਲ ਹਨ ਅਤੇ ਟਾਹਣੀਆਂ ਥੱਲੇ ਵੱਲ ਅਤੇ ਪੱਤੀਆਂ ਵੈਦਿਕ ਸਤੋਤਰ ਹਨ। ਜਿਹੜਾ ਇਸ ਰੁੱਖ ਨੂੰ ਜਾਣਦਾ ਹੈ, ਉਹ ਵੇਦਾਂ ਦਾ ਗਿਆਤਾ ਹੈ।

ਭਾਵ

ਭਗਤੀ ਯੋਗ ਦੀ ਮਹੱਤਤਾ ਦੀ ਵਿਆਖਿਆ ਮਗਰੋਂ ਇਹ ਪੁੱਛਿਆ ਜਾ ਸਕਦਾ ਹੈ, "ਵੇਦਾਂ ਦਾ ਕੀ ਉਦੇਸ਼ ਹੈ ?" ਇਸ ਅਧਿਆਇ ਵਿਚ ਦੱਸਿਆ ਗਿਆ ਹੈ ਕਿ ਵੈਦਿਕ ਅਧਿਐਨ ਦਾ ਉਦੇਸ਼ ਕ੍ਰਿਸ਼ਨ ਨੂੰ ਸਮਝਣਾ ਹੈ । ਇਸ ਲਈ ਜਿਹੜਾ ਕ੍ਰਿਸ਼ਨ ਭਾਵਨਾ ਭਾਵਿਤ ਹੈ, ਜਿਹੜਾ ਭਗਤੀ ਵਿਚ ਲੱਗਿਆ ਹੈ, ਉਹ ਵੇਦਾਂ ਨੂੰ ਪਹਿਲੋਂ ਹੀ ਜਾਣਦਾ ਹੈ ।

ਇਸ ਭੌਤਿਕ ਸੰਸਾਰ ਦੇ ਬੰਧਨ ਦੀ ਤੁਲਨਾ ਬੋਹੜ ਦੇ ਰੁੱਖ ਨਾਲ ਕੀਤੀ ਗਈ ਹੈ । ਜਿਹੜਾ ਮਨੁੱਖ ਸਕਾਮ ਕਰਮਾਂ ਵਿਚ ਲੱਗਿਆ ਹੈ, ਉਸ ਲਈ ਇਸ ਰੁੱਖ ਦਾ ਕੋਈ ਅੰਤ ਨਹੀਂ ਹੈ । ਇੱਕ ਟਾਹਣੀ ਤੋਂ ਦੂਜੀ ਤੇ ਦੂਜੀ ਤੋਂ ਤੀਜੀ ਤੇ ਭਟਕਦਾ ਰਹਿੰਦਾ ਹੈ । ਇਸ ਸੰਸਾਰ ਰੂਪੀ ਰੁੱਖ ਦਾ ਕੋਈ ਅੰਤ ਨਹੀਂ ਹੈ ਅਤੇ ਜਿਹੜਾ ਇਸ ਰੁੱਖ ਵਿਚ ਆਸਕਤ ਹੈ, ਉਸਦੀ ਮੁਕਤੀ ਦੀ ਕੋਈ ਸੰਭਾਵਨਾ ਨਹੀਂ ਹੈ । ਵੇਦ-ਮੰਤਰ, ਜਿਹੜੇ ਆਤਮ ਤਰੱਕੀ ਲਈ ਹਨ, ਉਹੀ ਇਸ ਰੁੱਖ ਦੇ ਪੱਤੇ ਹਨ । ਇਸ ਰੁੱਖ ਦੀਆਂ ਜੜ੍ਹਾਂ ਉਪਰ ਵੱਲ ਵੱਧਦੀਆਂ ਹਨ, ਕਿਉਂਕਿ ਉਹ ਇਸ ਬ੍ਰਹਿਮੰਡ ਦੇ ਸਭ ਤੋਂ ਉਚੇ ਲੋਕ ਤੋਂ ਸ਼ੁਰੂ ਹੁੰਦੀਆਂ ਹਨ, ਜਿੱਥੇ ਬ੍ਰਹਮਾ ਸਥਿਤ ਹਨ । ਜੇ ਕੋਈ ਇਸ ਮੋਹ-ਰੂਪੀ ਅਵਿਨਾਸ਼ੀ ਰੁੱਖ ਨੂੰ ਸਮਝ ਲੈਂਦਾ ਹੈ, ਤਾਂ ਉਹ ਇਸ ਤੋਂ ਬਾਹਰ ਨਿਕਲ ਸਕਦਾ ਹੈ ।

ਬਾਹਰ ਨਿਕਲਣ ਦੀ ਇਸ ਵਿਧੀ ਨੂੰ ਜਾਣਨਾ ਜ਼ਰੂਰੀ ਹੈ । ਪਿਛਲੇ ਅਧਿਆਇ ਵਿਚ ਦੱਸਿਆ ਜਾ ਚੁੱਕਾ ਹੈ ਕਿ ਸੰਸਾਰੀ ਬੰਧਨ ਤੋਂ ਨਿਕਲਣ ਦੀਆਂ ਕਈ ਵਿਧੀਆਂ ਹਨ । ਅਸੀਂ ਤੇਰ੍ਹਵੇਂ ਅਧਿਆਇ ਤਕ ਇਹ ਵੇਖ ਚੁੱਕੇ ਹਾਂ ਕਿ ਭਗਵਤ ਭਗਤੀ ਹੀ ਸਭ ਤੋਂ ਉੱਤਮ ਵਿੱਧੀ ਹੈ । ਭਗਤੀ ਦਾ ਮੁਢੱਲਾ ਸਿਧਾਂਤ ਹੈ - ਭੌਤਿਕ ਕੰਮਾਂ ਤੋਂ ਵਿਰਕਤੀ (ਨਿਰਮੋਹ) ਅਤੇ ਭਗਵਾਨ ਦੀ ਅਲੌਕਿਕ ਸੇਵਾ ਵਿਚ ਲਗਾਵ । ਇਸ ਅਧਿਆਇ ਦੇ ਸ਼ੁਰੂ ਵਿਚ ਸੰਸਾਰ ਤੋਂ ਮੋਹ ਤੋੜਣ ਦੀ ਵਿਧੀ ਦਾ ਵਰਣਨ ਹੋਇਆ ਹੈ । ਇਸ ਸੰਸਾਰ ਦੀਆਂ ਜੜ੍ਹਾਂ ਉਪਰ ਨੂੰ ਵੱਧਦੀਆਂ ਹਨ । ਇਸਦਾ ਅਰਥ ਹੈ ਕਿ ਬ੍ਰਹਿਮੰਡ ਦੇ ਸਭ ਤੋਂ ਉਚੇ ਲੋਕ ਤੋਂ ਪੂਰਨ ਭੌਤਿਕ ਪਦਾਰਥ ਤੋਂ ਇਹ ਪ੍ਰਕਿਰਿਆ ਸ਼ੁਰੂ ਹੁੰਦੀ ਹੈ । ਉਸੇ ਤੋਂ ਸਾਰੇ ਬ੍ਰਹਿਮੰਡ ਦਾ ਵਿਸਥਾਰ ਹੁੰਦਾ ਹੈ, ਜਿਸ ਵਿਚ ਅਨੇਕਾਂ ਲੋਕ ਉਸਦੀਆਂ ਟਾਹਣੀਆਂ ਦੇ ਰੂਪ ਵਿਚ ਹੁੰਦੇ ਹਨ । ਇਸਦੇ ਫਲ ਜੀਵਾਂ ਦੇ ਕਰਮਾਂ ਦੇ ਫਲ ਦੇ, ਅਰਥਾਤ ਧਰਮ, ਅਰਥ, ਕਾਮ ਅਤੇ ਮੋਖ (ਮੁਕਤੀ) ਨੂੰ ਦੱਸਣ ਵਾਲੇ ਹਨ ।

ਹਾਲਾਂਕਿ ਇਸ ਸੰਸਾਰ ਵਿਚ ਅਜਿਹੇ ਰੁੱਖ ਦਾ ਜਿਸਦੀਆਂ ਟਾਹਣੀਆਂ ਥੱਲੇ ਨੂੰ ਹੋਣ ਅਤੇ ਜੜ੍ਹਾਂ ਉਪਰ ਵੱਲ ਹੋਣ, ਕੋਈ ਅਨੁਭਵ ਨਹੀਂ ਹੈ, ਪਰ ਗੱਲ ਕੁਝ ਅਜਿਹੀ ਹੀ ਹੈ। ਅਜਿਹਾ ਰੁੱਖ ਸਰੋਵਰ ਕੋਲ ਮਿਲ ਸਕਦਾ ਹੈ । ਅਸੀਂ ਵੇਖ ਸਕਦੇ ਹਾਂ - ਸਰੋਵਰ ਕੰਡੇ

ਉਗੇ ਰੁੱਖ ਦਾ ਪਰਛਾਵਾਂ ਪਾਣੀ ਵਿਚ ਪੈਂਦਾ ਹੈ, ਤਾਂ ਉਸ ਦੀਆਂ ਜੜ੍ਹਾਂ ਉਪਰ ਅਤੇ ਟਾਹਣੀਆਂ ਥੱਲੇ ਨੂੰ ਵਿਖਾਈ ਦਿੰਦੀਆਂ ਹਨ। ਦੂਜੇ ਸ਼ਬਦਾਂ ਵਿਚ ਇਹ ਸੰਸਾਰ ਰੂਪੀ ਰੁੱਖ ਅਧਿਆਤਮਕ ਸੰਸਾਰ ਦਾ ਪਰਛਾਵਾਂ ਸਾਡੀਆਂ ਇੱਛਾਵਾਂ ਵਿਚ ਸਥਿਤ ਹੈ, ਜਿਸ ਤਰ੍ਹਾਂ ਰੁੱਖ ਦਾ ਪਰਛਾਵਾਂ ਪਾਣੀ ਵਿਚ ਰਹਿੰਦਾ ਹੈ। ਇੱਛਾ ਹੀ ਇਸ ਪਰਛਾਈਂ ਵਾਲੇ ਭੌਤਿਕ ਪ੍ਰਕਾਸ਼ ਵਿਚ ਚੀਜ਼ਾਂ ਦੇ ਸਥਿਤ ਹੋਣ ਦਾ ਕਾਰਨ ਹੈ। ਜਿਹੜਾ ਮਨੁੱਖ ਇਸ ਭੌਤਿਕ ਸੰਸਾਰ ਤੋਂ ਬਾਹਰ ਨਿਕਲਣਾ ਚਾਹੁੰਦਾ ਹੈ, ਉਸ ਨੂੰ ਖ਼ਾਸ ਅਧਿਐਨ ਰਾਹੀਂ ਇਸ ਰੁੱਖ ਨੂੰ ਚੰਗੀਤਰ੍ਹਾਂ ਸਮਝ ਲੈਣਾ ਚਾਹੀਦਾ ਹੈ। ਫਿਰ ਉਹ ਇਸ ਰੁੱਖ ਤੋਂ ਆਪਣਾ ਸੰਬੰਧ ਤੋੜ ਸਕਦਾ ਹੈ।

ਇਹ ਰੁੱਖ ਅਸਲ ਰੁੱਖ ਦਾ ਪਰਛਾਵਾਂ ਹੋਣ ਕਰਕੇ ਅਸਲ ਪ੍ਰਤੀਰੂਪ ਹੈ। ਅਧਿਆਤਮਕ ਸੰਸਾਰ ਵਿਚ ਸਭ ਕੁਝ ਹੈ। ਨਿਰਗੁਣਵਾਦੀ ਬ੍ਰਹਮ ਨੂੰ ਇਸ ਭੌਤਿਕ ਰੁੱਖ ਦੀ ਜੜ੍ਹ ਮੰਨਦੇ ਹਨ ਅਤੇ ਸਾਂਖਯ ਦਰਸ਼ਨ ਮੁਤਾਬਿਕ ਇਸੇ ਜੜ੍ਹ ਤੋਂ ਪਹਿਲੋਂ ਪ੍ਰਕਿਰਤੀ, ਪੁਰਖ਼ ਅਤੇ ਫਿਰ ਤਿੰਨ ਗੁਣ ਨਿਕਲਦੇ ਹਨ ਅਤੇ ਫਿਰ ਪੰਜ ਤੱਤ (ਪੰਜ ਮਹਾਭੂਤ) ਫਿਰ ਦੱਸ ਇੰਦਰੀਆਂ, ਮਨ ਆਦਿ। ਇੰਝ ਉਹ ਸਾਰੇ ਸੰਸਾਰ ਨੂੰ ਚੌਵੀ ਤੱਤਾਂ ਵਿਚ ਵੰਡਦੇ ਹਨ। ਜੇ ਬ੍ਰਹਮ ਸਾਰੇ ਪ੍ਰਗਟਾਵਿਆਂ ਦਾ ਕੇਂਦਰ ਹੈ ਤਾਂ ਇੱਕ ਤਰ੍ਹਾਂ ਨਾਲ ਇਹ ਭੌਤਿਕ 180° ਅੰਸ਼ ਕੋਣ (ਅੱਧੇ ਗੋਲ) ਵਿਚ ਹੈ ਅਤੇ ਦੂਜੇ 180° ਅੰਸ਼ ਕੋਣ ਵਿਚ ਅਧਿਆਤਮਕ ਸੰਸਾਰ ਹੈ। ਕਿਉਂਕਿ ਇਹ ਭੌਤਿਕ ਸੰਸਾਰ ਉਲਟਾ ਪਰਛਾਵਾਂ ਹੈ। ਇਸ ਲਈ ਅਧਿਆਤਮਕ ਸੰਸਾਰ ਅਸਲ ਹੈ, ਪਰ ਉਸ ਵਿਚ ਵੀ ਸਾਰਾ ਵੱਖੋ-ਵੱਖਰਾਪਨ ਮਿਲਦਾ ਹੈ। ਪ੍ਰਕਿਰਤੀ ਪਰਮੇਸ਼ਵਰ ਦੀ ਬਾਹਰੀ ਸ਼ਕਤੀ ਹੈ ਅਤੇ ਪੁਰਖ਼ ਪ੍ਰਤੱਖ ਪਰਮੇਸ਼ਵਰ ਹੈ। ਇਸਦੀ ਵਿਆਖਿਆ ਭਗਵਤ ਗੀਤਾ ਵਿਚ ਹੋ ਚੁੱਕੀ ਹੈ। ਕਿਉਂਕਿ ਇਹ ਪ੍ਰਗਟਾਵਾ ਭੌਤਿਕ ਹੈ, ਇਸ ਲਈ ਅਸਥਾਈ ਹੈ। ਪਰਛਾਵਾਂ ਵੀ ਅਸਥਾਈ ਹੁੰਦਾ ਹੈ, ਕਿਉਂਕਿ ਕਦੀ ਉਹ ਵਿਖਾਈ ਦਿੰਦਾ ਹੈ ਅਤੇ ਕਦੀ ਨਹੀਂ। ਪਰ ਉਹ ਸਰੋਤ ਜਿੱਥੋਂ ਇਹ ਪਰਛਾਵਾਂ ਪੈਂਦਾ ਹੈ, ਸ਼ਾਸਵਤ (ਸਨਾਤਨ) ਹੈ। ਅਸਲ ਰੁੱਖ ਦੇ ਭੌਤਿਕ ਪਰਛਾਵੇਂ ਨੂੰ ਕੱਟਣਾ ਹੁੰਦਾ ਹੈ, ਜਦੋਂ ਕੋਈ ਕਹਿੰਦਾ ਹੈ ਕਿ ਇਹ ਮਨੁੱਖ ਵੇਦ ਜਾਣਦਾ ਹੈ, ਤਾਂ ਇਸ ਨੂੰ ਸਮਝਿਆ ਜਾਂਦਾ ਹੈ ਕਿ ਉਹ ਇਸ ਸੰਸਾਰ ਦੇ ਮੋਹ ਨੂੰ ਕੱਟਣਾ ਜਾਣਦਾ ਹੈ, ਜੇ ਉਹ ਇਸ ਵਿਧੀ ਨੂੰ ਜਾਣਦਾ ਹੈ ਤਾਂ ਸਮਝੋ ਕਿ ਉਹ ਅਸਲ ਵਿਚ ਵੇਦ ਜਾਣਦਾ ਹੈ। ਜਿਹੜਾ ਮਨੁੱਖ ਵੇਦਾਂ ਦੇ ਕਰਮ-ਕਾਂਡ ਰਾਹੀਂ ਆਕਰਸ਼ਿਤ ਹੁੰਦਾ ਹੈ, ਉਹ ਇਸ ਰੁੱਖ ਦੀਆਂ ਸੋਹਣੀਆਂ ਹਰੀਆਂ ਪੱਤੀਆਂ ਤੋਂ ਆਕਰਸ਼ਿਤ ਹੁੰਦਾ ਹੈ। ਉਹ ਵੇਦਾਂ ਦੇ ਅਸਲ ਮੰਤਵ ਨੂੰ ਨਹੀਂ ਜਾਣਦਾ। ਵੇਦਾਂ ਦਾ ਮੰਤਵ ਪਰਮ ਪੁਰਖ ਭਗਵਾਨ ਨੇ ਆਪ ਪ੍ਰਗਟ ਕੀਤਾ ਹੈ ਅਤੇ ਉਹ ਹੈ, ਇਸ ਪਰਛਾਈਂ ਵਾਲੇ ਰੁੱਖ ਨੂੰ ਕੱਟਕੇ ਅਧਿਆਤਮਕ ਜਗਤ ਦੇ ਅਸਲ ਰੁੱਖ ਨੂੰ ਪ੍ਰਾਪਤ ਕਰਨਾ।

अधश्चोर्ध्वं प्रसृतास्तस्य शाखा
गुणप्रवृद्धा विषयप्रवाला:।
अधश्च मूलान्यनुसन्ततानि
कर्मानुबन्धीनि मनुष्यलोके ॥२॥

ਅਧਸ਼੍ ਚੋਰਧ੍ਵਮ੍ ਪ੍ਰਸ੍ਰਿਤਾਸ੍ ਤਸ੍ਯ ਸ਼ਾਖਾ
ਗੁਣ-ਪ੍ਰਵ੍ਰਿਦ੍ਧਾ ਵਿਸ਼ਯ-ਪ੍ਰਵਾਲਾਹ੍ ।
ਅਧਸ਼੍ ਚ ਮੂਲਾਨਿ ਅਨੁਸੰਤਤਾਨਿ
ਕਰ੍ਮਾਨੁਬੰਧੀਨਿ ਮਨੁਸ਼੍ਯ-ਲੋਕੇ ॥ 2 ॥

ਅਧਹ੍-ਥੱਲੇ ; **ਚ**-ਅਤੇ ; **ਊਰਧ੍ਵਮ੍**-ਉਪਰ ਵੱਲ ; **ਪ੍ਰਸ੍ਰਿਤਾਹ੍**-ਫੈਲੀ ਹੋਈ ; **ਤਸ੍ਯ**-ਉਸਦੀ ; **ਸ਼ਾਖਾਹ੍**-ਟਾਹਣੀਆਂ ; **ਗੁਣ**-ਭੌਤਿਕ ਪ੍ਰਕ੍ਰਿਤੀ ਦੇ ਗੁਣਾਂ ਰਾਹੀਂ ; **ਪ੍ਰਵ੍ਰਿਦ੍ਧਾਹ੍**-ਵਿਕਸਿਤ ; **ਵਿਸ਼ਯ**-ਇੰਦਰੀਆਂ ਦੇ ਵਿਸ਼ੇ ; **ਪ੍ਰਵਾਲਾਹ੍**-ਟਾਹਣੀਆਂ ; **ਅਧਹ**-ਥੱਲੇ ਵੱਲ ; **ਚ**-ਅਤੇ ; **ਮੂਲਾਨਿ**-ਜੜ੍ਹਾਂ ਨੂੰ ; **ਅਨੁਸੰਤਤਾਨਿ**-ਵਿਸਥਾਰ ਨਾਲ ; **ਕਰਮ**-ਕੰਮ ਕਰਨ ਲਈ ; **ਅਨੁਬੰਧੀਨਿ**-ਬੰਨ੍ਹਿਆ ; **ਮਨੁਸ਼੍ਯ-ਲੋਕ**-ਮਨੁੱਖੀ ਸਮਾਜ ਦੇ ਸੰਸਾਰ ਵਿਚ ।

ਅਨੁਵਾਦ

ਇਸ ਰੁੱਖ ਦੀਆਂ ਟਾਹਣੀਆਂ ਉਪੱਰ ਵੱਲ ਅਤੇ ਥੱਲੇ ਫੈਲੀਆਂ ਹੋਈਆਂ ਹਨ, ਅਤੇ ਭੌਤਿਕ ਪ੍ਰਕਿਰਤੀ ਦੇ ਤਿੰਨਾਂ ਗੁਣਾਂ ਰਾਹੀਂ ਪਾਲੀਆਂ ਪੋਸੀਆਂ ਜਾਂਦੀਆਂ ਹਨ । ਇਸ ਦੀਆਂ ਟਾਹਣੀਆਂ ਇੰਦਰੀਆਂ ਦੇ ਵਿਸ਼ੇ ਹਨ । ਇਸ ਰੁਖ ਦੀਆਂ ਜੜ੍ਹਾਂ ਥੱਲੇ ਵੱਲ ਵੀ ਜਾਂਦੀਆਂ ਹਨ, ਜਿਹੜੀਆਂ ਮਨੁੱਖੀ ਸਮਾਜ ਦੇ ਸਕਾਮ ਕਰਮਾਂ ਨਾਲ ਬੰਨ੍ਹੀਆਂ ਹੋਈਆਂ ਹਨ ।

ਭਾਵ

ਬੋਹੜ ਦੇ ਰੁੱਖ ਦੀ ਇੱਥੇ ਹੋਰ ਵੀ ਵਿਆਖਿਆ ਕੀਤੀ ਗਈ ਹੈ । ਇਸ ਦੀਆਂ ਟਾਹਣੀਆਂ ਚਾਰੇ ਪਾਸੇ ਫੈਲੀਆਂ ਹੋਈਆਂ ਹਨ । ਨਿਚਲੇ ਹਿੱਸੇ ਵਿਚ ਜੀਵ ਦੀਆਂ ਵੱਖੋ-ਵੱਖਰੀਆਂ ਜੂਨੀਆਂ ਹਨ; ਜਿਵੇਂ ਮਨੁੱਖ, ਪਸ਼ੂ, ਘੋੜੇ, ਗਾਂ, ਕੁੱਤੇ, ਬਿੱਲੀਆਂ ਆਦਿ । ਇਹ ਸਭ ਰੁੱਖ ਦੀਆਂ ਟਾਹਣੀਆਂ ਦੇ ਨਿੱਚਲੇ ਹਿੱਸੇ ਵਿਚ ਸਥਿਤ ਹਨ । ਪਰ ਉਪਰਲੇ ਹਿੱਸੇ ਵਿਚ ਜੀਵਾਂ ਦੀਆਂ ਉਚੱ ਜੂਨੀਆਂ ਹਨ - ਜਿਵੇਂ ਦੇਵ, ਗੰਧਰਵ ਅਤੇ ਹੋਰ ਬਹੁਤ ਸਾਰੀਆਂ ਉਚੱ ਜੂਨੀਆਂ। ਜਿਸ ਤਰ੍ਹਾਂ ਆਮ ਰੁੱਖ ਦਾ ਪਾਲਣ ਪੋਸ਼ਣ ਪਾਣੀ ਨਾਲ ਹੁੰਦਾ ਹੈ, ਉਸੇ ਤਰ੍ਹਾਂ ਇਹ ਰੁੱਖ ਪ੍ਰਕ੍ਰਿਤੀ ਦੇ ਤਿੰਨ ਗੁਣਾਂ ਰਾਹੀਂ ਪਾਲਿਆ ਜਾਂਦਾ ਹੈ । ਕਦੀ-ਕਦੀ ਅਸੀਂ ਵੇਖਦੇ ਹਾਂ ਕਿ ਪਾਣੀ ਦੀ ਥੋੜ ਕਰਕੇ ਕੋਈ-ਕੋਈ ਧਰਤੀ ਦਾ ਟੁਕੜਾ ਬੰਜਰ ਹੋ ਜਾਂਦਾ ਹੈ ਤਾਂ ਕੋਈ

ਟੁਕੜਾ ਲਹਿ-ਲਹਾਉਂਦਾ ਹੈ, ਇੰਝ ਇੱਥੇ ਪ੍ਰਕ੍ਰਿਤੀ ਦੇ ਕਿਸੇ ਖ਼ਾਸ ਗੁਣਾਂ ਦੀ ਅਨੁਪਾਤ ਦੀ ਮਾਤਰਾ ਜ਼ਿਆਦਾ ਹੁੰਦੀ ਹੈ, ਉਥੇ ਉਸੇ ਦੇ ਅਨੁਰੂਪ (ਵਰਗ) ਜੀਵਾਂ ਦੀਆਂ ਜੂਨੀਆਂ ਪ੍ਰਗਟ ਹਨ ।

ਰੁੱਖ ਦੀਆਂ ਟਾਹਣੀਆਂ ਇੰਦਰੀਆਂ ਦੇ ਵਿਸ਼ੇ ਹਨ । ਵੱਖੋ-ਵੱਖਰੇ ਗੁਣਾਂ ਦੇ ਵਿਕਾਸ ਨਾਲ ਅਸੀਂ ਅਲੱਗ-ਅਲੱਗ ਤਰ੍ਹਾਂ ਦੀਆਂ ਇੰਦਰੀਆਂ ਦਾ ਵਿਕਾਸ ਕਰਦੇ ਹਾਂ ਅਤੇ ਇਨ੍ਹਾਂ ਇੰਦਰੀਆਂ ਰਾਹੀਂ ਅਸੀ ਵੱਖੋ-ਵੱਖਰੇ ਇੰਦਰੀਆਂ ਦੇ ਵਿਸ਼ਿਆਂ ਦਾ ਭੋਗ ਕਰਦੇ ਹਾਂ, ਟਾਹਣੀਆਂ ਦੇ ਸਿਰੇ ਇੰਦਰੀਆਂ ਹਨ - ਜਿਵੇਂ ਕੰਨ, ਨੱਕ, ਅੱਖਾਂ ਆਦਿ ਜਿਹੜੇ ਵੱਖੋ-ਵੱਖਰੇ ਇੰਦਰੀਆਂ ਦੇ ਵਿਸ਼ਿਆਂ ਦੇ ਭੋਗ ਵਿਚ ਆਸਕਤ (ਮੋਹੇ) ਹਨ । ਟਾਹਣੀ ਸ਼ਬਦ, ਰੂਪ, ਸਪਰਸ਼ ਆਦਿ ਇੰਦਰੀਆਂ ਦੇ ਵਿਸ਼ੇ ਹਨ । ਸਹਾਇਕ ਜੜ੍ਹਾਂ ਆਸਕਤੀਆਂ ਅਤੇ ਵਿਰਕਤੀਆਂ ਹਨ, ਜਿਹੜੀਆਂ ਵੱਖੋ-ਵੱਖਰੇ ਤਰ੍ਹਾਂ ਦੇ ਕਸ਼ਟ ਅਤੇ ਇੰਦਰੀਆਂ ਦੇ ਭੋਗ ਦੇ ਉਤਪੰਨ ਕਰਦੀਆਂ ਹਨ । ਧਰਮ-ਅਧਰਮ ਦਾ ਸੁਭਾਅ ਇਨ੍ਹਾਂ ਗੌਣ ਜੜ੍ਹਾਂ ਤੋਂ ਹੀ ਪੈਦਾ ਹੁੰਦਾ ਹੈ, ਜਿਹੜੀ ਚਾਰੇ ਦਿਸ਼ਾਵਾਂ ਵਿਚ ਫੈਲੀਆਂ ਹਨ । ਅਸਲ ਜੜ੍ਹਾਂ ਤਾਂ ਬ੍ਰਹਮ ਲੋਕ ਵਿਚ ਹਨ, ਪਰ ਹੋਰ ਜੜ੍ਹਾਂ, ਮ੍ਰਿਤਯੂ ਲੋਕ ਵਿਚ ਹਨ । ਜਦੋਂ ਮਨੁੱਖ ਉਚੱ ਲੋਕਾਂ ਵਿਚ ਪੁੰਨ ਕਰਮਾਂ ਦਾ ਫਲ ਭੋਗ ਚੁੱਕਦਾ ਹੈ ਤਾਂ ਉਹ ਇਸ ਧਰਤੀ ਤੇ ਉਤਰਦਾ ਹੈ ਅਤੇ ਤਰੱਕੀ ਲਈ ਸਕਾਮ ਕਰਮਾਂ ਦਾ ਨਵੀਨੀਕਰਣ (ਨਵਾਪਣ) ਕਰਦਾ ਹੈ । ਇਹ ਮਨੁੱਖੀ ਲੋਕ ਦਾ ਕਰਮ ਖੇਤਰ ਮੰਨਿਆ ਜਾਂਦਾ ਹੈ ।

न रूपमस्येह तथोपलभ्यते
नान्तो न चादिर्न च सम्प्रतिष्ठा।
अश्वत्थमेनं सुविरूढमूल-
मसङ्गशस्त्रेण दृढेन छित्त्वा॥ ३॥
ततः पदं तत्परिमार्गितव्यं
यस्मिन्गता न निवर्तन्ति भूयः।
तमेव चाद्यं पुरुषं प्रपद्ये
यतः प्रवृत्तिः प्रसृता पुराणी॥ ४॥

ਨ ਰੂਪਮ੍ ਅਸ੍ਯੇਹ ਤਥੋਪਲਭ੍ਯਤੇ
ਨਾਂਤੋ ਨ ਚਾਦਿਰ੍ ਨ ਚ ਸੰਪ੍ਰਤਿਸ਼ਠਾ ।
ਅਸ਼ਵੱਥਮ ਏਨਮ ਸੁ-ਵਿਰੂਢ-ਮੂਲਮ੍
ਅਸੰਗ-ਸ਼ਸਤ੍ਰੇਣ ਦ੍ਰਿਢੇਨ ਛਿੱਤਵਾ ॥ 3 ॥

ਤਤਹ੍ ਪਦਮ੍ ਤਤ੍ ਪਰਿਮਾਰ੍ਗਿਤਵ੍ਯਮ੍
ਯਸ੍ਮਿਨ੍ ਗਤਾ ਨ ਨਿਵਰ੍ਤੰਤਿ ਭੂਯਹ੍ ।
ਤਮ੍ ਏਵ ਚਾਦ੍ਯਮ੍ ਪੁਰੁਸ਼ਮ੍ ਪ੍ਰਪਦ੍ਯੇ
ਯਤਹ੍ ਪ੍ਰਵ੍ਰਿੱਤਿਹ੍ ਪ੍ਰਸ੍ਰਿਤਾ ਪੁਰਾਣੀ ॥ 4 ॥

ਨ-ਨਹੀਂ ; ਰੂਪਮ੍-ਰੂਪ ; ਅਸ੍ਯ-ਇਸ ਰੁੱਖ ਦਾ ; ਇਹ-ਇਸ ਸੰਸਾਰ ਵਿਚ ; ਤਥਾ-ਵੀ; ਉਪਲਭ੍ਯਤੇ-ਅਨੁਭਵ ਕੀਤਾ ਜਾ ਸਕਦਾ ਹੈ ; ਨ-ਕਦੀ ਨਹੀਂ ; ਅੰਤਹ੍-ਅੰਤ ; ਨ-ਕਦੀ ਨਹੀਂ ; ਚ-ਵੀ ; ਆਦਿਹ੍-ਸ਼ੁਰੂ ; ਨ-ਕਦੀ ਨਹੀਂ ; ਚ-ਵੀ ; ਸੰਪ੍ਰਤਿਸ਼੍ਠਾ-ਨੀਂਹ ; ਅਸ਼੍ਵਤ੍ਥਮ੍-ਬੋਹੜ ਦੇ ਰੁੱਖ ਨੂੰ ; ਏਨਮ੍-ਇਸ ; ਸੁਵਿਰੂਢ-ਬਹੁਤ ਚੰਗੀ ਤਰ੍ਹਾਂ ਨਾਲ ; ਮੂਲਮ੍-ਜੜ੍ਹ ਵਾਲਾ ; ਅਸੰਗਸ਼ਸ੍ਤ੍ਰੇਣ-ਵਿਰਕਤੀ ਦੇ ਹਥਿਆਰ ਨਾਲ ; ਦ੍ਰਿੜੇਨ-ਪੱਕਾ ; ਛਿਤ੍ਵਾ-ਕੱਟਕੇ ; ਤਤਹ੍-ਇਸ ਤੋਂ ਮਗਰੋਂ ; ਪਦਮ੍-ਸਥਿਤੀ ਨੂੰ ; ਤਤ੍-ਉਸ ; ਪਰਿਮਾਰ੍ਗਿਤਵ੍ਯਮ੍-ਲੱਭਣਾ ਚਾਹੀਦਾ ਹੈ ; ਯਸ੍ਮਿਨ੍-ਜਿੱਥੇ ; ਗਤਾਹ੍-ਜਾ ਕੇ ; ਨ-ਕਦੀ ਨਹੀਂ ; ਨਿਵਰ੍ਤੰਤਿ-ਵਾਪਸ ਆਉਂਦੇ ਹਨ ; ਭੂਯਹ੍-ਫਿਰ ; ਤਮ੍-ਉਸਨੂੰ ; ਏਵ -ਨਿਸ਼ਚੈ ਹੀ ; ਚ-ਵੀ ; ਆਦ੍ਯਮ੍-ਆਦਿ ; ਪੁਰੁਸ਼ਮ੍-ਭਗਵਾਨ ਦੀ ; ਪ੍ਰਪਦ੍ਯੇ-ਸ਼ਰਨ ਵਿਚ ਜਾਂਦਾ ਹਾਂ ; ਯਤਹ੍-ਜਿਸ ਨਾਲ ; ਪ੍ਰਵ੍ਰਿੱਤੀਹ੍-ਸ਼ੁਰੂ ; ਪ੍ਰਸ੍ਰਿਤਾ-ਫੈਲਿਆ ; ਪੁਰਾਣੀ-ਬਹੁਤ ਪੁਰਾਣੀ ।

ਅਨੁਵਾਦ

ਇਸ ਰੁੱਖ ਦੇ ਅਸਲੀ ਸਰੂਪ ਦਾ ਅਨੁਭਵ ਇਸ ਸੰਸਾਰ ਵਿਚ ਨਹੀਂ ਕੀਤਾ ਜਾ ਸਕਦਾ । ਕੋਈ ਵੀ ਨਹੀਂ ਸਮਝ ਸਕਦਾ ਕਿ ਇਸਦਾ ਆਦਿ ਕਿੱਥੇ ਹੈ ਅੰਤ ਕਿੱਥੇ ਹੈ ਜਾਂ ਇਸਦਾ ਆਧਾਰ ਕਿੱਥੇ ਹੈ ? ਪਰ ਮਨੁੱਖ ਨੂੰ ਚਾਹੀਦਾ ਹੈ ਕਿ ਇਸ ਮਜ਼ਬੂਤ ਜੜ੍ਹਾਂ ਵਾਲੇ ਰੁੱਖ ਨੂੰ ਵਿਰਕਤੀ (ਵੈਰਾਗ) ਦੇ ਸ਼ਾਸ਼ਤਰ ਨਾਲ ਕੱਟ ਦੇਵੇ, ਫਿਰ ਉਸਨੂੰ ਅਜਿਹੀ ਥਾਂ ਦੀ ਖੋਜ ਕਰਨੀ ਚਾਹੀਦੀ ਹੈ, ਜਿੱਥੇ ਜਾ ਕੇ ਪਰਤਣਾ ਨਾ ਪਵੇ ਅਤੇ ਜਿੱਥੇ ਉਸ ਭਗਵਾਨ ਦੀ ਸ਼ਰਣ ਗ੍ਰਹਿਣ ਕਰ ਲਈ ਜਾਵੇ, ਜਿਸ ਨਾਲ ਅਨਾਦਿ ਕਾਲ ਤੋਂ ਹਰ ਚੀਜ਼ ਦੀ ਸ਼ੁਰੂਆਤ ਅਤੇ ਵਿਸਥਾਰ ਹੁੰਦਾ ਆਇਆ ਹੈ ।

ਭਾਵ

ਹੁਣ ਇਹ ਸਪਸ਼ਟ ਕਹਿ ਦਿੱਤਾ ਗਿਆ ਹੈ, ਕਿ ਬੋਹੜ ਦੇ ਰੁੱਖ ਦੇ ਅਸਲੀ ਸਵਰੂਪ ਨੂੰ ਇਸ ਭੌਤਿਕ ਸੰਸਾਰ ਵਿਚ ਨਹੀਂ ਸਮਝਿਆ ਜਾ ਸਕਦਾ । ਕਿਉਂਕਿ ਇਸਦੀਆਂ ਜੜ੍ਹਾਂ ਉੱਪਰ ਵੱਲ ਹਨ, ਇਸ ਲਈ ਅਸਲ ਰੁੱਖ ਦਾ ਵਿਸਥਾਰ ਉਲਟ ਦਿਸ਼ਾ ਵਿਚ ਹੁੰਦਾ ਹੈ । ਜਦੋਂ ਰੁੱਖ ਦੇ ਭੌਤਿਕ ਵਿਸਥਾਰ ਵਿਚ ਕੋਈ ਫਸ ਜਾਂਦਾ ਹੈ ਤਾਂ ਉਸਨੂੰ ਨਾ ਤਾਂ ਇਹ ਪਤਾ ਚਲਦਾ ਹੈ ਕਿ ਇਹ ਕਿੰਨੀ ਦੂਰ ਤਕ ਫੈਲਿਆ ਹੈ ਅਤੇ ਨਾ ਉਹ ਉਸ ਰੁੱਖ ਦੇ ਆਰੰਭ ਨੂੰ

ਵੀ ਵੇਖ ਸਕਦਾ ਹੈ । ਫਿਰ ਵੀ ਮਨੁੱਖ ਨੂੰ ਕਾਰਨ ਦੀ ਖੋਜ ਕਰਨੀ ਹੀ ਹੁੰਦੀ ਹੈ । "ਮੈਂ ਆਪਣੇ ਪਿਤਾ ਦਾ ਪੁੱਤਰ ਹਾਂ, ਜਿਹੜਾ ਫਲਾਣੇ ਦਾ ਪੁੱਤਰ ਹੈ" - ਇੰਝ ਖੋਜ ਕਰਨ ਨਾਲ ਮਨੁੱਖ ਨੂੰ ਬ੍ਰਹਮਾ ਪ੍ਰਾਪਤ ਹੁੰਦੇ ਹਨ, ਜਿਨ੍ਹਾਂ ਨੂੰ ਸਾਗਰ ਵਿਚ ਰਹਿਣ ਵਾਲੇ ਵਿਸ਼ਨੂੰ ਨੇ ਪੈਦਾ ਕੀਤਾ । ਇੰਝ ਆਖ਼ਿਰ ਭਗਵਾਨ ਤਕ ਅਪੜਿਆ ਜਾ ਸਕਦਾ ਹੈ , ਜਿੱਥੇ ਸਾਰੀਆਂ ਖੋਜਾਂ ਦਾ ਅੰਤ ਹੋ ਜਾਂਦਾ ਹੈ । ਮਨੁੱਖ ਨੂੰ ਇਸ ਰੁੱਖ ਦੇ ਸਰੋਤ, ਪਰਮ ਪੁਰਖ ਭਗਵਾਨ ਦੀ ਖੋਜ ਅਜਿਹੇ ਮਨੁੱਖਾਂ ਦੀ ਸੰਗਤ ਰਾਹੀਂ ਕਰਨੀ ਚਾਹੀਦੀ ਹੈ, ਜਿਨ੍ਹਾਂ ਨੂੰ ਉਸ ਪਰਮ ਪੁਰਖ ਭਗਵਾਨ ਦਾ ਗਿਆਨ ਪ੍ਰਾਪਤ ਹੋਵੇ । ਇੰਝ ਗਿਆਨ ਨਾਲ ਹੌਲੀ-ਹੌਲੀ ਅਸਲੀਅਤ ਦੇ ਇਸ ਧੋਖੇ ਵਾਲੇ ਪਰਛਾਵੇਂ ਤੋਂ ਅਲੱਗ ਹੋ ਜਾਂਦਾ ਹੈ ਅਤੇ ਸੰਬੰਧ ਟੁੱਟਣ ਤੇ ਉਹ ਅਸਲ ਵਿਚ ਅਸਲੀ ਰੁੱਖ ਵਿਚ ਸਥਿਤ ਹੋ ਜਾਂਦਾ ਹੈ ।

ਇਸ ਪ੍ਰਸੰਗ ਵਿਚ **ਅਸੰਗ** ਸ਼ਬਦ ਬਹੁਤ ਮਹੱਤਵਪੂਰਨ ਹੈ, ਕਿਉਂਕਿ ਵਿਸ਼ਿਆਂ ਦੇ ਭੋਗ ਦੀ ਆਸਕਤੀ ਅਤੇ ਭੌਤਿਕ ਪ੍ਰਕ੍ਰਿਤੀ ਤੇ ਮਾਲਕੀਅਤ ਬਹੁਤ ਤਾਕਤਵਰ ਹੁੰਦੀ ਹੈ। ਇਸ ਲਈ, ਪ੍ਰਮਾਣਿਤ ਸ਼ਾਸ਼ਤਰਾਂ ਤੇ ਅਧਾਰਿਤ ਆਤਮ ਗਿਆਨ ਦੀ ਵਿਵੇਚਨਾ ਰਾਹੀਂ ਵਿਰਕਤੀ ਸਿੱਖਣੀ ਚਾਹੀਦੀ ਹੈ ਅਤੇ ਗਿਆਨੀ ਪੁਰਖ ਤੋਂ ਸੁਣਨਾ ਚਾਹੀਦਾ ਹੈ । ਭਗਤਾਂ ਦੀ ਸੰਗਤ ਵਿਚ ਰਹਿਕੇ ਅਜਿਹੀ ਵਿਵੇਚਨਾ (ਚਰਚਾ) ਨਾਲ ਭਗਵਾਨ ਦੀ ਪ੍ਰਾਪਤੀ ਹੁੰਦੀ ਹੈ । ਸਭ ਤੋਂ ਪਹਿਲਾਂ ਜੋ ਕਰਨਾ ਚਾਹੀਦਾ ਹੈ, ਉਹ ਹੈ ਭਗਵਾਨ ਦੀ ਸ਼ਰਨ ਲੈਣਾ । ਇੱਥੇ ਉਸ ਥਾਂ (ਪਦਵੀ) ਦਾ ਵਰਣਨ ਕੀਤਾ ਗਿਆ ਹੈ । ਜਿੱਥੇ ਜਾ ਕੇ ਮਨੁੱਖ ਇਸ ਧੋਖੇ ਵਾਲੇ ਪਰਛਾਵੇਂ ਦੇ ਰੁੱਖ ਵਿਚ ਕਦੀ ਵਾਪਸ ਨਹੀਂ ਪਰਤਦਾ । ਭਗਵਾਨ ਕ੍ਰਿਸ਼ਨ ਉਹ ਆਦਿ ਜੜ੍ਹ ਹਨ, ਜਿੱਥੋਂ ਹਰ ਚੀਜ਼ ਨਿਕਲੀ ਹੈ । ਉਸ ਭਗਵਾਨ ਦੀ ਕਿਰਪਾ ਪ੍ਰਾਪਤ ਕਰਨ ਲਈ ਸਿਰਫ਼ ਉਨ੍ਹਾਂ ਦੀ ਸ਼ਰਨ ਲੈਣੀ ਚਾਹੀਦੀ ਹੈ, ਜਿਹੜੀ ਸ਼ਰਵਣ, ਕੀਰਤਨ ਆਦਿ ਰਾਹੀਂ ਭਗਤੀ ਕਰਨ ਕਰਕੇ ਪ੍ਰਾਪਤ ਹੁੰਦੀ ਹੈ । ਉਹੀ ਭੌਤਿਕ ਸੰਸਾਰ ਦੇ ਵਿਸਥਾਰ ਦੇ ਕਾਰਨ ਹਨ । ਇਸਦੀ ਵਿਆਖਿਆ ਪਹਿਲਾਂ ਹੀ ਖ਼ੁਦ ਭਗਵਾਨ ਨੇ ਕੀਤੀ ਹੈ । '**ਅਹਮ੍ ਸਰ੍ਵਸ੍ਯ ਪ੍ਰਭਵਹ੍**' - ਮੈਂ ਹਰ ਚੀਜ਼ ਦਾ ਸਰੋਤ ਹਾਂ । ਇਸ ਲਈ ਇਸ ਭੌਤਿਕ ਜੀਵਨ ਰੂਪੀ ਤਾਕਤਵਰ ਬੋਹੜ ਦੇ ਰੁੱਖ ਦੇ ਬੰਧਨ ਤੋਂ ਛੁੱਟਣ ਲਈ ਕ੍ਰਿਸ਼ਨ ਦੀ ਸ਼ਰਨ ਲੈਣੀ ਚਾਹੀਦੀ ਹੈ । ਕ੍ਰਿਸ਼ਨ ਦੀ ਸ਼ਰਨ ਗ੍ਰਹਿਣ ਕਰਦੇ ਹੀ ਮਨੁੱਖ ਆਪਣੇ-ਆਪ ਇਸ ਭੌਤਿਕ ਵਿਸਥਾਰ ਨਾਲੋਂ ਅਲੱਗ ਹੋ ਜਾਂਦਾ ਹੈ ।

निर्मानमोहा जितसङ्गदोषा
अध्यात्मनित्या विनिवृत्तकामाः।
द्वन्द्वैर्विमुक्ताः सुखदुःखसंज्ञै-
गच्छन्त्यमूढाः पदमव्ययं तत् ॥५॥

ਨਿਰਮਾਨ ਮੋਹਾ ਜਿਤ ਸੰਗ ਦੋਸ਼ਾ
ਅਧਯਾਤਮ ਨਿਤਯਾ ਵਿਨਿਵ੍ਰਿਤ ਕਾਮਾਹ ।
ਦਵੰਦਵੈਰ ਵਿਮੁਕਤਾਹ ਸੁਖ-ਦੁਖ-ਸੰਗਯੈਰ
ਗਚਛੰਤਿ ਅਮੁਢਾਹ ਪਦਮ ਅਵਯਮ ਤਤ ॥ 5 ॥

ਨਿਹ੍-ਰਹਿਤ ; **ਮਾਨ**-ਝੂਠੀ ਪ੍ਰਤਿਸ਼ਠਾ (ਪ੍ਰਭਾਵ) ; **ਮੋਹਾਹ੍**-ਅਤੇ ; **ਜਿਤ**-ਜਿੱਤ ਗਿਆ ; **ਸੰਗ**-ਸੰਗਤ ਦੀ ; **ਦੋਸ਼ਾਹ੍**-ਖਾਮੀਆਂ ; **ਅਧ੍ਯਾਤ੍ਮ**-ਅਧਿਆਤਮਕ ਗਿਆਨ ਵਿਚ ; **ਨਿਤ੍ਯਾਹ**-ਸ਼ਾਸਵਤਤਾ (ਅਨੰਤ) ਵਿਚ ; **ਵਿਨਿਵ੍ਰਿਤ**-ਅਲੱਗ ; **ਕਾਮਾਹ**-ਕਾਮ ਤੋਂ ; **ਦ੍ਵੰਦ੍ਵੈਹ**-ਦਵੈਤ ਨਾਲ ; **ਵਿਮੁਕ੍ਤਾਹ੍**-ਮੁਕਤ ; **ਸੁਖ ਦੁਹਖ**-ਸੁੱਖ ਅਤੇ ਦੁੱਖ ; **ਸੰਗ੍ਯੈਹ੍**-ਨਾਂ ਦੀ ; **ਗਚ੍ਛੰਤਿ**-ਪ੍ਰਾਪਤ ਕਰਦੇ ਹਨ ; **ਅਮੁਢਾਹ੍**-ਵਿਆਕੁਲਤਾ ; **ਪਦਮ੍**-ਪਦਵੀ, ਥਾਂ ਨੂੰ ; **ਅਵ੍ਯਯਮ੍**-ਸ਼ਾਸਵਤ (ਅਨੰਤ) ; **ਤਤ੍**-ਉਸ ।

ਅਨੁਵਾਦ

ਜਿਹੜੇ ਝੂਠੀ ਪ੍ਰਤਿਸ਼ਠਾ (ਮਾਨ), ਮੋਹ ਅਤੇ ਕੁਸੰਗਤ ਤੋਂ ਮੁਕਤ ਹਨ, ਜਿਹੜੇ ਸ਼ਾਸਵਤ ਤੱਤ ਨੂੰ ਸਮਝਦੇ ਹਨ, ਜਿਨ੍ਹਾਂ ਨੇ ਭੌਤਿਕ ਕਾਮ ਨੂੰ ਨਸ਼ਟ ਕਰ ਦਿੱਤਾ ਹੈ, ਜਿਹੜੇ ਸੁੱਖ ਅਤੇ ਦੁੱਖ ਦੇ ਦਵੰਦ ਤੋਂ ਮੁਕਤ ਹਨ ਅਤੇ ਜਿਹੜੇ ਮੋਹ ਰਹਿਤ ਹੋ ਕੇ ਪਰਮ ਪੁਰਖ ਦੇ ਸ਼ਰਨੀ ਜਾਣਾ ਜਾਣਦੇ ਹਨ, ਉਹ ਉਸ ਸ਼ਾਸ਼ਵਤ (ਸਨਾਤਨ) ਰਾਜ ਨੂੰ ਪ੍ਰਾਪਤ ਹੁੰਦੇ ਹਨ ।

ਭਾਵ

ਇੱਥੇ ਸ਼ਰਨਾਗਤੀ ਦਾ ਬਹੁਤ ਸੋਹਣਾ ਵਰਣਨ ਹੋਇਆ ਹੈ । ਇਸ ਲਈ ਜਿਹੜੀ ਪਹਿਲੀ ਯੋਗਤਾ ਦੀ ਜ਼ਰੂਰਤ ਹੈ, ਇਹ ਹੈ ਝੂਠੇ ਹਉਮੈ ਤੋਂ ਮੋਹਿਤ ਨਾ ਹੋਣਾ । ਕਿਉਂਕਿ ਬੱਧਜੀਵ ਆਪਣੇ ਆਪ ਨੂੰ ਭੌਤਿਕ ਪ੍ਰਕ੍ਰਿਤੀ ਦਾ ਮਾਲਕ ਮੰਨਕੇ ਹੰਕਾਰ ਵਿਚ ਰਹਿੰਦਾ ਹੈ, ਇਸ ਲਈ, ਉਸ ਲਈ ਭਗਵਾਨ ਦੀ ਸ਼ਰਨ ਵਿਚ ਜਾਣਾ ਔਖਾ ਹੁੰਦਾ ਹੈ। ਉਸਨੂੰ ਅਸਲ ਗਿਆਨ ਦੇ ਅਨੁਸ਼ੀਲਨ (ਅਭਿਆਸ) ਰਾਹੀਂ ਇਹ ਜਾਨਣਾ ਚਾਹੀਦਾ ਹੈ ਕਿ ਉਹ ਭੌਤਿਕ ਪ੍ਰਕ੍ਰਿਤੀ ਦਾ ਮਾਲਕ ਨਹੀਂ ਹੈ, ਉਸਦਾ ਮਾਲਕ ਤਾਂ ਪਰਮ ਪੁਰਖ ਭਗਵਾਨ ਹੈ । ਜਦੋਂ ਮਨੁੱਖ ਹੰਕਾਰ ਤੋਂ ਪੈਦਾ ਹੋਏ ਮੋਹ ਤੋਂ ਮੁਕਤ ਹੋ ਜਾਂਦਾ ਹੈ । ਉਦੋਂ ਹੀ ਸ਼ਰਨਾਗਤੀ ਦੀ ਪ੍ਰਕ੍ਰਿਆ ਸ਼ੁਰੂ ਹੋ ਜਾਂਦੀ ਹੈ । ਜਿਹੜਾ ਮਨੁੱਖ ਇਸ ਸੰਸਾਰ ਵਿਚ ਹਮੇਸ਼ਾਂ ਸਨਮਾਨ ਦੀ ਆਸ ਰੱਖਦਾ ਹੈ, ਉਸ ਲਈ ਪਰਮ ਪੁਰਖ਼ ਦੀ ਸ਼ਰਨੀ ਆਉਣਾ ਸੰਭਵ ਨਹੀਂ ਹੈ । ਹੰਕਾਰ ਤਾਂ ਮੋਹ ਕਰਕੇ ਹੁੰਦਾ ਹੈ । ਕਿਉਂਕਿ ਭਾਵੇਂ ਮਨੁੱਖ ਇੱਥੇ ਆਉਂਦਾ ਹੈ, ਕੁਝ ਸਮੇਂ ਤੱਕ ਰਹਿੰਦਾ ਹੈ ਅਤੇ ਫਿਰ ਚਲਿਆ ਜਾਂਦਾ ਹੈ ਤਾਂ ਵੀ ਮੂਰਖਤਾ ਕਰਕੇ, ਇਹ ਸਮਝ ਬੈਠਦਾ ਹੈ ਕਿ ਉਹ ਹੀ ਇਸ ਸੰਸਾਰ ਦਾ ਮਾਲਕ ਹੈ, ਇੰਝ ਉਹ ਸਾਰੀ ਪਰਸਥਿਤੀ ਨੂੰ ਗੁੰਝਲਦਾਰ ਬਣਾ ਦਿੰਦਾ ਹੈ ਅਤੇ

ਹਮੇਸ਼ਾਂ ਕਸ਼ਟ ਭੋਗਦਾ ਰਹਿੰਦਾ ਹੈ। ਸਾਰਾ ਸੰਸਾਰ ਇਸੇ ਭਰਮ ਵਾਲੀ ਧਾਰਨਾ ਦੇ ਅਧੀਨ ਅੱਗੇ ਵਧਦਾ ਹੈ। ਲੋਕ ਸੋਚਦੇ ਹਨ ਕਿ ਇਹ ਧਰਤੀ ਜਾਂ ਧਰਤੀ ਮਾਨਵ ਸਮਾਜ ਦੀ ਹੈ ਅਤੇ ਉਨ੍ਹਾਂ ਨੇ ਧਰਤੀ ਦੀ ਵੰਡ ਇਸ ਝੂਠੀ ਧਾਰਨਾ ਸਦਕਾ ਕਰ ਰਖੀ ਹੈ ਕਿ ਉਹ ਇਸਦੇ ਮਾਲਕ ਹਨ। ਮਨੁੱਖ ਨੂੰ ਇਸ ਗ਼ਲਤ ਧਾਰਨਾ ਤੋਂ ਮੁਕਤ ਹੋਣਾ ਚਾਹੀਦਾ ਹੈ ਕਿ ਮਨੁੱਖੀ ਸਮਾਜ ਹੀ ਇਸ ਸੰਸਾਰ ਦਾ ਮਾਲਕ ਹੈ। ਜਦੋਂ ਮਨੁੱਖ, ਇਸ ਤਰ੍ਹਾਂ ਦੀ ਗ਼ਲਤ ਧਾਰਨਾ ਤੋਂ ਮੁਕਤ ਹੋ ਜਾਂਦਾ ਹੈ ਤਾਂ ਉਹ ਪਰਿਵਾਰਕ, ਸਮਾਜਿਕ ਅਤੇ ਰਾਸ਼ਟਰੀ ਪ੍ਰੇਮ ਤੋਂ ਪੈਦਾ ਕੁਸੰਗਤੀਆਂ ਤੋਂ ਮੁਕਤ ਹੋ ਜਾਂਦਾ ਹੈ। ਇਹ ਤਰੁੱਟੀ ਪੂਰਨ ਸੰਗਤੀਆਂ ਹੀ ਉਸਨੂੰ ਇਸ ਸੰਸਾਰ ਨਾਲ ਬੰਨ੍ਹਣ ਵਾਲੀਆਂ ਹਨ। ਇਸ ਅਵਸਥਾ ਤੋਂ ਮਗਰੋਂ ਉਸ ਨੂੰ ਅਧਿਆਤਮਕ ਗਿਆਨ ਵਿਕਸਿਤ ਕਰਨਾ ਹੁੰਦਾ ਹੈ। ਉਸਨੂੰ ਅਜਿਹੇ ਗਿਆਨ ਦਾ ਅਨੁਸ਼ੀਲਨ (ਅਭਿਆਸ) ਕਰਨਾ ਹੁੰਦਾ ਹੈ, ਕਿ ਅਸਲ ਵਿਚ ਉਸਦਾ ਕੀ ਹੈ ਅਤੇ ਕੀ ਨਹੀਂ ਹੈ, ਅਤੇ ਜਦੋਂ ਉਸਨੂੰ ਚੀਜ਼ਾਂ ਦਾ ਸਹੀ-ਸਹੀ ਗਿਆਨ ਹੋ ਜਾਂਦਾ ਹੈ ਤਾਂ ਉਹ ਸੁਖ-ਦੁੱਖ, ਖ਼ੁਸ਼ੀ ਅਤੇ ਦੁੱਖ ਵਰਗੇ ਦਵੰਦਾਂ ਤੋਂ ਮੁਕਤ ਹੋ ਜਾਂਦਾ ਹੈ। ਉਹ ਗਿਆਨ ਨਾਲ ਪੂਰਨ ਹੋ ਜਾਂਦਾ ਹੈ ਅਤੇ ਉਦੋਂ ਪਰਮ ਪੁਰਖ਼ ਭਗਵਾਨ ਦੀ ਸ਼ਰਨੀ ਜਾਣਾ ਸੰਭਵ ਹੋ ਜਾਂਦਾ ਹੈ।

न तद्भासयते सूर्यो न शशाङ्को न पावकः।
यद्गत्वा न निवर्तन्ते तद्धाम परमं मम॥६॥

ਨ ਤਦ੍ ਭਾਸਯਤੇ ਸੂਰ੍ਯੋ ਨ ਸ਼ਸਾਂਕੋ ਨ ਪਾਵਕਹ੍।
ਯਦ੍ ਗਤ੍ਵਾ ਨ ਨਿਵਰ੍ਤੰਤੇ ਤਦ੍ ਧਾਮ ਪਰਮਮ੍ ਮਮ ॥ 6 ॥

ਨ-ਨਹੀਂ ; ਤਤ੍-ਉਹ ; ਭਾਸਯਤੇ-ਪ੍ਰਕਾਸ਼ਿਤ ਕਰਦਾ ਹੈ ; ਸੂਰ੍ਯਹ-ਸੂਰਜ ; ਨ-ਨਾ ਤਾਂ; ਸ਼ਸਾਂਕਹ੍-ਚੰਨ ; ਨ-ਨਾ ਤਾਂ ; ਪਾਵਕਹ੍-ਅੱਗ ਬਿਜਲੀ ; ਯਤ੍-ਜਿੱਥੇ ; ਗਤ੍ਵਾ-ਜਾ ਕੇ ; ਨ-ਕਦੀ ਨਹੀਂ ; ਨਿਵਰ੍ਤੰਤੇ-ਮੁੜ ਪਰਤਦੇ ਹਨ ; ਤਤ੍-ਧਾਮ-ਉਹ ਧਾਮ ; ਪਰਮਮ੍-ਪਰਮ ; ਮਮ-ਮੇਰਾ।

ਅਨੁਵਾਦ

ਉਹ ਮੇਰਾ ਪਰਮ ਧਾਮ ਨਾ ਤਾਂ ਸੂਰਜ ਜਾਂ ਚੰਨ ਰਾਹੀਂ ਪ੍ਰਕਾਸ਼ਿਤ ਹੁੰਦਾ ਹੈ ਅਤੇ ਨਾ ਅੱਗ ਜਾਂ ਬਿਜਲੀ ਨਾਲ। ਜਿਹੜੇ ਲੋਕ ਉਥੇ ਅਪੜਦੇ ਹਨ, ਉਹ ਇਸ ਭੌਤਿਕ ਸੰਸਾਰ ਵਿਚ ਫਿਰ ਪਰਤ ਕੇ ਨਹੀਂ ਆਉਂਦੇ।

ਭਾਵ

ਇੱਥੇ ਅਧਿਆਤਮਕ ਜਗਤ ਭਗਵਾਨ ਕ੍ਰਿਸ਼ਨ ਦੇ ਧਾਮ ਦਾ ਵਰਣਨ ਹੋਇਆ ਹੈ, ਜਿਸਨੂੰ ਕ੍ਰਿਸ਼ਨ ਲੋਕ ਜਾਂ ਗੋਲੋਕ ਵ੍ਰਿੰਦਾਬਨ ਕਿਹਾ ਜਾਂਦਾ ਹੈ। ਚਿੰਨਮਯ ਆਕਾਸ਼ (ਅਧਿਆਤਮਕ

ਜਗਤ) ਵਿਚ ਨਾ ਤਾਂ ਸੂਰਜ ਦੀ ਰੋਸ਼ਨੀ ਦੀ ਜ਼ਰੂਰਤ ਹੈ ਨਾ ਚੰਨ ਦੇ ਪ੍ਰਕਾਸ਼ ਜਾਂ ਅੱਗ ਜਾਂ ਬਿਜਲੀ ਦੀ ਕਿਉਂਕਿ ਸਾਰੇ ਲੋਕ ਆਪ ਹੀ ਚਮਕਦੇ ਹਨ । ਇਹ ਬ੍ਰਹਿਮੰਡ ਵਿਚ ਸਿਰਫ ਇੱਕ ਲੋਕ, ਸੂਰਜ ਅਜਿਹਾ ਹੈ ਜਿਹੜਾ ਖ਼ੁਦ ਪ੍ਰਕਾਸ਼ਿਤ ਹੈ । ਪਰ ਚਿੰਨਮਯ ਆਕਾਸ਼ (ਅਧਿਆਤਮਕ ਸੰਸਾਰ) ਵਿਚ ਸਾਰੇ ਲੋਕ ਖ਼ੁਦ ਪ੍ਰਕਾਸ਼ਿਤ ਹਨ । ਉਨ੍ਹਾਂ ਸਾਰੇ ਲੋਕਾਂ ਦੇ (ਜਿਸਨੂੰ ਬੈਕੁੰਠ ਕਿਹਾ ਜਾਂਦਾ ਹੈ) ਚਮ-ਚਮਾਉਂਦੇ ਤੇਜ਼ ਨਾਲ ਚਮਕੀਲਾ ਆਕਾਸ਼ ਬਣਦਾ ਹੈ, ਜਿਸਨੂੰ ਬ੍ਰਹਮਜੋਤੀ ਕਹਿੰਦੇ ਹਨ । ਅਸਲ ਵਿਚ ਇਹ ਤੇਜ਼ ਕ੍ਰਿਸ਼ਨ ਲੋਕ ਗੋਲੋਕ ਵ੍ਰਿੰਦਾਬਨ ਵਿੱਚੋਂ ਨਿਕਲਦਾ ਹੈ । ਇਸ ਤੇਜ਼ ਦਾ ਅੰਸ਼ ਮਹਤ ਤੱਤ ਅਰਥਾਤ ਭੌਤਿਕ ਸੰਸਾਰ ਨਾਲ ਢੱਕਿਆ ਰਹਿੰਦਾ ਹੈ । ਇਸ ਤੋਂ ਇਲਾਵਾ ਚਮਕਦੇ ਹੋਏ ਆਕਾਸ਼ ਦਾ ਵਧੇਰਾ ਹਿੱਸਾ ਤਾਂ ਅਧਿਆਤਮਕ ਲੋਕਾਂ ਨਾਲ ਪੂਰਨ ਹੈ, ਜਿਨ੍ਹਾਂ ਨੂੰ ਬੈਕੁੰਠ ਲੋਕ ਕਿਹਾ ਜਾਂਦਾ ਹੈ ਅਤੇ ਜਿਨ੍ਹਾਂ ਵਿਚੋਂ ਗੋਲੋਕ ਵ੍ਰਿੰਦਾਬਨ ਪ੍ਰਮੁੱਖ ਹੈ ।

ਜਦੋਂ ਤਕ ਜੀਵ ਇਸ ਹਨੇਰੇ ਵਾਲੇ ਭੌਤਿਕ ਸੰਸਾਰ ਵਿਚ ਰਹਿੰਦਾ ਹੈ, ਉਦੋਂ ਤਕ ਉਹ ਬੱਧ ਅਵਸਥਾ ਵਿਚ ਹੁੰਦਾ ਹੈ, ਪਰ ਜਿਵੇਂ ਹੀ ਉਹ ਇਸ ਭੌਤਿਕ ਸੰਸਾਰ ਰੂਪੀ ਝੂਠੇ ਰੁੱਖ ਨੂੰ ਕੱਟਕੇ ਚਿੰਨਮਯ ਆਕਾਸ਼ (ਅਧਿਆਤਮਕ ਸੰਸਾਰ) ਵਿਚ ਅਪੜ੍ਹਦਾ ਹੈ, ਉਸੇ ਵੇਲੇ ਉਹ ਮੁਕਤ ਹੋ ਜਾਂਦਾ ਹੈ । ਤਦ ਉਹ ਇੱਥੇ ਮੁੜ੍ਹ ਨਹੀਂ ਪਰਤਦਾ । ਇਸ ਬੱਧ ਜੀਵਨ ਵਿਚ ਜੀਵ ਆਪਣੇ ਆਪ ਨੂੰ ਭੌਤਿਕ ਸੰਸਾਰ ਦਾ ਮਾਲਕ ਮੰਨਦਾ ਹੈ, ਪਰ ਆਪਣੀ ਮੁਕਤ ਅਵਸਥਾ ਵਿਚ ਉਹ ਅਧਿਆਤਮਕ ਸੰਸਾਰ ਵਿਚ ਪ੍ਰਵੇਸ਼ ਕਰਦਾ ਹੈ ਅਤੇ ਪਰਮੇਸ਼ਵਰ ਦਾ ਅਨੁਚਰ ਬਣ ਜਾਂਦਾ ਹੈ । ਉਥੇ ਉਹ ਸੱਚਿਦਾਨੰਦ ਵਾਲਾ ਜੀਵਨ ਬਿਤਾਉਂਦਾ ਹੈ ।

ਇਸ ਸੂਚਨਾ ਤੋਂ ਮਨੁੱਖ ਨੂੰ ਅਕਰਸ਼ਤ (ਪ੍ਰਲੋਭਿਤ) ਹੋ ਜਾਣਾ ਚਾਹੀਦਾ ਹੈ । ਉਸਨੂੰ ਉਸ ਸਨਾਤਨ ਸੰਸਾਰ ਵਿਚ ਜਾਣ ਦੀ ਇੱਛਾ ਕਰਨੀ ਚਾਹੀਦੀ ਹੈ ਅਤੇ ਇਸ ਝੂਠੇ ਪਰਛਾਵੇਂ ਦੀ ਸੱਚਾਈ ਨਾਲੋਂ ਆਪਣੇ ਆਪ ਨੂੰ ਅਲੱਗ ਕਰ ਲੈਣਾ ਚਾਹੀਦਾ । ਜਿਹੜਾ ਇਸ ਸੰਸਾਰ ਨਾਲ ਵਧੇਰੇ ਮੋਹਿਤ ਹੈ, ਉਸ ਲਈ ਇਸ ਮੋਹ ਨੂੰ ਕੱਟਣਾ ਔਖਾ ਹੁੰਦਾ ਹੈ । ਪਰ ਜੇਕਰ ਉਹ ਕ੍ਰਿਸ਼ਨ ਭਾਵਨਾ ਅੰਮ੍ਰਿਤ ਨੂੰ ਗ੍ਰਹਿਣ ਕਰ ਲਵੇ, ਤਾਂ ਉਸਦੇ ਹੌਲੀ-ਹੌਲੀ ਛੁੱਟਣ ਦੀ ਸੰਭਾਵਨਾ ਹੈ। ਉਸਨੂੰ ਅਜਿਹੇ ਭਗਤਾਂ ਦੀ ਸੰਗਤ ਕਰਨੀ ਚਾਹੀਦੀ ਹੈ, ਜਿਹੜੇ ਕ੍ਰਿਸ਼ਨ ਭਾਵਨਾ ਭਾਵਿਤ ਹੁੰਦੇ ਹਨ । ਉਸਨੂੰ ਅਜਿਹਾ ਸਮਾਜ ਭਾਲਣਾ ਚਾਹੀਦਾ ਹੈ, ਜਿਹੜਾ ਕ੍ਰਿਸ਼ਨ ਭਾਵਨਾ ਅੰਮ੍ਰਿਤ ਪ੍ਰਤੀ ਸਮਰਪਿਤ ਹੋਵੇ ਅਤੇ ਉਸਨੂੰ ਭਗਤੀ ਕਰਨੀ ਸਿੱਖਣੀ ਚਾਹੀਦੀ ਹੈ । ਇੰਞ ਉਹ ਸੰਸਾਰ ਪ੍ਰਤੀ ਆਪਣੀ ਆਸਕਤੀ (ਮੋਹ) ਛੱਡ ਸਕਦਾ ਹੈ । ਜੇ ਕੋਈ ਕੇਵਲ ਗੇਰੂਏ ਕਪੜੇ ਪਾਉਣ ਨਾਲ ਭੌਤਿਕ ਸੰਸਾਰ ਦੇ ਮੋਹ ਤੋਂ ਛੁੱਟ ਜਾਵੇਗਾ, ਅਜਿਹਾ ਸੰਭਵ ਨਹੀਂ ਹੈ । ਉਸਨੂੰ ਭਗਵਤ ਭਗਤੀ ਪ੍ਰਤੀ ਆਸਕਤ ਹੋਣਾ ਪਵੇਗਾ । ਇਸ ਲਈ ਮਨੁੱਖ ਨੂੰ ਚਾਹੀਦਾ ਹੈ ਕਿ ਗੰਭੀਰਤਾ ਨਾਲ ਸਮਝੇ, ਕਿ ਬਾਰ੍ਹਵੇਂ ਅਧਿਆਇ ਵਿਚ

ਭਗਤੀ ਦਾ ਜਿਸ ਤਰ੍ਹਾਂ ਦਾ ਵਰਣਨ ਹੈ, ਉਹੀ ਅਸਲ ਰੂਪ ਦੇ ਇਸ ਝੂਠੇ ਪ੍ਰਗਟਾਵੇ ਤੋਂ ਬਾਹਰ ਨਿਕਲਣ ਦਾ ਸਿਰਫ਼ ਇੱਕੋ ਤਰੀਕਾ ਹੈ । ਚੌਦ੍ਹਵੇਂ ਅਧਿਆਇ ਵਿਚ ਦੱਸਿਆ ਗਿਆ ਹੈ ਕਿ ਪ੍ਰਕਿਰਤੀ ਦੇ ਪ੍ਰਭਾਵ ਰਾਹੀਂ ਸਾਰੀਆਂ ਵਿਧੀਆਂ ਦੂਸ਼ਤ ਹੋ ਜਾਂਦੀਆਂ ਹਨ, ਸਿਰਫ਼ ਭਗਤੀ ਹੀ ਸ਼ੁੱਧ ਰੂਪ ਨਾਲ ਅਲੌਕਿਕ ਹੈ ।

ਇੱਥੇ **ਪਰਮਮ੍ ਮਮ** ਸ਼ਬਦ ਬਹੁਤ ਮਹੱਤਵਪੂਰਨ ਹਨ । ਅਸਲ ਵਿਚ ਸੰਸਾਰ ਦਾ ਹਰ ਕੋਨਾ ਭਗਵਾਨ ਦੀ ਸੰਪਤੀ ਹੈ, ਪਰ ਅਲੌਕਿਕ ਸੰਸਾਰ ਉੱਤਮ ਹੈ ਅਤੇ ਛੇ ਵਿਭੂਤੀਆਂ ਨਾਲ ਪੂਰਨ ਹੈ । ਕਠੋਪਨਿਸ਼ਦ੍ (2-2-15) ਵਿਚ ਵੀ ਇਸਦੀ ਪੁਸ਼ਟੀ ਕੀਤੀ ਗਈ ਹੈ, ਕਿ ਅਲੌਕਿਕ ਸੰਸਾਰ ਵਿਚ ਸੂਰਜ ਦਾ ਪ੍ਰਕਾਸ਼, ਚੰਨ ਦੇ ਪ੍ਰਕਾਸ਼ ਜਾਂ ਤਾਰਿਆਂ ਦੀ ਕੋਈ ਲੋੜ ਨਹੀਂ ਹੈ, ਕਿਉਂਕਿ ਸਾਰੇ ਚਿੰਨਮਯ ਆਕਾਸ਼ (ਅਧਿਆਤਮਕ ਜਗਤ) ਭਗਵਾਨ ਦੀ ਅੰਦਰੂਨੀ ਤਾਕਤ ਨਾਲ ਚਮਕਦੇ ਹਨ । ਉਸ ਪਰਮ ਧਾਮ ਤਕ ਸਿਰਫ਼ ਸ਼ਰਨੀ ਆ ਕੇ ਹੀ ਅਪੜਿਆ ਜਾ ਸਕਦਾ ਹੈ, ਹੋਰ ਕਿਸੇ ਸਾਧਨ ਨਾਲ ਨਹੀਂ ।

ममैवांशो जीवलोके जीवभूत: सनातन:।
मन:षष्ठानीन्द्रियाणि प्रकृतिस्थानि कर्षति॥७॥

ਮਮੈਵਾਂਸ਼ੋ ਜੀਵ ਲੋਕੇ ਜੀਵ-ਭੂਤਹ੍ ਸਨਾਤਨਹ੍ ।
ਮਨਹ੍-ਸ਼ਸ਼ਠਾਨੀ ਇੰਦ੍ਰਿਯਾਣਿ ਪ੍ਰਕ੍ਰਿਤਿ ਸ੍ਥਾਨਿ ਕਰ੍ਸ਼ਤਿ ॥ 7 ॥

ਮਮ-ਮੇਰਾ ; **ਏਵ**-ਨਿਸ਼ਚੈ ਹੀ ; **ਅੰਸ਼ਹ੍**-ਸੂਖਮ ਕਿਣਕਾ ; **ਜੀਵ-ਲੋਕ**-ਬੱਧ ਜੀਵਨ ਦੇ ਸੰਸਾਰ ਵਿਚ ; **ਜੀਵ-ਭੂਤਹ੍**-ਬੱਧ ਜੀਵ ;**ਸਨਾਤਨਹ੍**-ਸ਼ਾਸ਼ਵਤ ; **ਮਨਹ੍**-ਮਨ ; **ਸ਼ਸ਼ਠਾਨਿ**-ਛੇ ; **ਇੰਦ੍ਰਿਯਾਣਿ**-ਇੰਦਰੀਆਂ ਸਮੇਤ ; **ਪ੍ਰਕ੍ਰਿਤਿ**-ਪ੍ਰਕ੍ਰਿਤੀ ਵਿਚ ; **ਸ੍ਥਾਨਿ**-ਸਥਿਤ ; **ਕਰ੍ਸ਼ਤਿ**-ਸੰਘਰਸ਼ ਕਰਦਾ ਹੈ ।

ਅਨੁਵਾਦ

ਇਸ ਬੱਧ (ਸਥਿਤ) ਸੰਸਾਰ ਵਿਚ ਸਾਰੇ ਜੀਵ ਮੇਰੇ ਸ਼ਾਸਵਤ (ਅਨੰਤ) ਅੰਸ਼ ਹਨ । ਬੱਧ ਜੀਵਨ ਦੇ ਕਾਰਣ ਉਹ ਛੇ ਇੰਦਰੀਆਂ ਨਾਲ ਕਰੜਾ ਸੰਘਰਸ਼ ਕਰ ਰਹੇ ਹਨ, ਜਿਨ੍ਹਾਂ ਵਿਚ ਮਨ ਵੀ ਸ਼ਾਮਿਲ ਹੈ ।

ਭਾਵ

ਇਸ ਸ਼ਲੋਕ ਵਿਚ ਜੀਵ ਦਾ ਸਰੂਪ ਸਪਸ਼ਟ ਹੈ । ਜੀਵ ਪਰਮੇਸ਼ਵਰ ਦਾ ਸਨਾਤਨ ਅਤੇ ਅਣਖਿੱਤੜਵਾਂ ਸੂਖਮ ਅੰਸ਼ ਹੈ । ਅਜਿਹਾ ਨਹੀਂ ਕਿ ਬੱਧ ਜੀਵਨ ਵਿਚ ਉਹ ਇਹ ਵਿਅਕਤੀਤੱਵ ਧਾਰਨ ਕਰਦਾ ਹੈ ਅਤੇ ਮੁਕਤ ਅਵਸਥਾ ਵਿਚ ਉਹ ਪਰਮੇਸ਼ਵਰ ਨਾਲ

ਇੱਕ-ਮਿੱਕ ਹੋ ਜਾਂਦਾ ਹੈ। ਉਹ ਸਨਾਤਨ ਅੰਸ਼ ਰੂਪ ਹੈ। ਇੱਥੇ ਸਪਸ਼ਟ ਤੌਰ ਤੇ ਸਨਾਤਨ ਕਿਹਾ ਗਿਆ ਹੈ। ਵੇਦ ਦੇ ਵਾਕ ਮੁਤਾਬਿਕ ਪਰਮੇਸ਼ਵਰ ਆਪਣੇ ਆਪ ਨੂੰ ਅਣਗਿਣਤ ਰੂਪਾਂ ਵਿਚ ਪ੍ਰਗਟ ਕਰਕੇ ਵਿਸਥਾਰ ਕਰਦੇ ਹਨ, ਜਿਨ੍ਹਾਂ ਵਿੱਚੋਂ ਮੁੱਖ ਵਿਸਥਾਰ ਅੰਸ਼ ਵਿਸ਼ਨੂੰ ਤੱਤ ਕਹਾਉਂਦੇ ਹਨ ਅਤੇ ਗੌਣ ਵਿਸਥਾਰ ਅੰਸ਼ ਜੀਵ ਕਹਾਉਂਦੇ ਹਨ। ਦੂਜੇ ਸ਼ਬਦਾਂ ਵਿਚ ਵਿਸ਼ਨੂੰ ਤੱਤ, ਨਿਜੀ ਵਿਸਥਾਰ (ਸਵਾਂਸ਼) ਹਨ ਅਤੇ ਜੀਵ ਵੱਖੋ-ਵੱਖਰੇ ਅੰਸ਼ ਹਨ। ਆਪਣੇ ਸਵਾਂਸ਼ (ਨਿਜੀ ਵਿਸਥਾਰ) ਰਾਹੀਂ, ਉਹ ਭਗਵਾਨ ਰਾਮ, ਨਰਸਿੰਘ ਦੇਵ, ਵਿਸ਼ਨੂੰ ਮੂਰਤੀ ਅਤੇ ਬੈਕੁੰਠ ਲੋਕ ਦੇ ਪ੍ਰਧਾਨ ਦੇਵਾਂ ਦੇ ਰੂਪ ਵਿਚ ਪ੍ਰਗਟ ਹੁੰਦੇ ਹਨ। ਵੱਖੋ-ਵੱਖਰੇ ਅੰਸ਼ ਭਾਵ ਜੀਵ, ਸਨਾਤਨ ਸੇਵਕ ਹੁੰਦੇ ਹਨ। ਭਗਵਾਨ ਦੇ ਸਵਾਂਸ਼ (ਨਿਜੀ ਵਿਸਥਾਰ) ਹਮੇਸ਼ਾਂ ਹਾਜ਼ਰ ਰਹਿੰਦੇ ਹਨ। ਇੰਝ ਹੀ ਜੀਵਾਂ ਦੀ ਵੱਖੋ-ਵੱਖਰੇ ਅੰਸ਼ਾਂ ਦੇ ਰੂਪ ਵਿਚ ਸਨਾਤਨ ਪਹਿਚਾਣ ਬਣੀ ਰਹਿੰਦੀ ਹੈ, ਪਰਮੇਸ਼ਵਰ ਦੇ ਵੱਖੋ-ਵੱਖਰੇ ਅੰਸ਼ ਹੋਣ ਕਰਕੇ ਜੀਵਾਂ ਵਿਚ ਵੀ ਉਨ੍ਹਾਂ ਦੇ ਅੰਸ਼ਿਕ ਗੁਣ ਪਾਏ ਜਾਂਦੇ ਹਨ, ਜਿਨ੍ਹਾਂ ਵਿਚੋਂ ਸੁਤੰਤਰਤਾ ਇੱਕ ਹੈ, ਹਰ ਜੀਵ ਦਾ, ਵਿਅਕਤੀਗਤ ਆਤਮਾ ਰੂਪ ਵਿਚ, ਆਪਣਾ ਵਿਅਕਤੀਤੱਵ ਹੁੰਦਾ ਹੈ ਅਤੇ ਇਸਨੂੰ ਸੂਖਮ ਸੁਤੰਤਰਤਾ ਹੁੰਦੀ ਹੈ। ਇਸੇ ਸੁਤੰਤਰਤਾ ਦੀ ਦੁਰਵਰਤੋਂ ਨਾਲ ਜੀਵ ਬੱਧ ਅਵਸਥਾ ਨੂੰ ਪ੍ਰਾਪਤ ਕਰਦਾ ਹੈ ਅਤੇ ਉਸਦੀ ਸਹੀ ਵਰਤੋਂ ਨਾਲ ਉਹ ਮੁਕਤ ਬਣਦਾ ਹੈ, ਦੋਵਾਂ ਹੀ ਹਾਲਤਾਂ ਵਿਚ ਉਹ ਗੁਣ ਵਿਚ ਪਰਮ ਭਗਵਾਨ ਵਾਂਗ ਹੀ ਸਨਾਤਨ ਹੁੰਦਾ ਹੈ। ਮੁਕਤ ਅਵਸਥਾ ਵਿਚ ਉਹ ਇਸ ਭੌਤਿਕ ਅਵਸਥਾ ਤੋਂ ਮੁਕਤ ਰਹਿੰਦਾ ਹੈ ਅਤੇ ਭਗਵਾਨ ਦੀ ਅਲੌਕਿਕ ਸੇਵਾ ਵਿਚ ਲੱਗਿਆ ਰਹਿੰਦਾ ਹੈ। ਬੱਧ ਜੀਵਨ ਵਿਚ ਪ੍ਰਕਿਰਤੀ ਦੇ ਗੁਣਾਂ ਰਾਹੀਂ ਮਿਲਕੇ ਉਹ ਭਗਵਾਨ ਦੀ ਅਲੌਕਿਕ ਪ੍ਰੇਮ ਭਗਤੀ ਨੂੰ ਭੁੱਲ ਜਾਂਦਾ ਹੈ। ਸਿੱਟੇ ਵੱਜੋਂ ਉਸਨੂੰ ਆਪਣੀ ਹੋਂਦ ਬਰਕਰਾਰ ਰੱਖਣ ਲਈ ਇਸ ਸੰਸਾਰ ਵਿਚ ਬਹੁਤ ਸੰਘਰਸ਼ ਕਰਨਾ ਪੈਂਦਾ ਹੈ।

ਨਾ ਸਿਰਫ਼ ਮਨੁੱਖ ਅਤੇ ਕੁੱਤੇ ਬਿੱਲੀਆਂ ਵਰਗੇ ਜੀਵ, ਸਗੋਂ ਇਸ ਭੌਤਿਕ ਸੰਸਾਰ ਦੇ ਵੱਡੇ-ਵੱਡੇ ਨਿਯੰਤਰਕ - ਜਿਵੇਂ ਬ੍ਰਹਮਾ, ਸ਼ਿਵ, ਅਤੇ ਵਿਸ਼ਨੂੰ ਤਕ ਪਰਮੇਸ਼ਵਰ ਦੇ ਅੰਸ਼ ਹਨ। ਇਹ ਸਾਰੇ ਸਨਾਤਨ ਪ੍ਰਗਟਾਵੇ ਹਨ, ਅਸਥਾਈ ਨਹੀਂ। **ਕਰ੍ਸ਼ਤਿ** (ਸ਼ੰਘਰਸ਼ ਕਰਨਾ) ਸ਼ਬਦ ਬਹੁਤ ਸਾਰਥਕ ਹੈ। ਬੱਧ ਜੀਵ, ਜਿਵੇਂ ਲੋਹੇ ਦੀਆਂ ਸਲਾਖਾਂ ਨਾਲ ਬੰਨ੍ਹਿਆ ਹੋਵੇ। ਉਹ ਝੂਠੇ ਹਉਮੈ ਵਿਚ ਬੰਨ੍ਹਿਆ ਰਹਿੰਦਾ ਹੈ ਅਤੇ ਇਸਦਾ ਮਨ, ਮੁੱਖ ਕਾਰਨ ਹੈ, ਜਿਹੜਾ ਉਸਨੂੰ ਇਸ ਭਵਸਾਗਰ ਵੱਲ ਧੱਕਦਾ ਹੈ। ਜਦੋਂ ਮਨ ਸਤੋਗੁਣ ਵਿਚ ਰਹਿੰਦਾ ਹੈ, ਤਾਂ ਉਸਦੇ ਕੰਮ-ਕਾਰ ਚੰਗੇ ਹੁੰਦੇ ਹਨ। ਜਦੋਂ ਰਜੋਗੁਣ ਵਿਚ ਰਹਿੰਦਾ ਹੈ ਤਾਂ ਉਸਦੇ ਕੰਮ-ਕਾਰ ਕਸ਼ਟਦਾਇਕ ਹੁੰਦੇ ਹਨ ਅਤੇ ਜਦੋਂ ਉਹ ਤਮੋ ਗੁਣ ਵਿਚ ਹੁੰਦਾ ਹੈ ਤਾਂ ਉਹ ਜੀਵਨ ਦੀਆਂ ਹੇਠਲੀਆਂ ਜੂਨੀਆਂ ਵਿਚ ਚਲਿਆ ਜਾਂਦਾ ਹੈ। ਪਰ ਇਸ ਸ਼ਲੋਕ ਤੋਂ ਇਹ ਸਪਸ਼ਟ ਹੈ ਕਿ ਬੱਧਜੀਵ ਮਨ ਅਤੇ ਇੰਦਰੀਆਂ ਸਮੇਤ ਭੌਤਿਕ ਸ਼ਰੀਰ ਦੇ ਪ੍ਰਭਾਵ

ਹੇਠ ਹੈ ਅਤੇ ਜਦੋਂ ਉਹ ਮੁਕਤ ਹੋ ਜਾਂਦਾ ਹੈ, ਤਾਂ ਇਹ ਭੌਤਿਕ ਪਰਦਾ ਨਸ਼ਟ ਹੋ ਜਾਂਦਾ ਹੈ, ਪਰ ਉਸਦਾ ਅਧਿਆਤਮਕ ਸ਼ਰੀਰ ਆਪਣੇ ਵਿਅਕਤੀਗਤ ਰੂਪ ਵਿਚ ਪ੍ਰਗਟ ਹੁੰਦਾ ਹੈ। ਮਾਧ੍ਯੰਦਿਨਾਯਨ ਸ਼ਰੁਤੀ ਵਿਚ ਇਹ ਸੂਚਨਾ ਮਿਲਦੀ ਹੈ -

ਸ ਵਾ ਏਸ਼ ਬ੍ਰਹ੍ਮ ਨਿਸ਼੍ਠ ਇਦਮ੍ ਸ਼ਰੀਰਮ੍ ਮਰ੍ਤ੍ਯਮ੍ ਅਤਿਸ੍ਰਿਜ੍ਯ ਬ੍ਰਹ੍ਮਾਭਿਸਮ੍ਪਦ੍ਯ ਬ੍ਰਹ੍ਮਣਾ ਪਸ਼੍ਯਤਿ ਬ੍ਰਹ੍ਮਣਾ ਸ਼ਿਰਨੋਤਿ ਬ੍ਰਹ੍ਮਣੈਵੇਦਮ੍ ਸਰ੍ਵਮ੍ ਅਨੁਭਵਤਿ ॥

ਇੱਥੇ ਇਹ ਦੱਸਿਆ ਗਿਆ ਹੈ ਕਿ ਜਦੋਂ ਜੀਵ ਆਪਣੇ ਇਸ ਭੌਤਿਕ ਦੇਹ ਨੂੰ ਤਿਆਗਦਾ ਹੈ ਅਤੇ ਅਧਿਆਤਮਕ ਸੰਸਾਰ ਵਿਚ ਪ੍ਰਵੇਸ਼ ਕਰਦਾ ਹੈ ਤਾਂ ਉਸ ਨੂੰ ਫਿਰ ਅਧਿਆਤਮਕ ਸ਼ਰੀਰ ਪ੍ਰਾਪਤ ਹੁੰਦਾ ਹੈ। ਜਿਸ ਨਾਲ ਉਹ ਭਗਵਾਨ ਨੂੰ ਆਪਣੇ ਸਾਹਮਣੇ ਦੇਖ ਸਕਦਾ ਹੈ। ਉਹ ਉਨ੍ਹਾਂ ਦੇ ਆਹਮਣੇ-ਸਾਹਮਣੇ ਬੋਲ ਸਕਦਾ ਹੈ ਅਤੇ ਸੁਣ ਸਕਦਾ ਹੈ ਅਤੇ ਜਿਸ ਰੂਪ ਵਿਚ ਭਗਵਾਨ ਹਨ, ਉਨ੍ਹਾਂ ਨੂੰ ਸਮਝ ਸਕਦਾ ਹੈ। ਸਮਰਿਤੀ ਤੋਂ ਇਹ ਵੀ ਪਤਾ ਲਗਦਾ ਹੈ - **ਵਸੰਤਿ ਯਤ੍ਰ ਪੁਰੁਸ਼ਾਹ੍ ਸਰ੍ਵੇ ਵੈਕੁੰਠ ਮੂਰ੍ਤਯਹ੍** - ਅਧਿਆਤਮਕ ਜਗਤ ਵਿਚ ਸਾਰੇ ਜੀਵ ਭਗਵਾਨ ਵਰਗੇ ਸ਼ਰੀਰਾਂ ਵਿਚ ਰਹਿੰਦੇ ਹਨ। ਜਿੱਥੋਂ ਤਕ ਸ਼ਰੀਰ ਦੀ ਬਣਾਵਟ ਦਾ ਸਵਾਲ ਹੈ, ਅੰਸ਼ ਰੂਪ ਜੀਵਾਂ ਅਤੇ ਵਿਸ਼ਨੂੰ ਮੂਰਤੀ ਦੇ ਵਿਸਥਾਰਾਂ (ਅੰਸ਼ਾਂ) ਵਿਚ ਕੋਈ ਫਰਕ ਨਹੀਂ ਹੁੰਦਾ। ਦੂਜੇ ਸ਼ਬਦਾਂ ਵਿਚ ਭਗਵਾਨ ਦੀ ਕਿਰਪਾ ਨਾਲ ਜੀਵ ਦੇ ਮੁਕਤ ਹੋਣ ਤੇ ਅਧਿਆਤਮਕ ਸ਼ਰੀਰ ਪ੍ਰਾਪਤ ਹੁੰਦਾ ਹੈ।

ਮਮੈਵਾਂਸ਼ਹ੍ ਸ਼ਬਦ ਵੀ ਬਹੁਤ ਸਾਰਥਕ ਹੈ। ਜਿਸਦਾ ਅਰਥ ਹੈ ਭਗਵਾਨ ਦੇ ਅੰਸ਼। ਭਗਵਾਨ ਦਾ ਅੰਸ਼ ਅਜਿਹਾ ਨਹੀਂ ਹੁੰਦਾ, ਜਿਵੇਂ ਕਿਸੇ ਪਦਾਰਥ ਦਾ ਟੁੱਟਿਆ ਟੁਕੜਾ (ਅੰਸ਼) ਅਸੀਂ ਦੂਜੇ ਅਧਿਆਇ ਵਿਚ ਸਮਝ ਚੁੱਕੇ ਹਾਂ ਕਿ ਆਤਮਾ ਦੇ ਟੁਕੜੇ ਨਹੀਂ ਕੀਤੇ ਜਾ ਸਕਦੇ। ਇਸ ਟੁਕੜੇ ਦੀ ਭੌਤਿਕ ਪੱਖੋਂ ਕਲਪਨਾ ਨਹੀਂ ਕੀਤੀ ਜਾ ਸਕਦੀ। ਇਹ ਪਦਾਰਥ ਵਾਂਗ ਨਹੀਂ ਹੈ, ਜਿਸਦੇ ਜਿੰਨੇ ਚਾਹੋ ਟੁਕੜੇ ਕਰ ਲਉ ਅਤੇ ਫਿਰ ਜੋੜ ਲਉ। ਅਜਿਹੀ ਵਿਚਾਰਧਾਰਾ ਇੱਥੇ ਲਾਗੂ ਨਹੀਂ ਹੁੰਦੀ, ਕਿਉਂਕਿ ਸੰਸਕ੍ਰਿਤ ਦੇ ਸਨਾਤਨ ਸ਼ਬਦ ਦੀ ਵਰਤੋਂ ਹੋਈ ਹੈ। ਵੱਖੋ-ਵੱਖਰੇ ਅੰਸ਼ ਸਨਾਤਨ (ਸਦੀਵੀ) ਹਨ। ਦੂਜੇ ਅਧਿਆਇ ਦੇ ਸ਼ੁਰੂ ਵਿਚ ਇਹ ਵੀ ਕਿਹਾ ਗਿਆ ਹੈ ਕਿ ਹਰ ਜੀਵ ਵਿਚ ਭਗਵਾਨ ਦਾ ਅੰਸ਼ ਹਾਜਰ ਹੈ। (ਦੇਹਿਨੋ 'ਸ੍ਮਿਨ੍ ਯਥਾ ਦੇਹੇ) ਉਹ ਅੰਸ਼ ਜਦੋਂ ਸ਼ਰੀਰਕ ਬੰਧਨ ਤੋਂ ਮੁਕਤ ਹੋ ਜਾਂਦਾ ਹੈ ਤਾਂ ਅਧਿਆਤਮਕ ਸੰਸਾਰ (ਚਿੰਨਮਯ ਆਕਾਸ਼) ਵਿਚ ਆਪਣਾ ਆਦਿ ਅਧਿਆਤਮਕ ਸ਼ਰੀਰ ਪ੍ਰਾਪਤ ਕਰ ਲੈਂਦਾ ਹੈ, ਜਿਸ ਨਾਲ ਉਹ ਭਗਵਾਨ ਦੀ ਸੰਗਤ ਦਾ ਲਾਭ ਉਠਾਉਂਦਾ ਹੈ। ਪਰ ਅਜਿਹਾ ਸਮਝਿਆ ਜਾਂਦਾ ਹੈ ਕਿ ਜੀਵ ਭਗਵਾਨ ਦਾ ਅੰਸ਼ ਹੋਣ ਕਰਕੇ ਗੁਣਾਤਮਕ ਦ੍ਰਿਸ਼ਟੀ ਤੋਂ ਭਗਵਾਨ ਦੇ ਹੀ ਬਰਾਬਰ ਹੈ, ਜਿਵੇਂ ਸੋਨੇ ਦੇ ਅੰਸ਼ ਵੀ ਸੋਨੇ ਵਰਗੇ ਹੁੰਦੇ ਹਨ।

शरीरं यदवाप्नोति यच्चाप्युत्क्रामतीश्वरः।
गृहीत्वैतानि संयाति वायुर्गन्धानिवाशयात् ॥८॥

ਸ਼ਰੀਰਮ੍ ਯਦ੍ ਅਵਾਪਨੋਤਿ ਯਚ੍ ਚਾਪਿ ਉਤ੍ਕ੍ਰਾਮਤੀਸ਼੍ਵਰਹ੍ ।
ਗ੍ਰਿਹੀਤ੍ਵੈਤਾਨਿ ਸੰਯਾਤਿ ਵਾਯੁਰ ਗੰਧਾਨ੍ ਇਵਾਸ਼ਯਾਤ੍ ॥ 8 ॥

ਸ਼ਰੀਰਮ੍-ਸ਼ਰੀਰ ਨੂੰ ; **ਯਤ੍**-ਜਿਸ ; **ਅਵਾਪ੍ਨੋਤਿ**-ਪ੍ਰਾਪਤ ਕਰਦਾ ਹੈ ; **ਯਤ੍**-ਜਿਸ ; **ਚ**-ਅਤੇ ; **ਅਪਿ੍**-ਵੀ ; **ਉਤ੍ਕ੍ਰਾਮਤਿ**-ਤਿਆਗਦਾ ਹੈ ; **ਈਸ਼੍ਵਰਹ੍**-ਸ਼ਰੀਰ ਦਾ ਮਾਲਕ ; **ਗ੍ਰਿਹੀਤ੍ਵਾ**-ਗ੍ਰਹਿਣ ਕਰਕੇ ; **ਏਤਾਨਿ**-ਇਨ੍ਹਾਂ ਸਭਨਾਂ ਨੂੰ ; **ਸੰਯਾਤਿ**-ਚਲਾਉਂਦਾ ਹੈ; **ਵਾਯੁਹ੍**-ਹਵਾ ; **ਗੰਧਾਨ੍**-ਮਹਿਕ ਨੂੰ ; **ਇਵ**-ਬਰਾਬਰ ; **ਆਸ਼ਯਾਤ੍**-ਸ੍ਰੋਤ (ਮੂਲ ਕਾਰਨ, ਨਾਲ ।

ਅਨੁਵਾਦ

ਇਸ ਸੰਸਾਰ ਵਿਚ ਜੀਵ ਆਪਣੀ ਦੇਹਾਤਮ ਬੁੱਧੀ ਨੂੰ ਇੱਕ ਸ਼ਰੀਰ ਤੋਂ ਦੂਜੇ ਵਿਚ, ਉਸੇ ਤਰ੍ਹਾਂ ਲੈ ਜਾਂਦਾ ਹੈ, ਜਿਵੇਂ ਹਵਾ ਸੁਗੰਧ ਨੂੰ ਲੈ ਜਾਂਦੀ ਹੈ । ਇੰਝ ਉਹ ਇੱਕ ਸ਼ਰੀਰ ਧਾਰਣ ਕਰਦਾ ਹੈ ਅਤੇ ਫਿਰ ਇਸਨੂੰ ਤਿਆਗ ਕੇ ਦੂਜਾ ਸ਼ਰੀਰ ਧਾਰਣ ਕਰਦਾ ਹੈ ।

ਭਾਵ

ਇੱਥੇ ਜੀਵ ਨੂੰ ਈਸ਼ਵਰ ਅਰਥਾਤ ਆਪਣੇ ਸ਼ਰੀਰ ਦਾ ਨਿਯੰਤਰਕ ਕਿਹਾ ਜਾਂਦਾ ਹੈ । ਜੇ ਉਹ ਚਾਹੇ ਤਾਂ ਆਪਣੇ ਸ਼ਰੀਰ ਨੂੰ ਤਿਆਗ ਕੇ ਉਚੇਰੀ ਜੂਨੀ ਵਿਚ ਜਾ ਸਕਦਾ ਹੈ ਅਤੇ ਚਾਹੇ ਤਾਂ ਹੇਠਲੀ ਜੂਨੀ ਵਿਚ ਜਾ ਸਕਦਾ ਹੈ । ਇਸ ਬਾਰੇ ਉਸਨੂੰ ਥੋੜ੍ਹੀ ਜਿਹੀ ਸੁਤੰਤਰਤਾ ਪ੍ਰਾਪਤ ਹੈ । ਸ਼ਰੀਰ ਵਿਚ ਜਿਹੜਾ ਪਰਿਵਰਤਨ ਹੁੰਦਾ ਹੈ, ਉਹ ਉਸਤੇ ਨਿਰਭਰ ਕਰਦਾ ਹੈ । ਮੌਤ ਵੇਲੇ ਉਹ ਜਿਸ ਤਰ੍ਹਾਂ ਦੀ ਚੇਤਨਾ ਬਣਾਏ ਰੱਖਦਾ ਹੈ, ਉਹ ਹੀ ਉਸਨੂੰ ਦੂਜੇ ਸ਼ਰੀਰ ਤਕ ਲੈ ਜਾਂਦੀ ਹੈ । ਜੇ ਉਹ ਕੁੱਤੇ ਜਾਂ ਬਿੱਲੀ ਵਰਗੀ ਚੇਤਨਾ ਬਣਾਉਂਦਾ ਹੈ ਤਾਂ ਉਸਨੂੰ ਕੁੱਤੇ ਜਾਂ ਬਿੱਲੀ ਦਾ ਸ਼ਰੀਰ ਪ੍ਰਾਪਤ ਹੁੰਦਾ ਹੈ । ਜੇ ਉਹ ਆਪਣੀ ਚੇਤਨਾ ਦੈਵੀ ਗੁਣਾਂ ਵਿਚ ਸਥਿਤ ਕਰਦਾ ਹੈ, ਤਾਂ ਉਸਨੂੰ ਦੇਵਤਾ ਦਾ ਸਰੂਪ ਪ੍ਰਾਪਤ ਹੁੰਦਾ ਹੈ । ਅਤੇ ਜੇਕਰ ਉਹ ਕ੍ਰਿਸ਼ਨ ਭਾਵਨਾ ਵਿਚ ਹੁੰਦਾ ਹੈ ਤਾਂ ਉਹ ਅਧਿਆਤਮਕ ਜਗਤ ਵਿਚ ਕ੍ਰਿਸ਼ਨ ਲੋਕ ਨੂੰ ਜਾਂਦਾ ਹੈ, ਜਿੱਥੇ ਉਸਦਾ ਮੇਲ ਕ੍ਰਿਸ਼ਨ ਨਾਲ ਹੁੰਦਾ ਹੈ । ਇਹ ਦਾਅਵਾ ਝੂਠਾ ਹੈ ਕਿ ਇਸ ਸ਼ਰੀਰ ਦੇ ਨਸ਼ਟ ਹੋਣ ਤੇ ਸਭ ਕੁਝ ਸਮਾਪਤ ਹੋ ਜਾਂਦਾ ਹੈ । ਆਤਮਾ ਇੱਕ ਸ਼ਰੀਰ ਤੋਂ ਦੂਜੇ ਸ਼ਰੀਰ ਵਿਚ ਚਲੀ ਜਾਂਦੀ ਹੈ ਅਤੇ ਵਰਤਮਾਨ ਸ਼ਰੀਰ ਅਤੇ ਵਰਤਮਾਨ ਕੰਮ-ਕਾਰ ਹੀ ਅਗਲੇ ਸ਼ਰੀਰ ਦਾ ਅਧਾਰ ਬਣਦੇ ਹਨ । ਕਰਮ ਮੁਤਾਬਿਕ ਵੱਖੋ-ਵੱਖਰੇ ਸ਼ਰੀਰ ਪ੍ਰਾਪਤ ਹੁੰਦੇ ਹਨ

ਅਤੇ ਸਮਾਂ ਆਉਣ ਤੇ ਇਹ ਸ਼ਰੀਰ ਤਿਆਗਣਾ ਹੁੰਦਾ ਹੈ। ਇੱਥੇ ਇਹ ਕਿਹਾ ਗਿਆ ਹੈ ਕਿ ਸੂਖਮ ਸ਼ਰੀਰ ਜੋ ਅਗਲੇ ਸ਼ਰੀਰ ਦਾ ਬੀਜ ਬਣਦਾ ਹੈ, ਅਗਲੇ ਜੀਵਨ ਵਿਚ ਦੂਜੇ ਸ਼ਰੀਰ ਦੀ ਸਿਰਜਣਾ ਕਰਦਾ ਹੈ। ਇੱਕ ਸ਼ਰੀਰ ਤੋਂ ਦੂਜੇ ਸ਼ਰੀਰ ਵਿਚ ਜਾਣ ਦੀ ਪ੍ਰਕਿਰਿਆ ਅਤੇ ਸ਼ਰੀਰ ਵਿਚ ਰਹਿੰਦੇ ਹੋਏ ਸੰਘਰਸ਼ ਕਰਨ ਨੂੰ **ਕਰਸ਼ਤਿ** ਭਾਵ ਹੋਂਦ ਸੰਘਰਸ਼ ਕਹਿੰਦੇ ਹਨ।

श्रोत्रं चक्षुः स्पर्शनं च रसनं घ्राणमेव च।
अधिष्ठाय मनश्चायं विषयानुपसेवते ॥९॥

ਸ਼੍ਰੋਤ੍ਰਮ੍ ਚਕ੍ਸ਼ੁਹ ਸ੍ਪਰ੍ਸ਼ਨਮ੍ ਚ ਰਸਨਮ੍ ਘ੍ਰਾਣਮ ਏਵ ਚ।
ਅਧਿਸ਼੍ਠਾਯ ਮਨਸ਼੍ ਚਾਯਮ੍ ਵਿਸ਼ਯਾਨ੍ ਉਪਸੇਵਤੇ ॥ 9 ॥

ਸ੍ਰੋਤਰਮ੍–ਕੰਨ ; **ਚਕ੍ਸ਼ੁਹ**–ਅੱਖਾਂ ; **ਸਪਰਸ਼ਨਮ੍**–ਸਪਰਸ਼ ; **ਚ**–ਵੀ ; **ਰਸਨਮ੍**–ਜੀਭ ; **ਘ੍ਰਾਣਮ੍**–ਸੁੰਘਣ ਦੀ ਸ਼ਕਤੀ ; **ਏਵ**–ਵੀ ; **ਚ**–ਅਤੇ ; **ਅਧਿਸ਼੍ਠਾਯ**–ਸਥਿਤ ਹੋਕੇ ; **ਮਨਹ੍**–ਮਨ ; **ਚ**–ਵੀ ; **ਅਯਮ੍**–ਇਹ ; **ਵਿਸ਼ਯਾਨ੍**–ਇੰਦਰੀਆਂ ਦੇ ਵਿਸ਼ਿਆਂ ਨੂੰ ; **ਉਪਸੇਵਤੇ**–ਭੋਗ ਕਰਦਾ ਹੈ।

ਅਨੁਵਾਦ

ਇੰਝ ਦੂਜਾ ਸਥੂਲ ਸ਼ਰੀਰ ਧਾਰਨ ਕਰਕੇ, ਜੀਵ ਖ਼ਾਸ ਤਰ੍ਹਾਂ ਦੇ ਕੰਨ, ਅੱਖਾਂ, ਜੀਭ, ਨੱਕ ਅਤੇ ਸਪਰਸ਼ ਇੰਦਰੀ (ਚਮੜੀ) ਪ੍ਰਾਪਤ ਕਰਦਾ ਹੈ, ਜਿਹੜੇ ਮਨ ਦੇ ਆਲੇ-ਦੁਆਲੇ ਇੱਕ ਸਮੂਹ ਬਣਾਂਦੇ ਹਨ। ਇੰਝ ਉਹ ਇੰਦਰੀਆਂ ਦੇ ਵਿਸ਼ਿਆਂ ਦੇ ਇੱਕ ਖ਼ਾਸ ਸਮੂਹ ਦਾ ਭੋਗ ਕਰਦਾ ਹੈ।

ਭਾਵ

ਦੂਜੇ ਸ਼ਬਦਾਂ ਵਿਚ, ਜੇ ਜੀਵ ਆਪਣੀ ਚੇਤਨਾ ਨੂੰ ਕੁੱਤੇ ਬਿੱਲੀਆਂ ਦੇ ਗੁਣਾਂ ਵਰਗਾ ਬਣਾ ਦਿੰਦਾ ਹੈ, ਤਾਂ ਉਸਨੂੰ ਅਗਲੇ ਜਨਮ ਵਿਚ ਕੁੱਤੇ ਜਾਂ ਬਿੱਲੀ ਦਾ ਸ਼ਰੀਰ ਪ੍ਰਾਪਤ ਹੁੰਦਾ ਹੈ, ਜਿਸਨੂੰ ਉਹ ਭੋਗਦਾ ਹੈ। ਚੇਤਨਾ ਮੂਲ ਰੂਪ ਵਿਚ ਪਾਣੀ ਵਰਗੀ ਸਾਫ਼ ਹੁੰਦੀ ਹੈ, ਪਰ ਜੇਕਰ ਅਸੀਂ ਪਾਣੀ ਵਿਚ ਰੰਗ ਮਿਲਾ ਦਿੰਦੇ ਹਾਂ ਤਾਂ ਉਸਦਾ ਰੰਗ ਬਦਲ ਜਾਂਦਾ ਹੈ। ਇੰਝ ਹੀ ਚੇਤਨਾ ਵੀ ਸ਼ੁੱਧ ਹੈ, ਕਿਉਂਕਿ ਆਤਮਾ ਸ਼ੁੱਧ ਹੈ, ਪਰ ਭੌਤਿਕ ਗੁਣਾਂ ਦੀ ਸੰਗਤੀ ਮੁਤਾਬਿਕ ਚੇਤਨਾ ਬਦਲਦੀ ਜਾਂਦੀ ਹੈ। ਅਸਲ ਚੇਤਨਾ ਤਾਂ ਕ੍ਰਿਸ਼ਨ ਭਾਵਨਾ ਹੈ, ਇਸ ਲਈ ਜਦੋਂ ਕੋਈ ਕ੍ਰਿਸ਼ਨ ਭਾਵਨਾ ਵਿਚ ਸਥਿਤ ਹੁੰਦਾ ਹੈ ਤਾਂ ਉਹ ਸ਼ੁੱਧ ਜੀਵਨ ਬਿਤਾਉਂਦਾ ਹੈ। ਪਰ ਜੇ ਉਸਦੀ ਚੇਤਨਾ ਕਿਸੇ ਭੌਤਿਕ ਪ੍ਰਵ੍ਰਿਤੀ ਨਾਲ ਮਿਸ਼ਰਤ ਹੋ ਜਾਂਦੀ ਹੈ ਤਾਂ ਅਗਲੇ ਜੀਵਨ ਵਿਚ ਉਸਨੂੰ ਉਸੇ ਤਰ੍ਹਾਂ ਦਾ ਸ਼ਰੀਰ ਮਿਲਦਾ ਹੈ। ਇਹ ਜ਼ਰੂਰੀ ਨਹੀਂ ਕਿ ਉਸਨੂੰ ਫਿਰ

ਮਨੁੱਖੀ ਸ਼ਰੀਰ ਮਿਲੇ - ਉਹ ਕੁੱਤਾ, ਬਿੱਲੀ, ਸੂਅਰ, ਦੇਵਤਾ ਜਾਂ ਚੁਰਾਸੀ ਲੱਖ ਜੂਨੀਆਂ ਵਿਚੋਂ ਕੋਈ ਵੀ ਰੂਪ ਪ੍ਰਾਪਤ ਕਰ ਸਕਦਾ ਹੈ।

उत्क्रामन्तं स्थितं वाऽपि भुञ्जानं वा गुणान्वितम्।
विमूढा नानुपश्यन्ति पश्यन्ति ज्ञानचक्षुषः ॥१०॥

ਉਤ੍ਕ੍ਰਾਮੰਤਮ੍ ਸ੍ਥਿਤਮ੍ ਵਾਪਿ ਭੁੰਜਾਨਮ੍ ਵਾ ਗੁਣਾਂਵਿਤਮ੍ ।
ਵਿਮੂਢਾ ਨਾਨੁਪਸ਼ਯੰਤਿ ਪਸ਼ਯੰਤਿ ਗ੍ਯਾਨ ਚਕ੍ਸ਼ੁਸ਼ਹ ॥ 10 ॥

ਉਤ੍ਕ੍ਰਾਮੰਤਮ੍-ਸ਼ਰੀਰ ਤਿਆਗਦੇ ਹੋਏ ; **ਸ੍ਥਿਤਮ੍**-ਸ਼ਰੀਰ ਵਿਚ ਰਹਿੰਦੇ ਹੋਏ ; **ਵਾ ਅਪਿ**-ਜਾਂ ; **ਭੁੰਜਾਨਮ੍**-ਭੋਗ ਕਰਦੇ ਹੋਏ ; **ਵਾ**-ਜਾਂ ; **ਗੁਣ-ਅੰਵਿਤਮ੍**-ਪ੍ਰਕਿਰਤੀ ਦੇ ਗੁਣਾਂ ਦੇ ਅਧੀਨ ; **ਵਿਮੂਢਾਹ੍**-ਮੂਰਖ ਵਿਅਕਤੀ ; **ਨ**-ਕਦੀ ਨਹੀਂ ; **ਅਨੁਪਸ਼ਯੰਤਿ**-ਵੇਖ ਸਕਦੇ ਹਨ ; **ਪਸ਼ਯੰਤਿ**-ਵੇਖ ਸਕਦੇ ਹਨ ; **ਗ੍ਯਾਨ-ਚਕ੍ਸ਼ੁਸ਼ਹ੍**-ਗਿਆਨ ਰੂਪੀ ਅੱਖਾਂ ਵਾਲੇ ।

ਅਨੁਵਾਦ

ਮੂਰਖ ਨਾ ਤਾਂ ਸਮਝ ਸਕਦੇ ਹਨ ਕਿ ਜੀਵ ਆਪਣਾ ਸ਼ਰੀਰ ਤਿਆਗ ਸਕਦਾ ਹੈ, ਨਾ ਹੀ ਉਹ ਇਹ ਸਮਝ ਸਕਦੇ ਹਨ ਕਿ ਪ੍ਰਕਿਰਤੀ ਦੇ ਗੁਣਾਂ ਦੇ ਅਧੀਨ ਉਹ ਕਿੰਝ ਸ਼ਰੀਰ ਦਾ ਭੋਗ ਕਰਦਾ ਹੈ । ਪਰ ਜਿਸਦੀਆਂ ਅੱਖਾਂ ਗਿਆਨ ਵਿਚ ਸਿੱਖਿਅਤ (ਮਾਹਿਰ) ਹੁੰਦੀਆਂ ਹਨ, ਉਹ ਇਹ ਸਭ ਵੇਖ ਸਕਦੇ ਹਨ ।

ਭਾਵ

ਗ੍ਯਾਨ ਚਕ੍ਸ਼ੁਸ਼ਹ੍ ਸ਼ਬਦ ਬਹੁਤ ਮਹੱਤਵਪੂਰਨ ਹੈ । ਗਿਆਨ ਤੋਂ ਬਗੈਰ ਕੋਈ ਨਾ ਤਾਂ ਇਹ ਸਮਝ ਸਕਦਾ ਹੈ ਕਿ ਜੀਵ ਇਸ ਸ਼ਰੀਰ ਨੂੰ ਕਿੰਝ ਤਿਆਗਦਾ ਹੈ, ਨਾ ਹੀ ਇਹ ਕਿ ਉਹ ਅਗਲੇ ਜਨਮ ਵਿਚ ਕਿਸ ਤਰ੍ਹਾਂ ਦਾ ਸ਼ਰੀਰ ਧਾਰਨ ਕਰਨ ਜਾ ਰਿਹਾ ਹੈ, ਜਾਂ ਇਹ ਕਿ ਉਹ ਕਿਸੇ ਖਾਸ ਤਰ੍ਹਾਂ ਦੇ ਸ਼ਰੀਰ ਵਿਚ ਕਿਉਂ ਰਹਿ ਰਿਹਾ ਹੈ । ਇਸ ਲਈ ਕਾਫੀ ਗਿਆਨ ਦੀ ਲੋੜ ਹੁੰਦੀ ਹੈ । ਜਿਸਨੂੰ ਪ੍ਰਮਾਣਿਤ ਗੁਰੂ ਤੋਂ ਭਗਵਤ ਗੀਤਾ ਅਤੇ ਹੋਰ ਅਜਿਹੇ ਹੀ ਗ੍ਰੰਥਾਂ ਨੂੰ ਸੁਣਕੇ ਸਮਝਿਆ ਜਾ ਸਕਦਾ ਹੈ । ਜਿਨ੍ਹਾਂ ਨੇ ਇਨ੍ਹਾਂ ਗੱਲਾਂ ਨੂੰ ਸਮਝਣ ਲਈ ਸਿੱਖਿਆ ਲਈ ਹੈ, ਉਹ ਭਾਗਾਂ ਵਾਲੇ ਹਨ । ਹਰ ਜੀਵ ਕਿਸੇ ਪਰਸਥਿਤੀ ਵਿਚ ਸ਼ਰੀਰ ਛੱਡਦਾ ਹੈ, ਜਿਉਂਦਾ ਰਹਿੰਦਾ ਹੈ ਅਤੇ ਪ੍ਰਕ੍ਰਿਤੀ ਦੇ ਅਧੀਨ ਹੋ ਕੇ ਭੋਗ ਕਰਦਾ ਹੈ । ਸਿੱਟੇ ਵੱਜੋਂ ਉਹ ਇੰਦਰੀਆਂ ਦੇ ਭੋਗ ਦੇ ਕਰਮ ਵਿਚ ਕਈ ਤਰ੍ਹਾਂ ਦੇ ਸੁਖ-ਦੁੱਖ ਸਹਿਣ ਕਰਦਾ ਰਹਿੰਦਾ ਹੈ । ਅਜਿਹੇ ਮਨੁੱਖ ਜਿਹੜੇ ਕਾਮ ਅਤੇ ਇੱਛਾ ਕਰਕੇ ਲਗਾਤਾਰ ਮੂਰਖ ਬਣਦੇ ਰਹਿੰਦੇ ਹਨ, ਆਪਣੇ ਸ਼ਰੀਰ ਪਰਿਵਰਤਨ ਅਤੇ ਖ਼ਾਸ ਸ਼ਰੀਰ ਵਿਚ ਆਪਣੇ ਨਿਵਾਸ ਨੂੰ

ਸਮਝਣ ਦੀ ਸਾਰੀ ਸ਼ਕਤੀ ਗੁਆਂ ਬੈਠਦੇ ਹਨ, ਪਰ ਉਹ ਇਸਨੂੰ ਨਹੀਂ ਸਮਝ ਸਕਦੇ। ਪਰ ਜਿਨ੍ਹਾਂ ਨੂੰ ਅਧਿਆਤਮਕ ਗਿਆਨ ਹੋ ਚੁੱਕਾ ਹੈ, ਉਹ ਵੇਖਦੇ ਹਨ ਕਿ ਆਤਮਾ ਸ਼ਰੀਰ ਤੋਂ ਵੱਖਰੀ ਹੈ ਅਤੇ ਇਹ ਆਪਣਾ ਸ਼ਰੀਰ ਬਦਲ ਕੇ ਵੱਖੋ-ਵੱਖਰੇ ਤਰੀਕਿਆਂ ਨਾਲ ਭੋਗਦਾ ਰਹਿੰਦਾ ਹੈ। ਅਜਿਹੇ ਗਿਆਨ ਵਾਲਾ ਮਨੁੱਖ ਸਮਝ ਸਕਦਾ ਹੈ, ਕਿ ਇਸ ਸੰਸਾਰ ਵਿਚ ਬੱਧ ਜੀਵ ਕਿੰਝ ਕਸ਼ਟ ਭੋਗ ਰਹੇ ਹਨ। ਇਸ ਲਈ ਜਿਹੜੇ ਲੋਕ ਕ੍ਰਿਸ਼ਨ ਭਾਵਨਾ ਅੰਮ੍ਰਿਤ ਵਿਚ ਵਧੇਰੇ ਉਨੰਤ ਹੋਏ ਹਨ, ਉਹ ਇਸ ਗਿਆਨ ਨੂੰ ਆਮ ਲੋਕਾਂ ਤਕ ਪਹੁੰਚਾਉਣ ਲਈ ਯਤਨ ਕਰਦੇ ਰਹਿੰਦੇ ਹਨ, ਕਿਉਂਕਿ ਉਨ੍ਹਾਂ ਦਾ ਬੱਧ ਜੀਵਨ ਵਧੇਰੇ ਦੁੱਖਾਂ ਵਾਲਾ ਰਹਿੰਦਾ ਹੈ, ਉਨ੍ਹਾਂ ਨੂੰ ਇਸ ਵਿਚੋਂ ਨਿਕਲ ਕੇ ਕ੍ਰਿਸ਼ਨ ਭਾਵਨਾ ਭਾਵਿਤ ਹੋ ਕੇ ਅਧਿਆਤਮਕ ਲੋਕ ਵਿਚ ਜਾਣ ਲਈ ਆਪਣੇ ਆਪ ਨੂੰ ਮੁਕਤ ਕਰਨਾ ਚਾਹੀਦਾ ਹੈ।

यतन्तो योगिनश्चैनं पश्यन्त्यात्मन्यवस्थितम्।
यतन्तोऽप्यकृतात्मानो नैनं पश्यन्त्यचेतसः ॥११॥

ਯਤੰਤੋ ਯੋਗਿਨਸ਼੍ ਚੈਨਮ੍ ਪਸ਼੍ਯੰਤਿ ਆਤਮਨਿ ਅਵਸ੍ਥਿਤਮ੍।
ਯਤੰਤੋ'ਪਿ ਅਕ੍ਰਿਤਾਤਮਾਨੋ ਨੈਨਮ੍ ਪਸ਼ੑਯੰਤਿ ਅਚੇਤਸਹ੍ ॥ 11 ॥

ਯਤੰਤਹ੍-ਯਤਨ ਕਰਦੇ ਹੋਏ ; **ਯੋਗਿਨਹ੍**-ਅਧਿਆਤਮਵਾਦੀ ਯੋਗੀ ; **ਚ**-ਵੀ ; **ਏਨਮ੍**-ਇਸਨੂੰ ; **ਪਸ਼੍ਯੰਤਿ**-ਵੇਖ ਸਕਦੇ ਹਨ ; **ਆਤ੍ਮਨਿ**-ਆਪਣੇ ਵਿਚ ; **ਅਵਸ੍ਥਿਤਮ੍**-ਸਥਿਤ ; **ਯਤੰਤਹ੍**-ਯਤਨ ਕਰਦੇ ਹੋਏ ; **ਅਪਿ**-ਭਾਵੇਂ ; **ਅਕ੍ਰਿਤ-ਆਤ੍ਮਾਨਹ੍**-ਆਤਮ ਸਾਕਸ਼ਾਤਕਾਰ (ਪ੍ਰਤੱਖੀਕਰਨ) ਤੋਂ ਸੱਖਣੇ ; **ਨ**-ਨਹੀਂ ; **ਏਨਮ੍**-ਇਸਨੂੰ ; **ਪਸ਼੍ਯੰਤਿ**-ਵੇਖਦੇ ਹਨ ; **ਅਚੇਤਸਹ੍**-ਅਵਿਕਸਿਤ ਮਨਾ ਵਾਲੇ, ਅਗਿਆਨੀ।

ਅਨੁਵਾਦ

ਆਤਮ ਪ੍ਰਤੱਖੀਕਰਨ ਨੂੰ ਪ੍ਰਾਪਤ ਯਤਨਸ਼ੀਲ ਅਧਿਆਤਮਵਾਦੀ ਲੋਕ ਇਹ ਸਭ ਸਪਸ਼ਟ ਰੂਪ ਨਾਲ ਵੇਖ ਸਕਦੇ ਹਨ। ਪਰ ਜਿਨ੍ਹਾਂ ਦੇ ਮਨ ਵਿਕਸਿਤ ਨਹੀਂ ਹਨ ਅਤੇ ਜਿਹੜੇ ਆਤਮ ਪ੍ਰਤੱਖੀਕਰਨ ਨੂੰ ਪ੍ਰਾਪਤ ਨਹੀਂ ਹਨ, ਉਹ ਯਤਨ ਕਰਕੇ ਵੀ ਇਹ ਨਹੀਂ ਵੇਖ ਸਕਦੇ ਕਿ ਕੀ ਵਾਪਰ ਰਿਹਾ ਹੈ।

ਭਾਵ

ਅਨੇਕਾਂ ਅਧਿਆਤਮਵਾਦੀ ਆਤਮ ਪ੍ਰਤੱਖੀਕਰਨ ਕਰਨ ਦੇ ਰਸਤੇ ਤੇ ਹੁੰਦੇ ਹਨ, ਪਰ ਜਿਹੜੇ ਆਤਮ ਪ੍ਰਤੱਖੀਕਰਨ ਨੂੰ ਪ੍ਰਾਪਤ ਨਹੀਂ ਹਨ, ਉਹ ਇਹ ਨਹੀਂ ਵੇਖ ਸਕਦਾ ਕਿ ਜੀਵ ਦੇ ਸ਼ਰੀਰ ਵਿਚ ਕਿਹੋ-ਜਿਹੇ ਪਰਿਵਰਤਨ ਹੋ ਰਹੇ ਹਨ। ਇਸ ਪ੍ਰਸੰਗ ਵਿਚ

ਯੋਗਿਨਹ੍ ਸ਼ਬਦ ਮਹੱਤਵਪੂਰਨ ਹੈ । ਅੱਜਕੱਲ ਅਜਿਹੇ ਅਨੇਕਾਂ ਅਖੌਤੀ ਯੋਗੀ ਹਨ, ਅਤੇ ਯੋਗੀਆਂ ਦੇ ਅਖੌਤੀ ਸੰਗਠਨ ਹਨ, ਪਰ ਆਤਮ ਪ੍ਰਤੱਖੀਕਰਨ ਦੇ ਮਸਲੇ ਵਿਚ ਉਹ ਸਿਫਰ ਹਨ। ਉਹ ਸਿਰਫ ਕੁਝ ਆਸਨਾਂ ਤਕ ਰੁੱਝੇ ਰਹਿੰਦੇ ਹਨ ਅਤੇ ਜੇ ਉਨ੍ਹਾਂ ਦਾ ਸ਼ਰੀਰ ਚੰਗਾ ਅਤੇ ਸਿਹਤ ਮੰਦ ਹੋ ਗਿਆ ਤਾਂ ਉਹ ਸੰਤੁਸ਼ਟ ਹੋ ਜਾਂਦੇ ਹਨ। ਉਨ੍ਹਾਂ ਨੂੰ ਇਸ ਤੋਂ ਇਲਾਵਾ ਕੋਈ ਜਾਣਕਾਰੀ ਨਹੀਂ ਰਹਿੰਦੀ। ਉਹ 'ਯਤੰਤੋ 'ਪਿ ਅਕ੍ਰਿਤਾਤ੍ਮਾਨਹ੍' ਕਹਾਉਂਦੇ ਹਨ । ਭਾਵੇਂ ਉਹ ਅਖੌਤੀ ਯੋਗ ਪਧੱਤੀ ਦਾ ਯਤਨ ਕਰਦੇ ਹਨ, ਪਰ ਉਹ ਸਰੂਪ ਸਿੱਧ ਨਹੀਂ ਹੋ ਸਕਦੇ । ਅਜਿਹੇ ਮਨੁੱਖ ਆਤਮਾ ਦੇ ਸ਼ਰੀਰ ਬਦਲਣ ਨੂੰ ਨਹੀਂ ਸਮਝ ਸਕਦੇ। ਸਿਰਫ ਉਹ ਹੀ ਅਜਿਹਾ ਸਮਝ ਸਕਦੇ ਹਨ, ਜਿਹੜੇ ਸੱਚ-ਮੁੱਚ ਯੋਗ ਪਧੱਤੀ ਦਾ ਪਾਲਣ ਕਰਦੇ ਹਨ, ਅਤੇ ਜਿਨ੍ਹਾਂ ਨੂੰ ਆਤਮਾ, ਸੰਸਾਰ ਅਤੇ ਪਰਮੇਸ਼ਵਰ ਦੀ ਅਨੁਭੂਤੀ ਹੋ ਚੁੱਕੀ ਹੈ, ਦੂਜੇ ਸ਼ਬਦਾਂ ਵਿਚ ਜਿਹੜੇ ਭਗਤੀ ਯੋਗੀ ਭਾਵ ਪਰਮ ਭਗਵਾਨ ਦੀ ਪ੍ਰੇਮ ਮਈ ਸੇਵਾ ਵਿਚ ਲੱਗੇ ਹਨ, ਉਹ ਹੀ ਸਮਝ ਸਕਦੇ ਹਨ ਕਿ ਇਹ ਸਭ ਕੁਝ ਕਿੰਝ ਵਾਪਰਦਾ ਹੈ ।

यदादित्यगतं तेजो जगद्भासयतेऽखिलम् ।
यच्चन्द्रमसि यच्चाग्नौ तत्तेजो विद्धि मामकम् ॥१२॥

ਯਦ੍ ਅਦਿਤ੍ਯ ਗਤਮ੍ ਤੇਜੋ ਜਗਦ੍ ਭਾਸਯਤੇ'ਖਿਲਮ੍ ।
ਯਚ੍ ਚੰਦ੍ਰਮਸਿ ਯਚ੍ ਚਾਗ੍ਨੌ ਤਤ੍ ਤੇਜੋ ਵਿਦ੍ਧਿ ਮਾਮਕਮ੍ ॥ 12 ॥

ਯਤ੍-ਜਿਹੜੇ ; **ਆਦਿਤ੍ਯ-ਗਤਮ੍**-ਸੂਰਜ ਦੇ ਪ੍ਰਕਾਸ਼ ਵਿਚ ਸਥਿਤ ; **ਤੇਜਹ੍**-ਤੇਜ ; **ਜਗਤ੍**-ਸਾਰਾ ਸੰਸਾਰ ; **ਭਾਸਯਤੇ**-ਪ੍ਰਕਾਸ਼ਿਤ ਹੁੰਦਾ ਹੈ ; **ਅਖਿਲਮ੍**-ਸਾਰੇ ; **ਯਤ੍**-ਜਿਹੜੇ; **ਚੰਦ੍ਰਮਸਿ**-ਚੰਨ ਵਿਚ ; **ਯਤ੍**-ਜਿਹੜਾ ; **ਚ**-ਵੀ ; **ਅਗ੍ਨੌ**-ਅੱਗ ਵਿਚ ; **ਤਤ੍**-ਉਹ ; **ਤੇਜਹ੍**-ਤੇਜ ; **ਵਿਦ੍ਧਿ**-ਜਾਣੋ ; **ਮਾਮਕਮ੍**-ਮੈਨੂੰ ।

ਅਨੁਵਾਦ

ਸੂਰਜ ਦਾ ਤੇਜ, ਜਿਹੜਾ ਸਾਰੇ ਵਿਸ਼ਵ ਦੇ ਹਨੇਰੇ ਨੂੰ ਦੂਰ ਕਰਦਾ ਹੈ, ਮੇਰੇ ਵਿਚੋਂ ਹੀ ਨਿਕਲਦਾ ਹੈ। ਚੰਨ ਅਤੇ ਅੱਗ ਦਾ ਤੇਜ ਵੀ ਮੇਰੇ ਵਿਚੋਂ ਪੈਦਾ ਹੁੰਦਾ ਹੈ।

ਭਾਵ

ਅਗਿਆਨੀ ਮਨੁੱਖ ਇਹ ਨਹੀਂ ਸਮਝ ਸਕਦਾ ਕਿ ਇਹ ਸਭ ਕੁਝ ਕਿਵੇਂ ਵਾਪਰ ਰਿਹਾ ਹੈ। ਪਰ ਭਗਵਾਨ ਨੇ ਇੱਥੇ ਜੋ ਕੁਝ ਦੱਸਿਆ ਹੈ, ਉਸਨੂੰ ਸਮਝ ਕੇ ਗਿਆਨ ਪ੍ਰਾਪਤ ਕੀਤਾ ਜਾ ਸਕਦਾ ਹੈ । ਹਰ ਮਨੁੱਖ, ਸੂਰਜ, ਚੰਨ, ਅੱਗ ਅਤੇ ਬਿਜਲੀ ਵੇਖਦਾ ਹੈ । ਉਸਨੂੰ ਇਹ ਸਮਝਣ ਦਾ ਯਤਨ ਕਰਨਾ ਚਾਹੀਦਾ ਹੈ, ਕਿ ਭਾਵੇਂ ਸੂਰਜ ਦਾ ਤੇਜ ਹੋਵੇ, ਜਾਂ ਚੰਨ , ਅੱਗ

ਜਾਂ ਬਿਜਲੀ ਦਾ ਤੇਜ ਇਹ ਸਭ ਪਰਮ ਪੁਰਖ ਭਗਵਾਨ ਤੋਂ ਹੀ ਪੈਦਾ ਹੋਏ ਹਨ। ਕ੍ਰਿਸ਼ਨ ਭਾਵਨਾ ਅੰਮ੍ਰਿਤ ਦੀ ਸ਼ੁਰੂਆਤ ਇਸ ਭੌਤਿਕ ਸੰਸਾਰ ਵਿਚ ਬੱਧ ਜੀਵਾਂ ਨੂੰ ਤਰੱਕੀ ਕਰਨ ਲਈ ਵਧੇਰੇ ਮੌਕਾ ਦਿੰਦੀ ਹੈ। ਜੀਵ ਮੁੱਢਲੇ ਤੌਰ ਤੇ ਪਰਮੇਸ਼ਵਰ ਦੇ ਅੰਸ਼ ਹਨ ਅਤੇ ਭਗਵਾਨ ਇੱਥੇ ਦੱਸ ਰਹੇ ਹਨ ਕਿ ਜੀਵ ਕਿੰਝ ਭਗਵਾਨ ਦੇ ਧਾਮ ਨੂੰ ਪ੍ਰਾਪਤ ਕਰ ਸਕਦੇ ਹਨ।

ਇਸ ਸ਼ਲੋਕ ਤੋਂ ਅਸੀਂ ਇਹ ਸਮਝ ਸਕਦੇ ਹਾਂ ਕਿ ਸੂਰਜ ਸਾਰੇ ਸੌਰ ਮੰਡਲ ਨੂੰ ਪ੍ਰਕਾਸ਼ਿਤ ਕਰ ਰਿਹਾ ਹੈ। ਬ੍ਰਹਿਮੰਡ ਅਨੇਕ ਹਨ ਅਤੇ ਸੌਰ ਮੰਡਲ ਵੀ ਅਨੇਕ ਹਨ। ਸੂਰਜ, ਚੰਨ ਅਤੇ ਲੋਕ ਵੀ ਅਨੇਕਾਂ ਹਨ, ਪਰ ਹਰ ਬ੍ਰਹਿਮੰਡ ਵਿਚ ਸਿਰਫ਼ ਇੱਕ ਸੂਰਜ ਹੈ। ਭਗਵਤ ਗੀਤਾ ਵਿਚ (10-21) ਕਿਹਾ ਗਿਆ ਹੈ ਕਿ ਚੰਨ ਵੀ ਤਾਰਾ ਹੈ **(ਨਕ੍ਸ਼ਤ੍ਰਗਣਾਮ੍ ਅਹਮ੍ ਸ਼ਸ਼ੀ)**। ਸੂਰਜ ਦਾ ਪ੍ਰਕਾਸ਼ ਪਰਮੇਸ਼ਵਰ ਦੇ ਚਿੰਨਮਯ ਆਕਾਸ਼ (ਅਧਿਆਤਮਕ ਸੰਸਾਰ) ਵਿਚ ਅਧਿਆਤਮਕ ਤੇਜ਼ ਕਰਕੇ ਹੈ। ਸੂਰਜ ਦੇ ਚੜ੍ਹਦਿਆਂ ਹੀ ਮਨੁੱਖ ਦੇ ਕੰਮ-ਕਾਰ ਸ਼ੁਰੂ ਹੋ ਜਾਂਦੇ ਹਨ। ਉਹ ਭੋਜਨ ਬਨਾਉਣ ਲਈ ਅੱਗ ਬਾਲਦੇ ਹਨ, ਅਤੇ ਫੈਕਟਰੀਆਂ ਚਲਾਉਣ ਲਈ ਵੀ ਅੱਗ ਬਾਲਦੇ ਹਨ। ਅੱਗ ਦੀ ਮੱਦਦ ਨਾਲ ਅਨੇਕਾਂ ਕੰਮ ਕੀਤੇ ਜਾਂਦੇ ਹਨ। ਇਸ ਲਈ ਸੂਰਜ ਦਾ ਚੜ੍ਹਨਾ ਅੱਗ ਅਤੇ ਚੰਨ ਦੀ ਚਾਨ੍ਹਣੀ ਜੀਵਾਂ ਨੂੰ ਬਹੁਤ ਸੋਹਣੇ ਲਗਦੇ ਹਨ। ਉਨ੍ਹਾਂ ਦੀ ਮੱਦਦ ਬਗ਼ੈਰ ਕੋਈ ਜੀਵ ਨਹੀਂ ਰਹਿ ਸਕਦਾ। ਇਸ ਲਈ ਜੇ ਮਨੁੱਖ ਇਹ ਸਮਝ ਲਵੇ ਕਿ ਸੂਰਜ, ਚੰਨ ਅਤੇ ਅੱਗ ਦਾ ਪ੍ਰਕਾਸ਼ ਅਤੇ ਤੇਜ ਭਗਵਾਨ ਸ਼੍ਰੀ ਕ੍ਰਿਸ਼ਨ ਤੋਂ ਪੈਦਾ ਹੋ ਰਿਹਾ ਹੈ, ਤਾਂ ਉਸ ਵਿਚ ਕ੍ਰਿਸ਼ਨ ਭਾਵਨਾ ਅੰਮ੍ਰਿਤ ਦੀ ਸ਼ੁਰੂਆਤ ਹੋ ਜਾਂਦੀ ਹੈ। ਚੰਨ ਦੇ ਪ੍ਰਕਾਸ਼ ਨਾਲ ਸਾਰੀਆਂ ਬਨਸਪਤੀਆਂ ਫਲਦੀਆਂ ਹਨ। ਚੰਨ ਦਾ ਪ੍ਰਕਾਸ਼ ਇਹ ਆਨੰਦ ਦੇਣ ਵਾਲਾ ਹੁੰਦਾ ਹੈ ਕਿ ਲੋਕ ਆਸਾਨੀ ਨਾਲ ਸਮਝ ਸਕਦੇ ਹਨ ਕਿ ਉਹ ਭਗਵਾਨ ਕ੍ਰਿਸ਼ਨ ਦੀ ਕਿਰਪਾ ਕਰਕੇ ਹੀ ਜੀਅ ਰਹੇ ਹਨ। ਉਨ੍ਹਾਂ ਦੀ ਕਿਰਪਾ ਬਗ਼ੈਰ ਨਾ ਤਾਂ ਸੂਰਜ ਹੋਵੇਗਾ ਨਾ ਚੰਨ, ਨਾ ਅੱਗ। ਸੂਰਜ, ਚੰਨ ਅਤੇ ਅੱਗ ਬਗ਼ੈਰ ਅਸੀਂ ਜਿਉਂਦੇ ਨਹੀਂ ਰਹਿ ਸਕਦੇ। ਬੱਧਜੀਵ ਵਿਚ ਕ੍ਰਿਸ਼ਨ ਭਾਵਨਾ ਜਗਾਉਣ ਵਾਲੇ ਇਹੋ ਕੁਝ ਵਿਚਾਰ ਹਨ।

गामाविश्य च भूतानि धारयाम्यहमोजसा।
पुष्णामि चौषधीः सर्वाः सोमो भूत्वा रसात्मकः ॥१३॥

ਗਾਮਆਵਿਸ਼੍ਯ ਚ ਭੂਤਾਨਿ ਧਾਰਯਾਮਿ ਅਹਮ੍ ਓਜਸਾ।
ਪੁਸ਼੍ਣਾਮਿ ਚੌਸ਼੍ਧੀਹ੍ ਸਰ੍ਵਾਹ੍ ਸੋਮੋ ਭੂਤ੍ਵਾ ਰਸਾਤ੍ਮਕਹ੍ ॥ 13 ॥

ਗਾਮ੍-ਲੋਕ ਵਿਚ ; **ਆਵਿਸ਼੍ਯ**-ਪ੍ਰਵੇਸ਼ ਕਰਕੇ ;**ਚ**-ਵੀ ; **ਭੂਤਾਨਿ**-ਜੀਵਾਂ ਨੂੰ ; **ਧਾਰਯਾਮਿ**-ਧਾਰਨ ਕਰਦਾ ਹਾਂ ; **ਅਹਮ੍**-ਮੈਂ ; **ਔਜਸਾ**-ਆਪਣੀ ਸ਼ਕਤੀ ਨਾਲ ; **ਪੁਸ਼੍ਣਾਮਿ**-ਪਾਲਦਾ ਹਾਂ ; **ਚ**-ਅਤੇ ; **ਔਸ਼੍ਧੀਹ੍**-ਬਨਸਪਤੀਆਂ ਦਾ ; **ਸਰ੍ਵਾਹ੍**-ਸਾਰੇ ; **ਸੋਮਹ੍**-ਚੰਨ ; **ਭੂਤ੍ਵਾ**-ਬੰਨ੍ਹਕੇ ; **ਰਸ-ਆਤ੍ਮਕਹ੍**-ਰਸ ਦੇਣ ਵਾਲਾ।

ਅਨੁਵਾਦ

ਮੈਂ ਹਰ ਲੋਕ ਵਿਚ ਪ੍ਰਵੇਸ਼ ਕਰਦਾ ਹਾਂ ਅਤੇ ਮੇਰੀ ਸ਼ਕਤੀ ਨਾਲ ਸਾਰੇ ਲੋਕ ਆਪੋ-ਆਪਣੀ ਗ੍ਰਹਿਪੱਥ ਵਿਚ ਸਥਿਤ ਰਹਿੰਦੇ ਹਨ। ਮੈਂ ਚੰਨ ਬਣਕੇ ਸਾਰੀਆਂ ਬਨਸਪਤੀਆਂ ਨੂੰ ਜੀਵਨ ਰਸ ਦਿੰਦਾ ਹਾਂ।

ਭਾਵ

ਇਹ ਸਪਸ਼ਟ ਹੈ ਕਿ ਸਾਰੇ ਗ੍ਰਹਿ ਸਿਰਫ ਭਗਵਾਨ ਦੀ ਸ਼ਕਤੀ ਨਾਲ ਹਵਾ ਵਿਚ ਤੈਰ ਰਹੇ ਹਨ। ਭਗਵਾਨ ਹਰ ਅਣੂ ਹਰ ਲੋਕ ਅਤੇ ਹਰ ਜੀਵ ਵਿਚ ਪ੍ਰਵੇਸ਼ ਕਰਦੇ ਹਨ। ਇਸਦੀ ਵਿਆਖਿਆ ਬ੍ਰਹਮ ਸੰਹਿਤਾ ਵਿਚ ਕੀਤੀ ਗਈ ਹੈ। ਉਸ ਵਿਚ ਕਿਹਾ ਗਿਆ ਹੈ - ਪਰਮੇਸ਼ਵਰ ਦਾ ਇਕ ਅੰਸ਼, ਪਰਮਾਤਮਾ, ਗ੍ਰਹਿ ਵਿੱਚ, ਬ੍ਰਹਿਮੰਡ ਵਿਚ, ਜੀਵ ਵਿਚ ਅਤੇ ਅਣੂ ਤਕ ਵਿਚ ਪ੍ਰਵੇਸ਼ ਕਰਦੇ ਹਨ। ਇਸ ਲਈ ਉਨ੍ਹਾਂ ਦੇ ਪ੍ਰਵੇਸ਼ ਕਰਨ ਨਾਲ ਹਰ ਚੀਜ਼ ਠੀਕ ਤਰ੍ਹਾਂ ਨਾਲ ਵਿਖਾਈ ਦਿੰਦੀ ਹੈ। ਜਦੋਂ ਆਤਮਾ ਹੁੰਦੀ ਹੈ, ਤਾਂ ਜਿਉਂਦਾ ਮਨੁੱਖ ਪਾਣੀ ਵਿਚ ਤੈਰ ਸਕਦਾ ਹੈ। ਪਰ ਜਦੋਂ ਜਿਉਂਦਾ ਅੰਗਾਰਾ, ਇਸ ਦੇਹ ਵਿਚੋਂ ਨਿਕਲ ਜਾਂਦਾ ਹੈ ਅਤੇ ਸ਼ਰੀਰ ਮਰ ਜਾਂਦਾ ਹੈ ਤਾਂ ਸ਼ਰੀਰ ਡੁਬ ਜਾਂਦਾ ਹੈ। ਨਿਸ਼ਚੈ ਹੀ ਸੜ੍ਹਨ ਮਗਰੋਂ ਇਹ ਸ਼ਰੀਰ ਤਿਣਕੇ ਅਤੇ ਹੋਰ ਚੀਜ਼ਾਂ ਵਾਂਗ ਤੈਰਦਾ ਹੈ। ਪਰ ਮਰਨ ਦੇ ਤੁਰੰਤ ਬਾਅਦ ਸ਼ਰੀਰ ਪਾਣੀ ਵਿਚ ਡੁੱਬ ਜਾਂਦਾ ਹੈ। ਇੰਝ ਹੀ ਇਹ ਸਾਰੇ ਲੋਕ ਪੁਲਾੜ੍ਹ ਵਿਚ ਤੈਰ ਰਹੇ ਹਨ ਅਤੇ ਇਹ ਸਭ ਉਨ੍ਹਾਂ ਵਿਚ ਭਗਵਾਨ ਦੀ ਪਰਮ ਸ਼ਕਤੀ ਦੇ ਪ੍ਰਵੇਸ਼ ਸਦਕਾ ਹੈ। ਉਨ੍ਹਾਂ ਦੀ ਸ਼ਕਤੀ ਹਰ ਲੋਕ ਨੂੰ ਉਸੇ ਤਰ੍ਹਾਂ ਸੰਭਾਲੀ ਰੱਖਦੀ ਹੈ, ਜਿਵੇਂ ਧੂੜ ਨੂੰ ਮੁੱਠੀ। ਮੁੱਠੀ ਦੇ ਬੰਦ ਰਹਿਣ ਤੇ ਧੂੜ ਦੇ ਡਿੱਗਣ ਦਾ ਡਰ ਨਹੀਂ ਰਹਿੰਦਾ, ਪਰ ਜਿਵੇਂ ਹੀ ਧੂੜ ਨੂੰ ਹਵਾ ਵਿਚ ਸੁੱਟਿਆ ਜਾਂਦਾ ਹੈ ਉਹ ਥੱਲੇ ਡਿੱਗ ਪੈਂਦੀ ਹੈ। ਇੰਝ ਹੀ ਸਾਰੇ ਲੋਕ, ਜਿਹੜੇ ਹਵਾ ਵਿਚ ਤੈਰਦੇ ਹਨ, ਅਸਲ ਵਿਚ ਭਗਵਾਨ ਦੇ ਵਿਰਾਟ ਰੂਪ ਦੀ ਮੁੱਠੀ ਵਿਚ ਬੰਨ੍ਹੇ ਹਨ। ਉਨ੍ਹਾਂ ਦੀ ਤਾਕਤ ਅਤੇ ਸ਼ਕਤੀ ਨਾਲ ਸਾਰੀ ਚਰ ਅਤੇ ਅਚਰ ਚੀਜ਼ਾਂ ਆਪੋ-ਆਪਣੇ ਥਾਈਂ ਟਿੱਕੀਆਂ ਹਨ। ਵੈਦਿਕ ਮੰਤਰਾਂ ਵਿਚ ਕਿਹਾ ਗਿਆ ਹੈ, ਕਿ ਭਗਵਾਨ ਕਰਕੇ ਸੂਰਜ ਚਮਕਦਾ ਹੈ ਅਤੇ ਸਾਰੇ ਗ੍ਰਹਿ ਆਪਣੀ ਧੁਰੀ ਵਿਚ ਘੁੰਮਦੇ ਰਹਿੰਦੇ ਹਨ। ਜੇ ਅਜਿਹਾ ਨਾ ਹੋਵੇ ਤਾਂ ਸਾਰੇ ਲੋਕ ਹਵਾ ਵਿਚ ਧੂੜ ਵਾਂਗ ਖਿੱਲਰ ਕੇ ਨਸ਼ਟ ਹੋ ਜਾਣ। ਇੰਝ ਹੀ ਭਗਵਾਨ ਕਰਕੇ ਚੰਨ ਸਾਰੀਆਂ ਸਬਜ਼ੀਆਂ ਨੂੰ ਪਾਲਦਾ ਹੈ। ਚੰਨ ਦੇ ਪ੍ਰਭਾਵ ਸਦਕਾ ਸਬਜ਼ੀਆਂ ਸੁਆਦ ਬਣਦੀਆਂ

ਹਨ। ਚੰਨ ਦੇ ਪ੍ਰਕਾਸ਼ ਬਗੈਰ ਸਬਜ਼ੀਆਂ ਨਾ ਤਾਂ ਵੱਧ ਸਕਦੀਆਂ ਹਨ ਅਤੇ ਨਾ ਹੀ ਸੁਆਦ ਹੋ ਸਕਦੀਆਂ ਹਨ। ਅਸਲ ਵਿਚ ਮਨੁੱਖੀ ਸਮਾਜ ਭਗਵਾਨ ਦੀ ਕਿਰਪਾ ਨਾਲ ਕੰਮ ਕਰਦਾ ਹੈ, ਸੁੱਖ ਨਾਲ ਰਹਿੰਦਾ ਹੈ ਅਤੇ ਭੋਜਨ ਦਾ ਆਨੰਦ ਲੈਂਦਾ ਹੈ। ਨਹੀਂ ਤਾਂ ਮਨੁੱਖ ਜਿਉਂਦਾ ਨਾ ਰਹਿੰਦਾ। **ਰਸਾਤ੍ਮਕਹ੍** ਸ਼ਬਦ ਬਹੁਤ ਮਹੱਤਵਪੂਰਨ ਹੈ। ਹਰ ਚੀਜ਼ ਚੰਨ ਦੇ ਪ੍ਰਭਾਵ ਨਾਲ ਪਰਮੇਸ਼ਵਰ ਰਾਹੀਂ ਸੁਆਦ ਬਣਦੀ ਹੈ।

अहं वैश्वानरो भूत्वा प्राणिनां देहमाश्रितः।
प्राणापानसमायुक्तः पचाम्यन्नं चतुर्विधम् ॥१४॥

ਅਹਮ੍ ਵੈਸ਼੍ਵਾਨਰੋ ਭੂਤ੍ਵਾ ਪ੍ਰਾਣਿਨਾਮ੍ ਦੇਹਮ੍ ਆਸ਼੍ਰਿਤਹ੍ ।
ਪ੍ਰਾਣਾਪਾਨ ਸਮਾਯੁਕ੍ਤਹ੍ ਪਚਾਮਿ ਅੰਨਮ੍ ਚਤੁਰ੍-ਵਿਧਮ੍ ॥ 14 ॥

ਅਹਮ੍-ਮੈਂ ; **ਵੈਸ਼੍ਵਾਨਰਹ੍**-ਪਾਚਕ ਸ਼ਕਤੀ ਦੇ ਰੂਪ ਵਿਚ ਮੇਰਾ ਪੂਰਨ ਅੰਸ਼ ; **ਭੂਤ੍ਵਾ**-ਬਣਕੇ ; **ਪ੍ਰਾਣਿਨਾਮ੍**-ਸਾਰੇ ਜੀਵਾਂ ਦਾ ; **ਦੇਹਮ੍**-ਸ਼ਰੀਰਾਂ ਵਿਚ ; **ਆਸ਼੍ਰਿਤਹ੍**-ਸਥਿਤ ; **ਪ੍ਰਾਣ**-ਸਾਹ ਕੱਢਣਾ ; **ਅਪਾਨ**-ਸੁਆਸ ਲੈਣਾ ; **ਸਮਾਯੁਕ੍ਤਹ੍**-ਸੰਤੁਲਿਤ ਰੱਖਦੇ ਹੋਏ ; **ਪਚਾਮਿ**-ਮੈਂ ਪਚਾਉਂਦਾ ਹਾਂ ; **ਅੰਨਮ੍**-ਅੰਨ ਨੂੰ ; **ਚਤੁਹ੍-ਵਿਧਮ੍**-ਚਾਰ ਤਰ੍ਹਾਂ ਦੇ।

ਅਨੁਵਾਦ

ਮੈਂ ਸਾਰੇ ਜੀਵਾਂ ਦੇ ਸ਼ਰੀਰਾਂ ਵਿਚ ਪਾਚਨ ਅਗਨੀ ਹਾਂ ਅਤੇ ਮੈਂ ਸੁਆਸਾਂ (ਪ੍ਰਾਣ ਵਾਯੂ) ਵਿਚ ਰਹਿਕੇ ਚਾਰ ਤਰ੍ਹਾਂ ਦੇ ਅਨਾਜਾਂ ਨੂੰ ਪਚਾਉਂਦਾ ਹਾਂ।

ਭਾਵ

ਅਯੁਰਵੇਦ ਸ਼ਾਸ਼ਤਰ ਮੁਤਾਬਿਕ ਪੇਟ ਵਿਚ ਅੱਗ ਹੁੰਦੀ ਹੈ, ਜਿਹੜੀ ਉਸ ਵਿਚ ਗਏ ਭੋਜਨ ਨੂੰ ਪਚਾਉਂਦੀ ਹੈ। ਜਦੋਂ ਇਹ ਅੱਗ ਨਹੀਂ ਬਲਦੀ ਤਾਂ ਭੁੱਖ ਨਹੀਂ ਲਗਦੀ ਅਤੇ ਜਦੋਂ ਇਹ ਅੱਗ ਠੀਕ ਰਹਿੰਦੀ ਹੈ ਤਾਂ ਭੁੱਖ ਲਗਦੀ ਹੈ। ਕਦੀ-ਕਦੀ ਜਦੋਂ ਅੱਗ ਮੱਠੀ ਹੋ ਜਾਂਦੀ ਹੈ ਤਾਂ ਇਲਾਜ ਦੀ ਲੋੜ ਹੁੰਦੀ ਹੈ। ਕੁਝ ਵੀ ਹੋਵੇ ਇਹ ਅੱਗ ਭਗਵਾਨ ਦਾ ਪ੍ਰਤੀਨਿਧ ਸਰੂਪ ਹੈ। ਵੈਦਿਕ ਮੰਤਰਾਂ ਤੋਂ ਵੀ (ਬ੍ਰਿਹਦਾਰਣਯਕ ਉਪਨਿਸ਼ਦ 5-9-1) ਪੁਸ਼ਟੀ ਹੁੰਦੀ ਹੈ ਕਿ ਪਰਮੇਸ਼ਵਰ ਜਾਂ ਬ੍ਰਹਮ ਅੱਗ ਰੂਪ ਵਿਚ ਪੇਟ ਅੰਦਰ ਸਥਿਤ ਹਨ ਅਤੇ ਹਰ ਤਰ੍ਹਾਂ ਦੇ ਅੰਨ ਨੂੰ ਪਕਾਉਂਦੇ ਹਨ। (**ਅਯਮ੍ ਗ੍ਨਿਰ੍ ਵੈਸ਼੍ਵਾਨਰੋ ਯੋ'ਯਮ੍ ਅੰਤਹ੍ ਪੁਰੁਸ਼ੇ ਯੇਨੇਦਮ੍ ਅੰਨਮ੍ ਪਚ੍ਯਤੇ**) ਕਿਉਂਕਿ ਭਗਵਾਨ ਹਰ ਤਰ੍ਹਾਂ ਦੇ ਅੰਨ ਦੇ ਪਚਾਉਣ ਵਿਚ ਮਦਦ ਕਰਦੇ ਹਨ ਇਸ ਲਈ ਜੀਵ ਭੋਜਨ ਪ੍ਰਕ੍ਰਿਆ ਵਿਚ ਸੁਤੰਤਰ ਨਹੀਂ ਹੈ। ਜਦੋਂ ਤਕ ਪਰਮੇਸ਼ਵਰ ਪਚਾਉਣ ਵਿਚ ਉਸਦੀ ਮਦਦ ਨਹੀਂ ਕਰਦੇ, ਉਦੋਂ ਤਕ ਖਾਣ ਦੀ ਕੋਈ ਸੰਭਾਵਨਾ ਨਹੀਂ

ਹੈ। ਇੰਝ ਭਗਵਾਨ ਹੀ ਅੰਨ ਨੂੰ ਪੈਦਾ ਕਰਦੇ ਅਤੇ ਪਚਾਉਂਦੇ ਹਨ ਅਤੇ ਉਨ੍ਹਾਂ ਦੀ ਹੀ ਕਿਰਪਾ ਨਾਲ ਅਸੀਂ ਜੀਵਨ ਦਾ ਆਨੰਦ ਲੈਂਦੇ ਹਨ। ਵੇਦਾਂਤ ਸੂਤਰ ਵਿਚ (1-2-27) ਵੀ ਇਸਦੀ ਪੁਸ਼ਟੀ ਹੋਈ ਹੈ। **ਸ਼ਬਦਾਦਿਭ੍ਤੋ ਅੰਤਹ੍ ਪ੍ਰਤਿਸ਼੍ਠਾਨਾਚ੍ ਚ** - ਭਗਵਾਨ ਸ਼ਬਦ ਵਿਚ, ਸ਼ਰੀਰ ਵਿਚ, ਹਵਾ ਵਿਚ ਅਤੇ ਪੇਟ ਵਿਚ (ਪਚਾਉਣ ਦੀ ਸ਼ਕਤੀ ਦੇ ਰੂਪ ਵਿਚ) ਵੀ ਹਾਜ਼ਰ ਹਨ। ਅੰਨ ਚਾਰ ਤਰ੍ਹਾਂ ਦਾ ਹੁੰਦਾ ਹੈ - ਕੁਝ ਨਿਗਲੇ ਜਾਂਦੇ ਹਨ, ਕੁਝ ਚਬਾਏ ਜਾਂਦੇ ਹਨ (ਭੋਜ) ਕੁਝ ਚੱਟੇ ਜਾਂਦੇ ਹਨ ਅਤੇ ਕੁਝ ਚੂਸੇ ਜਾਂਦੇ ਹਨ। ਭਗਵਾਨ ਹਰ ਤਰ੍ਹਾਂ ਦੇ ਅੰਨ ਨੂੰ ਪਚਾਉਣ ਦੀ ਸ਼ਕਤੀ ਹਨ।

सर्वस्य चाहं हृदि सन्निविष्टो
मत्तः स्मृतिर्ज्ञानमपोहनं च।
वेदैश्च सर्वैरहमेव वेद्यो
वेदान्तकृद्वेदविदेव चाहम् ॥१५॥

ਸਰ੍ਵਸ੍ਯ ਚਾਹਮ੍ ਹ੍ਰਿਦਿ ਸੰਨਿਵਿਸ਼੍ਟੋ
ਮੱਤਹ ਸਮ੍ਰਿਤਿਰ੍ ਗ੍ਯਾਨਮ੍ ਅਪੋਹਨਮ੍ ਚ।
ਵੇਦੈਸ਼੍ ਚ ਸਰ੍ਵੈਰ ਅਹਮ੍ ਏਵ ਵੇਦ੍ਯੋ
ਵੇਦਾਂਤ ਕ੍ਰਿਦ੍ ਵੇਦ-ਵਿਦ੍ ਏਵ ਚਾਹਮ੍ ॥ 15 ॥

ਸਰ੍ਵਸ੍ਯ-ਸਾਰੇ ਪ੍ਰਾਣੀਆਂ ; **ਚ**-ਅਤੇ ; **ਅਹਮ੍**-ਮੈਂ ; **ਹ੍ਰਿਦਿ**-ਹਿਰਦੇ ਵਿਚ ; **ਸੰਨਿਵਿਸ਼੍ਟਹ੍**-ਸਥਿਤ ; **ਮੱਤਹ੍**-ਮੇਰੇ ਨਾਲ ; **ਸਮ੍ਰਿਤਿਹ੍**-ਸਿਮਰਨ ਸ਼ਕਤੀ ; **ਗ੍ਯਾਨਮ੍**-ਗਿਆਨ ; **ਅਪੋਹਨਮ੍**-ਭੁੱਲਣਾ ; **ਚ**-ਅਤੇ ; **ਵੇਦੈਹ੍**-ਵੇਦਾਂ ਰਾਹੀਂ ; **ਚ**-ਵੀ ; **ਸਰ੍ਵੈਹ੍**-ਸਾਰੇ ; **ਅਹਮ੍**-ਮੈਂ ਹਾਂ ; **ਏਵ**-ਨਿਸ਼ਚੈ ਹੀ ; **ਵੇਦ੍ਯਹ**-ਜਾਨਣ ਯੋਗ ; **ਵੇਦਾਂਤ ਕ੍ਰਿਤ**-ਵੇਦਾਂਤ ਦੇ ਸੰਕਲਨ ਕਰਨ ਵਾਲੇ ; **ਵੇਦਵਿਤ੍**-ਵੇਦਾਂ ਦੇ ਗਿਆਤਾ (ਜਾਣੂ) ; **ਏਵ**-ਨਿਸ਼ਚੈ ਹੀ ; **ਚ**-ਅਤੇ ; **ਅਹਮ੍**-ਮੈਂ।

ਅਨੁਵਾਦ

ਮੈਂ ਹਰ ਜੀਵ ਦੇ ਹਿਰਦੇ ਵਿਚ ਬੈਠਾ ਹਾਂ ਅਤੇ ਮੇਰੇ ਤੋਂ ਹੀ ਯਾਦ ਸ਼ਕਤੀ, ਗਿਆਨ ਅਤੇ ਭੁੱਲਣਾ ਆਉਂਦਾ ਹੈ। ਮੈਂ ਹੀ ਵੇਦਾਂ ਰਾਹੀਂ ਜਾਣਨ ਯੋਗ ਹਾਂ। ਨਿਸ਼ਚੈ ਹੀ ਮੈਂ ਵੇਦਾਂਤ ਦਾ ਸੰਕਲਨ ਕਰਤਾ ਅਤੇ ਸਾਰੇ ਵੇਦਾਂ ਨੂੰ ਜਾਣਨ ਵਾਲਾ ਹਾਂ।

ਭਾਵ

ਪਰਮੇਸ਼ਵਰ, ਪਰਮਾਤਮਾ ਰੂਪ ਵਿਚ ਹਰ ਜੀਵ ਦੇ ਹਿਰਦੇ ਵਿਚ ਸਥਿਤ ਹਨ ਅਤੇ ਉਨ੍ਹਾਂ ਕਰਕੇ ਸਾਰੇ ਕਾਰਜ ਪ੍ਰੇਰਿਤ ਹੁੰਦੇ ਹਨ। ਜੀਵ ਆਪਣੇ ਪਿਛਲੇ ਜੀਵਨ ਦੀਆਂ ਸਾਰੀਆਂ

ਗੱਲਾਂ ਭੁੱਲ ਜਾਂਦਾ ਹੈ, ਪਰ ਉਸਨੂੰ ਪਰਮੇਸ਼ਵਰ ਦੇ ਨਿਰਦੇਸ਼ਾਂ ਮੁਤਾਬਿਕ ਕੰਮ ਕਰਨਾ ਹੁੰਦਾ ਹੈ, ਜਿਹੜਾ ਉਸਦੇ ਸਾਰੇ ਕੰਮਾਂ ਦਾ ਗਵਾਹ ਹੈ। ਇਸ ਲਈ ਉਹ ਆਪਣੇ ਪਿਛਲੇ ਕੰਮਾਂ ਮੁਤਾਬਿਕ ਕੰਮ ਕਰਨਾ ਸ਼ੁਰੂ ਕਰਦਾ ਹੈ। ਇਸਦੇ ਲਈ ਲੋੜੀਂਦਾ ਗਿਆਨ ਅਤੇ ਯਾਦ ਉਸ ਨੂੰ ਦਿੱਤੀ ਜਾਂਦੀ ਹੈ। ਪਰ ਉਹ ਪਿਛਲੇ ਜੀਵਨ ਬਾਰੇ ਭੁੱਲਿਆ ਰਹਿੰਦਾ ਹੈ। ਇੰਝ ਭਗਵਾਨ ਨਾ ਸਿਰਫ ਸਰਬਵਿਆਪੀ ਹਨ, ਸਗੋਂ ਉਹ ਹਰ ਹਿਰਦੇ ਦੇ ਅੰਤਰਜਾਮੀ ਵੀ ਹਨ। ਉਹ ਵੱਖੋ-ਵੱਖਰੇ ਕਰਮਾਂ ਦੇ ਫਲ ਦੇਣ ਵਾਲੇ ਹਨ। ਉਹ ਸਿਰਫ ਨਿਰਾਕਾਰ ਬ੍ਰਹਮ ਪਰਮ ਪੁਰਖ ਭਗਵਾਨ ਅਤੇ ਅੰਤਰਜਾਮੀ ਪਰਮਾਤਮਾ ਦੇ ਰੂਪ ਵਿਚ ਹੀ ਪੂਜਣ ਯੋਗ ਨਹੀਂ ਸਗੋਂ, ਉਹ ਵੇਦਾਂ ਦੇ ਅਵਤਾਰ ਦੇ ਰੂਪ ਵਿਚ ਵੀ ਪੂਜਣ ਯੋਗ ਹਨ। ਵੇਦ, ਲੋਕਾਂ ਨੂੰ ਸਹੀ ਰਸਤਾ ਦੱਸਦੇ ਹਨ, ਜਿਸ ਨਾਲ ਉਹ ਸੁਚੱਜੇ ਢੰਗ ਨਾਲ ਆਪਣਾ ਜੀਵਨ ਢਾਲ ਸਕਣ ਅਤੇ ਭਗਵਾਨ ਦੇ ਧਾਮ ਨੂੰ ਪਰਤ ਸਕਣ। ਵੇਦ ਭਗਵਾਨ ਕ੍ਰਿਸ਼ਨ ਦੇ ਵਿਸ਼ੇ ਵਿਚ ਗਿਆਨ ਦਿੰਦੇ ਹਨ ਅਤੇ ਆਪਣੇ ਅਵਤਾਰ ਵਿਆਸ ਦੇਵ ਰਾਹੀਂ ਸ਼੍ਰੀਮਦ ਭਾਗਵਤਮ੍ ਦੇ ਰੂਪ ਵਿਚ ਕੀਤੀ ਗਈ ਵੇਦਾਂਤ ਸੂਤਰ ਦੀ ਵਿਆਖਿਆ, ਵੇਦਾਂਤਸੂਤਰ ਦੀ ਅਸਲ ਸੂਚਨਾ ਦਿੰਦੀ ਹੈ। ਭਗਵਾਨ ਇੰਨੇ ਪੂਰਨ ਹਨ ਕਿ ਬੱਧ ਜੀਵਾਂ ਦੇ ਕਲਿਆਣ ਲਈ ਉਹ ਉਸਨੂੰ ਅੰਨ ਦੇਣ ਵਾਲੇ ਅਤੇ ਉਸਨੂੰ ਪਚਾਉਣ ਵਾਲੇ ਹਨ, ਉਸਦੇ ਕੰਮ-ਕਾਰ ਦੇ ਗਵਾਹ ਅਤੇ ਵੇਦਾਂ ਦੇ ਰੂਪ ਵਿਚ ਗਿਆਨ ਦੇਣ ਵਾਲੇ ਹਨ। ਉਹ ਭਗਵਾਨ ਸ਼੍ਰੀ ਕ੍ਰਿਸ਼ਨ ਦੇ ਰੂਪ ਵਿਚ ਭਗਵਤ ਗੀਤਾ ਦੇ ਸਿੱਖਿਅਕ ਹਨ। ਉਹ ਬੱਧਜੀਵ ਰਾਹੀਂ ਪੂਜਣਯੋਗ ਹਨ। ਇੰਝ ਈਸ਼ਵਰ ਸਭਨਾਂ ਦਾ ਕਲਿਆਣ ਕਰਨ ਵਾਲੇ ਅਤੇ ਸਭਨਾਂ ਤੇ ਮਿਹਰ ਕਰਨ ਵਾਲੇ ਹਨ।

ਅੰਤਹ ਪ੍ਰਵਿਸ਼੍ਟਹ੍ ਸ਼ਾਸ੍ਤਾ ਜਨਾਨਾਮ੍। ਜੀਵ ਜਿਵੇਂ ਹੀ ਆਪਣੇ ਇਸ ਸ਼ਰੀਰ ਨੂੰ ਛੱਡਦਾ ਹੈ, ਇਸਨੂੰ ਭੁੱਲ ਜਾਂਦਾ ਹੈ, ਪਰ ਪਰਮੇਸ਼ਵਰ ਰਾਹੀਂ ਪ੍ਰੇਰਿਤ ਹੋਣ ਤੇ ਉਹ ਫਿਰ ਕੰਮ ਕਰਨ ਲੱਗ ਜਾਂਦਾ ਹੈ। ਭਾਵੇਂ ਜੀਵ ਭੁੱਲ ਜਾਂਦਾ ਹੈ, ਪਰ ਭਗਵਾਨ ਉਸਨੂੰ ਬੁੱਧੀ ਦਿੰਦੇ ਹਨ, ਜਿਸ ਨਾਲ ਉਹ ਆਪਣੇ ਪਿਛਲੇ ਜਨਮ ਦੇ ਅਧੂਰੇ ਕੰਮਾਂ ਨੂੰ ਫਿਰ ਤੋਂ ਕਰਨ ਲਗਦਾ ਹੈ। ਇਸ ਲਈ ਜੀਵ ਆਪਣੇ ਹਿਰਦੇ ਵਿਚ ਸਥਿਤ ਪਰਮੇਸ਼ਵਰ ਦੇ ਹੁਕਮਾਂ ਮੁਤਾਬਿਕ ਇਸ ਸੰਸਾਰ ਵਿਚ ਸੁਖ ਜਾਂ ਦੁੱਖ ਦਾ ਸਿਰਫ ਭੋਗ ਹੀ ਨਹੀਂ ਕਰਦਾ, ਸਗੋਂ ਉਨ੍ਹਾਂ ਤੋਂ ਵੇਦਾਂ ਨੂੰ ਸਮਝਣ ਦਾ ਮੌਕਾ ਵੀ ਪ੍ਰਾਪਤ ਕਰਦਾ ਹੈ। ਜੇ ਕੋਈ ਠੀਕ ਤਰ੍ਹਾਂ ਨਾਲ ਗਿਆਨ ਪ੍ਰਾਪਤ ਕਰਨਾ ਚਾਹੇ ਤਾਂ ਕ੍ਰਿਸ਼ਨ ਉਸਨੂੰ ਉਸ ਤਰ੍ਹਾਂ ਦੀ ਬੁੱਧੀ ਦਿੰਦੇ ਹਨ। ਉਹ ਵੈਦਿਕ ਗਿਆਨ ਕਿਉਂ ਦਿੰਦੇ ਹਨ? ਇਸ ਲਈ ਕਿ ਜੀਵ ਨੂੰ ਵਿਅਕਤੀਗਤ ਰੂਪ ਵਿਚ ਕ੍ਰਿਸ਼ਨ ਨੂੰ ਸਮਝਣ ਦੀ ਲੋੜ ਹੈ। ਇਸ ਦੀ ਪੁਸ਼ਟੀ ਵੈਦਿਕ ਸਾਹਿਤ ਤੋਂ ਹੁੰਦੀ ਹੈ - **ਯੌਸੌ ਸਰ੍ਵੈਰ੍ ਵੇਦੈਰ੍ ਗੀਯਤੇ**। ਚਾਰੇ ਵੇਦਾਂ , ਵੇਦਾਂਤ ਸੂਤਰਾਂ ਅਤੇ ਉਪਨਿਸ਼ਦਾਂ ਅਤੇ ਪੁਰਾਣਾਂ ਸਮੇਤ ਸਾਰੇ ਵੈਦਿਕ ਸਾਹਿਤ ਵਿਚ ਪਰਮੇਸ਼ਵਰ ਦੀ ਕੀਰਤੀ (ਜੱਸ) ਗਾਈ ਗਈ ਹੈ। ਉਨ੍ਹਾਂ ਨੂੰ ਵੈਦਿਕ ਅਨੁਸ਼ਠਾਨਾਂ (ਸ਼ਾਸ਼ਤਰ ਵਿਧੀਆਂ) ਰਾਹੀਂ, ਵੈਦਿਕ ਦਰਸ਼ਨ ਦੀ ਵਿਆਖਿਆ ਰਾਹੀਂ ਅਤੇ

ਭਗਵਾਨ ਦੀ ਭਗਤੀ ਭਰੀ ਪੂਜਾ ਰਾਹੀਂ ਪ੍ਰਾਪਤ ਕੀਤਾ ਜਾਂਦਾ ਹੈ। ਇਸ ਲਈ ਵੇਦਾਂ ਦਾ ਮੰਤਵ ਕ੍ਰਿਸ਼ਨ ਨੂੰ ਸਮਝਣਾ ਹੈ। ਵੇਦ ਸਾਨੂੰ ਉਹ ਹਦਾਇਤਾਂ ਦਿੰਦੇ ਹਨ, ਜਿਸ ਨਾਲ ਕ੍ਰਿਸ਼ਨ ਨੂੰ ਜਾਣਿਆ ਜਾ ਸਕਦਾ ਹੈ ਅਤੇ ਉਸਦਾ ਅਨੁਭਵ ਕੀਤਾ ਜਾ ਸਕਦਾ ਹੈ। ਭਗਵਾਨ ਹੀ ਅੰਤਿਮ ਟੀਚਾ ਹਨ। ਵੇਦਾਂਤ ਸੂਤਰ (1-1-4) ਵਿਚ ਇਸਦੀ ਪੁਸ਼ਟੀ ਇਨ੍ਹਾਂ ਸ਼ਬਦਾਂ ਵਿਚ ਹੋਈ ਹੈ -

ਤਤ੍ ਤੁ ਸਮਨ੍ਵਯਾਤ੍। ਮਨੁੱਖ ਤਿੰਨ ਅਵਸਥਾਵਾਂ ਵਿਚ ਸਿੱਧੀ ਪ੍ਰਾਪਤ ਕਰਦਾ ਹੈ। ਵੈਦਿਕ ਸਾਹਿਤ ਦੇ ਗਿਆਨ ਨਾਲ ਭਗਵਾਨ ਨਾਲ ਆਪਣੇ ਸੰਬੰਧਾਂ ਨੂੰ ਸਮਝਿਆ ਜਾ ਸਕਦਾ ਹੈ, ਵੱਖੋ-ਵੱਖਰੀਆਂ ਵਿਧੀਆਂ ਨੂੰ ਪੂਰਾ ਕਰਕੇ, ਉਨ੍ਹਾਂ ਤਕ ਅਪੜਿਆ ਜਾ ਸਕਦਾ ਹੈ ਅਤੇ ਆਖਿਰ ਵਿਚ ਉਸ ਪਰਮ ਟੀਚੇ ਸ਼੍ਰੀ ਭਗਵਾਨ ਦੀ ਪ੍ਰਾਪਤੀ ਕੀਤੀ ਜਾ ਸਕਦੀ ਹੈ। ਇਸ ਸ਼ਲੋਕ ਵਿਚ ਵੇਦਾਂ ਦੇ ਪ੍ਰਯੋਜਨ, ਵੇਦਾਂ ਦੇ ਗਿਆਨ ਅਤੇ ਵੇਦਾਂ ਦੇ ਟੀਚੇ ਦੀ ਸਪਸ਼ਟ ਪਰਿਭਾਸ਼ਾ ਕੀਤੀ ਗਈ ਹੈ।

द्वाविमौ पुरुषौ लोके क्षरश्चाक्षर एव च।
क्षरः सर्वाणि भूतानि कूटस्थोऽक्षर उच्यते ॥१६॥

ਦ੍ਵਾਵ ਇਮੌ ਪੁਰੁਸ਼ੌ ਲੋਕੇ ਕ੍ਸ਼ਰਕਸ਼੍ ਚਾਕ੍ਸ਼ਰ ਏਵ ਚ।
ਕ੍ਸ਼ਰਹ੍ ਸਰ੍ਵਾਣਿ ਭੂਤਾਨਿ ਕੂਟ-ਸ੍ਥੋ'ਕ੍ਸ਼ਰ ਉਚ੍ਯਤੇ ॥ 16 ॥

ਦਵੌ-ਦੋ ; **ਇਮੌ**-ਇਹ ; **ਪੁਰੁਸ਼ੌ**-ਜੀਵ ; **ਲੋਕੇ**-ਸੰਸਾਰ ਵਿਚ ; **ਕ੍ਸ਼ਰਹ੍**-ਡਿੱਗਿਆ ; **ਚ**-ਅਤੇ ; **ਕ੍ਸ਼ਰਹ੍**-ਅਸਥਿਰ ; **ਏਵ**-ਨਿਸ਼ਚੈ ਹੀ ; **ਚ**-ਅਤੇ ; **ਕ੍ਸ਼ਰਹ੍**-ਡਿੱਗਿਆ ; **ਸਰ੍ਵਾਣਿ**-ਸਾਰੇ ; **ਭੂਤਾਨਿ**-ਜੀਵਾਂ ਨੂੰ ; **ਕੂਟਸ੍ਥਹ੍**-ਇੱਕ-ਮਿੱਕ ਵਿਚ ; **ਅਕ੍ਸ਼ਰਹ੍**-ਅਚੁਤ (ਅਡਿੱਗ) ; **ਉਚ੍ਯਤੇ**-ਕਿਹਾ ਜਾਂਦਾ ਹੈ।

ਅਨੁਵਾਦ

ਜੀਵ ਦੋ ਤਰ੍ਹਾਂ ਦੇ ਹੁੰਦੇ ਹਨ - ਡਿੱਗਣ-ਯੋਗ ਅਤੇ ਅਡਿੱਗ। ਭੌਤਿਕ ਸੰਸਾਰ ਵਿਚ ਹਰ ਜੀਵ ਡਿੱਗਣ-ਯੋਗ ਹੁੰਦਾ ਹੈ ਅਤੇ ਅਧਿਆਤਮਕ ਸੰਸਾਰ ਵਿਚ ਹਰ ਜੀਵ ਅਚੁਤ (ਅਡਿੱਗ) ਕਹਾਉਂਦਾ ਹੈ।

ਭਾਵ

ਜਿਵੇਂ ਕਿ ਪਹਿਲੋਂ ਦੱਸਿਆ ਜਾ ਚੁੱਕਾ ਹੈ, ਭਗਵਾਨ ਨੇ ਆਪਣੇ ਵਿਆਸ ਦੇਵ ਅਵਤਾਰ ਵਿਚ ਬ੍ਰਹਮ ਸੂਤਰ ਦਾ ਸੰਕਲਨ ਕੀਤਾ। ਭਗਵਾਨ ਨੇ ਇੱਥੇ ਵੇਦਾਂਤ ਸੂਤਰ ਦੀ ਵਿਸ਼ੇ ਵਸਤੂ ਦਾ ਸੰਖੇਪ ਸਾਰ ਦਿੱਤਾ ਹੈ। ਉਨ੍ਹਾਂ ਦਾ ਕਹਿਣਾ ਹੈ ਕਿ ਜੀਵ ਜਿਨ੍ਹਾਂ ਦੀ ਅਣਗਿਣਤ

ਗਿਣਤੀ ਹੈ, ਦੋ ਸ਼੍ਰੇਣੀਆਂ ਵਿਚ ਵੰਡੇ ਜਾ ਸਕਦੇ ਹਨ – ਡਿੱਗਣ-ਯੋਗ ਅਤੇ ਅਡਿੱਗ। ਜੀਵ ਭਗਵਾਨ ਦੇ ਸਨਾਤਨ ਭਿੰਨ ਅੰਸ਼ ਹਨ। ਜਦੋਂ ਉਨ੍ਹਾਂ ਦਾ ਮੇਲ ਭੌਤਿਕ ਸੰਸਾਰ ਨਾਲ ਹੁੰਦਾ ਹੈ ਤਾਂ ਉਹ **ਭੂਤ** ਕਹਾਉਂਦੇ ਹਨ। ਇੱਥੇ **ਕ੍ਸ਼ਰ ਸਰ੍ਵਾਣਿ ਭੂਤਾਨਿ** ਪਦ ਵਰਤਿਆ ਗਿਆ ਹੈ, ਜਿਸਦਾ ਅਰਥ ਹੈ ਕਿ ਜੀਵ ਡਿੱਗਣ-ਯੋਗ ਹਨ। ਪਰ ਜਿਹੜੇ ਜੀਵ ਪਰਮ ਪੁਰਖ ਭਗਵਾਨ ਨਾਲ ਇੱਕਸਾਰਤਾ ਸਥਾਪਿਤ ਕਰ ਲੈਂਦੇ ਹਨ, ਉਹ ਸਥਿਰ (ਅਡਿੱਗ) ਕਹਾਉਂਦੇ ਹਨ। ਇੱਕਸਾਰਤਾ ਦਾ ਅਰਥ ਇਹ ਨਹੀਂ ਕਿ ਉਨ੍ਹਾਂ ਦੀ ਆਪਣੀ ਕੋਈ ਹੋਂਦ ਨਹੀਂ ਹੈ, ਸਗੋਂ ਇਹ ਕਿ ਦੋਵਾਂ ਵਿਚ ਵੱਖਰਾਪਨ ਨਹੀਂ। ਉਸ ਸਭ ਸਿਰਜਣ ਦੇ ਪ੍ਰਯੋਜਨ ਨੂੰ ਮੰਨਦੇ ਹਨ। ਨਿਸ਼ਚੈ ਹੀ ਅਧਿਆਤਮਕ ਸੰਸਾਰ ਵਿਚ ਸਿਰਜਣ ਵਰਗੀ ਕੋਈ ਚੀਜ਼ ਨਹੀਂ ਹੈ, ਪਰ ਕਿਉਂਕਿ ਜਿਵੇਂ ਕਿ ਵੇਦਾਂਤ ਸੂਤਰ ਵਿਚ ਕਿਹਾ ਗਿਆ ਹੈ, ਭਗਵਾਨ ਸਾਰੇ ਪ੍ਰਗਟਾਉ ਦੇ ਸਰੋਤ ਹਨ, ਇਸ ਲਈ ਇੱਥੇ ਇਸ ਵਿਚਾਰਧਾਰਾ ਦੀ ਵਿਆਖਿਆ ਕੀਤੀ ਗਈ ਹੈ।

ਭਗਵਾਨ ਸ਼੍ਰੀ ਕ੍ਰਿਸ਼ਨ ਦੇ ਕਹਿਣ ਮੁਤਾਬਿਕ ਜੀਵਾਂ ਦੀਆਂ ਦੋ ਸ਼੍ਰੇਣੀਆਂ ਹਨ। ਵੇਦਾਂ ਵਿਚ ਇਸਦੇ ਸਬੂਤ ਮਿਲਦੇ ਹਨ। ਇਸ ਲਈ ਇਸ ਸੰਬੰਧੀ ਸ਼ੱਕ ਕਰਨ ਦਾ ਸਵਾਲ ਹੀ ਨਹੀਂ ਪੈਦਾ ਹੁੰਦਾ। ਇਸ ਸੰਸਾਰ ਵਿਚ ਸੰਘਰਸ਼ ਵਿਚ ਲੱਗੇ ਸਾਰੇ ਜੀਵ ਮਨ ਅਤੇ ਪੰਜ ਇੰਦਰੀਆਂ ਸਮੇਤ ਭੌਤਿਕ ਸ਼ਰੀਰ ਵਾਲੇ ਹਨ, ਜਿਹੜੇ ਪਰਿਵਰਤਨ ਸ਼ੀਲ ਹਨ। ਜਦੋਂ ਤਕ ਜੀਵ ਬੱਧ ਹੈ, ਉਦੋਂ ਤਕ ਉਸਦਾ ਸ਼ਰੀਰ ਪਦਾਰਥ ਦੇ ਮੇਲ ਨਾਲ ਬਦਲਦਾ ਰਹਿੰਦਾ ਹੈ। ਕਿਉਂਕਿ ਪਦਾਰਥ ਬਦਲਦਾ ਰਹਿੰਦਾ ਹੈ, ਇਸ ਲਈ ਜੀਵ ਬਦਲਦੇ ਲਗਦੇ ਹਨ। ਪਰ ਅਧਿਆਤਮਕ ਸੰਸਾਰ ਵਿਚ ਜੀਵ ਪਦਾਰਥ ਨਾਲ ਨਹੀਂ ਬਣਿਆ ਹੁੰਦਾ, ਇਸ ਲਈ ਉਸ ਵਿਚ ਪਰਿਵਰਤਨ ਨਹੀਂ ਹੁੰਦਾ। ਭੌਤਿਕ ਸੰਸਾਰ ਵਿਚ ਜੀਵ ਵਿਚ ਛੇ ਪਰਿਵਰਤਨ ਹੁੰਦੇ ਹਨ – ਜਨਮ, ਵਿਕਾਸ, ਮੌਜੂਦਗੀ (ਹਾਜ਼ਰੀ), ਪੈਦਾਇਸ਼, ਕਮਜ਼ੋਰ ਹੋਣਾ ਅਤੇ ਵਿਨਾਸ਼, ਇਹ ਭੌਤਿਕ ਸੰਸਾਰ ਦੇ ਪਰਿਵਰਤਨ ਹਨ। ਪਰ ਅਧਿਆਤਮਕ ਸੰਸਾਰ ਵਿਚ ਸਰੀਰਕ ਪਰਿਵਰਤਨ ਨਹੀਂ ਹੁੰਦਾ, ਉਥੇ ਨਾ ਤਾਂ ਬੁਢਾਪਾ, ਨਾ ਜਨਮ ਅਤੇ ਨਾ ਮੌਤ। ਉਹ ਸਾਰੇ ਇੱਕੋ ਅਵਸਥਾ ਵਿਚ ਰਹਿੰਦੇ ਹਨ। **ਕ੍ਸ਼ਰ ਸਰ੍ਵਾਣਿ ਭੂਤਾਨਿ** – ਜਿਹੜੇ ਜੀਵ, ਆਦਿ ਜੀਵ, ਬ੍ਰਹਮ ਤੋਂ ਲੈਕੇ ਛੋਟੀ ਜਿਹੀ ਕੀੜੀ ਤੱਕ, ਭੌਤਿਕ ਪ੍ਰਕਿਰਤੀ ਦੇ ਸੰਪਰਕ ਵਿਚ ਆਉਂਦਾ ਹੈ, ਉਹ ਆਪਣਾ ਸਰੀਰ ਬਦਲਦਾ ਹੈ, ਇਸ ਲਈ ਇਹ ਸਭ ਨਾਸ਼ਵਾਨ ਜਾਂ ਡਿੱਗਣ-ਯੋਗ ਹਨ। ਪਰ ਅਧਿਆਤਮਕ ਸੰਸਾਰ ਵਿਚ ਉਹ ਮੁਕਤ ਜੀਵ ਹਮੇਸ਼ਾਂ ਇੱਕੋ ਅਵਸਥਾ ਵਿਚ ਰਹਿੰਦੇ ਹਨ।

उत्तमः पुरुषस्त्वन्यः परमात्मेत्युदाहृतः।
यो लोकत्रयमाविश्य बिभर्त्यव्यय ईश्वरः॥१७॥

ਉੱਤਮਹ੍ ਪੁਰੁਸ਼੍ਸ੍ ਤ੍ਵ੍ ਅੰਨਯਹ੍ ਪਰਮਾਤਮੇਤਿ ਓਦਾਹ੍ਰਿਤਹ੍ ।
ਯੋ ਲੋਕ-ਤ੍ਰਯਮ੍ ਆਵਿਸ਼੍ਯ ਬਿਭਰ੍ਤਿ ਅਵ੍ਯਯ ਈਸ਼੍ਵਰਹ੍ ॥ 17 ॥

ਉੱਤਮਹ੍-ਸ੍ਰੇਸ਼ਠ ; **ਪੁਰੁਸ਼ਹ੍**-ਮਨੁੱਖ ; **ਤੁ**-ਪਰ ; **ਅੰਨਯਹ੍**-ਹੋਰ ; **ਪਰਮ**-ਪਰਮ ; **ਆਤ੍ਮਾ**-ਆਤਮਾ ; **ਇਤਿ**-ਇੰਝ ; **ਓਦਾਹ੍ਰਿਤਹ੍**-ਕਿਹਾ ਜਾਂਦਾ ਹੈ ; **ਯਹ੍**-ਜਿਹੜੇ ; **ਲੋਕ**-ਬ੍ਰਹਿਮੰਡ ਦੇ ; **ਤ੍ਰਯਮ੍**-ਤਿੰਨ ਹਿੱਸਿਆਂ ਵਿਚ ; **ਆਵਿਸ਼੍ਯ**-ਪ੍ਰਵੇਸ਼ ਕਰਕੇ ; **ਬਿਭਰ੍ਤਿ**-ਪਾਲਣ ਕਰਦਾ ਹੈ ; **ਅਵ੍ਯਯਹ੍**-ਅਵਿਨਾਸ਼ੀ ; **ਈਸ਼੍ਵਰਹ੍**-ਭਗਵਾਨ ।

ਅਨੁਵਾਦ

ਇਨ੍ਹਾਂ ਦੋਵਾਂ ਤੋਂ ਇਲਾਵਾ, ਇੱਕ ਪਰਮ ਪੁਰਖ਼ ਪਰਮਾਤਮਾ ਹੈ । ਜਿਹੜਾ ਪ੍ਰਤੱਖ ਅਵਿਨਾਸ਼ੀ ਭਗਵਾਨ ਹੈ ਅਤੇ ਜਿਹੜਾ ਤਿੰਨ੍ਹਾਂ ਲੋਕਾਂ ਵਿਚ ਪ੍ਰਵੇਸ਼ ਕਰਕੇ, ਉਨ੍ਹਾਂ ਨੂੰ ਪਾਲ ਰਿਹਾ ਹੈ ।

ਭਾਵ

ਇਸ ਸ਼ਲੋਕ ਦਾ ਭਾਵ **ਕਠੋਪਨਿਸ਼ਦ** (2-2-13) ਅਤੇ **ਸ਼ਵੇਤਾਸ਼੍ਵਤਰ ਉਪਨਿਸ਼ਦ** ਵਿਚ (6-13) ਬਹੁਤ ਸੁਚੱਜੇ ਢੰਗ ਨਾਲ ਕੀਤਾ ਗਿਆ ਹੈ । ਉਹ, ਇਹ ਕਿਹਾ ਗਿਆ ਹੈ ਕਿ ਅਣਗਿਣਤ ਜੀਵਾਂ ਦੇ ਨਿਯੰਤਰਕ, ਜਿਨ੍ਹਾਂ ਵਿੱਚੋਂ ਕੁਝ ਬੱਧ ਹਨ ਅਤੇ ਕੁਝ ਮੁਕਤ ਹਨ, ਇੱਕ ਪਰਮ ਪੁਰਖ਼ ਹੈ, ਜਿਹੜਾ ਪਰਮਾਤਮਾ ਹੈ । ਉਪਨਿਸ਼ਦ ਦਾ ਸ਼ਲੋਕ ਇੰਝ ਹੈ - **ਨਿਤਯੋ ਨਿਤ੍ਯਾਨਾਮ੍ ਚੇਤਨਸ਼੍ਚੇਤਨਾਨਾਮ੍** । ਸਾਰ ਇਹ ਹੈ ਕਿ ਬੱਧ ਅਤੇ ਮੁਕਤ ਦੋਵੇਂ ਤਰ੍ਹਾਂ ਦੇ ਜੀਵਾਂ ਵਿਚੋਂ ਇੱਕ ਪਰਮ ਪੁਰਖ ਭਗਵਾਨ ਹੁੰਦਾ ਹੈ, ਜਿਹੜਾ ਉਨ੍ਹਾਂ ਸਭਨਾਂ ਨੂੰ ਪਾਲਦਾ ਹੈ ਅਤੇ ਉਨ੍ਹਾਂ ਨੂੰ ਉਨ੍ਹਾਂ ਦੇ ਕੰਮਾਂ ਮੁਤਾਬਿਕ ਭੋਗ ਅਤੇ ਸੁਵਿਧਾ ਦਿੰਦਾ ਹੈ । ਉਹ ਭਗਵਾਨ ਪਰਮਾਤਮਾ ਰੂਪ ਵਿਚ ਸਭਨਾਂ ਦੇ ਹਿਰਦੇ ਵਿਚ ਸਥਿਤ ਹੈ । ਜਿਹੜਾ ਬੁੱਧੀਮਾਨ ਮਨੁੱਖ ਉਨ੍ਹਾਂ ਨੂੰ ਸਮਝ ਸਕਦਾ ਹੈ, ਉਹ ਹੀ ਪੂਰਨ ਸ਼ਾਂਤੀ ਲਾਭ ਕਰ ਸਕਦਾ ਹੈ, ਹੋਰ ਕੋਈ ਨਹੀਂ ।

यस्मात्क्षरमतीतोऽहमक्षरादपि चोत्तमः।
अतोऽस्मि लोके वेदे च प्रथितः पुरुषोत्तमः ॥१८॥

ਯਸ੍ਮਾਤ੍ ਕ੍ਸ਼ਰਮ੍ ਅਤੀਤੋ 'ਹਮ੍ ਅਕ੍ਸ਼ਰਾਦ੍ ਅਪਿ ਚੋੱਤਮਹ੍ ।
ਅਤੋ'ਸ੍ਮਿ ਲੋਕੇ ਵੇਦੇ ਚ ਪ੍ਰਥਿਤਹ੍ ਪੁਰੁਸ਼ੋੱਤਮਹ੍ ॥ 18 ॥

ਯਸ੍ਮਾਤ੍-ਕਿਉਂਕਿ ; **ਕ੍ਸ਼ਰਮ੍**-ਅਸਥਿਰ (ਡਿੱਗਣ-ਯੋਗ) ; **ਅਤੀਤਹ੍**-ਅਲੌਕਿਕ ; **ਅਹਮ੍**-ਮੈਂ ਹਾਂ ; **ਅਕ੍ਸ਼ਰਾਤ੍**-ਸਥਿਰ ਤੋਂ ਪਰ੍ਹੇ (ਅਡਿੱਗ) ; **ਅਪਿ**-ਵੀ ; **ਚ**-ਅਤੇ ; **ਉੱਤਮਹ੍**-ਸਰਬਸ੍ਰੇਸ਼ਠ ; **ਅਤਹ੍**-ਇਸ ਲਈ ; **ਅਸ੍ਮਿ**-ਮੈਂ ਹਾਂ ; **ਲੋਕੇ**-ਸੰਸਾਰ ਵਿਚ ;

ਵੇਦੇ-ਵੈਦਿਕ ਸਾਹਿਤ ਵਿਚ ; **ਚ**-ਅਤੇ ; **ਪ੍ਰਥਿਤਹ੍**-ਪ੍ਰਸਿੱਧ ; **ਪੁਰੁਸ਼**-ਉੱਤਮ-ਪਰਮ ਪੁਰਖ ਦੇ ਰੂਪ ਵਿਚ।

ਅਨੁਵਾਦ

ਕਿਉਂਕਿ ਮੈਂ ਡਿੱਗਣ-ਯੋਗ ਅਤੇ ਅਡਿੱਗ ਦੋਵਾਂ ਤੋਂ ਪਰ੍ਹੇ ਹਾਂ ਅਤੇ ਮੈਂ ਸਰਬਸ੍ਰੇਸ਼ਠ ਹਾਂ, ਇਸ ਲਈ ਮੈਂ ਇਸ ਸੰਸਾਰ ਵਿਚ ਅਤੇ ਵੇਦਾਂ ਵਿਚ ਪਰਮ ਪੁਰਖ਼ ਰੂਪ ਵਿਚ ਪ੍ਰਸਿੱਧ ਹਾਂ।

ਭਾਵ

ਭਗਵਾਨ ਕ੍ਰਿਸ਼ਨ ਤੋਂ ਵੱਧਕੇ ਕੋਈ ਨਹੀਂ ਹੈ - ਨਾ ਤਾਂ ਬੱਧਜੀਵ ਨਾ ਮੁਕਤ ਜੀਵ। ਇਸ ਲਈ ਉਹ ਪੁਰਸ਼ੋਤਮ ਹਨ। ਹੁਣ ਇਹ ਸਪਸ਼ਟ ਹੋ ਚੁੱਕਾ ਹੈ ਕਿ ਜੀਵ ਅਤੇ ਭਗਵਾਨ ਦੋਵੇਂ ਵਿਅਕਤੀ ਹਨ। ਫਰਕ ਸਿਰਫ ਐਨਾ ਹੈ ਕਿ ਜੀਵ, ਚਾਹੇ ਬੱਧ ਹਾਲਤ ਵਿਚ ਰਹੇ ਜਾਂ ਮੁਕਤ ਹਾਲਾਤ ਵਿਚ ਉਹ ਪਰਿਮਾਣ ਵਿਚ ਭਗਵਾਨ ਦੇ ਮਾਪ ਅਤੇ ਉਨ੍ਹਾਂ ਦੀਆਂ ਦਿੱਵ ਸ਼ਕਤੀਆਂ (ਅਚਿੰਤਨੀ ਸ਼ਕਤੀਆਂ) ਤੋਂ ਵੱਧਕੇ ਨਹੀਂ ਹੋ ਸਕਦਾ। ਇਹ ਸੋਚਣਾ ਗਲਤ ਹੈ ਕਿ ਭਗਵਾਨ ਅਤੇ ਜੀਵ ਬਰਾਬਰ ਪੱਧਰ ਤੇ ਹਨ ਜਾਂ ਹਰ ਤਰ੍ਹਾਂ ਨਾਲ ਇੱਕੋ ਜਿਹੇ ਹਨ। ਇਨ੍ਹਾਂ ਦੇ ਵਿਅਕਤੀਤਵ ਵਿਚ ਹਮੇਸ਼ਾਂ ਸ੍ਰੇਸ਼ਠਤਾ ਅਤੇ ਨਿਮਨਤਾ ਬਣੀ ਰਹਿੰਦੀ ਹੈ। **ਉੱਤਮ** ਸ਼ਬਦ ਬਹੁਤ ਸਾਰਥੱਕ ਹੈ ਭਗਵਾਨ ਤੋਂ ਵੱਧਕੇ ਕੋਈ ਨਹੀਂ ਹੈ।

ਲੋਕੇ ਸ਼ਬਦ '**ਪੌਰੁਸ਼ ਆਗਮ**' (ਸਮਰਿਤੀ ਸ਼ਾਸ਼ਤਰ) ਵੀ ਇਸ ਦੀ ਮਹੱਤਤਾ ਦੱਸਦਾ ਹੈ। ਜਿਵੇਂ ਕਿ **ਨਿਰੁਕਤੀ ਕੋਸ਼** ਵਿਚ ਪੁਸ਼ਟੀ ਕੀਤੀ ਗਈ ਹੈ - **ਲੋਕ੍ਯਤੇ ਵੇਦਾਰ੍ਥੋ'ਨੇਨ** - ਵੇਦਾਂ ਦਾ ਪ੍ਰਯੋਜਨ ਸਮਰਿਤ ਸ਼ਾਸ਼ਤਰਾਂ ਵਿਚ ਦੱਸਿਆ ਗਿਆ ਹੈ।

ਭਗਵਾਨ ਦੇ ਅੰਤਰਜਾਮੀ ਪਰਮਾਤਮਾ ਸਰੂਪ ਦਾ ਵੀ ਵੇਦਾਂ ਵਿਚ ਵਰਣਨ ਹੋਇਆ ਹੈ। ਹੇਠ ਲਿਖੇ ਸ਼ਲੋਕ ਵੇਦਾਂ ਵਿਚ (ਛਾਂਦੋਗ੍ਯ ਉਪਨਿਸ਼ਦ 8-12-3) ਆਇਆ ਹੈ -

ਤਾਵਦ੍ ਏਸ਼ ਸੰਪ੍ਰਸਾਦੋ 'ਸ੍ਮਾਚ ਚਰੀਰਾਤ੍ ਸਮੁਤ੍ਥਾਯ ਪਰਮ੍
ਜ੍ਯੋਤੀ-ਰੂਪਮ੍ ਸੰਪਦ੍ਯ ਸ੍ਵੇਨ ਰੂਪੇਣਾਭਿਨਿਸ਼੍ਪਦ੍ਯਤੇ ਸ ਉੱਤਮਹ੍ ਪੁਰੁਸ਼ਹ੍।

"ਸ਼ਰੀਰ ਵਿਚੋਂ ਨਿਕਲਕੇ ਪਰਮਾਤਮਾ ਦਾ ਪ੍ਰਵੇਸ਼ ਨਿਰਾਕਾਰ ਬ੍ਰਹਮਜੋਤ ਵਿਚ ਹੁੰਦਾ ਹੈ। ਉਦੋਂ, ਉਹ ਆਪਣੇ ਇਸ ਅਧਿਆਤਮਕ ਸਰੂਪ ਵਿਚ ਬਣੇ ਰਹਿੰਦੇ ਹਨ। ਇਹ ਪਰਮ ਹੀ, ਪਰਮ ਪੁਰਖ ਕਹਾਉਂਦੇ ਹਨ। ਇਸ ਦਾ ਅਰਥ ਇਹ ਹੋਇਆ ਕਿ ਪਰਮਾਤਮਾ ਪੁਰਖ ਆਪਣਾ ਅਧਿਆਤਮਕ ਤੇਜ ਪ੍ਰਗਟ ਕਰਦੇ ਅਤੇ ਪ੍ਰਸਾਰਿਤ ਕਰਦੇ ਰਹਿੰਦੇ ਹਨ ਅਤੇ ਇਹੋ ਚਰਮ ਪ੍ਰਕਾਸ਼ ਹੈ। ਉਸ ਪਰਮ ਪੁਰਖ ਦਾ ਇੱਕ ਸਵਰੂਪ ਹੈ, ਅੰਤਰਜਾਮੀ

ਪਰਮਾਤਮਾ। ਭਗਵਾਨ, ਸੱਤਵਤੀ ਅਤੇ ਪਰਾਸ਼ਰ ਦੇ ਪੁੱਤਰ ਰੂਪ ਵਿਚ ਅਵਤਾਰ ਧਾਰਣ ਕਰਕੇ ਵਿਆਸ ਦੇਵ ਦੇ ਰੂਪ ਵਿਚ ਵੈਦਿਕ ਗਿਆਨ ਦੀ ਵਿਆਖਿਆ ਕਰਦੇ ਹਨ।"

यो मामेवमसम्मूढो जानाति पुरुषोत्तमम्।
स सर्वविद्भजति मां सर्वभावेन भारत॥१९॥

ਯੋ ਮਾਮ੍ ਏਵਮ੍ ਅਸਮ੍ਮੂਢੋ ਜਾਨਾਤਿ ਪੁਰੁਸ਼ੋੱਤਮਮ੍।
ਸ ਸਰ੍ਵ-ਵਿਦ੍ ਭਜਤਿ ਮਾਮ੍ ਸਰ੍ਵ-ਭਾਵੇਨ ਭਾਰਤ॥ 19॥

ਯਹ੍-ਜਿਹੜਾ ; **ਮਾਮ੍**-ਮੈਨੂੰ ; **ਏਵ੍ਮ**-ਇੰਝ ; **ਅਸਮ੍ਮੂਢਹ੍**-ਸ਼ੰਕਾ ਰਹਿਤ ; **ਜਾਨਾਤਿ**-ਜਾਣਦਾ ਹੈ ; **ਪੁਰੁਸ਼-ਉੱਤਮਮ੍**-ਪਰਮ ਪੁਰਖ ਭਗਵਾਨ ; **ਸਹ੍**-ਉਹ ; **ਸਰ੍ਵ ਵਿਤ੍**-ਸਭ ਕੁਝ ਜਾਣਨ ਵਾਲਾ ; **ਭਜਤਿ**-ਭਗਤੀ ਕਰਦਾ ਹੈ ; **ਮਾਮ੍**-ਮੈਨੂੰ ; **ਸਰ੍ਵ ਭਾਵੇਨ**-ਇੰਝ ਹਰ ਤਰ੍ਹਾਂ ਨਾਲ ; **ਭਾਰਤ**-ਹੇ ਭਰਤ ਪੁੱਤਰ।

ਅਨੁਵਾਦ

ਜਿਹੜਾ ਕੋਈ ਵੀ ਮੈਨੂੰ, ਬਿਨ੍ਹਾਂ ਸ਼ੰਕਾ ਕੀਤੇ ਪਰਮ ਪੁਰਖ ਭਗਵਾਨ ਦੇ ਰੂਪ ਵਿਚ ਜਾਣਦਾ ਹੈ, ਉਹ ਸਭ ਕੁਝ ਜਾਣਨ ਵਾਲਾ ਹੈ। ਇਸ ਲਈ ਹੇ ਭਰਤ ਪੁੱਤਰ! ਉਹ ਮਨੁੱਖ ਮੇਰੀ ਪੂਰਨ ਭਗਤੀ ਵਿਚ ਲੱਗਿਆ ਹੁੰਦਾ ਹੈ।

ਭਾਵ

ਜੀਵ ਅਤੇ ਪਰਮ-ਪੂਰਨ ਸਤਿ ਦੀ ਸੁਭਾਵਿਕ ਸਥਿਤੀ ਬਾਰੇ ਅਨੇਕਾਂ ਦਾਰਸ਼ਨਿਕ ਸਿਧਾਂਤਕ ਦਲੀਲਾਂ ਹਨ। ਇਸ ਸ਼ਲੋਕ ਵਿਚ ਪਰਮ ਪੁਰਖ ਭਗਵਾਨ ਸਪਸ਼ਟ ਦੱਸਦੇ ਹਨ ਕਿ ਜਿਹੜਾ ਭਗਵਾਨ ਕ੍ਰਿਸ਼ਨ ਨੂੰ ਪਰਮ ਪੁਰਖ ਦੇ ਰੂਪ ਵਿਚ ਜਾਣਦਾ ਹੈ, ਉਹ ਸਾਰੀਆਂ ਚੀਜ਼ਾਂ ਦਾ ਗਿਆਤਾ ਹੈ। ਅਪੂਰਨ ਗਿਆਤਾ ਪਰਮ ਸਤਿ ਬਾਰੇ ਸਿਰਫ਼ ਕਲਪਨਾ ਕਰਦਾ ਹੈ, ਜਦੋਂ ਕਿ ਪੂਰਨ ਗਿਆਤਾ ਸਮੇਂ ਨੂੰ ਅਜਾਈਂ ਨਾ ਗਵਾਂ ਕੇ ਸਿੱਧਾ ਕ੍ਰਿਸ਼ਨ ਭਾਵਨਾ ਅੰਮ੍ਰਿਤ ਵਿਚ ਲੱਗ ਜਾਂਦਾ ਹੈ, ਭਾਵ ਭਗਵਾਨ ਦੀ ਭਗਤੀ ਕਰਨ ਲਗਦਾ ਹੈ। ਸੰਪੂਰਨ ਭਗਵਤ ਗੀਤਾ ਵਿਚ ਥਾਂ-ਥਾਂ ਤੇ ਇਸ ਤੱਥ ਤੇ ਜ਼ੋਰ ਦਿੱਤਾ ਗਿਆ ਹੈ। ਫਿਰ ਵੀ ਭਗਵਤ ਗੀਤਾ ਦੇ ਅਜਿਹੇ ਅਨੇਕਾਂ ਕੱਟੜ ਟੀਕਾਕਾਰ ਹਨ, ਜਿਹੜੇ ਪਰਮ ਪੂਰਨ ਸਤਿ ਅਤੇ ਜੀਵ ਨੂੰ ਇੱਕ ਸਮਾਨ ਹੀ ਮੰਨਦੇ ਹਨ।

ਵੈਦਿਕ ਗਿਆਨ ਸ਼ਰੁਤੀ ਕਹਾਉਂਦਾ ਹੈ, ਜਿਸਦਾ ਅਰਥ ਹੈ ਸੁਣ ਕੇ ਗਿਆਨ ਪ੍ਰਾਪਤ ਕਰਨਾ। ਅਸਲ ਵਿਚ ਵੈਦਿਕ ਸੂਚਨਾ ਕ੍ਰਿਸ਼ਨ ਅਤੇ ਉਨ੍ਹਾਂ ਦੇ ਪ੍ਰਮਾਣਿਕ ਨੁਮਾਇੰਦਿਆਂ ਵਰਗੇ ਅਧਿਕਾਰੀਆਂ ਤੋਂ ਗ੍ਰਹਿਣ ਕਰਨੀ ਚਾਹੀਦੀ ਹੈ। ਇੱਥੇ ਕ੍ਰਿਸ਼ਨ ਨੇ ਹਰ ਚੀਜ਼ ਦਾ

ਫਰਕ ਸੋਹਣੇ ਤਰੀਕੇ ਨਾਲ ਦੱਸਿਆ ਹੈ । ਇਸ ਲਈ ਇਸੇ ਸਰੋਤ ਤੋਂ ਸੁਣਨਾ ਚਾਹੀਦਾ ਹੈ। ਪਰ ਸਿਰਫ ਸੂਅਰਾਂ ਵਾਂਗ ਸੁਣਨਾ ਹੀ ਕਾਫੀ ਨਹੀਂ ਹੈ, ਮਨੁੱਖ ਨੂੰ ਚਾਹੀਦਾ ਹੈ ਕਿ ਅਧਿਕਾਰੀਆਂ ਤੋਂ ਸਮਝੇ । ਅਜਿਹਾ ਨਹੀਂ ਕਿ ਸਿਰਫ ਨੀਰਸ ਚਿੰਤਨ ਹੀ ਕਰਦਾ ਰਹੇ । ਮਨੁੱਖ ਨਿਮਰਤਾ ਨਾਲ ਭਗਵਤ ਗੀਤਾ ਨੂੰ ਸੁਣੇ, ਕਿ ਸਾਰੇ ਜੀਵ ਹਮੇਸ਼ਾਂ ਭਗਵਾਨ ਦੇ ਅਧੀਨ ਹਨ, ਜਿਹੜਾ ਵੀ ਇਸ ਨੂੰ ਸਮਝ ਲੈਂਦਾ ਹੈ, ਉਹੀ ਪਰਮ ਪੁਰਖ਼ ਭਗਵਾਨ ਸ਼੍ਰੀ ਕ੍ਰਿਸ਼ਨ ਦੇ ਵਚਨਾਂ ਮੁਤਾਬਿਕ ਵੇਦਾਂ ਦੇ ਪ੍ਰਯੋਜਨ ਨੂੰ ਸਮਝਦਾ ਹੈ, ਹੋਰ ਕੋਈ ਨਹੀਂ ਸਮਝ ਸਕਦਾ ।

ਭਜਤਿ ਸ਼ਬਦ ਬਹੁਤ ਸਾਰਥਕ ਹੈ । ਕਈ ਥਾਵਾਂ ਤੇ **ਭਜਤਿ** ਦਾ ਸੰਬੰਧ ਪਰਮੇਸ਼ਵਰ ਦੀ ਸੇਵਾ ਦੇ ਅਰਥ ਵਿਚ ਵਰਤਿਆ ਗਿਆ ਹੈ । ਜੇ ਕੋਈ ਮਨੁੱਖ ਪੂਰਨ ਕ੍ਰਿਸ਼ਨ ਭਾਵਨਾ ਅੰਮ੍ਰਿਤ ਵਿਚ ਲੱਗਿਆ ਹੈ, ਭਾਵ ਈਸ਼ਵਰ ਦੀ ਭਗਤੀ ਕਰਦਾ ਹੈ ਤਾਂ ਇਹ ਸਮਝਣਾ ਚਾਹੀਦਾ ਹੈ ਕਿ ਉਸਨੇ ਸਾਰਾ ਵੈਦਿਕ ਗਿਆਨ ਸਮਝ ਲਿਆ ਹੈ । ਵੈਸ਼ਣਵ ਪਰੰਪਰਾ ਵਿਚ ਇਹ ਕਿਹਾ ਗਿਆ ਜਾਂਦਾ ਹੈ ਕਿ ਜੇ ਕੋਈ ਸ਼੍ਰੀ ਕ੍ਰਿਸ਼ਨ ਭਗਤੀ ਵਿਚ ਲੱਗਿਆ ਰਹਿੰਦਾ ਹੈ ਤਾਂ ਉਸਨੂੰ ਪਰਮ ਪੂਰਣ ਸਤਿ ਨੂੰ ਜਾਣਨ ਲਈ ਕਿਸੇ ਹੋਰ ਅਧਿਆਤਮਕ ਵਿਧੀ ਦੀ ਜ਼ਰੂਰਤ ਨਹੀਂ ਰਹਿੰਦੀ । ਉਹ ਗਿਆਨ ਦੀਆਂ ਸਾਰੀਆਂ ਮੁੱਢਲੀਆਂ ਵਿਧੀਆਂ ਨੂੰ ਪਾਰ ਕਰ ਚੁੱਕਾ ਹੁੰਦਾ ਹੈ । ਪਰ ਜੇ ਕੋਈ ਲੱਖਾਂ ਜਨਮਾਂ ਤਕ ਚਿੰਤਨ ਕਰਨ ਤੇ ਵੀ ਇਸ ਟੀਚੇ ਤੇ ਨਹੀਂ ਪਹੁੰਚਦਾ ਕਿ ਕ੍ਰਿਸ਼ਨ ਹੀ ਪਰਮ ਪੁਰਖ ਭਗਵਾਨ ਹਨ ਅਤੇ ਉਨ੍ਹਾਂ ਦੀ ਸ਼ਰਨ ਲੈਣੀ ਚਾਹੀਦੀ ਹੈ, ਤਾਂ ਉਸਦਾ ਅਨੇਕਾਂ ਜਨਮਾਂ ਦਾ ਚਿੰਤਨ ਵਿਅਰਥ ਹੋ ਜਾਂਦਾ ਹੈ ।

इति गुह्यतमं शास्त्रमिदमुक्तं मयानघ।
एतद्बुद्ध्वा बुद्धिमान्स्यात्कृतकृत्यश्च भारत ॥२०॥

ਇਤਿ ਗੁਹ੍ਯਤਮਮ੍ ਸ਼ਾਸ੍ਤ੍ਰਮ੍ ਇਦਮ੍ ਓਕ੍ਤਮ੍ ਮਯਾਨਘ ।
ਏਤਦ੍ ਬੁਦ੍ਧ੍ਵਾ ਬੁਦ੍ਧਿਮਾਨ੍ ਸ੍ਯਾਤ੍ ਕ੍ਰਿਤ ਕ੍ਰਿਤ੍ਯਸ਼੍ ਚ ਭਾਰਤ ॥ 20 ॥

ਇਤਿ-ਇੰਝ ; **ਗੁਹ੍ਯਤਮਮ੍**-ਸਭ ਤੋਂ ਵੱਧ ਗੁਪਤ ; **ਸ਼ਾਸ੍ਤ੍ਰਮ੍**-ਸ਼ਾਸ਼ਤਰ ; **ਇਦਮ੍**-ਇਹ ; **ਓਕ੍ਤੱਮ੍**-ਪ੍ਰਗਟ ਕੀਤਾ ਗਿਆ ; **ਮਯਾ**-ਮੇਰੇ ਰਾਹੀਂ ; **ਅਨਘ**-ਹੇ ਪਾਪ ਰਹਿਤ ; **ਏਤਤ੍**-ਇਹ ; **ਬੁਦ੍ਧ੍ਵਾ**-ਸਮਝਕੇ ; **ਬੁਦ੍ਧਿਮਾਨ੍**-ਬੁੱਧੀਮਾਨ ; **ਸ੍ਯਾਤ੍**-ਹੋ ਜਾਂਦਾ ਹੈ ; **ਕ੍ਰਿਤ-ਕ੍ਰਿਤ੍ਯਹ੍**-ਆਪਣੇ ਯਤਨਾਂ ਵਿਚ ਪੂਰੇ ; **ਚ**-ਅਤੇ ; **ਭਾਰਤ**-ਹੇ ਭਰਤ ਪੁੱਤਰ ।

ਅਨੁਵਾਦ

ਹੇ ਅਨਘ (ਨਿਸ਼ਪਾਪ) ! ਇਹ ਵੈਦਿਕ ਸ਼ਾਸ਼ਤਰਾਂ ਦਾ ਸਭ ਤੋਂ ਗੁਪਤ ਅੰਸ਼ ਹੈ, ਜਿਸਨੂੰ ਮੈਂ ਹੁਣ ਪ੍ਰਗਟ ਕੀਤਾ ਹੈ । ਜਿਹੜਾ ਕੋਈ ਇਸਨੂੰ ਸਮਝਦਾ ਹੈ, ਉਹ ਬੁੱਧੀਮਾਨ ਹੋ ਜਾਵੇਗਾ ਅਤੇ ਉਸਦੇ ਯਤਨ ਪੂਰਨ ਹੋਣਗੇ ।

ਭਾਵ

ਭਗਵਾਨ ਨੇ ਇੱਥੇ ਸਪਸ਼ਟ ਕੀਤਾ ਹੈ ਕਿ ਇਹੋ ਸਾਰੇ ਸ਼ਾਸ਼ਤਰਾਂ ਦਾ ਸਾਰ ਹੈ ਅਤੇ ਭਗਵਾਨ ਨੇ ਇਸ ਨੂੰ ਜਿਸ ਰੂਪ ਵਿਚ ਕਿਹਾ ਹੈ, ਉਸਨੂੰ ਉਸੇ ਰੂਪ ਵਿਚ ਸਮਝਣਾ ਚਾਹੀਦਾ ਹੈ । ਇੰਞ ਮਨੁੱਖ, ਬੁੱਧੀਮਾਨ ਅਤੇ ਅਲੌਕਿਕ ਗਿਆਨ ਨਾਲ ਪੂਰਣ ਹੋ ਜਾਵੇਗਾ । ਦੂਜੇ ਸ਼ਬਦਾਂ ਵਿਚ ਭਗਵਾਨ ਦੇ ਇਸ ਦਰਸ਼ਨ ਨੂੰ ਸਮਝਣ ਅਤੇ ਉਨ੍ਹਾਂ ਦੀ ਅਲੌਕਿਕ ਸੇਵਾ ਵਿਚ ਲੱਗਣ ਨਾਲ ਹਰ ਮਨੁੱਖ ਪ੍ਰਕ੍ਰਿਤੀ ਦੇ ਗੁਣਾਂ ਦੇ ਸਾਰੇ ਦੂਸ਼ਣਾ ਤੋਂ ਮੁਕਤ ਹੋ ਸਕਦਾ ਹੈ । ਭਗਤੀ ਅਧਿਆਤਮਕ ਗਿਆਨ ਦੀ ਇੱਕ ਵਿਧੀ ਹੈ । ਜਿੱਥੇ ਭਗਤੀ ਹੁੰਦੀ ਹੈ, ਉਥੇ ਭੌਤਿਕ ਮਲੀਨਤਾਵਾਂ ਨਹੀਂ ਰਹਿ ਸਕਦੀਆਂ । ਭਗਵਾਨ ਦੀ ਭਗਤੀ ਅਤੇ ਭਗਵਾਨ ਇੱਕੋ ਅਤੇ ਸਮਾਨ ਹਨ ਕਿਉਂਕਿ ਦੋਵੇਂ ਅਧਿਆਤਮਕ ਹਨ । ਭਗਤੀ ਪਰਮੇਸ਼ਵਰ ਦੀ ਅੰਦਰੂਨੀ ਸ਼ਕਤੀ ਦੇ ਅਧੀਨ ਹੁੰਦੀ ਹੈ । ਭਗਵਾਨ ਸੂਰਜ ਵਾਂਗ ਹਨ ਅਤੇ ਅਗਿਆਨ ਹਨੇਰਾ ਹੈ । ਜਿੱਥੇ ਸੂਰਜ ਹੈ ਉਥੇ ਹਨੇਰੇ ਦਾ ਸਵਾਲ ਹੀ ਨਹੀਂ ਉਠਦਾ । ਇਸ ਲਈ ਜਦੋਂ ਵੀ ਪ੍ਰਮਾਣਿਤ ਗੁਰੂ ਦੀ ਰਹਿਨੁਮਾਈ ਵਿਚ ਭਗਤੀ ਕੀਤੀ ਜਾਂਦੀ ਹੈ, ਤਾਂ ਅਗਿਆਨ ਦਾ ਸਵਾਲ ਹੀ ਨਹੀਂ ਉਠਦਾ ।

ਹਰ ਮਨੁੱਖ ਨੂੰ ਚਾਹੀਦਾ ਹੈ ਕਿ ਇਸ ਕ੍ਰਿਸ਼ਨ ਭਾਵਨਾ ਅੰਮ੍ਰਿਤ ਨੂੰ ਗ੍ਰਹਿਣ ਕਰੇ ਅਤੇ ਬੁੱਧੀਮਾਨ ਅਤੇ ਸ਼ੁੱਧ ਬਨਣ ਲਈ ਭਗਤੀ ਕਰੇ । ਜਦੋਂ ਤੱਕ ਕੋਈ ਕ੍ਰਿਸ਼ਨ ਨੂੰ ਇਸੇ ਤਰ੍ਹਾਂ ਨਹੀਂ ਸਮਝਦਾ ਅਤੇ ਭਗਤੀ ਵਿਚ ਨਹੀਂ ਲਗਦਾ, ਉਦੋਂ ਤਕ ਸਾਧਾਰਨ ਮਨੁੱਖ ਦੀ ਦ੍ਰਿਸ਼ਟੀ ਵਿਚ ਕੋਈ ਕਿੰਨਾਂ ਵੀ ਬੁੱਧੀਮਾਨ ਕਿਉਂ ਨਾ ਹੋਵੇ, ਉਹ ਪੂਰੀ ਤਰ੍ਹਾਂ ਬੁੱਧੀਮਾਨ ਨਹੀਂ ਹੈ।

ਜਿਸ **ਅਨਘ** ਸ਼ਬਦ ਨਾਲ ਅਰਜੁਨ ਨੂੰ ਸੰਬੋਧਿਤ ਕੀਤਾ ਗਿਆ ਹੈ ਉਹ ਸਾਰਥਕ ਹੈ । **ਅਨਘ** ਭਾਵ **'ਹੇ ਨਿਸ਼ਪਾਪ'** ਦਾ ਅਰਥ ਹੈ ਕਿ ਜਦੋਂ ਤੱਕ ਮਨੁੱਖ ਸਾਰੇ ਪਾਪ ਕਰਮਾਂ ਦੇ ਦੂਸ਼ਣਾਂ ਤੋਂ ਮੁਕਤ ਨਹੀਂ ਹੋ ਜਾਂਦਾ, ਉਦੋਂ ਤਕ ਕ੍ਰਿਸ਼ਨ ਨੂੰ ਸਮਝਣਾ ਔਖਾ ਹੈ। ਉਸਨੂੰ ਸਾਰੇ ਪਾਪ, ਅਤੇ ਪਾਪ ਕਰਮਾਂ ਤੋਂ ਮੁਕਤ ਹੋਣਾ ਹੁੰਦਾ ਹੈ, ਤਾਂ ਹੀ ਉਹ ਸਮਝ ਸਕਦਾ ਹੈ । ਪਰ ਭਗਤੀ ਇੰਨੀ ਸ਼ੁਧ ਅਤੇ ਸ਼ਕਤੀਸ਼ਾਲੀ ਹੁੰਦੀ ਹੈ, ਕਿ ਇੱਕ ਵਾਰ ਭਗਤੀ ਵਿਚ ਲਗਣ ਤੇ ਮਨੁੱਖ ਆਪਣੇ ਆਪ ਹੀ ਨਿਸ਼ਪਾਪ ਅਵਸਥਾ ਤੇ ਪਹੁੰਚ ਜਾਂਦਾ ਹੈ ।

ਸ਼ੁੱਧ ਭਗਤਾਂ ਦੀ ਸੰਗਤ ਵਿਚ ਰਹਿਕੇ ਪੂਰਨ ਕ੍ਰਿਸ਼ਨ ਭਾਵਨਾ ਨਾਲ ਭਗਤੀ ਕਰਦੇ ਹੋਏ ਕੁਝ ਗੱਲਾਂ ਨੂੰ ਉੱਕਾ ਹੀ ਦੂਰ ਕਰ ਦੇਣਾ ਚਾਹੀਦਾ ਹੈ। ਸਭ ਤੋਂ ਮਹੱਤਵਪੂਰਨ ਗੱਲ ਜਿਸ ਤੇ ਜਿੱਤ ਪਾਉਣੀ ਹੈ, ਉਹ ਹੈ ਹਿਰਦੇ (ਦਿਲ) ਦੀ ਕਮਜ਼ੋਰੀ। ਪਹਿਲੀ ਗਿਰਾਵਟ ਪ੍ਰਕ੍ਰਿਤੀ ਤੇ ਮਾਲਕੀਅਤ ਜਤਾਉਣ ਦੀ ਇੱਛਾ ਕਰਕੇ ਹੁੰਦੀ ਹੈ। ਇੰਝ ਮਨੁੱਖ ਭਗਵਾਨ ਦੀ ਅਲੌਕਿਕ ਪ੍ਰੇਮ ਭਗਤੀ ਨੂੰ ਤਿਆਗ ਦਿੰਦਾ ਹੈ। ਦੂਜੀ ਹਿਰਦੇ ਦੀ ਕਮਜ਼ੋਰੀ ਕਿ ਜਦੋਂ ਕੋਈ ਵੱਧ ਤੋਂ ਵੱਧ ਮਾਲਕੀਅਤ ਜਤਾਉਣ ਦੀ ਇੱਛਾ ਕਰਦਾ ਹੈ, ਤਾਂ ਉਹ ਭੌਤਿਕ ਪਦਾਰਥਾਂ ਦੀ ਮਾਲਕੀਅਤ ਪ੍ਰਤੀ ਮੋਹਿਤ ਹੋ ਜਾਂਦਾ ਹੈ। ਇਸ ਸੰਸਾਰ ਦੀਆਂ ਸਾਰੀਆਂ ਸਮੱਸਿਆਵਾਂ ਹਿਰਦੇ ਦੀ ਕਮਜ਼ੋਰੀ ਸਦਕਾ ਹਨ। ਇਸ ਅਧਿਆਇ ਦੇ ਪਹਿਲੇ ਪੰਜ ਸ਼ਲੋਕਾਂ ਵਿਚ ਹਿਰਦੇ ਦੀਆਂ ਇਨ੍ਹਾਂ ਕਮਜ਼ੋਰੀਆਂ ਤੋਂ ਆਪਣੇ ਆਪ ਨੂੰ ਮੁਕਤ ਕਰਨ ਦੀ ਵਿਧੀ ਦਾ ਵਰਣਨ ਹੋਇਆ ਹੈ। ਛੇਵੇਂ ਸ਼ਲੋਕ ਤੋਂ ਅੰਤਿਮ ਸ਼ਲੋਕ ਤਕ ਪੁਰਸ਼ੋਤਮ ਯੋਗ ਦੀ ਵਿਆਖਿਆ ਹੋਈ ਹੈ।

ਇਸ ਤਰ੍ਹਾਂ ਸ਼੍ਰੀਮਦ ਭਗਵਤ ਗੀਤਾ ਦੇ ਪੰਦਰ੍ਹਵੇਂ ਅਧਿਆਇ **"ਪੁਰਸ਼ੋਤਮ ਯੋਗ"** ਦਾ ਭਕਤੀਵੇਦਾਂਤ ਭਾਵ-ਅਰਥ ਪੂਰਨ ਹੋਇਆ।

ਅਧਿਆਇ ਸੋਲ੍ਹਵਾਂ

ਦੈਵੀ ਅਤੇ ਅਸੁਰੀ ਸੁਭਾਅ

श्रीभगवानुवाच
अभयं सत्त्वसंशुद्धिर्ज्ञानयोगव्यवस्थितिः ।
दानं दमश्च यज्ञश्च स्वाध्यायस्तप आर्जवम् ॥ १ ॥
अहिंसा सत्यमक्रोधस्त्यागः शान्तिरपैशुनम् ।
दया भूतेष्वलोलुप्त्वं मार्दवं ह्रीरचापलम् ॥ २ ॥
तेजः क्षमा धृतिः शौचमद्रोहो नातिमानिता ।
भवन्ति सम्पदं दैवीमभिजातस्य भारत ॥ ३ ॥

ਸ਼੍ਰੀ ਭਗਵਾਨ ਓਵਾਚ

ਅਭਯਮ੍ ਸੱਤ੍ਵ ਸੰਸ਼ੁਦ੍ਧਿਰ੍ ਗ੍ਯਾਨ ਯੋਗ ਵ੍ਯਵਸ੍ਥਿਤਿਹ੍ ।
ਦਾਨਮ੍ ਦਮਸ਼੍ ਚ ਯਗ੍ਯਸ਼੍ ਚ ਸ੍ਵਾਧ੍ਯਾਯਸ੍ ਤਪ ਆਰ੍ਜਵਮ੍ ॥ 1 ॥

ਅਹਿੰਸਾ ਸਤ੍ਯਮ੍ ਅਕ੍ਰੋਧਸ੍ ਤ੍ਯਾਗਹ੍ ਸ਼ਾਂਤਿਰ੍ ਅਪੈਸ਼ੁਨਮ੍ ।
ਦਯਾ ਭੂਤੇਸ਼ਵ੍ ਅਲੋਲੁਪ੍ਤ੍ਵਮ੍ ਮਾਰ੍ਦਵਮ੍ ਹ੍ਰੀਰ੍ ਅਚਾਪਲਮ੍ ॥ 2 ॥

ਤੇਜਹ੍ ਕ੍ਸ਼ਮਾ ਧ੍ਰਿਤਿਹ੍ ਸ਼ੌਚਮ੍ ਅਦ੍ਰੋਹੋ ਨਾਤਿ-ਮਾਨਿਤਾ ।
ਭਵੰਤਿ ਸੰਪਦਮ੍ ਦੈਵੀਮ੍ ਅਭਿਜਾਤਸ੍ਯ ਭਾਰਤ ॥ 3 ॥

ਸ਼੍ਰੀ ਭਗਵਾਨ ਓਵਾਚ-ਸ਼੍ਰੀ ਭਗਵਾਨ ਨੇ ਕਿਹਾ ; **ਅਭਯਮ੍**-ਨਿਡਰਤਾ ; **ਸੱਤ੍ਵ-ਸੰਸ਼ੁਦ੍ਧਿਹ੍** -ਆਪਣੀ ਹੋਂਦ ਦੀ ਸ਼ੁੱਧੀ ; **ਗ੍ਯਾਨ**-ਗਿਆਨ ਵਿਚ ; **ਯੋਗ**-ਲਗਨ ਦੀ ; **ਵ੍ਯਵਸ੍ਥਿਤਿਹ੍** -ਸਥਿਤੀ ; **ਦਾਨਮ੍**-ਦਾਨ ; **ਦਮਹ੍**-ਮਨ ਨੂੰ ਕਾਬੂ ਕਰਨਾ ; **ਚ**-ਅਤੇ ; **ਯਗ੍ਯਹ੍**-ਯੱਗ ਦੀ ਸੰਪੰਨਤਾ ; **ਚ**-ਅਤੇ ; **ਸ੍ਵਾਧ੍ਯਾਯਹ੍**-ਵੈਦਿਕ ਗ੍ਰੰਥਾਂ ਦਾ ਅਧਿਐਨ ; **ਤਪਹ੍**-ਤਪੱਸਿਆ ; **ਆਰ੍ਜਵਮ੍**-ਸਾਦਗੀ ; **ਅਹਿੰਸਾ**-ਅਹਿੰਸਾ ; **ਸਤ੍ਯਮ੍**-ਸੱਚਾਈ ; **ਅਕ੍ਰੋਧਹ੍**-ਕ੍ਰੋਧ ਤੋਂ ਮੁਕਤੀ ;

ਤ੍ਯਾਗਹ੍-ਤਿਆਗ ; **ਸ਼ਾਂਤਿਹ੍**-ਮਨ ਦੀ ਸ਼ਾਂਤੀ ; **ਅਪੈਸ਼ੁਨਮ੍**-ਨਿੰਦਿਆ ਵਿਚ ਅਰੁਚੀ ; **ਦਯਾ**-ਰਹਿਮ ; **ਭੂਤੇਸ਼**-ਸਾਰੇ ਜੀਵਾਂ ਪ੍ਰਤੀ ; **ਅਲੋਲੁਪ੍ਤ੍ਵਮ੍**-ਲਾਲਚ ਤੋਂ ਮੁਕਤੀ ; **ਮਾਰ੍ਦਵਮ੍**-ਸੱਜਣਤਾ ; **ਹ੍ਰੀਹ੍**-ਨਿਮਰਤਾ ; **ਅਰਚਾਪਲਮ੍**-ਸੰਕਲਪ ; **ਤੇਜਹ੍**-ਤੇਜ, ਤਾਕਤ ; **ਕ੍ਸ਼ਮਾ**-ਖ਼ਿਮਾ ; **ਧ੍ਰਿਤਿਹ੍**-ਧੀਰਜ ; **ਸ਼ੌਚਮ੍**-ਪਵਿੱਤਰਤਾ ; **ਅਦ੍ਰੋਹ੍**-ਈਰਖਾ ਤੋਂ ਮੁਕਤੀ ; **ਨ**-ਨਹੀਂ ; **ਅਤਿ-ਮਾਨਿਤਾ**-ਮਾਨ ਦੀ ਆਸ ; **ਭਵੰਤਿ**-ਹਨ ; **ਸਮ੍ਪਦਮ੍**-ਗੁਣ ; **ਦੈਵੀਮ੍**-ਅਲੌਕਿਕ ਸੁਭਾਅ ; **ਅਭਿਜਾਤਸ੍ਯ**-ਪੈਦਾ ਹੋਏ ਦਾ ; **ਭਾਰਤ**-ਹੇ ਭਰਤ ਵੰਸ਼ੀ ।

ਅਨੁਵਾਦ

ਸ਼੍ਰੀ ਭਗਵਾਨ ਨੇ ਕਿਹਾ – ਹੇ ਭਰਤ ਵੰਸ਼ੀ ! ਨਿਡਰਤਾ, ਆਤਮ ਸ਼ੁੱਧੀ, ਅਧਿਆਤਮਕ ਗਿਆਨ ਦਾ ਅਨੁਸ਼ੀਲਨ (ਅਭਿਆਸ), ਦਾਨ, ਆਤਮ-ਸੰਜਮ, ਯੱਗ ਸਮਾਗਮ, ਵੇਦ ਅਧਿਐਨ, ਤਪੱਸਿਆ, ਸਾਦਗੀ, ਅਹਿੰਸਾ, ਸੱਚਾਈ, ਕ੍ਰੋਧ ਤੋਂ ਮੁਕਤੀ, ਤਿਆਗ, ਸ਼ਾਂਤੀ, ਨਿੰਦਿਆ ਵਿਚ ਰੁਚੀ ਨਾ ਲੈਣਾ, ਜੀਵਾਂ ਤੇ ਰਹਿਮ ਕਰਨਾ, ਲਾਲਚ ਨਾ ਹੋਣਾ, ਸੱਜਣਤਾ, ਨਿਮਰਤਾ, ਦ੍ਰਿੜ ਸੰਕਲਪ, ਤੇਜ, ਖ਼ਿਮਾ, ਧੀਰਜ, ਪਵਿੱਤਰਤਾ, ਈਰਖਾ ਅਤੇ ਮਾਨ ਦੀ ਇੱਛਾ ਤੋਂ ਮੁਕਤੀ – ਇਹ ਸਾਰੇ ਅਲੌਕਿਕ ਗੁਣ ਹਨ । ਜਿਹੜੇ ਅਲੌਕਿਕ ਦੈਵੀ ਪ੍ਰਕ੍ਰਿਤੀ ਨਾਲ ਸੰਪੰਨ ਧਰਮਾਤਮਾ ਮਨੁੱਖਾਂ ਵਿਚ ਪਾਏ ਜਾਂਦੇ ਹਨ ।

ਭਾਵ

ਪੰਦਰਵੇਂ ਅਧਿਆਇ ਦੇ ਸ਼ੁਰੂ ਵਿਚ ਇਸ ਭੌਤਿਕ ਸੰਸਾਰ ਰੂਪੀ ਬੋਹੜ ਦੇ ਰੁੱਖ ਦੀ ਵਿਆਖਿਆ ਕੀਤੀ ਗਈ ਸੀ । ਉਸ ਤੋਂ ਨਿਕਲਣ ਵਾਲੀਆਂ ਵਾਧੂ ਜੜ੍ਹਾਂ ਦੀ ਤੁਲਨਾ ਜੀਵਾਂ ਦੇ ਸ਼ੁਭ ਅਤੇ ਅਸ਼ੁੱਭ ਕੰਮਾਂ ਨਾਲ ਕੀਤੀ ਗਈ ਸੀ । ਨੌਵੇਂ ਅਧਿਆਇ ਵਿਚ ਵੀ ਦੇਵਤਿਆਂ ਅਤੇ ਦੈਂਤਾਂ ਦਾ ਵਰਨਣ ਹੋਇਆ ਹੈ । ਵੈਦਿਕ ਅਨੁਸ਼ਠਾਨਾਂ (ਸ਼ਾਸ਼ਤਰ ਵਿਧੀਆਂ) ਮੁਤਾਬਿਕ, ਸਤੋ ਗੁਣ ਵਿਚ ਕੀਤੇ ਗਏ ਸਾਰੇ ਕਾਰਜ ਮੁਕਤੀ ਦੇ ਰਸਤੇ ਵਿਚ ਪ੍ਰਗਤੀ ਕਰਨ ਲਈ ਸ਼ੁਭ ਮੰਨੇ ਜਾਂਦੇ ਹਨ ਅਤੇ ਅਜਿਹੇ ਕਾਰਜਾਂ ਨੂੰ ਦੈਵੀ ਪ੍ਰਕ੍ਰਿਤੀ ਕਿਹਾ ਜਾਂਦਾ ਹੈ । ਜਿਹੜੇ ਲੋਕ ਇਸ ਅਲੌਕਿਕ ਪ੍ਰਕ੍ਰਿਤੀ ਵਿਚ ਸਥਿਤ ਹੁੰਦੇ ਹਨ, ਉਹ ਮੁਕਤੀ ਦੇ ਰਸਤੇ ਦੇ ਅਗਾਂਹ ਵੱਧਦੇ ਹਨ । ਇਸਦੇ ਉਲਟ ਉਨ੍ਹਾਂ ਲੋਕਾਂ ਲਈ, ਜਿਹੜੇ ਰਜੋ ਅਤੇ ਤਮੋ ਗੁਣ ਵਿਚ ਰਹਿਕੇ ਕੰਮ ਕਰਦੇ ਹਨ, ਮੁਕਤੀ ਦੀ ਕੋਈ ਸੰਭਾਵਨਾ ਨਹੀਂ ਰਹਿੰਦੀ । ਉਨ੍ਹਾਂ ਨੂੰ ਜਾਂ ਤਾਂ ਮਨੁੱਖ ਵਾਂਗ ਇਸੇ ਭੌਤਿਕ ਸੰਸਾਰ ਵਿਚ ਰਹਿਣਾ ਹੁੰਦਾ ਹੈ, ਜਾਂ ਫਿਰ ਉਹ ਪਸ਼ੂ ਜੂਨੀ ਵਿਚ ਜਾਂ ਇਸ ਤੋਂ ਨਿਮਨ ਜੂਨੀਆਂ ਵਿਚ ਭੇਜਿਆ ਜਾਂਦਾ ਹੈ । ਇਸ ਸੋਲ੍ਹਵੇਂ ਅਧਿਆਇ ਵਿਚ ਭਗਵਾਨ ਅਲੌਕਿਕ ਪ੍ਰਕ੍ਰਿਤੀ ਅਤੇ ਉਨ੍ਹਾਂ ਦੇ ਗੁਣਾਂ ਅਤੇ ਦੈਂਤੀ ਪ੍ਰਕ੍ਰਿਤੀ ਅਤੇ ਉਸਦੇ ਗੁਣਾਂ ਦਾ ਸਹੀ ਤਰੀਕੇ ਨਾਲ ਵਰਨਣ ਕਰਦੇ ਹਨ । ਉਹ ਇਨ੍ਹਾਂ ਗੁਣਾਂ ਦੇ ਲਾਭ ਅਤੇ ਹਾਨੀਆਂ ਦਾ ਵੀ ਵਰਨਣ ਕਰਦੇ ਹਨ ।

ਅਲੌਕਿਕ ਗੁਣ ਜਾਂ ਦੈਵੀ ਪ੍ਰਵ੍ਰਿਤੀਆਂ ਵਾਲੇ ਮਨੁੱਖ ਦੇ ਪ੍ਰਸੰਗ ਵਿਚ ਵਰਤਿਆ **ਅਭਿਜਾਤਸ੍ਯ** ਸ਼ਬਦ ਬਹੁਤ ਹੀ ਸਾਰ ਯੁਕਤ ਹੈ। ਅਲੌਕਿਕ ਵਾਤਾਵਰਣ ਵਿਚ ਸੰਤਾਨ ਪੈਦਾ ਕਰਨ ਨੂੰ ਵੈਦਿਕ ਸ਼ਾਸ਼ਤਰਾਂ ਵਿਚ 'ਗਰਭਾਧਾਨ' ਸੰਸਕਾਰ ਕਿਹਾ ਗਿਆ ਹੈ। ਜੇ ਮਾਂ ਬਾਪ ਚਾਹੁੰਦੇ ਹਨ, ਕਿ ਅਲੌਕਿਕ ਗੁਣਾਂ ਵਾਲੀ ਸੰਤਾਨ ਪੈਦਾ ਹੋਵੇ ਤਾਂ ਉਨ੍ਹਾਂ ਨੂੰ ਸਮਾਜਿਕ ਜੀਵਨ ਵਿਚ ਮਨੁੱਖਾਂ ਲਈ ਦੱਸੇ ਗਏ ਦਸ ਸਿਧਾਂਤਾਂ ਦਾ ਪਾਲਣ ਕਰਨਾ ਚਾਹੀਦਾ ਹੈ। ਭਗਵਤ ਗੀਤਾ ਵਿਚ ਅਸੀਂ ਪਹਿਲੋਂ ਹੀ ਪੜ੍ਹ ਚੁੱਕੇ ਹਾਂ ਕਿ ਚੰਗੀ ਸੰਤਾਨ ਪੈਦਾ ਕਰਨ ਲਈ ਮੈਥੁਨ ਜੀਵਨ ਪ੍ਰਤੱਖ ਕ੍ਰਿਸ਼ਨ ਦਾ ਪ੍ਰਤੀਕ ਹੈ। ਮੈਥੁਨ ਜੀਵਨ ਘਿਰਣਿਤ ਨਹੀਂ ਹੈ, ਜੇ ਇਸਦਾ ਕ੍ਰਿਸ਼ਨ ਭਾਵਨਾ ਅੰਮ੍ਰਿਤ ਵਿਚ ਪ੍ਰਯੋਗ ਕੀਤਾ ਜਾਵੇ। ਜਿਹੜੇ ਲੋਕ ਕ੍ਰਿਸ਼ਨ ਭਾਵਨਾ ਅੰਮ੍ਰਿਤ ਵਿਚ ਹਨ, ਘੱਟੋ-ਘੱਟ ਉਨ੍ਹਾਂ ਨੂੰ ਕੁੱਤੇ-ਬਿੱਲੀਆਂ ਵਾਂਗ ਬੱਚੇ ਪੈਦਾ ਨਹੀਂ ਕਰਨੇ ਚਾਹੀਦੇ। ਉਨ੍ਹਾਂ ਨੂੰ ਅਜਿਹੇ ਬੱਚੇ ਪੈਦਾ ਕਰਨੇ ਚਾਹੀਦੇ ਹਨ, ਜੋ ਜੰਮਣ ਮਗਰੋਂ ਕ੍ਰਿਸ਼ਨ ਭਾਵਨਾ ਭਾਵਿਤ ਹੋ ਸਕਣ। ਕ੍ਰਿਸ਼ਨ ਭਾਵਨਾ ਅੰਮ੍ਰਿਤ ਵਿਚ ਲੀਨ ਮਾਂ-ਬਾਪ ਤੋਂ ਪੈਦਾ ਹੋਣ ਵਾਲੇ ਬੱਚਿਆਂ ਨੂੰ ਇੰਨਾ ਲਾਭ ਤਾਂ ਮਿਲਣਾ ਚਾਹੀਦਾ ਹੈ।

ਵਰਣ-ਆਸ਼ਰਮ ਧਰਮ ਨਾਂ ਦੀ ਸਮਾਜਿਕ ਪ੍ਰਣਾਲੀ ਜਿਹੜੀ ਸਮਾਜ ਨੂੰ ਸਮਾਜਿਕ ਜੀਵਨ ਦੇ ਚਾਰ ਹਿੱਸਿਆਂ ਅਤੇ ਕੰਮ ਧੰਦਿਆਂ ਜਾਂ ਵਰਣਾਂ ਦੇ ਚਾਰ ਹਿੱਸਿਆਂ ਵਿਚ ਵੰਡਦੀ ਹੈ - ਮਾਨਵ ਸਮਾਜ ਨੂੰ ਜਨਮ ਮੁਤਾਬਿਕ ਵੰਡਣ ਦੇ ਮੰਤਵ ਨਾਲ ਨਹੀਂ ਹੈ। ਅਜਿਹੀ ਵੰਡ ਵਿਦਿਅਕ ਯੋਗਤਾ ਦੇ ਆਧਾਰ ਤੇ ਕੀਤੀ ਜਾਂਦੀ ਹੈ। ਇਹ ਵੰਡਾਂ ਸਮਾਜ ਵਿਚ ਸ਼ਾਂਤੀ ਅਤੇ ਸੰਪੰਨਤਾ ਬਰਕਰਾਰ ਰੱਖਣ ਲਈ ਹਨ। ਇੱਥੇ ਜਿਨ੍ਹਾਂ ਗੁਣਾਂ ਦਾ ਉਲੇਖ ਹੋਇਆ ਹੈ, ਉਨ੍ਹਾਂ ਨੂੰ ਅਲੌਕਿਕ ਕਿਹਾ ਗਿਆ ਹੈ ਅਤੇ ਉਹ ਅਧਿਆਤਮਕ ਗਿਆਨ ਵਿਚ ਪ੍ਰਗਤੀ ਕਰਨ ਵਾਲੇ ਮਨੁੱਖਾਂ ਲਈ ਹਨ, ਜਿਸ ਨਾਲ ਉਹ ਭੌਤਿਕ ਸੰਸਾਰ ਤੋਂ ਮੁਕਤ ਹੋ ਸਕਣ।

ਵਰਣਾਸ਼ਰਮ ਸੰਸਥਾ ਵਿਚ ਸੰਨਿਆਸੀ ਨੂੰ ਸਾਰੇ ਸਮਾਜਿਕ ਵਰਣਾਂ ਅਤੇ ਆਸ਼ਰਮਾਂ ਵਿਚ ਪ੍ਰਧਾਨ ਜਾਂ ਗੁਰੂ ਮੰਨਿਆ ਜਾਂਦਾ ਹੈ। ਬ੍ਰਾਹਮਣ ਨੂੰ ਸਮਾਜ ਦੇ ਤਿੰਨ ਵਰਣਾਂ - ਖੱਤਰੀ, ਵੈਸ਼ ਅਤੇ ਸ਼ੂਦਰਾਂ ਦਾ ਗੁਰੂ ਮੰਨਿਆ ਜਾਂਦਾ ਹੈ। ਪਰ ਸੰਨਿਆਸੀ ਇਸ ਸੰਸਥਾ ਦਾ ਮੋਹਰੀ ਹੁੰਦਾ ਹੈ ਅਤੇ ਬ੍ਰਾਹਮਣ ਦਾ ਵੀ ਗੁਰੂ ਮੰਨਿਆ ਜਾਂਦਾ ਹੈ। ਸੰਨਿਆਸੀ ਦੀ ਪਹਿਲੀ ਯੋਗਤਾ ਨਿਡਰਤਾ ਹੋਣੀ ਚਾਹੀਦੀ ਹੈ। ਕਿਉਂਕਿ ਸੰਨਿਆਸੀ ਨੂੰ ਕਿਸੇ ਸਹਾਇਕ ਤੋਂ ਬਗੈਰ ਇਕੱਲੇ ਰਹਿਣਾ ਹੁੰਦਾ ਹੈ, ਇਸ ਲਈ ਭਗਵਾਨ ਦੀ ਕ੍ਰਿਪਾ ਹੀ ਉਸਦਾ ਇਕੋ-ਇਕ ਸਹਾਰਾ ਹੁੰਦਾ ਹੈ। ਜਿਹੜਾ ਇਹ ਸੋਚਦਾ ਹੈ ਕਿ ਸਾਰੇ ਸੰਬੰਧ ਤੋੜ ਲੈਣ ਮਗਰੋਂ ਮੇਰੀ ਰੱਖਿਆ ਕੌਣ ਕਰੇਗਾ, ਤਾਂ ਉਸ ਨੂੰ ਸੰਨਿਆਸ ਆਸ਼ਰਮ ਸਵੀਕਾਰ ਨਹੀਂ ਕਰਨਾ ਚਾਹੀਦਾ। ਉਸ ਨੂੰ ਇਹ ਪੂਰਨ ਵਿਸ਼ਵਾਸ਼ ਹੋਣਾ ਚਾਹੀਦਾ ਹੈ ਕਿ ਕ੍ਰਿਸ਼ਨ ਜਾਂ ਅੰਤਰਜਾਮੀ ਸਵਰੂਪ ਪਰਮਾਤਮਾ ਹਮੇਸ਼ਾਂ ਅੰਦਰ ਰਹਿੰਦੇ ਹਨ, ਉਹ ਸਭ ਕੁਝ ਵੇਖਦੇ ਹਨ ਅਤੇ ਜਾਣਦੇ ਹਨ ਕਿ ਕੋਈ ਕੀ ਕਰਨਾ ਚਾਹੁੰਦਾ ਹੈ। ਇੰਝ ਮਨੁੱਖ ਨੂੰ ਪੱਕਾ ਵਿਸ਼ਵਾਸ਼ ਹੋਣਾ ਚਾਹੀਦਾ ਹੈ ਕਿ ਪਰਮਾਤਮਾ ਸਵਰੂਪ ਕ੍ਰਿਸ਼ਨ, ਸ਼ਰਨ ਵਿਚ ਆਏ ਮਨੁੱਖ ਦੀ ਰੱਖਿਆ ਕਰਨਗੇ। ਉਸਨੂੰ ਸੋਚਣਾ ਚਾਹੀਦਾ ਹੈ "ਮੈਂ ਕਦੀ ਵੀ ਇਕੱਲਾ ਨਹੀਂ ਹਾਂ, ਭਾਵੇਂ ਮੈਂ ਸੰਘਣੇ ਜੰਗਲ ਵਿਚ ਵੀ ਕਿਉਂ ਨਾ ਰਹਾਂ, ਮੇਰਾ ਸਾਥ ਕ੍ਰਿਸ਼ਨ ਦੇਣਗੇ ਅਤੇ ਹਰ ਤਰ੍ਹਾਂ ਨਾਲ ਮੇਰੀ ਰੱਖਿਆ

ਕਰਣਗੇ।" ਅਜਿਹਾ ਵਿਸ਼ਵਾਸ਼ **ਅਭਯਮ੍** ਜਾਂ ਨਿਡਰਤਾ ਕਹਾਉਂਦਾ ਹੈ। ਸੰਨਿਆਸ ਆਸ਼ਰਮ ਵਿਚ ਮਨੁੱਖ ਦੀ ਅਜਿਹੀ ਮਾਨਸਿਕਤਾ ਦੀ ਜ਼ਰੂਰਤ ਹੈ।

ਇਸ ਤੋਂ ਮਗਰੋਂ ਉਸ ਨੂੰ ਆਪਣੀ ਹੋਂਦ ਨੂੰ ਸ਼ੁੱਧ ਕਰਨਾ ਹੁੰਦਾ ਹੈ। ਸੰਨਿਆਸ ਆਸ਼ਰਮ ਵਿਚ ਪਾਲਣ ਲਈ ਅਨੇਕਾਂ ਵਿਧੀ ਵਿਧਾਨ ਹਨ। ਇਨ੍ਹਾਂ ਵਿਚ ਸਭ ਤੋਂ ਮਹੱਤਵ ਪੂਰਨ ਇਹ ਹੈ ਕਿ ਸੰਨਿਆਸੀ ਨੂੰ ਕਿਸੇ ਇਸਤਰੀ ਨਾਲ ਨਜਦੀਕੀ ਸੰਬੰਧ ਨਹੀਂ ਰੱਖਣੇ ਚਾਹੀਦੇ। ਉਸ ਨੂੰ ਇਕਾਂਤ ਥਾਂ ਤੇ ਇਸਤਰੀ ਨਾਲ ਗੱਲਾਂ ਕਰਨ ਤਕ ਦੀ ਮਨਾਹੀ ਹੈ, ਭਗਵਾਨ ਚੈਤੰਨਯ ਮਹਾਂਪ੍ਰਭੂ ਆਦਰਸ਼ ਸੰਨਿਆਸੀ ਸਨ ਅਤੇ ਜਦੋਂ ਉਹ ਪੁਰੀ ਵਿਚ ਰਹਿ ਰਹੇ ਸਨ, ਤਾਂ ਉਨ੍ਹਾਂ ਦੀਆਂ ਭਗਤ ਇਸਤਰੀਆਂ ਨੂੰ ਉਨ੍ਹਾਂ ਦੇ ਨੇੜੇ ਨਮਸਕਾਰ ਕਰਨ ਲਈ ਵੀ ਨਹੀਂ ਆਉਣ ਦਿੱਤਾ ਜਾਂਦਾ ਸੀ। ਉਨ੍ਹਾਂ ਨੂੰ ਦੂਰੋਂ ਹੀ ਪ੍ਰਣਾਮ ਕਰਨ ਦਾ ਹੁਕਮ ਸੀ। ਇਹ ਇਸਤਰੀ ਜਾਤੀ ਪ੍ਰਤੀ ਨਫਰਤ ਦੀ ਭਾਵਨਾ ਦਾ ਸੰਕੇਤ ਨਹੀਂ ਸੀ, ਸਗੋਂ ਸੰਨਿਆਸੀ ਤੇ ਲਗਾਈ ਗਈ ਰੋਕ ਸੀ ਕਿ ਉਸਨੂੰ ਇਸਤਰੀ ਨਾਲ ਨਜ਼ਦੀਕੀ ਸੰਪਰਕ ਨਹੀਂ ਰੱਖਣਾ ਚਾਹੀਦਾ। ਮਨੁੱਖ ਨੂੰ ਆਪਣੀ ਹੋਂਦ ਨੂੰ ਸ਼ੁੱਧ ਬਣਾਉਣ ਲਈ ਜੀਵਨ ਦੀਆਂ ਖ਼ਾਸ ਪਰਸਥਿਤੀਆਂ (ਪੱਧਰ) ਵਿਚ ਵਿਧੀ ਵਿਧਾਨਾਂ ਦੀ ਪਾਲਣਾ ਕਰਨੀ ਹੁੰਦੀ ਹੈ। ਸੰਨਿਆਸੀਆਂ ਲਈ ਇਸਤਰੀਆਂ ਨਾਲ ਨਜਦੀਕੀ ਗੂੜ੍ਹੇ ਸੰਬੰਧ ਅਤੇ ਇੰਦਰੀਆਂ ਦੀ ਤ੍ਰਿਪਤੀ ਲਈ ਧੰਨ ਇਕੱਠਾ ਕਰਨ ਤੋਂ ਮਨਾਹੀ ਕੀਤੀ ਗਈ ਹੈ। ਆਦਰਸ਼ ਸੰਨਿਆਸੀ ਤਾਂ ਖ਼ੁਦ ਭਗਵਾਨ ਚੈਤੰਨਯ ਸਨ ਅਤੇ ਉਨ੍ਹਾਂ ਦੇ ਜੀਵਨ ਤੋਂ ਸਾਨੂੰ ਇਹ ਸਿੱਖਿਆ ਲੈਣੀ ਚਾਹੀਦੀ ਹੈ ਕਿ ਉਹ ਇਸਤਰੀਆਂ ਦੇ ਬਾਰੇ ਕਿੰਨੇ ਸਖ਼ਤ ਸਨ। ਹਾਲਾਂਕਿ ਉਹ ਭਗਵਾਨ ਦੇ ਸੱਭ ਤੋਂ ਦਿਆਲੂ ਅਵਤਾਰ ਮੰਨੇ ਜਾਂਦੇ ਹਨ, ਕਿਉਂਕਿ ਉਹ ਪਤਿਤ ਤੋਂ ਪਤਿਤ ਬੱਧ ਜੀਵਾਂ ਨੂੰ ਸਵੀਕਾਰ ਕਰਦੇ ਸਨ, ਪਰ ਜਿਥੋਂ ਤਕ ਇਸਤਰੀਆਂ ਦੀ ਸੰਗਤ ਦਾ ਸਵਾਲ ਸੀ, ਉਹ ਸੰਨਿਆਸ ਆਸ਼ਰਮ ਦੇ ਵਿਧੀ ਵਿਧਾਨਾਂ ਦਾ ਸਖ਼ਤੀ ਨਾਲ ਪਾਲਣ ਕਰਦੇ ਸਨ। ਉਨ੍ਹਾਂ ਦਾ ਇਕ ਨਿਜੀ ਸੇਵਕ ਛੋਟਾ ਹਰੀਦਾਸ, ਹੋਰ ਸੇਵਕਾਂ ਨਾਲ ਉਨ੍ਹਾਂ ਨਾਲ ਲਗਾਤਾਰ ਰਿਹਾ, ਪਰ ਕਿਸੇ ਕਾਰਨ ਕਰਕੇ ਉਸਨੇ ਇਕ ਨੌਜਵਾਨ ਲੜਕੀ ਨੂੰ ਕਾਮੁਕ ਨਜ਼ਰਾਂ ਨਾਲ ਵੇਖਿਆ। ਭਗਵਾਨ ਚੈਤੰਨਯ ਇੰਨੇ ਸਖ਼ਤ ਸਨ ਕਿ ਉਨ੍ਹਾਂ ਨੇ ਉਸ ਨੂੰ ਆਪਣੇ ਸੇਵਕਾਂ ਦੀ ਸੰਗਤ ਤੋਂ ਤੁਰੰਤ ਬਾਹਰ ਕੱਢ ਦਿੱਤਾ। ਭਗਵਾਨ ਚੈਤੰਨਯ ਨੇ ਕਿਹਾ – "ਜਿਹੜਾ ਸੰਨਿਆਸੀ ਜਾਂ ਹੋਰ ਕੋਈ ਮਨੁੱਖ ਪ੍ਰਕ੍ਰਿਤੀ ਦੇ ਚੁੰਗਲ ਤੋਂ ਛੁੱਟਣ ਦਾ ਇੱਛੁਕ ਹੈ ਅਤੇ ਆਪਣੇ ਆਪ ਨੂੰ ਅਧਿਆਤਮਕ ਸੁਭਾਅ ਨਾਲ ਉਪਰ ਉਠਾਉਣਾ ਚਾਹੁੰਦਾ ਹੈ ਅਤੇ ਭਗਵਾਨ ਕੋਲ ਵਾਪਸ ਜਾਣਾ ਚਾਹੁੰਦਾ ਹੈ, ਉਹ ਜੇਕਰ ਭੌਤਿਕ ਸੰਪਤੀ ਅਤੇ ਇਸਤਰੀ ਵੱਲ ਇੰਦਰੀਆਂ ਦੀ ਤ੍ਰਿਪਤੀ ਲਈ ਵੇਖਦਾ ਹੈ – ਭਾਵੇਂ ਉਨ੍ਹਾਂ ਦਾ ਭੋਗ ਨਾ ਕਰੇ, ਸਿਰਫ਼ ਉਨ੍ਹਾਂ ਵੱਲ ਚਾਹਤ ਭਰੀਆਂ ਨਿਗਾਹਾਂ ਨਾਲ ਵੇਖੇ ਤਾਂ ਵੀ ਉਹ ਨਿੰਦਣ ਯੋਗ ਹੈ, ਉਸ ਲਈ ਚੰਗਾ ਹੋਵੇਗਾ ਕਿ ਉਹ ਅਜਿਹੀਆਂ ਵਰਜਿਤ ਇੱਛਾਵਾਂ ਕਰਨ ਤੋਂ ਪਹਿਲਾਂ ਆਤਮ ਹੱਤਿਆ ਕਰ ਲਵੇ।" ਇੰਝ ਸ਼ੁੱਧੀ ਦੀਆਂ ਇਹ ਵਿਧੀਆਂ ਹਨ।

ਅਗਲਾ ਗੁਣ ਹੈ **ਗਿਆਨ ਯੋਗ ਵਿਅਵਸਥਿਤਿ** – ਗਿਆਨ ਦੇ ਅਨੁਸ਼ੀਲਨ (ਅਭਿਆਸ) ਵਿਚ ਲਗਿਆ ਰਹਿਣਾ। ਸੰਨਿਆਸੀ ਦਾ ਜੀਵਨ, ਗ੍ਰਹਿਸਥੀਆਂ ਅਤੇ ਉਨ੍ਹਾਂ ਸਭਨਾਂ ਨੂੰ ਜਿਹੜੇ ਅਧਿਆਤਮਕ ਉਨੱਤੀ ਦੇ ਅਸਲ ਜੀਵਨ ਨੂੰ ਭੁੱਲ ਜਾਂਦੇ ਹਨ, ਗਿਆਨ ਵੰਡਣ ਲਈ ਹੁੰਦਾ ਹੈ।

ਸੰਨਿਆਸੀ ਤੋਂ ਇਹ ਆਸ ਕੀਤੀ ਜਾਂਦੀ ਹੈ ਕਿ ਉਹ ਆਪਣੀ ਜੀਵਿਕਾ ਲਈ ਦਰ-ਦਰ ਤੇ ਭੀਖ ਮੰਗੇ, ਪਰ ਇਸਦਾ ਅਰਥ ਇਹ ਨਹੀਂ ਹੈ ਕਿ ਉਹ ਭਿਖਾਰੀ ਹੈ। ਨਿਮਰਤਾ ਵੀ ਅਧਿਆਤਮਕਤਾ ਵਿਚ ਸਥਿਤ ਮਨੁੱਖ ਦੀ ਇਕ ਯੋਗਤਾ ਹੈ। ਸੰਨਿਆਸੀ ਸਿਰਫ ਨਿਮਰਤਾ ਕਰਕੇ ਦਰ-ਦਰ ਜਾਂਦਾ ਹੈ, ਭੀਖ ਮੰਗਣ ਦੇ ਮੰਤਵ ਨਾਲ ਨਹੀਂ, ਸਗੋਂ ਗ੍ਰਹਿਸਥੀਆਂ ਨੂੰ ਦਰਸ਼ਨ ਦੇਣ ਅਤੇ ਉਨ੍ਹਾਂ ਵਿਚ ਕ੍ਰਿਸ਼ਨ ਭਾਵਨਾ ਅੰਮ੍ਰਿਤ ਜਗਾਉਣ ਲਈ ਜਾਂਦਾ ਹੈ। ਇਹ ਸੰਨਿਆਸੀ ਦਾ ਫਰਜ਼ ਹੈ। ਜੇਕਰ ਉਹ ਅਸਲ ਵਿਚ ਸੂਝਵਾਨ ਹੈ ਅਤੇ ਗੁਰੂ ਦਾ ਹੁਕਮ ਮਿਲਿਆ ਹੈ ਤਾਂ ਉਸ ਨੂੰ ਤਰਕ ਅਤੇ ਗਿਆਨ ਰਾਹੀਂ ਕ੍ਰਿਸ਼ਨ ਭਾਵਨਾ ਅੰਮ੍ਰਿਤ ਦਾ ਉਪਦੇਸ਼ ਕਰਨਾ ਚਾਹੀਦਾ ਹੈ ਅਤੇ ਜੇਕਰ ਉਹ ਇੰਨਾ ਸੂਝਵਾਨ ਨਹੀਂ ਹੈ ਤਾਂ ਉਸ ਨੂੰ ਸੰਨਿਆਸ ਆਸ਼ਰਮ ਗ੍ਰਹਿਣ ਨਹੀਂ ਕਰਨਾ ਚਾਹੀਦਾ। ਪਰ ਜੇ ਕਿਸੇ ਨੂੰ ਲੋੜੀਂਦੇ ਗਿਆਨ ਤੋਂ ਬਗ਼ੈਰ ਸੰਨਿਆਸ ਆਸ਼ਰਮ ਸਵੀਕਾਰ ਕਰ ਲਿਆ ਹੈ, ਤਾਂ ਉਸ ਨੂੰ ਗਿਆਨ ਦੇ ਅਨੁਸ਼ੀਲਨ (ਅਭਿਆਸ) ਲਈ ਪ੍ਰਮਾਣਿਤ ਗੁਰੂ ਤੋਂ ਸੁਣਨ ਲਈ ਰੁੱਝਿਆ ਰਹਿਣਾ ਚਾਹੀਦਾ ਹੈ। ਸੰਨਿਆਸੀ ਨੂੰ ਨਿਡਰ ਹੋਣਾ ਚਾਹੀਦਾ ਹੈ, ਉਸਨੂੰ **ਸਤੱਵ ਸੰਸਦ੍ਧਿ** ਅਤੇ ਗਿਆਨ ਯੋਗ ਵਿਚ ਸਥਿਤ ਹੋਣਾ ਚਾਹੀਦਾ ਹੈ।

ਅਗਲਾ ਗੁਣ ਦਾਨ ਹੈ। ਦਾਨ ਗ੍ਰਹਿਸਥੀਆਂ ਲਈ ਹੈ। ਗ੍ਰਹਿਸਥੀਆਂ ਨੂੰ ਚਾਹੀਦਾ ਹੈ ਕਿ ਉਹ ਇਮਾਨਦਾਰੀ ਨਾਲ ਕਮਾਉਣ ਅਤੇ ਕਮਾਈ ਦਾ ਪੰਜਾਹ ਪ੍ਰਤੀਸ਼ਤ ਦੁਨੀਆਂ ਭਰ ਵਿਚ ਕ੍ਰਿਸ਼ਨ ਭਾਵਨਾਮ੍ਰਿਤ ਦੇ ਪ੍ਰਚਾਰ ਵਿਚ ਖਰਚ ਕਰਨ। ਇੰਝ ਗ੍ਰਹਿਸਥੀ ਨੂੰ ਚਾਹੀਦਾ ਹੈ ਕਿ ਅਜਿਹੇ ਕਾਰਜ ਵਿਚ ਲੱਗੀਆਂ ਸੰਸਥਾਵਾਂ ਅਤੇ ਸੰਮਤੀਆਂ ਨੂੰ ਦਾਨ ਦੇਵੇ। ਦਾਨ, ਯੋਗ ਪਾਤਰ ਨੂੰ ਦਿੱਤਾ ਜਾਣਾ ਚਾਹੀਦਾ ਹੈ। ਜਿਵੇਂ ਕਿ ਅੱਗੇ ਵਰਣਨ ਕੀਤਾ ਜਾਵੇਗਾ ਦਾਨ ਵੀ ਤਿੰਨ ਤਰ੍ਹਾਂ ਦਾ ਹੁੰਦਾ ਹੈ - ਜਿੱਥੇ ਸਤੋਗੁਣ, ਰਜੋਗੁਣ ਅਤੇ ਤਮੋਗੁਣ ਵਿਚ ਦਿੱਤਾ ਗਿਆ ਦਾਨ। ਸਤੋਗੁਣ ਵਿਚ ਕੀਤੇ ਗਏ ਦਾਨ ਦੀ ਸਿਫਾਰਿਸ਼ ਸ਼ਾਸਤਰਾਂ ਨੇ ਕੀਤੀ ਹੈ, ਪਰ ਰਜੋ ਅਤੇ ਤਮੋਗੁਣ ਵਿਚ ਦਿੱਤੇ ਗਏ ਦਾਨ ਦੀ ਸਿਫਾਰਿਸ਼ ਨਹੀਂ ਹੈ, ਕਿਉਂਕਿ ਇਹ ਧੰਨ ਦੀ ਸਿਰਫ ਦੁਰਵਰਤੋਂ ਹੈ। ਪੂਰੇ ਸੰਸਾਰ ਵਿਚ ਕ੍ਰਿਸ਼ਨ ਭਾਵਨਾ-ਅੰਮ੍ਰਿਤ ਦੇ ਪ੍ਰਸਾਰ ਲਈ ਹੀ ਦਾਨ ਦਿੱਤਾ ਜਾਣਾ ਚਾਹੀਦਾ ਹੈ। ਅਜਿਹਾ ਦਾਨ ਸਤੋਗੁਣੀ ਹੁੰਦਾ ਹੈ।

ਜਿੱਥੋਂ ਤਕ ਦਮ (ਆਤਮ ਸੰਜਮ) ਦਾ ਸਵਾਲ ਹੈ, ਇਹ ਕੇਵਲ ਧਾਰਮਿਕ ਸਮਾਜ ਦੇ ਹੋਰ ਆਸ਼ਰਮਾਂ ਲਈ ਹੀ ਨਹੀਂ ਹੈ, ਸਗੋਂ ਗ੍ਰਹਿਸਥ ਲਈ ਖ਼ਾਸ ਤੌਰ ਤੇ ਹੈ। ਭਾਵੇਂ ਉਸਦੀ ਪਤਨੀ ਹੁੰਦੀ ਹੈ, ਪਰ ਉਸਨੂੰ ਚਾਹੀਦਾ ਹੈ ਕਿ ਵਿਅਰਥ ਹੀ ਆਪਣੀਆਂ ਇੰਦਰੀਆਂ ਨੂੰ ਕਾਮ ਤ੍ਰਿਪਤੀ ਵੱਲ ਨਾ ਮੋੜੇ। ਗ੍ਰਹਿਸਥੀਆਂ ਤੇ ਵੀ ਮੈਥੁਨ ਜੀਵਨ ਲਈ ਰੋਕ ਹੈ ਅਤੇ ਇਸਦੀ ਵਰਤੋਂ ਸਿਰਫ ਸੰਤਾਨ ਪੈਦਾ ਕਰਨ ਲਈ ਕੀਤੀ ਜਾਣੀ ਚਾਹੀਦੀ ਹੈ। ਜੇਕਰ ਉਹ ਸੰਤਾਨ ਨਹੀਂ ਚਾਹੁੰਦਾ, ਤਾਂ ਉਸਨੂੰ ਪਤਨੀ ਨਾਲ ਵਿਸ਼ੇ ਭੋਗ ਵਿਚ ਲਿਪਤ (ਉਲਝਣਾ) ਨਹੀਂ ਹੋਣਾ ਚਾਹੀਦਾ। ਆਧੁਨਿਕ ਸਮਾਜ ਮੈਥੁਨ ਜੀਵਨ ਦਾ ਭੋਗ ਕਰਨ ਲਈ ਨਿਰੋਧ ਵਰਗੇ ਤਰੀਕੇ ਜਾਂ ਇਸ ਤੋਂ ਵੀ ਵੱਧ ਘਿਰਣਤ ਤਰੀਕੇ ਅਪਣਾਉਂਦਾ ਹੈ, ਜਿਸ ਨਾਲ ਸੰਤਾਨ ਪੈਦਾ ਨਾ ਹੋਵੇ। ਇਹ ਅਲੌਕਿਕ ਗੁਣ ਨਹੀਂ ਸਗੋਂ ਦੈਂਤੀ ਗੁਣ ਹਨ। ਜੇ ਕੋਈ ਮਨੁੱਖ ਭਾਵੇਂ ਉਹ ਗ੍ਰਹਿਸਥੀ ਹੀ ਕਿਉਂ ਨਾ ਹੋਵੇ, ਅਧਿਆਤਮਕ ਜੀਵਨ ਵਿਚ ਪ੍ਰਗਤੀ ਕਰਨਾ ਚਾਹੁੰਦਾ ਹੈ, ਤਾਂ ਉਸਨੂੰ ਆਪਣੇ ਮੈਥੁਨ ਜੀਵਨ ਤੇ

ਸੰਜਮ ਰੱਖਣਾ ਹੋਵੇਗਾ ਅਤੇ ਉਸਨੂੰ ਅਜਿਹੀ ਸੰਤਾਨ ਨਹੀਂ ਪੈਦਾ ਕਰਨੀ ਚਾਹੀਦੀ ਹੈ, ਜਿਹੜੀ ਕ੍ਰਿਸ਼ਨ ਦੀ ਸੇਵਾ ਵਿਚ ਕੰਮ ਨਾ ਆਵੇ। ਜੇ ਉਹ ਅਜਿਹੀ ਸੰਤਾਨ ਪੈਦਾ ਕਰਦਾ ਹੈ, ਜਿਹੜੀ ਕ੍ਰਿਸ਼ਨ ਭਾਵਨਾ ਭਾਵਿਤ ਹੋ ਸ਼ਕੇ ਤਾਂ ਸੈਂਕੜੇ ਸੰਤਾਨ ਪੈਦਾ ਕਰ ਸਕਦਾ ਹੈ। ਪਰ ਅਜਿਹੀ ਹੈਸੀਅਤ ਬਗੈਰ ਕਿਸੇ ਨੂੰ ਇੰਦਰੀਆਂ ਦੇ ਸੁਖ ਲਈ ਕਾਮ ਭੋਗ ਵਿਚ ਲਿਪਤ ਨਹੀਂ ਹੋਣਾ ਚਾਹੀਦਾ।

ਗ੍ਰਹਿਸਥੀ ਨੂੰ ਯੱਗ ਵੀ ਕਰਨਾ ਚਾਹੀਦਾ ਹੈ, ਕਿਉਂਕਿ ਯੱਗ ਲਈ ਕਾਫੀ ਧੰਨ ਚਾਹੀਦਾ ਹੈ। ਬ੍ਰਹਮਚਾਰੀ, ਵਾਨਪ੍ਰਸਥ ਅਤੇ ਸੰਨਿਆਸ ਆਸ਼ਰਮਾਂ ਵਾਲਿਆਂ ਕੋਲ ਧੰਨ ਨਹੀਂ ਹੁੰਦਾ। ਉਹ ਤਾਂ ਭੀਖ ਮੰਗ ਕੇ ਜਿਉਂਦੇ ਹਨ। ਇਸ ਲਈ ਵੱਖੋ-ਵੱਖਰੇ ਤਰ੍ਹਾਂ ਦੇ ਯੱਗਾਂ ਦੀ ਜ਼ਿੰਮੇਵਾਰੀ ਗ੍ਰਹਿਸਥੀ ਦੀ ਹੈ। ਉਨ੍ਹਾਂ ਨੂੰ ਚਾਹੀਦਾ ਹੈ ਕਿ ਵੈਦਿਕ ਸਾਹਿਤ ਵਿਚ ਦੱਸੇ ਅਗਨੀਹੋਤਰ ਯੱਗ ਕਰਨ, ਪਰ ਅੱਜਕਲ ਅਜਿਹੇ ਯੱਗ ਬਹੁਤ ਮਹਿੰਗੇ ਹਨ ਅਤੇ ਹਰ ਕਿਸੇ ਗ੍ਰਹਿਸਥੀ ਲਈ ਇਨ੍ਹਾਂ ਨੂੰ ਸੰਪੰਨ ਕਰਨਾ ਸੰਭਵ ਨਹੀਂ ਹੈ। ਇਸ ਯੁਗ ਵਿਚ ਸਿਫਾਰਿਸ਼-ਯੋਗ ਯੱਗ ਹੈ - ਸੰਕੀਰਤਨ ਯੱਗ। ਇਹ ਸੰਕੀਰਤਨ ਯੱਗ ਹਰੇ ਕ੍ਰਿਸ਼ਨ ਹਰੇ ਕ੍ਰਿਸ਼ਨ ਕ੍ਰਿਸ਼ਨ ਕ੍ਰਿਸ਼ਨ ਹਰੇ ਹਰੇ, ਹਰੇ ਰਾਮ ਹਰੇ ਰਾਮ ਰਾਮ ਰਾਮ ਹਰੇ ਹਰੇ ਦਾ ਜੱਪ ਸਭ ਤੋਂ ਉੱਤਮ ਅਤੇ ਸਭ ਤੋਂ ਘੱਟ ਖਰਚ ਵਾਲਾ ਯੱਗ ਹੈ ਅਤੇ ਹਰ ਮਨੁੱਖ ਇਸ ਤੋਂ ਲਾਭ ਲੈ ਸਕਦਾ ਹੈ, ਇਸ ਲਈ ਦਾਨ, ਇੰਦਰੀਆਂ ਦਾ ਸੰਜਮ ਅਤੇ ਯੱਗ ਕਰਨਾ - ਇਹ ਤਿੰਨ ਗੱਲਾਂ ਗ੍ਰਹਿਸਥੀ ਲਈ ਹਨ।

ਸਵਾਧਯਾਯ ਜਾਂ ਵੇਦਾਂ ਦਾ ਅਧਿਐਨ ਬ੍ਰਹਮਚਾਰੀ ਆਸ਼ਰਮ ਜਾਂ ਵਿਦਿਆਰਥੀ ਜੀਵਨ ਲਈ ਹੈ। ਬ੍ਰਹਮਚਾਰੀਆਂ ਦਾ ਇਸਤਰੀ ਨਾਲ ਕਿਸੇ ਤਰ੍ਹਾਂ ਦਾ ਸੰਬੰਧ ਨਹੀਂ ਹੋਣਾ ਚਾਹੀਦਾ। ਉਨ੍ਹਾਂ ਨੂੰ ਬ੍ਰਹਮਚਾਰੀ ਜੀਵਨ ਬਿਤਾਉਣਾ ਚਾਹੀਦਾ ਹੈ ਅਤੇ ਅਧਿਆਤਮਕ ਗਿਆਨ ਨੂੰ ਜਾਣਨ ਲਈ ਆਪਣਾ ਮਨ ਵੇਦਾਂ ਦੇ ਅਧਿਐਨ ਵਿਚ ਲਗਾਉਣਾ ਚਾਹੀਦਾ ਹੈ। ਇਹ **ਸਵਾਧਯਾਯ** ਹੈ।

ਤਪਸ ਜਾਂ ਤਪੱਸਿਆ ਵਾਨਪ੍ਰਸਥਾਂ ਲਈ ਹੈ। ਮਨੁੱਖ ਨੂੰ ਪੂਰੀ ਜ਼ਿੰਦਗੀ ਗ੍ਰਹਿਸਥੀ ਹੀ ਨਹੀਂ ਬਣੇ ਰਹਿਣਾ ਚਾਹੀਦਾ। ਉਸ ਨੂੰ ਚੇਤੇ ਰੱਖਣਾ ਚਾਹੀਦਾ ਹੈ ਕਿ ਜੀਵਨ ਦੇ ਚਾਰ ਹਿੱਸੇ ਹਨ - ਬ੍ਰਹਮਚਾਰੀ, ਗ੍ਰਹਿਸਥ, ਵਾਨਪ੍ਰਸਥ ਅਤੇ ਸੰਨਿਆਸ। ਇਸ ਲਈ ਗ੍ਰਹਿਸਥੀ ਰਹਿਣ ਮਗਰੋਂ ਉਸਨੂੰ ਵਿਰਕਤ (ਉਦਾਸੀਨ) ਹੋ ਜਾਣਾ ਚਾਹੀਦਾ ਹੈ। ਜੇ ਕੋਈ ਇਕ ਸੌ ਸਾਲ ਜਿਉਂਦਾ ਰਹਿੰਦਾ ਹੈ ਤਾਂ ਉਸਨੂੰ ਪੱਚੀ ਸਾਲ ਤਕ ਬ੍ਰਹਮਚਾਰੀ, ਪੱਚੀ ਤਕ ਗ੍ਰਹਿਸਥੀ, ਪੱਚੀ ਸਾਲ ਤਕ ਵਾਨਪ੍ਰਸਥ ਅਤੇ ਪੱਚੀ ਸਾਲ ਸੰਨਿਆਸ ਦਾ ਜੀਵਨ ਬਿਤਾਉਣਾ ਚਾਹੀਦਾ ਹੈ। ਇਹ ਵੈਦਿਕ ਧਾਰਮਿਕ ਨਿਯਮ ਹਨ। ਗ੍ਰਹਿਸਥ ਜੀਵਨ ਤੋਂ ਵਿਰਕਤ (ਉਦਾਸੀਨ) ਹੋਣ ਤੇ ਮਨੁੱਖ ਨੂੰ ਸ਼ਰੀਰ ਮਨ ਅਤੇ ਬਾਣੀ ਦਾ ਸੰਜਮ ਵਰਤਣਾ ਚਾਹੀਦਾ ਹੈ। ਇਹੋ ਤਪੱਸਿਆ ਹੈ। ਸਾਰਾ ਵਰਣਾਸ਼ਰਮ ਧਰਮ ਸਮਾਜ ਤਪੱਸਿਆ ਲਈ ਬਣਿਆ ਹੈ। ਤਪੱਸਿਆ ਤੋਂ ਬਗ਼ੈਰ ਕਿਸੇ ਨੂੰ ਵੀ ਮੁਕਤੀ ਨਹੀਂ ਮਿਲ ਸਕਦੀ। ਇਸ ਸਿਧਾਂਤ ਦੀ ਸਿਫਾਰਿਸ਼ ਨਾ ਤਾਂ ਵੈਦਿਕ ਸਾਹਿਤ ਵਿਚ ਕੀਤੀ ਗਈ ਹੈ, ਨਾ ਭਗਵਤ ਗੀਤਾ ਵਿਚ ਕਿ ਜੀਵਨ ਵਿਚ ਤਪੱਸਿਆ ਦੀ ਲੋੜ ਨਹੀਂ ਹੈ। ਜੇ ਕੋਈ ਕਲਪਨਾ ਕਰਦੇ ਰਹੇ ਅਤੇ ਸਭ ਕੁਝ ਠੀਕ ਹੋ ਜਾਵੇਗਾ, ਅਜਿਹੇ ਸਿਧਾਂਤ ਤਾਂ ਉਨ੍ਹਾਂ ਵਿਖਾਵਾ ਕਰਨ ਵਾਲੇ ਅਧਿਆਤਮਵਾਦੀਆਂ

ਰਾਹੀਂ ਬਣਾਏ ਜਾਂਦੇ ਹਨ, ਜਿਹੜੇ ਵੱਧ ਤੋਂ ਵੱਧ ਚੇਲੇ ਬਨਾਉਣਾ ਚਾਹੁੰਦੇ ਹਨ। ਜੇ ਰੋਕ ਹੋਵੇ, ਵਿੱਧੀ ਵਿਧਾਨ ਨਾ ਹੋਣ ਤਾਂ ਲੋਗ ਇੰਝ ਆਕਰਸ਼ਿਤ ਨਾ ਹੋਣ। ਇਸ ਲਈ ਜਿਹੜੇ ਲੋਕ ਧਰਮ ਦੇ ਨਾਂ ਤੇ ਚੇਲੇ (ਅਨੁਆਈ) ਬਣਾਉਣਾ ਚਾਹੁੰਦੇ ਹਨ, ਉਹ ਸਿਰਫ ਵਿਖਾਵਾ ਕਰਦੇ ਹਨ, ਉਹ ਆਪਣੇ ਵਿਦਿਆਰਥੀਆਂ ਦੇ ਜੀਵਨ ਤੇ ਕੋਈ ਰੋਕ ਅਤੇ ਨੇਮ ਨਹੀਂ ਲਗਾਉਂਦੇ ਨਾ ਹੀ ਆਪਣੇ ਜੀਵਨ ਉਤੇ। ਪਰ ਵੇਦਾਂ ਵਿਚ ਅਜਿਹੀ ਵਿਧੀ ਨੂੰ ਸਵੀਕਾਰ ਨਹੀਂ ਕੀਤਾ ਗਿਆ।

ਜਿੱਥੋਂ ਤਕ ਬ੍ਰਾਹਮਣਾਂ ਦੀ ਸਰਲਤਾ ਦਾ ਸੰਬੰਧ ਹੈ। ਇਸਦੀ ਪਾਲਣਾ ਸਿਰਫ ਇਕੋ ਆਸ਼ਰਮ ਵਿਚ ਨਹੀਂ ਸਗੋਂ ਚਾਰੋਂ ਆਸ਼ਰਮਾਂ ਦੇ ਹਰ ਜੀਅ ਨੂੰ ਕਰਨੀ ਚਾਹੀਦੀ ਹੈ, ਭਾਵੇਂ ਉਹ ਬ੍ਰਹਮਚਾਰੀ ਗ੍ਰਿਹਸਥ, ਵਾਨਪ੍ਰਸਥ ਜਾਂ ਸੰਨਿਆਸ ਆਸ਼ਰਮ ਵਿਚ ਹੋਣ। ਮਨੁੱਖ ਨੂੰ ਬਹੁਤ ਸਰਲ ਅਤੇ ਨਿਸ਼ਕਪਟ ਹੋਣਾ ਚਾਹੀਦਾ ਹੈ।

ਅਹਿੰਸਾ ਦਾ ਅਰਥ ਹੈ ਕਿਸੇ ਜੀਵ ਦੇ ਪ੍ਰਗਤੀਸ਼ੀਲ ਜੀਵਨ ਨੂੰ ਨਾ ਰੋਕਣਾ। ਕਿਸੇ ਨੂੰ ਇਹ ਨਹੀਂ ਸੋਚਣਾ ਚਾਹੀਦਾ ਕਿ ਕਿਉਂਕਿ ਸ਼ਰੀਰ ਦੇ ਮਾਰਨ ਮਗਰੋਂ ਵੀ ਆਤਮਾ ਚਿੰਗਾਰੀ ਨਹੀਂ ਮਰਦੀ, ਇਸ ਲਈ ਇੰਦਰੀਆਂ ਦੀ ਤ੍ਰਿਪਤੀ ਲਈ ਪਸ਼ੂਆਂ ਨੂੰ ਮਾਰਨ ਵਿਚ ਕੋਈ ਨੁਕਸਾਨ ਨਹੀਂ ਹੈ। ਵਧੇਰੇ ਅੰਨ, ਫਲ ਅਤੇ ਦੁੱਧ ਦੀ ਪੂਰਤੀ ਹੁੰਦੇ ਹੋਏ ਵੀ ਅੱਜ ਕੱਲ ਲੋਕ ਪਸ਼ੂਆਂ ਦਾ ਮਾਸ ਖਾਣ ਦੇ ਆਦੀ ਹਨ। ਪਰ ਪਸ਼ੂਆਂ ਨੂੰ ਮਾਰਨ ਦੀ ਕੋਈ ਜ਼ਰੂਰਤ ਨਹੀਂ ਹੈ। ਇਹ ਹੁਕਮ ਹਰੇਕ ਲਈ ਹੈ। ਜਦੋਂ ਕੋਈ ਵਿਕਲਪ ਨਾ ਰਹੇ ਤਾਂ ਵੀ ਪਸ਼ੂ ਨੂੰ ਨਹੀ ਮਾਰਿਆ ਜਾ ਸਕਦਾ। ਪਰ ਇਸਦੀ ਯੱਗ ਵਿਚ ਬਲੀ ਦਿੱਤੀ ਜਾ ਸਕਦੀ ਹੈ। ਕੁਝ ਵੀ ਹੋਵੇ ਜਦੋਂ ਮਨੁੱਖਤਾ ਲਈ ਵਧੇਰੇ ਭੋਜਨ ਹੋਵੇ, ਤਾਂ ਜਿਹੜੇ ਲੋਕ ਅਧਿਆਤਮਕ ਪ੍ਰਤੱਖੀਕਰਨ ਵਿਚ ਪ੍ਰਗਤੀ ਕਰਨ ਦੇ ਇੱਛੁਕ ਹਨ, ਉਨ੍ਹਾਂ ਨੂੰ ਪਸ਼ੂ ਹਿੰਸਾ ਨਹੀਂ ਕਰਨੀ ਚਾਹੀਦੀ। ਅਸਲ ਅਹਿੰਸਾ ਦਾ ਅਰਥ ਹੈ, ਕਿ ਕਿਸੇ ਦੇ ਪ੍ਰਗਤੀਸ਼ੀਲ ਜੀਵਨ ਨੂੰ ਨਾ ਰੋਕਿਆ ਜਾਵੇ। ਪਸ਼ੂ ਵੀ ਆਪਣੇ ਵਿਕਾਸ ਸਮੇਂ ਵਿਚ ਇਕ ਪਸ਼ੂ ਜੂਨੀ ਤੋਂ ਦੂਜੀ ਪਸ਼ੂ ਜੂਨੀ ਵਿਚ ਦੇਹ ਬਦਲਕੇ ਪ੍ਰਗਤੀ ਕਰਦੇ ਹਨ। ਜੇਕਰ ਕਿਸੇ ਖ਼ਾਸ ਪਸ਼ੂ ਨੂੰ ਮਾਰਿਆ ਜਾਂਦਾ ਹੈ ਤਾਂ ਉਸ ਦੀ ਪ੍ਰਗਤੀ ਰੁਕ ਜਾਂਦੀ ਹੈ। ਜੇ ਕੋਈ ਪਸ਼ੂ ਕਿਸੇ ਸ਼ਰੀਰ ਵਿਚ ਬਹੁਤ ਦਿਨਾਂ ਤੋਂ ਜਾਂ ਸਾਲਾਂ ਤੋਂ ਰਹਿ ਰਿਹਾ ਹੋਵੇ ਅਤੇ ਉਸਨੂੰ ਬੇ-ਵਕਤੇ ਹੀ ਮਾਰ ਦਿੱਤਾ ਜਾਵੇ ਤਾਂ ਉਸ ਨੂੰ ਫਿਰ ਉਸੇ ਜੀਵਨ ਵਿਚ ਵਾਪਸ ਆ ਕੇ ਬਾਕੀ ਦਿਨ ਪੂਰੇ ਕਰਨ ਮਗਰੋਂ ਹੀ ਦੂਜੀ ਜੂਨੀ ਵਿਚ ਜਾਣਾ ਪੈਂਦਾ ਹੈ। ਇਸ ਲਈ ਆਪਣੇ ਸੁਆਦ ਦੀ ਤ੍ਰਿਪਤੀ ਲਈ ਕਿਸੇ ਦੀ ਪ੍ਰਗਤੀ ਨੂੰ ਨਹੀਂ ਰੋਕਣਾ ਚਾਹੀਦਾ। ਇਹੋ ਅਹਿੰਸਾ ਹੈ।

ਸਤ੍ਯਮ੍ ਦਾ ਅਰਥ ਹੈ ਕਿ ਮਨੁੱਖ ਨੂੰ ਆਪਣੇ ਸੁਆਰਥ ਲਈ ਸੱਚ ਨੂੰ ਤੋੜਨਾ-ਮਰੋੜਨਾ ਨਹੀਂ ਚਾਹੀਦਾ। ਵੈਦਿਕ ਸਾਹਿਤ ਵਿਚ ਕੁਝ ਅੰਸ਼ ਬਹੁਤ ਔਖੇ ਹਨ, ਪਰ ਉਨ੍ਹਾਂ ਦਾ ਅਰਥ ਕਿਸੇ ਪ੍ਰਮਾਣਿਤ ਗੁਰੂ ਤੋਂ ਜਾਣਨਾ ਚਾਹੀਦਾ ਹੈ। ਵੇਦਾਂ ਨੂੰ ਸਮਝਣ ਦੀ ਇਹੋ ਵਿਧੀ ਹੈ। **ਸ਼ਰੂਤੀ** ਦਾ ਅਰਥ ਹੈ ਕਿਸੇ ਅਧਿਕਾਰੀ ਤੋਂ ਸੁਣਨਾ। ਮਨੁੱਖ ਨੂੰ ਚਾਹੀਦਾ ਹੈ ਕਿ ਆਪਣੇ ਸੁਆਰਥ ਲਈ ਕੋਈ ਵਿਆਖਿਆ ਨਾ ਕਰੇ। ਭਗਵਤ ਗੀਤਾ ਦੀਆਂ ਅਨੇਕਾਂ ਟੀਕਾਵਾਂ ਹਨ, ਜਿਸ ਵਿਚ ਮੂਲ ਪਾਠ ਦੀ

ਗਲਤ ਵਿਆਖਿਆ ਕੀਤੀ ਗਈ ਹੈ। ਸ਼ਬਦ ਦਾ ਅਸਲ ਭਾਵ ਅਰਥ ਪੇਸ਼ ਕੀਤਾ ਜਾਣਾ ਚਾਹੀਦਾ ਹੈ ਅਤੇ ਇਸਨੂੰ ਪ੍ਰਮਾਣਿਤ ਗੁਰੂ ਤੋਂ ਹੀ ਸਿੱਖਣਾ ਚਾਹੀਦਾ ਹੈ।

ਅਕ੍ਰੋਧ ਦਾ ਅਰਥ ਹੈ ਕ੍ਰੋਧ ਨੂੰ ਰੋਕਣਾ। ਜੇਕਰ ਕੋਈ ਗੁੱਸਾ ਦਿਵਾਉਣ ਦਾ ਯਤਨ ਕਰੇ ਤਾਂ ਵੀ ਸਹਿਣਸ਼ੀਲ ਬਣਿਆ ਰਹਿਣਾ ਚਾਹੀਦਾ ਹੈ, ਕਿਉਂਕਿ ਕਈ ਵਾਰ ਗੁੱਸਾ ਕਰਨ ਨਾਲ ਸਾਰਾ ਸ਼ਰੀਰ ਦੂਸ਼ਿਤ ਹੋ ਜਾਂਦਾ ਹੈ। ਗੁੱਸਾ ਰਜੋ ਗੁਣ ਅਤੇ ਕਾਮ ਤੋਂ ਪੈਦਾ ਹੁੰਦਾ ਹੈ। ਇਸ ਲਈ ਜਿਹੜਾ ਯੋਗੀ ਹੈ, ਉਸ ਨੂੰ ਗੁੱਸੇ ਤੇ ਕਾਬੂ ਰੱਖਣਾ ਚਾਹੀਦਾ ਹੈ। **ਅਪੈਸ਼ਨਮ੍** ਦਾ ਅਰਥ ਹੈ ਕਿ ਦੂਜਿਆਂ ਦੇ ਦੋਸ਼ ਨਾ ਕੱਢੇ ਅਤੇ ਬੇਕਾਰ ਵਿਚ ਹੀ ਉਨ੍ਹਾਂ ਨੂੰ ਸਹੀ ਨਾ ਕਰੇ। ਨਿਸ਼ਚੈ ਹੀ ਚੋਰ ਨੂੰ ਚੋਰ ਕਹਿਣਾ ਗਲਤ ਨਹੀਂ ਹੈ, ਪਰ ਨਿਸ਼ਕਪਟ ਮਨੁੱਖ ਨੂੰ ਚੋਰ ਕਹਿਣਾ, ਉਸ ਮਨੁੱਖ ਲਈ ਵੱਡਾ ਅਪਰਾਧ ਹੋਵੇਗਾ ਜਿਹੜਾ ਅਧਿਆਤਮਕ ਜੀਵਨ ਵਿਚ ਪ੍ਰਗਤੀ ਕਰਨਾ ਚਾਹੁੰਦਾ ਹੈ। **ਹ੍ਰੀ** ਦਾ ਅਰਥ ਹੈ ਕਿ ਮਨੁੱਖ ਬਹੁਤ ਨਿਮਰਤਾ ਵਾਲਾ ਹੋਵੇ ਅਤੇ ਕੋਈ ਘਿਰਣਿਤ ਕੰਮ ਨਾ ਕਰੇ। **ਅਚਾਪਲਮ੍** ਜਾਂ ਸੰਕਲਪ ਦਾ ਅਰਥ ਹੈ ਕਿ ਮਨੁੱਖ ਕਿਸੇ ਯਤਨ ਨਾਲ ਉਤੇਜਿਤ ਜਾਂ ਉਦਾਸ ਨਾ ਹੋਵੇ। ਕਿਸੇ ਯਤਨ ਵਿਚ ਭਾਵੇਂ ਅਸਫਲਤਾ ਹੀ ਕਿਉਂ ਨਾ ਮਿਲੇ, ਪਰ ਮਨੁੱਖ ਨੂੰ ਉਸ ਲਈ ਉਦਾਸ ਨਹੀਂ ਹੋਣਾ ਚਾਹੀਦਾ। ਉਸਨੂੰ ਧੀਰਜ ਅਤੇ ਸੰਕਲਪ ਨਾਲ ਪ੍ਰਗਤੀ ਕਰਨੀ ਚਾਹੀਦੀ ਹੈ।

ਇੱਥੇ ਵਰਤਿਆ **ਤੇਜਸ੍** ਸ਼ਬਦ ਖਤਰੀਆਂ ਲਈ ਹੈ। ਖਤਰੀਆਂ ਨੂੰ ਬਹੁਤ ਤਾਕਤਵਰ ਹੋਣਾ ਚਾਹੀਦਾ ਹੈ, ਜਿਸ ਨਾਲ ਉਹ ਕਮਜ਼ੋਰਾਂ ਦੀ ਰੱਖਿਆ ਕਰ ਸਕਣ। ਉਨ੍ਹਾਂ ਨੂੰ ਅਹਿੰਸਕ ਹੋਣ ਦਾ ਵਿਖਾਵਾ ਨਹੀਂ ਕਰਨਾ ਚਾਹੀਦਾ। ਜੇ ਹਿੰਸਾ ਦੀ ਲੋੜ ਪਵੇ ਤਾਂ ਹਿੰਸਾ ਵਿਖਾਉਣੀ ਚਾਹੀਦੀ ਹੈ। ਪਰ ਜਿਹੜਾ ਮਨੁੱਖ ਆਪਣੇ ਦੁਸ਼ਮਣਾਂ ਨੂੰ ਦਬਾ ਸਕਦਾ ਹੈ, ਉਸਨੂੰ ਚਾਹੀਦਾ ਹੈ ਕਿ ਖ਼ਾਸ ਪਰਿਸਥਿਤੀਆਂ ਵਿਚ ਖਿਮਾ ਕਰ ਦੇਵੇ। ਉਹ ਛੋਟੇ ਅਪਰਾਧਾਂ ਲਈ ਖਿਮਾ ਕਰ ਸਕਦਾ ਹੈ।

ਸ਼ੋਚਮ੍ ਦਾ ਅਰਥ ਹੈ ਪਵਿੱਤਰਤਾ, ਜਿਹੜੀ ਸਿਰਫ ਮਨ ਅਤੇ ਸ਼ਰੀਰ ਦੀ ਹੀ ਨਹੀਂ ਸਗੋਂ ਆਚਰਣ ਦੀ ਵੀ ਹੋਣੀ ਚਾਹੀਦੀ ਹੈ, ਇਹ ਖ਼ਾਸ ਤੌਰ ਤੇ ਵਪਾਰੀ ਵਰਗ ਲਈ ਹੈ। ਉਨ੍ਹਾਂ ਨੂੰ ਚਾਹੀਦਾ ਹੈ ਕਿ ਉਹ ਕਾਲਾ ਬਜ਼ਾਰੀ ਨਾ ਕਰਨ। **ਨਾਤਿ-ਮਾਨਿਤਾ** ਭਾਵ ਸਨਮਾਨ ਦੀ ਆਸ ਨਾ ਕਰਨਾ, ਸ਼ੂਦਰਾਂ ਭਾਵ ਮਜਦੂਰਾਂ ਲਈ ਹੈ, ਜਿਨ੍ਹਾਂ ਨੂੰ ਵੈਦਿਕ ਹੁਕਮਾਂ ਮੁਤਾਬਿਕ ਚਾਰੇ ਵਰਣਾਂ ਵਿਚ ਸਭ ਤੋਂ ਛੋਟਾ ਮੰਨਿਆ ਜਾਂਦਾ ਹੈ। ਉਨ੍ਹਾਂ ਨੂੰ ਝੂਠੇ ਸਨਮਾਨ ਜਾਂ ਸਤਿਕਾਰ ਨਾਲ ਨਹੀਂ ਫੁਲਣਾ ਚਾਹੀਦਾ, ਸਗੋਂ ਆਪਣੀ ਮਰਿਆਦਾ ਵਿਚ ਬਣੇ ਰਹਿਣਾ ਚਾਹੀਦਾ ਹੈ। ਸ਼ੂਦਰਾਂ ਦਾ ਫਰਜ ਹੈ ਕਿ ਸਮਾਜਿਕ ਵਿਵਸਥਾ ਬਣਾਏ ਰੱਖਣ ਲਈ, ਉਹ ਉਚੱ ਜਾਤੀ ਦੇ ਲੋਕਾਂ ਦਾ ਸਨਮਾਨ ਕਰਨ।

ਇੱਥੇ ਵਰਣਨ ਕੀਤੇ ਛੱਬੀ ਗੁਣ ਅਲੌਕਿਕ ਹਨ। ਵਰਣ ਆਸ਼ਰਮ ਧਰਮ ਮੁਤਾਬਿਕ ਇਨ੍ਹਾਂ ਦਾ ਪਾਲਣ ਹੋਣਾ ਚਾਹੀਦਾ ਹੈ। ਸਾਰ ਇਹ ਹੈ ਕਿ ਭਾਵੇਂ ਭੌਤਿਕ ਸਥਿਤੀਆਂ ਚਿੰਤਾ ਯੋਗ ਭੀ ਹੋਣ ਜੇ ਸਾਰੇ ਵਰਣਾਂ ਦੇ ਲੋਕ ਇਨ੍ਹਾਂ ਗੁਣਾਂ ਦਾ ਅਭਿਆਸ ਨਾਲ ਵਿਕਾਸ ਕਰਨ ਤਾਂ ਉਹ ਹੌਲੀ-ਹੌਲੀ ਅਧਿਆਤਮਕ ਅਨੁਭਵ ਦੇ ਸਭ ਤੋਂ ਉਚੇਰੇ ਪਦ ਤਕ ਅਪੜ ਸਕਦੇ ਹਨ।

दम्भो दर्पोऽभिमानश्च क्रोधः पारुष्यमेव च ।
अज्ञानं चाभिजातस्य पार्थ सम्पदमासुरीम् ॥ ४॥

ਦਮ੍ਭੋ ਦਰ੍ਪੋ 'ਭਿਮਾਨਸ਼੍ ਚ ਕ੍ਰੋਧਹ੍ ਪਾਰੁਸ਼੍ਯਮ੍ ਏਵ ਚ ।
ਅਗ੍ਯਾਨਮ੍ ਚਾਭਿਜਾਤਸ੍ਯ ਪਾਰ੍ਥ ਸਮ੍ਪਦਮ੍ ਆਸੁਰੀਮ੍ ॥ 4 ॥

ਦਮ੍ਭਹ੍-ਹੰਕਾਰ ; **ਦਰ੍ਪਹ੍**-ਘਮੰਡ ; **ਅਭਿਮਾਨਹ੍**-ਹਉਮੈ ; **ਚ**-ਵੀ ; **ਕ੍ਰੋਧਹ੍**-ਕ੍ਰੋਧ ; **ਪਾਰੁਸ਼੍ਯਮ੍**-ਨਿਰਦੈਤਾ ; **ਏਵ**-ਨਿਸ਼ਚੈ ਹੀ ; **ਚ**-ਅਤੇ ; **ਅਗ੍ਯਾਨਮ੍**-ਅਗਿਆਨ ; **ਚ**-ਅਤੇ ; **ਆਭਿਜਾਤਸ੍ਯ**-ਪੈਦਾ ਹੋਏ ਦੇ ; **ਪਾਰ੍ਥ**-ਹੇ ਪ੍ਰਿਥਾ ਪੁੱਤਰ ; **ਸਮ੍ਪਦਮ੍**-ਗੁਣ ; **ਆਸੁਰੀਮ੍**-ਦੈਂਤੀ ਸੁਭਾਅ ।

ਅਨੁਵਾਦ

ਹੇ ਪ੍ਰਿਥਾ ਪੁੱਤਰ! ਹੰਕਾਰ, ਘੁਮੰਡ, ਹਉਮੈ, ਕ੍ਰੋਧ, ਨਿਰਦੈਤਾ ਅਤੇ ਅਗਿਆਨ - ਇਹ ਦੈਂਤੀ ਸੁਭਾਅ ਵਾਲਿਆਂ ਦੇ ਗੁਣ ਹਨ ।

ਭਾਵ

ਇਸ ਸ਼ਲੋਕ ਵਿਚ ਨਰਕ ਦੇ ਰਾਜ ਮਾਰਗ ਦਾ ਵਰਣਨ ਹੈ । ਦੈਂਤੀ ਸੁਭਾਅ ਵਾਲੇ ਲੋਕ ਧਰਮ ਅਤੇ ਆਤਮ ਵਿਦਿਆ ਦੀ ਪ੍ਰਗਤੀ ਦਾ ਨਾਟਕ ਕਰਨਾ ਚਾਹੁੰਦੇ ਹਨ, ਭਾਵੇਂ ਉਹ ਉਨ੍ਹਾਂ ਦੇ ਸਿਧਾਂਤਾਂ ਦੀ ਪਾਲਣਾ ਨਾ ਕਰਦੇ ਹੋਣ । ਉਹ ਹਮੇਸ਼ਾਂ ਕਿਸੇ ਸਿੱਖਿਆ ਜਾਂ ਬਹੁਤ ਸੰਪਤੀ ਦੇ ਮਾਲਕ ਹੋਣ ਦਾ ਹੰਕਾਰ ਜਾਂ ਘੁਮੰਡ ਕਰਦੇ ਹਨ, ਉਹ ਚਾਹੁੰਦੇ ਹਨ ਕਿ ਹੋਰ ਲੋਕ ਉਨ੍ਹਾਂ ਦੀ ਪੂਜਾ ਕਰਨ ਅਤੇ ਸਤਿਕਾਰ ਕਰਨ, ਭਾਵੇਂ ਉਹ ਸਤਿਕਾਰ ਦੇ ਯੋਗ ਨਾ ਹੋਣ । ਉਹ ਛੋਟੀਆਂ-ਛੋਟੀਆਂ ਗੱਲਾਂ ਤੇ ਗੁੱਸੇ ਹੋ ਜਾਂਦੇ ਹਨ, ਖ਼ਰੀਆਂ-ਖੋਟੀਆਂ ਸੁਣਾਉਂਦੇ ਹਨ ਅਤੇ ਨਿਮਰਤਾ ਨਾਲ ਨਹੀਂ ਬੋਲਦੇ । ਉਹ ਇਹ ਨਹੀਂ ਜਾਣਦੇ ਕਿ ਕੀ ਕਰਨਾ ਚਾਹੀਦਾ ਹੈ ਅਤੇ ਕੀ ਨਹੀਂ ਕਰਨਾ ਚਾਹੀਦਾ । ਉਹ ਆਪਣੀ ਮਰਜ਼ੀ ਮੁਤਾਬਿਕ, ਸਨਕੀ ਹੋਣ ਕਰਕੇ, ਸਾਰੇ ਕਾਰਜ਼ ਕਰਦੇ ਹਨ, ਉਹ ਕਿਸੇ ਸੱਤਾ ਨੂੰ ਨਹੀਂ ਮੰਨਦੇ । ਉਹ ਇਹ ਦੈਂਤੀ ਗੁਣ ਆਪਣੀ ਮਾਂ ਦੀ ਕੁੱਖ ਵਿਚ ਜਨਮ ਤੋਂ ਹੀ ਲੈਂਦੇ ਹਨ, ਅਤੇ ਜਿਵੇਂ-ਜਿਵੇਂ ਉਹ ਵੱਡੇ ਹੁੰਦੇ ਹਨ, ਉਸੇ ਦੇ ਨਾਲੋਂ ਨਾਲ ਉਨ੍ਹਾਂ ਦੇ ਇਹ ਅਸ਼ੁੱਭ ਗੁਣ ਪ੍ਰਗਟ ਹੁੰਦੇ ਹਨ ।

दैवी सम्पद्विमोक्षाय निबन्धायासुरी मता ।
मा शुचः सम्पदं दैवीमभिजातोऽसि पाण्डव ॥ ५॥

ਦੈਵੀ ਸਮ੍ਪਦ੍ ਵਿਮੋਕ੍ਸ਼ਾਯ ਨਿਬੰਧ੍ਯਾਸੁਰੀ ਮਤਾ ।
ਮਾ ਸ਼ੁਚਹ੍ ਸਮ੍ਪਦਮ੍ ਦੈਵੀਮ੍ ਅਭਿਜਾਤੋ'ਸਿ ਪਾਂਡਵ ॥ 5 ॥

ਦੈਵੀ-ਅਲੌਕਿਕ ; **ਸਮ੍ਪਤ੍**-ਸੰਪਤੀ ; **ਵਿਮੋਕ੍ਸ਼ਾਯ**-ਮੋਖ ਲਈ ; **ਨਿਬੰਧ੍ਾਯ**-ਬੰਧਨ ਲਈ ; **ਆਸੁਰੀ**-ਦੈਂਤੀ ਗੁਣ ; **ਮਤਾ**-ਮੰਨ ਜਾਂਦੇ ਹਨ ; **ਮਾ**-ਨਹੀਂ ; **ਸ਼ੁਚਹ੍**-ਚੰਤਾ ਕਰੋ ; **ਸਮ੍ਪਦਮ੍**-ਸੰਪਤੀ ; **ਦੈਵੀਮ੍**-ਅਲੌਕਿਕ ; **ਅਭਿਜਾਤਹ੍**-ਪੈਦਾ ; **ਅਸਿ**-ਤੁਸੀਂ ਹੋ ; **ਪਾਂਡਵ** - ਹੇ ਪਾਂਡੂ ਪੁੱਤਰ।

ਅਨੁਵਾਦ

ਅਲੌਕਿਕ ਗੁਣ ਮੋਖ ਲਈ ਗੁਣਕਾਰੀ ਹਨ ਅਤੇ ਦੈਂਤੀ ਗੁਣ ਬੰਧਨ ਦਿਵਾਉਣ ਵਾਲੇ ਹਨ। ਹੇ ਪਾਂਡੂ ਪੁੱਤਰ! ਤੁਸੀਂ ਚਿੰਤਾ ਨਾ ਕਰੋ, ਕਿਉਂਕਿ ਤੁਸੀਂ ਅਲੌਕਿਕ ਗੁਣਾਂ ਸਮੇਤ ਜਨਮ ਲਿਆ ਹੈ।

ਭਾਵ

ਭਗਵਾਨ ਕ੍ਰਿਸ਼ਨ ਅਰਜੁਨ ਨੂੰ ਇਹ ਕਹਿਕੇ ਦੈਵੀ ਹੱਲਾ-ਸ਼ੇਰੀ ਦੇ ਰਹੇ ਹਨ ਕਿ ਉਹ ਦੈਂਤੀ ਗੁਣਾਂ ਸਮੇਤ ਨਹੀਂ ਜੰਮਿਆ। ਜੰਗ ਵਿਚ ਉਸਦਾ ਸ਼ਾਮਿਲ ਹੋਣਾ ਦੈਂਤੀ ਨਹੀਂ ਹੈ, ਕਿਉਂਕਿ ਉਹ ਉਸਦੇ ਗੁਣ ਦੋਸ਼ਾਂ ਤੇ ਵਿਚਾਰ ਕਰ ਰਿਹਾ ਸੀ। ਉਹ ਇਹ ਸੋਚ ਰਿਹਾ ਸੀ ਕਿ ਭੀਸ਼ਮ ਅਤੇ ਦ੍ਰੋਣ ਵਰਗੇ ਸਤਿਕਾਰਯੋਗ ਮਹਾਪੁਰਖਾਂ ਨੂੰ ਮਾਰਿਆ ਜਾਵੇ ਜਾਂ ਨਹੀਂ, ਇਸ ਲਈ ਉਹ ਨਾ ਤਾਂ ਗੁੱਸੇ ਅਧੀਨ ਹੋ ਕੇ ਕੰਮ ਕਰ ਰਿਹਾ ਸੀ ਨਾ ਹੀ ਝੂਠੀ ਪ੍ਰਤੀਸ਼ਠਾ (ਗੌਰਵ) ਜਾਂ ਨਿਰਦੈਤਾ ਅਧੀਨ ਹੋਕੇ। ਇਸ ਲਈ ਉਹ ਦੈਂਤੀ ਸੁਭਾਅ ਦਾ ਨਹੀਂ ਸੀ। ਖਤਰੀਆਂ ਲਈ ਦੁਸ਼ਮਣਾਂ ਤੇ ਤੀਰ ਚਲਾਉਣਾ ਅਲੌਕਿਕ ਮੰਨਿਆ ਜਾਂਦਾ ਹੈ ਅਤੇ ਅਜਿਹੇ ਫਰਜ਼ਾਂ ਤੋਂ ਪਿੱਛੇ ਹਟਣਾ ਦੈਂਤੀ ਹੈ। ਇਸ ਲਈ ਅਰਜੁਨ ਲਈ ਸ਼ੋਕ (ਸੰਤਾਪ) ਕਰਨ ਦਾ ਕੋਈ ਕਾਰਨ ਨਹੀਂ ਸੀ। ਜਿਹੜਾ ਕਿਸੇ ਵੀ ਜੀਵਨ ਦੇ ਵੱਖੋ-ਵੱਖਰਿਆਂ ਆਸ਼ਰਮਾਂ ਦੇ ਨਿਯਮਾਂ ਦਾ ਪਾਲਣਾ ਕਰਦਾ ਹੈ, ਉਹ ਅਲੌਕਿਕ ਪਦਵੀ ਤੇ ਪਹੁੰਚ ਜਾਂਦਾ ਹੈ।

द्वौ भूतसर्गौ लोकेऽस्मिन्दैव आसुर एव च ।
दैवो विस्तरशः प्रोक्त आसुरं पार्थ मे शृणु ॥ ६ ॥

ਦ੍ਵੌ ਭੂਤ-ਸਰ੍ਗੌ ਲੋਕੇ'ਸ੍ਮਿਨ੍ ਦੈਵ ਆਸੁਰ ਏਵ ਚ ।
ਦੈਵੋ ਵਿਸ੍ਤਰਸ਼ਹ੍ ਪ੍ਰੋਕ੍ਤ ਆਸੁਰਮ੍ ਪਾਰ੍ਥ ਮੇ ਸ਼ਰਿਣੁ ॥ 6 ॥

ਦ੍ਵੌ-ਦੋ ; ਭੂਤ-ਸਰ੍ਗੌ-ਜੀਵਾਂ ਦੀਆਂ ਰਚਨਾਵਾਂ ; ਲੋਕੇ-ਸੰਸਾਰ ਵਿਚ ; ਅਸ੍ਮਿਨ੍-ਇਸ ; ਦੈਵਹ-ਅਲੌਕਿਕ ; ਆਸੁਰਹ੍-ਦੈਂਤੀ ; ਏਵ-ਨਿਸ਼ਚੈ ਹੀ ; ਚ-ਅਤੇ ; ਦੈਵਹ੍-ਦੈਵੀ ; ਵਿਸ੍ਤਰਸ਼ਹ੍-ਵਿਸਥਾਰ ਨਾਲ ; ਪ੍ਰੋਕ੍ਤਹ੍-ਕਿਹਾ ਗਿਆ ; ਆਸੁਰਮ੍-ਦੈਂਤੀ ; ਪਾਰ੍ਥ-ਹੇ ਪ੍ਰਿਥਾ ਪੁੱਤਰ ; ਮੇ-ਮੇਰੇ ਤੋਂ ; ਸ਼ਰਿਣੁ-ਸੁਣੋ।

ਅਨੁਵਾਦ

ਹੇ ਪ੍ਰਿਥਾ ਪੁੱਤਰ! ਇਸ ਸੰਸਾਰ ਵਿਚ ਰਚੇ ਪ੍ਰਾਣੀ ਦੋ ਤਰ੍ਹਾਂ ਦੇ ਹਨ - ਦੈਵੀ ਅਤੇ ਦੈਂਤੀ। ਮੈਂ ਪਹਿਲਾਂ ਹੀ ਵਿਸਥਾਰ ਨਾਲ ਤੁਹਾਨੂੰ ਦੈਵੀ ਗੁਣ ਦੱਸ ਚੁੱਕਾ ਹਾਂ। ਹੁਣ ਮੇਰੇ ਤੋਂ ਦੈਂਤੀ ਗੁਣਾਂ ਬਾਰੇ ਸੁਣੋ।

ਭਾਵ

ਅਰਜੁਨ ਨੂੰ ਇਹ ਕਹਿ ਕੇ ਕਿ ਉਹ ਦੈਵੀ ਗੁਣਾਂ ਸਮੇਤ ਹੀ ਜੰਮਿਆ ਹੈ। ਭਗਵਾਨ ਕ੍ਰਿਸ਼ਨ ਹੁਣ ਉਸ ਨੂੰ ਦੈਂਤੀ ਰਾਹ ਦੱਸ ਰਹੇ ਹਨ। ਇਸ ਸੰਸਾਰ ਵਿਚ ਬੱਧਜੀਵ ਦੋ ਹਿੱਸਿਆਂ ਵਿਚ ਵੰਡੇ ਹੋਏ

ਹਨ। ਜਿਹੜੇ ਜੀਵ ਦੈਵੀ ਗੁਣਾਂ ਨਾਲ ਭਰਪੂਰ ਹੁੰਦੇ ਹਨ, ਉਹ ਨਿਯਮਿਤ ਜੀਵਨ ਬਿਤਾਉਂਦੇ ਹਨ, ਭਾਵ ਉਹ ਸ਼ਾਸ਼ਤਰਾਂ ਅਤੇ ਵਿਦਵਾਨਾਂ ਰਾਹੀਂ ਦੱਸੇ ਗਏ ਹੁਕਮਾਂ ਦੀ ਪਾਲਣਾ ਕਰਦੇ ਹਨ। ਮਨੁੱਖ ਨੂੰ ਚਾਹੀਦਾ ਹੈ ਕਿ ਪ੍ਰਮਾਣਿਤ ਸ਼ਾਸ਼ਤਰਾਂ ਮੁਤਾਬਿਕ ਹੀ ਫਰਜ਼ ਨਿਭਾਵੇ, ਇਹ ਸੁਭਾਅ ਦੈਵੀ ਕਹਾਉਂਦਾ ਹੈ। ਜਿਹੜਾ ਸ਼ਾਸ਼ਤਰਾਂ ਵਿਚ ਦੱਸੇ ਵਿਧਾਨਾਂ ਨੂੰ ਨਹੀਂ ਮੰਨਦਾ ਅਤੇ ਆਪਣੀ ਸਨਕ (ਮਨ ਦੀ ਲਹਿਰ) ਮੁਤਾਬਿਕ ਕੰਮ ਕਰਦਾ ਹੈ, ਉਹ ਦੈਂਤ ਜਾਂ ਅਸੁਰ ਕਹਾਉਂਦਾ ਹੈ। ਸ਼ਾਸ਼ਤਰ ਦੇ ਵਿਧੀ ਵਿਧਾਨਾਂ ਪ੍ਰਤੀ ਤਾਬੇਦਾਰੀ ਹੀ ਇਕੋ ਇਕ ਕਸੌਟੀ ਹੈ, ਹੋਰ ਕੋਈ ਨਹੀਂ। ਵੈਦਿਕ ਸਾਹਿਤ ਵਿਚ ਵਰਣਨ ਕੀਤਾ ਗਿਆ ਹੈ ਕਿ ਦੇਵਤਿਆਂ ਅਤੇ ਦੈਂਤਾਂ ਦੋਵੇਂ ਹੀ ਪ੍ਰਜਾਪਤੀ ਨੇ ਪੈਦਾ ਕੀਤੇ ਹਨ, ਫਰਕ ਸਿਰਫ਼ ਏਨਾ ਹੀ ਹੈ ਕਿ ਇਕ ਵਰਗ ਦੇ ਲੋਕ ਵੈਦਿਕ ਹੁਕਮਾਂ ਨੂੰ ਮੰਨਦੇ ਹਨ ਅਤੇ ਦੂਜੇ ਨਹੀਂ ਮੰਨਦੇ।

प्रवृत्तिं च निवृत्तिं च जना न विदुरासुराः ।
न शौचं नापि चाचारो न सत्यं तेषु विद्यते ॥ ७ ॥

ਪ੍ਰਵ੍ਰਿੱਤਿਮ੍ ਚ ਨਿਵ੍ਰਿੱਤਿਮ੍ ਚ ਜਨਾ ਨ ਵਿਦੁਰ੍ ਆਸੁਰਾਹ੍ ।
ਨ ਸ਼ੌਚਮ੍ ਨਾਪਿ ਚਾਚਾਰੋ ਨ ਸਤ੍ਯਮ੍ ਤੇਸ਼ੁ ਵਿਦ੍ਯਤੇ ॥ 7 ॥

ਪ੍ਰਵ੍ਰਿੱਤਿਮ੍-ਠੀਕ ਤਰ੍ਹਾਂ ਨਾਲ ਕੰਮ ਕਰਨਾ ; **ਚ**-ਵੀ ; **ਨਿਵ੍ਰਿੱਤਿਮ੍**-ਗਲਤ ਤਰੀਕੇ ਨਾਲ ਕੰਮ ਕਰਨਾ ; **ਚ**-ਅਤੇ ; **ਜਨਾਹ੍**-ਲੋਕ ; **ਨ**-ਕਦੀ ਨਹੀਂ ; **ਵਿਦੁਹ੍**-ਜਾਣਦੇ ; **ਅਸੁਰਾਹ੍** - ਦੈਂਤੀ ਗੁਣਾਂ ਦੇ ; **ਨ**-ਕਦੀ ਨਹੀਂ ; **ਸ਼ੌਚਮ੍**-ਪਵਿੱਤਰਤਾ ; **ਨ**-ਨਾ ਤਾਂ ; **ਅਪਿ**-ਵੀ ; **ਚ**-ਅਤੇ ; **ਆਚਾਰਹ੍**-ਆਚਰਣ ; **ਨ**-ਕਦੀ ਨਹੀਂ ; **ਸਤ੍ਯਮ੍**-ਸੱਚ ; **ਤੇਸ਼ੁ**-ਉਨ੍ਹਾਂ ਵਿੱਚੋਂ ; **ਵਿਦ੍ਯਤੇ**-ਹੁੰਦਾ ਹੈ।

ਅਨੁਵਾਦ

ਜਿਹੜੇ ਦੈਂਤੀ ਹਨ, ਉਹ ਇਹ ਨਹੀਂ ਜਾਣਦੇ ਕਿ ਕੀ ਕਰਨਾ ਚਾਹੀਦਾ ਅਤੇ ਕੀ ਨਹੀਂ ਕਰਨਾ ਚਾਹੀਦਾ। ਉਨ੍ਹਾਂ ਵਿਚ ਨਾ ਤਾਂ ਪਵਿੱਤਰਤਾ, ਨਾ ਠੀਕ ਆਚਰਣ ਅਤੇ ਨਾ ਹੀ ਸੱਚਾਈ ਪਾਈ ਜਾਂਦੀ ਹੈ।

ਭਾਵ

ਹਰ ਸਭਿਅਕ ਮਨੁੱਖੀ ਸਮਾਜ ਵਿਚ ਕੁਝ ਆਚਾਰ ਸੰਹਿਤਾਵਾਂ (ਕਾਇਦੇ-ਕਾਨੂੰਨ) ਹੁੰਦੇ ਹਨ, ਜਿਨ੍ਹਾਂ ਦੀ ਮੁੱਢ ਤੋਂ ਹੀ ਪਾਲਣਾ ਕਰਨੀ ਹੁੰਦੀ ਹੈ। ਖਾਸ ਤੌਰ ਤੇ ਆਰੀਆ ਲੋਕ, ਜਿਹੜੇ ਵੈਦਿਕ ਸਭਿਅਤਾ ਨੂੰ ਮੰਨਦੇ ਹਨ ਅਤੇ ਬਹੁਤ ਸਭਿਅਕ ਮੰਨੇ ਜਾਂਦੇ ਹਨ, ਇਨ੍ਹਾਂ ਦੀ ਪਾਲਣਾ ਕਰਦੇ ਹਨ। ਪਰ ਜਿਹੜੇ ਸ਼ਾਸ਼ਤਰਾਂ ਦੇ ਹੁਕਮਾਂ ਨੂੰ ਨਹੀਂ ਮੰਨਦੇ, ਉਹ ਦੈਂਤ ਸਮਝੇ ਜਾਂਦੇ ਹਨ। ਇਸ ਲਈ ਇੱਥੇ ਇਹ ਕਿਹਾ ਗਿਆ ਹੈ ਕਿ ਦੈਂਤ ਲੋਕ ਨਾ ਤਾਂ ਸ਼ਾਸ਼ਤਰਾਂ ਦੇ ਨਿਯਮਾਂ ਨੂੰ ਜਾਣਦੇ ਹਨ ਨਾ ਉਨ੍ਹਾਂ

ਵਿਚ ਇਨ੍ਹਾਂ ਦੀ ਪਾਲਣਾ ਕਰਨ ਦੀ ਪ੍ਰਵ੍ਰਿਤੀ ਹੁੰਦੀ ਹੈ। ਉਨ੍ਹਾਂ ਵਿਚੋਂ ਜ਼ਿਆਦਾਤਰ ਇਨ੍ਹਾਂ ਨਿਯਮਾਂ ਨੂੰ ਨਹੀਂ ਜਾਣਦੇ ਅਤੇ ਜਿਹੜੇ ਥੋੜ੍ਹੇ ਜਿਹੇ ਲੋਕ ਜਾਣਦੇ ਵੀ ਹਨ, ਉਨ੍ਹਾਂ ਵਿਚ ਇਨ੍ਹਾਂ ਦੇ ਪਾਲਣ ਕਰਨ ਦੀ ਪ੍ਰਵ੍ਰਿਤੀ ਨਹੀਂ ਹੁੰਦੀ। ਉਨ੍ਹਾਂ ਨੂੰ ਨਾ ਤਾਂ ਵੈਦਿਕ ਹੁਕਮਾਂ ਵਿਚ ਕੋਈ ਸ਼ਰਧਾ ਹੁੰਦੀ ਹੈ ਨਾ ਹੀ ਉਹ ਉਸ ਮੁਤਾਬਿਕ ਕੰਮ ਕਰਨ ਦੇ ਇੱਛੁਕ ਹੁੰਦੇ ਹਨ। ਦੈਂਤ ਲੋਕ ਨਾ ਹੀ ਬਾਹਰੋਂ, ਨਾ ਹੀ ਅੰਦਰੋਂ ਸਾਫ ਹੁੰਦੇ ਹਨ। ਮਨੁੱਖ ਨੂੰ ਚਾਹੀਦਾ ਹੈ ਕਿ ਇਸ਼ਨਾਨ ਕਰਕੇ, ਦੰਤ ਮੰਜਨ ਕਰਕੇ, ਹਜਾਮਤ ਕਰਕੇ, ਕਪੜੇ ਬਦਲ ਕੇ ਸ਼ਰੀਰ ਨੂੰ ਸਾਫ ਰੱਖੇ। ਜਿੱਥੋਂ ਤਕ ਅੰਦਰੂਨੀ ਸਫਾਈ ਦੀ ਗੱਲ ਹੈ, ਮਨੁੱਖ ਨੂੰ ਚਾਹੀਦਾ ਹੈ ਕਿ ਉਹ ਹਮੇਸ਼ਾਂ ਈਸ਼ਵਰ ਦੇ ਪਵਿੱਤਰ ਨਾਂ ਦਾ ਸਿਮਰਨ ਕਰੇ ਅਤੇ ਹਰੇ ਕ੍ਰਿਸ਼ਨ ਹਰੇ ਕ੍ਰਿਸ਼ਨ ਕ੍ਰਿਸ਼ਨ ਕ੍ਰਿਸ਼ਨ ਹਰੇ ਹਰੇ, ਹਰੇ ਰਾਮ ਹਰੇ ਰਾਮ ਰਾਮ ਰਾਮ ਹਰੇ ਹਰੇ ਮਹਾਮੰਤਰ ਦਾ ਕੀਰਤਨ ਕਰੇ। ਦੈਂਤ ਲੋਕ ਬਾਹਰੀ ਅਤੇ ਅੰਦਰੂਨੀ ਸਫਾਈ ਦੇ ਨਿਯਮਾਂ ਨੂੰ ਨਾ ਤਾਂ ਚਾਹੁੰਦੇ ਹਨ ਅਤੇ ਨਾ ਉਨ੍ਹਾਂ ਦੀ ਪਾਲਣਾ ਕਰਦੇ ਹਨ।

ਜਿੱਥੋਂ ਤਕ ਆਚਰਣ ਦੀ ਗੱਲ ਹੈ, ਮਨੁੱਖੀ ਆਚਰਣ ਦੀ ਅਗਵਾਈ ਕਰਨ ਵਾਲੇ ਅਨੇਕਾਂ ਵਿਧੀ ਵਿਧਾਨ ਹਨ ਜਿਵੇਂ - ਮਨੁ ਸੰਹਿਤਾ, ਜਿਹੜੀ ਮਨੁੱਖ ਜਾਤੀ ਦਾ ਕਾਨੂੰਨ ਹੈ। ਇਥੋਂ ਤਕ ਕਿ ਅੱਜ ਵੀ ਜਿਹੜੇ ਹਿੰਦੂ ਹਨ, ਮਨੁ ਸੰਹਿਤਾ ਦੀ ਹੀ ਪਾਲਣਾ ਕਰਦੇ ਹਨ। ਇਸੇ ਗ੍ਰੰਥ ਮੁਤਾਬਿਕ ਉਤਰਾਧਿਕਾਰੀ ਅਤੇ ਹੋਰ ਕਾਨੂੰਨ ਸੰਬੰਧੀ ਗੱਲਾਂ ਗ੍ਰਹਿਣ ਕੀਤੀਆਂ ਜਾਂਦੀਆਂ ਹਨ। ਮਨੁ ਸੰਹਿਤਾ ਵਿਚ ਸਪੱਸ਼ਟ ਕਿਹਾ ਗਿਆ ਹੈ ਕਿ ਇਸਤਰੀ ਨੂੰ ਸੁਤੰਤਰਤਾ ਨਾ ਦਿੱਤੀ ਜਾਵੇ, ਪਰ ਇਸ ਦਾ ਅਰਥ ਇਹ ਨਹੀਂ ਹੁੰਦਾ ਕਿ ਇਸਤਰੀਆਂ ਨੂੰ ਦਾਸੀ ਬਣਾਕੇ ਰੱਖਿਆ ਜਾਵੇ। ਉਹ ਤਾਂ ਬੱਚਿਆਂ ਵਾਂਗ ਹਨ। ਬੱਚਿਆਂ ਨੂੰ ਸੁਤੰਤਰਤਾ ਨਹੀਂ ਦਿੱਤੀ ਜਾਂਦੀ, ਪਰ ਇਸਦਾ ਅਰਥ ਇਹ ਨਹੀਂ ਕਿ ਉਹ ਦਾਸ ਬਣਾਕੇ ਰੱਖੇ ਜਾਣ। ਪਰ ਅਸੁਰਾਂ ਨੇ ਅਜਿਹੇ ਹੁਕਮਾਂ ਦੀ ਉਲੰਘਣਾ ਕੀਤੀ ਹੈ ਅਤੇ ਉਹ ਸੋਚਣ ਲੱਗੇ ਹਨ ਕਿ ਇਸਤਰੀਆਂ ਨੂੰ ਪੁਰਸ਼ਾਂ ਦੇ ਬਰਾਬਰ ਹੀ ਸੁਤੰਤਰਤਾ ਦਿੱਤੀ ਜਾਵੇ। ਪਰ ਇਸ ਨਾਲ ਸੰਸਾਰ ਦੀ ਸਮਾਜਿਕ ਸਥਿਤੀ ਵਿਚ ਸੁਧਾਰ ਨਹੀਂ ਹੋਇਆ। ਅਸਲ ਵਿਚ ਇਸਤਰੀ ਨੂੰ ਜੀਵਨ ਦੀ ਹਰ ਅਵਸਥਾ ਵਿਚ ਸੁਰੱਖਿਆ ਦਿੱਤੀ ਜਾਣੀ ਚਾਹੀਦੀ ਹੈ। ਬਚਪਨ ਵਿਚ ਉਸਨੂੰ ਪਿਤਾ ਤੋਂ ਸੁਰੱਖਿਆ ਮਿਲਣੀ ਚਾਹੀਦੀ ਹੈ - ਜਵਾਨੀ ਵਿਚ ਪਤੀ ਤੋਂ ਅਤੇ ਬੁਢਾਪੇ ਵਿਚ ਪੁੱਤਰਾਂ ਤੋਂ। ਮਨੁ ਸੰਹਿਤਾ ਮੁਤਾਬਿਕ ਇਹੋ ਠੀਕ ਸਮਾਜਿਕ ਆਚਰਣ ਹੈ। ਪਰ ਆਧੁਨਿਕ ਸਿੱਖਿਆ ਨੇ ਇਸਤਰੀ ਜੀਵਨ ਵਿਚ ਇਕ ਹਉਮੈ ਭਰੀ ਵਿਚਾਰਧਾਰਨਾ ਪੈਦਾ ਕਰ ਦਿੱਤੀ ਹੈ, ਇਸ ਲਈ ਹੁਣ ਮਨੁੱਖੀ ਸਮਾਜ 'ਚ ਵਿਆਹ ਇਕ ਕਲਪਨਾ ਬਣ ਚੁੱਕਾ ਹੈ।

ਇਸਤਰੀ ਦੀ ਨੈਤਿਕ ਸਥਿਤੀ ਵੀ ਹੁਣ ਬਹੁਤ ਚੰਗੀ ਨਹੀਂ ਰਹਿ ਗਈ। ਇਸ ਲਈ ਅਸੁਰ ਲੋਗ ਕੋਈ ਉਪਦੇਸ਼ ਨਹੀਂ ਗ੍ਰਹਿਣ ਕਰਦੇ, ਜਿਹੜਾ ਸਮਾਜ ਲਈ ਚੰਗਾ ਹੋਵੇ, ਕਿਉਂਕਿ ਉਹ ਮਹਾਰਿਸ਼ੀਆਂ ਦੇ ਅਨੁਭਵਾਂ ਅਤੇ ਉਨ੍ਹਾਂ ਰਾਹੀਂ ਨਿਰਧਾਰਿਤ ਵਿਧੀ-ਵਿਧਾਨਾਂ ਦੀ ਪਾਲਣਾ ਨਹੀਂ ਕਰਦੇ, ਇਸ ਲਈ ਦੈਂਤੀ ਲੋਕਾਂ ਦੀ ਸਮਾਜਿਕ ਸਥਿਤੀ ਬਹੁਤ ਚਿੰਤਾ ਯੋਗ ਹੈ।

असत्यमप्रतिष्ठं ते जगदाहुरनीश्वरम् ।
अपरस्परसम्भूतं किमन्यत्कामहैतुकम् ॥ ८ ॥

ਅਸਤ੍ਯਮ੍ ਅਪ੍ਰਤਿਸ਼੍ਠਮ ਤੇ ਜਗਦ੍ ਆਹੁਰ੍ ਅਨੀਸ਼੍ਵਰਮ੍ ।
ਅਪਰਸ੍ਪਰ ਸੰਭੂਤਮ੍ ਕਿਮ੍ ਅੰਨਯਤ੍ ਕਾਮ-ਹੈਤੁਕਮ੍ ॥ 8 ॥

ਅਸਤ੍ਯਮ੍-ਝੂਠਾ ; **ਅਪ੍ਰਤਿਸ਼੍ਠਮ**-ਆਧਾਰ ਰਹਿਤ ; **ਤੇ**-ਉਹ ; **ਜਗਤ੍**-ਲੌਕਿਕ ਪ੍ਰਗਟਾਅ ; **ਆਹੁ**-ਕਹਿੰਦੇ ਹਨ ; **ਅਨੀਸ਼੍ਵਰਮ੍**-ਨਿਯੰਤਰਕ ਤੋਂ ਬਗ਼ੈਰ ; **ਅਪਰਸ੍ਪਰ**-ਬਗ਼ੈਰ ਕਾਰਨ ਦੇ ; **ਸੰਭੂਤਮ੍**-ਪੈਦਾ ; **ਕਿਮ੍-ਅੰਨਯਤ੍**-ਹੋਰ ਕੋਈ ਕਾਰਨ ਨਹੀਂ ਹੈ ; **ਕਾਮ ਹੈਤੁਕਮ੍** -ਸਿਰਫ਼ ਕਾਮ ਕਰਕੇ ।

ਅਨੁਵਾਦ

ਉਹ ਕਹਿੰਦੇ ਹਨ ਕਿ ਇਹ ਸੰਸਾਰ ਝੂਠਾ ਹੈ, ਇਸਦਾ ਕੋਈ ਅਧਾਰ ਨਹੀਂ ਹੈ ਅਤੇ ਇਸਦਾ ਨਿਯੰਤਰਣ ਕਿਸੇ ਈਸ਼ਵਰ ਰਾਹੀਂ ਨਹੀਂ ਹੁੰਦਾ ਹੈ । ਉਨ੍ਹਾਂ ਦਾ ਕਹਿਣਾ ਹੈ ਕਿ ਇਹ ਕਾਮ ਇੱਛਾ ਤੋਂ ਪੈਦਾ ਹੁੰਦਾ ਹੈ ਅਤੇ ਕਾਮ ਤੋਂ ਇਲਾਵਾ ਕੋਈ ਹੋਰ ਕਾਰਨ ਨਹੀਂ ਹੈ ।

ਭਾਵ

ਦੈਂਤ ਲੋਕ ਇਹ ਸਿੱਟਾ ਕੱਢਦੇ ਹਨ ਕਿ ਇਹ ਸੰਸਾਰ ਮਾਇਆ ਜਾਲ ਹੈ । ਇਸਦਾ ਨਾ ਕੋਈ ਕਾਰਨ ਹੈ, ਨਾ ਕਾਰਜ, ਨਾ ਨਿਯੰਤਰਕ, ਨਾ ਪ੍ਰਯੋਜਨ (ਉਦੇਸ਼) - ਹਰ ਚੀਜ ਝੂਠੀ ਹੈ। ਉਨ੍ਹਾਂ ਦਾ ਕਹਿਣਾ ਹੈ ਕਿ ਇਹ ਵਿਖਾਈ ਦੇਣ ਵਾਲਾ ਸੰਸਾਰ ਅਚਾਨਕ ਭੌਤਿਕ ਕਿਰਿਆਵਾਂ ਅਤੇ ਪ੍ਰਤੀ-ਕਿਰਿਆਵਾਂ ਕਰਕੇ ਹੈ । ਉਹ ਇਹ ਨਹੀਂ ਸੋਚਦੇ ਕਿ ਈਸ਼ਵਰ ਨੇ ਕਿਸੇ ਪ੍ਰਯੋਜਨ (ਉਦੇਸ਼) ਨਾਲ ਇਸ ਸੰਸਾਰ ਦੀ ਰਚਨਾ ਕੀਤੀ ਹੈ । ਉਨ੍ਹਾਂ ਦਾ ਆਪਣਾ ਸਿਧਾਂਤ ਇਹ ਹੈ, ਕਿ ਇਹ ਸੰਸਾਰ ਆਪਣੇ ਆਪ ਪੈਦਾ ਹੁੰਦਾ ਹੈ ਅਤੇ ਇਹ ਵਿਸ਼ਵਾਸ਼ ਕਰਨ ਦਾ ਕੋਈ ਕਾਰਨ ਨਹੀਂ ਕਿ ਇਸਦੇ ਪਿੱਛੇ ਕਿਸੇ ਈਸ਼ਵਰ ਦਾ ਹੱਥ ਹੈ । ਉਨ੍ਹਾਂ ਲਈ ਆਤਮਾ ਅਤੇ ਪਦਾਰਥ ਵਿਚ ਕੋਈ ਫ਼ਰਕ ਨਹੀਂ ਹੁੰਦਾ ਅਤੇ ਉਹ ਪਰਮਾਤਮਾ ਨੂੰ ਸਵੀਕਾਰ ਨਹੀਂ ਕਰਦੇ । ਉਨ੍ਹਾਂ ਲਈ ਹਰ ਚੀਜ਼ ਸਿਰਫ਼ ਪਦਾਰਥ ਹੈ ਅਤੇ ਇਹ ਪੂਰਾ ਸੰਸਾਰ ਅਗਿਆਨ ਦੇ ਪਿੰਡ ਵਾਂਗ ਹੈ । ਉਨ੍ਹਾਂ ਮੁਤਾਬਿਕ ਹਰ ਚੀਜ਼ ਸ਼ੂਨਯ (ਖਲਾਅ) ਹੈ ਅਤੇ ਜਿਹੜੀ ਵੀ ਸ੍ਰਿਸ਼ਟੀ ਵਿਖਾਈ ਦਿੰਦੀ ਹੈ, ਉਹ ਸਿਰਫ਼ ਦ੍ਰਿਸ਼ਟੀ ਦੇ ਭੁਲੇਖੇ ਕਰਕੇ ਹੈ । ਉਹ ਇਹ ਸੱਚ ਮੰਨ ਲੈਂਦੇ ਹਨ, ਕਿ ਵੱਖੋ-ਵੱਖਰੇਪਨ ਵਾਲੀ ਇਹ ਸਾਰੀ ਸ੍ਰਿਸ਼ਟੀ ਅਗਿਆਨ ਦਾ ਪ੍ਰਗਟਾਵਾ ਹੈ । ਜਿਵੇਂ ਸੁੱਪਨੇ ਵਿਚ ਅਸੀਂ ਅਜਿਹੀਆਂ ਅਨੇਕਾਂ ਚੀਜ਼ਾਂ ਦੀ ਰਚਨਾ ਕਰ ਸਕਦੇ ਹਾਂ, ਜਿਨ੍ਹਾਂ ਦੀ ਅਸਲ ਵਿਚ ਕੋਈ ਹੋਂਦ ਨਹੀਂ ਹੁੰਦੀ, ਇਸ ਲਈ ਜਦੋਂ ਅਸੀਂ ਜਾਗ ਜਾਂਦੇ ਹਾਂ ਤਾਂ ਵੇਖਦੇ ਹਾਂ ਕਿ ਸਭ ਕੁਝ ਸੁੱਪਨਾ ਸੀ । ਪਰ ਅਸਲ ਵਿਚ ਹਾਲਾਂਕਿ ਦੈਂਤ ਇਹ ਕਹਿੰਦੇ ਹਨ ਕਿ ਜੀਵਨ ਸੁੱਪਨਾ ਹੈ, ਪਰ ਉਹ ਇਸ ਸੁਪਨੇ ਨੂੰ ਭੋਗਣ ਵਿਚ ਵੱਡੇ ਮਾਹਿਰ ਹੁੰਦੇ ਹਨ। ਇਸ

ਲਈ ਉਹ ਗਿਆਨ ਇਕੱਠਾ ਕਰਨ ਦੀ ਬਜਾਏ ਆਪਣੇ ਸੁੱਪਨ-ਲੋਕ ਵਿਚ ਵਧੇਰੇ ਉਲਝ ਜਾਂਦੇ ਹਨ। ਉਨ੍ਹਾਂ ਦੀ ਧਾਰਨਾ ਹੈ, ਕਿ ਜਿਸ ਤਰ੍ਹਾਂ ਬੱਚਾ ਸਿਰਫ਼ ਇਸਤਰੀ ਪੁਰਸ਼ ਦੇ ਸੰਭੋਗ ਦਾ ਫਲ ਹੈ, ਉਸੇ ਤਰ੍ਹਾਂ ਇਹ ਸੰਸਾਰ ਬਿਨ੍ਹਾਂ ਕਿਸੇ ਆਤਮਾ ਦੇ ਪੈਦਾ ਹੋਇਆ ਹੈ, ਉਨ੍ਹਾਂ ਲਈ ਇਹ ਸਿਰਫ਼ ਪਦਾਰਥ ਦਾ ਸੰਜੋਗ ਹੈ, ਜਿਸਨੇ ਜੀਵਾਂ ਨੂੰ ਪੈਦਾ ਕੀਤਾ, ਇਸ ਲਈ ਆਤਮਾ ਦੀ ਹੋਂਦ ਦਾ ਸਵਾਲ ਹੀ ਨਹੀਂ ਉਠਦਾ। ਜਿਸ ਤਰ੍ਹਾਂ ਅਨੇਕਾਂ ਹੀ ਜਿਉਂਦੇ ਪ੍ਰਾਣੀ ਬਗ਼ੈਰ ਕਿਸੇ ਕਾਰਨ ਪਸੀਨੇ ਤੋਂ ਹੀ ਅਤੇ ਮਰੇ ਹੋਏ ਸਰੀਰ ਤੋਂ ਪੈਦਾ ਹੋ ਜਾਂਦੇ ਹਨ ਉਸੇ ਤਰ੍ਹਾਂ ਇਹ ਸਾਰਾ ਜਿਉਂਦਾ ਸੰਸਾਰ ਵਿਖਾਈ ਦੇਣ ਵਾਲੇ ਸੰਸਾਰ ਦੇ ਭੌਤਿਕ ਸੰਯੋਗਾਂ ਤੋਂ ਪ੍ਰਗਟ ਹੋਇਆ ਹੈ। ਇਸ ਲਈ ਪ੍ਰਕ੍ਰਿਤੀ ਹੀ ਇਸ ਸੰਸਾਰ ਦੀ ਕਾਰਨ ਸਰੂਪ ਹੈ, ਇਸਦਾ ਕੋਈ ਹੋਰ ਕਾਰਨ ਨਹੀਂ ਹੈ। ਉਹ ਭਗਵਤ ਗੀਤਾ ਵਿਚ ਕਹੇ ਗਏ ਕ੍ਰਿਸ਼ਨ ਦੇ ਇਨ੍ਹਾਂ ਬਚਨਾਂ ਨੂੰ ਨਹੀਂ ਮੰਨਦੇ - **ਮਯਾਧ੍ਯਕ੍ਸ਼ੇਣ ਪ੍ਰਕ੍ਰਿਤਿਤ ਸੂਯਤੇ ਸ ਚਰਾਚਰਮ** - ਸਾਰਾ ਭੌਤਿਕ ਸੰਸਾਰ ਮੇਰੇ ਹੀ ਹੁਕਮਾਂ ਅਧੀਨ ਗਤੀਸ਼ੀਲ ਹੈ। ਦੂਜੇ ਸ਼ਬਦਾਂ ਵਿਚ, ਦੈਂਤਾਂ ਨੂੰ ਸੰਸਾਰ ਦੀ ਦ੍ਰਿਸ਼ਟੀ ਸੰਬੰਧੀ ਪੂਰਾ-ਪੂਰਾ ਗਿਆਨ ਨਹੀਂ ਹੈ। ਹਰ ਇੱਕ ਦਾ ਆਪੋ-ਆਪਣਾ ਕੋਈ ਨਾ ਕੋਈ ਸਿਧਾਂਤ ਹੈ। ਉਨ੍ਹਾਂ ਮੁਤਾਬਿਕ ਸ਼ਾਸ਼ਤਰਾਂ ਦੀ ਕੋਈ ਇਕ ਵਿਆਖਿਆ, ਦੂਜੀ ਵਿਆਖਿਆ ਵਰਗੀ ਹੀ ਹੈ, ਕਿਉਂਕਿ ਉਹ ਸ਼ਾਸ਼ਤਰ ਦੇ ਹੁਕਮਾਂ ਦੇ ਨਿਰਧਾਰਿਤ ਗਿਆਨ ਵਿਚ ਯਕੀਨ ਨਹੀਂ ਕਰਦੇ।

एतां दृष्टिमवष्टभ्य नष्टात्मानोऽल्पबुद्धयः ।
प्रभवन्त्युग्रकर्माणः क्षयाय जगतोऽहिताः ॥ ९ ॥

ਏਤਾਮ੍ ਦ੍ਰਿਸ਼ਟਿਮ੍ ਅਵਸ਼ਟਭ੍ਯ ਨਸ਼ਟ ਆਤ੍ਮਾਨੋ'ਲਪਬੁਦ੍ਧਯਹ੍ ।
ਪ੍ਰਭਵੰਤਿ ਉਗ੍ਰ-ਕਰ੍ਮਣਾਹ੍ ਕ੍ਸ਼ਯਾਯ ਜਗਤੋ'ਹਿਤਾਹ੍ ॥ 9 ॥

ਏਤਾਮ੍-ਇਸ ; **ਦ੍ਰਿਸ਼ਟਿਮ੍**-ਦ੍ਰਿਸ਼ਟੀ ਨੂੰ ; **ਅਵਸ਼ਟਭ੍ਯ**-ਸਵੀਕਾਰ ਕਰਕੇ ; **ਨਸ਼ਟ**-ਖੋ ਕੇ ; **ਆਤ੍ਮਾਨਹ੍**-ਆਪਣੇ ਆਪ ; **ਅਲਪਬੁਦ੍ਧਯਹ੍**-ਥੋੜ੍ਹੇ ਗਿਆਨ ਵਾਲੇ ; **ਪ੍ਰਭਵੰਤਿ**-ਫਲਦੇ ਫੂਲਦੇ ਹਨ ; **ਉਗ੍ਰ ਕਰ੍ਮਾਨਹ੍**-ਕਸ਼ਟ ਦਾਇਕ ਕੰਮਾਂ ਵਿਚ ਲੱਗੇ ; **ਕ੍ਸ਼ਯਾਯ**-ਨਾਸ਼ ਲਈ ; **ਜਗਤਹ੍**-ਸੰਸਾਰ ਦਾ ; **ਅਹਿਤਾਹ੍**-ਜੋ ਲਾਹੇਵੰਦ ਨਹੀਂ।

ਅਨੁਵਾਦ

ਅਜਿਹੇ ਸਿੱਟਿਆਂ ਤੇ ਚਲਦੇ ਹੋਏ ਦੈਂਤ ਲੋਕ, ਜਿਨ੍ਹਾਂ ਨੇ ਆਤਮ ਗਿਆਨ ਖੋਹ ਦਿੱਤਾ ਹੈ, ਅਤੇ ਜਿਹੜੇ ਬੁੱਧੀਹੀਨ ਹਨ, ਅਜਿਹੇ ਗ਼ੈਰ-ਲਾਹੇਵੰਦ ਅਤੇ ਡਰਾਉਣੇ ਕੰਮਾਂ ਵਿਚ ਲਗਦੇ ਹਨ, ਜਿਹੜੇ ਸੰਸਾਰ ਦਾ ਵਿਨਾਸ਼ ਕਰਨ ਲਈ ਹੁੰਦੇ ਹਨ।

ਭਾਵ

ਦੈਂਤ ਲੋਕ ਅਜਿਹੇ ਕੰਮਾਂ ਵਿਚ ਰੁੱਝੇ ਰਹਿੰਦੇ ਹਨ ਜਿਨ੍ਹਾਂ ਨਾਲ ਸੰਸਾਰ ਦਾ ਨਾਸ਼ ਹੋ ਜਾਵੇ। ਭਗਵਾਨ ਇੱਥੇ ਕਹਿੰਦੇ ਹਨ ਕਿ ਉਹ ਘੱਟ ਬੁੱਧੀ ਵਾਲੇ ਹਨ। ਪਦਾਰਥਵਾਦੀ, ਜਿਨ੍ਹਾਂ ਨੂੰ ਈਸ਼ਵਰ

ਦਾ ਕੋਈ ਗਿਆਨ ਨਹੀਂ ਹੁੰਦਾ, ਸੋਚਦੇ ਹਨ ਕਿ ਉਹ ਪ੍ਰਗਤੀ ਕਰ ਰਹੇ ਹਨ। ਪਰ ਭਗਵਤ ਗੀਤਾ ਮੁਤਾਬਿਕ ਉਹ ਬੁੱਧੀਹੀਨ ਅਤੇ ਸਾਰੇ ਵਿਚਾਰਾਂ ਤੋਂ ਸੱਖਣੇ ਹੁੰਦੇ ਹਨ। ਉਹ ਇਸ ਭੌਤਿਕ ਸੰਸਾਰ ਦਾ ਵੱਧ ਤੋਂ ਵੱਧ ਭੋਗ ਕਰਨ ਦਾ ਯਤਨ ਕਰਦੇ ਹਨ, ਇਸ ਲਈ ਇੰਦਰੀਆਂ ਦੀ ਤ੍ਰਿਪਤੀ ਲਈ ਉਹ ਕੁਝ ਨਾ ਕੁਝ ਨਵਾਂ ਖੋਜਦੇ ਰਹਿੰਦੇ ਹਨ। ਅਜਿਹੀਆਂ ਭੌਤਿਕ ਖੋਜਾਂ ਨਾਲ ਮਨੁੱਖੀ ਸਭਿਅਤਾ ਦਾ ਵਿਕਾਸ ਮੰਨਿਆ ਜਾਂਦਾ ਹੈ। ਪਰ ਇਸਦੇ ਬੁਰੇ ਨਤੀਜੇ ਇਹ ਹੁੰਦੇ ਹਨ ਕਿ ਲੋਕ ਵੱਧ ਤੋਂ ਵੱਧ ਹਿੰਸਕ ਅਤੇ ਜ਼ਾਲਮ ਹੁੰਦੇ ਜਾਂਦੇ ਹਨ - ਉਹ ਜਾਨਵਰਾਂ ਪ੍ਰਤੀ ਜਾਲਮ ਹੋ ਜਾਂਦੇ ਹਨ ਅਤੇ ਹੋਰਨਾਂ ਮਨੁੱਖਾਂ ਲਈ ਵੀ। ਉਨ੍ਹਾਂ ਨੂੰ ਇਸ ਚੀਜ਼ ਦਾ ਕੋਈ ਗਿਆਨ ਨਹੀਂ ਕਿ ਇਕ ਦੂਜੇ ਨਾਲ ਕਿਹੋ ਜਿਹਾ ਵਿਵਹਾਰ ਕੀਤਾ ਜਾਵੇ। ਦੈਂਤ ਲੋਕਾਂ ਵਿਚ ਜਾਨਵਰਾਂ ਨੂੰ ਮਾਰਨਾ ਬਹੁਤ ਜ਼ਿਆਦਾ ਹੁੰਦਾ ਹੈ। ਅਜਿਹੇ ਲੋਕ ਸੰਸਾਰ ਦੇ ਦੁਸ਼ਮਣ ਸਮਝੇ ਜਾਂਦੇ ਹਨ। ਕਿਉਂਕਿ ਉਹ ਆਖਿਰਕਾਰ ਅਜਿਹੀ ਖੋਜ ਕਰ ਲੈਣਗੇ ਜਾਂ ਕੁਝ ਅਜਿਹੀ ਸ੍ਰਿਸ਼ਟੀ ਕਰ ਦੇਣਗੇ, ਜਿਸ ਨਾਲ ਸਭਨਾਂ ਦਾ ਵਿਨਾਸ਼ ਹੋ ਜਾਵੇ। ਅਪ੍ਰਤੱਖ ਰੂਪ ਵਿਚ ਇਹ ਸ਼ਲੋਕ ਨਾਭਿਕ ਅਸਤਰਾਂ (Nuclear Weapons) ਦੀ ਖੋਜ ਦੀ ਪੂਰਵ ਕਲਪਨਾ ਕਰਦਾ ਹੈ, ਜਿਸ ਤੇ ਅੱਜ ਸਾਰੇ ਸੰਸਾਰ ਨੂੰ ਮਾਣ ਹੈ। ਕਿਸੇ ਵੀ ਵਕਤ ਜੰਗ ਹੋ ਸਕਦੀ ਹੈ ਅਤੇ ਇਹ ਪਰਮਾਣੂ ਹਥਿਆਰ ਵਿਨਾਸ਼ ਲੀਲਾ ਪੈਦਾ ਕਰ ਸਕਦੇ ਹਨ। ਅਜਿਹੀਆਂ ਚੀਜ਼ਾਂ ਸੰਸਾਰ ਦੇ ਵਿਨਾਸ਼ ਦੇ ਮੰਤਵ ਲਈ ਹੀ ਪੈਦਾ ਕੀਤੀਆਂ ਜਾਂਦੀਆਂ ਹਨ ਅਤੇ ਇੱਥੇ ਇਸ ਦਾ ਸੰਕੇਤ ਕੀਤਾ ਗਿਆ ਹੈ। ਈਸ਼ਵਰ ਵਿਚ ਵਿਸ਼ਵਾਸ਼ ਨਾ ਹੋਣ ਕਰਕੇ ਹੀ ਅਜਿਹੇ ਹਥਿਆਰਾਂ ਦੀ ਖੋਜ ਮਨੁੱਖੀ ਸਮਾਜ ਵਿਚ ਕੀਤੀ ਜਾਂਦੀ ਹੈ - ਉਹ ਸੰਸਾਰ ਦੀ ਸ਼ਾਂਤੀ ਅਤੇ ਸੰਪੰਨਤਾ ਲਈ ਨਹੀਂ ਹੁੰਦੇ।

काममाश्रित्य दुष्पूरं दम्भमानमदान्विताः ।
मोहाद्गृहीत्वासद्ग्राहान्प्रवर्तन्तेऽशुचिव्रताः ॥ १० ॥

ਕਾਮਮ੍ ਆਸ਼੍ਰਿਤ੍ਯ ਦੁਸ਼੍ਪੂਰਮ੍ ਦਮ੍ਭ ਮਾਨ ਮਦਾਨਵਿਤਾਹ੍ ।
ਮੋਹਾਦ੍ ਗ੍ਰਿਹੀਤ੍ਵਾਸਦ੍-ਗ੍ਰਾਹਾਨ੍ ਪ੍ਰਵਰ੍ਤੰਤੇ'ਸ਼ੁਚਿ ਵ੍ਰਤਾਹ੍ ॥ 10 ॥

ਕਾਮਮ੍-ਕਾਮ,ਵਿਸ਼ੇ ਭੋਗ ਦੀ ; **ਆਸ਼੍ਰਿਤ੍ਯ**-ਸ਼ਰਨ ਲੈ ਕੇ ; **ਦੁਸ਼੍ਪੂਰਮ੍**-ਅਤ੍ਰਿਪਤ ; **ਦਮ੍ਭ** - ਹੰਕਾਰ; **ਮਾਨ**-ਅਤੇ ਝੂਠੀ ਵਡਿਆਈ ਦਾ; **ਮਦ-ਅੰਵਿਤਾਹ੍**-ਹੰਕਾਰ ਵਿਚ ਡੁੱਬੇ ; **ਮੋਹਾਤ੍**-ਮੋਹ ਤੋਂ; **ਗ੍ਰਿਹੀਤ੍ਵਾ**-ਗ੍ਰਹਿਣ ਕਰਕੇ; **ਅਸਤ੍**-ਅਸਥਾਈ ; **ਗ੍ਰਾਹਾਨ੍**-ਚੀਜ਼ਾਂ ਨੂੰ ; **ਪ੍ਰਵਰ੍ਤੰਤੇ**-ਫਲਦੇ ਫੁਲਦੇ ਹਨ ; **ਅਸ਼ੁਚਿ**-ਅਪਵਿੱਤਰ ; **ਵ੍ਰਤਾਹ੍**-ਸੰਕਲਪ ਲੈਣ ਵਾਲਿਆਂ ਨੂੰ।

ਅਨੁਵਾਦ

ਕਦੀ ਸੰਤੁਸ਼ਟ ਨਾ ਹੋਣ ਵਾਲੀ ਕਾਮ-ਵਾਸਨਾ ਦਾ ਸਹਾਰਾ ਲੈ ਕੇ ਅਤੇ ਹੰਕਾਰ ਦੇ ਨਸ਼ੇ ਅਤੇ ਝੂਠੀ ਵਡਿਆਈ ਵਿਚ ਡੁੱਬੇ ਹੋਏ ਅਸੁਰ ਲੋਕ, ਇੰਝ ਮੋਹ ਵਿਚ ਫਸਕੇ ਹਮੇਸ਼ਾਂ ਅਸਥਾਈ ਚੀਜ਼ਾਂ ਰਾਹੀਂ ਆਕਰਸ਼ਿਤ (ਮੋਹਿਤ) ਹੋ ਕੇ ਅਪਵਿੱਤਰ ਕਰਮ ਦਾ ਸੰਕਲਪ ਲਈ ਰੱਖਦੇ ਹਨ।

ਭਾਵ

ਇੱਥੇ ਦੈਂਤਾਂ ਦੇ ਸੁਭਾਅ ਦਾ ਵਰਣਨ ਹੋਇਆ ਹੈ - ਦੈਂਤਾਂ ਦਾ ਕਾਮ (ਭੋਗ ਇੱਛਾ) ਕਦੀ ਵੀ ਤ੍ਰਿਪਤ ਨਹੀਂ ਹੁੰਦਾ। ਉਹ ਭੌਤਿਕ ਭੋਗ ਲਈ ਆਪਣੀ ਅਤ੍ਰਿਪਤ ਇੱਛਾਵਾਂ ਵਧਾਉਂਦੇ ਚਲੇ ਜਾਂਦੇ ਹਨ। ਭਾਵੇਂ ਉਹ ਪਲ-ਭਰ ਵਿਚ ਖ਼ਤਮ ਹੋਣ ਵਾਲੀਆਂ ਚੀਜ਼ਾਂ ਨੂੰ ਸਵੀਕਾਰ ਕਰਨ ਕਰਕੇ ਹਮੇਸ਼ਾਂ ਚਿੰਤਾ ਵਿਚ ਡੁੱਬੇ ਰਹਿੰਦੇ ਹਨ, ਤਾਂ ਵੀ ਉਹ ਮੋਹ ਕਰਕੇ ਅਜਿਹੇ ਕੰਮ ਕਰਦੇ ਜਾਂਦੇ ਹਨ। ਉਨ੍ਹਾਂ ਨੂੰ ਕੋਈ ਗਿਆਨ ਨਹੀਂ ਹੁੰਦਾ, ਇਸ ਲਈ ਉਹ ਇਹ ਨਹੀਂ ਕਹਿ ਸਕਦੇ ਕਿ ਉਹ ਗਲਤ ਦਿਸ਼ਾ ਵੱਲ ਜਾ ਰਹੇ ਹਨ। ਪਲ-ਭਰ ਵਿਚ ਖ਼ਤਮ ਹੋਣ ਵਾਲੀਆਂ ਚੀਜ਼ਾਂ ਨੂੰ ਸਵੀਕਾਰ ਕਰਨ ਕਰਕੇ ਉਹ ਆਪਣੇ-ਆਪ ਈਸ਼ਵਰ ਦੀ ਸਿਰਜਣਾ ਕਰ ਲੈਂਦੇ ਹਨ, ਆਪਣੇ ਆਪ ਮੰਤਰ ਬਣਾ ਲੈਂਦੇ ਹਨ ਅਤੇ ਆਪਣੇ ਮਨ-ਮੁਤਾਬਿਕ ਕੀਰਤਨ ਕਰਦੇ ਹਨ। ਇਸਦਾ ਫਲ ਇਹ ਹੁੰਦਾ ਹੈ ਕਿ ਉਹ ਦੋ ਚੀਜ਼ਾਂ ਵੱਲ ਵਧੇਰੇ ਖਿੱਚੇ ਹੁੰਦੇ ਹਨ - **ਕਾਮ ਦਾ ਭੋਗ ਅਤੇ ਧੰਨ ਨੂੰ ਇਕੱਠਾ ਕਰਨਾ**। ਇਸ ਪ੍ਰਸੰਗ ਵਿਚ **'ਅਸ਼ੁਚਿ ਵ੍ਰਤਾਹ੍'** ਸ਼ਬਦ ਬਹੁਤ ਮਹੱਤਵਪੂਰਨ ਹੈ, ਜਿਸਦਾ ਅਰਥ ਹੈ **'ਅਪਵਿੱਤਰ ਵਰਤ'** ਅਜਿਹੇ ਦੈਂਤ ਲੋਕ ਸ਼ਰਾਬ, ਇਸਤਰੀਆਂ, ਜੂਆ ਖੇਡਣਾ ਅਤੇ ਮਾਸ ਖਾਣ ਵੱਲ ਆਸਕਤ (ਮੋਹਿਤ) ਰਹਿੰਦੇ ਹਨ - ਇਹੋ ਉਨ੍ਹਾਂ ਦੀ **ਅਸ਼ੁਚਿ** ਭਾਵ ਅਪਵਿੱਤਰ ਆਦਤਾਂ ਹਨ। ਘੁਮੰਡ ਅਤੇ ਹੰਕਾਰ ਤੋਂ ਪ੍ਰੇਰਿਤ ਹੋ ਕੇ ਉਹ ਅਜਿਹੇ ਧਾਰਮਿਕ ਸਿਧਾਂਤ ਬਣਾਉਂਦੇ ਹਨ, ਜਿਨ੍ਹਾਂ ਦੀ ਇਜਾਜ਼ਤ ਵੈਦਿਕ ਹੁਕਮ ਨਹੀਂ ਦਿੰਦੇ। ਭਾਵੇਂ ਅਜਿਹੇ ਦੈਂਤ ਲੋਕ ਬਹੁਤ ਨਿੰਦਾ-ਯੋਗ ਹਨ, ਪਰ ਸੰਸਾਰ ਵਿਚ ਬਨਾਵਟੀ ਸਾਧਨਾਂ ਨਾਲ, ਅਜਿਹੇ ਲੋਕਾਂ ਦਾ ਝੂਠਾ ਸਨਮਾਨ ਕੀਤਾ ਜਾਂਦਾ ਹੈ। ਭਾਵੇਂ ਉਹ ਨਰਕ ਵੱਲ ਵੱਧਦੇ ਰਹਿੰਦੇ ਹਨ, ਪਰ ਉਹ ਆਪਣੇ-ਆਪ ਨੂੰ ਪ੍ਰਗਤੀਸ਼ੀਲ ਸਮਝਦੇ ਹਨ।

चिन्तामपरिमेयां च प्रलयान्तामुपाश्रिताः ।
कामोपभोगपरमा एतावदिति निश्चिताः ॥ ११ ॥
आशापाशशतैर्बद्धाः कामक्रोधपरायणाः ।
ईहन्ते कामभोगार्थमन्यायेनार्थसञ्चयान् ॥ १२ ॥

ਚਿੰਤਾਮ੍ ਅਪਰਿਮੇਯਾਮ੍ ਚ ਪ੍ਰਲਯਾਂਤਾਮ੍ ਉਪਾਸ਼੍ਰਿਤਾਹ੍ ।
ਕਾਮੋਪਭੋਗ-ਪਰਮਾ ਏਤਾਵਦ੍ ਇਤਿ ਨਿਸ਼੍ਚਿਤਾਹ੍ ॥ 11 ॥

ਆਸ਼ਾ-ਪਾਸ਼-ਸ਼ਤੈਰ ਬਦ੍ਧਾਹ ਕਾਮ-ਕ੍ਰੋਧ-ਪਰਾਯਣਾਹ੍ ।
ਈਹੰਤੇ ਕਾਮ-ਭੋਗਾਰ੍ਥਮ੍ ਅਨਯਏਨਾਰਥਾ ਸੰਚਯਾਨ੍ ॥ 12 ॥

ਚਿੰਤਾਮ੍-ਡਰ ਅਤੇ ਚਿੰਤਾਵਾਂ ਨੂੰ ; **ਅਪਰਿਮੇਯਾਤ੍**-ਅਪਾਰ ; **ਚ**-ਅਤੇ ; **ਪ੍ਰਲਯਅੰਤਾਮ੍**-ਮਰਨ ਵੇਲੇ ਤਕ ; **ਉਪਾਸ਼੍ਰਿਤਾਹ੍**-ਸ਼ਰਨ ਵਿਚ ਆਏ ; **ਕਾਮਉਪਭੋਗ**-ਇੰਦਰੀਆਂ ਦੀ ਤ੍ਰਿਪਤੀ ; **ਧਰਮਾਹ੍**-ਜੀਵਨ ਦਾ ਉਚੇਰਾ ਟੀਚਾ ; **ਏਤਾਵਤ੍**-ਇਨ੍ਹਾਂ ; **ਇਤਿ**-ਇੰਝ; **ਨਿਸ਼੍ਚਿਤਾਹ੍**-ਨਿਸ਼ਚਿਤ ਕਰਕੇ; **ਆਸ਼ਾ-ਪਾਸ਼**-ਆਸ ਰੂਪੀ ਬੰਧੰਨ ; **ਸ਼ਤੈਹ੍**-ਸੈਂਕੜਿਆਂ ਰਾਹੀਂ ; **ਬਦ੍ਧਾਹ੍**-ਬੰਨ੍ਹੇ ਹੋਏ ; **ਕਾਮ**-

ਕਾਮ ; **ਕ੍ਰੋਧ**-ਅਤੇ ਕ੍ਰੋਧ ਵਿਚ ; **ਪਰਾਯਣਾਹ੍**- ਹਮੇਸ਼ਾਂ ਸਥਿਤ ; **ਈਹੰਤੇ**-ਇੱਛਾ ਕਰਦੇ ਹਨ ; **ਕਾਮ**- ਕਾਮ ; **ਭੋਗ**-ਇੰਦਰੀਆਂ ਦੇ ਭੋਗ ; **ਅਰਥਮ੍**-ਦੇ ਲਈ ; **ਅਨ੍ਯਾਯੇਨ**-ਗੈਰ ਕਾਨੂੰਨੀ ਤਰੀਕੇ ਨਾਲ ; **ਅਰਥ**-ਧੰਨ ਦਾ ; **ਸੰਚਯਾਨ੍**-ਸੰਗ੍ਰਹਿ ।

ਅਨੁਵਾਦ

ਉਨ੍ਹਾਂ ਦਾ ਵਿਸ਼ਵਾਸ਼ ਹੈ ਕਿ ਇੰਦਰੀਆਂ ਦੀ ਸੰਤੁਸ਼ਟੀ ਹੀ ਮਨੁੱਖੀ ਸਭਿਅਤਾ ਦੀ ਮੁੱਢਲੀ ਜ਼ਰੂਰਤ ਹੈ । ਇੰਝ ਮਰਨ ਵੇਲੇ ਤਕ ਉਨ੍ਹਾਂ ਨੂੰ ਅਪਾਰ ਚਿੰਤਾ ਹੁੰਦੀ ਰਹਿੰਦੀ ਹੈ । ਉਹ ਲੱਖਾਂ ਚਿੰਤਾਵਾਂ ਦੇ ਜਾਲ ਵਿਚ ਫੱਸ ਕੇ ਅਤੇ ਕਾਮ ਅਤੇ ਕ੍ਰੋਧ ਵਿਚ ਲੀਨ ਹੋ ਕੇ ਇੰਦਰੀਆਂ ਦੀ ਤ੍ਰਿਪਤੀ ਲਈ ਗੈਰ ਕਾਨੂੰਨੀ ਤਰੀਕੇ ਨਾਲ ਪੈਸਾ ਇਕੱਠਾ ਕਰਦੇ ਹਨ ।

ਭਾਵ

ਦੈਂਤ ਲੋਕ ਮੰਨਦੇ ਹਨ ਕਿ ਇੰਦਰੀਆਂ ਦਾ ਭੋਗ ਹੀ ਜੀਵਨ ਦਾ ਉਚੇਰਾ ਟੀਚਾ ਹੈ ਅਤੇ ਉਹ ਮਰਨ ਤਕ ਇਸੇ ਵਿਚਾਰਧਾਰਾ ਨੂੰ ਧਾਰਨ ਕਰੀ ਰਖਦੇ ਹਨ । ਉਹ ਮਰਨ ਮਗਰੋਂ ਹੋਰ ਜੀਵਨ ਵਿਚ ਵਿਸ਼ਵਾਸ਼ ਨਹੀਂ ਕਰਦੇ । ਉਹ ਇਹ ਨਹੀਂ ਮੰਨਦੇ ਕਿ ਮਨੁੱਖ ਨੂੰ ਇਸ ਸੰਸਾਰ ਵਿਚ ਆਪਣੇ ਕਰਮਾਂ ਮੁਤਾਬਿਕ ਵੱਖੋ-ਵੱਖਰੇ ਤਰ੍ਹਾਂ ਦੇ ਸ਼ਰੀਰ ਧਾਰਨ ਕਰਨੇ ਪੈਂਦੇ ਹਨ । ਜੀਵਨ ਲਈ ਉਨ੍ਹਾਂ ਦੀਆਂ ਯੋਜਨਾਵਾਂ ਦਾ ਅੰਤ ਨਹੀਂ ਹੁੰਦਾ ਅਤੇ ਉਹ ਇੱਕ ਤੋਂ ਮਗਰੋਂ ਇੱਕ ਯੋਜਨਾ ਬਣਾਉਂਦੇ ਰਹਿੰਦੇ ਹਨ, ਜਿਹੜੀਆਂ ਕਦੀ ਖ਼ਤਮ ਨਹੀਂ ਹੁੰਦੀਆਂ । ਸਾਨੂੰ ਅਜਿਹੇ ਇਕ ਮਨੁੱਖ ਦੀ ਅਜਿਹੀ ਦੈਂਤ ਮਨੋਬਿਰਤੀ ਦਾ ਨਿਜੀ ਅਨੁਭਵ ਹੈ, ਜਿਹੜਾ ਮਰਨ ਵੇਲੇ ਤਕ ਆਪਣੇ ਵੈਦ ਨੂੰ ਇਹ ਬੇਨਤੀ ਕਰਦਾ ਰਿਹਾ ਕਿ ਉਹ ਕਿਸੇ ਤਰੀਕੇ ਨਾਲ ਜ਼ਿੰਦਗੀ ਚਾਰ ਸਾਲ ਤਕ ਵੱਧਾ ਦੇਵੇ, ਕਿਉਂਕਿ ਉਸਦੀਆਂ ਯੋਜਨਾਵਾਂ ਹਾਲੇ ਵੀ ਅਧੂਰੀਆਂ ਸਨ । ਅਜਿਹੇ ਮੂਰਖ ਲੋਕ ਇਹ ਨਹੀਂ ਜਾਣਦੇ ਕਿ ਵੈਦ ਇਕ ਪਲ ਵੀ ਜ਼ਿੰਦਗੀ ਨਹੀਂ ਵੱਧਾ ਸਕਦਾ । ਜਦੋਂ ਮੌਤ ਦਾ ਸੱਦਾ ਆ ਜਾਂਦਾ ਹੈ ਤਾਂ ਮਨੁੱਖ ਦੀ ਮਰਜ਼ੀ ਤੇ ਧਿਆਨ ਨਹੀਂ ਦਿੱਤਾ ਜਾਂਦਾ । ਪ੍ਰਕ੍ਰਿਤੀ ਦੇ ਨਿਯਮ ਕਿਸੇ ਨੂੰ ਨਿਸ਼ਚਿਤ ਸਮੇਂ ਤੋਂ ਅੱਗੇ ਪਲ-ਭਰ ਵੀ ਭੋਗ ਕਰਨ ਦੀ ਆਗਿਆ ਨਹੀਂ ਦਿੰਦੇ ।

ਦੈਂਤੀ ਸੁਭਾਅ ਵਾਲਾ ਮਨੁੱਖ ਜਿਹੜਾ ਈਸ਼ਵਰ ਜਾਂ ਆਪਣੇ ਅੰਦਰ ਸਥਿਤ ਪਰਮਾਤਮਾ ਵਿਚ ਸ਼ਰਧਾ ਨਹੀਂ ਰਖਦਾ, ਸਿਰਫ਼ ਇੰਦਰੀਆਂ ਦੀ ਤ੍ਰਿਪਤੀ ਲਈ ਹਰ ਤਰ੍ਹਾਂ ਦੇ ਪਾਪ ਕਰਮ ਕਰਦਾ ਰਹਿੰਦਾ ਹੈ । ਉਹ ਨਹੀਂ ਜਾਣਦਾ ਕਿ ਉਸਦੇ ਹਿਰਦੇ ਅੰਦਰ ਇਕ ਗਵਾਹ ਬੈਠਾ ਹੈ । ਪਰਮਾਤਮਾ ਹਰ ਜੀਵਾਤਮਾ ਦੇ ਕੰਮਾਂ ਨੂੰ ਵੇਖਦਾ ਰਹਿੰਦਾ ਹੈ । ਜਿਵੇਂ ਕਿ ਉਪਨਿਸ਼ਦਾਂ ਵਿਚ ਕਿਹਾ ਗਿਆ ਹੈ ਕਿ ਇਕ ਰੁੱਖ ਤੇ ਦੋ ਪੰਛੀ ਬੈਠੇ ਹਨ, ਇਕ ਪੰਛੀ ਕਰਮ ਕਰਦਾ ਹੋਇਆ ਟਾਹਣੀਆਂ ਵਿਚ ਲੱਗੇ ਸੁਖ-ਦੁੱਖ ਰੂਪੀ ਫਲਾਂ ਨੂੰ ਭੋਗ ਰਿਹਾ ਹੈ ਅਤੇ ਦੂਜਾ ਉਸਦਾ ਗਵਾਹ ਹੈ । ਪਰ ਦੈਂਤ ਮਨੁੱਖ ਨੂੰ ਨਾ ਤਾਂ ਵੈਦਿਕ ਸ਼ਾਸ਼ਤਰ ਦਾ ਗਿਆਨ ਹੈ ਨਾ ਕੋਈ ਸ਼ਰਧਾ ਹੈ । ਇਸ ਲਈ ਉਹ ਇੰਦਰੀਆਂ ਦੇ ਭੋਗ ਲਈ ਕੁਝ ਵੀ ਕਰਨ ਲਈ ਆਪਣੇ ਆਪ ਨੂੰ ਸੁਤੰਤਰ ਮੰਨਦਾ ਹੈ, ਉਸਨੂੰ ਨਤੀਜਿਆਂ ਦੀ ਪ੍ਰਵਾਹ ਨਹੀਂ ਰਹਿੰਦੀ ।

इदमद्य मया लब्धमिमं प्राप्स्ये मनोरथम् ।
इदमस्तीदमपि मे भविष्यति पुनर्धनम् ॥ १३ ॥
असौ मया हतः शत्रुर्हनिष्ये चापरानपि ।
ईश्वरोऽहमहं भोगी सिद्धोऽहं बलवान्सुखी ॥ १४ ॥
आढ्योऽभिजनवानस्मि कोऽन्योऽस्ति सदृशो मया ।
यक्ष्ये दास्यामि मोदिष्य इत्यज्ञानविमोहिताः ॥ १५ ॥

ਇਦਮ੍ ਅਦ੍ਯ ਮਯਾ ਲਬ੍ਧਮ੍ ਇਮਮ੍ ਪ੍ਰਾਪ੍ਸ੍ਯੇ ਮਨੋਰਥਮ੍ ।
ਇਦਮ੍ ਅਸ੍ਤੀਦਮ੍ ਅਪਿ ਮੇ ਭਵਿਸ਼੍ਯਤਿ ਪੁਨਰ੍ ਧਨਮ੍ ॥ 13 ॥
ਅਸੌ ਮਯਾ ਹਤਹ ਸ਼ਤ੍ਰੂਰ੍ ਹਨਿਸ਼੍ਯੇ ਚਾਪਰਾਨ੍ ਅਪਿ ।
ਈਸ਼ਵਰੋ'ਹਮ੍ ਅਹਮ੍ ਭੋਗੀ ਸਿਦ੍ਧੋ'ਹਮ੍ ਬਲਵਾਨ੍ ਸੁਖੀ ॥ 14 ॥
ਆਧ੍ਯੋ'ਭਿਜਨਵਾਨ੍ ਅਸ੍ਮਿ ਕੋ'ਨ੍ਯੋ'ਸ੍ਤਿ ਸਦ੍ਰਿਸ਼ੋ ਮਯਾ ।
ਯਕ੍ਸ਼੍ਯੇ ਦਾਸ੍ਯਾਮਿ ਮੋਦਿਸ਼੍ਯ ਇਤਿ ਅਗ੍ਯਾਨ ਵਿਮੋਹਿਤਾਹ੍ ॥ 15॥

ਇਦਮ੍-ਇਹ ; ਅਦ੍ਯ-ਅੱਜ ; ਮਯਾ-ਮੇਰੇ ਰਾਹੀਂ ; ਲਬ੍ਧਮ੍-ਪ੍ਰਾਪਤ ; ਇਮਮ੍-ਇਸੇ ; ਪ੍ਰਾਪ੍ਸ੍ਯੇ-ਪ੍ਰਾਪਤ ਕਰਾਂਗਾ ; ਮਨਹ੍ ਰਥਮ੍-ਮੈਨੂੰ ਇੱਛਤ ; ਇਦਮ੍-ਇਹ ; ਅਸ੍ਤਿ-ਹੈ ; ਇਦਮ੍-ਇਹ ; ਅਪਿ-ਵੀ ; ਮੇ-ਮੇਰਾ ; ਭਵਿਸ਼੍ਯਤਿ-ਭਵਿੱਖ ਵਿਚ ਵੱਧ ਜਾਵੇਗਾ ; ਪੁਨਹ੍-ਫੇਰ; ਧਨਮ੍-ਧੰਨ ; ਅਸੌ-ਉਹ ; ਮਯਾ-ਮੇਰੇ ; ਹਤਹ੍-ਮਾਰਿਆ ਗਿਆ ; ਸ਼ਤਰਹ੍-ਦੁਸ਼ਮਣ ; ਹਨਿਸ਼੍ਯੇ-ਮਾਰਾਂਗਾ ; ਚ-ਵੀ ; ਅਪਰਾਨ-ਹੋਰਨਾਂ ਨੂੰ ; ਅਪਿ-ਨਿਸ਼ਚਿਤ ਹੀ ; ਈਸ਼ਵਰਹ੍-ਪ੍ਰਭੂ, ਸਵਾਮੀ ; ਅਹਮ੍-ਮੈਂ ਹਾਂ ; ਅਹਮ੍-ਮੈਂ ਹਾਂ ; ਭੋਗੀ-ਭੋਗਣ ਵਾਲਾ ; ਸਿਦ੍ਧਹ੍-ਸਿੱਧ ; ਅਹਮ੍-ਮੈਂ ਹਾਂ ; ਬਲਵਾਨ੍-ਸ਼ਕਤੀ ਸ਼ਾਲੀ ; ਸੁੱਖੀ-ਪ੍ਰਸੰਨ ; ਆਧ੍ਯਹ੍-ਧਨਵਾਨ ; ਅਭਿਜਨ-ਵਾਨ੍-ਕੁਲੀਨ ਸੰਬੰਧੀਆਂ ਤੋਂ ਘਿਰਿਆ; ਅਸ੍ਮਿ -ਮੈਂ ਹਾਂ ; ਕਹ੍-ਕੌਣ ; ਅੰਨਯਹ੍-ਦੂਜਾ ; ਅਸ੍ਤਿ-ਹੈ; ਸਦ੍ਰਿਸ਼ਹ੍-ਬਰਾਬਰ ; ਮਯਾ-ਮੇਰੇ ਰਾਹੀਂ ; ਯਕਸ਼੍ਯੇ-ਮੈਂ ਯੱਗ ਕਰਾਂਗਾ ; ਦਾਸ੍ਯਾਮਿ-ਦਾਨ ਦੇਵਾਂਗਾ ; ਮੋਦਿਸ਼੍ਯੇ-ਖੁਸ਼ੀ ਮੰਨਾਵਾਂਗਾ ; ਇਤਿ-ਇੰਝ ; ਅਗਿਆਨ-ਅਗਿਆਨ ਕਰਕੇ ; ਵਿਮੋਹਿਤਾਹ੍-ਮੋਹ ਗ੍ਰਸਤ।

ਅਨੁਵਾਦ

ਦੈਂਤ ਮਨੁੱਖ ਸੋਚਦਾ ਹੈ, ਅੱਜ ਮੇਰੇ ਕੋਲ ਐਨਾ ਧੰਨ ਹੈ, ਅਤੇ ਆਪਣੀਆਂ ਯੋਜਨਾਵਾਂ ਨਾਲ ਮੈਂ ਹੋਰ ਜ਼ਿਆਦਾ ਧੰਨ ਕਮਾਵਾਂਗਾ। ਇਸ ਵੇਲੇ ਮੇਰੇ ਕੋਲ ਐਨਾ ਹੈ, ਪਰ ਭਵਿੱਖ ਵਿਚ ਇਹ ਵੱਧਕੇ ਹੋਰ ਜ਼ਿਆਦਾ ਹੋ ਜਾਵੇਗਾ। ਉਹ ਮੇਰਾ ਦੁਸ਼ਮਣ ਹੈ ਅਤੇ ਮੈਂ ਉਸਨੂੰ ਮਾਰ ਦਿੱਤਾ ਹੈ ਅਤੇ ਮੇਰੇ ਹੋਰ ਦੁਸ਼ਮਣ ਵੀ ਮਾਰ ਦਿੱਤੇ ਜਾਣਗੇ। ਮੈਂ ਸਾਰੀਆਂ ਚੀਜ਼ਾਂ ਦਾ ਮਾਲਕ ਹਾਂ। ਮੈਂ ਭੋਗਣ ਵਾਲਾ ਹਾਂ। ਮੈਂ ਸਿੱਧ, ਸ਼ਕਤੀਸ਼ਾਲੀ ਅਤੇ ਸੁਖੀ ਹਾਂ। ਮੈਂ ਸਭ ਤੋਂ ਧੰਨਵਾਨ ਮਨੁੱਖ ਹਾਂ ਅਤੇ ਮੇਰੇ ਆਸੇ ਪਾਸੇ ਮੇਰੇ

ਕੁਲੀਨ ਸਬੰਧੀ ਹਨ। ਕੋਈ ਹੋਰ ਮੇਰੇ ਬਰਾਬਰ ਸ਼ਕਤੀਸ਼ਾਲੀ ਅਤੇ ਸੁਖੀ ਨਹੀਂ ਹੈ। ਮੈਂ ਯੱਗ ਕਰਾਂਗਾ, ਦਾਨ ਦੇਵਾਂਗਾ ਅਤੇ ਇੰਝ ਆਨੰਦ ਕਰਾਂਗਾ। ਇਸ ਤਰ੍ਹਾਂ ਅਜਿਹੇ ਮਨੁੱਖ ਅਗਿਆਨ ਕਰਕੇ ਮੋਹ ਵਿਚ ਘਿਰੇ ਰਹਿੰਦੇ ਹਨ।

अनेकचित्तविभ्रान्ता मोहजालसमावृताः ।
प्रसक्ताः कामभोगेषु पतन्ति नरकेऽशुचौ ॥ १६ ॥

ਅਨੇਕ ਚਿੱਤ ਵਿਭ੍ਰਾਂਤਾ ਮੋਹ ਜਾਲ ਸਮਾਵ੍ਰਿਤਾਹ੍ ।
ਪ੍ਰਸਕ੍ਤਾਹ੍ ਕਾਮ-ਭੋਗੇਸ਼ੁ ਪਤੰਤਿ ਨਰਕੇ'ਸ਼ੁਚੌ ॥ 16 ॥

ਅਨੇਕ-ਕਈ ; **ਚਿੱਤ**-ਚਿੰਤਾਵਾਂ ਨਾਲ ; **ਵਿਭ੍ਰਾਂਤਾਹ**-ਉਲੱਝਿਆ ਹੋਇਆ ; **ਮੋਹ**-ਮੋਹ ਵਿਚ ; **ਜਾਲ**-ਜਾਲ ਨਾਲ ; **ਸਮਾਵ੍ਰਿਤਾਹ੍**-ਘਿਰੇ ਹੋਏ ; **ਪ੍ਰਸਕ੍ਤਾਹ੍**-ਆਸਕਤ (ਮੋਹ) ; **ਕਾਮ-ਭੋਗੇਸ਼ੁ**-ਇੰਦਰੀਆਂ ਦੀ ਤ੍ਰਿਪਤੀ ਵਿਚ ; **ਪਤੰਤਿ**-ਡਿਗ ਜਾਂਦੇ ਹਨ ; **ਨਰਕੇ**-ਨਰਕ ਵਿਚ ; **ਅਸ਼ੁਚੌ**-ਅਪਵਿੱਤਰ।

ਅਨੁਵਾਦ

ਇੰਝ ਚਿੰਤਾਵਾਂ ਵਿਚ ਉਲਝਕੇ ਅਤੇ ਮੋਹ ਜਾਲ ਵਿਚ ਫਸਕੇ ਉਹ ਇੰਦਰੀਆਂ ਦੇ ਭੋਗ ਵਿਚ ਬਹੁਤ ਆਸਕਤ (ਮੋਹਿਤ) ਹੋ ਜਾਂਦੇ ਹਨ ਅਤੇ ਨਰਕ ਵਿਚ ਡਿੱਗਦੇ ਹਨ।

ਭਾਵ

ਦੈਂਤ ਮਨੁੱਖ ਦੇ ਧੰਨ ਇਕੱਠਾ ਕਰਨ ਦੀ ਇੱਛਾ ਦੀ ਕੋਈ ਹੱਦ ਨਹੀਂ ਹੁੰਦੀ। ਉਸਦੀ ਅਸੀਮ ਇੱਛਾ ਬਣੀ ਰਹਿੰਦੀ ਹੈ। ਉਹ ਸਿਰਫ਼ ਇਹੋ ਸੋਚਦਾ ਰਹਿੰਦਾ ਹੈ ਕਿ ਉਸ ਕੋਲ ਇਸ ਸਮੇਂ ਕਿੰਨੀ ਸੰਪਤੀ ਹੈ ਅਤੇ ਅਜਿਹੀਆਂ ਯੋਜਨਾਵਾਂ ਬਣਾਉਂਦਾ ਹੈ ਕਿ ਸੰਪਤੀ ਦਾ ਸੰਗ੍ਰਿਹ ਵੱਧਦਾ ਹੀ ਜਾਵੇ। ਇਸੇ ਲਈ ਉਹ ਕਿਸੇ ਵੀ ਪਾਪ ਪੂਰਨ ਸਾਧਨ ਨੂੰ ਅਪਨਾਉਣ ਤੋਂ ਨਹੀਂ ਝਿਜੱਕਦਾ ਅਤੇ ਗੈਰ-ਕਾਨੂੰਨੀ ਤ੍ਰਿਪਤੀ ਲਈ ਕਾਲਾ ਬਜ਼ਾਰੀ ਕਰਦਾ ਹੈ। ਉਹ ਪਹਿਲਾਂ ਤੋਂ ਹੀ ਆਪਣੇ ਅਧਿਕਾਰ ਵਿਚ ਆਈ ਸੰਪਤੀ, ਜਿਵੇਂ ਭੂਮੀ, ਪਰਿਵਾਰ, ਘਰ ਅਤੇ ਬੈਂਕ ਪੂੰਜੀ ਤੇ ਮੋਹਿਤ ਰਹਿੰਦਾ ਹੈ ਅਤੇ ਸਦਾ ਇਨ੍ਹਾਂ ਨੂੰ ਵਧਾਉਣ ਦੀਆਂ ਯੋਜਨਾਵਾਂ ਵਿਚ ਲੱਗਾ ਰਹਿੰਦਾ ਹੈ। ਉਸਨੂੰ ਆਪਣੀ ਸ਼ਕਤੀ ਤੇ ਹੀ ਵਿਸ਼ਵਾਸ ਰਹਿੰਦਾ ਹੈ ਅਤੇ ਉਹ ਇਹ ਨਹੀਂ ਜਾਣਦਾ ਕਿ ਉਸਨੂੰ ਜਿਹੜਾ ਲਾਭ ਹੋ ਰਿਹਾ ਹੈ, ਉਹ ਉਸਦੇ ਪੂਰਵ ਜਨਮਾਂ ਦੇ ਪੁੰਨਾਂ ਦਾ ਫਲ ਹੈ। ਉਸਨੂੰ ਅਜਿਹੀਆਂ ਚੀਜ਼ਾਂ ਨੂੰ ਇਕੱਠਾ ਕਰਨ ਦਾ ਮੌਕਾ ਇਸ ਲਈ ਮਿਲਿਆ ਹੈ। ਪਰ ਉਸ ਨੂੰ ਉਸਦੇ ਪੂਰਵ ਜਨਮ ਦੇ ਕਾਰਨਾਂ ਦਾ ਕੋਈ ਗਿਆਨ ਨਹੀਂ ਹੁੰਦਾ। ਉਹ ਇਹੋ ਸੋਚਦਾ ਹੈ ਕਿ ਉਸਦੀ ਸਾਰੀ ਸੰਪਤੀ ਉਸਦੇ ਨਿਜੀ ਉਦਮ ਨਾਲ ਹੈ। ਦੈਂਤ ਮਨੁੱਖ ਆਪਣੀ ਤਾਕਤ ਤੇ ਵਿਸ਼ਵਾਸ ਕਰਦਾ ਹੈ, ਕਰਮ ਦੇ ਨਿਯਮ ਤੇ ਨਹੀਂ। ਕਰਮ ਵਿਧਾਨ ਮੁਤਾਬਿਕ ਪੂਰਵ ਜਨਮ ਵਿਚ ਉੱਤਮ ਕਰਮ ਕਰਨ ਦੇ ਸਿੱਟੇ ਵੱਜੋਂ ਮਨੁੱਖ ਉਚੇ ਖ਼ਾਨਦਾਨ ਵਿਚ ਜਨਮ ਲੈਂਦਾ ਹੈ, ਜਾਂ ਧੰਨਵਾਨ ਬਣਦਾ ਹੈ ਜਾਂ ਪੜ੍ਹਿਆ-ਲਿਖਿਆ ਬਣਦਾ ਹੈ, ਜਾਂ ਬਹੁਤ ਸੋਹਣਾ ਸ਼ਰੀਰ ਪ੍ਰਾਪਤ

ਕਰਦਾ ਹੈ । ਦੈਂਤ ਮਨੁੱਖ ਸੋਚਦਾ ਹੈ ਕਿ ਇਹ ਚੀਜ਼ਾਂ ਅਚਾਨਕ ਹਨ ਅਤੇ ਉਸਦੀ ਤਾਕਤ ਦੇ ਸਿੱਟੇ ਵੱਜੋਂ ਹਨ । ਉਸਨੂੰ ਵੱਖੋ-ਵੱਖਰੇ ਤਰ੍ਹਾਂ ਦੇ ਲੋਕਾਂ, ਸੁੰਦਰਤਾ ਅਤੇ ਸਿੱਖਿਆ ਪਿੱਛੇ ਕਿਸੇ ਤਰ੍ਹਾਂ ਦੀ ਯੋਜਨਾ ਨਹੀਂ ਲਗਦੀ । ਅਜਿਹੇ ਦੈਂਤ ਮਨੁੱਖ ਦੀ ਪ੍ਰਤੀਯੋਗਿਤਾ ਵਿਚ ਜਿਹੜਾ ਵੀ ਉਸਦੇ ਸਾਹਮਣੇ ਆਉਂਦਾ ਹੈ, ਉਹ ਉਸਦਾ ਦੁਸ਼ਮਣ ਬਣ ਜਾਂਦਾ ਹੈ । ਅਜਿਹੇ ਅਨੇਕਾਂ ਦੈਂਤ ਮਨੁੱਖ ਹੁੰਦੇ ਹਨ ਅਤੇ ਇਨ੍ਹਾਂ ਵਿਚੋਂ ਹਰ ਕੋਈ ਹਰ ਇਕ ਦਾ ਦੁਸ਼ਮਣ ਹੁੰਦਾ ਹੈ । ਇਹ ਦੁਸ਼ਮਣੀ, ਪਹਿਲਾਂ ਮਨੁੱਖਾਂ ਵਿਚ, ਫਿਰ ਪਰਿਵਾਰਾਂ ਵਿਚ, ਫਿਰ ਸਮਾਜ ਵਿਚ ਅਤੇ ਆਖ਼ਿਰ ਰਾਸ਼ਟਰਾਂ ਵਿਚ ਵੱਧਦੀ ਜਾਂਦੀ ਹੈ । ਇਸ ਲਈ ਦੁਨੀਆਂ ਭਰ ਵਿਚ ਲਗਾਤਾਰ ਸੰਘਰਸ਼, ਜੰਗ ਅਤੇ ਦੁਸ਼ਮਣੀ ਬਣੀ ਹੋਈ ਹੈ ।

ਹਰ ਦੈਂਤ ਮਨੁੱਖ ਸੋਚਦਾ ਹੈ ਕਿ ਉਹ ਹੋਰਨਾਂ ਦੀ ਬਲੀ ਦੇ ਕੇ ਰਹਿ ਸਕਦਾ ਹੈ, ਆਮ ਤੌਰ ਤੇ ਅਜਿਹਾ ਮਨੁੱਖ ਖ਼ੁਦ ਨੂੰ ਪਰਮ ਈਸ਼ਵਰ ਮੰਨਦਾ ਹੈ ਅਤੇ ਦੈਂਤ ਉਪਦੇਸ਼ਕ ਆਪਣੇ ਅਨੁਆਈਆਂ (ਚੇਲਿਆਂ) ਨੂੰ ਕਹਿੰਦਾ ਹੈ , "ਕਿ ਤੁਸੀਂ ਲੋਕ ਈਸ਼ਵਰ ਨੂੰ ਹੋਰਨਾਂ ਥਾਵਾਂ ਤੋਂ ਕਿਉਂ ਲੱਭ ਰਹੇ ਹੋ! ਤੁਸੀਂ ਖ਼ੁਦ ਈਸ਼ਵਰ ਹੋ! ਤੁਸੀਂ ਜੋ ਚਾਹੋ ਉਹ ਕਰ ਸਕਦੇ ਹੋ! ਈਸ਼ਵਰ ਤੇ ਵਿਸ਼ਵਾਸ਼ ਨਾ ਕਰੋ । ਈਸ਼ਵਰ ਨੂੰ ਦੂਰ ਕਰੋ । ਈਸ਼ਵਰ ਮਰਿਆ ਹੋਇਆ ਹੈ " ਇਹੋ ਦੈਂਤ ਲੋਕਾਂ ਦੇ ਉਪਦੇਸ਼ ਹਨ ।

ਹਾਲਾਂਕਿ ਦੈਂਤ ਮਨੁੱਖ ਹੋਰਨਾਂ ਨੂੰ ਆਪਣੇ ਹੀ ਵਾਂਗ ਜਾਂ ਆਪਣੇ ਤੋਂ ਵੱਧਕੇ ਧੰਨੀ ਅਤੇ ਪ੍ਰਭਾਵਸ਼ਾਲੀ ਵੇਖਦਾ ਹੈ, ਤਾਂ ਵੀ ਉਹ ਸੋਚਦਾ ਹੈ ਕਿ ਉਸ ਤੋਂ ਵੱਧਕੇ ਨਾ ਤਾਂ ਕੋਈ ਧਨਵਾਨ ਹੈ ਅਤੇ ਨਾ ਹੀ ਪ੍ਰਭਾਵਸ਼ਾਲੀ । ਜਿੱਥੋਂ ਤਕ ਉੱਚ ਜਗਤਾਂ ਵਿਚ ਅਪੜਣ ਦੀ ਗੱਲ ਹੈ, ਉਹ ਵੈਦਿਕ ਯੱਗ ਨੂੰ ਸੰਪੰਨ ਕਰਨ ਵਿਚ ਵਿਸ਼ਵਾਸ਼ ਨਹੀਂ ਕਰਦੇ । ਉਹ ਸੋਚਦੇ ਹਨ ਕਿ ਉਹ ਆਪਣੀ ਹੀ ਯੱਗ ਵਿਧੀ ਦਾ ਨਿਰਮਾਣ ਕਰਨਗੇ ਅਤੇ ਕੋਈ ਅਜਿਹੀ ਮਸ਼ੀਨ ਬਣਾ ਲੈਣਗੇ ਜਿਸ ਨਾਲ ਉਹ ਕਿਸੇ ਵੀ ਉੱਚੇ ਲੋਕ ਤਕ ਪਹੁੰਚ ਜਾਣਗੇ । ਅਜਿਹੇ ਦੈਂਤ ਮਨੁੱਖ ਦਾ ਸਭ ਤੋਂ ਉੱਤਮ ਉਦਾਹਰਣ ਰਾਵਣ ਸੀ । ਉਸਨੇ ਲੋਕਾਂ ਸਾਹਮਣੇ ਅਜਿਹੀਆਂ ਯੋਜਨਾਵਾਂ ਪੇਸ਼ ਕੀਤੀਆਂ ਸਨ, ਜਿਸ ਰਾਹੀਂ ਉਹ ਇਕ ਅਜਿਹੀ ਪੌੜੀ ਬਨਾਉਣ ਵਾਲਾ ਸੀ, ਜਿਸ ਨਾਲ ਕੋਈ ਵੀ ਮਨੁੱਖ ਵੇਦਾਂ ਵਿਚ ਵਰਣਿਤ ਯੱਗਾਂ ਨੂੰ ਸੰਪੰਨ ਕੀਤੇ ਬਗ਼ੈਰ ਸਵਰਗ ਲੋਕ ਨੂੰ ਜਾ ਸਕਦਾ ਸੀ । ਉਸੇ ਤਰ੍ਹਾਂ ਨਾਲ ਆਧੁਨਿਕ ਯੁੱਗ ਦੇ ਅਜਿਹੇ ਹੀ ਦੈਂਤ ਲੋਕ, ਯੰਤਰ ਵਿਧੀ ਨਾਲ ਉਚੇਰੇ ਲੋਕਾਂ ਤਕ ਅਪੜਣ ਦਾ ਯਤਨ ਕਰ ਰਹੇ ਹਨ। ਇਹ ਸਭ ਮੋਹ ਦੇ ਉਦਾਹਰਣ ਹਨ । ਨਤੀਜਾ ਇਹ ਹੁੰਦਾ ਹੈ ਕਿ ਬਗ਼ੈਰ ਸਮਝੇ ਹੀ ਉਹ ਨਰਕ ਵੱਲ ਵੱਧ ਜਾਂਦੇ ਹਨ । ਇੱਥੇ ਮੋਹ ਜਾਲ ਸ਼ਬਦ ਬਹੁਤ ਸਾਰਥਕ ਹੈ । ਜਾਲ ਦਾ ਭਾਵ ਹੈ ਮਨੁੱਖ ਮੱਛੀ ਵਾਂਗ ਮੋਹ ਰੂਪੀ ਜਾਲ ਵਿਚ ਫਸਕੇ ਉਸਤੋਂ ਨਿਕਲ ਨਹੀਂ ਸਕਦਾ ।

आत्मसम्भाविताः स्तब्धा धनमानमदान्विताः ।
यजन्ते नामयज्ञैस्ते दम्भेनाविधिपूर्वकम् ॥ १७॥

ਆਤ੍ਮ ਸੰਭਾਵਿਤਾਹ੍ ਸ੍ਤਬ੍ਧਾ ਧਨ-ਮਾਨ-ਮਦਾਨਵਿਤਾਹ੍ ।
ਯਜੰਤੇ ਨਾਮ-ਯਗ੍ਯੈਸ੍ ਤੇ ਦਮ੍ਭੇਨਾਵਿਧਿ-ਪੂਰ੍ਵਕਮ੍ ॥ 17 ॥

ਆਤ੍ਮ ਸੰਭਾਵਿਤਾਹ੍-ਆਪਣੇ ਆਪ ਨੂੰ ਸ੍ਰੇਸ਼ਠ ਮੰਨਣ ਵਾਲੇ ; **ਸ੍ਤਬ੍ਧਾਹ**-ਘੁਮੰਡੀ; **ਧਨ-ਮਾਨ**-ਧਨ ਅਤੇ ਝੂਠੀ ਸ਼ਾਨ ਦੇ ; **ਮਦ**-ਨਸ਼ੇ ਵਿਚ ; **ਅੰਵਿਤਾਹ੍**-ਲੀਨ ; **ਯਜੰਤੇ**- ਯੱਗ ਕਰਦੇ ਹਨ ; **ਨਾਮ**-ਸਿਰਫ ਨਾਂ ਲਈ ; **ਯਗ੍ਯੈਹ੍**-ਯੱਗਾਂ ਰਾਹੀਂ ; **ਤੇ**-ਉਹ ; **ਦਮ੍ਭੇਨ**-ਘੁਮੰਡ ਨਾਲ ; **ਅਵਿਧਿ ਪੂਰ੍ਵਕਮ੍**-ਵਿਧੀ ਵਿਧਾਨਾਂ ਦੀ ਪਾਲਣਾ ਕੀਤੇ ਬਗ਼ੈਰ ।

ਅਨੁਵਾਦ

ਆਪਣੇ ਆਪ ਨੂੰ ਸ੍ਰੇਸ਼ਠ ਮੰਨਣ ਵਾਲੇ ਅਤੇ ਹਮੇਸ਼ਾਂ ਘੁਮੰਡ ਕਰਨ ਵਾਲੇ, ਸੰਪੱਤੀ ਅਤੇ ਝੂਠੀ ਸ਼ਾਨ ਨਾਲ ਮੋਹਿਤ ਲੋਕ ਕਿਸੇ ਵਿਧੀ ਵਿਧਾਨ ਦੀ ਪਾਲਣਾ ਨਾ ਕਰਦੇ ਹੋਏ, ਕਦੀ-ਕਦੀ ਸਿਰਫ਼ ਨਾਂ ਕਮਾਉਣ ਲਈ ਬਹੁਤ ਘੁਮੰਡ ਵਿਚ ਯੱਗ ਕਰਦੇ ਹਨ ।

ਭਾਵ

ਆਪਣੇ ਆਪ ਨੂੰ ਸਭ ਕੁਝ ਮੰਨਦੇ ਹੋਏ, ਕਿਸੇ ਸਬੂਤ ਜਾਂ ਸ਼ਾਸ਼ਤਰ ਦੀ ਪਰਵਾਹ ਨਾ ਕਰਕੇ ਦੈਂਤ ਲੋਕ ਕਦੀ-ਕਦੀ ਅਖੌਤੀ ਧਾਰਮਿਕ ਜਾਂ ਯੱਗ ਦਾ ਅਨੁਸ਼ਠਾਨ (ਅਭਿਆਸ) ਕਰਦੇ ਹਨ । ਕਿਉਂਕਿ ਉਹ ਕਿਸੇ ਸਬੂਤ ਵਿਚ ਵਿਸ਼ਵਾਸ਼ ਨਹੀਂ ਰੱਖਦੇ, ਇਸ ਲਈ ਉਹ ਬਹੁਤ ਘੁਮੰਡੀ ਹੁੰਦੇ ਹਨ । ਥੋੜੀ ਜਿਹੀ ਸੰਪੱਤੀ ਅਤੇ ਝੂਠੀ ਸ਼ਾਨ ਪ੍ਰਾਪਤ ਕਰ ਲੈਣ ਕਰਕੇ ਜਿਹੜਾ ਭ੍ਰਮ ਪੈਦਾ ਹੁੰਦਾ ਹੈ, ਉਸੇ ਕਰਕੇ ਅਜਿਹਾ ਹੁੰਦਾ ਹੈ । ਕਦੀ-ਕਦੀ ਅਜਿਹੇ ਦੈਂਤ ਉਪਦੇਸ਼ਕ ਦੀ ਭੂਮਿਕਾ ਨਿਭਾਉਂਦੇ ਹਨ, ਲੋਕਾਂ ਨੂੰ ਭਰਮਾਂ ਵਿਚ ਪਾਉਂਦੇ ਹਨ ਅਤੇ ਧਾਰਮਿਕ ਸੁਧਾਰਕ ਜਾਂ ਈਸ਼ਵਰ ਦੇ ਅਵਤਾਰਾਂ ਦੇ ਰੂਪ ਵਿਚ ਪ੍ਰਸਿੱਧ ਹੋ ਜਾਂਦੇ ਹਨ । ਉਹ ਯੱਗ ਕਰਨ ਦਾ ਵਿਖਾਵਾ ਕਰਦੇ ਹਨ ਜਾਂ ਦੇਵਤਿਆਂ ਦੀ ਪੂਜਾ ਕਰਦੇ ਹਨ, ਜਾਂ ਆਪਣੇ ਨਿਜੀ ਈਸ਼ਵਰ ਦੀ ਸ੍ਰਿਸ਼ਟੀ ਕਰਦੇ ਹਨ । ਆਮ ਲੋਕ ਉਨ੍ਹਾਂ ਦਾ ਪ੍ਰਚਾਰ ਈਸ਼ਵਰ ਕਹਿਕੇ ਕਰਦੇ ਹਨ, ਉਨ੍ਹਾਂ ਨੂੰ ਪੂਜਦੇ ਹਨ ਅਤੇ ਮੂਰਖ ਲੋਕ ਉਨ੍ਹਾਂ ਨੂੰ ਧਰਮ ਜਾਂ ਅਧਿਆਤਮਕ ਗਿਆਨ ਦੇ ਸਿਧਾਂਤਾਂ ਵਿਚ ਵੱਧਾ ਚੜ੍ਹਾਕੇ ਮੰਨਦੇ ਹਨ । ਉਹ ਸੰਨਿਆਸੀ ਦਾ ਭੇਖ ਧਾਰਨ ਕਰਦੇ ਹਨ ਅਤੇ ਉਸੇ ਭੇਖ ਵਿਚ ਹਰ ਤਰ੍ਹਾਂ ਦਾ ਅਧਰਮ ਕਰਦੇ ਹਨ । ਅਸਲ ਵਿਚ ਸੰਸਾਰ ਤੋਂ ਵਿਰਕਤ (ਮੋਹ ਰਹਿਤ) ਹੋਣ ਵਾਲੇ ਤੇ ਅਨੇਕ ਰੋਕਾਂ ਹੁੰਦੀਆਂ ਹਨ । ਪਰ ਇਹ ਦੈਂਤ ਇਨ੍ਹਾਂ ਰੋਕਾਂ ਦੀ ਪਰਵਾਹ ਨਹੀਂ ਕਰਦੇ । ਉਹ ਸੋਚਦੇ ਹਨ, ਜਿਹੜਾ ਮਾਰਗ ਬਣਾ ਲਿਆ ਜਾਵੇ, ਉਹੀ ਆਪਣਾ ਮਾਰਗ ਹੈ । ਇੱਥੇ **ਅਵਿਧੀਪੂਰ੍ਵਕਮ੍** ਸ਼ਬਦ ਤੇ ਜ਼ੋਰ ਦਿੱਤਾ ਗਿਆ ਹੈ ਜਿਸਦਾ ਅਰਥ ਹੈ ਵਿਧੀ ਵਿਧਾਨਾਂ ਦੀ ਪਰਵਾਹ ਨਾ ਕਰਦੇ ਹੋਏ । ਇਹ ਸਾਰੀਆਂ ਗੱਲਾਂ ਹਮੇਸ਼ਾਂ ਅਗਿਆਨ ਅਤੇ ਮੋਹ ਕਰਕੇ ਹੁੰਦੀਆਂ ਹਨ ।

अहङ्कारं बलं दर्पं कामं क्रोधं च संश्रिताः ।
मामात्मपरदेहेषु प्रद्विषन्तोऽभ्यसूयकाः ॥ १८ ॥

ਅਹੰਕਾਰਮ੍ ਬਲਮ੍ ਦਰ੍ਪਮ੍ ਕਾਮਮ੍ ਕ੍ਰੋਧਮ੍ ਚ ਸੰਸ਼੍ਰਿਤਾਹ੍ ।
ਮਾਮ੍ ਆਤ੍ਮ-ਪਰ-ਦੇਹੇਸ਼ੁ ਪ੍ਰਦ੍ਵਿਸ਼ੰਤੋ'ਭ੍ਯਸੂਯਕਾਹ੍ ॥ 18 ॥

ਅਹੰਕਾਰਮ੍-ਝੂਠਾ ਹੰਕਾਰ ; **ਬਲਮ੍**-ਤਾਕਤ ; **ਦਰ੍ਪਰਮ੍**-ਘੁਮੰਡ ; **ਕਾਮਮ੍**-ਕਾਮ, ਵਿਸ਼ੇ ਭੋਗ ; **ਕ੍ਰੋਧਮ੍**-ਕ੍ਰੋਧ ; **ਚ**-ਵੀ ; **ਸੰਸ਼੍ਰਿਤਾਹ੍**-ਸ਼ਰਨ 'ਚ ਆਏ ; **ਮਾਮ੍**-ਮੈਨੂੰ ; **ਆਤ੍ਮ**-ਆਪਣੇ ; **ਪਰ**-ਅਤੇ ਪਰਾਏ ; **ਦੇਹੇਸ਼ੁ**-ਸ਼ਰੀਰਾਂ ਵਿਚ ; **ਪ੍ਰਦ੍ਵਿਸ਼ੰਤਹ੍**-ਨਿੰਦਾ ਕਰਦੇ ਹੋਏ ; **ਅਭ੍ਯਸੂਯਕਾਹ੍**-ਈਰਖਾਲੂ ।

ਅਨੁਵਾਦ

ਝੂਠਾ ਹੰਕਾਰ, ਤਾਕਤ, ਘੁਮੰਡ, ਕਾਮ ਅਤੇ ਕ੍ਰੋਧ ਤੋਂ ਮੋਹਿਤ ਹੋ ਕੇ ਦੈਂਤ ਮਨੁੱਖ ਆਪਣੇ ਸ਼ਰੀਰ ਵਿਚ ਅਤੇ ਹੋਰਨਾਂ ਦੇ ਸ਼ਰੀਰ ਵਿਚ ਸਥਿਤ ਭਗਵਾਨ ਨਾਲ ਈਰਖਾ ਅਤੇ ਅਸਲ ਧਰਮ ਦੀ ਨਿੰਦਾ ਕਰਨ ਵਿਚ ਲੱਗੇ ਰਹਿੰਦੇ ਹਨ ।

ਭਾਵ

ਦੈਂਤ ਮਨੁੱਖ ਭਗਵਾਨ ਦੀ ਸ੍ਰੇਸ਼ਠਤਾ ਦਾ ਵਿਰੋਧੀ ਹੋਣ ਕਰਕੇ ਸ਼ਾਸ਼ਤਰਾਂ ਵਿਚ ਵਿਸ਼ਵਾਸ਼ ਕਰਨਾ ਪਸੰਦ ਨਹੀਂ ਕਰਦਾ । ਉਹ ਸ਼ਾਸ਼ਤਰਾਂ ਅਤੇ ਭਗਵਾਨ ਦੀ ਹੋਂਦ, ਇਨ੍ਹਾਂ ਦੋਵਾਂ ਤੋਂ ਹੀ ਈਰਖਾ ਕਰਦਾ ਹੈ । ਇਹ ਈਰਖਾ ਉਸ ਦੀ ਅਖੌਤੀ ਸ਼ਾਨ, ਧੰਨ ਅਤੇ ਤਾਕਤ ਤੋਂ ਪੈਦਾ ਹੁੰਦੀ ਹੈ । ਉਹ ਇਹ ਨਹੀਂ ਜਾਣਦਾ ਕਿ ਵਰਤਮਾਨ ਜੀਵਨ, ਅਗਲੇ ਜੀਵਨ ਦੀ ਤਿਆਰੀ ਹੈ । ਇਸਨੂੰ ਨਾ ਸਮਝਦੇ ਹੋਏ ਉਹ ਅਸਲ ਵਿਚ ਆਪਣੇ ਪ੍ਰਤੀ ਅਤੇ ਹੋਰਨਾਂ ਪ੍ਰਤੀ ਵੀ ਈਰਖ਼ਾ ਕਰਦਾ ਹੈ । ਉਹ ਹੋਰ ਜੀਵਾਂ ਤੇ ਅਤੇ ਖ਼ੁਦ ਆਪਣੇ ਤੇ ਹਿੰਸਾ ਕਰਦਾ ਹੈ । ਉਹ ਭਗਵਾਨ ਦੇ ਪਰਮ ਨਿਯੰਤਰਣ ਦੀ ਫ਼ਿਕਰ ਨਹੀਂ ਕਰਦਾ, ਕਿਉਂਕਿ ਉਸਨੂੰ ਗਿਆਨ ਨਹੀਂ ਹੁੰਦਾ । ਸ਼ਾਸ਼ਤਰਾਂ ਅਤੇ ਭਗਵਾਨ ਨਾਲ ਈਰਖ਼ਾ ਕਰਨ ਕਰਕੇ ਉਹ ਈਸ਼ਵਰ ਦੀ ਹੋਂਦ ਦੇ ਵਿਰੁੱਧ ਝੂਠੇ ਤਰਕ ਪੇਸ਼ ਕਰਦਾ ਹੈ ਅਤੇ ਸ਼ਾਸ਼ਤਰਾਂ ਦੇ ਸਬੂਤ ਨੂੰ ਨਹੀਂ ਮੰਨਦਾ । ਉਹ ਹਰ ਕੰਮ ਵਿਚ ਆਪਣੇ ਆਪ ਨੂੰ ਅਜ਼ਾਦ ਅਤੇ ਸ਼ਕਤੀਮਾਨ ਮੰਨਦਾ ਹੈ । ਉਹ ਸੋਚਦਾ ਹੈ ਕਿ ਕੋਈ ਵੀ ਸ਼ਕਤੀ, ਤਾਕਤ ਜਾਂ ਸੰਪਤੀ ਵਿਚ ਉਸਦੀ ਬਰਾਬਰੀ ਨਹੀਂ ਕਰ ਸਕਦਾ, ਇਸ ਲਈ, ਉਹ ਚਾਹੇ ਜਿਸ ਤਰ੍ਹਾਂ ਵੀ ਕੰਮ ਕਰੇ ਉਸਨੂੰ ਕੋਈ ਰੋਕ ਨਹੀਂ ਸਕਿਆ । ਜੇਕਰ ਉਸਦਾ ਕੋਈ ਦੁਸ਼ਮਣ ਉਸਨੂੰ ਇੰਦਰੀਆਂ ਦੇ ਕੰਮਾਂ ਵਿਚ ਅਗਾਂਹ ਵੱਧਣ ਤੋਂ ਰੋਕਦਾ ਹੈ ਤਾਂ ਉਸਨੂੰ ਆਪਣੀ ਤਾਕਤ ਨਾਲ ਖੇਰੂ-ਖੇਰੂ ਕਰਨ ਦੀ ਯੋਜਨਾ ਬਣਾਉਂਦਾ ਹੈ ।

तानहं द्विषतः क्रूरान्संसारेषु नराधमान् ।
क्षिपाम्यजस्रमशुभानासुरीष्वेव योनिषु ॥ १९ ॥

ਤਾਨ੍ ਅਹਮ੍ ਦ੍ਵਿਸ਼ਤਹ੍ ਕ੍ਰੂਰਾਨ੍ ਸੰਸਾਰੇਸ਼ੁ ਨਰਾਧਮਾਨ੍ ।
ਕ੍ਸ਼ਿਪਾਮਿ ਅਜਸ੍ਰਮ ਅਸ਼ੁਭਾਨ੍ ਆਸੁਰੀਸ਼੍ ਏਵ ਯੋਨਿਸ਼ੁ ॥ 19 ॥

ਤਾਨ੍-ਉਨ੍ਹਾਂ ; **ਅਹਮ੍**-ਮੈਂ ; **ਦ੍ਵਿਸ਼ਤਹ੍**-ਈਰਖਾਲੂ ; **ਕ੍ਰੂਰਾਨ੍**-ਸ਼ਰਾਰਤੀ ਲੋਕਾਂ ਨੂੰ ; **ਸੰਸਾਰੇਸ਼ੁ**-ਭਵਸਾਗਰ ਵਿਚ ; **ਨਰ-ਅਧਮਾਨ੍**-ਅਧਮ (ਪਾਪੀ) ਮਨੁੱਖ ਨੂੰ ; **ਕ੍ਸ਼ਿਪਾਮਿ**- ਸੁੱਟਦਾ ਹੈ ; **ਅਜਸ੍ਰਮ੍**-ਹਮੇਸ਼ਾਂ ; **ਅਸ਼ੁਭਾਨ੍**-ਅਸ਼ੁੱਭ ; **ਆਸੁਰੀਸ਼ੁ**-ਦੈਂਤ ; **ਏਵ**-ਨਿਸ਼ਚੈ ਹੀ ; **ਯੋਨਿਸ਼ੁ**-ਗਰਭ ਵਿਚ ।

ਅਨੁਵਾਦ

ਜਿਹੜੇ ਲੋਕ ਈਰਖਾਲੂ ਅਤੇ ਦੁਸ਼ਟ (ਸ਼ਰਾਰਤੀ) ਹਨ ਅਤੇ ਅਧਮ (ਪਾਪੀ) ਮਨੁੱਖ ਹਨ, ਉਨ੍ਹਾਂ ਨੂੰ ਮੈਂ ਲਗਾਤਾਰ ਵੱਖੋ-ਵੱਖਰੀਆਂ ਆਸੁਰੀ ਜੂਨੀਆਂ ਵਿਚ ਸੰਸਾਰ ਸਾਗਰ ਵਿਚ ਸੁੱਟਦਾ ਰਹਿੰਦਾ ਹਾਂ ।

ਭਾਵ

ਇਸ ਸ਼ਲੋਕ ਵਿਚ ਸਪਸ਼ਟ ਇਸ਼ਾਰਾ ਕੀਤਾ ਗਿਆ ਹੈ ਕਿ ਜੀਵ ਨੂੰ ਕਿਸੇ ਖ਼ਾਸ ਸ਼ਰੀਰ ਵਿਚ ਰੱਖਣ ਦਾ ਪਰਮੇਸ਼ਰ ਨੂੰ ਖ਼ਾਸ ਅਧਿਕਾਰ ਪ੍ਰਾਪਤ ਹੈ । ਦੈਂਤ ਲੋਕ ਭਾਵੇਂ ਭਗਵਾਨ ਦੀ ਸ੍ਰੇਸ਼ਠਤਾ ਨੂੰ ਨਾ ਮੰਨਣ ਅਤੇ ਉਹ ਆਪਣੀ ਨਿਜੀ ਆਦਤਾਂ ਮੁਤਾਬਿਕ ਕੰਮ ਕਰਨ, ਪਰ ਉਨ੍ਹਾਂ ਦਾ ਅਗਲਾ ਜਨਮ ਭਗਵਾਨ ਦੇ ਨਿਰਣੈ ਤੇ ਨਿਰਭਰ ਕਰੇਗਾ ਉਨ੍ਹਾਂ ਤੇ ਨਹੀਂ । ਸ਼੍ਰੀਮਦ੍ ਭਾਗਵਤਮ੍ ਦੇ ਤੀਜੇ ਸਕੰਧ ਵਿਚ ਕਿਹਾ ਗਿਆ ਹੈ ਕਿ ਮਰਨ ਮਗਰੋਂ ਜੀਵ ਨੂੰ ਮਾਂ ਦੇ ਗਰਭ ਵਿਚ ਰਖਿਆ ਜਾਂਦਾ ਹੈ, ਜਿੱਥੇ ਪਰਮ ਸ਼ਕਤੀ ਦੇ ਨਿਰੀਖਣ ਵਿਚ ਉਸਨੂੰ ਖ਼ਾਸ ਤਰ੍ਹਾਂ ਦਾ ਸ਼ਰੀਰ ਪ੍ਰਾਪਤ ਹੁੰਦਾ ਹੈ । ਇਹੋ ਕਾਰਨ ਹੈ ਕਿ ਸੰਸਾਰ ਵਿਚ ਜੀਵਾਂ ਦੀਆਂ ਏਨੀਆਂ ਜੂਨੀਆਂ ਮਿਲਦੀਆਂ ਹਨ – ਜਿਵੇਂ ਪਸ਼ੂ, ਕੀੜੇ, ਮਨੁੱਖ ਆਦਿ । ਇਨ੍ਹਾਂ ਸਾਰਿਆਂ ਦੀ ਪਰਮੇਸ਼ਵਰ ਰਾਹੀਂ ਵਿਵਸਥਾ ਕੀਤੀ ਗਈ ਹੈ । ਇਹ ਅਚਨਚੇਤ ਨਹੀਂ ਆਈਆਂ । ਜਿੱਥੋਂ ਤਕ ਦੈਂਤਾਂ ਦੀ ਗੱਲ ਹੈ, ਇੱਥੇ ਇਹ ਸਪਸ਼ਟ ਕਿਹਾ ਗਿਆ ਹੈ ਕਿ ਇਹ ਦੈਂਤਾਂ ਦੇ ਗਰਭ ਵਿਚ ਲਗਾਤਾਰ ਰਖੇ ਜਾਂਦੇ ਹਨ । ਇੰਝ ਇਹ ਲਗਾਤਾਰ ਈਰਖਾਲੂ ਬਣੇ ਰਹਿੰਦੇ ਹਨ ਅਤੇ ਮਨੁੱਖਾਂ ਵਿਚ ਅਧਮ (ਪਾਪੀ) ਹਨ । ਅਜਿਹੇ ਦੈਂਤ ਜੂਨੀ ਵਾਲੇ ਹਮੇਸ਼ਾਂ ਕਾਮ ਨਾਲ ਭਰੇ ਰਹਿੰਦੇ ਹਨ, ਹਮੇਸ਼ਾਂ ਉਗਰ(ਕ੍ਰੋਧੀ), ਘ੍ਰਿਣਾ ਕਰਨ ਵਾਲੇ ਅਤੇ ਅਪਵਿੱਤਰ ਹੁੰਦੇ ਹਨ । ਜੰਗਲਾਂ ਦੇ ਅਨੇਕਾਂ ਸ਼ਿਕਾਰੀ ਮਨੁੱਖ, ਦੈਂਤ ਜੂਨੀ ਨਾਲ ਸਬੰਧਿਤ ਮੰਨੇ ਜਾਂਦੇ ਹਨ ।

आसुरीं योनिमापन्ना मूढा जन्मनि जन्मनि ।
मामप्राप्यैव कौन्तेय ततो यान्त्यधमां गतिम् ॥ २० ॥

ਆਸੁਰੀਮ੍ ਯੋਨਿਮ੍ ਆਪੰਨਾ ਮੂਢਾ ਜਨ੍ਮਨਿ ਜਨ੍ਮਨਿ ।
ਮਾਮ੍ ਪ੍ਰਾਪ੍ਯੈਵ ਕੌਂਤੇਯ ਤਤੋ ਯਾਂਤਿ ਅਧਮਾਮ੍ ਗਤਿਮ੍ ॥ 20 ॥

ਆਸੁਰੀਮ੍-ਦੈਂਤ ; **ਯੋਨਿਮ੍**-ਜੂਨੀ ਨੂੰ ; **ਅਪੰਨਾਹ੍**-ਪ੍ਰਾਪਤ ਹੋਏ ; **ਮੂਢਾਹ੍**-ਮੂਰਖ ; **ਜਨ੍ਮਨਿ ਜਨ੍ਮਨਿ**-ਜਨਮ ਜਨਮਾਂਤਰਾਂ ਵਿਚ ; **ਮਾਮ**-ਮੈਨੂੰ ; **ਅਪ੍ਰਾਪ੍ਯ**-ਪ੍ਰਾਪਤ ਕੀਤੇ ਬਗ਼ੈਰ ; **ਏਵ**-ਨਿਸ਼ਚੈ ਹੀ ; **ਕੌਂਤੇਯ**-ਹੇ ਕੁੰਤੀ ਪੁੱਤਰ ; **ਤਤਹ੍**-ਇਸਤੋਂ ਮਗਰੋਂ ; **ਯਾਂਤਿ**-ਜਾਂਦੇ ਹਨ ; **ਅਧਮਾਮ੍**-ਨਿੰਦਣ ਯੋਗ ; **ਗਤਿਮ੍**-ਅਸਥਾਨ ਨੂੰ ।

ਅਨੁਵਾਦ

ਹੇ ਕੁੰਤੀ ਪੁੱਤਰ! ਅਜਿਹੇ ਮਨੁੱਖ ਦੈਂਤ ਜੂਨੀ ਵਿਚ ਵਾਰ-ਵਾਰ ਜਨਮ ਗ੍ਰਹਿਣ ਕਰਦੇ ਹੋਏ ਕਦੀ ਵੀ ਮੇਰੇ ਤਕ ਨਹੀਂ ਅਪੜ ਸਕਦੇ । ਉਹ ਹੌਲੀ-ਹੌਲੀ ਬਹੁਤ ਘਿਰਣਿਤ ਅਸਥਾਨ ਨੂੰ ਪ੍ਰਾਪਤ ਹੁੰਦੇ ਹਨ ।

ਭਾਵ

ਇਹ ਗੱਲ ਬਹੁਤ ਪ੍ਰਸਿੱਧ ਹੈ ਕਿ ਈਸ਼ਵਰ ਬਹੁਤ ਦਿਆਲੂ ਹਨ, ਪਰ ਇੱਥੇ ਅਸੀਂ ਵੇਖਦੇ ਹਾਂ ਕਿ ਉਹ ਦੈਂਤਾਂ ਤੇ ਕਦੀ ਵੀ ਦਇਆ ਨਹੀਂ ਕਰਦੇ। ਇੱਥੇ ਸਪਸ਼ਟ ਕਿਹਾ ਗਿਆ ਹੈ ਕਿ ਦੈਂਤ ਲੋਕਾਂ ਨੂੰ ਅਨੇਕਾਂ ਜਨਮਾਂ ਤਕ ਉਨ੍ਹਾਂ ਵਰਗੇ ਦੈਂਤਾਂ ਦੇ ਗਰਭ ਵਿਚ ਰਖਿਆ ਜਾਂਦਾ ਹੈ ਅਤੇ ਈਸ਼ਵਰ ਦੀ ਕ੍ਰਿਪਾ ਪ੍ਰਾਪਤ ਨਾ ਹੋਣ ਕਰਕੇ ਉਨ੍ਹਾਂ ਦੀ ਗਿਰਾਵਟ ਹੁੰਦੀ ਰਹਿੰਦੀ ਹੈ, ਜਿਸ ਨਾਲ ਆਖ਼ਿਰ ਉਨ੍ਹਾਂ ਨੂੰ ਕੁੱਤੇ, ਬਿੱਲੀਆਂ ਅਤੇ ਸੂਅਰਾਂ ਵਰਗਾ ਸ਼ਰੀਰ ਮਿਲਦਾ ਹੈ। ਇੱਥੇ ਇਹ ਸਪਸ਼ਟ ਕੀਤਾ ਗਿਆ ਹੈ ਕਿ ਅਜਿਹੇ ਦੈਂਤ, ਜੀਵਨ ਦੀ ਕਿਸੇ ਵੀ ਹਾਲਤ ਵਿਚ ਈਸ਼ਵਰ ਦੀ ਕ੍ਰਿਪਾ ਦੇ ਪਾਤਰ ਨਹੀਂ ਬਣ ਸਕਦੇ। ਵੇਦਾਂ ਵਿਚ ਕਿਹਾ ਗਿਆ ਹੈ ਕਿ ਅਜਿਹੇ ਮਨੁੱਖ ਗਿਰਾਵਟ ਹੋਣ ਕਰਕੇ ਕੁੱਤੇ, ਸੂਅਰ ਬਣਦੇ ਹਨ। ਇਸ ਪ੍ਰਸੰਗ ਵਿਚ ਇਹ ਤਰਕ ਕੀਤਾ ਜਾ ਸਕਦਾ ਹੈ ਕਿ ਜੇ ਈਸ਼ਵਰ ਅਜਿਹੇ ਦੈਂਤਾਂ ਤੇ ਕ੍ਰਿਪਾ ਨਹੀਂ ਕਰਦੇ ਤਾਂ ਉਹ ਸਰਬ ਕ੍ਰਿਪਾਲੂ ਕਿਉਂ ਮੰਨੇ ਜਾਂਦੇ ਹਨ! ਇਸ ਪ੍ਰਸ਼ਨ ਦੇ ਉੱਤਰ ਵਿਚ ਕਿਹਾ ਜਾ ਸਕਦਾ ਹੈ ਕਿ ਵੇਦਾਂਤ ਸੂਤਰ ਤੋਂ ਪਤਾ ਚਲਦਾ ਹੈ ਕਿ ਈਸ਼ਵਰ ਕਿਸੇ ਤੋਂ ਘਿਰਣਾ (ਨਫ਼ਰਤ) ਨਹੀਂ ਕਰਦੇ। ਦੈਂਤਾਂ ਨੂੰ ਅਧਮ (ਪਾਪ) ਜੂਨੀ ਵਿਚ ਰਖਣਾ ਉਨ੍ਹਾਂ ਦੀ ਕਿਰਪਾ ਦਾ ਹੀ ਹੋਰ ਖਾਸ ਰੂਪ ਹੈ। ਕਦੀ-ਕਦੀ ਪਰਮੇਸ਼ਵਰ ਦੈਂਤਾਂ ਨੂੰ ਮਾਰਦੇ ਹਨ, ਪਰ ਇਹ ਮਾਰਨਾ ਵੀ ਉਨ੍ਹਾਂ ਲਈ ਕਲਿਆਣਕਾਰੀ ਹੁੰਦਾ ਹੈ, ਕਿਉਂਕਿ ਵੈਦਿਕ ਸਾਹਿਤ ਤੋਂ ਪਤਾ ਚਲਦਾ ਹੈ ਕਿ ਜਿਸ ਕਿਸੇ ਨੂੰ ਪਰਮੇਸ਼ਵਰ ਆਪਣੇ ਹੱਥੀਂ ਮਾਰਦੇ ਹਨ, ਉਸਨੂੰ ਮੁਕਤੀ ਮਿਲ ਜਾਂਦੀ ਹੈ। ਇਤਿਹਾਸ ਵਿਚ ਅਜਿਹੇ ਦੈਂਤਾਂ ਦੇ ਅਨੇਕਾਂ ਉਦਾਹਰਨ ਮਿਲਦੇ ਹਨ - ਜਿਵੇਂ ਰਾਵਣ, ਕੰਸ, ਹਿਰਨਾਕਸ਼ਪੁ, ਜਿਨ੍ਹਾਂ ਨੂੰ ਮਾਰਨ ਲਈ ਭਗਵਾਨ ਨੇ ਵੱਖੋ-ਵੱਖਰੇ ਅਵਤਾਰ ਧਾਰਨ ਕੀਤੇ। ਇਸ ਲਈ ਦੈਂਤਾਂ ਤੇ ਈਸ਼ਵਰ ਦੀ ਕਿਰਪਾ ਤਾਂ ਹੀ ਹੁੰਦੀ ਹੈ, ਜਦੋਂ ਉਹ ਇੰਨੇ ਭਾਗਸ਼ਾਲੀ ਹੁੰਦੇ ਹਨ, ਕਿ ਈਸ਼ਵਰ ਉਨ੍ਹਾਂ ਨੂੰ ਖ਼ੁਦ ਮਾਰਨ।

त्रिविधं नरकस्येदं द्वारं नाशनमात्मनः ।
कामः क्रोधस्तथा लोभस्तस्मादेतत्त्रयं त्यजेत् ॥२१॥

ਤ੍ਰਿ-ਵਿਧਮ੍ ਨਰਕਸ੍ਯੇਦਮ੍ ਦ੍ਵਾਰਮ੍ ਨਾਸ਼ਨਮ੍ ਆਤ੍ਮਨਹ੍ ।
ਕਾਮਹ੍ ਕ੍ਰੋਧਸ੍ ਤਥਾ ਲੋਭਸ੍ ਤਸ੍ਮਾਦ੍ ਏਤਤ੍ ਤ੍ਰਯਮ੍ ਤ੍ਯਜੇਤ੍ ॥ 21 ॥

ਤ੍ਰਿ-ਵਿਧਮ੍-ਤਿੰਨ ਤਰ੍ਹਾਂ ਦੇ ; ਨਰਕਸ੍ਯ-ਨਰਕ ਦਾ ; ਇਦਮ੍-ਇਹ ; ਦ੍ਵਾਰਮ੍-ਦਰਵਾਜ਼ਾ ; ਨਾਸ਼ਨਮ੍-ਵਿਨਾਸ਼ਕਾਰੀ ; ਆਤ੍ਮਨਹ੍-ਆਤਮਾ ਦਾ ; ਕਾਮਹ੍-ਕਾਮ ; ਕ੍ਰੋਧਹ੍-ਕ੍ਰੋਧ ; ਤਥਾ-ਅਤੇ ; ਲੋਭਹ੍-ਲਾਲਚ ; ਤਸ੍ਮਾਤ੍-ਇਸ ਲਈ ; ਏਤਤ- ਇਨ੍ਹਾਂ ; ਤ੍ਰਯਮ੍-ਤਿੰਨਾਂ ਦਾ ; ਤ੍ਯਜੇਤ੍-ਤਿਆਗ ਦੇਣਾ ਚਾਹੀਦਾ ਹੈ।

ਅਨੁਵਾਦ

ਇਸ ਨਰਕ ਦੇ ਤਿੰਨ ਦਰਵਾਜ਼ੇ ਹਨ-ਕਾਮ, ਕ੍ਰੋਧ ਅਤੇ ਲੋਭ। ਹਰ ਬੁੱਧੀਮਾਨ ਮਨੁੱਖ ਨੂੰ ਚਾਹੀਦਾ ਹੈ ਕਿ ਇਨ੍ਹਾਂ ਨੂੰ ਤਿਆਗ ਦੇਵੇ, ਕਿਉਂਕਿ ਇਨ੍ਹਾਂ ਨਾਲ ਆਤਮਾ ਦਾ ਪਤਨ ਹੁੰਦਾ ਹੈ।

ਭਾਵ

ਇੱਥੇ ਦੈਂਤ ਜੀਵਨ ਸ਼ੁਰੂ ਹੋਣ ਦਾ ਵਰਣਨ ਹੋਇਆ ਹੈ। ਮਨੁੱਖ ਆਪਣੇ ਕਾਮ ਨੂੰ ਸੰਤੁਸ਼ਟ ਕਰਨਾ ਚਾਹੁੰਦਾ ਹੈ, ਪਰ ਜਦੋਂ ਉਸਨੂੰ ਪੂਰਾ ਨਹੀਂ ਕਰ ਸਕਦਾ ਤਾਂ ਕ੍ਰੋਧ ਅਤੇ ਲੋਭ ਪੈਦਾ ਹੁੰਦਾ ਹੈ। ਜਿਹੜਾ ਬੁੱਧੀਮਾਨ ਮਨੁੱਖ ਦੈਂਤ ਜੂਨੀ ਵਿਚ ਨਹੀਂ ਡਿੱਗਣਾ ਚਾਹੁੰਦਾ, ਉਸਨੂੰ ਚਾਹੀਦਾ ਹੈ ਕਿ ਉਹ ਇਨ੍ਹਾਂ ਤਿੰਨਾਂ ਦੁਸ਼ਮਣਾਂ ਨੂੰ ਛੱਡਣ ਦਾ ਯਤਨ ਕਰੇ, ਕਿਉਂਕਿ ਇਹ ਆਤਮਾ ਨੂੰ ਇਸ ਹੱਦ ਤਕ ਥੱਲੇ ਸੁੱਟ ਦਿੰਦੇ ਹਨ, ਕਿ ਇਸ ਸੰਸਾਰ ਬੰਧੰਨ ਤੋਂ ਮੁਕਤੀ ਦੀ ਸੰਭਾਵਨਾ ਨਹੀਂ ਰਹਿੰਦੀ।

एतैर्विमुक्तः कौन्तेय तमोद्वारैस्त्रिभिर्नरः ।
आचरत्यात्मनः श्रेयस्ततो याति परां गतिम् ॥ २२ ॥

ਏਤੈਰ੍ ਵਿਮੁਕਤਹ੍ ਕੌਂਤੇਯ ਤਮੋ-ਦਵਾਰੈਸ੍ ਤ੍ਰਿਭਿਰ੍ ਨਰਹ੍ ।
ਆਚਰਤਿ ਆਤਮਨਹ੍ ਸ਼੍ਰੇਯਸ੍ ਤਤੋ ਯਾਤਿ ਪਰਾਮ੍ ਗਤਿਮ੍ ॥ 22 ॥

ਏਤੈਹ੍-ਇਨ੍ਹਾਂ ਤੋਂ ; **ਵਿਮੁਕਤਹ੍**-ਮੁਕਤ ਹੋਕੇ ; **ਕੌਂਤੇਯ**-ਹੇ ਕੁੰਤੀ ਪੁੱਤਰ ; **ਤਮਹ੍ ਦਵਾਰੈਹ੍**-ਅਗਿਆਨ ਦੇ ਰਸਤੇ ਤੋਂ ; **ਤ੍ਰਿਭਿਹ**-ਤਿੰਨ ਤਰ੍ਹਾਂ ਦੇ ; **ਨਰਹ੍**-ਮਨੁੱਖ ; **ਆਚਰਤਿ**-ਕਰਦਾ ਹੈ ; **ਆਤ੍ਮਨਹ੍**-ਆਪਣੇ ਲਈ ; **ਸ਼੍ਰੇਯਹ੍**-ਮੰਗਲ, ਕਲਿਆਣ ; **ਤਤਹ੍**-ਇਸ ਤੋਂ ਮਗਰੋਂ ; **ਯਾਤਿ**-ਜਾਂਦਾ ਹੈ ; **ਪਰਾਮ੍**-ਪਰਮ ; **ਗਤਿਮ੍**-ਅਪੜਨ ਵਾਲੀ ਥਾਂ ।

ਅਨੁਵਾਦ

ਹੇ ਕੁੰਤੀ ਪੁੱਤਰ! ਜਿਹੜਾ ਮਨੁੱਖ ਇਨ੍ਹਾਂ ਤਿੰਨਾਂ ਨਰਕ ਦੇ ਦਰਵਾਜ਼ਿਆਂ ਤੋਂ ਬੱਚ ਜਾਂਦੇ ਹਨ, ਉਹ ਆਤਮ ਪ੍ਰਤੱਖੀਕਰਨ ਲਈ ਕਲਿਆਣਕਾਰੀ ਕੰਮ ਕਰਦਾ ਹੈ ਅਤੇ ਇਸ ਤਰ੍ਹਾਂ ਹੌਲੀ-ਹੌਲੀ ਉੱਤਮ ਅਸਥਾਨ ਨੂੰ ਪ੍ਰਾਪਤ ਹੁੰਦਾ ਹੈ।

ਭਾਵ

ਮਨੁੱਖ ਨੂੰ ਮਨੁੱਖੀ ਜੀਵਨ ਦੇ ਤਿੰਨ ਦੁਸ਼ਮਣਾਂ ਕਾਮ, ਕ੍ਰੋਧ ਅਤੇ ਲੋਭ ਤੋਂ ਬਹੁਤ ਸਾਵਧਾਨ ਰਹਿਣਾ ਚਾਹੀਦਾ। ਜਿਹੜਾ ਮਨੁੱਖ ਜਿੰਨਾ ਇਨ੍ਹਾਂ ਤਿੰਨਾਂ ਤੋਂ ਮੁਕਤ ਹੋਵੇਗਾ, ਉਨਾਂ ਹੀ ਉਸਦਾ ਜੀਵਨ ਸ਼ੁੱਧ ਹੋਵੇਗਾ, ਤਾਂ ਉਹ ਵੈਦਿਕ ਸਾਹਿਤ ਵਿਚ ਦੱਸੇ ਵਿਧੀ ਵਿਧਾਨਾਂ ਦੀ ਪਾਲਣਾ ਕਰ ਸਕਦਾ ਹੈ। ਇੰਝ ਮਨੁੱਖੀ ਜੀਵਨ ਦੇ ਵਿਧੀ ਵਿਧਾਨਾਂ ਦੀ ਪਾਲਣਾ ਕਰਦਿਆਂ, ਉਹ ਆਪਣੇ ਆਪ ਨੂੰ ਹੌਲੀ-ਹੌਲੀ ਆਤਮ-ਪ੍ਰਤੱਖੀਕਰਨ ਦੇ ਪਦ ਤੇ ਸਥਾਪਿਤ ਕਰ ਸਕਦਾ ਹੈ। ਜੇ ਉਹ ਇੰਨਾ ਭਾਗਸ਼ਾਲੀ ਹੋਏ, ਕਿ ਇਸ ਅਭਿਆਸ ਨਾਲ ਕ੍ਰਿਸ਼ਨ ਭਾਵਨਾ ਅੰਮ੍ਰਿਤ ਦੇ ਪਦ ਤਕ ਅਪੜ (ਪਹੁੰਚ) ਸਕੇ ਤਾਂ ਉਸਦੀ ਸਫਲਤਾ ਯਕੀਨੀ ਹੈ। ਵੈਦਿਕ ਸਾਹਿਤ ਵਿਚ ਕਰਮ ਅਤੇ ਕਰਮਫਲ ਦੀਆਂ ਵਿਧੀਆਂ ਬਾਰੇ ਦੱਸਿਆ ਹੈ, ਜਿਸ ਨਾਲ ਮਨੁੱਖ ਸ਼ੁੱਧੀ ਦੀ ਅਵਸਥਾ (ਸੰਸਕਾਰ) ਤਕ ਅਪੜ ਸਕੇ। ਸਾਰੀ ਵਿਧੀ ਕਾਮ, ਕ੍ਰੋਧ ਅਤੇ ਲੋਭ ਦੇ ਤਿਆਗ ਤੇ ਅਧਾਰਿਤ ਹੈ। ਇਸ ਵਿਧੀ ਦਾ ਗਿਆਨ ਪ੍ਰਾਪਤ

ਕਰਕੇ ਮਨੁੱਖ ਆਤਮ ਪ੍ਰਤੱਖੀਕਰਨ ਦੇ ਉਚੇਰੇ ਪਦ ਤਕ ਅਪੜ ਸਕਦਾ ਹੈ ਅਤੇ ਇਸ ਆਤਮ ਪ੍ਰਤੱਖੀਕਰਨ ਦੀ ਪੂਰਨਤਾ ਭਗਤੀ ਵਿਚ ਹੈ। ਭਗਤੀ ਵਿਚ ਬੱਧਜੀਵ ਦੀ ਮੁਕਤੀ ਯਕੀਨੀ ਹੈ। ਇਸ ਲਈ ਵੈਦਿਕ ਸਾਹਿਤ ਪਧੱਤੀ ਮੁਤਾਬਿਕ ਚਾਰ ਆਸ਼ਰਮਾਂ ਅਤੇ ਚਾਰ ਵਰਣਾਂ ਦਾ ਵਿਧਾਨ ਕੀਤਾ ਗਿਆ ਹੈ। ਵੱਖੋ-ਵੱਖਰੀਆਂ ਜਾਤੀਆਂ (ਵਰਣਾਂ) ਲਈ ਵੱਖੋ-ਵੱਖਰੇ ਵਿਧੀ ਵਿਧਾਨਾਂ ਦੀ ਵਿਵਸਥਾ ਹੈ। ਜੇ ਮਨੁੱਖ ਉਨ੍ਹਾਂ ਦੀ ਪਾਲਣਾ ਕਰ ਸਕਦਾ ਹੈ ਤਾਂ ਉਹ ਆਪ ਮੁਹਾਰੇ ਹੀ ਆਤਮ ਪ੍ਰਤੱਖੀਕਰਨ ਦੇ ਸਭ ਤੋਂ ਉਚੇ ਪਦ ਨੂੰ ਪ੍ਰਾਪਤ ਕਰ ਲੈਂਦਾ ਹੈ ਅਤੇ ਉਸਦੀ ਮੁਕਤੀ ਵਿਚ ਕੋਈ ਸ਼ੱਕ ਨਹੀਂ ਰਹਿ ਜਾਂਦਾ।

यः शास्त्रविधिमुत्सृज्य वर्तते कामकारतः ।
न स सिद्धिमवाप्नोति न सुखं न परां गतिम् ॥ २३ ॥

ਯਹ੍ ਸ਼ਾਸ੍ਤ੍ਰ ਵਿਧਿਮ੍ ਉਤ੍ਸ੍ਰਿਜ੍ਯ ਵਰ੍ਤਤੇ ਕਾਮ-ਕਾਰਤਹ੍ ।
ਨ ਸ ਸਿਦ੍ਧਿਮ੍ ਅਵਾਪ੍ਨੋਤਿ ਨ ਸੁਖਮ੍ ਨ ਪਰਾਮ੍ ਗਤਿਮ੍ ॥ 23 ॥

ਯਹ੍-ਜਿਹੜਾ ; **ਸ਼ਾਸ੍ਤ੍ਰ-ਵਿਧਿਮ੍**-ਸ਼ਾਸ਼ਤਰਾਂ ਦੀਆਂ ਵਿਧੀਆਂ ਨੂੰ ; **ਉਤ੍ਸ੍ਰਿਜ੍ਯ**- ਤਿਆਗ ਕੇ ; **ਵਰ੍ਤਤੇ**-ਕਰਦਾ ਰਹਿੰਦਾ ਹੈ ; **ਕਾਮ ਕਾਰਤਹ**-ਕਾਮ ਦੇ ਅਧੀਨ ਹੋ ਕੇ ਮਨ ਮਰਜ਼ੀ ਮੁਤਾਬਿਕ ; **ਨ**-ਕਦੀ ਨਹੀਂ ; **ਸਹ੍**-ਉਹ ; **ਸਿਦ੍ਧਿਮ੍**-ਸਿੱਧੀ ਨੂੰ ; **ਅਵਾਪ੍ਨੋਤਿ**-ਪ੍ਰਾਪਤ ਕਰਦਾ ਹੈ ; **ਨ**-ਕਦੀ ਨਹੀਂ ; **ਸੁਖਮ੍**-ਸੁਖ ਨੂੰ ; **ਨ**-ਕਦੀ ਨਹੀਂ ; **ਪਰਾਮ੍**-ਪਰਮ ; **ਗਤਿਮ੍**-ਸਿੱਧ ਅਵਸਥਾ ਨੂੰ।

ਅਨੁਵਾਦ

ਜਿਹੜਾ ਸ਼ਾਸ਼ਤਰਾਂ ਦੇ ਹੁਕਮਾਂ ਦੀ ਉਲੰਘਣਾ ਕਰਦਾ ਹੈ ਅਤੇ ਮਨ-ਮਰਜ਼ੀ ਮੁਤਾਬਿਕ ਕੰਮ ਕਰਦਾ ਹੈ, ਉਸ ਨੂੰ ਨਾ ਤਾਂ ਸਿੱਧੀ, ਨਾ ਸੁਖ, ਨਾ ਹੀ ਪਰਮ ਸਿੱਧ ਅਵਸਥਾ ਦੀ ਪ੍ਰਾਪਤੀ ਹੁੰਦੀ ਹੈ।

ਭਾਵ

ਜਿਵੇਂ ਕਿ ਪਹਿਲੋਂ ਕਿਹਾ ਜਾ ਚੁੱਕਾ ਹੈ, ਮਨੁੱਖੀ ਸਮਾਜ ਦੇ ਵੱਖੋ-ਵੱਖਰੇ ਆਸ਼ਰਮਾਂ ਅਤੇ ਵਰਣਾਂ ਲਈ ਸ਼ਾਸ਼ਤਰ ਵਿਧੀ ਦਿੱਤੀ ਹੁੰਦੀ ਹੈ। ਹਰ ਮਨੁੱਖ ਨੂੰ ਇਨ੍ਹਾਂ ਵਿਧੀ-ਵਿਧਾਨਾਂ ਦੀ ਪਾਲਣਾ ਕਰਨੀ ਹੁੰਦੀ ਹੈ। ਜੇ ਕੋਈ ਇਨ੍ਹਾਂ ਦੀ ਪਾਲਣਾ ਨਾ ਕਰਕੇ ਕਾਮ, ਕ੍ਰੋਧ ਅਤੇ ਲੋਭ ਕਾਰਨ ਆਪਣੀ ਮਰਜ਼ੀ ਮੁਤਾਬਿਕ ਕੰਮ ਕਰਦਾ ਹੈ ਤਾਂ ਉਸਨੂੰ ਜੀਵਨ ਵਿਚ ਕਦੀ ਸਿੱਧੀ ਪ੍ਰਾਪਤ ਨਹੀਂ ਹੋ ਸਕਦੀ। ਦੂਜੇ ਸ਼ਬਦਾਂ ਵਿਚ ਭਾਵੇਂ ਉਹ ਮਨੁੱਖ ਇਹ ਸਾਰੀਆਂ ਗੱਲਾਂ ਸਿਧਾਂਤ ਰੂਪ ਵਿਚ ਜਾਣਦਾ ਰਹੇ, ਪਰ ਜੇ ਉਹ ਇਨ੍ਹਾਂ ਨੂੰ ਆਪਣੇ ਜੀਵਨ ਵਿਚ ਨਹੀਂ ਉਤਾਰ ਸਕਦਾ ਤਾਂ ਉਹ ਅਧਮ (ਦੁਸ਼ਟ ਜਾਂ ਪਾਪੀ) ਮੰਨਿਆ ਜਾਂਦਾ ਹੈ। ਮਨੁੱਖੀ ਜੂਨ ਵਿਚ ਜੀਵ ਤੋਂ ਇਹ ਆਸ ਕੀਤੀ ਜਾਂਦੀ ਹੈ ਕਿ ਉਹ ਬੁੱਧੀਮਾਨ ਬਣੇ ਅਤੇ ਸਭ ਤੋਂ ਉਚੇਰੇ ਪਦ ਤਕ ਲੈ ਜਾਣ ਵਾਲੇ ਨਿਯਮਾਂ ਦੀ ਪਾਲਣਾ ਕਰੇ। ਪਰ ਜੇਕਰ ਉਹ ਇਨ੍ਹਾਂ ਦਾ ਪਾਲਣ ਨਹੀਂ ਕਰਦਾ ਤਾਂ ਉਸਦੀ ਗਿਰਾਵਟ ਹੁੰਦੀ ਹੈ, ਪਰ ਫਿਰ ਵੀ ਜਿਹੜਾ ਵਿਧੀ-ਵਿਧਾਨਾਂ ਅਤੇ ਨੈਤਿਕ ਸਿਧਾਂਤਾਂ ਦੀ ਪਾਲਣਾ ਕਰਦਾ ਹੈ, ਪਰ ਆਖ਼ਿਰ ਪਰਮੇਸ਼ਵਰ

ਨੂੰ ਸਮਝ ਨਹੀਂ ਸਕਦਾ, ਤਾਂ ਉਸਦਾ ਸਾਰਾ ਗਿਆਨ ਵਿਅਰਥ ਜਾਂਦਾ ਹੈ, ਅਤੇ ਜੇਕਰ ਉਹ ਈਸ਼ਵਰ ਦੀ ਹੋਂਦ ਨੂੰ ਵੀ ਮੰਨ ਲਵੇ ਪਰ ਜੇ ਉਹ ਰੱਬ ਦੀ ਸੇਵਾ ਨਹੀਂ ਕਰਦਾ ਤਾਂ ਵੀ ਉਸਦੇ ਯਤਨ ਬੇਕਾਰ ਹੋ ਜਾਂਦੇ ਹਨ। ਇਸ ਲਈ ਮਨੁੱਖ ਨੂੰ ਚਾਹੀਦਾ ਹੈ ਕਿ ਆਪਣੇ ਆਪ ਨੂੰ ਕ੍ਰਿਸ਼ਨ ਭਾਵਨਾ ਅੰਮ੍ਰਿਤ ਅਤੇ ਭਗਵਾਨ ਦੀ ਪ੍ਰੇਮ ਮਈ ਸੇਵਾ ਦੀ ਪਦਵੀ ਤਕ ਉਪਰ ਲੈ ਜਾਵੇ ਤਾਂ ਹੀ ਉਹ ਪਰਮ ਸਿੱਧ ਅਵਸਥਾ ਨੂੰ ਪ੍ਰਾਪਤ ਕਰ ਸਕਦਾ ਹੈ ਇਸ ਤੋਂ ਇਲਾਵਾ ਨਹੀਂ।

ਕਾਮ ਕਾਰਤਹ੍ ਸ਼ਬਦ ਬਹੁਤ ਸਾਰਥੱਕ ਹੈ। ਜਿਹੜਾ ਮਨੁੱਖ ਜਾਣ-ਬੁੱਝ ਕੇ ਨਿਯਮਾਂ ਨੂੰ ਤੋੜਦਾ ਹੈ ਉਹ ਕਾਮ ਦੇ ਅਧੀਨ ਹੋ ਕੇ ਕਰਮ ਕਰਦਾ ਹੈ, ਉਹ ਜਾਣਦਾ ਹੈ ਕਿ ਅਜਿਹਾ ਕਰਨਾ ਮਨ੍ਹਾ ਹੈ, ਪਰ ਫਿਰ ਵੀ ਉਹ ਅਜਿਹਾ ਕਰਦਾ ਹੈ। ਇਸ ਨੂੰ ਮਨ-ਮਰਜ਼ੀ ਕਹਿੰਦੇ ਹਨ। ਇਹ ਜਾਣਦੇ ਹੋਏ ਕਿ ਇਹ ਕੰਮ ਕਰਨਾ ਚਾਹੀਦਾ ਹੈ, ਫਿਰ ਵੀ ਉਹ ਉਸਨੂੰ ਨਹੀਂ ਕਰਦਾ, ਇਸ ਲਈ ਉਸ ਨੂੰ ਮਨ-ਮਰਜ਼ੀ ਦਾ ਮਾਲਕ ਕਿਹਾ ਜਾਂਦਾ ਹੈ, ਅਜਿਹੇ ਮਨੁੱਖ ਨੂੰ ਯਕੀਨੀ ਤੌਰ ਤੇ ਭਗਵਾਨ ਰਾਹੀਂ ਸਜਾ ਦਿੱਤੀ ਜਾਂਦੀ ਹੈ। ਅਜਿਹੇ ਮਨੁੱਖ ਨੂੰ ਜੀਵਨ ਦੀ ਸਿੱਧੀ ਪ੍ਰਾਪਤ ਨਹੀਂ ਹੁੰਦੀ। ਮਨੁੱਖੀ ਜੀਵਨ ਤਾਂ ਆਪਣੇ-ਆਪ ਨੂੰ ਸ਼ੁੱਧ ਬਨਾਉਣ ਲਈ ਹੈ, ਪਰ ਜਿਹੜਾ ਮਨੁੱਖ ਵਿਧੀ-ਵਿਧਾਨਾਂ ਦੀ ਪਾਲਣਾ ਨਹੀਂ ਕਰਦਾ, ਉਹ ਆਪਣੇ ਆਪ ਨੂੰ ਨਾ ਤਾਂ ਸ਼ੁਧ ਬਣਾ ਸਕਦਾ ਹੈ ਨਾ ਹੀ ਅਸਲ ਸੁਖ ਪ੍ਰਾਪਤ ਕਰ ਸਕਦਾ ਹੈ

तस्माच्छास्त्रं प्रमाणं ते कार्याकार्यव्यवस्थितौ ।
ज्ञात्वा शास्त्रविधानोक्तं कर्म कर्तुमिहार्हसि ॥ २४ ॥

ਤਸ੍ਮਾਚ੍ ਸ਼ਾਸ੍ਤ੍ਰਮ ਪ੍ਰਮਾਣਮ੍ ਤੇ ਕਾਰ੍ਯਾਕਾਰ੍ਯ-ਵ੍ਯਵਸ੍ਥਿਤੌ ।
ਗ੍ਯਾਤ੍ਵਾ ਸ਼ਾਸ੍ਤ੍ਰ-ਵਿਧਾਨੋਕ੍ਤਮ੍ ਕਰ੍ਮ ਕਰ੍ਤੁਮ੍ ਇਹਾਰ੍ਹਸਿ ॥ 24 ॥

ਤਸ੍ਮਾਤ੍-ਇਸ ਲਈ ; **ਸ਼ਾਸ੍ਤ੍ਰਮ**-ਸ਼ਾਸ਼ਤਰ ; **ਪ੍ਰਮਾਣਮ੍**-ਸਬੂਤ ; **ਤੇ**-ਤੁਹਾਡਾ ; **ਕਾਰ੍ਯ**-ਫਰਜ਼; **ਆਕਾਰ੍ਯ**-ਅਕਾਰਜ ; **ਵ੍ਯਵਸ੍ਥਿਤੌ**-ਨਿਸ਼ਚੈ ਕਰਨ ਵਿਚ ; **ਗ੍ਯਾਤ੍ਵਾ**-ਜਾਣਕੇ ; **ਸ਼ਾਸ੍ਤ੍ਰ**-ਸ਼ਾਸ਼ਤਰ ਦਾ ; **ਵਿਧਾਨ**-ਵਿਧਾਨ ; **ਉਕ੍ਤਮ੍**-ਕਿਹਾ ਗਿਆ ; **ਕਰ੍ਮ** -ਕਰਮ; **ਕਰ੍ਤੁਮ੍**-ਕਰਨਾ; **ਇਹ**-ਇਸ ਸੰਸਾਰ ਵਿਚ ; **ਅਰ੍ਹਸਿ**-ਤੁਹਾਨੂੰ ਚਾਹੀਦਾ ਹੈ।

ਅਨੁਵਾਦ

ਇਸ ਲਈ ਮਨੁੱਖ ਨੂੰ ਇਹ ਜਾਣਨਾ ਚਾਹੀਦਾ ਹੈ ਕਿ ਸ਼ਾਸ਼ਤਰਾਂ ਦੇ ਵਿਧਾਨ ਮੁਤਾਬਿਕ ਕਿਹੜਾ ਫ਼ਰਜ਼ ਹੈ ਅਤੇ ਕਿਹੜਾ ਫ਼ਰਜ਼ ਨਹੀਂ ਹੈ। ਉਸਨੂੰ ਅਜਿਹੇ ਵਿਧੀ-ਵਿਧਾਨਾਂ ਨੂੰ ਜਾਣਕੇ ਕਰਮ ਕਰਨਾ ਚਾਹੀਦਾ ਹੈ, ਜਿਸ ਨਾਲ ਉਹ ਲਗਾਤਾਰ ਉਪਰ ਉਠ ਸਕੇ।

ਭਾਵ

ਜਿਵੇਂ ਕਿ ਪੰਦਰ੍ਹਵੇਂ ਅਧਿਆਇ ਵਿਚ ਕਿਹਾ ਜਾ ਚੁੱਕਾ ਹੈ ਕਿ ਵੇਦਾਂ ਦੇ ਸਾਰੇ ਵਿਧੀ-ਵਿਧਾਨ ਕ੍ਰਿਸ਼ਨ ਨੂੰ ਜਾਣਨ ਲਈ ਹਨ। ਜੇ ਕੋਈ ਭਗਵਤ ਗੀਤਾ ਰਾਹੀਂ ਕ੍ਰਿਸ਼ਨ ਨੂੰ ਸਮਝ ਲੈਂਦਾ ਹੈ ਅਤੇ

ਭਗਤੀ ਵਿਚ ਲਗਕੇ ਕ੍ਰਿਸ਼ਨ ਭਾਵਨਾ ਅੰਮ੍ਰਿਤ ਨੂੰ ਪ੍ਰਾਪਤ ਹੁੰਦਾ ਹੈ ਤਾਂ ਉਹ ਵੈਦਿਕ ਸਾਹਿਤ ਰਾਹੀਂ ਦਿੱਤੇ ਗਿਆਨ ਦੀ ਉਚੇਰੀ ਸਿੱਧੀ ਤਕ ਅਪੜ ਜਾਂਦਾ ਹੈ। ਭਗਵਾਨ ਚੈਤੰਨਯ ਮਹਾਂਪ੍ਰਭੂ ਨੇ ਇਸ ਵਿਧੀ ਨੂੰ ਬਹੁਤ ਅਸਾਨ ਬਣਾਇਆ - ਉਨ੍ਹਾਂ ਨੇ ਲੋਕਾਂ ਤੋਂ ਸਿਰਫ ਹਰੇ ਕ੍ਰਿਸ਼ਨ ਹਰੇ ਕ੍ਰਿਸ਼ਨ ਕ੍ਰਿਸ਼ਨ ਕ੍ਰਿਸ਼ਨ ਹਰੇ ਹਰੇ, ਹਰੇ ਰਾਮ ਹਰੇ ਰਾਮ ਰਾਮ ਰਾਮ ਹਰੇ ਹਰੇ - ਮਹਾਮੰਤਰ ਜੱਪਣ ਅਤੇ ਭਗਵਾਨ ਦੀ ਭਗਤੀ ਵਿਚ ਲਗੇ ਰਹਿਣ ਅਤੇ ਅਰਚਾ-ਵਿਗਰਹ (ਮੂਰਤੀ) ਨੂੰ ਅਰਪਿਤ ਭੋਗ ਦਾ ਬਚਿਆ ਹਿੱਸਾ ਖਾਣ ਲਈ ਕਿਹਾ। ਜਿਹੜਾ ਮਨੁੱਖ ਇਨ੍ਹਾਂ ਭਗਤੀ ਕਾਰਜਾਂ ਵਿਚ ਲੱਗਿਆ ਰਹਿੰਦਾ ਹੈ, ਉਸਨੂੰ ਵੈਦਿਕ ਸਾਹਿਤ ਤੋਂ ਜਾਣੂ ਅਤੇ ਸਾਰ ਤੱਤ ਨੂੰ ਪ੍ਰਾਪਤ ਹੋਇਆ ਮੰਨਿਆ ਜਾਂਦਾ ਹੈ। ਨਿਸ਼ਚੈ ਹੀ ਉਨ੍ਹਾਂ ਸਧਾਰਨ ਮਨੁੱਖਾਂ ਲਈ, ਜਿਹੜੇ ਕ੍ਰਿਸ਼ਨ ਭਾਵਨਾ ਭਾਵਿਤ ਨਹੀਂ ਹਨ, ਜਾਂ ਭਗਤੀ ਵਿਚ ਲੱਗੇ ਹੋਏ ਨਹੀਂ, ਕਰਨ ਵਾਲੇ ਅਤੇ ਨਾ ਕਰਨ ਵਾਲੇ ਕੰਮਾਂ ਦਾ ਨਿਰਣਾ ਵੇਦਾਂ ਮੁਤਾਬਿਕ ਕੀਤਾ ਜਾਣਾ ਚਾਹੀਦਾ ਹੈ। ਮਨੁੱਖ ਨੂੰ ਤਰਕ ਕੀਤੇ ਬਗੈਰ ਉਸ ਮੁਤਾਬਿਕ ਕੰਮ ਕਰਨਾ ਚਾਹੀਦਾ ਹੈ। ਇਸੇ ਨੂੰ ਸ਼ਾਸ਼ਤਰਾਂ ਦੇ ਨਿਯਮਾਂ ਦੀ ਪਾਲਣਾ ਕਰਨਾ ਕਿਹਾ ਜਾਂਦਾ ਹੈ। ਸ਼ਾਸ਼ਤਰਾਂ ਵਿਚ ਚਾਰ ਮੁੱਖ ਦੋਸ਼ ਨਹੀਂ ਮਿਲਦੇ, ਜਿਹੜੇ ਬੱਧਜੀਵਾਂ ਵਿਚ ਹੁੰਦੇ ਹਨ। ਇਹ ਹਨ - ਅਪੂਰਨ ਇੰਦਰੀਆਂ, ਛਲ-ਕਪਟ, ਗ਼ਲਤੀ ਕਰਨਾ ਅਤੇ ਮੋਹ ਗ੍ਰਸਤ ਹੋਣਾ। ਇਨ੍ਹਾਂ ਚਾਰਾਂ ਦੋਸ਼ਾਂ ਕਰਕੇ ਬੱਧਜੀਵ ਵਿੱਧੀ-ਵਿਧਾਨ ਬਨਾਉਣ ਦੇ ਯੋਗ ਨਹੀਂ ਹੁੰਦਾ, ਇਸ ਲਈ ਵਿਧੀ-ਵਿਧਾਨ ਜਿਨ੍ਹਾਂ ਦਾ ਵਰਣਨ ਸ਼ਾਸ਼ਤਰਾਂ ਵਿਚ ਹੁੰਦਾ ਹੈ, ਜਿਹੜੇ ਇਨ੍ਹਾਂ ਦੋਸ਼ਾਂ ਤੋਂ ਪਰੇ ਹੁੰਦੇ ਹਨ, ਸਾਰੇ ਮਹਾਨ ਮਹਾਤਮਾਂ, ਆਚਾਰੀਆਂ ਅਤੇ ਮਹਾਪੁਰਖਾਂ ਰਾਹੀਂ ਬਿਨ੍ਹਾਂ ਕਿਸੇ ਪਰਿਵਰਤਨ ਦੇ ਸਵੀਕਾਰ ਕਰ ਲਏ ਜਾਂਦੇ ਹਨ।

ਭਾਰਤ ਵਿਚ ਅਧਿਆਤਮਕ ਵਿਦਿਆ ਦੇ ਕਈ ਦਲ ਹਨ, ਜਿਨ੍ਹਾਂ ਨੂੰ ਅਕਸਰ ਦੋ ਹਿੱਸਿਆਂ ਵਿਚ ਰਖਿਆ ਜਾਂਦਾ ਹੈ - ਨਿਰਾਕਾਰਵਾਦੀ ਅਤੇ ਸਾਕਾਰਵਾਦੀ। ਦੋਵੇਂ ਹੀ ਦਲ ਵੇਦਾਂ ਦੇ ਨਿਯਮਾਂ ਮੁਤਾਬਿਕ ਆਪਣਾ ਜੀਵਨ ਬਿਤਾਉਂਦੇ ਹਨ। ਸ਼ਾਸ਼ਤਰਾਂ ਦੇ ਨਿਯਮਾਂ ਦੀ ਪਾਲਣਾ ਕੀਤੇ ਬਗੈਰ ਕੋਈ ਸਿੱਧੀ ਪ੍ਰਾਪਤ ਨਹੀਂ ਕਰ ਸਕਦਾ। ਇਸ ਲਈ ਜਿਹੜਾ ਸ਼ਾਸ਼ਤਰਾਂ ਦੇ ਭਾਵ ਨੂੰ ਅਸਲ ਵਿਚ ਸਮਝਦਾ ਹੈ ਉਹ ਭਾਗਾਂ ਵਾਲਾ ਮੰਨਿਆ ਜਾਂਦਾ ਹੈ।

ਮਨੁੱਖੀ ਸਮਾਜ ਵਿਚ ਸਾਰੀਆਂ ਗਿਰਾਵਟਾਂ ਦਾ ਮੁੱਖ ਕਾਰਨ ਭਾਗਵਤ ਵਿੱਦਿਆ ਦੇ ਨਿਯਮਾਂ ਪ੍ਰਤੀ ਦਵੈਸ਼ ਹੈ। ਇਹ ਮਨੁੱਖੀ ਜੀਵਨ ਦਾ ਸਭ ਤੋਂ ਵੱਡਾ ਅਪਰਾਧ ਹੈ। ਇਸ ਲਈ ਭਗਵਾਨ ਦੀ ਭੌਤਿਕ ਸ਼ਕਤੀ ਅਤੇ ਮਾਇਆ ਤਿੰਨ ਤਰ੍ਹਾਂ ਦੇ ਤਾਪ (ਦੁੱਖ) ਦੇ ਰੂਪ ਵਿਚ ਸਾਨੂੰ ਹਮੇਸ਼ਾਂ ਦੁੱਖ ਦਿੰਦੀ ਰਹਿੰਦੀ ਹੈ। ਇਹ ਭੌਤਿਕ ਸ਼ਕਤੀ ਪ੍ਰਕ੍ਰਿਤੀ ਦੇ ਤਿੰਨ ਗੁਣਾਂ ਤੋਂ ਬਣੀ ਹੈ। ਇਸ ਤੋਂ ਪਹਿਲਾਂ ਕਿ ਭਗਵਾਨ ਦੇ ਗਿਆਨ ਦਾ ਰਸਤਾ ਖੁੱਲ੍ਹੇ, ਮਨੁੱਖ ਨੂੰ ਘੱਟੋ-ਘੱਟ ਸਤੋ ਗੁਣ ਤਕ ਉਪਰ ਉਠੱਣਾ ਹੁੰਦਾ ਹੈ। ਸਤੋ ਗੁਣ ਤਕ ਉਠੇ ਬਗੈਰ, ਉਹ ਤਮੋ ਗੁਣ ਅਤੇ ਰਜੋ ਗੁਣਾਂ ਦੇ ਅਧੀਨ ਰਹਿੰਦਾ ਹੈ, ਜਿਹੜੇ ਅਸੁਰੀ ਜੀਵਨ ਦੇ ਕਾਰਨ ਵਾਂਗ ਹਨ। ਰਜੋ ਅਤੇ ਤਮੋ ਗੁਣੀ ਮਨੁੱਖ ਸ਼ਾਸ਼ਤਰਾਂ, ਪਵਿੱਤਰ ਮਨੁੱਖਾਂ ਅਤੇ ਭਗਵਾਨ ਦੇ ਸਮੁੱਚੇ ਗਿਆਨ ਦਾ ਮਜ਼ਾਕ ਉਡਾਉਂਦੇ ਹਨ। ਉਹ ਗੁਰੂ ਦੇ ਹੁਕਮਾਂ ਦੀ ਉਲੰਘਣਾ

ਕਰਦੇ ਹਨ ਅਤੇ ਸ਼ਾਸ਼ਤਰਾਂ ਦੇ ਵਿਧਾਨ ਦੀ ਪਰਵਾਹ ਨਹੀਂ ਕਰਦੇ। ਉਹ ਭਗਤੀ ਦੀ ਮਹਿਮਾ ਨੂੰ ਸੁਣਕੇ ਉਸ ਵੱਲ ਰੁਚੀ ਨਹੀਂ ਦਿਖਾਉਂਦੇ। ਉਹ ਆਪਣੀ ਤਰੱਕੀ ਦਾ ਆਪਣਾ ਨਿਜੀ ਰਸਤਾ ਬਣਾਉਂਦੇ ਹਨ। ਮਨੁੱਖੀ ਸਮਾਜ ਦੇ ਇਹ ਕੁਝ ਦੋਸ਼ ਹਨ, ਜਿਨ੍ਹਾਂ ਕਰਕੇ ਆਸੁਰੀ ਜੀਵਨ ਬਿਤਾਉਣਾ ਪੈਂਦਾ ਹੈ। ਪਰ ਜੇ ਠੀਕ ਅਤੇ ਪ੍ਰਮਾਣਿਤ ਗੁਰੂ ਦੀ ਅਗਵਾਈ ਪ੍ਰਾਪਤ ਹੋ ਜਾਂਦੀ ਹੈ, ਤਾਂ ਉਸਦਾ ਜੀਵਨ ਸਫਲ ਹੋ ਜਾਂਦਾ ਹੈ, ਕਿਉਂਕਿ ਗੁਰੂ ਉਚੇਰੇ ਪਦ ਵੱਲ ਤਰੱਕੀ ਦਾ ਰਸਤਾ ਵਿਖਾ ਸਕਦਾ ਹੈ।

ਇਸ ਤਰ੍ਹਾਂ ਸ਼੍ਰੀਮਦ ਭਗਵਤ ਗੀਤਾ ਦੇ ਸੋਲ੍ਹਵੇਂ ਅਧਿਆਇ **"ਦੈਵੀ ਅਤੇ ਅਸੁਰੀ ਸੁਭਾਅ"** ਦਾ ਭਕਤੀਵੇਦਾਂਤ ਭਾਵ-ਅਰਥ ਪੂਰਨ ਹੋਇਆ।

ਅਧਿਆਇ ਸਤਾਰ੍ਹਵਾਂ

ਸ਼ਰਧਾ ਦੇ ਵਿਭਾਗ

अर्जुन उवाच

ये शास्त्रविधिमुत्सृज्य यजन्ते श्रद्धयान्विताः ।
तेषां निष्ठा तु का कृष्ण सत्त्वमाहो रजस्तमः ॥ १ ॥

ਅਰਜੁਨ ਓਵਾਚ

ਯੇ ਸ਼ਾਸ੍ਤ੍ਰ ਵਿਧਿਮ ਓਤ੍ਸ੍ਰਿਜ੍ਯ ਯਜੰਤੇ ਸ਼੍ਰਦ੍ਧਯਾਨਵਿਤਾਹ੍ ।
ਤੇਸ਼ਾਮ੍ ਨਿਸ਼੍ਠਾ ਤੁ ਕਾ ਕ੍ਰਿਸ਼੍ਨ ਸੱਤਵਮ੍ ਆਹੋ ਰਜਸ੍ ਤਮਹ੍ ॥ 1 ॥

ਅਰਜੁਨਹ੍ ਓਵਾਚ-ਅਰਜੁਨ ਨੇ ਕਿਹਾ ; **ਯੇ**-ਜਿਹੜੇ ; **ਸ਼ਾਸ੍ਤ੍ਰ-ਵਿਧਿਮ੍**-ਸ਼ਾਸ਼ਤਰਾਂ ਦੇ ਵਿਧਾਨ ਨੂੰ ; **ਓਤ੍ਸ੍ਰਿਜ੍ਯ**-ਤਿਆਗ ਕੇ ; **ਯਜੰਤੇ**-ਪੂਜਾ ਕਰਦੇ ਹਨ ; **ਸ਼੍ਰਦ੍ਧਯਾ**-ਪੂਰੀ ਸ਼ਰਧਾ ਨਾਲ ; **ਅੰਵਿਤਾਹ**-ਸਮੇਤ ; **ਤੇਸ਼ਾਮ੍**-ਉਨ੍ਹਾਂ ਦੀ ; **ਨਿਸ਼੍ਠਾ**-ਸ਼ਰਧਾ ; **ਤੁ**-ਪਰ ; **ਕਾ**-ਕਿਹੜੀ ; **ਕ੍ਰਿਸ਼ਨ**-ਹੇ ਕ੍ਰਿਸ਼ਨ ; **ਸੱਤਵਮ੍**-ਸਤੋਗੁਣੀ ; **ਆਹੋ**-ਜਾਂ ਹੋਰ ; **ਰਜਹ੍**-ਰਜੋਗੁਣੀ ; **ਤਮਹ੍**-ਤਮੋਗੁਣੀ ।

ਅਨੁਵਾਦ

ਅਰਜੁਨ ਨੇ ਕਿਹਾ- ਹੇ ਕ੍ਰਿਸ਼ਨ ! ਜਿਹੜੇ ਲੋਕ ਸ਼ਾਸ਼ਤਰਾਂ ਦੇ ਨਿਯਮਾਂ ਦੀ ਪਾਲਣਾ ਨਾ ਕਰਕੇ ਆਪਣੀ ਕਲਪਨਾ ਮੁਤਾਬਿਕ ਪੂਜਾ ਕਰਦੇ ਹਨ, ਉਨ੍ਹਾਂ ਦੀ ਸਥਿਤੀ ਕਿਹੋ ਜਿਹੀ ਹੈ? ਉਹ ਸਤੋਗੁਣੀ ਹਨ, ਰਜੋਗੁਣੀ ਹਨ ਜਾਂ ਤਮੋਗੁਣੀ ?

ਭਾਵ

ਚੌਥੇ ਅਧਿਆਇ ਦੇ ਉਨਤਾਲੀਵੇਂ ਸ਼ਲੋਕ ਵਿਚ ਕਿਹਾ ਗਿਆ ਹੈ ਕਿ ਕਿਸੇ ਖ਼ਾਸ ਤਰ੍ਹਾਂ ਦੀ ਪੂਜਾ ਵਿਚ ਨਿਸ਼ਠਾਵਾਨ (ਸ਼ਰਧਾਵਾਨ) ਮਨੁੱਖ ਹੌਲੀ ਹੌਲੀ ਗਿਆਨ ਦੀ ਅਵਸਥਾ ਨੂੰ ਪ੍ਰਾਪਤ ਹੁੰਦਾ ਹੈ ਅਤੇ ਸ਼ਾਂਤੀ ਤੇ ਸੰਪੰਨਤਾ ਦੀ ਸਭ ਤੋਂ ਉਚੇਰੀ ਸਿੱਧ ਅਵਸਥਾ ਤਕ ਪਹੁੰਚਦਾ ਹੈ । ਸੋਲ੍ਹਵੇਂ

ਅਧਿਆਇ ਵਿਚ ਇਹ ਸਾਰ ਕੱਢਿਆ ਹੈ, ਕਿ ਜਿਹੜਾ ਇਨ੍ਹਾਂ ਸ਼ਾਸਤਰਾਂ 'ਚ ਦੱਸੇ ਸਿਧਾਂਤਾਂ ਨੂੰ ਨਹੀਂ ਮੰਨਦਾ, ਉਹ ਅਸੁਰ ਹੈ ਅਤੇ ਜਿਹੜਾ ਸ਼ਰਧਾ ਨਾਲ ਇਨ੍ਹਾਂ ਹਦਾਇਤਾਂ ਦਾ ਪਾਲਣ ਕਰਦਾ ਹੈ ਉਹ ਦੇਵਤਾ ਹੈ। ਹੁਣ, ਜੇ ਕੋਈ ਸ਼ਰਧਾ ਨਾਲ ਅਜਿਹੇ ਕੁਝ ਨਿਯਮਾਂ ਦਾ ਪਾਲਣ ਕਰਦਾ ਹੋਵੇ ਜਿਨ੍ਹਾਂ ਦਾ ਸ਼ਾਸ਼ਤਰਾਂ ਵਿਚ ਵਰਣਨ ਨਾ ਹੋਵੇ ਤਾਂ ਉਸਦੀ ਸਥਿਤੀ ਕੀ ਹੋਵੇਗੀ ? ਅਰਜੁਨ ਦੇ ਇਸ ਸ਼ੱਕ ਦਾ ਸਪਸ਼ਟੀਕਰਨ ਕ੍ਰਿਸ਼ਨ ਰਾਹੀਂ ਹੋਣਾ ਹੈ। ਉਹ ਲੋਕ ਜਿਹੜੇ ਕਿਸੇ ਮਨੁੱਖ ਨੂੰ ਚੁਣ ਕੇ ਉਸ ਨੂੰ ਭਗਵਾਨ ਦੇ ਰੂਪ ਵਿਚ ਮੰਨਦੇ ਹਨ, ਸਤੋ, ਰਜੋ ਜਾਂ ਤਮੋਗੁਣ ਵਿਚ ਪੂਜਾ ਕਰਦੇ ਹਨ ? ਕੀ ਅਜਿਹੇ ਮਨੁੱਖਾਂ ਨੂੰ ਜੀਵਨ ਦੀ ਸਿੱਧ ਅਵਸਥਾ ਪ੍ਰਾਪਤ ਹੁੰਦੀ ਹੈ ? ਕੀ ਉਹ ਅਸਲ ਗਿਆਨ ਪ੍ਰਾਪਤ ਕਰਕੇ ਉਚੇਰੀ ਸਿੱਧ ਅਵਸਥਾ ਨੂੰ ਪ੍ਰਾਪਤ ਹੁੰਦੇ ਹਨ ? ਜਿਹੜੇ ਲੋਕ ਸ਼ਾਸ਼ਤਰਾਂ ਦੇ ਵਿਧੀ ਵਿਧਾਨ ਦਾ ਪਾਲਣ ਨਹੀਂ ਕਰਦੇ, ਪਰ ਜਿਨ੍ਹਾਂ ਦੀ ਕਿਸੇ ਤੇ ਸ਼ਰਧਾ ਹੁੰਦੀ ਹੈ ਅਤੇ ਜਿਹੜੇ ਦੇਵੀ ਦੇਵਤਿਆਂ ਅਤੇ ਮਨੁੱਖਾਂ ਦੀ ਪੂਜਾ ਕਰਦੇ ਹਨ, ਕੀ ਉਨ੍ਹਾਂ ਨੂੰ ਸਫਲਤਾ ਮਿਲਦੀ ਹੈ ? ਅਰਜੁਨ ਇਨ੍ਹਾਂ ਸਵਾਲਾਂ ਨੂੰ ਕ੍ਰਿਸ਼ਨ ਤੋਂ ਪੁੱਛ ਰਿਹਾ ਹੈ।

श्रीभगवानुवाच

त्रिविधा भवति श्रद्धा देहिनां सा स्वभावजा ।
सात्त्विकी राजसी चैव तामसी चेति तां शृणु ॥ २ ॥

ਸ਼੍ਰੀ ਭਗਵਾਨ ਓਵਾਚ

ਤ੍ਰਿ-ਵਿਧਾ ਭਵਤਿ ਸ਼੍ਰਦਧਾ ਦੇਹਿਨਾਮ ਸਾ ਸ੍ਵਭਾਵ ਜਾ।
ਸਾਤੱਵਿਕੀ ਰਾਜਸੀ ਚੈਵ ਤਾਮਸੀ ਚੇਤਿ ਤਾਂ ਸ਼੍ਰਿਣੂ ॥ 2 ॥

ਸ਼੍ਰੀ ਭਗਵਾਨ ਓਵਾਚ-ਸ਼੍ਰੀ ਭਗਵਾਨ ਨੇ ਕਿਹਾ ; **ਤ੍ਰਿ ਵਿਧਾ**-ਤਿੰਨ ਤਰ੍ਹਾਂ ਦੀ ; **ਭਵਤਿ**-ਹੁੰਦੀ ਹੈ ; **ਸ਼੍ਰਦਧਾ**-ਸ਼ਰਧਾ ; **ਦੇਹਿਨਾਮ੍**-ਦੇਹਧਾਰੀਆਂ ਦੀ ; **ਸਾ**-ਉਹ ; **ਸ੍ਵਭਾਵ-ਜਾ**-ਪ੍ਰਕ੍ਰਿਤੀ ਦੇ ਗੁਣਾਂ ਮੁਤਾਬਿਕ ; **ਸਾਤੱਵਿਕੀ**-ਸਤੋਗੁਣੀ ; **ਰਾਜਸੀ**-ਰਜੋਗੁਣੀ ; **ਚ**-ਵੀ ; **ਏਵ**-ਨਿਸ਼ਚੈ ਹੀ ; **ਤਾਮਸੀ**-ਤਮੋਗੁਣੀ ; **ਚ**-ਅਤੇ ; **ਇਤਿ**-ਇੰਝ ; **ਤਾਮ੍**-ਉਸਨੂੰ ; **ਸ਼੍ਰਿਣੂ**-ਮੇਰੇ ਕੋਲੋਂ ਸੁਣੋ।

ਅਨੁਵਾਦ

ਸ਼੍ਰੀ ਭਗਵਾਨ ਨੇ ਕਿਹਾ - ਦੇਹਧਾਰੀ ਜੀਵ ਰਾਹੀਂ ਇੱਕਠੇ ਕੀਤੇ ਗੁਣਾਂ ਮੁਤਾਬਿਕ ਉਨ੍ਹਾਂ ਦੀ ਸ਼ਰਧਾ ਤਿੰਨ ਤਰ੍ਹਾਂ ਦੀ ਹੋ ਸਕਦੀ ਹੈ - ਸਤੋਗੁਣੀ, ਰਜੋਗੁਣੀ ਅਤੇ ਤਮੋਗੁਣੀ। ਹੁਣ ਇਸ ਬਾਰੇ ਮੇਰੇ ਤੋਂ ਸੁਣੋ।

ਭਾਵ

ਜਿਹੜੇ ਲੋਕ ਸ਼ਾਸ਼ਤਰਾਂ ਦੇ ਵਿਧੀ ਵਿਧਾਨਾਂ ਨੂੰ ਜਾਣਦੇ ਹਨ ਪਰ ਆਲਸ ਕਰਕੇ ਜਾਂ ਫਰਜ਼ਾਂ ਨੂੰ ਨਾ ਸਮਝਦੇ ਹੋਏ, ਇਨ੍ਹਾਂ ਦੀ ਪਾਲਣਾ ਨਹੀਂ ਕਰਦੇ, ਉਹ ਪ੍ਰਕ੍ਰਿਤੀ ਦੇ ਗੁਣਾਂ ਰਾਹੀਂ ਨਿਯੰਤਰਤ ਕੀਤੇ ਜਾਂਦੇ ਹਨ। ਉਹ ਆਪਣੇ ਸਤੋਗੁਣੀ, ਰਜੋਗੁਣੀ ਜਾਂ ਤਮੋਗੁਣੀ ਪਹਿਲੇ ਕਰਮਾਂ ਮੁਤਾਬਿਕ ਇੱਕ

ਖ਼ਾਸ ਤਰ੍ਹਾਂ ਦਾ ਸੁਭਾਅ ਪ੍ਰਾਪਤ ਕਰਦੇ ਹਨ। ਵੱਖੋ ਵੱਖਰੇ ਗੁਣਾਂ ਨਾਲ ਜੀਵ ਸਥਾਈ ਰੂਪ ਵਿਚ ਜੁੜਿਆ ਰਹਿੰਦਾ ਹੈ। ਕਿਉਂਕਿ ਜੀਵ ਪ੍ਰਕ੍ਰਿਤੀ ਦੇ ਸੰਪਰਕ ਵਿਚ ਰਹਿੰਦਾ ਹੈ, ਇਸ ਲਈ ਉਹ ਪ੍ਰਕਿਰਤੀ ਦੇ ਗੁਣਾਂ ਮੁਤਾਬਿਕ ਹੀ ਵੱਖੋ ਵੱਖਰੇ ਵਿਚਾਰ ਪ੍ਰਾਪਤ ਕਰਦਾ ਹੈ। ਜੇਕਰ ਕੋਈ ਪ੍ਰਮਾਣਿਤ ਗੁਰੂ ਦੀ ਸੰਗਤ ਕਰਦਾ ਹੈ ਅਤੇ ਉਨ੍ਹਾਂ ਦੇ ਅਤੇ ਸ਼ਾਸ਼ਤਰ੍ਹਾਂ ਦੇ ਵਿਧੀ ਵਿਧਾਨਾਂ ਦੀ ਪਾਲਣਾ ਕਰਦਾ ਹੈ, ਤਾਂ ਉਸਦਾ ਇਹ ਸੁਭਾਅ ਬਦਲ ਸਕਦਾ ਹੈ। ਉਹ ਹੌਲੀ ਹੌਲੀ ਆਪਣੀ ਸਥਿਤੀ ਤਮੋਗੁਣ ਤੋਂ ਸਤੋਗੁਣ ਜਾਂ ਰਜੋਗੁਣ ਤੋਂ ਸਤੋਗੁਣ ਵਿਚ ਬਦਲ ਸਕਦਾ ਹੈ। ਕਹਿਣ ਦਾ ਭਾਵ ਇਹ ਹੈ ਕਿ ਪ੍ਰਕ੍ਰਿਤੀ ਦੇ ਕਿਸੇ ਖ਼ਾਸ ਗੁਣ ਵਿਚ ਅੰਧਵਿਸ਼ਵਾਸ਼, ਮਨੁੱਖ ਨੂੰ ਜੀਵਨ ਦੀ ਪਰਮ ਸਿੱਧੀ ਪ੍ਰਾਪਤ ਕਰਨ ਵਿਚ ਕੋਈ ਮੱਦਦ ਨਹੀਂ ਕਰ ਸਕਦਾ। ਉਸਨੂੰ ਪ੍ਰਮਾਣਿਤ ਗੁਰੂ ਦੀ ਸੰਗਤ ਵਿਚ ਰਹਿਕੇ, ਬੁੱਧੀ ਨਾਲ ਵਸਤੂਆਂ ਤੇ ਵਿਚਾਰ ਕਰਨਾ ਹੁੰਦਾ ਹੈ। ਤਾਂ ਹੀ ਉਹ ਉਚੇਰੇ ਗੁਣਾਂ ਦੀ ਸਥਿਤੀ ਨੂੰ ਪ੍ਰਾਪਤ ਹੋ ਸਕਦਾ ਹੈ।

सत्त्वानुरूपा सर्वस्य श्रद्धा भवति भारत ।
श्रद्धामयोऽयं पुरुषो यो यच्छ्रद्धः स एव सः ॥ ३ ॥

ਸੱਤ੍ਵਾਨੁਰੂਪਾ ਸਰ੍ਵਸ੍ਯ ਸ਼੍ਰਦ੍ਧਾ ਭਵਤਿ ਭਾਰਤ।
ਸ਼੍ਰਦ੍ਧਾ-ਮਯੋ 'ਯਮ੍ ਪੁਰੁਸ਼ੋ ਯੋ ਯਚ੍-ਛ੍ਰਦ੍ਧਹ੍ ਸ ਏਵ ਸਹ੍ ॥ 3 ॥

ਸੱਤ੍ਵ-ਅਨੁਰੂਪਾ-ਹੋਂਦ ਮੁਤਾਬਿਕ ; **ਸਰ੍ਵਸ੍ਯ**-ਸਭਨਾ ਨੂੰ ; **ਸ਼੍ਰਦਧਾ**-ਸ਼ਰਧਾ ; **ਭਵਤਿ**-ਹੋ ਜਾਂਦੀ ਹੈ ; **ਭਾਰਤ**-ਹੇ ਭਰਤ ਪੁੱਤਰ ; **ਸ਼੍ਰਦਧਾ**-ਸ਼ਰਧਾ ; **ਮਯਹ੍**-ਨਾਲ ; **ਅਯਮ੍**-ਇਹ ; **ਪੁਰੁਸ਼ਹ੍**-ਜੀਵ ਆਤਮਾ ; **ਯਹ੍**-ਜਿਹੜੇ ; **ਯਤ੍**-ਜਿਸਦੇ ਹੋਣ ਨਾਲ ; **ਸ਼੍ਰਦਧਹ੍**-ਸ਼ਰਧਾ ; **ਸਹ੍**-ਇੰਝ ; **ਏਵ**-ਨਿਸ਼ਚਿਤ ਹੀ ; **ਸਹ੍**-ਉਹ।

ਅਨੁਵਾਦ

ਹੇ ਭਾਰਤ ਪੁੱਤਰ ! ਵੱਖੋ ਵੱਖਰੇ ਗੁਣਾਂ ਦੇ ਅੰਦਰ ਆਪਣੀ ਆਪਣੀ ਹੋਂਦ ਮੁਤਾਬਿਕ, ਮਨੁੱਖ ਇੱਕ ਖ਼ਾਸ ਤਰ੍ਹਾਂ ਦੀ ਸ਼ਰਧਾ ਵਿਕਸਿਤ ਕਰਦਾ ਹੈ। ਆਪਣੇ ਰਾਹੀਂ ਇੱਕਠੇ ਕੀਤੇ ਗੁਣਾਂ ਮੁਤਾਬਿਕ ਹੀ ਜੀਵ ਨੂੰ ਖ਼ਾਸ ਸ਼ਰਧਾ ਵਾਲਾ ਕਿਹਾ ਜਾਂਦਾ ਹੈ।

ਭਾਵ

ਹਰ ਮਨੁੱਖ ਵਿਚ, ਭਾਵੇਂ ਉਹ ਕਿਹੋ ਜਿਹਾ ਵੀ ਹੋਵੇ, ਇੱਕ ਖ਼ਾਸ ਤਰ੍ਹਾਂ ਦੀ ਸ਼ਰਧਾ ਪਾਈ ਜਾਂਦੀ ਹੈ। ਪਰ ਉਸਦੇ ਸੁਭਾਅ ਮੁਤਾਬਿਕ ਉਸਦੀ ਸ਼ਰਧਾ ਉੱਤਮ (ਸਤੋਗੁਣੀ) ਰਾਜਸ (ਰਜੋਗੁਣੀ) ਜਾਂ ਤਾਮਸੀ ਕਹਾਉਂਦੀ ਹੈ। ਇੰਝ ਆਪਣੀ ਖਾਸ ਤਰ੍ਹਾਂ ਦੀ ਸ਼ਰਧਾ ਮੁਤਾਬਿਕ ਹੀ ਉਹ ਕੁਝ ਲੋਕਾਂ ਦੀ ਸੰਗਤ ਕਰਦਾ ਹੈ। ਹੁਣ ਅਸਲ ਤੱਥ ਤਾਂ ਇਹ ਹੈ ਜਿਵੇਂ; ਪੰਦਰ੍ਹਵੇਂ ਅਧਿਆਇ ਵਿਚ ਕਿਹਾ ਗਿਆ ਹੈ, ਹਰ ਜੀਵ ਪਰਮੇਸ਼ਵਰ ਦਾ ਅੰਸ਼ ਹੈ, ਇਸ ਲਈ ਉਹ ਮੁੱਢਲੇ ਤੌਰ ਤੇ ਭੌਤਿਕ ਗੁਣਾਂ ਤੋਂ ਪਰੇ ਹੈ। ਜਦੋਂ ਉਹ ਆਪਣੇ ਸੰਬੰਧਾਂ ਨੂੰ ਭੁੱਲ ਜਾਂਦਾ ਹੈ ਅਤੇ ਬੱਧ ਜੀਵਨ ਵਿਚ ਭੌਤਿਕ ਪ੍ਰਕ੍ਰਿਤੀ ਦੇ

ਸੰਪਰਕ ਵਿਚ ਆਉਂਦਾ ਹੈ, ਤਾਂ ਉਹ ਵੱਖੋ ਵੱਖਰੇ ਤਰ੍ਹਾਂ ਦੀ ਪ੍ਰਕਿਰਤੀ ਨਾਲ ਸੰਗਤ ਕਰਕੇ ਆਪਣੀ ਥਾਂ ਬਣਾਉਂਦਾ ਹੈ। ਇੰਝ ਪ੍ਰਾਪਤ ਬਣਾਵਟੀ ਸ਼ਰਧਾ ਅਤੇ ਹੋਂਦ ਸਿਰਫ਼ ਭੌਤਿਕ ਹੁੰਦੇ ਹਨ। ਭਾਵੇਂ ਕੋਈ ਕਿਸੇ ਧਾਰਨਾ ਜਾਂ ਦੇਹ ਆਤਮ ਬੋਧ ਰਾਹੀਂ ਪ੍ਰੇਰਿਤ ਹੋਵੇ, ਪਰ ਮੁੱਢਲੇ ਤੌਰ ਤੇ ਉਹ **ਨਿਰਗੁਣ**, ਜਾਂ **ਅਲੌਕਿਕ** ਹੁੰਦਾ ਹੈ। ਇਸ ਲਈ ਭਗਵਾਨ ਨਾਲ ਆਪਣਾ ਸਬੰਧ ਫਿਰ ਤੋਂ ਪ੍ਰਾਪਤ ਕਰਨ ਲਈ ਉਸਨੂੰ ਭੌਤਿਕ ਮਲੀਨਤਾਵਾਂ ਤੋਂ ਸ਼ੁੱਧ ਹੋਣਾ ਪੈਂਦਾ ਹੈ। ਸਿਰਫ਼ ਇਹੋ ਇੱਕ ਰਸਤਾ ਹੈ, ਨਿਡਰ ਹੋਕੇ ਕ੍ਰਿਸ਼ਨ ਭਾਵਨਾ ਅੰਮ੍ਰਿਤ ਵਿਚ ਪਰਤਣ ਦਾ। ਜੇ ਕੋਈ ਕ੍ਰਿਸ਼ਨ ਭਾਵਨਾ ਅੰਮ੍ਰਿਤ ਵਿਚ ਸਥਿਤ ਹੋਵੇ, ਤਾਂ ਉਸਨੂੰ ਸਿੱਧੀ ਪ੍ਰਾਪਤ ਕਰਨ ਦਾ ਰਸਤਾ ਯਕੀਨੀ ਹੋ ਜਾਂਦਾ ਹੈ। ਜੇ ਉਹ ਆਤਮ-ਪ੍ਰਤੱਖੀਕਰਨ ਦੇ ਇਸ ਰਸਤੇ ਨੂੰ ਗ੍ਰਹਿਣ ਨਹੀਂ ਕਰਦਾ, ਤਾਂ ਉਹ ਨਿਸ਼ਚੈ ਹੀ ਪ੍ਰਕ੍ਰਿਤੀ ਦੇ ਗੁਣਾਂ ਦੇ ਪ੍ਰਭਾਵ ਹੇਠ ਆ ਜਾਂਦਾ ਹੈ।

ਇਸ ਸ਼ਲੋਕ ਵਿਚ ਸ਼ਰਧਾ ਸ਼ਬਦ ਬਹੁਤ ਸਾਰਥਕ ਹੈ। ਸ਼ਰਧਾ ਮੁੱਢਲੇ ਤੌਰ ਤੇ ਸਤੋਗੁਣ ਤੋਂ ਪੈਦਾ ਹੁੰਦੀ ਹੈ। ਮਨੁੱਖ ਦੀ ਸ਼ਰਧਾ ਕਿਸੇ ਦੇਵਤਾ, ਕਿਸੇ ਬਣਾਵਟੀ ਈਸ਼ਵਰ ਜਾਂ ਮਨੋ ਧਰਮ ਵਿਚ ਹੋ ਸਕਦੀ ਹੈ, ਪਰ ਦ੍ਰਿੜ ਸ਼ਰਧਾ ਸਾਤਵਿਕ ਕਾਰਜਾਂ ਤੋਂ ਪੈਦਾ ਹੁੰਦੀ ਹੈ। ਪਰ ਭੌਤਿਕ ਜੀਵਨ, ਬੱਧਜੀਵਨ ਵਿਚ ਕੋਈ ਵੀ ਕੰਮ ਪੂਰੀ ਤਰ੍ਹਾਂ ਸ਼ੁੱਧ ਨਹੀਂ ਹੁੰਦਾ। ਉਹ ਸਾਰੇ ਮਿਸ਼ਰਿਤ ਹੁੰਦੇ ਹਨ। ਉਹ ਸ਼ੁੱਧ ਸਾਤਵਿਕ ਨਹੀਂ ਹੁੰਦੇ। ਸ਼ੁੱਧ ਸੱਤਵ ਅਲੌਕਿਕ ਹੁੰਦਾ ਹੈ। ਸ਼ੁੱਧ ਸੱਤਵ ਵਿਚ ਰਹਿਕੇ ਮਨੁੱਖ ਭਗਵਾਨ ਦੇ ਅਸਲ ਸੁਭਾਅ ਨੂੰ ਸਮਝ ਸਕਦਾ ਹੈ। ਜਦੋਂ ਤਕ ਸ਼ਰਧਾ ਪੂਰੀ ਤਰ੍ਹਾਂ ਸਾਤਵਿਕ (ਨਿਰਮਲ) ਨਹੀਂ ਹੁੰਦੀ, ਉਦੋਂ ਤਕ ਉਹ ਪ੍ਰਕ੍ਰਿਤੀ ਦੇ ਕਿਸੇ ਵੀ ਗੁਣ ਨਾਲ ਦੂਸ਼ਿਤ ਹੋ ਸਕਦੀ ਹੈ। ਭੌਤਿਕ ਪ੍ਰਕ੍ਰਿਤੀ ਦੇ ਦੂਸ਼ਿਤ ਗੁਣ ਹਿਰਦੇ ਤਕ ਫੈਲ ਜਾਂਦੇ ਹਨ, ਇਸ ਲਈ ਕਿਸੇ ਖ਼ਾਸ ਗੁਣ ਦੇ ਸੰਪਰਕ ਵਿਚ ਰਹਿਕੇ ਜੀਵ ਜਿਸ ਸਥਿਤੀ ਵਿਚ ਹੁੰਦਾ ਹੈ ਉਸੇ ਮੁਤਾਬਿਕ ਸ਼ਰਧਾ ਦੀ ਸਥਾਪਨਾ ਹੁੰਦੀ ਹੈ। ਇਹ ਸਮਝਣਾ ਚਾਹੀਦਾ ਹੈ ਕਿ ਜੇ ਕਿਸੇ ਦਾ ਹਿਰਦਾ ਸਤੋਗੁਣ ਵਿਚ ਸਥਿਤ ਹੈ, ਤਾਂ ਉਸਦੀ ਸ਼ਰਧਾ ਵੀ ਸਤੋਗੁਣੀ ਹੈ। ਜੇ ਹਿਰਦਾ ਰਜੋਗੁਣ ਵਿਚ ਸਥਿਤ ਹੈ ਤਾਂ ਉਸਦੀ ਸ਼ਰਧਾ ਰਜੋਗੁਣੀ ਹੈ ਅਤੇ ਜੇ ਤਮੋਗੁਣ (ਮਾਇਆ), ਵਿਚ ਸਥਿਤ ਹੈ ਤਾਂ ਉਸ ਦੀ ਸ਼ਰਧਾ ਇਸ ਤਰ੍ਹਾਂ ਦੂਸ਼ਿਤ ਹੁੰਦੀ ਹੈ। ਇੰਝ ਸਾਨੂੰ ਸੰਸਾਰ ਵਿਚ ਵੱਖੋ-ਵੱਖਰੇ ਤਰ੍ਹਾਂ ਦੀਆਂ ਸ਼ਰਧਾਵਾਂ ਮਿਲਦੀਆਂ ਹਨ ਅਤੇ ਵੱਖੋ ਵੱਖਰੇ ਤਰ੍ਹਾਂ ਦੀਆਂ ਸ਼ਰਧਾਵਾਂ ਮੁਤਾਬਿਕ ਵੱਖੋ-ਵੱਖਰੇ ਤਰ੍ਹਾਂ ਦੇ ਧਰਮ ਹੁੰਦੇ ਹਨ। ਧਾਰਮਿਕ ਸ਼ਰਧਾ ਦਾ ਅਸਲ ਸਿਧਾਂਤ ਸਤੋਗੁਣ ਵਿਚ ਸਥਿਤ ਹੁੰਦਾ ਹੈ। ਪਰ ਕਿਉਂਕਿ ਹਿਰਦਾ ਮਲੀਨ ਰਹਿੰਦਾ ਹੈ, ਇਸ ਲਈ ਵੱਖੋ-ਵੱਖਰੇ ਤਰ੍ਹਾਂ ਦੇ ਧਾਰਮਿਕ ਸਿਧਾਂਤ ਪਾਏ ਜਾਂਦੇ ਹਨ। ਸ਼ਰਧਾ ਦੇ ਵੱਖੋ-ਵੱਖਰੇ ਹੋਣ ਕਰਕੇ ਹੀ ਪੂਜਾ ਵੀ ਵੱਖੋ-ਵੱਖਰੀ ਤਰ੍ਹਾਂ ਦੀ ਹੁੰਦੀ ਹੈ।

यजन्ते सात्त्विका देवान्यक्षरक्षांसि राजसाः ।
प्रेतान्भूतगणांश्चान्ये यजन्ते तामसा जनाः ॥ ४॥

ਯਜੰਤੇ ਸਾਤੱਿਵਿਕਾ ਦੇਵਾਂ ਯਕ੍ਸ਼ ਰਕ੍ਸ਼ਾਂਸਿ ਰਾਜਸਾਹ੍ ।
ਪ੍ਰੇਤਾਂ ਭੂਤ ਗਣਾਂਸ਼੍ ਚਾਨਯ ਯਜੰਤੇ ਤਾਮਸਾ ਜਨਾਹ੍ ॥ 4 ॥

ਯਜੰਤੇ-ਪੂਜਦੇ ਹਨ ; **ਸਾੱਤ੍ਵਿਕਾਹ੍**-ਸਤੋਗੁਣ ਵਿਚ ਸਥਿਤ ਲੋਕ ; **ਦੇਵਾਨ੍**-ਦੇਵਤਿਆਂ ਨੂੰ ; **ਯਕਸ਼ ਰਕਸ਼ਾਂਸਿ**-ਦੈਂਤ ਲੋਕਾਂ ਨੂੰ ; **ਰਾਜਸਾਹ੍**-ਰਜੋਗੁਣ ਵਿਚ ਸਥਿਤ ਲੋਕ ; **ਪ੍ਰੇਤਾਨ੍**-ਮਰੇ ਹੋਇਆਂ ਦੀ ਆਤਮਾ ਨੂੰ ; **ਭੂਤਗਣਾਨ੍**-ਭੂਤਾਂ ਨੂੰ ; **ਚ**-ਅਤੇ ; **ਅਨ੍ਯੇ**-ਹੋਰ ; **ਯਜੰਤੇ**-ਪੂਜਦੇ ਹਨ; **ਤਾਮਸਾਹ੍**-ਤਮੋਗੁਣ ਵਿਚ ਸਥਿਤ ; **ਜਨਾਹ੍**-ਲੋਕ ।

ਅਨੁਵਾਦ

ਸਤੋਗੁਣੀ ਮਨੁੱਖ ਦੇਵਤਿਆਂ ਨੂੰ ਪੂਜਦੇ ਹਨ, ਰਜੋਗੁਣੀ ਦੈਂਤਾਂ ਦੀ ਪੂਜਾ ਕਰਦੇ ਹਨ ਅਤੇ ਤਮੋਗੁਣੀ ਮਨੁੱਖ ਭੂਤ ਪ੍ਰੇਤਾਂ ਨੂੰ ਪੂਜਦੇ ਹਨ ।

ਭਾਵ

ਇਸ ਸ਼ਲੋਕ ਵਿਚ ਭਗਵਾਨ ਵੱਖੋ ਵੱਖਰੇ ਬਾਹਰੀ ਕੰਮਾਂ ਮੁਤਾਬਿਕ ਪੂਜਾ ਕਰਨ ਵਾਲਿਆਂ ਦੀਆਂ ਕਿਸਮਾਂ ਦੱਸ ਰਹੇ ਹਨ । ਸ਼ਾਸ਼ਤਰ੍ਹਾਂ ਮੁਤਾਬਿਕ ਸਿਰਫ ਭਗਵਾਨ ਹੀ ਪੂਜਣ ਯੋਗ ਹਨ । ਪਰ ਜਿਹੜੇ ਸ਼ਾਸ਼ਤਰਾਂ ਦੇ ਹੁਕਮਾਂ ਤੋਂ ਜਾਣੂ ਨਹੀ, ਜਾਂ ਉਨ੍ਹਾਂ ਤੇ ਸ਼ਰਧਾ ਨਹੀਂ ਰੱਖਦੇ, ਉਹ, ਭੌਤਿਕ ਪ੍ਰਕਿਰਤੀ ਦੇ ਗੁਣਾਂ ਦੇ ਅਧੀਨ, ਆਪਣੀ ਸਥਿਤੀ ਮੁਤਾਬਿਕ ਵੱਖੋ ਵੱਖਰੀਆਂ ਚੀਜ਼ਾਂ ਦੀ ਪੂਜਾ ਕਰਦੇ ਹਨ । ਜਿਹੜੇ ਲੋਕ ਸਤੋਗੁਣੀ ਹਨ, ਉਹ ਆਮ ਤੌਰ ਤੇ ਦੇਵਤਿਆਂ ਦੀ ਪੂਜਾ ਕਰਦੇ ਹਨ । ਇਨ੍ਹਾਂ ਦੇਵਤਿਆਂ ਵਿਚ ਬ੍ਰਹਮਾ, ਸ਼ਿਵ ਅਤੇ ਹੋਰ ਦੇਵਤਾ ਜਿਵੇਂ ਇੰਦਰ, ਚੰਨ ਅਤੇ ਸੂਰਜ ਸ਼ਾਮਿਲ ਹਨ । ਦੇਵਤਾ ਕਈ ਹਨ । ਸਤੋਗੁਣੀ ਲੋਕ ਕਿਸੇ ਖਾਸ ਮੰਤਵ ਨਾਲ ਕਿਸੇ ਦੇਵਤਾ ਦੀ ਪੂਜਾ ਕਰਦੇ ਹਨ । ਇੰਝ ਜਿਹੜੇ ਰਜੋਗੁਣੀ ਹਨ, ਉਹ ਦੈਂਤਾ ਦੀ ਪੂਜਾ ਕਰਦੇ ਹਨ । ਸਾਨੂੰ ਯਾਦ ਹੈ ਕਿ ਦੂਜੀ ਵਿਸ਼ਵ ਜੰਗ ਵੇਲੇ ਕਲਕੱਤੇ ਦਾ ਇੱਕ ਮਨੁੱਖ ਹਿਟਲਰ ਦੀ ਪੂਜਾ ਕਰਦਾ ਸੀ, ਕਿਉਂਕਿ ਉਸਨੇ ਜੰਗ ਵੇਲੇ ਕਾਲੇ ਧੰਦੇ ਨਾਲ ਬਹੁਤ ਧੰਨ ਕਮਾਇਆ ਸੀ । ਇਸੇ ਤਰ੍ਹਾਂ ਜਿਹੜੇ ਰਜੋਗੁਣੀ ਅਤੇ ਤਮੋਗੁਣੀ ਹੁੰਦੇ ਹਨ, ਉਹ ਆਮਤੌਰ ਤੇ ਕਿਸੇ ਤਾਕਤਵਰ ਮਨੁੱਖ ਨੂੰ ਈਸ਼ਵਰ ਦੇ ਰੂਪ ਵਿਚ ਚੁਣ ਲੈਂਦੇ ਹਨ । ਉਹ ਸੋਚਦੇ ਹਨ ਕਿ ਕੋਈ ਵੀ ਮਨੁੱਖ ਈਸ਼ਵਰ ਵਾਂਗ ਪੂਜਿਆ ਜਾ ਸਕਦਾ ਹੈ ਅਤੇ ਫਲ ਇੱਕੋ ਜਿਹਾ ਹੋਵੇਗਾ ।

ਇੱਥੇ ਇਸਦਾ ਸਪਸ਼ਟ ਵਰਣਨ ਹੈ ਕਿ ਰਜੋਗੁਣੀ ਲੋਕ ਅਜਿਹੇ ਦੇਵਤਿਆਂ ਦੀ ਸ੍ਰਿਸ਼ਟੀ ਕਰਕੇ ਉਨ੍ਹਾਂ ਨੂੰ ਪੂਜਦੇ ਹਨ ਅਤੇ ਜਿਹੜੇ ਤਮੋਗੁਣੀ ਹਨ – ਹਨੇਰੇ ਵਿਚ ਹਨ – ਉਹ ਪ੍ਰੇਤਾਂ ਦੀ ਪੂਜਾ ਕਰਦੇ ਹਨ । ਕਦੀ ਕਦੀ ਲੋਕ ਕਿਸੇ ਮਰੇ ਹੋਏ ਵਿਅਕਤੀ ਦੀ ਕਬਰ ਤੇ ਪੂਜਾ ਕਰਦੇ ਹਨ । ਮੈਥੁਨ ਸੇਵਾ ਵੀ ਤਮੋਗੁਣੀ ਮੰਨੀ ਜਾਂਦੀ ਹੈ । ਇਸ ਤਰ੍ਹਾਂ ਭਾਰਤ ਦੇ ਦੂਰ ਦੁਰਾਡੇ ਪਿੰਡਾਂ ਵਿਚ ਭੂਤਾਂ ਦੀ ਪੂਜਾ ਕਰਨ ਵਾਲੇ ਹਨ । ਅਸੀਂ ਵੇਖਿਆ ਹੈ ਕਿ ਭਾਰਤ ਦੇ ਨਿਮਨ ਜਾਤਾਂ ਦੇ ਲੋਕ ਕਦੀ ਕਦੀ ਜੰਗਲ ਵਿਚ ਜਾਂਦੇ ਹਨ ਅਤੇ ਜੇ ਉਨ੍ਹਾਂ ਨੂੰ ਇਸਦਾ ਪਤਾ ਲੱਗ ਜਾਵੇ ਕਿ ਕੋਈ ਭੂਤ ਕਿਸੇ ਰੁੱਖ ਤੇ ਰਹਿੰਦਾ ਹੈ ਤਾਂ ਉਹ ਉਸ ਰੁੱਖ ਦੀ ਪੂਜਾ ਕਰਦੇ ਹਨ ਅਤੇ ਬਲੀ ਚੜ੍ਹਾਉਂਦੇ ਹਨ । ਇਹ ਪੂਜਾ ਦੇ ਵੱਖੋ-ਵੱਖਰੇ ਤਰੀਕੇ ਅਸਲ ਵਿਚ ਈਸ਼ਵਰੀ ਪੂਜਾ ਨਹੀਂ ਹੈ । ਈਸ਼ਵਰ ਦੀ ਪੂਜਾ ਤਾਂ ਸਾਤਵਿਕ (ਨਿਰਮਲ) ਮਨੁੱਖਾਂ ਲਈ ਹੈ । ਸ਼੍ਰੀਮਦ੍ ਭਾਗਵਤਮ੍ ਵਿਚ (4-3-23) ਕਿਹਾ ਗਿਆ ਹੈ –

ਸੱਤ੍ਵਮ੍ ਵਿਸ਼ੁਦ੍ਧਮ੍ ਵਸੁਦੇਵ ਸ਼ਬ੍ ਦਿਤਮ੍ - "ਜਦੋਂ ਮਨੁੱਖ ਸਤੋਗੁਣੀ ਹੁੰਦਾ ਹੈ, ਤਾਂ ਉਹ ਵਾਸਦੇਵ ਦੀ ਪੂਜਾ ਕਰਦਾ ਹੈ।" ਭਾਵ ਇਹ ਹੈ ਕਿ ਜਿਹੜੇ ਲੋਕ ਭੌਤਿਕ ਪ੍ਰਕ੍ਰਿਤੀ ਦੇ ਗੁਣਾ ਤੋਂ ਪੂਰੀ ਤਰ੍ਹਾਂ ਸ਼ੁੱਧ ਹੋ ਚੁੱਕੇ ਹਨ ਅਤੇ ਅਲੌਕਿਕ ਪਦਵੀ ਨੂੰ ਪ੍ਰਾਪਤ ਹਨ, ਉਹੀ ਭਗਵਾਨ ਦੀ ਪੂਜਾ ਕਰ ਸਕਦੇ ਹਨ।

ਨਿਰਵਿਸ਼ੇਸ਼ਵਾਦੀ (ਨਿਰਾਕਾਰਵਾਦੀ)ਸਤੋਗੁਣ ਵਿਚ ਸਥਿਤ ਮੰਨੇ ਜਾਂਦੇ ਹਨ ਅਤੇ ਉਹ ਪੰਜ ਦੇਵਤਿਆਂ ਦੀ ਪੂਜਾ ਕਰਦੇ ਹਨ। ਉਹ ਭੌਤਿਕ ਸੰਸਾਰ ਵਿਚ ਨਿਰਾਕਾਰ ਵਿਸ਼ਨੂੰ ਨੂੰ ਪੂਜਦੇ ਹਨ, ਜਿਹੜਾ ਦਰਸ਼ਨੀ ਰੂਪ ਵਿਸ਼ਨੂੰ ਕਹਾਉਂਦਾ ਹੈ। ਵਿਸ਼ਨੂੰ ਭਗਵਾਨ ਦੇ ਵਿਸਥਾਰ ਹਨ, ਪਰ ਨਿਰਵਿਸ਼ੇਸ਼ਵਾਦੀ ਆਖਿਰ ਪਰਮ ਭਗਵਾਨ ਵਿਚ ਵਿਸ਼ਵਾਸ ਨਾ ਕਰਨ ਕਰਕੇ ਕਲਪਨਾ ਕਰਦੇ ਹਨ ਕਿ ਵਿਸ਼ਨੂੰ ਦਾ ਸਵਰੂਪ, ਨਿਰਾਕਾਰ ਬ੍ਰਹਮ ਦਾ ਦੂਜਾ ਪੱਖ ਹੈ। ਇਸੇ ਤਰ੍ਹਾਂ ਉਹ ਇਹ ਕਲਪਨਾ ਕਰਦੇ ਹਨ ਕਿ ਬ੍ਰਹਮਾ ਜੀ ਰਜੋਗੁਣ ਦੇ ਨਿਰਾਕਾਰ ਰੂਪ ਹਨ। ਇਸ ਲਈ ਉਹ ਕਦੀ ਕਦੀ ਪੰਜ ਦੇਵਤਿਆਂ ਦਾ ਵਰਣਨ ਕਰਦੇ ਹਨ, ਜਿਹੜੇ ਪੂਜਣ ਯੋਗ ਹਨ। ਪਰ ਉਹ ਲੋਕ ਨਿਰਾਕਾਰ ਬ੍ਰਹਮ ਨੂੰ ਹੀ ਅਸਲ ਸੱਚ ਮੰਨਦੇ ਹਨ, ਇਸ ਲਈ ਉਹ ਆਖ਼ਿਰਕਾਰ ਸਾਰੀਆਂ ਪੂਜਣ ਯੋਗ ਚੀਜ਼ਾਂ ਨੂੰ ਤਿਆਗ ਦਿੰਦੇ ਹਨ। ਸਿੱਟਾ ਇਹ ਨਿਕਲਦਾ ਹੈ ਕਿ ਪ੍ਰਕਿਰਤੀ ਦੇ ਵੱਖੋ ਵੱਖਰੇ ਗੁਣਾਂ ਨੂੰ ਅਲੌਕਿਕ ਪ੍ਰਕ੍ਰਿਤੀ ਵਾਲੇ ਮਨੁੱਖਾਂ ਦੀ ਸੰਗਤ ਨਾਲ ਸ਼ੁੱਧ ਕੀਤਾ ਜਾ ਸਕਦਾ ਹੈ।

अशास्त्रविहितं घोरं तप्यन्ते ये तपो जनाः ।
दम्भाहङ्कारसंयुक्ताः कामरागबलान्विताः ॥ ५ ॥
कर्षयन्तः शरीरस्थं भूतग्राममचेतसः ।
मां चैवान्तः शरीरस्थं तान्विद्ध्यासुरनिश्चयान् ॥ ६ ॥

ਅਸ਼ਾਸ੍ਤ੍ਰ ਵਿਹਿਤਮ੍ ਘੋਰਮ੍ ਤਪ੍ਯੰਤੇ ਯੇ ਤਪੋ ਜਨਾਹ੍ ।
ਦਮ੍ਭਾਹੰਕਾਰ ਸੰਯੁਕਤਾਹ੍ ਕਾਮ-ਰਾਗ-ਬਲਾਂਵਿਤਾਹ੍ ॥ 5 ॥
ਕਰ੍ਸ਼ਯੰਤਹ੍ ਸ਼ਰੀਰ-ਸ੍ਥਮ੍ ਭੂਤ-ਗ੍ਰਾਮਮ੍ ਅਚੇਤਸਹ੍ ।
ਮਾਮ੍ ਚੈਵਾਂਨਤਹ੍ ਸ਼ਰੀਰ-ਸ੍ਥਮ੍ ਤਾਨ੍ ਵਿਦ੍ਧਿ ਆਸੁਰ-ਨਿਸ਼੍ਚਯਾਨ੍ ॥ 6 ॥

ਅਸ਼ਾਸ੍ਤ੍ਰ-ਜਿਹੜਾ ਸ਼ਾਸ਼ਤਰਾਂ ਵਿਚ ਨਹੀਂ ਹੈ ; **ਵਿਹਿਤਮ੍**-ਦੱਸਿਆ ਗਿਆ ; **ਘੋਰਮ੍**-ਹੋਰਨਾਂ ਲਈ ਹਾਨੀਕਾਰਕ ; **ਤਪ੍ਯੰਤੇ**-ਤੱਪ ਕਰਦੇ ਹਨ ; **ਯੇ**-ਜਿਹੜੇ ਲੋਕ ; **ਤਪਹ੍**-ਤਪੱਸਿਆ ; **ਜਨਾਹ੍**-ਲੋਕ ; **ਦੰਭ**-ਘੁਮੰਡ ; **ਅਹੰਕਾਰ**-ਅਤੇ ਹੰਕਾਰ ਨਾਲ ; **ਸੰਯੁਕਤਾਹ੍**-ਲਗੇ ; **ਕਾਮ**-ਕਾਮ ; **ਰਾਗ**-ਅਤੇ ਆਸਕਤੀ (ਮੋਹ) ਦਾ ; **ਬਲ**-ਤਾਕਤ ਨਾਲ ; **ਅੰਵਿਤਾਹ**-ਪ੍ਰੇਰਿਤ ; **ਕਰ੍ਸ਼ਯੰਤਹ੍**-ਕਸ਼ਟ ਦਿੰਦੇ ਹਨ ; **ਸ਼ਰੀਰ-ਸ੍ਥਮ੍**-ਸ਼ਰੀਰ ਵਿਚ ਸਥਿਤ ; **ਭੂਤ-ਗ੍ਰਾਮਮ੍**-ਭੌਤਿਕ ਤੱਤਾਂ ਦਾ ਸੰਜੋਗ ; **ਅਚੇਤਸਹ੍**-ਸ਼ੱਕੀ ਮਾਨਸਿਕਤਾ ਵਾਲੇ ; **ਮਾਮ੍**-ਮੈਨੂੰ ; **ਚ**-ਵੀ ; **ਏਵ**-ਨਿਸ਼ਚੇ ਹੀ ; **ਅੰਤਹ੍**-ਅੰਦਰ ; **ਸ਼ਰੀਰ-ਸ੍ਥਮ੍**-ਸ਼ਰੀਰ ਵਿਚ ਸਥਿਤ ; **ਤਾਨ੍**-ਉਨ੍ਹਾਂ ਨੂੰ ; **ਵਿਦ੍ਧਿ**-ਜਾਣੋ ; **ਆਸੁਰ-ਨਿਸ਼੍ਚਯਾਨ੍**-ਦੈਂਤ।

ਅਨੁਵਾਦ

ਜਿਹੜੇ ਲੋਕ ਘੁਮੰਡ ਅਤੇ ਹੰਕਾਰ ਕਰਕੇ ਸ਼ਾਸ਼ਤਰਾਂ ਦੇ ਵਿਰੁੱਧ ਕਠੋਰ ਤਪੱਸਿਆ ਅਤੇ ਵਰਤ ਕਰਦੇ ਹਨ, ਜਿਹੜੇ ਕਾਮ ਅਤੇ ਆਸਕਤੀ (ਮੋਹ) ਰਾਹੀਂ ਪ੍ਰੇਰਿਤ ਹੁੰਦੇ ਹਨ, ਜਿਹੜੇ ਮੂਰਖ ਹਨ ਅਤੇ ਜਿਹੜੇ ਸ਼ਰੀਰ ਦੇ ਭੌਤਿਕ ਤੱਤਾਂ ਨੂੰ ਅਤੇ ਸ਼ਰੀਰ ਦੇ ਅੰਦਰ ਸਥਿਤ ਪਰਮਾਤਮਾ ਨੂੰ ਕਸ਼ਟ ਪਹੁੰਚਾਉਂਦੇ ਹਨ, ਉਹ ਦੈਂਤ ਕਹੇ ਜਾਂਦੇ ਹਨ।

ਭਾਵ

ਕੁਝ ਮਨੁੱਖ ਅਜਿਹੇ ਹਨ ਜਿਹੜੇ ਅਜਿਹੀਆਂ ਤਪੱਸਿਆ ਦੀਆਂ ਵਿਧੀਆ ਦਾ ਨਿਰਮਾਣ ਕਰ ਲੈਂਦੇ ਹਨ, ਜਿਨ੍ਹਾਂ ਦਾ ਵਰਣਨ ਸ਼ਾਸ਼ਤਰਾਂ ਵਿਚ ਨਹੀਂ ਹੈ। ਉਦਾਹਰਣ ਵੱਜੋਂ ਕਿਸੇ ਸੁਆਰਥ ਦੇ ਮੰਤਵ ਨਾਲ, ਜਿਵੇਂ ਰਾਜਨੀਤਿਕ ਕਾਰਨਾਂ ਕਰਕੇ ਵਰਤ ਕਰਨਾ ਸ਼ਾਸ਼ਤਰਾਂ ਵਿਚ ਵਰਣਿਤ ਨਹੀਂ ਹੈ। ਸ਼ਾਸ਼ਤਰ੍ਹਾਂ ਵਿਚ ਤਾਂ ਅਧਿਆਤਮਕ ਉਨੱਤੀ ਲਈ ਵਰਤ ਕਰਨ ਦੀ ਸਿਫ਼ਾਰਿਸ਼ ਕੀਤੀ ਗਈ ਹੈ। ਕਿਸੇ ਰਾਜਨੀਤਿਕ ਜਾਂ ਸਮਾਜਿਕ ਮੰਤਵ ਨਾਲ ਨਹੀਂ। ਭਗਵਤ ਗੀਤਾ ਮੁਤਾਬਿਕ, ਜਿਹੜੇ ਲੋਕ ਅਜਿਹੀ ਤਪੱਸਿਆ ਕਰਦੇ ਹਨ, ਉਹ ਨਿਸ਼ਚੈ ਹੀ ਅਸੁਰ ਹਨ। ਉਨ੍ਹਾਂ ਦੇ ਕਾਰਜ ਸ਼ਾਸ਼ਤਰ ਵਿਰੁੱਧ ਹਨ ਅਤੇ ਆਮ ਜਨਤਾ ਦੇ ਹਿੱਤ ਵਿਚ ਨਹੀਂ ਹਨ। ਅਸਲ ਵਿਚ ਉਹ ਲੋਕ ਘੁਮੰਡ, ਹੰਕਾਰ, ਕਾਮ ਅਤੇ ਭੌਤਿਕ ਭੋਗਾਂ ਪ੍ਰਤੀ ਆਸਕਤੀ ਦੇ ਕਾਰਨ ਅਜਿਹਾ ਕਰਦੇ ਹਨ। ਅਜਿਹਾ ਕਰਨ ਨਾਲ ਸਿਰਫ਼ ਸ਼ਰੀਰ ਦੇ ਉਨ੍ਹਾਂ ਤੱਤਾਂ ਨੂੰ ਹੀ ਨੁਕਸਾਨ ਨਹੀਂ ਹੁੰਦਾ, ਜਿਨ੍ਹਾਂ ਨਾਲ ਸ਼ਰੀਰ ਬਣਿਆ ਹੈ, ਸਗੋਂ ਸ਼ਰੀਰ ਅੰਦਰ ਨਿਵਾਸ ਕਰਨ ਵਾਲੇ ਪਰਮਾਤਮਾ ਨੂੰ ਵੀ ਕਸ਼ਟ ਪਹੁੰਚਦਾ ਹੈ। ਅਜਿਹੇ ਗ਼ੈਰ ਕਾਨੂੰਨੀ ਵਰਤ ਨਾਲ ਜਾਂ ਕਿਸੇ ਰਾਜਨੀਤਿਕ ਮੰਤਵ ਨਾਲ ਕੀਤੀ ਗਈ ਤਪੱਸਿਆ ਆਦਿ ਨਾਲ ਨਿਸ਼ਚੈ ਹੀ ਹੋਰ ਲੋਕਾਂ ਦੀ ਸ਼ਾਂਤੀ ਭੰਗ ਹੁੰਦੀ ਹੈ। ਉਨ੍ਹਾਂ ਦਾ ਜ਼ਿਕਰ ਵੈਦਿਕ ਸਾਹਿਤ ਵਿਚ ਨਹੀਂ ਹੈ। ਆਸੁਰੀ ਮਨੁੱਖ ਸੋਚਦਾ ਹੈ ਕਿ ਇਸ ਵਿਧੀ ਨਾਲ ਉਹ ਆਪਣੇ ਦੁਸ਼ਮਣਾਂ ਜਾਂ ਵਿਰੋਧੀਆਂ ਨੂੰ ਆਪਣੀਆਂ ਇੱਛਾਵਾਂ ਪੂਰੀਆਂ ਕਰਨ ਲਈ ਮਜਬੂਰ ਕਰ ਸਕਦਾ ਹੈ, ਪਰ ਕਦੀ ਕਦੀ ਅਜਿਹੇ ਵਰਤ ਨਾਲ ਮਨੁੱਖ ਦੀ ਮੌਤ ਵੀ ਹੋ ਜਾਂਦੀ ਹੈ। ਇਨ੍ਹਾਂ ਕੰਮਾਂ ਦੀ ਪਰਮਾਤਮਾ ਤੋਂ ਮੰਜ਼ੂਰੀ ਨਹੀਂ ਹੈ, ਉਹ ਕਹਿੰਦੇ ਹਨ ਕਿ ਜਿਹੜੇ ਇਨ੍ਹਾਂ ਕੰਮਾਂ ਵਿਚ ਲਗਦੇ ਹਨ ਉਹ ਅਸੁਰ ਹਨ। ਅਜਿਹੇ ਵਿਖਾਵੇ, ਭਗਵਾਨ ਦਾ ਅਪਮਾਨ ਕਰਨ ਲਈ ਹਨ, ਕਿਉਂਕਿ ਇਨਾਂ ਨੂੰ ਵੈਦਿਕ ਸਾਹਿਤ ਦੀ ਉਲੰਘਣਾ ਕਰਕੇ ਕੀਤਾ ਜਾਂਦਾ ਹੈ। ਇਸ ਪ੍ਰਸੰਗ ਵਿਚ '**ਅਚੇਤਸਹ**' ਸ਼ਬਦ ਮਹੱਤਵਪੂਰਨ ਹੈ। ਆਮ ਮਾਨਸਿਕ ਸਥਿਤੀ ਵਾਲੇ ਮਨੁੱਖਾਂ ਨੂੰ ਸ਼ਾਸ਼ਤਰਾਂ ਦੇ ਹੁਕਮਾਂ ਦੀ ਪਾਲਣਾ ਕਰਨੀ ਚਾਹੀਦੀ ਹੈ। ਜਿਹੜੇ ਅਜਿਹੀ ਸਥਿਤੀ ਵਿਚ ਨਹੀਂ ਹਨ, ਉਹ ਸ਼ਾਸ਼ਤਰਾਂ ਨੂੰ ਅੱਖੋਂ ਓਹਲੇ ਕਰਦੇ ਹਨ ਅਤੇ ਆਗਿਆ ਦੀ ਉਲੰਘਣਾ ਕਰਦੇ ਹਨ ਅਤੇ ਤਪੱਸਿਆ ਦੀ ਆਪਣੀ ਵਿਧੀ ਤਿਆਰ ਕਰ ਲੈਂਦੇ ਹਨ। ਮਨੁੱਖ ਨੂੰ ਹਮੇਸ਼ਾ ਆਸੁਰੀ ਜੀਵਾਂ ਦੀ ਅੰਤਿਮ ਸਥਿਤੀ ਨੂੰ ਚੇਤੇ ਰਖਣਾ ਚਾਹੀਦਾ ਹੈ, ਜਿਵੇਂ ਕਿ ਪਿਛਲੇ ਅਧਿਆਇ ਵਿਚ ਵਰਣਨ ਕੀਤਾ ਗਿਆ ਹੈ। ਭਗਵਾਨ ਅਜਿਹੇ ਲੋਕਾਂ ਨੂੰ ਅਸੁਰ ਮਨੁੱਖਾਂ ਦੇ ਇੱਥੇ ਜਨਮ ਲੈਣ ਲਈ ਮਜਬੂਰ ਕਰਦੇ ਹਨ। ਸਿੱਟੇ ਵੱਜੋਂ, ਉਹ ਭਗਵਾਨ ਨਾਲ ਆਪਣੇ ਸੰਬੰਧਾਂ

ਨੂੰ ਜਾਣੇ ਬਗ਼ੈਰ ਜਨਮ ਜਨਮਾਂਤਰ ਦੈਂਤ ਜੀਵਨ ਵਿਚ ਰਹਿੰਦੇ ਹਨ। ਪਰ ਜੇ ਅਜਿਹੇ ਮਨੁੱਖ ਏਨੇ ਭਾਗਾਂ ਵਾਲੇ ਹੋਣ, ਕਿ ਕੋਈ ਸੱਚਾ ਗੁਰੂ ਉਨ੍ਹਾਂ ਦਾ ਮਾਰਗ ਦਰਸ਼ਨ ਕਰਕੇ ਉਨ੍ਹਾਂ ਨੂੰ ਵੈਦਿਕ ਗਿਆਨ ਦੇ ਰਸਤੇ ਤੇ ਲੈ ਜਾ ਸਕੇ, ਤਾਂ ਉਹ ਇਸ ਸੰਸਾਰ ਬੰਧੰਨ ਤੋਂ ਛੁੱਟਕੇ ਅੰਤ ਵਿਚ ਪਰਮ ਗਤੀ ਨੂੰ ਪ੍ਰਾਪਤ ਹੁੰਦੇ ਹਨ।

आहारस्त्वपि सर्वस्य त्रिविधो भवति प्रियः ।
यज्ञस्तपस्तथा दानं तेषां भेदमिमं शृणु ॥७॥

ਆਹਾਰਸ੍ ਤ੍ਵ ਪਿ ਸਰ੍ਵਸ੍ਯ ਤ੍ਰਿ-ਵਿਧੋ ਭਵਤਿ ਪ੍ਰਿਯਹ੍ ।
ਯਗ੍ਸ੍ ਤਪਸ੍ ਤਥਾ ਦਾਨਮ੍ ਤੇਸ਼ਾਮ੍ ਭੇਦਮ੍ ਇਮਮ੍ ਸ਼੍ਰਿਣੂ ॥ 7 ॥

ਆਹਾਰਹ੍-ਭੋਜਨ ; **ਤੁ**-ਨਿਸ਼ਚੈ ਹੀ ; **ਅਪਿ**-ਵੀ ; **ਸਰ੍ਵਸ੍ਯ**-ਹਰੇਕ ਦਾ ; **ਤ੍ਰਿ ਵਿਧਹ੍**-ਤਿੰਨ ਤਰ੍ਹਾਂ ਦੇ ; **ਭਵਤਿ**-ਹੁੰਦਾ ਹੈ ; **ਪ੍ਰਿਯਹ੍**-ਪਿਆਰਾ ; **ਯਗ੍ਯਹ੍**-ਯੱਗ ; **ਤਪਹ੍**-ਤਪੱਸਿਆ ; **ਤਥਾ**-ਅਤੇ ; **ਦਾਨਮ੍**-ਦਾਨ ; **ਤੇਸ਼ਾਮ੍**-ਉਨ੍ਹਾਂ ਦਾ ; **ਭੇਦਮ੍**-ਫਰਕ ; **ਇਮਮ੍**-ਇਹ ; **ਸ਼੍ਰਿਣੂ**-ਸੁਣੋ ।

ਅਨੁਵਾਦ

ਇੱਥੋਂ ਤਕ ਕਿ ਹਰ ਮਨੁੱਖ ਜਿਹੜਾ ਭੋਜਨ ਪਸੰਦ ਕਰਦਾ ਹੈ, ਉਹ ਵੀ ਪ੍ਰਕਿਰਤੀ ਦੇ ਗੁਣਾਂ ਮੁਤਾਬਿਕ ਤਿੰਨ ਤਰ੍ਹਾਂ ਦਾ ਹੁੰਦਾ ਹੈ। ਇਹ ਗੱਲ ਯੱਗ, ਤਪੱਸਿਆ ਅਤੇ ਦਾਨ ਲਈ ਵੀ ਸੱਚੀ ਹੈ, ਹੁਣ ਉਨ੍ਹਾਂ ਦੇ ਭੇਦਾਂ ਬਾਰੇ ਸੁਣੋ।

ਭਾਵ

ਪ੍ਰਕਿਰਤੀ ਦੇ ਵੱਖੋ-ਵੱਖਰੇ ਗੁਣਾਂ ਮੁਤਾਬਿਕ ਭੋਜਨ, ਯੱਗ, ਤਪੱਸਿਆ ਅਤੇ ਦਾਨ ਵਿਚ ਭੇਦ ਹੁੰਦੇ ਹਨ। ਉਹ ਸਾਰੇ ਇੱਕੋ ਜਿਹੇ ਨਹੀਂ ਹੁੰਦੇ। ਜਿਹੜੇ ਲੋਕ ਇਹ ਸਮਝ ਸਕਦੇ ਹਨ, ਕਿ ਭੌਤਿਕ ਪ੍ਰਕ੍ਰਿਤੀ ਦੇ ਕਿਸ ਗੁਣ ਵਿਚ ਕੀ ਕਰਨਾ ਚਾਹੀਦਾ ਹੈ, ਉਹ ਅਸਲ ਵਿਚ ਬੁੱਧੀਮਾਨ ਹਨ। ਜਿਹੜੇ ਲੋਕ ਹਰ ਤਰ੍ਹਾਂ ਦੇ ਯੱਗ ਜਾਂ ਦਾਨ ਨੂੰ ਇੱਕੋ ਜਿਹਾ ਮੰਨਕੇ ਉਨ੍ਹਾਂ ਵਿਚ ਫਰਕ ਨਹੀਂ ਕਰ ਸਕਦੇ, ਉਹ ਮੂਰਖ ਹਨ। ਅਜਿਹੇ ਵੀ ਪ੍ਰਚਾਰਕ ਲੋਕ ਹਨ, ਜਿਹੜੇ ਇਹ ਕਹਿੰਦੇ ਹਨ, ਕਿ ਮਨੁੱਖ ਜੋ ਚਾਹੇ ਉਹ ਕਰ ਸਕਦਾ ਹੈ ਅਤੇ ਸਿੱਧੀ ਪ੍ਰਾਪਤ ਕਰ ਸਕਦਾ ਹੈ। ਪਰ ਇਹ ਮੂਰਖ ਮਾਰਗ ਦਰਸ਼ਕ, ਸ਼ਾਸ਼ਤਰਾਂ ਦੇ ਹੁਕਮਾਂ ਮੁਤਾਬਿਕ ਕੰਮ ਨਹੀਂ ਕਰਦੇ। ਇਹ ਆਪਣੇ ਤਰੀਕੇ ਬਣਾਉਂਦੇ ਹਨ ਅਤੇ ਆਮ ਜਨਤਾ ਨੂੰ ਭਰਮ ਵਿਚ ਪਾਉਂਦੇ ਰਹਿੰਦੇ ਹਨ।

आयुःसत्त्वबलारोग्यसुखप्रीतिविवर्धनाः ।
रस्याः स्निग्धाः स्थिरा हृद्या आहाराः सात्त्विकप्रियाः ॥८॥

ਆਯੁਹ੍ ਸਤੱਵ ਬਲਾਰੋਗ੍ਯ ਸੁਖ ਪ੍ਰੀਤਿ ਵਿਵਰ੍ਧਨਾਹ੍ ।
ਰਸ੍ਯਾਹ੍ ਸ੍ਨਿਗ੍ਧਾਹ੍ ਸ੍ਥਿਰਾ ਹ੍ਰਿਦ੍ਯਾ ਆਹਾਰਾਹ੍ ਸਾਤ੍ਵਿਕ ਪ੍ਰਿਯਾਹ੍ ॥ 8 ॥

ਆਯੁਹ੍-ਜੀਵਨ ਕਾਲ ; ਸਤੱਵ-ਹੋਂਦ ; ਬਲ-ਤਾਕਤ ; ਆਰੋਗ੍ਯ-ਸਿਹਤ ; ਸੁਖ-ਸੁਖ ; ਪ੍ਰੀਤਿ-ਅਤੇ ਸੰਤੋਸ਼ ; ਵਿਵਰ੍ਧਨਾਹ੍-ਵਧਾਉਂਦੇ ਹੋਏ ; ਰਸ੍ਯਾਹ੍-ਰਸ ਨਾਲ ; ਸ੍ਨਿਗ੍ਧਾਹ੍-ਚਿਕਨਾ ; ਸ੍ਥਿਰਾਹ-ਸਹਿਣਸ਼ੀਲ ; ਹ੍ਰਿਦ੍ਯਾਹ੍-ਦਿਲ ਨੂੰ ਭਾਉਣ ਵਾਲਾ ; ਆਹਾਰਾਹ-ਭੋਜਨ ; ਸਾਤੱ੍ਵਿਕ-ਸਤਗੁਣੀ ; ਪ੍ਰਿਯਾਹ੍-ਚੰਗੇ ਲੱਗਣ ਵਾਲੇ ।

ਅਨੁਵਾਦ

ਜਿਹੜਾ ਭੋਜਨ ਸਾਤਵਿਕ (ਨਿਰਮਲ) ਮਨੁੱਖਾਂ ਨੂੰ ਚੰਗਾ ਲੱਗਦਾ ਹੈ, ਉਹ ਉਮਰ ਵਧਾਉਣ ਵਾਲਾ, ਜੀਵਨ ਨੂੰ ਸ਼ੁੱਧ ਕਰਨ ਵਾਲਾ ਅਤੇ ਤਾਕਤ, ਸੁਖ ਅਤੇ ਤ੍ਰਿਪਤੀ ਦੇਣ ਵਾਲਾ ਹੁੰਦਾ ਹੈ। ਅਜਿਹਾ ਭੋਜਨ ਰਸੀਲਾ, ਚਿਕਨਾ, ਸਿਹਤਮੰਦ ਅਤੇ ਮਨ ਭਾਉਂਦਾ ਹੁੰਦਾ ਹੈ ।

कट्वम्ललवणात्युष्णातीक्ष्णरूक्षविदाहिनः ।
आहारा राजसस्येष्टा दुःखशोकामयप्रदाः ॥ ९ ॥

ਕਟ੍ਵ ਅਮ੍ਲ ਲਵਣਾਤਿ ਉਸ਼੍ਣ ਤੀਕ੍ਸ਼੍ਣ-ਰੁਕਸ਼ਹ੍ ਵਿਦਾਹਿਨਹ੍ ।
ਆਹਾਰਾ ਰਾਜਸਸ੍ਯਸ਼੍ਟਾ ਦੁਹ੍ਖ ਸ਼ੋਕਾਮਯ ਪ੍ਰਦਾਹ੍ ॥ 9 ॥

ਕਟੁ-ਕੌੜੇ ; ਅਮ੍ਲ-ਖੱਟੇ ; ਲਵਣ੍-ਨਮਕੀਨ ; ਅਤਿ-ਉਸ਼੍ਣ-ਬਹੁਤ ਗਰਮ ; ਤੀਕ੍ਸ਼੍ਣ-ਚਟੱਪਟੇ ; ਰੂਕ੍ਸ਼-ਖ਼ੁਸ਼ਕ ; ਵਿਦਾਹਿਨਹ-ਜਲਾਉਣ ਵਾਲੇ ; ਆਹਾਰਾਹ-ਭੋਜਨ ; ਰਾਜਸਸ੍ਯ-ਰਜੋਗੁਣੀ ਦੇ ; ਇਸ਼੍ਟਾਹ-ਚੰਗੇ ਲੱਗਣ ਵਾਲੇ ; ਦੁਹ੍ਖ-ਦੁੱਖ ; ਸ਼ੋਕ-ਸ਼ੋਕ ; ਆਮਯ-ਰੋਗ ; ਪ੍ਰਦਾਹ੍-ਪੈਦਾ ਕਰਨ ਵਾਲੇ ।

ਅਨੁਵਾਦ

ਬਹੁਤ ਜ਼ਿਆਦਾ ਕੌੜੇ, ਖੱਟੇ, ਨਮਕੀਨ, ਗਰਮ, ਚਟਪਟੇ, ਖ਼ੁਸ਼ਕ ਅਤੇ ਜਲਨ ਪੈਦਾ ਕਰਨ ਵਾਲੇ ਭੋਜਨ ਰਜੋਗੁਣੀ ਮਨੁੱਖਾਂ ਨੂੰ ਚੰਗੇ ਲਗਦੇ ਹਨ । ਅਜਿਹੇ ਭੋਜਨ ਦੁੱਖ, ਸ਼ੋਕ ਅਤੇ ਰੋਗ ਪੈਦਾ ਕਰਨ ਵਾਲੇ ਹਨ ।

यातयामं गतरसं पूति पर्युषितं च यत् ।
उच्छिष्टमपि चामेध्यं भोजनं तामसप्रियम् ॥ १० ॥

ਯਾਤ ਯਾਮਮ੍ ਗਤ ਰਸਮ੍ ਪੂਤਿ ਪਰ੍ਯੁਸ਼ਿਤਮ੍ ਚ ਯਤ੍ ।
ਉਚ੍ਛਿਸ਼੍ਟਮ੍ ਅਪਿ ਚਾਮੇਧ੍ਯਮ੍ ਭੋਜਨਮ੍ ਤਾਮਸ ਪ੍ਰਿਯਮ੍ ॥ 10 ॥

ਯਾਤ ਯਾਮਮ੍-ਭੋਜਨ ਖਾਣ ਤੋਂ ਤਿੰਨ ਘੰਟੇ ਪਹਿਲਾਂ ਬਣਿਆ ਹੋਇਆ; ਗਤ ਰਸਮ੍-ਸੁਆਦ ਰਹਿਤ ; ਪੂਤਿ-ਦੁਰਗੰਧ ਵਾਲਾ ; ਪਰ੍ਯੁਸ਼ਿਤਮ੍-ਖਰਾਬ ਹੋਇਆ ; ਚ-ਵੀ ; ਯਤ੍-ਜਿਹੜਾ ; ਉਚ੍ਛਿਸ਼੍ਟਮ੍-ਹੋਰਣਾਂ ਦਾ ਜੂਠਾ ; ਅਪਿ-ਵੀ ; ਚ-ਅਤੇ ; ਅਮੇਧ੍ਯਮ੍-ਨਾ ਛੂਹਣ ਯੋਗ ; ਭੋਜਨਮ੍-ਭੋਜਨ ; ਤਾਮਸ੍-ਤਮੋਗੁਣੀ ਨੂੰ ; ਪ੍ਰਿਯਮ੍-ਪਿਆਰਾ।

ਅਨੁਵਾਦ

ਖਾਣ ਤੋਂ ਤਿੰਨ ਘੰਟੇ ਪਹਿਲੋਂ ਬਣਾਇਆ ਗਿਆ, ਸੁਆਦ ਰਹਿਤ, ਦੁਰਗੰਧ ਵਾਲਾ ਜੂੱਠਾ ਅਤੇ ਨਾ ਛੂਹਣ ਯੋਗ ਚੀਜ਼ਾਂ ਵਾਲਾ ਭੋਜਨ ਉਨ੍ਹਾਂ ਲੋਕਾਂ ਨੂੰ ਚੰਗਾ ਲਗਦਾ ਹੈ, ਜਿਹੜੇ ਤਾਮਸੀ ਹੁੰਦੇ ਹਨ।

ਭਾਵ

ਆਹਾਰ (ਭੋਜਨ) ਦਾ ਮੰਤਵ ਉਮਰ ਵਧਾਉਣਾ, ਦਿਮਾਗ ਨੂੰ ਸ਼ੁੱਧ ਕਰਨਾ ਅਤੇ ਸ਼ਰੀਰ ਨੂੰ ਤਾਕਤ ਪਹੁੰਚਾਣਾ ਹੈ। ਇਸਦਾ ਸਿਰਫ਼ ਇੱਕੋ ਮੰਤਵ ਹੈ। ਪ੍ਰਾਚੀਨ ਕਾਲ ਵਿਚ ਵਿਦਵਾਨ ਪੁਰਖ ਅਜਿਹਾ ਭੋਜਨ ਚੁਣਦੇ ਸਨ, ਜਿਹੜਾ ਸਿਹਤ ਅਤੇ ਉਮਰ ਵਧਾਉਣ ਵਾਲਾ ਹੋਵੇ ਜਿਵੇਂ ਦੁੱਧ ਦੇ ਵਿਅੰਜਨ, ਸ਼ਕਰ, ਚਾਵਲ, ਕਣਕ, ਫਲ ਅਤੇ ਤਰਕਾਰੀਆਂ (ਸਬਜ਼ੀਆਂ)। ਇਹ ਭੋਜਨ ਸਤੋਗੁਣੀ ਮਨੁੱਖ ਨੂੰ ਬਹੁਤ ਚੰਗਾ ਲਗਦਾ ਹੈ। ਹੋਰ ਕੁਝ ਪਦਾਰਥ ਜਿਵੇਂ ਭੁੰਨੀ ਹੋਈ ਮੱਕੀ ਅਤੇ ਗੁੜ੍ਹ ਆਪਣੇ ਆਪ ਸੁਆਦ ਨਾ ਹੁੰਦੇ ਹੋਏ ਵੀ ਜਾਂ ਹੋਰਨਾਂ ਚੀਜ਼ਾਂ ਨਾਲ ਮਿਲਕੇ ਸੁਆਦੀ ਹੋ ਜਾਂਦੇ ਹਨ। ਤਾਂ ਉਹ ਸਾਤਵਿਕ (ਨਿਰਮਲ) ਹੋ ਜਾਂਦੇ ਹਨ। ਇਹ ਸਾਰੇ ਭੋਜਨ ਕੁਦਰਤੀ ਤੌਰ ਤੇ ਸ਼ੁੱਧ ਹਨ। ਇਹ ਮਾਸ ਅਤੇ ਸ਼ਰਾਬ ਵਰਗੇ ਨਾ ਛੂਹਣ ਯੋਗ ਪਦਾਰਥਾਂ ਤੋਂ ਬਿਲਕੁਲ ਵੱਖਰੇ ਹਨ। ਅਠਵੇਂ ਸ਼ਲੋਕ ਵਿਚ ਜਿਨ੍ਹਾਂ ਚਿਕਨੇ ਪਦਾਰਥਾਂ ਦਾ ਵਰਣਨ ਹੈ, ਉਨ੍ਹਾਂ ਦਾ ਪਸ਼ੂਆਂ ਦੀ ਚਰਬੀ ਨਾਲ ਕੋਈ ਸਬੰਧ ਨਹੀਂ ਹੁੰਦਾ। ਇਹ ਪਸ਼ੂਆਂ ਦੀ ਚਰਬੀ ਦੁੱਧ ਦੇ ਰੂਪ ਵਿਚ ਪ੍ਰਾਪਤ ਹੈ, ਜਿਹੜੀ ਭੋਜਨ ਵਿਚ ਬਹੁਤ ਚਮਤਕਾਰੀ ਹੈ। ਦੁੱਧ, ਮੱਖਣ, ਪਨੀਰ ਅਤੇ ਹੋਰ ਪਦਾਰਥਾਂ ਨਾਲ ਜਿਹੜੀ ਪਸ਼ੂਆਂ ਦੀ ਚਰਬੀ ਮਿਲਦੀ ਹੈ, ਉਸ ਨਾਲ ਨਿਰਦੋਸ਼ ਪਸ਼ੂਆਂ ਦੇ ਮਾਰੇ ਜਾਣ ਦਾ ਸਵਾਲ ਪੈਦਾ ਨਹੀਂ ਹੁੰਦਾ। ਇਹ ਸਿਰਫ ਪਸ਼ੂ ਬਿਰਤੀ ਹੈ, ਜਿਸ ਕਰਕੇ ਪਸ਼ੂਆਂ ਦੀ ਹੱਤਿਆ ਚਲ ਰਹੀ ਹੈ। ਜ਼ਰੂਰੀ ਚਰਬੀ ਪ੍ਰਾਪਤ ਕਰਨ ਲਈ ਸੱਭਿਅ (ਸ਼ਿਸ਼ਟ) ਲਈ ਦੁੱਧ ਹੈ। ਪਸ਼ੂਆਂ ਦੀ ਹੱਤਿਆ ਕਰਨਾ ਗੈਰ ਮਨੁੱਖੀ ਹੈ। ਮਟਰ, ਦਾਲ, ਦਲੀਆ ਆਦਿ ਤੋਂ ਕਾਫੀ ਮਾਤਰਾ ਵਿਚ ਪ੍ਰੋਟੀਨ ਪ੍ਰਾਪਤ ਹੁੰਦਾ ਹੈ।

ਜਿਹੜਾ ਰਾਜਸੀ ਭੋਜਨ ਕੌੜਾ, ਬਹੁਤ ਨਮਕੀਨ ਜਾਂ ਬਹੁਤ ਗਰਮ ਜਾਂ ਲਾਲ ਮਿਰਚ ਦੀ ਵਧੇਰੇ ਮਾਤਰਾ ਵਾਲਾ ਹੁੰਦਾ ਹੈ, ਉਹ ਪੇਟ ਦੀ ਸ਼ਲੇਸ਼ਮਾ (ਸਲੇਵਾ) ਨੂੰ ਘਟਾ ਕੇ ਰੋਗ ਪੈਦਾ ਕਰਦਾ ਹੈ। ਤਾਮਸੀ ਭੋਜਨ ਜਰੂਰੀ ਤੌਰ ਤੇ ਬਾਸੀ ਹੁੰਦਾ ਹੈ। ਖਾਣ ਤੋਂ ਤਿੰਨ ਘੰਟੇ ਪਹਿਲੋਂ ਬਣਿਆਂ ਭੋਜਨ (ਭਗਵਾਨ ਨੂੰ ਅਰਪਿਤ ਪ੍ਰਸਾਦ ਨੂੰ ਛੱਡਕੇ) ਤਾਮਸੀ ਮੰਨਿਆ ਜਾਂਦਾ ਹੈ। ਖ਼ਰਾਬ ਹੋਣ ਕਰਕੇ ਉਸ ਵਿਚੋਂ ਦੁਰਗੰਧ ਆਉਂਦੀ ਹੈ। ਜਿਸ ਨਾਲ ਤਾਮਸੀ ਲੋਕ ਅਕਸਰ ਉਸ ਵੱਲ ਖਿੱਚੇ ਜਾਂਦੇ ਹਨ, ਪਰ ਸਾਤਵਿਕ ਪੁਰਖ, ਉਸ ਤੋਂ ਮੂੰਹ ਮੋੜ ਲੈਂਦੇ ਹਨ।

ਜੂੱਠਾ ਭੋਜਨ ਉਸੇ ਹਾਲਾਤ ਵਿਚ ਖਾਇਆ ਜਾ ਸਕਦਾ ਹੈ ਜਦੋਂ ਉਸ ਭੋਜਨ ਦਾ ਇੱਕ ਅੰਸ਼ ਹੋਵੇ ਜਿਹੜਾ ਭਗਵਾਨ ਨੂੰ ਅਰਪਿਤ ਕੀਤਾ ਜਾ ਚੁੱਕਾ ਹੋਵੇ ਜਾਂ ਕਿਸੇ ਸਾਧੂ-ਪੁਰਸ਼ ਖ਼ਾਸ ਕਰਕੇ ਗੁਰੂ ਰਾਹੀਂ ਗ੍ਰਹਿਣ ਕੀਤਾ ਜਾ ਚੁੱਕਾ ਹੋਵੇ। ਨਹੀਂ ਤਾਂ ਅਜਿਹਾ ਜੂੱਠਾ ਭੋਜਨ ਤਾਮਸੀ ਲੋਕਾਂ ਨੂੰ, ਸੁਆਦ ਲਗਦਾ ਹੈ, ਪਰ ਸਤੋਗੁਣੀ ਉਸਨੂੰ ਨਾ ਤਾਂ ਛੂਹਣਾ ਪਸੰਦ ਕਰਦੇ ਹਨ ਨਾ ਖਾਣਾ। ਸਭ ਤੋਂ ਉੱਤਮ

ਭੋਜਨ ਭਗਵਾਨ ਨੂੰ ਅਰਪਿਤ ਭੋਜਨ ਦਾ ਪ੍ਰਸਾਦ ਹੈ। ਭਗਵਤ ਗੀਤਾ ਵਿਚ ਪਰਮੇਸ਼ਵਰ ਕਹਿੰਦੇ ਹਨ, ਕਿ ਉਹ ਤਰਕਾਰੀਆ (ਸਬਜ਼ੀਆਂ), ਆਟੇ ਅਤੇ ਦੁੱਧ ਦੀਆਂ ਬਣੀਆਂ ਚੀਜ਼ਾਂ ਭਗਤੀ ਨਾਲ ਭੇਟ ਕੀਤੇ ਜਾਣ ਤੇ ਸਵੀਕਾਰ ਕਰਦੇ ਹਨ। **ਪਤ੍ਰਮ੍, ਪੁਸ਼੍ਪਮ੍ ਫਲਮ੍ ਤੋਯਮ੍**। ਨਿਸ਼ਚੈ ਹੀ ਭਗਤੀ ਅਤੇ ਪ੍ਰੇਮ ਹੀ ਪ੍ਰਮੁੱਖ ਚੀਜ਼ਾਂ ਹਨ, ਜਿਨ੍ਹਾਂ ਨੂੰ ਭਗਵਾਨ ਸਵੀਕਾਰ ਕਰਦੇ ਹਨ। ਪਰ ਇਸਦਾ ਵੀ ਵਰਣਨ ਹੈ,ਕਿ ਭੋਗ ਨੂੰ ਇੱਕ ਖ਼ਾਸ ਤਰੀਕੇ ਨਾਲ ਬਣਾਇਆ ਜਾਵੇ। ਕੋਈ ਵੀ ਭੋਜਨ ਜਿਹੜਾ ਸ਼ਾਸ਼ਤਰਾਂ ਦੇ ਢੰਗ ਨਾਲ ਤਿਆਰ ਕੀਤਾ ਜਾਂਦਾ ਹੈ ਅਤੇ ਭਗਵਾਨ ਨੂੰ ਅਰਪਿਤ ਕੀਤਾ ਜਾਂਦਾ ਹੈ, ਗ੍ਰਹਿਣ ਕੀਤਾ ਜਾ ਸਕਦਾ ਹੈ ਭਾਵੇਂ ਉਹ ਕਿੰਨੇ ਹੀ ਘੰਟੇ ਪਹਿਲੋਂ ਕਿਉਂ ਨਾ ਤਿਆਰ ਕੀਤਾ ਗਿਆ ਹੋਵੇ, ਕਿਉਂਕਿ ਅਜਿਹਾ ਭੋਜਨ ਅਲੌਕਿਕ ਹੁੰਦਾ ਹੈ, ਇਸ ਲਈ ਭੋਜਨ ਨੂੰ ਰੋਗ ਨੂੰ ਰੋਕਣ ਯੋਗ, ਖਾਣ ਯੋਗ ਅਤੇ ਸਾਰੇ ਮਨੁੱਖਾਂ ਲਈ ਸੁਆਦ ਬਣਾਉਣ ਲਈ ਸਭ ਤੋਂ ਪਹਿਲੋਂ ਭਗਵਾਨ ਨੂੰ ਅਰਪਿਤ ਕਰਨਾ ਚਾਹੀਦਾ ਹੈ।

अफलाकाङ्क्षिभिर्यज्ञो विधिदिष्टो य इज्यते ।
यष्टव्यमेवेति मनः समाधाय स सात्त्विकः ॥ ११ ॥

ਅਫਲਾਕਾਂਕ੍ਸ਼ਿਭਿਰ੍ ਯਗ੍ਯੋ ਵਿਧਿ-ਦਿਸ਼੍ਟੋ ਯ ਇਜ੍ਯਤੇ ।
ਯਸ਼੍ਟਵ੍ਯ੍ਮ ਏਵੇਤੀ ਮਨਹ੍ ਸਮਾਧਾਯ ਸ ਸਾਤ੍ਤ੍ਵਿਕਹ੍ ॥ 11 ॥

ਅਫਲ-ਅਕਾਂਕ੍ਕ੍ਸ਼ਭਿਹ੍-ਫਲ ਦੀ ਇੱਛਾ ਤੋਂ ਰਹਿਤ ; **ਯਗ੍ਯਹ**-ਯੱਗ ; **ਵਿਧਿ ਦਿਸ਼੍ਟਹ੍**-ਸ਼ਾਸ਼ਤਰਾਂ ਦੇ ਹੁਕਮਾਂ ਮੁਤਾਬਿਕ ; **ਯਹ੍**-ਜਿਹੜਾ ; **ਇਜ੍ਯਤੇ**-ਸੰਪੰਨ ਕੀਤਾ ਜਾਂਦਾ ਹੈ ; **ਯਸ਼੍ਟਵ੍ਯਮ੍**-ਸੰਪੰਨ ਕੀਤਾ ਜਾਣਾ ਚਾਹੀਦਾ ; **ਏਵ**-ਨਿਸ਼ਚੈ ਹੀ ; **ਇਤਿ**-ਇੰਝ ; **ਮਨਹ੍**-ਮਨ ਵਿਚ ; **ਸਮਾਧਾਯ**-ਸਥਿਰ ਕਰਕੇ ; **ਸਹ੍**-ਉਹ ; **ਸਾਤ੍ਤ੍ਵਿਕਹ੍**-ਸਤੋਗੁਣੀ।

ਅਨੁਵਾਦ

ਯੱਗਾਂ ਵਿਚੋਂ ਉਹੀ ਯੱਗ ਸਾਤਵਿਕ ਹੁੰਦਾ ਹੈ, ਜਿਹੜਾ ਸ਼ਾਸ਼ਤਰਾਂ ਦੇ ਹੁਕਮਾਂ ਮੁਤਾਬਿਕ ਫ਼ਰਜ਼ ਸਮਝਕੇ ਉਨ੍ਹਾਂ ਲੋਕਾਂ ਰਾਹੀਂ ਕੀਤਾ ਜਾਂਦਾ ਹੈ, ਜਿਹੜੇ ਫਲ ਦੀ ਇੱਛਾ ਨਹੀਂ ਕਰਦੇ।

ਭਾਵ

ਆਮਤੌਰ ਤੇ ਯੱਗ ਕਿਸ ਮੰਤਵ ਲਈ ਕੀਤਾ ਜਾਂਦਾ ਹੈ। ਪਰ ਇੱਥੇ ਦੱਸਿਆ ਗਿਆ ਹੈ ਕਿ ਯੱਗ, ਬਗ਼ੈਰ ਕਿਸੇ ਇੱਛਾ ਦੇ ਸੰਪੰਨ ਕੀਤਾ ਜਾਣਾ ਚਾਹੀਦਾ ਹੈ। ਇਸ ਨੂੰ ਫਰਜ਼ ਸਮਝਕੇ ਕੀਤਾ ਜਾਣਾ ਚਾਹੀਦਾ ਹੈ। ਉਦਾਹਰਣ ਵੱਜੋਂ ਮੰਦਰਾਂ ਜਾਂ ਗਿਰਜਾ ਘਰਾਂ ਵਿਚ ਮਨਾਏ ਜਾਣ ਵਾਲੇ ਅਨੁਸ਼ਠਾਨ (ਸ਼ਾਸ਼ਤਰ ਵਿਧੀਆਂ) ਆਮਤੌਰ ਤੇ ਭੌਤਿਕ ਲਾਭ ਨੂੰ ਮੁੱਖ ਰਖਕੇ ਕੀਤੇ ਜਾਂਦੇ ਹਨ, ਪਰ ਇਹ ਸਤੋਗੁਣ ਵਿਚ ਨਹੀਂ ਹਨ। ਮਨੁੱਖ ਨੂੰ ਚਾਹੀਦਾ ਹੈ ਕਿ ਉਹ ਫਰਜ ਸਮਝਕੇ, ਮੰਦਰ ਜਾਂ ਗਿਰਜਾਘਰ ਜਾਵੇ, ਭਗਵਾਨ ਨੂੰ ਨਮਸਕਾਰ ਕਰੇ ਅਤੇ ਫੁੱਲ ਅਤੇ ਪ੍ਰਸ਼ਾਦ ਚੜ੍ਹਾਵੇ। ਹਰ ਮਨੁੱਖ ਸੋਚਦਾ ਹੈ ਕਿ ਸਿਰਫ਼ ਈਸ਼ਵਰ ਦੀ ਪੂਜਾ ਕਰਨ ਲਈ ਮੰਦਰ ਜਾਣਾ ਬੇਕਾਰ ਹੈ। ਪਰ ਸ਼ਾਸ਼ਤਰਾਂ

ਵਿਚ ਆਰਥਿਕ ਲਾਭ ਲਈ ਪੂਜਾ ਕਰਨ ਦਾ ਹੁਕਮ ਨਹੀਂ ਹੈ। ਮਨੁੱਖ ਨੂੰ ਚਾਹੀਦਾ ਹੈ ਕਿ ਸਿਰਫ਼ ਅਰਚਾ ਵਿਗਰਹ (ਮੂਰਤੀ ਰੂਪ) ਨੂੰ ਨਮਸਕਾਰ ਕਰਨ ਜਾਵੇ। ਇਸ ਨਾਲ ਮਨੁੱਖ ਸਤੋਗੁਣ ਨੂੰ ਪ੍ਰਾਪਤ ਹੁੰਦਾ ਹੋਵੇਗਾ। ਹਰ ਸਭਿਅਕ (ਸੁਚੱਜੇ) ਨਾਗਰਿਕ ਦਾ ਫਰਜ਼ ਹੈ ਕਿ ਉਹ ਸ਼ਾਸ਼ਤਰਾਂ ਦੇ ਹੁਕਮਾਂ ਦਾ ਪਾਲਣ ਕਰੇ ਅਤੇ ਭਗਵਾਨ ਨੂੰ ਨਮਸਕਾਰ ਕਰੇ।

अभिसन्धाय तु फलं दम्भार्थमपि चैव यत् ।
इज्यते भरतश्रेष्ठ तं यज्ञं विद्धि राजसम् ॥ १२॥

ਅਭਿਸੰਧਾਯ ਤੁ ਫਲਮ੍ ਦਮ੍ਭਾਰ੍ਥਮ੍ ਅਪਿ ਚੈਵ ਯਤ੍ ।
ਇਜ੍ਯਤੇ ਭਰਤ-ਸ਼੍ਰੇਸ਼੍ਠ ਤਮ੍ ਯਗ੍ਯਮ੍ ਵਿਦ੍ਧਿ ਰਾਜਸਮ੍ ॥ 12 ॥

ਅਭਿਸੰਧਾਯ-ਇੱਛਾ ਕਰਕੇ ; **ਤੁ**-ਪਰ ; **ਫਲਮ੍**-ਫਲ ਨੂੰ ; **ਦੰਭ**-ਘੁਮੰਡ ; **ਅਰ੍ਥਮ੍**-ਦੇ ਲਈ ; **ਅਪਿ**-ਵੀ ; **ਚ**-ਅਤੇ ; **ਏਵ**-ਨਿਸ਼ਚੈ ਹੀ ; **ਯਤ੍**-ਜਿਹੜਾ ; **ਇਜ੍ਯਤੇ**-ਕੀਤਾ ਜਾਂਦਾ ਹੈ ; **ਭਰਤ ਸ਼੍ਰੇਸ਼੍ਠ**-ਹੇ ਭਰਤਵੰਸ਼ ਵਿਚ ਪ੍ਰਮੁੱਖ ; **ਤਮ੍**-ਉਸ ; **ਯਗ੍ਯਮ੍**-ਯੱਗ ਨੂੰ ; **ਵਿਦ੍ਧਿ**-ਸਮਝੋ ; **ਰਾਜਸਮ੍**-ਰਜੋਗੁਣੀ।

ਅਨੁਵਾਦ

ਪਰ ਹੇ ਭਰਤ ਸ਼੍ਰੇਸ਼ਠ ! ਜਿਹੜਾ ਯੱਗ ਕਿਸੇ ਭੌਤਿਕ ਲਾਭ ਲਈ ਜਾਂ ਘੁਮੰਡ ਨਾਲ ਕੀਤਾ ਜਾਂਦਾ ਹੈ, ਉਸਨੂੰ ਤੁਸੀਂ ਰਾਜਸੀ ਜਾਣੋ।

ਭਾਵ

ਕਦੀ ਕਦੀ ਸਵਰਗ ਲੋਕ ਪਹੁੰਚਣ ਜਾਂ ਕਿਸੇ ਭੌਤਿਕ ਲਾਭ ਲਈ ਯੱਗ ਅਤੇ ਅਨੁਸ਼ਠਾਨ (ਸ਼ਾਸ਼ਤਰ ਵਿਧੀਆਂ ਦਾ ਪਾਲਣ) ਕੀਤੇ ਜਾਂਦੇ ਹਨ। ਅਜਿਹੇ ਯੱਗ ਜਾਂ ਅਨੁਸ਼ਠਾਨ (ਸ਼ਾਸਤਰ ਵਿਧੀਆਂ) ਰਾਜਸੀ ਮੰਨੇ ਜਾਂਦੇ ਹਨ।

विधिहीनमसृष्टान्नं मन्त्रहीनमदक्षिणम् ।
श्रद्धाविरहितं यज्ञं तामसं परिचक्षते ॥ १३॥

ਵਿਧਿਹੀਨਮ ਅਸ੍ਰਿਸ਼੍ਟਾਨਮ੍ ਮੰਤਰਹੀਨਮ੍ ਅਦਕ੍ਸ਼ਿਣਮ੍ ।
ਸ਼੍ਰਦ੍ਧਾ ਵਿਰਹਿਤਮ੍ ਯਗ੍ਯਮ੍ ਤਾਮਸਮ੍ ਪਰਿਚਕ੍ਸ਼ਤੇ ॥ 13 ॥

ਵਿਧਿ-ਹੀਨਮ੍-ਸ਼ਾਸ਼ਤਰਾਂ ਦੇ ਹੁਕਮਾਂ ਤੋਂ ਬਗੈਰ ; **ਅਸ੍ਰਿਸ਼੍ਟ-ਅੰਨਮ੍**-ਪ੍ਰਸ਼ਾਦ ਵੰਡੇ ਬਗੈਰ ; **ਮੰਤਰਮ੍-ਹੀਨਮ੍**-ਵੈਦਿਕ ਮੰਤਰਾਂ ਦਾ ਉਚਾਰਣ ਕੀਤੇ ਬਗੈਰ ; **ਅਦਕ੍ਸ਼ਿਣਮ੍**-ਪੁਰੋਹਿਤਾਂ ਨੂੰ ਦਕ੍ਸ਼ਿਣਾ ਦਿੱਤੇ ਬਗੈਰ ; **ਸ਼੍ਰਦ੍ਧਾ**-ਸ਼ਰਧਾ ; **ਵਿਰਹਿਤਮ੍**-ਬਗੈਰ ; **ਯਗ੍ਯਮ੍**- ਯੱਗ ਨੂੰ ; **ਤਾਮਸਮ੍**-ਤਾਮਸੀ ; **ਪਰਿਚਕ੍ਸ਼ਤੇ**-ਮੰਨਿਆਂ ਜਾਂਦਾ ਹੈ।

ਅਨੁਵਾਦ

ਜਿਹੜਾ ਯੱਗ ਸ਼ਾਸ਼ਤਰਾਂ ਦੇ ਹੁਕਮਾਂ ਨੂੰ ਨਾ ਮੰਨਕੇ, ਪ੍ਰਸ਼ਾਦ ਵੰਡੇ ਬਗ਼ੈਰ, ਵੈਦਿਕ ਮੰਤਰਾਂ ਦੇ ਉਚਾਰਣ ਕੀਤੇ ਬਗ਼ੈਰ, ਪੁਰੋਹਿਤਾਂ ਨੂੰ ਭੇਟਾਂ ਦਿੱਤੇ ਬਗ਼ੈਰ ਅਤੇ ਸ਼ਰਧਾ ਤੋਂ ਬਗ਼ੈਰ ਸੰਪੰਨ ਕੀਤਾ ਜਾਂਦਾ ਹੈ, ਉਹ ਤਾਮਸੀ ਮੰਨਿਆਂ ਜਾਂਦਾ ਹੈ ।

ਭਾਵ

ਤਮੋਗੁਣ ਵਿਚ ਸ਼ਰਧਾ ਅਸਲ ਵਿਚ ਅਸ਼ਰਧਾ ਹੈ । ਕਦੀ ਕਦੀ ਲੋਕ ਕਿਸੇ ਦੇਵਤਾ ਦੀ ਪੂਜਾ ਧੰਨ ਇੱਕਠਾ ਕਰਨ ਲਈ ਕਰਦੇ ਹਨ ਅਤੇ ਫਿਰ ਉਹ ਇਸ ਧਨ ਨੂੰ ਸ਼ਾਸ਼ਤਰਾਂ ਦੇ ਹੁਕਮਾਂ ਮੁਤਾਬਿਕ ਨਾ ਵਰਤਕੇ ਮਨੋਰੰਜਨ ਤੇ ਖਰਚ ਕਰਦੇ ਹਨ । ਅਜਿਹੇ ਧਾਰਮਿਕ ਅਨੁਸ਼ਠਾਨਾਂ (ਸ਼ਾਸ਼ਤਰ ਵਿਧੀ) ਨੂੰ ਸਾਤਵਿਕ (ਨਿਰਮਲ) ਨਹੀਂ ਮੰਨਿਆਂ ਜਾਂਦਾ । ਇਹ ਤਾਮਸੀ ਹੁੰਦੇ ਹਨ । ਇਨ੍ਹਾਂ ਨਾਲ ਤਾਮਸੀ ਸੁਭਾਅ ਪੈਦਾ ਹੁੰਦਾ ਹੈ ਅਤੇ ਮਨੁੱਖੀ ਸਮਾਜ ਨੂੰ ਕੋਈ ਲਾਭ ਨਹੀਂ ਹੁੰਦਾ ।

देवद्विजगुरुप्राज्ञपूजनं शौचमार्जवम् ।
ब्रह्मचर्यमहिंसा च शारीरं तप उच्यते ॥ १४॥

ਦੇਵ ਦ੍ਵਿਜ-ਗੁਰੂ ਪ੍ਰਾਗ੍ਯ ਪੂਜਨਮ੍ ਸ਼ੌਚਮ੍ ਆਰ੍ਜਵਮ੍ ।
ਬ੍ਰਹਮਚਰ੍ਯਮ੍ ਅਹਿੰਸਾ ਚ ਸ਼ਾਰੀਰਮ੍ ਤਪ ਉਚ੍ਯਤੇ ॥ 14 ॥

ਦੇਵ-ਪਰਮੇਸ਼ਵਰ ਦਾ ; ਦ੍ਵਿਜ-ਬ੍ਰਾਹਮਣ ; ਗੁਰੂ-ਗੁਰੂ ; ਪ੍ਰਾਗ੍ਯ-ਅਤੇ ਪੂਜਣ ਯੋਗ ਪੁਰਖਾਂ ਦੀ ; ਪੂਜਨਮ੍-ਪੂਜਾ ; ਸ਼ੌਚਮ੍-ਪਵਿੱਤਰਤਾ ; ਆਰ੍ਜਵਮ੍-ਸਾਦਗੀ ; ਬ੍ਰਹ੍ਮਚਰ੍ਯਮ੍-ਬ੍ਰਹਮਚਾਰੀ ; ਅਹਿੰਸਾ-ਅਹਿੰਸਾ ; ਚ-ਵੀ ; ਸ਼ਰੀਰਮ੍-ਸ਼ਰੀਰ ਸਬੰਧੀ ; ਤਪਹ੍-ਤੱਪਸਿਆ ; ਉਚ੍ਯਤੇ-ਕਿਹਾ ਜਾਂਦਾ ਹੈ ।

ਅਨੁਵਾਦ

ਪਰਮੇਸ਼ਵਰ, ਬ੍ਰਾਹਮਣਾਂ, ਅਧਿਆਤਮਕ ਗੁਰੂ, ਮਾਂ-ਬਾਪ ਵਰਗੇ ਗੁਰੂ ਲੋਕਾਂ ਦੀ ਪੂਜਾ ਕਰਨ ਅਤੇ ਪਵਿੱਤਰਤਾ, ਸਾਦਗੀ, ਬ੍ਰਹਮਚਰਜ ਅਤੇ ਅਹਿੰਸਾ ਹੀ ਸ਼ਰੀਰਕ ਤਪੱਸਿਆ ਹੈ।

ਭਾਵ

ਇੱਥੇ ਭਗਵਾਨ ਤਪੱਸਿਆ ਦੇ ਭੇਦ ਦੱਸਦੇ ਹਨ । ਸਭ ਤੋਂ ਪਹਿਲਾਂ ਉਹ ਸ਼ਰੀਰਕ ਤਪੱਸਿਆਂ ਦਾ ਵਰਣਨ ਕਰਦੇ ਹਨ । ਮਨੁੱਖ ਨੂੰ ਚਾਹੀਦਾ ਹੈ ਕਿ ਉਹ ਈਸ਼ਵਰ ਜਾਂ ਦੇਵਤਿਆਂ, ਯੋਗ ਬ੍ਰਾਹਮਣਾਂ, ਗੁਰੂ ਅਤੇ ਮਾਂ-ਬਾਪ ਵਰਗੇ ਗੁਰੂ ਲੋਕਾਂ ਜਾਂ ਵੈਦਿਕ ਗਿਆਨ ਵਿਚ ਮਾਹਿਰ ਮਨੁੱਖਾਂ ਨੂੰ ਪ੍ਰਣਾਮ ਕਰੇ ਜਾਂ ਪ੍ਰਣਾਮ ਕਰਨਾ ਸਿੱਖੇ । ਇਨ੍ਹਾਂ ਸਭਨਾਂ ਦਾ ਉਚਿਤ ਸਤਿਕਾਰ ਕਰਨਾ ਚਾਹੀਦਾ ਹੈ । ਉਸਨੂੰ ਚਾਹੀਦਾ ਹੈ ਕਿ ਅੰਦਰੂਨੀ ਅਤੇ ਬਾਹਰੀ ਤੌਰ ਤੇ ਆਪਣੇ ਆਪ ਨੂੰ ਸ਼ੁੱਧ ਕਰਨ ਦਾ ਅਭਿਆਸ ਕਰੇ

ਅਤੇ ਆਚਰਣ ਵਿਚ ਸਰਲ ਬਣਨਾ ਸਿੱਖੇ। ਉਹ ਕੋਈ ਅਜਿਹਾ ਕੰਮ ਨਾ ਕਰੇ, ਜਿਹੜਾ ਸ਼ਾਸ਼ਤਰਾਂ ਮੁਤਾਬਿਕ ਨਾ ਹੋਵੇ। ਉਹ ਵਿਵਾਹਕ ਜੀਵਨ ਤੋਂ ਬਗੈਰ ਹੋਰ ਕਿਧਰੇ ਮੈਥੁਨ ਵਿਚ ਨਾ ਲੱਗੇ, ਕਿਉਂਕਿ ਸ਼ਾਸ਼ਤਰਾਂ ਵਿਚ ਸਿਰਫ ਵਿਆਹ ਵਿਚ ਹੀ ਮੈਥੁਨ (ਸੰਭੋਗ) ਦੀ ਇਜਾਜ਼ਤ ਹੈ। ਇਸ ਤੋਂ ਬਗੈਰ ਨਹੀਂ। ਇਹ ਬ੍ਰਹਮਚਰਜ ਕਹਾਉਂਦਾ ਹੈ। ਇਹ ਸਭ ਸ਼ਰੀਰਕ ਤਪੱਸਿਆਵਾਂ ਹਨ।

अनुद्वेगकरं वाक्यं सत्यं प्रियहितं च यत् ।
स्वाध्यायाभ्यसनं चैव वाङ्मयं तप उच्यते ॥ १५ ॥

ਅਨੁਦਵੇਗ ਕਰਮ੍ ਵਾਕ੍ਯਮ੍ ਸਤ੍ਯਮ੍ ਪ੍ਰਿਯ ਹਿਤਮ੍ ਚ ਯਤ੍।
ਸਵਾਧ੍ਯਾਯਾਭ੍ਯਸਨਮ੍ ਚੈਵ ਵਾਨ੍-ਮਯਮ੍ ਤਪ ਉਚ੍ਯਤੇ ॥ 15 ॥

ਅਨੁਦਵੇਗ-ਕਰਮ-ਉਤੇਜਿਤ ਨਾ ਕਰਨ ਵਾਲੇ ; **ਵਾਕ੍ਯਮ**-ਸ਼ਬਦ ; **ਸਤ੍ਯਮ੍**-ਸੱਚੇ ; **ਪ੍ਰਿਯ**-ਪਿਆਰੇ; **ਹਿਤਮ੍**-ਫਾਇਦੇ ਮੰਦ ; **ਚ**-ਵੀ ; **ਯਤ**-ਜਿਹੜੇ ; **ਸਵਾਧ੍ਯਾਯ**-ਵੈਦਿਕ ਅਧਿਐਨ ਦਾ; **ਅਭ੍ਯਸਨਮ**-ਅਭਿਆਸ ; **ਚ**-ਵੀ ; **ਏਵ**-ਨਿਸ਼ਚੈ ਹੀ ; **ਵਾਕ ਮਯਮ**-ਬਾਣੀ ਦੀ ; **ਤਪਹ੍**-ਤਪੱਸਿਆ ; **ਉਚ੍ਯਤੇ**-ਕਹੀ ਜਾਂਦੀ ਹੈ।

ਅਨੁਵਾਦ

ਸੱਚੇ, ਚੰਗੇ ਲੱਗਣ ਵਾਲੇ, ਹਿਤਕਾਰੀ ਅਤੇ ਹੋਰਨਾਂ ਨੂੰ ਉਤੇਜਿਤ ਨਾ ਕਰਨ ਵਾਲੇ ਸ਼ਬਦ ਬੋਲਣਾ ਅਤੇ ਵੈਦਿਕ ਸਾਹਿਤ ਦਾ ਨਿਯਮ ਪੂਰਵਕ ਪਾਠ ਕਰਨਾ - ਇਹੋ ਬਾਣੀ ਦੀ ਤਪੱਸਿਆਂ ਹੈ।

ਭਾਵ

ਮਨੁੱਖ ਨੂੰ ਅਜਿਹਾ ਨਹੀਂ ਬੋਲਣਾ ਚਾਹੀਦਾ ਕਿ ਦੂਜਿਆਂ ਦੇ ਮਨ ਦੁੱਖੀ ਹੋ ਜਾਣ। ਨਿਸ਼ਚੈ ਹੀ ਜਦੋਂ ਸਿੱਖਿਅਕ (ਅਧਿਆਪਕ) ਬੋਲੇ ਤਾਂ ਉਹ ਆਪਣੇ ਵਿਦਿਆਰਥੀਆਂ ਨੂੰ ਉਪਦੇਸ਼ ਦੇਣ ਲਈ ਸੱਚ ਬੋਲ ਸਕਦਾ ਹੈ। ਪਰ ਉਸੇ ਸਿੱਖਿਅਕ ਨੂੰ ਚਾਹੀਦਾ ਹੈ ਕਿ ਉਹ ਉਨ੍ਹਾਂ ਨਾਲ ਜਿਹੜੇ ਉਸਦੇ ਵਿਦਿਆਰਥੀ ਨਹੀਂ, ਮਨ ਨੂੰ ਦੁੱਖੀ ਕਰਨ ਵਾਲਾ ਸੱਚ ਨਾ ਬੋਲੇ। ਇਹੋ ਬਾਣੀ ਦੀ ਤਪੱਸਿਆ ਹੈ। ਇਸ ਤੋਂ ਬਗੈਰ ਬੇਹੂਦਗੀ ਭਰੀ ਗੱਲਬਾਤ ਨਹੀਂ ਕਰਨੀ ਚਾਹੀਦੀ। ਅਧਿਆਤਮਕ ਖੇਤਰ ਵਿਚ ਬੋਲਣ ਦੀ ਇਹ ਵਿਧੀ ਹੈ ਕਿ ਜੋ ਕੁਝ ਵੀ ਕਿਹਾ ਜਾਵੇ, ਉਹ ਸ਼ਾਸ਼ਤਰ ਮੁਤਾਬਿਕ ਹੋਵੇ। ਉਸਨੂੰ ਤੁਰੰਤ ਹੀ ਆਪਣੀ ਗੱਲ ਦੀ ਪੁਸ਼ਟੀ ਲਈ ਸ਼ਾਸ਼ਤਰ ਦਾ ਪ੍ਰਮਾਣ ਦੇਣਾ ਚਾਹੀਦਾ ਹੈ ਅਤੇ ਨਾਲ ਹੀ ਇਹ ਗੱਲ ਸੁਣਨ ਵਿਚ ਪ੍ਰਸੰਨਤਾ ਦੇਣ ਵਾਲੀ ਹੋਣੀ ਚਾਹੀਦੀ ਹੈ। ਅਜਿਹੀ ਵਿਵੇਚਨਾ (ਚਰਚਾ) ਨਾਲ ਮਨੁੱਖ ਨੂੰ ਸਭ ਤੋਂ ਵੱਡਾ ਲਾਭ ਅਤੇ ਮਨੁੱਖੀ ਸਮਾਜ ਦੀ ਤਰੱਕੀ ਹੋ ਸਕਦੀ ਹੈ। ਵੈਦਿਕ ਸਾਹਿਤ ਦਾ ਅਨੰਤ ਭੰਡਾਰ ਹੈ ਅਤੇ ਇਸ ਦਾ ਅਧਿਐਨ ਕੀਤਾ ਜਾਣਾ ਚਾਹੀਦਾ ਹੈ। ਇਹੋ ਬਾਣੀ ਦੀ ਤਪੱਸਿਆ ਕਹੀ ਜਾਂਦੀ ਹੈ।

मनःप्रसादः सौम्यत्वं मौनमात्मविनिग्रहः ।
भावसंशुद्धिरित्येतत्तपो मानसमुच्यते ॥ १६ ॥

ਮਨਹ੍ ਪ੍ਰਸਾਦਹ੍ ਸੌਮ੍ਯਤ੍ਵਮ੍ ਮੌਨਮ੍ ਆਤ੍ਮਵਿਨਿਗ੍ਰਹਹ੍ ।
ਭਾਵ-ਸੰਸ਼ੁਦ੍ਧਿਰ ਇਤਿ ਏਤਤ੍ ਤਪੋ ਮਾਨਸਮ੍ ਉਚ੍ਯਤੇ ॥ 16 ॥

ਮਨਹ੍-ਪ੍ਰਸਾਦਹ੍-ਮਨ ਦੀ ਸੰਤੁਸ਼ਟੀ ; **ਸੌਮ੍ਯਤ੍ਵਮ੍**-ਹੋਰਨਾਂ ਪ੍ਰਤੀ ਦਵੈਤ ਭਾਵ ਤੋਂ ਰਹਿਤ ; **ਮੌਨਮ੍**-ਗੰਭੀਰਤਾ ; **ਆਤ੍ਮ**-ਆਪਣਾ ; **ਵਿਨਿਗ੍ਰਹਹ੍**-ਸੰਜਮ ; **ਭਾਵ**-ਸੁਭਾਅ ਦਾ ; **ਸੰਸ਼ੁਦ੍ਧਿਹ**-ਸ਼ੁੱਧੀਕਰਣ ; **ਇਤਿ**-ਇੰਝ ; **ਏਤਤ੍**-ਇਹ ; **ਤਪਹ੍**-ਤਪੱਸਿਆ ; **ਮਾਨਸਮ੍**-ਮਨ ਦੀ ; **ਉਚ੍ਯਤੇ**-ਕਹੀ ਜਾਂਦੀ ਹੈ ।

ਅਨੁਵਾਦ

ਸੰਤੋਖ, ਸਾਦਗੀ, ਗੰਭੀਰਤਾ, ਆਤਮ ਸੰਜਮ ਅਤੇ ਜੀਵਨ ਦੀ ਸ਼ੁੱਧੀ ਇਹ ਮਨ ਦੀਆਂ ਤਪੱਸਿਆਵਾਂ ਹਨ ।

ਭਾਵ

ਮਨ ਨੂੰ ਸੰਜਮਿਤ ਕਰਨ ਦਾ ਅਰਥ ਹੈ, ਉਸਨੂੰ ਇੰਦਰੀਆਂ ਦੀ ਤ੍ਰਿਪਤੀ ਤੋਂ ਅਲੱਗ ਕਰਨਾ ਉਸ ਨੂੰ ਇੰਝ ਸਿੱਖਿਆ ਦਿੱਤੀ ਜਾਣੀ ਚਾਹੀਦੀ ਹੈ, ਜਿਸ ਨਾਲ ਉਹ ਹਮੇਸ਼ਾਂ ਪਰਉਪਕਾਰ ਬਾਰੇ ਸੋਚੇ । ਮਨ ਲਈ ਸਭ ਤੋਂ ਉੱਤਮ ਸਿੱਖਿਆ, ਸੋਚ ਵਿਚ ਗੰਭੀਰਤਾ ਹੈ । ਮਨੁੱਖ ਨੂੰ ਕ੍ਰਿਸ਼ਨ ਭਾਵਨਾ ਅੰਮ੍ਰਿਤ ਤੋਂ ਗੁਮਰਾਹ ਨਹੀਂ ਹੋਣਾ ਚਾਹੀਦਾ ਅਤੇ ਇੰਦਰੀਆਂ ਦੇ ਭੋਗ ਤੋਂ ਹਮੇਸ਼ਾਂ ਬਚਣਾ ਚਾਹੀਦਾ ਹੈ । ਆਪਣੇ ਸੁਭਾਅ ਨੂੰ ਸ਼ੁੱਧ ਬਨਾਉਣਾ, ਕ੍ਰਿਸ਼ਨ ਭਾਵਨਾ ਭਾਵਿਤ ਹੋਣਾ ਹੈ । ਇੰਦਰੀਆਂ ਦੇ ਭੋਗ ਦੇ ਵਿਚਾਰਾਂ ਤੋਂ ਮਨ ਨੂੰ ਅਲੱਗ ਰੱਖਕੇ ਹੀ ਮਨ ਦੀ ਸੰਤੁਸ਼ਟੀ ਪ੍ਰਾਪਤ ਕੀਤੀ ਜਾ ਸਕਦੀ ਹੈ । ਅਸੀਂ ਇੰਦਰੀਆਂ ਦੇ ਭੋਗ ਦੇ ਸੰਬੰਧ ਵਿਚ ਜਿਨ੍ਹਾਂ ਸੋਚਦੇ ਹਾਂ, ਉਨਾਂ ਹੀ ਮਨ ਅਸੰਤੁਸ਼ਟ ਹੁੰਦਾ ਜਾਂਦਾ ਹੈ । ਇਸ ਵਰਤਮਾਨ ਯੁੱਗ ਵਿਚ ਅਸੀਂ ਮਨ ਨੂੰ ਵਿਅਰਥ ਹੀ ਅਨੇਕਾਂ ਤਰ੍ਹਾਂ ਦੇ ਇੰਦਰੀਆਂ ਦੀ ਤ੍ਰਿਪਤੀ ਦੇ ਸਾਧਨਾਂ ਵਿਚ ਲਗਾਕੇ ਰੱਖਦੇ ਹਾਂ, ਜਿਸ ਨਾਲ ਮਨ ਸੰਤੁਸ਼ਟ ਨਹੀਂ ਹੁੰਦਾ । ਇਸ ਲਈ ਸਭ ਤੋਂ ਉੱਤਮ ਵਿਧੀ ਇਹੋ ਹੈ, ਕਿ ਮਨ ਨੂੰ ਵੈਦਿਕ ਸਾਹਿਤ ਵੱਲ ਮੋੜਿਆ ਜਾਵੇ, ਕਿਉਂਕਿ ਇਹ ਸੰਤੋਖ ਦੇਣ ਵਾਲੀਆਂ ਕਥਾਵਾਂ ਨਾਲ ਭਰਿਆ ਹੈ - ਜਿਵੇਂ ਪੁਰਾਣ ਅਤੇ ਮਹਾਂ-ਭਾਰਤ । ਕੋਈ ਵੀ ਇਸ ਗਿਆਨ ਦਾ ਲਾਭ ਉਠਾ ਕੇ ਸ਼ੁੱਧ ਹੋ ਸਕਦਾ ਹੈ । ਮਨ ਨੂੰ ਛਲ ਕਪਟ ਤੋਂ ਮੁਕਤ ਹੋਣਾ ਚਾਹੀਦਾ ਹੈ ਅਤੇ ਮਨੁੱਖ ਨੂੰ ਸਭਨਾਂ ਦੇ ਕਲਿਆਣ (ਹਿਤ) ਬਾਰੇ ਸੋਚਣਾ ਚਾਹੀਦਾ ਹੈ । ਚੁੱਪੀ (ਗੰਭੀਰਤਾ) ਦਾ ਅਰਥ ਹੈ, ਕਿ ਮਨੁੱਖ ਲਗਾਤਾਰ ਆਤਮ-ਪ੍ਰਤੱਖੀਕਰਨ ਬਾਰੇ ਸੋਚਦਾ ਰਹੇ । ਕ੍ਰਿਸ਼ਨ ਭਾਵਨਾ ਭਾਵਿਤ ਮਨੁੱਖ ਇਸ ਪੱਖੋਂ ਪੂਰੀ ਤਰ੍ਹਾਂ ਚੁੱਪੀ (ਮੌਨ) ਧਾਰਨ ਕਰੀ ਰਖਦਾ ਹੈ । ਮਨ-ਨਿਗ੍ਰਹ ਦਾ ਅਰਥ ਹੈ - ਮਨ ਨੂੰ ਇੰਦਰੀਆਂ ਦੇ ਭੋਗ ਤੋਂ ਅਲੱਗ ਕਰਨਾ । ਮਨੁੱਖ ਨੂੰ ਆਪਣੇ ਵਿਵਹਾਰ ਵਿਚ ਕਪਟ ਰਹਿਤ ਹੋਣਾ ਚਾਹੀਦਾ ਹੈ ਅਤੇ ਇੰਝ ਉਸਨੂੰ ਆਪਣੇ ਜੀਵਨ (ਭਾਵ) ਨੂੰ ਸ਼ੁੱਧ ਬਨਾਉਣਾ ਚਾਹੀਦਾ ਹੈ । ਇਹ ਸਭ ਗੁਣ ਮਨ ਦੀ ਤਪੱਸਿਆ ਦੇ ਅਧੀਨ ਆਉਂਦੇ ਹਨ ।

श्रद्धया परया तप्तं तपस्तत्त्रिविधं नरैः ।
अफलाकाङ्क्षिभिर्युक्तैः सात्त्विकं परिचक्षते॥ १७॥

ਸ਼੍ਰਦ੍ਧਯਾ ਪਰਯਾ ਤਪ੍ਤਮ੍ ਤਪਸ੍ ਤਤ੍ ਤ੍ਰਿ ਵਿਧਮ੍ ਨਰੈਹ੍ ।
ਅਫਲਾਕਾਂਕ੍ਸ਼ਭਿਰ੍ ਯੁਕਤੈਹ੍ ਸੱਤ੍ਵਿਕਮ੍ ਪਰਿਚਕ੍ਸ਼ਤੇ ॥ 17 ॥

ਸ਼੍ਰਦ੍ਧਯਾ-ਸ਼ਰਧਾ ਨਾਲ ; **ਪਰਯਾ**-ਅਲੌਕਿਕ ; **ਤਪ੍ਤਮ੍**-ਕੀਤਾ ਗਿਆ ; **ਤਪਹ੍**-ਤਪ ; **ਤਤ੍**-ਉਹ ; **ਤ੍ਰਿਵਿਧਮ੍**-ਤਿੰਨ ਤਰ੍ਹਾਂ ਦੇ ; **ਨਰੈਹ੍**-ਮਨੁੱਖਾਂ ਰਾਹੀਂ ; **ਅਫਲ-ਆਕਾਂਕ੍ਸ਼ਭਿਹ੍**-ਫਲ ਦੀ ਇੱਛਾ ਨਾ ਕਰਨ ਵਾਲੇ ; **ਯੁਕਤੈਹ੍**-ਲੱਗੇ ; **ਸਾਤ੍ਵਿਕਮ੍**-ਸਤੋਗੁਣ ਵਿਚ ; **ਪਰਿਚਕ੍ਸ਼ਤੇ**-ਕਿਹਾ ਜਾਂਦਾ ਹੈ ।

ਅਨੁਵਾਦ

ਭੌਤਿਕ ਲਾਭ ਦੀ ਇੱਛਾ ਨਾ ਕਰਨ ਵਾਲੇ ਅਤੇ ਸਿਰਫ਼ ਪਰਮੇਸ਼ਵਰ ਦੀ ਸੇਵਾ ਵਿਚ ਲੱਗੇ ਮਨੁੱਖਾਂ ਰਾਹੀਂ ਅਲੌਕਿਕ ਸ਼ਰਧਾ ਨਾਲ ਸੰਪੰਨ ਇਹ ਤਿੰਨ ਤਰ੍ਹਾਂ ਦੀ ਤਪੱਸਿਆਵਾਂ ਸਾਤਵਿਕ (ਨਿਰਮਲ) ਕਹਾਉਂਦੀਆਂ ਹਨ ।

सत्कारमानपूजार्थं तपो दम्भेन चैव यत् ।
क्रियते तदिह प्रोक्तं राजसं चलमध्रुवम् ॥१८॥

ਸਤ੍ਕਾਰ ਮਾਨ ਪੂਜਾਰ੍ਥਮ੍ ਤਪੋ ਦਮ੍ਭੇਨ ਚੈਵ ਯਤ੍ ।
ਕ੍ਰਿਯਤੇ ਤਦ੍ ਇਹ ਪ੍ਰੋਕ੍ਤਮ੍ ਰਾਜਸਮ੍ ਚਲਮ੍ ਧ੍ਰੁਵਮ੍ ॥ 18 ॥

ਸਤ੍ਕਾਰ-ਸਤਿਕਾਰ ; **ਮਾਨ**-ਸਨਮਾਨ ; **ਪੂਜਾ**-ਅਤੇ ਪੂਜਾ ; **ਅਰ੍ਥਮ੍**-ਲਾਭ ਦੇ ਲਈ ; **ਤਪਹ੍**-ਤਪੱਸਿਆ ; **ਦਮ੍ਭੇਨ**-ਘੁਮੰਡ ਨਾਲ ; **ਚ**-ਵੀ ; **ਏਵ**-ਨਿਸ਼ਚੈ ਹੀ ; **ਯਤ੍**-ਜਿਹੜਾ ; **ਕ੍ਰਿਯਤੇ**-ਕੀਤਾ ਜਾਂਦਾ ਹੈ ; **ਤਤ੍**-ਉਹ ; **ਇਹ**-ਇਸ ਸੰਸਾਰ ਵਿਚ ; **ਪ੍ਰੋਕ੍ਤਮ੍**-ਕਿਹਾ ਜਾਂਦਾ ਹੈ ; **ਰਾਜਸਮ੍**-ਰਜੋਗੁਣੀ ; **ਚਲਮ੍**-ਚਲਾਣ ਯੋਗ ; **ਅਧ੍ਰੁਵਮ੍**-ਅਸਥਾਈ ।

ਅਨੁਵਾਦ

ਜਿਹੜੀ ਤਪੱਸਿਆ ਘੁਮੰਡ ਨਾਲ ਅਤੇ ਸਨਮਾਨ, ਸਤਿਕਾਰ ਅਤੇ ਪੂਜਾ ਕਰਾਉਣ ਲਈ ਸੰਪੰਨ ਕੀਤੀ ਜਾਂਦੀ ਹੈ, ਉਹ ਰਾਜਸੀ (ਰਜੋਗੁਣੀ) ਕਹਾਉਂਦੀ ਹੈ । ਇਹ ਨਾ ਤਾਂ ਸਥਾਈ ਹੁੰਦੀ ਹੈ ਨਾ ਸ਼ਾਸ਼ਵਤ (ਸਨਾਤਨ) ।

ਭਾਵ

ਕਦੀ ਕਦੀ ਤਪੱਸਿਆ ਇਸ ਲਈ ਕੀਤੀ ਜਾਂਦੀ ਹੈ ਕਿ ਲੋਕ ਆਕਰਸ਼ਿਤ ਹੋਣ ਅਤੇ ਉਨ੍ਹਾਂ ਤੋਂ ਸਤਿਕਾਰ, ਸਨਮਾਨ ਅਤੇ ਪੂਜਾ ਮਿਲ ਸਕੇ । ਰਜੋਗੁਣੀ ਲੋਕ ਆਪਣੇ ਅਧੀਨ ਰਹਿਣ ਵਾਲੇ ਲੋਕਾਂ ਤੋਂ ਪੂਜਾ ਕਰਵਾਉਂਦੇ ਹਨ ਅਤੇ ਉਨ੍ਹਾਂ ਤੋਂ ਪੈਰ ਧੁਲਾਕੇ ਧੰਨ ਚੜ੍ਹਵਾਉਂਦੇ ਹਨ । ਤਪੱਸਿਆ ਕਰਨ ਦੇ ਬਹਾਨੇ ਅਜਿਹੇ ਬਣਾਵਟੀ ਆਯੋਜਨ ਰਾਜਸੀ ਮੰਨੇ ਜਾਂਦੇ ਹਨ । ਇਨ੍ਹਾਂ ਦੇ ਫਲ ਅਸਥਾਈ ਹੁੰਦੇ ਹਨ, ਉਹ ਕੁਝ ਸਮੇਂ ਤਕ ਰਹਿੰਦੇ ਹਨ । ਉਹ ਕਦੀ ਸਥਾਈ ਨਹੀਂ ਹੁੰਦੇ ।

मूढग्राहेणात्मनो यत्पीडया क्रियते तपः ।
परस्योत्सादनार्थं वा तत्तामसमुदाहृतम् ॥ १९ ॥

ਮੂਢ ਗ੍ਰਾਹੇਣਾਤਮਨੋ ਯਤ੍ ਪੀਡਯਾ ਕ੍ਰਿਯਤੇ ਤਪਹ੍ ।
ਪਰਸ੍ਯੋਤ੍ਸਾਦਨਾਰ੍ਥਮ੍ ਵਾ ਤਤ੍ ਤਾਮਸਮ੍ ਉਦਾਹ੍ਰਿਤਮ੍ ॥ 19 ॥

ਮੂਢ-ਮੂਰਖ ; **ਗ੍ਰਾਹੇਣ**-ਯਤਨ ਨਾਲ ; **ਆਤ੍ਮਨਹ੍**-ਆਪਣੇ ਹੀ ; **ਯਤ੍**-ਜਿਹੜਾ ; **ਪੀਡਯਾ**-ਪੀੜਾ ਰਾਹੀਂ ; **ਕ੍ਰਿਯਤੇ**-ਕੀਤੀ ਜਾਂਦੀ ਹੈ ; **ਤਪਹ੍**-ਤਪੱਸਿਆ ; **ਪਰਸ੍ਯ**-ਹੋਰਨਾ ਨੂੰ ; **ਉਤ੍ਸਾਦਨ-ਅਰ੍ਥਮ੍**-ਵਿਨਾਸ਼ ਕਰਨ ਲਈ ; **ਵਾ**-ਜਾਂ ; **ਤਤ੍**-ਉਹ ; **ਤਾਮਸਮ੍**-ਤਮੋਗੁਣੀ ; **ਉਦਾਹ੍ਰਿਤਮ੍**-ਕਹੀ ਜਾਂਦੀ ਹੈ ।

ਅਨੁਵਾਦ

ਮੂਰਖਤਾ ਕਰਕੇ ਆਪਣੇ ਆਪ ਨੂੰ ਕਸ਼ਟ ਦੇਣ ਲਈ ਜਾਂ ਹੋਰਨਾ ਨੂੰ ਬਰਬਾਦ ਕਰਨ ਜਾਂ ਨੁਕਸਾਨ ਪਹੁੰਚਾਉਣ ਲਈ ਜਿਹੜੀ ਤਪੱਸਿਆ ਕੀਤੀ ਜਾਂਦੀ ਹੈ, ਉਹ ਤਾਮਸੀ ਕਹਾਉਂਦੀ ਹੈ ।

ਭਾਵ

ਮੂਰਖਤਾ ਪੂਰਨ ਤਪੱਸਿਆ ਦੇ ਅਜਿਹੇ ਅਨੇਕਾਂ ਉਦਾਹਰਣ ਹਨ, ਜਿਵੇਂ ਕਿ ਹਿਰਣਯਕਸ਼ਿਪੂ ਵਰਗੇ ਦੈਂਤ ਨੇ ਅਮਰ ਹੋਣ ਅਤੇ ਦੇਵਤਿਆਂ ਨੂੰ ਮਾਰਨ ਲਈ ਕਠੋਰ ਤਪੱਸਿਆ ਕੀਤੀ । ਉਸਨੇ ਬ੍ਰਹਮਾ ਤੋਂ ਅਜਿਹੀ ਚੀਜ਼ ਮੰਗੀ ਸੀ, ਪਰ ਅੰਤ ਵਿਚ ਉਹ ਭਗਵਾਨ ਹੱਥੋਂ ਮਾਰਿਆ ਗਿਆ । ਕਿਸੇ ਅਸੰਭਵ ਚੀਜ਼ ਲਈ ਤਪੱਸਿਆ ਕਰਨਾ ਨਿਸ਼ਚੈ ਹੀ ਤਾਮਸੀ ਤਪੱਸਿਆ ਹੈ।

दातव्यमिति यद्दानं दीयतेऽनुपकारिणे ।
देशे काले च पात्रे च तद्दानं सात्त्विकं स्मृतम् ॥ २० ॥

ਦਾਤਵ੍ਯਮ੍ ਇਤਿ ਯਦ੍ ਦਾਨਮ੍ ਦੀਯਤੇ'ਨੁਪਕਾਰਿਣੇ ।
ਦੇਸ਼ੇ ਕਾਲੇ ਚ ਪਾਤ੍ਰੇ ਚ ਤਦ੍ ਦਾਨਮ੍ ਸਾਤ੍ਵਿਕਮ੍ ਸ੍ਮ੍ਰਿਤਮ੍ ॥ 20 ॥

ਦਾਤਵ੍ਯਮ੍-ਦੇਣ ਯੋਗ ; **ਇਤਿ**-ਇੰਝ ; **ਯਤ੍**-ਜਿਹੜਾ ; **ਦਾਨਮ੍**-ਦਾਨ ; **ਦੀਯਤੇ**-ਦਿੱਤਾ ਜਾਂਦਾ ਹੈ ; **ਅਨੁਪਕਾਰਿਣੇ**-ਬਦਲੇ ਵਿਚ ਉਪਕਾਰ ਭਾਵਨਾ ਤੋਂ ਬਗ਼ੈਰ ; **ਦੇਸ਼ੇ**-ਠੀਕ ਥਾਂ ਤੇ ; **ਕਾਲੇ**-ਠੀਕ ਸਮੇਂ ਤੇ ; **ਚ**-ਵੀ ; **ਪਾਤ੍ਰੇ**-ਯੋਗ ਮਨੁੱਖ ਨੂੰ ; **ਚ**-ਅਤੇ ; **ਤਤ੍**-ਉਹ ; **ਦਾਨਮ੍**-ਦਾਨ ; **ਸਾਤ੍ਵਿਕਮ੍**-ਸਤੋਗੁਣੀ ; **ਸ੍ਮ੍ਰਿਤਮ੍**-ਮੰਨਿਆ ਜਾਂਦਾ ਹੈ ।

ਅਨੁਵਾਦ

ਜਿਹੜਾ ਦਾਨ ਫ਼ਰਜ਼ ਸਮਝਕੇ, ਕਿਸੇ ਤੋਂ ਉਪਕਾਰ ਦੀ ਮੁੜ ਆਸ ਤੋਂ ਬਗ਼ੈਰ ਠੀਕ ਸਮੇਂ ਅਤੇ ਥਾਂ ਤੇ ਯੋਗ ਮਨੁੱਖ ਨੂੰ ਦਿੱਤਾ ਜਾਂਦਾ ਹੈ, ਉਹ ਸਾਤ੍ਵਿਕ ਮੰਨਿਆ ਜਾਂਦਾ ਹੈ ।

ਭਾਵ

ਵੈਦਿਕ ਸਾਹਿਤ ਵਿਚ ਅਜਿਹੇ ਮਨੁੱਖ ਨੂੰ ਦਾਨ ਦੇਣ ਦੀ ਸਿਫਾਰਿਸ਼ ਕੀਤੀ ਗਈ ਹੈ । ਜਿਹੜਾ ਅਧਿਆਤਮਕ ਕੰਮਾਂ ਵਿਚ ਲਗਾ ਹੋਵੇ । ਬਿਨ੍ਹਾਂ ਵਿਚਾਰ ਕੀਤੇ ਦਾਨ ਦੇਣ ਦੀ ਸਿਫਾਰਿਸ਼ ਨਹੀਂ ਹੈ। ਅਧਿਆਤਮਕ ਸਿੱਧੀ ਨੂੰ ਹਮੇਸ਼ਾਂ ਧਿਆਨ ਵਿਚ ਰੱਖਿਆ ਜਾਂਦਾ ਹੈ। ਇਸ ਲਈ ਕਿਸੇ ਤੀਰਥ ਅਸਥਾਨ ਤੇ, ਸੂਰਜ ਜਾਂ ਚੰਨ ਗ੍ਰਹਿਣ ਸਮੇਂ, ਮਹੀਨੇ ਦੇ ਅੰਤ ਵਿਚ ਜਾਂ ਯੋਗ ਬ੍ਰਾਹਮਣ ਜਾਂ ਵੈਸ਼ਨਵ (ਭਗਤ) ਨੂੰ, ਜਾਂ ਮੰਦਰ ਵਿਚ ਦਾਨ ਦੇਣ ਦੀ ਸਿਫਾਰਿਸ਼ ਹੈ । ਬਦਲੇ ਵਿਚ ਕਿਸੇ ਤਰ੍ਹਾਂ ਦੀ ਪ੍ਰਾਪਤੀ ਦੀ ਇੱਛਾ ਨਾ ਰੱਖਦੇ ਹੋਏ, ਅਜਿਹੇ ਦਾਨ ਕੀਤੇ ਜਾਣੇ ਚਾਹੀਦੇ ਹਨ । ਕਦੀ ਕਦੀ ਗਰੀਬ ਨੂੰ ਦਾਨ ਰਹਿਮ ਕਰਕੇ ਦਿੱਤਾ ਜਾਂਦਾ ਹੈ । ਪਰ ਜੇ ਗਰੀਬ ਦਾਨ ਦਾ ਯੋਗ ਪਾਤਰ ਨਹੀਂ ਹੁੰਦਾ ਤਾਂ ਉਸ ਨਾਲ ਅਧਿਆਤਮਕ ਪ੍ਰਗਤੀ ਨਹੀਂ ਹੁੰਦੀ । ਦੂਜੇ ਸ਼ਬਦਾਂ ਵਿਚ, ਵੈਦਿਕ ਸਾਹਿਤ ਵਿਚ ਬਗੈਰ ਸੋਚੇ ਸਮਝੇ ਦਿੱਤੇ ਦਾਨ ਦੀ ਸਿਫਾਰਿਸ਼ ਨਹੀਂ ਕੀਤੀ ਗਈ ।

यत्तु प्रत्युपकारार्थं फलमुद्दिश्य वा पुनः ।
दीयते च परिक्लिष्टं तद्दानं राजसं स्मृतम् ॥ २१ ॥

ਯਤ੍ ਤੂ ਪ੍ਰਤ੍ਯੁਪਕਾਰਾਰ੍ਥਮ੍ ਫਲਮ੍ ਓਦ੍ਦਿਸ਼੍ਯ ਵਾ ਪੁਨਹ੍ ।
ਦੀਯਤੇ ਚ ਪਰਿਕ੍ਲਿਸ਼੍ਟਮ੍ ਤਦ੍ ਦਾਨਮ੍ ਰਾਜਸਮ੍ ਸ੍ਮ੍ਰਿਤਮ੍ ॥ 21 ॥

ਯਤ੍-ਜਿਹੜਾ ; **ਤੂ**-ਪਰ ; **ਪ੍ਰਤੀ**-ਉਪਕਾਰ ; **ਅਰ੍ਥਮ**-ਬਦਲੇ ਵਿਚ ਕੁਝ ਲੈਣ ਦੇ ਮੰਤਵ ਨਾਲ ; **ਫਲਮ੍**-ਫਲ ਨੂੰ ; **ਓਦ੍ਦਿਸ਼੍ਯ**-ਇੱਛਾ ਕਰਕੇ ; **ਵਾ**-ਜਾਂ ; **ਪੁਨਹ੍**-ਫੇਰ ; **ਦੀਯਤੇ**-ਦਿੱਤਾ ਜਾਂਦਾ ਹੈ; **ਚ**-ਵੀ ; **ਪਰਿਕ੍ਲਿਸ਼੍ਟਮ੍**-ਪਸ਼ਚਾਤਾਪ ਨਾਲ ; **ਤਤ੍**-ਉਸ ; **ਦਾਨਮ੍**-ਦਾਨ ਨੂੰ ; **ਰਾਜਸਮ੍**-ਰਜੋਗੁਣੀ ; **ਸ੍ਮ੍ਰਿਤਮ੍**-ਮੰਨਿਆਂ ਜਾਂਦਾ ਹੈ ।

ਅਨੁਵਾਦ

ਪਰ ਜਿਹੜਾ ਦਾਨ ਬਦਲੇ ਵਿਚ ਉਪਕਾਰ ਦੀ ਭਾਵਨਾ ਨਾਲ ਜਾਂ ਕਰਮਫਲ ਦੀ ਇੱਛਾ ਨਾਲ ਜਾਂ ਈਰਖ਼ਾ ਜਾਂ ਵਿਖਾਵੇ ਦੇ ਭਾਵ ਨਾਲ ਕੀਤਾ ਜਾਂਦਾ ਹੈ, ਉਹ ਰਜੋਗੁਣੀ (ਰਾਜਸ) ਕਹਾਉਂਦਾ ਹੈ ।

ਭਾਵ

ਦਾਨ ਕਦੀ ਕਦੀ ਸਵਰਗ ਜਾਣ ਲਈ ਦਿੱਤਾ ਜਾਂਦਾ ਹੈ ਤਾਂ ਕਦੀ ਬਹੁਤ ਔਖੇ ਹੋ ਕੇ ਕਦੀ ਕਿਸੇ ਪਸ਼ਚਾਤਾਪ ਨਾਲ ਕਿ ਮੈਂ ਇਨ੍ਹਾਂ ਖਰਚਾ ਕਿਉਂ ਕੀਤਾ ? ਕਦੀ ਕਦੀ ਆਪਣੇ ਵੱਡਿਆਂ ਦੇ ਦਬਾਓ ਵਿਚ ਆ ਕੇ ਵੀ ਦਾਨ ਕੀਤਾ ਜਾਂਦਾ ਹੈ । ਅਜਿਹੇ ਦਾਨ ਰਜੋਗੁਣ ਵਿਚ ਦਿੱਤੇ ਗਏ ਮੰਨੇ ਜਾਂਦੇ ਹਨ

ਅਜਿਹੇ ਅਨੇਕਾਂ ਦਾਨੀ ਵਿਅਕਤੀ ਹਨ, ਜਿਹੜੇ ਉਨ੍ਹਾਂ ਸੰਸਥਾਵਾਂ ਨੂੰ ਦਾਨ ਦਿੰਦੇ ਹਨ, ਜਿੱਥੇ ਇੰਦਰੀਆਂ ਦੇ ਭੋਗ ਦਾ ਬਾਜ਼ਾਰ ਗਰਮ ਰਹਿੰਦਾ ਹੈ। ਵੈਦਿਕ ਸ਼ਾਸ਼ਤਰ, ਅਜਿਹੇ ਦਾਨ ਦੀ ਸਿਫਾਰਿਸ਼ ਨਹੀਂ ਕਰਦੇ । ਸਿਰਫ ਸਾਤਵਿਕ ਦਾਨ ਦੀ ਸਿਫਾਰਿਸ਼ ਕੀਤੀ ਗਈ ਹੈ ।

अदेशकाले यद्दानमपात्रेभ्यश्च दीयते ।
असत्कृतमवज्ञातं तत्तामसमुदाहृतम् ॥ २२ ॥

ਅਦੇਸ਼ ਕਾਲੇ ਯਦ੍ ਦਾਨਮ੍ ਅਪਾਤ੍ਰੇਭ੍ਯਸ਼੍ ਚ ਦੀਯਤੇ ।
ਅਸਤ੍ ਕ੍ਰਿਤਮ੍ ਅਵਗ੍ਯਾਤਮ੍ ਤਤ੍ ਤਾਮਸਮ੍ ਉਦਾਹ੍ਰਿਤਮ੍ ॥ 22 ॥

ਅਦੇਸ਼-ਅਸ਼ੁੱਧ ਥਾਂ ; **ਕਾਲੇ**-ਅਤੇ ਅਸ਼ੁੱਧ ਸਮੇਂ ਤੇ ; **ਯਤ੍**-ਜਿਹੜਾ ; **ਦਾਨਮ੍**-ਦਾਨ ; **ਅਪਾਤ੍ਰੇਭ੍ਯਹ੍**-ਅਯੋਗ ਮਨੁੱਖਾਂ ਨੂੰ ; **ਚ**-ਵੀ ; **ਦੀਯਤੇ**-ਦਿੱਤਾ ਜਾਂਦਾ ਹੈ ; **ਅਸਤ੍ ਕ੍ਰਿਤਮ**-ਸਤਿਕਾਰ ਤੋਂ ਬਗੈਰ ; **ਅਵਗ੍ਯਾਤਮ੍**-ਬਿਨ੍ਹਾਂ ਗਿਆਨ ਦੇ ; **ਤਤ੍**-ਉਹ ; **ਤਾਮਸਮ੍**-ਤਮੋਗੁਣੀ ; **ਉਦਾਹ੍ਰਿਤਮ੍**-ਕਿਹਾ ਜਾਂਦਾ ਹੈ ।

ਅਨੁਵਾਦ

ਅਤੇ ਜਿਹੜਾ ਦਾਨ ਕਿਸੇ ਅਪਵਿੱਤਰ ਥਾਂ ਤੇ, ਗਲਤ ਸਮੇਂ ਤੇ, ਕਿਸੇ ਅਯੋਗ ਮਨੁੱਖ ਨੂੰ ਬਗੈਰ ਗਿਆਨ ਦੇ ਅਤੇ ਆਦਰ ਨਾਲ ਨਹੀਂ ਦਿੱਤਾ ਜਾਂਦਾ ਹੈ, ਉਹ ਤਾਮਸੀ ਕਹਾਉਂਦਾ ਹੈ।

ਭਾਵ

ਇੱਥੇ ਸ਼ਰਾਬ ਪੀਣ ਅਤੇ ਜੂਆ ਖੇਡਣ ਵਾਲਿਆਂ ਲਈ ਦਾਨ ਨੂੰ ਉਤਸ਼ਾਹਿਤ ਨਹੀਂ ਕੀਤਾ ਗਿਆ। ਅਜਿਹਾ ਦਾਨ ਤਾਮਸੀ ਹੈ । ਅਜਿਹਾ ਦਾਨ ਫਾਇਦੇਮੰਦ ਨਹੀਂ ਹੁੰਦਾ, ਸਗੋਂ ਇਸ ਨਾਲ ਪਾਪੀ ਪੁਰਖਾਂ ਨੂੰ ਹੱਲਾਸ਼ੇਰੀ ਮਿਲਦੀ ਹੈ । ਇੰਝ ਜੇ ਬਗੈਰ ਸਤਿਕਾਰ ਅਤੇ ਧਿਆਨ ਦਿੱਤੇ ਕਿਸੇ ਠੀਕ ਮਨੁੱਖ ਨੂੰ ਦਾਨ ਦਿੱਤਾ ਜਾਵੇ ਤਾਂ ਉਹ ਤਾਮਸੀ ਹੈ ।

ॐ तत्सदिति निर्देशो ब्रह्मणस्त्रिविधः स्मृतः ।
ब्राह्मणास्तेन वेदाश्च यज्ञाश्च विहिताः पुरा ॥ २३ ॥

ਓਮ ਤਤ੍ ਸਦ੍ ਇਤਿ ਨਿਰ੍ਦੇਸ਼ੋ ਬ੍ਰਹਮਣਸ੍ ਤ੍ਰਿਵਿਧਹ੍ ਸ੍ਮ੍ਰਿਤਹ੍ ।
ਬ੍ਰਾਹ੍ਮਣਾਸ੍ ਤੇਨ ਵੇਦਾਸ਼੍ ਚ ਯਗ੍ਯਾਸ਼੍ ਚ ਵਿਹਿਤਾਹ੍ ਪੁਰਾ ॥ 23 ॥

ਓਮ-ਪਰਮ ਦਾ ਸੂਚਕ ; **ਤਤ੍**-ਉਹ ; **ਸਤ੍**-ਸ਼ਾਸਵਤ (ਅਨੰਤ) ; **ਇਤਿ**-ਇੰਝ ; **ਨਿਰ੍ਦੇਸ਼ਹ੍**-ਸੰਕੇਤ ; **ਬ੍ਰਹਮਣਹ੍**-ਬ੍ਰਹਮ ਦਾ ; **ਤ੍ਰਿ ਵਿਧਹ੍**-ਤਿੰਨ ਤਰ੍ਹਾਂ ਦਾ ; **ਸ੍ਮ੍ਰਿਤਹ੍**-ਮੰਨਿਆ ਜਾਂਦਾ ਹੈ ;**ਬ੍ਰਾਹ੍ਮਣਾਹ੍**-ਬ੍ਰਾਹਮਣ ਲੋਕ ; **ਤੇਨ**-ਉਸਤੋਂ ; **ਵੇਦਾਹ੍**-ਵੈਦਿਕ ਸਾਹਿਤ ; **ਚ**-ਵੀ; **ਯਗ੍ਯਾਹ੍**-ਯੱਗ; **ਚ**-ਵੀ ; **ਵਿਹਿਤਾਹ੍**-ਵਰਤਿਆ ; **ਪੁਰਾ**-ਆਦਿ ਕਾਲ ਵਿਚ ।

ਅਨੁਵਾਦ

ਸ੍ਰਿਸ਼ਟੀ ਦੇ ਆਦਿਕਾਲ ਤੋਂ ਓਮ ਤਤ੍ ਸਤ੍ ਇਹ ਤਿੰਨ ਸ਼ਬਦ - ਪਰਮ ਪੂਰਨ ਸਤਿ ਨੂੰ ਸੂਚਿਤ ਕਰਨ ਲਈ ਵਰਤੇ ਜਾ ਰਹੇ ਹਨ । ਇਹ ਤਿੰਨੋ ਸੰਕੇਤਿਕ ਪ੍ਰਗਟਾਵੇ ਬ੍ਰਾਹਮਣਾਂ ਰਾਹੀਂ ਵੈਦਿਕ ਮੰਤਰਾਂ ਦੇ ਉਚਾਰਣ ਕਰਦੇ ਸਮੇਂ ਅਤੇ ਪਰਮ ਬ੍ਰਹਮ ਨੂੰ ਸੰਤੁਸ਼ਟ ਕਰਨ ਲਈ ਯੱਗਾਂ ਦੇ ਸਮੇਂ ਵਰਤੇ ਜਾਂਦੇ ਸਨ ।

ਭਾਵ

ਇਹ ਦੱਸਿਆ ਜਾ ਚੁੱਕਾ ਹੈ ਕਿ ਤਪੱਸਿਆ, ਯੱਗ, ਦਾਨ ਅਤੇ ਭੋਜਨ ਦੇ ਤਿੰਨ ਤਿੰਨ ਭੇਦ ਹਨ। ਸਾਤਵਿਕ, ਰਾਜਸ ਅਤੇ ਤਾਮਸ। ਪਰ ਭਾਵੇਂ ਇਹ ਉੱਤਮ ਹੋਣ, ਮੱਧਮ ਹੋਣ ਜਾਂ ਨਿਮਨ ਹੋਣ, ਇਹ ਸਾਰੇ ਬੱਧ ਅਤੇ ਭੌਤਿਕ ਗੁਣਾਂ ਨਾਲ ਮਲੀਨ ਹਨ। ਪਰ ਜਦੋਂ ਇਹ ਸਭ **ਪਰਮ ਓਮ ਤਤ੍ ਸਤ੍** ਨੂੰ ਪਰਮ ਪੁਰਖ਼ ਭਗਵਾਨ, ਸ਼ਾਸਵਤ (ਸਨਾਤਨ) ਮੁੱਖ ਰੱਖਕੇ ਕੀਤੇ ਜਾਂਦੇ ਹਨ, ਤਾਂ ਅਧਿਆਤਮਕ ਉਨੱਤੀ ਦੇ ਸਾਧਨ ਬਣ ਜਾਂਦੇ ਹਨ। ਸ਼ਾਸ਼ਤਰਾਂ ਵਿਚ ਅਜਿਹੇ ਆਦੇਸ਼ਾਂ ਦਾ ਸੰਕੇਤ ਹੋਇਆ ਹੈ। **ਓਮ ਤਤ੍ ਸਤ੍** ਇਹ ਤਿੰਨ ਸ਼ਬਦ ਖਾਸ ਤੌਰ ਤੇ ਪਰਮ ਸਤਿ ਭਗਵਾਨ ਦੇ ਸੂਚਕ ਹਨ। ਵੈਦਿਕ ਮੰਤਰਾਂ ਵਿਚ **ਓਮ** ਸ਼ਬਦ ਹਮੇਸ਼ਾ ਰਹਿੰਦਾ ਹੈ।

ਜਿਹੜਾ ਮਨੁੱਖ ਸ਼ਾਸ਼ਤਰਾਂ ਦੇ ਵਿਧਾਨ ਮੁਤਾਬਿਕ ਕੰਮ ਨਹੀਂ ਕਰਦਾ ਉਸ ਨੂੰ ਪਾਰਬ੍ਰਹਮ ਦੀ ਪ੍ਰਾਪਤੀ ਨਹੀਂ ਹੁੰਦੀ। ਭਾਵੇਂ ਉਸਨੂੰ ਅਸਥਾਈ ਫਲ ਪ੍ਰਾਪਤ ਹੋ ਜਾਵੇ, ਪਰ ਉਸਨੂੰ ਪਰਮ ਗਤੀ ਪ੍ਰਾਪਤ ਨਹੀਂ ਹੁੰਦੀ। ਸਾਰ ਇਹ ਹੈ ਕਿ ਦਾਨ, ਯੱਗ ਅਤੇ ਤਪ ਨੂੰ ਸਤੋਗੁਣ ਵਿਚ ਰਹਿਕੇ ਕਰਨਾ ਚਾਹੀਦਾ ਹੈ। ਰਜੋ ਜਾਂ ਤਮੋਗੁਣ ਵਿਚ ਸੰਪੰਨ ਕਰਨ ਤੇ ਇਹ ਨਿਸ਼ਚੈ ਹੀ ਨਿਚਲੇ ਗੁਣ ਵਿਚ ਹੁੰਦੇ ਹਨ। **ਓਮ ਤਤ੍ ਸਤ੍** ਸ਼ਬਦਾਂ ਦਾ ਉਚਾਰਣ ਪਰਮੇਸ਼ਵਰ ਦੇ ਪਵਿੱਤਰ ਨਾਂ ਲਈ ਕੀਤਾ ਜਾਂਦਾ ਹੈ, ਉਦਾਹਰਣ ਵੱਜੋਂ **ਓਮ ਤਦ੍ ਵਿਸ਼੍ਣੋਹ੍**। ਜਦੋਂ ਵੀ ਕਿਸੇ ਵੈਦਿਕ ਮੰਤਰ ਦਾ ਜਾਂ ਪਰਮੇਸ਼ਵਰ ਦਾ ਨਾਂ ਲਿਆ ਜਾਂਦਾ ਹੈ, ਤਾਂ ਉਸ ਨਾਲ ਓਮ ਜੋੜ ਦਿੱਤਾ ਜਾਂਦਾ ਹੈ। ਇਹ ਵੈਦਿਕ ਸਾਹਿਤ ਦਾ ਸੂਚਕ ਹੈ। ਇਹ ਤਿੰਨ ਸ਼ਬਦ ਵੈਦਿਕ ਮੰਤਰਾਂ ਤੋਂ ਲਏ ਜਾਂਦੇ ਹਨ। **ਓਮ ਇਤ੍ਯੇਤਦ੍ ਬ੍ਰਹ੍ਮਣੋ ਨੇਦਿਸ਼੍ਠਮ੍** ਨਾਮ (ਰਿਗਵੇਦ) ਪਹਿਲੇ ਉਪਦੇਸ਼ ਦਾ ਸੂਚਕ ਹੈ। ਫਿਰ**ਤਤ੍ ਤ੍ਵਮ੍ ਅਸਿ** (ਛਾਂਦੋਗ੍ਯ ਉਪਨਿਸ਼ਦ 6-8-7) ਦੂਜੇ ਉਪਦੇਸ਼ ਦਾ ਸੂਚਕ ਹੈ। ਅਤੇ **ਸਦ੍ ਏਵ ਸੌਮ੍ਯ** (ਛਾਂਦੋਗ੍ਯ ਉਪਨਿਸ਼ਦ 6-2-1) ਤੀਜੇ ਉਪਦੇਸ਼ ਦਾ ਸੂਚਕ ਹੈ। ਇਹ ਤਿੰਨੋ ਮਿਲਕੇ **ਓਮ ਤਤ੍ ਸਤ੍** ਹੋ ਜਾਂਦੇ ਹਨ। ਆਦਿਕਾਲ ਵਿਚ ਜਦੋਂ ਪਹਿਲੇ ਜੀਵ ਆਤਮਾ, ਬ੍ਰਹਮਾ ਨੇ ਯੱਗ ਕੀਤੇ, ਤਾਂ ਉਨਾਂ ਨੇ ਇਨ੍ਹਾਂ ਤਿੰਨਾਂ ਸ਼ਬਦਾਂ ਰਾਹੀਂ ਭਗਵਾਨ ਨੂੰ ਸੰਬੋਧਿਤ ਕੀਤਾ ਸੀ। ਇਸ ਲਈ ਗੁਰੂ ਪਰੰਪਰਾ ਰਾਹੀਂ ਉਸੇ ਸਿਧਾਂਤ ਦੀ ਪਾਲਣਾ ਕੀਤੀ ਜਾ ਰਹੀ ਹੈ। ਇਸ ਲਈ ਇਸ ਮੰਤਰ ਦਾ ਬਹੁਤ ਮਹੱਤਵ ਹੈ। ਇਸ ਲਈ ਭਗਵਤ ਗੀਤਾ ਮੁਤਾਬਿਕ ਕੋਈ ਵੀ ਕੰਮ **ਓਮ ਤਤ੍ ਸਤ੍** ਲਈ ਭਾਵ ਭਗਵਾਨ ਲਈ ਕੀਤਾ ਜਾਣਾ ਚਾਹੀਦਾ ਹੈ। ਜਦੋਂ ਕੋਈ ਇਨ੍ਹਾਂ ਤਿੰਨਾਂ ਸ਼ਬਦਾਂ ਰਾਹੀ ਤਪ, ਦਾਨ ਅਤੇ ਯੱਗ ਸੰਪੰਨ ਕਰਦਾ ਹੈ ਤਾਂ ਉਹ ਕ੍ਰਿਸ਼ਨ ਭਾਵਨਾ ਅੰਮ੍ਰਿਤ ਵਿਚ ਕੰਮ ਕਰਦਾ ਹੈ। ਕ੍ਰਿਸ਼ਨ ਭਾਵਨਾ ਅੰਮ੍ਰਿਤ ਅਲੌਕਿਕ ਕੰਮਾਂ ਦੀ ਵਿਗਿਆਨਕ ਕਿਰਿਆ ਹੈ, ਜਿਸ ਨਾਲ ਮਨੁੱਖ ਭਗਵਾਨ ਦੇ ਧਾਮ ਵਾਪਸ ਜਾ ਸਕੇ। ਅਜਿਹੀ ਅਲੌਕਿਕ ਵਿਧੀ ਨਾਲ ਕੰਮ ਕਰਨ ਨਾਲ ਤਾਕਤ ਨਹੀਂ ਘੱਟਦੀ।

तस्माद् ॐ इत्युदाहृत्य यज्ञदानतपःक्रियाः ।
प्रवर्तन्ते विधानोक्ताः सततं ब्रह्मवादिनाम् ॥ २४॥

ਤਸ੍ਮਾਦ੍ ਓਮ ਇਤਿ ਓਦਾਹ੍ਰਿਤ੍ਯ ਯਗ੍ਯ-ਦਾਨ-ਤਪਹ੍-ਕ੍ਰਿਯਾਹ੍।
ਪ੍ਰਵਰ੍ਤੰਤੇ ਵਿਧਾਨੋਕ੍ਤਾਹ ਸਤਤਮ੍ ਬ੍ਰਹ੍ਮ-ਵਾਦਿਨਾਮ੍ ॥ 24 ॥

ਤਸ੍ਮਾਤ੍-ਇਸ ਲਈ ; ਓਮ-ਓਮ ਤੋਂ ਸ਼ੁਰੂ ਹੋ ਕੇ ; ਇਤਿ-ਇਸ ਤਰ੍ਹਾਂ ; ਓਦਾਹ੍ਰਿਤ੍ਯ-ਸੂਚਿਤ ਕਰਦੇ ; ਯਗ੍ਯ-ਯੱਗ ; ਦਾਨ-ਦਾਨ ; ਤਪਹ੍-ਅਤੇ ਤਪੱਸਿਆ ਦਾ ; ਕ੍ਰਿਯਾਹ੍-ਕਿਰਿਆਵਾਂ ; ਪ੍ਰਵਰ੍ਤੰਤੇ-ਸ਼ੁਰੂ ਹੁੰਦੀਆਂ ਹਨ ; ਵਿਧਾਨ-ਓਕ੍ਤਾਹ੍-ਸ਼ਾਸ਼ਤਰਾਂ ਦੇ ਵਿਧਾਨ ਮੁਤਾਬਿਕ;ਸਤਤਮ੍-ਹਮੇਸ਼ਾਂ;ਬ੍ਰਹ੍ਮ-ਵਾਦਿਨਾਮ੍-ਅਧਿਆਤਮਵਾਦੀਆਂ ਜਾਂ ਯੋਗੀਆਂ ਦੀ।

ਅਨੁਵਾਦ

ਇਸ ਲਈ ਯੋਗੀ ਲੋਕ ਬ੍ਰਹਮ ਪ੍ਰਾਪਤੀ ਲਈ ਸ਼ਾਸ਼ਤਰਾਂ ਦੀ ਵਿਧੀ ਮੁਤਾਬਿਕ ਯੱਗ, ਦਾਨ ਅਤੇ ਤਪੱਸਿਆ ਦੀਆਂ ਸਾਰੀਆਂ ਕਿਰਿਆਵਾਂ ਦਾ ਸ਼ੁਭ ਆਰੰਭ ਹਮੇਸ਼ਾ ਓਮ ਨਾਲ ਕਰਦੇ ਹਨ।

ਭਾਵ

ਓਮ ਤਦ੍ ਵਿਸ੍ਨੋਹ੍ ਪਦਮਮ੍ ਪਦਮ (ਰਿਗਵੇਦ 1-22-20) ਵਿਸ਼ਨੂੰ ਦੇ ਚਰਣ ਕਮਲ ਪਰਮ ਭਗਤੀ ਦੇ ਅਸਥਾਨ ਹਨ। ਭਗਵਾਨ ਲਈ ਸੰਪੰਨ ਹਰ ਇੱਕ ਕਿਰਿਆ ਸਾਰੇ ਕਾਰਜ ਖੇਤਰ ਦੀ ਸਿੱਧੀ ਨਿਸ਼ਚਿਤ ਕਰ ਦਿੰਦੀ ਹੈ।

तदित्यनभिसन्धाय फलं यज्ञतपःक्रियाः ।
दानक्रियाश्च विविधाः क्रियन्ते मोक्षकाङ्क्षिभिः ॥ २५ ॥

ਤਦ ਇਤਿ ਅਨਭਿਸੰਧਾਯ ਫਲਮ੍ ਯਗ੍ਯ-ਤਪਹ੍-ਕ੍ਰਿਯਾਹ੍ ।
ਦਾਨ-ਕ੍ਰਿਯਾਸ਼੍ ਚ ਵਿਵਿਧਾਹ੍ ਕ੍ਰਿਯੰਤੇ ਮੋਕ੍ਸ਼-ਕਾਂਕੇਸ਼ਭਿਹ੍ ॥ 25 ॥

ਤਤ੍-ਉਹ ; ਇਤਿ-ਇੰਜ ; ਅਨਭਿਸੰਧਾਯ-ਬਗ਼ੈਰ ਇੱਛਾ ਕੀਤੇ ; ਫਲਮ੍-ਫਲ ; ਯਗ੍ਯ-ਯੱਗ ; ਤਪਹ੍-ਅਤੇ ਤਪੱਸਿਆ ਦੀ ; ਕ੍ਰਿਯਾਹ੍-ਕਿਰਿਆਵਾਂ ; ਦਾਨ-ਦਾਨ ਦੀ ; ਕ੍ਰਿਯਾਹ੍-ਕਿਰਿਆਵਾਂ; ਚ-ਵੀ ; ਵਿਵਿਧਾਹ੍-ਵੱਖੋ ਵੱਖਰੀਆਂ ; ਕ੍ਰਿਯੰਤੇ-ਕੀਤੀਆਂ ਜਾਂਦੀਆਂ ਹਨ ; ਮੋਕ੍ਸ਼ਕਾਂਕ੍ਸ਼ਭਿਹ੍-ਮੋਖ ਚਾਹੁਣ ਵਾਲਿਆਂ ਰਾਹੀਂ ।

ਅਨੁਵਾਦ

ਮਨੁੱਖ ਨੂੰ ਚਾਹੀਦਾ ਹੈ ਕਿ ਕਰਮ ਫਲ ਦੀ ਇੱਛਾ ਕੀਤੇ ਬਗ਼ੈਰ, ਵੱਖੋ ਵੱਖਰੇ ਤਰ੍ਹਾਂ ਦੇ ਯੱਗ, ਤਪ ਅਤੇ ਦਾਨ ਨੂੰ 'ਤਤ' ਸ਼ਬਦ ਕਹਿਕੇ ਸੰਪੰਨ ਕਰੇ। ਅਜਿਹੀਆਂ ਅਲੌਕਿਕ ਕਿਰਿਆਵਾਂ ਦਾ ਮੰਤਵ ਸੰਸਾਰ ਬੰਧਨ ਤੋਂ ਮੁਕਤ ਹੋਣਾ ਹੈ।

ਭਾਵ

ਅਧਿਆਤਮਕ ਪਦ ਤਕ ਉਠੱਣ ਲਈ ਮਨੁੱਖ ਨੂੰ ਚਾਹੀਦਾ ਹੈ ਕਿ ਕਿਸੇ ਭੌਤਿਕ ਲਾਭ ਲਈ ਕੰਮ ਨਾ ਕਰੇ। ਸਾਰੇ ਪਰਮ ਲਾਭ ਭਾਵ, ਕੰਮ ਭਗਵਾਨ ਦੇ ਪਰਮ ਅਲੌਕਿਕ ਧਾਮ ਮੁੜ੍ਹ ਪਰਤਣ ਦੇ ਮੰਤਵ ਨਾਲ ਕੀਤੇ ਜਾਣ।

सद्भावे साधुभावे च सदित्येतत्प्रयुज्यते ।
प्रशस्ते कर्मणि तथा सच्छब्दः पार्थ युज्यते ॥ २६ ॥
यज्ञे तपसि दाने च स्थितिः सदिति चोच्यते ।
कर्म चैव तदर्थीयं सदित्येवाभिधीयते ॥ २७ ॥

ਸਦ੍ ਭਾਵੇ ਸਾਧੁ ਭਾਵੇ ਚ ਸਦ੍ ਇਤਿ ਏਤਤ੍ ਪ੍ਰਯੁਜ੍ਯਤੇ ।
ਪ੍ਰਸ਼ਸ੍ਤੇ ਕਰ੍ਮਾਣਿ ਤਥਾ ਸਚ੍-ਛਬ੍ਦਹ੍ ਪਾਰ੍ਥ ਯੁਜ੍ਯਤੇ ॥ 26 ॥
ਯਗ੍ਯੇ ਤਪਸਿ ਦਾਨੇ ਚ ਸ੍ਥਿਤਿਹ੍ ਸਦ੍ ਇਤਿ ਚੋਚ੍ਯਤੇ ।
ਕਰ੍ਮ ਚੈਵ ਤਦ੍-ਅਰਥੀਯਮ੍ ਸਦ੍ ਇਤਿ ਏਵਾਭਿਧੀਯਤੇ ॥ 27 ॥

ਸਤ੍ ਭਾਵੇ-ਬ੍ਰਹਮ ਦੇ ਸੁਭਾਅ ਦੇ ਅਰਥ ਵਿਚ ; **ਸਾਧੁ ਭਾਵੇ**-ਭਗਤ ਦੇ ਸੁਭਾਅ ਦੇ ਅਰਥ ਵਿਚ ; **ਚ**-ਵੀ ; **ਸਤ੍**-ਸਤਿ ਸ਼ਬਦ ; **ਇਤਿ**-ਇੰਝ ; **ਏਤਤ੍**-ਇਹ ; **ਪ੍ਰਯੁਜ੍ਯਤੇ**-ਵਰਤਿਆ ਜਾਂਦਾ ਹੈ ; **ਪ੍ਰਸ਼ਸ੍ਤੇ**-ਪ੍ਰਮਾਣਿਤ ; **ਕਰ੍ਮਾਣਿ**-ਕੰਮਾਂ ਵਿਚ ; **ਤਥਾ**-ਵੀ ; **ਸਤ੍ ਸ਼ਬਦਹ੍**-ਸਤਿ ਸ਼ਬਦ ; **ਪਾਰਥ੍**-ਹੇ ਪ੍ਰਿਥਾਪੁੱਤਰ ; **ਯੁਜ੍ਯਤੇ**-ਵਰਤਿਆ ਜਾਂਦਾ ਹੈ ; **ਯਗ੍ਯੇ**-ਯੱਗ ਵਿਚ ; **ਤਪਸਿ**-ਤਪੱਸਿਆ ਵਿਚ ; **ਦਾਨੇ**-ਦਾਨ ਵਿਚ ; **ਚ**-ਵੀ ; **ਸਥਿਤਿਹ**-ਸਥਿਤੀ ; **ਸਤ੍**-ਬ੍ਰਹਮ ; **ਇਤਿ**-ਇੰਝ ; **ਚ**-ਅਤੇ ; **ਉਚ੍ਯਤੇ**-ਉਚਾਰਣ ਕੀਤਾ ਜਾਂਦਾ ਹੈ ; **ਕਰ੍ਮ**-ਕਾਰਜ ; **ਚ**-ਵੀ ; **ਏਵ**-ਨਿਸ਼ਚੈ ਹੀ ; **ਤਤ੍**-ਉਸ ; **ਅਰ੍ਥੀਯਸ੍**-ਦੇ ਲਈ ; **ਸਤ੍**-ਬ੍ਰਹਮ ; **ਇਤਿ**-ਇੰਝ ; **ਏਵ**-ਨਿਸ਼ਚੈ ਹੀ ; **ਅਭਿਧੀਯਤੇ**-ਕਿਹਾ ਜਾਂਦਾ ਹੈ ।

ਅਨੁਵਾਦ

ਪਰਮ ਸਤਿ ਭਗਤੀ ਯੁਕਤ ਯੱਗ ਦਾ ਉਪਦੇਸ਼ ਹੈ ਅਤੇ ਉਸਨੂੰ ਸਤਿ ਸ਼ਬਦ ਨਾਲ ਜੋੜਿਆ ਜਾਂਦਾ ਹੈ। ਹੇ ਪ੍ਰਿਥਾ ਪੁੱਤਰ ! ਅਜਿਹੇ ਯੱਗ ਨੂੰ ਸੰਪੰਨ ਕਰਨ ਵਾਲਾ ਵੀ 'ਸਤਿ' ਕਹਾਉਂਦਾ ਹੈ ਜਿਵੇਂ ਯੱਗ, ਤਪ ਅਤੇ ਦਾਨ ਦੇ ਸਾਰੇ ਕਰਮ ਵੀ ਜਿਹੜੇ ਪਰਮ ਪੁਰਖ ਨੂੰ ਪ੍ਰਸੰਨ ਕਰਨ ਲਈ ਸੰਪੰਨ ਕੀਤੇ ਜਾਂਦੇ ਹਨ, 'ਸਤਿ' ਹਨ ।

ਭਾਵ

ਪ੍ਰਸ਼ਸ੍ਤੇ ਕਰ੍ਮਣਿ ਭਾਵ 'ਨਿਰਾਧਾਰਿਤ ਫਰਜ਼' ਸੂਚਿਤ ਕਰਦੇ ਹਨ ਕਿ ਵੈਦਿਕ ਸਾਹਿਤ ਵਿਚ ਅਜਿਹੀਆਂ ਕਿਰਿਆਵਾਂ ਨਿਰਧਾਰਿਤ ਹਨ, ਜਿਹੜੀਆਂ ਗਰਭ ਧਾਰਨ ਤੋਂ ਲੈਕੇ ਮੌਤ ਤਕ, ਸੰਸਕਾਰ ਰੂਪ ਵਿਚ ਹਨ । ਅਜਿਹੇ ਸੰਸਕਾਰ ਜੀਵ ਦੀ ਉੱਤਮ ਮੁਕਤੀ ਲਈ ਹੁੰਦੇ ਹਨ । ਅਜਿਹੀਆਂ ਸਾਰੀਆਂ ਕਿਰਿਆਵਾਂ ਦੇ ਸਮੇਂ **ਓਮ ਤਤ੍ ਸਤ੍** ਉਚਾਰਣ ਕਰਨ ਦੀ ਸਿਫ਼ਾਰਿਸ਼ ਕੀਤੀ ਜਾਂਦੀ ਹੈ । ਸਦ੍ਭਾਵ ਜਾਂ ਸਾਧੁਭਾਵ ਅਧਿਆਤਮਕ ਸਥਿਤੀ ਦੇ ਸੂਚਕ ਹਨ । ਕ੍ਰਿਸ਼ਨ ਭਾਵਨਾ ਅੰਮ੍ਰਿਤ ਵਿਚ ਕੰਮ ਕਰਨਾ ਸਤਿ ਹੈ ਅਤੇ ਜਿਹੜਾ ਮਨੁੱਖ ਕ੍ਰਿਸ਼ਨ ਭਾਵਨਾ ਅੰਮ੍ਰਿਤ ਦੇ ਕੰਮਾਂ ਪ੍ਰਤੀ ਸੁਚੇਤ ਰਹਿੰਦਾ ਹੈ ਉਹ ਸਾਧੂ ਕਹਾਉਂਦਾ ਹੈ । ਸ਼੍ਰੀਮਦ ਭਾਗਵਤਮ੍ ਵਿਚ (3-25-25) ਕਿਹਾ

ਗਿਆ ਹੈ ਕਿ ਭਗਤਾਂ ਦੀ ਸੰਗਤ ਨਾਲ ਅਧਿਆਤਮ ਦੀ ਵਿਸ਼ੇ-ਵਸਤੂ ਸਪਸ਼ਟ ਹੋ ਜਾਂਦੀ ਹੈ। ਇਸ ਲਈ **ਸਤਾਮ੍ ਪ੍ਰਸੰਗਾਤ੍** ਸ਼ਬਦ ਵਿਵਹਾਰ ਵਿਚ ਆਏ ਹਨ। ਬਗ਼ੈਰ ਸਤਿਸੰਗ ਦੇ ਅਲੌਕਿਕ ਗਿਆਨ ਪ੍ਰਾਪਤ ਨਹੀਂ ਹੁੰਦਾ। ਕਿਸੇ ਨੂੰ ਦੀਖਿਆ ਦਿੰਦੇ ਹੋਏ ਜਾਂ ਯਗੋਪਵੀਤ (ਜਨੇਊ) ਧਾਰਨ ਕਰਾਉਂਦੇ ਹੋਏ **ਓਮ ਤਤ੍ ਸਤ੍** ਸ਼ਬਦਾਂ ਦਾ ਉਚਾਰਣ ਕੀਤਾ ਜਾਂਦਾ ਹੈ। ਇੰਝ ਹਰ ਤਰ੍ਹਾਂ ਦੇ ਯੱਗ ਕਰਦੇ ਵੇਲੇ **ਓਮ ਤਤ੍ ਸਤ੍** ਸ਼ਬਦਾਂ ਦਾ ਉਚਾਰਣ ਕੀਤਾ ਜਾਂਦਾ ਹੈ। ਇੰਝ ਹਰ ਤਰ੍ਹਾਂ ਦੇ ਯੱਗ ਕਰਦੇ ਵੇਲੇ **ਓਮ ਤਤ੍ ਸਤ੍** ਜਾਂ ਬ੍ਰਹਮ ਹੀ ਉੱਚ ਮੰਤਵ ਹੁੰਦਾ ਹੈ। **ਤਦ੍-ਅਰਥੀਯਮ** ਸ਼ਬਦ ਬ੍ਰਹਮ ਦੀ ਪ੍ਰਤੀਨਿਧਤਾ ਕਰਨ ਵਾਲੇ ਕਿਸੇ ਵੀ ਕੰਮ ਵਿਚ ਸੇਵਾ ਕਰਨ ਦਾ ਸੂਚਕ ਹੈ, ਜਿਸ ਵਿਚ ਭਗਵਾਨ ਦੇ ਮੰਦਰ ਵਿਚ ਭੋਜਨ ਬਨਾਉਣਾ ਅਤੇ ਸਹਾਇਤਾ ਕਰਨ ਵਰਗੀਆਂ ਸੇਵਾਵਾਂ ਜਾਂ ਭਗਵਾਨ ਦੇ ਜੱਸ ਦਾ ਪ੍ਰਚਾਰ-ਪ੍ਰਸਾਰ ਕਰਨ ਵਾਲਾ ਹੋਰ ਕੋਈ ਵੀ ਕੰਮ ਸ਼ਾਮਿਲ ਹੈ। ਇੰਝ ਇਹ ਪਰਮ ਸ਼ਬਦ **ਓਮ ਤਤ੍ ਸਤ੍** ਸਾਰੇ ਕੰਮਾਂ ਨੂੰ ਪੂਰਾ ਕਰਨ ਲਈ ਕਈ ਤਰ੍ਹਾਂ ਨਾਲ ਵਰਤੇ ਜਾਂਦੇ ਹਨ।

अश्रद्धया हुतं दत्तं तपस्तप्तं कृतं च यत् ।
असदित्युच्यते पार्थ न च तत्प्रेत्य नो इह ॥ २८ ॥

ਅਸ਼ਰਦ੍ਧਯਾ ਹੁਤਮ੍ ਦਤੱਮ੍ ਤਪਸ੍ ਤਪ੍ਤਮ੍ ਕ੍ਰਿਤਮ੍ ਚ ਯਤ੍ ।
ਅਸਦ੍ ਇਤਿ ਉਚ੍ਯਤੇ ਪਾਰਥ੍ ਨ ਚ ਤਤ੍ ਪ੍ਰੇਤ੍ਯ ਨੋ ਇਹ ॥ 28 ॥

ਅਸ਼ਰਦ੍ਧਯਾ-ਸ਼ਰਧਾ ਰਹਿਤ ; **ਹੁਤਮ੍**-ਯੱਗ ਵਿਚ ਆਹੁਤੀ ਦਿੱਤਾ ਗਿਆ ; **ਦਤੱਮ੍**-ਦਿੱਤਾ; **ਤਪਹ੍**-ਤਪੱਸਿਆ ; **ਤਪ੍ਤਮ੍**-ਸੰਪੰਨ ; **ਕ੍ਰਿਤਮ੍**-ਕੀਤਾ ਗਿਆ ; **ਚ**-ਵੀ ; **ਯਤ੍**-ਜਿਹੜਾ ; **ਅਸਤ੍**-ਝੂਠਾ ; **ਇਤਿ**-ਇੰਝ ; **ਉਚ੍ਯਤੇ**-ਕਿਹਾ ਜਾਂਦਾ ਹੈ ; **ਪਾਰਥ੍**-ਹੇ ਪ੍ਰਿਥਾ ਪੁੱਤਰ ; **ਨ**-ਕਦੀ ਨਹੀਂ ; **ਚ**-ਵੀ ; **ਤਤ੍**-ਉਹ ; **ਪ੍ਰੇਤ੍ਯ**-ਮਰ ਕੇ ; **ਨ ਉ**- ਨਾ ਤਾਂ ; **ਇਹ**-ਇਸ ਜੀਵਨ ਵਿਚ।

ਅਨੁਵਾਦ

ਹੇ ਪਾਰਥ ! ਬ੍ਰਹਮ ਵਿਚ ਸ਼ਰਧਾ ਤੋਂ ਬਗ਼ੈਰ ਯੱਗ, ਦਾਨ ਜਾਂ ਤਪੱਸਿਆ ਦੇ ਰੂਪ ਵਿਚ ਜੋ ਵੀ ਕੀਤਾ ਜਾਂਦਾ ਹੈ, ਉਹ ਨਾਸ਼ਵਾਨ ਹੈ। ਉਹ 'ਅਸਤ੍' ਕਹਾਉਂਦਾ ਹੈ ਅਤੇ ਇਸ ਜਨਮ ਅਤੇ ਅਗਲੇ ਜਨਮ ਦੋਵਾਂ ਵਿਚ ਵਿਅਰਥ ਜਾਂਦਾ ਹੈ।

ਭਾਵ

ਭਾਵੇਂ ਯੱਗ ਹੋਵੇ, ਦਾਨ ਹੋਵੇ ਜਾਂ ਤਪੱਸਿਆ ਹੋਵੇ, ਬਗ਼ੈਰ ਅਧਿਆਤਮਕ ਮੰਤਵ ਤੋਂ ਬੇਕਾਰ ਰਹਿੰਦੇ ਹਨ। ਇਸ ਲਈ ਇਸ ਸ਼ਲੋਕ ਵਿਚ ਇਹ ਐਲਾਨ ਕੀਤਾ ਗਿਆ ਹੈ ਕਿ ਅਜਿਹੇ ਕੰਮ ਵਰਜਿਤ ਹਨ। ਹਰ ਕੰਮ ਕ੍ਰਿਸ਼ਨ ਭਾਵਨਾ ਵਿਚ ਰਹਿਕੇ ਬ੍ਰਹਮ ਦੀ ਪ੍ਰਸੰਨਤਾ ਲਈ ਕੀਤਾ ਜਾਣਾ ਚਾਹੀਦਾ ਹੈ। ਸਾਰੇ ਵੈਦਿਕ ਸਾਹਿਤਾਂ ਵਿਚ ਭਗਵਾਨ ਤੇ ਸ਼ਰਧਾ ਦੀ ਸਿਫਾਰਿਸ਼ ਕੀਤੀ ਗਈ ਹੈ। ਅਜਿਹੀ ਸ਼ਰਧਾ ਅਤੇ ਠੀਕ ਮਾਰਗ ਦਰਸ਼ਨ ਤੋਂ ਬਗ਼ੈਰ ਇਸਦਾ ਕੋਈ ਫਲ ਨਹੀਂ ਮਿਲ ਸਕਦਾ। ਸਾਰੇ ਵੈਦਿਕ ਸਹਿਤ ਵਿਚ ਪਰਮ ਬ੍ਰਹਮ ਵਿਚ ਸ਼ਰਧਾ ਦੀ ਸਲਾਹ ਦਿੱਤੀ ਗਈ ਹੈ। ਸਾਰੇ ਵੈਦਿਕ

ਹੁਕਮਾਂ ਦੀ ਪਾਲਣਾ ਦਾ ਪਰਮ ਉਦੇਸ਼ ਕ੍ਰਿਸ਼ਨ ਨੂੰ ਸਮਝਣਾ ਹੈ । ਇਸ ਸਿਧਾਂਤ ਦੀ ਪਾਲਣਾ ਕੀਤੇ ਬਗੈਰ ਕੋਈ ਸਫਲ ਨਹੀਂ ਹੋ ਸਕਦਾ ਹੈ । ਇਸ ਲਈ ਸਭ ਤੋਂ ਉੱਤਮ ਰਸਤਾ ਇਹੋ ਹੈ ਕਿ ਮਨੁੱਖ ਸ਼ੁਰੂ ਤੋਂ ਹੀ ਕਿਸੇ ਪ੍ਰਮਾਣਿਤ ਗੁਰੂ ਦੇ ਮਾਰਗ ਦਰਸ਼ਨ (ਅਗਵਾਈ) ਵਿਚ ਕ੍ਰਿਸ਼ਨ ਭਾਵਨਾ ਨੂੰ ਪ੍ਰਾਪਤ ਹੋ ਕੇ ਕੰਮ ਕਰੇ । ਹਰ ਪੱਖੋਂ ਸਫਲ ਹੋਣ ਦਾ ਇਹੋ ਰਸਤਾ ਹੈ ।

ਬੱਧ ਅਵਸਥਾ ਵਿਚ ਲੋਕ ਦੇਵਤਿਆਂ, ਭੂਤਾਂ ਜਾਂ ਕੁਬੇਰ ਵਰਗੇ ਯਕਸ਼ਾ ਦੀ ਪੂਜਾ ਪ੍ਰਤੀ ਆਕਰਸ਼ਿਤ ਹੁੰਦੇ ਹਨ । ਹਾਲਾਂਕਿ ਸਤੋਗੁਣ, ਰਜੋਗੁਣ ਅਤੇ ਤਮੋਗੁਣ ਨਾਲੋ ਉੱਤਮ ਹੈ, ਪਰ ਜੇ ਮਨੁੱਖ ਕ੍ਰਿਸ਼ਨ ਭਾਵਨਾ ਨੂੰ ਸਿੱਧਾ ਗ੍ਰਹਿਣ ਕਰਦਾ ਹੈ ਤਾਂ ਉਹ ਪ੍ਰਕ੍ਰਿਤੀ ਦੇ ਇਨ੍ਹਾਂ ਤਿੰਨਾਂ ਗੁਣਾਂ ਨੂੰ ਪਾਰ ਕਰ ਜਾਂਦਾ ਹੈ । ਹਾਲਾਂਕਿ ਹੌਲੀ-ਹੌਲੀ ਤਰੱਕੀ ਦੀ ਵਿਧੀ ਹੈ, ਪਰ ਸ਼ੁੱਧ ਭਗਤਾਂ ਦੀ ਸੰਗਤ ਨਾਲ ਜੇਕਰ ਕੋਈ ਸਿੱਧੇ ਕ੍ਰਿਸ਼ਨ ਭਾਵਨਾ ਅੰਮ੍ਰਿਤ ਗ੍ਰਹਿਣ ਕਰਦਾ ਹੈ, ਤਾਂ ਉਹ ਸਭ ਤੋਂ ਸ੍ਰੇਸ਼ਠ (ਉੱਤਮ) ਮਾਰਗ ਹੈ । ਇਸ ਅਧਿਆਇ ਵਿਚ ਇਸ ਦੀ ਸਿਫਾਰਿਸ਼ ਕੀਤੀ ਗਈ ਹੈ । ਇੰਝ ਸਫਲਤਾ ਪ੍ਰਾਪਤ ਕਰਨੀ ਚਾਹੀਦੀ ਹੈ । ਤਾਂ ਹੀ ਪਰਮ-ਬ੍ਰਹਮ ਵਿਚ ਸ਼ਰਧਾ ਹੋ ਸਕਦੀ ਹੈ । ਜਦੋਂ ਸਮੇਂ ਮੁਤਾਬਿਕ ਇਹ ਸ਼ਰਧਾ ਪੱਕੀ ਹੋ ਜਾਂਦੀ ਹੈ ਤਾਂ ਇਸਨੂੰ ਈਸ਼ਵਰ ਪ੍ਰੇਮ ਕਹਿੰਦੇ ਹਨ । ਇਹੋ ਪ੍ਰੇਮ ਸਾਰੇ ਜੀਵਾਂ ਦਾ ਉੱਚ ਮੰਤਵ ਹੈ । ਇਸ ਲਈ ਮਨੁੱਖ ਨੂੰ ਚਾਹੀਦਾ ਹੈ ਕਿ ਸਿੱਧੇ ਕ੍ਰਿਸ਼ਨ ਭਾਵਨਾ ਅੰਮ੍ਰਿਤ ਗ੍ਰਹਿਣ ਕਰੇ । ਇਸ ਸਤਾਰ੍ਹਵੇਂ ਅਧਿਆਇ ਦਾ ਇਹੋ ਸੰਦੇਸ਼ ਹੈ ।

ਇਸ ਤਰ੍ਹਾਂ ਸ਼੍ਰੀਮਦ ਭਾਗਵਤ ਗੀਤਾ ਦੇ ਸਤਾਰ੍ਹਵੇਂ ਅਧਿਆਇ **"ਸ਼ਰਧਾ ਦੇ ਵਿਭਾਗ"** ਦਾ ਭਕਤੀਵੇਦਾਂਤ ਭਾਵ-ਅਰਥ ਪੂਰਨ ਹੋਇਆ ।

ਅਧਿਆਇ ਅਠਾਰ੍ਹਵਾਂ

ਨਿਰਣੈ - ਸੰਨਿਆਸ ਦੀ ਸਿੱਧੀ

अर्जुन उवाच

सन्न्यासस्य महाबाहो तत्त्वमिच्छामि वेदितुम् ।
त्यागस्य च हृषीकेश पृथक्केशिनिषूदन ॥ १ ॥

ਅਰਜੁਨ ਉਵਾਚ

ਸੰਨ੍ਯਾਸਸ੍ਯ ਮਹਾ-ਬਾਹੋ ਤੱਤ੍ਵਮ੍ ਇਚ੍ਛਾਮਿ ਵੇਦਿਤੁਮ੍ ।
ਤ੍ਯਾਗਸ੍ਯ ਚ ਹ੍ਰਿਸ਼ੀਕੇਸ਼ ਪ੍ਰਿਥਕ੍ ਕੇਸ਼ਿ-ਨਿਸ਼ੂਦਨ ॥ 1 ॥

ਅਰਜੁਨਹ੍ ਉਵਾਚ-ਅਰਜੁਨ ਨੇ ਕਿਹਾ ; **ਸੰਨ੍ਯਾਸਸ੍ਯ**-ਸੰਨਿਆਸ (ਤਿਆਗ) ਦਾ ; **ਮਹਾ-ਬਾਹੋ**-ਹੇ ਤਾਕਤਵਰ ਬਾਹਾਂ ਵਾਲੇ ; **ਤੱਤ੍ਵਮ੍**-ਸੱਚ ਨੂੰ ; **ਇਚ੍ਛਾਮਿ**-ਚਾਹੁੰਦਾ ਹਾਂ ; **ਵੇਦਿਤੁਮ੍**-ਜਾਣਨਾ ; **ਤ੍ਯਾਗਸ੍ਯ**-ਤਿਆਗ (ਸੰਨਿਆਸ) ਦਾ ; **ਚ**-ਵੀ ; **ਹ੍ਰਿਸ਼ੀਕੇਸ਼**-ਹੇ ਇੰਦਰੀਆਂ ਦੇ ਮਾਲਕ ; **ਪ੍ਰਿਥੱਕ੍**-ਵੱਖਰੇ ਤੌਰ ਤੇ ; **ਕੇਸ਼ਿ-ਨਿਸ਼ੂਦਨ**-ਹੇ ਕੇਸ਼ੀ ਨਾਂ ਦੇ ਦੈਂਤ ਨੂੰ ਮਾਰਨ ਵਾਲੇ ।

ਅਨੁਵਾਦ

ਅਰਜੁਨ ਨੇ ਕਿਹਾ - ਹੇ ਮਹਾਬਾਹੂ! ਮੈਂ ਵੈਰਾਗ ਦਾ ਮੰਤਵ ਜਾਣਨ ਦਾ ਇਛੁੱਕ ਹਾਂ ਅਤੇ ਹੇ ਕੇਸ਼ੀ ਨਿਸ਼ੂਦਨ, ਹੇ ਹ੍ਰਿਸ਼ੀਕੇਸ਼! ਮੈਂ ਤਿਆਗ ਵਾਲੇ ਜੀਵਨ (ਸੰਨਿਆਸ ਆਸ਼ਰਮ) ਦਾ ਵੀ ਮੰਤਵ ਜਾਣਨਾ ਚਾਹੁੰਦਾ ਹਾਂ ।

ਭਾਵ

ਅਸਲ ਵਿਚ ਭਗਵਤ ਗੀਤਾ ਸਤਾਰ੍ਹਾਂ ਅਧਿਆਇਆਂ ਵਿਚ ਹੀ ਖ਼ਤਮ ਹੋ ਜਾਂਦੀ ਹੈ, ਅਠਾਰ੍ਹਵਾਂ ਅਧਿਆਇ ਤਾਂ ਪਹਿਲਾਂ ਦੱਸੇ ਵਿਸ਼ਿਆਂ ਦਾ ਸੰਖੇਪ ਹੈ । ਹਰ ਅਧਿਆਇ ਵਿਚ ਭਗਵਾਨ ਜ਼ੋਰ ਦੇ ਕੇ ਇਹ ਕਹਿੰਦੇ ਹਨ ਕਿ ਭਗਵਾਨ ਦੀ ਸੇਵਾ ਹੀ ਜੀਵਨ ਦਾ ਉਚੇਰਾ ਮੰਤਵ ਹੈ । ਇਸੇ ਵਿਸ਼ੇ ਨੂੰ

ਇਸ ਅਠਾਰ੍ਹਵੇਂ ਅਧਿਆਇ ਵਿਚ ਗਿਆਨ ਦੇ ਬਹੁਤ ਹੀ ਗੁਪਤ ਰਾਹ ਦੇ ਰੂਪ ਵਿਚ ਸੰਖੇਪ ਵਿਚ ਦੱਸਿਆ ਗਿਆ ਹੈ। ਪਹਿਲੇ ਛੇ ਅਧਿਆਇਆਂ ਵਿਚ ਭਗਤੀ ਯੋਗ ਤੇ ਜ਼ੋਰ ਦਿੱਤਾ ਗਿਆ ਹੈ - **ਯੋਗਿਨਾਮ੍ ਅਪਿ ਸਰ੍ਵੇਸ਼ਾਮ੍** - "ਸਾਰੇ ਯੋਗੀਆਂ ਵਿੱਚੋਂ ਜਿਹੜਾ ਯੋਗੀ ਆਪਣੇ ਅੰਦਰ ਹਮੇਸ਼ਾਂ ਮੇਰਾ ਚਿੰਤਨ ਕਰਦਾ ਹੈ, ਉਹ ਸਭ ਤੋਂ ਸ੍ਰੇਸ਼ਠ (ਉੱਤਮ) ਹੈ।" ਅਗਲੇ ਛੇ ਅਧਿਆਇਆਂ ਵਿਚ ਸ਼ੁੱਧ ਭਗਤੀ, ਉਸ ਦੀ ਪ੍ਰਕ੍ਰਿਤੀ ਅਤੇ ਕੰਮਾਂ ਦਾ ਵਰਣਨ ਕੀਤਾ ਗਿਆ ਹੈ। ਅੰਤਿਮ ਛੇ ਅਧਿਆਇਆਂ ਵਿਚ ਗਿਆਨ, ਵੈਰਾਗ, ਅਪਰਾ ਅਤੇ ਪਰਾ ਪ੍ਰਕ੍ਰਿਤੀ ਦੇ ਕਾਰਜਾਂ ਅਤੇ ਭਗਤੀ ਦਾ ਵਰਣਨ ਕੀਤਾ ਗਿਆ ਹੈ ਕਿ ਸਾਰੇ ਕਾਰਜਾਂ ਨੂੰ ਪਰਮੇਸ਼ਵਰ ਨਾਲ ਜੁੜਿਆ ਹੋਣਾ ਚਾਹੀਦਾ ਹੈ। ਪਰਮੇਸ਼ਵਰ ਨਾਲ ਜੁੜਿਆ ਹੋਣਾ ਚਾਹੀਦਾ ਹੈ, ਜਿਹੜਾ **ਓਮ ਤਤ੍ ਸਤ੍** ਸ਼ਬਦਾਂ ਤੋਂ ਪ੍ਰਗਟ ਹੁੰਦਾ ਹੈ ਅਤੇ ਇਹ ਸ਼ਬਦ ਪਰਮ ਪੁਰਖ਼ ਵਿਸ਼ਨੂੰ ਦੇ ਸੂਚਕ ਹਨ। ਭਗਵਤ ਗੀਤਾ ਦੇ ਤੀਜੇ ਖੰਡ ਤੋਂ ਇਹੋ ਸਪਸ਼ਟ ਹੁੰਦਾ ਹੈ ਕਿ ਭਗਤੀ ਹੀ ਇੱਕੋ-ਇੱਕ ਜੀਵਨ ਦਾ ਉਚੇਰਾ ਮੰਤਵ ਹੈ। ਪਹਿਲੇ ਆਚਾਰੀਆਂ ਅਤੇ ਬ੍ਰਹਮਸੂਤਰ ਜਾਂ ਵੇਦਾਂਤ ਸੂਤਰ ਦਾ ਉਦਾਹਰਣ ਦੇ ਕੇ ਇਸਦੀ ਸਥਾਪਨਾ ਕੀਤੀ ਗਈ ਹੈ। ਕੁਝ ਨਿਰਵਿਸ਼ੇਸ਼ਵਾਦੀ ਵੇਦਾਂਤ ਸੂਤਰ ਦੇ ਗਿਆਨ ਤੇ ਸਿਰਫ਼ ਆਪਣਾ ਹੀ ਅਧਿਕਾਰ ਜਤਾਉਂਦੇ ਹਨ ਪਰ ਅਸਲ ਵਿਚ ਵੇਦਾਂਤ ਸੂਤਰ ਭਗਤੀ ਨੂੰ ਸਮਝਣ ਲਈ ਹੈ, ਕਿਉਂਕਿ ਬ੍ਰਹਮ ਸੂਤਰ ਰਚਣ ਵਾਲੇ ਪ੍ਰਤੱਖ ਭਗਵਾਨ ਹਨ ਅਤੇ ਉਹ ਹੀ ਇਸਦੇ ਜਾਣਨ ਵਾਲੇ ਹਨ। ਇਸਦਾ ਵਰਣਨ ਪੰਦਰ੍ਹਵੇਂ ਅਧਿਆਇ ਵਿਚ ਹੋਇਆ ਹੈ। ਹਰ ਸ਼ਾਸ਼ਤਰ, ਹਰ ਵੇਦ ਦਾ ਮੰਤਵ ਭਗਤੀ ਹੈ। ਭਗਵਤ ਗੀਤਾ ਵਿਚ ਇਸੇ ਦੀ ਵਿਆਖਿਆ ਹੈ।

ਜਿਸ ਤਰ੍ਹਾਂ ਦੂਜੇ ਅਧਿਆਇ ਵਿਚ ਸਾਰੇ ਵਿਸ਼ੇ ਵਸਤੂ ਦੀ ਪ੍ਰਸਤਾਵਨਾ (ਸਾਰ) ਦਾ ਵਰਣਨ ਹੈ, ਉਸੇ ਤਰ੍ਹਾਂ ਅਠਾਰ੍ਹਵੇਂ ਅਧਿਆਇ ਵਿਚ ਸਾਰੇ ਉਪਦੇਸ਼ ਦਾ ਸਾਰ ਦਿੱਤਾ ਗਿਆ ਹੈ। ਇਸ ਵਿਚ ਤਿਆਗ (ਵੈਰਾਗ) ਅਤੇ ਤਿੰਨਾਂ ਗੁਣਾਂ ਤੋਂ ਪਰੇ ਅਲੌਕਿਕ ਰਸਤੇ ਦੀ ਪ੍ਰਾਪਤੀ ਨੂੰ ਹੀ ਜੀਵਨ ਦਾ ਮੰਤਵ ਦੱਸਿਆ ਗਿਆ ਹੈ। ਅਰਜੁਨ ਭਗਵਤ ਗੀਤਾ ਦੇ ਦੋ ਵਿਸ਼ਿਆਂ ਦਾ ਸਪਸ਼ਟ ਫਰਕ ਜਾਣਨ ਦਾ ਚਾਹਵਾਨ ਹੈ - ਜਿਹੜੇ ਹਨ; ਤਿਆਗ ਅਤੇ ਸੰਨਿਆਸ ਆਸ਼ਰਮ। ਇਸ ਲਈ ਉਹ ਇਨ੍ਹਾਂ ਦੋਵਾਂ ਦੇ ਅਰਥ ਬਾਰੇ ਪ੍ਰਸ਼ਨ ਕਰ ਰਿਹਾ ਹੈ

ਇਸ ਸ਼ਲੋਕ ਵਿਚ ਪਰਮੇਸ਼ਵਰ ਨੂੰ ਸੰਬੋਧਿਤ ਕਰਨ ਲਈ ਹ੍ਰਿਸ਼ੀਕੇਸ਼ ਅਤੇ ਕੇਸ਼ੀ ਨਿਸੂਦਨ ਦਾ ਪ੍ਰਯੋਗ ਕੀਤਾ ਗਿਆ ਹੈ - ਇਹ ਦੋ ਸ਼ਬਦ ਮਹੱਤਵਪੂਰਨ ਹਨ। ਹ੍ਰਿਸ਼ੀਕੇਸ਼ ਕ੍ਰਿਸ਼ਨ ਹਨ, ਜਿਹੜੇ ਸਾਰੀਆਂ ਇੰਦਰੀਆਂ ਦੇ ਮਾਲਕ ਅਤੇ ਸਾਨੂੰ ਮਾਨਸਿਕ ਸ਼ਾਂਤੀ ਦੇਣ ਵਿਚ ਸਹਾਈ ਬਣਦੇ ਹਨ। ਅਰਜੁਨ ਉਨ੍ਹਾਂ ਨੂੰ ਬੇਨਤੀ ਕਰਦਾ ਹੈ ਕਿ ਉਸ ਸਾਰੀਆਂ ਗੱਲਾਂ ਨੂੰ ਇੰਝ ਸੰਖੇਪ ਕਰ ਦੇਣ ਜਿਸ ਨਾਲ ਉਹ ਸਮਭਾਵ ਵਿਚ ਸਥਿਰ ਰਹੇ। ਫਿਰ ਵੀ ਉਸਦੇ ਮਨ ਵਿਚ ਕੁਝ ਸ਼ੱਕ ਹਨ ਅਤੇ ਇਹ ਸ਼ੱਕ ਹਮੇਸ਼ਾਂ ਦੈਂਤਾਂ ਵਾਂਗ ਹੁੰਦੇ ਹਨ। ਇਸ ਲਈ ਉਹ ਕ੍ਰਿਸ਼ਨ ਨੂੰ ਕੇਸ਼ੀ ਨਿਸੂਦਨ ਕਹਿਕੇ ਸੰਬੋਧਿਤ ਕਰਦਾ ਹੈ। ਕੇਸ਼ੀ ਬਹੁਤ ਹੀ ਭਿਆਨਕ ਦੈਂਤ ਸੀ, ਜਿਸਨੂੰ ਕ੍ਰਿਸ਼ਨ ਨੇ ਮਾਰਿਆ ਸੀ, ਹੁਣ ਅਰਜੁਨ ਚਾਹੁੰਦਾ ਹੈ ਕਿ ਉਹ ਉਸਦੇ ਸ਼ੱਕ ਰੂਪੀ ਦੈਂਤ ਨੂੰ ਵੀ ਮਾਰਨ।

श्रीभगवानुवाच
काम्यानां कर्मणां न्यासं सन्न्यासं कवयो विदुः ।
सर्वकर्मफलत्यागं प्राहुस्त्यागं विचक्षणाः ॥ २ ॥

ਸ਼੍ਰੀ ਭਗਵਾਨ ਓਵਾਚ

ਕਾਮ੍ਯਾਨਾਮ੍ ਕਰ੍ਮਣਾਮ੍ ਨ੍ਯਾਸਮ੍ ਸੰਨ੍ਯਾਸਮ੍ ਕਵਯੋ ਵਿਦੁਹ੍ ।
ਸਰ੍ਵ-ਕਰ੍ਮ-ਫ਼ਲ-ਤ੍ਯਾਗਮ੍ ਪ੍ਰਾਹੁਸ੍ ਤ੍ਯਾਗਮ੍ ਵਿਚਕ੍ਸ਼ਣਾਹ੍ ॥ 2 ॥

ਸ਼੍ਰੀ ਭਗਵਾਨ ਓਵਾਚ-ਸ਼੍ਰੀ ਭਗਵਾਨ ਨੇ ਕਿਹਾ ; **ਕਾਮ੍ਯਾਨਾਮ੍**-ਇੱਛਾਵਾਂ ਵਾਲੇ ਕੰਮਾਂ ਦਾ ; **ਕਰ੍ਮਣਾਮ੍**-ਕੰਮਾਂ ਦਾ ; **ਨ੍ਯਾਸਮ੍**-ਤਿਆਗ ; **ਸੰਨ੍ਯਾਸਮ੍**-ਸੰਨਿਆਸ ; **ਕਵਯਹ੍**-ਵਿਦਵਾਨ ਲੋਕ ; **ਵਿਦੁਹ੍**-ਜਾਣਦੇ ਹਨ ; **ਸਰ੍ਵ**-ਸਾਰੇ ; **ਕਰ੍ਮ**-ਕਰਮਾਂ ਦਾ ; **ਫਲ**-ਫਲ ; **ਤ੍ਯਾਗਮ੍** - ਤਿਆਗਣ ਦਾ ; **ਪ੍ਰਾਹੁਹ੍**-ਕਹਿੰਦੇ ਹਨ ; **ਤ੍ਯਾਗਮ੍**-ਤਿਆਗਣ ਦਾ ; **ਵਿਚਕ੍ਸ਼ਣਾਹ੍**-ਅਨੁਭਵੀ ।

ਅਨੁਵਾਦ

ਸ਼੍ਰੀ ਭਗਵਾਨ ਨੇ ਕਿਹਾ - ਭੌਤਿਕ ਇੱਛਾਵਾਂ ਤੇ ਅਧਾਰਿਤ ਕਾਰਜਾਂ ਦੇ ਤਿਆਗ ਨੂੰ ਵਿਦਵਾਨ ਲੋਕ ਸੰਨਿਆਸੀ ਜੀਵਨ ਕਹਿੰਦੇ ਹਨ ਅਤੇ ਸਾਰੇ ਕਾਰਜਾਂ ਦੇ ਫਲ ਦੇ ਤਿਆਗ ਨੂੰ ਬੁੱਧੀਮਾਨ ਲੋਕ ਤਿਆਗ ਕਹਿੰਦੇ ਹਨ ।

ਭਾਵ

ਕਰਮਫਲ ਦੀ ਇੱਛਾ ਨਾਲ ਕੀਤੇ ਗਏ ਕਰਮ ਦਾ ਤਿਆਗ ਕਰਨਾ ਚਾਹੀਦਾ ਹੈ । ਇਹੋ ਭਗਵਤ ਗੀਤਾ ਦਾ ਉਪਦੇਸ਼ ਹੈ । ਪਰ ਜਿਨ੍ਹਾਂ ਕਰਮਾਂ ਨਾਲ ਉਚੱ ਅਧਿਆਤਮਕ ਗਿਆਨ ਪ੍ਰਾਪਤ ਹੋਵੇ, ਉਨ੍ਹਾਂ ਦਾ ਤਿਆਗ ਨਹੀਂ ਕਰਨਾ ਚਾਹੀਦਾ । ਅਗਲੇ ਸ਼ਲੋਕਾਂ ਤੋਂ ਇਹ ਸਪਸ਼ਟ ਕੀਤਾ ਜਾਵੇਗਾ । ਵੈਦਿਕ ਸਾਹਿਤ ਵਿਚ ਕਿਸੇ ਖ਼ਾਸ ਮੰਤਵ ਨਾਲ ਯੱਗ ਸੰਪੰਨ ਕਰਨ ਦੀਆਂ ਅਨੇਕਾਂ ਵਿਧੀਆਂ ਦਾ ਉਲੇਖ ਹੈ । ਕੁਝ ਯੱਗ ਅਜਿਹੇ ਹਨ, ਜਿਹੜੇ ਚੰਗੀ ਸੰਤਾਨ ਪ੍ਰਾਪਤੀ ਲਈ ਜਾਂ ਸਵਰਗ ਦੀ ਪ੍ਰਾਪਤੀ ਲਈ ਕੀਤੇ ਜਾਂਦੇ ਹਨ, ਪਰ ਜਿਹੜੇ ਯੱਗ ਇੱਛਾਵਾਂ ਦੇ ਅਧੀਨ ਹੋਣ, ਉਨ੍ਹਾਂ ਨੂੰ ਬੰਦ ਕਰਨਾ ਚਾਹੀਦਾ ਹੈ । ਪਰ ਹਿਰਦੇ ਦੀ ਸ਼ੁੱਧੀ ਲਈ ਅਤੇ ਅਧਿਆਤਮਕ ਗਿਆਨ ਦੀ ਤਰੱਕੀ ਲਈ ਕੀਤੇ ਜਾਣ ਵਾਲੇ ਯੱਗਾਂ ਦਾ ਤਿਆਗ ਨਹੀਂ ਕਰਨਾ ਚਾਹੀਦਾ ।

त्याज्यं दोषवदित्येके कर्म प्राहुर्मनीषिणः ।
यज्ञदानतपःकर्म न त्याज्यमिति चापरे ॥ ३ ॥

ਤ੍ਯਾਜ੍ਯਮ੍ ਦੋਸ਼-ਵਦ੍ ਇਤਿ ਏਕੇ ਕਰ੍ਮ ਪ੍ਰਾਹੁਰ੍ ਮਨੀਸ਼ਿਣਹ੍ ।
ਯਗ੍ਯ-ਦਾਨ-ਤਪਹ੍-ਕਰ੍ਮ ਨ ਤ੍ਯਾਜ੍ਯਮ੍ ਇਤਿ ਚਾਪਰੇ ॥ 3 ॥

ਤ੍ਯਾਜ੍ਯਮ੍-ਤਿਆਗਣ ਯੋਗ ; **ਦੋਸ਼-ਵਤ੍**-ਦੋਸ਼ ਬਰਾਬਰ ; **ਇਤਿ**-ਇੰਝ ; **ਏਕੇ**-ਇੱਕ ਸਮੂਹ ਦੇ; **ਕਰ੍ਮ**-ਕਰਮ ; **ਪ੍ਰਾਹੁਹ੍**-ਕਹਿੰਦੇ ਹਨ ; **ਮਨੀਸ਼ਿਣਹ**-ਮਹਾਨ ਚਿੰਤਕ ; **ਯਗ੍ਯ**-ਯੱਗ ; **ਦਾਨ**-ਦਾਨ ; **ਤਪਹ੍**-ਅਤੇ ਤਪੱਸਿਆ ਦਾ ; **ਕਰ੍ਮ**-ਕਾਰਜ ; **ਨ**-ਕਦੀ ਨਹੀਂ ; **ਤ੍ਯਾਜ੍ਯਮ੍**-ਤਿਆਗਣੇਚਾਹੀਦੇ ; **ਇਤਿ**-ਇੰਝ ; **ਚ**-ਅਤੇ ; **ਅਪਰੇ**-ਹੋਰ ।

ਅਨੁਵਾਦ

ਕੁੱਝ ਵਿਦਵਾਨ ਕਹਿੰਦੇ ਹਨ ਕਿ ਹਰ ਤਰ੍ਹਾਂ ਦੇ ਸਕਾਮ ਕਰਮਾਂ ਨੂੰ ਦੋਸ਼-ਪੂਰਨ ਸਮਝ ਕੇ ਤਿਆਗ ਦੇਣਾ ਚਾਹੀਦਾ ਹੈ । ਪਰ ਹੋਰ ਵਿਦਵਾਨ ਮੰਨਦੇ ਹਨ ਕਿ ਯੱਗ, ਦਾਨ ਅਤੇ ਤਪੱਸਿਆ ਦੇ ਕਰਮਾਂ ਨੂੰ ਕਦੀ ਨਹੀਂ ਛੱਡਣਾ ਚਾਹੀਦਾ ।

ਭਾਵ

ਵੈਦਿਕ ਸਾਹਿਤ ਵਿਚ ਅਜਿਹੇ ਅਨੇਕਾਂ ਕਰਮ ਹਨ ਜਿਨ੍ਹਾਂ ਬਾਰੇ ਇੱਕ ਮਤ ਨਹੀਂ ਹੈ । ਉਦਾਹਰਣ ਵੱਜੋਂ, ਇਹ ਕਿਹਾ ਜਾਂਦਾ ਹੈ ਕਿ ਯੱਗ ਵਿਚ ਪਸ਼ੂ ਨੂੰ ਮਾਰਿਆ ਜਾ ਸਕਦਾ ਹੈ ਫਿਰ ਵੀ ਕੁਝ ਦਾ ਮਤ ਹੈ ਕਿ ਪਸ਼ੂ ਹੱਤਿਆ ਨਹੀਂ ਹੋਣੀ ਚਾਹੀਦੀ । ਹਾਲਾਂਕਿ ਵੈਦਿਕ ਸਾਹਿਤ ਵਿਚ ਪਸ਼ੂ ਬਲੀ ਦੀ ਸਿਫਾਰਿਸ਼ ਕੀਤੀ ਗਈ ਹੈ, ਪਰ ਪਸ਼ੂ ਨੂੰ ਮਾਰਿਆ ਗਿਆ ਨਹੀਂ ਮੰਨਿਆ ਜਾਂਦਾ । ਇਹ ਬਲੀ ਪਸ਼ੂ ਨੂੰ ਨਵਾਂ ਜੀਵਨ ਦੇਣ ਲਈ ਹੁੰਦੀ ਹੈ । ਕਦੀ-ਕਦੀ ਯੱਗ ਵਿਚ ਮਾਰੇ ਗਏ ਪਸ਼ੂ ਨੂੰ ਨਵਾਂ ਪਸ਼ੂ ਜੀਵਨ ਮਿਲਦਾ ਹੈ, ਅਤੇ ਕਦੀ-ਕਦੀ ਉਹ ਪਸ਼ੂ ਉਸੇ ਸਮੇਂ ਮਨੁੱਖ ਜੂਨੀ ਨੂੰ ਪ੍ਰਾਪਤ ਕਰਦਾ ਹੈ । ਪਰ ਇਸ ਸੰਬੰਧ ਵਿਚ ਸਾਧੂਆਂ ਦਾ ਇੱਕ ਮਤ ਨਹੀਂ ਹੈ, ਕੁਝ ਦਾ ਕਹਿਣਾ ਹੈ ਕਿ ਪਸ਼ੂ ਹੱਤਿਆ ਕਦੇ ਨਹੀਂ ਕੀਤੀ ਜਾਣੀ ਚਾਹੀਦੀ ਅਤੇ ਕੁਝ ਕਹਿੰਦੇ ਹਨ ਕਿ ਖਾਸ ਯੱਗ (ਬਲੀ) ਲਈ ਇਹ ਸ਼ੁੱਭ ਹੈ । ਹੁਣ ਯੱਗ ਕਰਮ ਦੇ ਵਿਸ਼ੇ ਤੇ ਵੱਖੋ-ਵੱਖਰੇ ਮੱਤਾਂ ਦਾ ਸਪਸ਼ਟੀਕਰਨ ਭਗਵਾਨ ਖ਼ੁਦ ਕਰ ਰਹੇ ਹਨ ।

निश्चयं शृणु मे तत्र त्यागे भरतसत्तम ।
त्यागो हि पुरुषव्याघ्र त्रिविधः सम्प्रकीर्तितः ॥ ४ ॥

ਨਿਸ਼੍ਚਯਮ੍ ਸ਼੍ਰਿਣੂ ਮੇ ਤਤ੍ਰ ਤ੍ਯਾਗੇ ਭਰਤ ਸਤੱਮ ।
ਤ੍ਯਾਗੋ ਹਿ ਪੁਰੁਸ਼ ਵ੍ਯਾਘ੍ਰ ਤ੍ਰਿ-ਵਿਧਹ੍ ਸਮ੍ਪਰਕੀਰ੍ਤਿਤਹ੍ ॥ 4 ॥

ਨਿਸ਼੍ਚਯਮ੍-ਨਿਸ਼ਚੈ ਨੂੰ ; **ਸ਼੍ਰਿਣੂ**-ਸੁਣੋ ; **ਮੇ**-ਮੇਰੇ ; **ਤਤ੍ਰ**-ਉਥੇ ; **ਤ੍ਯਾਗੇ**-ਤਿਆਗ ਦੇ ਵਿਸ਼ੇ ਵਿਚ ; **ਭਰਤ-ਸਤ੍-ਤਮ੍**-ਹੇ ਭਰਤ ਸ੍ਰੇਸ਼ਠ (ਉੱਤਮ); **ਤ੍ਯਾਗਹ੍**-ਤਿਆਗ ; **ਹਿ**-ਨਿਸ਼ਚੈ ਹੀ ; **ਪੁਰੁਸ਼-ਵ੍ਯਾਘ੍ਰ**-ਹੇ ਮਨੁੱਖਾਂ ਵਿਚ ਬਾਘ ; **ਤ੍ਰਿ-ਵਿਧਹ੍**-ਤਿੰਨ ਤਰ੍ਹਾਂ ਦਾ ; **ਸਮ੍ਪਰਕੀਰ੍ਤਿਤਹ੍**-ਘੋਸ਼ਿਤ ਕੀਤਾ ਜਾਂਦਾ ਹੈ ।

ਅਨੁਵਾਦ

ਹੇ ਭਰਤ ਸ੍ਰੇਸ਼ਠ! ਹੁਣ ਤਿਆਗ ਦੇ ਬਾਰੇ ਮੇਰਾ ਨਿਰਣਾ ਸੁਣੋ । ਹੇ ਨਰਸ਼ਾਰਦੂਲ (ਪੁਰਸ਼ਾਂ ਵਿਚ ਬਾਘ) ! ਸ਼ਾਸ਼ਤਰਾਂ ਵਿਚ ਤਿਆਗ ਤਿੰਨ ਤਰ੍ਹਾਂ ਦਾ ਦੱਸਿਆ ਗਿਆ ਹੈ ।

ਭਾਵ

ਹਾਲਾਂਕਿ ਤਿਆਗ ਬਾਰੇ ਤਿੰਨ ਤਰ੍ਹਾਂ ਦੇ ਮੱਤ ਹਨ - ਪਰ ਪਰਮ ਪੁਰਖ ਭਗਵਾਨ ਸ਼੍ਰੀ ਕ੍ਰਿਸ਼ਨ ਆਪਣਾ ਨਿਰਣਾ ਦੇ ਰਹੇ ਹਨ, ਜਿਸਨੂੰ ਅੰਤਿਮ ਮੰਨਿਆ ਜਾਣਾ ਚਾਹੀਦਾ ਹੈ । ਨਿਸ਼ਚੈ ਹੀ ਸਾਰੇ ਵੇਦ ਭਗਵਾਨ ਰਾਹੀਂ ਦਿੱਤੇ ਵੱਖੋ-ਵੱਖਰੇ ਵਿਧਾਨ (ਨਿਯਮ) ਹਨ । ਇੱਥੇ ਭਗਵਾਨ ਪ੍ਰਤੱਖ ਹਾਜ਼ਰ ਹਨ, ਇਸ ਲਈ ਉਨ੍ਹਾਂ ਦੇ ਵਚਨਾਂ ਨੂੰ ਅੰਤਿਮ ਮੰਨ ਲੈਣਾ ਚਾਹੀਦਾ ਹੈ । ਭਗਵਾਨ ਕਹਿੰਦੇ ਹਨ ਕਿ ਭੌਤਿਕ ਪ੍ਰਕ੍ਰਿਤੀ ਦੇ ਤਿੰਨ ਗੁਣਾਂ ਵਿਚੋਂ, ਜਿਸ ਗੁਣ ਵਿਚ ਤਿਆਗ ਕੀਤਾ ਜਾਂਦਾ ਹੈ, ਉਸੇ ਮੁਤਾਬਿਕ ਤਿਆਗ ਦੀ ਕਿਸਮ ਸਮਝਣੀ ਚਾਹੀਦੀ ਹੈ ।

यज्ञदानतपःकर्म न त्याज्यं कार्यमेव तत् ।
यज्ञो दानं तपश्चैव पावनानि मनीषिणाम् ॥ ५ ॥

ਯਗ੍ਯ-ਦਾਨ-ਤਪਹ੍-ਕਰ੍ਮ ਨ ਤ੍ਯਾਜ੍ਯਮ੍ ਕਾਰ੍ਯਮ੍ ਏਵ ਤਤ੍ ।
ਯਗ੍ਯੋ ਦਾਨਮ੍ ਤਪਸ਼੍ ਚੈਵ ਪਾਵਨਾਨਿ ਮਨੀਸ਼ਿਣਾਮ੍ ॥ 5 ॥

ਯਗ੍ਯ-ਯੱਗ ; **ਦਾਨ**-ਦਾਨ ; **ਤਪਹ੍**-ਅਤੇ ਤਪ ਦਾ ; **ਕਰ੍ਮ**-ਕਰਮ ; **ਨ**-ਕਦੀ ਨਹੀਂ ; **ਤ੍ਯਾਜ੍ਯਮ੍**-ਤਿਆਗ ਯੋਗ ; **ਕਾਰ੍ਯਮ੍**-ਕਰਨਾ ਚਾਹੀਦਾ ; **ਏਵ**-ਨਿਸ਼ਚੈ ਹੀ ; **ਤਤ੍**-ਉਸਨੂੰ ; **ਯਗ੍ਯ**-ਯੱਗ ; **ਦਾਨਮ੍**-ਦਾਨ ; **ਤਪਹ੍**-ਤਪ ; **ਚ**-ਵੀ ; **ਏਵ**-ਨਿਸ਼ਚੈ ਹੀ ; **ਪਾਵਨਾਨਿ**-ਸ਼ੁੱਧ ਕਰਨ ਵਾਲੇ ; **ਮਨੀਸ਼ਿਣਾਮ੍**-ਮਹਾਤਮਾਵਾਂ ਲਈ ਵੀ ।

ਅਨੁਵਾਦ

ਯੱਗ, ਦਾਨ ਅਤੇ ਤਪੱਸਿਆ ਦੇ ਕਰਮਾਂ ਦਾ ਕਦੀ ਤਿਆਗ ਨਹੀਂ ਕਰਨਾ ਚਾਹੀਦਾ, ਉਨ੍ਹਾਂ ਨੂੰ ਜ਼ਰੂਰ ਸੰਪੰਨ ਕਰਨਾ ਚਾਹੀਦਾ ਹੈ । ਨਿਸ਼ਚੈ ਹੀ ਯੱਗ, ਦਾਨ ਅਤੇ ਤਪੱਸਿਆ ਮਹਾਤਮਾਵਾਂ ਨੂੰ ਵੀ ਸ਼ੁੱਧ ਬਣਾਉਂਦੇ ਹਨ ।

ਭਾਵ

ਯੋਗੀ ਨੂੰ ਚਾਹੀਦਾ ਹੈ ਕਿ ਮਨੁੱਖੀ ਸਮਾਜ ਦੀ ਤਰੱਕੀ ਲਈ ਕਰਮ ਕਰੇ । ਮਨੁੱਖ ਨੂੰ ਅਧਿਆਤਮਕ ਜੀਵਨ ਤਕ ਉਪਰ ਉਠਾਉਣ ਲਈ ਅਨੇਕਾਂ ਸੰਸਕਾਰ (ਪਵਿੱਤਰ ਕਰਮ) ਹਨ। ਉਦਾਹਰਣ ਵੱਜੋਂ ਵਿਆਹ ਇੱਕ ਯੱਗ ਮੰਨਿਆ ਜਾਂਦਾ ਹੈ । ਇਹ ਵਿਆਹ ਯੱਗ ਕਹਾਉਂਦਾ ਹੈ । ਕਿ ਇਕ ਸੰਨਿਆਸੀ, ਜਿਸਨੇ ਆਪਣਾ ਪਰਿਵਾਰਕ ਸੰਬੰਧ ਤਿਆਗ ਕੇ ਸੰਨਿਆਸ ਲੈ ਲਿਆ ਹੈ, ਵਿਆਹ

ਦੇ ਉਤੱਸਵ ਨੂੰ ਹੱਲਾ-ਸ਼ੇਰੀ ਦੇ ਸਕਦਾ ਹੈ ? ਭਗਵਾਨ ਕਹਿੰਦੇ ਹਨ ਕਿ ਕੋਈ ਵੀ ਯੱਗ ਜਿਹੜਾ ਮਾਨਵ ਕਲਿਆਣ ਲਈ ਹੋਵੇ, ਉਸਦਾ ਕਦੀ ਵੀ ਤਿਆਗ ਨਾ ਕਰੇ। ਵਿਆਹ ਦਾ ਯੱਗ ਮਨੁੱਖੀ ਮਨ ਨੂੰ ਨਿਯੰਤ੍ਰਿਤ ਕਰਨ ਲਈ ਹੈ, ਜਿਸ ਨਾਲ ਅਧਿਆਤਮਕ ਪ੍ਰਗਤੀ ਲਈ ਉਹ ਸ਼ਾਂਤ ਬਣ ਸਕੇ। ਸੰਨਿਆਸੀਆਂ ਨੂੰ ਚਾਹੀਦਾ ਹੈ ਕਿ ਇਸ ਵਿਆਹ ਯੱਗ ਨੂੰ ਉਤਸ਼ਾਹਤ ਵੱਧ ਤੋਂ ਵੱਧ ਮਨੁੱਖਾਂ ਕੋਲ ਕਰੇ। ਸੰਨਿਆਸੀ ਨੂੰ ਚਾਹੀਦਾ ਹੈ ਕਿ ਇਸਤਰੀ ਦੀ ਸੰਗਤ ਨਾ ਕਰੇ ਪਰ ਇਸਦਾ ਇਹ ਅਰਥ ਨਹੀਂ ਕਿ ਜਿਹੜਾ ਮਨੁੱਖ ਅਜੇ ਜੀਵਨ ਦੀ ਨਿਮਨ ਅਵਸਥਾਵਾਂ ਵਿਚ ਹੈ, ਭਾਵ ਜਿਹੜਾ ਜੁਆਨੀ ਉਮਰੇ ਹੈ, ਉਹ ਵਿਆਹ ਯੱਗ ਵਿਚ ਪਤਨੀ ਨਾ ਸਵੀਕਾਰ ਕਰੇ। ਸਾਰੇ ਯੱਗ ਪਰਮੇਸ਼ਵਰ ਦੀ ਪ੍ਰਾਪਤੀ ਲਈ ਹਨ। ਇਸ ਲਈ ਹੇਠਲੀ ਅਵਸਥਾਵਾਂ ਵਿਚ ਯੱਗਾਂ ਨੂੰ ਨਹੀਂ ਤਿਆਗਣਾ ਚਾਹੀਦਾ। ਇਸੇ ਤਰ੍ਹਾਂ ਦਾਨ ਹਿਰਦੇ ਦੀ ਸ਼ੁੱਧੀ (ਸੰਸਕਾਰ) ਲਈ ਹੈ। ਜੇਕਰ ਦਾਨ, ਯੋਗ ਪਾਤਰ ਨੂੰ ਦਿੱਤਾ ਜਾਂਦਾ ਹੈ ਤਾਂ ਇਸ ਨਾਲ ਅਧਿਆਤਮਕ ਜੀਵਨ ਵਿਚ ਪ੍ਰਗਤੀ ਹੁੰਦੀ ਹੈ, ਜਿਵੇਂ ਕਿ ਪਹਿਲੋਂ ਵਰਣਨ ਕੀਤਾ ਜਾ ਚੁੱਕਾ ਹੈ।

एतान्यपि तु कर्माणि सङ्गं त्यक्त्वा फलानि च ।
कर्तव्यानीति मे पार्थ निश्चितं मतमुत्तमम् ॥ ६ ॥

ਏਤਾਨਿ ਅਪਿ ਤੁ ਕਰ੍ਮਾਣਿ ਸੰਗਮ੍ ਤ੍ਯਕ੍ਤ੍ਵਾ ਫਲਾਨਿ ਚ ।
ਕਰ੍ਤਵ੍ਯਾਨੀਤਿ ਮੇ ਪਾਰ੍ਥ ਨਿਸ਼੍ਚਿਤਮ੍ ਮਤਮ੍ ਉੱਤਮਮ੍ ॥ 6 ॥

ਏਤਾਨਿ-ਇਹ ਸਭ ; **ਅਪਿ**-ਨਿਸ਼ਚਿਤ ਹੀ ; ਤ-ਪਰ ; **ਕਰਮਾਣਿ**-ਕਾਰਜ ; **ਸੰਗਮ੍**-ਸੰਗਤ ਨੂੰ; **ਤ੍ਯਕ੍ਤ੍ਵਾ**-ਤਿਆਗ ਕੇ ; **ਫਲਾਨਿ**-ਫਲਾਂ ਦਾ ; **ਚ**-ਵੀ ; **ਕਰਤਵ੍ਯਾਨਿ**-ਫ਼ਰਜ਼ ਸਮਝ ਕੇ ਕਰਨੇ ਚਾਹੀਦੇ ਹਨ ; **ਇਤਿ** - ਇੰਝ ; **ਮੇ**-ਮੇਰਾ ; **ਪਾਰ੍ਥ**-ਹੇ ਪ੍ਰਿਥਾ ਪੁੱਤਰ ; **ਨਿਸ਼੍ਚਿਤਮ੍**-ਨਿਸ਼ਚਿਤ ; **ਮਤਮ੍**-ਮੱਤ ; **ਉੱਤਮਮ੍**-ਸ੍ਰੇਸ਼ਠ (ਉੱਤਮ)।

ਅਨੁਵਾਦ

ਇਨ੍ਹਾਂ ਸਾਰਿਆਂ ਕੰਮਾਂ ਨੂੰ ਕਿਸੇ ਤਰ੍ਹਾਂ ਦੀ ਆਸਕਤੀ (ਮੋਹ) ਜਾਂ ਫਲ ਦੀ ਆਸ ਤੋਂ ਬਗ਼ੈਰ ਸੰਪੰਨ ਕਰਨਾ ਚਾਹੀਦਾ ਹੈ। ਹੇ ਪ੍ਰਿਥਾ ਪੁੱਤਰ! ਇਨ੍ਹਾਂ ਨੂੰ ਫ਼ਰਜ਼ ਮੰਨਕੇ ਸੰਪੰਨ ਕੀਤਾ ਜਾਣਾ ਚਾਹੀਦਾ ਹੈ। ਇਹ ਮੇਰਾ ਅੰਤਿਮ ਮਤ ਹੈ।

ਭਾਵ

ਹਾਲਾਂਕਿ ਸਾਰੇ ਯੱਗ ਸ਼ੁੱਧ ਕਰਨ ਵਾਲੇ ਹਨ, ਪਰ ਮਨੁੱਖ ਨੂੰ ਅਜਿਹੇ ਕਾਰਜਾਂ ਤੋਂ ਕਿਸੇ ਫਲ ਦੀ ਇੱਛਾ ਨਹੀਂ ਕਰਨੀ ਚਾਹੀਦੀ। ਦੂਜੇ ਸ਼ਬਦਾਂ ਵਿੱਚ, ਜੀਵਨ ਵਿਚ ਜਿੰਨੇ ਵੀ ਯੱਗ ਭੌਤਿਕ ਤਰੱਕੀ ਲਈ ਹਨ, ਉਨ੍ਹਾਂ ਦਾ ਤਿਆਗ ਕਰਨਾ ਚਾਹੀਦਾ ਹੈ, ਪਰ ਜਿਨ੍ਹਾਂ ਯੱਗਾਂ ਨਾਲ ਮਨੁੱਖ ਦੀ ਹੋਂਦ ਸ਼ੁੱਧ ਹੋਵੇ ਅਤੇ ਜਿਹੜੇ ਅਧਿਆਤਮਕ ਪੱਧਰ ਤਕ ਉਠਨ ਵਾਲੇ ਹੋਣ, ਉਨ੍ਹਾਂ ਨੂੰ ਕਦੀ ਬੰਦ ਨਹੀਂ ਕਰਨਾ

ਚਾਹੀਦਾ । ਜਿਸ ਕਿਸੇ ਚੀਜ਼ ਨਾਲ ਕ੍ਰਿਸ਼ਨ ਭਾਵਨਾ ਅੰਮ੍ਰਿਤ ਤਕ ਅਪੜ੍ਹਿਆ ਜਾ ਸਕੇ ਉਸਨੂੰ ਹੱਲਾ-ਸ਼ੇਰੀ ਦੇਣੀ ਚਾਹੀਦੀ ਹੈ । ਸ਼੍ਰੀਮਦ੍ ਭਾਗਵਤਮ੍ ਵਿਚ ਵੀ ਇਹ ਕਿਹਾ ਗਿਆ ਹੈ ਕਿ ਜਿਸ ਕੰਮ ਨਾਲ ਭਗਵਤ ਭਗਤੀ ਦਾ ਲਾਭ ਹੋਵੇ, ਉਸਨੂੰ ਸਵੀਕਾਰ ਕਰਨਾ ਚਾਹੀਦਾ ਹੈ । ਇਹੋ ਧਰਮ ਦੀ ਸਭ ਤੋਂ ਉਚੀ ਕਸੌਟੀ ਹੈ । ਭਗਵਤ ਭਗਤ ਨੂੰ ਅਜਿਹੇ ਕਿਸੇ ਵੀ ਕਰਮ, ਯੱਗ ਜਾਂ ਦਾਨ ਨੂੰ ਸਵੀਕਾਰ ਕਰਨਾ ਚਾਹੀਦਾ ਹੈ ਜਿਹੜਾ ਭਗਵਤ ਭਗਤੀ ਕਰਨ ਵਿਚ ਸਹਾਈ ਹੋਵੇ ।

नियतस्य तु सन्न्यासः कर्मणो नोपपद्यते ।
मोहात्तस्य परित्यागस्तामसः परिकीर्तितः ॥ ७ ॥

ਨਿਯਤਸ੍ਯ ਤੁ ਸੰਨਯਾਸਹ੍ ਕਰ੍ਮਣੋ ਨੋਪਪਦ੍ਯਤੇ ।
ਮੋਹਾਤ ਤਸ੍ਯ ਪਰਿਤ੍ਯਾਗਸ੍ ਤਾਮਸਹ੍ ਪਰਿਕੀਰ੍ਤਿਤਹ੍ ॥ 7 ॥

ਨਿਯਤਸ੍ਯ-ਨਿਰਧਾਰਿਤ ਕਾਰਜ ; **ਤੁ**-ਪਰ ; **ਸੰਨਯਾਸਹ੍**-ਸੰਨਿਆਸ,ਤਿਆਗ ; **ਕਰਮਣਹ੍**-ਕਰਮਾਂ ਦਾ ; **ਨ**-ਕਦੀ ਨਹੀਂ ; **ਉਪਪਦ੍ਯਤੇ** - ਯੋਗ ਹੁੰਦਾ ਹੈ ; **ਮੋਹਾਤ੍**-ਮੋਹ ਕਾਰਨ ; **ਤਸ੍ਯ**-ਉਸਦਾ ; **ਪਰਿਤ੍ਯਾਗਹ੍**-ਤਿਆਗ ਦੇਣਾ ; **ਤਾਮਸਹ**-ਤਮੋਗੁਣੀ ; **ਪਰਿਕੀਰ੍ਤਿਤਹ੍**-ਘੋਸ਼ਿਤ ਕੀਤਾ ਜਾਂਦਾ ਹੈ ।

ਅਨੁਵਾਦ

ਨਿਰਧਾਰਿਤ ਫ਼ਰਜ਼ਾਂ ਨੂੰ ਕਦੀ ਨਹੀਂ ਤਿਆਗਣਾ ਚਾਹੀਦਾ । ਜੇ ਕੋਈ ਮੋਹ ਕਰਕੇ ਆਪਣੇ ਨਿਰਧਾਰਿਤ ਕੰਮਾਂ ਨੂੰ ਤਿਆਗ ਦਿੰਦਾ ਹੈ ਤਾਂ ਅਜਿਹੇ ਤਿਆਗ ਨੂੰ ਤਾਮਸੀ ਕਿਹਾ ਜਾਂਦਾ ਹੈ ।

ਭਾਵ

ਜਿਹੜਾ ਕੰਮ ਭੌਤਿਕ ਸੰਤੁਸ਼ਟੀ ਲਈ ਕੀਤਾ ਜਾਂਦਾ ਹੈ, ਉਸਨੂੰ ਜ਼ਰੂਰ ਤਿਆਗ ਦੇਵੇ, ਪਰ ਜਿਨ੍ਹਾਂ ਕੰਮਾਂ ਨਾਲ ਅਧਿਆਤਮਕ ਤਰੱਕੀ ਹੋਵੇ, ਜਿਵੇਂ ਪਰਮੇਸ਼ਵਰ ਲਈ ਭੋਜਨ ਬਣਾਉਣਾ ਭਗਵਾਨ ਨੂੰ ਭੋਗ ਅਰਪਿਤ ਕਰਨਾ, ਫੇਰ ਪ੍ਰਸ਼ਾਦ ਲੈਣਾ ਆਦਿ, ਉਨ੍ਹਾਂ ਦੀ ਸਿਫ਼ਾਰਿਸ਼ ਕੀਤੀ ਗਈ ਹੈ । ਕਿਹਾ ਜਾਂਦਾ ਹੈ ਕਿ ਸੰਨਿਆਸੀ ਨੂੰ ਆਪਣੇ ਲਈ ਭੋਜਨ ਨਹੀਂ ਬਨਾਉਣਾ ਚਾਹੀਦਾ । ਪਰ ਆਪਣੇ ਲਈ ਭੋਜਨ ਪਕਾਉਣ ਦੀ ਭਾਵੇਂ ਮਨਾਹੀ ਹੋਵੇ, ਪਰਮੇਸ਼ਵਰ ਲਈ ਭੋਜਨ ਪਕਾਉਣ ਦੀ ਮਨਾਹੀ ਨਹੀਂ ਹੈ । ਇੰਝ ਹੀ ਆਪਣੇ ਭਗਤ ਸ਼ਗਿਰਦਾਂ ਦੀ ਕ੍ਰਿਸ਼ਨ ਭਾਵਨਾ ਅੰਮ੍ਰਿਤ ਵਿਚ ਪ੍ਰਗਤੀ ਕਰਨ ਵਿਚ ਸਹਾਇਕ ਬਣਨ ਲਈ ਸੰਨਿਆਸੀ ਵਿਆਹ ਯੱਗ ਸੰਪੰਨ ਕਰਵਾ ਸਕਦਾ ਹੈ । ਜੇ ਕੋਈ ਅਜਿਹੇ ਕੰਮਾਂ ਦਾ ਤਿਆਗ ਕਰ ਦਿੰਦਾ ਹੈ ਤਾਂ ਇਹ ਸਮਝਣਾ ਚਾਹੀਦਾ ਹੈ ਕਿ ਉਹ ਤਮੋ ਗੁਣ ਦੇ ਅਧੀਨ ਹੈ ।

दु:खमित्येव यत्कर्म कायक्लेशभयात्त्यजेत् ।
स कृत्वा राजसं त्यागं नैव त्यागफलं लभेत् ॥ ८ ॥

ਦੁਹਖਮ੍ ਇਤਿ੍ ਏਵ ਯਤ੍ ਕਰ੍ਮ ਕਾਯ-ਕ੍ਲੇਸ਼-ਭਯਾਤ ਤ੍ਯਜੇਤ੍ ।
ਸ ਕ੍ਰਿਤ੍ਵਾ ਰਾਜਸਮ੍ ਤ੍ਯਾਗਮ੍ ਨੈਵ ਤ੍ਯਾਗ ਫ਼ਲਮ੍ ਲਭੇਤ੍ ॥ 8 ॥

ਦੁਹ੍ਖਮ੍-ਦੁੱਖੀ ; **ਇਤਿ**-ਇੰਝ ; **ਏਵ**-ਨਿਸ਼ਚੈ ਹੀ ; **ਯਤ੍**-ਜਿਹੜਾ ; **ਕਰ੍ਮ**-ਕਾਰਜ ; **ਕਾਯ**-ਸ਼ਰੀਰ ਲਈ ; **ਕ੍ਲੇਸ਼**-ਕਸ਼ਟ ਦੇ ; **ਭਯਾਤ੍**-ਡਰ ਨਾਲ ; **ਤ੍ਯਜੇਤ੍**-ਤਿਆਗ ਦਿੰਦਾ ਹੈ ; **ਸਹ੍**-ਉਹ ; **ਕ੍ਰਿਤ੍ਵਾ**-ਕਰਕੇ ; **ਰਾਜਸਮ੍**-ਰਜੋ ਗੁਣ ਵਿਚ ; **ਤ੍ਯਾਗਮ੍**-ਤਿਆਗ ; **ਨ**-ਨਹੀਂ ; **ਏਵ**-ਨਿਸ਼ਚੈ ਹੀ ; **ਤ੍ਯਾਗ**-ਤਿਆਗ ; **ਫ਼ਲਮ੍**-ਫਲ ਨੂੰ ; **ਲਭੇਤ੍**-ਪ੍ਰਾਪਤ ਕਰਦਾ ਹੈ ।

ਅਨੁਵਾਦ

ਜਿਹੜਾ ਮਨੁੱਖ ਨਿਰਧਾਰਿਤ ਕੰਮਾਂ ਨੂੰ ਔਖੇ ਸਮਝਕੇ ਜਾਂ ਸ਼ਰੀਰਕ ਕਸ਼ਟ ਦੇ ਡਰ ਕਰਕੇ ਤਿਆਗ ਦਿੰਦਾ ਹੈ, ਉਸ ਲਈ ਕਿਹਾ ਜਾਂਦਾ ਹੈ ਕਿ ਉਸਨੇ ਇਹ ਤਿਆਗ ਰਜੋ ਗੁਣ ਵਿਚ ਕੀਤਾ ਹੈ । ਅਜਿਹਾ ਕਰਨ ਨਾਲ ਕਦੀ ਵੀ ਤਿਆਗ ਦੇ ਉਚੇ ਸਥਾਨ ਨੂੰ ਨਹੀਂ ਅਪੜ੍ਹਦਾ ।

ਭਾਵ

ਜਿਹੜਾ ਮਨੁੱਖ ਕ੍ਰਿਸ਼ਨ ਭਾਵਨਾ ਅੰਮ੍ਰਿਤ ਨੂੰ ਪ੍ਰਾਪਤ ਹੈ, ਉਸਨੂੰ ਇਸ ਡਰ ਨਾਲ ਧੰਨ ਇੱਕਠਾ ਕਰਨਾ ਬੰਦ ਨਹੀਂ ਕਰਨਾ ਚਾਹੀਦਾ ਕਿ ਉਹ ਸਕਾਮ ਕਰਮ ਕਰ ਰਿਹਾ ਹੈ । ਜੇ ਕੋਈ ਕੰਮ ਕਰਕੇ ਕਮਾਏ ਗਏ ਧਨ ਨੂੰ ਕ੍ਰਿਸ਼ਨ ਭਾਵਨਾ ਅੰਮ੍ਰਿਤ ਵਿਚ ਲਗਾਉਂਦਾ ਹੈ ਜਾਂ ਜੇ ਕੋਈ ਅੰਮ੍ਰਿਤ ਵੇਲੇ ਉਠਕੇ ਅਲੌਕਿਕ ਕ੍ਰਿਸ਼ਨ ਭਾਵਨਾ ਨੂੰ ਵਧਾਉਂਦਾ ਹੈ ਤਾਂ ਉਸਨੂੰ ਚਾਹੀਦਾ ਹੈ ਕਿ ਉਹ ਡਰ ਕੇ ਜਾਂ ਇਹ ਸੋਚ ਕੇ ਕਿ ਅਜਿਹੇ ਕੰਮ ਕਸ਼ਟ ਦੇਣ ਵਾਲੇ ਹਨ ਉਨ੍ਹਾਂ ਦਾ ਤਿਆਗ ਨਾ ਕਰੇ । ਅਜਿਹਾ ਤਿਆਗ ਰਾਜਸੀ ਹੁੰਦਾ ਹੈ । ਰਾਜਸੀ ਕੰਮ ਦਾ ਫਲ ਹਮੇਸ਼ਾਂ ਦੁੱਖਦਾਈ ਹੁੰਦਾ ਹੈ । ਜੇ ਕੋਈ ਮਨੁੱਖ ਇਸ ਭਾਵ ਨਾਲ ਕਰਮ ਤਿਆਗ ਕਰਦਾ ਹੈ ਤਾਂ ਉਸਨੂੰ ਤਿਆਗ ਦਾ ਫਲ ਕਦੀ ਨਹੀਂ ਮਿਲਦਾ ।

कार्यमित्येव यत्कर्म नियतं क्रियतेऽर्जुन ।
सङ्गं त्यक्त्वा फलं चैव स त्याग: सात्त्विको मत: ॥ ९ ॥

ਕਾਰ੍ਯਮ੍ ਇਤਿ ਏਵ ਯਤ੍ ਕਰ੍ਮ ਨਿਯਤਮ੍ ਕ੍ਰਿਯਤੇ ਅਰ੍ਜੁਨ ।
ਸੰਗਮ੍ ਤ੍ਯਕ੍ਤ੍ਵਾ ਫਲਮ੍ ਚੈਵ ਸ ਤ੍ਯਾਗਹ੍ ਸਾਤ੍ਤ੍ਵਿਕੋ ਮਤਹ੍ ॥ 9 ॥

ਕਾਰ੍ਯਮ੍-ਕਰਨ ਯੋਗ ; **ਇਤਿ**-ਇੰਝ ; **ਏਵ**-ਨਿਸ਼ਚੈ ਹੀ ; **ਯਤ੍**-ਜਿਹੜੇ ; **ਕਰ੍ਮ**- ਕਰਮ ; **ਨਿਯਤਮ੍**-ਨਿਰਧਾਰਿਤ (ਦੱਸੇ ਗਏ) ; **ਕ੍ਰਿਯਤੇ**-ਕੀਤਾ ਜਾਂਦਾ ਹੈ ; **ਅਰ੍ਜੁਨ**- ਹੇ ਅਰਜੁਨ ;

ਸੰਗਮ੍-ਸੰਗਤ ; ਤ੍ਯਕ੍ਤ੍ਵਾ-ਤਿਆਗ ਕੇ ; ਫਲਮ੍-ਫਲ ; ਚ-ਵੀ ; ਏਵ-ਨਿਸ਼ਚੈ ਹੀ ; ਸਹ੍-ਉਹ ; ਤ੍ਯਾਗਹ੍-ਤਿਆਗ ; ਸਾਤ੍ਵਿਕਹ-ਸਾਤਵਿਕ (ਨਿਰਮਲ) , ਸਤੋਗੁਣੀ ; ਮਤਹ੍-ਮੇਰੇ ਮਤ ਮੁਤਾਬਿਕ ।

ਅਨੁਵਾਦ

ਹੇ ਅਰਜੁਨ! ਜਦੋਂ ਮਨੁੱਖ ਨਿਰਧਾਰਿਤ ਫ਼ਰਜ਼ਾਂ ਨੂੰ ਕਰਨ ਯੋਗ ਸਮਝਕੇ ਕਰਦਾ ਹੈ ਅਤੇ ਸਾਰੀ ਭੌਤਿਕ ਸੰਗਤ ਅਤੇ ਫਲ ਦੀ ਆਸਕਤੀ (ਮੋਹ) ਨੂੰ ਤਿਆਗ ਦਿੰਦਾ ਹੈ, ਤਾਂ ਉਸਦਾ ਤਿਆਗ ਸਾਤਵਿਕ (ਸਤੋਗੁਣੀ, ਨਿਰਮਲ) ਕਹਾਉਂਦਾ ਹੈ ।

ਭਾਵ

ਨਿਰਧਾਰਿਤ ਕਰਮ ਇਸੇ ਵਿਚਾਰ ਨਾਲ ਕੀਤਾ ਜਾਣਾ ਚਾਹੀਦਾ ਹੈ । ਮਨੁੱਖ ਨੂੰ ਫਲ ਦੇ ਪ੍ਰਤੀ ਬਿਨ੍ਹਾਂ ਲਗਾਵ ਤੋਂ ਕਰਮ ਕਰਨਾ ਚਾਹੀਦਾ ਹੈ, ਉਸਨੂੰ ਕਰਮ ਦੇ ਗੁਣਾਂ ਤੋਂ ਅਲੱਗ ਹੋ ਜਾਣਾ ਚਾਹੀਦਾ ਹੈ । ਜਿਹੜਾ ਮਨੁੱਖ ਕ੍ਰਿਸ਼ਨ ਭਾਵਨਾ ਅੰਮ੍ਰਿਤ ਵਿਚ ਰਹਿਕੇ ਕਾਰਖਾਨੇ ਵਿਚ ਕੰਮ ਕਰਦਾ ਹੈ, ਉਹ ਨਾ ਤਾਂ ਕਾਰਖਾਨੇ ਦੇ ਕੰਮ ਵਿਚ ਆਪਣੇ ਆਪ ਨੂੰ ਜੋੜਦਾ ਹੈ ਨਾ ਹੀ ਕਾਰਖਾਨੇ ਦੇ ਮਜਦੂਰਾਂ ਨਾਲ। ਉਹ ਤਾਂ ਸਿਰਫ ਕ੍ਰਿਸ਼ਨ ਲਈ ਹੀ ਕੰਮ ਕਰਦਾ ਹੈ ਅਤੇ ਜਦੋਂ ਉਹ ਇਸਦਾ ਫਲ ਕ੍ਰਿਸ਼ਨ ਨੂੰ ਅਰਪਿਤ ਕਰ ਦਿੰਦਾ ਹੈ, ਤਾਂ ਉਹ ਅਲੌਕਿਕ ਪੱਧਰ ਤੇ ਕੰਮ ਕਰਦਾ ਹੈ ।

न द्वेष्ट्यकुशलं कर्म कुशले नानुषज्जते ।
त्यागी सत्त्वसमाविष्टो मेधावी छिन्नसंशयः ॥ १० ॥

ਨ ਦ੍ਵੇਸ਼੍ਟਿ ਕੁਸ਼ਲਮ੍ ਕਰ੍ਮ ਕੁਸ਼ਲੇ ਨਾਨੁਸ਼ਜ੍ਜਤੇ ।
ਤ੍ਯਾਗੀ ਸਤ੍ਵ-ਸਮਾਵਿਸ਼੍ਟੋ ਮੇਧਾਵੀ ਛਿਨ੍ਨ-ਸੰਸ਼ਯਹ੍ ॥ 10 ॥

ਨ-ਨਹੀਂ ; ਦ੍ਵੇਸ਼੍ਟਿ-ਘ੍ਰਿਣਾ ਕਰਦਾ ਹੈ ; ਅਕੁਸ਼ਲਮ੍-ਅਸ਼ੁਭ ; ਕਰ੍ਮ-ਕਰਮ ; ਕੁਸ਼ਲੇ -ਸ਼ੁਭ ਵਿਚ ; ਨਾ-ਨਾ ਤਾਂ ; ਅਨੁਸ਼ਜ੍ਜਤੇ-ਆਸਕਤ (ਮੋਹਿਤ) ਹੁੰਦਾ ਹੈ ; ਤ੍ਯਾਗੀ- ਤਿਆਗੀ ; ਸਤ੍ਵ-ਸਤੋ ਗੁਣ ਵਿਚ ;ਸਮਾਵਿਸ਼੍ਟਹ-ਲੀਨ ; ਮੇਧਾਵੀ-ਬੁੱਧੀਮਾਨ ;ਛਿਨ੍ਨ-ਕੱਟਕੇ ; ਸੰਸ਼ਯਹ੍-ਸਾਰੇ ਸ਼ੱਕ, (ਸ਼ੰਕਾਵਾਂ) ।

ਅਨੁਵਾਦ

ਸਤੋਗੁਣ ਵਿਚ ਸਥਿਤ ਬੁੱਧੀਮਾਨ ਤਿਆਗੀ, ਜਿਹੜਾ ਨਾ ਤਾਂ ਅਸ਼ੁੱਭ ਕੰਮਾਂ ਤੋਂ ਘਿਰਣਾ ਕਰਦਾ ਹੈ, ਨਾ ਹੀ ਸ਼ੁਭ ਕੰਮਾਂ ਵਿਚ ਲਿੱਪਤ (ਉਲਝਿਆ) ਹੁੰਦਾ ਹੈ, ਉਹ ਕਰਮ ਬਾਰੇ ਕੋਈ ਸ਼ੰਕਾ ਨਹੀਂ ਰੱਖਦਾ ।

ਭਾਵ

ਕ੍ਰਿਸ਼ਨ ਭਾਵਨਾ ਭਾਵਿਤ ਮਨੁੱਖ ਜਾਂ ਸਤੋਗੁਣੀ ਮਨੁੱਖ ਨਾ ਤਾਂ ਕਿਸੇ ਮਨੁੱਖ ਨਾਲ ਘਿਰਣਾ ਕਰਦਾ ਹੈ ਨਾ ਹੀ ਆਪਣੇ ਸ਼ਰੀਰ ਨੂੰ ਦੁੱਖ ਦੇਣ ਵਾਲੀ ਕਿਸੇ ਗੱਲ ਨਾਲ। ਉਹ ਠੀਕ ਥਾਂ ਤੇ ਅਤੇ ਠੀਕ ਸਮੇਂ ਤੇ ਬਗ਼ੈਰ ਡਰੇ ਆਪਣਾ ਫਰਜ਼ ਨਿਭਾਉਂਦਾ ਹੈ। ਅਜਿਹੇ ਮਨੁੱਖ ਨੂੰ ਜਿਹੜਾ ਅਧਿਆਤਮ ਨੂੰ ਪ੍ਰਾਪਤ ਹੈ, ਸਭ ਤੋਂ ਵੱਧ ਬੁੱਧੀਮਾਨ ਅਤੇ ਆਪਣੇ ਕੰਮਾਂ ਵਿਚ ਸ਼ੰਕਾ ਰਹਿਤ ਮੰਨਿਆ ਜਾਣਾ ਚਾਹੀਦਾ ਹੈ।

न हि देहभृता शक्यं त्यक्तुं कर्माण्यशेषतः ।
यस्तु कर्मफलत्यागी स त्यागीत्यभिधीयते ॥११॥

ਨ ਹਿ ਦੇਹ-ਭ੍ਰਿਤਾ ਸ਼ਕ੍ਯਮ੍ ਤ੍ਯਕ੍ਤੁਮ੍ ਕਰ੍ਮਾਣਿ ਅਸ਼ੇਸ਼ਤਹ੍ ।
ਯਸ੍ ਤੁ ਕਰ੍ਮ-ਫਲ-ਤ੍ਯਾਗੀ ਸ ਤ੍ਯਾਗੀਤਿ ਅਭਿਧੀਯਤੇ ॥ 11 ॥

ਨ-ਕਦੀ ਨਹੀਂ ; **ਹਿ**-ਨਿਸ਼ਚੈ ਹੀ ; **ਦੇਹਭ੍ਰਿਤਾ**-ਦੇਹ ਧਾਰੀਆਂ ਰਾਹੀਂ ; **ਸ਼ਕ੍ਯਮ੍**-ਸੰਭਵ ਹੈ ; **ਤ੍ਯਕ੍ਤੁਮ੍**-ਤਿਆਗਣ ਲਈ ; **ਕਰ੍ਮਾਣਿ**-ਕਰਮ ; **ਅਸ਼ੇਸ਼ਤਹ**-ਪੂਰੀ ਤਰ੍ਹਾਂ ; **ਯਹ੍** -ਜਿਹੜਾ ; **ਤੁ**-ਪਰ ; **ਕਰ੍ਮ**-ਕਰਮ ਦੇ ; **ਫਲ**-ਫਲ ਦਾ ; **ਤ੍ਯਾਗੀ**-ਤਿਆਗ ਕਰਨ ਵਾਲਾ ; **ਸਹ੍**-ਉਹ ; **ਤ੍ਯਾਗੀ**-ਤਿਆਗੀ ; **ਇਤਿ**-ਇੰਝ ; **ਅਭਿਧੀਯਤੇ**-ਕਹਾਉਂਦਾ ਹੈ।

ਅਨੁਵਾਦ

ਨਿਸ਼ਚੈ ਹੀ ਕਿਸੇ ਵੀ ਦੇਹਧਾਰੀ ਪ੍ਰਾਣੀ ਲਈ ਸਾਰੇ ਕੰਮਾਂ ਦਾ ਤਿਆਗ ਕਰਨਾ ਅਸੰਭਵ ਹੈ। ਪਰ ਜਿਹੜਾ ਕਰਮ ਫਲ ਦਾ ਤਿਆਗ ਕਰਦਾ ਹੈ, ਉਹ ਅਸਲ ਵਿਚ ਤਿਆਗੀ ਕਹਾਉਂਦਾ ਹੈ।

ਭਾਵ

ਭਗਵਤ ਗੀਤਾ ਵਿਚ ਕਿਹਾ ਗਿਆ ਹੈ ਕਿ ਮਨੁੱਖ ਕਦੀ ਵੀ ਕਰਮ ਦਾ ਤਿਆਗ ਨਹੀਂ ਕਰ ਸਕਦਾ। ਇਸ ਲਈ ਜਿਹੜਾ ਕ੍ਰਿਸ਼ਨ ਲਈ ਕਰਮ ਕਰਦਾ ਹੈ ਅਤੇ ਕਰਮ ਫਲਾਂ ਨੂੰ ਭੋਗਦਾ ਨਹੀਂ ਅਤੇ ਜਿਹੜਾ ਕ੍ਰਿਸ਼ਨ ਨੂੰ ਸਭ ਕੁੱਝ ਅਰਪਿਤ ਕਰਦਾ ਹੈ, ਉਹੀ ਅਸਲ ਤਿਆਗੀ ਹੈ। ਅੰਤਰਰਾਸ਼ਟਰੀ ਕ੍ਰਿਸ਼ਨ ਭਾਵਨਾ ਅੰਮ੍ਰਿਤ ਸੰਘ ਵਿਚ ਅਨੇਕਾਂ ਸਦੱਸ (ਜੀਅ) ਹਨ, ਜਿਹੜੇ ਆਪੋ-ਆਪਣੇ ਦਫਤਰਾਂ, ਕਾਰਖ਼ਾਨਿਆਂ ਜਾਂ ਹੋਰ ਥਾਵਾਂ ਵਿਚ ਸਖ਼ਤ ਮਿਹਨਤ ਕਰਦੇ ਹਨ ਅਤੇ ਉਹ ਜੋ ਕੁੱਝ ਕਮਾਉਂਦੇ ਹਨ, ਸੰਸਥਾ ਨੂੰ ਦਾਨ ਦਿੰਦੇ ਹਨ। ਅਜਿਹੇ ਮਹਾਤਮਾ ਮਨੁੱਖ ਅਸਲ ਵਿਚ ਸੰਨਿਆਸੀ ਹਨ ਅਤੇ ਉਹ ਸੰਨਿਆਸ ਵਿਚ ਸਥਿਤ ਹੁੰਦੇ ਹਨ। ਇੱਥੇ ਸਪਸ਼ਟ ਤੌਰ ਤੇ ਦੱਸਿਆ ਗਿਆ ਹੈ ਕਿ ਕਰਮ ਫਲਾਂ ਦਾ ਤਿਆਗ ਕਿੰਝ ਅਤੇ ਕਿਸ ਮੰਤਵ ਲਈ ਕੀਤਾ ਜਾਵੇ।

अनिष्टमिष्टं मिश्रं च त्रिविधं कर्मणः फलम् ।
भवत्यत्यागिनां प्रेत्य न तु सन्न्यासिनां क्वचित् ॥१२॥

ਅਨਿਸ਼੍ਟਮ੍ ਇਸ਼੍ਟਮ੍ ਮਿਸ਼੍ਰਮ੍ ਚ ਤ੍ਰਿ-ਵਿਧਮ੍ ਕਰ੍ਮਣਹ੍ ਫਲਮ੍ ।
ਭਵਤਿ ਅਤ੍ਯਾਗਿਨਾਮ੍ ਪ੍ਰੇਤ੍ਯ ਨ ਤੁ ਸੰਨ੍ਯਾਸਿਨਾਮ੍ ਕਵਚਿਤ੍ ॥ 12 ॥

ਅਨਿਸ਼੍ਟਮ੍-ਨਰਕ ਲੈ ਜਾਣ ਵਾਲੇ ; **ਇਸ਼੍ਟਮ੍**-ਸਵਰਗ ਲੈ ਜਾਣ ਵਾਲੇ ; **ਮਿਸ਼੍ਰਮ੍**-ਮਿਸ਼ਰਿਤ ; **ਚ**-ਅਤੇ ; **ਤ੍ਰਿ ਵਿਧਮ੍**-ਤਿੰਨ ਤਰ੍ਹਾਂ ; **ਕਰ੍ਮਣਹ੍**-ਕਰਮ ਦਾ ; **ਫਲਮ੍**- ਫਲ ; **ਭਵਤਿ੍**-ਹੁੰਦਾ ਹੈ; **ਅਤ੍ਯਾਗਿਨਾਮ੍**-ਤਿਆਗ ਕਰਨ ਵਾਲਿਆਂ ਨੂੰ ; **ਪ੍ਰੇਤ੍ਯ**-ਮਰਨ ਮਗਰੋਂ ; **ਨ**-ਨਹੀਂ ; **ਤੁ**-ਪਰ ; **ਸੰਨ੍ਯਾਸਿਨਾਮ੍**-ਸੰਨਿਆਸੀ ਲਈ ; **ਕ੍ਵਚਿਤ੍**-ਕਿਸੇ ਸਮੇਂ, ਕਦੀ ।

ਅਨੁਵਾਦ

ਜਿਹੜਾ ਤਿਆਗੀ ਨਹੀਂ ਹੈ ਉਸ ਲਈ ਚਾਹੇ, ਅਣਚਾਹੇ ਅਤੇ ਮਿਸ਼ਰਿਤ - ਇਹ ਤਿੰਨ ਤਰ੍ਹਾਂ ਦੇ ਕਰਮ ਫ਼ਲ ਮੌਤ ਤੋਂ ਮਗਰੋਂ ਮਿਲਦੇ ਹਨ। ਪਰ ਜਿਹੜੇ ਸੰਨਿਆਸੀ ਹਨ, ਉਨ੍ਹਾਂ ਨੂੰ ਅਜਿਹੇ ਫ਼ਲ ਦਾ ਸੁਖ ਦੁੱਖ ਨਹੀਂ ਭੋਗਣਾ ਪੈਂਦਾ।

ਭਾਵ

ਜਿਹੜੇ ਕ੍ਰਿਸ਼ਨ ਭਾਵਨਾ ਵਾਲੇ ਮਨੁੱਖ ਕ੍ਰਿਸ਼ਨ ਨਾਲ ਆਪਣੇ ਸੰਬੰਧਾਂ ਨੂੰ ਜਾਣਦੇ ਹੋਏ ਕਰਮ ਕਰਦਾ ਹੈ, ਉਹ ਹਮੇਸ਼ਾਂ ਮੁਕਤ ਰਹਿੰਦਾ ਹੈ। ਇਸ ਲਈ ਉਸ ਨੂੰ ਮਰਨ ਪਿੱਛੋਂ ਆਪਣੇ ਕਰਮ ਫਲਾਂ ਦਾ ਸੁਖ-ਦੁੱਖ ਨਹੀਂ ਭੋਗਣਾ ਪੈਂਦਾ।

पञ्चैतानि महाबाहो कारणानि निबोध मे ।
साङ्ख्ये कृतान्ते प्रोक्तानि सिद्धये सर्वकर्मणाम् ॥ १३ ॥

ਪੰਚੈਤਾਨਿ ਮਹਾ-ਬਾਹੋ ਕਾਰਣਾਨਿ ਨਿਬੋਧ ਮੇ ।
ਸਾਂਖ੍ਯੇ ਕ੍ਰਿਤਾਂਤੇ ਪ੍ਰੋਕ੍ਤਾਨਿ ਸਿਦ੍ਧਯੇ ਸਰ੍ਵ ਕਰ੍ਮਣਾਮ੍ ॥ 13 ॥

ਪੰਚ-ਪੰਜ ; **ਏਤਾਨਿ**-ਇਹ ; **ਮਹਾ-ਬਾਹੋ**-ਹੇ ਮਹਾਬਾਹੂ ; **ਕਾਰਣਾਨਿ**-ਕਾਰਨ ; **ਨਿਬੋਧ** - ਸਮਝੋ; **ਮੇ**-ਮੇਰੇ ਤੋਂ ; **ਸਾਂਖ੍ਯੇ**-ਵੇਦਾਂਤ ਵਿਚ ; **ਕ੍ਰਿਤ-ਅੰਤੇ**-ਸਾਰ ਰੂਪ ਵਿਚ ; **ਪ੍ਰੋਕ੍ਤਾਨਿ** - ਕਿਹਾ ਗਿਆ ਹੈ ; **ਸਿਦ੍ਧਯੇ**-ਸਿੱਧੀ ਲਈ ; **ਸਰ੍ਵ**-ਸਾਰੇ ; **ਕਰ੍ਮਣਾਮ੍**-ਕਰਮਾਂ ਦਾ ।

ਅਨੁਵਾਦ

ਹੇ ਮਹਾਬਾਹੂ ਅਰਜੁਨ! ਵੇਦਾਂਤ ਮੁਤਾਬਿਕ ਸਾਰੇ ਕਰਮਾਂ ਦੀ ਪੂਰਤੀ ਲਈ ਪੰਜ ਕਾਰਨ ਹਨ। ਹੁਣ ਤੁਸੀਂ ਇਨ੍ਹਾਂ ਨੂੰ ਮੇਰੇ ਤੋਂ ਸੁਣੋ।

ਭਾਵ

ਇੱਥੇ ਇਹ ਪ੍ਰਸ਼ਨ ਪੁੱਛਿਆ ਜਾ ਸਕਦਾ ਹੈ ਕਿਉਂਕਿ ਹਰ ਕਰਮ ਦਾ ਕੋਈ ਨਾ ਕੋਈ ਫਲ ਹੁੰਦਾ ਹੈ, ਤਾਂ ਫਿਰ ਇਹ ਕਿਵੇਂ ਸੰਭਵ ਹੈ ਕਿ ਕ੍ਰਿਸ਼ਨ ਭਾਵਨਾ ਵਾਲੇ ਮਨੁੱਖ ਨੂੰ ਕਰਮ ਦੇ ਫਲ ਦਾ ਸੁਖ-ਦੁੱਖ

ਨਹੀਂ ਭੋਗਣਾ ਪੈਂਦਾ। ਭਗਵਾਨ ਵੇਦਾਂਤ ਦਰਸ਼ਨ ਦਾ ਉਦਾਹਰਣ ਇਹ ਵਿਖਾਉਣ ਲਈ ਦਿੰਦੇ ਹਨ ਕਿ ਇਹ ਕਿੰਝ ਸੰਭਵ ਹੈ। ਉਹ ਕਹਿੰਦੇ ਹਨ ਕਿ ਸਾਰੇ ਕਰਮਾਂ ਦੇ ਪੰਜ ਕਾਰਨ ਹੁੰਦੇ ਹਨ। ਇਸ ਲਈ ਕਿਸੇ ਕਰਮ ਵਿਚ ਸਫਲਤਾ ਲਈ ਇਨ੍ਹਾਂ ਪੰਜ ਕਾਰਨਾਂ ਤੇ ਵਿਚਾਰ ਕਰਨਾ ਹੋਵੇਗਾ। **ਸਾਂਖ੍ਯ** ਦਾ ਅਰਥ ਹੈ ਗਿਆਨ ਦਾ ਅਧਾਰ ਅਤੇ ਵੇਦਾਂਤ ਮੋਹਰੀ ਅਚਾਰੀਆਂ ਰਾਹੀਂ ਪ੍ਰਮਾਣਿਤ ਗਿਆਨ ਦਾ ਉਚੇਰਾ ਅਧਾਰ ਹੈ। ਇੱਥੋਂ ਤਕ ਕਿ ਸ਼ੰਕਰ ਵੀ ਵੇਦਾਂਤ ਸੂਤਰ ਨੂੰ ਇਸੇ ਰੂਪ ਵਿਚ ਸਵੀਕਾਰ ਕਰਦੇ ਹਨ। ਇਸ ਲਈ ਅਜਿਹੇ ਸ਼ਾਸ਼ਤਰ ਦੀ ਰਾਏ ਮੰਨਣੀ ਚਾਹੀਦੀ ਹੈ।

ਪਰਮ ਨਿਯੰਤਰਣ ਪਰਮਾਤਮਾ ਵਿਚ ਛੁਪਿਆ ਹੈ। ਜਿਵੇਂ ਕਿ ਭਗਵਤ ਗੀਤਾ ਵਿਚ ਕਿਹਾ ਗਿਆ ਹੈ - **ਸਰ੍ਵਸ੍ਯ ਚਾਹਮ੍ ਹ੍ਰਿਦਿ ਸੰਨਿਵਿਸ਼੍ਟਹ੍** - ਉਹ ਹਰ ਮਨੁੱਖ ਨੂੰ ਉਸਦੇ ਪਹਿਲੇ ਕਰਮਾਂ ਨੂੰ ਚੇਤੇ ਕਰਵਾ ਕੇ ਕਿਸੇ ਨਾ ਕਿਸੇ ਕੰਮ ਵਿਚ ਲਗਾਉਂਦੇ ਰਹਿੰਦੇ ਹਨ, ਅਤੇ ਜਿਹੜੇ ਕ੍ਰਿਸ਼ਨ ਭਾਵਨਾ ਭਾਵਿਤ ਕਰਮ ਅੰਤਰਜਾਮੀ ਭਗਵਾਨ ਕ੍ਰਿਸ਼ਨ ਦੇ ਹੁਕਮਾਂ ਮੁਤਾਬਿਕ ਕੀਤੇ ਜਾਂਦੇ ਹਨ, ਉਨ੍ਹਾਂ ਦਾ ਫਲ ਨਾ ਤਾਂ ਇਸ ਜੀਵਨ ਵਿਚ ਨਾ ਹੀ ਮਰਨ ਮਗਰੋਂ ਮਿਲਦਾ ਹੈ।

अधिष्ठानं तथा कर्ता करणं च पृथग्विधम् ।
विविधाश्च पृथक्चेष्टा दैवं चैवात्र पञ्चमम् ॥ १४॥

ਅਧਿਸ਼੍ਠਾਨਮ੍ ਤਥਾ ਕਰ੍ਤਾ ਕਰਣਮ੍ ਚ ਪ੍ਰਿਥਗ੍-ਵਿਧਮ੍ ।
ਵਿਵਿਧਾਸ਼੍ਚ ਪ੍ਰਿਥੱਕ੍ ਚੇਸ਼ਟਾ ਦੈਵਮ੍ ਚੈਵਾਤ੍ਰ ਪੰਚਮਮ੍ ॥ 14 ॥

ਅਧਿਸ਼੍ਠਾਨਮ੍-ਸਥਾਨ ; **ਤਥਾ**-ਅਤੇ ; **ਕਰ੍ਤਾ**-ਕਰਨ ਵਾਲਾ ; **ਕਰਣਮ੍**-ਯੰਤਰ (ਇੰਦਰੀਆਂ) ; **ਚ**-ਅਤੇ ; **ਪ੍ਰਿਥੱਕ੍-ਵਿਧਮ੍**-ਵੱਖੋ-ਵੱਖਰੇ ਤਰ੍ਹਾਂ ਦੇ ; **ਵਿਵਿਧਾਹ੍**-ਕਈ ਤਰ੍ਹਾਂ ਦੇ ; **ਚ**-ਅਤੇ ; **ਪ੍ਰਿਥਕ੍**-ਅਲੱਗ-ਅਲੱਗ ; **ਚੇਸ਼ਟਾਹ੍**-ਯਤਨ ; **ਦੈਵਮ੍**-ਪਰਮਾਤਮਾ ; **ਚ**-ਵੀ ; **ਏਵ**-ਨਿਸ਼ਚੇ ਹੀ ; **ਅਤ੍ਰ**-ਇੱਥੇ ; **ਪੰਚਮਮ੍**-ਪੰਜਵਾਂ।

ਅਨੁਵਾਦ

ਕਰਮ ਦਾ ਅਸਥਾਨ (ਸ਼ਰੀਰ), ਕਰਤਾ, ਵੱਖੋ-ਵੱਖਰੀਆਂ ਇੰਦਰੀਆਂ, ਅਨੇਕ ਤਰ੍ਹਾਂ ਦੇ ਯਤਨ ਅਤੇ ਅੰਤ ਵਿਚ ਪਰਮਾਤਮਾ - ਇਹ ਪੰਜ ਕਰਮ ਦੇ ਕਾਰਨ ਹਨ।

ਭਾਵ

ਅਧਿਸ਼੍ਠਨਾਮ੍ ਸ਼ਬਦ ਸ਼ਰੀਰ ਲਈ ਆਇਆ ਹੈ। ਸ਼ਰੀਰ ਅੰਦਰ ਆਤਮਾ ਕੰਮ ਕਰਦੀ ਹੈ, ਜਿਸ ਨਾਲ ਕਰਮ ਫਲ ਹੁੰਦਾ ਹੈ। ਇਸ ਲਈ ਇਹ ਕਰਤਾ ਕਹਾਉਂਦਾ ਹੈ। ਆਤਮਾ ਹੀ ਗਿਆਤਾ ਅਤੇ ਕਰਤਾ ਹੈ, ਇਸਦਾ ਵਰਣਨ ਸ਼ਰੂਤੀ ਵਿਚ ਹੈ। **ਏਸ਼ ਹਿ ਦ੍ਰਸ਼੍ਟਾ ਸ੍ਰਸ਼੍ਟਾ** (ਪ੍ਰਸ਼ਨ ਉਪਨਿਸ਼ਦ 4-9) ਵੇਦਾਂਤ ਸੂਤਰ ਵਿਚ ਵੀ **ਗ੍ਯੋ'ਤ ਏਵ** (2-3-18) ਅਤੇ ਕਰਤਾ

ਸ਼ਾਸ੍ਤ੍ਰਾਰ੍ਥਵਤ੍ਵਾਤ੍ (2-3-33) ਸ਼ਲੋਕਾਂ ਵਿਚ ਇਸਦੀ ਪੁਸ਼ਟੀ ਹੁੰਦੀ ਹੈ। ਕਰਮ ਦੇ ਯੰਤਰ ਇੰਦਰੀਆਂ ਹਨ ਅਤੇ ਆਤਮਾ ਇਨ੍ਹਾਂ ਇੰਦਰੀਆਂ ਰਾਹੀਂ ਵੱਖੋ-ਵੱਖਰੇ ਕਰਮ ਕਰਦਾ ਹੈ, ਹਰ ਕਰਮ ਲਈ ਅਲੱਗ-ਅਲੱਗ ਹਰਕਤ ਹੁੰਦੀ ਹੈ। ਪਰ ਸਾਰੇ ਕੰਮ-ਕਾਰ ਪਰਮਾਤਮਾ ਦੀ ਮਰਜ਼ੀ ਤੇ ਨਿਰਭਰ ਕਰਦੇ ਹਨ, ਜਿਹੜੇ ਹਰ ਹਿਰਦੇ ਵਿਚ ਦੋਸਤ ਦੇ ਰੂਪ ਵਿਚ ਸਥਿਤ ਹਨ। ਪਰਮੇਸ਼ਵਰ ਪਰਮ ਕਾਰਨ ਹੈ। ਇਸ ਲਈ ਜਿਹੜਾ ਇਨ੍ਹਾਂ ਪਰਮ ਸਥਿਤੀਆਂ ਵਿਚ ਅੰਤਰਜਾਮੀ ਪਰਮਾਤਮਾ ਦੇ ਹੁਕਮ ਅਧੀਨ ਕ੍ਰਿਸ਼ਨ ਭਾਵਨਾ ਵਾਲਾ ਹੋ ਕੇ ਕਰਮ ਕਰਦਾ ਹੈ, ਉਹ ਕਿਸੇ ਕਰਮ ਨਾਲ ਨਹੀਂ ਬੰਨ੍ਹਿਆ ਜਾਂਦਾ ਹੈ। ਜਿਹੜੇ ਪੂਰੀ ਤਰ੍ਹਾਂ ਕ੍ਰਿਸ਼ਨ ਭਾਵਨਾ ਵਾਲੇ ਹਨ, ਉਹ ਆਖ਼ਿਰ ਆਪਣੇ ਕਰਮਾਂ ਲਈ ਜ਼ਿੰਮੇਵਾਰ ਨਹੀਂ ਹੁੰਦੇ। ਸਭ ਕੁੱਝ ਪਰਮ ਇੱਛਾ, ਪਰਮਾਤਮਾ, ਭਗਵਾਨ ਤੇ ਨਿਰਭਰਹੈ।

शरीरवाङ्मनोभिर्यत्कर्म प्रारभते नरः ।
न्याय्यं वा विपरीतं वा पञ्चैते तस्य हेतवः ॥ १५ ॥

ਸ਼ਰੀਰ-ਵਾਂਗ੍-ਮਨੋਭਿਰ੍ ਯਤ੍ ਕਰ੍ਮ ਪ੍ਰਾਰਭਤੇ ਨਰਹ੍ ।
ਨ੍ਯਾਯ੍ਯਮ੍ ਵਾ ਵਿਪਰੀਤਮ੍ ਵਾ ਪੰਚੈਤੇ ਤਸ੍ਯ ਹੇਤਵਹ੍ ॥ 15 ॥

ਸ਼ਰੀਰ-ਸ਼ਰੀਰ ਨਾਲ ; **ਵਾਕ੍**-ਬਚਨਾਂ ਨਾਲ ; **ਮਨੋਭਿਹ**-ਅਤੇ ਮਨ ਨਾਲ ; **ਯਤ੍**-ਜਿਹੜਾ ; **ਕਰ੍ਮ**-ਕੰਮ ; **ਪ੍ਰਾਰਭਤੇ**-ਸ਼ੁਰੂ ਕਰਦਾ ਹੈ ; **ਨਰਹ੍**-ਮਨੁੱਖ ; **ਨ੍ਯਾਯ੍ਯਮ੍**-ਠੀਕ ; **ਵਾ**- ਜਾਂ ; **ਵਿਪਰੀਤਮ੍**-ਵਿਰੁੱਧ (ਗਲਤ) ; **ਵਾ**-ਜਾਂ ; **ਪੰਚ**-ਪੰਜ ; **ਏਤੇ**-ਇਹ ਸਭ ; **ਤਸ੍ਯ**-ਉਸਦੇ ; **ਹੇਤਵਹ੍**-ਕਾਰਨ।

ਅਨੁਵਾਦ

ਮਨੁੱਖ ਆਪਣੇ ਸ਼ਰੀਰ, ਮਨ ਜਾਂ ਬਾਣੀ ਨਾਲ ਜਿਹੜਾ ਵੀ ਸਹੀ ਜਾਂ ਗਲਤ ਕੰਮ ਕਰਦਾ ਹੈ, ਉਹ ਇਨ੍ਹਾਂ ਪੰਜ ਕਾਰਨਾਂ ਕਰਕੇ ਹੁੰਦਾ ਹੈ।

ਭਾਵ

ਇਸ ਸ਼ਲੋਕ ਵਿਚ ਨਿਆਯ੍ (ਸਹੀ) ਅਤੇ ਵਿਪਰੀਤ (ਗ਼ਲਤ) ਸ਼ਬਦ ਬਹੁਤ ਮਹੱਤਵਪੂਰਨ ਹਨ। ਸਹੀ ਕੰਮ ਸ਼ਾਸ਼ਤਰਾਂ ਵਿਚ ਦੱਸੀਆਂ ਗਈਆਂ ਹਦਾਇਤਾਂ ਮੁਤਾਬਿਕ ਕੀਤਾ ਜਾਂਦਾ ਹੈ ਅਤੇ ਗ਼ਲਤ ਕੰਮ ਵਿਚ ਸ਼ਾਸ਼ਤਰਾਂ ਦੇ ਹੁਕਮਾਂ ਦੀ ਪ੍ਰਵਾਹ ਨਹੀਂ ਕੀਤੀ ਜਾਂਦੀ। ਪਰ ਜਿਹੜਾ ਵੀ ਕੰਮ ਕੀਤਾ ਜਾਂਦਾ ਹੈ, ਉਸਦੀ ਪੂਰਤੀ ਲਈ ਇਨ੍ਹਾਂ ਪੰਜ ਕਾਰਨਾਂ ਦੀ ਲੋੜ ਹੈ।

तत्रैवं सति कर्तारमात्मानं केवलं तु यः ।
पश्यत्यकृतबुद्धित्वान्न स पश्यति दुर्मतिः ॥ १६ ॥

ਤਤ੍ਰੈਵਮ੍ ਸਤਿ ਕਰ੍ਤਾਰਮ੍ ਤ੍ਮਾਨਮ੍ ਕੇਵਲਮ੍ ਤੁ ਯਹ੍ ।
ਪਸ਼੍ਯਤਿ ਅਕ੍ਰਿਤ-ਬੁਦ੍ਧਿਤ੍ਵਾਨ੍ ਨ ਸ ਪਸ਼੍ਯਤਿ ਦੁਰ੍ਮਤਿਹ੍ ॥ 16 ॥

ਤਤ੍ਰ-ਉਥੇ ; ਏਵਮ੍-ਇੰਝ ; ਸਤਿ-ਹੋ ਕੇ ; ਕਰ੍ਤਾਰਮ੍-ਕਰਤਾ ; ਆਤ੍ਮਾਨਮ੍-ਖ਼ੁਦ ਨੂੰ ; ਕੇਵਲਮ੍-ਸਿਰਫ ; **ਤੁ**-ਪਰ ; **ਯਹ੍**-ਜਿਹੜਾ ; **ਪਸ਼੍ਯਤਿ**-ਵੇਖਦਾ ਹੈ ; **ਅਕ੍ਰਿਤ ਬੁਦ੍ਧਿਤ੍ਵਾਤ੍**-ਕੁਬੁੱਧੀ ਕਰਕੇ ; **ਨ**-ਕਦੀ ਨਹੀਂ ; **ਸਹ**-ਉਹ ; **ਪਸ਼੍ਯਤਿ**-ਵੇਖਦਾ ਹੈ ; **ਦੁਰ੍ਮਤਿਹ੍**-ਮੂਰਖ ।

ਅਨੁਵਾਦ

ਇਸ ਲਈ ਇਨ੍ਹਾਂ ਪੰਜ ਕਾਰਨਾਂ ਨੂੰ ਨਾ ਮੰਨਕੇ ਆਪਣੇ ਆਪ ਨੂੰ ਹੀ ਇੱਕੋ ਇੱਕ ਕਾਰਨ ਮੰਨਦਾ ਹੈ ਉਹ ਨਿਸ਼ਚੈ ਹੀ ਬਹੁਤ ਬੁੱਧੀਮਾਨ ਨਹੀਂ ਹੁੰਦਾ ਅਤੇ ਚੀਜ਼ਾਂ ਨੂੰ ਸਹੀ ਰੂਪ ਵਿਚ ਨਹੀਂ ਵੇਖ ਸਕਦਾ ।

ਭਾਵ

ਮੂਰਖ ਮਨੁੱਖ ਇਹ ਨਹੀਂ ਸਮਝਦਾ ਕਿ ਪਰਮਾਤਮਾ ਉਸਦੇ ਅੰਦਰ ਮਿੱਤਰ ਰੂਪ ਵਿਚ ਬੈਠਿਆ ਹੈ ਅਤੇ ਉਸਦੇ ਕੰਮਾਂ ਦਾ ਸੰਚਾਲਨ ਕਰ ਰਿਹਾ ਹੈ । ਹਾਲਾਂਕਿ ਅਸਥਾਨ, ਕਰਤਾ, ਯਤਨ ਅਤੇ ਇੰਦਰੀਆਂ ਭੌਤਿਕ ਕਾਰਨ ਹਨ, ਪਰ ਅੰਤਿਮ (ਮੁੱਖ) ਕਾਰਨ ਤਾਂ ਖੁਦ ਭਗਵਾਨ ਹਨ । ਇਸ ਲਈ ਮਨੁੱਖ ਨੂੰ ਚਾਹੀਦਾ ਹੈ ਕਿ ਸਿਰਫ ਚਾਰ ਭੌਤਿਕ ਕਾਰਨਾਂ ਨੂੰ ਹੀ ਨਾ ਵੇਖੇ, ਸਗੋਂ ਪਰਮ ਸਮਰਥ ਕਾਰਨ ਨੂੰ ਵੀ ਵੇਖੇ । ਜਿਹੜਾ ਪਰਮੇਸ਼ਵਰ ਨੂੰ ਨਹੀਂ ਵੇਖਦਾ, ਉਹ ਆਪਣੇ ਆਪਨੂੰ ਹੀ ਕਰਤਾ ਮੰਨਦਾ ਹੈ ।

यस्य नाहङ्कृतो भावो बुद्धिर्यस्य न लिप्यते ।
हत्वापि स इमाँल्लोकान्न हन्ति न निबध्यते ॥ १७॥

ਯਸ੍ਯ ਨਾਹੰਕ੍ਰਿਤੋ ਭਾਵੋ ਬੁਦ੍ਧਿਰ੍ ਯਸ੍ਯ ਨ ਲਿਪ੍ਯਤੇ ।
ਹਤ੍ਵਾਪਿ ਸ ਇਮਾਲੰ ਲੋਕਾਨ੍ ਨ ਹੰਤਿ ਨ ਨਿਬਧ੍ਯਤੇ ॥ 17 ॥

ਯਸ੍ਯ-ਜਿਸਦੇ ; **ਨ**-ਨਹੀਂ ; **ਅੰਕਕ੍ਰਿਤਹ੍**-ਝੂਠੇ ਹੰਕਾਰ ਦਾ ; **ਭਾਵਹ**-ਸੁਭਾਅ ; **ਬੁਦ੍ਧਿਹ੍**-ਬੁੱਧੀ ; **ਯਸ੍ਸ**-ਜਿਸਦੀ ; **ਨ**-ਕਦੀ ਨਹੀਂ ; **ਲਿਪ੍ਯਤੇ**-ਆਸਕਤ (ਮੋਹਿਤ) ਹੁੰਦਾ ਹੈ ; **ਹਤ੍ਵਾ**-ਮਾਰਕੇ ; **ਅਪਿ**-ਵੀ ; **ਸਹ੍**-ਉਹ ; **ਇਮਾਨ੍**-ਇਸ ; **ਲੋਕਾਨ੍**-ਸੰਸਾਰ ਨੂੰ ; **ਨ**-ਕਦੀ ਨਹੀਂ ; **ਹੰਤਿ**-ਮਾਰਦਾ ਹੈ ; **ਨ**-ਕਦੀ ਨਹੀਂ ; **ਨਿਬਧ੍ਯਤੇ**-ਬੱਧ ਹੁੰਦਾ ਹੈ ।

ਅਨੁਵਾਦ

ਜਿਹੜਾ ਝੂਠੇ ਹੰਕਾਰ ਤੋਂ ਪ੍ਰੇਰਿਤ ਨਹੀਂ ਹੈ, ਜਿਸਦੀ ਬੁੱਧੀ ਬੰਨ੍ਹੀ ਹੋਈ ਨਹੀਂ ਹੈ ਉਹ ਇਸ ਸੰਸਾਰ ਵਿਚ ਮਨੁੱਖਾਂ ਨੂੰ ਮਾਰਦਾ ਹੋਇਆ ਵੀ ਨਹੀਂ ਮਾਰਦਾ, ਨਾ ਹੀ ਉਹ ਆਪਣੇ ਕੰਮਾਂ ਨਾਲ ਬੰਨ੍ਹਿਆ ਹੁੰਦਾ ਹੈ ।

ਭਾਵ

ਇਸ ਸ਼ਲੋਕ ਵਿਚ ਭਗਵਾਨ ਅਰਜੁਨ ਨੂੰ ਦੱਸਦੇ ਹਨ ਕਿ ਜੰਗ ਨਾ ਕਰਨ ਦੀ ਇੱਛਾ ਝੂਠੇ ਹੰਕਾਰ ਤੋਂ ਪੈਦਾ ਹੁੰਦੀ ਹੈ। ਅਰਜੁਨ ਖ਼ੁਦ ਨੂੰ ਕਰਤਾ ਮੰਨ ਬੈਠਿਆ ਸੀ, ਪਰ ਉਸਨੇ ਆਪਣੇ ਅੰਦਰ ਅਤੇ ਬਾਹਰ ਮੌਜੂਦ ਪਰਮ ਪਰਮਾਤਮਾ ਦੀ ਹਾਮੀ ਤੇ ਵਿਚਾਰ ਨਹੀਂ ਕੀਤਾ ਸੀ। ਜੇ ਕੋਈ ਇਹ ਨਾ ਸਮਝੇ ਕਿ ਕੋਈ ਪਰਮ ਆਦੇਸ਼ ਵੀ ਹੈ, ਤਾਂ ਉਹ ਕੰਮ ਕਿਉਂ ਕਰੇ? ਪਰ ਜਿਹੜਾ ਮਨੁੱਖ ਕੰਮ ਦੇ ਸਾਧਨਾਂ ਨੂੰ, ਕਰਤਾ ਰੂਪ ਵਿਚ ਆਪਣੇ ਆਪ ਨੂੰ ਅਤੇ ਪਰਮ ਨਿਰਦੇਸ਼ਕ ਦੇ ਰੂਪ ਵਿਚ ਪਰਮੇਸ਼ਵਰ ਨੂੰ ਮੰਨਦਾ ਹੈ, ਉਹ ਹਰ ਕੰਮ ਨੂੰ ਪੂਰਾ ਕਰਨ ਵਿਚ ਸਮਰਥ ਹੈ। ਅਜਿਹਾ ਮਨੁੱਖ ਕਦੀ ਮੋਹਿਤ ਨਹੀਂ ਹੁੰਦਾ। ਜੀਵ ਵਿਚ ਵਿਅਕਤੀਗਤ ਕੰਮਕਾਰ ਅਤੇ ਉਸਦੀ ਜ਼ਿੰਮੇਵਾਰੀ ਦੀ ਸ਼ੁਰੂਆਤ ਝੂਠੇ ਹੰਕਾਰ ਅਤੇ ਈਸ਼ਵਰ ਦੀ ਹੋਂਦ ਨਾ ਮੰਨਣ ਕਰਕੇ ਜਾਂ ਕ੍ਰਿਸ਼ਨ ਭਾਵਨਾ ਦੇ ਨਾ ਹੋਣ ਕਰਕੇ ਹੁੰਦੀ ਹੈ। ਜਿਹੜਾ ਮਨੁੱਖ ਕ੍ਰਿਸ਼ਨ ਭਾਵਨਾ ਅੰਮ੍ਰਿਤ ਵਿਚ ਪਰਮਾਤਮਾ ਜਾਂ ਭਗਵਾਨ ਦੀ ਆਗਿਆ ਮੁਤਾਬਿਕ ਕੰਮ ਕਰਦਾ ਹੈ, ਉਹ ਮਾਰਦਾ ਹੋਇਆ ਵੀ ਨਹੀਂ ਮਾਰਦਾ, ਨਾ ਹੀ ਉਹ ਕਦੀ ਅਜਿਹੇ ਕਰਮਾਂ ਦੇ ਫਲ ਨੂੰ ਭੋਗਦਾ ਹੈ। ਜਦੋਂ ਕੋਈ ਫ਼ੌਜੀ ਆਪਣੇ ਵੱਡੇ ਅਫ਼ਸਰ ਦੇ ਹੁਕਮਾਂ ਨਾਲ ਹੱਤਿਆ ਕਰਦਾ ਹੈ ਤਾਂ ਉਸਨੂੰ ਸਜਾ ਨਹੀਂ ਮਿਲਦੀ। ਪਰ ਜੇ ਉਹ ਫ਼ੌਜੀ ਆਪਣੀ ਮਰਜ਼ੀ ਮੁਤਾਬਿਕ ਮਾਰਦਾ ਹੈ, ਤਾਂ ਨਿਸ਼ਚੈ ਹੀ ਅਦਾਲਤ ਰਾਹੀਂ ਉਸ ਨੂੰ ਸਜਾ ਹੁੰਦੀ ਹੈ।

ज्ञानं ज्ञेयं परिज्ञाता त्रिविधा कर्मचोदना ।
करणं कर्म कर्तेति त्रिविधः कर्मसङ्ग्रहः ॥ १८ ॥

ਗ੍ਯਾਨਮ੍ ਗ੍ਯੇਯਮ੍ ਪਰਿਗ੍ਯਾਤਾ ਤ੍ਰਿ-ਵਿਧਾ ਕਰਮ-ਚੋਦਨਾ ।
ਕਰਣਮ੍ ਕਰ੍ਮ ਕਰ੍ਤੇਤਿ ਤ੍ਰਿ-ਵਿਧਹ੍ ਕਰ੍ਮ-ਸੰਗ੍ਰਹਹ੍ ॥ 18 ॥

ਗ੍ਯਾਨਮ੍-ਗਿਆਨ ; **ਗ੍ਯੇਯਮ੍**-ਗਿਆਨ ਦਾ ਮੰਤਵ ; **ਪਰਿਗ੍ਯਾਤਾ**-ਜਾਣਨ ਵਾਲਾ ; **ਤ੍ਰਿ ਵਿਧਾ**-ਤਿੰਨ ਤਰ੍ਹਾਂ ਦੇ ; **ਕਰ੍ਮ**-ਕੰਮ ਦੀ ; **ਚੋਦਨਾ**-ਪ੍ਰੇਰਣਾ ; **ਕਰਣਮ੍**-ਇੰਦਰੀਆਂ ; **ਕਰ੍ਮ**-ਕੰਮ ; **ਕਰ੍ਤਾ**-ਕਰਤਾ ; **ਇਤਿ**-ਇੰਝ ; **ਤ੍ਰਿ ਵਿਧਹ੍**-ਤਿੰਨ ਤਰ੍ਹਾਂ ਦੇ ; **ਕਰ੍ਮ**-ਕੰਮ ਦੇ ; **ਸੰਗ੍ਰਹਹ੍**-ਇਕੱਠਾ ਕਰਨਾ।

ਅਨੁਵਾਦ

ਗਿਆਨ, ਗੇਯਯ (ਗਿਆਨ ਦਾ ਮੰਤਵ) ਅਤੇ ਗਿਆਤਾ - ਇਹ ਤਿੰਨੇ ਕਰਮ ਨੂੰ ਪ੍ਰੇਰਣਾ ਦੇਣ ਵਾਲੇ ਕਾਰਨ ਹਨ। ਇੰਦਰੀਆਂ, ਕਰਮ ਅਤੇ ਕਰਤਾ ਇਹ ਤਿੰਨ ਕਰਮ ਨੂੰ ਬਣਾਉਣ ਵਾਲੇ ਹਨ।

ਭਾਵ

ਦੈਨਿਕ ਕੰਮਾਂ ਲਈ ਤਿੰਨ ਤਰ੍ਹਾਂ ਦੀਆਂ ਪ੍ਰੇਰਣਾਵਾਂ ਹਨ - ਗਿਆਨ, ਗਯੇਯ (ਗਿਆਨ ਦਾ ਮੰਤਵ) ਅਤੇ ਗਿਆਤਾ। ਕਰਮ ਦਾ ਸਾਧਨ, ਖ਼ੁਦ ਕਰਮ ਅਤੇ ਕਰਤਾ - ਇਹ ਤਿੰਨੇ ਕਰਮ ਦੇ ਘਟਕ

ਕਹਾਉਂਦੇ ਹਨ । ਕਿਸੇ ਵੀ ਮਨੁੱਖ ਰਾਹੀਂ ਕੀਤੇ ਕਿਸੇ ਕਰਮ ਵਿਚ ਇਹੋ ਤੱਤ ਰਹਿੰਦੇ ਹਨ । ਕਰਮ ਕਰਨ ਤੋਂ ਪਹਿਲੋਂ ਕੋਈ ਨਾ ਕੋਈ ਪ੍ਰੇਰਣਾ ਹੁੰਦੀ ਹੈ । ਕਿਸੇ ਵੀ ਕਰਮ ਤੋਂ ਪਹਿਲਾਂ ਪ੍ਰਾਪਤ ਹੋਣ ਵਾਲਾ ਫਲ ਕਰਮ ਦੇ ਸੂਖ਼ਮ ਰੂਪ ਵਿਚ ਅਸਲੀਅਤ ਬਣਦਾ ਹੈ । ਇਸ ਤੋਂ ਮਗਰੋਂ ਉਹ ਕਿਰਿਆ ਦਾ ਰੂਪ ਧਾਰਨ ਕਰਦਾ ਹੈ । ਪਹਿਲਾਂ ਮਨੁੱਖ ਨੂੰ ਸੋਚਣ, ਅਨੁਭਵ ਕਰਨ ਅਤੇ ਇੱਛਾ ਕਰਨ ਵਰਗੀਆਂ ਮਨੋਵਿਗਿਆਨਕ ਵਿਧੀਆਂ ਦਾ ਸਾਹਮਣਾ ਕਰਨਾ ਹੁੰਦਾ ਹੈ, ਜਿਸ ਨੂੰ ਪ੍ਰੇਰਣਾ ਕਹਿੰਦੇ ਹਨ, ਅਤੇ ਇਹ ਪ੍ਰੇਰਣਾ ਭਾਵੇਂ ਸ਼ਾਸ਼ਤਰਾਂ ਤੋਂ ਪ੍ਰਾਪਤ ਹੋਵੇ ਜਾਂ ਗੁਰੂ ਦੇ ਉਪਦੇਸ਼ ਤੋਂ ਇੱਕੋ ਜਿਹੀ ਹੁੰਦੀ ਹੈ । ਜਦੋਂ ਪ੍ਰੇਰਣਾ ਹੁੰਦੀ ਹੈ ਅਤੇ ਜਦੋਂ ਕਰਤਾ ਹੁੰਦਾ ਹੈ, ਤਾਂ ਇੰਦਰੀਆਂ ਦੀ ਮਦਦ ਨਾਲ, ਜਿਨ੍ਹਾਂ ਵਿਚ ਮਨ ਵੀ ਸ਼ਾਮਿਲ ਹੈ ਅਤੇ ਜਿਹੜਾ ਸਾਰੀਆਂ ਇੰਦਰੀਆਂ ਦਾ ਕੇਂਦਰ ਹੈ, ਅਸਲ ਕਰਮ ਪੂਰਾ ਹੁੰਦਾ ਹੈ । ਕਿਸੇ ਕਰਮ ਦੇ ਸਾਰੇ ਸੰਘਟਕਾਂ ਨੂੰ ਕਰਮਾਂ ਦਾ ਸੰਗ੍ਰਿਹ ਕਿਹਾ ਜਾਂਦਾ ਹੈ ।

ज्ञानं कर्म च कर्ता च त्रिधैव गुणभेदतः ।
प्रोच्यते गुणसङ्ख्याने यथावच्छृणु तान्यपि ॥१९॥

ਗ੍ਯਾਨਮ੍ ਕਰਮ ਚ ਕਰਤਾ ਚ ਤ੍ਰਿਧੈਵ ਗੁਣ-ਭੇਦਤਹ੍ ।
ਪ੍ਰੋਚ੍ਯਤੇ ਗੁਣ-ਸੰਖ੍ਯਾਨੇ ਯਥਾਵਚ੍ ਛ੍ਰਿਣੁ ਤਾਨਿ ਅਪਿ ॥ 19 ॥

ਗ੍ਯਾਨਮ੍-ਗਿਆਨ ; **ਕਰਮ**-ਕਰਮ ; **ਚ**-ਵੀ ; **ਕਰ੍ਤਾ**-ਕਰਤਾ ; **ਚ**-ਵੀ ; **ਤ੍ਰਿਧਾ**-ਤਿੰਨ ਤਰ੍ਹਾਂ ਦਾ ; **ਏਵ**-ਨਿਸ਼ਚੈ ਹੀ ; **ਗੁਣ-ਭੇਦਤਹ੍**-ਪ੍ਰਕ੍ਰਿਤੀ ਦੇ ਵੱਖੋ-ਵੱਖਰੇ ਗੁਣਾਂ ਮੁਤਾਬਿਕ ; **ਪ੍ਰੋਚ੍ਯਤੇ**-ਕਹੇ ਜਾਂਦੇ ਹਨ ; **ਗੁਣ-ਸੰਖ੍ਯਾਨੇ**-ਵੱਖੋ-ਵੱਖਰੇ ਗੁਣਾਂ ਦੇ ਰੂਪ ਵਿਚ ; **ਯਥਾਵਤ੍**-ਜਿਸ ਰੂਪ ਵਿਚ ਹਨ ਉਸੇ ਵਿਚ ; **ਸ਼੍ਰਿਣੁ**-ਸੁਣੋ ; **ਤਾਨਿ**-ਉਨ੍ਹਾਂ ਸਭਨਾਂ ਨੂੰ ; **ਅਪਿ**-ਵੀ ।

ਅਨੁਵਾਦ

ਪ੍ਰਕ੍ਰਿਤੀ ਦੇ ਤਿੰਨ ਗੁਣਾਂ ਮੁਤਾਬਿਕ ਹੀ ਗਿਆਨ, ਕਰਮ ਅਤੇ ਕਰਤਾ ਦੇ ਤਿੰਨ ਭੇਦ ਹਨ । ਹੁਣ ਤੁਸੀਂ ਮੇਰੇ ਤੋਂ ਇਨ੍ਹਾਂ ਬਾਰੇ ਸੁਣੋ ।

ਭਾਵ

ਚੌਦ੍ਹਵੇਂ ਅਧਿਆਇ ਵਿਚ ਪ੍ਰਕ੍ਰਿਤੀ ਦੇ ਤਿੰਨ ਗੁਣਾਂ ਦਾ ਵਿਸਥਾਰ ਨਾਲ ਵਰਣਨ ਹੋ ਚੁੱਕਾ ਹੈ। ਇਸ ਅਧਿਆਇ ਵਿਚ ਕਿਹਾ ਗਿਆ ਸੀ ਕਿ ਸਤੋ ਗੁਣ ਪਰਕਾਸ਼ਕ ਹੁੰਦਾ ਹੈ, ਰਜੋ ਗੁਣ ਭੌਤਿਕਤਾਵਾਦੀ ਅਤੇ ਤਮੋ ਗੁਣ ਆਲਸ ਅਤੇ ਲਾਪਰਵਾਹੀ ਦਾ ਪ੍ਰੇਰਕ ਹੁੰਦਾ ਹੈ । ਪ੍ਰਕ੍ਰਿਤੀ ਦੇ ਸਾਰੇ ਗੁਣ ਬੰਧੰਨ ਵਾਲੇ ਹਨ, ਉਹ ਮੁਕਤੀ ਦੇ ਸਾਧਨ ਨਹੀਂ ਹਨ । ਇੱਥੋਂ ਤਕ ਕਿ ਸਤੋ ਗੁਣ ਵਿਚ ਵੀ ਮਨੁੱਖ ਬੰਨ੍ਹਿਆ ਰਹਿੰਦਾ ਹੈ । ਸਤਾਰ੍ਹਵੇਂ ਅਧਿਆਇ ਵਿਚ ਅਲੱਗ-ਅਲੱਗ ਤਰ੍ਹਾਂ ਦੇ ਮਨੁੱਖਾਂ ਰਾਹੀਂ ਵੱਖੋ-ਵੱਖਰੇ ਗੁਣਾਂ ਵਿਚ ਰਹਿਕੇ ਕੀਤੀ ਜਾਣ ਵਾਲੀ ਵੱਖੋ-ਵੱਖਰੀ ਪੂਜਾ ਦਾ ਵਰਣਨ ਕੀਤਾ ਗਿਆ । ਇਸ ਸ਼ਲੋਕ ਵਿਚ ਭਗਵਾਨ ਕਹਿੰਦੇ ਹਨ ਕਿ ਉਹ ਤਿੰਨ ਗੁਣਾਂ ਮੁਤਾਬਿਕ ਅਲੱਗ-ਅਲੱਗ ਤਰ੍ਹਾਂ ਦੇ ਗਿਆਨ, ਕਰਤਾ ਅਤੇ ਕਰਮ ਬਾਰੇ ਦੱਸਣਾ ਚਾਹੁੰਦੇ ਹਨ ।

सर्वभूतेषु येनैकं भावमव्ययमीक्षते ।
अविभक्तं विभक्तेषु तज्ज्ञानं विद्धि सात्त्विकम् ॥ २० ॥

ਸਰ੍ਵ ਭੂਤੇਸ਼ੁ ਯੇਨੈਕਮ੍ ਭਾਵਮ੍ ਅਵ੍ਯਯਮ੍ ਈਕ੍ਸ਼ਤੇ ।
ਅਵਿਭਕ੍ਤਮ੍ ਵਿਭਕ੍ਤੇਸ਼ੁ ਤਜ੍ ਗ੍ਯਾਨਮ੍ ਵਿਦ੍ਧਿ ਸਾਤ੍ਤਿਵਕਮ੍ ॥ 20 ॥

ਸਰ੍ਵ-ਭੂਤੇਸ਼ੁ-ਸਾਰੇ ਜੀਵਾਂ ਵਿਚ ; **ਯੇਨ**-ਜਿਸ ਨਾਲ ; **ਏਕਮ੍**-ਇੱਕ ; **ਭਾਵਮ**-ਸਥਿਤੀ ; **ਅਵ੍ਯਯਮ੍**-ਅਵਿਨਾਸ਼ੀ ; **ਈਕ੍ਸ਼ਤੇ**-ਵੇਖਦਾ ਹੈ ;**ਅਵਿਭਕ੍ਤਮ੍**-ਜੋ ਵੱਖ ਨਾ ਹੋ ਸਕੇ ;**ਵਿਭਕ੍ਤੇਸ਼ੁ**-ਅਣਗਿਣਤ ਹਿੱਸਿਆਂ ਵਿਚ ਵੰਡਿਆ ਹੋਇਆ ; **ਤਤ੍**-ਉਸ ; **ਗ੍ਯਾਨਮ੍** - ਗਿਆਨ ਨੂੰ ; **ਵਿਦ੍ਧਿ**-ਸਮਝੋ ; **ਸਾਤ੍ਤਿਵਕਮ੍**-ਸਤੋ ਗੁਣੀ ।

ਅਨੁਵਾਦ

ਜਿਸ ਗਿਆਨ ਸਦਕਾ ਅਨੰਤ ਰੂਪਾਂ ਵਿਚ ਵੰਡੇ ਸਾਰੇ ਜੀਵਾਂ ਵਿਚ ਇੱਕੋ ਹੀ (ਅਖੰਡ) ਅਧਿਆਤਮਕ ਪ੍ਰਕ੍ਰਿਤੀ ਦੇਖੀ ਜਾਂਦੀ ਹੈ, ਉਸਨੂੰ ਹੀ ਤੁਸੀਂ ਸਾਤਵਿਕ ਸਮਝੋ ।

ਭਾਵ

ਜਿਹੜਾ ਮਨੁੱਖ ਹਰ ਜੀਵ ਵਿਚ, ਭਾਵੇਂ ਉਹ ਦੇਵਤਾ ਹੋਵੇ ਮਨੁੱਖ ਹੋਵੇ, ਪਸ਼ੂ ਪੰਛੀ ਹੋਵੇ, ਜਾਂ ਜਲ ਜੰਤੂ ਜਾਂ ਪੌਦਾ ਹੋਵੇ, ਇੱਕੋ ਹੀ ਆਤਮਾ ਨੂੰ ਵੇਖਦਾ ਹੈ, ਉਸ ਨੂੰ ਸਾਤਵਿਕ ਗਿਆਨ ਪ੍ਰਾਪਤ ਰਹਿੰਦਾ ਹੈ । ਸਾਰੇ ਜੀਵਾਂ ਵਿਚ ਇੱਕੋ ਹੀ ਆਤਮਾ ਹੈ, ਹਾਲਾਂਕਿ ਪਿਛਲੇ ਕਰਮਾਂ ਮੁਤਾਬਿਕ ਉਨ੍ਹਾਂ ਦੇ ਸ਼ਰੀਰ ਵੱਖੋ-ਵੱਖਰੇ ਹਨ । ਜਿਵੇਂ ਕਿ ਸੱਤਵੇਂ ਅਧਿਆਇ ਵਿਚ ਵਰਣਨ ਹੋਇਆ ਹੈ । ਹਰ ਸ਼ਰੀਰ ਵਿਚ ਜੀਵਨ ਦੀ ਸ਼ਕਤੀ ਦਾ ਪ੍ਰਗਟਾਵਾ ਪਰਮੇਸ਼ਵਰ ਦੀ ਪਰਾ ਪ੍ਰਕ੍ਰਿਤੀ ਕਰਕੇ ਹੁੰਦਾ ਹੈ । ਉਸ ਇੱਕ ਪਰਾ ਪ੍ਰਕ੍ਰਿਤੀ, ਜੀਵਨ ਦੀ ਸ਼ਕਤੀ ਨੂੰ ਹਰ ਸ਼ਰੀਰ ਵਿਚ ਵੇਖਣਾ ਸਾਤਵਿਕ ਦਰਸ਼ਨ ਹੈ । ਇਹ ਜੀਵਨ ਸ਼ਕਤੀ ਅਵਿਨਾਸ਼ੀ ਹੈ, ਭਾਵੇਂ ਸ਼ਰੀਰ ਵਿਨਾਸ਼ ਸ਼ੀਲ ਹੋਣ । ਜਿਹੜੇ ਆਪਸੀ ਭੇਦ ਹਨ, ਉਹ ਸ਼ਰੀਰ ਕਰਕੇ ਹਨ, ਕਿਉਂਕਿ ਬੱਧਜੀਵਨ ਵਿਚ ਅਨੇਕ ਤਰ੍ਹਾਂ ਦੇ ਭੌਤਿਕ ਰੂਪ ਹਨ, ਇਸ ਲਈ ਜੀਵਨ ਸ਼ਕਤੀ ਵੱਖੋ-ਵੱਖਰੀ ਲਗਦੀ ਹੈ । ਅਜਿਹਾ ਨਿਰਾਕਾਰ ਗਿਆਨ ਆਤਮ-ਪ੍ਰਤੱਖੀਕਰਨ ਦਾ ਇੱਕ ਪਹਿਲੂ ਹੈ ।

पृथक्त्वेन तु यज्ज्ञानं नानाभावान्पृथग्विधान् ।
वेत्ति सर्वेषु भूतेषु तज्ज्ञानं विद्धि राजसम् ॥ २१ ॥

ਪ੍ਰਿਥਕ੍ਤ੍ਵੇਨ ਤੁ ਯਜ੍ ਗ੍ਯਾਨਮ੍ ਨਾਨਾ-ਭਾਵਾਨਿ ਪ੍ਰਿਥਗ੍-ਵਿਧਾਨ੍ ।
ਵੇੱਤਿ ਸਰ੍ਵੇਸ਼ੁ ਭੁਤੇਸ਼ੁ ਤਜ੍ ਗ੍ਯਾਨਮ੍ ਵਿਦ੍ਧਿ ਰਾਜਸਮ੍ ॥ 21 ॥

ਪ੍ਰਿਥਕਤ੍ਵੇਨ-ਵੰਡ ਕਰਕੇ ; **ਤੁ**-ਪਰ ; **ਯਤ੍**-ਜਿਹੜਾ ; **ਗ੍ਯਾਨਮ੍**-ਗਿਆਨ ; **ਨਾਨਾ ਭਾਵਾਨ੍**-ਅਨੇਕ ਤਰ੍ਹਾਂ ਦੇ ਹਾਲਾਤਾਂ ਨੂੰ ; **ਪ੍ਰਿਥੱਕ੍-ਵਿਧਾਨ੍**-ਵੱਖੋ-ਵੱਖਰਾ ; **ਵੇਤ੍ਤਿ**-ਜਾਣਦਾ ਹੈ ; **ਸਰ੍ਵੇਸ਼ੁ**-ਸਾਰੇ ; **ਭੂਤੇਸ਼ੁ**-ਜੀਵਾਂ ਤੇ ; **ਤਤ੍**-ਉਸ ; **ਗ੍ਯਾਨਮ੍**-ਗਿਆਨ ਨੂੰ ; **ਵਿਦ੍ਧਿ**-ਸਮਝੋ ; **ਰਾਜਸਮ੍**-ਰਾਜਸੀ (ਰਜੋਗੁਣੀ) ।

ਅਨੁਵਾਦ

ਜਿਸ ਗਿਆਨ ਨਾਲ ਕੋਈ ਵੱਖੋ-ਵੱਖਰੇ ਸ਼ਰੀਰਾਂ ਵਿਚ ਅਲੱਗ-ਅਲੱਗ ਤਰ੍ਹਾਂ ਦੇ ਜੀਵ ਵੇਖਦਾ ਹੈ, ਉਸਨੂੰ ਤੁਸੀ ਰਾਜਸੀ ਸਮਝੋ ।

ਭਾਵ

ਇਹ ਧਾਰਨਾ ਹੈ, ਕਿ ਭੌਤਿਕ ਸ਼ਰੀਰ ਹੀ ਜੀਵ ਹੈ ਅਤੇ ਸ਼ਰੀਰ ਦੇ ਨਸ਼ਟ ਹੋਣ ਤੇ ਚੇਤਨਾ ਵੀ ਨਸ਼ਟ ਹੋ ਜਾਂਦੀ ਹੈ, ਰਾਜਸੀ ਗਿਆਨ ਹੈ । ਇਸ ਗਿਆਨ ਮੁਤਾਬਿਕ ਇੱਕ ਸ਼ਰੀਰ ਦੂਜੇ ਸ਼ਰੀਰ ਤੋਂ ਵੱਖ ਹੈ, ਕਿਉਂਕਿ ਉਨ੍ਹਾਂ ਵਿਚ ਚੇਤਨਾ ਦਾ ਵਿਕਾਸ ਵੱਖਰੇ ਤਰੀਕੇ ਨਾਲ ਹੁੰਦਾ ਹੈ, ਨਹੀਂ ਤਾਂ ਚੇਤਨਾ ਨੂੰ ਪ੍ਰਗਟ ਕਰਨ ਵਾਲੀ ਵੱਖਰੀ ਆਤਮਾ ਨਾ ਰਹੇ । ਸ਼ਰੀਰ ਖ਼ੁਦ ਆਤਮਾ ਹੈ ਅਤੇ ਸ਼ਰੀਰ ਤੋਂ ਪਰ੍ਹੇ ਕੋਈ ਵੱਖਰੀ ਆਤਮਾ ਨਹੀਂ ਹੈ । ਇਸ ਗਿਆਨ ਮੁਤਾਬਿਕ ਚੇਤਨਾ ਅਸਥਾਈ ਹੈ । ਜਾਂ ਇਹ ਕਿ ਵੱਖਰੀਆਂ ਆਤਮਾਵਾਂ ਨਹੀਂ ਹੁੰਦੀਆਂ, ਇੱਕ ਸਰਬਵਿਆਪੀ ਆਤਮਾ ਹੈ, ਜਿਹੜੀ ਗਿਆਨ ਪੂਰਨ ਹੈ ਅਤੇ ਇਹ ਸ਼ਰੀਰ ਪਲ ਭਰ ਦੀ ਅਗਿਆਨਤਾ ਦਾ ਪ੍ਰਕਾਸ਼ ਹੈ । ਜਾਂ ਇਹ ਕਿ ਇਸ ਸ਼ਰੀਰ ਤੋਂ ਪਰ੍ਹੇ ਕੋਈ ਖ਼ਾਸ ਜੀਵਾਤਮਾ ਜਾਂ ਪਰਮ ਆਤਮਾ ਨਹੀਂ ਹੈ । ਇਹ ਸਭ ਧਾਰਨਾਵਾਂ ਰਜੋ ਗੁਣ ਨਾਲ ਪੈਦਾ ਹੁੰਦੀਆਂ ਹਨ ।

यत्तु कृत्स्नवदेकस्मिन्कार्ये सक्तमहैतुकम् ।
अतत्त्वार्थवदल्पं च तत्तामसमुदाहृतम् ॥ २२॥

ਯਤ੍ ਤੁ ਕ੍ਰਿਸਤ੍ਨ-ਵਦ੍ ਏਕਸ੍ਮਿਨ੍ ਕਾਰ੍ਯ ਸਕ੍ਤਮ੍ ਅਹੈਤੁਕਮ੍ ।
ਅੱਤ੍ਤ੍ਵਾਰ੍ਥ-ਵਦ੍ ਅਲ੍ਪਮ੍ ਚ ਤਤ੍ ਤਾਮਸਮ੍ ਉਦਾਹ੍ਰਿਤਮ੍ ॥ 22 ॥

ਯਤ੍-ਜਿਹੜੇ ; **ਤੁ**-ਪਰ ; **ਕ੍ਰਿਤ੍ਸ੍ਨ ਵਤ੍**-ਪੂਰੀ ਤਰ੍ਹਾਂ ਨਾਲ ; **ਏਕਸ੍ਮਿਨ**-ਇੱਕ ; **ਕਾਰ੍ਯੇ**-ਕਾਰਜ ਵਿਚ ; **ਸਕ੍ਤਮ੍**-ਆਸਕਤ (ਮੋਹ) ; **ਅਹੈਤੁਕਮ੍**-ਬਗ਼ੈਰ ਕਾਰਨ ਦੇ ; **ਅਤੱਤਵ-ਅਰ੍ਥ-ਵਤ੍**-ਅਸਲੀਅਤ ਦੇ ਬਗ਼ੈਰ ; **ਅਲ੍ਪਮ੍**-ਬਹੁਤ ਛੋਟਾ ; **ਚ**-ਅਤੇ ; **ਤਤ੍** -ਉਹ ; **ਤਾਮਸਮ੍**-ਤਮੋ ਗੁਣੀ ; **ਉਦਾਹ੍ਰਿਤਮ੍**-ਕਿਹਾ ਜਾਂਦਾ ਹੈ ।

ਅਨੁਵਾਦ

ਅਤੇ ਉਹ ਗਿਆਨ, ਜਿਸ ਨਾਲ ਮਨੁੱਖ ਸੱਚ ਨੂੰ ਜਾਣੇ ਬਗ਼ੈਰ, ਕਿਸੇ ਇੱਕ ਤਰ੍ਹਾਂ ਦੇ ਕੰਮ ਨੂੰ ਜਿਹੜਾ ਬਹੁਤ ਤੁੱਛ ਹੈ, ਸਭ ਕੁੱਝ ਮੰਨਕੇ, ਉਸ ਵਿਚ ਲਿਪਤ (ਉਲਝਿਆ) ਰਹਿੰਦਾ ਹੈ, ਤਾਮਸੀ ਕਿਹਾ ਜਾਂਦਾ ਹੈ ।

ਭਾਵ

ਆਮ ਮਨੁੱਖ ਦਾ 'ਗਿਆਨ' ਹਮੇਸ਼ਾਂ ਤਾਮਸੀ ਹੁੰਦਾ ਹੈ, ਕਿਉਂਕਿ ਹਰ ਬੱਧਜੀਵ ਤਮੋਗੁਣ ਵਿਚ ਹੀ ਪੈਦਾ ਹੁੰਦਾ ਹੈ। ਜਿਹੜਾ ਮਨੁੱਖ ਪ੍ਰਮਾਣਿਕ ਅਧਿਕਾਰੀਆਂ ਤੋਂ ਜਾਂ ਸ਼ਾਸ਼ਤਰਾਂ ਦੀਆਂ ਹਦਾਇਤਾਂ ਰਾਹੀਂ ਗਿਆਨ ਇਕੱਠਾ ਨਹੀਂ ਕਰਦਾ ਹੈ, ਉਸਦਾ ਗਿਆਨ ਸ਼ਰੀਰ ਤਕ ਹੀ ਸੀਮਿਤ ਰਹਿੰਦਾ ਹੈ। ਉਸ ਨੂੰ ਸ਼ਾਸ਼ਤਰਾਂ ਦੇ ਹੁਕਮਾਂ ਮੁਤਾਬਿਕ ਕੰਮ ਕਰਨ ਦੀ ਚਿੰਤਾ ਨਹੀਂ ਹੁੰਦੀ। ਉਸ ਲਈ ਧੰਨ ਹੀ ਈਸ਼ਵਰ ਹੈ, ਅਤੇ ਗਿਆਨ ਦਾ ਅਰਥ ਸ਼ਰੀਰਕ ਜ਼ਰੂਰਤਾਂ ਦੀ ਸੰਤੁਸ਼ਟੀ ਹੈ। ਅਜਿਹੇ ਗਿਆਨ ਦਾ ਪਰਮ ਸਤਿ ਨਾਲ ਕੋਈ ਸੰਬੰਧ ਨਹੀਂ ਹੁੰਦਾ। ਇਹ ਆਮ ਤੌਰ ਤੇ ਸਧਾਰਣ ਪਸ਼ੂਆਂ ਦੇ ਗਿਆਨ ਜਿਵੇਂ ਖਾਣਾ, ਸੌਣਾ, ਰੱਖਿਆ ਕਰਨਾ ਅਤੇ ਸੰਭੋਗ ਕਰਨ ਦੇ ਗਿਆਨ ਵਰਗਾ ਹੈ। ਅਜਿਹੇ ਗਿਆਨ ਨੂੰ ਇੱਥੇ ਤਮੋਗੁਣ ਤੋਂ ਪੈਦਾ ਹੋਇਆ ਦੱਸਿਆ ਗਿਆ ਹੈ। ਦੂਜੇ ਸ਼ਬਦਾਂ ਵਿਚ, ਇਸ ਸ਼ਰੀਰ ਤੋਂ ਪਰ੍ਹੇ ਆਤਮਾ ਸੰਬੰਧੀ ਗਿਆਨ ਸਾਤਵਿਕ ਗਿਆਨ ਕਹਾਉਂਦਾ ਹੈ। ਜਿਸ ਗਿਆਨ ਨਾਲ ਭੌਤਿਕ ਤਰਕ ਅਤੇ ਚਿੰਤਨ (ਮਨੋਧਰਮ) ਰਾਹੀਂ ਅਨੇਕਾਂ ਤਰ੍ਹਾਂ ਦੇ ਸਿਧਾਂਤ ਅਤੇ ਮਤ ਪੈਦਾ ਹੋਣ, ਉਹ ਰਾਜਸੀ ਹੈ ਅਤੇ ਸ਼ਰੀਰ ਨੂੰ ਸੁਖੀ ਬਣਾਏ ਰੱਖਣ ਵਾਲੇ ਗਿਆਨ ਨੂੰ ਤਾਮਸੀ ਕਿਹਾ ਜਾਂਦਾ ਹੈ।

नियतं सङ्गरहितमरागद्वेषतः कृतम् ।
अफलप्रेप्सुना कर्म यत्तत्सात्त्विकमुच्यते ॥२३॥

ਨਿਯਤਮ੍ ਸੰਗ-ਰਹਿਤਮ੍ ਅਰਾਗ-ਦ੍ਵੇਸ਼੍ਤਹ ਕ੍ਰਿਤਮ੍ ।
ਅਫ਼ਲ-ਪ੍ਰੇਪ੍ਸੁਨਾ ਕਰ੍ਮ ਯਤ੍ ਤਤ੍ ਸਾਤ੍ਤਿਵਕਮ੍ ਉਚ੍ਯਤੇ ॥ 23 ॥

ਨਿਯਤਮ੍-ਨਿਯਮਿਤ ; **ਸੰਗ ਰਹਿਤਮ੍**-ਆਸਕਤੀ (ਮੋਹ) ਰਹਿਤ ; **ਅਰਾਗ ਦ੍ਵੇਸ਼੍ਤਹ੍**-ਰਾਗ ਦਵੈਸ਼ ਤੋਂ ਰਹਿਤ ; **ਕ੍ਰਿਤਮ੍**-ਕੀਤਾ ਗਿਆ ; **ਅਫਲ ਪ੍ਰੇਪ੍ਸੁਨਾ**-ਫਲ ਦੀ ਇੱਛਾ ਤੋਂ ਰਹਿਤ ਵਾਲਿਆਂ ਰਾਹੀਂ ; **ਕਰ੍ਮ**-ਕਰਮ ; **ਯਤ੍**-ਜਿਹੜਾ ; **ਤਤ੍**-ਉਹ ; **ਸਾਤ੍ਤਿਵਕਮ੍**- ਸਤੋਗੁਣੀ ; **ਉਚ੍ਯਤੇ**-ਕਿਹਾ ਜਾਂਦਾ ਹੈ।

ਅਨੁਵਾਦ

ਜਿਹੜਾ ਕਰਮ ਨਿਯਮਿਤ ਹੈ, ਅਤੇ ਜਿਹੜਾ ਆਸਕਤੀ, ਰਾਗ ਜਾਂ ਦਵੇਖ਼ ਤੋਂ ਰਹਿਤ, ਕਰਮ ਦੇ ਫ਼ਲ ਦੀ ਇੱਛਾ ਤੋਂ ਬਗ਼ੈਰ ਕੀਤਾ ਜਾਂਦਾ ਹੈ, ਉਹ ਸਾਤਵਿਕ ਕਹਾਉਂਦਾ ਹੈ।

ਭਾਵ

ਵੱਖੋ-ਵੱਖਰੇ ਆਸ਼ਰਮਾਂ ਅਤੇ ਸਮਾਜ ਦੇ ਵਰਣਾਂ ਦੇ ਅਧਾਰ ਤੇ ਸ਼ਾਸ਼ਤਰਾਂ ਵਿਚ ਦੱਸੇ ਗਏ ਬਿਰਤੀ ਵਾਲੇ ਕੰਮ, ਜਿਹੜੇ ਉਦਾਸੀਨ ਭਾਵ ਨਾਲ ਜਾਂ ਮਾਲਕੀਅਤ ਦੇ ਅਧਿਕਾਰਾਂ ਤੋਂ ਬਗ਼ੈਰ, ਪ੍ਰੇਮ-ਘਿਰਣਾ ਭਾਵ ਤੋਂ ਸੱਖਣੇ ਹੋ ਕੇ, ਪਰਮਾਤਮਾ ਨੂੰ ਪ੍ਰਸੰਨ ਕਰਨ ਲਈ, ਆਤਮ ਇੰਦਰੀਆਂ ਦੀ ਤ੍ਰਿਪਤੀ ਦੀ ਇੱਛਾ ਤੋਂ ਬਗ਼ੈਰ ਕ੍ਰਿਸ਼ਨ ਭਾਵਨਾ ਵਿਚ ਰਹਿ ਕੇ ਕੀਤੇ ਜਾਂਦੇ ਹਨ ਉਹ ਸਾਤਵਿਕ ਕਹਾਉਂਦੇ ਹਨ।

यत्तु कामेप्सुना कर्म साहङ्कारेण वा पुनः ।
क्रियते बहुलायासं तद्राजसमुदाहृतम् ॥ २४॥

ਯਤ੍ ਤੁ ਕਾਮੇਪ੍ਸੁਨਾ ਕਰ੍ਮ ਸਾਹੰਕਾਰੇਣ ਵਾ ਪੁਨਹ੍ ।
ਕ੍ਰਿਯਤੇ ਬਹੁਲਾਯਾਸਮ੍ ਤਦ ਰਾਜਸਮ੍ ਓਦਾਹ੍ਰਿਤਮ੍ ॥ 24 ॥

ਯਤ੍-ਜਿਹੜੇ ; **ਤੁ**-ਪਰ ; **ਕਾਮ ਈਪਸੁਨਾ**-ਫਲ ਦੀ ਇੱਛਾ ਰੱਖਣ ਵਾਲਿਆਂ ਰਾਹੀਂ ; **ਕਰ੍ਮ**-ਕੰਮ ; **ਸ-ਅਹੰਕਾਰੇਣ**-ਹੰਕਾਰ ਸਹਿਤ ; **ਵਾ**-ਜਾਂ ; **ਪੁਨਹ**-ਫਿਰ ; **ਕ੍ਰਿਯਤੇ**- ਕੀਤਾ ਜਾਂਦਾ ਹੈ ; **ਬਹੁਲ-ਆਯਾਸਮ੍**-ਸਖ਼ਤ ਮਿਹਨਤ ਨਾਲ ; **ਤਤ੍**-ਉਹ ; **ਰਾਜਸਮ੍**-ਰਾਜਸੀ ; **ਉਦਾਹ੍ਰਿਤਮ੍**-ਕਿਹਾ ਜਾਂਦਾ ਹੈ ।

ਅਨੁਵਾਦ

ਪਰ ਜਿਹੜਾ ਕਾਰਜ ਆਪਣੀ ਇੱਛਾ ਪੂਰਤੀ ਲਈ, ਕਰੜੇ ਯਤਨ ਨਾਲ ਅਤੇ ਝੂੱਠੇ ਹੰਕਾਰ ਨਾਲ ਕੀਤਾ ਜਾਂਦਾ ਹੈ, ਉਹ ਰਜੋ ਗੁਣੀ ਕਿਹਾ ਜਾਂਦਾ ਹੈ ।

अनुबन्धं क्षयं हिंसामनपेक्ष्य च पौरुषम् ।
मोहादारभ्यते कर्म यत्तत्तामसमुच्यते ॥ २५ ॥

ਅਨੁਬੰਧਮ੍ ਕ੍ਸਯਮ੍ ਹਿੰਸਾਮ੍ ਅਨਪੇਕ੍ਸ਼ਯ ਚ ਪੌਰੁਸ਼ਮ੍ ।
ਮੋਹਾਦ੍ ਆਰਭ੍ਯਤੇ ਕਰ੍ਮ ਯਤ੍ ਤਤ੍ ਤਾਮਸਮ੍ ਓਚ੍ਯਤੇ ॥ 25 ॥

ਅਨੁਬੰਧਮ੍-ਆਉਣ ਵਾਲੇ ਬੰਧੰਨ ਦਾ ; **ਕ੍ਸਯਮ੍**-ਨਾਸ਼ ; **ਹਿੰਸਾਮ੍**-ਅਤੇ ਹੋਰਨਾਂ ਨੂੰ ਕਸ਼ਟ ; **ਅਨਪੇਕ੍ਸ਼ਯ**-ਨਤੀਜੇ ਨੂੰ ਸੋਚੇ ਬਗ਼ੈਰ ; **ਚ**-ਵੀ ; **ਪੌਰੁਸ਼ਮ੍**-ਸਮਰਥ (ਆਤਮ ਦ੍ਰਿੜ ਕਰਨਾ) ਨੂੰ ; **ਮੋਹਾਤ੍**-ਮੋਹ ਤੋਂ ; **ਆਰਭ੍ਯਤੇ**-ਸ਼ੁਰੂ ਕੀਤਾ ਜਾਂਦਾ ਹੈ ; **ਕਰ੍ਮ**-ਕਰਮ ; **ਯੱਤ**-ਜਿਹੜਾ ; **ਤਤ੍**-ਉਹ ; **ਤਾਮਸਮ੍**-ਤਾਮਸੀ ; **ਓਚ੍ਯਤੇ**-ਕਿਹਾ ਜਾਂਦਾ ਹੈ ।

ਅਨੁਵਾਦ

ਜਿਹੜਾ ਕੰਮ ਮੋਹ ਦੇ ਅਧੀਨ, ਸ਼ਾਸ਼ਤਰਾਂ ਦੇ ਹੁਕਮ ਦੀ ਉਲੰਘਣਾ ਕਰਕੇ ਅਤੇ ਆਉਣ ਵਾਲੇ ਬੰਧੰਨਾਂ ਦੀ ਪਰਵਾਹ ਕੀਤੇ ਬਗ਼ੈਰ ਜਾਂ ਹਿੰਸਾ ਜਾਂ ਹੋਰਨਾਂ ਨੂੰ ਦੁੱਖ ਪਹੁੰਚਾਉਣ ਲਈ ਕੀਤਾ ਜਾਂਦਾ ਹੈ, ਉਹ ਤਾਮਸੀ ਕਹਾਉਂਦਾ ਹੈ ।

ਭਾਵ

ਮਨੁੱਖ ਨੂੰ ਆਪਣੇ ਕੰਮਾਂ ਦਾ ਲੇਖਾ-ਜੋਖਾ ਸਰਕਾਰ ਨੂੰ ਜਾਂ ਪਰਮੇਸ਼ਵਰ ਦੇ ਦੂਤਾਂ ਨੂੰ ਜਿਨ੍ਹਾਂ ਨੂੰ ਯਮਦੂਤ ਕਿਹਾ ਜਾਂਦਾ ਹੈ, ਦੇਣਾ ਹੁੰਦਾ ਹੈ । ਗੈਰ ਜ਼ਿੰਮੇਵਾਰਾਨਾ ਕਰਮ ਵਿਨਾਸ਼ਕਾਰੀ ਹਨ,

ਕਿਉਂਕਿ ਇਸ ਨਾਲ ਸ਼ਾਸ਼ਤਰਾਂ ਦੇ ਹੁਕਮਾਂ ਦਾ ਵਿਨਾਸ਼ ਹੁੰਦਾ ਹੈ । ਇਹ ਅਕਸਰ ਹਿੰਸਾ ਤੇ ਅਧਾਰਿਤ ਹੁੰਦਾ ਹੈ ਅਤੇ ਹੋਰਨਾਂ ਜੀਵਾਂ ਲਈ ਦੁੱਖਦਾਈ ਹੁੰਦਾ ਹੈ। ਜ਼ਿੰਮੇਵਾਰੀ ਤੋਂ ਸੱਖਣਾ ਅਜਿਹਾ ਕਰਮ ਆਪਣੇ ਨਿਜੀ ਅਨੁਭਵ ਦੇ ਅਧਾਰ ਤੇ ਕੀਤਾ ਜਾਂਦਾ ਹੈ । ਇਹ ਮੋਹ ਕਹਾਉਂਦਾ ਹੈ । ਅਜਿਹਾ ਸਮੁੱਚਾ ਮੋਹ ਵਾਲਾ ਕਰਮ ਤਮੋ ਗੁਣ ਦੇ ਸਿੱਟੇ ਵੱਜੋਂ ਹੁੰਦਾ ਹੈ ।

मुक्तसङ्गोऽनहंवादी धृत्युत्साहसमन्वित: ।
सिद्ध्यसिद्ध्योर्निर्विकार: कर्ता सात्त्विक उच्यते ॥ २६ ॥

ਮੁਕ੍ਤਸੰਗੋ'ਨਹੰ-ਵਾਦੀ ਧ੍ਰਿਤਿ-ਉਤ੍ਸਾਹ-ਸਮੰਵਿਤਹ੍ ।
ਸਿਦ੍ਧਿ-ਅਸਿਦ੍ਧ੍ਯੋਰ੍ ਨਿਰ੍ਵਿਕਾਰਹ੍ ਕਰ੍ਤਾ ਸਾੱਤ੍ਵਿਕ ਉਚ੍ਯਤੇ ॥ 26 ॥

ਮੁਕ੍ਤਸੰਗਹ੍-ਸਾਰੇ ਭੌਤਿਕ ਸੰਪਰਕ ਤੋਂ ਮੁਕਤ ; **ਅੰਹਮ੍-ਵਾਦੀ**-ਝੂਠੀ ਹਉਮੈ ਤੋਂ ਰਹਿਤ ; **ਧ੍ਰਿਤਿ**-ਸੰਕਲਪ ; **ਉਤ੍ਸਾਹ**-ਅਤੇ ਬਹੁਤ ਉਤਸਾਹ ਨਾਲ ; **ਸਮੰਵਿਤਹ੍**-ਯੋਗ ; **ਸਿਦ੍ਧਿ** - ਸਿੱਧੀ ; **ਅਸਿਦ੍ਧ੍ਯੋਹ**-ਅਤੇ ਅਸਫਲਤਾ ਵਿਚ ; **ਨਿਰ੍ਵਿਕਾਰਹ**-ਬਗੈਰ ਪਰਿਵਰਤਨ ਦੇ ; **ਕਰ੍ਤਾ**-ਕਰਤਾ ; **ਸਾੱਤ੍ਵਿਕਹ੍**-ਸਤੋਗੁਣੀ ; **ਉਚ੍ਯਤੇ**-ਕਿਹਾ ਜਾਂਦਾ ਹੈ ।

ਅਨੁਵਾਦ

ਜਿਹੜਾ ਮਨੁੱਖ ਭੌਤਿਕ ਗੁਣਾਂ ਦੇ ਸੰਪਰਕ ਤੋਂ ਬਗੈਰ ਹਉਮੈ ਰਹਿਤ, ਸੰਕਲਪ ਅਤੇ ਬਹੁਤ ਉਤਸ਼ਾਹ ਨਾਲ ਆਪਣਾ ਕੰਮ ਕਰਦਾ ਹੈ, ਅਤੇ ਸਫਲਤਾ ਅਤੇ ਅਸਫਲਤਾ ਤੋਂ ਡਾਵਾਂ-ਡੋਲ ਨਹੀਂ ਹੁੰਦਾ, ਉਹ ਸਾਤਵਿਕ ਕਰਤਾ ਕਹਾਉਂਦਾ ਹੈ ।

ਭਾਵ

ਕ੍ਰਿਸ਼ਨ ਭਾਵਨਾ ਵਾਲਾ ਮਨੁੱਖ ਹਮੇਸ਼ਾਂ ਭੌਤਿਕ ਪ੍ਰਕ੍ਰਿਤੀ ਦੇ ਗੁਣਾਂ ਤੋਂ ਪਰ੍ਹੇ ਹੁੰਦਾ ਹੈ, ਉਸਨੂੰ ਆਪਣੇ ਆਪ ਨੂੰ ਸੌਂਪੇ ਗਏ ਕੰਮ ਦੇ ਨਤੀਜੇ ਦੀ ਕੋਈ ਇੱਛਾ ਨਹੀਂ ਹੁੰਦੀ, ਕਿਉਂਕਿ ਉਹ ਝੂਠੇ ਹਉਮੈ ਅਤੇ ਘਮੰਡ ਤੋਂ ਪਰ੍ਹੇ ਹੁੰਦਾ ਹੈ । ਫਿਰ ਵੀ ਕੰਮ ਦੇ ਪੂਰਨ ਹੋਣ ਤਕ ਉਹ ਹਮੇਸ਼ਾਂ ਉਤਸਾਹੀ ਰਹਿੰਦਾ ਹੈ ! ਉਸਨੂੰ ਹੋਣ ਵਾਲੇ ਕਸ਼ਟਾਂ ਦੀ ਕੋਈ ਪਰਵਾਹ ਨਹੀਂ ਹੁੰਦੀ, ਉਹ ਹਮੇਸ਼ਾਂ ਉਤਸਾਹ ਪੂਰਨ ਰਹਿੰਦਾ ਹੈ । ਉਸ ਸਫਲਤਾ ਜਾਂ ਅਸਫਲਤਾ ਦੀ ਪਰਵਾਹ ਨਹੀਂ ਕਰਦਾ, ਉਹ ਸੁਖ-ਦੁੱਖ ਵਿਚ ਇੱਕੋ ਜਿਹਾ ਰਹਿੰਦਾ ਹੈ । ਅਜਿਹਾ ਕਰਤਾ ਸਾਤਵਿਕ ਹੈ ।

रागी कर्मफलप्रेप्सुर्लुब्धो हिंसात्मकोऽशुचि: ।
हर्षशोकान्वित: कर्ता राजस: परिकीर्तित: ॥ २७ ॥

ਰਾਗੀ ਕਰ੍ਮ-ਫ਼ਲ-ਪ੍ਰੇਪ੍ਸੁਰ੍ ਲੁਬ੍ਧੋ ਹਿੰਸਾਤ੍ਮਕੋ'ਸ਼ੁਚਿਹ੍ ।
ਹਰ੍ਸ਼ ਸ਼ੋਕਾਂਵਿਤਹ੍ ਕਰ੍ਤਾ ਰਾਜਸਹ੍ ਪਰਿਕੀਰ੍ਤਿਤਹ੍ ॥ 27 ॥

ਰਾਗੀ-ਵਧੇਰੇ ਆਸਕਤ (ਮੋਹ) ; **ਕਰ੍ਮਫ਼ਲ**-ਕਰਮ ਦੇ ਫਲ ਦੀ ; **ਪ੍ਰੇਪ੍ਸੁਹ੍**-ਇੱਛਾ ਕਰਦੇ ਹੋਏ ; **ਲੁਬ੍ਧਹ੍**-ਲਾਲਚੀ ; **ਹਿੰਸਾ-ਆਤ੍ਮਕਹ੍**-ਹਮੇਸ਼ਾਂ ਈਰਖ਼ਾ ਕਰਨ ਵਾਲਾ ; **ਅਸ਼ੁਚਿਹ੍**-ਅਪਵਿੱਤਰ ; **ਹਰ੍ਸ਼ਸ਼ੋਕ-ਅੰਵਿਤਹ**-ਪ੍ਰਸੰਨਤਾ ਅਤੇ ਸ਼ੋਕ ਨਾਲ ; **ਕਰ੍ਤਾ**- ਅਜਿਹਾ ਕਰਤਾ ; **ਰਾਜਸਹ੍**-ਰਜੋ ਗੁਣੀ ; **ਪਰਿਕੀਰ੍ਤਿਤਹ੍**-ਘੋਸ਼ਿਤ ਕੀਤਾ ਜਾਂਦਾ ਹੈ ।

ਅਨੁਵਾਦ

ਜਿਹੜਾ ਕਰਤਾ, ਕੰਮ ਅਤੇ ਕੰਮ ਦੇ ਫਲ ਪ੍ਰਤੀ ਆਸਤਕ ਹੋ ਕੇ ਫ਼ਲਾਂ ਦਾ ਭੋਗ ਕਰਨਾ ਚਾਹੁੰਦਾ ਹੈ ਅਤੇ ਜਿਹੜਾ ਲਾਲਚੀ, ਹਮੇਸ਼ਾਂ ਈਰਖ਼ਾ ਕਰਨ ਵਾਲਾ, ਅਪਵਿੱਤਰ ਅਤੇ ਸੁਖ ਦੁੱਖ ਵਿਚ ਡਾਵਾਂ ਡੋਲ ਹੋਣ ਵਾਲਾ ਹੈ, ਉਹ ਰਾਜਸੀ ਕਿਹਾ ਜਾਂਦਾ ਹੈ ।

ਭਾਵ

ਮਨੁੱਖ ਹਮੇਸ਼ਾਂ ਕਿਸੇ ਕਾਰਜ਼ ਪ੍ਰਤੀ ਜਾਂ ਉਸ ਦੇ ਫਲ ਪ੍ਰਤੀ ਇਸ ਲਈ ਵਧੇਰੇ ਆਸਕਤ (ਮੋਹਿਤ) ਰਹਿੰਦਾ ਹੈ, ਕਿਉਂਕਿ ਉਹ ਭੌਤਿਕ ਪਦਾਰਥਾਂ; ਘਰ-ਬਾਰ, ਪਤਨੀ ਅਤੇ ਪੁੱਤਰ ਪ੍ਰਤੀ ਵਧੇਰੇ ਆਸਕਤ ਹੁੰਦਾ ਹੈ । ਅਜਿਹਾ ਮਨੁੱਖ ਜੀਵਨ ਵਿਚ ਉਪਰ ਉਠਣ ਦੀ ਇੱਛਾ ਨਹੀਂ ਰੱਖਦਾ । ਉਹ ਇਸ ਸੰਸਾਰ ਨੂੰ ਜਿੰਨਾ ਹੋ ਸਕੇ ਅਰਾਮ ਪ੍ਰਸਤ ਬਣਾਉਣ ਵਿਚ ਰੁਝਿਆ ਰਹਿੰਦਾ ਹੈ । ਆਮ ਤੌਰ ਤੇ ਉਹ ਬਹੁਤ ਲਾਲਚੀ ਹੁੰਦਾ ਹੈ ਅਤੇ ਸੋਚਦਾ ਹੈ ਕਿ ਉਸਦੇ ਰਾਹੀਂ ਪ੍ਰਾਪਤ ਕੀਤੀ ਗਈ ਹਰ ਚੀਜ਼ ਸਥਾਈ ਹੈ ਅਤੇ ਕਦੀ ਨਸ਼ਟ ਨਹੀਂ ਹੋਵੇਗੀ। ਅਜਿਹਾ ਮਨੁੱਖ ਹੋਰਨਾਂ ਨਾਲ ਈਰਖ਼ਾ ਕਰਦਾ ਹੈ ਅਤੇ ਇੰਦਰੀਆਂ ਦੀ ਤ੍ਰਿਪਤੀ ਲਈ ਕੋਈ ਵੀ ਗਲਤ ਕੰਮ ਕਰ ਸਕਦਾ ਹੈ । ਇਸ ਲਈ ਅਜਿਹਾ ਮਨੁੱਖ ਅਪਵਿੱਤਰ ਹੁੰਦਾ ਹੈ ਅਤੇ ਉਹ ਇਸਦੀ ਚਿੰਤਾ ਨਹੀਂ ਕਰਦਾ ਕਿ ਉਸਦੀ ਕਮਾਈ ਸ਼ੁੱਧ ਹੈ ਜਾਂ ਅਸ਼ੁੱਧ । ਜੇ ਉਸਦਾ ਕੰਮ ਸਫਲ ਹੋ ਜਾਂਦਾ ਹੈ ਤਾਂ ਉਹ ਬਹੁਤ ਖ਼ੁਸ਼ ਅਤੇ ਅਸਫਲ ਹੋਣ ਤੇ ਬਹੁਤ ਦੁਖੀ ਹੁੰਦਾ ਹੈ । ਰਜੋ ਗੁਣੀ ਕਰਤਾ ਅਜਿਹਾ ਹੀ ਹੁੰਦਾ ਹੈ ।

अयुक्तः प्राकृतः स्तब्धः शठो नैष्कृतिकोऽलसः ।
विषादी दीर्घसूत्री च कर्ता तामस उच्यते ॥ २८ ॥

ਅਯੁਕ੍ਤਹ੍ ਪ੍ਰਾਕ੍ਰਿਤਹ੍ ਸ੍ਤਬ੍ਧਹ੍ ਸ਼ਠੋ ਨੈਸ਼੍ਕ੍ਰਿਤਿੱਕੋ'ਲਸਹ੍ ।
ਵਿਸ਼ਾਦੀ ਦੀਰ੍ਘ-ਸੂਤ੍ਰੀ ਚ ਕਰ੍ਤਾ ਤਾਮਸ ਉਚ੍ਯਤੇ ॥ 28 ॥

ਅਯੁਕ੍ਤਹ੍-ਸ਼ਾਸ਼ਤਰ੍ਹਾਂ ਦੇ ਹੁਕਮਾਂ ਨੂੰ ਨਾ ਮੰਨਣ ਵਾਲਾ ;**ਪ੍ਰਾਕ੍ਰਿਤਹ੍**-ਭੌਤਿਕਤਾਵਾਦੀ ; **ਸ੍ਤਬ੍ਧਹ੍**-ਹਠੀ ; **ਸ਼ਠਹ੍**-ਕਪਟੀ ; **ਨੈਸ਼੍ਕ੍ਰਿਤਿਕਹ੍**-ਹੋਰਨਾਂ ਦਾ ਅਪਮਾਨ ਕਰਨ ਵਿਚ ਮਾਹਿਰ ; **ਅਲਸਹ੍**-ਆਲਸੀ ; **ਵਿਸ਼ਾਦੀ**-ਦੁੱਖੀ ; **ਦੀਰ੍ਘ-ਸੂਤ੍ਰੀ**-ਹੌਲੀ-ਹੌਲੀ ਕੰਮ ਕਰਨ ਵਾਲਾ ; **ਚ**-ਵੀ ; **ਕਰ੍ਤਾ**-ਕਰਤਾ ; **ਤਾਮਸਹ੍**-ਤਮੋ ਗੁਣੀ ; **ਉਚ੍ਯਤੇ**-ਕਹਾਉਂਦਾ ਹੈ ।

ਅਨੁਵਾਦ

ਜਿਹੜਾ ਕਰਤਾ ਹਮੇਸ਼ਾਂ ਸ਼ਾਸ਼ਤਰਾਂ ਦੇ ਹੁਕਮਾਂ ਵਿਰੁੱਧ ਕੰਮ ਕਰਦਾ ਰਹਿੰਦਾ ਹੈ, ਜਿਹੜਾ ਭੌਤਿਕਤਾਵਾਦੀ, ਹਠੀ, ਕਪਟੀ ਅਤੇ ਹੋਰਨਾਂ ਦਾ ਅਪਮਾਨ ਕਰਨ ਵਿਚ ਮਾਹਿਰ ਹੈ ਅਤੇ ਜਿਹੜਾ ਆਲਸੀ, ਹਮੇਸ਼ਾਂ ਦੁੱਖੀ ਅਤੇ ਹੌਲੀ-ਹੌਲੀ ਕੰਮ ਕਰਨ ਵਾਲਾ ਹੈ ਉਹ ਤਮੋਗੁਣੀ ਕਹਾਉਂਦਾ ਹੈ ।

ਭਾਵ

ਸ਼ਾਸ਼ਤਰ ਦੇ ਹੁਕਮਾਂ ਤੋਂ ਸਾਨੂੰ ਪਤਾ ਚਲਦਾ ਹੈ ਕਿ ਸਾਨੂੰ ਕਿਹੜਾ ਕੰਮ ਕਰਨਾ ਚਾਹੀਦਾ ਹੈ, ਅਤੇ ਕਿਹੜਾ ਨਹੀਂ ਕਰਨਾ ਚਾਹੀਦਾ । ਜਿਹੜੇ ਲੋਕ ਸ਼ਾਸ਼ਤਰਾਂ ਦੇ ਹੁਕਮਾਂ ਦੀ ਉਲੰਘਣਾ ਕਰਕੇ ਵਰਜਿਤ ਕੰਮ ਕਰਦੇ ਹਨ, ਅਕਸਰ ਪਦਾਰਥਵਾਦੀ ਹੁੰਦੇ ਹਨ । ਉਹ ਪ੍ਰਕ੍ਰਿਤੀ ਦੇ ਗੁਣਾਂ ਅਧੀਨ ਕੰਮ ਕਰਦੇ ਹਨ, ਸ਼ਾਸ਼ਤਰਾਂ ਦੇ ਹੁਕਮਾਂ ਮੁਤਾਬਿਕ ਨਹੀਂ । ਅਜਿਹੇ ਕਰਤਾ ਸੱਜਣ ਨਹੀਂ ਹੁੰਦੇ ਅਤੇ ਆਮ ਤੌਰ ਤੇ ਹਮੇਸ਼ਾਂ ਕਪਟੀ ਅਤੇ ਹੋਰਨਾਂ ਦਾ ਅਪਮਾਨ ਕਰਨ ਵਾਲੇ ਹੁੰਦੇ ਹਨ । ਉਹ ਬਹੁਤ ਆਲਸੀ ਹੁੰਦੇ ਹਨ, ਕੰਮ ਹੁੰਦੇ ਹੋਏ ਵੀ ਉਸਨੂੰ ਠੀਕ ਢੰਗ ਨਾਲ ਨਹੀਂ ਕਰਦੇ ਅਤੇ ਬਾਅਦ ਵਿਚ ਕਰਨ ਲਈ ਉਸਨੂੰ ਇੱਕ ਪਾਸੇ ਰੱਖ ਦਿੰਦੇ ਹਨ, ਇਸ ਲਈ ਉਹ ਦੁੱਖੀ ਰਹਿੰਦੇ ਹਨ । ਜਿਹੜਾ ਕੰਮ ਇੱਕ ਘੰਟੇ ਵਿਚ ਹੋ ਸਕਦਾ ਹੈ, ਉਸਨੂੰ ਉਹ ਸਾਲਾਂ ਤਕ ਲਮਕਾਉਂਦੇ ਜਾਂਦੇ ਹਨ - ਉਹ ਦੀਰਘ ਸੂਤ੍ਰੀ ਹੁੰਦੇ ਹਨ । ਅਜਿਹੇ ਕਰਤਾ ਤਮੋਗੁਣੀ ਹੁੰਦੇ ਹਨ ।

बुद्धेर्भेदं धृतेश्चैव गुणतस्त्रिविधं शृणु ।
प्रोच्यमानमशेषेण पृथक्त्वेन धनञ्जय ॥ २९ ॥

ਬੁਦ੍ਧੇਰ੍ ਭੇਦਮ੍ ਧ੍ਰਿਤੇਸ਼੍ ਚੈਵ ਗੁਣਤਸ੍ ਤ੍ਰਿ-ਵਿਧਮ੍ ਸ਼੍ਰਿਣੂ ।
ਪ੍ਰੋਚ੍ਯਮਾਨਮ੍ ਅਸ਼ੇਸ਼ੇਣ ਪ੍ਰਿਥਕ੍ਤ੍ਵੇਨ ਧਨੰਜਯ ॥ 29 ॥

ਬੁਦ੍ਧੇਹ੍-ਬੁੱਧੀ ਦਾ ; **ਭੇਦਮ੍**-ਫਰਕ ; **ਧ੍ਰਿਤੇਹ੍**-ਹੌਂਸਲੇ ਦਾ ; **ਚ**-ਵੀ ; **ਏਵ**-ਨਿਸ਼ਚੇ ਹੀ ; **ਗੁਣਤਹ੍**-ਭੌਤਿਕ ਗੁਣਾਂ ਰਾਹੀਂ ; **ਤ੍ਰਿ ਵਿਧਮ੍**-ਤਿੰਨ ਤਰ੍ਹਾਂ ਦੇ ; **ਸ਼੍ਰਿਣੂ**-ਸੁਣੋ ; **ਪ੍ਰੋਚ੍ਯਮਾਨਮ** -ਜਿਵੇਂ ਮੈਂ ਕਿਹਾ ਹੈ ; **ਅਸ਼ੇਸ਼ੇਣ**-ਵਿਸਥਾਰ ਨਾਲ ; **ਪ੍ਰਿਥਕ੍ਤ੍ਵੇਨ**-ਵੱਖੋ-ਵੱਖਰੇ ਤਰ੍ਹਾਂ ਨਾਲ ; **ਧਨੰਜਯ**-ਹੇ ਸੰਪਤੀ ਦੇ ਜੇਤੂ ।

ਅਨੁਵਾਦ

ਹੇ ਧੰਨਜੇ ! ਹੁਣ ਮੈਂ ਪ੍ਰਕ੍ਰਿਤੀ ਦੇ ਤਿੰਨਾਂ ਗੁਣਾਂ ਮੁਤਾਬਿਕ ਤੁਹਾਨੂੰ ਵੱਖੋ-ਵੱਖਰੀ ਤਰ੍ਹਾਂ ਦੀ ਬੁੱਧੀ ਅਤੇ ਧ੍ਰਿਤੀ, ਦ੍ਰਿੜਤਾ ਬਾਰੇ ਵਿਸਥਾਰ ਨਾਲ ਦੱਸਾਂਗਾ । ਤੁਸੀਂ ਕ੍ਰਿਪਾ ਕਰਕੇ ਇਸਨੂੰ ਸੁਣੋ।

ਭਾਵ

ਗਿਆਨ, ਗੇਯਯ (ਗਿਆਨ ਦਾ ਮੰਤਵ) ਅਤੇ ਗਿਆਤਾ ਦੀ ਵਿਆਖਿਆ ਪ੍ਰਕ੍ਰਿਤੀ ਦੇ ਗੁਣਾਂ ਮੁਤਾਬਿਕ ਤਿੰਨ-ਤਿੰਨ ਹਿੱਸਿਆਂ ਵਿਚ ਕਰਨ ਮਗਰੋਂ, ਹੁਣ ਭਗਵਾਨ ਕਰਤਾ ਦੀ ਬੁੱਧੀ ਅਤੇ ਉਸਦੇ ਸੰਕਲਪ ਦੇ ਬਾਰੇ ਉਸੇ ਤਰ੍ਹਾਂ ਦੱਸ ਰਹੇ ਹਨ ।

प्रवृत्तिं च निवृत्तिं च कार्याकार्ये भयाभये ।
बन्धं मोक्षं च या वेत्ति बुद्धिः सा पार्थ सात्त्विकी ॥ ३० ॥

ਪ੍ਰਵ੍ਰਿੱਤਿਮ੍ ਚ ਨਿਵ੍ਰਿੱਤਿਮ੍ ਚ ਕਾਰ੍ਯਾਕਾਰ੍ਯ ਭਯਾਭਯੇ ।
ਬੰਧਮ੍ ਮੋਕ੍ਸ਼ਮ੍ ਚ ਯਾ ਵੇਤਿੱ ਬੁਦ੍ਧਿਹ੍ ਸਾ ਪਾਰ੍ਥ ਸਾਤੱ੍ਵਿਕੀ ॥ 30 ॥

ਪ੍ਰਵ੍ਰਿੱਤਿਮ੍-ਕਰਮ ਨੂੰ ; **ਚ**-ਵੀ ; **ਨਿਵ੍ਰਿੱਤਿਮ੍**-ਅਕਰਮ ਨੂੰ ; **ਚ**-ਅਤੇ ; **ਕਾਰ੍ਯ**-ਕਰਨ ਯੋਗ ; **ਅਕਾਰ੍ਯੇ**-ਅਤੇ ਨਾ ਕਰਨ ਯੋਗ ਵਿਚ ; **ਭਯ**-ਡਰ ; **ਅਭਯੇ**-ਅਤੇ ਨਿਡਰਤਾ ਵਿਚ ; **ਬੰਧਮ੍**-ਬੰਧਨ ; **ਮੋਕ੍ਸ਼ਮ੍**-ਮੋਖ ; **ਚ**-ਅਤੇ ; **ਯਾ**-ਜਿਹੜਾ ; **ਵੇਤਿੱ**-ਜਾਣਦਾ ਹੈ ; **ਬੁਦ੍ਧਿਹ੍**-ਬੁੱਧੀ ; **ਸਾ**-ਉਹ ; **ਪਾਰ੍ਥ**-ਹੇ ਪ੍ਰਿਥਾ ਪੁੱਤਰ ; **ਸਾਤੱ੍ਵਿਕੀ**-ਸਤੋ ਗੁਣੀ ।

ਅਨੁਵਾਦ

ਹੇ ਪ੍ਰਿਥਾ ਪੁੱਤਰ! ਉਹ ਬੁੱਧੀ ਸਤੋਗੁਣੀ ਹੈ, ਜਿਸ ਰਾਹੀਂ ਮਨੁੱਖ ਇਹ ਜਾਣਦਾ ਹੈ ਕਿ ਕੀ ਕਰਨ ਯੋਗ ਹੈ ਅਤੇ ਕੀ ਨਹੀਂ । ਕਿਸ ਤੋਂ ਡਰਨਾ ਚਾਹੀਦਾ ਹੈ ਅਤੇ ਕਿਸ ਤੋਂ ਨਹੀਂ, ਕਿਹੜਾ ਕੰਮ ਬੰਧਨ ਦੇਣ ਵਾਲਾ ਹੈ ਅਤੇ ਕਿਹੜਾ ਮੁਕਤੀ ਦੇਣ ਵਾਲਾ ਹੈ ।

ਭਾਵ

ਸ਼ਾਸ਼ਤਰਾਂ ਦੇ ਹੁਕਮਾਂ ਮੁਤਾਬਿਕ ਕੰਮ ਕਰਨ ਨੂੰ ਜਾਂ ਉਨ੍ਹਾਂ ਕੰਮਾਂ ਨੂੰ ਕਰਨਾ ਜਿਨ੍ਹਾਂ ਨੂੰ ਕੀਤਾ ਜਾਣਾ ਚਾਹੀਦਾ ਹੈ, ਪ੍ਰਵ੍ਰਿਤੀ ਕਹਿੰਦੇ ਹਨ । ਜਿਨ੍ਹਾਂ ਕੰਮਾਂ ਦਾ ਇੰਝ ਨਿਰਦੇਸ਼ ਨਹੀਂ ਹੁੰਦਾ ਉਹ ਨਹੀਂ ਕੀਤੇ ਜਾਣੇ ਚਾਹੀਦੇ । ਜਿਹੜਾ ਮਨੁੱਖ ਸ਼ਾਸ਼ਤਰਾਂ ਦੇ ਹੁਕਮਾਂ ਨੂੰ ਨਹੀਂ ਜਾਣਦਾ ਉਹ ਕੰਮਾਂ ਅਤੇ ਉਸਦੀ ਪ੍ਰਤੀਕਿਰਿਆ ਨਾਲ ਬੰਨ੍ਹਿਆ ਜਾਂਦਾ ਹੈ, ਜਿਹੜੀ ਬੁੱਧੀ, ਚੰਗੇ ਅਤੇ ਮਾੜ੍ਹੇ ਦਾ ਫਰਕ ਦੱਸਦੀ ਹੈ, ਉਸ ਸਾਤਵਿਕੀ ਕਹਾਉਂਦੀ ਹੈ ।

यया धर्ममधर्मं च कार्यं चाकार्यमेव च ।
अयथावत्प्रजानाति बुद्धिः सा पार्थ राजसी ॥ ३१ ॥

ਯਯਾ ਧਰ੍ਮਮ੍ ਅਧਰ੍ਮਮ੍ ਚ ਕਾਰ੍ਯਮ੍ ਚਾਕਾਰ੍ਯਮ੍ ਏਵ ਚ ।
ਅਯਥਾਵਤ੍ ਪ੍ਰਜਾਨਾਤਿ ਬੁਦ੍ਧਿਹ੍ ਸਾ ਪਾਰ੍ਥ ਰਾਜਸੀ ॥ 31 ॥

ਯਯਾ-ਜਿਸ ਰਾਹੀਂ ; **ਧਰ੍ਮਮ੍**-ਧਰਮ ਦੀ ; **ਅਧਰ੍ਮਮ੍**-ਅਧਰਮ ਨੂੰ ; **ਚ**-ਅਤੇ ; **ਕਾਰ੍ਯਮ੍**-ਕਰਨ ਯੋਗ ; **ਚ**-ਵੀ ; **ਅਕਾਰ੍ਯਮ੍**-ਨਾ ਕਰਨ ਯੋਗ ; **ਏਵ**-ਨਿਸ਼ਚੈ ਹੀ ; **ਚ**-ਵੀ ; **ਅਯਥਾਵਤ੍**-ਅਧੂਰੇ ਢੰਗ ਨਾਲ ; **ਪ੍ਰਜਾਨਾਤਿ**-ਜਾਣਦੀ ਹੈ ; **ਬੁਦ੍ਧਿਹ੍**-ਬੁੱਧੀ ; **ਸਾ**- ਉਹ ; **ਪਾਰ੍ਥ**-ਹੇ ਪ੍ਰਿਥਾ ਪੁੱਤਰ ; **ਰਾਜਸੀ**-ਰਜੋ ਗੁਣੀ ।

ਅਨੁਵਾਦ

ਹੇ ਪ੍ਰਿਥਾ ਪੁੱਤਰ! ਜਿਹੜੀ ਬੁੱਧੀ ਧਰਮ ਅਤੇ ਅਧਰਮ, ਕਰਨ ਯੋਗ ਅਤੇ ਨਾ ਕਰਨ ਯੋਗ ਕੰਮ ਵਿਚ ਫ਼ਰਕ ਨਹੀਂ ਕਰ ਸਕਦੀ, ਉਹ ਰਾਜਸੀ ਹੈ ।

अधर्मं धर्ममिति या मन्यते तमसावृता ।
सर्वार्थान्विपरीतांश्च बुद्धिः सा पार्थ तामसी ॥ ३२ ॥

ਅਧਰਮਮ੍ ਧਰ੍ਮਮ੍ ਇਤਿ ਯਾ ਮਨਯਤੇ ਤਮਸਾਵ੍ਰਿਤਾ ।
ਸਰ੍ਵਾਰ੍ਥਾਨ ਵਿਪਰੀਤਾਂਸ਼ ਚ ਬੁੱਦ੍ਧੀਹ ਸਾ ਪਾਰ੍ਥ ਤਾਮਸੀ ॥ 32 ॥

ਅਧਰਮਮ੍-ਅਧਰਮ ਨੂੰ ; **ਧਰ੍ਮਮ੍**-ਧਰਮ ; **ਇਤਿ**-ਇੰਝ ; **ਯਾ**-ਜਿਹੜਾ ; **ਮਨਯਤੇ**- ਸੋਚਦੀ ਹੈ; **ਤਮਸਾ**-ਭਰਮ ਨਾਲ ; **ਆਵ੍ਰਿਤਾ**-ਢੱਕਿਆ ਹੋਇਆ ; **ਸਰਵ-ਅਰਥਾਨ**- ਸਾਰੀਆਂ ਚੀਜ਼ਾਂ ਨੂੰ ; **ਵਿਪਰੀਤਾਨ੍**-ਉਲਟ ਦਿਸ਼ਾ ਵਿਚ ; **ਚ**-ਵੀ ; **ਬੁੱਦ੍ਧਿਹ**-ਬੁੱਧੀ ; **ਸਾ** -ਉਹ ; **ਪਾਰ੍ਥ**-ਹੇ ਪ੍ਰਿਥਾ ਪੁੱਤਰ ; **ਤਾਮਸੀ**-ਤਮੋ ਗੁਣ ਨਾਲ ।

ਅਨੁਵਾਦ

ਜਿਹੜੀ ਬੁੱਧੀ ਮੋਹ ਅਤੇ ਹੰਕਾਰ ਅਧੀਨ ਹੋ ਕੇ ਅਧਰਮ ਨੂੰ ਧਰਮ ਅਤੇ ਧਰਮ ਨੂੰ ਅਧਰਮ ਮੰਨਦੀ ਹੈ ਅਤੇ ਹਮੇਸ਼ਾਂ ਉਲਟ ਦਿਸ਼ਾ ਵੱਲ ਯਤਨ ਕਰਦੀ ਹੈ, ਹੇ ਪਾਰਥ! ਉਹ ਤਾਮਸੀ ਹੈ।

ਭਾਵ

ਤਾਮਸੀ ਬੁੱਧੀ ਨੂੰ ਜਿਸ ਦਿਸ਼ਾ ਵਿਚ ਕੰਮ ਕਰਨਾ ਚਾਹੀਦਾ ਹੈ ਉਸ ਤੋਂ ਹਮੇਸ਼ਾਂ ਉਲਟ ਦਿਸ਼ਾ ਵੱਲ ਕੰਮ ਕਰਦੀ ਹੈ । ਇਹ, ਉਨ੍ਹਾਂ ਧਰਮਾਂ ਨੂੰ ਸਵੀਕਾਰ ਕਰਦੀ ਹੈ, ਜਿਹੜੇ ਅਸਲ ਵਿਚ ਧਰਮ ਨਹੀਂ ਹਨ ਅਤੇ ਅਸਲ ਧਰਮ ਨੂੰ ਠੁਕਰਾਉਂਦੀ ਹੈ । ਅਗਿਆਨੀ ਮਨੁੱਖ, ਮਹਾਤਮਾ ਨੂੰ ਆਮ ਮਨੁੱਖ ਮੰਨਦੇ ਹਨ ਅਤੇ ਆਮ ਮਨੁੱਖ ਨੂੰ ਮਹਾਤਮਾ ਮੰਨਦੇ ਹਨ । ਉਹ ਸੱਚ ਨੂੰ ਝੂਠ ਅਤੇ ਝੂਠ ਨੂੰ ਸੱਚ ਮੰਨਦੇ ਹਨ। ਉਹ ਸਾਰੇ ਕੰਮਾਂ ਵਿਚ ਕੁਰਾਹੇ ਚਲਦੇ ਹਨ, ਇਸ ਲਈ ਉਨ੍ਹਾਂ ਦੀ ਬੁੱਧੀ ਤਾਮਸੀ ਹੁੰਦੀਹੈ ।

धृत्या यया धारयते मनःप्राणेन्द्रियक्रियाः ।
योगेनाव्यभिचारिण्या धृतिः सा पार्थ सात्त्विकी ॥ ३३ ॥

ਧ੍ਰਿਤ੍ਯਾ ਯਯਾ ਧਾਰਯਤੇ ਮਨਹ-ਪ੍ਰਾਣੇਂਦ੍ਰਿਯ-ਕ੍ਰਿਯਾਹ੍ ।
ਯੋਗੇਨਾਵ੍ਯਭਿਚਾਰਿਣ੍ਯਾ ਧ੍ਰਿਤਿਹ੍ ਸਾ ਪਾਰ੍ਥ ਸਾੱਤ੍ਵਿਕੀ ॥ 33 ॥

ਧ੍ਰਿਤ੍ਯਾ-ਸੰਕਲਪ, ਦ੍ਰਿੜਤਾ ਰਾਹੀਂ ; **ਯਯਾ**-ਜਿਸ ਨਾਲ ; **ਧਾਰਯਤੇ**-ਧਾਰਨ ਕਰਦਾ ਹੈ ; **ਮਨਹ੍**-ਮਨ ਨੂੰ ; **ਪ੍ਰਾਣ**-ਪ੍ਰਾਣ ; **ਇੰਦ੍ਰਿਯ**-ਅਤੇ ਇੰਦਰੀਆਂ ਦੇ ; **ਕ੍ਰਿਯਾਹ੍**-ਕੰਮ ਕਾਰਾਂ ਨੂੰ ;

ਯੋਗੇਨ-ਯੋਗ ਅਭਿਆਸ ਰਾਹੀਂ ; **ਅਵ੍ਯਭਿਚਾਰਿਣ੍ਯਾ**-ਤੋੜੇ ਬਗ਼ੈਰ,ਲਗਾਤਾਰ ; **ਧ੍ਰਿਤਿਹ੍**-ਦ੍ਰਿੜ-ਨਿਸ਼ਚੈ; **ਸਾ**-ਉਹ ; **ਪਾਰਥ**-ਹੇ ਪ੍ਰਿਥਾ ਪੁੱਤਰ ; **ਸਾਤੱਵਿਕੀ**-ਸਾਤਵਿਕ ।

ਅਨੁਵਾਦ

ਹੇ ਪ੍ਰਿਥਾ ਪੁੱਤਰ! ਜਿਹੜਾ ਅਖੰਡ (ਅਦਮਯ੍) ਹੈ, ਜਿਸਨੂੰ ਯੋਗ ਅਭਿਆਸ ਰਾਹੀਂ ਅਚਲ (ਸਥਿਰ) ਰਹਿ ਕੇ ਧਾਰਣ ਕੀਤਾ ਜਾਂਦਾ ਹੈ ਅਤੇ ਜਿਹੜਾ ਇੰਝ ਮਨ, ਪ੍ਰਾਣ ਅਤੇ ਇੰਦਰੀਆਂ ਦੇ ਕੰਮ ਕਾਰਾਂ ਨੂੰ ਕਾਬੂ ਵਿਚ ਰੱਖਦੀ ਹੈ, ਉਹ ਦ੍ਰਿੜ-ਨਿਸ਼ਚੈ ਸਾਤਵਿਕ ਹੈ ।

ਭਾਵ

ਯੋਗ ਪਰਮਾਤਮਾ ਨੂੰ ਜਾਣਨ ਦਾ ਸਾਧਨ ਹੈ । ਜਿਹੜਾ ਮਨੁੱਖ ਮਨ, ਪ੍ਰਾਣ ਅਤੇ ਇੰਦਰੀਆਂ ਨੂੰ ਪਰਮਾਤਮਾ ਵਿਚ ਇੱਕਾਗਰ ਕਰਕੇ ਪੂਰੀ ਤਰ੍ਹਾਂ ਉਨ੍ਹਾਂ ਵਿਚ ਸਥਿਤ ਰਹਿੰਦਾ ਹੈ, ਉਹੀ ਕ੍ਰਿਸ਼ਨ ਭਾਵਨਾ ਵਿਚ ਲਗਿਆ ਹੁੰਦਾ ਹੈ । ਅਜਿਹਾ ਨਿਸ਼ਚੈ ਸਾਤਵਿਕ ਹੁੰਦਾ ਹੈ। **ਅਵ੍ਯਭਿਚਾਰਿਣ੍ਯਾ** ਸ਼ਬਦ ਬਹੁਤ ਮਹੱਤਵਪੂਰਨ ਹੈ, ਕਿਉਂਕਿ ਇਹ ਸੂਚਿਤ ਕਰਦਾ ਹੈ ਕਿ ਕ੍ਰਿਸ਼ਨ ਭਾਵਨਾਮ੍ਰਿਤ ਵਿਚ ਲਗਾ ਮਨੁੱਖ, ਕਦੀ ਕਿਸੇ ਦੂਜੇ ਕੰਮ ਨਾਲ ਡਾਵਾਂ ਡੋਲ ਨਹੀਂ ਹੁੰਦਾ ।

यया तु धर्मकामार्थान्धृत्या धारयतेऽर्जुन ।
प्रसङ्गेन फलाकाङ्क्षी धृतिः सा पार्थ राजसी ॥ ३४॥
ਯਯਾ ਤੁ ਧਰ੍ਮ-ਕਾਮਾਰ੍ਥਾਨ੍ ਧ੍ਰਿਤ੍ਯਾ ਧਾਰਯਤੇ ਅਰ੍ਜੁਨ ।
ਪ੍ਰਸੰਗੇਨ ਫ਼ਲਾਕਾਂਕ੍ਸ਼ੀ ਧ੍ਰਿਤਿਹ ਸਾ ਪਾਰ੍ਥ ਰਾਜਸੀ ॥ 34 ॥

ਯਯਾ-ਜਿਸ ਨਾਲ ; **ਤੁ**-ਪਰ ; **ਧਰਮ**-ਧਾਰਮਿਕਤਾ-**ਕਾਮ**-ਇੰਦਰੀਆਂ ਦੀ ਤ੍ਰਿਪਤੀ ; **ਅਰਥਾਨ**-ਅਤੇ ਆਰਥਿਕ ਵਿਕਾਸ ਨੂੰ ; **ਧ੍ਰਿਤ੍ਯਾ**-ਸੰਕਲਪ ਜਾਂ ਧ੍ਰਿਤੀ ਨਾਲ ; **ਧਾਰਯਤੇ** -ਧਾਰਨ ਕਰਦਾ ਹੈ; **ਅਰਜੁਨ**-ਹੇ ਅਰਜੁਨ ; **ਪ੍ਰਸੰਗੇਨ**-ਆਸਕਤੀ(ਮੋਹ) ਕਰਕੇ ; **ਫਲ-ਅਕਾਂਕਸ਼ੀ**-ਕਰਮ ਫਲਾਂਦੀ ਇੱਛਾ ਕਰਨ ਵਾਲਾ ; **ਧ੍ਰਿਤਿਹ**-ਸੰਕਲਪ ਜਾਂ ਧ੍ਰਿਤੀ ; **ਸਾ**-ਉਹ ; **ਪਾਰਥ**-ਹੇ ਪ੍ਰਿਥਾ ਪੁੱਤਰ ; **ਰਾਜਸੀ**-ਰਜੋ ਗੁਣੀ ।

ਅਨੁਵਾਦ

ਪਰ ਹੇ ਅਰਜੁਨ! ਜਿਸ ਸੰਕਲਪ ਨਾਲ ਮਨੁੱਖ ਧਰਮ, ਅਰਥ ਅਤੇ ਕਰਮ ਦੇ ਫ਼ਲਾਂ ਵਿਚ ਬੱਝਿਆ ਰਹਿੰਦਾ ਹੈ, ਉਹ ਰਾਜਸੀ ਹੈ ।

ਭਾਵ

ਜਿਹੜਾ ਮਨੁੱਖ, ਧਾਰਮਿਕ ਜਾਂ ਆਰਥਿੱਕ ਕੰਮਾਂ ਵਿਚ ਕਰਮ ਫਲਾਂ ਦਾ ਹਮੇਸ਼ਾਂ ਚਾਹਵਾਨ ਬਣਿਆ ਹੁੰਦਾ ਹੈ, ਜਿਸਦੀ ਇੱਕੋ-ਇੱਕ ਇੱਛਾ ਇੰਦਰੀਆਂ ਦੀ ਤ੍ਰਿਪਤੀ ਹੁੰਦੀ ਹੈ ਅਤੇ ਜਿਸਦਾ ਮਨ, ਜੀਵਨ ਅਤੇ ਇੰਦਰੀਆਂ ਇੰਝ ਕਰਨ ਵਿਚ ਲੱਗੀਆਂ ਰਹਿੰਦੀਆਂ ਹਨ, ਉਹ ਰਜੋ ਗੁਣੀਹੁੰਦਾ ਹੈ ।

यया स्वप्नं भयं शोकं विषादं मदमेव च ।
न विमुञ्चति दुर्मेधा धृतिः सा पार्थ तामसी ॥ ३५ ॥

ਯਯਾ ਸ੍ਵਪ੍ਨਮ੍ ਭਯਮ੍ ਸ਼ੋਕਮ੍ ਵਿਸ਼ਾਦਮ੍ ਮਦਮ੍ ਏਵ ਚ ।
ਨ ਵਿਮੁੰਚਤਿ ਦੁਰ੍ਮੇਧਾ ਧ੍ਰਿਤਿਹ੍ ਸਾ ਪਾਰ੍ਥ ਤਾਮਸੀ ॥ 35 ॥

ਯਯਾ-ਜਿਸ ਨਾਲ ; **ਸ੍ਵਪ੍ਨਮ੍**-ਸੁਪਨੇ ; **ਭਯਮ੍**-ਡਰ ; **ਸ਼ੋਕਮ੍**-ਸ਼ੋਕ ; **ਵਿਸ਼ਾਦਮ੍**-ਦੁੱਖ ; **ਮਦਮ੍**-ਮੋਹ ਨੂੰ ; **ਏਵ**-ਨਿਸ਼ਚੈ ਹੀ ; **ਚ**-ਵੀ ; **ਨ**-ਕਦੀ ਨਹੀਂ ; **ਵਿਮੁੰਚਤਿ**-ਤਿਆਗਦੀ ਹੈ ; **ਦੁਰ੍ਮੇਧਾ**-ਕੁਬੁੱਧੀ ; **ਧ੍ਰਿਤਿਹ੍**-ਸੰਕਲਪ ; **ਸਾ**-ਉਹ ; **ਪਾਰ੍ਥ**-ਹੇ ਪ੍ਰਿਥਾ ਪੁੱਤਰ ; **ਤਾਮਸੀ**-ਤਮੋਗੁਣੀ ।

ਅਨੁਵਾਦ

ਹੇ ਪਾਰਥ! ਜਿਹੜੀ ਧ੍ਰਿਤੀ (ਦ੍ਰਿੜਤਾ)-ਸਵਪਨ, ਡਰ, ਸ਼ੋਕ, ਦੁੱਖ ਅਤੇ ਮੋਹ ਤੋਂ ਪਰੇ ਨਹੀਂ ਜਾਂਦੀ, ਅਜਿਹੀ ਕੁਬੁੱਧੀ ਵਾਲੀ ਧ੍ਰਿਤੀ (ਦ੍ਰਿੜਤਾ) ਤਾਮਸੀ ਹੈ ।

ਭਾਵ

ਇਸ ਤੋਂ ਇਹ ਅਰਥ ਨਹੀਂ ਸਮਝਣਾ ਚਾਹੀਦਾ ਕਿ ਸਤੋਗੁਣੀ ਸੁਪਨੇ ਨਹੀਂ ਵੇਖਦਾ, ਇੱਥੇ ਸੁਪਨੇ ਦਾ ਅਰਥ ਜ਼ਿਆਦਾ ਨੀਂਦਰ ਹੈ । ਸੁਪਨਾ ਹਮੇਸ਼ਾ ਆਉਂਦਾ ਹੈ, ਭਾਵੇਂ ਉਹ ਸਾਤਵਿਕ ਹੋਵੇ, ਰਾਜਸ ਹੋਵੇ ਜਾਂ ਤਾਮਸੀ, ਸੁਪਨਾ ਤਾਂ ਕੁਦਰਤੀ ਘਟਨਾ ਹੈ । ਪਰ ਜਿਹੜੇ ਆਪਣੇ ਆਪ ਨੂੰ ਜ਼ਿਆਦਾ ਸੌਣ ਤੋਂ ਨਹੀਂ ਬਚਾ ਸਕਦੇ, ਜਿਹੜੇ ਭੌਤਿਕ ਚੀਜ਼ਾਂ ਨੂੰ ਭੋਗਣ ਦੇ ਝੂਠੇ ਹੰਕਾਰ ਤੋਂ ਨਹੀਂ ਬਚਾ ਸਕਦੇ, ਜਿਹੜੇ ਹਮੇਸ਼ਾਂ ਸੰਸਾਰ ਵਿਚ ਆਪਣੀ ਮਾਲਕੀਅਤ ਜਤਾਉਣ ਦਾ ਸੁਪਨਾ ਵੇਖਦੇ ਰਹਿੰਦੇ ਹਨ ਅਤੇ ਜਿਨ੍ਹਾਂ ਦੇ ਪ੍ਰਾਣ, ਮਨ ਅਤੇ ਇੰਦਰੀਆਂ ਇੰਝ ਕਰਨ ਵਿਚ ਲਿਪਤ ਰਹਿੰਦੀਆਂ ਹਨ, ਉਹ ਤਾਮਸੀ ਸੰਕਲਪ ਵਾਲੇ ਕਹੇ ਜਾਂਦੇ ਹਨ ।

सुखं त्विदानीं त्रिविधं शृणु मे भरतर्षभ ।
अभ्यासाद्रमते यत्र दुःखान्तं च निगच्छति ॥ ३६ ॥

ਸੁਖਮ੍ ਤ੍ਵ੍ ਇਦਾਨੀਮ੍ ਤ੍ਰਿ-ਵਿਧਮ੍ ਸ਼੍ਰਿਣੂ ਮੇ ਭਰਤਰ੍ਸ਼ਭ ।
ਅਭ੍ਯਾਸਾਦ੍ ਰਮਤੇ ਯਤ੍ਰ ਦੁਹ੍ਖਾਂਤਮ੍ ਚ ਨਿਗਚ੍ਛਤਿ ॥ 36 ॥

ਸੁਖਮ੍-ਸੁਖ ; **ਤੁ**-ਪਰ ; **ਇਦਾਨੀਮ੍**-ਹੁਣ ; **ਤ੍ਰਿ-ਵਿਧਮ੍**-ਤਿੰਨ ਤਰ੍ਹਾਂ ਦਾ ; **ਸ਼੍ਰਿਣੂ**-ਸੁਣੋ ; **ਮੇ**-ਮੇਰੇ ਤੋਂ ; **ਭਰਤ ਰ੍ਰਿਸ਼ਭ**-ਹੇ ਭਰਤ ਸ੍ਰੇਸ਼ਠ ; **ਅਭ੍ਯਾਸਾਤ੍**-ਅਭਿਆਸ ਨਾਲ ; **ਰਮਤੇ** -ਭੋਗਦਾ ਹੈ ; **ਯਤ੍ਰ**-ਜਿੱਥੇ ; **ਦੁਹ੍ਖ**-ਦੁੱਖ ਦਾ ; **ਅੰਤਮ੍**-ਅੰਤ ; **ਚ**-ਵੀ ; **ਨਿਗਚ੍ਛਤਿ**-ਪ੍ਰਾਪਤ ਕਰਦਾ ਹੈ ।

ਅਨੁਵਾਦ

ਹੇ ਭਰਤ ਸ੍ਰੇਸ਼ਠ! ਹੁਣ ਮੇਰੇ ਕੋਲੋਂ ਤਿੰਨ ਤਰ੍ਹਾਂ ਦੇ ਸੁਖਾਂ ਬਾਰੇ ਸੁਣੋ, ਜਿਨ੍ਹਾਂ ਰਾਹੀਂ ਬੱਧਜੀਵ ਭੋਗ ਕਰਦਾ ਹੈ ਅਤੇ ਜਿਸ ਰਾਹੀਂ ਕਦੀ-ਕਦੀ ਦੁੱਖਾਂ ਦਾ ਅੰਤ ਹੋ ਜਾਂਦਾ ਹੈ ।

ਭਾਵ

ਬੱਧਜੀਵ ਭੌਤਿਕ ਸੁਖ ਭੋਗਣ ਦਾ ਵਾਰ-ਵਾਰ ਯਤਨ ਕਰਦਾ ਹੈ । ਇੰਝ ਉਹ ਜੁਗਾਲੀ ਕਰਦਾ ਹੈ। ਪਰ ਕਦੀ-ਕਦੀ ਅਜਿਹੇ ਭੋਗਾਂ ਦੇ ਅੰਦਰ ਉਹ ਕਿਸੇ ਮਹਾਂਪੁਰਖ ਦੀ ਸੰਗਤ ਨਾਲ ਸੰਸਾਰ ਬੰਧਨ ਤੋਂ ਮੁਕਤ ਹੋ ਜਾਂਦਾ ਹੈ । ਦੂਜੇ ਸ਼ਬਦਾਂ ਵਿਚ, ਬੱਧਜੀਵ ਹਮੇਸ਼ਾਂ ਹੀ ਕਿਸੇ ਨਾ ਕਿਸੇ ਇੰਦਰੀ ਦੀ ਤ੍ਰਿਪਤੀ ਵਿਚ ਲਗਿਆ ਰਹਿੰਦਾ ਹੈ, ਪਰ ਜਦੋਂ ਚੰਗੀ ਸੰਗਤ ਸਦਕਾ ਇਹ ਸਮਝ ਲੈਂਦਾ ਹੈ ਕਿ ਇਹ ਸਭ ਕੁਝ ਬਾਰ-ਬਾਰ ਵਾਪਰ ਰਿਹਾ ਹੈ ਤਾਂ ਉਸ ਵਿਚ ਅਸਲ ਕ੍ਰਿਸ਼ਨ ਚੇਤਨਾ ਪੈਦਾ ਹੁੰਦੀ ਹੈ, ਤਾਂ ਕਦੀ-ਕਦੀ ਉਹ ਅਜਿਹੇ ਅਖੌਤੀ, ਉਹੀ ਇੱਕੋ-ਜਿਹੇ ਸੁਖਾਂ ਤੋਂ ਮੁਕਤ ਹੋ ਜਾਂਦਾ ਹੈ ।

यत्तदग्रे विषमिव परिणामेऽमृतोपमम् ।
तत्सुखं सात्त्विकं प्रोक्तमात्मबुद्धिप्रसादजम् ॥ ३७ ॥

ਯਤ੍ ਤਦ੍ ਅਗਰੇ ਵਿਸ਼ਮ੍ ਏਵ ਪਰਿਣਾਮੇ'ਮ੍ਰਿਤੋਪਮਮ੍ ।
ਤਤ੍ ਸੁਖਮ੍ ਸਾਤੱਵਿਕਮ੍ ਪ੍ਰੋਕ੍ਤਮ੍ ਆਤ੍ਮ-ਬੁਦ੍ਧਿ-ਪ੍ਰਸਾਦ-ਜਮ੍ ॥ 37 ॥

ਯਤ੍-ਜਿਹੜਾ ; **ਤਤ੍**-ਉਹ ; **ਅਗ੍ਰੇ**-ਸ਼ੁਰੂ ਵਿਚ ; **ਵਿਸ਼ਮ੍-ਇਵ**-ਜ਼ਹਿਰ ਵਾਂਗ ; **ਪਰਿਣਾਮੇ**-ਅੰਤ ਵਿਚ ; **ਅਮ੍ਰਿਤ**-ਅੰਮ੍ਰਿਤ ; **ਉਪਮਮ੍**-ਬਰਾਬਰ ; **ਤਤ੍**-ਉਹ ; **ਸੁਖਮ੍**-ਸੁਖ ; **ਸਾਤੱਵਿਕਮ੍**-ਸਤੋ ਗੁਣੀ ; **ਪ੍ਰੋਕ੍ਤਮ੍**-ਕਹਾਉਂਦਾ ਹੈ ; **ਆਤ੍ਮ**-ਆਪਣੀ ; **ਬੁਦ੍ਧਿ**-ਬੁੱਧੀ ਦੀ ; **ਪ੍ਰਸਾਦ-ਜਮ੍**-ਸੰਤੁਸ਼ਟੀ ਤੋਂ ਪੈਦਾ ।

ਅਨੁਵਾਦ

ਜਿਹੜਾ ਸ਼ੁਰੂ ਵਿਚ ਜ਼ਹਿਰ ਵਰਗਾ ਲਗਦਾ ਹੈ, ਪਰ ਅੰਤ ਵਿਚ ਅੰਮ੍ਰਿਤ ਵਰਗਾ ਹੈ ਅਤੇ ਜਿਹੜਾ ਮਨੁੱਖ ਵਿਚ ਆਤਮ-ਪ੍ਰਤੱਖੀਕਰਨ ਜਗਾਉਂਦਾ ਹੈ, ਉਹ ਸਾਤਵਿਕ ਸੁਖ ਕਹਾਉਂਦਾ ਹੈ ।

ਭਾਵ

ਆਤਮ-ਪ੍ਰਤੱਖੀਕਰਨ ਦੇ ਸਾਧਨ ਵਿਚ ਮਨ ਅਤੇ ਇੰਦਰੀਆਂ ਨੂੰ ਕਾਬੂ ਵਿਚ ਕਰਨ ਅਤੇ ਮਨ ਨੂੰ ਆਤਮ ਕੇਂਦਰਿਤ ਕਰਨ ਲਈ ਤਰ੍ਹਾਂ-ਤਰ੍ਹਾਂ ਦੇ ਵਿਧੀ ਵਿਧਾਨਾਂ ਦੀ ਪਾਲਣਾ ਕਰਨੀ ਪੈਂਦੀ ਹੈ । ਇਹ ਸਾਰੀਆਂ ਵਿਧੀਆਂ ਬਹੁਤ ਔਖੀਆਂ ਅਤੇ ਜ਼ਹਿਰ ਵਾਂਗ ਬਹੁਤ ਕੌੜੀਆਂ ਲੱਗਣ ਵਾਲੀਆਂ ਹਨ, ਪਰ ਜੇ ਕੋਈ ਇਨ੍ਹਾਂਨਿਯਮਾਂ ਦੇ ਪਾਲਣ ਵਿਚ ਸਫਲ ਹੋ ਜਾਂਦਾ ਹੈ ਅਤੇ ਅਲੌਕਿਕ ਪਦ ਨੂੰ ਪ੍ਰਾਪਤ ਹੋ ਜਾਂਦਾ ਹੈ ਤਾਂ ਉਹ ਅਸਲ ਅੰਮ੍ਰਿਤ ਪੀਣ ਲਗਦਾ ਹੈ ਅਤੇ ਜੀਵਨ ਦਾ ਸੁਖ ਪ੍ਰਾਪਤ ਕਰਦਾ ਹੈ ।

विषयेन्द्रियसंयोगाद्यत्तदग्रेऽमृतोपमम् ।
परिणामे विषमिव तत्सुखं राजसं स्मृतम् ॥ ३८ ॥

ਵਿਸ਼ਯੇ'ਦ੍ਰਿਯ-ਸੰਯੋਗਾਦ੍ ਯਤ ਤਦ ਅਗ੍ਰੇ'ਮ੍ਰਿਤੋਪਮਮ੍ ।
ਪਰਿਣਾਮੇ ਵਿਸ਼ਮ ਇਵ ਤਤ੍ ਸੁਖਮ੍ ਰਾਜਸਮ੍ ਸ੍ਮ੍ਰਿਤਮ੍ ॥ 38 ॥

ਵਿਸ਼ਯ-ਇੰਦਰੀਆਂ ਦੇ ਵਿਸ਼ੇ ; **ਇੰਦਰੀਯ**-ਅਤੇ ਇੰਦਰੀਆਂ ਦੇ ; **ਸੰਯੋਗਾਤ੍**-ਸੰਯੋਗ ਨਾਲ ; **ਯਤ੍**-ਜਿਹੜਾ ; **ਤਤ੍**-ਉਹ ; **ਅਗ੍ਰੇ**-ਸ਼ੁਰੂ ਵਿਚ ; **ਅਮ੍ਰਿਤ੍ਪਮਮ੍**-ਅੰਮ੍ਰਿਤ ਵਾਂਗ ; **ਪਰਿਣਾਮੇ**-ਅੰਤ ਵਿਚ ; **ਵਿਸ਼ਮ੍ ਇਵ**-ਜ਼ਹਿਰ ਵਰਗਾ ; **ਤਤ੍**-ਉਹ ; **ਸੁਖਮ੍**-ਸੁਖ ; **ਰਾਜਸਮ੍**-ਰਾਜਸੀ ; **ਸਮ੍ਰਿਤਮ੍**-ਮੰਨਿਆ ਜਾਂਦਾ ਹੈ ।

ਅਨੁਵਾਦ

ਜਿਹੜਾ ਸੁਖ ਇੰਦਰੀਆਂ ਰਾਹੀਂ, ਉਨ੍ਹਾਂ ਦੇ ਵਿਸ਼ੇ ਦੇ ਸੰਪਰਕ ਤੋਂ ਪ੍ਰਾਪਤ ਹੁੰਦਾ ਹੈ ਅਤੇ ਜਿਹੜਾ ਪਹਿਲੋਂ ਅੰਮ੍ਰਿਤ ਵਰਗਾ ਅਤੇ ਅੰਤ ਵਿਚ ਜ਼ਹਿਰ ਵਰਗਾ ਲਗਦਾ ਹੈ, ਉਹ ਰਜੋ ਗੁਣੀ ਕਹਾਉਂਦਾ ਹੈ ।

ਭਾਵ

ਜਦੋਂ ਕੋਈ ਨੌਜਵਾਨ ਕਿਸੇ ਲੜਕੀ ਨੂੰ ਮਿਲਦਾ ਹੈ, ਤਾਂ ਇੰਦਰੀਆਂ ਨੌਜਵਾਨ ਨੂੰ ਪ੍ਰੇਰਿਤ ਕਰਦੀਆਂ ਹਨ ਕਿ ਉਹ ਉਸ ਲੜਕੀ ਨੂੰ ਵੇਖੇ, ਉਸਦੀ ਛੋਹ ਪ੍ਰਾਪਤ ਕਰੇ ਅਤੇ ਉਸ ਨਾਲ ਸੰਭੋਗ ਕਰੇ । ਸ਼ੁਰੂ ਵਿਚ ਇੰਦਰੀਆਂ ਨੂੰ ਇਹ ਬਹੁਤ ਸੁੱਖਦਾਈ ਲਗ ਸਕਦਾ ਹੈ, ਪਰ ਅੰਤ ਵਿਚ ਜਾਂ ਕੁਝ ਸਮੇਂ ਮਗਰੋਂ ਇਹੋ ਜ਼ਹਿਰ ਵਰਗਾ ਬਣ ਜਾਂਦਾ ਹੈ । ਤਾਂ ਫਿਰ ਉਹ ਅਲੱਗ ਹੋ ਜਾਂਦੇ ਹਨ ਜਾਂ ਉਨ੍ਹਾਂ ਵਿਚ ਤਲਾਕ ਹੋ ਜਾਂਦਾ ਹੈ । ਫਿਰ ਸੋਗ, ਦੁੱਖ ਆਦਿ ਪੈਦਾ ਹੁੰਦਾ ਹੈ । ਅਜਿਹਾ ਸੁਖ ਹਮੇਸ਼ਾਂ ਰਾਜਸੀ ਹੁੰਦਾ ਹੈ । ਜਿਹੜਾ ਸੁਖ ਇੰਦਰੀਆਂ ਅਤੇ ਵਿਸ਼ਿਆਂ ਦੇ ਸੰਯੋਗ ਤੋਂ ਪ੍ਰਾਪਤ ਹੁੰਦਾ ਹੈ, ਉਹ ਹਮੇਸ਼ਾਂ ਦੁੱਖ ਦਾ ਕਾਰਨ ਬਣਦਾ ਹੈ, ਇਸ ਲਈ ਇਸ ਤੋਂ ਹਰ ਤਰ੍ਹਾਂ ਨਾਲ ਬਚਣਾ ਚਾਹੀਦਾ ਹੈ ।

यदग्रे चानुबन्धे च सुखं मोहनमात्मनः ।
निद्रालस्यप्रमादोत्थं तत्तामसमुदाहृतम् ॥ ३९ ॥

ਯਦ੍ ਅਗਰੇ ਚਾਨੁਬੰਧੇ ਚ ਸੁਖਮ੍ ਮੋਹਨਮ੍ ਆਤ੍ਮਨਹ੍ ।
ਨਿਦ੍ਰਾਲਸ੍ਯ-ਪ੍ਰਮਾਦੋਤ੍ਥਮ੍ ਤਤ੍ ਤਾਮਸਮ੍ ਉਦਾਹ੍ਰਿਤਮ੍ ॥ 39 ॥

ਯਤ੍-ਜਿਹੜਾ ; **ਅਗ੍ਰੇ**-ਸ਼ੁਰੂ ਵਿਚ ; **ਅਨੁਬੰਧੇ**-ਅੰਤ ਵਿਚ ; **ਚ**-ਵੀ ; **ਸੁਖਮ੍**-ਸੁਖ ; **ਮੋਹਨਮ੍**-ਮੋਹ ਭਰਿਆ ; **ਆਤ੍ਮਨਹ੍**-ਆਪਣਾ ; **ਨਿਦ੍ਰਾ**-ਨੀਂਦਰ ; **ਆਲਸ੍ਯ**-ਆਲਸ ; **ਪ੍ਰਮਾਦ**-ਅਤੇ ਮੋਹ ਨਾਲ ; **ਉਤ੍ਥਮ੍**-ਪੈਦਾ ; **ਤਤ੍**-ਉਹ ; **ਤਾਮਸਮ੍**-ਤਾਮਸੀ ; **ਉਦਾਹ੍ਰਿਤਮ੍** -ਕਹਾਉਂਦਾ ਹੈ ।

ਅਨੁਵਾਦ

ਅਤੇ ਜਿਹੜਾ ਸੁਖ ਆਤਮ-ਪ੍ਰਤੱਖੀਕਰਨ ਪ੍ਰਤੀ ਅੰਨ੍ਹਾ ਹੈ, ਜਿਹੜਾ ਸ਼ੁਰੂ ਤੋਂ ਲੈ ਕੇ ਅੰਤ ਤਕ ਮੋਹ ਦਾ ਕਾਰਨ ਹੈ ਅਤੇ ਜਿਹੜਾ ਨੀਂਦਰ, ਆਲਸ ਅਤੇ ਮੋਹ ਤੋਂ ਪੈਦਾ ਹੁੰਦਾ ਹੈ, ਉਹ ਤਾਮਸੀ ਕਹਾਉਂਦਾ ਹੈ।

ਭਾਵ

ਜਿਹੜਾ ਮਨੁੱਖ ਆਲਸ ਅਤੇ ਨੀਂਦਰ ਵਿਚ ਹੀ ਸੁਖੀ ਰਹਿੰਦਾ ਹੈ, ਉਹ ਨਿਸ਼ਚੈ ਹੀ ਤਮੋ ਗੁਣੀ ਹੈ। ਜਿਸ ਮਨੁੱਖ ਨੂੰ, ਇਸਦਾ ਕੋਈ ਅੰਦਾਜ਼ਾ ਨਹੀਂ ਕਿ ਕਿਸ ਤਰ੍ਹਾਂ ਦੇ ਕੰਮ ਕੀਤੇ ਜਾਣ ਅਤੇ ਕਿਸ ਤਰ੍ਹਾਂ ਦੇ ਨਹੀਂ, ਉਹ ਵੀ ਤਮੋਗੁਣੀ ਹੈ। ਤਮੋਗੁਣੀ ਮਨੁੱਖ ਲਈ ਸਾਰੀਆਂ ਚੀਜ਼ਾਂ ਭਰਮ (ਮੋਹ) ਹਨ। ਉਸ ਨੂੰ ਨਾ ਤਾਂ ਸ਼ੁਰੂ ਵਿਚ ਸੁਖ ਮਿਲਦਾ ਹੈ, ਨਾ ਅੰਤ ਵਿਚ ਰਜੋ ਗੁਣੀ ਮਨੁੱਖ ਲਈ ਸ਼ੁਰੂ ਵਿਚ ਕੁਝ ਪਲ-ਭਰ ਲਈ ਸੁਖ ਅਤੇ ਅੰਤ ਵਿਚ ਦੁੱਖ ਹੋ ਸਕਦਾ ਹੈ, ਪਰ ਜਿਹੜਾ ਤਮੋਗੁਣੀ ਹੈ, ਉਸ ਨੂੰ ਸ਼ੁਰੂ ਵਿਚ ਅਤੇ ਅੰਤ ਵਿਚ ਦੁੱਖ ਹੀ ਦੁੱਖ ਮਿਲਦਾ ਹੈ।

न तदस्ति पृथिव्यां वा दिवि देवेषु वा पुनः ।
सत्त्वं प्रकृतिजैर्मुक्तं यदेभिः स्यात्त्रिभिर्गुणैः ॥४०॥

ਨ ਤਦ ਅਸ੍ਤਿ ਪ੍ਰਿਥਿਵ੍ਯਾਮ੍ ਵਾ ਦਿਵਿ ਦੇਵੇਸ਼ੁ ਵਾ ਪੁਨਹ੍ ।
ਸਤੱਵਮ੍ ਪ੍ਰਕ੍ਰਿਤਿ-ਜੈਰ੍ ਮੁਕਤਮ੍ ਯਦ੍ ਏਭਿਹ੍ ਸ੍ਯਾਤ੍ ਤ੍ਰਿਭਿਰ੍ ਗੁਣੈਹ੍ ॥ 40 ॥

ਨ-ਨਹੀਂ ; ਤਤ੍-ਉਹ ; ਅਸਤਿ-ਹੈ ; ਪ੍ਰਿਥਿਵ੍ਯਾਮ੍-ਧਰਤੀ ਤੇ ; ਵਾ-ਜਾਂ ; ਦਿਵਿ-ਉਚੇਰੇ ਲੋਕਾਂ ਵਿਚ ; ਦੇਵੇਸ਼ੁ-ਦੇਵਤਿਆਂ ਵਿਚ ; ਵਾ-ਜਾਂ ; ਪੁਨਹ੍-ਫਿਰ ; ਸਤੱਵਮ੍-ਹੋਂਦ ; ਪ੍ਰਕ੍ਰਿਤਿਜੈਹ੍-ਪ੍ਰਕ੍ਰਿਤੀ ਤੋਂ ਪੈਦਾ ; ਮੁਕਤਮ੍-ਮੁਕਤ ; ਯਤ੍-ਜਿਹੜਾ ; ਏਭਿਹ੍-ਇਨ੍ਹਾਂ ਦੇ ਪ੍ਰਭਾਵ ਤੋਂ ; ਸ੍ਯਾਤ੍-ਹੋਵੇ ; ਤ੍ਰਿਭਿਹ੍-ਤਿੰਨ ; ਗੁਣੈਹ੍-ਗੁਣਾਂ ਨਾਲ।

ਅਨੁਵਾਦ

ਇਸ ਲੋਕ ਵਿਚ, ਸਵਰਗ ਲੋਕਾਂ ਵਿਚ ਜਾਂ ਦੇਵਤਿਆਂ ਦੇ ਵਿਚਕਾਰ ਕੋਈ ਵੀ ਅਜਿਹਾ ਮਨੁੱਖ ਨਹੀਂ ਹੈ, ਜਿਹੜਾ ਪ੍ਰਕਿਰਤੀ ਦੇ ਤਿੰਨ ਗੁਣਾਂ ਤੋਂ ਮੁਕਤ ਹੋਵੇ।

ਭਾਵ

ਭਗਵਾਨ ਇਸ ਸ਼ਲੋਕ ਵਿਚ ਸਾਰੇ ਬ੍ਰਹਿਮੰਡ ਵਿਚ ਪ੍ਰਕ੍ਰਿਤੀ ਦੇ ਤਿੰਨ ਗੁਣਾਂ ਦੇ ਪ੍ਰਭਾਵ ਦਾ ਸੰਖੇਪ ਵਿਵਰਣ ਦੇ ਰਹੇ ਹਨ।

ब्राह्मणक्षत्रियविशां शूद्राणां च परन्तप ।
कर्माणि प्रविभक्तानि स्वभावप्रभवैर्गुणैः ॥ ४१ ॥

ਬ੍ਰਾਹ੍ਮਣ-ਕ੍ਸ਼ਤ੍ਰਿਯ-ਵਿਸ਼ਾਮ੍ ਸ਼ੂਦ੍ਰਾਣਾਮ੍ ਚ ਪਰੰਤਪ ।
ਕਰ੍ਮਾਣਿ ਪ੍ਰਵਿਭਕ੍ਤਾਨਿ ਸ੍ਵਭਾਵ-ਪ੍ਰਭਵੈਰ੍ ਗੁਣੈਹ ॥ 41 ॥

ਬ੍ਰਾਹਮਣ-ਬ੍ਰਾਹਮਣ ; **ਕਸ਼ਤਰੀ**-ਖੱਤਰੀ ; **ਵਿਸ਼ਾਮ੍**-ਅਤੇ ਵੈਸ਼ਿਆਂ ; **ਸ਼ੁਦ੍ਰਾਣਾਮ**-ਸ਼ੂਦਰਾਂ ਦਾ ; **ਚ**-ਅਤੇ; **ਪਰੰਤਪ**-ਹੇ ਦੁਸ਼ਮਣਾਂ ਦੇ ਜੇਤੂ; **ਕਰ੍ਮਾਣਿ**-ਕੰਮ ਕਾਰ ; **ਪ੍ਰਵਿਭਕ੍ਤਾਨਿ**-ਵੰਡੇ ਗਏ ਹਨ; **ਸ੍ਵਭਾਵ**-ਆਪਣੇ ਸੁਭਾਅ ਨਾਲ; **ਪ੍ਰਭਵੈਹ**-ਪੈਦਾ ; **ਗੁਣੈਹ੍**-ਗੁਣਾਂ ਰਾਹੀਂ।

ਅਨੁਵਾਦ

ਹੇ ਪਰੰਤਪ! ਬ੍ਰਾਹਮਣਾਂ, ਖੱਤਰੀਆਂ, ਵੈਸ਼ਯ ਅਤੇ ਸ਼ੂਦਰਾਂ ਵਿਚ ਪ੍ਰਕਿਰਤੀ ਦੇ ਗੁਣਾਂ ਮੁਤਾਬਿਕ ਪੈਦਾ ਹੋਏ, ਉਨ੍ਹਾਂ ਦੇ ਸੁਭਾਅ ਨੂੰ ਮੁੱਖ ਰੱਖਕੇ ਹੀ ਭੇਦ ਕੀਤੇ ਜਾਂਦੇ ਹਨ ।

शमो दमस्तपः शौचं क्षान्तिरार्जवमेव च ।
ज्ञानं विज्ञानमास्तिक्यं ब्रह्मकर्म स्वभावजम् ॥ ४२ ॥

ਸ਼ਮੋ ਦਮਸ੍ ਤਪਹ ਸ਼ੌਚਮ੍ ਕ੍ਸ਼ਾਂਤਿਰ ਆਰ੍ਜਵਮ ਏਵ ਚ ।
ਗ੍ਯਾਨਮ੍ ਵਿਗ੍ਯਾਨਮ ਆਸ੍ਤਿਕ੍ਯਮ੍ ਬ੍ਰਹਮ-ਕਰ੍ਮ ਸ੍ਵਭਾਵਜਮ੍ ॥ 42 ॥

ਸ਼ਮਹ੍-ਸ਼ਾਂਤੀ ਪ੍ਰਿਯਤਾ ; **ਦਮਹ੍**-ਆਤਮ ਸੰਜਮ ; **ਤਪਹ੍**-ਤਪੱਸਿਆ ; **ਸ਼ੌਚਮ੍**-ਪਵਿੱਤਰਤਾ ; **ਕ੍ਸ਼ਾਂਤਿਹ੍**-ਸਹਿਣਸ਼ੀਲਤਾ ; **ਆਰ੍ਜਵਮ੍**-ਈਮਾਨਦਾਰੀ ; **ਏਵ**-ਨਿਸ਼ਚੈ ਹੀ ;**ਚ**-ਅਤੇ ; **ਗ੍ਯਾਨਮ੍**-ਗਿਆਨ ; **ਵਿਗ੍ਯਾਨਮ੍**-ਵਿਗਿਆਨ ; **ਆਸ੍ਤਿਕ੍ਯਮ੍**-ਧਾਰਮਿਕਤਾ ; **ਬ੍ਰਹ੍ਮ**-ਬ੍ਰਾਹਮਣ ਦਾ ; **ਕਰ੍ਮ**-ਫਰਜ਼ ; **ਸ੍ਵਭਾਵਜਮ੍**-ਸੁਭਾਅ ਤੋਂ ਪੈਦਾ, ਸੁਭਾਵਿਕ ।

ਅਨੁਵਾਦ

ਸ਼ਾਂਤੀਪੂਰਨ, ਆਤਮ-ਸੰਜਮ, ਤਪੱਸਿਆ, ਪਵਿੱਤਰਤਾ, ਸਹਿਣਸ਼ੀਲਤਾ, ਈਮਾਨਦਾਰੀ, ਗਿਆਨ, ਵਿਗਿਆਨ ਅਤੇ ਧਾਰਮਿਕਤਾ - ਇਹ ਸਾਰੇ ਸੁਭਾਵਿਕ ਗੁਣ ਹਨ, ਜਿਨ੍ਹਾਂ ਰਾਹੀਂ ਬ੍ਰਾਹਮਣ ਕਰਮ ਕਰਦੇ ਹਨ ।

शौर्यं तेजो धृतिर्दाक्ष्यं युद्धे चाप्यपलायनम् ।
दानमीश्वरभावश्च क्षात्रं कर्म स्वभावजम् ॥ ४३ ॥

ਸ਼ੌਰ੍ਯਮ੍ ਤੇਜੋ ਧ੍ਰਿਤਿਰ੍ ਦਾਕ੍ਸ਼੍ਯਮ੍ ਚਾਪਿ ਅਪਲਾਯਨਮ੍ ।
ਦਾਨਮ੍ ਈਸ਼੍ਵਰ-ਭਾਵਸ਼੍ ਚ ਕ੍ਸ਼ਾਤ੍ਰਮ੍ ਕਰਮ ਸ੍ਵਭਾਵ-ਜਮ੍ ॥ 43 ॥

ਸ਼ੌਰ੍ਯਮ੍-ਵੀਰਤਾ ; ਤੇਜਹ੍-ਸ਼ਕਤੀ ; ਧ੍ਰਿਤਿਹ੍-ਸੰਕਲਪ, ਦ੍ਰਿੜਤਾ ; ਦਾਕ੍ਸ਼੍ਯਮ੍-ਨਿਪੁੰਨਤਾ ; ਯੁਦ੍ਧੇ-ਜੰਗ ਵਿਚ ; ਚ-ਅਤੇ ; ਅਪਿ-ਵੀ ; ਅਪਲਾਯਨਮ੍-ਵਿਮੁੱਖ ਹੋਣਾ ; ਦਾਨਮ੍-ਉਦਾਰਤਾ ; ਈਸ਼੍ਵਰ-ਅਗਵਾਈ ਦਾ ; ਭਾਵਹ੍-ਸੁਭਾਅ ; ਚ-ਅਤੇ ; ਕ੍ਸ਼ਾਤ੍ਰਮ੍-ਖੱਤਰੀ ਦਾ ; ਕਰ੍ਮ-ਫਰਜ਼ ; ਸ੍ਵਭਾਵਜਮ੍-ਸੁਭਾਅ ਤੋਂ ਪੈਦਾ, ਸੁਭਾਵਿਕ ।

ਅਨੁਵਾਦ

ਵੀਰਤਾ, ਸ਼ਕਤੀ, ਸੰਕਲਪ, ਨਿਪੁੰਨਤਾ, ਜੰਗ ਵਿਚ ਧੀਰਜ, ਉਦਾਰਤਾ ਅਤੇ ਅਗਵਾਈ, ਇਹ ਖੱਤਰੀ ਦੇ ਸੁਭਾਵਿਕ ਗੁਣ ਹਨ ।

कृषिगोरक्ष्यवाणिज्यं वैश्यकर्म स्वभावजम् ।
परिचर्यात्मकं कर्म शूद्रस्यापि स्वभावजम् ॥ ४४॥

ਕ੍ਰਿਸ਼ਿ-ਗੋ-ਰਕ੍ਸ਼੍ਯ-ਵਾਣਿਜ੍ਯਮ੍ ਵੈਸ਼੍ਯ-ਕਰ੍ਮ ਸ੍ਵਭਾਵ-ਜਮ੍ ।
ਪਰਿਚਰ੍ਯਾਤ੍ਮਕਮ੍ ਕਰ੍ਮ ਸ਼ੂਦ੍ਰਸ੍ਯਾਪਿ ਸ੍ਵਭਾਵ-ਜਮ੍ ॥ 44 ॥

ਕ੍ਰਿਸ਼ਿ-ਹਲ ਜੋਤਣਾ ; ਗੋ-ਗਾਂ ਨੂੰ ; **ਰਕ੍ਸ਼੍ਯ**-ਰੱਖਿਆ ; **ਵਾਣਿਜ੍ਯਮ੍**-ਵਿਉਪਾਰ ; **ਵੈਸ਼੍ਯ**-ਵੈਸ਼ ਦਾ ; **ਕਰ੍ਮ**-ਫਰਜ਼ ; **ਸ੍ਵਭਾਵ-ਜਮ੍**-ਸੁਭਾਵਿਕ ; **ਪਰਿਚਰ੍ਯਾ**-ਸੇਵਾ ; **ਆਤ੍ਮਕਮ੍**-ਦੇ ਨਾਲ ; **ਕਰ੍ਮ**-ਫਰਜ਼ ; **ਸ਼ੂਦ੍ਰਸ੍ਯ**-ਸ਼ੂਦਰ ਦੇ ; **ਅਪਿ**- ਵੀ ; **ਸ੍ਵਭਾਵ- ਜਮ੍**-ਸੁਭਾਵਿਕ ।

ਅਨੁਵਾਦ

ਖੇਤੀ ਕਰਨਾ, ਗਊਆਂ ਦੀ ਰੱਖਿਆ ਅਤੇ ਵਿਉਪਾਰ ਵੈਸ਼ਯਾਂ ਦੇ ਸੁਭਾਵਿਕ ਕੰਮ ਹਨ ਅਤੇ ਸ਼ੂਦਰਾਂ ਦਾ ਕੰਮ ਮਿਹਨਤ ਅਤੇ ਹੋਰਨਾਂ ਦੀ ਸੇਵਾ ਕਰਨਾ ਹੈ ।

स्वे स्वे कर्मण्यभिरतः संसिद्धिं लभते नरः ।
स्वकर्मनिरतः सिद्धिं यथा विन्दति तच्छृणु ॥ ४५ ॥

ਸ੍ਵੇ ਸ੍ਵੇ ਕਰ੍ਮਣਿ ਅਭਿਰਤਹ ਸੰਸਿਦ੍ਧਿਮ੍ ਲਭਤੇ ਨਰਹ ।
ਸ੍ਵ-ਕਰ੍ਮ-ਨਿਰਤਹ੍ ਸਿਦ੍ਧਿਮ੍ ਯਥਾ ਵਿੰਦਤਿ ਤਚ੍ ਛ੍ਰਿਣੁ ॥ 45 ॥

ਸ੍ਵੇ-ਸ੍ਵੇ-ਆਪੋ ਆਪਣੇ ; **ਕਰ੍ਮਣਿ**-ਕੰਮ ਵਿਚ ; **ਅਭਿਰਤਹ੍**-ਲੱਗੇ ਹੋਏ ; **ਸੰਸਿਦ੍ਧਿਮ੍** - ਸਿੱਧੀ ਨੂੰ ; **ਲਭਤੇ**-ਪ੍ਰਾਪਤ ਕਰਦਾ ਹੈ ; **ਨਰਹ੍**-ਮਨੁੱਖ ; **ਸ੍ਵ-ਕਰ੍ਮ**-ਆਪਣੇ ਕਰਤੱਵਾਂ ਵਿਚ ; **ਨਿਰਤਹ੍**-ਲਗਿਆ ਹੋਇਆਂ ; **ਸਿੱਦ੍ਧਿਮ੍**-ਸਿੱਧੀ ਨੂੰ ; **ਯਥਾ**-ਜਿਸ ਤਰ੍ਹਾਂ ; **ਵਿੰਦਤਿ**-ਪ੍ਰਾਪਤ ਕਰਦਾ ਹੈ ; **ਤਤ੍**-ਉਹ ; **ਸ਼੍ਰਿਣੁ**-ਸੁਣੋ ।

ਅਨੁਵਾਦ

ਆਪੋ ਆਪਣੇ ਕੰਮਾਂ ਦੇ ਗੁਣਾਂ ਦਾ ਪਾਲਣ ਕਰਦੇ ਹੋਏ ਹਰ ਮਨੁੱਖ ਸਿੱਧ ਹੋ ਸਕਦਾ ਹੈ। ਹੁਣ ਤੁਸੀਂ ਮੇਰੇ ਤੋਂ ਸੁਣੋ, ਕਿ ਇਹ ਕਿੰਝ ਕੀਤਾ ਜਾ ਸਕਦਾ ਹੈ।

यत: प्रवृत्तिर्भूतानां येन सर्वमिदं ततम् ।
स्वकर्मणा तमभ्यर्च्य सिद्धिं विन्दति मानव: ॥ ४६ ॥

ਯਤਹ੍ ਪ੍ਰਵ੍ਰੀਤਿਰ੍ ਭੂਤਾਨਾਮ੍ ਯੇਨ ਸਰ੍ਵਮ੍ ਇਦਮ੍ ਤਤਮ੍ ।
ਸ੍ਵ-ਕਰ੍ਮਣਾ ਤਮ੍ ਅਭ੍ਯਰ੍ਚਯ ਸਿਦ੍ਧਿਮ੍ ਵਿੰਦਤਿ ਮਾਨਵਹ ॥ 46 ॥

ਯਤਹ੍-ਜਿਸ ਨਾਲ ; **ਪ੍ਰਵ੍ਰੀਤਿਹ੍**-ਉਤਪੱਤੀ ; **ਭੂਤਾਨਾਮ੍**-ਸਾਰੇ ਜੀਵਾਂ ਦਾ ; **ਯੇਨ**-ਜਿਸ ਨਾਲ ; **ਸਰ੍ਵਮ੍**-ਸਾਰੇ ; **ਇਦਮ੍**-ਇਹ ; **ਤਤਮ੍**-ਵਿਆਪਤ ਹੈ ; **ਸ੍ਵ-ਕਰ੍ਮਣਾ**-ਆਪਣੇ ਕੰਮ ਨਾਲ ; **ਤਮ੍**-ਉਸਨੂੰ ; **ਅਭ੍ਯਰ੍ਚਯ**-ਪੂਜਾ ਕਰਕੇ ; **ਸਿਦ੍ਧਿਮ੍**-ਸਿੱਧੀ ਨੂੰ ; **ਵਿੰਦਤਿ**-ਪ੍ਰਾਪਤ ਕਰਦਾ ਹੈ; **ਮਾਨਵਹ੍**-ਮਨੁੱਖ।

ਅਨੁਵਾਦ

ਜਿਹੜਾ ਸਾਰੇ ਪ੍ਰਾਣੀਆਂ ਦਾ ਉਦਗਮ ਹੈ, ਅਤੇ ਸਰਬ-ਵਿਆਪੀ ਹੈ, ਉਸ ਭਗਵਾਨ ਦੀ ਉਪਾਸਨਾ ਕਰਕੇ, ਮਨੁੱਖ ਆਪਣਾ ਕੰਮ ਕਰਦੇ ਹੋਏ ਪੂਰਨਤਾ ਪ੍ਰਾਪਤ ਕਰ ਸਕਦਾ ਹੈ।

ਭਾਵ

ਜਿਵੇਂ ਕਿ ਪੰਦਰ੍ਹਵੇਂ ਅਧਿਆਇ ਵਿਚ ਦੱਸਿਆ ਜਾ ਚੁੱਕਾ ਹੈ, ਸਾਰੇ ਜੀਵ ਪਰਮੇਸ਼ਵਰ ਦੇ ਅਨਿਖੜਵੇਂ ਅੰਸ਼ ਹਨ। ਇੰਝ ਪਰਮੇਸ਼ਵਰ ਹੀ ਸਾਰੇ ਜੀਵਾਂ ਦੇ ਆਦਿ ਸਰੋਤ (ਪੈਦਾ ਕਰਨ ਵਾਲੇ) ਹਨ। ਵੇਦਾਂਤ ਸੂਤਰ ਵਿਚ ਇਸਦੀ ਪੁਸ਼ਟੀ ਹੋਈ ਹੈ -**ਜਨ੍ਮਾਦਿ ਅਸਯ ਯਤਹ੍** - ਇਸ ਲਈ ਪਰਮੇਸ਼ਵਰ ਹਰ ਜੀਵ ਦੇ ਜੀਵਨ ਦੇ ਉਦਗਮ ਹਨ। ਜਿਵੇਂ ਕਿ ਭਗਵਤ ਗੀਤਾ ਦੇ ਸਤ੍ਵੇਂ ਅਧਿਆਇ ਵਿਚ ਕਿਹਾ ਗਿਆ ਹੈ, ਪਰਮੇਸ਼ਵਰ ਆਪਣੀ ਪਰਾ ਅਤੇ ਅਪਰਾ, ਇਨ੍ਹਾਂ ਦੋ ਸ਼ਕਤੀਆਂ ਰਾਹੀਂ ਸਰਬ ਵਿਆਪੀ ਹਨ। ਇਸ ਲਈ ਮਨੁੱਖ ਨੂੰ ਚਾਹੀਦਾ ਹੈ ਕਿ ਉਨ੍ਹਾਂ ਦੀਆਂ ਸ਼ਕਤੀਆਂ ਸਹਿਤ ਭਗਵਾਨ ਦੀ ਪੂਜਾ ਕਰੇ। ਆਮ ਤੌਰ ਤੇ ਵੈਸ਼ਨਵ ਲੋਕ ਪਰਮੇਸ਼ਵਰ ਦੀ ਪੂਜਾ ਉਨ੍ਹਾਂ ਦੀ ਅੰਦਰੂਨੀ ਸ਼ਕਤੀ ਨਾਲ ਕਰਦੇ ਹਨ। ਬਾਹਰਲੀ ਸ਼ਕਤੀ, ਅੰਦਰੂਨੀ ਸ਼ਕਤੀ ਦਾ ਪਰਛਾਵਾਂ ਹੈ। ਬਾਹਰੀ ਸ਼ਕਤੀ ਪਿੱਠਭੂਮੀ ਹੈ, ਪਰ ਪਰਮੇਸ਼ਵਰ ਪਰਮਾਤਮਾ ਰੂਪ ਵਿਚ ਪੂਰਨ ਅੰਸ਼ ਦਾ ਵਿਸਥਾਰ ਕਰਕੇ ਹਰ ਥਾਂ ਤੇ ਸਥਿਤ ਹਨ। ਉਹ ਸਰਬ-ਵਿਆਪੀ ਸਾਰੇ ਦੇਵਤਿਆਂ, ਮਨੁੱਖਾਂ ਅਤੇ ਪਸ਼ੂਆਂ ਦੀ ਪਰਮ ਆਤਮਾ ਹਨ। ਇਸ ਲਈ ਸਾਰਿਆਂ ਦਾ ਫਰਜ਼ ਹੈ ਕਿ ਉਹ ਭਗਵਾਨ ਦੀ ਸੇਵਾ ਕਰਨ। ਹਰ ਮਨੁੱਖ ਨੂੰ ਕ੍ਰਿਸ਼ਨ ਭਾਵਨਾ ਵਿਚ ਭਗਵਾਨ ਦੀ ਭਗਤੀ ਕਰਨੀ ਚਾਹੀਦੀ ਹੈ। ਇਸ ਸ਼ਲੋਕ ਵਿਚ ਇਸ ਦੀ ਸਿਫਾਰਿਸ਼ ਕੀਤੀ ਗਈ ਹੈ।

ਹਰ ਮਨੁੱਖ ਨੂੰ ਸੋਚਣਾ ਚਾਹੀਦਾ ਹੈ ਕਿ, ਇੰਦਰੀਆਂ ਦੇ ਮਾਲਕ ਹ੍ਰਿਸ਼ੀਕੇਸ਼ ਰਾਹੀਂ ਉਹ ਕਿਸੇ ਖ਼ਾਸ ਕੰਮ ਵਿਚ ਲਗਾਇਆ ਗਿਆ ਹੈ । ਇਸ ਲਈ ਜਿਹੜਾ ਜਿਸ ਕੰਮ ਵਿਚ ਲਗਿਆ ਹੈ, ਉਸੇ ਦੇ ਫਲ ਰਾਹੀਂ ਭਗਵਾਨ ਸ਼੍ਰੀ ਕ੍ਰਿਸ਼ਨ ਦੀ ਪੂਜਾ ਕਰਨੀ ਚਾਹੀਦੀ ਹੈ। ਜੇ ਉਹ ਇੰਝ ਕ੍ਰਿਸ਼ਨ ਭਾਵਨਾ ਵਾਲਾ ਹੋ ਕੇ ਸੋਚਦਾ ਹੈ ਤਾਂ ਭਗਵਾਨ ਦੀ ਕਿਰਪਾ ਨਾਲ ਉਹ ਪੂਰਨ ਗਿਆਨ ਪ੍ਰਾਪਤ ਕਰ ਲੈਂਦਾ ਹੈ **ਤੇਸ਼ਾਮ੍ ਅਹਮ੍ ਸਮੁਦ੍ਧਰ੍ਤਾ** । ਪਰਮੇਸ਼ਵਰ ਖ਼ੁਦ ਅਜਿਹੇ ਭਗਤ ਦਾ ਕਲਿਆਣ ਕਰਦੇ ਹਨ । ਇਹੋ ਜੀਵਨ ਦੀ ਸਭ ਤੋਂ ਉਚੇਰੀ ਸਿੱਧੀ ਹੈ, ਜੇ ਉਹ ਪਰਮੇਸ਼ਵਰ ਦੀ ਸੇਵਾ ਕਰਦਾ ਹੈ, ਤਾਂ ਉਸ ਨੂੰ ਸਭ ਤੋਂ ਉਚੇਰੀ ਸਿੱਧੀ ਪ੍ਰਾਪਤ ਹੁੰਦੀ ਹੈ ।

श्रेयान्स्वधर्मो विगुणः परधर्मात्स्वनुष्ठितात् ।
स्वभावनियतं कर्म कुर्वन्नाप्नोति किल्बिषम् ॥ ४७॥

ਸ਼੍ਰੇਯਾਨ੍ ਸ੍ਵ-ਧਰ੍ਮੋ ਵਿਗੁਣਹ੍ ਪਰ-ਧਰ੍ਮਾਤ੍ ਸ੍ਵ-ਅਨੁਸ਼੍ਠਿਤਾਤ੍ ।
ਸ੍ਵਭਾਵ-ਨਿਯਤਮ੍ ਕਰ੍ਮ ਕੁਰ੍ਵਨ੍ ਨਾਪ੍ਨੋਤਿ ਕਿਲ੍ਬਿਸ਼ਮ੍ ॥ 47 ॥

ਸ਼੍ਰੇਯਾਨ੍-ਸ੍ਰੇਸ਼ਠ (ਉੱਤਮ) ; **ਸ੍ਵ ਧਰਮਹ੍**-ਆਪਣੇ ਕੰਮ ਦੇ, ਫਰਜ਼ ; **ਵਿਗੁਣਹ੍**-ਚੰਗੀ ਤਰ੍ਹਾਂ ਸੰਪੰਨਨਾ ਹੋ ਕੇ ; **ਪਰ-ਧਰਮਾਤ੍**-ਦੂਜਿਆਂ ਦੇ ਕੰਮ ਦੇ, ਫਰਜ਼ ਨਾਲ ; **ਸੁ-ਅਨੁਸ਼੍ਠਿਤਾਤ੍**-ਚੰਗੀ ਤਰ੍ਹਾਂਕੀਤਾ ਗਿਆ ; **ਸ੍ਵਭਾਵ-ਨਿਯਤਮ੍**-ਸੁਭਾਅ ਮੁਤਾਬਿਕ ਨਿਯਤ ਕੀਤਾ ਗਿਆ ; **ਕਰ੍ਮ**-ਕਾਰਜ; **ਕੁਰ੍ਵਨ੍**-ਕਰਨ ਨਾਲ ; **ਨ**-ਕਦੀ ਨਹੀਂ ; **ਆਪ੍ਨੋਤਿ**-ਪ੍ਰਾਪਤ ਕਰਦਾ ਹੈ ; **ਕਿਲ੍ਬਿਸ਼ਮ੍**-ਪਾਪ ਫਲਾਂ ਨੂੰ ।

ਅਨੁਵਾਦ

ਆਪਣੇ ਸੁਭਾਅ ਮੁਤਾਬਿਕ ਕੰਮ ਕਰਨਾ, ਭਾਵੇਂ ਉਹ ਕਿੰਨਾ ਵੀ ਦੋਸ਼-ਪੂਰਨ ਤਰੀਕੇ ਨਾਲ ਕਿਉਂ ਨਾ ਕੀਤਾ ਜਾਵੇ, ਹੋਰ ਕਿਸੇ ਦੇ ਕੰਮ ਨੂੰ ਸਵੀਕਾਰ ਕਰਨ ਅਤੇ ਚੰਗੀ ਤਰ੍ਹਾਂ ਕਰਨ ਦੀ ਬਜਾਏ ਜ਼ਿਆਦਾ ਚੰਗਾ ਹੈ । ਆਪਣੇ ਸੁਭਾਅ ਮੁਤਾਬਿਕ ਦੱਸੇ ਕੰਮ ਕਦੀ ਵੀ ਪਾਪ ਤੋਂ ਪ੍ਰਭਾਵਿਤ ਨਹੀਂ ਹੁੰਦੇ ।

ਭਾਵ

ਭਗਵਤ ਗੀਤਾ ਵਿਚ ਮਨੁੱਖ ਦੇ ਸੁਭਾਵਿਕ ਕੰਮਾਂ ਦੀ ਵਿਆਖਿਆ ਹੈ । ਜਿਵੇਂ ਕਿ ਪਹਿਲੇ ਸ਼ਲੋਕਾਂ ਵਿਚ ਵਰਣਨ ਹੋਇਆ ਹੈ, ਬ੍ਰਾਹਮਣ, ਖੱਤਰੀ, ਵੈਸ਼ ਅਤੇ ਸ਼ੂਦਰ ਦੇ ਫਰਜ਼ ਉਨ੍ਹਾਂ ਦੇ ਖ਼ਾਸ ਪ੍ਰਕ੍ਰਿਤਿਕ ਗੁਣਾਂ (ਸੁਭਾਅ) ਰਾਹੀਂ ਨਿਰਧਾਰਿਤ ਹੁੰਦੇ ਹਨ । ਕਿਸੇ ਨੂੰ ਦੂਜੇ ਦੇ ਕੰਮ ਦਾ ਅਨੁਕਰਨ ਨਹੀਂ ਕਰਨਾ ਚਾਹੀਦਾ । ਜਿਹੜਾ ਮਨੁੱਖ ਸੁਭਾਅ ਤੋਂ ਸ਼ੂਦਰ ਰਾਹੀਂ ਕੀਤੇ ਜਾਣ ਵਾਲੇ ਕੰਮਾਂ ਪ੍ਰਤੀ ਰੁਚੀ ਰੱਖਦਾ ਹੈ, ਉਸਨੂੰ ਆਪਣੇ ਆਪ ਨੂੰ ਝੂਠੇ ਬ੍ਰਾਹਮਣ ਨਹੀਂ ਕਹਿਣਾ ਚਾਹੀਦਾ ਭਾਵੇਂ ਉਹ ਬ੍ਰਾਹਮਣ ਖ਼ਾਨਦਾਨ ਵਿਚ ਹੀ ਕਿਉਂ ਨਾ ਜੰਮਿਆ ਹੋਵੇ । ਇੰਝ ਹਰ ਮਨੁੱਖ ਨੂੰ ਚਾਹੀਦਾ ਹੈ ਕਿ ਆਪਣੇ ਸੁਭਾਅ ਮੁਤਾਬਿਕ ਕੋਈ ਵੀ ਕੰਮ ਕਰੇ, ਕੋਈ ਵੀ ਕੰਮ ਘਿਰਣਿਤ ਨਹੀਂ ਹੈ ਜੇਕਰ ਉਹ

ਪਰਮੇਸ਼ਵਰ ਦੀ ਸੇਵਾ ਲਈ ਕੀਤਾ ਜਾਵੇ। ਬ੍ਰਾਹਮਣ ਦਾ ਕੰਮ ਨਿਸ਼ਚੈ ਹੀ ਸਾਤਵਿਕ ਹੈ ਪਰ ਜੇਕਰ ਕੋਈ ਮਨੁੱਖ ਸੁਭਾਅ ਤੋਂ ਸਾਤਵਿਕ ਨਹੀਂ ਹੈ, ਤਾਂ ਉਸ ਨੂੰ ਬ੍ਰਾਹਮਣ ਦੇ ਕੰਮ (ਧਰਮ) ਦਾ ਅਨੁਕਰਣ ਨਹੀਂ ਕਰਨਾ ਚਾਹੀਦਾ। ਖੱਤਰੀ ਜਾਂ ਪ੍ਰਸਾਸ਼ਕ ਲਈ ਅਨੇਕਾਂ ਗ੍ਰਹਿਣ ਕਰਨ ਯੋਗ ਗੱਲਾਂ ਹਨ - ਖੱਤਰੀ ਨੂੰ ਦੁਸ਼ਮਣਾਂ ਨੂੰ ਮਾਰਨ ਲਈ ਹਿੰਸਕ ਹੋਣਾ ਪੈਂਦਾ ਹੈ, ਅਤੇ ਕਦੀ-ਕਦੀ ਕੂਟਨੀਤੀ ਵਿਚ ਝੂਠ ਵੀ ਬੋਲਣਾ ਪੈਂਦਾ ਹੈ। ਅਜਿਹੀ ਹਿੰਸਾ ਅਤੇ ਛੱਲ ਰਾਜਨੀਤੀ ਦੇ ਮਾਮਲਿਆਂ ਵਿਚ ਚਲਦੀ ਹੈ, ਪਰ ਖੱਤਰੀ ਤੋਂ ਇਹ ਆਸ ਨਹੀਂ ਕੀਤੀ ਜਾਂਦੀ ਕਿ ਉਹ ਆਪਣੇ ਕੰਮ-ਕਾਰ ਦੇ ਫਰਜ਼ ਤਿਆਗ ਕੇ ਬ੍ਰਾਹਮਣ ਦੇ ਕੰਮ ਕਰਨ ਲਗ ਜਾਵੇ।

ਮਨੁੱਖ ਨੂੰ ਚਾਹੀਦਾ ਹੈ ਕਿ ਪਰਮੇਸ਼ਵਰ ਨੂੰ ਖ਼ੁਸ਼ ਕਰਨ ਲਈ ਕੰਮ ਕਰੇ। ਉਦਾਹਰਣ ਵੱਜੋਂ ਅਰਜੁਨ ਖੱਤਰੀ ਸੀ। ਉਹ ਦੂਜੇ ਪਾਸਿਉਂ ਜੰਗ ਕਰਨ ਤੋਂ ਬੱਚ ਰਿਹਾ ਸੀ। ਪਰ ਜੇਕਰ ਅਜਿਹਾ ਜੰਗ ਭਗਵਾਨ ਕ੍ਰਿਸ਼ਨ ਲਈ ਕਰਨਾ ਪਵੇ ਤਾਂ ਪਤਨ ਤੋਂ ਘਬਰਾਉਣ ਦੀ ਲੋੜ ਨਹੀਂ ਹੋਣੀ ਚਾਹੀਦੀ। ਕਦੀ-ਕਦੀ ਵਪਾਰਕ ਖੇਤਰ ਵਿਚ ਵੀ ਵਿਉਪਾਰੀ ਨੂੰ ਲਾਭ ਕਮਾਉਣ ਲਈ ਝੂਠ ਬੋਲਣਾ ਪੈਂਦਾ ਹੈ। ਜੇਕਰ ਉਹ ਅਜਿਹਾ ਨਾ ਕਰੇ ਤਾਂ ਉਸਨੂੰ ਲਾਭ ਨਹੀਂ ਹੋ ਸਕਦਾ। ਕਦੀ-ਕਦੀ ਵਿਉਪਾਰੀ ਕਹਿੰਦਾ ਹੈ - 'ਓ ਮੇਰੇ ਗਾਹਕ ਭਾਈ! ਮੈਂ ਤੈਥੋਂ ਕੋਈ ਕਮਾਈ ਨਹੀਂ ਕਰ ਰਿਹਾ।' ਪਰ ਸਾਨੂੰ ਇਹ ਸਮਝਣਾ ਚਾਹੀਦਾ ਹੈ ਕਿ ਵਿਉਪਾਰੀ ਬਗੈਰ ਲਾਭ ਦੇ ਜਿਉਂਦਾ ਨਹੀਂ ਰਹਿ ਸਕਦਾ। ਇਸ ਲਈ ਜੇਕਰ ਵਿਉਪਾਰੀ ਇਹ ਕਹਿੰਦਾ ਹੈ, ਕਿ ਉਹ ਕੋਈ ਕਮਾਈ ਨਹੀਂ ਕਰ ਰਿਹਾ ਤਾਂ ਇਸਨੂੰ ਇੱਕ ਸਿੱਧਾ ਝੂਠ ਸਮਝਣਾ ਚਾਹੀਦਾ ਹੈ। ਪਰ ਵਿਉਪਾਰੀ ਨੂੰ ਇਹ ਨਹੀਂ ਸੋਚਣਾ ਚਾਹੀਦਾ ਕਿਉਂਕਿ ਉਹ ਅਜਿਹੇ ਕੰਮ ਵਿਚ ਲਗਿਆ ਹੈ, ਜਿਸ ਵਿਚ ਝੂਠ ਬੋਲਣਾ ਜ਼ਰੂਰੀ ਹੈ। ਇਸ ਲਈ ਉਸਨੂੰ, ਇਹ ਕਾਰੋਬਾਰ (ਵੈਸ਼ ਕਰਮ) ਨੂੰ ਛੱਡਕੇ ਬ੍ਰਾਹਮਣ ਦੇ ਕੰਮ ਗ੍ਰਹਿਣ ਕਰਨੇ ਚਾਹੀਦੇ ਹਨ। ਇਸਦੀ ਸ਼ਾਸ਼ਤਰਾਂ ਵਿਚ ਸਿਫਾਰਿਸ਼ ਨਹੀਂ ਕੀਤੀ ਗਈ। ਭਾਵੇਂ ਕੋਈ ਖੱਤਰੀ ਹੋਵੇ, ਵੈਸ਼ ਹੋਵੇ ਜਾਂ ਸ਼ੂਦਰ ਜੇਕਰ ਉਹ ਇਸ ਕੰਮ ਵਿਚ ਭਗਵਾਨ ਦੀ ਸੇਵਾ ਕਰਦਾ ਹੈ, ਤਾਂ ਕੋਈ ਇੱਤਰਾਜ ਨਹੀਂ ਹੈ। ਕਦੀ-ਕਦੀ ਵੱਖੋ-ਵੱਖਰੇ ਯੱਗਾਂ ਨੂੰ ਸੰਪੰਨ ਕਰਦੇ ਹੋਏ ਬ੍ਰਾਹਮਣਾਂ ਨੂੰ ਵੀ ਪਸ਼ੂਆਂ ਦੀ ਹੱਤਿਆ ਕਰਨੀ ਹੁੰਦੀ ਹੈ, ਕਿਉਂਕਿ ਇਸ ਅਨੁਸ਼ਠਾਨ (ਸ਼ਾਸ਼ਤਰ ਵਿਧੀਆਂ) ਵਿਚ ਪਸ਼ੂ ਦੀ ਬਲੀ ਦੇਣੀ ਪੈਂਦੀ ਹੈ। ਇਸੇ ਤਰ੍ਹਾਂ ਜੇ ਖੱਤਰੀ ਆਪਣੇ ਕੰਮ ਵਿਚ ਲੱਗਿਆ ਰਹਿਕੇ ਦੁਸ਼ਮਣ ਨੂੰ ਮਾਰਦਾ ਹੈ ਤਾਂ ਉਸਨੂੰ ਪਾਪ ਨਹੀਂ ਲਗਦਾ। ਤੀਜੇ ਅਧਿਆਇ ਵਿਚ ਇਨ੍ਹਾਂ ਗੱਲਾਂ ਦੀ ਸਪਸ਼ਟ ਅਤੇ ਵਿਸਥਾਰ ਨਾਲ ਵਿਆਖਿਆ ਹੋ ਚੁੱਕੀ ਹੈ। ਹਰ ਮਨੁੱਖ ਨੂੰ ਯੱਗ ਲਈ ਜਾਂ ਭਗਵਾਨ ਵਿਸ਼ਨੂੰ ਲਈ ਕੰਮ ਕਰਨਾ ਚਾਹੀਦਾ ਹੈ। ਸਿਰਫ਼ ਆਪਣੀਆਂ ਇੰਦਰੀਆਂ ਦੀ ਤ੍ਰਿਪਤੀ ਲਈ ਕੀਤਾ ਗਿਆ ਕੋਈ ਵੀ ਕੰਮ ਬੰਧੰਨ ਦਾ ਕਾਰਨ ਹੈ। ਸਿੱਟਾ ਇਹ ਨਿਕਲਿਆ ਕਿ ਮਨੁੱਖ ਨੂੰ ਚਾਹੀਦਾ ਹੈ ਕਿ ਆਪਣੇ ਰਾਹੀਂ ਇੱਕੱਠੇ ਕੀਤੇ ਖ਼ਾਸ ਗੁਣਾਂ ਮੁਤਾਬਿਕ ਕੰਮ ਵਿਚ ਲੱਗੇ ਅਤੇ ਪਰਮੇਸ਼ਵਰ ਦੀ ਸੇਵਾ ਕਰਨ ਲਈ ਹੀ ਕੰਮ ਕਰਨ ਦਾ ਨਿਸ਼ਚੈ ਕਰੇ।

सहजं कर्म कौन्तेय सदोषमपि न त्यजेत् ।
सर्वारम्भा हि दोषेण धूमेनाग्निरिवावृता: ॥ ४८ ॥

ਸਹ-ਜਮ੍ ਕਰ੍ਮ ਕੌਂਤੇਯ ਸ-ਦੋਸ਼ਮ੍ ਅਪਿ ਨ ਤ੍ਯਜੇਤ੍ ।
ਸਰ੍ਵਾਰਮ੍ਭਾ ਹਿ ਦੋਸ਼ੇਣ ਧੂਮੇਨਾਗ੍ਨਿਰ ਇਵਾਵ੍ਰਿਤਹ੍ ॥ 48 ॥

ਸਹ ਜਮ੍-ਇਕੱਠੇ ਜਨਮੇ ; **ਕਰ੍ਮ**-ਕੰਮ ; **ਕੌਂਤੇਯ**-ਹੇ ਕੁੰਤੀ ਪੁੱਤਰ ; **ਸ-ਦੋਸ਼ਮ**-ਦੋਸ਼ ਭਰਿਆ ; **ਅਪਿ**-ਭਾਵੇਂ ; **ਨ**-ਕਦੀ ਨਹੀਂ ; **ਤ੍ਯਜੇਤ੍**-ਤਿਆਗਣਾ ਚਾਹੀਦਾ ; **ਸਰ੍ਵ-ਆਰਮ੍ਭਾਹ੍**-ਸਾਰੇ ਕੰਮ ; **ਹਿ**-ਨਿਸ਼ਚੈ ਹੀ ; **ਦੋਸ਼ੇਣ**-ਦੋਸ਼ ਨਾਲ ; **ਧੂਮੇਨ**-ਧੂੰਏ ਨਾਲ ; **ਅਗ੍ਨਿਹ੍**-ਅੱਗ ; **ਇਵ**-ਵਾਂਗ; **ਆਵ੍ਰਿਤਾਹ੍**-ਢੱਕੇ ਹੋਏ ।

ਅਨੁਵਾਦ

ਹਰ ਯਤਨ ਕਿਸੇ ਨਾ ਕਿਸੇ ਦੋਸ਼ ਨਾਲ ਘਿਰਿਆ ਹੋਇਆ ਹੁੰਦਾ ਹੈ, ਜਿਵੇਂ ਅੱਗ ਧੂੰਏਂ ਨਾਲ ਘਿਰੀ ਰਹਿੰਦੀ ਹੈ । ਇਸ ਲਈ ਹੇ ਕੁੰਤੀ ਪੁੱਤਰ! ਮਨੁੱਖ ਨੂੰ ਚਾਹੀਦਾ ਹੈ ਕਿ ਸੁਭਾਅ ਤੋਂ ਪੈਦਾ ਹੋਏ ਕੰਮ ਨੂੰ, ਭਾਵੇਂ ਉਹ ਪੂਰੀ ਤਰ੍ਹਾਂ ਦੋਸ਼ ਨਾਲ ਭਰਿਆ ਹੀ ਕਿਉਂ ਨਾ ਹੋਵੇ ਕਦੀ ਨਹੀਂ ਛੱਡਣਾ ਚਾਹੀਦਾ ।

ਭਾਵ

ਬੱਧ ਜੀਵਨ ਵਿਚ ਸਾਰਾ ਕੰਮ ਭੌਤਿਕ ਗੁਣਾਂ ਨਾਲ ਦੂਸ਼ਿਤ ਰਹਿੰਦਾ ਹੈ । ਇੱਥੋਂ ਤਕ ਕਿ ਬ੍ਰਾਹਮਣ ਤਕ ਨੂੰ ਅਜਿਹੇ ਯੱਗ ਕਰਨੇ ਪੈਂਦੇ ਹਨ ਜਿਨ੍ਹਾਂ ਵਿਚ ਪਸ਼ੂ ਹੱਤਿਆ ਜ਼ਰੂਰੀ ਹੈ । ਇਸ ਤਰ੍ਹਾਂ ਖਤਰੀ ਭਾਵੇਂ ਕਿੰਨਾ ਵੀ ਪਵਿੱਤਰ ਕਿਉਂ ਨਾ ਹੋਵੇ, ਉਸਨੂੰ ਦੁਸ਼ਮਣ ਨਾਲ ਜੰਗ ਕਰਨੀ ਪੈਂਦੀ ਹੈ । ਉਹ ਇਸ ਤੋਂ ਬੱਚ ਨਹੀਂ ਸਕਦਾ । ਇਸੇ ਤਰ੍ਹਾਂ ਇੱਕ ਵਿਉਪਾਰੀ ਨੂੰ ਭਾਵੇਂ ਉਹ ਕਿੰਨਾ ਵੀ ਪਵਿੱਤਰ ਕਿਉਂ ਨਾ ਹੋਵੇ, ਆਪਣੇ ਵਿਉਪਾਰ ਵਿਚ ਸਥਿਰ ਰਹਿਣ ਲਈ ਕਦੀ-ਕਦੀ ਲਾਭ ਨੂੰ ਛੁਪਾਣਾ ਵੀ ਪੈਂਦਾ ਹੈ, ਜਾਂ ਕਦੀ-ਕਦੀ ਕਾਲਾ ਬਜ਼ਾਰ ਚਲਾਣਾ ਪੈਂਦਾ ਹੈ । ਇਹ ਗੱਲਾਂ ਜ਼ਰੂਰੀ ਹਨ, ਇਨ੍ਹਾਂ ਤੋਂ ਬਚਿਆ ਨਹੀਂ ਜਾ ਸਕਦਾ । ਇਸੇ ਤਰ੍ਹਾਂ ਜੇ ਸ਼ੂਦਰ ਹੋ ਕੇ ਬੁਰੇ ਸਵਾਮੀ ਦੀ ਸੇਵਾ ਕਰਨੀ ਪਵੇ ਤਾਂ ਉਸਨੂੰ ਸਵਾਮੀ ਦੀ ਆਗਿਆ ਨੂੰ ਮੰਨਣਾ ਪੈਂਦਾ ਹੈ, ਭਾਂਵੇਂ ਅਜਿਹਾ ਨਹੀਂ ਹੋਣਾ ਚਾਹੀਦਾ । ਇਨ੍ਹਾਂ ਸਾਰੇ ਦੋਸ਼ਾਂ ਦੇ ਹੁੰਦਿਆਂ ਹੋਇਆਂ ਵੀ ਮਨੁੱਖ ਨੂੰ ਆਪਣੇ ਨਿਰਧਾਰਿਤ ਫਰਜ਼ ਨਿਭਾਉਂਦੇ ਰਹਿਣਾ ਚਾਹੀਦਾ ਹੈ, ਕਿਉਂਕਿ ਉਹ ਉਸਦੇ ਆਪਣੇ ਸੁਭਾਅ ਤੋਂ ਪੈਦਾ ਹੋਏ ਹਨ ।

ਇੱਥੇ ਇੱਕ ਬਹੁਤ ਸੋਹਣਾ ਉਦਾਹਰਣ ਦਿੱਤਾ ਜਾਂਦਾ ਹੈ, ਭਾਵੇਂ ਅੱਗ ਸ਼ੁੱਧ ਹੁੰਦੀ ਹੈ ਤਾਂ ਵੀ ਇਸ ਵਿਚ ਧੂੰਆਂ ਰਹਿੰਦਾ ਹੈ । ਪਰ ਇਸਦੇ ਬਾਵਜੂਦ ਵੀ ਧੂਆਂ ਅੱਗ ਨੂੰ ਅਸ਼ੁੱਧ ਨਹੀਂ ਕਰ ਸਕਦਾ । ਅੱਗ ਵਿਚ ਧੂੰਆਂ ਹੋਣ ਦੇ ਬਾਵਜੂਦ ਵੀ ਅੱਗ ਸਾਰੇ ਤੱਤਾਂ ਵਿਚੋਂ ਸਭ ਤੋਂ ਵੱਧ ਸ਼ੁੱਧ ਮੰਨੀ ਜਾਂਦੀ ਹੈ। ਜੇ ਕੋਈ ਖੱਤਰੀ ਦੇ ਕੰਮ ਨੂੰ ਛੱਡਕੇ ਬ੍ਰਾਹਮਣ ਦੇ ਕੰਮ ਕਰਨਾ ਪਸੰਦ ਕਰਦਾ ਹੈ, ਤਾਂ ਉਸਨੂੰ ਇਹ ਨਿਸ਼ਚਿਤ ਨਹੀਂ ਕਿ, ਬ੍ਰਾਹਮਣ ਕੰਮ ਵਿਚ ਕੋਈ ਨਾ ਚੰਗੇ ਲਗਣ ਵਾਲੇ ਕੰਮ ਨਹੀਂ ਹੋਣਗੇ । ਇਸ ਲਈ ਕੋਈ ਇਹ ਸਿੱਟਾ ਕੱਢ ਸਕਦਾ ਹੈ, ਕਿ ਸੰਸਾਰ ਵਿਚ ਪ੍ਰਕਿਰਤੀ ਦੇ ਦੂਸ਼ਣ ਤੋਂ ਕੋਈ ਵੀ ਪੂਰੀ ਤਰ੍ਹਾਂ ਮੁਕਤ ਨਹੀਂ ਹੈ । ਇਸ ਪ੍ਰਸੰਗ ਵਿਚ ਅੱਗ ਅਤੇ ਧੂੰਏਂ ਦਾ ਉਦਾਹਰਣ ਬਹੁਤ ਹੀ ਢੁਕਵਾਂ

ਹੈ । ਜੇ ਸਰਦੀਆਂ ਵਿਚ ਕੋਈ ਅੱਗ ਵਿਚੋਂ ਕੋਲਾ ਕੱਢਦਾ ਹੈ ਤਾਂ ਕਦੀ-ਕਦੀ ਧੂੰਏਂ ਨਾਲ ਅੱਖਾਂ ਅਤੇ ਸ਼ਰੀਰ ਦਾ ਹੋਰ ਹਿੱਸਾ ਦੁੱਖਣ ਲਗ ਜਾਂਦਾ ਹੈ, ਪਰ ਇੰਨ੍ਹਾਂ ਉਲਟ ਪਰਸਥਿਤੀਆਂ ਦੇ ਬਾਵਜੂਦ ਵੀ ਅੱਗ ਦਾ ਉਪਯੋਗ ਕੀਤਾ ਜਾਣਾ ਚਾਹੀਦਾ ਹੈ । ਇਸ ਕਰਕੇ ਕਿਸੇ ਨੂੰ ਆਪਣੇ ਸੁਭਾਵਿਕ ਕੰਮ ਨੂੰ ਇਸ ਲਈ ਨਹੀਂ ਛੱਡਣਾ ਚਾਹੀਦਾ ਕਿ ਕੁਝ ਰੁਕਾਵਟ ਵਾਲੇ ਤੱਤ ਆ ਗਏ ਹਨ । ਸਗੋਂ ਮਨੁੱਖ ਨੂੰ ਚਾਹੀਦਾ ਹੈ ਕਿ ਕ੍ਰਿਸ਼ਨ ਭਾਵਨਾ ਵਿਚ ਰਹਿਕੇ ਆਪਣੇ ਪੇਸ਼ੇ ਸੰਬੰਧੀ ਕਰਤੱਵਾਂ ਨਾਲ ਪਰਮੇਸ਼ਵਰ ਦੀ ਸੇਵਾ ਕਰਨ ਦਾ ਸੰਕਲਪ ਲਵੇ। ਇਹੋ ਸਿੱਧ ਅਵਸਥਾ ਹੈ । ਜਦੋਂ ਕੋਈ ਵੀ ਵਿਸ਼ੇਸ਼ ਕੰਮ ਭਗਵਾਨ ਨੂੰ ਪ੍ਰਸੰਨ ਕਰਨ ਲਈ ਕੀਤਾ ਜਾਂਦਾ ਹੈ ਤਾਂ ਉਸ ਕੰਮ ਦੇ ਸਾਰੇ ਦੋਸ਼ ਸ਼ੁੱਧ ਹੋ ਜਾਂਦੇ ਹਨ। ਜਦੋਂ ਭਗਤੀ ਨਾਲ ਸੰਬੰਧਿਤ ਕਰਮ ਫਲ ਸ਼ੁੱਧ ਹੋ ਜਾਂਦੇ ਹਨ, ਤਾਂ ਮਨੁੱਖ ਆਪਣੇ ਆਤਮ ਦਾ ਦਰਸ਼ਨ ਕਰ ਸਕਦਾ ਹੈ ਅਤੇ ਇਹੋ ਆਤਮ -ਪ੍ਰਤੱਖੀਕਰਨ ਹੈ ।

असक्तबुद्धिः सर्वत्र जितात्मा विगतस्पृहः ।
नैष्कर्म्यसिद्धिं परमां सन्न्यासेनाधिगच्छति ॥ ४९ ॥

ਅਸਕ੍ਤ ਬੁਦ੍ਧਿਹ੍ ਸਰ੍ਵਤ੍ਰ ਜਿੱਤਾਤ੍ਮਾ ਵਿਗਤ-ਸ੍ਪ੍ਰਿਹਹ੍ ।
ਨੈਸ਼੍ਕਰ੍ਮ੍ਯ ਸਿਦ੍ਧਿਮ੍ ਪਰਮਾਮ੍ ਸੰਨ੍ਯਾਸੇਨਾਧਿਗਚ੍ਛਤਿ ॥ 49 ॥

ਅਸਕ੍ਤ-ਬੁਦ੍ਧਿਹ੍-ਆਸਕਤੀ (ਮੋਹ) ਰਹਿਤ ਬੁੱਧੀ ਵਾਲਾ ; **ਸਰ੍ਵਤ੍ਰ**-ਹਰ ਥਾਈਂ ; **ਜਿੱਤ-ਆਤ੍ਮਾ**-ਮਨ ਦੇ ਉਪਰ ਸੰਜਮ ਰੱਖਣ ਵਾਲਾ ; **ਵਿਗਤ ਸ੍ਪ੍ਰਿਹਹ੍**-ਭੌਤਿਕ ਇੱਛਾਵਾਂ ਤੋਂ ਰਹਿਤ ; **ਨੈਸ਼੍ਕਰ੍ਮ੍ਯ-ਸਿਦ੍ਧਿਮ੍**-ਕਿਰਿਆ ਤੋਂ ਮੁਕਤੀ ਵਿਚ ਮਾਹਿਰਤਾ ; **ਪਰਮਾਮ੍** -ਪਰਮ ; **ਸੰਨ੍ਯਾਸੇਨ**-ਸੰਨਿਆਸੀ ਰਾਹੀਂ ; **ਅਧਿ ਗਚ੍ਛਤਿ**-ਪ੍ਰਾਪਤ ਕਰਦਾ ਹੈ ।

ਅਨੁਵਾਦ

ਜਿਹੜਾ ਆਤਮ ਸੰਜਮੀ ਅਤੇ ਆਸਕਤੀ ਤੋਂ ਰਹਿਤ ਹੈ ਅਤੇ ਜਿਹੜਾ ਸਾਰੇ ਭੌਤਿਕ ਭੋਗਾਂ ਦੀ ਪਰਵਾਹ ਨਹੀਂ ਕਰਦਾ, ਉਹ ਵੈਰਾਗ ਦੇ ਅਭਿਆਸ ਰਾਹੀਂ ਕਰਮ ਫਲ ਤੋਂ ਮੁਕਤੀ ਦੀ ਸਭ ਤੋਂ ਉਚੇਰੀ ਸਿੱਧ ਅਵਸਥਾ ਪ੍ਰਾਪਤ ਕਰ ਸਕਦਾ ਹੈ ।

ਭਾਵ

ਸੱਚੇ ਸੰਨਿਆਸ ਦਾ ਅਰਥ ਹੈ ਕਿ ਮਨੁੱਖ ਹਮੇਸ਼ਾਂ ਆਪਣੇ ਆਪ ਨੂੰ ਪਰਮੇਸ਼ਵਰ ਦਾ ਅੰਸ਼ ਮੰਨਕੇ ਇਹ ਸੋਚੇ ਕਿ ਉਸਨੂੰ ਆਪਣੇ ਕੰਮ ਦੇ ਫਲ ਨੂੰ ਭੋਗਣ ਦਾ ਕੋਈ ਅਧਿਕਾਰ ਨਹੀਂ ਹੈ। ਕਿਉਂਕਿ ਉਹ ਪਰਮੇਸ਼ਵਰ ਦਾ ਅੰਸ਼ ਹੈ, ਇਸ ਲਈ ਉਸਦੇ ਕੰਮ ਦਾ ਫਲ ਪਰਮੇਸ਼ਵਰ ਰਾਹੀਂ ਭੋਗਿਆ ਜਾਣਾ ਚਾਹੀਦਾ ਹੈ, ਇਹੋ ਅਸਲ ਵਿਚ ਕ੍ਰਿਸ਼ਨ ਭਾਵਨਾ ਅੰਮ੍ਰਿਤ ਹੈ । ਜਿਹੜਾ ਮਨੁੱਖ ਕ੍ਰਿਸ਼ਨ ਭਾਵਨਾ ਵਿਚ ਸਥਿਤ ਹੋ ਕੇ ਕੰਮ ਕਰਦਾ ਹੈ, ਉਹੀ ਅਸਲ ਸੰਨਿਆਸੀ ਹੈ । ਅਜਿਹੀ ਮਨੋਭਾਵਨਾ ਹੋਣ ਨਾਲ ਮਨੁੱਖ ਸੰਤੁਸ਼ਟ ਰਹਿੰਦਾ ਹੈ, ਕਿਉਂਕਿ ਉਹ ਅਸਲ ਵਿਚ ਭਗਵਾਨ ਲਈ ਕੰਮ ਕਰ

ਰਿਹਾ ਹੁੰਦਾ ਹੈ। ਇੰਝ ਉਹ ਕਿਸੇ ਵੀ ਭੌਤਿਕ ਚੀਜ਼ ਲਈ ਆਸਕਤ ਨਹੀਂ ਹੁੰਦਾ। ਉਹ ਭਗਵਾਨ ਦੀ ਸੇਵਾ ਤੋਂ ਪ੍ਰਾਪਤ ਅਲੌਕਿਕ ਸੁਖ ਤੋਂ ਇਲਾਵਾ ਕਿਸੇ ਵੀ ਚੀਜ਼ ਵਿਚ ਆਨੰਦ ਨਾ ਲੈਣ ਦਾ ਆਦੀ ਹੋ ਜਾਂਦਾ ਹੈ। ਸੰਨਿਆਸੀ ਨੂੰ ਪਹਿਲੇ ਕੰਮ ਕਾਰਾਂ ਦੇ ਬੰਧੰਨ ਤੋਂ ਮੁਕਤ ਮੰਨਿਆ ਜਾਂਦਾ ਹੈ, ਪਰ ਜਿਹੜਾ ਮਨੁੱਖ ਕ੍ਰਿਸ਼ਨ ਭਾਵਨਾ ਅੰਮ੍ਰਿਤ ਵਿਚ ਹੁੰਦਾ ਹੈ, ਉਹ ਬਗੈਰ ਸੰਨਿਆਸ ਲਏ ਹੀ ਇਹ ਸਿੱਧੀ ਪ੍ਰਾਪਤ ਕਰ ਲੈਂਦਾ ਹੈ। ਮਨ ਦੀ ਇਸ ਤਰ੍ਹਾਂ ਦੀ ਸਥਿਤੀ **ਯੋਗਾਰੂਢ** ਜਾਂ ਯੋਗ ਦੀ ਸਿੱਧ ਅਵਸਥਾ ਕਹਾਉਂਦੀ ਹੈ। ਜਿਵੇਂ ਕਿ ਤੀਜੇ ਅਧਿਆਇ ਵਿਚ ਪੁਸ਼ਟੀ ਕੀਤੀ ਹੋਈ ਹੈ - **ਯਸ੍ ਤ੍ਵ੍ ਆਤ੍ਮ ਰਤਿਰ੍ ਏਵ ਸ੍ਯਾਤ੍** - ਜਿਹੜਾ ਮਨੁੱਖ ਆਪਣੇ ਆਪ ਵਿਚ ਸੰਤੁਸ਼ਟ ਰਹਿੰਦਾ ਹੈ, ਉਸ ਨੂੰ ਆਪਣੇ ਕੰਮ ਤੋਂ ਕਿਸੇ ਤਰ੍ਹਾਂ ਦੇ ਬੰਧੰਨ ਦਾ ਡਰ ਨਹੀਂ ਰਹਿੰਦਾ।

सिद्धिं प्राप्तो यथा ब्रह्म तथाप्नोति निबोध मे ।
समासेनैव कौन्तेय निष्ठा ज्ञानस्य या परा ॥ ५० ॥

ਸਿਦ੍ਧਿਮ੍ ਪ੍ਰਾਪਤੋ ਬ੍ਰਹ੍ਮ ਤਥਾਪ੍ਨੋਤਿ ਨਿਬੋਧ ਮੇ ।
ਸਮਾਸੇਨੈਵ ਕੌਂਤੇਯ ਨਿਸ਼੍ਠਾ ਗ੍ਯਾਨਸ੍ਯ ਯਾ ਪਰਾ ॥ 50 ॥

ਸਿਦਧਿਮ-ਸਿੱਧੀ ਨੂੰ ; **ਪ੍ਰਾਪਤਹ**-ਪ੍ਰਾਪਤ ਕੀਤਾ ਹੋਇਆ ; **ਯਥਾ**-ਜਿਵੇਂ ; **ਬ੍ਰਹਮ**- ਬ੍ਰਹਮ ; **ਤਥਾ**-ਉਸੇ ਤਰ੍ਹਾਂ ; **ਆਪ੍ਨੋਤਿ**-ਪ੍ਰਾਪਤ ਕਰਦਾ ਹੈ ; **ਨਿਬੋਧ**-ਸਮਝਣ ਦਾ ਯਤਨ ਕਰੋ ; **ਮੇ**-ਮੈਥੋਂ; **ਸਮਾਸੇਨ**-ਸੰਖੇਪ ਵਿਚ ; **ਏਵ**-ਨਿਸ਼ਚੈ ਹੀ ; **ਕੌਂਤੇਯ**-ਹੇ ਕੁੰਤੀ ਪੁੱਤਰ ; **ਨਿਸ਼ਠਾ**-ਅਵਸਥਾ ; **ਗਯਾਨਸਯ**-ਗਿਆਨ ਦੀ ; **ਯਾ**-ਜਿਹੜੀ ; **ਪਰਾ**-ਅਲੌਕਿਕ।

ਅਨੁਵਾਦ

ਹੇ ਕੁੰਤੀ ਪੁੱਤਰ! ਜਿਵੇਂ, ਇਸ ਸਿੱਧੀ ਨੂੰ ਪ੍ਰਾਪਤ ਹੋਇਆ ਮਨੁੱਖ, ਪਰਮ ਸਿੱਧ ਅਵਸਥਾ ਅਰਥਾਤ ਬ੍ਰਹਮ ਨੂੰ , ਜਿਹੜੀ ਸਭ ਤੋਂ ਉਚੇਰੇ ਗਿਆਨ ਦੀ ਅਵਸਥਾ ਹੈ, ਪ੍ਰਾਪਤ ਕਰਦਾ ਹੈ, ਉਸ ਬਾਰੇ ਮੈਂ ਸੰਖੇਪ ਵਿਚ ਤੁਹਾਨੂੰ ਦੱਸਦਾ ਹਾਂ, ਤੁਸੀਂ ਸੁਣੋ।

ਭਾਵ

ਭਗਵਾਨ ਅਰਜੁਨ ਨੂੰ ਦੱਸਦੇ ਹਨ ਕਿ ਕਿੰਝ ਕੋਈ ਮਨੁੱਖ ਸਿਰਫ਼ ਆਪਣੇ ਪੇਸ਼ੇ ਸੰਬੰਧੀ ਕਰਤੱਵਾਂ ਵਿਚ ਲੱਗਕੇ ਪਰਮ ਸਿੱਧ ਅਵਸਥਾ ਨੂੰ ਪ੍ਰਾਪਤ ਕਰ ਸਕਦਾ ਹੈ, ਜੇ ਇਹ ਕੰਮ ਭਗਵਾਨ ਲਈ ਕੀਤਾ ਗਿਆ ਹੋਵੇ। ਜੇ ਮਨੁੱਖ ਆਪਣੇ ਕੰਮ ਦੇ ਫਲ ਨੂੰ ਪਰਮੇਸ਼ਵਰ ਦੀ ਪ੍ਰਸੰਨਤਾ ਲਈ ਹੀ ਤਿਆਗ ਦਿੰਦਾ ਹੈ, ਤਾਂ ਉਸਨੂੰ ਬ੍ਰਹਮ ਦੀ ਚਰਮ ਅਵਸਥਾ ਪ੍ਰਾਪਤ ਹੋ ਜਾਂਦੀ ਹੈ। ਇਹ ਆਤਮ-ਪ੍ਰਤੱਖੀਕਰਨ ਦੀ ਵਿਧੀ ਹੈ। ਗਿਆਨ ਦੀ ਅਸਲ ਸਿੱਧੀ, ਸ਼ੁੱਧ ਕ੍ਰਿਸ਼ਨ ਭਾਵਨਾ ਪ੍ਰਾਪਤ ਕਰਨ ਵਿਚ ਹੈ। ਇਸਦਾ ਵਰਣਨ ਅਗਲੇ ਸ਼ਲੋਕ ਵਿਚ ਕੀਤਾ ਗਿਆ ਹੈ।

बुद्ध्या विशुद्धया युक्तो धृत्यात्मानं नियम्य च ।
शब्दादीन्विषयांस्त्यक्त्वा रागद्वेषौ व्युदस्य च ॥ ५१ ॥

विविक्तसेवी लघ्वाशी यतवाक्कायमानसः ।
ध्यानयोगपरो नित्यं वैराग्यं समुपाश्रितः ॥ ५२ ॥
अहङ्कारं बलं दर्पं कामं क्रोधं परिग्रहम् ।
विमुच्य निर्ममः शान्तो ब्रह्मभूयाय कल्पते ॥ ५३ ॥

ਬੁਦ੍ਧ੍ਯਾ ਵਿਸ਼ੁਦ੍ਧਯਾ ਯੁਕ੍ਤੋ ਧ੍ਰਿਤ੍ਯਾਤ੍ਮਾਨਮ੍ ਨਿਯਮ੍ਯ ਚ ।
ਸ਼ਬਦਾਦੀਨ੍ ਵਿਸ਼ਯਾਮਸ੍ ਤ੍ਯਕ੍ਤ੍ਵਾ ਰਾਗ-ਦ੍ਵੇਸ਼ੌ ਵ੍ਯੁਦਸ੍ਯ ਚ ॥ 51 ॥

ਵਿਵਿਕ੍ਤ-ਸੇਵੀ ਲਘ੍ਵ-ਆਸ਼ੀ ਯਤ-ਵਾਕ੍-ਕਾਯ-ਮਾਨਸਹ੍ ।
ਧ੍ਯਾਨ-ਯੋਗ-ਪਰੋ ਨਿਤ੍ਯਮ੍ ਵੈਰਾਗ੍ਯਮ੍ ਸਮੁਪਾਸ਼੍ਰਿਤਹ੍ ॥ 52 ॥
ਅਹੰਕਾਰਮ੍ ਬਲਮ੍ ਦਰ੍ਪਮ੍ ਕਾਮਮ੍ ਕ੍ਰੋਧਮ੍ ਪਰਿਗ੍ਰਹਮ੍ ।
ਵਿਮੁਚ੍ਯ ਨਿਰਮਮਹ੍ ਸ਼ਾਂਤੋ ਬ੍ਰਹਮ-ਭੂਯਾਯ ਕਲ੍ਪਤੇ ॥ 53 ॥

ਬੁਦ੍ਧ੍ਯਾ-ਬੁੱਧੀ ਨਾਲ ; **ਵਿਸ਼ੁਦ੍ਧਯਾ**-ਬਿਲਕੁਲ ਸ਼ੁੱਧ ; **ਯੁਕ੍ਤਹ੍**-ਲਗੇ ; **ਧ੍ਰਿਤ੍ਯਾ**- ਦ੍ਰਿੜਤਾ ਨਾਲ ; **ਆਤ੍ਮਾਨਮ੍**-ਆਪਣੇ ਆਪ ਨੂੰ ; **ਨਿਯਮ੍ਯ**-ਕਾਬੂ ਵਿਚ ਕਰਕੇ ; **ਚ**-ਵੀ ; **ਸ਼ਬਦ ਆਦੀਨ੍**-ਸ਼ਬਦ ਆਦਿ ; **ਵਿਸ਼ਯਾਨ੍**-ਇੰਦਰੀਆਂ ਦੇ ਵਿਸ਼ਿਆਂ ਨੂੰ ; **ਤ੍ਯਕ੍ਤ੍ਵਾ**- ਤਿਆਗ ਕੇ ; **ਰਾਗ**-ਆਸਕਤੀ (ਮੋਹ) ; **ਦ੍ਵੇਸ਼ੌ**-ਅਤੇ ਘ੍ਰਿਣਾ ਨੂੰ ; **ਵ੍ਯੁਦਸ੍ਯ**-ਇੱਕ ਪਾਸੇ ਰੱਖਕੇ ; **ਚ**-ਵੀ ; **ਵਿਵਿਕ੍ਤ-ਸੇਵੀ**-ਇੱਕਾਂਤ ਥਾਂ ਤੇ ਰਹਿੰਦੇ ਹੋਏ ; **ਲਘ੍-ਆਸ਼ੀ**-ਥੋੜ੍ਹਾ ਭੋਜਨ ਕਰਨ ਵਾਲਾ ; **ਯਤ**-ਕਾਬੂ ਵਿਚ ਕਰਕੇ ; **ਵਾਕ੍**-ਬਾਣੀ ; **ਕਾਯ**-ਸ਼ਰੀਰ ; **ਮਾਨਸਹ੍**-ਅਤੇ ਮਨ ਨੂੰ ; **ਧ੍ਯਾਨ-ਯੋਗ-ਪਰਹ੍**-ਸਮਾਧੀ ਵਿਚ ਲੀਨ ; **ਨਿਤ੍ਯਮ੍**-ਚੌਵੀ ਘੰਟੇ ; **ਵੈਰਾਗ੍ਯਮ੍**-ਵੈਰਾਗ ਦਾ ; **ਸਮੁਪਾਸ਼੍ਰਿਤਹ੍**-ਸ਼ਰਨ ਲੈ ਕੇ ; **ਅਹੰਕਾਰਮ੍**-ਝੂਠੇ ਹੰਕਾਰ ਨੂੰ ; **ਬਲਮ੍**-ਝੂਠੀ ਤਾਕਤ ਨੂੰ ; **ਦਰ੍ਪਮ੍**-ਝੂਠੇ ਘੁਮੰਡ ਨੂੰ ; **ਕਾਮਮ੍**-ਕਾਮ ਨੂੰ ; **ਕ੍ਰੋਧਮ੍**-ਕ੍ਰੋਧ ਨੂੰ ; **ਪਰਿਗ੍ਰਹਮ੍**- ਅਤੇ ਭੌਤਿਕ ਚੀਜ਼ਾਂ ਦੇ ਸੰਗ੍ਰਿਹ ਨੂੰ ; **ਵਿਮੁਚ੍ਯ**-ਤਿਆਗ ਕੇ ; **ਨਿਰ੍ਮਮਹ੍**-ਮਾਲਕੀਅਤ ਦੀ ਭਾਵਨਾ ਤੋਂ ਰਹਿਤ ; **ਸ਼ਾਂਤਹ੍**-ਸ਼ਾਤ ; **ਬ੍ਰਹਮ ਭੂਯਾਯ**-ਆਤਮ-ਪ੍ਰਤੱਖੀਕਰਨ ਲਈ ; **ਕਲ੍ਪਤੇ**-ਯੋਗ ਹੋ ਜਾਂਦਾ ਹੈ ।

ਅਨੁਵਾਦ

ਆਪਣੀ ਬੁੱਧੀ ਨਾਲ ਸ਼ੁੱਧ ਹੋ ਕੇ, ਅਤੇ ਧੀਰਤਾ ਤੇ ਦ੍ਰਿੜਤਾ ਨਾਲ ਮਨ ਨੂੰ ਕਾਬੂ ਵਿਚ ਕਰਦੇ ਹੋਏ, ਇੰਦਰੀਆਂ ਦੀ ਤ੍ਰਿਪਤੀ ਦੇ ਵਿਸ਼ਿਆਂ ਨੂੰ ਤਿਆਗ ਕੇ, ਰਾਗ ਅਤੇ ਦਵੇਖ ਤੋਂ ਮੁਕਤ ਹੋ ਕੇ, ਜਿਹੜਾ ਮਨੁੱਖ ਇੱਕਾਂਤ ਥਾਂ ਤੇ ਰਹਿੰਦਾ ਹੈ, ਜਿਹੜਾ ਥੋੜ੍ਹਾ ਖਾਂਦਾ ਹੈ, ਜਿਹੜਾ ਆਪਣੇ ਸ਼ਰੀਰ, ਮਨ ਅਤੇ ਬਾਣੀ ਨੂੰ ਕਾਬੂ ਵਿਚ ਰੱਖਦਾ ਹੈ, ਜਿਹੜਾ ਹਮੇਸ਼ਾਂ ਸਮਾਧੀ ਵਿਚ ਰਹਿੰਦਾ ਹੈ ਅਤੇ ਚੰਗੀ ਤਰ੍ਹਾਂ ਵਿਰਕਤ, ਝੂਠੇ ਹੰਕਾਰ, ਝੂਠੀ ਤਾਕਤ, ਝੂਠੀ ਹਉਮੈ, ਕਾਮ, ਕ੍ਰੋਧ ਅਤੇ ਭੌਤਿਕ ਚੀਜ਼ਾਂ ਦੇ ਸੰਗ੍ਰਿਹ ਤੋਂ ਮੁਕਤ ਹੈ ਜਿਹੜਾ ਮਾਲਕੀਅਤ ਦੀ ਭਾਵਨਾ ਤੋਂ ਰਹਿਤ ਅਤੇ ਸ਼ਾਂਤ ਹੈ, ਉਹ ਨਿਸ਼ਚੈ ਹੀ ਆਤਮ-ਪ੍ਰਤੱਖੀਕਰਨ ਦੀ ਪਦਵੀ ਨੂੰ ਹਾਸਲ ਕਰਦਾ ਹੈ ।

ਭਾਵ

ਜਿਹੜਾ ਮਨੁੱਖ ਬੁੱਧੀ ਰਾਹੀਂ ਸ਼ੁੱਧ ਹੋ ਜਾਂਦਾ ਹੈ, ਉਹ ਆਪਣੇ ਆਪ ਨੂੰ ਸਾਤਵਿਕ ਗੁਣਾਂ ਵਿਚ ਸਥਾਪਿਤ ਕਰ ਲੈਂਦਾ ਹੈ। ਇੰਝ ਉਹ ਮਨ ਨੂੰ ਕਾਬੂ ਵਿਚ ਕਰਕੇ ਹਮੇਸ਼ਾਂ ਸਮਾਧੀ ਵਿਚ ਰਹਿੰਦਾ ਹੈ। ਉਹ ਇੰਦਰੀਆਂ ਦੀ ਤ੍ਰਿਪਤੀ ਦੇ ਵਿਸ਼ਿਆਂ ਪ੍ਰਤੀ ਆਸਕਤ (ਮੋਹਿਤ) ਨਹੀਂ ਰਹਿੰਦਾ ਅਤੇ ਆਪਣੇ ਕੰਮਾਂ ਵਿਚ ਰਾਗ ਅਤੇ ਦਵੇਖ ਤੋਂ ਮੁਕਤ ਹੁੰਦਾ ਹੈ, ਅਜਿਹਾ ਉਦਾਸੀਨ ਮਨੁੱਖ ਸੁਭਾਵਿਕ ਤੌਰ ਤੇ ਇੱਕਾਂਤ ਥਾਂ ਤੇ ਰਹਿਣਾ ਪਸੰਦ ਕਰਦਾ ਹੈ। ਉਹ ਜ਼ਰੂਰਤ ਤੋਂ ਜਿਆਦਾ ਨਹੀਂ ਖਾਂਦਾ ਅਤੇ ਸ਼ਰੀਰ ਅਤੇ ਮਨ ਦੀਆਂ ਗਤੀਵਿਧੀਆਂ ਤੇ ਕਾਬੂ ਰਖਦਾ ਹੈ। ਉਹ ਝੂਠੇ ਹੰਕਾਰ ਤੋਂ ਰਹਿਤ ਹੁੰਦਾ ਹੈ, ਕਿਉਂਕਿ ਉਹ ਆਪਣੇ ਆਪ ਨੂੰ ਸ਼ਰੀਰ ਨਹੀਂ ਸਮਝਦਾ, ਨਾ ਹੀ ਉਹ ਅਨੇਕਾਂ ਭੌਤਿਕ ਚੀਜ਼ਾਂ ਸਵੀਕਾਰ ਕਰਕੇ ਸ਼ਰੀਰ ਨੂੰ ਸਥੂਲ ਅਤੇ ਤਾਕਤਵਰ ਬਣਾਉਣ ਦੀ ਇੱਛਾ ਕਰਦਾ ਹੈ। ਕਿਉਂਕਿ ਉਹ ਦੇਹਾਤਮ ਬੁੱਧੀ ਤੋਂ ਰਹਿਤ ਹੁੰਦਾ ਹੈ, ਇਸ ਲਈ ਉਹ ਝੂਠੀ ਹਉਮੈ ਨਹੀਂ ਵਿਖਾਉਂਦਾ। ਭਗਵਾਨ ਦੀ ਕਿਰਪਾ ਨਾਲ ਉਸਨੂੰ ਜੋ ਕੁਝ ਵੀ ਪ੍ਰਾਪਤ ਹੁੰਦਾ ਹੈ, ਉਸੇ ਨਾਲ ਸੰਤੁਸ਼ਟ ਰਹਿੰਦਾ ਹੈ ਅਤੇ ਇੰਦਰੀਆਂ ਦੀ ਤ੍ਰਿਪਤੀ ਨਾ ਹੋਣ ਤੇ ਗੁੱਸੇ ਨਹੀਂ ਹੁੰਦਾ। ਨਾ ਹੀ ਉਹ ਇੰਦਰੀਆਂ ਦੇ ਵਿਸ਼ਿਆਂ ਨੂੰ ਪ੍ਰਾਪਤ ਕਰਨ ਲਈ ਯਤਨ ਕਰਦਾ ਹੈ। ਇੰਝ ਜਦੋਂ ਉਹ ਝੂਠੇ ਹੰਕਾਰ ਤੋਂ ਪੂਰੀ ਤਰ੍ਹਾਂ ਮੁਕਤ ਹੋ ਜਾਂਦਾ ਹੈ ਤਾਂ ਉਹ ਸਾਰੀਆਂ ਚੀਜ਼ਾਂ ਤੋਂ ਵਿਰਕਤ ਹੋ ਜਾਂਦਾ ਹੈ ਅਤੇ ਇਹੋ ਬ੍ਰਹਮ ਦੀ ਆਤਮ-ਪ੍ਰਤੱਖੀਕਰਨ ਦੀ ਅਵਸਥਾ ਹੈ। ਇਹ ਬ੍ਰਹਮ ਭੂਤ ਅਵਸਥਾ ਕਹਾਉਂਦੀ ਹੈ। ਜਦੋਂ ਮਨੁੱਖ ਦੇਹਾਤਮ ਬੁੱਧੀ ਤੋਂ ਮੁਕਤ ਹੋ ਜਾਂਦਾ ਹੈ, ਤਾਂ ਉਹ ਸ਼ਾਂਤ ਹੋ ਜਾਂਦਾ ਹੈ ਅਤੇ ਉਸਨੂੰ ਉਤੇਜਿੱਤ ਨਹੀਂ ਕੀਤਾ ਜਾ ਸਕਦਾ, ਇਸਦਾ ਵਰਣਨ ਇੰਝ ਹੋਇਆ।

ਆਪੂਰ੍ਯਮਾਣਮ੍ ਅਚਲ ਪ੍ਰਤਿਸ਼੍ਠਮ੍ ਸਮੁਦ੍ਰਮ ਆਪਹ੍ ਪ੍ਰਵਿਸ਼ੰਤਿ ਯਦ੍ਵਤ੍ ।
ਤਦ੍ਵਤ੍ ਕਾਮਾ ਯਮ੍ ਪ੍ਰਵਿਸ਼ੰਤਿ ਸਰ੍ਵੇ ਸ ਸ਼ਾਂਤਿਮ੍ ਆਪਨੋਤਿ ਨ ਕਾਮ-ਕਾਮੀ ॥

(ਭਗਵਤ ਗੀਤਾ 2-70)

ਜਿਹੜਾ ਮਨੁੱਖ ਇੱਛਾਵਾਂ ਦੇ ਤੇਜ ਪ੍ਰਵਾਹ ਤੋਂ ਵਿਚਲਿਤ ਨਹੀਂ ਹੁੰਦਾ, ਜਿਸ ਤਰ੍ਹਾਂ ਨਦੀਆਂ ਦੇ ਪਾਣੀ ਦੇ ਲਗਾਤਾਰ ਜਾਣ ਨਾਲ ਅਤੇ ਹਮੇਸ਼ਾਂ ਭਰਿਆ ਰਹਿਣ ਤੇ ਵੀ ਸਮੁੰਦਰ ਸ਼ਾਂਤ ਰਹਿੰਦਾ ਹੈ, ਉਸੇ ਤਰ੍ਹਾਂ ਸਿਰਫ ਉਹ ਹੀ ਸ਼ਾਂਤੀ ਪ੍ਰਾਪਤ ਕਰ ਸਕਦਾ ਹੈ। ਉਹ ਨਹੀਂ ਜਿਹੜਾ ਅਜਿਹੀਆਂ ਇੱਛਾਵਾਂ ਦੀ ਸੰਤੁਸ਼ਟੀ ਲਈ ਲਗਾਤਾਰ ਯਤਨ ਕਰਦਾ ਰਹਿੰਦਾ ਹੈ।

ब्रह्मभूतः प्रसन्नात्मा न शोचति न काङ्क्षति ।
समः सर्वेषु भूतेषु मद्भक्तिं लभते पराम् ॥५४॥

ਬ੍ਰਹ੍ਮ ਭੂਤਹ੍ ਪ੍ਰਸੰਨਾਤ੍ਮਾ ਨ ਸ਼ੋਚਤਿ ਨ ਕਾਂਕ੍ਸ਼ਤਿ ।
ਸਮਹ੍ ਸਰ੍ਵੇਸ਼ੁ ਭੁਤੇਸ਼ੁ ਮਦ੍-ਭਕ੍ਤਿਮ੍ ਲਭਤੇ ਪਰਾਮ੍ ॥ 54 ॥

ਬ੍ਰਹ੍ਮ ਭੂਤਹ-ਬ੍ਰਹਮ ਨਾਲ ਇੱਕ ਹੋਕੇ ; **ਪ੍ਰਸੰਨ-ਆਤ੍ਮਾ**-ਪੂਰੀ ਤਰ੍ਹਾਂ ਖ਼ੁਸ਼ ; **ਨ**-ਕਦੀ ਨਹੀਂ ; **ਸ਼ੋਚਤਿ**-ਅਫਸੋਸ ਕਰਦਾ ; **ਨ**-ਕਦੀ ਨਹੀਂ ; **ਕਾਂਕ੍ਸ਼ਤਿ**-ਇੱਛਾ ਕਰਦਾ ਹੈ ; **ਸਮਹ**-ਬਰਾਬਰੀ ਦੇ ਭਾਵ ਨਾਲ ; **ਸਰ੍ਵੇਸ਼**-ਸਾਰੇ ; **ਭੁਤੇਸ਼ੁ**-ਜੀਵਾਂ ਤੇ ; **ਮਤ੍ ਭਕ੍ਤਿਮ੍**-ਮੇਰੀ ਭਗਤੀ ਨੂੰ ; **ਲਭਤੇ**-ਪ੍ਰਾਪਤ ਕਰਦਾ ਹੈ ; **ਪਰਾਮ੍**-ਅਲੌਕਿਕ ।

ਅਨੁਵਾਦ

ਇੰਝ ਜਿਹੜਾ ਅਲੌਕਿਕ ਪਦਵੀ ਤੇ ਸਥਿਤ ਹੈ ਉਹ ਤੁਰੰਤ ਪਾਰਬ੍ਰਹਮ ਦਾ ਅਨੁਭਵ ਕਰਦਾ ਹੈ ਅਤੇ ਪੂਰੀ ਤਰ੍ਹਾਂ ਪ੍ਰਸੰਨ ਹੋ ਜਾਂਦਾ ਹੈ । ਉਹ ਨਾ ਤਾਂ ਕਦੀ ਸ਼ੋਕ ਕਰਦਾ ਹੈ ਨਾ ਕਿਸੇ ਚੀਜ਼ ਦੀ ਕਾਮਨਾ ਕਰਦਾ ਹੈ । ਉਹ ਹਰ ਜੀਵ ਪ੍ਰਤੀ ਬਰਾਬਰੀ ਦਾ ਭਾਵ ਰੱਖਦਾ ਹੈ। ਉਸ ਪਰਿਸਥਿਤੀ ਵਿਚ ਉਹ ਮੇਰੀ ਸ਼ੁੱਧ ਭਗਤੀ ਨੂੰ ਪ੍ਰਾਪਤ ਕਰਦਾ ਹੈ ।

ਭਾਵ

ਨਿਰਵਿਸ਼ੇਸ਼ਵਾਦੀ ਲਈ ਬ੍ਰਹਮਭੂਤ ਅਵਸਥਾ ਪ੍ਰਾਪਤ ਕਰਨਾ ਅਰਥਾਤ ਬ੍ਰਹਮ ਨਾਲ ਮਿਲ ਜਾਣਾ ਉਚੇਰਾ ਟੀਚਾ ਹੁੰਦਾ ਹੈ । ਪਰ ਸਾਕਾਰਵਾਦੀ ਸ਼ੁੱਧ ਭਗਤ ਨੂੰ ਇਸ ਤੋਂ ਵੀ ਅਗਾਂਹ ਚਲਕੇ ਸ਼ੁੱਧ ਭਗਤੀ ਵਿਚ ਲੱਗਣਾ ਹੁੰਦਾ ਹੈ । ਇਸ ਦਾ ਮਤਲਬ ਇਹ ਹੋਇਆ ਕਿ ਜਿਹੜੇ ਭਗਵਾਨ ਦੀ ਭਗਤੀ ਵਿਚ ਲੱਗੇ ਹਨ, ਉਹ ਪਹਿਲਾਂ ਤੋਂ ਹੀ ਮੁਕਤੀ ਦੀ ਅਵਸਥਾ, ਜਿਸਨੂੰ ਬ੍ਰਹਮਭੂਤ ਜਾਂ ਬ੍ਰਹਮ ਨਾਲ ਮਿਲ ਜਾਣਾ ਕਹਿੰਦੇ ਹਨ, ਪ੍ਰਾਪਤ ਕਰ ਚੁੱਕੇ ਹੁੰਦੇ ਹਨ । ਪਰਮੇਸ਼ਵਰ ਜਾਂ ਪਾਰਬ੍ਰਹਮ ਨਾਲ ਜੁੜੇ ਹੋਏ ਬਗ਼ੈਰ ਕੋਈ ਉਨ੍ਹਾਂ ਦੀ ਸੇਵਾ ਨਹੀਂ ਕਰ ਸਕਦਾ । ਪਰਮ ਗਿਆਨ ਹੋਣ ਤੇ ਮਾਲਕ ਅਤੇ ਸੇਵਕ ਵਿਚ ਕੋਈ ਫਰਕ ਨਹੀਂ ਕਰ ਸਕਦਾ । ਫਿਰ ਵੀ ਉਚੇਰੀ ਅਧਿਆਤਮਕ ਦ੍ਰਿਸ਼ਟੀ ਨਾਲ ਫਰਕ ਰਹਿੰਦਾ ਹੀ ਹੈ ।

ਦੇਹ ਧਾਰਨਾ ਦੇ ਅਧੀਨ, ਜਦੋਂ ਕੋਈ ਇੰਦਰੀਆਂ ਦੀ ਤ੍ਰਿਪਤੀ ਲਈ ਕੰਮ ਕਰਦਾ ਹੈ ਤਾਂ ਦੁੱਖ ਦਾ ਭਾਗੀਦਾਰ ਹੁੰਦਾ ਹੈ, ਪਰ ਸੰਸਾਰ ਵਿਚ ਸ਼ੁੱਧ ਭਗਤੀ ਵਿਚ ਲੱਗੇ ਰਹਿਣ ਤੇ ਕੋਈ ਦੁੱਖ ਨਹੀਂ ਰਹਿੰਦਾ । ਕ੍ਰਿਸ਼ਨ ਭਾਵਨਾ ਭਾਵਿਤ ਭਗਤ ਨੂੰ ਨਾ ਤਾਂ ਕਿਸੇ ਤਰ੍ਹਾਂ ਦਾ ਸੋਗ ਹੁੰਦਾ ਹੈ, ਨਾ ਇੱਛਾ ਹੁੰਦੀ ਹੈ । ਕਿਉਂਕਿ ਈਸ਼ਵਰ ਪੂਰਨ ਹੈ, ਇਸ ਲਈ ਈਸ਼ਵਰ ਦੀ ਸੇਵਾ ਵਿਚ ਲੱਗੇ ਜੀਵ ਵੀ ਕ੍ਰਿਸ਼ਨ ਭਾਵਨਾ ਵਿਚ ਰਹਿਕੇ ਆਪਣੇ ਆਪ ਵਿਚ ਸੰਤੁਸ਼ਟ ਰਹਿੰਦਾ ਹੈ । ਉਹ ਅਜਿਹੀ ਨਦੀ ਵਾਂਗ ਹੈ, ਜਿਸਦੇ ਪਾਣੀ ਦੀ ਸਾਰੀ ਗੰਦਗੀ ਸਾਫ ਕਰ ਦਿੱਤੀ ਗਈ ਹੈ । ਕਿਉਂਕਿ ਸ਼ੁੱਧ ਭਗਤ ਵਿਚ ਕ੍ਰਿਸ਼ਨ ਤੋਂ ਇਲਾਵਾ ਕੋਈ ਵਿਚਾਰ ਨਹੀਂ ਉਠਦੇ, ਇਸ ਲਈ ਉਹ ਸੁਭਾਵਿਕ ਹੀ ਖ਼ੁਸ਼ ਰਹਿੰਦਾ ਹੈ । ਉਹ ਨਾ ਤਾਂ ਕਿਸੇ ਭੌਤਿਕ ਨੁਕਸਾਨ ਤੇ ਸ਼ੋਕ ਕਰਦਾ ਹੈ ਅਤੇ ਨਾ ਕਿਸੇ ਲਾਭ ਦੀ ਇੱਛਾ ਕਰਦਾ ਹੈ, ਕਿਉਂਕਿ ਉਹ ਭਗਵਤ ਭਗਤੀ ਨਾਲ ਪੂਰਨ ਹੁੰਦਾ ਹੈ । ਉਹ ਕਿਸੇ ਭੌਤਿਕ ਭੋਗ ਦੀ ਇੱਛਾ ਨਹੀਂ ਕਰਦਾ, ਕਿਉਂਕਿ ਉਹ ਜਾਣਦਾ ਹੈ ਕਿ ਹਰ ਜੀਵ ਭਗਵਾਨ ਦਾ ਅੰਸ਼ ਹੈ, ਇਸ ਲਈ ਉਹ ਉਨ੍ਹਾਂ ਦਾ ਨਿੱਤ ਸੇਵਕ ਹੈ । ਉਹ ਭੌਤਿਕ ਸੰਸਾਰ ਵਿਚ ਕਿਸੇ ਨੂੰ ਆਪਣੇ ਤੋਂ ਵੱਡਾ ਜਾਂ ਛੋਟਾ ਨਹੀਂ ਸਮਝਦਾ । ਇਹ

ਵੱਡੇ ਅਤੇ ਛੋਟੇ ਪਦ ਥੋੜੀ ਦੇਰ ਲਈ ਹਨ ਅਤੇ ਭਗਤ ਨੂੰ ਪਲ-ਭਰ ਦੇ ਪ੍ਰਗਟਾਵੇ ਅਤੇ ਲੋਪ ਨਾਲ ਕੁਝ ਲੈਣ ਦੇਣ ਨਹੀਂ । ਇਹ ਬ੍ਰਹਮਭੂਤ ਅਵਸਥਾ ਹੈ। ਜਿਸ ਨੂੰ ਸ਼ੁੱਧ ਭਗਤ ਆਸਾਨੀ ਨਾਲ ਪ੍ਰਾਪਤ ਕਰ ਲੈਂਦਾ ਹੈ । ਉਸ ਅਵਸਥਾ ਵਿਚ ਪਾਰਬ੍ਰਹਮ ਨਾਲ ਇੱਕ ਮਿੱਕ ਹੋਣਾ ਅਤੇ ਆਪਣੇ ਵਿਅਕਤੀਤਵ ਨੂੰ ਖ਼ਤਮ ਕਰਨਾ ਨਰਕ ਵਰਗਾ ਬਣ ਜਾਂਦਾ ਹੈ, ਸਵਰਗ ਪ੍ਰਾਪਤ ਕਰਨ ਦਾ ਵਿੱਚਾਰ ਮ੍ਰਿਗ ਤ੍ਰਿਸ਼ਨਾ ਲਗਦਾ ਹੈ ਅਤੇ ਇੰਦਰੀਆਂ, ਦੰਦਾਂ ਬਗ਼ੈਰ ਜ਼ਹਿਰੀਲੇ ਸੱਪ ਵਾਂਗ ਲਗਦੀਆਂ ਹਨ । ਜਿਵੇਂ ਦੰਦਾਂ ਤੋਂ ਬਗ਼ੈਰ ਸੱਪ ਦਾ ਕੋਈ ਡਰ ਨਹੀਂ ਰਹਿੰਦਾ, ਉਸੇ ਤਰ੍ਹਾਂ ਆਪਣੇ ਕਾਬੂ ਵਿਚ ਆਈਆਂ ਇੰਦਰੀਆਂ ਤੋਂ ਕੋਈ ਡਰ ਨਹੀਂ ਰਹਿੰਦਾ । ਇਹ ਸੰਸਾਰ ਉਸ ਮਨੁੱਖ ਲਈ ਦੁੱਖਦਾਈ ਹੈ, ਜਿਹੜਾ ਭੌਤਿਕਤਾ ਤੋਂ ਗ੍ਰਸਤ ਹੈ। ਪਰ ਭਗਤ ਲਈ ਸਾਰਾ ਸੰਸਾਰ ਬੈਕੁੰਠ, ਚਿੰਨਮਯ ਅਕਾਸ਼ (ਅਲੌਕਿਕ ਸੰਸਾਰ) ਵਰਗਾ ਹੈ । ਇਸ ਬ੍ਰਹਿਮੰਡ ਦਾ ਮਹਾਨ ਤੋਂ ਮਹਾਨ ਪੁਰਖ ਵੀ ਭਗਤ ਲਈ ਇੱਕ ਨਿੱਕੀ ਜਿਹੀ ਕੀੜੀ ਤੋਂ ਵਧੇਰੇ ਮਹੱਤਵਪੂਰਨ ਨਹੀਂ ਹੁੰਦਾ । ਅਜਿਹੀ ਅਵਸਥਾ ਭਗਵਾਨ ਚੈਤੰਨਯ ਦੀ ਕਿਰਪਾ ਨਾਲ ਹੀ ਪ੍ਰਾਪਤ ਹੋ ਸਕਦੀ ਹੈ, ਜਿਨ੍ਹਾਂ ਨੇ ਇਸ ਯੁਗ ਵਿਚ ਸ਼ੁੱਧ ਭਗਤੀ ਦਾ ਪ੍ਰਚਾਰ ਕੀਤਾ ।

भक्त्या मामभिजानाति यावान्यश्चास्मि तत्त्वतः ।
ततो मां तत्त्वतो ज्ञात्वा विशते तदनन्तरम् ॥ ५५ ॥

ਭਕ੍ਤ੍ਯਾ ਮਾਮ੍ ਅਭਿਜਾਨਤਿ ਯਾਵਾਂ ਯਸ਼੍ ਚਾਸ੍ਮਿ ਤੱਤਵਤਹ੍ ।
ਤਤੋ ਮਾਮ੍ ਤਤੱਵਤੋ ਗ੍ਯਾਤ੍ਵਾ ਵਿਸ਼ਤੇ ਤਦ ਅੰਤਰਮ੍ ॥ 55 ॥

ਭਕ੍ਤ੍ਯਾ-ਸ਼ੁੱਧ ਭਗਤੀ ਨਾਲ ; **ਮਾਮ੍**-ਮੈਨੂੰ ; **ਅਭਿਜਾਨਤਿ**-ਸਮਝ ਸਕਦਾ ਹੈ ; **ਯਾਵਾਨ੍**-ਜਿਨ੍ਹਾਂ; **ਯਹ੍ ਚ ਅਸ੍ਮਿ**-ਜਿਹੋ ਜਿਹਾ ਮੈਂ ਹਾਂ ; **ਤਤੱ੍ਵਤਹ੍**-ਅਸਲ ਵਿਚ ; **ਤਤਹ੍**-ਉਸ ਤੋਂ ਮਗਰੋਂ ; **ਮਾਮ੍**-ਮੈਨੂੰ ; **ਤਤੱ੍ਵਤਹ੍**-ਅਸਲ ਵਿਚ ; **ਗ੍ਯਾਤ੍ਵਾ**-ਜਾਣਕੇ ; **ਵਿਸ਼ਤੇ**-ਪ੍ਰਵੇਸ਼ ਕਰਦਾ ਹੈ ; **ਤਤ੍-ਅਨੰਤਰਮ੍**-ਇਸ ਤੋਂ ਬਾਦ ।

ਅਨੁਵਾਦ

ਸਿਰਫ਼ ਭਗਤੀ ਨਾਲ, ਮੈਨੂੰ ਭਗਵਾਨ ਨੂੰ ਅਸਲ ਰੂਪ ਵਿਚ ਜਾਣਿਆ ਜਾ ਸਕਦਾ ਹੈ । ਜਦੋਂ ਮਨੁੱਖ ਅਜਿਹੀ ਭਗਤੀ ਨਾਲ ਮੇਰੀ ਪੂਰਨ ਚੇਤਨਾ ਵਿਚ ਹੁੰਦਾ ਹੈ, ਤਾਂ ਉਹ ਭਗਵਦ-ਧਾਮ ਵਿਚ ਪ੍ਰਵੇਸ਼ ਕਰ ਸਕਦਾ ਹੈ ।

ਭਾਵ

ਭਗਵਾਨ ਸ਼੍ਰੀ ਕ੍ਰਿਸ਼ਨ ਅਤੇ ਉਨ੍ਹਾਂ ਦੇ ਆਪਣੇ-ਅੰਸ਼ਾਂ ਨੂੰ ਨਾ ਤਾਂ ਮਨ ਦੀ ਕਲਪਨਾ ਰਾਹੀਂ ਸਮਝਿਆ ਜਾ ਸਕਦਾ ਹੈ, ਨਾ ਹੀ ਗ਼ੈਰ ਭਗਤ ਉਸਨੂੰ ਸਮਝ ਸਕਦੇ ਹਨ । ਜੇ ਕੋਈ ਮਨੁੱਖ ਭਗਵਾਨ ਨੂੰ ਸਮਝਣਾ ਚਾਹੁੰਦਾ ਹੈ, ਤਾਂ ਉਸਨੂੰ ਸ਼ੁੱਧ ਭਗਤ ਦੇ ਮਾਰਗ ਦਰਸ਼ਨ ਵਿਚ ਸ਼ੁੱਧ ਭਗਤੀ ਗ੍ਰਹਿਣ ਕਰਨੀ ਹੁੰਦੀ ਹੈ, ਨਹੀਂ ਤਾਂ ਭਗਵਾਨ ਸੰਬੰਧੀ ਸੱਚ (ਤੱਥ) ਉਸ ਤੋਂ ਹਮੇਸ਼ਾਂ ਓਹਲੇ ਰਹੇਗਾ । ਜਿਵੇਂ ਕਿ ਭਗਵਤ ਗੀਤਾ ਵਿਚ (7-25) ਕਿਹਾ ਜਾ ਚੁੱਕਾ ਹੈ - **ਨਾਹਮ੍ ਪਰਕਾਸ਼ਹ੍ ਸਰ੍ਵਸ੍ਯ** - ਮੈਂ

ਸਭਨਾਂ ਦੇ ਸਾਹਮਣੇ ਪ੍ਰਕਾਸ਼ਿਤ ਨਹੀਂ ਹੁੰਦਾ। ਸਿਰਫ਼ ਵਿਦਵਤਾ ਜਾਂ ਮਨ ਦੀ ਕਲਪਨਾ ਰਾਹੀਂ ਈਸ਼ਵਰ ਨੂੰ ਨਹੀਂ ਸਮਝਿਆ ਜਾ ਸਕਦਾ। ਕ੍ਰਿਸ਼ਨ ਨੂੰ ਸਿਰਫ਼ ਉਹੀ ਸਮਝ ਸਕਦਾ ਹੈ, ਜਿਹੜਾ ਕ੍ਰਿਸ਼ਨ ਭਾਵਨਾ ਅੰਮ੍ਰਿਤ ਅਤੇ ਭਗਤੀ ਵਿਚ ਲਗਿਆ ਰਹਿੰਦਾ ਹੈ। ਇਸ ਵਿਚ ਯੂਨੀਵਰਸਿਟੀ (ਵਿਸ਼ਵਵਿਦਿਆਲਾ) ਦੀ ਡਿਗਰੀ (ਉਪਾਧੀ) ਮਦਦਗਾਰ ਨਹੀਂ ਹੁੰਦੀ।

ਜਿਹੜਾ ਮਨੁੱਖ ਕ੍ਰਿਸ਼ਨ ਵਿਗਿਆਨ (ਤੱਥ) ਨਾਲ ਚੰਗੀ ਤਰ੍ਹਾਂ ਜਾਣੂ ਹੈ, ਉਹ ਹੀ ਅਧਿਆਤਮਕ ਜਗਤ ਜਾਂ ਕ੍ਰਿਸ਼ਨ ਧਾਮ ਵਿਚ ਪ੍ਰਵੇਸ਼ ਕਰ ਸਕਦਾ ਹੈ। **ਬ੍ਰਹਮਭੂਤ** ਹੋਣ ਦਾ ਅਰਥ ਇਹ ਨਹੀਂ ਕਿ ਉਹ ਆਪਣਾ ਸਵਰੂਪ ਖੋ ਬੈਠਦਾ ਹੈ। ਭਗਤੀ ਤਾਂ ਰਹਿੰਦੀ ਹੀ ਹੈ ਅਤੇ ਜਦੋਂ ਤਕ ਭਗਤੀ ਦੀ ਹੋਂਦ ਰਹਿੰਦੀ ਹੈ, ਉਦੋਂ ਤਕ ਈਸ਼ਵਰ, ਭਗਤ ਅਤੇ ਭਗਤੀ ਵਿਧੀ ਰਹਿੰਦੀ ਹੈ। ਅਜਿਹੇ ਗਿਆਨ ਦਾ ਨਾਸ਼, ਮੁਕਤੀ ਤੋਂ ਮਗਰੋਂ ਵੀ ਨਹੀਂ ਹੁੰਦਾ। ਮੁਕਤੀ ਦਾ ਅਰਥ ਦੇਹ ਧਾਰਨਾ ਤੋਂ ਮੁਕਤੀ ਪ੍ਰਾਪਤ ਕਰਨਾ ਹੈ। ਅਧਿਆਤਮਕ ਜੀਵਨ ਵਿਚ ਉਸੇ ਤਰ੍ਹਾਂ ਦੀ ਭਿੰਨਤਾ ਹੈ, ਉਸੇ ਤਰ੍ਹਾਂ ਦਾ ਸਵਰੂਪ ਬਣਿਆ ਰਹਿੰਦਾ ਹੈ। ਪਰ ਸ਼ੁੱਧ ਕ੍ਰਿਸ਼ਨ ਭਾਵਨਾ ਅੰਮ੍ਰਿਤ ਵਿਚ ਹੀ **ਵਿਸ਼ਤੇ** ਸ਼ਬਦ ਦਾ ਅਰਥ ਹੈ, ਮੇਰੇ ਵਿਚ ਪ੍ਰਵੇਸ਼ ਕਰਦਾ ਹੈ। ਭਰਮ ਵਿਚ ਆ ਕੇ ਇਹ ਨਹੀਂ ਸੋਚਣਾ ਚਾਹੀਦਾ ਕਿ ਇਹ ਸ਼ਬਦ ਅਦਵੈਤਵਾਦ ਦਾ ਪੋਸ਼ਕ ਹੈ ਅਤੇ ਮਨੁੱਖ ਨਿਰਗੁਣ ਬ੍ਰਹਮ ਨਾਲ ਇੱਕ ਮਿੱਕ ਹੋ ਜਾਂਦਾ ਹੈ। ਅਜਿਹਾ ਨਹੀਂ ਹੈ। **ਵਿਸ਼ਤੇ** ਦਾ ਭਾਵ ਹੈ ਕਿ ਮਨੁੱਖ ਆਪਣੇ ਵਿਅਕਤੀਤਵ ਸਹਿਤ ਭਗਵਾਨ ਦੇ ਧਾਮ ਵਿਚ, ਭਗਵਾਨ ਦੀ ਸੰਗਤ ਕਰਨ ਅਤੇ ਉਨ੍ਹਾਂ ਦੀ ਸੇਵਾ ਕਰਨ ਲਈ ਪ੍ਰਵੇਸ਼ ਕਰ ਸਕਦਾ ਹੈ। ਉਦਾਹਰਣ ਵੱਜੋਂ ਇੱਕ ਹਰਾ ਪੰਛੀ (ਸ਼ੁਕ) ਹਰੇ ਰੁੱਖ ਤੇ ਇਸ ਲਈ ਨਹੀਂ ਬੈਠਦਾ, ਕਿ ਉਹ ਉਸ ਰੁੱਖ ਨਾਲ ਇੱਕ ਮਿੱਕ ਹੋ ਜਾਵੇ, ਸਗੋਂ ਉਹ ਰੁੱਖ ਦੇ ਫਲਾਂ ਨੂੰ ਭੋਗ ਕਰਨ ਲਈ ਪ੍ਰਵੇਸ਼ ਕਰਦਾ ਹੈ। ਨਿਰਵਿਸ਼ੇਸ਼ਵਾਦੀ ਆਮਤੌਰ ਤੇ ਸਮੁੰਦਰ ਵਿਚ ਡਿੱਗਣ ਵਾਲੀ ਅਤੇ ਸਮੁੰਦਰ ਨਾਲ ਮਿਲਣ ਵਾਲੀ ਨਦੀ ਦਾ ਦ੍ਰਿਸ਼ਟਾਂਤ ਪੇਸ਼ ਕਰਦੇ ਹਨ। ਇਹ ਨਿਰਵਿਸ਼ੇਸ਼ਵਾਦੀਆਂ ਲਈ ਆਨੰਦ ਦਾ ਵਿਸ਼ਾ ਹੋ ਸਕਦਾ ਹੈ, ਪਰ ਸਾਕਾਰਵਾਦੀ ਆਪਣੇ ਵਿਅਕਤੀਤਵ ਨੂੰ ਉਸੇ ਤਰ੍ਹਾਂ ਬਰਕਰਾਰ ਰੱਖਣਾ ਚਾਹੁੰਦਾ ਹੈ, ਜਿਸ ਤਰ੍ਹਾਂ ਸਮੁੰਦਰ ਵਿਚ ਇੱਕ ਜਲ ਜੰਤੂ। ਜੇਕਰ ਅਸੀ ਸਮੁੰਦਰ ਦੀ ਗਹਿਰਾਈ ਵਿਚ ਪ੍ਰਵੇਸ਼ ਕਰੀਏ ਤਾਂ ਸਾਨੂੰ ਅਨੇਕਾਂ ਜੀਵ ਮਿਲਦੇ ਹਨ। ਸਿਰਫ਼ ਸਮੁੰਦਰ ਦੀ ਉਪਰਲੀ ਜਾਣਕਾਰੀ ਕਾਫ਼ੀ ਨਹੀਂ ਹੈ, ਸਮੁੰਦਰ ਦੀ ਗਹਿਰਾਈ ਵਿਚ ਰਹਿਣ ਵਾਲੇ ਜੰਤੂਆਂ ਦੀ ਵੀ ਜਾਣਕਾਰੀ ਰੱਖਣੀ ਜ਼ਰੂਰੀ ਹੈ।

ਭਗਤ ਆਪਣੀ ਸ਼ੁੱਧ ਭਗਤੀ ਕਰਕੇ ਪਰਮੇਸ਼ਵਰ ਦੇ ਅਲੌਕਿਕ ਗੁਣਾਂ ਅਤੇ ਵਿਭੂਤੀਆਂ ਨੂੰ ਅਸਲ ਰੂਪ ਵਿਚ ਜਾਣ ਸਕਦਾ ਹੈ। ਕਿਉਂਕਿ ਗਿਆਰ੍ਹਵੇਂ ਅਧਿਆਇ ਵਿਚ ਕਿਹਾ ਜਾ ਚੁੱਕਾ ਹੈ, ਸਿਰਫ਼ ਭਗਤੀ ਰਾਹੀਂ ਇਸਨੂੰ ਸਮਝਿਆ ਜਾ ਸਕਦਾ ਹੈ। ਇਸ ਦੀ ਪੁਸ਼ਟੀ ਵੀ ਹੋਈ ਹੈ। ਮਨੁੱਖ ਭਗਤੀ ਰਾਹੀਂ ਭਗਵਾਨ ਨੂੰ ਸਮਝ ਸਕਦਾ ਹੈ ਅਤੇ ਉਨ੍ਹਾਂ ਦੇ ਧਾਮ ਵਿਚ ਪ੍ਰਵੇਸ਼ ਕਰ ਸਕਦਾ ਹੈ।

ਭੌਤਿਕ ਬੁੱਧੀ ਤੋਂ ਮੁਕਤੀ ਦੀ ਅਵਸਥਾ, ਬ੍ਰਹਮਭੂਤ ਅਵਸਥਾ ਨੂੰ ਪ੍ਰਾਪਤ ਕਰ ਲੈਣ ਮਗਰੋਂ, ਭਗਵਾਨ ਬਾਰੇ ਸੁਣਨ ਨਾਲ ਭਗਤੀ ਦੀ ਸ਼ੁੱਭ ਸ਼ੁਰੂਆਤ ਹੁੰਦੀ ਹੈ। ਜਦੋਂ ਕੋਈ ਪਰਮੇਸ਼ਵਰ ਬਾਰੇ ਸੁਣਦਾ ਹੈ ਤਾਂ ਆਪਣੇ ਆਪ ਹੀ ਬ੍ਰਹਮਭੂਤ ਅਵਸਥਾ ਪੈਦਾ ਹੁੰਦੀ ਹੈ ਅਤੇ ਭੌਤਿਕ ਦੂਸ਼ਣ - ਜਿਵੇਂ

ਲੋਭ ਅਤੇ ਕਾਮ ਦਾ ਲੋਪ ਹੋ ਜਾਂਦਾ ਹੈ। ਜਿਵੇਂ-ਜਿਵੇਂ ਭਗਤ ਦੇ ਹਿਰਦੇ ਵਿੱਚੋਂ ਕਾਮ ਅਤੇ ਇੱਛਾਵਾਂ ਖ਼ਤਮ ਹੁੰਦੀਆਂ ਜਾਂਦੀਆਂ ਹਨ, ਤਿਉਂ-ਤਿਉਂ ਉਹ ਭਗਵਾਨ ਦੀ ਭਗਤੀ ਪ੍ਰਤੀ ਵਧੇਰੇ ਆਸਕਤ ਹੋ ਜਾਂਦਾ ਹੈ ਅਤੇ ਇਸ ਤਰ੍ਹਾਂ ਉਹ ਭੌਤਿਕ ਮਲੀਨਤਾਵਾਂ ਤੋਂ ਮੁਕਤ ਹੋ ਜਾਂਦਾ ਹੈ। ਜੀਵਨ ਦੀ ਉਸ ਸਥਿਤੀ ਵਿਚ ਉਹ ਭਗਵਾਨ ਨੂੰ ਸਮਝ ਸਕਦਾ ਹੈ। ਸ਼੍ਰੀਮਦ੍ ਭਾਗਵਤਮ੍ ਵਿਚ ਵੀ ਇਸ ਬਾਰੇ ਕਿਹਾ ਗਿਆ ਹੈ। ਮੁਕਤੀ ਤੋਂ ਮਗਰੋਂ ਭਗਤੀਯੋਗ ਚਲਦਾ ਰਹਿੰਦਾ ਹੈ। ਇਸਦੀ ਪੁਸ਼ਟੀ ਵੇਦਾਂਤਸੂਤਰ ਤੋਂ (4-1-12) ਹੁੰਦੀ ਹੈ। **ਆਪ੍ਰਾਯਣਾਤ੍ ਤਤ੍ਰਾਪਿ ਹਿ ਦ੍ਰਿਸ਼ਟਮ੍**। ਇਸਦਾ ਅਰਥ ਹੈ ਕਿ ਮੁਕਤੀ ਤੋਂ ਮਗਰੋਂ ਭਗਤੀਯੋਗ ਚਲਦਾ ਰਹਿੰਦਾ ਹੈ। ਸ਼੍ਰੀਮਦ੍ ਭਾਗਵਤਮ੍ ਵਿਚ ਅਸਲ ਭਗਤੀ ਵਾਲੀ ਮੁਕਤੀ ਦੀ ਜਿਹੜੀ ਪਰਿਭਾਸ਼ਾ ਕੀਤੀ ਗਈ ਹੈ, ਉਸ ਮੁਤਾਬਿਕ ਇਹ ਜੀਵ ਦਾ ਆਪਣੇ ਸਰੂਪ ਜਾਂ ਆਪਣੀ ਸੁਭਾਵਿਕ ਸਥਿਤੀ ਵਿਚ ਫਿਰ ਤੋਂ ਸਥਾਪਿਤ ਹੋਣਾ ਹੈ। ਸੁਭਾਵਿਕ ਸਥਿਤੀ ਦੀ ਵਿਆਖਿਆ ਪਹਿਲੋਂ ਕੀਤੀ ਜਾ ਚੁੱਕੀ ਹੈ - ਹਰ ਜੀਵ ਪਰਮੇਸ਼ਵਰ ਦਾ ਅੰਸ਼ ਹੈ, ਇਸ ਲਈ ਉਸਦੀ ਸੁਭਾਵਿਕ ਸਥਿਤੀ ਸੇਵਾ ਕਰਨ ਦੀ ਹੈ। ਮੁਕਤੀ ਤੋਂ ਮਗਰੋਂ ਸੇਵਾ ਕਦੀ ਰੁਕਦੀ ਨਹੀਂ। ਅਸਲ ਮੁਕਤੀ ਤਾਂ ਦੇਹ ਧਾਰਨਾ ਦੀ ਭਰਮ ਵਾਲੀ ਧਾਰਨਾ ਤੋਂ ਮੁਕਤ ਹੋਣਾ ਹੈ।

सर्वकर्माण्यपि सदा कुर्वाणो मद्व्यपाश्रय: ।
मत्प्रसादादवाप्नोति शाश्वतं पदमव्ययम् ॥ ५६ ॥

ਸਰ੍ਵ-ਕਰ੍ਮਾਣਿ ਅਪਿ ਸਦਾ ਕੁਰ੍ਵਾਣੋ ਮਦ-ਵ੍ਯਪਾਸ਼੍ਰਯਹ੍ ।
ਮਤ੍-ਪ੍ਰਸਾਦਾਦ੍ ਅਵਾਪ੍ਨੋਤਿ ਸ਼ਾਸ਼੍ਵਤਮ੍ ਪਦਮ੍ ਅਵ੍ਯਯਮ੍ ॥ 56 ॥

ਸਰ੍ਵ-ਸਾਰੇ ; **ਕਰ੍ਮਾਣਿ**-ਕੰਮਕਾਰਾਂ ਨੂੰ ; **ਅਪਿ**-ਭਾਵੇਂ ; **ਸਦਾ**-ਹਮੇਸ਼ਾਂ ; **ਕੁਰ੍ਵਾਣਹ੍**-ਕਰਦੇ ਹੋਏ ; **ਮਤ੍-ਵ੍ਯਪਾਸ਼੍ਰਯਹ੍**-ਮੇਰੀ ਸ਼ਰਨ ਵਿਚ ; **ਮਤ੍ ਪ੍ਰਸਾਦਾਤ੍**-ਮੇਰੀ ਕਿਰਪਾ ਕਰਦੇ; **ਅਵਾਪ੍ਨੋਤਿ**-ਪ੍ਰਾਪਤ ਕਰਦਾ ਹੈ ; **ਸ਼ਾਸ਼੍ਵਤਮ੍**-ਸਨਾਤਨ ; **ਪਦਮ੍**-ਧਾਮ ਨੂੰ ; **ਅਵ੍ਯਯਮ੍**-ਅਵਿਨਾਸ਼ੀ।

ਅਨੁਵਾਦ

ਮੇਰਾ ਸ਼ੁਧ ਭਗਤ ਮੇਰੀ ਕਿਰਪਾ ਦ੍ਰਿਸ਼ਟੀ ਨਾਲ ਹਰ ਤਰ੍ਹਾਂ ਦੀ ਸੇਵਾ ਵਿਚ ਲੱਗਿਆ ਰਹਿਕੇ, ਮੇਰੀ ਕਿਰਪਾ ਨਾਲ ਨਿੱਤ ਅਤੇ ਅਵਿਨਾਸ਼ੀ ਧਾਮ ਨੂੰ ਪ੍ਰਾਪਤ ਹੁੰਦਾ ਹੈ।

ਭਾਵ

ਮਦ੍-ਵ੍ਯਪਾਸ਼੍ਰਯਹ੍ ਸ਼ਬਦ ਦਾ ਅਰਥ ਹੈ ਪਰਮੇਸ਼ਵਰ ਦੀ ਸੁਰੱਖਿਆ ਵਿਚ ਭੌਤਿਕ ਮਲੀਨਤਾਵਾਂ ਤੋਂ ਮੁਕਤ ਹੋਣ ਲਈ ਸ਼ੁੱਧ ਭਗਤ, ਪਰਮੇਸ਼ਵਰ ਜਾਂ ਉਨ੍ਹਾਂ ਦੇ ਪ੍ਰਤੀਨਿਧ ਸਰੂਪ ਅਧਿਆਤਮਕ ਗੁਰੂ ਦੇ ਹੁਕਮਾਂ ਅਨੁਸਾਰ ਸੇਵਾ ਕਰਦਾ ਹੈ। ਉਸ ਲਈ ਸਮੇਂ ਦੀ ਕੋਈ ਹੱਦ ਨਹੀਂ ਹੁੰਦੀ। ਉਹ ਹਮੇਸ਼ਾ, ਚੌਵੀ ਘੰਟੇ ਸੌ ਫ਼ੀਸਦੀ ਪਰਮੇਸ਼ਵਰ ਦੀ ਅਗਵਾਈ ਵਿਚ, ਸੇਵਾ ਵਿਚ ਲੱਗਿਆ ਰਹਿੰਦਾ ਹੈ।

ਅਜਿਹੇ ਭਗਤ ਉਤੇ, ਜਿਹੜੇ ਕ੍ਰਿਸ਼ਨ ਭਾਵਨਾ ਅੰਮ੍ਰਿਤ ਵਿਚ ਲੱਗੇ ਰਹਿੰਦੇ ਹਨ, ਭਗਵਾਨ ਬਹੁਤ ਦਿਆਲੂ ਹੁੰਦੇ ਹਨ। ਉਹ ਸਾਰੀਆਂ ਔਕੜਾਂ ਦੇ ਬਾਵਜੂਦ ਆਖ਼ਿਰਕਾਰ ਅਲੌਕਿਕ ਧਾਮ ਜਾਂ ਕ੍ਰਿਸ਼ਨ ਲੋਕ ਨੂੰ ਪ੍ਰਾਪਤ ਕਰਦਾ ਹੈ। ਉਥੇ ਉਸਦਾ ਪ੍ਰਵੇਸ਼ ਯਕੀਨੀ ਰਹਿੰਦਾ ਹੈ, ਇਸ ਵਿਚ ਕੋਈ ਸ਼ੱਕ ਨਹੀਂ ਹੈ। ਉਸ ਪਰਮ ਧਾਮ ਵਿਚ ਕੋਈ ਪਰਿਵਰਤਨ ਨਹੀਂ ਹੁੰਦਾ, ਉਥੇ ਹਰ ਚੀਜ਼ ਸ਼ਾਸ਼ਵਤ (ਸਨਾਤਨ), ਅਵਿਨਾਸ਼ੀ ਅਤੇ ਗਿਆਨ ਯੁਕਤ ਹੁੰਦੀ ਹੈ।

चेतसा सर्वकर्माणि मयि सन्न्यस्य मत्परः ।
बुद्धियोगमुपाश्रित्य मच्चित्तः सततं भव ॥५७॥

ਚੇਤਸਾ ਸਰ੍ਵ-ਕਰ੍ਮਾਣਿ ਮਯਿ ਸੰਨ੍ਯਸ੍ਯ ਮਤ੍-ਪਰਹ ।
ਬੁਦ੍ਧਿ-ਯੋਗਮ੍ ਪਾਸ਼੍ਰਿਤ੍ਯ ਮਚ੍-ਚਿੱਤਹ੍ ਸਤਤਮ੍ ਭਵ ॥ 57 ॥

ਚੇਤਸਾ-ਬੁੱਧੀ ਨਾਲ ; **ਸਰ੍ਵ ਕਰ੍ਮਾਣਿ**-ਹਰ ਤਰ੍ਹਾਂ ਦੇ ਕੰਮ ; **ਮਯਿ**-ਮੇਰੇ ਵਿਚ ; **ਸੰਨ੍ਯਸ੍ਯ**-ਤਿਆਗ ਕੇ ; **ਮਤ੍ ਪਰਹ੍**-ਮੇਰੀ ਦੇਖ ਰੇਖ ਵਿਚ ; **ਬੁਦ੍ਧਿ ਯੋਗਮ੍**-ਭਗਤੀ ਦੇ ਕੰਮਾਂ ਦੀ ; **ਉਪਾਸ਼੍ਰਿਤ੍ਯ**-ਸ਼ਰਨ ਤਿਆਗ ਕੇ ; **ਮਤ੍ ਚਿੱਤਹ੍**-ਮੇਰੀ ਚੇਤਨਾ ਵਿਚ ; **ਸਤਤਮ੍**-ਚੌਵੀ ਘੰਟੇ ; **ਭਵ**-ਹੋਵੋ ।

ਅਨੁਵਾਦ

ਸਾਰੇ ਕੰਮਾਂ ਲਈ ਮੇਰੇ ਤੇ ਨਿਰਭਰ ਰਹੋ ਅਤੇ ਮੇਰੀ ਸੁਰੱਖਿਆ ਵਿਚ ਹਮੇਸ਼ਾਂ ਕੰਮ ਕਰੋ, ਅਜਿਹੀ ਭਗਤੀ ਵਿਚ ਮੇਰੇ ਪ੍ਰਤੀ ਪੂਰੀ ਤਰ੍ਹਾਂ ਸਚੇਤ ਰਹੋ।

ਭਾਵ

ਜਦੋਂ ਮਨੁੱਖ ਕ੍ਰਿਸ਼ਨ ਭਾਵਨਾ ਅੰਮ੍ਰਿਤ ਵਿਚ ਕੰਮ ਕਰਦਾ ਹੈ, ਤਾਂ ਉਹ ਸੰਸਾਰ ਦੇ ਮਾਲਕ ਦੇ ਰੂਪ ਵਿਚ ਕੰਮ ਨਹੀਂ ਕਰਦਾ। ਉਸਨੂੰ ਚਾਹੀਦਾ ਹੈ ਕਿ ਉਹ ਸੇਵਕ ਵਾਂਗ ਚੰਗੀ ਤਰ੍ਹਾਂ ਪਰਮੇਸ਼ਵਰ ਦੇ ਹੁਕਮਾਂ ਮੁਤਾਬਿਕ ਕੰਮ ਕਰੇ। ਸੇਵਕ ਨੂੰ ਵਿਅਕਤੀਗਤ ਆਜ਼ਾਦੀ ਨਹੀਂ ਰਹਿੰਦੀ। ਉਹ ਸਿਰਫ਼ ਆਪਣੇ ਮਾਲਕ ਦੇ ਹੁਕਮਾਂ ਤੇ ਕੰਮ ਕਰਦਾ ਹੈ, ਉਸ ਉਤੇ ਲਾਭ ਹਾਨੀ ਦਾ ਕੋਈ ਅਸਰ ਨਹੀਂ ਪੈਂਦਾ। ਉਹ ਭਗਵਾਨ ਦੇ ਹੁਕਮਾਂ ਮੁਤਾਬਿਕ ਆਪਣੇ ਫਰਜ਼ ਦਾ ਸੱਚੇ ਦਿਲੋਂ ਪਾਲਣ ਕਰਦਾ ਹੈ। ਹੁਣ ਕੋਈ ਇਹ ਦਲੀਲ ਦੇ ਸਕਦਾ ਹੈ ਕਿ ਅਰਜੁਨ ਕ੍ਰਿਸ਼ਨ ਦੇ ਵਿਅਕਤੀਗਤ ਹੁਕਮਾਂ ਮੁਤਾਬਿਕ ਕੰਮ ਕਰ ਰਿਹਾ ਸੀ, ਪਰ ਜਦੋਂ ਕ੍ਰਿਸ਼ਨ ਹਾਜ਼ਰ ਨਾ ਹੋਣ ਤਾਂ ਕੋਈ ਕਿੰਝ ਕੰਮ ਕਰੇ ? ਜੇ ਕੋਈ ਇਸ ਗ੍ਰੰਥ ਵਿਚ ਦਿੱਤੇ ਗਏ ਕ੍ਰਿਸ਼ਨ ਦੇ ਹੁਕਮਾਂ ਮੁਤਾਬਿਕ ਅਤੇ ਕ੍ਰਿਸ਼ਨ ਦੇ ਪ੍ਰਤੀਨਿਧੀ ਦੇ ਮਾਰਗ ਦਰਸ਼ਨ ਵਿਚ ਕੰਮ ਕਰਦਾ ਹੈ, ਤਾਂ ਉਸਦਾ ਫਲ ਉਸੇ ਤਰ੍ਹਾਂ ਦਾ ਹੀ ਹੋਵੇਗਾ। ਇਸ ਸ਼ਲੋਕ ਵਿਚ ਮਤ੍ ਪਰਹ੍ ਸ਼ਬਦ ਬਹੁਤ ਮਹੱਤਵਪੂਰਨ ਹੈ। ਇਹ ਸੂਚਿਤ ਕਰਦਾ ਹੈ ਕਿ ਮਨੁੱਖੀ ਜੀਵਨ ਵਿਚ ਕ੍ਰਿਸ਼ਨ ਨੂੰ ਪ੍ਰਸੰਨ ਕਰਨ ਲਈ ਕ੍ਰਿਸ਼ਨ ਭਾਵਨਾ ਭਾਵਿਤ ਹੋ ਕੇ ਕੰਮ ਕਰਨ ਤੋਂ ਬਗ਼ੈਰ ਹੋਰ ਕੋਈ

ਟੀਚਾ ਨਹੀਂ ਹੁੰਦਾ। ਜਦੋਂ ਉਹ ਇਸ ਤਰ੍ਹਾਂ ਦੇ ਕੰਮ ਕਰ ਰਿਹਾ ਹੋਵੇ ਤਾਂ ਉਸਨੂੰ ਸਿਰਫ ਕ੍ਰਿਸ਼ਨ ਦਾ ਹੀ ਚਿੰਤਨ ਇੰਝ ਕਰਨਾ ਚਾਹੀਦਾ ਹੈ - "ਕ੍ਰਿਸ਼ਨ ਨੇ ਮੈਨੂੰ ਇਸ ਖ਼ਾਸ ਕੰਮ ਨੂੰ ਪੂਰਾ ਕਰਨ ਲਈ ਨਿਯੁਕਤ ਕੀਤਾ ਹੈ।" ਅਤੇ ਇੰਝ ਕੰਮ ਕਰਦੇ ਹੋਏ ਉਸਨੂੰ ਸੁਭਾਵਿਕ ਰੂਪ ਵਿਚ ਹੀ ਕ੍ਰਿਸ਼ਨ ਦਾ ਚਿੰਤਨ ਹੋ ਜਾਂਦਾ ਹੈ। ਇਹੋ ਪੂਰਨ ਕ੍ਰਿਸ਼ਨ ਭਾਵਨਾ ਅੰਮ੍ਰਿਤ ਹੈ। ਪਰ ਇਹ ਧਿਆਨ ਰਹੇ ਕਿ ਮਨ ਮਰਜ਼ੀ ਦਾ ਕੰਮ ਕਰਕੇ ਫਲ ਪਰਮੇਸ਼ਵਰ ਨੂੰ ਅਰਪਿਤ ਨਾ ਕੀਤਾ ਜਾਵੇ। ਇਸ ਤਰ੍ਹਾਂ ਦਾ ਕੰਮ ਕ੍ਰਿਸ਼ਨ ਭਾਵਨਾ ਅੰਮ੍ਰਿਤ ਦੀ ਭਗਤੀ ਵਿਚ ਨਹੀਂ ਆਉਂਦਾ। ਮਨੁੱਖ ਨੂੰ ਚਾਹੀਦਾ ਹੈ ਕਿ ਕ੍ਰਿਸ਼ਨ ਦੇ ਹੁਕਮਾਂ ਮੁਤਾਬਿਕ ਕੰਮ ਕਰੇ। ਇਹ ਬਹੁਤ ਜ਼ਰੂਰੀ ਗੱਲ ਹੈ। ਕ੍ਰਿਸ਼ਨ ਦਾ ਇਹ ਹੁਕਮ ਗੁਰੂ ਪਰੰਪਰਾ ਰਾਹੀਂ ਪ੍ਰਮਾਣਿਤ ਗੁਰੂ ਤੋਂ ਪ੍ਰਾਪਤ ਹੁੰਦਾ ਹੈ। ਇਸ ਲਈ ਗੁਰੂ ਦੇ ਹੁਕਮ ਨੂੰ ਜੀਵਨ ਦਾ ਮੁੱਖ ਫਰਜ਼ ਸਮਝਣਾ ਚਾਹੀਦਾ ਹੈ। ਜੇਕਰ ਕਿਸੇ ਨੂੰ ਪ੍ਰਮਾਣਿਤ ਗੁਰੂ ਪ੍ਰਾਪਤ ਹੋ ਜਾਂਦਾ ਹੈ ਅਤੇ ਉਹ ਨਿਰਦੇਸ਼ ਮੁਤਾਬਿਕ ਕੰਮ ਕਰਦਾ ਹੈ ਤਾਂ ਕ੍ਰਿਸ਼ਨ ਭਾਵਨਾ ਵਾਲੇ ਜੀਵਨ ਦੀ ਸਿੱਧੀ ਯਕੀਨੀ ਹੈ।

मच्चित्तः सर्वदुर्गाणि मत्प्रसादात्तरिष्यसि ।
अथ चेत्त्वमहङ्कारान्न श्रोष्यसि विनङ्क्ष्यसि ॥ ५८ ॥

ਮਤ੍-ਚਿੱਤਹ੍ ਸਰ੍ਵ-ਦੁਰ੍ਗਾਣਿ ਮਤ੍-ਪ੍ਰਸਾਦਾਤ੍ ਤਰਿਸ਼੍ਯਸਿ ।
ਅਥ ਚੇਤ੍ ਤ੍ਵਮ੍ ਅਹੰਕਾਰਾਨ੍ ਨ ਸ਼੍ਰੋਸ਼੍ਯਸਿ ਵਿਨੰਕ੍ਸ਼੍ਯਸਿ ॥ 58 ॥

ਮਤ੍-ਮੇਰੀ ; **ਚਿੱਤਹ੍**-ਚੇਤਨਾ ਵਿਚ ; **ਸਰ੍ਵ**-ਸਾਰੀ ; **ਦੁਰ੍ਗਾਣਿ**-ਰੁਕਾਵਟਾਂ ਨੂੰ ; **ਮਤ੍-ਪ੍ਰਸਾਦਾਤ੍**-ਮੇਰੀ ਕਿਰਪਾ ਨਾਲ ; **ਤਰਿਸ਼੍ਯਸਿ**-ਤੁਸੀਂ ਪਾਰ ਕਰ ਸਕੋਗੇ ; **ਅਥ**-ਪਰ ; **ਚੇਤ੍**-ਜੇਕਰ ; **ਤ੍ਵਮ੍**-ਤੁਸੀ ; **ਅਹੰਕਾਰਾਤ੍**-ਝੂਠੇ ਹੰਕਾਰ ਨਾਲ ; **ਨ ਸ਼੍ਰੋਸ਼੍ਯਸਿ**-ਨਹੀਂ ਸੁਣਦੇ ਹੋ ; **ਵਿਨੰਕ੍ਸ਼੍ਯਸਿ**-ਨਸ਼ਟ ਹੋ ਜਾਵੋਗੇ।

ਅਨੁਵਾਦ

ਜੇਕਰ ਤੁਸੀਂ ਮੇਰੀ ਚੇਤਨਾ ਨਾਲ ਯੁਕਤ ਹੋਵੋਗੇ, ਤਾਂ ਮੇਰੀ ਕ੍ਰਿਪਾ ਨਾਲ ਤੁਸੀ ਬੱਧ ਜੀਵਨ ਦੀਆਂ ਸਾਰੀਆਂ ਰੁਕਾਵਟਾਂ ਨੂੰ ਲੰਘ ਜਾਵੋਗੇ। ਪਰ ਜੇ ਤੁਸੀਂ ਝੂਠੇ ਹਉਮੈ ਕਰਕੇ ਅਜਿਹੀ ਚੇਤਨਾ ਵਿਚ ਕੰਮ ਨਹੀਂ ਕਰੋਗੇ ਅਤੇ ਮੇਰੀ ਗੱਲ ਨਹੀਂ ਸੁਣੋਗੇ ਤਾਂ ਤੁਸੀਂ ਨਸ਼ਟ ਹੋ ਜਾਵੋਗੇ।

ਭਾਵ

ਪੂਰਨ ਕ੍ਰਿਸ਼ਨ ਭਾਵਨਾ ਭਾਵਿਤ ਮਨੁੱਖ ਆਪਣੀ ਹੋਂਦ ਲਈ, ਫਰਜ਼ ਨਿਭਾਉਣ ਬਾਰੇ ਲੋੜ ਤੋਂ ਵੱਧ ਨਹੀਂ ਘਬਰਾਉਂਦਾ। ਜਿਹੜਾ ਮੂਰਖ ਹੈ, ਉਹ ਸਾਰੀਆਂ ਚਿੰਤਾਵਾਂ ਤੋਂ ਮੁਕਤ ਕਿਵੇਂ ਰਹੇ, ਇਸ ਗੱਲ ਨੂੰ ਨਹੀਂ ਸਮਝ ਸਕਦਾ। ਜਿਹੜਾ ਮਨੁੱਖ ਕ੍ਰਿਸ਼ਨ ਭਾਵਨਾ ਅੰਮ੍ਰਿਤ ਵਿਚ ਕੰਮ ਕਰਦਾ ਹੈ, ਭਗਵਾਨ ਕ੍ਰਿਸ਼ਨ ਉਸਦੇ ਪੱਕੇ ਮਿੱਤਰ ਬਣ ਜਾਂਦੇ ਹਨ। ਉਹ ਹਮੇਸ਼ਾ ਆਪਣੇ ਮਿੱਤਰ ਦੀ ਸੁਵਿਧਾ ਦਾ ਧਿਆਨ ਰੱਖਦੇ ਹਨ। ਅਤੇ ਜਿਹੜੇ ਚੌਵੀ ਘੰਟੇ ਉਨ੍ਹਾਂ ਨੂੰ ਖੁਸ਼ ਕਰਨ ਲਈ, ਸ਼ਰਧਾ ਨਾਲ ਕੰਮ

ਵਿਚ ਲੱਗੇ ਰਹਿੰਦੇ ਹਨ, ਉਹ ਉਸ ਲਈ ਆਪਾ ਵੀ ਵਾਰ ਦਿੰਦੇ ਹਨ। ਇਸ ਲਈ ਕਿਸੇ ਨੂੰ ਦੇਹ ਧਾਰਨਾ ਦੇ ਝੂੰਠੇ ਹੰਕਾਰ ਵਿਚ ਨਹੀਂ ਖੁੱਭਣਾ ਚਾਹੀਦਾ। ਉਸਨੂੰ ਝੂਠਿਆਂ ਵੀ ਇਹ ਨਹੀਂ ਸੋਚਣਾ ਚਾਹੀਦਾ ਕਿ ਉਹ ਪ੍ਰਕਿਰਤੀ ਦੇ ਨਿਯਮਾਂ ਤੋਂ ਆਜ਼ਾਦ ਹੈ, ਜਾਂ ਕੰਮ ਕਰਨ ਲਈ ਮੁਕਤ ਹੈ। ਉਹ ਪਹਿਲਾਂ ਤੋਂ ਕਠੋਰ ਭੌਤਿਕ ਨਿਯਮਾਂ ਅਧੀਨ ਹੈ। ਪਰ ਜਿਵੇਂ ਹੀ ਉਹ ਕ੍ਰਿਸ਼ਨ ਭਾਵਨਾ ਭਾਵਿਤ ਹੋਕੇ ਕੰਮ ਕਰਦਾ ਹੈ, ਤਾਂ ਉਹ ਭੌਤਿਕ ਗੁੰਝਲਾਂ ਤੋਂ ਮੁਕਤ ਹੋ ਜਾਂਦਾ ਹੈ। ਮਨੁੱਖ ਨੂੰ ਇਹ ਚੰਗੀ ਤਰ੍ਹਾਂ ਸਮਝ ਲੈਣਾ ਚਾਹੀਦਾ ਹੈ, ਕਿ ਜਿਹੜਾ ਕ੍ਰਿਸ਼ਨ ਭਾਵਨਾ ਵਿਚ ਨਹੀਂ ਲਗਿਆ ਉਸ ਦਾ, ਜਨਮ-ਮੌਤ ਰੂਪੀ ਸਾਗਰ ਦੇ ਭੰਵਰ ਵਿਚ ਫੱਸਕੇ ਵਿਨਾਸ਼ ਹੋ ਰਿਹਾ ਹੈ। ਕੋਈ ਵੀ ਬੱਧਜੀਵ ਇਹ ਠੀਕ ਠੀਕ ਨਹੀਂ ਜਾਣਦਾ ਕਿ, ਕੀ ਕਰਨਾ ਹੈ ਅਤੇ ਕੀ ਨਹੀਂ ਕਰਨਾ? ਪਰ ਜਿਹੜਾ ਮਨੁੱਖ ਕ੍ਰਿਸ਼ਨ ਭਾਵਨਾ ਭਾਵਿਤ ਹੋਕੇ ਕੰਮ ਕਰਦਾ ਹੈ, ਉਹ ਕੰਮ ਕਰਨ ਲਈ ਮੁਕਤ ਹੈ, ਕਿਉਂਕਿ ਉਸ ਦਾ ਹਰ ਕੀਤਾ ਹੋਇਆ ਕੰਮ ਕ੍ਰਿਸ਼ਨ ਰਾਹੀਂ ਪ੍ਰੇਰਿਤ ਅਤੇ ਗੁਰੂ ਰਾਹੀਂ ਉਸਦੀ ਪੁਸ਼ਟੀ ਕੀਤੀ ਹੁੰਦੀ ਹੈ।

यदहङ्कारमाश्रित्य न योत्स्य इति मन्यसे ।
मिथ्यैष व्यवसायस्ते प्रकृतिस्त्वां नियोक्ष्यति ॥५९॥

ਯਦ੍ ਅਹੰਕਾਰਮ੍ ਆਸ਼੍ਰਿਤ੍ਯ ਨ ਯੋਤ੍ਸ੍ਯ ਇਤਿ ਮਨਯਸੇ ।
ਮਿਥ੍ਯੈਸ਼ ਵ੍ਯਵਸਾਯਸ੍ ਤੇ ਪ੍ਰਿਕ੍ਰਿਤਸ੍ ਤ੍ਵਾਮ੍ ਨਿਯੋਕ੍ਸ਼੍ਯਤਿ ॥ 59 ॥

ਯਤ੍-ਜੇਕਰ ; **ਅਹੰਕਾਰਮ੍**-ਝੂੰਠੇ ਹਉਮੈਂ ਦੀ ; **ਆਸ਼੍ਰਿਤ੍ਯ**-ਸ਼ਰਨ ਲੈ ਕੇ ; **ਨ ਯੋਤ੍ਸ੍ਯੇ**-ਮੈਂ ਨਹੀਂ ਲੜਾਂਗਾ ; **ਇਤਿ**-ਇੰਝ ; **ਮਨਯਸੇ**-ਤੁਸੀਂ ਸੋਚਦੇ ਹੋ ; **ਮਿਥ੍ਯਾ-ਏਸ਼**-ਤਾਂ ਇਹ ਸਭ ਝੂੰਠ ਹੈ ; **ਵ੍ਯਵਸਾਯਹ੍**-ਸੰਕਲਪ ; **ਤੇ**-ਤੁਹਾਡਾ ; **ਪ੍ਰਿਕ੍ਰਿਤਹ੍**-ਭੌਤਿਕ ਪ੍ਰਕ੍ਰਿਤੀ ; **ਤ੍ਵਾਮ੍**-ਤੁਹਾਨੂੰ ; **ਨਿਯੋਕ੍ਸ਼੍ਯਤਿ**-ਲਗਾ ਲਵੇਗੀ।

ਅਨੁਵਾਦ

ਜੇਕਰ ਤੁਸੀਂ ਮੇਰੇ ਨਿਰਦੇਸ਼ ਮੁਤਾਬਿਕ ਕੰਮ ਨਹੀਂ ਕਰਦੇ ਅਤੇ ਜੰਗ ਵਿਚ ਨਹੀਂ ਜੁੱਟਦੇ ਤਾਂ ਤੁਸੀਂ ਕੁਰਾਹੇ ਪੈ ਜਾਵੋਗੇ। ਤੁਹਾਨੂੰ ਆਪਣੇ ਸੁਭਾਅ ਮੁਤਾਬਿਕ ਜੰਗ ਵਿਚ ਲਗਣਾ ਪਵੇਗਾ।

ਭਾਵ

ਅਰਜੁਨ ਇੱਕ ਸੈਨਿਕ ਸੀ ਅਤੇ ਖਤਰੀ ਸੁਭਾਅ ਲੈ ਕੇ ਜੰਮਿਆ ਸੀ। ਇਸ ਲਈ ਉਸਦਾ ਸੁਭਾਵਿਕ ਫਰਜ਼ ਸੀ ਕਿ ਉਹ ਜੰਗ ਕਰੇ। ਪਰ ਝੂੰਠੇ ਹਉਮੈਂ ਵੱਜੋਂ ਉਹ ਡਰ ਰਿਹਾ ਸੀ ਕਿ ਆਪਣੇ ਗੁਰੂ, ਦਾਦਾ ਅਤੇ ਮਿੱਤਰਾਂ ਨੂੰ ਮਾਰਕੇ ਉਹ ਪਾਪ ਦਾ ਭਾਗੀਦਾਰ ਨਾ ਬਣੇ। ਅਸਲ ਵਿਚ ਉਹ ਆਪਣੇ ਆਪ ਨੂੰ, ਆਪਣੇ ਕੰਮਾਂ ਦਾ ਮਾਲਕ ਸਮਝ ਰਿਹਾ ਸੀ। ਜਿਵੇਂ ਉਹੀ ਅਜਿਹੇ ਕਰਮਾਂ ਦੇ ਚੰਗੇ ਬੁਰੇ ਫਲਾਂ ਦਾ ਨਿਰਦੇਸ਼ਨ ਕਰ ਰਿਹਾ ਹੋਵੇ। ਉਹ ਭੁੱਲ ਗਿਆ ਕਿ ਉਥੇ ਪ੍ਰਤੱਖ, ਪੂਰਨ

ਪੁਰਸ਼ੋਤਮ ਭਗਵਾਨ ਹਾਜ਼ਰ ਹਨ ਅਤੇ ਉਸਨੂੰ ਜੰਗ ਕਰਨ ਦਾ ਹੁਕਮ ਦੇ ਰਹੇ ਹਨ। ਇਹੋ ਹੈ ਬੱਧ ਜੀਵਨ ਦੀ ਭੁੱਲ। ਪਰਮ ਪੁਰਖ਼ ਸੇਧ ਦਿੰਦੇ ਹਨ ਕਿ, ਕੀ ਚੰਗਾ ਹੈ ਅਤੇ ਕੀ ਬੁਰਾ ਹੈ ਅਤੇ ਮਨੁੱਖ ਨੂੰ ਜੀਵਨ ਸਿੱਧੀ ਪ੍ਰਾਪਤ ਕਰਨ ਲਈ ਸਿਰਫ਼ ਕ੍ਰਿਸ਼ਨ ਭਾਵਨਾ ਅੰਮ੍ਰਿਤ ਵਿਚ ਕੰਮ ਕਰਨਾ ਹੈ। ਕੋਈ ਵੀ ਆਪਣੀ ਕਿਸਮਤ ਦਾ ਫੈਸਲਾ ਅਜਿਹੇ ਤਰੀਕੇ ਨਾਲ ਨਹੀਂ ਕਰ ਸਕਦਾ, ਜਿਵੇਂ ਭਗਵਾਨ ਕਰ ਸਕਦੇ ਹਨ। ਇਸ ਲਈ ਸਭ ਤੋਂ ਉੱਤਮ ਰਸਤਾ ਇਹੋ ਹੈ ਕਿ ਪਰਮੇਸ਼ਵਰ ਤੋਂ ਮਾਰਗ-ਦਰਸ਼ਨ ਪ੍ਰਾਪਤ ਕਰਕੇ ਕੰਮ ਕੀਤਾ ਜਾਵੇ। ਭਗਵਾਨ ਜਾਂ ਭਗਵਾਨ ਦੇ ਪ੍ਰਤੀਨਿੱਧ ਸਵਰੂਪ ਗੁਰੂ ਦੇ ਹੁਕਮ ਦੀ ਉਹ ਕਦੀ ਅਵਹੇਲਨਾ ਨਾ ਕਰਨ। ਭਗਵਾਨ ਦੇ ਹੁਕਮ ਨੂੰ, ਬਗ਼ੈਰ ਕਿਸੇ ਕਿੰਤੂ-ਪਰੰਤੂ ਦੇ ਪੂਰਾ ਕਰਨ ਲਈ ਉਹ ਕੰਮ ਕਰਨ - ਇਸ ਤਰ੍ਹਾਂ ਹਰ ਹਾਲਾਤ ਵਿਚ ਸੁਰੱਖਿਅਤ ਰਿਹਾ ਜਾ ਸਕੇਗਾ।

स्वभावजेन कौन्तेय निबद्धः स्वेन कर्मणा ।
कर्तुं नेच्छसि यन्मोहात्करिष्यस्यवशोऽपि तत् ॥६०॥

ਸ੍ਵਭਾਵ-ਜੇਨ ਕੌਂਤੇਯ ਨਿਬਦ੍ਧਹ੍ ਸ੍ਵੇਨ ਕਰ੍ਮਣਾ ।
ਕਰ੍ਤੁਮ੍ ਨੇਚ੍ਛਸਿ ਯਨ੍ ਮੋਹਾਤ੍ ਕਰਿਸ਼੍ਯਸਿ ਅਵਸ਼ੋ'ਪਿ ਤਤ੍ ॥ 60 ॥

ਸ੍ਵਭਾਵਜੇਨ-ਆਪਣੇ ਸੁਭਾਅ ਤੋਂ ਪੈਦਾ ; **ਕੌਂਤੇਯ**-ਹੇ ਕੁੰਤੀ ਪੁੱਤਰ ; **ਨਿਬਦ੍ਧਹ੍**-ਬੱਧ ; **ਸ੍ਵੇਨ**-ਤੁਸੀਂ ਆਪਣੇ ; **ਕਰ੍ਮਣਾ**-ਕੰਮ ਕਾਰਾਂ ਨਾਲ ; **ਕਰ੍ਤੁਮ੍**-ਕਰਨ ਲਈ ; **ਨ**-ਨਹੀਂ ; **ਇਚ੍ਛਸਿ**-ਇੱਛਾ ਕਰਦੇ ਹੋ ; **ਯਤ੍**-ਜਿਹੜੇ ; **ਮੋਹਾਤ੍**-ਮੋਹ ਨਾਲ ; **ਕਰਿਸ਼੍ਯਸਿ**-ਕਰੋਗੇ ; **ਅਵਸ਼ਹ੍**-ਇੱਛਿਆ ਰਹਿਤ ; **ਅਪਿ**-ਵੀ ; **ਤਤ੍**-ਉਹ।

ਅਨੁਵਾਦ

ਇਸ ਵੇਲੇ ਤੁਸੀਂ ਮੋਹ ਕਰਕੇ ਮੇਰੇ ਨਿਰਦੇਸ਼ ਮੁਤਾਬਿਕ ਕੰਮ ਕਰਨ ਤੋਂ ਮਨਾਹੀ ਕਰ ਰਹੇ ਹੋ। ਪਰ ਹੇ ਕੁੰਤੀ ਪੁੱਤਰ ! ਤੁਸੀਂ ਆਪਣੇ ਹੀ ਜਨਮਾਂਤਰੂ ਸੁਭਾਅ ਤੋਂ ਮਜਬੂਰ ਹੋ ਕੇ ਉਹੀ ਸਭ ਕਰੋਗੇ।

ਭਾਵ

ਜੇ ਕੋਈ ਪਰਮੇਸ਼ਵਰ ਦੇ ਨਿਰਦੇਸ਼ ਮੁਤਾਬਿਕ ਕੰਮ ਕਰਨ ਤੋਂ ਮਨਾਹੀ ਕਰਦਾ ਹੈ, ਤਾਂ ਉਹ ਉਨ੍ਹਾਂ ਗੁਣਾਂ ਰਾਹੀਂ ਕੰਮ ਕਰਨ ਲਈ ਮਜਬੂਰ ਹੁੰਦਾ ਹੈ, ਜਿਨ੍ਹਾਂ ਵਿਚ ਉਹ ਸਥਿਤ ਹੁੰਦਾ ਹੈ। ਹਰ ਮਨੁੱਖ ਪ੍ਰਕ੍ਰਿਤੀ ਦੇ ਗੁਣਾਂ ਦੇ ਖ਼ਾਸ ਸੰਜੋਗ ਅਧੀਨ ਹੈ ਅਤੇ ਉਸ ਮੁਤਾਬਿਕ ਕੰਮ ਕਰਦਾ ਹੈ। ਪਰ ਜਿਹੜਾ ਆਪਣੀ ਮਰਜ਼ੀ ਨਾਲ ਪਰਮੇਸ਼ਵਰ ਦੇ ਨਿਰਦੇਸ਼ ਮੁਤਾਬਿਕ ਕੰਮ ਵਿਚ ਲਗਦਾ ਹੈ, ਉਹ ਯਸ਼ੱਸਵੀ ਹੁੰਦਾ ਹੈ।

ईश्वरः सर्वभूतानां हृद्देशेऽर्जुन तिष्ठति ।
भ्रामयन्सर्वभूतानि यन्त्रारूढानि मायया ॥६१॥

ਈਸ਼ਵਰਹ੍ ਸਰ੍ਵ ਭੂਤਾਨਾਮ੍ ਹ੍ਰਿਦ੍-ਦੇਸ਼ੇ'ਰ੍ਜੁਨ ਤਿਸ਼੍ਠਤਿ ।
ਭ੍ਰਾਮਯਨ੍ ਸਰ੍ਵ-ਭੂਤਾਨਿ ਯੰਤਰਾਰੁਢਾਨਿ ਮਾਯਯਾ ॥ 61 ॥

ਈਸ਼ਵਰਹ੍-ਪਰਮੇਸ਼ਵਰ ; **ਸਰ੍ਵ-ਭੂਤਾਨਾਮ੍**-ਸਾਰੇ ਜੀਵਾਂ ਦੇ ; **ਹ੍ਰਿਤ੍ਦੇਸ਼ੇ**-ਹਿਰਦੇ ਵਿਚ; **ਅਰ੍ਜੁਨ**-ਹੇ ਅਰਜੁਨ ; **ਤਿਸ਼੍ਠਤਿ**-ਨਿਵਾਸ ਕਰਦਾ ਹੈ ; **ਭ੍ਰਾਮਯਨ੍**-ਘੁੰਮਣ ਲਈ ਮਜਬੂਰ ਕਰਦਾ ਹੋਇਆ ; **ਸਰ੍ਵ ਭੂਤਾਨਿ**-ਸਾਰੇ ਜੀਵਾਂ ਨੂੰ ; **ਯੰਤਰ**-ਯੰਤਰ ਵਿਚ ; **ਆਰੁਢਾਨਿ**-ਸਵਾਰ ; **ਮਾਯਯਾ**-ਭੌਤਿਕ ਸ਼ਕਤੀਆਂ ਦੇ ਅਧੀਨ ਹੋਕੇ ।

ਅਨੁਵਾਦ

ਹੇ ਅਰਜੁਨ ! ਪਰਮੇਸ਼ਵਰ ਹਰ ਜੀਵ ਦੇ ਹਿਰਦੇ ਵਿਚ ਸਥਿਤ ਹਨ ਅਤੇ ਭੌਤਿਕ ਸ਼ਕਤੀ ਨਾਲ ਬਣਾਏ ਗਏ ਯੰਤਰ ਵਿਚ ਸਵਾਰ ਵਾਂਗ ਬੈਠੇ ਸਾਰੇ ਜੀਵਾਂ ਨੂੰ ਆਪਣੀ ਮਇਆ ਨਾਲ ਘੁੰਮਾ (ਭਰਮਾ) ਰਹੇ ਹਨ ।

ਭਾਵ

ਅਰਜੁਨ ਪਰਮ ਗਿਆਤਾ ਨਹੀਂ ਸੀ ਅਤੇ ਲੜਨ ਜਾਂ ਨਾ ਲੜਨ ਦਾ ਉਸਦਾ ਫੈਸਲਾ ਉਸਦੀ ਸੀਮਿਤ ਬੁੱਧੀ ਤਕ ਸੀਮਿਤ ਸੀ । ਭਗਵਾਨ ਕ੍ਰਿਸ਼ਨ ਨੇ ਉਪਦੇਸ਼ ਦਿੱਤਾ ਕਿ ਜੀਵਾਤਮਾ (ਮਨੁੱਖ) ਹੀ ਸਭ ਕੁੱਝ ਨਹੀਂ ਹੈ । ਭਗਵਾਨ ਜਾਂ ਖ਼ੁਦ ਕ੍ਰਿਸ਼ਨ ਅੰਤਰਜਾਮੀ ਪਰਮਾਤਮਾ ਰੂਪ ਵਿਚ ਸਥਿਤ ਹੋਕੇ ਜੀਵ ਨੂੰ ਨਿਰਦੇਸ਼ ਦਿੰਦੇ ਹਨ । ਸ਼ਰੀਰ ਪਰਿਵਰਤਨ ਹੁੰਦਿਆਂ ਹੀ, ਜੀਵ ਆਪਣੇ ਪਿੱਛਲੇ ਕੰਮਾਂ ਨੂੰ ਭੁੱਲ ਜਾਂਦਾ ਹੈ, ਪਰ ਪਰਮਾਤਮਾ ਜਿਹੜਾ ਭੂਤ, ਵਰਤਮਾਨ ਅਤੇ ਭਵਿੱਖ ਦਾ ਗਿਆਤਾ ਹੈ, ਉਸਦੇ ਸਾਰੇ ਕੰਮਾਂ ਦਾ ਗਵਾਹ ਰਹਿੰਦਾ ਹੈ । ਇਸ ਲਈ ਜੀਵਾਂ ਦੇ ਸਾਰੇ ਕੰਮਾਂ ਦਾ ਸੰਚਾਲਨ ਇਸੇ ਪਰਮਾਤਮਾ ਰਾਹੀਂ ਹੁੰਦਾ ਹੈ । ਜੀਵ ਜਿਸ ਯੋਗ ਹੁੰਦਾ ਹੈ, ਉਸੇ ਨੂੰ ਪ੍ਰਾਪਤ ਕਰਦਾ ਹੈ ਅਤੇ ਉਸ ਭੌਤਿਕ ਸ਼ਰੀਰ ਰਾਹੀਂ ਹੰਢਾਇਆ ਜਾਂਦਾ ਹੈ, ਜਿਹੜਾ ਪਰਮਾਤਮਾ ਦੇ ਨਿਰਦੇਸ਼ ਨਾਲ ਭੌਤਿਕ ਸ਼ਕਤੀ ਰਾਹੀਂ ਪੈਦਾ ਕੀਤਾ ਜਾਂਦਾ ਹੈ । ਜਿਵੇਂ ਹੀ ਜੀਵ ਕਿਸੇ ਖ਼ਾਸ ਤਰ੍ਹਾਂ ਦੇ ਸ਼ਰੀਰ ਵਿਚ ਸਥਾਪਿਤ ਕਰ ਦਿੱਤਾ ਜਾਂਦਾ ਹੈ, ਉਹ ਸ਼ਰੀਰਕ ਅਵਸਥਾ ਦੇ ਅਧੀਨ ਕੰਮ ਕਰਨਾ ਸ਼ੁਰੂ ਕਰ ਦਿੰਦਾ ਹੈ । ਜ਼ਿਆਦਾ ਤੇਜ ਰਫਤਾਰ ਨਾਲ ਚਲ ਰਹੀ ਮੋਟਰ ਕਾਰ ਵਿਚ ਬੈਠਿਆ ਮਨੁੱਖ ਘੱਟ ਰਫਤਾਰ ਨਾਲ ਜਾ ਰਹੀ ਕਾਰ ਵਿਚ ਬੈਠੇ ਮਨੁੱਖ ਤੋਂ ਤੇਜ ਜਾਂਦਾ ਹੈ । ਭਾਵੇਂ ਉਹ ਜੀਵ ਅਰਥਾਤ ਚਾਲਕ ਇੱਕ ਹੀ ਕਿਉਂ ਨਾ ਹੋਣ। ਇੰਝ ਹੀ ਪਰਮਾਤਮਾ ਦੇ ਹੁਕਮ ਨਾਲ ਭੌਤਿਕ ਪ੍ਰਕ੍ਰਿਤੀ ਇੱਕ ਖ਼ਾਸ ਤਰ੍ਹਾਂ ਦੇ ਜੀਵ ਲਈ ਇੱਕ ਖ਼ਾਸ ਸ਼ਰੀਰ ਦਾ ਨਿਰਮਾਣ ਕਰਦੀ ਹੈ, ਜਿਸ ਨਾਲ ਉਹ ਆਪਣੀਆਂ ਪਹਿਲੀਆਂ ਇੱਛਾਵਾਂ ਮੁਤਾਬਿਕ ਕੰਮ ਕਰ ਸਕੇ । ਜੀਵ ਸੁਤੰਤਰ ਨਹੀਂ ਹੁੰਦਾ । ਮਨੁੱਖ ਨੂੰ ਇਹ ਨਹੀਂ ਸੋਚਣਾ ਚਾਹੀਦਾ ਕਿ ਉਹ ਭਗਵਾਨ ਤੋਂ ਸੁਤੰਤਰ ਹੈ । ਮਨੁੱਖ ਤਾਂ ਹਮੇਸ਼ਾਂ ਭਗਵਾਨ ਦੇ ਨਿਯੰਤਰਣ ਵਿਚ ਰਹਿੰਦਾ ਹੈ। ਇਸ ਲਈ ਉਸਦਾ ਫਰਜ਼ ਹੈ ਕਿ ਉਹ ਸ਼ਰਨ ਵਿਚ ਆਏ ਅਤੇ ਅਗਲੇ ਸ਼ਲੋਕ ਦੀ ਇਹੋ ਹਦਾਇਤ ਹੈ ।

तमेव शरणं गच्छ सर्वभावेन भारत।
तत्प्रसादात्परां शान्तिं स्थानं प्राप्स्यसि शाश्वतम् ॥ ६२॥

ਤਮ੍ ਏਵ ਸ਼ਰਨਮ੍ ਗਚ੍ਛ ਸਰ੍ਵ-ਭਾਵੇਨ ਭਾਰਤ ।
ਤਤ੍-ਪ੍ਰਸਾਦਾਤ੍ ਪਰਮ੍ ਸ਼ਾਂਤਿਮ੍ ਸ੍ਥਾਨਮ੍ ਪ੍ਰਾਪ੍ਸ੍ਯਸਿ ਸ਼ਾਸ੍ਵਤਮ੍ ॥ 62 ॥

ਤਮ੍-ਉਸਦੀ ; **ਏਵ**-ਨਿਸ਼ਚੈ ਹੀ ; **ਸ਼ਰਨਮ੍ ਗਚ੍ਛ**-ਸ਼ਰਨ ਵਿਚ ਜੀਉ ; **ਸਰ੍ਵਭਾਵੇਨ**-ਹਰ ਤਰ੍ਹਾਂ ਨਾਲ ; **ਭਾਰਤ**-ਹੇ ਭਰਤ ਪੁੱਤਰ ; **ਤਤ੍-ਪ੍ਰਸਾਦਾਤ੍**-ਉਸਦੀ ਕ੍ਰਿਪਾ ਨਾਲ ; **ਪਰਮ੍**-ਅਲੌਕਿਕ ; **ਸ਼ਾਂਤਿਮ੍**-ਸ਼ਾਂਤੀ ਨੂੰ ; **ਸ੍ਥਾਨਮ੍**-ਧਾਮ ਨੂੰ ; **ਪ੍ਰਾਪ੍ਯਸਿ**-ਪ੍ਰਾਪਤ ਕਰੋਗੇ ; **ਸ਼ਾਸ੍ਵਤਮ੍**-ਸ਼ਾਸਵਤ (ਸਨਾਤਨ) ।

ਅਨੁਵਾਦ

ਹੇ ਭਾਰਤ-ਵੰਸ਼ੀ ! ਹਰ ਤਰ੍ਹਾਂ ਨਾਲ ਉਸੇ ਦੀ ਸ਼ਰਨ ਵਿਚ ਜਾਉ, ਉਸਦੀ ਕਿਰਪਾ ਨਾਲ ਤੁਸੀਂ ਪਰਮ ਸ਼ਾਂਤੀ ਨੂੰ ਅਤੇ ਪਰਮ ਨਿੱਤਧਾਮ ਨੂੰ ਪ੍ਰਾਪਤ ਕਰੋਗੇ ।

ਭਾਵ

ਇਸ ਲਈ ਜੀਵ ਨੂੰ ਚਾਹੀਦਾ ਹੈ ਕਿ ਹਰ ਹਿਰਦੇ ਵਿਚ ਸਥਿਤ ਭਗਵਾਨ ਦੀ ਸ਼ਰਨ ਲਵੇ। ਇਸ ਨਾਲ ਇਸ ਸੰਸਾਰ ਦੇ ਹਰ ਤਰ੍ਹਾਂ ਦੇ ਦੁੱਖਾਂ ਤੋਂ ਛੁਟਕਾਰਾ ਮਿਲ ਜਾਵੇਗਾ । ਅਜਿਹੀ ਸ਼ਰਨ ਲੈਣ ਨਾਲ ਮਨੁੱਖ ਨਾ ਸਿਰਫ ਇਸ ਜੀਵਨ ਦੇ ਸਾਰੇ ਦੁੱਖਾਂ ਤੋਂ ਛੁਟਕਾਰਾ ਪਾ ਸਕੇਗਾ, ਸਗੋਂ ਅੰਤ ਵਿਚ ਉਹ ਪਰਮੇਸ਼ਵਰ ਕੋਲ ਪਹੁੰਚੇਗਾ । ਵੈਦਿਕ ਸਾਹਿਤ ਵਿਚ (ਰਿਗਵੇਦ 1-22-20) ਅਲੌਕਿਕ ਸੰਸਾਰ - **ਤਦ੍ ਵਿਸ਼੍ਣੋਹ੍ ਪਰਮਮ੍ ਪਦਮ੍** ਦੇ ਰੂਪ ਵਿਚ ਵਰਣਿਤ ਹੈ । ਕਿਉਂਕਿ ਸਾਰੀ ਸ੍ਰਿਸ਼ਟੀ ਤੇ ਪਰਮ-ਈਸ਼ਵਰ ਦਾ ਰਾਜ ਹੈ, ਇਸ ਲਈ ਇਸਦੀ ਹਰ ਭੌਤਿਕ ਚੀਜ਼ ਅਸਲ ਵਿਚ ਅਧਿਆਤਮਕ ਹੈ ਪਰ **ਪਰਮਮ੍ ਪਦਮ੍** ਖ਼ਾਸ ਕਰਕੇ ਨਿੱਤਧਾਮ ਨੂੰ ਦੱਸਦਾ ਹੈ, ਜਿਹੜਾ ਚਿੰਨਮਯ ਆਕਾਸ਼ ਜਾਂ ਬੈਕੁੰਠ ਕਹਾਉਂਦਾ ਹੈ ।

ਭਗਵਤ ਗੀਤਾ ਦੇ ਪੰਦਰ੍ਹਵੇਂ ਅਧਿਆਇ ਵਿਚ ਕਿਹਾ ਗਿਆ ਹੈ - **ਸਰ੍ਵਸ੍ਯ ਚਾਹਮ੍ ਹ੍ਰਿਦਿ ਸੰਨਿਵਿਸ਼੍ਟਹ੍** - ਭਗਵਾਨ ਹਰ ਜੀਵ ਦੇ ਹਿਰਦੇ ਵਿਚ ਸਥਿਤ ਹਨ । ਇਸ ਲਈ ਇਹ ਕਹਿਣਾ ਕਿ ਮਨੁੱਖ ਆਪਣੇ ਅੰਦਰ ਸਥਿਤ ਪਰਮਾਤਮਾ ਦੀ ਸ਼ਰਨ ਲਵੇ ਅਰਥਾਤ ਉਹ ਪਰਮ-ਪੁਰਖ਼ ਭਗਵਾਨ ਕ੍ਰਿਸ਼ਨ ਦੀ ਸ਼ਰਨ ਲਵੇ । ਕ੍ਰਿਸ਼ਨ ਨੂੰ ਪਹਿਲੋਂ ਹੀ ਅਰਜੁਨ ਨੇ ਉੱਤਮ ਸਵੀਕਾਰ ਕਰ ਲਿਆ ਹੈ । ਦਸਵੇਂ ਅਧਿਆਇ ਵਿਚ ਉਨ੍ਹਾਂ ਨੂੰ ਪਰਮ ਬ੍ਰਹਮ ਪਰਮ ਧਾਮ ਦੇ ਰੂਪ ਵਿਚ ਸਵੀਕਾਰ ਕੀਤਾ ਜਾ ਚੁੱਕਾ ਹੈ । ਅਰਜੁਨ ਨੇ ਕ੍ਰਿਸ਼ਨ ਨੂੰ ਭਗਵਾਨ ਅਤੇ ਸਾਰੇ ਜੀਵਾਂ ਦੇ ਪਰਮ ਧਾਮ ਦੇ ਰੂਪ ਵਿਚ ਸਵੀਕਾਰ ਕਰ ਰੱਖਿਆ ਹੈ, ਇਸ ਲਈ ਨਹੀਂ ਕਿ ਇਹ ਉਸਦਾ ਆਪਣਾ ਅਨੁਭਵ ਹੈ, ਸਗੋਂ ਇਸ ਲਈ ਵੀ ਕਿ ਨਾਰਦ, ਅਸਿਤ, ਦੇਵਲ ਵਿਆਸ ਵਰਗੇ ਮਹਾਂਪੁਰਖ ਇਸਦੇ ਪ੍ਰਮਾਣ ਹਨ ।

इति ते ज्ञानमाख्यातं गुह्याद्गुह्यतरं मया ।
विमृश्यैतदशेषेण यथेच्छसि तथा कुरु ॥ ६३ ॥

ਇਤਿ ਤੇ ਗ੍ਯਾਨਮ੍ ਆਖ੍ਯਾਤਮ ਗੁਹ੍ਯਾਦ੍ ਗੁਹ੍ਯਤਰਮ੍ ਮਯਾ ।
ਵਿਮ੍ਰਿਸ਼ਯੈਤਦ ਅਸ਼ੇਸ਼ੇਣ ਯਥੇਚ੍ਛਸਿ ਤਥਾ ਕੁਰੁ ॥ 63 ॥

ਇਤਿ-ਇੰਞ ; **ਤੇ**-ਤੁਹਾਨੂੰ ; **ਗਯਾਨਮ**-ਗਿਆਨ ; **ਆਖਯਾਤਮ**-ਵਰਣਨ ਕੀਤਾ ਗਿਆ ; **ਗੁਹਯਾਤ**-ਗੁਪਤ ਹੈ ; **ਗੁਹਯਤਰਮ**-ਜ਼ਿਆਦਾ ਗੁਪਤ ; **ਮਯਾ**-ਮੇਰੇ ਰਾਹੀਂ ; **ਵਿਮ੍ਰਿਸ਼ਯ**-ਵਿਚਾਰ ਕਰਕੇ ; **ਏਤਤ**-ਇਸ ; **ਅਸ਼ੇਸ਼ੇਣ**-ਪੂਰੀ ਤਰ੍ਹਾਂ ; **ਯਥਾ**-ਵਰਗੀ ; **ਇਚਛਸਿ**-ਇੱਛਾ ਹੋਵੇ; **ਤਥਾ**-ਉਸੇ ਤਰ੍ਹਾਂ ; **ਕੁਰੁ**-ਕਰੋ ।

ਅਨੁਵਾਦ

ਇਸ ਤਰ੍ਹਾਂ ਮੈਂ ਤੁਹਾਨੂੰ ਬਹੁਤ ਗੁਪਤ ਗਿਆਨ ਦੱਸਿਆ ਹੈ । ਇਸਤੇ ਪੂਰੀ ਤਰ੍ਹਾਂ ਵਿਚਾਰ ਕਰੋ ਅਤੇ ਉਸ ਮਗਰੋਂ ਜਿਹਾ ਚਾਹੋ ਕਰੋ ।

ਭਾਵ

ਭਗਵਾਨ ਨੇ ਪਹਿਲਾ ਹੀ ਅਰਜੁਨ ਨੂੰ **ਬ੍ਰਹਮਭੂਤ** ਗਿਆਨ ਦੱਸ ਦਿੱਤਾ ਹੈ । ਜਿਹੜਾ ਇਸ **ਬ੍ਰਹਮਭੂਤ** ਅਵਸਥਾ ਵਿਚ ਹੁੰਦਾ ਹੈ, ਉਹ ਸਦਾ ਖ਼ੁਸ਼ ਰਹਿੰਦਾ ਹੈ, ਨਾ ਤਾਂ ਉਹ ਸੋਗ ਕਰਦਾ ਹੈ, ਨਾ ਕਿਸੇ ਚੀਜ਼ ਦੀ ਇੱਛਾ ਕਰਦਾ ਹੈ । ਅਜਿਹੇ ਗੁਪਤ ਗਿਆਨ ਸਦਕਾ ਹੀ ਇਹ ਸੰਭਵ ਹੁੰਦਾ ਹੈ । ਕ੍ਰਿਸ਼ਨ ਪਰਮਾਤਮਾ ਦੇ ਗਿਆਨ ਨੂੰ ਵੀ ਪ੍ਰਗਟ ਕਰਦੇ ਹਨ । ਇਹ ਬ੍ਰਹਮ ਗਿਆਨ ਵੀ ਹੈ, ਪਰ ਇਹ ਉਸ ਤੋਂ ਸ਼੍ਰੇਸ਼ਠ (ਉੱਤਮ) ਹੈ ।

ਇੱਥੇ **ਯਥੇਚ੍ਛਸਿ ਤਥਾ ਕੁਰੁ** - ਜਿਹੋ ਜਿਹੀ ਇੱਛਾ ਹੋਵੇ ਉਸੇ ਤਰ੍ਹਾਂ ਕਰੋ ਇਹ ਸੂਚਿਤ ਕਰਦਾ ਹੈ ਕਿ ਈਸ਼ਵਰ ਜੀਵ ਦੀ ਥੋੜ੍ਹੀ ਬਹੁਤ ਸੁਤੰਤਰਤਾ ਵਿਚ ਦਖ਼ਲ ਅੰਦਾਜ਼ੀ ਨਹੀਂ ਕਰਦੇ । ਭਗਵਤ ਗੀਤਾ ਵਿਚ ਭਗਵਾਨ ਨੇ ਹਰ ਤਰ੍ਹਾਂ ਨਾਲ ਇਹ ਦੱਸਿਆ ਹੈ ਕਿ ਕੋਈ ਆਪਣੀ ਜੀਵਨ ਸਥਿਤੀ ਨੂੰ ਕਿਸ ਤਰ੍ਹਾਂ ਸੁਧਾਰ ਸਕਦਾ ਹੈ । ਅਰਜੁਨ ਨੂੰ ਉਨ੍ਹਾਂ ਦਾ ਸਭ ਤੋਂ ਉੱਤਮ ਉਪਦੇਸ਼ ਇਹ ਹੈ ਕਿ ਹਿਰਦੇ ਵਿਚ ਆਸੀਨ (ਸਥਿਤ) ਪਰਮਾਤਮਾ ਦੀ ਸ਼ਰਨੀ ਹੋਇਆ ਜਾਵੇ । ਸਹੀ ਵਿਵੇਕ ਨਾਲ ਮਨੁੱਖ ਨੂੰ ਪਰਮਾਤਮਾ ਦੇ ਹੁਕਮਾਂ ਮੁਤਾਬਿਕ ਕੰਮ ਕਰਨ ਲਈ ਤਿਆਰ ਹੋਣਾ ਚਾਹੀਦਾ ਹੈ । ਇਸ ਨਾਲ ਮਨੁੱਖ ਲਗਾਤਾਰ ਕ੍ਰਿਸ਼ਨ ਭਾਵਨਾ ਅੰਮ੍ਰਿਤ ਵਿਚ ਸਥਿਤ ਹੋ ਸਕੇਗਾ, ਜਿਹੜਾ ਮਨੁੱਖੀ ਜੀਵਨ ਦੀ ਸਭ ਤੋਂ ਉਚੇਰੀ ਸਿੱਧੀ ਹੈ । ਅਰਜੁਨ ਨੂੰ ਭਗਵਾਨ ਪ੍ਰਤੱਖ ਜੰਗ ਕਰਨ ਦਾ ਹੁਕਮ ਦੇ ਰਹੇ ਹਨ । ਭਗਵਾਨ ਦੇ ਸ਼ਰਨੀ ਹੋਣਾ, ਜੀਵਾਂ ਦੇ ਸਭ ਤੋਂ ਵੱਧ ਹਿੱਤ ਵਿਚ ਹੈ । ਇਸ ਵਿਚ ਪਰਮੇਸ਼ਵਰ ਦਾ ਕੋਈ ਹਿੱਤ ਨਹੀਂ ਹੈ । ਸ਼ਰਨੀ ਲਗਣ ਮਗਰੋਂ ਜਿੱਥੋਂ ਤਕ ਬੁੱਧੀ ਕੰਮ ਕਰੇ ਮਨੁੱਖ ਨੂੰ ਇਸ ਬਾਰੇ ਸੋਚਣ ਦੀ ਛੋਟ ਮਿਲੀ ਹੈ ਅਤੇ ਭਗਵਾਨ ਦੇ ਹੁਕਮ ਨੂੰ ਸਵੀਕਾਰ ਕਰਨ ਦੀ ਇਹੋ ਸਭ ਤੋਂ ਉੱਤਮ ਵਿੱਧੀ ਹੈ । ਅਜਿਹਾ ਹੁਕਮ ਕ੍ਰਿਸ਼ਨ ਦੇ ਪ੍ਰਮਾਣਿਤ ਪ੍ਰਤੀਨਿਧ ਸਵਰੂਪ ਗੁਰੂ ਤੋਂ ਪ੍ਰਾਪਤ ਹੁੰਦਾ ਹੈ ।

सर्वगुह्यतमं भूयः शृणु मे परमं वचः ।
इष्टोऽसि मे दृढमिति ततो वक्ष्यामि ते हितम् ॥ ६४॥

ਸਰ੍ਵ-ਗੁਹ੍ਯਤਮਮ੍ ਭੂਯਹ੍ ਸ਼੍ਰਿਣੂ ਮੇ ਪਰਮਮ੍ ਵਚਹ੍ ।
ਇਸ਼੍ਟੋ'ਸਿ ਮੇ ਦ੍ਰਿੜਮ੍ ਇਤਿ ਤਤੋ ਵਕ੍ਸ਼ਯਾਮਿ ਤੇ ਹਿਤਮ੍ ॥ 64 ॥

ਸਰ੍ਵ ਗੁਹ੍ਯ-ਤਮਮ੍-ਸਭਨਾਂ ਵਿਚੋਂ ਬਹੁਤ ਗੁਪਤ ; **ਭੂਯਹ੍**-ਫਿਰ ; **ਸ਼੍ਰਿਣੂ**-ਸੁਣੋ ; **ਮੇ**-ਮੇਰੇ ਤੋਂ ; **ਪਰਮਮ੍**-ਪਰਮ ; **ਵਚਹ੍**-ਨਿਰਦੇਸ਼ ਉਪਦੇਸ਼ ; **ਇਸ਼੍ਟਹ੍-ਅਸਿ**-ਤੁਸੀਂ ਪਿਆਰੇ ਹੋ ; **ਨੇ**-ਮੇਰੇ ; **ਦ੍ਰਿੜਮ੍**-ਬਹੁਤ ; **ਇਤਿ**-ਇੰਝ ; **ਤਤਹ੍**-ਇਸ ਲਈ ; **ਵਕ੍ਸ਼ਯਾਮਿ**-ਕਹਿ ਰਿਹਾ ਹਾਂ ; **ਤੇ**-ਤੁਹਾਡੇ ; **ਹਿਤਮ੍**-ਫ਼ਾਇਦੇ ਲਈ ।

ਅਨੁਵਾਦ

ਕਿਉਂਕਿ ਤੁਸੀਂ ਮੇਰੇ ਬਹੁਤ ਪਿਆਰੇ ਮਿੱਤਰ ਹੋ, ਇਸ ਲਈ ਮੈਂ ਤੁਹਾਨੂੰ ਆਪਣਾ ਪਰਮ ਨਿਰਦੇਸ਼, ਜਿਹੜਾ ਸਭ ਤੋਂ ਵੱਧ ਗੁਪਤ ਗਿਆਨ ਹੈ, ਦੱਸ ਰਿਹਾ ਹਾਂ, ਇਸਨੂੰ ਆਪਣੇ ਹਿੱਤ ਲਈ ਸੁਣੋ ।

ਭਾਵ

ਅਰਜੁਨ ਨੂੰ ਗੁਪਤ ਗਿਆਨ (ਬ੍ਰਹਮ ਗਿਆਨ) ਅਤੇ ਗੁਪਤ ਤੋਂ ਵੀ ਗੁਪਤ ਗਿਆਨ (ਪਰਮਾਤਮਾ ਦਾ ਗਿਆਨ) ਦੇਣ ਲਈ ਭਗਵਾਨ ਹੁਣ, ਉਸਨੂੰ ਸਭ ਤੋਂ ਗੁਪਤ ਗਿਆਨ ਦੇਣ ਜਾ ਰਹੇ ਹਨ - ਇਹ ਹੈ ਭਗਵਾਨ ਦੇ ਸ਼ਰਨੀ ਆਉਣ ਦਾ ਗਿਆਨ । ਨੌਵੇਂ ਅਧਿਆਇ ਦੇ ਅੰਤ ਵਿਚ ਉਨ੍ਹਾਂ ਕਿਹਾ ਸੀ - **ਮਨ੍ ਮਨਾਹ੍** - ਹਮੇਸ਼ਾ ਮੇਰਾ ਚਿੰਤਨ ਕਰੋ । ਉਸੇ ਉਪਦੇਸ਼ ਨੂੰ ਇੱਥੇ ਭਗਵਤ ਗੀਤਾ ਦੇ ਸਾਰ ਰੂਪ ਵਿਚ ਜ਼ੋਰ ਦੇਣ ਲਈ ਦੋਹਰਾਇਆ ਜਾ ਰਿਹਾ ਹੈ, ਇਹ ਸਾਰ ਆਮ ਲੋਕਾਂ ਦੀ ਸਮਝ ਵਿਚ ਨਹੀਂ ਆਉਂਦਾ । ਪਰ ਜਿਹੜਾ ਕ੍ਰਿਸ਼ਨ ਨੂੰ ਸੱਚਮੁੱਚ ਪਿਆਰਾ ਹੈ । ਕ੍ਰਿਸ਼ਨ ਦਾ ਸ਼ੁੱਧ ਭਗਤ ਹੈ ਉਹ ਸਮਝ ਲੈਂਦਾ ਹੈ । ਸਾਰੇ ਵੈਦਿਕ ਸਾਹਿਤ ਵਿਚ ਇਹ ਸਭ ਤੋਂ ਵੱਧ ਮਹੱਤਵ ਪੂਰਨ ਹੁਕਮ ਹੈ । ਇਸ ਪ੍ਰਸੰਗ ਵਿਚ ਜੋ ਕੁਝ ਕ੍ਰਿਸ਼ਨ ਕਹਿੰਦੇ ਹਨ, ਉਹ ਗਿਆਨ ਦਾ ਸਭ ਤੋਂ ਵੱਧ ਮਹੱਤਵਪੂਰਨ ਅੰਸ਼ ਹੈ ਅਤੇ ਇਸਦਾ ਪਾਲਣ ਨਾ ਸਿਰਫ਼ ਅਰਜੁਨ ਰਾਹੀਂ ਹੋਣਾ ਚਾਹੀਦਾ ਹੈ, ਸਗੋਂ ਸਾਰੇ ਜੀਵਾਂ ਰਾਹੀਂ ਹੋਣਾ ਚਾਹੀਦਾ ਹੈ ।

मन्मना भव मद्भक्तो मद्याजी मां नमस्कुरु ।
मामेवैष्यसि सत्यं ते प्रतिजाने प्रियोऽसि मे ॥ ६५॥

ਮਨ੍ ਮਨਾ ਭਵ ਮਦ੍-ਭਕ੍ਤੋ ਮਦ੍-ਯਾਜੀ ਮਾਮ੍ ਨਮਸ੍ਕੁਰੁ ।
ਮਾਮ ਏਵੈਸ਼੍ਯਸਿ ਸਤ੍ਯਮ੍ ਤੇ ਪ੍ਰਤਿਜਾਨੇ ਪ੍ਰਿਯੋ'ਸਿ ਮੇ ॥ 65 ॥

ਮਨ੍ਮਨਾਹ੍-ਮੇਰੇ ਬਾਰੇ ਸੋਚਦੇ ਹੋਏ ; **ਭਵਹ੍**-ਹੋਵੋ ; **ਮਤ੍ਭਕ੍ਤਹ੍**-ਮੇਰਾ ਭਗਤ ; **ਮਤ੍ਯਾਜੀ**-ਮੇਰਾ ਪੂਜਣ ਵਾਲਾ ; **ਮਾਮ੍**-ਮੈਨੂੰ ; **ਨਮਸ੍ਕੁਰੁ**-ਨਮਸਕਾਰ ਕਰੋ ; **ਮਾਮ੍**-ਮੇਰੇ ਕੋਲ ; **ਏਵ**-ਹੀ ; **ਏਸ਼੍ਯਸਿ**-ਆਓਗੇ ; **ਸਤ੍ਯਮ੍**-ਸੱਚ ਸੱਚ ; **ਤੇ**-ਤੁਹਾਡੇ ਵਿਚ ; **ਪ੍ਰਤਿਜਾਨੇ**-ਵਾਅਦਾ ਕਰਦਾ ਹਾਂ ; **ਪ੍ਰਿਯਹ੍**-ਪਿਆਰਾ ; **ਅਸਿ**-ਹੋਵੇ ; **ਮੇ**-ਮੈਨੂੰ ।

ਅਨੁਵਾਦ

ਹਮੇਸ਼ਾਂ ਮੇਰਾ ਚਿੰਤਨ ਕਰੋ, ਮੇਰੇ ਭਗਤ ਬਣੋ, ਮੇਰੀ ਪੂਜਾ ਕਰੋ ਅਤੇ ਮੈਨੂੰ ਨਮਸਕਾਰ ਕਰੋ। ਇੰਝ ਤੁਸੀ ਯਕੀਨੀ ਤੌਰ ਤੇ ਮੇਰੇ ਕੋਲ ਆਓਗੇ । ਮੈਂ ਤੁਹਾਨੂੰ ਵਚਨ ਦਿੰਦਾ ਹਾਂ, ਕਿਉਂਕਿ ਤੁਸੀਂ ਮੇਰੇ ਪਿਆਰੇ ਮਿੱਤਰ ਹੋ ।

ਭਾਵ

ਗਿਆਨ ਦਾ ਗੁਪਤ ਅੰਸ਼ ਹੈ ਕਿ ਮਨੁੱਖ ਕ੍ਰਿਸ਼ਨ ਦਾ ਸ਼ੁੱਧ ਭਗਤ ਬਣੇ, ਹਮੇਸ਼ਾਂ ਉਨ੍ਹਾਂ ਦਾ ਚਿੰਤਨ ਕਰੇ ਅਤੇ ਉਨ੍ਹਾਂ ਲਈ ਕੰਮ ਕਰੇ । ਵਿਉਪਾਰੀ ਧਿਆਨੀ ਬਣਨਾ ਠੀਕ ਨਹੀਂ । ਜੀਵਨ ਵੀ ਇੰਝ ਢਾਲਣਾ ਚਾਹੀਦਾ ਹੈ ਕਿ ਕ੍ਰਿਸ਼ਨ ਦਾ ਚਿੰਤਨ ਕਰਨ ਦਾ ਹਮੇਸ਼ਾਂ ਮੌਕਾ ਮਿਲੇ । ਮਨੁੱਖ ਇੰਝ ਕੰਮ ਕਰੇ ਕਿ ਉਸਦੇ ਸਾਰੇ ਨਿੱਤ ਕੰਮ ਕ੍ਰਿਸ਼ਨ ਲਈ ਹੋਣ । ਉਹ ਜੀਵਨ ਨੂੰ ਇੰਝ ਢਾਲੇ ਕਿ ਚੌਵੀ ਘੰਟੇ ਕ੍ਰਿਸ਼ਨ ਦਾ ਹੀ ਚਿੰਤਨ ਕਰਦਾ ਰਹੇ ਅਤੇ ਭਗਵਾਨ ਦਾ ਇਹ ਵਾਅਦਾ ਹੈ ਕਿ ਜਿਹੜਾ ਇੰਝ ਕ੍ਰਿਸ਼ਨ ਭਾਵਨਾ ਵਾਲਾ ਹੋਵੇਗਾ, ਉਹ ਨਿਸ਼ਚੈ ਹੀ ਕ੍ਰਿਸ਼ਨ ਧਾਮ ਨੂੰ ਜਾਵੇਗਾ, ਜਿੱਥੇ ਉਹ ਪ੍ਰਤੱਖ ਕ੍ਰਿਸ਼ਨ ਦੇ ਨਾਲ ਰਹੇਗਾ । ਇਹ ਗੁਪਤ ਗਿਆਨ ਅਰਜੁਨ ਨੂੰ ਇਸ ਲਈ ਦੱਸਿਆ ਗਿਆ ਹੈ ਕਿਉਂਕਿ ਉਹ ਕ੍ਰਿਸ਼ਨ ਦਾ ਪਿਆਰਾ ਮਿੱਤਰ ਹੈ। ਜਿਹੜਾ ਕੋਈ ਵੀ ਅਰਜੁਨ ਦੇ ਰਸਤੇ ਤੇ ਚਲੇਗਾ ਉਹ ਕ੍ਰਿਸ਼ਨ ਦਾ ਪਿਆਰਾ ਮਿੱਤਰ ਬਣਕੇ ਅਰਜੁਨ ਵਰਗੀ ਸਿੱਧੀ ਪ੍ਰਾਪਤ ਕਰ ਸਕਦਾ ਹੈ ।

ਇਹ ਸ਼ਬਦ ਇਸ ਗਲ ਤੇ ਜ਼ੋਰ ਦਿੰਦੇ ਹਨ, ਕਿ ਮਨੁੱਖ ਨੂੰ ਆਪਣਾ ਮਨ ਉਸ ਕ੍ਰਿਸ਼ਨ ਤੇ ਇੱਕਾਗਰ ਕਰਨਾ ਚਾਹੀਦਾ ਹੈ, ਜਿਹੜੇ ਦੋਵੇਂ ਹੱਥਾਂ ਵਿਚ ਬਾਂਸੁਰੀ ਧਾਰਨ ਕਰਦੇ ਹਨ, ਸੋਹਣੇ ਮੂੰਹ ਵਾਲੇ ਅਤੇ ਆਪਣੇ ਵਾਲਾਂ ਵਿਚ ਮੋਰ ਦੇ ਖੰਭ ਧਾਰਨ ਕੀਤੇ ਹੋਏ ਸਾਂਵਲੇ ਬਾਲਕ ਦੇ ਰੂਪ ਵਿਚ ਹਨ । ਕ੍ਰਿਸ਼ਨ ਦਾ ਵਰਣਨ ਬ੍ਰਹਮ ਸੰਹਿਤਾ ਅਤੇ ਹੋਰ ਗ੍ਰੰਥਾਂ ਵਿਚ ਮਿਲਦਾ ਹੈ । ਮਨੁੱਖ ਨੂੰ ਪਰਮ ਈਸ਼ਵਰ ਦੇ ਆਦਿ ਰੂਪ, ਭਾਵ ਕ੍ਰਿਸ਼ਨ ਵਿੱਚ, ਆਪਣੇ ਆਪ ਨੂੰ ਇੱਕਾਗਰ ਕਰਨਾ ਚਾਹੀਦਾ ਹੈ । ਉਸਨੂੰ ਆਪਣੇ ਮਨ ਨੂੰ ਭਗਵਾਨ ਦੇ ਹੋਰ ਰੂਪਾਂ ਵੱਲ ਨਹੀਂ ਮੋੜਨਾ ਚਾਹੀਦਾ । ਭਗਵਾਨ ਦੇ ਵੱਖੋ ਵੱਖਰੇ ਰੂਪ ਹਨ । ਜਿਵੇਂ ਵਿਸ਼ਨੂੰ, ਨਾਰਾਇਣ, ਰਾਮ, ਵਰਾਹ ਆਦਿ । ਪਰ ਭਗਤ ਨੂੰ ਚਾਹੀਦਾ ਹੈ ਕਿ ਆਪਣੇ ਮਨ ਨੂੰ ਉਸ ਇੱਕ ਰੂਪ ਤੇ ਕੇਂਦ੍ਰਿਤ ਕਰੇ, ਜਿਹੜਾ ਅਰਜੁਨ ਦੇ ਸਾਹਮਣੇ ਸੀ । ਕ੍ਰਿਸ਼ਨ ਦੇ ਰੂਪ ਤੇ ਮਨ ਦੀ ਇਹ ਇੱਕਾਗਰਤਾ ਗਿਆਨ ਦਾ ਗੁਪਤ ਅੰਸ਼ ਹੈ, ਜਿਸ ਦਾ ਪ੍ਰਗਟਾਵਾ ਅਰਜੁਨ ਲਈ ਕੀਤਾ ਗਿਆ ਹੈ, ਕਿਉਂਕਿ ਉਹ ਕ੍ਰਿਸ਼ਨ ਦਾ ਬਹੁਤ ਪਿਆਰਾ ਮਿੱਤਰ ਹੈ ।

सर्वधर्मान्परित्यज्य मामेकं शरणं व्रज ।
अहं त्वां सर्वपापेभ्यो मोक्षयिष्यामि मा शुचः ॥ ६६ ॥

ਸਰ੍ਵ ਧਰ੍ਮਾਨ ਪਰਿਤ੍ਯਜ੍ਯ ਮਾਮ੍ ਏਕਮ੍ ਸ਼ਰਨਮ੍ ਵ੍ਰਜ ।
ਅਹਮ੍ ਤ੍ਵਾਮ੍ ਸਰ੍ਵ-ਪਾਪੇਭ੍ਯੋ ਮੋਕ੍ਸ਼ਯਿਸ਼੍ਯਾਮਿ ਮਾ ਸ਼ੁਚਹ੍ ॥ 66 ॥

ਸਰ੍ਵ ਧਰ੍ਮਾਨ-ਹਰ ਤਰ੍ਹਾਂ ਦਾ ਧਰਮ ; **ਪਰਿਤ੍ਯਜ੍ਯ**-ਤਿਆਗ ਕੇ ; **ਮਾਮ੍**-ਮੇਰੀ ; **ਏਕਮ੍**-ਸਿਰਫ਼ ਇੱਕੋ ; **ਸ਼ਰਨਮ੍**-ਸ਼ਰਨ ਵਿਚ ; **ਵ੍ਰਜ**-ਜਾਓ ; **ਅਹਮ੍**-ਮੈਂ ; **ਤ੍ਵਾਮ੍**-ਤੁਹਾਨੂੰ ; **ਸਰ੍ਵ**-ਸਾਰੇ ; **ਪਾਪੇਭ੍ਯਹ੍**-ਪਾਪਾਂ ਤੋਂ ; **ਮੋਕ੍ਸ਼ਯਿਸ਼੍ ਯਾਮਿ**-ਮੁਕਤ ਕਰਾਂਗਾ ; **ਮਾ**-ਨਾ ; **ਸ਼ੁਚਹ੍**-ਡਰੋ।

ਅਨੁਵਾਦ

ਹਰ ਤਰ੍ਹਾਂ ਦੇ ਧਰਮ ਨੂੰ ਤਿਆਗ ਦਿਓ ਅਤੇ ਮੇਰੀ ਸ਼ਰਨ ਵਿਚ ਆਉ, ਮੈਂ ਸਾਰੇ ਪਾਪ ਫਲਾਂ ਤੋਂ ਮੁਕਤ ਕਰ ਦਿਆਂਗਾ, ਡਰੋ ਨਾ।

ਭਾਵ

ਭਗਵਾਨ ਨੇ ਅਨੇਕਾਂ ਤਰ੍ਹਾਂ ਦੇ ਗਿਆਨ ਅਤੇ ਧਰਮ ਦੀਆਂ ਵਿਧੀਆਂ ਦੱਸੀਆਂ ਹਨ - ਪਾਰਬ੍ਰਹਮ ਦਾ ਗਿਆਨ, ਪਰਮਾਤਮਾ ਦਾ ਗਿਆਨ, ਅਨੇਕਾਂ ਤਰ੍ਹਾਂ ਦੇ ਆਸ਼ਰਮਾਂ ਅਤੇ ਵਰਣਾਂ ਦਾ ਗਿਆਨ, ਸੰਨਿਆਸ ਦਾ ਗਿਆਨ, ਅਣ-ਆਸਕਤੀ, ਇੰਦਰੀਆਂ ਅਤੇ ਮਨ ਦਾ ਸੰਜਮ, ਧਿਆਨ ਆਦਿ ਦਾ ਗਿਆਨ। ਉਨ੍ਹਾਂ ਅਨੇਕਾਂ ਤਰ੍ਹਾਂ ਨਾਲ ਅਨੇਕਾਂ ਤਰ੍ਹਾਂ ਦੇ ਧਰਮਾਂ ਦਾ ਵਰਣਨ ਕੀਤਾ ਹੈ। ਹੁਣ ਭਗਵਤ ਗੀਤਾ ਦਾ ਸਾਰ ਪੇਸ਼ ਕਰਦੇ ਹੋਏ ਭਗਵਾਨ ਕਹਿੰਦੇ ਹਨ ਕਿ ਹੇ ਅਰਜੁਨ ! ਹੁਣ ਤਕ ਦੱਸੀਆਂ ਗਈਆਂ ਵਿਧੀਆਂ ਨੂੰ ਛੱਡਕੇ ਹੁਣ ਸਿਰਫ਼ ਮੇਰੀ ਸ਼ਰਨ ਵਿਚ ਆਓ। ਇਸ ਤਰ੍ਹਾਂ ਸ਼ਰਨੀ ਆਉਣ ਨਾਲ ਉਹ ਸਾਰੇ ਪਾਪ ਫਲਾਂ ਤੋਂ ਬੱਚ ਜਾਵੇਗਾ, ਕਿਉਂਕਿ ਭਗਵਾਨ ਖ਼ੁਦ ਉਸਦੀ ਰੱਖਿਆ ਦਾ ਵਚਨ ਦੇ ਰਹੇ ਹਨ।

ਸਤਵੇਂ ਅਧਿਆਇ ਵਿਚ ਇਹ ਕਿਹਾ ਗਿਆ ਸੀ ਕਿ ਉਹੀ ਕ੍ਰਿਸ਼ਨ ਦੀ ਪੂਜਾ ਕਰ ਸਕਦਾ ਹੈ, ਜਿਹੜਾ ਸਾਰੇ ਪਾਪਾਂ ਤੋਂ ਮੁਕਤ ਹੋ ਗਿਆ ਹੋਵੇ। ਇੰਝ ਕੋਈ ਇਹ ਸੋਚ ਸਕਦਾ ਹੈ ਕਿ ਸਾਰੇ ਪਾਪਾਂ ਤੋਂ ਮੁਕਤ ਹੋਏ ਬਗ਼ੈਰ ਕੋਈ ਸ਼ਰਨ ਪ੍ਰਾਪਤ ਨਹੀਂ ਕਰ ਸਕਦਾ। ਅਜਿਹੇ ਸ਼ੱਕ ਲਈ ਇੱਥੇ ਇਹ ਕਿਹਾ ਗਿਆ ਹੈ, ਕਿ ਕੋਈ ਕਿਸੇ ਤਰ੍ਹਾਂ ਦੇ ਪਾਪ ਤੋਂ ਮੁਕਤ ਨਾ ਵੀ ਹੋਵੇ ਤਾਂ ਸਿਰਫ਼ ਸ਼੍ਰੀ ਕ੍ਰਿਸ਼ਨ ਦੀ ਸ਼ਰਨੀ ਆਉਣ ਨਾਲ ਆਪਣੇ ਆਪ ਇਨ੍ਹਾਂ ਫਲਾਂ ਤੋਂ ਮੁਕਤ ਕਰ ਦਿੱਤਾ ਜਾਂਦਾ ਹੈ। ਪਾਪਾਂ ਤੋਂ ਮੁਕਤ ਹੋਣ ਲਈ ਕਠੋਰ ਯਤਨ ਕਰਨ ਦੀ ਕੋਈ ਲੋੜ ਨਹੀਂ ਹੈ। ਮਨੁੱਖ ਨੂੰ ਬਗ਼ੈਰ ਝਿਜਕ ਦੇ ਕ੍ਰਿਸ਼ਨ ਨੂੰ ਸਾਰੇ ਜੀਵਾਂ ਦੇ ਰੱਖਿਅਕ ਦੇ ਰੂਪ ਵਿਚ ਸਵੀਕਾਰ ਕਰ ਲੈਣਾ ਚਾਹੀਦਾ ਹੈ। ਉਸਨੂੰ ਚਾਹੀਦਾ ਹੈ ਕਿ ਸ਼ਰਧਾ ਅਤੇ ਪ੍ਰੇਮ ਨਾਲ ਉਨ੍ਹਾਂ ਦੀ ਸ਼ਰਨ ਗ੍ਰਹਿਣ ਕਰੇ।

ਹਰਿਵਿਲਾਸ ਵਿਚ (11-676) ਕ੍ਰਿਸ਼ਨ ਦੀ ਸ਼ਰਨ ਗ੍ਰਹਿਣ ਕਰਨ ਦੀ ਵਿਧੀ ਦਾ ਵਰਣਨ ਹੋਇਆ ਹੈ।

ਆਨੁਕੂਲ੍ਯਸ੍ਯ ਸੰਕਲ੍ਪਹ ਪ੍ਰਾਤਿੱਕੂਲ੍ਯਸ੍ਯ ਵਰ੍ਜਨਮ੍ ।
ਰਕਸ਼ਿਸ਼੍ਯਤੀਤਿ ਵਿਸ਼ਵਾਸੋ ਗੋਪ੍ਤ੍ਰਿਤ੍ਵੇ ਵਰਣਮ ਤਥਾ ।
ਆਤਮ-ਨਿਕ੍ਸ਼ੇਪ-ਕਾਰ੍ਪਣ੍ਯੇ ਸ਼ਡ-ਵਿਧਾ ਸ਼ਰ੍ਣਾਗਤਿਹ੍ ॥

ਭਗਤੀ ਯੋਗ ਮੁਤਾਬਿਕ ਮਨੁੱਖ ਨੂੰ ਉਹੀ ਧਰਮ ਸਵੀਕਾਰ ਕਰਨਾ ਚਾਹੀਦਾ ਹੈ ਜਿਸ ਨਾਲ ਆਖ਼ਿਰਕਾਰ ਭਗਵਾਨ ਦੀ ਭਗਤੀ ਹੋ ਸਕੇ, ਪਰ ਜੇ ਆਪਣਾ ਕੰਮ ਕਰਕੇ ਕੋਈ ਕ੍ਰਿਸ਼ਨ ਭਾਵਨਾ ਤਕ ਨਹੀਂ ਅਪੜ ਸਕਦਾ, ਤਾਂ ਉਸਦੇ ਸਾਰੇ ਕੰਮ-ਕਾਰ ਬੇਕਾਰ ਹੋ ਜਾਂਦੇ ਹਨ। ਜਿਸ ਕੰਮ ਨਾਲ ਕ੍ਰਿਸ਼ਨ ਭਾਵਨਾ ਦੀ ਪੂਰਨ ਅਵਸਥਾ ਪ੍ਰਾਪਤ ਨਾ ਹੋਵੇ ਉਸਤੋਂ ਗੁਰੇਜ ਕਰਨਾ ਚਾਹੀਦਾ ਹੈ। ਮਨੁੱਖ ਨੂੰ ਯਕੀਨ ਹੋਣਾ ਚਾਹੀਦਾ ਹੈ। ਕ੍ਰਿਸ਼ਨ ਹਰ ਪਰਸਥਿਤੀ ਵਿਚ ਉਸਦੀ ਹਰ ਮੁਸੀਬਤ ਵਿਚ ਰੱਖਿਆ ਕਰਨਗੇ। ਇਸ ਬਾਰੇ ਸੋਚਣ ਦੀ ਕੋਈ ਲੋੜ ਨਹੀਂ ਕਿ ਜੀਵਨ ਕਿਵੇਂ ਚਲੇਗਾ ? ਕ੍ਰਿਸ਼ਨ ਇਸਨੂੰ ਸੰਭਾਲਣਗੇ। ਮਨੁੱਖ ਨੂੰ ਚਾਹੀਦਾ ਹੈ ਕਿ ਉਹ ਆਪਣੇ ਆਪ ਨੂੰ ਬੇਸਹਾਰਾ ਮੰਨੇ ਅਤੇ ਆਪਣੇ ਜੀਵਨ ਦੀ ਪ੍ਰਗਤੀ ਲਈ ਕ੍ਰਿਸ਼ਨ ਨੂੰ ਹੀ ਸਹਾਰਾ ਸਮਝੇ। ਪੂਰਨ ਕ੍ਰਿਸ਼ਨ ਭਾਵਨਾ ਭਾਵਿਤ ਹੋਕੇ ਭਗਵਾਨ ਦੀ ਭਗਤੀ ਵਿਚ ਲਗਦਿਆਂ ਹੀ ਉਹ ਭੌਤਿਕ ਪ੍ਰਕ੍ਰਿਤੀ ਦੀਆਂ ਸਾਰੀਆਂ ਮਲੀਨਤਾਵਾਂ ਤੋਂ ਮੁਕਤ ਹੋ ਜਾਂਦਾ ਹੈ। ਧਰਮ ਦੀਆਂ ਅਨੇਕਾਂ ਵਿਧੀਆਂ ਹਨ ਅਤੇ ਗਿਆਨ, ਧਿਆਨ ਯੋਗ ਆਦਿ ਵਰਗੇ ਸ਼ੁੱਧ ਕਰਨ ਵਾਲੇ ਅਨੁਸ਼ਠਾਨ (ਸ਼ਾਸ਼ਤਰ ਵਿਧੀਆਂ) ਹਨ, ਪਰ ਜਿਹੜਾ ਕ੍ਰਿਸ਼ਨ ਦੀ ਸ਼ਰਨੀ ਆ ਜਾਂਦਾ ਹੈ, ਉਸਨੂੰ ਐਨੇਂ ਅਨੁਸ਼ਠਾਨਾਂ (ਸ਼ਾਸ਼ਤਰ ਵਿਧੀਆਂ) ਦੀ ਪਾਲਣਾ ਕਰਨ ਦੀ ਵੀ ਲੋੜ ਨਹੀਂ ਰਹਿ ਜਾਂਦੀ। ਸਿਰਫ ਕ੍ਰਿਸ਼ਨ ਦੀ ਸ਼ਰਨ ਵਿਚ ਜਾਣ ਨਾਲ ਉਹ ਅਜਾਈ ਸਮਾਂ ਗਵਾਉਣ ਤੋਂ ਬਚ ਜਾਵੇਗਾ। ਇੰਝ ਉਹ ਤੁਰੰਤ ਸਾਰੀ ਤਰੱਕੀ ਕਰ ਸਕਦਾ ਹੈ ਅਤੇ ਸਾਰੇ ਪਾਪ ਫਲਾਂ ਤੋਂ ਮੁਕਤ ਹੋ ਸਕਦਾ ਹੈ।

ਸ਼੍ਰੀ ਕ੍ਰਿਸ਼ਨ ਦੀ ਸੋਹਣੀ ਮੂਰਤ ਵੱਲ ਆਕਰਸ਼ਿਤ ਹੋਣਾ ਚਾਹੀਦਾ ਹੈ। ਉਨ੍ਹਾਂ ਦਾ ਨਾਂ ਕ੍ਰਿਸ਼ਨ ਇਸ ਲਈ ਪਿਆ ਕਿਉਂਕਿ ਉਹ ਸਭ ਤੋਂ ਵੱਧ ਆਕਰਸ਼ਕ ਹਨ। ਜਿਹੜਾ ਮਨੁੱਖ ਕ੍ਰਿਸ਼ਨ ਦੀ ਸੋਹਣੀ, ਸਰਬ ਸ਼ਕਤੀਮਾਨ ਮੂਰਤ ਵੱਲ ਆਕਰਸ਼ਿਤ ਹੁੰਦਾ ਹੈ। ਉਹ ਭਾਗਾਂ ਵਾਲਾ ਹੈ। ਅਧਿਆਤਮਵਾਦੀ ਕਈ ਤਰ੍ਹਾਂ ਦੇ ਹੁੰਦੇ ਹਨ। ਕੁੱਝ ਨਿਰਗੁਣ ਬ੍ਰਹਮ ਪ੍ਰਤੀ ਆਕਰਸ਼ਿਤ ਹੁੰਦੇ ਹਨ, ਕੁਝ ਪਰਮਾਤਮਾ ਪ੍ਰਤੀ, ਪਰ ਜਿਹੜੇ ਭਗਵਾਨ ਦੇ ਸਾਕਾਰ ਰੂਪ ਪ੍ਰਤੀ ਆਕਰਸ਼ਿਤ ਹੁੰਦੇ ਹਨ ਅਤੇ ਇਸ ਤੋਂ ਵੱਧਕੇ ਜਿਹੜਾ ਪ੍ਰਤੱਖ ਭਗਵਾਨ ਕ੍ਰਿਸ਼ਨ ਪ੍ਰਤੀ ਆਕਰਸ਼ਿਤ ਹੁੰਦਾ ਹੈ ਉਹ ਸਭ ਤੋਂ ਵੱਡਾ ਯੋਗੀ ਹੈ। ਦੂਜੇ ਸ਼ਬਦਾਂ ਵਿਚ, ਪੂਰੇ ਭਾਵ ਨਾਲ ਕ੍ਰਿਸ਼ਨ ਦੀ ਭਗਤੀ ਗੁਪਤ ਗਿਆਨ ਹੈ ਅਤੇ ਸਾਰੀ ਗੀਤਾ ਦਾ ਇਹੋ ਸਾਰ ਹੈ। ਕਰਮਯੋਗੀ, ਦਾਰਸ਼ਨਿਕ,ਯੋਗੀ ਅਤੇ ਭਗਤ ਸਾਰੇ ਅਧਿਆਤਮਵਾਦੀ ਕਹਾਉਂਦੇ ਹਨ ਪਰ ਇਨ੍ਹਾਂ ਵਿਚੋਂ ਸ਼ੁੱਧ ਭਗਤ ਸ਼੍ਰੇਸ਼ਠ (ਉੱਤਮ) ਹੈ। ਇੱਥੇ **ਮਾ ਸ਼ੁਚਹ੍** (ਨਾ ਡਰੋ) ਖ਼ਾਸ ਸ਼ਬਦਾਂ ਦੀ ਵਰਤੋਂ ਵਧੇਰੇ ਸਾਰਥੱਕ ਹੈ, ਮਨੁੱਖ ਨੂੰ ਇਹ ਚਿੰਤਾ ਹੁੰਦੀ ਹੈ ਕਿ ਉਹ ਕਿੰਝ ਸਾਰੇ ਧਰਮਾਂ ਨੂੰ ਛੱਡੇ ਅਤੇ ਸਿਰਫ ਇੱਕੋ ਕ੍ਰਿਸ਼ਨ ਦੀ ਸ਼ਰਨੀ ਜਾਵੇ, ਪਰ ਅਜਿਹੀ ਚਿੰਤਾ ਬੇਕਾਰ ਹੈ।

इदं ते नातपस्काय नाभक्ताय कदाचन ।
न चाशुश्रूषवे वाच्यं न च मां योऽभ्यसूयति ॥ ६७॥

ਇਦਮ੍ ਤੇ ਨਾਤਪਸ੍ਕਾਯ ਨਾਭਕ੍ਤਾਯ ਕਦਾਚਨ ।
ਨ ਚਾਸ਼ੁਸ਼੍ਰੂਸ਼ਵੇ ਵਾਚ੍ਯਮ੍ ਨ ਚ ਮਾਮ੍ ਯੋ'ਭ੍ਯਸੂਯਤਿ ॥ 67 ॥

ਇਦਮ੍-ਇਹ ; **ਤੇ**-ਤੁਹਾਡੇ ਰਾਹੀਂ ; **ਨ**-ਕਦੀ ਨਹੀਂ ; **ਅਤਪਸ੍ਕਾਯ**-ਅਸੰਜਮੀ ਲਈ ; **ਨਾ**-ਕਦੀ ਨਹੀਂ ; **ਅਭਕ੍ਤਾਯ**-ਗ਼ੈਰ ਭਗਤ ਲਈ ; **ਕਦਾਚਨ**-ਕਿਸੇ ਸਮੇਂ ; **ਨ**-ਕਦੀ ਨਹੀਂ ; **ਚ**-ਵੀ; **ਮਾਮ੍**-ਮੇਰੇ ਪ੍ਰਤੀ ; **ਯਹ੍**-ਜਿਹੜਾ ; **ਅਭ੍ਯਸੂਯਤਿ**-ਦਵੇਖ ਕਰਦਾ ਹੈ।

ਅਨੁਵਾਦ

ਇਹ ਗੁਪਤ ਗਿਆਨ, ਉਨ੍ਹਾਂ ਨੂੰ ਕਦੀ ਨਾ ਦੱਸਿਆ ਜਾਵੇ, ਜਿਹੜੇ ਨਾ ਤਾਂ ਤਪੱਸਵੀ ਹਨ ਨਾ ਸ਼ਰਧਾਲੂ, ਅਤੇ ਜੋ ਨਾ ਹੀ ਭਗਤੀ ਵਿਚ ਲੱਗੇ ਹਨ, ਨਾ ਹੀ ਉਸਨੂੰ ਜਿਹੜਾ ਮੇਰੇ ਨਾਲ ਈਰਖ਼ਾ ਕਰਦਾ ਹੋਵੇ ।

ਭਾਵ

ਜਿਨ੍ਹਾਂ ਲੋਕਾਂ ਨੇ ਤਪੱਸਿਆ ਵਾਲੇ ਧਾਰਮਿਕ ਅਨੁਸ਼ਠਾਨ (ਸ਼ਾਸ਼ਤਰ ਵਿਧੀਆਂ ਦੀ ਪਾਲਣਾ) ਨਹੀਂ ਕੀਤੇ। ਜਿਨ੍ਹਾਂ ਨੇ ਕ੍ਰਿਸ਼ਨ ਭਾਵਨਾ ਅੰਮ੍ਰਿਤ ਵਿਚ ਭਗਤੀ ਦਾ ਕਦੀ ਯਤਨ ਨਹੀਂ ਕੀਤਾ, ਜਿਨ੍ਹਾਂ ਕਿਸੇ ਸ਼ੁੱਧ ਭਗਤ ਦੀ ਸੇਵਾ ਨਹੀਂ ਕੀਤੀ ਅਤੇ ਖ਼ਾਸ ਕਰਕੇ ਜਿਹੜੇ ਲੋਕ ਕ੍ਰਿਸ਼ਨ ਨੂੰ ਸਿਰਫ਼ ਇਤਿਹਾਸਿਕ ਪੁਰਖ ਮੰਨਦੇ ਹਨ ਜਾਂ ਜਿਹੜੇ ਕ੍ਰਿਸ਼ਨ ਦੀ ਮਹਾਨਤਾ ਨਾਲ ਈਰਖ਼ਾ ਰੱਖਦੇ ਹਨ, ਉਨ੍ਹਾਂ ਨੂੰ ਇਹ ਬਹੁਤ ਹੀ ਗੁਪਤ ਗਿਆਨ ਨਹੀਂ ਦੱਸਣਾ ਚਾਹੁੰਦਾ । ਪਰ ਕਦੀ-ਕਦੀ ਇਹ ਵੇਖਿਆ ਜਾਂਦਾ ਹੈ ਕਿ ਕ੍ਰਿਸ਼ਨ ਨਾਲ ਈਰਖਾ ਕਰਨ ਵਾਲੇ ਪੁਰਖ ਵੀ ਕ੍ਰਿਸ਼ਨ ਦੀ ਪੂਜਾ ਵੱਖੋ ਵੱਖਰੇ ਤਰੀਕਿਆਂ ਨਾਲ ਕਰਦੇ ਹਨ ਅਤੇ ਕਾਰੋਬਾਰ ਚਲਾਉਣ ਲਈ ਭਗਵਤ ਗੀਤਾ ਦੇ ਪ੍ਰਵਚਨ ਕਰਨ ਦਾ ਧੰਦਾ ਅਪਣਾ ਲੈਂਦੇ ਹਨ । ਪਰ ਜਿਹੜਾ ਅਸਲ ਵਿਚ ਕ੍ਰਿਸ਼ਨ ਨੂੰ ਜਾਣਨ ਦਾ ਇੱਛਕ ਹੋਵੇ ਉਸਨੂੰ ਭਗਵਤ ਗੀਤਾ ਦੀ ਅਜਿਹੀਆਂ ਵਿਆਖਿਆਵਾਂ ਤੋਂ ਬੱਚਣਾ ਚਾਹੀਦਾ ਹੈ । ਅਸਲ ਵਿਚ ਕਾਮੀ ਲੋਗ ਭਗਵਤ ਗੀਤਾ ਦੇ ਮੰਤਵ ਨੂੰ ਨਹੀਂ ਸਮਝਦੇ । ਜੇ ਕੋਈ ਕਾਮੀ ਨਾ ਵੀ ਹੋਵੇ ਅਤੇ ਵੈਦਿਕ ਸ਼ਾਸ਼ਤਰਾਂ ਵਿਚ ਦੱਸੇ ਨਿਯਮਾਂ ਦਾ ਪਾਲਣ ਕਰਦਾ ਹੋਵੇ ਪਰ ਜੇ ਉਹ ਭਗਤ ਨਹੀਂ ਹੈ ਤਾਂ ਉਹ ਕ੍ਰਿਸ਼ਨ ਨੂੰ ਨਹੀਂ ਸਮਝ ਸਕਦਾ । ਅਤੇ ਜੇ ਉਹ ਆਪਣੇ ਆਪ ਨੂੰ ਕ੍ਰਿਸ਼ਨ ਭਗਤ ਕਹਾਉਂਦਾ ਹੈ ਪਰ ਕ੍ਰਿਸ਼ਨ ਭਾਵਨਾ ਭਾਵਿਤ ਕੰਮਕਾਰਾਂ ਵਿਚ ਨਹੀਂ ਲੱਗਿਆ ਰਹਿੰਦਾ ਤਾਂ ਵੀ ਉਹ ਕ੍ਰਿਸ਼ਨ ਨੂੰ ਨਹੀਂ ਸਮਝ ਸਕਦਾ । ਅਜਿਹੇ ਬਹੁਤ ਸਾਰੇ ਲੋਕ ਹਨ, ਜਿਹੜੇ ਭਗਵਾਨ ਨਾਲ ਈਰਖਾ ਰੱਖਦੇ ਹਨ, ਕਿ ਉਨਾਂ ਨੇ ਭਗਵਤ ਗੀਤਾ ਵਿਚ ਕਿਹਾ ਹੈ ਕਿ ਉਹ ਪਰਮ ਹਨ ਅਤੇ ਕੋਈ ਨਾ ਤਾਂ ਉਨ੍ਹਾਂ ਤੋਂ ਵੱਧਕੇ ਹੈ, ਨਾ ਹੀ ਉਨ੍ਹਾਂ ਦੇ ਬਰਾਬਰ ਹੈ। ਬਹੁਤ ਸਾਰੇ ਅਜਿਹੇ ਮਨੁੱਖ ਹਨ, ਜਿਹੜੇ ਕ੍ਰਿਸ਼ਨ ਨਾਲ ਈਰਖਾ ਰਖਦੇ ਹਨ, ਅਜਿਹੇ ਲੋਕਾਂ ਨੂੰ ਭਗਵਤ ਗੀਤਾ ਨਹੀਂ ਸੁਣਨੀ ਚਾਹੀਦੀ, ਕਿਉਂਕਿ ਉਹ ਉਸਨੂੰ ਸਮਝ ਨਹੀਂ ਸਕਦੇ । ਸ਼ਰਧਾ ਤੋਂ ਹੀਨ ਲੋਗ ਭਗਵਤ ਗੀਤਾ ਅਤੇ ਕ੍ਰਿਸ਼ਨ ਨੂੰ ਨਹੀਂ ਸਮਝ ਸਕਣਗੇ। ਸ਼ੁੱਧ ਭਗਤ ਤੋਂ ਭਗਵਤ ਗੀਤਾ ਨੂੰ ਬਿਨ੍ਹਾਂ ਸਮਝਿਆਂ, ਕਿਸੇ ਨੂੰ ਭਗਵਤ ਗੀਤਾ ਦੀ ਟੀਕਾ ਕਰਨ ਦਾ ਹੌਂਸਲਾ ਨਹੀਂ ਕਰਨਾ ਚਾਹੀਦਾ ।

य इदं परमं गुह्यं मद्भक्तेष्वभिधास्यति ।
भक्तिं मयि परां कृत्वा मामेवैष्यत्यसंशयः ॥ ६८ ॥

ਯ ਇਦਮ੍ ਪਰਮਮ੍ ਗੁਹ੍ਯਮ੍ ਮਦ੍-ਭਕ੍ਤੇਸ਼੍ਵ ਅਭਿਧਾਸ੍ਯਤਿ ।
ਭਕ੍ਤਿਮ੍ ਮਯਿ ਪਰਾਮ੍ ਕ੍ਰਿਤ੍ਵਾ ਮਾਮ੍ ਏਵੈਸ਼੍ਯਤਿ ਅਸੰਸ਼ਯਹ੍ ॥ 68 ॥

ਯਹ੍-ਜਿਹੜਾ ; **ਇਦਮ੍**-ਇਸ ; **ਪਰਮਮ੍**-ਬਹੁਤ ; **ਗੁਹ੍ਯਮ੍**-ਰਹੱਸ ਨੂੰ ; **ਮਤ੍**-ਮੇਰੇ ; **ਭਕ੍ਤੇਸ਼੍**-ਭਗਤਾਂ ਵਿਚੋਂ ; **ਅਭਿਧਾਸ੍ਯਤਿ**-ਕਹਿੰਦਾ ਹੈ ; **ਭਕ੍ਤਿਮ੍**-ਭਗਤੀ ਨੂੰ ; **ਮਯਿ**-ਮੈਨੂੰ ; **ਪਰਾਮ੍**-ਅਲੌਕਿਕ ; **ਕ੍ਰਿਤ੍ਵਾ**-ਕਰਕੇ ; **ਮਾਮ੍**-ਮੈਨੂੰ ; **ਏਵ**-ਨਿਸ਼ਚੈ ਹੀ ; **ਏਸ਼੍ਯਤਿ**-ਪ੍ਰਾਪਤ ਹੁੰਦਾ ਹੈ ; **ਅਸੰਸ਼ਯਹ੍**-ਇਸ ਵਿਚ ਕੋਈ ਸ਼ੱਕ ਨਹੀਂ ।

ਅਨੁਵਾਦ

ਜਿਹੜਾ ਮਨੁੱਖ ਭਗਤਾਂ ਨੂੰ ਇਹ ਪਰਮ ਰਹੱਸ ਦੱਸਦਾ ਹੈ, ਉਹ ਸ਼ੁੱਧ ਭਗਤੀ ਨੂੰ ਪ੍ਰਾਪਤ ਕਰੇਗਾ ਅਤੇ ਅੰਤ ਵਿਚ ਉਹ ਮੇਰੇ ਕੋਲ ਪਰਤ ਆਵੇਗਾ ।

ਭਾਵ

ਆਮ ਤੌਰ ਤੇ ਇਹ ਉਪਦੇਸ਼ ਦਿੱਤਾ ਜਾਂਦਾ ਹੈ ਕਿ ਸਿਰਫ ਭਗਤਾਂ ਵਿਚ ਹੀ ਭਗਵਤ ਗੀਤਾ ਦੀ ਚਰਚਾ ਕੀਤੀ ਜਾਵੇ, ਕਿਉਂਕਿ ਜਿਹੜੇ ਲੋਕ ਭਗਤ ਨਹੀਂ ਹਨ, ਉਹ ਨਾ ਤਾਂ ਕ੍ਰਿਸ਼ਨ ਨੂੰ ਸਮਝਣਗੇ ਨਾ ਹੀ ਭਗਵਤ ਗੀਤਾ ਨੂੰ । ਜਿਹੜੇ ਲੋਕ ਕ੍ਰਿਸ਼ਨ ਨੂੰ ਅਤੇ ਭਗਵਤ ਗੀਤਾ ਨੂੰ ਉਸੇ ਰੂਪ ਵਿਚ ਸਵੀਕਾਰ ਨਹੀਂ ਕਰਦੇ, ਉਨ੍ਹਾਂ ਨੂੰ ਮਨ ਮਰਜ਼ੀ ਮੁਤਾਬਿਕ ਭਗਵਤ ਗੀਤਾ ਦੀ ਵਿਆਖਿਆ ਕਰਕੇ ਅਪਰਾਧੀ ਨਹੀਂ ਬਣਨਾ ਚਾਹੀਦਾ । ਭਗਵਤ ਗੀਤਾ ਦੀ ਚਰਚਾ ਉਨ੍ਹਾਂ ਨਾਲ ਹੀ ਕੀਤੀ ਜਾਵੇ, ਜਿਹੜੇ ਕ੍ਰਿਸ਼ਨ ਨੂੰ ਭਗਵਾਨ ਰੂਪ ਵਿਚ ਸਵੀਕਾਰ ਕਰਨ ਲਈ ਤਿਆਰ ਹੋਣ । ਇਹ ਸਿਰਫ ਭਗਤਾਂ ਦਾ ਵਿਸ਼ਾ ਹੈ, ਦਾਰਸ਼ਨਿਕ ਚਿੰਤਨ ਦਾ ਨਹੀਂ, ਪਰ ਜਿਹੜਾ ਕੋਈ ਵੀ ਭਗਵਤ ਗੀਤਾ ਨੂੰ ਉਸ ਰੂਪ ਵਿਚ ਪੇਸ਼ ਕਰਨ ਦਾ ਸੱਚੇ ਮਨ ਨਾਲ ਯਤਨ ਕਰਦਾ ਹੈ, ਉਹ ਭਗਤੀ ਦੇ ਕੰਮ ਕਾਰਾਂ ਵਿਚ ਤਰੱਕੀ ਕਰਦਾ ਹੈ ਅਤੇ ਸ਼ੁੱਧ ਭਗਤੀ ਵਾਲੇ ਜੀਵਨ ਨੂੰ ਪ੍ਰਾਪਤ ਹੁੰਦਾ ਹੈ । ਅਜਿਹੀ ਸ਼ੁੱਧ ਭਗਤੀ ਦੇ ਸਿੱਟੇ ਵੱਜੋਂ ਉਸਦਾ ਭਗਵਾਨ ਦੇ ਧਾਮ ਜਾਣਾ ਨਿਸ਼ਚਿਤ ਹੈ ।

न च तस्मान्मनुष्येषु कश्चिन्मे प्रियकृत्तमः ।
भविता न च मे तस्मादन्यः प्रियतरो भुवि ॥ ६९ ॥

ਨ ਚ ਤਸ੍ਮਾਨ੍ ਮਨੁਸ਼੍ਯੇਸ਼ੁ ਕਸ਼ਚਿਨ੍ ਮੇ ਪ੍ਰਿਯ-ਕ੍ਰਿੱਤਮਹ੍ ।
ਭਵਿਤਾ ਨ ਚ ਮੇ ਤਸ੍ਮਾਦ੍ ਅਨ੍ਯਹ੍ ਪ੍ਰਿਯਤਰੋ ਭੁਵਿ ॥ 69 ॥

ਨ-ਕਦੀ ਨਹੀਂ ; **ਚ**-ਅਤੇ ; **ਤਸ੍ਮਾਤ੍**-ਉਸਦੀ ਬਜਾਏ ; **ਮਨੁਸ਼੍ਯੇਸ਼ੁ**-ਮਨੁੱਖਾਂ ਵਿਚ ; **ਕਸ਼੍ਚਿਤ੍**-ਕੋਈ ; **ਮੇ**-ਮੈਨੂੰ ; **ਪ੍ਰਿਯ-ਕ੍ਰਿਤ੍-ਤਮਹ੍**-ਬਹੁਤ ਪਿਆਰਾ ; **ਭਵਿਤਾ**-ਹੋਵੇਗਾ ; **ਨ**-ਨਾ ਤਾਂ ; **ਚ**-ਅਤੇ ; **ਮੇ**-ਮੈਨੂੰ ; **ਤਸ੍ਮਾਤ੍**-ਉਸਦੀ ਬਜਾਏ ; **ਅਨ੍ਯਹ੍**-ਕੋਈ ਦੂਜਾ ; **ਪ੍ਰਿਯਤਰਹ੍**-ਵਧੇਰੇ ਪਿਆਰਾ ; **ਭੁਵਿ**-ਇਸ ਸੰਸਾਰ ਵਿਚ ।

ਅਨੁਵਾਦ

ਇਸ ਸੰਸਾਰ ਵਿਚ ਉਸਦੀ ਬਜਾਏ ਕੋਈ ਹੋਰ ਸੇਵਕ ਨਾ ਤਾਂ ਮੈਨੂੰ ਜ਼ਿਆਦਾ ਪਿਆਰਾ ਹੈ ਅਤੇ ਨਾ ਕਦੀ ਹੋਵੇਗਾ।

अध्येष्यते च य इमं धर्म्यं संवादमावयोः ।
ज्ञानयज्ञेन तेनाहमिष्टः स्यामिति मे मतिः ॥ ७० ॥

ਅਧ੍ਯੇਸ਼੍ਯਤੇ ਚ ਯ ਇਮਮ੍ ਧਰ੍ਮਯਮ੍ ਸੰਵਾਦਮ੍ ਆਵਯੋਹ੍ ।
ਗ੍ਯਾਨ-ਯਗ੍ਯੇਨ ਤੇਨਾਹਮ੍ ਇਸ਼੍ਟਾਹ੍ ਸ੍ਯਾਮ੍ ਇਤਿ ਮੇ ਮਤਿਹ ॥ 70 ॥

ਅਧ੍ਯੇਸ਼੍ਯਤੇ-ਅਧਿਐਨ ਕਰੇਗਾ ; ਚ-ਵੀ ; ਯਹ੍-ਜਿਹੜਾ ; ਇਮਮ੍-ਇਸ ; ਧਰ੍ਮ੍ਯਮ੍-ਪਵਿੱਤਰ ; ਸੰਵਾਦਮ੍-ਸੰਵਾਦ ਨੂੰ ; ਆਵਯੋਹ੍-ਸਾਡੇ ਦੋਵਾਂ ਦੇ ; ਗਿਆਨ-ਗਿਆਨ ਰੂਪੀ ; ਯਗ੍ਯੇਨ-ਯੱਗ ਨਾਲ ; ਤੇਨ-ਉਸ ਰਾਹੀਂ ; ਅਹਮ੍-ਮੈਂ ; ਇਸ਼੍ਟਹ੍-ਪੂਜਿੱਤ ; ਸ੍ਯਾਮ੍-ਹੋਵੇਗਾ ; ਇਤਿ-ਇੰਝ ; ਮੇ-ਮੇਰਾ ; ਮਤਿਹ੍-ਵਿਚਾਰ।

ਅਨੁਵਾਦ

ਅਤੇ ਮੈਂ ਘੋਸ਼ਣਾ ਕਰਦਾ ਹਾਂ, ਕਿ ਜਿਹੜਾ ਸਾਡੇ ਇਸ ਪਵਿੱਤਰ ਸੰਵਾਦ ਦਾ ਅਧਿਐਨ ਕਰਦਾ ਹੈ, ਉਹ ਆਪਣੀ ਬੁੱਧੀ ਨਾਲ ਮੇਰੀ ਪੂਜਾ ਕਰਦਾ ਹੈ।

श्रद्धावाननसूयश्च शृणुयादपि यो नरः ।
सोऽपि मुक्तः शुभाँल्लोकान्प्राप्नुयात्पुण्यकर्मणाम् ॥ ७१ ॥

ਸ਼੍ਰਧਾਵਾਨ੍ ਅਨਸੂਯਸ਼੍ ਚ ਸ਼੍ਰਿਣੁਯਾਦ'ਪਿ ਯੋ ਨਰਹ ।
ਸੋ'ਪਿ ਮੁਕਤਹ੍ ਸ਼ੁਭਾਲ੍ਂ ਲੋਕਾਨ ਪ੍ਰਾਪ੍ਨੁਯਾਤ੍ ਪੁੰਨ੍ਯ-ਕਰ੍ਮਣਾਮ੍ ॥ 71 ॥

ਸ਼੍ਰਧਾ-ਵਾਨ੍-ਸ਼ਰਧਾਲੂ ; ਅਨਸੂਯਹ੍-ਦਵੈਸ਼ ਰਹਿਤ ; ਚ-ਅਤੇ ; ਸ਼੍ਰਿਣੁਯਾਤ੍-ਸੁਣਦਾ ਹੈ ; ਅਪਿ-ਨਿਸ਼ਚਿਤ ਹੀ ; ਯਹ੍-ਜਿਹੜਾ ; ਨਰਹ੍-ਮਨੁੱਖ ; ਸਹ੍-ਉਹ ; ਅਪਿ-ਵੀ ; ਮੁਕਤਹ੍-ਮੁਕਤ ਹੋਕੇ ; ਸ਼ੁਭਾਲ੍ਂ-ਸ਼ੁਭ ; ਲੋਕਾਨ੍-ਲੋਕਾਂ ਨੂੰ ; ਪ੍ਰਾਪ੍ਨੁਯਾਤ੍-ਪ੍ਰਾਪਤ ਕਰਦਾ ਹੈ ; ਪੁੰਨ੍ਯ-ਕਰ੍ਮਾਣਾਮ੍-ਪੁੰਨ ਆਤਮਾ ਦਾ।

ਅਨੁਵਾਦ

ਅਤੇ ਜਿਹੜਾ ਸ਼ਰਧਾ ਨਾਲ ਅਤੇ ਈਰਖ਼ਾ ਰਹਿਤ ਹੋ ਕੇ ਇਸਨੂੰ ਸੁਣਦਾ ਹੈ, ਉਹ ਸਾਰੇ ਪਾਪਾਂ ਤੋਂ ਮੁਕਤ ਹੋ ਜਾਂਦਾ ਹੈ ਅਤੇ ਉਨ੍ਹਾਂ ਸ਼ੁਭ ਲੋਕਾਂ ਨੂੰ ਪ੍ਰਾਪਤ ਹੁੰਦਾ ਹੈ, ਜਿੱਥੇ ਪੁੰਨ ਆਤਮਾਵਾਂ ਰਹਿੰਦੀਆਂ ਹਨ।

ਭਾਵ

ਇਸ ਅਧਿਆਇ ਦੇ 67ਵੇਂ ਸ਼ਲੋਕ ਵਿਚ ਭਗਵਾਨ ਨੇ ਸਾਫ਼ ਮਨ੍ਹਾ ਕੀਤਾ ਹੈ ਕਿ ਜਿਹੜੇ ਲੋਕ ਉਨ੍ਹਾਂ ਨਾਲ ਦਵੈਸ਼ ਰੱਖਦੇ ਹਨ, ਉਨ੍ਹਾਂ ਨੂੰ ਗੀਤਾ ਨਾ ਸੁਣਾਈ ਜਾਵੇ। ਭਗਵਤ ਗੀਤਾ ਸਿਰਫ਼ ਭਗਤਾਂ ਲਈ ਹੈ। ਪਰ ਅਜਿਹਾ ਹੁੰਦਾ ਹੈ ਕਿ ਕਦੀ ਕਦੀ ਭਗਵਾਨ ਦਾ ਭਗਤ ਖੁੱਲ੍ਹੇ ਵਿਚ ਪ੍ਰਵਚਨ ਕਰਦਾ ਹੈ ਅਤੇ ਉਸ ਜਮਾਤ ਵਿਚ ਸਾਰੇ ਭਗਤ ਹੋਣ ਦੀ ਆਸ ਨਹੀਂ ਕੀਤੀ ਜਾਂਦੀ। ਤਾਂ ਫਿਰ ਅਜਿਹੇ ਲੋਕ ਖੁਲ੍ਹੀ ਜਮਾਤ ਕਿਉਂ ਚਲਾਂਦੇ ਹਨ ? ਇੱਥੇ ਇਹ ਦੱਸਿਆ ਗਿਆ ਹੈ ਕਿ ਹਰ ਮਨੁੱਖ ਭਗਤ ਨਹੀਂ ਹੁੰਦਾ ਹੈ, ਫਿਰ ਵੀ ਬਹੁਤ ਸਾਰੇ ਲੋਕ ਅਜਿਹੇ ਹਨ, ਜਿਹੜੇ ਕ੍ਰਿਸ਼ਨ ਨਾਲ ਦਵੇਖ ਨਹੀਂ ਰੱਖਦੇ। ਉਨ੍ਹਾਂ ਨੂੰ ਕ੍ਰਿਸ਼ਨ ਤੇ ਪਰਮ ਪੁਰਖ ਭਗਵਾਨ ਦੇ ਰੂਪ ਵਿਚ ਸ਼ਰਧਾ ਰਹਿੰਦੀ ਹੈ। ਜੇਕਰ ਅਜਿਹੇ ਲੋਕ ਭਗਵਾਨ ਬਾਰੇ ਕਿਸੇ ਪ੍ਰਮਾਣਿਤ ਭਗਤ ਤੋਂ ਸੁਣਦੇ ਹਨ, ਤਾਂ ਉਹ ਆਪਣੇ ਸਾਰੇ ਪਾਪਾਂ ਤੋਂ ਤੁਰੰਤ ਮੁਕਤ ਹੋ ਜਾਂਦੇ ਹਨ ਅਤੇ ਅਜਿਹੇ ਲੋਕ ਨੂੰ ਪ੍ਰਾਪਤ ਹੁੰਦੇ ਹਨ, ਜਿੱਥੇ ਪੁੰਨ ਆਤਮਾਵਾਂ ਨਿਵਾਸ ਕਰਦੀਆਂ ਹਨ। ਇਸ ਲਈ ਭਗਵਤ ਗੀਤਾ ਨੂੰ ਸਿਰਫ਼ ਸੁਣ ਲੈਣ ਨਾਲ ਹੀ ਪੁੰਨ ਕਰਮਾਂ ਦਾ ਫਲ ਪ੍ਰਾਪਤ ਹੋ ਜਾਂਦਾ ਹੈ, ਜਿਹੜਾ ਆਪਣੇ ਆਪ ਨੂੰ ਸ਼ੁੱਧ ਭਗਤ ਬਣਾਉਣ ਦਾ ਯਤਨ ਨਹੀਂ ਕਰਦਾ। ਇੰਝ ਭਗਵਾਨ ਦਾ ਭਗਤ ਹਰ ਇੱਕ ਮਨੁੱਖ ਲਈ ਮੌਕਾ ਦਿੰਦਾ ਹੈ ਕਿ ਉਹ ਸਾਰੇ ਪਾਪਾਂ ਤੋਂ ਮੁਕਤ ਹੋਕੇ ਭਗਵਾਨ ਦਾ ਭਗਤ ਬਣੇ।

ਆਮਤੌਰ ਤੇ ਜਿਹੜੇ ਲੋਕ ਪਾਪਾਂ ਤੋਂ ਮੁਕਤ ਹਨ, ਜਿਹੜੇ ਪੁੰਨ ਆਤਮਾ ਹਨ, ਉਹ ਬਹੁਤ ਆਸਾਨੀ ਨਾਲ ਕ੍ਰਿਸ਼ਨ ਭਾਵਨਾ ਅੰਮ੍ਰਿਤ ਨੂੰ ਗ੍ਰਹਿਣ ਕਰ ਲੈਂਦੇ ਹਨ। ਇੱਥੇ **ਪੁਣ੍ਯ ਕਰ੍ਮਣਾਮ੍** ਸ਼ਬਦ ਵਧੇਰੇ ਸਾਰਥਕ ਹੈ। ਇਹ ਵੈਦਿਕ ਸਾਹਿਤ ਵਿਚ ਵਰਣਿਤ **ਅਸ਼ਵਮੇਧ ਯੱਗ** ਵਰਗੇ ਮਹਾਨ ਯੱਗਾਂ ਦਾ ਸੂਚਕ ਹੈ। ਜਿਹੜਾ ਪੁੰਨ ਆਤਮਾ ਭਗਤੀ 'ਚ ਲੱਗਾ ਹੋਇਆ ਹੈ, ਪਰ ਸ਼ੁੱਧ ਨਹੀਂ, ਉਹ ਧਰੁਵਲੋਕ ਨੂੰ ਪ੍ਰਾਪਤ ਕਰਦਾ ਹੈ, ਜਿੱਥੇ ਧਰੁਵ ਮਹਾਰਾਜ ਦੀ ਪ੍ਰਧਾਨਗੀ ਹੈ। ਉਹ ਭਗਵਾਨ ਦੇ ਮਹਾਨ ਭਗਤ ਹਨ ਅਤੇ ਉਨ੍ਹਾਂ ਦਾ ਆਪਣਾ ਖ਼ਾਸ ਲੋਕ ਹੈ, ਜਿਹੜਾ ਧਰੁਵ ਤਾਰਾ ਜਾਂ ਧਰੁਵਲੋਕ ਕਹਾਉਂਦਾ ਹੈ।

कच्चिदेतच्छ्रुतं पार्थ त्वयैकाग्रेण चेतसा ।
कच्चिदज्ञानसम्मोहः प्रणष्टस्ते धनञ्जय ॥ ७२॥

ਕਚ੍ਚਿਦ੍ ਏਤਚ੍ ਸ਼੍ਰੁਤਮ੍ ਪਾਰ੍ਥ ਤ੍ਵਯੈਕਾਗ੍ਰੇਣ ਚੇਤਸਾ ।
ਕਚ੍ਚਿਦ੍ ਅਗ੍ਯਾਨ-ਸੰਮੋਹ੍ ਪ੍ਰਣਸ਼੍ਟਸ੍ ਤੇ ਧਨੰਜਯ ॥ 72 ॥

ਕਚ੍ਚਿਤ੍-ਕਿ ; **ਏਤਤ੍**-ਇਹ ; **ਸ਼੍ਰੁਤਮ੍**-ਸੁਣਿਆ ਗਿਆ ; **ਪਾਰ੍ਥ**-ਹੇ ਪ੍ਰਿਥਾ ਪੁੱਤਰ ; **ਤ੍ਵਯਾ**-ਤੁਹਾਡੇ ਰਾਹੀਂ ; **ਏਕ-ਅਗ੍ਰੇਣ**-ਇੱਕਾਗਰ ; **ਚੇਤਸਾ**-ਮਨ ਨਾਲ ; **ਕਚ੍ਚਿਤ੍**-ਕਿ ; **ਅਗ੍ਯਾਨ**-ਅਗਿਆਨ ਦਾ ; **ਸੰਮੋਹ੍**-ਮੋਹ,ਭਰਮ ; **ਪ੍ਰਣਸ਼੍ਟਹ੍**-ਦੂਰ ਹੋ ਗਿਆ ; **ਤੇ**-ਤੁਹਾਡਾ ; **ਧਨੰਜਯ**-ਹੇ ਸੰਪਤੀ ਦੇ ਵਿਜੇਤਾ (ਅਰਜੁਨ)।

ਅਨੁਵਾਦ

ਹੇ ਪ੍ਰਿਥਾ ਪੁੱਤਰ ! ਹੇ ਧਨੰਜੇ ! ਕਿ ਤੁਸੀਂ ਇਸ ਨੂੰ ਇੱਕਾਗਰ ਚਿੱਤ ਹੋਕੇ ਸੁਣਿਆ ? ਅਤੇ ਕੀ ਹੁਣ ਤੁਹਾਡਾ ਅਗਿਆਨ ਅਤੇ ਮੋਹ ਦੂਰ ਹੋ ਗਿਆ ਹੈ ?

ਭਾਵ

ਭਗਵਾਨ ਅਰਜੁਨ ਦੇ ਅਧਿਆਤਮਕ ਗੁਰੂ ਦਾ ਕੰਮ ਕਰ ਰਹੇ ਸਨ । ਇਸ ਲਈ, ਇਹ ਉਨ੍ਹਾਂ ਦਾ ਧਰਮ ਸੀ ਕਿ ਅਰਜੁਨ ਤੋਂ ਪੁੱਛਦੇ ਕਿ ਉਸਨੇ ਪੂਰੀ ਭਗਵਤ ਗੀਤਾ ਸਹੀ ਢੰਗ ਨਾਲ ਸਮਝ ਲਈ ਹੈ ਜਾਂ ਨਹੀਂ । ਜੇ ਨਹੀਂ ਸਮਝੀ ਹੈ ਤਾਂ ਭਗਵਾਨ ਉਸਨੂੰ ਫਿਰ ਤੋਂ ਕਿਸੇ ਅੰਸ਼ ਵਿਸ਼ੇਸ਼ ਜਾਂ ਪੂਰੀ ਭਗਵਤ ਗੀਤਾ ਦੱਸਣ ਨੂੰ ਤਿਆਰ ਹਨ । ਅਸਲ ਵਿਚ ਜਿਹੜਾ ਵੀ ਮਨੁੱਖ ਕ੍ਰਿਸ਼ਨ ਵਰਗੇ ਪ੍ਰਮਾਣਿਤ ਗੁਰੂ ਜਾਂ ਉਨ੍ਹਾਂ ਦੇ ਪ੍ਰਤੀਨਿਧ ਤੋਂ ਭਗਵਤ ਗੀਤਾ ਨੂੰ ਸੁਣਦਾ ਹੈ, ਉਸਦਾ ਸਾਰਾ ਅਗਿਆਨ ਦੂਰ ਹੋ ਜਾਂਦਾ ਹੈ । ਭਗਵਤ ਗੀਤਾ ਕੋਈ ਆਮ ਗ੍ਰੰਥ ਨਹੀਂ, ਜਿਸਨੂੰ ਕਵੀ ਜਾਂ ਉਪਨਿਆਸਕਾਰ ਨੇ ਲਿਖਿਆ ਹੋਵੇ, ਇਸਨੂੰ ਪ੍ਰਤੱਖ ਤੌਰ ਤੇ ਭਗਵਾਨ ਨੇ ਕਿਹਾ ਹੈ । ਜਿਹੜਾ ਭਾਗਾਂ ਵਾਲਾ ਮਨੁੱਖ, ਇਨ੍ਹਾਂ ਉਪਦੇਸ਼ਾਂ ਨੂੰ ਕ੍ਰਿਸ਼ਨ ਤੋਂ ਜਾਂ ਉਨ੍ਹਾਂ ਦੇ ਪ੍ਰਮਾਣਿਤ ਅਧਿਆਤਮਕ ਪ੍ਰਤੀਨਿਧੀਆਂ ਤੋਂ ਸੁਣਦਾ ਹੈ, ਉਹ ਯਕੀਨਨ ਮੁਕਤ ਮਨੁੱਖ ਬਣਕੇ ਅਗਿਆਨਤਾ ਦੇ ਹਨ੍ਹੇਰੇ ਨੂੰ ਪਾਰ ਕਰ ਲੈਂਦਾ ਹੈ ।

अर्जुन उवाच

नष्टो मोहः स्मृतिर्लब्धा त्वत्प्रसादान्मयाच्युत ।
स्थितोऽस्मि गतसन्देहः करिष्ये वचनं तव ॥ ७३ ॥

ਅਰਜੁਨ ਉਵਾਚ

ਨਸ਼ਟੋ ਮੋਹਹ੍ ਸਮ੍ਰਿਤਿਰ੍ ਲਬ੍ਧਾ ਤ੍ਵਤ੍-ਪ੍ਰਸਾਦਾਨ੍ ਮਯਾਚ੍ਯੁਤ ।
ਸ੍ਥਿਤੋ'ਸ੍ਮਿ ਗਤ-ਸੰਦੇਹਹ੍ ਕਰਿਸ਼੍ਯੇ ਵਚਨਮ੍ ਤਵ ॥ 73 ॥

ਅਰਜੁਨਹ ਉਵਾਚ-ਅਰਜੁਨ ਨੇ ਕਿਹਾ ; **ਨਸ਼੍ਟਹ੍**-ਦੂਰ ਹੋਇਆ ; **ਮੋਹਹ੍**-ਮੋਹ ; **ਸ੍ਮ੍ਰਿਤਿਰ**-ਯਾਦਾਸ਼ ; **ਲਬ੍ਧਾ**-ਫਿਰ ਪ੍ਰਾਪਤ ਹੋਈ ; **ਤ੍ਵਤ੍-ਪ੍ਰਸਾਦਾਤ੍**-ਤੁਹਾਡੀ ਕ੍ਰਿਪਾ ਨਾਲ ; **ਮਯਾ**-ਮੇਰੇ ਰਾਹੀਂ ; **ਅਚ੍ਯੁਤ**-ਹੇ ਅਚੁਤ,(ਅਡਿੱਗ) ਕ੍ਰਿਸ਼ਨ ; **ਸ੍ਥਿਤਹ੍**-ਸਥਿਤ ; **ਅਸ੍ਮਿ**-ਹਾਂ ; **ਗਤ**-ਦੂਰ ਹੋਏ ; **ਸੰਦੇਹਹ੍**-ਸਾਰੇ ਸ਼ੱਕ ; **ਕਰਿਸ਼੍ਯੇ**-ਪੂਰਾ ਕਰਾਂਗਾ ; **ਵਚਨਮ੍**-ਹੁਕਮ ਨੂੰ ; **ਤਵ**-ਤੁਹਾਡੇ ।

ਅਨੁਵਾਦ

ਅਰਜੁਨ ਨੇ ਕਿਹਾ - ਹੇ ਕ੍ਰਿਸ਼ਨ, ਹੇ ਅਚੁਤ ! ਹੁਣ ਮੇਰਾ ਮੋਹ ਦੂਰ ਹੋ ਗਿਆ ਹੈ । ਤੁਹਾਡੀ ਕਿਰਪਾ ਸਦਕਾ ਮੈਨੂੰ ਮੇਰੀ ਯਾਦਾਸ਼ਤ ਵਾਪਸ ਮਿਲ ਗਈ ਹੈ । ਹੁਣ ਮੈਂ ਸ਼ੰਕਾ ਰਹਿਤ ਅਤੇ ਦ੍ਰਿੜ ਹਾਂ ਅਤੇ ਤੁਹਾਡੇ ਹੁਕਮਾਂ ਮੁਤਾਬਿਕ ਕੰਮ ਕਰਨ ਲਈ ਤਿਆਰ ਹਾਂ ।

ਭਾਵ

ਜੀਵ ਜਿਸਦੀ ਨੁਮਾਇੰਦਗੀ ਅਰਜੁਨ ਕਰ ਰਿਹਾ ਹੈ, ਉਸਦਾ ਸਵਰੂਪ ਇਹ ਹੈ ਕਿ ਉਹ ਪਰਮੇਸ਼ਵਰ ਦੇ ਹੁਕਮਾਂ ਮੁਤਾਬਿਕ ਕੰਮ ਕਰੇ। ਉਹ ਆਪਣੇ ਆਪ ਤੇ ਅਨੁਸ਼ਾਸਨ ਲਈ ਬਣਿਆ ਹੈ। ਸ਼੍ਰੀ ਚੈਤੰਨਯ ਮਹਾਪ੍ਰਭੂ ਦਾ ਕਹਿਣਾ ਹੈ ਕਿ ਜੀਵ ਦਾ ਸਵਰੂਪ ਪਰਮੇਸ਼ਵਰ ਦੇ ਨਿੱਤ ਦਾਸ ਦੇ ਰੂਪ ਵਿਚ ਹੈ। ਇਸ ਨਿਯਮ ਨੂੰ ਭੁੱਲ ਜਾਣ ਕਰਕੇ ਜੀਵ ਭੌਤਿਕ ਪ੍ਰਕ੍ਰਿਤੀ ਰਾਹੀਂ ਬੰਨ੍ਹਿਆਂ ਜਾਂਦਾ ਹੈ। ਪਰ ਪਰਮੇਸ਼ਵਰ ਦੀ ਸੇਵਾ ਕਰਨ ਨਾਲ ਉਹ ਈਸ਼ਵਰ ਦਾ ਮੁਕਤ ਦਾਸ ਬਣਦਾ ਹੈ। ਜੀਵ ਦਾ ਸਰੂਪ ਸੇਵਕ ਦੇ ਰੂਪ ਵਿਚ ਹੈ। ਉਸ ਨੂੰ ਮਾਇਆ ਜਾਂ ਪਰਮੇਸ਼ਵਰ ਵਿਚੋਂ ਕਿਸੇ ਇੱਕ ਦੀ ਸੇਵਾ ਕਰਨੀ ਹੁੰਦੀ ਹੈ। ਜੇ ਉਹ ਪਰਮੇਸ਼ਵਰ ਦੀ ਸੇਵਾ ਕਰਦਾ ਹੈ, ਤਾਂ ਉਹ ਆਪਣੀ ਮੂਲ ਸਥਿਤੀ ਵਿਚ ਰਹਿੰਦਾ ਹੈ। ਪਰ ਜੇਕਰ ਉਹ ਬਾਹਰੀ ਸ਼ਕਤੀ ਮਾਇਆ ਦੀ ਸੇਵਾ ਕਰਨਾ ਪਸੰਦ ਕਰਦਾ ਹੈ ਤਾਂ ਉਹ ਨਿਸ਼ਚੈ ਹੀ ਬੰਧਨ ਵਿਚ ਪੈ ਜਾਂਦਾ ਹੈ। ਇਸ ਭੌਤਿਕ ਸੰਸਾਰ ਵਿਚ ਜੀਵ ਮੋਹ ਕਰਕੇ ਸੇਵਾ ਕਰ ਰਿਹਾ ਹੈ। ਉਹ ਕਾਮ-ਵਾਸ਼ਨਾ ਅਤੇ ਇੱਛਾਵਾਂ ਨਾਲ ਬੰਨ੍ਹਿਆ ਹੋਇਆ ਹੈ, ਫਿਰ ਵੀ ਉਹ ਆਪਣੇ ਆਪ ਨੂੰ ਸੰਸਾਰ ਦਾ ਮਾਲਕ ਮੰਨਦਾ ਹੈ। ਇਹੋ ਮੋਹ ਕਹਾਉਂਦਾ ਹੈ। ਮੁਕਤ ਹੋਣ ਤੇ ਮਨੁੱਖ ਦਾ ਮੋਹ ਦੂਰ ਹੋ ਜਾਂਦਾ ਹੈ ਅਤੇ ਉਹ ਆਪਣੀ ਮਰਜ਼ੀ ਨਾਲ ਭਗਵਾਨ ਦੀ ਮਰਜ਼ੀ ਮੁਤਾਬਿਕ ਕੰਮ ਕਰਨ ਲਈ ਪਰਮੇਸ਼ਵਰ ਦੀ ਸ਼ਰਨ ਗ੍ਰਹਿਣ ਕਰਦਾ ਹੈ। ਜੀਵ ਨੂੰ ਫਸਾਉਣ ਦਾ ਮਾਇਆ ਦਾ ਅੰਤਿਮ ਜਾਲ ਇਹ ਧਾਰਨਾ ਹੈ ਕਿ ਉਹ ਈਸ਼ਵਰ ਹੈ। ਜੀਵ ਸੋਚਦਾ ਹੈ ਕਿ ਹੁਣ ਉਹ ਬੱਧ ਜੀਵ ਨਹੀਂ ਰਿਹਾ, ਹੁਣ ਤਾਂ ਉਹ ਈਸ਼ਵਰ ਹੈ। ਉਹ ਏਨਾਂ ਮੂਰਖ ਹੁੰਦਾ ਹੈ, ਕਿ ਉਹ ਇਹ ਨਹੀਂ ਸੋਚ ਸਕਦਾ ਕਿ ਜੇ ਉਹ ਈਸ਼ਵਰ ਹੁੰਦਾ ਤਾਂ ਇੰਨ੍ਹਾਂ ਸ਼ੱਕਾਂ ਵਿਚ ਕਿਉਂ ਘਿਰਿਆ ਰਹਿੰਦਾ ? ਉਹ ਇਸ ਤੇ ਵਿਚਾਰ ਨਹੀਂ ਕਰਦਾ। ਇਸੇ ਲਈ ਇਹੋ ਮਾਇਆ ਦਾ ਅੰਤਿਮ ਜਾਲ ਹੁੰਦਾ ਹੈ। ਅਸਲ ਵਿਚ ਮਾਇਆ ਤੋਂ ਮੁਕਤ ਹੋਣਾ, ਭਗਵਾਨ ਸ਼੍ਰੀ ਕ੍ਰਿਸ਼ਨ ਨੂੰ ਸਮਝਣਾ ਹੈ ਅਤੇ ਉਨ੍ਹਾਂ ਦੇ ਹੁਕਮਾਂ ਮੁਤਾਬਿਕ ਕੰਮ ਕਰਨ ਲਈ ਸਹਿਮਤ ਹੋਣਾ ਹੈ।

ਇਸ ਸ਼ਲੋਕ ਵਿਚ ਮੋਹ ਸ਼ਬਦ ਬਹੁਤ ਮਹੱਤਵਪੂਰਨ ਹੈ। ਮੋਹ ਗਿਆਨ ਦਾ ਵਿਰੋਧੀ ਹੁੰਦਾ ਹੈ। ਅਸਲ ਗਿਆਨ ਤਾਂ ਇਹ ਸਮਝਣਾ ਹੈ ਕਿ ਹਰ ਜੀਵ ਭਗਵਾਨ ਦਾ ਸ਼ਾਸ਼ਵਤ (ਨਿੱਤ) ਸੇਵਕ ਹੈ। ਪਰ ਜੀਵ ਆਪਣੀ ਇਸ ਸਥਿਤੀ ਨੂੰ ਨਾ ਸਮਝ ਕੇ ਉਹ ਪ੍ਰਕ੍ਰਿਤੀ ਤੇ ਮਾਲਕੀਅਤ ਜਤਾਉਣਾ ਚਾਹੁੰਦਾ ਹੈ। ਇਹ ਮੋਹ ਭਗਵਾਨ ਦੀ ਕਿਰਪਾ ਨਾਲ ਜਾਂ ਸ਼ੁੱਧ ਭਗਤ ਦੀ ਕਿਰਪਾ ਨਾਲ ਜਿੱਤਿਆ ਜਾ ਸਕਦਾ ਹੈ। ਇਸ ਮੋਹ ਦੇ ਦੂਰ ਹੋਣ ਤੇ ਮਨੁੱਖ ਕ੍ਰਿਸ਼ਨ ਭਾਵਨਾ ਅੰਮ੍ਰਿਤ ਵਿਚ ਕੰਮ ਕਰਨ ਲਈ ਰਾਜ਼ੀ ਹੋ ਜਾਂਦਾ ਹੈ।

ਕ੍ਰਿਸ਼ਨ ਦੇ ਹੁਕਮਾਂ ਮੁਤਾਬਿਕ ਕੰਮ ਕਰਨਾ ਕ੍ਰਿਸ਼ਨ ਭਾਵਨਾ ਅੰਮ੍ਰਿਤ ਹੈ। ਬੱਧਜੀਵ ਮਾਇਆ ਰਾਹੀਂ ਮੋਹਿਤ ਹੋਣ ਕਰਕੇ ਇਹ ਨਹੀਂ ਜਾਣ ਸਕਦਾ ਕਿ ਪਰਮੇਸ਼ਵਰ ਸਵਾਮੀ ਹਨ, ਜਿਹੜੇ ਗਿਆਨ-ਮਈ ਹਨ ਅਤੇ ਹਰ ਤਰ੍ਹਾਂ ਦੀ ਵਿਭੂਤੀ ਦੇ ਮਾਲਕ ਹਨ। ਉਹ ਆਪਣੇ ਭਗਤਾਂ ਨੂੰ ਜੋ ਵੀ ਚਾਹੁੰਣ ਦੇ ਸਕਦੇ ਹਨ। ਉਹ ਸਾਰਿਆਂ ਦੇ ਦੋਸਤ ਹਨ ਅਤੇ ਭਗਤਾਂ ਤੇ ਖ਼ਾਸ ਕਿਰਪਾ ਰੱਖਦੇ ਹਨ।

ਉਹ ਇਸ ਭੌਤਿਕ ਪ੍ਰਕ੍ਰਿਤੀ ਅਤੇ ਸਾਰੇ ਜੀਵਾਂ ਦੇ ਨਿਯੰਤਰਕ ਹਨ। ਉਹ ਅਟੁੱਟ, ਸਮੇਂ ਦੇ ਨਿਯੰਤਰਕ ਹਨ ਅਤੇ ਸਾਰੀਆਂ ਵਿਭੂਤੀਆਂ ਅਤੇ ਸ਼ਕਤੀਆਂ ਨਾਲ ਪੂਰਨ ਹਨ। ਭਗਵਾਨ ਭਗਤ ਨੂੰ ਆਤਮ ਸਮਰਪਣ ਵੀ ਕਰ ਸਕਦੇ ਹਨ। ਜਿਹੜਾ ਉਨ੍ਹਾਂ ਨੂੰ ਨਹੀਂ ਜਾਣਦਾ ਉਹ ਮੋਹ ਅਧੀਨ ਹੈ, ਉਹ ਭਗਤ ਨਹੀਂ, ਸਗੋਂ ਮਾਇਆ ਦਾ ਸੇਵਕ ਬਣ ਜਾਂਦਾ ਹੈ। ਪਰ ਅਰਜੁਨ ਭਗਵਾਨ ਤੋਂ ਭਗਵਤ ਗੀਤਾ ਸੁਣਕੇ ਸਾਰੇ ਮੋਹ ਤੋਂ ਮੁਕਤ ਹੋ ਗਿਆ। ਉਹ ਇਹ ਸਮਝ ਗਿਆ ਕਿ ਕ੍ਰਿਸ਼ਨ ਸਿਰਫ਼ ਉਸਦੇ ਮਿੱਤਰ ਹੀ ਨਹੀਂ ਸਗੋਂ ਭਗਵਾਨ ਹਨ ਅਤੇ ਉਹ ਕ੍ਰਿਸ਼ਨ ਨੂੰ ਅਸਲ ਵਿਚ ਸਮਝ ਗਿਆ। ਇਸ ਲਈ ਭਗਵਤ ਗੀਤਾ ਦਾ ਪਾਠ ਕਰਨ ਦਾ ਅਰਥ ਹੈ, ਕ੍ਰਿਸ਼ਨ ਨੂੰ ਅਸਲੀਅਤ ਵਿਚ ਸਮਝਣਾ। ਜਦੋਂ ਮਨੁੱਖ ਨੂੰ ਪੂਰਨ ਗਿਆਨ ਹੁੰਦਾ ਹੈ, ਤਾਂ ਉਹ ਸੁਭਾਵਕ ਹੀ ਆਪਣੇ ਆਪ ਕ੍ਰਿਸ਼ਨ ਨੂੰ ਆਤਮ ਸਮਪਰਣ ਕਰਦਾ ਹੈ। ਜਦੋਂ ਅਰਜੁਨ ਸਮਝ ਗਿਆ ਕਿ ਇਹ ਤਾਂ ਜਨ-ਸੰਖਿਆ ਦੇ ਬੇਲੋੜੀਂਦੇ ਵਾਧੇ ਨੂੰ ਘੱਟ ਕਰਨ ਦੀ ਕ੍ਰਿਸ਼ਨ ਦੀ ਯੋਜਨਾ ਸੀ, ਤਾਂ ਉਸਨੇ ਕ੍ਰਿਸ਼ਨ ਦੀ ਮਰਜ਼ੀ ਮੁਤਾਬਿਕ ਜੰਗ ਕਰਨਾ ਸਵੀਕਾਰ ਕੀਤਾ। ਉਸਨੇ ਫਿਰ ਤੋਂ ਭਗਵਾਨ ਦੇ ਹੁਕਮਾਂ ਮੁਤਾਬਿਕ ਜੰਗ ਕਰਨ ਲਈ ਆਪਣਾ ਧਨੁਖ-ਬਾਣ ਚੁੱਕ ਲਿਆ।

सञ्जय उवाच

इत्यहं वासुदेवस्य पार्थस्य च महात्मनः ।
संवादमिममश्रौषमद्भुतं रोमहर्षणम् ॥ ७४॥

ਸੰਜਯ ਓਵਾਚ

ਇਤਿ ਅਹਮ੍ ਵਾਸੁਦੇਵਸ੍ਯ ਪਾਰ੍ਥਸ੍ਯ ਚ ਮਹਾਤ੍ਮਨਹ ।
ਸੰਵਾਦਮ੍ ਇਮਮ੍ ਅਸ਼੍ਰੌਸ਼ਮ ਅਦਭੁਤਮ੍ ਰੋਮ-ਹਰ੍ਸ਼ਣਮ੍ ॥ 74 ॥

ਸੰਜਯ ਓਵਾਚ-ਸੰਜੇ ਨੇ ਕਿਹਾ ; **ਇਤਿ**-ਇੰਝ ; **ਅਹਮ੍**-ਮੈਂ ; **ਵਾਸੁਦੇਵਸ੍ਯ**-ਕ੍ਰਿਸ਼ਨ ਦਾ ; **ਪਾਰ੍ਥਸ੍ਯ**-ਅਤੇ ਅਰਜੁਨ ਦਾ ; **ਚ**-ਵੀ ; **ਮਹਾ ਆਤ੍ਮਨਹ੍**-ਮਹਾਂ ਪੁਰਸ਼ਾਂ ਦਾ ; **ਸੰਵਾਦਮ੍**-ਵਾਰਤਾ ; **ਇਮਮ੍**-ਇਹ ; **ਅਸ਼੍ਰੌਸ਼ਮ**-ਸੁਣੀ ਹੈ ; **ਅਦ੍ਭੁਤਮ੍**-ਅਦਭੁਤ ; **ਰੋਮ-ਹਰ੍ਸ਼ਣਮ੍**-ਰੌਂਗਟੇ ਖੜੇ ਕਰਨ ਵਾਲੀ।

ਅਨੁਵਾਦ

ਸੰਜੇ ਨੇ ਕਿਹਾ- ਇੰਝ ਮੈਂ ਕ੍ਰਿਸ਼ਨ ਅਤੇ ਅਰਜੁਨ ਇਨ੍ਹਾਂ ਦੋਵਾਂ ਮਹਾਨ ਆਤਮਾਵਾਂ ਦੀ ਗੱਲਬਾਤ ਸੁਣੀ। ਅਤੇ ਇਹ ਸੰਦੇਸ਼ ਏਨਾ ਅਦਭੁਤ ਹੈ ਕਿ ਮੇਰੇ ਸ਼ਰੀਰ ਦੇ ਰੌਂਗਟੇ ਖੜੇ ਹੋ ਰਹੇ ਹਨ।

ਭਾਵ

ਭਗਵਤ ਗੀਤਾ ਦੇ ਸ਼ੁਰੂ ਵਿਚ ਧ੍ਰਿਤਰਾਸ਼ਟਰ ਨੇ ਆਪਣੇ ਸਕੱਤਰ ਸੰਜੇ ਤੋਂ ਪੁੱਛਿਆ ਸੀ, "ਕੁਰੂਕਸ਼ੇਤਰ ਦੇ ਜੰਗੀ ਮੈਦਾਨ ਵਿਚ ਕੀ ਹੋਇਆ ?" ਗੁਰੂ ਵਿਆਸ ਜੀ ਦੀ ਕਿਰਪਾ ਨਾਲ ਸੰਜੇ ਦੇ ਹਿਰਦੇ ਵਿਚ ਸਾਰੀਆਂ ਘਟਨਾਵਾਂ ਪ੍ਰਗਟ ਹੋਈਆਂ ਸੀ। ਇੰਝ ਉਸਨੇ ਜੰਗ ਦਾ ਸਾਰ ਸੁਣਾ ਦਿੱਤਾ ਸੀ। ਇਹ

ਗੱਲ-ਬਾਤ ਹੈਰਾਨੀ ਵਾਲੀ ਸੀ, ਕਿਉਂਕਿ ਇਸ ਤੋਂ ਪਹਿਲੋਂ ਦੋ ਮਹਾਨ ਆਤਮਾਵਾਂ ਵਿਚਕਾਰ ਅਜਿਹੀ ਮਹਤੱਵਪੂਰਨ ਗੱਲਬਾਤ ਕਦੀ ਨਹੀਂ ਹੋਈ ਸੀ ਅਤੇ ਨਾ ਭਵਿੱਖ ਵਿਚ ਫਿਰ ਹੋਵੇਗੀ। ਇਹ ਗੱਲਬਾਤ ਇਸ ਲਈ ਅਦਭੁਤ ਸੀ, ਕਿਉਂਕਿ ਭਗਵਾਨ ਆਪਣੇ ਅਤੇ ਆਪਣੀਆਂ ਸ਼ਕਤੀਆਂ ਬਾਰੇ ਜੀਵ ਆਤਮਾ ਅਰਜੁਨ ਅੱਗੇ ਵਰਣਨ ਕਰ ਰਹੇ ਸਨ, ਜਿਹੜਾ ਭਗਵਾਨ ਦਾ ਪਰਮ ਭਗਤ ਸੀ। ਜੇ ਅਸੀ ਕ੍ਰਿਸ਼ਨ ਨੂੰ ਸਮਝਣ ਲਈ ਅਰਜੁਨ ਦੇ ਨਕਸ਼ੇ ਕਦਮ ਤੇ ਚਲੀਏ ਤਾਂ ਸਾਡਾ ਜੀਵਨ ਸੁਖੀ ਅਤੇ ਸਫਲ ਹੋ ਜਾਵੇਗਾ। ਸੰਜੇ ਨੇ ਇਸਦਾ ਅਨੁਭਵ ਕੀਤਾ ਅਤੇ ਜਿਵੇਂ-ਜਿਵੇਂ ਇਸਦਾ ਅਨੁਭਵ ਕੀਤਾ ਉਵੇਂ-ਉਵੇਂ ਉਸਦੀ ਸਮਝ ਵਿਚ ਆ ਗਿਆ, ਉਸਨੇ ਇਹ ਗੱਲਬਾਤ ਧ੍ਰਿਤਰਾਸ਼ਟਰ ਨੂੰ ਸੁਣਾਈ। ਹੁਣ ਇਹ ਨਤੀਜਾ ਨਿਕਲਦਾ ਹੈ ਕਿ ਜਿੱਥੇ ਜਿੱਥੇ ਕ੍ਰਿਸ਼ਨ ਅਤੇ ਅਰਜੁਨ ਹਨ, ਉਥੇ-ਉਥੇ ਜਿੱਤ ਹੁੰਦੀ ਹੈ।

व्यासप्रसादाच्छ्रुतवानेतद्गुह्यमहं परम् ।
योगं योगेश्वरात्कृष्णात्साक्षात्कथयतः स्वयम् ॥ ७५ ॥

ਵ੍ਯਾਸ-ਪ੍ਰਸਾਦਾਚ੍ ਛਰੁਤਵਾਨ ਏਤਦ੍ ਗੁਹ੍ਯਮ ਅਹਮ੍ ਪਰਮ੍ ।
ਯੋਗਮ੍ ਯੋਗੇਸ਼੍ਵਰਾਤ੍ ਕ੍ਰਿਸ਼੍ਨਾਤ੍ ਸਾਕਸ਼ਾਤ੍ ਕਥਯਤਹ ਸ੍ਵਯਮ੍ ॥ 75 ॥

ਵ੍ਯਾਸ-ਪ੍ਰਸਾਦਾਤਾਤ੍-ਵਿਆਸ ਦੇਵ ਦੀ ਕਿਰਪਾ ਨਾਲ ; **ਸ਼ਰੂਤਵਾਨ**-ਸੁਣਿਆ ਹੈ ; **ਏਤਤ੍**-ਇਸ ; **ਗੁਹ੍ਯਮ੍**-ਗੁਪਤ ; **ਅਹਮ੍**-ਮੈਂ ; **ਪਰਮ੍**-ਪਰਮ ; **ਯੋਗਮ੍**- ਯੋਗ ਨੂੰ ; **ਯੋਗ-ਈਸ਼੍ਵਰਾਤ੍**-ਯੋਗ ਦੇ ਮਾਲਕ ; **ਕ੍ਰਿਸ਼੍ਨਾਤ੍**-ਕ੍ਰਿਸ਼ਨ ਨਾਲ ; **ਸਾਕ੍ਸ਼ਾਤ੍**-ਪ੍ਰਤੱਖ ; **ਕਥਯਤਹ੍**-ਕਹਿੰਦੇ ਹੋਏ ; **ਸ੍ਵਯਮ੍**-ਖ਼ੁਦ ।

ਅਨੁਵਾਦ

ਵਿਆਸ ਦੀ ਕਿਰਪਾ ਨਾਲ, ਮੈਂ ਇਹ ਬਹੁਤ ਗੁਪਤ (ਗੂੜ੍ਹ) ਗੱਲਾਂ, ਜੋ ਪ੍ਰਤੱਖ ਤੌਰ ਤੇ ਯੋਗੇਸ਼ਵਰ ਕ੍ਰਿਸ਼ਨ ਦੇ ਮੂੰਹੋਂ ਅਰਜੁਨ ਲਈ ਕਹੀਆਂ ਗਈਆਂ, ਸੁਣੀਆਂ।

ਭਾਵ

ਵਿਆਸ ਦੇਵ ਸੰਜੇ ਦੇ ਗੁਰੂ ਸਨ ਅਤੇ ਸੰਜੇ ਸਵੀਕਾਰ ਕਰਦੇ ਹਨ ਕਿ ਵਿਆਸ ਦੇਵ ਜੀ ਦੀ ਕਿਰਪਾ ਨਾਲ ਹੀ ਉਹ ਭਗਵਾਨ ਨੂੰ ਸਮਝ ਸਕੇ। ਇਸਦਾ ਅਰਥ ਇਹ ਹੋਇਆ ਕਿ ਗੁਰੂ ਰਾਹੀਂ ਹੀ ਕ੍ਰਿਸ਼ਨ ਨੂੰ ਸਮਝਣਾ ਚਾਹੀਦਾ ਹੈ, ਪ੍ਰਤੱਖ ਰੂਪ ਨਾਲ ਨਹੀਂ। ਗੁਰੂ ਸ਼ੁੱਧ ਤਰੀਕਾ ਹੈ, ਭਾਵੇਂ ਅਨੁਭਵ ਇਸ ਤੋਂ ਜ਼ਿਆਦਾ ਪ੍ਰਤੱਖ ਹੁੰਦਾ ਹੈ। ਗੁਰੂ ਪਰੰਪਰਾ ਦਾ ਇਹੋ ਰਹੱਸ ਹੈ। ਜਦੋਂ ਗੁਰੂ ਪ੍ਰਮਾਣਿਤ ਹੋਵੇ ਤਾਂ ਭਗਵਤ ਗੀਤਾ ਦਾ ਪ੍ਰਤੱਖ ਸ਼ਰਵਣ ਕੀਤਾ ਜਾ ਸਕਦਾ ਹੈ, ਜਿਵੇਂ ਅਰਜੁਨ ਨੇ ਕੀਤਾ। ਸੰਸਾਰ ਵਿਚ ਅਨੇਕਾਂ ਯੋਗੀ ਹਨ, ਪਰ ਕ੍ਰਿਸ਼ਨ ਯੋਗੀਆਂ ਦੇ ਈਸ਼ਵਰ ਹਨ। ਉਨ੍ਹਾਂ ਨੇ ਭਗਵਤ ਗੀਤਾ ਵਿਚ ਸਪਸ਼ਟ ਉਪਦੇਸ਼ ਦਿੱਤਾ ਹੈ "ਮੇਰੀ ਸ਼ਰਨ ਵਿਚ ਆਓ। ਜੋ ਅਜਿਹਾ ਕਰਦਾ ਹੈ ਉਹ ਸਭ ਤੋਂ ਵੱਡਾ ਯੋਗੀ ਹਨ।" ਛੇਵੇਂ ਅਧਿਆਇ ਦੇ ਅੰਤਿਮ ਸ਼ਲੋਕ ਵਿਚ ਇਸਦੀ ਪੁਸ਼ਟੀ ਹੋਈ ਹੈ - **ਯੋਗਿਨਾਮ੍ ਅਪਿ ਸਰ੍ਵੇਸ਼ਾਮ੍** ।

ਨਾਰਦ ਕ੍ਰਿਸ਼ਨ ਦੇ ਸ਼ਾਗਿਰਦ ਹਨ ਅਤੇ ਵਿਆਸ ਦੇ ਗੁਰੂ। ਇਸ ਲਈ ਵਿਆਸ ਅਰਜੁਨ ਵਾਂਗ ਹੀ ਪ੍ਰਮਾਣਿਤ ਹਨ ਕਿਉਂਕਿ ਉਹ ਗੁਰੂ ਪਰੰਪਰਾ ਵਿਚ ਆਏ ਹਨ ਅਤੇ ਸੰਜੇ ਵਿਆਸ ਦੇ ਸ਼ਾਗਿਰਦ ਹਨ। ਇਸ ਲਈ ਵਿਆਸ ਦੀ ਕਿਰਪਾ ਨਾਲ ਸੰਜੇ ਦੀਆਂ ਇੰਦਰੀਆਂ ਸ਼ੁੱਧ ਹੋ ਸਕੀਆਂ ਅਤੇ ਉਹ ਕ੍ਰਿਸ਼ਨ ਦਾ ਪ੍ਰਤੱਖ ਦਰਸ਼ਨ ਕਰ ਸਕੇ ਤੇ ਉਨ੍ਹਾਂ ਦੀ ਗੱਲ ਸੁਣ ਸਕੇ। ਜਿਹੜਾ ਮਨੁੱਖ ਕ੍ਰਿਸ਼ਨ ਦਾ ਪ੍ਰਤੱਖ ਸ਼ਰਵਣ ਕਰਦਾ ਹੈ, ਉਹ ਇਸ ਗੁਪਤ ਗਿਆਨ ਨੂੰ ਸਮਝ ਸਕਦਾ ਹੈ। ਜੇ ਉਹ ਗੁਰੂ ਪਰੰਪਰਾ ਵਿਚ ਨਹੀਂ ਹੁੰਦਾ ਤਾਂ ਉਹ ਕ੍ਰਿਸ਼ਨ ਦੀ ਗੱਲਬਾਤ ਨਹੀਂ ਸੁਣ ਸਕਦਾ ਸੀ। ਇਸ ਲਈ ਉਸ ਦਾ ਗਿਆਨ ਹਮੇਸ਼ਾਂ ਅਧੂਰਾ ਰਹਿੰਦਾ ਹੈ, ਖ਼ਾਸ ਕਰਕੇ ਜਿੱਥੋਂ ਤਕ ਭਗਵਤ ਗੀਤਾ ਸਮਝਣ ਦਾ ਸਵਾਲ ਹੈ।

ਭਗਵਤ ਗੀਤਾ ਵਿਚ ਯੋਗ ਦੀਆਂ ਸਾਰੀਆਂ ਪਧੱਤੀਆਂ, ਕਰਮ-ਯੋਗ, ਗਿਆਨ-ਯੋਗ ਅਤੇ ਭਗਤੀ-ਯੋਗ ਦਾ ਵਰਨਣ ਹੋਇਆ ਹੈ। ਸ਼੍ਰੀ ਕ੍ਰਿਸ਼ਨ ਇਨ੍ਹਾਂ ਸਾਰੇ ਯੋਗਾਂ ਦੇ ਮਾਲਕ ਹਨ। ਪਰ ਇਹ ਸਮਝ ਲੈਣਾ ਚਾਹੀਦਾ ਹੈ ਕਿ ਜਿਸ ਤਰ੍ਹਾਂ ਅਰਜੁਨ ਕ੍ਰਿਸ਼ਨ ਨੂੰ ਪ੍ਰਤੱਖ ਸਮਝਣ ਲਈ ਭਾਗਾਂ ਵਾਲਾ ਸੀ, ਉਸੇ ਤਰ੍ਹਾਂ ਵਿਆਸ ਦੇਵ ਦੀ ਕਿਰਪਾ ਨਾਲ ਸੰਜੇ ਵੀ ਕ੍ਰਿਸ਼ਨ ਨੂੰ ਪ੍ਰਤੱਖ ਸੁਣਨ ਵਿਚ ਸਮਰਥ ਹੋ ਸਕਿਆ। ਅਸਲ ਵਿਚ ਕ੍ਰਿਸ਼ਨ ਪ੍ਰਤੱਖ ਸੁਣਨ ਅਤੇ ਵਿਆਸ ਦੇਵ ਵਰਗੇ ਗੁਰੂ ਰਾਹੀਂ ਪ੍ਰਤੱਖ ਸੁਣਨ ਵਿਚ ਕੋਈ ਫ਼ਰਕ ਨਹੀਂ ਹੈ। ਗੁਰੂ, ਵਿਆਸ ਦੇਵ ਦਾ ਹੀ ਨੁਮਾਇੰਦਾ ਹੁੰਦਾ ਹੈ। ਇਸ ਲਈ ਵੈਦਿਕ ਪਧੱਤੀ ਮੁਤਾਬਿਕ ਆਪਣੇ ਗੁਰੂ ਦੇ ਜਨਮ ਦਿਨ ਤੇ ਸ਼ਾਗਿਰਦ ਲੋਕ ਵਿਆਸ ਪੂਜਾ ਨਾਂ ਦਾ ਉਤਸਵ ਮਨਾਉਂਦੇ ਹਨ।

राजन्संस्मृत्य संस्मृत्य संवादमिममद्भुतम् ।
केशवार्जुनयोः पुण्यं हृष्यामि च मुहुर्मुहुः ॥ ७६ ॥

ਰਾਜਨ੍ ਸੰਸ੍ਮ੍ਰਿਤ੍ਯ ਸੰਸ੍ਮ੍ਰਿਤ੍ਯ ਸੰਵਾਦਮ੍ ਇਮਮ੍ ਅਦ੍ਭੁਤਮ੍ ।
ਕੇਸ਼ਵਾਰ੍ਜੁਨਯੋਹ੍ ਪੁੰਨਯਮ੍ ਹ੍ਰਿਸ਼੍ਯਾਮਿ ਚ ਮੁਹੁਰ ਮੁਹੁਹ੍ ॥ 76 ॥

ਰਾਜਨ੍-ਹੇ ਰਾਜਾ ; **ਸੰਸ੍ਮ੍ਰਿਤ੍ਯ**-ਯਾਦ ਕਰਕੇ ; **ਸੰਸ੍ਮ੍ਰਿਤ੍ਯ**-ਯਾਦ ਕਰਕੇ ; **ਸੰਵਾਦਮ੍**-ਗੱਲਬਾਤ ਨੂੰ ; **ਇਮਮ੍**-ਇਸ ; **ਅਦ੍ਭੁਤਮ੍**-ਅਦਭੁਤ ; **ਕੇਸ਼ਵ**-ਭਗਵਾਨ ਕ੍ਰਿਸ਼ਨ ; **ਅਰ੍ਜੁਨਯੋਹ੍**-ਅਤੇ ਅਰਜੁਨ ਦੀ ; **ਪੁੰਨਯਮ੍**-ਪਵਿੱਤਰ ; **ਹ੍ਰਿਸ਼੍ਯਾਮਿ**-ਗਦ ਗਦ ਹੁੰਦਾ ਹੈ ; **ਚ**-ਵੀ ; **ਮੁਹੁਹ੍ ਮੁਹੁਹ੍**-ਵਾਰ ਵਾਰ।

ਅਨੁਵਾਦ

ਹੇ ਰਾਜਨ ! ਜਦੋਂ ਮੈਂ ਕ੍ਰਿਸ਼ਨ ਅਤੇ ਅਰਜੁਨ ਵਿਚਕਾਰ ਹੋਈ ਅਦਭੁਤ ਅਤੇ ਪਵਿੱਤਰ ਗੱਲਬਾਤ ਨੂੰ ਬਾਰ ਬਾਰ ਚੇਤੇ ਕਰਦਾਂ ਹਾਂ ਤਾਂ ਹਰ ਪਲ ਖ਼ੁਸ਼ੀ ਸਦਕਾ, ਗਦ-ਗਦ ਹੋ ਉਠਦਾਂ ਹਾਂ।

ਭਾਵ

ਭਗਵਤ ਗੀਤਾ ਦਾ ਗਿਆਨ ਇੰਨਾ ਅਲੌਕਿਕ ਹੈ ਕਿ ਜਿਹੜਾ ਵੀ ਅਰਜੁਨ ਅਤੇ ਕ੍ਰਿਸ਼ਨ ਦੇ ਸੰਵਾਦ ਨੂੰ ਸਮਝ ਲੈਂਦਾ ਹੈ, ਉਹ ਪੁੰਨ-ਆਤਮਾ ਬਣ ਜਾਂਦਾ ਹੈ ਅਤੇ ਇਸ ਗੱਲਬਾਤ ਨੂੰ ਭੁੱਲ ਨਹੀਂ ਸਕਦਾ। ਅਧਿਆਤਮਕ ਜੀਵਨ ਦੀ ਇਹ ਅਲੌਕਿਕ ਸਥਿਤੀ ਹੈ, ਦੂਜੇ ਸ਼ਬਦਾਂ ਵਿਚ ਜਦੋਂ ਕੋਈ ਗੀਤਾ ਨੂੰ ਸਹੀ ਸਰੋਤ ਤੋਂ ਅਰਥਾਤ ਪ੍ਰਤੱਖ ਕ੍ਰਿਸ਼ਨ ਤੋਂ ਸੁਣਦਾ ਹੈ, ਤਾਂ ਉਸਨੂੰ ਪੂਰਨ ਕ੍ਰਿਸ਼ਨ ਚੇਤਨਾ ਪ੍ਰਾਪਤ ਹੁੰਦੀ ਹੈ। ਕ੍ਰਿਸ਼ਨ ਚੇਤਨਾ ਦਾ ਫਲ ਇਹ ਹੁੰਦਾ ਹੈ ਕਿ ਉਹ ਬਹੁਤ ਗਿਆਨੀ ਬਣ ਜਾਂਦਾ ਹੈ ਅਤੇ ਜੀਵਨ ਦੇ ਭੋਗ ਦਾ ਆਨੰਦ ਕੁਝ ਸਮੇਂ ਤਕ ਨਹੀਂ ਸਗੋਂ ਹਰ ਪਲ ਕਰਦਾ ਹੈ।

तच्च संस्मृत्य संस्मृत्य रूपमत्यद्भुतं हरेः ।
विस्मयो मे महान्राजन्हृष्यामि च पुनः पुनः ॥७७॥

ਤਚ੍ ਚ ਸੰਸ੍ਮ੍ਰਿਤ੍ਯ ਸੰਸ੍ਮ੍ਰਿਤ੍ਯ ਰੂਪਮ੍ ਅਤਿ-ਅਦ੍ਭੁਤਮ੍ ਹਰੇ।
ਵਿਸ੍ਮਯੋ ਮੇ ਮਹਾਨ੍ ਰਾਜਨ੍ ਹ੍ਰਿਸ਼੍ਯਾਮਿ ਚ ਪੁਨਹ੍ ਪੁਨਹ੍ ॥ 77 ॥

ਤਤ੍-ਉਸ ; ਚ-ਵੀ ; **ਸੰਮ੍ਮ੍ਰਿਤ੍ਯ**-ਯਾਦ ਕਰਕੇ ; **ਸੰਮ੍ਮ੍ਰਿਤ੍ਯ**-ਯਾਦ ਕਰਕੇ ; **ਰੂਪਮ੍**-ਸਵਰੂਪ ਨੂੰ ; **ਅਤਿ**-ਬਹੁਤ ਜਿਆਦਾ ; **ਅਦ੍ਭੁਤਮ੍**-ਅਦਭੁਤ ; **ਹਰੇਹ੍**-ਭਗਵਾਨ ਕ੍ਰਿਸ਼ਨ ਦੇ ; **ਵਿਸ੍ਮਯਹ੍**-ਅਚੰਭੈ ; **ਮੇ**-ਮੇਰਾ ; **ਮਹਾਨ੍**-ਮਹਾਨ ; **ਰਾਜਨ੍**-ਹੇ ਰਾਜਨ ; **ਹ੍ਰਿਸ਼੍ਯਾਮਿ**-ਗਦ ਗਦ ਹੋ ਰਿਹਾ ਹਾਂ ; **ਚ**-ਵੀ ; **ਪੁਨਹ੍-ਪੁਨਹ੍**-ਵਾਰ ਵਾਰ।

ਅਨੁਵਾਦ

ਹੇ ਰਾਜਨ ! ਭਗਵਾਨ ਕ੍ਰਿਸ਼ਨ ਦੇ ਅਦਭੁਤ ਰੂਪ ਨੂੰ ਯਾਦ ਕਰਕੇ ਹੀ ਮੈਂ ਬਹੁਤ ਜ਼ਿਆਦਾ ਅਚੰਭਿਤ ਹੁੰਦਾ ਹਾਂ ਅਤੇ ਵਾਰ ਵਾਰ ਗਦਗਦ ਹੁੰਦਾ ਹਾਂ।

ਭਾਵ

ਅਜਿਹਾ ਲੱਗਦਾ ਹੈ ਕਿ ਵਿਆਸ ਦੇਵ ਦੀ ਕਿਰਪਾ ਨਾਲ ਸੰਜੇ ਨੇ ਵੀ ਅਰਜੁਨ ਨੂੰ ਵਿਖਾਏ ਗਏ ਕ੍ਰਿਸ਼ਨ ਦੇ ਵਿਰਾਟ ਰੂਪ ਨੂੰ ਵੇਖਿਆ ਸੀ। ਨਿਸ਼ਚੈ ਹੀ ਇਹ ਕਿਹਾ ਜਾਂਦਾ ਹੈ ਕਿ ਇਸ ਤੋਂ ਪਹਿਲਾਂ ਭਗਵਾਨ ਕ੍ਰਿਸ਼ਨ ਨੇ ਕਦੀ ਅਜਿਹਾ ਰੂਪ ਪ੍ਰਗਟ ਨਹੀਂ ਕੀਤਾ ਸੀ। ਇਹ ਸਿਰਫ਼ ਅਰਜੁਨ ਨੂੰ ਵਿਖਾਇਆ ਗਿਆ ਸੀ, ਪਰ ਉਸ ਵੇਲੇ ਕੁਝ ਮਹਾਨ ਭਗਤ ਵੀ ਉਸਨੂੰ ਵੇਖ ਸਕੇ ਅਤੇ ਵਿਆਸ ਦੇਵ ਉਨ੍ਹਾਂ ਵਿਚੋਂ ਇੱਕ ਸਨ। ਉਹ ਭਗਵਾਨ ਦੇ ਪਰਮ ਭਗਤਾਂ ਵਿਚੋ ਹਨ ਅਤੇ ਕ੍ਰਿਸ਼ਨ ਦੀ ਵਿਸ਼ੇਸ਼ ਸ਼ਕਤੀ ਦੇ ਅਵਤਾਰ ਮੰਨੇ ਜਾਂਦੇ ਹਨ। ਵਿਆਸ ਦੇਵ ਨੇ ਇਸਨੂੰ ਆਪਣੇ ਸ਼ਾਗਿਰਦ ਸੰਜੇ ਸਾਹਮਣੇ ਪ੍ਰਗਟ ਕੀਤਾ, ਜਿਨ੍ਹਾਂ ਨੇ ਅਰਜੁਨ ਨੂੰ ਵਿਖਾਏ ਗਏ ਕ੍ਰਿਸ਼ਨ ਦੇ ਅਦਭੁਤ ਰੂਪ ਨੂੰ ਚੇਤੇ ਰੱਖਿਆ ਅਤੇ ਉਹ ਵਾਰ ਵਾਰ ਉਸਦਾ ਆਨੰਦ ਮਾਣ ਰਹੇ ਸਨ।

यत्र योगेश्वरः कृष्णो यत्र पार्थो धनुर्धरः ।
तत्र श्रीर्विजयो भूतिर्ध्रुवा नीतिर्मतिर्मम ॥ ७८ ॥

ਯਤ੍ਰ ਯੋਗੇਸ਼੍ਵਰਹ੍ ਕ੍ਰਿਸ਼੍ਣੋ ਯਤ੍ਰ ਪਾਰ੍ਥੋ ਧੰਨੁਰ੍-ਧਰਹ੍ ।
ਤਤ੍ਰ ਸ਼੍ਰੀਰ੍ ਵਿਜਯੋ ਭੂਤਿਰ੍ ਧ੍ਰੁਵਾ ਨੀਤਿਰ੍ ਮਤਿਰ੍ ਮਮ ॥ 78 ॥

ਯਤ੍ਰ-ਜਿਥੇ ; **ਯੋਗ ਈਸ਼੍ਵਰਹ੍**-ਯੋਗ ਦੇ ਮਾਲਕ ; **ਕ੍ਰਿਸ਼੍ਣਹ੍**-ਭਗਵਾਨ ਕ੍ਰਿਸ਼ਨ ; **ਯਤ੍ਰ**-ਜਿਥੇ; **ਪਾਰ੍ਥਹ੍**-ਪ੍ਰਿਥਾ ਪੁੱਤਰ ; **ਧਨੁਹ੍-ਧਰਹ੍**-ਧੰਨੁਸ਼ਧਾਰੀ ; **ਤਤ੍ਰ**-ਉਥੇ ; **ਸ਼੍ਰੀਹ੍**-ਸੰਪਤੀ ; **ਵਿਜਯਹ੍**-ਜਿਤ ; **ਭੂਤਿਹ੍**-ਵਿੱਲਖਣ ਸ਼ਕਤੀ ; **ਧਰੁਵਾ**-ਨਿਸ਼ਚੈ ਹੀ ; **ਨੀਤਿਹ੍**-ਨੀਤੀ ; **ਮਤਿਹ੍-ਮਮ**-ਮੇਰਾ ਮਤ ।

ਅਨੁਵਾਦ

ਜਿੱਥੇ ਯੋਗੇਸ਼ਵਰ ਕ੍ਰਿਸ਼ਨ ਹਨ ਅਤੇ ਜਿੱਥੇ ਸਰਵੋਤਮ ਧਨੁਖ਼ਧਾਰੀ ਅਰਜੁਨ ਹੈ, ਉਥੇ ਹੀ ਸੰਪਤੀ, ਜਿੱਤ, ਅਲੌਕਿਕ ਸ਼ਕਤੀ ਅਤੇ ਨੀਤੀ ਵੀ ਨਿਸ਼ਚਿਤ ਰੂਪ ਨਾਲ ਰਹਿੰਦੀ ਹੈ, ਅਜਿਹਾ ਮੇਰਾ ਮਤ ਹੈ ।

ਭਾਵ

ਭਗਵਤ ਗੀਤਾ ਦਾ ਸ਼ੁੱਭ ਆਰੰਭ ਧ੍ਰਿਤਰਾਸ਼ਟਰ ਦੀ ਜਿਗਿਆਸਾ ਨਾਲ ਹੋਇਆ । ਉਹ ਭੀਸ਼ਮ, ਦਰੋਣ ਅਤੇ ਕਰਨ ਵਰਗੇ ਮਹਾਰਥੀਆਂ ਦੀ ਮਦਦ ਕਰਕੇ ਆਪਣੇ ਪੁੱਤਰਾਂ ਦੀ ਜਿੱਤ ਪ੍ਰਤੀ ਆਸਵੰਦ ਸੀ । ਉਸਨੂੰ ਆਸ ਸੀ ਕਿ ਜਿੱਤ ਉਸਦੇ ਪੱਖ ਦੀ ਹੋਵੇਗੀ । ਪਰ ਜੰਗੀ ਮੈਦਾਨ ਦੇ ਦ੍ਰਿਸ਼ ਦਾ ਵਰਣਨ ਕਰਨ ਮਗਰੋਂ ਸੰਜੇ ਨੇ ਰਾਜੇ ਨੂੰ ਕਿਹਾ – "ਤੁਸੀ ਆਪਣੀ ਜਿੱਤ ਦੀ ਗੱਲ ਸੋਚ ਰਹੇ ਹੋ ਪਰ ਮੇਰਾ ਮਤ ਹੈ ਕਿ ਜਿੱਥੇ ਕ੍ਰਿਸ਼ਨ ਅਤੇ ਅਰਜੁਨ ਹਾਜ਼ਰ ਹਨ, ਉਥੇ ਹੀ ਜਿੱਤ ਹੋਵੇਗੀ ।" ਉਸਨੇ ਸਾਫ ਕਿਹਾ ਕਿ ਧ੍ਰਿਤਰਾਸ਼ਟਰ ਨੂੰ ਆਪਣੇ ਪੱਖ ਦੀ ਜਿੱਤ ਦੀ ਆਸ ਨਹੀਂ ਰੱਖਣੀ ਚਾਹੀਦੀ । ਜਿੱਤ ਤਾਂ ਅਰਜੁਨ ਦੇ ਪੱਖ ਦੀ ਯਕੀਨੀ ਹੈ, ਕਿਉਂਕਿ ਉਸ ਵਿਚ ਕ੍ਰਿਸ਼ਨ ਜੋ ਹਨ । ਸ਼੍ਰੀ ਕ੍ਰਿਸ਼ਨ ਰਾਹੀਂ ਅਰਜੁਨ ਦੇ ਸਾਰਥੀ ਦਾ ਪਦ ਸਵੀਕਾਰ ਕਰਨਾ, ਉਨ੍ਹਾਂ ਦੀ ਇੱਕ ਵਿਭੂਤੀ ਦਾ ਵਿਖਾਵਾ ਸੀ । ਕ੍ਰਿਸ਼ਨ ਸਾਰੀਆਂ ਵਿਭੂਤੀਆਂ ਨਾਲ ਪੂਰਨ ਹਨ ਅਤੇ ਇਨ੍ਹਾਂ ਵਿਚੋਂ ਵੈਰਾਗ ਇੱਕ ਹੈ । ਅਜਿਹੇ ਵੈਰਾਗ ਦੇ ਵੀ ਅਨੇਕਾਂ ਉਦਾਹਰਣ ਪ੍ਰਾਪਤ ਹਨ, ਕਿਉਂਕਿ ਕ੍ਰਿਸ਼ਨ ਵੈਰਾਗ ਦੇ ਵੀ ਸਵਾਮੀ ਹਨ ।

ਜੰਗ ਤਾਂ ਅਸਲ ਵਿਚ ਦੁਰਯੋਧਨ ਅਤੇ ਯੁਧਿਸ਼ਟਰ ਵਿਚ ਸੀ । ਅਰਜੁਨ ਆਪਣੇ ਵੱਡੇ ਭਰਾ ਯੁਧਿਸ਼ਠਰ ਵੱਲੋਂ ਲੜ ਰਿਹਾ ਸੀ । ਕਿਉਂਕਿ ਕ੍ਰਿਸ਼ਨ ਅਤੇ ਅਰਜੁਨ ਯੁਧਿਸ਼ਟਰ ਵੱਲ ਸਨ, ਇਸ ਲਈ ਯੁਧਿਸ਼ਠਰ ਦੀ ਜਿੱਤ ਨਿਸ਼ਚਿਤ ਸੀ । ਜੰਗ ਨੇ ਇਹ ਫੈਸਲਾ ਕਰਨਾ ਸੀ, ਕਿ ਸੰਸਾਰ ਤੇ ਸ਼ਾਸਨ ਕੌਣ ਕਰੇਗਾ । ਸੰਜੇ ਨੇ ਭੱਵਿਖ ਬਾਣੀ ਕੀਤੀ ਕਿ ਸੱਤਾ ਯੁਧਿਸ਼ਠਰ ਦੇ ਹੱਥ ਚਲੀ ਜਾਵੇਗੀ। ਇੱਥੇ ਇਸ ਗੱਲ ਦੀ ਵੀ ਭੱਵਿਖਬਾਣੀ ਹੋਏ ਹੈ, ਇਸ ਜੰਗ ਵਿਚ ਜਿੱਤ ਪ੍ਰਾਪਤ ਕਰਨ ਮਗਰੋਂ ਯੁਧਿਸ਼ਠਰ ਲਗਾਤਾਰ ਤਰੱਕੀ ਕਰੇਗਾ, ਕਿਉਂਕਿ ਉਹ ਨਾ ਸਿਰਫ ਪੁੰਨ ਆਤਮਾ ਅਤੇ ਪਵਿੱਤਰ ਆਤਮਾ ਸੀ, ਸਗੋਂ ਉਹ ਸਖ਼ਤ ਨੀਤੀਵਾਨ ਸੀ । ਉਸਨੇ ਜਿੰਦਗੀ ਭਰ ਕਦੀ ਝੂਠ ਨਹੀਂ ਬੋਲਿਆ ਸੀ ।

ਅਜਿਹੇ ਅਨੇਕਾਂ ਘੱਟ ਗਿਆਨੀ ਹਨ ਜਿਹੜੇ ਭਗਵਤ ਗੀਤਾ ਨੂੰ ਜੰਗੀ ਮੈਦਾਨ ਵਿਚ ਦੋ ਦੋਸਤਾਂ ਦੀ ਗੱਲਬਾਤ ਦੇ ਰੂਪ ਵਿਚ ਗ੍ਰਹਿਣ ਕਰਦੇ ਹਨ। ਪਰ ਇਸਤੋਂ ਅਜਿਹਾ ਗ੍ਰੰਥ ਕਦੀ ਸ਼ਾਸ਼ਤਰ ਨਹੀਂ ਬਣ ਸਕਦਾ। ਕੁਝ ਲੋਕ ਵਿਰੋਧ ਕਰ ਸਕਦੇ ਹਨ, ਕਿ ਕ੍ਰਿਸ਼ਨ ਨੇ ਅਰਜੁਨ ਨੂੰ ਜੰਗ ਕਰਨ ਲਈ ਉਕਸਾਇਆ ਜਿਹੜਾ ਅਨੈਤਿੱਕ ਹੈ, ਪਰ ਅਸਲੀਅਤ ਤਾਂ ਇਹ ਹੈ ਕਿ ਭਗਵਤ ਗੀਤਾ ਨੀਤੀ ਵਿਸ਼ੇ ਦਾ ਪਰਮ ਆਦੇਸ਼ ਹੈ। ਇਹ ਨੀਤੀ ਦਾ ਆਦੇਸ਼ ਨੌਵੇਂ ਅਧਿਆਇ ਦੇ ਚੌਂਤੀਵੇਂ ਸ਼ਲੋਕ ਵਿਚ ਹੈ - **ਮਨ੍ਮਨਾ ਭਵ ਮਦ੍ਭਕ੍ਤਹ੍**। ਮਨੁੱਖ ਨੂੰ ਕ੍ਰਿਸ਼ਨ ਦਾ ਭਗਤ ਬਣਨਾ ਚਾਹੀਦਾ ਹੈ ਅਤੇ ਸਾਰੇ ਧਰਮਾਂ ਦਾ ਸਾਰ ਹੈ - **ਕ੍ਰਿਸ਼ਨ ਦੀ ਸ਼ਰਨੀ ਆਉਣਾ**। (**ਸਰ੍ਵ ਧਰ੍ਮਾਨ ਪਰਿਤ੍ਯਜ੍ਯਮ੍ ਮਾਮ੍ ਏਕਮ੍ ਸ਼ਣਨਮ੍ ਵ੍ਰਜ**) ਭਗਵਤ ਗੀਤਾ ਦਾ ਹੁਕਮ ਧਰਮ ਅਤੇ ਨੀਤੀ ਦੀ ਪਰਮ ਵਿਧੀ ਹੈ। ਹੋਰ ਸਾਰੀਆਂ ਵਿਧੀਆਂ ਭਾਵੇਂ ਸ਼ੁੱਧ ਕਰਨ ਵਾਲੀਆਂ ਅਤੇ ਇਸ ਵਿਧੀ ਤਕ ਲੈ ਜਾਣ ਵਾਲੀਆਂ ਹੋਣ, ਪਰ ਗੀਤਾ ਦਾ ਅੰਤਿਮ ਹੁਕਮ ਸਾਰੀਆਂ ਨੀਤੀਆਂ ਅਤੇ ਧਰਮਾਂ ਦਾ ਸਾਰ ਵਚਨ ਹੈ - ਕ੍ਰਿਸ਼ਨ ਦੀ ਸ਼ਰਨ ਲਵੋ ਜਾਂ ਕ੍ਰਿਸ਼ਨ ਨੂੰ ਆਤਮ ਸਮਰਪਣ ਕਰੋ। ਇਹ ਅਠ੍ਹਾਰਵੇਂ ਅਧਿਆਇ ਦਾ ਮਤ ਹੈ।

ਭਗਵਤ ਗੀਤਾ ਤੋਂ ਅਸੀਂ ਇਹ ਸਮਝ ਸਕਦੇ ਹਾਂ ਕਿ ਗਿਆਨ ਅਤੇ ਧਿਆਨ ਰਾਹੀਂ ਆਪਣੇ ਅਨੁਭਵ ਦੀ ਇੱਕ ਵਿੱਧੀ ਹੈ, ਪਰ ਕ੍ਰਿਸ਼ਨ ਦੀ ਸ਼ਰਨੀ ਜਾਣਾ ਸਭ ਤੋਂ ਉਚੇਰੀ ਸਿੱਧੀ ਹੈ। ਇਹ ਭਗਵਤ ਗੀਤਾ ਦੇ ਉਪਦੇਸ਼ ਦਾ ਸਾਰ ਹੈ। ਵਰਣਾਸ਼ਰਮ ਧਰਮ ਮੁਤਾਬਿਕ ਅਨੁਸ਼ਠਾਨ (ਕਰਮਕਾਂਡ) ਦਾ ਰਸਤਾ, ਗਿਆਨ ਦਾ ਗੁਪਤ ਰਸਤਾ ਹੋ ਸਕਦਾ ਹੈ, ਪਰ ਧਰਮ ਦੇ ਅਨੁਸ਼ਠਾਨ (ਸ਼ਾਸ਼ਤਰ ਵਿਧੀਆਂ) ਗੁਪਤ ਹੋਣ ਤੇ ਵੀ ਧਿਆਨ ਅਤੇ ਗਿਆਨ ਵਧੇਰੇ ਗੁਪਤ ਹਨ ਅਤੇ ਪੂਰਨ ਕ੍ਰਿਸ਼ਨ ਭਾਵਨਾ ਭਾਵਿਤ ਹੋ ਕੇ, ਭਗਤੀ ਪੂਰਵਕ ਕ੍ਰਿਸ਼ਨ ਦੀ ਸ਼ਰਨੀ ਜਾਣਾ ਸਭ ਤੋਂ ਵੱਧ ਗੁਪਤ ਉਪਦੇਸ਼ ਹੈ। ਇਹ ਅਠ੍ਹਾਰਵੇਂ ਅਧਿਆਇ ਦਾ ਸਾਰ ਹੈ।

ਭਗਵਤ ਗੀਤਾ ਦੀ ਹੋਰ ਖ਼ਾਸੀਅਤ ਇਹ ਹੈ ਕਿ ਅਸਲ ਸਤਿ ਭਗਵਾਨ ਕ੍ਰਿਸ਼ਨ ਹਨ। ਪਰਮ ਸਤਿ ਦੀ ਅਨੁਭੂਤੀ ਤਿੰਨ ਰੂਪਾਂ ਵਿਚ ਹੁੰਦੀ ਹੈ। ਨਿਰਗੁਣ ਬ੍ਰਹਮ, ਅੰਤਰਜਾਮੀ- ਪਰਮਾਤਮਾ ਅਤੇ ਅੰਤ ਵਿਚ ਭਗਵਾਨ ਸ਼੍ਰੀ ਕ੍ਰਿਸ਼ਨ। ਪਰਮ ਸਤਿ ਦੇ ਪੂਰਨ ਗਿਆਨ ਦਾ ਅਰਥ ਹੈ ਕ੍ਰਿਸ਼ਨ ਦਾ ਪੂਰਨ ਗਿਆਨ। ਜੇ ਕੋਈ ਕ੍ਰਿਸ਼ਨ ਨੂੰ ਸਮਝ ਲੈਂਦਾ ਹੈ ਤਾਂ ਗਿਆਨ ਦੇ ਸਾਰੇ ਵਿਭਾਗ ਇਸੇ ਗਿਆਨ ਦੇ ਅੰਸ਼ ਹਨ। ਕ੍ਰਿਸ਼ਨ ਅਲੌਕਿਕ ਹਨ, ਕਿਉਂਕਿ ਉਹ ਆਪਣੀ ਨਿੱਤ ਅੰਦਰੂਨੀ ਸ਼ਕਤੀ ਵਿਚ ਸਥਿਤ ਰਹਿੰਦੇ ਹਨ। ਜੀਵ ਉਨ੍ਹਾਂ ਦੀ ਸ਼ਕਤੀ ਨਾਲ ਪੈਦਾ ਹੁੰਦੇ ਹਨ ਅਤੇ ਦੋ ਸ਼੍ਰੇਣੀਆਂ ਦੇ ਹੁੰਦੇ ਹਨ - ਨਿੱਤ-ਬੱਧ ਅਤੇ ਨਿਤ-ਮੁਕਤ। ਅਜਿਹੇ ਜੀਵਾਂ ਦੀ ਗਿਣਤੀ ਅਣਗਿਣਤ ਹੈ ਅਤੇ ਉਹ ਸਭ ਕ੍ਰਿਸ਼ਨ ਦੇ ਮੂਲ ਅੰਸ਼ ਮੰਨੇ ਜਾਂਦੇ ਹਨ। ਭੌਤਿਕ ਸ਼ਕਤੀ ਚੌਵੀ ਭਾਗਾਂ ਨਾਲ ਪ੍ਰਗਟ ਹੁੰਦੀ ਹੈ। ਸ਼ਾਸਵਤ ਕਾਲ ਤੋਂ ਪ੍ਰਭਾਵਿਤ ਹੈ ਅਤੇ ਬਾਹਰੀ ਸ਼ਕਤੀ (ਗੌਣ) ਰਾਹੀਂ ਇਸਦੀ ਸਿਰਜਣਾ ਅਤੇ ਸੰਘਾਰ (ਨਾਸ਼) ਹੁੰਦਾ ਹੈ। ਇਸ ਜਗਤ ਦਾ ਦਿਖਾਵਾ ਵਾਰ-ਵਾਰ ਪ੍ਰਗਟ ਅਤੇ ਅਪ੍ਰਗਟ ਹੁੰਦਾ ਰਹਿੰਦਾ ਹੈ।

ਭਗਵਤ ਗੀਤਾ ਵਿਚ ਪੰਜ ਪ੍ਰਮੁੱਖ ਵਿਸ਼ਿਆ ਦੀ ਵਿਆਖਿਆ ਕੀਤੀ ਗਈ ਹੈ। ਭਗਵਾਨ, ਭੌਤਿਕ ਪ੍ਰਕ੍ਰਿਤੀ, ਜੀਵ, ਸ਼ਾਸਵਤ (ਅਨੰਤ) ਕਾਲ ਅਤੇ ਹਰ ਤਰ੍ਹਾਂ ਦੇ ਕਰਮ। ਸਭ ਕੁਝ ਭਗਵਾਨ ਕ੍ਰਿਸ਼ਨ ਤੇ ਟਿਕਿਆ ਹੈ। ਪਰਮ ਸਤਿ ਦੀਆਂ ਸਾਰੀਆਂ ਧਾਰਨਾਵਾਂ- ਨਿਰਾਕਾਰ ਬ੍ਰਹਮ, ਅੰਤਰਜਾਮੀ ਪਰਮਾਤਮਾ ਅਤੇ ਹੋਰ ਅਲੌਕਿਕ ਅਨੁਭੂਤੀਆਂ- ਭਗਵਾਨ ਦੀ ਕੋਟੀ ਵਿਚ ਆਉਂਦੀਆਂ ਹਨ। ਹਾਲਾਂਕਿ ਉਪਰੋਂ ਜੀਵ, ਪ੍ਰਕ੍ਰਿਤੀ ਅਤੇ ਕਾਲ ਵੱਖਰੇ ਵੱਖਰੇ ਲਗਦੇ ਹਨ, ਪਰ ਬ੍ਰਹਮ ਤੋਂ ਕੁਝ ਵੀ ਅਲੱਗ ਨਹੀਂ ਹੈ। ਪਾਰਬ੍ਰਹਮ ਹਮੇਸ਼ਾਂ ਸਾਰੀਆਂ ਚੀਜ਼ਾਂ ਤੋਂ ਵੱਖਰਾ ਹੈ। ਭਗਵਾਨ ਚੈਤੰਨਯ ਮਹਾਂਪ੍ਰਭੂ ਦਾ ਦਰਸ਼ਨ ਹੈ **"ਅਚਿੰਤ੍ ਭੇਦ ਅਭੇਦ"**। ਇਹ ਦਰਸ਼ਨ ਪਧੱਤੀ ਪਰਮ ਸਤਿ ਦੇ ਪੂਰਨ ਗਿਆਨ ਤੋਂ ਯੁਕਤ ਹੈ।

ਜੀਵ ਆਪਣੇ ਮੁੱਢਲੇ ਰੂਪ ਵਿਚ ਸ਼ੁੱਧ ਆਤਮਾ ਹੈ। ਉਹ ਪਰਮਾਤਮਾ ਦਾ ਇੱਕ ਅੰਸ਼ ਪਰਮਾਣੂ ਮਾਤਰ ਹੈ। ਇੰਝ ਭਗਵਾਨ ਕ੍ਰਿਸ਼ਨ ਦੀ ਉਪਮਾ ਸੂਰਜ ਨਾਲ ਕੀਤੀ ਜਾ ਸਕਦੀ ਹੈ ਅਤੇ ਜੀਵਾਂ ਦੀ ਸੂਰਜ ਦੀ ਰੋਸ਼ਨੀ ਨਾਲ। ਕਿਉਂਕਿ ਸਾਰੇ ਜੀਵ ਕ੍ਰਿਸ਼ਨ ਦੀ ਤੱਟਵਰਤੀ ਸ਼ਕਤੀ ਹਨ, ਇਸ ਲਈ ਉਨ੍ਹਾਂ ਦਾ ਸੰਪਰਕ ਭੌਤਿਕ ਸ਼ਕਤੀ (ਅਪਰਾ) ਜਾਂ ਅਧਿਆਤਮਕ ਸ਼ਕਤੀ (ਪਰਾ) ਨਾਲ ਹੁੰਦਾ ਹੈ। ਦੂਜੇ ਸ਼ਬਦਾਂ ਵਿਚ ਜੀਵ ਭਗਵਾਨ ਦੀਆਂ ਦੋਵਾਂ ਸ਼ਕਤੀਆਂ ਦੇ ਵਿੱਚਕਾਰ ਸਥਿਤ ਹਨ ਅਤੇ ਕਿਉਂਕਿ ਉਸਦਾ ਸੰਬੰਧ ਭਗਵਾਨ ਦੀ ਪਰਾ (ਉਤਮ) ਸ਼ਕਤੀ ਨਾਲ ਹੈ, ਇਸ ਲਈ ਉਸ ਵਿਚ ਕੁਝ ਸੁਤੰਤਰਤਾ ਰਹਿੰਦੀ ਹੈ। ਇਸ ਸੁਤੰਤਰਤਾ ਦੀ ਸਹੀ ਉਪਯੋਗ ਨਾਲ ਹੀ, ਉਹ ਕ੍ਰਿਸ਼ਨ ਦੇ ਪ੍ਰਤੱਖ ਨਿਰਦੇਸ਼ਨ ਦੇ ਅੰਦਰ ਆਉਂਦਾ ਹੈ। ਇੰਝ ਉਹ ਆਨੰਦਮਈ ਸ਼ਕਤੀ ਦੀ ਆਪਣੀ ਮੁਢਲੀ ਸਥਿਤੀ ਨੂੰ ਪ੍ਰਾਪਤ ਹੁੰਦਾ ਹੈ।

ਇਸ ਤਰ੍ਹਾਂ ਸ਼੍ਰੀਮਦ੍ ਭਗਵਤ ਗੀਤਾ ਦੇ ਅਠਾਰ੍ਹਵੇਂ ਅਧਿਆਇ **"ਨਿਰਣੈ - ਸੰਨਿਆਸ ਦੀ ਸਿੱਧੀ"** ਦਾ ਭਕਤੀਵੇਦਾਂਤ ਭਾਵ-ਅਰਥ ਪੂਰਨ ਹੋਇਆ।

ਲੇਖਕ ਪਰਿਚਯ

ਸ੍ਰੀ ਕ੍ਰਿਸ਼ਨ ਕ੍ਰਿਪਾ ਸ੍ਰੀ ਮੂਰਤੀ ਏ.ਸੀ. ਭਗਤੀ ਵੇਦਾਂਤ ਸਵਾਮੀ ਪ੍ਰਭੂਪਾਦ ਜੀ ਮਹਾਰਾਜ

ਸ੍ਰੀ ਕ੍ਰਿਸ਼ਨ ਕ੍ਰਿਪਾ ਸ੍ਰੀ ਮੂਰਤੀ ਏ.ਸੀ.ਭਗਤੀ ਵੇਦਾਂਤ ਸਵਾਮੀ ਪ੍ਰਭੂਪਾਦ ਜੀ ਮਹਾਰਾਜ ਜੀ ਦਾ ਜਨਮ ਸੰਨ 1896 ਵਿਚ ਭਾਰਤ ਦੇ ਕਲਕੱਤਾ ਸ਼ਹਿਰ ਵਿਚ ਹੋਇਆ। ਉਹ ਆਪਣੇ ਰੂਹਾਨੀ ਗੁਰੂ ਸ੍ਰੀ ਭਗਤੀ ਸਿਧਾਂਤ ਸਰਸਵਤੀ ਗੋਸਵਾਮੀ ਮਹਾਰਾਜ ਨੂੰ ਪਹਿਲੀ ਵਾਰ ਕਲਕੱਤਾ ਵਿੱਖੇ ਸੰਨ 1922 ਵਿਚ ਮਿਲੇ। ਭਗਤੀ ਸਿਧਾਂਤ ਸਰਸਵਤੀ-ਗੋਮਵਾਮੀ ਜੀ ਮਹਾਰਾਜ, ਜੋ ਇਕ ਉਘੇ ਅਧਿਆਤਮਕ ਵਿਦਵਾਨ ਭਗਤ ਸਨ ਅਤੇ ਜੋ 64 ਗੋੜੀਯਾ ਮੱਠਾਂ ਦੇ ਸੰਸਥਾਪਕ ਸਨ, ਨੂੰ ਇਹ ਪੜ੍ਹਿਆ-ਲਿਖਿਆ ਨੌਜਵਾਨ ਚੰਗਾ ਲੱਗਾ ਅਤੇ ਉਨ੍ਹਾਂ ਉਸ ਨੂੰ ਵੈਦਿਕ ਗਿਆਨ ਦੀ ਸਿੱਖਿਆ ਦੇ ਪ੍ਰਚਾਰ ਲਈ ਆਪਣਾ ਜੀਵਨ ਅਰਪਿਤ ਕਰਨ ਲਈ ਪ੍ਰੇਰਿਤ ਕੀਤਾ। ਸ੍ਰੀਲ ਪ੍ਰਭੂਪਾਦ ਜੀ ਉਨ੍ਹਾਂ ਦੇ ਸ਼ਿਸ਼ ਬਣ ਗਏ ਅਤੇ ਗਿਆਰਾਂ ਸਾਲਾਂ ਪਿੱਛੋ 1933 ਈ. ਵਿਚ ਪਰਯਾਗ (ਅਲਾਹਾਬਾਦ) ਵਿੱਖੇ ਉਨ੍ਹਾਂ ਨੇ ਵਿੱਧੀ ਪੂਰਵਕ ਦੀਖਿਆ ਪ੍ਰਾਪਤ ਕੀਤੀ।

1922 ਈ. ਵਿਚ ਆਪਣੀ ਪਹਿਲੀ ਮੁਲਾਕਾਤ ਵਿੱਚ ਹੀ ਸ੍ਰੀਲ ਭਗਤੀ ਸਿਧਾਂਤ ਸਰਸਵਤੀ ਠਾਕੁਰ ਜੀ ਮਹਾਰਾਜ ਨੇ ਪ੍ਰਭੂਪਾਦ ਜੀ ਨੂੰ ਵੈਦਿਕ ਗਿਆਨ ਦਾ ਅੰਗ੍ਰੇਜ਼ੀ ਭਾਸ਼ਾ ਵਿਚ ਪ੍ਰਚਾਰ ਕਰਨ ਦੀ ਪ੍ਰਾਰਥਨਾ ਕਿੱਤੀ। ਆਉਣ ਵਾਲੇ ਸਾਲਾਂ ਵਿਚ ਪ੍ਰਭੂਪਾਦ ਜੀ ਨੇ ਭਗਵਦ ਗੀਤਾ ਉਤੇ ਅੰਗ੍ਰੇਜ਼ੀ ਵਿਚ ਟੀਕਾ ਲਿਖੀ, ਗੋੜੀਯਾ ਮੱਠਾਂ ਦੇ ਕੰਮਾਂ ਵਿਚ ਸਹਾਇਤਾ ਕੀਤੀ ਅਤੇ 1944 ਈ. ਵਿਚ ਬਿਨਾਂ ਕਿਸੇ ਹੋਰ ਦੀ ਸਹਾਇਤਾ ਦੇ ਅੰਗ੍ਰੇਜ਼ੀ ਵਿਚ ਇਕ ਪੱਖਵਾੜਾ ਅਧਿਆਤਮਕ ਰਸਾਲਾ ਚਾਲੂ ਕੀਤਾ। ਉਹ ਇਸ ਰਸਾਲੇ ਦਾ ਖੁਦ ਹੀ ਸੰਪਾਦਨ ਕਰਦੇ, ਖਰੜੇ ਨੂੰ ਟਾਈਪ ਕਰਦੇ ਅਤੇ ਫਿਰ ਪਰੂਫ ਪੜ੍ਹਦੇ। ਉਹ ਇਸ ਰਸਾਲੇ ਦੀਆਂ ਮੁਫਤ ਕਾਪੀਆਂ ਆਪ ਹੀ ਪਾਠਕਾਂ ਤਕ ਪਹੁੰਚਾਉਣ ਦੇ ਬਾਵਜੂਦ ਇਸ ਦੇ ਪ੍ਰਕਾਸ਼ਨ ਨੂੰ ਜਾਰੀ ਰਖਣ ਲਈ ਸੰਘਰਸ਼ ਕਰਦੇ। ਇਕ ਵਾਰ ਸ਼ੁਰੂ ਹੋਣ ਪਿੱਛੋਂ ਇਹ ਰਸਾਲਾ ਕਦੇ ਬੰਦ ਨਹੀਂ ਹੋਇਆ ਅਤੇ ਹੁਣ ਇਹ ਰਸਾਲਾ ਉਨ੍ਹਾਂ ਦੇ ਸ਼ਿਸ਼ਾਂ ਦੁਆਰਾ ਚਲਾਇਆ ਜਾ ਰਿਹਾ ਹੈ ਅਤੇ ਦੁਨੀਆਂ ਦੀਆਂ ਪੰਜਾਹ ਤੋਂ ਵੀ ਜ਼ਿਆਦਾ ਭਾਸ਼ਾਵਾਂ ਵਿਚ ਛੱਪਦਾ ਹੈ।

ਪ੍ਰਭੂਪਾਦ ਜੀ ਮਹਾਰਾਜ ਦੀਆਂ ਦਾਰਸ਼ਨਿਕ ਗਿਆਨ ਅਤੇ ਉਨ੍ਹਾਂ ਦੇ ਭਗਤੀ ਦੇ ਮਹੱਤਵ ਨੂੰ ਵੇਖਦੇ ਹੋਏ ਗੌੜੀਯਾ ਵੈਸ਼ਣਵ ਸਮਾਜ ਨੇ 1947 ਈ. ਵਿਚ ਉਨ੍ਹਾਂ ਨੂੰ 'ਭਗਤੀ-ਵੇਦਾਂਤ' ਦੀ ਪਦਵੀ ਨਾਲ ਸਨਮਾਨਤ ਕੀਤਾ। ਸੰਨ 1950 ਵਿਚ ਜਦੋਂ ਉਹ 54 ਸਾਲ ਦੇ ਸਨ ਤਾਂ ਪ੍ਰਭੂਪਾਦ ਜੀ ਮਹਾਰਾਜ ਨੇ ਪਰਿਵਾਰਕ ਜੀਵਨ ਤਿਆਗਦੇ ਹੋਏ

ਵਾਨ-ਪ੍ਰਸਥ ਆਸ਼ਰਮ ਵਿਚ ਪ੍ਰਵੇਸ਼ ਕੀਤਾ ਤਾਂ ਕਿ ਉਹ ਅਧਿਆਤਮਕ ਪੜ੍ਹਾਈ ਅਤੇ ਲਿਖਾਈ ਵਿਚ ਆਪਣਾ ਵਧੇਰੇ ਧਿਆਨ ਅਤੇ ਸਮਾਂ ਲਗਾ ਸਕਣ। ਪ੍ਰਭੂਪਾਦ ਜੀ ਪਵਿੱਤਰ ਸ਼ਹਿਰ ਵ੍ਰਿੰਦਾਵਨ ਵਿਖੇ ਪਹੁੰਚੇ ਜਿੱਥੇ ਉਹ ਮੱਧਕਾਲ ਦੇ ਇਤਿਹਾਸਕ ਸ਼੍ਰੀ ਰਾਧਾ-ਦਮੋਦਰ ਮੰਦਿਰ ਵਿਚ ਬੜੀ ਸਾਦਗੀ ਨਾਲ ਰਹੇ। ਉਥੇ ਉਹ ਡੂੰਘੇ ਅਧਿਐਨ ਅਤੇ ਲਿਖਾਈ ਵਿਚ ਕਈ ਸਾਲ ਰੁੱਝੇ ਰਹੇ। ਸੰਨ 1959 ਵਿਚ ਉਨ੍ਹਾਂ ਨੇ ਸੰਨਿਆਸ ਲੈ ਲਿਆ। ਸ਼੍ਰੀ ਰਾਧਾ-ਦਮੋਦਰ ਮੰਦਿਰ ਵਿਚ ਰਹਿੰਦੇ ਹੋਏ ਪ੍ਰਭੂਪਾਦ ਜੀ ਨੇ ਆਪਣੀ ਜ਼ਿੰਦਗੀ ਦਾ ਸਭ ਤੋਂ ਮਹੱਤਵਪੂਰਨ ਕੰਮ, ਸ਼੍ਰੀ ਮਦਭਾਗਵਤਮ (ਭਾਗਵਤ ਪੁਰਾਣ) ਦੇ ਅਠਾਰਾਂ ਹਜ਼ਾਰ ਸਲੋਕਾਂ ਦਾ ਅੰਗ੍ਰੇਜ਼ੀ ਭਾਸ਼ਾ ਵਿਚ ਅਨੁਵਾਦ ਅਤੇ ਉਨ੍ਹਾਂ ਉਤੇ ਟੀਕਾ ਸ਼ੁਰੂ ਕੀਤਾ ਜੋ ਪੰਜਾਹ ਖੰਡਾਂ ਵਿਚ ਮੁਕੰਮਲ ਹੋਣਾ ਸੀ। ਉਨ੍ਹਾਂ ਨੇ *Easy Journey to Other Planets* ਹੋਰ ਲੋਕਾਂ ਦੀ ਸੁਗਮ ਯਾਤਰਾ ਨਾਂ ਦੀ ਪੁਸਤਕ ਵੀ ਲਿਖੀ।

ਸ਼੍ਰੀ ਮਦਭਾਗਵਤਮ ਪੁਰਾਣ ਦੇ ਤਿੰਨ ਖੰਡ ਪ੍ਰਕਾਸ਼ਿਤ ਕਰਨ ਪਿੱਛੋਂ ਪ੍ਰਭੂਪਾਦ ਜੀ ਸੰਨ 1965 ਵਿਚ ਆਪਣੇ ਗੁਰੂ ਮਹਾਰਾਜ ਦੇ ਆਦੇਸ਼ ਦੀ ਪੂਰਤੀ ਲਈ ਅਮਰੀਕਾ ਚਲੇ ਗਏ। ਪ੍ਰਭੂਪਾਦ ਜੀ ਨੇ ਭਾਰਤ ਦੇ ਅਨੇਕਾਂ ਦਾਰਸ਼ਨਿਕ ਅਤੇ ਅਧਿਆਤਮਕ ਗ੍ਰੰਥਾਂ ਦੇ ਪ੍ਰਮਾਣਕ ਅਨੁਵਾਦ ਟੀਕੇ ਅਤੇ ਸੰਖੇਪ ਸਾਰ ਦੇ ਰੂਪ ਵਿੱਚ 60 ਤੋਂ ਵੀ ਜਿਆਦਾ ਗ੍ਰੰਥ ਰਤਨ ਪ੍ਰਦਾਨ ਕੀਤੇ।

ਸੰਨ 1965 ਵਿਚ ਜਦੋਂ ਪ੍ਰਭੂਪਾਦ ਜੀ ਇਕ ਮਾਲਵਾਹਕ ਸਮੁੰਦਰੀ ਜਹਾਜ਼ ਰਾਹੀਂ ਨਿਊਯਾਰਕ ਸ਼ਹਿਰ (ਅਮਰੀਕਾ) ਵਿਚ ਪਹੁੰਚੇ ਸਨ ਤਾਂ ਉਨ੍ਹਾਂ ਕੋਲ 8 ਡਾਲਰ ਹੀ ਸਨ। ਲਗਭਗ ਇਕ ਸਾਲ ਸੰਘਰਸ਼ਮਈ ਜੀਵਨ ਜੀਉਂਦੇ ਹੋਏ ਉਨ੍ਹਾਂ ਨੇ ਜੁਲਾਈ 1966 ਵਿਚ ਅੰਤਰਰਾਸ਼ਟਰੀ ਸ਼੍ਰੀ ਕ੍ਰਿਸ਼ਨ ਭਾਵਨਾ ਅਮ੍ਰਿਤ ਸੰਘ (**ISKCON**) ਦੀ ਸਥਾਪਨਾ ਕੀਤੀ। ਲਗਭਗ 12 ਸਾਲ ਇਸ ਸੰਸਥਾ ਦੀ ਅਗਵਾਈ ਕਰਨ ਪਿੱਛੋਂ ਉਹ ਭਗਵਾਨ ਸ਼੍ਰੀ ਕ੍ਰਿਸ਼ਨ ਦੀਆਂ ਸਦੀਵੀ ਲੀਲਾਵਾਂ ਵਿਚ ਸ਼ਾਮਲ ਹੋਣ ਲਈ 14 ਨਵੰਬਰ 1977 ਨੂੰ ਆਪਣੇ ਸਥਾਈ ਨਿਵਾਸ ਗੋਲੋਕ ਵ੍ਰਿੰਦਾਵਨ ਧਾਮ ਪਧਾਰ ਗਏ। ਆਪਣੇ ਇਸ ਥੋੜ੍ਹੇ ਜਿਹੇ ਅਰਸੇ ਦੌਰਾਨ ਉਨ੍ਹਾਂ ਨੇ ਕੋਈ 100 ਤੋਂ ਵੀ ਵੱਧ ਮੰਦਰਾਂ ਦੇ ਰੂਪ 'ਚ ਆਸ਼ਰਮ, ਗੁਰੂਕੁਲ, ਮੰਦਿਰ, ਸੰਸਥਾਵਾਂ ਅਤੇ ਖੇਤੀਬਾੜੀ 'ਤੇ ਆਧਾਰਤ ਸੰਘ ਸਥਾਪਤ ਕੀਤੇ।

ਸੰਨ 1968 ਵਿਚ ਪ੍ਰਭੂਪਾਦ ਜੀ ਨੇ ਅਮਰੀਕਾ ਵਿਚ ਇਸਕੋਨ (**ISKCON**) ਦਾ ਪਹਿਲਾ ਖੇਤੀਬਾੜੀ 'ਤੇ ਆਧਾਰਤ ਗ੍ਰਾਮੀਣ-ਕੇਂਦਰ ਚਾਲੂ ਕੀਤਾ ਜਿਸ ਵਿਚ ਗੋਰੱਖਿਆ (ਗਾਵਾਂ ਦੀ ਰੱਖਿਆ), ਖੇਤੀਬਾੜੀ ਰਾਹੀਂ ਸਧਾਰਨ ਜੀਵਨ ਵਤੀਤ ਕਰਨਾ ਅਤੇ ਭਗਵਾਨ ਸ਼੍ਰੀ ਕ੍ਰਿਸ਼ਨ ਦੇ ਪ੍ਰਾਕਿਰਤਕ ਸੁੰਦਰ ਵਾਤਾਵਰਣ ਵਿਚ ਰਹਿਣ 'ਤੇ ਜ਼ੋਰ ਦਿੱਤਾ ਗਿਆ। ਅਜਿਹੇ ਸਵੈ-ਆਸ਼ਰਿਤ ਕੇਦਰਾਂ ਦੀ ਸਫਲਤਾ ਤੋਂ ਪ੍ਰਭਾਵਿਤ ਹੋ ਕੇ ਉਨ੍ਹਾਂ ਦੇ ਸ਼ਿਸ਼ਾਂ ਨੇ ਪੂਰੇ ਸੰਸਾਰ ਵਿਚ ਇਹੋ ਜਿਹੇ ਕਈ ਹੋਰ ਕੇਂਦਰ ਸਥਾਪਤ ਕੀਤੇ।

ਸੰਨ 1972 ਵਿਚ ਪ੍ਰਭੂਪਾਦ ਜੀ ਨੇ ਪੱਛਮੀ ਦੇਸ਼ਾਂ ਵਿਚ ਵੈਦਿਕ ਸਿੱਖਿਆ ਦੀ ਸਿਖਲਾਈ ਲਈ ਪਹਿਲਾ ਗੁਰੂਕੁਲ ਡੈਲਾਜ਼, ਟੈਕਸਿਸ (ਅਮਰੀਕਾ) ਵਿਖੇ ਆਰੰਭ ਕੀਤਾ। ਉਦੋਂ ਤੋਂ ਹੀ ਉਨ੍ਹਾਂ ਦੀ ਅਗਵਾਈ ਅਧੀਨ ਉਨ੍ਹਾਂ ਦੇ ਸ਼ਿਸ਼ਾਂ ਨੇ ਅਮਰੀਕਾ ਅਤੇ ਹੋਰ ਦੇਸ਼ਾਂ ਵਿਚ ਕਈ ਗੁਰੂਕੁਲ ਸਥਾਪਤ ਕੀਤੇ। ਸੰਨ 1990 ਤਕ ਇਸਕੋਨ (**ISKCON**) ਵੱਲੋਂ ਵੱਖ-ਵੱਖ ਦੇਸ਼ਾਂ ਵਿਚ ਅਜਿਹੇ ਪੰਦਰਾਂ ਗੁਰੂਕੁਲ ਸਥਾਪਤ ਕੀਤੇ ਜਾ ਚੁੱਕੇ ਹਨ ਅਤੇ ਇਨ੍ਹਾਂ ਵਿਚੋਂ ਸਭ ਤੋਂ ਮੁੱਖ ਗੁਰੂਕੁਲ ਵ੍ਰਿੰਦਾਵਨ (ਭਾਰਤ) ਵਿਚ ਹੈ

ਪ੍ਰਭੂਪਾਦ ਜੀ ਨੇ ਭਾਰਤ ਵਿਚ ਕਈ ਵੱਡੇ ਅੰਤਰ-ਰਾਸ਼ਟਰੀ ਅਧਿਆਤਮਕ ਅਤੇ ਸਭਿਆਚਾਰਕ ਕੇਂਦਰਾਂ ਦੀ ਵੀ ਸਥਾਪਨਾ ਕੀਤੀ। ਸ਼੍ਰੀ ਧਾਮ ਮਾਯਾਪੁਰ (ਪੱਛਮੀ ਬੰਗਾਲ) ਵਿਚ ਇਕ ਪੂਰਾ ਅਧਿਆਤਮਕ ਸ਼ਹਿਰ ਵਸਾਉਣ ਦੀ ਯੋਜਨਾ ਹੈ, ਜਿਸ ਨੂੰ ਪੂਰਾ ਕਰਨ ਵਿਚ ਲਗਭਗ 10 ਸਾਲ ਲੱਗ ਜਾਣਗੇ। ਵ੍ਰਿੰਦਾਵਨ ਵਿਚ ਇਕ ਅਤਿ ਸ਼ਾਨਦਾਰ ਕ੍ਰਿਸ਼ਨ-ਬਲਰਾਮ ਮੰਦਿਰ ਅਤੇ ਅੰਤਰ ਰਾਸ਼ਟਰੀ-ਮਹਿਮਾਨ ਘਰ ਦਾ ਨਿਰਮਾਣ ਕੀਤਾ ਗਿਆ ਹੈ। ਬੰਬਈ ਵਿਚ ਵੀ ਇਕ ਬਹੁਤ ਵੱਡਾ ਸਭਿਆਚਾਰਕ ਅਤੇ ਵੈਦਿਕ ਸਿੱਖਿਆ ਦਾ ਕੇਂਦਰ ਚਲ ਰਿਹਾ ਹੈ। ਭਾਰਤ ਅਤੇ ਉਸ ਦੇ ਨਾਲ ਲੱਗਦੇ ਦੇਸ਼ਾਂ ਦੇ ਕਈ ਮਹੱਤਵਪੂਰਨ ਸ਼ਹਿਰਾਂ ਵਿਚ ਵੀ ਕਈ ਅਧਿਆਤਮਕ ਕੇਂਦਰ ਖੋਲ੍ਹਣ ਦੀ ਯੋਜਨਾ ਹੈ।

ਪਰ ਪ੍ਰਭੂਪਾਦ ਜੀ ਦੀ ਸਭ ਤੋਂ ਮਹਾਨ ਦੇਣ ਉਨ੍ਹਾਂ ਦੀਆਂ ਪੁਸਤਕਾਂ ਹਨ। ਉਨ੍ਹਾਂ ਦੀਆਂ ਪੁਸਤਕਾਂ ਪ੍ਰਮਾਣਿਕ ਅਤੇ ਸਪਸ਼ਟ ਹਨ ਅਤੇ ਉਨ੍ਹਾਂ ਵਿਚ ਵਿਚਾਰਾਂ ਦੀ ਬੜੀ ਗਹਿਰਾਈ ਹੈ, ਜਿਸ ਕਰਕੇ ਪੜ੍ਹੇ-ਲਿਖੇ ਲੋਕ ਉਨ੍ਹਾਂ ਦਾ ਬਹੁਤ ਆਦਰ ਕਰਦੇ ਹਨ। ਉਨ੍ਹਾਂ ਦੀਆਂ ਪੁਸਤਕਾਂ ਅਨੇਕਾਂ ਕਾਲਜਾਂ ਦੇ ਪਾਠਕ੍ਰਮ ਵਿਚ ਸ਼ਾਮਲ ਹਨ। ਉਨ੍ਹਾਂ

ਦੀਆਂ ਪੁਸਤਕਾਂ ਅਨੇਕਾਂ ਕਾਲਜਾਂ ਦੇ ਪਾਠਕ੍ਰਮ ਵਿਚ ਸ਼ਾਮਲ ਹਨ। ਉਨ੍ਹਾਂ ਦੀਆਂ ਰਚਨਾਵਾਂ ਦਾ, ਸੰਸਾਰ ਦੀਆਂ 100 ਤੋਂ ਵੀ ਵੱਧ ਭਾਸ਼ਾਵਾਂ ਵਿਚ ਅਨੁਵਾਦ ਹੋ ਚੁੱਕਾ ਹੈ। ਭਗਤੀਵੇਦਾਂਤ ਬੁੱਕ ਟਰੱਸਟ ਜਿਹੜਾ ਕੇਵਲ ਪ੍ਰਭੂਪਾਦ ਜੀ ਦੀਆਂ ਰਚਨਾਵਾਂ ਨੂੰ ਹੀ ਪ੍ਰਕਾਸ਼ਿਤ ਕਰਨ ਲਈ 1972 ਈ. ਵਿਚ ਸਥਾਪਤ ਕੀਤਾ ਗਿਆ ਸੀ, ਇੰਝ ਭਾਰਤੀ ਦਰਸ਼ਨ ਅਤੇ ਅਧਿਆਤਮਕ ਖੇਤਰ ਵਿਚ ਪੁਸਤਕਾਂ ਪ੍ਰਕਾਸ਼ਿਤ ਕਰਨ ਦਾ ਦੁਨੀਆਂ ਵਿਚ ਸਭ ਤੋਂ ਵੱਡਾ ਪ੍ਰਕਾਸ਼ਕ ਬਣ ਗਿਆ ਹੈ।

ਇਸ ਟਰੱਸਟ ਦਾ ਸਭ ਤੋਂ ਵੱਡਾ ਆਕਰਸ਼ਕ ਪ੍ਰਕਾਸ਼ਨ ਸ਼੍ਰੀ ਪ੍ਰਭੂਪਾਦ ਰਾਹੀਂ ਸਿਰਫ ਅਠਾਰਾਂ ਮਹੀਨਿਆਂ ਵਿਚ ਪੂਰੀ ਕੀਤੀ ਕਿਰਤ ਹੈ ਜਿਹੜੀ ਬੰਗਾਲੀ ਧਾਰਮਿਕ ਮਹਾਗ੍ਰੰਥ ਸ਼੍ਰੀਚੈਤੰਯਚਰਿਤਾਮ੍ਰਿਤ ਦਾ ਸਤਾਰਾਂ ਭਾਗਾਂ ਵਿਚ ਅਨੁਵਾਦ ਅਤੇ ਟੀਕਾ ਹੈ।

ਬਾਰਾਂ ਸਾਲਾਂ ਵਿਚ ਆਪਣੇ ਬੁਢਾਪੇ ਦੀ ਪਰਵਾਹ ਨਾ ਕਰਦੇ ਹੋਏ ਪਰਿਵਰਾਜਕ (ਉਪਦੇਸ਼ਕ) ਦੇ ਰੂਪ ਵਿਚ ਸ਼੍ਰੀਲ ਪ੍ਰਭੂਪਾਦ ਨੇ ਸੰਸਾਰ ਦੇ ਛੇ ਮਹਾਦੀਪਾਂ ਦੀਆਂ ਚੌਦਹਾਂ ਪਰਕ੍ਰਮਾ ਕੀਤੀਆਂ। ਐਨੇ ਰੁਝੇਵਿਆਂ ਦੇ ਬਾਵਜੂਦ ਵੀ ਉਨ੍ਹਾਂ ਦੀ ਲੇਖਨੀ ਲਗਾਤਾਰ ਚਲਦੀ ਰਹਿੰਦੀ ਸੀ। ਉਨ੍ਹਾਂ ਦੀਆਂ ਵੈਦਿਕ ਦਰਸ਼ਨ, ਧਰਮ, ਸਾਹਿੱਤ ਅਤੇ ਸੰਸਕ੍ਰਿਤੀ ਦੇ ਅਸਲੀ ਪੁਸਤਕਾਲਿਆ ਦਾ ਨਿਰਮਾਣ ਕਰਦੀਆਂ ਹਨ।

Prabhupāda

He came with the message of the absolute world

His Journey

Although one candle kindles unlimited numbers of other candles, each with the same intensity as the first, there yet remains the original candle. Similarly, although the Supreme Personality of Godhead expands Himself in unlimited forms, He yet remains the original cause of all causes. In the Vedas, that supreme original cause is known by the name Kṛṣṇa because He possesses unlimited transcendental qualities, which can attract all living beings.

Five hundred years ago, that same supreme cause, Lord Śrī Kṛṣṇa, appeared as Śrī Caitanya Mahāprabhu and declared that the chanting of His holy names—Hare Kṛṣṇa, Hare Rāma—would spread beyond the shores of India to every town and village in the world. Hundreds of years then passed as Lord Caitanya's faithful followers endeavored to expand His mission. Still they remained wondering just how and when the Lord's bold prediction would come true.

Then, on August 13, 1965, just a few days before his sixty-ninth birthday, A.C. Bhaktivedanta Swami—philosopher, scholar, and saint—set out for America to see what could be done. Begging passage from a local steamship company, he traveled as the only passenger on board a small weathered cargo ship named the *Jaladuta*. In his possession were a suitcase, an umbrella, a supply of dry cereal, about seven dollars worth of Indian currency, and several boxes of books.

When the *Jaladuta* arrived in New York harbor thirty-seven days later, Bhaktivedanta Swami was utterly alone. He had come to America knowing no one, with absolutely novisible means of support, and with only the meager handful of possessions he had carried on board the ship. He had no money, no friends, no followers, not his youth, good health or even a clear idea of how he would accomplish his far-reaching objective-to present the spiritual knowledge of the Vedas to the entire Western society.In a poem written in Bengali just after his arrival, Bhaktivedanta Swami expressed his humble faith in Lord Śrī Kṛṣṇa and the special instruction of his own spiritual master, who had intended him to spread the teachings of Kṛṣṇa consciousness throughout the English-speaking world:

"My dear Lord Kṛṣṇa.... How will I make them understand this message of Kṛṣṇa consciousness? I am very unfortunate, unqualified, and the most fallen. Therefore I am seeking Your benediction so that I can convince them, for I am powerless to do so on my own.... I am sure that when this transcendental message penetrates their hearts they will certainly feel engladdened and thus become liberated from all unhappy conditions of life...."

This poem was written on September 17, 1965. Just twelve years later, on November 14, 1977, Bhaktivedanta Swami passed away in India at the age of 81. What happened in those twelve years? What was Bhaktivedanta Swami able to accomplish during this brief period, having begun with nothing, and at an age when most are ready to retire? The list of accomplishments is striking by any standard.

In short, between the years 1965 and 1977, His Divine Grace A.C. Bhaktivedanta Swami, or Śrīla Prabhupāda, as his followers affectionately came to know him, had spread the teachings of Kṛṣṇa consciousness to every major city in the world, and had formed an international society comprising thousands of dedicated members. He had established 108 temples, with magnificent estates spread across six continents, and had circled the globe twelve times to personally guide the membership of his broadening mission.

As if this were not enough accomplishment for a person proceeding from his 70th to his 82nd year, Śrīla Prabhupāda had also translated, written, and published 51 volumes of books in 28 different languages, tens of millions of which had been distributed throughout the world. He had delivered thousands of lectures, written thousands of letters, and taken part in thousands of conversations with followers, admirers, and critics alike. And he had won the esteem of hundreds of prominent scholars and social figures, who had genuine appreciation for Śrīla Prabhupāda's contributions to religion, philosophy, and culture.

The astonishing story of how Śrīla Prabhupāda achieved such a marvelous result in twelve short years is far beyond the scope of this pamphlet. But the remaining pages will provide you with a glimpse into his remarkable teachings and achievements.

His Society

After arriving in New York City in September 1965, Śrīla Prabhupāda struggled alone for the first year to establish his God conscious movement. He lived simply, lectured whenever and wherever he got the opportunity, and gradually began to attract some small interest in his teachings.

In July of 1966, while still working alone from an obscure storefront on New York City's Lower East Side, Śrīla Prabhupāda nonetheless founded a spiritual society intended for worldwide participation. He called it the International Society for Krishna Consciousness, or ISKCON for short.

At the time of incorporation, Śrīla Prabhupāda had not attracted even one committed follower. Undeterred, he enlisted volunteers from among the small group of regular attendees at his evening lectures to act as ISKCON's first trustees. That was then. Today, the International Society for Krishna Consciousness comprises more than 300 temples, farms, schools, and special projects throughout the world and maintains a worldwide congregation numbering in the millions.

ISKCON's Purpose

Kṛṣṇa consciousness is more than another sectarian faith. It is a technical science of spiritual values that is fully described in the Vedic literature of ancient India. The aim of the Kṛṣṇa consciousness movement is to acquaint all people of the world with these universal principles of God-realization so that they may derive the highest benefits of spiritual understanding, unity, and peace.

The *Vedas* recommend that in the present age the most effectivemeans for achieving self-realization is to always hear about, glorify, and remember the all-good Supreme Lord, who is known by many names. One of these names is "Krsna," which means "He who is all-attractive," another is "Rāma," which means "He who is the reservoir of all pleasure," and "Hare" indicates the Lord's inconceivable energy.

Following the Vedic recommendation, the members of ISKCON are always seen chanting Hare Kṛṣna, Hare Kṛṣna, Kṛṣna Krṣna, Hare Hare/ Hare Rāma, Hare Rāma, Rāma Rāma, Hare Hare. This sublime chanting puts us directly in touch with the Supreme Lord through the sound vibration of His holy names and gradually awakens us to our original relationship with God.

ISKCON's primary mission is thus to encourage all members of human society to devote at least some portion of their time and energies to this process of hearing and chanting about God. In this way they will gradually come to realize that all living beings are spirit souls, eternally related to the Supreme Lord in service and in love.

Distributing Spiritual Food

Along with teaching Vedic knowledge and spreading the chanting of the Lord's holy names, ISKCON also freely distributes spiritual food throughout the world. Like the philosophy and the chanting, vegetarian food that has first been offered to the Lord purifies the heart and mind. Thus it assists in the process of gradually uncovering one's original awareness of God. ISKCON's distribution of spiritualized food, therefore, through its program known worldwide as "Food for Life," is beneficial for the body as well as the soul of each recipient.

His Teachings

Of all his various contributions, Śrīla Prabhupāda considered his books most important. In fact, he would often describe his work of translating and explaining the ancient Vedic texts as his very life and soul. In 1970, Śrīla Prabhupāda founded the Bhaktivedanta Book Trust, now the world's largest publisher of Vedic literature. Through its work over the last quarter of a century, millions of people have read at least one of Śrīla Prabhupāda's books and have felt their lives genuinely enriched. Here is a brief introduction to the spiritual knowledge you will find within those books.

Śrīla Prabhupāda's Books Highlight the Importance of the Human Form of Life

There are many forms of life on this planet. There are immovable forms such as trees and plants, and a vast array of aquatic, insect, bird, beast, and mammalian forms as well. Our human form is also one among these varied forms of life, yet even a casual observer would have to agree that we human beings are endowed with unique capacities that distinguish us from all other forms of life. What exactly are those unique capacities?

We can begin answering this question with another. What is it that distinguishes a living form from a nonliving form? The answer is consciousness, or awareness. All living forms display this symptom of consciousness to one degree or another. That is why we call them living rather than dead. Even the small microbial germ or the common houseplant show signs of consciousness, whereas our dining table and chairs do not.

It is also evident that different forms of life display different degrees and levels of consciousness, and the human form represents the highest development of consciousness that we know. It is this greater development of consciousness, then, that distinguishes the human being from all other forms of life on the planet.

But what is it about our consciousness that makes it so different from that of the insect, the bird, the beast, or even the monkey? These creatures eat and we also eat; they sleep and we also sleep; they reproduce and we reproduce; they defend themselves and so do we. That we can perform these functions with greater sophistication may be one indicator that we possess higher consciousness, but it does not fully explain our excellence above all other forms of life.

A more satisfactory explanation is found in our ability to question our existence, reflect upon ourselves, and inquire into our own nature and the nature of God. We can create languages, ponder the meaning of life, and puzzle in wonderment over the nighttime sky. Such an endowment is not present in any other form of life.

The Vedas therefore advise that in this human form of life we should be inquisitive to know who we are, what the universe is, what God is, and what the relationship is between ourselves, the universe, and God.

We should inquire about the solution to the ultimate problems of life, namely birth, death, old age, and disease. Such questions cannot be asked by the cats and dogs, but they must arise in the heart of a real human being.

Śrīla Prabhupāda's Books Reveal the Perfect Knowledge of the Vedas

If we can accept the importance of this type of inquiry, our next consideration will naturally be where to find authoritative answers to such questions. Clearly, if perfect knowledge concerning questions of the self, the universe, and God, exists at all, it would have to be of a standard higher than just your opinion or my opinion, or for that matter Freud's or Einstein's or anyone else's opinion.

Because all of us have imperfect senses and because we are all prone to make mistakes, our relative opinions about matters beyond our experience can supply neither valid nor reliable information.

Thus our attempt to approach such matters empirically will be fraught with various imperfections and ultimately fail. Therefore, so-called truths established exclusively on the basis of mental speculation cannot help us understand the Absolute Truth, which is beyond the reach of the imperfect senses and mind.

The Vedas explain that if we want to know about things beyond the jurisdiction of our experience—beyond the limitations of human perception and cognition—the process is to hear from one who knows. The transcendental knowledge of the Vedas was first uttered by the Supreme Lord Himself. The Lord, the supremely powerful being, cannot fall under the influence of any other force. As a logical consequence, His knowledge must be perfect. And anyone who transmits that knowledge without change gives the same perfect knowledge. We need only accept this proposition theoretically to progress in our understanding of Vedic thought.

The idea is that the perfect knowledge of the Vedas has been preserved over time by transmission through an unbroken chain of spiritual masters. Śrīla Prabhupāda represents one such disciplic chain or succession. That succession goes back thousands of years to Lord Kṛṣṇa Himself. Thus the knowledge found within Śrīla Prabhupāda's books is nondifferent from that which was originally imparted by the Supreme Lord. Śrīla Prabhupāda did not manufacture "truths." He merely delivered the timeless teachings of the original Vedas without addition, deletion, or change.

The writings of Śrīla Prabhupāda are represented mainly by three Vedic texts—the *Bhagavad-gītā, Śrīmad-Bhāgavatam,* and *Caitanya caritāmṛta*. Together these works of literature comprise more than 25 volumes of detailed information constituting the original Vedic science of God realization, or *bhāgavata-dharma*. Their translation into the English language, along with elaborate explanations, constitutes Śrīla Prabhupāda's most significant contribution to the spiritual, intellectual, and cultural life of the world.

Śrīla Prabhupāda's Books Explain the Difference Between the Self and the Body

Without exception, all material phenomena have a beginning and an end. A most prominent idea of modern culture is that consciousness is another such material phenomenon. Thus it is believed that consciousness (or the self) also ends with the death of the material body. This point of view, however, remains only an assumption. It has not been proven true by any scientific observation or experiment.

Nonetheless, the idea that the self ends with the body remains one of the great articles of faith of modern materialistic thought, and most of us have been educated from early childhood to think of ourselves in terms of such beliefs. Few of us, however, have thought through the philosophical implications of this type of thinking, which draws us unconsciously toward voidistic and nihilistic styles of life.

The most basic of the Vedic teachings stands in direct opposition to the modern scientific view of consciousness and life. According to that teaching, individual consciousness is not at all dependent upon neurobiological functions but permanently exists as an independent reality.

The presence within the material body of a conscious observer who remains ever present throughout changing bodily and mental states indicates the existence of two energies—the spiritual energy (represented by the conscious self) and the material energy (represented by the temporary body). The Vedas explain that this spiritual energy, symptomized by consciousness, continues to exist even after the material body is finished.

If each of us is an eternal soul covered only by different temporary bodily dresses, we can reasonably conclude that the highest welfare activity for all of human society is that which awakens us to our true spiritual identity and our dormant relationship with God. That activity is called Kṛṣṇa consciousness.

Just as there is neither glory nor profit in saving the dress of a drowning man, there is neither glory nor profit in humanitarian efforts aimed exclusively at improving conditions for the temporary material body, which in the end is destined to grow old, become diseased, and die.

As Śrīla Prabhupāda himself notes in Śrīmad-Bhāgavatam: "The actual self is beyond the gross body and subtle mind. He is the potent, active principle of the body and mind. Without knowing the need of the dormant soul, one cannot be happy simply with the gratification of the body and mind.... The spirit soul's needs must be fulfilled. Simply by cleansing the cage of the bird, one does not satisfy the bird....

"There is dormant affection for God within everyone.... Therefore we have to engage ourselves in activities that will evoke our divine consciousness. This is possible only by hearing and chanting the divine activities of the Supreme Lord. Thus any occupational engagement which does not help one to achieve attachment for hearing and chanting the transcendental message of God is said... to be simply a waste of time." ●

ISKCON Centres in India

Agartala — ISKCON, Mathchowmuhani, Assam-Agartala Rd, Banamalipur, Tripura. Pin. 799 001. Tel: (0381) 2327053 / 2204518

Ahmedabad — ISKCON, Hare Krishna Land, Sarkhej Gandhinagar Highway, Satellite Road Crossing, Ahmedabad. Pin. 380 059. Tel: (079) 26861945 / 1645 / 2350

Allahabad — ISKCON, Hare Krishna Dham, A/161, Kashi Raj Nagar, Baluaghat, (U.P.) Pin. 211 003. Tel: (0532) 2416718

Amravati — ISKCON, Sri Sri Rukhmani Dwarkadhish Mandir, Saraswati colony, Rathi Nagar, V.M.V. Rd, Amravati (MS) Pin. 444 603. Tel: (0721) 2666849 / 2661763

Amritsar — ISKCON, Sri Sri Gaur Radha krishna Mandir, Prabhupada Marg, Chowk Moni, Bazaar Lachhmansar, Amritsar, Punjab. Pin. 143 006. Tel: (0183) 2540177

Aravade — ISKCON, Sri Sri Radha Gopal Mandir, Hare Krishna Gram, Tal. Tasgoan, Dist. Sangali, Aravade, (M.S.) Pin. 416 312. Tel: (02346) 255515 / 255766

Aurangabad — ISKCON, Plot No.2 & 3 Ranjanwan Housing Society, Antardwipa, N-9, M2 Road, HUDCO, Aurangabad. Pin. 431 003. Tel: (0240) 2390466

Bangalore — ISKCON, Sri Jagannath Mandir, No.5, 1st Cross, Sripuram, Sheshadripuram, Bangalore, Karnataka. Pin. 560 020. Tel: (080) 23565708

Bangalore — ISKCON, Hare Krishna Hill, 1st 'R' Block, Chord Road, Rajaji Nagar, Bangalore. Pin. 560 010. Tel : (080) 64514455

Beed — ISKCON, Sri Sri Radha Govindji Temple, MIDC Road, Savatamali Chowk, Dist. Beed. Pin. 431 122. Tel: (02442) 231799

Belgaum — ISKCON, Sri Sri Radha Gokulananda Mandir, 211 Srila Prabhupada Marg, Shukravar Peth, Tilak Wadi, Karnataka. Pin. 590 006. Tel: (0831) 2436267/2400108/4204672/3290518

Bhadrak — ISKCON, Gour Gopal Mandir, Kuansh, Bhadrak, Orissa. Pin. 756 100. Tel. (06784) 251730

Bhubaneshwar — ISKCON, Sri Krishna Balaram Temple, N.H. No. 5, IRC Village, Nayapalli, Bhubaneshwar, Orissa. Pin. 751 015. Tel.: (0674) 2553517

Brahmapur — ISKCON, Hare Krishna Temple, N.H.5, Brahmapur, Dist. Ganjam, Orissa. Pin. 760 008. Tel: (0680) 2116100

Chamorshi — ISKCON, 78 Krishnagar Dham, Chamorshi, Dist. Gadchiroli, (M.S.) Pin. 442 603.

Chandigarh — ISKCON, Hare Krishna Dham, Dakshin Marg, Sector 36-B, Chandigarh. Pin. 160 036. Tel: (0172) 2603232 / 2601590

Chennai — ISKCON, Hare Krishna Land, Off East Coast Rd, Bhaktivedanta Swami Rd, Akkarai Sholinganallur, Chennai. Pin. 600 119. Tel: (044) 32911472 / 24530920 / 21 / 22 / 23

Coimbatore — ISKCON, Sri Jagannath Mandir, Hare Krishna Land, 100 Feet New Scheme Road, Opp. CIT College, Aerodrome Post, Coimbatore, (TN) Pin. 641 014. Tel: (0422) 2626509 / 6508 / 2629396

Dabilpur — ISKCON, Dabilpur Village, Medichal Taluq, R.R. District, (A.P) Pin. 501 401. Tel: (040) 65520070

Dhekiajuli — ISKCON, Danga Basti, A.T. Road, Dhekiajuli, Dist. Sonitpur, Assam. Pin. 784 110.

Dwaraka — ISKCON, Bharatiya Bhuvan, Devi Bhavan Rd, Dwarka Dham, Near Teen Batti Chowk, Dist. Jamnagar, Gujarat. Pin. 361 335. Tel: (02892) 234606

Dehradun — ISKCON, Krishna Bhavanamruit Sangh, 1st floor, 18, Lane B, Street No-1, Shastri Nagar, Haridwar Rd. Pin. 248 008.

Faridabad — ISKCON, C Block, Ashoka Enclave II, Sector 37, Faridabad. Pin. 121 003.

Gadeigiri — ISKCON, Sri Sri Radha Gopalji Temple, Post Alabol, Via-Balikuda, Dist. Jagatsinghpur, Orissa. Pin. 754 108. Tel: (06724) 238112

Ghaziabad — ISKCON, Sri Sri Radhamohan Mandir, Hare Krishna Marg, R-11/35, Raj Nagar, Ghaziabad, (U.P) Pin. 201 002. Tel:(0120) 2824200

Goa — ISKCON, Sri Sadan Bunglow. Near I.D. Hospital. Tisk, Ponda, North Goa. Pin. 403 401. Tel: (0832) 2313105

Govardhan — ISKCON, Bhaktivedanta Sadhana Ashram, Anyor Parikrama Marg, Danaghati, Govardhan, Dist-Mathura, (U.P.) Pin.281 502. Tel: (0565) 2815364

Guwahati — ISKCON, Sri Sri Rukhmini Krishna Mandir, Mount Hare Krishna, Ulubari, Chariali, South Sarania, Guwahati, Assam. Pin. 781 007. Tel: (0361) 2525963 / 2527890

Habibpur — ISKCON, Gour Dham, Habibpur

Ranaghat, Nadia. Pin. 741 403.
Tel : (03473) 281150 / 281226

Haridaspur — ISKCON, P.O. Chhaygharia Bangaon, 24 Parganas, West Bengal. Pin. 743 704. Tel: (03215) 57856

Haridwar — ISKCON, Hare Krishna Mandir, Srila Prabupada Ashram, Gouranga House, Nai Basti, Bhimgauda, Haridwar. Uttarkhand. Pin. 249 401. Tel:(01334) 262818

Hubli — ISKCON, Hubli-Dharwad Road, Rayapur, Hubli, Karnataka. Pin. 580 009.
Tel: (0836) 2377108 /2324108

Hyderabad — ISKCON, Hare Krishna Land, Abids,(Opp) G Pulla Reddy Sweets, Nampally Station Road,Hyderabad, (A.P.) Pin. 500 001.
Tel: (040) 24744969/ 24607089

Imphal — ISKCON, Hare Krishna Land, Sangaiprou, Airport Rd., Imphal, Manipur. Pin. 795 001. Tel: (0385) 2455693

Indore — ISKCON, Shri Radha Govinda Mandir, Hare Krishna Vihar Colony, Gram Nipaniya, (M.P.) Pin. 452 016. Tel: (0731) 5072665

Jaipur — ISKCON, (Opp.) Vijay Path, 84/230, Sant Namdev Marg, Opp. K.V. No.5, Mansarovar, Jaipur, Rajasthan. Pin. 302 020.
Tel: (0141) 2781860 / 2782765

Jalgaon — ISKCON, Plot No.3, Pankaj Building, Lokamanya Housing Society, Ring Road, Jalgoan. Pin. 425 001. Tel: (0257) 2252595

Jammu (J & K) — ISKCON, Shri Shri Gaur Radha Krishna Mandir, Dream City (Muthi), Akhinoor Road, Jammu. Pin. 181 205. Tel : (0191) 2582306

Jhansi — ISKCON, Hare Krishna Mandir, 168, Phuta Chaupra, Inside Sainyer Gate, Jhansi, (UP) Pin. 284 002. Tel: (0517) 2443602

Kanpur — ISKCON, Hare Krishna Mandir, Mainavati Marg, Bithur Road, Post-Kheora, Nawabganj, Kanpur, (U.P) Pin. 208 002.
Tel: (0512) 2571777/2152750

Katra — ISKCON, Kalka Mata Mandir, Katra Vaishno Devi, J&K Pin. 182 301, Tel: (01991)233047

Kendrapara — ISKCON, Radha Nikunjabihari Ashram, Ishwarpur, Kendrapara, Orissa,

Kharghar — ISKCON, Hare Krishna Land, Sector No-23, (opp) Pandav Caves,Kharghar, Navi Mumbai. Pin.410 210.
Tel: (022) 22933773 / 22933774 / 27740037

Kolkata — ISKCON, 3C, Albert Rd, Kolkata, West Bengal. Pin. 700 017.
Tel: (033) 22873757 / 6075/ 30280559/ 64511405

Kurukshetra — ISKCON, Hare Krishna Dham, Main bazaar, Kurukshetra, Haryana. Pin. 136 118. Tel: (01744) 234806 / 235529

Kolhapur — ISKCON, Plot No.326, Gali no.10A, Hariom Nagar, Rankala Parisar, Post office-Fulewadi, Kolhapur. Pin. 416 010.
Tel: (0231) 3292430.

Lucknow — ISKCON, Sri Sri Gaur Radha krishna Mandir, 1 Prabhupad Nagar (Ashok Nagar), Near Bansmandi Chauraha, Guru Govind Singh Marg, Lucknow, (U.P) Pin. 226 018. Tel: (0522) 2636500

Ludhiana — ISKCON, Sri Sri Jaganath Mandir, Sterling Tower, Vrindavan Rd, Near Kailash Cinema, Civil Lines, Ludhiana, Punjab. Pin. 141 001.Tel: (0161)2770600

Madurai — ISKCON, 12/37 Maninagaram Main Road, Madurai. (TN) Pin. 625 001.
Tel: (0452) 2346472

Mangalore — ISKCON, Sri Jagannath Mandir, Door No. 14-1-65, Near Hotel Woodlands, Bunts Hostel Road, Mangalore, Karnataka. Pin. 575 003. Tel: (0824) 2423326 / 2442756

Mayapur — ISKCON, P.O. Sri Mayapur Dham, Dist-Nadia, West Bengal. Pin.741 313.
Tel: (03472) 245218 / 245241 / 245240

Moirang — ISKCON, Nongban Enkhol, Tidim Rd., Moirang, Manipur. Pin. 795 133.
Tel. (03879) 262475

Mumbai (Chowpatty) — ISKCON, Sri Sri Radha Gopinath Mandir, 7, K.M. Munshi Marg, Opp. Bharatiya Vidya Bhavan, Near Babulnath Temple, Chowpatty, Mumbai. Pin. 400 007.
Tel: (022) 23665500

Mumbai (Juhu) — ISKCON, Sri Sri Radha Rasabihariji Mandir, Hare Krishna Land, Juhu, Mumbai. Pin. 400 049. Tel: (022) 26206860 / 0175 / 2016

Mumbai (Mira Road) — ISKCON, Hare Krishna Dham, Shrushti Complex, Opp. Royal College, Mira Rd.(E), Dist. Thane, Pin. 401 107.
Tel: (022) 28454667 / 28454672 / 28454981

Nagpur — ISKCON, Sri Sri Radha Gopinath Mandir, Srila Prabhupada Town, Bharathwada Road, Gulmohar Nagar, (Kalamana Market), Nagpur. Pin. 440 008. Tel: (0712) 6994730

Narasaraopet — ISKCON, Radha Krishna Thota Barampet, Narasaraopet, (A.P.) Pin. 522 601.
Tel: (08647) 222331

Nasik — ISKCON, Vrindavan Colony, Behind Gen., Vaidya Nagar, Nasik-Pune Rd., Nasik. Pin. 422 101. Tel: (0253) 645005

Nellore — ISKCON City, Hare Krishna Road, Nellore, (A.P.) Pin. 524 004. Tel. (0861) 2314577

New Delhi — ISKCON, Hare Krishna Hill, Sant Nagar Main Rd., East of Kailash, New Delhi Pin. 110 065. Tel: (011) 26235133-37

New Delhi(Punjabi Baug) — ISKCON, Sri Sri Radhika Raman Krishna Balram Mandir, 41/77, Srila Prabhupada Marg, Punjabi Baug (W), New Delhi, Pin. 110 026. Tel: (011) 25222851 / 7478

Nigdi — ISKCON, Shri Govind Dham, Survey No-189/ 3A/3B, Nr.Sector -29, Akurdi Railway Station, Ravet, (Tal.) Haveli, Dist. Pune. Pin. 412 101. Tel: (020) 65301836

Noida — ISKCON, A-5, Sector 33, (Institutional Area), Noida, (UP) Pin. 201 301. Tel: (0120) 2506211 / 6363

Pandharpur — ISKCON, Shri Shri Radha Pandharinath Mandir, Hare Krishna Dham, Across Chandrabhaga River, Dist. Sholapur, Maharashtra. Pin. 413 304. Tel: (02186) 267242, 267266

Patna — ISKCON,Golok Dham, Budh Marg, Patna, Bihar. Pin.800 001. Tel: (0612) 2685378 / 7637 / 2220794

Pondicherry — ISKCON, No.41, 1st floor, 8th cross, Rainbow Nagar, Pondicherry. Pin. 605 011. Tel. (0413) 2213402

Pune — ISKCON, 4 Tarapur Rd., Nr.Dastur High School, Pune Camp, Pune. Pin. 411 001. Tel: (020) 411033200 / 222 /223

Puri — ISKCON, Bhakti Kuti, Swargadwar, Puri, Orissa. Pin.752 001. Tel: (06752) 231440

Raipur — Sri Sri Radha Rasbihari Temple, Hare Krishna Land, Alopi Nagar, Totibandh, Raipur, Chhattisgarh. Pin. 492 001. Tel: (0771) 5037555

Rajahmundry — ISKCON, Hare Krishna Land, Gouthami Ghat, Rajahmundry, (A.P.) Pin. 533 101. Tel: (0883) 2442288 /2442277

Rajkot — ISKCON, Sri Sri Radha Neelmadhav Dham, Kalawad Rd., Opp.Darshan Vatika, Rajkot, Gujarat. Pin. 360 005. Tel: (0281) 2783651 / 3510

Salem — ISKCON, Hare Krishna Land, Karuppur, Salem. Pin. 636 012. Tel: (0427) 2001686 / 2418245.

Secunderabad — ISKCON, 27 St. John's Rd, Nr. Sangeet Theatre, Secundrabad, (AP) Pin. 500 026. Tel: (040) 27805232

Silichar — ISKCON, Sri Sri Vrindavan Mandir, Ambikapatti, Dist. Kchhar, Silichar, Assam. Pin. 788 004. Tel:(03842) 265615

Siliguri — ISKCON, Sri Sri Radhamadhav Sunder Mandir, Gitalpara, Siliguri, (WB) Pin. 734 406.

Solapur — ISKCON, Bhaktivedanta Marg, Behind Near Akkalkot Jakat Naka, Akklkot Road, Solapur. Pin. 413 006.

Surat — ISKCON, Sri Sri Radha Krishna Mandir, Jahangirpura, Rander Rd., Surat, Gujarat. Pin. 395 005. Tel: (0261) 2765891 / 2765516

Sri Rangam— (Trichy) — ISKCON, Hare Krishna Land, 107- Ammam Mandapam Rd., Sri Rangam, Trichy, (TN) Pin. 620 006. Tel: (0431) 4340275

Thiruvananthapuram — ISKCON, T.C.224/1485, WC Hospital Rd., Thycaud, Thiruvananthapuram, Kerala. Pin. 695 014. Tel: (0471)2328197

Tirunelveli — ISKCON, 10B, Trivandrum Road, Vannarpettai, Tirunelveli, Tamil Nadu, Pin. 627002. Tel: (0462) 2501640

Tirupati — ISKCON, Sri Sri Radha Govindaji Temple, Hare Krishna Land, K.T.Rd.,Vinayaka Nagar, Tirupati, (AP) Pin. 517 507. Tel: (0877) 2231760 / 2230009

Udhampur — ISKCON, Srila Prabhupada Ashram, Srila Prabhupada Ngr, Srila Prabhupada Marg, Udhampur, (J&K) Pin. 182 101. Tel: (01992) 270298 / 276 146

Ujjain — ISKCON, Sri Sri Radha Madanmohan Mandir, Plot no.33-37, Bharatpuri, Ujjain, M.P. Pin . 456 010. Tel: (0734) 3205000 / 2535000

Vadodara — ISKCON, Hare Krishna Land, Nr. Hari Nagar, Water Tank, Gotri Rd, Gujarat. Pin. 390021. Tel: (0265) 2310630 / 2350885 / 2331012

Vallabh Vidyanagar — ISKCON, Sri Sri Radha Giridahri Temple, (Opp), B & B Polytechnic College, Dist. Anand, Gujarat. Pin. 388 120. Tel: (02692) 230796 / 233012

Varanasi — ISKCON, B 27/80 Durgakund Rd., Near Durgakund Police Station, Varanasi, (UP) Pin. 221 010. Tel: (0542) 2276422 / 2275777

Vijaywada — ISKCON, Sri Radha Shyam Sunder Mandir, Amaravathi Karakapta, Undavally, Tadepalli Mandal, Dist. Guntur, Vijaywada, (A.P.) Pin. 522 501. Tel: (08645) 211445

Vishakapatnam — ISKCON, Plot no. 52, Pandurangapuram, Beach Rd., Vishakapatnam, (AP) Pin. 530 003. Tel: (0891) 2528376 / 2731588

Vrindaban — ISKCON, Sri Krishna Balram Mandir, Bhaktivedanta Swami Marg, Raman Reti, Dist. Mathura, (UP) Pin. 281 124. Tel: (0565) 2540728 / 2540027

Vellore — ISKCON,10-12, 10th Easth Cross Street, Gandhi Nagar, Vellore. Pin. 632 007. Tel: (0416) 2241654

Warangal — ISKCON, Sri Sri Radha Krishna Mandir, (Via) K M C, Behind Agriculture Research Station, Mulugu Rd., Warangal, (A.P.) Pin. 506 007. Tel: (0870) 6451914 / 2426182 / 2520950.